ਵਿਅੰਜਨ			
p	ਪ	*p*ad	[illegible]
b	ਬ	*b*ad	/ਬੈਡ/
t	ਟ	*t*ub	/ਟਅੱਬ/
d	ਡ	*d*ay	/ਡੇਇ/
k	ਕ	*k*ite	/ਕਾਇਟ/
g	ਗ	*g*un	/ਗਅੱਨ/
f	ਫ਼	*f*un	/ਫ਼ਅੱਨ/
v	ਵ਼	*v*ery	/'ਵ਼ੈੱਰਿ/
s	ਸ	*s*eat	/ਸੀਟ/
z	ਜ਼	*z*ip	/ਜ਼ਿਪ/
θ	ਥ	*th*ree	/ਥਰੀ/
ð	ਦ	*th*at	/ਦੈਟ/
ʃ	ਸ਼	*sh*ip	/ਸ਼ਿਪ/
ʒ	ਯ਼	mea*s*ure	/ਮੈੱਯ਼ਅ*/
h	ਹ	*h*eart	/ਹਾਟ/
tʃ	ਚ	*ch*ip	/ਚਿਪ/
dʒ	ਜ	*j*eep	/ਜੀਪ/
m	ਮ	*m*an	/ਮੈਨ/
n	ਨ	*n*ap	/ਨੈਪ/
ŋ	ਙ	si*ng*	/ਸਿਙ/
l	ਲ	*l*ap	/ਲੈਪ/
r	ਰ	*r*ot	/ਰੌਟ/
j	ਯ	*y*et	/ਯੈੱਟ/
w	ਵ	*w*eep	/ਵੀਪ/
x	ਖ਼	lo*ch*	/ਲੌਖ਼/

'*' ਜੋੜਵਾਂ ਰ : ਜੇ '*' ਤੋਂ ਬਾਅਦ ਵਾਲਾ ਸ਼ਬਦ ਸਵਰ ਨਾਲ ਸ਼ੁਰੂ ਹੁੰਦਾ ਹੋਵੇ ਤਾਂ '*' ਦੀ ਥਾਂ 'ਰ' ਉਚਾਰਿਆ ਜਾਏਗਾ, ਜਿਵੇਂ mother /'ਮਅੱਦਅ*/, ਪਰ mother-in-law /'ਮਅੱਦ(ਅ)ਰਇਨਲੋ/

PUNJABI UNIVERSITY
ENGLISH-PUNJABI DICTIONARY
SEVENTH REVISED EDITION

ਪੰਜਾਬੀ ਯੂਨੀਵਰਸਿਟੀ
ਅੰਗਰੇਜ਼ੀ-ਪੰਜਾਬੀ ਕੋਸ਼
ਸੱਤਵਾਂ ਸੋਧਿਆ ਸੰਸਕਰਨ

ਪਬਲੀਕੇਸ਼ਨ ਬਿਊਰੋ
ਪੰਜਾਬੀ ਯੂਨੀਵਰਸਿਟੀ, ਪਟਿਆਲਾ

ISBN 81-7380-095-2

ਸੱਤਵੀਂ ਸੋਧੀ ਛਾਪ 2011

ਸੰਪਾਦਕ ਮੰਡਲ
ਜੋਗਾ ਸਿੰਘ, ਅਜਮੇਰ ਸਿੰਘ, ਮਨਮੰਦਰ ਸਿੰਘ ਸੇਖੋਂ
ਗੁਰਬਖਸ਼ ਸਿੰਘ, ਅਨਵਰ ਚਿਰਾਗ, ਪਰਮਜੀਤ ਕੌਰ ਬੇਦੀ
ਅੰਗਰੇਜ਼ੀ ਭਾਸ਼ਾ ਮਾਹਰ : ਤੇਜਵੰਤ ਸਿੰਘ ਗਿੱਲ

ਸੰਪਾਦਕੀ ਅਮਲਾ
ਕਰਮਜੀਤ ਸਿੰਘ, ਭੁਪਿੰਦਰ ਸਿੰਘ, ਨਾਗਰ ਸਿੰਘ
ਨਿਸ਼ਾਨ ਸਿੰਘ, ਦਲਜੀਤ ਕੌਰ, ਜਗਜੀਤ ਸਿੰਘ
ਗੁਰਵਿੰਦਰ ਸਿੰਘ, ਅਤਿਅੰਤ ਕੌਰ

ਸਹਿਯੋਗ: ਦਵਿੰਦਰ ਸਿੰਘ, ਸੀ.ਪੀ.ਕੰਬੋਜ, ਗੁਰਸੇਵਕ ਸਿੰਘ ਲੰਬੀ, ਸਤਵਿੰਦਰ ਸਿੰਘ ਨਾਗਰਾ
ਸਰੋਤ ਅਮਲਾ : ਰਮਨਦੀਪ ਸਿੰਘ, ਸੰਦੀਪ ਸਿੰਘ, ਬਲਜਿੰਦਰ ਕੌਰ, ਬਲਦੀਪ ਕੌਰ
ਦਫ਼ਤਰੀ ਅਮਲਾ : ਰਾਜ ਕੁਮਾਰ, ਲਾਜਪਤ, ਪਰਮਿੰਦਰ ਕੁਮਾਰ

ਸੰਪਾਦਕ ਮੰਡਲ, ਪਹਿਲੀ ਛਾਪ 1968
ਡਾ. ਅਤਰ ਸਿੰਘ, ਡਾ. ਗੁਰਦੇਵ ਸਿੰਘ
ਡਾ. ਰਵਿੰਦਰ ਸਿੰਘ, ਡਾ. ਹਰਕੀਰਤ ਸਿੰਘ
ਆਤਮ ਸਿੰਘ, ਓਮ ਪ੍ਰਕਾਸ਼ ਵਸ਼ਿਸ਼ਟ

ਸੰਪਾਦਕ ਮੰਡਲ, ਦੂਜੀ ਛਾਪ 1974
ਡਾ. ਜੀਤ ਸਿੰਘ ਸੀਤਲ, ਡਾ. ਗੁਰਦੇਵ ਸਿੰਘ
ਡਾ. ਮਹਿੰਦਰਪਾਲ ਕੋਹਲੀ, ਕੁਲਦੀਪ ਕੌਰ
ਓਮ ਪ੍ਰਕਾਸ਼ ਵਸ਼ਿਸ਼ਟ, ਰਾਜਿੰਦਰ ਸਿੰਘ
ਮੇਵਾ ਸਿੰਘ ਸਿੱਧੂ, ਅਜਮੇਰ ਸਿੰਘ, ਮਨਮੰਦਰ ਸਿੰਘ

ਸਲਾਹਕਾਰ, ਤੀਜੀ ਛਾਪ 1986/1989
ਡਾ. ਪ੍ਰੇਮ ਪ੍ਰਕਾਸ਼ ਸਿੰਘ, ਡਾ. ਰਤਨ ਸਿੰਘ ਜੱਗੀ
ਸੋਧਕ: ਡਾ. ਗੁਰਚਰਨ ਸਿੰਘ, ਡਾ. ਨਰਿੰਦਰ ਸਿੰਘ ਕਪੂਰ

ਚੌਥੀ ਛਾਪ 1994
ਸੋਧਕ : ਜੀ.ਐੱਸ. ਰਿਆਲ

ਸੰਪਾਦਕ ਮੰਡਲ, ਪੰਜਵੀਂ ਛਾਪ 1998
ਡਾ. ਸ.ਸ. ਜੋਸ਼ੀ, ਡਾ. ਗੁਰਕਿਰਪਾਲ ਸਿੰਘ ਸੇਖੋਂ
ਮੁਖਤਿਆਰ ਸਿੰਘ ਗਿੱਲ, ਮਨਮੰਦਰ ਸਿੰਘ
ਸੁਮਨ ਪ੍ਰੀਤ, ਗੁਰਬਖਸ਼ ਸਿੰਘ

ਛੇਵੀਂ ਛਾਪ (ਮੁੜ ਪ੍ਰਕਾਸ਼ਿਤ) 2002

2011
ਕਾਪੀਆਂ: 10,000
ਮੁੱਲ: 800.00

ਡਾ. ਏ. ਐੱਸ. ਚਾਵਲਾ, ਰਜਿਸਟਰਾਰ, ਪੰਜਾਬੀ ਯੂਨੀਵਰਸਿਟੀ, ਪਟਿਆਲਾ ਨੇ ਪ੍ਰਕਾਸ਼ਿਤ ਕੀਤੀ
ਅਤੇ ਮੈਸ. ਅਨੰਦ ਸੰਜ਼, ਨਵੀਂ ਦਿੱਲੀ ਵਿਖੇ ਛਪੀ।

ਵੈੱਬ ਪਤਾ

English-Punjabi Kosh

http://www.punjabiuniversity.ac.in/dlpl/e2p

http://www.punjabiuniversity.ac.in

ਦੋ ਸ਼ਬਦ

ਪੰਜਾਬੀ ਭਾਸ਼ਾ, ਸਾਹਿਤ ਅਤੇ ਸਭਿਆਚਾਰ ਦਾ ਵਿਕਾਸ ਪੰਜਾਬੀ ਯੂਨੀਵਰਸਿਟੀ, ਪਟਿਆਲਾ ਦੀ ਸਥਾਪਨਾ ਦੇ ਉਦੇਸ਼ਾਂ ਵਿੱਚੋਂ ਪ੍ਰਮੁੱਖ ਹੈ। ਇਸ ਉਦੇਸ਼ ਦੀ ਪੂਰਤੀ ਲਈ ਪੰਜਾਬੀ ਯੂਨੀਵਰਸਿਟੀ ਨਿਰੰਤਰ ਯਤਨਸ਼ੀਲ ਰਹੀ ਹੈ। ਯੂਨੀਵਰਸਿਟੀ ਦੁਆਰਾ ਪ੍ਰਕਾਸ਼ਿਤ ਵਿਭਿੰਨ ਸ਼ਬਦ-ਕੋਸ਼ਾਂ ਜਿਵੇਂ ਅੰਗਰੇਜ਼ੀ-ਪੰਜਾਬੀ ਕੋਸ਼, ਪੰਜਾਬੀ-ਅੰਗਰੇਜ਼ੀ ਕੋਸ਼, ਫ਼ਾਰਸੀ-ਪੰਜਾਬੀ ਕੋਸ਼, ਪੰਜਾਬੀ-ਫ਼ਾਰਸੀ ਕੋਸ਼, ਸੰਸਕ੍ਰਿਤ-ਪੰਜਾਬੀ ਕੋਸ਼, ਪੰਜਾਬੀ ਕੋਸ਼ (ਸਕੂਲ ਪੱਧਰ), ਲਹਿੰਦੀ ਕੋਸ਼, ਮਲਵਈ ਕੋਸ਼ ਆਦਿ ਨੇ ਪੰਜਾਬੀ ਭਾਸ਼ਾ ਅਤੇ ਗਿਆਨ-ਵਿਗਿਆਨ ਦੇ ਖੇਤਰ ਵਿੱਚ ਵਿਸ਼ੇਸ਼ ਯੋਗਦਾਨ ਪਾਇਆ ਹੈ।

ਕਿਸੇ ਭਾਸ਼ਾ ਦੇ ਵਿਕਾਸ ਲਈ ਜਿਸ ਮੁਢਲੀ ਅਤੇ ਬੁਨਿਆਦੀ ਸਮੱਗਰੀ ਦੀ ਲੋੜ ਹੁੰਦੀ ਹੈ, ਉਸ ਵਿੱਚ ਕੋਸ਼ਾਂ ਦਾ ਅਹਿਮ ਸਥਾਨ ਹੈ। ਕੋਸ਼ ਕਿਸੇ ਭਾਸ਼ਾ ਦੇ ਅਧਿਐਨ, ਅਧਿਆਪਨ ਅਤੇ ਸਮੁੱਚੇ ਬਹੁਪੱਖੀ ਵਿਕਾਸ ਵਿੱਚ ਬਹੁਤ ਮਹੱਤਵਪੂਰਨ ਭੂਮਿਕਾ ਨਿਭਾਉਂਦੇ ਹਨ। ਅਜੋਕੇ ਯੁੱਗ ਵਿੱਚ ਅੰਗਰੇਜ਼ੀ ਸੰਸਾਰ ਦੀਆਂ ਪ੍ਰਮੁੱਖ ਭਾਸ਼ਾਵਾਂ ਵਿੱਚ ਸ਼ੁਮਾਰ ਹੁੰਦੀ ਹੈ। ਅੰਗਰੇਜ਼ੀ-ਪੰਜਾਬੀ ਕੋਸ਼ ਦਾ ਇਹ ਸੋਧਿਆ ਸੰਸਕਰਨ ਅੰਗਰੇਜ਼ੀ ਭਾਸ਼ਾਈ ਜਗਤ ਦੀਆਂ ਗਿਆਨ-ਵਿਗਿਆਨ ਦੇ ਖੇਤਰ ਦੀਆਂ ਪ੍ਰਾਪਤੀਆਂ ਅਤੇ ਗਤੀਵਿਧੀਆਂ ਤੋਂ ਜਾਣੂੰ ਕਰਵਾਉਣ, ਅੰਗਰੇਜ਼ੀ ਤੋਂ ਪੰਜਾਬੀ ਵਿੱਚ ਮਾਧਿਅਮ ਪਰਿਵਰਤਨ ਅਤੇ ਅਨੁਵਾਦ ਕਾਰਜਾਂ ਲਈ ਵਿਸ਼ੇਸ਼ ਰੂਪ ਵਿੱਚ ਸਹਾਈ ਹੋਵੇਗਾ। ਇਸ ਸੰਸਕਰਨ ਵਿੱਚ ਵਿਗਿਆਨ ਅਤੇ ਤਕਨਾਲੋਜੀ ਆਦਿ ਨਾਲ ਸੰਬੰਧਿਤ ਸਾਢੇ ਤਿੰਨ ਹਜ਼ਾਰ ਤੋਂ ਵੱਧ ਨਵੇਂ ਇੰਦਰਾਜ ਸ਼ਾਮਲ ਕੀਤੇ ਗਏ ਹਨ ਅਤੇ ਇਸ ਤੋਂ ਇਲਾਵਾ ਅਰਥ ਅਤੇ ਤਕਨੀਕੀ ਪੱਖ ਤੋਂ ਵੀ ਅਹਿਮ ਸੋਧਾਂ ਕੀਤੀਆਂ ਗਈਆਂ ਹਨ। ਵਿਉਤਪਤ ਰੂਪਾਂ ਨੂੰ ਮੁੱਖ ਇੰਦਰਾਜ ਵਜੋਂ ਦੇਣ ਨਾਲ ਵਰਤੋਂਕਾਰ ਲਈ ਕੋਸ਼ ਦੀ ਵਰਤੋਂ ਬਹੁਤ ਸੁਖਾਲੀ ਹੋ ਗਈ ਹੈ।

ਅੰਗਰੇਜ਼ੀ-ਪੰਜਾਬੀ ਕੋਸ਼ ਦਾ ਇਹ ਸੰਸਕਰਨ ਪਾਠਕਾਂ ਸਨਮੁਖ ਪੇਸ਼ ਕਰਦਿਆਂ ਮੈਂ ਬੇਹੱਦ ਖੁਸ਼ੀ ਮਹਿਸੂਸ ਕਰ ਰਿਹਾ ਹਾਂ। ਆਸ ਹੈ ਕਿ ਵਿਦਵਾਨਾਂ, ਲੇਖਕਾਂ, ਅਧਿਆਪਕਾਂ, ਵਿਦਿਆਰਥੀਆਂ ਅਤੇ ਆਮ ਪਾਠਕਾਂ ਵੱਲੋਂ ਇਸ ਕੋਸ਼ ਦਾ ਪੁਰਜੋਸ਼ ਸੁਆਗਤ ਕੀਤਾ ਜਾਵੇਗਾ।

ਡਾ. ਜਸਪਾਲ ਸਿੰਘ

ਪੰਜਾਬੀ ਯੂਨੀਵਰਸਿਟੀ, ਪਟਿਆਲਾ

ਵਾਈਸ-ਚਾਂਸਲਰ

ਭੂਮਿਕਾ

I. ਕੋਸ਼ਕਾਰੀ ਬੜਾ ਕਠਨ ਕਾਰਜ ਹੈ । ਵਿਦੇਸ਼ੀ ਭਾਸ਼ਾ ਦੀ ਕੋਸ਼ਕਾਰੀ ਤਾਂ ਹੋਰ ਵੀ ਕਠਨ ਕਾਰਜ ਹੈ ਕਿਉਂਕਿ ਵਿਦੇਸ਼ੀ ਭਾਸ਼ਾ ਦੇ ਸ਼ਬਦਾਂ ਬਾਰੇ ਕੋਈ ਵੀ ਨਿਰਨਾ ਵਿਦੇਸ਼ੀ ਭਾਸ਼ਾ ਦੇ ਪ੍ਰਾਪਤ ਕੋਸ਼ਾਂ ਜਾਂ ਸਰੋਤਾਂ ਦੇ ਆਧਾਰ 'ਤੇ ਹੀ ਲਿਆ ਜਾ ਸਕਦਾ ਹੈ । ਪਰ ਜਦੋਂ ਇਹ ਸਰੋਤ ਕਿਸੇ ਚੀਜ਼ ਬਾਰੇ ਚੁੱਪ ਹੋਣ ਜਾਂ ਪ੍ਰਾਪਤ ਸਰੋਤਾਂ ਵਿਚਕਾਰ ਇਕਸਾਰਤਾ ਨਾ ਹੋਵੇ ਤਾਂ ਬਹੁਤ ਮੁਸ਼ਕਿਲ ਪੇਸ਼ ਆਉਂਦੀ ਹੈ । ਅਜਿਹੀ ਹੀ ਇੱਕ ਮੁਸ਼ਕਿਲ ਇਸ ਕੋਸ਼ ਦੇ ਨਿਰਮਾਣ ਵੇਲੇ ਅੰਗਰੇਜ਼ੀ ਭਾਸ਼ਾ ਦੇ ਸ਼ਬਦਾਂ ਦਾ ਉਚਾਰਨ ਦੇਣ ਵੇਲੇ ਆਈ ਹੈ ।

ਗਿਆਨ-ਵਿਗਿਆਨ ਵਿੱਚ ਵਾਧੇ ਕਾਰਨ ਪਿਛਲੇ ਕੁਝ ਸਾਲਾਂ ਵਿੱਚ ਅੰਗਰੇਜ਼ੀ ਭਾਸ਼ਾ ਵਿੱਚ ਨਵੇਂ ਸ਼ਬਦਾਂ ਦੀ ਕਾਫ਼ੀ ਆਮਦ ਹੋਈ ਹੈ । ਇਸ ਲਈ ਜ਼ਰੂਰੀ ਸੀ ਕਿ ਉਚਾਰਨ ਦੇਣ ਲਈ ਅੰਗਰੇਜ਼ੀ ਭਾਸ਼ਾ ਦੇ ਕਿਸੇ ਬਿਲਕੁਲ ਨਵੇਂ ਕੋਸ਼ ਨੂੰ ਆਧਾਰ ਬਣਾਇਆ ਜਾਵੇ । ਇਸ ਲਈ Oxford Advanced Learner's Dictionary of Current English ਦੇ 2010 ਵਿੱਚ ਪ੍ਰਕਾਸ਼ਿਤ ਅਠਵੇਂ ਸੰਸਕਰਨ ਨੂੰ ਚੁਣਿਆ ਗਿਆ । ਪਰ ਇਸ ਵਿੱਚ ਕਠਨਾਈ ਇਹ ਪੇਸ਼ ਆਈ ਕਿ ਬਹੁਤ ਸਾਰੇ ਸ਼ਬਦ ਸਨ ਜੋ ਇਸ ਕੋਸ਼ ਵਿੱਚ ਮਿਲਦੇ ਨਹੀਂ ਸਨ । ਇਹਨਾਂ ਸ਼ਬਦਾਂ ਲਈ Shorter Oxford English Dictionary (2007) ਦੀ ਮਦਦ ਲਈ ਗਈ । ਪਰ ਇਹ ਸਾਮ੍ਹਣੇ ਆਇਆ ਕਿ Oxford 2010 ਅਤੇ Oxford 2007 ਦੀ ਆਪਸ ਵਿੱਚ ਕਈ ਥਾਵਾਂ 'ਤੇ ਇਕਸਾਰਤਾ ਨਹੀਂ ਹੈ । ਮਿਸਾਲ ਲਈ ਸ਼ਬਦ calculable ਦਾ 2010 ਵਾਲੇ ਸੰਸਕਰਨ ਵਿੱਚ ਉਚਾਰਨ /'ਕੈਲਕਯਅਲਅਬਲ/ ਦਿੱਤਾ ਗਿਆ ਹੈ ਪਰ 2007 ਵਾਲੇ ਸੰਸਕਰਨ ਵਿੱਚ /'ਕੈਲਕਯੁਲਅਬ(ਅ)ਲ/ । ਇਸ ਸਮੱਸਿਆ ਦੇ ਹੱਲ ਲਈ Daniel Jones (1997) ਦੀ English Pronouncing Dictionary (EPD) ਨੂੰ ਵੇਖਿਆ ਗਿਆ । ਪਰ ਇਹ ਸਾਮ੍ਹਣੇ ਆਇਆ ਕਿ Daniel Jones (1997) ਵਿੱਚ ਦਿੱਤੇ ਉਚਾਰਨ ਅਤੇ Oxford ਦੇ ਕੋਸ਼ਾਂ ਵਿੱਚ ਦਿੱਤੇ ਉਚਾਰਨ ਵਿੱਚ ਵੀ ਇਕਸਾਰਤਾ ਨਹੀਂ ਹੈ । ਮਿਸਾਲ ਲਈ ਉਪਰੋਕਤ ਸ਼ਬਦ calculable ਦਾ Daniel Jones (1997) ਵਿੱਚ ਉਚਾਰਨ /'ਕੈਲਕਯਅਲਅਬਲ/ ਅਤੇ /'ਕੈਲਕਯੁਲਅਬਲ/ ਦਿੱਤਾ ਗਿਆ ਹੈ ।

ਉਚਾਰਨ ਸੰਬੰਧੀ ਅਸੰਗਤੀਆਂ ਦੀ ਇਕ ਹੋਰ ਉਦਾਹਰਨ Shorter Oxford English Dictionary (2007) ਵਿੱਚ ਦਿੱਤੇ ਦਬਾਅ (stress) ਸੰਬੰਧੀ ਨੇਮ ਤੋਂ ਮਿਲਦੀ ਹੈ । ਉਪਰੋਕਤ

ਕੋਸ਼ ਵਿੱਚ ਵਿਉਤਪਤਾਂ ਵਿੱਚ ਸਾਰੇ ਦਬਾਅ ਅੰਕਿਤ ਨਹੀਂ ਕੀਤੇ ਗਏ ਪਰ ਪ੍ਰਸਤਾਵਨਾ ਵਿੱਚ ਇਹ ਨੇਮ ਦਿੱਤਾ ਗਿਆ ਹੈ ਕਿ "ਜੇ ਵਿਉਤਪਤ ਵਿੱਚ ਮੁੱਖ ਦਬਾਅ (primary stress) ਮੁੱਖ ਸ਼ਬਦ ਤੋਂ ਵੱਖਰੇ ਉਚਾਰਖੰਡ ਉੱਤੇ ਹੈ ਤਾਂ ਇਹ ਵਾਸਤਵਿਕ ਰੂਪ ਵਿੱਚ ਮੁੱਖ ਦਬਾਅ ਵਾਲੇ ਉਚਾਰਖੰਡ ਤੋਂ ਪਹਿਲਾਂ ਮੁੱਖ ਦਬਾਅ ਦਾ ਚਿੰਨ੍ਹ '' ਪਾ ਕੇ ਦਰਸਾਇਆ ਗਿਆ ਹੈ; ਕਿਸੇ ਵੀ ਗੌਣ (secondary) ਦਬਾਅ ਨੂੰ ਜੇ ਅੰਕਿਤ ਨਹੀਂ ਕੀਤਾ ਗਿਆ ਤਾਂ ਇਹ ਮੁੱਖ ਸ਼ਬਦ ਵਿਚਲੇ ਮੁੱਖ ਦਬਾਅ ਵਾਲੇ ਉਚਾਰਖੰਡ ਉੱਤੇ ਮੰਨਿਆ ਗਿਆ ਹੈ" (ਪੰਨਾ xxxi) । ਪਰ ਇਹ ਨੇਮ ਕੋਸ਼ ਵਿੱਚ ਭੰਗ ਹੋਇਆ ਹੈ। ਮਿਸਾਲ ਲਈ ਸ਼ਬਦ unpopular ਨੂੰ ਲਿਆ ਜਾ ਸਕਦਾ ਹੈ। ਸੰਬੰਧਿਤ ਕੋਸ਼ ਵਿੱਚ unpopular ਦਾ ਉਚਾਰਨ /ਅੱਨ'ਪੌਪਯੁਲਅ/ ਦਿੱਤਾ ਗਿਆ ਹੈ। ਜਦੋਂ ਇਸ ਤੋਂ ਸ਼ਬਦ unpopularity ਬਣਦਾ ਹੈ ਤਾਂ ਕੋਸ਼ ਵਿੱਚ ਦਿੱਤੇ ਨੇਮ ਮੁਤਾਬਕ ਇਸ ਦਾ ਉਚਾਰਨ /ਅੱਨ.ਪੌਪਯੁ'ਲੈਰਅਟਿ/ ਬਣਦਾ ਹੈ। ਪਰ ਅਸਲ ਵਿੱਚ ਇਸ ਦਾ ਉਚਾਰਨ /ˌਅੱਨ.ਪੌਪਯੁ'ਲੈਰਅਟਿ/ ਹੈ, ਜਿਵੇਂ ਕਿ Oxford (2010) ਵਿੱਚ ਦਿੱਤਾ ਗਿਆ ਹੈ।

ਇਸ ਸਾਰੀ ਸਥਿਤੀ ਵਿੱਚ ਇਸ ਕੋਸ਼ ਵਿੱਚ ਅੰਗਰੇਜ਼ੀ ਸ਼ਬਦਾਂ ਦੇ ਉਚਾਰਨ ਲਈ ਨਿਮਨ ਸੇਧਾਂ ਅਪਣਾਈਆਂ ਗਈਆਂ ਹਨ:

1. ਉਚਾਰਨ ਲਈ Oxford Advanced Learner's Dictionary of Current English, Eighth Edition (2010) ਨੂੰ ਆਧਾਰ ਬਣਾਇਆ ਗਿਆ ਹੈ;
2. ਉਪਰੋਕਤ ਕੋਸ਼ ਵਿੱਚ ਜੋ ਇੰਦਰਾਜ ਨਹੀਂ ਮਿਲਦੇ ਉਹਨਾਂ ਲਈ Daniel Jones (1997) ਦੀ English Pronouncing Dictionary ਨੂੰ ਆਧਾਰ ਬਣਾਇਆ ਗਿਆ ਹੈ;
3. ਇਹਨਾਂ ਦੋਹਾਂ ਕੋਸ਼ਾਂ ਵਿੱਚ ਜੇ ਕਿਸੇ ਇੰਦਰਾਜ ਦਾ ਉਚਾਰਨ ਪ੍ਰਾਪਤ ਨਹੀਂ ਹੋਇਆ ਤਾਂ ਉਸ ਇੰਦਰਾਜ ਲਈ Shorter Oxford English Dictionary (2007) ਨੂੰ ਆਧਾਰ ਬਣਾਇਆ ਗਿਆ ਹੈ;
4. ਕੁਝ ਸ਼ਬਦਾਂ ਦਾ ਉਚਾਰਨ ਦੇਣ ਲਈ The Oxford English Dictionary (1991) ਨੂੰ ਵੀ ਆਧਾਰ ਬਣਾਉਣਾ ਪਿਆ ਹੈ ।

II. ਪੰਜਾਬੀ ਯੂਨੀਵਰਸਿਟੀ ਅੰਗਰੇਜ਼ੀ-ਪੰਜਾਬੀ ਕੋਸ਼ ਦੇ ਹੁਣ ਤੱਕ ਛੇ ਸੰਸਕਰਨ ਆ ਚੁੱਕੇ ਹਨ। ਇਹਨਾਂ ਸਾਰੇ ਸੰਸਕਰਨਾਂ ਵਿੱਚ ਵਿਉਤਪਤ/ਸਾਧਿਤ ਸ਼ਬਦਾਂ ਦੇ ਪੂਰੇ ਰੂਪ ਨਹੀਂ ਦਿੱਤੇ ਗਏ। ਇਹਨਾਂ ਨੂੰ ਉਪ-ਇੰਦਰਾਜ ਬਣਾ ਕੇ ਮੁੱਖ ਇੰਦਰਾਜ ਹਿੱਸੇ ਲਈ ਲਹਿਰੀਏ ਚਿੰਨ੍ਹ (~) ਦੀ ਵਰਤੋਂ ਕੀਤੀ ਗਈ ਹੈ। ਮਿਸਾਲ ਲਈ unaware ਸ਼ਬਦ ਨੂੰ un- ਦੇ ਉਪ-ਇੰਦਰਾਜ ਵਜੋਂ ~aware ਰੂਪ ਵਿੱਚ ਦਿੱਤਾ ਗਿਆ ਹੈ। ਇਸ ਵਿਧੀ ਨਾਲ ਕੋਸ਼ ਕੁਝ ਸੰਖੇਪ ਤਾਂ ਜ਼ਰੂਰ ਹੋ ਜਾਂਦਾ ਹੈ ਪਰ ਇਸ ਵਿਧੀ ਨਾਲ ਵਰਤੋਂਕਾਰ ਲਈ ਬੜੀ ਵੱਡੀ ਸਮੱਸਿਆ ਇਹ ਪੇਸ਼ ਆਉਂਦੀ ਹੈ ਕਿ ਉਸ ਨੂੰ ਕੋਸ਼ ਵਿੱਚ ਸ਼ਬਦ ਅੱਖਰ-ਤਰਤੀਬ ਵਿੱਚ ਨਹੀਂ ਮਿਲਦੇ। ਮਿਸਾਲ ਲਈ, ਲਹਿਰੀਏ (~) ਦੀ ਵਿਧੀ ਕਰਕੇ ਇਹਨਾਂ

ਪਹਿਲੇ ਸੰਸਕਰਨਾਂ ਵਿੱਚ unaware ਸ਼ਬਦ ~aware ਰੂਪ ਵਿੱਚ unanimity ਸ਼ਬਦ ਤੋਂ ਕਈ ਪੰਨੇ ਪਹਿਲਾਂ ਦਿੱਤਾ ਗਿਆ ਹੈ । ਪਰ ਵਰਤੋਂਕਾਰ ਤਾਂ unaware ਨੂੰ unanimity ਤੋਂ ਬਾਅਦ ਵਿੱਚ ਲੱਭੇਗਾ । ਇੰਜ ਵਰਤੋਂਕਾਰ ਨੂੰ unaware ਸ਼ਬਦ ਲੱਭਣ ਵਿਚ ਕਠਨਾਈ ਪੇਸ਼ ਆਉਂਦੀ ਹੈ । ਹਰ ਪਾਠਕ ਤੋਂ ਇਹ ਉਮੀਦ ਵੀ ਨਹੀਂ ਕੀਤੀ ਜਾ ਸਕਦੀ ਕਿ ਉਹ unaware ਨੂੰ un- ਦੇ ਉਪ-ਇੰਦਰਾਜ ਵਜੋਂ ਲੱਭੇਗਾ । ਉਹ unaware ਨੂੰ aware ਦੇ ਉਪ-ਇੰਦਰਾਜ ਵਜੋਂ ਤਾਂ ਸ਼ਾਇਦ ਲੱਭ ਵੀ ਸਕਦਾ ਹੈ ਕਿਉਂਕਿ unaware ਸ਼ਬਦ ਵਿੱਚ un- ਅਗੇਤਰ ਅਤੇ aware ਧਾਤੂ ਹੈ । ਸੋ ਪਹਿਲੇ ਸੰਸਕਰਨਾਂ ਵਿੱਚ ਇਹ ਵੀ ਭਾਰੀ ਊਣਤਾਈ ਹੈ ਕਿ ਬਹੁਤ ਸਾਧਿਤ ਸ਼ਬਦਾਂ ਨੂੰ ਅਗੇਤਰ ਦੇ ਉਪ-ਇੰਦਰਾਜ ਵਜੋਂ ਦਿੱਤਾ ਗਿਆ ਹੈ ਨਾ ਕਿ ਧਾਤੂ ਦੇ ਉਪ-ਇੰਦਰਾਜ ਵਜੋਂ । ਹਥਲੇ ਸੰਸਕਰਨ ਵਿੱਚ ਇਸ ਨਾਕਸ ਵਿਧੀ ਨੂੰ ਤਜਿਆ ਗਿਆ ਹੈ ਅਤੇ ਹਰ ਸਾਧਿਤ ਸ਼ਬਦ ਨੂੰ ਵੱਖਰੇ ਮੁੱਖ-ਇੰਦਰਾਜ ਵਜੋਂ ਦਰਜ ਕੀਤਾ ਗਿਆ ਹੈ । ਇਸ ਨਾਲ ਕੋਸ਼ ਦੀ ਵਰਤੋਂ ਵਿੱਚ ਬਹੁਤ ਸੌਖ ਹੋ ਗਈ ਹੈ ।

III. ਲਹਿਰੀਏ (~) ਦੀ ਵਰਤੋਂ ਵਾਲੀ ਵਿਧੀ ਕਰਕੇ ਪਹਿਲੇ ਸੰਸਕਰਨਾਂ ਵਿੱਚ ਵਿਉਤਪਤ ਸ਼ਬਦਾਂ ਦਾ ਸਹੀ ਉਚਾਰਨ ਵੀ ਪ੍ਰਾਪਤ ਨਹੀਂ ਹੁੰਦਾ ਕਿਉਂਕਿ ਵਿਉਤਪਤੀ ਦੀ ਪ੍ਰਕਿਰਿਆ ਵਿੱਚ ਧਾਤੂ ਹਿੱਸੇ ਦਾ ਉਚਾਰਨ ਵੀ ਬਦਲ ਸਕਦਾ ਹੈ । ਮਿਸਾਲ ਲਈ ਸ਼ਬਦ press ਵਿੱਚ ਆਖਰੀ ਧੁਨੀ 'ਸ' ਹੈ ਪਰ ਜਦੋਂ ਇਸ ਤੋਂ pressure ਸ਼ਬਦ ਬਣਦਾ ਹੈ ਤਾਂ 'ਸ' ਧੁਨੀ 'ਸ਼' ਵਿੱਚ ਬਦਲ ਜਾਂਦੀ ਹੈ । ਪਹਿਲੇ ਸੰਸਕਰਨਾਂ ਵਿੱਚ press ਦਾ ਉਚਾਰਨ ਤਾਂ ਅੰਕਿਤ ਕੀਤਾ ਗਿਆ ਹੈ ਪਰ pressure ਨੂੰ '~ure' ਅੰਕਿਤ ਕੀਤਾ ਗਿਆ ਹੈ ਅਤੇ ਉਚਾਰਨ ਨਹੀਂ ਦਿੱਤਾ ਗਿਆ । ਇੰਜ ਪਾਠਕ pressure ਦੇ ਉਚਾਰਨ ਵਿੱਚ ਵੀ 'ਸ਼' ਦੀ ਥਾਂ 'ਸ' ਸਮਝੇਗਾ ।

ਇੱਥੇ ਇਹ ਵੀ ਜ਼ਿਕਰਯੋਗ ਹੈ ਕਿ ਅੰਗਰੇਜ਼ੀ ਭਾਸ਼ਾ ਵਿੱਚ ਦਬਾਅ (stress) ਬਹੁਤ ਹੀ ਮਹੱਤਵਪੂਰਨ ਹੈ ਅਤੇ ਵਿਉਤਪਤੀ ਵੇਲੇ ਦਬਾਅ ਦੇ ਸੁਭਾਅ ਜਾਂ ਥਾਂ ਵਿੱਚ ਬਦਲੀ ਅਕਸਰ ਹੁੰਦੀ ਹੈ । ਪਰ ਪਹਿਲੇ ਸੰਸਕਰਨਾਂ ਵਿੱਚ ਕਿਉਂਕਿ ਵਿਉਤਪਤ ਸ਼ਬਦਾਂ ਦਾ ਵੱਖ ਉਚਾਰਨ ਨਹੀਂ ਦਿੱਤਾ ਗਿਆ, ਇਸ ਲਈ ਲਹਿਰੀਏ ਦੀ ਵਿਧੀ ਇਸ ਪੱਖੋਂ ਵੀ ਕਾਰਗਰ ਨਹੀਂ ਹੈ । ਮਿਸਾਲ ਲਈ, Oxford (2010) ਵਿੱਚ fabricate ਸ਼ਬਦ ਵਿੱਚ ਮੁੱਖ (primary) ਦਬਾਅ ਪਹਿਲੇ ਉਚਾਰਖੰਡ ਉੱਤੇ ਹੈ (/'ਫ਼ੈਬਰਿਕੇਇਟ/) ਪਰ fabrication ਵਿੱਚ ਤੀਜੇ ਉੱਤੇ (/ਫ਼ੈਬਰਿ'ਕੇਇਸ਼ਨ/) । ਇਸ ਲਈ ਜੇ ਵਿਉਤਪਤ ਰੂਪ ਦਾ ਪੂਰੇ ਦਾ ਉਚਾਰਨ ਨਹੀਂ ਦਿੱਤਾ ਜਾਂਦਾ ਤਾਂ ਦਬਾਅ ਦਾ ਸਹੀ ਪਤਾ ਨਹੀਂ ਲੱਗ ਸਕਦਾ ।

ਉਚਾਰਨ ਪੱਖੋਂ ਹਥਲੇ ਸੰਸਕਰਨ ਵਿੱਚ ਪਿਛਲੇ ਸੰਸਕਰਨਾਂ ਨਾਲੋਂ ਇੱਕ ਹੋਰ ਵਖਰੇਵਾਂ ਕੀਤਾ ਗਿਆ ਹੈ । ਅੰਗਰੇਜ਼ੀ ਭਾਸ਼ਾ ਦੇ ਬਹੁਤ ਸ਼ਬਦ ਅਜਿਹੇ ਹਨ ਜਿਨ੍ਹਾਂ ਦੇ ਸ਼ਬਦ-ਜੋੜ ਇੱਕ ਹਨ ਪਰ ਉਚਾਰਨ ਦੋ ਅਤੇ ਹਰ ਉਚਾਰਨ ਦੇ ਅਰਥ ਵੀ ਵੱਖਰੇ ਹਨ । ਪਹਿਲੇ ਸੰਸਕਰਨਾਂ ਵਿੱਚ ਅਜਿਹੇ ਸ਼ਬਦਾਂ ਦੇ ਦੋਵੇਂ ਉਚਾਰਨ ਮੁੱਖ ਇੰਦਰਾਜ ਤੋਂ ਤੁਰੰਤ ਬਾਅਦ ਇਕੱਠੇ ਦਿੱਤੇ ਗਏ ਹਨ ਅਤੇ ਫਿਰ

ਉਹਨਾਂ ਦੇ ਅਰਥ ਦਿੱਤੇ ਗਏ ਹਨ। ਪਰ ਅਰਥ ਦੇਣ ਵੇਲੇ ਇਹ ਨਿਖੇੜਾ ਨਹੀਂ ਕੀਤਾ ਗਿਆ ਕਿ ਪਹਿਲੇ ਉਚਾਰਨ ਦਾ ਅਰਥ ਕਿੱਥੇ ਖ਼ਤਮ ਹੁੰਦਾ ਹੈ ਤੇ ਦੂਜੇ ਦਾ ਕਿੱਥੋਂ ਸ਼ੁਰੂ ਹੁੰਦਾ ਹੈ। ਹਥਲੇ ਸੰਸਕਰਨ ਵਿੱਚ ਇੱਕ ਸ਼ਬਦ ਦੇ ਦੋ ਉਚਾਰਨਾਂ ਨੂੰ ਵੱਖ-ਵੱਖ ਕਰਕੇ ਦੂਜਾ ਉਚਾਰਨ ਇੰਦਰਾਜ ਵਿੱਚ ਉੱਥੇ ਦਿੱਤਾ ਗਿਆ ਹੈ ਜਿੱਥੇ ਪਹਿਲੇ ਉਚਾਰਨ ਦੇ ਅਰਥ ਖ਼ਤਮ ਹੁੰਦੇ ਹਨ ਅਤੇ ਦੂਜੇ ਦੇ ਸ਼ੁਰੂ ਹੁੰਦੇ ਹਨ।

Oxford Advanced Learner's Dictionary (2010) ਵਿੱਚ ਕਈ ਸ਼ਬਦਾਂ ਦਾ ਉਚਾਰਨ ਦੋ ਪ੍ਰਕਾਰ ਦਾ ਹੈ ਪਰ ਅਰਥ ਇੱਕ ਹੀ ਹੈ ਜਿਵੇਂ ਕਿ absorb /ਅਬ'ਸੋਬ, ਅਬ'ਜ਼ੋਬ/। ਹਥਲੇ ਸੰਸਕਰਨ ਵਿੱਚ ਅਜਿਹੇ ਸ਼ਬਦਾਂ ਦਾ ਇਕ ਪ੍ਰਕਾਰ ਦਾ ਪੂਰਾ ਉਚਾਰਨ ਦੇ ਕੇ ਦੂਜੀ ਪ੍ਰਕਾਰ ਦੇ ਉਚਾਰਨ ਦਾ ਭਿੰਨਤਾ ਵਾਲਾ ਹਿੱਸਾ ਜੋੜਨੀ (-) ਪਾ ਕੇ ਦਿੱਤਾ ਗਿਆ ਹੈ ਜਿਵੇਂ ਕਿ absorb /ਅਬ'ਸੋਬ, -'ਜ਼ੋਬ/ ਜਾਂ abstruse /ਅਬ'ਸਟਰੂਸ, ਐਬ-/ ਜਾਂ absorbent /ਅਬ'ਸੋਬਅਨਟ, -'ਜ਼ੋਬ-/।

ਅੰਗਰੇਜ਼ੀ-ਪੰਜਾਬੀ ਕੋਸ਼ ਦੇ ਛੇਵੇਂ ਸੰਸਕਰਨ ਵਿੱਚ ਕਈ ਸ਼ਬਦਾਂ ਦਾ ਉਚਾਰਨ ਅੰਕਿਤ ਕਰਦੇ ਸਮੇਂ ਉਚਾਰਖੰਡ ਦੀ ਸੀਮਾ ਨਹੀਂ ਵੇਖੀ ਗਈ। ਮਿਸਾਲ ਲਈ ਛੇਵੇਂ ਸੰਸਕਰਨ ਵਿੱਚ ਸ਼ਬਦ ineffective ਦਾ ਉਚਾਰਨ /ˌਇਨਿ'ਫ਼ੈਕੱਟਿਵ੍/ ਦਿੱਤਾ ਗਿਆ ਹੈ। ਸੰਬੰਧਿਤ ਸ਼ਬਦ ਵਿੱਚ ਚਾਰ ਉਚਾਰਖੰਡ (ਇਨ-, -ਇ-, -ਫ਼ੈੱਕ-, -ਟਿਵ੍) ਹਨ। ਇਨ- ਅਤੇ ਇ- ਦੋ ਅਲੱਗ ਉਚਾਰਖੰਡ ਹੋਣ ਕਰਕੇ ਇਹਨਾਂ ਦਾ ਉਚਾਰਨੀ ਰੂਪ /ˌਇਨਇ-/ ਹੋਣਾ ਚਾਹੀਦਾ ਹੈ ਨਾ ਕਿ ਛੇਵੇਂ ਸੰਸਕਰਨ ਵਿੱਚ ਦਿੱਤੇ ਉਚਾਰਨ /ਇਨਿ-/ ਵਾਂਗ। ਵਰਣਨਯੋਗ ਹੈ ਕਿ ਆਕਸਫੋਰਡ ਦੀਆਂ ਤਿੰਨੇ ਸੰਬੰਧਿਤ ਡਿਕਸ਼ਨਰੀਆਂ (1991, 2007, 2010) ਵਿੱਚੋਂ ਕਿਸੇ ਵਿੱਚ ਵੀ ਉਚਾਰਖੰਡ ਦੀ ਸੀਮਾ ਅੰਕਿਤ ਨਹੀਂ ਕੀਤੀ ਗਈ। ਪਰ Daniel Jones ਦੀ EPD (1997) ਵਿੱਚ ਉਚਾਰਖੰਡ ਦੀ ਸੀਮਾ ਦਿੱਤੀ ਗਈ ਹੈ। ਇਸ ਲਈ ਹਥਲੇ ਸੰਸਕਰਨ ਵਿੱਚ ਉਚਾਰਖੰਡ ਸੀਮਾ ਸੰਬੰਧੀ ਊਣਤਾਈ ਦੂਰ ਕਰਨ ਲਈ EPD ਨੂੰ ਹੀ ਆਧਾਰ ਬਣਾਇਆ ਗਿਆ ਹੈ। ਲੇਕਿਨ, ਜਿਵੇਂ ਕਿ ਭੂਮਿਕਾ ਵਿੱਚ ਪਹਿਲਾਂ ਵਰਣਨ ਕੀਤਾ ਗਿਆ ਹੈ, ਅੰਗਰੇਜ਼ੀ-ਪੰਜਾਬੀ ਕੋਸ਼ ਵਿੱਚ ਦਰਜ ਬਹੁਤ ਸਾਰੇ ਸ਼ਬਦ EPD ਵਿੱਚ ਨਹੀਂ ਹਨ, ਇਸ ਕਰਕੇ ਉਚਾਰਖੰਡ ਸੀਮਾ ਦੀ ਪਛਾਣ ਸੀਮਾਵਾਂ ਵਿੱਚ ਰਹਿ ਕੇ ਹੀ ਕੀਤੀ ਜਾ ਸਕੀ ਹੈ। ਜਿਹੜੇ ਸ਼ਬਦਾਂ ਦੀ ਉਚਾਰਖੰਡ ਸੀਮਾ ਦਾ ਅੰਗਰੇਜ਼ੀ ਸ਼ਬਦ-ਕੋਸ਼ਾਂ ਵਿੱਚ ਕੋਈ ਆਧਾਰ ਨਹੀਂ ਮਿਲਿਆ ਉਹਨਾਂ ਸ਼ਬਦਾਂ ਨੂੰ ਇਸ ਪੱਖੋਂ ਨਹੀਂ ਘੋਖਿਆ ਜਾ ਸਕਿਆ।

IV. ਹਥਲੇ ਸੰਸਕਰਨ ਦੀ ਇੱਕ ਵਿਸ਼ੇਸ਼ਤਾ ਵੱਡੀ ਗਿਣਤੀ ਵਿੱਚ ਨਵੀਂ ਸ਼ਬਦਾਵਲੀ ਦੀ ਸ਼ਮੂਲੀਅਤ ਹੈ। ਇਸ ਸੰਸਕਰਨ ਵਿੱਚ ਪਿਛਲੇ ਸੰਸਕਰਨ ਨਾਲੋਂ ਸਾਢੇ ਤਿੰਨ ਹਜ਼ਾਰ ਤੋਂ ਵੱਧ ਨਵੇਂ ਇੰਦਰਾਜ ਸ਼ਾਮਲ ਕੀਤੇ ਗਏ ਹਨ। ਇਹ ਨਵੇਂ ਇੰਦਰਾਜ ਕੇਵਲ ਗਿਣਤੀ ਕਰਕੇ ਨਹੀਂ ਬਲਕਿ ਇਸ ਕਰਕੇ ਵੀ ਮਹੱਤਵਪੂਰਨ ਹਨ ਕਿ ਇਹ ਸਾਰੇ ਸ਼ਬਦ ਬਹੁਤ ਜ਼ਿਆਦਾ ਵਰਤੋਂ ਵਿੱਚ ਆਉਣ

ਵਾਲੇ ਹਨ। ਇਸ ਪ੍ਰਸੰਗ ਵਿੱਚ ਕੰਪਿਊਟਰ ਵਿਗਿਆਨ ਅਤੇ ਸੂਚਨਾ ਤਕਨਾਲੋਜੀ ਨਾਲ ਸੰਬੰਧਿਤ ਸ਼ਬਦਾਵਲੀ ਵਿਸ਼ੇਸ਼ ਰੂਪ ਵਿੱਚ ਜ਼ਿਕਰਯੋਗ ਹੈ।

V. ਇਸ ਕੋਸ਼ ਦੇ ਪਹਿਲੇ ਸੰਸਕਰਨਾਂ ਵਿੱਚ ਜੇ ਕਿਸੇ ਸ਼ਬਦ ਦਾ ਸੰਬੰਧ ਇੱਕ ਤੋਂ ਵੱਧ ਸ਼ਬਦ ਸ਼੍ਰੇਣੀਆਂ ਨਾਲ ਹੈ ਤਾਂ ਇਹਨਾਂ ਸ਼੍ਰੇਣੀਆਂ ਦੇ ਸੰਖੇਪ ਇਕੱਠੇ (ਜਿਵੇਂ n, v ਆਦਿ) ਦੇ ਕੇ ਬਾਅਦ ਵਿੱਚ ਅਰਥ ਦਿੱਤੇ ਗਏ ਸਨ। ਪਰ ਇਸ ਵਿਧੀ ਨਾਲ ਪਾਠਕ ਨੂੰ ਖ਼ੁਦ ਹੀ ਅੰਦਾਜ਼ਾ ਲਾਉਣਾ ਪੈਂਦਾ ਹੈ ਕਿ ਕਿੱਥੇ n ਵਾਲੇ ਅਰਥ ਖ਼ਤਮ ਹੁੰਦੇ ਹਨ ਅਤੇ v ਵਾਲੇ ਸ਼ੁਰੂ ਹੁੰਦੇ ਹਨ। ਹਥਲੇ ਕੋਸ਼ ਵਿੱਚ ਇਸ ਕਠਨਾਈ ਨੂੰ ਵੀ ਦੂਰ ਕੀਤਾ ਗਿਆ ਹੈ ਅਤੇ ਇੱਕ ਸ਼ਬਦ ਸ਼੍ਰੇਣੀ ਦਾ ਸੰਖੇਪ ਦੇ ਕੇ ਉਸ ਦੇ ਅਰਥ ਦਿੱਤੇ ਗਏ ਹਨ ਅਤੇ ਫਿਰ ਦੂਜੀ ਸ਼ਬਦ ਸ਼੍ਰੇਣੀ ਦਾ ਸੰਖੇਪ ਦੇ ਕੇ ਉਸਦੇ ਅਰਥ ਦਿੱਤੇ ਗਏ ਹਨ।

VI. ਪਹਿਲੇ ਸੰਸਕਰਨਾਂ ਵਿੱਚ ਸ਼ਬਦ ਦੇ ਅਰਥ ਪਰਿਭਾਸ਼ਿਤ ਰੂਪ ਵਿੱਚ ਬਹੁਤ ਹੀ ਘੱਟ ਮਿਲਦੇ ਹਨ। ਇਸ ਸੰਸਕਰਨ ਵਿੱਚ ਨਵੀਂ ਸ਼ਾਮਲ ਕੀਤੀ ਸਾਰੀ ਸ਼ਬਦਾਵਲੀ ਦੇ ਅਰਥ ਪਰਿਭਾਸ਼ਿਤ ਰੂਪ ਵਿੱਚ ਦਿੱਤੇ ਗਏ ਹਨ ਅਤੇ ਪਹਿਲੀ ਸ਼ਬਦਾਵਲੀ ਲਈ ਵੀ ਇਸ ਵਿਧੀ ਦੀ ਪਹਿਲਾਂ ਨਾਲੋਂ ਵਧੇਰੇ ਵਰਤੋਂ ਕੀਤੀ ਗਈ ਹੈ।

ਪਹਿਲੇ ਸੰਸਕਰਨਾਂ ਵਿੱਚ ਕਾਫ਼ੀ ਥਾਵਾਂ ਉੱਤੇ ਬਹੁਅਰਥੀ (polysemous) ਸ਼ਬਦ ਸਮਰੂਪੀ (homonymous) ਵਜੋਂ ਅਤੇ ਸਮਰੂਪੀ ਸ਼ਬਦ ਬਹੁਅਰਥੀ ਸ਼ਬਦਾਂ ਵਜੋਂ ਲਏ ਗਏ ਹਨ। ਇਸ ਸੰਸਕਰਨ ਵਿੱਚ ਇਸ ਘਾਟ ਨੂੰ ਦੂਰ ਕਰਨ ਦੀ ਕੋਸ਼ਿਸ਼ ਕੀਤੀ ਗਈ ਹੈ।

ਇਸ ਸੰਸਕਰਨ ਵਿੱਚ ਅਰਥਾਂ ਵਿੱਚ ਸੋਧ ਵੀ ਕੀਤੀ ਗਈ ਹੈ ਅਤੇ ਅਰਥਾਂ ਦੀ ਤਰਤੀਬ ਕੋਸ਼ ਵਿਗਿਆਨਿਕ ਆਧਾਰ 'ਤੇ ਨਿਸ਼ਚਿਤ ਕਰਨ ਦੀ ਕੋਸ਼ਿਸ਼ ਕੀਤੀ ਗਈ ਹੈ। ਅਰਥਾਂ ਦੀ ਪੇਸ਼ਕਾਰੀ ਵਿੱਚ ਵਿਸਰਾਮ ਚਿੰਨ੍ਹਾਂ, ਕਾਮਾ (,) ਅਤੇ ਬਿੰਦੀ-ਕਾਮਾ (;) ਦੀ ਵਰਤੋਂ ਨੂੰ ਵੀ ਸੋਧਿਆ ਗਿਆ ਹੈ।

ਪਹਿਲੇ ਸੰਸਕਰਨਾਂ ਵਿੱਚ ਕਾਫ਼ੀ ਸ਼ਬਦ ਰੂਪ ਅਜਿਹੇ ਹਨ ਜੋ ਪੰਜਾਬੀ ਭਾਸ਼ਾ ਦੇ ਸੁਭਾਅ ਦੇ ਅਨੁਸਾਰੀ ਨਹੀਂ ਹਨ। ਅਜਿਹੇ ਸ਼ਬਦਾਂ ਦੇ ਰੂਪ ਵਿੱਚ ਵੀ ਸੋਧ ਕੀਤੀ ਗਈ ਹੈ।

VII. ਡਾ. ਜਸਪਾਲ ਸਿੰਘ, ਵਾਈਸ-ਚਾਂਸਲਰ ਇਸ ਸੋਧੇ ਹੋਏ ਸੰਸਕਰਨ ਦੀ ਤਿਆਰੀ ਵਿੱਚ ਡੂੰਘੀ ਦਿਲਚਸਪੀ ਲੈਂਦੇ ਰਹੇ ਹਨ ਅਤੇ ਇਸ ਦੀ ਤਿਆਰੀ ਲਈ ਉਹਨਾਂ ਨੇ ਹਰ ਲੋੜੀਂਦੀ ਮਦਦ ਤੁਰੰਤ ਮੁਹੱਈਆ ਕਰਵਾਈ ਹੈ। ਸਮੂਹ ਵਿਭਾਗ ਉਹਨਾਂ ਦੀ ਇਸ ਭਰਪੂਰ ਪ੍ਰੇਰਨਾ ਅਤੇ ਸਹਿਯੋਗ ਲਈ ਉਹਨਾਂ ਦਾ ਤਹਿ-ਦਿਲੋਂ ਆਭਾਰੀ ਹੈ। ਵਿਭਾਗ ਦੇ ਅਧਿਆਪਕ ਡਾ. ਸੁਮਨ ਪ੍ਰੀਤ ਨੇ ਇਸ ਕੋਸ਼ ਦੇ ਪੰਜਾਹ ਕੁ ਪੰਨਿਆਂ ਦੀ ਇੱਕ ਪੜ੍ਹਤ ਕਰਵਾਈ ਸੀ। ਵਿਭਾਗ ਉਹਨਾਂ ਦਾ ਧੰਨਵਾਦ ਕਰਦਾ ਹੈ। ਅਸੀਂ ਪਬਲੀਕੇਸ਼ਨ ਬਿਊਰੋ ਦੇ ਮੁਖੀ ਡਾ. ਸਤੀਸ਼ ਕੁਮਾਰ ਸ਼ਰਮਾ ਅਤੇ ਸ. ਹਰਜੀਤ ਸਿੰਘ ਦੇ ਧੰਨਵਾਦੀ ਹਾਂ ਜਿਨ੍ਹਾਂ ਦੀ ਨਿੱਜੀ ਦਿਲਚਸਪੀ ਸਦਕਾ ਇਸ ਕੋਸ਼ ਦੀ ਸੁੰਦਰ ਛਪਾਈ ਸੰਭਵ ਹੋ ਸਕੀ ਹੈ।

ਹਰ ਕੋਸ਼ ਲਗਭਗ ਇੱਕ ਅੰਤਰਿਮ ਕੋਸ਼ ਹੀ ਹੁੰਦਾ ਹੈ। ਇਸ ਲਈ ਨਿਸ਼ਚਿਤ ਹੈ ਕਿ ਇਸ

ਕੋਸ਼ ਨੂੰ ਹੋਰ ਬਿਹਤਰ ਬਣਾਉਣ ਲਈ ਅਗਲੇ ਸੰਸਕਰਨ ਦੀ ਲੋੜ ਇਸ ਦੇ ਛਪਣ ਨਾਲ ਹੀ ਮਹਿਸੂਸ ਹੋਣ ਲੱਗੇਗੀ। ਵਿਭਾਗ ਨੇ ਇਸ ਦੀ ਵਿਓਂਤਬੰਦੀ ਹੁਣ ਤੋਂ ਹੀ ਸ਼ੁਰੂ ਕਰ ਦਿੱਤੀ ਹੈ। ਵਿਦਵਾਨ ਪਾਠਕਾਂ ਦੇ ਸੁਝਾਅ ਇਸ ਅਗਲੇ ਸੰਸਕਰਨ ਦੀ ਉੱਤਮਤਾ ਵਿੱਚ ਭਰਪੂਰ ਵਾਧਾ ਕਰਨਗੇ। ਇਸ ਲਈ ਸਮੂਹ ਪਾਠਕਾਂ ਨੂੰ ਆਪਣੇ ਸੁਝਾਅ ਭੇਜਣ ਲਈ ਸਨਿਮਰ ਬੇਨਤੀ ਹੈ। ਵਿਭਾਗ ਇਸ ਲਈ ਉਹਨਾਂ ਦਾ ਆਭਾਰੀ ਹੋਵੇਗਾ।

ਭਾਸ਼ਾ ਵਿਗਿਆਨ ਅਤੇ ਪੰਜਾਬੀ ਕੋਸ਼ਕਾਰੀ ਵਿਭਾਗ
ਪੰਜਾਬੀ ਯੂਨੀਵਰਸਿਟੀ, ਪਟਿਆਲਾ

ਜੋਗਾ ਸਿੰਘ
ਪ੍ਰੋਫੈਸਰ ਅਤੇ ਮੁਖੀ

ਉਚਾਰਨ ਕੁੰਜੀ

ਆਈ .ਪੀ .ਏ. ਚਿੰਨ੍ਹ	ਗੁਰਮੁਖੀ ਚਿੰਨ੍ਹ		ਸ਼ਬਦ ਵਿਚ ਵਰਤੋਂ	ਗੁਰਮੁਖੀ ਲਿਪੀਅੰਤਰ
ਸਵਰ				
i:	ਈ	ੀ	eat, see	/ਈਟ, ਸੀ/
I	ਇ	ਿ	it, sit	/ਇਟ, ਸਿਟ/
e	ਐੱ	ੈੱ	egg, bed	/ਐੱਗ, ਬੈੱਡ/
æ	ਐ	ੈ	add, hat	/ਐਡ, ਹੈਟ/
ɑ:	ਆ	ਾ	arm, bath	/ਆਮ, ਬਾਥ/
ɒ	ਔ	ੌ	odd, hot	/ਔਡ, ਹੌਟ/
ɔ:	ਓ	ੋ	all, court	/ਓਲ, ਕੋਟ/
ʊ	ਉ	ੁ	put	/ਪੁਟ/
u:	ਊ	ੂ	ooze, boot	/ਊਜ਼, ਬੂਟ/
ʌ	ਅੱ		up, bun	/ਅੱਪ, ਬਅੱਨ/
ɜ:	ਅ:		earn, hurt	/ਅ:ਨ, ਹਅ:ਟ/
ə	ਅ		above, dancer	/ਅ'ਬਅੱਵ੍, /'ਡਾਨਸਅ*/
ਸੰਧੀ ਸਵਰ				
eɪ	ਏਇ	ੇਇ	aid, bale	/ਏਇਡ, ਬੇਇਲ/
aɪ	ਆਇ	ਾਇ	ice, nine	/ਆਇਸ, ਨਾਇਨ/
ɔɪ	ਔਇ,	ੌਇ	oil, boy	/ਔਇਲ, ਬੌਇ/
əʊ	ਅਉ	ਅਉ	ode, go	/ਅਉਡ, ਗਅਉ/
aʊ	ਆਉ	ਾਉ	out, tout	/ਆਉਟ, ਟਾਉਟ/
ɪə	ਇਅ	ਿਅ	ear, fear	/ਇਅ*, ਫ਼ਿਅ*/
eə	ਏਅ	ੇਅ	air, fare	/ਏਅ*, ਫ਼ੇਅ*/
ʊə	ਉਅ	ੁਅ	poor	/ਪੁਅ*/

/'/ ਆਉਣ ਵਾਲੇ ਉਚਾਰਖੰਡ 'ਤੇ ਮੁੱਖ ਬਲ ਨੂੰ ਦਰਸਾਉਂਦਾ ਹੈ।

/./ ਆਉਣ ਵਾਲੇ ਉਚਾਰਖੰਡ 'ਤੇ ਗੌਣ ਬਲ ਨੂੰ ਦਰਸਾਉਂਦਾ ਹੈ।

( ) ਗੋਲ ਬਰੈਕਟ ਦਾ ਅਰਥ ਹੈ ਕਿ ਇਸ ਵਿਚਲੀ ਧੁਨੀ ਆਮ ਤੌਰ 'ਤੇ ਉਚਾਰੀ ਨਹੀਂ ਜਾਂਦੀ।

ਵਿਅੰਜਨ			
p	ਪ	*p*ad	/ਪੈਡ/
b	ਬ	*b*ad	/ਬੈਡ/
t	ਟ	*t*ub	/ਟਅੱਬ/
d	ਡ	*d*ay	/ਡੇਇ/
k	ਕ	*k*ite	/ਕਾਇਟ/
g	ਗ	*g*un	/ਗਅੱਨ/
f	ਫ਼	*f*un	/ਫ਼ਅੱਨ/
v	ਵ਼	*v*ery	/'ਵ਼ੈੱਰਿ/
s	ਸ	*s*eat	/ਸੀਟ/
z	ਜ਼	*z*ip	/ਜ਼ਿਪ/
θ	ਥ	*th*ree	/ਥਰੀ/
δ	ਦ	*th*at	/ਦੈਟ/
ʃ	ਸ਼	*sh*ip	/ਸ਼ਿਪ/
ʒ	ਯ਼	mea*s*ure	/ਮੈੱਯ਼ਅ*/
h	ਹ	*h*eart	/ਹਾਟ/
tʃ	ਚ	*ch*ip	/ਚਿਪ/
dʒ	ਜ	*j*eep	/ਜੀਪ/
m	ਮ	*m*an	/ਮੈਨ/
n	ਨ	*n*ap	/ਨੈਪ/
ŋ	ਙ	si*ng*	/ਸਿਙ/
l	ਲ	*l*ap	/ਲੈਪ/
r	ਰ	*r*ot	/ਰੌਟ/
j	ਯ	*y*et	/ਯੈਟ/
w	ਵ	*w*eep	/ਵੀਪ/
x	ਖ਼	loc*h*	/ਲੌਖ਼/

'*'ਜੋੜਵਾਂ- ਰ : ਜੇ '*' ਤੋਂ ਬਾਅਦ ਵਾਲਾ ਸ਼ਬਦ ਸਵਰ ਨਾਲ ਸ਼ੁਰੂ ਹੁੰਦਾ ਹੋਵੇ ਤਾਂ '*' ਦੀ ਥਾਂ 'ਰ' ਉਚਾਰਿਆ ਜਾਏਗਾ, ਜਿਵੇਂ mother /'ਮਅੱਦਅ*/, ਪਰ mother-in-law /'ਮਅੱਦ(ਅ)ਰਇਨਲੋ/

ਸੰਖੇਪ

a	adjective	ਉਪ	ਉਪਭਾਸ਼ਾ
abbr	abbreviation	ਅਪ	ਅਪਭਾਸ਼ਾ
adv	adverb	ਇਤਿ	ਇਤਿਹਾਸਿਕ
aux	auxiliary	ਸ਼ਾਬ	ਸ਼ਾਬਦਿਕ
cap	capital	ਸਿਖਿ	ਸਿਖਿਆ ਸ਼ਾਸਤਰ
con	conjunction	ਸੰਗੀ	ਸੰਗੀਤ
F	French	ਕਨੂੰ	ਕਨੂੰਨ
G	German	ਕੰਪਿ	ਕੰਪਿਊਟਰ
impert	imperative	ਕਾਵਿ	ਕਾਵਿ ਸ਼ਾਸਤਰ, ਕਾਵਿਕ
int	interjection	ਗਣਿ	ਗਣਿਤ ਵਿਗਿਆਨ
It	Italian	ਚਿਕਿ	ਚਿਕਿਤਸਾ ਵਿਗਿਆਨ
L	Latin	ਛੰਦ	ਛੰਦ ਸ਼ਾਸਤਰ
n	noun	ਜੀਵ	ਜੀਵ ਵਿਗਿਆਨ
phr	phrase	ਜੋ	ਜੋਤਸ਼
pl	plural	ਜੰਤੂ	ਜੰਤੂ ਵਿਗਿਆਨ
pp	past participle	ਤਰਕ	ਤਰਕ ਸ਼ਾਸਤਰ
pred	predicate	ਦਰਸ਼	ਦਰਸ਼ਨ ਸ਼ਾਸਤਰ
pref	prefix	ਧਰਮ	ਧਰਮ ਸ਼ਾਸਤਰ
prep	preposition	ਧੁਨੀ	ਧੁਨੀ ਵਿਗਿਆਨ
pron	pronoun	ਨਿਦਾ	ਨਿਦਾਨ ਵਿਗਿਆਨ
pt	past tense	ਨੌ	ਨੌ ਵਿਗਿਆਨ
refl	reflexive	ਪਰਾ	ਪਰਾਚੀਨ
Russ	Russian	ਫੋਟੋ	ਫੋਟੋਗ੍ਰਾਫੀ

Sp	Spanish
subst	substantive
US	United States
usu	usually
v	verb intransitive & transitive
vi	verb intransitive
vt	verb transitive

ਬਹੁ	ਬਹੁਵਚਨ
ਬਨ	ਬਨਸਪਤੀ
ਬਾਈ	ਬਾਈਬਲ
ਬਿਜ	ਬਿਜਲਾਣੂ ਵਿਗਿਆਨ
ਬੀਜ	ਬੀਜ ਗਣਿਤ
ਬੋਲ	ਬੋਲਚਾਲ
ਭਾਸ਼ਾ	ਭਾਸ਼ਾ ਵਿਗਿਆਨ
ਭੂਗੋ	ਭੂਗੋਲ
ਭੌਂ	ਭੌਂਤਿਕ ਵਿਗਿਆਨ
ਮਨੋ	ਮਨੋਵਿਗਿਆਨ
ਰਸਾ	ਰਸਾਇਣਿਕ ਵਿਗਿਆਨ
ਰਾਜ	ਰਾਜਨੀਤੀ ਸ਼ਾਸਤਰ
ਰੇਖਾ	ਰੇਖਾ ਗਣਿਤ
ਲਾਖ	ਲਾਖਣਿਕ
ਵਿਆ	ਵਿਆਕਰਨ

A

A, a /ਏਇ/ *n* ਰੋਮਨ ਅਤੇ ਅੰਗਰੇਜ਼ੀ ਵਰਨਮਾਲਾ ਦਾ ਪਹਿਲਾ ਅੱਖਰ; (ਦਲੀਲ ਵਿੱਚ) ਪਹਿਲੀ ਗੱਲ; (ਗਣਿ) ਮਿੱਥੀ ਹੋਈ ਰਾਸ਼ੀ ਵਸਤੂ ਜਾਂ ਵਿਅਕਤੀ

a, an /ਅ, ਅਨ/ *a* ਇੱਕ, ਕੋਈ ਇੱਕ, ਕੋਈ; ਫ਼ੀ, ਪ੍ਰਤਿ

A 1 /ˌਏਇ 'ਵਅੱਨ/ *a* ਉੱਤਮ, ਸ੍ਰੇਸ਼ਠ

AA /ˌਏਇ 'ਏਇ/ *abbr* **Automobile Association** ਅਤੇ **Alcoholics Anonymous** ਦਾ ਸੰਖਿਪਤ ਰੂਪ, ਇੱਕ ਸੰਸਥਾ ਦਾ ਨਾਮ

AAA /ˌਏਇ ਏਇ 'ਏਇ/ *abbr* **American Autmobile Association** ਅਤੇ ਬਰਤਾਨਵੀ **Amateur Athletic Association** ਦਾ ਸੰਖਿਪਤ ਰੂਪ, ਇੱਕ ਸੰਸਥਾ ਦਾ ਨਾਮ

aback /ਅ'ਬੈਕ/ *adv* ਪਿੱਛੇ, ਪਿਛਲੇ ਪਾਸੇ, ਪਿੱਠ ਵੱਲ, ਮਗਰ; ਦਬਦਾ, ਹਟਦਾ, ਪਿਛਾਂਹ ਨੂੰ **taken aback** ਹੈਰਾਨ, ਡੌਰ-ਭੌਰ, ਚਕ੍ਰਿਤ

abacus /'ਐਬਅਕਅਸ/ *n* ਧਾਗਿਆਂ ਉੱਪਰਲੇ ਮਣਕਿਆਂ ਨੂੰ ਇੱਧਰ–ਉੱਧਰ ਸਰਕਾ ਕੇ ਜੋੜ ਘਟਾਓ ਗੁਣਾ ਆਦਿ ਗਣਨਾਵਾਂ ਕਰਨ ਲਈ ਦੁਨੀਆਂ ਦਾ ਸਭ ਤੋਂ ਪੁਰਾਣਾ ਯੰਤਰ, ਗਿਣਤਾਰਾ; ਸਿਖ਼ਰਲੀ ਸਿਲ, ਮਣਕਿਆਂ ਵਾਲੀ ਸਲੇਟ, ਗਿਣਤੀ ਚੌਖਟਾ, ਗਿਣਤਾਰਾ; ਸਿਖਰਲੀ ਸਿਲ

abandon /ਅ'ਬੈਨਡਅਨ/ *vt* ਛੱਡਣਾ, ਛੱਡ ਦੇਣਾ; ਤਜਣਾ, ਤਿਆਗਣਾ, (ਦੇ) ਹਵਾਲੇ ਕਰਨਾ; (ਉੱਤੇ) ਛੱਡ ਦੇਣਾ, ਖਹਿੜਾ ਛੱਡ ਦੇਣਾ; ਕਿਸੇ ਜਜ਼ਬੇ ਜਾਂ ਵਾਸਨਾ ਅਧੀਨ ਹੋਣਾ; ਸਾਥ ਛੱਡਣਾ, ਦਗ਼ਾ ਦੇਣਾ *n* ਬੇਪਰਵਾਹੀ, ਤਿਆਗ, ਮਸਤੀ

abandoned /ਅ'ਬੈਨਡਅਨਡ/ *a* ਛੱਡਿਆ, ਤਿਆਗਿਆ, ਤਜਿਆ; ਉੱਜੜਿਆ, ਵੀਰਾਨ, ਛੁੱਟੜ; ਲੁੱਚਾ, ਲਫ਼ੰਗਾ

abandonment /ਅ'ਬੈਨਡਅਨਮਅਨਟ/ *n* ਤਿਆਗ, ਛੱਡ-ਛਡਾਅ, ਬੇਪਰਵਾਹੀ

abase /ਅ'ਬੇਇਸ/ *vt* ਨਿਰਾਦਰ ਕਰਨਾ, ਬੇਕਦਰੀ ਕਰਨਾ

abasement /ਅ'ਬੇਇਸਮਅਨਟ/ *n* ਨਿਰਾਦਰ, ਅਨਾਦਰ, ਬੇਕਦਰੀ

abash /ਅ'ਬੈਸ਼/ *vt* ਸ਼ਰਮਿੰਦਾ ਕਰਨਾ, ਠਿੱਠ ਕਰਨਾ

abashed /ਅ'ਬੈਸ਼ਟ/ *a* ਸ਼ਰਮਸਾਰ, ਸ਼ਰਮਿੰਦਾ

abask /ਅ'ਬਾਸਕ/ *adv* ਧੁੱਪੇ

abate /ਅ'ਬੇਇਟ/ *v* ਘਟਾਉਣਾ, ਘਟਣਾ, ਮੱਧਮ ਕਰਨਾ, ਮੱਧਮ ਹੋਣਾ, ਮੱਠਾ ਕਰਨਾ, ਮੱਠਾ ਪੈਣਾ, (ਹੜ੍ਹ ਦਾ) ਉੱਤਰ ਜਾਣਾ, (ਰੋਗ ਦਾ) ਘੱਟ ਹੋਣਾ, ਮੋੜਾ ਪੈਣਾ, (ਗੁੱਸਾ) ਠੰਢਾ ਹੋਣਾ ਜਾਂ ਕਰਨਾ; ਕਟੌਤੀ ਕਰਨਾ; (ਕਨੂੰ) ਕਿਸੇ ਲਿਖਤ ਜਾਂ ਕਾਰਵਾਈ ਨੂੰ ਰੱਦ ਜਾਂ ਮਨਸੂਖ਼ ਕਰ ਦੇਣਾ

abatement /ਅ'ਬੇਇਟਮਅਨਟ/ *n* ਕਮੀ

abattoir /'ਐਬਅਟਵਾ*/ *(F) n* ਬੁੱਚੜਖ਼ਾਨਾ

abbe /'ਐਬੇਇ/ *n* ਮਹੰਤ, ਪਾਦਰੀ

abbess /'ਐਬੈੱਸ/ *n* (ਈਸਾਈ ਮਤ) ਮਹੰਤਣੀ

abbey /'ਐਬਿ/ *n* ਈਸਾਈ ਮੱਠ

abbot /'ਐਬਅਟ/ *n* ਈਸਾਈ ਮੱਠ ਦਾ ਮਹੰਤ

abbreviate /ਅ'ਬਰੀਵ੍ਹਿਏਇਟ/ *v* ਸੰਖੇਪ ਕਰਨਾ, ਛੋਟਾ ਰੂਪ ਦੇਣਾ, ਸਾਰ ਕੱਢਣਾ

abbreviated /ਅ'ਬਰੀਵ੍ਹਿਏਇਟਿਡ/ *a* ਸੰਖਿਪਤ, ਸੰਖੇਪ, ਕੱਟਿਆ ਹੋਇਆ

abbreviation /ਅˌਬਰੀਵ੍ਹਿ'ਏਇਸ਼ਨ/ *n* ਛੋਟਾ ਰੂਪ, ਸੰਖੇਪ, ਸੰਖਿਪਤ ਰੂਪ, ਸੰਖੇਪ ਸ਼ਬਦ

abbreviator /ਅ'ਬਰੀਵ੍ਹਿਏਇਟਅ*/ *n* ਸੰਖੇਪਕ, ਸੰਖੇਪਕਾਰੀ, ਸੰਖੇਪ ਕਰਤਾ

ABC /ˌਏਇ ਬੀ 'ਸੀ/ *n* ਵਰਨਮਾਲਾ, ਊੜਾ ਐੜਾ; ਵਿਸ਼ੇ ਸੰਬੰਧੀ ਮੁਢਲੀਆਂ ਗੱਲਾਂ, ਅਰੰਭਿਕ ਜਾਣਕਾਰੀ, ਸਰਲ ਜਾਣਕਾਰੀ; ਰੇਲ ਦੀ ਸਮਾਂ-ਸਾਰਨੀ ਅਥਵਾ ਰੇਲ ਗੱਡੀਆਂ ਦੇ ਆਉਣ-ਜਾਣ ਦੇ ਸਮੇਂ ਦਾ ਬਿਓਰਾ

abdicate /'ਐਬਡਿਕੇਇਟ/ *vt* ਪਦ ਜਾਂ ਅਧਿਕਾਰ

ਤਿਆਗਣਾ, ਰਾਜ-ਪਾਟ ਤੋਂ ਅਲਹਿਦਾ ਹੋਣਾ

abdication /ˌਐਬਡਿ'ਕੇਇਸ਼ਨ/ *n* ਪਦ-ਤਿਆਗ, ਰਾਜ-ਪਾਟ ਤੋਂ ਤਿਆਗ

abdicator /'ਐਬਡਿਕੇਇਟਅ*/ *n* ਪਦ-ਤਿਆਗੀ, ਰਾਜ-ਪਾਟ ਤਿਆਗੀ

abdomen /'ਐਬਡਅਮਅਨ/ *n* ਢਿੱਡ, ਪੇਟ; ਕੀੜਿਆਂ ਆਦਿ ਦਾ ਪੇਟਾ

abdominal /ਐਬ'ਡੌਮਿਨਲ/ *a* ਢਿੱਡ ਦਾ, ਢਿੱਡ ਸੰਬੰਧੀ

abdominous /ਐਬ'ਡੌਮਿਨਅਸ/ *a* ਵੱਡੇ ਢਿੱਡ ਵਾਲਾ, ਢਿੱਡਲ

abduct /ਐਬ'ਡਅੱਕਟ/ *vt* ਕੱਢ ਕੇ ਲੈ ਜਾਣਾ (ਖ਼ਾਸ ਕਰਕੇ ਤੀਵੀਂ ਨੂੰ), ਉਧਾਲਨਾ, ਅਗਵਾ ਕਰਨਾ, ਅਪਹਰਨ ਕਰਨਾ; (ਸਰੀਰ ਦਾ ਅੰਗ) ਕੇਂਦਰ ਤੋਂ ਪਰ੍ਹਾਂ ਕਰਨਾ, ਦੂਰ ਕਰਨਾ

abduction /ਐਬ'ਡਅੱਕਸ਼ਨ/ *n* ਉਧਾਲਾ, ਅਗਵਾ, ਅਪਹਰਨ; ਸਰੀਰਿਕ ਅੰਗ ਦੇ ਟਿਕਾਣੇ ਤੋਂ ਹਟਾਉਣ ਜਾਂ ਪਰ੍ਹਾਂ ਕਰਨ ਦੀ ਕਿਰਿਆ; (ਤਰਕ) ਸੰਦੇਹਜਨਕ ਅਨੁਮਾਨ

abductor /ਐਬ'ਡਅੱਕਟਅ*/ *n* ਭਜਾ ਕੇ ਲੈ ਜਾਣ ਵਾਲਾ; ਉਧਾਲੂ, ਅਗਵਾਕਾਰ

abed /ਅ'ਬੈੱਡ/ *adv* ਮੰਜੇ ਉੱਤੇ, ਬਿਸਤਰੇ ਵਿੱਚ

aberrance /ਐ'ਬੈੱਰ(ਅ)ਨਸ/ *n* ਗੁਮਰਾਹੀ, ਭਟਕਣ

aberrant /ਐ'ਬੈੱਰਅਨਟ/ *a* ਕੁਰਾਹੀਆ, ਕੁਰਾਹੇ ਪਿਆ, ਕੁਰਹਿਤੀਆ, ਗੁਮਰਾਹ

aberration /ˌਐਬਅ'ਰੇਇਸ਼ਨ/ *n* ਕੁਰਹਿਤ, ਪਥ-ਭ੍ਰਿਸ਼ਟਤਾ, ਨਿਯਮਾਂ ਦਾ ਉਲੰਘਣ, ਹਿੱਲਿਆ ਹੋਇਆ ਆਚਰਨ

abet /ਅ'ਬੈੱਟ/ *vt* ਚੁੱਕ ਦੇਣਾ, ਚੁੱਕਣਾ, ਸ਼ਹਿ ਦੇਣਾ, ਪਿੱਠ ਠੋਕਣਾ, ਉਕਸਾਉਣਾ, ਅਪਰਾਧ ਵਿੱਚ ਧਕੇਲਣਾ **aid and abet** *n* (ਅਪਰਾਧ ਵਿੱਚ) ਸ਼ਹਿ ਦੇਣਾ ਤੇ ਉਕਸਾਉਣਾ

abetment /ਅ'ਬੈੱਟਮਅਨਟ/ *n* ਚੁੱਕ, ਸ਼ਹਿ, ਉਕਸਾਹਟ

abetter, abettor /ਅ'ਬੈੱਟਅ*/ *a* ਸ਼ਹਿ ਦੇਣ ਵਾਲਾ, ਚੁੱਕਣ ਵਾਲਾ, ਉਕਸਾਉਣ ਵਾਲਾ

abeyance /ਅ'ਬੇਇਅਨਸ/ *n* ਅੱਗੇ ਪਾਉਣ ਦਾ ਕਾਰਜ, ਮੁਲਤਵੀਕਰਨ, ਆਰਜ਼ੀ ਰੋਕ, ਅਟਕਾਅ

abhor /ਅਬ'ਹੋ*/ *vt* ਘਿਰਨਾ ਕਰਨਾ, ਨਫ਼ਰਤ ਕਰਨਾ

abhorrence /ਅਬ'ਹੋਰਅਨਸ/ *n* ਸਖ਼ਤ ਨਫ਼ਰਤ, ਘਿਰਨਾ

abhorrent /ਅਬ'ਹੌਰਅਨਟ/ *a* ਘਿਣਾਉਣਾ, ਘਿਰਨਾਜਨਕ, ਤਿਰਸਕਾਰਯੋਗ; ਅਢੁਕਵਾਂ

abidance /ਅ'ਬਾਇਡ(ਅ)ਨਸ/ *n* ਨਿਵਾਸ, ਡੇਰਾ, ਰਿਹਾਇਸ਼, ਪਾਬੰਦੀ, (ਨਿਯਮ ਦੀ) ਪਾਲਣਾ, (ਕਿਸੇ ਨਿਯਮ ਉੱਤੇ) ਟਿਕਾਅ

abide /ਅ'ਬਾਇਡ/ *v* ਟਿਕੇ ਰਹਿਣਾ, ਸਥਿਰ ਰਹਿਣਾ, ਕਾਇਮ ਰਹਿਣਾ ਜਾਂ ਰੱਖਣਾ, ਸਹਿਣਾ, ਝੱਲਣਾ; ਬਾਕੀ ਰਹਿਣਾ, ਬਚਣਾ, ਜਾਰੀ ਰਹਿਣਾ ਜਾਂ ਰੱਖਣਾ; ਵੱਸਣਾ, ਨਿਵਾਸ ਕਰਨਾ; ਪਾਬੰਦ ਰਹਿਣਾ, ਪੱਕਾ ਰਹਿਣਾ, ਪਾਲਣਾ ਕਰਨਾ

abiding /ਅ'ਬਾਇਡਿਙ/ *a* ਪੱਕਾ, ਸਥਾਈ, ਚਿਰਸਥਾਈ, ਕਾਇਮ

ability /ਅ'ਬਿਲਅਟਿ/ *n* ਯੋਗਤਾ, ਕਾਬਲੀਅਤ, ਲਿਆਕਤ, ਪ੍ਰਵੀਣਤਾ, ਹਿੰਮਤ, ਸਮਰੱਥਾ, ਬਲ, ਹੈਸੀਅਤ; ਅਧਿਕਾਰ

ab initio /ˌਐਬ ਇ'ਨਿਸ਼ਿਅਓ/ *adv* ਮੁੱਢੋਂ, ਸ਼ੁਰੂ ਤੋਂ *a* ਮੁੱਢਲਾ, ਸ਼ੁਰੂ ਦਾ

abiogenesis /ˌਏਇਬਾਇਅ'ਜੈੱਨਿਸਿਸ/ *n* ਪਦਾਰਥ ਤੋਂ ਜੀਵ ਦੀ ਉਪਜ, ਉਤਭੁਜ, ਅਜੀਵ ਜਣਨ, ਸਵੈ-ਉਤਪਤੀ

abject /'ਐਬਜੈੱਕਟ/ *a* ਨੀਚ, ਕਮੀਨਾ; ਮੰਦਾ, ਘਟੀਆ, ਮਾੜਾ

abjection /ਐਬ'ਜੈੱਕਸ਼ਨ/ *n* ਘਟੀਆਪਣ, ਖ਼ੁਆਰੀ

abjectness /'ਐਬਜੈੱਕਟਨਅਸ/ *n* ਨੀਚਤਾ, ਹੀਣਤਾ

abjuration /ˌਐਬਜੁ'ਰੇਇਸ਼ਨ/ *n* ਤਿਆਗ ਦੀ

ਸਹੁੰ, ਤੋਬਾ

abjure /**ਅਬ'ਜੁਅ***/ *vt* (ਨੂੰ) ਤਿਆਗਣ ਦੀ ਸਹੁੰ ਖਾਣੀ, (ਤੋਂ) ਤੋਬਾ ਕਰਨਾ

ablactation /ˌ**ਐਬਲੈਕ'ਟੇਇਸ਼ਅਨ**/ *n* ਬੱਚੇ ਤੋਂ ਮਾਂ ਦਾ ਦੁੱਧ ਛੁਡਾਉਣ ਦਾ ਭਾਵ, ਦੁੱਧ ਛੁਡਾਈ

ablation /**ਅ'ਬਲੇਇਸ਼ਨ**/ *n* (ਵਿਆ) ਅਪਾਦਾਨ (ਕਾਰਕ); (ਚਟਾਨ) ਖੁਰਨ; ਅੰਗ ਚੀਰਨ, ਚੀਰਾ ਦੇਣ ਦੀ ਕਿਰਿਆ

ablative /'**ਐਬਲਅਟਿਵ੍**/ *a* (ਵਿਆ) ਅਪਾਦਾਨ ਕਾਰਕ ਸੰਬੰਧੀ *n* ਅਪਾਦਾਨ ਕਾਰਕ, ਸੰਸਕ੍ਰਿਤ ਵਿਆਕਰਨ ਵਿੱਚ ਪੰਜਵੀਂ ਵਿਭਕਤੀ

ablaut /'**ਐਬਲਾਉਟ**/ *n* (ਭਾਸ਼ਾ) ਭਾਸ਼ਾ ਦੇ ਨਿਯਮ ਅਨੁਸਾਰ ਇੱਕ ਸਵਰ ਦੀ ਥਾਂ ਦੂਜੇ ਸਵਰ ਦੇ ਆ ਜਾਣ ਦੀ ਕਿਰਿਆ, ਸਵਰ-ਕ੍ਰਮ

ablaze /**ਅ'ਬਲੇਇਜ਼**/ *a* ਮੱਚਦਾ, ਭੜਕਦਾ, ਉਤੇਜਿਤ

able /'**ਏਇਬਲ**/ *a* ਯੋਗ, ਸਮਰੱਥ, ਲਾਇਕ, ਕਾਬਲ, ਹੰਢਿਆ, ਗੁਣੀ; (ਕਨੂੰਨੀ ਤੌਰ 'ਤੇ) ਸਮਰੱਥ (ਅਧਿਕਾਰੀ)

able-bodied /ˌ**ਏਇਬਲ'ਬੌਡਿਡ**/ *a* ਸਰੀਰ ਦਾ ਨਰੋਇਆ, ਤਕੜਾ, ਰਿਸ਼ਟ-ਪੁਸ਼ਟ

ablution /**ਅ'ਬਲੂਸ਼ਨ**/ *n* (ਆਮ ਤੌਰ 'ਤੇ ਬਹੁਵਚਨ) ਪੰਜ ਇਸ਼ਨਾਨਾ, ਨ੍ਹਾਣ-ਧੋਣ, ਸਰੀਰ-ਸ਼ੁੱਧੀ

ably /'**ਏਇਬਲਿ**/ *adv* ਚੰਗੀ ਤਰ੍ਹਾਂ, ਸੋਹਣੇ ਢੰਗ ਨਾਲ, ਯੋਗਤਾ ਨਾਲ

abnegate /'**ਐਬਨਿਗੇਇਟ**/ *vt* ਮਨ ਮਾਰਨਾ, ਪਰਹੇਜ਼ ਕਰਨਾ, ਛੱਡ ਦੇਣਾ, (ਅਧਿਕਾਰ ਆਦਿ ਨੂੰ) ਤਿਆਗਣਾ

abnegation /ˌ**ਐਬਨਿ'ਗੇਇਸ਼ਨ**/ *n* ਸੰਜਮ; ਪਰਹੇਜ਼; ਤਿਆਗ, (ਅਧਿਕਾਰ ਦਾ) ਤਿਆਗ

abnormal /**ਐਬ'ਨੋਮਲ**/ *a* ਅਸੁਭਾਵਿਕ, ਨਿਯਮ ਵਿਰੁੱਧ; ਕਸੂਤਾ, ਕੁਢੱਬਾ

abnormality /ˌ**ਐਬਨੋ'ਮੈਲਅਟਿ**/ *n* ਅਸੁਭਾਵਿਕਤਾ, ਬੇਕਾਇਦਗੀ, ਵੱਖਰਾਪਣ

abnormity /**ਐਬ'ਨੋਮਿਟਿ**/ *n* ਵੇਖੋ **abnormality**

aboard /**ਅ'ਬੋਡ**/ *adv prep* (ਜਹਾਜ਼ ਜਾਂ ਗੱਡੀ) ਵਿੱਚ; (ਇੱਕ ਜਹਾਜ਼ ਦਾ ਦੂਜੇ ਜਹਾਜ਼ ਦੇ) ਨੇੜੇ (ਹੋਣਾ), ਨਾਲ-ਨਾਲ

abode /**ਅ'ਬਅਉਡ**/ *n* ਰਹਿਣ ਦੀ ਥਾਂ, ਘਰ, ਨਿਵਾਸ ਸਥਾਨ, ਮਕਾਨ, ਟਿਕਾਣਾ, ਰਿਹਾਇਸ਼

abolish /**ਅ'ਬੌਲਿਸ਼**/ *vt* ਅੰਤ ਕਰਨਾ, ਮਨਸੂਖ਼ ਕਰਨਾ, ਬੰਦ ਕਰਨਾ, ਹਟਾਉਣਾ, ਰੱਦ ਕਰਨਾ, (ਰਿਵਾਜ ਆਦਿ ਨੂੰ) ਤੋੜਨਾ

abolishment /**ਅ'ਬੌਲਿਸ਼ਮਅਨਟ**/ *n* ਅੰਤ, ਖ਼ਾਤਮਾ, ਮਨਸੂਖ਼ੀ, ਮੌਕੂਫ਼ੀ; (ਗੁਲਾਮੀ ਦੀ ਪ੍ਰਥਾ ਦਾ) ਕਨੂੰਨ ਰਾਹੀਂ ਅੰਤ

abolition /ˌ**ਐਬਅ'ਲਿਸ਼ਨ**/ *n* ਵੇਖੋ **abolishment** *n* ਕਿਸੇ ਬੁਰਾਈ ਨੂੰ ਸਮਾਪਤ ਕਰਨ ਦਾ ਮਤ

abolitionist /ˌ**ਐਬਅ'ਲਿਸ਼ਅਨਿਸਟ**/ *n* (ਗੁਲਾਮੀ ਆਦਿ ਕਿਸੇ ਬੁਰਾਈ ਦਾ) ਵਿਰੋਧੀ

A-bomb *abbr* **atom bomb** ਦਾ ਸੰਖਿਪਤ ਰੂਪ ਵੇਖੋ **atom bomb**

abominable /**ਅ'ਬੌਮਿਨਅਬਲ**/ *a* ਘਿਰਨਾਜਨਕ, ਗੰਦਾ, ਕੋਝਾ, ਨਿੰਦਾਯੋਗ, ਭੈੜਾ

abominate /**ਅ'ਬੌਮਿਨੇਇਟ**/ *vt* ਘਿਰਨਾ ਕਰਨਾ, ਨਫ਼ਰਤ ਕਰਨਾ, ਹੀਣਾ ਜਾਂ ਨੀਚ ਸਮਝਣਾ

abomination /**ਅˌਬੌਮਿ'ਨੇਇਸ਼ਨ**/ *n* ਘਿਰਨਾ, ਨਫ਼ਰਤ

aboriginal /ˌ**ਐਬਅ'ਰਿਜਅਨਲ**/ *a* ਆਦਿਵਾਸੀ, ਜੰਗਲੀ; ਪ੍ਰਾਚੀਨ *n* ਮੁਢਲੀ ਵਸਤੂ

aboriginality /ˌ**ਐਬਅ'ਰਿਜਿ'ਨੈਲਿਟਿ**/ *n* ਆਦਿਕਾਲੀਨਤਾ

aborigines /ˌ**ਐਬਅ'ਰਿਜ(ਅ)ਨਿਜ਼**/ *n* (ਬਹੁ) ਕਿਸੇ ਖ਼ਿੱਤੇ ਦਾ ਮੁਢਲਾ ਜੀਵ ਜਾਂ ਪੌਦਾ, ਆਦਿਵਾਸੀ

aborigionals /ˌ**ਐਬਅ'ਰਿਜਅਨਲਜ਼**/ *n* ਕਿਸੇ ਦੇਸ਼ ਦੇ ਮੂਲ ਵਸਨੀਕ, ਆਦਿਵਾਸੀ

abort /**ਅ'ਬੋਟ**/ *v* ਗਰਭਪਾਤ ਹੋਣਾ ਜਾਂ ਕਰਨਾ, ਪਸ਼ੂ ਦਾ ਤੂਣਾ; (ਜੀਵ) ਵਿਕਾਸ ਰੁਕਣਾ ਜਾਂ ਰੋਕਣਾ, ਮੁਰਝਾ ਜਾਣਾ; (ਯੋਜਨਾ ਆਦਿ) ਠੱਪ ਹੋਣਾ ਜਾਂ ਕਰਨਾ

abortion /ਅ'ਬੋਸ਼ਨ/ *n* ਗਰਭਪਾਤ, ਤੂਆ, ਭਰੂਣ ਹੱਤਿਆ; ਵਿਗੜੇ ਰੂਪ ਵਾਲਾ ਜੀਵ, ਠਿਗਣਾ; ਵਿਫਲਤਾ

abortive /ਅ'ਬੋਟਿਵ਼/ *a* ਅਸਫ਼ਲ, ਨਾਕਾਮਯਾਬ; ਗਰਭਪਾਤੀ

abound /ਅ'ਬਾਉਨਡ/ *vi* ਭਰਪੂਰ ਹੋਣਾ, ਬਹੁਤਾ ਹੋਣਾ, ਕਾਫ਼ੀ ਹੋਣਾ, ਕਿਸੇ ਸਥਾਨ ਦਾ ਭਰਿਆ ਹੋਣਾ

about /ਅ'ਬਾਉਟ/ *adv* ਬਾਰੇ, ਸੰਬੰਧ ਵਿੱਚ **be about** ਕਰਨ ਲੱਗਣਾ, ਲਗਭਗ, ਨੇੜੇ-ਤੇੜੇ; ਚੁਫੇਰੇ, ਹਰ ਪਾਸੇ; ਇੱਧਰ-ਉੱਧਰ, ਆਹਰ ਵਿੱਚ ਹੋਣਾ **bring about** ਕਰਾਉਣਾ, ਕਰਵਾ ਲੈਣਾ, ਹੋਂਦ ਵਿੱਚ ਲਿਆਉਣਾ **go about** ਕਰਨ ਲੱਗਣਾ, ਕਰਨ ਹੀ ਵਾਲਾ ਹੋਣਾ *prep* ਦੇ ਲਗਭਗ; ਦੇ ਚੁਫੇਰੇ; ਦੇ ਨੇੜੇ-ਤੇੜੇ; ਦੇ ਬਾਰੇ

about-face, about-turn *n* (ਫ਼ੌਜ ਦਾ) ਮੋੜਾ, ਵਾਪਸੀ, ਪਰਤਾਅ; (ਵਿਚਾਰਾਂ ਆਦਿ ਵਿੱਚ) ਤਬਦੀਲੀ

above /ਅ'ਬਅੱਵ਼/ *adv* ਉੱਤੇ, ਉੱਪਰ; ਉੱਪਰ ਲਿਖਤ, ਉਪਰੋਕਤ; ਪਰਲੋਕ ਵਿੱਚ *prep* ਦੇ ਉੱਤੇ, ਦੇ ਉੱਪਰ, ਤੋਂ ਪਹਿਲਾਂ, ਤੋਂ ਵੱਧ **above all** *adv* ਸਭ ਤੋਂ ਵੱਧ ਇਹ ਕਿ, ਮੁੱਖ ਤੌਰ 'ਤੇ **over and above** ਇਸ ਤੋਂ ਛੁੱਟ, ਇਸ ਤੋਂ ਇਲਾਵਾ, ਅਤੇ ਨਾਲ ਹੀ

above-board /ਅਬਅੱਵ਼'ਬੋਡ/ *a* ਇਮਾਨਦਾਰ, ਸੱਚਾ-ਸੁੱਚਾ

above-ground /ਅ,ਬਅੱਵ਼'ਗਰਾਉਨਡ/ *a* ਜਿਊਂਦਾ-ਜਾਗਦਾ, ਜਾਨਦਾਰ

above-measure *a* ਅਣਮਿਣਵਾਂ, ਬੇਹਿਸਾਬ, ਬੇਹੱਦ

above-mentioned /ਅ,ਬਅੱਵ਼'ਮੈਨੱਸ਼(ਅ)ਨਡ/ *a* ਉੱਤੇ ਦੱਸਿਆ ਜਾਂ ਦਿੱਤਾ, ਉਪਰੋਕਤ, ਉਕਤ

above-par *a* ਅੰਕਿਤ ਮੁੱਲ ਤੋਂ ਵੱਧ, ਸਧਾਰਨ ਤੋਂ ਵਧੇਰੇ, ਵਧ ਕੇ

abracadabra /,ਐਬਰਅਕਅ'ਡੈਬਰਅ/ *n* ਨਿਰਾਰਥਕ ਸ਼ਬਦਾਂ ਦਾ ਸਮੂਹ; ਜਾਦੂ ਕਰਨ ਵੇਲੇ ਬੋਲਿਆ ਜਾਣ ਵਾਲਾ ਸ਼ਬਦ, ਮੰਤਰ

abrade /ਅ'ਬਰੇਇਡ/ *vt* ਰਗੜਨਾ, ਖੁਰਚਣਾ; ਸਤਾਉਣਾ, ਅਕਾਉਣਾ

abrasion /ਅ'ਬਰੇਇਯ਼ਨ/ *n* ਰਗੜਨ ਨਾਲ ਹੋਇਆ ਜ਼ਖ਼ਮ ਜਾਂ ਨੁਕਸਾਨ, ਰਗੜ, ਘਸਰ

abrasive /ਅ'ਬਰੇਇਸਿਵ਼/ *a* ਘਸਾਊ, ਘਸਵਾਂ *n* ਪੱਥਰੀ ਜਾਂ ਰੇਗਮਾਰ

abreast /ਅ'ਬਰੈਸੱਟ/ *adv* ਨਾਲ-ਨਾਲ, ਬਰਾਬਰ-ਬਰਾਬਰ; ਸਮੇਂ ਦੇ ਨਾਲ ਜਾਂ ਅਨੁਸਾਰ

abridge /ਅ'ਬਰਿਜ/ *vt* ਸੰਖੇਪ ਕਰਨਾ, ਛੋਟਾ ਕਰਨਾ, ਘਟਾਉਣਾ, ਖ਼ੁਲਾਸਾ ਕਰਨਾ; (ਅਧਿਕਾਰ) ਘੱਟ ਕਰਨਾ, ਵਾਂਝਿਆਂ ਕਰਨਾ

abridged /ਅ'ਬਰਿਜਡ/ *a* ਸੰਖਿਪਤ, ਛੋਟਾ

abridgement /ਅਬਰਿਜ'ਮਅਨਟ/ *n* ਸੰਖੇਪ ਖ਼ੁਲਾਸਾ, ਨਿਚੋੜ, ਸਾਰ

abroad /ਅ'ਬਰੋਡ/ *adv* ਹਰ ਪਾਸੇ, ਸਭ ਥਾਈਂ *n* ਪਰਦੇਸ, ਦੂਰ-ਦੁਰਾਡੀ ਥਾਂ, ਬਾਹਰ

abrogate /'ਐਬਰਅਗੇਇਟ/ *vt* ਰੱਦ ਕਰਨਾ, ਮਨਸੂਖ਼ ਕਰਨਾ, (ਕਨੂੰਨ, ਰਿਵਾਜ, ਸਮਝੌਤਾ ਆਦਿ) ਹਟਾ ਦੇਣਾ, ਭੰਗ ਕਰਨਾ, ਬੰਦ ਕਰਨਾ

abrogated /'ਐਬਰਅਗੇਇਟਿਡ/ *a* ਰੱਦਿਆ, ਹਟਾਇਆ

abrogation /,ਐਬਰਅਗੇਇਸ਼ਨ/ *n* ਰੱਦਣ, ਮਨਸੂਖ਼ੀ, ਅੰਤ

abrogator /'ਐਬਰਅਗੇਇਟਅ*/ *n* ਅਧਿਕਾਰ ਦੁਆਰਾ ਰੱਦ ਕਰਨ ਵਾਲਾ, ਮਨਸੂਖ਼ ਕਰਨ ਵਾਲਾ

abrupt /ਅ'ਬਰਅੱਪਟ/ *a* ਅਚਨਚੇਤ, ਅਚਾਨਕ; ਅਸੰਗਤ, ਬੇਢੰਗਾ, ਬੇਜੋੜ; (ਚੜ੍ਹਾਈ) ਸਿੱਧੀ; (ਬਨ) ਰੁੰਡ, (ਧਰਤੀ ਵਿੱਚੋਂ) ਅਚਨਚੇਤ ਫੁੱਟਿਆ ਹੋਇਆ

abruption /ਅ'ਬਰਅੱਪਸ਼ਨ/ *n* ਕਿਸੇ ਟੁਕੜੇ ਦੇ ਅਚਾਨਕ ਟੁੱਟਣ ਦਾ ਭਾਵ ਜਾਂ ਕਾਰਜ, ਨਿਖੇੜਨ

abruptly /ਅ'ਬਰਅੱਪਟਲਿ/ *adv* ਅਚਾਨਕ,

ਅਚਨਚੇਤ, ਇਕਦਮ

abruptness /ਅ'ਬਰਅੱਪਟਨਅਸ/ *n* ਅਚਾਨਕਤਾ, ਆਕਸਮਿਕਤਾ; ਅਣਮੇਲ

abscess /'ਐਬਸੈੱਸ/ *n* ਫੋੜਾ, ਪਾਕਾ

abscond /ਅਬ'ਸਕੌਂਨਡ/ *vi* ਨੱਠ ਜਾਣਾ, ਚੋਰੀ ਭੱਜ ਜਾਣਾ, ਫ਼ਰਾਰ ਹੋ ਜਾਣਾ, ਭਗੌੜਾ ਹੋਣਾ, ਕਨੂੰਨ ਦੀ ਮਾਰ ਤੋਂ ਬਚਣ ਲਈ ਕਿਧਰੇ ਲੁਕ-ਛਿਪ ਜਾਣਾ

abscondence /ਅਬ'ਸਕੌਂਨਡਅਨਸ/ *n* ਫ਼ਰਾਰੀ, ਭਗੌੜਾਪਣ

absconder /ਅਬ'ਸਕੌਂਨਡਅ*/ *n* ਭਗੌੜਾ, ਫ਼ਰਾਰ ਹੋਇਆ ਬੰਦਾ, ਮਫ਼ਰੂਰ

absence /'ਐਬਸਅਨਸ/ *n* ਗ਼ੈਰਹਾਜ਼ਰੀ, ਗ਼ੈਰ ਮੌਜੂਦਗੀ, ਅਣਹੋਂਦ, ਘਾਟ, ਅਭਾਵ; ਬੇਧਿਆਨੀ, ਬੇਖ਼ਿਆਲੀ

absent /'ਐਬਸਅਨਟ/ *a* ਗ਼ੈਰਹਾਜ਼ਰ, ਗ਼ਾਇਬ; ਅਚੇਤ, ਬੇਧਿਆਨ /ਐਬ'ਸੈਂਨਟ/ *v* ਗ਼ੈਰਹਾਜ਼ਰ ਹੋਣਾ ਜਾਂ ਕਰਨਾ, ਗ਼ਾਇਬ ਰਹਿਣਾ

absentee /ˌਐਬਸਅਨ'ਟੀ/ *n* ਗ਼ੈਰਹਾਜ਼ਰ ਵਿਅਕਤੀ

absentee landlord *n* ਘਰ ਜਾਂ ਅਚੱਲ ਸੰਪਤੀ ਦੀ ਦੇਖ–ਭਾਲ ਨਾ ਕਰਨ ਵਾਲਾ ਮਾਲਕ, ਗ਼ੈਰਹਾਜ਼ਰ ਰਹਿਣ ਵਾਲਾ ਭੂਮੀ ਪਤੀ

absent-minded /ˌਐਬਸਅਨਟ'ਮਾਇਨਡਿਡ/ *a* ਬੇਧਿਆਨਾ, ਅਚੇਤ, ਅਵੇਸਲਾ, ਭੁਲੱਕੜ

absent-mindedness *n* ਬੇਧਿਆਨੀ, ਅਚੇਤਤਾ, ਅਵੇਸਲਾਪਣ

absolute /'ਐਬਸਅਲੂਟ/ *a* ਪੂਰਾ, ਪੂਰਨ; ਨਿਰਾ, ਉੱਕਾ; ਨਿਰਪੇਖ; ਅਸੀਮ; ਸ਼ੁੱਧ, ਨਿਰੋਲ; ਸੁਤੰਤਰ, ਸਰਬ-ਅਧਿਕਾਰੀ, ਨਿਰੰਕੁਸ਼

absolutely /'ਐਬਸਅਲੂਟਲਿ/ *adv* ਪੂਰਨ ਭਾਂਤ, ਪੂਰੀ ਤਰ੍ਹਾਂ, ਬਿਲਕੁਲ; ਆਪਣੇ ਆਪ, ਬਿਨਾਂ ਕਿਸੇ ਸ਼ਰਤ ਤੋਂ; ਮੂਲੋਂ, ਉੱਕਾ ਹੀ

absolute majority *n* ਪੂਰਨ ਬਹੁਮਤ, ਬਹੁਸਮੰਤੀ

absoluteness /'ਐਬਸਅਲੂਟਨਅਸ/ *n* ਨਿਰਪੇਖਤਾ; ਅਸੀਮਤਾ; ਨਿਰੰਕੁਸ਼ਤਾ, ਪੂਰਨ ਅਧਿਕਾਰ

absolution /ˌਐਬਸਅ'ਲੂਸ਼ਨ/ *n* (ਈਸਾਈ ਗਿਰਜੇ ਵੱਲੋਂ) ਖਿਮਾ, ਮਾਫ਼ੀ, ਦੋਸ਼ ਮੁਕਤੀ

absolutism /'ਐਬਸਅਲੂਟਿਜ਼ਅਮ/ *n* ਨਿਰਪੇਖਵਾਦ; ਪਰਮ ਸ਼ਕਤੀਵਾਦ; ਨਿਰੰਕੁਸ਼ ਸ਼ਾਸਨਵਾਦ

absolutist /'ਐਬਸਅਲੂਟਿਸਟ/ *a* ਨਿਰਪੇਖਵਾਦੀ; ਨਿਰੰਕੁਸ਼ ਸ਼ਾਸਨਵਾਦੀ; ਪਰਮ ਸ਼ਕਤੀਵਾਦੀ

absolve /ਅਬ'ਜ਼ੌਲਵ੍/ *vt* ਦੋਸ਼-ਮੁਕਤ ਕਰਨਾ, ਖਿਮਾ ਕਰਨਾ, ਬਰੀ ਕਰਨਾ, ਰਿਹਾਅ ਕਰ ਦੇਣਾ, ਮਾਫ਼ ਕਰਨਾ

absorb /ਅਬ'ਸੋਬ, -'ਜ਼ੋਬ/ *vt* ਚੂਸਣਾ, ਸੋਖਣਾ, ਜਜ਼ਬ ਕਰਨਾ, ਰਚਾ ਲੈਣਾ, ਆਤਮਸਾਤ ਕਰਨਾ, ਲੀਨ ਕਰਨਾ, ਸਮਾ ਲੈਣਾ, ਸਮੋ ਲੈਣਾ, ਇਕਮਿਕ ਕਰ ਲੈਣਾ, ਖਪਾ ਲੈਣਾ, ਹਜ਼ਮ ਕਰਨਾ

absorbability /ਅਬˌਸੋਬਅ'ਬਿਲਿਟਿ/ *n* ਰਚ ਜਾਣ ਦਾ ਗੁਣ, ਰਚਨਸ਼ੀਲਤਾ; ਸੋਖਣ-ਯੋਗਤਾ

absorbable /ਅਬ'ਸੋਬਅਬਲ, -'ਜ਼ੋਬ-/ *a* ਸੋਖਣਯੋਗ, ਚੂਸਣਯੋਗ

absorbed /ਅਬ'ਸੋਬਡ, -'ਜ਼ੋਬਡ/ *a* ਚੂਸਿਆ, ਜੀਰਿਆ, ਅਭੇਦ ਕੀਤਾ, ਇਕਮਿਕ ਕੀਤਾ, ਰਚਿਆ; ਲੀਨ, ਮਗਨ

absorbent /ਅਬ'ਸੋਬਅਨਟ, -'ਜ਼ੋਬ-/ *a* ਰਚਾ ਲੈਣ ਵਾਲਾ, ਸੋਖਕ, ਚੂਸਕ (ਜਿਵੇਂ ਸਿਆਹੀ ਚੂਸ)

absorbing /ਅਬ'ਸੋਬਿਙ, -'ਜ਼ੋਬਿਙ/ *a* ਮਨਮੋਹਕ, ਆਕਰਸ਼ਕ, ਮਨੋਹਰ, ਰੋਚਕ, ਦਿਲ ਖਿੱਚਵਾਂ

absorption /ਅਬ'ਸੋਪਸ਼ਨ, -'ਜ਼ੋਪ-/ *n* ਚੂਸਣ, ਸੋਖਣ ਜਾਂ ਹਜ਼ਮ ਕਰਨ, ਜਜ਼ਬ ਹੋਣ, ਰਚਾਈ; ਮਗਨਤਾ, ਲੀਨਤਾ

abstain /ਅਬ'ਸਟੇਇਨ/ *vi* ਪਰਹੇਜ਼ ਕਰਨਾ, ਗੁਰੇਜ਼ ਕਰਨਾ, ਬਚਣਾ, ਪਰੇ ਰਹਿਣਾ, ਲਾਂਭੇ ਰਹਿਣਾ, ਪਾਸੇ ਰਹਿਣਾ

abstainer /ਅਬ'ਸਟੇਇਨਅ*/ *n* ਪਰਹੇਜ਼ਗਾਰ,

ਸੋਫ਼ੀ

abstention /ਅਬ'ਸਟੈਂਨਸ਼ਨ/ *n* ਸੰਜਮ, ਪਰਹੇਜ਼; ਅਧਿਕਾਰ ਦੀ ਵਰਤੋਂ ਤੋਂ ਸੰਕੋਚ

abstentious /ਅਬ'ਸਟੈਂਨਸ਼ਅਸ/ *a* ਸੰਜਮੀ, ਪਰਹੇਜ਼ਗਾਰ, ਸੋਫ਼ੀ

absterge /ਅਬ'ਸਟਅ:ਜ/ *vt* ਸਾਫ਼ ਕਰਨਾ, ਸੋਧਣਾ, ਮੈਲ ਕੱਟਣਾ; ਜੁਲਾਬ ਦੇਣਾ, ਪੇਟ ਸਾਫ਼ ਕਰਨਾ

abstergent /ਅਬ'ਸਟਅ:ਜ(ਅ)ਨਟ/ *a* ਸਾਫ਼ ਕਰਨ ਵਾਲਾ, ਸੁਅੱਛਕਾਰੀ, ਮੈਲਕੱਟ *n* ਮੈਲਕਾਟ (ਪਦਾਰਥ)

abstinence /'ਐਬਸਟਿਨਅਨਸ/ *n* (ਖਾਣ-ਪੀਣ ਜਾਂ ਮੌਜਾਂ ਮਾਣਨ ਤੋਂ) ਸੰਜਮ, ਪਰਹੇਜ਼

abstinent /'ਐਬਸਟਿਨਅਨਟ/ *a* ਸੰਜਮੀ, ਪਰਹੇਜ਼ਗਾਰ; ਜਤੀ-ਸਤੀ

abstract /'ਐਬਸਟਰੈਕਟ/ *a* ਭਾਵਵਾਚਕ, ਭਾਵਵਾਚੀ, ਭਾਵਮਈ; ਸੂਖਮ, ਅਮੂਰਤ, ਅਭੌਤਿਕ, ਅਵਿਅਕਤ; ਦੁਰਬੋਧ; ਨਿਰਪੇਖ, ਅਦਿਸ; ਸੰਖਿਪਤ *n* ਤੱਤ, ਸਾਰ, ਨਿਚੋੜ, ਖ਼ੁਲਾਸਾ, ਸਾਰਾਂਸ਼, ਸੰਖੇਪ; ਅਮੂਰਤੀਕਰਨ; ਸਾਰ-ਸੂਚੀ /ਐਬ'ਸਟਰੈਕਟ/ *v* ਅਲੱਗ ਕਰਨਾ, ਕੱਢਣਾ, ਸਾਰ ਕੱਢਣਾ

abstracted /ਐਬ'ਸਟਰੈਕਟਿਡ/ *a* ਮਗਨ, ਲੀਨ; ਅਮੂਰਤੀਕ੍ਰਿਤ, ਅਲੱਗ ਕੀਤਾ

abstraction /ਐਬ'ਸਟਰੈਕਸ਼ਨ/ *n* ਕਲਪਨਾ, ਅਮੂਰਤਤਾ; ਬੇਖ਼ਬਰੀ, ਬੇਖ਼ਿਆਲੀ; ਨਿਕਾਸੀ, ਨਿਕਾਲਾ; ਸੂਖਮ ਵਿਚਾਰ

abstractionism /ਐਬ'ਸਟਰੈਕਸ਼ਨਿਜ਼ਅਮ/ *n* ਆਮਿਆਏ ਵਿਚਾਰਾਂ ਦਾ ਸਿਧਾਂਤ, ਅਮੂਰਤ ਵਿਚਾਰਵਾਦ

abstractionist /ਐਬ'ਸਟਰੈਕਸ਼ਨਿਸਟ/ *n* ਕਲਪਨਾਵਾਦੀ, ਭਾਵਵਾਦੀ

abstract noun *n* (ਵਿਆ) ਭਾਵਵਾਚਕ ਨਾਂਵ (ਸੰਗਿਆ)

abstruse /ਅਬ'ਸਟਰੂਸ, ਐਬ-/ *a* ਦੁਰਬੋਧ, ਗੂੜ੍ਹ, ਜਟਿਲ, ਔਖਾ, ਸੂਖਮ

absurd /ਅਬ'ਸਅ:ਡ/ *a* ਹਾਸੋਹੀਣਾ, ਬੇਢੰਗਾ, ਬੇਤੁਕਾ, ਬੇਢੱਬਾ, ਬੇਹੂਦਾ, ਫ਼ਜ਼ੂਲ

absurdism /ਅਬ'ਸਅ:ਡਿਜ਼ਅਮ/ *n* ਬਿਨਾਂ ਕਿਸੇ ਮਕਸਦ ਤੋਂ ਜੀਵਨ ਜਿਊਂਣ ਦਾ ਸਿਧਾਂਤ, ਸੰਸਾਰ ਵਿੱਚ ਮਨੁੱਖੀ ਹੋਂਦ ਬੇਮੰਤਵੀ ਹੋਣ ਦਾ ਵਿਸ਼ਵਾਸ

absurdity /ਅਬ'ਸਅ:ਡਿਟੀ/ *n* ਵਿਅਰਥਤਾ, ਅਸੰਗਤੀ

abundance /ਅ'ਬਅੱਨਡਅਨਸ/ *n* ਬਹੁਲਤਾ, ਬਹੁਤਾਤ, ਭਰਮਾਰ; ਸਮਰਿਧੀ

abundant /ਅ'ਬਅੱਨਡਅਨਟ/ *a* ਭਰਪੂਰ, ਬਹੁਤ; ਘਣਾ; ਮਾਲਾ-ਮਾਲ, ਵਾਫ਼ਰ, ਬਹੁਤ ਜ਼ਿਆਦਾ, (ਨਾਲ) ਪਰਿਪੂਰਨ

abuse /ਅ'ਬਯੂਸ/ *n* ਗਾਲ, ਬਦਜ਼ਬਾਨੀ, ਦੁਰਵਿਹਾਰ; ਦੁਰਵਰਤੋਂ, ਦੁਰਉਪਯੋਗ /ਅ'ਬਯੂਜ਼/ *vt* ਦੁਰਵਰਤੋਂ ਕਰਨਾ, ਅਯੋਗ ਵਰਤੋਂ ਕਰਨਾ; ਬੁਰਾ-ਭਲਾ ਕਹਿਣਾ, ਗਾਲ ਕੱਢਣਾ

abusive /ਅ'ਬਯੂਸਿਵ਼/ *a* ਅਸ਼ਲੀਲ, ਅਪਮਾਨਜਨਕ, ਨਿੰਦਾਪੂਰਨ

abusiveness /ਅ'ਬਯੂਸਿਵ਼ਨਅਸ/ *n* ਅਸ਼ਲੀਲਤਾ, ਅਪਮਾਨ, ਬਦਜ਼ਬਾਨੀ

abysm /ਅ'ਬਿਜ਼(ਅ)ਮ/ *n* ਰਸਾਤਲ, ਅਥਾਹ ਖਾਈ, ਡੂੰਮ੍ਹ; ਦੋਜ਼ਖ਼, ਨਰਕ

abysmal /ਅ'ਬਿਜ਼ਮਅਲ/ *a* ਅਥਾਹ, ਅਗਾਧ, ਘੋਰ, ਅਸੀਮ

abyss /ਅ'ਬਿਸ/ *n* ਰਸਾਤਲ, ਨਰਕ; ਅਥਾਹ ਖਾਈ

abyssal /ਅ'ਬਿਸ(ਅ)ਲ/ *a* ਅਗਾਧ, ਅਥਾਹ, ਡੂੰਘਾ

AC /,ਏਇ 'ਸੀ/ *abbr* **airconditioning** ਦਾ ਸੰਖਿਪਤ ਰੂਪ, ਵੇਖੋ **airconditioning**

acacia /ਅ'ਕੇਇਸ਼ਅ/ *n* ਕਿੱਕਰ, ਬਬੂਲ

academia /,ਐਕਅ'ਡੀਮਿਅ/ *n* ਅਕਾਦਮਿਕ ਜਗਤ

academic /,ਐਕਅ'ਡੈੱਮਿਕ/ *a* ਵਿੱਦਿਅਕ,

ਇਲਮੀ, ਅਕਾਦਮਿਕ, ਸਿੱਖਿਆ ਸੰਬੰਧੀ

academic council *n* ਵਿੱਦਿਆ ਪਰਿਸ਼ਦ

academician /ਅ,ਕੈਡਅ'ਮਿਸ਼ਨ/ *n* ਸਿੱਖਿਆ ਸ਼ਾਸਤਰੀ, ਵਿੱਦਿਅਕ ਮਾਹਿਰ

academy /ਅ'ਕੈਡਅਮਿ/ *n* ਵਿਸ਼ੇਸ਼ ਪ੍ਰਕਾਰ ਦੇ ਹੁਨਰ ਦੀ ਸਿੱਖਿਆ ਦੇਣ ਦੀ ਸੰਸਥਾ, ਸਿੱਖਿਆ ਸੰਸਥਾ, ਅਕਾਦਮੀ

accede /ਅਕ'ਸੀਡ/ *vi* ਸਵੀਕਾਰ ਕਰਨਾ, ਮਨਜ਼ੂਰ ਕਰਨਾ, ਕਬੂਲ ਕਰਨਾ; ਸਮਿਲਿਤ ਹੋਣਾ; ਸਹਿਮਤ ਹੋਣਾ, ਮੰਨਣਾ, ਰਾਜ਼ੀ ਹੋਣਾ, ਮੰਨ ਲੈਣਾ; ਪਦ ਗ੍ਰਹਿਣ ਕਰਨਾ

accelerate /ਅਕ'ਸੈੱਲਅਰੇਇਟ/ *v* ਚਾਲ ਵਧਾਉਣਾ, ਗਤੀ ਤੇਜ਼ ਕਰਨਾ, ਵੇਗ ਵਿੱਚ ਲਿਆਉਣਾ, ਜਲਦੀ ਕਰਨਾ

accelerated /ਅਕ'ਸੈੱਲਅਰੇਇਟਿਡ/ *a* ਤੀਬਰ, ਵੇਗਮਈ, ਤੇਜ਼

acceleration /ਅਕ,ਸੈੱਲਅ'ਰੇਇਸ਼ਨ/ *n* ਗਤੀ ਵਿੱਚ ਵਾਧਾ, ਗਤੀਵਰਧਣ, ਵੇਗ ਵਾਧਾ, ਤੇਜ਼ੀ

accelerator /ਅਕ'ਸੈੱਲਅਰੇਇਟਅ*/ *n* ਗਤੀ ਵਧਾਉਣ ਵਾਲਾ ਯੰਤਰ, ਗਤੀਵਰਧਕ

accent /'ਐਕਸੈਂਟ, -ਸਅਨਟ/ *n* (ਭਾਸ਼ਾ) ਸੁਰ-ਦਬਾਅ, ਸੁਰਾਘਾਤ; ਧੁਨੀ ਚਿੰਨ੍ਹ, ਸਵਰ ਚਿੰਨ੍ਹ; ਉਚਾਰਨ ਢੰਗ, ਲਹਿਜ਼ਾ /ਐਕ'ਸੈਂਟ/ *vt* ਸਵਰ ਉਚਾਰਨਾ, ਸਵਰ ਨੂੰ ਬਲਪੂਰਵਕ ਉਚਾਰਨਾ; ਕਿਸੇ ਚੀਜ਼ ਦੇ ਇੱਕ ਹਿੱਸੇ ਉੱਤੇ ਬਲ ਦੇਣਾ

accentuate /ਅਕ'ਸੈਂਚੁਏਇਟ/ *vt* (ਭਾਸ਼ਾ) ਸਵਰ ਨੂੰ ਜ਼ੋਰ ਨਾਲ ਬੋਲਣਾ, ਸਵਰ ਦਾ ਉਚਾਰਨ ਕਰਨਾ; (ਉੱਤੇ) ਬਲ ਦੇਣਾ

accentuation /ਅਕ,ਸੈਂਚੁ'ਏਇਸ਼ਨ/ *n* (ਭਾਸ਼ਾ) ਸਵਰ ਅੰਕਣ, ਸਵਰ ਉਚਾਰਨ

accept /ਅਕ'ਸੈਪੱਟ/ *vt* ਸਵੀਕਾਰ ਕਰਨਾ, ਕਬੂਲਣਾ, ਅੰਗੀਕਾਰ ਕਰਨਾ, ਪ੍ਰਵਾਨ ਕਰਨਾ, ਮੰਨਣਾ, ਮਨਜ਼ੂਰ ਕਰਨਾ; ਲੈਣਾ, ਗ੍ਰਹਿਣ ਕਰਨਾ

acceptable /ਅਕ'ਸੈਪੱਟਅਬਲ/ *a* ਸਵੀਕਾਰ ਕਰਨਯੋਗ, ਮੰਨਣਯੋਗ, ਪ੍ਰਵਾਨ ਕਰਨ ਯੋਗ, ਮਨਪਸੰਦ

acceptance /ਅਕ'ਸੈਪੱਟਅਨਸ/ *n* ਸਵੀਕ੍ਰਿਤੀ, ਪ੍ਰਵਾਨਗੀ, ਰਜ਼ਾਮੰਦੀ, ਮਨਜ਼ੂਰੀ, ਮਾਨਤਾ; ਆਸਥਾ; ਹੁੰਡੀ ਦੀ ਸਵੀਕ੍ਰਿਤੀ

acceptation /,ਐਕਸੈਪੱ'ਟੇਇਸ਼ਨ/ *n* ਪ੍ਰਵਾਨਗੀ, ਮਨਜ਼ੂਰੀ, ਸਵੀਕ੍ਰਿਤੀ, ਸਵੀਕਰਨ; ਆਮ ਅਰਥ, ਸ਼ਬਦ ਭਾਵ

accepted /ਅਕ'ਸੈੱਪਟਿਡ/ *a* ਸਵੀਕ੍ਰਿਤ, ਮਨਜ਼ੂਰ, ਪ੍ਰਵਾਨਿਤ, ਮੰਨਿਆ ਹੋਇਆ

acceptor /ਅਕ'ਸੈਪੱਟਅ*/ *n* ਸਵੀਕਾਰ ਕਰਨ ਵਾਲਾ; ਹੁੰਡੀ ਆਦਿ ਦਾ ਭੁਗਤਾਨ ਕਰਨ ਵਾਲਾ

access /'ਐਕਸੈੱਸ/ *n* ਪਹੁੰਚ, ਰਸਾਈ; ਪ੍ਰਵੇਸ਼, ਦਾਖ਼ਲਾ; ਸਬੀਲ, ਉਪਾਅ, ਪਹੁੰਚ-ਵਸੀਲਾ

accessibility /ਅਕ,ਸੈੱਸਅ'ਬਿਲਅਟਿ/ *n* ਪ੍ਰਵੇਸ਼ਯੋਗਤਾ, ਪਹੁੰਚਯੋਗਤਾ; ਸੁਗਮਤਾ; ਸੁਲੱਭਤਾ

accessible /ਅਕ'ਸੈੱਸਅਬਲ/ *a* ਪ੍ਰਵੇਸ਼ਯੋਗ, ਸੁਗਮ, ਪਹੁੰਚਯੋਗ; ਸੁਲੱਭ

accession /ਐਕ'ਸੈਸ਼ੱਨ/ *n* ਤਖ਼ਤ-ਨਸ਼ੀਨੀ, ਤਾਜਪੋਸ਼ੀ; ਅੰਤਰਰਾਸ਼ਟਰੀ ਸੰਗਠਨ ਦਾ ਮੈਂਬਰ ਬਣਨ ਦਾ ਕਾਰਜ; (ਪੁਸਤਕਾਂ, ਚਿੱਤਰਾਂ ਆਦਿ ਦੇ ਸੰਗ੍ਰਹਿ ਵਿੱਚ) ਵਾਧਾ, ਇਜ਼ਾਫ਼ਾ

accessory /ਅਕ'ਸੈੱਸਅਰਿ/ *n* ਉਪਸਾਧਨ *a* ਗੌਣ, ਸਹਾਇਕ, ਪੂਰਕ

accidence /'ਐਕਸਿਡ(ਅ)ਨਸ/ *n* (ਵਿਆ) ਸ਼ਬਦ ਰੂਪ ਸਾਧਨਾ; ਮੂਲ ਤੱਤ, ਮੁਢਲਾ ਸਿਧਾਂਤ

accident /'ਐਕਸਿਡਅਨਟ/ *n* ਦੁਰਘਟਨਾ, ਹਾਦਸਾ; ਇਤਫ਼ਾਕ; ਬੇਤਰਤੀਬੀ, ਕ੍ਰਮਹੀਣਤਾ

accidental /,ਐਕਸਿ'ਡੈਂਟਲ/ *a* ਇਤਫ਼ਾਕੀਆ, ਰੱਬ ਸਬੱਬੀ; ਅਕਾਰਨ; ਅਣਆਵੱਸ਼ਕ, ਗ਼ੈਰਜ਼ਰੂਰੀ

acclaim /ਅ'ਕਲੇਇਮ/ *n* ਜੈ-ਜੈ ਕਾਰ, ਜੈ ਧੁਨੀ, ਜੈ ਘੋਸ਼ਣਾ *vt* ਖ਼ੁਸ਼ੀ ਨਾਲ ਸੁਆਗਤ ਕਰਨਾ, ਜੈ-ਜੈ ਕਾਰ ਕਰਨਾ; ਸ਼ਲਾਘਾ ਕਰਨਾ, ਉਸਤਤ ਕਰਨਾ, ਸਲਾਹੁਣਾ

acclamation /,ਐਕਲਅ'ਮੇਇਸ਼ਨ/ *n* ਜੈ-ਜੈਕਾਰ, ਜੈ ਧੁਨੀ, ਅਭਿਨੰਦਨ, ਮਹਿਮਾ, ਉਸਤਤ,

ਸ਼ਲਾਘਾ, ਸਲਾਹੁਤਾ

acclimate /'ਐਕਲਅਮੇਇਟ/ *v* ਅਨੁਕੂਲਣਾ; ਰਾਸ ਆਉਣਾ, ਮੁਆਫ਼ਕ ਆਉਣਾ, ਸੁਖਾਉਣਾ; ਨਵੇਂ ਜਲਵਾਯੂ ਦੇ ਅਨੁਕੂਲ ਕਰਨਾ; ਅਨੁਕੂਲ ਹੋ ਜਾਣਾ

acclimation, acclimatization /ˌਐਕਲਅ'ਮੇਇਸ਼ਨ ਅˌਕਲਾਇਮਅਟਾਇ'ਜ਼ੇਇਸ਼ਨ/ *n* ਜਲਵਾਯੂ ਦੇ ਰਾਸ ਆਉਣ ਦਾ ਗੁਣ, ਅਨੁਕੂਲਣ, ਸੁਖਾਉਣ, ਗਾਖਣ

acclimatize /ਅ'ਕਲਾਇਮਅਟਾਇਜ਼/ *v* ਅਨੁਕੂਲ ਹੋਣਾ ਜਾਂ ਬਣਾਉਣਾ, ਅਨੁਕੂਲਣਾ, ਆਦੀ ਹੋਣਾ ਜਾਂ ਬਣਾਉਣਾ

acclivity /ਅ'ਕਲਿਵ੍ਅਟਿ/ *n* ਚੜ੍ਹਾਈ (ਢਲਾਣ ਦਾ ਉਲਟ)

accolade /'ਐਕਅਲੇਇਡ, ˌਐਕਅ'ਲੇਇਡ/ *n* ਥਾਪੜਾ, ਸ਼ਲਾਘਾ

accommodate /ਅ'ਕੌਮਅਡੇਇਟ/ *vt* ਸਮਾਈ ਕਰਨਾ, (ਦੀ) ਵਿਵਸਥਾ ਕਰਨਾ, ਮੁਆਫ਼ਕ ਕਰਨਾ; ਮੱਤ-ਭੇਦ ਦੂਰ ਕਰਨਾ; (ਹਾਲਾਤ ਆਦਿ ਨਾਲ) ਸਮਝੌਤਾ ਕਰਵਾਉਣਾ; ਅਨੁਕੂਲ ਕਰਨਾ; ਵਿਵਸਥਾ ਕਰਨਾ, ਥਾਂ ਦੇਣਾ

accommodating /ਅ'ਕੌਮਅਡੇਇਟਿਙ/ *a* ਲਿਹਾਜ਼ ਪਾਲਣ ਵਾਲਾ, ਨਰਮ ਸੁਭਾਅ ਵਾਲਾ, ਲਚਕੀਲਾ, ਉਦਾਰਚਿੱਤ, ਮਿਹਰਬਾਨ, ਮਿਲਾਪੜਾ, ਕੰਮ ਆਉਣ ਵਾਲਾ

accommodation /ਅˌਕੌਮਅ'ਡੇਇਸ਼ਨ/ *n* ਰਿਹਾਇਸ਼, ਨਿਵਾਸ, ਠਾਹਰ; (ਹਾਲਾਤ ਆਦਿ ਨਾਲ) ਸਮਝੌਤਾ, ਅਨੁਕੂਲਤਾ

accompaniment /ਅ'ਕਅੱਮਪਅਨਿਮਅਨਟ/ *n* (ਸੰਗੀ) ਸੰਗਤ, ਸਾਥ

accompany /ਅ'ਕਅੱਮਪਅਨਿ/ *vt* ਸਾਥ ਹੋਣਾ, ਸੰਗ ਕਰਨਾ, ਸਾਥ ਦੇਣਾ, (ਕਿਸੇ ਦੇ) ਨਾਲ ਜਾਣਾ; ਸਮਿਲਿਤ ਹੋਣਾ, ਸ਼ਾਮਲ ਹੋਣਾ; ਸੁਰ ਮਿਲਾਉਣਾ; (ਜਨਾਜ਼ੇ ਨਾਲ) ਜਾਣਾ

accompanyist, accompanist /ਅ'ਕਅੱਮਪ(ਅ)ਨਿਸਟ/ *n* ਸਹਿਗਾਇਕ, ਸਹਿਵਾਦਕ, ਸੰਗਤਕਾਰ

accomplice /ਅ'ਕਅੱਮਪਲਿਸ/ *n* ਜੁੰਡੀਦਾਰ, (ਜੁਰਮ ਵਿੱਚ) ਜੋਟੀਦਾਰ, ਸਹਿਅਪਰਾਧੀ, (ਬੁਰੇ ਕੰਮ ਵਿੱਚ) ਭਾਈਵਾਲ

accomplish /ਅ'ਕਅੱਮਪਲਿਸ਼/ *vt* ਸਿਰੇ ਚਾੜ੍ਹਨਾ, ਪੂਰਾ ਕਰਨਾ, ਸੰਪੰਨ ਕਰਨਾ, ਸੰਪੂਰਨ ਕਰਨਾ; ਨਿਬੇੜਨਾ, ਨੇਪਰੇ ਚਾੜ੍ਹਨਾ, ਸਮਾਪਤ ਕਰਨਾ, ਸਾਧਣਾ

accomplished /ਅ'ਕਅੱਮਪਲਿਸ਼ਟ/ *a* ਗੁਣਵਾਨ, ਨਿਪੁੰਨ, ਸੁਘੜ, ਸੁਚੱਜਾ, ਸ਼ਾਇਸਤਾ, ਸ਼ਿਸ਼ਟ

accomplishment /ਅ'ਕਅੱਮਪਲਿਸ਼ਮਅਨਟ/ *n* ਪੂਰਤੀ, ਸਿੱਧੀ; ਸਫ਼ਲਤਾ, ਪ੍ਰਾਪਤੀ, ਕਮਾਲ

accord /ਅ'ਕੋਡ/ *vt* ਸਵੀਕ੍ਰਿਤੀ ਦੇਣਾ, ਪ੍ਰਵਾਨਗੀ ਦੇਣਾ; ਇਕਮਤ ਹੋਣਾ, ਮੇਲ ਖਾਣਾ; ਮੁਤਾਬਕ ਹੋਣਾ, ਅਨੁਕੂਲ ਹੋਣਾ, ਇਕਰੂਪ ਹੋਣਾ, ਇਕਸੁਰ ਹੋਣਾ *n* ਮਰਜ਼ੀ; ਸਵੀਕ੍ਰਿਤੀ, ਪ੍ਰਵਾਨਗੀ; ਮੇਲ-ਮਿਲਾਪ; ਸੰਧੀ, ਇਕਰਾਰਨਾਮਾ

accordance /ਅ'ਕੋਡਨਸ/ *n* ਅਨੁਸਾਰਤਾ; ਮੇਲ-ਮਿਲਾਪ; ਰਜ਼ਾਮੰਦੀ **in accordance with** ਦੇ ਅਨੁਸਾਰ, ਦੇ ਅਨੁਰੂਪ, ਦੇ ਮੁਤਾਬਕ

according /ਅ'ਕੋਡਿਙ/ *adv* ਅਨੁਸਾਰ, ਮੂਜਬ, ਮੁਤਾਬਕ **according as** ਜਿਵੇਂ ਕਿ, ਜਿਸ ਤਰ੍ਹਾਂ, ਮਾਨੋਂ **according to** ਅਨੁਸਾਰ, ਮੁਤਾਬਕ

accordingly /ਅ'ਕੋਡਿਙਲਿ/ *adv* ਤਦਾਨੁਸਾਰ; ਫਲਸਰੂਪ; ਇਸ ਲਈ, ਇਸ ਵਾਸਤੇ

accordion /ਅ'ਕੋਡਿਅਨ/ *n* ਇੱਕ ਸੰਗੀਤ ਸਾਜ ਦਾ ਨਾਮ

accost /ਅ'ਕੌਸਟ/ *vt* (ਕਿਸੇ ਰਾਹ ਜਾਂਦੇ ਨਾਲ) ਗੱਲ ਛੇੜਨੀ, ਗੱਲ ਤੋਰਨੀ, ਬੁਲਾਉਣਾ

accouchement /ਅ'ਕੁਸ਼ਮਅਨਟ/ *(F) n* ਜਣੇਪਾ, ਪ੍ਰਸੂਤ

account /ਅ'ਕਾਉਨਟ/ *n* ਹਿਸਾਬ-ਕਿਤਾਬ, ਲੇਖਾ, ਚਿੱਠਾ; ਖਾਤਾ ਧਾਰਕ, ਗਾਹਕ; ਕੈਫ਼ੀਅਤ,

ਤਫ਼ਸੀਲ, ਬਿਰਤਾਂਤ, ਵਿਵਰਨ *v* ਗਿਣਤੀ ਕਰਨਾ, ਗਿਣਨਾ; ਲੇਖਾ ਪੱਤਰ ਜਾਂਚਣਾ; ਸਮਝਣਾ **give account of** ਸਪਸ਼ਟ ਕਰਨਾ, ਕਾਰਨ ਦੱਸਣਾ **keep accounts** ਹਿਸਾਬ-ਕਿਤਾਬ ਰੱਖਣਾ **on account of** ਕਾਰਨ, ਫ਼ਲਸਰੂਪ **on no account** ਕਦੀ ਨਹੀਂ, ਕਿਸੇ ਤਰ੍ਹਾਂ ਵੀ ਨਹੀਂ, ਕਦਾਚਿਤ ਨਹੀਂ **take into account** ਵਿਚਾਰਨਾ

accountable /ਅ'ਕਾਉਨਟਅਬਲ/ *a* ਉੱਤਰਦਾਈ, ਜ਼ੁੰਮੇਵਾਰ, ਜਵਾਬਦੇਹ

accountancy /ਅ'ਕਾਉਨਟਅਨਸਿ/ *n* ਲੇਖਾਕਾਰੀ, ਹਿਸਾਬ-ਕਿਤਾਬ, ਮੁਨੀਮੀ

accountant /ਅ'ਕਾਉਨਟਅਨਟ/ *n* ਹਿਸਾਬ-ਕਿਤਾਬ ਰੱਖਣ ਵਾਲਾ, ਮੁਨੀਮ, ਮੁਨਸ਼ੀ, ਲੇਖਾਕਾਰ

accoutrements /ਅ'ਕੂਟਰਅਮਅਨਟਸ/ *n* (ਬਹੁ) ਸੈਨਿਕ ਸਮੱਗਰੀ, ਹਥਿਆਰ, ਜੰਗੀ ਸਮਾਨ, ਸਾਜ਼-ਸਮਾਨ

accredit /ਅ'ਕਰੈੱਡਿਟ/ *vt* ਮਨਜ਼ੂਰ ਕਰਨਾ, ਸਵੀਕਾਰ ਕਰਨਾ; ਅਧਿਕਾਰ ਦੇਣਾ, ਇਖ਼ਤਿਆਰ ਦੇਣਾ; ਸੰਬੰਧ ਜੋੜਨਾ, ਮਾਨਤਾ ਦੇਣਾ, ਸਿਹਰਾ ਦੇਣਾ, ਮਾਨ ਦੇਣਾ

accredited /ਅ'ਕਰੈੱਡਿਟਿਡ/ *a* ਕਬੂਲ, ਮਕਬੂਲ, ਪ੍ਰਵਾਨਿਤ, ਅਧਿਕਾਰ-ਪ੍ਰਾਪਤ, ਮਾਨਤਾ-ਪ੍ਰਾਪਤ

accrete /ਅ'ਕਰੀਟ/ *a* ਜੁੜਵਾਂ, ਸਹਿਵਿਕਸਿਤ *v* ਇਕੱਤਰ ਕਰਨਾ, ਜੋੜਨਾ, ਜੁੜਨਾ; ਉਗਣਾ

accretion /ਅ'ਕਰੀਸ਼ਨ/ *n* ਫੈਲਾਅ, ਵਾਧਾ, ਇਜ਼ਾਫਾ, ਸਹਿਵਰਧਨ, ਵਿਕਾਸ

accrue /ਅ'ਕਰੂ/ *vi* (ਧਨ, ਵਿਆਜ ਆਦਿ ਦਾ) ਵਾਧਾ ਹੋਣਾ, ਵਧਣਾ, ਜਮ੍ਹਾ ਹੋਣਾ

acculturate /ਅ'ਕਅੱਲਚਅਰੇਇਟ/ *v* ਪਰਾਈ ਸਭਿਅਤਾ ਵਿੱਚ ਇੱਕਸੁਰ ਹੋਣਾ ਜਾਂ ਕਰਨਾ, (ਦੂਜੇ ਦੇਸ਼ ਦੀ) ਸੰਸਕ੍ਰਿਤੀ ਨੂੰ ਗ੍ਰਹਿਣ ਕਰਨਾ, ਸਭਿਆਚਾਰਕ ਮੇਲ–ਜੋਲ ਹੋਣਾ

accumulate /ਅ'ਕਯੂਮਯਅਲੇਇਟ/ *v* ਇਕੱਠਾ ਕਰਨਾ ਜਾਂ ਹੋਣਾ, ਜੋੜਨਾ, ਜਮ੍ਹਾਂ ਕਰਨਾ, ਸੰਚਿਤ ਕਰਨਾ; ਕਮਾਉਣਾ, ਸਮੇਟਣਾ, ਢੇਰ ਲੱਗਣਾ ਜਾਂ ਲਾਉਣਾ, ਸੰਕਲਨ ਕਰਨਾ; ਵਧਦੇ ਜਾਣਾ, ਵਧਣਾ

accumulation /ਅ,ਕਯੂਮਯਅ'ਲੇਇਸ਼ਨ/ *n* ਸਮੂਹ, ਪੁੰਜ, ਇਕੱਠ, ਢੇਰ, ਰਾਸ ਵਿੱਚ ਵਾਧਾ, ਅੰਬਾਰ, ਸੰਗ੍ਰਹਿ

accumulative /ਅ'ਕਯੂਮਯਅਲਅਟਿਵ਼/ *a* ਵਧਣਸ਼ੀਲ, ਵਧਣਹਾਰ

accumulator /ਅ'ਕਯੂਮਯਅਲੇਇਟਅ*/ *n* ਸੰਗ੍ਰਹਿਕਾਰ, ਸੰਚੈਕਾਰ

accuracy /'ਐਕਯਅਰਅਸਿ/ ਦਰੁਸਤੀ, ਸ਼ੁੱਧਤਾ, ਸੁਨਿਸ਼ਚਿਤਤਾ

accurate /'ਐਕਯਅਰਅਟ/ *a* ਠੀਕ, ਸਹੀ, ਦਰੁਸਤ, ਸ਼ੁੱਧ; ਸਚੇਤ, ਸਾਵਧਾਨ

accusation /,ਐਕਯੁ'ਜ਼ੇਇਸ਼ਨ/ *n* ਦੋਸ਼-ਆਰੋਪਣ, ਇਲਜ਼ਾਮ, ਦੂਸ਼ਣ, ਤੁਹਮਤ

accusative /ਅ'ਕਯੂਜ਼ਅਟਿਵ਼/ *n* (ਵਿਆ) ਕਰਮ ਕਾਰਕ

accuse /ਅ'ਕਯੂਜ਼/ *vt* ਦੋਸ਼ ਲਾਉਣਾ, ਤੁਹਮਤ ਲਾਉਣਾ, ਇਲਜ਼ਾਮ ਲਾਉਣਾ, ਦੋਸ਼ ਮੜ੍ਹਨਾ

accused /ਅ'ਕਯੂਜ਼ਡ/ *n* ਦੋਸ਼ੀ, ਅਪਰਾਧੀ, ਮੁਲਜ਼ਮ

accustom /ਅ'ਕਅੱਸਟਅਮ/ *vt* ਆਦੀ ਕਰਨਾ, ਆਦਤ ਪਾਉਣਾ, ਵਾਦੀ ਪਾਉਣਾ, ਗਿਝਾਉਣਾ

accustomed /ਅ'ਕਅੱਸਟਅਮਡ/ *a* ਆਦੀ, ਗਿੱਝਿਆ

ace /ਏਇਸ/ *a* (ਕਿਸੇ ਖੇਡ ਜਾਂ ਹੁਨਰ ਵਿੱਚ) ਚੋਟੀ ਦਾ, ਸਿਰਕੱਢ *n* ਤਾਸ਼ ਦਾ ਯੱਕਾ; ਏਕਾ, ਇਕਾਈ; (ਟੈਨਿਸ) ਬਹੁਤ ਤੇਜ਼ ਗੇਂਦ

Aceldama /ਅ'ਕੈੱਲਡਅਮਅ/ *n* ਘੱਲੂਘਾਰੇ ਦਾ ਮੈਦਾਨ, ਕਤਲਗਾਹ

acentric /ਏਇ'ਸੈਂਟਰਿਕ/ *a* ਅਕੇਂਦਰੀ

acerbic /ਅ'ਸਅ:ਬਿਕ/ *a* (ਸੁਭਾਅ ਜਾਂ ਲਹਿਜਾ) ਰੁੱਖਾ, ਤਲਖ, ਕੌੜਾ

acerbity /ਅ'ਸਅ:ਬਅਟਿ/ *n* (ਸੁਭਾਅ ਜਾਂ

ਲਹਿਜ਼ੇ ਦੀ) ਤੁਰਸ਼ੀ, ਕੁੜੱਤਣ, ਤਲਖ਼ੀ, ਰੁੱਖਾਪਣ

acetic /ਅ'ਸੀਟਿਕ/ *a* ਸਿਰਕੇ ਵਾਲਾ

acharnement /ਅ'ਸ਼ਾਨਮਾਂ/ *(F) n* ਜੋਸ਼, ਉਤਸ਼ਾਹ

ache /ਏਇਕ/ *n* ਦਰਦ, ਪੀੜ, ਵੇਦਨਾ, ਕਸਕ *vi* ਦੁਖਣਾ, ਦਰਦ ਹੋਣਾ, ਪੀੜ ਹੋਣਾ, ਚੀਸ ਪੈਣੀ

achievable /ਅ'ਚੀਵ਼ਅਬਲ/ *a* ਪਾਉਣਯੋਗ, ਨਿਬੇੜਨਯੋਗ

achieve /ਅ'ਚੀਵ਼/ *vt* ਪ੍ਰਾਪਤ ਕਰਨਾ, ਪਾਉਣਾ, ਮਨੋਰਥ ਪ੍ਰਾਪਤ ਕਰਨਾ, ਸਿਰੇ ਚਾੜ੍ਹਨਾ, ਨਿਭਾਉਣਾ, ਨਿਬੇੜਨਾ, ਨੇਪਰੇ ਚਾੜ੍ਹਨਾ, ਪੂਰਾ ਕਰਨਾ

achievement /ਅ'ਚੀਵ਼ਮਅਨਟ/ *n* ਪ੍ਰਾਪਤੀ, ਪੂਰਤੀ; ਸਿੱਧੀ, ਕਾਰਨਾਮਾ

Achilles heel /ਅ,ਕਿਲੀਜ਼ 'ਹੀਲ/ *n* (ਕਿਸੇ ਦੇ ਆਚਰਨ ਦੀ) ਕਮਜ਼ੋਰੀ; ਕਮਜ਼ੋਰ ਥਾਂ

Achilles tendon *n* ਲੱਤ ਦੀ ਪਿੰਜਣੀ ਦੀਆਂ ਮਾਸਪੇਸ਼ੀਆਂ ਦਾ ਅੱਡੀ ਨਾਲ ਜੋੜ

achromatic /,ਐਕਰਅਉ'ਮੈਟਿਕ/ *a* ਰੰਗਹੀਣ, ਅਵਰਨ

achromaticity /ਅ,ਕਰਅਉਮਅ'ਟਿਸਿਟਿ/ *n* ਰੰਗਹੀਣਤਾ

achromatism /ਅ'ਕਰਅਉਮਅਟਿਜ਼ਅਮ/ *n* ਰੰਗਹੀਣਤਾ, ਅਵਰਨਤਾ

achromatize /ਅ'ਕਰਅਉਮਅਟਾਇਜ਼/ *vt* ਰੰਗਹੀਣ ਕਰਨਾ

acid /'ਐਸਿਡ/ *a* ਖੱਟਾ, ਤੁਰਸ਼, ਸਿਰਕਈ, ਤਿਜ਼ਾਬੀ; ਵਿਅੰਗਮਈ, ਕਾਟਵਾਂ, ਚੁਭਵਾਂ (ਬੋਲ) *n* ਤਿਜ਼ਾਬ, ਖੱਟਾ ਪਦਾਰਥ

acidify /ਅ'ਸਿਡਿਫ਼ਾਇ/ *v* ਤਿਜ਼ਾਬੀ ਬਣਨਾ ਜਾਂ ਬਣਾਉਣਾ; ਖੱਟਾ ਬਣਨਾ ਜਾਂ ਬਣਾਉਣਾ

acidimeter /,ਐਸਿ'ਡਿਮਿਟਅ*/ *n* ਤਿਜ਼ਾਬ ਦੀ ਤੇਜ਼ੀ ਮਾਪਣ ਵਾਲਾ ਯੰਤਰ, ਤਿਜ਼ਾਬ ਮਾਪਕ

acidity /ਅ'ਸਿਡਅਟਿ/ *n* ਤਿਜ਼ਾਬੀਅਤ, ਤਿਜ਼ਾਬੀਪਣ; ਖਟਿਆਈ, ਖਟਾਸ, ਤੁਰਸ਼ੀ; ਪੇਟ ਦੀ ਗੈਸ

acid rain *n* ਤਿਜ਼ਾਬੀ ਬਾਰਸ਼

acidulate /ਅ'ਸਿਡਯੁਲੇਇਟ/ *vt* ਤਿਜ਼ਾਬੀ ਬਣਾਉਣਾ, ਖੱਟਾ ਕਰਨਾ

acidulated /ਅ'ਸਿਡਯੁਲੇਇਟਿਡ/ *a* ਤਿਜ਼ਾਬੀ ਹੋਇਆ, ਖਟਿਆਇਆ

acidulous /ਅ'ਸਿਡਯੁਲਅਸ/ *a* ਖੱਟਾ, ਤਿਜ਼ਾਬੀ; ਤਲਖ਼

acknowledge /ਅਕ'ਨੌਲਿਜ/ *vt* ਪ੍ਰਵਾਨ ਕਰਨਾ, ਸਵੀਕਾਰ ਕਰਨਾ; ਪ੍ਰਸ਼ੰਸਾ ਕਰਨਾ; ਪਹੁੰਚ ਸੰਬੰਧੀ ਸੂਚਨਾ ਦੇਣਾ, ਰਸੀਦ ਦੇਣਾ; ਮਾਨਤਾ ਦੇਣਾ, ਕਦਰ ਕਰਨਾ, ਹਾਮੀ ਭਰਨੀ, ਹਾਂ ਕਰਨੀ

acknowledged /ਅਕ'ਨੌਲਿਜਡ/ *a* ਪ੍ਰਾਪਤੀ ਦੀ ਸੂਚਨਾ ਹੋਈ, ਸਵੀਕ੍ਰਿਤ, ਪ੍ਰਵਾਨਿਤ

acknowledgement /ਅਕ'ਨੌਲਿਜਮਅਨਟ/ *n* ਕਦਰ, ਮਨਜ਼ੂਰੀ, ਹਾਮੀ; ਆਭਾਰ; ਪਹੁੰਚ; ਰਸੀਦ, ਪ੍ਰਾਪਤੀ ਦੀ ਸੂਚਨਾ

aclinic line *n* ਚੁੰਬਕੀ ਭੂ-ਮੱਧ ਰੇਖਾ

acme /'ਐਕਮਿ/ *n* ਸਿਖਰ, ਟੀਸੀ; ਓਜ, ਕਮਾਲ

acne /'ਐਕਨਿ/ *n* ਫਿਣਸੀ, ਕਿੱਲ

acock /ਅ'ਕੌਕ/ *adv* (ਟੋਪੀ ਨੂੰ) ਟੇਢੀ ਕਰਕੇ, ਤਿਰਛੀ ਰੱਖ ਕੇ, ਬਾਂਕੇਪਣ ਨਾਲ, ਆਕੜ ਕੇ

acorn /'ਏਇਕੋਨ/ *n* ਬਲੂਤ ਦਾ ਫਲ

acoustic, acoustical /ਅ'ਕੂਸਟਿਕ, ਅ'ਕੂਸਟਿਕਲ/ *a* ਸੁਣਨ ਸੰਬੰਧੀ, ਕੰਨਾਂ ਸੰਬੰਧੀ, ਧੁਨੀ ਸੰਬੰਧੀ, ਸ਼ਰਵਣੀ

acoustics /ਅ'ਕੂਸਟਿਕਸ/ *n* ਸ਼ਰਵਣ ਵਿਗਿਆਨ; (ਕੈਮਰੇ ਦਾ) ਧੁਨੀ ਗੁਣ

acquaint /ਅ'ਕਵੇਇਨਟ/ *v* ਜਾਣਕਾਰੀ ਪ੍ਰਾਪਤ ਕਰਨਾ ਜਾਂ ਕਰਾਉਣਾ, ਸੂਚਨਾ ਦੇਣਾ, ਖ਼ਬਰ ਦੇਣਾ, ਸੂਚਿਤ ਕਰਨਾ ਜਾਂ ਹੋਣਾ, ਜਾਣੂ ਕਰਨਾ, ਵਾਕਫ਼ੀ ਕਰਾਉਣਾ, ਪਰਿਚੈ ਦੇਣਾ

acquaintance /ਅ'ਕਵੇਇਨਟਅਨਸ/ *n* ਜਾਣ-ਪਛਾਣ, ਜਾਣਕਾਰੀ, ਵਾਕਫ਼ੀਅਤ, ਪਰਿਚੈ *a* ਜਾਣਕਾਰ, ਵਾਕਫ਼, ਜਾਣੂ

acquainted /ਅ'ਕਵੇਇਨਟਿਡ/ *a* ਪਰਿਚਿਤ, ਅਵਗਤ, ਸੂਚਿਤ

acquiesce /ˌਐਕਵਿ'ਐੱਸ/ *vi* ਮੰਨ ਜਾਣਾ, ਹੁੰਗਾਰਾ ਭਰਨਾ, ਰਜ਼ਾਮੰਦ ਹੋਣਾ, ਸਹਿਮਤੀ ਪ੍ਰਗਟ ਕਰਨਾ

acquiescence /ਐਕਵਿ'ਐੱਸਨਸ/ *n* ਰਜ਼ਾਮੰਦੀ, ਮੌਨ ਸਹਿਮਤੀ, ਸਹਿਮਤੀ

acquire /ਅ'ਕਵਾਇਅ*/ *vt* ਲੈਣਾ, ਹਾਸਲ ਕਰਨਾ, ਪ੍ਰਾਪਤ ਕਰਨਾ, ਮਾਲਕ ਬਣਨਾ, ਕਬਜ਼ਾ ਲੈਣਾ

acquired /ਅ'ਕਵਾਇਅਡ/ *a* ਪ੍ਰਾਪਤ ਕੀਤਾ, ਕਮਾਇਆ

acquisition /ˌਐਕਵਿ'ਜ਼ਿਸ਼ਨ/ *n* ਪ੍ਰਾਪਤੀ, ਲੱਭਤ, ਕਮਾਈ, ਉਪਲਬਧੀ

acquisitive /ਅ'ਕਵਿਜ਼ਅਟਿਵ਼/ *a* ਲਾਲਸਾਮਈ, ਤਾਂਘਮਈ

acquit /ਅ'ਕਵਿਟ/ *vt* ਬਰੀ ਕਰਨਾ, ਰਿਹਾ ਕਰਨਾ, ਛੱਡਣਾ, ਦੋਸ਼ ਮੁਕਤ ਕਰਨਾ; ਨਿਭਾਉਣਾ

acquittal /ਅ'ਕਵਿਟਲ/ *n* ਅਪਰਾਧ ਤੋਂ ਖ਼ਲਾਸੀ, ਰਿਹਾਈ, ਛੁਟਕਾਰਾ, ਮੁਕਤੀ, ਨਿਸਤਾਰਾ

acquittance /ਅ'ਕਵਿਟ(ਅ)ਨਸ/ *n* ਅਦਾਇਗੀ, (ਕਰਜ਼ੇ ਤੋਂ) ਛੁਟਕਾਰਾ, ਚੁਕੌਤੀ; ਰਿਹਾਈ, ਨਿਸਤਾਰਾ, ਅਪਰਾਧ ਤੋਂ ਖ਼ਲਾਸੀ

acquitted /ਅ'ਕਵਿਟਿਡ/ *a* ਛੁੱਟਿਆ, ਬਰੀ, ਰਿਹਾਅ ਹੋਇਆ

acre /'ਏਇਕਅ*/ *n* 4840 ਵਰਗ ਗਜ਼, ਏਕੜ

acreage /'ਏਇਕਅਰਿਜ/ *n* (ਏਕੜਾਂ ਵਿੱਚ) ਖੇਤਰਫਲ; ਮਾਮਲਾ ਫ਼ੀ ਏਕੜ

acred /'ਏਇਕਅਡ/ *a* ਵਾਹੀ ਹੋਈ, ਵਾਹੁਣਯੋਗ, ਜ਼ਰਾਇਤੀ; ਮੁਜ਼ਾਰਿਆਂ ਸੰਬੰਧੀ

acrid /'ਐਕਰਿਡ/ *a* ਕੌੜਾ; ਕਾਟਵਾਂ, ਤਿੱਖਾ; ਤਲਖ਼-ਮਿਜ਼ਾਜ, ਉਤੇਜਕ, ਤੇਜ਼ ਤਬੀਅਤ ਵਾਲਾ, ਚਿੜਚਿੜਾ

acridity /ਅ'ਕਰਿਡਅਟਿ/ *n* ਤੀਖਣਤਾ, ਤਿੱਖਾਪਣ, ਤੇਜ਼ੀ; ਖਟਿਆਈ, ਕੁੜੱਤਣ; (ਸੁਭਾਅ ਦਾ) ਖਰ੍ਹਵਾਪਣ, ਤਲਖ਼ੀ

acrimonious /ˌਐਕਰਿ'ਮਅਉਨਿਅਸ/ *a* ਕੌੜਾ; ਤੇਜ਼, ਤੀਖਣ; ਖਰ੍ਹਵਾ; (ਸੁਭਾਅ), ਤਲਖ਼ ਚਿੜਚਿੜਾ

acrimony /'ਐਕਰਿਮਅਨਿ/ *n* (ਸੁਭਾਅ ਦੀ) ਤਲਖ਼ੀ; ਕੁੜੱਤਣ, ਖਰ੍ਹਵਾਪਣ

acrobat /'ਐਕਰਅਬੈਟ/ *n* ਨਟ, ਬਾਜ਼ੀਗਰ, ਕਲਾਬਾਜ਼; ਸਿਆਸੀ ਗਿਰਗਿਟ; ਬਾਜ਼ੀ, ਕਲਾਬਾਜ਼ੀ

acronychal, acronycal /ਅ'ਕਰੌਨਿਕਅਲ/ *a* ਰਾਤ-ਬਰਾਤੇ ਹੋਣ ਵਾਲਾ, ਰਾਤ ਨੂੰ ਹੋਣ ਵਾਲਾ

acronym /'ਐਕਰਅਨਿਮ/ *n* ਕੁਝ ਸ਼ਬਦਾਂ ਦੇ ਪਹਿਲੇ ਅੱਖਰਾਂ ਨੂੰ ਜੋੜ ਕੇ ਬਣਿਆ ਸ਼ਬਦ (ਜਿਵੇਂ **PEPSU=Patiala and East Punjab States Union**)

acropetal /ਅ'ਕਰੌਪਿਟ(ਅ)ਲ/ *a* ਲੱਤਾਂ ਉੱਤੇ ਅਤੇ ਸਿਰ ਹੇਠਾਂ ਰੱਖਣ ਵਾਲਾ, ਉਲਟਾ, ਊਰਧ-ਮੁਖੀ

acrophobia /ˌਐਕਰਅ(ਉ)'ਫ਼ਅਉਬਿਅ/ *n* ਉੱਚੀ ਥਾਂ ਤੋਂ ਡਰਨ ਦਾ ਭਾਵ

acropolis /ਅ'ਕਰੌਪਅਲਿਸ/ *n* ਗੜ੍ਹੀ

across /ਅ'ਕਰੌਸ/ *adv* ਪਾਰ, ਦੁਸਾਰ ਪਾਰ, ਦੂਜੇ ਪਾਸੇ; ਸਨਮੁਖ, ਸਾਮ੍ਹਣੇ *prep* ਦੇ ਪਾਰ; ਦੇ ਦੂਜੇ ਪਾਸੇ; ਹਰ ਪਾਸੇ

acrostic /ਅ'ਕਰੌਸਟਿਕ/ *n* ਅੱਖਰਬੱਧ ਕਵਿਤਾ, (ਅਜਿਹੀ ਕਵਿਤਾ ਜਿਸ ਦੀਆਂ ਤੁਕਾਂ ਦੇ ਪਹਿਲੇ ਅੱਖਰਾਂ ਤੋਂ ਕੋਈ ਸ਼ਬਦ ਬਣੇ ਹੋਣ)

act /ਐਕਟ/ *n* ਕੰਮ, ਕਾਰਜ, ਕਾਜ, ਕਿਰਿਆ, ਕਰਤੱਵ, ਕਾਰਵਾਈ; ਅਧਿਨਿਯਮ; ਨਾਟਕ ਦਾ ਅੰਕ *v* ਕੰਮ ਕਰਨਾ; ਵਿਹਾਰ ਕਰਨਾ, ਪੇਸ਼ ਆਉਣਾ, ਕਰਤੱਵ ਪਾਲਣਾ; ਨਾਟਕ ਖੇਡਣਾ, ਅਭਿਨੈ ਕਰਨਾ

actable /'ਐਕਟਅਬਲ/ *a* ਕਰਨਯੋਗ, ਕਰਤੱਵਯੋਗ, ਵਿਹਾਰਯੋਗ; ਅਭਿਨੈਯੋਗ

acting /'ਐਕਟਿਙ/ *a* ਕਾਰਜਵਾਹਕ, ਕੰਮ ਚਲਾਊ, ਅਭਿਨੈ; ਦਿਖਾਵਾ

actinism /'**ਐਕਟਿਨਿਜ਼ਅਮ**/ *n* ਰੋਸ਼ਨੀ ਜਾਂ ਬਿਜਲਈ–ਚੁੰਬਕੀ ਰੇਡੀਏਸ਼ਨ ਸਦਕਾ ਹੋਈ ਰਸਾਇਣਕ ਤਬਦੀਲੀ

action /'**ਐਕਸ਼ਨ**/ *n* ਅਮਲ, ਕੰਮ, ਕਾਰਜ; ਕਿਰਿਆ; ਕਾਰਵਾਈ; ਵਿਹਾਰ; ਹਰਕਤ; ਦਾਅਵਾ, ਮੁਕੱਦਮਾ; ਅਸਰ, ਪ੍ਰਭਾਵ; ਯੁੱਧ *vt* ਦਾਅਵਾ ਕਰਨਾ, ਕਿਸੇ ਦੇ ਵਿਰੁੱਧ ਕਨੂੰਨੀ ਕਾਰਵਾਈ ਕਰਨਾ, ਮੁਕੱਦਮਾ ਕਰਨਾ

active /'**ਐਕਟਿਵ਼**/ *a* ਕਿਰਿਆਸ਼ੀਲ, ਫੁਰਤੀਲਾ, ਮਿਹਨਤੀ, ਉੱਦਮੀ, ਸਰਗਰਮ; ਤੇਜ਼, ਚੁਸਤ, ਜਾਗਰੂਕ, ਚੇਤਨ, ਸਾਹਸੀ

active voice *n* (ਵਿਆ) ਕਰਤਰੀਵਾਚ

activist /'**ਐਕਟਿਵ਼ਿਸਟ**/ *n* (ਕਿਸੇ ਸੰਗਠਨ ਦਾ) ਸਰਗਰਮ ਕਾਰਜ ਕਰਤਾ

activity /**ਐਕ'ਟਿਵ਼ਅਟਿ**/ *n* ਕੰਮ-ਕਾਜ, ਰੁਝੇਵਾਂ; ਸਰਗਰਮੀ, ਗਤੀਵਿਧੀ

actor /'**ਐਕਟਅ***/ *n* ਅਦਾਕਾਰ, ਅਭਿਨੇਤਾ; ਕਾਰਜ-ਕਰਤਾ; ਪ੍ਰਬੰਧਕ

actress /'**ਐਕਟਰਅਸ**/ *n* ਅਭਿਨੇਤਰੀ, ਅਦਾਕਾਰਾ (ਟੈਲੀਵਿਜ਼ਨ, ਰੰਗ-ਮੰਚ ਜਾਂ ਫ਼ਿਲਮ ਆਦਿ)

actual /'**ਐਕਚੁਅਲ**/ *a* ਵਾਸਤਵਿਕ, ਯਥਾਰਥਿਕ, ਸਹੀ, ਠੀਕ, ਅਸਲੀ; ਵਿਦਮਾਨ, ਪ੍ਰਚਲਿਤ, ਚਾਲੂ, ਮੌਜੂਦਾ

actuality /ˌ**ਐਕਚੁ'ਐਲਅਟਿ**/ *n* ਯਥਾਰਥਿਕਤਾ, ਵਾਸਤਵਿਕਤਾ, ਅਸਲੀਅਤ, ਸੱਚਾਈ; ਮੌਜੂਦਾ ਹਾਲਤ, ਹੋਂਦ

actualize /'**ਐਕਚੁਅਲਾਇਜ਼**/ *v* ਯਥਾਰਥਿਕ ਬਣਾਉਣਾ, ਅਸਲੀਅਤ ਪ੍ਰਗਟਾਉਣਾ, ਸ਼ੁੱਧ ਰੂਪ ਦੇਣਾ, ਠੀਕ ਢੰਗ ਨਾਲ ਬਿਆਨ ਕਰਨਾ

actually /'**ਐਕਚੁਅਲਿ**/ *adv* ਸੱਚਮੁੱਚ, ਅਸਲ ਵਿੱਚ, ਦਰਅਸਲ, ਵਾਸਤਵਿਕ ਤੌਰ 'ਤੇ

actuary /'**ਐਕਚੁਅਰਿ**/ *n* ਬੀਮੇ ਦਾ ਮਾਹਰ, (ਉਹ ਅਧਿਕਾਰੀ ਜੋ ਮੌਤ ਜਾਂ ਅੱਗ ਆਦਿ ਦੁਰਘਟਨਾਵਾਂ ਦੇ ਬੀਮੇ ਸੰਬੰਧੀ ਵਿਸ਼ੇਸ਼ ਵਾਕਫ਼ੀਅਤ ਰੱਖਦਾ ਹੈ), ਜੀਵਨ ਬੀਮਾ ਗਿਣਤੀਕਾਰ, ਬੀਮਾ-ਅੰਕਿਕ, ਪ੍ਰਬੰਧਕ

actuate /'**ਐਕਚੁਏਇਟ**/ *vt* ਉਤੇਜਿਤ ਕਰਨਾ, ਕਿਰਿਆਸ਼ੀਲ ਬਣਾਉਣਾ; ਸੰਚਾਲਿਤ ਕਰਨਾ, ਚਲਾਉਣਾ, ਚਾਲੂ ਕਰਨਾ

actuation /ˌ**ਐਕਚੁ'ਏਇਸ਼ਨ**/ *n* ਕਿਰਿਆਸ਼ੀਲਤਾ, ਗਤੀਮਾਨ ਅਵਸਥਾ, ਉਤੇਜਨਾ, ਪ੍ਰੇਰਨਾ, ਉਕਸਾਹਟ, ਸੰਚਾਲਨ

acuity /**ਅ'ਕਯੂਅਟਿ**/ *n* (ਸੂਈ ਦੀ) ਚੋਭ, (ਤਿਜ਼ਾਬ ਦਾ) ਤਿੱਖਾਪਣ; (ਬਿਮਾਰੀ ਦੀ) ਤੇਜ਼ੀ; (ਬੁੱਧੀ ਦੀ) ਤੀਖਣਤਾ, ਤੀਬਰਤਾ

acumen /'**ਐਕਯਅਮਅਨ, ਅ'ਕਯੂਮਅਨ**/ *n* ਸੂਖਮ ਦ੍ਰਿਸ਼ਟੀ, ਸੂਝ, ਸਿਆਣਪ, ਕੁਸ਼ਲਤਾ, ਬੁੱਧੀ ਦੀ ਤੀਖਣਤਾ

acupressure /'**ਐਕਯੁਪਰੈਸ਼ਅ***/ *n* ਇੱਕ ਡਾਕਟਰੀ ਇਲਾਜ, (ਸਰੀਰ ਦੇ ਖਾਸ ਖਾਸ ਅੰਗਾਂ ਨੂੰ) ਉਂਗਲੀਆਂ ਨਾਲ ਦਬਾ ਕੇ ਇਲਾਜ ਕਰਨ ਦੀ ਵਿਧੀ

acupuncture /'**ਐਕਯੁਪਅੱਙਕਚਅ***/ *n* ਸੂਈਆਂ ਦੁਆਰਾ ਇੱਕ ਚੀਨੀ ਇਲਾਜ ਪ੍ਰਨਾਲੀ

acute /**ਅ'ਕਯੂਟ**/ *a* ਤਿੱਖਾ; ਤੇਜ਼; ਚਤਰ, ਰੌਸ਼ਨ ਦਿਮਾਗ਼; ਤੀਬਰ, ਸਖ਼ਤ, ਪ੍ਰਚੰਡ, ਸੰਵੇਦਨਸ਼ੀਲ, ਤੀਖਣ; ਗੰਭੀਰ, ਨਾਜ਼ਕ

acute accent *n* (ਭਾਸ਼ਾ) ਸੂਖਮ ਸਵਰਾਘਾਤ

acute angle *n* ਨਿਊਣ ਕੋਣ

acuteness /**ਅ'ਕਯੂਟਨਅਸ**/ *n* ਤੀਬਰਤਾ, ਤੀਖਣਤਾ; ਤਿੱਖਾਪਣ; ਗੰਭੀਰਤਾ

acute triangle *n* ਨਿਊਣ ਕੋਣੀ ਤਿਕੋਣ

A.D. /ˌ**ਏਇ 'ਡੀ**/ *(L) abbr* **Anno Domini** ਦਾ ਸੰਖੇਪ, (ਭਗਵਾਨ ਈਸਾ ਦੇ ਵਰ੍ਹੇ ਵਿੱਚ) ਈਸਵੀ ਸੰਨ

adage /'**ਐਡਿਜ**/ *n* ਅਖਾਣ, ਕਹਾਵਤ, ਕਥਨ, ਉਕਤੀ

adagio /**ਅ'ਡਾਜਿਅਉ**/ *adv* (ਸੰਗੀ) ਹੌਲੀ-ਹੌਲੀ, ਮੱਧਮ, ਧੀਰੇ-ਧੀਰੇ *n* ਮੰਦ ਤਾਲ, ਮੰਦ ਲੈਅ

Adam /'**ਐਡਅਮ**/ *n* ਬਾਬਾ ਆਦਮ, ਆਦਿ ਪੁਰਸ਼

adamant /'ਐਡਅਮਅਨਟ/ *a* ਦ੍ਰਿੜ੍ਹ ਇਰਾਦੇ ਵਾਲਾ, ਹਠੀਲਾ, ਅਟੱਲ *n* ਕਰੜੀ ਵਸਤੂ

Adam's apple /ˌਐਡਅਮਜ਼ 'ਐਪਲ/ *n* ਘੰਡੀ

adapt /ਅ'ਡੈਪਟ/ *vt* ਅਨੁਕੂਲ ਕਰਨਾ, ਮੁਆਫ਼ਕ ਬਣਾਉਣਾ, ਸ਼ਕਲ ਜਾਂ ਰੂਪ ਦੇ ਅਨੁਸਾਰ ਕਰਨਾ, ਇੱਕੋ ਤਰ੍ਹਾਂ ਦਾ ਬਣਾਉਣਾ; ਰੂਪਾਂਤਰਨ ਕਰਨਾ, ਢਾਲਨਾ

adaptability /ਅˌਡੈਪਟਅ'ਬਿਲਅਟਿ/ *n* ਢਲ ਜਾਣ ਦਾ ਗੁਣ, ਅਨੁਕੂਲਤਾ, ਅਨੁਕੂਲਨ ਯੋਗਤਾ

adaptable /ਅ'ਡੈਪਟਅਬਲ/ *a* ਢਾਲਨਯੋਗ, ਢਲਨਯੋਗ, ਅਨੁਕੂਲਨਯੋਗ; ਰੂਪਾਂਤਰਨਯੋਗ

adaptation /ˌਐਡੈਪ'ਟੇਇਸ਼ਨ/ *n* ਕਿਸੇ ਸ਼ਕਲ ਦਾ ਰੂਪਾਂਤਰਨ, ਅਨੁਕੂਲਨ

adaptive /ਅ'ਡੈਪਟਿਵ਼/ *a* ਅਨੁਸਾਰ ਢਲ ਜਾਣ ਯੋਗ, ਢਲਨਹਾਰ, ਢਲਨ ਵਾਲਾ

add /ਐਡ/ *v* ਜੋੜਨਾ, ਜਮ੍ਹਾ ਕਰਨਾ; ਵਧਾਉਣਾ, ਸ਼ਾਮਲ ਕਰਨਾ, ਸਮਿਲਿਤ ਕਰਨਾ, ਮਿਲਾਉਣਾ

added /ਐਡਿਡ/ *a* ਵਾਧੂ, ਵਧੀਕ; ਪੂਰਕ

addendum /ਅ'ਡੈਨੱਡਅਮ/ *n* ਵਾਧਾ, ਜ਼ਮੀਮਾ, ਅੰਤਕਾ

adder[1] /'ਐਡਅ*/ *n* ਰਕਮਾਂ ਜੋੜਨ ਵਾਲਾ ਆਦਮੀ

adder[2] *n* ਇੱਕ ਪ੍ਰਕਾਰ ਦਾ ਜ਼ਹਿਰੀਲਾ ਸੱਪ

addict /'ਐਡਿਕਟ/ *n* ਨਸ਼ਿਆਂ ਦਾ ਆਦੀ /ਅ'ਡਿਕਟ/ *vi* ਗਿੱਝਣਾ, ਅਮਲੀ, ਨਸ਼ਈ, ਆਦੀ ਹੋਣਾ

addicted /ਅ'ਡਿਕਟਿਡ/ *a* ਅਮਲੀ, ਨਸ਼ਈ, ਵਿਸ਼ੇਗ੍ਰਸਤ

addiction /ਅ'ਡਿਕਸ਼ਨ/ *n* ਝੱਸ, ਵਾਦੀ; ਨਸ਼ਾ, ਅਮਲ

add in *n* (ਕੰਪਿ) ਹੋਰ ਵਧੇਰੇ ਕਾਰਜ ਕਰਨ ਲਈ ਵੱਡੇ ਕੰਪਿਊਟਰ ਪ੍ਰੋਗਰਾਮ ਨਾਲ ਜੋੜਿਆ ਛੋਟਾ ਪ੍ਰੋਗਰਾਮ

addition /ਅ'ਡਿਸ਼ਨ/ *n* ਵਾਧਾ, ਇਜ਼ਾਫ਼ਾ; ਜੋੜ, ਜਮ੍ਹਾਂ; ਸੰਕਲਨ, ਯੋਗ, ਜੋੜਨ ਦਾ ਕੰਮ

additional /ਅ'ਡਿਸ਼ਅਨਲ/ *a* ਵਾਧੂ, ਵਧੀਕ; (ਪਹਿਲਾਂ ਵਾਲੀ ਚੀਜ਼ ਆਦਿ ਤੋਂ) ਇਲਾਵਾ, ਜ਼ਿਮਨੀ, ਅਨੁਪੂਰਕ

additive /'ਐਡਅਟਿਵ਼/ *n* ਯੋਜਕ ਵਸਤੂ

addle /'ਐਡਲ/ *a* ਗੰਦਾ, ਗਲਿਆ (ਆਂਡਾ); ਨਿਕੰਮਾ, ਵਿਅਰਥ, ਥੋਥਾ, ਰੱਦੀ

addle-brained, addle-head *a* ਚਕਰਾਏ ਦਿਮਾਗ਼ ਵਾਲਾ, ਬੌਦਲਿਆ ਹੋਇਆ

add on *n* ਕਿਸੇ ਚੀਜ਼ ਵਿੱਚ ਮਿਲਾਈ ਗਈ ਹੋਰ ਚੀਜ਼, ਵਾਧਾ

address /ਅ'ਡਰੈੱਸ/ *n* ਸਿਰਨਾਵਾਂ, ਪਤਾ; ਵਿਖਿਆਨ, ਸੰਬੋਧਨ; ਅਭਿਨੰਦਨ ਪੱਤਰ, ਮਾਨ ਪੱਤਰ; ਮੁਹਾਰਤ, ਸਲੀਕਾ; (ਕੰਪਿ) ਕੰਪਿਊਟਰ ਦੀ ਯਾਦਦਾਸ਼ਤ ਦੇ ਕਿਸੇ ਹਿੱਸੇ ਲਈ ਪਤਾ *vt* ਸੰਬੋਧਨ ਕਰਨਾ, ਵਿਖਿਆਨ ਦੇਣਾ, ਭਾਸ਼ਣ ਦੇਣਾ; ਪਤਾ ਲਿਖਣਾ; ਤਵੱਜੋ ਦੇਣਾ, ਮੁਖ਼ਾਤਬ ਹੋਣਾ

addressee /ˌਐਡਰੈੱ'ਸੀ/ *n* ਸਿਰਨਾਵਾਂਦਾਰ, ਸਿਰਨਾਂਵੀਆ, (ਮਨੀ ਆਰਡਰ ਜਾਂ ਚਿੱਠੀ) ਪ੍ਰਾਪਤ ਕਰਨ ਵਾਲਾ, ਪ੍ਰਾਪਤ ਕਰਤਾ; ਮੁਖ਼ਾਤਬ ਹੋਣ ਵਾਲਾ, ਸਰੋਤਾ

addresser /'ਅਡਰੈੱਸਅ*/ *n* ਪੱਤਰ ਭੇਜਣ ਵਾਲਾ; ਬੇਨਤੀ ਕਰਨ ਵਾਲਾ, ਸੰਬੋਧਨ ਕਰਨ ਵਾਲਾ, ਮੁਖ਼ਾਤਬ ਕਰਨ ਵਾਲਾ, ਬੁਲਾਰਾ

adduce /ਅ'ਡਯੂਸ/ *vt* ਪ੍ਰਮਾਣ ਦੇਣਾ, ਹਵਾਲਾ ਦੇਣਾ

adduct /ਅ'ਡਅੱਕਟ/ *vt* (ਪੱਠਿਆਂ ਦਾ) ਇੱਕ ਹੀ ਕੇਂਦਰ ਵੱਲ ਖਿੱਚਣਾ, ਉਪਚਾਲਨ ਕਰਨਾ

adduction /ਅ'ਡਅੱਕਸ਼ਨ/ *n* (ਸਬੂਤ ਦੀ) ਪੇਸ਼ਕਾਰੀ

adept /ਅ'ਡੈੱਪਟ/ *a* ਉਸਤਾਦ, ਨਿਪੁੰਨ, ਕਾਰੀਗਰ, ਮਾਹਰ *n* ਮਾਹਰ ਕੀਮੀਆਗਰ

adequacy /'ਐਡਿਕਵਅਸਿ/ *n* ਯੋਗਤਾ, ਸਮਰਥਾ; ਢੁਕਵਾਂਪਣ

adequate /'ਐਡਿਕਵਅਟ/ *a* ਕਾਫ਼ੀ, ਉਪਯੁਕਤ, ਚੋਖਾ; ਢੁਕਵਾਂ, ਯੋਗ, ਮੁਨਾਸਬ

adequately /'ਐਡਿਕਵ਼ਅਟਲਿ/ *adv* ਪੂਰਾ-

ਪੂਰਾ, ਕਾਫ਼ੀ, ਪੂਰੀ ਤਰ੍ਹਾਂ

adhere /ਅਡ'ਹਿਅ*/ *vi* ਡਟੇ ਰਹਿਣਾ, ਜੰਮੇ ਰਹਿਣਾ, ਚਿੰਬੜ ਜਾਣਾ, ਪੱਕੇ ਰਹਿਣਾ, ਸਥਿਰ ਰਹਿਣਾ, ਜੁੜ ਜਾਣਾ, ਦ੍ਰਿੜ੍ਹ ਰਹਿਣਾ; ਪਾਲਣ ਕਰਨਾ, ਅਨੁਸਰਨ ਕਰਨਾ, ਸਾਥ ਦਿੰਦੇ ਰਹਿਣਾ, ਸਮਰਥਨ ਕਰਨਾ, ਮੈਂਬਰ ਬਣਨਾ

adherence /ਅਡ'ਹਿਅਰਅਨਸ/ *n* ਹਿਮਾਇਤ, ਲਗਾਅ, ਦ੍ਰਿੜ੍ਹਤਾ; ਸਮਰਥਨ, ਪਾਲਣ; ਨਿਸ਼ਠਾ

adherent /ਅਡ'ਹਿਅਰਅਨਟ/ *n* ਸਮਰਥਕ, ਪੈਰੋਕਾਰ, ਪੱਖੀ, ਹਿਮਾਇਤੀ, ਸਹਾਇਕ, ਅਨੁਗਾਮੀ

adhesion /ਅਡ'ਹੀਯ਼ਨ/ *n* ਲੇਸ, ਚਿਪਕ, ਚਿਪਕਾਅ, ਚਿਪਕਣ, ਮੇਲ, ਜੋੜ, ਜੋੜ-ਮੇਲ, ਨਿਸ਼ਠਾ, ਵਫ਼ਾਦਾਰੀ

adhesive /ਅਡ'ਹੀਸਿਵ਼/ *a* ਗੂੰਦ ਵਾਲਾ, ਚਿਪਕਵਾਂ, ਚਿਪਚਿਪਾ *n* ਚਿਪਕਾਉਣ ਵਾਲਾ ਪਦਾਰਥ (ਗੂੰਦ, ਸੁਰੇਸ਼ ਆਦਿ)

adhesiveness /ਅਡ'ਹੀਸਿਵ਼ਨਅਸ/ *n* ਚਿਪਚਿਪਾਹਟ, ਚਿਪਚਿਪਾਪਣ

ad hoc /ˌਐਡ 'ਹੌਕ/ *(L) a* ਖ਼ਾਸ ਮਤਲਬ ਲਈ, ਤਦ-ਅਰਥੀ, ਉਚੇਚਾ; ਕੰਮ ਚਲਾਊ

adieu /ਅ'ਡਯੂ/ *n* ਅਲਵਿਦਾ, ਵਿਦਾਈ, ਰੱਬ ਰਾਖਾ, ਅੱਲਾ ਬੇਲੀ

ad infinitum /ˌਐਡ ˌਇਨਫ਼ਿ'ਨਾਇਟਅਮ/ *(L) adv* ਹਮੇਸ਼ਾਂ ਲਈ, ਅਨੰਤ ਸਮੇਂ ਤੱਕ, ਸਦੀਵੀਂ ਤੌਰ 'ਤੇ

adipose /'ਐਡਿਪਅਉਸ/ *a* ਚਰਬੀ ਵਾਲਾ, ਥਿੰਦਾ, ਚਿਕਨਾ, ਚਰਬੀਲਾ *n* ਚਰਬੀ

adiposity /ˌਐਡਿ'ਪੌਸਅਟਿ/ *n* ਮੋਟਾਪਣ, ਮੁਟਾਪਾ, ਚਰਬੀਲਾਪਣ

adit /'ਐਡਿਟ/ *n* ਲਾਂਘਾ, ਰਾਹ, ਰਸਤਾ, ਅੰਦਰ ਜਾਣ ਦਾ ਰਾਹ, ਪ੍ਰਵੇਸ਼ ਦੁਆਰ

adjacency /ਅ'ਜੇਇਸ(ਅ)ਨਸਿ/ *n* ਨੇੜਤਾ, ਨਿਕਟਤਾ, ਸਮੀਪਤਾ; ਗੁਆਂਢ, ਪੜੋਸ

adjacent /ਅ'ਜੇਇਸਨਟ/ *a* ਲਾਗਲਾ, ਸਮੀਪਵਰਤੀ, ਨੇੜਲਾ, ਨਾਲ ਲਗਵਾਂ, ਜੁੜਵਾਂ

adject /ਅ'ਜੈੱਕਟ/ *vt* ਜੋੜਨਾ, ਮਿਲਾਉਣਾ

adjectival /ˌਐਜੈੱਕ'ਟਾਇਵ਼ਲ/ *a* ਵਿਸ਼ੇਸ਼ਣੀ, ਵਿਸ਼ੇਸ਼ਣ ਸੰਬੰਧੀ, ਗੁਣਵਾਚਕ

adjective /ˌਐਜਿਕਟਿਵ਼/ *n* ਵਿਸ਼ੇਸ਼ਣ, ਗੁਣਵਾਚਕ ਸ਼ਬਦ

adjoin /ਅ'ਜੌਇਨ/ *v* ਮਿਲਿਆ ਹੋਣਾ, ਜੁੜਿਆ ਹੋਣਾ, ਮਿਲਾਉਣਾ, ਮੇਲਣਾ, ਸੰਯੁਕਤ ਕਰਨਾ, ਮੇਲ ਕਰਨਾ, ਜੋੜਨਾ, ਨੱਥੀ ਕਰਨਾ; ਨੇੜੇ ਲਿਆਉਣਾ

adjoining /ਅ'ਜੌਇਨਿਙ/ *a* ਨਾਲ ਲਗਦਾ, ਨਾਲ ਦਾ, ਨਾਲ ਮਿਲਦਾ, ਜੁੜਿਆ

adjourn /ਅ'ਜਅ:ਨ/ *v* ਮੁਲਤਵੀ ਕਰਨਾ, ਸਥਗਿਤ ਕਰਨਾ, ਅੱਗੇ ਪਾਉਣਾ

adjourned /ਅ'ਜਅ:ਨਡ/ *v* **adjourn** ਦਾ ਭੂਤ-ਕ੍ਰਿਦੰਤ; ਮੁਲਤਵੀ, ਸਥਗਿਤ

adjournment /ਅ'ਜਅ:ਨਮਅਨਟ/ *n* ਸਥਗਨ, ਮੁਲਤਵੀਕਰਨ

adjudge /ਅ'ਜਅੱਜ/ *vt* ਨਿਆਂ ਕਰਨਾ, ਫ਼ੈਸਲਾ ਕਰਨਾ, ਨਿਰਨਾ ਕਰਨਾ ਜਾਂ ਦੇਣਾ; ਦੰਡ ਦੇਣਾ ਜਾਂ ਦੰਡ ਦਾ ਹੁਕਮ ਦੇਣਾ; ਤਜਵੀਜ਼ ਕਰਨਾ, ਰਾਏ ਦੇਣਾ

adjudgement /ਅ'ਜਅੱਜਮਅਨਟ/ *n* ਨਿਆਂ, ਨਿਰਨਾ, ਫ਼ੈਸਲਾ

adjudicate /ਅ'ਜੂਡਿਕੇਇਟ/ *v* ਫ਼ੈਸਲਾ ਕਰਨਾ, ਨਿਰਨਾ ਦੇਣਾ, ਨਿਬੇੜਨਾ, ਨਿਪਟਾਰਾ ਕਰਨਾ, ਫ਼ੈਸਲਾ ਸੁਣਾਉਣਾ

adjudication /ਅˌਜੂਡਿ'ਕੇਇਸ਼ਨ/ *n* ਅਦਾਲਤੀ ਹੁਕਮ, ਫ਼ੈਸਲਾ

adjudicative /ਅ'ਜੂਡਿਕਅਟਿਵ਼/ *a* ਅਦਾਲਤੀ, ਫ਼ੈਸਲਾਕੁਨ, ਨਿਰਨੇਆਤਮਿਕ; ਅਦਾਲਤ ਸੰਬੰਧੀ

adjudicator /ਅ'ਜੂਡਿਕੇਇਟਅ*/ *n* ਫ਼ੈਸਲਾ ਕਰਨ ਵਾਲਾ ਜੱਜ, (ਨਿਆਂ) ਨਿਰਨਾਇਕ

adjunct /'ਐਜਅੱਙਕਟ/ *a* ਸਹਾਇਕ *n* ਅਧੀਨ ਵਸਤੂ; ਸੰਯੁਕਤ ਜਾਂ ਸਮਿਲਿਤ ਪਦਾਰਥ, ਅਨੁਬੰਧ

adjunction /ਅ'ਜਅੱਙਕਸ਼ਨ/ *n* ਹਲਫ਼, ਸਹੁੰ

adjuration /ˌ**ਐਜੁਅ'ਰੇਇਸ਼ਨ**/ *n* ਸਹੁੰ ਖਾ ਕੇ ਹੁਕਮ ਦੇਣ ਦਾ ਭਾਵ

adjure /**ਅ'ਜੁਅ***/ *vt* ਸਹੁੰ ਖਾ ਕੇ ਕੁਝ ਕਰਨ ਲਈ ਕਹਿਣਾ; ਬੇਨਤੀ ਕਰਨਾ, ਵਾਸਤਾ ਪਾਉਣਾ

adjust /**ਅ'ਜਅੱਸਟ**/ *vt* ਤਰਤੀਬ ਦੇਣਾ, ਇਕਸਾਰ ਕਰਨਾ, ਠੀਕ ਕਰਨਾ, ਅਨੁਕੂਲ ਕਰਨਾ, ਮਿਲਾਉਣਾ, ਜਮ੍ਹਾਂ ਖ਼ਰਚ ਮੇਲਣਾ, ਸਮਾਯੋਜਨ ਕਰਨਾ, ਵਿਵਸਥਿਤ ਕਰਨਾ

adjustment /**ਅ'ਜਅੱਸਟਮਅਨਟ**/ *n* ਤਰਤੀਬ, ਮੇਲ, ਅਨੁਕੂਲਤਾ, ਸਮਾਯੋਜਨ, ਵਿਵਸਥਤਾ; ਸਮਾਧਾਨ; ਸਮਝੌਤਾ

adjutant /'**ਐਜੁਟਅਨਟ**/ *n* ਅਜੀਟਨ, ਸਹਾਇਕ ਅਫ਼ਸਰ, ਨਾਇਬ

Adjutant General /ˌ**ਐਜੁਟਅਨਟ 'ਜੈਨੱਰਅਲ**/ *n* ਵੱਡਾ ਸਹਾਇਕ ਅਫ਼ਸਰ, ਵੱਡਾ ਅਜੀਟਨ

administer /**ਅਡ'ਮਿਨਿਸਟਅ***/ *v* ਪ੍ਰਬੰਧ ਕਰਨਾ, ਇੰਤਜ਼ਾਮ ਕਰਨਾ, ਬੰਦੋਬਸਤ ਕਰਨਾ, ਵਿਵਸਥਾ ਕਰਨਾ; (ਕਸਮ) ਚੁਕਾਉਣਾ; ਪ੍ਰਦਾਨ ਕਰਨਾ; (ਦਵਾਈ) ਦੇਣਾ ਜਾਂ ਖਵਾਉਣਾ

administration /**ਅਡˌਮਿਨਿ'ਸਟਰੇਇਸ਼ਨ**/ *n* ਪ੍ਰਬੰਧ, ਇੰਤਜ਼ਾਮ; ਸਰਕਾਰ, ਪ੍ਰਸ਼ਾਸਨ; ਸੰਚਾਲਨ

administrative /**ਅਡ'ਮਿਨਿਸਟਰਅਟਿਵ਼**/ *a* ਪ੍ਰਬੰਧਕੀ, ਇੰਤਜ਼ਾਮੀਆ, ਪ੍ਰਸ਼ਾਸਕੀ, ਪ੍ਰਸ਼ਾਸਨੀ, ਪ੍ਰਸ਼ਾਸਨ ਸੰਬੰਧੀ

administrator /**ਅਡ'ਮਿਨਿਸਟਰੇਇਟਅ***/ *n* ਪ੍ਰਬੰਧਕ, ਪ੍ਰਬੰਧ ਕਰਤਾ, ਨਾਜ਼ਮ, ਸਰਬਰਾਹ, ਪ੍ਰਸ਼ਾਸਕ

admirable /'**ਐਡਮਅਰਅਬਲ**/ *a* ਸ਼ਲਾਘਾਯੋਗ, ਸਲਾਹੁਣਯੋਗ, ਪ੍ਰਸੰਸਾਯੋਗ, ਅਦਭੁਤ, ਅਸਚਰਜ, ਅਤਿ ਉੱਤਮ, ਸ੍ਰੇਸ਼ਠ, ਚੰਗਾ, ਵਧੀਆ, ਮਨਪਸੰਦ

admiral /'**ਐਡਮਅਰਅਲ**/ *n* ਜੰਗੀ ਬੇੜੇ ਦਾ ਸਰਦਾਰ, ਨੌਂ-ਸੈਨਾਪਤੀ, ਐਡਮਿਰਲ

admiralty /'**ਐਡਮਅਰਅਲਟਿ**/ *n* ਐਡਮਿਰਲ ਦਾ ਅਹੁਦਾ; ਇੰਗਲੈਂਡ ਦਾ ਨੌਂ-ਸੇਨਾ ਵਿਭਾਗ

admiration /ˌ**ਐਡਮਅ'ਰੇਇਸ਼ਨ**/ *n* ਵਡਿਆਈ, ਸ਼ਲਾਘਾ, ਤਾਰੀਫ਼, ਪ੍ਰਸੰਸਾ; ਅਚੰਭਾ

admire /**ਅਡ'ਮਾਇਅ***/ *vt* ਪ੍ਰਸੰਸਾ ਕਰਨਾ, ਸਲਾਹੁਣਾ, ਸ਼ਲਾਘਾ ਕਰਨਾ, ਤਾਰੀਫ਼ ਕਰਨਾ, ਸਿਫ਼ਤ ਕਰਨਾ, ਗੁਣ ਗਾਉਣਾ, ਦਾਦ ਦੇਣੀ; ਪਸੰਦ ਕਰਨਾ

admirer /**ਅਡ'ਮਾਇਅਰਅ***/ *n* ਪ੍ਰਸੰਸਕ; ਆਸ਼ਕ

admissibility /**ਅਡˌਮਿਸਅ'ਬਿਲਅਟਿ**/ *n* ਮੰਨਣਯੋਗਤਾ, ਪ੍ਰਵਾਨਗੀ ਯੋਗਤਾ

admissible /**ਅਡ'ਮਿਸਅਬਲ**/ *a* ਦਾਖ਼ਲਾ ਯੋਗ, ਪ੍ਰਵੇਸ਼ ਕਰਨ ਜਾਂ ਹੋਣ ਦੇ ਲਾਇਕ; ਮੰਨਣਯੋਗ, ਜਾਇਜ਼, ਗ੍ਰਹਿਣ ਕਰਨ ਯੋਗ, ਸਵੀਕਾਰ ਕਰਨਯੋਗ

admission /**ਅਡ'ਮਿਸ਼ਨ**/ *n* ਦਾਖ਼ਲਾ, ਪ੍ਰਵੇਸ਼; ਪਹੁੰਚ, ਰਸਾਈ, ਪ੍ਰਵਾਨਗੀ, ਅਨੁਮਤੀ; ਇਕਬਾਲ, ਸਵੀਕ੍ਰਿਤੀ; ਦਾਖ਼ਲਾ ਫ਼ੀਸ

admit /**ਅਡ'ਮਿਟ**/ *v* ਦਾਖ਼ਲ ਕਰਨਾ, ਪ੍ਰਵੇਸ਼ ਕਰਾਉਣਾ, ਆਉਣ ਦੇਣਾ, ਆਗਿਆ ਦੇਣਾ, ਮੰਨਣਾ, ਸਵੀਕਾਰ ਕਰਨਾ, ਅੰਗੀਕਾਰ ਕਰਨਾ, ਇਕਬਾਲ ਕਰਨਾ; ਭਰਤੀ ਕਰਨਾ

admittance /**ਅਡ'ਮਿਟਨਸ**/ *n* ਪ੍ਰਵੇਸ਼, ਦਾਖ਼ਲਾ; ਪ੍ਰਵੇਸ਼ ਦੀ ਆਗਿਆ

admitted /**ਅਡ'ਮਿਟਿਡ**/ *v* **admit** ਦਾ ਭੂਤ-ਕ੍ਰਿਦੰਤ

admix /**ਐਡ'ਮਿਕਸ**/ *v* ਮਿਲਨਾ, ਮਿਲਾਉਣਾ, ਰਲਨਾ, ਰਲਾਉਣਾ, ਮਿਸ਼ਰਨ ਕਰਨਾ, ਮਿਸ਼ਰਿਤ ਹੋਣਾ, ਘੋਲਨਾ, ਘੁਲ ਜਾਣਾ, ਰਲ-ਮਿਲ ਜਾਣਾ, ਘੁਲ-ਮਿਲ ਜਾਣਾ

admixture /**ਐਡ'ਮਿਕਸਚਅ***/ *n* ਮਿਸ਼ਰਨ; ਮਿੱਸ, ਰਲਾਅ

admonish /**ਅਡ'ਮੌਨਿਸ਼**/ *vt* ਤਾੜਨਾ, ਤੰਬੀਹ ਕਰਨਾ, ਚਿਤਾਵਨੀ ਦੇਣਾ, ਚੁਕੰਨਾ ਕਰਨਾ; ਝਾੜ ਪਾਉਣਾ, ਡਾਟਣਾ; ਜਤਾਉਣਾ, ਸੂਚਿਤ ਕਰਨਾ, ਖ਼ਬਰ

ਦੇਣਾ, ਯਾਦ ਦਿਵਾਉਣਾ, ਧਿਆਨ ਦਿਵਾਉਣਾ

admonishment /ਅਡ'ਮੌਨਿਸ਼ਮਅਨਟ/ *n* ਝਿੜਕ, ਡਾਂਟ-ਡਪਟ; ਤੰਬੀਹ, ਚਿਤਾਵਨੀ, ਤਾੜਨਾ

admonition /ˌਐਡਮਅ'ਨਿਸ਼ਨ/ *n* ਚਿਤਾਵਨੀ, ਤਾੜਨਾ, ਤੰਬੀਹ; ਝਾੜ-ਝੰਬ, ਡਾਂਟ, ਸਿੱਖਿਆ, ਨਸੀਹਤ

admonitory /ਅਡ'ਮੌਨਿਟਰਿ/ *a* ਤਾੜਨਾ ਭਰਿਆ, ਚਿਤਾਵਨੀ ਭਰਿਆ

ado /ਅ'ਡੂ/ *n* ਝਮੇਲਾ, ਬਖੇੜਾ, ਪੁਆੜਾ

adobe /ਅ'ਡਅਉਬਿ/ *n* ਕੱਚੀ ਇੱਟ; ਕੱਚੀ ਇੱਟ ਦਾ ਬਣਿਆ ਮਕਾਨ

adolescence /ˌਐਡਅ'ਲੈੱਸਨਸ/ *n* ਅੱਲ੍ਹੜਪੁਣਾ, ਗਭਰੇਟ ਉਮਰ, ਮੁੱਛ-ਫੁੱਟ ਉਮਰ, ਕਿਸ਼ੋਰ ਅਵਸਥਾ, ਜੋਬਨ ਉਮਰ, ਚੜ੍ਹਦੀ ਜਵਾਨੀ

adolescent /ˌਐਡਅ'ਲੈੱਸਨਟ/ *a* ਗਭਰੇਟ, ਮੁੱਛ-ਫੁੱਟ, ਕਿਸ਼ੋਰ, ਅੱਲ੍ਹੜ (ਵਿਅਕਤੀ) *n* ਨਵਯੁਵਤੀ, ਨਵਯੁਵਕ

Adonis /ਅ'ਡਅਉਨਿਸ/ *n* ਇੱਕ ਸੁੰਦਰ ਜਵਾਨ ਜਿਸ ਉੱਤੇ ਵੀਨਸ ਮੋਹਿਤ ਸੀ; ਛੈਲ-ਛਬੀਲਾ ਅਤੇ ਬਾਂਕਾ ਨੌਜਵਾਨ; ਯੂਰਪੀਨ ਤਿਤਲੀ

adonize /'ਐਡਅਨਾਇਜ਼/ *v* ਸ਼ਿੰਗਾਰ ਕਰਨਾ; ਸਜਣਾ, ਬਾਂਕਾ ਬਣਨਾ, ਫਬਣਾ

adopt /ਅ'ਡੌਪਟ/ *vt* ਅਪਣਾਉਣਾ, ਧਾਰਨਾ, ਗ੍ਰਹਿਣ ਕਰਨਾ, ਲੈਣਾ, ਪ੍ਰਾਪਤ ਕਰਨਾ; ਗੋਦ ਲੈਣਾ, ਮੁਤਬੰਨਾ ਬਣਾਉਣਾ; ਪਸੰਦ ਕਰਨਾ

adoption /ਅ'ਡੌਪਸ਼ਨ/ *n* ਗੋਦ ਲੈਣ; ਅੰਗੀਕਰਨ, ਅਪਣਾਉਣ ਦਾ ਭਾਵ ਜਾਂ ਕਾਰਜ

adorable /ਅ'ਡੋਰਅਬਲ/ *a* ਪੂਜਨੀਕ, ਸਨਮਾਨਯੋਗ, ਆਦਰਯੋਗ, ਸਤਿਕਾਰਯੋਗ, ਸ਼ਰਧਾਯੋਗ

adoration /ˌਐਡਅ'ਰੇਇਸ਼ਨ/ *n* ਪੂਜਾ, ਅਰਾਧਨਾ; ਸ਼ਰਧਾ, ਸਨਮਾਨ

adore /ਅ'ਡੋ*/ *vt* ਪੂਜਣਾ, ਪੂਜਾ ਕਰਨਾ, ਸ਼ਰਧਾ ਰੱਖਣਾ, ਸਤਿਕਾਰਨਾ, ਸਨਮਾਨਣਾ, ਸਨਮਾਨ ਦੇਣਾ; ਬੇਅੰਤ ਪਸੰਦ ਕਰਨਾ

adorer /ਅ'ਡੋਰਅ*/ *n* ਪੁਜਾਰੀ, ਭਗਤ, ਉਪਾਸਕ; ਪ੍ਰਸੰਸਕ, ਪ੍ਰੇਮੀ

adorn /ਅ'ਡੋਨ/ *vt* (ਗਹਿਣਿਆਂ ਨਾਲ) ਸਜਾਉਣਾ, ਸੰਵਾਰਨਾ, ਸ਼ੋਭਾ ਵਧਾਉਣਾ, ਸ਼ਿੰਗਾਰਨਾ, ਅਲੰਕ੍ਰਿਤ ਕਰਨਾ, ਸੁਸ਼ੋਭਿਤ ਕਰਨਾ

adornment /ਅ'ਡੋਨਮਅਨਟ/ *n* ਸ਼ਿੰਗਾਰ, ਸਜਾਵਟ, ਅਲੰਕਰਨ

adrenal gland /ਅ'ਡਰੀਨਲ ਗਲੈਨਡ/ *n* ਇੱਕ ਸਰੀਰਕ ਰਸ ਪੈਦਾ ਕਰਨ ਵਾਲੀਆਂ ਗੁਰਦਿਆਂ ਤੋਂ ਉੱਪਰ ਸਥਿਤ ਦੋ ਗ੍ਰੰਥਿਆਂ ਵਿੱਚੋਂ ਕੋਈ ਇੱਕ

adrenaline /ਅ'ਡਰੈਨੱਅਲਿਨ/ *n* (ਡਰ, ਜੋਸ਼ ਜਾਂ ਗੁੱਸੇ ਸਮੇਂ) ਐਡਰੀਨਲ ਗਲੈਂਡ ਤੋਂ ਨਿਕਲਨ ਵਾਲਾ ਤੱਤ (ਇਸ ਨਾਲ ਦਿਲ ਦੀ ਧੜਕਣ ਵਧ ਜਾਂਦੀ ਹੈ)

adrift /ਅ'ਡਰਿਫ਼ਟ/ *n* ਡਾਵਾਂਡੋਲ, ਅਸਥਿਰ, ਭਟਕਦਾ *a* ਖੁੱਲ੍ਹਾ, ਵਹਿੰਦਾ ਹੋਇਆ

adroit /ਅ'ਡਰੌਇਟ/ *a* ਹੁਸ਼ਿਆਰ, ਚਤਰ; ਹੁਨਰਮੰਦ

adsorb /ਅਡ'ਸੋਬ, -ਜ਼ੋਬ/ *v* ਗੈਸ ਦਾ ਅਧਿਸੋਖਣ ਕਰਨਾ, ਘੁਲ ਜਾਣਾ

adulate /'ਐਡਯੁਲੇਇਟ/ *vt* ਝੂਠੀ ਪ੍ਰਸੰਸਾ ਕਰਨਾ, ਚਾਪਲੂਸੀ ਕਰਨਾ, ਖ਼ੁਸ਼ਾਮਦ ਕਰਨਾ, ਫੂਕ ਛਕਾਉਣਾ

adulation /ˌਐਡਯੁ'ਲੇਇਸ਼ਨ/ *n* ਖ਼ੁਸ਼ਾਮਦ, ਚਾਪਲੂਸੀ, ਝੂਠੀ ਪ੍ਰਸੰਸਾ, ਝੂਠੀ ਵਡਿਆਈ

adulator /'ਐਡਯੁˌਲੇਇਟਅ*/ *n* ਝੂਠੀ ਪ੍ਰਸੰਸਾ ਕਰਨ ਵਾਲਾ, ਚਾਪਲੂਸ, ਖ਼ੁਸ਼ਾਮਦੀ, ਝੋਲੀ–ਝੁੱਕ

adulatory /ˌਐਡਯੂ'ਲੇਇਟਅਰਿ/ *a* ਖ਼ੁਸ਼ਾਮਦ ਭਰਿਆ, ਚਾਪਲੂਸੀ ਭਰਿਆ

adult /'ਐਡਅੱਲਟ, ਅ'ਡਅੱਲਟ/ *a* ਬਾਲਗ, ਗੱਭਰੂ, ਜਵਾਨ

adulterant /ਅ'ਡਅੱਲਟ(ਅ)ਰ(ਅ)ਨਟ/ *a* ਮਿਲਾਵਟ ਵਾਲਾ, ਖੋਟਾ, ਰਲਾਅ ਵਾਲਾ *n* ਮਿਲਾਵਫ, ਖੋਟ, ਰਲਾਅ

adulterate **/ਅ'ਡਅੱਲਟਅਰੇਇਟ/** *vt* ਮਿਲਾਵਟ ਕਰਨਾ, ਖੋਟ ਪਾਉਣਾ, ਭ੍ਰਿਸ਼ਟ ਕਰਨਾ, ਦੂਸ਼ਿਤ ਕਰਨਾ, ਰਲਾਵਟ ਕਰਨਾ, ਵਿਗਾੜਨਾ *a* ਅਸ਼ੁੱਧ, ਭ੍ਰਿਸ਼ਟ, ਖੋਟਾ, ਨਕਲੀ, ਬਣਾਉਟੀ; ਪਰਇਸਤਰੀਗਾਮੀ, ਵਿਭਚਾਰੀ

adulteration **/ਅ,ਡਅੱਲਟਅ'ਰੇਇਸ਼ਨ/** *n* ਮਿਲਾਵਟ, ਖੋਟ, ਰਲਾਅ

adulterator **/ਅ'ਡਅੱਲਟਅਰੇਇਟਅ*/** *n* ਖੋਟ ਪਾਉਣ ਵਾਲਾ, ਮਿਲਾਵਟ ਕਰਨ ਵਾਲਾ

adulterer **/ਅ'ਡਅੱਲਟਅਰਅ*/** *n* ਵਿਭਚਾਰੀ, ਜ਼ਨਾਨੀਬਾਜ਼, ਦੁਰਾਚਾਰੀ, ਪਰਇਸਤਰੀਗਾਮੀ

adulteress **/ਅ'ਡਅੱਲਟਅਰਅਸ/** *n*, ਵਿਭਚਾਰਨ, ਦੁਰਾਚਾਰਨ, ਬਦਕਾਰ, ਪਰ-ਪੁਰਸ਼ਗਾਮਣੀ (ਇਸਤਰੀ)

adulterine **/ਅ'ਡਅੱਲਟ(ਅ)ਰਾਇਨ/** *a* ਹਰਾਮੀ, ਹਰਾਮ ਦਾ, ਦੋਗਲਾ, ਨਾਜਾਇਜ਼ (ਸੰਤਾਨ); ਭ੍ਰਿਸ਼ਟ, ਖੋਟਾ

adulterous **/ਅ'ਡਅੱਲਟਅਰਅਸ/** *a* ਵਿਭਚਾਰੀ, ਦੁਰਾਚਾਰੀ

adultery **/ਅ'ਡਅੱਲਟਅਰਿ/** *n* ਬਦਕਾਰੀ, ਵਿਭਚਾਰ, ਪਰ-ਇਸਤਰੀ ਜਾਂ ਪਰ-ਪੁਰਸ਼ ਨਾਲ ਭੋਗ-ਵਿਲਾਸ, ਪਰਗਮਨ

adumbrate **/'ਐਡਅਮਬਰੇਇਟ/** *vt* ਰੂਪ- ਰੇਖਾ ਉਲੀਕਣਾ, ਖ਼ਾਕਾ ਖਿੱਚਣਾ, ਝਲਕ ਦਿਖਾਉਣਾ; ਛਾ ਜਾਣਾ, ਢਕ ਲੈਣਾ, ਛੁਪਾਉਣਾ

adumbration **/,ਐਡਅੱਮ'ਬਰੇਇਸ਼ਨ/** *n* ਰੂਪ-ਰੇਖਾ, ਖ਼ਾਕਾ; ਅਨੁਮਾਨ; ਸੈਨਤ, ਇਸ਼ਾਰਾ, ਸੰਕੇਤ; ਪ੍ਰਤੀਕ; ਝਲਕ, ਪ੍ਰਤਿਬਿੰਬ, ਪਰਛਾਵਾਂ

adumbrative **/ਅ'ਡਅੱਮਬਰਅਟਿਵ/** *a* ਖ਼ਾਕੇਦਾਰ, ਰੂਪ-ਰੇਖਾ ਵਾਲਾ, ਝਲਕਦਾਰ, ਪਰਛਾਵੇਂ ਵਰਗਾ, ਪ੍ਰਤੀਕਾਤਮਿਕ

adust **/ਅ'ਡਅੱਸਟ/** *a* ਝੁਲਸਿਆ (ਧੁੱਪ ਨਾਲ), ਧੁੱਪ ਦਾ ਮਾਰਿਆ; ਉਦਾਸ, ਨਿਢਾਲ, ਕੁਮਲਾਇਆ, ਖ਼ੁਸ਼ਕ

advance **/ਅਡ'ਵ੍ਹਾਨਸ/** *n* ਕੂਚ, ਰਵਾਨਗੀ; ਪ੍ਰਗਤੀ, ਤਰੱਕੀ; ਪੇਸ਼ਗੀ, ਬਿਆਨਾ, ਸਾਈ; (ਕੀਮਤ ਵਿੱਚ) ਵਾਧਾ (ਬਹੁ) ਪ੍ਰੇਮ ਲਈ ਪਹਿਲਕਦਮੀ *v* ਪਹਿਲ ਕਰਨਾ, ਅੱਗੇ ਵਧਣਾ, ਤਰੱਕੀ ਕਰਨਾ, ਉਨੱਤੀ ਕਰਨਾ, ਵਿਕਾਸ ਕਰਨਾ; ਪੇਸ਼ਗੀ ਦੇਣਾ, ਸਾਈ ਦੇਣਾ; ਉੱਪਰ ਚੁੱਕਣਾ, ਮੁੱਲ ਵਧਾਉਣਾ; ਤੇਜ਼ ਕਰਨਾ, ਤੇਜ਼ ਹੋਣਾ; ਪੇਸ਼ ਕਰਨਾ, ਪ੍ਰਸਤੁਤ ਕਰਨਾ; ਉਧਾਰ ਦੇਣਾ

advanced **/ਅਡ'ਵ੍ਹਾਨਸਟ/** *a* ਉਨੱਤ, ਵਿਕਸਿਤ; ਉੱਚ; ਵਧਿਆ

advancement **/ਅਡ'ਵ੍ਹਾਨਸਮਅਨਟ/** *n* ਉਨੱਤੀ, ਤਰੱਕੀ, ਵਾਧਾ

advantage **/ਅਡ'ਵ੍ਹਾਨਟਿਜ/** *n* ਲਾਭ, ਨਫ਼ਾ, ਹਿੱਤ, ਫ਼ਾਇਦਾ; ਬਿਹਤਰੀ, ਮਹੱਤਤਾ, ਮਹੱਤਵ; ਭਲਾਈ, ਉਪਕਾਰ *vt* ਲਾਭ ਪਹੁੰਚਾਉਣਾ, ਲਾਭਕਾਰੀ ਹੋਣਾ, ਹਿਤਕਾਰੀ ਹੋਣਾ; ਤਰੱਕੀ ਦੇਣਾ, ਅੱਗੇ ਵਧਾਉਣਾ

advantageous **/,ਐਡਵ੍ਹਅਨ'ਟੇਇਜਅਸ/** *a* ਲਾਭਦਾਇਕ, ਲਾਹੇਵੰਦ, ਫ਼ਾਇਦੇਮੰਦ, ਲਾਭਕਾਰੀ, ਉਪਯੋਗੀ, ਅਨੁਕੂਲ

advantageously **/ਐਡਵ੍ਹਅਨ'ਟੇਇਜਅਸਲਿ/** *adv* ਲਾਭਦਾਇਕ ਢੰਗ ਨਾਲ, ਉਪਯੋਗੀ ਤੌਰ 'ਤੇ

advantageousness **/ਐਡਵ੍ਹਨ'ਟੇਇਜਅਸਨਅਸ/** *n* ਉਪਯੋਗਤਾ, ਲਾਭਦਾਇਕਤਾ, ਲਾਹੇਵੰਦੀ

advent **/'ਐਡਵੈਂਟ/** *n* ਅਵਤਾਰ ਧਾਰਨ, ਆਗਮਨ, ਆਮਦ; (Advent) ਈਸਾ ਦਾ ਆਗਮਨ

adventitious **/,ਐਡਵੈੱ'ਨ'ਟਿਸ਼ਅਸ/** *a* ਅਚਨਚੇਤੀ, ਅਚਾਨਕ, ਸੰਜੋਗੀ, ਇਤਫ਼ਾਕੀਆ, ਅਕਸਮਾਤੀ; ਵਿਰਸੇ ਤੋਂ ਬਾਹਰ ਦਾ (ਜ਼ਾਇਦਾਦ ਵਗੈਰਾ); ਬਾਹਰ ਤੋਂ ਆਉਣ ਵਾਲਾ

adventure **/ਅਡ'ਵ੍ਹੈਂਚਅ*/** *n* ਮੁਹਿੰਮ, ਸਾਹਸ, ਜਾਂਬਾਜ਼ੀ, ਜਾਨ-ਜੋਖੋਂ ਦਾ ਕੰਮ, ਖ਼ਤਰੇ ਵਾਲਾ ਕੰਮ, ਔਖਾ ਕੰਮ; ਸੱਟੇਬਾਜ਼ੀ *v* ਸਾਹਸੀ ਕੰਮ ਕਰਨਾ, ਖ਼ਤਰਾ ਸਹੇੜਨਾ, ਜਾਨ ਉੱਤੇ ਖੇਡ ਜਾਣਾ, ਖ਼ਤਰੇ ਜਾਂ ਸੰਕਟ ਵਿੱਚ ਪੈ ਜਾਣਾ, ਹਿੰਮਤ ਕਰਨਾ, ਬੀੜਾ

ਚੁੱਕਣਾ

adventureful **/ਅਡ'ਵੈਂਚਅਫ਼ੁਲ/** *a* ਸਾਹਸਪੂਰਨ

adventurer **/ਅਡ'ਵੈਂਚਅਰਅ*/** *n* (ਆਦਮੀ) ਸਿਰਲੱਥ, ਸਾਹਸੀ, ਜਾਂਬਾਜ਼, ਹਿੰਮਤੀ; ਸੱਟੇਬਾਜ਼ (ਵਿਅਕਤੀ), ਤਿਕੜਮਬਾਜ਼ (ਵਿਅਕਤੀ)

adventurous **/ਅਡ'ਵੈਂਚਅਰਅਸ/** *a* ਸਾਹਸੀ, ਹਿੰਮਤੀ, ਦਲੇਰ, ਉਤਸ਼ਾਹੀ, ਜਾਂਬਾਜ਼, ਸਾਹਸਮਈ, ਉਤਸ਼ਾਹਜਨਕ; ਜੋਖ਼ਮ ਭਰਿਆ

adverb **/'ਐਡਵ੍ਅ:ਬ/** *n* (ਵਿਆ) ਕਿਰਿਆ-ਵਿਸ਼ੇਸ਼ਣ

adverbial **/ਐਡ'ਵ੍ਅ:ਬਿਅਲ/** *a* (ਵਿਆ) ਕਿਰਿਆ-ਵਿਸ਼ੇਸ਼ਣੀ

adverbial particle *n* (ਵਿਆ) ਕਿਰਿਆ-ਵਿਸ਼ੇਸ਼ਣੀ ਅੰਸ਼ਕ, ਕਿਰਿਆ ਤੋਂ ਪਿੱਛੋਂ ਵਰਤਿਆ ਜਾਣ ਵਾਲਾ ਕਿਰਿਆ-ਵਿਸ਼ੇਸ਼ਣੀ ਰੂਪ

adversary **/'ਐਡਵ੍ਅਸਅਰਿ/** *n* ਵਿਰੋਧੀ, ਹਰੀਫ਼, ਪ੍ਰਤਿਪੱਖੀ, ਪ੍ਰਤਿਦਵੰਦੀ

adversative **/ਅਡ'ਵ੍ਅ:ਸਅਟਿਵ੍/** *a* ਮੱਤਭੇਦ ਸੂਚਕ, ਵਿਰੋਧ ਸੂਚਕ, ਵਿਰੋਧੀ *n* ਵਿਰੋਧ ਪ੍ਰਗਟ ਕਰਨ ਵਾਲਾ ਸ਼ਬਦ, ਵਿਰੋਧਸੂਚਕ ਸ਼ਬਦ

adverse **/'ਐਡਵ੍ਅ:ਸ, ਅਡ'ਵ੍ਅ:ਸ/** *a* ਉਲਟ, ਵਿਰੁੱਧ, ਵਿਪਰੀਤ, ਪ੍ਰਤਿਕੂਲ; ਹਾਨੀਕਾਰਕ, ਅਣਸੁਖਾਵਾਂ

adversely **/'ਐਡਵ੍ਅ:ਸਲਿ/** *adv* ਪ੍ਰਤਿਕੂਲ ਰੂਪ ਵਿੱਚ, ਵਿਰੋਧੀ ਤੌਰ 'ਤੇ, ਅਣਸੁਖਾਵੇਂ ਢੰਗ ਨਾਲ

adversity **/ਅਡ'ਵ੍ਅ:ਸਅਟਿ/** *n* ਬਿਪਤਾ, ਮੁਸੀਬਤ, ਸੰਕਟ, ਆਫ਼ਤ, ਜ਼ਫ਼ਰ; ਬੁਰੇ ਦਿਨ, ਮੰਦਹਾਲੀ, ਤੰਗਹਾਲੀ; ਦੁਰਭਾਗ

advert **/'ਅਡਵ੍ਅ:ਟ/** *vt* ਜ਼ਿਕਰ ਕਰਨਾ, ਉਲੇਖ ਕਰਨਾ; ਧਿਆਨ ਦੇਣਾ ਜਾਂ ਦਿਵਾਉਣਾ, ਸੁਝਾਉਣਾ, ਸੰਕੇਤ ਕਰਨਾ

advertise **/'ਐਡਵ੍ਅਟਾਇਜ਼/** *v* ਇਸ਼ਤਿਹਾਰ ਦੇਣਾ, ਵਿਗਿਆਪਨ ਦੇਣਾ, ਮਸ਼ਹੂਰੀ ਕਰਨਾ, ਪ੍ਰਚਾਰ ਕਰਨਾ; ਖ਼ਬਰ ਦੇਣਾ, ਸੂਚਿਤ ਕਰਨਾ, ਸੂਚਨਾ ਦੇਣਾ, ਇਤਲਾਹ ਦੇਣਾ, ਘੋਸ਼ਿਤ ਕਰਨਾ

advertised **/'ਐਡਵ੍ਅਟਾਇਜ਼ਡ/** *a* ਵਿਗਿਆਪਤ

advertisement **/ਅਡ'ਵ੍ਅ:ਟਿਸਮਅਨਟ/** *n* ਇਸ਼ਤਿਹਾਰ, ਵਿਗਿਆਪਨ; ਆਮ ਇਤਲਾਹ, ਸੂਚਨਾ

advice **/ਅਡ'ਵ੍ਾਇਸ/** *n* ਸਲਾਹ, ਰਾਏ, ਮਸ਼ਵਰਾ, ਨਸੀਹਤ, ਉਪਦੇਸ਼ (ਬਹੁ) ਬਿਲਟੀਆਂ, ਮਾਲ ਭੇਜਣ ਦੀਆਂ ਰਸੀਦਾਂ, ਵਿਹਾਰਕ ਸੂਚਨਾਵਾਂ

advisability **/ਅਡ,ਵ੍ਾਇਜ਼ਅ'ਬਿਲਅਟਿ/** *n* ਉਚਿਤਤਾ, ਯੋਗਤਾ, ਉਪਯੋਗਤਾ

advisable **/ਅਡ'ਵ੍ਾਇਜ਼ਅਬਲ/** *a* ਯੋਗ, ਮੁਨਾਸਬ, ਉਚਿਤ, ਬਣਦਾ, ਢੁਕਵਾਂ, ਉਪਯੁਕਤ

advise **/ਅਡ'ਵ੍ਾਇਜ਼/** *v* ਸਲਾਹ ਦੇਣਾ, ਮਸ਼ਵਰਾ ਦੇਣਾ, ਨਸੀਹਤ ਦੇਣਾ; ਸਿਫ਼ਾਰਿਸ਼ ਕਰਨਾ, ਉਪਯੁਕਤ ਦੱਸਣਾ

adviser, advisor **/ਅਡ'ਵ੍ਾਇਜ਼ਅ*/** *n* ਸਲਾਹਕਾਰ

advisory **/ਅਡ'ਵ੍ਾਇਜ਼ਅਰਿ/** *a* ਸਲਾਹਕਾਰ (ਕਮੇਟੀ ਆਦਿ); ਸਲਾਹ ਸੰਬੰਧੀ

advisory-board *n* ਸਲਾਹਕਾਰ ਬੋਰਡ

advocacy **/'ਐਡਵ੍ਅਕਅਸਿ/** *n* ਵਕਾਲਤ; ਹਿਮਾਇਤ, ਪੁਸ਼ਟੀ, ਸਮਰਥਨ

advocate **/'ਐਡਵ੍ਅਕਅਟ/** *n* ਵਕੀਲ, ਐਡਵੋਕੇਟ, ਦੂਤ; ਸਮਰਥਕ, ਪ੍ਰਤਿਨਿਧ, ਬਸੀਠ **/'ਐਡਵ੍ਅਕੇਇਟ/** *vt* ਵਕਾਲਤ ਕਰਨਾ; ਹਿਮਾਇਤ ਕਰਨਾ, ਸਮਰਥਨ ਦੇਣਾ

adynamia **/,ਐਡਿ'ਨੇਇਮਿਅ/** *n* (ਬਿਮਾਰੀ ਤੋਂ ਪੈਦਾ ਹੋਈ) ਕਮਜ਼ੋਰੀ, ਦੁਰਬਲਤਾ, ਸਿੱਥਲਤਾ, ਬਲਹੀਣਤਾ

adynamic **/,ਐਡਾਇ'ਨੈਮਿਕ/** *a* ਕਮਜ਼ੋਰ, ਦੁਰਬਲ, ਬਲਹੀਣ

adytum **/'ਐਡਿਟਅਮ/** *n* ਮੰਦਰ ਦਾ ਧੁਰ ਅੰਦਰਲਾ ਪੂਜਾ-ਸਥਾਨ, ਪਵਿੱਤਰ ਸਥਾਨ

adze /ਐਡਜ਼/ *n* ਤੇਸਾ, ਬਸੋਲਾ

aegis /'ਈਜਿਸ/ *n* ਢਾਲ; ਆਸਰਾ, ਰੱਖਿਆ, ਬਚਾਅ, ਸਰਪ੍ਰਸਤੀ; ਯੂਨਾਨੀ ਦੇਵਤਿਆਂ ਦੀ ਢਾਲ **under the aegis ofsomebody/something** ਕਿਸੇ ਦੀ ਸਰਪ੍ਰਸਤੀ ਹੇਠ

aeolipile, aeolipyle /ਈ'ਔਲਿਪਾਇਲ/ *n* ਭਾਫ਼ ਦੀ ਸ਼ਕਤੀ ਮਿਣਨ ਵਾਲਾ ਯੰਤਰ, ਭਾਫ਼ ਸ਼ਕਤੀ ਮਾਪਕ

aeon, eon /'ਈਅਨ/ *n* ਯੁੱਗ, ਕਲਪ; ਅਨੰਤ ਕਾਲ, ਸਦੀਵਤਾ; ਆਦਿ ਸ਼ਕਤੀ (ਯੂਨਾਨੀ ਦਰਸ਼ਨ ਵਿੱਚ)

aerate /'ਏਅਰੇਇਟ/ *vt* ਹਵਾ ਵਿੱਚ ਰੱਖਣਾ ਜਾਂ ਹਵਾ ਦੇਣਾ; ਗੈਸ ਭਰ ਕੇ ਸੋਢਾ ਬਣਾਉਣਾ

aeration /ਏਅ'ਰੇਇਸ਼ਨ/ *n* ਹਵਾ ਭਰਨ ਦਾ ਕੰਮ, ਹਵਾ ਪਰਵਾਹਨ; ਕਾਰਬਨ ਡਾਈਆਕਸਾਈਡ ਭਰਨ ਦਾ ਕੰਮ

aerial /'ਏਅਰਿਅਲ/ *a* ਹਵਾਈ, ਹਵਾ ਸੰਬੰਧੀ, ਹਵਾ ਵਾਂਗ ਸੂਖ਼ਮ; ਖ਼ਿਆਲੀ, ਕਾਲਪਨਿਕ; ਅਕਾਸ਼ੀ, ਵਾਯੂਮੰਡਲੀ *n* ਏਰੀਅਲ (ਰੇਡੀਓ ਦਾ), ਲਹਿਰਾਂ ਨੂੰ ਇਕੱਠਾ ਕਰਨ ਵਾਲੀ ਤਾਰ

aeriform /'ਏਅਰਿਫ਼ੋਮ/ *a* ਪੌਣ ਦਾ, ਹਵਾਈ, ਹਵਾ ਰੂਪ, ਪੌਣ ਰੂਪ; ਝੂਠਾ, ਮਿੱਥਿਆ, ਅਸੱਤ, ਸਾਰਹੀਣ, ਖ਼ਿਆਲੀ, ਕਾਲਪਨਿਕ

aerobatics /ˌਏਅਰਅ'ਬੈਟਿਕਸ/ *n* ਹਵਾਈ ਕਲਾਬਾਜ਼ੀ, ਉਡੱਣਕਲਾ; ਹਵਾਈ ਜਹਾਜ਼ ਉਡਾਉਣ ਦੀ ਕਲਾ

aerobic /ਏਅ'ਰਅਉਬਿਕ/ *n* ਆਕਸੀਜਨ–ਜੀਵੀ (ਜੀਵ), ਕਸਰਤੀ,ਕਸਰਤ ਸੰਬੰਧੀ

aerobics /ਏਅ'ਰਅਉਬਿਕਸ/ *n* (ਦਿਲ ਅਤੇ ਫੇਫੜਿਆਂ ਲਈ) ਜਿਸਮਾਨੀ ਕਸਰਤ

aerobus /'ਏਅਰਅ(ਉ)ਬਅੱਸ/ *n* ਹਵਾਈ ਜਹਾਜ਼

aerodrome /'ਏਅਰਅਡਰਅਉਮ/ *n* ਹਵਾਈ ਅੱਡਾ, ਹਵਾਈ ਜਹਾਜ਼ਾਂ ਦਾ ਅੱਡਾ

aerodynamics /ˌਏਅਰਅਉਡਾਇ'ਨੈਮਿਕਸ/ *n* ਹਵਾ ਗਤੀ ਵਿਗਿਆਨ

aerofoil /'ਏਅਰਅਫ਼ੌਇਲ/ *n* ਹਵਾਈ ਜਹਾਜ਼ ਦਾ ਖੰਭ

aerogram /'ਏਅਰਅਗਰੈਮ/ *n* ਹਵਾਈ ਪੱਤਰ; ਵਾਇਰਲੈੱਸ ਨਾਲ ਭੇਜੀ ਤਾਰ

aeronaut /'ਏਅਰਅਨੋਟ/ *n* ਹਵਾਬਾਜ਼, ਪੁਲਾੜ ਯਾਤਰੀ

aeronautic, aeronautical /ˌਏਅਰਅ'ਨੋਟਿਕ, ˌਏਅਰਅ'ਨੋਟਿਕਲ/ *a* ਹਵਾਬਾਜ਼ੀ ਸੰਬੰਧੀ

aeronautics /ˌਏਅਰਅ'ਨੋਟਿਕਸ/ *n* ਵਿਮਾਨ ਚਾਲਨ ਵਿੱਦਿਆ, ਵਿਮਾਨਕੀ

aeroplane /'ਏਅਰਅਪਲੇਇਨ/ *n* ਹਵਾਈ ਜਹਾਜ਼, ਵਿਮਾਨ

aerospace /'ਏਅਰਅਉਸਪੇਇਸ/ *n* ਹਵਾਈ-ਜਹਾਜ਼ ਉਦਯੋਗ, ਅੰਤਰਿਕਸ਼ ਉਪਕਰਨ ਉਦਯੋਗ

aerostat /'ਏਅਰਅਸਟੈਟ/ *n* ਗਰਮ ਹਵਾ ਵਾਲਾ ਹਵਾਈ ਜਹਾਜ਼; ਗਰਮ ਹਵਾ ਦਾ ਗੁਬਾਰਾ

aerostatics /ˌਏਅਰਅ'ਸਟੈਟਿਕਸ/ *n* ਵਿਮਾਨ ਚਾਲਨ ਵਿਗਿਆਨ, ਵਾਯੂਮੰਡਲ ਦੇ ਦਬਾਅ ਦੀ ਸਾਇੰਸ

Aesculapius /ˌਈਸਕਯੁ'ਲੇਇਪਿਅਸ/ *n* (ਮਿਥਿਹਾਸ) ਰੋਮ ਦਾ ਧਨੰਤਰ ਵੈਦ, ਚਿਕਿਤਸਾ ਦਾ ਦੇਵਤਾ

aesthete /'ਈਸਥੀਟ, 'ਐੱਸ-/ *n* ਸੁੰਦਰਤਾ ਪ੍ਰੇਮੀ, ਸੁਹਜਵਾਦੀ

aesthetic /ਈਸ'ਥੈੱਟਿਕ, 'ਐੱਸ-/ *a* ਸੁਹਜਵਾਦੀ, ਸੁਹਜਾਤਮਿਕ, ਸੁਹਜ ਭਰਿਆ, ਸੌਂਦਰਯਾਤਮਕ

aesthetically /ਈਸ'ਥੈੱਟਿਕਲਿ/ *adv* ਸੁਹਜਾਤਮਿਕ ਤੌਰ ’ਤੇ

aestheticism /ਈਸ'ਥੈੱਟਿਸਿਜ਼ਅਮ/ *n* ਸੁਹਜ, ਸੌਂਦਰਯਵਾਦ

aesthetics /ਈਸ'ਥੈੱਟਿਕਸ/ *n* ਸੁਹਜ ਸ਼ਾਸਤਰ, ਸੁਹਜ ਗਿਆਨ, ਸੌਂਦਰਯ ਸ਼ਾਸਤਰ

aetiological /ˌਈਟਿਅਉ'ਲੌਜਿਕਅਲ/ *a* ਤੱਤ

ਗਿਆਨ ਬਾਰੇ; ਨਿਦਾਨ ਵਿੱਦਿਆ ਸੰਬੰਧੀ

aetiology /ˌਈਟਿ'ਔਲਅਜਿ/ *n* ਤੱਤ ਗਿਆਨ, ਕਾਰਨ ਕਾਰਜ ਨਿਰੂਪਣ; ਨਿਦਾਨ ਵਿੱਦਿਆ

afar /ਅ'ਫ਼ਾ*/ *adv* ਦੂਰ, ਦੂਰ ਤੋਂ, ਦੂਰ **from afar** ਦੂਰ ਤੋਂ, ਦੂਰੋਂ

affable /'ਐਫ਼ਅਬਲ/ *a* ਹੱਸਮੁਖ, ਮਿਲਾਪੜਾ, ਮਿਲਨਸਾਰ, ਸੁਸ਼ੀਲ

affair[1] /ਅ'ਫ਼ੇਅ*/ *n* ਕਾਰ-ਵਿਹਾਰ, ਮਾਮਲਾ, ਕਾਰਜ, ਕੰਮ; ਲੈਣ-ਦੇਣ, ਕਾਰੋਬਾਰ, ਵਿਹਾਰ; ਸਮੱਸਿਆ; ਸਮਾਰੋਹ, ਉਤਸਵ

affair[2] ਆਸ਼ਕੀ, ਪ੍ਰੇਮ ਸੰਬੰਧ, ਯਾਰੀ

affect /ਅ'ਫ਼ੈੱਕਟ/ *vt* ਅਸਰ ਕਰਨਾ, ਪੋਹਣਾ, ਪ੍ਰਭਾਵ ਪਾਉਣਾ, ਮਨ ਵਿੱਚ ਬੈਠਣਾ; ਵਰਤੋਂ ਕਰਨਾ, ਫੜ ਲੈਣਾ; (ਬਿਮਾਰੀ ਦਾ) ਲੱਗਣਾ, ਗ੍ਰਸਣਾ; ਚੁਭਣਾ; ਵਰਤਣਾ, ਪ੍ਰਯੋਗ ਕਰਨਾ; ਵਿਹਾਰ ਕਰਨਾ, ਕੰਮ ਵਿੱਚ ਲਿਆਉਣਾ; ਵਿਖਾਵਾ ਕਰਨਾ; ਨਿਯੁਕਤ ਹੋਣਾ, ਨਿਰਧਾਰਿਤ ਹੋਣਾ; ਪਸੰਦ ਕਰਨਾ; ਬਣਨਾ, ਢੌਂਗ ਰਚਾਉਣਾ

affectation /ˌਐਫ਼ੈੱਕ'ਟੇਇਸ਼ਨ/ *n* ਅਡੰਬਰ, ਦੰਭ; ਛਲ, ਕਪਟ, ਖੇਖਣ, ਨਖ਼ਰਾ, ਬਣਾਉਟੀਪੁਣਾ; ਦਿਖਾਵਾ, ਪ੍ਰਦਰਸ਼ਨ, ਬਹਾਨਾ

affected /ਅ'ਫ਼ੈੱਕਟਿਡ/ *a* ਅਡੰਬਰਪੂਰਨ, ਬਣਾਉਟੀ; ਦਿਖਾਵੇ ਦਾ; ਪ੍ਰਭਾਵਿਤ

affection /ਅ'ਫ਼ੈੱਕਸ਼ਨ/ *n* ਸਨੇਹ, ਪ੍ਰੇਮ, ਮੋਹ, ਪ੍ਰੀਤ, ਲਾਡ, (ਪਰਾ) ਰੋਗ; ਗੁਣ; ਰੁਝਾਨ

affectionate /ਅ'ਫ਼ੈੱਕਸ਼ਅਨਅਟ/ *a* ਸਨੇਹੀ, ਪ੍ਰੇਮੀ, ਪ੍ਰੀਤਵਾਨ, ਚਾਹੁਣ ਵਾਲਾ, ਸਨੇਹਪੂਰਨ; ਲਡਿੱਕਾ, ਲਾਡਲਾ,

affectionately /ਅ'ਫ਼ੈੱਕਸ਼(ਅ)ਨਅਟਲਿ/ *adv* ਪਿਆਰ ਨਾਲ, ਸਨੇਹ ਨਾਲ, ਪ੍ਰੇਮ ਸਹਿਤ

affective /ਅ'ਫ਼ੈੱਕਟਿਵ਼/ *a* ਭਾਵਾਤਮਿਕ, ਭਾਵਕ, ਜਜ਼ਬਾਤੀ

affiance /ਅ'ਫ਼ਾਇਅਨਸ/ *n* ਭਰੋਸਾ, ਵਿਸ਼ਵਾਸ, ਸ਼ਰਧਾ; ਮੰਗਣੀ, ਕੁੜਮਾਈ *vt* ਵਿਆਹ ਦੇ ਮਾਮਲੇ ਵਿੱਚ ਵਚਨਬੱਧ ਹੋਣਾ, ਮੰਗਣੀ ਕਰਨਾ, ਵਾਕਬੱਧ ਹੋਣਾ

affidavit /ˌਐਫ਼ਅ'ਡੇਇਵ਼ਿਟ/ *n* ਹਲਫ਼ਨਾਮਾ, ਹਲਫ਼ੀਆ ਬਿਆਨ

affiliate /ਅ'ਫ਼ਿਲਿਏਇਟ/ *vt* ਮਿਲਾਉਣਾ, ਨਾਲ ਜੋੜਨਾ, ਸ਼ਾਮਲ ਕਰਨਾ, ਸੰਬੰਧ ਜੋੜਨਾ; ਪਿਤਰੀ ਸੰਬੰਧ ਜੋੜਨਾ, ਵਲਦੀਅਤ ਸਥਾਪਤ ਕਰਨਾ

affiliated /ਅ'ਫ਼ਿਲਿਏਇਟਿਡ/ *a* ਸੰਬੰਧਿਤ, ਨਾਲ ਲੱਗਿਆ (ਜਿਵੇਂ ਕਾਲਜ ਜਾਂ ਸਭਾ ਆਦਿ)

affiliation /ਅˌਫ਼ਿਲਿ'ਏਇਸ਼ਨ/ *n* ਮੁਤਬੰਨਾ ਬਣਾਉਣ ਦਾ ਭਾਵ ਜਾਂ ਕਾਰਜ, ਪਿਤਰੀ ਨਿਰਧਾਰਨ, ਸੰਬੰਧ; ਇਲਹਾਕ, ਸੰਬੰਧੀਕਰਨ

affinity /ਅ'ਫ਼ਿਨਅਟਿ/ *n* ਸਾਂਝ, ਨੇੜਤਾ, ਉਨਸ, ਨੇੜੇ ਦਾ ਸੰਬੰਧ; ਨਾਤਾ, ਵਿਆਹ ਸੰਬੰਧ, ਰਿਸ਼ਤਾ; ਆਕਰਸ਼ਣ; ਸੁਭਾਅ ਜਾਂ ਆਚਾਰ ਵਿਚਾਰ ਦੀ ਇਕਰੂਪਤਾ ਅਥਵਾ ਸਮਰੂਪਤਾ, ਸਮਾਨਤਾ

affirm /ਅ'ਫ਼ਅ:ਮ/ *v* ਪ੍ਰੌੜ੍ਹਤਾ ਕਰਨਾ, ਪੁਸ਼ਟੀ ਕਰਨਾ, ਤਸਦੀਕ ਕਰਨਾ, ਦ੍ਰਿੜ੍ਹਾਉਣਾ, ਦ੍ਰਿੜ੍ਹ ਹੋਣਾ, ਨਿਸ਼ਚੇ ਜਾਂ ਦਾਅਵੇ ਨਾਲ ਆਖਣਾ; ਹਾਂ ਕਰਨਾ, ਹਾਮੀ ਭਰਨਾ, ਸਮਰਥਨ ਕਰਨਾ, ਬਹਾਲ ਰੱਖਣਾ; ਪ੍ਰਤਿੱਗਿਆ ਕਰਨਾ

affirmation /ˌਐਫ਼ਅ'ਮੇਇਸ਼ਨ/ *n* ਪੱਕ, ਤਾਕੀਦ, ਪ੍ਰੌੜ੍ਹਤਾ, ਸਮਰਥਨ, ਹਾਮੀ, ਹਾਂ, ਤਸਦੀਕ; ਕਥਨ, ਉਕਤੀ; ਪ੍ਰਤਿੱਗਿਆ

affirmative /ਅ'ਫ਼ਅ:ਮਅਟਿਵ਼/ *a* ਪ੍ਰੌੜ੍ਹਤਾ ਵਾਲਾ, ਤਸਦੀਕ ਕਰਦਾ ਹੋਇਆ, ਤਸਦੀਕੀ, ਹਾਂ ਵਾਚਕ, ਨਿਸ਼ਚੇ ਭਰਿਆ, ਸਵੀਕ੍ਰਿਤ *n* ਹਾਂ, ਹਾਮੀ; ਪੁਸ਼ਟੀ

affirmatory /ਅ'ਫ਼ਅ:ਮਅਟ(ਅ)ਰਿ/ *a* ਤਸਦੀਕੀ, ਸਮਰਥਨਕਾਰੀ, ਸਕਾਰਾਤਮਿਕ

affix /ਅ'ਫ਼ਿਕਸ/ *vt* ਜੋੜਨਾ, ਬੰਨ੍ਹਣਾ, ਨੱਥੀ ਕਰਨਾ; ਚਿਪਕਾਉਣਾ, ਲਾਉਣਾ, ਚੰਬੇੜਨਾ; ਤੁਹਮਤ ਲਾਉਣਾ /**ਐਫ਼ਿਕਸ**/ *n* ਜੋੜ, ਯੋਗ; ਆਗਮ, ਉਪਸਰਗ, ਅਗੇਤਰ-ਪਿਛੇਤਰ, ਵਧੇਤਰ

affixture /ਅ'ਫ਼ਿਕਸਚਅ*/ *n* ਜੋੜ, ਵਧਾਅ,

ਵਾਧਾ

afflatus /ਅ'ਫ਼ਲੇਇਟਅਸ/ *n* ਇਲਹਾਮ, ਅਗੰਮੀ ਫੁਰਨਾ, ਆਕਾਸ਼ਵਾਣੀ; ਕਾਵਿ ਅਨੁਭੂਤੀ; ਦੈਵੀ ਪ੍ਰੇਰਨਾ

afflict /ਅ'ਫ਼ਲਿਕਟ/ *vt* ਕਸ਼ਟ ਪਹੁੰਚਾਉਣਾ, ਦੁੱਖ ਦੇਣਾ, ਸਤਾਉਣਾ, ਪੀੜਿਤ ਕਰਨਾ

afflicted /ਅ'ਫ਼ਲਿਕਟਿਡ/ *a* ਪੀੜਿਤ, ਦੁਖੀ, ਸਤਾਇਆ

affliction /ਅ'ਫ਼ਲਿਕਸ਼ਨ/ *n* ਮਾਰ, ਕਹਿਰ, ਬਿਪਤਾ, ਦੁੱਖ, ਪੀੜਾ, ਕਸ਼ਟ

affluence /'ਐਫ਼ਲੁਅਨਸ/ *n* ਬਹੁਲਤਾ, ਬਹੁਤਾਤ; ਦੌਲਤਮੰਦੀ, ਖ਼ੁਸ਼ਹਾਲੀ, ਅਮੀਰੀ, ਸਮਰਿਧੀ

affluent /'ਐਫ਼ਲੁਅਨਟ/ *a* ਵਗਦਾ, ਵਹਿੰਦਾ, ਪ੍ਰਵਾਹਤ; ਬਹੁਤ, ਅਧਿਕ, ਅਪਾਰ; ਧਨੀ, ਖ਼ੁਸ਼ਹਾਲ, ਧਨਾਢ, ਦੌਲਤਮੰਦ, ਆਸੂਦਾ, ਸਮਰਿਧ *n* ਸਹਾਇਕ ਨਦੀ

afflux /'ਐਫ਼ਲਅੱਕਸ/ *n* ਵਹਿਣ, ਵਹਾਅ, ਪ੍ਰਵਾਹ

afford /ਅ'ਫ਼ੋਡ/ *vt* ਕਰ ਸਕਣਾ, ਸਾਰ ਸਕਣਾ, ਸਮਰੱਥਾ ਰੱਖਣਾ, ਸਮਰੱਥ ਹੋਣਾ, ਪੁੱਜਤ ਹੋਣਾ; ਪ੍ਰਦਾਨ ਕਰਨਾ; ਪੁਗਾਉਣਾ, ਵਾਰਾ ਖਾਣਾ, ਪੁੱਗ ਸਕਣਾ, ਸਾਧਨ ਇਕੱਠੇ ਕਰਨਾ, ਬਹੁਤ ਧਨੀ ਹੋਣਾ

afforest /ਅ'ਫ਼ੌਰਿਸਟ/ *vt* ਬਿਰਛ ਲਾਉਣਾ, ਜੰਗਲ ਉਗਾਉਣਾ

afforestation /ਅ,ਫ਼ੌਰਿ'ਸਟੇਇਸ਼ਨ/ *n* ਰੁੱਖ ਜਾਂ ਬਿਰਛ ਲਾਉਣ ਦਾ ਕੰਮ

affray /ਅ'ਫ਼ਰੇਇ/ *n* ਹੰਗਾਮਾ, ਮਾਰ- ਕੁਟਾਈ, ਦੰਗਾ-ਫ਼ਸਾਦ, ਲੜਾਈ-ਝਗੜਾ

affright /ਅ'ਫ਼ਰਾਇਟ/ *n* ਡਰ, ਭੈ, ਤਰਾਸ, ਖ਼ੌਫ਼, ਹੌਲ, ਦਹਿਲ *vt* ਡਰਾਉਣਾ, ਭੈ-ਭੀਤ ਕਰਨਾ

affront /ਅ'ਫ਼ਰਅੱਨਟ/ *vt* ਨਿਰਾਦਰ ਕਰਨਾ, ਅਪਮਾਨਿਤ ਕਰਨਾ, ਤਿਰਸਕਾਰ ਕਰਨਾ, ਬੇਇੱਜ਼ਤੀ ਕਰਨਾ, ਪੱਤ ਲਾਹੁਣਾ; ਸਾਮ੍ਹਣਾ ਕਰਨਾ, ਮੁਕਾਬਲਾ ਕਰਨਾ *n* ਅਪਮਾਨ, ਤਿਰਸਕਾਰ, ਨਿਰਾਦਰ, ਹੱਤਕ, ਬੇਇੱਜ਼ਤੀ, ਅਵੱਗਿਆ

affuse /ਅ'ਫ਼ਯੂਜ਼/ *vt* ਛਿੱਟੇ ਮਾਰਨਾ, ਤਰੌਂਕਣਾ, ਛਿੜਕਣਾ; ਦੀਖਿਆ ਦੇਣ ਲਈ ਪਾਣੀ ਦੇ ਛਿੱਟੇ ਮਾਰਨਾ

affusion /ਅ'ਫ਼ਯੂਜ਼ਅਨ/ *n* (ਬਪਤਿਸਮਾ ਦੇਣ ਵੇਲੇ ਦੀ ਰੀਤ) ਸਰੀਰ ਉੱਤੇ ਪਾਣੀ ਦਾ ਤਰੌਂਕਾ, ਛਿੜਕਾਅ

afield /ਅ'ਫ਼ੀਲਡ/ *adv* ਘਰ ਤੋਂ ਦੂਰ

afire /ਅ'ਫ਼ਾਇਅ*/ *a* ਮਘਦਾ, ਜਲਦਾ, ਪ੍ਰਚੰਡ; ਜੁਸ਼ੀਲਾ, ਉਤੇਜਿਤ

aflame /ਅ'ਫ਼ਲੇਇਮ/ *a* ਲਟ-ਲਟ ਕਰਦਾ, ਭੜਕਦਾ, ਦਗਦਾ, ਬਲਦਾ, ਜਲਦਾ, ਮੱਚਦਾ, ਚਮਕਦਾ

afloat /ਅ'ਫ਼ਲਅਉਟ/ *a* ਤਰਦਾ, ਵਗਦਾ, ਪ੍ਰਵਾਹਿਤ *adv* ਜਹਾਜ਼ ਵਿੱਚ; ਸਮੁੰਦਰੀ ਸੇਵਾ ਵਿੱਚ; ਪ੍ਰਚਲਿਤ, ਪ੍ਰਸਿੱਧ; ਵਹਿੰਦਾ ਹੋਇਆ

afoot /ਅ'ਫ਼ੁਟ/ *adv* ਪੈਦਲ, ਪਿਆਦਾ, ਚਲਦਾ ਹੋਇਆ

afore /ਅ'ਫ਼ੋ*/ *adv* ਸਾਮ੍ਹਣੇ, ਅੱਗੇ, ਮੂਹਰੇ, ਸਾਖਿਆਤ; ਪਿਛਲੇ ਸਮੇਂ ਵਿੱਚ, ਪੂਰਵ ਕਾਲ ਵਿੱਚ

aforenamed /ਅ'ਫ਼ੋਨੇਇਮਡ/ *a* ਜਿਸ ਦਾ ਪਹਿਲੇ ਜ਼ਿਕਰ ਆ ਚੁੱਕਾ ਹੈ, ਪੂਰਵ ਕਥਿਤ

aforesaid /ਅ'ਫ਼ੋਸੈਡ/ *a* ਉਕਤ, ਪੂਰਵ ਕਥਿਤ

aforethought /ਅ'ਫ਼ੋਥੋਟ/ *a* ਪਹਿਲਾਂ ਵਿਚਾਰਿਆ, ਪਹਿਲਾਂ ਸੋਚਿਆ

aforetime /ਅ'ਫ਼ੋਟਾਇਮ/ *a* ਪਹਿਲੋਂ-ਪਹਿਲ

afraid /ਅ'ਫ਼ਰੇਇਡ/ *a* ਡਰਿਆ, ਭੈ-ਭੀਤ, ਸਹਿਮਿਆ, ਠਠੰਬਰਿਆ

afresh /ਅ'ਫ਼ਰੈਸ਼/ *adv* ਦੁਬਾਰਾ, ਮੁੱਢੋਂ, ਨਵੇਂ ਸਿਰਿਓਂ, ਪੁਨਰ

African /'ਐਫ਼ਰਿਕਅਨ/ *a* ਅਫ਼ਰੀਕਨ *n* ਅਫ਼ਰੀਕਾ ਦਾ ਵਾਸੀ; ਨੀਗਰੋ, ਹਬਸ਼ੀ

aft /ਆਫ਼ਟ/ *adv* ਪਿੱਛੇ, ਪਿਛਵਾੜੇ; ਜਹਾਜ਼ ਦੇ ਪਿਛਲੇ ਪਾਸੇ

after /'ਆਫ਼ਟਅ*/ *a* ਮਗਰਲਾ, ਮਗਰੋਂ ਦਾ, ਪਿੱਛੋਂ ਦਾ, ਪਰਵਰਤੀ *adv* ਬਾਅਦ, ਉਪਰੰਤ, ਤੋਂ

ਦੂਜੇ ਦਰਜੇ ਉੱਤੇ, ਪਿੱਛੇ, ਪਿੱਛੋਂ, ਬਾਅਦ ਵਿੱਚ *prep* ਪਿੱਛੇ-ਪਿੱਛੇ, ਤਲਾਸ਼ ਵਿੱਚ, ਸੰਬੰਧ ਵਿੱਚ, ਬਾਰੇ; ਅਨੁਸਾਰ, ਮੁਤਾਬਕ; ਤਾਂ ਵੀ, ਫਿਰ ਵੀ, ਇੰਨਾ ਕੁਝ ਹੋਣ ਉੱਤੇ ਵੀ, ਕਾਰਨ ਹੁੰਦੇ ਹੋਏ *conj* ਜਦ, ਜਦੋਂ

afterbirth /'ਆਫ਼ਟਅਬਅ:ਥ/ *n* ਗਰਭ ਝਿੱਲੀ, ਔਲ, ਜੇਰ

after-effect *n* ਪਿੱਛਲ ਪ੍ਰਭਾਵ

afterglow /'ਆਫ਼ਟਅਗਲਅਉ/ *n* ਸੰਝ ਦੀ ਲਾਲੀ, ਸੂਰਜ ਡੁੱਬਣ ਤੋਂ ਪਿੱਛੋਂ ਦੀ ਲਾਲੀ

aftermath /'ਆਫ਼ਟਅਮੈਥ, -ਮਾਥ/ *n* ਸਿੱਟਾ, ਨਤੀਜਾ, ਪਰਿਣਾਮ

afternoon /ˌਆਫ਼ਟਅ'ਨੂਨ/ *n* ਦੁਪਿਹਰ ਪਿੱਛੋਂ ਦਾ ਸਮਾਂ, ਲੌਢਾ ਵੇਲਾ, ਤੀਜਾ ਪਹਿਰ

afterthought /'ਆਫ਼ਟਅਥੋਟ/ *n* ਪਿੱਛੋਂ ਸੁੱਝੀ ਗੱਲ

afterwards /'ਆਫ਼ਟਅਵਅਡਜ਼/ *adv* ਮਗਰੋਂ, ਫਿਰ, ਪਿੱਛੋਂ, ਬਾਅਦ, ਅੰਤ ਨੂੰ, ਆਖ਼ਰ; ਉੱਤਰ ਕਾਲ ਵਿੱਚ

afterword /'ਆਫ਼ਟਅਵਅ:ਡ/ *adv* ਅੰਤ-ਕਥਨ (ਜਿਸ ਵਿੱਚ ਪੁਸਤਕ ਦੇ ਮੁੱਖ ਪਾਠ ਬਾਰੇ ਚਰਚਾ ਹੋਵੇ)

again /ਅ'ਗੈਨੱ, ਅ'ਗੇਇਨ/ *adv* ਫਿਰ, ਦੁਬਾਰਾ, ਮੁੜ ਕੇ, ਨਵੇਂ ਸਿਰਿਓਂ; ਇਲਾਵਾ

against /ਅ'ਗੈਨੱਸਟ, ਅ'ਗੇਇਨਸਟ/ *prep* ਵਿਰੁੱਧ, ਵਿਪਰੀਤ, ਖ਼ਿਲਾਫ਼, ਉਲਟ, ਪ੍ਰਤਿਕੂਲ, ਮੁਕਾਬਲੇ ਵਿੱਚ, ਟਾਕਰੇ ਵਿੱਚ, ਬਦਲੇ

agape /ਅ'ਗੇਇਪ/ *a* ਬਹੁਤ ਹੈਰਾਨ, ਹੱਕਾ-ਬੱਕਾ, ਆਕਲ-ਬਾਕਲ, ਡੌਰ-ਭੌਰ *adv* ਹੈਰਾਨੀ ਨਾਲ

agate /'ਐਗਅਟ/ *n* ਸੁਲੇਮਾਨੀ ਪੱਥਰ, ਇੱਕ ਕੀਮਤੀ ਪੱਥਰ

agaze /ਅ'ਗੇਇਜ਼/ *adv* ਟਿਕਟਿਕੀ ਲਗਾ ਕੇ, ਇੱਕਟਕ

age /ਏਇਜ/ *n* ਉਮਰ, ਆਯੂ, ਅਵਸਥਾ, ਜੀਵਨ ਕਾਲ; ਪ੍ਰੌੜ੍ਹ ਅਵਸਥਾ; ਕਾਲ, ਯੁੱਗ, ਪੀੜ੍ਹੀ, ਸਮਾਂ, ਜ਼ਮਾਨਾ; ਬੁਢੇਪਾ, ਜਰਾ ਅਵਸਥਾ *v* ਬੁੱਢਾ ਹੋਣਾ; ਖੀਣ ਬੁੱਢਾ ਜਾਂ ਪੁਰਾਣਾ ਹੋਣ ਦੀ ਪ੍ਰਕਿਰਿਆ ਹੋਣਾ ਜਾਂ ਕਰਨਾ; ਪੱਕਣਾ ਜਾਂ ਪਕਾਉਣਾ

aged /ਏਇਜਡ/ *a* ਬੁੱਢਾ, ਬਿਰਧ, ਪੁਰਾਣਾ

ageing, aging /'ਏਇਜਿਙ/ *n* ਕਾਲ-ਪ੍ਰਭਾਵ *a* ਬੁੱਢਾ ਜਾਂ ਪੁਰਾਣਾ ਹੋ ਰਿਹਾ (ਵਿਅਕਤੀ ਜਾਂ ਵਸਤੂ)

ageless /'ਏਇਜਲਅਸ/ *a* ਨਿੱਤ ਨਵਾਂ, ਸਦਾ ਜਵਾਨ, ਸਦਾ ਨਵੀਨ, ਸਦੀਵੀ

agency /'ਏਇਜਅਨਸਿ/ *n* ਏਜੰਸੀ, ਸਾਖ਼; ਆੜ੍ਹਤ; ਸਾਧਨ, ਸਬੱਬ

agenda /ਅ'ਜੈਨੱਡਅ/ *n* ਕਾਰਜ-ਸੂਚੀ, ਕਾਰਜਕ੍ਰਮ, ਏਜੰਡਾ

agent /'ਏਇਜਅਨਟ/ *n* ਪ੍ਰਤਿਨਿਧ, ਆੜ੍ਹਤੀ, ਦਲਾਲ, ਮੁਖ਼ਤਾਰ, ਕਾਰਿੰਦਾ, ਕਾਰਜ ਕਰਤਾ, ਕਰਤਾ; ਪਦਾਰਥ ਉੱਤੇ ਪ੍ਰਭਾਵ ਪਾਉਣ ਵਾਲੀ ਪ੍ਰਕਿਰਤਿਕ ਸ਼ਕਤੀ

agent noun *n* (ਵਿਆ) ਕਰਤਰੀ ਵਾਚਕ ਨਾਂਵ

age-old *a* ਪੁਰਾਤਨ, ਪ੍ਰਾਚੀਨ, ਪੁਰਾਣਾ

agglomerate /ਅ'ਗਲੌਮਅਰੇਇਟ/ *v* ਜਮ੍ਹਾਂ ਕਰਨਾ, ਇਕੱਤਰ ਕਰਨਾ, ਜੋੜਨਾ, ਢੇਰ ਲਾਉਣਾ, ਸੰਚਤ ਕਰਨਾ; ਗੋਲੀ ਬਣਾਉਣਾ **/ਅ'ਗਲੋਮਅਰਅਟ/** *a* ਇਕੱਠਾ ਕੀਤਾ, ਜੋੜਿਆ ਹੋਇਆ, ਜਮ੍ਹਾਂ ਕੀਤਾ, ਸੰਚਤ **/ਅ'ਗਲੋਮਅਰਅਟ/** *n* ਪੂੰਜੀ, ਰਾਸ਼ੀ, ਇਕੱਠਾ ਕੀਤਾ ਧਨ, ਜੋੜਿਆ ਧਨ, ਢੇਰ; (ਭੂਮੀ) ਜੁਆਲਾਮੁਖੀ ਪਹਾੜਾਂ ਦੇ ਲਾਵੇ ਦੀਆਂ ਧਾਰਾਂ ਦਾ ਇਕੱਠ (ਚਟਾਨ)

agglomeration /ਅˌਗਲੌਮਅ'ਰੇਇਸ਼ਨ/ *n* ਇਕੱਠ, ਢੇਰ; ਢੇਰ ਲਾਉਣ ਦਾ ਕਾਰਜ ਜਾਂ ਭਾਵ

agglutinate /ਅ'ਗਲੂਟਿਨੇਇਟ/ *v* ਚਿਪਕਾਉਣਾ, ਜੋੜਨਾ ਜਾਂ ਜੁੜਨਾ; ਸ਼ਬਦਾਂ ਨੂੰ ਜੋੜਨਾ; ਗੂੰਦ ਜਾਂ ਸਰੇਸ਼ ਬਣਾਉਣਾ ਜਾਂ ਬਣਨਾ

agglutination /ਅˌਗਲੂਟਿ'ਨੇਇਸ਼ਨ/ *n* ਜੋੜ, ਸੰਸ਼ਲੇਸ਼ਣ, ਸੰਜੋਗ, ਸਮਾਸੀਕਰਨ, ਸੰਯੋਜਨ

agglutinative /ਅ'ਗਲੂਟਿਨਅਟਿਵ੍/ *a* ਚਿਪਚਿਪਾ, ਲੇਸਦਾਰ; (ਭਾਸ਼ਾ) ਯੋਗਾਤਮਿਕ;

ਪਰਸਪਰ, ਸੰਜੋਗਸ਼ੀਲ

aggrandize **/ਅ'ਗਰੈਨਡਾਇਜ਼/** *vt* (ਪਦਵੀ, ਸ਼ਕਤੀ ਜਾਂ ਮਹੱਤਵ) ਵਧਾਉਣਾ, ਵਾਧਾ ਕਰਨਾ, ਉੱਨਤ ਕਰਨਾ, ਉੱਚਾ ਕਰਨਾ; ਵਧਾਅ-ਚੜ੍ਹਾਅ ਕੇ ਆਖਣਾ, ਅਤਿਕਥਨੀ ਕਰਨਾ, ਵਡਿਆਉਣਾ; ਸਜਾਉਣਾ, ਚਮਕਾਉਣਾ

aggrandizement/ਅ'ਗਰੈਨਡਿਜ਼ਮਅਨਟ/ *n* ਵਾਧਾ, ਤਰੱਕੀ, ਉੱਨਤੀ; ਵਡਿਆਈ, ਅਤਿਕਥਨੀ

aggravate **/'ਐਗਰਅਵ੍ਹੇਇਟ/** *vt* ਵਧਾਉਣਾ, ਵਿਗਾੜਨਾ; ਗੰਭੀਰ ਬਣਨਾ ਜਾਂ ਬਣਾਉਣਾ, ਚਿੜਾਉਣਾ, ਤੰਗ ਕਰਨਾ

aggravating **/'ਐਗਰਅਵ੍ਹੇਇਟਿਙ/** *a* (ਅਪ) ਤੰਗ ਕਰਨ ਵਾਲਾ, ਸਤਾਊ

aggravation **/,ਐਗਰਅ'ਵ੍ਹੇਇਸ਼ਨ/** *n* ਵਿਗਾੜ; ਗੰਭੀਰਤਾ

aggravator **/'ਐਗਰਅਵ੍ਹੇਇਟਅ*/** *n* ਭੜਕਾਉਣ ਜਾਂ ਉਤੇਜਿਤ ਕਰਨ ਵਾਲਾ ਪ੍ਰਾਣੀ

aggregate/'ਐਗਰਿਗਅਟ/ *a* ਕੁੱਲ, ਸਾਰਾ, ਸਮੁੱਚਾ; ਇਕੱਠਾ, ਸੰਕਲਿਤ, ਏਕੀਕ੍ਰਿਤ, ਸਮੂਹੀਕ੍ਰਿਤ, ਇਕੱਤਰ *n* ਇਕੱਠ, ਇਕੱਤਰਤਾ; ਕੁੱਲ ਜੋੜ *vt* ਕੁੱਲ ਜੋੜ ਕਰਨਾ, ਮਿਲਾਉਣਾ, ਇਕੱਤਰ ਹੋਣਾ, ਇਕੱਠੇ ਹੋਣਾ, ਜਮ੍ਹਾਂ ਹੋਣਾ ਜਾਂ ਕਰਨਾ, ਢੇਰ ਲੱਗਣਾ ਜਾਂ ਲਾਉਣਾ

aggregation **/,ਐਗਰਿ'ਗੇਇਸ਼ਨ/** *n* ਇਕੱਤਰੀਕਰਨ; ਸਮੂਹ, ਇਕੱਠ, ਸਮੁੱਚ, ਇਕੱਤਰ, ਜਮ੍ਹਾਂ

aggregative **/ਐਗਰਿਗਅਟਿਵ੍ਹ/** *a* ਸਮੂਹਿਕ, ਜੁੜਨ ਵਾਲਾ, ਜੋੜਿਆ ਜਾਣ ਵਾਲਾ, ਇਕੱਠਾ ਹੋਣ ਵਾਲਾ

aggress **/ਅ'ਗਰੈੱਸ/** *vt* ਹਮਲਾ ਕਰਨਾ, (ਛੇੜ-ਛਾੜ ਵਿੱਚ) ਪਹਿਲ ਕਰਨਾ

aggression **/ਅ'ਗਰੈਸ਼ਨ/** *n* ਹੱਲਾ, ਹਮਲਾ, ਚੜ੍ਹਾਈ, ਆਕਰਮਣ; ਵਧੀਕੀ, ਧੱਕਾ

aggressive **/ਅ'ਗਰੈੱਸਿਵ੍ਹ/** *a* ਹੱਲੇ ਲਈ ਤਿਆਰ ਰਹਿਣ ਵਾਲਾ, ਲੜਾਕਾ; ਹਮਲੇ ਸਬੰਧੀ, ਹੱਲੇ ਬਾਰੇ, ਆਕਰਮਣਸ਼ੀਲ

aggressiveness **/ਅ'ਗਰੈੱਸਿਵ੍ਹਨਅਸ/** *n* ਆਕਰਮਣਸ਼ੀਲਤਾ, ਲੜਾਕਾਪਣ; ਵਧੀਕੀ,ਧੱਕਾ, ਜ਼ਿਆਦਤੀ

aggressor **/ਅ'ਗਰੈੱਸਅ*/** *n* ਹਮਲਾਵਰ, ਆਕਰਮਣਕਾਰੀ; ਧੱਕੇਬਾਜ਼, ਵਧੀਕੀ ਕਰਨ ਵਾਲਾ

aggrieve **/ਅ'ਗਰੀਵ੍ਹ/** *vt* ਦੁਖਾਉਣਾ, ਦੁੱਖ ਦੇਣਾ, ਕਸ਼ਟ ਦੇਣਾ, ਦੁਖੀ ਕਰਨਾ, ਤੰਗ ਕਰਨਾ

aggrieved **/ਅ'ਗਰੀਵ੍ਹਡ/** *a* ਦੁਖੀ, ਪੀੜਿਤ; ਔਕਿਆ, ਦਿੱਕ, ਔਖਾ

aghast **/ਅ'ਗਾਸਟ/** *a* ਹੱਕਾ-ਬੱਕਾ, ਹੈਰਾਨ, ਵਿਸਮਤ, ਤ੍ਰਭਕਿਆ, ਡੌਰ-ਭੌਰਾ, ਬੌਂਦਲਿਆ, ਚਕ੍ਰਿਤ

agile **/'ਐਜਾਇਲ/** *a* ਚੁਸਤ, ਫੁਰਤੀਲਾ

agility **/ਅ'ਜਿਲਅਟਿ/** *n* ਚੁਸਤੀ, ਚਲਾਕੀ, ਫੁਰਤੀ, ਫੁਰਤੀਲਾਪਣ

agio **/'ਐਜਿਅਉ/** *n* ਇੱਕ ਸਿੱਕੇ ਨੂੰ ਦੂਜੇ ਸਿੱਕੇ ਵਿੱਚ ਵਟਾਉਣ ਵਾਸਤੇ ਦਿੱਤੀ ਗਈ ਰਕਮ, ਵੱਟਾ, ਭਨਾਈ, ਹੱਕ ਸਰਾਫ਼ਾ, ਐਕਸਚੇਂਜ ਦਾ ਧੰਦਾ, ਕਿਸੇ ਇੱਕ ਦੇਸ਼ ਦੇ ਸਿੱਕੇ ਦੀ ਦੂਜੇ ਦੇਸ਼ ਦੇ ਸਿੱਕੇ ਨਾਲੋਂ ਵਾਧੂ ਕੀਮਤ

agiotage **/'ਐਜਿਅਟਿਜ/** *n* ਸੱਟੇ ਦਾ ਵਪਾਰ

agitate **/'ਐਜਿਟੇਇਟ/** *v* ਭੜਕਾਉਣਾ, ਉਕਸਾਉਣਾ, ਭਖਾਉਣਾ, ਉਤੇਜਿਤ ਕਰਨਾ; ਅੰਦੋਲਨ ਕਰਨਾ, ਹਲਚਲ ਕਰਨਾ, ਸੰਘਰਸ਼ ਕਰਨਾ, ਬਹਿਸ ਕਰਨਾ, ਝਗੜਾ ਕਰਨਾ; ਹਿਲਾਣਾ; ਘਬਰਾ ਦੇਣਾ

agitated **/'ਐਜਿਟੇਇਟਿਡ/** *a* ਉਤੇਜਿਤ, ਭੜਕਿਆ, ਦੁਖੀ, ਸਤਿਆ ਹੋਇਆ, ਵਿਆਕੁਲ

agitation **/,ਐਜਿ'ਟੇਇਸ਼ਨ/** *n* ਅੰਦੋਲਨ, ਗੜਬੜ, ਉਕਸਾਹਟ, ਘਬਰਾਹਟ, ਹਲਚਲ, ਉਤੇਜਨਾ, ਵਿਆਕੁਲਤਾ

agitative **/'ਐਜਿ,ਟੇਇਟਿਵ੍ਹ/** *a* ਝਗੜੇ ਸੰਬੰਧੀ, ਉਤੇਜਨਾ-ਪੂਰਨ

agitator **/'ਐਜਿਟੇਇਟਅ*/** *n* ਹਲਚਲ ਪੈਦਾ

ਕਰਨ ਵਾਲਾ, ਅੰਦੋਲਨ ਕਰਤਾ, ਅੰਦੋਲਨਕਾਰੀ; ਹਿਲਾਉਣ ਵਾਲਾ ਯੰਤਰ, ਮਧਾਣੀ

agitprop /'ਐਜਿਟਪਰੌਪ/ *n* ਖੱਬੇਪੱਖੀ ਵਿਚਾਰਧਾਰਾ ਦਾ ਪ੍ਰਚਾਰ ਕਰਨ ਲਈ ਕਲਾ ਅਤੇ ਫ਼ਿਲਮਾਂ ਆਦਿ ਦੀ ਵਰਤੋਂ

aglet, aiglet /'ਐਗਲਅਟ,'ਏਇਗਲਅਟ/ *n* ਬੂਟਾਂ ਦੇ ਤਸਮੇ ਦਾ ਧਾਤ ਲੱਗਾ ਸਿਰਾ

aglow /ਅ'ਗਲਅਉ/ *a* ਲਿਸ਼ਕਦਾ, ਚਮਕਦਾ, ਦਗਦਗ ਕਰਦਾ, ਪ੍ਰਦੀਪਤ

AGM /ˌਏਇ ਜੀ 'ਐੱਮ/ *abbr* **annual general meeting** ਦਾ ਸੰਖਿਪਤ ਰੂਪ, ਸੰਸਥਾ ਦੇ ਸਾਰੇ ਮੈਂਬਰਾਂ ਦੀ ਸਲਾਨਾ ਸਭਾ (ਸੰਸਥਾ ਦੇ ਕੀਤੇ ਕੰਮਾਂ ਅਤੇ ਕਰਨ ਵਾਲੇ ਕੰਮਾਂ ਬਾਰੇ) ਵਿਚਾਰ ਕਰਨ ਵਾਲੀ ਸਭਾ

agnail /'ਐਗਨੇਇਲ/ *n* ਨਹੁੰ ਦੀ ਛਿਲਤ, ਕੋਰ

agnate /'ਐਗਨੇਇਟ/ *a* ਇੱਕੋ ਪਿੰਡ ਦੇ, ਇੱਕੋ ਗੋਤ ਦੇ, ਹਮਜਿਨਸ, ਸਜਾਤੀ, ਇੱਕੋ ਖ਼ਾਨਦਾਨ ਦੇ; ਇੱਕੋ ਸੁਭਾਅ ਵਾਲੇ; ਸਮਪਿਤਰੀ *n* ਇੱਕ ਹੀ ਵਡੇਰੇ ਦੀ ਔਲਾਦ

agnatic /ਐਗ'ਨੈਟਿਕ/ *a* ਇੱਕੋ ਜਾਤ ਜਾਂ ਗੋਤ ਦਾ, ਸਜਾਤੀ, ਹਮਜਿਨਸ, ਗੋਤੀ

agnomen /ਐਗ'ਨਅਉਮੈਨੑ/ *n* ਉਪਨਾਮ, ਅੱਲ

agnostic /ਐਗ'ਨੌਸਟਿਕ/ *a* ਰੱਬ ਦੀ ਹੋਂਦ ਬਾਰੇ ਸੰਦੇਹ ਕਰਨ ਵਾਲਾ, ਸ਼ੰਕਾਵਾਦੀ, ਅਗਿਆਨੀ

agnosticism /ਐਗ'ਨੌਸਟਿਸਿਜ਼ਅਮ/ *n* ਸੰਦੇਹਵਾਦ, ਸ਼ੰਕਾਵਾਦ, ਅਗਿਆਨਵਾਦ

ago /ਅ'ਗਅਉ/ *a* ਪਹਿਲਾਂ ਬੀਤਿਆ, ਬਤੀਤ ਹੋਇਆ, ਗੁਜ਼ਰਿਆ, ਪੂਰਵ *adv* ਬਹੁਤ ਸਮਾਂ ਪਹਿਲਾਂ, ਦੀਰਘ ਕਾਲ ਤੋਂ

agog /ਅ'ਗੌਗ/ *a* ਉਤਸੁਕ, ਬੇਕਰਾਰ

agoing /ਅ'ਗਅਉਇਙ/ *a* ਕਿਰਿਆਸ਼ੀਲ, ਗਤੀਮਾਨ, ਕਿਰਿਆਤਮਿਕ

agonistic /ˌਐਗਅ(ਉ)'ਨਿਸਟਿਕ/ *a* ਵਿਵਾਦੀ, ਝਗੜਾਲੂ

agonize /'ਐਗਅਨਾਇਜ਼/ *v* ਤੜਪਣਾ ਜਾਂ ਤੜਪਾਉਣਾ, ਸਤਾਉਣਾ, ਤੰਗ ਕਰਨਾ, ਤਕਲੀਫ਼ ਦੇਣਾ, ਦੁੱਖ ਦੇਣਾ

agony /'ਐਗਅਨਿ/ *n* ਮਾਨਸਿਕ ਪੀੜ, ਵੇਦਨਾ, ਸੰਤਾਪ, ਚਿੰਤਾ; ਸਰੀਰਕ ਕਸ਼ਟ; ਸੰਘਰਸ਼

agoraphobia /ˌਐਗਅਰਅ'ਫ਼ਅਉਬਿਅ/ *n* ਖੁੱਲ੍ਹੀਆਂ ਥਾਵਾਂ ਦਾ ਭੈਅ

agraphia /ਅ'ਗਰੈਫ਼ਿਅ/ *n* (ਚਿਕਿਤਸਾ) ਲਿਖਣ-ਅਯੋਗਤਾ, ਵਿਅਕਤੀ ਦੀ ਲਿਖਣ-ਯੋਗਤਾ ਖ਼ਤਮ ਹੋਣ ਦੀ ਸਥਿਤੀ

agrarian /ਅ'ਗਰੇਅਰਿਅਨ/ *a* ਜ਼ਰਾਇਤ ਭੂਮੀ ਸੰਬੰਧੀ, ਕਿਰਸਾਣੀ *n* ਭੂਮੀ ਸੁਧਾਰਕ, ਭੂਮੀ ਵੰਡ ਦੇ ਪ੍ਰਸੰਗ ਵਿੱਚ

agree /ਅ'ਗਰੀ/ *vt* ਮੰਨਣਾ, ਰਜ਼ਾਮੰਦ ਹੋਣਾ, ਹਾਮੀ ਭਰਨਾ, ਸਹਿਮਤ ਹੋਣਾ; ਪਰਸਪਰ ਮੇਲ ਹੋਣਾ; ਨਿਭਣਾ, ਰਾਜ਼ੀ ਹੋਣਾ; ਸਮਝੌਤਾ ਕਰਨਾ, ਤੈ ਕਰਨਾ; ਅਨੁਕੂਲ ਹੋਣਾ

agreeable /ਅ'ਗਰੀਅਬਲ/ *a* ਸੁਖਾਵਾਂ, ਮਨੋਹਰ, ਰਮਣੀਕ; ਅਨੁਕੂਲ, ਅਨੁਸਾਰ, ਅਨੁਰੂਪ; ਸਹਿਮਤ, ਰਜ਼ਾਮੰਦ

agreeableness /ਅ'ਗਰੀਅਬਲਨਅਸ/ *n* ਸੁਖਾਵਾਂਪਣ, ਮਨਪਸੰਦੀ, ਰੋਚਕਤਾ, ਅਨੁਕੂਲਤਾ

agreement /ਅ'ਗਰੀਮਅਨਟ/ *n* ਸਹਿਮਤੀ, ਰਜ਼ਾਮੰਦੀ; ਮੇਲ, ਸਮਝੌਤਾ, ਰਾਜ਼ੀਨਾਮਾ, ਇਕਰਾਰਨਾਮਾ, ਅਨੁਰੂਪਤਾ

agrestic /ਅ'ਗਰੈਸਟਿਕ/ *a* ਪੇਂਡੂ, ਦਿਹਾਤੀ, ਗ੍ਰਾਮੀਣ

agricultural /ˌਐਗਰਿ'ਕਅੱਲਚਅਰਅਲ/ *a* ਵਾਹੀ ਦਾ, ਖੇਤੀਬਾੜੀ ਦਾ, ਕਿਰਸਾਣੀ ਦਾ, ਕਿਰਸਾਣਾ, ਜ਼ਰਾਇਤੀ

agriculture /'ਐਗਰਿਕਅੱਲਚਅ*/ *n* ਖੇਤੀਬਾੜੀ, ਵਾਹੀ, ਕਾਸ਼ਤਕਾਰੀ, ਖੇਤੀ

agriculturist /ˌਐਗਰਿ'ਕਅੱਲਚ(ਅ)ਰਿਸਟ/ *n* ਖੇਤੀਬਾੜੀ ਕਰਨ ਵਾਲਾ, ਕਿਰਸਾਣ, ਕਿਸਾਨ, ਕਾਸ਼ਤਕਾਰ

agrimotor /'ਐਗਰਿਮਅਉਟਅ*/ *n* ਖੇਤ

ਵਾਹੁਣ ਵਾਲੀ ਮਸ਼ੀਨ, ਟਰੈਕਟਰ

agro-industry /'**ਐਗਰਅਉਇਨਡਅੱਸਟਰਿ**/ *n* ਖੇਤੀ-ਉਦਯੋਗ, ਕ੍ਰਿਸ਼ੀ-ਉਦਯੋਗ

agrologist /**ਅ'ਗਰੌਲਅਜਿਸਟ**/ *n* ਖੇਤੀਬਾੜੀ ਦੇ ਸੰਦਾਂ ਦਾ ਮਾਹਰ

agrology /**ਅ'ਗਰੌਲਅਜਿ**/ *n* ਖੇਤੀਬਾੜੀ ਦੀ ਮੁਹਾਰਤ

agronomist /**ਅ'ਗਰੌਨਅਮਿਸਟ**/ *n* ਖੇਤੀਬਾੜੀ ਦੀ ਅਰਥ ਵਿਵਸਥਾ ਦਾ ਮਾਹਰ

agronomy /**ਅ'ਗਰੌਨਅਮਿ**/ *n* ਕਿਰਸਾਣੀ ਅਰਥਚਾਰੇ ਦਾ ਵਿਗਿਆਨ, ਖੇਤੀ ਅਰਥ ਵਿਵਸਥਾ

aground /**ਅ'ਗਰਾਉਨਡ**/ *a* ਰੇਤ ਜਾਂ ਬਰੇਤੇ ਵਿੱਚ ਫਸਿਆ (ਜਹਾਜ਼) *adv* ਜ਼ਮੀਨ ਉੱਤੇ

ague /'**ਏਇਗਯੂ**/ *n* ਕਾਂਬੇ ਦਾ ਬੁਖ਼ਾਰ; ਮਲੇਰੀਆ, ਕੰਬਣੀ

agued /'**ਏਇਗਯੂਡ**/ *a* ਮਲੇਰੀਏ ਤਾਪ ਦਾ ਰੋਗੀ

aguish /'**ਏਇਗਯੂਇਸ਼**/ *a* ਮਲੇਰੀਏ ਦਾ, ਮਲੇਰੀਏ ਜਿਹਾ, ਮਲੇਰੀਏ ਦੇ ਰੋਗ ਦਾ, ਮਲੇਰੀਏ ਦੇ ਤਾਪ ਨਾਲ ਲੱਗਣ ਵਾਲਾ (ਪਾਲਾ ਜਾਂ ਕਾਂਬਾ)

ah /**ਆ**/ *int* ਹਾ, ਹਾਏ, ਆਹ, ਓ ਹੋ, ਅਫ਼ਸੋਸ, ਉਫ਼, ਅਰੇ, ਵਾਹ

aha /**ਆ'ਹਾ**/ *int* ਅਸਚਰਜਤਾ ਜਾਂ ਵਿਅੰਗ ਦਾ ਵਿਅੰਜਕ, ਆਹਾ, ਵਾਹ-ਵਾਹ

ahead /**ਅ'ਹੈੱਡ**/ *adv* ਅੱਗੇ, ਅਗਾੜੀ, ਸਾਮ੍ਹਣੇ, ਅਗਾਂਹ, ਸਿੱਧੇ, ਅੱਗੇ ਵੱਲ; ਤੇਜ਼ ਕਦਮਾਂ ਨਾਲ, ਤੀਬਰ ਗਤੀ ਨਾਲ, ਵਧਦੇ ਹੋਏ

aheap /**ਅ'ਹੀਪ**/ *a* ਗੁੱਛਾ-ਮੁੱਛਾ, ਢੇਰ ਹੋਇਆ; ਡਰ ਨਾਲ ਕੰਬ ਕੇ ਸੁੰਗੜਿਆ ਹੋਇਆ

ahistorical /ˌ**ਏਇਹਿ'ਸਟੌਰਿਕਲ**/ *a* ਅਣ-ਇਤਿਹਾਸਕ

aid /**ਏਇਡ**/ *n* ਸਹਾਇਤਾ, ਮਦਦ *vt* ਸਹਾਇਤਾ ਕਰਨਾ, ਮਦਦ ਕਰਨਾ; ਉਪਕਾਰ ਕਰਨਾ

aide /**ਏਇਡ**/ *n* ਸਹਾਇਕ ਵਿਅਕਤੀ (ਜੋ ਕਿਸੇ ਹੋਰ, ਖ਼ਾਸ ਕਰਕੇ ਰਾਜਨੇਤਾ ਦੇ ਕੰਮਕਾਜ ਵਿੱਚ ਸਹਾਇਤਾ ਕਰੇ)

aide-de-camp /ˌ**ਏਇਡ ਡਅ 'ਕੌਂ**/ *n* ਸੈਨਾ ਅਧਿਕਾਰੀ ਦਾ ਸਹਾਇਕ, ਏਡੀਕਾਂਗ, ਏ.ਡੀ.ਸੀ.

aide-memoire /ˌ**ਏਇਡ ਮੈਮੱ'ਵਾ***/ *n* ਕਿਸੇ ਦੀ ਯਾਦ ਵਿੱਚ ਲਿਖੀ ਲਿਖਤ, ਸਿਮਰਤੀ ਪੱਤਰ, ਸਿਮਰਤੀ ਪੁਸਤਕ

aider /**ਏਇਡਅ***/ *n* ਸਹਾਇਕ

aidful /**ਏਇਡਫਲ**/ *a* ਸਹਾਇਤਾ ਪੂਰਵਕ

aiding /'**ਏਇਡਿਙ**/ *a* ਸਹਾਈ

aids /**ਏਇਡਜ਼**/ *n* ਸਹਾਇਕ ਸਾਧਨ ਜਾਂ ਸਮੱਗਰੀ

aiglet /'**ਏਇਗਲਅਟ**/ *n* ਬੂਟਾਂ ਦੇ ਤਸਮੇ ਦਾ ਧਾਤ ਲੱਗਾ ਸਿਰਾ

aigre /'**ਏਇਗਰਅ**/ *n* ਨਦੀ ਦਾ ਹੜ੍ਹ

aigrette /'**ਏਇਗਰੈੱਟ**/ *n* ਸਾਰਸ, ਬਗਲਾ; ਖੰਭਾਂ ਜਾਂ ਵਾਲਾਂ ਦਾ ਗੁੱਛਾ; ਜਿਗ੍ਹਾ, ਕਲਗੀ

aiguille /'**ਏਇਗਵੀਲ**/ *n* ਨੁਕੀਲੀ ਚੋਟੀ

ail /**ਏਇਲ**/ *v* ਕਸ਼ਟ ਦੇਣਾ ਜਾਂ ਹੋਣਾ, ਪੀੜਿਤ ਹੋਣਾ, ਦੁੱਖ ਦੇਣਾ ਜਾਂ ਦੁਖੀ ਹੋਣਾ, ਰੋਗੀ ਹੋਣਾ

ailing /'**ਏਇਲਿਙ**/ *a* ਬਿਮਾਰ, ਦੁਖੀ, ਰੋਗੀ, ਪੀੜਿਤ

ailment /'**ਏਇਲਮਅਨਟ**/ *n* ਤਬੀਅਤ ਦੀ ਖ਼ਰਾਬੀ

aim /**ਏਇਮ**/ *v* ਨਿਸ਼ਾਨਾ ਬੰਨ੍ਹਣਾ ਜਾਂ ਲਾਉਣਾ, ਟੀਚਾ ਮਿਥਣਾ, ਸ਼ਿਸਤ ਬੰਨ੍ਹਣਾ, ਸੱਟ ਲਾਉਣਾ, ਵਾਰ ਕਰਨਾ; ਯਤਨ ਕਰਨਾ, ਚੇਸ਼ਟਾ ਕਰਨਾ, ਉਦੇਸ਼ ਮਿਥਣਾ, ਸੰਕਲਪ ਕਰਨਾ *n* ਨਿਸ਼ਾਨਾ, ਟੀਚਾ, ਮੰਤਵ, ਉਦੇਸ਼, ਸੰਕਲਪ, ਮਨਸ਼ਾ, ਪ੍ਰਯੋਜਨ

aimless /'**ਏਇਮਲਅਸ**/ *a* ਮਨੋਰਥਹੀਣ, ਨਿਰਉਦੇਸ਼, ਬੇਮਕਸਦ

aimlessness /'**ਏਇਮਲਅਸਨਅਸ**/ *n* ਨਿਰਉਦੇਸ਼ਤਾ, ਉਦੇਸ਼ਹੀਣਤਾ

ain't /**ਏਇਨਟ**/ *v* am not, is not, are not ਵਗੈਰਾ ਦਾ ਸੰਖਿਪਤ ਰੂਪ, ਨਹੀਂ ਹੈ, ਨਹੀਂ ਹਨ, ਨਹੀਂ ਹਾਂ

air /**ਏਅ***/ *n* ਹਵਾ, ਵਾ, ਪੌਣ, ਵਾਯੂ; ਵਾਯੂਮੰਡਲ,

ਪੁਲਾੜ, ਵਾਤਾਵਰਨ; ਰੂਪ-ਰੰਗ, ਰੰਗ-ਢੰਗ, ਹਾਵ-ਭਾਵ; ਨਖ਼ਰਾ **in the air** ਅਫ਼ਵਾਹ, ਅਵਾਈ **on the air** ਰੇਡੀਓ ਉੱਤੇ, ਰੇਡੀਓ ਰਾਹੀਂ **open-air** ਖੁੱਲ੍ਹ, ਖੁੱਲ੍ਹੀ ਥਾਂ, ਬਿਨਾਂ ਛੱਤ ਤੋਂ ਜਗ੍ਹਾ **to give oneself airs** ਫੂਕ ਛਕਣਾ, ਸ਼ੇਖ਼ੀ ਮਾਰਨਾ *vt* ਹਵਾ ਵਿੱਚ ਰੱਖਣਾ, ਹਵਾ ਲੁਆਉਣਾ, ਸੁਕਾਉਣਾ; ਹਵਾ ਖਾਣਾ, ਹਵਾਖ਼ੋਰੀ ਕਰਨਾ; ਪ੍ਰਗਟਾਉਣਾ, ਪ੍ਰਗਟ ਕਰਨਾ, ਪ੍ਰਦਰਸ਼ਿਤ ਕਰਨਾ, ਦਿਖਾਉਣਾ

airbag /'ਏਅਬੈਗ/ *n* (ਦੁਰਘਟਨਾ ਸਮੇਂ) ਕਾਰ ਵਿੱਚ ਸੁਰੱਖਿਆ ਦੇਣ ਵਾਲਾ ਇੱਕ ਯੰਤਰ, ਸੁਰੱਖਿਅਕ ਉਪਕਰਨ

airbase /'ਏਅਬੇਇਸ/ *n* ਹਵਾਈ ਫ਼ੌਜ ਦੀ ਛਾਉਣੀ

air-bladder /'ਏਅ,ਬਲੈਡਅ*/ *n* ਭੁਕਾਨਾ, ਗੁਬਾਰਾ

airborne /'ਏਅਬੋਨ/ *a* ਉਡਾਨ ਦੀ ਅਵਸਥਾ ਵਿੱਚ (ਹਵਾਈ ਜਹਾਜ਼), ਹਵਾ ਰਾਹੀਂ ਲਿਆਂਦੇ (ਜੀਵ ਅਣੂ ਜਾਂ ਪੌਦਿਆਂ ਦੇ ਬੀਜ), ਹਵਾਈ

air-brake /'ਏਅਬਰੇਇਕ/ *n* ਹਵਾਈ ਬਰੇਕ, ਰੋਕ ਜੋ ਅਗੋਂ ਆਉਂਦੀ ਹਵਾ ਦੇ ਜ਼ੋਰ ਨਾਲ ਪੈਦਾ ਹੁੰਦੀ ਹੈ

Airbus /'ਏਅਬਅੱਸ/ *n* ਵੱਡਾ ਹਵਾਈ ਜਹਾਜ਼

air-conditioned /'ਏਅਕਅਨਡਿਸ਼(ਅ)ਨਡ/ *a* ਵਾਯੂ ਅਨੁਕੂਲਤ

air-conditioning /'ਏਅਕਅਨਡਿਸ਼(ਅ)ਨਿਙ/ *n* ਤਾਪ ਨੂੰ ਲੋੜ ਅਨੁਸਾਰ ਅਨੁਕੂਲ ਕਰਨ ਦਾ ਢੰਗ, ਵਾਯੂ ਅਨੁਕੂਲਨ

aircraft /'ਏਅਕਰਾਫ਼ਟ/ *n* ਹਵਾਈ ਜਹਾਜ਼, ਵਿਮਾਨ

aircraft carrier *n* ਹਵਾਈ ਜਹਾਜ਼ਾਂ ਨੂੰ ਢੋਣ ਅਤੇ ਉੱਡਣ ਲਈ ਪਟੜੀ ਦਾ ਕੰਮ ਦੇਣ ਵਾਲਾ ਸਮੁੰਦਰੀ ਜਹਾਜ਼

aircrew /'ਏਅਕਰੂ/ *n* ਹਵਾਈ ਜਹਾਜ਼ ਚਾਲਕ ਅਤੇ ਉਸਦੇ ਸਾਥੀ ਕਰਮਚਾਰੀ, ਹਵਾਈ ਕਰਮਚਾਰੀ, ਹਵਾਈ ਅਮਲਾ

airdrop /'ਏਅਡਰੌਪ/ *n* (ਉਡਦੇ ਹਵਾਈ ਜਹਾਜ਼ ਵਿੱਚੋਂ) ਸਮਾਨ ਸੁੱਟਣ ਦੀ ਕਿਰਿਆ, (ਪੈਰਾਸ਼ੂਟ ਰਾਹੀਂ) ਬੰਦੇ ਉਤਾਰਨ ਦੀ ਕਾਰਵਾਈ

airfare /'ਏਅਫ਼ੇਅ*/ *n* ਹਵਾਈ ਜਹਾਜ਼ ਰਾਹੀਂ ਯਾਤਰਾ ਦਾ ਕਿਰਾਇਆ, ਭਾੜਾ

airfield /'ਏਅਫ਼ੀਲਡ/ *n* ਹਵਾਈ ਅੱਡਾ

air force *n* ਹਵਾਈ ਸੈਨਾ, ਵਾਯੂ ਸੈਨਾ

airgraph /'ਏਅਗਰਾਫ਼/ *n* ਜਹਾਜ਼ ਰਾਹੀਂ ਜਾਣ ਵਾਲਾ ਪੱਤਰ

airgun /'ਏਅਗਅੱਨ/ *n* ਹਵਾਈ ਬੰਦੂਕ

air hostess *n* ਵਿਮਾਨ ਸੇਵਿਕਾ

airiness /'ਏਅਰਿਨਅਸ/ *n* ਹਵਾਦਾਰੀ; ਹੌਲਾਪਣ, ਹਲਕਾਪਣ; ਨਜ਼ਾਕਤ

airless /'ਏਅਲਅਸ/ *a* ਹਵਾ ਰਹਿਤ; ਦਮ ਘੋਟੂ; ਸ਼ਾਂਤ

airlift /'ਏਅਲਿਫ਼ਟ/ *n* ਹਵਾਈ ਜਹਾਜ਼ ਰਾਹੀਂ ਸਮਾਨ ਦੀ ਢੋਆ-ਢੁਆਈ

airline /'ਏਅਲਾਇਨ/ *n* ਹਵਾਈ ਕੰਪਨੀ; ਹਵਾਈ ਮਾਰਗ

airliner /'ਏਅਲਾਇਨਅ*/ *n* ਵੱਡਾ ਹਵਾਈ ਜਹਾਜ਼; ਸਵਾਰੀ ਹਵਾਈ ਜਹਾਜ਼

airmail /'ਏਅਮੇਇਲ/ *n* ਹਵਾਈ ਡਾਕ

airman /'ਏਅਮਅਨ/ *n* ਹਵਾਬਾਜ਼, ਜਹਾਜ਼ ਚਾਲਕ

air marshal *n* ਹਵਾਈ ਫ਼ੌਜ ਦਾ ਵੱਡਾ ਅਧਿਕਾਰੀ; ਏਅਰ ਮਾਰਸ਼ਲ, ਹਵਾਈ ਜਹਾਜ਼ ਦਾ ਹਥਿਆਰਬੰਦ ਸੁਰੱਖਿਆ ਗਾਰਡ

air pistol *n* ਲੋਹੇ ਦੀਆਂ ਛੋਟੀਆਂ ਛੋਟੀਆਂ ਗੋਲੀਆਂ ਵਾਲਾ ਛੋਟਾ ਪਿਸਤੌਲ (ਜੋ ਹਵਾ ਦੇ ਦਬਾਉ ਨਾਲ ਚੱਲਦਾ ਹੈ)

airport /'ਏਅਪੋਟ/ *n* ਹਵਾਈ ਅੱਡਾ

air pump *n* ਹਵਾ ਭਰਨ ਵਾਲਾ ਪੰਪ

air raid *n* ਹਵਾਈ ਹਮਲਾ

airship /'ਏਅਸ਼ਿਪ/ *n* ਉੱਡਣ ਖਟੋਲਾ, ਹਵਾਈ ਜਹਾਜ਼, ਗੁਬਾਰਾ

airshow /**'ਏਅਸ਼ਅਉ**/ *n* ਹਵਾਈ ਪ੍ਰਦਰਸ਼ਨੀ, ਹਵਾਈ ਜਹਾਜ਼ਾਂ ਦਾ ਮੇਲਾ

airstrike /**'ਏਅਸਟਰਾਇਕ**/ *n* ਹਵਾਈ ਹਮਲਾ, (ਦੁਸ਼ਮਨ ਉੱਤੇ ਕੀਤੀ) ਹਵਾਈ ਗੋਲਾਬਾਰੀ

airtight /**'ਏਅਟਾਇਟ**/ *n* ਹਵਾ-ਬੰਦ

Air Vice Marshal *n* ਹਵਾਈ ਉਪਸੈਨਾਪਤੀ, ਵਾਈਸ ਮਾਰਸ਼ਲ

airwaves /**'ਏਅਵੇਇਵ੍ਜ਼**/ *n* ਹਵਾਈ ਤਰੰਗਾ, (ਰੇਡਿਓ ਜਾਂ ਟੈਲੀਗ੍ਰਾਮ ਭੇਜਣ ਵਾਲੀਆਂ) ਹਵਾਈ ਲਹਿਰਾਂ

airway /**'ਏਅਵੇਇ**/ *n* ਹਵਾਈ ਮਾਰਗ; ਖਾਣਾਂ ਵਿੱਚ ਹਵਾ ਆਉਣ ਜਾਣ ਲਈ ਬਣਿਆ ਰਸਤਾ, ਮੋਘਾ

airworthy /**'ਏਅਵਅ:ਦਿ**/ *a* ਸੁਰੱਖਿਆ ਪੂਰਨ ਉਡਾਨ ਭਰਨ ਵਾਲਾ (ਹਵਾਈ ਜਹਾਜ਼), ਉਡਾਣ ਭਰਨ ਯੋਗ

airy /**'ਏਅਰਿ**/ *a* ਹੌਲਾ, ਹਲਕਾ, ਹਵਾਈ; ਪ੍ਰਸੰਨਚਿੱਤ, ਅਨੰਦ-ਮਗਨ; ਖੁੱਲ੍ਹਾ, ਹਵਾਦਾਰ, ਖ਼ਿਆਲੀ; ਤੱਤਹੀਣ, ਨਿਰਾਰਥਕ; ਪਤਲਾ, ਬਰੀਕ; ਦਿਲ ਖਿੱਚਵਾਂ, ਰਮਣੀਕ; ਜ਼ਿੰਦਾ-ਦਿਲ, ਰੰਗੀਲਾ; ਲਾਪਰਵਾਹ, ਚੰਚਲ

airy fairy *a* (ਬੋਲ) ਹਵਾਈ, ਖ਼ਿਆਲੀ, ਕਾਲਪਨਿਕ

aitchbone /**'ਏਇਚਬਅਉਨ**/ *n* ਪੁੱਠ ਦੀ ਹੱਡੀ, ਪੁੱਠ ਦਾ ਮਾਸ

ajar /**ਅ'ਜਾ***/ *adv* ਬੇਸੁਰਾ, ਬੇਮੇਲ; ਅੱਧਖੁੱਲ੍ਹਾ

akimbo /**ਅ'ਕਿਮਬਅਉ**/ *adv* ਢਾਕਾਂ ਉੱਤੇ ਹੱਥ ਰੱਖੀ **(with arms akimbo)**

akin /**ਅ'ਕਿਨ**/ *pred a* ਲਹੂ ਦੀ ਸਾਂਝ ਵਾਲਾ, ਸਕਾ, ਰਿਸ਼ਤੇਦਾਰ, ਇੱਕੋ ਗੋਤ ਦਾ, ਸਜਾਤੀ

akinesia /**ਐਕਿ'ਨੀਸਿਅ**/ *n* ਆਪਣੇ ਸਰੀਰ ਨੂੰ ਹਿਲਾ ਸਕਣ ਦੀ ਅਯੋਗਤਾ

alabaster /**'ਐਲਅਬਾਸਟਅ***/ *a* ਚੂਨਾ ਪੱਥਰ ਜਾਂ ਸਿਲਖੜੀ ਵਰਗਾ *n* ਸੰਗਮਰਮਰ ਵਾਂਗ ਜਾਪਣ ਵਾਲੀ ਚਿੱਟੀ ਚੀਕਨੀ ਮਿੱਟੀ, ਸਿਲਖੜੀ, ਚੂਨਾ ਪੱਥਰ, ਖੜੀਆ ਮਿੱਟੀ, ਸਿਲਖੜੀ ਦਾ ਬਣਿਆ ਡੱਬਾ

a la carte /**,ਆ ਲਾ 'ਕਾਟ**/ *adv (F)* (ਹੋਟਲ ਵਿਚ) ਮੀਨੂੰ ਅਨੁਸਾਰ, ਭੋਜਨ-ਸੂਚੀ ਅਨੁਸਾਰ

alack /**ਅ'ਲੈਕ**/ *int* ਓਹ! ਹਾਏ! ਹੇ ਰਾਮ! ਅਫ਼ਸੋਸ! ਆਹ! ਹੈਂ (ਦੁੱਖ ਜਾਂ ਵਿਸਮੈ ਸੂਚਕ)

alacrity /**ਅ'ਲੈਕਰਅਟਿ**/ *n* ਫੁਰਤੀ, ਚੁਸਤੀ, ਤੇਜ਼ੀ; ਉੱਦਮ, ਉਤਸ਼ਾਹ

Aladdin /**ਅ'ਲੈਡਿਨ**/ *n* (ਪੁਰਾਤਨ ਕਹਾਣੀਆਂ ਦੇ) ਇਕ ਪਾਤਰ ਦਾ ਨਾਮ, ਅਲਾਦੀਨ

Aladdin's lamp /**ਅ,ਲੈਡਿਨਜ਼ 'ਲੈਮਪ**/ *n* ਅਲਾਦੀਨ ਦਾ ਜਿਤਾਗ, ਜਾਦੂ ਦਾ ਦੀਵਾ; ਤਾਵੀਜ਼ ਜੋ ਕਿਸੇ ਦੀ ਇੱਛਾ ਪੂਰਤੀ ਲਈ ਡੌਲੇ ਨਾਲ ਬੰਨ੍ਹਿਆ ਜਾਵੇ ਜਾਂ ਗਲ ਵਿੱਚ ਪਾਇਆ ਜਾਵੇ, ਕਵਚ

alamort /**ਐਲਅ'ਮੋਟ**/ *(F) a* ਅਧਮੋਇਆ, ਉਤਸ਼ਾਹਹੀਣ

alarm /**ਅ'ਲਾਮ**/ *n* ਅਲਾਰਮ; ਚਿਤਾਵਨੀ, ਖ਼ਤਰੇ ਦਾ ਘੁੱਗੂ, ਯੁੱਧ ਲਈ ਤਿਆਰੀ ਦਾ ਬਿਗਲ, ਘੜੀ ਦੀ ਟਨ-ਟਨ, ਕੂਚ ਦਾ ਘੱਗੂ *vt* ਖ਼ਬਰਦਾਰ ਕਰਨਾ, ਚਿਤਾਵਨੀ ਦੇਣਾ; ਡਰਾ ਦੇਣਾ, ਤ੍ਰਭਕਾ ਦੇਣਾ, ਤ੍ਰਾਹ ਕੱਢ ਦੇਣਾ; ਘੜੀ ਦਾ ਅਲਾਰਮ ਬੋਲਣਾ

alarm clock *n* ਅਲਾਰਮ ਵਾਲੀ ਘੜੀ

alarmed /**ਅ'ਲਾਮਡ**/ *a* ਡਰਿਆ, ਭੈ-ਭੀਤ, ਘਬਰਾਇਆ, ਸਹਿਮਿਆ

alarming /**ਅ'ਲਾਮਿਙ**/ *a* ਖ਼ਤਰਨਾਕ, ਚਿੰਤਾਜਨਕ, ਭਿਆਨਕ

alarm-post *n* ਉਹ ਨਿਸ਼ਚਿਤ ਥਾਂ ਜਿੱਥੇ ਖ਼ਤਰੇ ਵੇਲੇ ਫ਼ੌਜ ਦੇ ਸਿਪਾਹੀ ਇਕੱਠੇ ਹੁੰਦੇ ਹਨ, ਸੰਕਟ ਵਾਲੀ ਥਾਂ

alas /**ਅ'ਲੈਸ**/ *int* ਹਾਏ ! ਓਹ ਹੋ, ਅਫ਼ਸੋਸ !

albatross /**'ਐਲਬਅਟਰੌਸ**/ *n* (ਸ਼ਾਂਤ ਮਹਾਂਸਾਗਰ ਦਾ) ਇੱਕ ਵੱਡੇ ਖੰਭਾਂ ਵਾਲਾ ਚਿੱਟਾ ਪੰਛੀ

albeit /**,ਓਲ'ਬੀਇਟ**/ *conj* ਹਾਲਾਂਕਿ, ਭਾਵੇਂ

albino /ਐਲ'ਬੀਨਅਉ/ *n* ਕੱਕਾ–ਭੂਰਾ ਵਿਅਕਤੀ (ਜਿਸ ਦੀ ਚਮੜੀ ਅਤੇ ਵਾਲਾਂ ਵਿੱਚ ਕੋਈ ਰੰਗ ਨਾ ਹੋਵੇ); ਬੱਗਾ ਪੌਦਾ

album /'ਐਲਬਅਮ/ *n* ਤਸਵੀਰਾਂ ਵਾਲੀ ਕਾਪੀ, ਐਲਬਮ, ਚਿੱਤਰਾਵਲੀ; ਗੀਤ ਸੰਗ੍ਰਹਿ

albumen /'ਐਲਬਯੁਮਿਨ/ *n* ਅੰਡੇ ਦੀ ਸਫ਼ੈਦੀ; ਗਿਰੀ, ਮਗਜ਼, ਗੁੱਦਾ; ਧਾਤ ਜੋ (ਰੋਗ ਦੇ ਰੂਪ ਵਿੱਚ) ਪਿਸ਼ਾਬ ਰਾਹੀਂ ਨਿਕਲਦੀ ਹੈ

alchemic, alchemical /ਐਲ'ਕੈੱਮਿਕ, ਐਲ'ਕੈੱਮਿਕਲ/ *a* ਕੀਮੀਆਈ

alchemist /'ਐਲਕਅਮਿਸਟ/ *n* ਕੀਮੀਆਗਰ

alchemistical /ਐਲਕਿ'ਮਿਸਟਿਕਅਲ/ *a* ਕੀਮੀਆਗਰੀ ਸੰਬੰਧੀ

alchemize /'ਐਲਕਅਮਾਇਜ/ *vt* ਕੀਮੀਆ ਬਣਾਉਣਾ, ਤੱਤ ਪਰਿਵਰਤਨ ਕਰਨਾ, ਬਦਲ ਦੇਣਾ, ਰਸਾਇਣਕ ਵਿੱਦਿਆ ਨਾਲ ਬਦਲ ਦੇਣਾ

alchemy /'ਐਲਕਅਮਿ/ *n* ਰਸਾਇਣ, ਕੀਮੀਆਗਰੀ

alcohol /'ਐਲਕਅਹੌਲ/ *n* ਅਲਕੋਹਲ; ਸ਼ਰਾਬ; ਅਲਕੋਹਲ ਵਰਗਾ ਕੋਈ ਹੋਰ ਮਿਸ਼ਰਨ; ਨਸ਼ੇ ਵਾਲੀ ਚੀਜ਼

alcoholic /ˌਐਲਕਅ'ਹੌਲਿਕ/ *a* ਅਲਕੋਹਲੀ; ਨਸ਼ਈ, ਸ਼ਰਾਬੀ

alcoholism /'ਐਲਕਅਹੌਲਿਜ਼ਅਮ/ *n* ਅਤਿ ਅਧਿਕ ਸ਼ਰਾਬ ਪੀਣ ਦੀ ਆਦਤ, ਸ਼ਰਾਬ ਦਾ ਅਮਲ, ਨਸ਼ਈਪੁਣਾ

Alcoran /ˌਐਲਕੌ'ਰਾਨ/ *n* ਕੁਰਆਨ ਸ਼ਰੀਫ਼

Alcoranic /ਐਲਕੌ'ਰੈਨਿਕ/ *a* ਕੁਰਆਨ ਸ਼ਰੀਫ਼ ਸੰਬੰਧੀ

alcove /'ਐਲਕਅਉਵ੍/ *n* ਕੰਧ ਵਿੱਚ ਪੁੱਟੀ ਘਰੋਰ; ਆਲਾ, ਦਬਕਾ; ਅਰਾਮ ਕਰਨ ਵਾਲੀ ਥਾਂ; ਕੁੰਜ

alder /'ਓਲਡਅ*/ *n* ਭੋਜ ਪੱਤਰ ਦੀ ਕਿਸਮ ਦਾ ਇੱਕ ਰੁੱਖ, ਆਲਡਰ ਬਿਰਛ

alderman /'ਓਲਡਅਮਅਨ/ *n* ਉਪਨਗਰਪਾਲ, ਸ਼ਹਿਰ ਦਾ ਉਪਾਸ਼ਾਸਕ

ale /ਏਇਲ/ *n* ਇੱਕ ਵਿਸ਼ੇਸ਼ ਪ੍ਰਕਾਰ ਦੀ ਬੀਅਰ

alecost /'ਏਇਲਕੌਸਟ/ *n* ਇੱਕ ਸੁਗੰਧਿਤ ਪੌਦਾ

aleft /ਅ'ਲੈਫ਼ਟ/ *adv* ਖੱਬੇ ਪਾਸੇ, ਖੱਬੇ ਵੱਲ

alembic /ਅ'ਲੈਮਬਿਕ/ *n* ਅਰਕ ਜਾਂ ਸ਼ਰਾਬ ਕੱਢਣ ਵਾਲਾ ਯੰਤਰ

alength /ਅ'ਲੈਙਗਥ/ *adv* ਪੂਰੀ ਲੰਬਾਈ ਵਿੱਚ, ਪੂਰੀ ਲੰਬਾਈ ਤੋਂ

alert /ਅ'ਲਅ:ਟ/ *a* ਚੌਕੰਨਾ, ਖ਼ਬਰਦਾਰ, ਚੌਕਸ *n* ਚਿਤਾਵਨੀ, ਸੰਕਟ ਸਮੇਂ ਦੀ ਸੂਚਨਾ *vt* ਸਾਵਧਾਨ ਕਰਨਾ, ਸੁਚੇਤ ਕਰਨਾ **on the alert** ਸਾਵਧਾਨ, ਚੌਕਸ

alertness /ਅ'ਲਅ:ਟਨਅਸ/ *n* ਸਾਵਧਾਨੀ, ਖ਼ਬਰਦਾਰੀ, ਚੌਕਸੀ, ਚੁਸਤੀ, ਫੁਰਤੀ

A level /'ਏਇ ਲੈਵ੍ਲ/ *n* ਬਰਤਾਨੀਆਂ ਵਿੱਚ ਸਕੂਲ ਪੱਧਰ ਦੀ ਇੱਕ ਪਰੀਖਿਆ; ਉਚਤਮ ਦਰਜਾ, ਉੱਚਾ ਪੱਧਰ, ਉੱਚਾ ਮਿਆਰ

alexia /ਅ'ਲੈੱਕਸਿਅ/ *n* (ਦਿਮਾਗੀ ਖ਼ਰਾਬੀ ਕਾਰਨ) ਲਿਖੇ ਸ਼ਬਦ ਪੜ੍ਹਨ ਦੀ ਅਯੋਗਤਾ, ਪਠਨ ਅਸਮਰਥਾ, ਅਰਥ ਸਮਝਣ ਤੋਂ ਅਸਮਰਥ

al fresco /ਐਲ 'ਫ਼ਰੈੱਸਕਅਉ/ *adv* ਖੁੱਲ੍ਹੇ ਮੈਦਾਨ ਵਿੱਚ, ਖੁੱਲ੍ਹੀ ਥਾਂ ਉੱਤੇ, ਘਰੋਂ ਬਾਹਰ

alga /'ਐਲਗਅ/ *n* (ਬਹੁ **algae**) ਸਾਵਲ, ਸਮੁੰਦਰੀ ਕਾਈ

algebra /'ਐਲਜਿਬਰਅ/ *n* ਬੀਜ-ਗਣਿਤ, ਅਲਜਬਰਾ

algebraic, algebraical /ˌਐਲਜਿ'ਬਰੇਇਕ, ˌਐਲਜਿ'ਬਰੇਇਇਕਲ/ *a* (ਗਣਿ) ਬੀਜ-ਗਣਿਤ ਸੰਬੰਧੀ, ਅਲਜਬਰੇ ਦਾ

algebrist /'ਐਲਜਿਬਰਿਸਟ/ *n* (ਗਣਿ) ਅਲਜਬਰੇ ਦਾ ਮਾਹਰ

algid /'ਐਲਜਿਡ/ *a* ਠੰਢਾ, ਸੀਤਲ

algidity /ਐਲ'ਜਿਡਿਟਿ/ *n* ਠੰਢ, ਪਾਲਾ

algorism /'ਐਲਗਅਰਿਜ਼ਅਮ/ *n* (ਗਣਿ) ਅਰਬੀ ਗਿਣਨ-ਵਿਧੀ; ਦਸ਼ਮਲਵ ਪੱਧਤੀ

algorithm /'ਐਲਗਅਰਿਦਅਮ/ *n* (ਗਣਿਤ

ਦਾ ਕੋਈ ਸਵਾਲ ਹੱਲ ਕਰਨ ਲਈ) ਨਿਸ਼ਚਿਤ ਨਿਯਮਾਵਲੀ; (ਕੰਪਿ) ਕੰਪਿਊਟਰ ਪ੍ਰੋਗਰਾਮ ਵਿੱਚ ਸਮੱਸਿਆ ਦੇ ਹੱਲ ਲਈ ਕਦਮ–ਦਰ–ਕਦਮ ਲਿਖੀਆਂ ਹਦਾਇਤਾਂ, ਚਾਨਣ ਵਿਧੀ

alias /'ਏਇਲਿਅਸ/ *n* ਅਸਲੀ ਨਾਂ ਤੋਂ ਬਿਨਾਂ ਕੋਈ ਦੂਜਾ ਨਾਂ, ਉਪਨਾਮ, ਅੱਲ, ਉਰਫ਼

alibi /'ਐਲਅਬਾਇ/ *n* (ਕਨੂੰ) ਘਟਨਾ ਵਾਲੀ ਥਾਂ ਉੱਤੇ ਨਾ ਹੋਣ ਦੀ ਦਲੀਲ; ਬਹਾਨਾ

alien /'ਏਇਲਿਅਨ/ *a* ਓਪਰਾ, ਪਰਾਇਆ, ਬੇਗਾਨਾ; ਬਾਹਰਲਾ, ਵਿਦੇਸ਼ੀ; ਨਾਵਾਕਫ਼; ਅਸੰਬੰਧਿਤ, ਅਸੰਗਤ *n* ਬੇਗਾਨਾ ਅਪਰਿਚਤ ਵਿਅਕਤੀ

alienable /'ਏਇਲਿਅਨਅਬਲ/ *a* (ਜਾਇਦਾਦ ਆਦਿ) ਮਾਲਕੀ ਬਦਲਨਯੋਗ, ਹਸਤਾਂਤਰਨਯੋਗ

alienate /'ਏਇਲਿਅਨੇਇਟ/ *vt* ਅੱਡ ਕਰਨਾ, ਵੱਖ ਕਰਨਾ, ਅੱਡਰਾ ਕਰਨਾ; ਬੇਗਾਨਾ ਜਾਂ ਓਪਰਾ ਬਣਾਉਣਾ, ਹਮਦਰਦੀ ਗੁਆ ਬੈਠਣਾ; (ਜਾਇਦਾਦ ਜਾਂ ਭੂਮੀ ਸੰਪਤੀ ਦਾ) ਇੰਤਕਾਲ ਕਰਨਾ, ਮਲਕੀਅਤ ਦੂਜੇ ਦੇ ਨਾਂ ਕਰਨਾ

alienated /'ਏਇਲਿਅਨੇਇਟਡ/ *a* ਇੰਤਕਾਲ ਕੀਤਾ, ਪਰਿਵਰਤਿਤ, ਬੈਅ ਕੀਤੀ (ਭੂਮੀ)

alienation /ˌਏਇਲਿਅ'ਨੇਇਸ਼ਨ/ *n* ਵਖਰੇਵਾਂ, ਬੇਗਾਨਗੀ, ਓਪਰਾਪਣ; ਬੇਰੁਖ਼ੀ, ਉਪਰਾਮਤਾ; ਹੱਕ ਤੋਂ ਵੰਚਿਤ ਹੋਣ ਦੀ ਦਸ਼ਾ, ਇੰਤਕਾਲ (ਮਲਕੀਅਤ ਦਾ); ਸ਼ੁਦਾਅ, ਮਾਨਸਿਕ ਵਿਗਾੜ

alienism /'ਏਇਲਿਅਨਿਜ਼ਅਮ/ *n* ਓਪਰਾਪਣ, ਬੇਗਾਨਗੀ, ਉਪਰਾਮਤਾ

alight /ਅ'ਲਾਇਟ/ *a* ਚਮਕਦਾ, ਜਗਦਾ, ਭਖਦਾ, ਰੌਸ਼ਨ, ਪ੍ਰਕਾਸ਼ਮਈ, ਉੱਜਲ *vi* ਲੱਥਣਾ, ਉੱਤਰਨਾ

align, aline /ਅ'ਲਾਇਨ/ *v* ਕਿਸੇ ਵਿਅਕਤੀ ਜਾਂ ਧਿਰ ਦੇ ਵੱਲ ਹੋਣਾ, ਪਾਲ ਬੰਨ੍ਹਣਾ, ਲੀਕ ਖਿੱਚਣਾ; ਪੱਖ ਲੈਣਾ

alignment /ਅ'ਲਾਇਨਮਅਨਟ/ *n* ਸੇਧ; ਪਰ੍ਹੇਬੰਦੀ, ਕਤਾਰਬੰਦੀ; ਛਾਪੇ ਦੇ ਅੱਖਰਾਂ ਦੀ ਪਾਲਬੰਦੀ; ਪੱਖ, ਗਠਜੋੜ

alike /ਅ'ਲਾਇਕ/ *a* ਤੁੱਲ, ਵਰਗਾ, ਮਿਲਦਾ ਜੁਲਦਾ, ਸਮਾਨ, ਉਹੋ ਜਿਹਾ, ਸਮਰੂਪ *adv* ਸਮਾਨ ਢੰਗ ਨਾਲ, ਓਵੇਂ ਹੀ, ਉਸੇ ਤਰ੍ਹਾਂ

aliment /'ਐਲਿਮਅਨਟ/ *n* ਖ਼ੁਰਾਕ, ਭੋਜਨ, ਆਹਾਰ; ਆਮ ਖ਼ਰਚ; ਭੱਤਾ; ਸਹਾਇਤਾ; ਮਾਨਸਿਕ ਆਹਾਰ

alimental /ˌਐਲਿ'ਮੈਂਟ(ਅ)ਲ/ *a* ਸ਼ਕਤੀ –ਵਰਧਕ, ਪੌਸ਼ਟਿਕ, ਤਾਕਤ ਦੇਣ ਵਾਲਾ; ਖ਼ੁਰਾਕ ਸੰਬੰਧੀ, ਗਿਜ਼ਾ ਬਾਰੇ

alimentary /ˌਐਲਿਮੈਂਟ(ਅ)ਰਿ/ *a* ਖ਼ੁਰਾਕ ਪਚਾਉਣ ਵਾਲਾ, ਪੁਸ਼ਟੀਕਰ, ਤਾਕਤ ਵਾਲਾ

alimentary canal *n* ਭੋਜਨ ਨਾਲੀ

alimentation /ˌਐਲਿਮੈਂ'ਟੇਇਸ਼ਨ/ *n* ਪਾਲਣ-ਪੋਸਣ, ਪੁਸ਼ਟੀਕਰਨ; ਨਿਰਬਾਹ, ਗੁਜ਼ਾਰਾ

alimony /'ਐਲਿਮਅਨਿ/ *n* ਗੁਜ਼ਾਰਾ ਕਰਨ ਲਈ ਦਿੱਤਾ ਖ਼ਰਚ, ਪਤੀ ਵੱਲੋਂ ਛੱਡੀ ਹੋਈ ਪਤਨੀ ਨੂੰ ਦਿੱਤਾ ਜਾਣ ਵਾਲਾ ਧਨ, ਨਿਰਬਾਹ-ਖ਼ਰਚ, ਗੁਜ਼ਾਰਾ-ਭੱਤਾ

aliquot /'ਐਲਿਕਵੌਂਟ/ *n* (ਗਣਿ) ਉਹ ਰਕਮ ਜੋ ਪੂਰੀ-ਪੂਰੀ ਵੰਡੀ ਜਾਵੇ ਅਤੇ ਕੁਝ ਬਾਕੀ ਨਾ ਬਚੇ, ਪੂਰਨ ਵਿਭਾਜਕ ਸੰਖਿਆ

alive /ਅ'ਲਾਇਵ੍/ *a* ਜਿਊਂਦਾ, ਜਿਊਂਦਾ ਜਾਗਦਾ, ਸਜੀਵ, ਜੀਵਿਤ; ਸਾਵਧਾਨ, ਸੁਚੇਤ; ਫੁਰਤੀਲਾ, ਛੋਹਲਾ

alkali /'ਐਲਕਅਲਾਇ/ *n* ਕਾਸਟਿਕ ਪੁਟਾਸ਼ ਅਤੇ ਹੋਰ ਖ਼ਾਰ ਵਾਲੇ ਪਦਾਰਥ, ਖ਼ਾਰ, ਅਲਕਲੀ; ਕਾਸਟਿਕ ਸੋਡਾ

alkalify /ਐਲ'ਕੈਲਿਫ਼ਾਇ/ *vt* ਖ਼ਾਰ ਬਣਾਉਣਾ, ਖ਼ਾਰ ਵਿੱਚ ਬਦਲਨਾ

alkaline /'ਐਲਕਅਲਾਇਨ/ *a* ਖ਼ਾਰਾ, ਖ਼ਾਰ ਵਾਲਾ, ਖ਼ਾਰ ਵਰਗਾ

all /ਓਲ/ *a* ਸਾਰਾ, ਸਾਰੇ ਦਾ ਸਾਰਾ, ਪੂਰਾ, ਸਮੁੱਚਾ, ਕੁੱਲ, ਸਭ *adv* ਬਿਲਕੁਲ, ਪੂਰਾ, ਸਭ ਕੁਝ,

ਪੂਰੀ ਤਰ੍ਹਾਂ **all around** ਚੁਫੇਰੇ, ਹਰ ਪਾਸੇ, ਆਲੇ-ਦੁਆਲੇ **all at once** ਇੱਕੋ ਵਾਰ, ਝੱਟ-ਪੱਟ, ਅਚਾਨਕ **all but** ਲਗਭਗ, ਕਰੀਬ-ਕਰੀਬ **all in all** ਸਭੋ ਕੁਝ, ਪੂਰੇ ਅਧਿਕਾਰਾਂ ਵਾਲਾ, ਕਰਤਾ-ਧਰਤਾ **all the better** ਹੋਰ ਵੀ ਚੰਗਾ, ਚੰਗੇਰਾ **all the same** ਇੱਕੋ ਜਿਹਾ, ਫਿਰ ਵੀ, ਤਾਂ ਵੀ **all the time** ਸਦਾ, ਹਮੇਸ਼ਾਂ, ਹਰ ਵੇਲੇ **all too soon** ਸਮੇਂ ਤੋਂ ਪਹਿਲਾਂ, ਬਹੁਤ ਛੇਤੀ **in all** ਸਭ ਕੁਝ ਮਿਲਾ ਕੇ, ਸਮੁੱਚਾ, ਰਲਾ-ਮਿਲਾ ਕੇ **one and all** ਹਰ ਕੋਈ, ਸਭੋ ਹੀ, ਸਾਰੇ ਦੇ ਸਾਰੇ

allay /ਅ'ਲੇਇ/ *vt* ਮੱਠਾ ਕਰਨਾ, (ਪੀੜ ਆਦਿ ਦਾ) ਘਟਾਉਣਾ, (ਪਿਆਸ ਦਾ) ਹਟਾਉਣਾ, ਦੂਰ ਕਰਨਾ, (ਦੰਗੇ ਫ਼ਸਾਦ ਨੂੰ) ਦਬਾਅ ਦੇਣਾ **all clear** *n* ਦੁਸ਼ਮਣ ਦੇ ਜਹਾਜ਼ਾਂ ਦੇ ਖ਼ਤਰੇ ਤੋਂ ਮੁਕਤ ਹੋਣ ਦਾ ਸੰਕੇਤ

all-consuming *a* ਸਾਰਾ ਸਮਾਂ ਅਤੇ ਸ਼ਕਤੀ ਲੈਣ ਵਾਲਾ

allegation /ˌਐਲਅ'ਗੇਇਸ਼ਨ/ *n* ਦੂਸ਼ਣ, ਊਜ, ਦੋਸ਼, ਇਲਜ਼ਾਮ

allege /ਅ'ਲੈਜ/ *vi* ਦੂਸ਼ਣ ਲਾਉਣਾ, ਦੋਸ਼ ਥੱਪਣਾ, ਇਲਜ਼ਾਮ ਲਾਉਣਾ, ਆਰੋਪ ਲਾਉਣਾ; ਦ੍ਰਿੜ੍ਹਤਾ ਨਾਲ ਆਖਣਾ; ਬਿਆਨਣਾ, ਕਥਨ ਕਰਨਾ, ਵਰਨਣ ਕਰਨਾ, ਬਿਆਨ ਦੇਣਾ; ਦਲੀਲ ਦੇਣਾ

alleged /ਅ'ਲੈੱਜਡ/ *a* ਜਿਸ ਉੱਤੇ ਦੋਸ਼ ਲੱਗਿਆ ਹੋਵੇ, ਕਥਿਤ, ਤਥਾ-ਕਥਿਤ

allegiance /ਅ'ਲੀਜਅਨਸ/ *n* ਤਾਬੇਦਾਰੀ, ਵਫ਼ਾਦਾਰੀ, ਨਮਕ ਹਲਾਲੀ, ਸੁਆਮੀ ਭਗਤੀ; ਰਾਜ ਭਗਤੀ **oath of allegiance** ਵਫ਼ਾਦਾਰੀ ਦੀ ਸੌਗੰਧ, ਹਲਫ਼ੇ ਵਫ਼ਾਦਾਰੀ

allegoric, allegorical /ˌਐਲਅ'ਗੌਰਿਕ, ˌਐਲਅ'ਗੌਰਿਕਲ/ *a* ਦੁਅਰਥਾ; ਤਮਸੀਲੀ, ਅਨਿਉਕਤੀ ਸੰਬੰਧੀ

allegorize /'ਐਲਿਗਅਰਾਇਜ਼/ *vt* ਦੁਅਰਥੀ ਬਣਾਉਣਾ; ਤਮਸੀਲ ਦੀ ਵਰਤੋਂ ਕਰਨਾ

allegory /'ਐਲਅਗਅਰਿ/ *n* ਦੁਅਰਥੀ ਗੱਲ ਜਾਂ ਬਿਆਨ, ਦੂਹਰੇ ਭਾਵ ਵਾਲੀ ਕਵਿਤਾ; ਤਮਸੀਲ, ਅਨਿਉਕਤੀ

allegro /ਅ'ਲੈੱਗਰਅਉ/ *n* ਤਿੱਖੀ ਗਤੀ ਅਤੇ ਜੀਵੰਤ ਸ਼ੈਲੀ ਵਾਲੀ ਸੰਗੀਤ ਰਚਨਾ

all-embracing /ˌਉਲਇਮ'ਬਰੇਇਸਿਙ/ *a* ਜਿਸ ਵਿੱਚ ਸਭ ਸ਼ਾਮਲ ਹੋਵੇ

all-encompassing *a* ਜਿਸ ਵਿੱਚ ਸਭ ਸ਼ਾਮਲ ਹੋਣ

allergic /ਅ'ਲਅ:ਜਿਕ/ *a* ਅਲਰਜੀ ਸੰਬੰਧੀ; ਬਾਹਰਲਾ ਪ੍ਰਭਾਵ ਛੇਤੀ ਕਬੂਲਣ ਵਾਲਾ

allergy /'ਐਲਅਜਿ/ *n* ਜਿਸਮ ਉੱਤੇ ਪਿਆ ਬਾਹਰਲਾ ਅਸਰ ਜੋ ਕਿਸੇ ਬਿਮਾਰੀ ਦਾ ਕਾਰਨ ਬਣੇ, ਅਲਰਜੀ, ਰੋਗ ਦਾ ਬਾਹਰੀ ਕਾਰਨ

alleviate /ਅ'ਲੀਵ੍ਹਿਏਇਟ/ *vt* ਘਟਾਉਣਾ, ਮੱਠਾ ਕਰਨਾ, ਹਲਕਾ ਕਰਨਾ, ਮੱਧਮ ਕਰਨਾ

alleviation /ਅˌਲੀਵ੍ਹਿ'ਏਇਸ਼ਨ/ *n* ਰੋਗ ਵਿੱਚ ਪਿਆ ਮੋੜਾ, ਅਰਾਮ, ਦੁੱਖ ਨਵਿਰਤੀ

alley /'ਐਲਿ/ *n* ਭੀੜੀ ਗਲੀ; ਬਾਗ਼-ਬਗੀਚੇ ਵਿੱਚ ਬਣਾਈ ਪਟੜੀ ਜਾਂ ਤੰਗ ਸੜਕ; ਪਟੜੀ, ਤੰਗ ਰਸਤਾ, ਪਗਡੰਡੀ, ਲਾਂਘਾ, ਪਹੀ **blind alley** ਬੰਦ ਗਲੀ

All Fools' Day /ˌਓਲ 'ਫ਼ੂਲਜ਼ ਡੇਇ/ *n* ਅਪਰੈਲ ਮਹੀਨੇ ਦਾ ਪਹਿਲਾ ਦਿਨ

All fours *n* ਤਾਸ਼ ਦੀ ਇੱਕ ਖੇਡ

All hallows *n* ਨਵੰਬਰ ਮਹੀਨੇ ਦਾ ਪਹਿਲਾ ਦਿਨ; ਇੱਕ ਧਾਰਮਿਕ ਤਿਉਹਾਰ

alliance /ਅ'ਲਾਇਅਨਸ/ *n* ਗਠਜੋੜ, ਭਾਈਵਾਲੀ, ਸੰਧੀ; ਸਾਕ, ਸਾਕਾਦਾਰੀ, ਨਾਤਾ, ਰਿਸ਼ਤਾ; ਸੰਬੰਧ, ਵਿਆਹ ਸੰਬੰਧ; ਗੁਣ ਜਾਂ ਸੁਭਾਅ ਦੀ ਸਮਾਨਤਾ, ਸਾਂਝ, ਮਿੱਤਰਤਾ

allied /'ਐਲਾਇਡ/ *a* ਸੰਬੰਧਿਤ; ਜੁੜਿਆ ਹੋਇਆ; ਸਮਾਨ ਮਿੱਤਰ

Allied Forces *n* (ਬਹੁ) ਇਤਿਹਾਦੀ ਫ਼ੌਜਾਂ

allies /'ਐਲਾਇਜ਼/ *n* ਇਤਿਹਾਦੀ ਮੁਲਕ

alligator /**'ਐਲਿਗੇਇਟਅ***/ *n* ਮਗਰਮੱਛ ਦੀ ਇੱਕ ਕਿਸਮ, ਘੜਿਆਲ

alliterate /**ਅ'ਲਿਟਅਰੇਇਟ**/ *n* (ਕਾਵਿ) ਇੱਕੋ ਅੱਖਰ ਨਾਲ ਅਰੰਭ ਹੋਣ ਵਾਲੇ ਸ਼ਬਦਾਂ ਨੂੰ ਇੱਕ ਤੁਕ ਛੰਦ ਜਾਂ ਵਾਕ ਵਿੱਚ ਵਰਤਣ ਦੀ ਰੀਤ, ਸ਼ਬਦ ਅਨੁਪ੍ਰਾਸ *v* ਅਨੁਪ੍ਰਾਸੀ ਹੋਣਾ, ਅਨੁਪ੍ਰਾਸ ਦੀ ਵਰਤੋਂ ਕਰਨਾ

alliteration /**ਅ,ਲਿਟਅ'ਰੇਇਸ਼ਨ**/ *n* ਅਨੁਪ੍ਰਾਸ, ਵਰਨ ਆਵ੍ਰਿਤੀ

alliterative /**ਅ'ਲਿਟਰਅਟਿਵ੍**/ *a* ਅਨੁਪ੍ਰਾਸੀ, ਅਨੁਪ੍ਰਾਸ ਦਾ

all-knowing *a* ਸਭ ਕੁਝ ਜਾਣਨ ਵਾਲਾ, ਸਰਬ-ਗਿਆਤਾ, ਸਰਬੱਗ

allocate /**'ਐਲਅਕੇਇਟ**/ *v* ਟਿੱਕਣਾ, ਮਿਥਣਾ; ਵੰਡ ਦੇਣਾ, ਵੰਡੀ ਪਾਉਣਾ, ਨਿਸ਼ਚਿਤ ਕਰਨਾ, ਨਿਰਧਾਰਿਤ ਕਰਨਾ, ਹਿੱਸਾ ਕੱਢਣਾ; ਸਥਾਨ ਨਿਯੁਕਤ ਕਰਨਾ; (ਕਿਸੇ ਦੇ ਖ਼ਾਤੇ ਜਾਂ ਹਿੱਸੇ) ਵਿੱਚ ਪਾਉਣਾ

allocated /**'ਐਲਅਕੇਇਟਿਡ**/ *a* ਨਿਰਧਾਰਿਤ, ਨਿਸ਼ਚਿਤ

allocation /**,ਐਲਅ'ਕੇਇਸ਼ਨ**/ *n* ਨਿਰਧਾਰਨ; ਬਟਵਾਰਾ, ਵੰਡ-ਵੰਡਾਰਾ, ਹਿੱਸੇ ਵੰਡ, ਵੰਡ, ਵਿਭਾਜਨ; ਵਿਵਸਥਾ; ਨਾਮਜ਼ਦਗੀ

allopath /**'ਐਲਅ(ਉ)ਪੈਥ**/ *n* ਐਲੋਪੈਥੀ ਦਾ ਡਾਕਟਰ, ਅੰਗਰੇਜ਼ੀ ਡਾਕਟਰ

allopathic /**,ਐਲਅ(ਉ)'ਪੈਥਿਕ**/ *a* ਐਲੋਪੈਥੀ ਦਾ, ਐਲੋਪੈਥੀ ਨਾਲ ਸੰਬੰਧਿਤ, ਅੰਗਰੇਜ਼ੀ ਇਲਾਜ ਸੰਬੰਧੀ

allopathist /**ਐ'ਲੌਪਅਥਿਸਟ**/ *n* ਐਲੋਪੈਥੀ ਦਾ ਡਾਕਟਰ, ਅੰਗਰੇਜ਼ੀ ਇਲਾਜ ਦਾ ਮਾਹਰ

allopathy /**ਐ'ਲੌਪਅਥਿ**/ *n* ਅੰਗਰੇਜ਼ੀ ਚਿਕਿਤਸਾ ਪ੍ਰਨਾਲੀ, ਐਲੋਪੈਥੀ

allosaurus /**,ਐਲਅ'ਸੋਰਅਸ**/ *n* ਧਰਤੀ ਉੱਤੇ ਰਹਿ ਚੁੱਕੇ ਦੈਂਤ ਕੱਦ ਜੀਵਾਂ (ਡਾਇਨਾਸੋਰ) ਦੀ ਇੱਕ ਨਸਲ

allot /**ਅ'ਲੌਟ**/ *vt* ਹਿੱਸੇ ਪਾਉਣਾ, ਵੰਡ ਕੇ ਦੇਣਾ, ਗੁਣੇ ਪਾਉਣਾ; ਟਿੱਕਣਾ, ਮਿਥਣਾ, ਨਿਯਤ ਕਰਨਾ, ਨਿਸ਼ਚਿਤ ਕਰਨਾ, ਨਿਰਧਾਰਿਤ ਕਰਨਾ; ਨਿਯੁਕਤ ਕਰਨਾ, ਮੁਕੱਰਰ ਕਰਨਾ, ਨਾਮਜ਼ਦ ਕਰਨਾ

allotment /**ਅ'ਲੌਟਮਅਨਟ**/ *n* ਹਿੱਸੇ ਵੰਡ, ਵੰਡਾਰਾ, ਵਿਭਾਜਨ, ਹਿੱਸਾ, ਭਾਗ, ਨਿਰਧਾਰਿਤ ਭਾਗ; ਭਾਗ, ਕਿਸਮਤ, ਨਸੀਬ

allotrope /**'ਐਲਅਟਰਅਉਪ**/ *n* ਕਿਸੇ ਵਸਤੂ ਦਾ ਉਸੇ ਪ੍ਰਕਿਰਤੀ ਵਾਲਾ ਹੋਰ ਰੂਪ

allotropism /**ਐ'ਲੌਟਰਅਪਿਜ਼ਅਮ**/ *n* ਅਨਯਰੂਪਵਾਦ

allotropy /**ਐ'ਲੌਟਰਅਪਿ**/ *n* ਅਨਯਰੂਪਤਾ

allotted /**ਅ'ਲੌਟਿਡ**/ *vt* **allot** ਦਾ ਭੂਤ-ਕ੍ਰਿਦੰਤ

allottee /**ਅ,ਲੌ'ਟੀ**/ *n* ਜਿਸ ਨੂੰ ਚੀਜ਼ ਦਾ ਹਿੱਸਾ ਵੰਡ ਕੇ ਦਿੱਤਾ ਜਾਵੇ, ਵੰਡ-ਪਾਤਰ

all-out *a* ਸਿਰ-ਤੋੜ, ਪੂਰਾ ਸੂਰਾ; ਸਾਰੇ ਖਿਡਾਰੀਆਂ ਦਾ ਖੇਡ ਤੋਂ ਬਾਹਰ ਹੋਣਾ

allow /**ਅ'ਲਾਉ**/ *vt* ਆਗਿਆ ਦੇਣਾ, ਇਜਾਜ਼ਤ ਦੇਣਾ, ਸਹਿਮਤੀ ਦੇਣਾ; ਮੰਨਣਾ, ਜਾਇਜ਼ ਸਮਝਣਾ, ਯੋਗ ਮੰਨਣਾ; ਸਹਾਰਨਾ, ਸਹਿਣਾ, ਝੱਲਣਾ; ਬੱਧੀ ਰਕਮ ਦੇਣਾ; ਕੱਟਣਾ, ਘਟਾਉਣਾ, ਕਾਟ ਕੱਟਣਾ, ਘੱਟ ਕਰਨਾ; ਪ੍ਰਬੰਧ ਕਰਨਾ; ਗੁੰਜਾਇਸ਼ ਹੋਣਾ **allow for** ਧਿਆਨ ਰੱਖਣਾ, ਵਿਚਾਰ ਵਿੱਚ ਰੱਖਣਾ

allowance /**ਅ'ਲਾਉਅਨਸ**/ *n* ਭੱਤਾ, ਵਜ਼ੀਫ਼ਾ, ਅਲਾਊਂਸ; ਲਿਹਾਜ਼, ਸਮਾਈ; ਛੋਟ, ਰਿਆਇਤ; ਆਗਿਆ, ਅਨੁਮਤੀ *vt* ਭੱਤਾ ਦੇਣਾ, ਸਹਾਇਤਾ ਲਈ ਪ੍ਰਬੰਧ ਕਰਨਾ, ਛੋਟ ਦੇਣਾ **make allowance for** ਗੁੰਜਾਇਸ਼ ਕਢਣਾ ਜਾਂ ਰਖਣਾ

alloy /**'ਐਲੌਇ**/ *n* ਮਿਸ਼ਰਤ ਧਾਤ, ਧਾਤ-ਮਿਸ਼ਰਨ, ਭਰਤ; ਖੋਟ, ਚੱਸ, ਮਿਲਾਵਟ, ਰਲਾ; (ਸੋਨੇ ਤੇ ਚਾਂਦੀ) ਦੀ ਮਿਲਾਵਟ ਨਾਲ ਬਣੀ ਘੱਟ ਮੁੱਲ ਵਾਲੀ ਧਾਤ /**ਅ'ਲੌਇ**/ *vt* ਮਿਲਾਵਟ ਕਰਨਾ; ਮਿਸ਼ਰਨ ਕਰਨਾ; ਖੋਟ ਮਿਲਾਉਣਾ, ਸ਼ੁੱਧ ਧਾਤ ਵਿੱਚ ਅਸ਼ੁੱਧ ਧਾਤ ਦੀ ਮਿਲਾਵਟ ਕਰਨਾ; ਵਿਗਾੜਨਾ, ਖੋਟਾ ਬਣਾਉਣਾ; ਮੁੱਲ ਘਟਾਉਣਾ

all-pervading *a* ਸਰਬ-ਵਿਆਪਕ

all-powerful /ˌਓਲ'ਪਾਉਅਫ਼ਲ/ *a* ਸਰਬ-ਸ਼ਕਤੀਮਾਨ

all-right *a* ਠੀਕ, ਚੰਗਾ, ਸੰਤੋਸ਼ਜਨਕ

all-round /ˌਓਲ'ਰਾਉਨਡ/ *adv* ਹਰ ਕੰਮ ਵਿੱਚ, ਹਰ ਪਾਸੇ

all-rounder /ˌਓਲ'ਰਾਉਨਡਅ*/ *n* ਕ੍ਰਿਕਟ ਆਦਿ ਖੇਡ ਵਿੱਚ ਹਰ ਤਰ੍ਹਾਂ ਖੇਡ ਲੈਣ ਵਾਲਾ, ਹਰਫ਼ਨ-ਮੌਲਾ

allude /ਅ'ਲੂਡ/ *vi* ਸੰਕੇਤ ਕਰਨਾ, ਇਸ਼ਾਰਾ ਕਰਨਾ; ਲੁਕਵਾਂ ਸੰਕੇਤ ਕਰਨਾ; ਗੁੱਝੀ ਗੱਲ ਕਰਨਾ

allure /ਅ'ਲੁਅ*/ *vi* ਭਰਮਾਉਣਾ, ਲਾਲਚ ਦੇਣਾ, ਰੀਝ ਪੈਦਾ ਕਰਨਾ, ਵਰਗਲਾਉਣਾ, ਛਲਣਾ; ਮੋਹ ਲੈਣਾ, ਆਕਰਸ਼ਿਤ ਕਰਨਾ *n* ਆਕਰਸ਼ਣ, ਖਿੱਚ, ਮੋਹ; ਲਾਲਚ, ਲੋਭ

allurement /ਅ'ਲੁਅਮਅਨਟ/ *n* ਲੋਭ, ਮੋਹ, ਲਾਲਚ; ਖਿੱਚ, ਰੀਝ, ਆਕਰਸ਼ਣ

alluring /ਅ'ਲੁਅਰਿਙ/ *a* ਮੋਹਕ, ਆਕਰਸ਼ਕ

allusion /ਅ'ਲੂਯ਼ਨ/ *a* ਸੰਕੇਤ, ਗੁੱਝਾ ਇਸ਼ਾਰਾ, ਇਸ਼ਾਰੇ ਦੀ ਗੱਲ, ਗੁੱਝੀ ਗੱਲ, (ਕਾਵਿ) ਵਕਰੋਕਤੀ

allusive /ਅ'ਲੂਸਿਵ਼/ *a* ਸੰਕੇਤਕ, ਸੰਕੇਤਮਈ, ਗੁੱਝੇ ਸੰਕੇਤ ਵਾਲਾ, ਗੁੱਝੇ ਇਸ਼ਾਰੇ ਵਾਲਾ

allusiveness /ਅ'ਲੂਸਿਵ਼ਨਅਸ/ *n* ਸੰਕੇਤਕਤਾ

allusory /ਅ'ਲੂਸਅਰਿ/ *a* ਸੰਕੇਤਮਈ

alluvial /ਅ'ਲੂਵ਼ਿਅਲ/ *a* ਹੜ੍ਹ ਦੀ ਮਿੱਟੀ ਦਾ, ਬੇਟ ਦਾ, ਜਲੌੜ੍ਹ, ਕਛਾਰੀ, ਸੈਲਾਬੀ

alluvion /ਅ'ਲੂਵ਼ਿਅਨ/ *n* ਹੜ੍ਹ ਨਾਲ ਆਈ ਹੋਈ ਮਿੱਟੀ, ਕਛਾਰ; ਕਛ, ਮੰਡ, ਬਰੇਤਾ; ਸਮੁੰਦਰ ਜਾਂ ਦਰਿਆ ਦੀਆਂ ਲਹਿਰਾਂ ਦੀ ਕਿਨਾਰੇ ਨਾਲ ਟੱਕਰ, ਪ੍ਰਵਾਹ; ਹੜ੍ਹ, ਸੈਲਾਬ

alluvium /ਅ'ਲੂਵ਼ਿਅਮ/ *n* ਦਰਿਆ ਜਾਂ ਹੜ੍ਹ ਦੁਆਰਾ ਪਿੱਛੇ ਛੱਡੀ ਗਈ ਰੇਤ ਅਤੇ ਮਿੱਟੀ

all wise *a* ਹਰ ਤਰ੍ਹਾਂ ਸਿਆਣਾ

ally /ਅ'ਲਾਇ/ *vt* ਗੰਢ-ਜੋੜ ਕਰਨਾ, ਸੰਬੰਧ ਜੋੜਨਾ, ਮੇਲ ਕਰਨਾ, ਮਿੱਤਰਤਾ ਸਥਾਪਿਤ ਕਰਨਾ; ਮਿਲਾਉਣਾ, ਸੰਮਿਲਿਤ ਕਰਨਾ *n* /'ਐਲਾਇ/ ਸਾਥੀ, ਮਿੱਤਰ, ਹਿਮਾਇਤੀ; ਮਿੱਤਰ ਦੇਸ਼ ਜਾਂ ਰਾਜ, ਜੰਗ ਵਿੱਚ ਘਿਰ ਹੋ ਕੇ ਲੜਨ ਵਾਲੀ ਫ਼ੌਜ, ਮਿੱਤਰ ਰਾਸ਼ਟਰ

alma /'ਐਲਮਅ/ *n* (ਮਿਸਰ ਦੇਸ਼ ਦੀ) ਨਾਚ ਕਰਨ ਅਤੇ ਗਾਉਣ ਵਾਲੀ ਲੜਕੀ

alma mater /ˌਐਲਮਅ 'ਮਾਟਅ*, ˌਐਲਮਅ 'ਮੇਇਟਅ*/ *n* ਉਹ ਸਕੂਲ ਜਾਂ ਕਾਲਜ ਜਾਂ ਵਿਸ਼ਵ-ਵਿਦਿਆਲਾ ਜਿੱਥੋਂ ਕਿਸੇ ਨੇ ਵਿੱਦਿਆ ਪ੍ਰਾਪਤ ਕੀਤੀ ਹੋਵੇ, ਆਪਣਾ ਕਾਲਜ ਜਾਂ ਵਿਦਿਆਲਾ, ਮਾਤਰੀ ਸੰਸਥਾ

almanac /'ਓਲਮਅਨੈਕ/ *n* ਜੰਤਰੀ, ਤਰੀਕ ਪੱਤਰੀ, ਪੰਚਾਂਗ, ਪੱਤਰਾ

almighty /ਓਲ'ਮਾਇਟਿ/ *a* ਸਰਬ-ਸ਼ਕਤੀਮਾਨ *adv* ਅਤਿਅੰਤ **the Almighty** (ਪਰਮਾਤਮਾ ਲਈ) ਸਰਬਸ਼ਕਤੀਮਾਨ

almirah /ਅਲ'ਮਾਇਰਅ/ *n* ਅਲਮਾਰੀ

almond /'ਆਮਅਨਡ/ *n* ਬਦਾਮ; ਬਦਾਮ ਦੀ ਸ਼ਕਲ ਵਾਲੀ ਕੋਈ ਵਸਤ

almond oil *n* ਬਦਾਮ ਰੋਗਨ

almond tumbler *n* ਕਬੂਤਰ ਦੀ ਇੱਕ ਕਿਸਮ, ਲੋਟਨ ਕਬੂਤਰ

almoner /'ਆਮਅਨਅ*/ *n* ਲੰਗਰਖ਼ਾਨੇ ਦਾ ਪ੍ਰਬੰਧਕ, ਸਦਾਵਰਤ ਲਾਉਣ ਵਾਲਾ; ਧਰਮ ਅਧਿਕਾਰੀ, ਸਮਾਜ ਹਿੱਤ ਦਵਾਈਆਂ ਵੰਡਣ ਵਾਲਾ ਖ਼ੈਰੈਤੀ ਡਾਕਟਰ

almonry /'ਆਮਅਨਰਿ/ *n* ਸਦਾਵਰਤ ਲਾਉਣ ਦੀ ਥਾਂ, ਲੰਗਰ, ਲੰਗਰਖ਼ਾਨਾ

almost /'ਓਲਮਅਉਸਟ/ *adv* ਲਗਭਗ, ਕਰੀਬ-ਕਰੀਬ, ਤਕਰੀਬਨ

alms /ਆਮਜ਼/ *n* ਭੀਖ, ਭਿੱਖਿਆ, ਖ਼ੈਰਾਤ, ਦਾਨ; ਦਾਨ ਦਾ ਚੰਦਾ

alms-house /'ਆਮਜ਼ਹਾਉਸ/ *n* ਗ਼ਰੀਬਾਂ ਅਨਾਥਾਂ ਦੀ ਪਾਲਣਾ ਕਰਨ ਲਈ ਬਣਾਇਆ ਗਿਆ ਸਥਾਨ, ਅਨਾਥ ਆਸ਼ਰਮ

almsman /ਆਮਜ਼ਮੈਨ/ *n* ਮੰਗਤਾ, ਭਿਖਾਰੀ

aloe /**'ਐਲਅਉ**/ *n* ਕੁਆਰ ਗੰਦਲ, ਘੀ ਕੁਆਰ; ਕੁਆਰ ਗੰਦਲ ਵਰਗਾ ਕੋਈ ਬੂਟਾ; ਕੁਆਰ ਗੰਦਲ ਤੋਂ ਬਣੀ ਦਵਾਈ

aloft /**ਅ'ਲੌਫ਼ਟ**/ *adv* ਉਤਾਂਹ, ਉੱਪਰ ਵੱਲ, ਅਕਾਸ਼ ਵਿੱਚ, ਹਵਾ ਵਿੱਚ

alone /**ਅ'ਲਅਉਨ**/ *a* ਇਕੱਲਾ, ਇੱਕੋ ਹੀ, ਕੱਲਮ-ਕੱਲਾ, ਇੱਕੋ-ਇੱਕ; ਕੇਵਲ, ਸਿਰਫ਼; ਅਦੁੱਤੀ, ਲਾਸਾਨੀ, ਬੇਜੋੜ *adv* ਇਕੱਲਿਆਂ **leave alone** ਇਕੱਲੇ ਛੱਡਣਾ

along /**ਅ'ਲੌਙ**/ *adv* ਨਾਲ, ਨਾਲ-ਨਾਲ, ਲਾਗੇ-ਲਾਗੇ, ਕੰਢੇ-ਕੰਢੇ; ਇੱਕ ਸਿਰੇ ਤੋਂ ਦੂਜੇ ਸਿਰੇ ਤੱਕ, ਪੂਰੀ ਲੰਬਾਈ ਵਿੱਚ ਜਾਂ ਲੰਬਾਈ ਦੇ ਕੁਝ ਭਾਗ ਵਿੱਚ, ਅਗਾਂਹ, ਅਗਾਂਹ ਵੱਲ (ਨੂੰ) *prep* ਦੇ ਨਾਲ-ਨਾਲ **all along** ਹਰ ਵੇਲੇ, ਹਰ ਪਲ, ਪੂਰੇ ਸਮੇਂ ਲਈ, ਅੰਤ ਤੱਕ, ਤੋੜ ਤੱਕ **along with** ਨਾਲ, ਸੰਗ-ਸੰਗ

alongside /**ਅ,ਲੌਙ'ਸਾਇਡ**/ *adv* ਬਰਾਬਰ-ਬਰਾਬਰ; ਨਾਲ-ਨਾਲ

aloof /**ਅ'ਲੂਫ਼**/ *adv* ਅਲੱਗ, ਅੱਡ, ਵੱਖ, ਪਰ੍ਹਾਂ, ਦੂਰ; ਲਾਂਭੇ, ਇਕੱਲਵਾਂਝੇ; ਨਿਰਲੇਪ, ਅਟੰਕ

aloofness /**ਅ'ਲੂਫ਼ਨਅਸ**/ *n* ਇਕੱਲ, ਇਕਾਂਤ, ਤਨਹਾਈ; ਦੂਰੀ, ਨਿਰਲੇਪਤਾ, ਅਟੰਕਤਾ

alopecia /**,ਐਲਅ'ਪੀਸ਼ਅ**/ *n* ਗੰਜ, ਗੰਜਾਪਨ

aloud /**ਅ'ਲਾਉਡ**/ *adv* ਉੱਚੀ ਅਵਾਜ਼ ਵਿੱਚ, ਉੱਚਾ ਬੋਲ ਕੇ, ਸਪਸ਼ਟ ਰੂਪ ਵਿੱਚ, ਪ੍ਰਗਟ ਰੂਪ ਵਿੱਚ

alow /**ਅ'ਲਅਉ**/ *adv* ਬੇੜੀ ਦੇ ਹੇਠਲੇ ਹਿੱਸੇ ਵਿੱਚ

alp /**ਐਲਪ**/ *n* ਪਹਾੜ ਦੀ ਟੀਸੀ ਜਾਂ ਚੋਟੀ, ਪਰਬਤ ਦੀ ਸਿਖਰ **the Alps** ਦੱਖਣ ਕੇਂਦਰੀ ਯੂਰਪ ਦੀ ਪਰਬਤਮਾਲਾ ਜੋ ਦੱਖਣੀ ਫ਼ਰਾਂਸ ਤੋਂ ਲੈ ਕੇ ਸਵਿਟਜ਼ਰਲੈਂਡ ਇਟਲੀ ਦੱਖਣ ਪੱਛਮੀ ਜਰਮਨੀ ਆਸਟਰੀਆ ਅਤੇ ਅਲਬਾਨੀਆ ਤੱਕ ਫੈਲੀ ਹੈ, ਐਲਪਸ

alpaca /**ਐਲ'ਪੈਕਅ**/ *n* ਲੰਮੀ ਜੱਤ ਵਾਲਾ ਅਮਰੀਕੀ ਊਠ; ਇਸ ਦੀ ਉੱਨ ਦਾ ਬਣਿਆ ਕੱਪੜਾ, ਅਲਪਾਕਾ (ਕੱਪੜਾ)

alpha /**'ਐਲਫ਼ਅ**/ *n* ਯੂਨਾਨੀ ਲਿਪੀ ਦਾ ਪਹਿਲਾ ਅੱਖਰ, ਐਲਫ਼ਾ **alpha and omega** ਅਰੰਭ ਅਤੇ ਅੰਤ, ਆਦਿ ਤੇ ਅੰਤ

alphabet /**'ਐਲਫ਼ਅਬੈੱਟ**/ *n* ਵਰਨਮਾਲਾ, ਪੈਂਤੀ ਅੱਖਰੀ; ਮੁਢਲਾ ਸਿਧਾਂਤ; ਮੁਢਲਾ ਗਿਆਨ

alphabetical /**,ਐਲਫ਼ਅ'ਬੈੱਟਿਕਲ**/ *a* ਵਰਨਮਾਲਾ ਦਾ, ਵਰਨਮਾਲਾ ਸੰਬੰਧੀ

alphabetical order *n* ਵਰਨਮਾਲਾ ਦਾ ਕ੍ਰਮ, ਵਰਨ ਕ੍ਰਮ, ਅੱਖਰ ਕ੍ਰਮ

alphabetize /**'ਐਲਫ਼ਅਬਅਟਾਇਜ਼**/ *v* ਸ਼ਬਦਾਂ ਨੂੰ ਅੱਖਰਕ੍ਰਮ ਅਨੁਸਾਰ ਤਰਤੀਬ ਦੇਣਾ

alphanumeric /**,ਐਲਫ਼ਅਨਯੁ'ਮੈੱਰਿਕ**/ *a* ਜਿਸ ਵਿੱਚ ਅੱਖਰ ਅਤੇ ਅੰਕ ਦੋਵੇਂ ਸ਼ਾਮਲ ਹੋਣ, ਅੰਕ-ਅੱਖਰੀ, ਵਰਨਅੰਕੀ

alpha particle *n* ਐਲਫ਼ਾ ਕਣ, ਹੀਲੀਅਮ, ਪਰਮਾਣੂ ਦੀ ਨਾਭੀ; ਧਨ ਬਿਜਲਈ ਗੁਣਾਂ ਵਾਲਾ ਕਣ

alpha rays *n* (ਬਹੁ) ਐਲਫ਼ਾ ਕਿਰਨਾਂ

alpine /**'ਐਲਪਾਇਨ**/ *a* ਐਲਪਸ ਬਾਰੇ, ਐਲਪਸ ਪਰਬਤ ਸੰਬੰਧੀ; ਪਰਬਤੀ, ਪਹਾੜੀ

alpinist /**'ਐਲਪਿਨਿਸਟ**/ *n* ਐਲਪਸ ਪਰਬਤ 'ਤੇ ਚੜ੍ਹਨ ਵਾਲਾ; ਪਰਬਤ ਆਰੋਹੀ

already /**ਓਲ'ਰੈੱਡਿ**/ *adv* ਪਹਿਲਾਂ ਹੀ, ਪਹਿਲਾਂ ਤੋਂ ਹੀ, ਅੱਗੇ ਹੀ, ਹੁਣੇ, ਹੁਣ ਤੱਕ, ਹੁਣ ਤਾਈਂ

Alsation /**ਐਲ'ਸੇਇਸ਼ਨ**/ *n* ਕੁੱਤਿਆਂ ਦੀ ਇੱਕ ਨਸਲ ਜਿਸ ਨੂੰ ਆਮ ਤੌਰ 'ਤੇ ਪੁਲਿਸ ਦੀ ਸਹਾਇਤਾ ਜਾਂ ਅੰਨ੍ਹਿਆਂ ਨੂੰ ਰਾਹ ਲੱਭਣ ਵਿੱਚ ਮਦਦ ਲਈ ਸਿਖਲਾਈ ਦਿੱਤੀ ਜਾਂਦੀ ਹੈ

also /**'ਓਲਸਅਉ**/ *adv* ਵੀ, ਭੀ, ਨਾਲ ਹੀ, ਅਤੇ, (ਇਸ ਤੋਂ) ਇਲਾਵਾ

also-ran *n* ਮੁਕਾਬਲੇ ਜਾਂ ਚੋਣਾਂ ਵਿੱਚ ਅਸਫ਼ਲ ਵਿਅਕਤੀ

alt /**ਐਲਟ**/ *n* ਉੱਚੀ ਸੁਰ

altar /**'ਓਲਟਅ***/ *n* ਉਹ ਥਾਂ ਜਿੱਥੇ ਅਹੂਤੀ ਦਿੱਤੀ

ਜਾਵੇ, ਵੇਦੀ

altarage /**'ਓਲਟਅਰਿਜ**/ *n* ਭੇਂਟ, ਚੜ੍ਹਾਵਾ, ਭੇਟਾ

altar boy *n* (ਵਿਸ਼ੇਸ਼ ਤੌਰ 'ਤੇ ਰੋਮਨ ਕੈਥੋਲਿਟ ਗਿਰਜਾਘਰ ਵਿੱਚ) ਪਾਦਰੀ ਦੀ ਸਹਾਇਤਾ ਕਰਨ ਵਾਲਾ ਮੁੰਡਾ

altar-cloth *n* ਵੇਦੀ ਦਾ ਰੇਸ਼ਮੀ ਕੱਪੜਾ, ਰੁਮਾਲਾ

lead to the altar ਵਿਆਹ ਕਰਨਾ

alter /**'ਓਲਟਅ***/ *v* ਬਦਲਨਾ, ਬਦਲਾਉਣਾ, ਰੂਪਾਂਤਰ ਕਰਨਾ, ਪਰਿਵਰਤਨ ਕਰਨਾ; ਉਲਟਣਾ, ਵਟ ਜਾਣਾ, ਪਰਿਵਰਤਿਤ ਹੋਣਾ

alteration /**ˌਓਲਟਅ'ਰੇਇਸ਼ਨ**/ *n* ਤਬਦੀਲੀ, ਪਰਿਵਰਤਨ, ਰੂਪਾਂਤਰ

altercate /**'ਓਲਟਅਕੇਇਟ**/ *vi* ਝਗੜਨਾ, ਖਹਿਬੜਨਾ, ਬਹਿਸਣਾ, ਵਿਵਾਦ ਵਿੱਚ ਪੈਣਾ

altercation /**ˌਓਲਟਅ'ਕੇਇਸ਼ਨ**/ *n* ਝਗੜਾ, ਝੇੜਾ, ਝੜਪ, ਖਹਿਬੜ, ਤਕਰਾਰ, ਤੂੰ-ਤੂੰ ਮੈਂ-ਮੈਂ, ਵਿਵਾਦ

altered /**'ਓਲਟਅਡ**/ *v* **alter** ਦਾ ਭੂਤ-ਕ੍ਰਿਦੰਤ

alter ego /**ˌਐਲਟਅਰ 'ਈਗਅਓ**, **ˌਓਲ-**/ *n* (ਵਿਅਕਤੀ ਦਾ) ਪ੍ਰਤਿਰੂਪ, (ਵਿਵਹਾਰ ਵਿੱਚ) ਬਿਲਕੁਲ ਉਸੇ ਵਰਗਾ

alternate /**'ਓਲਟਅਨੇਇਟ**/ *v* ਇੱਕ ਦੂਜੇ ਦੇ ਪਿੱਛੋਂ ਆਉਣਾ, ਵਾਰੀ-ਵਾਰੀ ਆਉਣਾ ਜਾਂ ਰੱਖਣਾ, ਬਦਲ-ਬਦਲ ਕੇ ਆਉਣਾ /**ਓਲ'ਟਅ:ਨਅਟ**/ *a* ਫੇਰਵਾਂ, ਬਦਲਵਾਂ, ਪਰਤਵਾਂ, ਏਕਾਂਤਰ, ਹਰ ਦੂਜਾ, ਵਟਾਵਾਂ, ਇਵਜ਼ੀ

alternate angles *n* ਦੋ ਸਮਾਂਤਰ ਰੇਖਾਵਾਂ ਨੂੰ ਕੱਟਣ ਵਾਲੀ ਰੇਖਾ ਦੇ ਵਿਰੋਧੀ ਪਾਸਿਆਂ 'ਤੇ ਬਣਨ ਵਾਲੇ ਸਮਾਨ ਕੋਣ ਜਿਵੇਂ ਰੋਮਨ ਲਿਪੀ ਦੇ **Z** (ਜ਼ੈੱਡ) ਅੱਖਰ ਵਿੱਚ ਬਣਦੇ ਹਨ; ਵੇਖੋ **Z angles**

alternately /**ਓਲ'ਟਅ:ਨਅਟਲਿ**/ *adv* ਵਾਰੀ-ਵਾਰੀ, ਬਦਲ ਕੇ, ਇੱਕ ਪਿੱਛੋਂ ਦੂਜਾ

alternating current *n* ਇੱਕ ਸੈਕਿੰਡ ਵਿੱਚ ਇਕਸਾਰ ਵਕਫ਼ਿਆਂ ਅਨੁਸਾਰ ਦਿਸ਼ਾ ਬਦਲਨ ਵਾਲੀ ਬਿਜਲੀ ਧਾਰਾ

alternation /**ˌਓਲਟਅ'ਨੇਇਸ਼ਨ**/ *n* ਅਦਲਾ-ਬਦਲੀ, ਏਕਾਂਤਰਨ, ਤਬਦੀਲੀ, ਪਰਿਵਰਤਨ

alternative /**ਓਲ'ਟਅ:ਨਅਟਿਵ਼**/ *a* ਫੇਰਵਾਂ, ਬਦਲਵਾਂ, ਬਦਲੇ ਦਾ, ਵਟਾਵਾਂ *n* ਦੂਜੀ ਸੂਰਤ, ਬਦਲ, ਵਿਕਲਪ

although /**ਓਲ'ਦਅਓ**/ *conj* ਭਾਵੇਂ, ਹਾਲਾਂਕਿ, ਜਦੋਂ ਕਿ, ਤਾਂ ਵੀ, ਚਾਹੇ

altimeter /**'ਐਲਟਿਮੀਟਅ***/ *n* (ਕਿਸੇ ਸਥਾਨ ਦੀ) ਸਮੁੰਦਰੀ ਤਲ ਤੋਂ ਉਚਾਈ ਨਾਪਣ ਵਾਲਾ ਯੰਤਰ, ਉਚਾਣ-ਮਾਪਕ

altitude /**'ਐਲਟਿਟਯੂਡ**/ *n* ਉਚਾਈ, ਉਚਾਣ, ਬੁਲੰਦੀ; ਉੱਚੀ ਥਾਂ; (ਗਣਿ) ਖੜ੍ਹੀ ਲੰਬਾਈ; ਅਵਲੰਬ; ਵਡੱਪਣ, ਮਹੱਤਤਾ, ਸ੍ਰੇਸ਼ਠਤਾ

altogether /**ˌਓਲਟਅ'ਗੈੱਦਅ***/ *adv* ਸਾਰੇ ਦਾ ਸਾਰਾ, ਪੂਰਾ, ਉੱਕਾ ਪੁੱਕਾ, ਸਮੁੱਚੇ ਰੂਪ ਵਿੱਚ, ਸਭ ਮਿਲਾ ਕੇ, ਮੂਲੋਂ, ਮੁੱਢੋਂ, ਪੂਰੀ ਤਰ੍ਹਾਂ, ਨਿਰਾ, ਬਿਲਕੁਲ

altruism /**'ਐਲਟਰੁਇਜ਼ਅਮ**/ *n* ਪਰਉਪਕਾਰਤਾ, ਪਰਉਪਕਾਰਵਾਦ, ਪਰਮਾਰਥਵਾਦ, ਪਰਮਾਰਥ; ਉਪਕਾਰ, ਪਰਸੁਆਰਥ

altruist /**'ਐਲਟਰੁਇਸਟ**/ *n* ਪਰਉਪਕਾਰੀ, ਪਰਮਾਰਥਵਾਦੀ, ਪਰਸੁਆਰਥੀ

ALU *abbr* **Arithmatic and Logical Unit** ਦਾ ਸੰਖੇਪ, (ਕੰਪਿ) ਕੰਪਿਊਟਰ ਦਾ ਗਣਿੱਤਕ ਅਤੇ ਤਾਰਕਿਕ ਇਕਾਈ ਵਾਲਾ ਭਾਗ

alum /**'ਐਲਅਮ**/ *n* ਫਟਕੜੀ; ਫਟਕੜੀ ਦੀ ਮਿਲਾਵਟ ਵਾਲਾ ਕੋਈ ਮਿਸ਼ਰਨ

aluminium /**ˌਐਲਯਅ'ਮਿਨਿਅਮ**, **ˌਐਲਅ-**/ *n* ਐਲਮੀਨੀਅਮ, ਇੱਕ ਧਾਤ

aluminous /**ਅ'ਲੂਮਿਨਅਸ**/ *a* ਫਟਕੜੀ ਵਾਲਾ, ਫਟਕੜੀ ਵਰਗਾ, ਐਲਮੀਨੀਅਮ ਵਾਲਾ

alumna /**ਅ'ਲਅੱਮਨਅ**/ *n* ਕਿਸੇ ਵਿਸ਼ਵ-ਵਿਦਿਆਲੇ ਜਾਂ ਵਿੱਦਿਅਕ ਸੰਸਥਾ ਦੀ ਪਹਿਲਾਂ ਰਹਿ ਚੁੱਕੀ ਵਿਦਿਆਰਥਣ, ਡਿਗਰੀ ਪ੍ਰਾਪਤ ਗ੍ਰੈਜੂਏਟ

ਮਹਿਲਾ

alumni /ਅ'ਲਅੱਮਨਾਇ/ *n* (ਬਹੁ) ਕਿਸੇ ਸੰਸਥਾ ਦੇ ਸਾਬਕਾ ਵਿਦਿਆਰਥੀ

alumnus /ਅ'ਲਅੱਮਨਅਸ/ *n* (ਬਹੁ **alumni**) (ਕਿਸੇ ਕਾਲਜ ਜਾਂ ਵਿਸ਼ਵ- ਵਿਦਿਆਲਾ ਦਾ) ਪੂਰਵ ਵਿਦਿਆਰਥੀ

alveolar /ਐਲ'ਵ਼ੀਅਲਅ*/ *a* (ਭਾਸ਼ਾ) ਦੰਤ ਪਠਾਰੀ

always /'ਓਲਵੇਇਜ਼/ *adv* ਸਦਾ, ਨਿੱਤ, ਹਮੇਸ਼ਾਂ, ਹਰ ਸਮੇਂ, ਹਰ ਦਮ, ਹਰ ਵੇਲੇ, ਹਰ ਮੌਕੇ; ਨਿਰੰਤਰ

Alzheimer's disease /'ਐਲਟਸਹਾਇਮਅਜ਼ ਡਿਜ਼ੀਜ਼/ *n* (ਬੁਢਾਪੇ ਵਿੱਚ ਹੋਣ ਵਾਲਾ) ਸਿਮਰਤੀ–ਗੁੰਮ ਰੋਗ, ਬੋਲ ਅਤੇ ਯਾਦ–ਸ਼ਕਤੀ ਖੀਣ ਹੋਣ ਦਾ ਰੋਗ

am /ਅਮ, ਐਮ/ *aux* ਹਾਂ (**be** ਦਾ ਵਰਤਮਾਨ, ਉੱਤਮ ਪੁਰਖ ਇੱਕਵਚਨ ਰੂਪ)

a.m. A.M. /ˌਏਇ 'ਐੱਮ/ *abbr (L)* **Amte meridiem** ਦਾ ਸੰਖੇਪ, ਪੂਰਵ ਦੁਪਹਿਰ

amain /ਅ'ਮੇਇਨ/ *adv* (ਪਰਾ) ਬੇਤਹਾਸ਼ਾ; ਤੁਰੰਤ, ਤੇਜ਼ੀ ਨਾਲ

amalgam /ਅ'ਮੈਲਗਅਮ/ *n* ਰਲਾਅ, ਮਿਲਾਵਟ, ਮਿਸ਼ਰਨ; ਕਿਸੇ ਧਾਤ ਦਾ ਪਾਰੇ ਨਾਲ ਮਿਸ਼ਰਨ

amalgamate /ਅ'ਮੈਲਗਅਮੇਇਟ/ *v* ਰਲਾਉਣਾ, ਮਿਲਾਉਣਾ, ਰਲਨਾ, ਮਿਲਨਾ, ਸਾਂਝ ਪਾਉਣਾ; ਕਿਸੇ ਧਾਤ ਨੂੰ ਪਾਰੇ ਨਾਲ ਮਿਲਾਉਣਾ, ਮਿਸ਼ਰਤ ਕਰਨਾ ਜਾਂ ਹੋਣਾ

amalgamated /ਅ'ਮੈਲਗਅਮੇਇਟਿਡ/ *a* ਮਿਲਿਆ-ਜੁਲਿਆ, ਮਿਸ਼ਰਤ; ਇੱਕ-ਮਿੱਕ

amalgamation /ਅˌਮੈਲਗਅ'ਮੇਇਸ਼ਨ/ *n* ਮਿਲਾਵਟ, ਰਲਾ, ਮਿਸ਼ਰਨ; ਜਾਤੀ ਮਿਸ਼ਰਨ, ਧਾਤੂ ਮਿਸ਼ਰਨ

amalgamative /ਅ'ਮੈਲਗਅਮਅਟਿਵ਼/ *a* ਮਿਸ਼ਰਨਸ਼ੀਲ

amalgamator /ਅ'ਮੈਲਗਅਮੇਇਟਅ*/ *n* ਮਿਸ਼ਰਨ ਕਰਨ ਵਾਲਾ, ਮਿਲਾਉਣ ਵਾਲਾ (ਯੰਤਰ ਆਦਿ)

amanuensis /ਅˌਮੈਨਯੁ'ਐਂਨਿਸਿਸ/ *n* ਕਾਤਬ, ਲਿਖਾਰੀ, ਮੁਨਸ਼ੀ

amaranth /'ਐਮਅਰੈਨਥ/ *n* ਇੱਕ ਸਦਾਬਹਾਰ ਫੁੱਲ; ਜਾਮਣੀ ਜਾਂ ਊਦਾ ਰੰਗ

amaranthine /ˌਐਮਅ'ਰੈਨਥਾਇਨ/ *a* ਸਦਾਬਹਾਰ; ਬੈਂਗਣੀ ਰੰਗ ਦਾ

amass /ਅ'ਮੈਸ/ *vt* ਜੋੜਨਾ, ਸਮੇਟਣਾ, ਇਕੱਠਾ ਕਰਨਾ, ਸੰਚਿਤ ਕਰਨਾ, ਇਕੱਤਰ ਕਰਨਾ, ਸੰਗ੍ਰਹਿ ਕਰਨਾ, ਢੇਰ ਲਾਉਣਾ

amassable /ਐ'ਮੈਸਅਬਲ/ *a* ਸੰਗ੍ਰਹਿ ਕਰਨ ਯੋਗ

amassment /ਅ'ਮੈਸਮਅਨਟ/ *n* ਸੰਗ੍ਰਹਿ, ਢੇਰ, ਬੋਹਲ

amateur /'ਐਮਅਟਅ*, -ਚਅ*/ *n* ਦਿਲ ਪਰਚਾਵੇ ਲਈ ਹੁਨਰ ਜਾਂ ਕਲਾ ਸਿੱਖਣ ਵਾਲਾ, ਗ਼ੈਰਪੇਸ਼ਾਵਰ ਕਲਾ ਪ੍ਰੇਮੀ

amateurism /'ਐਮਅਟਅਰਿਜ਼ਅਮ, -ਚਅ-/ *n* ਗ਼ੈਰਪੇਸ਼ਾਵਰੀ, ਕਲਾ ਪ੍ਰੇਮਵਾਦ

amative /'ਐਮਅਟਿਵ਼/ *a* ਕਾਮੁਕ, ਵਿਲਾਸੀ

amativeness /'ਐਮਅਟਿਵ਼ਨਅਸ/ *n* ਕਾਮੁਕਤਾ, ਕਾਮ-ਵਾਸਨਾ

amatory /'ਐਮਅਟਅਰਿ/ *a* ਆਸ਼ਕਾਨਾ, ਇਸ਼ਕੀਆ, ਵਾਸਨਾਮਈ

amaurosis /ˌਐਮੋਓ'ਰਅਉਸਿਸ/ *n* ਅੰਨ੍ਹਾਪਣ, ਅੰਧਲਾਪਣ, ਜੋਤਹੀਣਤਾ

amaze /ਅ'ਮੇਇਜ਼/ *vt* ਚਕਰਾਉਣਾ, ਡੌਰ-ਭੌਰ ਕਰਨਾ, ਹੈਰਾਨ ਕਰਨਾ, ਅਚੰਭਿਤ ਕਰਨਾ, ਵਿਸਮਤ ਕਰਨਾ

amazed /ਅ'ਮੇਇਜ਼ਡ/ *a* ਡੌਰ-ਭੌਰ, ਭੁਚੱਕਾ, ਹੱਕਾ-ਬੱਕਾ, ਅਚੰਭਿਤ, ਵਿਸਮਤ

amazement /ਅ'ਮੇਇਜ਼ਮਅਨਟ/ *n* ਵਿਸਮੈ, ਹੈਰਾਨੀ, ਅਚੰਭਾ, ਅਸਚਰਜਤਾ

amazing /ਅ'ਮੇਇਜ਼ਿਙ/ *a* ਅਸਚਰਜ,

ਵਿਸਮੈਕਾਰ, ਅਜੀਬ, ਹੈਰਾਨਕੁਨ

amazingly /ਅ'ਮੇਇਜ਼ਿਙਲਿ/ *adv* ਅਸਚਰਜ ਨਾਲ, ਅਚੰਭੇ ਨਾਲ, ਹੈਰਾਨਕੁੰਨ ਤਰੀਕੇ ਨਾਲ

Amazon /'ਐਮਅਜ਼ਅਨ/ *n* ਰਣ-ਚੰਡੀ, ਵੀਰਾਂਗਨਾ, ਜੰਗਜੂ ਔਰਤ, ਧੱਕੜ ਤੀਵੀਂ

amazonian /,ਐਮਅ'ਜ਼ਅਉਨਿਅਨ/ *n* ਮਰਦਾਊ ਲੱਛਣਾਂ ਵਾਲੀ ਤੀਵੀਂ

ambages /ਐਮ'ਬੇਇਜੀਜ਼/ *n* ਟੇਢੇ ਢੰਗ ਨਾਲ ਗੱਲ ਕਹਿਣ ਦਾ ਢੰਗ, ਹੇਰ-ਫੇਰ; ਵਕਰੋਕਤੀ, ਵਿਅੰਗ; ਵਿੰਗੇ-ਟੇਢੇ ਰਸਤੇ, ਵਲ-ਵਲੇਵੇਂ,

ambassador /ਐਮ'ਬੈਸਅਡਅ*/ *n* ਸਫ਼ੀਰ, ਰਾਜਦੂਤ, ਏਲਚੀ, ਦੂਤ, ਪ੍ਰਤਿਨਿਧੀ

ambassadorial /ਐਮ,ਬੈਸਅ'ਡੋਰਿਅਲ/ *a* ਰਾਜਦੂਤੀ, ਰਾਜਦੂਤ ਸੰਬੰਧੀ, ਰਾਜਦੂਤ ਸੇਵਾ ਸੰਬੰਧੀ

ambassadress /ਐਮ'ਬੈਸਅਡਰਅਸ/ *n* ਮਹਿਲਾ ਰਾਜਦੂਤ; ਰਾਜਦੂਤ ਦੀ ਪਤਨੀ

amber /'ਐਮਬਅ*/ *n* ਸੁਗੰਧਿਤ ਰਾਲ

ambergris /'ਐਮਬਅਗਰੀਸ, -ਗਰਿਸ/ *n* ਮੋਮ ਵਰਗਾ ਇੱਕ ਸੁਗੰਧੀ ਵਾਲਾ ਪਦਾਰਥ, ਚੋਆ (ਚੋਆ ਤੇ ਚੰਦਨ ਦਾ ਕਈ ਵਾਰ ਨਾਲੋ-ਨਾਲ ਜ਼ਿਕਰ ਕੀਤਾ ਜਾਂਦਾ ਹੈ), ਮੁਸ਼ਕ ਅੰਬਰ

amberite /'ਐਮਬਅਰਾਇਟ/ *n* ਉਹ ਬੰਦੂਕ ਜੋ ਚੱਲਣ ਲੱਗੀ ਧੂੰਆਂ ਨਾ ਛੱਡੇ

ambidexter /,ਐਮਬਿ'ਡੈਕੱਸਟਅ*/ *a* ਜਿਹੜਾ ਦੋਹਾਂ ਹੱਥਾਂ ਨੂੰ ਪੂਰੀ ਕੁਸ਼ਲਤਾ ਨਾਲ ਵਰਤ ਸਕਦਾ ਹੋਵੇ, ਦੁਹੱਥਾ; ਦੁਬਾਜਰਾ,ਦੁਰੰਗਾ

ambidexterity /,ਐਮਬਿਡੈਕੱ'ਸਟੈੱਰਿਟਿ/ *n* ਦੁਰੰਗਾਪਣ, ਦੁਬਾਜਰਾਪਣ

ambidextrous/,ਐਮਬਿ'ਡੈਕੱਸਟਰਅਸ/ *n* ਸੱਜੇ ਅਤੇ ਖੱਬੇ ਦੋਹਾਂ ਹੱਥਾਂ ਨਾਲ ਇੱਕੋ ਜਿੰਨੀ ਮੁਹਰਤ ਨਾਲ ਕੰਮ ਕਰ ਲੈਣ ਵਾਲਾ ਵਿਅਕਤੀ

ambience /'ਐਮਬਿਅਨਸ/ *n* ਮਾਹੌਲ, ਚੁਗਿਰਦਾ, ਆਲਾ-ਦੁਆਲਾ

ambiguity /,ਐਮਬਿ'ਗਯੂਅਟਿ/ *n* ਸੰਦੇਹ, ਸ਼ੱਕ; ਦੁਅਰਥਤਾ, ਅਸਪਸ਼ਟਤਾ, ਗੋਲ-ਮੋਲ ਗੱਲ

ambiguous /ਐਮ'ਬਿਗਯੁਅਸ/ *a* ਦੂਹਰੇ ਮਤਲਬ ਵਾਲਾ, ਦੁਅਰਥੀ, ਸੰਦੇਹਯੁਕਤ, ਅਸਪਸ਼ਟ, ਅਨਿਸ਼ਚਿਤ

ambiguousness /ਐਮ'ਬਿਗਯੁਅਸਨਅਸ/ *a* ਵੇਖੋ ambiguity

ambit /'ਐਮਬਿਟ/ *n* ਘੇਰਾ, ਆਲਾ- ਦੁਆਲਾ, ਚੁਗਿਰਦਾ

ambition /ਐਮ'ਬਿਸ਼ਨ/ *n* ਤਾਂਘ, ਇੱਛਾ, ਚਾਹ, ਲਾਲਸਾ, ਅਭਿਲਾਸ਼ਾ, ਆਕਾਂਖਿਆ; ਟੀਚਾ, ਨਿਸ਼ਾਨਾ, ਦਾਈਆ

ambitious /ਐਮ'ਬਿਸ਼ਅਸ/ *a* ਅਭਿਲਾਸ਼ੀ, ਚਾਹਵਾਨ, ਤਾਂਘੀ, ਆਕਾਂਖਿਆਵਾਨ; ਜੋਸ਼ ਭਰਿਆ, ਉਤਸ਼ਾਹਪੂਰਨ

ambitiousness /ਐਮ'ਬਿਸ਼ਅਸਨਅਸ/ *n* ਤੀਬਰ ਲਾਲਸਾ, ਕਾਮਨਾ, ਸ਼ਦੀਦ ਇੱਛਾ

ambivalent /ਐਮ'ਬਿਵ਼ਅਲਅਨਟ/ *a* ਕਿਸੇ ਵਸਤੂ ਵਿਅਕਤੀ ਜਾਂ ਵਰਤਾਰੇ ਸੰਬੰਧੀ ਮਾੜੇ ਅਤੇ ਚੰਗੇ ਦੋਵੇਂ ਭਾਵ ਰੱਖਣ ਵਾਲਾ

amble /'ਐਮਬਲ/ *n* ਘੋੜੇ ਦੀ ਇੱਕ ਚਾਲ, ਰਵ੍ਹਾਲ ਚਾਲ, ਮੱਧਮ ਚਾਲ, ਰੇਵੀਆ ਚਾਲ *vt* ਘੋੜੇ ਦਾ ਇੱਕ ਪਾਸੇ ਦੇ ਦੋਵੇਂ ਪੈਰ ਇਕੱਠੇ ਚੁੱਕ ਕੇ ਚੱਲਣਾ, ਰਵ੍ਹਾਲ ਚਾਲ ਚੱਲਣਾ, ਦੁਗਾਮਾ ਚੱਲਣਾ; ਹੌਲੀ-ਹੌਲੀ ਤੁਰਨਾ, ਬਣਾਉਟੀ ਤੋਰ ਤੁਰਨਾ

ambler /'ਐਮਬਲਅ*/ *n* ਸੁੰਦਰ ਚਾਲ ਵਾਲਾ ਘੋੜਾ, ਰੇਵੀਆ ਚਾਲ ਚੱਲਣ ਵਾਲਾ ਘੋੜਾ

amblyopia /ਐਮਬਲਿ'ਅਉਪਿਅ/ *n* ਘੱਟ ਨਜ਼ਰ, ਮੰਦ ਨਿਗ੍ਹਾ

ambo /'ਐਮਬਅਉ/ *n* ਗਿਰਜੇ ਦਾ ਮੰਚ, ਚਬੂਤਰਾ, ਥੜ੍ਹਾ

ambon /'ਐਮਬਅਨ/ *n* ਵਿਖਿਆਨ ਮੰਚ

ambrosia /ਐਮ'ਬਰਅਉਜ਼ਿਅ/ *n* ਅੰਮ੍ਰਿਤ, ਦੇਵ ਆਹਾਰ, ਆਬੇ-ਹਯਾਤ; ਸੁਆਦਲੀ ਤੇ ਸੁਗੰਧੀ ਵਾਲੀ ਵਸਤੂ; ਫੁੱਲਾਂ ਦਾ ਰਸ ਜੋ ਸ਼ਹਿਦ ਦੀਆਂ ਮੱਖੀਆਂ ਚੂਸਦੀਆਂ ਹਨ, ਮਕਰੰਦ

ambrosial /ਐਮ'ਬਰਅਉਜ਼ਿਅਲ/ *a* ਅੰਮ੍ਰਿਤ

ਵਰਗਾ, ਦੈਵੀ, ਰੱਬੀ; ਸੁਆਦਲਾ

ambry, aumbry /'ਐਮਬਰਿ/ *n* ਭੰਡਾਰ, ਮੋਦੀਖ਼ਾਨਾ; ਕੰਧ ਵਿੱਚ ਬਣੀ ਅਲਮਾਰੀ; ਭੋਜਨ ਬਣਾਉਣ ਦੀ ਚੌਂਕੀ; ਗਿਰਜੇ ਘਰ ਦੀ ਗੋਲਕ; ਬੁਖ਼ਾਰੀ

ambs-ace /ਐਮਜ਼'ਏਇਸ/ *n* ਨਿਕੰਮਾਪਣ, ਅਯੋਗਤਾ; ਦੁਰਭਾਗ, ਬਦਕਿਸਮਤੀ

ambulance /'ਐਮਬਯਅਲਅਨਸ/ *n* ਹਸਪਤਾਲ ਦੀ ਗੱਡੀ, ਐਂਬੂਲੈਂਸ

ambulant /'ਐਮਬਯੁਲਅਨਟ/ *a* ਸਰੀਰ ਦੇ ਇੱਕ ਅੰਗ ਤੋਂ ਦੂਜੇ ਤੱਕ ਜਾਣ ਵਾਲਾ (ਰੋਗ); ਚਲੰਤ, ਗਤੀਮਾਨ; ਚਲਦਾ

ambulate /'ਐਮਬਯੁਲੇਇਟ/ *vt* ਸਫ਼ਰ ਕਰਨਾ, ਘੁੰਮਣਾ ਫਿਰਨਾ

ambulation /,ਐਮਬਯੁ'ਲੇਇਸ਼ਨ/ *n* ਘੁੰਮਣ-ਫਿਰਨ ਦਾ ਭਾਵ

ambulator /'ਐਮਬਯੁਲੇਇਟਅ*/ *n* ਘੁੰਮਣ-ਫਿਰਨ ਵਾਲਾ ਵਿਅਕਤੀ, ਘੁਮੱਕੜ, ਫਿਰਤੂ

ambulatory /'ਐਮਬਯਅਲਅਟਅਰਿ/ *a* ਚਲਦਾ-ਫਿਰਦਾ, ਗਤੀਮਾਨ, ਚੱਲਣਯੋਗ; ਅਸਥਾਈ, ਥੋੜ੍ਹਚਿਰਾ, ਥੋੜ੍ਹਾ ਚਿਰ ਰਹਿਣ ਵਾਲਾ *n* ਟਹਿਲਣ ਵਾਲੀ ਥਾਂ, ਭਰਮਣ ਸਥਾਨ; ਛੱਤਿਆ ਹੋਇਆ ਰਾਹ, ਛੱਤਾ

ambuscade /,ਐਮਬਅਸ'ਕੇਇਡ/ *n* ਸੈਨਾ ਦੇ ਲੁਕਣ ਦੀ ਥਾਂ, ਘਾਤ, ਘਾਤ ਸਥਾਨ *v* ਲੁਕਣਾ, ਘਾਤ ਲਾਉਣਾ

ambush /'ਐਮਬੁਸ਼/ *vt* ਘਾਤ ਲਾਉਣਾ, ਘਾਤ ਵਿੱਚ ਬੈਠਣਾ *n* ਤਾੜ, ਛਹਿ, ਘਾਤ ਵਿੱਚ ਜਾਂ ਛਹਿ ਕੇ ਬੈਠਣ ਦੀ ਥਾਂ, ਘਾਤ ਸਥਾਨ, ਘਾਤ ਲਾਉਣ ਵਾਲੀ ਸੈਨਿਕ ਟੁਕੜੀ

ambustion /ਐਮ'ਬਅੱਸਟਿਅਨ/ *n* ਫੋਲਾ, ਫ਼ਫੋਲਾ

ameliorable /ਅ'ਮੀਲਿਅਰਅਬਲ/ *a* ਸੁਧਾਰ ਕਰਨਯੋਗ, ਸੁਆਰਨ ਯੋਗ, ਉੱਨਤ ਕਰਨ ਯੋਗ

ameliorate /ਅ'ਮੀਲਿਅਰੇਇਟ/ *vt* ਸੁਆਰਨਾ, ਸੁਧਰਨਾ ਜਾਂ ਸੁਧਾਰਨਾ, ਉੱਨਤ ਕਰਨਾ, ਬਿਹਤਰ ਬਣਾਉਣਾ

amelioration /ਅ,ਮੀਲਿਅ'ਰੇਇਸ਼ਨ/ *n* ਸੁਧਾਰ, ਉੱਨਤ, ਬਿਹਤਰੀ

ameliorative /ਅ'ਮੀਲਿ(ਅ)ਰਅਟਿਵ਼/ *a* ਉੱਨਤੀਕਾਰੀ, ਸੁਧਾਰਨਯੋਗ, ਸੁਧਾਰਾਤਮਿਕ

ameliorator /ਅ'ਮੀਲਿਅ,ਰੇਇਟਅ*/ *n* ਉੱਨਤਕਾਰੀ, ਸੁਧਾਰਕ

amen /ਆ'ਮੈੱਨ, ਏਇ'ਮੈੱਨ/ *int* ਆਮੀਨ, ਤਥਾ ਅਸਤੂ, ਅਜਿਹਾ ਹੀ ਹੋਵੇ

amenability /ਅ,ਮੀਨਅ'ਬਿਲਅਟਿ/ *n* ਜ਼ੁੰਮੇਵਾਰੀ, ਜੁਆਬਦੇਹੀ, ਉੱਤਰਦਾਇਤਵ; ਅਸਰ ਕਬੂਲਣ ਦਾ ਭਾਵ; ਆਗਿਆ ਪਾਲਣ

amenable /ਅ'ਮੀਨਅਬਲ/ *a* ਉੱਤਰਦਾਈ, ਜ਼ੁੰਮੇਵਾਰ, ਜੁਆਬਦੇਹ; ਅਸਰ ਕਬੂਲਣ ਵਾਲਾ; ਆਗਿਆਕਾਰੀ

amend /ਅ'ਮੈੱਨਡ/ *vt* ਸੋਧਣਾ, ਸੁਧਾਰਨਾ, ਸੰਸ਼ੋਧਨ ਕਰਨਾ, ਤਰਮੀਮ ਕਰਨਾ

amendable /ਅ'ਮੈੱਨਡਅਬਲ/ *a* ਸੁਧਾਰਨਯੋਗ, ਸੋਧਣਯੋਗ

amendatory /ਅ'ਮੈੱਨਡਅਟ(ਅ)ਰਿ/ *a* ਸੰਸ਼ੋਧਨੀ, ਤਰਮੀਮੀ

amended /ਅ'ਮੈੱਨਡਿਡ/ *a* ਸੋਧਿਆ, ਸੁਧਰਿਆ, ਸੰਸ਼ੋਧਿਤ

amendment /ਅ'ਮੈੱਨਡਮਅਨਟ/ *n* ਸੋਧ, ਸੰਸ਼ੋਧਨ, ਤਰਮੀਮ, ਸੁਧਾਰ

amends /ਅ'ਮੈੱਨਡਜ਼/ *n* ਤਲਾਫ਼ੀ, ਹਰਜਾਨਾ, ਹਾਨੀ-ਪੂਰਤੀ **to make amends** ਤਲਾਫ਼ੀ ਕਰਨਾ, ਹਰਜਾਨਾ ਭਰਨਾ

amenity /ਅ'ਮੀਨਅਟਿ/ *n* ਸੁੱਖ ਸੁਵਿਧਾ, ਸੁੱਖ ਸਾਧਨ ਸਹੂਲਤ; ਖ਼ੁਸ਼ਗਵਾਰੀ, ਸੁਖਾਵਾਂਪਣ, ਸ਼ਿਸ਼ਟਾਚਾਰ

amentia /ਏਇ'ਮੈੱਨਸ਼ਅ/ *n* ਸ਼ੁਦਾਅ, ਦਿਮਾਗੀ ਕਮਜ਼ੋਰੀ, ਬੌਧਿਕ ਖੀਣਤਾ

amerce /ਅ'ਮਅ:ਸ/ *vt* ਡੰਨ ਲਾਉਣਾ, ਦੰਡ

ਦੇਣਾ, ਜੁਰਮਾਨਾ ਲਾਉਣਾ

amercement /ਅ'ਮਅ:ਸਮਅਨਟ/ *n* ਡੰਨ, ਦੰਡ, ਚੱਟੀ, ਜੁਰਮਾਨਾ

amethodical /ˌਏਇਮਅ'ਥੌਂਡਿਕਲ/ *a* ਬੇਢੰਗਾ

amethyst /'ਐਮਅਥਿਸਟ/ *n* ਬਨਫ਼ਸ਼ੀ ਰੰਗ ਦਾ ਬਹੁਮੱਲਾ ਪੱਥਰ

amiability /ˌਏਇਮਿਅ'ਬਿਲਅਟਿ/ *n* ਮਿਲਾਪੜਾਪਣ, ਮਿਲਨਸਾਰੀ; ਸੁਹਿਰਦਤਾ, ਸੁਸ਼ੀਲਤਾ, ਖ਼ੁਸ਼ਖੁਲਕੀ

amiable /'ਏਇਮਿਅਬਲ/ *a* ਮਿਲਾਪੜਾ, ਖ਼ੁਸ਼ਮਿਜ਼ਾਜ, ਮਿਲਨਸਾਰ; ਸਨੇਹਭਾਵੀ

amicability /ˌਐਮਿਕਅ'ਬਿਲਅਟਿ/ *n* ਮਿੱਤਰਤਾ, ਦੋਸਤੀ, ਮੇਲ-ਮਿਲਾਪ, ਸੱਜਣਤਾ, ਸਨੇਹ ਭਾਵ

amicable /'ਐਮਿਕਅਬਲ/ *a* ਸਨੇਹ-ਪੂਰਵਕ, ਮੈਤਰੀਪੂਰਨ, ਦੋਸਤਾਨਾ, ਮੇਲ-ਮਿਲਾਪ ਵਾਲਾ, ਅਪਣੱਤ ਵਾਲਾ, ਸਨੇਹਪੂਰਨ

amicableness /'ਐਮਿਕਅਬਲਨਅਸ/ *n* ਸੁਹਿਰਦਤਾ, ਸੱਜਣਤਾ, ਮਿੱਤਰਤਾ

amicably /'ਐਮਿਕਅਬਲਿ/ *adv* ਦੋਸਤਾਨਾ ਤੌਰ 'ਤੇ, ਮਿੱਤਰਤਾਪੂਰਬਕ

amid, amidst /ਅ'ਮਿਡ, ਅ'ਮਿਡਸਟ/ *prep* ਵਿੱਚ, ਵਿਚਕਾਰ, ਦਰਮਿਆਨ, ਦੌਰਾਨ

amino acid /ਅˌਮੀਨਊ 'ਐਸਿਡ/ *n* ਪ੍ਰੋਟੀਨ ਦੀ ਮੂਲ ਬਣਤਰ ਰਚਣ ਵਾਲੇ ਪਦਾਰਥਾਂ ਵਿੱਚੋਂ ਕੋਈ ਇੱਕ

amiss /ਅ'ਮਿਸ/ *a* ਨਾਕਸ, ਨੁਕਸਦਾਰ; ਅਨੁਚਿਤ, ਬੇਤੁਕਾ *adv* ਗ਼ਲਤੀ ਨਾਲ, ਗ਼ਲਤ ਢੰਗ ਨਾਲ

amissing /ਅ'ਮਿਸਿਙ/ *a* ਗੁਆਚਿਆ; ਜਿਸ ਦੀ ਲੋੜ ਹੋਵੇ

amity /'ਐਮਅਟਿ/ *n* ਮਿੱਤਰਤਾ, ਦੋਸਤੀ, ਸੱਜਣਤਾ, ਸੁਹਿਰਦਤਾ, ਸਦਭਾਵਨਾ, ਮੇਲ-ਮਿਲਾਪ, ਸਨੇਹ-ਭਾਵ

ammonia /ਅ'ਮਅਉਨਿਅ/ *n* ਅਮੋਨੀਆ ਗੈਸ

ammoniac /ਅ'ਮਅਉਨਿਐਕ/ *a* ਅਮੋਨੀਆਈ, ਅਮੋਨੀਆ ਵਰਗਾ

ammunition /ˌਐਮਯੁ'ਨਿਸ਼ਨ/ *n* ਬਾਰੂਦ, ਗੋਲੀ-ਸਿੱਕਾ, ਗੋਲਾ-ਬਾਰੂਦ; ਜੰਗੀ ਸਮਾਨ, ਅਸਲਾ

amnesia /ਐਮ'ਨੀਜ਼ਿਅ/ *n* ਯਾਦ ਸ਼ਕਤੀ ਖ਼ਤਮ ਹੋਣ ਦਾ ਭਾਵ, ਸਿਮਰਤੀ ਲੋਪ

amnesty /'ਐਮਨਅਸਟਿ/ *n* (ਵਿਸ਼ੇਸ਼ ਕਰਕੇ ਰਾਜਸੀ ਅਪਰਾਧਾਂ ਲਈ) ਆਮ ਮਾਫ਼ੀ; ਨਜ਼ਰਅੰਦਾਜ਼ੀ, ਅਣਡਿੱਠਤਾ; ਵਿਆਪਕ ਖ਼ਿਮਾ

amnion /'ਐਮਨਿਅਨ/ *n* ਜੇਰ, ਔਲ

amoeba /ਅ'ਮੀਬਅ/ *n* ਇੱਕ ਸੈੱਲ ਵਾਲਾ ਸਭ ਤੋਂ ਪਹਿਲਾ ਜੀਵ, ਅਮੀਬਾ

amok /ਅ'ਮੌਕ/ *adv* ਵੇਖੋ **amuck**

among, amongst /ਅ'ਮਅੱਙ, ਅ'ਮਅੱਙਸਟ/ *prep* ਵਿੱਚ, ਆਪੋ ਵਿੱਚ, ਪਰਸਪਰ

amoral /ˌਏਇ'ਮੌਰਅਲ/ *a* ਸਦਾਚਾਰਕ, ਅਨੈਤਿਕ, ਗ਼ੈਰ-ਇਖ਼ਲਾਕੀ, ਆਚਰਨਹੀਣ

amoralist /ˌਏਇ'ਮੌਰਅਲਿਸਟ/ *n* ਅਸਦਾਚਾਰਕ

amorous /'ਐਮਅਰਅਸ/ *a* ਪ੍ਰੇਮ-ਰਸਾ, ਆਸ਼ਕਾਨਾ; ਕਾਮੁਕ, ਕਾਮੀ

amorousness /'ਐਮਅਰਅਸਨਅਸ/ *n* ਕਾਮੁਕਤਾ, ਰਸਿਕਤਾ

amorphism /ਅ'ਮੌਫ਼ਿਜ਼ਅਮ/ *n* ਰੂਪਹੀਣਤਾ, ਅਰੂਪਤਾ; ਆਕ੍ਰਿਤੀ ਦਾ ਰੂਪ-ਵਿਹੂਣਾ ਅਧਿਐਨ

amorphous /ਅ'ਮੌਫ਼ਅਸ/ *a* ਅਰੂਪ, ਬੇਰੂਪ, ਰੂਪਹੀਣ; ਅਸਪਸ਼ਟ, ਬੇਕਾਇਦਾ, ਬੇਤਰਤੀਬਾ, ਅਨਿਯਮਿਤ

amort /ਅ'ਮੋਟ/ *a* ਮੋਇਆ, ਮਰਿਆ ਹੋਇਆ

amortization /ਅˌਮੋਟਾਇ'ਜ਼ੇਇਸ਼ਨ/ *n* ਕਰਜ਼ਾ ਉਤਾਰਨ ਲਈ ਕੁਝ ਰਕਮ ਦਾ ਰਾਖਵਾਂਕਰਨ; ਰਾਖਵੀਂ ਰੱਖੀ ਰਕਮ; ਧਰਮਾਰਥ ਰੱਖੀ ਰਕਮ

amortize /ਅ'ਮੋਟਾਇਜ਼/ *vt* ਕਰਜ਼ਾ ਆਦਿ ਉਤਾਰਨ ਲਈ ਰਕਮ ਰਾਖਵੀਂ ਕਰਨਾ; ਧਰਮਾਰਥ ਕਰਨਾ

amount /ਅ'ਮਾਉਨਟ/ *n* ਧਨ, ਰਾਸ਼ੀ, ਰਕਮ,

ਪੂੰਜੀ, ਕੁੱਲ ਧਨ; ਕੁੱਲ ਜੋੜ; ਮਾਤਰਾ, ਮਿਣਤੀ, ਮਿਕਦਾਰ *vi* ਜੋੜ ਬਣਨਾ, ਜੋੜ ਹੋਣਾ; ਬਣਨਾ, ਅਰਥ ਨਿਕਲਨਾ, ਭਾਵ ਅਰਥ ਹੋਣਾ; ਬਰਾਬਰ ਹੋਣਾ, ਤੁੱਲ ਹੋਣਾ, ਕੁੱਲ ਜੋੜ ਹੋਣਾ

amour /ਅ'ਮੁਅ*/ *n* ਪ੍ਰੇਮ, ਪ੍ਰੀਤ, ਇਸ਼ਕਬਾਜ਼ੀ, ਆਸ਼ਨਾਈ, ਯਾਰੀ; ਨਾਜਾਇਜ਼ ਤਾਅਲੁਕ, ਨਾਜਾਇਜ਼ ਪ੍ਰੇਮ ਸੰਬੰਧ

ampere /'ਐਮਪੇਅ*/ *n* ਬਿਜਲੀ ਦੇ ਰੌਂ ਦੀ ਇਕਾਈ, ਬਿਜਲੀ ਧਾਰਾ ਦਾ ਵਿਸ਼ੇਸ਼ ਨਾਪ, ਐਮਪੀਅਰ

ampersand /'ਐਮਪਅਸੈਨਡ/ *n '&'* ਦਾ ਚਿੰਨ੍ਹ (ਜੋ *and* ਦੀ ਥਾਂ ਵਰਤਿਆ ਜਾਂਦਾ ਹੈ)

amphibia /ਐਮ'ਫ਼ਿਬਿਅ/ *n* (ਬਹੁ) ਅਜਿਹੇ ਜੀਵ ਜੋ ਧਰਤੀ ਉੱਤੇ ਅਤੇ ਪਾਣੀ ਵਿੱਚ ਦੋਹੀਂ ਥਾਈਂ ਰਹਿ ਸਕਦੇ ਹਨ, ਜਲ ਥਲੀਏ, ਜਲਥਲੀ ਜੀਵ

amphibian /ਐਮ'ਫ਼ਿਬਿਅਨ/ *a* ਜਲਥਲ ਵਿੱਚ ਰਹਿਣ ਵਾਲਾ; ਜਲਥਲੀ, (ਅਜਿਹੀ ਮੋਟਰ) ਜੋ ਪਾਣੀ ਵਿੱਚ ਵੀ ਤਰ ਸਕੇ, (ਅਜਿਹਾ ਹਵਾਈ ਜਹਾਜ਼) ਜੋ ਧਰਤੀ ਜਾਂ ਪਾਣੀ ਦੋਹਾਂ ਉੱਤੇ ਉੱਤਰ ਸਕੇ

amphibious /ਐਮ'ਫ਼ਿਬਿਅਸ/ *a* ਜਲਥਲੀ

amphibology /,ਐਮਫ਼ਿ'ਬੌਲਅਜਿ/ *n* (ਭਾਸ਼ਾ) ਅਸਪਸ਼ਟ ਭਾਸ਼ਾ, ਅਸਪਸ਼ਟ ਅਰਥਾਂ ਵਾਲਾ ਵਾਕ ਜਾਂ ਵਾਕਾਂਸ਼, ਸੰਦੇਹਪੂਰਨ ਵਚਨ; ਦੁਅਰਥਕਤਾ, ਸ਼ਲੇਸ਼

amphibrach /'ਐਮਫ਼ਿਬਰੈਕ/ *n* ਕਵਿਤਾ ਵਿੱਚ ਤਿੰਨ ਸੰਯੁਕਤ ਅੱਖਰਾਂ ਦਾ ਚਰਨ, ਜਗਣ (I S I)

amphisbaena /,ਐਮਫ਼ਿਸ'ਬੀਨਅ/ *n* ਦੁਮੂੰਹਾਂ ਸੱਪ ਜਾਂ ਸੱਪਣੀ

amphitheatre /'ਐਮਫ਼ਿਥਿਅਟਅ*/ *n* ਗੋਲ ਰੰਗਸ਼ਾਲਾ, ਗੋਲ ਖੇਡ-ਘਰ, ਚਾਰੇ ਪਾਸੇ ਬੈਠਣ ਲਈ ਪੌੜੀਆਂ ਵਾਲੀ ਗੋਲ ਇਮਾਰਤ; ਨਾਚ ਘਰ, ਅਖ਼ਾੜਾ, ਰੰਗ-ਭੂਮੀ

ample /'ਐਮਪਲ/ *a* ਚੋਖਾ, ਕਾਫ਼ੀ, ਖੁੱਲ੍ਹਾ, ਵੱਡਾ, ਮੋਕਲਾ, ਵਿਸਤ੍ਰਿਤ

ampleness /'ਐਮਪਲਨਅਸ/ *n* ਵਿਸਤਾਰ, ਵਿਸ਼ਾਲਤਾ, ਬਹੁਤਾਤ, ਲੰਬਾਈ-ਚੁੜਾਈ

amplification /,ਐਮਪਲਿਫ਼ਿ'ਕੇਇਸ਼ਨ/ *n* ਵਾਧਾ, ਵਿਸਤਾਰ, ਫੈਲਾਅ

amplifier /'ਐਮਪਲਿਫ਼ਾਇਅ*/ *n* ਧੁਨੀਵਰਧਕ ਯੰਤਰ, ਐਂਪਲੀਫ਼ਾਇਰ

amplify /'ਐਮਪਲਿਫ਼ਾਇ/ *vt* ਵਧਾਉਣਾ, ਵਿਸਤਾਰ ਦੇਣਾ; ਖੋਲ੍ਹ ਕੇ ਦੱਸਣਾ, ਵਿਸਤਾਰਪੂਰਵਕ ਵਰਣਨ ਕਰਨਾ; ਧੁਨੀ ਵਿਸਤਾਰ ਕਰਨਾ

amplitude /'ਐਮਪਲਿਟਯੂਡ/ *n* ਬਹੁਲਤਾ, ਅਧਿਕਤਾ, ਵਿਸ਼ਾਲਤਾ, ਵਿਸਤਾਰ; ਵਡੱਤਣ

amply /'ਐਮਪਲਿ/ *adv* ਕਾਫ਼ੀ, ਬਹੁਤ; ਵਿਸਤਾਰ ਨਾਲ

amputate /'ਐਮਪਯੁਟੇਇਟ/ *vt* (ਇਲਾਜ ਲਈ) ਸਰੀਰ ਦੇ ਕਿਸੇ ਅੰਗ ਦਾ ਕੱਟਣਾ, ਅੰਗਛੇਦ ਕਰਨਾ; (ਰੁੱਖ) ਛਾਂਗਣਾ

amputation /,ਐਮਪਯੁ'ਟੇਇਸ਼ਨ/ *n* ਅੰਗ ਕੱਟਣ ਦੀ ਕਿਰਿਆ, ਅੰਗਛੇਦ

amputator /'ਐਮਪਯੁਟੇਇਟਅ*/ *n* ਅੰਗ ਵੱਢਣ ਵਾਲਾ, ਅੰਗ ਛੇਦਕ

amuck /ਅ'ਮਅੱਕ/ *adv* ਪਾਗਲਾਂ ਵਾਂਗ, ਪਾਗਲ ਹੋ ਕੇ, ਅੰਨ੍ਹੇਵਾਹ

amulet /'ਐਮਯੁਲਅਟ/ *n* ਕੋਈ ਮੰਤਰ ਮੁਗਧ ਹੋਈ ਵਸਤ (ਜੋ ਗਲ ਪਾਈ ਹੋਏ ਜਾਂ ਬਾਂਹ ਨਾਲ ਬੱਧੀ ਹੋਵੇ), ਤਵੀਤ (ਤਾਵੀਜ਼), ਰੱਖ, ਮੰਤਰ

amuse /ਅ'ਮਯੂਜ਼/ *vt* ਪਰਚਾਉਣਾ, ਖ਼ੁਸ਼ ਕਰਨਾ, ਮਨੋਰੰਜਨ ਕਰਨਾ

amusement /ਅ'ਮਯੂਜ਼ਮਅਨਟ/ *n* ਦਿਲਪਰਚਾਵਾ, ਮਨੋਰੰਜਨ, ਖੇਡ-ਤਮਾਸ਼ਾ, ਹਾਸਾ-ਮਖੌਲ

amusing /ਅ'ਮਯੂਜ਼ਿਙ/ *a* ਮਨੋਹਰ, ਖ਼ੁਸ਼ ਕਰਨ ਵਾਲਾ, ਦਿਲਕਸ਼

an /ਐਨ/ *a* ਇੱਕ, (ਵਿਆ) ਕਿਸੇ ਸਵਰ ਨਾਲ ਅਰੰਭ ਹੋਣ ਵਾਲੇ ਸ਼ਬਦ ਤੋਂ ਪਹਿਲਾਂ **a** ਦੀ ਥਾਂ **an** ਪ੍ਰਯੋਗ ਹੋਣ ਵਾਲਾ ਸ਼ਬਦ

anabasis /ਅ'ਨੈਬਅਸਿਸ/ *n* ਧਾਵਾ, ਚੜ੍ਹਾਈ,

ਕੂਚ

anabolic steroid /ˌਐਨਅਬੌਲਿਕ 'ਸਟੈਰੌਇਡ/ *n* ਮਾਸਪੇਸ਼ੀਆਂ ਦਾ ਆਕਾਰ ਵਧਾਉਣ ਲਈ ਵਰਤਿਆ ਜਾਣ ਵਾਲਾ ਬਣਾਉਟੀ ਰੱਤ ਉਤੇਜਕ ਰਸ (ਰਸਾਇਣਕ ਪਦਾਰਥ) ਜੋ ਕਈ ਵਾਰ ਖਿਡਾਰੀਆਂ ਵਲੋਂ ਗ਼ੈਰਕਨੂੰਨੀ ਰੂਪ ਵਿੱਚ ਵਰਤਿਆ ਜਾਂਦਾ ਹੈ

anabolism /ਅ'ਨੈਬਅ(ਉ)ਲਿਜ਼ਅਮ/ *n* (ਜੀਵ ਤੇ ਪੌਦਿਆਂ ਦੀ) ਪਾਚਣ-ਕਿਰਿਆ

anachronic /ˌਐਨਅ'ਕਰੌਨਿਕ/ *a* ਇਤਿਹਾਸਿਕ ਕਾਲ ਦੋਸ਼ ਸੰਬੰਧੀ; ਭਰਮਯੁਕਤ, ਸੰਸੇ ਭਰਿਆ

anachronism /ਅ'ਨੈਕਰਅਨਿਜ਼ਅਮ/ *n* ਇਤਿਹਾਸ ਵਿੱਚ ਬੀਤੇ ਦੀਆਂ ਗੱਲਾਂ ਨਾਲ ਵਰਤਮਾਨ ਦੀਆਂ ਗੱਲਾਂ ਜੋੜਨ ਦੀ ਗ਼ਲਤੀ, ਇਤਿਹਾਸਿਕ ਭੁੱਲ, ਕਾਲ-ਦੋਸ਼

anaemia /ਅ'ਨੀਮਿਅ/ *n* ਰੋਗ ਜਿਸ ਨਾਲ ਖ਼ੂਨ ਵਿੱਚ ਲਾਲ ਰੱਤ ਕੋਸ਼ਕਾਵਾਂ ਬਹੁਤ ਘੱਟ ਜਾਂਦੀਆਂ ਹਨ ਅਤੇ ਵਿਅਕਤੀ ਬਹੁਤ ਕਮਜ਼ੋਰ ਅਤੇ ਪੀਲਾ ਪੈ ਜਾਂਦਾ ਹੈ, ਰੱਤਹੀਣਤਾ, ਅਨੀਮੀਆ

anaemic /ਅ'ਨੀਮਿਕ/ *a* ਰੱਤਹੀਣਤਾ ਰੋਗ ਦਾ ਰੋਗੀ, ਰੱਤਹੀਣ; ਸ਼ਕਤੀਹੀਣ ਅਤੇ ਪ੍ਰਭਾਵਹੀਣ

anaesthesia /ˌਐਨਅਸ'ਥੀਜ਼ਿਅ/ *n* ਸੁੰਨਤਾ, ਬੇਹੋਸ਼ੀ, ਬੇਸੁਰਤੀ; ਸੁੰਨ ਕਰਨ ਦੀ ਦਵਾਈ

anaesthetic /ˌਐਨਅਸ'ਥੈੱਟਿਕ/ *a* ਸੁੰਨ ਕਾਰਕ *n* ਸੁੰਨ ਕਰ ਦੇਣ ਵਾਲੀ ਦਵਾਈ

anaesthetize /ਅ'ਨੀਸਥਅਟਾਇਜ਼/ *vt* ਬੇਸੁਰਤ ਕਰਨਾ, ਸੁੰਨ ਕਰ ਦੇਣਾ, ਬੇਹੋਸ਼ ਕਰਨ ਵਾਲੀ ਦਵਾਈ ਚੜ੍ਹਾਉਣਾ

anagogy /'ਐਨਅਗੌਜਿ/ *n* ਗੁਪਤ ਅਰਥ; ਅਧਿਆਤਮਿਕ ਅਰਥ, ਅਧਿਆਤਮਿਕ ਵਿਆਖਿਆ

anagram /'ਐਨਅਗਰੈਮ/ *n* (ਭਾਸ਼ਾ) ਅੱਖਰਾਂ ਦਾ ਉਲਟ-ਫੇਰ, ਵਰਨ ਪਰਿਵਰਤਨ, ਕਿਸੇ ਸ਼ਬਦ ਦੇ ਅੱਖਰਾਂ ਨੂੰ ਅੱਗੇ ਪਿੱਛੇ ਕਰ ਕੇ ਨਵਾਂ ਸ਼ਬਦ ਬਣਾਉਣ ਦਾ ਕਾਰਜ ਜਾਂ ਭਾਵ

anagrammatic /ˌਐਨਅਗਰਅ'ਮੈੱਟਿਕ/ *a* ਅੱਖਰਾਂ ਦੇ ਉਲਟ-ਫੇਰ ਸੰਬੰਧੀ

anal /'ਏਇਨਲ/ *a* ਗੁਦਾ ਬਾਰੇ, ਗੁਦਾ ਦਾ

analgesic /ˌਐਨਅਲ'ਜੀਜ਼ਿਕ/ *a* ਦਰਦ ਨਿਵਾਰਕ, ਪੀੜਾਹਾਰੀ (ਦਵਾਈ)

analog computer /'ਐਨਅਲੌਗ ਕਅਮਪਯੂਟਅ*/ *n* ਗਣਿਤਕ ਅੰਕ ਪ੍ਰਨਾਲੀ ਉੱਤੇ ਆਧਾਰਿਤ ਕੰਪਿਊਟਰ

analogic, analogical /ˌਐਨਅ'ਲੌਜਿਕ, ˌਐਨਅ'ਲੌਜਿਕਲ/ *a* ਸਮਾਨ, ਇਕਰੂਪ, ਮਿਲਦਾ-ਜੁਲਦਾ, ਦ੍ਰਿਸ਼ਟਾਂਤੀ

analogism /ਅ'ਨੈਲਅਜਿਜ਼ਅਮ/ *n* ਅੰਸ਼ਕ ਸਮਾਨਤਾ ਦਿਖਾਉਣ ਦੀ ਕਿਰਿਆ, ਅੰਸ਼ਕ, ਸਮਾਨਤਾ ਦਾ ਸਿਧਾਂਤ, ਅੰਸ਼ਕ ਸਮਾਨਤਾਵਾਦ

analogous /ਅ'ਨੈਲਅਗਅਸ/ *a* ਸਾਵਾਂ, ਮਿਲਦਾ-ਜੁਲਦਾ, ਅਨੁਰੂਪ, ਸਮਰੂਪ

analogue /'ਐਨਅਲੌਗ/ *a* ਅੰਕੜੇ ਜਮ੍ਹਾਂ ਕਰਨ ਲਈ ਨਿਰੰਤਰ ਬਦਲਦੀ (ਬਿਜਲਾਣਵੀ ਪ੍ਰਕਿਰਿਆ); ਸੂਈਆਂ ਵਾਲੀ (ਘੜੀ) *n* ਸਮਾਨਰੂਪ ਵਸਤ

analogy /ਅ'ਨੈਲਅਜਿ/ *n* ਅੰਸ਼ਕ ਸਮਾਨਤਾ, ਇਕਰੂਪਤਾ, ਸਮਰੂਪਤਾ; ਦ੍ਰਿਸ਼ਟਾਂਤ, ਮਿਸਾਲ, ਉਪਮਾ; ਦਲੀਲਬਾਜ਼ੀ ਦਾ ਢੰਗ; ਅਨੁਪਾਤ, ਨਿਸਬਤ

analyse, analyze /'ਐਨਅਲਾਇਜ਼/ *vt* ਵਿਸ਼ਲੇਸ਼ਣ ਕਰਨਾ, ਨਿਖੇੜਨਾ, ਪੜਤਾਲ ਕਰਨਾ, ਪਰਖਣਾ, ਛਾਣ-ਬੀਣ ਕਰਨਾ; (ਵਿਆ) ਵਾਕ-ਵੰਡ ਕਰਨਾ; (ਰਸਾ, ਭੌ) ਕਿਸੇ ਮਿਸ਼ਰਨ ਦੇ ਮੂਲ ਤੱਤਾਂ ਦੀ ਖੋਜ ਕਰਨਾ, ਤੱਤ-ਨਿਖੇੜ ਕਰਨਾ

analysis /ਅ'ਨੈਲਅਸਿਸ/ *n* ਵਿਸ਼ਲੇਸ਼ਣ; ਤੱਤ-ਨਿਖੇੜ, ਛਾਣ-ਬੀਣ, ਅੰਗ-ਨਿਖੇੜ, (ਵਿਆ) ਵਾਕ-ਵੰਡ

analyst /'ਐਨਅਲਿਸਟ/ *n* ਵਿਸ਼ਲੇਸ਼ਕ, (ਖ਼ਾਸ ਕਰਕੇ ਰਸਾਇਣਿਕ) ਵਿਸ਼ਲੇਸ਼ਣ ਵਿੱਚ ਮਾਹਰ

analytic /ˌਐਨਅ'ਲਿਟਿਕ/ *a* (ਭਾਸ਼ਾ)

ਸ਼ਬਦ–ਕ੍ਰਮੀ, ਸ਼ਬਦ–ਕ੍ਰਮਾਤਮਿਕ; ਵਿਸ਼ਲੇਸ਼ਣੀ, ਵਿਸ਼ਲੇਸ਼ਣਾਤਮਿਕ

analytical /ˌ**ਐਨਅ'ਲਿਟਿਕਲ**/ *a* ਵਿਸ਼ਲੇਸ਼ਣੀ; ਵਿਛੇਦਮਈ, (ਭਾਸ਼ਾ) ਵਿਯੋਗਾਤਮਿਕ ਅਰਥਾਤ ਅਜਿਹੀ ਭਾਸ਼ਾ ਜਿਸ ਵਿੱਚ ਅਗੇਤਰਾਂ-ਪਿਛੇਤਰਾਂ ਆਦਿ ਦੀ ਥਾਂ ਵੱਖਰੇ ਸ਼ਬਦ ਵਰਤੇ ਜਾਣ

analytically /ˌ**ਐਨਅ'ਲਿਟਿਕਲਿ**/ *adv* ਵਿਸ਼ਲੇਸ਼ਣੀ ਢੰਗ ਨਾਲ

anamorphous /ˌ**ਐਨਅ'ਮੋਫ਼ਅਸ**/ *a* ਵਿਕ੍ਰਿਤ ਰੂਪ ਵਾਲਾ (ਚਿੱਤਰ)

anaphor /'**ਐਨਅਫ਼ਅ*, -ਫ਼ੋ***/ *n* (ਭਾਸ਼ਾ) ਸ਼ਬਦ ਜਾਂ ਸ਼ਬਦ ਸਮੂਹ ਜੋ ਵਾਕ ਵਿੱਚ ਪਹਿਲਾਂ ਆਏ ਸ਼ਬਦ ਜਾਂ ਸ਼ਬਦ ਸਮੂਹ ਦਾ ਸੰਕੇਤ ਦਿੰਦਾ ਹੈ, ਆਤਮਪਦ, ਨਿੱਜਵਾਚੀ

anarch /'**ਐਨਾਕ**/ *n* ਵਿਦਰੋਹ ਦਾ ਨੇਤਾ, ਅਰਾਜਕਤਾ ਫੈਲਾਉਣ ਵਾਲਾ ਨੇਤਾ, ਵਿਦਰੋਹੀ

anarchic, anarchical /**ਅ'ਨਾਕਿਕ, ਐ'ਨਾਕਿਕ(ਅ)ਲ**/ *a* ਅਰਾਜਕ, ਅਰਾਜਕਤਾ ਸੰਬੰਧੀ, ਅਰਾਜਕਤਾਪੂਰਨ

anarchism /'**ਐਨਅਕਿਜ਼ਅਮ**/ *n* ਅਰਾਜਕਤਾਵਾਦ; ਸ਼ਾਸਨਹੀਣਤਾ ਅਰਾਜਕਤਾ

anarchist /'**ਐਨਅਕਿਸਟ**/ *n* ਅਰਾਜਕਤਾਵਾਦੀ, ਵਿਦ੍ਰੋਹੀ

anarchy /'**ਐਨਅਕਿ**/ *n* ਸ਼ਾਸਨਹੀਣਤਾ, ਅਰਾਜਕਤਾ, ਰਾਜਹੀਣਤਾ, ਹਨੇਰਗਰਦੀ, ਬਦਨਿਜ਼ਾਮੀ

anastrophe /**ਅ'ਨੈਸਟਰਅਫ਼ਿ**/ *n* (ਸ਼ਬਦਾਂ ਦੀ) ਕ੍ਰਮ ਤਬਦੀਲੀ, ਉਲਟ-ਪੁਲਟ

anathema /**ਅ'ਨੈਥਅਮਅ**/ *n* ਸਰਾਪ, ਫਿਟਕਾਰ; ਸਰਾਪਿਆ ਵਿਅਕਤੀ ਜਾਂ ਵਸਤ

anathematize /**ਅ'ਨੈਥਅਮਅਟਾਇਜ਼**/ *vt* ਸਰਾਪ ਦੇਣਾ, ਸਰਾਪਣਾ

anatomical /ˌ**ਐਨਅ'ਟੋਮਿਕਲ**/ *a* ਸਰੀਰਕ ਬਣਤਰ ਬਾਰੇ, ਸਰੀਰ ਰਚਨਾ ਸੰਬੰਧੀ, ਅੰਗ ਵਿਗਿਆਨ ਸੰਬੰਧੀ

anatomism /**ਅ'ਨੈਟਅਮਿਜ਼ਅਮ**/ *n* ਚੀਰ-ਫਾੜ ਕਰਕੇ ਮਨੁੱਖੀ ਸਰੀਰ ਨੂੰ ਸਮਝਣ ਦਾ ਭਾਵ

anatomy /**ਅ'ਨੈਟਅਮਿ**/ *n* ਅੰਗ ਵਿਗਿਆਨ, ਸਰੀਰੀ ਬਣਤਰ ਦਾ ਗਿਆਨ, ਚੀਰ-ਫਾੜ; ਪਿੰਜਰ, ਢਾਂਚਾ; ਬਹੁਤ ਮਾੜੇ ਸਰੀਰ ਵਾਲਾ ਜੀਵ (ਜਿਸ ਦੀਆਂ ਹੱਡੀਆਂ ਨਿਕਲੀਆਂ ਹੋਣ)

ancestor /'**ਐਨਸੈਸਟਅ***/ *n* ਵਡੇਰਾ, ਵੱਡਾ-ਵਡੇਰਾ, ਪਿਤਰ, ਪੁਰਖਾ, ਪੂਰਵਜ਼

ancestral /**ਐਨ'ਸੈਸਟਰਅਲ**/ *a* ਜੱਦੀ, ਖ਼ਾਨਦਾਨੀ, ਮੌਰੂਸੀ, ਪਿਤਾ-ਪੁਰਖੀ

ancestry /'**ਐਨਸੈਸਟਰਿ**/ *n* ਖ਼ਾਨਦਾਨ, ਘਰਾਣਾ, ਜੱਦ, ਕੁਲ, ਪਿਤਰਾਵਲੀ, ਕੁਲਪੱਤਰੀ, ਕੁਰਸੀਨਾਮਾ; ਪੂਰਵਜ਼, ਵੱਡੇ-ਵਡੇਰੇ

anchor /'**ਐਙਕਅ***/ *n* (ਜਹਾਜ਼ ਦਾ) ਲੰਗਰ; ਆਸਰਾ, ਸਹਾਰਾ, ਭਰੋਸਾ at anchor ਲੰਗਰ ਲੱਗਾ ਜਹਾਜ਼ *v* ਜਹਾਜ਼ ਦਾ ਲੰਗਰ ਸੁੱਟਣਾ; ਠਹਿਰਨਾ, ਜੁੜਨਾ, ਬੰਨ੍ਹ ਦੇਣਾ, ਰੋਕ ਦੇਣਾ

anchorage /'**ਐਙਕਅਰਿਜ**/ *n* ਲੰਗਰ ਭਾੜਾ, ਜਹਾਜ਼ ਠਹਿਰਾਈ; ਬੰਦਰਗਾਹ; ਆਸਰਾ, ਸਹਾਰਾ, ਭਰੋਸਾ

anchoress, ancress /'**ਐਙਕਅਰੈੱਸ, 'ਐਙਕਰੈੱਸ**/ *n* ਸਾਧਣੀ, ਸੰਨਿਆਸਣ, ਵੈਰਾਗਣ, ਫ਼ਕੀਰਨੀ

anchoret, anchorite /'**ਐਙਕਅਰਿਟ, 'ਐਙਕਅਰਾਇਟ**/ *n* ਸਾਧੂ, ਸੰਨਿਆਸੀ, ਵੈਰਾਗੀ, ਫ਼ਕੀਰ

anchoretic /**ਐਙਕਅ'ਰੈੱਟਿਕ**/ *a* ਸਾਧੂਆਂ ਵਾਲਾ, ਸੰਨਿਆਸ ਸੰਬੰਧੀ, ਫ਼ਕੀਰਾਨਾ, ਵੈਰਾਗਪੂਰਨ

ancient /'**ਏਇਨਸ਼ਅਨਟ**/ *a* ਪ੍ਰਾਚੀਨ, ਪੁਰਾਤਨ, ਕਦੀਮੀ, ਬੜਾ ਪੁਰਾਣਾ; ਬੁੱਢਾ; ਪੁਰਾਣੇ ਵਿਚਾਰਾਂ ਵਾਲਾ **the ancients** ਪ੍ਰਾਚੀਨ ਸਮੇਂ ਦੀਆਂ ਸੱਭਿਅਕ ਜਾਤੀਆਂ

anciently /'**ਏਇਨਸ਼(ਅ)ਨਟਲਿ**/ *adv* ਪ੍ਰਾਚੀਨ ਕਾਲ ਵਿੱਚ, ਪੁਰਾਣੇ ਸਮੇਂ ਵਿੱਚ, ਪਹਿਲੇ

ਸਮੇਂ ਤੋਂ

ancientness /'ਏਇਨਸ਼ਅਨਟਨਅਸ/ *n* ਪੁਰਾਤਨਤਾ, ਪ੍ਰਾਚੀਨਤਾ

ancientry /'ਏਇਨਸ਼ਅਨਟਰਿ/ *n* ਪ੍ਰਾਚੀਨ ਸ਼ੈਲੀ, ਪੁਰਾਣੀ ਚਾਲ

ancillary /ਐਨ'ਸਿਲਅਰਿ/ *a* ਸਹਾਇਕ, ਅਨੁਸੰਗੀ, ਅਧੀਨ

ancon /'ਐਙਕਅਨ/ *n* ਕੂਹਣੀ, ਅਰਕ; ਸਹਾਰਾ, ਕੰਧ ਦੀ ਕੂਹਣੀ ਜਿਸ ਉੱਤੇ ਕਾਰਨਸ ਆਦਿ ਨੂੰ ਸਹਾਰਾ ਹੁੰਦਾ ਹੈ

ancress /'ਐਙਕਰਿਸ/ *n* ਵੇਖੋ **anchoress**

and /ਅਨਡ, ਐ-/ *conj* ਅਤੇ, ਤੇ

andante /ਐਨ'ਡੈਨਟੇਇ/ *a* (ਸੰਗੀ) ਹੌਲੀ ਚੱਲਣ ਵਾਲਾ, ਧੀਮੀ ਗਤੀ ਵਾਲਾ, ਮੱਧਮ ਤਾਲ ਵਿੱਚ

Andean /'ਐਨਡਿਅਨ/ *a* ਦੱਖਣੀ ਅਮਰੀਕਾ ਦੀ **Andes** ਪਰਬਤਮਾਲਾ ਨਾਲ ਸੰਬੰਧਿਤ

androgen /'ਐਨਡਰਅਜਅਨ/ *n* ਨਰ ਲਿੰਗ ਜੈਵਿਕ ਤੱਤ (ਹਾਰਮੋਨ)

android /'ਐਨਡਰੌਇਡ/ *n* ਬਿਲਕੁਲ ਮਨੁੱਖ ਵਾਂਗ ਦਿੱਸਣ ਵਾਲੀ ਮਸ਼ੀਨ (ਰੋਬੋਟ)

anecdotal /ˌਐਨਿਕ'ਡਅਉਟਲ/ *a* ਹਿਕਾਇਤੀ, ਕਥਾ ਸੰਬੰਧੀ

anecdote /'ਐਨਿਕਡਅਉਟ/ *n* ਹਿਕਾਇਤ, ਸੰਖੇਪ ਕਥਾ, ਕਥਾ-ਵਾਰਤਾ

anele /ਅ'ਨੀਲ/ *vt* ਤੇਲ ਮਲਨਾ, ਮਾਲਸ਼ ਕਰਨਾ, ਲੇਪ ਕਰਨਾ

anemia /ਅ'ਨੀਮਿਅ/ ਵੇਖੋ **anaemia**

anemic /ਅ'ਨੀਮਿਕ/ ਵੇਖੋ **anaemic**

anemometer /ਐਨਿ'ਮੌਮਿਟਅ*/ *n* ਪੌਣ ਦਾ ਵੇਗ ਮਾਪਣ ਲਈ ਯੰਤਰ, ਪੌਣ-ਵੇਗ ਦਾ ਮਾਪਕ

anemometric /ˌਐਨਿਮਅ(ਉ)'ਮੈਟਰਿਕ/ *a* ਪੌਣ-ਵੇਗ ਦੇ ਮਾਪ ਸੰਬੰਧੀ

anemometry /ˌਐਨਿ'ਮੌਮਿਟਰਿ/ *n* ਪੌਣ-ਵੇਗ ਮਾਪਕ, ਪੌਣ-ਮਿਤੀ

anent/ਅ'ਨੈਂਟ/ *prep* ਬਾਬਤ, ਬਾਰੇ, ਸੰਬੰਧੀ, ਪ੍ਰਸੰਗ ਵਿੱਚ, ਵਿਸ਼ੇ ਵਿੱਚ

anew /ਅ'ਨਯੂ/ *adv* ਨਵੇਂ ਸਿਰਿਉਂ, ਮੁੱਢੋਂ-ਸੁੱਢੋਂ, ਫੇਰ, ਮੁੜ ਕੇ, ਦੁਬਾਰਾ; ਨਵੇਂ ਢੰਗ ਨਾਲ

anfractuosity /ˌਐਨਫ਼ਰੈਕਟਯੁ'ਔਸਅਟਿ/ *n* ਬਿਖੜਾਪਣ, ਜਟਿਲਤਾ, ਉਲਝਣ, ਗੋਰਖਧੰਦਾ; (ਬਹੁ) ਬਿਖੜਾ ਪੈਂਡਾ, ਚੱਕਰਦਾਰ ਰਸਤਾ

angel /'ਏਇਨਜਲ/ *n* ਦੇਵਤਾ, ਫ਼ਰਿਸ਼ਤਾ, ਦੇਵਦੂਤ; ਨਬੀ, ਰਸੂਲ, ਪੈਗ਼ੰਬਰ; ਸੁੰਦਰ ਅਤੇ ਮਾਸੂਮ ਮਨੁੱਖ **angel of death** ਜਮਦੂਤ, ਇਜ਼ਰਾਈਲ ਫ਼ਰਿਸ਼ਤਾ

angelic /ਐਨ'ਜੈੱਲਿਕ/ *a* ਦੇਵਤੇ ਸੰਬੰਧੀ, ਦੈਵੀ; ਅਲੌਕਿਕ

angelical /ਐਨ'ਜੈੱਲਿਕ(ਅ)ਲ/ *a* ਸਵਰਗ ਦੇ ਦੂਤ ਸੰਬੰਧੀ, ਦੇਵਤੇ ਬਾਰੇ, ਦੈਵੀ

angelology /'ਐਨਜਿਲਅਉ ਲਅਜਿ/*n* ਦੇਵਦੂਤਵਾਦ, ਦੇਵਦੂਤ ਦਾ ਪੂਜਣ-ਸਿਧਾਂਤ

angelophany /ਐਨਜਿਲਅਉਫ਼ੈਨਿ/ *n* ਦੇਵਦੂਤ ਦਾ ਦਰਸ਼ਨ

anger /'ਐਙਗਅ*/ *n* ਗੁੱਸਾ, ਰੋਹ, ਕ੍ਰੋਧ, ਨਰਾਜ਼ਗੀ *v* ਗੁੱਸੇ ਕਰਨਾ, ਨਰਾਜ਼ ਕਰਨਾ, ਰੋਹ ਚੜ੍ਹਾਉਣਾ; ਗੁੱਸੇ ਹੋਣਾ

angina /ਐਨ'ਜਾਇਨਅ/ *n* (ਦਿਲ ਵਿੱਚ ਲਹੂ ਦੀ ਪੂਰਤੀ ਨਾ ਹੋਣ ਕਰਕੇ) ਛਾਤੀ ਅਤੇ ਖੱਬੀ ਬਾਂਹ ਵਿੱਚ ਹੋਣ ਵਾਲਾ ਤੇਜ਼ ਦਰਦ

angioplasty /'ਐਨਜਿਅਉਪਲੈਸਟਿ/ *n* ਦਿਲ ਨੂੰ ਲਹੂ–ਪੂਰਤੀ ਕਰਨ ਵਾਲੀਆਂ ਲਹੂ–ਨਾੜੀਆਂ/ ਧਮਨੀਆਂ ਦੇ ਬੰਦ ਹੋਏ ਭਾਗ ਨੂੰ ਖੋਲ੍ਹਣ ਦੀ ਡਾਕਟਰੀ ਪ੍ਰਕਿਰਿਆ (ਓਪਰੇਸ਼ਨ ਆਦਿ)

angle[1] /'ਐਙਗਲ/ *n* ਕੋਣ, ਜ਼ਾਵੀਆ; ਦ੍ਰਿਸ਼ਟੀਕੋਣ; ਨੁੱਕਰ, ਖੂੰਜਾ, ਗੁੱਠ, ਕੋਨਾ **adjacent angle** ਜੁੜਵਾਂ ਕੋਣ, ਸੰਲਗਨ ਕੋਣ **angle of inclination** ਢਾਲ ਕੋਣ **alternate angle** ਬਦਲਵਾਂ ਕੋਣ, ਵਟਵਾਂ ਕੋਣ **complementary angles** ਪੂਰਕ ਕੋਣ **consecutive angle** ਨਿਰੰਤਰ ਕੋਣ, ਲਾਗਲਾ

ਕੋਣ **corresponding angle** ਤਤਸਥਾਨੀ ਕੋਣ **external angle** ਬਾਹਰਲਾ ਕੋਣ **internal angle** ਅੰਦਰਲਾ ਕੋਣ, ਅੰਤਰੀ ਕੋਣ **obtuse angle** ਅਧਿਕ ਕੋਣ, ਚੌੜਾ ਕੋਣ **opposite angle** ਸਨਮੁਖ ਕੋਣ **right angle** ਸਮਕੋਣ, ਰਾਸ ਕੋਣ **spherical angle** ਗੁਲਾਈਦਾਰ ਕੋਣ, ਗੋਲ ਕੋਣ **supplementary angle** ਅਨੁਪੂਰਕ ਕੋਣ, ਦੁਪੂਰਕ ਕੋਣ, ਸੰਪੂਰਕ ਕੋਣ **vertex of an angle** ਕੋਣ ਦੀ ਰਾਸ, ਕੋਣ ਦੀ ਨੋਕ

angle² *n* ਮੱਛੀਆਂ ਫੜਨ ਵਾਲੀ ਕੁੰਡੀ *v* ਕੁੰਡੀ ਸੁੱਟਣਾ, ਕੁੰਡੀ ਸੁੱਟ ਕੇ ਮੱਛੀਆਂ ਫੜਨਾ

angled/'ਐਙਗਲਡ/ *a* ਕੋਣਦਾਰ, ਨੁੱਕਰਦਾਰ, ਕੋਣਯੁਕਤ

angle-iron *n* ਕੋਣੀ ਲੋਹਾ, ਅੰਗਲੈਰਨ

angler/'ਐਙਗਲਅ*/ *n* ਕੁੰਡੀ ਲਾ ਕੇ ਮੱਛੀਆਂ ਫੜਨ ਵਾਲਾ, ਮਾਛੀ, ਮਛੇਰਾ

anglewise /'ਐਙਗ(ਅ)ਲਵਾਇਜ਼/ *a* ਕੋਣ ਪਰਨੇ ਦਾ, ਨੁੱਕਰ ਵਾਲੇ ਪਾਸੇ ਦਾ; ਕੋਣ ਰੂਪੀ ਨੁੱਕਰ ਵਰਗਾ

Anglican /'ਐਙਗਲਿਕਅਨ/ *a* ਇੰਗਲਿਸਤਾਨ ਦੇ ਪ੍ਰੋਟੈਸਟੈਂਟ ਮਤ ਨੂੰ ਮੰਨਣ ਵਾਲਾ, ਅੰਗਲੀਕੀ

anglicise /'ਐਙਗਲਿਸਾਇਜ਼/ *vi* ਅੰਗਰੇਜ਼ੀ ਢੰਗ ਦਾ ਜੀਵਨ ਬਤੀਤ ਕਰਨਾ, ਅੰਗਰੇਜ਼ੀ ਮੁਹਾਵਰੇ ਅਨੁਸਾਰ ਬੋਲਣਾ

Anglicism /'ਐਙਗਲਿਸਿਜ਼ਅਮ/ *n* ਅੰਗਰੇਜ਼ੀ ਤੌਰ-ਤਰੀਕੇ ਵਾਲਾ ਸੁਭਾਅ ਜਾਂ ਮੁਹਾਵਰਾ, ਅੰਗਰੇਜ਼ੀਪਣ, ਅੰਗਰੇਜ਼ੀ ਸ਼ੈਲੀ; ਅੰਗਰੇਜ਼ੀ ਸਿਧਾਂਤ

Anglicize /'ਐਙਗਲਿਸਾਇਜ਼/ *v* ਕਿਸੇ ਵਿਅਕਤੀ ਜਾਂ ਵਸਤੂ ਨੂੰ ਅੰਗਰੇਜ਼ ਤਰ੍ਹਾਂ ਦਾ ਬਣਾਉਣਾ, ਅੰਗਰੇਜ਼ੀਕਰਨ

angling /'ਐਙਗਲਿਙ/ *n* ਕੁੰਡੀ ਲਾ ਕੇ ਮੱਛੀ ਫੜਨ ਦਾ ਕਾਰਜ

Anglo /'ਐਙਗਲਅਉ/ *n* ਯੂਰਪ ਦਾ ਗੋਰਾ, ਗੋਰਾ ਵਿਅਕਤੀ; ਅੰਗਰੇਜ਼ੀ–ਭਾਸ਼ੀ ਵਿਅਕਤੀ

Anglo-Indian /ˌਐਙਗਲਅਉ 'ਇਨਡਿਅਨ/ *n* ਉਹ ਅੰਗਰੇਜ਼ ਜੋ ਹਿੰਦੁਸਤਾਨ ਵਿੱਚ ਵਸ ਚੁੱਕਾ ਹੋਵੇ, ਅੰਗਰੇਜ਼ੀ ਕੌਮ ਦਾ ਅੰਗ ਜੋ ਭਾਰਤ ਦਾ ਵਸਨੀਕ ਬਣ ਚੁੱਕਾ ਹੋਵੇ; ਅੰਗਰੇਜ਼ੀ ਅਤੇ ਦੇਸੀ ਨਸਲਾਂ ਦੇ ਮੇਲ ਤੋਂ ਬਣੀ ਨਸਲ, ਐਂਗਲੋ ਭਾਰਤੀ, ਐਂਗਲੋ ਇੰਡੀਅਨ

anglomania /ˌਐਙਗਲਅਉ'ਮੇਇਨਿਅ/ *n* ਅੰਗਰੇਜ਼ੀ ਤੌਰ-ਤਰੀਕੇ ਨਾਲ ਜਿਊਂਣ ਦੀ ਖ਼ਬਤ, ਅੰਗਰੇਜ਼ ਭਗਤੀ

Anglophile /'ਐਙਗਲਅਉਫ਼ਾਇਲ/ *n* ਇੰਗਲੈਂਡ ਅਤੇ ਉਸ ਦੀਆਂ ਵਸਤਾਂ ਦਾ ਪ੍ਰਸ਼ੰਸਕ

Anglophobe /'ਐਙਗਲਅਉਫ਼ਅਉਬ/ *n* ਅੰਗਰੇਜ਼ਾਂ ਜਾਂ ਅੰਗਰੇਜ਼ੀ ਵਸਤਾਂ ਨੂੰ ਘਿਰਨਾ ਕਰਨ ਵਾਲਾ

Anglophobia /ˌਐਙਗਲਅਉ'ਫ਼ਅਉਬਿਅ/ *n* ਅੰਗਰੇਜ਼ਾਂ ਦੀ ਰਹਿਣੀ-ਬਹਿਣੀ ਅਤੇ ਬੋਲੀ ਆਦਿ ਨਾਲ ਨਫ਼ਰਤ ਜਾਂ ਡਰ

anglophone /'ਐਙਗਲਅਉਫ਼ਅਉਨ/ *n* (ਵਿਸ਼ੇਸ਼ ਤੌਰ 'ਤੇ ਗ਼ੈਰ–ਅੰਗਰੇਜ਼ੀ ਭਾਸ਼ੀ ਦੇਸ਼ਾਂ ਵਿੱਚ) ਅੰਗਰੇਜ਼ੀ ਭਾਸ਼ਾ ਦਾ ਸ਼ੁਦਾਈ, ਅੰਗਰੇਜ਼ੀ ਗਰੱਸਿਆ

Anglo-Saxon /ˌਐਙਗਲਅਉ 'ਸੈਕਸਅਨ/ *a* ਅੰਗਰੇਜ਼, ਪ੍ਰਾਚੀਨ ਅੰਗਰੇਜ਼ ਜਾਤੀ ਦਾ, ਐਂਗਲੋ ਸੈਕਸਨ *n* ਐਂਗਲੋ ਸੈਕਸਨ ਜਾਤੀ

angora /ਐਙ'ਗੋਰਅ/ *n* ਬਿੱਲੀ ਬੱਕਰੀ ਜਾਂ ਖ਼ਰਗੋਸ਼ ਦੀ ਇੱਕ ਨਸਲ; ਇੱਕ ਵਧੀਆ ਉਨੱ ਜੋ ਅੰਗੋਰਾ ਜਾਤੀ ਦੇ ਜੀਵਾਂ ਤੋਂ ਮਿਲਦੀ ਹੈ, ਅੰਗੋਰਾ ਉਨੱ ਦਾ ਕੱਪੜਾ

angrily /'ਐਙਗਰਿਲਿ/ *adv* ਗੁੱਸੇ ਨਾਲ, ਕ੍ਰੋਧ ਨਾਲ, ਭੜਕ ਕੇ; ਦੁਖੀ ਹੋ ਕੇ

angriness /'ਐਙਗਰਿਨਅਸ/ *n* ਕ੍ਰੋਧ; ਕ੍ਰੋਧ-ਅਵਸਥਾ

angry /'ਐਙਗਰਿ/ *a* ਗੁੱਸੇ, ਖ਼ਫ਼ਾ, ਨਰਾਜ਼; ਕ੍ਰੋਧੀ, ਗੁਸੈਲਾ, ਚਿੜਚਿੜਾ; ਸੜਿਆ-ਭੁੱਜਿਆ, ਸੜਿਆ-ਬਲਿਆ

angst /'ਐਙਸਟ/ *n* ਤੌਖਲਾ, ਧੁਕਧੁਕੀ, ਚਿੰਤਾ
anguish /'ਐਙਗਵਿਸ਼/ *n* ਤੀਬਰ ਵੇਦਨਾ, ਕਸ਼ਟ, ਦਰਦ, ਪੀੜਾ, ਸੰਤਾਪ
angular /'ਐਙਗਯਅਲਅ*/ *a* ਨੁੱਕਰਦਾਰ, ਨੁਕਰੀਲਾ, ਕੋਣੀ, ਕੋਣਕ; ਨੁੱਕਰ ਉੱਤੇ ਸਥਿਤ, ਤਿੱਖੇ ਮੋੜ ਵਾਲਾ; ਪਤਲਾ, ਮਾੜਾ; ਕਠੋਰ, ਕਰੜਾ, ਅਕੜਾਅ ਵਾਲਾ, ਜਿਸ ਵਿੱਚ ਲਚਕ ਨਾ ਪਵੇ
angulate /'ਐਙਗਯੁਲੇਇਟ/ *vt* ਕੋਣਦਾਰ ਬਣਾਉਣਾ *a* ਕੋਣਦਾਰ, ਕੋਣਯੁਕਤ; ਨੋਕਦਾਰ, ਨੁੱਕਰਾਂ ਨਾਲ ਬਣਿਆ
aniconism /ਐ'ਨਿਕਅਨਿਜ਼ਅਮ/ *n* ਮਨੁੱਖੀ ਰੂਪ ਤੋਂ ਬਿਨਾਂ ਕਿਸੇ ਹੋਰ ਰੂਪ ਵਿੱਚ ਦੇਵਤੇ ਦੀ ਪੂਜਾ
anigh /ਅ'ਨਾਇ/ *adv* ਪਾਸ, ਕੋਲ; ਕੋਲ ਹੀ, ਨਾਲ ਹੀ, ਨੇੜੇ, ਨਿਕਟ *prep* ਦੇ ਨੇੜੇ, ਦੇ ਕੋਲ
anil /'ਐਨਿਲ/ *n* ਨੀਲ ਦਾ ਪੌਦਾ ਜਾਂ ਰੰਗ, ਨੀਲ
anile /'ਏਇਨਾਇਲ/ *a* ਨਿਰਬਲ, ਦੁਰਬਲ, ਮਰੀਅਲ
anility /ਐ'ਨਿਲਅਟਿ/ *n* ਬੁਢਾਪਾ, ਬਿਰਧ ਅਵਸਥਾ
animal /'ਐਨਿਮਲ/ *n* ਜੀਵ, ਪ੍ਰਾਣੀ; ਪਸ਼ੂ, ਹੈਵਾਨ, ਡੰਗਰ; ਪਸ਼ੂ-ਬਿਰਤੀ *a* ਪਸ਼ੂ ਸੰਬੰਧੀ; ਪਸ਼ੂ ਵਰਗਾ, ਹੈਵਾਨੀ, ਪਸ਼ੂ-ਬਿਰਤੀ ਵਾਲਾ; ਕਾਮੀ, ਵਿਸ਼ਈ
animal heat *n* ਜੀਵਨ-ਸ਼ਕਤੀ, ਸਰੀਰਕ ਨਿੱਘ
animal husbandry *n* ਪਸ਼ੂ-ਪਾਲਨ
animalism /'ਐਨਿਮ(ਅ)ਲਿਜ਼ਅਮ/ *n* ਪਸ਼ੂ-ਬਿਰਤੀ; ਹੈਵਾਨੀਅਤ; ਕਾਮੁਕਤਾ; ਪਸ਼ੂ-ਧਰਮ, ਇਹ ਸਿਧਾਂਤ ਕਿ ਮਨੁੱਖ ਪਸ਼ੂ ਹੀ ਹੈ
animality /ˌਐਨਿ'ਮੈਲਿਟਿ/ *n* ਪਸ਼ੂ- ਬਿਰਤੀ, ਪਸ਼ੂ ਪ੍ਰਕਿਰਤੀ, ਪਾਸ਼ਵਿਕ ਸੁਭਾਅ; ਜੰਤੂ- ਜਗਤ, ਪਸ਼ੂ-ਸੰਸਾਰ
animalization /ˌਐਨਿਮਅਲਾਇ'ਜ਼ੇਇਸ਼ਨ/ *n* ਪਾਸ਼ਵੀਕਰਨ, ਜੰਤੂਕਰਨ
animalize /'ਐਨਿਮ(ਅ)ਲਾਇਜ਼/ *vt* ਪਸ਼ੂ ਬਿਰਤੀਆਂ ਨੂੰ ਜਗਾਉਣਾ, ਪਸ਼ੂ ਬਣਾਉਣਾ, ਵਹਿਸ਼ੀ ਬਣਾਉਣਾ; ਮਨੁੱਖ ਨੂੰ ਪਸ਼ੂ ਰੂਪ ਦੇਣਾ
animal magnetism *n* ਸਰੀਰਕ ਖਿੱਚ, ਆਕਰਸ਼ਣ
animal spirits *n* ਖੇੜਾ, ਖ਼ੁਸ਼ਦਿਲੀ, ਜ਼ਿੰਦਾ-ਦਿਲੀ
animal stock *n* ਪਸ਼ੂ ਧਨ
animate /'ਐਨਿਮਅਟ/ *a* ਜਾਨਦਾਰ, ਸਜੀਵ, ਚੇਤਨ, ਜੀਵੰਤ; ਚੁਸਤ, ਉਤਸ਼ਾਹੀ /'ਐਨਿਮੇਇਟ/ *vt* ਜਿਵਾਲਣਾ, ਜਿੰਦ ਪਾਉਣਾ; ਜੋਸ਼ ਭਰਨਾ, ਹੌਸਲਾ ਵਧਾਉਣਾ, ਢਾਰਸ ਦੇਣਾ
animated /'ਐਨਿਮੇਇਟਿਡ/ *a* ਸਜੀਵ; ਸਜਿੰਦ, ਜੁਸ਼ੀਲਾ
animating /'ਐਨਿਮੇਇਟਿਙ/ *a* ਜੀਵਨ ਦੇਣ ਵਾਲਾ, ਜੀਵਨਦਾਇਕ
animation /ˌਐਨਿ'ਮੇਇਸ਼ਨ/ *n* ਲੋਰ, ਤਰੰਗ; ਸਜੀਵਤਾ, ਜੋਸ਼, ਉਤਸ਼ਾਹ; ਜੀਵੰਤ ਚਿੱਤਰ; ਜੀਵੰਤ ਵਿਅੰਗ-ਚਿੱਤਰ
animative /'ਐਨਿਮਅਟਿਵ੍/ *a* ਜੀਵਨਸ਼ੀਲ
animator /'ਐਨਿਮੇਇਟਅ*/ *n* ਉਤੇਜਕ, ਸਚੇਤਨ ਕਰਨ ਵਾਲਾ, ਉਤਸ਼ਾਹਕ; ਵਿਅੰਗ ਚਿੱਤਰਕਾਰ, ਸਜੀਵ ਕਾਰਟੂਨ ਬਣਾਉਣ ਵਾਲਾ
animism /'ਐਨਿਮਿਜ਼ਅਮ/ *n* ਬੇਜਾਨ ਵਸਤਾਂ ਵਿੱਚ ਵੀ ਆਤਮਾ ਦੀ ਹੋਂਦ ਮੰਨਣ ਵਾਲਾ ਸਿਧਾਂਤ, ਸਰਵਚੇਤਨਵਾਦ, ਜੀਵਾਤਮਵਾਦ; ਅਧਿਆਤਮਵਾਦ
animist /'ਐਨਿਮਿਸਟ/ *a* ਨਿਰਜੀਵ ਪਦਾਰਥਾਂ ਵਿੱਚ ਵੀ ਆਤਮਾ ਦੀ ਹੋਂਦ ਮੰਨਣ ਵਾਲਾ, ਚੇਤਨਾਵਾਦੀ
animistic /ˌਐਨਿ'ਮਿਸਟਿਕ/ *a* ਅਧਿਆਤਮਵਾਦ ਸੰਬੰਧੀ
animosity /ˌਐਨਿ'ਮੌਸਅਟਿ/ *n* ਵੈਰ ਭਾਵ, ਦੁਸ਼ਮਣੀ
animus /'ਐਨਿਮਅਸ/ *n* ਜੀਵਨ ਸ਼ਕਤੀ, ਪ੍ਰਾਣ, ਆਤਮਾ; ਵੈਰ, ਦੁਸ਼ਮਣੀ
anise /'ਐਨਿਸ/ *n* ਸੌਂਫ ਦਾ ਪੌਦਾ; ਸੌਂਫ
aniseed /'ਐਨਅਸੀਡ/ *n* ਸੌਂਫ
anisette /ˌਐਨਿ'ਜ਼ੈਟ/ *n* ਸੌਂਫ ਦਾ ਅਰਕ; ਸੌਂਫ

ਦੀ ਸ਼ਰਾਬ

anisometric /ˌਐਨਾਇਸਅ'ਮੈਟਰਿਕ/ *a* ਨਾਬਰਾਬਰ, ਅਸਾਵਾਂ, ਬੇਤਰਤੀਬਾ

ankle /'ਐਙਕਲ/ *n* ਗਿੱਟਾ, ਟਖਣਾ

anklet /'ਐਙਕਲਅਟ/ *n* ਪਜੇਬ, ਬਾਂਕ, ਝਾਂਜਰ, ਪਾਇਲ; ਪਿੰਜਣੀ ਉੱਤੇ ਬੰਨ੍ਹਣ ਵਾਲੀ ਫ਼ੌਜੀ ਪੱਟੀ

annalist /'ਐਨਅਲਿਸਟ/ *n* ਵਰ੍ਹੇ ਦਾ ਬਿਰਤਾਂਤ ਅੰਕਿਤ ਕਰਨ ਵਾਲਾ ਆਦਮੀ, ਵਾਰਸ਼ਿਕ ਬਿਰਤਾਂਤ ਲੇਖਕ, ਵਾਰਸ਼ਿਕ ਲੇਖਕ

annalistic /'ਐਨਅਲਿਸਟਿਕ/ *a* ਇਤਿਹਾਸ ਸੰਬੰਧੀ; ਵਾਰਸ਼ਿਕ ਬਿਰਤਾਂਤ ਲੇਖਕ ਸੰਬੰਧੀ

annals /'ਐਨਲਜ਼/ *n* (ਬਹੁ) ਸਲਾਨਾ ਵੇਰਵਾ, ਗਾਲਨਾਮਾ; ਇਤਿਹਾਸਿਕ ਬਿਰਤਾਂਤ, ਇਤਿਹਾਸਿਕ ਲੇਖਾਂ ਦਾ ਸੰਗ੍ਰਹਿ; ਇਤਿਹਾਸ, ਤਾਰੀਖ਼

anneal /ਅ'ਨੀਲ/ *vt* ਤਾਅ ਦੇ ਕੇ ਪਕਾਉਣਾ (ਮਿੱਟੀ ਆਦਿ ਦੇ ਭਾਂਡਿਆਂ ਆਦਿ ਨੂੰ); ਪਾਣ ਚੜ੍ਹਾਉਣਾ, ਧਾਤ ਉੱਤੇ ਪਾਣੀ ਚੜ੍ਹਾਉਣਾ; ਪੱਕਾ ਕਰਨਾ, ਮਜ਼ਬੂਤ ਕਰਨਾ

annealing /ਅ'ਨੀਲਿਙ/ *n* ਪਾਣ ਚੜ੍ਹਾਉਣ ਦੀ ਕਲਾ

annectent /ਅ'ਨੈੱਕਟ(ਅ)ਨਟ/ *a* ਜੋੜਨ ਵਾਲਾ, ਸੰਯੋਜਕ, ਜੋੜਵਾਂ

annectent-link *n* ਜੋੜਨ ਵਾਲੀ ਕੜੀ, ਜੋੜ

annex /ਅ'ਨੈੱਕਸ/ *vt* ਮਿਲਾ ਲੈਣਾ, ਸ਼ਾਮਲ ਕਰਨਾ; ਨੱਥੀ ਕਰਨਾ, ਜੋੜਨਾ; ਅਧਿਕਾਰ ਵਿੱਚ ਲੈ ਲੈਣਾ, ਕਬਜ਼ਾ ਜਮਾ ਲੈਣਾ (ਦੇਸ਼, ਇਲਾਕੇ ਆਦਿ ਉੱਤੇ); ਵਾਧਾ ਕਰ ਲੈਣਾ, ਵਧਾ ਲੈਣਾ

annexable /ਅ'ਨੈੱਕਸਅਬਲ/ *a* ਮਿਲਾਉਣਯੋਗ, ਸ਼ਾਮਲ ਕਰਨ ਯੋਗ

annexation /ˌਐਨੈੱਕ'ਸੇਇਸ਼ਨ/ *n* ਮੇਲ, ਸੰਯੋਜਨ; ਅਧਿਕਾਰ, ਕਬਜ਼ਾ

annexe, annex /'ਐਨੈੱਕਸ/ *n* ਅੰਤਕਾ (ਕਿਸੇ ਲਿਖਤ ਵਿੱਚ ਅਖ਼ੀਰ 'ਤੇ ਦਿੱਤਾ ਵੇਰਵਾ), ਵਾਧਾ, ਪੂਰਕ ਅੰਸ਼; ਕਿਸੇ ਮਕਾਨ ਨਾਲ ਮਿਲਦਾ ਹਿੱਸਾ, ਵੱਡੇ ਮਕਾਨ ਦਾ ਇੱਕ ਭਾਗ, ਉਪਭਵਨ

annexed /ਅ'ਨੈੱਕਸਟ/ *a* ਅਨੁਬੱਧ, ਨਾਲ ਦਿੱਤਾ, ਨੱਥੀ ਕੀਤਾ

annexture /ਅ'ਨੈੱਕਸਚਅ*/ *n* ਨੱਥੀ ਕੀਤਾ ਦਸਤਾਵੇਜ਼, ਅਨੁਲੱਗ

annihilate /ਅ'ਨਾਇਅਲੇਇਟ/ *vt* ਮਿਟਾਉਣਾ, ਖੁਰਾ ਖੋਜ ਮਿਟਾਉਣਾ, ਨਸ਼ਟ ਕਰਨਾ, ਜੜ੍ਹੋਂ ਪੁੱਟਣਾ, ਅਲਖ ਮੁਕਾਉਣਾ, ਸਰਵਨਾਸ਼ ਕਰਨਾ,

annihilation /ਅˌਨਾਇਅ'ਲੇਇਸ਼ਨ/ *n* ਸਰਵਨਾਸ਼, ਖ਼ਾਤਮਾ, ਤਬਾਹੀ, ਬਰਬਾਦੀ, (ਧਰਮ) ਸਰੀਰ ਆਤਮਾ ਦਾ ਨਾਸ਼, ਪਰਲੋ, ਸੁੰਨ ਅਵਸਥਾ

annihilationism/ਅˌਨਾਇਅ'ਲੇਇਸ਼ਨਿਜ਼ਅਮ/ *n* ਇਹ ਵਿਸ਼ਵਾਸ ਕਿ ਮੌਤ ਨਾਲ ਸਰੀਰ ਅਤੇ ਆਤਮਾ ਦੋਵੇਂ ਸਮਾਪਤ ਹੋ ਜਾਂਦੇ ਹਨ, ਵਿਨਾਸ਼ਵਾਦ, ਸ਼ੂਨਯਵਾਦ

annihilationist /ਅˌਨਾਇਅ'ਲੇਇਸ਼ਨਿਸਟ/ *n* ਪਰਲੋਵਾਦੀ; ਸ਼ੂਨਯਵਾਦੀ

annihilative /ਅ'ਨਾਇਅਲਅਟਿਵ੍/ *a* ਖ਼ਤਮ ਹੋਣ ਵਾਲਾ, ਨਾਸ਼ਵਾਨ ਫ਼ਾਨੀ

annihilator /ਅ'ਨਾਇਅਲੇਇਟਅ*/ *n* ਮਿਟਾ ਦੇਣ ਵਾਲਾ; ਵਿਨਾਸ਼ਕ, ਸ਼ੂਨਯਕਾਰੀ

anniversary /ˌਐਨਿ'ਵਅːਸਅਰਿ/ *n* ਵਰ੍ਹੇ-ਗੰਢ, ਸਾਲ-ਗਿਰ੍ਹਾ, ਬਰਸੀ; ਵਾਰਸ਼ਿਕ ਉਤਸਵ, ਸਲਾਨਾ ਪੁਰਬ

Anno Domini /ˌਐਨਅ(ਉ) 'ਡੌਮਿਨਾਇ/ *(L) phr* (A.D.) ਸੰਨ ਈਸਵੀ ਵਿੱਚ, ਈਸਾ ਦੇ ਜਨਮ ਤੋਂ ਬਾਅਦ

annotate /'ਐਨਅਟੇਇਟ/ *v* ਵਿਆਖਿਆ ਕਰਨਾ, ਟੀਕਾ ਕਰਨਾ

annotation /ˌਐਨਅ'ਟੇਇਸ਼ਨ/ *n* ਟੀਕਾ, ਵਿਆਖਿਆ, ਭਾਸ਼

annotatony /ˌਐਨਅ(ਉ)'ਟੈਟਅਨਿ/ *n* ਵਿਆਖਿਆ, ਟੀਕਾ, ਟਿੱਪਣੀ

annotator /'ਐਨਅ(ਉ)ਟੇਇਟਅ*/ *n* ਟੀਕਾਕਾਰ, ਵਿਆਖਿਆਕਾਰ, ਟਿੱਪਣੀਕਾਰ, ਟਿੱਪਣੀ ਲੇਖਕ, ਭਾਸ਼ਕਾਰ

announce /ਅ'ਨਾਉਨਸ/ *vt* ਐਲਾਨ ਕਰਨਾ, ਘੋਸ਼ਣਾ ਕਰਨਾ, ਖ਼ਬਰ ਦੇਣਾ, ਸੂਚਿਤ ਕਰਨਾ, ਹੋਕਾ ਦੇਣਾ; ਅਨੁਭਵ ਕਰਵਾਉਣਾ, ਸਮਝਾਉਣਾ

announcement /ਅ'ਨਾਉਨਸਮਅਨਟ/ *n* ਐਲਾਨ, ਘੋਸ਼ਣਾ, ਸੂਚਨਾ, ਹੋਕਾ

announcer /ਅ'ਨਾਉਨਸਅ*/ *n* (ਖ਼ਾਸ ਤੌਰ ਉੱਤੇ ਰੇਡੀਓ ਦਾ) ਅਨਾਊਂਸਰ, ਘੋਸ਼ਕ, ਐਲਾਨ ਕਰਨ ਵਾਲਾ

annoy /ਅ'ਨੌਇ/ *vt* ਤੰਗ ਕਰਨਾ, ਪਰੇਸ਼ਾਨ ਕਰਨਾ, ਚਿੜ੍ਹਾਉਣਾ, ਖਿਝਾਉਣਾ

annoyance /ਅ'ਨੌਇਅਨਸ/ *n* ਖਿਝ, ਚਿੜ੍ਹ; ਅਕੇਵਾਂ, ਪਰੇਸ਼ਾਨੀ; ਛੇੜ-ਛਾੜ, ਝੁੰਜਲਾਹਟ

annoyer /ਅ'ਨੌਇਅ*/ *n* ਸਤਾਉਣ ਵਾਲਾ, ਖਿਝਾਉਣ ਵਾਲਾ, ਦੁੱਖ ਦੇਣ ਵਾਲਾ, ਸੰਤਾਪਕ

annoying /ਅ'ਨੌਇਇਙ/ *a* ਚਿੜਾਊ, ਖਿਝਾਊ

annual /'ਐਨਯੁਅਲ/ *a* ਸਲਾਨਾ, ਵਾਰਸ਼ਿਕ; (ਬਨ) ਇੱਕ ਵਰਸ਼ੀ ਪੌਦਾ, ਇੱਕ ਫ਼ਸਲਾ *n* ਸਲਾਨਾ ਪਰਚਾ, ਵਾਰਸ਼ਿਕ ਪਤ੍ਰਿਕਾ

annuity /ਅ'ਨਯੁਅਟਿ/ *n* ਵਾਰਸ਼ਿਕ ਵਜ਼ੀਫ਼ਾ, ਵਾਰਸ਼ਕੀ, ਸਲਾਨਾ

annul /ਅ'ਨਅੱਲ/ *vt* ਰੱਦ ਕਰਨਾ, ਮਨਸੂਖ਼ ਕਰਨਾ; ਮੇਟਣਾ; (ਸ਼ਾਦੀ ਆਦਿ) ਨਾਜਾਇਜ਼ ਕਰਾਰ ਦੇਣਾ

annular /'ਐਨਯਅਲਅ*/ *a* ਛੱਲੇਦਾਰ, ਕੁੰਡਲੀਆਂ ਵਾਲਾ, ਗੁਲਾਈਦਾਰ, ਚੂੜੀਦਾਰ

annular-eclipse *n* ਉਹ ਗ੍ਰਹਿਣ ਜਿਸ ਵਿੱਚ ਚੰਦ ਦੀ ਗੁਲਾਈ ਸੂਰਜ ਦੀ ਟਿੱਕੀ ਉੱਤੇ ਦਿਸਦੀ ਹੈ, ਗੋਲ ਗ੍ਰਹਿਣ, ਕੁੰਡਲ ਗ੍ਰਹਿਣ

annulate /'ਐਨਯੁਲੇਇਟ/ *a* ਗੁਲਾਈਦਾਰ, ਛੱਲੇਦਾਰ, ਚੂੜੀਦਾਰ

annulation /ˌਐਨਯੁ'ਲੇਇਸ਼ਨ/ *n* ਚੱਕਰੀਕਰਨ, ਛੱਲੇਦਾਰ ਬਣਤਰ

annulment /ਅ'ਨਅੱਲਮਅਨਟ/ *n* ਮਨਸੂਖ਼ੀ, ਅੰਤ , ਰੱਦਣ, ਖੰਡਨ

annunciate /ਅ'ਨਅੱਨਸਿਏਇਟ/ *vt* ਐਲਾਨ ਕਰਨਾ, ਘੋਸ਼ਿਤ ਕਰਨਾ, ਕਿਸੇ ਦੇ ਆਉਣ ਦੀ ਸੂਚਨਾ ਦੇਣਾ

annunciation /ਅˌਨਅੱਨਸਿ'ਏਇਸ਼ਨ/ *n* ਐਲਾਨ, ਘੋਸ਼ਣਾ, ਸੂਚਨਾ; ਹਜ਼ਰਤ ਈਸਾ ਦੇ ਅਵਤਾਰ ਧਾਰਨ ਦੀ ਇਲਹਾਮੀ ਖ਼ਬਰ ਜੋ ਜਿਬਰਾਈਲ ਫ਼ਰਿਸ਼ਤੇ ਨੇ ਬੀਬੀ ਮਰੀਅਮ ਨੂੰ ਦਿੱਤੀ ਸੀ ਅਤੇ 25 ਮਾਰਚ ਦਾ ਉਤਸਵ ਇਸੇ ਯਾਦ ਵਿੱਚ ਮਨਾਇਆ ਜਾਂਦਾ ਹੈ

annunciator /ਅ'ਨਅੱਨਸਿਏਇਟਅ*/ *n* ਘੋਸ਼ਕ, ਘੋਸ਼ਣਾਕਾਰ

anodyne /'ਐਨਅਡਾਇਨ/ *a* ਪੀੜਨਾਸ਼ਕ, ਦੁੱਖ ਭੰਜਨ; ਸੁਖਦਾਈ, ਸ਼ਾਂਤੀਦਾਇਕ *n* ਕੋਈ ਵਸਤੂ ਜੋ ਚਿੱਤ ਨੂੰ ਸ਼ਾਂਤੀ ਦੇਵੇ

anoesis /ˌਐਨਅ(ਉ)'ਈਸਿਸ/ *n* ਵਿਚਾਰ-ਵਿਹੂਣਤਾ, ਕਲਪਨਾਹੀਣ ਚੇਤਨਾ

anoint /ਅ'ਨੌਇਨਟ/ *vt* ਚੋਪੜਨਾ, ਤੇਲ ਮਲਨਾ, ਮਾਲਸ਼ ਕਰਨਾ; ਬਪਤਿਸਮੇ ਜਾਂ ਰਾਜਗੱਦੀ ਉੱਤੇ ਬੈਠਣ ਦੀ ਰਸਮ ਵੇਲੇ ਤੇਲ ਮਲਨਾ; ਮੁਲਾਇਮ ਕਰਨਾ, ਨਰਮ ਕਰਨਾ **The Lord's anointed** ਹਜ਼ਰਤ ਈਸਾ; ਧਾਰਮਿਕ ਨੀਤੀ ਅਨੁਸਾਰ ਗੱਦੀ ਉੱਤੇ ਬਠਾਇਆ ਗਿਆ ਬਾਦਸ਼ਾਹ ਜਾਂ ਰਾਜਾ

anomalism /ਅˌਨੌਮਅਲਿਜ਼ਅਮ/ *n* ਅਵਿਵਸਥਾ, ਬੇਕਾਇਦਗੀ

anomalistic /ਅˌਨੌਮਅ'ਲਿਸਟਿਕ/ *a* ਅਸੰਗਤ, ਬੇਨੇਮਾ, ਬੇਨਿਯਮਾ

anomalous /ਅ'ਨੌਮਅਲਅਸ/ *a* ਅਣਜੋੜ, ਅਸੰਗਤ, ਬੇਤਰਤੀਬਾ, ਬੇਤੁਕਾ, ਬੇਕਾਇਦਾ, ਬੇਦਸਤੂਰਾ

anomalousness /ਅ'ਨੌਮਅਲਅਸਨਅਸ/ *n* ਬੇਕਾਇਦਗੀ, ਅਸੰਗਤੀ, ਅਸਮਾਨਤਾ, ਅਸਧਾਰਨਤਾ

anomaly /ਅ'ਨੌਮਅਲਿ/ *n* ਬੇਤਰਤੀਬੀ, ਅਣਮੇਲ, ਨਿਯਮਹੀਣਤਾ, ਅਸੰਗਤੀ, ਬੇਨੇਮੀ

anon /ਅ'ਨੌਨ/ *adv* ਛੇਤੀ, ਤੁਰੰਤ, ਤੁਰਤ, ਫ਼ੌਰਨ, ਹੁਣੇ ਹੀ, ਜਲਦੀ; ਹੁਣ ਫੇਰ, ਮੁੜ ਕੇ, ਦੁਬਾਰਾ

anonym /'ਐਨਅਨਿਮ/ *n* ਅਗਿਆਤ ਨਾਂ, ਗੁਮਨਾਮ ਮਨੁੱਖ, ਅਨਾਮ ਆਦਮੀ; ਫ਼ਰਜ਼ੀ ਨਾਂ

anonymity /ˌਐਨਅ'ਨਿਮਅਟਿ/ *n* ਗੁਮਨਾਮ ਹੋਣ ਦੀ ਅਵਸਥਾ, ਗੁਮਨਾਮੀ, ਅਗਿਆਤਵਾਸ

anonymous /ਅ'ਨੌਨਿਮਅਸ/ *a* ਜਿਸ ਦੇ ਲੇਖਕ ਦਾ ਨਾਂ ਪਤਾ ਨਾ ਹੋਵੇ, ਅਗਿਆਤ ਲੇਖਕ ਦਾ, ਅਨਾਮ, ਗੁਮਨਾਮ

anonymously /ਅ'ਨੌਨਿਮਅਸਲਿ/ *adv* ਗੁਮਨਾਮ ਰਹਿ ਕੇ

anorexia /ˌਐਨਅ'ਰੈੱਕਸਿਅ/ *n* (ਮੋਟੇ ਹੋਣ ਦੇ ਡਰੋਂ) ਖਾਣਾ ਛੱਡ ਦੇਣ ਦਾ ਮਨੋਰੋਗ

another /ਅ'ਨਅੱਦਅ*/ *a* ਹੋਰ, ਦੂਜਾ; ਭਿੰਨ, ਵੱਖਰਾ *pron* ਕੋਈ ਹੋਰ, ਇੱਕ ਹੋਰ; ਇਸ ਤੋਂ ਵੱਖਰਾ ਨਮੂਨਾ; ਕਿਸੇ ਦੂਜੇ ਵਰਗਾ **one another** ਆਪਸ ਵਿੱਚ, ਪਰਸਪਰ **such another** ਅਜਿਹਾ ਹੀ ਇੱਕ ਹੋਰ, ਇਸ ਵਰਗਾ ਕੋਈ ਦੂਜਾ

answer /'ਆਨਸਅ*/ *n* ਜੁਆਬ, ਉੱਤਰ; ਪ੍ਰਤਿਕਿਰਿਆ, ਹੱਲ *vt* ਜਵਾਬ ਦੇਣਾ, ਉੱਤਰ ਦੇਣਾ; ਹੱਲ ਕਰਨਾ; ਪੂਰਾ ਉੱਤਰਨਾ, ਬਦਲਾ ਦੇਣਾ, ਪ੍ਰਤਿਕਿਰਿਆ ਦਿਖਾਣਾ; ਜੁਆਬਦੇਹ ਹੋਣਾ, ਜ਼ੁੰਮੇਵਾਰ ਹੋਣਾ

answerable /'ਆਨਸਅਰਅਬਲ/ *a* ਜ਼ੁੰਮੇਵਾਰ, ਜੁਆਬਦੇਹ, ਉੱਤਰਦਾਈ

answering machine *n* ਟੈਲੀਫ਼ੋਨ ਨਾਲ ਜੁੜਨ ਵਾਲੀ ਮਸ਼ੀਨ ਜੋ ਵਰਤੋਂਕਾਰ ਦੀ ਗ਼ੈਰਹਾਜ਼ਰੀ ਵਿੱਚ ਟੈਲੀਫ਼ੋਨਾਂ ਦਾ ਜਵਾਬ ਦਿੰਦੀ ਹੈ ਅਤੇ ਟੈਲੀਫ਼ੋਨ ਕਰਨ ਵਾਲੇ ਦੀ ਅਵਾਜ਼ ਭਰ ਲੈਂਦੀ ਹੈ

ant /ਐਨਟ/ *n* ਕੀੜੀ, ਕੀਟ

antacid /ਐਨਟ'ਐਸਿਡ/ *a* ਖਟਾਸਨਾਸ਼ਕ *n* ਖਟਿਆਈ ਜਾਂ ਗੈਸ ਦੂਰ ਕਰਨ ਵਾਲਾ ਤੱਤ

antagonism /ਐਨ'ਟੈਗਅਨਿਜ਼ਅਮ/ *n* ਵਿਰੋਧ, ਵੈਰ, ਲਾਗਤਬਾਜ਼ੀ; ਮੱਤ-ਭੇਦ, ਵਿਰੋਧੀ ਵਿਚਾਰਧਾਰਾ, ਮੱਤ ਵਿਰੋਧ

antagonist /ਐਨ'ਟੈਗਅਨਿਸਟ/ *n* ਵੈਰੀ, ਦੁਸ਼ਮਣ; ਵਿਪੱਖੀ, ਵਿਰੋਧੀ, ਪ੍ਰਤਿਪੱਖੀ

antagonistic /ਐਨˌਟੈਗਅ'ਨਿਸਟਿਕ/ *a* ਵਿਰੋਧਾਭਾਵੀ, ਵਿਪਰੀਤ, ਵਿਰੋਧੀ, ਵਿਰੋਧਪੂਰਨ; ਦੁਸ਼ਮਣੀ ਵਾਲਾ

antagonize /ਐਨ'ਟੈਗਅਨਾਇਜ਼/ *vt* ਵਿਰੋਧੀ ਬਣਾਉਣਾ, ਵੈਰੀ ਬਣਾਉਣਾ; ਵਿਰੋਧ ਕਰਨਾ, ਮੁਖ਼ਾਲਫ਼ਤ ਕਰਨਾ; ਵੈਰ ਜਗਾਉਣਾ

Antarctic /ਐਨ'ਟਾਕਟਿਕ/ *a* ਦੱਖਣੀ ਧਰੁਵੀ, ਦੱਖਣੀ ਧਰੁ ਦਾ

Antarctic Circle *n* ਦੱਖਣੀ ਹਿਮ ਚੱਕਰ, 60°–32° ਦੀ ਸਮਰੇਖਾ, ਦੱਖਣੀ ਚੱਕਰ

ante /'ਐਨਟਿ/ *vt* (ਤਾਸ਼) ਬਾਜ਼ੀ ਲਾਉਣਾ, ਦਾਅ ਲਾਉਣਾ

antebellum /ˌਐਨਟਿ'ਬੈੱਲਅਮ/ (L) *a* ਯੁੱਧ ਤੋਂ ਪਹਿਲਾਂ ਦਾ

antecede /ˌਐਨਟਿ'ਸੀਡ/ *vt* ਪੂਰਵਗਾਮੀ ਹੋਣਾ

antecedence /ˌਐਨਟਿ'ਸੀਡ(ਅ)ਨਸ/ *n* ਸਮੇਂ ਜਾਂ ਆਪਸੀ ਸੰਬੰਧਾਂ ਵਿੱਚ ਪਹਿਲ, ਪੂਰਵਗਾਮਤਾ, ਪਹਿਲ, ਪ੍ਰਾਥਮਿਕਤਾ; ਪੁੱਠੀ ਚਾਲ, ਵਿਪਰੀਤ ਗਤੀ

antecedent /ˌਐਨਟਿ'ਸੀਡਨਟ/ *a* ਅਗੇਤਰਾ, ਪਹਿਲਾਂ ਦਾ, ਪੂਰਵ ਘਟਿਤ, ਪੂਰਵਵਰਤੀ; ਪੂਰਵਗਾਮੀ, ਅਗਰਗਾਮੀ (ਵਸਤੂ ਜਾਂ ਦਸ਼ਾ) *n* (ਵਿਆ) ਪੂਰਵ ਪਦ (ਪਹਿਲਾਂ ਆਇਆ ਸ਼ਬਦ ਨਾਮ ਜਾਂ ਉਪਵਾਕ, ਜਿਸ ਵੱਲ ਪੜਨਾਂਵ ਜਾਂ ਕਿਰਿਆ ਵਿਸ਼ੇਸ਼ਣ ਦਾ ਇਸ਼ਾਰਾ ਹੋਵੇ); (ਗਣਿ) ਅਨੁਪਾਤ ਵਿੱਚ ਪਹਿਲੀ ਰਕਮ ਜਾਂ ਰਾਸ਼ੀ, ਪਹਿਲਾ ਅੰਕ; ਪ੍ਰਾਚੀਨ ਇਤਿਹਾਸ, ਪੂਰਵ ਕਥਾ; ਪਿਛੋਕੜ, ਪਿੱਛਾ

antecessor /'ਐਨਟਿਸੈੱਸਅ*/ *n* ਪੂਰਵਜ, ਪਹਿਲਾ ਵਿਅਕਤੀ

antechamber /'ਐਨਟਿਚੇਇਮਬਅ*/ *n* ਡਿਓੜ੍ਹੀ, ਬੈਠਕ, ਬਾਹਰਲਾ ਕਮਰਾ

antedate /ˌਐਨਟਿ'ਡੇਇਟ/ *n* ਪੂਰਵ ਮਿਤੀ *vt* ਪੂਰਵ ਤਿਥੀ ਅੰਕਿਤ ਕਰਨਾ; ਸਮੇਂ ਤੋਂ ਪਹਿਲਾਂ ਆਉਣਾ; ਕੋਈ ਘਟਨਾ ਪਹਿਲਾਂ ਵਾਪਰੀ ਹੋਈ ਮਿਥਣਾ, ਪੂਰਵ ਅਨੁਮਾਨ ਲਾਉਣਾ

antediluvian /ˌ**ਐਨਟਿਡਿ'ਲੂਵ੍ਇਅਨ**/ *a* ਬਾਬੇ ਆਦਮ ਦੇ ਵੇਲੇ ਦਾ, ਪੁਰਾਤਨ, ਮੁੱਢ ਕਦੀਮੀ

antelope /'**ਐਨਟਿਲਅਉਪ**/ *n* ਏਸ਼ੀਆ ਅਤੇ ਅਫ਼ਰੀਕਾ ਦੇ ਮੈਦਾਨਾਂ ਦੀ ਇੱਕ ਹਿਰਨ ਜਾਤੀ ਜੋ ਇੱਜੜਾਂ ਦੇ ਰੂਪ ਵਿੱਚ ਘੁੰਮਦੀ ਹੈ, ਰੋਝ, ਨੀਲ ਗਾਂ

ante meridiem /ˌ**ਐਨਟਿ ਮਅ'ਰਿਡਿਅਮ**/ *(L) adv* (a.m.) ਦੁਪਹਿਰ ਤੋਂ ਪਹਿਲਾਂ, ਪੂਰਵ ਦੁਪਹਿਰ

antemundane /ˌ**ਐਨਟਿ'ਮਅੱਨਡੇਇਨ**/ *a* ਜਗਤ ਰਚਨਾ ਤੋਂ ਪਹਿਲਾਂ ਦਾ, ਸ੍ਰਿਸ਼ਟੀ-ਪੂਰਵ

antenatal /ˌ**ਐਨਟਿ'ਨੇਇਟਲ**/ *a* ਜਨਮ-ਪੂਰਵ, ਬੱਚਾ ਜੰਮਣ ਤੋਂ ਪਹਿਲਾਂ ਦਾ

antenna /**ਐਨ'ਟੈਨੱਅ**/ *n* (ਟੈਲੀਵੀਜ਼ਨ ਦਾ) ਐਂਟੀਨਾ; ਕੀਟਾਂ ਦੀ ਟੋਹਣੀ

antenuptial /ˌ**ਐਨਟਿ'ਨਅੱਪਸ਼(ਅ)ਲ**/ *a* ਵਿਆਹ-ਪੂਰਵ, ਵਿਆਹ ਹੋਣ ਤੋਂ ਪਹਿਲਾਂ ਦਾ

antepenultimate /ˌ**ਐਨਟਿਪਿ'ਨਅੱਲਟਿਮਅਟ**/ *a* ਪਿੱਛੋਂ ਦੋ ਛੱਡ ਕੇ, ਅਖ਼ੀਰਲੇ ਤੋਂ ਦੋ ਪਹਿਲਾਂ, ਪਿਛਲੇ ਪਾਸਿਓਂ ਤੀਜਾ

anterior /**ਐਨ'ਟਿਅਰਿਅ***/ *a* ਪਹਿਲਾਂ ਦਾ, ਪੂਰਵਕਾਲੀਨ, ਪੂਰਵਵਰਤੀ, ਅਗਰਵਰਤੀ; ਅੱਗੇ ਵਧਿਆ, ਅਗਾਂਹ ਵੱਲ ਨੂੰ ਹੋਇਆ, ਅਗਲਾ, ਸਾਮ੍ਹਣੇ ਦਾ, ਸਾਮ੍ਹਣਾ, ਮੂਹਰਲਾ

anteriority /**ਐਨਟਿਅਰਿ'ਔਰਿਟਿ**/ *n* ਪਹਿਲ, ਪ੍ਰਾਥਮਿਕਤਾ, ਪੂਰਵਕਾਲਤਾ

anteroom /'**ਐਨਟਿਰੂਮ, -ਰੁਮ**/ *n* ਡਿਓੜ੍ਹੀ, ਬੈਠਕ, ਬਾਹਰਲਾ ਕਮਰਾ

anthelion /**ਐਨ'ਥੀਲਿਅਨ**/ *n* ਚੰਦ ਜਾਂ ਸੂਰਜ ਦੁਆਲੇ ਬੱਦਲਾਂ ਨਾਲ ਬਣਿਆ ਚਾਨਣ-ਘੇਰਾ, ਜੋਤੀ-ਚੱਕਰ, ਪ੍ਰਕਾਸ਼ ਚੱਕਰ

anthem /'**ਐਨਥਅਮ**/ *n* ਭਜਨ; ਗੀਤ, ਤਰਾਨਾ; ਖ਼ੁਸ਼ੀ ਦਾ ਗੀਤ

anthemic /**ਐਨ'ਥੀਮਿਕ**/ *a* ਜੁਸ਼ੀਲਾ, ਉਤਸ਼ਾਹਜਨਕ, ਉਤਸ਼ਾਹੀ (ਸੰਗੀਤ)

anther /'**ਐਨਥਅ***/ *n* ਫੁੱਲ ਦਾ ਬੂਰ ਵਾਲਾ ਭਾਗ, ਪਰਾਗ ਕੋਸ਼

antheral /'**ਐਨਥਅਰਅਲ**/ *a* ਪਰਾਗ ਕੇਸਰ ਸੰਬੰਧੀ

antherdust /'**ਐਨਥਅਡਅੱਸਟ**/ *n* ਪਰਾਗ ਕੇਸਰ, ਫੁੱਲ ਦਾ ਬੂਰ, ਪਰਾਗ

antheroid /'**ਐਨਥਅਰੌਇਡ**/ *a* ਪਰਾਗ ਵਰਗਾ, ਪਰਾਗ ਰੂਪ

anthill /'**ਐਨਟਹਿਲ**/ *n* ਕੀੜੀਆਂ ਦਾ ਭੌਣ

anthological /ˌ**ਐਨਥਅ'ਲੌਜਿਕਲ**/ *a* ਸੰਗ੍ਰਹਿ ਸੰਬੰਧੀ

anthologise/**ਐਨ'ਥੌਲਅਜਾਇਜ਼**/ *v* ਸੰਗ੍ਰਹਿ ਕਰਨਾ

anthologist/**ਐਨ'ਥੌਲਅਜਿਸਟ**/ *n* ਸੰਕਲਨ ਕਰਤਾ, ਸੰਗ੍ਰਹਿ ਕਰਤਾ, (ਕਵਿਤਾ ਕਹਾਣੀ ਆਦਿ ਦਾ) ਸੰਗ੍ਰਹਿ ਕਰਨ ਵਾਲਾ

anthology/**ਐਨ'ਥੌਲਅਜਿ**/ *n* (ਸਾਹਿਤ) ਰਚਨਾ ਸੰਗ੍ਰਹਿ

anthrax/'**ਐਨਥਰੈਕਸ**/ *n* ਭੇਡਾਂ ਗਊਆਂ ਅਤੇ ਕਦੇ-ਕਦੇ ਮਨੁੱਖਾਂ ਦਾ ਇੱਕ ਗੰਭੀਰ ਰੋਗ ਜੋ ਜਾਨਲੇਵਾ ਹੋ ਸਕਦਾ ਹੈ

anthropic/**ਐਨ'ਥਰੌਪਿਕ**/ *a* ਮਨੁੱਖੀ, ਮਾਨਵ ਸੰਬੰਧੀ

anthropocentric/ˌ**ਐਨਥਰਅਪਅ'ਸੈਂਟਰਿਕ**/ *a* ਇਹ ਵਿਸ਼ਵਾਸ਼ ਰੱਖਣ ਵਾਲਾ ਕਿ ਮਨੁੱਖ ਸਭ ਤੋਂ ਮਹੱਤਵਪੂਰਨ ਹੈ, ਮਨੁੱਖਵਾਦੀ, ਮਨੁੱਖ-ਕੇਂਦਰਿਤ

anthropography/ˌ**ਐਨਥਰਅ'ਪੌਗਰਅਫ਼ਿ**/ *n* ਮਾਨਵ ਜਾਤੀ ਦੀ ਭੂਗੋਲਿਕ ਵੰਡ ਦਾ ਵਿਗਿਆਨ, ਮਾਨਵ ਭੂਗੋਲ

anthropoid/'**ਐਨਥਰਅਪੌਇਡ**/ *a* ਮਾਨਵ ਰੂਪੀ *n* ਮਨੁੱਖ ਨਾਲ ਮਿਲਦਾ-ਜੁਲਦਾ ਬਾਂਦਰ, ਬਣਮਾਣਸ

anthropolatry /ˌ**ਐਨਥਰਅਉ'ਪੌਲਅਟਰਿ**/ *n* ਮਾਨਵ ਪੂਜਾ

anthropological/ˌ**ਐਨਥਰਅਪਅ'ਲੌਜਿਕਲ**/ *a* ਮਾਨਵ ਵਿਗਿਆਨਿਕ

anthropologist /ˌ**ਐਨਥਰਅ'ਪੌਲਅਜਿਸਟ**/

n ਮਾਨਵ ਵਿਗਿਆਨੀ

anthropology /ˌਐਨਥਰਅ'ਪੌਲਅਜਿ/ *n* ਮਾਨਵ ਵਿਗਿਆਨ

anthropomorphism /ˌਐਨਥਰਅਪਅ'ਮੋਫ਼ਿਜ਼ਅਮ/ *n* ਮਾਨਵੀਕਰਨ; ਰੱਬ ਵਿੱਚ ਮਨੁੱਖ ਵਰਗੇ ਗੁਣਾਂ ਨੂੰ ਮੰਨਣ ਵਾਲਾ ਮਤ

anthropomorphous/ˌਐਨਥਰਅਪਅਊ'ਮੋਫ਼ਅਸ/ *a* ਮਾਨਵ ਰੂਪੀ

anthropophagism /ˌਐਨਥਰਅ'ਪਅਊਫ਼ਅਜਿਜ਼ਅਮ/ *n* ਆਦਮਖ਼ੋਰੀ

anthropophagous /ਐਨਥਰਅ(ਉ)'ਪੌਫ਼ਅਗਅਸ/ *a* ਆਦਮਖ਼ੋਰ

anti /'ਐਨਟਿ/ *pref* ਵਿਰੁੱਗ, ਵਿਪਰੀਤ

anti-aircraft *n* ਹਵਾਈ ਹਮਲੇ ਵਿਰੁੱਧ ਵਰਤੀ ਜਾਣ ਵਾਲੀ ਤੋਪ, ਹਵਾਮਾਰ (ਤੋਪ)

antibacterial /ˌਐਨਟਿਬੈਕ'ਟਿਅਰਿਅਲ/ *a* ਜਰਮਾਂ ਨੂੰ ਮਾਰ ਦੇਣ ਵਾਲਾ (ਦਵਾਈ ਜਾਂ ਪਦਾਰਥ), ਜੀਵਾਣੂਨਾਸ਼ਕ, ਜਰਮ-ਮਾਰੂ

antibiotic /ˌਐਨਟਿਬਾਇ'ਔਟਿਕ/ *a* ਰੋਗਾਣੂ-ਨਾਸ਼ਕ ਦਵਾਈ

antibody /'ਐਨਟਿਬੌਡਿ/ *n* ਲਹੂ ਦੇ ਅਜਿਹੇ ਅੰਸ਼ ਜੋ ਕੁਝ ਹੋਰ ਅੰਸ਼ ਨਾਸ ਕਰਦੇ ਹਨ, ਪ੍ਰਤਿ ਪਿੰਡ, ਰੋਗਨਾਸਕ ਅੰਸ਼

antic /'ਐਨਟਿਕ/ *n* ਅਨੋਖਾ; ਵਿਲੱਖਣ ਆਕਾਰ ਵਾਲਾ; (ਪਰਾ) ਭੰਡ, ਵਿਦੂਸ਼ਕ

anticipant /ਐਨ'ਟਿਸਿਪਅਨਟ/ *a* ਆਸਵੰਦ, ਉਡੀਕਵਾਨ (ਵਿਅਕਤੀ)

anticipate /ਐਨ'ਟਿਸਿਪੇਇਟ/ *vt* ਪੂਰਵ ਗਿਆਨ ਹੋਣਾ, ਅਗਾਊਂ ਜਾਣਨਾ; ਅੱਗੇ ਹੋਣਾ, ਪਹਿਲ ਕਰਨਾ, ਪਹਿਲਾਂ ਕਰਨਾ; ਆਸ ਰੱਖਣਾ, ਉਡੀਕਣਾ

anticipation /ਐਨˌਟਿਸਿ'ਪੇਇਸ਼ਨ/ *n* ਪੂਰਵ ਧਾਰਨਾ, ਪੂਰਵ-ਗਿਆਨ, ਪੂਰਵ ਅਨੁਮਾਨ, ਪੂਰਵ ਵਿਚਾਰ, ਪੇਸ਼ਬੰਦੀ; ਉਡੀਕ, ਉਮੀਦ, ਇੰਤਜ਼ਾਰ

anticipative /ਐਨ'ਟਿਸਿਪੇਇਟਿਵ੍/ *a* ਆਸ਼ਾਪੂਰਨ; ਪੂਰਵ ਅਨੁਮਾਨ ਯੁਕਤ, ਪੂਰਵਗਿਆਨਪੂਰਨ

anticipator /ਐਨ'ਟਿਸਿਪੇਇਟਅ*/ *n* ਪਹਿਲਾਂ ਜਾਣਨ ਵਾਲਾ, ਪੂਰਵ-ਗਿਆਤਾ

anticipatory /ਐਨˌਟਿਸਿ'ਪੇਇਟ(ਅ)ਰਿ/ *a* ਪੂਰਵ ਅਨੁਮਾਨ ਸੰਬੰਧੀ; ਆਸ਼ਾਮਈ; ਅਗਾਊਂ

anticlimax /ˌਐਨਟਿ'ਕਲਾਇਮੈਕਸ/ *n* ਉਤਾਰ, ਪ੍ਰਤਿ ਸਿਖਰ, ਨਿਰਾਸ਼ਾਜਨਕ ਪਤਨ

anticlinal /ˌਐਨਟਿ'ਕਲਾਇਨ(ਅ)ਲ/ *a* ਉਲਟਾ ਝੁਕਿਆ

anticlockwise /ˌਐਨਟਿ'ਕਲੌਕਵਾਇਜ਼/ *adv* ਘੜੀ ਦੇ ਉਲਟ ਰੁਖ਼

anticyclone /ˌਐਨਟਿ'ਸਾਇਕਲਅਉਨ/ *n* ਵਧੇਰੇ ਵਾਯੂ ਦਬਾਅ ਵਾਲੀ ਥਾਂ ਤੋਂ ਬਾਹਰ ਨੂੰ ਘੁੰਮਦਾ ਵਾਯੂ-ਚੱਕਰ, ਉਲਟ ਵਾਯੂ ਚੱਕਰ, ਪ੍ਰਤਿਚੱਕਰ ਵਾਤ

antidemocratic /'ਐਨਟਿˌਡੈਮਅ'ਕਰੈਟਿਕ/ *a* ਲੋਕਤੰਤਰ ਵਿਰੋਧੀ

antidotal /'ਐਨਟਿਡਅਉਟਲ/ *a* ਜ਼ਹਿਰਮਾਰ, ਵਿਹੁ-ਨਾਸ਼ਕ, ਵਿਸਮਾਰ

antidote /'ਐਨਟਿਡਅਉਟ/ *n* ਵਿਹੁਮਾਰ ਦਵਾਈ; (ਵਿਹੁ ਜਾਂ ਨਸ਼ੇ ਦਾ) ਉਤਾਰ, ਤੋੜ; ਰੋਗ-ਨਾਸ਼ਕ ਦਵਾਈ

anti-fanatic /ˌਐਨਟਿਫ਼ਅ'ਨੈਟਿਕ/ *a* ਧਾਰਮਿਕ ਕੱਟੜਤਾ ਦਾ ਵਿਰੋਧੀ

anti-febrile /ˌਐਨਟਿ'ਫ਼ੀਬਰਾਇਲ/ *a* ਬੁਖ਼ਾਰ-ਨਾਸ਼ਕ

antigen /'ਐਨਟਿਜਅਨ/ *n* ਸਰੀਰ ਵਿੱਚ ਦਾਖ਼ਲ ਹੋਣ 'ਤੇ ਮੌਤ ਦੀ ਪ੍ਰਕਿਰਿਆ ਅਰੰਭ ਕਰ ਦੇਣ ਵਾਲਾ ਪਦਾਰਥ, ਰੋਗ-ਉਤਪਾਦਕ ਤੱਤ

anti-hero *n* ਕਹਾਣੀ ਦਾ ਨਾਇਕ ਪਰ ਜਿਸ ਵਿੱਚ ਪ੍ਰਚਲਿਤ ਨਾਇਕ ਦੇ ਗੁਣ ਨਹੀਂ ਹੁੰਦੇ ਅਤੇ ਆਮ ਬੰਦੇ ਵਰਗਾ ਜਾਂ ਮਾੜੇ ਕਿਰਦਾਰ ਵਾਲਾ ਹੁੰਦਾ ਹੈ

antihypnotic /ˌ**ਐਨਟਿਹਿਪ'ਨੌਟਿਕ**/ *a* ਨੀਂਦ ਨੂੰ ਰੋਕਣ ਵਾਲਾ

antiliberation /ˌ**ਐਨਟਿਲਾਇ'ਬਰੇਇਸ਼ਅਨ**/ *a* ਸੁਤੰਤਰਤਾ ਵਿਰੋਧੀ

antilogus /**ਐਨ'ਟਿਲਅਗਅਸ**/ *a* ਵਿਰੋਧੀ ਵਿਚਾਰਾਂ ਵਾਲਾ

antilogy /**ਐਨ'ਟਿਲਅਜੀ**/ *n* ਵਿਚਾਰਾਂ ਦਾ ਵਿਰੋਧ

antimonial /ˌ**ਐਨਟਿ'ਮਅਉਨਿਅਲ**/ *a* ਸੁਰਮੇ ਦੀ ਧਾਤ ਸੰਬੰਧੀ

antimony /**'ਐਨਟਿਮਅਨਿ**/ *n* ਸੁਰਮੇ ਦੀ ਧਾਤ

antinomian /ˌ**ਐਨਟਿ'ਨਅਉਮਿਅਨ**/ *n* ਸਦਾਚਾਰਕ ਨੇਮਾਂ ਦੀ ਪਰਵਾਹ ਨਾ ਕਰਨ ਵਾਲਾ, ਅਜ਼ਾਦ ਖ਼ਿਆਲ, ਮਸਤ

antinomy /**ਐਨ'ਟਿਨਅਮਿ**/ *n* ਮੱਤ ਵਿਰੋਧ; ਅਧਿਕਾਰ ਵਿਰੋਧ, ਵਿਧੀ-ਵਿਰੋਧ

antioxidant /ˌ**ਐਨਟਿ'ਔਕਸਿਡਅਨਟ**/ *n* ਸਰੀਰ ਵਿੱਚੋਂ ਹਾਨੀਕਾਰਕ ਅਣੂਆਂ ਨੂੰ ਬਾਹਰ ਕੱਢਣ ਵਾਲਾ ਪਦਾਰਥ; ਜਮ੍ਹਾਂ ਕੀਤੇ ਖਾਧ–ਪਦਾਰਥਾਂ ਨੂੰ ਖ਼ਰਾਬ ਹੋਣ ਤੋਂ ਬਚਾਉਣ ਲਈ ਪਦਾਰਥ; ਆਕਸੀਕਰਨ ਦੀ ਪ੍ਰਕਿਰਿਆ ਨੂੰ ਰੋਕਣ ਵਾਲਾ ਪਦਾਰਥ, ਆਕਸੀਰੋਧੀਫ

antipathetic /ˌ**ਐਨਟਿਪਅ'ਥੈੱਟਿਕ**/ *a* ਸੁਭਾਅ ਦੇ ਉਲਟ, ਅਸੁਖਾਵਾਂ, ਵਿਰੁੱਧ, ਵਿਪਰੀਤ, ਪ੍ਰਤਿਕੂਲ, ਬੇਜੋੜ

antipathist /**ਐਨ'ਟਿਪਅਥਿਸਟ**/ *n* ਵਿਰੋਧੀ

antipathy /**ਐਨ'ਟਿਪਅਥਿ**/ *n* ਘਿਰਨਾ; ਵੈਰ, ਵਿਰੋਧ, ਵੈਰ ਭਾਵ, ਦਵੈਖ ਭਾਵ

antiperiodic /ˌ**ਐਨਟਿਪਿਅਰਿ'ਔਡਿਕ**/ *a* ਕ੍ਰਮ ਵਿਰੋਧੀ

antiphlogistic /ˌ**ਐਨਟਿਫ਼ਲਅਉ'ਜਿਸਟਿਕ**/ *a* ਸੋਜ ਘਟਾਉਣ ਵਾਲੀ (ਦਵਾ), ਸੋਜ ਨਿਵਾਰਕ, ਸੋਜ ਨਾਸ਼ਕ

antiphony /**ਐਨ'ਟਿਫ਼ਅਨਿ**/ *n* ਅਜਿਹਾ ਗੀਤ ਜੋ ਕਿਸੇ ਹੋਰ ਗੀਤ ਦੇ ਜਵਾਬ ਵਿੱਚ ਗਾਇਆ ਜਾਵੇ, ਜਵਾਬੀ ਟੱਪਾ, ਪ੍ਰਤਿਗਾਇਨ

antiphrasis /**ਐਨ'ਟਿਫ਼ਰਅਸਿਸ**/ *n* ਵਿਅੰਗ; ਸ਼ਲੇਸ਼

antipodal /**ਐਨ'ਟਿਪਅਡ(ਅ)ਲ**/ *a* ਪਤਾਲੀ; ਮੁਕਾਬਲੇ ਦਾ, ਵਿਰੋਧੀ, ਠੀਕ ਸਾਮ੍ਹਣੇ ਦਾ

antipodes /**ਐਨ'ਟਿਪਅਡੀਜ਼**/ *n* (ਬਹੁ) ਧਰਤੀ ਦੇ ਦੂਜੇ ਪਾਸੇ ਦੇ ਸਥਾਨ, ਪ੍ਰਤਿਲੋਕ, ਪਤਾਲ, ਧਰਤੀ ਦੇ ਪਰਸਪਰ ਵਿਰੋਧੀ ਪਾਸੇ

antipole /**'ਐਨਟਿˌਪਅਉਲ**/ *n* ਵਿਰੋਧੀ ਧਰੂ, ਦੂਜੇ ਪਾਸੇ ਦਾ ਧਰੂ

antiquarian /ˌ**ਐਨਟਿ'ਕਵੇਅਰਿਅਨ**/ *a* ਪੁਰਾਖੋਜ ਸੰਬੰਧੀ, ਪੁਰਾਤੱਤਵ ਵਿਗਿਆਨ ਸੰਬੰਧੀ *n* ਪੁਰਾਣੇ ਪਦਾਰਥਾਂ ਅਤੇ ਤੱਤਾਂ ਦਾ ਅਧਿਐਨ ਕਰਨ ਵਾਲਾ, ਪੁਰਾਖੋਜੀ, ਪੁਰਾਤਨ ਵੇਤਾ

antiquarianism/ˌ**ਐਨਟਿ'ਕਵੇਅਰਿਅਨਿਜ਼ਅਮ**/ *n* ਪੁਰਾਤਨ ਵਸਤਾਂ ਖੋਜਣ ਦੀ ਕਲਾ, ਪੁਰਾਖੋਜ, ਪੁਰਾਤੱਤਵਵਾਦ

antiquary /**'ਐਨਟਿਕਵਅਰਿ**/ *n* ਪੁਰਾਖੋਜੀ, ਪੁਰਾਵੇਤਾ (ਪੁਰਾਣੀਆਂ ਵਸਤਾਂ ਜਾਂ ਤੱਤਾਂ ਦਾ ਅਧਿਐਨ ਕਰਨ ਵਾਲਾ)

antiquated /**'ਐਨਟਿੰਕਵੇਇਟਿਡ**/ *a* ਪੁਰਾਣਾ, ਪ੍ਰਾਚੀਨ; ਅਪ੍ਰਚਲਿਤ

antique /**ਐਨ'ਟੀਕ**/ *a* ਪੁਰਾਤਨ, ਪ੍ਰਾਚੀਨ; ਪੁਰਾਤਨ ਢੰਗ ਦਾ, ਰੂੜ੍ਹੀਵਾਦੀ, ਪੂਰਵਕਾਲੀਨ *n* ਪੁਰਾਤਨ ਕਲਾ ਦੇ ਨਮੂਨੇ

antiqueness /**ਐਨ'ਟੀਕਨਅਸ**/ *n* ਪੁਰਾਤਨਤਾ, ਪ੍ਰਾਚੀਨਤਾ

antiquity /**ਐਨ'ਟਿਕਵਅਟਿ**/ *n* ਪ੍ਰਾਚੀਨ ਕਾਲ, ਪੂਰਵਕਾਲ, ਪ੍ਰਾਚੀਨ ਯੁੱਗ, ਪੁਰਾਤਨਤਾ, ਪ੍ਰਾਚੀਨਤਾ (ਬਹੁ) ਪੁਰਾਤਨ ਆਦਮੀ, ਵੱਡ-ਵਡੇਰੇ; ਪੁਰਾਤਨ ਰੀਤੀ-ਰਿਵਾਜ, ਪਰੰਪਰਾਵਾਂ, ਆਦਿ-ਕਾਲੀ ਘਟਨਾਵਾਂ, ਪ੍ਰਾਚੀਨ ਲੱਭਤਾਂ

anti-semitic /ˌ**ਐਨਟਿ ਸਅ'ਮਿਟਿਕ**/ *a* ਯਹੂਦੀ-ਵਿਰੋਧੀ (ਵਿਚਾਰ, ਪ੍ਰਚਾਰ ਆਦਿ)

anti-semitism /ˌ**ਐਨਟਿ 'ਸੈੱਮਅਟਿਜ਼ਅਮ**/ *n* ਯਹੂਦੀ-ਵਿਰੋਧ, ਸਾਮੀ–ਵਿਰੋਧ

antiseptic /ˌ**ਐਨਟਿ'ਸੈਪੱਟਿਕ**/ *a* ਜ਼ਖ਼ਮ ਨੂੰ ਸੜ੍ਹਾਂਦ ਤੋਂ ਬਚਾਉਣ ਵਾਲੀ (ਦਵਾ); ਵਿਸ਼ਨਾਸ਼ਕ, ਰੋਗਾਣੂ-ਨਾਸ਼ਕ *n* ਅਸ਼ੁੱਧੀ ਦੂਰ ਕਰਨ ਵਾਲੀ; ਰੋਗਾਣੂ-ਨਾਸ਼ਕ ਦਵਾਈ

antisepticism /**ਐਨਟਿ'ਸੈਪੱਟਿਸ਼ਿਜ਼ਅਮ**/ *n* ਰੋਗਾਣੂਨਾਸ਼ਕ ਚਿਕਿਤਸਾ

antisocial /ˌ**ਐਨਟਿ'ਸਅਉਸ਼ਲ**/ *a* ਸਮਾਜ-ਵਿਰੋਧੀ, ਅਸਮਾਜਿਕ

antitheism /ˌ**ਐਨਟਿ'ਥੀਇਜ਼ਅਮ**/ *n* ਨਾਸਤਿਕਤਾ, ਨਾਸਤਿਕਤਾਵਾਦ

antitheist /ˌ**ਐਨਟਿ'ਥੀਇਸਟ**/ *n* ਨਾਸਤਿਕ, ਅਣਈਸ਼ਵਰ, ਖ਼ੁਦਾ ਤੋਂ ਮੁਨਕਰ, ਕਾਫ਼ਰ

antithesis /**ਐਨ'ਟਿਥਅਸਿਸ**/ *n* ਵਿਪਰੀਤਤਾ, ਪ੍ਰਤਿਪੱਖ, ਪ੍ਰਤਿਕੂਲਤਾ; ਵਿਰੋਧ-ਅਲੰਕਾਰ; ਮਤ-ਭੇਦ

antithetic, antithetical /ˌ**ਐਨਟਿ'ਥੈੱਟਿਕ**, ˌ**ਐਨਟਿ'ਥੈੱਟਿਕਲ**/ *a* ਅਰਥ-ਭੇਦ ਸੰਬੰਧੀ; ਵਿਰੋਧਾਤਮਿਕ, ਪ੍ਰਤਿਕੂਲ, ਵਿਪਰੀਤ, ਉਲਟ

antitoxic /ˌ**ਐਨਟਿ'ਟੌਕਸਿਕ**/ *a* ਵਿਹੁਮਾਰ, ਜ਼ਹਿਰਮਾਰ

antitoxin /ˌ**ਐਨਟਿ'ਟੌਕਸਿਨ**/ *n* ਵਿਹੁ-ਨਾਸ਼ਕ ਦਵਾਈ, ਜ਼ਹਿਰਮਾਰ ਦਵਾਈ

antitrinitarian /ˌ**ਐਨਟਿਟਰਿਨਿ'ਟੇਅਰਿਅਨ**/ *n* ਤ੍ਰਿਮੂਰਤੀ ਦੇ ਸਿਧਾਂਤ ਦਾ ਵਿਰੋਧੀ

antivirus/'**ਐਨਟਿਵ੍ਹਾਇਰਅਸ**/ a ਕੰਪਿਊਟਰ ਨੂੰ ਵਾਇਰਸ ਤੋਂ ਮੁਕਤ ਰੱਖਣ ਲਈ ਪ੍ਰੋਗਰਾਮ

antler /'**ਐਨਟਲਅ***/ ਹਿਰਨ

antonomasia /ˌ**ਐਨਟਅਨਅਉ'ਮੇਇਜ਼ਿਅ**/ *n* ਨਾਮ ਦੀ ਥਾਂ ਵਿਸ਼ੇਸ਼ਣ ਦੀ ਵਰਤੋਂ (ਜਿਵੇਂ ਅੰਨ੍ਹੇ ਨੂੰ ਸੂਰਦਾਸ ਕਹਿਣਾ), ਪ੍ਰਤਿਨਾਮ

antonym /'**ਐਨਟਅਨਿਮ**/ *n* ਉਲਟਭਾਵੀ ਸ਼ਬਦ, ਵਿਪਰੀਤ ਅਰਥਬੋਧਕ ਸ਼ਬਦ, ਵਿਰੋਧੀ ਅਰਥਾਂ ਵਾਲਾ ਸ਼ਬਦ, ਵਿਪਰਿਆਏ

anus /'**ਏਇਨਅਸ**/ *n* ਗੁਦਾ, ਮਲ-ਦੁਆਰ

anvil /'**ਐਨਵ੍ਹਿਲ**/ *n* ਅਹਿਰਨ

anxiety /**ਐਙ'ਜ਼ਾਇਅਟਿ**/ *n* ਚਿੰਤਾ, ਤੌਖ਼ਲਾ, ਫ਼ਿਕਰ, ਪਰੇਸ਼ਾਨੀ, ਵਿਆਕੁਲਤਾ; ਉਤਸੁਕਤਾ, ਤਾਂਘ

anxious /'**ਐਙਕਸ਼ਅਸ**/ *a* ਉਤਸੁਕ, ਉਤਾਵਲਾ; ਚਿੰਤਾਵਾਨ, ਬੇਚੈਨ, ਵਿਆਕੁਲ, ਬੇਤਾਬ, ਫ਼ਿਕਰਮੰਦ

any /'**ਐੱਨਿ**/ *a* ਇੱਕ, ਕੋਈ, ਕੁਝ, ਥੋੜ੍ਹਾ ਜਿਹਾ, ਕੋਈ ਵੀ, ਕੁਝ ਵੀ, ਹਰ ਇੱਕ, ਜੋ ਵੀ, ਜਿਹੜਾ ਵੀ *pron* ਕੋਈ ਆਦਮੀ, ਕੋਈ ਵਸਤ

anybody /'**ਐੱਨਿਬੌਡਿ**/ *pron* ਕੋਈ ਬੰਦਾ, ਕੋਈ ਮਨੁੱਖ, ਕੋਈ ਵੀ ਪ੍ਰਾਣੀ

anyhow /'**ਐੱਨਿਹਾਉ**/ *adv* ਕਿਸੇ ਤਰ੍ਹਾਂ, ਕਿਸੇ ਨਾ ਕਿਸੇ ਤਰੀਕੇ ਨਾਲ, ਜਿਵੇਂ ਕਿਵੇਂ ਵੀ, ਕਿਸੇ ਵੀ ਹਾਲਤ ਵਿੱਚ

any more *adv* ਹੋਰ ਜ਼ਿਆਦਾ, ਹੋਰ ਅਧਿਕ

anyone /'**ਐੱਨਿਵਅੱਨ**/ *n* ਵੇਖੋ **anybody**

anything /'**ਐੱਨਿਥਿਙ**/ *n* ਕੋਈ ਸ਼ੈਅ ਜਾਂ ਵਸਤੂ, ਕੋਈ ਵੀ ਚੀਜ਼, ਕੁਝ ਵੀ, ਕੋਈ ਇੱਕ ਚੀਜ਼, ਹਰ ਚੀਜ਼

anyway /'**ਐੱਨਿਵੇਇ**/ *adv* ਨਾਲ ਹੀ; ਫੇਰ ਵੀ, ਜਿਵੇਂ ਕਿਵੇਂ

anywhere /'**ਐੱਨਿਵੇਅ***/ *adv* ਕਿਧਰੇ, ਕਿਤੇ, ਕਿਸੇ ਥਾਂ, ਕਿਤੇ ਵੀ, ਹੋਰ ਥਾਂ

aorist /'**ਏਇਅਰਿਸਟ**/ *n* (ਵਿਆ) ਅਨਿਸ਼ਚਿਤ ਭੂਤ-ਕਾਲ ਦੀ ਕਿਰਿਆ, (ਸੰਸਕ੍ਰਿਤ ਵਿਆ) ਲੁੰਙ ਲਕਾਰ; (ਯੂਨਾਨੀ ਵਿਆ) ਅਜਿਹਾ ਭੂਤ-ਕਾਲ ਜਿਸ ਵਿੱਚ ਕਿਸੇ ਨਿਸ਼ਚਿਤ ਸਮੇਂ ਦਾ ਸੰਕੇਤ ਨਾ ਮਿਲੇ, ਅਨਿਯਮਤ ਜਾਂ ਅਨਿਸ਼ਚਿਤ ਭੂਤ-ਕਾਲ

aoristic /**ਏਇਅ'ਰਿਸਟਿਕ**/ *a* ਅਨਿਸ਼ਚਿਤ ਭੂਤ-ਕਾਲੀ

aorta /**ਏਇ'ਓਟਅ**/ *n* ਸ਼ਾਹ ਰਗ, ਮਹਾਂ ਧਮਨੀ

apace /**ਅ'ਪੇਇਸ**/ *adv* ਛੇਤੀ ਨਾਲ, ਛੇਤੀ-ਛੇਤੀ

apanage, appanage /'**ਐਪਅਨਿਜ**/ *n* ਰਾਜਕੁਮਾਰਾਂ ਨੂੰ ਗੁਜ਼ਾਰੇ ਲਈ ਮਿਲਿਆ ਧਨ, ਸ਼ਾਹੀ ਭੱਤਾ; ਅਧੀਨ ਆ ਚੁੱਕਾ ਇਲਾਕਾ

apart /**ਅ'ਪਾਟ**/ *adv* ਇੱਕ ਬੰਨੇ, ਅੱਡ, ਲਾਂਭੇ, ਵੱਖ-ਵੱਖ, ਅੱਡ-ਅੱਡ **set apart** ਵੱਖਰਾ ਰੱਖਣਾ, ਬਚਾ ਕੇ ਰੱਖ ਲੈਣਾ

apartheid /**ਅ'ਪਾਟਾਇਟ, -ਟੇਇਟ**/ *n* ਨਸਲੀ ਵਿਤਕਰਾ ਵਿਸ਼ੇਸ਼ ਕਰਕੇ ਦੱਖਣੀ ਅਫ਼ਰੀਕਾ ਦੀ ਸਰਕਾਰ ਦਾ ਅਫ਼ਰੀਕਾ ਦੇ ਮੂਲ ਨਿਵਾਸੀਆਂ ਅਤੇ ਏਸ਼ੀਆਈ ਲੋਕਾਂ ਨਾਲ ਭੇਦ-ਭਾਵ ਵਾਲਾ ਵਰਤਾਰਾ

apartment /**ਅ'ਪਾਟਮਅਨਟ**/ *n* ਰਿਹਾਇਸ਼ੀ ਮਕਾਨ ਜਾਂ ਕਮਰਾ

apathetic /ˌ**ਐਪਅ'ਥੈੱਟਿਕ**/ *a* ਉਦਾਸੀਨ, ਉਤਸ਼ਾਹਹੀਣ, ਨਿਰਪੇਖ, ਨਿਰਭਾਵ

apathist /'**ਐਪਅਥਿਸਟ**/ *n* ਉਦਾਸੀ, ਵੈਰਾਗੀ

apathy /'**ਐਪਅਥਿ**/ *n* ਉਦਾਸੀਨਤਾ, ਨਿਰਲੇਪਤਾ, ਬੇਪਰਵਾਹੀ, ਉਤਸ਼ਾਹਹੀਣਤਾ

ape /**ਏਇਪ**/ *n* ਸਾਂਗ ਲਾਉਣ ਵਾਲਾ, ਨਕਲੀਆ, ਪੂਛਹੀਣ ਬਾਂਦਰ *vt* ਸਾਂਗ ਲਾਉਣਾ, ਨਕਲ ਉਤਾਰਨਾ **to play the ape** ਨਕਲ ਕਰਨਾ, ਬਾਂਦਰ ਵਾਂਗ ਨਕਲ ਕਰਨਾ, ਸਾਂਗ ਲਾਉਣਾ

apeman /'**ਏਇਪਮੈਨ**/ *n* ਬਾਂਦਰ ਵਰਗਾ ਮਾਨਵ, ਮੂਰਖ ਬੰਦਾ, ਨਕਲਚੀ

aperient /**ਅ'ਪਿਅਰਿਅਨਟ**/ *a* ਕਬਜ਼ਕੁਸ਼ਾ *n* ਕਬਜ਼ਕੁਸ਼ਾ ਦਵਾਈ

aperture /'**ਐਪਅਚਅ***/ *n* ਮੋਰੀ, ਛੇਕ, ਝੀਤ, ਵਿਰਲ; ਕੈਮਰੇ ਦੀ ਮੋਰੀ

apery /'**ਏਇਪਅਰਿ**/ *n* ਬਾਂਦਰ ਵਰਗੀ ਨਕਲ, ਬਾਂਦਰ ਵਾਲੀ ਹਰਕਤ; ਬਾਂਦਰ ਘਰ

apex /'**ਏਇਪੈੱਕਸ**/ *n* ਸਿਖਰ, ਟੀਸੀ; ਨੋਕ, ਸਿਰਾ, ਸਿਖਰ ਬਿੰਦੂ, ਤਿਕੋਣ ਦਾ ਸਿਰਾ, ਨੁੱਕਰ, ਟੀਸੀ ਪੱਥਰ

aphasia /**ਅ'ਫ਼ੇਇਜ਼ਿਅ**/ *n* ਦਿਮਾਗ਼ ਨੂੰ ਸੱਟ ਲੱਗਣ ਕਰਕੇ ਅਵਾਜ਼ ਬੰਦ ਹੋ ਜਾਣ ਦਾ ਰੋਗ, ਗੂੰਗਾਪਣ

aphis /'**ਏਇਫ਼ਿਸ**/ *n* (ਫ਼ਸਲਾਂ ਦਾ ਇੱਕ ਰੋਗ) ਤੇਲਾ

aphorism /'**ਐਫ਼ਅਰਿਜ਼ਅਮ**/ *n* ਥੋੜ੍ਹੇ ਜਿਹੇ ਸ਼ਬਦਾਂ ਵਿੱਚ ਕਹੀ ਹੋਈ ਅਰਥਪੂਰਨ ਗੱਲ, ਅਖਾਣ, ਕਹਾਵਤ, ਸੂਤਰ ਰੂਪ ਕਥਨ

aphoristic /ˌ**ਐਫ਼ਅ'ਰਿਸਟਿਕ**/ *a* ਸੂਤਰਮਈ, ਅਖਾਣ ਸੰਬੰਧੀ

aphrodisiac /ˌ**ਐਫ਼ਰਅ'ਡਿਜ਼ਿਐਕ**/ *n* ਕਾਮ ਉਤੇਜਕ ਦਵਾਈ

apiarist /'**ਏਇਪਿਅਰਿਸਟ**/ *n* ਮਧੂਮੱਖੀ ਪਾਲਕ

apiary /'**ਏਇਪਿਅਰਿ**/ *n* ਮਖਿਆਲ ਘਰ

apical /'**ਐਪਿਕਲ**/ *a* ਟੀਸੀ ਦਾ ਜਾਂ ਟੀਸੀ ਵਰਗਾ, ਨੁਕੀਲਾ; ਜੀਭ ਦੀ ਨੋਕ ਨਾਲ ਉਚਾਰਿਆ ਜਾਣ ਵਾਲਾ, ਜੀਭ-ਨੋਕੀ

apiculture /'**ਏਇਪਿਕਅੱਲਚਅ***/ *n* ਮਧੂਮੱਖੀ ਪਾਲਣ

apiece /**ਅ'ਪੀਸ**/ *adv* ਇੱਕ-ਇੱਕ ਕਰਕੇ; ਇੱਕ-ਇੱਕ ਨੂੰ

apish /'**ਏਇਪਿਸ਼**/ *a* ਬਾਂਦਰ ਵਰਗਾ; ਨਟਖਟ; ਮੂਰਖਤਾ ਵਾਲਾ

aplenty /**ਅ'ਪਲੈਂਟਿ**/ *a* ਕਾਫ਼ੀ, ਬਹੁਤਾਤ, ਸਮ੍ਰਿਧ, ਪ੍ਰਫੁਲਿਤ *adv* ਬਹੁਤਾਤ ਵਿੱਚ

aplomb /**ਅ'ਪਲੋਂਮ**/ *(F) n* ਠਰ੍ਹੰਮਾ, ਅਡੋਲਤਾ, ਸੰਤੁਲਨ

apnoea, apnea /**ਐਪ'ਨੀਅ**/ *n* ਇਕ ਰੋਗ ਜਿਸ ਵਿੱਚ ਸੁੱਤਿਆ ਹੋਇਆਂ ਸਾਹ ਪ੍ਰਕਿਰਿਆ ਥੋੜ੍ਹੇ ਚਿਰ ਲਈ ਰੁਕ ਜਾਂਦੀ ਹੈ, ਸਾਹਰੋਧ, ਨਿਸਾਹ

apocalypse /**ਅ'ਪੌਕਅਲਿਪਸ**/ *a* ਆਕਾਸ਼ਵਾਣੀ, ਇਲਹਾਮ

apocalyptic /**ਅˌਪੌਕਅ'ਲਿਪਟਿਕ**/ *a* ਦੂਰ-ਰਸ ਜਾਂ ਅਨਰਥਪੂਰਨ ਸਿੱਟਿਆਂ ਵਾਲਾ, ਤਬਾਹਕੁਨ

apogee /'**ਐਪਅਜੀ**/ *n* ਚੰਨ ਜਾਂ ਕਿਸੇ ਹੋਰ ਗ੍ਰਹਿ ਦੇ ਗ੍ਰਹਿ ਪੱਥ ਵਿੱਚ ਧਰਤੀ ਤੋਂ ਸਭ ਤੋਂ ਦੂਰ ਹੋਣ ਦੀ ਸਥਿਤੀ; ਸਿਖਰ ਬਿੰਦੂ

apolitical /ˌ**ਏਇਪਅ'ਲਿਟਿਕਲ**/ *a* ਗ਼ੈਰ-ਸਿਆਸੀ, ਗ਼ੈਰ-ਰਾਜਸੀ

Apollo /**ਅ'ਪੌਲਅਉ**/ *n* ਯੂਨਾਨੀ ਮਿਥਿਹਾਸ ਦਾ

ਸੂਰਜ ਦੇਵਤਾ; ਅਤਿ ਸੁੰਦਰ ਵਿਅਕਤੀ

apologetic /ਅ,ਪੌਲਅ'ਜੈੱਟਿਕ/ *a* ਖਿਮਾ-ਜਾਚਕ, ਮਾਫ਼ੀ ਮੰਗਣ ਵਾਲਾ, ਪਛਤਾਵਾ ਕਰਨ ਵਾਲਾ

apologize /ਅ'ਪੌਲਅਜਾਇਜ਼/ *vi* ਮਾਫ਼ੀ ਮੰਗਣਾ, ਪਛਤਾਵਾ ਕਰਨਾ, ਖਿਮਾ-ਜਾਚਨਾ ਕਰਨਾ, ਭੁੱਲ ਮੰਨਣਾ, ਸਫ਼ਾਈ ਪੇਸ਼ ਕਰਨਾ

apologue /'ਐਪਅਲੌਂਗ/ *n* ਸਿੱਖਿਆਦਾਇਕ ਕਥਾ, ਇਖ਼ਲਾਕੀ ਕਿੱਸਾ, ਨੀਤੀ ਕਥਾ

apology /ਅ'ਪੌਲਅਜਿ/ *n* ਖਿਮਾ-ਜਾਚਨਾ, ਭੁੱਲ ਦੀ ਸੋਧ, ਸਫ਼ਾਈ **an apology for** ਤੁੱਛ ਨਮੂਨਾ, ਨਾਂਮਾਤਰ ਚੀਜ਼, ਘਟੀਆ ਨਮੂਨਾ

apophthegm /'ਐਪਅਥੈੱਮ/ *n* ਭਾਵਪੂਰਨ ਅਖਾਣ, ਨੀਤੀ ਵਚਨ, ਸਿਖਿਆਦਾਇਕ ਵਾਕ, ਸੂਤਰ ਰੂਪ ਕਥਨ

apoplectic /,ਐਪਅ'ਪਲੈੱਕਟਿਕ/ *a* ਅਧਰੰਗ ਜਾਂ ਲਕਵੇ ਨਾਲ ਸੰਬੰਧਿਤ, ਅਧਰੰਗੀ

apoplexy /'ਐਪਅਪਲੈੱਕਸਿ/ *n* ਅਧਰੰਗ, ਲਕਵਾ

apostacy, apostasy /ਅ'ਪੌਸਟਅਸਿ/ *n* ਧਰਮ ਵਿਮੁਖਤਾ, ਧਰਮ-ਤਿਆਗ, ਧਿਰ-ਤਿਆਗ, ਮਤ-ਤਿਆਗ

apostate /ਅ'ਪੌਸਟੇਇਟ/ *n* ਪਤਿਤ ਵਿਅਕਤੀ, ਅਧਰਮੀ ਮਨੁੱਖ, ਸਿਧਾਂਤ ਤਿਆਗੀ ਮਨੁੱਖ

apostatize /ਅ'ਪੌਸਟਅਟਾਇਜ਼/ *vi* ਪਤਿਤ ਹੋਣਾ, ਆਪਣਾ ਧਰਮ ਛੱਡਣਾ, ਅਧਰਮੀ ਹੋਣਾ

a posteriori /,ਏਇ ,ਪੌਸਟੈੱਰਿ'ਓਰਾਇ/ *adv* ਕਾਰਜ ਤੋਂ ਕਾਰਨ ਦਾ ਪਤਾ ਕਰਨ ਸੰਬੰਧੀ/ਅਨੁਸਾਰ

apostle /ਅ'ਪੌਸਲ/ *a* ਪੈਗ਼ੰਬਰ, ਰਸੂਲ, ਦੇਵਦੂਤ, ਦੈਵੀ ਸੰਦੇਸ਼ ਲਿਆਉਣ ਵਾਲਾ; ਈਸਾਈ ਧਰਮ ਪ੍ਰਚਾਰਕ, ਮਿਸ਼ਨਰੀ

apostleship /ਅ'ਪੌਸਲਸ਼ਿਪ/ *n* ਧਰਮਦੂਤ ਦਾ ਪਦ, ਪੈਗ਼ੰਬਰੀ

apostolate /ਅ'ਪੌਸਟਅਲਅਟ/ *n* ਧਰਮਦੂਤ ਦਾ ਪਦ ਜਾਂ ਕਰਤੱਵ

apostrophe[1] /ਅ'ਪੌਸਟਰਅਫ਼ਿ/ *n* ਕਵਿਤਾ ਆਦਿ ਵਿੱਚ ਕਿਸੇ ਵਿਅਕਤੀ ਨੂੰ ਭਾਵਪੂਰਨ ਸ਼ਬਦਾਂ ਨਾਲ ਸੰਬੋਧਨ ਕਰਨ ਦੀ ਕਿਰਿਆ, ਭਾਵਪੂਰਨ ਸੰਬੋਧਨ

apostrophe[2] *n* ਸੰਬੰਧ ਕਾਰਕ ਦਾ ਚਿੰਨ੍ਹ ਜਿਵੇਂ **boy's** (ਮੁੰਡੇ ਦਾ) ਵਿੱਚ; ਅੱਖਰ ਲੋਪ ਚਿੰਨ੍ਹ ਜਿਵੇਂ **can't (cannot)** ਵਿੱਚ

apostrophic /ਐਪਅ'ਸਟਰੌਫ਼ਿਕ/ *a* ਅੱਖਰ ਲੋਪ ਵਾਲਾ

apothecary /ਅ'ਪੌਥਅਕਅਰਿ/ *n* ਦਵਾਈਆਂ ਵੇਚਣ ਵਾਲਾ, ਦਵਾ ਵਿਕ੍ਰੇਤਾ, ਦਵਾਫ਼ਰੋਸ਼, ਦਵਾਖ਼ਾਨਾ

apotheosis /ਅ,ਪੌਥਿ'ਅਉਸਿਸ/ *n* (ਮਨੁੱਖ ਦਾ) ਦੈਵੀਕਰਨ

apotheosize /ਅ'ਪੌਥਿਅ(ਉ)ਸਾਇਜ਼/ *vt* ਦੇਵ ਪਦਵੀ ਦੇਣਾ, ਕਿਸੇ ਨੂੰ ਦੇਵਤਾ ਮੰਨ ਲੈਣਾ, ਵਡਿਆਉਣਾ, ਵਡਿਆਈ ਕਰਨਾ

appal, appall /ਅ'ਪੋਲ/ *vt* ਭੈ-ਭੀਤ ਕਰਨਾ, ਡਰਾਉਣਾ

appalling /ਅ'ਪੋਲਿਙ/ *a* ਡਰਾਉਣਾ, ਭਿਆਨਕ, ਖ਼ੌਫ਼ਨਾਕ

appanage /'ਐਪਅਨਿਜ/ ਵੇਖੋ **apanage**

apparatchik /,ਐਪਅ'ਰਾਚਿਕ / *n* (ਘਿਰਨਾ ਜਾਂ ਮਜ਼ਾਕ ਵਿੱਚ) ਵੱਡੇ ਸਿਆਸੀ ਸੰਗਠਨ ਦਾ ਅਧਿਕਾਰੀ

apparatus /,ਐਪਅ'ਰੇਇਟਅਸ/ *n* ਸੰਦ, ਔਜ਼ਾਰ; ਉਪਕਰਨ, ਵਿਗਿਆਨਿਕ ਯੰਤਰ ਆਦਿ; ਅੰਗ ਜੋੜ

apparel /ਅ'ਪੈਰਅਲ/ *n* ਲੀੜਾ-ਲੱਤਾ, ਲੀੜੇ, ਵਸਤਰ, ਲਿਬਾਸ, ਪੁਸ਼ਾਕ *vi* ਪੁਸ਼ਾਕ ਪੁਆਉਣਾ ਜਾਂ ਪਾਉਣਾ, ਸ਼ਿੰਗਾਰਨਾ

apparent /ਅ'ਪੈਰਅਨਟ/ *a* ਦਿਸਦਾ, ਜਾਪਦਾ, ਪ੍ਰਤੱਖ, ਸਪਸ਼ਟ, ਪ੍ਰਗਟ

apparently /ਅ'ਪੈਰਅਨਟਲਿ/ *adv* ਜ਼ਾਹਰਾ ਤੌਰ 'ਤੇ, ਪ੍ਰਤੱਖ ਰੂਪ ਵਿੱਚ, ਸਪਸ਼ਟ ਰੂਪ ਵਿੱਚ

apparition /,ਐਪਅ'ਰਿਸ਼ਨ/ *n* ਭੂਤ, ਪ੍ਰੇਤ,

ਛਾਇਆ

appeal /**ਅ'ਪੀਲ**/ *n* ਅਪੀਲ, ਪ੍ਰਾਥਨਾ, ਪੁਨਰਵਿਚਾਰ ਲਈ ਬੇਨਤੀ; ਖਿੱਚ, ਆਕਰਸ਼ਣ *v* ਅਪੀਲ ਕਰਨਾ, ਪ੍ਰਾਥਨਾ ਕਰਨਾ; ਮਿੰਨਤ ਕਰਨਾ; ਚੰਗਾ ਲੱਗਣਾ, ਪਸੰਦ ਆਉਣਾ **appeal to the country** (ਮੁੜ ਚੋਣਾਂ ਕਰਾਉਣ ਲਈ) ਸੰਸਦ ਭੰਗ ਕਰਨਾ

appealable /**ਅ'ਪੀਲਅਬਲ**/ *a* ਅਪੀਲ ਕਰਨ ਯੋਗ, ਪੁਨਰਵਿਚਾਰ ਕਰਨ ਯੋਗ

appealing /**ਅ'ਪੀਲਿਙ**/ *a* ਦਿਲਖਿੱਚਵਾਂ, ਆਕਰਸ਼ਕ

appear /**ਅ'ਪਿਅ***/ *vi* ਹਾਜ਼ਰ ਹੋਣਾ, ਪ੍ਰਗਟ ਹੋਣਾ, ਵਿਖਾਈ ਦੇਣਾ; ਜਾਪਣਾ, ਪ੍ਰਤੀਤ ਹੋਣਾ; (ਕਨੂੰ) ਹਾਜ਼ਰ ਹੋਣਾ, ਪੇਸ਼ ਹੋਣਾ, ਉਪਸਥਿਤ ਹੋਣਾ; ਬੈਠਣਾ (ਪਰੀਖਿਆ ਵਿੱਚ)

appearance /**ਅ'ਪਿਅਰਅਨਸ**/ *n* ਮੁਹਾਂਦਰਾ, ਮੜੰਗਾ; ਸੂਰਤ; ਪ੍ਰਗਟਾਅ, ਵਿਖਾਲਾ; (ਕਨੂੰ) ਹਾਜ਼ਰੀ, ਪੇਸ਼ੀ; ਆਭਾਸ, ਪ੍ਰਤੀਤੀ; ਭੇਸ **to put in an appearance** ਸਾਮ੍ਹਣੇ ਆਉਣਾ, ਮੂੰਹ ਵਿਖਾਉਣਾ **to save or keep an appearance** ਬਾਹਰੀ ਦਿਖਾਵਾ ਬਣਾਈ ਰੱਖਣਾ

appease /**ਅ'ਪੀਜ਼**/ *vt* ਠੰਢਾ ਕਰਨਾ, ਸੰਤੁਸ਼ਟ ਕਰਨਾ, ਪਤਿਆਉਣਾ, ਸ਼ਾਂਤ ਕਰਨਾ, ਪ੍ਰਸੰਨ ਕਰਨਾ; ਮਨਾਉਣਾ, ਰਾਜ਼ੀ ਕਰਨਾ; ਦਿਲਾਸਾ ਦੇਣਾ

appeasement /**ਅ'ਪੀਜ਼ਮਅਨਟ**/ *n* ਤਸੱਲੀ, ਪਤਿਆਉਣ; ਪਤਿਆਉਣ ਦੀ ਨੀਤੀ

appellant /**ਅ'ਪੈੱਲਅਨਟ**/ *a* ਅਪੀਲ ਸੰਬੰਧੀ, ਪੁਨਰ-ਆਵੇਦਨ ਸੰਬੰਧੀ *n* ਅਪੀਲ ਕਰਤਾ

appellate /**ਅ'ਪੈੱਲਅਟ**/ *a* ਮੁੜ ਵਿਚਾਰਨ ਸੰਬੰਧੀ, ਪੁਨਰਵਿਚਾਰਕ, ਅਪੀਲ ਸੁਣਨ ਜਾਂ ਕਰਨ ਵਾਲਾ

appellation /**ˌਐਪਅ'ਲੇਇਸ਼ਨ**/ *n* ਨਾਂ, ਉਪਨਾਮ; ਅਹੁਦਾ

appellative /**ਅ'ਪੈੱਲਅਟਿਵ਼**/ *a* ਜਾਤੀਵਾਚਕ, *n* ਜਾਤੀਵਾਚਕ ਨਾਂ; ਨਾਂ, ਉਪਨਾਮ,

append /**ਅ'ਪੈੱਡ**/ *vt* ਨੱਥੀ ਕਰਨਾ, ਨਾਲ ਲਾਉਣਾ, ਮਿਲਾਉਣਾ, ਸ਼ਾਮਲ ਕਰਨਾ, ਅੰਤਕਾ ਜੋੜਨਾ

appendage /**ਅ'ਪੈੱਨਡਿਜ**/ *n* ਅੰਤਕਾ, ਜ਼ਮੀਮਾ; ਜੋੜ, ਵਾਧਾ; ਗੌਣ ਅੰਗ

appendicitis /**ਅˌਪੈੱਨਡਅ'ਸਾਇਟਿਸ**/ *n* ਵਿਸ਼ੇਸ਼ ਅੰਤੜੀ ਦੀ ਸੋਜ਼ਸ਼, ਕੁਲੰਜ

appendix /**ਅ'ਪੈੱਨਡਿਕਸ**/ *n* ਜ਼ਮੀਮਾ, ਅੰਤਕਾ; ਪੂਰਕ ਭਾਗ, ਸਹਾਇਕ ਭਾਗ; ਉਪਅੰਗ, ਗੌਣ ਅੰਗ

apperceive /**ˌਐਪਅ'ਸੀਵ਼**/ *vt* ਆਤਮਬੋਧ ਹੋਣਾ, ਆਪਾ ਜਾਣਨਾ

apperception /**ˌਐਪਅ'ਸੈੱਪਸ਼ਨ**/ *n* ਆਤਮਬੋਧ, ਆਤਮਦਰਸ਼ਨ, ਆਤਮਗਿਆਨ

appertain /**ˌਐਪਅ'ਟੇਇਨ**/ *vi* ਸੰਬੰਧਿਤ ਹੋਣਾ; ਅੰਤਰਗਤ ਹੋਣਾ; ਅਧਿਕਾਰ ਹੇਠ ਹੋਣਾ

appertained /**ˌਐਪਅ'ਟੇਇਨਡ**/ *a* ਜੁੜਿਆ, ਸੰਬੰਧਿਤ

appetite /**'ਐਪਿਟਾਇਟ**/ *n* ਭੁੱਖ, ਲਾਲਸਾ, ਚਾਹ, ਤਾਂਘ, ਇੱਛਾ, ਅਭਿਲਾਸ਼ਾ

appetize /**'ਐਪਿਟਾਇਜ਼**/ *vt* ਭੁੱਖ ਲਾਉਣਾ, ਇੱਛਾ ਜਗਾਉਣਾ, ਰੁਚਿਤ ਕਰਨਾ

appetizer /**'ਐਪਿਟਾਇਜ਼ਅ***/ *n* ਭੁੱਖ ਵਰਧਕ, ਭੁੱਖ ਵਧਾਊ ਪਦਾਰਥ

appetizing /**'ਐਪਿਟਾਇਜ਼ਿਙ**/ *a* ਭੁੱਖ ਵਧਾਊ; ਸੁਆਦਲਾ

applaud /**ਅ'ਪਲੋਡ**/ *v* ਪ੍ਰਸੰਸਾ ਕਰਨਾ, ਸਲਾਹੁਣਾ, ਸ਼ਲਾਘਾ ਕਰਨਾ, ਤਾੜੀ ਵਜਾਉਣਾ, ਵਾਹਵਾ ਕਰਨਾ

applause /**ਅ'ਪਲੋਜ਼**/ *n* ਤਾੜੀਆਂ ਮਾਰ ਕੇ ਕੀਤੀ ਵਾਹ-ਵਾਹ, ਪ੍ਰਸ਼ੰਸਾ, ਸ਼ਲਾਘਾ

apple /**'ਐਪਲ**/ *n* ਸੇਬ, ਸਿਉ

apple cart *n* ਯੋਜਨਾ, ਵਿਉਂਤ, ਸਕੀਮ

apple-pie bed *n* ਅਜਿਹਾ ਵਿਛਾਉਣਾ ਜਿਸ ਦੀਆਂ ਚਾਦਰਾਂ ਇਸ ਤਰ੍ਹਾਂ ਤਹਿ ਕੀਤੀਆਂ ਹੋਣ ਕਿ ਸੌਣ ਵਾਲੇ ਦੀਆਂ ਲੱਤਾਂ ਹੇਠਾਂ ਨਾ ਲਮਕ ਸਕਣ

apple-pie order *n* ਚੀਜ਼ਾਂ ਦਾ ਥਾਂ ਸਿਰ ਹੋਣ ਦਾ ਭਾਵ, ਕਰੀਨਾ, ਮੁਕੰਮਲ ਪ੍ਰਬੰਧ

appliance /ਅ'ਪਲਾਇਅਨਸ/ *n* ਸੰਦ, ਔਜ਼ਾਰ, ਉਪਕਰਨ; ਪ੍ਰਯੋਗ, ਵਰਤੋਂ; ਸਾਧਨ, ਵਸੀਲਾ

applicability /ਅ,ਪਲਿਕਅ'ਬਿਲਅਟਿ, ,ਐਪਲਿ-/ *n* ਵਰਤੋਂ ਯੋਗਤਾ; ਉਚਿਤਤਾ, ਅਨੁਕੂਲਤਾ

applicable /ਅ'ਪਲਿਕਅਬਲ, 'ਐਪਲਿ-/ *a* ਵਰਤੋਂ ਯੋਗ; ਲਾਗੂ ਹੋਣ ਯੋਗ; ਢੁਕਵਾਂ, ਉਚਿਤ, ਮੁਨਾਸਬ

applicant /'ਐਪਲਿਕਅਨਟ/ *n* ਦਰਖ਼ਾਸਤ ਕਰਨ ਵਾਲਾ, ਬੇਨਤੀ ਕਰਨ ਵਾਲਾ, ਬਿਨੈਕਾਰ, ਉਮੀਦਵਾਰ

application /,ਐਪਲਿ'ਕੇਇਸ਼ਨ/ *n* ਅਰਜ਼ੀ, ਦਰਖ਼ਾਸਤ, ਬਿਨੈ-ਪੱਤਰ, ਪ੍ਰਾਰਥਨਾ-ਪੱਤਰ; ਪ੍ਰਾਰਥਨਾ, ਬੇਨਤੀ; ਵਰਤੋਂ, ਇਸਤੇਮਾਲ; ਲਗਾਉ, ਲਗਨ

Application Software *n* (ਕੰਪਿ) ਕੰਪਿਊਟਰ ਤੋਂ ਵਿਭਿੰਨ ਤਰ੍ਹਾਂ ਦੇ ਕੰਮ (ਜਿਵੇਂ ਲਿਖਣਾ, ਹਿਸਾਬ ਕਰਨਾ, ਤਸਵੀਰਾਂ ਬਣਾਉਣਾ ਆਦਿ) ਲੈਣ ਵਾਲਾ ਪ੍ਰੋਗਰਾਮ, ਵਰਤੋਂ ਸਾਫਟਵੇਅਰ

applied /ਅ'ਪਲਾਇਡ/ *a* ਵਿਹਾਰਕ

applique /ਅ'ਪਲੀਕੇਇ/ *n* ਜੜਾਊ ਕੰਮ, ਨੱਕਾਸ਼ੀ ਦਾ ਕੰਮ

apply /ਅ'ਪਲਾਇ/ *v* ਵਰਤੋਂ ਵਿੱਚ ਲਿਆਉਣਾ, ਵਰਤਣਾ, ਲਾਗੂ ਕਰਨਾ; ਅਰਜ਼ੀ ਦੇਣਾ, ਦਰਖ਼ਾਸਤ ਦੇਣਾ; ਸੰਬੰਧਿਤ ਹੋਣਾ, ਸੰਬੰਧ ਰੱਖਣਾ; ਧਿਆਨ ਲਾਉਣਾ, ਲੀਨ ਹੋਣਾ; ਸਚੇਤ ਹੋਣਾ, ਸਾਵਧਾਨ ਹੋਣਾ; (ਦਵਾਈ) ਲੇਪ ਕਰਨਾ, ਲਾਉਣਾ; ਪ੍ਰਯੋਗ ਕਰਨਾ

appoint /ਅ'ਪੌਇਨਟ/ *vt* ਨਿਯੁਕਤ ਕਰਨਾ, ਥਾਪਣਾ, ਨੌਕਰੀ 'ਤੇ ਲਾਉਣਾ; ਨਿਰਧਾਰਿਤ ਕਰਨਾ, ਨਿਸ਼ਚਿਤ ਕਰਨਾ; ਆਦੇਸ਼ ਦੇਣਾ; ਸੰਕੇਤ ਕਰਨਾ

appointed /ਅ'ਪੌਇਨਟਿਡ/ *a* ਨਿਯੁਕਤ, ਲੱਗਿਆ ਹੋਇਆ; ਨਿਯਤ, ਨਿਰਧਾਰਿਤ, ਨਿਸ਼ਚਿਤ

appointee /ਅ,ਪੌਇਨ'ਟੀ/ *n* ਨਿਯੁਕਤ ਵਿਅਕਤੀ

appointer /ਅ'ਪੌਇਨਟਅ*/ *n* ਲਾਉਣ ਵਾਲਾ, ਨਿਯੁਕਤ ਕਰਨ ਵਾਲਾ

appointment /ਅ'ਪੌਇਨਟਮਅਨਟ/ *n* ਨਿਯੁਕਤੀ; ਨਿਯੁਕਤ ਵਿਅਕਤੀ; ਪਦ, ਅਸਾਮੀ; ਮਿਲਨ ਦਾ ਇਕਰਾਰ, ਮੁਲਾਕਾਤ ਦਾ ਪ੍ਰਬੰਧ

apportion /ਅ'ਪੋਸ਼ਨ/ *vt* (ਯੋਜਨਾ ਅਨੁਸਾਰ) ਹਿੱਸੇ ਕਰਨਾ, ਵੰਡਣਾ, ਹਿੱਸੇ ਅਨੁਸਾਰ ਸੌਂਪਣਾ

apportionment /ਅ'ਪੋਸ਼ਨਮਅਨਟ/ *n* ਵੰਡ, ਤਕਸੀਮ, ਬਟਵਾਰਾ

apposite /'ਐਪਅਜ਼ਿਟ/ *a* ਯੋਗ, ਉਚਿਤ, ਢੁਕਵਾਂ

apposition /,ਐਪਅ'ਜ਼ਿਸ਼ਨ/ *n* ਕੋਲ-ਕੋਲ ਰੱਖਣ ਦੀ ਕਿਰਿਆ; (ਵਿਆ) ਸਮਾਨ-ਅਧਿਕਰਨ

appraisal /ਅ'ਪਰੇਇਜ਼ਲ/ *n* ਮੁਲਾਂਕਣ, ਮੁੱਲ ਨਿਰਧਾਰਨ; ਅੰਦਾਜ਼ਾ

appraise /ਅ'ਪਰੇਇਜ਼/ *vt* ਮੁੱਲ ਪਾਉਣਾ, ਅੰਕਣਾ, ਮੁਲਾਂਕਣ ਕਰਨਾ; ਅੰਦਾਜ਼ਾ ਲਾਉਣਾ, ਜਾਚਣਾ

appraisement /ਅ'ਪਰੇਇਜ਼ਮਨਟ/ *n* ਮੁਲਾਂਕਣ, ਮੁੱਲ ਨਿਰਧਾਰਨ; ਅੰਦਾਜ਼ਾ

appreciable /ਅ'ਪਰੀਸ਼ਅਬਲ/ *a* ਕਾਫ਼ੀ, ਚੋਖਾ, ਖ਼ਾਸਾ

appreciate /ਅ'ਪਰੀਸ਼ਿਏਇਟ/ *v* ਪ੍ਰਸੰਸਾ ਕਰਨਾ, ਸ਼ਲਾਘਾ ਕਰਨਾ, ਕਦਰ ਪਾਉਣਾ, ਮੁੱਲ ਵਿੱਚ ਵਾਧਾ ਕਰਨਾ ਜਾਂ ਹੋਣਾ, ਮੁਲਾਂਕਣ ਕਰਨਾ

appreciation /ਅ,ਪਰੀਸ਼ਿ'ਏਇਸ਼ਨ/ *n* ਪ੍ਰਸੰਸਾ; ਸ਼ਲਾਘਾ, ਕਦਰ; ਮੁਲਾਂਕਣ, ਮੁੱਲ ਵਿੱਚ ਵਾਧਾ

appreciative /ਅ'ਪਰੀਸ਼ਅਟਿਵ਼/ *n* ਪ੍ਰਸੰਸਨੀ, ਸ਼ਲਾਘਾਯੋਗ

appreciator /ਅ'ਪਰੀਸ਼ਿਏਇਟਅ*/ *n* ਪ੍ਰਸੰਸਕ, ਕਦਰਦਾਨ, ਸ਼ਲਾਘਾਕਾਰ

appreciatory /ਅ'ਪਰੀਸ਼ਿਅਟ(ਅ)ਰਿ/ *a* ਪ੍ਰਸੰਸਨੀ, ਸ਼ਲਾਘਾ ਵਾਲਾ

apprehend /,ਐਪਰਿ'ਹੈਂਨਡ/ *vt* ਬੰਦੀ ਬਣਾਉਣਾ,

ਗਰਿਫ਼ਤਾਰ ਕਰਨਾ, ਹਿਰਾਸਤ ਵਿੱਚ ਲੈਣਾ; ਮਹਿਸੂਸ ਕਰਨਾ, ਅਨੁਭਵ ਕਰਨਾ, ਸਮਝਣਾ; ਸ਼ੰਕਾ ਕਰਨਾ; ਡਰਨਾ ਜਾਂ ਡਰਾਉਣਾ, ਭੈ ਖਾਣਾ; ਤੌਖਲਾ ਹੋਣਾ

apprehensibility /ˌਐਪਰਿˌਹੈਂਨਸਿ'ਬਿਲਅਟਿ/ *n* ਸਮਝਣਯੋਗਤਾ, ਸੁਬੋਧਤਾ, ਬੋਧ, ਸਮਝ

apprehensible /ˌਐਪਰਿ'ਹੈਂਨਸਿਬਲ/ *a* ਸੁਬੋਧ, ਸਮਝਣਯੋਗ, ਅਨੁਭਵ ਦੇ ਯੋਗ

apprehension /ˌਐਪਰਿ'ਹੈਂਨਸ਼ਨ/ *n* ਗਰਿਫ਼ਤਾਰੀ, ਹਿਰਾਸਤ; ਸਮਝ, ਬੋਧ, ਜਾਣਕਾਰੀ, ਸੂਝ; ਸ਼ੰਕਾ; ਭੈ, ਡਰ

apprehensive /ˌਐਪਰਿ'ਹੈਂਨਸਿਵ਼/ *a* ਸ਼ੰਕਾਮਈ; ਫ਼ਿਕਰਮੰਦ, ਚਿੰਤਾਵਾਨ

apprentice /ਅ'ਪਰੈਂਨਟਿਸ/ *n* ਸਿਖਾਂਦਰੂ, ਸ਼ਾਗਿਰਦ, ਸਿਖਿਆਰਥੀ

apprenticeship /ਅ'ਪਰੈਂਨਟਿਸ਼ਿਪ/ *n* ਸਿਖਾਂਦਰੂਪੁਣਾ, ਸ਼ਾਗਿਰਦੀ

apprise /ਅ'ਪਰਾਇਜ਼/ *vt* ਸੂਚਨਾ ਦੇਣਾ, ਦੱਸਣਾ, ਖ਼ਬਰ ਦੇਣਾ, ਜਾਣਕਾਰੀ ਰੱਖਣਾ

apprize /ਅ'ਪਰਾਇਜ਼/ *vt* ਮੁੱਲ ਪਾਉਣਾ, ਮੁਲਾਂਕਣ ਕਰਨਾ, ਮੁੱਲ ਨਿਰਧਾਰਿਤ ਕਰਨਾ

approach /ਅ'ਪਰਅਉਚ/ *n* ਪਹੁੰਚ, ਰਸਾਈ; ਆਮਦ, ਲਾਂਘਾ; ਨੇੜਤਾ *v* ਨੇੜੇ ਆਉਣਾ ਜਾਂ ਜਾਣਾ; ਅੱਪੜਨਾ, ਪਹੁੰਚਣਾ; ਸਿਫ਼ਾਰਸ਼ ਕਰਨਾ; (ਵਪਾਰ ਲਈ) ਪੇਸ਼ਕਸ਼ ਕਰਨਾ, ਪ੍ਰਸਤਾਵ ਰੱਖਣਾ; ਸਮਾਨ ਹੋਣਾ, ਲਗਭਗ ਬਰਾਬਰ ਹੋਣਾ

approachability /ਅˌਪਰਉਚਅ'ਬਿਲਅਟਿ/ *n* ਪਹੁੰਚਯੋਗਤਾ; ਮਿਲਨਸਾਰੀ, ਨੇੜਤਾ

approachable /ਅ'ਪਰਅਉਚਅਬਲ/ *a* ਪਹੁੰਚਯੋਗ; ਮਿਲਨਸਾਰ

approbate /'ਐਪਰਅਬੇਇਟ/ *vt* ਸਵੀਕਾਰ ਕਰਨਾ, ਪ੍ਰਵਾਨ ਕਰਨਾ, ਮਨਜ਼ੂਰ ਕਰਨਾ, ਪਸੰਦ ਕਰਨਾ

approbation /ˌਐਪਰਅ'ਬੇਇਸ਼ਨ/ *n* ਪ੍ਰਵਾਨਗੀ, ਮਨਜ਼ੂਰੀ; ਪ੍ਰਸੰਸਾ, ਪਸੰਦਗੀ

approbatory /ˌਐਪਰਅ'ਬੇਇਟ(ਅ)ਰਿ/ *a* ਪ੍ਰਸੰਸਾਪੂਰਨ, ਪ੍ਰਸੰਸਾਮਈ, ਸ਼ਲਾਘਾਪੂਰਨ

appropriate /ਅ'ਪਰਅਉਪਰਿਅਟ/ *a* ਢੁਕਵਾਂ, ਉਚਿਤ, ਅਨੁਕੂਲ, ਠੀਕ; ਸੰਬੰਧਿਤ /ਅ'ਪਰਅਉਪਰਿਏਇਟ/ *vt* ਵਰਤੋਂ ਕਰਨਾ, ਵਰਤੋਂ ਵਿੱਚ ਲਿਆਉਣਾ, ਪ੍ਰਯੋਗ ਕਰਨਾ; ਅਪਣਾਉਣਾ; ਅਧਿਕਾਰ ਹੇਠ ਲੈ ਆਉਣਾ, ਹਥਿਆ ਲੈਣਾ; ਕਿਸੇ ਖ਼ਾਸ ਕੰਮ ਜਾਂ ਵਿਅਕਤੀ ਲਈ ਰਾਖਵਾਂ ਰੱਖਣਾ, ਨਿਮਿੱਤ ਰੱਖਣਾ,

appropriation /ਅˌਪਰਅਉਪਰਿ'ਏਇਸ਼ਨ/ *n* ਵਰਤੋਂ, ਪ੍ਰਯੋਗ, ਇਸਤੇਮਾਲ; ਹਥਿਆਉਣ; ਨਿਮਿੱਤਣ

appropriative /ਅ'ਪਰਅਉਪਰਿਅਟਿਵ਼/ *a* ਉਪਯੋਗੀ; ਨਿਮਿੱਤਕਾਰੀ

appropriator /ਅ'ਪਰਅਉਪਰਿਏਇਟਅ*/ *n* ਪ੍ਰਯੋਗ ਕਰਤਾ, ਉਪਯੋਗ ਕਰਤਾ; ਮਾਲਕ ਬਣਨ ਵਾਲਾ, ਹਥਿਆਉਣ ਵਾਲਾ

approval /ਅ'ਪਰੂਵ਼ਲ/ *n* ਮਨਜ਼ੂਰੀ, ਪ੍ਰਵਾਨਗੀ, ਆਗਿਆ, ਅਨੁਮਤੀ; ਪਸੰਦਗੀ

approve /ਅ'ਪਰੂਵ਼/ *v* ਮਨਜ਼ੂਰ ਕਰਨਾ, ਪ੍ਰਵਾਨ ਕਰਨਾ, ਸਵੀਕਾਰ ਕਰਨਾ, ਤਾਈਦ ਕਰਨਾ, ਪਸੰਦ ਕਰਨਾ; ਪ੍ਰਸੰਸਾ ਕਰਨਾ, ਚੰਗਾ ਸਮਝਣਾ, ਠੀਕ ਸਮਝਣਾ

approved /ਅ'ਪਰੂਵ਼ਡ/ *a* ਮਨਜ਼ੂਰਸ਼ੁਦਾ, ਮਾਨਤਾ ਪ੍ਰਾਪਤ

approver /ਅ'ਪਰੂਵ਼ਅ*/ *n* ਵਾਅਦਾ ਮਾਫ਼ ਗਵਾਹ

approximant /ਅ'ਪਰੌਕਸਿਮਅਨਟ/ *n* (ਧੁਨੀ ਵਿਗਿਆਨ) ਉਚਾਰ-ਅੰਗਾਂ ਦਾ ਨਿਕਟੀਕਰਨ; (ਗਣਿਤ) ਸਵਾਲ ਦਾ ਲਗਭਗ ਸਹੀ ਹੱਲ

approximate /ਅ'ਪਰੌਕਸਿਮਅਟ/ *a* ਲਗਭਗ, ਬਿਲਕੁਲ ਨੇੜੇ, ਤੁੱਲ, ਤਕਰੀਬਨ *vt* /ਅ'ਪਰੌਕਸਿਮੇਇਟ/ ਅੰਦਾਜ਼ਾ ਲਾਉਣਾ, ਅਨੁਮਾਨ ਲਾਉਣਾ

approximately /ਅ'ਪਰੌਕਸਿਮਅਟਲਿ/ *adv* ਲਗਭਗ, ਕਰੀਬ, ਤਕਰੀਬਨ

approximation /ਅ,ਪਰੌਂਕਸਿ'ਮੇਇਸ਼ਨ/ *n* ਅੰਦਾਜ਼ਾ, ਅਨੁਮਾਨ; ਨੇੜਤਾ, ਨਿਕਟਤਾ

appurtenance /ਅ'ਪਅ:ਟਿਨਅਨਸ/ *n* ਉਪਅੰਗ, ਵਾਧੂ ਅਧਿਕਾਰ

apricot /'ਏਇਪਰਿਕੌਂਟ/ *n* ਖੁਰਮਾਨੀ, ਜਰਦਾਲੂ

April /'ਏਇਪਰਅਲ/ *n* ਈਸਵੀ ਵਰ੍ਹੇ ਦਾ ਚੌਥਾ ਮਹੀਨਾ, ਅਪਰੈਲ

a priori /,ਏਇ ਪਰਾਇ'ਔਰਾਇ/ *a* ਪੂਰਬ-ਸਿੱਧ ਸਿੱਧਾਂਤ ਸੰਬੰਧੀ *adv* ਪੂਰਬ ਸਿੱਧ ਸਿਧਾਂਤ ਅਨੁਸਾਰ

apron /'ਏਇਪਰਅਨ/ *n* ਕੱਪੜਿਆਂ ਨੂੰ ਗੰਦਾ ਹੋਣ ਤੋਂ ਬਚਾਉਣ ਲਈ ਸਰੀਰ ਦੇ ਅਗਲੇ ਪਾਸੇ ਬੰਨ੍ਹਿਆਂ ਜਾਣ ਵਾਲਾ ਵਸਤਰ, ਪੇਸ਼ਬੰਦ

apropos /,ਐਪਰਆ'ਪਅਉ/ *a* ਢੁਕਵਾਂ, ਉਚਿਤ, ਮੇਲ ਖਾਂਦਾ, ਪ੍ਰਸੰਗਿਕ **apropos of** ਦੇ ਸੰਬੰਧ ਵਿੱਚ, ਦੇ ਹਵਾਲੇ ਵਜੋਂ

apse /ਐਪਸ/ *n* (ਅਰਧ ਗੋਲਾਕਾਰ) ਵਾਧਰਾ, ਮਿਹਰਾਬਦਾਰ ਵਾਧਰਾ

apsidal /'ਐਪਸਿਡਲ/ *a* ਮਿਹਰਾਬਦਾਰ ਵਾਧਰੇ ਸੰਬੰਧੀ

apt /ਐਪਟ/ *a* ਯੋਗ, ਕਾਬਲ, ਉਚਿਤ, ਢੁਕਵਾਂ, ਠੀਕ, ਮੁਨਾਸਬ

aptitude /'ਐਪਟਿਟਯੂਡ/ *n* ਯੋਗਤਾ, ਕਾਬਲੀਅਤ; ਰੁਝਾਨ, ਰੁਚੀ

aptly /ਐਪਟਲਿ/ *adv* ਯੋਗ ਤਰੀਕੇ ਨਾਲ, ਢੁਕਵੇਂ ਢੰਗ ਨਾਲ, ਮੁਨਾਸਬ ਤੌਰ 'ਤੇ

aptness /ਐਪਟਨਅਸ/ *n* ਯੋਗਤਾ, ਉਚਿਤਤਾ, ਢੁਕਵਾਂਪਣ

aqua /'ਐਕਵਅ/ *n* ਜਲ, ਪਾਣੀ

aquaculture /'ਐਕਵਅਕਅੱਲਚਅ*/ *n* ਮੱਛੀ ਘੋਘੇ ਜਾਂ ਕੁਝ ਜਲ-ਪੌਦਿਆਂ ਨੂੰ ਭੋਜਨ ਲਈ ਪਾਲਣਾ, ਮੱਛੀ-ਪਾਲਨ, ਜਲਖੇਤੀ

aquamarine /,ਐਕਵਅਮਅ'ਰੀਨ/ *a* ਨੀਲੀ ਭਾਹ ਵਾਲਾ, ਸਮੁੰਦਰ ਦੇ ਪਾਣੀ ਜਿਹਾ *n* ਨੀਲੀ ਭਾਹ ਵਾਲਾ ਹਰੇ ਰੰਗ ਦਾ ਖਣਿਜ

aquarium /ਅ'ਕਵੇਅਰਿਅਮ/ *n* ਜਲ-ਜੀਵਸ਼ਾਲਾ

Aquarius /ਅ'ਕਵੇਅਰਿਅਸ/ *n* ਕੁੰਭ ਰਾਸ਼ੀ

aquatic /ਅ'ਕਵੈਟਿਕ/ *a* ਜਲ-ਜੀਵੀ, ਜਲਚਰ, ਦਰਿਆਈ

aquatics /ਅ'ਕਵੈਟਿਕਸ/ *n* ਪਾਣੀ ਦੀਆਂ ਖੇਡਾਂ, ਜਲ-ਕ੍ਰੀੜਾ

aqueduct /'ਐਕਵਿਡਅੱਕਟ/ *n* ਜਲ-ਮਾਰਗ, ਜਲ-ਪ੍ਰਨਾਲੀ

aqueous /'ਏਇਕਵਿਅਸ/ *a* ਜਲ ਸੰਬੰਧੀ, ਜਲਮਈ, ਪਾਣੀ ਦਾ

aquiline /'ਐਕਵਿਲਾਇਨ/ *a* ਬਾਜ਼ ਵਰਗਾ; ਬਾਜ਼ ਦੀ ਚੁੰਝ ਵਰਗਾ (ਜਿਵੇਂ ਨੱਕ)

Arab /'ਐਰਅਬ/ *a* ਅਰਬ ਦੇਸ਼ ਦਾ, ਅਰਬੀ *n* ਅਰਬ, ਅਰਬ ਦਾ ਸ਼ਹਿਰੀ

arabesque /,ਐਰਅ'ਬੈੱਸਕ/ *n* ਵੇਲ-ਬੂਟਿਆਂ ਜਾਂ ਪੱਤੀਆਂ ਦੁਆਰਾ ਸਜਾਵਟੀ ਕੰਮ, ਸਜਾਵਟ ਦਾ ਕੰਮ, ਵੇਲ-ਬੂਟੇ ਦਾ ਕੰਮ

Arabian /ਅ'ਰੇਇਬਿਅਨ/ *a* ਅਰਬ ਦੇਸ਼ ਦਾ, ਅਰਬੀ

arabic /'ਐਰਅਬਿਕ/ *a* ਅਰਬ ਦੇਸ਼ ਸੰਬੰਧੀ, ਅਰਬੀ ਭਾਸ਼ਾ ਸੰਬੰਧੀ *n* ਅਰਬੀ ਭਾਸ਼ਾ ਜਾਂ ਲਿਪੀ

Arabic numeral *n* ਅਰਬੀ ਅੰਕ ਪ੍ਰਨਾਲੀ 'ਚੋਂ ਕੋਈ ਅੰਕ (ਜਿਵੇਂ 1, 2, 3 ਆਦਿ)

arable /'ਐਰਅਬਲ/ *a* (ਜ਼ਮੀਨ) ਖੇਤੀ ਦੇ ਲਾਇਕ, ਵਾਹੁਣਯੋਗ, ਵਾਹੀਯੋਗ

arachnid /ਅ'ਰੈਕਨਿਡ/ *n* ਕੀਟਾਂ ਦੀ ਇੱਕ ਪ੍ਰਜਾਤੀ (ਜਿਸ ਵਿੱਚ ਪਿੱਸੂ, ਚਿੱਚੜ, ਮੱਕੜੀ, ਬਿੱਛੂ ਆਦਿ ਆਉਂਦੇ ਹਨ)

arbalest, arblast /'ਆਬਅਲਿਸਟ/ *n* ਧਨੁਸ਼, ਧਨੁਖ, ਕਮਾਣ

arbiter /'ਆਬਿਟਅ*/ *n* ਸਾਲਸ, ਨਿਆਂ ਕਰਤਾ, ਵਿਚੋਲਾ

arbitrage /'ਆਬਿਟਰਾਯ, -ਟਰਿਜ/ *n* ਵਿਚੋਲਗੀਰੀ, ਪੰਚਾਇਤੀ ਫ਼ੈਸਲਾ, ਸਾਲਸਪੁਣਾ

arbitrament /**ਆ'ਬਿਟਰਅਮਅਨਟ**/ *n* ਸਾਲਸ ਦਾ ਫ਼ੈਸਲਾ, ਸਾਲਸੀ

arbitrary /'**ਆਬਿਟਰਅਰਿ, 'ਆਬਿਟਰਿ**/ *a* ਆਪਹੁਦਰਾ, ਮਨ ਮੰਨਿਆ, ਆਪਮਤੇ ਵਾਲਾ

arbitrate /'**ਆਬਿਟਰੇਇਟ**/ *v* ਸਾਲਸ ਨਿਯੁਕਤ ਕਰਨਾ, ਸਾਲਸੀ ਕਰਨਾ, ਫ਼ੈਸਲਾ ਕਰਨਾ

arbitration /ˌ**ਆਬਿ'ਟਰੇਇਸ਼ਨ**/ *n* (ਕਿਸੇ ਝਗੜੇ ਦੀ) ਸਾਲਸੀ, ਸਾਲਸੀ ਫ਼ੈਸਲਾ, ਵਿਚੋਲਪੁਣਾ

arbitrator /'**ਆਬਿਟਰੇਇਟਅ***/ *n* ਫ਼ੈਸਲਾ ਕਰਵਾਉਣ ਵਾਲਾ, ਵਿਚੋਲਾ, ਸਾਲਸ

arbitratorship /'**ਆਬਿਟਰੇਇਟਅਸ਼ਿਪ**/ *n* ਸਾਲਸੀ, ਵਿਚੋਲਗਿਰੀ, ਵਿਚੋਲਪੁਣਾ

arblast /'**ਆਬਲਿਸਟ**/ *n* ਵੇਖੋ **arbalest**

arbor /'**ਆਬਅ***/ *n* (ਮਸ਼ੀਨ ਦਾ) ਧੁਰਾ, ਲੱਠ

arboraceous /ˌ**ਆਬਅ'ਰੇਇਸ਼ਅਸ**/ *a* ਬਿਰਛ ਵਰਗਾ, ਰੁੱਖ ਦਾ, ਜੰਗਲ ਰੂਪ, ਬਿਰਛ ਵਾਸੀ

arboreal /**ਆ'ਬੋਰਿਅਲ**/ *a* ਬਿਰਛ ਵਰਗਾ, ਰੁੱਖ ਸਮਾਨ

arboreous /**ਆ'ਬੋਰਿਅਸ**/ *n* ਵੇਖੋ **arboraceous**

arboretum /ˌ**ਆਬਅ'ਰੀਟਅਮ**/ *n* (ਵਿਗਿਆਨਿਕ ਅਧਿਐਨ ਲਈ) ਬਨਸਪਤੀਸ਼ਾਲਾ

arboriculture /'**ਆਬਅਰਿਕਅੱਲਚਅ***/ *n* ਬਾਗ਼ਵਾਨੀ, ਵਣ–ਖੇਤੀ

arbour /'**ਆਬਅ***/ *n* ਝਿੜੀ, ਕੁੰਜ, ਬਗ਼ੀਚਾ, ਵੇਲਾਂ ਦੀ ਗੁਫ਼ਾ

arc /**ਆਕ**/ *n* ਕੌਸ, ਚਾਪ; ਕੌਸ ਦੇ ਆਕਾਰ ਦਾ ਪ੍ਰਕਾਸ਼-ਸੋਮਾ

arcade /**ਆ'ਕੇਇਡ**/ *n* ਡਾਟਦਾਰ ਰਸਤਾ, ਮਹਿਰਾਬਦਾਰ ਰਾਹ, ਛੱਤਿਆ ਰਾਹ

Arcadia /**ਆ'ਕੇਇਡਿਅ**/ *n* ਵੇਖੋ Arcady

Arcadian /**ਆ'ਕੇਇਡਿਅਨ**/ *a* ਆਰਕੇਡੀਆਈ; ਗ੍ਰਾਮੀਣ, ਨਿਰਛਲ, ਸਿੱਧੜ

Arcady, Arcadia /'**ਆਕਅਡਿ, ਆ'ਕੇਇਡਿਅ**/ *n* ਨਿਰਛੱਲ ਵਾਸੀਆਂ ਦਾ ਗਰਾਂ, ਭੋਲੇ-ਭਾਲੇ ਲੋਕਾਂ ਦਾ ਪਿੰਡ

arcanum /**ਆ'ਕੇਇਨਅਮ**/ *n* ਰਹੱਸ, ਰਾਜ਼

arch /**ਆਚ**/ *a* ਮੁੱਖ, ਪ੍ਰਧਾਨ, ਪਹਿਲੇ ਦਰਜੇ ਦਾ, ਅੱਵਲ ਨੰਬਰ ਦਾ; ਮਹਾਂ ਮੱਕਾਰ, ਛਟਿਆ, ਖਚਰਾ, ਚਲਾਕ *n* ਡਾਟ, ਮਿਹਰਾਬ, ਮਿਹਰਾਬਦਾਰ ਛੱਤ; ਚਾਪ, ਕੌਸ *vt* ਡਾਟ ਬੰਨ੍ਹਣਾ, ਡਾਟ ਬਣਾਉਣਾ, ਮਿਹਰਾਬਦਾਰ ਬਣਾਉਣਾ, ਮਿਹਰਾਬ ਲਾਉਣਾ

archaeological /ˌ**ਆਕਿਅ'ਲੌਜਿਕਲ**/ *a* ਪੁਰਾਤਨ ਵਸਤਾਂ ਦੇ ਅਧਿਐਨ ਬਾਰੇ, ਪੁਰਾਤੱਤਵ ਵਿਗਿਆਨ ਸੰਬੰਧੀ

archaeologist /ˌ**ਆਕਿ'ਔਲਅਜਿਸਟ**/ *n* ਪੁਰਾਤਨ ਵਸਤਾਂ ਦਾ ਅਧਿਐਨ ਕਰਤਾ, ਪੁਰਾਤੱਤਵ ਵਿਗਿਆਨੀ

archaeology /ˌ**ਆਕਿ'ਔਲਅਜਿ**/ *n* ਪੁਰਾਤੱਤਵ ਵਿਗਿਆਨ

archaic, archaical /**ਆ'ਕੇਇਇਕ, ਆ'ਕੇਇਕ(ਅ)ਲ**/ *a* ਪ੍ਰਾਚੀਨ, ਪੁਰਾਣਾ; (ਭਾਸ਼ਾ) ਪ੍ਰਾਚੀਨ

archaism /'**ਆਕੇਇਇਜ਼ਅਮ**/ *n* ਪ੍ਰਾਚੀਨਤਾਵਾਦ; ਪ੍ਰਾਚੀਨ ਸ਼ਬਦ; ਪੁਰਾਤਨ ਸ਼ੈਲੀ; ਪੁਰਾਤਨ ਮੁਹਾਵਰਾ

archaist /'**ਆਕੇਇਇਸਟ**/ *n* ਪ੍ਰਾਚੀਨ ਪ੍ਰਯੋਗਵਾਦੀ, ਪ੍ਰਾਚੀਨਤਾਵਾਦੀ, ਆਦਿਕਾਲੀ ਪ੍ਰਯੋਗ ਕਰਨ ਵਾਲਾ

archangel /'**ਆਕੇਇਨਜਲ**/ *n* ਮੁੱਖ ਦੇਵਦੂਤ; ਇੱਕ ਤਰ੍ਹਾਂ ਦਾ ਕਬੂਤਰ, ਇੱਕ ਪ੍ਰਕਾਰ ਦਾ ਪੌਦਾ

archbishop /ˌ**ਆਚ'ਬਿਸ਼ਅਪ**/ *n* ਲਾਟ ਪਾਦਰੀ

archfiend /ˌ**ਆਚ'ਫ਼ੀਨਡ**/ *n* ਸ਼ੈਤਾਨ

archer /'**ਆਚਅ***/ *n* ਤੀਰ ਚਲਾਉਣ ਵਾਲਾ, ਤੀਰਅੰਦਾਜ਼; ਧਨ ਰਾਸ਼ੀ, ਨੌਵੀਂ ਰਾਸ਼ੀ

archery /'**ਆਚਅਰਿ**/ *n* ਤੀਰਅੰਦਾਜ਼ੀ, ਧਨੁਸ਼ ਵਿੱਦਿਆ

archetypal /ˌ**ਆਕਿ'ਟਾਇਪਲ**/ *a* ਮੂਲ ਰੂਪ ਸੰਬੰਧੀ, ਅਸਲੀ, ਮੂਲ, ਬੁਨਿਆਦੀ

archetype /**'ਆਕਿਟਾਇਪ**/ *n* ਮੂਲ ਰੂਪ, ਮੁਢਲਾ ਰੂਪ, ਆਦਰਸ਼ ਰੂਪ

archipelago /**,ਆਕਿ'ਪੈੱਲਅਗਅਉ**/ *n* ਬਹੀਰਾ, ਦੀਪ ਸਮੂਹ; ਅਨੇਕਾਂ ਦੀਪਾਂ ਵਾਲਾ ਸਾਗਰ

architect /**'ਆਕਿਟੈੱਕਟ**/ *n* ਭਵਨ ਨਿਰਮਾਣ ਸ਼ਾਸਤਰੀ; ਨਿਰਮਾਤਾ, ਰਚਨਹਾਰਾ

architectonic /**,ਆਕਿਟੈੱਕ'ਟੌਨਿਕ**/ *a* ਭਵਨ ਨਿਰਮਾਣ ਸ਼ਾਸਤਰ ਸੰਬੰਧੀ, ਭਵਨ ਨਿਰਮਾਣ ਕਲਾ ਸੰਬੰਧੀ, ਇਮਾਰਤੀ; ਨਿਰਮਾਣਾਤਮਿਕ, ਰਚਨਾਤਮਿਕ

architectural /**,ਆਕਿ'ਟੈੱਕਚਅਰਅਲ**/ *a* ਭਵਨ ਨਿਰਮਾਣ ਸੰਬੰਧੀ

architecture /**'ਆਕਿਟੈੱਕਚਅ***/ *n* ਭਵਨ ਨਿਰਮਾਣ ਕਲਾ, ਉਸਾਰੀ ਦਾ ਢੰਗ, ਉਸਾਰੀ ਕਲਾ

architrave /**'ਆਕਿਟਰੇਇਵ੍**/ *n* ਮਿਹਰਾਬ 'ਤੇ ਕੀਤੀ ਨੱਕਾਸ਼ੀ

archives /**'ਆਕਾਇਵ੍ਜ਼**/ *n* ਪੁਰਾਤਨ ਹੱਥ ਲਿਖਤਾਂ ਅਤੇ ਖਰੜੇ, ਪੁਰਾਲੇਖ ਭਵਨ, ਪੁਰਾਲੇਖ ਗ੍ਰਹਿ, ਪੁਰਾਲੇਖ

archivist /**'ਆਕਿਵ੍ਸਟ**/ *n* ਪੁਰਾਲੇਖ ਭਵਨ ਦਾ ਰਖਵਾਲਾ, ਪੁਰਾਲੇਖਪਾਲ

archlike /**'ਆਕਲਾਇਕ**/ *a* ਮਿਹਰਾਬੀ, ਮਿਹਰਾਬ ਵਰਗਾ

Arctic /**'ਆਕਟਿਕ**/ *a* **(A arctic)** ਉੱਤਰੀ ਧਰੁਵ ਦਾ; ਯਖ ਠੰਡਾ; ਜੰਮਿਆ ਹੋਇਆ

ardency /**'ਆਡ(ਅ)ਨਸਿ**/ *n* ਗਰਮਜੋਸ਼ੀ, ਨਿੱਘ; ਤੀਬਰਤਾ, ਤੇਜ਼ੀ; ਆਵੇਸ਼, ਉਮੰਗ; ਤਪਸ਼, ਤੇਜ਼ ਗਰਮੀ

ardent /**'ਆਡਨਟ**/ *a* ਨਿੱਘਾ, ਉਤਸ਼ਾਹਪੂਰਨ; ਤੀਬਰ, ਪ੍ਰਬਲ, ਤਿੱਖਾ, ਜੁਸ਼ੀਲਾ, ਸਰਗਰਮ; ਗਰਮ, ਝੁਲਸ ਦੇਣ ਵਾਲਾ, ਭਖਦਾ; ਚਮਕੀਲਾ

ardour /**'ਆਡਅ***/ *n* ਲਗਨ, ਧੁਨ, ਸਰਗਰਮੀ; ਤੇਜ਼ੀ, ਪ੍ਰਚੰਡਤਾ, ਤੀਬਰਤਾ; ਉਤਸ਼ਾਹ, ਜੋਸ਼, ਉਮੰਗ, ਆਵੇਗ; ਤੇਜ਼ ਗਰਮੀ, ਤਪਸ਼

arduous /**'ਆਡਯੁਅਸ, 'ਆਜੁ-**/ *a* ਕਠਿਨ, ਮੁਸ਼ਕਲ, ਦੁਰਗਮ

arduously /**'ਆਡਯੁਅਸਲਿ**/ *adv* ਔਖ ਨਾਲ, ਮੁਸ਼ਕਲ ਨਾਲ, ਮਿਹਨਤ ਨਾਲ

arduousness /**'ਆਡਯੁਅਸਨਅਸ**/ *n* ਮੁਸ਼ਕਲ, ਕਠਿਨਾਈ

area /**'ਏਅਰਿਅ**/ *n* ਖੇਤਰਫਲ, ਰਕਬਾ, ਇਲਾਕਾ, ਖੇਤਰ

areca /**'ਐਰਿਕਅ**/ *n* ਸੁਪਾਰੀ ਦਾ ਬੂਟਾ

areca-nut *n* ਸੁਪਾਰੀ

arena /**ਅ'ਰੀਨਅ**/ *n* ਅਖਾੜਾ, ਪਿੜ, ਕਾਰਜ ਖੇਤਰ; ਰੰਗ-ਭੂਮੀ

arenaceous /**,ਐਰਿ'ਨੇਇਸ਼ਅਸ**/ *a* ਰੇਤਲਾ, ਰੇਤ ਨਾਲ ਭਰਿਆ

argent /**'ਆਜ(ਅ)ਨਟ**/ *n* ਚਾਂਦੀ, ਚਾਂਦੀ ਦਾ ਸਿੱਕਾ *a* ਚਾਂਦੀ ਰੰਗਾ, ਚਾਂਦੀ ਵਰਗਾ, ਰੁਪਹਿਲਾ

argentiferous /**ਆਜਅਨ'ਟਿਫ਼ਅਰਅਸ**/ *a* ਚਾਂਦੀ ਯੁਕਤ, ਚਾਂਦੀ ਵਾਲਾ

argil /**'ਆਜਿਲ**/ *n* ਚੀਕਨੀ ਮਿੱਟੀ, ਭਾਂਡੇ ਬਣਾਉਣ ਵਾਲੀ ਮਿੱਟੀ

argosy /**'ਆਗਅਸਿ**/ *n* (ਵੱਡਾ) ਸਮੁੰਦਰੀ ਜਹਾਜ਼, ਵਪਾਰ ਲਈ ਵਰਤਿਆ ਜਾਣ ਵਾਲਾ ਸਮੁੰਦਰੀ ਜਹਾਜ਼

argot /**'ਆਗਅਉ**/ *n* ਗੁਪਤ ਭਾਸ਼ਾ

arguable /**'ਆਗਯੁਅਬਲ**/ *a* ਵਿਵਾਦਯੋਗ, ਵਿਚਾਰਯੋਗ, ਤਰਕਯੋਗ

argue /**'ਆਗਯੂ**/ *v* ਦਲੀਲ ਦੇਣਾ, ਤਰਕ ਉਸਾਰਨਾ, ਵਾਦ-ਵਿਵਾਦ ਕਰਨਾ, ਬਹਿਸ ਕਰਨਾ, ਵਿਰੋਧ ਕਰਨਾ, ਝਗੜਨਾ

argufy /**'ਆਗਯੁਫ਼ਾਇ**/ *vi* ਬਹਿਸ ਕਰਨਾ, ਬਹਿਸਣਾ, ਬਹਿਸਣ ਲਈ ਦਲੀਲ ਦੇਣਾ; ਝਗੜਨਾ

argument /**'ਆਗਯੁਮਅਨਟ**/ *n* ਦਲੀਲ, ਤਰਕ; ਪ੍ਰਮਾਣ; ਵਾਦ-ਵਿਵਾਦ

argumentation /**,ਆਗਯੁਮਅਨ'ਟੇਇਸ਼ਨ**/ *n* ਬਹਿਸ, ਦਲੀਲਬਾਜ਼ੀ, ਤਰਕ-ਵਿਤਰਕ, ਵਾਦ-

ਵਿਵਾਦ

argumentative /ˌਆਗਯੁ'ਮੈਨੱਟਅਟਿਵ਼/ *a* ਤਰਕਪੂਰਨ, ਵਿਵਾਦਪੂਰਨ, ਵਿਵਾਦੀ

Argus /'ਆਗਅਸ/ *n* (ਮਿਥਿਹਾਸਿਕ) ਸੌ ਅੱਖਾਂ ਵਾਲਾ ਮਨੁੱਖ; ਚੌਕਸ ਵਿਅਕਤੀ

Argus-eyed *n* ਸਾਵਧਾਨ, ਚੌਕਸ, ਸਚੇਤ, ਸਜਗ, ਚੁਕੰਨਾ, ਖ਼ਬਰਦਾਰ, ਤਿੱਖੀ ਨਜ਼ਰ ਵਾਲਾ

argute /ਆ'ਗਯੂਟ/ *a* ਚੁਕੰਨਾ, ਸਾਵਧਾਨ, ਚੌਕਸ, ਤੇਜ਼ ਨਜ਼ਰ ਵਾਲਾ

arid /'ਐਰਿਡ/ *a* ਮਾਰੂ, ਬੰਜਰ, ਵੀਰਾਨ

Aries /'ਏਅਰੀਜ਼/ *n* ਮੇਖ ਰਾਸ਼ੀ

aright /ਅ'ਰਾਇਟ/ *adv* ਠੀਕ ਢੰਗ ਨਾਲ, ਠੀਕ ਤਰ੍ਹਾਂ

arise /ਅ'ਰਾਇਜ਼/ *vi* ਉਠੱਣਾ, ਉੱਠ ਖੜੋਣਾ; ਜਾਗਣਾ; ਪੈਦਾ ਹੋਣਾ, ਉਤਪੰਨ ਹੋਣਾ, ਉਗਮਣਾ; ਦਿਸਣਾ, ਦ੍ਰਿਸ਼ਟਮਾਨ ਹੋਣਾ; ਸਿੱਟਾ ਨਿਕਲਨਾ; ਮੁੜ ਜੀਵਿਤ ਹੋਣਾ

arising /ਅ'ਰਾਇਜ਼ਿਙ/ *a* ਨਿਕਲਦਾ, ਚੜ੍ਹਦਾ, ਉਭੱਰਦਾ

arista /ਅ'ਰਿਸਟਅ/ *n* (ਕਣਕ ਦੀ ਬੱਲੀ ਦੇ) ਕਸੀਰ; ਕਸਾਰ

aristocracy /ˌਐਰਿ'ਸਟੌਕਰਅਸਿ/ *n* ਕੁਲੀਨ ਵਰਗ; ਕੁਲੀਨਤੰਤਰ

aristocrat /'ਐਰਿਸਟਅਕਰੈਟ/ *n* ਕੁਲੀਨ, ਰਈਸ

aristocratic /ˌਐਰਿਸਟਅ'ਕਰੈਟਿਕ/ *a* ਕੁਲੀਨਤੰਤਰੀ; ਠਾਠ-ਬਾਠ ਵਾਲਾ, ਰਈਸੀਲਾ

aristophanic /ˌਐਰਿਸਟਅ(ਉ)'ਫ਼ੈਨਿਕ/ *a* ਖ਼ੁਸ਼ ਰਹਿਣਾ, ਹਸੂੰ-ਹਸੂੰ ਕਰਦਾ, ਹਸਮੁਖ

arithmetic /ਅ'ਰਿਥਮਅਟਿਕ/ *n* ਹਿਸਾਬ, ਅੰਕ ਗਣਿਤ; ਹਿਸਾਬ ਦੀ ਕਿਤਾਬ; ਗਿਣਤੀ

arithmetic and logical unit ਵੇਖੋ **ALU**

ark /ਆਕ/ *n* ਪੇਟੀ, ਸੰਦੂਕ, ਬਕਸਾ; ਬੇੜੀ, ਕਿਸ਼ਤੀ; **Noah's ark** ਹਜ਼ਰਤ ਨੂਹ ਦੀ ਬੇੜੀ

arm¹ /ਆਮ/ *n* ਬਾਂਹ, ਭੁਜਾ, ਬਾਜ਼ੂ; ਪਸ਼ੂ ਦੀਆਂ ਮੂਹਰਲੀਆਂ ਲੱਤਾਂ; ਰੁੱਖ ਦਾ ਮੋਟਾ ਟਾਹਣਾ; ਕਮੀਜ਼ ਦੀ ਬਾਂਹ

arm² *n* ਹਥਿਆਰ, ਸ਼ਕਤੀ *v* ਹਥਿਆਰਬੰਦ ਕਰਨਾ ਜਾਂ ਹੋਣਾ, ਸ਼ਸ਼ਤਰ ਧਾਰਨਾ, ਸ਼ਸ਼ਤਰ ਗ੍ਰਹਿਣ ਕਰਨਾ, ਲੜਨ ਲਈ ਹਥਿਆਰਬੰਦ ਹੋਣਾ

armada /ਆ'ਮਾਡਅ/ *n* ਜੰਗੀ ਬੇੜਾ

Armageddon /ˌਆਮਅ'ਗੈਡੱਨ/ *n* ਵਿਸ਼ਵ ਯੁੱਧ ਦਾ ਮੈਦਾਨ

armament /'ਆਮਅਮਅਨਟ/ *n* ਯੁੱਧ ਦਾ ਸਮਾਨ, ਜੰਗੀ ਸਮਾਨ, ਹਥਿਆਰਬੰਦੀ, ਹਥਿਆਰਬੰਦ ਹੋਣ ਦਾ ਕੰਮ, ਸ਼ਸ਼ਤਰੀਕਰਨ

armature /'ਆਮਅਚਅ*/ *n* (ਬਿਜਲੀ) ਆਰਮੇਚਰ, ਡਾਇਨਮੋ ਦਾ ਇੱਕ ਭਾਗ

armband /'ਆਮਬੈਨਡ/ *n* ਬਾਂਹ ਦੁਆਲੇ ਪਾਉਣ ਵਾਲੀ ਪੱਟੀ

armchair /'ਆਮਚੇਅ*, ਆਮ'ਚੇਅ*/ *n* ਬਾਹਵਾਂ ਵਾਲੀ ਕੁਰਸੀ

armful /'ਆਮਫ਼ੁਲ/ *n* ਖੱਬਾ

armistice /'ਆਮਿਸਟਿਸ/ *n* ਜੰਗਬੰਦੀ, ਆਰਜ਼ੀ ਜੰਗਬੰਦੀ

armless /'ਆਮਲਅਸ/ *a* ਭੁਜਾਹੀਣ, ਬਾਂਹ ਰਹਿਤ; ਨਿਹੱਥਾ

armlet /'ਆਮਲਿਟ/ *n* ਬਾਜ਼ੂਬੰਦ

armory /'ਆਮਅਰਿ/ *n* ਵੇਖੋ **armoury**

armour /'ਆਮਅ*/ *n* ਕਵਚ, ਜ਼ਰਾ ਬਕਤਰ

armoury /'ਆਮਅਰਿ/ *n* ਸ਼ਸਤਰ ਰੱਖਣ ਜਾਂ ਬਣਾਉਣ ਵਾਲਾ ਕਾਰਖ਼ਾਨਾ, ਅਸਲਾਖ਼ਾਨਾ

armpit /'ਆਮਪਿਟ/ *n* ਕੱਛ, ਬਗਲ

arms /ਆਮਜ਼/ *n* (ਬਹੁ) ਸ਼ਸਤਰ, ਹਥਿਆਰ

arms race *n* ਮੁਲਕਾਂ ਵਿਚਕਾਰ ਵੱਧ ਤੋਂ ਵੱਧ ਮਾਰੂ ਹਥਿਆਰ ਬਣਾਉਣ ਅਤੇ ਰੱਖਣ ਦੀ ਦੌੜ

army /'ਆਮਿ/ *n* ਸੈਨਾ, ਫ਼ੌਜ, ਲਸ਼ਕਰ

aroma /ਅ'ਰਅਉਮਅ/ *n* ਸੁਗੰਧ, ਮਹਿਕ

aromatherapy /ਅˌਰਅਉਮਅ'ਥੈਰੱਅਪਿ/ *n* ਪੌਦਿਆਂ 'ਚੋਂ ਕੱਢੇ ਗੰਧਯੁਕਤ ਤੇਲ ਨਾਲ ਇਲਾਜ ਜਾਂ ਸਿਹਤ ਵਾਧੇ ਦੀ ਇਲਾਜ ਪ੍ਰਨਾਲੀ

aromatic /ˌ**ਐਰਅ'ਮੈਟਿਕ**/ *a* ਮਹਿਕਦਾਰ, ਸੁਗੰਧਿਤ; ਮਸਾਲੇਦਾਰ

around /**ਅ'ਰਾਉਨਡ**/ *adv* ਹਰ ਪਾਸੇ, ਚਾਰੇ ਪਾਸੇ, ਇੱਧਰ-ਉੱਧਰ, ਆਲੇ-ਦੁਆਲੇ, ਹਰ ਤਰਫ਼, ਆਸ-ਪਾਸ, ਲਗਭਗ, ਕਰੀਬ-ਕਰੀਬ *prep* ਦੇ ਹਰ ਪਾਸੇ, ਦੇ ਚਾਰੇ ਪਾਸੇ

arouse /**ਅ'ਰਾਉਜ਼**/ *vt* ਜਗਾਉਣਾ, ਜਾਗ੍ਰਿਤ ਕਰਨਾ; ਜੋਸ਼ ਦਿਵਾਉਣਾ, ਉਭਾਰਨਾ, ਉਕਸਾਉਣਾ, ਕਿਰਿਆਸ਼ੀਲ ਬਣਾਉਣਾ

arow /**ਅ'ਰਅਉ**/ *adv* ਪੰਗਤ ਵਿੱਚ, ਕਤਾਰ ਵਿੱਚ

A R P /ˌ**ਏਇਆ'ਪੀ**/ *abbr* **Air Raid Precautions** ਦਾ ਸੰਖਿਪਤ ਰੂਪ, ਹਵਾਈ ਹਮਲੇ ਤੋਂ ਬਚਣ ਲਈ ਸਾਵਧਾਨੀਆਂ

arrack /'**ਐਰਅਕ**/ *n* ਚੌਲਾਂ ਦੀ ਸ਼ਰਾਬ; ਤਾੜੀ, ਨੀਰਾ ਨਾਰੀਅਲ ਦੀ ਸ਼ਰਾਬ

arraign /**ਅ'ਰੇਇਨ**/ *vt* ਦੋਸ਼ ਲਾਉਣਾ, ਤੁਹਮਤ ਲਾਉਣਾ; ਕਰੜੀ ਨੁਕਤਾਚੀਨੀ ਕਰਨਾ

arraignment /**ਅ'ਰੇਇਨਮਅਨਟ**/ *n* ਊਜ, ਦੋਸ਼; ਦੋਸ਼-ਆਰੋਪਣ

arrange /**ਅ'ਰੇਇਨਜ**/ *v* ਪ੍ਰਬੰਧ ਕਰਨਾ, ਇੰਤਜ਼ਾਮ ਕਰਨਾ, ਵਿਓਂਤਣਾ, ਵਿਓਂਤਬੱਧ ਕਰਨਾ, ਤਰਤੀਬ ਦੇਣਾ; ਜੋੜਨਾ, ਲਾਉਣਾ, ਵਿਵਸਥਿਤ ਕਰਨਾ, ਮੁਆਫ਼ਿਕ ਬਣਾਉਣਾ; (ਝਗੜਾ) ਨਿਪਟਾਉਣਾ

arranged marriage *n* ਵਿਚੋਲੇ ਰਾਹੀਂ ਵਿਆਹ ਦੀ ਵਿਧੀ

arrangement /**ਅ'ਰੇਇਨਜਮਅਨਟ**/ *n* ਇੰਤਜ਼ਾਮ, ਪ੍ਰਬੰਧ, ਵਿਵਸਥਾ, ਤਰਤੀਬ; ਤਿਆਰੀ

arrant /'**ਐਰਅਨਟ**/ *a* ਛਟਿਆ, ਬਦਨਾਮ, ਪੱਕਾ (ਬਦਮਾਸ਼)

arras /'**ਐਰਅਸ**/ *n* ਬੂਟਿਆਂ ਵਾਲਾ ਕੱਪੜਾ (ਖ਼ਾਸ ਕਰਕੇ ਪੜਦਿਆਂ ਆਦਿ ਲਈ)

array /**ਅ'ਰੇਇ**/ *n* ਤਰਤੀਬ; ਫ਼ੌਜ ਦੀ ਸਫ਼ਬੰਦੀ ਯੁੱਧ ਲਈ ਤੈਨਾਤੀ, ਫ਼ੌਜੀ ਤਾਕਤੀ, ਲਸ਼ਕਰ; ਮਨੁੱਖਾਂ ਜਾਂ ਵਸਤੂਆਂ ਦਾ ਪ੍ਰਭਾਵਸ਼ਾਲੀ ਸਮੂਹ *vt* ਸੰਵਾਰਨਾ, ਸਜਾਉਣਾ; ਚੰਗੇ ਕੱਪੜਿਆਂ ਨਾਲ ਸਜਾਉਣਾ, ਅਲੰਕ੍ਰਿਤ ਕਰਨਾ

arrearage /**ਅ'ਰਿਅਰਿਜ**/ *n* ਬਾਕੀ ਰਹਿੰਦੀ ਰਕਮ, ਰਹਿੰਦਾ ਕਰਜ਼ਾ

arrears /**ਅ'ਰਿਅਜ਼**/ *n* ਬਕਾਇਆ ਰਕਮ, ਉਗਰਾਹੁਣਯੋਗ ਕਰਜ਼ਾ ਜਾਂ ਧਨ; ਪਛੜਿਆ ਕੰਮ

arrest /**ਅ'ਰੈਸੱਟ**/ *n* ਗਰਿਫ਼ਤਾਰੀ, ਹਿਰਾਸਤ; ਪਕੜ, ਰੋਕਥਾਮ *vt* ਬੰਦੀ ਬਣਾਉਣਾ, ਗਰਿਫ਼ਤਾਰ ਕਰਨਾ, ਹਿਰਾਸਤ ਵਿੱਚ ਲੈਣਾ, ਫੜਨਾ, ਰੋਕਣਾ; ਆਕਰਸ਼ਿਤ ਕਰਨਾ, ਖਿੱਚਣਾ, ਲੁਭਾਉਣਾ

arrestment /**ਅ'ਰੈਸੱਟਮਅਨਟ**/ *n* ਰੋਕ, ਰੋਕਥਾਮ; ਗਰਿਫ਼ਤਾਰੀ; ਆਕਰਸ਼ਣ

arride /**ਅ'ਰਾਇਡ**/ *vt* ਸੰਤੁਸ਼ਟ ਕਰਨਾ, ਤ੍ਰਿਪਤ ਕਰਨਾ, ਖੁਸ਼ ਕਰਨਾ, ਪ੍ਰਸੰਨ ਕਰਨਾ

arrival /**ਅ'ਰਾਇਵ੍ਲ**/ *n* ਪਹੁੰਚ, ਆਗਮਨ, ਢੁਕਾਅ, ਆਮਦ; ਹਾਜ਼ਰੀ

arrive /**ਅ'ਰਾਇਵ੍**/ *vi* ਆਉਣਾ, ਪਹੁੰਚਣਾ, ਹਾਜ਼ਰ ਹੋਣਾ, ਅੱਪੜਨਾ, ਮੰਜ਼ਿਲ 'ਤੇ ਪਹੁੰਚਣਾ; ਨਾਂ ਕਮਾਉਣਾ, ਪ੍ਰਸਿੱਧੀ ਪ੍ਰਾਪਤ ਕਰਨਾ

arrogance /'**ਐਰਅਗਅਨਸ**/ *n* ਹੰਕਾਰ, ਘਮੰਡ, ਅਭਿਮਾਨ, ਗਰਬ, ਗ਼ਰੂਰ, ਆਕੜ

arrogant /'**ਐਰਅਗਅਨਟ**/ *a* ਹੰਕਾਰੀ, ਅਭਿਮਾਨੀ, ਆਕੜ ਖਾਂ, ਘਮੰਡੀ

arrogate /'**ਐਰਅਗੇਇਟ**/ *vi* ਝੂਠਾ ਹੱਕ ਜਮਾਉਣਾ, ਝੂਠਾ ਦਾਅਵਾ ਕਰਨਾ, ਅਨੁਚਿਤ ਅਤੇ ਅਯੋਗ ਅਧਿਕਾਰ ਮੰਗਣਾ

arrogation /ˌ**ਐਰਅ(ਉ)'ਗੇਇਸ਼ਨ**/ *n* ਝੂਠਾ ਹੱਕ, ਨਾਜਾਇਜ਼ ਦਾਅਵਾ; ਅਨੁਚਿਤ ਅਧਿਕਾਰ

arrow /'**ਐਰਅਉ**/ *n* ਤੀਰ, ਬਾਣ; ਤੀਰ ਦਾ ਨਿਸ਼ਾਨ, ਤੀਰ ਦਾ ਚਿੰਨ੍ਹ (→)

arrowroot /'**ਐਰਅਉਰੂਟ**/ *n* ਇੱਕ ਪੌਦਾ, ਅਰਾਰੋਟ, ਅਰਾਰੋਟ ਦੀਆਂ ਜੜ੍ਹਾਂ ਤੋਂ ਬਣਿਆ ਸਟਾਰਚ

arsehole /'**ਆਸਹਅਉਲ**/ *n* (ਅਪ) ਲਿੰਗ, ਨਰ ਸੰਭੋਗ ਇੰਦਰੀ

arsenal /'ਆਸਅਨਲ/ *n* ਅਸਲਾਖ਼ਾਨਾ, ਹਥਿਆਰ ਘਰ; ਭੰਡਾਰ

arsenic /'ਆਸਨਿਕ/ *n* ਇੱਕ ਜ਼ਹਿਰੀਲਾ ਰਸਾਇਣਿਕ ਤੱਤ, ਸੰਖੀਆ

arsenical /ਆ'ਸੈੱਨਿਕ(ਅ)ਲ/ *a* ਸੰਖੀਏ ਵਾਲਾ

arsenious /ਆ'ਸੀਨਿਅਸ/ *a* ਸੰਖੀਏ ਵਾਲਾ, ਸੰਖੀਏ ਦਾ

arson /'ਆਸਨ/ *n* ਸਾੜ-ਫੂਕ, ਅੱਗਜ਼ਨੀ

art /ਆਟ/ *n* ਕਲਾ, ਹੁਨਰ, ਸ਼ਿਲਪ, ਕਾਰੀਗਰੀ, ਹੁਨਰਮੰਦੀ, ਕੁਸ਼ਲਤਾ; ਕਪਟ, ਮੱਕਾਰੀ, ਚਾਲ, ਫ਼ਰੇਬ

artefact /'ਆਟਿਫ਼ੈਕਟ/ *n* ਕਲਾ-ਕ੍ਰਿਤ

arterial /ਆ'ਟਿਅਰਿਅਲ/ *a* ਲਹੂ ਦੀ ਨਾੜੀ ਬਾਰੇ, ਧਮਣੀ ਬਾਰੇ; ਰਾਜਮਾਰਗ ਸੰਬੰਧੀ

arteriosclerosis /ਆ,ਟਿਅਰਿਅਓਸਕਲਅ'ਰਅਓਸਿਸ/ *n* ਲਹੂ-ਨਾੜੀ ਦੀਆਂ ਕੰਧਾਂ ਦੇ ਮੋਟਾ ਅਤੇ ਸਖ਼ਤ ਹੋਣ ਦਾ ਰੋਗ, ਲਹੂ-ਨਾੜੀ ਕਠੋਰਤਾ

artery /'ਆਟਅਰਿ/ *n* ਲਹੂ ਨਾੜੀ, ਧਮਣੀ; ਰਾਜ–ਮਾਰਗ, ਮੁੱਖ ਸੜਕ

artesian well /ਆ,ਟੀਜ਼ਿਅਨ 'ਵੈੱਲ/ *n* ਬੁੰਬ ਖੂਹ, ਕਰਤੋੜ ਖੂਹ, ਫੁਹਾਰਾ ਰੂਪੀ ਖੂਹ

artful /'ਆਟਫ਼ਲ/ *a* ਗੁਣੀ, ਹੁਨਰੀ, ਚਾਲਬਾਜ਼, ਕਪਟੀ

arthritic /ਆ'ਥਰਿਟਿਕ/ *a* ਜੋੜਾਂ ਦੇ ਦਰਦ ਸੰਬੰਧੀ

arthritis /ਆ'ਥਰਾਇਟਿਸ/ *n* ਜੋੜਾਂ ਦੇ ਦਰਦ ਜਾਂ ਸੋਜ਼ਸ਼ ਦੀ ਬਿਮਾਰੀ

arthropod /'ਆਥਰਅਪੌਡ/ *n* ਅਜਿਹਾ ਜੀਵ ਜਿਸ ਦਾ ਸਰੀਰ ਖੰਡ-ਖੰਡ ਹੋਵੇ (ਜਿਵੇਂ ਕੇਂਕੜਾ, ਬਿੱਛੂ, ਮਕੜੀ ਆਦਿ)

artichoke /'ਆਟਿਚਅਓਕ/ *n* ਇੱਕ ਤਰ੍ਹਾਂ ਦਾ ਪੌਦਾ (ਜਿਸਦੇ ਫੁੱਲ-ਡੋਡੇ ਸਬਜ਼ੀ ਬਣਾਉਣ ਦੇ ਕੰਮ ਆਉਂਦੇ ਹਨ), ਹਾਥੀ ਚੱਕ

article /'ਆਟਿਕਲ/ *n* ਵਸਤੂ, ਚੀਜ਼; ਧਾਰਾ, ਦਫ਼ਾ, ਅੰਸ਼, ਭਾਗ; ਸਾਹਿਤਕ ਲੇਖ, ਨਿਬੰਧ *vt* ਦਫ਼ਾ ਲਾਉਣਾ; ਨਿਯੰਤਰਨ ਰੱਖਣਾ **article of faith** ਧਰਮ ਦਾ ਮੂਲ ਸਿਧਾਂਤ, ਮਤ

articular /ਆ'ਟਿਕਯੁਲਅ*/ *a* ਜੋੜ ਜਾਂ ਜੋੜਾਂ ਦਾ

articulate /ਆ'ਟਿਕਯਅਲਅਟ/ *a* ਜੋੜਦਾਰ; (ਬੋਲਣ ਵਿੱਚ) ਸਾਫ਼-ਸਪਸ਼ਟ, ਬੁਲਾਰਾ, ਵਕਤਾ /ਆ'ਟਿਕਯੁਲੇਇਟ/ *vt* ਗੰਢਣਾ, ਜੋੜਨਾ, ਗੰਢ ਦੇਣਾ, ਜੋੜ ਪਾਉਣਾ; ਸਾਫ਼ ਬੋਲਣਾ

articulation /ਆ,ਟਿਕਯੁ'ਲੇਇਸ਼ਨ/ *n* ਜੋੜਬੰਦੀ, ਜੋੜ; ਸਪਸ਼ਟ ਪ੍ਰਗਟਾਅ ਜਾਂ ਉਚਾਰਨ

articulator /ਆ'ਟਿਕਯੁਲੇਇਟਅ*/ *n* ਸਪਸ਼ਟ ਗੱਲ ਕਰਨ ਵਾਲਾ, ਸਪਸ਼ਟ ਵਕਤਾ; (ਭਾਸ਼ਾ) ਉਚਾਰਕ ਅੰਗ

articulatory /ਆ'ਟਿਕਯੁਲਅਟ(ਅ)ਰਿ/ *a* ਸਪਸ਼ਟ ਪ੍ਰਗਟਾਅ ਜਾਂ ਉਚਾਰਨ ਸੰਬੰਧੀ

artifact /'ਆਟਿਫ਼ੈਕਟ/ *n* ਇਤਿਹਾਸਿਕ ਕਲਾ-ਕਿਰਤ

artifice /'ਆਟਿਫ਼ਿਸ/ *n* ਜੁਗਤ, ਵਿਧੀ, ਢੰਗ; ਚਾਲ, ਚਲਾਕੀ, ਹਥਕੰਡਾ

artificer /ਆ'ਟਿਫ਼ਿਸਅ*/ *n* ਕਾਰੀਗਰ, ਦਸਤਕਾਰ, ਸ਼ਿਲਪਕਾਰ, ਨਿਰਮਾਤਾ; ਚਾਲਬਾਜ਼

artificial /,ਆਟਿ'ਫ਼ਿਸ਼ਲ/ *a* ਨਕਲੀ, ਬਣਾਵਟੀ, ਅਸੁਭਾਵਿਕ

artificiality /,ਆਟਿ,ਫ਼ਿਸ਼ਿ'ਐਲਅਟਿ/ *n* ਨਕਲ, ਝੂਠ, ਬਣਾਵਟ, ਅਸੁਭਾਵਿਕਤਾ

artificial intelligence *n* ਇਨਸਾਨ ਦੀ ਤਰ੍ਹਾਂ ਮਹਿਸੂਸ ਕਰ ਸਕਣ ਸੋਚ ਸਕਣ ਤੇ ਹਾਲਾਤ ਮੁਤਾਬਿਕ ਆਪਣੇ ਫੈਸਲੇ ਆਪ ਲੈ ਸਕਣ ਵਾਲੀ ਮਸ਼ੀਨ ਤਿਆਰ ਕਰਨ ਲਈ ਵਿਗਿਆਨਿਕ ਅਧਿਐਨਾਂ ਦੀ ਇੱਕ ਸ਼ਾਖ, ਬਣਾਉਟੀ/ਮਸ਼ੀਨੀ ਬੁੱਧੀ

artificialize /,ਆਟਿ'ਫ਼ਿਸ਼(ਅ)ਲਾਇਜ਼/ *vt* ਨਕਲੀ ਚੀਜ਼ ਬਣਾਉਣਾ, ਬਣਾਵਟੀ ਬਣਾਉਣਾ

artillery /ਆ'ਟਿਲਅਰਿ/ *n* ਤੋਪਖ਼ਾਨਾ

artisan /ˌ**ਆਟਿ'ਜ਼ੈਨ**/ *n* ਦਸਤਕਾਰ, ਸ਼ਿਲਪਕਾਰ

artist /'**ਆਟਿਸਟ**/ *n* ਕਲਾਕਾਰ, ਚਿੱਤਰਕਾਰ, ਕਾਰੀਗਰ; ਗੁਣੀ

artiste /**ਆ'ਟੀਸਟ**/ *n* ਨਾਚੀ, ਗਾਇਕਾ; ਪੇਸ਼ਵਰ ਕਲਾਕਾਰ

artistic /**ਆ'ਟਿਸਟਿਕ**/ *a* ਕਲਾਤਮਿਕ, ਕਲਾਮਈ, ਕਲਾਪੂਰਨ, ਹੁਨਰੀ; ਮਨਮੋਹਕ, ਸੁੰਦਰ

artistry /'**ਆਟਿਸਟਰਿ**/ *n* ਕਲਾਕਾਰੀ, ਫ਼ਨਕਾਰੀ; ਕਲਾਕੌਸ਼ਲਤਾ, ਕਾਰੀਗਰੀ

artless /'**ਆਟਲਅਸ**/ *a* ਅਨਾੜੀ, ਕਲਾਹੀਣ; ਅਸੱਭਿਅ; ਮੂਰਖ, ਬੁੱਧੂ; ਨਿਸ਼ਕਪਟ, ਛਲ ਰਹਿਤ, ਸਿੱਧਾ-ਸਾਦਾ, ਭੋਲਾ-ਭਾਲਾ, ਕੁਦਰਤੀ, ਸੁਭਾਵਿਕ

artlessness /'**ਆਟਲਅਸਨਅਸ**/ *n* ਉਚੇਚ-ਵਿਹੂਣਤਾ, ਸਰਲਤਾ, ਸਾਦਗੀ, ਭੋਲਾਪਣ

arts /**ਆਟਸ**/ *n* (ਬਹੁ) ਲਲਿਤ ਕਲਾਵਾਂ, ਕਲਾਵਾਂ

Aryan /'**ਏਅਰਿਅਨ**/ *a* ਆਰੀਆਈ *n* ਇੱਕ ਭਾਸ਼ਾ ਜਾਤੀ

as /**ਅਜ਼, ਐਜ਼**/ *adv* ਜਿਵੇਂ, ਉਸੇ ਤਰ੍ਹਾਂ, ਜਿਸ ਤਰ੍ਹਾਂ ਨਾਲ, ਓਨਾ, ਜਿੰਨਾ *conj* ਜਿਵੇਂ ਕਿ, ਜਿਤਨੀ, ਅਜਿਹਾ, ਜਿਉਂ ਹੀ, ਜਦ ਕਿ, ਵਾਂਗ, ਦੀ ਤਰ੍ਹਾਂ; ਕਿਉਂਕਿ, ਇਸ ਲਈ ਕਿ, ਤਾਂ ਜੋ **as for** ਬਾਰੇ, ਸੰਬੰਧੀ **as much** ਬਿਲਕੁਲ ਇਹੀ, ਜਿਹਾ ਹੀ **as regards, as to** ਦੇ ਸੰਬੰਧ ਵਿੱਚ, ਦੇ ਬਾਰੇ, ਦੇ ਪ੍ਰਸੰਗ ਵਿੱਚ, ਦੇ ਵਿਸ਼ੇ ਵਿੱਚ **as well as** ਇਲਾਵਾ, ਨਾਲ ਹੀ **as yet** ਹੁਣ ਤੱਕ, ਅਜੇ ਤੱਕ

asafoetida /ˌ**ਐਸਅ'ਫ਼ੈੱਟਿਡਅ**/ *n* ਹਿੰਗ

asbestos /**ਐਸ'ਬੈੱਸਟਅਸ**/ *n* ਅੱਗਰੋਧੀ ਅਤੇ ਅਚਾਲਕ ਗੁਣਾਂ ਵਾਲੇ ਪਦਾਰਥਾਂ ਵਿੱਚ ਵਰਤਿਆ ਜਾਣ ਵਾਲਾ ਇੱਕ ਰੇਸ਼ੇਦਾਰ ਖਣਿਜ

ascend /**ਅ'ਸੈੱਨਡ**/ *v* ਚੜ੍ਹਨਾ, ਉੱਪਰ ਚੜ੍ਹਨਾ, ਉੱਚਾ ਉਠਣਾ; ਉੱਭਰਨਾ, ਉੱਨਤੀ ਕਰਨਾ, (ਧੁਨੀ ਜਾਂ ਅਵਾਜ਼ ਦਾ) ਉੱਚਾ ਹੋਣਾ; (ਤਖ਼ਤ 'ਤੇ) ਬੈਠਣਾ, ਬਿਰਾਜਣਾ

ascendancy /**ਅ'ਸੈੱਨਡਅਨਸਿ**/ *n* ਚੜ੍ਹਤ, ਪ੍ਰਭੁਤਾ, ਪ੍ਰਧਾਨਤਾ

ascendant /**ਅ'ਸੈੱਨਡਅਨਟ**/ *a* ਉਦੇਮਾਨ; ਚੜ੍ਹਦਾ; ਪ੍ਰਭਾਵੀ; ਚੜ੍ਹਦੀ ਕਲਾ *n* ਵੱਡ-ਵਡੇਰੇ, ਪੂਰਵਜ

ascension /**ਅ'ਸੈੱਨਸ਼ਨ**/ *n* ਈਸਾ ਮਸੀਹ ਦੀ ਸੁਰਗ ਵੱਲ ਚੜ੍ਹਾਈ; ਚੜ੍ਹਾਈ, ਉਥਾਨ

ascent /**ਅ'ਸੈੱਨਟ**/ *n* ਚੜ੍ਹਾਈ; ਉੱਨਤੀ, ਤਰੱਕੀ

ascertain /ˌ**ਐਸਅ'ਟੇਇਨ**/ *vt* ਨਿਸ਼ਚਾ ਕਰਨਾ, ਪਤਾ ਲਗਾਉਣਾ, ਜਾਣਨਾ

ascetic /**ਅ'ਸੈੱਟਿਕ**/ *a* ਤਿਆਗੀ, ਵਿਰਾਗੀ, ਤਪੱਸਵੀ; ਇਕਾਂਤਵਾਸੀ, ਸਾਧਕ, ਸੰਜਮੀ

asceticism /**ਅ'ਸੈੱਟਿਸਿਜ਼ਅਮ**/ *n* ਤਪ, ਤਪੱਸਿਆ, ਤਿਆਗ, ਸੰਜਮ, ਸਾਧਨਾ, ਸੰਨਿਆਸ

ASCII /'**ਐਸਕਿ**/ *abbr* (ਕੰਪਿ) **American Standard Code for Information Interchange** ਦਾ ਸੰਖਿਪਤ ਰੂਪ, ਵੱਖ ਵੱਖ ਪ੍ਰੋਗਰਾਮਾਂ ਦੀ ਵਰਤੋਂ ਕਰਨ ਵਾਲੇ ਕੰਪਿਊਟਰਾਂ ਵਿੱਚ ਡੈਟਾ ਭੇਜਣ ਲਈ ਵਰਤਿਆ ਜਾਂਦਾ ਕੋਡ

ascorbic acid /**ਅਸˌਕੋਬਿਕ 'ਐਸਿਡ**/ *n* ਵਿਟਾਮਿਨ ਸੀ ਦਾ ਰਸਾਇਣਿਕ ਨਾਂ/ਨਾਮ

ascribe /**ਅ'ਸਕਰਾਇਬ**/ *vt* ਲਾ ਦੇਣਾ, ਮੜ੍ਹਨਾ, ਸੰਬੰਧ ਜੋੜਨਾ, ਮਿਲਾਉਣਾ, ਉੱਤਰਦਾਈ ਠਹਿਰਾਉਣਾ

ASEAN /'**ਐਸਿਐਨ**/ *abbr* **Association of South East Asian Nations** ਦਾ ਸੰਖੇਪ ਰੂਪ, ਦੱਖਣ-ਪੂਰਬੀ ਏਸ਼ੀਆਈ ਦੇਸ਼ਾਂ ਦਾ ਸੰਗਠਨ, ਐਸੀਅਨ

asepsis /ˌ**ਏਇ'ਸੈੱਪਸਿਸ**/ *n* ਰੋਗਾਣੂਹੀਣਤਾ, ਰੋਗਾਣੂ ਰਹਿਤਤਾ

aseptic /ˌ**ਏਇ'ਸੈੱਪਟਿਕ**/ *a* ਰੋਗਾਣੂਹੀਣ, ਰੋਗਾਣੂ ਰਹਿਤ

asexual /ˌ**ਏਇ'ਸੈੱਕਸ਼ੁਅਲ**/ *a* ਲਿੰਗਵਿਹੂਣਾ, ਅਲਿੰਗੀ

ash[1] /**ਐਸ਼**/ *n* ਸੁਆਹ, ਭਸਮ, ਰਾਖ਼

ash[2] *n* ਇੱਕ ਜੰਗਲੀ ਰੁੱਖ

ashame /ਅ'ਸ਼ੇਇਮ/ *v* ਸ਼ਰਮਿੰਦਾ ਕਰਨਾ ਜਾਂ ਹੋਣਾ

ashamed /ਅ'ਸ਼ੇਇਮਡ/ *a* ਲੱਜਾਵਾਨ, ਸ਼ਰਮਿੰਦਾ, ਪਸ਼ੇਮਾਨ

ashen /'ਐਸ਼ਨ/ *a* ਸੁਆਹ ਦਾ, ਸੁਆਹ ਵਰਗਾ; ਪੀਲਾ, ਬੱਗਾ

ashes /ਐਸ਼ਿਜ਼/ *n* (ਬਹੁ) ਮਿਰਤਕ ਦੀਆਂ ਅਸਥੀਆਂ

ashlar /'ਐਸ਼ਲਅ*/ *n* ਚੌਰਸ ਪੱਥਰ; ਵਰਗਾਕਾਰ ਪੱਥਰਾਂ ਨਾਲ ਬਣਿਆ ਘਰ ਆਦਿ, ਵਰਗਾਕਾਰ ਪੱਥਰਾਂ ਦੀ ਕਾਰੀਗਰੀ

ashlaring /'ਐਸ਼ਲਅਰਿਙ/ *n* ਚੌਰਸ ਪੱਥਰਾਂ ਦੀ ਕੰਧ ਜਾਂ ਉਸਾਰੀ

ashore /ਅ'ਸ਼ੋ*/ *adv* ਕਿਨਾਰੇ ’ਤੇ, ਤੱਟ ’ਤੇ, ਕੰਢੇ ’ਤੇ

ashtray /'ਐਸ਼ਟਰੇਇ/ *n* ਸਿਗਰਟ ਆਦਿ ਦੀ ਰਾਖ਼ ਲਈ ਟ੍ਰੇਅ, ਰਾਖ਼ਦਾਨੀ

ashy /'ਐਸ਼ਿ/ *a* ਰਾਖ਼ ਵਰਗਾ, ਸੁਆਹ ਰੰਗਾ

Asia /'ਏਇਸ਼ਅ/ *n* ਏਸ਼ੀਆ ਮਹਾਂਖੰਡ

Asiatic /ˌਏਇਸ਼ਿ'ਐਟਿਕ, ˌਏਇਜ਼ਿ-/ *a* ਏਸ਼ੀਆਈ *n* ਏਸ਼ੀਆਈ ਸ਼ੈਲੀ ਦਾ; ਸ਼ਿੰਗਾਰਾਤਮਿਕ

aside /ਅ'ਸਾਇਡ/ *adv* ਅੱਡ, ਵੱਖ, ਦੂਰ, ਜੁਦਾ; ਇਲਾਵਾ, ਬਿਨਾਂ *n* (ਨਾਟਕ) ਇਕਾਂਤ ਕਥਨ

asinine /'ਐਸਿਨਾਇਨ/ *a* ਖੋਤੇ ਨਾਲ ਸੰਬੰਧਿਤ; ਮੂਰਖ, ਖ਼ਰਦਿਮਾਗ਼

ask /ਆਸਕ/ *v* ਪੁੱਛਣਾ, ਉੱਤਰ ਮੰਗਣਾ, ਬੇਨਤੀ ਕਰਨਾ; ਜਾਚਨਾ ਕਰਨਾ; ਨਿਮੰਤਰਨ ਦੇਣਾ, ਸੱਦਾ ਦੇਣਾ, ਬੁਲਾਉਣਾ; ਜ਼ਰੂਰਤ ਸਮਝਣਾ; ਚਾਹੁਣਾ, ਮੰਗਣਾ; ਕਹਿਣਾ, ਆਖਣਾ

askance, askant /ਅ'ਸਕੈਨਸ, ਅ'ਸਕੈਨਟ/ *adv* ਟੇਢੀ ਨਜ਼ਰ ਨਾਲ, ਸ਼ੰਕਾਪੂਰਵਕ

askew /ਅ'ਸਕਯੂ/ *adv* ਟੇਢੇਪਣ ਨਾਲ, ਵਿੰਗੇ ਢੰਗ ਨਾਲ *a* ਟੇਢਾ, ਡਿੰਗਾ, ਵਿੰਗਾ

asking price *n* ਕਿਸੇ ਚੀਜ਼ ਨੂੰ ਵੇਚਣ ਲਈ ਮੰਗਿਆ ਜਾਣ ਵਾਲਾ ਮੁੱਲ, ਮੰਗੀ-ਕੀਮਤ

aslant /ਅ'ਸਲਾਨਟ/ *a* ਝੁਕਿਆ, ਟੇਢਾ *adv* ਟੇਢੇ ਰੁਖ

asleep /ਅ'ਸਲੀਪ/ *adv* ਸੁੱਤਾ, ਨੀਂਦਗ੍ਰਸਤ, ਨੀਂਦ ਵਿੱਚ; (ਕੋਈ ਅੰਗ) ਸੁੰਨ

aslope /ਅ'ਸਲਅਉਪ/ *a* ਢਾਲੂ, ਢਾਲਵਾਂ *adv* ਢਾਲ ਵਿੱਚ

asp¹ /ਐਸਪ/ *n* ਜ਼ਹਿਰੀਲਾ ਸੱਪ, ਯੂਨਾਨੀ ਕੋਬਰਾ

asp² *n* ਪਾਪਲਰ, ਰੁੱਖਾਂ ਦੀ ਇੱਕ ਕਿਸਮ

aspect /'ਐਸਪੈੱਕਟ/ *n* ਪਹਿਲੂ, ਪੱਖ, ਦ੍ਰਿਸ਼ਟੀਕੋਣ, ਨਜ਼ਰੀਆ, ਹਾਲਤ

aspen /'ਐਸਪਅਨ/ *n* ਐਸਪ ਦਾ ਰੁੱਖ *a* ਐਸਪ ਦੇ ਰੁੱਖ ਵਾਂਗ ਕੰਬਦਾ, ਲਰਜ਼ਦਾ

asperate /'ਐਸਪਅਰੇਇਟ/ *vt* ਰੁੱਖਾ ਕਰਨਾ ਜਾਂ ਸੁਕਾਉਣਾ; ਖੁਰਦਰਾ ਕਰਨਾ

asperity /ਐ'ਸਪੈਰੱਅਟਿ/ *n* ਰੁੱਖਾਪਣ, ਖ਼ੁਸ਼ਕੀ; ਅਸਮਾਨਤਾ; ਸੁਭਾਅ ਦਾ ਰੁੱਖਾਪਣ

asperse /ਅ'ਸਪਅ:ਸ/ *vt* ਦੋਸ਼ ਲਾਉਣਾ, ਤੁਹਮਤ ਲਾਉਣਾ

aspersion /ਅ'ਸਪਅ:ਸ਼ਨ/ *n* ਤੁਹਮਤ, ਊਜ, ਇਲਜ਼ਾਮ

asphalt /'ਐਸਫ਼ੈਲਟ/ *n* ਸੜਕਾਂ ਬਣਾਉਣ ਵਾਲਾ ਮਸਾਲਾ, ਲੁੱਕ ਅਤੇ ਰੇਤ ਦਾ ਮਿਸ਼ਰਨ

asphodel /'ਐਸਫ਼ਅਡੈੱਲ/ *n* ਕੰਵਲ ਜਾਂ ਕੁਮੁਦਨੀ ਵਰਗਾ ਪੌਦਾ

asphyxia /ਐਸ'ਫ਼ਿਕਸਿਅ, ਅਸ'ਫ਼ਿ-/ *n* (ਖ਼ੂਨ ਵਿੱਚ ਆਕਸੀਜਨ ਦੇ ਅਭਾਵ ਕਾਰਨ) ਬੇਹੋਸ਼ੀ, ਦਮ ਘੁਟਣ

aspirant /ਅ'ਸਪਾਇਅਰਅਨਟ, 'ਐਸਪਅਰਅਨਟ/ *n* ਚਾਹਵਾਨ, ਇੱਛਾਵਾਨ, ਅਭਿਲਾਸ਼ੀ, ਉਮੀਦਵਾਰ

aspirate /'ਐਸਪਅਰਅਟ, ਅਸ'ਫ਼ਿ/ *n* (ਭਾਸ਼ਾ) ਮਹਾਂਪ੍ਰਾਣ ਧੁਨੀ /'ਐਸਪਅਰੇਇਟ/ *vt* ਬਰਤਨ ਨੂੰ ਹਵਾ ਰਹਿਤ ਕਰਨਾ; ਚੂਸਣਾ, ਖਿੱਚਣਾ

aspiration /ˌਐਸਪਅ'ਰੇਇਸ਼ਨ, 'ਐਸਪਅਰਅਨਟ/ *n* ਤਾਂਘ, ਆਕਾਂਖਿਆ, ਆਰਜ਼ੂ, ਇੱਛਾ, ਖ਼ਾਹਿਸ਼; (ਭਾਸ਼ਾ) ਮਹਾਂਪ੍ਰਾਣਤਾ

aspirator /'ਐਸਪਅਰੇਇਟਅ*/ *n* ਹਵਾ ਜਾਂ

ਗੈਸ ਨੂੰ ਬਾਹਰ ਕੱਢਣ ਵਾਲਾ ਯੰਤਰ, ਵਾਯੂ ਚੂਸਕ

aspire /ਅ'ਸਪਾਇਅ*/ *vi* ਇੱਛਾ ਕਰਨਾ, ਤਾਂਘਣਾ, ਆਕਾਂਖਿਆ ਕਰਨਾ

aspirin /'ਐਸਪਰਿਨ, 'ਐਸਪਅਰਿਨ/ *n* ਦਰਦ ਨਾਸ਼ਕ ਦਵਾ, ਐਸਪਰੀਨ

aspiring /ਅ'ਸਪਾਇਅਰਿਙ/ *a* ਉੱਚ ਆਕਾਂਖੀ; ਮਹੱਤਵ ਆਕਾਂਖੀ

asquint /ਅ'ਸਕਵਿਨਟ/ *a* ਟੀਰਾ, ਭੈਂਗਾ *adv* ਟੇਢੀ ਨਜ਼ਰ ਨਾਲ, ਤਿਰਛੀ ਨਜ਼ਰ ਨਾਲ

ass /ਐਸ/ *n* ਖੋਤਾ, ਗਧਾ, ਖ਼ਰ *a* ਮੂਰਖ ਬੰਦਾ

assail /ਅ'ਸੇਇਲ/ *vt* ਧਾਵਾ ਕਰਨਾ, ਹਮਲਾ ਕਰਨਾ, ਚੜ੍ਹਾਈ ਕਰਨਾ; (ਕੰਮ ਨੂੰ) ਦ੍ਰਿੜ੍ਹਤਾਪੂਰਵਕ ਕਰਨਾ, ਵਿਸ਼ਵਾਸ ਨਾਲ ਕਰਨਾ; ਸਵਾਲਾਂ ਦੀ ਝੜੀ ਲਾਉਣਾ

assailable /ਅ'ਸੇਇਲਅਬਲ/ *a* ਹੱਲਾ ਕਰਨ ਯੋਗ, ਚੜ੍ਹਾਈ ਕਰਨ ਯੋਗ

assailant /ਅ'ਸੇਇਲਅਨਟ/ *a* ਆਕਰਮਣਕਾਰੀ, ਹਮਲਾਵਰ, ਧਾਵਾ ਬੋਲਣ ਵਾਲਾ

assassin /ਅ'ਸੈਸਿਨ/ *a* ਕਾਤਲ, ਖ਼ੂਨੀ, ਹਤਿਆਰਾ, ਘਾਤਕ

assassinate /ਅ'ਸੈਸਿਨੇਇਟ/ *vt* (ਛਿਪ ਕੇ ਕਿਸੇ ਰਾਜਸੀ ਨੇਤਾ ਦੀ) ਹੱਤਿਆ ਕਰਨਾ, ਖ਼ੂਨ ਕਰਨਾ, ਮਾਰ ਦੇਣਾ

assassination /ਅ,ਸੈਸਿ'ਨੇਇਸ਼ਨ/ *n* (ਰਾਜਸੀ ਨੇਤਾ ਦਾ) ਕਤਲ, ਹੱਤਿਆ; ਚਰਿੱਤਰ ਹਨਨ, ਇੱਜ਼ਤ ਹੱਤਕ

assassinator /ਅ'ਸੈਸਿਨੇਇਟਅ*/ *n* ਵੇਖੋ **assassin**

assault /ਅ'ਸੋਲਟ/ *n* ਧਾਵਾ, ਚੜ੍ਹਾਈ, ਹਮਲਾ *vt* ਹਮਲਾ ਕਰਨਾ, ਧਾਵਾ ਬੋਲਣਾ; ਬਲਾਤਕਾਰ ਕਰਨਾ

assaulter /ਅ'ਸੋਲਟਅ*/ *n* ਹਮਲਾਵਰ, ਆਕਰਮਣਕਾਰੀ

assay /ਅ'ਸੇਇ/ *n* (ਕਿਸੇ ਧਾਤੂ ਦੇ ਖਰੇ-ਖੋਟੇ ਹੋਣ ਦੀ) ਪਰਖ, ਪੜਤਾਲ, ਜਾਂਚ

assemblage /ਅ'ਸੈਮੱਬਲਿਜ/ *n* ਸਭਾ, ਇਕੱਠ, ਇਕੱਤਰਤਾ, ਜਮਘਟਾ

assemble /ਅ'ਸੈਮੱਬਲ/ *v* ਇਕੱਠਾ ਕਰਨਾ, ਇਕੱਤਰ ਕਰਨਾ, ਇਕੱਠਾ ਹੋਣਾ; ਜੋੜਨਾ

assembler /ਅ'ਸੈਮੱਬਲਅ*/ *n* (ਕੰਪਿ) ਅਸੈਂਬਲੀ ਭਾਸ਼ਾ ਵਿੱਚ ਲਿਖੇ ਪ੍ਰੋਗਰਾਮ ਨੂੰ ਮਸ਼ੀਨੀ ਭਾਸ਼ਾ ਵਿੱਚ ਬਦਲਨ ਵਾਲਾ ਕੰਪਿਊਟਰ ਪ੍ਰੋਗਰਾਮ

assembly /ਅ'ਸੈਮੱਬਲਿ/ *n* ਸਭਾ, ਇਕੱਠ, ਸੰਮੇਲਨ, ਮਹਿਫ਼ਲ, ਮਜਲਸ; ਵਿਧਾਨ ਸਭਾ, ਅਸੈਂਬਲੀ; ਪੁਰਜੇ ਮੇਲਣ

assembly language *n* (ਕੰਪਿ) ਕੰਪਿਊਟਰ ਹਿਦਾਇਤਾਂ ਨੂੰ ਅੰਕਾਂ ਦੀ ਥਾਂ 'ਤੇ ਅੱਖਰ ਅਤੇ ਸੰਕੇਤਾਂ ਦੇ ਰੂਪ ਵਿੱਚ ਲਿਖਣ ਲਈ ਵਰਤੀ ਜਾਣ ਵਾਲੀ ਭਾਸ਼ਾ

assent /ਅ'ਸੈਂਟ/ *n* ਸਹਿਮਤੀ; ਮਨਜ਼ੂਰੀ *vt* ਹਾਮੀ ਭਰਨਾ, ਰਜ਼ਾਮੰਦ ਹੋਣਾ, ਸਹਿਮਤ ਹੋਣਾ; ਮੰਨਣਾ, ਪ੍ਰਵਾਨ ਕਰਨਾ

assert /ਅ'ਸਅ:ਟ/ *vt* ਨਿਸ਼ਚੇਪੂਰਵਕ ਕਹਿਣਾ, ਜੋਸ਼ ਨਾਲ ਕਹਿਣਾ; ਦਾਅਵਾ ਕਰਨਾ, ਹੱਕ ਜਤਾਉਣਾ

assertion /ਅ'ਸਅ:ਸ਼ਨ/ *n* ਦ੍ਰਿੜ੍ਹ ਕਥਨ, ਦਾਅਵਾ, ਨਿਸ਼ਚਿਤ ਵਿਚਾਰ

assertive /ਅ'ਸਅ:ਟਿਵ੍/ *a* ਨਿਸ਼ਚੇਆਤਮਿਕ, ਨਿਸ਼ਚਾਜਨਕ, ਹਠਧਰਮੀ ਵਾਲਾ

assertiveness /ਅ'ਸਅ:ਟਿਵ੍ਨਅਸ/ *n* ਦ੍ਰਿੜ੍ਹਤਾ, ਪਕਿਆਈ; ਦਾਅਵਾਗੀਰੀ

assess /ਅ'ਸੈੱਸ/ *vt* ਮੁੱਲ ਅੰਕਣਾ, ਮੁੱਲ ਨਿਰਧਾਰਿਤ ਕਰਨਾ; ਮੁਲਾਂਕਣ ਕਰਨਾ, ਅਨੁਮਾਨਣਾ, ਅਨੁਮਾਨ ਲਾਉਣਾ; ਦੰਡ ਲਾਉਣਾ, ਟੈਕਸ ਲਾਉਣਾ

assessable /ਅ'ਸੈੱਸਅਬਲ/ *a* ਨਿਯਤ ਕਰਨ ਯੋਗ; ਟੈਕਸ ਲਾਉਣ ਯੋਗ

assessee /ਅ,ਸੈ'ਸਿ/ *a* ਜਿਸ ਤੋਂ ਮਾਮਲਾ ਜਾਂ ਟੈਕਸ ਵਸੂਲਿਆ ਜਾਵੇ, ਕਰਦਾਤਾ

assessment /ਅ'ਸੈੱਸਮਅਨਟ/ *n* ਕਰ

ਨਿਰਧਾਰਨ; ਮੁੱਲ ਨਿਰਧਾਰਨ; ਮੁਲਾਂਕਣ; ਲਗਾਨ, ਜਮ੍ਹਾਂਬੰਦੀ

assessor /ਅ'ਸੈੱਸਅ*/ *n* ਕਰ ਨਿਰਧਾਰਕ; ਮੁੱਲ ਨਿਰਧਾਰਕ

assets /'ਐਸੈੱਟਸ/ *n* (ਬਹੁ) ਜਾਇਦਾਦ, ਕੁੱਲ ਅਸਾਸਾ, ਸੰਪਤੀ; ਵਿਸ਼ੇਸ਼ਤਾ, ਗੁਣ, ਚੰਗਿਆਈ

asseverate /ਅ'ਸੈਵੱਅਰੇਇਟ/ *vt* ਸਹੁੰ ਖਾ ਕੇ ਕਹਿਣਾ, ਦ੍ਰਿੜ੍ਹਤਾ ਨਾਲ ਆਖਣਾ, ਵਿਸ਼ਵਾਸ ਦਿਵਾਉਣਾ

asseveration /ਅ,ਸੈਵੱਅ'ਰੇਇਸ਼ਨ/ *n* ਦ੍ਰਿੜ੍ਹ ਵਚਨ, ਪ੍ਰਤਿਗਿਆ

assiduity /,ਐਸਿ'ਡਯੂਅਟਿ/ *n* ਗਹੁ, ਲਗਨ, ਲਿਵਲੀਨਤਾ

assiduous /ਅ'ਸਿਡਯੁਅਸ/ *a* ਪੂਰੀ ਲਗਨ ਨਾਲ ਕੰਮ ਕਰਨ ਵਾਲਾ, ਦ੍ਰਿੜ੍ਹ, ਮਿਹਨਤੀ, ਉੱਦਮੀ

assign /ਅ'ਸਾਇਨ/ *vt* ਸੌਂਪਣਾ, ਸਪੁਰਦ ਕਰਨਾ, ਦੇਣਾ, ਵੰਡਣਾ; ਮੁਕੱਰਰ ਕਰਨਾ, ਨਿਸ਼ਚਿਤ ਕਰਨਾ; ਦੱਸਣਾ, ਨਿਰਦੇਸ਼ਨ ਦੇਣਾ

assignable /ਅ'ਸਾਇਨਅਬਲ/ *a* ਸੌਂਪਣਯੋਗ, ਨਿਸ਼ਚਿਤ ਕਰਨ ਯੋਗ, ਨਿਰਧਾਰਨਯੋਗ

assignation /,ਐਸਿਗ'ਨੇਇਸ਼ਨ/ *n* ਸਪੁਰਦਗੀ, ਇੰਤਕਾਲ (ਜਾਇਦਾਦ); ਨਿਰਧਾਰਨ; ਨਿਸ਼ਚਾ; ਮੁੱਲ ਆਰੋਪਣ; ਵੰਡ

assignee /,ਐਸਾਇ'ਨੀ/ *n* ਪ੍ਰਾਪਤ ਕਰਤਾ, ਸਪੁਰਦਦਾਰ; ਪ੍ਰਤਿਨਿਧ

assignment /ਅ'ਸਾਇਨਮਅਨਟ/ *n* ਸਪੁਰਦਗੀ, ਸੌਂਪਿਆ ਹੋਇਆ ਕੰਮ; ਨਿਯੁਕਤੀ

assignor /ਅ'ਸਾਇਨਅ*/ *n* ਸਪੁਰਦਕਾਰ, ਸਪੁਰਦਕਰਤਾ; ਨਿਰਧਾਰਕ

assimilate /ਅ'ਸਿਮਅਲੇਇਟ/ *v* ਇਕਮਿਕ ਹੋਣਾ, ਰਚਾ ਲੈਣਾ, ਸਮਾ ਜਾਣਾ, ਆਤਮਸਾਤ ਕਰਨਾ, ਮਿਲਾ ਲੈਣਾ, ਮਿਲ ਜਾਣਾ, ਪਚ ਜਾਣਾ

assist /ਅ'ਸਿਸਟ/ *v* ਸਹਾਇਤਾ ਦੇਣਾ ਜਾਂ ਕਰਨਾ, ਸਹਿਯੋਗ ਦੇਣਾ, ਹੱਥ ਵਟਾਉਣਾ

assistance /ਅ'ਸਿਸਟਅਨਸ/ *n* ਸਹਿਯੋਗ, ਮਦਦ, ਸਹਾਇਤਾ

assistant /ਅ'ਸਿਸਟਅਨਟ/ *n* ਸਹਾਇਕ, ਸਹਿਯੋਗੀ

associate /ਅ'ਸਅਉਸ਼ਿਅਟ, -ਸਿਅਟ/ *a* ਸਹਿਯੋਗੀ, ਸਹਿਚਾਰੀ, ਸਹਾਇਕ; ਸੰਯੁਕਤ, ਸੰਬੰਧਿਤ *n* ਭਾਈਵਾਲ, ਸੰਗੀ, ਸਾਥੀ, ਸਹਿਕਰਮੀ **/ਅ'ਸਅਉਸ਼ਿਏਇਟ, -ਸਿਏਇਟ/** *v* ਭਾਈਵਾਲ ਹੋਣਾ, ਸਹਿਯੋਗੀ ਬਣਨਾ, ਰਲਾਉਣਾ, ਸ਼ਾਮਲ ਕਰਨਾ, ਸ਼ਰੀਕ ਕਰਨਾ, ਭਾਈਵਾਲ ਬਣਾਉਣਾ

association /ਅ,ਸਅਉਸ਼ਿ'ਏਇਸ਼ਨ, -ਸਿ'ਏਇ-/ *n* ਸਭਾ; ਸੰਸਥਾ, ਸਮਾਜ, ਸੰਘ; ਮੇਲਜੋਲ, ਸੰਬੰਧ, ਮੇਲ; ਭਾਈਵਾਲੀ, ਹਿੱਸੇਦਾਰੀ

associationism /ਅ,ਸਅਉਸਿ'ਏਇਸ਼ਨਿਜ਼ਅਮ/ *n* ਭਾਸ਼ਾ ਸਿਖਾਂਦਰੂ ਵੱਲੋਂ ਅਜਿਹੀਆਂ ਗਲਤੀਆਂ ਦਾ ਵਰਤਾਰਾ ਜਿਸ ਵਿੱਚ ਸਹੀ ਅਤੇ ਗ਼ਲਤ ਸ਼ਬਦ ਵਿਚਕਾਰ ਕੋਈ ਸਪਸ਼ਟ ਸੰਬੰਧ ਹੋਵੇ

assonance /'ਐਸਅਨਅਨਸ/ *n* ਇਕਸੁਰਤਾ, ਸੁਰਮੇਲ, ਧੁਨੀ ਸਮਾਨਤਾ, ਸੁਰਸਮਾਨਤਾ

assonant /'ਐਸਅ(ਉ)ਨਅਨਟ/ *a* ਸਮਧੁਨੀ, ਸਮਾਨ ਧੁਨੀ ਵਾਲੇ, ਧੁਨੀ ਸਮਾਨਤਾ ਸੰਬੰਧੀ

assort /ਅ'ਸੋਟ/ *v* ਛਾਂਟਣਾ, ਵੱਖ ਕਰਨਾ; ਤਰਤੀਬ ਦੇਣਾ; ਇੱਕਰੂਪ ਹੋਣਾ, ਇੱਕ ਵਰਗ ਜਾਂ ਸ਼੍ਰੇਣੀ ਵਿੱਚ ਹੋਣਾ

assorted /ਅ'ਸੋਟਿਡ/ *a* ਵੱਖ-ਵੱਖ ਪ੍ਰਕਾਰ ਦਾ, ਭਾਂਤ-ਭਾਂਤ ਦੀ ਵੰਨਗੀ ਦਾ

assortment /ਅ'ਸੋਟਮਅਨਟ/ *n* ਭਾਂਤ-ਭਾਂਤ ਵਰਗ ਦੀਆਂ ਵਸਤਾਂ ਦਾ ਸੰਗ੍ਰਹਿ

assuage /ਅ'ਸਵੇਇਜ/ *vt* ਸ਼ਾਂਤ ਕਰਨਾ, ਧੀਰਜ ਬੰਨ੍ਹਾਉਣਾ, ਢਾਰਸ ਦੇਣਾ, ਦਿਲਾਸਾ ਦੇਣਾ; ਹਲਕਾ ਕਰਨਾ, ਧੀਮਾ ਕਰਨਾ, ਨਰਮ ਕਰਨਾ

assuagement /ਅ'ਸਵੇਇਜਮਅਨਟ/ *n* ਢਾਰਸ, ਦਿਲਾਸਾ, ਧੀਰਜ

assume /ਅ'ਸਯੂਮ/ *vt* ਧਾਰਨਾ, ਧਾਰਨ ਕਰਨਾ, ਅਪਨਾਉਣਾ; ਗ੍ਰਹਿਣ ਕਰਨਾ, ਹੱਥ ਵਿਚ ਲੈਣਾ; ਮੰਨਣਾ, ਫ਼ਰਜ਼ ਕਰਨਾ, ਮਿਥਣਾ

assumption /ਅ'ਸਅੱਮਪਸ਼ਨ/ *n* ਕਲਪਨਾ, ਫ਼ਰਜ਼ੀ ਗੱਲ; ਮਿਥਿਆ; ਕਬਜ਼ਾ ਕਰਨ ਦਾ ਭਾਵ

assumptive /ਅ'ਸਅੱਮਪਟਿਵ੍/ *a* ਕਲਪਨਾ, ਫ਼ਰਜ਼ੀ; ਘਮੰਡੀ; ਦੰਭੀ

assurance /ਅ'ਸ਼ੋਰਅਨਸ, -'ਸ਼ੁਅਰ-/ *n* ਵਿਸ਼ਵਾਸ, ਯਕੀਨ, ਭਰੋਸਾ; ਜ਼ਾਮਨੀ, ਜ਼ਮਾਨਤ; ਬੀਮਾ

assurant /ਅ'ਸ਼ੋਰ(ਅ)ਨਟ/ *n* ਜੀਵਨ ਬੀਮਾ ਕਰਨ ਵਾਲਾ

assure /ਅ'ਸ਼ੋ*, ਅ'ਸ਼ੁਅ*/ *vt* ਵਿਸ਼ਵਾਸ ਦਿਵਾਉਣਾ, ਤਸੱਲੀ ਕਰਾਉਣਾ, ਜ਼ਾਮਨੀ ਦੇਣਾ, ਭਰੋਸਾ ਦਿਵਾਉਣਾ; ਪੱਕਾ ਕਰਨਾ; ਬੀਮਾ ਕਰਨਾ

assured /ਅ'ਸ਼ੋਡ, ਅ'ਸ਼ੁਅਡ/ *v* **assure** ਦਾ ਭੂਤ-ਕ੍ਰਿਦੰਤ

assuredness /ਅ'ਸ਼ੋਡਨਅਸ/ *n* ਭਰੋਸਾ ਜਾਂ ਵਿਸ਼ਵਾਸ ਦੇਣ ਵਾਲਾ

assurer /ਅ'ਸ਼ੋਰਅ/ *n* ਭਰੋਸਾ ਜਾਂ ਵਿਸ਼ਵਾਸ ਦੇਣ ਵਾਲਾ

assuregent /ਅ'ਸਅ:ਜ(ਅ)ਨਟ/ *a* ਉਚੈਮਾਨ, ਉਠੰਦਾ, ਉਭੱਰਦਾ; ਲੜਾਕਾ

Assyriologist /ਅ,ਸਿਰਿ'ਔਲਅਜਿਸਟ/ *n* ਅਸੀਰੀਆ ਸ਼ਾਸਤਰੀ; ਅਸੀਰੀਆ ਦੀ ਭਾਸ਼ਾ; ਇਤਿਹਾਸ ਅਤੇ ਪੁਰਾਤੱਤਵ ਦਾ ਵੇਤਾ

astart /ਅ'ਸਟਾਟ/ *vt* ਅਰੰਭ ਕਰਨਾ, ਸ਼ੁਰੂ ਕਰਨਾ; ਰਵਾਨਾ ਹੋਣਾ

astatic /ਅ'ਸਟੈਟਿਕ/ *a* ਅਸਥਿਰ, ਅਨਿਸ਼ਚਿਤ, ਅਸਥਾਈ, ਡਾਵਾਂ-ਡੋਲ

asteism /'ਐਸਟੀਇਜ਼ਅਮ/ *n* ਸੱਭਿਅ ਮਖ਼ੌਲ, ਸਿਆਣੀ ਮਸ਼ਕਰੀ, ਸ਼ਲੇਸ਼

aster /'ਐਸਟਅ*/ *n* ਤਾਰਾ ਫੁੱਲ ਵਾਲਾ ਬੂਟਾ

asterisk /'ਐਸਟਅਰਿਸਕ/ *n* ਤਾਰਾ ਚਿੰਨ੍ਹ; ਤਾਰੇ ਦਾ ਨਿਸ਼ਾਨ(*), ਤਾਰਾ *vt* ਤਾਰਾ ਚਿੰਨ੍ਹ ਅੰਕਿਤ ਕਰਨਾ

asterism /'ਐਸਟਅਰਿਜ਼ਅਮ/ *n* ਧਿਆਨ ਖਿੱਚਣ ਲਈ ਤਿੰਨ ਤਾਰਾ ਚਿੰਨ੍ਹ (*)

astern /ਅ'ਸਟਅ:ਨ/ *adv* ਕਿਸ਼ਤੀ ਜਾਂ ਜਹਾਜ਼ ਦੇ ਪਿਛਲੇ ਹਿੱਸੇ ਵਿੱਚ; ਦੂਰ ਪਿੱਛੇ

asteroid /'ਐਸਟਅਰੌਇਡ/ *n* ਸੂਰਜ ਦੁਆਲੇ ਘੁੰਮਣ ਵਾਲੇ ਨਿੱਕੇ-ਨਿੱਕੇ ਗ੍ਰਹਿ, ਤਾਰਾ ਆਕਾਰ, ਤਾਰਾ ਰੂਪ

asteroidal /,ਐਸਟਅ'ਰੌਇਡਲ/ *a* ਤਾਰੇ ਵਰਗਾ; ਉਪਗ੍ਰਹਿ ਵਰਗਾ

asthenia /ਐਸ'ਥੀਨਿਅ/ *n* ਦੁਰਬਲਤਾ, ਕਮਜ਼ੋਰੀ, ਬਲਹੀਣਤਾ

asthenic /ਐਸ'ਥੈੱਨਿਕ/ *a* ਬਲਹੀਣ, ਦੁਰਬਲ; ਸੁਕੜੂ

asthma /'ਐਸਮਅ/ *n* ਸਾਹ ਦਾ ਰੋਗ, ਦਮਾ

asthmatic /ਐਸ'ਮੈਟਿਕ/ *a* ਦਮੇ ਸੰਬੰਧੀ *n* ਦਮੇ ਦਾ ਰੋਗੀ

astir /ਅ'ਸਟਅ:*/ *a* ਜਾਗਦਾ, ਹਿਲਦਾ-ਜੁਲਦਾ, ਤੁਰਦਾ-ਫਿਰਦਾ, ਗਤੀਮਾਨ, ਅਸਥਿਰ; ਚੰਚਲ, ਉਤੇਜਿਤ *adv* ਜੋਸ਼ ਵਿੱਚ

astonish /ਅ'ਸਟੌਨਿਸ਼/ *vt* ਦੰਗ ਕਰਨਾ, ਅਚੰਭੇ ਵਿਚ ਪਾਉਣਾ, ਹੈਰਾਨ ਕਰਨਾ, ਵਿਸਮਤ ਕਰਨਾ, ਹੈਰਤ ਵਿਚ ਪਾਉਣਾ

astonished /ਅ'ਸਟੌਨਿਸ਼ਟ/ *a* ਹੈਰਾਨੀ ਭਰਿਆ, ਹੈਰਾਨਕੁੰਨ, ਅਸਚਰਜ; ਵਿਸਮਤ, ਹੱਕਾ-ਬੱਕਾ, ਦੰਗ

astonishing /ਅ'ਸਟੌਨਿਸ਼ਿਙ/ *a* ਅਸਚਰਜ ਕਰਨ ਵਾਲਾ, ਅਚੰਭਾਕਾਰੀ, ਹੈਰਾਨਕੁੰਨ

astonishment /ਅ'ਸਟੌਨਿਸ਼ਮਅਨਟ/ *n* ਹੈਰਾਨੀ, ਅਸਚਰਜਤਾ, ਅਚੰਭਾ

astound /ਅ'ਸਟਾਉਨਡ/ *vt* ਹੈਰਾਨ ਕਰਨਾ, ਹੱਕਾ-ਬੱਕਾ ਕਰਨਾ; ਤ੍ਰਾਹ ਕੱਢਣਾ

astounding /ਅ'ਸਟਾਉਨਡਿਙ/ *a* ਹੈਰਾਨਕੁੰਨ, ਵਿਸਮਾਦੀ; ਅਸਚਰਜ

astral /'ਐਸਟਰਅਲ/ *a* ਤਾਰਿਆਂ ਸੰਬੰਧੀ, ਤਾਰਿਆਂ ਦਾ

astray /ਅ'ਸਟਰੇਇ/ *a* ਗੁਮਰਾਹ, ਭਟਕਿਆ, ਔਝੜ ਪਿਆ, ਕੁਰਾਹੀਆ *adv* ਗੁਮਰਾਹ ਹੋ ਕੇ, ਭਟਕ ਕੇ

astrict /ਅ'ਸਟਰਿਕਟ/ *vi* ਜਕੜਨਾ; ਕੱਸ ਕੇ ਬੰਨ੍ਹਣਾ; ਸੀਮਿਤ ਕਰਨਾ, ਪ੍ਰਤਿਬੰਧ ਲਾਉਣਾ, ਬੰਧਨ ਵਿੱਚ ਰੱਖਣਾ; ਕਨੂੰਨ ਵਿੱਚ ਜਕੜਨਾ

astriction /ਅ'ਸਟਰਿਕਸ਼ਨ/ *n* ਸੰਕੁਚਨ, ਨੈਤਿਕ ਬੰਧਨ, ਸੰਜਮ, ਸੀਮਾਬੱਧਤਾ; ਕਨੂੰਨੀ ਦਬਾ

astrictive /ਅ'ਸਟਰਿਕਟਿਵ਼/ *a* ਸੰਕੋਚਕ, ਸੰਕੋਚਕਾਰੀ; ਸੁੰਗੇੜਨ ਵਾਲਾ, ਕਾਬਜ਼

astride /ਅ'ਸਟਰਾਇਡ/ *adv* (ਘੋੜਸਵਾਰ) ਲੱਤਾਂ ਦੋਵੇਂ ਪਾਸੇ ਕਰਕੇ

astringe /ਅ'ਸਟਰਿਨਜ/ *vt* ਸੰਕੁਚਿਤ ਕਰਨਾ, ਸੁੰਗੇੜਨਾ; (ਘੁੱਟ ਕੇ) ਬੰਨ੍ਹਣਾ, ਕੱਸਣਾ, ਦਬਾਉਣਾ

astringency /ਅ'ਸਟਰਿਨਜਅਨਸਿ/ *n* ਬੰਧਨ, ਰੁਕਾਵਟ; ਤੀਬਰਤਾ, ਤਿੱਖਾਪਣ

astringent /ਅ'ਸਟਰਿਨਜਅਨਟ/ *a* ਬੰਨ੍ਹਣ ਵਾਲਾ, ਖ਼ੂਨ ਦੇ ਪ੍ਰਵਾਹ ਨੂੰ ਰੋਕਣ ਵਾਲਾ; ਤਿੱਖਾ, ਤੇਜ਼, ਤੀਬਰ; ਕਠੋਰ, ਕੌੜਾ

astrography /ਅ'ਸਟਰੌਗਰਅਫ਼ਿ/ *n* ਖਗੋਲ ਚਿਤਰਨ

astrolatry /ਅ'ਸਟਰੌਲਅਟਅਰਿ/ *n* ਤਾਰਾ ਪੂਜਾ, ਨਛੱਤਰ ਪੂਜਾ

astrologer /ਅ'ਸਟਰੌਲਅਜਅ*/ *n* ਜੋਤਸ਼ੀ, ਨਜੂਮੀ

astrological /ˌਐਸਟਰਅ'ਲੌਜਿਕਲ/ *a* ਜੋਤਸ਼ ਵਿੱਦਿਆ ਸੰਬੰਧੀ

astrology /ਅ'ਸਟਰੌਲਅਜਿ/ *n* ਨਜੂਮ, ਜੋਤਸ਼; ਜੋਤਸ਼ ਵਿੱਦਿਆ, ਨਜੂਮੀਅਤ

astrometer /ਐ'ਸਟਰੌਮਿਟਅ*/ *n* ਤਾਰਿਆਂ ਦੀ ਲੋਅ ਮਿਣਨ ਵਾਲਾ ਯੰਤਰ, ਤਾਰਾ ਜੋਤ ਮਾਪਕ ਯੰਤਰ

astrometry /ਐ'ਸਟਰੌਮਿਟਰਿ/ *n* ਤਾਰਾ ਸਥਿਤੀ ਮਾਪ ਵਿਗਿਆਨ

astronaut /'ਐਸਟਰਅਨੋਟ/ *n* ਪੁਲਾੜ ਯਾਤਰੀ

astronomer /ਅ'ਸਟਰੌਨਅਮਅ*/ *n* ਖਗੋਲ ਵਿਗਿਆਨੀ, ਤਾਰਾ ਵਿਗਿਆਨ

astronomic, artronomical /ˌਐਸਟਰਅ'ਨੌਮਿਕ, ˌਐਸਟਰਅ'ਨੌਮਿਕਲ/ *a* ਖਗੋਲੀ, ਤਾਰਾ ਵਿਗਿਆਨ ਬਾਰੇ

astronomy /ਅ'ਸਟਰੌਨਅਮਿ/ *n* ਖਗੋਲ ਵਿਗਿਆਨ, ਤਾਰਾ ਵਿਗਿਆਨ

astrophysics /ˌਐਸਟਰਅਉ'ਫ਼ਿਜ਼ਿਕਸ/ *n* ਖਗੋਲ-ਭੌਤਿਕੀ

Astroturf /'ਐਸਟਰਅਉਟਅ:ਫ਼/ *n* (ਖੇਡਾਂ ਦੇ ਮੈਦਾਨ ਵਿੱਚ ਵਿਛਾਈ ਜਾਂਦੀ) ਨਕਲੀ ਘਾਹ ਦੀ ਪਰਤ

astute /ਅ'ਸਟਯੂਟ/ *a* ਤੇਜ਼ ਬੁੱਧੀ ਵਾਲਾ, ਤਿੱਖੇ ਦਿਮਾਗ਼ ਵਾਲਾ, ਸਿਆਣਾ, ਹੁਸ਼ਿਆਰ; ਚਲਾਕ, ਘਾਗ

astuteness /ਅ'ਸਟਯੂਟਨਅਸ/ *n* ਨਿਪੁੰਨਤਾ; ਹੁਸ਼ਿਆਰੀ, ਸਿਆਣਪ, ਨਿਪੁੰਨਤਾ, ਚਲਾਕੀ

asunder /ਅ'ਸਅੱਨਡਅ*/ *adv* ਅੱਡ-ਅੱਡ, ਅਲੱਗ-ਅਲੱਗ, ਵੱਖ-ਵੱਖ, ਟੋਟੇ-ਟੋਟੇ, ਟੁਕੜੇ-ਟੁਕੜੇ **tear asunder** ਟੁਕੜੇ-ਟੁਕੜੇ ਕਰਨਾ, ਧੱਜੀਆਂ ਉਡਾਉਣਾ

asylum /ਅ'ਸਾਇਲਅਮ/ *n* ਅਨਾਥ ਆਸ਼ਰਮ, ਦੀਨ ਆਸ਼ਰਮ; ਮਾਨਸਿਕ ਤੌਰ ਉਤੇ ਆਯੋਗ ਲੋਕਾਂ ਦੀ ਪਨਾਹਗਾਹ, ਪਾਗਲਖ਼ਾਨਾ; ਸ਼ਰਨ, ਪਨਾਹ, ਆਸਰਾ

asymmetric /ˌਏਇਸਿ'ਮੈਟਰਿਕ/ *a* ਜਿਸ ਵਿੱਚ ਸਮਤਾ ਦੀ ਅਣਹੋਂਦ ਹੋਵੇ, ਅਸਮ, ਬੇਮੇਲ

asymmetry /ˌਏਇ'ਸਿਮਅਟਰਿ/ *n* ਬੇਡੌਲਤਾ, ਕੁਢੱਬਾਪਣ, ਬੇਤਰਤੀਬਾਪਣ

asynchronism/ˌਏਇ'ਸਿਙਕਰਅਨਿਜ਼ਅਮ/ *n* ਸਮਕਾਲਕਤਾ ਦੀ ਅਣਹੋਂਦ, ਅਸਮਕਾਲਕਤਾ

asynchronous /ਏਇ'ਸਿਙਕਰਅਨਅਸ/ *a* ਉਸੇ ਸਮੇਂ ਨਾ ਹੋਣ ਜਾਂ ਵਾਪਰਨ ਵਾਲਾ, ਬਿਖਮਕਾਲੀ.

asyndeton /ਐ'ਸਿਨਡਿਟਅਨ/ *n* ਸੰਜੋਜਕਹੀਣ ਰਚਨਾ

asyntactic /ˌਐਸਿਨ'ਟੈਕਟਿਕ/ *a* ਅਨਿਯਮਿਤ, ਵਿਆਕਰਨ ਵਿਰੁੱਧ

at /ਅਟ, ਐਟ/ *prep* ਉੱਤੇ, 'ਤੇ, ਉੱਤੇ ਵੱਲ,

ਉੱਪਰ **at all** ਬਿਲਕੁਲ, ਹਰ ਤਰ੍ਹਾਂ **at home** ਉਚੇਚ ਰਹਿਤ ਦਾਹਵਤ **at once** ਫ਼ੌਰਨ, ਇਕਦਮ, ਤੁਰੰਤ **at one** ਸਮਝੌਤੇ ਅਤੇ ਸੰਮਤੀ ਨਾਲ, ਇਕਸਾਰ **at random** ਅਟਕਲ ਪੱਚੂ, ਬਿਨਾਂ ਵਿਉਂਤ ਦੇ **at sea** ਉਲਝਿਆ ਹੋਣਾ, ਸਮਝਦੇ ਨਾ ਹੋਣਾ **at worst** ਬੁਰੀ ਤੋਂ ਬੁਰੀ ਹਾਲਤ ਵਿੱਚ, ਨਖਿੱਧ ਅਵਸਥਾ ਵਿੱਚ

ataraxy **/'ਐਟਅ,ਰੈਕਸਿ/** *n* (ਦਰਸ਼) ਮਾਨਸਿਕ ਸ਼ਾਂਤੀ

atavism **/'ਐਟਅਵ਼ਿਜ਼ਅਮ/** *n* ਪੂਰਵਜਤਾ, ਵੱਡ-ਵਡੇਰਿਆਂ ਨਾਲ ਸਮਾਨਤਾ, ਪੂਰਵਜਾਂ ਨਾਲ ਸਮਾਨਤਾ, ਪਿਤਰੀ ਸਮਾਨਤਾ; ਜੱਦੀ ਰੋਗ, ਕੁਲਗਤ ਰੋਗ

atavistic **/,ਐਟਅ'ਵ਼ਿਸਟਿਕ/** *a* ਜੱਦੀ ਰੋਗ ਨਾਲ ਗ੍ਰਸਿਆ; ਪੁਰਖਾ ਬਿਰਤੀ ਵਾਲਾ

ataxia **/ਅ'ਟੈਕਸਿਅ/** *n* ਮਾਸਪੇਸ਼ੀਆਂ ਦੀ ਹਰਕਤ ਵਿੱਚ ਬੇਮੇਲਤਾ ਦਾ ਰੋਗ, ਗਤੀਬਿਖਮ

ataxic **/ਅ'ਟੈਕਸਿਕ/** *a* ਝੋਲੇ ਵਾਲਾ, ਝੋਲੇ ਦਾ ਰੋਗੀ

ataxy **/ਅ'ਟੈਕਸਿ/** *n* ਝੋਲਾ, ਝੋਲੇ ਦੀ ਬਿਮਾਰੀ

ate **/ਐੱਟ/** *v eat* ਦਾ ਭੂਤ-ਕ੍ਰਿਦੰਤ

athanasia **/,ਐਥਅ'ਨੇਇਸ਼ਿਅ/** *n* ਅਮਰਤਾ

athanasy **/ਅ'ਥੈਨਅਸਿ/** *n* ਵੇਖੋ **athanasia**

atheism **/'ਏਇਥਿਇਜ਼ਅਮ/** *n* ਰੱਬ ਨੂੰ ਨਾ ਮੰਨਣ ਦਾ ਸਿਧਾਂਤ, ਅਣਈਸ਼ਵਰਵਾਦ, ਨਾਸਤਿਕ, ਨਾਸਤਿਕਤਾ

atheist **/'ਏਇਥਿਇਸਟ/** *n* ਨਾਸਤਿਕ, ਅਣਈਸ਼ਵਰਵਾਦੀ, ਕਾਫ਼ਰ

atheistic **/,ਏਇਥਿ'ਇਸਟਿਕ/** *a* ਨਾਸਤਿਕਤਾ ਬਾਰੇ, ਨਾਸਤਿਕ ਦਾ

atheling **/'ਐਥਅਲਿਙ/** *n* ਯੁਵਰਾਜ, ਰਾਜਕੁਮਾਰ, ਕੰਵਰ

athenaeum **/,ਐਥਿ'ਨੀਅਮ/** *n* ਸਾਹਿਤ ਸਭਾ; ਵਿਗਿਆਨ ਗੋਸ਼ਟੀ; ਪੁਸਤਕਾਲਾ

atheologist **/,ਐਥਿ'ਔਲਅਜਿਸਟ/** *a* ਧਰਮ ਵਿਰੋਧੀ *n* ਧਰਮ ਵਿਰੁੱਧ ਵਿਅਕਤੀ

athirst **/ਅ'ਥਅ:ਸਟ/** *a* ਪਿਆਸਾ, ਤਿਹਾਇਆ; ਉਤਸੁਕ, ਆਕਾਂਖੀ

athlete **/'ਐਥਲੀਟ/** *n* ਖਿਡਾਰੀ (ਦੌੜਾਕ ਆਦਿ), ਕਸਰਤ ਕਰਨ ਵਾਲਾ; ਰਿਸ਼ਟ-ਪੁਸ਼ਟ ਆਦਮੀ, ਹੱਟਾ-ਕੱਟਾ ਵਿਅਕਤੀ

athletic **/ਐਥ'ਲੈੱਟਿਕ/** *a* ਖੇਡਾਂ ਸੰਬੰਧੀ; ਕਸਰਤੀ; ਰਿਸ਼ਟ-ਪੁਸ਼ਟ, ਬਲਵਾਨ

athleticism **/ਐਥ'ਲੈੱਟਿਸਿਜ਼ਅਮ/** *n* ਪਹਿਲਵਾਨੀ

athletics **/ਐਥ'ਲੈੱਟਿਕਸ/** *n* ਖੇਡਾਂ (ਦੌੜਾਂ, ਛਾਲਾਂ ਆਦਿ)

athwart **/ਅ'ਥਵੋਟ/** *adv* ਤਿਰਛੇ ਦਾਅ; ਉਲਟ *prep* ਦੇ ਆੜੇ, ਦੇ ਤਿਰਛੇ ਰੁਖ਼

Atlantic **/ਅਟ'ਲੈਨਟਿਕ/** *n* ਅੰਧ ਮਹਾਂਸਾਗਰ, ਅਟਲਾਂਟਿਕ ਸਾਗਰ

atlantis **/ਐਟ'ਲੈਨਟਿਸ/** *n* ਅੰਧ-ਮਹਾਂਸਾਗਰ

atlas **/'ਐਟਲਅਸ/** *n* ਐਟਲਸ, ਭੂ ਚਿਤਰਾਵਲੀ, ਮਾਨ ਚਿਤਰਾਵਲੀ; ਗਰਦਨ ਦੀ ਹੱਡੀ ਦਾ ਸਭ ਤੋਂ ਉੱਪਰਲਾ ਮਣਕਾ

ATM **/,ਏਇ ਟੀ 'ਐੱਮ/** *abbr* **automated teller machine** ਦਾ ਸੰਖੇਪ ਨਾਂ, ਇੱਕ ਮਸ਼ੀਨ ਜਿਸ ਚੋਂ ਬਿਨਾਂ ਕਿਸੇ ਵਿਅਕਤੀ ਦੀ ਮਦਦ ਦੇ ਪੈਸੇ ਕਢਾਏ ਜਾ ਸਕਦੇ ਹਨ ਅਤੇ ਹੋਰ ਕਈ ਵਿੱਤੀ ਵਿਵਹਾਰ ਕੀਤੇ ਜਾ ਸਕਦੇ ਹਨ

atmologist **/ਐਟ'ਮੌਲਅਜਿਸਟ/** *n* ਭਾਫ਼ ਸੰਬੰਧੀ ਗਿਆਨ ਦਾ ਅਧਿਐਨ ਕਰਨ ਵਾਲਾ, ਭਾਫ਼ ਵਿਗਿਆਨੀ

atmology **/ਐਟ'ਮੌਲਅਜਿ/** *n* ਭਾਫ਼ ਵਿਗਿਆਨ

atmolysis **/ਐਟ'ਮੌਲਿਸਿਸ/** *n* ਭਾਫ਼ ਵਿਸ਼ਲੇਸ਼ਣ

atmosphere **/'ਐਟਮਅਸਫ਼ਿਅ*/** *n* ਵਾਯੂ-ਮੰਡਲ, ਵਾਤਾਵਰਨ; ਆਲਾ-ਦੁਆਲਾ, ਮਾਹੌਲ

atmospheric, atmospherical **/,ਐਟਮਅਸ'ਫ਼ੈੱਰਿਕ, ,ਐਟਮਅਸ'ਫ਼ੈੱਰਿਕ(ਅ)ਲ/**

a ਵਾਯੂ-ਮੰਡਲੀ, ਵਾਤਾਵਰਨਿਕ; ਆਲੇ-ਦੁਆਲੇ ਦਾ

atmospherics /ˌਐਟਮਅਸ'ਫ਼ੈੱਰਿਕਸ/ *n* (ਬਹੁ) ਵਾਯੂ-ਮੰਡਲੀ ਰੁਕਾਵਟ, ਵਾਯੂ-ਮੰਡਲ ਵਿੱਚ ਹੋਈ ਖ਼ਰਾਬੀ ਕਾਰਨ ਰੇਡੀਓ ਆਦਿ ਵਿੱਚ ਪਿਆ ਵਿਘਨ

atoll /'ਐਟੌੱਲ/ *n* ਝੀਲ-ਦੁਆਲੇ ਮੂੰਗੇ ਦਾ ਚੱਕਰਦਾਰ ਪਹਾੜ

atom /'ਐਟਅਮ/ *n* ਪਰਮਾਣੂ; ਅਣੂ, ਕਣ, ਜ਼ੱਰਾ; ਸੂਖਮ ਅੰਸ਼, ਬਹੁਤ ਛੋਟਾ ਹਿੱਸਾ

atomic /ਅ'ਟੌਮਿਕ/ *a* ਪਰਮਾਣੂ ਬਾਰੇ, ਐਟਮੀ, ਪਰਮਾਣਵੀ, ਪਰਮਾਣੂ ਰੂਪ, ਪਰਮਾਣੂ ਸੰਬੰਧੀ; ਸੂਖਮ, ਅਤਿ ਬਰੀਕ

atomic bomb *n* ਪਰਮਾਣੂ ਬੰਬ, ਐਟਮ ਬੰਬ

atomic clock *n* ਆਈਸੋਪ ਦੇ ਸੰਕਰਮਣ ਵੇਲੇ ਨਿਕਾਸ ਜਾਂ ਸੰਮਿਲਤ ਹੋਣ ਵਾਲੀਆਂ ਵਿਕਿਰਨਾਂ ਦੀ ਵਾਰਵਾਰਤ ਨੂੰ ਵਰਤ ਕੇ ਸਮੇਂ ਨੂੰ ਬਹੁਤ ਹੀ ਸੂਖਮ ਪੱਧਰ ਤੱਕ ਮਾਪ ਲੈਣ ਵਾਲਾ ਯੰਤਰ, ਪਰਮਾਣੂ-ਘੜੀ

atomic energy *n* ਪਰਮਾਣੂ ਊਰਜਾ

atomicity /ˌਐਟਅਮ'ਇਸਿਟਿ/ *n* ਪਰਮਾਣੂ ਸੰਖਿਆ

atomic philosophy *n* ਪਰਮਾਣੂਵਾਦ

atomics /ਅ'ਟੌਮਿਕਸ/ *n* ਪਰਮਾਣੂ ਵਿਗਿਆਨ

atomic warfare *n* ਪਰਮਾਣੂ ਯੁੱਧ, ਐਟਮੀ ਜੰਗ

atomic weight *n* ਪਰਮਾਣੂ ਭਾਰ

atomism /'ਐਟਅਮਿਜ਼ਅਮ/ *n* ਪਰਮਾਣੂਵਾਦ, ਸੂਖਮਵਾਦ, ਪਰਮਾਣੂ ਪ੍ਰਕਿਰਿਆ ਸਿਧਾਂਤ

atomist /'ਐਟਅਮਿਸਟ/ *n* ਪਰਮਾਣੂਵਾਦੀ

atomistic /ˌਐਟਅ'ਮਿਸਟਿਕ/ *a* ਪਰਮਾਣੂਵੀ, ਐਟਮੀ

atomization /ˌਐਟਅਮਾਇ'ਜ਼ੇਇਸ਼ਨ/ *n* ਪਰਮਾਣੂਆਂ ਵਿੱਚ ਤਬਦੀਲੀ ਲਿਆਉਣ ਦਾ ਅਮਲ, ਪਰਮਾਣੂਕਰਨ, ਐਟਮੀਕਰਨ

atomize /'ਐਟਅਮਾਇਜ਼/ *vt* ਪਰਮਾਣੂਕਰਨ ਕਰਨਾ, ਪਰਮਾਣੂ ਬਣਾਉਣਾ, ਪਰਮਾਣੂਆਂ ਵਿੱਚ ਤਬਦੀਲੀ ਕਰਨਾ

atomizer /'ਐਟਅਮਾਇਜ਼ਅ*/ *n* ਦ੍ਰਵ ਨੂੰ ਫੁਹਾਰ ਵਿੱਚ ਬਦਲਨ ਵਾਲਾ ਯੰਤਰ

atomy /'ਐਟਅਮਿ/ *n* ਪਰਮਾਣੂ; ਛੋਟੀ ਵਸਤੂ, ਪਿੰਜਰ, ਢਾਂਚਾ, ਨਿਰਬਲ ਸਰੀਰ

atonable /ਅ'ਟਅਉਨਅਬਲ/ *a* ਪਛਤਾਵਾ ਕਰਨ ਯੋਗ

atonal /ਏਇ'ਟਅਉਨਲ/ *a* ਬੇਤਾਲ, ਬੇਸੁਰਾ, ਸੁਰਹੀਣ, ਬੇਮੇਲ

atone /ਅ'ਟਅਉਨ/ *vi* ਪਛਤਾਵਾ ਕਰਨਾ; ਹਾਨੀ ਪੂਰਤੀ ਕਰਨਾ

atonement /ਅ'ਟਅਉਨਮਅਨਟ/ *n* ਹਰਜਾਨਾ; ਪਛਤਾਵਾ

atop /ਅ'ਟੌਪ/ *adv* ਉੱਤੇ, ਸਿਖਰ 'ਤੇ, ਚੋਟੀ 'ਤੇ

atrabilious /ˌਐਟਰਅ'ਬਿਲਿਅਸ/ *a* ਉਦਾਸ; ਝਗੜਾਲੂ, ਸਨਕੀ, ਚਿੜਚਿੜਾ; ਕਾਲੀ ਪਿੱਤ ਵਾਲਾ

atramental /ˌਐਟਰਅ'ਮੈਨੱਟਲ/ *a* ਕਾਲਾ ਸਿਆਹ

atrium /'ਏਇਟਰਿਅਮ/ *n* ਵਿਹੜਾ, ਆਂਗਣ

atrocious /ਅ'ਟਰਅਉਸ਼ਅਸ/ *a* ਅੱਤਿਆਚਾਰੀ, ਦੁਸ਼ਟ, ਜਾਬਰ; ਬੇਦਰਦ, ਜ਼ਾਲਮ

atrociousness /ਅ'ਟਰਅਉਸ਼ਅਸਨਅਸ/ *n* ਦੁਸ਼ਟਤਾ, ਜ਼ੁਲਮ, ਅੱਤਿਆਚਾਰ

atrocity /ਅ'ਟਰੌਸਅਟਿ/ *n* ਅੱਤਿਆਚਾਰ, ਘੋਰ ਜ਼ੁਲਮ; ਪਾਪ

atrophy /'ਐਟਰਅਫ਼ਿ/ *n* ਦੁਰਬਲਤਾ, ਕਮਜ਼ੋਰੀ, ਖੀਣਤਾ; ਸੋਕਾ *v* ਸ਼ਕਤੀਹੀਣ ਹੋਣਾ ਜਾਂ ਕਰਨਾ, ਸੁਕਾਉਣਾ ਜਾਂ ਸੁੱਕਣਾ; ਅਧੋਗਤੀ, ਪਤਨ

atropous /'ਐਟਰਅਪਅਸ/ *a* ਅਬਦਲ

attach /ਅ'ਟੈਚ/ *v* ਜੋੜਨਾ; ਬੰਨ੍ਹਣਾ, ਨੱਥੀ ਕਰਨਾ; ਮਿਲਾਉਣਾ; ਸੰਯੁਕਤ ਕਰਨਾ, ਸੰਬੰਧ ਕਰਨਾ, ਸੰਮਿਲਤ ਹੋਣਾ, ਨਾਲ ਮਿਲ ਜਾਣਾ, ਪ੍ਰੇਮ ਵਿੱਚ ਬੱਝਣਾ; (ਕਿਸੇ ਵਿਅਕਤੀ ਦੀ ਜਾਇਦਾਦ ਨੂੰ) ਜ਼ਬਤ

ਕਰਨਾ, ਕੁਰਕ ਕਰਨਾ

attachable /ਅ'ਟੈਚਅਬਲ/ *a* ਕੁਰਕੀਯੋਗ

attache /ਅ'ਟੈਸ਼ੇਇ/ *n* ਰਾਜਦੂਤ–ਸਹਿਕਾਰੀ, ਅਤਾਸ਼ੇ, ਅਟੈਚੀ

attachecase /ਅ'ਟੈਸ਼ਿਕੇਇਸ/ *n* ਬਕਸਾ, ਅਟੈਚੀਕੇਸ

attached /ਅ'ਟੈਚਟ/ *a* ਨਾਲ ਲੱਗਾ, ਨੱਥੀ ਕੀਤਾ, ਨਾਲ ਲਗਵਾਂ, ਲਾਗਲਾ; (ਕਨੂੰ) ਕੁਰਕ ਕੀਤਾ

attachment /ਅ'ਟੈਚਮਅਨਟ/ *n* ਮੋਹ, ਪ੍ਰੇਮ, ਸਨੇਹ, ਨਿਸ਼ਠਾ, ਲਗਾਅ; ਸੰਯੋਜਿਤ ਵਸਤੂ; ਸੰਬੰਧ, ਬੰਧਨ; ਕੁਰਕੀ, ਜ਼ਬਤੀ

attack /ਅ'ਟੈਕ/ *n* ਹੱਲਾ ਕਰਨਾ, ਧਾਵਾ ਬੋਲਣਾ, ਆਕਰਮਣ ਕਰਨਾ, ਚੜ੍ਹਾਈ ਕਰਨਾ; ਹਾਨੀਕਾਰਕ ਹੋਣਾ, ਭੈੜਾ ਪ੍ਰਭਾਵ ਪਾਉਣਾ; ਦੋਸ਼ ਲਾਉਣਾ *n* ਹਮਲਾ, ਧਾਵਾ, ਚੜ੍ਹਾਈ, ਆਕਰਮਣ

attackable /ਅ'ਟੈਕਅਬਲ/ *a* ਹਮਲਾ ਕਰਨ ਯੋਗ

attain /ਅ'ਟੇਇਨ/ *v* ਪ੍ਰਾਪਤ ਕਰਨਾ, ਪਾ ਲੈਣਾ, ਹਾਸਲ ਕਰਨਾ; ਪੁੱਜ ਜਾਣਾ, ਪਹੁੰਚਣਾ; ਸਿੱਧ ਕਰਨਾ

attainable /ਅ'ਟੇਇਨਅਬਲ/ *a* ਪ੍ਰਾਪਤ ਕਰਨ ਯੋਗ, ਪਾਉਣ ਯੋਗ

attainder /ਅ'ਟੇਇਨਡਅ*/ *n* ਕਲੰਕ, ਅਪਜਸ, ਬਦਨਾਮੀ; ਮੌਤ ਦੀ ਸਜ਼ਾ; ਦੇਸ਼ ਨਿਕਾਲਾ

attainment /ਅ'ਟੇਇਨਮਅਨਟ/ *n* ਪ੍ਰਾਪਤੀ, ਉਪਲਬਧੀ, ਸਿੱਧੀ; ਪ੍ਰਾਪਤ ਵਸਤੂ; ਯੋਗਤਾ

attaint /ਅ'ਟੇਇਨਟ/ *vt* ਮੌਤ ਜਾਂ ਦੇਸ਼ ਨਿਕਾਲੇ ਦੀ ਸਜ਼ਾ ਦੇਣਾ; ਕਲੰਕਿਤ ਕਰਨਾ; ਅਪਮਾਨਿਤ ਕਰਨਾ; ਭ੍ਰਿਸ਼ਟ ਕਰਨਾ; (ਰੋਗ ਦਾ) ਲੱਗਣਾ, ਪੈਦਾ ਹੋਣਾ, ਛੂਤ ਲੱਗਣਾ

attainted /ਅ'ਟੇਇਨਟਿਡ/ *a* ਦੋਸ਼ਪੂਰਨ, ਦੂਸ਼ਿਤ, ਭ੍ਰਿਸ਼ਟ, ਕਲੰਕਿਤ

attar /'ਐਟਅ*/ *n* ਅਤਰ, ਇਤਰ

attemper /ਅ'ਟੈਂਮਪਅ*/ *vt* (ਧਾਤ ਉੱਤੇ) ਪਾਣੀ ਚੜ੍ਹਾਉਣਾ, ਆਬ ਦੇਣਾ; ਸ਼ਾਂਤ ਕਰਨਾ, ਅਨੁਕੂਲ ਕਰਨਾ, ਮਿਲਾਉਣਾ, ਰੰਗ ਰਚਾ ਲੈਣਾ, ਇਕਮਿਕ ਕਰਨਾ

attemperment /ਅ'ਟੈਂਮਪਅਮਅਨਟ/ *n* ਇਕਸੁਰਤਾ, ਅਨੁਕੂਲਤਾ, ਮਿਸ਼ਰਨ

attempt /ਅ'ਟੈਂਮਪਟ/ *vt* ਯਤਨ ਕਰਨਾ, ਕੋਸ਼ਿਸ਼ ਕਰਨਾ, ਉੱਦਮ ਕਰਨਾ, ਹੰਭਲਾ ਮਾਰਨਾ; (ਪਰੀਖਿਆ ਵਿੱਚ ਪ੍ਰਸ਼ਨ) ਕਰਨਾ, ਜਾਂਚਣਾ; ਹਮਲਾ ਕਰਨਾ, (ਦੁਸ਼ਮਣ ਜਾਂ ਕਿੱਲੇ ਨੂੰ) ਸਰ ਕਰਨ ਦਾ ਯਤਨ ਕਰਨਾ *n* ਕੋਸ਼ਿਸ਼, ਯਤਨ, ਉੱਦਮ; ਆਕਰਮਣ **attempt the life of** ਕਿਸੇ ਨੂੰ ਮਾਰ ਦੇਣ ਦੀ ਕੋਸ਼ਿਸ਼

attend /ਅ'ਟੈਂਨਡ/ *vt* ਹਾਜ਼ਰ ਹੋਣਾ, ਮੌਜੂਦ ਰਹਿਣਾ, ਸੇਵਾ ਵਿੱਚ ਪੁੱਜਣਾ; ਸੇਵਾ ਕਰਨਾ, ਦਿਲ ਲਾਉਣਾ, ਜੁਟ ਜਾਣਾ; ਧਿਆਨ ਦੇਣਾ, ਗੌਰ ਕਰਨਾ; ਮਿਲਨ ਲਈ ਹਾਜ਼ਰ ਹੋਣਾ; ਮੁਲਾਕਾਤ ਲਈ ਜਾਣਾ; ਰੱਖਿਆ ਲਈ ਕਿਸੇ ਦੇ ਨਾਲ ਜਾਣਾ, ਸਾਥ ਦੇਣਾ, ਸੰਗ ਕਰਨਾ, ਨਾਲ ਰਹਿਣਾ

attendance /ਅ'ਟੈਂਨਡਅਨਸ/ *n* ਹਾਜ਼ਰੀ, ਮੌਜੂਦਗੀ, ਉਪਸਥਿਤੀ; ਸੇਵਾ; ਹਾਜ਼ਰ ਲੋਕਾਂ ਦੀ ਗਿਣਤੀ

attendant /ਅ'ਟੈਂਨਡਅਨਟ/ *n* ਨੌਕਰ, ਚਾਕਰ, ਸੇਵਾਦਾਰ, ਸੇਵਕ, ਅਰਦਲੀ *a* ਸਹਿਗਾਮੀ, ਸੰਬੰਧਿਤ, ਉਪਸਥਿਤ, ਹਾਜ਼ਰ

attending /ਅ'ਟੈਂਨਡਿਙ/ *a* ਹਾਜ਼ਰ

attention /ਅ'ਟੈਂਨਸ਼ਨ/ *n* ਧਿਆਨ, ਖ਼ਿਆਲ, ਗ਼ੌਰ, ਸਾਵਧਾਨੀ, ਇਕਾਗਰਤਾ, ਤਵੱਜੋ; ਸ਼ਿਸ਼ਟਾਚਾਰ, ਆਓ-ਭਗਤ, ਨਿਮਰਤਾ, ਆਦਰ ਸਤਿਕਾਰ

attentive /ਅ'ਟੈਂਨਟਿਵ੍/ *a* ਚੌਕਸ, ਸਾਵਧਾਨ, ਚੇਤਨ, ਸਚੇਤ, ਜਾਗਰੂਕ, ਇਕਾਗਰ; ਸ਼ਿਸ਼ਟਾਚਾਰੀ

attentiveness /ਅ'ਟੈਂਨਟਿਵ੍ਨਅਸ/ *n* ਸਾਵਧਾਨੀ, ਚੇਤਨਤਾ, ਚਿੱਤ ਦੀ ਇਕਾਗਰਤਾ; ਸ਼ਿਸ਼ਟਤਾ, ਸੱਜਣਤਾ

attenuate /ਅ'ਟੈਂਨਯੁਏਇਟ/ *vt* ਬਰੀਕ ਕਰਨਾ, ਪਤਲਾ ਕਰਨਾ, ਖੀਣ ਕਰਨਾ, ਸੂਖਮ ਕਰਨਾ,

ਦੁਰਬਲ ਕਰਨਾ, ਸ਼ਕਤੀ ਜਾਂ ਸਮਰੱਥਾ ਘੱਟ ਕਰਨਾ, ਘਟਾਉਣਾ

attenuated /**ਅ'ਟੈਨੱਯੁਏਇਟਿਡ**/ *a* ਬਰੀਕ, ਦੁਬਲਾ, ਪਤਲਾ

attenuation /**ਅ,ਟੈਨੱਯੁ'ਏਇਸ਼ਨ**/ *n* ਘਾਟ, ਉਤਰਾਅ; ਪਤਲਾਪਣ, ਸੂਖਮਤਾ

attest /**ਅ'ਟੈੱਸਟ**/ *vt* ਤਸਦੀਕ ਕਰਨਾ, ਪ੍ਰਮਾਣਿਤ ਕਰਨਾ; ਗਵਾਹੀ ਦੇਣਾ, ਸਾਖੀ ਭਰਨਾ; ਸਹੁੰ ਚੁੱਕਣਾ, ਹਲਫ਼ ਲੈਣਾ

attestation /**,ਐਟੈੱਸ'ਟੇਇਸ਼ਨ**/ *n* ਤਸਦੀਕ, ਪ੍ਰਮਾਣ, ਸਾਖੀ, ਗਵਾਹੀ; ਪ੍ਰਮਾਣ-ਪੱਤਰ

attested /**ਅ'ਟੈੱਸਟਿਡ**/ *a* ਤਸਦੀਕ ਕੀਤਾ, ਪ੍ਰਮਾਣਿਤ

attestor /**ਅ'ਟੈੱਸਟਅ***/ *n* ਪ੍ਰਮਾਣਿਕ, ਸਹੀਕਾਰ, ਤਸਦੀਕਕਾਰ

Attic /**'ਐਟਿਕ**/ *a* ਐਥਨੀ, ਏਥਨਜ਼ ਨਾਲ ਸੰਬੰਧਿਤ

attic /**'ਐਟਿਕ**/ *n* ਅਟਾਰੀ

attire /**ਅ'ਟਾਇਅ***/ *vt* ਪੁਸ਼ਾਕ ਪਹਿਨਣਾ, ਕੱਪੜੇ ਪਾਉਣਾ; ਸ਼ਿੰਗਾਰ ਕਰਨਾ, ਸੁਆਰਨਾ, ਸਜਾਉਣਾ *n* ਪੁਸ਼ਾਕ, ਪਹਿਰਾਵਾ, ਲਿਬਾਸ; ਸ਼ਿੰਗਾਰ

attired /**ਅ'ਟਾਇਅਡ**/ *n* ਅਲੰਕ੍ਰਿਤ, ਸਜਿਆ

attitude /**'ਐਟਿਟਯੂਡ**/ *n* ਰੁਖ਼, ਰਉਂ, ਮਨੋਬਿਰਤੀ, ਰਵੱਈਆ, ਵਿਹਾਰ; ਢੰਗ, ਅੰਦਾਜ਼, ਰੰਗ-ਢੰਗ; ਵਿਚਾਰ, ਭਾਵ (ਰਾਏ); ਸਥਿਤੀ

attitudinize /**,ਐਟਿ'ਟਯੂਡਿਨਾਇਜ਼**/ *vi* ਬਣਾਉਟੀ ਰੂਪ ਧਾਰਨ ਕਰਨਾ, ਦਿਖਾਵਾ ਕਰਨਾ

attorney /**ਅ'ਟਅ:ਨਿ**/ *n* ਮੁਖ਼ਤਿਆਰ, ਵਕੀਲ, ਅਟਾਰਨੀ

Attorney General *n* ਮਹਾਂ ਨਿਆਂ ਅਧਿਕਾਰੀ, ਅਟਾਰਨੀ ਜਨਰਲ

attorneyship /**ਅ'ਟਅ:ਨਿਸ਼ਿਪ**/ *n* ਅਟਾਰਨੀ ਦਾ ਪਦ ਜਾਂ ਕਾਰਜ

attract /**ਅ'ਟਰੈਕਟ**/ *vt* ਖਿੱਚਣਾ, ਆਕਰਸ਼ਿਤ ਕਰਨਾ, ਲੁਭਾਉਣਾ, ਮੋਹਣਾ, ਚੰਗਾ ਲੱਗਣਾ, ਧਿਆਨ ਖਿੱਚਣਾ

attractability /**ਅ'ਟਰੈਕਟਅਬਿਲਿਟਿ**/ *n* ਆਕਰਸ਼ਣਸ਼ੀਲਤਾ, ਖਿੱਚ

attractant /**ਅ'ਟਰੈਕਟਅਨਟ**/ *n* ਆਕਰਸ਼ਕ

attraction /**ਅ'ਟਰੈਕਸ਼ਨ**/ *n* ਆਕਰਸ਼ਣ, ਖਿੱਚ, ਮੋਹ, ਆਕਰਸ਼ਣ ਸ਼ਕਤੀ, ਕਸ਼ਿਸ਼, ਆਕਰਸ਼ਕ ਵਸਤੂ; ਮਨੋਹਰਤਾ

attractive /**ਅ'ਟਰੈਕਟਿਵ**/ *a* ਮਨੋਹਰ, ਆਕਰਸ਼ਕ, ਦਿਲਚਸਪ, ਮਨੋਰੰਜਕ

attractor /**ਅ'ਟਰੈਕਟਅ***/ *n* ਆਕਰਸ਼ਣਕਾਰੀ, ਮੋਹਣ ਵਾਲਾ, ਖਿੱਚਣ ਵਾਲਾ

attribute /**'ਐਟਰਿਬਯੂਟ**/ *n* ਗੁਣ, ਵਿਸ਼ੇਸ਼ਤਾ /**ਅ'ਟਰਿਬਯੂਟ**/ *vt* ਗੁਣ ਦੱਸਣਾ, ਵਿਸ਼ੇਸ਼ਤਾ ਦੱਸਣਾ, ਸੰਬੰਧ ਦੱਸਣਾ; ਨਾਂ ਲਾਉਣਾ, ਸਿਰ ਸਿਹਰਾ ਦੇਣਾ

attribution /**,ਐਟਰਿ'ਬਯੂਸ਼ਨ**/ *n* ਗੁਣ ਆਰੋਪਣ; ਗੁਣ, ਵਿਸ਼ੇਸ਼ਤਾ, ਖ਼ਾਸਾ

attributive /**ਅ'ਟਰਿਬਯਅਟਿਵ**/ *a* ਗੁਣਵਾਚਕ *n* ਗੁਣਵਾਚਕ ਵਿਸ਼ੇਸ਼ਣ

attrition /**ਅ'ਟਰਿਸ਼ਨ**/ *n* ਰਗੜ, ਘਸਰ, ਘਾਸਾ; (ਧਰਮ) ਪਾਪਾਂ ਦਾ ਪਛਤਾਵਾ, ਪਸ਼ਚਾਤਾਪ

attune /**ਅ'ਟਯੂਨ**/ *vt* ਇਕਸੁਰ ਕਰਨਾ, ਸੁਰ ਮਿਲਾਉਣਾ; ਅਨੁਕੂਲ ਕਰਨਾ

auburn /**'ਓਬਅਨ**/ *a* ਭੂਰੇ ਵਾਲਾਂ ਵਾਲਾ, ਭੂਰਾ

auction /**'ਓਕਸ਼ਨ, 'ਔਕ-**/ *n* ਨਿਲਾਮੀ, ਬੋਲੀ *vt* ਨਿਲਾਮੀ ਕਰਨਾ

auctioneer /**,ਓਕਸ਼ਅ'ਨਿਅ*, 'ਔਕ-**/ *n* ਨਿਲਾਮੀ ਕਰਨ ਵਾਲਾ *vt* ਨਿਲਾਮੀ ਕਰਨਾ

audacious /**ਓ'ਡੇਇਸ਼ਅਸ**/ *a* ਸਾਹਸੀ, ਨਿਡਰ, ਬੇਧੜਕ, ਦਲੇਰ, ਅੱਖੜ; ਢੀਠ, ਗੁਸਤਾਖ਼

audacity /**ਓ'ਡੈਸਅਟਿ**/ *n* ਦਲੇਰੀ, ਨਿਰਭੈਤਾ, ਨਿਡਰਤਾ; ਢੀਠਪੁਣਾ, ਗੁਸਤਾਖ਼ੀ

audibility /**,ਓਡਅ'ਬਿਲਅਟਿ**/ *n* ਸੁਣਨਯੋਗਤਾ

audible /'ਓਡਅਬਲ/ *a* ਸੁਣਨਯੋਗ, ਸ਼ਰਵਣੀ

audience /'ਓਡਿਅਨਸ/ *n* ਸ੍ਰੋਤਾਗਣ; ਸਭਾ; ਸੁਣਵਾਈ, ਭੇਂਟ; ਮੁਲਾਕਾਤ; ਪਾਠਕ ਗਣ, ਦਰਸ਼ਕ ਗਣ **give audience to** ਸੁਣਵਾਈ ਕਰਨਾ **right of audience** ਸੁਣੇ ਜਾਣ ਦਾ ਅਧਿਕਾਰ

audient /'ਓਡਿਅਨਟ/ *a* ਸੁਣਨਯੋਗ *n* ਸ੍ਰੋਤਾ

audio-lingual /'ਔਡਿਅਉਲਿਙਗਵਅਲ / *a* ਭਾਸ਼ਾ ਸਿਖਾਉਣ ਦੀ ਸੁਣਨ-ਬੋਲਣ ਦੀ ਵਿਧੀ ਸੰਬੰਧੀ

audio-visual *a* ਧੁਨੀ-ਚਿੱਤਰ ਵਾਲਾ

audiphone /'ਓਡਿਫ਼ਅਉਨ/ *n* ਕੰਨਾਂ ਉੱਤੇ ਲਾ ਕੇ ਸੁਣਨ ਵਾਲਾ ਯੰਤਰ

audit /'ਓਡਿਟ/ *n* ਲੇਖਾ-ਪਰੀਖਿਆ, ਲੇਖਾ-ਪੜਤਾਲ

audition /ਓ'ਡਿਸ਼ਨ/ *n* ਸੁਣਨ ਸ਼ਕਤੀ, ਸ਼ਰਵਣ ਸ਼ਕਤੀ, ਸੁਣਨ ਦੀ ਤਾਕਤ; ਸ਼ਰਵਣ, ਸੁਣਨ ਦੀ ਕਿਰਿਆ; ਸੁਰ-ਪਰੀਖਿਆ

auditor /'ਓਡਿਟਅ*/ *n* ਲੇਖਾ ਪਰੀਖਿਅਕ

auditorial /ˌਓਡਿ'ਟੋਰਿਅਲ/ *a* ਆਮਦਨ ਖ਼ਰਚ ਦੀ ਜਾਂਚ ਸੰਬੰਧੀ, ਹਿਸਾਬ ਦੀ ਜਾਂਚ ਦਾ

auditorium /ˌਓਡਿ'ਟੋਰਿਅਮ/ *n* ਸਭਾ ਭਵਨ, ਜਲਸਾ ਘਰ, ਆਡੀਟੋਰੀਅਮ

auditory /'ਓਡਅਟਰਿ/ *a* ਸੁਣਨ ਬਾਰੇ, ਸੁਣਨ ਸੰਬੰਧੀ, ਸ਼ਰਵਣਾਤਮਿਕ

Augean /ਓ'ਜੀਅਨ/ *a* ਗੰਦ-ਮੰਦ, ਮਲ-ਮੂਤਰ ਨਾਲ ਭਰਪੂਰ

auger /'ਓਗਅ*/ *n* ਧਰਤੀ ਜਾਂ ਲੱਕੜ ਵਿੱਚ ਸੱਲ ਕਰਨ ਵਾਲਾ ਯੰਤਰ, ਵਰਮਾ, ਵਰਮੀ

aught /ਓਟ/ *adv* ਕੁਝ ਵੀ *n* ਕੋਈ ਵਸਤੂ, ਕੋਈ ਚੀਜ਼; ਕੋਈ ਗੱਲ

augment /ਓਗ'ਮੈਂਨੱਟ/ *vt* ਵਧਾਉਣਾ, ਵਾਧਾ ਕਰਨਾ, ਅਧਿਕ ਕਰਨਾ, ਜ਼ਿਆਦਾ ਕਰਨਾ; ਕਿਸੇ ਸ਼ਬਦ ਦੇ ਮੁੱਢ ਵਿੱਚ ਸਵਰ ਅੱਖਰ ਜੋੜਨਾ, ਆਗਮ ਜਾਂ ਅਗੇਤਰ ਲਾਉਣਾ *n* ਸਵਰ ਆਗਮ; ਵਾਧਾ, ਵ੍ਰਿਧੀ

augmentation /ˌਓਗਮੈਂਨ'ਟੇਇਸ਼ਨ/ *n* ਵਾਧਾ, ਇਜ਼ਾਫ਼ਾ; ਵਧਾਅ, ਆਗਮ; ਜੋੜ, ਯੋਗ; (ਸੰਗੀ) ਅਲਾਪ

augur /'ਓਗਅ*/ *n* ਨਜੂਮੀ, ਰਮਲਾ (ਖ਼ਾਸ ਕਰਕੇ ਰੋਮ ਦਾ) *vt* ਸ਼ਗਨ ਦਾ ਦੱਸਣਾ, ਮਹੂਰਤ ਕੱਢਣਾ; ਭਵਿੱਖਬਾਣੀ ਕਰਨਾ

augury /'ਓਗਯੁਰਿ/ *n* ਸ਼ਗਨ; ਪੇਸ਼ੀਨਗੋਈ, ਭਵਿੱਖਬਾਣੀ

august /ਓ'ਗਅੱਸਟ/ *a* ਪੂਜਨੀਕ, ਸਤਿਕਾਰਯੋਗ, ਉੱਚੀ ਸ਼ਾਨ ਵਾਲਾ

August /'ਓਗਅਸਟ/ *n* ਅਗਸਤ ਮਹੀਨਾ

aula /'ਓਲਅ/ *n* ਦਲਾਨ; ਅਦਾਲਤ, ਦਰਬਾਰ

aulic /'ਓਲਿਕ/ *a* ਰਾਜ ਦਰਬਾਰੀ, ਦਰਬਾਰ ਸੰਬੰਧੀ

aumbry /'ਓਮਬਰਿ/ *n* ਵੇਖੋ **ambry**

aunt /ਆਨਟ/ *n* ਚਾਚੀ, ਤਾਈ, ਮਾਮੀ, ਭੂਆ, ਫੁੱਫੀ, ਮਾਸੀ

au pair /ˌਅਉ 'ਪੇਅ*/ *n* ਵਿਦੇਸ਼ ਵਿੱਚ ਭਾਸ਼ਾ ਸਿੱਖਣ ਦੇ ਇਰਾਦੇ ਨਾਲ ਕਿਸੇ ਪਰਿਵਾਰ ਦੇ ਨਾਲ ਰਹਿਣ ਵਾਲਾ (ਖ਼ਾਸ ਕਰਕੇ ਇਸਤਰੀ) ਵਿਅਕਤੀ

aura /'ਓਰਅ/ *n* ਫੁੱਲਾਂ ਦੀ ਭਿੰਨੀ-ਭਿੰਨੀ ਵਾਸ਼ਨਾ, ਸੁਗੰਧ; ਥਰਥਰੀ, ਥਰਥਰਾਹਟ, ਝਰਨਾਹਟ; ਨੂਰ, ਆਭਾ ਮੰਡਲ

aural /'ਓਰਅਲ/ *a* ਕੰਨਾਂ ਸੰਬੰਧੀ, ਕੰਨਾਂ ਦਾ; ਸੁਣਨ ਸੰਬੰਧੀ

aureate /'ਓਰਿਅਟ/ *n* ਸੁਨਹਿਰਾ, ਚਮਕੀਲਾ, ਉਜੱਲ, ਪ੍ਰਕਾਸ਼ਵਾਨ; ਅਲੰਕ੍ਰਿਤ

aureola, aureole /ਓ'ਰਿਅਉਲ, 'ਓਰਿਅਉਲ/ *n* ਪ੍ਰਭਾ ਮੰਡਲ, ਪ੍ਰਕਾਸ਼ ਮੰਡਲ; ਹਾਲਾ, ਪਰਿਵਾਰ

auric /'ਓਰਿਕ/ *a* ਸੁਨਹਿਰੀ, ਸੋਨੇ ਦਾ

auricle /'ਓਰਿਕਲ/ *n* ਕੰਨ; ਦਿਲ ਦਾ ਉਪੱਰਲਾ ਖ਼ਾਨਾ

auricular /ਓ'ਰਿਕਯੁਲਅ*/ *a* ਕੰਨ ਵਰਗਾ, ਕੰਨ ਦੀ ਸ਼ਕਲ ਦਾ; ਕੰਨ ਸੰਬੰਧੀ; ਕੰਨ ਵਿੱਚ ਕਿਹਾ

aurilave /'ਓਰਿਲੇਇਵ੍/ *n* ਕੰਨ ਸਾਫ਼ ਕਰਨ

ਵਾਲਾ ਯੰਤਰ

aurora /ਓ'ਰੋਰਅ/ *n* ਪ੍ਰਭਾਤ, ਪਹੁ-ਫੁਟਾਲਾ, ਤੜਕਾ, ਸਰਘੀ ਵੇਲਾ **aurora borealis** ਧਰੂ ਜੋਤੀ

auroral /ਓ'ਰੋਰ(ਅ)ਲ/ *a* ਊਸ਼ਾ ਸੰਬੰਧੀ; ਸੁਮੇਰੂ ਜੋਤ ਸੰਬੰਧੀ

auscultate /'ਓਸਕ(ਅ)ਲਟੇਇਟ/ *vt* (ਸਟੈਥੋਸਕੋਪ ਨਾਲ) ਦਿਲ ਦੀ ਹਰਕਤ ਸੁਣਨਾ, ਨਬਜ਼ ਵੇਖਣਾ

auscultation /ˌਓਸਕ(ਅ)ਲ'ਟੇਇਸ਼ਨ/ *n* ਦਿਲ ਦੀ ਗਤੀ ਪਰੀਖਿਆ, ਹਿਰਦਾ-ਗਤੀ ਪਰੀਖਿਆ

auscultatory /ਓਸ'ਕਅੱਲਟਅਟ(ਅ)ਰਿ/ *a* ਹਿਰਦਾ-ਗਤੀ ਦੀ ਜਾਂਚ ਸੰਬੰਧੀ

auspicate /'ਓਸਪਿਕੇਇਟ/ *v* ਸ਼ਗਨ ਵਿਚਾਰਨਾ; ਅਰੰਭ ਕਰਨਾ; ਪਹਿਲਾਂ ਪਤਾ ਲੱਗ ਜਾਣਾ, ਲੱਛਣ ਦਿੱਸਣਾ

auspice /'ਓਸਪਿਸ/ *n* ਸ਼ਗਨ, ਮਹੂਰਤ; ਸ਼ੁਭ ਅਤੇ ਸ੍ਰੇਸ਼ਠ ਅਗਵਾਈ

auspicious /ਓ'ਸਪਿਸ਼ਅਸ/ *a* ਸ਼ੁਭ ਲਗਨ ਵਾਲਾ, ਚੰਗੇ ਮਹੂਰਤ ਵਾਲ, ਸੁਲੱਖਣਾ, ਸੁਭਾਗਾ, ਕਲਿਆਣਕਾਰੀ, ਮੁਬਾਰਕ

Aussie /'ਔਜ਼ਿ/ *n* (ਬੋਲ) ਅਸਟਰੇਲੀਆ *a* ਅਸਟਰੇਲੀਆ ਨਾਲ ਸੰਬੰਧਿਤ

austere /ਔ'ਸਟਿਅ*, ਓ'ਸ-/ *a* ਕੱਟੜ; ਅਤਿ ਸੰਜਮੀ, ਸਾਦਗੀ ਪਸੰਦ; ਕਠੋਰ ਤਪੱਸਿਆ ਕਰਨ ਵਾਲਾ, ਸੁਧਾ ਸਦਾਚਾਰੀ; ਤਿੱਖਾ, ਤੀਖਣ

austerity /ਔ'ਸਟੈਰਅਟਿ, ਓ'ਸ-/ *n* ਸਾਦਗੀ, ਸਿੱਧਾਪਣ; ਕਠੋਰਤਾ; ਸਾਧਨਾ, ਤਪੱਸਿਆ, ਦ੍ਰਿੜ੍ਹਤਾ, ਸਦਾਚਾਰਕ ਕੱਟੜਤਾ

austral /'ਔਸਟਰਅਲ, 'ਓਸ-/ *a* ਦੱਖਣੀ, ਦੱਖਣ ਦਾ

Australasia /ˌਔਸਟਰਅ'ਲੇਇਸ਼ਅ/ *n* ਇੱਕ ਮਹਾਂਦੀਪ ਜਿਸ ਵਿੱਚ ਅਸਟਰੇਲੀਆ ਨਿਊਜ਼ੀਲੈਂਡ ਅਤੇ ਦੱਖਣੀ-ਪੱਛਮੀ ਪ੍ਰਸ਼ਾਂਤ ਮਹਾਂਸਾਗਰ ਦੇ ਦੀਪ ਸ਼ਾਮਲ ਹਨ

autarch /'ਓਟਾਕ/ *n* ਨਿਰੰਕੁਸ਼ ਸ਼ਾਸਕ, ਤਾਨਾਸ਼ਾਹ

autarchy /'ਓਟਾਕਿ/ *n* ਨਿਰੰਕੁਸ਼ ਸ਼ਾਸਨ, ਤਾਨਾਸ਼ਾਹੀ, ਸੰਪੂਰਨ ਸੱਤਾ

authentic /ਓ'ਥੈਨੱਟਿਕ/ *a* ਭਰੋਸੇਯੋਗ, ਮੰਨਣਯੋਗ, ਵਿਸ਼ਵਾਸਪੂਰਨ; ਅਸਲੀ, ਠੀਕ, ਸੱਚਾ, ਮੌਲਿਕ; ਪ੍ਰਮਾਣਿਕ, ਵਾਸਤਵਿਕ

authenticate /ਓ'ਥੈਨੱਟਿਕੇਇਟ/ *vt* ਪ੍ਰਮਾਣਿਤ ਕਰਨਾ

authentication /ਓˌਥੈਂਨਟਿ'ਕੇਇਸ਼ਨ/ *n* ਪ੍ਰਮਾਣੀਕਰਨ, ਤਸਦੀਕ

authenticator /ਓ'ਥੈਨੱਟਿਕੇਇਟਅ*/ *n* ਪ੍ਰਮਾਣ ਕਰਤਾ, ਤਸਦੀਕ ਕਰਨ ਵਾਲਾ, ਸੱਚਾ ਸਾਬਤ ਕਰਨ ਵਾਲਾ

authenticity /ˌਓਥੈਨੱ'ਟਿਸਅਟਿ/ *n* ਪ੍ਰਮਾਣਿਕਤਾ, ਵਾਸਤਵਿਕਤਾ, ਪ੍ਰਮਾਣਸਿੱਧਤਾ, ਸਚਾਈ, ਅਸਲੀਅਤ

author /'ਓਥਅ*/ *n* ਲੇਖਕ, ਲਿਖਾਰੀ, ਕਰਤਾ, ਰਚਨਾਕਾਰ, ਨਿਰਮਾਤਾ

authoress /'ਓਥਅਰਅਸ/ *n* ਲੇਖਿਕਾ

authoritarian /ਓˌਥੌਰਿ'ਟੇਅਰਿਅਨ/ *a* ਸੱਤਾਵਾਦੀ, ਹਾਕਮਨਾ

authoritative /ਓ'ਥੌਰਅਟਅਟਿਵ/ *a* ਅਧਿਕਾਰ ਯੁਕਤ, ਅਧਿਕਾਰਕ, ਅਹੁਦੇਦਾਰ, ਪਦ ਅਧਿਕਾਰੀ; ਪ੍ਰਮਾਣਿਕ; ਵਿਦਵਾਨ, ਵਿਸ਼ੇਸ਼ਗ

authority /ਓ'ਥੌਰਅਟਿ/ *n* ਅਧਿਕਾਰ, ਇਖ਼ਤਿਆਰ, ਪ੍ਰਭੂਤਾ; ਅਹੁਦੇਦਾਰ, ਪਦ ਅਧਿਕਾਰ; ਪ੍ਰਮਾਣਿਕ ਵਿਦਵਾਨ, ਵਿਸ਼ੇਸ਼ੱਗ

authorization /ˌਓਥਅਰਾਇ'ਜ਼ੇਇਸ਼ਨ/ *n* ਅਧਿਕਾਰ ਸੌਂਪਣਾ, ਅਧਿਕਾਰ ਸੌਂਪਣ ਦਾ ਕਾਰਜ; ਅਧਿਕਾਰ, ਇਖ਼ਤਿਆਰ

authorize /'ਓਥਅਰਾਇਜ਼/ *vt* ਅਧਿਕਾਰ ਦੇਣਾ, ਇਖ਼ਤਿਆਰ ਦੇਣਾ, ਮੁਖ਼ਤਿਆਰ ਬਣਾਉਣਾ

authorship /'ਓਥਅਸ਼ਿਪ/ *n* ਰਚਨਾਕਾਰਤਾ

autism /'ਓਟਿਜ਼ਅਮ/ *n* ਆਪਣੇ ਆਪ ਵਿੱਚ

ਮਗਨ ਰਹਿਣ ਦੀ ਮਨੋ-ਦਸ਼ਾ

auto /'ਓਟਅਉ/ *n* (ਬੋਲ) ਸਵੈਚਾਲਕ ਗੱਡੀ, ਆਟੋ

autobiographer /ˌਓਟਅ(ਉ)ਬਾਇ'ਔਗਰਅਫ਼ਅ*/ *n* ਆਤਮਕਥਾ ਲੇਖਕ, ਸਵੈਜੀਵਨੀਕਾਰ

autobiographic, autobiographical /ˌਓਟਅˌਬਾਇਅ'ਗਰੈਫ਼ਿਕ, ˌਓਟਅˌਬਾਇਅ'ਗਰੈਫ਼ਿਕਲ/ *a* ਆਤਮਕਥਾ ਸੰਬੰਧੀ, ਸਵੈਜੀਵਨੀ ਸੰਬੰਧੀ

autobiography/ˌਓਟਅਬਾਇ'ਔਗਰਅਫ਼ਿ/ *n* ਆਪ-ਬੀਤੀ, ਆਤਮ-ਕਥਾ, ਸਵੈਜੀਵਨੀ

autocar /'ਓਟਅ(ਉ)ਕਾ*/ *n* ਮੋਟਰ, ਮੋਟਰਕਾਰ

autochthon /ਓ'ਟੌਕਥ(ਅ)ਨ/ *n* ਆਦਿਵਾਸੀ, ਮੂਲਵਾਸੀ; ਦੇਸੀ ਪੌਦਾ ਜਾਂ ਪਸ਼ੂ

autochthonous /ਓ'ਟੌਕਥ(ਅ)ਨਅਸ/ *a* ਆਦਿਵਾਸੀ ਸੰਬੰਧੀ, ਮੂਲ ਨਿਵਾਸੀ ਸੰਬੰਧੀ; ਦੇਸੀ (ਪਸ਼ੂ ਜਾਂ ਪੌਦਾ)

autocracy /ਓ'ਟੌਕਰਅਸਿ/ *n* ਤਾਨਾਸ਼ਾਹੀ, ਖ਼ੁਦਮੁਖ਼ਤਿਆਰੀ, ਨਿਰੰਕੁਸ਼ਤਾ; ਪ੍ਰਭਾਵ, ਦਬਦਬਾ, ਨਿਰੰਕੁਸ਼ ਰਾਜ

autocrat /'ਓਟਅਕਰੈਟ/ *n* ਖ਼ੁਦਮੁਖ਼ਤਿਆਰ ਤਾਨਾਸ਼ਾਹ, ਨਿਰੰਕੁਸ਼ ਸ਼ਾਸਕ

autofocus /ˌਓਟਅਉ'ਫ਼ਅਉਕਅਸ/ *n* (ਫ਼ੋਟੋ ਖਿੱਚਣ ਸਮੇਂ ਕੈਮਰੇ ਦਾ) ਆਪਣੇ ਆਪ ਫੋਕਸ ਹੋਣ ਦਾ ਭਾਵ

autograph /'ਓਟਅਗਰਾਫ਼/ *n* ਆਪਣੇ ਹਸਤਾਖ਼ਰ, ਦਸਤਖ਼ਤ, ਲੇਖਕ ਦੀ ਨਿੱਜੀ ਲਿਖਤ

autographic /ˌਓਟਅ(ਉ)'ਗਰੈਫ਼ਿਕ/ *a* ਹਸਤਾਖ਼ਰ ਸੰਬੰਧੀ

autography /ਓ'ਟੌਗਰਅਫ਼ਿ/ *n* ਆਪਣੇ ਹੱਥ ਦੀ ਲਿਖਤ

automate /'ਓਟਅਮੇਇਟ/ *v* ਕਿਸੇ ਪ੍ਰਕਿਰਿਆ ਜਾਂ ਵਸਤੂ ਨੂੰ ਇੰਜ ਬਦਲਨਾ ਕਿ ਉਹ ਆਪਣੇ ਆਪ ਕੰਮ ਕਰੇ

automated teller machine *n* ਵੇਖੋ ATM

automatic /ˌਓਟਅ'ਮੈਟਿਕ/ *a* ਸਵੈਚਾਲਿਤ, ਆਪਣੇ ਆਪ ਚੱਲਣ ਜਾਂ ਕੰਮ ਕਰਨ ਵਾਲੀ (ਮਸ਼ੀਨ ਆਦਿ)

automation /ˌਓਟਅ'ਮੇਇਸ਼ਨ/ *n* ਆਪੇ ਚੱਲਣ ਵਾਲੀ ਕਲਾ, ਸਵੈਚਾਲਨ, ਆਤਮ ਪ੍ਰੇਰਿਤ ਚੀਜ਼, ਸਵੈਚਾਲਿਤ ਮਸ਼ੀਨ

automatism /ਓ'ਟੌਮਅਟਿਜ਼ਅਮ/ *n* (ਮਨੋ) ਇੱਛਾ ਰਹਿਤ ਕੰਮ, ਅਚੇਤ ਕਾਰਜ

automobile /'ਓਟਅਮਅਬੀਲ/ *n* ਮੋਟਰ ਜਾਂ ਕਾਰ

autonomous /ਓ'ਟੌਨਅਮਅਸ/ *a* ਸਵਾਧੀਨ, ਸਵਰਾਜੀ, ਖ਼ੁਦਮੁਖ਼ਤਿਆਰ, ਸੁਤੰਤਰ

autonomy /ਓ'ਟੌਨਅਮਿ/ *n* ਸਵਾਧੀਨਤਾ, ਸਵਰਾਜ, ਖ਼ੁਦਮੁਖ਼ਤਿਆਰੀ, ਵਿਅਕਤੀਗਤ ਸੁਤੰਤਰਤਾ

autopsy /'ਓਟੌਪਸਿ/ *n* ਆਤਮਪਰੀਖਿਆ ਸੰਬੰਧੀ; ਆਲੋਚਨਾਤਮਿਕ ਵਿਸ਼ਲੇਸ਼ਣ, ਛਾਣਬੀਣ

auto-rickshaw /ਅ:ਟਅਉ ਰਿਕਸ਼ੋ/ *n* ਇੰਜਣ ਨਾਲ ਚੱਲਣ ਵਾਲੀ ਇੱਕ ਛੋਟੀ ਤਿਪਹੀਆ ਸਵਾਰੀ

auto-suggestion /ˌਓਟਅ(ਉ)ਸਅ'ਜੈਸੱਚਨ/ *n* ਸਵੈ ਸੁਝਾਅ, ਆਤਮ ਸੁਝਾਅ, ਸਵੈਸੰਬੋਧਨ

autotheism /ˌਓਟਅਉ'ਥੀਇਜ਼ਅਮ/ *n* "ਮੈਂ ਬ੍ਰਹਮ ਹਾਂ" ਵਾਦ, "ਅਹੰ ਬ੍ਰਹਮ ਅਸਮਿ" ਵਾਦ; ਆਤਮ ਪੂਜਾ

autotype /'ਓਟਅ(ਉ)ਟਾਇਪ/ *n* ਪੂਰੀ-ਪੂਰੀ ਨਕਲ, ਪ੍ਰਤਿਛਾਇਆ, ਅਨੁਲਿਪੀ, ਪ੍ਰਤਿਕ੍ਰਿਤੀ *vt* ਨਕਲ ਕਰਨਾ, ਪ੍ਰਤਿਛਾਇਆ ਤਿਆਰ ਕਰਨਾ

autumn /'ਓਟਅਮ/ *n* ਖਰੀਫ਼ (ਫ਼ਸਲ); ਪਤਝੜ ਦੀ ਰੁੱਤ, ਖ਼ਿਜ਼ਾਂ ਦਾ ਮੌਸਮ; ਪਤਨ ਦਾ ਅਰੰਭ

autumnal /ਓ'ਟਅੱਮਨਅਲ/ *a* ਪਤਝੜ ਸੰਬੰਧੀ, ਖ਼ਿਜ਼ਾਂ ਦੀ ਪ੍ਰੌੜ੍ਹ (ਅਵਸਥਾ), ਅਧੇੜ (ਉਮਰ), ਢਲਦੀ (ਜਵਾਨੀ)

auxiliary /ਓਗ'ਜ਼ਿਲਿਅਰਿ/ *a* ਸਹਾਈ, ਸਹਾਇਕ *n* ਮਦਦਗਾਰ, (ਵਿਆ) ਸਹਾਇਕ

ਕਿਰਿਆ

auxiliary language *n* (ਭਾਸ਼ਾ) ਵੱਖ-ਵੱਖ ਭਾਸ਼ਾਵਾਂ ਜਾਨਣ ਵਾਲਿਆਂ ਦੀ ਆਪਸੀ ਗੱਲਬਾਤ ਲਈ ਮਿਸ਼ਰਿਤ ਭਾਸ਼ਾ, ਰਲੀ-ਮਿਲੀ ਭਾਸ਼ਾ, ਮਿਲਗੋਭਾ ਭਾਸ਼ਾ

Auxiliary Memory *n* (ਕੰਪਿ) ਕੰਪਿਊਟਰ ਵਿੱਚ ਜਾਣਕਾਰੀ ਨੂੰ ਪੱਕੇ ਤੌਰ ਉੱਤੇ ਭੰਡਾਰ ਕਰਨ ਲਈ ਯਾਦਦਾਸ਼ਤ (ਜਿਵੇਂ ਹਾਰਡ ਡਿਸਕ, ਫਲੌਪੀ, ਸੀ.ਡੀ., ਡੀ.ਵੀ.ਡੀ.ਆਦਿ), ਸਹਾਇਕ ਯਾਦਦਾਸ਼ਤ

avail /ਅ'ਵੇਇਲ/ *v* ਲਾਭ ਉਠਾਉਣਾ, ਫ਼ਾਇਦਾ ਉਠਾਉਣਾ; ਸਹਾਇਤਾ ਲੈਣਾ, ਕੰਮ ਵਿੱਚ ਲਿਆਉਣਾ; ਮਦਦ ਦੇਣਾ, ਸਹਾਈ ਹੋਣਾ, ਉਪਯੋਗੀ ਹੋਣਾ, ਕੰਮ ਆਉਣਾ, ਲਾਭ ਪਹੁੰਚਾਉਣਾ, ਸਹਾਇਤਾ ਕਰਨਾ **to avail oneself of** ਤੋਂ (ਜਾਂ) ਦਾ ਲਾਭ ਉਠਾਉਣਾ **to be of no avail** ਕਿਸੇ ਕੰਮ ਦਾ ਨਾ ਹੋਣਾ; ਬੇਕਾਰ ਹੋਣਾ

availability /ਅ,ਵੇਇਲਅ'ਬਿਲਅਟਿ/ *n* ਸੁਲੱਭਤਾ, ਉਪਲਬਧੀ

available /ਅ'ਵੇਇਲਅਬਲ/ *a* ਸੁਲੱਭ, ਉਪਲਬਧ, ਲੱਭਦਾ; ਉਪਯੋਗੀ

avalanche /'ਐਵ਼ਅਲਾਨਸ਼/ *n* ਪਹਾੜ ਤੋਂ ਰੁੜ੍ਹ ਕੇ ਆਉਣ ਵਾਲਾ ਪੱਥਰ-ਰਲਿਆ ਬਰਫ਼ ਦਾ ਢੇਰ

avant-garde /,ਐਵ਼ਙ 'ਗਾਡ/ *n* (ਕਲਾ, ਸੰਗੀਤ ਜਾਂ ਸਾਹਿਤ ਵਿੱਚ) ਨਵਾਂ ਅਤੇ ਆਧੁਨਿਕ ਵਿਚਾਰ; ਨਵੇਂ ਵਿਚਾਰ ਦੇਣ ਵਾਲੇ ਕਲਾਕਾਰਾਂ ਆਦਿ ਦਾ ਵਰਗ *a* ਨਵੇਂ ਵਿਚਾਰਾਂ ਵਾਲਾ

avarice /'ਐਵ਼ਅਰਿਸ/ *n* ਲੋਭ, ਲਾਲਚ, ਤ੍ਰਿਸ਼ਨਾ, ਹਿਰਸ

avaricious /,ਐਵ਼ਅ'ਰਿਸ਼ਅਸ/ *a* ਲੋਭੀ, ਲਾਲਚੀ, ਹਿਰਸੀ

avast /ਅ'ਵ਼ਾਸਟ/ *int* ਬੱਸ ਕਰੋ, ਬੰਦ ਕਰੋ, ਠਹਿਰੋ

avaunt /ਅ'ਵ਼ੋਨਟ/ *int* ਦੂਰ ਹੋ, ਭੱਜ ਜਾ, ਪਰੇ ਹੋ, ਦਫ਼ਾ ਹੋ

ave /'ਆਵ਼ਿ/ *int* ਜੀ ਆਇਆਂ ਨੂੰ, ਖ਼ੁਸ਼ ਰਹੋ; ਰੱਬ ਰਾਖਾ

avenge /ਅ'ਵੈਨੱਜ/ *vt* ਬਦਲਾ ਲੈਣਾ, ਕਿੜ ਕੱਢਣਾ, ਇੰਤਕਾਮ ਲੈਣਾ

avenue /'ਐਵ਼ਅਨਯੂ/ *n* ਛਾਂਦਾਰ ਮਾਰਗ; ਪ੍ਰਵੇਸ਼ ਮਾਰਗ, ਰਸਤਾ, ਮਾਰਗ; ਸਾਧਨ, ਵਸੀਲਾ

aver /ਅ'ਵ਼ਅ:*/ *vt* ਦਾਅਵੇ ਨਾਲ ਕਹਿਣਾ; ਪ੍ਰਮਾਣਿਤ ਕਰਨਾ

average /'ਐਵ਼ਅਰਿਜ/ *a* ਔਸਤ, ਮੱਧਮਾਨ; ਸਧਾਰਨ ਪੱਧਰ ਦਾ *vt* ਔਸਤ ਕੱਢਣਾ; ਅਨੁਮਾਨ ਲਾਉਣਾ; ਔਸਤਨ ਹੋਣਾ

averment /ਅ'ਵ਼ਅ:ਮਅਨਟ/ *n* ਦ੍ਰਿੜ੍ਹ ਵਚਨ, ਵਿਸ਼ਵਾਸ ਨਾਲ ਆਖਿਆ ਕਥਨ, ਦਾਅਵਾ; ਪ੍ਰਮਾਣ, ਸਬੂਤ

averse /ਅ'ਵ਼ਅ:ਸ/ *a* ਵਿਰੁੱਧ, ਵਿਪਰੀਤ, ਪ੍ਰਤਿਕੂਲ, ਖ਼ਿਲਾਫ਼; ਅਰੁਚਿਤ, ਅਣਇੱਛਕ

aversion /ਅ'ਵ਼ਅ:ਸ਼ਨ/ *n* ਅਰੁਚੀ, ਵਿਰਕਤੀ; ਵਿਰੋਧ, ਮੁਖ਼ਾਲਫ਼ਤ, ਨਰਾਜ਼ਗੀ, ਘਿਰਨਾ, ਨਫ਼ਰਤ

avert /ਅ'ਵ਼ਅ:ਟ/ *vt* ਧਿਆਨ ਜਾਂ ਨਜ਼ਰ ਫੇਰਨਾ, ਹਟਾਉਣਾ, ਮੋੜ ਲੈਣਾ; ਰੋਕ ਦੇਣਾ, ਟਾਲ ਦੇਣਾ

avian /'ਏਇਵ਼ਿਅਨ/ *a* ਪੰਛੀਆਂ ਦਾ, ਪੰਛੀਆਂ ਸੰਬੰਧੀ

aviary /'ਏਇਵ਼ਿਅਰਿ/ *n* ਪੰਛੀ ਰੱਖਣ ਲਈ ਵੱਡਾ ਪਿੰਜਰਾ ਜਾਂ ਘਰ, ਚਿੜੀਆ ਘਰ

aviate /'ਏਇਵ਼ਿਏਇਟ/ *vi* ਹਵਾਈ ਜਹਾਜ਼ ਉਡਾਉਣਾ, ਵਿਮਾਨ ਉਡਾਉਣਾ

aviation /,ਏਇਵ਼ਿ'ਏਇਸ਼ਨ/ *n* ਹਵਾਈ ਜਹਾਜ਼ ਚਲਾਉਣ ਦਾ ਕਾਰਜ, ਵਿਮਾਨ, ਹਵਾਬਾਜ਼ੀ

aviator /'ਏਇਵ਼ਿਏਇਟਅ*/ *n* ਵਿਮਾਨ ਚਾਲਕ, ਹਵਾਈ ਜਹਾਜ਼ ਚਾਲਕ, ਹਵਾਬਾਜ਼

avid /'ਐਵ਼ਿਡ/ *a* ਉਤਸੁਕ, ਇੱਛਕ, ਤਾਂਘਵਾਨ

avidity /ਅ'ਵ਼ਿਡਅਟਿ/ *n* ਤੀਬਰ ਇੱਛਾ, ਲਾਲਸਾ, ਤਾਂਘ; ਲੋਭ, ਲਾਲਚ

avionics /,ਏਇਵ਼ਿ'ਔਨਿਕਸ/ *n* ਹਵਾਈ ਜਹਾਜ਼ ਵਿਓਂਤਣ ਅਤੇ ਬਣਾਉਣ ਦਾ ਵਿਗਿਆਨ,

ਵਿਮਾਨਕੀ

avocate /**'ਐਵ੍ਅਕੇਇਟ**/ *vt* ਹਟਾਉਣਾ, ਨਵਿਰਤ ਕਰਨਾ

avocation /**,ਐਵ੍ਅਉ'ਕੇਇਸ਼ਨ**/ *n* ਪੇਸ਼ਾ, ਧੰਦਾ, ਕੰਮ; ਸ਼ੁਗਲ, ਸ਼ੁਗਲੀਆ ਵਿਹਾਰ

avoid /**ਅ'ਵ੍ਹੌਇਡ**/ *vt* ਪਰਹੇਜ਼ ਕਰਨਾ, ਗੁਰੇਜ਼ ਕਰਨਾ, ਟਾਲਣਾ, ਬਚਣਾ, ਕਿਨਾਰਾ ਕਰਨਾ

avoidance /**ਅ'ਵ੍ਹੌਇਡਅਨਸ**/ *n* ਪਰਹੇਜ਼, ਕਿਨਾਰਾਕਸ਼ੀ, ਬਚਾਅ

avouch /**ਅ'ਵ੍ਹਾਉਚ**/ *vt* ਜ਼ਾਮਨੀ ਦੇਣਾ ਜਾਂ ਲੈਣਾ, ਜ਼ੁੰਮਾ ਲੈਣਾ; ਪੱਕੀ ਤਰ੍ਹਾਂ ਆਖਣਾ, ਨਿਸ਼ਚੇਪੂਰਵਕ ਆਖਣਾ; ਸਵੀਕਾਰ ਕਰਨਾ, ਇਕਬਾਲ ਕਰਨਾ, ਮੰਨਣਾ, ਮੰਨ ਲੈਣਾ

avouchment /**ਅ'ਵ੍ਹਾਉਚਮਅਨਟ**/ *n* ਇਕਬਾਲ, ਪ੍ਰਵਾਨਗੀ, ਸਵੀਕ੍ਰਿਤੀ, ਅੰਗੀਕਾਰ ਕਰਨ ਦੀ ਕਿਰਿਆ; ਜ਼ਮਾਨਤ, ਜ਼ਾਮਨੀ

avow /**ਅ'ਵ੍ਹਾਉ**/ *vt* ਖੁੱਲ੍ਹੇ ਆਮ ਜਾਂ ਪ੍ਰਗਟ ਰੂਪ ਵਿੱਚ ਕਹਿਣਾ, ਇਕਬਾਲ ਕਰਨਾ, ਮੰਨਣਾ

avowal /**ਅ'ਵ੍ਹਾਉਅਲ**/ *n* ਪ੍ਰਗਟ ਐਲਾਨ ਜਾਂ ਘੋਸ਼ਣਾ

avulsion /**ਅ'ਵ੍ਹਅੱਲਸ਼ਨ**/ *n* (ਕਨੂੰ) ਹੜ੍ਹ ਆਦਿ ਨਾਲ ਦੋ ਜ਼ਿਮੀਦਾਰਾਂ ਦੀਆਂ ਜ਼ਮੀਨਾਂ ਦੇ ਵਿਚਕਾਰ ਸਾਂਝੀਆਂ ਵੱਟਾਂ ਦੇ ਮਿਟ ਜਾਣ ਦਾ ਭਾਵ

avuncular /**ਅ'ਵ੍ਹਅੱਙਕਯਅਲਅ***/ *a* ਚਾਚੇ ਜਾਂ ਮਾਮੇ ਦਾ, ਚਾਚੇ ਜਾਂ ਮਾਮੇ ਵਾਂਗ

await /**ਅ'ਵੇਇਟ**/ *vt* ਉਡੀਕਣਾ, ਇੰਤਜ਼ਾਰ ਕਰਨਾ, ਰਾਹ ਤੱਕਣਾ; ਆਸਰਾ ਦੇਖਣਾ

awake /**ਅ'ਵੇਇਕ**/ *a* ਜਾਗ੍ਰਿਤ, ਜਾਗਦਾ, ਜਾਗਰੂਕ; ਸਾਵਧਾਨ *v* ਸਚੇਤ ਕਰਨਾ, ਚੇਤਨ ਕਰਨਾ, ਉਤਸ਼ਾਹ ਦੇਣਾ, ਉੱਠਣਾ, ਜਾਗਣਾ; ਸਾਵਧਾਨ ਹੋਣਾ ਜਾਂ ਕਰਨਾ; ਸਜੀਵ ਕਰਨਾ; ਜਗਾਉਣਾ

awaken /**ਅ'ਵੇਇਕਅਨ**/ *vt* ਜਗਾਉਣਾ, ਉਠਾਉਣਾ, ਸਚੇਤ ਕਰਨਾ; ਸਾਵਧਾਨ ਕਰਨਾ

awakening /**ਅ'ਵੇਇਕਅਨਿਙ**/ *n* ਚੇਤਨਤਾ, ਜਾਗ, ਜਾਗਰੂਕਤਾ; ਉਤੇਜਨਾ

award /**ਅ'ਵੋਡ**/ *vt* ਨਿਰਨਾ ਦੇਣਾ, ਫ਼ੈਸਲਾ ਸੁਣਾਉਣਾ; ਸਾਲਸੀ ਨਿਰਨਾ ਦੇਣਾ, ਸੌਂਪਣਾ, ਪ੍ਰਦਾਨ ਕਰਨਾ, ਦੇਣਾ *n* ਨਿਰਨਾ, ਫ਼ੈਸਲਾ; ਇਨਾਮ, ਪੁਰਸਕਾਰ; ਜੁਰਮਾਨਾ, ਦੰਡ, ਡੰਨ

awardee /**ਅ,ਵੋ'ਡੀ**/ *n* ਇਨਾਮ ਪ੍ਰਾਪਤ ਕਰਨ ਵਾਲਾ, ਇਨਾਮ-ਪ੍ਰਾਪਤ ਵਿਅਕਤੀ

aware /**ਅ'ਵੇਅ***/ *a* ਸਚੇਤ, ਸਾਵਧਾਨ, ਚੁਕੰਨਾ, ਹੁਸ਼ਿਆਰ, ਜਾਣੂ, ਵਾਕਫ਼

awareness /**ਅ'ਵੇਅ:ਨਅਸ**/ *n* ਜਾਗਰੂਕਤਾ, ਸਚੇਤਤਤਾ; ਹੁਸ਼ਿਆਰੀ, ਜਾਣਕਾਰੀ

awash /**ਅ'ਵੌਸ਼**/ *a* (ਪਾਣੀ ਦੀਆਂ ਛੱਲਾਂ ਨਾਲ) ਧੋਤਾ ਹੋਇਆ

away /**ਅ'ਵੇਇ**/ *adv* ਦੂਰ, ਗ਼ੈਰਹਾਜ਼ਰ, ਪਰੇ, ਦੂਰੀ 'ਤੇ; ਅਲੱਗ, ਫ਼ਾਸਲੇ 'ਤੇ; ਨਿਰੰਤਰ, ਲਗਾਤਾਰ, ਹਮੇਸ਼ਾਂ **away with** ਲੈ ਕੇ ਭੱਜ ਜਾਣਾ, ਲੈ ਭੱਜਣਾ **make away with** ਨਾਸ ਕਰਨਾ, ਨਸ਼ਟ ਕਰਨਾ **out and away** ਨਿਰਸੰਦੇਹ, ਅਤੁੱਲ, ਵਧੀਆ

awe /**ਓ**/ *n* ਭੈ, ਡਰ; ਰੋਹਬ, ਦਬਦਬਾ *vt* ਭੈ-ਭੀਤ ਕਰਨਾ, ਡਰ ਪੈਦਾ ਕਰਨਾ

awe-inspiring *a* ਪ੍ਰਭਾਵ-ਉਤਪਾਦਕ, ਪ੍ਰਭਾਵਸ਼ਾਲੀ, ਪ੍ਰਭਾਵਕਾਰੀ

awesome /**'ਓਸਅਮ**/ *a* ਭਿਆਨਕ; ਰੋਹਬ ਵਾਲਾ

awestruck /**'ਓਸਟਰਅੱਕ**/ *a* ਭੈ-ਭੀਤ, ਡਰਿਆ

awful /**'ਓਫ਼ਲ**/ *a* ਡਰਾਉਣਾ; ਰੋਹਬ ਵਾਲਾ; ਆਦਰਯੋਗ, ਪੂਜਨੀਕ, ਮਹਾਨ; ਪ੍ਰਭਾਵਸ਼ਾਲੀ

awfully /**'ਓਫ਼ਲਿ**/ *adv* ਬਹੁਤ, ਅਧਿਕ, ਬੇਹੱਦ; ਬੁਰੀ ਤਰ੍ਹਾਂ; ਡਰ ਕੇ, ਡਰ ਨਾਲ

awhile /**ਅ'ਵਾਇਲ**/ *adv* ਕੁਝ ਚਿਰ ਲਈ, ਥੋੜ੍ਹੀ ਦੇਰ ਲਈ, ਛਿਣ ਭਰ ਲਈ

awkward /**'ਓਕਵਅਡ**/ *a* ਭੱਦਾ, ਬੇਡੌਲ, ਕੁਢੱਬਾ; ਅਨਾੜੀ, ਕੁਚੱਜਾ; ਔਖਾ, ਕਠਿਨ; ਭਿਆਨਕ, ਡਰਾਉਣਾ

awkwardness /**'ਓਕਵਅਡਨਅਸ**/ *n*

ਅਨਾੜੀਪੁਣਾ; ਭੱਦਾਪਣ; ਗੰਵਾਰਪਣ; ਫੂਹੜਪਣ; ਪਰੇਸ਼ਾਨੀ

awl /**ਓਲ**/ *n* ਆਰ, ਸੂਆ

awn /**ਓਨ**/ *n* (ਸਿੱਟੇ ਦਾ) ਕਸਾਰ, ਕਸੀਰ

awning /'**ਓਨਿਙ**/ *n* ਚੰਦੋਆ, ਚਾਂਦਨੀ, ਸ਼ਾਮਿਆਨਾ, ਸਾਇਬਾਨ

awry /**ਅ'ਰਾਇ**/ *a* ਮੁੜਿਆ, ਵਿੰਗਾ *adv* ਭੁੱਲ ਕੇ, ਟੇਢੇ ਢੰਗ ਨਾਲ

axe /**ਐਕਸ**/ *n* ਕੁਹਾੜੀ, ਕੁਹਾੜਾ; ਤੇਸੀ **an axe to grind** ਆਪਣਾ ਉੱਲੂ ਸਿੱਧਾ ਕਰਨਾ, ਮਤਲਬ ਕੱਢਣਾ **put the axe in the helve** ਗੁੰਝਲ ਖੋਲ੍ਹਣਾ

axial /'**ਐਕਸਿਅਲ**/ *a* ਧੁਰੇ ਦਾ, ਧੁਰੀ ਨਾਲ ਸੰਬੰਧਿਤ

axillary /**ਐਕ'ਸਿਲਅਰਿ**/ *a* ਕੱਛਾਂ ਦਾ, ਬਗਲਾਂ ਦਾ, ਕੱਛਾਂ ਵਿੱਚ ਹੋਣ ਵਾਲਾ (ਫੋੜਾ, ਫਿਣਸੀ ਆਦਿ), ਬਗਲੀ

axiom /'**ਐਕਸਿਅਮ**/ *n* ਅਟੱਲ ਸਚਾਈ, ਮੰਨੀ-ਪ੍ਰਮੰਨੀ ਗੱਲ ਜਾਂ ਉਕਤੀ; ਪ੍ਰਸਿੱਧ ਸਿਧਾਂਤ; ਫ਼ਾਰਮੂਲਾ, ਸੂਤਰ; ਸੂਕਤੀ, ਕਥਨ, ਕਹਾਵਤ

axiomatic /,**ਐਕਸਿਅ'ਮੈਟਿਕ**/ *a* ਪ੍ਰਮਾਣਿਕ, ਸਵੈਸਿੱਧ; ਅਖਾਣ ਭਰਪੂਰ

axis /'**ਐਕਸਿਸ**/ *n* ਕੇਂਦਰ, ਧੁਰਾ, ਧੁਰੀ

axle /'**ਐਕਸਲ**/ *n* ਧੁਰਾ, ਧੁਰੀ, ਕਿੱਲੀ

ay /**ਆਇ**/ *int* ਪ੍ਰਵਾਨਿਤ ਉੱਤਰ, ਹਾਂ, ਜੀ ਹਾਂ

aye /**ਆਇ**/ *adv* ਹਮੇਸ਼ਾਂ, ਸਦਾ, ਨਿਰੰਤਰ

azoic /**ਅ'ਜ਼ਅਉਇਕ**/ *a* ਜੀਵਨਹੀਣ, ਜੰਤੂਹੀਣ; ਜੀਵਨ ਰਹਿਤ ਕਾਲ ਦਾ

azure /'**ਐਯ਼ਅ***/ *n* ਅਸਮਾਨੀ ਰੰਗ, ਚਮਕਦਾਰ ਨੀਲਾ ਰੰਗ; ਨਿਰਮਲ ਅਕਾਸ਼

B

B, b /ਬੀ/ *n* ਅੰਗਰੇਜ਼ੀ ਵਰਨਮਾਲਾ ਦਾ ਦੂਜਾ ਅੱਖਰ; (ਰਾਗ ਵਿੱਚ) ਸਰਗਮ ਦੀ ਸਤਵੀਂ ਸੁਰ; (ਬਹਿਸ ਆਦਿ ਵਿੱਚ) ਦੂਜੀ ਚੀਜ਼ ਜਾਂ ਦੂਜਾ ਮਨੁੱਖ; (ਬੀਜ) ਦੂਜੀ ਦੱਸੀ ਹੋਈ ਰਾਸ਼ੀ

B. A. /ˌਬੀ 'ਏਇ/ *abbr.* **Bachelor of Arts** ਬੀ.ਏ. ਦੀ ਡਿਗਰੀ; ਬੀ.ਏ.ਪਾਸ ਬੰਦਾ

baa /ਬਾ/ *n* ਭੈਂ-ਭੈਂ (ਭੇਡ ਦੀ), ਮੈਂ-ਮੈਂ *vi* ਭੈਂ-ਭੈਂ ਕਰਨਾ, ਮਿਆਂਕਣਾ, ਮਿਮਿਆਉਣਾ

Baal /'ਬੇਇਅਲ/ *n* ਫਨੀਸ਼ੀਆ ਦੇ ਲੋਕਾਂ ਦਾ ਦੇਵਤਾ; ਮਿਥਿਆ ਦੇਵਤਾ

baa-lamb *n* ਮੇਮਣਾ, ਲੇਲਾ

Baalism /'ਬੇਇਅਲਿਜ਼ਅਮ/ *n* (ਬੇਅਲ ਦੀ) ਬੁੱਤਪ੍ਰਸਤੀ

Baalist, Baalite /'ਬੇਇਅਲਿਸਟ, 'ਬੇਇਅਲਾਇਟ/ *n* (ਬੇਅਲ ਦਾ) ਬੁੱਤਪ੍ਰਸਤ ਜਾਂ ਪੁਜਾਰੀ

babble /'ਬੈਬਲ/ *v* ਬੁੜਬੁੜਾਉਣਾ, ਲੁਤਰ-ਲੁਤਰ ਕਰਨਾ, ਟੈਂ-ਟੈਂ ਕਰਨਾ; ਬਕਣਾ, ਭੇਤ ਨਸ਼ਰ ਕਰਨਾ, ਬੁੜ ਬੁੜ, ਬਾਂ-ਬਾਂ, ਯੱਕੜ *n* ਪਾਣੀ ਦੇ ਵਹਿਣ ਦੀ ਅਵਾਜ਼

babblement /'ਬੈਬਲਮਅਨਟ/ *n* ਬੁੜਬੁੜ, ਬਕਬਕ, ਨਿਰਾਰਥਕ ਗੱਲ-ਕੱਥ

babbler /'ਬੈਬਲਅ*/ *n* ਭੌਂਕਾ, ਗਲੱਖੜ, ਗਲਾਘੜ, ਬੁੜ ਬੁੜ ਕਰਨ ਵਾਲਾ, ਗਾਲ; ਬਕ ਪੈਣ ਵਾਲਾ, ਭੇਤ ਦੱਸ ਦੇਣ ਵਾਲਾ; ਚਹਿਚਹਾਉਣ ਵਾਲਾ ਪੰਛੀ

babbling /'ਬੈਬਲਿਙ/ *n* ਬੁੜਬੁੜ, ਬਕਵਾਸ

babe /ਬੇਇਬ/ *n* ਬਾਲ, ਬਾਲਕ, ਬੱਚਾ; ਕੋਈ ਬਹੁਤ ਛੋਟੀ ਚੀਜ਼; ਭੋਲਾ ਆਦਮੀ, ਅਨਾੜੀ

Babel /'ਬੇਇਬਲ/ *n* (ਬਾਈਬਲ ਅਨੁਸਾਰ) ਐਸਾ ਥਾਂ ਜਿਥੇ ਕੁਝ ਵਿਅਕਤੀਆਂ ਨੇ ਰੱਬ ਤਕ ਪਹੁੰਚਣ ਲਈ ਟਾਵਰ ਬਣਾਉਣਾ ਸ਼ੁਰੂ ਕੀਤਾ ਸੀ ਪਰ ਰੱਬ ਨੇ ਉਹਨਾਂ ਨੂੰ ਆਪਸੀ ਗਲਬਾਤ ਸਮਝਣ ਤੋਂ ਅਯੋਗ ਹੋਣ ਦੀ ਸਜ਼ਾ ਦੇ ਦਿੱਤੀ; ਸ਼ਿਨਾਰ ਦਾ ਇੱਕ ਸ਼ਹਿਰ ਬੇਬਲ; ਅਵਿਹਾਰਿਕ ਯੋਜਨਾ, ਰੌਲਾ-ਗੌਲਾ, ਰੌਲਾ-ਰੱਪਾ, ਕਾਵਾਂ ਰੌਲੀ; ਰੌਲੇ ਵਾਲਾ ਇਕੱਠ

baboon /ਬਅ'ਬੂਨ/ *n* ਲੰਗੂਰ

babouche /ਬਅ'ਬੂਸ਼/ *n* ਸਲੀਪਰ, ਚੱਪਲ

baby /'ਬੇਇਬਿ/ *n* ਬਾਲ, ਬਾਲਕ, ਬੱਚਾ; ਕੋਈ ਬਹੁਤ ਛੋਟੀ ਚੀਜ਼ **carry the baby, hold the baby** ਕੋਈ ਅਣਚਾਹੀ ਜ਼ੁੰਮੇਵਾਰੀ ਆਪਣੇ ਉੱਪਰ ਲੈਣਾ

baby car *n* ਛੋਟੀ ਕਾਰ

babyhood /'ਬੇਇਬਿਹੁਡ/ *n* ਬਾਲ ਅਵਸਥਾ, ਬਚਪਨ

babyish /'ਬੇਇਬਿਇਸ਼/ *a* ਬਚਕਾਨਾ, ਬੱਚਿਆਂ ਵਰਗਾ

Babylon /'ਬੈਬਿਲਅਨ/ *n* ਬੇਬੀਲੋਨ (ਬੇਬੀਲੋਨੀਆ ਦੀ ਰਾਜਧਾਨੀ)

Babylonian /ˌਬੈਬਿ'ਲਅਉਨਿਅਨ/ *a* ਬੇਬੀਲੋਨ ਨਗਰ ਸੰਬੰਧੀ, ਬੇਬੀਲੋਨ ਵਾਸੀਆਂ ਸੰਬੰਧੀ

babysit /'ਬੇਇਬਿਸਿਟ/ *v* ਆਇਆ ਵਜੋਂ ਕੰਮ ਕਰਨਾ, ਮਾਂ ਬਾਪ ਦੀ ਗੈਰਹਾਜ਼ਰੀ ਵਿੱਚ ਬੱਚਿਆਂ ਦੀ ਰਖਵਾਲੀ ਕਰਨਾ

babysitter/'ਬੇਇਬਿਸਿਟਅ*/ *n* ਬੱਚਿਆਂ ਦਾ ਖਿਡਾਵਾ ਜਾਂ ਖਿਡਾਵੀ

baccalaureate /ˌਬੈਕਅ'ਲੋਰਿਅਟ/ *n* ਯੂਨੀਵਰਸਿਟੀ ਦੀ ਪਹਿਲੀ ਡਿਗਰੀ (ਬੀ.ਏ., ਬੀ.ਐੱਸਸੀ, ਆਦਿ)

baccarat /'ਬੈਕਅਰਾ/ *n* ਬਾਜ਼ੀ ਲਾ ਕੇ ਖੇਡੀ ਜਾਣ ਵਾਲੀ (ਤਾਸ਼) ਖੇਡ

Bacchanal /'ਬੈਕਅਨਲ/ *n* (ਯੂਨਾਨੀ) ਸ਼ਰਾਬ ਦੇ ਦੇਵਤੇ ਬੈਕਸ ਦਾ ਪੁਜਾਰੀ, ਸ਼ਰਾਬ ਦੇ ਦੇਵਤੇ ਬੈਕਸ ਸੰਬੰਧੀ; ਮਸਤ, ਮਤਵਾਲਾ

Bacchanalia/ˌਬੈਕਅ'ਨੇਇਲਿਅ/*n* (ਬਹੁ)

ਰੰਗ-ਰਲੀਆਂ, ਮੌਜ-ਮੇਲਾ, ਬਦਮਸਤੀ; ਸ਼ਰਾਬੀਆਂ ਦਾ ਖਰੂਦ

Bacchus /'**ਬੈਕਅਸ**/ *n* ਬੈਕਸ; (ਯੂਨਾਨੀਆਂ ਦਾ) ਸ਼ਰਾਬ ਦਾ ਦੇਵਤਾ; ਸੁਰਾਦੇਵ

bachelor /'**ਬੈਚਅਲਅ***/ *n* ਕੁਆਰਾ, ਛੜਾ; ਯੂਨੀਵਰਸਿਟੀ ਦੀ ਪਹਿਲੀ ਡਿਗਰੀ ਪ੍ਰਾਪਤ ਵਿਅਕਤੀ; (ਇਤ) ਅਜਿਹਾ ਯੋਧਾ ਜੋ ਦੂਜੇ ਦੇ ਝੰਡੇ ਹੇਠ ਲੜੇ

bachelorism /'**ਬੈਚਅਲਅਰਿਜ਼ਅਮ**/ *n* ਕੁਆਰਾਪਣ, ਛੜਾਪਣ

bachelor of Arts *n* ਬੀ.ਏ.; ਬੀ.ਏ. ਪਾਸ ਬੰਦਾ

bachelorship /'**ਬੈਚਅਲਅਸ਼ਿਪ**/ *n* ਅਣਵਿਆਹਿਆ ਹੋਣ ਦਾ ਭਾਵ, ਕੁਆਰਾਪਣ

bacillary /**ਬਅ'ਸਿਲਅਰਿ**/ *a* ਡੰਡਾਰੂਪ ਸੂਖਮ ਕੀਟਾਣੂਆਂ ਨਾਲ ਸੰਬੰਧਿਤ, ਰੋਗਾਣੂ ਸੰਬੰਧੀ

bacillus /**ਬਅ'ਸਿਲਅਸ**/ *n* (ਬਹੁ **bacilli**) ਡੰਡਾਰੂਪ ਸੂਖਮ ਰੋਗਾਣੂ

back[1] /**ਬੈਕ**/ *a* ਪਿਛਲਾ, ਪੁੱਠਾ *adv* ਪਿੱਛੇ, ਪਿਛਾਂਹਾਂ, ਪੁਰਾਣੇ ਜ਼ਮਾਨੇ ਵਿੱਚ **back and forth** ਅੱਗੇ ਪਿੱਛੇ *n* ਪਿੱਠ, ਕੰਡ; ਪਿੱਛਾ, ਪਿਛਲਾ ਹਿੱਸਾ; ਪਿਛਲੀ ਸਤਹ; (ਫੁਟਬਾਲ ਤੇ ਹਾਕੀ ਵਿੱਚ ਪਿੱਛੇ ਖੇਡਣ ਵਾਲਾ ਖਿਡਾਰੀ) *v* ਸਮਰਥਨ ਕਰਨਾ, ਪਿੱਠ ਠੋਕਣਾ; ਪੁਸ਼ਟੀ ਕਰਨਾ; (ਕਿਸੇ ਚੀਜ਼ ਲਈ) ਸ਼ਰਤ ਲਗਾਉਣਾ; ਤਸਦੀਕ ਕਰਨਾ; ਸੂਰਜ ਵੱਲ ਪਿੱਠ ਕਰਕੇ ਚੱਲਣਾ; (ਕਾਰ ਆਦਿ) ਪਿੱਛੇ ਹਟਾਉਣਾ, ਪਿੱਛੇ ਮੋੜਨਾ **back out of** ਆਪਣੀ ਗੱਲ ਤੋਂ ਫਿਰ ਜਾਣਾ, ਮੁੱਕਰਨਾ, ਪਿੱਛੇ ਹਟਣਾ **back up** ਹੌਸਲਾ ਵਧਾਉਣਾ, ਪਿੱਠ ਠੋਕਣਾ, ਮਦਦ ਉੱਤੇ ਰਹਿਣਾ, ਸਹਾਇਤਾ ਕਰਨਾ, ਸਮਰਥਨ ਕਰਨਾ **behind one's back** ਪਿੱਠ ਪਿੱਛੇ **break one's back** ਲੱਕ ਤੋੜ ਦੇਣਾ, ਲੱਦ ਦੇਣਾ; ਬੋਝ ਪਾਉਣਾ **have on one's back** (ਕਿਸੇ ਗੱਲ ਦੀ) ਜ਼ੁੰਮੇਵਾਰੀ ਲੈਣਾ **turn one's back upon** ਪਿੱਠ ਦਿਖਾਉਣਾ, ਭੱਜ ਨਿਕਲਨਾ **with one's back to the wall** ਹਰ ਪਾਸਿਓਂ ਮਜਬੂਰ ਹੋ ਕੇ

back[2] *n* ਲਲਾਰੀ ਦਾ ਵੱਡਾ ਤਸਲਾ; ਬੱਠਲ

backache /'**ਬੈਕੇਇਕ**/*n* ਪਿੱਠ ਦਾ ਦਰਦ, ਕਮਰ ਦਰਦ

backbencher/ˌ**ਬੈਕ'ਬੈਨੱਚਅ***/ (ਲੋਕ ਸਭਾ) ਪਿੱਛੇ ਬੈਠਣ ਵਾਲਾ ਮੈਂਬਰ; ਜਮਾਤ ਵਿੱਚ ਪਿੱਛੇ ਬੈਠਣ ਵਾਲਾ ਵਿਦਿਆਰਥੀ

backbite /'**ਬੈਕਬਾਇਟ**/ *vi* ਨਿੰਦਾ-ਚੁਗਲੀ ਕਰਨਾ, ਪਿੱਠ ਪਿੱਛੇ ਬੁਰਾ ਕਹਿਣਾ, ਬੁਰਾਈ ਕਰਨਾ

backbiter /'**ਬੈਕਬਾਇਟਅ***/ *n* ਨਿੰਦਕ, ਚੁਗਲਖ਼ੋਰ

backbiting /'**ਬੈਕਬਾਇਟਿਙ**/ *n* ਨਿੰਦਾ, ਚੁਗਲੀ

backbone /'**ਬੈਕਬਅਉਨ**/ *n* ਰੀੜ੍ਹ ਦੀ ਹੱਡੀ; ਆਸਰਾ, ਸਹਾਰਾ; ਆਧਾਰ; ਹਿੰਮਤ

backboned /'**ਬੈਕਬਅਉਨਡ**/ *a* ਰੀੜ੍ਹ ਦੀ ਹੱਡੀ ਵਾਲਾ; ਸਾਹਸੀ, ਦ੍ਰਿੜ੍ਹ, ਹਿੰਮਤੀ

back-breaking /'**ਬੈਕˌਬਰੇਇਕਿਙ**/ *a* (ਕੰਮ) ਲੱਕ-ਤੋੜ, ਜਾਨ-ਮਾਰ

back-burner *vt* ਕਿਸੇ ਯੋਜਨਾ ਨੂੰ ਅੱਗੇ ਪਾ ਦੇਣਾ, ਮੁਲਤਵੀ ਕਰ ਦੇਣਾ, ਸਥਗਿਤ ਕਰ ਦੇਣਾ

backchat /'**ਬੈਕਚੈਟ**/ *n* ਹਾਜ਼ਰ-ਜਵਾਬੀ, ਪ੍ਰਤਿਉੱਤਰ

back door *a* ਗੁਪਤ, ਲੁਕਿਆ *n* ਚੋਰ ਦਰਵਾਜ਼ਾ; ਪਿਛਲਾ ਬੂਹਾ; ਚੋਰੀ ਦਾ ਕੰਮ ਕਰਨ ਦਾ ਢੰਗ

back-down /'**ਬੈਕਡਾਉਨ**/ *vi* ਦਬ ਜਾਣਾ, ਆਪਣਾ ਪੱਖ ਛੱਡ ਦੇਣਾ

backdrop/'**ਬੈਕਡਰੌਪ**/*n* ਸਟੇਜ ਦੇ ਪਿਛਲੇ ਪਾਸੇ ਵਾਲਾ ਚਿਤਰਤ ਪਰਦਾ, ਪਿਛੋਕੜ; ਕਿਸੇ ਘਟਨਾ ਦੇ ਪਿੱਛੇ ਕੰਮ ਕਰਦੇ ਕਾਰਨ

background /'**ਬੈਕਗਰਾਉਨਡ**/ *n* ਪਿਛੋਕੜ; ਪਿੱਠ-ਭੂਮੀ, ਆਧਾਰ; ਗੁਮਨਾਮੀ, ਪਿੱਛੇ ਦਾ ਹਿੱਸਾ

backhand /'**ਬੈਕਹੈਨਡ**/ *a* (ਟੈਨਿਸ ਵਿੱਚ ਵਾਰ) ਪੁੱਠੇ ਹੱਥ ਦਾ

backhanded /ˌ**ਬੈਕ'ਹੈਨਡਿਡ**/ *a* (ਖੇਡ ਵਿੱਚ) ਪੁੱਠੇ ਹੱਥ ਦਾ; ਟੇਢਾ, ਪ੍ਰੋਖ, ਲੁਕਵਾਂ

backing /'ਬੈਕਿਙ/ *n* ਟੇਕ, ਆਸਰਾ, ਸਹਾਰਾ; ਪੁਸ਼ਟੀ, ਸਮਰਥਨ

backlash /'ਬੈਕਲੈਸ਼/ *n* ਤਿੱਖੀ ਪ੍ਰਤਿਕਿਰਿਆ

backlist /'ਬੈਕਲਿਸਟ/ *n* (ਕਿਸੇ ਕੰਪਨੀ ਦੀਆਂ) ਛਪ ਚੁੱਕੀਆਂ ਪੁਸਤਕਾਂ ਦੀ ਸੂਚੀ, ਸਟਾਲ ਵਿੱਚ ਪੁਸਤਕਾਂ ਦੀ ਸੂਚੀ

backlog /'ਬੈਕਲੌਗ/ *n* ਰਹਿੰਦਾ ਕੰਮ

back number *n* ਰਸਾਲੇ ਦਾ ਪੁਰਾਣਾ ਅੰਕ; ਪੁਰਾਣਪੰਥੀ ਬੰਦਾ

backroom boys *n* ਸਾਮ੍ਹਣੇ ਨਾ ਆ ਕੇ ਕੰਮ ਕਰਨ ਵਾਲੇ ਵਿਅਕਤੀ, ਲੋਕ-ਸੇਵਕ, ਸੇਵਾ ਭਾਵਨਾ ਨਾਲ ਕੰਮ ਕਰਨ ਵਾਲੇ ਬੰਦੇ

back-seat driver *n* (ਡਰਾਈਵਿੰਗ ਬਾਰੇ ਬੇਲੋੜੀ ਸਲਾਹ ਦੇਣ ਵਾਲਾ) ਕਾਰ ਵਿੱਚ ਪਿੱਛੇ ਬੈਠਾ ਬੰਦਾ, ਬੇਲੋੜੀ ਦਖ਼ਲ-ਅੰਦਾਜ਼ੀ ਕਰਨ ਵਾਲਾ

backside /'ਬੈਕਸਾਇਡ/ *n* ਪਿੱਛਾ, ਚਿੱਤੜ

backslide /'ਬੈਕਸਲਾਇਡ/ *vi* ਫਿਰ ਜਾਣਾ; ਪਿਛਾਂਹ ਸਰਕਣਾ

backslider /'ਬੈਕਸਲਾਇਡਅ*/ *a* ਫਿਰ ਜਾਣ ਵਾਲਾ

backstitch /'ਬੈਕਸਟਿਚ/ *n* ਦੂਹਰਾ ਬਖੀਆ *v* ਦੂਹਰਾ ਬਖੀਆ ਮਾਰਨਾ, ਦੂਹਰੀ ਸਿਲਾਈ ਕਰਨਾ

backstroke /'ਬੈਕਸਟਰਅਉਕ/ *n* ਪੁੱਠੀ ਤਾਰੀ, ਪਿੱਠ ਭਾਰ ਲਾਈ ਤਾਰੀ

backtrack /'ਬੈਕਟਰੈਕ/ *v* ਜਾਣ ਵਾਲੇ ਰਸਤੇ ਹੀ ਵਾਪਸ ਮੁੜਨਾ; ਆਪਣੀ ਕਹੀ ਗੱਲ ਤੋਂ ਮੁੱਕਰ ਜਾਣਾ, ਕੀਤੇ ਵਾਅਦੇ ਤੋਂ ਇਨਕਾਰੀ ਹੋਣਾ

Backup /'ਬੈਕਅੱਪ/ *n* (ਕੰਪਿ)ਕੰਪਿਊਟਰ ਵਿਚਲੀ ਜਾਣਕਾਰੀ ਨੂੰ ਸੁਰੱਖਿਅਤ ਰੱਖਣ ਲਈ ਬਣਾਈ ਗਈ ਨਕਲ; ਲੋੜ ਪੈਣ ਤੇ ਮਿਲਣ ਵਾਲੀ ਮੱਦਦ, ਔਖੇ ਸਮੇਂ ਕੰਮ ਆਉਣ ਵਾਲਾ ਬੰਦਾ

backward /'ਬੈਕਵਅਡ/ *a* ਪਛੜਿਆ; *adv* ਪਿੱਛੇ; ਪਿਛਾਂਹ ਵੱਲ; ਭੈੜੀ ਹਾਲਤ ਵਿੱਚ; ਉਲਟਿਆ; ਪਿੱਛੇ ਰਿਹਾ

backward classes *n* (ਬਹੁ) ਪਛੜੀਆਂ ਸ਼੍ਰੇਣੀਆਂ

backwardness /'ਬੈਕਵਅਡਨਅਸ/ *n* ਪਛੜਿਆਪਣ, ਪਛੜੇਵਾਂ

backwards/'ਬੈਕਵਅਡਜ਼/ *adv* ਪਿਛਲੇ ਪਾਸੇ, ਪੁੱਠੇ ਪਾਸੇ, ਉਲਟੇ ਪਾਸਿਓਂ : ਢਹਿੰਦੀਆਂ ਕਲਾ ਵਿੱਚ, ਪੁਰਾਣੇ ਜ਼ਮਾਨੇ ਵਿੱਚ

backwash/'ਬੈਕਵੌਸ਼/ *n* ਪੜਛੱਲ; ਪ੍ਰਤਿਕਿਰਿਆ

backwater/'ਬੈਕਵੋਟਅ*/ *n* ਅੰਤਰਜਲ; ਬੰਦ ਪਾਣੀ, ਖੜ੍ਹਾ ਪਾਣੀ; ਬੰਦ ਖਾੜੀ; ਸਥਿਰ ਅਵਸਥਾ

backwoods /'ਬੈਕਵੁਡਜ਼/ *n* ਸੰਘਣਾ ਜੰਗਲ; ਦੁਰਾਡਾ ਇਲਾਕਾ

bacon /'ਬੇਇਕਅਨ/ *n* ਸੂਰ ਦਾ ਮਾਸ **save someone's bacon** ਜਾਨ ਬਚਾਉਣਾ

bacony /'ਬੇਇਕਅਨਿ/ *a* ਸੂਰ ਦੇ ਮਾਸ ਵਰਗਾ

bacteria /ਬੈਕ'ਟਿਅਰਿਅ/ *n* **bacterium** ਦਾ (ਬਹੁ)

bacterial /ਬੈਕ'ਟਿਅਰਿਅਲ/ *a* ਰੋਗਾਣੂ ਸੰਬੰਧੀ, ਬੈਕਟੀਰੀਆਈ

bactericidal /ਬੈਕ,ਟਿਅਰਿ'ਸਾਇਡਲ/ *a* ਰੋਗਾਣੂ ਨਾਸ਼ਕ, ਬੈਕਟੀਰੀਆ ਨਾਸ਼ਕ

bactericide /ਬੈਕ'ਟਿਅਰਿਸਾਇਡ/ *n* ਰੋਗਾਣੂ ਨਾਸ਼ਕ ਦਵਾਈ

bacteriologist /ਬੈਕ,ਟਿਅਰਿ'ਔਲਅਜਿਸਟ/ *n* ਜੀਵਾਣੂ ਵਿਗਿਆਨੀ; ਰੋਗਾਣੂ ਵਿਗਿਆਨੀ

bacteriology /ਬੈਕ,ਟਿਅਰਿ'ਔਲਅਜਿ/ *n* ਜੀਵਾਣੂ ਵਿਗਿਆਨ; ਰੋਗਾਣੂ ਵਿਗਿਆਨ

bacteriolysis /ਬੈਕ,ਟਿਅਰਿ'ਔਲਿਸਿਸ/ *n* ਜੀਵਾਣੂ/ ਰੋਗਾਣੂ ਨੂੰ ਕਿਸੇ ਤਰਲ ਆਦਿ ਵਿੱਚ ਘੋਲ ਕੇ ਮਾਰਨ ਦੀ ਕਿਰਿਆ

bacterium /ਬੈਕ'ਟਿਅਰਿਅਮ/ *n* (ਬਹੁ **bacteria**) ਜੀਵਾਣੂ; ਰੋਗਾਣੂ

bad /ਬੈਡ/ *a* ਬੁਰਾ, ਖ਼ਰਾਬ, ਨਿਕੰਮਾ, ਘਟੀਆ, ਨਕਾਰਾ; ਨੀਚ, ਹੋਛਾ, ਕਮੀਨਾ, ਬਦਕਾਰ; ਬਿਮਾਰ, ਮਾਂਦਾ *n* ਬਦਕਿਸਮਤੀ, ਦੁਰਭਾਗ; ਬੁਰੀ ਅਵਸਥਾ **go bad** (ਵਸਤੂਆਂ ਦਾ) ਬੁੱਸ ਜਾਣਾ, ਦੂਸ਼ਿਤ ਹੋ ਜਾਣਾ **in a bad sense**

ਭੈੜੇ ਅਰਥਾਂ ਵਿੱਚ

bad air *n* ਗੰਦੀ ਹਵਾ, ਅਸ਼ੁੱਧ ਹਵਾ

bad blood *n* ਘਿਰਨਾ, ਦੁਰਭਾਵਨਾ, ਕੁਟਿਲਤਾ

bad coin *n* ਖੋਟਾ-ਸਿੱਕਾ

bad debt *n* ਮਾਰੀ ਗਈ ਰਕਮ, ਡੁੱਬਿਆ ਕਰਜ਼ਾ; ਮਾੜੀ ਅਸਾਮੀ

baddish /'**ਬੈਡਿਸ਼**/ *a* ਕੁਝ-ਕੁਝ ਬੁਰਾ, ਮਾੜਾ

baddy /'**ਬੈਡਿ**/ *n* ਖਲਨਾਇਕ, ਉਜੱਡ ਪਾਤਰ, ਦੁਸ਼ਟ ਬੰਦਾ, ਸ਼ੈਤਾਨ, ਲੁੱਚਾ–ਲਫ਼ੰਗਾ

bade /**ਬੇਇਡ**/ *v* **bid** ਦਾ ਭੂਤਕਾਲ

bad egg *n* ਬੁਰੇ ਚਾਲ-ਚਲਨ ਜਾਂ ਚਰਿੱਤਰ ਵਾਲਾ ਆਦਮੀ

badge /**ਬੈਜ**/ *n* ਬਿੱਲਾ, ਨਿਸ਼ਾਨ, ਚਿੰਨ੍ਹ, ਪ੍ਰਤੀਕ

badger /'**ਬੈਜਅ***/ *n* ਬਿੱਜੂ; ਬਿੱਜੂ ਦੇ ਵਾਲਾਂ ਤੋਂ ਬਣਿਆ ਹੋਇਆ ਬੁਰਸ਼ ਜਾਂ ਮੱਛੀ ਦਾ ਕਾਂਟਾ

badinage /'**ਬੈਡਿਨਾਯ਼**/ *(F) n* ਛੇੜ-ਛਾੜ, ਹਾਸਾ-ਠੱਠਾ, ਮਸ਼ਕਰੀ

badly /'**ਬੈਡਲਿ**/ *adv* ਭੈੜੀ ਤਰ੍ਹਾਂ, ਬੁਰੀ ਤਰ੍ਹਾਂ; ਅਸਫਲਤਾ ਨਾਲ, ਮੰਦੇ ਹਾਲ; ਅਨਾੜੀਆਂ ਵਾਂਗ, ਗ਼ਲਤੀ ਨਾਲ; ਖ਼ਰਾਬੀ ਨਾਲ

badminton /'**ਬੈਡਮਿਨਟਅਨ**/ *n* ਚਿੜੀ-ਛਿੱਕਾ, ਬੈਡਮਿੰਟਨ (ਇੱਕ ਖੇਡ); ਇੱਕ ਪੀਣ–ਪਦਾਰਥ ਜੋ ਸ਼ਰਾਬ ਸੋਡਾ ਤੇ ਖੰਡ ਰਲਾ ਕੇ ਬਣਦਾ ਹੈ

bad-mouth *v* ਨਿੰਦਾ ਚੁਗਲੀ ਕਰਨਾ, ਅਪਸ਼ਬਦ ਬੋਲਣਾ, ਗ਼ਲਤ ਤੌਰ ’ਤੇ ਵਿਰੁੱਧ ਬੋਲਣਾ

badness /'**ਬੈਡਨਅਸ**/ *n* ਭੈੜ, ਬੁਰਾਈ, ਖੋਟ; ਮਾਂਦਗੀ, ਬੁਰੀ ਹਾਲਤ; ਨੁਕਸ, ਦੋਸ਼, ਖ਼ਰਾਬੀ; ਬਿਪਤਾ, ਦੁਰਗਤੀ; ਦੁਸ਼ਟਤਾ

bad shot *n* ਗ਼ਲਤ ਨਿਸ਼ਾਨਾ; ਗ਼ਲਤ ਅਨੁਮਾਨ

bad-tempered *a* ਭੈੜੇ ਸੁਭਾਅ ਵਾਲਾ, ਕ੍ਰੋਧੀ, ਚਿੜਚਿੜਾ, ਖਿਝਣ ਵਾਲਾ

baffle /'**ਬੈਫਲ**/ *vt* ਚਕਰਾ ਦੇਣਾ, ਘਬਰਾਉਣਾ, ਮੱਤ ਮਾਰ ਦੇਣਾ; ਰੁਕਾਵਟ ਪਾਉਣਾ, ਰੋੜਾ ਅਟਕਾਉਣਾ, ਨਿਸਫਲ ਕਰ ਦੇਣਾ *n* ਬਾਧਕ ਜਾਂ ਰੋਧਕ ਯੰਤਰ

baffling /'**ਬੈਫਲਿਙ**/ *a* ਘਬਰਾ ਦੇਣ ਵਾਲਾ, ਭੌਂਚੱਕਾ ਕਰ ਦੇਣ ਵਾਲਾ; ਗੁੰਝਲਦਾਰ

bafflingly /'**ਬੈਫਲਿਙਲਿ**/ *adv* ਬੌਂਦਲਾ ਕੇ, ਚੱਕਰ ਵਿੱਚ ਪਾ ਕੇ

bag /**ਬੈਗ**/ *n* ਥੈਲਾ, ਥੈਲੀ, ਬੋਰਾ, ਝੋਲਾ; ਗਾਂ ਦਾ ਲੇਵਾ; ਜ਼ਹਿਰ ਜਾਂ ਸ਼ਹਿਦ ਦੀ ਥੈਲੀ ਜਿਹੜੀ ਕੀੜਿਆਂ ਜਾਂ ਮੱਖੀਆਂ ਦੇ ਸਰੀਰ ਵਿੱਚ ਹੁੰਦੀ ਹੈ; ਅੱਖ ਦੇ ਥੱਲੇ ਉਭਰੀ ਥਾਂ *v* ਇਨਾਮ ਜਿੱਤਣਾ ਜਾਂ ਪ੍ਰਾਪਤ ਕਰਨਾ; ਥੈਲੇ ਵਿੱਚ ਪਾਉਣਾ; ਫਸਾਉਣਾ, ਸ਼ਿਕਾਰ ਮਾਰਨਾ; ਦਾਤੀ ਨਾਲ ਕੱਟਣਾ; ਹਥਿਆ ਲੈਣਾ; ਮੋਟੇ ਹੋਣਾ, ਫੁੱਲਣਾ; ਝੋਲ ਪੈਣਾ; ਭਟਕਣਾ; ਅਧਿਕਾਰੀ ਦੇ ਰੂਪ ਵਿੱਚ ਰੋਹਬ ਨਾਲ ਕਹਿਣਾ **bag and baggage** ਬੋਰੀ-ਬਿਸਤਰੇ ਸਮੇਤ, ਟਿੰਡ-ਫੌਹੜੀ ਸਣੇ **bag of bones** ਹੱਡੀਆਂ ਦੀ ਮੁੱਠ, ਲਿੱਸਾ, ਕਮਜ਼ੋਰ **let the cat out of the bag** ਭੇਦ ਖੋਲ੍ਹਣਾ

bagasse /**ਬਅ'ਗੈਸ**/ *n* ਗੰਨੇ ਵਿੱਚੋਂ ਰਸ ਕੱਢਣ ਪਿੱਛੋਂ ਬਚਿਆ ਫੋਕ, ਪੱਛੀਆਂ; ਘਾਹ ਫੂਸ ਤੋਂ ਬਣਿਆ ਕਾਗਜ਼

bagatelle /ˌ**ਬੈਗਅ'ਟੈੱਲ**/ *n* ਨਿਗੂਣੀ ਗੱਲ, ਤੁੱਛ ਚੀਜ਼; ਬਿਲੀਅਰਡ ਵਰਗੀ ਖੇਡ

bagful /'**ਬੈਗਫ਼ੁਲ**/ *a* ਥੈਲੇ ਵਿੱਚ ਆਉਣ ਯੋਗ, ਥੈਲਾਭਰ

baggage /'**ਬੈਗਿਜ**/ *n* ਸਫ਼ਰੀ ਸਮਾਨ, ਵਸਤ-ਵਲੇਵਾ, ਫ਼ੌਜੀ ਸਮਾਨ

baggage train *n* ਸਮਾਨ ਢੋਣ ਵਾਲੀ ਗੱਡੀ, ਮਾਲ-ਗੱਡੀ

bagginess /'**ਬੈਗਿਨਿਸ**/ *n* ਫੁਲਾਅ, ਢਿੱਲਾਪਣ

bagging /'**ਬੈਗਿਙ**/ *n* ਬੈਗ ਬਣਾਉਣ ਵਾਲ ਟਾਟ, ਸਮਾਨ, ਅਸਬਾਬ, ਮਾਲ

baggy /'**ਬੈਗਿ**/ *a* ਝੋਲ ਖਾਂਦਾ, ਫੁੱਲਿਆ; ਢਿੱਲਮ-ਢਿੱਲਾ, ਲਟਕਦਾ

bagman /'**ਬੈਗਮਅਨ**/ *n* ਫੇਰੀ ਵਾਲਾ, ਵਣਜਾਰਾ

bagnio /'**ਬਾਨਯਅਉ**/ *n* ਗ਼ੁਸਲਖ਼ਾਨਾ, ਹਮਾਮ; ਜੇਲ੍ਹ; ਕੋਠਾ, ਚਕਲਾ

bagpipes /'ਬੈਗਪਾਇਪਸ/ *n* ਬੀਨ-ਵਾਜਾ

bah /ਬਾ/ *(F) int* (ਘਿਰਨਾ ਵਜੋਂ) ਹਿਸ਼ਤ ! ਛੀ-ਛੀ !

baignoire /'ਬੇਇਨਵਾ*/ *n* ਨਾਟਕ ਵਿੱਚ ਦਰਸ਼ਕਾਂ ਦੇ ਬੈਠਣ ਦੀ ਖ਼ਾਸ ਥਾਂ

bail /ਬੇਇਲ/ *n* ਜ਼ਮਾਨਤ, ਜ਼ਾਮਨੀ, ਜ਼ਾਮਨ, ਜ਼ਮਾਨਤੀ; ਕ੍ਰਿਕਟ ਦੀ ਖੇਡ ਵਿੱਚ ਵਿਕਟਾਂ ਦੇ ਉਪੱਰ ਦੀ ਗੁੱਲੀ *vt* (ਮਜਿਸਟ੍ਰੇਟ ਦਾ) ਜ਼ਮਾਨਤ 'ਤੇ ਛੱਡਣਾ, ਮੁਚੱਲਕਾ ਲੈਣਾ **give bail** ਜ਼ਮਾਨਤ ਦੇਣਾ, ਜ਼ਾਮਨ ਬਣਨਾ **give leg bail** ਰਫੂ ਚੱਕਰ ਹੋ ਜਾਣਾ, ਭੱਜ ਜਾਣਾ **go bail for** ਜ਼ਮਾਨਤ ਦੇਣਾ, ਜ਼ਾਮਨ ਬਣਨਾ

bailable /'ਬੇਇਲਅਬਲ/ *a* ਜ਼ਮਾਨਤ ਹੋਣ ਯੋਗ

bail-bond /'ਬੇਇਲਬੌਂਨਡ/ *n* ਜ਼ਮਾਨਤ ਸਮੇਂ ਭਰਿਆ ਜਾਣ ਵਾਲਾ ਕਾਗਜ਼, ਜ਼ਮਾਨਤਨਾਮਾ

bailer /'ਬੇਇਲਅ*/ *n* ਜ਼ਾਮਨ, ਜ਼ਮਾਨਤੀ

Bailey bridge *n* ਕੰਮ ਚਲਾਊ ਬਣਾਇਆ ਪੁਲ, ਵੇਲਾ ਟਪਾਊ ਪੁਲ, ਆਰਜ਼ੀ ਪੁਲ (ਫ਼ੌਜੀਆਂ ਦੁਆਰਾ ਬਣਾਇਆ)

bailiff /'ਬੇਇਲਿਫ਼/ *n* ਸਰਕਾਰੀ ਕੁਰਕੀ ਅਫ਼ਸਰ, ਕੁਰਕ-ਅਮੀਨ; ਵੱਡੇ ਜ਼ਿਮੀਦਾਰਾਂ ਦਾ ਕਰਿੰਦਾ

bailment /'ਬੇਇਲਮਅਨਟ/ *n* ਜ਼ਮਾਨਤ, ਜ਼ਾਮਨੀ

bailout /'ਬੇਇਲਆਉਟ/ *n* (ਆਰਥਿਕ ਤੌਰ 'ਤੇ ਮੰਦੀ ਹਾਲਤ ਵਾਲੀ ਕੰਪਨੀ ਨੂੰ) ਧਨ ਦੇਣ ਦੀ ਕਾਰਵਾਈ

bait /ਬੇਇਟ/ *v* ਫਸੇ ਜਾਨਵਰ ਉੱਤੇ ਕੁੱਤੇ ਛੱਡ ਕੇ ਉਸ ਨੂੰ ਔਖਾ ਕਰਨਾ, ਸਤਾਉਣਾ; (ਕੁੰਡੀ ਨਾਲ ਮੱਛੀਆਂ ਨੂੰ ਫੜਨ ਲਈ) ਤਾਮਾ ਲਾਉਣਾ, ਜਾਲ ਫੈਲਾਉਣਾ, ਫੁਸਲਾਉਣਾ, ਵਰਗਲਾਉਣਾ; ਦਾਣਾ ਪਾਉਣਾ *n* ਚੋਗਾ, ਦਾਣਾ (ਸ਼ਿਕਾਰ ਸਮੇਂ ਜਾਨਵਰਾਂ ਨੂੰ ਫਸਾਉਣ ਲਈ); ਲੋਭ

baize /ਬੇਇਜ਼/ *n* ਲੰਮੀ ਬੁਰ ਵਾਲਾ ਊਨੀ ਕੱਪੜਾ, ਪੱਟੂ ਜਾਂ ਬਨਾਤ ਦੀ ਕਿਸਮ ਦਾ ਕੱਪੜਾ

bake /ਬੇਇਕ/ *v* (ਅੱਗ ਉਪੱਰ) ਪਕਾਉਣਾ, ਰਾੜ੍ਹਨਾ; (ਤੰਦੂਰ ਜਾਂ ਤਵੇ ਉਪੱਰ) ਸੇਕਣਾ; (ਤਵੇ ਜਾਂ ਕੜਾਹੀ ਵਿੱਚ) ਭੁੰਨਣਾ; ਸੁਕਾਉਣਾ; ਪੱਕ ਜਾਣਾ; ਸੁੱਕਣਾ

baker/'ਬੇਇਕਅ*/ *n* ਨਾਨਬਾਈ, ਤੰਦੂਰੀਆ, ਰੋਟੀ ਵਾਲਾ **baker's dozen** ਤੇਰ੍ਹਵੀਂ ਰੋਟੀ ਜਿਹੜੀ ਖੋਂਚੇ ਵਾਲਾ ਜਾਂ ਫੇਰੀ ਵਾਲਾ ਬੇਕਰ ਤੋਂ ਰੂੰਘੇ ਜਾਂ ਝੂੰਗੇ ਵਿੱਚ ਲੈਂਦਾ ਹੈ, ਤੇਰ੍ਹਵਾਂ

bakery /'ਬੇਇਕਅਰਿ/ *n* ਬੇਕਰੀ, ਨਾਨਬਾਈ ਦੀ ਦੁਕਾਨ, ਤੰਦੂਰੀਏ ਦੀ ਦੁਕਾਨ

baking soda *n* ਮਿੱਠਾ ਸੋਡਾ, ਸੋਡੀਅਮ ਬਾਈਕਾਰਬੋਨੇਟ

balance /'ਬੈਲਅਨਸ/ *n* ਤੱਕੜੀ, ਕੰਡਾ; (ਘੜੀ ਦਾ) ਕਮਾਣੀ-ਲੀਵਰ, ਬਾਲ ਕਮਾਣੀ; ਸੰਤੁਲਨ, ਬਰਾਬਰੀ; ਬਾਕੀ, ਬੱਚਤ; ਨਿਰਨੇ ਸ਼ਕਤੀ, (ਜੋ) ਤੁਲਾ ਰਾਸ਼ੀ ਦਾ ਚਿੰਨ੍ਹ; ਕਿਸੇ ਵਸਤੂ ਦਾ ਬਾਕੀ ਭਾਗ **balance of payments** ਵਿਦੇਸ਼ੀ ਵਪਾਰ ਵਿੱਚ ਧਨ ਲੈਣ ਅਤੇ ਦੇਣ ਦਾ ਅੰਤਰ, ਕਿਸੇ ਗਰੁੱਪ ਦੀ ਦੋ ਆਪਸੀ ਵਿਰੋਧੀ ਧੜਿਆਂ ਵਿੱਚੋਂ ਇੱਕ ਧੜੇ ਦੀ ਸਹਾਇਤਾ ਕਰਨ ਦੀ ਸ਼ਕਤੀ **balance of power** ਤਾਕਤ ਦਾ ਤਵਾਜ਼ਨ, ਸ਼ਕਤੀ ਸੰਤੁਲਨ **balance of trade** ਦਰਾਮਦ ਅਤੇ ਬਰਾਮਦ ਵਿੱਚ ਸੰਤੁਲਨ **case one's balance** ਡੋਲ ਜਾਣਾ; ਘਬਰਾਹਟ ਵਿੱਚ ਦਿਲ ਛੱਡ ਦੇਣਾ, (ਸਰੀਰਿਕ ਜਾਂ ਮਾਨਸਿਕ ਤੌਰ 'ਤੇ) ਡੋਲਣਾ *v* ਤੋਲਣਾ, ਵਜ਼ਨ ਕਰਨਾ; ਚੀਜ਼ਾਂ ਦਾ ਟਾਕਰਾ ਕਰਨਾ ਜਾਂ ਜੋੜ ਮਿਲਾਉਣਾ; ਇੱਧਰ-ਉਧੱਰ ਹਿਲਾ ਕੇ ਭਾਰ ਸਥਿਰ ਕਰਨਾ, ਇੱਕੋ ਜਿਹਾ ਕਰਨਾ; ਸੰਤੁਲਨ ਕਰਨਾ; ਸ਼ਸ਼ੋਪੰਜ ਵਿੱਚ ਹੋਣਾ; ਆਮਦਨ ਖ਼ਰਚ ਦਾ ਚਿੱਠਾ ਬਣਾਉਣਾ, ਬਾਕੀ ਮੇਲਣਾ, ਹਿਸਾਬ ਬਰਾਬਰ ਕਰਨਾ; ਘਾਟਾ ਪੂਰਾ ਕਰਕੇ ਲੇਖਾ ਬਰਾਬਰ ਕਰਨਾ; ਜਾਚਣਾ, ਵਿਚਾਰਨਾ (ਦੋ ਪਰਸਪਰ ਵਿਰੋਧੀ ਦਲੀਲਾਂ ਨੂੰ); ਨਾਚ ਸਮੇਂ ਆਪਣੇ ਸਾਥੀ ਦੇ ਸੁਮੇਲ ਵਿੱਚ ਹਿੱਲਣਾ; ਡੋਲਣਾ, ਕੰਬਣਾ

balanced /'ਬੈਲਅਨਸਟ/ *a* ਸੰਤੁਲਿਤ

balancer /'ਬੈਲਅਨਸਅ*/ *n* ਤੋਲਣ ਵਾਲਾ ਬੰਦਾ; ਤੋਲਕ, ਸੰਤੁਲਨ ਕਰਨ ਵਾਲੀ ਵਸਤੂ; ਮੱਛੀ ਦੇ ਛੋਟੇ-ਛੋਟੇ ਪਿਛਲੇ ਪਰ; ਰੱਸੀ ਉੱਤੇ ਨੱਚਣ ਵਾਲਾ ਵਿਅਕਤੀ

balance sheet *n* ਆਮਦਨ ਖ਼ਰਚ ਦਾ ਚਿੱਠਾ

balance-wheel *n* ਘੜੀ ਦੀ ਚਾਲ ਨੂੰ ਨਿਯਮਿਤ ਕਰਨ ਵਾਲੀ ਗਰਾਰੀ

balconied /'ਬੈਲਕਅਨਿਡ/ *a* ਛੱਜੇਦਾਰ, ਬਰਾਮਦੇ ਵਾਲਾ, ਬਾਲਕੋਨੀ ਵਾਲਾ

balcony /'ਬੈਲਕਅਨਿ/ *n* (ਉੱਪਰਲੀ ਮੰਜ਼ਲ ਦਾ) ਛੱਜਾ, ਬਾਲਕੋਨੀ

bald /ਬੋਲਡ/ *a* ਗੰਜਾ; ਰੋਡਾ, ਘੋਨ-ਮੋਨ; ਕੋਰਾ, ਫਿੱਕਾ; (ਪਸ਼ੂ ਜਾਂ ਪੰਛੀ) ਜਿਸ ਦੇ ਸਿਰ ਉੱਪਰ ਚਿੱਟੇ ਵਾਲ ਜਾਂ ਖੰਭ ਹੋਣ; ਪੰਖਹੀਣ; ਨਿਪੱਤਰਾ; (ਜ਼ਮੀਨ) ਰੁੱਖਹੀਣ, ਬੰਜਰ, ਗੰਜੀ ਭੋਂ; (ਸ਼ੈਲੀ) ਰਸਹੀਣ, ਫਿੱਕੀ

baldachin /'ਬੋਲਡਅਕਿਨ/ *n* ਕੀਮਖ਼ਾਬ; ਇੱਕ ਕੀਮਤੀ ਬ੍ਰੋਕੇਡ; ਚਾਨਣੀ, ਸ਼ਾਮਿਆਨਾ

baldcoot, baldicoot /'ਬੋਲਡਕੂਟ,'ਬੋਲਡਿਕੂਟ/ *n* ਸਫ਼ੈਦ ਮੱਥੇ ਵਾਲੀ ਮੁਰਗਾਬੀ; ਗੰਜਾ ਆਦਮੀ

balderdash /'ਬੋਲਡਅਡੈਸ਼/ *n* (ਅਪ) ਬਕਵਾਸ, ਯੱਕੜ

baldhead /'ਬੋਲਡਹੈੱਡ/ *n* ਗੰਜੇ ਸਿਰ ਵਾਲਾ ਮਨੁੱਖ, ਗੰਜਾ ਵਿਅਕਤੀ

baldly /'ਬੋਲਡਲਿ/ *adv* ਸਾਫ਼-ਸਾਫ਼, ਖੁੱਲ੍ਹਮ-ਖੁੱਲ੍ਹਾ

baldmoney /'ਬੋਲਡਮਅੱਨਿ/ *n* ਇੱਕ ਫੁੱਲਦਾਰ ਪੌਦਾ

baldness /'ਬੋਲਡਨਅਸ/ *n* ਗੰਜ, ਗੰਜਾਪਣ; ਰੁੱਖਾਪਣ

baldpate /'ਬੋਲਡਪੇਇਟ/ *n* ਗੰਜੇ ਸਿਰ ਵਾਲੀ ਬਤਕ ਜਾਂ ਕਬੂਤਰ

bale[1] /ਬੇਇਲ/ *n* ਗੱਠ, ਪੰਡ, ਭਰੀ *vt* ਗੱਠ ਬੰਨ੍ਹਣਾ ਜਾਂ ਬਣਾਉਣਾ

bale[2] *n* ਦੁੱਖ, ਕਸ਼ਟ; ਨੁਕਸਾਨ

balefire /'ਬੇਇਲਫ਼ਾਇਅ*/ *n* (ਮੜ੍ਹੀਆਂ ਦੀ) ਅੱਗ, ਚਿਤਾ, ਸਿਵਾ

baleful /'ਬੇਇਲਫ਼ਲ/ *a* ਦੁੱਖ ਲਿਆਉਣ ਵਾਲਾ, ਮਨਹੂਸ, ਨਹਿਸ਼, ਕਸ਼ਟਦਾਰ; ਸੋਗੀ; ਹਾਨੀਕਾਰਕ

balefully /'ਬੇਇਲਫ਼ਅਲਿ/ *adv* ਦੁਖਦਾਈ ਢੰਗ ਨਾਲ, ਰੋਂਦੇ ਹੋਏ

balk, baulk /ਬੋਕ/ *n* ਪਾੜਾ; ਰੁਕਾਵਟ, ਅੜਿੱਕਾ; ਮੱਛੀਆਂ ਫੜਨ ਵਾਲੇ ਜਾਲ ਦੀ ਰੱਸੀ; ਬਿਲੀਅਰਡ ਦੀ ਮੇਜ਼ ਦਾ ਵਰਜਿਤ ਹਿੱਸਾ *v* ਛੁੱਟ ਜਾਣਾ, ਛੱਡ ਦੇਣਾ; ਜੀਅ ਚੁਰਾਉਣਾ, ਬਚਣਾ, ਕੰਨੀ ਕਤਰਾਉਣਾ, ਹਿਚਕਚਾਉਣਾ, ਝਕਣਾ; ਅੜ ਜਾਣਾ, ਰੁਕ ਜਾਣਾ, **make a balk** ਬਿਲੀਅਰਡ ਦੇ ਮੇਜ਼ ਦੇ ਵਰਜਿਤ ਹਿੱਸੇ ਵੱਲ ਗੇਂਦ ਰੇੜ੍ਹਨਾ

Balkanize /'ਬੋਲਕਅਨਾਇਜ਼/ *v* (ਆਪਸ ਵਿੱਚ ਲੜਨ ਝਗੜਨ ਵਾਲੇ) ਲੋਕਾਂ ਦੇ ਭੂ ਖੇਤਰ ਦਾ ਛੋਟੇ-ਛੋਟੇ ਖੇਤਰਾਂ ਵਿੱਚ ਵਿਭਾਜਨ ਕਰਨਾ

ball[1] /ਬੋਲ/ *n* ਖਿੱਦੋ, ਗੇਂਦ; (ਪਸਤੌਲ ਜਾਂ ਬੰਦੂਕ ਦੀ) ਗੋਲੀ; (ਤੋਪ ਦਾ) ਗੋਲਾ; ਬਰਫ਼ ਦਾ ਗੋਲਾ; ਦਵਾ ਦੀ ਗੋਲੀ; ਉਨ੍ਹ ਦਾ ਗੋਲਾ; ਪਿੰਨਾ, ਡੋਰ ਦਾ ਗੋਲਾ; ਅੱਖ ਦਾ ਡੇਲਾ; ਅਕਾਸ਼ੀ ਪਿੰਡ (ਚੰਦ, ਸੂਰਜ, ਤਾਰੇ ਆਦਿ), (ਕ੍ਰਿਕਟ ਵਿੱਚ) ਇੱਕ ਵਾਰ ਸੁੱਟਿਆ ਗੇਂਦ *v* ਗੋਲਾ ਬਣਾਉਣਾ, ਵਲੇਟਣਾ; ਗੁੱਛਾ-ਮੁੱਛਾ ਹੋਣਾ **have the ball at one's feet** ਸਫਲਤਾ ਦਾ ਮੌਕਾ ਹੱਥ ਆਉਣਾ **keep the ball rolling, keep up the ball** ਸਿਲਸਲਾ ਜਾਰੀ ਰੱਖਣਾ **load with ball** ਗੋਲੀ ਭਰਨਾ (ਪਸਤੌਲ ਜਾਂ ਬੰਦੂਕ ਵਿੱਚ) **the ball is with you** ਹੁਣ ਤੁਹਾਡੀ ਵਾਰੀ ਹੈ

ball[2] *n* ਇੱਕ ਨਾਚ, ਬਾਲ ਨ੍ਰਿਤ **give a ball** ਬਾਲ ਨਾਚ ਲਈ ਸੱਦਾ ਦੇਣਾ **open the ball** ਨਾਚ ਅਰੰਭ ਕਰਨਾ; ਕੰਮ ਸ਼ੁਰੂ ਕਰਨਾ

ballad /'ਬੈਲਅਡ/ *n* ਛੋਟੇ-ਛੋਟੇ ਬੰਦਾਂ ਵਾਲੀ ਸਰੋਦੀ ਕਵਿਤਾ; ਗਾਥਾ ਕਾਵਿ, ਜਜ਼ਬੇ ਭਰਿਆ ਗਾਥਾਮਈ ਗੀਤ, ਸਾਕਾ

ballade /ਬੈ'ਲਾਡ/ *n* ਤਿੰਨ ਜਾਂ ਅਧਿਕ ਸਮਾਨ ਬੰਦਾਂ ਵਾਲੀ ਕਵਿਤਾ (ਜਿਸ ਵਿੱਚ ਹਰੇਕ ਬੰਦ ਵਿੱਚ ਸੱਤ ਜਾਂ ਅੱਠ ਪੰਗਤੀਆਂ ਹੋਣ ਅਤੇ ਹਰੇਕ ਅੰਤਮ ਪੰਗਤੀ ਦੀਆਂ ਤੁਕਾਂ ਮਿਲਦੀਆਂ ਹੋਣ)

ballade royal *n* ਦਸ ਅੱਖਰਾਂ ਵਾਲੀਆਂ ਸੱਤ ਜਾਂ ਅੱਠ ਪੰਗਤੀਆਂ ਦਾ ਛੰਦ

ballad-monger *n* ਬੈਂਤਬਾਜ਼

balladry /'ਬੈਲਅਡਰਿ/ *n* ਲੋਕ ਕਥਾ ਕਾਵਿ ਗਾਇਣ, ਬੈਂਤ ਬਾਜ਼ੀ, ਕਵੀਸ਼ਰੀ

ball-and-socket joint *n* ਸੌਖੀ ਤਰ੍ਹਾਂ ਹਿਲਜੁਲ ਸਕਣ ਵਾਲਾ ਜੋੜ, ਗੇਂਦ-ਗੁੱਤੀ

ballast /'ਬੈਲਅਸਟ/ *n* ਕੋਈ ਭਾਰੀ ਚੀਜ਼ ਜੋ ਜਹਾਜ਼ ਨੂੰ ਸਥਿਰ ਰੱਖਣ ਲਈ ਵਰਤੀ ਜਾਵੇ; ਤਜਰਬਾ ਜਾਂ ਸਿਧਾਂਤ ਆਦਿ ਜਿਸ ਤੋਂ ਆਚਰਨ ਨੂੰ ਬਲ ਮਿਲੇ; ਮਾਨਸਿਕ ਅਡੋਲਤਾ; ਰੋੜੀ ਆਦਿ ਮਸਾਲਾ ਜੋ ਸੜਕਾਂ ਬਣਾਉਣ ਵਿੱਚ ਵਰਤਿਆ ਜਾਂਦਾ ਹੈ, ਕੰਕਰੀਟ; ਕੰਕਰ-ਭਰਤੀ, ਭਰਤ *vt* (ਜਹਾਜ਼ ਨੂੰ) ਭਾਰ ਰੱਖ ਕੇ ਇਕਸਾਰ ਕਰਨਾ; ਭਰਤੀ ਪਾਉਣਾ

ballasting /'ਬੈਲਅਸਟਿਙ/ *n* ਭਰਾਈ, ਭਰਤੀ

ball bearing *n* ਗੋਲੀਆਂ ਵਾਲਾ ਬੈਰਿੰਗ

ballcock /'ਬੋਲਕੌਕ/ *n* (ਟੈਂਕੀ ਦੀ) ਗੋਲੇ ਵਾਲੀ ਟੂਟੀ ਜੋ ਪਾਣੀ ਦੇ ਵਧਣ-ਘਟਣ ਨਾਲ ਬੰਦ ਹੁੰਦੀ ਤੇ ਖੁੱਲ੍ਹਦੀ ਹੈ

ballerina /ˌਬੈਲਅ'ਰੀਨਅ/ *n* ਬੈਲੇ ਨਾਚੀ, ਬੈਲੇ ਨਰਤਕੀ

ballet /'ਬੈਲੇਇ/ *n* ਬੈਲੇ, ਸੰਗੀਤਕ ਨਾਚ; ਸਮੂਹ ਨ੍ਰਿਤ

ballet girl *n* ਮੰਚ ਦੀ ਨਾਚੀ, ਸੰਗੀਤਕ ਨਾਟ ਦੀ ਨਰਤਕੀ

ballet master *n* ਸੰਗੀਤ ਨਾਟ ਵਿੱਚ ਨਾਚ ਦਾ ਸੰਚਾਲਕ

balletomania /ˌਬੈਲਿਟਅ(ਉ)'ਮੇਇਨਿਅ/ *n* ਬੈਲੇ ਨਾਚ ਦਾ ਖ਼ਬਤ

ball-flower *n* ਗੋਲ ਫੁੱਲ-ਪੱਤੀਆਂ ਦੀ ਸਜਾਵਟ

ballistic /ਬਅ'ਲਿਸਟਿਕ/ *a* ਅਸਤਰ-ਚਾਲਨ ਵਿਗਿਆਨ ਸੰਬੰਧੀ, ਬਹੁਤ ਗੁੱਸੇ ਹੋਣਾ, ਅੱਗ-ਬਗੋਲਾ ਹੋਣਾ

ballistics /ਬਅ'ਲਿਸਟਿਕਸ/ *n* ਅਸਤਰ-ਚਾਲਨ ਵਿਗਿਆਨ, ਗੋਲੀ ਜਾਂ ਰਾਕਟ ਜਾਂ ਬੰਬ ਆਦਿ ਦੀ ਮਾਰ ਦਾ ਵਿਗਿਆਨ ਅਧਿਐਨ

balloon /ਬਅ'ਲੂਨ/ *n* ਗੁਬਾਰਾ, ਭੁਕਾਨਾ, ਬੈਲੂਨ; ਬੁਰਜ; ਸ਼ੀਸ਼ੇ ਦਾ ਗਲੋਬ; ਗੁੰਬਦ; ਬਿਰਛ ਬੂਟਿਆਂ ਨੂੰ ਲੋੜੀਂਦੀ ਦਿਸ਼ਾ ਵਿੱਚ ਰੱਖਣ ਵਾਲਾ ਢਾਂਚਾ *vt* ਗੁਬਾਰੇ ਵਿੱਚ ਚੜ੍ਹਨਾ ਜਾਂ ਉੱਡਣਾ; ਗੁਬਾਰੇ ਵਾਂਗ ਫੁੱਲ ਜਾਣਾ

balloonist /ਬਅ'ਲੂਨਿਸਟ/ *n* ਗੁਬਾਰੇ ਨੂੰ ਉਡਾਉਣ ਵਾਲਾ ਵਿਅਕਤੀ, ਗੁਬਾਰੇਬਾਜ਼

ballot /'ਬੈਲਅਟ/ *n* ਵੋਟ, ਵੋਟ ਪਰਚੀ; ਗੁਪਤ ਦਿੱਤੇ ਗਏ ਵੋਟ ਜਾਂ ਮੱਤ; ਲਾਟਰੀ ਕੱਢਣ ਦਾ ਢੰਗ *vt* ਗੁਪਤ ਰਾਏ ਦੇਣਾ, ਗੁਪਤ ਮਤ ਦੁਆਰਾ ਚੁਣਨਾ, ਚੋਣ ਕਰਨਾ **ballot for** ਗੁਪਤ ਪਰਚੀ ਪਾ ਕੇ ਚੁਣਨਾ

ballot box *n* ਵੋਟ ਸੰਦੂਕੜੀ, ਚੋਣ ਪੇਟੀ

ballot paper *n* ਪਰਚੀ ਜਿਸ ਵਿੱਚ ਗੁਪਤ ਮੱਤ ਦਰਜ ਕੀਤਾ ਜਾਂਦਾ ਹੈ, ਵੋਟ ਪਾਉਣ ਵਾਲੀ ਪਰਚੀ, ਵੋਟ ਪਰਚੀ

ballroom/'ਬੋਲਰੂਮ, -ਰੁਮ/ *n* ਨ੍ਰਿਤ ਘਰ, ਨਾਚ ਘਰ

ball-tap *n* ਫਲੱਸ਼ ਦੀ ਟੈਂਕੀ ਦੀ ਗੋਲੇ ਵਾਲੀ ਟੂਟੀ ਜੋ ਪਾਣੀ ਦਾ ਸਤਰ ਬਰਾਬਰ ਹੋਣ ਨਾਲ ਬੰਦ ਹੋ ਜਾਂਦੀ ਹੈ, ਗੋਲਾ-ਟੂਟੀ

ballyhoo /ˌਬੈਲਿ'ਹੂ/ *n* ਸ਼ੋਰ-ਸ਼ਰਾਬਾ, ਖੱਪਖ਼ਾਨਾ

balm /ਬਾਮ/ *n* ਬਾਮ, ਬਲਸਾਮ, ਖ਼ੁਸ਼ਬੋਦਾਰ; ਮਲ੍ਹਮ; ਦਰਖਤਾਂ ਵਿੱਚੋਂ ਨਿਕਲਿਆ ਰਸ ਜਿਹੜਾ ਦਵਾਈਆਂ ਵਿੱਚ ਵਰਤਿਆ ਜਾਂਦਾ ਹੈ, ਖ਼ੁਸ਼ਬੋ, ਮਹਿਕ, ਸੁਗੰਧੀ; ਸੁਗੰਧਮਈ ਬਿਰਛ ਜਾਂ ਪੌਦਾ; ਠੰਢ ਪਾਊ ਅਸਰ, ਤਸਕੀਨ, ਸ਼ਾਂਤੀ *vt* ਸੁਗੰਧਿਤ ਮਲ੍ਹਮ ਦਾ ਲੇਪ ਕਰਨਾ; ਤਸੱਲੀ ਦੇਣਾ; ਸੁਗੰਧ ਫੈਲਾਉਣਾ

balminess /'ਬਾਮਿਨਿਸ/ *n* ਕੋਮਲਤਾ; ਸੁਖਾਵਾਂਪਣ

balmy /'ਬਾਮਿ/ *a* ਸੁਗੰਧਿਤ; ਠੰਢ ਪਾਉਣ ਵਾਲਾ, ਸ਼ਾਂਤੀਦਾਇਕ, ਸੁਖਾਵਾਂ

balneal /'ਬੈਲਨਿਅਲ/ *a* ਇਸ਼ਨਾਨ ਸੰਬੰਧੀ

balneology /ˌਬੈਲਨਿ'ਔਲਅਜਿ/ *n* ਇਸ਼ਨਾਨ ਵਿਗਿਆਨ

balsam /'ਬੋਲਸਅਮ/ *n* ਗੁਲ ਮਹਿੰਦੀ, ਬਲਸਾਮ; ਬਲਸਾਮ ਜਾਂ ਧੂਪ ਦਾ ਪੌਦਾ; ਧੂਪ, ਸੁਗੰਧਿਤ ਮਲ੍ਹਮ; ਸੁਖਦਾਇਕ ਸਾਧਨ

balsamic /ˌਬੋਲ'ਸੈਮਿਕ/ *a* ਖੁਸ਼ਬੋਦਾਰ, ਸੁਗੰਧਿਤ; ਸੁਖਾਵਾਂ

balsamiferous /ˌਬੋਲਸਅ'ਮਿਫ(ਅ)ਰਅਸ/ *a* ਬਾਮ ਉਤਪਾਦਕ

balsamy/'ਬੋਲਸਅਮਿ/ *n* ਸੁਗੰਧਿਤ

balustrade /ˌਬੈਲਅ'ਸਟਰੇਇਡ/ *n* (ਛੱਤ ਆਦਿ ਦਾ) ਜੰਗਲਾ

bamboo /ˌਬੈਮ'ਬੂ/ *n* ਬਾਂਸ, ਵੰਝ, ਬਾਂਸ ਦਾ ਬੂਟਾ; ਬਾਂਸ ਦੀ ਸੋਟੀ

bamboozle /ਬੈਮ'ਬੂਜ਼ਲ/ *vt* ਭੰਬਲ-ਭੂਸਿਆਂ ਵਿੱਚ ਪਾਉਣਾ, ਉੱਲੂ ਬਣਾਉਣਾ, ਚੱਕਰ ਵਿੱਚ ਪਾਉਣਾ

bamboozlement /ਬੈਮ'ਬੂਜ਼ਲਮਅਨਟ/ *n* ਛਲ, ਠੱਗੀ, ਝਾਂਸਾ

ban /ਬੈਨ/ *v* ਮਨ੍ਹਾ ਕਰਨਾ, ਰੋਕਣਾ, ਮਨਾਹੀ ਕਰਨਾ; ਸ੍ਰਾਪ ਦੇਣਾ; ਛੇਕਣਾ *n* ਕਨੂੰਨੀ ਰੋਕ, ਬੰਦਸ਼, ਮਨਾਹੀ; ਧਿੱਕਾਰ, ਲਾਹਨਤ; ਸ੍ਰਾਪ; ਦੇਸ਼-ਨਿਕਾਲਾ

banal /ਬਅ'ਨਾਲ/ *a* ਤੁੱਛ, ਮਾਮੂਲੀ

banality /ਬਅ'ਨੈਲਅਟਿ/ *n* ਤੁੱਛਤਾ, ਸਧਾਰਨਤਾ; ਸਧਾਰਨ ਗੱਲ

banana /ਬਅ'ਨਾਨਅ/ *n* ਕੇਲਾ (ਪੌਦਾ ਜਾਂ ਫਲ)

band /ਬੈਨਡ/ *n* ਵਾਜਾ, ਬੈਂਡ, ਬੀਨ-ਵਾਜਾ; ਸੰਗੀਤ ਮੰਡਲੀ; ਡੋਰੀ, ਤਸਮਾ, ਫ਼ੀਤਾ; (ਮਸ਼ੀਨਾਂ ਵਿੱਚ) ਪਟਾ; ਟੋਲੀ, ਜੱਥਾ, ਜੁੰਡੀ, ਮੰਡਲੀ; (ਜਿਲਦਸਾਜ਼ੀ) ਪੱਟੀ, ਕਾਗਜ਼ਾਂ ਨੂੰ ਇਕਸਾਰ ਰੱਖਣ ਦਾ ਫ਼ੀਤਾ, ਪੱਤਰੀ; ਪੁਸ਼ਾਕ ਦੀ ਪੱਟੀ; ਵਸਤੂ ਦੀ ਚਪਟੀ ਪੱਟੀ; ਕਿਸੇ ਵਸਤੂ ਉੱਤੇ ਰੰਗ ਦੀ ਪੱਟੀ; ਅੰਗੂਠੀ, ਛੱਲਾ; (ਬਹੁ) ਦੋ ਲਟਕਦੀਆਂ ਹੋਈਆਂ ਪੱਟੀਆਂ ਜੋ ਪਾਦਰੀ ਅਤੇ ਵਕੀਲ ਗਲ ਦੁਆਲੇ ਕਾਲਰ ਦੀ ਥਾਂ ਪਾਉਂਦੇ ਹਨ *vt* ਰੱਸੀ ਜਾਂ ਪੱਟੀ ਬੰਨ੍ਹਣਾ; ਸੰਗਠਨ ਕਰਨਾ, ਜਥੇਬੰਦ ਕਰਨਾ; ਧਾਰੀਆਂ ਪਾਉਣਾ

bandage /'ਬੈਨਡਿਜ/ *n* (ਜ਼ਖ਼ਮ ਆਦਿ ਉੱਤੇ ਬੰਨ੍ਹਣ ਵਾਲੀ) ਪੱਟੀ; ਅੱਖਾਂ ਉੱਤੇ ਬੰਨ੍ਹਣ ਵਾਲੀ ਪੱਟੀ *vt* ਪੱਟੀ ਕਰਨਾ; ਪੱਟੀ ਬੰਨ੍ਹਣਾ

bandaging /'ਬੈਨਡਿਜਿਙ/ *n* ਮੱਲ੍ਹਮ-ਪੱਟੀ

bandbox /'ਬੈਨਡਬੌਕਸ/ *n* ਡੱਬਾ (ਟਾਈਆਂ ਜਾਂ ਕਾਲਰ ਰੱਖਣ ਲਈ)

bandit /'ਬੈਨਡਿਟ/ *n* ਡਾਕੂ, ਲੁਟੇਰਾ, ਧਾੜਵੀ, ਡਕੈਤ

bandmaster /'ਬੈਨਡਮਾਸਟਅ*/ *n* ਬੈਂਡ-ਵਾਜਾ ਨਿਰਦੇਸ਼ਕ

bandog /'ਬੈਨਡੌਗ/ *n* ਸ਼ਿਕਾਰੀ ਕੁੱਤਾ, ਖੋਜੀ ਕੁੱਤਾ

bandwagon /'ਬੈਨਡਵੈਗਅਨ/ *n* ਅਜਿਹਾ ਕਾਰਜ ਜਿਸ ਵਿੱਚ ਵੱਧ ਤੋਂ ਵੱਧ ਲੋਕ ਸ਼ਾਮਲ ਹੋਣ **climb/jump on the bandwagon** ਆਪਣੀ ਪ੍ਰਸਿੱਧੀ ਵਾਸਤੇ ਲੋਕਪ੍ਰਿਅ ਕਾਰਜ ਵਿੱਚ ਸ਼ਾਮਿਲ ਹੋਣਾ

bandwidth /'ਬੈਨਡਵਿਡਥ/ *n* ਬਿਜਲਾਣਵੀ ਸੰਕੇਤ ਭੇਜਣ ਲਈ ਫਰੀਕੁਐਂਸੀ-ਪੱਟੀ (ਕੰਪਿ) ਕੰਪਿਊਟਰ ਨੈਟਵਰਕ ਤੇ ਭੇਜੀ ਜਾਣ ਵਾਲੀ ਜਾਣਕਾਰੀ ਦਾ ਮਾਪ (ਇਸਨੂੰ ਪ੍ਰਤਿ ਸੈਕੰਡ ਬਿਟਸ ਵਿੱਚ ਮਾਪਿਆ ਜਾਂਦਾ ਹੈ)

bandy /'ਬੈਨਡਿ/ *a* ਵਿੰਗੀਆਂ ਲੱਤਾਂ ਵਾਲਾ, ਵਿੰਗੜ

bane /ਬੇਇਨ/ *n* ਜ਼ਹਿਰ, ਵਿਸ਼, ਵਿਹੁ; ਤਬਾਹੀ, ਬਰਬਾਦੀ; ਤਬਾਹੀ ਦਾ ਕਾਰਨ

baneful /'ਬੇਇਨਫਲ/ *a* ਜ਼ਹਿਰੀਲਾ, ਵਿਹੁਲਾ, ਵਿਸ਼ੈਲਾ; ਦੁਖਦਾਈ, ਵਿਨਾਸ਼ੀ, ਖ਼ਤਰਨਾਕ

banefulness /'ਬੇਇਨਫਲਨਅਸ/ *n* ਵਿਨਾਸ਼, ਖ਼ਤਰਾ, ਬਰਬਾਦੀ

bang[1] /**ਬੈਙ**/ *n* ਖੜਾਕ, ਖੜਕਾ, ਧਮਾਕਾ; ਬੰਦੂਕ ਚੱਲਣ ਦੀ ਅਵਾਜ਼, ਠਾਹ *v* ਠੋਕਣਾ, ਖੜਾਕ ਨਾਲ ਮਾਰਨਾ, ਜ਼ੋਰ ਨਾਲ ਮਾਰਨਾ ਕੁੱਟਣਾ, ਮਾਰਨਾ *adv* **(with a bang)** ਧੜੰਮ ਕਰਕੇ, ਠਾਹ ਕਰਕੇ; ਯਕਾ-ਯਕ, ਪੂਰਾ-ਪੂਰਾ, ਮੁਕੰਮਲ ਤੌਰ ਉੱਤੇ

bang[2] *vt* ਮੱਥੇ ਦੇ ਵਾਲਾਂ ਨੂੰ ਕੱਟਣਾ *n* ਮੱਥੇ ਉੱਤੇ ਲਟਕਦੇ ਸਿੱਧੇ ਕੱਟੇ ਵਾਲ

bangle /'**ਬੈਙਗਲ**/ *n* ਚੂੜੀ, ਵੰਗ; ਕੰਗਣ, ਕੜਾ

bangled /'**ਬੈਙਗਲਡ**/ *a* ਚੂੜੀ ਵਾਲਾ, ਕੜੇਦਾਰ

banian, banyan /'**ਬੈਨਿਅਨ**, '**ਬੈਨਯਅਨ**/ *n* ਬਰੋਟਾ, ਬੋਹੜ

banish /'**ਬੈਨਿਸ਼**/ *vt* ਦੇਸ਼ੋਂ ਕੱਢਣਾ, ਦੇਸ਼-ਨਿਕਾਲਾ ਦੇਣਾ, ਬਣਵਾਸ ਦੇਣਾ; ਦਿਲੋਂ ਕੱਢ ਦੇਣਾ, ਦੂਰ ਕਰ ਦੇਣਾ

banishment /'**ਬੈਨਿਸ਼ਮਅਨਟ**/ *n* ਦੇਸ਼-ਨਿਕਾਲਾ, ਜਲਾਵਤਨੀ

banister /'**ਬੈਨਿਸਟਅ***/ *n* (ਪੌੜੀਆਂ ਦਾ) ਜੰਗਲਾ

bank[1] /**ਬੈਙਕ**/ *n* ਕੰਢਾ, ਕਿਨਾਰਾ, ਕੰਧੀ; ਸਮੁੰਦਰ ਜਾਂ ਦਰਿਆ ਦੀ ਤਹਿ ਵਿੱਚ ਉੱਚੀ ਜ਼ਮੀਨ; ਬੰਨਾ, ਵੱਟ; ਟਿੱਬਾ *v* ਕੰਢਾ ਬਣਾਉਣਾ, ਕਿਨਾਰੇ ਦਾ ਕੰਮ ਕਰਨਾ; ਢੇਰ ਲੱਗਣਾ, ਤੋਦਾ ਬਣ ਜਾਣਾ; (ਮੋਟਰ ਜਾਂ ਹਵਾਈ ਜਹਾਜ਼) ਦਾ ਇੱਕ ਪਾਸਿਓਂ ਬਹੁਤ ਉੱਚਾ ਉੱਠ ਕੇ ਚੱਲਣਾ **to break the bank** ਜੂਏ ਵਿੱਚ ਜਿੱਤਣਾ **bank on** ਆਸਾਂ ਬੰਨ੍ਹਣਾ, ਉਮੀਦਾਂ ਰੱਖਣਾ, ਨਿਰਭਰ ਕਰਨਾ

bank[2] *n* ਰੁਪਏ ਲੈਣ-ਦੇਣ ਦੀ ਥਾਂ, ਬੈਂਕ, ਸ਼ਾਹੂਕਾਰਾ, ਕੰਮ ਸਰਾਫ਼ਾ; ਜੂਏ 'ਤੇ ਲੱਗੀ ਕੁੱਲ ਰਕਮ

bank[3] *n* ਕਿਸ਼ਤੀ ਵਿੱਚ ਮਲਾਹਾਂ ਦੀ ਥਾਂ; ਚੱਪੂਆਂ ਦੀ ਕਤਾਰ; ਵਾਜੇ ਦੀਆਂ ਸੁਰਾਂ; ਕੰਮ ਕਰਨ ਦਾ ਮੇਜ਼

bankable /'**ਬੈਙਕਅਬਲ**/ *a* ਬੈਂਕ ਦੇ ਸਵੀਕਾਰ ਕਰਨਯੋਗ (ਹੁੰਡੀ, ਨੋਟ ਆਦਿ)

bank balance *n* ਬੈਂਕ ਖਾਤੇ ਵਿੱਚ ਮੌਜੂਦ ਧਨ ਰਾਸ਼ੀ, ਬੈਂਕ ਬੈਲੰਸ

bank-bill *n* ਹੁੰਡੀ

bank book *n* ਬੈਂਕ ਦੀ ਵਹੀ

bank draft *n* ਕਿਸੇ ਨੂੰ ਪੈਸੇ ਦੇਣ ਲਈ ਬੈਂਕ ਵੱਲੋਂ ਦਿੱਤਾ ਸਵੀਕ੍ਰਿਤੀ ਪੱਤਰ, ਬੈਂਕ ਡ੍ਰਾਫ਼ਟ, ਹੁੰਡੀ

banker /'**ਬੈਙਕਅ***/ *n* ਬੈਂਕ ਦਾ ਮੈਨੇਜਰ ਜਾਂ ਪ੍ਰਬੰਧਕ; ਸ਼ਾਹੂਕਾਰ, ਮਹਾਜਨ, ਸਰਾਫ਼, (ਖੇਡ ਵਿੱਚ) ਪੱਤੇ ਵੰਡਣ ਵਾਲਾ; (ਜੂਏ ਵਿੱਚ) ਹਾਰ ਜਿੱਤ ਦੀ ਰਕਮ ਦੇਣ ਲੈਣ ਵਾਲਾ, ਜੂਆ ਖਿਡਾਉਣ ਵਾਲਾ, ਤਾਸ਼ ਨਾਲ ਖੇਡੀ ਜਾਣ ਵਾਲੀ ਜੂਏ ਦੀ ਇੱਕ ਖੇਡ

bank holiday *n* ਬੈਂਕ ਛੁੱਟੀ, ਬੈਂਕ ਹਾਲੀਡੇ

banking /'**ਬੈਙਕਿਙ**/ *n* ਬੈਂਕ ਵਪਾਰ, ਸ਼ਾਹੂਕਾਰਾ ਕੰਮ

banknote/'**ਬੈਙਕਨਅਉਟ**/ *n* ਹੁੰਡੀ

bank-paper *n* ਬੈਂਕ ਦੇ ਨੋਟ ਜਿਹੜੇ ਲੋਕਾਂ ਵਿੱਚ ਚਲਦੇ ਹੋਣ; ਵਧੀਆ ਕਾਗ਼ਜ਼

bank rate *n* ਬੈਂਕ ਦਰ

bankrupt /'**ਬੈਙਕਰਅੱਪਟ**/ *n* ਦਿਵਾਲੀਆ; ਸੱਖਣਾ, ਹੀਣਾ *vt* ਦਿਵਾਲਾ ਕੱਢਣਾ, ਦਿਵਾਲੀਆ ਬਣਾਉਣਾ

bankruptcy /'**ਬੈਙਕਰਅੱਪਟਸਿ**/ *n* ਦਿਵਾਲਾ; ਤਬਾਹੀ, ਬਰਬਾਦੀ, ਸਤਿਆਨਾਸ

banner /'**ਬੈਨਅ***/ *n* (ਸਮਰਾਟ, ਰਾਜਾ, ਸਰਦਾਰ, ਸਮਾਗਮ ਦਾ) ਝੰਡਾ, ਨਿਸ਼ਾਨ

bannered /'**ਬੈਨਅਡ**/ *a* ਝੰਡੇ ਵਾਲਾ, ਝੰਡਾਬਰਦਾਰ

banneret /'**ਬੈਨਅਰਿਟ**/ *n* ਅਲਮਬਰਦਾਰ, ਸਰਦਾਰ

banner headline *n* (ਅਖ਼ਬਾਰ ਦੀ) ਵੱਡੀ ਸੁਰਖੀ

bannerol /'**ਬੈਨਅਰਅਉਲ**/ *n* ਮਾਤਮੀ ਝੰਡਾ, ਕਬਰ ਦੀ ਝੰਡੀ

banns /**ਬੈਨਜ਼**/ *n* (ਬਹੁ) (ਗਿਰਜੇ ਵਿੱਚ) ਵਿਆਹ ਸੂਚਨਾ

banquet /'**ਬੈਙਕਵਿਟ**/ *n* ਜ਼ਿਆਫ਼ਤ, ਮਹਾਂਭੋਜ, ਦਾਅਵਤ *v* ਖਾਣੇ ਵਿੱਚ ਹਿੱਸਾ ਲੈਣਾ, ਖਾਣਾ,

ਪੇਟ ਭਰਨਾ

banqueter /'ਬੈਙਕਵਿਟਅ*/ *n* ਦਾਅਵਤ ਦੇਣ ਵਾਲਾ, ਭੋਜਨ ਕਰਾਉਣ ਵਾਲਾ

banquette /ਬੈਙ'ਕੈਟੱ/ *n* ਗੋਲੇ ਵਰ੍ਹਾਉਣ ਲਈ ਕਿਲ੍ਹੇ ਅੰਦਰ ਉੱਚੀ ਥਾਂ; ਫ਼ਰਾਂਸੀਸੀ ਗੱਡੀਆਂ ਵਿੱਚ ਡ੍ਰਾਈਵਰ ਦੇ ਪਿੱਛੇ ਬੈਠਣ ਦੀ ਥਾਂ

banshee /ਬੈਨ'ਸ਼ੀ, 'ਬੈਨਸ਼ੀ/ *n* ਕਲਜੋਗਣ, ਪ੍ਰੇਤ-ਆਤਮਾ (ਜਿਸ ਦਾ ਕੁਰਲਾਉਣਾ ਮੌਤ ਦਾ ਸੰਕੇਤ ਮੰਨਿਆ ਜਾਂਦਾ ਹੈ)

bantam /'ਬੈਨਟਅਮ/ *n* (ਜਾਵਾ ਦਾ) ਵਿਸ਼ੇਸ਼ ਪੰਖੀ; ਮਧਰਾ ਪਰ ਹਿੰਮਤੀ ਆਦਮੀ

bantamweight /'ਬੈਨਟਅਮਵੇਇਟ/ *n* ਬਵੰਜਾ ਤੋਂ ਸਤਵੰਜਾ ਕਿਲੋਗ੍ਰਾਮ ਵਜ਼ਨ ਗਰੁਪ ਵਾਲਾ ਪਹਿਲਵਾਨ, ਇਕਵੰਜਾ ਤੋਂ ਸਾਢੇ ਤਿਰਵੰਜਾ ਕਿਲੋਗ੍ਰਾਮ ਵਜ਼ਨ ਵਾਲਾ ਮੁੱਕੇਬਾਜ਼

banter /'ਬੈਨਟਅ*/ *n* ਹਾਸਾ, ਦਿਲਲਗੀ *v* ਮਖੌਲ ਉਡਾਉਣਾ, ਠੱਠਾ ਕਰਨਾ, ਦਿਲਲਗੀ ਕਰਨਾ, ਛੇੜਨਾ

bantling /'ਬੈਨਟਲਿਙ/ *n* ਛੋਕਰਾ, ਮੁੰਡਾ, ਨਿਆਣਾ, ਛੋਟੂ

banyan /'ਬੈਨਯਅਨ/ ਵੇਖੋ **banian**

baptism /'ਬੈਪਟਿਜ਼ਅਮ/ *n* ਈਸਾਈ ਧਰਮ ਵਿੱਚ ਪ੍ਰਵੇਸ਼ ਕਰਨ ਦਾ ਸੰਸਕਾਰ, ਬਪਤਿਸਮਾ, ਨਾਮਕਰਨ ਸੰਸਕਾਰ, ਗਿਰਜਾ ਘਰ ਦੇ ਘੜਿਆਲਾਂ ਅਤੇ ਜਹਾਜ਼ਾਂ ਦੇ ਨਾਂ ਰੱਖਣ ਦੀ ਰਸਮ, ਦੀਖਿਆ

baptismal /ਬੈਪ'ਟਿਜ਼ਮਅਲ/ *a* ਬਪਤਿਸਮਾ-ਸੰਬੰਧੀ

Baptist /'ਬੈਪਟਿਸਟ/ *n* ਬਪਤਿਸਮਾ ਕਰਨ ਵਾਲਾ, ਈਸਾਈ ਮਤ ਦੀ ਦੀਖਿਆ ਦੇਣ ਵਾਲਾ

baptistery, baptistry /'ਬੈਪਟਿਸਟ(ਅ)ਰ/ *n* ਬਪਤਿਸਮਾ-ਘਰ

baptize /ਬੈਪ'ਟਾਇਜ਼/ *vt* ਬਪਤਿਸਮਾ ਦੇਣਾ; ਸ਼ੁੱਧ ਕਰਨਾ; ਵਿਸ਼ੇਸ਼ ਨਾਂ ਦੇਣਾ

bar¹ /ਬਾ*/ *n* ਸਰੀਆ, ਸੀਖ, ਡੰਡਾ, ਸਲਾਖ, ਛੜ

bar² *n* ਢਾਲ ਉੱਤੇ ਪਈਆਂ ਦੋ ਸਮਾਨੰਤਰ ਲੀਕਾਂ; ਫ਼ੀਤੇ ਉੱਤੇ ਚਾਂਦੀ ਦੀ ਪੱਟੀ, ਰੰਗ ਆਦਿ ਦੀ ਪੱਟੀ

bar³ *n* ਰੋਕ (ਜਿਵੇਂ ਚੁੰਗੀ ਦੀ); ਵਕੀਲਾਂ ਦੀ ਸ਼੍ਰੇਣੀ; ਅਦਾਲਤ ਵਿੱਚ ਕੈਦੀਆਂ ਦੇ ਖੜ੍ਹੇ ਹੋਣ ਦੀ ਥਾਂ, ਮੁਲਜ਼ਮ ਦਾ ਕਟਹਿਰਾ; ਪਾਰਲੀਮੈਂਟ ਹਾਲ ਵਿੱਚ ਉਹ ਜੰਗਲਾ ਜਿਸ ਤੋਂ ਅੱਗੇ ਮੈਂਬਰਾਂ ਤੋਂ ਬਿਨਾਂ ਕੋਈ ਨਹੀਂ ਜਾ ਸਕਦਾ; ਦਾਅਵੇ ਜਾਂ ਕਨੂੰਨ ਦੀ ਵਰਤੋਂ ਵਿੱਚ ਰੁਕਾਵਟ, ਅੜਿੱਕਾ; ਅਦਾਲਤੀ ਕਾਰਵਾਈ ਰੋਕਣ ਦੀ ਬਹਿਸ *vt* ਰੋਕ ਲਾਉਣਾ, ਬੰਦਸ਼ ਲਾਉਣਾ; ਅਰਲ ਲਾਉਣਾ

bar⁴ *n* ਸ਼ਰਾਬ ਘਰ, ਜਲਪਾਣ ਘਰ, ਬਾਰ

bar⁵ *n* (ਸੰਗੀ) ਲਿੱਪੀ ਤੇ ਅੰਕਣ ਪ੍ਰਣਾਲੀ ਵਿਚ ਤਾਲ ਲਈ ਸਿੱਧੀ ਖੜ੍ਹੀ ਲਕੀਰ

barb¹ /ਬਾਬ/ *n* ਮੱਛੀ ਦੇ ਬਰੀਕ ਕੰਡੇ; ਬਰਛੇ ਜਾਂ ਤੀਰ ਦੀ ਨੋਕ, ਅਣੀ; ਸੂਲ; ਚੋਭ, ਪੀੜ; ਮੱਛੀ ਫੜਨ ਵਾਲੀ ਕੁੰਡੀ

barb² *n* ਈਸਾਈ ਭਿਖਸ਼ੂਆਂ ਦਾ ਠੋਡੀ ਤੱਕ ਢੱਕਣ ਵਾਲਾ ਸਿਰ ਦਾ ਕੱਪੜਾ; *vt* ਹੁੱਕ ਲਗਾਉਣਾ, ਸੂਲ ਚੁਭਾਉਣਾ, ਸੂਲ ਲਗਾਉਣਾ

barb³ *n* ਦਾੜ੍ਹੀ

barb⁴ *n* ਉਤਰੀ ਅਫ਼ਰੀਕਾ ਦੀ ਬਾਰਬੀ ਨਸਲ ਦੇ ਘੋੜਿਆਂ ਅਤੇ ਕਬੂਤਰਾਂ ਦੀ ਨਸਲ

barbarian /ਬਾ'ਬੇਅਰਿਅਨ/ *a n* ਜਾਂਗਲੀ, ਉਜੱਡ, ਵਹਿਸ਼ੀ, ਅਸੱਭਿਆ, ਗੰਵਾਰ (ਵਿਅਕਤੀ); (ਇਤ) ਗ਼ੈਰਕਨੂੰਨੀ; ਗ਼ੈਰਈਸਾਈ; ਵਿਦੇਸ਼ੀ (ਵਿਅਕਤੀ)

barbaric /ਬਾ'ਬੈਰਿਕ/ *a* ਜਾਂਗਲੀ, ਵਹਿਸ਼ੀ, ਮਲੇਛ, ਉਜੱਡ; (ਇਤ) ਗ਼ੈਰਯੂਨਾਨੀ, ਗ਼ੈਰਈਸਾਈ; ਅਸੱਭਿਆ, ਬਰਬਰ; ਵਿਦੇਸ਼ੀ

barbarism /'ਬਾਬਅਰਿਜ਼ਅਮ/ *n* ਜਾਂਗਲੀਪੁਣਾ, ਉਜੱਡਪੁਣਾ, ਵਹਿਸ਼ੀਪੁਣਾ, ਖਰ੍ਹਵਾਪਣ, ਕਰੂਰਤਾ, ਅਸੱਭਿਅਤਾ, ਅਸ਼ਿਸ਼ਟਤਾ; ਅਗਿਆਨ, ਬਰਬਰ ਅਵਸਥਾ; ਲਿਖਣ ਜਾਂ

ਬੋਲਣ ਵਿੱਚ ਮੂਰਖਾਂ ਵਾਲੇ ਜਾਂ ਵਿਦੇਸ਼ੀ ਮੁਹਾਵਰਿਆਂ ਦਾ ਰਲਾ

barbarity /ਬਾ'ਬੈਰਅਟਿ/ *n* ਰਾਖਸ਼ਪੁਣਾ, ਜ਼ੁਲਮ, ਜਬਰ, ਜਾਂਗਲੀਆਂ ਵਰਗਾ ਅੱਖੜਪਣ, ਬਰਬਰਤਾ, ਅਸੱਭਿਆ ਅਵਸਥਾ; ਅਸੱਭਿਆ ਜਾਂ ਗੰਵਾਰ ਸ਼ੈਲੀ ਦਾ ਨਮੂਨਾ, ਗੰਵਾਰ ਸ਼ੈਲੀ ਜਾਂ ਰੁਚੀ

barbarization /ˌਬਾਬਅਰਾਇ'ਜ਼ੇਇਸ਼ਨ/ *n* ਜਾਂਗਲੀ ਬਣਾਉਣ ਦਾ ਅਮਲ, ਅਸ਼ਿਸ਼ਟੀਕਰਨ, ਅਸੱਭਿਆ ਬਣਾਉਣ ਦਾ ਕੰਮ

barbarize /'ਬਾਬਅਰਾਇਜ਼/ *v* ਬੋਲੀ ਖ਼ਰਾਬ ਕਰਨਾ ਜਾਂ ਹੋਣਾ, ਵਿਗਾੜਨਾ ਜਾਂ ਵਿਗੜਨਾ, ਜਾਂਗਲੀ ਬਣਾਉਣਾ ਜਾਂ ਬਣਨਾ, ਅਸੱਭਿਆ ਬਣਾਉਣਾ ਜਾਂ ਬਣਨਾ

barbarous /'ਬਾਬਅਰਅਸ/ *a* ਜਾਂਗਲੀ, ਉਜੱਡ ਵਹਿਸ਼ੀ, ਨਿਰਦਈ, ਜ਼ਾਲਮ, ਅਸੱਭਿਆ ਸੁਭਾਅ ਵਾਲਾ, ਅਸ਼ਿਸ਼ਟ; ਗ਼ੈਰਯੂਨਾਨੀ ਜਾਂ ਗ਼ੈਰਲਾਤੀਨੀ (ਬੋਲੀ ਜਾਂ ਕੰਮ)

barbarousness /'ਬਾਬਅਰਅਸਨਅਸ/ *n* ਨਿਰਦਈਪੁਣਾ, ਅਸੱਭਿਅਤਾ, ਬਰਬਰਤਾ

barbate /'ਬਾਬੇਇਟ/ *a* ਦਾੜ੍ਹੀ ਵਾਲਾ; ਕਸੀਹ ਵਾਲਾ, ਕਸੀਰਦਾਰ (ਜਿਵੇਂ ਜੌਂ ਆਦਿ)

barbecue /'ਬਾਬਿਕਯੂ/ *n* ਤੰਦੂਰੀ ਮੁਰਗਾ (ਆਦਿ)

barbed /ਬਾਬਡ/ *a* ਕੰਡਿਆਲੀ, ਕੰਡਿਆਂ ਵਾਲਾ; (ਮੀਟ ਆਦਿ) ਭੁੰਨਣ ਲਈ ਗ੍ਰਿੱਲ; ਕਰ ਕੇ ਬਣਾਇਆ ਮੀਟ ਆਦਿ

barbed wire *n* ਕੰਡਿਆਂ ਵਾਲੀ ਤਾਰ, ਕੰਡਿਆਲੀ ਤਾਰ

barber /'ਬਾਬਅ*/ *n* ਨਾਈ, ਹੱਜਾਮ

barberry /'ਬਾਬਅਰਿ/ *n* ਇੱਕ ਬੂਟਾ ਜਿਸ ਨੂੰ ਪੀਲੇ ਅਤੇ ਲਾਲ ਫੁੱਲ ਲਗਦੇ ਹਨ; ਝਾੜਬੇਰੀ, ਬੇਰੀ, ਇਸ ਦੇ ਫਲ

barbet /'ਬਾਬਿਟ/ *n* ਗਰਮ ਦੇਸ਼ਾਂ ਦਾ ਇੱਕ ਖ਼ਾਸ ਪੰਛੀ ਜਿਸ ਦੀ ਚੁੰਝ ਥੱਲੇ ਤਿੱਖੇ ਪਰਾਂ ਦਾ ਗੁੱਛਾ ਹੁੰਦਾ ਹੈ

barbette /ਬਾ'ਬੈੱਟ/ *n* ਕਿਲ੍ਹੇ ਜਾਂ ਜਹਾਜ਼ ਵਿੱਚ ਗੋਲਾਬਾਰੀ ਦਾ ਬੁਰਜ, ਮੋਰਚਾ

barbican /'ਬਾਬਿਕਅਨ/ *n* ਕਿਲ੍ਹੇ ਜਾਂ ਸ਼ਹਿਰ ਦੀ ਕੰਧ ਦਾ ਬੁਰਜ; ਪੁਲ ਜਾਂ ਫਾਟਕ ਦਾ ਦੂਹਰਾ ਮੁਨਾਰਾ; ਕਿਲ੍ਹੇ ਦੇ ਮੁੱਖ ਦਰਵਾਜ਼ੇ ਦਾ ਬੁਰਜ

bard¹ /ਬਾਡ/ *n* ਭੱਟ, ਢਾਡੀ, ਗਵੱਈਆ; ਕਵੀ, ਪੁਰਾਤਨ ਕਵੀ, ਗੀਤਕਾਰ

bard² *n* ਜੰਗੀ ਘੋੜੇ ਦੀ ਛਾਤੀ ਅਤੇ ਪਿੱਠ ਦੀ ਸੰਜੋਅ ਜਾਂ ਕਵਚ

barded /ਬਾਡਿਡ/ *a* ਸੰਜੋਅ ਵਾਲਾ, ਸੰਜੋਅਧਾਰੀ

bardic /ਬਾਡਿਕ/ *a* ਗੀਤਕ; ਭੱਟਾਂ ਸੰਬੰਧੀ

bardling /ਬਾਡਲਿਙ/ *n* ਭਾਟੜਾ, ਤੁਕਬਾਜ਼

bardolatry /ਬਾ'ਡੌਲਅਟਰਿ/ *n* ਕਵੀ ਪੂਜਾ; ਸ਼ੈਕਸਪੀਅਰ-ਭਗਤੀ

bare /ਬੇਅ*/ *a* ਨੰਗਾ, ਅਲਾਣਾ; ਅਣਕੱਜਿਆ, ਖੁੱਲ੍ਹੇ ਮੂੰਹ ਵਾਲਾ; ਗੰਜਾ; ਅਸੁਰੱਖਿਅਤ; ਮਾਤਰ, ਕੇਵਲ; ਨਿਰਾ, ਸਿਰਫ਼; ਅਲਪ, ਥੋੜ੍ਹਾ; ਸਾਦਾ, ਬੇਰੌਣਕ; ਮਿਆਨ ਤੋਂ ਬਾਹਰ ਨਿਕਲੀ (ਤਲਵਾਰ), ਰੁੱਖ ਰਹਿਤ, ਰੁੱਖਹੀਣ, ਬੰਜਰ *vt* ਨੰਗਾ ਕਰਨਾ, ਭੇਤ ਖੋਲ੍ਹਣਾ; ਪ੍ਰਗਟ ਕਰਨਾ, ਪਰਦਾ ਲਾਹੁਣਾ, ਉਘੇੜਨਾ; ਮਿਆਨ ਵਿੱਚੋਂ ਤਲਵਾਰ ਕੱਢਣਾ

bareback /'ਬੇਅਬੈਕ/ *a* ਬਿਨਾਂ ਕਾਠੀਓਂ (ਘੋੜਾ), ਅਲਾਣਾ, ਨੰਗੇ ਪਿੰਡੇ

barebone /'ਬੇਅਬਅਉਨ/ *a* ਪਤਲੇ ਸਰੀਰ ਵਾਲਾ, ਦੁਬਲਾ, ਜਿਸ ਦੀਆਂ ਹੱਡੀਆਂ ਨਿਕਲੀਆਂ ਹੋਣ

barefaced /'ਬੇਅਫ਼ੇਇਸਟ/ *a* ਮੁੱਛ ਦਾੜ੍ਹੀ ਤੋਂ ਬਿਨਾਂ; ਅਲੂੰਆਂ, ਨਿਰਲੱਜ, ਬੇਸ਼ਰਮ, ਢੀਠ

barefoot /'ਬੇਅਫ਼ੁਟ/ *a* ਨੰਗੇ ਪੈਰ, ਨੰਗੇ ਪੈਰੀਂ

bareheaded /ˌਬੇਅ'ਹੈੱਡਿਡ/ *a* ਨੰਗੇ ਸਿਰ

barely /'ਬੇਅਲਿ/ *adv* ਮਸਾਂ ਹੀ, ਮੁਸ਼ਕਲ ਨਾਲ; ਕੇਵਲ, ਮਾਤਰ; ਸਪਸ਼ਟ, ਖੁੱਲ੍ਹਮ-ਖੁੱਲ੍ਹਾ

baresark /ਬਅ'ਜ਼ਅ:ਕ/ *n* ਨਾਰਵੇ ਦਾ ਯੋਧਾ; ਸਿਰਲੱਥ, ਜਾਂਬਾਜ਼ ਬੰਦਾ

bargain /'ਬਾਗਅਨ/ *n* ਸੌਦਾ, ਸੌਦੇਬਾਜ਼ੀ; ਸੱਟਾ;

ਮਾਲ, ਖਰਾ ਸੌਦਾ, ਚੰਗੀ ਖ਼ਰੀਦ *v* ਸੌਦਾ ਕਰਨਾ, ਮੁੱਲ ਕਰਨਾ, ਸੌਦਾ ਮੁਕਾਉਣਾ, ਮਾਮਲਾ ਨਜਿੱਠਣਾ, ਤੈ ਕਰਨਾ, ਠਹਿਰਾਉਣਾ **bargain away** ਵੇਚ ਸੁੱਟਣਾ **bargain for a thing** ਆਸ ਰੱਖਣਾ **bargain with** ਵੱਟਾ-ਸੱਟਾ ਕਰਨਾ, ਇੱਕ ਚੀਜ਼ ਦੇ ਕੇ ਦੂਜੀ ਚੀਜ਼ ਲੈ ਲੈਣਾ **a bargain** ਚੰਗਾ ਜਾਂ ਮੁਨਾਫੇ ਵਾਲਾ ਸੌਦਾ **good, bad bargain** ਸਸਤਾ ਜਾਂ ਮਹਿੰਗਾ ਸੌਦਾ **into the bargain** ਝੂੰਗੇ ਵਿੱਚ, ਮੁਫਤ ਵਿੱਚ **make the best of a bad bargain** ਸਿਰ ਬਣੀ ਨੂੰ ਨਿਭਾਉਣਾ, ਦੁੱਖ ਤਕਲੀਫ਼ ਖਿੜ੍ਹੇ ਮੱਥੇ ਸਹਿਣਾ, ਆ ਪਈ ਨੂੰ ਖ਼ੁਸ਼ੀ-ਖ਼ੁਸ਼ੀ ਝੱਲਣਾ **sell one a bargain** ਮੂਰਖ ਬਣਾਉਣਾ, ਚਕਮਾ ਦੇਣਾ, ਕੋਈ ਅਜੀਬ ਗੱਲ ਕਹਾਉਣਾ **strike a bargain** ਸੌਦਾ ਪੱਕਾ ਕਰਨਾ

bargainer /'ਬਾਗਿਨਅ*/ *n* ਸੌਦਾ ਕਰਨ ਵਾਲਾ, ਲਾਭ ਪ੍ਰਾਪਤ ਕਰਨ ਵਾਲਾ, ਮੁਨਾਫਾ ਖੱਟਣ ਵਾਲਾ, ਖ਼ਰੀਦੋ-ਫਰੋਖ਼ਤ ਕਰਨ ਵਾਲਾ

bargain hunter *n* ਲਾਭ ਵਾਲੇ ਸੌਦੇ ਦੀ ਤਲਾਸ਼ ਵਿੱਚ ਰਹਿਣ ਵਾਲਾ

bargaining power *n* ਸੌਦਾ ਸ਼ਕਤੀ, ਵਪਾਰਿਕ ਕਾਰੋਬਾਰ ਵਿੱਚ ਸੌਦਾਬਾਜ਼ੀ, ਰਾਜਨੀਤਿਕ ਧੜਿਆਂ ਵਿੱਚ ਵਿਰੋਧੀ ਮੈਂਬਰ ਆਪਣੇ ਵਿੱਚ ਰਲਾਉਣ ਦੀ ਸ਼ਕਤੀ

barge /ਬਾਜ/ *n* ਬਜਰਾ, ਲਾਦੂ ਬੇੜੀ; ਖ਼ਾਸ ਸਮਿਆਂ ਲਈ ਸਜਿਆ ਦਰਬਾਰੀਆਂ ਦਾ ਬਜਰਾ; ਅਫ਼ਸਰਾਂ ਲਈ ਜੰਗੀ ਜਹਾਜ਼ ਦੀ ਕਿਸ਼ਤੀ *vi* ਕਿਸ਼ਤੀ ਲੜਾ ਦੇਣਾ, (ਕਿਸੇ ਚੀਜ਼ 'ਤੇ) ਚੜ੍ਹਾ ਦੇਣਾ **barge in** ਘੁਸ ਜਾਣਾ, ਆ ਘੁਸੜਨਾ, ਵੜ ਜਾਣਾ

bargee /ਬਾ'ਜੀ/ *n* ਮਲਾਹ, ਨਾਵਕ

barghest /'ਬਾਗੈੱਸਟ/ *n* ਕੁੱਤੇ ਦੀ ਸ਼ਕਲ ਦਾ ਪੁਰਾਣਿਕ ਪਸ਼ੂ ਜਿਸ ਦਾ ਪ੍ਰਗਟ ਹੋਣਾ ਮੌਤ ਜਾਂ ਸੰਕਟ ਦਾ ਸੂਚਕ ਹੁੰਦਾ ਹੈ

baric /'ਬੈਰਿਕ/ *a* ਬੇਰੀਅਮ ਯੁਕਤ, ਬੇਰੀਅਮ ਦਾ

barium /'ਬੇਅਰਿਅਮ/ *n* ਇੱਕ ਧਾਤ, ਬੇਰੀਅਮ

bark[1] /ਬਾਕ/ *n* ਸੱਕ, ਛਿੱਲ, ਛਿਲਕਾ; ਕੁਨੀਨ; ਚਮੜਾ ਪਕਾਉਣ ਲਈ ਸੁੱਕੀ ਛਿੱਲ; ਖੱਲ, ਚਮੜੀ *vt* ਰੁੱਖ ਦਾ ਛਿੱਲੜ ਲਾਹੁਣਾ, ਛਿਲਕਾ ਉਤਾਰਨਾ; ਛਿੱਲਣਾ; ਤਹਿ ਜਮਾਉਣਾ

bark[2], **barque** *n* ਤਿੰਨ ਥੰਮ੍ਹੀਆਂ ਵਾਲੀ ਬੇੜੀ, ਛੋਟੀ ਬੇੜੀ ਜਾਂ ਨਿੱਕਾ ਜਹਾਜ਼

bark[3] *v* ਭੌਂਕਣਾ; ਘੁਰਕਣਾ, ਘੁਰਕ ਕੇ ਬੋਲਣਾ; ਘੰਘੂਰਨਾ, ਢੀਠਤਾਈ ਦੇ ਲਹਿਜੇ ਵਿੱਚ ਬੋਲਣਾ *n* ਭੌਂਕ, ਭੌਂਕਣ ਦੀ ਅਵਾਜ਼, ਕੁੱਤਿਆਂ ਲੂੰਬੜੀਆਂ ਆਦਿ ਦੀ ਅਵਾਜ਼; ਬੰਦੂਕ ਚੱਲਣ ਦੀ ਅਵਾਜ਼, ਘੰਘਣ ਦੀ ਅਵਾਜ਼, ਖੰਘੂਰਾ

barker /'ਬਾਕਅ*/ *n* ਭੌਂਕਣ ਵਾਲਾ (ਵਿਅਕਤੀ); ਭੌਂਕਾ, ਨਿਲਾਮੀ ਵੇਲੇ ਜਾਂ ਦੁਕਾਨ ਆਦਿ 'ਤੇ ਚੀਜ਼ ਵੇਚਣ ਲਈ ਹੋਕਾ ਦੇਣ ਵਾਲਾ; (ਅਪ) ਤੋਪ, ਪਸਤੌਲ

bark-tree *n* ਕੁਨੀਨ ਦਾ ਰੁੱਖ, ਸਿਨਕੋਨਾ

barley /'ਬਾਲਿ/ *n* ਜੌਂ, ਜੌਂ ਦਾ ਦਾਣਾ; ਜੌਂ ਦਾ ਕਸੀਰ ਸਿੱਟਾ ਜਾਂ ਬੱਲੀ

barley-corn *n* ਜੌਂ, ਜੌਂ ਦਾ ਫੁੱਲਿਆ ਦਾਣਾ

barley meal *n* ਸੱਤੂ

barley sugar *n* ਜੌਂ ਤੋਂ ਬਣੀ ਖੰਡ

barley water *n* ਜੌਂਆਂ ਦਾ ਪਾਣੀ (ਜਿਹੜਾ ਰੋਗੀਆਂ ਨੂੰ ਦਿੱਤਾ ਜਾਂਦਾ ਹੈ)

barm /ਬਾਮ/ *n* ਖ਼ਮੀਰ, ਸ਼ਰਾਬ ਦੀ ਲਾਹਣ

barmaid /'ਬਾਮੇਇਡ/ *n* (ਸ਼ਰਾਬਖ਼ਾਨੇ ਵਿੱਚ) ਸ਼ਰਾਬ ਵਰਤਾਉਣ ਵਾਲੀ ਸੇਵਿਕਾ, ਸਾਕੀ

barman /'ਬਾਮਅਨ/ *n* ਅਹਾਤੇ ਵਿੱਚ ਸ਼ਰਾਬ ਵਰਤਾਉਣ ਵਾਲਾ

Barmecide /'ਬਾਮਿਸਾਇਡ/ *n* ਕਾਲਪਨਿਕ ਭੋਜ ਦਾਤਾ, ਅਲਫ਼ ਲੈਲਾ ਦੀਆਂ ਕਹਾਣੀਆਂ ਦਾ ਇੱਕ ਰਾਜਾ ਜਿਹੜਾ ਮੰਗਤਿਆਂ ਨੂੰ ਖਾਣੇ 'ਤੇ ਸੱਦਦਾ ਅਤੇ ਕੀਮਤੀ ਕੱਪੜਿਆਂ ਨਾਲ ਥਾਲ ਕੱਜਦਾ ਪਰ ਉਹਨਾਂ ਥਾਲਾਂ ਵਿੱਚ ਕੁਝ ਨਹੀਂ ਹੁੰਦਾ *a* ਖ਼ਿਆਲੀ, ਮਿਥਿਆ, ਕਾਲਪਨਿਕ, ਝੂਠਾ

barmy /'ਬਾਮਿ/ *a* ਖ਼ਮੀਰ ਵਾਲਾ, ਝੱਗਦਾਰ; ਸਨਕੀ, ਖ਼ਬਤੀ

barn /ਬਾਨ/ *n* ਦਾਣੇ ਆਦਿ ਸਾਂਭਣ ਵਾਲਾ ਕੋਠਾ; ਢਾਰਾ, ਸਾਦੀ ਇਮਾਰਤ; ਘੋੜਿਆਂ ਦੀ ਥਾਂ ਅਸਤਬਲ,

barograph /'ਬੈਰਅ(ਉ)ਗਰਾਫ਼/ *n* ਹਵਾ ਦੇ ਦਬਾਅ ਨੂੰ ਦਰਸਾਉਣ ਦਾ ਯੰਤਰ; ਵਾਯੂ ਦਬਾਅ ਨੋਟ ਕਰਨ ਵਾਲਾ

barology /ਬਅ'ਰੌਲਅਜਿ/ *n* ਹਵਾ ਦੇ ਦਬਾਅ ਜਾਂ ਭਾਰ ਦਾ ਵਿਗਿਆਨ

barometer /ਬਅ'ਰੌਮਿਟਅ*/ *n* ਇੱਕ ਆਲਾ ਜਾਂ ਯੰਤਰ ਜਿਸ ਨਾਲ ਹਵਾ ਦੇ ਦਬਾਅ ਨੂੰ ਮਿਣੀਦਾ ਹੈ ਅਤੇ ਆਉਣ ਵਾਲੇ ਮੌਸਮ ਅਤੇ ਸਮੁੰਦਰ ਤੋਂ ਉੱਚਾਈ ਦਾ ਪਤਾ ਲਾਈਦਾ ਹੈ, ਹਵਾ ਦਬਾਅ ਮਾਪਕ, ਬੈਰੋਮੀਟਰ

baron /'ਬੈਰਅਨ/ *n* (ਇੰਗਲੈਂਡ) ਉਹ ਅਮੀਰ ਜਿਸ ਨੂੰ ਲਾਰਡ ਦਾ ਖ਼ਿਤਾਬ ਮਿਲਿਆ ਹੋਵੇ, ਸਾਮੰਤ, ਜਗੀਰਦਾਰ; ਨਵਾਬ, ਬੈਰਨ, ਛੋਟਾ ਲਾਰਡ

baronage /'ਬੈਰ(ਅ)ਨਿਜ/ *n* (ਇੰਗਲੈਂਡ ਵਿੱਚ) ਬੈਰਨ ਦੇ ਖ਼ਿਤਾਬ ਪ੍ਰਾਪਤ ਕਰਨ ਵਾਲਿਆਂ ਦੀ ਸ਼੍ਰੇਣੀ; ਬੈਰਨਾਂ ਦੀ ਜਮਾਤ; ਬੈਰਨਾਂ ਦੀ ਸੂਚੀ; ਨਵਾਬੀ, ਰਈਸੀ

baroness /'ਬੈਰਅਨਅਸ/ *n* ਬੈਰਨ ਦੀ ਪਤਨੀ, ਇਸਤਰੀ ਬੈਰਨ, ਨਵਾਬਣ

baronet /'ਬੈਰਅਨਅਟ/ *n* ਛੋਟਾ ਬੈਰਨ *vt* ਬੈਰਨੈੱਟ ਬਣਾਉਣਾ

barony /'ਬੈਰਅਨਿ/ *n* ਬੈਰਨ ਦਾ ਪਦ; (ਸਕਾਟਲੈਂਡ ਵਿੱਚ) ਵੱਡੀ ਜਗੀਰਦਾਰੀ ਜਾਂ ਜ਼ਿਮੀਦਾਰੀ

baroque /ਬਅ'ਰੌਕ/ *n* 17ਵੀਂ-18 ਵੀਂ ਸਦੀ ਯੂਰਪੀ ਕਲਾ ਦੀ ਇੱਕ ਸ਼ੈਲੀ; ਅਤਿ ਅਲੰਕਰਤ, ਵਚਿੱਤਰ, ਅਨੋਖੀ ਤਰਜ਼ *a* ਅਨੋਖੀ (ਇਮਾਰਤ ਜਾਂ ਸਜਾਵਟ); ਬੇਡੌਲ

barouche /ਬਅ'ਰੂਸ਼/ *n* ਚੁਪਹੀਆ ਗੱਡੀ, ਫਿਟਨ, ਜਿਸ ਦਾ ਟੱਪ ਡੇਗਿਆ ਜਾ ਸਕੇ

barque /ਬਾਕ/ *n* ਵੇਖੋ **bark**[2]

barrack[1] /'ਬੈਰਅਕ/ *n* ਫ਼ੌਜੀਆਂ ਦੇ ਇਕੱਠੇ ਰਹਿਣ ਲਈ ਬਣੇ ਹੋਏ ਵੱਡੇ ਕਮਰੇ; ਬੈਰਕ, ਸੈਨਾ ਨਿਵਾਸ; ਸਿੱਧੀ ਪੱਧਰੀ ਇਮਾਰਤ *vt* ਬੈਰਕਾਂ ਵਿੱਚ ਰੱਖਣਾ, ਥਾਂ ਦੇਣਾ

barrack[2] *vt* (ਕ੍ਰਿਕਟ ਦੀ ਖੇਡ ਆਦਿ ਵਿੱਚ) ਮਖੌਲ ਕਰਨਾ, ਅਵਾਜ਼ਾਂ ਕੱਸਣਾ, ਖਿੱਲੀ ਉਡਾਉਣਾ

barracoon /ਬੈਰਅ'ਕੂਨ/ *n* ਘੇਰਾ, ਚੁਪਾਲ ਜਾਂ ਵਾੜਾ; ਬੰਦੀਆਂ ਦੀ ਥਾਂ

barrage[1] /'ਬੈਰਾਯ਼/ *n* (ਪਾਣੀ ਦਾ ਸਤਰ ਚੁੱਕਣ ਲਈ) ਦਰਿਆ ਜਾਂ ਨਹਿਰ ਵਿੱਚ ਲਾਇਆ ਬੰਨ੍ਹ, ਬਰਾਜ

barrage[2] *n* ਬੰਦੂਕਾਂ ਦੀ ਬੁਛਾੜ; ਸਵਾਲਾਂ ਦੀ ਵਾਛੜ; ਹਮਲਾ ਕਰਨ ਅਤੇ ਰੋਕਣ ਲਈ ਬਣਾਈ ਗਈ ਰੋਕ, ਆੜ

barrator /'ਬੈਰਅਟਅ*/ *n* ਝਗੜਾਲੂ, ਲੜਾਕਾ, ਫ਼ਸਾਦੀ, ਮੁਕੱਦਮੇਬਾਜ਼

barratrous /'ਬੈਰਅਟਰਅਸ/ *a* ਮੁਕੱਦਮੇਬਾਜ਼ੀ ਸੰਬੰਧੀ, ਫ਼ਸਾਦੀ, ਝਗੜੇ ਵਾਲਾ

barred /ਬਾਡ/ *a* ਵਰਜਿਤ, ਰੋਕਿਆ; ਧਾਰੀਦਾਰ

barrel /'ਬੈਰਅਲ/ *n* ਪੀਪਾ, ਕੁੱਪਾ; ਮਸ਼ੀਨ ਦਾ ਸਲੰਡਰ ਜਾਂ ਢੋਲ; ਇੱਕ ਮਿਣਤੀ (ਸ਼ਰਾਬ ਜਾਂ ਤੇਲ ਦੀ); ਘੜੀ ਦਾ ਇੱਕ ਪੁਰਜ਼ਾ; ਬੰਦੂਕ ਦੀ ਨਾਲੀ; ਸ਼ੇਰ ਅਤੇ ਘੋੜੇ ਦਾ ਲੱਕ ਅਤੇ ਪਿੱਠ *vt* ਪੀਪਿਆਂ ਵਿੱਚ ਭਰਨਾ ਜਾਂ ਰੱਖਣਾ **double barrel gun** ਦੁਨਾਲੀ ਬੰਦੂਕ

barrelled /'ਬੈਰਅਲਡ/ *a* ਪੀਪੇ ਵਿੱਚ ਬੰਦ (ਸ਼ਰਾਬ)

barren /'ਬੈਰਅਨ/ *a* ਬਾਂਝ, ਸੰਢ (ਪਸ਼ੂ); (ਜ਼ਮੀਨ) ਬੰਜਰ, ਅਣਉਪਜਾਊ; ਵਿਅਰਥ, ਬੇਫ਼ਾਇਦਾ; ਖ਼ੁਸ਼ਕ, ਬੇਸੁਆਦ *n* ਅਣਉਪਜਾਊ ਜਾਂ ਬੰਜਰ ਜ਼ਮੀਨ

barrenness /'ਬੈਰਅਨਨਿਸ/ *n* ਅਣਉਪਜਾਊਪਣ; ਵਿਅਰਥਤਾ; ਬਾਂਝਪਣ

barret /'ਬੈਰਿਟ/ *n* ਇੱਕ ਪ੍ਰਕਾਰ ਦੀ ਗਰਮ ਟੋਪੀ

barricade /,ਬੈਰਿ'ਕੇਇਡ/ *n* ਨਾਕਾਬੰਦੀ, ਕੱਚੀ ਮੋਰਚਾਬੰਦੀ; ਅੜਿੱਕਾ, ਆੜ, ਰੋਕ *vt* ਨਾਕਾਬੰਦੀ ਕਰਨਾ, ਮੋਰਚਾਬੰਦੀ ਕਰਨਾ, ਕੱਚੇ ਮੋਰਚੇ ਬਣਾਉਣਾ; ਬਚਾਅ ਕਰਨਾ, (ਸੜਕ) ਰੋਕ ਦੇਣਾ; ਆੜ ਪਾਉਣਾ, ਰੁਕਾਵਟ ਪਾਉਣਾ

barrier /'ਬੈਰਿਅ*/ *n* ਰੋਕ, ਵਾੜ, ਜੰਗਲਾ; ਚੁੰਗੀ ਨਾਕਾ; ਨੇਜ਼ਾਬਾਜ਼ੀ ਦਾ ਕਟਹਿਰਾ; ਆੜ *vt* ਰੋਕ ਲਾਉਣਾ ਬੰਦ ਕਰਨਾ, ਵਾੜ ਜਾਂ ਜੰਗਲਾ ਲਾਉਣਾ, ਨਾਕਾਬੰਦੀ ਕਰਨਾ

barring /'ਬਾਰਿਙ/ *prep* ਛੱਡ ਕੇ, ਸਿਵਾਏ, ਤੋਂ ਛੁੱਟ

barrister /'ਬੈਰਿਸਟਅ*/ *n* ਵਕੀਲ, ਬੈਰਿਸਟਰ

barrow[1] /'ਬੈਰਅਉ/ *n* ਸਮਾਧਾਂ ਦਾ ਟਿੱਲਾ, ਕਬਰਾਂ ਦੇ ਉੱਪਰਲਾ ਮਿੱਟੀ ਦਾ ਢੇਰ; (ਸਥਾਨਿਕ ਨਾਂ ਵਿੱਚ) ਪਹਾੜੀ

barrow[2] *n* ਖ਼ੱਸੀ ਕੀਤਾ ਸੂਰ

barrow[3] *n* ਦੋ ਪਹੀਆਂ ਵਾਲੀ ਹੱਥ ਰੇੜ੍ਹੀ; ਬੱਚੇ ਦਾ ਲੰਮਾ ਅਤੇ ਬਿਨਾਂ ਬਾਹਾਂ ਤੋਂ ਕੋਟ

barter /'ਬਾਟਅ*/ *n* ਵੱਟਾ-ਸੱਟਾ, ਵਸਤ ਵਟਾਂਦਰਾ *v* ਵੱਟਾ-ਸੱਟਾ ਕਰਨਾ, ਚੀਜ਼ ਬਦਲੇ ਚੀਜ਼ ਲੈਣਾ ਦੇਣਾ, ਵਟਾਂਦਰਾ ਕਰਨਾ

barterer /'ਬਾਟਅਰਅ*/ *n* ਵਸਤੂ ਵਟਾਂਦਰਾ ਕਰਨ ਵਾਲਾ

barton /'ਬਾਟਨ/ *n* (ਫ਼ਾਰਮ ਦਾ) ਵਾੜਾ

basal /'ਬੇਇਸਲ/ *a* ਮੂਲ ਸੰਬੰਧੀ, ਆਧਾਰੀ; ਮਹੱਤਵ-ਪੂਰਨ, ਪ੍ਰਧਾਨ

basalt /'ਬੈਸੋਲਟ/ *n* ਗੂੜ੍ਹਾ ਹਰਾ ਜਾਂ ਬਦਾਮੀ ਅਗਨੀ ਪੱਥਰ ਜਿਸ ਦੀਆਂ ਤਹਿਆਂ ਖੜ੍ਹੀਆਂ ਹੁੰਦੀਆਂ ਹਨ; ਕਾਲੀ ਚੀਨੀ ਮਿੱਟੀ ਦੇ ਬਰਤਨ, ਬਸਾਲਟ

base[1] /ਬੇਇਸ/ *n* ਆਧਾਰ, ਥੱਲਾ, ਤਲਾ; ਕੁਰਸੀ, ਨੀਂਹ, ਬੁਨਿਆਦ; ਮੂਲ ਤੱਤ, ਮੂਲ ਅੰਸ਼; (ਬਨ) ਜੋੜ; (ਰੇਖਾ) ਆਧਾਰ; (ਰਸਾ) ਬੇਸ, ਖਾਰ; (ਸੈਨਾ) ਅੱਡਾ; (ਗਣਿ) ਆਧਾਰ ਸੰਖਿਆ *vt* ਨੀਂਹ ਰੱਖਣਾ, ਸਥਾਪਿਤ ਕਰਨਾ; ਨਿਰਧਾਰਿਤ ਕਰਨਾ, ਥਾਪਨਾ ਕਰਨਾ; ਆਧਾਰ ਬਣਾਉਣਾ; ਆਧਾਰਿਤ ਕਰਨਾ

base[2] *a* ਕਮੀਨਾ, ਪਤਿਤ, ਨੀਚ; ਖ਼ੁਦਗਰਜ਼; ਨੀਚ ਜਾਤ, ਬੌਣਾ, ਮਧਰਾ; ਮਾੜਾ, ਖੋਟਾ, ਨਕਾਰਾ

baseball /'ਬੇਇਸਬੋਲ/ *n* ਅਮਰੀਕਾ ਦੀ ਇੱਕ ਖੇਡ, ਬੇਸਬਾਲ

baseborn /'ਬੇਇਸਬੋਨ/ *n* ਨੀਚ ਜਨਮ ਦਾ, ਬਦਜ਼ਾਤ, ਨੀਚ ਜਾਤ ਦਾ

base coin *n* ਜਾਲ੍ਹੀ ਸਿੱਕਾ, ਖੋਟਾ ਸਿੱਕਾ

baseless /'ਬੇਇਸਲਅਸ/ *a* ਬੇਬੁਨਿਆਦ, ਨਿਰਮੂਲ, ਆਧਾਰਹੀਣ, ਝੂਠਾ, ਸਾਰਹੀਣ

baselessness /'ਬੇਇਸਲਅਸਨਅਸ/ *n* ਨਿਰਮੂਲਤਾ

baseline /'ਬੇਇਸਲਾਇਨ/ *n* ਟੈਨਿਸ ਦੇ ਮੈਦਾਨ ਦੀਆਂ ਦੋਵੇਂ ਸਿਰਿਆਂ ਦੀ ਰੇਖਾ; (ਤੱਥਾਂ ਦੀ ਤੁਲਨਾ ਕਰਨ ਲਗਿਆਂ ਮਿਥੀ ਜਾਂਦੀ) ਆਧਾਰ–ਰੇਖਾ

basement /'ਬੇਇਸਮਅਨਟ/ *n* ਤਹਿਖ਼ਾਨਾ, ਭੋਰਾ; ਥੱਲਾ, ਤਲ

base metal *n* ਘਟੀਆ ਧਾਤ, ਖੋਟੀ ਧਾਤ

baseness /'ਬੇਇਸਨਅਸ/ *n* ਕਮੀਨਾਪਣ, ਘਟੀਆਪਣ

bases /'ਬੇਇਸੀਜ਼/ *n pl* **of basis**, *pl* **of base**

bash /ਬੈਸ਼/ *vt* ਜ਼ੋਰ ਨਾਲ ਮਾਰਨਾ *n* ਕਰਾਰੀ ਸੱਟ

bashful /'ਬੈਸ਼ਫ਼ਲ/ *a* ਸ਼ਰਮਾਕਲ, ਸ਼ਰਮੀਲਾ, ਸੰਗਾਊ, ਲੱਜਿਆਵਾਨ

bashfully /'ਬੈਸ਼ਫ਼ਅਲਿ/ *adv* ਸ਼ਰਮ ਨਾਲ, ਸੰਗਦਿਆਂ, ਸ਼ਰਮਾਉਂਦਿਆਂ

bashfulness /'ਬੈਸ਼ਫ਼ਲਨਅਸ/ *n* ਸ਼ਰਮ, ਸੰਗ, ਲੱਜਿਆ

bashless /'ਬੈਸ਼ਲਿਸ/ *a* ਬੇਸ਼ਰਮ, ਬੇਹਯਾ, ਨਿਰਲੱਜ

basic /'ਬੇਇਸਿਕ/ *a* ਮੁਢਲਾ, ਅਰੰਭਿਕ, ਆਧਾਰੀ, ਮੂਲ, ਪ੍ਰਧਾਨ (ਧਾਤੂ); (ਰਸਾ) ਖ਼ਾਰ ਯੁਕਤ

BASIC/'ਬੇਇਸਿਕ/ *abbr* (ਕੰਪਿ) **Beginners All-purpose Symbolic Instruction Code** ਦਾ ਸੰਖੇਪ, ਕੰਪਿਊਟਰ ਪ੍ਰੋਗ੍ਰਾਮ ਲਿਖਣ ਲਈ ਵਰਤੀਆਂ ਭਾਸ਼ਾਵਾਂ 'ਚੋਂ ਇਕ ਅਸਾਨ ਭਾਸ਼ਾ

basically /'ਬੇਇਸਿਕਲਿ/ *adv* ਬੁਨਿਆਦੀ ਤੌਰ 'ਤੇ , ਮੂਲ ਰੂਪ ਵਿੱਚ

basic code *n* ਸਦਾਚਾਰ ਦੇ ਮੁਢਲੇ ਨਿਯਮ

basic education *n* ਬੁਨਿਆਦੀ ਸਿੱਖਿਆ, ਮੁਢਲੀ ਸਿੱਖਿਆ

basicity /ਬਅ'ਸਿਸਅਟਿ/ *n* (ਰਸਾ) ਖਾਰਕਤਾ, ਖਾਰਯੁਕਤਤਾ

basic pay *n* ਮੁੱਢਲੀ ਤਨਖਾਹ ਜਾਂ ਵੇਤਨ ਦੀ ਰਕਮ ਜਿਸ ਵਿੱਚ ਹੋਰ ਭੱਤੇ ਆਦਿ ਸ਼ਾਮਲ ਨਾ ਹੋਣ, ਮੂਲ ਤਨਖਾਹ

basil[1] /'ਬੈਜ਼ਲ/ *n* ਇੱਕ ਸੁਗੰਧ ਵਾਲੀ ਬੂਟੀ, ਤੁਲਸੀ; ਨਿਆਜ਼ ਬੋ

basil[2] *n* ਭੇਡ ਦੀ ਕਮਾਈ ਹੋਈ ਖੱਲ ਜਿਹੜੀ ਜਿਲਦਸਾਜ਼ੀ ਦੇ ਕੰਮ ਆਉਂਦੀ ਹੈ

basilica /ਬਅ'ਜ਼ਿਲਿਕਅ/ *n* (ਰੋਮ ਵਿੱਚ) ਕਾਨਸਟੈਂਟਾਈਨ ਵੱਲੋਂ ਬਣਾਏ ਸੱਤ ਗਿਰਜਿਆਂ ਵਿੱਚੋਂ ਇੱਕ; ਰਾਜ-ਭਵਨ; ਹਾਲ ਕਮਰਾ

basin /'ਬੇਇਸਨ/ *n* ਚਿਲਮਚੀ; ਹੌਜ਼ੀ, ਕੁੰਡ; ਗੋਲ ਜਾਂ ਆਂਡਾਕਾਰ ਨਦੀ ਖੇਤਰ; ਨਦੀ ਦੁਆਰਾ ਸਿੰਜੀ ਹੋਈ ਜ਼ਮੀਨ, ਬੇਟ; ਜ਼ਮੀਨ ਨਾਲ ਘਿਰੀ ਹੋਈ ਬੰਦਰਗਾਹ, ਬਣਾਉਟੀ ਬੰਦਰਗਾਹ; ਨਦੀ ਲਾਂਘਾ, ਵਹਾਅ ਸਥਾਨ; ਕੇਂਦਰ ਵੱਲ ਝੁਕਿਆ ਪੱਥਰਾਂ ਦਾ ਢਾਂਚਾ; ਇਸ ਵਿੱਚ ਇਕੱਠਾ ਹੋਇਆ ਕੋਲਾ ਆਦਿ

basis /'ਬੇਇਸਿਸ/ *n* (ਬਹੁ) **bases** ਨੀਂਹ, ਬੁਨਿਆਦ; ਆਧਾਰ, ਮੂਲ; ਮੂਲ ਆਧਾਰ; ਮੂਲ ਸਿਧਾਂਤ

bask /ਬਾਸਕ/ *vt* ਧੁੱਪ ਸੇਕਣਾ, ਨਿੱਘ ਮਾਣਨਾ

basket /'ਬਾਸਕਿਟ/ *n* ਟੋਕਰਾ, ਟੋਕਰੀ, ਪਟਾਰਾ, ਪਟਾਰੀ, ਖਾਰਾ, ਛਾਬਾ, ਛਿੱਕੂ, ਚੰਗੇਰ, ਪੱਛੀ; ਬੈਂਤ ਦਾ ਦਸਤਾਨਾ ਜੋ ਗਤਕੇਬਾਜ਼ੀ ਵਿੱਚ ਹੱਥ ਦੇ ਬਚਾਅ ਲਈ ਵਰਤਦੇ ਹਨ *vt* ਕਿਸੇ ਵਸਤੂ ਨੂੰ ਟੋਕਰੀ ਵਿੱਚ ਰੱਖਣਾ ਜਾਂ ਭਰਨਾ; ਪਟਾਰੀ ਪਾਉਣਾ **pick of the basket** ਚੋਣਵੀਂ ਚੀਜ਼ ਲੈਣਾ

basketball /'ਬਾਸਕਿਟਬੋਲ/ *n* ਗੇਂਦ ਨੂੰ ਛਿੱਕੇ ਵਿੱਚ ਪਾਉਣ ਦੀ ਖੇਡ, ਖਿੱਦੋ ਛਿੱਕਾ, ਬਾਸਕਟਬਾਲ

basket chair *n* ਬਾਂਸ ਦੀ ਕੁਰਸੀ

basketry /'ਬਾਸਕਿਟਰਿ/ *n* ਟੋਕਰੀਸਾਜ਼ੀ

basking shark /'ਬਾਸਕਿਙਸ਼ਾਕ/ *n* ਸ਼ਾਰਕ ਕਿਸਮ ਦੀ ਵੱਡੀ ਮੱਛੀ

bas(s)-relief /,ਬੈਸ ਰਿ'ਲੀਫ਼/ *n* ਘੱਟ ਉੱਭਰੀ ਨੱਕਾਸ਼ੀ ਜਾਂ ਪੱਥਰ-ਤਰਾਸ਼ੀ ਦਾ ਕੰਮ

bass[1] /ਬੈਸ/ *n* ਯੂਰਪ ਦੀ ਇੱਕ ਸਮੁੰਦਰੀ ਮੱਛੀ

bass[2] *n* ਲਿੰਡਨ ਬਿਰਛ ਦੀ ਅੰਦਰਲੀ ਛਿੱਲ ਜਿਸ ਤੋਂ ਸਫ਼ਾਂ ਮੂੜ੍ਹੇ ਤੇ ਟੋਕਰੀਆਂ ਬਣਦੀਆਂ ਹਨ

bass[3] /ਬੇਇਸ/ *n* ਮੰਦ ਧੁਨੀ *a* ਗੰਭੀਰ ਧੁਨੀ ਵਾਲਾ

bass-broom *n* ਸਖ਼ਤ ਰੇਸ਼ੇ ਦਾ ਝਾੜੂ

bassviol /'ਬੇਇਸਵਾਇਲ/ *n* ਵਾਇਲਨ ਦੀ ਕਿਸਮ ਦਾ ਵਾਜਾ

bastard /'ਬਾਸਟਅਡ, 'ਬੈਸ-/ *n* ਨਾਜਾਇਜ਼ ਸੰਬੰਧ ਤੋਂ ਪੈਦਾ ਹੋਇਆ ਬੱਚਾ, ਹਰਾਮੀ *a* ਕਮੀਨਾ, ਨੀਚ, ਹਰਾਮਜ਼ਾਦਾ, ਖੋਟਾ, ਦੋਗਲਾ; (ਚੀਜ਼ਾਂ) ਨਕਲੀ, ਬਣਾਉਟੀ; (ਬਨ) ਕਿਸੇ ਹੋਰ ਨਸਲ ਨਾਲ ਮਿਲਦਾ-ਜੁਲਦਾ

bastardization /,ਬਾਸਟਅਡਾਇ'ਜ਼ੇਇਸ਼ਨ/ *n* ਹਰਾਮੀ ਠਹਿਰਾਉਣ ਦੀ ਕਿਰਿਆ; ਹਰਾਮੀਪੁਣਾ

bastardize /'ਬਾਸਟਅਡਾਇਜ਼/ *vt* ਹਰਾਮੀ ਘੋਸ਼ਿਤ ਕਰਨਾ, ਹਰਾਮੀ ਸਿੱਧ ਕਰਨਾ; ਖੋਟਾ ਦੱਸਣਾ

bastardy /'ਬਾਸਟਅਡਿ/ *n* ਹਰਾਮੀਪੁਣਾ

baste[1] /ਬੇਇਸਟ/ *vt* ਕੱਚੀ ਸਿਲਾਈ ਕਰਨਾ

baste[2] *vt* ਘਿਓ ਲਾਉਣਾ, ਚੋਪੜਨਾ, ਮਾਸ ਨੂੰ ਭੁੰਨਦਿਆਂ ਸੜਨ ਤੋਂ ਬਚਾਉਣ ਲਈ ਤਰ ਕਰਦੇ ਜਾਣਾ, ਕਬਾਬ ਉੱਤੇ ਘਿਓ ਤਰੌਂਕਣਾ

baste[3] *vt* ਡੰਡੇ ਲਾਉਣਾ, ਬੁਰੀ ਤਰ੍ਹਾਂ ਕੁੱਟਣਾ

bastille /ਬੈ'ਸਟੀਲ/ *n* ਜੇਲ੍ਹ, ਕੈਦਖ਼ਾਨਾ,

ਕਾਰਾਵਾਸ; ਗੜ੍ਹ, ਕਿਲ੍ਹਾ; ਸ਼ਾਹੀ ਕੈਦੀਆਂ ਨੂੰ ਬੰਦ ਕਰਨ ਦਾ ਕਿਲ੍ਹਾ; **(Bastille)** ਪੈਰਿਸ ਦੀ ਪ੍ਰਸਿੱਧ ਜੇਲ੍ਹ ਜਿਹੜੀ ਇਨਕਲਾਬੀਆਂ ਨੇ *1789* ਵਿੱਚ ਤੋੜ ਦਿੱਤੀ ਸੀ

bastinado /ˌਬੈਸਟਿ'ਨਾਡਅਉ/ *n* (ਬਹੁ) **bastinadoes** ਪੈਰਾਂ ਦੀਆਂ ਤਲੀਆਂ ਉੱਤੇ ਡੰਡਿਆਂ ਦੀ ਮਾਰ *vt* ਤਲੀਆਂ ਉੱਤੇ ਬੈਂਤ ਜਾਂ ਡੰਡੇ ਮਾਰਨਾ

bastion /'ਬੈਸਟਿਅਨ/ *n* ਬੁਰਜ; ਕਿਲ੍ਹਾਬੰਦ ਸਥਾਨ, ਗੜ੍ਹ

bastioned /'ਬੈਸਟਿਅਨਡ/ *a* ਬੁਰਜਦਾਰ ਕਿਲ੍ਹੇ ਵਰਗਾ

bat¹ /ਬੈਟ/ *n* ਚਮਗਿੱਦੜ, ਚਾਮਚੜਿੱਕ **have bats in the belfry** ਬੌਂਦਲਿਆ ਹੋਣਾ, ਸਿਰ ਫਿਰਿਆ ਹੋਣਾ, ਸ਼ੁਦਾਈ ਹੋਣਾ

bat² *n* (ਕ੍ਰਿਕਟ ਤੇ ਬੇਸਬਾਲ ਦਾ) ਬੱਲਾ, ਬੈਟ *v* ਬੱਲੇ ਨਾਲ ਖੇਡਣਾ, ਬੱਲਾ ਮਾਰਨਾ, ਵਾਰੀ ਖੇਡਣਾ

batch /ਬੈਚ/ *n* ਜੱਥਾ, ਟੋਲੀ, ਸਮੂਹ,ਦਲ; ਰੋਟੀਆਂ ਦਾ ਪੂਰ; ਘਾਣ

batchmate /'ਬੈਚਮੇਇਟ/ *n* ਇੱਕੋ ਸਕੂਲ ਜਾਂ ਕਾਲਜ ਵਿੱਚ ਪੜ੍ਹੇ ਵਿਦਿਆਰਥੀ, ਇੱਕੋ ਸਮੇਂ ਟਰੇਨਿੰਗ ਲੈਣ ਵਾਲੇ ਬੰਦੇ, ਹਾਣੀ

bate¹ /ਬੇਇਟ/ *v* ਸ਼ਕਤੀਹੀਣ ਹੋ ਜਾਣਾ, ਜ਼ੋਰ ਘਟ ਜਾਣਾ; (ਉਮੀਦ) ਘਟਾਉਣਾ, (ਸਾਹ) ਰੋਕਣਾ, ਘਟਾਉਣਾ

bate² *n* ਚਮੜਾ ਸਾਫ਼ ਕਰਨ ਲਈ ਖਾਰ ਵਾਲਾ ਘੋਲ *vt* ਖਾਰੇ ਘੋਲ ਵਿੱਚ ਡਬੋਣਾ

bate³, bait *n* ਕ੍ਰੋਧ, ਗੁੱਸਾ

bath /ਬਾਥ/ *n* ਇਸ਼ਨਾਨ, ਨ੍ਹਾਉਣ-ਧੋਣ, ਗ਼ੁਸਲ; ਇਸ਼ਨਾਨ ਕਰਨ ਦਾ ਪਾਣੀ; ਨ੍ਹਾਉਣ ਦਾ ਭਾਂਡਾ, ਟੱਬ; ਗ਼ੁਸਲਖ਼ਾਨਾ, ਇਸ਼ਨਾਨ ਘਰ, ਹਮਾਮ *vt* ਇਸ਼ਨਾਨ ਕਰਨਾ, ਨ੍ਹਾਉਣਾ (ਬੱਚੇ ਜਾਂ ਰੋਗੀ ਨੂੰ)

Bath *n* ਇੰਗਲੈਂਡ ਦਾ ਇੱਕ ਸ਼ਹਿਰ (ਜਿੱਥੇ ਗਰਮ ਪਾਣੀ ਦੇ ਚਸ਼ਮੇ ਹਨ)

bath brick *n* ਧਾਤਾਂ ਨੂੰ ਸਾਫ਼ ਕਰਨ ਦਾ ਮਸਾਲਾ

bath chair *n* ਰੋਗੀਆਂ ਦੀ ਕੁਰਸੀ, ਬਿਮਾਰਾਂ ਲਈ ਅਰਾਮ ਕੁਰਸੀ

bathe /ਬੇਇਦ/ *v* ਇਸ਼ਨਾਨ ਕਰਨਾ ਜਾਂ ਕਰਾਉਣਾ, ਨ੍ਹਾਉਣਾ; ਟੁੱਭੀ ਲਾਉਣਾ (ਤਰਲ ਪਦਾਰਥ, ਹਵਾ ਜਾਂ ਚਾਨਣ ਵਿੱਚ); ਪਾਣੀ ਨਾਲ ਧੋਣਾ; ਧੁੱਪ ਲਵਾਉਣਾ

bather /'ਬੇਇਦਅ*/ *n* ਇਸ਼ਨਾਨ ਕਰਨ ਵਾਲਾ; ਇਸ਼ਨਾਨ ਪੁਸ਼ਾਕ

bathing /'ਬੇਇਦਿਙ/ *n* ਨ੍ਹਾਉਣ-ਧੋਣ, ਇਸ਼ਨਾਨ

bathometer /ਬਅ'ਥੌਮਿਟਅ*/ *n* ਪਾਣੀ ਦੀ ਡੂੰਘਾਈ ਮਾਪਣ ਵਾਲਾ ਯੰਤਰ

bat-horse /'ਬੈਟ-ਹੋਸ/ *n* (ਲੜਾਈ ਵਿੱਚ) ਸਮਾਨ ਢੋਣ ਵਾਲਾ ਘੋੜਾ, ਲਾਦੂ ਘੋੜਾ

bathos /'ਬੇਇਥੌਸ/ *n* ਪਤਨ; ਲੇਖ ਜਾਂ ਭਾਸ਼ਣ ਵਿੱਚ ਉੱਚੇ ਵਿਚਾਰਾਂ ਤੋਂ ਨੀਵੇਂ ਵਿਚਾਰਾਂ ਉੱਤੇ ਆ ਡਿੱਗਣ ਦਾ ਭਾਵ, ਊਟ-ਪਟਾਂਗ

bathroom /'ਬਾਥਰੂਮ, -ਰੁਮ/ *n* ਗ਼ੁਸਲਖ਼ਾਨਾ, ਇਸ਼ਨਾਨ ਘਰ

batik /ਬਅ'ਟੀਕ/ *n* ਕੱਪੜੇ ਠੇਕਣ ਦੀ ਇੱਕ ਕਲਾ

batman /'ਬੈਟਮਅਨ/ *n* ਫ਼ੌਜੀ ਅਫ਼ਸਰ ਦਾ ਅਰਦਲੀ

baton /'ਬੈਟੌਨ/ *n* ਪੁਲਿਸ ਦੇ ਸਿਪਾਹੀ ਦਾ ਡੰਡਾ, ਬੈਂਤ; (ਸੰਗੀਤ ਨਿਰਦੇਸ਼ਕ ਦੀ ਤਾਲ ਦੇਣ ਲਈ) ਛਟੀ *vt* ਡੰਡੇ ਨਾਲ ਮਾਰਨਾ

bat-pay /'ਬੈਟ-ਪੇਇ/ *n* ਸਮਾਨ ਢੋਣ ਦਾ ਭੱਤਾ

batsman /'ਬੈਟਸਮਅਨ/ *n* (ਕ੍ਰਿਕਟ) ਬੱਲੇਬਾਜ਼, ਬੱਲਾ ਮਾਰਨ ਵਾਲਾ ਖਿਡਾਰੀ; ਸਮੁੰਦਰੀ ਜਹਾਜ਼ ਉੱਤੇ ਉੱਤਰਨ ਵਾਲੇ ਹਵਾਈ ਜਹਾਜ਼ ਨੂੰ ਬੱਲੇ ਨਾਲ ਸੰਕੇਤ ਕਰਨ ਵਾਲਾ

battalion /ਬਅ'ਟੈਲਿਅਨ/ *n* (ਫ਼ੌਜੀ) ਦਸਤਾ, ਪਲਟਨ, ਸੈਨਿਕ ਦਲ, ਬਟਾਲੀਅਨ

batten /'ਬੈਟਨ/ *n* ਖੜ੍ਹੇ ਦਾਅ ਲੱਗੇ ਤਖ਼ਤਿਆਂ ਨੂੰ ਕੱਸਣ ਲਈ ਲੇਟੇ ਦਾਅ ਲਾਈ ਫੱਟੀ, ਪੁਸ਼ਤਾ; ਬਿਜਲੀ ਦੀਆਂ ਤਾਰਾਂ ਲਈ ਲੱਕੜੀ ਦੀ ਫੱਟੀ *v* ਕਿਸੇ ਚੀਜ਼ ਨੂੰ ਲੱਕੜੀ ਦੀਆਂ ਫੱਟੀਆਂ ਨਾਲ

ਪੱਕਾ ਕਰਨਾ; ਫ਼ਰਸ਼ ਬਣਾਉਣਾ; ਢੱਕਣ ਕੱਸਣਾ

batter /'ਬੈਟਅ*/ *n* (ਛਾਪੇ ਵਾਲੇ) ਸਿੱਕੇ ਦੇ ਅੱਖਰਾਂ ਦੀ ਪੱਟੀ, ਅੱਖਰਾਂ ਦੀ ਪਲੇਟ; ਪੀਠੀ (ਦਾਲ ਦੀ); ਢਾਲ, ਸਲਾਮੀ; ਕਈ ਚੀਜ਼ਾਂ ਦਾ ਰਲਾ (ਜਿਹੜਾ ਪਾਣੀ ਜਾਂ ਦੁੱਧ ਪਾ ਕੇ ਫੈਂਟਿਆਂ ਜਾਂਦਾ ਹੈ) *v* ਫੈਂਟਣਾ; ਸੂਰਤ ਵਿਗਾੜ ਦੇਣਾ, ਤੋੜ ਦੇਣਾ, ਢਾਹ ਸੁੱਟਣਾ; ਮਾਰ-ਮਾਰ ਕੇ ਡੇਗ ਦੇਣਾ, ਖੁੰਬ ਠੱਪਣਾ; (ਛਾਪੇਖ਼ਾਨੇ ਵਿੱਚ) ਟਾਈਪ ਨੂੰ ਤੋੜ ਕੇ ਅੱਡ-ਅੱਡ ਕਰਨਾ

battering charge *n* ਤੋਪ ਚਲਾਉਣ ਲਈ ਬਾਰੂਦ ਦੀ ਮਾਤਰਾ, ਤੋਪ ਵਿੱਚ ਭਰਿਆ ਪੂਰਾ ਬਾਰੂਦ

battering ram *n* ਕਿਲ੍ਹਾਤੋੜ ਲੱਠ

battering train *n* ਕਿਲ੍ਹਾਤੋੜ ਤੋਪਖ਼ਾਨਾ, ਤੋਪਾਂ ਦੀ ਕਤਾਰ

battery /'ਬੈਟਰਿ, -ਟਅਰਿ/ *n* (ਕਨੂੰ) ਧੌਲ-ਧੱਫਾ, ਮਾਰ-ਕੁੱਟ; (ਸੈਨਾ) ਤੋਪਖ਼ਾਨਾ; ਮੋਰਚਾ; ਇੱਕੋ ਜਿਹੀਆਂ ਚੀਜ਼ਾਂ ਦਾ ਇਕੱਠ (ਜਿਵੇਂ ਭਾਂਡੇ, ਸੈੱਲ, ਸੰਦ ਆਦਿ ਦੀ ਕਤਾਰ); (ਬਿਜਲੀ) ਬੈਟਰੀ

batting /'ਬੈਟਿਙ/ *n* ਬੱਲੇਬਾਜ਼ੀ; ਤਹਿਬੰਦ ਰੂੰ

battle /'ਬੈਟਲ/ *n* ਲੜਾਈ, ਯੁੱਧ, ਸੰਗਰਾਮ; ਸੰਘਰਸ਼; ਜਿੱਤ, ਫਤਿਹ *vi* ਲੜਾਈ ਕਰਨਾ, ਯੁੱਧ ਵਿੱਚ ਸ਼ਾਮਲ ਹੋਣਾ; ਸੰਘਰਸ਼ ਕਰਨਾ; ਮੁਕਾਬਲਾ ਕਰਨਾ

battle-array *n* ਸਫ਼ਬੰਦੀ

battleaxe/'ਬੈਟਲੈਕਸ/ *n* ਇੱਕ ਪੁਰਾਣਾ ਹਥਿਆਰ, ਫਰਸਾ, ਟਕੂਆ

battlecruiser/'ਬੈਟਲਕਰੂਜ਼ਅ/ *n* ਤੇਜ਼ ਰਫ਼ਤਾਰ ਜੰਗੀ ਜਹਾਜ਼

battle cry *n* ਜੰਗੀ ਨਾਅਰਾ, ਜੈਕਾਰਾ

battledore /'ਬੈਟਲਡੋ*/ *n* ਥਾਪੀ, ਡੰਮ੍ਹਣੀ, ਮੂੰਗਲੀ ਜਾਂ ਸੋਟਾ (ਕੱਪੜੇ ਧੋਣ ਲਈ); ਬੈਡਮਿੰਟਨ ਦਾ ਬੱਲਾ **battledore and shuttlecock** (ਬੈਡੱਮਿੰਟਨ ਵਿੱਚ) ਚਿੜੀ-ਛਿੱਕਾ, ਬੱਲਾ ਤੇ ਚਿੜੀ

battledress/'ਬੈਟਲਡਰੈੱਸ/ *n* ਫ਼ੌਜੀ ਵਰਦੀ

battlefield /'ਬੈਟਲਫ਼ੀਲਡ/ *n* ਲੜਾਈ ਦਾ ਮੈਦਾਨ, ਯੁੱਧ-ਖੇਤਰ, ਰਣ-ਭੂਮੀ

battlement /'ਬੈਟਲਮਅਨਟ/ *n* ਕਿਲ੍ਹੇ ਦੀ ਬੁਰਜਦਾਰ ਕੰਧ, ਦੰਦੀਆਂ ਵਾਲੀ ਕਿਲ੍ਹੇ ਦੀ ਕੰਧ, ਮੋਰਚੇ ਵਾਲੀ ਕੰਧ, ਕਿਲ੍ਹੇ ਦੀ ਚਾਰ ਦਿਵਾਰੀ ਜਿਸ ਵਿੱਚ ਗੋਲੀ ਚਲਾਉਣ ਲਈ ਮੋਰੀਆਂ ਬਣੀਆਂ ਹੋਣ

battlemented /'ਬੈਟਲਮਅਨਟਿਡ/ *a* ਮੋਰਚੇ ਵਾਲੀ

battle-piece *n* ਯੁੱਧ ਵਰਣਨ ਜਾਂ ਚਿੱਤਰ

battle plane *n* ਲੜਾਕੂ ਹਵਾਈ ਜਹਾਜ਼

battle royal *n* ਮਹਾਂਯੁੱਧ

battology /ਬੈ'ਟੌਲਅਜਿ/ *n* ਬਿਨਾਂ ਲੋੜ ਤੋਂ ਕਿਸੇ ਗੱਲ ਨੂੰ ਦੁਹਰਾਉਣ ਦਾ ਭਾਵ, ਪੁਨਰ ਆਂਵ੍ਰਿਤੀ

battue /ਬੈ'ਟੂ/ *(F) n* ਜੰਗਲੀ ਜਾਨਵਰਾਂ ਨੂੰ ਰੌਲਾ ਪਾ ਕੇ ਸ਼ਿਕਾਰੀ ਵੱਲ ਹਿੱਕ ਲਿਆਉਣ ਦਾ ਭਾਵ, ਹਾਕੇ ਦਾ ਸ਼ਿਕਾਰ, ਜੰਗਲੀ ਜਾਨਵਰਾਂ ਦਾ ਹਾਕਾ; ਕਤਲ-ਏ-ਆਮ

batty /'ਬੈਟਿ/ *a* (ਬੋਲ) ਸਿਰ ਫਿਰਿਆ, ਖ਼ਬਤੀ, ਝੱਲਾ; ਚਾਮਚੜਿੱਕ ਵਰਗਾ

bauble, bawble /'ਬੋਬਲ/ *n* ਘਟੀਆ ਗਹਿਣਾ, ਸਸਤੀ ਟੂਮ; ਰਾਜ ਦਰਬਾਰ ਦੇ ਵਿਦੂਸ਼ਕ ਦਾ ਡੰਡਾ

baulk /ਬੋਕ/ *n* ਵੇਖੋ **balk**

bauxite /'ਬੋਕਸਾਇਟ/ *n* ਇੱਕ ਕੱਚੀ ਧਾਤ ਦਾ ਨਾਂ, ਐਲਮੀਨੀਅਮ ਧਾਤ ਵਾਲੀ ਮਿੱਟੀ, ਬਾਕਸਾਈਟ

bawble ਵੇਖੋ **bauble**

bawd /ਬੋਡ/ *n* ਭੜੂਆ; ਵੇਸਵਾ; ਦੱਲੀ; ਫੱਫੇ-ਕੁੱਟਣੀ; ਗੰਦੀ ਗੱਲ, ਅਸ਼ਲੀਲ ਕਥਨ

bawdiness/'ਬੋਡਿਨਅਸ/ *n* ਅਸ਼ਲੀਲਤਾ; ਲੁੱਚਪੁਣਾ, ਅਸ਼ਲੀਲ ਕਥਨ

bawdy /ਬੋਡਿ/ *a* ਅਸ਼ਲੀਲ (ਗੱਲ); ਚਵਲ, ਲੁੱਚੀ

bawdy-house /'ਬੋਡਿ,ਹਾਉਸ/ *n* ਕੋਠਾ, ਚਕਲਾ

bawl /ਬੋਲ/ *v* ਕੂਕਣਾ, ਚੀਕਣਾ, ਧਾਹਾਂ ਮਾਰਨਾ,

ਵਿਰਲਾਪ ਕਰਨਾ; ਵਰ੍ਹ ਪੈਣਾ, ਫਿਟਕਾਰਨਾ

bay[1] **/ਬੇਇ/** *n* ਖਾੜੀ, ਖਲੀਜ

bay[2] *n* ਜੈ-ਮਾਲਾ, ਵਿਜੇ-ਮੁਕਟ, ਪੱਤਿਆਂ ਦਾ ਮੁਕਟ; ਤੇਜ਼-ਪੱਤਰ, ਇੱਕ ਕਿਸਮ ਦਾ ਬੂਟਾ ਜਾਂ ਝਾੜੀ

bay[3] *n* (ਸੈਨਾ ਵਿੱਚ) ਖਾਈ ਵਿੱਚ ਚੱਲਣ ਦਾ ਰਸਤਾ, ਰੇਲਵੇ ਲਾਈਨ ਦੇ ਸ਼ੁਰੂ ਜਾਂ ਅੰਤ ਉੱਤੇ ਬਣਿਆ ਪਲੇਟਫ਼ਾਰਮ (ਜਿਹੜਾ ਇੱਕ ਪਾਸੇ ਬੰਦ ਹੋਵੇ), ਖੁੱਡਾ ਲਾਈਨ, ਦੋ ਖੰਭਿਆਂ ਵਿਚਕਾਰ ਇੱਕ ਥਾਂ, ਕੰਧ ਵਿੱਚ ਖੱਪਾ, ਆਲਾ

bay[4] *n* ਸ਼ਿਕਾਰੀ ਕੁੱਤਿਆਂ ਦੀ ਭੌਂ-ਭੌਂ, ਭੌਂਕਣ; ਰਲ ਕੇ ਕੱਢੀ ਹੋਈ ਅਵਾਜ਼ *v* ਸ਼ਿਕਾਰੀ ਕੁੱਤਿਆਂ ਦਾ ਭੌਂਕਣਾ, (ਕਿਸੇ ਉੱਤੇ) ਭੌਂਕਣਾ **be at bay** ਘਿਰ ਜਾਣਾ, ਫਸ ਜਾਣਾ **stand at bay** (ਸ਼ਿਕਾਰੀ ਜਾਨਵਰ ਦਾ) ਪਲਟ ਕੇ ਮੁਕਾਬਲਾ ਕਰਨਾ

bay[5] *n* ਕੁਮੈਤ *a* ਲਾਖੇ ਰੰਗ ਦਾ (ਘੋੜਾ)

bayadere /'ਬੇਇਯਅ'ਡੇਅ/ *n* ਦੇਵਦਾਸੀ, ਨਰਤਕੀ

Bayard /'ਬੇਇਆਡ/ *n* ਵੀਰ, ਬਹਾਦਰ, ਸੂਰਮਾ, ਯੋਧਾ; ਬਹੁਤ ਤੇਜ਼ ਘੋੜਾ

bayberry /'ਬੇਇਬੈੱਰਿ/ *n* ਇੱਕ ਉੱਤਰ ਅਮਰੀਕੀ ਖ਼ੁਸ਼ਬੋਦਾਰ ਬੂਟਾ

bay leaf *n* ਤੇਜ਼-ਪੱਤਰ

bayonet /'ਬੇਇਅਨਅਟ/ *n* ਸੰਗੀਨ **/'ਬੇਇਅਨਅਟ, ,ਬੇਇਅ'ਨੈੱਟ/** *vt* ਸੰਗੀਨ ਮਾਰਨਾ **bayonet into** ਸੈਨਾ ਸ਼ਕਤੀ ਨਾਲ ਦਬਾਅ ਪਾਉਣਾ

bay rum *n* ਤੇਜ਼-ਪੱਤਰ ਦੇ ਸੁਗੰਧਿਤ ਪੱਤਿਆਂ ਦਾ ਅਰਕ

bay salt *n* ਸਮੁੰਦਰੀ ਨਮਕ

bay window *n* ਕੰਧ ਵਿੱਚੋਂ ਅਗਾਂਹ ਵਧੀ ਬਾਰੀ

bazooka /ਬਅ'ਜ਼ੂਕਅ/ *n* ਟੈਂਕ ਤੋੜੂ ਰਾਕਟ, ਬਜ਼ੂਕਾ

BBC /,ਬੀ ਬੀ 'ਸੀ *abbr* **British Bro adcasting Corporation** ਦਾ ਸੰਖੇਪ ਰੂਪ, ਬੀ ਬੀ ਸੀ, ਰੇਡੀਓ ਪ੍ਰੋਗਰਾਮ ਜਾਂ ਟੈਲੀਵਿਜ਼ਨ ਦੇਣ ਲਈ ਇਕ ਕੌਮੀ ਸੰਸਥਾ ਦਾ ਨਾਮ

BC/,ਬੀ 'ਸੀ/ *abbr* **before christ** ਦਾ ਸੰਖੇਪ ਈਸਵੀ ਪੂਰਬ (ਸੰਨ)

B.E. /,ਬੀ 'ਈ *abbr* **Bachelor of Engineering** ਇੰਜੀਨੀਅਰਿੰਗ ਦੀ ਡਿਗਰੀ

be[1] **/ਬਿ, ਬੀ/** *vt* **(substantive, copulative & auxiliary)** ਹੋਣਾ; ਹਾਜ਼ਰ ਹੋਣਾ, ਮੌਜੂਦ ਹੋਣਾ; ਘਟਣਾ; ਜਿਊਂਦੇ ਹੋਣਾ; ਜਾਰੀ ਰਹਿਣਾ; ਬਾਕੀ ਰਹਿਣਾ; ਕਿਸੇ ਹਾਲਤ ਵਿੱਚ ਹੋਣਾ; ਆ ਪੈਣਾ; ਸੰਭਾਵਨਾ ਦਾ ਹੋਣਾ *pref* ਨਾਂਵ ਆਦਿ ਸ਼ਬਦਾਂ ਵਿੱਚ ਅਗੇਤਰ, ਕਿਰਿਆ ਬਣਾਉਣ ਲਈ ਜੁੜਿਆ ਉਪਸਰਗ ਜਿਵੇਂ **behead, befriend, beset, bedim** ਆਦਿ **be all** ਨਿਚੋੜ, ਸਭ ਕੁਝ **be off** ਦੂਰ ਹੋ ਜਾਓ, ਹਟੋ, ਚਲੋ **may be** ਸ਼ਾਇਦ **would-be** ਹੋਣ ਵਾਲਾ, ਸੰਭਾਵੀ

beach /ਬੀਚ/ *n* ਸਮੁੰਦਰ ਜਾਂ ਦਰਿਆ ਦਾ ਕੰਢਾ; ਦਰਿਆ ਦੇ ਕਿਨਾਰੇ ਦੇ ਕੰਕਰ ਜਾਂ ਗੀਟੇ *v* (ਜਹਾਜ਼, ਬੇੜੇ) ਦਾ ਕੰਢੇ ਲੱਗਣਾ; ਕਿਨਾਰੇ ਉੱਤੇ ਲੰਗਰ ਸੁੱਟਣਾ

beachcomber/'ਬੀਚਕਅਉਮਅ*/ *n* ਸਮੁੰਦਰ ਤੋਂ ਉੱਠ ਕੇ ਕਿਨਾਰੇ ਤੱਕ ਜਾਣ ਵਾਲੀ ਵੱਡੀ ਲਹਿਰ; ਸਮੁੰਦਰ ਕੰਢਿਓਂ ਚੀਜ਼ਾਂ ਲੱਭ ਕੇ ਗੁਜ਼ਾਰਾ ਕਰਨ ਵਾਲਾ; ਸ਼ਾਂਤ ਮਹਾਂਸਾਗਰ ਦੇ ਦੀਪ ਆਦਿ ਦਾ ਗੋਰਾ ਆਦਮੀ

beached /ਬੀਚਡ/ *a* ਤਟੀ, ਕਿਨਾਰੇ ਉੱਤੇ ਪਹੁੰਚਿਆ

beacon /'ਬੀਕਅਨ/ *n* ਚਾਨਣ-ਮੁਨਾਰਾ, ਅਕਾਸ਼ਦੀਪ, ਪਥ-ਪ੍ਰਦਰਸ਼ਕ, ਕਿਸੇ ਬਾਂਸ ਜਾਂ ਪਹਾੜੀ ਉੱਤੇ ਬਾਲੀ ਹੋਈ ਮਸਾਲ ਜਾਂ ਅੱਗ; ਸਿਗਨਲ ਸਟੇਸ਼ਨ *vt* ਪਤਾ ਦੇਣਾ, ਰੌਸ਼ਨੀ ਦਿਖਾਉਣਾ, ਰਸਤਾ ਦੱਸਣਾ; ਖ਼ਤਰਾ ਦੱਸਣ ਲਈ ਇਸ਼ਾਰਾ ਕਰਨਾ; ਅਗਵਾਈ ਕਰਨਾ; ਚਾਨਣ ਦੇ ਖੰਭੇ ਲਾਉਣਾ

bead /ਬੀਡ/ *n* ਮਣਕਾ; ਸਿਮਰਨੀ ਜਾਂ ਮਾਲਾ ਦਾ ਮਣਕਾ; ਬੂੰਦ, ਬੁਲਬੁਲਾ, ਤੁਪਕਾ; (ਇਮਾਰਤ)

ਮਣਕੇਦਾਰ ਉਸਾਰੀ; (ਬੰਦੂਕ ਦੀ) ਮੱਖੀ; ਪੂਜਾ, ਪ੍ਰਾਰਥਨਾ; ਪਰੋਣਾ, ਗੁੰਦਣਾ, ਲੜੀ ਬਣਾਉਣਾ **draw a bead on** ਨਿਸ਼ਾਨਾ ਬੰਨ੍ਹਣਾ **tell one's beads** ਮਾਲਾ ਫੇਰਨਾ

beaded /'ਬੀਡਿਡ/ *a* ਪਰੋਇਆ ਹੋਇਆ, ਮਣਕੇਦਾਰ

bead-house *n* ਸਿਮਰਨ ਕਰਨ ਦੀ ਥਾਂ

beading /'ਬੀਡਿਙ/ *n* ਕੱਪੜਿਆਂ ਉੱਤੇ ਬੀਡਿੰਗ ਦਾ ਕੰਮ, ਬੀਡਿੰਗ; (ਇਮਾਰਤ) ਮੋਹਰੇਦਾਰ ਨੱਕਾਸ਼ੀ

beadle /'ਬੀਡਲ/ *n* (ਚਰਚ/ਕਚਹਿਰੀ ਵਿੱਚ) ਛੋਟੇ ਦਰਜੇ ਦਾ ਅਧਿਕਾਰੀ; ਸੇਵਾਦਾਰ

beadledom /'ਬੀਡਲਡਅਮ/ *n* ਬੇਲੋੜੀ ਆਕੜ, ਫੋਕੀ ਰਾਏਸਾਹਬੀ; ਦਫ਼ਤਰਸ਼ਾਹੀ, ਅਫ਼ਸਰਸ਼ਾਹੀ

bead-roll *n* ਨਾਂਵਾਂ ਦੀ ਸੂਚੀ

beadsman /'ਬੀਡਜ਼ਮਅਨ/ *n* ਭੇਟਾ ਲੈ ਕੇ ਉਪਕਾਰ ਲਈ ਮਾਲਾ ਫੇਰਨ ਵਾਲਾ; ਭਿਖਾਰੀ

beadswoman /'ਬੀਡਜ਼ਵੁਮਅਨ/ *n* ਦੂਜਿਆਂ ਵਾਸਤੇ ਸਿਮਰਨ ਕਰਨ ਵਾਲੀ ਇਸਤਰੀ

beady /'ਬੀਡਿ/ *a* ਮਣਕਿਆਂ ਜਾਂ ਬੂੰਦਾਂ ਨਾਲ ਲੱਦਿਆ; ਮਣਕੇ ਵਾਂਗ ਛੋਟੀ ਅਤੇ ਚਮਕਦਾਰ (ਅੱਖ)

beagle /'ਬੀਗਲ/ *n* ਸੂਹ ਕੱਢਣ ਵਾਲਾ, ਜਸੂਸ, ਗੁਪਤਚਰ, ਖੋਜੀ ਕੁੱਤਾ, ਖ਼ਰਗੋਸ਼ ਦੇ ਸ਼ਿਕਾਰ ਲਈ ਵਰਤਿਆ ਜਾਂਦਾ ਸਭ ਤੋਂ ਛੋਟਾ ਅੰਗਰੇਜ਼ੀ ਕੁੱਤਾ

beak /ਬੀਕ/ *n* ਚੁੰਝ; ਨੁਕੀਲਾ ਨੱਕ; ਬੂਥੀ; ਜਹਾਜ਼ ਦੀ ਨਿਕਲੀ ਹੋਈ ਚੁੰਝ; (ਪੇਂਡੂ ਬੋਲੀ ਵਿੱਚ) ਮਜਿਸਟਰੇਟ

beaked /ਬੀਕਟ/ *a* ਚੁੰਝ ਵਾਲਾ, ਚੁੰਝ ਵਾਂਗ ਮੁੜਿਆ

beaker /'ਬੀਕਅ*/ *n* ਸਾਇੰਸ ਦੇ ਤਜਰਬਿਆਂ ਲਈ ਕੱਚ ਦਾ ਭਾਂਡਾ; ਬੀਕਰ, (ਸ਼ਰਾਬ ਪੀਣ ਲਈ) ਵੱਡਾ ਪਿਆਲਾ; ਟੂਟੀ ਵਾਲਾ ਭਬਕਾ

beam /ਬੀਮ/ *n* ਸ਼ਤੀਰ, ਬਾਲਾ; ਲੰਗਰ ਦਾ ਦਸਤਾ; ਲੱਠ, ਹਲ ਦੀ ਵੇਲ; ਤੱਕੜੀ ਦੀ ਡੰਡੀ; ਇੰਜਣ ਦੇ ਧੁਰੇ ਨੂੰ ਪਿਸਟਨ ਨਾਲ ਜੋੜਨ ਵਾਲਾ ਲੀਵਰ; ਜਹਾਜ਼ ਦੇ ਥੱਲੇ ਦੇ ਸ਼ਤੀਰ ਜਿਨ੍ਹਾਂ ਉੱਤੇ ਜਹਾਜ਼ ਉਸਾਰਿਆ ਹੁੰਦਾ ਹੈ; ਜਹਾਜ਼ ਦੀ ਚੁੜਾਈ; ਗੱਡੀ ਦਾ ਧੁਰਾ; ਚਾਨਣ ਦੀ ਕਿਰਨ; ਚਿਹਰੇ ਦੀ ਰੌਣਕ, ਖ਼ੁਸ਼ੀ, ਦਮਕ, ਖੇੜਾ *v* ਚਮਕਣਾ, ਜਗਮਗਾ ਉਠਣਾ, ਖਿੜਨਾ; ਕਿਰਨਾਂ ਛੱਡਣਾ **kick the beam** ਹਲਕਾ ਸਿੱਧ ਹੋਣਾ, ਹਾਰ ਜਾਣਾ **on her beam-ends** ਜਹਾਜ਼ ਦਾ ਉਲਾਰ, ਇੱਕ ਪਾਸੇ ਝੁਕਾਅ (ਖ਼ਤਰੇ ਵੇਲੇ) **on one's beam-ends** ਮੁਸੀਬਤ ਵਿੱਚ, ਸੰਕਟ ਵਿੱਚ, ਬਿਪਤਾ ਵਿੱਚ

beaming /ਬੀਮਿਙ/ *a* ਪ੍ਰਕਾਸ਼ਮਾਨ, ਦਮਕਦਾ; ਅਨੰਦ-ਮਗਨ

beamless /ਬੀਮਲਅਸ/ *a* ਪ੍ਰਕਾਸ਼ ਰਹਿਤ, ਨਾ ਚਮਕਣ ਵਾਲਾ

beam system *n* ਸ਼ੀਸ਼ਾ ਝੰਡੀ, ਕਿਰਨ-ਵਿਕੀਰਨ ਰਾਹੀਂ ਸੰਦੇਸ਼ ਪਹੁੰਚਾਉਣ ਦਾ ਢੰਗ

beamy /'ਬੀਮਿ/ *a* ਡਲ੍ਹਕਦਾਰ, ਰੋਸ਼ਨ, ਚਮਕਦਾਰ, ਉਜੱਲ, ਪ੍ਰਕਾਸ਼ਮਾਨ; ਬਹੁਤ ਵੱਡਾ, ਵਿਸ਼ਾਲ, ਵਿਸਤ੍ਰਿਤ, ਚੌੜਾ (ਜਹਾਜ਼)

bean /ਬੀਨ/ *n* ਫਲੀਦਾਰ ਪੌਦਾ (ਜਿਵੇਂ ਰਵਾਂਹ, ਸੇਮ, ਲੋਬੀਆ); ਫਲੀ ਵਿੱਚੋਂ ਨਿਕਲਿਆ ਦਾਣਾ; ਕਾਫ਼ੀ ਅਤੇ ਹੋਰਨਾਂ ਪੌਦਿਆਂ ਦੇ ਬੀਜ **full of beans, beanfed** ਉਤਸ਼ਾਹਪੂਰਨ, ਪ੍ਰਸੰਨ, ਉਤੇਜਿਤ **give one beans** ਛਾਂਦਾ ਦੇਣਾ, ਝਿੜਕਣਾ ਜਾਂ ਸਜ਼ਾ ਦੇਣਾ

beanbag/'ਬੀਨਬੈਗ/ *n* (ਪਲਾਸਟਿਕ ਦੇ ਛੋਟੇ-ਛੋਟੇ ਟੁਕੜਿਆਂ ਨਾਲ ਭਰਿਆ) ਬੈਠਣ ਲਈ ਪੀੜ੍ਹੀ–ਨੁਮਾ ਬੈਗ; (ਪਲਾਸਟਿਕ ਦੇ ਟੁਕੜਿਆਂ ਨਾਲ ਭਰੀ) ਛੋਟੀ ਗੇਂਦ

beanfeast/'ਬੀਨਫ਼ੀਸਟ/ *n* (ਅਪ) ਜਸ਼ਨ, ਰੰਗ-ਰਲੀਆਂ, ਮਾਲਕਾਂ ਵੱਲੋਂ ਮਜ਼ਦੂਰਾਂ ਨੂੰ ਦਿੱਤਾ ਸਲਾਨਾ ਖਾਣਾ

bear[1] **/ਬੇਅ*/** *n* ਰਿੱਛ, ਭਾਲੂ; ਉਜੱਡ ਜਾਂ ਰੁੱਖਾ ਮਨੁੱਖ; ਛੇਕ ਕਰਨ ਦੀ ਭਾਰੀ ਮਸ਼ੀਨ

bear[2] *vt* ਬਜ਼ਾਰ ਦੇ ਮੰਦੇ ਦਾ ਭਾਵ, ਮੰਦੇ ਵਿੱਚ

bear[3] *v* ਜਰਨਾ, ਸਹਿਣਾ, ਸਹਾਰਨਾ, ਝੱਲਣਾ, ਭੋਗਣਾ; ਚੁੱਕਣਾ, ਚੁੱਕ ਕੇ ਲੈ ਜਾਣਾ, ਭਾਰ ਉਠਾਉਣਾ; ਕਿਸੇ ਨਾਂ ਜਾਂ ਖ਼ਿਤਾਬ ਨਾਲ ਸੱਦੇ ਜਾਣਾ; ਕਿਸੇ ਚੀਜ਼ ਵਿੱਚ ਕਿਸੇ ਨਿਸ਼ਾਨ ਦਾ ਹੋਣਾ ਜਾਂ ਦਿਖਾਉਣਾ; ਜਣਨਾ, ਸੂਣਾ, ਪੈਦਾ ਕਰਨਾ; ਪਹਿਨਣਾ; ਮੁੜਨਾ, ਰੁਖ਼ ਕਰਨਾ

bearable /'ਬੇਅਰਅਬਲ/ *a* ਸਹਿਣਯੋਗ, ਸਹਾਰਨਯੋਗ

beard /ਬਿਅਡ/ *n* ਦਾੜ੍ਹੀ; ਕੁਝ ਮੱਛੀਆਂ ਦੀਆਂ ਮੁੱਛਾਂ; ਕਸੀਰ, ਮੱਕਈ ਆਦਿ ਦੇ ਬਾਬੂ, ਝੰਡੇ, ਬੁੰਬਲ; ਚਿੜੀਆਂ ਦੀ ਚੁੰਝ ਦੇ ਕੰਡੇ; ਸਖ਼ਤ ਵਾਲ *vt* ਦਾੜ੍ਹੀ ਰੱਖਣਾ; ਦਾੜ੍ਹੀ ਫੜਨਾ ਜਾਂ ਖਿੱਚਣਾ, ਨਿਰਾਦਰ ਕਰਨਾ; ਸਾਮ੍ਹਣਾ ਕਰਨਾ, ਵੰਗਾਰਨਾ, ਸ਼ਰੇਆਮ ਵਿਰੋਧ ਕਰਨਾ, ਲਲਕਾਰਨਾ

bearded /'ਬਿਅਡਿਡ/ *a* ਦਾੜ੍ਹੀ ਵਾਲਾ; ਰੇਸ਼ੇਦਾਰ

beardless /'ਬਿਅਡਲਅਸ/ *a* ਅਣਦਾੜ੍ਹੀਆ, ਦਾੜ੍ਹੀ ਰਹਿਤ; ਅਲੂੰਆਂ, ਅਲ੍ਹੜ

beardlessness /'ਬਿਅਡਲਅਸਨਅਸ/ *n* ਦਾੜ੍ਹੀ ਦੀ ਅਣਹੋਂਦ; ਅਨਾੜੀਪੁਣਾ

bearer /'ਬੇਅਰਅ*/ *n* ਬੈਰਾ (ਹੋਟਲ ਦਾ); ਕੁਲੀ, (ਸਮਾਨ) ਚੁੱਕਣ ਵਾਲਾ; ਲਿਜਾਣ ਵਾਲਾ, ਵਾਹਕ; ਅਰਥੀ ਚੁੱਕਣ ਵਾਲਾ; ਪਾਲਕੀ ਚੁੱਕਣ ਵਾਲਾ, ਕਹਾਰ; ਖ਼ਤ ਲਿਜਾਣ ਵਾਲਾ; ਘਰੇਲੂ ਨੌਕਰ, ਸੇਵਕ; ਅੰਗ-ਰੱਖਿਅਕ; ਫਲਦਾਰ ਰੁੱਖ, ਫਲਣ ਵਾਲਾ ਪੌਦਾ

bear garden *n* ਰੌਲੇ-ਰੱਪੇ ਵਾਲਾ ਦ੍ਰਿਸ਼

bearing /'ਬੇਅਰਿਙ/ *n* ਚਾਲ-ਢਾਲ, ਵਰਤਾਅ; ਰੰਗ-ਢੰਗ, ਤਰਜ਼ੇਅਮਲ; ਸੰਬੰਧ, ਹਵਾਲਾ, ਪੱਖ, ਰੁਖ਼; ਰਸਤੇ ਦੀ ਸੇਧ; ਜਨਮ, ਪੈਦਾਇਸ਼; ਸਹਿਣਸ਼ੀਲਤਾ

bearing rein *n* ਲਗਾਮ ਦਾ ਹਿੱਸਾ ਜੋ ਕਾਠੀ ਨਾਲ ਬੰਨ੍ਹਿਆ ਹੁੰਦਾ ਹੈ ਅਤੇ ਘੋੜੇ ਨੂੰ ਧੌਣ ਸਿੱਧੀ ਰੱਖਣ ਲਈ ਮਜਬੂਰ ਕਰਦਾ ਹੈ, ਘੋੜੇ ਦੀ ਲਗਾਮ

bearish /'ਬੇਅਰਿਸ਼/ *a* ਰਿੱਛ ਵਰਗਾ; ਉਜੱਡ; (ਸੱਟਾ ਬਜ਼ਾਰ) ਮੰਦੇ ਵਿੱਚ

bear-leader *n* ਘੁੰਮਦਾ-ਫਿਰਦਾ ਅਧਿਆਪਕ ਜੋ ਸਫ਼ਰ ਵਿੱਚ ਪੜ੍ਹਾਵੇ, ਸਫ਼ਰੀ ਉਸਤਾਦ

bear's grease *n* ਖ਼ੁਸ਼ਬੋਦਾਰ ਤੇਲ ਜਾਂ ਕਰੀਮ ਜਾਂ ਰੋਗਨ

bearskin /'ਬੇਅਸਕਿਨ/ *n* ਰਾਖੀ ਕਰਨ ਵਾਲੇ ਫ਼ੌਜੀ ਦਸਤੇ ਦੀ ਟੋਪੀ (ਜੋ ਰਿੱਛ ਦੀ ਖੱਲ ਤੋਂ ਬਣੀ ਹੁੰਦੀ ਹੈ)

beast /ਬੀਸਟ/ *n* ਪਸ਼ੂ, ਜਾਨਵਰ; ਘਿਰਨਾਯੋਗ ਮਨੁੱਖ, ਪਸ਼ੂ ਬਿਰਤੀ ਵਾਲਾ ਮਨੁੱਖ, ਜਾਂਗਲੀ, ਉਜੱਡ, ਹੈਵਾਨ **the beast** ਮਨੁੱਖ ਵਿੱਚ ਪਸ਼ੂਪੁਣਾ

beastings /'ਬੀਸਟਿਙਜ਼/ *n* (ਬਹੁ) ਬਹੁਲੀ, ਛੇਰੜਾ

beastliness /'ਬੀਸਟਲਿਨਅਸ/ *n* ਹੈਵਾਨੀਅਤ; ਖਰ੍ਹਵਾਪਣ, ਉਜੱਡਪੁਣਾ; ਵਧੀ ਹੋਈ ਕਾਮ ਵਾਸਨਾ, ਲੁੱਚਪੁਣਾ; ਪੇਟੂਪੁਣਾ

beastly /'ਬੀਸਟਲਿ/ *a* ਪਸ਼ੂਹਾਰ, ਪਸ਼ੂ ਵਰਗਾ; ਗੰਦਾ, ਭੱਦਾ, ਘਿਰਨਾਯੋਗ; ਲੁੱਚਾ; ਬੁਰਾ

beat /ਬੀਟ/ *v* ਮਾਰਨਾ, ਕੁੱਟਣਾ, ਮਾਰ-ਕੁਟਾਈ ਕਰਨਾ, ਕੁੱਟ ਚਾੜ੍ਹਨਾ; ਹਰਾਉਣਾ; ਤੰਗ ਕਰਨਾ, ਜਿੱਚ ਕਰਨਾ, ਮਾਤ ਦੇਣਾ; (ਖੰਭ) ਫੜਫੜਾਉਣਾ, ਪਰ ਮਾਰਨਾ, ਫੜਕਣਾ; (ਢੋਲ) ਥਪਥਪਾਉਣਾ, ਵਜਾਉਣਾ; (ਦਿਲ) ਧੜਕਣਾ; ਧੱਕਣਾ, ਹਿੱਕਣਾ; ਕੁੱਦਣਾ, ਫੁਦਕਣਾ, (ਘੜੀ ਦਾ) ਚੱਲਣਾ; (ਸ਼ਿਕਾਰ ਨੂੰ) ਸ਼ਿਕਾਰੀ ਵੱਲ ਲਿਆਉਣ ਲਈ ਰੌਲਾ ਪਾਉਣਾ, ਹੋ-ਹੋ ਕਰਕੇ ਝਾੜੀ ਵਿੱਚੋਂ ਕੱਢਣਾ *n* ਚੋਟ, ਸੱਟ (ਢੋਲ ਜਾਂ ਨਗਾਰੇ ਉੱਤੇ); (ਬੈਂਡ ਮਾਸਟਰ ਦੇ) ਤਾਲ-ਸੰਕੇਤ, ਇਸ਼ਾਰਾ; (ਘੜੀ ਆਦਿ) ਹਿਲ-ਜੁਲ, ਦਿਲ ਦੀ ਧੜਕਣ, ਸਿਪਾਹੀ ਦੀ ਗਸ਼ਤ, ਦੌਰਾ, ਫੇਰੀ; ਇਲਾਕਾ, ਖਿਲਾੜੀ ਦਾ ਖੇਤਰ, ਬੰਦੂਕ ਦੀ ਮਾਰ ਦੀ ਹੱਦ; ਟੱਪਣ, ਉਛਲਣ-ਕੁੱਦਣ **beat about the bush** ਉਰਲੀਆਂ-ਪਰਲੀਆਂ ਮਾਰਨਾ, ਯਭਲੀਆਂ

ਮਾਰਨਾ **beat a parley** ਸ਼ਰਤਾਂ ਪੇਸ਼ ਕਰਨਾ **beat a retreat** (ਸੈਨਾ ਦਾ) ਪਿੱਠ ਦਿਖਾਉਣਾ; ਪਿੱਛੇ ਹਟਣ ਦੇ ਚਿੰਨ੍ਹ ਵਜੋਂ ਨਗਾਰਾ ਵਜਾਉਣਾ **beat black and blue** ਮਾਰ-ਮਾਰ ਕੇ ਲਾਸਾਂ ਪਾ ਦੇਣਾ, ਬਹੁਤ ਮਾਰਨਾ **beat down** ਖ਼ਰੀਦ ਵਿੱਚ ਕਿਸੇ ਚੀਜ਼ ਦਾ ਮੁੱਲ ਘੱਟ ਕਰਵਾ ਲੈਣਾ; ਪਟਕਾ ਦੇਣਾ, ਕੁਚਲ ਦੇਣਾ **beat one's brains** ਮਗਜ਼ ਖਪਾਈ ਕਰਨਾ, ਸਿਰ ਖਪਾਉਣਾ **beat the air** ਹਵਾ ਵਿੱਚ ਤਲਵਾਰਾਂ ਮਾਰਨਾ, ਬੇਮਤਲਬ ਲੜਾਈ ਲੜਨਾ **beat the breast** ਛਾਤੀ ਪਿੱਟਣਾ, ਦੁਹੱਥੜੀ ਪਿੱਟਣਾ, ਸਿਆਪਾ ਕਰਨਾ **beat time** ਤਾਲ ਦੇਣਾ **beat up** ਕਿਸੇ ਚੀਜ਼ ਨੂੰ ਫੈਂਟ ਕੇ ਝੱਗ ਬਣਾਉਣਾ, ਫੈਂਟ ਕੇ ਚੀਜ਼ਾਂ ਨੂੰ ਇੱਕ ਰੂਪ ਬਣਾਉਣਾ; ਜਹਾਜ਼ ਨੂੰ ਹਵਾ ਤੋਂ ਉਲਟ ਲੈ ਜਾਣਾ, ਜਹਾਜ਼ ਮੋੜਨਾ

beaten /'ਬੀਟ(ਅ)ਨ/ *a* ਸਧਾਰਨ; ਪੁਰਾਣਾ, ਘਸਿਆ-ਪਿਟਿਆ; ਮਾਤ, ਪਰਾਜਿਤ, ਹਾਰਿਆ; ਥੱਕਿਆ-ਟੁੱਟਿਆ

beater /'ਬੀਟਅ*/ *n* ਥਾਪੀ, ਮੋਗਰੀ; ਆਂਡਾ ਫੈਂਟਣ ਦਾ ਸਾਧਨ; ਸ਼ਿਕਾਰ ਕੱਢਣ ਵਾਲਾ, ਸ਼ੀਕਾ

beatific /ˌਬੀਆ'ਟਿਫ਼ਿਕ/ *a* ਸ਼ੁਭ, ਅਨੰਦਮਈ, ਮੰਗਲਕਾਰੀ, ਸੁਖਦਾਇਕ, ਖ਼ੁਸ਼ੀ ਭਰਪੂਰ

beatification /ਬਿˌਐਟਿਫ਼ਿਕ'ਏਇਸ਼ਨ/ *n* ਪਰਮ-ਅਨੰਦ, ਮੋਖ ਪ੍ਰਾਪਤੀ; (ਰੋਮਨ ਕੈਥੋਲਿਕ ਗਿਰਜਾ ਘਰ ਦਾ) ਐਲਾਨ ਕਿ ਮਿਰਤਕ ਨੂੰ ਪਰਮ-ਅਨੰਦ ਪ੍ਰਾਪਤ ਹੋ ਗਿਆ ਹੈ

beatify /ਬਿ'ਐਟਿਫ਼ਾਇ/ *vt* (ਈਸਾਈ ਮਤ ਵਿੱਚ ਮਿਰਤਕ ਨੂੰ) ਮਹਾਤਮਾ ਵਜੋਂ ਮਾਨਤਾ ਪ੍ਰਦਾਨ ਕਰਨਾ

beating /'ਬੀਟਿਙ/ *n* ਦੰਡ, ਸਜ਼ਾ; ਕੁੱਟ, ਮਾਰ, ਪਿਟਾਈ; ਹਾਰ

beatitude /ਬਿ'ਐਟਿਟਯੂਡ/ *n* ਪਰਮਗਤੀ, ਪਰਮ-ਅਨੰਦ; (ਬਹੁ) ਈਸਾ ਦਾ ਆਸ਼ੀਰਵਾਦੀ ਵਚਨ, ਈਸਾ-ਮਸੀਹ ਦੇ ਉਪਦੇਸ਼ ਵਿੱਚ ਮੋਖ ਦਾ ਸ਼ੁਭ ਸੰਦੇਸ਼

beau /ਬਅਉ/ *n* (ਬਹੁ) **beaux** ਬਾਂਕਾ, ਛੈਲਾ, ਅਲਬੇਲਾ, ਛਬੀਲਾ; ਆਸ਼ਕ, ਦਿਲਦਾਰ, ਢੋਲਾ, ਜਾਨੀ, ਪ੍ਰੇਮੀ

beau ideal *(F) n* ਆਦਰਸ਼ ਸੁੰਦਰਤਾ, ਸੁੰਦਰਤਾ ਦਾ ਪੁੰਜ

beauish /ਬਅਉਇਸ਼/ *a* ਛੈਲ-ਛਬੀਲਾ, ਰੰਗ-ਰੰਗੀਲਾ

beau monde *(F) n* ਫ਼ੈਸ਼ਨੇਬਲ ਸੁਸਾਇਟੀ, ਫ਼ੈਸ਼ਨਦਾਰ ਦੁਨੀਆ, ਸ਼ੁਕੀਨ ਲੋਕ

beauteous /'ਬਯੂਟਿਅਸ/ *a* (ਕਾਵਿ) ਰੂਪਵੰਤ, ਸੁੰਦਰ, ਸੋਹਣਾ, ਖ਼ੂਬਸੂਰਤ, ਮਨੋਹਰ, ਹੁਸੀਨ

beautician /ਬਯੂ'ਟਿਸ਼ਨ/ *n* ਸ਼ਿੰਗਾਰਕਾਰ, ਸ਼ਿੰਗਾਰ ਕੇਂਦਰ ਨੂੰ ਚਲਾਉਣ ਵਾਲਾ, ਸ਼ਿੰਗਾਰ ਮਾਹਰ

beautifier /'ਬਯੂਟਿਫ਼ਾਇਅ*/ *n* ਸ਼ਿੰਗਾਰਕਾਰ, ਸੰਵਾਰਨ ਵਾਲਾ, ਸਜਾਉਣ ਵਾਲਾ

beautiful /'ਬਯੂਟਿਫ਼ਲ/ *a* ਸੋਹਣਾ, ਸੁੰਦਰ, ਖ਼ੂਬਸੂਰਤ, ਮਨਮੋਹਣਾ, ਰੂਪਵੰਤ, ਰੂਪਵਾਨ

beautify /'ਬਯੂਟਿਫ਼ਾਇ/ *vt* ਸਜਾਉਣਾ, ਸਵਾਰਨਾ, ਸ਼ਿੰਗਾਰਨਾ, ਸੁੰਦਰ ਬਣਾਉਣਾ

beauty /'ਬਯੂਟਿ/ *n* ਸੁੰਦਰਤਾ, ਖ਼ੂਬਸੂਰਤੀ, ਮਨੋਹਰਤਾ, ਰਮਣੀਕਤਾ, ਸੁਹੱਪਣ, ਹੁਸਨ, ਛਬ, ਜਮਾਲ; ਸ਼ੋਭਾ; ਸੁੰਦਰੀ; ਸੁੰਦਰ ਗੁਣ, ਚੰਗੀ ਝਾਕੀ **beauty is blossom** ਹੁਸਨ ਦੋ ਦਿਨ ਦਾ ਮਹਿਮਾਨ ਹੈ **beauty is only skin-deep** ਸ਼ਕਲ ਤੋਂ ਸੁੰਦਰਤਾ ਦਾ ਪਤਾ ਨਹੀਂ ਲਗਦਾ **beauty requires no paint** ਸੁੰਦਰਤਾ ਸਜਾਵਟ ਦੀ ਮੁਥਾਜ ਨਹੀਂ

beauty parlour *n* ਸ਼ਿੰਗਾਰਨ ਦੀ ਦੁਕਾਨ, ਸ਼ਿੰਗਾਰ ਕਲਾ ਕੇਂਦਰ,

beauty queen *n* ਸੁੰਦਰਤਾ ਮੁਕਾਬਲੇ ਵਿੱਚ ਸਭ ਤੋਂ ਸੁੰਦਰ ਐਲਾਨੀ ਗਈ ਕੁੜੀ, ਬਹੁਤ ਸੁੰਦਰ ਔਰਤ

beauty sleep *n* ਅੱਧੀ ਰਾਤ ਤੋਂ ਪਹਿਲੇ ਪਹਿਰ ਦੀ ਨੀਂਦ, ਪਹਿਲੀ ਰਾਤ ਦਾ ਠੌਂਕਾ

beauty spot *n* ਸਰੀਰ ਦੇ ਉੱਪਰ ਸੁੰਦਰਤਾ ਦਾ ਨਿਸ਼ਾਨ, ਤਿਲ, ਦਰਸ਼ਨੀ ਥਾਂ, ਚਿਹਰੇ ਦੀ ਸੁੰਦਰਤਾ ਵਧਾਉਣ ਵਾਲਾ ਟਿੱਕਾ ਜਾਂ ਬਿੰਦੀ

beaver /'ਬੀਵ੍ਅ*/ *n* ਊਦਬਿਲਾਉ; ਊਦਬਿਲਾਉ ਦੀ ਖੱਲ ਅਤੇ ਵਾਲ; ਊਦਬਿਲਾਉ ਦੀ ਖੱਲ ਦੀ ਟੋਪੀ ਜਾਂ ਦਸਤਾਨੇ ਆਦਿ; ਭਾਰਾ ਊਨੀ ਕੱਪੜਾ

becall /ਬਿ'ਕੋਲ/ *vt* (ਪਰਾ) ਗਾਲ ਕੱਢਣਾ; ਕੌੜੇ ਸ਼ਬਦ ਕਹਿਣਾ

becalm /ਬਿ'ਕਾਮ/ *vt* ਸ਼ਾਂਤ ਕਰਨਾ; ਹਵਾ ਘੱਟ ਹੋਣ ਕਰਕੇ ਜਹਾਜ਼ ਨੂੰ ਰੋਕ ਦੇਣਾ

became /ਬਿ'ਕੇਇਮ/ *vt* **become** ਦਾ ਭੂਤਕਾਲ

because /ਬਿ'ਕੌਜ਼, -ਕਅਜ਼/ *conj* ਕਿਉਂਕਿ, ਕਿਉਂਜੋ, ਇਸ ਲਈ ਕਿ, ਇਸ ਕਰਕੇ **because of** ਇਸ ਕਾਰਨ ਕਰ ਕੇ, ਇਸ ਕਰ ਕੇ, ਇਸ ਵਜ੍ਹਾ ਕਰਕੇ

bechance /ਬਿ'ਚਾਨਸ/ *vt* ਅਚਾਨਕ ਹੀ ਹੋ ਜਾਣਾ

becharm /ਬਿ'ਚਾਮ/ *vt* ਮੋਹਿਤ ਕਰਨਾ, ਮੁਗਧ ਕਰਨਾ

beck /ਬੈੱਕ/ *vi* ਸੰਕੇਤ ਕਰਨਾ, ਇਸ਼ਾਰਾ ਕਰਨਾ, ਮੂਕ ਭਾਸ਼ਾ ਵਿੱਚ ਆਖਣਾ, ਸਿਰ ਹਿਲਾਉਣਾ *n* ਇਸ਼ਾਰਾ, ਸੰਕੇਤ; ਆਦੇਸ਼, ਹੁਕਮ; ਚਸ਼ਮਾ, ਪਹਾੜੀ ਨਦੀ ਜਾਂ ਨਾਲਾ **to be at a person's beck and call** ਹੁਕਮ ਮੰਨਣ ਲਈ ਤਿਆਰ ਰਹਿਣਾ, ਕਿਸੇ ਦੇ ਇਸ਼ਾਰਿਆਂ ਉੱਤੇ ਨੱਚਣਾ **to have at one's beck** ਇਸ਼ਾਰਿਆਂ ਉੱਤੇ ਨਚਾਉਣਾ, ਉਂਗਲੀਆਂ ਉੱਤੇ ਨਚਾਉਣਾ

becket /'ਬੈੱਕਿਟ/ *n* ਹੁੱਕ, ਖੂੰਟੀ, ਕੁੰਡੀ

beckon /'ਬੈੱਕਅਨ/ *v* ਇਸ਼ਾਰੇ ਜਾਂ ਸੈਨਤ ਨਾਲ ਬੁਲਾਉਣਾ, ਇਸ਼ਾਰੇ ਰਾਹੀਂ ਧਿਆਨ ਖਿੱਚਣਾ, ਕਿਸੇ ਨੂੰ ਇਸ਼ਾਰਾ ਕਰਨਾ

becloud /ਬਿ'ਕਲਾਉਡ/ *vt* ਧੁੰਦਲਾਉਣਾ, ਹਨੇਰਾ ਕਰਨਾ, ਅਸਪਸ਼ਟ ਕਰਨਾ; ਲੁਕਾਅ ਦੇਣਾ, ਬੱਦਲਾਂ ਨਾਲ ਢੱਕ ਦੇਣਾ; ਗੁਮਨਾਮ ਕਰਨਾ

become /ਬਿ'ਕਅੱਮ/ *v* ਹੋਣਾ, ਬਣ ਜਾਣਾ; ਠੀਕ ਹੋਣਾ; ਜਚਣਾ, ਫਬਣਾ, ਸਜਣਾ, ਸ਼ੋਭਾ ਦੇਣਾ, ਸਜਾਉਣਾ

becoming /ਬਿ'ਕਅੱਮਿਙ/ *a* ਸੁਹਾਵਣਾ, ਫਬਵਾਂ; ਅਨੁਰੂਪ, ਉਪਯੁਕਤ, ਢੁਕਵਾਂ, ਉਚਿਤ

becomingly /ਬਿ'ਕਅੱਮਿਙਲਿ/ *adv* ਯੋਗ ਤਰੀਕੇ ਨਾਲ, ਉਚਿਤ ਢੰਗ ਨਾਲ, ਢੁਕਵੇਂ ਤੌਰ 'ਤੇ, ਚੰਗੀ ਤਰ੍ਹਾਂ ਨਾਲ

becomingness /ਬਿ'ਕਅੱਮਿਙਨਅਸ/ *n* ਢੁਕਵਾਂਪਣ, ਉਚਿਤਤਾ,

bed /ਬੈੱਡ/ *n* ਸੌਣ ਲਈ ਬਿਸਤਰਾ; ਪਸ਼ੂਆਂ ਦੇ ਸੌਣ ਦੀ ਥਾਂ; ਵਿਛਾਈ, ਗੱਦਾ; ਸੇਜ, ਪਲੰਘ, ਚਾਰਪਾਈ, ਮੰਜਾ; ਨੀਂਹ, ਤਲਾ, ਬੁਨਿਆਦ, ਤਹਿ, ਫ਼ਰਸ਼, ਜ਼ਖ਼ੀਰਾ, ਕਿਆਰੀ; ਸਮੁੰਦਰ ਜਾਂ ਦਰਿਆ ਦੀ ਤਹਿ; ਥੱਲਾ, ਤਲ; ਬਿਲੀਅਰਡ ਖੇਡ ਦੀ ਮੇਜ਼; ਤੋਪ ਗੱਡੀ ਦਾ ਵਿਚਕਾਰਲਾ ਹਿੱਸਾ *v* ਬਿਸਤਰੇ ਉੱਤੇ ਸੌਣਾ ਜਾਂ ਸੁਲਾਉਣਾ; ਪੌਦਾ ਲਗਾਉਣਾ, ਜਮਾਉਣਾ, ਤਹਿ ਜਮਾਉਣਾ; ਤਹਿ ਜੰਮਣਾ, (ਕਿਸੇ ਚੀਜ਼ ਵਿੱਚ) ਢਕਣਾ ਜਾਂ ਜੜਨਾ **bed and board** ਨਿਵਾਸ ਅਤੇ ਖਾਣਾ **bed and breakfast** ਕਿਸੇ ਹੋਟਲ ਜਾਂ ਮਹਿਮਾਨ ਘਰ ਵਿਚ ਸੌਣ ਅਤੇ ਨਾਸ਼ਤੇ ਦੀ ਸਹੂਲੀਅਤ; ਮਹਿਮਾਨ ਘਰ **bed of roses** ਫੁੱਲਾਂ ਦੀ ਸੇਜ, (ਜੀਵਨ ਦੀ) ਅਨੰਦਮਈ ਅਵਸਥਾ **brought to bed** ਛਿਲੇ ਵਿੱਚ, ਸੂਤਕ ਵਿੱਚ **narrow bed** ਕਬਰ **to go to bed** ਬਿਸਤਰੇ ਵਿੱਚ ਪੈਣਾ, ਸੰਭੋਗ ਕਰਨਾ

bedabble /ਬਿ'ਡੈਬਲ/ *vt* ਲਬੇੜਨਾ; ਲਹੂ ਜਾਂ ਗੰਦੇ ਪਾਣੀ ਦੀਆਂ ਛਿੱਟਾਂ ਪਾਉਣਾ

bedarkened /ਬਿ'ਡਾਕਅਨਡ/ *a* ਹਨੇਰੇ ਨਾਲ ਭਰਿਆ ਹੋਇਆ, ਅੰਧਕਾਰ ਯੁਕਤ

bedaub /ਬਿ'ਡੋਬ/ *vt* ਰੰਗਣਾ, ਰੰਗ ਥੱਪਣਾ, ਰੰਗ ਚੜ੍ਹਾਉਣਾ; ਸ਼ੋਖ਼ ਜਾਂ ਭੜਕੀਲੇ ਰੰਗਾਂ ਵਾਲੇ ਕੱਪੜੇ ਪਾਉਣਾ

bedazzle /ਬਿ'ਡੈਜ਼ਲ/ *vt* ਚੁੰਧਿਆਉਣਾ

bedbug /'ਬੈੱਡਬਅੱਗ/ *n* ਖਟਮਲ, ਕਟੂਆ

bedchamber /'ਬੈੱਡਚੇਇਮਬਅ*/ *n* ਸੌਣ ਦਾ ਕਮਰਾ

bedclothes/'ਬੈੱਡਕਲਅਉਦਜ਼/ *n* ਵਿਛਾਈ, ਬਿਸਤਰਾ

bedder /'ਬੈਡੱਅ*/ *n* ਸੌਣ ਵਾਲਾ ਕਮਰਾ; ਬਿਸਤਰ ਵਿਛਾਉਣ ਵਾਲਾ; ਫੁੱਲਾਂ ਦੀ ਕਿਆਰੀ ਵਿੱਚ ਲੱਗਿਆ ਪੌਦਾ

bedding /'ਬੈੱਡਿਙ/ *n* ਬਿਸਤਰਾ, ਗੱਦਾ; ਪਰਾਲੀ

bedeck /ਬਿ'ਡੈੱਕ/ *vt* ਸਜਾਉਣਾ, ਸੰਵਾਰਨਾ, ਸ਼ਿੰਗਾਰਨਾ

bedevil /ਬਿ'ਡੈਵ੍ਵੱਲ/ *vt* ਸ਼ੈਤਾਨ ਜਾਂ ਭੂਤ-ਪ੍ਰੇਤ ਆਖ ਕੇ ਸੱਦਣਾ, ਭ੍ਰਿਸ਼ਟ ਕਰਨਾ, ਵਿਗਾੜਨਾ; ਜਾਦੂ-ਟੂਣਾ ਕਰਨਾ; ਸਖ਼ਤੀ ਕਰਨਾ, ਦੁੱਖ ਦੇਣਾ, ਸਤਾਉਣਾ

bedevilment /ਬਿ'ਡੈੱਵ੍ਲਮਅਨਟ/ *n* ਭੂਤ-ਪ੍ਰੇਤ ਦਾ ਸਾਇਆ; ਪਾਗਲ ਕਰ ਦੇਣ ਵਾਲਾ ਅਸਹਿ ਕਸ਼ਟ, ਭੈੜੀ ਹਾਲਤ; ਵਿਆਕੁਲਤਾ

bedew /ਬਿ'ਡਯੂ/ *vt* ਭਿਓਂਣਾ, ਗਿੱਲਾ ਕਰਨਾ, ਛਿੜਕਣਾ; ਤਰੇਲ ਨਾਲ ਭਿਓਂਣਾ

bedfellow /'ਬੈਡੱਫ਼ੈਲੱਅਉ/ *n* ਹਮਬਿਸਤਰ; ਜੋਟੀਦਾਰ

bedim /ਬਿ'ਡਿਮ/ *vt* ਧੁੰਦਲਾਉਣਾ, ਅਸਪਸ਼ਟ ਕਰਨਾ, (ਦਿਮਾਗ਼ ਜਾਂ ਅੱਖਾਂ ਨੂੰ) ਧੁੰਦਲਾ ਕਰਨਾ

bedizen /ਬਿ'ਡਾਇਜ਼ਨ/ *vt* ਸ਼ੋਖ਼ ਅਤੇ ਦਿਖਾਵੇ ਵਾਲੇ ਕੱਪੜੇ ਪਾਉਣਾ, ਬਣਨਾ-ਠਣਨਾ, ਹਾਰ-ਸ਼ਿੰਗਾਰ ਕਰਨਾ

bedlam /'ਬੈੱਡਲਅਮ/ *n* ਰੌਲਾ-ਰੱਪਾ, ਖੱਪ; (ਪਰਾ) ਪਾਗਲਖ਼ਾਨਾ

bedlamism /'ਬੈੱਡਲਅਮਿਜ਼ਅਮ/ *n* ਹੁੱਲੜਬਾਜ਼ੀ

bedlamite /'ਬੈੱਡਲਅਮਾਇਟ/ *n* ਝੱਲਾ, ਦੀਵਾਨਾ; ਸਨਕੀ

Bedouin /'ਬੈੱਡੁਇਨ/ *n* (ਅਰਬ) ਮਾਰੂਥਲ ਦਾ ਵਾਸੀ; ਬੱਦੂ, ਖ਼ਾਨਾਬਦੋਸ਼, ਟੱਪਰੀਵਾਸ *a* ਖ਼ਾਨਾਬਦੋਸ਼ ਸੰਬੰਧੀ, ਟੱਪਰੀਵਾਸ ਸੰਬੰਧੀ

bedpan /'ਬੈੱਡਪੈਨ/ *n* ਬਿਮਾਰ ਦੀ ਟੱਟੀ-ਪਿਸ਼ਾਬ ਲਈ ਭਾਂਡਾ, ਬੈਡੱ-ਪੈਨ

bedplate /ਬੈਡੱਪਲੇਇਟ/ *n* ਆਧਾਰ ਪਲੇਟ, ਮਸ਼ੀਨ ਦਾ ਤਲਾ

bedridden/'ਬੈਡੱਰਿਡਨ/ *a* ਬਿਮਾਰ, ਰੋਗੀ

bedrock/'ਬੈਡੱਰੌਕ/ *n* ਆਧਾਰ ਚਟਾਨ; ਮੂਲ ਸਿਧਾਂਤ, ਬੁਨਿਆਦੀ ਅਸੂਲ

bedroom /'ਬੈਡੱਰੂਮ, -ਰੁਮ/ *n* ਸੌਣ ਦਾ ਕਮਰਾ

bedsore /'ਬੈਡੱਸੋ*/ *n* ਮਰੀਜ਼ ਦੇ ਬਹੁਤਾ ਚਿਰ ਬਿਸਤਰ ਉੱਤੇ ਲੇਟੇ ਰਹਿਣ ਕਰਕੇ ਹੋਣ ਵਾਲਾ ਜ਼ਖ਼ਮ

bedspread /'ਬੈਡੱਸਪਰੈਡੱ/ *n* ਪਲੰਘਪੋਸ਼, ਪਲੰਘ ਦੀ ਚਾਦਰ

bedstead /'ਬੈਡੱਸਟੈਡੱ/ *n* ਮੰਜੇ ਦੀ ਚੁਗਾਠ, ਚਾਰਪਾਈ, ਮੰਜਾ

bedstraw /'ਬੈਡੱਸਟਰੋ/ *n* ਗੱਦੇ ਵਿੱਚ ਭਰਿਆ ਜਾਣ ਵਾਲਾ ਇੱਕ ਕਿਸਮ ਦਾ ਘਾਹ

bed-swerver *n* ਵਿਭਚਾਰੀ

bedtick /ਬੈਡੱਟਿਕ/ *n* ਦੋੜਾ, ਤਲਾਈ ਜਾਂ ਰਜਾਈ ਦਾ ਅਮਰਾ

bedward /'ਬੈਡੱਵਅਡ/ *adv* ਬਿਸਤਰੇ ਵੱਲ; ਸੌਣ ਸਮੇਂ

bee/ਬੀ/ *n* ਸ਼ਹਿਦ ਦੀ ਮੱਖੀ, ਮਧੂ-ਮੱਖੀ; ਸਿਰ ਸੁੱਟ ਕੇ ਕੰਮ ਲੱਗੇ ਰਹਿਣ ਵਾਲਾ, ਉੱਦਮੀ ਪੁਰਖ; ਰਲ ਕੇ ਕੰਮ ਕਰਨ ਜਾਂ ਮੌਜ-ਮੇਲੇ ਲਈ ਇਕੱਠ, ਮਜਲਸ, ਮਹਿਫ਼ਲ **have a bee in one's bonnet** ਸਨਕੀ ਬਣ ਜਾਣਾ, ਕਿਸੇ ਗੱਲ ਦੀ ਧੁਨ ਲੱਗ ਜਾਣਾ **busy as a bee** ਬਿਨਾਂ ਸਮਾਂ ਨਸ਼ਟ ਕਰੇ ਕੰਮ ਵਿੱਚ ਲੱਗਿਆ ਹੋਇਆ, ਕੰਮ ਵਿੱਚ ਲੀਨ

beech /ਬੀਚ/ *n* ਸਫ਼ੈਦੇ ਦੀ ਕਿਸਮ ਦਾ ਨਰਮ ਛਿਲਕੇ ਅਤੇ ਚਮਕੀਲੇ ਪੱਤਿਆਂ ਵਾਲਾ ਉੱਚਾ ਰੁੱਖ, ਬਰਚਾ, ਬੀਚ, ਇਸ ਦੀ ਲੱਕੜ

beechen /ਬੀਚ(ਅ)ਨ/ *a* ਬੀਚ ਦੀ ਲੱਕੜੀ ਦਾ ਬਣਿਆ

beechmast /ਬੀਚਮਾਸਟ/ *n* ਬੀਚ ਦਾ ਫਲ

beef /ਬੀਫ਼/ *n* (ਖਾਣ ਲਈ ਗਾਂ, ਮੱਝ ਜਾਂ ਬੈਲ ਦਾ) ਮਾਸ; (ਬੋਲ) ਮਨੁੱਖਾਂ ਦੀ ਸਰੀਰਿਕ ਸ਼ਕਤੀ; ਮੋਟੀ

ਤਾਜ਼ੀ ਗਾਂ ਜਾਂ ਬਲਦ *v* ਸ਼ਿਕਾਇਤ ਕਰਨਾ, ਵਿਰੋਧ ਕਰਨਾ **beef up** ਮਜ਼ਬੂਤ ਕਰਨਾ

beefburger /'ਬੀਫ਼ਬਅ:ਗਅ*/ *n* ਡਬਲਰੋਟੀ ਦੇ ਟੁਕੜਿਆਂ ਵਿਚਕਾਰ ਗਾਂ ਦੇ ਮਾਸ ਦੀ ਟਿੱਕੀ ਲਾ ਕੇ ਤਿਆਰ ਕੀਤੀ ਭੋਜਨ ਵੰਨਗੀ, ਬੀਫ਼ ਬਰਗਰ, ਗਾਂ ਦੇ ਮਾਸ ਵਾਲਾ ਸੈਂਡਵਿਚ

beefeater /'ਬੀਫ਼ਈਟਅ*/ *a* ਗਊ ਦਾ ਮਾਸ ਖਾਣ ਵਾਲਾ; ਡੀਲ-ਡੌਲ ਵਾਲਾ; ਲੰਦਨ ਟਾਵਰ ਦਾ ਦਰਬਾਨ

beefiness /'ਬੀਫ਼ਿਨਿਸ/ *n* ਮੁਟਾਪਾ, ਠੋਸਪਣ

beef tea *n* ਰੋਗੀਆਂ ਲਈ ਗਊ ਮਾਸ ਦੀ ਯਖਨੀ

beef-witted *a* ਮੂਰਖ, ਬੇਵਕੂਫ਼, ਮੋਟੀ ਬੁੱਧੀ ਵਾਲਾ

beefy /'ਬੀਫ਼ਿ/ *a* ਰਿਸ਼ਟ-ਪੁਸ਼ਟ; ਪੀਡਾ, ਠੋਸ ਮੋਟਾ-ਤਾਜ਼ਾ, ਪੱਕੀ ਕਾਠੀ ਵਾਲਾ

beehive /'ਬੀਹਾਇਵ੍/ *n* ਮਖਿਆਲ, ਛੱਤਾ

bee-keeping /'ਬੀ.ਕੀਪਿਙ/ *n* ਮਧੂ ਮੱਖੀ ਪਾਲਣ

beeline /'ਬੀਲਾਇਨ/ *n* ਸਿੱਧਾ ਰਾਹ

been /ਬੀਨ, ਬਿਨ/ *vt* **be** ਦਾ ਭੂਤ-ਕ੍ਰਿਦੰਤ, ਹੋਇਆ

beep /ਬੀਪ/ *n* ਟੀਂ-ਟੀਂ ਦੀ ਆਵਾਜ਼

beer /ਬਿਅ*/ *n* ਜੌਆਂ ਦੀ ਸ਼ਰਾਬ, ਬੀਅਰ

beerhouse /ਬਿਅਹਾਉਸ/ *n* ਬੀਅਰ ਖ਼ਾਨਾ, ਬੀਅਰ ਬਾਰ

beer-money *n* ਇਨਾਮ ਜੋ ਨੌਕਰਾਂ ਅਤੇ ਮਜ਼ਦੂਰਾਂ ਨੂੰ ਬੀਅਰ ਪੀਣ ਲਈ ਦਿੱਤਾ ਜਾਂਦਾ ਹੈ

beery /'ਬਿਅਰਿ/ *a* ਬੀਅਰ ਮੱਤਾ; ਸ਼ਰਾਬ ਵਰਗਾ, ਬੀਅਰ ਸੰਬੰਧੀ

beeswax /'ਬੀਜ਼ਵੈਕਸ/ *n* ਛੱਤੇ ਦੀ ਮੋਮ

beet /ਬੀਟ/ *n* ਚੁਕੰਦਰ

beetle[1] /'ਬੀਟਲ/ *n* ਹਥੌੜਾ; ਮੂੰਗਲੀ, ਮੋਹਲਾ, ਦੁਰਮਟ

beetle[2] *n* ਬੀਂਡਾ *a* ਮੱਥੇ ਉੱਤੇ ਵੱਟ ਪਾਈ, ਘੂਰੀ ਵੱਟੀ, ਉਲਰਿਆ; ਬਾਹਰ ਨੂੰ ਨਿਕਲੀਆਂ ਭਵਾਂ, ਅਗਾਂਹ ਨੂੰ ਵਧੀ ਹੋਈ (ਚਟਾਨ) *vi* ਸਿਰ ਉੱਤੇ ਉਲਾਰਨਾ

beetle-brain *n* ਮੋਟੀ ਬੁੱਧੀ ਵਾਲਾ, ਮੂਰਖ, ਬੁੱਧੂ

beetroot /'ਬੀਟਰੂਟ/ *n* ਚੁਕੰਦਰ

befall /ਬਿ'ਫ਼ੋਲ/ *v* ਵਾਪਰਨਾ, ਬੀਤਣਾ, ਹੋ ਜਾਣਾ

befit /ਬਿ'ਫ਼ਿਟ/ *vt* ਫਬਣਾ, ਠੀਕ ਜਚਣਾ, ਢੁਕਣਾ; ਯੋਗ ਹੋਣਾ, ਯੋਗ ਬਣਾਉਣਾ; ਠੀਕ ਹੋਣਾ

befitting /ਬਿ'ਫ਼ਿਟਿਙ/ *a* ਢੁਕਵਾਂ, ਯੋਗ, ਠੀਕ, ਉਚਿਤ

befog /ਬਿ'ਫ਼ੌਗ/ *vt* ਧੁੰਦਲਾਉਣਾ; ਧੁੰਦ ਨਾਲ ਢਕਣਾ

befool /ਬਿ'ਫ਼ੂਲ/ *vt* ਬੁੱਧੂ ਬਣਾਉਣਾ, ਮੌਜੂ ਉਡਾਉਣਾ, ਮੂਰਖ ਬਣਾਉਣਾ; ਠੱਗਣਾ, ਧੋਖਾ ਦੇਣਾ

before /ਬਿ'ਫ਼ੋ*/ *adv* ਪਹਿਲਾਂ, ਅੱਗੋਂ, ਪਹਿਲਾਂ ਤੋਂ, ਸਾਮ੍ਹਣੇ, ਮੂਹਰੇ, ਅੱਗੇ *conj* ਇਸ ਤੋਂ ਪਹਿਲਾਂ ਕਿ, ਨਾਲੋਂ ਪਹਿਲਾਂ *prep* ਜਦ, ਜਦ ਤੱਕ

beforehand /ਬਿ'ਫ਼ੋਹੈਨਡ/ *adv* ਪਹਿਲਾਂ ਤੋਂ ਹੀ, ਅੱਗੇ ਹੀ, ਪਹਿਲਾਂ ਹੀ, ਅਗਲਵਾਂਢੇ

befoul /ਬਿ'ਫ਼ਾਉਲ/ *vt* ਗੰਦਾ ਕਰਨਾ; ਖ਼ਰਾਬ ਕਰਨਾ; ਪਲੀਤ ਕਰਨਾ, ਮੈਲਾ ਕਰਨਾ, ਦੂਸ਼ਿਤ ਕਰਨਾ; ਬਦਨਾਮ ਕਰਨਾ

befriend /ਬਿ'ਫ਼ਰੈਂਨਡ/ *vt* ਮਿੱਤਰ ਬਣਾ ਲੈਣਾ, ਦੋਸਤੀ ਕਰਨਾ; ਮਿੱਤਰਾਂ ਵਾਲਾ ਵਿਹਾਰ ਕਰਨਾ; ਕਿਰਪਾ ਕਰਨਾ; ਸਹਾਇਤਾ ਕਰਨਾ, ਸਾਥ ਦੇਣਾ

befringe /ਬਿ'ਫ਼ਰਿਨਜ/ *vt* ਕਿੰਗਰੀ ਜਾਂ ਝਾਲਰ ਨਾਲ ਸਜਾਉਣਾ

beg /ਬੈਗ/ *v* ਭੀਖ ਮੰਗਣਾ; ਖੈਰ ਮੰਗਣਾ, (ਨਿਮਰਤਾ ਨਾਲ) ਮੰਗਣਾ; ਤਰਲਾ ਕਰਨਾ, ਮਿੰਨਤ ਕਰਨਾ, ਬੇਨਤੀ ਕਰਨਾ, ਮੰਗ ਪਿੰਨ ਕੇ ਗੁਜ਼ਾਰਾ ਕਰਨਾ; (ਬੇਨਤੀ ਵਜੋਂ) ਕੁੱਤੇ ਦਾ ਅਗਲੇ ਪੈਰ ਚੁੱਕਣਾ **beg off** (ਕਿਸੇ ਥਾਂ ਹਾਜ਼ਰ ਨਾ ਹੋ ਸਕਣ ਲਈ) ਮਾਫ਼ੀ ਮੰਗਣਾ **beg the question** ਫਿਰ ਦੱਸਣ ਲਈ ਕਹਿਣਾ (ਕਿਸੇ ਅਸਪਸ਼ਟ ਰਹਿ ਗਈ ਗੱਲ ਬਾਰੇ)

begad /ਬਿ'ਗੈਡ/ *int* **(By God)** ਸਹੁੰ ਰੱਬ ਦੀ

began /ਬਿ'ਗੈਨ/ begin ਦਾ ਭੂਤ-ਕਾਲ

begem /ਬਿ'ਜੈੱਮ/ *vt* ਮਣੀਆਂ ਨਾਲ ਸ਼ਿੰਗਾਰਨਾ, ਸਜਾਉਣਾ, ਸੁਸੱਜਿਤ ਕਰਨਾ

beget /ਬਿ'ਗੈਟ/ *vt* ਜੰਮਣਾ, ਜਣਨਾ, ਜਨਮ ਦੇਣਾ; ਕਾਰਨ ਹੋਣਾ, ਪੈਦਾ ਕਰਨਾ

begetter /ਬਿ'ਗੈਟਅ*/ *n* ਪੈਦਾ ਕਰਨ ਵਾਲਾ

beggar /'ਬੈੱਗਅ*/ *n* ਭਿਖਾਰੀ, ਮੰਗਤਾ; ਭਿਖ-ਮੰਗ, ਫ਼ਕੀਰ *vt* ਕੰਗਾਲ ਕਰ ਦੇਣਾ, ਮੰਗਤਾ ਬਣਾ ਦੇਣਾ, ਖਾਕ ਸ਼ਾਹ ਕਰ ਦੇਣਾ; ਮਾਤ ਪਾਉਣਾ **beggars must not be choosers** ਦੂਜਿਆਂ ਉੱਤੇ ਨਿਰਭਰ ਬੰਦੇ ਮਰਜ਼ੀ ਨਹੀਂ ਪੁਗਾ ਸਕਦੇ, ਪੁੰਨ ਦੀ ਗਾਂ ਦੇ ਦੰਦ ਨਹੀਂ ਵੇਖੀਦੇ

beggarliness /'ਬੈੱਗਅਲਿਨਅਸ/ *n* ਨਿਰਧਨਤਾ, ਕੰਗਾਲੀ, ਗ਼ਰੀਬੀ

beggarly /'ਬੈੱਗਅਲਿ/ *a* ਗ਼ਰੀਬ, ਨਿਰਧਨ, ਦੀਨ, ਕੰਗਾਲ; ਨੀਚ; ਹਲਕੀ ਬੁੱਧੀ ਵਾਲਾ

beggary /'ਬੈੱਗਅਰਿ/ *n* ਕੰਗਾਲੀ, ਗ਼ਰੀਬੀ, ਅਤਿ ਨਿਰਧਨਤਾ; ਜਲਾਲਤ; ਫ਼ਕੀਰੀ

begin /ਬਿ'ਗਿਨ/ *v* ਸ਼ੁਰੂ ਕਰਨਾ, ਅਰੰਭ ਕਰਨਾ; ਪਹਿਲ ਕਰਨਾ, ਪਹਿਲਾ ਕਦਮ ਚੁੱਕਣਾ, ਯਤਨ ਕਰਨਾ, ਮੁੱਢ ਬੰਨ੍ਹਣਾ, ਛੋਹਣਾ

beginner /ਬਿ'ਗਿਨਅ*/ *n* ਅਰੰਭ ਕਰਤਾ, ਮੋਢੀ, ਸ਼ੁਰੂ ਕਰਨ ਵਾਲਾ; ਨਵ-ਸਿਖਿਅਕ, ਸਿਖੰਦੜ, ਸਿਖਾਂਦਰੂ

beginning /ਬਿ'ਗਿਨਿਙ/ *n* ਅਰੰਭ, ਸ਼ੁਰੂ, ਮੁੱਢ, ਸੋਮਾ; ਕਿਸੇ ਵਸਤੂ ਦੇ ਸ਼ੁਰੂ ਦਾ ਹਿੱਸਾ, ਮੁਢਲੀ ਅਵਸਥਾ; ਮੂਲ ਕੇਂਦਰ

begird /ਬਿ'ਗਅ:ਡ/ *vi* ਵਲਨਾ, ਘੇਰਨਾ, ਘੇਰਾ ਪਾਉਣਾ; ਵਲ੍ਹੇਟਣਾ, ਲਪੇਟਣਾ, ਲੱਕ ਬੰਨ੍ਹਣਾ

begone /ਬਿ'ਗੌਨ/ *v* **impert** (ਪਰਾ) ਦੂਰ ਹੋ, ਦਫ਼ਾ ਹੋ, ਪਰੇ ਹਟ

begonia /ਬਿ'ਗਅਉਨਿਅ/ *n* ਇੱਕ ਫੁੱਲਦਾਰ ਬੂਟਾ, ਬਿਗੋਨੀਆ

begored /ਬਿ'ਗੋਡ/ *a* ਲਹੂ ਨਾਲ ਲਿਬੜਿਆ, ਲਹੂ ਨਾਲ ਲਥ-ਪਥ

begot /ਬਿ'ਗੌਟ/ *vt* **beget** ਦਾ ਭੂਤਕਾਲ

begotten /ਬਿ'ਗੌਟ(ਅ)ਨ/ *vt* **beget** ਦਾ ਭੂਤ ਕ੍ਰਿਦੰਤ

begrudge /ਬਿ'ਗਰਅੱਜ/ *vt* ਈਰਖਾ ਕਰਨਾ, ਕਿਸੇ ਨਾਲ ਵੈਰ ਰੱਖਣਾ, ਦਿਲ ਵਿੱਚ ਕਿਸੇ ਵਿਰੁੱਧ ਰੜਕ ਰੱਖਣਾ; ਕੁਝ ਦੇਣ ਲੱਗਿਆਂ ਝਿਜਕਣਾ

beguile /ਬਿ'ਗਾਇਲ/ *vt* ਕਪਟ ਕਰਨਾ, ਧੋਖਾ ਦੇਣਾ; ਠੱਗਣਾ; ਦਿਲ ਬਹਿਲਾਉਣਾ, ਦਿਲ ਲੁਭਾਉਣਾ

beguilement /ਬਿ'ਗਾਇਲਮਅਨਟ/ *n* ਧੋਖਾ, ਠੱਗੀ, ਚਕਮਾ, ਭੁਲੇਵਾ

beguiler /ਬਿ'ਗਾਇਲਅ*/ *n* ਧੋਖੇਬਾਜ਼, ਠੱਗ

beguiling /ਬਿ'ਗਾਇਲਿਙ/ *a* ਛਲ–ਕਪਟ ਭਰਪੂਰ, ਧੋਖੇ ਵਾਲਾ

begun /ਬਿ'ਗਅੱਨ/ *vt* **begin** ਦਾ ਭੂਤ-ਕ੍ਰਿਦੰਤ

behalf /ਬਿ'ਹਾਫ਼/ *n* ਹਿਤ, ਪੱਖ, ਸਮਰਥਨ, ਤਰਫ਼ **on or in behalf of** ਨਮਿੱਤ, ਦੇ ਵੱਲੋਂ, ਦੀ ਤਰਫ਼ੋਂ

behave /ਬਿ'ਹੇਇਵ੍/ *v* ਸਲੂਕ ਕਰਨਾ, ਵਰਤਾਅ ਕਰਨਾ, ਪੇਸ਼ ਆਉਣਾ; ਬੰਦੇ ਅਥਵਾ ਮਸ਼ੀਨ ਦਾ ਠੀਕ ਕੰਮ ਕਰਨਾ

behaviour /ਬਿ'ਹੇਇਵ੍ਯਅ*/ *n* ਵਤੀਰਾ, ਰਵੱਈਆ, ਵਰਤਾਅ, ਸਲੂਕ; ਮਸ਼ੀਨ ਜਾਂ ਕਿਸੇ ਪਦਾਰਥ ਦੇ ਕੰਮ ਕਰਨ ਦਾ ਢੰਗ

behaviourism /ਬਿ'ਹੇਇਵ੍ਯਅਰਿਜ਼ਅਮ/ *n* ਸਿਧਾਂਤ ਕਿ ਮਨੁੱਖ ਦੀ ਹਰ ਕਾਰਵਾਈ ਦੀ ਵਿਆਖਿਆ ਉਤਪ੍ਰੇਰਕ ਅਤੇ ਪ੍ਰਤਿਕਰਮ ਦੀ ਪ੍ਰਕਿਰਿਆ ਵੱਜੋਂ ਕੀਤੀ ਜਾ ਸਕਦੀ ਹੈ, ਵਿਵਹਾਰਵਾਦ

behaviourist /ਬਿ'ਹੇਇਵ੍ਯਅਰਿਸਟ/ *n* ਵਿਹਾਰਵਾਦੀ

behead /ਬਿ'ਹੈੱਡ/ *vt* ਸਿਰ ਲਾਹੁਣਾ, ਸਿਰ ਕਲਮ ਕਰਨਾ

beheld /ਬਿ'ਹੈੱਲਡ/ *v* **behold** ਦਾ ਭੂਤ-ਕਾਲ ਤੇ ਭੂਤ-ਕ੍ਰਿਦੰਤ

behemoth /ਬਿ'ਹੀਮੌਥ, 'ਬਿਹਿਮੌਥ/ *n* ਇੱਕ ਬਹੁਤ ਵੱਡਾ ਜਾਨਵਰ

behest /ਬਿ'ਹੈੱਸਟ/ *n* ਹੁਕਮ, ਆਗਿਆ, ਆਦੇਸ਼,

ਫ਼ਰਮਾਨ

behight /**ਬਿ'ਹਾਇਟ**/ *vt* ਵਾਇਦਾ ਕਰਨਾ, ਵਚਨ ਦੇਣਾ, ਪ੍ਰਤਿੱਗਿਆ ਕਰਨਾ, ਕਸਮ ਖਾਣਾ

behind /**ਬਿ'ਹਾਇਨਡ**/ *prep* ਪਿੱਛੇ *adv* ਪਛੜਿਆ ਹੋਇਆ, ਬਾਅਦ ਵਿੱਚ, ਪਿੱਛੋਂ, ਥੱਲੇ, ਓਹਲੇ ਵਿੱਚ, ਲੁਕਿਆ ਹੋਇਆ, ਪਹਿਲੇ (ਸਮੇਂ ਦਾ) ਆਸਰੇ ਅਧੀਨ, ਘਟੀਆ ਹਾਲਤ ਵਿੱਚ *n* ਲੋੜ ਵੇਲੇ ਲਈ ਸਾਂਭ ਕੇ ਰੱਖੀ ਚੀਜ਼; ਪਿਛਲਾ ਹਿੱਸਾ, ਚਿੱਤੜ **behind hand** ਪਛੜਿਆ, ਖੁੰਝਿਆ **behind someone's back** ਪਿੱਠ ਪਿੱਛੇ **behind the door** ਚੋਰੀ ਛਿਪੇ, ਗੁਪਤ ਤਰੀਕੇ ਨਾਲ **behind the scenes** ਪਰਦੇ ਪਿੱਛੇ, ਰਹੱਸਪੂਰਨ ਢੰਗ ਨਾਲ **behind the times** ਪਛੜਿਆ ਹੋਇਆ; ਦਕਿਆਨੂਸੀ, ਪੁਰਾਤਨ

behold /**ਬਿ'ਹਅਉਲਡ**/ *vt* ਦੇਖਣਾ, ਤੱਕਣਾ, ਧਿਆਨ ਕਰਨਾ

beholden /**ਬਿ'ਹਅਉਲਡਅਨ**/ *a* ਰਿਣੀ, ਅਹਿਸਾਨਮੰਦ, ਕਿਰਤੱਗ, ਧੰਨਵਾਦੀ

beholder /**ਬਿ'ਹਅਉਲਡਅ***/ *n* ਦੇਖਣ ਵਾਲਾ, ਦਰਸ਼ਕ

behoof /**ਬਿ'ਹੂਫ਼**/ *n* (ਪਰਾ) ਲਾਭ, ਫ਼ਾਇਦਾ, ਲੋੜ, ਉਪਯੋਗ, ਫਲ

behove, behoove /**ਬਿ'ਹਅਉਵ੍**/ *vt* ਯੋਗ ਹੋਣਾ; ਉਪਯੁਕਤ ਹੋਣਾ; ਜ਼ਰੂਰੀ ਹੋਣਾ; ਕਰਤੱਵ ਹੋਣਾ; ਫ਼ਰਜ਼ ਹੋਣਾ

beige /**ਬੇਇਜ਼**/ *n* ਕੋਰਾ ਊਨੀ ਕੱਪੜਾ; ਕੋਰੀ ਉੱਨ ਦਾ ਰੰਗ

being/**'ਬੀਇਙ**/ *n* ਹੋਂਦ, ਹਸਤੀ, ਵਜੂਦ; **the Supreme Being** ਈਸ਼ਵਰ, ਪਰਮਸੱਤਾ

bejewelled /**ਬਿ'ਜੂਅਲਡ**/ *a* ਹੀਰੇ-ਜਵਾਹਰਾਤ ਜੜਿਆ; ਗਹਿਣਿਆਂ ਨਾਲ ਸਿੰਗਾਰਿਆ

bekiss/**ਬਿ'ਕਿਸ**/ *vt* ਬਾਰ–ਬਾਰ ਚੁੰਮਣਾ

beknown /**ਬਿ'ਨਅਉਨ**/ *a* ਗਿਆਤ, ਪ੍ਰਸਿੱਧ ਜਾਣਿਆ, ਮਸ਼ਹੂਰ

belabour /**ਬਿ'ਲੇਇਬਅ***/ *vt* ਮਾਰਨਾ, ਕੁੱਟਣਾ, ਠੋਕਣਾ; ਕਰੜੀ ਨਿੰਦਾ ਕਰਨਾ

belated /**ਬਿ'ਲੇਇਟਿਡ**/ *a* ਪਛੜਿਆ, ਖੁੰਝਿਆ, ਬਹੁਤ ਦੇਰ ਕਰਕੇ ਆਇਆ, ਚਿਰਕਾ ਪੁੱਜਾ; ਕੁਵੇਲੇ ਦਾ

belaud /**ਬਿ'ਲੋਡ**/ *vt* ਬਹੁਤ ਪ੍ਰਸੰਸਾ ਕਰਨਾ, ਅਸਮਾਨ ਉੱਤੇ ਚੜ੍ਹਾਉਣਾ

belay /**'ਬੀਲੇਇ, ਬੀ'ਲੇਇ**/ *vt* ਲਪੇਟ ਕੇ ਬੰਨ੍ਹਣਾ, ਰੱਸੀ ਲਪੇਟ ਕੇ ਪੱਕਾ ਰੱਖਣਾ; (ਮਲਾਹ ਦੀ ਬੋਲੀ ਵਿੱਚ) ਰੋਕਣਾ, ਬਸ ਕਰਨਾ

belch /**ਬੈੱਲਚ**/ *v* ਡਕਾਰ ਮਾਰਨਾ, ਡਕਾਰਨਾ; (ਗੋਲਾ ਆਦਿ) ਧੜਾ-ਧੜ ਛੱਡਣਾ; ਤੜਾ-ਤੜ ਕੱਢਣਾ; ਨਸ਼ੇ ਵਿੱਚ ਬੁੜਬੁੜਾਉਣਾ; ਵਾਹੀ-ਤਵਾਹੀ ਬਕਣਾ, ਗੰਦੀਆਂ ਗਾਲ੍ਹਾਂ ਕੱਢਣਾ *n* ਡਕਾਰ; ਗਰਜ, ਗੜ-ਗੜ; ਜਵਾਲਾਮੁਖੀ ਦਾ ਵਿਸਫੋਟ

belcher /**'ਬੈੱਲਚਅ***/ *n* ਗੁਲੂਬੰਦ; ਰੰਗ-ਬਰੰਗਾ ਰੁਮਾਲ

beldame /**'ਬੈੱਲਡਅਮ**/ *n* ਬੁੱਢੜੀ, ਬੁੱਢੀ ਤੀਵੀਂ; ਡੈਣ, ਲੜਾਕੀ ਤੀਵੀਂ, ਭੂਤਨੀ; ਕਰੂਪ ਬੁੱਢੀ ਇਸਤਰੀ

beleaguer /**ਬਿ'ਲੀਗਅ***/ *vt* ਘੇਰ ਲੈਣਾ, ਘੇਰਾ ਪਾਉਣਾ, ਘੇਰਨਾ; ਸਤਾਉਣਾ, ਤੰਗ ਕਰਨਾ

belemnite /**'ਬੈੱਲਅਮਨਾਇਟ**/ *n* ਪੁਰਾਤਨ ਕਟਲ ਮੱਛੀ ਦੀ ਹੱਡੀ ਤੇਜ਼ ਨੋਕਵਾਲੀ ਹੱਡੀ

bel esprit /**ਬੈੱਲ ਐੱਸਪਰਿ**/ *(F)* *n* (ਬਹੁ) **beaux esprits** ਸੁਯੋਗ ਬੰਦਾ; ਹਾਜ਼ਰ-ਜਵਾਬ ਮਨੁੱਖ

belfried /**'ਬੈੱਲਫ਼ਰਿਡ**/ *a* ਘੰਟਾ-ਘਰ ਵਾਲੀ (ਇਮਾਰਤ)

belfry /**'ਬੈੱਲਫ਼ਰਿ**/ *n* ਘੰਟਾ-ਘਰ, ਗਿਰਜੇ ਦਾ ਘੰਟਾ-ਘਰ

belie /**ਬਿ'ਲਾਇ**/ *vt* ਝੂਠ ਬੋਲਣਾ; ਝੂਠਾ ਸਾਬਤ ਕਰਨਾ, ਝੁਠਲਾਉਣਾ; (ਆਸ) ਪੂਰੀ ਨਾ ਕਰਨਾ; ਪੂਰਾ ਨਾ ਉਤਰਨਾ; ਝੂਠਾ ਦੋਸ਼ ਲਾਉਣਾ; ਵਫ਼ਾ ਨਾ ਕਰਨਾ

belief /ਬਿ'ਲੀਫ਼/ *n* ਵਿਸ਼ਵਾਸ, ਨਿਸ਼ਚਾ, ਸ਼ਰਧਾ, ਭਰੋਸਾ, ਇਤਬਾਰ; ਇਮਾਨ, ਧਰਮ, ਮਤ; ਰਾਏ, ਖ਼ਿਆਲ, ਵਿਚਾਰ

believable /ਬਿ'ਲੀਵ਼ਅਬਲ/ *a* ਵਿਸ਼ਵਾਸ ਕਰਨਯੋਗ, ਮੰਨਣਯੋਗ, ਭਰੋਸੇਯੋਗ

believe /ਬਿ'ਲੀਵ਼/ *v* ਵਿਸ਼ਵਾਸ ਕਰਨਾ, ਮੰਨਣਾ; ਭਰੋਸਾ ਕਰਨਾ; ਰਾਏ ਰੱਖਣਾ, ਖ਼ਿਆਲ ਕਰਨਾ, ਸਮਝਣਾ

believer /ਬਿ'ਲੀਵ਼ਅ*/ *n* ਮੰਨਣ ਵਾਲਾ; ਸ਼ਰਧਾਲੂ, ਉਪਾਸ਼ਕ, ਅਸਤਕ, ਵਿਸ਼ਵਾਸੀ, ਆਪਣੇ ਧਰਮ ਵਿੱਚ ਵਿਸ਼ਵਾਸ ਰੱਖਣ ਵਾਲਾ

believing /ਬਿ'ਲੀਵ਼ਿਙ/ *a* ਵਿਸ਼ਵਾਸੀ

belike /ਬਿ'ਲਾਇਕ/ *adv* ਸੰਭਵ ਹੋ ਸਕਦਾ ਹੈ; ਕਦਾਚਿਤ, ਸ਼ਾਇਦ

belittle /ਬਿ'ਲਿਟਲ/ *vt* ਛੁਟਿਆਉਣਾ, ਤੁੱਛ ਠਹਿਰਾਉਣਾ, ਛੋਟਾ ਕਰ ਕੇ ਦੱਸਣਾ, ਮਹੱਤਵ ਘਟਾਉਣਾ, ਹੀਣ ਕਰਨਾ

bell[1] /ਬੈੱਲ/ *n* ਘੰਟਾ, ਘੰਟੀ, ਟੱਲੀ, ਟੱਲ, ਘੜਿਆਲ; ਘੰਟੇ ਵਰਗੀ ਵਸਤੂ *vt* ਘੰਟੀ ਬੰਨ੍ਹਣਾ, ਘੰਟੀ ਲਾਉਣਾ **bell the cat** ਖ਼ਤਰਾ ਸਹੇੜਨਾ, ਹੋਰਨਾਂ ਦੀ ਬਲਾ ਆਪਣੇ ਸਿਰ ਲੈਣਾ, ਸੰਕਟ ਦਾ ਸਾਮ੍ਹਣਾ ਕਰਨਾ; ਖ਼ਤਰੇ ਵਾਲਾ ਕੰਮ ਕਰਨਾ **sound as a bell** ਟੁਣਕਦਾ, ਨਰੋਆ

bell[2] *n* ਬਾਰਾਂ ਸਿੰਗਾ ਜਾਂ ਹਿਰਨ ਦੀ ਮਸਤੀ ਦੀ ਅਵਾਜ਼ *vi* ਬੋ-ਬੋ ਕਰਨਾ

belladonna /ˌਬੈੱਲਅ'ਡੌਨਅ/ *n* ਧਤੂਰੇ ਵਰਗਾ ਇੱਕ ਬੂਟਾ, ਇਸ ਬੂਟੇ ਤੋਂ ਬਣੀ ਦਵਾਈ

bell-bottom /'ਬੈੱਲਬੋਟਅਮ/ *n* ਇੱਕ ਪ੍ਰਕਾਰ ਦਾ ਪਜਾਮਾ ਜਾਂ ਪਤਲੂਨ, ਬੈੱਲਬਾਟਮ

bellboy /ਬੈੱਲਬੌਇ/ *n* ਹੋਟਲ ਜਾਂ ਕਲੱਬ ਦਾ ਮੁੰਡੂ, ਛੋਕਰਾ

belle /ਬੈੱਲ/ *n* ਸੁੰਦਰੀ, ਰੂਪਵਤੀ, ਹੁਸੀਨਾ, ਸਿਰਕੱਢ ਸੁੰਦਰੀ, ਕਿਸੇ ਥਾਂ ਦੀ ਸਭ ਤੋਂ ਸੋਹਣੀ ਮੁਟਿਆਰ

belles-lettres /ˌਬੈੱਲ 'ਲੈਟੱਰਅ/ *(F) n* ਨਿਰੋਲ ਸਾਹਿਤਕ ਲਿਖਤਾਂ, ਸਾਹਿਤ

bellicose /'ਬੈੱਲਿਕਅਉਸ, -ਕਅਉਜ਼/ *a* ਲੜਨ ਨੂੰ ਤਿਆਰ, ਲੜਾਕਾ, ਫ਼ਸਾਦੀ

bellicosity /ˌਬੈੱਲਿ'ਕੌਸਅਟਿ/ *n* ਲੜਾਕਾਪਣ, ਦੰਗੇਬਾਜ਼ੀ, ਯੁੱਧ ਨਾਲ ਲਗਾਅ

belligerency /ਬਅ'ਲਿਜਅਰਅਨਸਿ/ *n* ਯੁੱਧ ਅਵਸਥਾ, ਯੁੱਧ ਸਥਿਤੀ; ਯੁੱਧਕਾਰਿਤਾ, ਯੁੱਧਕਾਰੀ

belligerent /ਬਅ'ਲਿਜਅਰਅਨਟ/ *a* ਲੜਾਕਾ, ਯੋਧਾ, ਬੀਰ *n* ਲੜ ਰਿਹਾ ਵਿਅਕਤੀ

bell jar *n* ਘੰਟੀਨੁਮਾ ਕੱਚ ਦਾ ਬਰਤਨ

bell man *n* ਘੰਟੀ ਵਜਾ ਕੇ ਢੰਡੋਰਾ ਦੇਣ ਵਾਲਾ, ਢੰਡੋਰਚੀ

bell-metal *n* ਕਾਂਸੀ ਦੀ ਧਾਤ

bellow /'ਬੈੱਲਅਉ/ *n* ਤੋਪ ਦੀ ਅਵਾਜ਼, ਗਰਜ; ਭਬਕ; ਬੜ੍ਹਕ *v* ਰੰਭਣਾ, ਅੜਿੰਗਣਾ; ਗੱਜਣਾ, ਭਬਕ ਮਾਰਨਾ; ਕ੍ਰੋਧ ਵਿੱਚ ਜ਼ੋਰ ਨਾਲ ਬੋਲਣਾ; ਕੜਕਣਾ; (ਦੁੱਖ ਨਾਲ) ਚੀਕਣਾ

bellows /'ਬੈੱਲਅਉਜ਼/ *n* (ਬਹੁ) ਧੌਂਕਣੀ, ਫੂਕਣੀ; ਕੈਮਰੇ ਦਾ ਫੈਲਣ ਵਾਲਾ ਹਿੱਸਾ; ਵਾਜੇ ਦਾ ਪੱਖਾ; ਫੇਫੜੇ

bell pull *n* ਘੰਟੀ ਵਜਾਉਣ ਵਾਲੀ ਰੱਸੀ ਜਾਂ ਹੈਂਡਲ

bell-rope *n* ਘੰਟੀ ਦੀ ਰੱਸੀ

bell-shaped *a* ਘੰਟੀਨੁਮਾ, ਘੰਟੀ ਵਰਗਾ

bellwether/'ਬੈੱਲਵੈੱਦਅ*/ *n* ਇੱਜੜ ਦੀ ਸਭ ਤੋਂ ਅਗਲੀ ਘੰਟੀ ਵਾਲੀ ਭੇਡ; ਮੋਹਰੀ, ਨੇਤਾ, ਆਗੂ

belly /'ਬੈੱਲਿ/ *n* ਪੇਟ, ਢਿੱਡ, ਗੋਗੜ, ਉਦਰ; ਆਂਤਰਿਕ ਜਾਂ ਥੱਲੇ ਦਾ ਤਲ *vt* ਫੁੱਲਣਾ, ਉੱਭਰਨਾ, ਹਵਾ ਭਰ ਜਾਣਾ, ਆਫਰਨਾ **hungry belly has no ears** ਭੁੱਖ ਵਿੱਚ ਛੋਲੇ ਵੀ ਬਦਾਮ

belly button *n* ਧੁੰਨੀ

bellyful/'ਬੈੱਲਿਫ਼ੁਲ/ *n* ਪੇਟ ਭਰ, ਰੱਜਵਾਂ, ਕਾਫ਼ੀ (ਵਸਤ)

belly-god *n* ਖਾਊ, ਪੇਟੂ

belly laugh *n* ਖੁੱਲ੍ਹਾ-ਡੁੱਲ੍ਹਾ ਹਾਸਾ

belly-pinched *a* ਭੁੱਖ ਮਾਰਿਆ

belly-worship *n* ਪੇਟ-ਪੂਜਾ

belong /ਬਿ'ਲੌਙ/ *vt* ਸੰਬੰਧ ਹੋਣਾ, ਸੰਬੰਧਿਤ ਹੋਣਾ; ਕਿਸੇ ਦੀ ਮਿਲਖ ਹੋਣਾ, ਕਿਸੇ ਦਾ ਭਾਗ ਹੋਣਾ, ਕਿਸੇ ਦਾ ਕਬਜ਼ਾ ਹੋਣਾ; ਕਿਸੇ ਥਾਂ ਦਾ ਵਾਸੀ ਹੋਣਾ, ਵਸਨੀਕ ਹੋਣਾ

belongings /ਬਿ'ਲੌਂਙਿਙਜ਼/ *n* (ਬਹੁ) ਸਮਾਨ, ਅਸਬਾਬ, ਲਟਾ-ਪਟਾ

beloved /ਬਿ'ਲਅੱਵ੍ਡ/ *a* ਪਿਆਰਾ, ਚਹੇਤਾ, ਜਾਨੀ ਮਸ਼ੂਕ, ਪ੍ਰੀਤਮ, ਪਿਆਰਾ, ਮਹਿਬੂਬ

below /ਬਿ'ਲਅਉ/ *adv* ਹੇਠਾਂ, ਹੇਠ-ਥੱਲੇ; ਮਕਾਨ ਦੀ ਹੇਠਲੀ ਮੰਜ਼ਲ ਵਿੱਚ; ਜਹਾਜ਼ ਦੇ ਹੇਠਲੇ ਹਿੱਸੇ ਵਿੱਚ; ਦਰਿਆ ਦੇ ਵਹਾਅ ਵੱਲ, ਹਿਠਾੜ ਵੱਲ; ਹੇਠਲੀ ਪਦਵੀ ਉੱਤੇ, ਹੇਠਲੇ ਦਰਜੇ ਉੱਤੇ; ਕਿਤਾਬ ਦੇ ਸਫ਼ੇ ਦੇ ਅਖੀਰ ਜਾਂ ਅਗਲੇ ਸਫ਼ਿਆਂ ਉੱਤੇ; ਵਧੇਰੇ ਡੂੰਘੇ, ਪਤਾਲ ਵਿੱਚ; ਨੀਚਤਾ ਵੱਲ, ਸ਼ਾਨ ਦੇ ਉਲਟ *prep* ਤੋਂ ਹੇਠਾਂ; ਦੇ ਥੱਲੇ **below one's breath** ਬਹੁਤ ਹੌਲੀ ਜਿਹੇ, ਨੀਵੀਂ ਅਵਾਜ਼ ਵਿੱਚ **below-stairs** *adv* (ਪਰਾ) ਥੱਲੇ ਦੀ ਮੰਜ਼ਲ ਵੱਲ

belt /ਬੈਲ੍ਟ/ *n* ਪੇਟੀ, ਵੱਧਰੀ, ਕਮਰਬੰਦ; ਖੇਤਰ, ਇਲਾਕਾ, ਮੰਡਲ, ਹਲਕਾ; ਅਰਲ ਜਾਂ ਨਾਈਟ ਦਾ ਪਟਾ, ਤਲਵਾਰ ਦੀ ਪੇਟੀ; ਮਾਹਲ; ਪਾਲ (ਰੁੱਖਾਂ ਦੀ); ਮਸ਼ੀਨ ਦਾ ਪਟਾ *vt* ਪੇਟੀ ਬੰਨ੍ਹਣਾ; ਘੇਰਨਾ; ਬੰਨ੍ਹਣਾ; ਰੰਗ ਨਾਲ ਗੋਲ ਘੇਰਾ ਬਣਾਉਣਾ; ਪੇਟੀ ਨਾਲ ਮਾਰਨਾ **hit below the belt** ਧੋਖੇ ਨਾਲ ਵਾਰ ਕਰਨਾ, ਵਸਾਹਘਾਤ ਕਰਕੇ ਵਾਰ ਕਰਨਾ

belvedere /'ਬੈਲੱਵਿ਼ਡਿਅ*/ *n* ਅਟਾਰੀ

bemask /ਬਿ'ਮਾਸਕ/ *vt* ਨਕਾਬ ਪਾਉਣਾ, ਬਣਾਉਟੀ ਚਿਹਰਾ ਲਾਉਣਾ, ਆਪਣੇ ਆਪ ਨੂੰ ਲੁਕਾਉਣ ਦਾ ਯਤਨ ਕਰਨਾ

bemean /ਬਿ'ਮੀਨ/ *vt* ਮਾਣ ਘਟਾਉਣਾ, ਛੁਟਿਆਉਣਾ

bemire /ਬਿ'ਮਾਇਅ*/ *vt* ਲਬੇੜਨਾ (ਚਿੱਕੜ ਨਾਲ), ਮੈਲਾ ਕਰਨਾ, ਗੰਦਾ ਕਰਨਾ

bemoan /ਬਿ'ਮਅਉਨ/ *vt* ਰੋਣਾ-ਪਿੱਟਣਾ, ਕੁਰਲਾਉਣਾ, ਵਿਰਲਾਪ ਕਰਨਾ; (ਕਿਸੇ ਲਈ) ਹੌਕੇ ਭਰਨਾ; ਮਾਤਮ ਕਰਨਾ, ਸੋਗ ਮਨਾਉਣਾ

bemock /ਬਿ'ਮੌਕ/ *vt* ਮਖੌਲ ਕਰਨਾ, ਹਾਸਾ ਉਡਾਉਣਾ, ਖਿੱਲੀ ਉਡਾਉਣਾ

bemuse /ਬਿ'ਮਯੂਜ਼/ *vt* ਮੱਤ ਮਾਰਨਾ, ਪਾਗਲ ਬਣਾ ਦੇਣਾ

bemused /ਬਿ'ਮਯੂਜ਼ਡ/ *a* ਰੁੱਝਿਆ; ਡੌਰ–ਭੌਰ, ਬੌਂਦਲਿਆ

ben /ਬੈਨ੍ਹ/ *prep adv* ਘਰ ਦੇ ਚੰਗੇ ਪਾਸੇ ਵੱਲ, ਘਰ ਦੇ ਅੰਦਰਲੇ ਪਾਸੇ *n* (ਸਕਾਟਲੈਂਡ ਵਿੱਚ) ਅੰਦਰਲਾ ਕਮਰਾ, ਵਿਚਕਾਰਲਾ ਕਮਰਾ **a but and ben** ਦੋ ਕਮਰਿਆਂ ਦਾ ਮਕਾਨ **but and ben** (ਮਕਾਨ ਦਾ) ਅੱਗਾ ਪਿੱਛਾ **live but and ben** ਨਾਲ-ਨਾਲ ਰਹਿਣਾ, ਬਿਲਕੁਲ ਗੁਆਂਢ ਵਿੱਚ ਰਹਿਣਾ

bench /ਬੈਂਚ/ *n* ਲੱਕੜ ਦੀ ਲੰਬੀ ਕੁਰਸੀ, ਬੈਂਚ, ਚੌਕੀ, ਤਖ਼ਤਪੋਸ਼; ਥੜ੍ਹਾ, ਮੰਚ; ਕਚਹਿਰੀ ਦੇ ਹਾਕਮ; ਜੱਜ ਦੀ ਪਦਵੀ, ਅਦਾਲਤ; ਕਾਰੀਗਰਾਂ ਦੇ ਕੰਮ ਕਰਨ ਵਾਲਾ ਠੀਹਾ ਜਾਂ ਅੱਡਾ; (ਸੰਸਦ ਵਿੱਚ) ਕੁਝ ਵਿਸ਼ੇਸ਼ ਪਾਰਟੀਆਂ ਅਤੇ ਦਲਾਂ ਲਈ ਨਿਸ਼ਚਿਤ ਆਸਣ; ਕੁੱਤਿਆਂ ਨੂੰ ਰੱਖਣ ਦਾ ਘਰ

benchmark /'ਬੈਂਨਚਮਾਕ/ *n* ਮਾਪ–ਦੰਡ, ਪੈਮਾਨਾ

bend[1] /ਬੈਂਡ/ *n* ਮੋੜ, ਝੁਕਾਅ, ਵਲ ਵਿੰਗ; ਕਿਸੇ ਚੀਜ਼ ਦਾ ਮੁੜਿਆ ਹੋਇਆ ਹਿੱਸਾ *v* ਮੋੜਨਾ, ਫੇਰਨਾ, ਵਿੰਗਾ ਕਰਨਾ, ਝੁਕਾਉਣਾ; (ਆਦਰ ਵਜੋਂ) ਝੁਕਣਾ, ਨਿਵਣਾ ਜਾਂ ਨਿਵਾਉਣਾ; ਲਿਫਣਾ ਜਾਂ ਲਿਫਾਉਣਾ; ਡਟ ਜਾਣਾ, ਤੁਲ ਜਾਣਾ; ਪੱਕੀ ਕਰ ਲੈਣਾ; ਰੁਚੀ ਹੋਣਾ; ਵੱਸ ਵਿੱਚ ਲਿਆਉਣਾ; ਗੰਢ ਮਾਰਨਾ; ਭਵਾਂ ਝੁਕਾਉਣਾ ਜਾਂ ਚੜ੍ਹਾਉਣਾ **bend the brow** ਮੱਥੇ ਤਿਊੜੀ ਚੜ੍ਹਾਉਣਾ; ਝਿੜਕਣਾ, ਡਾਂਟ ਦੇਣਾ

bend² *n* (ਨੇਵੀ) ਅਨੇਕ ਕਿਸਮਾਂ ਦੀਆਂ ਗੰਢਾਂ

bend³ *n* (ਕੁੱਲ ਚਿੰਨ੍ਹ ਵਜੋਂ ਪਾਸਿਓਂ ਖੱਬੇ ਪਾਸੇ ਆਧਾਰ ਵੱਲ ਖਿੱਚੀਆਂ) ਸਮਾਨਾਂਤਰ ਮੁੱਖ ਰੇਖਾਵਾਂ

bendable /'**ਬੈਂਨੱਡਅਬਲ**/ *a* ਝੁਕਾਉਣਯੋਗ

bending /**ਬੈਂਨੱਡਿਙ**/ *n* ਝੁਕਾਅ

beneath /**ਬਿ'ਨੀਥ**/ *adv* ਥੱਲੇ, ਥੱਲੇ ਵੱਲ *prep* ਨਾਲੋਂ ਥੱਲੇ, ਨਾਲੋਂ ਨੀਵਾਂ **beneath one** ਕਿਸੇ ਦੇ ਅਯੋਗ; ਸ਼ਾਨ ਦੇ ਖ਼ਿਲਾਫ਼

benedick, benedict /'**ਬੈੱਨਿਡਿਕ, 'ਬੈੱਨਿਡਿਕਟ**/ *n* ਸੱਜ ਵਿਆਹਿਆ ਮਨੁੱਖ, ਉਹ ਮਨੁੱਖ ਜਿਸ ਨੇ ਕੰਵਾਰਾ ਰਹਿਣ ਦਾ ਪ੍ਰਣ ਕੀਤਾ ਹੋਵੇ ਤੇ ਫਿਰ ਇੱਕ ਦਮ ਵਿਆਹ ਕਰ ਲਵੇ (ਸ਼ੈਕਸਪੀਅਰ ਦਾ ਇੱਕ ਅਜਿਹਾ ਪਾਤਰ)

benediction /ˌ**ਬੈੱਨਿ'ਡਿਕਸ਼ਨ**/ *n* ਅਸ਼ੀਰਵਾਦ, ਅਸੀਸ, ਸ਼ੁਭ ਅਸੀਸ, ਸ਼ੁਭ ਕਾਮਨਾ; ਈਸ਼ਵਰੀ ਕਿਰਪਾ, ਕਲਿਆਣ

benedictive /ˌ**ਬੈੱਨਿ'ਡਿਕਟਿਵ਼**/ *a* ਅਸ਼ੀਰਵਾਦੀ; ਕਲਿਆਣਕਾਰੀ

benedictory /ˌ**ਬੈੱਨਿ'ਡਿਕਟਅਰਿ**/ *a* ਕਲਿਆਣਕਾਰੀ; ਅਸੀਸ ਸੰਬੰਧੀ, ਸ਼ੁਭ ਇੱਛਾ ਸੰਬੰਧੀ

benefaction /ˌ**ਬੈੱਨਿ'ਫ਼ੈਕਸ਼ਨ**/ *n* ਪੁੰਨ, ਦਾਨ, ਪਰਉਪਕਾਰੀ, ਭਲਾਈ, ਕਲਿਆਣ; ਸਹਾਇਤਾ

benefactive /ˌ**ਬੈੱਨਿ'ਫ਼ੈਕਟਿਵ਼**/ *n* (ਵਿਆ) ਨਾਂਵ ਜਾਂ ਕਿਰਿਆ ਦਾ ਰੂਪ ਜੋ ਲਾਭ-ਪਾਤਰੀ ਦਾ ਅਰਥ ਦੇਂਦਾ ਹੈ *a* ਲਾਭ-ਪਾਤਰ

benefactor /'**ਬੈੱਨਿਫ਼ੈਕਟਅ***/ *n* ਦਾਤਾ, ਦਾਨੀ; ਪਰਉਪਕਾਰੀ, ਭਲਾ ਕਰਨ ਵਾਲਾ, ਸਰਪ੍ਰਸਤ

benefactress /'**ਬੈੱਨਿਫ਼ੈਕਟਰਿਸ**/ *n* ਪਰਉਪਕਾਰ ਕਰਨ ਵਾਲੀ, ਦਾਤੀ, ਹਿਤਕਾਰਨ

benefic /**ਬਿ'ਨੈੱਫ਼ਿਕ**/ *a* ਕਿਰਪਾਲੂ, ਦਿਆਲੂ; ਲਾਭਦਾਇਕ

benefice /'**ਬੈੱਨਿਫ਼ਿਸ**/ *n* ਗਿਰਜੇ ਜਾਂ ਧਰਮ ਸਥਾਨ ਨਾਲ ਲੱਗੀ ਜਗੀਰ, ਵਕਫ਼ ਹੋਈ ਚੀਜ਼

beneficed /'**ਬੈੱਨਿਫ਼ਿਸਟ**/ *a* ਦਾਨ ਕੀਤਾ, ਧਰਮ ਅਰਥ

beneficence /**ਬਿ'ਨੈੱਫ਼ਿਸਨਸ**/ *n* ਪਰਉਪਕਾਰ, ਨੇਕੀ, ਭਲਾਈ

beneficent /**ਬਿ'ਨੈੱਫ਼ਿਸਨਟ**/ *a* ਉਪਕਾਰੀ, ਹਿਤਕਾਰੀ, ਨੇਕ; ਦਿਆਲੂ

beneficial /ˌ**ਬੈੱਨਿ'ਫ਼ਿਸ਼ਲ** / *a* ਲਾਭਕਾਰੀ, ਲਾਹੇਵੰਦ, ਫ਼ਾਇਦੇਮੰਦ; ਕਲਿਆਣਕਾਰੀ, ਹਿਤਕਾਰੀ; (ਕਨੂੰ) ਜਾਇਦਾਦ ਦੇ ਲਾਭ ਨਾਲ ਸੰਬੰਧਿਤ

beneficiary /ˌ**ਬੈੱਨਿ'ਫ਼ਿਸ਼ਅਰਿ**/ *n* ਲਾਭ ਪ੍ਰਾਪਤ ਕਰਨ ਵਾਲਾ, ਲਾਭ ਪਾਤਰ; (ਕਨੂੰ) ਜਗੀਰਦਾਰ, ਵਕਫ਼ ਹੋਈ ਜਗੀਰ ਲੈਣ ਵਾਲਾ, ਲਾਭ ਦਾ ਹੱਕ ਲੈਣ ਵਾਲਾ

benefit /'**ਬੈੱਨਿਫ਼ਿਟ**/ *n* ਲਾਭ, ਫ਼ਾਇਦਾ, ਨਫ਼ਾ; ਹਿਤ, ਭਲਾਈ; ਭੱਤਾ, ਵਜ਼ੀਫ਼ਾ; ਉਹ ਤਮਾਸ਼ਾ ਜਾਂ ਖੇਡ ਜਿਸ ਦੀ ਆਮਦਨ ਕਿਸੇ ਹੋਰ ਮਨੁੱਖ ਜਾਂ ਸੰਸਥਾ ਨੂੰ ਦਿੱਤੀ ਜਾਵੇ *v* ਭਲਾ ਕਰਨਾ, ਉਪਕਾਰ ਕਰਨਾ, ਫ਼ਾਇਦਾ ਪੁਚਾਉਣਾ; ਫ਼ਾਇਦਾ ਉਠਾਉਣਾ, ਲਾਭ ਲੈਣਾ

benevolence /**ਬਅ'ਨੈੱਵ਼ਅਲਅਨਸ**/ *n* ਦਿਆਲਤਾ, ਕਿਰਪਾਲਤਾ, ਉਦਾਰਤਾ, ਪਰਉਪਕਾਰਤਾ, ਭਲਾ ਕਰਨ ਦੀ ਸ਼ੁਭ ਇੱਛਾ, ਦਿਆਲੂ ਸੁਭਾਅ; ਉਪਕਾਰ, ਭਲਾ

benevolent /**ਬਅ'ਨੈੱਵ਼ਅਲਅਨਟ**/ *a* ਉਪਕਾਰੀ, ਉਦਾਰ ਚਿੱਤ, ਦਇਆਵਾਨ, ਦਿਆਲੂ, ਕਿਰਪਾਲੂ

benight /**ਬਿ'ਨਾਇਟ**/ *vt* ਹਨੇਰਾ ਕਰਨਾ, ਹਨੇਰੇ ਨਾਲ ਘੇਰ ਲੈਣਾ, ਅੰਧਕਾਰ ਫੈਲਾਉਣਾ, ਨਿਰਾਸ਼ ਕਰਨਾ

benighted /**ਬਿ'ਨਾਇਟਿਡ**/ *a* ਰਾਤ ਦੇ ਹਨੇਰੇ ਵਿੱਚ ਘਿਰਿਆ; ਦਿਮਾਗ਼ੀ ਜਾਂ ਇਖ਼ਲਾਕੀ ਅੰਨ੍ਹਾ; ਅਣਜਾਣ, ਮੂੜ੍ਹ, ਅਗਿਆਨੀ, ਪੁੱਠੇ ਰਾਹ ਪਿਆ ਹੋਇਆ

benightment /**ਬਿ'ਨਾਇਟਮਅਨਟ**/ *n* ਹਨੇਰਾਪਣ

benign /**ਬਿ'ਨਾਇਨ**/ *a* ਕਿਰਪਾਲੂ, ਦਿਆਲੂ,

ਮਿਹਰਬਾਨ; ਸੁਲੱਖਣਾ, ਗੁਣਕਾਰੀ; (ਬਿਮਾਰੀ) ਘੱਟ ਦੁੱਖਦਾਈ

benignancy /ਬਿ'ਨਿਗਨਅਨਸਿ/ *n* ਦਿਆਲਤਾ, ਕਿਰਪਾਲਤਾ, ਸੱਜਣਤਾ, ਨਰਮੀ

benignant/ਬਿ'ਨਿਗਨਅਨਟ/ *a* ਦਿਆਲੂ, ਕਿਰਪਾਲੂ, ਮਿਹਰਬਾਨ (ਆਪ ਤੋਂ ਨੀਵਿਆਂ ਨਾਲ ਨਰਮ ਵਿਹਾਰ ਕਰਨ ਵਾਲਾ)

benignity /ਬਿ'ਨਿਗਨਿਟਿ/ *n* ਦਇਆ, ਮਿਹਰ, ਕਿਰਪਾ

benignly /ਬਿ'ਨਾਇਨਲਿ/ *adv* ਦਿਆਲਤਾ ਨਾਲ, ਕਿਰਪਾ ਨਾਲ, ਮਿਹਰਬਾਨੀ ਕਰਕੇ, ਕਿਰਪਾਪੂਰਵਕ

benison /'ਬੈੱਨਿਜ਼ਨ/ *n* ਅਸ਼ੀਰਵਾਦ, ਅਸੀਸ, ਦੁਆ, ਸ਼ੁਭ ਇੱਛਾ

Benjamin /'ਬੈਨੱਜਅਮਿਨ/ *n* (ਬਾਈਬਲ ਵਿੱਚ) ਜੈਕਬ ਦੀ ਸਭ ਤੋਂ ਛੋਟੀ ਸੰਤਾਨ

Benjamin's mess *n* ਬਹੁਤ ਹਿੱਸਾ, ਵੱਡਾ ਭਾਗ

bent[1] /ਬੈਨੱਟ/ *n* ਖੱਬਲ, ਘਾਹ; ਖੁੱਲ੍ਹੀ ਚਰਾਂਦ **take to the bent** ਖੁੱਲ੍ਹੇ ਮੈਦਾਨ ਵਿੱਚ ਭੱਜ ਜਾਣਾ

bent[2] *n* ਰੁਚੀ, ਪ੍ਰਵਿਰਤੀ, ਮਨ ਦਾ ਝੁਕਾਅ, ਰੁਝਾਨ **to the top of one's bent** ਜੀਅ ਭਰ ਕੇ, ਤ੍ਰਿਪਤ ਹੋ ਕੇ, ਰੱਜ ਕੇ

bent[3] *v* **bend** ਦਾ ਭੂਤ-ਕਾਲ ਤੇ ਭੂਤ-ਕ੍ਰਿਦੰਤ

benumb /ਬਿ'ਨਅੱਮ/ *vt* ਸੁੰਨ ਕਰਨਾ, ਬੇਹਿਸ ਕਰਨਾ; ਨਕਾਰਾ ਕਰਨਾ, ਸ਼ਕਤੀਹੀਣ ਕਰਨਾ

benzene /'ਬੈਨੱਜ਼ੀਨ/ *n* ਦਾਗ਼ ਸਾਫ਼ ਕਰਨ ਵਾਲਾ ਤੇਲ; ਬੈਨਜ਼ੋਲ, ਕੋਲਤਾਰ ਤੋਂ ਨਿਕਲਨ ਵਾਲਾ ਪਦਾਰਥ

bepaint /ਬਿ'ਪੇਇਨਟ/ *vt* ਰੰਗ ਭਰਨਾ

bepity /ਬਿ'ਪਿਟਿ/ *vt* ਬਹੁਤ ਦਇਆ ਕਰਨਾ

bepowder /ਬਿ'ਪਾਉ ਡਅ*/ *vi* ਪਾਊਡਰ ਛਿੜਕਣਾ

bepraise /ਬਿ'ਪਰੇਇਜ਼/ *vt* ਬਹੁਤ ਸ਼ਲਾਘਾ ਕਰਨਾ, ਅਧਿਕ ਪ੍ਰਸੰਸਾ ਕਰਨਾ, ਬਹੁਤ ਤਾਰੀਫ਼ ਕਰਨਾ

bequeath /ਬਿ'ਕਵੀਦ/ *vt* ਵਸੀਅਤ ਕਰਨਾ; ਆਉਣ ਵਾਲੀਆਂ ਨਸਲਾਂ ਲਈ ਛੱਡ ਜਾਣਾ, ਹਵਾਲੇ ਕਰਨਾ

bequeathable /ਬਿ'ਕਵ੍ਹੀਦਅਬਲ/ *a* ਵਸੀਅਤ ਹੋਣ ਲਾਇਕ

bequeathal /ਬਿ'ਕਵੀਦਅਲ/ *n* ਵਸੀਅਤਨਾਮਾ

bequest /ਬਿ'ਕਵੈ ੱਸਟ/ *n* ਵਸੀਅਤਨਾਮਾ; ਵਸੀਅਤ, ਵਸੀਅਤ ਰਾਹੀਂ ਮਿਲਿਆ ਮਾਲ, ਵਿਰਸਾ

berate /ਬਿ'ਰੇਇਟ/ *vt* ਝਿੜਕਣਾ, ਝਾੜਨਾ, ਝੰਬਣਾ, ਗੁੱਸੇ ਹੋਣਾ, ਬੁਰਾ-ਭਲਾ ਕਹਿਣਾ,

berated /ਬਿ'ਰੇਇਟਿਡ/ *a* ਝਿੜਕਿਆ-ਝੰਬਿਆ, ਜਿਸ ਦੀ ਝਾੜ-ਝੰਬ ਕੀਤੀ ਗਈ ਹੋਵੇ

berceuse /ਬੇਅ'ਸਅ:ਜ਼/ *(F)* *n* ਲੋਰੀ

bere /ਬਿਅ*/ *n* ਜੌਆਂ ਦੀ ਇੱਕ ਕਿਸਮ

bereave /ਬਿ'ਰੀਵ੍/ *vt* ਖੋਹ ਲੈਣਾ, ਵਿਹੂਣਾ ਕਰਨਾ, ਵਾਂਝਿਆਂ ਕਰਨਾ; (ਕਿਸੇ ਪਿਆਰੇ ਸੰਬੰਧੀ ਦਾ) ਮਰ ਜਾਣਾ

bereavement /ਬਿ'ਰੀਵ੍ਮਅਨਟ/ *n* ਸੋਗ, ਮਾਤਮ (ਮੌਤ ਉੱਤੇ)

bereft /ਬਿ'ਰੈਫ਼ੱਟ/ *n* ਮਹਿਰੂਮ, ਵਿਛੁੰਨਾ, ਵਾਂਝਾ, ਨਿਆਸਰਾ, ਵਿਹੂਣਾ; ਸ਼ੋਕ ਅਵਸਥਾ ਵਿੱਚ

berg /ਬਅ:ਗ/ *n* ਬਰਫ਼ ਦਾ ਤੋਦਾ

berg wind *n* ਕੇਪ ਕਾਲੋਨੀ ਵਿੱਚ ਮਈ ਅਤੇ ਅਗਸਤ ਵਿੱਚ ਚੱਲਣ ਵਾਲੀਆਂ ਗਰਮ ਉੱਤਰੀ ਹਵਾਵਾਂ

berhyme /ਬਿ'ਰਾਇਮ/ *vt* ਤੁਕਬੰਦੀ ਕਰਨਾ; ਕਿਸੇ ਦੀ ਨਿੰਦਾ ਲਿਖਣਾ

beriberi /ˌਬੈੱਰਿ'ਬੈੱਰਿ/ *n* ਵਿਟਾਮਿਨ 'ਬੀ' ਦੀ ਘਾਟ ਕਾਰਨ ਹੋਣ ਵਾਲਾ ਰੋਗ, ਬੇਰੀ-ਬੇਰੀ

Berlin /ਬਅ:'ਲਿਨ/ *n* ਜਰਮਨੀ ਦੀ ਰਾਜਧਾਨੀ; ਚਾਰ ਪਹੀਆਂ ਵਾਲੀ ਬੰਦ ਬੱਘੀ ਜਿਸ ਦੀ ਪਿੱਛੇ ਦੀ ਸੀਟ ਉੱਚੀ ਉੱਠੀ ਹੁੰਦੀ ਹੈ *a* ਬਰਲਿਨ ਸੰਬੰਧੀ

Berlin gloves *n* ਬੁਣੇ ਹੋਏ ਊਨੀ ਦਸਤਾਨੇ

Berlin warehouse *n* ਰੰਗੀਨ ਊਨੀ ਧਾਗੇ ਦੀ

ਦੁਕਾਨ

Berlin wool *n* ਰੰਗਦਾਰ ਊਨੀ ਧਾਗਾ

berm /ਬਅ:ਮ/ *n* ਸੜਕ ਜਾਂ ਨਹਿਰ ਦਾ ਕਿਨਾਰਾ, ਪਟੜੀ

berry /'ਬੈੱਰਿ/ *n* ਬੇਰ; ਰਸ ਭਰੀ; ਕਣਕ ਦਾ ਬੀ, ਦਾਣਾ; ਇੱਕ ਕਿਸਮ ਦੀ ਮੱਛੀ ਦਾ ਆਂਡਾ *vi* ਬੇਰ ਲੱਗਣਾ; ਬੇਰ ਚੁਗਣਾ

berserk /ਬਅ'ਜ਼ਅ:ਕ, -'ਸਅ:ਕ/ *a* ਪਾਗਲ, ਵਹਿਸ਼ੀ, ਜਨੂਨੀ

berth /ਬਅ:ਥ/ *n* (ਜਹਾਜ਼ ਜਾਂ ਰੇਲ ਵਿੱਚ) ਸੌਣ ਲਈ ਥਾਂ, ਬਰਥ; ਗੋਦੀ, ਸਮੁੰਦਰੀ ਜਹਾਜ਼ ਦੇ ਲੰਗਰ ਲਾਉਣ ਦੀ ਥਾਂ; (ਕਿਸੇ ਚੀਜ਼ ਲਈ) ਠੀਕ ਥਾਂ; ਨੌਕਰੀ, ਅਸਾਮੀ *v* (ਠੀਕ ਥਾਂ ਉੱਤੇ) ਲੰਗਰ ਸੁੱਟਣਾ, (ਜਹਾਜ਼ ਨੂੰ ਯੋਗ ਥਾਂ ਉੱਤੇ) ਖੜ੍ਹਾ ਕਰਨਾ; ਸੌਣ ਲਈ ਥਾਂ ਦੇਣਾ; ਟਿਕਾਣਾ ਕਰਨਾ

berthage /'ਬਅ:ਥਿਜ/ *n* ਗੋਦੀ ਵਿੱਚ ਜਹਾਜ਼ ਖੜ੍ਹਾਉਣ ਦਾ ਕਰ

beryl /'ਬੈੱਰਅਲ/ *n* ਹਰੇ ਪੀਲੇ ਰੰਗਾਂ ਦਾ ਇੱਕ ਕੀਮਤੀ ਪੱਥਰ

beryllium /ਬਅ'ਰਿਲਿਅਮ/ *n* ਇੱਕ ਪ੍ਰਕਾਰ ਦੀ ਧਾਤ, ਬੇਰੀਲਿਅਮ

bescrawl /ਬਿ'ਸਕਰੋਲ/ *vt* ਝਰੀਟਾਂ ਮਾਰਨਾ, ਗੰਦੀ ਲਿਖਾਈ ਵਿੱਚ ਲਿਖਣਾ

bescreen /ਬਿ'ਸਕਰੀਨ/ *vt* ਢੱਕਣਾ, ਛੁਪਾਉਣਾ, ਲੁਕਾਉਣਾ

bescribble /ਬਿ'ਸਕਰਿਬਲ/ *vt* ਅਸਪਸ਼ਟ ਲਿਖਣਾ, ਝਰੀਟਾਂ ਮਾਰ ਕੇ ਲਿਖਣਾ

beseech /ਬਿ'ਸੀਚ/ *vt* ਬੇਨਤੀ ਕਰਨਾ, ਮੰਗ ਕਰਨਾ, ਜਾਚਨਾ ਕਰਨਾ, ਤਰਲੇ ਕਰਨਾ, ਮਿੰਨਤ ਕਰਨਾ, ਹਾੜ੍ਹੇ ਕੱਢਣਾ

beseecher /ਬਿ'ਸੀਚਅ*/ *n* ਬੇਨਤੀ ਕਰਤਾ, ਪ੍ਰਾਰਥਕ; ਜਾਚਕ

beseeching /ਬਿ'ਸੀਚਿਙ/ *a* ਪ੍ਰਾਰਥਨਾ ਯੁਕਤ, ਬਿਨੈਪੂਰਨ; ਮਿੰਨਤ ਭਰੀ (ਬਾਣੀ ਜਾਂ ਦ੍ਰਿਸ਼ਟੀ)

beseechment /ਬਿ'ਸੀਚਮਅਨਟ/ *n* ਬੇਨਤੀ, ਪ੍ਰਾਰਥਨਾ, ਜਾਚਨਾ, ਮਿੰਨਤ; ਤਰਲਾ, ਹਾੜ੍ਹਾ

beseem /ਬਿ'ਸੀਮ/ *vt* ਯੋਗ ਹੋਣਾ, ਲਾਇਕ ਹੋਣਾ, ਜਚਣਾ, ਫਬਣਾ

beseeming /ਬਿ'ਸੀਮਿਙ/ *a* ਉਚਿਤ, ਢੁਕਵਾਂ, ਉਪਯੁਕਤ

beset /ਬਿ'ਸੈਟੱ/ *vt* ਘੇਰ ਲੈਣਾ, ਰਾਹ ਰੋਕ ਲੈਣਾ; ਹੱਲਾ ਕਰਨਾ, ਟੁੱਟ ਕੇ ਜਾ ਪੈਣਾ; ਕਾਬੂ ਪਾ ਲੈਣਾ; ਤੰਗ ਕਰਨਾ, ਜਿੱਚ ਕਰਨਾ

besetment /ਬਿ'ਸੈਟੱਮਅਨਟ/ *n* ਪਾਪਾਂ ਨਾਲ ਘਿਰ ਜਾਣ ਦੀ ਅਵਸਥਾ, ਪਤਨ, ਦੁਸ਼ਮਣਾਂ ਦੁਆਰਾ ਘਿਰ ਜਾਣ ਦਾ ਭਾਵ; ਔਖ, ਪੁਆੜਾ

besetting /ਬਿ'ਸੈੱਟਿਙ/ *a* ਸਤਾਉਣ ਵਾਲਾ, ਪਰੇਸ਼ਾਨਕਾਰੀ

beshadow /ਬਿ'ਸ਼ੈਡਅਉ/ *vi* ਹਾਵੀ ਹੋ ਜਾਣਾ; ਛਾ ਜਾਣਾ, ਛਾਂ ਕਰਨਾ

beshame /ਬਿ'ਸ਼ੇਇਮ/ *vt* ਸ਼ਰਮਿੰਦਾ ਕਰਨਾ

beshrew /ਬਿ'ਸ਼ਰੂ/ *vt* ਸਰਾਪਣਾ, ਫਿਟਕਾਰਨਾ

beside /ਬਿ'ਸਾਇਡ/ *prep* ਦੇ ਨੇੜੇ, ਦੇ ਪਾਸ, ਦੇ ਕੋਲ, ਦੇ ਟਾਕਰੇ ਉੱਤੇ; (ਮਤਲਬ ਜਾਂ ਨਿਸ਼ਾਨੇ) ਤੋਂ ਲਾਂਭੇ

besides /ਬਿ'ਸਾਇਡਜ਼/ *prep adv* ਇਸ ਤੋਂ ਛੁੱਟ, ਇਸ ਤੋਂ ਇਲਾਵਾ, ਨਾਲੇ, ਹੋਰ, ਸਿਵਾਏ, ਤੇ ਹੋਰ ਇਹ ਕਿ, ਵਾਧੂ

besiege /ਬਿ'ਸੀਜ/ *vt* ਘੇਰਾ ਪਾਉਣਾ, ਘੇਰਨਾ, ਘੇਰ ਲੈਣਾ; ਭੀੜ ਕਰਨਾ; (ਅਰਜ਼ੀਆਂ ਜਾਂ ਮੰਗਾਂ ਦੀ) ਭਰਮਾਰ ਕਰ ਦੇਣਾ

besiegement /ਬਿ'ਸੀਜਮਅਨਟ/ *n* ਘੇਰਾ, ਕਿਲ੍ਹਾਬੰਦੀ

besieger /ਬਿ'ਸੀਜਅ*/ *n* ਘੇਰਨ ਵਾਲਾ, ਘੇਰਾ ਪਾਉਣ ਵਾਲਾ

besigh /ਬਿ'ਸਾਇ/ *vt* ਠੰਢਾ ਸਾਹ ਲੈਣਾ, ਆਹ ਭਰਨਾ

beslave /ਬਿ'ਸਲੇਇਵ੍/ *vt* ਦਾਸ ਬਣਾਉਣਾ, ਗੁਲਾਮ ਬਣਾਉਣਾ

beslaver, beslobber /ਬਿ'ਸਲੈਵ੍ਅ*,

ਬਿ'ਸਲੌਂਬਅ*/ *vt* ਬਹੁਤ ਚੁੰਮਣਾ; ਚੁੰਮਣ-ਚੱਟੀ ਕਰਨਾ; ਰੱਜ ਕੇ ਖ਼ੁਸ਼ਾਮਦ ਕਰਨਾ

besmear /ਬਿ'ਸਮਿਅ*/ *vt* ਲੇਪ ਕਰਨਾ, ਲਿੱਪਣਾ, ਚੋਪੜਨਾ; ਮਲਨਾ; ਲੱਥ-ਪੱਥ ਕਰਨਾ; ਧੱਬਾ ਲਾਉਣਾ, ਕਲੰਕ ਲਾਉਣਾ

besmirch /ਬਿ'ਸਮਅ:ਚ/ *vt* ਮੈਲਾ ਕਰਨਾ, ਮਲੀਨ ਕਰਨਾ, ਰੰਗ ਖ਼ਰਾਬ ਕਰਨਾ, ਸ਼ਾਨ ਮਾਰਨਾ, ਦੱਖ ਪੁਟਣਾ; ਕਲੰਕ ਲਾਉਣਾ

besom /'ਬੀਜ਼ਅਮ/ *n* ਝਾੜੂ, ਬਹੁਕਰ, ਬੁਹਾਰੀ; (ਅਪ) ਕੁਪੱਤੀ ਰੰਨ, ਕਲਹਿਣੀ *vt* ਝਾੜੂ ਦੇਣਾ, ਸਾਫ਼ ਕਰਨਾ

besom-head *n* (ਇਸਤਰੀਆਂ ਲਈ) ਬੁੱਧੂ, ਮੂੜ੍ਹ, ਕੁਚੱਜੀ, ਹੱਡ-ਹਰਾਮਣ

besort /ਬਿ'ਸੋਟ/ *vt* ਜਚ ਜਾਣਾ, ਠੀਕ ਲੱਗਣਾ ਉਚਿਤ ਹੋਣਾ

besot /ਬਿ'ਸੌਟ/ *vt* ਮਦਹੋਸ਼ ਕਰਨਾ, ਮਦਮਸਤ ਕਰਨਾ, ਪਾਗਲ ਬਣਾ ਦੇਣਾ

besotted /ਬਿ'ਸੌਟਿਡ/ *a* ਮਦਹੋਸ਼, ਮਤਵਾਲਾ

besottedness /ਬਿ'ਸੌਟਿਡਨਅਸ/ *n* ਮੂਰਖ ਬਣਾਉਣ ਦਾ ਭਾਵ, ਮਦਹੋਸ਼ੀ

besought /ਬਿ'ਸੋਟ/ *v* **beseech** ਦਾ ਭੂਤ-ਕਾਲ ਅਤੇ ਭੂਤ-ਕ੍ਰਿਦੰਤ

besouled /ਬਿ'ਸਅਉਲਡ/ *a* ਰੂਹਦਾਰ, ਆਤਮਾਯੁਕਤ

bespangle /ਬਿ'ਸਪੈਙਗਲ/ *vt* ਸਜਾਉਣਾ, ਅਲੰਕ੍ਰਿਤ ਕਰਨਾ, ਸਲਮਾ-ਸਿਤਾਰਾਂ ਲਾਉਣਾ

bespatter /ਬਿ'ਸਪੈਟਅ*/ *vt* ਛਿੱਟਾਂ ਪਾਉਣਾ, ਗੰਦਾ ਕਰਨਾ; ਬਦਨਾਮ ਕਰਨਾ

bespeak/ਬਿ'ਸਪੀਕ/ *v* (ਪਰਾ) ਅਗਾਊਂ ਰਾਖਵਾਂ ਕਰਨਾ; ਪ੍ਰਮਾਣ ਹੋਣਾ, ਸਬੂਤ ਹੋਣਾ

bespeckle /ਬਿ'ਸਪੈਕਲ/ *vt* ਨਿਰਧਾਰਿਤ ਕਰਨਾ, ਚਿੰਨ੍ਹ ਲਗਾਉਣਾ

bespectacled /ਬਿ'ਸਪੈੱਕਟਅਕਲਡ/ *a* ਐਨਕ ਵਾਲਾ, ਚਸ਼ਮਾ ਪਹਿਨੇ ਹੋਏ

bespeed /ਬਿ'ਸਪੀਡ/ *vt* ਅੱਗੇ ਵਧਣਾ, ਪਿੱਛੇ ਛੱਡ ਜਾਣਾ

bespice /ਬਿ'ਸਪਾਇਸ/ *vt* ਮਸਾਲੇਦਾਰ ਬਣਾਉਣਾ

bespoke /ਬਿ'ਸਪਅਉਕ/ *a* ਕਹਿ ਕੇ ਬਣਵਾਇਆ, ਸਾਈ ਉੱਤੇ ਬਣਵਾਇਆ

bespot /ਬਿ'ਸਪੌਟ/ *vt* ਧੱਬੇ ਲਾਉਣਾ; ਨਿਸ਼ਾਨ ਲਗਾਉਣਾ

bespread /ਬਿ'ਸਪਰੈੱਡ/ *vt* ਫੈਲਾਉਣਾ; ਢੱਕਣਾ

besprinkle /ਬਿ'ਸਪਰਿਙਕਲ/ *vt* ਛਿੜਕਣਾ, ਛਿੜਕਾ ਕਰਨਾ; ਖਿੰਡਾਉਣਾ

Bessemer /'ਬੈੱਸਿਮਅ*/ *n* ਸਰ ਹੈਨਰੀ ਬੈਸਮਰ ਦਾ ਈਜਾਦ ਕੀਤਾ ਲੋਹਾ ਬਣਾਉਣ ਦਾ ਖ਼ਾਸ ਢੰਗ, ਬੈਸਮਰ ਵਿਧੀ

Bessemer iron *n* ਇੱਕ ਵਿਸ਼ੇਸ਼ ਪ੍ਰਕਾਰ ਦਾ ਲੋਹਾ ਜਾਂ ਅਸਪਾਤ

best /ਬੈੱਸਟ/ *a* **(superlative of good, well)** ਸਭ ਤੋਂ ਚੰਗਾ, ਚੰਗੇ ਤੋਂ ਚੰਗਾ; ਵਧੀਆ, ਸ੍ਰੇਸ਼ਠ, ਉੱਚ ਦਰਜੇ ਦਾ, ਪਰਮ *adv* ਸਭ ਤੋਂ ਚੰਗੀ ਤਰ੍ਹਾਂ *vt* (ਬੋਲ) ਹਰਾਉਣਾ, ਮਾਤ ਕਰਨਾ, ਬਾਜ਼ੀ ਲੈ ਜਾਣਾ **bad is the best** ਭਾਗ ਮੰਦੇ ਹਨ, ਕਿਸਮਤ ਬੁਰੀ ਹੈ **be at one's best** (ਹੁਨਰ) ਸਿਖਰ ਉੱਤੇ ਹੋਣਾ **did if for the best** ਚੰਗੇ ਵਿਚਾਰ ਨਾਲ ਕੀਤਾ, ਸੱਜਣਤਾ ਦੇ ਭਾਵ ਨਾਲ ਕੀਤਾ **do one's best** ਪੂਰਾ ਯਤਨ ਕਰਨਾ, ਟਿੱਲ ਲਾਉਣਾ **make the best of one's way** ਜਿੰਨਾ ਤੇਜ਼ ਹੋ ਸਕੇ ਚੱਲਣਾ **make the best of things** ਹਰ ਅਵਸਥਾ ਤੋਂ ਲਾਭ ਉਠਾਉਣਾ, ਕਿਸੇ ਕਿਸਮ ਦਾ ਕੰਮ ਕੱਢਣਾ

best abused *a* ਸਭ ਤੋਂ ਵੱਧ ਬਦਨਾਮ, ਕਲੰਕਿਤ

bestain /ਬਿ'ਸਟੇਇਨ/ *vt* ਦਾਗ ਲਾਉਣਾ, ਧੱਬਾ ਲਾਉਣਾ, ਕਲੰਕ ਲਾਉਣਾ

bestead /ਬਿ'ਸਟੈੱਡ/ *v* ਕੰਮ ਆਉਣਾ, ਸਹਾਇਤਾ ਲੈਣਾ *a* ਔਕੜਾਂ ਵਿੱਚ ਘਿਰਿਆ, ਫਸਿਆ

bested /ਬਿ'ਸਟੈੱਡ/ *a* (ਔਕੜਾਂ ਆਦਿ) ਵਿੱਚ ਘਿਰਿਆ, ਫਸਿਆ

best girl *n* ਪ੍ਰੇਮਿਕਾ, ਮਸ਼ੂਕਾ

bestial /'ਬੈਸੱਟਿਅਲ/ *a* ਹੈਵਾਨੀ, ਵਹਿਸ਼ੀ; ਉਜੱਡ; ਵਿਸ਼ਈ, ਲੁੱਚਾ, ਬਦਕਾਰ; ਮੰਦਾ, ਅਸ਼ਲੀਲ; ਪਸ਼ੂਆਂ ਵਰਗਾ

bestiality /,ਬੈਸੱਟਿ'ਐਲਅਟਿ/ *n* ਲੁੱਚਪੁਣਾ, ਬਦਕਾਰੀ; ਉਜੱਡਪੁਣਾ; ਪਸ਼ੂਪੁਣਾ, ਪਸ਼ੂ ਮੈਥੁਨ

bestialize /'ਬੈਸੱਟਿਅਲਾਇਜ਼/ *vt* ਪਸ਼ੂ ਬਣਾਉਣਾ, ਆਚਰਨ ਵਿਗਾੜਨਾ

bestiary /'ਬੈਸੱਟਿਅਰਿ/ *n* ਸਿੱਖਿਆਦਾਇਕ ਪੁਸਤਕ ਜਿਸ ਵਿੱਚ ਜਾਨਵਰਾਂ ਦੀਆਂ ਕਹਾਣੀਆਂ ਤੋਂ ਸਿੱਖਿਆ ਦਿੱਤੀ ਜਾਵੇ (ਜਿਵੇਂ ਪੰਚ ਤੰਤਰ, ਹਿਤੋਪਦੇਸ਼)

bestick /ਬਿ'ਸਟਿਕ/ *vt* ਸਜਾਉਣਾ, ਲਾਉਣਾ

bestill /ਬਿ'ਸਟਿਲ/ *vt* ਸ਼ਾਂਤ ਕਰਨਾ

bestir /ਬਿ'ਸਟਅ:*/ *v refl* ਹੱਥ ਪੈਰ ਮਾਰਨਾ, ਦੌੜ-ਭੱਜ ਕਰਨਾ, ਉੱਦਮ ਕਰਨਾ

best man *n* ਸਰਬਾਲ੍ਹਾ

bestow /ਬਿ'ਸਟਅਉ/ *vt* ਪ੍ਰਦਾਨ ਕਰਨਾ, (ਭੇਟਾ) ਦੇਣਾ, ਅਰਪਣ ਕਰਨਾ; ਬਖ਼ਸ਼ਣਾ; ਜਮ੍ਹਾਂ ਕਰਨਾ; ਰੱਖਣਾ, ਟਿਕਾਉਣਾ, ਠਹਿਰਾਉਣਾ

bestowal /ਬਿ'ਸਟਅਉਅਲ/ *n* ਬਖ਼ਸ਼ਸ਼, ਦਾਤ

bestower /ਬਿ'ਸਟਅਉਅ*/ *n* ਦਾਤਾ

bestowment /ਬਿ'ਸਟਅਉਮਅਨਟ/ *n* ਦਾਤ, ਦਾਨ, ਬਖ਼ਸ਼ਸ਼, ਅਰਪਣ

bestrew/ਬਿ'ਸਟਰੂ/ *vt* **(bestrew with)** ਢਕਣਾ; ਖਿਲਾਰਨਾ, ਛਿੜਕਣਾ, ਖਿੰਡਾਉਣਾ

bestride /ਬਿ'ਸਟਰਾਇਡ/ *vt* (ਦੋਹੀਂ ਪਾਸੀ ਲੱਤਾਂ ਲਮਕਾ ਕੇ) ਸਵਾਰੀ ਕਰਨਾ, (ਕਿਸੇ ਚੀਜ਼ ਦੇ) ਦੋਹੀਂ ਪਾਸੀਂ ਲੱਤਾਂ ਕਰਕੇ ਖਲੋਣਾ

best-seller /,ਬੈਸੱਟ'ਸੈੱਲਅ*/ *n* ਬਹੁਤ ਜ਼ਿਆਦਾ ਵਿਕਣ ਵਾਲੀ ਚੀਜ਼; ਹਰਮਨ ਪਿਆਰੀ ਪੁਸਤਕ; ਹਰਮਨ ਪਿਆਰਾ ਲੇਖਕ

bestud /ਬਿ'ਸਟਅੱਡ/ *vt* ਨਗ ਜੜਨਾ, ਨਗਾਂ ਨਾਲ ਸਜਾਵਟ ਕਰਨਾ

bet /ਬੈਟ੍/ *n* ਸ਼ਰਤ, ਬਾਜ਼ੀ; ਦਾਅ *vt* ਸ਼ਰਤ ਲਾਉਣਾ; ਬਾਜ਼ੀ ਲਾਉਣਾ, ਜੂਆ ਖੇਡਣਾ **an even bet** ਸਫਲਤਾ ਅਸਫਲਤਾ ਦੀ ਇੱਕੋ ਜਿਹੀ ਸੰਭਾਵਨਾ, ਪਲੜੇ ਬਰਾਬਰ ਹੋਣ ਦਾ ਭਾਵ

beta /'ਬੀਟਅ/ *n* ਯੂਨਾਨੀ ਵਰਨਮਾਲਾ ਦਾ ਦੂਜਾ ਅੱਖਰ (β)

betacism /'ਬੀਟਅਸਿਜ਼ਅਮ/ *n* 'ਬ' ਦਾ 'ਵ' ਵਾਂਗ ਉਚਾਰਨ ਕਰਨਾ

betake /ਬਿ'ਟੇਇਕ/ *v refl* ਕਿਸੇ ਕੰਮ ਵਿੱਚ ਲੀਨ ਹੋਣਾ, ਲੱਗਣਾ; (ਆਪਣੇ ਆਪ ਨੂੰ) ਕਿਸੇ ਢੰਗ ਦੇ ਅਨੁਕੂਲ ਬਣਾਉਣਾ, ਅਪਣਾਉਣਾ; ਆਹਰੇ ਲਾਉਣਾ

beta test *n* ਨਵੇਂ ਉਤਪਾਦ ਦਾ ਪਰੀਖਣ ਜੋ ਅਜਿਹੇ ਵਿਅਕਤੀ ਵੱਲੋਂ ਕੀਤਾ ਜਾਂਦਾ ਹੈ ਜੋ ਉਤਪਾਦ ਦਾ ਵਿਕਾਸ ਕਰਨ ਵਾਲੀ ਸੰਸਥਾ ਨਾਲ ਸੰਬੰਧਿਤ ਨਾ ਹੋਵੇ

bete /ਬੇਇਟ/ *n* ਡੰਗਰ *a* ਉਜੱਡ ਬੰਦਾ

betel /'ਬੀਟਲ/ *n* ਪਾਨ ਪੱਤਾ, ਤੰਬੋਲ

betel nut *n* ਸੁਪਾਰੀ

betel pepper *n* ਪਾਨ ਦਾ ਪੌਦਾ

bete noire /,ਬੈੱਟ 'ਨਵਾ*/ *(F)* *n* ਹਊਆ, ਡਰਾਵਾ

bethink /ਬਿ'ਥਿਙਕ/ *v refl* ਵਿਚਾਰਨਾ, ਸੋਚਣਾ, ਧਿਆਨ ਵਿੱਚ ਲਿਆਉਣਾ, ਸੋਚ ਵਿੱਚ ਪੈ ਜਾਣਾ; ਯਾਦ ਕਰਾਉਣਾ, ਚੇਤਾ ਕਰਾਉਣਾ

bethrall /ਬਿ'ਥਰੋਲ/ *vt* ਦਾਸ ਬਣਾਉਣਾ; ਜਾਦੂ ਕਰਨਾ, ਕੀਲਣਾ

betide /ਬਿ'ਟਾਇਡ/ *v* ਸ਼ਗਨ ਹੋਣਾ, ਪੋਖੋ ਹੋਣਾ; ਘਟਨਾ ਦਾ ਵਾਪਰਨਾ

betimes /ਬਿ'ਟਾਇਮਜ਼/ *adv* ਵੇਲੇ ਸਿਰ; (ਦਿਨ, ਸਾਲ ਅਤੇ ਜੀਵਨ ਦੇ) ਪਹਿਲੇ ਪਹਿਰ ਵਿੱਚ

betise /ਬੈੱ'ਟੀਜ਼/ *(F)* *n* ਫ਼ਜ਼ੂਲ ਚਰਚਾ, ਬੇਲੋੜੀ ਟੀਕਾ ਟਿੱਪਣੀ; ਮੂਰਖਤਾ, ਬੇਵਕੂਫ਼ੀ

betitle /ਬਿ'ਟਾਇਟਲ/ *vi* ਉਪਾਧੀ ਦੇਣਾ

betoken /ਬਿ'ਟਅਉਕਅਨ/ *vt* ਭਾਵੀ ਦੀ ਸੂਚਨਾ ਦੇਣਾ, ਭਵਿੱਖ ਦੱਸਣਾ, ਸੰਕੇਤ ਕਰਨਾ;

ਦਰਸਾਉਣਾ, ਪ੍ਰਗਟਾਉਣਾ

beton /'ਬੇਇਟੌਂਨ/ *n* ਚੂਨੇ ਅਤੇ ਰੋੜੀ ਦਾ ਮਿਸ਼ਰਨ,ਕੰਕਰੀਟ

betook /ਬਿ'ਟੁਕ/ *v* **betake** ਦਾ ਭੂਤ-ਕਾਲ

betray /ਬਿ'ਟਰੇਇ/ *vt* ਵਿਸ਼ਵਾਸਘਾਤ ਕਰਨਾ, ਧ੍ਰੋਹ ਕਰਨਾ, ਬੇਵਫ਼ਾਈ ਕਰਨਾ; ਭੇਤ ਖੋਲ੍ਹਣਾ; ਪ੍ਰਗਟ ਕਰਨਾ

betrayal /ਬਿ'ਟਰੇਇਅਲ/ *n* ਵਿਸ਼ਵਾਸਘਾਤ, ਧ੍ਰੋਹ, ਬੇਵਫ਼ਾਈ, ਦਗ਼ਾ, ਧੋਖਾ

betrayer /ਬਿ'ਟਰੇਇਅ*/ *n* ਵਿਸ਼ਵਾਸਘਾਤੀ, ਧ੍ਰੋਹੀ; ਦਗ਼ਾਬਾਜ਼, ਧੋਖੇਬਾਜ਼

betroth /ਬਿ'ਟਰਅਉਦ/ *vt* ਮੰਗਣੀ ਕਰਨਾ

betrothal /ਬਿ'ਟਰਅਉਦਲ/ *n* ਮੰਗਣੀ, ਕੁੜਮਾਈ, ਸਗਾਈ

betrothed /ਬਿ'ਟਰਅਉਦਡ/ *n* ਮੰਗੇਤਰ *a* ਮੰਗਿਆ

better[1] /'ਬੈਟਅ*/ *a* ਚੰਗੇਰਾ, ਭਲੇਰਾ ਬਿਹਤਰ *adv* ਚੰਗੇਰੇ ਢੰਗ ਨਾਲ; ਅਧਿਕ, ਜ਼ਿਆਦਾ *n* ਚੰਗੀ ਵਸਤੂ; ਫ਼ਾਇਦਾ, ਲਾਭ *v* ਚੰਗੇਰਾ ਬਣਾਉਣਾ, ਸੁਧਾਰ ਕਰਨਾ; ਉੱਨਤੀ ਕਰਨਾ, (ਕਿਸੇ ਨਾਲੋਂ) ਵਧ ਜਾਣਾ **better off** ਸੁਖੀ, ਭਾਗਸ਼ਾਲੀ, ਧਨੀ **better part** ਵਧੀਆ ਹਿੱਸਾ, ਲਾਭਦਾਇਕ ਹਿੱਸਾ **to be better off** ਚੰਗੀ ਹਾਲਤ ਵਿੱਚ ਹੋਣਾ, ਖਾਂਦਾ-ਪੀਂਦਾ ਹੋਣਾ **to have seen better days** ਚੰਗੇ ਦਿਨ ਬਿਤਾਏ ਹੋਣਾ, ਹੁਣ ਨਾਲੋਂ ਪਹਿਲਾਂ ਦੀ ਚੰਗੀ ਅਵਸਥਾ ਵਿੱਚ ਹੋਣਾ

better[2], bettor *n* ਸ਼ਰਤ ਜਾਂ ਬਾਜ਼ੀ ਲਾਉਣ ਵਾਲਾ

better days ਖੁਸ਼ਹਾਲੀ ਦਾ ਸਮਾਂ ਚੰਗੇ ਦਿਨ

better half *n* ਪਤਨੀ, ਬੀਵੀ, ਅਰਧਾਂਗਣੀ

betterment /'ਬੈਟਅਮਅਨਟ/ *n* ਭਲਾਈ, ਸੁਧਾਰ, ਬਿਹਤਰੀ

bettermost /'ਬੈਟਅਮਅਉਸਟ/ *n* ਸਭ ਨਾਲੋਂ ਵਧੀਆ, ਸਭ ਤੋਂ ਉੱਤਮ, ਸਰਵੋਤਮ

between /ਬਿ'ਟਵੀਨ/ *adv* ਵਿੱਚ, ਵਿਚਕਾਰ, ਮੱਧ ਵਿੱਚ, ਵਿਚਾਲੇ, ਦਰਮਿਆਨ, ਅੰਦਰ *prep* ਆਪਸ ਵਿੱਚ, ਆਪੋ ਵਿੱਚ; ਦੇ ਵਿੱਚ **between devil and deep sea** ਖਾਵੇ ਕੋਹੜੀ ਛੱਡੇ ਕਲੰਕੀ; ਅੱਗੇ ਖੂਹ ਪਿੱਛੇ ਖਾਤਾ **between the cup and the lip** ਆਸ ਤੇ ਪੂਰਤੀ ਵਿਚਾਲੇ **between whiles** ਵਿਚਲੇ ਸਮੇਂ ਲਈ, ਵਿੱਚ ਵਿਚਾਲੇ ਲਈ, ਵਕਫ਼ੇ ਵਿੱਚ

between -maid *n* ਵਿਚਲੀ ਨੌਕਰਾਣੀ ਜੋ ਦੋ ਹੋਰਨਾਂ ਨੌਕਰਾਂ ਦਾ ਹੱਥ ਵਟਾਵੇ, ਸਹਾਇਕ ਨੌਕਰਾਣੀ

betwixt /ਬਿ'ਟਵਿਕਸਟ/ *prep adv* ਦੇਖੋ **between**

bevel /'ਬੈੱਵ੍ਲ/ *n* ਗੁਣੀਆ; ਗੁਣੀਆ ਢਾਲ ਜਾਂ ਢਲਾਣ *v* ਢਾਲਵਾਂ ਬਣਾਉਣਾ *a* ਢਾਲਵਾਂ, ਢਾਲਦਾਰ

bever /'ਬੀਵ੍ਅ*/ *n* ਫਟਾਫਟ ਤਿਆਰ ਕੀਤਾ ਭੋਜਨ; ਝਟਪਟ ਖਾਧਾ ਭੋਜਨ

beverage /'ਬੈੱਵ੍ਅਰਿਜ/ *n* ਪੀਣ ਪਦਾਰਥ, (ਸ਼ਰਬਤ, ਰਸ, ਚਾਹ ਆਦਿ)

bevy /'ਬੈੱਵਿ/ *n* (ਇਸਤਰੀਆਂ, ਹਿਰਨਾਂ ਬਟੇਰਿਆਂ ਦਾ) ਝੁੰਡ, ਝੁਰਮਟ, ਅੱਤਣ, ਤ੍ਰਿੰਞਣ, ਟੋਲੀ, ਪੂਰ

bewail /ਬਿ'ਵੇਇਲ/ *v* ਮਾਤਮ ਕਰਨਾ, ਸ਼ੋਕ ਮਨਾਉਣਾ, ਰੋਣਾ, ਕੁਰਲਾਉਣਾ, ਵਿਰਲਾਪ ਕਰਨਾ

beware /ਬਿ'ਵੇਅ*/ *v* ਸੁਚੇਤ ਰਹਿਣਾ, ਖ਼ਬਰਦਾਰ ਰਹਿਣਾ, ਚੌਕਸ ਰਹਿਣਾ, ਸਾਵਧਾਨ ਹੋਣਾ

bewilder /ਬਿ'ਵਿਲਡਅ*/ *vt* ਬੁੰਦਲਾਉਣਾ, ਭਚਕਾਉਣਾ; ਉਲਝਣ ਵਿੱਚ ਪਾਉਣਾ, ਘਬਰਾ ਦੇਣਾ; ਹੈਰਾਨ ਕਰਨਾ; ਮੱਤ ਮਾਰ ਦੇਣਾ,

bewildered /ਬਿ'ਵਿਲਡਅਡ/ *a* ਘਬਰਾਇਆ, ਵਿਆਕੁਲ

bewilderment /ਬਿ'ਵਿਲਡਅਮਅਨਟ/ *n* ਘਬਰਾਹਟ, ਪਰੇਸ਼ਾਨੀ, ਹੈਰਾਨੀ, ਵਿਆਕੁਲਤਾ

bewitch /ਬਿ'ਵਿਚ/ *vt* ਕੀਲਣਾ, ਵੱਸ ਕਰਨਾ, ਮੰਤਰ ਮੁਗਧ ਕਰਨਾ, ਲੁਭਾਉਣਾ, ਰਿਝਾਉਣਾ; ਜਾਦੂ ਕਰਨਾ, ਟੂਣਾ ਕਰਨਾ

bewitching /ਬਿ'ਵਿਚਿਙ/ *a* ਮੋਹਕ, ਆਕਰਸ਼ਕ;

ਜਾਦੂਮਈ

bewitchment /ਬਿ'ਵਿਚਮਅਨਟ/ *n* ਜਾਦੂ, ਵਸੀਕਰਨ; ਆਕਰਸ਼ਣ

bewray /ਬਿ'ਰੇਇ/ *vt* (ਬੇਧਿਆਨੇ) ਪ੍ਰਗਟ ਕਰਨਾ, ਸਪਸ਼ਟ ਕਰਨਾ; ਭੇਤ ਖੋਲ੍ਹਣਾ, ਭਾਂਡਾ ਭੰਨ ਦੇਣਾ

beyond /ਬਿ'ਯੌਨਡ/ *adv* ਪਰਲੇ ਪਾਸੇ, ਪਾਰ; ਦੂਰ; ਉਧਰ, ਪਰ੍ਹਾਂ *prep* ਤੋਂ ਵਧੇਰੇ, ਤੋਂ ਅਧਿਕ; ਸਮਝ ਜਾਂ ਪਹੁੰਚ ਤੋਂ ਬਾਹਰ, ਅਧਿਕ *n* ਅੱਗਾ, ਪਰਲੋਕ, ਭਾਵੀ **beyond measure** ਹੱਦੋਂ ਬਾਹਰ **to go beyond** ਹੱਦ ਪਾਰ ਕਰਨਾ, ਸੀਮਾ ਉਲੰਘਣਾ, ਪਾਰ ਹੋਣਾ

bi /ਬਾਇ/ *pref* ਦੁਗਣਾ, ਦੁਗਣੀ (ਵਸਤੂ), ਦੋ ਵਾਰ ਹੋਣ ਵਾਲਾ

biangular /ˌਬਾਇ'ਐਙਗਯੁਲਅ*/ *a* ਦੋ ਕੋਣੀ, ਦੋ ਕੋਣਾਂ ਵਾਲਾ

biannual /ਬਾਇ'ਐਨਯੁਅਲ/ *a* ਸਾਲ ਵਿੱਚ ਦੋ ਵਾਰ ਹੋਣ ਵਾਲਾ, ਛਿਮਾਹੀ

bias /'ਬਾਇਅਸ/ *n* ਗੇਂਦ ਦਾ ਚਪਟਾਪਣ; ਗੇਂਦ ਦਾ ਟੇਢਾ ਰਸਤਾ; ਪੱਖ-ਪਾਤ, ਧੜੇਬਾਜ਼ੀ, ਤਰਫ਼ਦਾਰੀ, ਲਿਹਾਜ਼; ਮਨ ਦਾ ਝੁਕਾਅ, ਰੁਚੀ *vt* ਪੱਖ ਪਾਲਣਾ, ਰਈ ਕਰਨਾ; ਨਾਜਾਇਜ਼ ਪ੍ਰਭਾਵ ਪਾਉਣਾ

biaxial /ˌਬਾਇ'ਐਕਸਿਅਲ/ *a* ਦੋ ਧੁਰੇ ਵਾਲਾ, ਦੋ-ਧੁਰਾ

bib /ਬਿਬ/ *v* ਸ਼ਰਾਬ ਪੀਣਾ *n* ਬੱਚੇ ਦੀ ਠੋਡੀ ਥੱਲੇ ਬੰਨ੍ਹਣ ਵਾਲਾ ਕੱਪੜਾ ਜਿਸ ਕਰਕੇ ਗਲ ਦੇ ਕੱਪੜੇ ਖ਼ਰਾਬ ਨਹੀਂ ਹੁੰਦੇ; ਬਿੱਬ, ਲਾਰਬੰਦ, ਕੰਮ ਵੇਲੇ ਕੱਪੜੇ ਬਚਾਉਣ ਲਈ ਬੱਧਾ ਕੱਪੜਾ; ਪੇਸ਼ਬੰਦ, ਮੱਛੀ ਦੀ ਇੱਕ ਕਿਸਮ

bibber /ਬਿਬਅ*/ *n* ਪਿਆਕੜ, ਸ਼ਰਾਬੀ

Bible /'ਬਾਇਬਲ/ *n* ਈਸਾਈਆਂ ਦੀ ਧਰਮ-ਪੁਸਤਕ, ਅੰਜੀਲ, ਤੌਰੇਤ (ਪੁਰਾਤਨ ਸਾਖ) ਅਤੇ ਅੰਜੀਲ (ਨਵੀਂ ਸਾਖ), ਬਾਈਬਲ; ਕੋਈ ਧਾਰਮਿਕ ਗ੍ਰੰਥ; ਕੋਈ ਪ੍ਰਮਾਣਿਕ ਗ੍ਰੰਥ

biblical /'ਬਿਬਲਿਕਲ/ *a* ਬਾਈਬਲ ਜਾਂ ਅੰਜੀਲ ਸੰਬੰਧੀ

bibliographer /ˌਬਿਬਲਿ'ਔਗਰਅਫ਼ਅ*/ *n* ਪੁਸਤਕ ਸੂਚੀਕਾਰ; ਗ੍ਰੰਥ ਸੂਚੀਕਾਰ; ਸਾਹਿਤਕ ਗ੍ਰੰਥਾਂ ਦਾ ਵੇਰਵਾਕਾਰ

bibliographical /ˌਬਿਬਲਿਅ'ਗਰੈਫ਼ਿਕਲ/ *a* ਪੁਸਤਕ ਸੂਚੀ ਸੰਬੰਧੀ

bibliography /ˌਬਿਬਲਿ'ਔਗਰਅਫ਼ਿ/ *n* ਪੁਸਤਕ ਮਾਲਾ, ਗ੍ਰੰਥ, ਗ੍ਰੰਥ ਸੂਚੀ (ਜਿਸ ਵਿੱਚ ਕਿਤਾਬਾਂ ਦਾ ਇਤਿਹਾਸ, ਲੇਖਕਾਂ ਦੇ ਨਾਂ ਅਤੇ ਐਡੀਸ਼ਨ ਆਦਿ ਹੋਣ), ਕਿਸੇ ਲੇਖਕ ਜਾਂ ਪ੍ਰਕਾਸ਼ਕ ਜਾਂ ਵਿਸ਼ੇ ਜਾਂ ਦੇਸ਼ ਦੀਆਂ ਕਿਤਾਬਾਂ ਦੀ ਸੂਚੀ

biblioklept /'ਬਿਬਲਿਅਕਲੈਪੱਟ/ *n* ਪੁਸਤਕ ਚੋਰ

bibliolater /ˌਬਿਬਲਿ'ਔਲਅਟਅ*/ *n* ਕਿਤਾਬਾਂ ਦਾ ਪੁਜਾਰੀ, ਗ੍ਰੰਥ ਪੂਜ; ਅੰਜੀਲ ਦਾ ਸ਼ਰਧਾਲੂ

bibliolatrous /ˌਬਿਬਲਿ'ਔਲਅਟਰਅਸ/ *a* ਗ੍ਰੰਥ ਪੂਜਾ ਸੰਬੰਧੀ, ਗ੍ਰੰਥ ਉਪਾਸ਼ਨਾ ਸੰਬੰਧੀ

bibliolatry /ˌਬਿਬਲਿ'ਔਲਅਟਰਿ/ *n* ਬਾਈਬਲ ਦੀ ਪੂਜਾ; ਗ੍ਰੰਥ ਉਪਾਸਨਾ

bibliomania /ˌਬਿਬਲਿਅ(ਉ)'ਮੇਇਨਿਅ/ *n* ਕਿਤਾਬੀ ਖ਼ਬਤ ਵਾਲਾ, ਜਿਸ ਨੂੰ ਕਿਤਾਬਾਂ ਇਕੱਠੀਆਂ ਕਰਨ ਦਾ ਸ਼ੁਦਾਅ ਹੋਵੇ, ਕਿਤਾਬਾਂ ਦਾ ਦੀਵਾਨਾ

bibliomaniac /ˌਬਿਬਲਿਅ(ਉ)'ਮੇਇਨਿਐਕ/ *n* ਕਿਤਾਬਾਂ ਦਾ ਝੱਲ, ਪੁਸਤਕਾਂ ਪ੍ਰਤੀ ਸ਼ੁਦਾਅ, ਕਿਤਾਬਾਂ ਇਕੱਠੀਆਂ ਕਰਨ ਦੀ ਖ਼ਬਤ

bibliophile /'ਬਿਬਲਿਅਫ਼ਾਇਲ/ *n* ਪੁਸਤਕਾਂ ਦਾ ਪ੍ਰੇਮੀ, ਕਿਤਾਬਾਂ ਦਾ ਸ਼ੌਕੀ, ਪੁਸਤਕ ਪ੍ਰੇਮੀ

bibliophilism /ˌਬਿਬਲਿ'ਔਫ਼ਿਲਿਜ਼(ਅ)ਮ/ *n* ਪੁਸਤਕ ਪ੍ਰੇਮ, ਪੁਸਤਕਾਂ ਦਾ ਸ਼ੌਕ

bibliophilist /ˌਬਿਬਲਿ'ਔਫ਼ਅਲਿਸਟ/ *n* ਪੁਸਤਕ ਪ੍ਰੇਮੀ, ਕਿਤਾਬਾਂ ਦਾ ਸ਼ੁਕੀਨ

bibliophobia /ˌਬਿਬਲਿਅ(ਉ)'ਫ਼ਅਉਬਿਅ/

n ਪੁਸਤਕ ਘਿਰਨਾ, ਕਿਤਾਬਾਂ ਤੋਂ ਡਰ

bibliopole /'ਬਿਬਲਿਅਪਅਉਲ/ *n* ਦੁਰਲੱਭ ਕਿਤਾਬਾਂ ਵੇਚਣ ਵਾਲਾ ਵਿਅਕਤੀ

bibliopoly /ਬਿਬਲਿ'ਔਪਅਲਿ/ *n* ਦੁਰਲੱਭ ਕਿਤਾਬਾਂ ਦੀ ਵਿਕਰੀ

bibliotheca /ˌਬਿਬਲਿਅ'ਥੀਕਅ/ *n* ਪੁਸਤਕਾਲਾ, ਲਾਇਬਰੇਰੀ; ਪੁਸਤਕ ਸੂਚੀ

bibliothecary /ˌਬਿਬਲਿ'ਔਥਿਕ(ਅ)ਰਿ/ *n* ਪੁਸਤਕਾਲਾ ਅਧਿਅਕਸ਼, ਲਾਇਬਰੇਰੀਅਨ

biblist /'ਬਿਬਲਿਸਟ/ *n* ਬਾਈਬਲ ਜਾਂ ਅੰਜੀਲ ਦਾ ਮਾਹਰ

bibulous /'ਬਿਬਯੁਲਅਸ/ *a* ਚੂਸਕ; ਪਾਣੀ ਚੂਸ, ਪਾਣੀ ਸੋਕ; ਨਸ਼ਈ, ਪਿਆਕੜ, ਸ਼ਰਾਬੀ

bicameral /ˌਬਾਇ'ਕੈਮਅਰਅਲ/ *a* (ਵਿਧਾਨਕ) ਦੋ ਸਦਨੀ, ਦੋ ਘਰਾ

bicarbonate /ˌਬਾਇ'ਕਾਬਅਨਅਟ/ *n* (ਰਸਾ) ਕਾਰਬਨ ਖਾਰ, ਕਾਰਬੋਨਿਕ ਅਮਲ ਦਾ ਇੱਕ ਖਾਰ, ਬਾਈਕਾਰਬੋਨੇਟ

bice /ਬਾਇਸ/ *n* ਹਲਕਾ ਨੀਲਾ ਜਾਂ ਹਰਾ ਰੰਗ

bicentenary /ˌਬਾਇਸੈਨੱ'ਟੀਨਅਰਿ/ *a* ਦੋ ਸੌ ਸਾਲਾ ਪਿੱਛੋਂ ਹੋਣ ਵਾਲਾ *n* ਦੋ ਸੌ ਸਾਲਾ ਬਰਸੀ; ਦੋ ਸੌ ਸਾਲਾ ਉਤਸਵ

bicephalous /ਬਾਇ'ਸੈੱਫ਼ਅਲਅਸ/ *a* ਦੋ ਸਿਰਾ, ਦੋ ਸਿਰਾਂ ਵਾਲਾ

biceps /'ਬਾਇਸੈੱਪਸ/ *n* ਡੌਲਾ; ਗਠੀਲਾਪਣ, ਪਕਿਆਈ, ਪੀਡਾਪਣ, ਮਜ਼ਬੂਤੀ

bicipital /ਬਾਇ'ਸਿਪਿਟਲ/ *a* ਦੋ ਸਿਰਾ

bicker /'ਬਿਕਅ*/ *vi* ਬਿਨਾ ਖ਼ਾਸ ਗਲ ਤੋਂ ਝਗੜਾ ਕਰਨਾ, ਝਗੜਨਾ *n* ਤਕਰਾਰ, ਰੇੜਕਾ; (ਚਸ਼ਮੇ ਦਾ, ਮੀਂਹ ਦਾ) ਟਿਪ ਟਿਪ ਕਰਨਾ, (ਲਾਟ ਦਾ, ਚਾਨਣ ਦਾ) ਲਿਸ਼ਕਣਾ, ਟਿਮਟਿਮਾਉਣਾ

bickering /'ਬਿਕ(ਅ)ਰਿਙ/ *n* ਕਲਹ ਕਲੇਸ਼; ਲੜਾਈ ਝਗੜਾ, ਹਿਲਜੁਲ, ਧੜਕਣ

bicoloured /ˌਬਾਇ'ਕਲਅੱਡ/ *a* ਦੋ ਰੰਗਾ, ਦੋ ਰੰਗਾਂ ਵਾਲਾ

bicuspid /ˌਬਾਇ'ਕਅੱਸਪਿਡ/ *a* ਦੋ ਨੁੱਕਰਾ *n* ਦੋ ਨੋਕਾਂ, ਵਾਲਾ ਦੰਦ

bicycle /'ਬਾਇਸਿਕਲ/ *n* ਸਾਇਕਲ, ਪੈਰਾਂ ਨਾਲ ਚਲਾਉਣ ਵਾਲੀ ਦੋ ਪਹੀਆ ਗੱਡੀ *vt* ਬਾਈਸਿਕਲ ਚਲਾਉਣਾ

bid[1] /ਬਿਡ/ *n* (ਨਿਲਾਮੀ ਦੀ) ਬੋਲੀ; ਸੱਦਾ, ਬੁਲਾਵਾ

bid[2] *v* ਹੁਕਮ ਦੇਣਾ, ਅਦੇਸ਼ ਦੇਣਾ, ਸੱਦਾ ਦੇਣਾ, ਨਿਮੰਤਰਤ ਕਰਨਾ, ਨਿਲਾਮੀ ਵਿਚ ਬੋਲੀ ਦੇਣਾ, (ਤਾਸ਼ ਦੀ ਖੇਡ ਵਿਚ) ਸਰਾਂ ਮਿਥਣਾ, ਤੁਰਮ ਬੋਲਣਾ, ਬੁਰਦ ਲਾਉਣਾ, ਹੱਥ ਬੋਲਣਾ, (ਵਿਦਾਈ ਵੇਲੇ) ਨਮਸਕਾਰ ਕਹਿਣਾ *n* ਯਤਨ; ਹੰਭਲਾ **bid one's time** ਮੌਕਾ ਤੱਕਣਾ, ਵੇਲੇ ਦਾ ਇੰਤਜ਼ਾਰ ਕਰਨਾ

biddable /'ਬਿਡਅਬਲ/ *a* ਆਗਿਆਕਾਰ, ਆਖੇ ਲੱਗਣ ਵਾਲ਼ਾ, ਫ਼ਰਮਾਬਰਦਾਰ

bidder /'ਬਿਡਅ*/ *n* ਬੋਲੀ ਦੇਣ ਵਾਲ਼ਾ ਵਿਅਕਤੀ

bidding /'ਬਿਡਿਙ/ *n* (ਨਿਲਾਮੀ ਵਿਚ) ਬੋਲੀ; ਹੁਕਮ, ਆਗਿਆ, ਸੱਦਾ

bide /ਬਾਇਡ/ **abide** ਦਾ ਪੁਰਾਤਨ ਰੂਪ *v* ਆਗਿਆ ਪਾਲਣਾ; ਪਾਬੰਦ ਹੋਣਾ; ਚੰਗੇ ਮੌਕੇ ਦਾ ਇੰਤਜ਼ਾਰ ਕਰਨਾ, ਮੌਕਾ ਤਾੜਨਾ

bidental /ˌਬਾਇ'ਡੈਨੱਟ(ਅ)ਲ/ *a* ਦੋ ਦੰਦੀ, ਦੋ ਦੰਦਾਂ ਵਾਲਾ

biennial /ਬਾਇ'ਐੱਨਿਅਲ/ *n* ਦੋ ਸਾਲਾ ਬਿਰਛ ਜਾਂ ਪੌਦਾ ਜਿਹੜਾ ਦੋ ਵਰ੍ਹੇ ਰਹੇ ਜਾਂ ਦੂਜੇ ਸਾਲ ਫੁੱਲ ਤੇ ਫਲ਼ ਦੇਵੇ *a* ਦੋ ਸਾਲ ਵਿਚ ਹੋਣ ਵਾਲ਼ਾ, ਦੋ ਬਰਸੀ

bier /ਬਿਅ*/ *n* ਮੁਰਦਾ ਲੈ ਜਾਣ ਵਾਲ਼ੀ ਗੱਡੀ, ਬਿਬਾਣ, ਅਰਥੀ, ਜਨਾਜ਼ਾ, ਤਖਤਾ, ਤਾਬੂਤ

biff /ਬਿਫ਼/ *n* (ਅਪ) ਮੁੱਕਾ, ਘਸੁੰਨ *vt* ਘਸੁੰਨ ਮਾਰਨਾ

bifid /'ਬਾਇਫ਼ਿਡ/ *a* ਦੋ ਹਿੱਸਿਆਂ ਵਿਚ ਵੰਡਿਆ, ਦੁਫਾੜ

bifold /'ਬਾਇਫ਼ਅਉਲਡ/ *a* ਦੋ ਤਹਿਆਂ ਵਾਲ਼ਾ, ਦੋਤਹੀ

bifoliate /ਬਾਇ'ਫ਼ਅਉ ਲਿਏ ਇਟ/ *a* ਦੋ ਪੱਤੀਆਂ, ਦੋ ਵਰਗਾ

biform /'ਬਾਇਫ਼ੋਮ/ *a* ਦੋ ਆਕਾਰਾਂ ਵਾਲਾ

bifurcate /'ਬਾਇਫ਼ਅਕੇਇਟ/ *v* ਦੋ ਹਿੱਸਿਆਂ ਵਿਚ ਵੰਡਣਾ, ਦੋ ਫਾਂਕਾਂ ਕਰਨਾ, ਦੁਸਾਂਗਣਾ, ਦੁਫਾਂਟਣਾ, ਦੁਫਾੜ ਕਰਨਾ ਜਾਂ ਹੋਣਾ *a* ਦੋਫਾੜਾ

bifurcated /'ਬਾਇਫ਼ਅਕੇ ਇਟਿਡ/ *a* ਦੋ ਹਿੱਸਿਆਂ ਵਿਚ ਵੰਡਿਆ

bifurcation /ˌਬਾਇਫ਼ਅ'ਕੇਇਸ਼ਨ/ *n* ਦੁਸਾਂਗ, ਦੁਫਾਂਟਣ; ਦੋ ਸ਼ਾਖਾਂ ਵਿਚ ਵੰਡ, ਵੰਡੀਣ ਦੀ ਥਾਂ, ਫਾਂਟ, ਦੋ ਸ਼ਾਖਾਂ ਜਾਂ ਉਨ੍ਹਾਂ ਵਿਚੋਂ ਇਕ

big /ਬਿਗ/ *a* ਵੱਡਾ, ਵਿਸ਼ਾਲ; ਮਹਾਨ, ਉੱਘਾ, ਸਿਰਕੱਢ *adv* ਫੁੱਲਿਆ, ਉੱਭਰਿਆ, ਉੱਚਾ **big with young** ਗਰਭਵਤੀ **get, grow too big for one's boots** ਹੰਕਾਰ ਹੋਣਾ, ਘਮੰਡ ਹੋਣਾ **look big** ਆਕੜਨਾ, ਫੁੱਲਣਾ **talk big** ਸ਼ੇਖ਼ੀ ਮਾਰਨਾ **the Big Three/Five etc** ਕਿਸੇ ਰਾਸ਼ਟਰ ਦੇ ਵੱਡੇ ਲੀਡਰ

bigamist /'ਬਿਗਅਮਿਸਟ/ *n* ਦੁਵਿਆਹੁਤਾ, ਦੁਖ਼ਸਮੀ; ਦੋ ਪਤਨੀਆਂ ਵਾਲਾ ਜਾਂ ਦੋ ਪਤੀਆਂ ਵਾਲੀ

bigamous /'ਬਿਗਅਮਅਸ/ *a* ਦੁਵਿਆਹੁਤਾ ਹੋਣ ਦਾ ਦੋਸ਼ੀ, ਦੋ ਪਤੀ ਜਾਂ ਦੋ ਵਹੁਟੀਆਂ ਰੱਖਣ ਵਾਲੀ ਜਾਂ ਵਾਲਾ

bigamy /'ਬਿਗਅਮਿ/ *n* ਇੱਕ ਪਤੀ ਜਾਂ ਪਤਨੀ ਦੇ ਹੁੰਦੇ ਹੋਏ ਦੂਜਾ ਵਿਆਹ

Big Bang *n* ਮਹਾਂ ਵਿਸਫੋਟ, ਮਹਾਂ-ਫਿਸਫੋਟ ਦਾ ਸਿੱਧਾਂਤ (ਕੁਝ ਵਿਗਿਆਨੀਆਂ ਅਨੁਸਾਰ ਸ੍ਰਿਸ਼ਟੀ ਦੀ ਰਚਨਾ ਮਹਾਂ-ਵਿਸਫੋਟ ਨਾਲ ਹੋਈ ਹੈ)

Big Brother *n* ਵੱਡਾ ਬੰਦਾ, ਚੌਧਰੀ; ਮਨਮਰਜ਼ੀ ਕਰਨ ਵਾਲਾ ਨੇਤਾ, (ਲੋਕਾਂ ਦੇ ਭਲੇ ਦੇ ਨਾਮ 'ਤੇ) ਨਿੱਜੀ ਲਾਭ ਉਠਾਣ ਵਾਲਾ ਆਗੂ, ਖੜਪੈਂਚ

big end *n* ਧੁਰੇ ਦੇ ਮੁੜੇ ਹਿੱਸੇ ਦੀ ਕਿੱਲੀ ਨਾਲ ਜੋੜਨ ਵਾਲੇ ਡੰਡੇ ਦਾ ਸਿਰਾ (ਇੰਜਣ ਵਿੱਚ)

big game *n* ਵੱਡਾ ਸ਼ਿਕਾਰ

big-headed *a* ਉੱਚੀ ਸੋਚ ਵਾਲਾ, ਦੂਜੇ ਦੇ ਵਿਚਾਰਾਂ ਨੂੰ ਭਾਂਪ ਲੈਣ ਵਾਲਾ, ਤੇਜ਼ ਸੋਚਣੀ ਵਾਲਾ; ਘਮੰਡੀ, ਆਕੜ ਵਾਲਾ

bighorn /'ਬਿਗਹੋਨ/ *n* ਪਹਾੜੀ ਬੱਕਰੀ

bight /ਬਾਇਟ/ *n* ਰੱਸੀ ਦਾ ਵਲਾਵਾਂ, ਘੁੰਡੀ; (ਨਦੀ ਦਾ) ਮੋੜ

big mouth *n* ਬੜਬੋਲਾ, ਜਭਲੀਆਂ ਮਾਰਨ ਵਾਲਾ, ਸ਼ੇਖੀਖੋਰ

bigness /ਬਿਗਨਅਸ/ *n* ਮਹਾਨਤਾ; ਵਡੱਪਣ, ਉਦਾਰਤਾ; ਘਮੰਡ

bigot /'ਬਿਗਅਟ/ *n* ਹਠ ਧਰਮੀ, ਕੱਟੜ ਪੰਥੀ, ਤਅੱਸਬੀ

bigoted /'ਬਿਗਅਟਿਡ/ *a* ਕੱਟੜ, ਤਅੱਸਬੀ

bigotry /'ਬਿਗਅਟਰਿ/ *n* ਹਠ ਧਰਮ, ਕੱਟੜਪੁਣਾ, ਤਅੱਸਬ

big screen *n* (ਟੈਲੀਵਿਜ਼ਨ ਦੇ ਮੁਕਾਬਲੇ) ਸਿਨੇਮਾ

big shot *n* ਵੱਡਾ ਬੰਦਾ, ਚੌਧਰੀ

big time *n* ਕਾਰੋਬਾਰ ਵਿਚ ਮਹਾਨ ਸਫਲਤਾ, ਮਨੋਰੰਜਨ ਦੇ ਪਿੜ ਵਿਚ ਵੱਡੀ ਪ੍ਰਾਪਤੀ

bigwig /'ਬਿਗਵਿਗ/ *n* ਚੌਧਰੀ, ਮੁਖੀਆ, ਵੱਡਾ ਬੰਦਾ

bike /ਬਾਇਕ/ *n* (ਬੋਲ) ਸਾਈਕਲ; ਮੋਟਰਸਾਈਕਲ *vi* ਸਾਈਕਲ ਚਲਾਉਣਾ

bikini /ਬਿ'ਕੀਨਿ/ *n* (ਧੁੱਪ ਸੇਕਣ ਜਾਂ ਇਸ਼ਨਾਨ ਸਮੇਂ ਔਰਤਾਂ ਦੀ) ਅੰਗੀ-ਚੱਡੀ, ਛੋਟੇ ਕੱਪੜੇ ਨਾਲ ਸਰੀਰ ਦਾ ਕੱਜਣ, ਬਿਕਨੀ

bilabial /ˌਬਾਇ'ਲੇਇਬਿਅਲ/ *a* (ਭਾਸ਼ਾ) ਦੋ ਹੋਠੀ *n* ਦੋਨਾਂ ਹੋਠਾਂ ਨਾਲ ਉਤਪੰਨ ਹੋਣ ਵਾਲੀ ਧੁਨੀ

bilateral /ˌਬਾਇ'ਲੈਟਅਰਅਲ/ *a* ਦੋ ਪੱਖੀ, ਦੁਪਾਸੜ, ਦੋ ਤਰਫ਼ਾ, ਦੋ ਦਲੀ, ਦੋ ਦਲਾਂ ਵਾਲਾ

bilbo /'ਬਿਲਬਅਉ/ *n* (ਬਹੁ **bilboes**) (ਇਤਿ) ਕੈਦੀ ਦੀਆਂ ਬੇੜੀਆਂ; ਤਲਵਾਰ, ਕਿਰਪਾਨ

bile /ਬਾਇਲ/ *n* ਪਿੱਤ; ਚਿੜਚਿੜਾਪਣ, ਸੜੀਅਲ ਸੁਭਾਅ; ਜਿਗਰ ਵਿਚੋਂ ਨਿਕਲਦਾ ਤੇਜ਼ਾਬੀ ਰਸ ਜੋ

ਹਾਜ਼ਮੇ ਵਿਚ ਮਦਦ ਕਰਦਾ ਹੈ

bile duct *n* ਪਿੱਤੇ ਅਤੇ ਜਿਗਰ ਵਿਚੋਂ ਪਿੱਤ–ਰਸ ਮਿਹਦੇ ਤੱਕ ਪਹੁੰਚਾਉਣ ਵਾਲੀ ਨਲੀ, ਪਿੱਤ-ਨਲੀ

bilge /ਬਿਲਜ/ *n* ਜਹਾਜ਼ ਦਾ ਗੋਲ ਥੱਲਾ, ਪੇਂਦਾ; ਗੋਲ ਥੱਲੇ ਹੇਠ ਜੰਮਿਆ ਗੰਦ-ਮੰਦ *v* ਜਹਾਜ਼ ਦੀ ਤਹਿ ਵਿੱਚ ਛੇਦ ਕਰਨਾ ਜਾਂ ਹੋ ਜਾਣਾ; ਫੁਲਾਉਣਾ, ਫੁੱਲਣਾ

bilgy /'ਬਿਲਜਿ/ *a* ਦੁਰਗੰਧ ਵਾਲਾ

biliary /'ਬਿਲਿਅਰਿ/ *a* ਪਿੱਤੇ ਸੰਬੰਧੀ

bilingual /,ਬਾਇ'ਲਿਙਗਵਅਲ/*a* ਦੁਭਾਸ਼ੀ, ਦੁਭਾਸ਼ਕ; ਦੁਭਾਸ਼ੀਆ

bilious /'ਬਿਲਿਅਸ/ *a* ਪਿੱਤ ਰੋਗੀ, ਪਿੱਤ ਮਾਰਿਆ, ਜੀ ਕੱਚਾ ਹੋਣ ਦੀ ਦਸ਼ਾ; ਚਿੜਚਿੜੇ ਸੁਭਾਅ ਵਾਲਾ, ਖਿਝਣ ਵਾਲਾ, ਸੜੀਅਲ

bilirubin /,ਬਿਲਿ'ਰੂਬਿਨ/ *n* ਮਿਹਦੇ ਵਿੱਚ ਪੈਦਾ ਹੋਣਾ ਵਾਲਾ ਇੱਕ ਤੱਤ, ਬਿਲਰੂਬਿਨ

bilk /ਬਿਲਕ/ *vt* ਧੋਖਾ ਦੇਣਾ, ਛਲਣਾ, ਠੱਗਣਾ; ਕਰਜ਼ਾ ਮਾਰ ਲੈਣਾ; ਕਰਜ਼ਾ ਟਾਲਣਾ

bill[1] /ਬਿਲ/ *n* ਪੁਰਾਣੇ ਸਮੇਂ ਦਾ ਇੱਕ ਹਥਿਆਰ, ਗੰਡਾਸਾ

bill[2] *n* (ਪੰਛੀ ਦੀ) ਚੁੰਝ; ਸਮੁੰਦਰੀ ਜਹਾਜ਼ ਦੇ ਲੰਗਰ ਦੀ ਫ਼ਾਲ ਦੀ ਨੋਕ, ਧਰਤੀ ਦਾ ਸਮੁੰਦਰ ਵਿੱਚੋਂ ਨਿਕਲਿਆ ਪਤਲਾ ਹਿੱਸਾ, ਤੰਗ ਅੰਤਰੀਪ *vi* ਚੁੰਝਾਂ ਭਰਨਾ, ਲਾਡ ਕਰਨਾ, ਚੁੰਮਣਾ, ਚੱਟਣਾ **bill and coo** ਪਿਆਰ ਕਰਨਾ, ਕਲੋਲ ਕਰਨਾ, ਇੱਕ ਦੂਜੇ ਨੂੰ ਚੁੰਮਣਾ

bill[3] *n* ਬਿਲ; ਲੇਖਾ, ਬੀਚਕ, ਹੁੰਡੀ; ਹਿਸਾਬ ਦੀ ਪਰਚੀ; ਕਨੂੰਨ ਦਾ ਖਰੜਾ (ਐਕਟ ਬਣਨ ਤੋਂ ਪਹਿਲਾਂ); ਇਸ਼ਤਿਹਾਰ; ਅਰਜ਼ੀ ਦਾਹਵਾ; ਪ੍ਰੋਗ੍ਰਾਮ ਦਿੱਤੇ ਮਾਲ ਜਾਂ ਕੀਤੀ ਸੇਵਾ ਦੀ ਕੀਮਤ *vt* ਬਿਲ ਬਣਾਉਣਾ; ਇਸ਼ਤਿਹਾਰ ਦੇਣਾ, ਐਲਾਨ ਕਰਨਾ; ਪ੍ਰੋਗ੍ਰਾਮ ਵਿੱਚ ਰੱਖਣਾ **foot the bill** (ਹੋਟਲ ਆਦਿ ਵਿੱਚ) ਬਿਲ ਦੀ ਅਦਾਇਗੀ ਕਰਨਾ, ਪਾਰਟੀ ਦਾ ਖ਼ਰਚਾ ਦੇਣਾ

billboard /'ਬਿਲਬੋਡ/ *n* ਇਸ਼ਤਿਹਾਰ ਲਾਉਣ ਲਈ ਫੱਟਾ

bill book *n* ਵਹੀ ਖਾਤਾ, ਬਿਲ ਕੱਟਣ ਵਾਲੀ ਕਾਪੀ

bill-broker *n* ਹੁੰਡੀ ਦਾ ਦਲਾਲ

bill-discounter *n* ਹੁੰਡੀ ਦਾ ਦਲਾਲ

billed /ਬਿਲਡ/ *a* ਚੁੰਝਦਾਰ, ਚੁੰਝ ਵਾਲਾ; ਨੁਕੀਲਾ, ਨੋਕਦਾਰ

billet[1] /'ਬਿਲਿਟ/ *n* ਨੌਕਰੀ, ਨਿਯੁਕਤੀ, ਸੇਵਾ; ਪਹੁੰਚਣ ਦੀ ਥਾਂ, ਟਿਕਾਣਾ; ਸਿਪਾਹੀਆਂ ਨੂੰ ਠਹਿਰਾਉਣ ਦਾ ਪਰਵਾਨਾ; ਸਿਪਾਹੀਆਂ ਦੇ ਰਹਿਣ ਦੀ ਥਾਂ *vt* (ਘਰਾਂ ਵਿੱਚ) ਸਿਪਾਹੀਆਂ ਨੂੰ ਠਹਿਰਾਉਣ ਦਾ ਹੁਕਮ ਦੇਣਾ, ਸਿਪਾਹੀਆਂ ਨੂੰ ਕਿਸੇ ਦੇ ਘਰ ਮੜ੍ਹਨਾ **every bullet has its billet** ਬਿਨਾਂ ਮੌਤ ਆਈ ਗੋਲੀ ਵੀ ਨਹੀਂ ਲੱਗਦੀ

billet[2] *n* ਬਾਲਣ ਵਾਲੀ ਮੋਟੀ ਲੱਕੜ; ਮੁੱਢੀ, ਡੰਡਾ, ਸੋਟਾ, ਖੋਖਲੇ ਸਾਂਚੇ ਵਿੱਚ ਥੋੜ੍ਹੀ-ਥੋੜ੍ਹੀ ਦੂਰੀ ਉੱਤੇ ਲੱਗੇ ਹੋਏ ਲੱਕੜੀ ਦੇ ਟੁਕੜੇ

billet-doux /,ਬਿਲੇਇ 'ਡੂ/ *(F) n* ਪ੍ਰੇਮ ਪੱਤਰ

billhead /ਬਿਲਹੈਡ੍ਹ/ *n* ਬੀਚਕ ਫਾਰਮ

billiards /'ਬਿਲਿਅਡਜ਼/ *n* ਇੱਕ ਖੇਡ ਜੋ ਗੇਂਦਾਂ ਨਾਲ ਮੇਜ਼ ਉੱਤੇ ਖੇਡੀ ਜਾਂਦੀ ਹੈ, ਬਿਲੀਅਰਡ

billion /'ਬਿਲਯਅਨ/ *n* (ਅਮਰੀਕਾ, ਭਾਰਤ ਅਤੇ ਫਰਾਂਸ) ਇੱਕ ਅਰਬ, (ਇੰਗਲੈਂਡ) ਦਸ ਖ਼ਰਬ

billionaire /,ਬਿਲਯਅ'ਨੇਅ*/ *n* ਅਰਬਪਤੀ, ਬਹੁਤ ਵੱਡਾ ਧਨਾਢ

bill of exchange *n* ਹੁੰਡੀ

billow /'ਬਿਲਅਉ/ *n* ਛੱਲ, ਵੱਡੀ ਸਮੁੰਦਰੀ ਲਹਿਰ; ਸਮੁੰਦਰ, ਸਾਗਰ; (ਸੰਗੀ, ਕਾਵਿ) ਧੁਨੀ *vt* ਤਰੰਗ ਉੱਠਣਾ, ਲਹਿਰਾਉਣਾ

billowy /'ਬਿਲਅਉਇ/ *a* ਲਹਿਰਦਾਰ, ਤਰੰਗੀ, ਤਰੰਗਮਈ

billsticker /'ਬਿਲ,ਸਟਿਕਅ*/ *n* ਇਸ਼ਤਿਹਾਰ ਲਾਉਣ ਵਾਲਾ

bill-sticking *n* ਇਸ਼ਤਿਹਾਰ ਲਾਉਣ ਦਾ ਭਾਵ

billy /'ਬਿਲਿ/ *n* (ਆਸਟ੍ਰੇਲੀਆ ਵਿੱਚ ਕੇਤਲੀ ਵਾਂਗ

ਵਰਤਿਆ ਜਾਣ ਵਾਲਾ) ਟੀਨ ਦਾ ਡੱਬਾ; ਸੰਗੀ, ਸਹਿਯੋਧਾ

billy-boy /'ਬਿਲਿਬੌਇ/ *n* ਮਾਲ ਢੋਣ ਦੀ ਕਿਸ਼ਤੀ

billy-cock /'ਬਿਲਿਕੌਕ/ *n* ਨਮਦੇ ਦੀ ਸਖ਼ਤ ਗੋਲ ਅੰਗਰੇਜ਼ੀ ਟੋਪੀ

biltong /'ਬਿਲਟੌਙ/ *n* ਧੁੱਪ ਵਿੱਚ ਸੁਕਾਏ ਮਾਸ ਦੇ ਟੁਕੜੇ

bimanal /'ਬਿਮਅਨ(ਅ)ਲ/ *a* ਦੋ ਹੱਥਾਂ ਵਾਲਾ, ਦੁਹੱਥਾ (ਜੀਵ), ਦੁਭੁਜੀ

bimensal, bimestrial /ˌਬਾਇ'ਮੈਨੱਸਲ, ˌਬਾਇ'ਮੈਸੱਟਰਿਅਲ/ *a* ਦੋ ਮਹੀਨਿਆਂ ਵਿੱਚ ਇੱਕ ਵਾਰ ਵਾਪਰਨ ਵਾਲਾ, ਦੋ ਮਾਸਿਕ

bimetallic /ˌਬਾਇਮੈੱ'ਟੈਲਿਕ/ *a* ਦੋ ਧਾਤਾਂ ਨਾਲ ਬਣਿਆ ਹੋਇਆ, ਦੋ ਧਾਤੀ

bimetallism /ˌਬਾਇ'ਮੈਟੱਅਲਿਜ਼ਅਮ/ *n* ਸੋਨੇ-ਚਾਂਦੀ ਨੂੰ ਮਿਲਾ ਕੇ ਸਿੱਕੇ ਚਲਾਉਣ ਦੀ ਕਿਰਿਆ, ਦੁਧਾਤੂਤਾ

bimetallist /ˌਬਾਇ'ਮੈਟੱਅਲਿਸਟ/ *a* ਦੋ ਧਾਤਵਾਦੀ *n* ਸੋਨੇ-ਚਾਂਦੀ ਨੂੰ ਮਿਲਾ ਕੇ ਸਿੱਕੇ ਚਲਾਉਣ ਵਾਲਾ ਵਿਅਕਤੀ

bimonthly /ˌਬਾਇ'ਮਅੱਨਥਲਿ/ *a* ਦੋ–ਮਾਸਿਕ (ਪ੍ਰਕਾਸ਼ਨ ਜਾਂ ਘਟਨਾ), ਮਹੀਨੇ ਵਿੱਚ ਦੋ ਵਾਰੀ ਹੋਣ ਵਾਲਾ

bin /ਬਿਨ/ *n* ਢੋਲ, ਪੀਪਾ (ਕੂੜੇ ਵਾਲਾ); ਵੱਡਾ ਭਾਂਡਾ (ਜਿਸ ਵਿੱਚ ਦਾਣੇ, ਕੋਲੇ, ਮਿੱਟੀ ਜਾਂ ਬੋਤਲਾਂ ਵਿੱਚ ਪਾ ਕੇ ਸ਼ਰਾਬ ਰੱਖੀ ਜਾਂਦੀ ਹੈ); ਟਾਟ ਦਾ ਇੱਕ ਖ਼ਾਸ ਥੈਲਾ

binary /'ਬਾਇਨਅਰਿ/ *a* ਦੂਹਰਾ; ਜੋੜੇਦਾਰ; ਦੋ ਅੰਗੀ ਦੋ-ਆਧਾਰੀ; ਦੋ ਅੰਕਾਂ (0) ਅਤੇ (1) ਜਾਂ ਧਿਰਾਂ ਉੱਤੇ ਅਧਾਰਿਤ ਪ੍ਰਨਾਲੀ

binary system *n* ਦੋ ਆਧਾਰੀ ਪ੍ਰਨਾਲੀ

binary theory *n* ਦੋ ਤਾਰਿਆਂ ਦੇ ਘੁੰਮਣ ਦਾ ਸਿਧਾਂਤ; (ਸੰਗੀ) ਦੂਹਰੇ ਰਾਗ ਦਾ ਸਿਧਾਂਤ

bind /ਬਾਇਨਡ/ *n* (ਸੰਗੀ) ਦੋ ਸੁਰਾਂ ਨੂੰ ਮਿਲਾ ਕੇ ਦਰਸਾਉਣ ਦਾ ਚਿੰਨ੍ਹ; ਕੋਲੇ ਦੀਆਂ ਤਹਿਆਂ ਦਰਮਿਆਨ ਸਖ਼ਤ ਮਿੱਟੀ *v* ਬੰਨ੍ਹਣਾ, ਜੋੜਨਾ, ਜੁੜਨਾ; ਜਿਲਦ ਬੰਨ੍ਹਣਾ; ਪੱਟੀ ਬੰਨ੍ਹਣਾ; ਗੋਟਾ ਕਿਨਾਰੀ ਲਗਾਉਣਾ; ਅਧਿਕਾਰ ਵਰਤਣਾ, ਲਾਗੂ ਕਰਨਾ ਜਾਂ ਹੋਣਾ; ਮੁਚੱਲਕਾ ਦੇਣਾ ਜਾਂ ਲੈਣਾ; ਪੱਕਾ ਕਰਨਾ, ਪੱਕਾ ਕਰਾਉਣਾ; ਸਿੱਧ ਬਣਨ ਦੀ ਯਾਚਨਾ ਕਰਨਾ

binder /'ਬਾਇਨਡਅ*/ *n* ਬੰਨ੍ਹਣ ਵਾਲਾ; ਜਿਲਦਸਾਜ਼; ਅਖ਼ਬਾਰ ਜਾਂ ਕਾਗਜ਼ਾਂ ਨੂੰ ਰੱਖਣ ਲਈ ਫ਼ਾਈਲ; ਜੋੜ ਪੱਟੀ (ਕੰਧ ਦੀ ਚੁੜਾਈ ਜਿੰਨਾ ਪੂਰਾ ਪੱਥਰ ਜੋ ਮਜ਼ਬੂਤੀ ਲਈ ਲਾਈਦਾ ਹੈ); ਬਾਨ੍ਹਣੂ (ਵਾਢੀ ਕਰਨ ਵਾਲੀ ਮਸ਼ੀਨ ਦਾ ਉਹ ਹਿੱਸਾ ਜੋ ਗੰਢਾਂ ਬੰਨ੍ਹੀ ਜਾਂਦਾ ਹੈ); ਸੇਬਾ (ਰੱਸੀ ਆਦਿ ਕੋਈ ਚੀਜ਼ ਜੋ ਬੰਨ੍ਹਣ ਵਿੱਚ ਕੰਮ ਆਵੇ); ਖੇਤੀ ਦੁਆਲੇ ਬੈਂਤ ਦੀਆਂ ਟਾਹਣੀਆਂ ਦੀ ਵਾੜ; ਘਾਹ ਦਾ ਪੂਲਾ

bindery /'ਬਾਇਨਡ(ਅ)ਰਿ/ *n* ਜਿਲਦਸਾਜ਼ੀ ਦੀ ਦੁਕਾਨ

binding /'ਬਾਇਨਡਿਙ/ *n* ਜਿਲਦਬੰਦੀ, ਜਿਲਦਸਾਜ਼ੀ, ਕੱਚੇ ਕਿਨਾਰਿਆਂ ਦੀ ਰੱਖਿਆ ਲਈ ਮਗਜ਼ੀ, ਪੱਟੀ, ਗੋਟਾ *a* ਜ਼ਰੂਰੀ, ਲਾਜ਼ਮੀ

bine /ਬਾਇਨ/ *n* ਕਰੂੰਬਲ, ਕੌਂਪਲ; ਵੇਲ ਦੀ ਟਾਹਣੀ

bing /ਬਿਙ/ *n* ਫ਼ਸਲ ਦਾ ਢੇਰ, ਖਲਵਾੜਾ

binge /ਬਿਨਜ/ *n* ਮੌਜ-ਮੇਲਾ, ਜਸ਼ਨ; ਖ਼ਰਮਸਤੀ, ਹੁੱਲੜਬਾਜ਼ੀ

binocle /'ਬਿਨਅਕਲ/ *n* ਦੂਰਬੀਨ, ਦੂਰਦਰਸ਼ੀ ਯੰਤਰ

binocular /ਬਿ'ਨੌਕਯਅਲਅ*/ *a* ਅਜਿਹੀ ਦੂਰਬੀਨ ਜਿਸ ਵਿਚੋਂ ਦੋਵਾਂ ਅੱਖਾਂ ਨਾਲ ਵੇਖਿਆ ਜਾਵੇ; ਦੋ ਨੇਤਰੀ, ਦੋ ਅੱਖਾਂ ਵਾਲਾ

binoculars /ਬਿ'ਨੌਕਯਅਲਅਜ਼/ *n* (ਬਹੁ) (ਦੋ–ਅੱਖੀ) ਦੂਰਬੀਨ

binominal /ˌਬਾਇ'ਨੌਮਿਨਲ/ *a* ਦੋ ਨਾਵਾਂ ਵਾਲਾ; ਦੋ ਨਾਂਵੀਆ

bio /'ਬਾਇਅਉ/ *pref* ਜੀਵ ਦੇ ਅਰਥਾਂ ਲਈ

ਅਗੇਤਰ **(biochemics, biochemist, biopsychology, biostatics)**

bioblast /'ਬਾਇਅਬਲਾਸਟ/ *n* ਸ਼ੁਕਰਾਣੂ

biochemistry /ˌਬਾਇਅਉ'ਕੈੱਮਿਸਟਰਿ/ *n* ਜੀਵ-ਰਸਾਇਣਕੀ

biodegrade /ˌਬਾਇਅਉ ਡਿ'ਗਰੇਇਡ/ *v* ਜੈਵਿਕ/ਜੀਵ-ਵਿਘਟਨ ਹੋਣਾ ਜਾਂ ਕਰਨਾ, ਬੈਕਟੀਰੀਆ ਨਾਲ ਕਿਸੇ ਵਸਤੂ ਨੂੰ ਕੁਦਰਤੀ ਰੂਪ ਵਿਚ ਬਦਲਣਾ

biodiversity/ˌਬਾਇਅਉਡਾਇ'ਵ਼ਅ:ਸਅਟਿ/ *n* ਜੀਵ-ਵਿਭਿੰਨਤਾ, ਵਾਤਾਵਰਨ ਦਾ ਸੰਤੁਲਨ ਬਣਾਈ ਰੱਖਣ ਲਈ ਜੀਵਾਂ ਦੀ ਅਨੇਕਰੂਪਤਾ

bioengineering /ˌਬਾਇਅਉˌਐਂਜਿ'ਨਿਅਰਿਙ/ *n* ਮਰੀਜ਼ਾਂ ਲਈ ਬਨਾਉਟੀ ਲੱਤਾਂ ਜਾਂ ਹੋਰ ਅੰਗ ਬਣਾਉਣ ਦੀ ਰਚਨਾਕਾਰੀ, ਡਾਕਟਰੀ ਸਹਾਇਤਾ ਵਿਚ ਮੱਦਦਗਾਰ ਕਾਢ

biogas/'ਬਾਇਅਉਗੈਸ/ *n* ਇਕ ਕਿਸਮ ਦੀ ਗੈਸ, ਜਲਣਸ਼ੀਲ ਗੈਸ

biogenesis /ˌਬਾਇਅ(ਉ)'ਜੈੱਨਿਸਿਸ/ *n* ਜੀਵ ਤੋਂ ਜੀਵ ਦੀ ਉਤਪਤੀ, ਜੀਵ-ਜਣਨ

biogeography/ˌਬਾਇਅ(ਉ)ਜਿ'ਔਗਰਅਫ਼ਿ/ *n* ਬਨਸਪਤੀ ਜਾਂ ਪਸ਼ੂ ਜਗਤ ਦਾ ਭੂਗੋਲਿਕ ਦ੍ਰਿਸ਼ਟੀ ਤੋਂ ਅਧਿਐਨ, ਜੀਵ-ਭੂਗੋਲ

biograph /'ਬਾਇਅ(ਉ)ਗਰਾਫ਼/ *n* ਚੱਲ-ਚਿੱਤਰ, ਸਿਨੇਮਾ ਦਾ ਪਹਿਲਾ ਰੂਪ, ਬਾਈਸਕੋਪ

biographee/ਬਾਇˌਔਗਰਅ'ਫ਼ੀ/ *n* ਵਿਅਕਤੀ ਜਿਸ ਦੀ ਜੀਵਨੀ ਲਿਖੀ ਗਈ ਹੋਵੇ, ਚਰਿਤਨਾਇਕ

biographer /ਬਾਇ'ਔਗਰਅਫ਼ਅ*/ *n* ਜੀਵਨੀ ਲੇਖਕ, ਜੀਵਨੀਕਾਰ

biographic, biographical /ˌਬਾਇਅ'ਗਰੈਫ਼ਿਕ, ˌਬਾਇਅ'ਗਰੈਫ਼ਿਕਲ/ *n* ਜੀਵਨੀ ਸੰਬੰਧੀ; ਜੀਵਨ ਸੰਬੰਧੀ

biography /ਬਾਇ'ਔਗਰਅਫ਼ਿ/ *n* ਜੀਵਨੀ, ਜੀਵਨ ਬਿਰਤਾਂਤ, ਜੀਵਨ ਕਥਾ; ਜੀਵਨੀ ਸਾਹਿਤ

biologic, biological /ˌਬਾਇਅ'ਲੌਜਿਕ, ˌਬਾਇਅ'ਲੌਜਿਕਲ/ *a* ਜੀਵ ਸੰਬੰਧੀ; ਜੀਵ-ਵਿਗਿਆਨ ਸੰਬੰਧੀ

biological warfare *n* ਘਾਤਕ ਰੋਗਾਣੂਆਂ ਦੀ ਵਰਤੋਂ ਕਰਕੇ ਕੀਤਾ ਜਾਣ ਵਾਲਾ ਯੁੱਧ

biologist /ਬਾਇ'ਔਲਅਜਿਸਟ/ *n* ਜੀਵ-ਵਿਗਿਆਨੀ

biology /ਬਾਇ'ਔਲਅਜਿ/ *n* ਜੀਵ-ਵਿਗਿਆਨ

biometric /ˌਬਾਇਅਉ'ਮੈਟੱਰਿਕ/ *a* ਜੀਵ-ਅੰਕੜਾ ਸੰਬੰਧੀ

biometrics /ˌਬਾਇਅਉ'ਮੈਟੱਰਿਕਸ/ *n* ਜੀਵ-ਸੰਖਿਆ ਵਿਗਿਆਨ, ਜੀਵ-ਅੰਕੜਾ ਵਿਗਿਆਨ

biometry /ਬਾਇਅ'ਔਮਿਟਰਿ/ *n* ਉਮਰ ਵਿਗਿਆਨ; ਜੀਵ ਮਿਤੀ

biophysics /ˌਬਾਇਅਉ'ਫ਼ਿਜ਼ਿਕਸ/ *n* ਜੀਵ-ਭੌਤਿਕੀ

bioplasm, bioplast /'ਬਾਇਅਪਲੈਜ਼ਮ, 'ਬਾਇਅਪਲੈਸਟ/ *n* ਜੀਵ-ਦ੍ਰਵ (ਜਿਸ ਤੋਂ ਸਭ ਜੀਵਾਂ ਦੀ ਉਤਪਤੀ ਮੰਨੀ ਜਾਂਦੀ ਹੈ)

bioscope /'ਬਾਇਅਸਕਅਉਪ/ *n* ਸਿਨੇਮਾ, ਚਲ-ਚਿੱਤਰ ਦਰਸ਼ੀ ਪਟ

biosphere /'ਬਾਇਅਉਸਫ਼ਿਅ*/ *n* ਜੀਵ-ਖੇਤਰ, ਧਰਤੀ ਦਾ ਉਹ ਭਾਗ ਜਿੱਥੇ ਜੀਵਨ (ਜੀਵ ਅਤੇ ਪੌਦੇ) ਹੋ ਸਕਦਾ ਹੈ

biotechnology /ˌਬਾਇਅਉ ਟੈੱਕ'ਨੌਲਅਜਿ/ *n* ਜੀਵ-ਉਦਯੋਗ ਵਿਗਿਆਨ, ਜੀਵ-ਟੈਕਨਾਲੋਜੀ, ਉਦਯੋਗਿਕ ਅਤੇ ਵਿਗਿਆਨਕ ਪ੍ਰਕਿਰਿਆ ਵਿੱਚ ਕੋਸ਼ਿਕਾਵਾਂ ਅਤੇ ਜੀਵਾਣੂਆਂ ਦੀ ਵਰਤੋਂ ਦਾ ਵਿਗਿਆਨ

biotic /ਬਾਇ'ਔਟਿਕ/ *a* ਜੀਵਨ ਸੰਬੰਧੀ, ਜੈਵਿਕ

biparous /'ਬਿਪਅਰਅਸ/ *a* ਇੱਕੋ ਸਮੇਂ ਦੋ ਬੱਚੇ ਪੈਦਾ ਕਰਨ ਵਾਲਾ (ਪ੍ਰਾਣੀ)

bipartisan /ˌਬਾਇਪਾਟਿ'ਜ਼ੈਨ/ *n* ਦੋ ਦਲਾਂ ਨਾਲ ਸੰਬੰਧਿਤ, ਦੋ-ਦਲੀਆ, ਦੋ-ਧਿਰੀ

bipartite /ਬਾਇ'ਪਾਟਾਇਟ/ *a* ਦੋ-ਪੱਖਾ, ਦੋ-ਧਿਰਾ, ਦੋ-ਭਾਗੀ, ਦੋ-ਖੰਭੜੀਆ

bipartition /ˌਬਾਇਪਾ'ਟਿਸ਼ਨ/ *n* ਦੋ ਹਿੱਸਿਆਂ

ਵਿੱਚ ਵੰਡ, ਦੁਭਾਜਨ

biped /'ਬਾਇਪੈਡ/ *n* ਦੋ-ਪੈਰਾ *a* ਦੋ-ਪਾਇਆ (ਜੰਤੂ)

bipedal /ˌਬਾਇ'ਪੀਡਲ/ *a* ਦੋ ਪੈਰਾਂ ਵਾਲਾ, ਦੋ-ਪਾਇਆ

biplane /'ਬਾਇਪਲੇਇਨ/ *n* ਦੋ-ਪੰਖੀ ਹਵਾਈ ਜਹਾਜ਼

bipolar /ˌਬਾਇ'ਪਅਉਲਅ*/ *a* ਦੋ-ਧਰੁਵੀ

biquadratic /ˌਬਾਇਕਵੌਂ'ਡਰੈਟਿਕ/ *a* ਚਤਰਘਾਤੀ *n* (ਗਣਿ) ਵਰਗ ਫਲ ਦਾ ਵਰਗ ਫਲ ਜਿਵੇਂ (2×2) (2×2), ਦੁਵਰਗਾਤਮਕ ਸੰਖਿਆ

birch /ਬਅ:ਚ/ *n* ਭੋਜ ਬਿਰਛ; ਭੋਜ ਬਿਰਛ ਦਾ ਡੰਡਾ; ਟਾਹਣੀਆਂ ਦਾ ਮੁੱਠਾ *vt* ਬੈਂਤ ਨਾਲ ਮਾਰਨਾ, ਛਮਕ ਮਾਰਨਾ

birchbark /ਬਅ:ਚਬਾਕ/ *n* ਭੋਜ-ਪੱਤਰ

bird /ਬਅ:ਡ/ *n* ਪੰਛੀ, ਪੰਖੇਰੂ; (ਚਿੜੀ-ਛਿੱਕੇ ਦੀ ਖੇਡ ਵਿੱਚ) ਚਿੜੀ *vi* ਪੰਛੀਆਂ ਦਾ ਸ਼ਿਕਾਰ ਕਰਨਾ ਜਾਂ ਫਸਾਉਣਾ **a bird in hand is worth two in the bush** ਨੌਂ ਨਕਦ ਨਾ ਤੇਰਾਂ ਉਧਾਰ **birds of a feather** ਹਮਖ਼ਿਆਲ, ਇੱਕ ਤਵੇ ਦੀ ਰੋਟੀ ; ਇੱਕ ਹੀ ਥਾਲੀ ਦੇ ਚੱਟੇ-ਵੱਟੇ **birds of feather flock together** ਚੋਰ ਦਾ ਸਾਥੀ ਜੇਬ ਕਤਰਾ, ਚੋਰ-ਚੋਰ ਮਸੇਰੇ ਭਰਾ **bird's eye view** *n* ਪੰਛੀ ਵਾਂਗੂੰ ਅਸਮਾਨ ਤੋਂ ਹੇਠਾਂ ਦਾ ਲਿਆ ਨਜ਼ਾਰਾ, ਪੰਛੀ ਝਾਤ **game bird** ਪੰਛੀ ਜਿਸ ਦਾ ਸ਼ਿਕਾਰ ਕੀਤਾ ਜਾਂਦਾ ਹੈ **old bird** ਚੌਕਸ ਜਾਂ ਸਾਵਧਾਨ ਬੰਦਾ

bird-call *n* ਚਹਿਚਹਾਟ

birdie /'ਬਅ:ਡਿ/ *n* ਛੋਟਾ ਜਿਹਾ ਪੰਛੀ, (ਗੌਲਫ਼ ਦੀ ਖੇਡ ਵਿੱਚ) ਬਾਜ਼ੀ, ਬੈਡਮਿੰਟਨ ਦੀ ਚਿੜੀ

bird-fancier *n* ਪੰਛੀ ਪਾਲਕ, ਪੰਛੀਆਂ ਦਾ ਸ਼ੁਕੀਨ

birdlime /'ਬਅ:ਡਲਾਇਮ/ *n* ਲੇਸਦਾਰ ਪਦਾਰਥ ਜੋ ਪੰਛੀਆਂ ਨੂੰ ਫੜਨ ਲਈ ਟਾਹਣੀਆਂ ਉੱਤੇ ਲਾਇਆ ਜਾਂਦਾ ਹੈ, ਲਾਸਾ

bird of jove *n* ਉਕਾਬ; ਗਰੜ; (ਮਿਥ) ਵਿਸ਼ਨੂੰ ਦੀ ਸਵਾਰੀ

bird of juno *n* ਮੋਰ

bird of night *n* ਉੱਲੂ

bird of passage *n* ਪਰਵਾਸੀ ਪੰਛੀ, ਮੌਸਮੀ ਪੰਛੀ

bird of prey *n* ਸ਼ਿਕਾਰੀ ਪੰਛੀ (ਬਾਜ਼, ਸ਼ਿਕਰਾ ਆਦਿ)

birdseed /'ਬਅ:ਡਸੀਡ/ *n* ਚਿੜੀਆਂ ਦਾ ਚੋਗਾ

birth /ਬਅ:ਥ/ *n* ਜਨਮ, ਪੈਦਾਇਸ਼; ਉਤਪਤੀ, ਅਰੰਭ, ਮੂਲ; ਨਸਲ, ਵੰਸ਼; ਕੁਲੀਨ ਲੋਕ; ਕੁਲੀਨਤਾ **give birth to** ਜਣਨਾ, ਜਨਮ ਦੇਣਾ, ਪੈਦਾ ਕਰਨਾ

birth control *n* ਸੰਤਾਨ-ਸੰਜਮ

birthday /'ਬਅ:ਥਡੇਇ/ *n* ਜਨਮ-ਦਿਨ

birthmark /'ਬਅ:ਥਮਾਕ/ *n* ਜਮਾਂਦਰੂ ਚਿੰਨ੍ਹ

birthplace /'ਬਅ:ਥਪਲੇਇਸ/ *n* ਜਨਮ-ਭੂਮੀ, ਜਨਮ-ਸਥਾਨ

birth rate *n* ਜੰਮਣ-ਦਰ, ਜਨਮ-ਦਰ

birthright /'ਬਅ:ਥਰਾਇਟ/ *n* ਜਮਾਂਦਰੂ ਹੱਕ, ਪੈਦਾਇਸ਼ੀ ਹੱਕ

biscuit /'ਬਿਸਕਿਟ/ *n* ਬਿਸਕੁਟ, ਖਤਾਈ; ਚੀਨੀ ਦੇ ਭਾਂਡੇ (ਭੱਠੀ ਚੜ੍ਹਾਉਣ ਤੋਂ ਪਿੱਛੋਂ ਅਤੇ ਵੇਲ ਬੂਟੇ ਪਾਉਣ ਤੋਂ ਪਹਿਲਾਂ) (ਬਹੁ) ਗਰਮ ਰੋਟੀਆਂ *a* ਹਲਕੇ ਬਦਾਮੀ ਰੰਗ ਦਾ

biscuit-throw *n* ਥੋੜ੍ਹੀ ਦੂਰੀ, ਥੋੜ੍ਹੀ ਵਿੱਥ

bisect /ਬਾਇ'ਸੈਕੱਟ/ *v* ਅੱਧੋ-ਅੱਧ ਕਰਨਾ, ਦੋ ਹਿੱਸਿਆਂ ਵਿੱਚ ਕੱਟਣਾ, ਵਿੱਚੋਂ ਟੁੱਕਣਾ

bisection /ਬਾਇ'ਸੈਕੱਸ਼(ਅ)ਨ/ *n* ਦੋਫਾੜ ਕਰਨ ਦਾ ਕੰਮ, ਦੋ ਭਾਗਾਂ ਵਿੱਚ ਕੱਟਣ ਦੀ ਕਿਰਿਆ

bisector /ਬਾਇ'ਸੈਕੱਟਅ*/ *n* ਦੋ ਹਿੱਸਿਆਂ ਵਿੱਚ ਵੰਡਦੀ ਹੋਈ ਲੀਕ

bisexual /ˌਬਾਇ'ਸੈਕਸ਼ੁਅਲ/ *a* ਦੋ-ਲਿੰਗੀ, ਨਰ-ਮਾਦਾ ਮਿਸ਼ਰਿਤ

bishop /'ਬਿਸ਼ਅਪ/ *n* ਵੱਡਾ ਪਾਦਰੀ, ਬਿਸ਼ਪ; ਮਸਾਲੇਦਾਰ ਸ਼ਰਾਬ; ਪਾਦਰੀ ਦੀ ਟੋਪੀ ਵਰਗੀ ਸ਼ਕਲ ਦਾ (ਸ਼ਤਰੰਜ ਵਿੱਚ) ਫੀਲਾ

bishopric /'ਬਿਸ਼ਅਪਰਿਕ/ *n* ਪਾਦਰੀ ਦਾ ਪਦ, ਉਸ ਦਾ ਅਧਿਕਾਰ ਹਲਕਾ

bismuth /'ਬਿਜ਼ਮਅਥ/ *n* ਇੱਕ ਧਾਤ ਦਾ ਨਾਂ, ਲਾਲ ਭਾਹ ਮਾਰਦੀ ਚਿੱਟੀ ਧਾਤ, ਬਿਸਮਥ

bison /'ਬਾਇਸਨ/ *n* ਜੰਗਲੀ ਸਾਨ੍ਹ

bisque[1] /ਬਿਸਕ, ਬੀਸਕ/ *n* (ਟੈਨਿਸ ਵਿੱਚ) ਕਿਸੇ ਵੇਲੇ ਵੀ ਬਿਨਾਂ ਬਣਾਏ ਹੀ ਇੱਕ ਪੁਆਇੰਟ ਲੈਣ ਦਾ ਅਧਿਕਾਰ; (ਕ੍ਰਿਕਟ ਵਿੱਚ) ਵਾਧੂ ਵਾਰੀ ਲੈਣ ਦਾ ਹੱਕ

bisque[2] *n* ਮੂਰਤੀ ਬੁੱਤ ਆਦਿ ਬਣਾਉਣ ਲਈ ਸਫ਼ੈਦ ਚੀਕਣੀ ਮਿੱਟੀ

bissextile /ਬਿ'ਸੈਕੱਸਟਾਇਲ/ *n* ਚਾਰ ਉੱਤੇ ਵੰਡਿਆ ਜਾਣ ਵਾਲਾ (ਸਾਲ), ਲੀਪ ਦਾ (ਸਾਲ)

bistoury /'ਬਿਸਟੂਰਿ/ *n* ਨਸ਼ਤਰ, ਛੁਰੀ

bit[1] /ਬਿਟ/ *n* ਟੁਕੜਾ, ਟੋਟਾ; ਗਰਾਹੀ, ਬੁਰਕੀ; ਛੋਟਾ ਸਿੱਕਾ; (ਕੰਪਿ) ਕੰਪਿਊਟਰ ਵਿਚਲੀ ਜਾਣਕਾਰੀ ਦੀ ਮਾਤਰਾ ਨੂੰ ਮਾਪਣ ਲਈ ਸਭ ਤੋਂ ਛੋਟੀ ਇਕਾਈ; ਟੂਕ, ਕਿਤਾਬ ਵਿੱਚੋਂ ਲਿਆ ਇੱਕ ਛੋਟਾ ਪੈਰਾ; ਪਲ, ਛਿਣ, ਥੋੜ੍ਹਾ ਸਮਾਂ **bit by bit** ਹੌਲੀ-ਹੌਲੀ, ਸਹਿਜੇ -ਸਹਿਜੇ, ਥੋੜ੍ਹਾ-ਥੋੜ੍ਹਾ ਕਰਕੇ **do one's bit** ਆਪਣੇ ਹਿੱਸੇ ਦਾ ਕੰਮ ਕਰਨਾ, ਆਪਣੇ ਵਿਤ ਮੁਤਾਬਕ ਕੰਮ ਕਰਨਾ **give a bit of one's mind** ਖਰੀ-ਖਰੀ ਸੁਣਾਉਣਾ, ਸਾਫ਼-ਸਾਫ਼ ਕਹਿਣਾ

bit[2] *n* ਲਗਾਮ ਦਾ ਕੰਡਿਆਲਾ; ਕੁੰਜੀ ਦਾ ਅਗਲਾ ਸਿਰਾ ਜਾਂ ਛੜ, ਚਾਬੀ ਦੇ ਦੰਦ; ਸੰਨ੍ਹੀ ਜਾਂ ਮੋਚਨੇ ਦਾ ਸਿਰਾ; ਵਰਮੇ ਦੀ ਅਣੀ, ਨੋਕ, ਸਿਰਾ; ਰੋਕ, ਪਕੜ *vi* ਘੋੜੇ ਦੇ ਮੂੰਹ ਵਿੱਚ ਕੰਡਿਆਲਾ ਪਾਉਣਾ; ਲਗਾਮ ਦਾ ਆਦੀ ਬਣਾਉਣਾ; ਕਾਬੂ ਪਾਉਣਾ, ਰੋਕਣਾ, ਥੰਮ੍ਹਣਾ; ਵੱਸ ਵਿੱਚ ਕਰਨਾ

bitch /ਬਿਚ/ *n* ਕੁੱਤੀ; ਲੂੰਬੜੀ; ਬਘਿਆੜੀ; ਗੁੰਡੀ ਜਾਂ ਲੁੱਚੀ ਰੰਨ

bite /ਬਾਇਟ/ *v* ਕੱਟਣਾ, ਵੱਢਣਾ, ਦੰਦੀ ਵੱਢਣਾ; ਤੋੜਨਾ, ਕੁਤਰਨਾ; ਡੰਗ ਮਾਰਨਾ, ਡੰਗਣਾ; ਚਾਰੇ ਨੂੰ ਮੂੰਹ ਮਾਰਨਾ; ਫੜ ਲੈਣਾ; ਖੋਰਨਾ, ਖਾਰਨਾ (ਜੰਗਾਲ, ਤੇਜ਼ਾਬ ਦਾ); ਦਰਦ ਕਰਨਾ; ਪੀੜ ਕਰਨਾ; ਚੁਭਣਾ, ਲੱਗਣਾ (ਮਿਰਚਾਂ ਆਦਿ ਦਾ); (ਤਲਵਾਰ ਆਦਿ ਦਾ) ਚੋਭਣਾ, ਖੋਭਣਾ; ਛਲਣਾ, ਠੱਗਣਾ, ਧੋਖਾ ਦੇ ਕੇ ਖੋਹ ਲੈਣਾ *n* ਚੱਕ, ਦੰਦੀ; ਡੰਗ (ਸੱਪ ਆਦਿ ਦਾ); ਘਾਹ-ਪੱਠਾ, ਚਾਰਾ; ਬੁਰਕੀ; ਚੋਭ

biting /'ਬਾਇਟਿਙ/ *a* ਤੇਜ਼, ਤਿੱਖਾ, ਤੀਬਰ, ਚੁਭਵਾਂ, ਕਾਟਵਾਂ; ਲਾ ਕੇ ਕੀਤੀ (ਗੱਲ)

biting cold *n* ਕੜਾਕੇ ਦੀ ਠੰਢ

bitmap /'ਬਿਟਮੈਪ/ *n* (ਕੰਪਿ) ਬਿੰਬ ਦੇ ਹਰੇਕ ਹਿੱਸੇ ਨੂੰ ਬਿੱਟਾਂ (bits) ਦੀ ਨਿਸ਼ਚਤ ਗਿਣਤੀ ਰਾਹੀਂ ਭੰਡਾਰਨ ਦੀ ਵਿਧੀ

bitter /'ਬਿਟਅ*/ *a* ਕੌੜਾ, ਜ਼ਹਿਰੀ; ਕੁੜਾਂਗਾ, ਦੁਖਾਵਾਂ; ਸਾੜਵਾਂ; ਤੇਜ਼, ਕੜਾਕੇ ਦੀ (ਠੰਢ) *n* ਕੁੜੱਤਣ; ਕੌੜੀ ਚੀਜ਼

bitterish /'ਬਿਟਅਰਿਸ਼/ *a* ਕੁਝ-ਕੁਝ ਤੁਰਸ਼ ਜਾਂ ਕੌੜਾ

bitterness /'ਬਿਟਅਨਅਸ/ *n* ਤੀਖਣਤਾ; ਕੁੜੱਤਣ, ਕੜਵਾਹਟ

bittock /'ਬਿਟਅਕ/ *n* ਭੋਰਾ, ਰਤਾ ਮਾਸਾ

bitumen /'ਬਿਚਅਮਅਨ/ *n* ਲੁੱਕ, ਡਾਮਰ

bivalve /'ਬਾਇਵ੍ਵੈਲਵ੍/ *n* ਸਿੱਪੀ *a* ਦੋ ਖੋਲਾਂ ਵਾਲਾ

bivouac /'ਬਿਵੂਐਕ/ *n* (ਫ਼ੌਜ ਦਾ) ਡੇਰਾ, ਪੜਾਅ *vt* ਡੇਰਾ ਲਾਉਣਾ, ਪੜ੍ਹਾਅ ਕਰਨਾ

bi-weekly /,ਬਾਇ'ਵੀਕਲਿ/ *a* ਦੋ ਸਪਤਾਹਿਕ; ਅਰਧ-ਸਪਤਾਹਿਕ, ਹਫ਼ਤੇ ਵਿੱਚ ਦੋ ਵਾਰੀ ਵਾਲਾ

bizarre /ਬਿ'ਜ਼ਾ*/ *a* ਅਜੀਬ, ਅਨੋਖਾ, ਵਿਲੱਖਣ

blab /ਬਲੈਬ/ *n* ਯੱਭਲ, ਬਕਵਾਸੀ ਬੰਦਾ *v* ਬਕਣਾ, ਲੁਤਰ-ਲੁਤਰ ਕਰਨਾ, ਬਕਵਾਸ ਕਰਨਾ, ਯਭਲੀਆਂ ਮਾਰਨਾ; ਭੇਦ ਖੋਲ੍ਹਣਾ, ਭਾਂਡਾ ਭੰਨ੍ਹਣਾ

black /ਬਲੈਕ/ *a* ਕਾਲਾ, ਸਾਂਵਲਾ; ਗੂੜ੍ਹੇ ਰੰਗਾ; ਧੁੰਦਲਾ; ਕਾਲੀ ਚਮੜੀ ਵਾਲਾ; ਮੈਲਾ, ਗੰਦਾ, ਮਲੀਨ (ਕੱਪੜਾ, ਹੱਥ); ਹਨੇਰਾ; ਘਾਤਕ, ਪਾਪੀ;

ਨਿਰਾਸ਼ਾਜਨਕ; ਡਰਾਉਣਾ, ਭਿਅੰਕਰ *n* ਧੱਬਾ; ਕਾਲਖ਼; ਕਾਲੀ ਪਾਲਿਸ਼, ਕਾਲਾ ਰੋਗਨ; ਕਾਲਾ ਰੰਗ; ਕਾਜਲ; ਕਾਲਾ ਕੱਪੜਾ; ਹਬਸ਼ੀ *v* ਕਾਲਾ ਕਰਨਾ, ਕਾਲਾ ਰੰਗ ਚੜ੍ਹਾਉਣਾ, ਕਾਲੀ ਪਾਲਿਸ਼ ਕਰਨਾ **black and blue** ਮਾਰ-ਕੁਟਾਈ ਨਾਲ ਹੋਇਆ ਨੀਲਾ **black and white** ਲਿਖਿਆ ਹੋਇਆ, ਲਿਖਤੀ *n* ਕਾਲੇ ਅਤੇ ਚਿੱਟੇ ਰੰਗ ਦੀ ਤਸਵੀਰ

blackamoor /'ਬਲੈਕਅਮੋ*/ *n* ਹਬਸ਼ੀ; ਕਾਲਾ ਸੱਪ

black arts *n* ਕਾਲਾ ਜਾਦੂ

blackball /'ਬਲੈਕਬੋਲ/ *n* ਖ਼ਿਲਾਫ਼ ਵੋਟ; ਕਾਲੀ ਗੋਲੀ ਜੋ ਕਿਸੇ ਨੂੰ ਕਲੱਬ ਜਾਂ ਸਭਾ ਦੀ ਮੈਂਬਰੀ ਤੋਂ ਹਟਾਉਣ ਲਈ ਵਰਤੀ ਜਾਂਦੀ ਹੈ

black-beetle *n* ਕਾਲਾ ਭੂੰਡ

blackberry /'ਬਲੈਕਬਅਰਿ/ *n* ਇੱਕ ਕੰਡਿਆਲੀ ਝਾੜੀ ਦਾ ਫਲ; ਇਹ ਝਾੜੀ

blackbird /'ਬਲੈਕਬਅ:ਡ/ *n* ਯੂਰਪੀ ਕੋਇਲ; ਜਹਾਜ਼ ਵਿੱਚ ਫੜ ਕੇ ਲਿਆਂਦਾ ਹਬਸ਼ੀ, ਉਧਾਲਿਆ ਹਬਸ਼ੀ

blackboard /'ਬਲੈਕਬੋਡ/ *n* ਬਲੈਕ ਬੋਰਡ

black box *n* (ਹਵਾਈ ਜਹਾਜ਼ ਦੀ ਹਰਕਤਾਂ ਦਰਜ ਕਰਨ ਵਾਲਾ) ਹਵਾਈ ਜਹਾਜ਼ ਵਿੱਚ ਲੱਗ ਯੰਤਰ, ਬਲੈਕ ਬੌਕਸ

black cap *n* ਮੌਤ ਦੀ ਸਜ਼ਾ ਸੁਣਾਉਣ ਵੇਲੇ ਪਾਈ ਹੋਈ ਜੱਜ ਦੀ ਕਾਲੀ ਟੋਪੀ

black coffee *n* ਬਿਨਾਂ ਦੁੱਧ ਤੋਂ ਕਾਫ਼ੀ

black draught *n* ਜੁਲਾਬ

black economy *n* (ਟੈਕਸ ਬਚਾਉਣ ਲਈ) ਚੋਰੀ ਛੁੱਪੇ ਦਾ ਧੰਦਾ, ਕਾਲਾ ਧਨ, ਕਾਲਾ ਧੰਦਾ

blacken /'ਬਲੈਕਅਨ/ *v* ਕਾਲਾ ਕਰਨਾ ਜਾਂ ਹੋਣਾ, ਬਦਨਾਮ ਕਰਨਾ

blackguard /'ਬਲੈਗਾਡ/ *n* ਲੁੱਚਾ, ਲਫ਼ੰਗਾ, ਬਦਮਾਸ਼

black hole *n* ਪੁਲਾੜ ਵਿਚਲਾ 'ਕਾਲ–ਖੇਤਰ' (ਜਿਸ ਦੀ ਖਿੱਚ ਤੋਂ ਕੋਈ ਚੀਜ਼ ਨਹੀਂ ਬਚ ਸਕਦੀ); ਘਾਟੇ ਵਾਲਾ ਉੱਦਮ (ਜਿਸ ਵਿਚ ਬਿਨਾਂ ਕਿਸੇ ਸਾਰਥਕ ਨਤੀਜੇ ਦੇ ਬਹੁਤ ਸਾਰਾ ਧਨ ਲੱਗ ਜਾਵੇ)

blacking /'ਬਲੈਕਿਙ/ *n* ਕਾਲੀ ਪਾਲਿਸ਼; ਕਾਲਾ ਰੰਗ

blackish /'ਬਲੈਕਿਸ਼/ *a* ਸਾਂਵਲਾ, ਕਾਲਾ ਜਿਹਾ

blackjack/'ਬਲੈਕਜੈਕ/ *n* ਸਮੁੰਦਰੀ ਡਾਕੂਆਂ ਦਾ ਕਾਲਾ ਝੰਡਾ; ਭਰੀ ਹੋਈ ਬੰਦੂਕ; (ਚਮੜੇ ਦੀ) ਸ਼ਰਾਬ ਦੀ ਬੋਤਲ; ਸੋਟਾ

blackleg /'ਬਲੈਕਲੈੱਗ/ *n* ਧੋਖੇਬਾਜ਼, ਵਿਸ਼ਵਾਸਘਾਤੀ (ਘੋੜ ਦੌੜ ਵਿੱਚ); ਉਹ ਮਜ਼ਦੂਰ ਜੋ ਹੜਤਾਲ ਵੇਲੇ ਮਾਲਕ ਦਾ ਸਾਥ ਦੇਵੇ, ਹੜਤਾਲ ਤੋੜਨ ਵਾਲਾ, ਕਾਲੀ ਭੇਡ

black letter *n* ਪੁਰਾਤਨ ਟਾਈਪ (ਜਿਵੇਂ ਜਰਮਨ ਟਾਈਪ)

blacklist /'ਬਲੈਕਲਿਸਟ/ *n* ਅਪਰਾਧੀਆਂ ਦੀ ਸੂਚੀ, ਕਨੂੰਨ ਤੋੜਨ ਵਾਲਿਆਂ ਦੀ ਸੂਚੀ, ਸ਼ੱਕੀ ਲੋਕਾਂ ਦੀ ਸੂਚੀ

black looks *n* ਤਿਰਸਕਾਰ ਵਾਲੀ ਭਾਵਨਾ, ਉਪੇਖਿਆ ਵਾਲੀ ਝਾਕਣੀ

blackmail /'ਬਲੈਕਮੇਇਲ/ *n* ਭੇਤ ਲੁਕਾਈ ਰੱਖਣ ਦੀ ਵੱਢੀ *v* ਬਲੈਕਮੇਲ ਕਰਨਾ

black market *n* ਚੋਰ ਬਜ਼ਾਰੀ

blackness /ਬਲੈਕਨਅਸ/ *n* ਕਾਲਾਪਣ, ਕਲਿੱਤਣ; ਅੰਧਕਾਰ

blackout /'ਬਲੈਕਆਉਟ/ *n* ਆਰਜ਼ੀ ਹਨੇਰਾ, ਬਲੈਕ ਆਊਟ; ਚੇਤਨਾ ਸ਼ਕਤੀ ਦਾ ਅਭਾਵ

black pudding *n* ਇੱਕ ਪ੍ਰਕਾਰ ਦੇ ਸੋਜੇਜ਼

black sheep *n* ਧੋਖੇਬਾਜ਼ ਬੰਦਾ, ਧਰੋਹ ਕਰਨ ਵਾਲਾ, ਗੱਦਾਰ, ਕਾਲੀ ਭੇਡ

blackshirt /'ਬਲੈਕਸ਼ਅ:ਟ/ *n* ਕਾਲੀ ਕੁੜਤੀ ਵਾਲਾ, ਫਾਸਿਸਟ, ਮਸੋਲੀਨੀ ਦਾ ਅਨੁਯਾਈ

blacksmith /'ਬਲੈਕਸਮਿਥ/ *n* ਲੁਹਾਰ

blacksmith shop *n* ਲੁਹਾਰ ਦੀ ਦੁਕਾਨ

bladder /'ਬਲੈਡਅ*/ *n* ਭੁਕਾਨਾ; ਫੁੱਲੀ ਹੋਈ ਖ਼ਾਲੀ ਚੀਜ਼, ਬਲੈਡਰ; ਮਸਾਨਾ; ਹਵਾ ਦਾ ਥੈਲਾ,

ਫਲੂਸ; ਬੂਟਿਆਂ ਵਿੱਚ ਫੁੱਲੀ ਹੋਈ ਥਾਂ; ਗਾਲੜੀ ਜਾਂ ਬਾਤੂਨੀ ਬੰਦਾ

bladdery /'**ਬਲੈਡਅਰਿ**/ *a* ਪੋਲਾ, ਖੋਖਲਾ, ਫੁੱਲਿਆ ਹੋਇਆ

blade /**ਬਲੇਇਡ**/ *n* (ਘਾਹ ਦੀ) ਪੱਤੀ, ਤ੍ਰਿਣ; (ਚਾਕੂ, ਤਲਵਾਰ, ਛੁਰੀ, ਕਹੀ, ਚੱਪੂ ਆਦਿ ਦਾ) ਫਲ; ਤਲਵਾਰ; (ਹਜਾਮਤ ਕਰਨ ਵਾਲਾ) ਬਲੇਡ; ਬੱਲੇ ਜਾਂ ਚੱਪੂ ਦੀ ਥਾਪੀ; ਮੋਢੇ ਦੀ ਚੌੜੀ ਹੱਡੀ; ਤਿੱਖਾ ਬੰਦਾ

bladed /'**ਬਲੇਇਡਿਡ**/ *a* ਪੱਤੇਦਾਰ, ਫਲਦਾਰ

blague /**ਬਲਾਗ**/ *(F)* *n* ਬਕਵਾਸ; ਛਲ, ਅਡੰਬਰ

blain /**ਬਲੇਇਨ**/ *n* ਫੋੜਾ, ਫਿਣਸੀ

blamable /'**ਬਲੇਇਮਅਬਲ**/ *a* ਦੂਸ਼ਣਯੋਗ, ਕਸੂਰਵਾਰ

blame /**ਬਲੇਇਮ**/ *vt* ਦੋਸ਼ ਲਾਉਣਾ, ਦੋਸ਼ ਥੱਪਣਾ, ਅਪਰਾਧੀ ਠਹਿਰਾਉਣਾ, ਭੰਡਣਾ, ਬੱਦੂ ਕਰਨਾ, ਊਜ ਲਾਉਣਾ, ਨਿੰਦਾ ਕਰਨਾ *n* ਦੋਸ਼, ਐਬ, ਇਲਜ਼ਾਮ

blameful /'**ਬਲੇਇਮਫ਼ੁਲ**/ *a* ਦੋਸ਼ੀ, ਕਸੂਰਵਾਰ; ਮੁਜਰਮਾਨਾ, ਨਿੰਦਾਪੂਰਨ

blameless /'**ਬਲੇਇਮਲਅਸ**/ *a* ਬੇਦੋਸ਼ਾ, ਨਿਦੋਸ਼ਾ, ਬੇਕਸੂਰ, ਨਿਰਦੋਸ਼

blameworthy /'**ਬਲੇਇਮਵਅ:ਦਿ**/ *n* ਕਸੂਰਵਾਰ, ਦੋਸ਼ੀ

blanch /**ਬਲਾਨਚ**/ *v* ਧੋ ਕੇ ਚਿੱਟਾ ਕੱਢਣਾ, ਚਿਟਿਆਉਣਾ; (ਬੂਟਿਆਂ ਨੂੰ) ਚਾਨਣ ਤੋਂ ਵਾਂਝਿਆਂ ਰੱਖਣਾ; ਪੀਲਾ ਪੈ ਜਾਣਾ (ਕਮਜ਼ੋਰੀ ਜਾਂ ਡਰ ਨਾਲ)

blancmange /**ਬਲਅ'ਮੌਨਯ਼**/ *n* ਆਂਡੇ ਦੀ ਸਫ਼ੈਦੀ ਅਤੇ ਦੁੱਧ ਆਦਿ ਨਾਲ ਤਿਆਰ ਕੀਤੀ ਹੋਈ ਮਿੱਠੀ ਫ਼ਿਰਨੀ ਜਾਂ ਜੈਲੀ; ਚਿੱਟੇ ਮਾਲ ਅਥਵਾ ਮੱਛੀ ਨੂੰ ਕਰੀਮ ਸੌਸ ਵਿੱਚ ਮਿਲਾ ਕੇ ਤਿਆਰ ਕੀਤੀ ਡਿਸ਼

bland /**ਬਲੈਨਡ**/ *a* ਸਾਊ, ਸੁਸ਼ੀਲ, ਨਿਮਰ; ਸੁਖਦਾਇਕ, ਨਰਮ

blandish /'**ਬਲੈਨਡਿਸ਼**/ *vt* ਪਸਮਾਉਣਾ, ਭਰਮਾਉਣਾ, ਚਾਪਲੂਸੀ ਕਰਨਾ

blandishments/'**ਬਲੈਨਡਿਸ਼ਮਅਨਟਸ**/ *n* ਵਡਿਆ ਕੇ ਕੰਮ ਲੈਣ ਦੀ ਕਿਰਿਆ; ਨਖਰਾ, ਖੇਖਣ, ਚਾਪਲੂਸੀ

blandness /**ਬਲੈਨਡਨਅਸ**/ *n* ਸਾਊਪੁਣਾ, ਸੁਸ਼ੀਲਤਾ, ਨਰਮੀ

blank /**ਬਲੈਙਕ**/ *n* ਖ਼ਾਲੀਪਣ; (ਲਿਖਤ ਵਿੱਚ) ਖ਼ਾਲੀ ਥਾਂ; ਲਾਟਰੀ ਦਾ ਫੋਕਾ ਟਿਕਟ; ਨਿਰਾਰਥਕ ਚੀਜ਼; ਘਟਨਾ ਰਹਿਤ ਸਮਾਂ; ਅੱਖਰ ਜਾਂ ਸ਼ਬਦ ਦੀ ਖ਼ਾਲੀ ਥਾਂ ਵਿੱਚ ਰੱਖਿਆ ਛਾਪੇ ਦਾ ਨਿਸ਼ਾਨ *a* ਕੋਰਾ, ਸਾਦਾ (ਕਾਗਜ਼), ਖ਼ਾਲੀ, ਫੋਕਾ, ਬਿਨਾਂ ਦਸਤਖ਼ਤ ਦਾ; ਉੱਕਾ, ਨਿਰਾ

blank cartridge *n* ਚੱਲਿਆ ਕਾਰਤੂਸ

blank cheque *n* ਬਿਨਾਂ ਸੰਖਿਆ ਅੰਕ ਭਰੇ ਦਸਤਖਤ ਕੀਤਾ ਚੈੱਕ

blanket /'**ਬਲੈਙਕਿਟ**/ *n* ਕੰਬਲ, ਝੁੱਲ *vt* ਕੰਬਲ ਨਾਲ ਕੱਜਣਾ; (ਸਜ਼ਾ ਦੇ ਰੂਪ ਵਿੱਚ) ਕੰਬਲ ਵਿੱਚ ਪਾ ਕੇ ਉਛਾਲਣਾ; (ਕਿਸੇ ਮਾਮਲੇ ਨੂੰ) ਦਬਾਅ ਦੇਣਾ, ਗੱਲ ਠੱਪ ਦੇਣਾ; ਪਰਦਾ ਪਾਉਣਾ; (ਦੂਜੀ ਬੇੜੀ ਦੇ ਅੱਗੇ ਆ ਕੇ ਉਸਦੀ) ਹਵਾ ਰੋਕਣਾ

blanketing /'**ਬਲੈਙਕਿਟਿਙ**/ *n* ਕੰਬਲ ਦਾ ਕੱਪੜਾ

blankly /**ਬਲੈਙਕਲਿ**/ *adv* ਖ਼ਾਲੀ ਨਜ਼ਰ ਨਾਲ, ਬਿਟ-ਬਿਟ; ਸਾਫ਼-ਸਾਫ; ਬਿਲਕੁਲ

blankness /**ਬਲੈਙਕਨਅਸ**/ *n* ਖ਼ਾਲੀਪਣ, ਕੋਰਾਪਣ; ਸਾਦਾਪਣ

blank verse *n* ਤੁਕਾਂਤ ਰਹਿਤ ਛੰਦ, ਖੁੱਲ੍ਹੀ ਕਵਿਤਾ

blare /**ਬਲੇਅ***/ *v* ਚੀਕ ਕੇ ਜ਼ੋਰ ਨਾਲ ਬੋਲਣਾ, ਚੀਕਣਾ ; ਤੁਰੀ ਵਜਾਉਣਾ *n* ਤੁਰਮ ਦੀ ਅਵਾਜ਼; ਚੀਕ-ਚਿਹਾੜਾ, ਚਿੰਘਾੜ

blarney /'**ਬਲਾਨਿ**/ *n* ਖ਼ੁਸ਼ਾਮਦ, ਚਾਪਲੂਸੀ *v* ਪੁਚਕਾਰਨਾ, ਚਾਪਲੂਸੀ ਕਰਨਾ

blase /'**ਬਲਾਜ਼ੇਇ**/ *(F)* *a* ਖ਼ੁਸ਼ੀਆਂ ਤੋਂ ਰੱਜਿਆ, ਅੱਕਿਆ

blaspheme /ਬਲੈਸ'ਫ਼ੀਮ/ *v* ਬੇਅਦਬੀ ਕਰਨਾ, ਕੁਫ਼ਰ ਤੋਲਣਾ, ਕੁਧਰਮੀ ਗੱਲਾਂ ਕਰਨਾ, ਬੇਅਦਬੀ ਦੇ ਬੋਲ ਬੋਲਣਾ

blasphemous /'ਬਲੈਸਫ਼ਅਮਅਸ/ *a* (ਰੱਬ ਜਾਂ ਧਰਮ ਬਾਰੇ) ਨਿੰਦਾਕਾਰੀ, ਬੇਅਦਬੀ ਭਰਿਆ, ਕਾਫ਼ਰਾਨਾ

blasphemy /'ਬਲੈਸਫ਼ਅਮਿ/ *n* (ਰੱਬ ਜਾਂ ਧਰਮ ਦੀ) ਬੇਅਦਬੀ, ਅਨਾਦਰ

blast /ਬਲਾਸਟ/ *n* (ਹਵਾ ਦਾ ਤੇਜ਼) ਬੁੱਲਾ, ਝੌਂਕਾ; ਬੰਬ ਦੇ ਫਟਣ ਦਾ ਧਮਾਕਾ, ਭੜਕ; ਤੁਰੀ ਜਾਂ ਤੁਰਮ ਦੀ ਅਵਾਜ਼; ਬਾਰੂਦ ਦੀ ਮਾਤਰਾ ਜੋ ਇੱਕ ਵੇਰ ਸੁਰੰਗ ਉਡਾਉਣ ਲਈ ਵਰਤੀ ਜਾਂਦੀ ਹੈ; ਧਾਤੂਆਂ ਨੂੰ ਪਿਘਲਾਉਣ ਲਈ ਗਰਮ ਹਵਾ ਦੀ ਧਾਰਾ *vt* (ਬਾਰੂਦ ਨਾਲ) ਉਡਾਉਣਾ; ਝੁਲਸਾਉਣਾ, ਝੁਲਸ ਦੇਣਾ; ਵੱਟਾ ਲਾਉਣਾ (ਨਾਂ, ਮਸ਼ਹੂਰੀ ਆਦਿ ਨੂੰ); ਮਿੱਟੀ ਵਿੱਚ ਮਿਲਾ ਦੇਣਾ; ਰੱਬ ਦੀ ਮਾਰ ਪਾਉਣਾ, ਸਰਾਪਣਾ

blasted /'ਬਲਾਸਟਿਡ/ *a* ਧਮਾਕੇ ਨਾਲ ਫਟਿਆ ਹੋਇਆ; ਤਬਾਹ ਹੋਇਆ; ਫੱਟੜ, ਘਾਇਲ, ਮੁਰਝਾਇਆ

blaster /ਬਲਾਸਟਅ*/ *n* ਨਾਸ ਕਰਨ ਵਾਲਾ, ਵਿਨਾਸ਼ਕਾਰੀ

blast furnace *n* ਭੱਠੀ, ਇੰਜਣ ਦੀ ਭੱਠੀ

blasting /ਬਲਾਸਟਿਙ/ *n* ਵਿਸਫੋਟਨ

blast-off *n* ਪੁਲਾੜੀ ਜਹਾਜ਼ ਦਾ ਧਰਤੀ ਤੋਂ ਉੱਡਣ ਸਮੇਂ ਦਾ ਪਲ, ਉਪ-ਗ੍ਰਹਿ ਦਾ ਉੱਡਣ ਸਮੇਂ ਹੋਇਆ ਵਿਸਫੋਟ

blatancy /'ਬਲੇਇਟ(ਅ)ਨਸਿ/ *n* ਹੁੱਲੜਬਾਜ਼ੀ, ਸ਼ੋਰ-ਸ਼ਰਾਬਾ

blatant /'ਬਲੇਇਟਨਟ/ *a* ਰੌਲਾ ਪਾਊ, ਖੱਪ ਪਾਉਣ ਵਾਲਾ, ਖੱਪੀ; ਘੋਰ, ਸੰਗੀਨ

blaze[1] /ਬਲੇਇਜ਼/ *n* ਭਾਂਬੜ, ਲਪਟ, ਲਾਟ; ਜੋਸ਼, ਭੜਕ; ਤੜਕ-ਭੜਕ, ਠਾਠ-ਬਾਠ, ਚਕਾਚੌਂਧ *vt* ਲਾਟਾਂ ਨਾਲ ਬਲਨਾ; ਜੋਸ਼ ਵਿੱਚ ਆਉਣਾ, ਭੜਕ ਉਠਣਾ; ਚਮਕ ਪੈਣਾ

blaze[2] *n* ਸਾਨ੍ਹਾਂ ਅਤੇ ਘੋੜਿਆਂ ਦੇ ਮੱਥੇ ਉੱਤੇ ਚਿੱਟਾ ਨਿਸ਼ਾਨ, ਚੰਨ, ਫੁੱਲੀ; ਰੁੱਖਾਂ ਉੱਤੇ ਛਿਲਕਾ ਲਾਹ ਕੇ ਬਣਾਇਆ ਗਿਆ ਨਿਸ਼ਾਨ *vt* ਰੁੱਖ ਉੱਪਰ ਨਿਸ਼ਾਨ ਲਾਉਣਾ

blaze[3] *vt* ਮਸ਼ਹੂਰ ਕਰਨਾ; ਖ਼ਬਰ ਪਹੁੰਚਾਉਣਾ

blazer /'ਬਲੇਇਜ਼ਅ*/ *n* ਖਿਡਾਰੀਆਂ ਦਾ ਰੰਗਦਾਰ ਕੋਟ

blazing /'ਬਲੇਇਜ਼ਿਙ/ *a* ਲਾਟਾਂ ਛੱਡਦਾ, ਭੜਕਦਾ

blazon /'ਬਲੇਇਜ਼ਨ/ *n* ਖ਼ਾਨਦਾਨੀ ਨਿਸ਼ਾਨੀ ਵਾਲਾ ਕਵਚ; ਝੰਡੇ ਦਾ ਨਿਸ਼ਾਨ; ਲੇਖ ਪ੍ਰਮਾਣ; ਵਿਸਤਾਰ ਸਹਿਤ ਵਰਣਨ *vt* ਖ਼ਾਨਦਾਨੀ ਨਿਸ਼ਾਨੀ ਬਣਾਉਣਾ; ਆਭਾ ਬਣਾਉਣਾ; ਐਲਾਨ ਕਰਨਾ, ਦੂਰ-ਦੂਰ ਤੱਕ ਫੈਲਾਉਣਾ, ਧੁਮਾਉਣਾ

blazoner /'ਬਲੇਇਜ਼ਨਅ*/ *n* ਹਰਕਾਰਾ ; ਅਗਵਾਨ

blazonment /'ਬਲੇਇਜ਼ਨਮਅਨਟ/ *n* ਆਭਾ; ਚਮਕ ਦਮਕ; ਘੋਸ਼ਣਾ, ਵਿਗਿਆਪਨ

blazonry /'ਬਲੇਇਜ਼ਨਰਿ/ *n* ਕੁਲ ਚਿੰਨ੍ਹ-ਨਿਰਮਾਣ ਕਲਾ; ਸਜ-ਧਜ, ਠਾਠ-ਬਾਠ, ਤੜਕ-ਭੜਕ

bleach /ਬਲੀਚ/ *v* (ਧੁੱਪ ਜਾਂ ਰਸਾਇਣਿਕ ਢੰਗ ਨਾਲ) ਚਿਟਿਆਉਣਾ, ਰੰਗ ਉਡਾਉਣਾ, ਚਿੱਟਾ ਕਰਨਾ *n* ਚਿੱਟਾ ਕਰਨ ਦਾ ਕੰਮ; ਰੰਗ-ਕਾਟ

bleacher /'ਬਲੀਚਅ*/ *n* ਸਫ਼ੈਦ ਕਰਨ ਵਾਲਾ ਪਦਾਰਥ; ਸਫ਼ੈਦ ਕਰਨ ਵਿੱਚ ਵਰਤਿਆ ਜਾਂਦਾ ਰਸਾਇਣ (ਬਹੁ) ਖੇਡ ਦੇ ਮੈਦਾਨ ਵਿੱਚ ਦਰਸ਼ਕਾਂ ਦੇ ਬੈਠਣ ਲਈ ਫੱਟਾ

bleaching /ਬਲੀਚਿਙ/ *n* ਸਫ਼ੈਦ ਕਰਨ ਦੀ ਕਲਾ ਜਾਂ ਕਾਰਜ

bleaching-powder *n* (ਰਸਾ) ਕਲੋਰੀਨ ਅਤੇ ਆਕਸੀਜਨ ਦਾ ਮਿਸ਼ਰਨ, ਚੂਨੇ ਦਾ ਕਲੋਰਾਈਡ, ਰੰਗ ਉਡਾਉਣ ਵਾਲਾ ਪਾਊਡਰ, ਰੰਗ-ਕਾਟ

bleak[1] /ਬਲੀਕ/ *n* ਭਿੰਨ-ਭਿੰਨ ਪ੍ਰਕਾਰ ਦੀਆਂ ਛੋਟੀਆਂ ਮੱਛੀਆਂ

bleak[2] *a* ਵੀਰਾਨ; ਬੇਰੰਗ, ਫਿੱਕਾ, ਪੀਲਾ; ਉਦਾਸ, ਉਤਸ਼ਾਹਹੀਣ; ਠੰਢਾ; ਨੰਗਾ, ਖੁੱਲ੍ਹਾ (ਮੈਦਾਨ ਆਦਿ)

blear /ਬਲਿਅ*/ *a* ਧੁੰਦਲਾ, ਅਪ੍ਰਤੱਖ *vt* ਧੁੰਦਲਾ ਕਰਨਾ, ਅਪ੍ਰਤੱਖ ਕਰਨਾ, ਧੁੰਦਲਾਉਣਾ

bleary /'ਬਲਿਅਰਿ/ *a* ਧੁੰਦਲਾ, ਅਪ੍ਰਤੱਖ

bleary-eyed *a* ਚੁੰਨ੍ਹਾ, ਚੁੰਨ੍ਹ-ਅੱਖਾ; ਦੂਰ ਦੀ ਨਾ ਸੋਚ ਸਕਣ ਵਾਲਾ; ਬੁੱਧੂ

bleat /ਬਲੀਟ/ *v* ਮੈਂ-ਮੈਂ ਕਰਨਾ, ਮਿਆਂਕਣਾ (ਭੇਡ, ਬੱਕਰੀ ਜਾਂ ਵੱਛੇ ਵਾਂਗ); ਮੂਰਖ ਜਾਂ ਕਮਜ਼ੋਰਾਂ ਵਾਂਗ ਬੋਲਣਾ, ਮਿਣ-ਮਿਣ ਕਰਨਾ *n* ਬੱਕਰੀ ਦੀ ਮੈਂ-ਮੈਂ; ਮਿਣ-ਮਿਣ

bleb /ਬਲੈਬੱ/ *n* ਫਫੋਲਾ; ਬੁਲਬੁਲਾ

bleed /ਬਲੀਡ/ *v* ਲਹੂ ਵਗਣਾ ਜਾਂ ਵਗਾਉਣਾ; ਖ਼ੂਨ ਡੋਲ੍ਹਣਾ; ਨਸ਼ਤਰ ਮਾਰਨਾ; (ਬੂਟਿਆਂ ਦਾ) ਰਸ ਜਾਂ ਦੁੱਧ ਕੱਢਣਾ; ਲਹੂ ਚੂਸਣਾ; (ਧੱਕੋ ਜ਼ੋਰੀ) ਪੈਸੇ ਖੋਹਣਾ, ਲੁੱਟਣਾ

bleeding /'ਬਲੀਡਿਙ/ *n* ਲਹੂ ਦੇ ਵਗਣ ਦੀ ਕਿਰਿਆ ਜਾਂ ਭਾਵ, ਸਰਜਰੀ ਨਾਲ ਨਿਕਲਿਆ ਲਹੂ

blemish /'ਬਲੈੱਮਿਸ਼/ *vt* ਦੋਸ਼ ਲਾਉਣਾ, ਧੱਬਾ ਲਾਉਣਾ, ਦਾਗ ਲਾਉਣਾ; (ਸ਼ਕਲ) ਵਿਗਾੜਨਾ; ਕਲੰਕਿਤ ਕਰਨਾ *n* ਦੋਸ਼, ਧੱਬਾ, ਕਲੰਕ; ਔਗੁਣ

blench /ਬਲੈਂਚ/ *v* ਝਿਜਕਣਾ, ਦੁਬਕਣਾ, ਸੰਕੋਚ ਵਿੱਚ ਹੋਣਾ, ਪਿੱਛੇ ਹਟਣਾ; ਜਾਣ-ਬੁੱਝ ਕੇ ਅਣਜਾਣ ਬਣਨਾ, ਅੱਖ ਬਚਾਉਣਾ, ਕੰਨੀ ਕਤਰਾਉਣਾ

blend /ਬਲੈਂਡ/ *v* ਰਲਾਉਣਾ; ਘੋਲਣਾ, ਘੁਲਣਾ, ਮਿਲਾਉਣਾ; ਇੱਕੋ ਜਿਹਾ ਕਰਨਾ ਜਾਂ ਹੋਣਾ, ਇੱਕ ਕਰਨਾ ਜਾਂ ਹੋਣਾ, (ਦੋ ਰੰਗਾਂ ਦਾ) ਬਿਲਕੁਲ ਘੁਲਮਿਲ ਜਾਣਾ, ਇੱਕ ਦੂਜੇ ਵਿੱਚ ਰਚਣਾ *n* ਮਿਲਾਵਟ; ਚਾਹ ਜਾਂ ਸ਼ਰਾਬ ਦੀਆਂ ਵੱਖ-ਵੱਖ ਕਿਸਮਾਂ ਦੇ ਮੇਲ ਤੋਂ ਬਣੀ ਚਾਹ ਜਾਂ ਸ਼ਰਾਬ

blende /ਬਲੈਂਡ/ *n* ਜ਼ਿੰਕ ਸਲਫਾਈਡ (ਜਿਸਤ, ਗੰਧਕ ਅਤੇ ਆਕਸੀਜਨ ਤੋਂ ਬਣੀ ਇੱਕ ਵਸਤੂ)

blending /ਬਲੈਂਨਡਿਙ/ *n* ਮਿਸ਼ਰਨ, ਰਲਾਵਟ

blent /ਬਲੈਂਟ/ *a* ਮਿਸ਼ਰਿਤ, ਮਿਲਿਆ ਹੋਇਆ

bless /ਬਲੈੱਸ/ *vt* ਅਸੀਸ ਦੇਣਾ, ਅਸ਼ੀਰਵਾਦ ਦੇਣਾ (ਪਿਤਾ, ਭਾਈ ਆਦਿ ਦੀ); ਰੱਬੀ ਮਿਹਰ ਮੰਗਣਾ; ਨਿਹਾਲ ਕਰਨਾ, ਵਰੋਸਾਉਣਾ, ਖ਼ੁਸ਼ ਜਾਂ ਕਾਮਯਾਬ ਬਣਾਉਣਾ, ਮਿਹਰ ਕਰਨਾ; ਸਰਾਪ ਦੇਣਾ; ਨਿੰਦਿਆ ਕਰਨਾ

blessed /'ਬਲੈੱਸਿਡ/ *a* ਪਵਿੱਤਰ, ਪਾਵਨ, ਪੁਨੀਤ; ਭਾਗਵਾਨ, ਸੁਭਾਗਸ਼ਾਲੀ; ਪੂਜਨੀਕ; ਸੁਖਦਾਈ; **blessed with** ਵਰੋਸਾਏ, ਸੁਭਾਗਸ਼ਾਲੀ

blessedness /'ਬਲੈੱਸਿਡਨਅਸ/ *n* ਅਨੰਦ, ਭਾਗਵਾਨਤਾ, ਸੁਖ, ਪਰਮਾਤਮਾ ਦੀ ਬਖ਼ਸ਼ਸ਼

blessing /'ਬਲੈੱਸਿਙ/ *n* ਅਸੀਸ, ਅਸ਼ੀਰਵਾਦ, ਵਰਦਾਨ, ਸ਼ੁਭ ਕਾਮਨਾ; ਰਹਿਮਤ, ਮਿਹਰ, ਫ਼ਜ਼ਲ, ਰੱਬੀ ਦਾਤ; ਖਾਣੇ ਦੇ ਪਹਿਲਾਂ ਜਾਂ ਪਿੱਛੋਂ ਦੀ ਅਰਦਾਸ **blessing in disguise** ਦੁੱਖ ਦੇ ਰੂਪ ਵਿੱਚ ਸੁੱਖ

blest /ਬਲੈੱਸਟ/ *a* ਵੇਖੋ **blessed**

blether, blather /'ਬਲੈੱਦਅ*, 'ਬਲੈਦਅ*/ *n* ਬੱਕੜਵਾਦ, ਅਰਲ-ਬਰਲ, ਬਕ-ਬਕ *vi* ਬੱਕੜਵਾਦ ਕਰਨਾ, ਅਰਲ-ਬਰਲ ਬੋਲਣਾ, ਬਕਣਾ

blind /ਬਲਾਇਨਡ/ *a* ਅੰਨ੍ਹਾ, ਨੇਤਰਹੀਣ, ਮਨਾਖਾ; ਬੇਸਮਝ, ਅਗਿਆਨੀ, ਬੁੱਧੂ; ਅੰਧਾ-ਧੁੰਦ *vt* ਅੰਨ੍ਹਾ ਕਰਨਾ; ਧੋਖਾ ਦੇਣਾ, ਅੰਧਾ-ਧੁੰਦ ਚੱਲਣਾ (ਪੈਦਲ ਜਾਂ ਮੋਟਰ ਵਿੱਚ), ਬਿਨਾਂ ਸੋਚੇ ਸਮਝੇ ਚੱਲਣਾ *n* ਪਰਦਾ, ਆੜ, ਨਜ਼ਰ-ਰੋਕ; ਬੰਦ ਗਲੀ (ਸ਼ਿਕਾਰ ਕਰਨ ਲਈ); ਲੁਕਵੀਂ ਥਾਂ; ਢਕਵੰਜ, ਬਹਾਨਾ

blind alley *n* ਘਟ ਚਲਣ ਵਾਲੀ ਗਲੀ ਜੋ ਆਮ ਨਹੀਂ, ਮੁਖ ਸੜਕ ਦੇ ਉਲਟ ਇਮਾਰਤਾਂ ਦੇ ਪਿਛਲੇ ਪਾਸੇ ਦੀ ਗਲੀ ਜੋ ਆਮ ਨਹੀਂ

blind-born *a* ਜਮਾਂਦਰੂ ਅੰਨ੍ਹਾਂ, ਜਨਮ ਤੋਂ ਅੰਨ੍ਹਾ

blind date *n* ਪਹਿਲੀ ਮੁਲਾਕਾਤ

blind door *n* ਇੱਟਾਂ ਦੀ ਚਿਣਾਈ ਵਾਲਾ ਦਰਵਾਜ਼ਾ

blindfold /'ਬਲਾਇਨਡਫ਼ਅਉਲਡ/ *a* ਖੋਪੇ-ਚੜ੍ਹਿਆ; ਅੱਖਾਂ ਬੰਦ ਕਰਕੇ, ਅੰਨ੍ਹੇਵਾਹ *vt* ਅੱਖਾਂ

ਬੰਨ੍ਹਣਾਂ; ਅੱਖਾਂ ਉੱਤੇ ਪੱਟੀ ਬੰਨ੍ਹਣਾ

blind follower *n* ਬਿਨਾਂ ਸੋਚੇ ਸਮਝੇ ਪਿੱਛੇ ਲੱਗਣ ਵਾਲਾ, ਪਿਛਲੱਗ, ਅੰਧ ਵਿਸ਼ਵਾਸੀ

blindly /'ਬਲਾਇਨਡਲਿ/ *adv* ਅੱਖਾਂ ਬੰਦ ਕਰਕੇ , ਬਿਨਾਂ ਸੋਚੇ ਸਮਝੇ

blindness /ਬਲਾਇਨਡਨਅਸ/ *n* ਅੰਨ੍ਹਾਪਣ, ਅੰਧਤਾ; ਮੂਰਖਤਾ, ਅਗਿਆਨ

blinds /ਬਲਾਇਨਡਜ਼/ *n* ਬਾਰੀਆਂ ਉੱਤੇ ਲਾਉਣ ਵਾਲਾ; ਸਕਰੀਨ, ਫੱਟੀਆਂ ਵਾਲਾ ਪਰਦਾ

blink /ਬਲਿਙਕ/ *v* ਅੱਖ ਝਪਕਣਾ, ਪਲਕ ਝਪਕਣਾ; ਝਲਕਾਰਾ ਮਾਰਨਾ; ਧਿਆਨ ਨਾ ਦੇਣਾ, ਟਾਲਣਾ, ਨਜ਼ਰੋਂ ਓਹਲੇ ਕਰ ਜਾਣਾ *n* (ਅੱਖਾਂ ਦੀ) ਝਪਕ; ਝਲਕ, ਝਲਕਾਰਾ; ਦੂਰ ਦੀ ਬਰਫ਼ ਦਾ ਲਿਸ਼ਕਾਰਾ

blinkers /'ਬਲਿਙਕਅਜ਼/ *n* (ਬਹੁ) ਘੋੜੇ ਦੀਆਂ ਅੱਖਾਂ ਦੇ ਖੋਪੇ, ਮਖੇਰਨੇ

bliss /ਬਲਿਸ/ *n* ਅਨੰਦ, ਆਤਮਿਕ ਸੁੱਖ, ਵਿਸਮਾਦ; ਸੁਰਗ

blissful /'ਬਲਿਸਫ਼ਲ/ *a* ਅਨੰਦਪੂਰਨ, ਅਨੰਦਮਈ; ਅਨੰਦਿਤ, ਵਿਸਮਾਦੀ

blissfully /'ਬਲਿਸਫ਼ਅਲਿ/ *adv* ਪਰਮ-ਅਨੰਦ ਦੀ ਸਥਿਤੀ ਵਿੱਚ

blissfulness /'ਬਲਿਸਫ਼ਲਨਅਸ/ *n* ਪਰਮ-ਅਨੰਦ

blister /'ਬਲਿਸਟਅ*/ *n* ਛਾਲਾ, ਫਫੋਲਾ, ਉਠਾਅ *v* ਛਾਲਾ ਉਠਾਉਣਾ, ਫਫੋਲਾ ਉਠਾਉਣਾ, ਛਾਲਿਆਂ ਨਾਲ ਭਰ ਜਾਣਾ; ਵਕਤ ਖ਼ਰਾਬ ਕਰਨਾ; ਫ਼ਜ਼ੂਲ ਗੱਲਾਂ ਵਿੱਚ ਥਕਾਉਣਾ

blithe /ਬਲਾਇਦ/ *a* (ਕਾਵਿ) ਖ਼ੁਸ਼, ਪ੍ਰਸੰਨ

blithely /ਬਲਾਇਦਲਿ/ *adv* ਖ਼ੁਸ਼ੀ ਨਾਲ, ਅਨੰਦ ਪੂਰਵਕ, ਖ਼ੁਸ਼ਦਿਲੀ ਨਾਲ, ਪ੍ਰਸੰਨਤਾ ਪੂਰਵਕ

blithesome /ਬਲਾਇਦਸਅਮ/ *a* ਖ਼ੁਸ਼, ਪ੍ਰਸੰਨ, ਖ਼ੁਸ਼ਮਿਜ਼ਾਜ, ਰੌਣਕੀ

blitz /ਬਲਿਟਸ/ *n* ਤਗੜਾ ਅਤੇ ਅਚਾਨਕ ਹਮਲਾ (ਖ਼ਾਸ ਤੌਰ ਉੱਤੇ ਹਵਾਈ), ਤਿੱਖਾ ਹਮਲਾ; (ਰਾਜਨੀਤੀ ਵਿੱਚ) ਡੂੰਘੀ ਚਾਲ *vt* ਹਮਲੇ ਨਾਲ ਤਬਾਹੀ ਕਰਨਾ

blizzard /'ਬਲਿਜ਼ਅਡ/ *n* ਬਰਫ਼ੀਲਾ ਤੂਫ਼ਾਨ, ਬਰਫ਼ਾਨੀ ਹਨੇਰੀ

bloat[1] /ਬਲਅਉਟ/ *n* ਧੂੰਏਂ (ਸੇਕ) ਵਿੱਚ ਸੁਕਾਈ ਹੋਈ ਮੱਛੀ *v* ਮੱਛੀ ਨੂੰ ਲੂਣ ਲਾ ਕੇ ਅਤੇ ਧੂੰਆਂ (ਸੇਕ) ਦੇ ਕੇ ਸੁਕਾਉਣਾ

bloat[2] *v* ਫੁੱਲਣਾ, ਆਫਰਨਾ; (ਹੰਕਾਰ ਵਿੱਚ) ਆਕੜਨਾ *n* ਪਸ਼ੂਆਂ ਦਾ ਰੋਗ ਜਿਹੜਾ ਢਿੱਡ ਵਿੱਚ ਹਵਾ ਭਰਨ ਨਾਲ ਹੁੰਦਾ ਹੈ, ਅਫ਼ਰੇਵਾਂ

bloater /ਬਲਅਉਟਅ*/ *n* ਲੂਣ ਲਾ ਕੇ ਸੁਕਾਈ ਮੱਛੀ

blob /ਬਲੌਬ/ *n* (ਕ੍ਰਿਕਟ ਵਿੱਚ) ਸਿਫ਼ਰ ਦੌੜ; ਬੱਤਖ ਦਾ ਆਂਡਾ; ਰੰਗ ਦਾ ਧੱਬਾ, ਦਾਗ; ਗੋਲ ਪਦਾਰਥ, ਗੋਲਾ; ਤੁਪਕਾ, ਬੂੰਦ, ਛਿੱਟ *v* ਛਿੱਟੇ ਪਾਉਣਾ

blobber-lipped /ˌਬਲੌਬਅ 'ਲਿਪਟ/ *a* ਮੋਟੇ ਲਟਕਦੇ ਬੁੱਲ੍ਹਾਂ ਵਾਲਾ, ਬੁੱਲ੍ਹੜ

bloc /ਬਲੌਕ/ *n* ਦਲ, ਗੁੱਟ, (ਰਾਜਸੀ) ਦਲਾਂ ਦਾ ਸੰਗਠਨ

block /ਬਲੌਕ/ *n* (ਲੱਕੜ ਦਾ) ਅੱਡਾ (ਜਿਸ ਉੱਤੇ ਰੱਖ ਕੇ ਲੱਕੜ ਰੰਦਦੇ ਜਾਂ ਠੋਕਦੇ ਹਨ); ਬਲਾਕ, ਠੱਪਾ (ਲੱਕੜ ਜਾਂ ਧਾਤ ਦਾ ਜਿਸ ਵਿੱਚ ਛਾਪਣ ਲਈ ਤਸਵੀਰ ਉਕਰੀ ਹੁੰਦੀ ਹੈ); ਕਿਸੇ ਚੀਜ਼ ਦਾ ਵੱਡਾ ਟੋਟਾ; ਪੱਥਰ; ਬਲਾਕ; ਹਠੀ ਜਾਂ ਕਠੋਰ ਮਨੁੱਖ; (ਕ੍ਰਿਕਟ) ਉਹ ਥਾਂ ਜਿੱਥੇ ਖਿਡਾਰੀ ਬੈਟ ਰੱਖਦਾ ਅਤੇ ਗੇਂਦ ਰੋਕਦਾ ਹੈ; ਮਕਾਨਾਂ ਦਾ ਸਿਲਸਿਲਾ, ਬਲਾਕ, ਮਹੱਲਾ; ਰੁਕਾਵਟ, ਰੋਕ; (ਪਾਰਲੀਮੈਂਟ) ਬਿਲ ਦਾ ਵਿਰੋਧ ਕਰਨ ਦੀ ਸੂਚਨਾ *vt* ਅਟਕਾਉਣਾ, ਰੋਕ ਪਾਉਣਾ, ਰੋਕਣਾ, ਘੇਰਨਾ, ਬੰਦ ਕਰਨਾ; ਗੇਂਦ ਨੂੰ ਰੋਕਣਾ, ਟੋਪੀ ਨੂੰ ਲੱਕੜ ਦੇ ਸੰਚੇ ਉੱਤੇ ਚੜ੍ਹਾਉਣਾ; (ਪਾਰਲੀਮੈਂਟ) ਕਿਸੇ ਬਿਲ ਦੇ ਵਿਰੋਧ ਦਾ ਐਲਾਨ ਕਰਨਾ; ਪੁਸਤਕ ਦੀ ਜਿਲਦ ਉੱਤੇ ਠੱਪੇ ਲਾਉਣਾ ਜਾਂ ਅੱਖਰ ਚੁੱਕਣਾ

blockade /ਬਲੌ'ਕੇਇਡ/ *n* ਘੇਰਾ, ਨਾਕਾਬੰਦੀ

vt ਘੇਰਾ ਪਾਉਣਾ; ਨਾਕਾਬੰਦੀ ਕਰਨਾ; ਰੋਕਣਾ, ਰਾਹ ਰੋਕਣਾ

blockader /ਬਲੌ'ਕੇਇਡਅ*/ *n* ਘੇਰਾ ਪਾਉਣ ਵਾਲਾ, ਘੇਰਨ ਵਾਲਾ, ਰੋਕਣ ਵਾਲਾ

blocked /ਬਲੌਕਟ/ *a* ਰੁਕਿਆ ਹੋਇਆ ਜਾਂ ਰੋਕਿਆ ਹੋਇਆ

blockhead /'ਬਲੌਕਹੈਡ/ *n* ਮੂਰਖ, ਊਤ, ਉੱਲੂ -ਬਾਟਾ, ਮੂੜ੍ਹ

blockish /'ਬਲੌਕਿਸ਼/ *n* ਮੂਰਖ, ਬੁੱਧੂ, ਹਠੀ

bloke /ਬਲਅਉਕ/ *n* (ਅਪ) ਜਣਾ; ਭੌਂਦੂ ਬੰਦਾ

blonde /ਬਲੌਨਡ/ *a* ਕੱਕੇ ਭੂਰੇ ਰੰਗ ਦਾ, ਹਲਕੇ ਚਮਕੀਲੇ ਭੂਰੇ ਰੰਗ ਦਾ, ਗੋਰੇ ਰੰਗ ਅਤੇ ਭੂਰੇ ਵਾਲਾਂ ਵਾਲਾ

blood /ਬਲਅੱਡ/ *n* ਲਹੂ, ਖ਼ੂਨ, ਰੱਤ ; ਅੰਗੂਰ ਜਾਂ ਕਿਸੇ ਬੂਟੇ ਦਾ ਰਸ; ਨਸਲ, ਵੰਸ਼, ਸਾਕਾਚਾਰੀ; ਜੋਸ਼; ਗੁੱਸਾ, ਗਰਮੀ; ਕਤਲ, ਘਾਤ; ਬਲੀ; ਛੈਲਾ, ਬਾਂਕਾ; ਵੈਰ, ਅਣਬਣ *vt* ਚੀਰਾ ਲਾਉਣਾ, ਉਪਰੇਸ਼ਨ ਕਰਕੇ ਥੋੜ੍ਹਾ ਲਹੂ ਕੱਢਣਾ; (ਸ਼ਿਕਾਰੀ ਕੁੱਤੇ ਨੂੰ) ਲਹੂ ਦਾ ਸੁਆਦ ਚਖਾਉਣਾ; ਉਕਸਾਉਣਾ, ਉਤੇਜਿਤ ਕਰਨਾ **blood is thicker than water** ਆਪਣਾ-ਆਪਣਾ ਪਰਾਇਆ-ਪਰਾਇਆ **his blood is up** ਲੜਨ ਨੂੰ ਤਿਆਰ, ਉਸ ਦਾ ਪਾਰਾ ਚੜ੍ਹਿਆ ਹੋਇਆ ਹੈ **in cold blood** ਬੇਰਹਿਮੀ ਨਾਲ

bloodhound /'ਬਲਅੱਡਹਾਉਨਡ/ *n* ਖੋਜੀ ਕੁੱਤਾ, ਸੂਹੀਆ ਕੁੱਤਾ

bloodiness /'ਬਲਅੱਡਿਨਅਸ/ *n* ਖ਼ੂਨ-ਖ਼ਰਾਬਾ, ਅਤਿਆਚਾਰ

bloodless /'ਬਲਅੱਡਲਅਸ/ *a* ਰੱਤਹੀਣ, ਨਿਰਜਿੰਦ, ਬੇਜਾਨ, ਪੀਲਾ; ਦਇਆਹੀਣ, ਨਿਰਮੋਹੀ, ਨਿਰਦਈ, ਬੇਹਿਸ, ਕਠੋਰ

blood poisoning *n* ਲਹੂ ਵਿੱਚ ਜ਼ਹਿਰ ਦੇ ਦਾਖ਼ਲ ਹੋਣ ਦਾ ਭਾਵ

blood pressure *n* ਲਹੂ ਦਾ ਦਬਾਅ, ਬਲੱਡ ਪ੍ਰੈਸ਼ਰ

bloodshed /'ਬਲਅੱਡਸ਼ੈਡ/ *n* ਖ਼ੂਨ-ਖ਼ਰਾਬਾ

bloodshot /'ਬਲਅੱਡਸ਼ੌਟ/ *a* ਲਾਲ, ਖ਼ੂਨੀ (ਅੱਖ), ਕ੍ਰੋਧਿਤ ਨਜ਼ਰ

blood-stained *n* ਲਹੂ-ਰੰਗੀ, ਲਹੂ-ਲੁਹਾਣ, ਲਹੂ ਨਾਲ ਲਿਬੜਿਆ ਹੋਇਆ; ਕਲੰਕਿਤ

bloodsucker /'ਬਲਅੱਡਸਅੱਕਅ*/ *n* ਰੱਤ ਪੀਣਾ, ਜੋਕ; ਜਾਬਰ, ਜਰਵਾਣਾ, ਜ਼ਾਲਮ ਬੰਦਾ

bloodthirsty /'ਬਲਅੱਡਥਅ:ਸਟਿ/ *a* ਲਹੂ ਤਿਹਾਇਆ, ਖ਼ੂਨੀ, ਜ਼ਾਲਮ

blood vessel *n* ਲਹੂ ਨਾੜ

bloodworm /ਬਲਅੱਡਵਅ:ਮ/ *n* ਲਾਲ ਕੀੜਾ

bloody /'ਬਲਅੱਡਿ/ *a* ਲਹੂ ਦਾ, ਲਹੂ ਵਰਗਾ, ਲਹੂ ਨਾਲ ਰੰਗਿਆ, ਲਹੂ-ਲੁਹਾਣ; ਲਾਲ; ਖ਼ੂੰਖਾਰ, ਖ਼ੂਨੀ, ਹਤਿਆਰਾ (ਗਾਲ੍ਹ ਦੇ ਤੌਰ 'ਤੇ) *adv* ਅਤਿਅੰਤ, ਬਹੁਤ *vt* ਲਹੂ ਨਾਲ ਰੰਗਣਾ, ਲਬੇੜਨਾ, ਖ਼ੂਨ ਨਾਲ ਲੱਥ-ਪੱਥ ਕਰਨਾ

bloom[1] /ਬਲੂਮ/ *n* ਫੁੱਲ, ਪੁਸ਼ਪ; ਬਹਾਰ; ਜੋਬਨ, ਜਵਾਨੀ; ਚਮਕ, ਤੇਜ਼, ਲਾਲੀ, ਰੌਣਕ, ਤਾਜ਼ਗੀ; ਲਿਸ਼ਕ-ਪੁਸ਼ਕ; ਬੂਰ; ਮੁਨੱਕਾ, ਕਿਸ਼ਮਿਸ਼ *vi* ਖਿੜਨਾ, ਫੁੱਲ ਲੱਗਣਾ, ਫੁੱਲਾਂ ਨਾਲ ਭਰਨਾ, ਪੂਰੇ ਜੋਬਨ ਵਿੱਚ ਆਉਣਾ, ਸਿਖਰ ਉੱਤੇ ਪੁੱਜਣਾ, ਪ੍ਰਫੁੱਲਿਤ ਹੋਣਾ, ਬਹਾਰ ਆਉਣਾ

bloom[2] *n* ਪਿਘਲਿਆ ਲੋਹਾ; ਪਿਘਲੇ ਲੋਹੇ ਤੋਂ ਬਣਿਆ ਸਰੀਆ *vt* ਪਿੰਘਲੇ ਲੋਹੇ ਤੋਂ ਸਰੀਆ ਬਣਾਉਣਾ

bloomary /'ਬਲੂਮਅਰਿ/ *n* ਸਰੀਆ ਬਣਾਉਣ ਦਾ ਕਾਰਖ਼ਾਨਾ

bloomer /'ਬਲੂਮਅ*/ *n* (ਬਹੁ) ਛੋਟੀ ਪੈਂਟ ਜਾਂ ਨਿੱਕਰ ਜਿਹੜੀ ਸਾਈਕਲ ਚਲਾਉਣ ਵੇਲੇ ਜਾਂ ਖੇਡਣ ਵੇਲੇ ਔਰਤਾਂ ਪਹਿਨਦੀਆਂ ਹਨ

bloomery /'ਬਲੂਮਅਰਿ/ *n* ਵੇਖੋ **bloomary**

bloomy /'ਬਲੂਮਿ/ *a* ਪ੍ਰਫੁੱਲਿਤ, ਖਿੜਿਆ

blore /ਬਲੌ*/ *n* ਹਵਾ ਦਾ ਤੇਜ਼ ਬੁੱਲਾ

blossom /'ਬਲੌਸਅਮ/ *n* ਬੂਟੇ ਦੀ ਕਲੀ, ਸ਼ਗੂਫ਼ਾ; ਫੁੱਲਾਂ ਵਾਲੇ ਰੁੱਖ ਉੱਤੇ ਲੱਗਿਆ ਬੂਰ

(ਜਿਵੇਂ ਅੰਬ ਦਾ); ਵਧਣ ਮੌਲਣ ਦੇ ਦਿਨ, ਜੋਬਨ *vi* ਮੌਲਣਾ, ਨਿੱਸਰਨਾ, ਖਿੜਨਾ (ਫੁੱਲ ਦਾ), ਫੁੱਲ ਲੱਗਣਾ

blossomless /'ਬਲੌਂਸਅਮਲਅਸ/ *a* ਅਣਖਿੜਿਆ

blossomy /'ਬਲੌਂਸਅਮਿ/ *a* ਫੁੱਲਾਂ ਵਾਲਾ, ਫੁੱਲਾਂ ਨਾਲ ਭਰਿਆ

blot /ਬਲੌਂਟ/ *n* ਧੱਬਾ, ਸਿਆਹੀ ਆਦਿ ਦਾ ਦਾਗ਼; ਦੋਸ਼, ਔਗਣ, ਨੁਕਸ, ਐਬ, ਕਲੰਕ ਦਾ ਟਿੱਕਾ *v* ਧੱਬਾ ਲੱਗਣਾ; (ਸਿਆਹੀ ਆਦਿ ਨਾਲ) ਧੱਬੇ ਲਾਉਣਾ; ਊਟ-ਪਟਾਂਗ ਲਿਖਾਈ ਨਾਲ ਭਰਨਾ, ਐਵੇਂ ਕਾਗਜ਼ ਕਾਲਾ ਕਰਨਾ; ਨਾਂ ਬਦਨਾਮ ਕਰਨਾ, ਨਾਂ ਨੂੰ ਵੱਟਾ ਲਾਉਣਾ; ਸਿਆਹੀ ਚੂਸ ਨਾਲ ਸੁਕਾਉਣਾ

blotch /ਬਲੌਂਚ/ *n* ਚਮੜੀ ਉੱਪਰ ਦਾਗ਼, ਰੰਗ ਜਾਂ ਸਿਆਹੀ ਦਾ ਦਾਗ਼

blotched /ਬਲੌਂਚਟ/ *a* ਧੱਬੇਦਾਰ, ਦਾਗ਼ਦਾਰ

blotchy /'ਬਲੌਂਚਿ/ *a* ਧੱਬੇਦਾਰ, ਦਾਗ਼ਦਾਰ

blotter /'ਬਲੌਂਟਅ*/ *n* ਸਿਆਹੀ ਚੂਸ ; ਅਪਰਾਧ ਸੂਚੀ, ਚਾਰਜਸ਼ੀਟ

blotting paper *n* ਸਿਆਹੀਚੂਸ

blotto /'ਬਲੌਂਟਅਉ/ *a* (ਅਪ) ਮਦ-ਮਸਤ, ਨਸ਼ੇ ਵਿੱਚ ਗੁੱਟ

blouse /ਬਲਾਉਜ਼/ *n* ਚੋਲੀ, ਚੱਡੀ, ਬਲਾਊਜ਼

blow[1] /ਬਲਅਉ/ *v* (ਹਵਾ ਦਾ) ਚੱਲਣਾ, ਝੁੱਲਣਾ, ਰੁਮਕਣਾ; (ਆਰਗਨ) ਵਾਜਾ ਵਜਾਉਣਾ; ਧੌਂਕਣੀ ਨਾਲ ਹਵਾ ਦੇਣਾ, ਧੌਂਕਣਾ, ਸਾਹ ਬਾਹਰ ਕੱਢਣਾ, ਫੂਕ ਮਾਰਨਾ; (ਵੇਲ੍ਹ ਮੱਛੀਆਂ ਦਾ) ਫੁੰਕਾਰੇ ਨਾਲ ਹਵਾ ਅਤੇ ਪਾਣੀ ਬਾਹਰ ਕੱਢਣਾ; ਹਵਾ ਭਰਨਾ; (ਸੁਰੰਗ ਲਾ ਕੇ) ਉਡਾ ਦੇਣਾ, ਬਾਰੂਦ ਨਾਲ ਉਡਾਉਣਾ; ਸੁਣਕਣਾ; ਧੋਖਾ ਦੇਣਾ (ਬੋਲ); (ਮੱਖੀਆਂ ਦਾ) ਆਂਡੇ ਦੇਣਾ, (ਰੁਪਈਆ, ਪੈਸਾ) ਫੂਕਣਾ, ਉਡਾਉਣਾ, ਰੋੜ੍ਹਨਾ; ਸਰਾਪ ਦੇਣਾ, ਧਿਰਕਾਰਨਾ *n* ਹਵਾ ਦਾ ਬੁੱਲਾ; ਹਨੇਰੀ, ਤੁਫ਼ਾਨ; ਸ਼ੇਖ਼ੀ **blow in** ਹਨੇਰੀ ਵਾਂਗ ਅੰਦਰ ਆਉਣਾ, ਹਾਜ਼ਰ ਹੋਣਾ **blow one's own trumpet** ਸ਼ੇਖ਼ੀ ਮਾਰਨਾ, ਆਪਣੇ ਮੂੰਹ ਮੀਆਂ ਮਿੱਠੂ ਬਣਨਾ, ਆਪਣਾ ਰਾਗ ਅਲਾਪਣਾ **blow out** ਬੁਝਾਉਣਾ (ਫੂਕ ਮਾਰ ਕੇ)

blow[2] *vi* (ਫੁੱਲ ਦਾ) ਖਿੜਨਾ, (ਦਰਖ਼ਤਾਂ ਦਾ) ਫੁੱਲਣਾ, ਬਹੁਤ ਖਿੜਨਾ, ਫੁੱਲ ਬਣਨਾ *n* ਖੇੜਾ; ਵਿਕਾਸ; ਨਿਖਾਰ

blow[3] *n* ਸੱਟ, ਸੱਟ-ਫੇਟ, ਮੁੱਕਾ, ਥੱਪੜ, ਹੁੱਝ, ਹੂਰਾ; ਸਦਮਾ, ਜ਼ਰਬ, ਧੱਕਾ **come to blows** ਹੱਥੋ-ਪਾਈ ਹੋਣਾ, ਘਸੁੰਨ-ਮੁੱਕੀ ਹੋਣਾ

blower /'ਬਲਅਉਅ*/ *n* ਝੁੱਲਣ ਵਾਲਾ; ਖਿੜਨ ਵਾਲਾ; ਧੌਂਕਣੀ, ਫੂਕਣੀ; ਅੰਗੀਠੀ ਅੱਗੇ ਲਾਉਣ ਵਾਲੀ ਲੋਹੇ ਦੀ ਚਾਦਰ; (ਕੋਲੇ ਦੀ ਖਾਣ ਵਿੱਚ) ਗੈਸ ਆਦਿ ਨਿਕਲਨ ਲਈ ਵਿਰਲ, ਦਰਾਰ, ਦਰਜ ਜਾਂ ਰਾਹ

blown /ਬਲਅਉਨ/ *pp* **of blow**

blowpipe /'ਬਲਅਉਪਾਇਪ/ *n* ਧੌਂਕਣੀ ਦੀ ਨਲੀ

blowy /'ਬਲਅਉਇ/ *a* ਹਵਾਦਾਰ; (ਮੌਸਮ) ਤੁਫ਼ਾਨੀ; ਹਨੇਰੀ (ਥਾਂ ਆਦਿ)

blowze /ਬਲਾਉਜ਼/ *n* ਕੋਝੀ ਔਰਤ

blowzed, blowzy /ਬਲਾਅਉਜ਼ਡ,'ਬਲਾਉਜ਼ਿ/ *a* (ਔਰਤ) ਭੱਦੀ ਸ਼ਕਲ ਵਾਲੀ

bludgeon /'ਬਲਅੱਜਅਨ/ *n* ਸੋਟਾ, ਡੰਡਾ *vt* ਸੋਟੇ ਨਾਲ ਮਾਰਨਾ, ਕਿਸੇ ਭਾਰੀ ਚੀਜ਼ ਨਾਲ ਵਾਰ ਕਰਨਾ **bludgeon somebody (into something/into doing something)** ਕਿਸੇ ਤੋਂ ਜਬਰਦਸਤੀ ਕੋਈ ਕੰਮ ਕਰਵਾਉਣਾ

blue /ਬਲੂ/ *a* ਨੀਲਾ, ਅਸਮਾਨੀ *n* ਨੀਲਾ ਰੰਗ; ਨੀਲ, ਨੀਲੱਤਣ ; ਨੀਲਾ ਕੱਪੜਾ; ਅਸਮਾਨ; ਸਮੁੰਦਰ; ਯੂਨੀਵਰਸਿਟੀ ਦੀ ਟੀਮ ਦਾ ਖਿਡਾਰੀ; ਬਿੱਲਾ ਜੋ ਅਜਿਹੇ ਖਿਡਾਰੀ ਨੂੰ ਮਿਲਦਾ ਹੈ; ਉਦਾਸੀ **once in a blue moon** ਕਦੇ-ਕਦਾਈਂ, ਭੁੱਲੇ-ਭਟਕੇ

Bluebeard /'ਬਲੂਬਿਅਡ/ *n* (ਇੱਕ ਕਥਾ ਮੁਤਾਬਕ) ਪਤਨੀਘਾਤੀ ਨਾਇਕ; ਕਈ ਪਤਨੀਆਂ ਦਾ ਪਤੀ

bluebell /'ਬਲੂਬੈੱਲ/ *n* ਘੰਟੀ ਦੀ ਸ਼ਕਲ ਦਾ

ਇੱਕ ਫੁੱਲ

blue-blood *n* ਉੱਚੇ ਖ਼ਾਨਦਾਨ ਵਿੱਚ ਪੈਦਾਇਸ਼, ਕੁਲੀਨਤਾ

blue book *n* ਪਾਰਲੀਮੈਂਟ ਦੀ ਜਾਂ ਸਰਕਾਰੀ ਰਿਪੋਰਟ

bluebottle **/'ਬਲੂਬੌਟਲ/** *n* ਮਾਸ ਮੱਖੀ; ਨੀਲੀ ਬੂਟੀ

blue jacket *n* ਨੇਵੀ ਦਾ ਸਿਪਾਹੀ, ਜਲ ਸੈਨਾ ਦਾ ਸਿਪਾਹੀ

blueprint **/'ਬਲੂਪਰਿਨਟ/** *n* ਖ਼ਾਕਾ, ਨਕਸ਼ਾ; ਯੋਜਨਾ; ਵਿਸਤ੍ਰਿਤ ਵਿਓਂਤ

blue rock *n* ਜੰਗਲੀ ਕਬੂਤਰ

bluestocking **/'ਬਲੂਸਟੌਕਿਙ/** *n* ਸਾਹਿਤਕ ਰੁਚੀ ਰੱਖਣ ਵਾਲੀ ਔਰਤ

blue stone *n* ਨੀਲਾ ਥੋਥਾ; ਤਾਂਬੇ ਦਾ ਸਲਫਾਈਡ

bluff[1] **/ਬਲਅੱਫ਼/** *n* (ਫੜ੍ਹ) ਗਿੱਦੜ ਭਬਕੀ, ਫੋਕੀ ਧੌਂਸ *v* (ਕਿਸੇ ਖੇਡ ਵਿੱਚ) ਧੌਂਸ ਦੇਣਾ, (ਤਾਸ਼ ਜਾਂ ਜੂਏ ਵਿੱਚ) ਫੋਕਾ ਪ੍ਰਭਾਵ ਪਾ ਕੇ ਵਿਰੋਧੀ ਨੂੰ ਪੱਤੇ ਸੁੱਟਣ ਲਈ ਕਹਿਣਾ; (ਰਾਜਨੀਤੀ ਵਿੱਚ) ਰੋਹਬ ਪਾਉਣ ਦੀ ਨੀਤੀ ਅਪਣਾਉਣਾ; ਉੱਲੂ ਬਣਾਉਣਾ, ਮੂਰਖ ਬਣਾਉਣਾ

bluff[2] *a* ਅੱਖੜ, ਕੋਰਾ, ਬੇਲਾਗ

bluffness **/ਬਲਅੱਫ਼ਨਅਸ/** *n* ਅੱਖੜਪਣ; ਰੁੱਖਾਪਣ

bluish **/'ਬਲੂਇਸ਼/** *a* ਨੀਲਾ ਜਿਹਾ (ਰੰਗ)

blunder **/'ਬਲਅੱਨਡਅ*/** *v* ਭਾਰੀ ਭੁੱਲ ਕਰਨਾ; ਗੜਬੜ ਕਰਨਾ, ਵਿਗਾੜ ਦੇਣਾ, ਖ਼ਰਾਬ ਕਰਨਾ, ਚੌਪਟ ਕਰਨਾ; ਠੇਡਾ ਖਾਣਾ, ਠੋਕਰ ਖਾਣਾ, ਡਿਗਦੇ -ਡਿਗਦੇ ਜਾਣਾ, ਲੜਖੜਾਉਣਾ; ਅੰਧਾ-ਧੁੰਦ ਚੱਲਣਾ, ਬਿਨਾਂ ਵੇਖੇ ਚੱਲਣਾ; ਭਾਰੀ ਭੁੱਲ, ਭੁੱਲ, ਗ਼ਲਤੀ **blunder away** ਗ਼ਲਤ ਪ੍ਰਬੰਧ ਦੁਆਰਾ ਨਸ਼ਟ ਕਰਨਾ, ਚੌਪਟ ਕਰਨਾ **blunder out** ਬਿਨਾਂ ਸੋਚੇ ਸਮਝੇ ਕਰ ਬੈਠਣਾ; ਬਕ ਪੈਣਾ **blunder upon** ਭੁੱਲ-ਭੁਲੇਖੇ ਸਫਲ ਹੋਣਾ, ਸੰਜੋਗ ਨਾਲ ਪ੍ਰਾਪਤ ਕਰਨਾ

blunderer **/'ਬਲਅੱਨਡਅਰਅ*/** *n* ਗ਼ਲਤੀ ਕਰਨ ਵਾਲਾ; ਠੋਕਰ ਖਾਣ ਵਾਲਾ

blunderhead **/'ਬਲਅੱਨਡਅਹੈੱਡ/** *n* ਮੂਰਖ, ਬੇਵਕੂਫ਼, ਦੁਰਬੁੱਧ

blunt **/ਬਲਅੱਨਟ/** *a* ਖੁੰਢਾ, ਕੁੰਦ; ਦੋ ਟੁਕ; ਕੋਰਾ, ਰੁੱਖਾ, ਮੂੰਹ-ਫਟ *n* ਕੰਧੂਈ, ਛੋਟਾ ਸੂਆ; (ਬੋਲ) ਨਕਦ ਨਰਾਇਣ, ਨਕਦ ਮਾਲ *vt* ਖੁੰਢਾ ਕਰਨਾ; ਮੱਤ ਮਾਰਨਾ, ਕਮਜ਼ੋਰ ਕਰਨਾ

bluntish **/ਬਲਅੱਨਟਿਸ਼/** *a* ਖੁੰਢਾ ਜਿਹਾ ; ਰੁੱਖਾ ਜਿਹਾ

bluntly **/'ਬਲਅੱਨਟਲਿ/** *adv* ਰੁੱਖੇਪਣ ਨਾਲ, ਕਠੋਰਤਾ ਨਾਲ; ਦੋ ਟੂਕ, ਸੰਖੇਪ ਢੰਗ ਨਾਲ

bluntness **/ਬਲਅੱਨਟਨਅਸ/** *n* ਅੱਖੜਪਣ, ਰੁੱਖਾਪਣ; ਖੁੰਢਾਪਣ

blur **/ਬਲਅ:*/** *n* ਧੁੰਦਲਾਪਣ, ਅਪ੍ਰਤੱਖਤਾ, ਸਿਆਹੀ ਆਦਿ ਦਾ ਦਾਗ਼, ਧੱਬਾ *v* ਧੁੰਦਲਾਉਣਾ, ਧੁੰਦਲਾ ਕਰ ਦੇਣਾ, ਸਿਆਹੀ ਆਦਿ ਦਾ ਦਾਗ਼ ਲੱਗ ਜਾਣਾ, ਧੱਬੇ ਪੈਣਾ; ਦੂਸ਼ਣ ਲਾਉਣਾ; ਸ਼ਕਲ ਵਿਗਾੜਨਾ, ਵਿਰੂਪ ਕਰਨਾ; ਮਿਟਾਉਣਾ, ਪੂੰਝਣਾ

blurb **/ਬਲਅ:ਬ/** *n* ਪੁਸਤਕ ਬਾਰੇ ਜਾਣ-ਪਛਾਣ, ਪੁਸਤਕ ਦਾ ਸਾਰਾਂਸ਼, ਪੁਸਤਕ ਸਮੀਖਿਆ, ਪੁਸਤਕ ਦੀ ਅਹਿਮੀਅਤ ਦਾ ਵਿਖਿਆਨ

blurred **/ਬਲਅ:ਡ/** *a* ਅਪ੍ਰਤੱਖ, ਧੁੰਦਲਾ; ਦਾਗ਼ੀ, ਕਲੰਕਿਤ

blurt **/ਬਲਅ:ਟ/** *vt* ਇਕ ਦਮ ਬੋਲ ਉੱਠਣਾ, ਫੁੱਟ ਪੈਣਾ, ਬਕ ਪੈਣਾ

blush **/ਬਲਅੱਸ਼/** *vi* ਸ਼ਰਮਾ ਜਾਣਾ, ਚਿਹਰੇ ਉੱਤੇ ਸ਼ਰਮ ਜਾਂ ਕਿਸੇ ਹੋਰ ਭਾਵ ਨਾਲ ਲਾਲੀ ਦੌੜ ਜਾਣਾ, ਲੱਜਾਉਣਾ, ਸ਼ਰਮਾਉਣਾ, ਸੰਕੋਚ ਕਰਨਾ *n* ਸ਼ਰਮ ਦੀ ਲਾਲੀ; ਝਲਕ, ਝਾਕੀ; ਗੁਲਾਬੀ ਭਾਹ, ਲਾਲੀ **at the first blush** ਦੇਖਦੇ ਹੀ, ਪਹਿਲੀ ਝਲਕ ਵਿੱਚ **put to the blush** ਸ਼ਰਮਿੰਦਾ ਕਰਨਾ

blushing **/ਬਲਅੱਸ਼ਿਙ/** *a* ਸ਼ਰਮਸਾਰ ਹੋਇਆ, ਸ਼ਰਮਾਉਂਦਾ, ਸੰਗਦਾ

bluster **/'ਬਲਅੱਸਟਅ*/** *n* ਕ੍ਰੋਧ ਨਾਲ ਬੋਲਣਾ,

ਗੁੱਸੇ ਦਾ ਤੁਫ਼ਾਨ ਖੜ੍ਹਾ ਕਰਨਾ, ਧਮਕੀ ਦੇਣਾ, ਬਹੁਤ ਆਕੜ ਨਾਲ ਬੋਲਣਾ, ਘੁਰਕਣਾ; ਜ਼ੋਰ ਦਾ ਝੁੱਲਣਾ (ਝੱਖੜ, ਹਨੇਰੀ, ਲਹਿਰਾਂ ਦਾ); ਤੁਫ਼ਾਨ ਲਿਆ ਦੇਣਾ, ਝੱਖੜ ਝੁਲਾ ਦੇਣਾ, ਹੰਗਾਮਾ ਮਚਾਉਣਾ, ਗਰਜਣਾ; ਭੜਥੂ ਪਾ ਦੇਣਾ, ਆਕੜਨਾ *n* ਆਕੜ, ਧੌਂਸ, ਆਕੜਪੁਣਾ, ਧਮਕੀ; ਹਨੇਰੀ, ਝੱਖੜ

blusterer /'ਬਲਅੱਸਟਅਰਅ*/ *n* ਦਮਗਜ਼ੇਬਾਜ਼

blusterous /'ਬਲਅੱਸਟਰਅਸ/ *a* ਦੰਭੀ, ਅਭਿਮਾਨੀ; ਤੁਫ਼ਾਨੀ

bo /ਬਅਉ/ *n* (ਅਪ) (ਸੰਬੋਧਨ ਵਜੋਂ) ਯਾਰ

boa /'ਬਅਉਅ/ *n* ਇੱਕ ਵੱਡਾ ਸੱਪ ਜੋ ਜ਼ਹਿਰੀਲਾ ਨਹੀਂ ਹੁੰਦਾ ਪਰ ਆਪਣੇ ਸ਼ਿਕਾਰ ਨੂੰ ਘੁੱਟ ਕੇ ਹੀ ਮਾਰ ਦਿੰਦਾ ਹੈ; (ਤੀਵੀਆਂ ਲਈ) ਸਮੂਰ ਜਾਂ ਪਰਾਂ ਦਾ ਗੁਲੂਬੰਦ

boa constrictor /'ਬਅਉਅ ਕਅਨਸਟਰਿਕਟਅ*/ *n* ਅਜਗਰ, ਸਰਾਲ

boar /ਬੋ*/ *n* ਜੰਗਲੀ ਸੂਰ; ਖੱਸੀ ਨਾ ਕੀਤਾ ਸੂਰ; ਸੂਰ ਦਾ ਮਾਸ

board /ਬੋਡ/ *n* ਬੋਰਡ, ਤਖ਼ਤਾ, ਫੱਟਾ; ਸਟੇਜ, ਰੰਗ ਮੰਚ; ਮੇਜ਼, ਖਾਣੇ ਦੀ ਮੇਜ਼; ਪਰੋਸਿਆ ਖਾਣਾ; ਜਹਾਜ਼ ਦਾ ਤਖ਼ਤਾ; ਮੰਡਲੀ, ਕਮੇਟੀ *v* ਫੱਟਿਆਂ ਨਾਲ ਕੱਜਣਾ, ਫੱਟੇ ਚੜ੍ਹਾ ਦੇਣਾ; ਨਿਯਤ ਕੀਮਤਾਂ ਉੱਤੇ ਖਾਣਾ ਪ੍ਰਾਪਤ ਕਰਨਾ ਜਾ ਖਵਾਉਣਾ; (ਹਮਲਾ ਕਰਨ ਦੇ ਵਿਚਾਰ ਨਾਲ) ਇੱਕ ਜਹਾਜ਼ ਦਾ ਦੂਜੇ ਜਹਾਜ਼ ਦੇ ਬਰਾਬਰ ਆਉਣਾ; (ਜਹਾਜ਼ ਦਾ) ਰਸਤਾ ਬਦਲਨਾ; ਗੱਡੀ ਜਾਂ ਜਹਾਜ਼ ਉੱਤੇ ਚੜ੍ਹਨਾ **above board** ਖੁੱਲ੍ਹਮ-ਖੁੱਲ੍ਹਾ, ਨਿਰਛਲ **bed and board** ਨਿਵਾਸ ਅਤੇ ਖਾਣਾ **on the boards** ਅਭਿਨੇਤਾ

boarder /'ਬੋਡਅ*/ *n* ਕਿਸੇ ਦੇ ਘਰ ਖ਼ਰਚ ਦੇ ਕੇ ਖਾਣਾ ਖਾਣ ਵਾਲਾ ਮਹਿਮਾਨ; ਬੋਰਡਿੰਗ ਵਿੱਚ ਰਹਿਣ ਵਾਲਾ, ਬੋਰਡਰ

boarding /'ਬੋਡਿਙ/ *n* ਕਿਸੇ ਨਾਲ ਰੋਟੀ ਖਾਣ ਦੀ ਕਿਰਿਆ; ਫੱਟਿਆਂ ਦੀ ਜੜਾਈ; ਘੋੜਿਆਂ ਨੂੰ ਪਾਲਣ ਵਾਲਾ ਤਬੇਲਾ

boarding house *n* ਬੋਰਡਿੰਗ ਹਾਊਸ, ਵਿਦਿਆਰਥੀਆਂ ਦਾ ਨਿਵਾਸ ਸਥਾਨ

boarding school *n* ਰਹਾਇਸ਼ੀ ਸਕੂਲ

boardroom /'ਬੋਡਰੂਮ, -ਰੁਮ/ *n* ਸਭਾ ਮੈਂਬਰਾਂ ਦੀ ਬੈਠਕ ਵਾਲਾ ਕਮਰਾ; ਕੰਪਨੀ ਦੇ ਸਭਾ ਮੈਂਬਰਾਂ ਦਾ ਮਤੇ ਪਾਸ ਕਰਨ ਵਾਲਾ ਕਮਰਾ

board-wages *n* ਖਾਣਾ-ਭੱਤਾ

boast /ਬਅਉਸਟ/ *n* ਸ਼ੇਖ਼ੀ, ਡੀਂਗ, ਫੜ੍ਹ, ਗੱਪ *v* ਡੀਂਗ ਮਾਰਨਾ, ਸ਼ੇਖ਼ੀ ਮਾਰਨਾ, ਫੜ੍ਹ ਮਾਰਨਾ

boastful /ਬਅਉਸਟਫ਼ਲ/ *a* ਸ਼ੇਖ਼ੀਖ਼ੋਰਾ, ਫੜ੍ਹਮਾਰ, ਗੱਪੀ

boasting /ਬਅਉਸਟਿਙ/ *n* ਸ਼ੇਖ਼ੀਬਾਜ਼ੀ, ਡੀਂਗਬਾਜ਼ੀ

boat /ਬਅਉਟ/ *n* ਬੇੜੀ, ਕਿਸ਼ਤੀ, ਜਹਾਜ਼; ਚਟਨੀ ਆਦਿ ਰੱਖਣ ਲਈ ਕਿਸ਼ਤੀ ਨੁਮਾ ਭਾਂਡਾ, ਡੋਂਗਾ *vi* ਬੇੜੀ ਵਿੱਚ ਚੜ੍ਹਨਾ, ਬੇੜੀ ਵਿੱਚ ਜਾਣਾ; ਬੇੜੀ ਦੀ ਸੈਰ ਕਰਨਾ; ਬੇੜੀ ਚਲਾਉਣਾ; ਬੇੜੀ ਵਿੱਚ ਰੱਖਣਾ ਜਾਂ ਲੈ ਜਾਣਾ **sailing in the same boat** ਇੱਕੋ ਜਿਹੀ ਹਾਲਤ ਵਿੱਚ, ਇੱਕੋ ਬੇੜੀ ਦੇ ਸਵਾਰ

boatage /ਬਅਉਟਿਜ/ *n* ਕਿਸ਼ਤੀ ਦਾ ਭਾੜਾ

boatful /ਬਅਉਟਫ਼ੁਲ/ *n* ਕਿਸ਼ਤੀਭਰ, ਬੇੜੀ ਦਾ ਪੂਰ

boathook /'ਬਅਉਟਹੁਕ/ *n* ਵੱਡਾ ਬਾਂਸ ਜਿਸ ਵਿੱਚ ਕਿੱਲ ਅਤੇ ਲੋਹੇ ਦੇ ਕੁੰਡੇ ਲੱਗੇ ਹੋਣ, ਕੰਡੇਦਾਰ ਬਾਂਸ

boathouse /'ਬਅਉਟਹਾਉਸ/ *n* ਬੇੜੀਆਂ ਖੜ੍ਹੀਆਂ ਕਰਨ ਦਾ ਘਾਟ, ਬੇੜੀ ਘਰ

boating /'ਬਅਉਟਿਙ/ *n* ਬੇੜੀ ਦੀ ਸੈਰ

boatman /'ਬਅਉਟਮਅਨ/ *n* ਮਲਾਹ, ਖੇਵਟ, ਮਾਂਝੀ

boat people *n* ਕਿਸ਼ਤੀਆਂ ਰਾਹੀਂ ਦੇਸ਼ ਵਿਚੋਂ ਭਗੌੜੇ ਹੋ ਕੇ ਨਿਕਲੇ ਲੋਕ

boat race *n* ਬੇੜੀਆਂ ਦੀ ਦੌੜ, ਬੇੜੀਆਂ ਦੀ ਦੌੜ ਦਾ ਮੁਕਾਬਲਾ

boatswain /'ਬਅਉਸਨ/ *n* ਮੁੱਖ ਮਲਾਹ

boat train *n* ਰੇਲ ਗੱਡੀ (ਜਿਸ ਦਾ ਮੇਲ ਸਮੁੰਦਰੀ

ਜਹਾਜ਼ ਨਾਲ ਹੋਵੇ)

bob /ਬੌਬ/ *n* ਵਾਲਾਂ ਦੀ ਲਿਟ, ਪਟੇ; ਘੋੜੇ ਦੀ ਕੱਟੀ ਹੋਈ ਪੂਛ; (ਸੰਗੀ) ਪੌੜੀ ਦੀ ਅੰਤਲੀ ਛੋਟੀ ਤੁਕ; ਇੱਕ ਵਿਸ਼ੇਸ਼ ਪ੍ਰਕਾਰ ਦੇ ਕੀੜਿਆਂ ਦਾ ਝੁੰਡ; ਗੋਡਿਆਂ ਪਰਨੇ ਹੋ ਕੇ ਕੀਤੀ ਸਲਾਮ (ਔਰਤਾਂ ਵੱਲੋਂ); ਉਛਾਲ, ਟਪੋਸੀ, ਝਟਕਾ; ਘੰਟੀਆਂ ਵਜਾਉਂਦਿਆਂ ਸੁਰਾਂ ਵਿੱਚ ਬਦਲੀ *v* ਪਟੇ ਰੱਖਣਾ, (ਔਰਤਾਂ ਦਾ) ਗੋਡਿਆਂ ਪਰਨੇ ਹੋ ਕੇ ਆਦਰ ਦੇਣਾ; ਮੂੰਹ ਨਾਲ ਫੜਨਾ (ਲਮਕਦੇ ਫਲ ਨੂੰ); ਉੱਛਲਨਾ, ਕੁੱਦਣਾ, ਭੁੜਕਣਾ; ਨੱਚਣਾ, ਟੱਪਣਾ

bobbery /'ਬੌਬਅਰਿ/ *n* ਸ਼ੋਰ-ਸ਼ਰਾਬਾ, ਝਗੜਾ

bobbin /'ਬੌਬਿਨ/ *n* ਫਿਰਕੀ, ਧਾਗੇ ਦੀ ਰੀਲ੍ਹ

bobbish /'ਬੌਬਿਸ਼/ *a* ਫੁਰਤੀਲਾ, ਚੁਸਤ; ਚਮਤਕਾਰੀ

bobtail /'ਬੌਬਟੇਇਲ/ *a* ਲੰਡਾ, ਦੁਮਕਟਾ *n* ਦੁਮਕਟਾ ਪਸ਼ੂ

bode /ਬਅਉਡ/ *v* ਭਵਿੱਖ ਦਾ ਹਾਲ-ਦੱਸਣਾ, ਹੋਣੀ ਦੱਸਣਾ, ਜੋਤਸ਼ ਲਾਉਣਾ, ਚੰਗੇ ਜਾਂ ਬੁਰੇ ਲੱਛਣ ਪਹਿਲਾਂ ਦੱਸਣਾ

bodeful /'ਬਅਉਡਫ਼ੁਲ/ *a* ਕੁਲੱਛਣਾ, ਬਦਸ਼ਗਨਾ, ਅਸ਼ੁਭ

bodega /ਬਅ(ਉ)'ਡੀਗਅ/ *n* ਸ਼ਰਾਬ ਦੀ ਦੁਕਾਨ, ਠੇਕਾ

bodement /ਬਅਉਡਮਅਨਟ/ *n* ਭਵਿੱਖ ਕਥਨ, ਭਵਿੱਖਬਾਣੀ

bodge /ਬੌਜ/ *n* ਫੋੜਾ, ਫਿਨਸੀ; ਧੱਬਾ

bodice /'ਬੌਡਿਸ/ *n* ਚੋਲੀ, ਅੰਗੀ, ਕੁੜਤੀ

bodied /'ਬੌਡਿਡ/ *a* ਸਰੀਰੀ, ਦੇਹਧਾਰੀ

bodily /'ਬੌਡਿਲਿ/ *a* ਸਰੀਰਿਕ *adv* ਸਰੀਰਿਕ ਤੌਰ ਉੱਤੇ; ਸਾਰੇ ਦਾ ਸਾਰਾ, ਸਮੁੱਚੇ ਤੌਰ ਉੱਤੇ

boding /'ਬਅਉਡਿਙ/ *n* ਭਵਿੱਖਬਾਣੀ

bodkin /'ਬੌਡਕਿਨ/ *n* ਨਾਲਾ-ਪਾਉਣੀ; ਵਾਲਾਂ ਉੱਤੇ ਲਾਉਣ ਵਾਲੀ ਲੰਬੀ ਸੂਈ, ਵਾਲ ਪਿੰਨ; ਦੋ ਮਨੁੱਖਾਂ ਵਿਚਕਾਰ ਫਸਿਆ ਬੰਦਾ

body /'ਬੌਡਿ/ *n* ਸਰੀਰ, ਤਨ, ਦੇਹ, ਕਾਇਆ, ਜੁੱਸਾ, ਪਿੰਡਾ; ਲਾਸ਼, ਲੋਥ; ਮਨੁੱਖ, ਬੰਦਾ, ਵਿਅਕਤੀ; ਲਿਖਤ ਜਾਂ ਮਜ਼ਮੂਨ ਦਾ ਪ੍ਰਧਾਨ ਅੰਗ; ਚੋਲੀ, ਅੰਗੀ; ਸੰਸਥਾ; ਪਦਾਰਥ, ਪਿੰਡ *vt* ਰੂਪ ਦੇਣਾ; ਆਕਾਰ ਚਿਤਵਣਾ, ਵਜੂਦ ਵਿੱਚ ਲਿਆਉਣਾ **heavenly body** ਆਕਾਸ਼ੀ ਪਿੰਡ **in a body** ਇੱਕ ਸਾਥ, ਮਿਲ ਕੇ, ਇਕੱਠੇ ਹੋ ਕੇ

body-colour *n* ਅਪਾਰਦਰਸ਼ੀ ਰੰਗ

bodyguard /'ਬੌਡਿਗਾਡ/ *n* ਅੰਗ-ਰੱਖਿਅਕ, ਬਾਡੀਗਾਰਡ

body politic *n* ਰਾਜ ਸੱਤਾ

bog /ਬੌਗ/ *n* ਖੋਭਾ, ਜਿੱਲ੍ਹਣ, ਚਿੱਕੜ, ਦਲਦਲ *vt* ਖੋਭੇ ਵਿੱਚ ਫਸ ਜਾਣਾ, ਦਲਦਲ ਵਿੱਚ ਫਸਣਾ

bogey, bogy /'ਬਅਉਗਿ/ *n* ਹਊਆ, ਭਊ, ਬੂਊ (ਬੱਚਿਆਂ ਨੂੰ ਡਰਾਉਣ ਲਈ ਵਰਤਿਆ ਜਾਂਦਾ ਹੈ)

boggle /'ਬੌਗਲ/ *vt* ਤ੍ਰਭਕਣਾ, ਚੌਂਕਣਾ, ਤ੍ਰਹਿਣਾ; ਹਿਚਕਚਾਉਣਾ, ਜੱਕੋ-ਤੱਕੀ ਕਰਨਾ; ਗੋਲ-ਮੋਲ ਗੱਲ ਕਰਨਾ

boggy /'ਬੌਗਿ/ *a* ਦਲਦਲੀ, ਚਿੱਕੜ ਵਾਲੀ (ਧਰਤੀ)

bogie /'ਬਅਉਗਿ/ *n* ਬੋਗੀ, ਰੇਲ ਦਾ ਡੱਬਾ

bog land *n* ਦਲਦਲੀ ਧਰਤੀ

bogle /'ਬਅਉਗਲ/ *n* ਭੂਤ, ਪ੍ਰੇਤ, ਹਊਆ; ਚਿੜੀਆਂ ਨੂੰ ਡਰਾਉਣ ਲਈ ਖੇਤ ਵਿੱਚ ਖੜ੍ਹਾ ਕੀਤਾ ਕੋਈ ਢਾਂਚਾ, (ਖੇਤ ਦਾ) ਡਰਨਾ, ਡਰਾਉਣਾ

bogus /'ਬਅਉਗਅਸ/ *a* ਬਣਾਉਟੀ, ਨਕਲੀ, ਜਾਅਲੀ, ਮਿਥਿਆ, ਝੂਠਾ

bohea /ਬਅਉ'ਹੀ/ *n* ਇੱਕ ਘਟੀਆ ਚਾਹ ਪੱਤੀ

bohemian /ਬਅਉ'ਹੀਮਿਅਨ/ *a* ਮਸਤ-ਮਲੰਗ, ਮਨ-ਮੌਜੀ

bohemianism /ਬਅਉ'ਹੀਮਿਅਨਿਜ਼ਅਮ/ *n* ਮਲੰਗਪੁਣਾ, ਸਮਾਜਿਕ ਰੀਤੀਆਂ ਦਾ ਉਲੰਘਣ

boil¹ /ਬੌਇਲ/ *n* ਫੋੜਾ

boil² *v* ਉਬੱਲਨਾ, ਉਬਾਲਨਾ, ਖੌਲਣਾ, ਉਬਾਲਾ ਆਉਣਾ; ਜੋਸ਼ ਖਾਣਾ (ਸਮੁੰਦਰ ਆਦਿ ਦਾ); ਗੁੱਸੇ

ਵਿੱਚ ਕਰਿਝਣਾ; ਉੱਬਲਦੇ ਪਾਣੀ ਦੇ ਸੇਕ ਨਾਲ ਰਿੰਨ੍ਹਣਾ ਜਾਂ ਰਿੱਝਣਾ, ਕੜ੍ਹਨਾ, ਕਾੜ੍ਹਨਾ *n* ਉਬਾਲਾ, ਉਬਾਲ; ਉਬਾਲ ਦਰਜਾ

boiler /'ਬੌਇਲਅ*/ *n* ਉਬਾਲਨ ਵਾਲਾ ਵੱਡਾ ਪਤੀਲਾ; ਬਾਇਲਰ, ਇੰਜਣ ਦਾ ਵੱਡਾ ਹਿੱਸਾ ਜਿੱਥੇ ਭਾਫ਼ ਬਣਾਉਣ ਲਈ ਪਾਣੀ ਉੱਬਲਦਾ ਹੈ; ਭੱਠੀ (ਧੋਬੀ ਦੀ); ਪਤੀਲੀ, (ਪਾਣੀ ਗਰਮ ਕਰਨ ਲਈ) ਹਮਾਮ

boiling /'ਬੌਇਲਿਙ/ *n* ਉਬਾਲ; ਉਛਾਲ *a* ਉੱਬਲਦਾ

boiling hot *a* ਉਬਲਦਾ; ਰਿਝਦਾ

boiling point *n* ਉਹ ਤਾਪ ਦਰਜਾ ਜਿਸ ਉੱਤੇ ਕੋਈ ਵਸਤੂ ਉਬਲੇ, ਉਬਾਲ-ਦਰਜਾ, ਓਬਲਨ-ਦਰਜਾ

boisterous /'ਬੌਇਸਟਅਰਅਸ/ *a* ਊਧਮ ਮਚਾਉਣ ਵਾਲਾ, ਰੌਲਾ ਪਾਉਣ ਵਾਲਾ, ਖਰੂਦੀ; ਕਠੋਰ (ਵਿਹਾਰ ਜਾਂ ਭਾਸ਼ਣ)

boisterousness /'ਬੌਇਸਟਅਰਅਸਨਅਸ/ *n* ਰੌਲਾ-ਰੱਪਾ, ਸ਼ੋਰੋਗੁਲ

bold /ਬਅਉਲਡ/ *a* ਦਲੇਰ, ਬਹਾਦਰ, ਹਿੰਮਤੀ, ਉੱਦਮੀ; ਧੜੱਲੇਦਾਰ, ਜ਼ੋਰਦਾਰ, ਗੁਸਤਾਖ਼, ਬੇਬਾਕ; ਸਪਸ਼ਟ, ਸਾਫ਼-ਸਾਫ਼, ਉੱਘੜਿਆ (ਆਕਾਰ, ਚਿੱਤਰਕਾਰੀ, ਟਾਈਪ ਆਦਿ)

bold-faced *a* (ਛਪਾਈ ਵਿੱਚ ਟਾਈਪ) ਗੂੜ੍ਹਾ ਕਾਲਾ

boldness /ਬਅਉਲਡਨਅਸ/ *n* ਦਲੇਰੀ, ਬਹਾਦਰੀ, ਸਾਹਸ, ਗੁਸਤਾਖ਼ੀ

bold spirited *a* ਸਾਹਸੀ, ਦਲੇਰ, ਚੜ੍ਹਦੀ ਕਲਾ ਵਾਲਾ

bole /ਬਅਉਲ/ *n* (ਰੁੱਖ ਦਾ) ਤਣਾ

bolide /'ਬਅਉਲਾਇਡ/ *n* ਟੁੱਟਦਾ ਤਾਰਾ, ਉਲਕਾ

boll /ਬਅਉਲ/ *n* ਟੀਂਡਾ (ਕਪਾਹ, ਸਣ ਆਦਿ ਦਾ)

bollard /'ਬੌਲਾਡ/ *n* ਜਹਾਜ਼ ਦੀ ਥੰਮ੍ਹੀ ਜਿਸ ਨਾਲ ਰੱਸੇ ਬੰਨ੍ਹੇ ਜਾਂਦੇ ਹਨ

Bollywood /'ਬੌਲਿਵੁਡ/ *n* (ਮੁੰਬਈ ਵਿਚ) ਹਿੰਦੀ ਫਿਲਮ ਉਦਯੋਗ ਦਾ ਹਵਾਲਾ ਦੇਣ ਵਾਲਾ ਸ਼ਬਦ, ਬੌਲੀਵੁਡ

bolometer /ਬਅਉ'ਲੌਮਿਟਅ*/ *n* ਕਿਰਨ ਮਾਪਕ ਯੰਤਰ, ਕਿਰਨਾਂ ਦੀ ਸ਼ਕਤੀ ਮਾਪਣ ਵਾਲਾ ਯੰਤਰ

Bolshevik /'ਬੌਲਸ਼ਿਵਿਕ/ *n* (ਇਤਿ) ਰੂਸ ਵਿੱਚ ਕਿਰਤੀ ਰਾਜ ਦਾ ਹਾਮੀ, ਰੂਸੀ ਕਮਿਊਨਿਸਟ, ਰੂਸੀ ਸਾਮਵਾਦੀ, ਕ੍ਰਾਂਤੀਕਾਰੀ, ਇਨਕਲਾਬ ਦਾ ਹਾਮੀ, ਬਾਲਸ਼ਵਿਕ

Bolshevism /'ਬੌਲਸ਼ਿਵਿਜ਼ਅਮ/ *n* ਸਾਮਵਾਦ, ਕ੍ਰਾਂਤੀਵਾਦ

Bolshevist /'ਬੌਲਸ਼ਿਵਿਸਟ/ *n* ਕ੍ਰਾਂਤੀਵਾਦੀ, ਖੜਾਕੂ ਸੁਭਾਅ ਦਾ ਸਾਮਵਾਦੀ

bolster /'ਬਅਉਲਸਟਅ*/ *n* ਤਕੀਆ, ਸਰ੍ਹਾਣਾ *v* ਤਕੀਏ ਦਾ ਸਹਾਰਾ ਦੇਣਾ; ਢਾਸਣਾ ਲਾਉਣਾ; ਸਹਾਰਾ, ਦੇਣਾ, ਪਿੱਠ ਠੋਕਣਾ; ਤਕੀਆਬਾਜ਼ੀ ਕਰਨਾ, ਸਰ੍ਹਾਣੇ ਮਾਰ-ਮਾਰ ਕੇ ਲੜਨਾ

bolstering /'ਬਅਉਲਸਟ(ਅ)ਰਿਙ/ *n* ਸਹਾਰਾ

bolt[1] /ਬਅਉਲਟ/ *n* ਬੋਲਟ, ਪੇਚ, ਕਾਬਲਾ; ਚਿਟਕਣੀ; ਜੰਦਰੇ ਦੀ ਝੜ; ਛੋਟਾ ਭਾਰੀ ਤੀਰ; ਟੋਕਰੀਆਂ ਬੁਣਨ ਲਈ ਬੈਂਤਾਂ ਦਾ ਗੱਠਾ; ਬਿੱਜ; ਲੜਾਈ, ਨੱਠਣ ਜਾਂ ਰਫ਼ੂਚੱਕਰ ਹੋਣ ਦੀ ਕਿਰਿਆ *v* ਕਾਬਲਿਆਂ ਨਾਲ ਕੱਸਣਾ; ਚਿਟਕਣੀ ਲਾਉਣਾ, ਬੰਦ ਕਰਨਾ (ਦਰਵਾਜ਼ਾ); ਨੱਠ ਜਾਣਾ, ਤੀਰ ਹੋਣਾ; ਨਿਗਲ ਜਾਣਾ, ਹੜੱਪ ਕਰ ਜਾਣਾ **bolt from the blue** ਦੈਵੀ ਕਰੋਪੀ, ਅਚਨਚੇਤੀ ਬਿੱਜ

bolt[2], boult *vt* ਛਾਣਨਾ; ਪੜਤਾਲ ਕਰਨਾ, ਛਾਣਬੀਣ ਕਰਨਾ, ਪੁਣ-ਛਾਣ ਕਰਨਾ

bolter[1] /'ਬਅਉਲਟਅ*/ *n* ਦਾਣੇ ਆਦਿ ਸਾਫ਼ ਕਰਨ ਵਾਲਾ ਯੰਤਰ, ਛਾਣਨੀ, ਛਾਣਨਾ; ਪੜਤਾਲ ਕਰਨ ਵਾਲਾ

bolter[2] *n* ਮੂੰਹ-ਜ਼ੋਰ ਘੋੜਾ

bolt-upright /ˌਬਅਉਲਟ 'ਅੱਪਰਾਇਟ/ *adv* ਬੜੀ ਆਕੜ ਨਾਲ

bolus /**'ਬਅਉਲਅਸ**/ *n* (ਦਵਾਈ ਦੀ) ਵੱਡੀ ਗੋਲੀ

bomb /**ਬੌਮ**/ *n* ਬੰਬ, ਬੰਬ ਦਾ ਗੋਲਾ *v* ਬੰਬ ਮਾਰਨਾ, ਬੰਬਾਰੀ ਕਰਨਾ, ਬੰਬ ਚਲਾਉਣਾ, ਗੋਲੇ ਵਰ੍ਹਾਉਣਾ **bomb up** ਹਵਾਈ ਜਹਾਜ਼ ਵਿੱਚ ਬੰਬ ਲੱਦਣਾ

bombard /**ਬੌਮ'ਬਾਡ**/ *vt* ਬੰਬਾਰੀ ਕਰਨਾ, ਗੋਲੇ ਵਰ੍ਹਾਉਣਾ, ਗੋਲਾਬਾਰੀ ਕਰਨਾ; ਬਹਿਸ ਵਿੱਚ ਦੂਜੇ ਧੜੇ ਉੱਤੇ ਦਲੀਲਾਂ ਜਾਂ ਗਾਲ੍ਹਾਂ ਦੀ ਬੁਛਾੜ ਕਰਨਾ

bombardment /**ਬੌਮ'ਬਾਡਮਅਨਟ**/ *n* ਬੰਬਾਰੀ, ਗੋਲਾਬਾਰੀ; ਬੰਬਾਂ ਨਾਲ ਕੀਤੀ ਹੋਈ ਤਬਾਹੀ

bombasine /**'ਬੌਮਬਅਜ਼ੀਨ**/ *n* ਮਾਤਮੀ ਲਿਬਾਸ ਲਈ ਕੱਪੜਾ

bombast /**'ਬੌਮਬੈਸਟ**/ *n* ਮੋਟੇ-ਮੋਟੇ ਸ਼ਬਦਾਂ ਦੀ ਵਰਤੋਂ, ਸ਼ਬਦ-ਅਡੰਬਰ, ਬੋਝਲ ਭਾਸ਼ਾ *vt* ਮੋਟੇ-ਮੋਟੇ ਸ਼ਬਦਾਂ ਦਾ ਪ੍ਰਯੋਗ ਕਰਨਾ

bombastic /**ਬੌਮ'ਬੈਸਟਿਕ**/ *a* ਬੋਝਲ ਭਾਸ਼ਾ ਵਾਲਾ

bomber /**'ਬੌਮਅ***/ *n* ਬੰਬਾਰੀ ਕਰਨ ਵਾਲਾ ਜਹਾਜ਼, ਬੰਬਾਰ, ਬੰਬ ਸੁੱਟਣ ਵਾਲਾ ਫ਼ੌਜ਼ੀ

bon /**ਬੌਨ**/ *(F) a* ਚੰਗਾ, ਅੱਛਾ, ਸ਼ੁੱਭ

bona fide /**ˌਬਅਉਨਅ 'ਫ਼ਾਇਡਿ**/ *a* ਸਦਭਾਵੀ, ਸੁਹਿਰਦ *adv* ਨੇਕ-ਨੀਤੀ ਨਾਲ, ਸਦਭਾਵਨਾ ਨਾਲ

bona fides /**ˌਬਅਉਨਅ 'ਫ਼ਾਇਡੀਜ਼**/ *n* ਨੇਕ-ਨੀਤੀ, ਸਦਭਾਵਨਾ, ਨਿਸ਼ਕਪਟਤਾ

bonanza /**ਬਅ'ਨੈਨਜ਼ਅ**/ *n* ਗੱਫਾ; ਖ਼ੁਸ਼ਹਾਲੀ ਦਾ ਸ੍ਰੋਤ

bond[1] /**ਬੌਨਡ**/ *n* ਸੰਬੰਧ, ਜੋੜ; ਬੰਨ੍ਹਣ, ਬੰਦਸ਼; ਬੰਦੀ, ਜਾਲ; ਕੈਦ, ਜੇਲ੍ਹ; ਇਕਰਾਰਨਾਮਾ, ਮੁਚੱਲਕਾ, ਲਿਖਤ, ਅਸ਼ਟਾਮ, ਬਾਂਡ *vt* ਬੰਨ੍ਹਣਾ, ਜੋੜਨਾ; ਉਧਾਰ-ਲਿਖਤ ਕਰਨਾ, ਚੁੰਗੀ ਲੱਗਣ ਵਾਲੇ ਮਾਲ ਨੂੰ ਮਾਲ ਗੁਦਾਮ ਵਿਚ ਬੰਦ ਰੱਖਣਾ **in bond** ਕਰ ਚੁਕਾਉਣ ਤੱਕ ਮਾਲ ਦੀ ਗੁਦਾਮ ਵਿੱਚ ਰੋਕ, ਬੰਧਨ

bond[2] *n* ਗੁਲਾਮ, ਗੋਲਾ, ਦਾਸ

bondage /**'ਬੌਨਡਿਜ**/ *n* ਬੰਨ੍ਹਣ, ਬੰਦਸ਼, ਬੰਧੇਜ, ਪਾਬੰਦੀ; ਅਧੀਨਤਾ, ਦਾਸਤਾ, ਗੁਲਾਮੀ, ਕੈਦ

bondholder /**'ਬੌਨਡˌਹਅਉਲਡਅ***/ *n* ਜਿਸ ਕੋਲ ਇਕਰਾਰਨਾਮੇ ਦੀ ਲਿਖਤ ਹੋਵੇ, ਬਾਂਡਧਾਰੀ

bondman /**'ਬੌਨਡਮਅਨ**/ *n* ਦਾਸ, ਗੁਲਾਮ

bondwoman /**'ਬੌਨਡਵੁਮਅਨ**/ *n* ਦਾਸੀ

bone /**ਬਅਉਨ**/ *n* ਹੱਡੀ, ਹੱਡ, ਅਸਥੀ; (ਬਹੁ) ਪਸ਼ੂਆਂ ਦੇ ਸੁੱਕੇ ਪਿੰਜਰ, ਅਸਥੀਆਂ, ਫੁੱਲ; ਹੱਡੀ ਦਾ ਸਮਾਨ; ਵੇਲ੍ਹ ਮੱਛੀ ਦੀ ਹੱਡੀ; ਲੜਾਈ-ਝਗੜੇ ਦੀ ਜੜ੍ਹ *vt* ਮਾਸ ਨਾਲੋਂ ਹੱਡੀਆਂ ਨਿਖੇੜਨਾ, ਮੱਛੀ ਤੋਂ ਕੰਡੇ ਵੱਖਰੇ ਕਰਨਾ; (ਅਪ) ਚੋਰੀ ਕਰਨਾ, ਚੁਰਾਉਣਾ **bone of contention** ਲੜਾਈ-ਝਗੜੇ ਦੀ ਜੜ੍ਹ **flesh and bone** ਹੱਡੀਆਂ ਦੀ ਮੁਠ

bone-ache *n* ਹੱਡੀ-ਪੀੜ

bonehead /**'ਬਅਉਨਹੈੱਡ**/ *n* (ਅਪ) ਮੂਰਖ, ਬੁੱਧੂ, ਮੂੜ੍ਹ ਬੰਦਾ

bone idle *n* ਹੱਡ ਹਰਾਮ ਵਿਅਕਤੀ

bone marrow *n* ਹੱਡੀਆਂ ਵਿੱਚ ਖੋੜ ਨੂੰ ਭਰਨ ਵਾਲਾ ਇੱਕ ਤੱਤ

boner /**'ਬਅਉਨਅ***/ *n* ਵੱਡੀ ਭੁੱਲ, ਭਾਰੀ ਗ਼ਲਤੀ

bonfire /**'ਬੌਨਫ਼ਾਇਅ***/ *n* ਕਿਸੇ ਖ਼ੁਸ਼ੀ ਸਮੇਂ ਖੁੱਲ੍ਹੀ ਥਾਂ ਵਿੱਚ ਬਾਲੀ ਅੱਗ, ਅਗਨੀ ਉਤਸਵ, ਲੋਹੜੀ, ਅਗਨੀ ਪੁਰਬ; ਭਾਂਬੜ, ਧੂਣੀ; ਕੂੜਾ ਕਰਕਟ ਸਾੜਨ ਲਈ ਬਾਲੀ ਅੱਗ

bongrace /**'ਬੌਨਗਰੇਇਸ**/ *n* ਇਸਤਰੀ ਦਾ ਟੋਪ

bonhomie /**'ਬੌਨਅਮਿ**/ *(F) n* ਹਸਮੁਖਤਾ, ਮਿਲਨਸਾਰੀ, ਮਿਲਾਪੜਾਪਣ

boniface /**'ਬੌਨਿਫ਼ੇਇਸ**/ *n* ਭਟਿਆਰਾ, ਸਰਾਂ ਦਾ ਮਾਲਕ, ਹੋਟਲ ਦਾ ਮਾਲਕ

bon mot /**ˌਬੌਨ 'ਮਅਉ**/ *(F) n* ਤੁਰੰਤ ਜਵਾਬ, ਹਾਜ਼ਰ ਜਵਾਬੀ, ਚੁਟਕਲਾ, ਲਤੀਫ਼ਾ

bonne /**ਬੌਨ**/ *(F) n* ਖਿਡਾਵੀ, ਨੌਕਰਾਣੀ

bonne bouche /**ˌਬੋਨ 'ਬੁਸ਼**/ *(F) n* ਖਾਣ ਵਾਲੀ ਸੁਆਦਲੀ ਚੀਜ਼ ਜੋ ਖਾਣੇ ਦੇ ਅਖੀਰ ਵਿੱਚ ਖਾਧੀ

ਜਾਏ

bonnet /'ਬੌਨਿਟ/ *n* ਤੀਵੀਂਆਂ ਦੀ ਅੰਗਰੇਜ਼ੀ ਟੋਪੀ; (ਸਕਾਟਲੈਂਡ ਦੇ) ਮਰਦਾਂ ਦੀ ਟੋਪੀ, ਬੋਨਟ; (ਮੋਟਰ ਆਦਿ ਦਾ) ਅਗਲਾ ਟਾਪਾ ਬੋਨਟ; (ਨਿਲਾਮੀ, ਜੂਏ ਆਦਿ ਵਿੱਚ) ਫਸਾਉਣ ਵਾਲਾ ਮਨੁੱਖ, ਦੂਜਿਆਂ ਨੂੰ ਫਸਾਉਣ ਲਈ ਵਧ-ਚੜ੍ਹ ਕੇ ਬੋਲੀ ਦੇਣ ਵਾਲਾ *vt* ਸਿਰ ਉੱਤੇ ਟੋਪੀ ਰੱਖਣਾ, ਬੋਨਟ ਟੋਪੀ ਪਹਿਨਣਾ; ਟੋਪੀ ਨਾਲ ਮੂੰਹ ਢਕਣਾ, ਅੱਖ ਤੀਕ ਖਿੱਚ ਕੇ ਟੋਪੀ ਲਿਆਉਣਾ

bonneted /'ਬੌਨਿਟਿਡ/ *a* ਢੱਕਣ ਵਾਲਾ, ਢੱਕਿਆ; ਬੋਨਟ ਟੋਪੀ ਵਾਲਾ

bonny /'ਬੌਨਿ/ *a* (ਸਕਾਟ) ਸੋਹਣਾ; ਅਲਬੇਲਾ; ਸਿਹਤਮੰਦ

bonsai /'ਬੌਨਸਾਇ/ *n* ਬੌਣਾ ਰੁੱਖ (ਜਿਸਨੂੰ ਆਪਣੀ ਕੁਦਰਤੀ ਉਚਾਈ ਤੱਕ ਵਧਣ ਨਹੀਂ ਦਿੱਤਾ ਜਾਂਦਾ); ਬੌਨਸਾਈ ਤਿਆਰ ਕਰਨ ਦੀ ਜਪਾਨੀ ਕਲਾ

bonus /'ਬਅਉਨਅਸ/ *n* ਬੋਨਸ, ਵਾਧੂ ਨਫ਼ਾ, ਲਾਭਾਂਸ਼

bon voyage /ˌਬੌਨ ਵੌਇ'ਆਯ/ *(F) n* ਯਾਤਰਾ ਸੰਬੰਧੀ ਸ਼ੁਭ ਕਾਮਨਾਵਾਂ, ਸਫਰ ਸੁਹਾਵਨਾ ਹੋਵੇ, ਅਲਵਿਦਾ !

bony /'ਬਅਉਨਿ/ *a* ਹੱਡਲ; ਹੱਡੀ ਵਰਗਾ; ਹੱਡੀਆਂ ਦਾ, ਨਿਰਾ ਹੱਡੀਆਂ ਦਾ; ਦੁਬਲਾ ਪਤਲਾ

boo /ਬੂ/ *n* ਨਾਪਸੰਦਗੀ ਦਰਸਾਉਣ ਲਈ ਸ਼ੋਰ *vt* (ਭਾਸ਼ਣ ਕਰਤਾ, ਵਕਤਾ, ਘੋਸ਼ਣਾ ਆਦਿ ਨੂੰ) ਛੀ-ਛੀ ਕਰਨਾ *int* ਓਇ-ਓਇ ! ਹੁਸ਼ (ਕਰਨਾ)

booby /'ਬੂਬਿ/ *n* ਬੁੱਧੂ, ਸਿੱਧੜ, ਲੋਲ੍ਹਾ; ਹੰਸ ਜਾਤੀ ਦੀ ਕਿਸਮ ਦਾ ਇੱਕ ਸਮੁੰਦਰੀ ਪੰਛੀ

boobyish /'ਬੂਬਿਇਸ਼/ *a* ਮੂਰਖ, ਭੋਲਾ ਜਿਹਾ, ਬੁੱਧੂ ਜਿਹਾ

booby prize *n* ਫਾਡੀ ਰਹਿਣ ਦਾ ਇਨਾਮ

booby trap *n* ਛਲ-ਫੰਦਾ, ਦਰਵਾਜ਼ੇ ਉੱਤੇ ਇਸ ਢੰਗ ਨਾਲ ਰੱਖੀ ਵਸਤੂ ਜੋ ਦਰਵਾਜ਼ਾ ਖੋਲ੍ਹਣ ਨਾਲ ਸਿਰ ਉੱਤੇ ਆ ਡਿੱਗੇ; ਬੰਬ ਛੁਪਾ ਕੇ ਰੱਖਣ ਦੀ ਜੁਗਤ

boodle /'ਬੂਡਲ/ *n* ਭੀੜ, ਜੁੰਡੀ, ਦਲ, ਸਮੂਹ, ਝੁੰਡ; ਰਾਜਸੀ ਕੰਮਾਂ ਵਿੱਚ ਵੱਢੀ ਦੀ ਰਕਮ; ਤਾਸ਼ ਦੀ ਇੱਕ ਖੇਡ

boogie /'ਬੂਗਿ/ *n* **(also boogie woogie)** ਤੇਜ਼ ਤਾਲ ਉੱਤੇ ਵਜਾਇਆ ਜਾਣ ਵਾਲਾ ਇੱਕ ਕਿਸਮ ਦਾ ਬਲੂਜ਼ ਸੰਗੀਤ *v* ਤੇਜ਼ ਲੋਕਪ੍ਰਿਅ ਸੰਗੀਤ ਨਾਲ ਨੱਚਣਾ

boohoo /'ਬੂਹੂ, ˌਬੂ'ਹੂ/ *n* ਕੁਰਲਾਹਟ, ਹਾਲ-ਦੁਹਾਈ, ਸੰਘ ਪਾੜ ਕੇ ਕੱਢੀ ਅਵਾਜ *vt* ਕੁਰਲਾਉਣਾ, ਉੱਚੀ-ਉੱਚੀ ਰੋਣਾ

book /ਬੁਕ/ *n* ਪੁਸਤਕ, ਕਿਤਾਬ, ਪੋਥੀ; ਸਾਹਿਤਕ ਲੇਖ ਜਾਂ ਨਿਬੰਧ; ਸੂਚੀ; ਧਾਰਮਿਕ ਗ੍ਰੰਥ; ਘੋੜ-ਦੌੜ ਦੀ ਬਾਜ਼ੀ, ਸ਼ਰਤ; ਵਹੀ, ਵਹੀ-ਖਾਤਾ; ਕਾਪੀ, ਨੋਟਬੁਕ, ਰਜਿਸਟਰ *vt* (ਵਹੀ-ਖਾਤੇ ਵਿੱਚ) ਲਿਖਣਾ, ਅੰਕਿਤ ਕਰਨਾ, ਰਜਿਸਟਰ ਉੱਤੇ ਚਾੜ੍ਹਨਾ; (ਸੀਟ ਆਦਿ ਦੇ ਪਹਿਲਾਂ ਪੈਸੇ ਦੇ ਕੇ) ਨਿਯਤ ਕਰਨਾ, ਰਾਖਵੀਂ ਕਰਨਾ, ਸੁਰੱਖਿਅਤ ਕਰਾ ਲੈਣਾ; (ਸੀਟ ਆਦਿ ਨਿਯਤ ਕਰਾਉਣ ਵਾਲੇ ਆਦਮੀ ਦਾ); ਟਿਕਟ ਦੇਣਾ ਜਾਂ ਲੈਣਾ; ਮਾਲ ਭੇਜਣ ਵਾਲੇ ਦਾ ਨਾਂ ਲਿਖਣਾ ਜਾਂ ਲਿਖਵਾਉਣਾ; ਕੰਮ ਕਾਜ ਨਿਯਤ ਕਰਨਾ **be in bad book** ਕਿਸੇ ਦੀਆਂ ਨਜ਼ਰਾਂ ਵਿਚ ਡਿੱਗ ਜਾਣਾ **bring to book** ਗ਼ਲਤੀ ਲਈ ਸਜਾ ਦੇਣਾ, ਜਵਾਬ ਤਲਬੀ ਕਰਨਾ **take a leaf out of one's book** ਕਿਸੇ ਦੇ ਜੀਵਨ ਤੋਂ ਸਬਕ ਸਿੱਖਣਾ

bookbinder /'ਬੁਕਬਾਇਨਡਅ*/ *n* ਜਿਲਦਸਾਜ਼

bookbinding /'ਬੁਕˌਬਾਇਨਡਿਙ/ *n* ਜਿਲਦਸਾਜ਼ੀ

bookcase /'ਬੁਕਕੇਇਸ/ *n* ਕਿਤਾਬਾਂ ਰੱਖਣ ਦੀ ਅਲਮਾਰੀ

book concern *n* ਕਿਤਾਬਾਂ ਦੀ ਏਜੰਸੀ

bookie /'ਬੁਕਿ/ *n* (ਘੋੜਦੌੜ) ਜੂਆ-ਵਪਾਰੀ

booking /'ਬੁਕਿਙ/ *n* ਟਿਕਟ ਵਿਕਰੀ, ਰਾਖਵਾਂਕਰਨ

booking-clerk *n* ਟਿਕਟ ਬਾਬੂ

booking office *n* ਟਿਕਟ ਘਰ

bookish /'ਬੁਕਿਸ਼/ *n* ਕਿਤਾਬੀ, ਅਵਿਹਾਰਕ

bookkeeper /'ਬੁਕਕੀਪਅ*/ *n* ਹਿਸਾਬ-ਕਿਤਾਬ ਰੱਖਣ ਵਾਲਾ, ਮੁਨੀਮ

book-keeping *n* ਵਹੀ-ਖਾਤਾ, ਹਿਸਾਬ-ਕਿਤਾਬ, ਮੁਨੀਮੀ

book learning, book lore *n* ਕਿਤਾਬੀ ਗਿਆਨ

booklet /'ਬੁਕਲਅਟ/ *n* ਕਿਤਾਬਚਾ

bookmaker /'ਬੁਕਮੇਇਕਅ*/ *n* ਗ੍ਰੰਥ ਸੰਗ੍ਰਹਿ ਕਰਨ ਵਾਲਾ, ਸੰਕਲਨ ਕਰਤਾ; ਪ੍ਰਕਾਸ਼ਕ; (ਘੋੜਦੌੜ) ਜੂਆ ਵਪਾਰੀ, ਸ਼ਰਤਬਾਜ਼

bookmark /'ਬੁਕਮਾਕ/ *n* (ਪੜ੍ਹਨ ਉਪਰੰਤ) ਕਿਤਾਬ ਵਿੱਚ ਨਿਸ਼ਾਨੀ ਵਜੋਂ ਰੱਖਿਆ ਕਾਗਜ਼ ਵਗੈਰਾ, (ਕਿਸੇ ਟੂਕ ਜਾਂ ਤੱਥ ਜਾਨਣ ਲਈ) ਕਿਤਾਬ ਵਿਚ ਰੱਖਿਆ ਧਾਗਾ ਜਾਂ ਸਲਿਪ

book mate *n* ਸਹਿਪਾਠੀ

book of fate *n* ਕਰਮ ਲੇਖਾ, ਕਰਮਾਂ ਦੇ ਲੇਖ

book-post *n* ਡਾਕ ਰਾਹੀਂ ਛਪੀ ਕਿਤਾਬ ਆਦਿ ਭੇਜਣ ਦਾ ਭਾਵ, ਬੁਕ ਪੋਸਟ

bookseller /'ਬੁਕਸੈੱਲਅ*/ *n* ਕਿਤਾਬਾਂ ਵੇਚਣ ਵਾਲਾ, ਪੁਸਤਕ ਵਿਕਰੇਤਾ

bookshelf /'ਬੁਕਸ਼ੈੱਲਫ਼/ *n* ਕਿਤਾਬਾਂ ਰੱਖਣ ਦੀ ਅਲਮਾਰੀ

bookstall /'ਬੁਕਸਟੋਲ/ *n* ਕਿਤਾਬਾਂ ਦੀ ਦੁਕਾਨ

bookwork /'ਬੁਕਵਅ:ਕ/ *n* ਕਿਤਾਬੀ ਕੰਮ

bookworm /'ਬੁਕਵਅ:ਮ/ *n* ਕਿਤਾਬੀ ਕੀੜਾ, ਬਹੁਤ ਪੜ੍ਹਨ ਵਾਲ ਬੰਦਾ

Boolean /'ਬੂਲਿਅਨ/ *a* (ਗਣਿ, ਕੰਪਿ) *1* (ਹੈ) ਅਤੇ *0* (ਨਹੀਂ) ਉੱਤੇ ਆਧਾਰਿਤ ਦੋ-ਅੰਕੀ ਪ੍ਰਨਾਲੀ

boom¹ /ਬੂਮ/ *n* ਤਰਦਾ ਬੰਨ੍ਹ; ਨਦੀ ਜਾਂ ਬੰਦਰਗਾਹ ਦੇ ਮੁਹਾਣੇ ਉੱਤੇ ਰੋਕ ਲਈ ਲੱਗਾ ਜੰਗਲਾ, ਬੰਦਰਗਾਹੀ ਰੋਕ

boom² *n* ਗਰਜ, ਗੂੰਜ *vi* ਗੱਜਣਾ

boom³ *n* (ਆਰਥਿਕ) ਤੇਜ਼ੀ, ਚੜ੍ਹਤ

boomerang /'ਬੂਮਅਰੈਙ/ *n* (ਆਸਟਰੇਲੀਆ ਦੇ ਆਦਿਵਾਸੀਆਂ ਦਾ) ਕੂਹਣੀ ਵਰਗਾ ਲੱਕੜ ਦਾ ਹਥਿਆਰ (ਜੋ ਚਲਾਉਣ ਵਾਲੇ ਕੋਲ ਹੀ ਪਰਤ ਆਉਂਦਾ ਹੈ), ਪੁੱਠੀ ਪਈ ਗੱਲ ਜਾਂ ਸਕੀਮ *v* ਗੱਲ ਪੁੱਠੀ ਪੈਣਾ, ਆਪਣਾ ਹੀ ਨੁਕਸਾਨ ਹੋਣਾ

boon¹ /ਬੂਨ/ *n* ਵਰ, ਵਰਦਾਨ, ਬਖ਼ਸ਼ਿਸ਼, ਬਰਕਤ; ਸੁਗਾਤ; (ਅਪ) ਕਾਮਨਾ, ਜਾਚਨਾ

boon² *a* ਹਸਮੁਖ

boor /ਬੁਅ*, ਬੋ*/ *n* ਉਜੱਡ, ਮੂਰਖ, ਅਵੈੜਾ

boorish /'ਬੁਅਰਿਸ਼, 'ਬੋਰਿਸ਼/ *a* ਉਜੱਡ, ਮੂਰਖ; ਜੰਗਲੀ

boorishness /'ਬੁਅਰਿਸ਼ਨਿਸ/ *n* ਜੰਗਲੀਪੁਣਾ; ਉਜੱਡਪੁਣਾ

boose /'ਬੂਜ਼/ *vi* ਵੇਖੋ **booze**

boost /ਬੂਸਟ/ *n* (ਵਾਧੇ ਲਈ) ਇਸ਼ਤਿਹਾਰਬਾਜ਼ੀ ਵਾਧਾ *vt* ਗੁਣ ਗਾਉਣਾ, ਵਧਾਅ-ਚੜ੍ਹਾਅ ਕੇ ਦੱਸਣਾ, (ਹੌਸਲਾ) ਉਤਾਂਹ ਚੁੱਕਣਾ; (ਉਤਪਾਦਨ) ਵਧਾਉਣਾ

booster /'ਬੂਸਟਅ*/ *n* ਹੱਲਾਸ਼ੇਰੀ ਦੇਣ ਵਾਲਾ, ਸ਼ਕਤੀਵਰਧਕ, ਬੂਸਟਰ

boot¹ /ਬੂਟ/ *n* ਬੂਟ; ਪੁਰਾਣੇ ਸਮੇਂ ਤਸੀਹੇ ਦੇਣ ਦਾ ਸ਼ਕੰਜਾ; ਕੋਚਵਾਨ ਦੀ ਸੀਟ ਦੇ ਥੱਲੇ ਸਮਾਨ ਰੱਖਣ ਦੀ ਪੇਟੀ *vt* ਮਾਰ ਕੇ ਬਾਹਰ ਕੱਢ ਦੇਣਾ, (ਠੁੱਡ) ਮਾਰਨਾ; ਜੁੱਤੀ ਪਾਉਣਾ **die in one's boots** ਕੰਮ ਕਰਦਿਆਂ ਮਰਨਾ; ਜੂਝਦਿਆਂ ਮਰਨਾ **have one's heart in one's boots** ਭੈਭੀਤ ਹੋਣਾ, ਕਲੇਜਾ ਮੂੰਹ ਨੂੰ ਆਉਣਾ

boot² *n* ਵਾਧਾ, ਲਾਭ, ਫ਼ਾਇਦਾ

booted /'ਬੂਟਿਡ/ *a* ਬੂਟਧਾਰੀ

bootee /ਬੂ'ਟੀ/ *n* ਔਰਤਾਂ ਦੇ ਛੋਟੇ ਬੂਟ; ਬੱਚਿਆਂ ਦੇ ਊਨੀ ਮੌਜੇ

booth /ਬੂਦ/ *n* ਅਸਥਾਈ ਨਿਵਾਸ ਜਾਂ ਡੇਰਾ, ਛੱਪਰ, ਢਾਰਾ, ਤੰਬੂ; ਖੋਖਾ, ਸਟਾਲ, ਬੂਥ, ਅਸਥਾਈ ਦੁਕਾਨ; ਮੇਲੇ ਦਾ ਖੈਮਾ, ਮੇਲੇ ਦੀ ਹੱਟੀ

Booting /ਬੂਟਿਙ/ *v* (ਕੰਪਿ) ਕੰਪਿਊਟਰ ਦੇ

ਭੰਡਾਰਨ ਉਪਕਰਨਾਂ (ਜਿਵੇਂ–ਹਾਰਡ ਡਿਸਕ, ਫਲਾਪੀ, ਸੀ.ਡੀ. ਆਦਿ) ਤੋਂ ਆਪਰੇਟਿੰਗ ਸਿਸਟਮ ਨੂੰ ਮੁੱਖ ਯਾਦਦਾਸ਼ਤ ਵਿੱਚ ਭਰਨ ਦੀ ਪ੍ਰਕਿਰਿਆ; ਬੰਦ ਕੰਪਿਊਟਰ ਨੂੰ ਚਾਲੂ ਕਰਨ ਦੀ ਪ੍ਰਕਿਰਿਆ

bootjack /'ਬੂਟਜੈਕ/ *n* ਬੂਟ ਉਤਾਰਨ ਦਾ ਯੰਤਰ

bootlegger /'ਬੂਟ,ਲੈਗੱਅ*/ *n* ਸ਼ਰਾਬ ਦਾ ਚੋਰ-ਵਪਾਰੀ

bootlegging /'ਬੂਟਲੈੱਗਿਙ/ *n* ਨਾਜਾਇਜ਼ ਸ਼ਰਾਬ ਦਾ ਵਪਾਰ

bootlicker /'ਬੂਟਲਿਕਅ*/ *n* ਝੋਲੀਚੁੱਕ, ਚਾਪਲੂਸ, ਖੁਸ਼ਾਮਦੀ

boots /ਬੂਟਸ/ *n* ਹੋਟਲ ਵਿੱਚ ਜੁੱਤੀ ਸਾਫ ਕਰਨ ਵਾਲਾ ਜਾਂ ਸਮਾਨ ਲੈ ਜਾਣ ਵਾਲਾ ਨੌਕਰ

bootstrap /'ਬੂਟਸਟਰੈਪ/ *n* ਬੂਟ ਦੀ ਜੀਭੀ (ਜਿਸਨੂੰ ਪਕੜ ਕੇ ਬੂਟ ਪਹਿਨਿਆ ਜਾਂਦਾ ਹੈ) **pull/drag yourself up by your own bootstraps** ਪਰਿਸਥਿਤੀਆਂ ਵਿੱਚੋਂ ਆਪਣੇ ਆਪ ਹੀ ਬਾਹਰ ਨਿਕਲਨਾ (ਬਿਨਾਂ ਕਿਸੇ ਦੀ ਸਹਾਇਤਾ ਦੇ)

boot-tree *n* ਕਲਬੂਤ

booty /'ਬੂਟਿ/ *n* ਲੁੱਟ, ਲੁੱਟ ਦਾ ਮਾਲ; ਲਾਭ, ਫ਼ਾਇਦਾ **play booty** ਛਲ ਕਪਟ ਕਰਨਾ, ਧੋਖਾ ਦੇਣਾ, ਆਪਣਿਆਂ ਨੂੰ ਹੀ ਫਸਾਉਣਾ

booze, boose /ਬੂਜ਼/ *vi* ਅੰਨ੍ਹੇਵਾਹ ਸ਼ਰਾਬ ਪੀਣਾ *n* ਤੇਜ਼ ਸ਼ਰਾਬ; ਸ਼ਰਾਬ ਦਾ ਦੌਰ

boozy /ਬੂਜ਼ਿ/ *a* ਨਸ਼ੇ ਵਿੱਚ ਗੁੱਟ, ਮਦਮਸਤ; ਪਿਅੱਕੜ, ਪਿਆਕ, ਪਿਆਕਲ

borax /'ਬੋਰੈਕਸ/ *n* ਸੁਹਾਗਾ, ਬੋਰਕ, ਟੰਕਣ

bordel, bordello /ਬੋ'ਡੈੱਲ, ਬੋ'ਡੈੱਲਅਉ/ *n* ਚਕਲਾ, ਕੋਠਾ, ਰੰਡੀਖਾਨਾ

border /'ਬੋਡਅ*/ *n* ਸਰਹੱਦ, ਸੀਮਾ, ਹੱਦ; ਕਿਨਾਰਾ, ਤਟ; ਹਾਸ਼ੀਆ, ਕੰਨੀ, ਮਗਜ਼ੀ *v* ਹੱਦਬੰਦੀ ਕਰਨਾ; ਹੱਦ ਮਿਲਨਾ; ਨਾਲ ਲੱਗਦਾ ਹੋਣਾ; ਵਲਣਾ, ਵਾੜ ਲਾਉਣਾ; ਹਾਸ਼ੀਆ ਲਾਉਣਾ, ਕਿਨਾਰੀ ਲਾਉਣਾ, ਮਗਜ਼ੀ ਲਾਉਣਾ

bordering /'ਬੋਡਅਰਿਙ/ *n* ਹੱਦਬਦੀ *a* ਨਾਲ ਲੱਗਦਾ

borderline /'ਬੋਡਅਲਾਇਨ/ *a* ਸੰਦੇਹਪੂਰਨ, ਵਿੱਚ ਵਿਚਾਲੇ ਵਾਲਾ, ਮੱਧਵਰਤੀ, ਸਰਹੱਦੀ *n* ਸਰਹੱਦ, ਸੀਮਾ

bore[1] /ਬੋ*/ *v* **bear** ਦਾ ਭੂਤ-ਕਾਲ

bore[2] *n* ਵਰਮੇ ਨਾਲ ਕੱਢੀ ਮੋਰੀ, ਛੇਕ, ਬੰਦੂਕ ਦੀ ਨਾਲੀ ਦਾ ਵਿਆਸ; ਪਾਣੀ ਦਾ ਪਤਾ ਲਾਉਣ ਲਈ ਜ਼ਮੀਨ ਵਿੱਚ ਕੀਤੀ ਗਈ ਮੋਰੀ *v* ਵਰਮੇ ਨਾਲ ਮੋਰੀ ਕੱਢਣਾ; ਖੋਖਲਾ ਕਰਨਾ; (ਖੂਹ) ਪੁੱਟਣਾ; ਰਾਹ ਬਣਾਉਣਾ, (ਘੋੜ ਦੌੜ ਵਿੱਚ) ਦੂਜੇ ਘੋੜੇ ਨੂੰ ਧੱਕਾ ਦੇ ਕੇ ਰਸਤੇ ਤੋਂ ਹਟਾਉਣਾ

bore[3] *n* ਅਕਾਊ ਆਦਮੀ *a* ਮਗਜ਼-ਚੱਟ, ਤੰਗ ਕਰਨ ਵਾਲਾ, ਬਾਤੂਨੀ *vt* ਤੰਗ ਕਰਨਾ; ਮਗਜ਼ ਚੱਟਣਾ, ਅਕਾਉਣਾ, ਪ੍ਰੇਸ਼ਾਨ ਕਰਨਾ, ਬੋਰ ਕਰਨਾ

boredom /'ਬੋਡਅਮ/ *n* ਅਕੇਵਾਂ, ਉਕਤਾਹਟ

borewell /'ਬੋਵੈੱਲ/ *n* (ਜ਼ਮੀਨ ਹੇਠੋਂ ਪਾਣੀ ਕੱਢਣ ਲਈ) ਬੰਬੀ, ਟਿਊਬਵੈੱਲ

boring /'ਬੋਰਿਙ/ *a* ਨੀਰਸ, ਅਕਾਊ

born /ਬੋਨ/ *v* **bear** ਦਾ ਭੂਤ-ਕ੍ਰਿਦੰਤ, ਜਨਮਿਆ, ਜੰਮਿਆ, ਪੈਦਾ ਹੋਇਆ; ਜਮਾਂਦਰੂ **born with silver spoon in mouth** ਅਮੀਰ ਘਰਾਣੇ ਵਿੱਚ ਪੈਦਾ ਹੋਇਆ

borne /ਬੋਨ/ *a* **bear** ਦਾ ਭੂਤ-ਕ੍ਰਿਦੰਤ

boron /'ਬੋਰੌਨ/ *n* ਇੱਕ ਰਸਾਇਣਕ ਤੱਤ, ਟਾਂਕਣ

borough /'ਬਅੱਰਅ/ *n* (ਪੁਰਾ) ਅਬਾਦੀ, ਨਗਰ; (ਪਾਰਲੀਮੈਂਟ ਦਾ) ਚੋਣ-ਹਲਕਾ

borrow /'ਬੌਰਅਉ/ *v* ਉਧਾਰ ਲੈਣਾ; ਕਰਜ਼ਾ ਲੈਣਾ; ਮਾਂਗਵਾਂ ਲੈਣਾ; (ਸ਼ਬਦ, ਵਿਚਾਰ ਆਦਿ) ਅਪਨਾਉਣਾ

borrower /'ਬੌਰਅਉਅ*/ *n* ਉਧਾਰ ਲੈਣ ਵਾਲਾ, ਕਰਜ਼ਦਾਰ

borrowing /'ਬੌਰਅਉਇਙ/ *n* ਉਧਾਰ ਲੈਣ ਦੀ ਕਿਰਿਆ; ਰਿਣ, ਉਧਾਰ

borstal, borstal system /'ਬੋਸਟਲ/ *n*

ਦੋਸ਼ੀ ਬੱਚਿਆਂ ਨੂੰ ਕੈਦ ਰੱਖਣ ਦਾ ਖ਼ਾਸ ਤਰੀਕਾ, ਕਿਸ਼ੋਰ-ਬੰਦੀ, ਸੁਧਾਰ ਪ੍ਰਨਾਲੀ

bosche /**ਬੌਸ਼**/ *(F) n* ਪਹਿਲੀ ਵਿਸ਼ਵ ਜੰਗ ਵਿੱਚ ਜਰਮਨ ਲੋਕਾਂ ਨੂੰ ਫਰਾਂਸ ਵਾਸੀਆਂ ਵੱਲੋਂ ਦਿੱਤਾ ਕੁਨਾਂ/ਅੱਲ

bosh /**ਬੌਸ਼**/ *n* (ਅਪ) ਬੱਕੜਵਾਹ, ਝੱਖ, ਫ਼ਜ਼ੂਲ ਗੱਲਾਂ; ਮੂਰਖਤਾ

bosk /**'ਬੌਸਕ**/ *n* ਛੋਟਾ ਜੰਗਲ, ਝਿੜੀ, ਕੁੰਜ

bosky /**'ਬੌਸਕਿ**/ *a* ਸੰਘਣਾ, ਰੁੱਖਾਂ ਨਾਲ ਭਰਿਆ; ਕੱਪੜਾ ਜਿਸ ਵਿੱਚ ਵੇਲ-ਬੂਟੇ ਬਣੇ ਹੋਣ

bosom /**'ਬੁਜ਼ਅਮ**/ *n* ਸੀਨਾ, ਛਾਤੀ, ਹਿੱਕ; ਦਿਲ; ਬੁੱਕਲ, ਗੋਦ, ਆਗੋਸ਼; ਗਲਵੱਕੜੀ; ਆਲਿੰਗਨ; ਤਾਂਘ, ਵਿਚਾਰ, ਅਭਿਲਾਸ਼ਾ; ਝੀਲ ਜਾਂ ਭੂਮੀ ਦੀ ਸਤ੍ਹਾ, ਤਲ

bosom friend *n* ਲੰਗੋਟੀਆ ਯਾਰ, ਜਿਗਰੀ ਦੋਸਤ

boss[1] /**ਬੌਸ**/ *n* ਮਾਲਕ, ਸੁਆਮੀ; ਅਫ਼ਸਰ; ਰਾਜਨੀਤਿਕ ਸੰਸਥਾ ਦਾ ਪ੍ਰਬੰਧਕ *vt* ਮਾਲਕੀ ਜਤਾਉਣਾ, ਰੋਹਬ ਪਾਉਣਾ

boss[2] *n* ਉਭਾਰ, ਗੁੰਬਦ ਦਾ ਉੱਭਰਿਆ ਹਿੱਸਾ; ਮਸ਼ੀਨ ਦੇ ਧੁਰੇ ਦਾ ਉੱਭਰਵਾਂ ਭਾਗ; ਗਹਿਣਿਆਂ ਜਾਂ ਢਾਲ ਉੱਤੇ ਉੱਭਰਵਾਂ ਫੁੱਲ, ਗੁੱਲਾ

bossed /**ਬੌਸਟ**/ *a* ਉਭਰਿਆ, ਉੱਘੜਿਆ, ਫੁੱਲਦਾਰ

boston /**'ਬੌਸਟ(ਅ)ਨ**/ *n* ਤਾਸ਼ ਦੀ ਇੱਕ ਖੇਡ

botanic, botanical /**ਬਅ'ਟੈਨਿਕ, ਬਅ'ਟੈਨਿਕਲ**/ *a* ਬਨਸਪਤੀ ਸੰਬੰਧੀ

botanist /**'ਬੌਟਅਨਿਸਟ**/ *n* ਬਨਸਪਤੀ ਵਿਗਿਆਨੀ

botanize /**'ਬੌਟਅਨਾਇਜ਼**/ *vi* ਬਨਸਪਤੀ ਵਿਗਿਆਨ ਅਨੁਸਾਰ ਵੇਖਣਾ; ਪੌਦਿਆਂ ਦੇ ਵਧਣ ਫੁੱਲਣ ਦੀ ਅਵਸਥਾ ਦਾ ਅਧਿਐਨ ਕਰਨਾ ਅਤੇ ਉਨ੍ਹਾਂ ਦੀ ਖੋਜ ਕਰਨਾ, ਪੌਦੇ ਇਕੱਤਰ ਕਰਨਾ

botany /**'ਬੌਟਅਨਿ**/ *n* ਬਨਸਪਤੀ ਵਿਗਿਆਨ

botch /**ਬੌਚ**/ *v* ਉਘੜ-ਦੁਘੜ ਜੋੜਨਾ, ਗੰਢ-ਤੁੱਪ ਕਰਨਾ, ਭੈੜੀ ਤਰ੍ਹਾਂ ਮੁਰੰਮਤ ਕਰਨਾ, ਫਾਹ ਵੱਢਣਾ *n* ਥਿਗਲੀ, ਟਾਕੀ; ਕੁਚੱਜਾ ਕੰਮ

botcher /**'ਬੌਚਅ***/ *n* ਟਾਕੀਆਂ ਲਾਉਣ ਵਾਲਾ, ਘਟੀਆ ਰਫ਼ੂ ਕਰਨ ਵਾਲਾ; ਚੰਗੀ ਤਰ੍ਹਾਂ ਕੰਮ ਨਾ ਕਰਨ ਵਾਲਾ; ਅਨਾੜੀ ਲੇਖਕ

botchery /**'ਬੌਚਅਰਿ**/ *n* ਟਾਕੀਆਂ ਲਾਉਣ ਦਾ ਕੰਮ, ਗੰਢ-ਤੁੱਪ

bote /**ਬਅਉਟ**/ *n* ਮੁਆਵਜ਼ਾ, ਨੁਕਸਾਨ ਦੀ ਤਲਾਫੀ, ਨੁਕਸਾਨ ਦੀ ਪੂਰਤੀ

both /**ਬਅਉਥ**/ *a pron* ਦੋਵੇਂ, ਦੋਨੋਂ *adv* ਦੋਵੇਂ ਹੀ, ਦੋਨੋਂ ਹੀ

bother /**'ਬੌਦਅ***/ *v* ਔਖਾ ਕਰਨਾ, ਤੰਗ ਕਰਨਾ; ਅਕਾਉਣਾ, ਪਰੇਸ਼ਾਨ ਕਰਨਾ, ਜਿੱਚ ਕਰਨਾ, ਖਿਝਣਾ, ਖਿਝਾਉਣਾ; ਚਿੰਤਾ ਕਰਨਾ, ਫ਼ਿਕਰ ਕਰਨਾ *n* ਝਮੇਲਾ, ਬਖੇੜਾ, ਪ੍ਰੇਸ਼ਾਨੀ, ਕਸ਼ਟ, ਅਕੇਵਾਂ, ਸਿਰ-ਖਪਾਈ; ਚਿੰਤਾ, ਫ਼ਿਕਰ

botheration /**,ਬੌਦਅ'ਰੇਇਸ਼ਨ**/ *n* ਝੰਜਟ, ਝਮੇਲਾ, ਬਖੇੜਾ, ਅਕੇਵਾਂ, ਸਿਰ-ਖਪਾਈ; ਚਿੰਤਾ, ਫ਼ਿਕਰ

bothersome /**'ਬੌਦਅਸਅਮ**/ *a* ਦੁਖਦਾਈ, ਸਿਰ-ਖਪਾਊ, ਕਸ਼ਟਕਾਰੀ; ਬੋਝਲ

bothy /**'ਬੌਥਿ**/ *n* ਝੌਂਪੜੀ, ਛੱਪਰ, ਛੰਨ

bo-tree /**'ਬਅਉ ਟਰੀ**/ *n* ਬੋਧੀ ਬਿਰਛ, ਪਿੱਪਲ ਦਾ ਬਿਰਛ

bottle[1] /**'ਬੌਟਲ**/ *n* ਬੋਤਲ, ਸ਼ੀਸ਼ੀ; ਬੋਤਲ ਭਰ ਵਸਤ; ਸ਼ਰਾਬ ਦੀ ਬੋਤਲ *vt* ਬੋਤਲ ਵਿੱਚ ਭਰਨਾ, ਬੋਤਲ ਵਿੱਚ ਬੰਦ ਕਰਨਾ; (ਕਿਸੇ ਅਪਰਾਧੀ ਬੰਦੇ ਨੂੰ) ਉਤੋਂ ਜਾ ਫੜਨਾ, ਝਪਟਣਾ **over a bottle** ਸ਼ਰਾਬ ਪੀਂਦੇ ਹੋਏ

bottle[2] *n* ਤੂੜੀ ਜਾਂ ਘਾਹ ਦਾ ਥੱਬਾ; ਸੁੱਕੇ ਘਾਹ ਦੀ ਪੰਡ **look for a needle in a bottle of hay** ਬੇਅਰਥ ਭਾਲ ਕਰਨਾ; ਨਿਸਫਲ ਯਤਨ ਕਰਨਾ

bottle-holder *n* ਪਿੱਠੂ, ਗੜਵਈ, ਸਮਰਥਕ; ਘਸੁੰਨਬਾਜ਼ੀ ਦੇ ਮੁਕਾਬਲੇ ਵਿੱਚ ਵੱਡੇ ਖਿਡਾਰੀ ਦਾ

ਸਹਾਇਕ; ਉਹ ਵਿਅਕਤੀ ਜਿਸ ਦੇ ਹੱਥ ਵਿੱਚ ਬੋਤਲ ਹੋਵੇ

bottleneck /'ਬੌਟਲਨੈਕ/ *n* ਭੀੜਾ ਰਾਹ; ਰੁਕਾਵਟ, ਅੜਚਨ, ਅੜਿੱਕਾ

bottle-washer *n* ਦੂਜੇ ਦੇ ਹੇਠਾਂ ਕੰਮ ਕਰਨ ਵਾਲਾ, ਸਹਾਇਕ, ਸੇਵਕ, ਟਹਿਲੂਆ

bottom /'ਬੌਟਅਮ/ *n* ਥੱਲਾ, ਤਹਿ, ਆਧਾਰ, ਪੇਂਦਾ; (ਕੁਰਸੀ ਆਦਿ ਦੀ) ਸੀਟ; ਚਿੱਤੜ; ਆਸਣ; ਜਹਾਜ਼ ਦਾ ਥੱਲਾ; ਨੀਂਹ, ਜੜ੍ਹ; ਅਸਲੀਅਤ, ਸਚਾਈ; ਗਹਿਰਾਈ; ਸਹਿਣਸ਼ੀਲਤਾ *a* ਬੁਨਿਆਦੀ, ਆਧਾਰਕ; ਸਭ ਤੋਂ ਹੇਠਲਾ; ਅੰਤਿਮ, ਅਖੀਰੀ; ਪਿਛਲਾ, ਛੇਕੜਲਾ *v* ਸਮੁੰਦਰ, ਨਦੀ, ਝੀਲ ਆਦਿ ਦੀ ਤਹਿ ਤੱਕ ਪੁੱਜਣਾ; ਥੱਲਾ ਲਾਉਣਾ; ਦਲੀਲ ਆਦਿ ਦਾ ਸਹਾਰਾ ਲੈਣਾ; ਖੜ੍ਹਾ ਹੋਣਾ, ਟਿਕਣਾ, ਆਧਾਰਿਤ ਕਰਨਾ, ਕਿਸੇ ਚੀਜ਼ ਦੀ ਅਸਲੀਅਤ ਲੱਭਣਾ, ਤਹਿ ਤੱਕ ਪੁੱਜਣਾ, ਵਾਸਤਵਿਕ ਗੱਲ ਨੂੰ ਲੱਭਣਾ

bottomless /'ਬੌਟਅਮਲਅਸ/ *a* ਨਿਰਾਧਾਰ, ਬੇਬੁਨਿਆਦ; ਬੇਪੇਂਦਾ (ਕੁਰਸੀ ਆਦਿ); ਅਥਾਹ, (ਅਗਾਧ) ਅਗਮ; ਅਸਗਾਹ, ਅਤਲ

bottom line *n* ਸਭ ਤੋਂ ਮਹੱਤਵਪੂਰਨ ਨੁਕਤਾ; ਲਾਭ ਜਾਂ ਘਾਟੇ ਦੀ ਰਾਸ਼ੀ; ਘੱਟ ਤੋਂ ਘੱਟ ਕੀਮਤ

bottommost /'ਬੌਟਅਮਮਅਉਸਟ/ *a* ਅਖੀਰਲਾ, ਸਭ ਤੋਂ ਹੇਠਲਾ, ਸਿਰੇ ਦਾ, ਅੰਤਿਮ

bottomry /'ਬੌਟਅਮਰਿ/ *n* ਜਹਾਜ਼ ਗਹਿਣੇ ਰੱਖ ਕੇ ਉਧਾਰ ਲੈਣ ਦੀ ਰੀਤ (ਜਿਸ ਅਨੁਸਾਰ ਜਹਾਜ਼ ਡੁੱਬਣ ਨਾਲ ਸ਼ਾਹ ਦਾ ਰੁਪਈਆ ਮਾਰਿਆ ਜਾਂਦਾ ਹੈ)

botulism /'ਬੌਟਯੁਲਿਜ਼ਅਮ/ *n* (ਡੱਬਿਆਂ ਵਿੱਚ ਭਰਿਆ) ਮਸਾਲੇਦਾਰ ਮਾਸ ਜਾਂ ਸਾਸੇਜ ਖਾਣ ਨਾਲ ਸਰੀਰ ਵਿੱਚ ਫੈਲ ਜਾਣ ਵਾਲਾ ਜ਼ਹਿਰ, ਅੰਨ ਬਿਖਾਇਣ

boudoir /'ਬੂਡਵਾ*/ *(F) n* ਜ਼ਨਾਨਖ਼ਾਨਾ, (ਤੀਵੀਂਆਂ ਦਾ) ਕੱਪੜੇ ਬਦਲਨ ਦਾ ਕਮਰਾ

bough /ਬਾਉ/ *n* ਟਾਹਣੀ, ਡਾਲੀ, ਸ਼ਾਖਾ, ਲਗਰ; ਜਹਾਜ਼ ਦੇ ਦੋਵੇਂ ਪਾਸਿਆਂ ਦਾ ਹਿੱਸਾ

bought /ਬੋਟ/ *a* ਖ਼ਰੀਦਿਆ ਹੋਇਆ

bougie /'ਬੂਯ਼ੀ/ *(F) n* ਮੋਮਬੱਤੀ; (ਡਾਕਟਰੀ) ਸਲਾਈ, ਇੱਕ ਪਤਲਾ ਸੰਦ ਜਿਸ ਨਾਲ ਸਰੀਰ ਦੇ ਕਿਸੇ ਅੰਗ ਨੂੰ ਅੰਦਰੋਂ ਫੁਲਾਇਆ ਜਾ ਸਕੇ

bouillon /'ਬੂਯ਼ੋਂਨ/ *n* ਸ਼ੋਰਬਾ, ਤਰੀ, ਸੂਪ

boulder /'ਬਅਉਲਡਅ*/ *n* ਵੱਡਾ ਗੋਲ-ਪੱਥਰ

boulevard /'ਬੂਲਅਵ਼ਾਡ/ *(F) n* ਛਾਂਦਾਰ ਸੜਕ; ਜਰਨੈਲੀ ਸੜਕ, ਸ਼ਾਹ ਰਾਹ

boult ਵੇਖੋ **bolt²**

bounce /ਬਾਉਨਸ/ *v* ਭੜਕਣਾ, ਟੱਪਣਾ, ਉੱਭਰਨਾ; ਗੁੱਸੇ ਜਾਂ ਜੋਸ਼ ਵਿੱਚ ਟੱਪਣਾ; ਡੀਂਗ ਮਾਰਨਾ, ਫੜ੍ਹ ਮਾਰਨਾ; (ਚੈੱਕ ਜਾਂ ਹੁੰਡੀ ਦਾ) ਪੈਸੇ ਦੇ ਅਭਾਵ ਕਾਰਨ ਚੈੱਕ ਕੱਟਣ ਵਾਲੇ ਨੂੰ ਵਾਪਸ ਮੋੜ ਦੇਣਾ *n* ਟਪੂਸੀ ਛਾਲ; ਗੱਲ ਉਛਾਲਾ, ਟੱਪਾ; ਗੱਪ, ਫੜ੍ਹ, ਅੱਤਕਥਨੀ *adv* ਅਚਨਚੇਤ, ਧੜੰਮ ਕਰਕੇ, ਅਚਾਨਕ, ਟਟ-ਫਟ

bouncer /'ਬਾਉਨਸਅ*/ *n* ਗੱਪੀ, ਸ਼ੇਖੀਖ਼ੋਰ; ਨਿਰਲੱਜ ਅਤੇ ਝੂਠਾ ਭਾਸ਼ਣ; ਨਾਟਕ ਵਿੱਚ ਸ਼ੋਰ-ਸ਼ਰਾਬਾ ਬੰਦ ਕਰਾਉਣ ਵਾਲਾ ਪਹਿਰੇਦਾਰ; ਆਪਣੀ ਕਿਸਮ ਦੀ ਵੱਡੀ ਵਸਤੂ

bouncing /'ਬਾਉਨਸਿਙ/ *a* ਸਿਹਤਮੰਦ, ਦਲੇਰ ਅਤੇ ਚੰਚਲ (ਬੱਚਾ)

bound¹ /ਬਾਉਨਡ/ *n* ਹੱਦ, ਸੀਮਾ, ਬੰਨਾ; ਰੋਕ, ਬੰਧਨ, ਰੁਕਾਵਟ *vt* ਹੱਦਾਂ ਬੰਨ੍ਹਣਾ, ਪ੍ਰਤਿਬੰਧ ਲਗਾਉਣਾ, ਪਾਬੰਦੀਆਂ ਲਾਉਣਾ; ਹੱਦਬੰਦੀ ਕਰਨਾ, ਹੱਦ ਹੋਣਾ, ਸੀਮਾ ਨਿਰਧਾਰਿਤ ਕਰਨਾ **out of bounds** ਸੀਮਾ ਤੋਂ ਬਾਹਰ, ਵਿਵਰਜਿਤ

bound² *n* ਟੱਪਾ, ਟਪੂਸੀ, ਛਾਲ, ਚੌਂਕੜੀ, ਉਛਾਲ *vi* ਕੁੱਦਣਾ, ਉੱਛਲਨਾ, ਟੱਪਣਾ, ਛਾਲ ਮਾਰਨਾ; (ਜਿਉਂਦੀਆਂ ਚੀਜਾਂ ਆਦਿ ਦਾ) ਚੌਂਕੜੀ ਮਾਰਨਾ; (ਗੇਂਦ ਦਾ) ਕੰਧ ਜਾਂ ਧਰਤੀ ਨਾਲ ਲੱਗ ਕੇ ਉੱਛਲਨਾ, ਭੁੜਕਣਾ, ਟੱਪਾ ਖਾਣਾ;

bound³ *a* ਤੁਰਨ ਲਈ ਤਿਆਰ, ਤਿਆਰ-ਬਰ-ਤਿਆਰ

bound[4] **pp of bind** *a* ਬੰਨ੍ਹਿਆ ਹੋਇਆ, ਮਜਬੂਰ **bound to win** ਯਕੀਨੀ ਜਿੱਤ **bound up with** ਸੰਬੰਧਿਤ, ਰਲਿਆ, ਸ਼ਾਮਲ

boundary /'ਬਾਉਨਡਰਿ/ *n* ਹੱਦ ਦੀ ਨਿਸ਼ਾਨੀ ਜਾਂ ਲੀਕ, ਸਰਹੱਦ, ਸੀਮਾ, ਹੱਦ-ਬੰਨਾ, ਕਿਨਾਰਾ, ਵੱਟ; ਵਾੜ; (ਕ੍ਰਿਕਟ ਵਿੱਚ) ਖੇਡ ਦੇ ਮੈਦਾਨ ਦੀ ਅੰਤਿਮ ਸੀਮਾ ਤੱਕ ਗੇਂਦ ਦਾ ਜਾਣਾ (ਜਿਸ ਨਾਲ ਚਾਰ ਰਨ ਬਣਦੇ ਹਨ)

bounder /'ਬਾਉਨਡਅ*/ *n* ਗੇਂਦ ਉਛਾਲਨ ਵਾਲਾ, ਚੌਂਕੜੀ ਭਰਨ ਵਾਲਾ, ਭੁੜਕਣ ਵਾਲਾ, ਕੁੱਦਣ ਵਾਲਾ; ਸੀਮਾ-ਰੇਖਾ ਖਿੱਚਣ ਵਾਲਾ; (ਬੋਲ) ਅਵਾਰਾ, ਲੰਪਟ

boundless /'ਬਾਉਨਡਲਅਸ/ *a* ਬੇਹੱਦ, ਬੇਓੜਕ, ਬੇਅੰਤ, ਵਿਸ਼ਾਲ, ਅਪਾਰ, ਅਸੀਮ

boundlessness /'ਬਾਉਨਡਲਅਸਨਅਸ/ *n* ਅਸੀਮਤਾ, ਅਪਾਰਤਾ

bounds/ਬਾਉਨਡਜ਼/ *n* ਸੀਮਾ, ਸਰਹੱਦ ਤੋਂ ਹੀਨ ਹੋਣ ਦਾ ਭਾਵ

bounteous /'ਬਾਉਨਟਿਅਸ/ *a* ਦਿਆਲੂ, ਦਾਨੀ, ਖੁੱਲ੍ਹਦਿਲਾ, ਸਖੀ, ਉਦਾਰ, ਕਿਰਪਾਲੂ, ਪਰਉਪਕਾਰੀ

bounteousness /'ਬਾਉਨਟਿਅਸਨਅਸ/ *n* ਉਦਾਰਤਾ, ਕਿਰਪਾਲਤਾ, ਪਰਉਪਕਾਰਤਾ

bountiful /'ਬਾਉਨਟਿਫ਼ਲ/ *a* ਕਾਫੀ, ਚੋਖਾ ਸਾਰਾ; ਦਿਆਲੂ, ਖੁੱਲ੍ਹਦਿਲਾ, ਹਿਤਕਾਰੀ

bounty /'ਬਾਉਨਟਿ/ *n* ਦਾਤ; ਉਦਾਰਤਾ, ਖੁੱਲ੍ਹ-ਦਿਲੀ; ਸਰਕਾਰੀ ਮੱਦਦ, ਆਰਥਿਕ ਸਹਾਇਤਾ (ਜੋ ਕਾਰਖਾਨੇਦਾਰਾਂ ਅਤੇ ਵਪਾਰੀਆਂ ਨੂੰ ਦਿੱਤੀ ਜਾਵੇ); ਫ਼ੌਜ ਵਿੱਚ ਭਰਤੀ ਹੋਣ ਸਮੇਂ ਸਿਪਾਹੀਆਂ ਅਤੇ ਜਲ-ਸੈਨਿਕਾਂ ਨੂੰ ਮਿਲਨ ਵਾਲੀ ਬਖ਼ਸ਼ਿਸ਼

bouquet /ਬੁ'ਕੇਇ/ *n* ਗੁਲਦਸਤਾ, ਬੁਕੇ; ਸ਼ਰਾਬ ਦੀ ਸੁਗੰਧੀ

bourbon /'ਬਅ:ਬਅਨ/ *n* (ਮੱਕੀ ਤੋਂ ਬਣੀ ਹੋਈ) ਵਿਸਕੀ

bourgeois /'ਬੁਅਯ਼ਵਾ, ˌਬੁਅ'ਯ਼ਵਾ/ *n* ਛਾਪੇ ਦੇ ਦਰਮਿਆਨੇ ਮੇਲ ਦਾ ਅੱਖਰ; ਮੱਧਵਰਗ ਦਾ ਮੈਂਬਰ; ਮੱਧਵਰਗ ਦਾ ਹਿਤਕਾਰੀ, ਮੱਧਵਰਗੀ

bourgeoisie /ਬੁਅਯ਼ਵਾ'ਜ਼ੀ/ *n* ਸਮਾਜ ਦਾ ਮੱਧਵਰਗ

bourgeon /'ਬਅ:ਜ(ਅ)ਨ/ *n* ਵੇਖੋ **burgeon**

bourn[1] /ਬੋਨ/ *n* ਨਾਲਾ, ਛੋਟੀ ਨਦੀ, ਚੋਅ

bourn[2], **bourne** /ਬੋਨ/ *n* (ਪਰਾ) ਸੀਮਾ, ਹੱਦ

bourse, bource /ਬੁਅਸ/ *n* ਸੱਟਾ-ਬਜ਼ਾਰ

bout /ਬਾਉਟ/ *n* (ਮੁੱਕੇਬਾਜ਼ੀ ਆਦਿ) ਮੁਕਾਬਲਾ; ਵਾਰ, ਹੱਲਾ; ਵਾਰੀ; ਜੋਸ਼; ਸ਼ਰਾਬ ਪੀਣ ਦਾ ਦੌਰ ਜਾਂ ਬਿਮਾਰੀ ਦਾ ਦੌਰਾ

boutique /ਬੂ'ਟੀਕ/ *n* ਫ਼ੈਸ਼ਨਦਾਰ ਕੱਪੜਿਆਂ ਦੀ ਹੱਟੀ, ਬੁਟੀਕ

bovine /'ਬਅਉਵ਼ਾਇਨ/ *a* ਗੋਕਾ; ਮੂਰਖ, ਮੰਦ ਬੁੱਧੀ ਵਾਲਾ, ਢੱਗਾ

Bovril /'ਬੌਵ਼ਰਿਲ/ *n* ਗਊ ਦੇ ਮਾਸ ਦੀ ਯਖਨੀ

bow[1] /ਬਅਉ/ *n* ਕਮਾਨ, ਧਨੁੱਖ; ਕਮਾਨੀ; ਅਸਮਾਨੀ ਸਤੱਰੰਗੀ ਪੀਂਘ, ਇੰਦਰ-ਧਨੁੱਖ; ਵਿੰਗ, ਟੇਢ; (ਸਾਰੰਗੀ ਆਦਿ ਵਜਾਉਣ ਲਈ) ਗਜ਼; ਗਜ਼ ਦਾ ਇੱਕ ਫੇਰਾ; ਇਕਹਿਰੀ ਜਾਂ ਦੂਹਰੀ ਖਿਸਕਵੀਂ ਗੰਢ ਜਾਂ ਫੰਦਾ; ਰਿਬਨ ਆਦਿ ਦੀ ਅਜਿਹੀ ਗੰਢ

bow[2] /ਬਾਉ/ *v* ਨਿਵਣਾ, ਝੁਕਣਾ, ਸਿਜਦਾ ਕਰਨਾ, ਪ੍ਰਣਾਮ ਕਰਨਾ, ਸਲਾਮ ਕਰਨਾ; (ਧੰਨਵਾਦ, ਸੰਮਤੀ ਵੱਜੋਂ) ਸਿਰ ਹਿਲਾਉਣਾ; ਕਿਸੇ ਤੋਂ ਹਾਰ ਮੰਨ ਕੇ ਗੋਡੇ ਟੇਕਣਾ; ਕੋਡਾ ਹੋਣਾ *n* (ਸੰਮਤੀ, ਸਤਿਕਾਰ ਜਾਂ ਧੰਨਵਾਦ ਵੱਜੋਂ) ਸਿਜਦਾ, ਪ੍ਰਣਾਮ, ਨਮਸਕਾਰ, ਸਿਰ-ਝੁਕਾਈ

bow[3] /ਬਾਉ/ *n* ਜਹਾਜ਼ ਜਾਂ ਬੇੜੀ ਦਾ ਮੱਥਾ

bowdlerism /'ਬਾਉਡਲਅਰਿਜ਼ਅਮ/ *n* ਰਚਨਾ ਵਿੱਚੋਂ ਅਸ਼ਲੀਲ ਸਤਰਾਂ ਕੱਢਣ ਦਾ ਸਿਧਾਂਤ, ਸੋਧ

bowdlerization /ˌਬਾਉਡਲਅਰਾਇ'ਜ਼ੇਇਸ਼ਨ/ *n* ਕਿਸੇ ਰਚਨਾ ਵਿੱਚੋਂ ਅਸ਼ਲੀਲ ਸਤਰਾਂ ਕੱਢਣ ਦੀ ਪ੍ਰਕਿਰਿਆ

bowdlerize /'ਬਾਉਡਲਅਰਾਇਜ਼/ *vt* ਕਿਸੇ

ਕਿਤਾਬ ਜਾਂ ਰਚਨਾ ਵਿੱਚੋਂ ਅਸ਼ਲੀਲ ਸਤਰਾਂ ਕੱਢਣਾ, ਸੋਧ ਕਰਨਾ

bowel /'ਬਾਉਅਲ/ *n* ਆਂਦਰ, ਆਂਤੜੀ (ਬਹੁ) ਆਂਦਰਾਂ, ਆਂਤੜੀਆਂ, ਸਰੀਰ ਦਾ ਅੰਦਰਲਾ ਹਿੱਸਾ; ਕਿਸੇ ਵਸਤੂ ਦਾ ਅੰਦਰਲਾ ਭਾਗ; ਕੋਮਲ ਭਾਵ, ਦਇਆ, ਤਰਸ

bower /'ਬਾਉਅ*/ *n* ਤੀਵੀਂਆਂ ਲਈ ਅੰਦਰਲਾ ਕਮਰਾ, ਨਿੱਜੀ ਅੰਦਰਲਾ ਕਮਰਾ; ਕੁੰਜ

bow-head *n* ਗਰੀਨਲੈਂਡ ਦੀ ਵੇਲ੍ਹ ਮੱਛੀ

bowing /'ਬਾਉਇਙ/ *n* ਪ੍ਰਣਾਮ, ਨਮਸਕਾਰ

bowl[1] /ਬਅਉਲ/ *n* ਕਟੋਰਾ, ਪਿਆਲਾ, ਠੂਠਾ, ਛੰਨਾ, ਚਿੱਪੀ; ਤੱਕੜੀ ਦਾ ਛਾਬਾ; (ਹੁੱਕੀ ਜਾਂ ਪਾਈਪ ਦੀ) ਚਿਲਮ

bowl[2] *n* ਲੱਕੜ ਦੀ ਬਣੀ ਅਜਿਹੀ ਗੇਂਦ (ਜੋ ਦੋਵੇਂ ਸਿਰਿਆਂ ਤੋਂ ਚਪਟੀ ਹੋਵੇ ਅਤੇ ਜਿਸ ਦਾ ਇੱਕ ਪਾਸਾ ਸਿੱਕੇ ਆਦਿ ਨਾਲ ਭਾਰਾ ਕੀਤਾ ਹੋਵੇ); ਇਸ ਗੇਂਦ ਦੀ ਸਹਾਇਤਾ ਨਾਲ ਖੇਡੀ ਜਾਣ ਵਾਲੀ ਡਿੱਕ-ਡਿੱਕ ਦੀ ਖੇਡ *v* ਡਿੱਕ-ਡਿੱਕ ਦੀ ਖੇਡ-ਖੇਡਣਾ, ਬਾਊਲ ਦੀ ਖੇਡ ਖੇਡਣਾ, ਡਿੱਕ ਡਿੱਕ ਖੇਡਣਾ; (ਕ੍ਰਿਕਟ ਵਿੱਚ) ਗੇਂਦ ਸੁੱਟਣਾ ਗੇਂਦ ਸੁੱਟ ਕੇ ਬੱਲੇਬਾਜ਼ ਨੂੰ ਆਊਟ ਕਰਨਾ

bow-legged /ˌਬਅਉ 'ਲੈੱਗਿਡ/ *a* ਕਮਾਨ ਵਰਗੀਆਂ ਲੱਤਾਂ ਵਾਲਾ, ਵਿੰਗੜ

bowler /'ਬਅਉਲਅ*/ *n* ਗੇਂਦਬਾਜ਼, ਬਾਊਲਰ

bowlful /ਬਅਉਲਫ਼ੁਲ/ *a* ਪਿਆਲਾ ਭਰ (ਚੀਜ਼)

bowline /'ਬਅਉਲਿਨ/ *n* ਰੱਸੀ ਜਿਹੜੀ ਬਾਦਬਾਨ ਤੋਂ ਲੈ ਕੇ ਜਹਾਜ਼ ਦੇ ਮੱਥੇ ਤੱਕ ਬੰਨ੍ਹੀ ਰਹਿੰਦੀ ਹੈ

bowling /'ਬਅਉਲਿਙ/ *n* ਗੇਂਦਬਾਜ਼ੀ

bowman /'ਬਅਉਮਅਨ/ *n* ਤੀਰ-ਅੰਦਾਜ਼

bow tie /ˌਬਅਉ 'ਟਾਇ/ *n* ਨੈਕਟਾਈ (ਜੋ ਹੇਠਾਂ ਲਮਕਣ ਦੀ ਥਾਂ) ਕਮਾਨ ਵਾਂਗ ਪਾਸਿਆਂ ਵੱਲ ਨੂੰ ਹੋਵੇ

bow-window *n* ਬਾਹਰ ਵਧੀ ਹੋਈ ਮਿਹਰਾਬਦਾਰ ਖਿੜਕੀ

bowyer /'ਬਅਉਯਅ*/ *n* ਕਮਾਨ ਬਣਾਉਣ ਅਤੇ ਵੇਚਣ ਵਾਲਾ

box[1] /'ਬੌਕਸ/ *n* ਬਕਸਾ, ਡੱਬਾ, ਸੰਦੂਕ, ਸੰਦੂਕੜੀ, ਪੇਟੀ; ਤਿਜੌਰੀ (ਨਾਟਘਰ ਥੀਏਟਰ; ਸ਼ਰਾਬਖਾਨੇ ਜਾਂ ਹੋਟਲ ਵਿੱਚ) ਬੈਠਣ ਦਾ ਵੱਖਰਾ ਕਮਰਾ; ਮਸ਼ੀਨਾਂ ਦਾ ਢੱਕਣ; ਕੋਚਵਾਨ ਦੀ ਸੀਟ; ਤਬੇਲੇ ਜਾਂ ਰੇਲ ਗੱਡੀ ਵਿੱਚ ਘੋੜੇ ਲਈ ਵੱਖਰਾ ਡੱਬਾ; ਸੰਤਰੀ ਜਾਂ ਝੰਡੀ ਵਿਖਾਉਣ ਵਾਲੇ ਦੀ ਕੋਠੜੀ; ਮੁਜਰਮ ਦਾ ਕਟਹਿਰਾ *v* ਡੱਬੇ ਵਿੱਚ ਰੱਖਣਾ; (ਅਦਾਲਤ) ਵਿੱਚ ਕਾਗਜ਼ ਦਾਖ਼ਲ ਕਰਨਾ; ਖ਼ਾਨਿਆਂ ਵਿੱਚ ਵੰਡਣਾ

box[2] *n* ਚਪੇੜ, ਥੱਪੜ, ਘਸੁੰਨ, ਮੁੱਕਾ *v* ਚਪੇੜ ਮਾਰਨਾ; ਮੁੱਕੇਬਾਜ਼ੀ ਦੀ ਖੇਡ ਵਿੱਚ ਘਸੁੰਨ ਮਾਰਨਾ

boxen /ਬੌਕਸ(ਅ)ਨ/ *a* ਬਕਸੇ ਦਾ

boxer /'ਬੌਕਸਅ*/ *n* ਮੁੱਕੇਬਾਜ਼; ਦਰਮਿਆਨੇ ਕੱਦ ਦੇ ਚੀਕਨੇ ਵਾਲਾਂ ਵਾਲੇ ਕੁੱਤਿਆਂ ਦੀ ਇੱਕ ਨਸਲ

boxing /'ਬੌਕਸਿਙ/ *n* ਮੁੱਕੇਬਾਜ਼ੀ

Boxing Day *n* ਕ੍ਰਿਸਮਸ ਪਿੱਛੋਂ ਹਫ਼ਤੇ ਦਾ ਪਹਿਲਾ ਦਿਨ

box office *n* (ਥੀਏਟਰ ਦਾ) ਟਿਕਟ-ਘਰ

boy /ਬੌਇ/ *n* ਮੁੰਡਾ, ਲੜਕਾ; ਮੁੰਡੂ, ਛੋਟੂ, ਬੈਰਾ, ਨੌਕਰ, ਗੋਲਾ

boyar /'ਬਅਉਯਾ*/ *n* ਸਾਮੰਤ ਵਰਗ ਦਾ ਬੰਦਾ

boycott /'ਬੌਇਕੌਟ/ *v* ਬਾਈਕਾਟ ਕਰਨਾ, ਕੱਟੀ ਕਰਨਾ, ਤੋੜ-ਵਿਛੋੜਾ ਕਰਨਾ; ਛੇਕਣਾ; ਭਾਈਚਾਰੇ ਜਾਂ ਬਰਾਦਰੀ ਵਿੱਚੋਂ ਕੱਢ ਦੇਣਾ *n* ਬਾਈਕਾਟ; ਕੱਟੀ, ਤੋੜ-ਵਿਛੋੜਾ

boyfriend /'ਬੌਇਫ਼ਰੈੱਨਡ/ *n* ਕਾਮਕ ਸੰਬੰਧ ਪਾਲਣ ਵਾਲਾ ਦੋਸਤ

boyhood /'ਬੌਇਹੁਡ/ *n* ਲੜਕਪਣ, ਬਾਲਪਣ

boyish /'ਬੌਇਇਸ਼/ *a* ਮੁੰਡਿਆਂ ਵਰਗਾ, ਬਚਗਾਨਾ

boyishness /'ਬੌਇਇਸ਼ਨਅਸ/ *n* ਲੜਕਪਣ; ਬਚਗਾਨਾਪਣ

Boy Scout *n* ਸਕਾਊਟ

bpi /ˌਬੀ ਪੀ 'ਆਇ/ *abbr* **bits per inch** ਦਾ ਸੰਖੇਪ

bps /ˌਬੀ ਪੀ 'ਐੱਸ/ *abbr* **bits per second** ਦਾ ਸੰਖੇਪ

bra /ਬਰਾ/ *n* (ਬੋਲ) ਅੰਗੀ

brabble /'ਬਰੈਬਲ/ *v* ਨਿੱਕੀ-ਨਿੱਕੀ ਗੱਲ ਉੱਤੇ ਵਢੂੰ-ਖਾਊਂ ਕਰਨਾ *n* ਝਗੜਾਲੂ ਲਹਿਜੇ ਵਿੱਚ ਕੀਤੀ ਹੋਈ ਗੱਲ

brace /ਬਰੇਇਸ/ *vt* ਬੰਨ੍ਹਣਾ, ਕੱਸਣਾ, ਜਕੜਨਾ; (ਆਪਣੇ ਆਪ ਨੂੰ) ਤਕੜਾ ਜਾਂ ਤਿਆਰ ਕਰਨਾ *n* ਤਣੀ, ਡੋਰੀ, ਪੱਟੀ; ਪਤਲੂਨ ਦੇ ਗੈਲਸ; ਜਕੜਨ, ਜੋੜਨ ਅਤੇ ਕਸਣ ਵਾਲੀ ਵਸਤੂ, ਤਣਾਵਾਂ; ਪੱਲੂਆਂ ਨੂੰ ਖਿੱਚੀ ਰੱਖਣ ਵਾਲੀਆਂ ਰੱਸੀਆਂ; ਛਪਾਈ ਵਿੱਚ ਜੋੜਨ ਦਾ ਚਿੰਨ੍ਹ ({}); (ਮਕਾਨ ਵਿੱਚ) ਕੈਂਚੀ; ਜੋੜਾ (ਕੁੱਤਿਆਂ ਆਦਿ ਦਾ); ਢੋਲਕੀ ਦੀਆਂ ਤਣਾਵਾਂ; ਵਰਮਾ

bracelet /'ਬਰੇਇਸਲਅਟ/ *n* ਕੰਗਣ, ਚੂੜੀ; ਹੱਥਕੜੀ

braceleted /'ਬਰੇਇਸਲਅਟਿਡ/ *a* ਚੂੜੀ ਵਾਲਾ, ਕੰਗਣ ਵਾਲਾ

bracer[1] /'ਬਰੇਇਸਅ*/ *n* ਵੀਣੀ ਉੱਤੇ ਬੰਨ੍ਹੀ ਜਾਣ ਵਾਲੀ ਚਮੜੇ ਦੀ ਪੱਟੀ ਜੋ ਤੀਰ-ਅੰਦਾਜ਼ ਅਤੇ ਤਲਵਾਰ ਦੇ ਧਨੀ ਬੰਨ੍ਹਦੇ ਹਨ

bracer[2] *n* ਸ਼ਕਤੀ-ਵਰਧਕ ਔਸ਼ਧੀ

brach /ਬਰੈਚ/ *n* (ਪਰਾ) ਸ਼ਿਕਾਰੀ ਕੁੱਤੀ

bracken /'ਬਰੈਕਅਨ/ *n* ਝਾੜ-ਬੂਝਾ

bracket /'ਬਰੈਕਿਟ/ *n* ਕਮਾਨੀ ਦਾ ਨਿਸ਼ਾਨ ਜਿਸ ਵਿੱਚ ਸ਼ਬਦਾਂ ਜਾਂ ਅੰਕਾਂ ਨੂੰ ਘੇਰਿਆ ਜਾਂਦਾ ਹੈ, ( ), **[ ], {}**; ਚਾਂਦਮਾਰੀ ਵਿੱਚ ਦੋ ਬਿੰਦੂਆਂ ਦੀ ਦੂਰੀ, ਤੋਪਗੱਡੀ ਦੀ ਟੇਕ, ਟੇਕ; ਬਰੈਕਟ, ਕਮਾਨੀ, ਦੀਵਾਰਗੀਰ *vt* ਗੁੱਟਬੰਦੀ ਕਰਨਾ; ਬਰੈਕਟ ਲਾਉਣਾ

bracketed /'ਬਰੈਕਿਟਿਡ/ *a* ਸਮਾਨ, ਬਰਾਬਰ

brackish /'ਬਰੈਕਿਸ਼/ *a* ਖਾਰਾ, ਲੂਣਾ (ਪਾਣੀ); ਬਕਬਕਾ, ਫਿੱਕਾ, ਨੀਰਸ

bract /ਬਰੈਕਟ/ *n* ਫੁੱਲ ਦੀ ਹੇਠਲੀ ਛੋਟੀ ਪੱਤੀ

brad /ਬਰੈਡ/ *n* ਛੋਟਾ ਕਿੱਲ, ਬਰੰਜੀ

bradawl /'ਬਰੈਡੋਲ/ *n* ਛੇਕ ਕਰਨ ਵਾਲਾ ਸੰਦ, ਸੁੰਬਾ

Bradshaw /'ਬਰੈਡਸ਼ੋ/ *n* ਪ੍ਰਸਿੱਧ ਰੇਲਵੇ ਸੂਚਨਾ ਪੁਸਤਕ ਜਿਹੜੀ ਪਹਿਲਾਂ ਪਹਿਲ 1839 ਵਿੱਚ ਜਾਰਜ ਬਰੈਡਸ਼ਾਹ (1801-1853) ਨੇ ਪ੍ਰਕਾਸ਼ਿਤ ਕੀਤੀ, ਸਮਾਂ ਸਾਰਨੀ

brae /ਬਰੇਇ/ *n* ਪਹਾੜੀ ਢਲਾਣ

brag /ਬਰੈਗ/ *v* ਸ਼ੇਖੀ ਮਾਰਨਾ, ਫੜ੍ਹ ਮਾਰਨਾ, ਆਪਣੇ ਮੂੰਹ ਮੀਆਂ ਮਿੱਠੂ ਬਣਨਾ, ਡੀਂਗ ਮਾਰਨਾ *n* ਫੜ੍ਹ; ਡੀਂਗ

braggadocio /ˌਬਰੈਗਅ'ਡਅਉਚਿਅਉ/ *n* ਗਪੌੜ, ਗੱਪ, ਫੋਕੀ ਫੜ੍ਹ, ਸ਼ੇਖ਼ੀ, ਡੀਂਗ

braggart /'ਬਰੈਗਅਟ/ *a* ਸ਼ੇਖ਼ੀਖ਼ੋਰ, ਡੀਂਗਮਾਰ, ਗਪੌੜਸੰਖ

bragging /'ਬਰੈਗਿਙ/ *n* ਸ਼ੇਖ਼ੀ, ਫੜ੍ਹ

braid /ਬਰੇਇਡ/ *n* ਗੁੰਦੇ ਹੋਏ ਵਾਲ, ਗੁੱਤ, ਮੀਢੀ; ਪਰਾਂਦੀ; ਫ਼ੀਤਾ, ਲੈਸ *v* ਵਾਲ ਗੁੰਦਣਾ, ਪਰਾਂਦੀ ਪਾਉਣਾ, ਲੈਸ ਲਾਉਣਾ

braiding /ਬਰੇਇਡਿਙ/ *n* ਗੁੱਤ; ਮੀਢੀ, ਪਰਾਂਦੀ, ਰਿਬਨ, ਫ਼ੀਤਾ

brail /ਬਰੇਇਲ/ *n* ਪਾਲ ਦੀ ਤਣੀ *v* ਤਣੀਆਂ ਨਾਲ ਪਾਲ ਸਮੇਟਣਾ

braille, Braille /ਬਰੇਇਲ/ *n* ਫ਼ਰਾਂਸੀਸੀ ਖੋਜੀ ਬਰੇਲ (1834) ਦੇ ਨਾਂ ਉੱਤੇ ਬਰੇਲ ਲਿਖਤ, ਅੰਨ੍ਹਿਆਂ ਵਾਸਤੇ ਲਿਖਣ ਆਦਿ ਦੀ ਪ੍ਰਨਾਲੀ, ਅੰਨ੍ਹਿਆਂ ਵਾਸਤੇ ਪੜ੍ਹਨ ਅਤੇ ਲਿਖਣ ਲਈ ਉੱਭਰੇ ਹੋਏ ਅੱਖਰਾਂ ਦੀ ਛਪਾਈ

brain /ਬਰੇਇਨ/ *n* ਦਿਮਾਗ਼, ਮਗਜ਼, ਭੇਜਾ; ਅਕਲ, ਸਮਝ, ਮੱਤ, ਬੁੱਧੀ, ਸੋਚ-ਸ਼ਕਤੀ, ਬੌਧਿਕ-ਸ਼ਕਤੀ, ਵਿਚਾਰ-ਕੇਂਦਰ *vt* ਮਾਰ-ਮਾਰ ਕੇ ਮਿੱਝ ਕੱਢ ਦੇਣਾ, ਮਾਰ-ਮਾਰ ਕੇ ਮਗਜ਼ ਪੋਲਾ ਕਰ ਦੇਣਾ **blow out one's brain** ਸਿਰ ਵਿੱਚ ਗੋਲੀ ਮਾਰਨਾ **have something on the brain** ਕੋਈ ਗੱਲ ਦਿਮਾਗ਼ ਵਿੱਚ ਵੜੀ ਹੋਣਾ, ਕਿਸੇ ਚੀਜ਼ ਦਾ ਜਨੂਨ ਹੋਣਾ

brainchild /'ਬਰੇਇਨਚਾਇਲਡ/ *n* ਦਿਮਾਗ਼ੀ ਖੋਜ, ਨਵੀਂ ਕਾਢ, ਨਵਾਂ ਵਿਚਾਰ

brain-dead *a* ਰੁਕੀ ਹੋਈ (ਦਿਮਾਗ਼ੀ ਕਾਰਜ ਕਾਰਤਾ); ਬੇਅਕਲ, ਮਤਹੀਣਾ, ਨਾਸਮਝ, ਬੁੱਧੂ

brain drain *n* ਬੁੱਧੀਮਾਨ ਦਾ ਦੇਸ਼ ਵਿੱਚੋਂ ਨਿਕਾਲਾ, ਬਹੁਤ ਜ਼ਹੀਨ ਬੰਦੇ ਦੀ ਅਣਹੋਂਦ

brain-fag *n* ਦਿਮਾਗ਼ੀ ਥਕਾਵਟ, ਮਾਨਸਿਕ ਥਕੇਵਾਂ

brain fever *n* ਸਰਸਾਮ

brainish /ਬਰੇਇਨਿਸ਼/ *a* ਤੇਜ਼-ਤਬੀਅਤ, ਕ੍ਰੋਧੀ

brainless /'ਬਰੇਇਨਲਅਸ/ *a* ਮੂਰਖ, ਮੂੜ੍ਹ, ਬੇਅਕਲ

brain-pan *n* (ਬੋਲ) ਖੋਪਰੀ

brainstorm /'ਬਰੇਇਨਸਟੋਮ/ *n* ਘੁਮੇਰ, ਘੇਰਨੀ ਚੱਕਰ; ਫੁਰਨਾ, ਅਚਾਨਕ ਸੁੱਝਿਆ ਨਵਾਂ ਵਿਚਾਰ

brains trust *n* ਸਵਾਲਾਂ ਦਾ ਜਵਾਬ ਦੇਣ ਵਾਲੀ ਵਿਸ਼ੇਸ਼ੱਗ ਮੰਡਲੀ

brainwash /'ਬਰੇਇਨਵੌਸ਼/ *vt* ਰਾਏ ਤਬਦੀਲ ਕਰਨਾ, ਕਿਸੇ ਦੇ ਵਿਚਾਰਾਂ ਵਿੱਚ ਪੂਰਾ ਬਦਲ ਲਿਆਉਣਾ

brainwave /'ਬਰੇਇਨਵੇਇਵ੍/ *n* ਮਨ-ਤਰੰਗ, ਫੁਰਨਾ, ਨਵਾਂ ਖ਼ਿਆਲ

brainy /'ਬਰੇਇਨਿ/ *a* (ਅਪ) ਹੁਸ਼ਿਆਰ, ਸਿਆਣਾ, ਬੁੱਧੀਮਾਨ

braise /ਬਰੇਇਜ਼/ *vt* ਦਮਪੁਖਤ ਕਰਨਾ, ਕੁੱਕਰ ਵਿੱਚ ਬਣਾਉਣਾ, ਦਮ ਦੇ ਕੇ ਬਣਾਉਣਾ

brake[1] /ਬਰੇਇਕ/ *n* ਝਾੜ-ਬੂਝਾ

brake[2] *vt* ਸਣ ਕੁੱਟਣਾ *n* ਸਣ ਆਦਿ ਕੁੱਟਣ ਦਾ ਯੰਤਰ, ਦੰਦਲ ਮੂੰਗਲੀ

brake[3] *n* ਬਰੇਕ, (ਪਹੀਏ ਨੂੰ ਚੱਲਣੋਂ ਰੋਕਣ ਵਾਲੀ) ਰੋਕ, ਹੋੜਾ, ਅਟਕਣੀ *v* ਬਰੇਕ ਲਾਉਣਾ, ਪਹੀਏ ਆਦਿ ਨੂੰ ਰੋਕਣਾ; ਰੋਕ ਲਗਾਉਣਾ

brakeless /ਬਰੇਇਕਲਅਸ/ *a* ਬਿਨ-ਬਰੇਕ, ਬਰੇਕ ਰਹਿਤ

brake van *n* ਰੇਲ ਵਿੱਚ ਗਾਰਡ ਦਾ ਡੱਬਾ ਜਿਸ ਵਿੱਚ ਰੇਲ ਦੇ ਪਹੀਏ ਨੂੰ ਬਰੇਕ ਲਾਉਣ ਦਾ ਪ੍ਰਬੰਧ ਹੁੰਦਾ ਹੈ, ਬਰੇਕ ਡੱਬਾ

braky /'ਬਰੇਇਕਿ/ *a* ਖੁਰਦਰਾ, ਕੰਡਿਆਂ ਵਾਲਾ, ਕੰਡਿਆਲਾ

bramble /'ਬਰੈਮਬਲ/ *n* ਕੰਡਿਆਲੀ ਝਾੜੀ

brambling /'ਬਰੈਮਬਲਿਙ/ *n* ਇੱਕ ਕਿਸਮ ਦੀ ਛੋਟੀ ਚਿੜੀ, ਛੋਟਾ ਪਹਾੜੀ ਪੰਛੀ

bran /ਬਰੈਨ/ *n* ਛਾਣ-ਬੂਰਾ, ਚੋਕਰ, ਛਲੂਰ, ਸੂਹੜਾ

brancard /'ਬਰੈਙਕਅਡ/ *n* ਘੋੜੇ ਦਾ ਪਲਾਣਾ

branch /ਬਰਾਨਚ/ *n* ਟਾਹਣੀ, ਸ਼ਾਖ਼, ਡਾਲੀ, ਲਗਰ; ਜਾਤੀ ਆਦਿ ਦੀ ਸ਼ਾਖ਼ਾ; ਕਿਸੇ ਸਭਾ ਬੈਂਕ ਆਦਿ ਦੀ ਸ਼ਾਖ਼ਾ *v* ਸ਼ਾਖ਼ ਨਿਕਲਨਾ; ਸ਼ਾਖ਼ਾਵਾਂ ਵਿੱਚ ਵੰਡਣਾ; ਵੇਲ-ਬੂਟੇ ਕੱਢਣਾ **to cut root and branch** ਜੜ੍ਹ ਤੋਂ ਹੀ ਖ਼ਤਮ ਕਰ ਦੇਣਾ; ਨਾ ਰਹੇ ਬਾਂਸ ਨਾ ਵੱਜੇ ਬੰਸਰੀ

branched /ਬਰਾਨਚਟ/ *a* ਸ਼ਾਖ਼ਾਵਾਂ ਵਿੱਚ ਵੰਡਿਆ, ਟਾਹਣੀਦਾਰ, ਸ਼ਾਖ਼ਦਾਰ

brancher /'ਬਰਾਨਚਅ*/ *n* ਪੰਛੀ ਦਾ ਉਡਾਰੂ ਬੱਚਾ

branchery /'ਬਰਾਨਚਅਰਿ/ *n* ਸ਼ਾਖਾ ਸਮੂਹ

branchless /ਬਰਾਨਚਲਅਸ/ *a* ਸ਼ਾਖਾ ਰਹਿਤ, ਸ਼ਾਖਾਹੀਣ

branchy /'ਬਰਾਨਚਿ/ *a* ਬਹੁਤ ਟਾਹਣੀਆਂ ਵਾਲਾ, ਸ਼ਾਖ਼ਾਦਾਰ

brand /ਬਰੈਨਡ/ *n* ਚੁਆਤੀ, ਚੌਅ, ਬਲਦੀ ਲੱਕੜ, ਮੁਆਤਾ; ਮਸ਼ਾਲ; ਤੱਤੇ ਲੋਹੇ ਦਾ ਦਾਗ; ਮਾਲ ਦਾ ਵਿਸ਼ੇਸ਼ ਟਰੇਡ ਮਾਰਕ, ਮਾਰਕਾ, ਛਾਪ; ਮਾਰਕਾ ਲਾਉਣ ਵਾਲੀ ਗਰਮ ਛਾਪ; ਕਲੰਕ ਦਾ ਟਿੱਕਾ; (ਕਾਵਿ) ਤਲਵਾਰ; ਪੱਤ ਰੋਗ, ਸਾੜ (ਜਿਸ ਕਾਰਨ ਪੱਤੇ ਸੜ ਜਾਂਦੇ ਹਨ) *vt* ਦਾਗਣਾ, ਡੰਮ੍ਹਣਾ, ਤੱਤੇ ਲੋਹੇ ਨਾਲ ਨਿਸ਼ਾਨ ਲਾਉਣਾ; ਮਨ ਵਿੱਚ ਬਿਠਾਉਣਾ, ਪੱਕਾ ਕਰਨਾ; ਕਲੰਕ ਦਾ ਟਿੱਕਾ ਲਾਉਣਾ, ਕਲੰਕਿਤ ਕਰਨਾ

branded /'ਬਰੈਨਡਿਡ/ *a* ਕਲੰਕਿਤ, ਦਾਗੀ; ਚਿੰਨ੍ਹਤ

brander /'ਬਰੈਨਡਅ*/ *n* ਮਾਸ ਆਦਿ ਭੁੰਨਣ ਲਈ ਖ਼ਾਸ ਅੰਗੀਠੀ

brandied /'ਬਰੈਨਡਿਡ/ *a* ਮਦਯੁਕਤ

brandish /'ਬਰੈਨਡਿਸ਼/ *vt* (ਤਲਵਾਰ, ਡਾਂਗ ਆਦਿ ਨੂੰ ਵਾਰ ਕਰਨ ਤੋਂ ਪਹਿਲਾਂ) ਘੁਮਾਉਣਾ

brand new *a* ਅਤਿ ਨਵੀਨ, ਨਵਾਂ ਨਿਛੋਹ, ਨਵਾਂ ਨਿਕੋਰ

brandy /'ਬਰੈਨਡਿ/ *n* ਇੱਕ ਪ੍ਰਕਾਰ ਦੀ ਅੰਗੂਰੀ ਸ਼ਰਾਬ, ਬਰਾਂਡੀ

brandy snap *n* ਅਧਰਕ ਵਾਲੇ ਬਿਸਕੁਟ ਆਦਿ

brash /ਬਰੈਸ਼/ *n* ਪੱਥਰ ਦੇ ਟੁਕੜੇ; ਬਰਫ਼ ਦੇ ਛਿੱਟੇ; ਝਾੜੀਆਂ ਤੋਂ ਡਿੱਗੀ ਕੁਤਰਨ *a* ਕਾਹਲਾ, ਉਤਾਵਲਾ, ਜਲਦਬਾਜ਼; (ਰੰਗ) ਭੜਕੀਲਾ, ਸ਼ੋਖ਼

brass /ਬਰਾਸ/ *n* ਪਿੱਤਲ; ਪਿੱਤਲ ਦਾ ਪੱਤਰਾ; ਰੁਪਈਆ ਪੈਸਾ; ਸਮਾਧੀ ਜਾਂ ਕਬਰ ਉੱਤੇ ਉੱਕਰਿਆ ਲੇਖ; ਢੀਠਪੁਣਾ, ਨਿਰਲੱਜਤਾ, ਬੇਹਯਾਈ

brassard /'ਬਰੈਸਾਡ/ *n* ਬਾਂਹ ਉੱਤੇ ਲਾਉਣ ਵਾਲਾ ਪਿੱਤਲ ਦਾ ਬਿੱਲਾ

brass band *n* ਪਿੱਤਲ ਦੇ ਵਾਜੇ ਵਜਾਉਣ ਵਾਲਿਆਂ ਦੀ ਮੰਡਲੀ

brass hat *n* (ਫ਼ੌਜੀ ਮੁਹਾਵਰਾ) ਫ਼ੌਜ ਦਾ ਵੱਡਾ ਅਫ਼ਸਰ

brassier /'ਬਰਾਸਿਅ*/ *n* ਪਿੱਤਲ ਦਾ ਕੰਮ ਕਰਨ ਵਾਲਾ

brassiere /'ਬਰੈਜ਼ਿਅ*/ *n* (ਤੀਵੀਆਂ ਦੀ) ਬਰੇਜ਼ੀਅਰ, ਅੰਗੀ, ਸੀਨਾਬੰਦ

brass tacks *n* (ਅਪ) ਅਸਲ ਮਾਮਲਾ ਜਾਂ ਗੱਲ, ਅਸਲੀਅਤ

brassy /'ਬਰਾਸਿ/ *a* ਪਿੱਤਲ ਦਾ; ਪਿੱਤਲ-ਰੰਗਾ; ਪਿੱਤਲ ਵਰਗਾ; ਕਸ ਵਾਲਾ, ਕਸੈਲਾ, ਕਸਿਆਲਾ (ਸੁਆਦ ਵਿੱਚ); ਢੀਠ, ਨਿਲੱਜ, ਗੁਸਤਾਖ਼

brat /ਬਰੈਟ/ *n* ਛੋਕਰਾ, ਇੱਲਤੀ ਮੁੰਡਾ

bravado /ਬਰਅ'ਵ਼ਾਡਅਉ/ *n* (ਬਹੁ) ਦਿਖਾਵੇ ਦਾ ਦਮਗਜਾ, ਡੀਂਗ, ਦਬਕਾ, ਭਬਕੀ

brave /ਬਰੇਇਵ੍/ *a* ਦਲੇਰ, ਸੂਰਬੀਰ, ਸੂਰਾ, ਤਕੜਾ, ਹਿੰਮਤੀ, ਬਹਾਦਰ, ਸਾਹਸੀ *n* ਬਹਾਦਰ ਬੰਦਾ *vt* ਡਟ ਜਾਣਾ, ਟਾਕਰਾ ਕਰਨਾ, ਸਾਮ੍ਹਣਾ ਕਰਨਾ; ਪ੍ਰਵਾਹ ਨਾ ਕਰਨਾ

bravery /'ਬਰੇਇਵ੍ਅਰਿ/ *n* ਸੂਰਬੀਰਤਾ, ਦਲੇਰੀ, ਹਿੰਮਤ, ਬਹਾਦਰੀ, ਸਾਹਸ, ਸੂਰਮਤਾਈ; (ਪੁਰਾਤਨ ਸਾਹਿਤ ਵਿੱਚ) ਸ਼ਾਨ, ਦੱਖ, ਦਿਖਾਵਾ, ਅਡੰਬਰ, ਸਜ-ਧਜ

bravo[1] /,ਬਰਾ'ਵ਼ਅਉ/ *n* (ਬਹੁ) ਪੇਸ਼ਾਵਰ ਖ਼ੂਨੀ, ਹਤਿਆਰਾ, ਡਾਕੂ

bravo[2] *n int* ਵਾਹ-ਵਾ! ਬੱਲੇ! ਬੱਲੇ-ਬੱਲੇ! ਸ਼ਾਵਾ! ਸ਼ਾਬਾਸ਼!

brawl /ਬਰੋਲ/ *n* ਰੌਲਾ-ਗੌਲਾ, ਚੀਕ-ਚਿਹਾੜਾ; ਝਗੜਾ; ਸ਼ਾਂ-ਸ਼ਾਂ, ਗੜਗੜਾਹਟ (ਨਦੀਆਂ ਦੇ ਵਹਿਣ ਦੀ ਅਵਾਜ਼) *vt* ਰੌਲਾ ਪਾਉਣਾ, ਝਗੜਾ ਕਰਨਾ

brawler /ਬਰੋਲਅ*/ *n* ਲੜਾਕਾ, ਝਗੜਾਲੂ, ਉਪੱਦਰਵੀ (ਬੰਦਾ)

brawn /ਬਰੋਨ/ *n* ਪੱਠਾ; ਬਾਹੂ-ਬਲ; ਜੰਗਲੀ ਸੂਰ ਦਾ ਲੂਣ ਲਾ ਕੇ ਰੱਖਿਆ ਮਾਸ

brawny /'ਬਰੋਨਿ/ *a* ਰਿਸ਼ਟ-ਪੁਸ਼ਟ, ਬਲਵਾਨ, ਤਕੜਾ, ਪੀਡਾ, ਹੱਟਾ-ਕੱਟਾ

braxy /'ਬਰੈਕਸਿ/ *n* ਭੇਡਾਂ ਦੀ ਇੱਕ ਬਿਮਾਰੀ, ਤਿੱਲੀ ਦਾ ਰੋਗ, ਅਜਿਹੀ ਬਿਮਾਰੀ ਵਾਲੀ ਭੇਡ ਦਾ ਮਾਸ

bray[1] /ਬਰੇਇ/ *n* ਹੀਂਗਣ, ਹੀਂਗ *v* ਹਿਣਕਣਾ, ਹੀਂਗਣਾ, ਢੀਚੂ-ਢੀਚੂ ਕਰਨਾ; ਖੋਤੇ ਦੇ ਹੀਂਗਣ ਵਰਗੀ ਅਵਾਜ਼ ਕੱਢਣਾ

bray[2] *vt* (ਮੂੰਗਲੀ, ਡੰਡੇ ਜਾਂ ਹਮਾਮ ਦਸਤੇ ਨਾਲ) ਕੁੱਟ ਕੇ ਚੂਰਾ ਬਣਾਉਣਾ, ਕੁੱਟ ਕੇ ਬਰੀਕ ਕਰਨਾ

braze /ਬਰੇਇਜ਼/ *vt* ਪਿੱਤਲ ਦਾ ਪੱਕਾ ਜੋੜ ਲਾਉਣਾ, ਟਾਂਕਾ ਲਾਉਣਾ; ਪਿੱਤਲ ਵਰਗਾ ਰੰਗ ਚਾੜ੍ਹਨਾ; ਪਿੱਤਲ ਨਾਲ ਸ਼ਿੰਗਾਰਨਾ

brazen /ਬਰੇਇਜ਼ਨ/ *a* ਪਿੱਤਲ ਵਰਗਾ, ਪਿੱਤਲ ਦਾ (ਬਣਿਆ); ਨਿਲੱਜ, ਢੀਠ *vt* ਬੇਸ਼ਰਮ ਬਣਾਉਣਾ; ਢੀਠਪੁਣੇ ਨਾਲ ਕੰਮ ਕੱਢਣਾ

brazier[1] /'ਬਰੇਇਜ਼ਿਅ*/ *n* ਕਸੇਰਾ, ਠਠਿਆਰ

brazier[2] *n* ਅੰਗੀਠੀ, ਕਾਂਗੜੀ

braziery /**'ਬਰੇਇਯਅਰਿ**/ *n* ਠਠੇਰੇ ਦਾ ਕੰਮ ਅਤੇ ਉਸ ਦੀ ਦੁਕਾਨ

breach /**ਬਰੀਚ**/ *n* ਮੋਰੀ, ਮਘੋਰਾ, ਪਾੜ; ਲੜਾਈ ਝਗੜਾ, ਵਿਗਾੜ; (ਨੇਮ, ਅਸੂਲ, ਅਧਿਕਾਰ ਆਦਿ) ਉਲੰਘਣ, ਭੰਗ, ਨੇਮ-ਭੰਗ; (ਸਮੁੰਦਰੀ) ਲਹਿਰਾਂ ਦਾ ਟਕਰਾਉਣਾ *v* ਵੇਲ ਮੱਛੀ ਦਾ ਤੜਪ ਕੇ ਪਾਣੀ ਤੋਂ ਉੱਪਰ ਉੱਛਲਨਾ; ਮੋਰੀ ਕਰਨਾ, ਸੰਨ੍ਹ ਲਾਉਣਾ, ਮਘੋਰਾ ਕਰਨਾ, ਦਰਾੜ ਪੈਦਾ ਕਰਨਾ **breach of peace** ਸ਼ਾਂਤੀ-ਭੰਗ, ਦੰਗਾ, ਫ਼ਸਾਦ **stand in the breach** ਖ਼ਤਰੇ ਵਿੱਚ ਹੋਣਾ

bread /**ਬਰੈੱਡ**/ *n* ਰੋਟੀ, ਡਬਲ ਰੋਟੀ; ਰੋਜ਼ੀ, ਉਪਜੀਵਕਾ, ਗੁਜ਼ਾਰਾ

bread and butter *n* ਰੋਜ਼ੀ-ਰੋਟੀ, ਉਪਜੀਵਕਾ

breadless /**ਬਰੈੱਡਲਅਸ**/ *a* ਬੇਕਾਰ, ਬੇਰੁਜ਼ਗਾਰ

breadth /**ਬਰੈੱਡਥ**/ *n* ਚੁੜਾਈ, ਚੁੜੱਤਣ, ਬਰ, ਅਰਜ਼ (ਕੱਪੜੇ ਦਾ); ਪਾੜ (ਨਦੀ ਦਾ); ਦੂਰੀ, ਵਿੱਥ, ਫ਼ਾਸਲਾ; ਵਿਸਤਾਰ; (ਮਨ, ਵਿਚਾਰਾਂ ਆਦਿ ਦੀ) ਉਦਾਰਤਾ, ਵਿਸ਼ਾਲਤਾ, ਖੁੱਲ੍ਹਦਿਲੀ

breadthways, breadthwise /**'ਬਰੈੱਡਥਵੇਇਜ਼, 'ਬਰੈੱਡਥਵਾਇਜ਼**/ *adv* ਚੌੜੇ ਦਾਅ, ਚੌੜੇ ਰੁਖ਼, ਚੁੜਾਈ ਵਿੱਚ

breadwinner /**'ਬਰੈੱਡਵਿਨਅ***/ *n* ਰੋਜ਼ੀ ਕਮਾਉਣ ਵਾਲਾ

break /**ਬਰੇਇਕ**/ *v* ਤੋੜਨਾ, ਭੰਨਣਾ, ਟੋਟੇ ਕਰਨਾ, ਚੂਰ-ਚੂਰ ਕਰਨਾ; ਫੁੱਟਣਾ, ਟੁੱਟਣਾ, ਭੱਜਣਾ, ਟੋਟੇ ਹੋਣਾ, ਚੂਰ-ਚੂਰ ਹੋਣਾ; ਖੰਡਿਤ ਕਰਨਾ; ਉਲੰਘਣਾ ਕਰਨਾ, ਭੰਗ ਕਰਨਾ, ਖਿੰਡਣਾ, ਖਿੰਡਾਉਣਾ; ਰਾਹ ਬਣਾਉਣਾ ਜਾਂ ਕੱਢਣਾ; ਨਿਕਲ ਆਉਣਾ; ਰਾਹ ਬਦਲਨਾ, ਉਜਾੜਨਾ; ਮੁੱਕਣਾ, ਮੁੱਕ ਜਾਣਾ, ਬੰਦ ਹੋਣਾ; (ਘੋੜੇ ਆਦਿ ਨੂੰ) ਸਿਧਾਉਣਾ; (ਅੰਧਕਾਰ, ਧੁੰਦਲਾਪਣ; ਚਿੰਤਾ; ਜਾਦੂ, ਮੰਤਰ, ਯਾਤਰਾ, ਮੌਨ, ਵਰਤ ਆਦਿ) ਤੋੜਨਾ, ਰੋਕਣਾ ਜਾਂ ਟੋਕਣਾ, ਪ੍ਰਭਾਵਹੀਣ ਹੋਣਾ ਜਾਂ ਕਰਨਾ *n* ਟੁੱਟ-ਭੱਜ, ਤੋੜ-ਫੋੜ; ਰੁਕਾਵਟ; ਤਰੇੜ; ਟੁੱਟੀ ਥਾਂ; ਵਿਰਲ, ਵਿੱਥ; (ਟੱਪਾ ਖਾ ਕੇ ਗੇਂਦ ਦਾ) ਮੋੜਾ; (ਪੜ੍ਹਾਈ ਵਿੱਚ) ਛੁੱਟੀ; ਬੇਨੇਮੀ, ਨੁਕਸ **break an office** ਬਰਖ਼ਾਸਤ ਕਰਨਾ, ਸੇਵਾ ਤੋਂ ਮੁਕਤ ਕਰਨਾ **break away** ਅੱਡ ਹੋਣਾ, ਛੁੱਟ ਨਿਕਲਨਾ **break bread with** ਕਿਸੇ ਦੇ ਘਰ ਦਾਹਵਤ ਖਾਣਾ **break down** (ਹਕੂਮਤ ਆਦਿ ਦਾ) ਟੁੱਟ ਜਾਣਾ, ਭੰਗ ਹੋ ਜਾਣਾ; ਬੰਦ ਹੋ ਜਾਣਾ; ਸਿਹਤ ਖ਼ਰਾਬ ਹੋਣਾ **break ground** ਨਵਾਂ ਰਾਹ ਲੱਭਣਾ **break into** ਪਾੜ ਲਾਉਣਾ; ਅਚਾਨਕ ਚਾਲ ਬਦਲਨਾ **break news** ਪਹਿਲਾਂ ਖ਼ਬਰ ਦੇਣਾ ਜਾਂ ਸੁਣਾਉਣਾ **break open** (ਦਰਵਾਜ਼ਾ) ਤੋੜ ਕੇ ਅੰਦਰ ਆਉਣਾ **break through obsatcles** ਮੁਸੀਬਤਾਂ ਨੂੰ ਪਾਰ ਕਰਨਾ, ਅੜਚਨਾਂ ਵਿੱਚੋਂ ਲੰਘ ਜਾਣਾ **break up** ਕਮਜ਼ੋਰ ਹੋਣਾ, ਨਿਰਬਲ ਹੋਣਾ; ਚੂਰ ਹੋਣਾ, ਥੱਕ-ਟੁੱਟ ਜਾਣਾ; ਖਿੰਡ-ਪੁੰਡ ਜਾਣਾ **break wind** ਪੱਦ ਮਾਰਨਾ **weather breaks** ਨਵੇਂ ਮੌਸਮ ਦਾ ਆਉਣਾ, ਨਵੀਂ ਰੁੱਤ ਦਾ ਆਗਮਨ ਹੋਣਾ

breakable /**'ਬਰੇਇਕਅਬਲ**/ *a* ਟੁੱਟਣ-ਫੁੱਟਣ ਵਾਲਾ, ਫੁੱਟਲ *n* ਟੁੱਟਣ-ਫੁੱਟਣ ਵਾਲੀਆਂ ਚੀਜ਼ਾਂ

breakage /**'ਬਰੇਇਕਿਜ**/ *n* ਟੁੱਟ-ਭੱਜ, ਤੋੜ-ਫੋੜ, ਟੁੱਟ-ਭੰਨ; (ਵਣਜ) ਟੁੱਟ-ਭੱਜ ਦੀ ਛੋਟ

break-back *n* ਗੇਂਦ ਦਾ ਪੁੱਠਾ ਟੱਪਾ

breakdown /**'ਬਰੇਇਕਡਾਉਨ**/ *n* ਖ਼ਰਾਬੀ, ਨੁਕਸ; ਸਿਹਤ ਦੀ ਖੀਣਤਾ, ਸੱਤਾਹੀਣਤਾ; ਹਬਸ਼ੀਆਂ ਦਾ ਇੱਕ ਨਾਚ

breaker /**'ਬਰੇਇਕਅ***/ *n* ਕੰਢੇ ਨਾਲ ਟਕਰਾਉਣ ਵਾਲੀ ਲਹਿਰ, ਛੱਲ; ਘੋੜਿਆਂ ਨੂੰ ਸਿਖਲਾਉਣ ਵਾਲਾ; (ਜਲ ਸੈਨਾ ਵਿੱਚ) ਛੋਟਾ ਪੀਪਾ

breakfast /**'ਬਰੈੱਕਫਅਸਟ**/ *n* ਨਾਸ਼ਤਾ, ਛਾਹ ਵੇਲਾ *v* ਨਾਸ਼ਤਾ ਕਰਨਾ ਜਾਂ ਕਰਵਾਉਣਾ, ਛਾਹ ਵੇਲਾ ਖਾਣਾ ਜਾਂ ਖਵਾਉਣਾ

break-in *n* ਧੱਕੇ ਨਾਲ ਅੰਦਰ ਵੜਨ ਦਾ ਕਾਰਜ *v* ਲੱਤ ਅੜਾਉਣਾ, ਗੱਲ ਟੋਲਣਾ

breaking point *n* ਕੋਈ ਸਮੱਸਿਆ ਹੱਲ ਨਾ ਹੋ ਸਕਣ ਦੀ ਸਥਿਤੀ ਜਾਂ ਸਮਾਂ

break man *n* ਰੱਖਿਅਕ, ਰੱਖਿਆ ਗਾਰਡ

breakneck /'ਬਰੇਇਕਨੈੱਕ/ *a* ਖ਼ਤਰਨਾਕ (ਚਾਲ, ਪੰਧ, ਛਾਲ)

breakout /'ਬਰੇਇਕਆਉਟ/ *n* ਕੈਦੀਆਂ ਦਾ ਜੇਲ੍ਹ ਵਿੱਚੋਂ ਫਰਾਰ ਹੋਣਾ, ਅਚਾਨਕ ਛੁੱਟ ਜਾਣਾ, ਭਿਆਨਕ ਬਿਮਾਰੀ ਦਾ ਫੁੱਟ ਪੈਣਾ

breakthrough /'ਬਰੇਇਕਥਰੂ/ *n* ਨਵੀਂ ਖੋਜ, ਨਵੀਂ ਲੱਭਤ

break-up *n* ਵਿਘਟਨ, ਅੰਗ-ਨਿਖੇੜ, ਵੰਡ, ਵਿਭਾਜਨ

breakwater /'ਬਰੇਇਕਵੋਟਅ*/ *n* (ਪਾਣੀ ਜਾਂ ਲਹਿਰਾਂ ਨੂੰ ਰੋਕਣ ਲਈ) ਬੰਨ੍ਹਾ, ਠੋਕਰ, ਰੋਕ

bream /ਬਰੀਮ/ *n* ਤਾਜ਼ੇ ਪਾਣੀ ਦੀ ਕੁੱਬੀ ਮੱਛੀ *vt* ਸਿੱਪੀਆਂ ਆਦਿ ਨੂੰ ਜਲਾ ਕੇ ਜਹਾਜ਼ ਦੇ ਥੱਲੇ ਨੂੰ ਸਾਫ਼ ਕਰਨਾ

breast /ਬਰੈੱਸਟ/ *n* ਛਾਤੀ, ਹਿੱਕ, ਸੀਨਾ; ਸਤਨ, ਮੰਮਾ, ਦੁੱਧੀ; (ਕੋਟ ਆਦਿ ਦਾ) ਉਤਲਾ ਅੱਗਾ; ਹਿਰਦਾ; ਦਿਲ; ਵਲਵਲਾ, ਵਿਚਾਰ, ਭਾਵਨਾ *vt* ਟੱਕਰ ਲੈਣਾ; ਸਾਮ੍ਹਣਾ ਕਰਨਾ, ਆਹਮੋ-ਸਾਮ੍ਹਣੇ ਹੋਣਾ; ਬਹਿਸ ਕਰਨਾ, ਵਿਵਾਦ ਕਰਨਾ **make a clean breast of** ਇਕਬਾਲ ਕਰ ਲੈਣਾ

breastbone /'ਬਰੈੱਸਟਬਅਉਨ/ *n* ਸੀਨੇ ਦੀ ਹੱਡੀ, ਛਾਤੀ ਦੀ ਹੱਡੀ

breastplate /'ਬਰੈੱਸਟਪਲੇਇਟ/ *n* ਸੰਜੋ ਦਾ ਇੱਕ ਭਾਗ

breast pump *n* ਔਰਤ ਦਾ ਦੁੱਧ ਚੋਣ ਵਾਲੀ ਮਸ਼ੀਨ

breaststroke /'ਬਰੈੱਸਟਸਟਰਅਉਕ/ *n* ਸਿੱਧੀ ਤਾਰੀ ਵਿੱਚ ਤਰਨ ਸਮੇਂ ਹੱਥ ਪੈਰ ਮਾਰਨ ਦੀ ਖਾਸ ਵਿਧੀ

breastwork /'ਬਰੈੱਸਟਵਅ:ਕ/ *n* ਮਿੱਟੀ ਦਾ ਬਣਿਆ ਬੰਨ੍ਹ, ਕੱਚਾ ਮੋਰਚਾ

breath /ਬਰੈੱਥ/ *n* ਸਾਹ, ਦਮ, ਪ੍ਰਾਣ, ਸੁਆਸ; ਸੁਗੰਧੀ ਆਦਿ ਦੀ ਲਪਟ; ਹਵਾ ਦਾ ਬੁੱਲਾ; ਫੂਕ, ਮੂੰਹ ਦੀ ਹਵਾੜ; ਕਾਨਾਫੂਸੀ, ਫੁਸ-ਫੁਸ; ਛਿਣ, ਪਲ **above one's breath** ਉੱਚੀ ਬੋਲਣਾ, ਜ਼ੋਰ ਨਾਲ ਬੋਲਣਾ **catch one's breath** (ਥੋੜ੍ਹੇ ਸਮੇਂ ਲਈ) ਸਾਹ ਰੋਕਣਾ; ਪ੍ਰਾਣਾਯਾਮ ਕਰਨਾ **spend one's breath** ਵਿਅਰਥ ਗੱਲਾਂ ਕਰਨਾ, ਬੇਲੋੜਾ ਬੋਲੀ ਜਾਣਾ **under one's breath** ਹੌਲੀ-ਹੌਲੀ (ਬੋਲਣਾ) **with bated breath** (ਡਰ ਜਾਂ ਆਦਰ ਨਾਲ) ਸਾਹ ਉੱਪਰ ਦਾ ਉੱਪਰ ਥੱਲੇ ਦਾ ਥੱਲੇ ਰਹਿ ਜਾਣਾ

breathe /ਬਰੀਦ/ *v* ਸਾਹ ਲੈਣਾ; ਜਿਊਂਦੇ ਹੋਣਾ, ਜਿਊਂਣਾ; ਪ੍ਰਗਟ ਕਰਨਾ; ਮਹਿਕਣਾ

breather /'ਬਰੀਦਅ*/ *n* ਥੋੜ੍ਹੀ ਦੇਰ ਦਾ ਅਰਾਮ, ਵਕਫ਼ਾ; ਹਵਾਖ਼ੋਰੀ **take/have a breather** ਥੋੜ੍ਹੀ ਦੇਰ ਲਈ ਸੁਸਤਾਉਣਾ

breathiness /'ਬਰੈੱਥਿਨਅਸ/ *n* ਸਾਹ ਦੀ ਅਵਾਜ਼, ਸਰਸਰਾਹਟ

breathing /'ਬਰੀਦਿਙ/ *n* ਸਾਹ ਲੈਣ ਦੀ ਕਿਰਿਆ; ਗੁਪਤ ਪ੍ਰਾਰਥਨਾ

breathless /'ਬਰੈੱਥਲਅਸ/ *a* ਨਿਰਜੀਵ, ਬੇਜਾਨ, ਬੇਦਮ, ਮਰਿਆ ਹੋਇਆ, ਟੁੱਟੇ ਸਾਹ; ਸਾਹੋ-ਸਾਹ; ਅਹਿਲ, ਇੱਕ ਥਾਂ ਉੱਤੇ ਚੁੱਪ-ਚਾਪ ਠਹਿਰਿਆ; ਨਿਰਪੌਣ, ਹੁਸੜਵਾਂ

breathlessly /'ਬਰੈੱਥਲਅਸਲਿ/ *adv* ਹੌਂਕਦਿਆਂ; ਦੁਬਿਧਾ ਵਿੱਚ, ਅਨਿਸ਼ਚਿਤ ਹਾਲਤ ਵਿੱਚ

breathtaking /'ਬਰੈੱਥਟੇਇਕਿਙ/ *a* ਹੈਰਾਨ ਕਰਨ ਵਾਲੀ (ਘਟਨਾ), ਉਤੇਜਨਾਪੂਰਨ

breathy /'ਬਰੈੱਥਿ/ *a* ਹੌਂਕਦਾ (ਵਿਅਕਤੀ, ਅਵਾਜ਼ ਆਦਿ)

bred /ਬਰੈੱਡ/ *vi* **breed** ਦਾ ਭੂਤ-ਕਾਲ ਅਤੇ ਭੂਤ-ਕ੍ਰਿਦੰਤ

breech /ਬਰੀਚ/ *n* **(in breeches)** (ਪਰਾ) ਚਿੱਤੜ, ਪਿੱਛਾ; ਬੰਦੂਕ ਜਾਂ ਤੋਪ ਦਾ ਪਿਛਲਾ ਹਿੱਸਾ; ਬਿਰਜਸ, ਛੋਟੀ ਪਤਲੂਨ ਜਿਹੜੀ ਗੋਡਿਓਂ ਥੱਲੇ ਕੱਸੀ ਜਾਂ ਬੰਨ੍ਹੀ ਜਾਂਦੀ ਹੈ *vt* ਬਿਰਜਸ ਪਾਉਣਾ **wear the breech** ਪਤਨੀ ਦਾ ਪਤੀ ਉੱਪਰ ਹੁਕਮ ਚਲਾਉਣਾ

breeches /ਬਰਿਚਿਜ਼/ *n* ਬਿਰਜਸ, ਛੋਟੀ ਪਤਲੂਨ

breech-loader *n* ਤੋੜੇ ਵਾਲੀ ਬੰਦੂਕ, ਅਜਿਹੀ ਬੰਦੂਕ ਜਾਂ ਤੋਪ ਜਿਸ ਦੇ ਪਿਛਲੇ ਹਿੱਸੇ ਤੋਂ ਬਰੂਦ ਭਰਿਆ ਜਾਂਦਾ ਹੈ, ਬਿਰਜਲੋਟ

breed /ਬਰੀਡ/ *v* ਜਣਨਾ, (ਸੰਤਾਨ) ਉਤਪੰਨ ਕਰਨਾ, ਪੈਦਾ ਹੋਣਾ ਜਾਂ ਕਰਨਾ, ਜਨਮ ਦੇਣਾ; ਉਪਜਾਉਣਾ, ਸੂਣਾ; ਗਰਭਤ ਹੋਣਾ; (ਪਸ਼ੂ ਆਦਿ ਦਾ) ਨਸਲ ਵਧਾਉਣਾ, ਉਤਪਾਦਨ ਕਰਨਾ; ਪ੍ਰਕਾਸ਼ਿਤ ਕਰਨਾ; ਫਲ ਹੋਣਾ; ਨਤੀਜਾ ਨਿਕਲਨਾ, ਪਾਲਣ-ਪੋਸਣ ਕਰਨਾ, ਪਾਲਣਾ; ਵਧਾਉਣਾ, ਫੈਲਾਉਣਾ; ਰੱਖਿਆ ਕਰਨਾ, ਸਿਧਾਉਣਾ, ਤਿਆਰ ਕਰਨਾ; ਸਿਖਾਉਣਾ, ਪੜ੍ਹਾਉਣਾ; ਓਠਣਾ, ਨਿਕਲਨਾ, ਫੈਲਣਾ *n* ਨਸਲ, ਜਾਤੀ

breeder /'ਬਰੀਡਅ*/ *n* ਪਾਲਣ ਵਾਲਾ, ਪਾਲਕ; ਨਸਲਕਸ਼, ਨਸਲ ਵਧਾਉਣਾ ਵਾਲਾ

breeding /'ਬਰੀਡਿਙ/ *n* ਪਾਲਣ-ਪੋਸਣ; ਸ਼ਿਸ਼ਟਾਚਾਰ; ਸਿੱਖਿਆ, ਸਿਖਲਾਈ; ਨਸਲਕਸ਼ੀ

breese /ਬਰੀਜ਼/ *n* ਘੋੜਿਆਂ ਅਤੇ ਡੰਗਰਾਂ ਦੇ ਰੋਗਾਣੂ

breeze[1] /ਬਰੀਜ਼/ *n* ਇੱਕ ਵੱਡੀ ਮੱਖੀ, ਮੱਖ

breeze[2] *n* ਰੁਮਕਦੀ ਹਵਾ, ਮੱਠੀ ਹਵਾ; (ਬੋਲ) ਨੋਕ-ਝੋਕ **breeze up** ਹਵਾ ਵਿੱਚ ਘੁੰਮ ਕੇ ਤਾਜ਼ਾ ਦਮ ਹੋਣਾ; ਥਕਾਵਟ ਦੂਰ ਕਰਨਾ ਜਾਂ ਮਿਟਾਉਣਾ

breezeless /ਬਰੀਜ਼ਲਅਸ/ *a* ਨਿਰਵਾਤ, ਹਵਾ ਰਹਿਤ, ਹੁੰਮਾ

breeziness /'ਬਰੀਜ਼ਿਨਅਸ/ *n* ਹਵਾਦਾਰੀ; ਪ੍ਰਸੰਨਤਾ; ਜ਼ਿੰਦਾਦਿਲੀ

breezy /'ਬਰੀਜ਼ਿ/ *a* ਹਵਾਦਾਰ, ਤਾਜ਼ਾ, ਹਰਿਆ-ਭਰਿਆ; ਖ਼ੁਸ਼ਦਿਲ, ਹਸਮੁਖ; ਅਨੰਦਮਈ

breme, breem /ਬਰੀਮ/ *a* ਭਿਆਨਕ, ਤੀਖਣ, ਡਰਾਉਣਾ

Bren /ਬਰੈੱਨ/ *n* **(in full bren gun)** ਹਲਕੀ ਬਰੇਨਗਨ

brent /ਬਰੈੱਨਟ/ *n* **(in full brent-goose)** ਇੱਕ ਬਤਕ

brethren /'ਬਰੈੱਦਰਅਨ/ *n* ਭਾਈਬੰਦ, ਧਰਮ ਭਾਈ

Breton /'ਬਰੈੱਟਅਨ/ *n* ਫਰਾਂਸ ਵਿੱਚ ਬਰੈਟਨ ਦਾ ਨਿਵਾਸੀ ਜਾਂ ਉਥੋਂ ਦੀ ਬੋਲੀ

brevet /'ਬਰੈੱਵਿਟ/ *n* ਸ਼ਾਹੀ ਸਨਦ ਜਿਸ ਨਾਲ ਕੋਈ ਸਰਕਾਰੀ ਪਦਵੀ ਜਾਂ ਖ਼ਿਤਾਬ ਦਿੱਤਾ ਜਾਏ, ਪਟਾ, ਆਦੇਸ਼ ਪੱਤਰ; ਸਨਮਾਨ ਸੂਚਕ ਪਦ, ਸਨਮਾਨ-ਪਦ *vt* ਬਿਨ ਤਨਖ਼ਾਹ ਪਦਵੀ ਜਾਂ ਖ਼ਿਤਾਬ ਦੇਣਾ, ਸਨਮਾਨ ਪਦ ਪ੍ਰਦਾਨ ਕਰਨਾ, ਅਵੇਤਨੀ ਪਦ ਦੇਣਾ

breviary /'ਬਰੀਵ੍ਿਅਰਿ/ *n* (ਰੋਮਨ ਕੈਥੋਲਿਕਾਂ ਦਾ) ਗੁਟਕਾ, ਨਿਤਨੇਮ ਪੋਥੀ

brevier /ਬਰਅ'ਵ੍ਿਅ*/ *n* ਛੋਟਾ ਟਾਈਪ, ਛੋਟੇ ਆਕਾਰ ਦੀ ਛਪਾਈ ਵਾਲੇ ਅੱਖਰਾਂ ਦਾ ਟਾਈਪ

brevity /'ਬਰੈੱਵ੍ਅਟਿ/ *n* ਸੰਖੇਪਤਾ; ਛੋਟੀ ਅਵਧੀ, ਅਲਪਕਾਲ

brew /ਬਰੂ/ *v* ਬੀਅਰ ਤਿਆਰ ਕਰਨਾ; ਕਾੜ੍ਹਾ ਬਣਾਉਣਾ; ਖ਼ਮੀਰ ਉਠਾਉਣਾ; ਚਾਹ ਬਣਾਉਣਾ; ਮਨਸੂਬਾ ਬੰਨ੍ਹਣਾ *n* ਇੱਕ ਵਾਰ ਕੱਢੀ ਗਈ ਬੀਅਰ ਦੀ ਮਾਤਰਾ, ਘਾਣੀ

brewage /'ਬਰੂਇਜ/ *n* ਮਿਸ਼ਰਿਤ ਵਸਤੂਆਂ ਤੋਂ ਤਿਆਰ ਕੀਤਾ ਕਾੜ੍ਹਾ; ਮਨਸੂਬਾ, ਗੋਂਦ, ਸਾਜ਼ਸ਼

brewer /'ਬਰੂਅ*/ *n* ਬੀਅਰ ਬਣਾਉਣ ਵਾਲਾ; ਮੱਟ, ਪਤੀਲਾ

brewery /'ਬਰੂਅਰਿ/ *n* ਬੀਅਰ ਬਣਾਉਣ ਦਾ ਕਾਰਖ਼ਾਨਾ

brewhouse /'ਬਰੂਹਾਉਸ/ *n* ਬੀਅਰ ਬਣਾਉਣ ਦਾ ਕਾਰਖ਼ਾਨਾ

brewing /ਬਰੂਇਙ/ *n* ਸ਼ਰਾਬ ਬਣਾਉਣ ਦਾ ਕਾਰਜ

briar, brier /'ਬਰਾਇਅ*/ *n* ਇੱਕ ਕੰਡਿਆਲੀ ਝਾੜੀ

bribability /ˌਬਰਾਇਬਅ'ਬਿਲਅਟਿ/ *n* ਰਿਸ਼ਵਤ ਲੈਣ ਜਾਂ ਦੇਣ ਦੀ ਹਿੰਮਤ ਜਾਂ ਯੋਗਤਾ

bribable /'ਬਰਾਇਬਅਬਲ/ *a* ਰਿਸ਼ਵਤ ਦੇਣ ਦੇ ਕਾਬਲ, ਜਿਸ ਨੂੰ ਰਿਸ਼ਵਤ ਦਿੱਤੀ ਜਾ ਸਕੇ

bribe /ਬਰਾਇਬ/ *n* ਰਿਸ਼ਵਤ, ਵੱਢੀ *vt* ਵੱਢੀ ਦੇਣਾ, ਮੁੱਠੀ ਗਰਮ ਕਰਨਾ

bribee /ਬਰਾਇ'ਬੀ/ *n* ਰਿਸ਼ਵਤ ਲੈਣ ਵਾਲਾ, ਰਿਸ਼ਵਤਖ਼ੋਰ

briber /ਬਰਾਇਬਅ*/ *n* ਰਿਸ਼ਵਤ ਦੇਣ ਵਾਲਾ

bribery /'ਬਰਾਇਬਅਰਿ/ *n* ਰਿਸ਼ਵਤਖ਼ੋਰੀ

bric-a-brac /'ਬਰਿਕ ਅ ਬਰੈਕ/ *n* ਨਿੱਕ-ਸੁੱਕ, ਦਿਖਾਵਟੀ ਚੀਜ਼

brick /ਬਰਿਕ/ *n* ਇੱਟ; ਇੱਟ ਵਰਗੀ ਚੌਰਸ ਵਸਤੂ; ਮੋਟੀ ਰੋਟੀ ਦਾ ਟੁਕੜਾ; ਲੱਕੜੀ ਦਾ ਟੁਕੜਾ ਜਿਸ ਨਾਲ ਬੱਚੇ ਮਕਾਨ (ਘਰ) ਬਣਾਉਂਦੇ ਹਨ; ਨੇਕ-ਦਿਲ ਮਨੁੱਖ, ਸੱਜਣ, ਭਲਾ ਆਦਮੀ *vt* ਇੱਟਾਂ ਨਾਲ ਚਿਣਾਈ ਕਰਨਾ; ਇੱਟਾਂ ਨਾਲ ਭਰ ਦੇਣਾ (ਬਾਰੀ ਆਦਿ ਨੂੰ) **be up against a brick wall** ਕਿਸੇ ਕਠਨਾਈ ਕਾਰਨ ਪ੍ਰਗਤੀ ਕਰਨ ਦੇ ਅਯੋਗ ਰਹਿਣਾ

brickbat /'ਬਰਿਕਬੈਟ/ *n* ਰੋੜਾ, ਢੀਮ; ਨਿਰਾਦਰੀ

brick dust *n* ਸੁਰਖੀ, ਗੇਰੀ, ਕੇਰੀ

brick-kiln *n* ਇੱਟਾਂ ਦਾ ਭੱਠਾ

bricklayer /'ਬਰਿਕਲੇਇਅ*/ *n* ਇੱਟਾਂ ਲਾਉਣ ਵਾਲਾ ਰਾਜ

brickwork /'ਬਰਿਕਵਅ:ਕ/ *n* ਚਿਣਾਈ, ਇੱਟਾਂ ਦੀ ਉਸਾਰੀ

bricky /'ਬਰਿਕਿ/ *a* ਇੱਟਾਂ ਦੇ ਰੰਗ ਜਾਂ ਸ਼ਕਲ ਦਾ, ਇੱਟ ਵਰਗਾ; ਇੱਟਾਂ ਨਾਲ ਭਰਿਆ ਹੋਇਆ

bridal /'ਬਰਾਇਡਲ/ *a* ਵਿਆਹੁਤਾ ਸੰਬੰਧੀ, ਸੁਹਾਗ ਦਾ

bride /ਬਰਾਇਡ/ *n* ਲਾੜੀ, ਦੁਲਹਨ, ਵਿਆਂਹਦੜ; (ਨਾਟਕ ਵਿੱਚ) ਵਹੁਟੀ ਦਾ ਰੂਪ ਧਾਰਨ ਕਰਨਾ ਜਾਂ ਕਰਾਉਣਾ

bride-bed *n* ਸੁਹਾਗ-ਸੇਜ

bridegroom /'ਬਰਾਇਡਗਰੂਮ/ *n* ਵਰ, ਦੂਲ੍ਹਾ, ਲਾੜਾ, ਨੀਂਗਰ

bridesmaid /'ਬਰਾਇਡਜ਼ਮੇਇਡ/ *n* ਲਾੜੀ ਦੀ ਸਹੇਲੀ, ਸਖੀ

bridge[1] /ਬਰਿਜ/ *n* ਪੁਲ; ਜਹਾਜ਼ ਦੇ ਅਧਿਕਾਰੀ ਲਈ ਵਿਚਕਾਰਲਾ ਥੜ੍ਹਾ; ਸਾਰੰਗੀ ਆਦਿ ਦੀ ਘੋੜੀ; (ਨੱਕ ਦੀ) ਘੋੜੀ *vt* ਪੁਲ ਬਣਾਉਣਾ, ਪੁਲ ਬੰਨ੍ਹਣਾ; ਪੁਲ ਬੰਨ੍ਹ ਕੇ ਪਾਰ ਕਰਨਾ **bridge the gap/gulf/divide** ਦਿਲਾਂ ਵਿੱਚ ਪਏ ਫਰਕ ਨੂੰ ਖ਼ਤਮ ਕਰਨਾ, ਪਾੜੇ ਨੂੰ ਘੱਟ ਕਰਨਾ

bridge[2] *n* ਤਾਸ਼ ਦੀ ਇੱਕ ਖੇਡ, ਬਰਿਜ

bridgehead /'ਬਰਿਜਹੈੱਡ/ *n* ਦਰਿਆ ਤੋਂ ਪਾਰ ਦੀ ਸਰਹੱਦੀ ਚੌਂਕੀ

bridging /ਬਰਿਜਿਙ/ *n* ਪੁਲ ਬਣਾਉਣ ਦਾ ਕਾਰਜ

bridle /'ਬਰਾਇਡਲ/ *n* ਲਗਾਮ; ਕਾਬੂ, ਰੋਕ; (ਸਰੀਰ) ਉਹ ਪੱਠਾ ਜੋ ਕਿਸੇ ਅੰਗ ਦੀ ਹਿਲਜੁਲ ਨੂੰ ਰੋਕੇ; ਲੰਗਰ ਦੀ ਜ਼ੰਜੀਰ (ਜਲ ਸੈਨਾ) *v* ਲਗਾਮ ਪਾਉਣਾ ਜਾਂ ਚਾੜ੍ਹਨਾ; ਕਾਬੂ ਕਰਨਾ, ਰੋਕਣਾ

bridle-hand *n* ਖੱਬਾ ਹੱਥ (ਜਿਸ ਨਾਲ ਲਗਾਮ ਫੜੀ ਜਾਂਦੀ ਹੈ)

bridle path, bridle-road *n* ਪਹਿਆ, ਡੰਡੀ, ਪਟੜੀ; ਲਾਂਘਾ ਜੋ ਘੋੜਿਆਂ ਲਈ ਠੀਕ ਹੋਵੇ ਪਰ ਗੱਡੀਆਂ ਬੱਘੀਆਂ ਮੋਟਰਾਂ ਆਦਿ ਲਈ ਠੀਕ ਨਾ ਹੋਵੇ

brief /ਬਰੀਫ਼/ *a* ਸੰਖੇਪ, ਸੰਕੁਚਿਤ, ਮੋਟਾ-ਮੋਟਾ, ਦੋ-ਹਰਫ਼ੀ, ਥੋੜ੍ਹ-ਚਿਰਾ *n* ਸਾਰ, ਖਿਉਰਾ, ਖ਼ੁਲਾਸਾ; (ਕਨੂੰ) ਖ਼ੁਲਾਸਾ, ਸਾਰ, ਵਕੀਲਾਂ ਲਈ ਕਿਸੇ ਮੁਕੱਦਮੇ ਦੇ ਮੋਟੇ-ਮੋਟੇ ਨੁਕਤੇ; (ਪੋਪ ਵੱਲੋਂ) ਹੁਕਮਨਾਮਾ; ਕਾਗਜ਼; ਛੋਟਾ ਆਕਾਰ (ਮਸ਼ੀਨ ਆਦਿ ਦਾ); ਹਵਾਬਾਜ਼ਾਂ ਲਈ ਹਿਦਾਇਤਾਂ *vt* (ਕਨੂੰ) ਮੁਕੱਦਮੇ ਦਾ ਖ਼ੁਲਾਸਾ ਦੱਸਣਾ; ਮਿਸਲ ਤਿਆਰ ਕਰਨਾ; ਹਵਾਬਾਜ਼ਾਂ ਨੂੰ ਹੱਲੇ ਸੰਬੰਧੀ ਹਿਦਾਇਤਾਂ ਦੇਣਾ; ਸਾਰ ਦੱਸਣਾ, ਮੋਟੀ-ਮੋਟੀ ਗੱਲ ਦੱਸਣਾ **hold a brief for** ਕਿਸੇ ਦੇ ਪੱਖ ਵਿੱਚ ਤਰਕ ਕਰਨਾ, ਵਿਵਾਦ ਵਿੱਚ ਕਿਸੇ ਦੀ ਸਹਾਇਤਾ ਕਰਨਾ

brief-bag, briefcase /ਬਰੀਫ਼ਬੈਗ, ਬਰੀਫ਼ਕੇਇਸ/ *n* ਖ਼ਤ-ਪੱਤਰ ਸਾਂਭਣ ਲਈ ਚਮੜੇ

ਜਾਂ ਪਲਾਸਟਿਕ ਦਾ ਥੈਲਾ

briefless /**ਬਰੀਫ਼ਲਅਸ**/ *a* ਵਿਹਲਾ (ਵਕੀਲ) ਜਿਸ ਪਾਸ ਕੋਈ ਮੁਕੱਦਮਾ ਨਾ ਆਵੇ

briefly /'**ਬਰੀਫ਼ਲਿ**/ *adv* ਸੰਖੇਪ ਵਿੱਚ, ਸੰਖਿਪਤ ਢੰਗ ਨਾਲ

briefness /**ਬਰੀਫ਼ਨਅਸ**/ *n* ਸੰਖੇਪਤਾ

brier[1], **briar** /'**ਬਰਾਇਅ***/ *n* ਕੰਡਿਆਲੀ ਝਾੜੀ **sweet brier** ਜੰਗਲੀ ਗੁਲਾਬ

brier[2] *n* ਝਾੜੀ ਜਿਸ ਦੀਆਂ ਜੜ੍ਹਾਂ ਤੋਂ ਤਮਾਕੂ ਪੀਣ ਵਾਲੇ ਪਾਈਪ ਦੀਆਂ 'ਚਿਲਮਾਂ' ਬਣਦੀਆਂ ਹਨ

briery /'**ਬਰਾਇਅਰਿ**/ *a* ਕਾਂਟੇਦਾਰ; ਝਾੜੀਦਾਰ

brig /**ਬਰਿਗ**/ *n* ਦੋ-ਮਸਤੂਲੀ ਅਤੇ ਚੁਕੋਰ ਪਾਲ ਵਾਲਾ ਜਹਾਜ਼

brigade /**ਬਰਿ'ਗੇਇਡ**/ *n* ਬਰਿਗੇਡ; ਫ਼ੌਜ ਦੀ ਟੁਕੜੀ; ਸੰਗਠਿਤ ਜਥਾ *vt* ਬਰਿਗੇਡ ਬਣਾਉਣਾ; ਪਲਟਣ ਦੇ ਰੂਪ ਵਿੱਚ ਸੰਗਠਿਤ ਕਰਨਾ, ਹੋਰਨਾਂ ਨਾਲ ਭਰਤੀ ਹੋ ਕੇ ਬਰਿਗੇਡ ਤਿਆਰ ਕਰਨਾ

brigadier /ˌ**ਬਰਿਗਆ'ਡਿਅ***/ *n* ਬਰਿਗੇਡੀਅਰ, ਬਰਿਗੇਡ ਦਾ ਪ੍ਰਮੁੱਖ ਅਫ਼ਸਰ

brigand /'**ਬਰਿਗਅਨਡ**/ *n* ਧਾੜਵੀ, ਡਕੈਤ, ਡਾਕੂ, ਰਾਹ-ਮਾਰ

brigandage /'**ਬਰਿਗਅਨਡਿਜ**/ *n* ਡਕੈਤੀ, ਲੁੱਟ-ਮਾਰ

brigantine /'**ਬਰਿਗਅਨਟੀਨ**/ *n* ਦੋ-ਮਸਤੂਲੀ ਜਹਾਜ਼

bright /**ਬਰਾਇਟ**/ *a* ਚਮਕਦਾ, ਲਿਸ਼ਕਦਾ, ਰੌਸ਼ਨ; ਸਾਫ਼, ਭੜਕੀਲਾ; ਟਹਿਕਦਾ; ਚਮਕਦਾਰ, ਤੇਜਸਵੀ; ਹਸਮੁਖ; ਉੱਜਲ; ਉਤਸ਼ਾਹੀ, ਚੜ੍ਹਦੀਆਂ ਕਲਾਂ ਵਾਲਾ ਸ਼ੋਖ਼ (ਰੰਗ); ਉੱਘਾ, ਮਸ਼ਹੂਰ, ਮੰਨਿਆ-ਪ੍ਰਮੰਨਿਆ, ਪ੍ਰਸਿੱਧ *adv* ਚਮਕਦੇ ਹੋਏ, ਚਮਕ-ਦਮਕ ਨਾਲ; ਅਨੰਦ ਨਾਲ, ਉੱਲਾਸਪੂਰਵਕ

brighten /'**ਬਰਾਇਟਨ**/ *v* ਚਮਕਾਉਣਾ ਜਾਂ ਚਮਕਣਾ, ਲਿਸ਼ਕਾਉਣਾ ਜਾਂ ਲਿਸ਼ਕਣਾ, ਪ੍ਰਕਾਸ਼ਮਾਨ ਕਰਨਾ ਜਾਂ ਹੋਣਾ, ਟਹਿਕ ਪੈਣਾ

brightish /**ਬਰਾਇਟਿਸ਼**/ *a* ਚਮਕਦਾ, ਚਮਕੀਲਾ

brightness /**ਬਰਾਇਟਨਅਸ**/ *n* ਖ਼ੁਸ਼ਦਿਲੀ; ਪ੍ਰਕਾਸ਼, ਤੇਜ; ਨਿਰਮਲਤਾ, ਉੱਜਲਾਪਣ; ਚਮਕ-ਦਮਕ, ਚਮਕ, ਤੜਕ-ਭੜਕ; ਪ੍ਰਤਿਭਾ

Bright's disease /'**ਬਰਾਇਟਸ ਡਿˌਜ਼ੀਜ਼**/ *n* (ਡਾਕਟਰ ਆਰ ਬਰਾਇਟ(1827) ਦੇ ਨਾਂ 'ਤੇ) ਗੁਰਦਿਆਂ ਦਾ ਇੱਕ ਰੋਗ

brill /**ਬਰਿਲ**/ *n* ਚੌੜੀ ਚਪਟੀ ਮੱਛੀ, ਬਰਿਲ ਮੱਛੀ

brilliance /'**ਬਰਿਲਿਅਨਸ**/ *n* ਚਮਕ, ਦਮਕ; ਛਬ, ਭਾਹ, ਆਭਾ, ਝਲਕ; ਪ੍ਰਤਿਭਾ

brilliant /'**ਬਰਿਲਿਅਨਟ**/ *a* ਭੜਕੀਲਾ, ਸ਼ੋਖ਼, ਚਮਕੀਲਾ, ਚਮਕਦਾਰ, ਰੋਸ਼ਨ; ਬੁੱਧੀਮਾਨ; ਹਸਮੁਖ; ਉੱਘਾ, ਮਸ਼ਹੂਰ, ਪ੍ਰਸਿੱਧ; ਪ੍ਰਤਿਭਾਵਾਨ *n* ਛਾਪੇ ਦਾ ਬਰੀਕ ਟਾਈਪ; (ਚਮਕਣ ਵਾਲਾ) ਹੀਰਾ

brilliantine /'**ਬਰਿਲਿਅਨਟੀਨ**/ *n* ਕੇਸ-ਸ਼ਿੰਗਾਰ ਤੇਲ, ਵਾਲ ਚਮਕਾਊ ਤੇਲ

brim /**ਬਰਿਮ**/ *n* (ਭਾਂਡੇ ਦਾ) ਕੰਢਾ, ਦੰਦਰੀ; ਮੂੰਹ; ਟੋਪੀ ਦਾ ਛੱਜਾ, ਵਧਿਆ ਹੋਇਆ ਹਿੱਸਾ *vt* ਨੱਕੋ-ਨੱਕ ਭਰਨਾ ਜਾਂ ਭਰਿਆ ਹੋਣਾ, ਮੂੰਹ ਤੱਕ ਭਰਨਾ, ਮੂੰਹੋਂ-ਮੂੰਹ ਭਰਨਾ

brimful /'**ਬਰਿਮਫ਼ੁਲ**/ *a* ਕੰਢਿਆਂ ਤੱਕ ਭਰਿਆ, ਨੱਕੋ-ਨੱਕ ਭਰਿਆ

brimless /**ਬਰਿਮਲਿਸ**/ *a* (ਟੋਪੀ) ਛੱਜੇ ਤੋਂ ਬਿਨਾਂ

brimmed /**ਬਰਿਮਡ**/ *a* (ਟੋਪੀ) ਛੱਜੇਦਾਰ

brimmer /**ਬਰਿਮਅ***/ *n* ਨੱਕੋ-ਨੱਕ ਭਰਿਆ ਪਿਆਲਾ

brimming /**ਬਰਿਮਿਙ**/ *a* ਛਲਕਦਾ, ਡੁੱਲ੍ਹ-ਡੁੱਲ੍ਹ ਪੈਂਦਾ

brimstone /'**ਬਰਿਮਸਟਅਉਨ**/ *n* ਗੰਧਕ ਦਾ ਪੁਰਾਣਾ ਨਾਂ; ਨਰਕਾਂ ਦੀ ਅੱਗ ਦਾ ਬਾਲਣ

brindled /'**ਬਰਿਨਡਲਡ**/ *a* ਚਿਤਕਬਰਾ, ਡੱਬ-ਖੜੱਬਾ

brine /**ਬਰਾਇਨ**/ *n* ਲੂਣਾ ਪਾਣੀ, ਖਾਰਾ ਪਾਣੀ, ਸਮੁੰਦਰੀ ਪਾਣੀ; ਸਮੁੰਦਰ, ਸਾਗਰ; (ਕਾਵਿ) ਹੰਝੂ, ਅੱਥਰੂ *vt* ਲੂਣ ਲਾਉਣਾ, ਲੂਣ ਵਿੱਚ ਰੱਖਣਾ; ਖਾਰੇ

ਪਾਣੀ ਨਾਲ ਤਰ ਕਰਨਾ

bring /ਬਰਿਙ/ *v* ਲਿਆਉਣਾ, ਲੈ ਆਉਣਾ; ਉਪਜਾਉਣਾ; ਪੇਸ਼ ਕਰਨਾ, ਸਾਮ੍ਹਣੇ ਰੱਖਣਾ, ਪ੍ਰਸਤੁਤ ਕਰਨਾ **bring about** ਕਾਰਨ ਹੋਣਾ, ਵਜੂਦ ਵਿੱਚ ਲਿਆਉਣਾ; (ਜਹਾਜ਼ ਨੂੰ) ਮੋੜਨਾ **bring down** ਮਾਣ ਘਟਾਉਣਾ; (ਕੀਮਤ) ਘੱਟ ਕਰਨਾ; ਮਾਰ ਮੁਕਾਉਣਾ; ਸੱਟ ਮਾਰਨਾ; ਸਜ਼ਾ ਦਿਵਾਉਣਾ **bring forth** ਜਣਨਾ, ਪੈਦਾ ਕਰਨਾ; ਸਾਮ੍ਹਣੇ ਲਿਆਉਣਾ **bring forward** ਅੱਗੇ ਲਿਆਉਣਾ; (ਕਿਤਾਬ ਦੇ) ਅਗਲੇ ਸਫ਼ੇ ਉੱਤੇ ਲਿਆਉਣਾ **bring home to** ਸਿੱਧ ਕਰਨਾ; ਪੂਰੀ ਤਰ੍ਹਾਂ ਸਮਝਾ ਦੇਣਾ, ਦਿਮਾਗ਼ ਵਿੱਚ ਬਠਾ ਦੇਣਾ **bring off** ਸਫਲ ਬਣਾਉਣਾ; ਬਚਾਅ ਲਿਆਉਣਾ **bring out** ਪ੍ਰਕਾਸ਼ਿਤ ਕਰਨਾ; ਕੱਢਣਾ, ਨਸ਼ਰ ਕਰਨਾ; ਸਾਫ਼-ਸਾਫ਼ ਪ੍ਰਗਟ ਕਰਨਾ, ਭਾਂਡਾ ਭੰਨਣਾ **bring round** ਹੋਸ਼ ਵਿੱਚ ਲਿਆਉਣਾ; ਠੀਕ ਕਰਨਾ, ਕਾਇਲ ਕਰਨਾ; ਮਨਾਉਣਾ, ਆਪਣੇ ਨਾਲ ਦਾ ਬਣਾ ਲੈਣਾ **bring up** ਉਗਾਉਣਾ; ਪਾਲਣਾ, ਪੋਸਣਾ; ਸਿਖਾਉਣਾ; ਮੁਕੱਦਮਾ ਚਲਾਉਣਾ

brinjal /'ਬਰਿਨਜਲ/ *n* ਬੈਂਗਣ, ਵਤਾਊਂ

brink /ਬਰਿਙਕ/ *n* ਕੰਢਾ, ਸਿਰਾ **on the brink of grave** ਮਰਨ ਕਿਨਾਰੇ

brinkmanship /'ਬਰਿਙਕਮਅਨਸ਼ਿਪ/ *n* ਸਿਆਸਤ ਦੀ ਖ਼ਤਰਨਾਕ ਖੇਡ (ਜਿਸ ਨਾਲ ਜਨਤਾ ਨੂੰ ਡਰਾ ਕੇ ਆਪਣੇ ਪਿੱਛੇ ਲਾਇਆ ਜਾ ਸਕੇ)

briny /'ਬਰਾਇਨਿ/ *a* ਖਾਰਾ, ਲੂਣਾ, ਨਮਕੀਨ

brio /'ਬਰੀਅਉ/ *n* ਚਾਅ, ਉਮਾਹ

briquette, briquet /ਬਰਿ'ਕੈਟੱ/ *n* ਪੀਸੇ ਹੋਏ ਕੋਲੇ ਦੀ ਇੱਟ, ਰਾਖ ਦੀ ਟਿੱਕੀ (ਜੋ ਬਾਲਣ ਵਜੋਂ ਕੰਮ ਆਉਂਦੀ ਹੈ)

brisk /ਬਰਿਸਕ/ *a* ਤੇਜ਼, ਕਿਰਿਆਸ਼ੀਲ, ਚੁਸਤ, ਛੋਹਲਾ, ਫੁਰਤੀਲਾ, ਚਲਾਕ; ਜੋਸ਼ ਦੇਣ ਵਾਲਾ, ਜਾਨ-ਪਾਊ (ਸ਼ਰਾਬ, ਹਵਾ ਆਦਿ) *v* ਤੇਜ਼ ਹੋਣਾ ਜਾਂ ਕਰਨਾ, ਫੁਰਤੀਲਾ ਹੋਣਾ ਜਾਂ ਕਰਨਾ

brisket /'ਬਰਿਸਕਿਟ/ *n* ਜਾਨਵਰਾਂ ਦਾ ਸੀਨਾ, ਸੀਨੇ ਦਾ ਮਾਸ

briskly /ਬਰਿਸਕਲਿ/ *adv* ਤੇਜ਼ੀ ਨਾਲ, ਫੁਰਤੀ ਨਾਲ

briskness /ਬਰਿਸਕਨਅਸ/ *n* ਤੀਬਰਤਾ, ਤੇਜ਼ੀ; ਚੁਸਤੀ, ਫੁਰਤੀ

bristle /'ਬਰਿਸਲ/ *n* ਕਰੜਾ ਵਾਲ, ਮੋਟਾ ਜਾਂ ਖਰ੍ਹਵਾ ਵਾਲ *v* ਕਰੜਾ ਜਾਂ ਖਰ੍ਹਵਾ ਹੋ ਜਾਣਾ, ਕੰਡਿਆਇਆ ਜਾਣਾ; ਲੂੰ-ਕੰਡੇ ਖੜ੍ਹੇ ਹੋ ਜਾਣਾ ਜਾਂ ਕਰਨਾ; ਕ੍ਰੋਧ ਪ੍ਰਗਟ ਕਰਨਾ, ਤਾਅ ਵਿੱਚ ਆ ਜਾਣਾ, ਗੁੱਸੇ ਨਾਲ ਲੂੰ ਖੜ੍ਹੇ ਹੋ ਜਾਣਾ

bristly /'ਬਰਿਸਲਿ/ *a* ਸਖ਼ਤ ਵਾਲਾਂ ਵਾਲਾ; (ਪੁਰਸ਼) ਖੁਰਦਰਾ

Bristol /'ਬਰਿਸਟਲ/ *n* ਪੱਛਮੀ ਇੰਗਲੈਂਡ ਦਾ ਇੱਕ ਸ਼ਹਿਰ

Bristol board *n* ਇੱਕ ਚੀਕਨਾ ਗੱਤਾ ਜਾਂ ਮੋਟਾ ਕਾਗਜ਼ ਜਿਹੜਾ ਕਾਰਡ ਬਣਾਉਣ ਦੇ ਕੰਮ ਆਉਂਦਾ ਹੈ

Bristol fashion *n* ਟਿਚਨ ਰਹਿਣ ਦਾ ਫ਼ੈਸ਼ਨ

Bristol milk *n* ਦੁੱਧ ਵਰਗੀ ਚਿੱਟੀ ਸ਼ਰਾਬ, ਸ਼ੈਰੀ

brit /ਬਰਿਟ/ *n* ਛੋਟੀ ਮੱਛੀ

Britain /'ਬਰਿਟਨ/ *n* ਬਰਤਾਨੀਆ ਦੇਸ

Britannic /ਬਰਿ'ਟੈਨਿਕ/ *a* ਬਰਤਾਨਵੀ, ਬਰਤਾਨੀਆ ਦਾ

British /'ਬਰਿਟਿਸ਼/ *a* ਬਰਤਾਨਵੀ, ਬਰਤਾਨੀਆ ਦਾ; ਅੰਗਰੇਜ਼ਾਂ ਦਾ; ਪ੍ਰਾਚੀਨ ਬਰਤਾਨਵੀ ਲੋਕਾਂ ਦਾ

Britisher /'ਬਰਿਟਿਸ਼ਅ*/ *n* ਬਰਤਾਨੀਆ ਦਾ ਵਸਨੀਕ

Briton /'ਬਰਿਟਨ/ *n* ਬਰਤਾਨੀਆ ਦੇ ਨਿਵਾਸੀ ਜਿਹੜੇ ਅੰਗਰੇਜ਼ਾਂ ਦੇ ਆਉਣ ਤੋਂ ਪਹਿਲਾਂ ਹੀ ਰਹਿੰਦੇ ਸਨ, ਵੈਲਸ਼ ਜਾਤੀ ਦੇ ਲੋਕ

brittle /'ਬਰਿਟਲ/ *a* ਭੁਰਭੁਰਾ, ਕੁੜਕਵਾਂ; ਕੱਚਾ, ਕਮਜ਼ੋਰ; ਟੁੱਟ ਜਾਣ ਵਾਲਾ, ਨਾਸਵਾਨ

brittleness /'ਬਰਿਟਲਨਅਸ/ *n* ਭੁਰਭੁਰਾਪਣ; ਬੇਲਚਕਪਣ; ਕਮਜ਼ੋਰੀ

broach /ਬਰਅਉਚ/ *n* ਕਬਾਬ ਭੁੰਨਣ ਵਾਲੀ ਸੀਖ; ਛੇਕ ਕਰਨ ਵਾਲੀ ਵਰਮੀ ਜਾਂ ਸੂਆ *v* (ਪੀਪੇ ਆਦਿ ਵਿੱਚ) ਮੋਰੀ ਜਾਂ ਛੇਕ ਕਰਨਾ; (ਪੀਪੇ ਆਦਿ ਵਿੱਚੋਂ) ਸ਼ਰਾਬ ਕੱਢਣਾ; ਗੱਲ ਛੇੜਨਾ ਜਾਂ ਸ਼ੁਰੂ ਕਰਨਾ; ਜਹਾਜ਼ ਦਾ ਮੁੜਨਾ ਜਾਂ ਉਸ ਨੂੰ ਹਵਾ ਦੇ ਅਨੁਕੂਲ ਕਰਨ ਲਈ ਮੋੜਨਾ

broad /ਬਰੋਡ/ *a* ਚੌੜਾ, ਖੁੱਲ੍ਹਾ, ਮੋਕਲਾ, ਵਿਸਤ੍ਰਿਤ; ਪੂਰਾ, ਪੂਰਨ, ਭਰਿਆ; ਖੁੱਲ੍ਹਦਿਲਾ, ਉਦਾਰ; ਸਪਸ਼ਟ *n* ਚੌੜਾ ਹਿੱਸਾ, ਖਿਲਾਰ *adv* ਚੁੜਾਈ ਦੇ ਰੁਖ਼, ਚੌੜੇ ਦਾ

broad awake *a* ਪੂਰੀ ਤਰ੍ਹਾਂ ਜਾਗ੍ਰਿਤ

broadband /'ਬਰੋਡਬੈਂਡ/ *n* (ਕੰਪਿ) ਵਿਵਿਧ ਫਰੀਕੁਐਂਸੀਆਂ ਵਾਲਾ ਸੰਕੇਤ; ਕੰਪਿਊਟਰ ਨੂੰ ਇੰਟਰਨੈਟ ਨਾਲ ਜੋੜਨ ਦਾ ਇੱਕ ਢੰਗ (ਜਿਸ ਨਾਲ, ਤਸਵੀਰਾਂ ਆਦਿ ਸਮੇਤ, ਤੇਜ਼ੀ ਨਾਲ ਜਾਣਕਾਰੀ ਹਾਸਲ ਹੋ ਸਕਦੀ ਹੈ)

broad-based *a* ਵਿਸਤ੍ਰਿਤ; ਉਦਾਰ (ਦਿਲ ਦਾ)

broad-blown *a* ਪੂਰੀ ਤਰ੍ਹਾਂ ਪ੍ਰਫੁੱਲਿਤ

broadcast /'ਬਰੋਡਕਾਸਟ/ *v* ਪ੍ਰਸਾਰਿਤ ਕਰਨਾ; ਮਸ਼ਹੂਰ ਕਰਨਾ, ਖ਼ਬਰ ਫੈਲਾਉਣਾ; ਖਿਲਾਰਨਾ, (ਬੀਜ ਦਾ) ਛੱਟਾ ਦੇਣਾ *n* ਪ੍ਰਸਾਰਨ; ਪ੍ਰਸਾਰ, ਬਰਾਡਕਾਸਟ

broadcasting /'ਬਰੋਡਕਾਸਟਿਙ/ *n* ਪ੍ਰਸਾਰਨ; (ਰੇਡੀਓ ਰਾਹੀਂ) ਪ੍ਰਸਾਰਨ ਦੀ ਕਿਰਿਆ

broadcloth /'ਬਰੋਡਕਲੌਥ/ *n* ਖੁਲ੍ਹੇ ਬਰ ਦਾ ਕਾਲਾ ਲੱਠਾ, ਲੱਠਾ

broad daylight *n* ਚਿੱਟਾ ਦਿਨ **in broad daylight** ਦਿਨ-ਦੀਵੀਂ, ਦਿਨ-ਦਿਹਾੜੇ

broad distinction *n* ਮੋਟਾ ਫਰਕ

broaden /'ਬਰੋਡਨ/ *v* ਚੌੜਾ ਜਾਂ ਖੁੱਲ੍ਹਾ ਕਰਨਾ ਜਾਂ ਹੋਣਾ

broad facts *n* ਮੋਟੀਆਂ-ਮੋਟੀਆਂ ਗੱਲਾਂ ਜਾਂ ਤੱਥ

broad hint *n* ਖੁੱਲ੍ਹਾ ਇਸ਼ਾਰਾ

broadly /'ਬਰੋਡਲਿ/ *adv* ਮੋਟੇ ਤੌਰ 'ਤੇ

broad-minded *a* ਖੁੱਲ੍ਹਦਿਲਾ, ਉਦਾਰ, ਫ਼ਰਾਖ਼-ਦਿਲ

broadside /'ਬਰੋਡਸਾਇਡ/ *n* ਜਹਾਜ਼ ਦਾ ਇੱਕ ਪਾਸਾ; ਜੰਗੀ ਜਹਾਜ਼ ਦੇ ਇੱਕ ਪਾਸੇ ਦੀਆਂ ਤੋਪਾਂ; ਇੱਕ ਪਾਸੇ ਦੀਆਂ ਤੋਪਾਂ ਦਾ ਇਕੱਠਾ ਫ਼ਾਇਰ

broad-spectrum *a* ਕੀੜੇ ਪਤੰਗੇ ਜੀਵਾਣੂ ਜਾਂ ਰੋਗਾਣੂ ਦੀ ਰੋਕਥਾਮ ਵਾਲਾ (ਰਸਾਇਣਕ ਤੱਤ)

broadsword /'ਬਰੋਡਸੋਡ/ *n* ਖੰਡਾ, ਚੌੜੀ ਤਲਵਾਰ

broadways, broadwise /ਬਰੋਡਵੇਇਜ਼, ਬਰੋਡਵਾਇਜ਼/ *adv* ਚੌੜੇ ਦਾਅ

brob /ਬਰੌਬ/ *n* ਚੂਲ ਕਸਣ ਲਈ ਫਾਲ

brocade /ਬਰਅ'ਕੇਇਡ/ *n* ਕੱਪੜੇ ਦੀ ਇਕ ਕਿਸਮ, ਜਰੀਦਾਰ ਕੱਪੜਾ

brochure /'ਬਰਅਉਸ਼ਅ*/ *n* ਚੁਵਰਕੀ, ਕਿਤਾਬਚਾ, ਪੈਂਫਲਿਟ, ਬਰੌਸ਼ਰ

brock /ਬਰੌਕ/ *n* ਬਿੱਜੂ; ਗੰਦਾ ਆਦਮੀ

brog /ਬਰੌਗ/ *n* ਛੋਟਾ ਵਰਮਾ, ਛੇਕ ਕਰਨ ਵਾਲਾ ਸੰਦ *vt* ਚੁਭੋਣਾ

brogue /ਬਰਅਉਗ/ *n* ਮੋਟੀ ਅਤੇ ਕਰੜੀ ਜੁੱਤੀ; ਗੋਲਫ਼ ਖੇਡਣ ਲੱਗਿਆਂ ਪਾਏ ਜਾਣ ਵਾਲੇ ਬੂਟ; ਪੇਂਡੂ ਲਹਿਜਾ; ਪੇਂਡੂ ਬੋਲੀ ਜਾਂ ਉਚਾਰਨ

broider /'ਬਰੌਇਡਅ*/ *vt* (ਪਰਾ) ਕਸੀਦਾ ਕੱਢਣਾ, ਵੇਲ-ਬੂਟੇ ਕੱਢਣਾ

broil[1] /ਬਰੌਇਲ/ *vt* ਭੁੰਨਣਾ ਜਾਂ ਭੁੱਜਣਾ, ਰਾੜ੍ਹਨਾ; ਸੀਖ ਉੱਤੇ ਲਾ ਕੇ ਮਾਸ ਭੁੰਨਣਾ; ਧੁੱਪ ਵਿੱਚ ਤਪ ਜਾਣਾ; ਬਹੁਤ ਤੱਤਾ ਹੋਣਾ ਜਾਂ ਕਰਨਾ *n* ਭੁੰਨਵਾਂ ਮਾਸ, ਸੀਖ ਉੱਤੇ ਭੁੰਨਿਆਂ ਮਾਸ (ਕਬਾਬ)

broil[2] *n* ਝਗੜਾ, ਰੌਲਾ-ਗੌਲਾ *v* ਝਗੜਾ ਕਰਨਾ

broiled /ਬਰੌਇਲਡ/ *a* ਭੁੰਨਿਆ, ਰਾੜ੍ਹਿਆ

broiler /'ਬਰੌਇਲਅ*/ *n* ਮੁਰਗੇ ਦੀ ਇੱਕ ਕਿਸਮ, ਲਵਾ ਮੁਰਗਾ; ਬਰਾਇਲਰ, ਸੀਖਦਾਰ ਚੁੱਲ੍ਹਾ

brokage /'ਬਰਅਉਕਿਜ/ *n* ਦਲਾਲੀ, ਆੜ੍ਹਤ

broke /ਬਰਅਉਕ/ *v* **break** ਦਾ ਭੂਤ-ਕਾਲ *a* ਦਿਵਾਲੀਆ; ਕੰਗਾਲ

broken /'ਬਰਅਉਕਅਨ/ *v* **break** ਦਾ ਭੂਤ-ਕ੍ਰਿਦੰਤ *a* ਟੁੱਟਿਆ; ਉਖੱੜਿਆ; ਕਮਜ਼ੋਰ; ਦਿਵਾਲੀਆ; (ਭਾਸ਼ਾ) ਅਸ਼ੁੱਧ

broken-backed *a* ਜਿਸ ਦੀ ਪਿੱਠ ਟੁੱਟ ਚੁੱਕੀ ਹੋਵੇ; ਨਿਰਾਸ਼

broken-down *a* ਸੜਿਆ-ਗਲਿਆ, ਨਸ਼ਟ-ਭ੍ਰਿਸ਼ਟ, ਟੁੱਟਿਆ-ਭੱਜਿਆ; ਦਿਵਾਲੀਆ

broken English *n* ਟੁੱਟੀ-ਫੁੱਟੀ ਅੰਗਰੇਜ਼ੀ, ਗ਼ਲਤ-ਮਲਤ ਅੰਗਰੇਜ਼ੀ

broken heart *n* ਹੌਸਲਾ ਪਸਤ ਹੋ ਜਾਣ ਦੀ ਦਸ਼ਾ, ਬਹੁਤ ਹੀ ਉਦਾਸੀ, ਦਿਲ ਉਤੇ ਵੱਜੀ ਡੂੰਘੀ ਸੱਟ, ਵਿਛੋੜੇ ਦੀ ਸੱਟ

broken language *n* (ਭਾਸ਼ਾ) ਟੁੱਟੀ-ਫੁੱਟੀ ਭਾਸ਼ਾ, ਅਸ਼ੁੱਧ ਭਾਸ਼ਾ

brokenly /'ਬਰਅਉਕਅਨਲਿ/ *adv* ਹਟਕੋਰਿਆਂ ਨਾਲ, ਝਟਕਿਆਂ ਨਾਲ, ਰੁਕ-ਰੁਕ ਕੇ

broken meat *n* ਬਚਿਆ ਮਾਸ, ਜੂਠ, ਰਹਿੰਦ-ਖੂਹੰਦ

broken money *n* ਭਾਨ, ਭੰਨ-ਘੜ, ਕਰਿਆਨਾ, ਟੁੱਟੇ ਪੈਸੇ

broken sleep *n* ਉਖੱੜੀ ਹੋਈ ਨੀਂਦ

broken voice *n* ਭਰੜਾਉਂਦੀ ਅਵਾਜ਼

broken water *n* ਨਿੱਕੀਆਂ-ਨਿੱਕੀਆਂ ਲਹਿਰਾਂ

broken weather *n* ਘੜੀ-ਪਲ ਵਿੱਚ ਬਦਲਦੀ ਰੁੱਤ, ਬੇਵਸਾਹਾ ਮੌਸਮ

broker /'ਬਰਅਉਕਅ*/ *n* ਦਲਾਲ, ਆੜ੍ਹਤੀ; ਏਜੰਟ; ਕਬਾੜੀਆ; ਕੁਰਕ ਕੀਤਾ ਮਾਲ ਵੇਚਣ ਵਾਲਾ

brokerage /'ਬਰਅਉਕਅਰਿਜ/ *n* ਦਲਾਲੀ, ਆੜ੍ਹਤ; ਦਸਤੂਰੀ

bromate /'ਬਰਅਉਮੇਇਟ/ *n* ਇੱਕ ਰਸਾਇਣ, ਬ੍ਰੋਮੇਟ

bromide /'ਬਰਅਉਮਾਇਡ/ *n* ਬ੍ਰੋਮਾਇਡ; ਬ੍ਰੋਮੀਨ ਦਾ ਯੋਗਿਕ; (ਅਪ) ਘਸੀ-ਪਿਟੀ ਜਾਂ ਬੇਸਿਰ-ਪੈਰ ਗੱਲ

bromine /'ਬਰਅਉਮੀਨ/ *n* ਬ੍ਰੋਮਾਈਨ

bronchi /'ਬਰੌਙਕਿ/ *n* ਸਾਹ ਨਾਲੀ ਦੇ ਦੋ ਹਿੱਸਿਆਂ ਵਿੱਚੋਂ ਇੱਕ

bronchial /'ਬਰੌਙਕਿਅਲ/ *a* ਸਾਹ ਨਾਲੀ ਸੰਬੰਧੀ, ਸਾਹ ਨਾਲੀ ਦੀ ਸੋਜ਼ਸ਼ ਸੰਬੰਧੀ

bronchitis /ਬਰੌਙ'ਕਾਇਟਿਸ/ *n* ਸਾਹ ਨਾਲੀ ਦੀ ਸੋਜ਼ਸ਼

bronze /'ਬਰੌਨਜ਼/ *n* ਕੈਂਹ, ਕਾਂਸੀ *a* ਕੈਂਹ ਦਾ, ਕੈਂਹੇ ਵਰਗਾ *v* ਕੈਂਹ ਵਰਗਾ ਬਣਾਉਣਾ, ਕੈਂਹ ਦਾ ਰੰਗ ਦੇਣਾ, ਭੂਰਾ ਅਤੇ ਲਾਲ ਕਰਨਾ ਜਾਂ ਹੋਣਾ

brooch /ਬਰਅਉਚ/ *n* ਜੜਾਊ ਸੂਈ ਜਾਂ ਪਿੰਨ, ਕੱਪੜੇ ਨੂੰ ਖਿਸਕਣ ਤੋਂ ਰੋਕਣ ਲਈ ਲਾਇਆ ਜਾਣ ਵਾਲਾ ਜੜਾਊ ਪਿੰਨ

brood /ਬਰੂਡ/ *n* ਪਸ਼ੂਆਂ ਦੇ ਇੱਕ ਸੂਏ ਦੇ ਬੱਚੇ; ਝੋਲ, ਪੰਛੀਆਂ ਦੀ ਇੱਕੋ ਸੇਵਾ ਜਾਂ ਧਰਨੇ ਵਿੱਚ ਕੱਢੇ ਹੋਏ ਬੱਚੇ; (ਘਿਰਨਾ ਲਈ) ਚੀਂਗੜ ਬੋਟ, ਨਿਆਣਿਆਂ ਦੀ ਹੇੜ, ਇੱਕੋ ਝੋਲੀ ਦੇ ਬੱਚੇ *vi* (ਪੰਛੀਆਂ ਦਾ) ਧਰਨੇ ਬਹਿਣਾ, ਆਂਡਿਆਂ ਉੱਤੇ ਬੈਠਣਾ; ਡੂੰਘੀ ਸੋਚ ਵਿੱਚ ਡੁੱਬਣਾ, ਵਿਚਾਰਮਗਨ ਹੋਣਾ, ਚਿੰਤਾ ਕਰਨਾ

brooding /'ਬਰੂਡਿਙ/ *a* ਵਿਚਾਰ-ਮਗਨ, ਸੋਚੀਂ-ਡੁੱਬਾ; ਚਿੰਤਾਤਰ

broody /'ਬਰੂਡਿ/ *a* ਆਂਡਿਆਂ ਉੱਤੇ ਬੈਠੀ (ਕੁਕੜੀ); ਸੋਚੀਂ-ਡੁੱਬਾ ਬੰਦਾ

brook[1] /ਬਰੁਕ/ *n* ਨਾਲਾ, ਛੋਟੀ ਨਦੀ, ਚੋਅ

brook[2] *vt* ਬਰਦਾਸ਼ਤ ਕਰਨਾ, ਸਹਿਣਾ, ਸਹਿ ਜਾਣਾ, ਸਹਾਰਨਾ, ਝੱਲਣਾ, ਜਰ ਜਾਣਾ

brooklet /'ਬਰੁਕਲਿਟ/ *n* ਛੋਟਾ ਨਾਲਾ, ਕੂਲ

broom /ਬਰੂਮ/ *n* ਝਾੜੂ, ਬਹੁਕਰ, ਬੁਹਾਰੀ, ਮਾਂਜਾ *vt* ਬਹੁਕਰ ਮਾਰਨਾ, ਝਾੜੂ ਦੇਣਾ **new broom** ਨਵ-ਨਿਯੁਕਤ ਕਰਮਚਾਰੀ ਜੋ ਸੁਧਾਰ ਕਰਨ ਲਈ ਬੜਾ ਉਤਾਵਲਾ ਹੋਵੇ

broomstick /'ਬਰੂਮਸਟਿਕ/ *n* ਝਾੜੂ ਦਾ ਲੰਬਾ ਦਸਤਾ

broth /ਬਰੌਥ/ *n* ਤਰੀ, ਰਸਾ, ਸ਼ੋਰਬਾ, ਮਾਸ ਦੀ

ਪਤਲੀ ਤਰੀ **broth of a boy** ਨੇਕ ਬੰਦਾ, ਭਲਾ ਬੰਦਾ, ਸੱਜਣ ਪੁਰਸ਼

brothel /'ਬਰੌਥਲ/ *n* ਚਕਲਾ, ਕੋਠਾ, ਰੰਡੀਖ਼ਾਨਾ

brother /'ਬਰਅੱਦਅ*/ *n* ਭਾਈ, ਭਰਾ; ਸਾਥੀ, ਸੰਗੀ, ਗੂੜ੍ਹਾ ਮਿੱਤਰ; ਸਹਿਯੋਗੀ; ਸਹਿਧਰਮੀ, ਧਰਮ ਭਰਾ; ਵਤਨੀ, ਦੇਸ ਵਾਸੀ, ਹਮਵਤਨੀ

brother german *n* ਸਕਾ ਭਰਾ, ਸਹੋਦਰ

brotherhood /'ਬਰਅੱਦਅਹੁਡ/ *n* ਭਾਈਚਾਰਾ, ਬਰਾਦਰੀ, ਸ਼ਰੀਕਾ

brother-in-arms *n* ਲੜਾਈ ਵਿੱਚ ਸਾਥੀ, ਯੁੱਧ ਵਿੱਚ ਸੰਗੀ

brother-in-law *n* ਕੁੜਮਾਚਾਰੀ ਵਿੱਚੋਂ ਬਰਾਬਰ ਪੀੜੀ ਦਾ ਰਿਸ਼ਤੇਦਾਰ ਮਰਦ, ਜੀਜਾ, ਭਣਵਈਆ; ਸਾਲਾ; ਸਾਂਢੂ; ਜੇਠ, ਦਿਓਰ; ਨਨਾਣਵਈਆ

brotherly /'ਬਰਅੱਦਅਲਿ/ *a* ਭਾਈਆਂ ਵਰਗਾ, ਬਰਾਦਰਾਨਾ, ਭਾਈਬੰਦ

brother uterine *n* ਮਾਂ-ਜਾਇਆ ਭਰਾ (ਇੱਕੋ ਮਾਂ ਦੀ ਕੁੱਖੋਂ ਜੰਮੇ ਪੁੱਤਰ)

brought /ਬਰੋਟ/ *v* **bring** ਦਾ ਭੂਤ-ਕਾਲ ਅਤੇ ਭੂਤ-ਕ੍ਰਿਦੰਤ

brow /ਬਰਾਉ/ *n* ਭਰਵੱਟਾ; ਭੌਂ; ਮੱਥਾ; (ਪਹਾੜ ਦੀ) ਕੰਧੀ; ਛੱਜਾ; ਪਹਾੜ ਉੱਤੋਂ ਦੀ ਜਾਂਦੀ ਸੜਕ ਦੀ ਸਭ ਤੋਂ ਉੱਚੀ ਥਾਂ

browbeat /'ਬਰਾਉਬੀਟ/ *vt* ਧਮਕਾਉਣਾ, ਤਾੜਨਾ, ਅੱਖਾਂ ਦਿਖਾਉਣਾ

brown /ਬਰਾਉਨ/ *a* ਭੂਰਾ, ਖਾਕੀ, ਬਦਾਮੀ; ਬੂਰਾ ਮਹਿਰੂ *n* ਪੈਸਾ, ਤਾਂਬੇ ਦਾ ਸਿੱਕਾ; ਭੂਰੇ ਜਾਂ ਖਾਕੀ ਕੱਪੜੇ; ਭੂਰਾ ਰੋਗਨ, ਭੂਰਾ ਰੰਗ *v* ਧੁੱਪ ਵਿੱਚ ਜਾਂ ਅੱਗ ਵਿੱਚ ਪਾ ਕੇ ਤਾਂਬੇ ਰੰਗਾ ਹੋ ਜਾਣਾ ਜਾਂ ਕਰਨਾ; ਭੂਰਾ ਕਰਨਾ ਜਾਂ ਰੰਗਣਾ

brownie /'ਬਰਾਉਨਿ/ *v* ਇੱਕ ਪ੍ਰਕਾਰ ਦੀ ਨੇਕ ਆਤਮਾ, ਸਕਾਊਟ ਲੜਕੀ, ਗਰਲ ਗਾਈਡ

brown paper *n* ਮੋਟਾ ਖਾਕੀ ਕਾਗਜ਼ ਜਿਹੜਾ ਚੀਜ਼ਾਂ ਲਪੇਟਣ ਅਥਵਾ ਲਿਫਾਫੇ ਬਣਾਉਣ ਦੇ ਕੰਮ ਆਉਂਦਾ ਹੈ

browse /ਬਰਾਉਜ਼/ *v* ਪੱਤੇ ਜਾਂ ਕਰੂੰਬਲਾਂ ਚਰਨਾ, ਉੱਤੋਂ-ਉੱਤੋਂ ਲਾਪਰਨਾ, ਚਰਨਾ ਜਾਂ ਚਾਰਨਾ; ਨਜ਼ਰ ਮਾਰਨਾ, ਵਿੱਚੋਂ-ਵਿੱਚੋਂ ਪੜ੍ਹਨਾ, ਜੀ-ਪਰਚਾਵੇ ਲਈ ਪੜ੍ਹਨਾ *n* ਚਰਨ ਦੀ ਕਿਰਿਆ; ਚਰਾਈ

Browser /'ਬਰਾਉਜ਼ਅ*/ *n* (ਕੰਪਿ) ਕੰਪਿਊਟਰ ਉੱਤੇ ਇੰਟਰਨੈੱਟ ਦੀਆਂ ਸੁਵਿਧਾਵਾਂ ਨੂੰ ਵਰਤਣ ਲਈ ਲੋੜੀਂਦਾ ਪ੍ਰੋਗਰਾਮ

bruise /ਬਰੂਜ਼/ *n* ਰਗੜ, ਝਰੀਟ, ਘਸਰ; ਲਾਸ, ਲਾਗਾ, ਸੱਟ ਲੱਗਣ ਕਰਕੇ ਪਿਆ ਨੀਲ, ਦਾਗ *v* ਰਗੜ ਵੱਜਣਾ ਜਾਂ ਮਾਰਨਾ, ਝਰੀਟ ਪੈਣਾ ਜਾਂ ਪਾਉਣਾ, ਘਸਰ ਲੱਗਣਾ ਜਾਂ ਲਾਉਣਾ; ਦਰੜ ਦੇਣਾ, (ਮਨੁੱਖ, ਪਸ਼ੂ ਜਾਂ ਫ਼ਸਲ ਆਦਿ ਨੂੰ) ਲਿਤਾੜ ਦੇਣਾ, ਚਿੱਥਣਾ ਜਾਂ ਚਿੱਥੇ ਜਾਣਾ; ਚੂਰ ਕਰ ਦੇਣਾ, ਫੇਹ ਸੁੱਟਣਾ; ਲੱਕੜੀ ਜਾਂ ਧਾਤ ਉੱਤੇ ਨਿਸ਼ਾਨ ਬਣਾਉਣਾ

bruiser /'ਬਰੂਜ਼ਅ*/ *n* ਇਨਾਮੀ ਮੁਕਾਬਲਾ ਕਰਨ ਵਾਲਾ, ਇਨਾਮੀ ਦੰਗਲ ਲੜਨ ਵਾਲਾ, ਪੇਸ਼ਾਵਰ ਮੁੱਕੇਬਾਜ਼

bruit /ਬਰੂਟ/ *n* ਅਵਾਈ, ਅਫ਼ਵਾਹ *vt* ਅਵਾਈ ਉਡਾਉਣਾ, ਅਫ਼ਵਾਹ ਫੈਲਾਉਣਾ, ਗੱਲ ਉਡਾਉਣਾ

brume /ਬਰੂਮ/ *n* ਕੋਹਰਾ, ਧੁੰਦ

Brummagem /'ਬਰਅੱਮਅਜਅਮ/ *a* ਖੋਟਾ, ਬਣਾਉਟੀ, ਨਕਲੀ, ਜਾਅਲੀ; ਘਟੀਆ; ਸਸਤਾ

brunch /ਬਰਅੱਨਚ/ *n* (ਅਪ) ਨਾਸ਼ਤੇ ਅਤੇ ਦੁਪਹਿਰ ਦੇ ਖਾਣੇ ਦਰਮਿਆਨ ਖਾਧਾ ਜਾਣ ਵਾਲਾ ਖਾਣਾ

brunette /ਬਰੂ'ਨੈਟ/ *n* ਪੱਕੇ ਰੰਗ ਦੀ ਕਾਲੀਆਂ ਅੱਖਾਂ ਵਾਲੀ ਅਤੇ ਭੂਰੇ ਜਾਂ ਕਾਲੇ ਵਾਲਾਂ ਵਾਲੀ (ਔਰਤ)

brunt /ਬਰਅੱਨਟ/ *n* ਹਮਲੇ ਦਾ ਜ਼ੋਰ, ਮੂਹਰਲੀ ਸੱਟ, ਵੇਗ **to bear the brunt of** ਸੱਟ ਸਹਿਣਾ, ਵਾਰ ਸਹਿਣਾ

brush /ਬਰਅੱਸ਼/ *v* ਬੁਰਸ਼ ਕਰਨਾ ਜਾਂ ਫੇਰਨਾ, ਬੁਰਸ਼ ਨਾਲ ਸਾਫ਼ ਕਰਨਾ ਜਾਂ ਚਮਕਾਉਣਾ; ਪੂੰਝਣਾ, ਸੰਵਾਰਨਾ, ਝਾੜਨਾ; ਖਹਿ ਕੇ ਲੰਘਣਾ *n* ਬੁਰਸ਼,

ਕੂਚੀ, ਕੁਚਾ; ਜੁਲਾਹੇ ਦਾ ਕੁੱਚ; ਚਿੱਤਰਕਾਰ ਦੀ ਵਾਲਾਂ ਵਾਲੀ ਲੇਖਣੀ; (ਲੂੰਬੜੀ ਦੀ) ਪੂਛ; ਬੁਰਸ਼ ਵਰਗਾ ਧਾਤ ਦਾ ਟੁਕੜਾ ਜੋ ਬਿਜਲੀ ਦਾ ਵਿਕਿਰਨ ਕਰਦਾ ਹੈ **brush aside, brush away** ਉਪੇਖਿਆ ਕਰਨਾ, ਨਜ਼ਰ-ਅੰਦਾਜ਼ ਕਰਨਾ; ਧਿਆਨ ਨਾ ਦੇਣਾ **brush over** ਮੱਧਮ ਰੰਗ ਫੇਰਨਾ **brush up** ਸਾਫ਼ ਕਰਨਾ, ਕੂਚੀ ਨਾਲ ਰੰਗ ਕਰਨਾ; ਤਾਜ਼ਾ ਕਰਨਾ

brushwood /'ਬਰਅੱਸ਼ਵੁਡ/ *n* ਝਾੜ-ਬੂਝਾ; ਢੀਂਗਰ, ਛਾਪਾ

brusque /ਬਰੂਸਕ, ਬਰੁਸਕ/ *a* ਖਰ੍ਹਵਾ, ਅੱਖੜ, ਕੋਰਾ, ਮੂੰਹ-ਫਟ

brusqueness /ਬਰੂਸਕਨਅਸ, ਬਰੁਸਕ-/ *n* ਅੱਖੜਪੁਣਾ, ਖਰ੍ਹਵਾਪਣ

brusquerie /ਬਰਅਸਕਅਰਿ/ *n* ਵੇਖੋ **brusqueness**

brutal /'ਬਰੂਟਲ/ *a* ਬੇਰਹਿਮ, ਕਰੂਰ, ਅੱਤਿਆਚਾਰੀ, ਜ਼ਾਲਮ; ਵਹਿਸ਼ੀ

brutality /ਬਰੂ'ਟੈਲਅਟਿ/ *n* ਨਿਰਦਇਤਾ, ਦਰਿੰਦਗੀ, ਜ਼ੁਲਮ, ਅੱਤਿਆਚਾਰ, ਕਰੂਰਤਾ

brutalization /ˌਬਰੂਟਅਲਾਇ'ਜ਼ੇਇਸ਼ਨ/ *n* ਨਿਰਦਈਕਰਨ

brutalize /'ਬਰੂਟਅਲਾਇਜ਼/ *v* ਪਸ਼ੂ ਬਣਾ ਦੇਣਾ; ਕਰੂਰਤਾ ਭਰ ਦੇਣਾ; ਜ਼ਾਲਮ ਅਤੇ ਅੱਤਿਆਚਾਰੀ ਬਣਾਉਣਾ; ਵਹਿਸ਼ੀ ਬਣ ਜਾਣਾ, ਅੱਤਿਆਚਾਰ ਉੱਤੇ ਉੱਤਰ ਆਉਣਾ

brute /ਬਰੂਟ/ *n* ਨਿਰਦਈ, ਕਰੂਰ, ਦਰਿੰਦਾ (ਬੰਦਾ)

brutehood /ਬਰੂਟਹੁਡ/ *n* ਪਸ਼ੂਪੁਣਾ, ਪਾਸ਼ਵਿਕਤਾ, ਦਰਿੰਦਗੀ

Brutus /'ਬਰੂਟਅਸ/ *n* ਜੂਲੀਅਸ ਸੀਜ਼ਰ ਨੂੰ ਮਾਰਨ ਵਾਲਾ ਰੋਮ ਵਾਸੀ, ਬਰੂਟਸ

bryologist /ਬਰਾਇ'ਔਲਅਜਿਸਟ/ *n* ਕਾਈ ਵਿਗਿਆਨੀ

bryology /ਬਰਾਇ'ਔਲਅਜਿ/ *n* ਕਾਈ ਵਿਗਿਆਨ

BSc /ˌਬੀ ਐੱਸ 'ਸੀ/ *abbr* **Bachelor of Science** ਦਾ ਸੰਖਿਪਤ ਰੂਪ, ਸਾਇੰਸ ਵਿਸ਼ੇ ਵਿੱਚ ਡਿਗਰੀ ਪ੍ਰਾਪਤ ਵਿਅਕਤੀ

bub /ਬਅੱਬ/ *n* ਛੋਟਾ ਮੁੰਡਾ, ਛੋਕਰਾ

bubble /'ਬਅੱਬਲ/ *n* ਬੁਲਬੁਲਾ; ਉਬਾਲ; ਧੋਖਾ, ਪ੍ਰਪੰਚ; ਖ਼ਿਆਲੀ ਮਹਿਲ *v* ਬੁਲਬੁਲੇ ਨਿਕਲਨਾ; ਬੁਲਬੁਲੀਆਂ ਪਾਉਣਾ, ਉੱਬਲਨਾ **bubble over with laughter** ਖਿੜਖਿੜਾ ਕੇ ਹੱਸਣਾ **bubble over with wrath** ਗੁੱਸੇ ਨਾਲ ਭੜਕ ਉੱਠਣਾ **prick the bubble** ਪੋਲ ਖੋਲ੍ਹ ਦੇਣਾ

bubble and squeak *n* ਸਬਜ਼ੀ ਵਾਲਾ ਮਾਸ

bubbly /'ਬਅੱਬਲਿ/ *a* ਬੁਲਬੁਲੇਦਾਰ, ਬੁਲਬਲੇ ਵਰਗਾ

bubo /'ਬਯੂਬਅਉ/ *n* ਕਛਰਾਲੀ

bubonic /ˌਬਯੂਬੌਨਿਕ/ *a* ਕਛਰਾਲੀ ਵਾਲਾ; ਕਛਰਾਲੀ ਸੰਬੰਧੀ

buccaneer /ˌਬਅੱਕਅ'ਨਿਅ*/ *n* ਸਮੁੰਦਰੀ ਡਾਕੂ *vt* ਸਮੁੰਦਰੀ ਡਾਕੂ ਹੋਣਾ ਜਾਂ ਬਣਨਾ

buck[1] /ਬਅੱਕ/ *n* ਚਿਕਾਰਾ, ਕਾਲਾ ਮਿਰਗ; ਚੀਤਲ; (ਹਰਨ, ਬੱਕਰੀ ਸਹੇ ਆਦਿ ਦਾ) ਨਰ; ਬਾਂਕਾ, ਛੈਲ ਮਨੁੱਖ *v* ਹਰਨ ਦਾ ਚੌਕੜੀ ਭਰਨਾ, (ਘੋੜੇ ਦਾ) ਸੀਖ ਪਾ ਹੋਣਾ; ਧੁੱਸ ਮਾਰਨਾ **buck off** (ਘੋੜੇ ਦਾ) ਕੁੱਦ ਕੇ ਸਵਾਰ ਨੂੰ ਪਿੱਠ ਤੋਂ ਸੁੱਟ ਦੇਣਾ

buck[2] *n* ਗੱਡੇ ਦਾ ਢਾਂਚਾ; ਡਾਲਰ

buck[3] *v* ਉਤਸ਼ਾਹਿਤ ਹੋਣਾ, ਖ਼ੁਸ਼ੀ ਨਾਲ ਭਰ ਜਾਣਾ, ਜੋਸ਼ ਵਿੱਚ ਆਉਣਾ **buck up** ਹੌਸਲਾ ਵਧਾਉਣਾ, ਜੋਸ਼ ਦਿਵਾਉਣਾ, ਹੱਲਾਸ਼ੇਰੀ ਦੇਣਾ

bucket /'ਬਅੱਕਿਟ/ *n* ਬਾਲਟੀ, ਡੋਲ; (ਖੂਹ ਦੀ) ਟਿੰਡ; ਪਿਚਕਾਰੀ ਜਾਂ ਪੰਪ ਦੀ ਨਾਲ; ਬੰਦੂਕ ਜਾਂ ਚਾਬਕ ਰੱਖਣ ਵਾਲਾ ਖੋਲ *v* ਡੋਲ ਨਾਲ ਪਾਣੀ ਕੱਢਣਾ; ਘੋੜਾ ਸਰਪਟ ਦੌੜਨਾ ਜਾਂ ਦੁੜਾਉਣਾ; ਬੇੜੀ ਨੂੰ ਕਾਹਲੀ ਚੱਪੂ ਨਾਲ ਚਲਾਉਣਾ **kick the bucket** ਮਰ ਜਾਣਾ **leather bucket** ਬੋਕਾ, ਬੋਕੀ

bucketful /'ਬਅੱਕਿਟਫੁਲ/ *a* ਬਾਲਟੀ ਭਰ, ਡੋਲ ਭਰ (ਵਸਤੂ)

buck-horn *n* ਮਿਰਗ ਦਾ ਸਿੰਗ

Buckingham palace /ˌਬਅੱਕਿਙਅਮ 'ਪੈਲਅਸ/ *n* ਲੰਦਨ ਦਾ ਸ਼ਾਹੀ ਮਹਿਲ

buckjumper /ਬਅੱਕਜਅੱਮਪਅ*/ *n* ਕੁਦਾਰੂ ਘੋੜਾ; ਚੁਪੈਰੀ ਛਾਲ

buckle /'ਬਅੱਕਲ/ *n* ਬਕਸੂਆ; ਬਕਲ *v* ਬਕਸੂਆ ਲਾਉਣਾ, ਬਕਸੂਏ ਨਾਲ ਜੋੜਨਾ

buckler /'ਬਅੱਕਲਅ*/ *n* ਛੋਟੀ ਢਾਲ; ਰੱਖਿਅਕ; ਰੱਖਿਆ, ਰੋਕ *vt* ਬਚਾਅ ਕਰਨਾ, ਰੱਖਿਆ ਕਰਨਾ

buckram /'ਬਅੱਕਰਅਮ/ *n* ਬੁਕਰਮ, ਮੋਟਾ ਅਤੇ ਕਰੜਾ ਕੱਪੜਾ; (ਵਰਤਾਉ ਵਿਹਾਰ ਵਿੱਚ) ਸਖ਼ਤ ਪਾਬੰਦੀ, ਕਰੜਾਈ, ਨੇਮਬੱਧਤਾ; ਆਕੜ, ਰੁਖਾਈ *a* ਪੀਡਾ, ਸਖ਼ਤ, ਪੱਕਾ *vt* ਬੁਕਰਮ ਨਾਲ ਸਖ਼ਤ ਕਰਨਾ

buckshot /'ਬਅੱਕਸ਼ੌਟ/ *n* ਡੱਗ

buckskin /'ਬਅੱਕਸਕਿਨ/ *n* ਮਿਰਗਛਾਲ, ਹਰਨ ਦੀ ਖੱਲ

buckthorn /'ਬਅੱਕਥੌਨ/ *n* ਇੱਕ ਕੰਡੇਦਾਰ ਝਾੜੀ

buck-tooth *n* ਉੱਚਾ ਦੰਦ, ਅਗਾਂਹ ਵਧਿਆ ਦੰਦ

buckwheat /'ਬਅੱਕਵੀਟ/ *n* ਇੱਕ ਅਨਾਜ, ਫਾਫੜਾ

bucolic /ਬਯੂ'ਕੌਲਿਕ/ *n* ਗਵਾਲ *a* ਪੇਂਡੂ (ਵਿਅਕਤੀ, ਗੀਤ)

bud /ਬਅੱਡ/ *n* ਕਲੀ, ਡੋਡੀ, ਪਿਓਂਦ ਦੀ ਅੱਖ; ਅੰਗੂਰ; ਅਵਿਕਸਿਤ ਵਸਤੂ *v* ਕਲੀਆਂ ਨਿਕਲਣਾ; ਕਰੂੰਬਲਾਂ ਫੁੱਟਣਾ, ਵਿਕਾਸ ਦਾ ਅਰੰਭ ਕਰਨਾ; (ਬਾਗਵਾਨੀ) ਕਲਮ ਲਾਉਣਾ, ਦਾਬ ਲਾਉਣਾ; ਪੈਦਾ ਕਰਨਾ **in bud** ਕਲੀਆਂ ਉੱਤੇ ਪੁੰਗਰਦਾ **nip in the bud** ਅਰੰਭ ਵਿੱਚ ਹੀ ਦਬਾਅ ਦੇਣਾ, ਸਿਰ ਚੁੱਕਦਿਆਂ ਹੀ ਨੱਪ ਦੇਣਾ

budding /'ਬਅੱਡਿਙ/ *a* ਨਵਾਂ-ਨਵਾਂ, ਪੁੰਗਰਦਾ, ਹੋਣਹਾਰ, ਉਦੈਮਾਨ

buddy /'ਬਅੱਡਿ/ *n* (ਅਪ) ਬੇਲੀ, ਯਾਰ, ਆੜੀ; ਫ਼ੌਜੀ ਭਾਈ, ਇੱਕ ਦੂਜੇ ਦੀ ਸਹਾਇਤਾ ਕਰਨ ਵਾਲੀ ਜੋੜੀ ਵਿੱਚੋਂ ਕੋਈ ਇੱਕ ਫ਼ੌਜੀ

budge /ਬਅੱਜ/ *v* ਹਟਣਾ, ਖਿਸਕਣਾ, ਸਰਕਣਾ; ਟਲਣਾ; ਹਟਾਉਣਾ, ਸਰਕਾਉਣਾ; ਟਾਲਣਾ

budget /'ਬਅੱਜਿਟ/ *n* ਆਮਦਨੀ ਖ਼ਰਚ ਦਾ ਅਨੁਮਾਨ; ਸਲਾਨਾ ਆਮਦਨੀ ਖ਼ਰਚ ਦਾ ਅਨੁਮਾਨਿਤ ਬਿਓਰਾ, ਬਜਟ; ਕਿਸੇ ਝੋਲੇ ਜਾਂ ਗੰਢ ਵਿੱਚ ਪਾਈਆਂ ਵਸਤੂਆਂ **budget for** ਬਜਟ ਵਿੱਚ ਰੱਖਣਾ, ਆਮਦਨੀ ਖ਼ਰਚ ਦੇ ਹਿਸਾਬ ਵਿੱਚ ਥਾਂ ਦੇਣਾ

budgetary /'ਬਅੱਜਿਟਅਰਿ/ *a* ਬਜਟ ਸੰਬੰਧੀ, ਬਜਟ ਦਾ

budget estimate *n* ਬਜਟ ਅਨੁਮਾਨ

budlet /ਬਅੱਡਲਿਟ/ *n* ਨਿੱਕੀ ਕਲੀ, ਛੋਟੀ ਡੋਡੀ

buff /ਬਅੱਫ਼/ *n* ਮਹਿਰੂ ਦਾ ਪੀਲੇ ਰੰਗ ਦਾ ਚਮੜਾ; ਧੌੜੀ; ਪੀਲਾ ਰੰਗ; ਮਨੁੱਖ ਦੀ ਚਮੜੀ *a* ਪੀਲੇ ਰੰਗ ਦਾ *vt* ਚਮੜੇ ਆਦਿ ਨੂੰ ਰਗੜ ਕੇ ਚਮਕਾਉਣਾ

buffalo /'ਬਅੱਫ਼ਅਲਅਉ/ *n* ਮਹਿੰ, ਮੱਝ, ਮਹਿਰੂ

buffer /'ਬਅੱਫ਼ਅ*/ *n* (ਰੇਲਗੱਡੀ ਆਦਿ ਵਿੱਚ) ਧੱਕੇ ਜਾਂ ਝਟਕੇ ਨੂੰ ਘੱਟ ਕਰਨ ਲਈ ਲੱਗਾ ਯੰਤਰ; ਪੁਰਾਤਨਵਾਦੀ, ਦਕਿਆਨੂਸ ਆਦਮੀ (ਕੰਪਿ) ਕੰਪਿਊਟਰ ਦੇ ਇੱਕ ਹਿੱਸੇ ਤੋਂ ਦੂਜੇ ਤੱਕ ਸੂਚਨਾਵਾਂ ਪਹੁੰਚਾਉਣ ਦੀ ਪ੍ਰਕਿਰਿਆ ਵਿੱਚ ਸੂਚਨਾਵਾਂ ਨੂੰ ਆਰਜ਼ੀ ਰੂਪ ਵਿੱਚ ਭੰਡਾਰਨ ਲਈ ਖੇਤਰ

buffer state *n* ਦੋ ਵਿਰੋਧੀ ਰਾਜਾਂ ਦਰਮਿਆਨ ਇੱਕ ਨਿਰਪੱਖ ਦੇਸ

buffet[1] /'ਬਅੱਫ਼ਿਟ/ *n* ਘਸੁੰਨ, ਮੁੱਕੀ, ਹੂਰਾ; ਕਿਸਮਤ ਦੀ ਮਾਰ; ਥਪੇੜਾ, ਸੱਟ; ਲਹਿਰਾਂ ਦਾ ਥਪੇੜਾ *v* ਘਸੁੰਨ ਮਾਰਨਾ, ਘਸੁੰਨ ਵੱਜਣਾ; ਲਹਿਰਾਂ ਦੀ ਥਪੇੜ ਸਹਿਣਾ

buffet[2] /'ਬੁਫ਼ੇਇ, 'ਬਅੱਫ਼ੇਇ/ *n* (ਚੀਨੀ ਦੇ) ਭਾਂਡਿਆਂ ਦੀ ਅਲਮਾਰੀ; ਸ਼ਰਾਬ ਘਰ, ਉਹ ਥਾਂ ਜਿੱਥੇ ਸ਼ਰਾਬ ਦਿੱਤੀ ਜਾਂਦੀ ਹੈ; ਮੇਜ਼ ਉੱਤੇ ਰੱਖਿਆ ਖਾਣਾ (ਜਿੱਥੋਂ ਖਾਣ ਵਾਲੇ ਆਪਣੀ ਮਰਜ਼ੀ ਨਾਲ ਖਾਣਾ ਲੈਂਦੇ ਹਨ)

buffo /'ਬੁਫ਼ਅਉ/ *n* ਨਾਟਕ ਵਿੱਚ ਮਖੌਲੀਆ ਪਾਤਰ; ਵਿਦੂਸ਼ਕ, ਮਖੌਲ; ਨਕਲ; ਹਾਸਾ-ਠੱਠਾ *a*

ਸੁਆਂਗੀ

buffoon /ਬਅ'ਫ਼ੂਨ/ *n* ਵਿਦੂਸ਼ਕ, ਨਕਲੀਆ, ਭੰਡ, ਮਸਖ਼ਰਾ *vi* ਮਸ਼ਕਰੀ ਕਰਨਾ, ਮਖੌਲ ਕਰਨਾ; ਨਕਲ ਲਾਹੁਣਾ, ਹਾਸਾ ਕਰਨਾ

buffoonery /ਬਅ'ਫ਼ੂਨਅਰਿ/ *n* ਹਾਸਾ-ਠੱਠਾ, ਮਖੌਲਬਾਜ਼ੀ, ਭੰਡਬਾਜ਼ੀ

bug /ਬਅੱਗ/ *n* ਮਾਂਙਣੂ, ਖਟਮਲ; ਖਬਤ; ਖ਼ੁਫ਼ੀਆ ਮਾਈਕਰੋਫ਼ੋਨ (ਕੰਪਿ) ਕੰਪਿਊਟਰ ਪ੍ਰੋਗਰਾਮ ਦੀਆਂ ਹਿਦਾਇਤਾਂ ਵਿੱਚ ਆਉਣ ਵਾਲੀ ਤਰੁੱਟੀਆਂ

bugaboo, bugbear /'ਬਅੱਗਅਬੂ, 'ਬਅੱਗਬੇਅ*/ *n* ਹਊਆ, ਡਰਾਵਾ

bugger /'ਬਅੱਗਅ*/ *n* (ਗਾਲ੍ਹ ਵੱਜੋਂ) ਮੁੰਡੇਬਾਜ਼; ਲੁੱਚਾ ਬਦਮਾਸ਼ bugger about ਅਵਾਰਾਗਰਦੀ ਕਰਨਾ

buggery /'ਬਅੱਗਅਰਿ/ *n* ਮੁੰਡੇਬਾਜ਼ੀ

bugging /'ਬਅੱਗਿਙ/ *n* ਖ਼ੁਫ਼ੀਆ ਮਾਈਕਰੋਫ਼ੋਨ ਦੁਆਰਾ ਭੇਤ ਲੈਣ ਦੀ ਕਿਰਿਆ

buggy[1] /'ਬਅੱਗਿ/ *n* ਬੱਘੀ, (ਘੋੜਾ) ਗੱਡੀ

buggy[2] *a* ਖਟਮਲ ਵਾਲਾ, ਮਾਂਙਣੂਆਂ ਭਰਿਆ

bugle /'ਬਯੂਗਲ/ *n* ਬਿਗਲ *vt* ਬਿਗਲ ਵਜਾਉਣਾ; ਬਿਗਲ ਵਜਾ ਕੇ ਸਾਵਧਾਨ ਕਰਨਾ

bugler /'ਬਯੂਗਲਅ*/ *n* ਬਿਗਲ ਵਜਾਉਣ ਵਾਲਾ, ਬਿਗਲਰ, ਬਿਗਲਚੀ

buglet /'ਬਯੂਗਲਿਟ/ *n* ਛੋਟਾ ਬਿਗਲ

build /ਬਿਲਡ/ *n* ਬਣਤਰ, ਨਿਰਮਾਣ ਸ਼ੈਲੀ ਸਰੀਰ-ਰਚਨਾ, (ਸਰੀਰ ਦੀ) ਕਾਠੀ *vt* ਬਣਾਉਣਾ, ਨਿਰਮਾਣ ਕਰਨਾ; ਘਰ ਬਣਾਉਣਾ; ਚਿਣਾਈ ਕਰਨਾ, ਉਠਾਉਣਾ; ਸਥਾਪਿਤ ਕਰਨਾ, ਨੀਂਹ ਬਣਾਉਣਾ, ਕਾਇਮ ਕਰਨਾ, ਆਧਾਰਿਤ ਕਰਨਾ build upon (ਕਿਸੇ ਉੱਤੇ) ਭਰੋਸਾ ਰੱਖਣਾ, (ਕਿਸੇ ਦਾ) ਆਸਰਾ ਲੈਣਾ, ਆਸ ਰੱਖਣਾ

builder /'ਬਿਲਡਅ*/ *n* ਉਸਾਰੀ ਦੇ ਕੰਮ ਦਾ ਮਾਹਰ; ਰਾਜ, ਉਸਰੱਈਆ; ਨਿਰਮਾਤਾ, ਉਸਾਰੀ ਕਰਨ ਵਾਲਾ

building /'ਬਿਲਡਿਙ/ *n* ਇਮਾਰਤ, ਭਵਨ, ਮਕਾਨ, ਕੋਠਾ; ਘਰ; ਉਸਾਰੀ, ਨਿਰਮਾਣ, ਬਣਾਵਟ

building block *n* ਲੱਕੜ ਜਾਂ ਪਲਾਸਟਿਕ ਦੇ ਬਲਾਕ (ਜਿਨ੍ਹਾਂ ਤੋਂ ਘਰ ਜਾਂ ਹੋਰ ਚੀਜ਼ਾਂ ਬਣਾ ਬਣਾ ਕੇ ਬੱਚੇ ਖੇਡਦੇ ਹਨ)

built /ਬਿਲਟ/ (**build** ਦਾ ਭੂਤ-ਕਾਲ ਅਤੇ ਭੂਤ-ਕ੍ਰਿਦੰਤ) *a* ਬਣਿਆ, ਨਿਰਮਿਤ, ਉਸਰਿਆ

bulb /ਬਅੱਲਬ/ *n* ਬਲਬ, ਬਿਜਲੀ ਦਾ ਲਾਟੂ; ਗੰਢੀ, (ਥੋਮ ਦੀ) ਤੁਰੀ; ਡੋਡੀ; ਗਿਲਟੀ, ਘੁੰਡੀ; ਵਾਲ ਦੀ ਜੜ੍ਹ, ਸ਼ੀਸ਼ੇ ਦੀ ਨਲੀ ਦਾ ਫੁੱਲਿਆ ਹਿੱਸਾ *v* ਗੰਢ ਬੱਝਣਾ; ਗੰਢੇ ਵਾਂਗ ਫੁੱਲਿਆ ਹੋਣਾ; ਘੁੰਡੀ ਬਣਨਾ

bulbed, bulbiform, bulbous /ਬਅੱਲਬਡ ਬਅੱਲਬਿਫ਼ੋਮ 'ਬਅੱਲਬਅਸ/ *a* ਬਲਬ ਦੀ ਸ਼ਕਲ ਦਾ, ਗੁਲਾਈਦਾਰ, ਆਂਡਾਂਕਾਰ, ਗੰਢੇ ਵਰਗਾ

bulge /ਬਅੱਲਜ/ *v* ਉੱਭਰਨਾ, ਫੁੱਲਣਾ, ਸੁੱਜਣਾ, ਅਗਾਂਹ ਵਧਿਆ ਹੋਣਾ; ਫੁਲਾਉਣਾ, ਵਧਾਉਣਾ, ਪਸਾਰਨਾ *n* ਉਭਾਰ, ਕੁੱਬ, ਬਾਹਰ ਨੂੰ ਵਧਿਆ ਹਿੱਸਾ; ਸੋਜ, ਫੁਲਾਅ; ਆਕਾਰ ਜਾਂ ਸੰਖਿਆ ਵਿੱਚ ਅਸਥਾਈ ਵਾਧਾ ਜਾਂ ਵਿਸਤਾਰ

bulger /'ਬਅੱਲਜਅ*/ *n* (ਗੋਲਫ ਦੀ ਖੇਡ ਦਾ) ਬੱਲਾ

bulginess /'ਬਅੱਲਜਿਨਅਸ/ *n* ਉਭਾਰ, ਫੁਲਾਵਟ

bulgy /'ਬਅੱਲਜਿ/ *a* ਉੱਭਰਵਾਂ, ਫੁੱਲਿਆ, ਅਗਾਂਹ ਵਧਵਾਂ

bulimy /'ਬਯੂਲਿਮਿ/ *n* ਭੁੱਖ, ਹਾਬੜਾ, ਭੋਖੜਾ; (ਅਲੰਕਾਰ) ਕਿਤਾਬ ਆਦਿ ਦੀ ਭੁੱਖ

bulk /ਬਅੱਲਕ/ *n* ਮਿਕਦਾਰ, ਮਾਤਰਾ; ਭਾਰ, ਵਿਸਤਾਰ, ਜਹਾਜ਼ ਦਾ ਭਾਰ; ਖੇਪ, ਸਮੂਹ; ਢੇਰ; ਡੀਲ-ਡੌਲ, ਕੱਦ-ਬੁੱਤ, ਜੁੱਸਾ, ਆਕਾਰ; ਅਧਿਕ ਭਾਗ, ਅਧਿਕ ਮਾਤਰਾ, ਵੱਡਾ ਆਕਾਰ; ਭਾਰਾ ਸਰੀਰ *v* ਮਹੱਤਤਾ ਜਾਂ ਆਕਾਰ ਵਜੋਂ ਵੱਡਾ ਜਾਪਣਾ, ਵੱਡੀ ਮਾਤਰਾ ਜਾਪਣਾ; (ਮੱਛੀਆਂ ਆਦਿ ਦਾ) ਢੇਰ ਲਾ ਦੇਣਾ, (ਬਕਸਿਆਂ, ਬੋਰੀਆਂ ਆਦਿ ਵਿੱਚੋਂ ਕੱਢ ਕੇ) ਭਾਰ ਜੋਖਣਾ **break bulk** (ਜਹਾਜ਼ ਆਦਿ

ਤੋਂ) ਭਾਰ ਲਾਹੁਣਾ **in bulk** ਭਾਰੀ ਮਾਤਰਾ ਵਿੱਚ

bulky /'ਬਅੱਲਕਿ/ *a* ਵੱਡੇ ਆਕਾਰ ਵਾਲਾ; ਭਾਰਾ; ਵਿਸ਼ਾਲ, ਵੱਡਾ, ਮੋਟਾ-ਤਾਜ਼ਾ; ਬੜੇ ਵਿਸਤਾਰ ਵਾਲਾ

bull[1] /ਬੁਲ/ *n* ਸਾਨ੍ਹ, ਬਲ੍ਹਦ, ਢੱਗਾ; ਵ੍ਹੇਲ ਮੱਛੀ ਦਾ ਨਰ; ਸੱਟੇਬਾਜ਼, ਭਾਅ ਤੇਜ ਕਰਨ ਵਾਲਾ, ਤੇਜੜੀਆ *v* ਕੀਮਤਾਂ ਚੜ੍ਹਾਉਣਾ (ਸੱਟੇ ਵਿੱਚ) **bull in the china shop** ਮੱਕੀ ਦੇ ਖੇਤ ਵਿੱਚ ਝੋਟਾ **take the bull by the horns** ਸਾਨ੍ਹ ਨੂੰ ਸਿੰਗਾਂ ਤੋਂ ਫੜਨਾ ਭਾਵ ਅਗਾਂਹ ਵਧ ਕੇ ਕਠਨਾਈਆਂ ਦਾ ਟਾਕਰਾ ਕਰਨਾ

bull[2] *n* ਪੋਪ ਦਾ ਫ਼ਰਮਾਨ

bull[3] *n* (ਲਿਖਤ ਜਾਂ ਬੋਲ ਵਿੱਚ) ਹਾਸੋ-ਹੀਣੀ ਗ਼ਲਤੀ

bull-bitch *n* ਜਵਾਨ ਕੁੱਤੀ

bull-calf *n* ਵੱਛਾ, ਵਹਿੜਕਾ; ਸਿੱਧੜ, ਸਿੱਧਰਾ

bulldog /'ਬੁਲਡੌਗ/ *n* ਬੁਲੀ ਕੁੱਤਾ, ਇੱਕ ਵੱਡੇ ਸਿਰ ਵਾਲਾ ਕੁੱਤਾ; ਜ਼ਿੱਦੀ ਮਨੁੱਖ; ਗਲ ਪੈਣ ਵਾਲਾ ਲੜਾਕਾ ਆਦਮੀ; ਛੋਟੀ ਨਾਲੀ ਵਾਲਾ ਤੇ ਮੋਟੀ ਗੋਲੀ ਵਾਲਾ ਪਸਤੌਲ

bulldoze /'ਬੁਲਡਅਉਜ਼/ *v* ਮਸ਼ੀਨ ਨਾਲ ਥਾਂ ਪੱਧਰੀ ਕਰਨਾ, ਮਸ਼ੀਨ ਨਾਲ ਮਕਾਨ ਢਾਹ ਦੇਣਾ; ਧੱਕੇ ਨਾਲ ਅੱਗੇ ਵਧਣਾ, ਜ਼ੋਰ-ਜ਼ਰਬੀ ਪਰੇ ਕਰਨਾ

bulldozer /'ਬੁਲਡਅਉਜ਼ਅ*/ *n* ਭੋਂ ਪੱਧਰੀ ਕਰਨ ਵਾਲੀ ਮਸ਼ੀਨ

bullet /'ਬੁਲਿਟ/ *n* (ਬੰਦੂਕ, ਪਸਤੌਲ, ਮਸ਼ੀਨਗਨ ਆਦਿ ਦੀ) ਗੋਲੀ (ਕੰਪਿ) ਕਿਸੇ ਪੰਕਤੀ ਦੇ ਸ਼ੁਰੂ ਵਿੱਚ ਲਗਾਇਆ ਜਾਣ ਵਾਲਾ (ਬਿੰਦੀ, ਤਾਰਾ, ਤੀਰ) ਚਿੰਨ੍ਹ

bullet drawer *n* ਜ਼ਖਮ ਵਿੱਚੋਂ ਗੋਲੀ ਕੱਢਣ ਵਾਲਾ ਯੰਤਰ

bullet-headed *a* ਗੋਲ ਸਿਰਾ; ਮੂਰਖ, ਬੁੱਧੂ

bulletin /'ਬੁਲਅਟਿਨ/ *n* ਸਰਕਾਰੀ ਸੂਚਨਾ; ਸੂਚਨਾ ਪੱਤਰ, ਮਹੱਤਤਾ ਵਾਲੀਆਂ ਘਟਨਾਵਾਂ ਬਾਰੇ ਜਾਂ ਕਿਸੇ ਰੋਗੀ ਦੀ ਹਾਲਤ ਬਾਰੇ ਸੂਚਨਾ, ਬੁਲੇਟਿਨ

bulletin board *n* ਸੂਚਨਾ ਪਟਲ, ਸੂਚਨਾ ਫੱਟਾ; (ਕੰਪਿ) ਕੰਪਿਊਟਰ ਵਿੱਚ ਅਜਿਹੀ ਥਾਂ ਜਿੱਥੇ ਹਰ ਕੋਈ ਸੰਦੇਸ਼ ਪੜ੍ਹ ਜਾਂ ਲਿਖ ਸਕਦਾ ਹੈ

bulletproof /'ਬੁਲਿਟਪਰੂਫ਼/ *a* ਜਿਸ ਉੱਤੇ ਗੋਲੀ ਅਸਰ ਨਾ ਕਰ ਸਕੇ

bullfight /'ਬੁਲਫ਼ਾਇਟ/ *n* ਮਨੁੱਖ ਅਤੇ ਸਾਨ੍ਹ ਦਾ ਘੋਲ

bullhead /ˌਬੁਲ'ਹੈੱਡ/ *n* ਇੱਕ ਵੱਡੇ ਸਿਰ ਵਾਲੀ ਮੱਛੀ

bullheaded /ˌਬਲ'ਹੈੱਡਿਡ/ *a* ਜ਼ਿੱਦੀ, ਹਠੀ

bullion /'ਬੁਲਿਅਨ/ *n* (ਸਿੱਕਾ ਢਾਲਣ ਤੋਂ ਪਹਿਲਾਂ) ਸੋਨੇ ਜਾਂ ਚਾਂਦੀ ਦੀ ਇੱਟ; ਸ਼ੁੱਧ ਸੋਨਾ ਜਾਂ ਚਾਂਦੀ *a* ਖਰੇ ਸੋਨੇ ਜਾਂ ਚਾਂਦੀ ਦਾ ਬਣਿਆ; ਧਾਤੀ ਮੁਦਰਾ ਦਾ; ਸ਼ਰਾਫ਼ਾ

bullionist /'ਬੁਲਿਅਨਿਸਟ/ *n* ਸੋਨੇ ਜਾਂ ਚਾਂਦੀ ਦੇ ਸਿੱਕੇ ਦਾ ਹਾਮੀ, ਧਾਤੀ ਮੁਦਰਾ ਦਾ ਸਮਰਥਕ

bull market *n* (ਸ਼ੇਅਰ ਮਾਰਕੀਟ) ਤੇਜ਼ੀ, ਤੇਜ਼ੀ ਦਾ ਸਮਾਂ (ਜਦੋਂ ਸ਼ੇਅਰਾਂ ਦੀਆਂ ਕੀਮਤਾਂ ਵਧ ਰਹੀਆਂ ਹੋਣ)

bullock /'ਬੁਲਅਕ/ *n* ਬਲ੍ਹਦ, ਢੱਗਾ, ਬੌਲ੍ਹਦ

bullring /'ਬੁਲਰਿਙ/ *n* ਸਾਨ੍ਹ ਅਤੇ ਮਨੁੱਖ ਦੇ ਘੋਲ ਲਈ ਬਣਾਇਆ ਅਖਾੜਾ

bullseye /'ਬੁਲਜ਼ਾਇ/ *n* ਚਾਂਦਮਾਰੀ ਦੇ ਨਿਸ਼ਾਨੇ ਦਾ ਕੇਂਦਰ; ਛੋਟੀ ਗੋਲ ਖਿੜਕੀ

bullshit /'ਬੁਲਸ਼ਿਟ/ *n* (ਅਪ) ਬਕਵਾਸ; (ਕਿਸੇ ਨਾਲ ਧੋਖਾ ਕਰਨ ਲਈ) ਝੂਠ ਬੋਲਣਾ

bull terrier *n* ਸ਼ਿਕਾਰੀ ਕੁੱਤੇ ਅਤੇ ਬੁੱਲੀ ਕੁੱਤੇ ਦੇ ਅੰਸ਼ ਮੇਲ ਤੋਂ ਪੈਦਾ ਹੋਇਆ ਕੁੱਤਾ

bully[1] /'ਬੁਲਿ/ *n* ਧੱਕੇਸ਼ਾਹੀ ਕਰਨ ਵਾਲਾ, ਧੌਂਸਬਾਜ਼ ਗੁੰਡਾ, ਲੜਾਕਾ, ਭਾੜੇ ਗੁਲਜ਼ਰੀ; ਉੱਤੇ ਲਿਆ ਦੰਗਾਬਾਜ਼ *vt* ਦੱਲਾ, ਭੜੂਆ *v* ਗੁੰਡਾਗਰਦੀ ਕਰਨਾ, ਧੱਕੇਸ਼ਾਹੀ ਕਰਨਾ, ਡਰਾਉਣਾ; ਧਮਕਾਉਣਾ; ਡਰਾ ਧਮਕਾ ਕੇ ਕੰਮ ਲੈਣਾ, ਧੌਂਸ ਜਮਾਉਣਾ

bully[2] *n* ਫੁਟਬਾਲ ਦੀ ਖੇਡ ਵਿੱਚ ਵਿਰੋਧੀ ਖਿਡਾਰੀਆਂ ਦੀ ਇੱਕ ਦੂਜੇ ਤੋਂ ਬਾਲ ਖੋਹਣ ਲਈ ਝੜਪ, ਹਾਕੀ ਦੀ ਖੇਡ ਵਿੱਚ ਦੋ ਵਿਰੋਧੀ ਖਿਡਾਰੀਆਂ ਦਾ ਗੇਂਦ ਦੇ

ਦੋ ਪਾਸੀਂ ਸਟਿਕ ਪਹਿਲਾਂ ਭੋਂ ਉੱਤੇ ਮਾਰ ਕੇ ਫੇਰ ਦੂਜੇ ਦੀ ਸਟਿਕ ਨਾਲ ਤਿੰਨ ਵਾਰ ਮਾਰਨਾ ਤੇ ਉਸ ਉਪਰੰਤ ਗੇਂਦ ਲੈਣ ਦੀ ਕੋਸ਼ਿਸ਼ ਕਰਨਾ **bully for you, him** ਬਹੁਤ ਚੰਗੇ ਰਹੇ, ਸ਼ਾਬਾਸ਼ !

bulwark /'ਬੁਲਵਅਕ/ *n* (ਕਿਲੇ ਦੀ) ਫਸੀਲ, ਬੰਨ੍ਹ, ਪੁਸ਼ਤ; ਮਿੱਟੀ ਆਦਿ ਦਾ ਟਿੱਬਾ; ਬਚਾਅ ਦਾ ਵਸੀਲਾ; ਜਹਾਜ਼ ਦੀ ਦੀਵਾਰ ਦਾ ਹੇਠਲਾ ਹਿੱਸਾ; ਆਸਰਾ, ਸਹਾਰਾ

bum[1] /ਬਅੱਮ/ *a* (ਅਪ) ਅਵਾਰਾ, ਵਿਹਲੜ, ਨਿਖੱਟੂ; ਰੱਦੀ, ਨਿਕੰਮਾ *vt* ਸਮਾਂ ਨਸ਼ਟ ਕਰਨਾ, ਅਵਾਰਾ ਫਿਰਨਾ, ਲੋਫਰਬਾਜ਼ੀ ਕਰਨਾ, ਭਟਕਣਾ

bum[2] *n* (ਅਪ) ਚਿੱਤੜ

bum-bailiff *n* ਦੀਵਾਨੀ ਅਦਾਲਤ ਦੀਆਂ ਗਰਿਫ਼ਤਾਰੀਆਂ ਕਰਨ ਲਈ ਨਿਯੁਕਤ ਕਰਮਚਾਰੀ, ਕਚਹਿਰੀ ਦਾ ਪਿਆਦਾ, ਕੁਰਕ-ਅਮੀਨ

bumble[1] /'ਬਅੱਮਬਲ/ *n* ਅਦਾਲਤ ਜਾਂ ਗਿਰਜੇ ਦਾ ਕਰਮਚਾਰੀ; ਜਮਾਂਦਾਰ ਜੋ ਆਪਣੀ ਹੈਸੀਅਤ ਤੋਂ ਬਹੁਤ ਵਧੇਰੇ ਰੋਹਬ ਵਿਖਾਵੇ, ਕੁਰਸੀ ਦਾ ਸ਼ੇਰ

bumble[2] *n* ਆਲਸੀ, ਸੁਸਤ, ਵਿਹਲੜ

bumblebee /'ਬਅੱਮਬਲਬੀ/ *n* ਭੌਰ, ਭੌਰਾ

bumbledom /'ਬਅੱਮਬਲਡਅਮ/ *n* ਕੁਰਸੀ ਦਾ ਰੋਹਬ, ਫੋਕੀ ਅਫ਼ਸਰੀ ਸ਼ਾਨ, ਅਹੁਦੇ ਦਾ ਘਮੰਡ; ਜਮਾਂਦਾਰੀ

bum-boat *n* ਉਹ ਬੇੜੀ ਜਿਸ ਦੁਆਰਾ ਜਹਾਜ਼ ਉੱਤੇ ਖਾਣ-ਪੀਣ ਦਾ ਸਮਾਨ ਪੁਚਾਇਆ ਜਾਂਦਾ ਹੈ

bump[1] /ਬਅੱਮਪ/ *n* ਟੱਕਰ, ਟੱਕਰ ਜਾਂ ਧੜੰਮ ਦੀ ਅਵਾਜ਼; ਹੁਝਕਾ; ਠੇਡਾ; ਟੱਕਰ ਵੱਜਣ ਨਾਲ ਪਈ ਸੋਜ, ਗੜ੍ਹੰਮ; ਅਜਿਹੇ ਗੜ੍ਹੰਮ ਕਰਕੇ ਦਿਮਾਗੀ ਖ਼ਰਾਬੀ *v* ਬੇੜੀਆਂ ਦੀ ਦੌੜ ਵਿੱਚ ਪਿਛਲੀ ਬੇੜੀ ਦਾ ਅਗਲੀ ਨੂੰ ਜਾ ਛੋਹਣਾ; ਟੱਕਰ ਮਾਰਨਾ, ਟਕਰਾਉਣਾ; ਧੱਕਾ ਦੇਣਾ ਜਾਂ ਧੱਕਣਾ; ਪਟਾਕਾ ਮਾਰਨਾ; (ਕ੍ਰਿਕਟ ਵਿੱਚ) ਗੇਂਦ ਦਾ ਧਰਤੀ ਨੂੰ ਵੱਜ ਕੇ ਬੁੜ੍ਹਕਣਾ *adv* ਪਟਾਕ ਕਰਕੇ, ਧੜੰਮ ਕਰਕੇ

bump[2] *n* ਬਗਲੇ ਦੀ ਅਵਾਜ਼ *v* ਬਗਲੇ ਜਿਹੀ ਅਵਾਜ਼ ਕੱਢਣਾ, ਉੱਚੀ ਅਵਾਜ਼ ਕੱਢਣਾ

bumper[1] /'ਬਅੱਮਪਅ*/ *n* ਟੱਕਰ-ਰੋਕ; ਬੰਪਰ, ਮੋਟਰ ਦੇ ਅੱਗੇ ਲੱਗੀ ਟੱਕਰ-ਰੋਕ ਫੱਟੀ; ਬੁੜ੍ਹਕਣ ਵਾਲਾ

bumper[2] *n* ਸ਼ਰਾਬ ਨਾਲ ਮੂੰਹੋਂ-ਮੂੰਹ ਭਰਿਆ ਪਿਆਲਾ; (ਬੋਲ) ਬਹੁਤ ਜਿਆਦਾ ਚੀਜ਼

bumper crop *n* ਭਰਵੀਂ ਫ਼ਸਲ

bumpiness /'ਬਅੱਮਪਿਨਅਸ/ *n* ਵਿਖਮਤਾ, ਉੱਚਾ-ਨੀਵਾਂਪਣ

bumpkin /'ਬਅੱਮਪਕਿਨ/ *n* ਉਜੱਡ, ਸਿੱਧੜ; ਜਹਾਜ਼ ਉੱਪਰ ਲੱਗੀ ਬੱਲੀ

bumptious /'ਬਅੱਮਪਸ਼ਅਸ/ *a* ਦੰਭੀ, ਸ਼ੇਖ਼ੀਖ਼ੋਰਾ

bumptiously /'ਬਅੱਮਪਸ਼ਅਸਲਿ/ *adv* ਧੌਂਸ ਨਾਲ, ਆਕੜ ਨਾਲ

bumpy /'ਬਅੱਮਪਿ/ *a* ਟੋਇਆਂ-ਟਿੱਬਿਆਂ ਵਾਲਾ (ਰਾਹ), ਉੱਚਾ-ਨੀਵਾਂ (ਥਾਂ); (ਕ੍ਰਿਕਟ ਦਾ ਮੈਦਾਨ) ਜੋ ਠੀਕ ਪੱਧਰਾ ਨਾ ਹੋਵੇ

bun[1] /ਬਅੱਨ/ *n* ਮਿੱਠੀ ਡਬਲ ਰੋਟੀ; ਬੰਦ, ਜਲੇਬੀ ਜੂੜਾ, ਜੂੜਾ; ਸਹੇ ਦੀ ਪੂਛ

bun[2] *n* ਗਾਲ੍ਹੜ ਜਾਂ ਸਹੇ ਦਾ ਲਾਡਲਾ ਨਾਂ

buna /'ਬਯੂਨਅ/ *n* ਨਕਲੀ ਰਬੜ

bunch /ਬਅੱਨਚ/ *n* ਗੁੱਛਾ (ਅੰਗੂਰਾਂ, ਫੁੱਲਾਂ ਜਾਂ ਕੁੰਜੀਆਂ ਦਾ); ਝੁੰਡ, ਗੁੱਟ, ਸਮੂਹ, ਜੁੰਡੀ, ਜੱਥਾ, ਟੋਲੀ *v* ਗੁੱਛੇ ਵਿੱਚ ਉੱਗਣਾ; ਗੁੱਛਾ ਬਣਾਉਣਾ; ਕੱਪੜਿਆਂ ਦੀ ਤਹਿ ਲਾਉਣਾ, ਕੱਪੜੇ ਸੰਭਾਲਨਾ ਜਾਂ ਇਕੱਠੇ ਕਰਨਾ; ਇਕੱਠੇ ਹੋਣਾ, ਜੁੜਨਾ **best of the bunch** ਸਭ ਤੋਂ ਚੰਗਾ

bunch of fives *n* ਮੁੱਠੀ, ਪੰਜਾ

bunch of flowers *n* ਗੁਲਦਸਤਾ

bunchy /'ਬਅੱਨਚਿ/ *a* ਗੁੱਛੇਦਾਰ; ਉੱਭਰਵਾਂ

bundle /'ਬਅੱਨਡਲ/ *n* ਗੰਢ, ਪੰਡ, ਗੰਢੜੀ, ਪੋਟਲੀ, ਬੁਚਕਾ, ਬੰਡਲ; ਥੱਬਾ, ਪੂਲਾ, ਭਰੀ; (ਸੂਤ ਦੀਆਂ) ਅੱਟੀਆਂ ਦਾ ਗੁੱਛਾ *v* ਗੰਢ ਬੰਨ੍ਹਣਾ, ਪੂਲਾ ਬੰਨ੍ਹਣਾ; ਇੱਕ ਥਾਂ ਇਕੱਠੇ ਕਰਕੇ ਬੰਨ੍ਹਣਾ, ਪੰਡ

ਬਣਾਉਣਾ; ਬਾਹਰ ਕੱਢ ਦੇਣਾ **bundle off, out** ਕਿਸੇ ਨੂੰ ਚਲਦਾ ਕਰਨਾ

bung /ਬਅੱਙ/ *n* ਡੱਟ, ਕਾਰਕ (ਕਾਕ) *vt* ਬੰਦ ਕਰਨਾ, ਡੱਟ ਲਾਉਣਾ, ਮੁੰਦਣਾ **eye bunged up** ਸੋਜ਼, ਚਿੱਕੜ ਜਾਂ ਗਿੱਡ ਪੈਣ ਕਰਕੇ ਬੰਦ ਅੱਖ, ਗਿਡਿਆਈ ਅੱਖ

bungalow /'ਬਅੱਙਗਅਲਅਉ/ *n* ਬੰਗਲਾ, ਕੋਠੀ

bungle /'ਬਅੱਙਗਲ/ *n* ਖ਼ਰਾਬੀ, ਵਿਗਾੜ, ਵੱਡੀ ਭੁੱਲ *v* ਕੰਮ ਵਿਗਾੜਨਾ, ਗੜਬੜ ਕਰਨਾ, ਚੌੜ-ਚੁਪੱਟ ਕਰਨਾ

bungler /'ਬਅੱਙਗਲਅ*/ *n* ਵਿਗਾੜੂ, ਗੜਬੜ ਕਰਨ ਵਾਲਾ; ਕੁਚੱਜਾ, ਚੌੜ-ਚਾਨਣ

bungling /'ਬਅੱਙਗਲਿਙ/ *n* ਗੜਬੜ, ਗੋਲ-ਮਾਲ, ਘੁਟਾਲਾ

bunion /'ਬਅੱਨਯਅਨ/ *n* ਪੈਰ ਦੇ ਅੰਗੂਠੇ ਦੀ ਭੌਰੀ

bunk[1] /ਬਅੱਙਕ/ *n* ਜਹਾਜ਼ ਜਾਂ ਗੱਡੀ ਵਿੱਚ ਸੌਣ ਵਾਲਾ ਫੱਟਾ; ਸੌਣ ਵਾਲੀ ਥਾਂ, ਸੌਣ ਵਾਲਾ ਕਮਰਾ

bunk[2] *vt* (ਅਪ) ਖਿਸਕ ਜਾਣਾ, ਟਿੱਭ ਜਾਣਾ

bunker /'ਬਅੱਙਕਅ*/ *n* ਜ਼ਮੀਨਦੋਜ਼ ਮੋਰਚਾ; ਜਹਾਜ਼ ਦੀ ਕੋਲੇ ਵਾਲੀ ਕੋਠੜੀ *vt* ਬਿਪਤਾ ਵਿੱਚ ਫਸਾਉਣਾ, ਸੰਕਟ ਵਿੱਚ ਪਾ ਦੇਣਾ

bunkhouse /'ਬਅੱਙਕਹਾਉਸ/ *n* ਕਾਮਿਆਂ ਦੇ ਸੌਣ ਲਈ ਇਮਾਰਤ

bunkum /'ਬਅੱਙਕਅਮ/ *n* (ਅਪ) ਯਭਲੀ; ਯੱਕੜ, ਬਕਵਾਸ

bunny /'ਬਅੱਨਿ/ *n* (ਬਾਲ ਬੋਲੀ) ਸਹਿਆ

bunt[1] /ਬਅੱਨਟ/ *n* ਜਹਾਜ਼ ਦੇ ਪੱਲੂ ਦਾ ਫੁੱਲਿਆ ਹਿੱਸਾ; ਮੱਛੀਆਂ ਵਾਲੇ ਜਾਲ ਦਾ ਝੋਲਾ

bunt[2] *n* ਕਣਕ ਦੀ ਇੱਕ ਬਿਮਾਰੀ, ਕੁੰਗੀ

bunting /'ਬਅੱਨਟਿਙ/ *n* ਝੰਡੀ; ਝੰਡੀਆਂ ਬਣਾਉਣ ਵਾਲਾ ਰੰਗਦਾਰ ਕੱਪੜਾ ਜਾਂ ਕਾਗਜ਼

buntline /ਬਅੱਨਟਲਾਇਨ/ *n* ਪੱਲੂ ਦੀ ਰੱਸੀ

buoy /ਬੌਇ/ *n* ਤਰਦਾ ਪੀਪਾ ਜਾਂ ਢੋਲ (ਚਟਾਨਾਂ ਵਾਲੇ ਥਾਂ ਵਿੱਚੋਂ ਦੀ ਜਹਾਜ਼ ਨੂੰ ਸੇਧ ਦੱਸਣ ਲਈ), ਤਰਿੰਦਾ ਪੀਪਾ *v* ਤਰਦੇ ਰੱਖਣਾ, ਅਜਿਹੇ ਪੀਪੇ ਤਾਰਨੇ; ਸੰਭਾਲਨਾ, ਉਤਸ਼ਾਹਿਤ ਕਰਨਾ, ਹੌਸਲਾ ਵਧਾਉਣਾ

buoyancy /'ਬੌਇਅਨਸਿ/ *n* ਤਰਨ ਦੀ ਸ਼ਕਤੀ, ਤਰਨਸ਼ੀਲਤਾ; ਲਚਕ; ਉਤਸ਼ਾਹ, ਚਾਅ, ਉਮੰਗ, ਤਰੰਗ

buoyant /'ਬੌਇਅਨਟ/ *a* ਤਰਨਯੋਗ, ਤਰਨਸ਼ੀਲ, ਤਰਨਹਾਰ; ਹੌਲਾ; ਛੋਹਲਾ; ਲਚਕਦਾਰ, ਚੁਸਤ, ਉੱਭਰਵਾਂ; ਮੌਜੀ, ਪ੍ਰਸੰਨਚਿਤ, ਖ਼ੁਸ਼ਦਿਲ, ਖਿੜਿਆ ਰਹਿਣ ਵਾਲਾ

bur /ਬਅ:*/ *n* ਇੱਕ ਪੌਦਾ, ਲੇਹਾ, ਲੇਪੜਾ; ਲੇਂਝ, ਚਿਪਕ

Burberry /'ਬਅ:ਬਅਰਿ/ *n* ਬਰਸਾਤੀ, ਬਰਸਾਤੀ ਦਾ ਕੱਪੜਾ (ਬਰਬੈਰੀ ਕੰਪਨੀ ਦਾ ਬਣਾਇਆ)

burble /'ਬਅ:ਬਲ/ *n* ਆਵੇਸ਼, ਉਬਾਲ, ਜੋਸ਼ *vi* (ਕ੍ਰੋਧ ਵਿੱਚ) ਉਬਲਨਾ, ਬੁੜਬੁੜਾਉਣਾ; ਤੁਤਲਾਉਣਾ

burden /'ਬਅ:ਡਨ/ *n* ਭਾਰ, ਬੋਝ, ਵਜ਼ਨ; ਜ਼ੁੰਮੇਵਾਰੀ; ਜਹਾਜ਼ ਦੀ ਸਮਾਈ ਅਤੇ ਭਾਰ ਚੁੱਕਣ ਦੀ ਸਮਰੱਥਾ; ਰਾਗ ਜਾਂ ਗੀਤ ਦੀ ਟੇਕ; ਕਿਤਾਬ ਜਾਂ ਕਵਿਤਾ ਜਾਂ ਭਾਸ਼ਣ ਆਦਿ ਦਾ ਕੇਂਦਰੀ ਭਾਵ *vt* ਭਾਰ ਲੱਦਣਾ, ਭਾਰ ਪਾਉਣਾ, ਦਬਾਉਣਾ; ਜ਼ੁੰਮੇਵਾਰੀ ਪਾਉਣਾ; ਦੁਖੀ ਕਰਨਾ, ਕਸ਼ਟ ਦੇਣਾ **beast of burden** ਲਾਦੂ ਜਾਨਵਰ **burden of proof** ਸਬੂਤ ਦੇਣ ਦੀ ਜ਼ੁੰਮੇਵਾਰੀ, ਸਚਾਈ ਪ੍ਰਗਟ ਕਰਨ ਦਾ ਫਰਜ਼

burdensome /'ਬਅ:ਡਨਸਅਮ/ *a* ਦਬਾਅ, ਭਾਰ ਵਾਲਾ; ਕਸ਼ਟਦਾਇਕ, ਦੁੱਭਰ, ਦੁਖਦਾਈ; ਅਕਾਊ

burdensomeness /'ਬਅ:ਡਨਸਅਮਨਅਸ/ *n* ਬੋਝਲਪਣ, ਦੁੱਭਰਪਣ

bureau /'ਬਯੁਅਰਅਉ/ *n (pl bureaux)* ਦਫ਼ਤਰ, ਸਰਕਾਰੀ ਮਹਿਕਮਾ, ਰਾਜਕੀ ਵਿਭਾਗ; ਕੇਂਦਰ, ਬਿਓਰੋ; ਕਈਆਂ ਖ਼ਾਨਿਆਂ ਵਾਲਾ ਮੇਜ਼,

ਲਿਖਣ ਦੀ ਥਾਂ; (ਪੁੱਛ-ਗਿੱਛ ਦਾ) ਦਫ਼ਤਰ **bureau of information** *n* ਸੂਚਨਾ ਦਫ਼ਤਰ

bureaucracy /ਬਯੁਅ'ਰੌਕਰਅਸਿ/ *n* ਅਫ਼ਸਰਸ਼ਾਹੀ, ਨੌਕਰਸ਼ਾਹੀ, ਲਾਲ ਫੀਤਾਸ਼ਾਹੀ, ਅਧਿਕਾਰੀ ਵਰਗ, ਅਫ਼ਸਰ ਲੋਕ

bureaucrat /'ਬਯੁਅਰਅਕਰੈਟ/ *n* ਅਫ਼ਸਰਸ਼ਾਹ, ਨੌਕਰਸ਼ਾਹ, ਅਧਿਕਾਰੀ

bureaucratic /,ਬਯੁਅਰਅ'ਕਰੈਟਿਕ/ *a* ਨੌਕਰਸ਼ਾਹੀ, ਦਫ਼ਤਰਸ਼ਾਹੀ, ਅਧਿਕਾਰੀ ਤੰਤਰ ਸੰਬੰਧੀ

bureaucratism /'ਬਯੁਅਰਅਕਰੈਟਿਜ਼ਅਮ/ *n* ਦਫ਼ਤਰਸ਼ਾਹੀ, ਨੌਕਰਸ਼ਾਹੀ, ਅਫ਼ਸਰਸ਼ਾਹੀ

bureaucratist /'ਬਯੁਅਰਅਕਰੈਟਿਸਟ/ *n* ਦਫ਼ਤਰਸ਼ਾਹ

burg /ਬਅ:ਗ/ *n* ਕਿਲਾ, ਕੋਟ, ਦੁਰਗ; ਕਸਬਾ, ਸ਼ਹਿਰ

burgeon /'ਬਅ:ਜਅਨ/ *n* (ਅਪ) ਕਰੂੰਬਲ, ਅੰਗੂਰ, ਕੌਂਪਲ *vt* ਕਰੂੰਬਲ ਫੁੱਟਣਾ, ਅੰਗੂਰ ਫੁੱਟਣਾ

burger/'ਬਅ:ਗਅ*/ਬਰਗਰ, ਵੇਖੋ **hamburger**

burgess /'ਬਅ:ਜਿਸ/ *n* ਸੰਸਦ ਵਿੱਚ ਵਿਸ਼ਵਵਿਦਿਆਲੇ ਜਾਂ ਨਗਰ ਦਾ ਪ੍ਰਤਿਨਿੱਧ; ਨਾਗਰਿਕ, ਸ਼ਹਿਰੀ

burglar /'ਬਅ:ਗਲਅ*/ *n* ਸੰਨ੍ਹਮਾਰ

burglarious /ਬਅ:'ਗਲੇਅਰਿਅਸ/ *a* ਸੰਨ੍ਹਮਾਰ ਸੰਬੰਧੀ

burglary /'ਬਅ:ਗਲਅਰਿ/ *n* ਸੰਨ੍ਹ ਲਾਉਣ ਦੀ ਕਿਰਿਆ, ਸੰਨ੍ਹਮਾਰੀ

burgle /'ਬਅ:ਗਲ/ *v* ਸੰਨ੍ਹ ਲਾਉਣਾ, ਚੋਰੀ ਕਰਨਾ

burial /'ਬੈੱਰਿਅਲ/ *n* ਮੁਰਦਾ ਦੱਬਣ ਦੀ ਰਸਮ; ਮੁਰਦਾ ਦਫ਼ਨਾਉਣ ਦੀ ਕਿਰਿਆ; ਅਰਥੀ; ਜਨਾਜ਼ਾ; ਅੰਤਿਮ ਸੰਸਕਾਰ

burial ground *n* ਕਬਰਸਤਾਨ, ਕਬਰਾਂ

burin /'ਬਯੁਅਰਿਨ/ *n* ਤਾਂਬੇ ਉੱਤੇ ਖੁਦਾਈ ਜਾਂ ਨੱਕਾਸ਼ੀ ਕਰਨ ਦਾ ਔਜ਼ਾਰ

burinist /'ਬਯੁਅਰਿਨਿਸਟ/ *n* ਨੱਕਾਸ਼

burke /ਬਅ:ਕ/ *vt* (ਖ਼ਬਰ, ਮੁਆਮਲੇ ਜਾਂ ਅਫ਼ਵਾਹ ਨੂੰ) ਦਬਾਅ ਦੇਣਾ, ਪਰਦਾ ਪਾਉਣਾ; (ਕਿਸੇ ਭੜਕਾਊ ਮਾਮਲੇ ਨੂੰ) ਸ਼ਾਂਤ ਕਰਨਾ, ਪ੍ਰਕਾਸ਼ਨ, ਇਸ਼ਤਿਹਾਰ, ਪੁਸਤਕ ਆਦਿ ਨੂੰ) ਦਬਾਈ ਰੱਖਣਾ, ਬੰਦ ਕਰਨਾ, ਰੋਕ ਦੇਣਾ, ਟਾਲਣਾ, ਛਿਪਾਉਣਾ; ਲਾਂਭੇ-ਚਾਂਭੇ ਕਰ ਦੇਣਾ, ਟਾਲਾ-ਮਾਲਾ ਕਰ ਦੇਣਾ

burl /ਬਅ:ਲ/ *n* (ਧਾਗੇ ਦੀ) ਗੰਢ ਜਾਂ ਉਲਝਣ, ਕੱਪੜੇ ਦੀ ਕੰਨੀ ਦੀ ਗੰਢ

burlap /'ਬਅ:ਲੈਪ/ *n* ਮੋਟਾ ਟਾਟ, ਤੱਪੜ

burlesque /ਬਅ:'ਲੈੱਸਕ/ *n* ਸਾਂਗ, ਨਕਲ, ਵਿਅੰਗ-ਚਿੱਤਰ *a* ਹਸਾਉਣਾ, ਵਿਅੰਗਮਈ *vt* ਸਾਂਗ ਉਤਾਰਨਾ, ਨਕਲ ਲਾਉਣਾ

burly /'ਬਅ:ਲਿ/ *a* ਹੱਟਾ-ਕੱਟਾ, ਤਕੜਾ

burn[1] /ਬਅ:ਨ/ *n* ਛੋਟਾ ਨਾਲਾ, ਸੂਆ, ਕੂਲ੍ਹ

burn[2] *v* ਸਾੜਨਾ, ਬਾਲਨਾ, ਲੂਹਣਾ, ਮਘਾਉਣਾ; ਅੱਗ ਲਾਉਣਾ, ਫੂਕਣਾ; ਜਗਾਉਣਾ, ਭੜਕਾਉਣਾ; ਬਲਣਾ, ਲੂਸਣਾ, ਸੜਨਾ, ਪ੍ਰਚੰਡ ਹੋਣਾ, ਜਗਣਾ; ਡੰਮ੍ਹ ਲਾਉਣਾ, ਦਾਗ ਦੇਣਾ, ਦਾਗਣਾ; ਸਾੜ ਦੇਣਾ *n* ਲੂਸ, ਡੰਮ੍ਹ, ਦਾਗ **burn daylight** ਦਿਨ ਦੀਵੀਂ ਦੀਵਾ ਬਾਲਨਾ ਅਰਥਾਤ ਫਜ਼ੂਲ ਖ਼ਰਚੀ ਕਰਨਾ, ਫਜ਼ੂਲ ਕੰਮ ਕਰਨਾ **burn one's boats** ਕਿਸੇ ਕੰਮ ਵਿੱਚ ਪੂਰੀ ਵਾਹ ਲਾ ਦੇਣਾ, ਕਿਸੇ ਕੰਮ ਵਿੱਚ ਡਟੇ ਰਹਿਣਾ **burn one's fingers** ਕਿਸੇ ਦੂਜੇ ਦੇ ਝਗੜੇ ਵਿੱਚ ਪੈ ਕੇ ਨੁਕਸਾਨ ਉਠਾਉਣਾ **burn out** ਸਭ ਕੁਝ ਸਾੜ ਫੂਕ ਦੇਣਾ; ਸਭ ਸੁਆਹ ਕਰ ਦੇਣਾ **burn the candle at both ends** (ਰੁਪਈਏ, ਪੈਸੇ ਸ਼ਕਤੀ ਆਦਿ) ਬਹੁਤ ਜ਼ਿਆਦਾ ਖ਼ਰਚ ਕਰਨਾ, ਦੋਹੀਂ ਹੱਥੀਂ ਲੁਟਾਉਣਾ **burn the mid night oil** ਰਾਤ ਨੂੰ ਬਹੁਤ ਦੇਰ ਤੱਕ ਕੰਮ ਕਰਨਾ **burn with rage** ਗੁੱਸੇ ਵਿੱਚ ਸੜ ਬਲ ਜਾਣਾ **money burns hole in the pocket** ਜੇਬ ਵਿੱਚ ਪੈਸਾ ਟੱਪਦਾ ਹੈ

burned, burnt /ਬਅ:ਨਡ,ਬਅ:ਨਟ/ *a*

ਸੜਿਆ, ਲੂਸਿਆ, ਝੁਲਸਿਆ **burnt child dreads fire** ਦੁੱਧ ਦਾ ਸੜਿਆ ਲੱਸੀ ਨੂੰ ਵੀ ਫੂਕਾਂ ਮਾਰ-ਮਾਰ ਕੇ ਪੀਂਦਾ ਹੈ, ਅੱਗ ਦਾ ਡਰਿਆ ਟਟਹਿਣੇ ਤੋਂ ਵੀ ਡਰਦਾ ਹੈ

burner /'ਬਅ:ਨਅ*/ *n* (ਸਟੋਵ ਦਾ) ਬਰਨਰ

burning /'ਬਅ:ਨਿਙ/ *n* ਸੜਨ, ਜਲਨ, ਸਾੜਾ, ਦਾਹ, ਝੁਲਸ *a* ਤਪਦਾ, ਮਘਦਾ; (ਇੱਛਾ) ਤੀਬਰ

burning-glass *n* ਉਹ ਸ਼ੀਸ਼ਾ ਜਿਸ ਰਾਹੀਂ ਸੂਰਜ ਦੀਆਂ ਕਿਰਨਾਂ ਇਕੱਠੀਆਂ ਕਰਕੇ ਕਿਸੇ ਚੀਜ਼ ਨੂੰ ਅੱਗ ਲਾਈ ਜਾ ਸਕਦੀ ਹੈ, ਆਤਸ਼ੀ ਸ਼ੀਸ਼ਾ

burnish /'ਬਅ:ਨਿਸ਼/ *v* ਰਗੜ ਕੇ ਚਮਕਾਉਣਾ; ਚਿਲਕਾਉਣਾ, ਲਿਸ਼ਕਾਉਣਾ, ਪਾਲਸ਼ ਜਾਂ ਨਿਕਲ ਕਰਨਾ; ਚਮਕਣਾ, ਚਿਲਕਣਾ, ਲਿਸ਼ਕਣਾ

burnous /ਬਅ:'ਨੂਸ/ *n* ਬੁਰਕਾ; ਅੰਗਰਖਾ, ਚੋਗਾ

burnout /'ਬਅ:ਨਆਉਟ/ *a* ਥੱਕਿਆ ਟੁੱਟਿਆ, ਸਿੱਥਲ ਹੋਇਆ, ਹੰਭਿਆ ਹਾਰਿਆ

burp /ਬਅ:ਪ/ *n* ਡਕਾਰ *vt* ਡਕਾਰ ਲਿਆਉਣ ਲਈ ਬੱਚੇ ਦੀ ਪਿੱਠ ਉੱਤੇ ਹੱਥ ਫੇਰਨਾ

burr[1] /ਬਅ:*/ *n* ਘੈਂ-ਘੈਂ ਦੀ ਅਵਾਜ਼; ਅਸਪਸ਼ਟ ਉਚਾਰਨ ਦੀ ਅਵਾਜ਼, ਥਥਿਆ ਕੇ ਬੋਲਣ ਦੀ ਅਵਾਜ਼; ਚੰਦ ਦਾ ਪਰਿਵਾਰ; ਕਿਸੇ ਧੁਨੀ ਜਾਂ ਅਵਾਜ਼ ਦਾ ਥਥਿਆਵਾਂ ਉਚਾਰਨ *v* ਥਥਿਆ ਕੇ ਬੋਲਣਾ, ਅਸਪਸ਼ਟ ਉਚਾਰਨ ਕਰਨਾ, ਘੈਂ-ਘੈਂ ਕਰਨਾ

burr[2] *n* ਸਾਣ ਦਾ ਪੱਥਰ; ਚੱਕੀ ਦੇ ਪੁੜ ਲਈ ਪੱਥਰ; ਇੱਕ ਪ੍ਰਕਾਰ ਦਾ ਚੂਨਾ ਪੱਥਰ

burrow /'ਬਅੱਰਅਉ/ *n* ਖੁੱਡ, ਘੁਰਨਾ; ਛਾਣ-ਬੀਣ *v* ਖੁੱਡ ਕੱਢਣਾ, ਖੋਚਰਨਾ; ਘੁਰਨੇ ਵਿੱਚ ਵੜ ਜਾਣਾ, ਲੁਕ ਜਾਣਾ; ਖੋਜ ਕੱਢਣਾ

burrower /'ਬਅੱਰਅਉਅ*/ *n* ਖੁੱਡ ਕੱਢਣ ਵਾਲਾ; ਖੋਜੀ, ਪੜਤਾਲ ਕਰਨ ਵਾਲਾ; ਅੱਖੋਂ ਓਹਲੇ ਹੋਣ ਵਾਲਾ, ਲੁਕਣ ਵਾਲਾ

burry /'ਬਅੱਰਿ/ *a* ਕੰਡਿਆਲਾ

bursar /'ਬਅ:ਸਅ*/ *n* ਵਜ਼ੀਫਾ ਲੈਣ ਵਾਲਾ ਵਿਦਿਆਰਥੀ, (ਕਾਲਜ ਦਾ) ਬਰਸਰ, ਖਜ਼ਾਨਚੀ

burst /ਬਅ:ਸਟ/ *v* ਫਟਣਾ, ਪਾਟਣਾ, ਫੁੱਟਣਾ, ਵਿਸਫੋਟ ਹੋਣਾ, ਧਮਾਕਾ ਪੈਣਾ; ਬੜੇ ਵੇਗ ਨਾਲ ਖੁੱਲਣਾ, ਪਾੜ ਕੇ ਨਿੱਕਲ ਜਾਣਾ; ਪਾੜਨਾ, ਧਮਾਕੇ ਨਾਲ ਪਾੜਨਾ, ਜ਼ੋਰ ਨਾਲ ਫਿਹਣਾ *n* ਗੋਲੀਆਂ ਦੀ ਬੁਛਾੜ; ਧਮਾਕਾ, ਵਿਸਫੋਟ; ਉਛਾਲਾ, ਉਮਾਹ; ਭੜਕ, ਧੜਾਕਾਂ, ਫਟਣ, ਪਾਟਣ; ਨਸ਼ੇ ਦਾ ਦੌਰਾ, ਨਸ਼ੇ ਦੀ ਮਸਤੀ; ਮਨੋਭਾਵਾਂ ਦਾ ਅਚਾਨਕ ਵਿਸਫੋਟ **burst in** ਬਦੋਬਦੀ ਆ ਵੜਨਾ, ਅਚਾਨਕ ਆ ਘੁਸਣਾ, ਦਖ਼ਲ ਦੇਣਾ, (ਦਰਵਾਜ਼ਾ, ਜਿੰਦਰਾ ਆਦਿ) ਜ਼ਬਰਦਸਤੀ ਤੋੜਨਾ **burst into flames** ਭੜਕ ਉੱਠਣਾ, ਭਾਂਬੜ ਮੱਚ ਪੈਣਾ, ਬਲ ਉੱਠਣਾ **burst into laughter** ਖਿੜ-ਖਿੜਾ ਕੇ ਹੱਸ ਪੈਣਾ **burst into tears** ਫੁੱਟ-ਫੁੱਟ ਕੇ ਰੋਣਾ **burst out** ਫੁੱਟ ਪੈਣਾ; ਚਾਂਘਾਂ ਮਾਰਨਾ, ਚੀਕ ਉੱਠਣਾ; ਸੰਘ ਪਾੜ ਕੇ ਕਾਹਲੀ ਨਾਲ ਬੋਲਣਾ; ਛਿੜ ਪੈਣਾ, (ਬਿਮਾਰੀ) ਫੁੱਟ ਪੈਣਾ; (ਸੂਰਜ) ਨਿੱਕਲ ਆਉਣਾ **burst sides with laughing** ਹੱਸਦਿਆਂ-ਹੱਸਦਿਆਂ ਢਿੱਡ ਪੀੜ ਹੋ ਜਾਣਾ, ਹੱਸਦਿਆਂ ਦੀਆਂ ਵੱਖੀਆਂ ਦਾ ਦੁਖਣਾ **burst up** ਫਟ ਜਾਣਾ, ਖੁੱਲ੍ਹ ਜਾਣਾ, ਧਮਾਕਾ ਹੋਣਾ, ਵਿਸਫੋਟ ਹੋਣਾ; ਤਬਾਹ ਹੋ ਜਾਣਾ **burst with envy** ਈਰਖਾ ਨਾਲ ਸੜ ਉੱਠਣਾ **burst with joy** ਖੁਸ਼ੀ ਨਾਲ ਪਾਟਣ ਵਾਲਾ ਹੋ ਜਾਣਾ; ਖੁਸ਼ੀ ਵਿੱਚ ਫੁੱਲੇ ਨਾ ਸਮਾਉਣਾ

bury /'ਬੈੱਰਿ/ *vt* ਦੱਬਣਾ, ਦਫ਼ਨਾਉਣਾ, ਦਫ਼ਨ ਕਰਨਾ; ਭੁਲਾ ਦੇਣਾ, ਗੁਮਨਾਮੀ ਵਿੱਚ ਸੁੱਟ ਦੇਣਾ; ਮਿੱਟੀ ਹੇਠਾਂ ਢੱਕ ਦੇਣਾ, ਛੁਪਾ ਦੇਣਾ, ਪੂਰ ਦੇਣਾ **bury alive** ਜਿਉਂਦਾ ਦਫ਼ਨ ਕਰ ਦੇਣਾ, ਜਿਉਂਦਾ ਦੱਬ ਦੇਣਾ **bury the hatchet** ਵੈਰ ਮੁਕਾਉਣਾ, ਤਲਵਾਰ ਮਿਆਨੇ ਪਾਉਣਾ

burying ground, burying place *n* ਕਬਰਸਤਾਨ, ਕਬਰਾਂ

bus /ਬਅੱਸ/ *n* ਮੁਸਾਫ਼ਰ ਢੋਣ ਵਾਲੀ ਮੋਟਰ ਗੱਡੀ ਲਾਰੀ, ਬੱਸ **miss the bus** ਮੌਕਾ ਖੁੰਝਾ ਦੇਣਾ, ਉੱਕ ਜਾਣਾ (ਕੰਪਿ) ਕੰਪਿਊਟਰ ਉਪਕਰਨਾਂ

ਵਿਚਕਾਰ ਸੰਬੰਧ ਬਣਾਉਣ ਲਈ ਤਾਰ-ਜਾਲ

bush /ਬੁਸ਼/ *n* ਝਾੜੀ, ਮਲ੍ਹਾ, ਝਾੜੀਆਂ ਦੀ ਝੰਗੀ; ਇਸ਼ਕ ਪੇਚੇ ਦੀ ਵੇਲ ਦਾ ਗੁੱਛਾ (ਜੋ ਸ਼ਰਾਬਖ਼ਾਨੇ ਦੀ ਨਿਸ਼ਾਨੀ ਹੁੰਦੀ ਸੀ); ਅਣਵਾਹੀ ਭੋਂ ਵਾਲਾ ਇਲਾਕਾ, ਜੰਗਲੀ ਇਲਾਕਾ; ਸੰਘਣੇ ਲੱਛੇਦਾਰ ਵਾਲ, ਝਾਟਾ, ਸੰਘਣੀਆਂ ਮੁੱਛਾਂ **beat about the bush** ਉਰਲੀਆਂ ਪਰਲੀਆਂ ਮਾਰਨਾ **good wine needs no bush** ਚੰਗੀ ਚੀਜ਼ ਲਈ ਇਸ਼ਤਿਹਾਰਬਾਜ਼ੀ ਦੀ ਲੋੜ ਨਹੀਂ ਹੈ; ਗੰਧ ਉਹ ਜੋ ਆਪ ਬੁਲਾਵੇ **take to the bush** ਡਾਕੂ ਬਣਨਾ, ਲੁੱਟ ਮਾਰ ਦਾ ਕਿੱਤਾ ਇਖ਼ਤਿਆਰ ਕਰ ਲੈਣਾ

bushel /'ਬੁਸ਼ਲ/ *n* ਅੰਨ ਜਾਂ ਫਲ ਆਦਿ ਲਈ 8 ਗੈਲਨ (29 ਸੇਰ) ਦਾ ਇੱਕ ਤੋਲ **measure other's corn by one's own bushel** ਹੋਰਨਾਂ ਨੂੰ ਆਪਣੇ ਵੱਟਿਆਂ ਨਾਲ ਤੋਲਣਾ, ਆਪਣੇ ਹੀ ਵਿਚਾਰ ਨਾਲ ਦੂਜੇ ਦਾ ਨਿਰੀਖਣ ਕਰਨਾ **not hide one's light or candle under a bushel** ਆਦਰਸ਼ ਕਾਇਮ ਕਰਨਾ, ਮਿਸਾਲ ਕਾਇਮ ਕਰਨਾ

bush-fighter *n* ਛਾਪਾਮਾਰ, ਲੁਕ-ਛੁਪ ਕੇ ਲੜਾਈ ਕਰਨ ਵਾਲਾ, ਗੁਰੀਲਾ

bush-fighting *n* ਛਾਪਾ ਮਾਰ ਲੜਾਈ, ਗੁਰੀਲਾ ਯੁੱਧ

bushman /'ਬੁਸ਼ਮਅਨ/ *n* ਦੱਖਣੀ ਅਫਰੀਕਾ ਦਾ ਆਦਿਵਾਸੀ; ਆਸਟਰੇਲੀਆ ਦਾ ਜੰਗਲੀ ਆਦਮੀ

bushranger /'ਬੁਸ਼ਰੇਇਨਜਅ*/ *n* (ਆਸਟਰੇਲੀਆ) ਜੰਗਲੀ ਡਾਕੂ

bush-rope *n* ਜੰਗਲੀ ਅੰਗੂਰਾਂ ਦੀ ਵੇਲ

bushy /ਬੁਸ਼ਿ/ *a* ਝਾੜੀਦਾਰ; ਸੰਘਣਾ

business /'ਬਿਜ਼ਨਅਸ/ *n* ਕੰਮ, ਧੰਦਾ, ਕਿੱਤਾ, ਕੰਮ-ਕਾਰ; ਵਣਜ, ਵਪਾਰ; ਪੇਸ਼ਾ, ਕਾਰੋਬਾਰ; ਮਾਮਲਾ, ਰੁਝੇਵਾਂ, ਕੰਮ-ਕਾਜ; ਮਤਲਬ, ਗਰਜ, ਵਾਸਤਾ; ਕਾਰਵਾਈ, ਏਜੰਡਾ, ਕਾਰਜ-ਕਰਮ; ਵਿਹਾਰ, ਲੈਣ-ਦੇਣ; ਕਾਰਜ ਦੀ ਗਤੀ ਵਿਧੀ **go about your business** ਜਾ ਆਪਣਾ ਕੰਮ ਕਰ; ਦਫਾ ਹੋ ਜਾ **has no business to** (ਉਸ ਦਾ) ਕੋਈ ਵਾਸਤਾ ਨਹੀਂ, ਕੋਈ ਹੱਕ ਨਹੀਂ **man of business** ਕਾਰਿੰਦਾ, ਮੁਖਤਾਰ **mean of business** ਮਾਮਲੇ ਨੂੰ ਸੰਜੀਦਗੀ ਨਾਲ ਲੈਣਾ, ਮਖੌਲ ਨਹੀਂ, ਦਿਲਲਗੀ ਨਹੀਂ

businesslike /'ਬਿਜ਼ਨਅਸਲਾਇਕ/ *n* ਅਮਲੀ, ਸਿੱਧਾ ਅਤੇ ਸਪਸ਼ਟ, ਵਿਹਾਰਕ

businessman /'ਬਿਜ਼ਨਅਸਮੈਨ, -ਮਅਨ/ *n* ਵਪਾਰੀ, ਕਾਰੋਬਾਰੀ ਆਦਮੀ; ਵਿਹਾਰੀ, ਵਿਹਾਰ ਵਿੱਚ ਤਜ਼ਰਬੇਕਾਰ

busman /'ਬਅੱਸਮਅਨ/ *n* ਬੱਸ ਦਾ ਡਰਾਈਵਰ

bust[1] /ਬਅੱਸਟ/ *n* ਵਿਅਕਤੀ ਦਾ ਧੜ; ਧੜ ਦਾ ਬੁੱਤ

bust[2] *v* ਪੁਲਿਸ ਵੱਲੋਂ ਛਾਪਾ ਮਾਰ ਕੇ ਫੜਨਾ

bustard /'ਬਅੱਸਟਅਡ/ *n* ਇੱਕ ਪੰਛੀ

bustle /'ਬਅੱਸਲ/ *n* ਚਹਿਲ-ਪਹਿਲ *vt* ਭੱਜ-ਦੌੜ ਕਰਨਾ, ਸਰਗਰਮੀ ਦਿਖਾਉਣਾ

bustling /'ਬਅੱਸਲਿਙ/ *a* **bustling with something** ਸਰਗਰਮੀ ਭਰਿਆ, ਭੀੜ-ਭੜੱਕੇ ਵਾਲਾ

busy /'ਬਿਜ਼ਿ/ *a* ਰੁੱਝਾ ਹੋਇਆ, ਲੱਗਾ ਹੋਇਆ, ਵਿਅਸਤ, ਆਹਰੀ; ਮਸਰੂਫ; ਲੀਨ, ਮਗਨ *vt* ਰੁੱਝਣਾ, ਆਹਰੇ ਲੱਗਣਾ, ਕੰਮ ਵਿੱਚ ਜੁੱਟਣਾ

busybody /'ਬਿਜ਼ਿਬੌਡਿ/ *n* ਟੰਗ ਅੜਾਉਣ ਵਾਲਾ, ਖੜਪੰਚ

busy idleness *n* ਫਜ਼ੂਲ ਕੰਮਾਂ ਵਿੱਚ ਰੁਝੇਵਾਂ, ਵਿਹਲੀ ਕਾਰ, ਨਿਕੰਮਾ ਧੰਦਾ, ਊਨ੍ਹ ਵੇਲਣ

but[1] /ਬਅਟ, ਬਅੱਟ/ *n* ਆਰੋਪ, ਇਤਰਾਜ਼, ਆਪੱਤੀ *vt* ਕਿੰਤੂ ਕਰਨਾ, ਪਰ-ਐਪਰ ਕਰਕੇ ਗੱਲ ਕਰਨਾ

but[2] *conj* ਪਰ, ਐਪਰ, ਪਰੰਤੂ, ਕਿੰਤੂ; ਲੇਕਿਨ *prep* ਇਸ ਤੋਂ ਇਲਾਵਾ; ਪਰ ਇਸ ਦੇ ਨਾਲ ਹੀ, ਫਿਰ ਵੀ, ਤਾਂ ਵੀ *adv* ਨਿਰਾ, ਸਿਰਫ, ਕੇਵਲ; ਇਲਾਵਾ, ਛੁੱਟ, ਸਿਵਾ, ਬਿਨਾਂ

butcher /'ਬੁਚਅ*/ *n* ਕਸਾਈ, ਝਟਕਈ;

ਜੱਲਾਦ; ਬੁੱਚੜ, ਅਜਿਹਾ ਸੈਨਿਕ ਅਧਿਕਾਰੀ ਜਾਂ ਨਿਆਂ ਅਧਿਕਾਰੀ ਜਿਸ ਨੇ ਪ੍ਰਗਟ ਰੂਪ ਵਿੱਚ ਅਨੇਕਾਂ ਮਨੁੱਖਾਂ ਦੇ ਪ੍ਰਾਣ ਲਏ ਹੋਣ *vt* ਝਟਕਾਉਣਾ; ਹਲਾਲ ਕਰਨਾ, ਹੱਤਿਆ ਕਰਨਾ, ਮਾਰ ਸੁੱਟਣਾ, ਨਿਰਦਇਤਾ ਨਾਲ ਕੋਹਣਾ; (ਗਲਤ ਮਲਤ ਪੜ੍ਹ ਜਾਂ ਛਾਪ ਕੇ) ਕਿਤਾਬ ਦਾ ਕਹੀਆ ਕਰਨਾ; ਕਰੜੀ ਅਤੇ ਚੁਭਵੀਂ ਨੁਕਤਾਚੀਨੀ ਕਰਨਾ; ਨਸ਼ਟ ਕਰਨਾ

butchery /'ਬੁਚਅਰਿ/ *n* ਬੁੱਚੜਖ਼ਾਨਾ; ਲੋਕਾਂ ਦਾ ਨਿਰਦਇਤਾ ਨਾਲ ਕਤਲ, ਕਸਾਈਪੁਣਾ, ਖ਼ੂਨ-ਖ਼ਰਾਬਾ, ਨਿਰਦਇਤਾ ਪੂਰਵਕ ਹੱਤਿਆ; ਵੱਢ-ਟੁੱਕ

butler /'ਬਅੱਟਲਅ*/ *n* ਖ਼ਾਨਸਾਮਾ, ਭੰਡਾਰੀ, ਘਰੋਗੀ ਨੌਕਰਾਂ ਦਾ ਮੁਖੀ; ਸ਼ਰਾਬਖ਼ਾਨੇ ਦਾ ਕਰਮਚਾਰੀ, ਰਕਾਬਦਾਰ

butlery /'ਬਅੱਟਲਅਰਿ/ *n* ਭੰਡਾਰ, ਲੰਗਰ

butt[1] /ਬਅੱਟ/ *n* ਸ਼ਰਾਬ ਦਾ ਵੱਡਾ ਪੀਪਾ, ਪੀਪਾ

butt[2] *n* ਚਾਂਦਮਾਰੀ ਦੇ ਪਿੱਛੇ ਵਾਲਾ ਉੱਚਾ ਟਿੱਬਾ, ਚਾਂਦਮਾਰੀ ਦਾ ਮੈਦਾਨ; ਕਿਸੇ ਹਥਿਆਰ ਜਾਂ ਸੰਦ ਦਾ ਮੋਟਾ ਸਿਰਾ (ਜਿਵੇਂ ਰਾਈਫਲ ਦਾ ਲੱਕੜੀ ਦਾ ਹਿੱਸਾ) ਕੁੰਦਾ; ਹਾਸੇ ਠੱਠੇ ਦਾ ਮੌਜੂ, ਜਿਸ ਦਾ ਮਖੌਲ ਉਡਾਇਆ ਜਾਵੇ

butt[3] *vi* ਸਿਰ ਨਾਲ ਟੱਕਰ ਮਾਰਨਾ; ਟੱਕਰ ਮਾਰਨਾ, ਧੱਕਣਾ, ਬਾਹਰ ਕੱਢਣਾ *n* ਟੱਕਰ, ਧੱਕਾ

butter /'ਬਅੱਟਅ*/ *n* ਮੱਖਣ, ਮਖਣੀ; ਮੱਖਣ ਵਰਗੀ ਚਿਕਨਾਈ ਵਾਲੀਆਂ ਚੀਜ਼ਾਂ *vt* ਚੋਪੜਨਾ, ਮੱਖਣ ਝੱਸਣਾ; ਚਾਪਲੂਸੀ ਕਰਨਾ, ਚਿਕਨੀਆਂ-ਚੋਪੜੀਆ ਗੱਲਾਂ ਕਰਨਾ, ਮਸਕਾ ਲਾਉਣਾ **clarified butter** ਘਿਓ **looked as if butter would not melt in mouth** ਬਣਾਉਟੀ, ਸ਼ਰਮਾਕਲ, ਮੀਸਣਾ **what is a pound of butter among a kennel of hounds** ਊਠ ਦੇ ਮੂੰਹ ਜੀਰਾ

butter-boat *n* ਮੱਖਣ ਕਟੋਰੀ, ਮੱਘੀ, ਮੱਖਣਦਾਨੀ

butter-fingered *a* ਜਿਸ ਦੀਆਂ ਉਂਗਲਾਂ ਵਿੱਚ ਫੜੀ ਹੋਈ ਚੀਜ਼ ਤਿਲ੍ਹਕ ਜਾਵੇ ਜਾਂ ਡਿੱਗ ਪਵੇ, ਕੁਚੱਜਾ, ਕੂਲੇ-ਹੱਥਾ

butterfly /'ਬਅੱਟਅਫ਼ਲਾਇ/ *n* (ਸ਼ਾਬਦਿਕ ਅਤੇ ਲਾਖਣਿਕ) ਤਿਤਲੀ, ਭੰਬੀਰੀ; ਦਿਲ ਡੁੱਬਣ ਦਾ ਭਾਵ

buttermilk /'ਬਅੱਟਅਮਿਲਕ/ *n* ਲੱਸੀ, ਛਾਹ

butter muslin *n* ਮੱਖਣ ਲਪੇਟਣ ਲਈ ਬਰੀਕ ਮਲਮਲ

butter tree *n* ਮਹੂਆ

buttery /'ਬਅੱਟਅਰਿ/ *a* ਥੰਧਾ, ਮੱਖਣਦਾਰ, ਚੋਪੜਿਆ, ਚਿਕਨਾ *n* ਦੁੱਧ-ਵਸਤਾਂ ਰੱਖਣ ਲਈ ਥਾਂ

buttock /'ਬਅੱਟਅਕ/ *n* ਚਿੱਤੜ, ਪਿੱਛਾ, ਪੁੱਠਾ; ਪੁੱਠੇ (ਪੱਟ) ਦਾ ਮਾਸ; ਘੋਲ (ਕੁਸ਼ਤੀ) ਦਾ ਇੱਕ ਦਾਅ *vt* ਪੱਟਾਂ ਤੋਂ ਫੜ ਕੇ ਸੁੱਟ ਦੇਣਾ, ਚਿੱਤੜਾਂ ਭਾਰ ਸੁੱਟਣਾ, ਚੁੱਕ ਕੇ ਮਾਰਨਾ

button /'ਬਅੱਟਨ/ *n* ਬਟਨ, ਬੀੜਾ, ਗੁਦਾਮ; ਡੋਡੀ, ਅਣਖਿੜੀ ਖੁੰਬ *vt* ਬਟਨ ਬੰਦ ਕਰਨਾ **boy in buttons** ਛੋਟੀ ਉਮਰ ਦਾ ਵਰਦੀਪੋਸ਼ ਨੌਕਰ **press the button** ਕੋਈ ਕੰਮ ਚਾਲੂ ਕਰਨਾ, ਬਟਨ ਨੱਪਣਾ **take by the button** ਰੋਕਣਾ, ਥੰਮ੍ਹਣਾ, ਠਹਿਰਾਉਣਾ **touch the button** ਮਾਮੂਲੀ ਇਸ਼ਾਰੇ ਨਾਲ ਵੱਡੇ-ਵੱਡੇ ਕੰਮ ਕਰ ਵਿਖਾਉਣਾ

buttoned /'ਬਅੱਟਨਡ/ *a* ਬਟਨਦਾਰ

buttonhole /'ਬਅੱਟਨਹਅਉਲ/ *n* ਬਟਨ ਲਈ ਸੁਰਾਖ਼, ਕਾਜ

buttonless /'ਬਅੱਟਨਲਅਸ/ *a* ਬਟਨ ਰਹਿਤ

buttress /'ਬਅੱਟਰਅਸ/ *n* ਆਸਰਾ, ਸਹਾਰਾ, ਥੂਹਣੀ, ਪੁਸ਼ਤਾ; ਪਹਾੜ ਦਾ ਅਗਾਂਹ ਵਧਿਆ ਨੀਵਾਂ ਭਾਗ; ਕੰਧ ਦਾ ਹੇਠਲਾ ਮੋਟਾ ਬਾਹਰ ਵਧਿਆ ਹਿੱਸਾ *vt* ਢੋਅ ਬਣਾਉਣਾ, ਸਹਾਰਾ ਦੇਣਾ, ਥੰਮ੍ਹੀ ਗੱਡਣਾ, ਕੰਧ ਦੇ ਨਾਲ ਮਿੱਟੀ ਜਾਂ ਇੱਟਾਂ ਲਾ ਕੇ ਨੀਂਹ ਪੱਕੀ ਕਰਨਾ, ਪੁਸ਼ਤਾ ਬੰਨ੍ਹਣਾ; ਦਲੀਲ ਜਾਂ ਤਰਕ ਦੇ ਕੇ ਪੁਸ਼ਟੀ ਕਰਨਾ

buxom /'ਬਅੱਕਸਅਮ/ *a* ਭਰਵਾਂ, ਗੁਦਗੁਦਾ, ਸੁੰਦਰ, ਭਰਵੇਂ ਸਰੀਰ ਵਾਲਾ

buxomness/'ਬਅੱਕਸਅਮਨਿਸ/ *n* ਸੁੰਦਰਤਾ, ਸਰੂਪਤਾ, ਗੁਦਗੁਦਾਪਣ, ਭਰਵਾਪਣ

buy /ਬਾਇ/ *n* ਖ਼ਰੀਦ; ਸੌਦਾ *vt* ਖ਼ਰੀਦਣਾ, ਮੁੱਲ ਲੈਣਾ, ਪ੍ਰਾਪਤ ਕਰਨਾ; ਕਿਸੇ ਨੂੰ ਵੱਢੀ ਦੇ ਕੇ ਆਪਣੇ ਨਾਲ ਮਿਲਾ ਲੈਣਾ; ਮੋਹ ਲੈਣਾ **a good buy** ਖ਼ਰਾ ਸੌਦਾ **buy a pig in a poke** ਬਿਨਾਂ ਵੇਖਿਆਂ ਕੋਈ ਵਸਤੂ ਖ਼ਰੀਦ ਲੈਣਾ; ਮੁਸੀਬਤ ਸਹੇੜ ਲੈਣਾ **buy in** ਕਿਸੇ ਕੰਪਨੀ ਆਦਿ ਦੇ ਹਿੱਸੇ ਖਰੀਦਣਾ **buy off** ਕੁਝ ਦੇ ਲੈ ਕੇ ਜਾਨ ਛੁਡਾ ਲੈਣਾ **buy out** ਕੁਝ ਵੱਡੀ ਆਦਿ ਦੇ ਕੇ ਜਾਇਦਾਦ ਜਾਂ ਅਧਿਕਾਰ ਆਦਿ ਛੱਡਣ ਲਈ ਰਜ਼ਾਮੰਦ ਕਰ ਲੈਣਾ **buy over** ਰਿਸ਼ਵਤ ਦੇ ਕੇ ਆਪਣੇ ਵੱਲ ਕਰ ਲੈਣਾ **buy up** ਸਾਰਾ ਮਾਲ ਖ਼ਰੀਦ ਲੈਣਾ, ਮੁੱਲ ਦੇ ਕੇ ਕਿਸੇ ਦੂਸਰੇ ਕਾਰਖ਼ਾਨੇ ਦੁਕਾਨ ਆਦਿ ਨੂੰ ਆਪਣੇ ਵਿੱਚ ਰਲਾ ਲੈਣਾ

buyable /ਬਾਇਅਬਲ/ *a* ਖ਼ਰੀਦਣ ਯੋਗ

buyer /'ਬਾਇਅ*/ *n* ਖ਼ਰੀਦਾਰ, ਗਾਹਕ

buzz[1] /ਬਅੱਜ਼/ *n* ਸ਼ਹਿਦ ਦੀ ਮੱਖੀ ਆਦਿ ਦੀ ਗੂੰਜ, ਭਿਣਕ, ਭਿਣਕਾਰ, ਭਿਣਭਿਣਾਹਟ; ਚਹਿਲ-ਪਹਿਲ *v* ਭਿਣਕਣਾ, ਭਿਣ-ਭਿਣ ਕਰਨਾ; ਗੁਣਗੁਣਾਉਣਾ; ਇੱਧਰ-ਉੱਧਰ ਘੁੰਮਣਾ; (ਅਫ਼ਵਾਹ ਆਦਿ ਦਾ) ਪ੍ਰਚਾਰ ਕਰਨਾ, ਉਡਾਉਣਾ, ਫੈਲਾਉਣਾ

buzz[2] *n* ਰੌਂਦਾਰ ਭੌਰਾ

buzz[3] *vt* (ਸ਼ਰਾਬ ਦੀ ਬੋਤਲ) ਚੜ੍ਹਾ ਜਾਣਾ, ਪੀ ਜਾਣਾ, ਗਟ-ਗਟ ਪੀ ਜਾਣਾ

buzz[4] *int* ਇਹ ਪੁਰਾਣੀ ਖ਼ਬਰ ਹੈ! ਸਮਾਚਾਰ ਬਾਸੀ ਹੈ!

buzzer /'ਬਅੱਜ਼ਅ*/ *n* ਰੇਲ ਦੇ ਇੰਜਣ ਦੀ ਸੀਟੀ, ਜਹਾਜ਼ ਦਾ ਭੌਂਪੂ; ਭਿਣਕਣ ਵਾਲਾ; ਸਿਗਨਲ ਦੇਣ ਵਾਲਾ; ਬਿਜਲੀ ਦੀ ਮਸ਼ੀਨ ਜੋ ਭਿਣ-ਭਿਣ ਦੀ ਅਵਾਜ਼ ਦਿੰਦੀ ਹੈ

by[1] /ਬਾਇ/ *adv prep a* ਤੋਂ, ਤੱਕ, ਤੋੜੀ; ਦੁਆਰਾ, ਰਾਹੀਂ, ਹੱਥੀਂ; ਕੋਲੋਂ, ਨਾਲ ਹੀ; ਕੋਲ, ਨੇੜੇ, ਲਾਗੇ, ਵੱਲ, ਪਾਸੇ; ਨਾਲ-ਨਾਲ, ਵਿੱਚੋਂ ਦੀ, ਉਸ ਤੋਂ ਪਿੱਛੋਂ, ਵਜ੍ਹਾ ਨਾਲ, ਬਾਰੇ ਜਾਂ ਸਬੰਧ ਵਿੱਚ **by all means** ਅਵੱਸ਼, ਜ਼ਰੂਰ, ਹਰ ਹੀਲੇ, ਨਿਸ਼ਚੇ ਹੀ **by heart** ਜ਼ਬਾਨੀ, ਮੂੰਹ-ਜ਼ਬਾਨੀ **by one self** ਆਪੇ, ਇਕੱਲਿਆਂ **by the by** ਹਾਂ ਸੱਚ, ਇੱਕ ਗੱਲ ਹੋਰ, ਗੱਲ ਵਿੱਚੋਂ ਗੱਲ, (ਕੋਈ ਗੱਲ ਕਰਦਿਆਂ ਵਿੱਚ ਕੁਝ ਹੋਰ ਦੱਸਣ ਲਈ ਆਖਿਆ ਜਾਂਦਾ ਹੈ) **by the way** ਗੱਲ 'ਚੋਂ ਗੱਲ **by way of** ਦੇ ਰੂਪ ਵਿੱਚ, ਦੇ ਤੌਰ 'ਤੇ, ਵਜੋਂ **come by** ਪ੍ਰਾਪਤ ਕਰਨਾ **lay, put, set by** ਬਚਾਅ ਕੇ ਰੱਖਣਾ; ਜੋੜਨਾ, ਜਮ੍ਹਾਂ ਕਰਨਾ **stand by** ਸਹਾਇਤਾ ਕਰਨਾ, ਸਾਥ ਦੇਣਾ; ਸਹਾਇਕ

by[2], bye /ਬਾਇ/ *a* ਜਿਮਨੀ, ਇਤਫ਼ਾਕੀਆ, ਉਪ

bye-bye *int* ਰੱਬ ਰਾਖਾ ! ਅਲਵਿਦਾ

by-election *n* ਉਪਚੋਣ, ਜਿਮਨੀ ਚੋਣ

bygone /'ਬਾਇਗੌਨ/ *a* ਬੀਤਿਆ, ਪੁਰਾਣਾ *n* ਬੀਤਿਆ ਸਮਾਂ, ਬੀਤੀ ਗੱਲ; ਅਤੀਤ, ਪੁਰਾਣਾ ਜ਼ਮਾਨਾ **let lie bygone** ਜੋ ਬੀਤੀ ਸੋ ਬੀਤੀ, ਦੱਬੇ ਮੁਰਦੇ ਨਾ ਉਖਾੜੋ

by lane *n* ਵੱਡੀ ਗਲੀ ਵਿੱਚੋਂ ਨਿੱਕਲੀ ਛੋਟੀ ਗਲੀ, ਇੱਕ ਪਾਸੇ ਦੀ ਛੋਟੀ ਗਲੀ, ਗਲੀ

by-law, bye-law *n* ਉਪਨਿਯਮ, ਜ਼ਿਮਨੀ ਕਨੂੰਨ

byline /'ਬਾਇਲਾਇਨ/ *n* (ਲਿਖਤ ਦੇ ਅਰੰਭ ਜਾਂ ਅੰਤ ਉੱਤੇ) ਲੇਖਕ ਦਾ ਨਾਮ ਦਰਸਾਉਣ ਵਾਲੀ ਪੰਕਤੀ

byname /'ਬਾਇਨੇਇਮ/ *n* ਉਪਨਾਮ, ਅੱਲ

bypass /'ਬਾਇਪਾਸ/ *n* ਫਿਰਨੀ, ਉਪਮਾਰਗ, ਪਾਸੇ ਦਾ ਰਾਹ *vt* ਇੱਕ ਪਾਸੇ ਛੱਡ ਕੇ ਲੰਘ ਜਾਣਾ; ਅਣਡਿੱਠ ਕਰਨਾ; ਕਤਰਾਉਣਾ

bypath /'ਬਾਇਪਾਥ/ *n* ਇੱਕ ਪਾਸੇ ਦਾ ਰਾਹ, ਪਗਡੰਡੀ, ਉਪਮਾਰਗ, ਸਿੱਧੀ ਡੰਡੀ

by-product *n* ਨਾਲ ਲਗਦੀ ਪੈਦਾਵਾਰ, ਗੌਣ ਉਪਜ

bystander /'ਬਾਇਸਟੈਨਡਅ*/ *n* ਦਰਸ਼ਕ, ਦੇਖਣ ਵਾਲਾ, ਦ੍ਰਿਸ਼ਟਾ

byte /ਬਾ'ਇਟ/ *n* (ਕੰਪਿ) 8 ਬਿੱਟਾਂ (bits) ਦੇ ਬਰਾਬਰ, ਕੰਪਿਊਟਰ ਦੀ ਯਾਦਦਾਸ਼ਤ ਮਾਪਣ ਦੀ ਇਕਾਈ

byway /'ਬਾਇਵੇਇ/ *n* ਉਪਮਾਰਗ

byword /'ਬਾਇਵਅ:ਡ/ *n* ਅਖਾਣ, ਕਹਾਵਤ, ਲੋਕੋਕਤੀ

Byzantine /ਬਾਇ'ਜ਼ੈਨਟਾਇਨ/ *a* ਪੂਰਬੀ ਰੋਮ ਸਾਮਰਾਜ ਦੀ (ਨਿਰਮਾਣ ਸ਼ੈਲੀ), ਬਿਜ਼ਨਤੀਨੀ

C

C, c /ਸੀ/ *n* ਅੰਗਰੇਜ਼ੀ ਵਰਨਮਾਲਾ ਦਾ ਤੀਜਾ ਅੱਖਰ; ਤੀਜਾ ਮਨੁੱਖ ਜਾਂ ਤੀਜੀ ਵਸਤੂ ਅਥਵਾ ਤੀਜੀ ਗੱਲ

C /ਸੀ/ *n* (ਕੰਪਿ) ਕੰਪਿਊਟਰ ਪ੍ਰੋਗਰਾਮ ਲਿਖਣ ਲਈ ਇੱਕ ਮਹੱਤਵਪੂਰਨ ਭਾਸ਼ਾ

Caaba /'ਕਾਬਅ/ *n* ਮੁਸਲਮਾਨਾਂ ਦਾ ਪ੍ਰਮੁੱਖ ਧਰਮ ਸਥਾਨ, ਕਾਅਬਾ

cab /ਕੈਬ/ *n* ਭਾੜੇ ਦੀ ਗੱਡੀ, ਟੈਕਸੀ; ਥੱਸ ਜਾਂ ਕਰੇਨ ਵਿੱਚ ਡਰਾਈਵਰ ਦੇ ਬੈਠਣ ਦੀ ਥਾਂ *vi* ਯੱਕੇ ਜਾਂ ਬੱਘੀ ਵਿੱਚ ਜਾਣਾ ਜਾਂ ਉਸਨੂੰ ਚਲਾਉਣਾ

cabal /ਕਅ'ਬੈਲ/ *n* ਸਾਜ਼ਸ਼, ਛੜਯੰਤਰ, ਗੋਂਦ; ਰਾਜਸੀ ਜੁੰਡਲੀ, ਢਾਣੀ, ਮੰਡਲੀ, ਸਾਜ਼ਸ਼ੀ ਧੜਾ *vi* ਸਾਜ਼ਸ਼ ਰਚਣਾ, ਸਾਜ਼-ਬਾਜ਼ ਕਰਨਾ, ਗੋਂਦ ਗੁੰਦਣਾ; ਕਿਸੇ ਜੁੰਡਲੀ ਵਿੱਚ ਸ਼ਾਮਲ ਹੋਣਾ

caballer /ਕਅ'ਬੈਲਅ*/ *n* ਸਾਜ਼ਸ਼ੀ, ਛੜਯੰਤਰੀ ਬੰਦਾ

cabaret /'ਕੈਬਅਰੇਇ/ *n* ਸ਼ਰਾਬਖ਼ਾਨਾ (ਫ਼ਰਾਂਸ ਵਿੱਚ), ਮੈਖ਼ਾਨਾ; ਰੈਸਤੋਰਾਂ ਵਿੱਚ ਨਾਚ-ਰੰਗ (ਇੰਗਲੈਂਡ ਵਿੱਚ), ਕੈਬਰੇ ਨਾਚ, ਮਨੋਰੰਜਨ ਕਾਰਜ

cabbage /'ਕੈਬਿਜ/ *n* ਬੰਦ-ਗੋਭੀ, ਪੱਤ-ਗੋਭੀ

cabbage rose *n* ਵੱਡਾ ਗੋਲ ਗੁਲਾਬ ਦਾ ਫੁੱਲ

cabbala /ਕਅ'ਬਾਲਅ/ *n* ਯਹੂਦੀਆਂ ਵਿੱਚ ਕਈ ਪੀੜ੍ਹੀਆਂ ਤੋਂ ਚਲੀਆਂ ਆ ਰਹੀਆਂ ਮੂੰਹ-ਜ਼ਬਾਨੀ ਰਵਾਇਤਾਂ; ਰਹੱਸਵਾਦੀ ਵਿਆਖਿਆ; ਗੂੜ੍ਹਾ ਸਿਧਾਂਤ, ਗੁਪਤ ਵਿੱਦਿਆ

cabbalism /'ਕੈਬਅਲਿਜ਼(ਅ)ਮ/ *n* ਗੁਪਤ ਵਿੱਦਿਆ, ਰਹੱਸਵਾਦ

cabbalist /'ਕੈਬਅਲਿਸਟ/ *n* ਗੁਪਤ ਵਿੱਦਿਆ ਦਾ ਜਾਣੂ, ਰਹੱਸਵਾਦੀ

cabbalistic /ˌਕੈਬਅ'ਲਿਸਟਿਕ/ *a* ਗੁਪਤ ਵਿੱਦਿਆ ਸੰਬੰਧੀ, ਰਹੱਸਪੂਰਨ, ਰਹੱਸਮਈ

cabbalistically /ˌਕੈਬਅ'ਲਿਸਟਿਕ(ਅ)ਲਿ/ *adv* (ਬੋਲ) ਰਹੱਸਮਈ ਢੰਗ ਨਾਲ

cabby /'ਕੈਬਿ/ *n* ਕੋਚਵਾਨ, ਟੈਕਸੀ ਡਰਾਈਵਰ

caber /'ਕੇਇਬਅ*/ *n* (ਵਰਜ਼ਸ਼ ਕਰਨ ਲਈ) ਮੂੰਗਲੀ, ਮੁਗਦਰ

cabin /'ਕੈਬਿਨ/ *n* ਕੁੱਲੀ, ਕੋਠੜੀ, ਕੁਟੀਆ, ਝੁੱਗੀ, ਝੌਂਪੜੀ; ਜਹਾਜ਼ ਦਾ ਖਾਣ ਜਾਂ ਸੌਣ ਦਾ ਕਮਰਾ, ਕੈਬਿਨ *vt* (ਕੈਬਿਨ ਵਿੱਚ) ਬੰਦ ਕਰਨਾ, ਤੂੜਨਾ, ਤੰਗ ਥਾਂ ਭਰਨਾ

cabin boy *n* ਕੈਬਿਨ ਦਾ ਬਹਿਰਾ, ਅਰਦਲੀ, ਮੁੰਡੂ

cabined /'ਕੈਬਿਨਡ/ *a* ਤੂੜਿਆ, ਡੱਕਿਆ

cabinet /'ਕੈਬਿਨਅਟ/ *n* ਛੋਟਾ ਕਮਰਾ, ਖ਼ਿਲਵਤਖ਼ਾਨਾ, ਨਿੱਜੀ ਕਮਰਾ; ਛੋਟੀ ਅਲਮਾਰੀ; ਦਰਾਜ਼ਾਂ ਵਾਲਾ ਸੰਦੂਕ; ਕਾਬੀਨਾ, ਵਜ਼ੀਰ-ਮੰਡਲੀ, ਮੰਤਰੀ-ਮੰਡਲ, ਮੰਤਰਾਲਾ

cabinet council *n* ਮੰਤਰੀ-ਪ੍ਰੀਸ਼ਦ, ਮੰਤਰੀ-ਮੰਡਲ

cabinet crisis *n* ਮੰਤਰਾਲਾ ਸੰਕਟ, ਵਜ਼ਾਰਤੀ ਸੰਕਟ, ਮੰਤਰੀ-ਮੰਡਲ ਵਿੱਚ ਖਿੱਚੋਤਾਣ

cabineted /'ਕੈਬਿਨਿਟਿਡ/ *a* ਗੁਪਤ ਸਲਾਹ ਯੁਕਤ

cabinet edition *n* ਕਿਤਾਬ ਦੀ ਛੋਟੀ ਜਿਲਦ ਜਾਂ ਛਾਪ

Cabinet Minister *n* ਕੈਬਨਿਟ ਮੰਤਰੀ, ਵਜ਼ੀਰ

cabinet photograph *n* ਵਿਚਲੇ ਆਕਾਰ ਦੀ ਫ਼ੋਟੋ

cabinet pudding *n* ਆਂਡੇ ਤੇ ਦੁੱਧ ਨੂੰ ਰਲਾ ਕੇ ਬਣਾਇਆ ਕੜਾਹ, ਪੁਡਿੰਗ, ਪੁਟੀਨ

cable /'ਕੇਇਬਲ/ *n* ਤਾਰ; ਮੰਗਲ, ਸੰਗਲੀ, ਰੱਸੀ; ਕੇਬਲਗ੍ਰਾਮ, ਸਮੁੰਦਰੀ ਤਾਰ; (ਮੁੰਜ ਦਾ) ਮੋਟਾ ਰੱਸਾ; ਲੰਗਰ ਦਾ ਸੰਗਲ ਜਾਂ ਰੱਸਾ; ਵਲਦਾਰ ਨੱਕਾਸ਼ੀ *v* ਤਾਰ ਕੱਸਣਾ, ਰੱਸੀ ਕੱਸਣਾ; ਸਮੁੰਦਰੀ ਤਾਰ ਦੇਣਾ; ਰੱਸੀ ਜਾਂ ਸੰਗਲ ਨਾਲ ਬੰਨ੍ਹਣਾ

cable car *n* (ਇੱਕ ਪਹਾੜੀ ਤੋਂ ਦੂਜੀ ਪਹਾੜੀ ਉੱਤੇ ਜਾਣ ਲਈ) ਮੋਟੀ ਤਾਰ ਉਤੇ ਚੱਲਣ ਵਾਲੀ ਛੋਟੀ ਗੱਡੀ, ਕੇਬਲ ਕਾਰ

cablegram /'**ਕੇਇਬਲਗਰੈਮ**/ *n* ਸਮੁੰਦਰੀ ਤਾਰ ਜਾਂ ਸਮੁੰਦਰੋਂ ਪਾਰ ਜਾਣ ਵਾਲੀ ਤਾਰ; ਸਮੁੰਦਰੀ ਤਾਰ ਦਾ ਸੰਦੇਸ਼

cabless /'**ਕੈਬਲਅਸ**/ *a* ਬੱਘੀਹੀਣ, ਬੱਘੀ ਰਹਿਤ

cablet /'**ਕੇਇਬਲਿਟ**/ *n* ਸੁੱਬੀ, ਸੂਤਲੀ, ਵੱਟੀ ਹੋਈ ਪਤਲੀ ਰੱਸੀ, ਦਸ ਇੰਚ ਤੋਂ ਘੱਟ ਘੇਰੇ ਵਾਲਾ ਜਹਾਜ਼ੀ ਰੱਸਾ, ਛੋਟੀ ਤਾਰ

cable television *n* ਤਾਰਾਂ ਰਾਹੀਂ ਪ੍ਰਸਾਰਿਤ ਹੋਣ ਵਾਲਾ ਦੂਰਦਰਸ਼ਨ ਪ੍ਰੋਗਰਾਮ, ਕੇਬਲ ਟੈਲੀਵੀਜ਼ਨ

cabman /'**ਕੈਬਮਅਨ**/ *n* ਕੋਚਵਾਨ, ਬੱਘੀ ਵਾਲਾ; ਟੈਕਸੀ ਡਰਾਈਵਰ

caboodle /**ਕਅ'ਬੂਡਲ**/ *n* (ਅਪ) ਸਾਰਾ ਕੁਝ; ਸਾਰੀਆਂ ਵਸਤਾਂ

caboose /**ਕਅ'ਬੂਸ**/ *n* ਜਹਾਜ਼ ਦਾ ਰਸੋਈ ਘਰ; ਗਾਰਡ ਦਾ ਡੱਬਾ; ਮਾਲ ਗੱਡੀ ਵਿੱਚ ਮਜ਼ਦੂਰਾਂ ਦਾ ਡੱਬਾ

cabotage /'**ਕੈਬਅਟਿਜ**/ *n* ਸਮੁੰਦਰ ਦੇ ਕੰਢੇ-ਕੰਢੇ ਚੱਲਦਾ ਵਪਾਰ, ਸਾਹਿਲੀ ਵਪਾਰ

cabriole /ˌ**ਕੈਬਰਿ'ਅਉਲ**/ *n* (ਬੈਲੇ ਨਾਚ ਵਿੱਚ) ਕੈਬਰਿਓਲ ਮੁੱਦਰਾ

cab-runner *n* ਕੁਲੀ, ਮਜ਼ਦੂਰ

cabstand /'**ਕੈਬਸਟੈਨਡ**/ *n* ਯੱਕੇ ਜਾਂ ਬੱਘੀਆਂ ਦਾ ਅੱਡਾ

ca'canny /**ਕਾ'ਕੈਨਿ**/ *n* ਮੰਦ ਗਤੀ, ਧੀਮੀ ਚਾਲ; ਮੰਦ ਕਾਰਜ

cacao /**ਕਅ'ਕਾਉ**/ *n* ਕੋਕੋ ਦਾ ਰੁੱਖ *a* ਕੋਕੋ ਦਾ, ਚਾਕਲੇਟ ਦਾ

cachaemia /**ਕੈ'ਕੀਮਿਅ**/ *n* ਖ਼ੂਨ ਦੀ ਖ਼ਰਾਬੀ

cachalot /'**ਕੈਸ਼ਅਲੌਟ**/ *n* ਵੇਲ ਮੱਛੀ ਦੀ ਇੱਕ ਕਿਸਮ, ਹੇਠਲੇ ਜਬਾੜ੍ਹੇ ਦੇ ਦੰਦਾਂ ਵਾਲੀ ਵੇਲ ਮੱਛੀ, ਵੱਡੀ ਮੱਛੀ

cache /**ਕੈਸ਼**/ *n* ਗੋਲੀ-ਸਿੱਕਾ ਸੰਭਾਲ ਕੇ ਰੱਖਣ ਵਾਲੀ ਗੁਪਤ ਥਾਂ, ਗੁਪਤ ਭੰਡਾਰ, ਚੋਰਖ਼ਾਨਾ, ਦੱਬਿਆ ਖ਼ਜ਼ਾਨਾ ਜਾਂ ਭੰਡਾਰ *vt* ਗੁਪਤ ਭੰਡਾਰ ਵਿੱਚ ਰੱਖਣਾ, ਮਾਲ ਛੁਪਾਉਣਾ; ਨੱਪਣਾ ਜਾਂ ਦੱਬਣਾ; (ਕੰਪਿ) ਕੰਪਿਊਟਰ ਵਿੱਚ ਸੀ.ਪੀ.ਯੂ. ਅਤੇ ਮੁੱਖ ਯਾਦਦਾਸ਼ਤ ਦਰਮਿਆਨ ਸਥਾਪਿਤ ਬਹੁਤ ਤੇਜ਼ ਗਤੀ ਵਾਲੀ ਯਾਦਦਾਸ਼ਤ

cachectic /**ਕਅ'ਕੈੱਕਟਿਕ**/ *a* ਲਿੱਸਾ, ਢਿੱਲਾ, ਸਰੀਰਿਕ ਅਤੇ ਮਾਨਸਿਕ ਰੋਗੀ, ਜੀਰਨ

cachet /'**ਕੈਸ਼ੇਇ**/ *n* ਮੋਹਰ; ਖ਼ਾਸ ਨਿਸ਼ਾਨੀ, ਪ੍ਰਮਾਣਿਕ ਚਿੰਨ੍ਹ; ਪੱਕੀ ਅੰਦਰਲੀ ਗਵਾਹੀ; (ਕੌੜੀ ਦਵਾਈ ਪਾਉਣ ਲਈ) ਕੈਪਸੂਲ

cachexy /**ਕੈ'ਕੈੱਕਸਿ**/ *n* ਖੀਣਤਾ; ਦਿਮਾਗ਼ੀ ਕਮਜ਼ੋਰੀ

cachinnate /'**ਕੈਕਿਨੇਇਟ**/ *vt* ਖਿੜ-ਖਿੜ ਕੇ ਹੱਸਣਾ, ਖਿੱਲੀ ਪਾਉਣਾ, ਜ਼ੋਰ ਨਾਲ ਹੱਸਣਾ, ਕਹਿਕਹਾ ਮਾਰ ਕੇ ਹੱਸਣਾ

cachinnation /ˌ**ਕੈਕਿ'ਨੇਇਸ਼ਨ**/ *n* ਖਿੜਖਿੜਾਹਟ, ਜ਼ੋਰ ਦਾ ਹਾਸਾ, ਕਹਿਕਹਾ, ਠਹਾਕਾ

cachinnatory /'**ਕੈਕਿਨਅਟ(ਅ)ਰਿ**/ *a* ਖਿੜ-ਖਿੜਾਊ, ਖਿੜਖਿੜਾਵਾਂ, ਹਾਸੇ ਭਰਪੂਰ, ਕਹਿਕਹੇ ਭਰਿਆ

cacholong /'**ਕੈਸ਼ਅਲੌਙ**/ *n* ਦੁਧੀਆ ਪੱਥਰ ਦੀ ਇੱਕ ਕਿਸਮ (ਜਿਸਦੇ ਰੰਗ ਵਟਦੇ ਰਹਿੰਦੇ ਹਨ); ਸਫ਼ੈਦ ਰਤਨ

cachou /'**ਕੈਸ਼ੂ**/ *n* ਕੱਥਾ; ਸੁਗੰਧਿਤ ਗੋਲੀ (ਸਾਹ ਦੀ ਦੁਰਗੰਧ ਹਟਾਉਣ ਲਈ), ਇੱਕ ਖ਼ੁਸ਼ਬੋਦਾਰ ਗੋਲੀ (ਮੂੰਹ ਵਿੱਚੋਂ ਸਿਗਰਟ, ਤਮਾਕੂ ਦੀ ਬੋ ਹਟਾਉਣ ਲਈ)

cacique /**ਕੈ'ਸੀਕ**/ *n* ਅਮਰੀਕਾ ਦੇ ਆਦਿਵਾਸੀਆਂ ਦਾ ਸਰਦਾਰ; ਰਾਜਨੀਤਿਕ ਆਗੂ, ਮੁਖੀਆ

caciquism /**ਕਅ'ਸੀਕਿਜ਼ਅਮ**/ *n* ਚੌਧਰ, ਸਰਦਾਰੀ; ਮੁਖੀਆ ਦੇ ਅਧੀਨ ਇਲਾਕਾਈ ਸ਼ਾਸਨ

cackle /'**ਕੈਕਲ**/ *v* (ਕੁਕੜੀ ਦਾ) ਕੁੜ-ਕੁੜ ਕਰਨਾ, ਕੁੜਕੁੜਾਉਣਾ; ਸ਼ੇਖੀ ਜਾਂ ਗੱਪ ਮਾਰਨਾ, ਬਕ-ਬਕ ਕਰਨਾ, ਬਕਵਾਸ ਕਰਨਾ *n* ਕੁੜ-ਕੁੜ,

ਬਕਵਾਸ, ਬਕ-ਬਕ, ਸ਼ੇਖੀ, ਗੱਪ

cackler /'**ਕੈਕਲਅ***/ *a* ਗੱਪੀ, ਬਕਵਾਸੀ, ਸ਼ੇਖ਼ਚਿਲੀ *a* ਕੁੜਕੁੜਾਉਣ ਵਾਲਾ (ਮੁਰਗਾ)

cackling /'**ਕੈਕਲਿਙ**/ *n* ਕੁੜਕੁੜਾਹਟ, ਟੈਂ-ਟੈਂ; ਬਕਵਾਸ

cacodemon /,**ਕੈਕਅ'ਡੀਮਅਨ**/ *n* ਭੂਤ, ਪ੍ਰੇਤ, ਜਿੰਨ, ਚੁੜੇਲ; ਦੁਸ਼ਟ, ਦੁਰਜਨ

cacodyl /'**ਕੈਕਅ(ਉ)ਡਾਇਲ**/ *n* ਸੰਖੀਏ ਤੇ ਮੈਥਿਲ ਨੂੰ ਮਿਲਾ ਕੇ ਬਣਾਈ ਹੋਈ ਜ਼ਹਿਰੀਲੀ ਚੀਜ਼

cacoepy /'**ਕੈਕਅਉਐਪਿ**/ *n* (ਭਾਸ਼ਾ) ਬੋਲ ਜਿਨ੍ਹਾਂ ਵਿੱਚ ਸ਼ਬਦ ਵਿਗਾੜ ਕੇ ਵਰਤੇ ਜਾਣ, ਅਸ਼ੁੱਧ ਉਚਾਰਨ

cacoethes /,**ਕੈਕਅਉ'ਈਥੀਜ਼**/ *n* ਭੈੜੀ ਆਦਤ, ਬੁਰੀ ਵਾਦੀ, ਬਾਣ

cacogastric /,**ਕੈਕਅ'ਗੈਸਟਰਿਕ**/ *a* ਬਦਹਜ਼ਮੀ ਵਾਲਾ

cacographer /**ਕੈ'ਕੌਂਗਰਅਫ਼ਅ***/ *n* ਭੈੜਾ ਲਿਖਣ ਵਾਲਾ, ਕੋਝੀ ਲਿਖਤ ਵਾਲਾ

cacography /**ਕੈ'ਕੌਂਗਰਅਫ਼ਿ**/ *n* ਕੋਝੀ ਲਿਖਤ, ਭੈੜੀ ਲਿਖਤ, ਗ਼ਲਤ ਸ਼ਬਦ-ਜੋੜਾਂ ਵਾਲੀ ਲਿਖਾਈ

cacolet /'**ਕੈਕਅਉਲੇਇ**/ *n* ਫ਼ੌਜ ਵਿੱਚ ਜ਼ਖ਼ਮੀ ਹੋਏ ਫ਼ੌਜੀਆਂ ਨੂੰ ਢੋਣ ਵਾਲੀ ਪਾਲਕੀ, ਡੋਲਾ

cacology /**ਕੈ'ਕੌਲਅਜਿ**/ *n* ਅਸ਼ੁੱਧ ਉਚਾਰਨ; ਕੁਵਰਤੋਂ, ਦੁਰਪ੍ਰਯੋਗ, ਕੁਚੱਜੀ ਸ਼ਬਦ ਚੋਣ

cacoon /**ਕਅ'ਕੂਨ**/ *n* ਇੱਕ ਅਫ਼ਰੀਕਨ ਝਾੜੀ ਦੀ ਫਲੀ, ਕਾਕੂਨ

cacophonous /**ਕਅ'ਕੌਂਫ਼ਅਨਅਸ**/ *a* ਉਜੱਡ ਅਤੇ ਕੁਰੱਖਤ ਬੋਲ ਵਾਲਾ, ਖਰ੍ਹਵੀ ਅਵਾਜ਼ ਵਾਲਾ

cacophony /**ਕਅ'ਕੌਂਫ਼ਅਨਿ**/ *n* ਕੁਰੱਖਤ ਅਤੇ ਉਜੱਡ ਅਵਾਜ਼, ਔਖੜ, ਖਰ੍ਹਵਾ ਬੋਲ ; ਕਾਵਾਂ ਰੌਲੀ

cactaceous /**ਕੈਕ'ਟੇਇਸ਼ਅਸ**/ *a* ਥੋਹਰ ਵਰਗਾ, ਕਾਂਟੇਦਾਰ

cactal /'**ਕੈਕਟਲ**/ *a* ਥੋਹਰੀ, ਨਾਗਫਣੀਆ; ਥੋਹਰ ਸੰਬੰਧੀ

cactoid /'**ਕੈਕਟੌਇਡ**/ *a* ਥੋਹਰ ਵਰਗਾ, ਨਾਗਫਣੀ ਵਰਗਾ

cactus /'**ਕੈਕਟਅਸ**/ *n* ਥੋਹਰ, ਨਾਗਫਣੀ

CAD /**ਕੈਡ**, ,**ਸੀ ਏਇ 'ਡੀ**/ *abbr* (ਕੰਪਿ) **computer-aided design** ਦਾ ਸੰਖੇਪ ਰੂਪ, ਚੀਜ਼ਾਂ ਦੇ ਕੰਪਿਊਟਰੀ ਨਮੂਨੇ ਬਣਾਉਣ ਲਈ ਪ੍ਰੋਗਰਾਮ

cad /**ਕੈਡ**/ *n* ਉਜੱਡ ਬੰਦਾ; ਕਮੀਨਾ; ਮੁੰਡੂ, (ਖੇਡ ਸਮੇਂ) ਛੋਕਰਾ

cadastral /**ਕਅ'ਡੈਸਟਰਅਲ**/ *a* ਜ਼ਮੀਨ ਦੀ ਗਿਰਦੌਰੀ ਸੰਬੰਧੀ

cadastral survey *n* ਲਗਾਨ ਲਗਾਉਣ ਲਈ ਕੀਤਾ ਜਾਂਦਾ ਸਰਵੇਖਣ, ਗਿਰਦੌਰੀ

cadaver /**ਕਅ'ਡੈਵ੍ਅ***/ *n* (ਖੋਜ ਕਾਰਜਾਂ ਲਈ) ਲਾਸ਼, ਲੋਥ, ਮੁਰਦਾ

cadaveric /**ਕਅ'ਡੈਵ੍ਅਰਿਕ**/ *a* ਪ੍ਰਾਣਹੀਣ, ਲਾਸ਼ ਵਰਗਾ, ਬੇਜਾਨ

cadaverous /**ਕਅ'ਡੈਵ੍ਅਰਅਸ**/ *a* ਮੁਰਦਾ ਜਿਹਾ, ਮੁਰਦੇ ਵਾਂਗ ਪੀਲਾ, ਮੁਰਦੇਹਾਰ

caddie /'**ਕੈਡਿ**/ *n* (ਗੋਲਫ ਦੇ ਖਿਡਾਰੀ ਦਾ) ਨੌਕਰ, ਛੋਕਰਾ

caddis /'**ਕੈਡਿਸ**/ *n* (ਭਿੱਤੀ ਵਜੋਂ ਵਰਤਿਆ ਜਾਂਦਾ) ਕੈਡੀਜ਼ ਮੱਖੀ ਦਾ ਲਾਰਵਾ, ਡਿੰਭ ਦਾ ਪਹਿਲਾ ਰੂਪ; ਫ਼ੀਤਾ, ਪੱਟੀ

caddis bait *n* ਡਿੰਭ ਦੀ ਭਿੱਤੀ

caddish /'**ਕੈਡਿਸ਼**/ *a* ਨੀਚ, ਉਜੱਡ, ਅਕੁਲੀਨ

caddishness /'**ਕੈਡਿਸ਼ਨਅਸ**/ *n* ਨੀਚਤਾ, ਅਕੁਲੀਨਤਾ; ਅਵਾਰਾਪਣ

caddis worm *n* (ਭਿੱਤੀ ਵੱਜੋਂ ਵਰਤਿਆ ਜਾਂਦਾ) ਕੈਡੀਜ਼ ਮੱਖੀ ਦਾ ਲਾਰਵਾ

caddy /'**ਕੈਡਿ**/ *n* ਚਾਹ ਦਾ ਡੱਬਾ

cadence /'**ਕੇਇਡਨਸ**/ *n* ਲੈਅਬੱਧਤਾ; ਅਲਾਪ ਸੁਰ ਦਾ ਉਤਾਰ; ਸੁਰ, ਬਹਿਰ; ਅੰਤਿਮ ਬੰਦ

cadenced /'**ਕੇਇਡਅਨਸਟ**/ *a* ਲੈਅਬੱਧ, ਤਾਲਬੱਧ; ਸੁਰੀਲਾ, ਸੰਗੀਤਮਈ

cadent /'**ਕੇਇਡਅਨਟ**/ *a* ਸੰਗੀਤਮਈ ਤਾਲ ਦਾ

cadenza /**ਕਅ'ਡੈਨੱਜ਼ਅ**/ *n* ਤੋੜਾ (ਤਾਲ ਦਾ), ਅੰਤਿਮ ਅਲਾਪ, ਅਵਾਜ਼ ਦਾ ਉਤਾਰ, ਅਲਾਪ ਦਾ ਅੰਤਲਾ ਲਮਕਾਅ

cadet /**ਕਅ'ਡੈਟੱ**/ *n* ਛੋਟਾ ਪੁੱਤਰ ਜਾਂ ਛੋਟਾ ਭਰਾ; ਫ਼ੌਜੀ ਸਕੂਲ ਦਾ ਵਿਦਿਆਰਥੀ, ਸੈਨਿਕ ਵਿਦਿਆਰਥੀ

cadet corps *n* ਫ਼ੌਜੀ ਸਕੂਲ ਦੇ ਵਿਦਿਆਰਥੀਆਂ ਦੀ ਕੰਪਨੀ, ਕੈਡਿਟ ਕੋਰ

cadetship /**ਕਅ'ਡੈਟੱਸ਼ਿਪ**/ *n* ਫੌਜੀ ਜਾਂ ਸਮੁੰਦਰੀ ਕਾਲਜ ਦਾ ਵਿਦਿਆਰਥੀਪੁਣਾ

cadge /**ਕੈਜ**/ *v* ਭਿੱਖਿਆ ਮੰਗਦੇ ਫਿਰਨਾ, ਮੰਗ-ਤੁੰਗ ਕੇ ਗੁਜ਼ਾਰਾ ਕਰਨਾ, ਪਿੱਛੇ-ਪਿੱਛੇ ਫਿਰਨਾ, ਮੰਗ ਕੇ ਲੈਣਾ; ਘਰ-ਘਰ ਵੇਚਦੇ ਫਿਰਨਾ, ਫੜ੍ਹੀ ਲਾਉਣਾ

cadger /**ਕੈਜਅ***/ *n* ਫੇਰੀ ਵਾਲਾ, ਤੁਰ ਫਿਰ ਕੇ ਆਂਡੇ ਤੇ ਮੱਖਣ ਵੇਚਣ ਵਾਲਾ, ਛਾਬੜੀ ਵਾਲਾ; ਮੰਗਤਾ; ਭੌਂਦੂ

Cadmean Victory /ਕੈਡ,ਮੀਅਨ 'ਵ੍ਕਿਟ(ਅ)ਰਿ/ *n* ਬਹੁਤਾ ਨੁਕਸਾਨ ਉਠਾ ਕੇ ਪ੍ਰਾਪਤ ਕੀਤੀ ਜਿੱਤ, ਮਹਿੰਗੀ ਜਿੱਤ

cadmiferous /**ਕੈਡ'ਮਿਫ਼ਅਰਅਸ**/ *a* ਕੈਡਮੀਅਮ ਪੈਦਾ ਕਰਨ ਵਾਲਾ, ਕੈਡਮੀਅਮ ਧਾਤ ਭਰਪੂਰ

cadmium /**'ਕੈਡਮਿਅਮ**/ *n* ਕਲੀ ਵਰਗੀ ਇੱਕ ਧਾਤ, ਕੈਡਮੀਅਮ

cadrans /**'ਕੈਡਰਅਨਜ**/ *n* ਜੌਹਰੀਆਂ ਦਾ ਔਜ਼ਾਰ ਜਿਸ ਨਾਲ ਜਵਾਹਰਾਂ ਨੂੰ ਕੱਟਿਆ ਜਾਂਦਾ ਹੈ

cadre /**'ਕਾਡਅ***/ *n* ਸਕੀਮ, ਵਿਓਂਤ, ਰੂਪ-ਰੇਖਾ, ਖ਼ਾਕਾ; ਸਥਾਈ ਅਮਲਾ, ਨਫ਼ਰੀ; ਸ਼੍ਰੇਣੀ, ਵਰਗ; ਸੰਗਠਨ

caduceus /**ਕਅ'ਡਯੂਸਿਅਸ**/ *n* ਚੋਬਦਾਰ ਦੇ ਹੱਥ ਦਾ ਡੰਡਾ, ਚੋਬ

caducity /**ਕਅ'ਡਯੂਸ(ਅ)ਟਿ**/ *n* ਅਸਥਿਰਤਾ, ਚਲਾਇਮਾਨਤਾ, ਨਾਸ਼ਵਾਨਤਾ

caducous /**ਕਅ'ਡਯੂਕਅਸ**/ *a* ਛੇਤੀ ਝੜ ਜਾਣ ਵਾਲੇ (ਪੱਤੇ ਆਦਿ); ਅਸਥਿਰ

caecal /**'ਸੀਕਲ**/ *a* ਬੰਦ ਆਂਦਰ ਵਰਗਾ

caecitis /**ਸਿ'ਸਾਇਟਿਸ**/ *n* ਬੰਦ ਆਂਦਰ ਦੀ ਸੋਜ਼

caecum /**'ਸੀਕਅਮ**/ *n* ਇੱਕ ਪਾਸਿਓਂ ਬੰਦ ਮੂੰਹ ਦੀ ਨਲੀ, ਬੰਦ ਆਂਦਰ

Caesar /**'ਸੀਜ਼ਅ***/ *n* ਜੂਲੀਅਸ ਸੀਜਰ; ਅਜ਼ਾਦ ਬਾਦਸ਼ਾਹ, ਸਮਰਾਟ; ਰੋਮ ਦੇਸ ਦੇ ਸ਼ਹਿਨਸ਼ਾਹ ਦਾ ਖ਼ਿਤਾਬ; ਨਾਗਰਿਕ ਸੱਤਾ

Caesarean /**ਸਿ'ਜ਼ੇਅਰਿਅਨ**/ *a* ਸੀਜ਼ਰ ਦਾ, ਸੀਜ਼ਰ ਸੰਬੰਧੀ *n* ਪੇਟ ਚਾਕ ਕਰਕੇ ਬੱਚੇ ਦੀ ਪੈਦਾਇਸ਼

Caesarean birth *n* ਢਿੱਡ ਦੇ ਚੀਰੇ ਰਾਹੀਂ ਜਨਮ, ਸੀਜ਼ਰੀ ਜਨਮ

Caesarean operation *n* ਪੇਟ ਚਾਕ ਉਪਰੇਸ਼ਨ, ਵੱਡਾ ਉਪਰੇਸ਼ਨ (ਜੂਲੀਅਸ ਸੀਜ਼ਰ ਦਾ ਜਨਮ ਇਸ ਉਪਰੇਸ਼ਨ ਨਾਲ ਹੋਇਆ ਸੀ)

Caesarism /**'ਸੀਜ਼ਅਰਿਜ਼ਅਮ**/ *n* ਇੱਕ ਪੁਰਖਾ ਰਾਜ, ਇਕਤੰਤਰਵਾਦ, ਤਾਨਾਸ਼ਾਹੀ, ਸ਼ਖਸੀ ਹਕੂਮਤ

Caesarist /**'ਸੀਜ਼ਅਰਿਸਟ**/ *n* ਸ਼ਖਸੀ ਹਕੂਮਤ ਦਾ ਹਾਮੀ, ਤਾਨਾਸ਼ਾਹੀ ਪੱਖੀ, ਇਕਤੰਤਰਵਾਦੀ

Caesar's wife *n* ਉਹ ਮਨੁੱਖ ਜਿਸ ਉੱਤੇ ਸ਼ੱਕ ਨਾ ਕੀਤਾ ਜਾ ਸਕਦਾ ਹੋਵੇ, ਹਰ ਤਰ੍ਹਾਂ ਭਰੋਸੇਯੋਗ ਬੰਦਾ

caesious /**'ਸੀਜ਼ਿਅਸ**/ *a* ਅਸਮਾਨੀ ਭਾਹ ਮਾਰਦਾ ਰੰਗ, ਪਿਸ਼ਤਈ (ਰੰਗ); ਨੀਲੀ ਭਾਹ ਮਾਰਦਾ ਹਰਾ (ਬੂਟਾ)

caesura /**ਸਿ'ਜ਼ਯੁਅਰਅ**/ *n* (ਛੰਦ) ਅਰਧ ਵਿਸ਼ਰਾਮ (ਕਵਿਤਾ), ਯਤੀ

caesural /**ਸਿ'ਜ਼ਯੁਅਰਅਲ**/ *a* ਅਰਧ ਵਿਸ਼ਰਾਮ ਸੰਬੰਧੀ, ਯਤੀ ਸੰਬੰਧੀ

cafe /**'ਕੈਫ਼ੇਇ**/ *n* ਕਾਫ਼ੀ-ਹਾਊਸ, ਕੈਫ਼ੇ, ਕਾਹਵਾਖ਼ਾਨਾ (ਵਿਦੇਸ਼ੀ); ਰੈਸਤੋਰਾਂ; ਕਾਹਵਾ, ਕਾਫ਼ੀ

cafe-au-lait /**,ਕੈਫੇਇ-ਅਓ-ਲੇਇ**/ *(F) n* ਦੁੱਧ

ਵਾਲਾ ਕਾਹਵਾ

cafe chantant *n* ਉਹ ਚਾਹਖ਼ਾਨਾ ਜਿੱਥੇ ਗਾਉਣ ਵਜਾਉਣ ਦਾ ਪ੍ਰਬੰਧ ਵੀ ਹੋਵੇ

cafe noir *(F) n* ਦੁੱਧੋਂ ਬਿਨਾਂ ਕਾਹਵਾ

cafeteria /ˌ**ਕੈਫ਼ਅ'ਟਿਅਰਿਅ**/ *n* ਭੋਜਨ ਭੰਡਾਰ, ਅੰਨ ਪੂਰਨਾ

caffeic /**ਕੈ'ਫ਼ਿਇਕ**/ *a* ਕਾਹਵੇ ਜਿਹਾ; ਕਾਫ਼ੀ ਦਾ

caffeine /'**ਕੈਫ਼ੀਨ**/ *n* ਚਾਹ ਜਾਂ ਕਾਫ਼ੀ ਦਾ ਸਤ, ਕੈਫ਼ੀਨ, ਕਾਹਵੀਨ; ਕਾਹਵੇ ਦੇ ਬੀਜਾਂ ਅਤੇ ਚਾਹ ਦੀ ਪੱਤੀ ਤੋਂ ਬਣਨ ਵਾਲੀ ਦਵਾਈ

caffeism /'**ਕੈਫ਼ਿਇਜ਼ਅਮ**/ *n* ਕੈਫ਼ੀਨ ਦੀ ਅਧਿਕ ਵਰਤੋਂ ਕਰਨ ਨਾਲ ਹੋਈ ਖ਼ਰਾਬੀ

caftan /'**ਕੈਫ਼ਟੈਨ**/ *n* ਈਰਾਨੀ ਚੋਗਾ, ਖਫਤਾਨ

cage /**ਕੇਇਜ**/ *n* ਪਿੰਜਰਾ, ਕੈਦਖ਼ਾਨਾ; ਵਾੜ, ਵਲਗਣ; ਕਟਹਿਰਾ, ਜੰਗਲਾ; ਖਾਣ-ਖਟੋਲਾ (ਖਾਣਾਂ ਵਿੱਚ ਉੱਤਰਨ ਲਈ) *vt* ਪਿੰਜਰੇ ਪਾਉਣਾ, ਜੇਲ੍ਹ ਵਿੱਚ ਬੰਦ ਕਰਨਾ, ਕੈਦ ਕਰਨਾ

cageling /'**ਕੇਇਜਲਿਙ**/ *n* ਪਿੰਜਰੇ ਦੀ ਚਿੜੀ, ਪਿੰਜਰੇ ਦਾ ਪੰਛੀ

cagey /'**ਕੇਇਜਿ**/ *a* (ਅਪ) ਮੀਸਣਾ, ਘੁੰਨਾ

cahoots /**ਕਅ'ਹੂਟਸ**/ *n* (ਬਹੁ) **(in cahoots),** ਸਾਂਝੀਦਾਰ *adv* ਨਾਲ ਮਿਲਕੇ, ਜੁੰਡਲੀ ਵਿੱਚ

Cain /**ਕੇਇਨ**/ *n* ਕਾਬੀਲ (ਹਜ਼ਰਤ ਆਦਮ ਦਾ ਪੁੱਤਰ ਜਿਸ ਨੇ ਆਪਣੇ ਭਰਾ ਹਾਬੀਲ ਨੂੰ ਮਾਰ ਦਿੱਤਾ ਸੀ); ਭਰਾ-ਮਾਰ, ਖ਼ੂਨੀ, ਹਤਿਆਰਾ **raise cain** ਰੌਲਾ ਪਾਉਣਾ

Cainozoic /ˌ**ਕਾਇਨਅ'ਜ਼ੌਇਕ**/ *a* ਨਵਜੀਵ-ਮਹਾਂਕਾਲੀਨ

caique /**ਕਾਇ'ਈਕ**/ *n* (ਤੁਰਕੀ) ਦੱਰਾ ਦਾਨਿਆਲ ਦੀ ਛੋਟੀ ਤੇ ਹੌਲੀ ਕਿਸ਼ਤੀ; ਕਾਇਕ, ਰੋਮ ਸਾਗਰ ਦਾ ਜਹਾਜ਼

cairn /**ਕੇਅਨ**/ *n* ਪੱਥਰ ਦੀ ਬਣੀ ਹੋਈ ਕਬਰ ਜਾਂ ਮਜ਼ਾਰ, ਟਿੱਲਾ, ਕਬਰ ਦਾ ਪੱਥਰ, ਮੜ੍ਹੀ; ਯਾਦਗਾਰ ਕਾਇਮ ਕਰਨ ਹਿੱਤ ਪੱਥਰਾਂ ਦਾ ਢੇਰ

cairngorm /ˌ**ਕੇਅਨ'ਗੋਮ**/ *n* ਪੀਲਾ ਜਾਂ ਅਰਗਵਾਨੀ ਪੱਥਰ

cairn terrier *n* ਟੈਰੀਅਰ ਕੁੱਤਾ

caisson /'**ਕੇਇਸੌਨ**/ *n* ਗੋਲੀ ਬਾਰੂਦ ਰੱਖਣ ਵਾਲਾ ਸੰਦੂਕ ਜਾਂ ਪੇਟੀ ਜਾਂ ਗੱਡੀ; (ਪਾਣੀ ਵਿੱਚ ਨੀਂਹ ਰੱਖਣ ਲਈ) ਕੋਠੀ-ਜਹਾਜ਼ ਦਾ ਕਿਸ਼ਤੀ ਨੁਮਾ ਦਰਵਾਜ਼ਾ; ਕਿਸ਼ਤੀ ਦੇ ਆਕਾਰ ਦਾ ਛੋਟਾ ਜਹਾਜ਼

caitiff /'**ਕੇਇਟਿਫ**/ *a* ਨੀਚ, ਹੋਛਾ, ਕਾਇਰ, ਪਾਜੀ

cajole /**ਕਅ'ਜਅਉਲ**/ *vt* ਫੁਸਲਾਉਣਾ, ਪਸਮਾਉਣਾ, ਪਤਿਆਉਣਾ; ਚਾਪਲੂਸੀ ਕਰਨਾ, ਪੁਚਕਾਰਨਾ, ਖ਼ੁਸ਼ਾਮਦ ਕਰਨਾ; ਬੁੱਤਾ ਸਾਰਨਾ

cajolement /**ਕਅ'ਜਅਉਲਮਅਨਟ**/ *n* ਚਾਪਲੂਸੀ, ਖ਼ੁਸ਼ਾਮਦ

cajoler /**ਕਅ'ਜਅਉਲਅ***/ *a* ਖ਼ੁਸ਼ਾਮਦੀ, ਪਸਮਾਊ, ਫ਼ੁਸਲਾਊ

cajolery /**ਕਅ'ਜਅਉਲ(ਅ)ਰਿ**/ *n* ਖ਼ੁਸ਼ਾਮਦ, ਚਾਪਲੂਸੀ

cajolingly /**ਕਅ'ਜਅਉਲਿਙਲਿ**/ *adv* ਫੁਸਲਾ ਕੇ, ਚਾਪਲੂਸੀ ਨਾਲ

cake /**ਕੇਇਕ**/ *n* ਕੇਕ, ਪੂੜਾ, ਕੁਲਚਾ, ਮਿੱਠੀ ਰੋਟੀ, ਮੱਠੀ; (ਕਿਸੇ ਚੀਜ਼ ਦੀ) ਚਾਕੀ, ਟਿੱਕੀ *v* ਟਿੱਕੀ ਜਾਂ ਪੇੜੀ ਬਣਾਉਣਾ, ਟਿੱਕੀਆਂ ਜਮਾਉਣਾ, ਪੇਪੜੀ ਬੱਝਣਾ **charity cake** ਸਾਧੂ ਫ਼ਕੀਰ ਨੂੰ ਭਿੱਖਿਆ ਵਿੱਚ ਦਿੱਤੀ ਹੋਈ ਰੋਟੀ **to take the cake** ਬਾਜ਼ੀ ਲੈ ਜਾਣਾ, ਨਾਮਣਾ ਖੱਟਣਾ

cakes and ale *n* ਅਨੰਦ, ਰੰਗ-ਰਲੀ, ਮੌਜ-ਮੇਲਾ

cakewalk /'**ਕੇਇਕਵੋਕ**/ *n* ਨਿਰਤ ਦੀ ਇੱਕ ਕਿਸਮ; (ਅਪ) ਸੌਖਾ ਕੰਮ

calabash /'**ਕੈਲਅਬੈਸ਼**/ *n* ਤੂੰਬਾ ਲੌਕੀ ਦੀ ਇੱਕ ਕਿਸਮ, ਗੋਲ ਕੱਦੂ ਦੀ ਇੱਕ ਕਿਸਮ; ਸੁੱਕੇ ਤੂੰਬੇ ਦਾ ਬਣਿਆ ਭਾਂਡਾ, ਤੂੰਬਾ, ਚਿੱਪੀ

calaber /'**ਕੈਲਅਬਅ***/ *n* ਭੂਰੇ ਗਾਲ੍ਹੜ ਦੀ ਖੱਲ, ਕਲਬਰ

calaboose /ˌ**ਕੈਲਅ'ਬੂਸ**/ *n* ਜੇਲ੍ਹ, ਕਾਰਾਵਾਸ,

ਕੈਦਖ਼ਾਨਾ

calamanco /ˌ**ਕੈਲਅ'ਮੈਙਕਅਉ**/ *n* ਚਮਕਦਾ ਊਨੀ ਕੱਪੜਾ

calamander /'**ਕੈਲਅਮੈਨਡਅ***/ *n* ਕੋਰੋਮੰਡਲੀ ਲੱਕੜੀ (ਜੋ ਮੇਜ਼ ਕੁਰਸੀਆਂ ਬਣਾਉਣ ਦੇ ਕੰਮ ਆਉਂਦੀ ਹੈ)

calamary /'**ਕੈਲਅਮਅਰਿ**/ *n* ਕਲਮ ਮੱਛੀ

calamine /'**ਕੈਲਅਮਾਇਨ**/ *n* ਚਮੜੀ ਉੱਤੇ ਲਾਉਣ ਵਾਲਾ ਇੱਕ ਲੋਸ਼ਨ, ਕੈਲਾਮੀਨ

calamint /'**ਕੈਲਅਮਿਨਟ**/ *n* ਇੱਕ ਖ਼ੁਸ਼ਬੋਦਾਰ ਬੂਟੀ

calamitous /**ਕਅ'ਲੈਮਿਟਅਸ**/ *a* ਸੰਕਟਮਈ, ਬਿਪਤਾ ਭਰਿਆ, ਦੁਖਦਾਈ, ਬਿਪਤਾਜਨਕ

calamitousness /**ਕਅ'ਲੈਮਿਟਅਸਨਅਸ**/ *n* ਸੰਕਟ ਆਉਣ, ਬਿਪਤਾਜਨਕਤਾ

calamity /**ਕਅ'ਲੈਮਅਟਿ**/ *n* ਬਿਪਤਾ, ਮੁਸੀਬਤ, ਆਫ਼ਤ; ਤਬਾਹੀ, ਬਰਬਾਦੀ **national calamity** ਕੌਮੀ ਸੰਕਟ ਜਾਂ ਦੁਰਘਟਨਾ

calando /**ਕਅ'ਲੈਨਡਅਉ**/ *n* ਧੁਨੀ ਦਾ ਹੌਲੀ-ਹੌਲੀ ਉਤਾਰ

calash /**ਕਅ'ਲੈਸ਼**/ *n* ਟੱਪ ਵਾਲੀ ਗੱਡੀ, ਟੱਪ; ਇੱਕ ਕਿਸਮ ਦੀ ਛੱਜੇਦਾਰ ਜ਼ਨਾਨਾ ਟੋਪੀ

calcaneum /**ਕੈਲ'ਕੇਇਨਿਅਮ**/ *n* ਅੱਡੀ ਦੀ ਹੱਡੀ

calcar /'**ਕੈਲਕਾ***/ *n* ਭੱਠੀ ਜਾਂ ਚੁੱਲ੍ਹਾ

calcareous /**ਕੈਲ'ਕੇਅਰਿਅਸ**/ *a* ਚੂਨੇ ਦਾ, ਖੜੀਆ ਮਿੱਟੀ ਦਾ, ਚੂਨੇ ਵਰਗਾ, ਚੂਨੇਦਾਰ

calcic /'**ਕੈਲਸਿਕ**/ *a* ਚੂਨੇ ਦਾ, ਚੂਨੇ ਸੰਬੰਧੀ, ਕੈਲਸ਼ੀਅਮ ਦੇ ਸਾਰ ਵਾਲਾ

calciferous /**ਕੈਲ'ਸਿਫ(ਅ)ਰਅਸ**/ *a* ਜਿਸ ਵਿੱਚੋਂ ਚੂਨੇ ਦਾ ਕਾਰਬੋਨੇਟ ਨਿਕਲੇ, ਚੂਨੇ ਭਰਿਆ; ਕੈਲਸ਼ੀਅਮ ਵਾਲਾ

calcific /**ਕੈਲ'ਸਿਫ਼ਿਕ**/ *a* ਚੂਨੇਵਾਲਾ, ਚੂਨਾਯੁਕਤ

calcification /ˌ**ਕੈਲਸਿਫ਼ਿ'ਕੇਇਸ਼ਨ**/ *a* ਚੂਨਾ-ਪਰਿਵਰਤਨ, ਚੂਨੇ ਵਿੱਚ ਬਦਲਨ ਦੀ ਕਿਰਿਆ, ਪੱਥਰ ਬਣਨ ਦੀ ਕਿਰਿਆ

calcify /'**ਕੈਲਸਿਫ਼ਾਇ**/ *v* ਪਥਰਾ ਜਾਣਾ, ਕਰੜਾ ਹੋ ਜਾਣਾ, ਚੂਨਾ ਬਣ ਜਾਣਾ, ਸਖ਼ਤ ਕਰਨਾ, ਚੂਨੇ ਦੀ ਤਹਿ ਜਮਾ ਕੇ ਸਖ਼ਤ ਬਣਾਉਣਾ

calcimine /'**ਕੈਲਸਿਮਾਇਨ**/ *n* (ਦੀਵਾਰ ਦੀ) ਚਿੱਟੀ ਜਾਂ ਰੰਗਦਾਰ ਕਲੀ *vt* ਸਫ਼ੈਦੀ ਕਰਨਾ, ਹਲਕਾ ਪੀਲਾ ਪੋਚਾ ਫੇਰਨਾ

calcination /ˌ**ਕੈਲਸਿ'ਨੇਇਸ਼ਨ**/ *n* ਭਸਮ ਬਣਾਉਣ ਦਾ ਕੰਮ, ਕੁਸ਼ਤਾ ਬਣਾਉਣ ਦੀ ਕਿਰਿਆ, ਧਾਤ ਮਾਰਨ ਦਾ ਕੰਮ

calcine /'**ਕੈਲਸਾਇਨ**/ *v* ਸਾੜ ਕੇ ਚੂਨਾ ਬਣਾਉਣਾ; ਸਾੜ ਕੇ ਸੁਆਹ ਬਣਾਉਣਾ, ਕੁਸ਼ਤਾ ਮਾਰਨਾ, ਭਸਮ ਹੋਣਾ ਜਾਂ ਕਰਨਾ, ਧਾਤ ਮਾਰਨਾ

calciner /ˌ**ਕੈਲ'ਸਾਇਨਅ***/ *a* ਚੂਨਾ ਬਣਾਉਣ ਵਾਲਾ, ਕੁਸ਼ਤਾ ਬਣਾਉਣ ਵਾਲਾ

calcite /'**ਕੈਲਸਾਇਟ**/ *n* ਚੂਨੇ ਕਲੀ ਦਾ ਪੱਥਰ, ਚੂਨਾ ਪੱਥਰ

calcium /'**ਕੈਲਸਿਅਮ**/ *n* ਚੂਨੇ ਦੀ ਕਿਸਮ, ਚੂਨੇ ਦਾ ਇੱਕ ਤੱਤ, ਕੈਲਸ਼ੀਅਮ

calculability /ˌ**ਕੈਲਕਯਅਲਅ'ਬਿਲਅਟਿ**/ *n* ਗਿਣਨਯੋਗਤਾ; ਭਰੋਸੇਯੋਗਤਾ

calculable /'**ਕੈਲਕਯਅਲਅਬਲ**/ *a* ਜੋ ਗਿਣਿਆ ਮਿਣਿਆ ਜਾ ਸਕੇ, ਗਿਣਨਯੋਗ; ਵਿਸ਼ਵਾਸਯੋਗ, ਭਰੋਸੇਯੋਗ

calculate /'**ਕੈਲਕਯੁਲੇਇਟ**/ *v* ਗਿਣਨਾ, ਗਿਣਤੀ ਕਰਨਾ, ਲੇਖਾ ਕਰਨਾ, ਜਾਚਣਾ, ਜੋਖਣਾ, ਹਿਸਾਬ ਲਾਉਣਾ; ਅਨੁਮਾਨ ਲਾਉਣਾ, ਹਾੜਨਾ, ਅੰਕਣਾ, ਤਖਮੀਨਣਾ, ਕਿਆਸ ਕਰਨਾ; ਵਿਚਾਰਨਾ

calculated /'**ਕੈਲਕਯੁਲੇਇਟਿਡ**/ *a* ਗਿਣਿਆ-ਮਿਥਿਆ, ਸੋਚਿਆ-ਵਿਚਾਰਿਆ

calculating /'**ਕੈਲਕਯੁਲੇਇਟਿਙ**/ *a* ਹਿਸਾਬੀ, ਗਿਣਤੀਆਂ ਵਾਲਾ ; ਸੁਆਰਥੀ, ਮਤਲਬੀ

calculating-machine *n* ਗਿਣਤੀ ਜਾਂ ਲੇਖਾ ਕਰਨ ਵਾਲੀ ਮਸ਼ੀਨ

calculation /ˌ**ਕੈਲਕਯੁ'ਲੇਇਸ਼ਨ**/ *n* ਗਣਨਾ, ਹਿਸਾਬ, ਅਨੁਮਾਨ; ਅੰਦਾਜ਼ਾ, ਤਖ਼ਮੀਨਾ, ਕਿਆਸ, ਲੇਖਾ-ਜੋਖਾ, ਔਟਾ-ਸੱਟਾ, ਸੋਚ-ਵਿਚਾਰ

calculative /'**ਕੈਲਕਯੁਲਅਟਿਵ੍**/ *a* ਗਿਣਤੀ ਸੰਬੰਧੀ, ਹਿਸਾਬੀ

calculator /'**ਕੈਲਕਯੁਲੇਇਟਅ***/ *n* ਹਿਸਾਬ-ਕਿਤਾਬ ਕਰਨ ਵਾਲਾ, ਹਿਸਾਬੀ, ਹਿਸਾਬੀ ਮਸ਼ੀਨ; ਸਵਾਲ ਕੱਢਣ ਵਾਲੀ ਮਸ਼ੀਨ, ਗਣਨ ਯੰਤਰ; ਅਨੁਮਾਨ ਲਾਉਣ ਵਾਲਾ

calculatory /'**ਕੈਲਕਯੁਲੇਇਟਅਰਿ**/ *a* ਗਣਨਾ ਸੰਬੰਧੀ, ਗਿਣਤੀ ਸੰਬੰਧੀ

calculous /'**ਕੈਲਕਯੁਲਅਸ**/ *a* ਪਥਰੀਲਾ, ਕੰਕਰੀਲਾ; ਪੱਥਰੀ ਦਾ ਰੋਗੀ; ਪੱਥਰੀ ਦੀ ਬਿਮਾਰੀ ਦਾ

calculus /'**ਕੈਲਕਯਅਲਅਸ**/ *n* (ਚਿਕਿ) ਪੱਥਰੀ; ਗਣਿਤ ਦੀ ਇੱਕ ਸ਼ਾਖਾ; ਕੈਲਕੁਲਸ **differential calculus** ਅਵਕਲਨ ਗਣਿਤ **integral calculus** ਸਮਾਕਲਨ ਗਣਿਤ, ਪੂਰਨ ਗਣਿਤ

caldarium /**ਕੈਲ'ਡਾਰਿਅਮ**/ *n* ਗਰਮਾਇਸ਼ੀ ਗ਼ੁਸਲਖ਼ਾਨਾ

caldron /'**ਕੋਲਡਰਅਨ**/ *n* ਵੇਖੋ **cauldron**

calefacient /ˌ**ਕੈਲਿ'ਫ਼ੇਇਸ਼ਅਨਟ**/ *a* ਤਾਪ ਪੈਦਾ ਕਰਨ ਵਾਲਾ, ਗਰਮਾਇਸ਼ ਪੈਦਾ ਕਰਨ ਵਾਲਾ (ਤੱਤ)

calefaction /ˌ**ਕੈਲਿ'ਫ਼ੈਕਸ਼ਨ**/ *n* ਤਪਸ਼, ਗਰਮੀ, ਹਰਾਰਤ

calefactive /ˌ**ਕੈਲਿ'ਫ਼ੈਕਟਿਵ੍**/ *a* ਤੱਤਾ, ਭਖਿਆ, ਤਪਿਆ, ਗਰਮ

calefactory /ˌ**ਕੈਲਿ'ਫ਼ੈਕਟ(ਅ)ਰਿ**/ *a* ਗਰਮੀ ਪਹੁੰਚਾਉਣ ਵਾਲਾ *n* ਖ਼ਾਨਗਾਹ ਦਾ ਗਰਮ ਕਮਰਾ

calendar /'**ਕੈਲਿਨਡਅ***/ *n* ਜੰਤਰੀ, ਕੈਲੰਡਰ, ਤਿਥ ਪੱਤਰੀ; ਤਿਥ ਪ੍ਰਨਾਲੀ; ਤਾਰੀਖ਼ਾਂ ਦਾ ਹਿਸਾਬ-ਕਿਤਾਬ; ਤਾਰੀਖ਼ਵਾਰ ਲਿਖਤਾਂ; ਨਿਯਮਾਵਲੀ; ਕਾਰਜ-ਸੂਚੀ, ਡਾਇਰੀ *vt* ਦਰਜ ਕਰਨਾ, ਰਜਿਸਟਰ ਵਿੱਚ ਚੜ੍ਹਾਉਣਾ, ਸੂਚੀ ਬਣਾਉਣਾ, ਤਰਤੀਬ ਦੇਣਾ, ਵਿਓਂਤ ਅਨੁਸਾਰ ਕਰਨਾ

calendarer /'**ਕੈਲਅਨਡਅਰਅ***/ *n* ਸੂਚੀਕਾਰ, ਸੂਚੀ ਬਣਾਉਣ ਵਾਲਾ, ਰਜਿਸਟਰ ਰੱਖਣ ਵਾਲਾ

calender /'**ਕੈਲਿਨਡਅ***/ *vt* ਮਸ਼ੀਨ ਨਾਲ ਕੱਪੜੇ ਜਾਂ ਕਾਗਜ਼ ਦੇ ਵੱਟ ਕੱਢਣਾ, ਕੁੰਦੀ ਕਰਨਾ *n* ਕੁੰਦੀ ਕਰਨ ਵਾਲਾ ਯੰਤਰ

calendula /**ਕਅ'ਲੈਨੱਡਯੁਲਅ**/ *n* ਗੇਂਦਾ, ਗੁੱਟਾ

calenture /'**ਕੈਲਅਨˌਟਯੁਅ***/ *n* ਮਲਾਹੀ ਬੁਖ਼ਾਰ, ਗਰਮ ਇਲਾਕੇ ਦਾ ਬੁਖ਼ਾਰ (ਜਿਸ ਦੇ ਅਸਰ ਨਾਲ ਮਲਾਹ ਸਮੁੰਦਰ ਵਿੱਚ ਛਾਲਾਂ ਮਾਰ ਦਿੰਦੇ ਹਨ); ਗਰਮਜੋਸ਼ੀ, ਜੋਸ਼

calf[1] /**ਕਾਫ਼**/ *n* ਵੱਛਾ, ਵਛੇਰਾ, ਵਹਿੜਕਾ, ਕੱਟਾ; ਹਾਥੀ ਦਾ ਬੱਚਾ, ਹਰਨੋਟਾ; ਅਲ੍ਹੜ ਬੰਦਾ; ਬਰਫ਼ ਦਾ ਰੁੜ੍ਹਦਾ ਹੋਇਆ ਤੋਦਾ ਜਾਂ ਟੁਕੜਾ **cow in calf, cow with calf** ਸੂਣ ਵਾਲੀ ਗਾਂ **moon calf** ਜਮਾਂਦਰੂ ਮੂਰਖ **sea calf** ਸੀਲ ਮੱਛੀ

calf[2] *n* ਪਿੰਨੀ, ਪਿੰਜਣੀ; ਜੁਰਾਬਾਂ ਦਾ ਲੱਤ ਉੱਤੇ ਆਉਣ ਵਾਲਾ ਹਿੱਸਾ

calfhood /'**ਕਾਫ਼ਹੁਡ**/ *n* ਵਹਿੜ-ਅਵਸਥਾ, ਬਚਪਨ

calfish /'**ਕਾਫ਼ਿਸ਼**/ *a* ਵੱਛੇ ਵਰਗਾ ; ਭੋਲਾ, ਸਿੱਧੜ

calf-knee *n* ਅੰਦਰ ਵੱਲ ਮੁੜਿਆ ਗੋਡਾ, ਅੰਦਰ ਵੱਲ ਮੁੜੇ ਗੋਡਿਆਂ ਵਾਲਾ ਵਿਅਕਤੀ

calfless /'**ਕਾਫ਼ਲਅਸ**/ *a* ਗਿੱਟਿਆਂ ਤੱਕ ਦੀ (ਜੁਰਾਬ)

calf-love *n* ਕੱਚੀ ਉਮਰ ਦਾ ਪਿਆਰ, ਬਚਗਾਨਾ ਇਸ਼ਕ

calf's teeth *n* ਦੁੱਧ ਦੇ ਦੰਦ

Caliban /'**ਕੈਲਿਬੈਨ**/ *n* (ਸ਼ੈਖਸਪੀਅਰ ਦੇ ਨਾਟਕ ਟੈਂਮਪੈਸਟ ਵਿੱਚ ਪਸ਼ੂ ਬਿਰਤੀ ਵਾਲਾ ਪਾਤਰ ਜਿਸ ਤੋਂ ਅਜਿਹੇ ਸੁਭਾਅ ਵਾਲੇ ਮਨੁੱਖਾਂ ਨੂੰ ਇਸੇ ਨਾਂ ਨਾਲ ਪੁਕਾਰਿਆ ਜਾਣ ਲੱਗ ਪਿਆ), ਪਸ਼ੂ ਬਿਰਤੀ ਵਾਲਾ ਬੰਦਾ

calibrate /'**ਕੈਲਿਬਰੇਇਟ**/ *vt* ਵਿਆਸ ਮਿਣਨਾ, ਕਿਸੇ ਨਾਲੀ ਜਾਂ ਪੰਪ ਦੇ ਅੰਦਰ ਦੇ ਵਿਆਸ ਦਾ ਮਾਪ ਲੈਣਾ, ਦੁਸਾਰ ਲੱਭਣਾ; ਦਰਜਾਬੰਦੀ ਕਰਨਾ

calibration /ˌ**ਕੈਲਿ'ਬਰੇਇਸ਼ਨ**/ *n* ਵਿਆਸ-ਮਿਣਤੀ *vt* ਕਿਸੇ ਨਾਲੀ ਜਾਂ ਪੰਪ ਦੇ ਅੰਦਰ ਦੇ ਵਿਆਸ ਦਾ ਮਾਪ ਲੈਣਾ, ਦੁਸਾਰ ਲੱਭਣਾ; ਦਰਜਾਬੰਦੀ ਕਰਨਾ

calibre, caliber /'**ਕੈਲਿਬਅ***/ *n* ਯੋਗਤਾ, ਹੈਸੀਅਤ, ਅਖ਼ਲਾਕੀ ਪੱਧਰ; (ਬੰਦੂਕ ਦੀ ਨਾਲੀ ਦਾ) ਵਿਆਸ, ਬੋਰ

calibred /'**ਕੈਲਿਬਅਡ**/ *a* ਬੋਰ ਵਾਲਾ

caliche /**ਕਅ'ਲੀਚਿ**/ *n* ਸ਼ੋਰਾ, ਰੋਹੀ

calicle /'**ਕੈਲਿਕਲ**/ *n* ਕਟੋਰੀ, ਕੌਲੀ

calico /'**ਕੈਲਿਕਅਉ**/ *a* ਸਧਾਰਨ ਜਾਂ ਸੂਤੀ ਕੱਪੜੇ ਸੰਬੰਧੀ *n* ਛੀਂਟ ਕੱਪੜੇ ਦੀ ਇੱਕ ਕਿਸਮ

calico printer *n* ਛੀਟਾਂ ਛਾਪਣ ਵਾਲਾ, ਕੱਪੜੇ ਛਾਪਣ ਦਾ ਕੰਮ ਕਰਨ ਵਾਲਾ ਵਿਅਕਤੀ

calid /'**ਕੈਲਿਡ**/ *a* ਤਪਤ, ਜਲਦਾ, ਗਰਮ

calidity /**ਕੈ'ਲਿਡਿਟਿ**/ *n* ਤਾਪ, ਗਰਮਾਹਟ

caligo /**ਕੈ'ਲਾਇਗਅਉ**/ *n* ਨੇਤਰ ਰੋਗ

caliology /ˌ**ਕੈਲਿ'ਔਲਅਜਿ**/ *n* ਆਲ੍ਹਣਾ ਵਿੱਦਿਆ, ਪੰਛੀਆਂ ਦੇ ਆਲ੍ਹਣਿਆਂ ਦਾ ਵਿਗਿਆਨ

calipash /'**ਕੈਲਿਪੈਸ਼**/ *n* ਕੱਛੂਕੁੰਮੇ ਦੇ ਉਪੱਰਲੇ ਖ਼ੋਲ ਦੇ ਅੰਦਰ ਹਲਕੇ ਪੀਲੇ ਰੰਗ ਦੀ ਚਰਬੀ

Calipee /'**ਕੈਲਿਪੀ**/ *n* ਕੱਛੂਕੁੰਮੇ ਦੇ ਹੇਠਲੇ ਖੋਲ ਦੇ ਅੰਦਰ ਹਲਕੇ ਪੀਲੇ ਰੰਗ ਦੀ ਚਰਬੀ

calipers /'**ਕੈਲਿਪਅਜ਼**/ *n* ਪ੍ਰਕਾਰ, ਗੁਲਾਈ ਮਾਪਣ ਵਾਲੀ ਪ੍ਰਕਾਰ, ਦੋ ਨੋਕਾਂ ਵਾਲੀ ਪ੍ਰਕਾਰ; ਗੋਲ ਵਸਤ ਦਾ ਵਿਆਸ ਜਾਂ ਮੁਟਾਈ

caliph /'**ਕੇਇਲਿਫ਼**/ *n* ਮੁਸਲਮਾਨਾਂ ਦਾ ਧਾਰਮਿਕ ਅਤੇ ਰਾਜਸੀ ਹਾਕਮ; ਹਜ਼ਰਤ ਮੁਹੰਮਦ ਸਾਹਿਬ ਦਾ ਉੱਤਰਾਧਿਕਾਰੀ, ਖ਼ਲੀਫ਼ਾ

caliphate /'**ਕੈਲਿਫ਼ੇਇਟ**/ *n* ਖ਼ਲੀਫ਼ਾ ਪਦ ਜਾਂ ਕਾਰਜ, ਖ਼ਿਲਾਫ਼ਤ

calisthenics /ˌ**ਕੈਲਿਸ'ਥੈੱਨਿਕਸ**/ *n* ਸਰੀਰ ਨੂੰ ਸੁਡੌਲ ਬਣਾਉਣ ਲਈ ਕਸਰਤ, ਹਲਕੀ ਕਸਰਤ

calk /**ਕੋਕ**/ *vt* ਜਹਾਜ਼ ਦੀਆਂ ਦਰਜਾਂ ਬੰਦ ਕਰਨਾ, ਦਰਜਬੰਦੀ ਕਰਨਾ; ਘੋੜੇ ਦੀਆਂ ਖੁਰੀਆਂ ਵਿੱਚ ਕਿੱਲ ਲਾਉਣਾ, ਜੁੱਤੀਆਂ ਵਿੱਚ ਖੁਰੀਆਂ ਲਾਉਣਾ; ਖ਼ਾਕਾ ਉਤਾਰਨਾ, ਟਰੇਸ ਪੇਪਰ ਨਾਲ ਲਾਹੁਣਾ, ਟਰੇਸ ਕਰਨਾ *n* ਘੋੜੇ ਦੀ ਨਾਲ ਦਾ ਕਿੱਲ, ਬੂਟ ਦੀ ਖੁਰੀ

call /**ਕੋਲ**/ *v* ਬੁਲਾਉਣਾ, ਪੁਕਾਰਨਾ; ਜ਼ੋਰ ਨਾਲ ਚੀਕਣਾ, ਚੀਕ ਕੇ ਬੋਲਣਾ; ਕਿਸੇ ਪੰਛੀ ਦੀ ਅਵਾਜ਼ ਕੱਢਣਾ; ਸੰਕੇਤ ਕਰਨਾ; ਮਿਲਨ ਜਾਣਾ, ਮੁਲਾਕਾਤ ਕਰਨ ਜਾਣਾ; ਨਾਂ ਬੋਲਣਾ, ਹਾਜ਼ਰੀ ਬੋਲਣਾ; ਸੱਦਣਾ, ਬੁਲਾ ਘੱਲਣਾ, ਤਲਬ ਕਰਨਾ; ਜਗਾਉਣਾ, ਉਠਾਉਣਾ; ਨਾਂ ਰੱਖਣਾ; ਬਿਆਨ ਕਰਨਾ; (ਤਾਸ਼ ਖੇਡਦਿਆਂ ਹੋਇਆਂ) ਵਿਰੋਧੀ ਨੂੰ ਪੱਤਾ ਸੁੱਟਣ ਲਈ ਕਹਿਣਾ *n* ਹਾਕ, ਅਵਾਜ਼; ਸੱਦ, ਪੁਕਾਰ; (ਪੰਛੀ ਆਦਿ ਦੀ) ਨਵੇਕਲੀ ਬੋਲੀ; ਵਿਸਲ ਦੀ ਅਵਾਜ਼; ਦੁਹਾਈ; ਰੱਬੀ ਹੁਕਮ; ਟੈਲੀਫ਼ੂਨ ਦੀ ਕਾਲ; ਰਸਮੀ ਮੁਲਾਕਾਤ; ਖਿੱਚ, ਕਸ਼ਿਸ਼; ਹਾਜਤ; ਲੋੜ, ਜ਼ਰੂਰਤ; ਕੰਪਨੀ ਦੇ ਹਿੱਸੇਦਾਰਾਂ ਵੱਲੋਂ ਧਨ ਦੀ ਮੰਗ; (ਤਾਸ਼ ਵਿੱਚ) ਸਰਾਂ ਮੱਲਣ ਦੀ ਕਿਰਿਆ (ਸਕੂਲ, ਕਾਲਜ ਦੀ) ਹਾਜ਼ਰੀ **call a halt** ਰੁਕਣ ਲਈ ਅਵਾਜ਼ ਦੇਣਾ, ਠਹਿਰਾਉਣਾ; ਸਫ਼ਰ ਰੋਕ ਦੇਣਾ, ਅਟਕਾ ਲੈਣਾ; ਠਹਿਰ ਜਾਣਾ **call a meeting** ਮੀਟਿੰਗ ਬੁਲਾਉਣਾ, ਇਕੱਤਰਤਾ ਕਰਨਾ **call a spade a spade** ਕਾਣੇ ਨੂੰ ਕਾਣਾ ਆਖਣਾ, ਖਰੀ-ਖਰੀ ਕਹਿਣਾ **call at** ਮਿਲਨ ਜਾਣਾ (ਕਿਸੇ ਦੇ ਘਰ) **call attention to** ਧਿਆਨ ਦਿਵਾਉਣਾ **call away** ਵਾਪਸ ਬੁਲਾ ਲੈਣਾ, ਹਟਾ ਦੇਣਾ, ਵਾਪਸ ਲੈਣਾ ; ਧਿਆਨ ਮੋੜਨਾ **call cousins with** ਸਾਕਾਦਾਰੀ ਜੋੜਨਾ, ਰਿਸ਼ਤਾ ਜਤਾਉਣਾ, ਨਿਕਟਤਾ ਦਰਸਾਉਣਾ **call for** ਮੰਗਣਾ, ਲੈ ਆਉਣਾ, ਫ਼ਰਮਾਇਸ਼ ਕਰਨਾ, ਮੰਗ ਕਰਨਾ **call forth**

(ਦੀ) ਮੰਗ ਕਰਨਾ, ਉੱਤਰ ਮੰਗਣਾ **call in** (ਡਾਕਟਰ ਆਦਿ ਨੂੰ) ਇਲਾਜ ਲਈ ਸੱਦਣਾ, ਵਾਪਸ ਲੈਣਾ **call in question** (ਉੱਤੇ) ਕਿੰਤੂ ਕਰਨਾ **call into being** ਪੈਦਾ ਕਰਨਾ, ਰਚਣਾ, ਸਿਰਜਣਾ **call into play** ਮੌਕਾ ਦੇਣਾ, ਅਵਸਰ ਦੇਣਾ, ਵਰਤੋਂ ਵਿੱਚ ਲਿਆਉਣਾ **call names** ਗਾਲ੍ਹਾਂ ਕੱਢਣਾ, ਬੁਰਾ-ਭਲਾ ਆਖਣਾ **call of nature** ਟੱਟੀ-ਪਿਸ਼ਾਬ ਦੀ ਹਾਜਤ **call on** ਮਿਲਨਾ, ਮਿਲਨ ਜਾਣਾ, (ਕਿਸੇ ਦੀ) ਮੁਲਾਕਾਤ ਵਾਸਤੇ ਜਾਣਾ; ਰੱਬ ਦਾ ਵਾਸਤਾ ਪਾਉਣਾ; ਮੰਗਣਾ **call (a thing) one's own** ਮਾਲਕੀ ਦੱਸਣਾ, ਹੱਕ ਜਮਾਉਣਾ, ਕਬਜ਼ਾ ਕਰ ਲੈਣਾ **call out** ਲਲਕਾਰਨਾ, ਟਾਕਰੇ ਲਈ ਵੰਗਾਰਨਾ, ਚੁਣੌਤੀ ਦੇਣਾ **call over the coals** ਫਿਟਕਾਰਨਾ, ਝਾੜ ਝੰਬ ਕਰਨਾ **call over the roll** ਹਾਜ਼ਰੀ ਲਾਉਣਾ **call to account** ਲੇਖਾ ਕਰਨਾ, ਹਿਸਾਬ ਮੰਗਣਾ, ਪੁੱਛ ਪੜਤਾਲ ਕਰਨਾ, ਕਾਰਗੁਜ਼ਾਰੀ ਪੁੱਛਣਾ, ਜਵਾਬ ਤਲਬੀ ਕਰਨਾ **call to mind** ਚੇਤੇ ਕਰਨਾ, ਯਾਦ ਕਰਨਾ, ਧਿਆਨ ਵਿੱਚ ਲਿਆਉਣਾ **call to prayer** ਬਾਂਗ, ਦੁਆ ਕਰਨ ਲਈ ਸੱਦਾ **call to the bar** ਵਕਾਲਤ ਦੇ ਕਿੱਤੇ ਲਈ ਨਿਯੁਕਤ ਕਰਨਾ, ਵਕੀਲ ਬਣਾਉਣਾ **call to witness** ਗਵਾਹ ਪੇਸ਼ ਕਰਨਾ, ਗਵਾਹ ਦੇ ਤੌਰ 'ਤੇ ਪੇਸ਼ ਕਰਨਾ **call up** ਚਿਤਵਣਾ, ਯਾਦ ਕਰਨਾ, ਕਲਪਨਾ ਕਰਨਾ, ਚਿੱਤ ।ਵੱਚ ਲਿਆਉਣਾ, ਖ਼ਿਆਲ ਕਰਨਾ; (ਟੈਲੀਫ਼ੂਨ ਉੱਤੇ) ਬੁਲਾਉਣਾ; ਜਗਾਉਣਾ; ਸਮਾਂ ਨੀਯਤ ਕਰਨਾ **within call** ਨੇੜੇ ਹੀ, ਨਾਲ ਹੀ, ਨਿਕਟ ਹੀ, ਥੋੜ੍ਹੀ ਵਿੱਥ ਉੱਤੇ

call bird *n* ਬੁਲਾਰਾ ਪੰਛੀ, ਹਰ ਪੰਛੀ

call box *n* ਸੜਕ ਕਿਨਾਰੇ ਫ਼ੋਨ ਕਰਨ ਦਾ ਪ੍ਰਬੰਧ, ਦੁਰਘਟਨਾ ਸੂਚਨਾ ਦੇਣ ਵਾਲਾ ਫ਼ੋਨ ਕਰਨ ਦਾ ਉਪਕਰਨ, ਕਾਲ ਬਾਕਸ

callboy /'ਕੋਲਬੌਇ/ *n* (ਨਾਟਕ ਵਿੱਚ ਪਾਤਰ ਨੂੰ ਬੁਲਾਉਣ ਵਾਲਾ) ਨੌਕਰ

call centre *n* (ਦੇਸੀ ਜਾਂ ਵਿਦੇਸ਼ੀ ਕੰਪਨੀ ਦਾ) ਗਾਹਕ ਸੰਪਰਕ ਕੇਂਦਰ, ਗਾਹਕਾਂ ਲਈ ਟੈਲੀਫ਼ੂਨ ਰਾਹੀਂ ਸੇਵਾਵਾਂ ਪ੍ਰਦਾਨ ਕਰਨ ਦਾ ਕੇਂਦਰ

called /ਕੋਲਡ/ *a* ਮੱਕਾਰ, ਧੋਖੇਬਾਜ਼

caller[1] /'ਕੋਲਅ*/ *n* ਜੋ ਕਿਸੇ ਦੀ ਮੁਲਾਕਾਤ ਲਈ ਜਾਂਦਾ ਹੈ; ਮੁਲਾਕਾਤੀ, ਬੁਲਾਉਣ ਵਾਲਾ

caller[2] *a* (ਸਕਾਟਿਸ਼) ਤਾਜ਼ੀ ਮੱਛੀ, ਸੱਜਰੀ (ਮੱਛੀ); ਸੀਤਲ, ਸੁਹਾਵਣੀ (ਹਵਾ)

call girl *n* ਕੰਚਨੀ, ਕਾਲ ਗਰਲ, ਵੇਸਵਾ

calligrapher /ਕਅ'ਲਿਗਰਅਫ਼ਅ*/ *n* ਸੁਲੇਖਕ, ਕਾਤਬ, ਸੁਲਿਪੀਕਾਰ, ਖ਼ੁਸ਼ਨਵੀਸ

calligraphic /,ਕੈਲਿ'ਗਰੈਫ਼ਿਕ/ *a* ਸੁਲੇਖ ਸੰਬੰਧੀ

calligraphist /ਕਅ'ਲਿਗਰਅਫ਼ਿਸਟ/ *n* ਸੁਲੇਖਕ, ਕਾਤਬ, ਸੁਲਿਪੀਕਾਰ, ਖ਼ੁਸ਼ਨਵੀਸ

calligraphy /ਕਅ'ਲਿਗਰਅਫ਼ਿ/ *n* ਸੁਲੇਖਣ, ਸੁਲੇਖ ਕਲਾ, ਖ਼ੁਸ਼ਖ਼ਤੀ, ਖ਼ੁਸ਼ਨਵੀਸੀ, ਸੁੰਦਰ ਲਿਖਾਈ

calling /'ਕੋਲਿਙ/ *n* ਬੁਲਾਵਾ; ਰੱਬੀ ਰਜ਼ਾ, ਭਾਣਾ; ਪੇਸ਼ਾ, ਕਿੱਤਾ, ਧੰਦਾ; ਨੇਕ ਪੇਸ਼ਾਵਰ ਲੋਕ ਜਾਂ ਕਿਸੇ ਖ਼ਾਸ ਕਿੱਤੇ ਨਾਲ ਸੰਬੰਧਿਤ ਪੁਰਸ਼

calling card *n* ਪਰੀਚੇ-ਪੱਤਰ, ਵਿਜ਼ਟਿੰਗ-ਕਾਰਡ

calling list *n* ਅਤਿਕਥਨੀ-ਸੂਚੀ, ਵਿਜ਼ਟਿੰਗ-ਲਿਸਟ

Calliope /ਕਅ'ਲਾਇਅਪਿ/ *n* ਕਾਵਿ ਦੇਵੀ, ਸਰਸਵਤੀ

calliper /'ਕੈਲਿਪਅ*/ *n* ਵਿਆਸ ਨਾਪਕ ਪ੍ਰਕਾਰ, ਦੂਰੀ ਨਾਪਕ ਯੰਤਰ

callisthenics /,ਕੈਲਿਸ'ਥੈੱਨਿਕਸ/ *n* ਵੇਖੋ calisthenics

call money *n* (ਬੈਂਕ) ਕਰਜ਼ ਦੇਣ ਲਈ ਤਿਆਰ ਰਕਮ

call note *n* ਬੁਲਾਵਾ, ਸੱਦਾ, ਚੇਤਾਵਨੀ

callosity /ਕੈ'ਲੌਸਅਟਿ/ *n* ਭੌਰੀ, ਅੱਟਣ; ਕਠੋਰਤਾ; (ਬਨ) ਗੱਠਾ

callous /'ਕੈਲਅਸ/ *a* ਕਾਠਾ, ਕਰੜਾ; ਪੱਥਰ-ਚਿੱਤ, ਕਠੋਰ, ਨਿਰਦਈ, ਕਰੂਰ, ਬੇਰਹਿਮ, ਬੇਦਰਦ, ਸੰਗਦਿਲ

callousness /'ਕੈਲਅਸਨਅਸ/ *n* ਕਾਠਾਪਣ, ਕਰੜਾਪਣ, ਨਿਰਦਇਤਾ, ਕਠੋਰਤਾ, ਬੇਰਹਿਮੀ, ਬੇਦਰਦੀ, ਸੰਗਦਿਲੀ

callow /'ਕੈਲਅਉ/ *a* ਅਲ੍ਹੜ, ਅਲੂਆਂ, ਅਣਜਾਣ, ਨਾਤਜਰਬੇਕਾਰ; ਖੰਭਹੀਣ (ਬੋਟ)

call sign *n* ਨਾਮ ਸੰਕੇਤ, ਨਾਮ ਚਿੰਨ੍ਹ

callus /'ਕੈਲਅਸ/ *n* ਅੱਟਣ, ਗੰਢ

call-women *n* ਦਾਈ

calm /ਕਾਮ/ *n* ਸ਼ਾਂਤੀ, ਖ਼ਮੋਸ਼ੀ, ਅਡੋਲਤਾ, ਸਥਿਰਤਾ, ਚੈਨ, ਟਿਕਾਅ, ਸਕੂਨ *a* ਸ਼ਾਂਤ, ਚੁੱਪ, ਖ਼ਮੋਸ਼; ਨਿਸ਼ਚਲ, ਅਚਲ *v* ਸ਼ਾਂਤ ਕਰਨਾ ਜਾਂ ਹੋਣਾ, ਤਸੱਲੀ ਦੇਣਾ, ਚੁੱਪ ਕਰਾਉਣਾ, ਟਿਕਾਉਣਾ, ਖ਼ਮੋਸ਼ ਹੋਣਾ

calmative /'ਕਾਮਅਟਿਵ/ *a* ਸ਼ਾਂਤ ਕਰਨ ਵਾਲਾ, ਟਿਕਾਅ ਦੇਣ ਵਾਲੀ (ਦਵਾਈ); ਸ਼ਾਂਤੀਕਾਰਕ (ਔਸ਼ਧੀ)

calmly /ਕਾਮਲਿ/ *a* ਧੀਰਜ ਨਾਲ, ਸ਼ਾਂਤੀ ਨਾਲ, ਸਹਿਜ ਨਾਲ

calmness /ਕਾਮਨਅਸ/ *n* ਟਿਕਾਅ, ਧੀਰਜ, ਸ਼ਾਂਤੀ, ਸਕੂਨ, ਸਥਿਰਤਾ, ਖ਼ਮੋਸ਼ੀ, ਅਡੋਲਤਾ, ਟਿਕਾਅ

calomel /'ਕੈਲਅ(ਉ)ਮੈੱਲ/ *n* ਜੁਲਾਬ ਵਾਲੀ ਦਵਾਈ, ਦਸਤਾਵਰ ਦਵਾ, ਰਸਕਪੂਰ

calorescence /ˌਕੈਲਅ'ਰੈੱਸਨਸ/ *n* ਤਾਪ ਪ੍ਰਕਾਸ਼ਨ, ਤਾਪ ਕਿਰਨਾਂ ਦਾ ਪ੍ਰਕਾਸ਼; ਕਿਰਨਾਂ ਵਿੱਚ ਪਰਿਵਰਤਨ

caloric /ਕਅ'ਲੌਰਿਕ/ *a* ਨਿੱਘ ਜਾਂ ਗਰਮੀ ਨਾਲ ਚੱਲਣ ਵਾਲਾ *n* ਤਾਪ, ਹਰਾਰਤ, ਗਰਮੀ

caloric-engine *n* ਗਰਮ ਹਵਾ ਨਾਲ ਚੱਲਣ ਵਾਲਾ ਇੰਜਣ

caloricity /ਕੈਲਅ'ਰਿਸਿਟਿ/ *n* ਤਾਪ ਸ਼ਕਤੀ

calorie /'ਕੈਲਅਰਿ/ *n* ਤਾਪ ਇਕਾਈ, ਕੈਲੋਰੀ

calorifacient /ਕਅˌਲੌਰਿ'ਫ਼ੇਇਸ਼ਅਨਟ/ *a* ਤਾਪਦਾਇਕ (ਖ਼ੁਰਾਕ), ਗਰਮੀ ਉਤਪੰਨ ਕਰਨ ਵਾਲਾ

calorific /ˌਕੈਲਅ'ਰਿਫ਼ਿਕ/ *a* ਤਾਪ-ਉਤਪਾਦਕ, ਤਾਪਕਾਰੀ

calorification /ਕਅˌਲੌਰਿਫ਼ਿ'ਕੇਇਸ਼ਨ/ *n* ਤਾਪ ਉਤਪੰਨ ਕਰਨ ਦੀ ਕਿਰਿਆ, ਹਰਾਰਤ ਪੈਦਾ ਕਰਨ ਦਾ ਅਮਲ, ਗਰਮੀ ਉਪਜਾਉਣ ਦਾ ਕੰਮ

calorify /ਕਅ'ਲੌਰਿਫ਼ਾਇ/ *vt* ਤਪਾਉਣਾ, ਗਰਮਾਉਣਾ, ਨਿੱਘਾ ਕਰਨਾ, ਸੇਕ ਪਹੁੰਚਾਉਣਾ

calorimeter /ˌਕੈਲਅ'ਰਿਮਿਟਅ*/ *n* ਤਾਪ-ਮਾਪਕ, ਗਰਮੀ ਮਾਪਣ ਵਾਲਾ ਯੰਤਰ

calorimetry /ˌਕੈਲਅ'ਰਿਮਿਟਰਿ/ *n* ਤਾਪ-ਮਾਪਣ

calorimotor /ਕੈਲਅ'ਰਿਮਅਉਟਅ*/ *n* ਗਰਮੀ ਉਪਜਾਉਣ ਵਾਲੀ ਮੋਟਰ

calotte /ਕਅ'ਲੌਟ/ *n* ਪਾਦਰੀਆਂ ਦੀ ਟੋਪੀ; ਛੋਟਾ ਗੁੰਬਦ

calotype /'ਕੈਲਅਟਾਇਪ/ *n* ਇੱਕ ਪ੍ਰਾਚੀਨ ਛਾਇਆ ਚਿੱਤਰ ਪੱਧਤੀ

caloyer /'ਕੈਲੌਇਅ*/ *n* ਯੂਨਾਨੀ ਗਿਰਜਾ ਘਰ ਦਾ ਸਾਧੂ

calque /ਕੈਲਕ/ *n* (ਭਾਸ਼ਾ) ਦੂਜੀ ਭਾਸ਼ਾ ਦਾ ਅਨੁਵਾਦਿਤ ਸ਼ਬਦ

caltrop /'ਕੈਲਟਰਅਪ/ *n* ਭੱਖੜਾ, ਗੋਖਰੂ; ਲੋਹੇ ਦੀ ਕੰਡੇਦਾਰ ਗੇਂਦ ਜੋ ਘੋੜਿਆਂ ਨੂੰ ਲੰਗੜਾ ਕਰਨ ਲਈ ਉਹਨਾਂ ਦੇ ਅੱਗੇ ਸੁੱਟੀ ਜਾਂਦੀ ਹੈ; ਲੋਹੇ ਦਾ ਭੱਖੜਾ

calumet /'ਕੈਲਯੁਮੈੱਟ/ *n* ਹੁੱਕਾ; ਸੁਲ੍ਹਾ ਦਾ ਚਿੰਨ੍ਹ **smoke the calumet together** ਸੰਧੀ ਕਰਨਾ, ਸੁਲ੍ਹਾ ਕਰਨਾ

calumniate /ਕਅ'ਲਅੱਮਨਿਏਇਟ/ *vt* ਊਜ ਲਾਉਣਾ, ਬਦਨਾਮ ਕਰਨਾ, ਭੰਡੀ ਕਰਨਾ

calumniator /ਕਅ'ਲਅੱਮਨਿਏਇਟਅ*/ *n* ਨਿੰਦਕ, ਭੰਡੀ ਕਾਰ

calumniatory /ਕਅ'ਲੱਅਮਨਿਏਇਟਰਿ/ *a* ਬਦਨਾਮੀ ਵਾਲੀ (ਗੱਲ), ਨਿੰਦਾਕਾਰੀ

calumnious /ਕਅ'ਲਅੱਮਨਿਅਸ/ *a* ਨਿੰਦਾਜਨਕ, ਬਦਨਾਮੀ ਵਾਲਾ

calumniously /ਕਅ'ਲਅੱਮਨਿਅਸਲਿ/ *adv* ਬਦਨਾਮੀ ਕਰਨ ਲਈ, ਬਦਨਾਮੀ ਦੇ ਢੰਗ ਨਾਲ

calumniousness /ਕਅ'ਲਅੱਮਨਿਅਸਨਅਸ/ *n* ਨਿੰਦਾਤਮਕਤਾ

calumny /'ਕੈਲਅਮਨਿ/ *n* ਊਜ, ਬਦਨਾਮੀ, ਨਿੰਦਾ

calvary /'ਕੈਲਵ਼ਅਰਿ/ *n* (ਰੋਮਨ ਕੈਥੋਲਿਕ ਚਰਚ ਵਿੱਚ) ਈਸਾ ਦੇ ਸੂਲੀ ਚੜ੍ਹਨ ਵਾਲੀ ਥਾਂ ਦੇ ਰੂਪ ਵਿੱਚ ਬਣਾਈ ਯਾਦਗਾਰ, ਸਲੀਬਗਾਹ, ਸੂਲੀ-ਸਥਾਨ

calve /ਕਾਵ਼/ *v* ਪਸ਼ੂ ਦਾ ਸੂਣਾ, ਬਿਆਉਣਾ, ਵੱਛੜੂ ਦੇਣਾ; ਬਰਫ਼ ਦੀਆਂ ਸਿਲਾਂ ਦਾ ਡਿੱਗਣਾ

calved /ਕਾਵ਼ਡ/ *a* ਪਿੰਨੀਦਾਰ, ਪਿੰਜਣੀਦਾਰ

calvinist /'ਕੈਲਵ਼ਿਨਿਸਟ/ *v* ਕੈਲਵਿਨ ਦਾ ਅਨੁਯਾਈ

calvinistic /,ਕੈਲਵ਼ਿ'ਨਿਸਟਿਕ/ *a* ਕੈਲਵਿਨਵਾਦ ਸੰਬੰਧੀ

calvinize /'ਕੈਲਵ਼ਿਨਾਇਜ਼/ *v* ਕੈਲਵਿਨ ਮੱਠ ਦਾ ਅਨੁਯਾਈ ਬਣਾਉਣਾ ਜਾਂ ਹੋਣਾ

calvity /'ਕੈਲਵ਼ਿਟਿ/ *n* ਗੰਜਾਪਣ

calx[1] /'ਕੈਲਕਸ/ *n* ਮਾਰੀ ਹੋਈ ਧਾਤ, ਧਾਤ ਦਾ ਕੁਸ਼ਤਾ, ਕਿਸੇ ਧਾਤ ਦੀ ਭਸਮ

calx[2] *n* ਅੱਡੀ, ਖੁਰੀ

calycle /'ਕੈਲਿਕਲ/ *n* ਪੁਸ਼ਪਕੋਸ਼ ਨੂੰ ਘੇਰਨ ਵਾਲੀ ਪੱਤੀਆਂ ਦੀ ਪੰਗਤੀ, ਉਪ-ਪੁਸ਼ਪਕੋਸ਼

calyx /'ਕੇਇਲਿਕਸ/ *n* (ਬਨ) ਬਾਹਰੀ ਦਲਪੁੰਜ, ਪੁਸ਼ਪਕੋਸ਼

camaraderie /,ਕੈਮਅ'ਰਾਡਅਰਿ/ *n* ਗੂੜ੍ਹੀ ਮਿੱਤਰਤਾ, ਭਰੱਪਣ, ਭਰਾਵਲੀ, ਪਰਸਪਰ ਵਿਸ਼ਵਾਸ

camarilla /ਕੈਮਅ'ਰਿਲਅ/ *n* (ਸਪੇਨੀ) ਜੁੰਡਲੀ, ਸਾਜ਼ਸ਼ੀ ਧੜਾ

camber /'ਕੈਮਬਅ*/ *n* ਮੇਹਰਾਬਦਾਰ ਸ਼ਕਲ, ਕੁੱਬ; ਜਹਾਜ਼ਾਂ ਦੇ ਠਹਿਰਨ ਵਾਲੀ ਛੋਟੀ ਥਾਂ *vt* ਮੇਹਰਾਬ ਬਣਾਉਣਾ

cambium /'ਕੈਮਬਿਅਮ/ *n* ਰੇਸ਼ੇ ਦੀ ਪਰਤ

cambric /'ਕੈਮਬਰਿਕ/ *n* ਬਰੀਕ ਅਤੇ ਮਹੀਨ ਸੂਤੀ ਕੱਪੜਾ ਕੈਂਬਰਿਕ, ਕੈਂਬਰੇ ਸ਼ਹਿਰ ਦਾ ਬਣਿਆ ਕੱਪੜਾ *a* ਮਹੀਨ ਸੂਤੀ ਕੱਪੜੇ ਦਾ ਬਣਿਆ, ਕੈਂਬਰਿਕ ਦਾ

Cambridge /'ਕੇਇਮਬਰਿਜ/ *n* ਇੰਗਲੈਂਡ ਦਾ ਇੱਕ ਪ੍ਰਸਿੱਧ ਸ਼ਹਿਰ ਅਤੇ ਯੂਨੀਵਰਸਿਟੀ

cambridge blue *a* ਹਲਕਾ ਨੀਲਾ; ਕੈਂਬਰਿਜ ਯੂਨੀਵਰਸਿਟੀ ਦਾ ਪੜ੍ਹਿਆ

camcorder /'ਕੈਮਕੋਡਅ*/ *n* ਤਸਵੀਰਾਂ ਖਿੱਚਣ ਅਤੇ ਅਵਾਜ਼ ਰਿਕਾਰਡ ਕਰਨ ਵਾਲਾ ਵੀਡੀਓ ਕੈਮਰਾ

came[1] /ਕੇਇਮ/ *v* **come** ਦਾ ਭੂਤ-ਕਾਲ

came[2] *n* ਬਾਰੀਆਂ ਵਿੱਚ ਸ਼ੀਸ਼ਾ ਲਾਉਣ ਲਈ ਪੱਤੀ

camel /'ਕੈਮਲ/ *n* ਊਠ, ਬੋਤਾ; ਇੱਕ ਮਸ਼ੀਨ ਜਿਸ ਨਾਲ ਸਮੁੰਦਰੀ ਜਹਾਜ਼ ਨੂੰ ਘੱਟ ਡੂੰਘੇ ਪਾਣੀ ਵਿੱਚ ਚਲਾਇਆ ਜਾਂਦਾ ਹੈ; ਨਾ ਮੰਨਣਯੋਗ ਗੱਲ

camelcade /'ਕੈਮਲਕੇਇਡ/ *n* ਊਠਾਂ ਦਾ ਕਾਫ਼ਲਾ, ਊਠਾਂ ਦਾ ਕਾਰਵਾਂ

cameleer /,ਕੈਮਅ'ਲਿਅ*/ *n* ਊਠ ਵਾਲਾ, ਸ਼ੁਤਰਬਾਨ, ਡਾਚੀ ਵਾਲਾ, ਸਾਰਬਾਨ

camellia /ਕਅ'ਮੀਲਿਅ/ *n* ਇੱਕ ਸਦਾਬਹਾਰ ਫੁੱਲਦਾਰ ਪੌਦਾ, ਸਦਾਬਹਾਰ ਝਾੜੀ

camelry /'ਕੈਮਅਲਰਿ / *n* ਊਠ ਸਵਾਰਾਂ ਦੀ ਫ਼ੌਜ *a* ਊਠ ਸੰਬੰਧੀ

cameo /'ਕੈਮਿਅਉ/ *n* ਪੱਥਰ ਉੱਤੇ ਕੀਤਾ ਉੱਭਰਵਾਂ ਕੰਮ; ਉੱਭਰਵਾਂ ਪਲਸਤਰ; ਪੱਥਰ ਵਿੱਚ ਉੱਭਰੀ ਹੋਈ ਨੱਕਾਸ਼ੀ

camera /**'ਕੈਮਅਰਅ**/ *n* ਫੋਟੋ ਲਾਹੁਣ ਵਾਲਾ ਯੰਤਰ; ਜੱਜ ਦਾ ਨਿੱਜੀ ਕਮਰਾ **in camera** *n* ਬੰਦ ਕਮਰੇ ਵਿੱਚ, ਗੁਪਤ, ਲੁਕਵਾਂ; ਜੱਜ ਦੇ ਨਿੱਜੀ ਕਮਰੇ ਵਿੱਚ (ਅਦਾਲਤੀ ਕਾਰਵਾਈ)

camerlingo /**ˌਕੈਮਅ'ਲਿਙਗਅਉ**/ *n* ਪੋਪ ਦੇ ਹੇਠਾਂ ਦਾ ਪਾਦਰੀ

camion /**'ਕੈਮਿਅਨ**/ *n* ਚਾਰ ਪਹੀਆਂ ਵਾਲੀ ਗੱਡੀ ਜਾਂ ਮੋਟਰ, ਤੋਪ ਢੋਣ ਵਾਲੀ ਗੱਡੀ

camisado /**ˌਕੈਮਿ'ਸਾਡਅਉ**/ *n* ਸੈਨਿਕਾਂ ਵੱਲੋਂ ਰਾਤ ਨੂੰ ਦੁਸ਼ਮਣ ਉੱਤੇ ਕੀਤਾ ਹਮਲਾ

camisole /**'ਕੈਮਿਸਅਉਲ**/ *n* ਕਿਨਾਰੀਦਾਰ ਅੰਗੀ, ਸ਼ਮੀਜ਼, ਸਲੂਕਾ

camlet /**'ਕੈਮਲਿਟ**/ *n* ਊਠ ਦੀ ਉੱਨ ਅਤੇ ਰੇਸ਼ਮ ਦਾ ਬਣਿਆ ਕੱਪੜਾ, ਊਨੀ ਅਤੇ ਰੇਸ਼ਮੀ ਕੱਪੜਾ

cammock /**'ਕੈਮਅਕ**/ *n* ਪੀਲੇ ਫੁੱਲਾਂ ਵਾਲਾ ਪੌਦਾ

camouflage /**'ਕੈਮਅਫ਼ਲਾਯ਼**/ *n* ਭੁਲਾਂਦਰਾ, ਛਲ ਦਾ ਪਰਦਾ *vt* ਭੁਲਾਂਦਰੇ ਰਾਹੀਂ ਲੁਕਾਉਣਾ, ਛਲ ਦੇ ਪਰਦੇ ਨਾਲ ਛਿਪਾਉਣਾ

camp /**ਕੈਮਪ**/ *n* ਕੈਂਪ, ਡੇਰਾ, ਪੜਾਅ, ਛਾਉਣੀ, ਤੰਬੂ; ਸੈਨਾ, ਫ਼ੌਜੀ (ਜੀਵਨ); ਟਪਰੀਵਾਸਾਂ ਦੀਆਂ ਝੁੱਗੀਆਂ; ਵਣਜਾਰਿਆਂ ਦਾ ਤੰਬੂ; ਸਫ਼ਰੀ ਜੀਵਨ; ਧੜਾ, ਪੱਖ *v* ਪੜਾਅ ਕਰਨਾ, ਤੰਬੂ ਲਾਉਣਾ, ਡੇਰਾ ਕਰਨਾ, ਛਾਉਣੀ ਪਾਉਣਾ, ਵਿੱਚ ਠਹਿਰਨਾ

campaign /**ਕੈਮ'ਪੇਇਨ**/ *n* ਸੰਘਰਸ਼, ਜੱਦੋ-ਜਹਿਦ, ਅੰਦੋਲਨ, ਲੜਾਈ; ਫ਼ੌਜੀ ਕਾਰਵਾਈ; ਜੱਥੇਬੰਦਕ ਕਾਰਵਾਈ; ਮਹਾਨ ਉੱਦਮ; ਜੰਗ, ਮੁਹਿੰਮ; ਮਾਰ੍ਹਕਾ *vt* ਜੱਦੋ-ਜਹਿਦ ਵਿੱਚ ਸ਼ਾਮਲ ਹੋਣਾ, ਸੰਘਰਸ਼ ਵਿੱਚ ਪੈਣਾ, ਅੰਦੋਲਨ ਚਲਾਉਣਾ

campaigner /**ਕੈਮ'ਪੇਇਨਅ***/ *n* ਮੁਹਿੰਮਬਾਜ਼, ਅੰਦੋਲਨਕਾਰੀ

campanile /**ˌਕੈਮਪਅ'ਨੀਲਿ**/ *n* ਘੜਿਆਲ-ਘਰ (ਗਿਰਜੇ ਤੋਂ ਹਟਵਾਂ)

campanologer /**ˌਕੈਮਪਅ'ਨੌਲਅਜਅ***/ *n* ਘੜਿਆਲ ਵਿੱਦਿਆ ਵਿੱਚ ਨਿਪੁੰਨ, ਘੜਿਆਲਸਾਜ਼

campanological /**ˌਕੈਮਪਅਨਅ'ਲੌਜਿਕਲ**/ *a* ਘੜਿਆਲ ਵਿੱਦਿਆ ਸੰਬੰਧੀ

campanology /**ˌਕੈਮਪਅ'ਨੌਲਅਜਿ**/ *n* ਘੜਿਆਲ ਵਿੱਦਿਆ, ਘੜਿਆਲ-ਸ਼ਾਸਤਰ

camp bed *n* ਸਫ਼ਰੀ ਮੰਜਾ

campestral /**ਕੈਮ'ਪੈਸੱਟਰਅਲ**/ *a* ਖੇਤ ਸੰਬੰਧੀ, ਖੇਤ ਵਿੱਚ ਹੋਣ ਵਾਲਾ

campfire /**'ਕੈਮਪਫ਼ਾਇਅ***/ *n* ਧੂਣੀ (ਨਿੱਘ ਲੈਣ ਲਈ)

camp followers *n* (ਬਹੁ) ਪੈਰੋਕਾਰ, ਹਿਮਾਇਤੀ, ਲੌ-ਲਸ਼ਕਰ

camphine /**'ਕੈਮਫ਼ਾਇਨ**/ *a* ਕਪੂਰੀ, ਕਾਫ਼ੂਰੀ

camphor /**'ਕੈਮਫ਼ਅ***/ *n* ਕਪੂਰ, ਮਸ਼ਕ ਕਪੂਰ

camphorate /**'ਕੈਮਫ਼ਅਰੇਇਟ**/ *vt* ਕਪੂਰ ਨਾਲ ਭਰਨਾ

camphorated /**'ਕੈਮਫ਼ਅਰੇਇਟਿਡ**/ *a* ਕਪੂਰ ਮਿਲਿਆ

camphoric /**ਕੈਮ'ਫ਼ੌਰਿਕ**/ *a* ਕਪੂਰੀ

campus /**'ਕੈਮਪਅਸ**/ *n* (ਸਕੂਲ, ਕਾਲਜ ਜਾਂ ਯੂਨੀਵਰਸਿਟੀ ਦਾ) ਕੈਂਪਸ, ਸਿੱਖਿਆ ਸੰਸਥਾ, ਕਾਲਜ

can[1] /**ਕਅਨ, ਕੈਨ**/ *n* ਕੁੱਪਾ, ਡੋਲੂ, ਕਨਸਤਰ, ਪੀਪਾ, ਡੱਬਾ *vt* ਪੀਪੇ ਵਿੱਚ ਭਰਨਾ, ਡੋਲ ਭਰਨਾ; ਡੱਬੇ ਵਿੱਚ ਬੰਦ ਕਰਨਾ

can[2] *aux n* ਸਕਣਾ, ਯੋਗ ਹੋਣਾ, ਹੋ ਸਕਣਾ, ਸੰਭਵ ਹੋਣਾ

Canaan /**'ਕੇਇਨਅਨ**/ *n* ਫ਼ਲਸਤੀਨ ਦਾ ਪੁਰਾਣਾ ਨਾਂ, ਕਿਨਆਨ ਦੇਸ਼, ਕਿਨਆਨ ਦੀ ਧਰਤੀ; ਸੁਰਗ

canaille /**ਕਅ'ਨੇਇ(ਅ)ਲ**/ *(F)* *n* ਲੰਡੀ-ਬੁੱਚੀ, ਐਰਾ-ਗੈਰਾ, ਲੱਲੂ-ਪੰਜੂ

canal /**ਕਅ'ਨੈਲ**/ *n* ਨਹਿਰ, ਆਡ, ਨਾਲੀ; ਸਰੀਰ ਦੇ ਅੰਦਰ ਭੋਜਨ ਜਾਂ ਹਵਾ ਵਾਲੀ ਨਾਲੀ *vi* ਨਹਿਰ ਪੁੱਟਣਾ, ਨਹਿਰ ਬਣਾਉਣਾ, ਨਹਿਰ ਕੱਢਣਾ

canaliculate /**ˌਕੈਨਅ'ਲਿਕਯੁਲਅਟ**/ *a*

ਲੰਬੀਆਂ ਨਾਲੀਆਂ ਵਾਲਾ

canalization /ˌ**ਕੈਨਅਲਾਇ'ਜ਼ੇਇਸ਼ਨ**/ *n* ਨਹਿਰ ਪੁਟਾਈ, ਨਹਿਰ ਖ਼ੁਦਾਈ; ਨਹਿਰ ਪ੍ਰਬੰਧ

canalize /'**ਕੈਨਅਲਾਇਜ਼**/ *vt* ਆਡ ਜਾਂ ਨਹਿਰ ਦੀ ਖੁਦਾਈ ਕਰਨਾ; ਦਰਿਆ ਵਿੱਚੋਂ ਨਹਿਰ ਕੱਢਣਾ; (ਸ਼ਕਤੀਆਂ ਨੂੰ) ਪ੍ਰਵਾਹਬੱਧ ਕਰਨਾ, ਇੱਛਤ ਦਿਸ਼ਾ ਵੱਲ ਮੋੜਨਾ

canape /'**ਕੈਨਅਪੇਇ**/ *(F) n* ਮੱਛੀ ਦਾ ਪਕੌੜਾ; ਮੱਛੀ ਦੇ ਨਾਲ ਤਲੀ ਹੋਈ ਰੋਟੀ

canard /**ਕੈ'ਨਾਡ, 'ਕੈਨਾਡ**/ *n* ਗਪੌੜ, ਝੂਠੀ ਕਹਾਣੀ, ਅਫ਼ਵਾਹ

canary /**ਕਅ'ਨੇਅਰਿ**/ *n* ਇੱਕ ਪੀਲੀ ਗਾਉਣ ਵਾਲੀ ਚਿੜੀ; ਹਲਕਾ ਪੀਲਾ ਰੰਗ

canaster /**ਕਅ'ਨੈਸਟਅ***/ *n* ਤਮਾਕੂ ਦਾ ਚੂਰ, ਤਮਾਕੂ ਦੀ ਕੁੱਟੀ

cancan /'**ਕੈਨਕੈਨ**/ *(F) n* ਫ਼ਰਾਂਸ ਦੇਸ਼ ਦਾ ਇੱਕ ਨਾਚ

cancel/'**ਕੈਨਸਲ**/ *v* ਮੇਟਣਾ, ਮਿਟਾ ਦੇਣਾ, ਕਾਟਾ ਫੇਰਨਾ, ਰੱਦ ਕਰਨਾ, ਕੱਟਣਾ, ਲੀਕ ਫੇਰਨਾ, ਮਨਸੂਖ਼ ਕਰਨਾ; ਵਿਅਰਥ ਠਹਿਰਾਉਣਾ; ਸਾਂਝੇ ਗੁਣਨਖੰਡ ਕੱਟਣਾ *n* ਰੱਦ; ਤਿਆਰ ਪੰਨਿਆਂ ਦਾ ਨਿਸ਼ੇਧ ਅਤੇ ਮੁੜ ਪ੍ਰਕਾਸ਼ਨ; ਨਿਖਿੱਧ ਅਥਵਾ ਮੁੜ ਪ੍ਰਕਾਸ਼ਤ ਪੰਨਾ

canceliated, cancellous /'**ਕੈਨਸਅਲੇਇਟਿਡ, 'ਕੈਨਸਅਲਅਸ**/ *a* ਛੇਕਦਾਰ, ਜਾਲੀਦਾਰ; ਨਾਲੀਦਾਰ; ਮੁਸਾਮਦਾਰ (ਹੱਡੀ)

cancellation /ˌ**ਕੈਨਸਅ'ਲੇਇਸ਼ਨ**/ *n* ਮਨਸੂਖੀ, ਨਕਾਰਨ, ਕਾਟਾ, ਕਾਟ

cancer[1] /'**ਕੈਨਸਅ***/ *n* ਕੈਂਸਰ, ਰਾਜਫੋੜਾ, ਲਾਇਲਾਜ ਫੋੜਾ; ਭੈੜੀ ਵਾਦੀ ਜੋ ਨਾਸੂਰ ਬਣ ਕੇ ਚੰਬੜ ਜਾਵੇ

Cancer[2] *n* ਕਰਕ ਰਾਸ਼ੀ

cancerate /'**ਕੈਨਸਅਰੇਇਟ**/ *vt* ਕੈਂਸਰ ਦਾ ਰੂਪ ਧਾਰਨ ਕਰਨਾ

canceration /ˌ**ਕੈਨਸਅ'ਰੇਇਸ਼ਨ**/ *n* ਕੈਂਸਰ ਦਾ ਪ੍ਰਭਾਵ, ਕੈਂਸਰਗ੍ਰਸਤ ਹੋਣ ਦੀ ਦਸ਼ਾ

cancered /'**ਕੈਨਸਅਡ**/ *a* ਕੈਂਸਰ ਨਾਲ ਸੰਬੰਧਿਤ

cancerous /'**ਕੈਨਸਅਰਅਸ**/ *a* ਕੈਂਸਰ ਵਾਲਾ, ਕੈਂਸਰ ਗ੍ਰਸਤ

candelabrum /ˌ**ਕੈਨਡਅ'ਲਾਬਰਅਮ**/ *n* ਵੱਡਾ ਸ਼ਮ੍ਹਾਦਾਨ

candent /'**ਕੈਨਡਅਨਟ**/ *a* ਜਲਦਾ-ਬਲਦਾ, ਦਗਦਗ ਕਰਦਾ

candescence /**ਕੈਨ'ਡੈੱਸੰਨਸ**/ *n* ਦਗਦਗਾਹਟ

candescent /**ਕੈਨ'ਡੈੱਸੰਨਟ**/ *a* ਵੇਖੋ **candent**

candid /'**ਕੈਨਡਿਡ**/ *a* ਨਿਰਪੱਖ, ਨਿਸ਼ਕਪਟ, ਨਿਰਛਲ, ਸਪਸ਼ਟ, ਸੱਚਾ, ਸਾਫ਼ ਦਿਲ, ਸਾਫ਼ਗੋ

candidate /'**ਕੈਨਡਿਡਅਟ, -ਡੇਇਟ**/ *n* ਉਮੀਦਵਾਰ; ਪਰੀਖਿਆਰਥੀ, ਪਰੀਖਿਆ ਵਿੱਚ ਬੈਠਣ ਵਾਲਾ; ਚੋਣ ਉਮੀਦਵਾਰ; ਬਿਨੈਕਾਰ; ਤਲਬਗਾਰ, ਲੋੜਬੰਦ

candidateship /'**ਕੈਨਡਿਡਅਟਸ਼ਿਪ**/ *n* ਉਮੀਦਵਾਰੀ

candidature /'**ਕੈਨਡਿਡਅਚਅ***/ *n* ਉਮੀਦਵਾਰ ਹੋਣ ਦੀ ਸਥਿਤੀ, ਪਾਤਰਤਾ

candidly /'**ਕੈਨਡਿਡਲਿ**/ *adv* ਸਾਫ਼-ਸਾਫ਼, ਸਫ਼ਾਈ ਨਾਲ, ਬਿਨਾਂ ਲਗਲਬੇੜ ਦੇ, ਬੇਲਾਗ ਹੋ ਕੇ, ਖਰਾ, ਸਾਫ਼ਗੋਈ ਨਾਲ

candidness /'**ਕੈਨਡਿਡਨਅਸ**/ *n* ਨਿਸ਼ਕਪਟਤਾ, ਸਚਾਈ, ਸਾਫ਼ਗੋਈ, ਸਾਫ਼ ਦਿਲੀ

candied /'**ਕੈਨਡਿਡ**/ *a* ਖੰਡ-ਚੜ੍ਹਿਆ, ਚੀਨੀ-ਗਲੇਫਿਆ; ਪ੍ਰਕਾਸ਼ਮਈ, ਚਮਕਦਾਰ; ਲੁਭਾਉਣਾ; ਮਧੁਰ; ਖ਼ੁਸ਼ਾਮਦੀ

candle /'**ਕੈਨਡਲ**/ *n* ਮੋਮਬੱਤੀ, ਸ਼ਮ੍ਹਾ, ਦੀਵਾ

candle ends *n* ਮੋਮਬੱਤੀ ਦੇ ਬਚੇ-ਖੁਚੇ ਟੋਟੇ

candle power *n* ਪ੍ਰਕਾਸ਼ ਦੇ ਮਾਪ ਦੀ ਇਕਾਈ, ਮੋਮਬੱਤੀ ਸ਼ਕਤੀ

candlestick /'**ਕੈਨਡਲਸਟਿਕ**/ *n* ਮੋਮਬੱਤੀਦਾਨ, ਸ਼ਮ੍ਹਾਦਾਨ

candour /'**ਕੈਨਡਅ***/ *n* ਸਫ਼ਾਈ, ਖਰਾਪਣ, ਸਾਫ਼ ਦਿਲੀ, ਨਿਰਦੋਸ਼ਤਾ, ਬੇਲਾਗਪਣ

candy /'**ਕੈਨਡਿ**/ *n* ਮਿਸਰੀ, ਖੰਡ ਦੀ ਗੋਲੀ *vt* ਮਿਸਰੀ ਬਣਾਉਣਾ, ਮਿੱਠਾ ਬਣਾਉਣਾ

Candyfloss /'**ਕੈਨਡਿਫ਼ਲੌਸ**/ *n* (ਮਿਠਿਆਈ ਵਜੋਂ) ਖੰਡ ਤੋਂ ਬਣਿਆ (ਬੁੱਢੀ ਮਾਈ ਦਾ ਝਾਟਾ)

cane /**ਕੇਇਨ**/ *n* ਬੈਂਤ, ਨਾੜਾ, ਬਾਂਸ, ਸੋਟੀ, ਬੈਂਤ; ਛਿਟੀ; (ਲਾਖ, ਗੰਧਮ ਦੀ) ਕਲਮ; ਕੁਰਸੀਆਂ ਬੁਣਨ ਵਾਲੀ ਬੈਂਤ *vt* ਸੋਟੀ ਜਾਂ ਬੈਂਤ ਨਾਲ ਕੁੱਟਣਾ; ਬੈਂਤ ਨਾਲ (ਕੁਰਸੀ ਆਦਿ) ਬੁਣਨਾ

canephor /'**ਕੈਨਿਫ਼ਅ***/ *n* (ਭਵਨ ਨਿਰਮਾਣ) ਨਾਰੀ ਪ੍ਰਤਿਮਾ (ਸਿਰ ਉੱਤੇ ਟੋਕਰੀ ਚੁੱਕੀ)

canescent /**ਕਅ'ਨੈੱਸੰਨਟ**/ *a* ਸਫ਼ੈਦ ਰੰਗ। ਦਾ

canful /'**ਕੈਨਫ਼ੁਲ**/ *n* ਬਾਲਟੀ ਭਰ, ਡੱਬਾ ਭਰ

cangue /**ਕੈਙ**/ *n* (ਚੀਨ ਵਿੱਚ ਅਪਰਾਧੀ ਨੂੰ ਦੰਡ ਦੇਣ ਲਈ) ਜੂਲਾ, ਗਲ ਵਿੱਚ ਲਟਕਾਉਣ ਲਈ ਭਾਰੀ ਫੱਟਾ

canicide /'**ਕੈਨਿਸਾਇਡ**/ *n* ਕੁੱਤੇ ਮਾਰਨ ਦੀ ਪ੍ਰਕਿਰਿਆ

canicular /**ਕਅ'ਨਿਕਯੁਲਅ***/ *a* ਲੁਬਧਕ ਤਾਰੇ ਨਾਲ ਸੰਬੰਧਿਤ; ਅਤਿ-ਤਪਤ

canine /'**ਕੇਇਨਾਇਨ**/ *a* ਕੁੱਤੇ ਦਾ, ਕੁੱਤੇ ਦਾ ਸਮਾਨ; ਕੁੱਤਾ ਜਾਤੀ ਦਾ *n* ਕੁੱਤਾ ਜਾਤੀ ਦਾ ਕੋਈ ਜਾਨਵਰ; ਕੁੱਤੇ ਦੇ ਮੂਹਰਲੇ ਚਾਰ ਦੰਦਾਂ ਵਿੱਚੋਂ ਇੱਕ; (ਬੱਚੇ) ਸੂਆ-ਦੰਦ

canine appetite *n* ਅਤ੍ਰਿਪਤ ਭੁੱਖ, ਅਬੁੱਝ ਲਾਲਸਾ

canine laugh *n* ਹਾਸ-ਵਿਅੰਗ

canine tooth *n* ਸਾਮ੍ਹਣੇ ਦੇ ਚਾਰ ਦੰਦਾਂ ਵਿੱਚੋਂ ਇੱਕ ਵੱਡਾ ਦੰਦ, ਸੂਆ

caning /'**ਕੇਇਨਿਙ**/ *n* ਦੰਡ ਦੇਣ ਦੀ ਕਿਰਿਆ; ਬੈਂਤ ਮਾਰਨ ਦੀ ਸਜ਼ਾ; ਬੈਂਤ ਨਾਲ ਕੁਰਸੀਆਂ ਆਦਿ ਬੁਣਨ ਦਾ ਅਮਲ

canister /'**ਕੈਨਿਸਟਅ***/ *n* ਧਾਤ ਦਾ ਛੋਟਾ ਡੱਬਾ, ਕਨਸਤਰ, ਪੀਪਾ; ਰੂਮ ਵਿੱਚ ਗਿਰਜੇ ਦਾ ਉਹ ਭਾਂਡਾ ਜਿਸ ਵਿੱਚ ਭੇਟਾ ਜਾਂ ਨਿਆਜ਼ ਲਈ ਪਵਿੱਤਰ ਰੋਟੀ ਰੱਖਦੇ ਹਨ, ਭੇਟਾ-ਪਾਤਰ, ਦਾਨ-ਪਾਤਰ

canker /'**ਕੈਙਕਅ***/ *n* ਮਨੁੱਖ ਦੇ ਮੂੰਹ ਦੀ ਬਿਮਾਰੀ; ਘੋੜੇ ਦੇ ਪੈਰ ਦੀ ਬਿਮਾਰੀ; ਬਿਰਛਾਂ ਦਾ ਇੱਕ ਰੋਗ ਜਿਸ ਨਾਲ ਛਿਲਕਾ ਅਤੇ ਪੱਤੇ ਡਿੱਗ ਪੈਂਦੇ ਹਨ, ਪੱਤ ਰੋਗ

cankered /'**ਕੈਙਕਅਡ**/ *a* ਭ੍ਰਿਸ਼ਟ, ਗਲਿਆ-ਸੜਿਆ

cankerous /'**ਕੈਙਕ(ਅ)ਰਅਸ**/ *a* ਘਾਤਕ, ਘੁਣ ਲਾ ਦੇਣ ਵਾਲਾ, ਸਾੜ ਦੇਣ ਵਾਲਾ; ਪੱਤ ਰੋਗੀ

cannabin /'**ਕੈਨਅਬਿਨ**/ *n* ਹਸ਼ੀਸ਼

cannabis /'**ਕੈਨਅਬਿਸ**/ *n* ਭੰਗ/ਸੁੱਖੇ ਦੇ ਪੱਤਿਆਂ ਜਾਂ ਫੁੱਲਾਂ ਜਾਂ ਰਸ ਤੋਂ ਬਣੀ ਨਸ਼ੀਲੀ ਦਵਾਈ; ਹਸ਼ੀਸ਼, ਚਰਸ

canned /**ਕੈਨਡ**/ *a* ਡੱਬਾਬੰਦ, ਟੀਨਬੰਦ; (ਅਪ) ਨਸ਼ੇ ਵਿੱਚ ਗੁੱਟ

cannel /'**ਕੈਨਲ**/ *n* ਪੱਥਰ ਦਾ ਕੱਚਾ ਕੋਲਾ

canner /'**ਕੈਨਅ***/ *n* ਡੱਬੇ ਵਿੱਚ ਬੰਦ ਕਰਨ ਵਾਲਾ ਵਿਅਕਤੀ ਜਾਂ ਕਾਰਖ਼ਾਨਾ ਆਦਿ

cannery /'**ਕੈਨਅਰਿ**/ *n* ਖਾਧ ਪਦਾਰਥ ਡੱਬਿਆਂ ਵਿੱਚ ਬੰਦ ਕਰਨ ਵਾਲਾ ਕਾਰਖ਼ਾਨਾ

cannibal /'**ਕੈਨਿਬਲ**/ *a* ਆਦਮਖ਼ੋਰ, ਮਾਣਸਖਾਣਾ

cannibalism /'**ਕੈਨਿਬਅਲਿਜ਼ਅਮ**/ *n* ਆਦਮਖ਼ੋਰੀ, ਮਾਣਸਖ਼ੋਰੀ

cannibalistic /ˌ**ਕੈਨਿਬਅ'ਲਿਸਟਿਕ**/ *a* ਮਾਣਸਖਾਣਾ

cannikin /'**ਕੈਨਿਕਿਨ**/ *n* ਛੋਟਾ ਪੀਪਾ, ਪੀਪੀ; ਲੱਕੜੀ ਦਾ ਡੋਲ

cannily /'**ਕੈਨਿਲਿ**/ *adv* ਚਤਰਤਾ ਸਹਿਤ, ਹੁਸ਼ਿਆਰੀ ਨਾਲ

canning /'**ਕੈਨਿਙ**/ *n* ਡੱਬੇਬੰਦੀ

cannon /'**ਕੈਨਅਨ**/ *n* ਤੋਪਖ਼ਾਨਾ; ਧੁਰੇ ਉੱਤੇ ਆਪਣੇ ਆਪ ਘੁੰਮਣ ਵਾਲਾ ਵੇਲਣਾ; ਕੁੰਜੀ ਦੀ

ਨਾਲੀ; ਬਿਲੀਅਰਡ ਖੇਡਣ ਸਮੇਂ ਇੱਕੋ ਵੇਲੇ ਦੋ ਗੇਂਦਾ ਦੀ ਮਾਰ *vi* ਟੇਢਾ ਟਕਰਾਉਣਾ; ਦੋ ਗੇਂਦਾਂ ਦੀ ਮਾਰ ਮਾਰਨਾ, ਦੋ ਗੇਂਦਾਂ ਨੂੰ ਇਕੱਠਾ ਮਾਰਨਾ

cannonade /ˌ**ਕੈਨਅ'ਨੇਇਡ**/ *n* ਲਗਾਤਾਰ ਗੋਲਾਬਾਰੀ *vi* ਤੋਪਾਂ ਦਾਗਣਾ, ਗੋਲਾਬਾਰੀ ਕਰਨਾ

cannonball /'**ਕੈਨਅਨਬੋਲ**/ *n* ਤੋਪ ਦਾ ਗੋਲਾ

cannon bit *n* ਘੋੜੇ ਦੀ ਲਗਾਮ ਲੰਘਾਉਣ ਵਾਲਾ ਗੋਲਾ, ਚੀਕਣਾ ਮੋਰਾ

cannon bone *n* ਘੋੜੇ ਆਦਿ ਦੀ ਜੰਘ ਨਾਲੀ, ਪੱਟ ਜਾਂ ਪਿੰਨੀ ਦੀ ਹੱਡੀ

cannoneer /ˌ**ਕੈਨਅ'ਨਿਅ***/ *n* ਤੋਪ ਨੂੰ ਦਾਗਣ ਵਾਲਾ, ਤੋਪਚੀ

cannon fodder *n* ਤੋਪਾਂ ਦਾ ਖਾਜਾ, ਜੰਗ ਦਾ ਬਾਲਣ

cannular /'**ਕੈਨਯੁਲਅ***/ *a* ਨਾਲੀ ਵਰਗਾ

canny /'**ਕੈਨਿ**/ *a* ਚਤਰ, ਹੁਸ਼ਿਆਰ, ਸਿਆਣਾ, ਚੌਕਸ; ਕਿਰਸੀ; ਹਲੀਮ, ਨਰਮ-ਦਲੀਆ

canoe /**ਕਅ'ਨੂ**/ *n* ਛੋਟੀ ਕਿਸ਼ਤੀ, ਡੂੰਗਾ *vi* ਬੇੜੀ ਉੱਤੇ ਚੜ੍ਹਨਾ, ਬੇੜੀ ਚਲਾਉਣਾ

canoeist /**ਕਅ'ਨੂਇਸਟ**/ *n* ਮਲਾਹ, ਨਾਵਕ, ਬੇੜੀਵਾਨ

canon /'**ਕੈਨਅਨ**/ *n* ਧਾਰਮਿਕ ਸਿਧਾਂਤ; ਸ਼ਰ੍ਹਾ, ਧਰਮ-ਆਦੇਸ਼, ਧਾਰਮਿਕ ਨੇਮ; ਧਰਮ ਸੂਤਰ; ਅਰਦਾਸ; ਕਨੂੰਨ, ਵਿਧਾਨ; ਮਾਨਦੰਡ; ਬਾਈਬਲ ਦਾ ਪ੍ਰਮਾਣਿਤ ਭਾਗ; ਛਾਪੇ ਦੇ ਸਭ ਤੋਂ ਵੱਡੇ ਅੱਖਰ; ਪਾਦਰੀਆਂ ਦੀ ਸਭਾ ਦਾ ਮੈਂਬਰ; ਘੰਟਾ ਲਟਕਾਉਣ ਵਾਲਾ ਕੜਾ ਜਾਂ ਕੁੰਡਾ; ਸੰਗੀਤ ਵਿੱਚ ਇੱਕ ਗੀਤ

canoness /'**ਕੈਨਅਨਅਸ**/ *n* ਈਸਾਈ ਉਪਾਸ਼ਕਾ

canonical /**ਕਅ'ਨੌਨਿਕਲ**/ *a* ਧਾਰਮਿਕ ਆਗਿਆ ਦੁਆਰਾ ਨਿਯਤ, ਸ਼ਰ੍ਹਈ, ਦੀਨੀ, ਮਜ਼ਹਬੀ; ਪ੍ਰਮਾਣਿਕ, ਮਿਆਰੀ; ਪਾਦਰੀਆਂ ਦੀ ਸਭਾ ਜਾਂ ਇਸ ਦੇ ਕਿਸੇ ਮੈਂਬਰ ਸੰਬੰਧੀ; ਪਵਿੱਤਰ *n* ਗ੍ਰੰਥ ਅਥਵਾ ਧਾਰਮਿਕ ਪੁਸਤਕ ਦਾ ਭਾਗ

canonical form *n* (ਵਿਆ) ਕਿਰਿਆ ਦਾ ਸਧਾਰਨ ਰੂਪ, ਅਕਾਲਕ ਕਿਰਿਆ ਰੂਪ

canonically /**ਕਅ'ਨੌਨਿਕਲਿ**/ *adv* ਮਰਯਾਦਾਪੂਰਵਕ, ਨੇਮ ਅਨੁਸਾਰ

canonicalness /**ਕਅ'ਨੌਨਿਕਲਨਅਸ**/ *n* ਧਰਮ ਨੇਮ-ਅਨੁਕੂਲਤਾ

canonicals /**ਕਅ'ਨੌਨਿਕ(ਅ)ਲਜ਼**/ *n* (ਬਹੁ) ਪਾਦਰੀਆਂ ਦੇ ਪਹਿਰਾਵੇ

canonicity /ˌ**ਕੈਨਅ'ਨਿਸਅਟਿ**/ *n* ਪਾਵਨ ਗ੍ਰੰਥ ਦੀ ਸਥਿਤੀ ਜਾਂ ਮਾਨਤਾ

canonist /'**ਕੈਨਅਨਿਸਟ**/ *n* ਧਰਮ-ਸ਼ਾਸਤਰੀ, ਧਰਮ-ਆਚਾਰੀਆ

canonistic /ˌ**ਕੈਨਅ'ਨਿਸਟਿਕ**/ *a* ਧਰਮ-ਸ਼ਾਸਤਰ ਸੰਬੰਧੀ

canonize /'**ਕੈਨਅਨਾਇਜ਼**/ *vt* ਸੰਤ ਬਣਾਉਣਾ; ਸੰਤ ਸਮਝਣਾ ਜਾਂ ਮੰਨਣਾ; ਪੁਸਤਕ ਨੂੰ ਪਵਿੱਤਰਤਾ ਦੇਣਾ; ਧਾਰਮਿਕ ਮਾਨਤਾ ਦੇਣਾ; ਫ਼ੈਸਲਾ ਦੇਣਾ

canonry /'**ਕੈਨਅਨਰਿ**/ *n* ਪਾਦਰੀ ਦਾ ਪਦ

canoodle /**ਕਅ'ਨੂਡਲ**/ *v* ਪਿਆਰ ਜਾਂ ਲਾਡ ਕਰਨਾ, ਚੁੰਮਣਾ-ਚੱਟਣਾ

canopied /'**ਕੈਨਅਪਿਡ**/ *a* ਚੰਦੋਏ ਨਾਲ ਢਕਿਆ

canopy /'**ਕੈਨਅਪਿ**/ *n* ਚੰਦੋਆ, ਛਤਰ; ਮੰਡਪ, ਤੰਬੂ; ਬਾਰ ਜਾਂ ਬਾਰੀ ਦਾ ਛੱਜਾ *vi* ਚੰਦੋਆ ਤਾਣਨਾ; ਛਤਰ ਤਾਣਨਾ, ਤੰਬੂ ਲਾਉਣਾ

canorous /**ਕਅ'ਨੌਰਅਸ**/ *a* ਸੁਰੀਲਾ, ਮਧੁਰ, ਮਿੱਠਾ; ਗੂੰਜਵਾਂ

cant[1] /**ਕੈਨਟ**/ *n* ਢਾਲ, ਸਲਾਮੀ; ਟੇਢ (ਜਿਸ ਨਾਲ ਕੋਈ ਵਸਤੂ ਉਲਟ ਜਾਵੇ); ਹਿਚਕੋਲਾ, ਉਲਾਰ *v* ਟੇਢਾ ਕਰਨਾ, ਉਲਟਾਅ ਦੇਣਾ, ਝੁਕਾਉਣਾ, ਉਲਟਣਾ ਪਲਟਣਾ; ਨਿਤਾਰਨਾ, ਹੰਗਾਲਨਾ; ਧੱਕਾ ਦੇਣਾ; ਝੁਕਣਾ, ਟੇਢਾ-ਹੋਣਾ

cant[2] *n* ਵਰਗ–ਭਾਸ਼ਾ; (ਚੋਰਾਂ ਆਦਿ ਦੀ) ਗੁਪਤ ਭਾਸ਼ਾ

can't /**ਕਾਨਟ**/ *aux* **cannot** ਦਾ ਸੰਖਿਪਤ ਰੂਪ *v* ਨਾ ਹੋ ਸਕਣਾ, ਯੋਗ ਨਾ ਹੋਣਾ, ਸੰਭਵ ਨਾ ਹੋਣਾ

Cantab /'**ਕੈਨਟੈਬ**/ *n* ਕੈਂਬਰਿਜ ਯੂਨੀਵਰਸਿਟੀ ਦਾ ਛੋਟਾ ਨਾਂ *a* ਕੈਂਬਰਿਜ ਦਾ

cantabile /ਕੈਨ'ਟਾਬਿਲਿ/ *a* ਸੁਰੀਲਾ *n* ਸੁਰ

cantankerous /ਕੈਨ'ਟੈਙਕਅਰਅਸ/ *a* ਖਿਝੂ, ਅੜਬ, ਕੱਬਾ; ਲੜਾਕਾ, ਝਗੜਾਲੂ

cantankerousness /ਕੈਨ'ਟੈਙਕਅਰਅਸਨਅਸ/ *n* ਅੜਬਪੁਣਾ; ਝਗੜਾਲੂਪੁਣਾ

cantata /ਕੈਨ'ਟਾਟਅ/ *n* ਕਥਾ-ਕਾਵਿ; ਸੰਖਿਪਤ ਨਾਟ; ਸੰਖਿਪਤ ਭਾਸ਼ਣ

cantate /ਕੈਨ'ਟਾਟਿ/ *n* ਇੱਕ ਭਜਨ

canteen /ਕੈਨ'ਟੀਨ/ *n* ਚਾਹ ਪਾਣੀ ਦੀ ਦੁਕਾਨ; ਕੰਟੀਨ, ਭੋਜਨ ਭੰਡਾਰ; ਭਾਂਡੇ ਜਾਂ ਸ਼ਰਾਬ ਰੱਖਣ ਵਾਲਾ ਸੰਦੂਕ; ਫ਼ੌਜੀਆਂ ਲਈ ਰਸਦ ਅਤੇ ਸ਼ਰਾਬ ਦੀ ਦੁਕਾਨ, ਮੈਖ਼ਾਨਾ; ਜਲ-ਪਾਤਰ, ਸਿਪਾਹੀਆਂ ਲਈ ਪਾਣੀ ਪੀਣ ਵਾਲੀ ਬੋਤਲ

canter /'ਕੈਨਟਅ*/ *n* ਘੋੜੇ ਦੀ ਮੱਧਮ ਚਾਲ, ਪੋਈਆ *v* ਮੱਧਮ ਚਾਲ ਚੱਲਣਾ, ਪੋਈਏ ਪੈਣਾ ਜਾਂ ਪਾਉਣਾ

canterbury /'ਕੈਨਟਅਬ(ਅ)ਰਿ/ *n* ਖ਼ਾਨੇਦਾਰ ਸਟੈਂਡ; ਕਿਤਾਬਾਂ ਅਤੇ ਸੰਗੀਤ ਦੇ ਸਾਜ਼ ਆਦਿ ਰੱਖਣ ਲਈ ਸਟੈਂਡ

cantharus /'ਕੈਨਥਅਰਅਸ/ *n* ਵੱਡਾ ਪਿਆਲਾ

canthus /'ਕੈਨਥਅਸ/ *n* ਅੱਖ ਦਾ ਕੋਆ, ਕਨਖੀ

canticle /'ਕੈਨਟਿਕਲ/ *n* ਸੰਖੇਪ ਜਾਂ ਛੋਟਾ ਭਜਨ

cantilever /'ਕੈਨਟਿਲੀਵ਼ਅ*/ *n* ਛੱਜਾ ਸੰਭਾਲਨ ਲਈ ਕੰਧ ਵਿੱਚ ਲੱਗੀ ਬਰੈਕਟ, ਤੋੜਾ

cantilever bridge *n* ਤੋੜੇਦਾਰ ਪੁਲ, ਪੁਲ ਜਿਸ ਦੇ ਹਰ ਪਾਵੇ ਹੇਠ ਦੋ-ਦੋ ਤੋੜੇ ਹੁੰਦੇ ਹਨ

canting /'ਕੈਨਟਿਙ/ *a* ਢੋਂਗੀ, ਆਡੰਬਰੀ, ਪਖੰਡੀ

cantle /'ਕੈਨਟਲ/ *n* ਟੁਕੜਾ; ਕਾਠੀ ਦਾ ਪਿਛਲਾ ਹਿੱਸਾ

canto /'ਕੈਨਟਅਉ/ *n* ਕਾਵਿ-ਖੰਡ, ਕਾਵਿ ਦਾ ਇੱਕ ਭਾਗ ਜਾਂ ਅਧਿਆਇ

canto fermo *n* ਸਾਦਾ ਸੰਗੀਤਕ ਲੈਅ

canton /'ਕੈਨਟੌਨ/ *n* ਪ੍ਰਾਂਤ, ਸੂਬਾ, ਪ੍ਰਦੇਸ; ਪਰਗਣਾ, ਜ਼ਿਲ੍ਹਾ; ਸਵਿਟਜ਼ਰਲੈਂਡ ਦੀ ਇੱਕ ਰਿਆਸਤ; ਢਾਲ ਦੇ ਉੱਤੇ ਇੱਕ ਵਰਗਾਕਾਰ ਨਿਸ਼ਾਨ; ਫਿਰਕਾ, ਕੌਮ *vt* ਪਰਗਣਿਆਂ ਜਾਂ ਜ਼ਿਲ੍ਹਿਆਂ ਵਿੱਚ ਵੰਡਣਾ, ਛਾਉਣੀ ਪਾਉਣਾ, (ਸਿਪਾਹੀਆਂ ਨੂੰ) ਠਹਿਰਾਉਣਾ

cantonal /'ਕੈਨਟਅਨਲ/ *a* ਪਰਗਣੇ ਜਾਂ ਜ਼ਿਲ੍ਹੇ ਸੰਬੰਧੀ, ਪ੍ਰਦੇਸ਼ਕ, ਸੂਬਾਈ

cantonment /'ਕੈਨਟੌਨਮਅਨਟ/ *n* ਛਾਉਣੀ, ਵੱਡਾ ਕੈਂਪ

cantor /'ਕੈਨਟੋ*/ *n* ਸੰਗੀਤ ਮੰਡਲੀ ਦਾ ਮੁਖੀਆ, ਮੁੱਖ ਗਾਇਕ, ਧਾਰਮਿਕ ਭਜਨ ਮੰਡਲੀ ਦਾ ਨੇਤਾ

canty /'ਕੈਨਟਿ/ *a* ਖ਼ੁਸ਼ਦਿਲ

canvas /'ਕੈਨਵ਼ਅਸ/ *n* ਕੈਨਵਸ, ਤਿਰਪਾਲ, ਮੋਟਾ ਸੂਤੀ ਕੱਪੜਾ; ਦੌੜ ਵਾਲੀ ਕਿਸ਼ਤੀ ਦਾ ਛੱਤਦਾਰ ਹਿੱਸਾ; ਕੈਨਵਸ, ਤੰਬੂ, ਚਿੱਤਰ ਟਾਟ

canvass /'ਕੈਨਵ਼ਅਸ/ *v* ਵੋਟਾਂ ਮੰਗਣਾ, ਆਪਣੇ ਵੱਲ ਪ੍ਰੇਰਨ ਦਾ ਯਤਨ ਕਰਨਾ; ਕਿਸੇ ਥਾਂ ਦੇ ਲੋਕਾਂ ਦੇ ਵਿਚਾਰਾਂ ਅਤੇ ਹਾਲ-ਚਾਲ ਦਾ ਪਤਾ ਕਰਨਾ; ਲੋਕਾਂ ਦਾ ਧਿਆਨ ਆਪਣੇ ਵੱਲ ਖਿੱਚਣਾ

canvasser /'ਕੈਨਵ਼ਅਸਅ*/ *n* ਵੋਟ ਮੰਗਣ ਵਾਲਾ

canvassing /'ਕੈਨਵਅਸਿਙ/ *n* ਵੋਟ ਦੀ ਮੰਗ, ਮੱਤ ਸੰਗ੍ਰਹਿ ਦਾ ਯਤਨ, ਕਨਵੈਸਿੰਗ, ਪੱਖ-ਪ੍ਰਚਾਰ

canyon, canon /'ਕੈਨਯਅਨ/ *n* ਡੂੰਘੀ ਖੱਡ, ਦੱਰਾ, ਘਾਟੀ

canzonet /ˌਕੈਨਜ਼ਅ(ਉ)'ਨੈੱਟ/ *n* ਛੋਟਾ ਗੀਤ, ਟੱਪਾ, ਬੋਲੀ

caoutchouc /'ਕਾਉਚੁਕ/ *n* ਕੱਚੀ ਰਬੜ

cap /ਕੈਪ/ *n* ਟੋਪ, ਟੋਪੀ, ਸਿਖਰ; ਢੱਕਣ; ਉਛਾੜ, ਗ਼ਿਲਾਫ਼ *v* ਟੋਪੀ ਪਹਿਨਣਾ ਜਾਂ ਪਹਿਨਾਉਣਾ; ਟੋਪੀ ਚੜ੍ਹਾਉਣਾ; ਟੋਪੀ ਉਤਾਰ ਕੇ ਸਲਾਮ ਕਰਨਾ; ਪਦਵੀ ਪ੍ਰਦਾਨ ਕਰਨਾ; ਮਾਤ ਪਾਉਣਾ, ਬਰਾਬਰੀ ਕਰਨਾ; ਚੋਟ ਖਾਣਾ **fools cap** ਕਾਗਜ਼ ਦਾ ਇੱਕ ਸਾਈਜ਼ **set one's cap at** (ਵਿਆਹ ਲਈ) ਡੋਰੇ ਪਾਉਣਾ **steel cap** ਫ਼ੌਜੀ ਟੋਪੀ

capability /ˌਕੇਇਪਅ'ਬਿਲਅਟਿ/ *n* ਸਮਰੱਥਾ, ਪੁੱਜਤ, ਵਿੱਤ; ਲਿਆਕਤ, ਯੋਗਤਾ, ਕਾਬਲੀਅਤ

capable /'ਕੇਇਪਅਬਲ/ *a* ਯੋਗ, ਸਮਰੱਥ; ਲਾਇਕ, ਗੁਣੀ, ਗੁਣਵੰਤ

capableness /'ਕੇਇਪਅਬਲਨਅਸ/ *n* ਯੋਗਤਾ, ਸਮਰੱਥਾ

capacious /ਕਅ'ਪੇਇਸ਼ਅਸ/ *a* ਵਿਸ਼ਾਲ, ਖੁੱਲ੍ਹਾ, ਲੰਮਾ-ਚੌੜਾ, ਮੋਕਲਾ, ਵਿਸਤ੍ਰਿਤ

capaciousness /ਕਅ'ਪੇਇਸ਼ਅਸਨਅਸ/ *n* ਵਿਸ਼ਾਲਤਾ

capacitate /ਕਅ'ਪੈਸਿਟੇਇਟ/ *vi* ਯੋਗ ਬਣਾਉਣਾ, ਸਮਰੱਥ ਬਣਾਉਣਾ; (ਕਨੂੰ) ਹੱਕਦਾਰ ਬਣਾਉਣਾ, ਅਧਿਕਾਰੀ ਬਣਾਉਣਾ

capacitor /ਕਅ'ਪੈਸਿਟਅ*/ *n* ਬਿਜਲਈ ਸ਼ਕਤੀ ਦੇ ਵਾਧੇ ਲਈ ਉਪਕਰਨ, ਕਪੈਸੱਟਰ

capacity /ਕਅ'ਪੈਸਅਟਿ/ *n* ਸਮਰੱਥਾ, ਗ੍ਰਹਿਣ-ਸ਼ਕਤੀ; ਯੋਗਤਾ, ਸਮਾਈ, ਗੁੰਜਾਇਸ਼; ਹੈਸੀਅਤ; ਤੌਫੀਕ, ਪੁੱਜਤ; ਅਧਿਕਾਰ, ਕਨੂੰਨੀ ਹੱਕ

cap-a-pie /ˌਕੈਪਅ'ਪੀ/ *adv* ਸਿਰ ਤੋਂ ਪੈਰਾਂ ਤੱਕ, ਪੂਰੀ ਤਰ੍ਹਾਂ (ਹਥਿਆਰਬੰਦ)

caparison /ਕਅ'ਪੈਰਿਸਨ/ *n* ਘੋੜੇ ਦਾ ਸਾਜ਼ (ਪਲਾਣ, ਕਾਠੀ, ਜੀਨਪੋਸ਼), ਸਜਾਉਣ ਦਾ ਸਮਾਨ *vt* ਘੋੜੇ ਨੂੰ ਸਜਾਉਣਾ, ਕਾਠੀ ਪਾਉਣਾ, ਸਾਜ਼ ਪਾਉਣਾ

cape[1] /ਕੇਇਪ/ *n* ਫਤੂਹੀ; ਬਾਹਵਾਂ ਤੋਂ ਬਿਨਾਂ ਕੋਟ

cape[2] *n* ਰਾਸ, ਅੰਤਰੀਪ

caped /ਕੇਇਪਟ/ *a* ਬਿਨਾਂ ਬਾਹਾਂ ਦਾ ਲਬਾਦਾ ਜਾਂ ਕੋਟ ਪਹਿਨੇ ਹੋਏ

caper[1] /'ਕੇਇਪਅ*/ *n* ਦੱਖਣੀ ਯੂਰਪ ਦੀ ਕੰਡੇਦਾਰ ਝਾੜੀ

caper[2] *n* ਕੁਦਮ, ਨੱਚ-ਟੱਪ, ਕੁਦਾੜਾ *vt* ਦੁੜੰਗੇ ਮਾਰਨਾ, ਨੱਚਣਾ, ਟੱਪਣਾ

caperer /'ਕੇਇਪ(ਅ)ਰਅ*/ *a* ਕੁਦੱਕੜ, ਉਛਲਣ-ਕੁੱਦਣ ਵਾਲਾ

capful /'ਕੈਪਫੁਲ/ *a* ਟੋਪੀ ਭਰ ਥੋੜ੍ਹੀ ਮਾਤਰਾ

capias /'ਕੇਇਪਿਐਸ/ *n* ਗ਼ਰਿਫਤਾਰੀ ਦੇ ਵਰੰਟ

capillaceous /ˌਕੈਪਿ'ਲੇਇਸ਼ਅਸ/ *a* ਵਾਲ ਵਰਗਾ

capillary /ਕਅ'ਪਿਲਅਰਿ/ *a* ਵਾਲਾਂ ਦਾ, ਵਾਲਾਂ ਵਰਗਾ ਬਰੀਕ; ਵਾਲ-ਰੂਪ ਨਾੜੀ ਸੰਬੰਧੀ *n* ਵਾਲ-ਰੂਪ ਨਾੜੀ

capital[1] /'ਕੈਪਿਟਲ/ *n* ਮੂਲਧਨ; ਪੂੰਜੀ, ਸਰਮਾਇਆ, ਧਨ; ਰਾਜਧਾਨੀ; (ਛਾਪੇ ਵਿੱਚ) ਵੱਡੇ ਅੱਖਰ *a* ਵਿਸ਼ੇਸ਼, ਮੁੱਖ, ਪ੍ਰਧਾਨ; ਸਰਵੋਤਮ, ਉੱਤਮ; ਮਹੱਤਵਪੂਰਨ; ਮਿਰਤੂ-ਦੰਡ ਸੰਬੰਧੀ

capital[2] *n* ਥੰਮ੍ਹ ਦਾ ਉੱਪਰਲਾ ਹਿੱਸਾ

capital gains *n* (ਬਹੁ) ਜਾਇਦਾਦ ਆਦਿ ਵੇਚਣ ਤੋਂ ਹੋਣ ਵਾਲਾ ਲਾਭ

capital goods *n* (ਬਹੁ) ਪੂੰਜੀਗਤ ਵਸਤਾਂ (ਮਸ਼ੀਨਰੀ, ਫੈਕਟਰੀ ਆਦਿ)

capitalism /'ਕੈਪਿਟਅਲਿਜ਼ਅਮ/ *n* ਸਮਾਜਿਕ ਵਿਵਸਥਾ ਜਿਸ ਵਿਚ ਕਾਰਖਾਨੇ ਅਤੇ ਵਿਉਪਾਰ ਆਦਿ ਦੀ ਮਾਲਕੀ ਸਰਕਾਰ ਦੀ ਬਜਾਏ ਨਿੱਜੀ ਹੁੰਦੀ ਹੈ; ਪੂੰਜੀਵਾਦ, ਸਰਮਾਏਦਾਰੀ

capitalist /'ਕੈਪਿਟਅਲਿਸਟ/ *n* ਪੂੰਜੀਵਾਦੀ; ਪੂੰਜੀਪਤੀ, ਸਰਮਾਏਦਾਰ

capitalistic /ˌਕੈਪਿਟਅ'ਲਿਸਟਿਕ/ *a* ਪੂੰਜੀਵਾਦੀ, ਪੂੰਜੀ ਸੰਬੰਧੀ, ਸਰਮਾਏ ਸੰਬੰਧੀ

capitalization /ˌਕੈਪਿਟਅਲਾਇ'ਜ਼ੇਇਸ਼ਨ/ *n* ਪੂੰਜੀਕਰਨ, ਪੂੰਜੀ ਸੰਗ੍ਰਹਿ

capitalize /'ਕੈਪਿਟਅਲਾਇਜ਼/ *vt* ਧਨ ਜੋੜਨਾ, ਅਸਲ ਜਾਂ ਮੂਲਧਨ ਵਜੋਂ ਵਰਤਣਾ; ਲਾਭ ਉਠਾਉਣਾ; ਵੱਡੇ ਅੱਖਰਾਂ ਵਿੱਚ ਛਾਪਣਾ

capitally /'ਕੈਪਿਟ(ਅ)ਲਿ/ *adv* ਮੁੱਖ ਤੌਰ 'ਤੇ; ਵਧੀਆ ਢੰਗ ਨਾਲ

capital offence *n* ਮੌਤ ਦੀ ਸਜ਼ਾ ਯੋਗ ਜੁਰਮ

capital punishment *n* ਮੌਤ ਦੰਡ, ਮੌਤ ਦੀ ਸਜ਼ਾ

capitation /ˌਕੈਪਿ'ਟੇਇਸ਼ਨ/ *n* ਜੀਅ-ਪ੍ਰਤਿ ਟੈਕਸ ਜਾਂ ਫੀਸ ਜਾਂ ਮਾਮਲਾ

capitation tax *n* ਜੀਅ-ਪ੍ਰਤਿ ਟੈਕਸ

capitulate /ਕਅ'ਪਿਚੁਲੇਇਟ/ *vt* ਆਤਮ-ਸਮਰਪਣ ਕਰਨਾ, ਅਧੀਨ ਹੋ ਜਾਣਾ, ਹਥਿਆਰ ਸੁੱਟ ਦੇਣਾ (ਕਿਸੇ ਸ਼ਰਤ 'ਤੇ)

capitulation /ਕਅ,ਪਿਚੁ'ਲੇਇਸ਼ਨ/ *n* ਸਮਝੌਤਾ; ਸ਼ਰਤਾਂ ਅਧੀਨ ਸਮਰਪਣ-ਸੰਧੀ; ਸਿਰਲੇਖਬੰਦੀ

capitulator /ਕਅ'ਪਿਚੁਲੇਇਟਅ*/ *n* ਆਤਮ-ਸਮਰਪਣ ਕਰਨ ਵਾਲਾ

capitulum /ਕਅ'ਪਿਚੁਲਅਮ/ *n* ਫੁੱਲ ਦਾ ਬੰਦ ਸਿਰਾ; ਵੱਡੀ ਹੱਡੀ

capon /'ਕੇਇਪੌਨ, 'ਕੇਇਪਅਨ/ *n* (ਖਾਣ ਲਈ ਪਾਲਿਆ) ਖੱਸੀ ਕੁੱਕੜ

caponize /'ਕੇਇਪਅਨਾਇਜ਼/ *vt* ਖੱਸੀ ਕਰਨਾ

caporal /,ਕੈਪਅ'ਰਾਲ/ *(F)* *n* ਤਮਾਕੂ ਦੀ ਇੱਕ ਕਿਸਮ

capot /ਕਅ'ਪੌਟ/ *vt* ਬਾਜ਼ੀ ਜਿੱਤ ਲੈਣਾ, ਸਾਰੇ ਦਾਅ ਜਿੱਤਣਾ

capote /ਕਅ'ਪਅਉਟ/ *n* ਸਿਪਾਹੀਆਂ ਦਾ ਲੰਬਾ ਕੋਟ

capric /'ਕੈਪਰਿਕ/ *a* ਬੱਕਰੀ ਸੰਬੰਧੀ; ਬੱਕਰੀ ਦੀ ਗੰਧ ਵਾਲਾ

caprice /ਕਅ'ਪਰੀਸ/ *n* (ਮਨ ਦੀ) ਤਰੰਗ, ਮੌਜ, ਲਹਿਰ, ਖਬਤ; ਚੰਚਲਤਾ; (ਕਲਾ ਵਿੱਚ) ਕਾਲਪਨਿਕਤਾ

capricious /ਕਅ'ਪਰਿਸ਼ਅਸ/ *a* ਮਨਮੌਜੀ, ਲਹਿਰੀ

capriciousness /ਕਅ'ਪਰਿਸ਼ਅਸਨਅਸ/ *n* ਚੰਚਲਤਾ, ਮਨਮੌਜੀਪਣ

Capricorn /'ਕੈਪਰਿਕੋਨ/ *n* ਮਕਰ ਰਾਸ਼ੀ

caprification /,ਕੈਪਰਿਫ਼ਿ'ਕੇਇਸ਼ਨ/ *n* ਅੰਜੀਰ ਫਲ ਨੂੰ ਛੇਤੀ ਪਕਾਉਣ ਦੀ ਇੱਕ ਵਿਧੀ

capriform /'ਕੈਪਰਿਫ਼ੋਮ/ *a* ਬੱਕਰੀ ਦੀ ਸ਼ਕਲ ਦਾ, ਬੱਕਰੀ-ਰੂਪ

caprine /'ਕੈਪਰਾਇਨ/ *a* ਬੱਕਰੀ ਵਰਗਾ

capriole /'ਕੈਪਰਿਅਉਲ/ *n* ਘੋੜੇ ਦੀ (ਇੱਕੋ ਥਾਂ ਖਲੋਤਿਆਂ) ਟਪੂਸੀ, ਨੱਚ-ਟੱਪ *vi* ਨੱਚਣਾ-ਟੱਪਣਾ

caprizant /'ਕੈਪਰਿਜ਼ਅਨਟ/ *a* ਕੁੱਦਦਾ ਹੋਇਆ

caps /ਕੈਪਸ/ *n* (ਬਹੁ) ***capitals, capital letters*** ਦਾ ਸੰਖੇਪ, (ਅੰਗਰੇਜ਼ੀ ਦੇ) ਵੱਡੇ ਅੱਖਰ

capsicum /'ਕੈਪਸਿਕਅਮ/ *n* ਸ਼ਿਮਲਾ ਮਿਰਚ

capsizal /ਕੈਪ'ਸਾਇਜ਼(ਅ)ਲ/ *n* ਉਲਟਾ

capsize /ਕੈਪ'ਸਾਇਜ਼/ *v* (ਜਹਾਜ਼, ਕਿਸ਼ਤੀ ਦਾ) ਡੁੱਬਣਾ, ਉਲਟਾ ਹੋਣਾ, ਉਲਟਣਾ, ਪਲਟਣਾ

capstan /'ਕੈਪਸਟਅਨ/ *n* (ਜਹਾਜ਼ ਦੇ ਲੰਗਰ ਦੀ) ਭੌਣੀ, ਚੱਕਲੀ

capsular /'ਕੈਪਸਯੁਲਅ*/ *a* ਕੈਪਸੂਲ ਦਾ, ਕੈਪਸੂਲ ਵਰਗਾ

capsule /'ਕੈਪਸਯੂਲ/ *n* ਕੈਪਸੂਲ, ਖ਼ੋਲ; ਝਿੱਲੀਦਾਰ ਥੈਲੀ; ਭਾਫ਼ ਆਦਿ ਦੇਣ ਵਾਲੀ ਤਸ਼ਤਰੀ; ਝਿੱਲੀ ਦੀ ਡੱਬੀ; ਬੋਤਲ ਦਾ ਡਾਟ ਜਾਂ ਧਾਤ ਦਾ ਢੱਕਣ; ਬੀਜ ਕੋਸ਼, ਫਲੀ, ਡੋਡਾ, ਡੋਡੀ

captain /'ਕੈਪਟਿਨ/ *n* ਕਪਤਾਨ, ਸੈਨਾ ਦਾ ਅਫ਼ਸਰ; ਆਗੂ, ਨੇਤਾ, ਮੋਹਰੀ, ਸਰਦਾਰ; ਖਾਣਾਂ ਦਾ ਮੈਨੇਜਰ; ਫੋਰਮੈਨ, ਮਿਸਤਰੀ; ਜਮਾਂਦਾਰ *vt* ਅਗਵਾਈ ਕਰਨਾ, ਮਾਰਗ-ਦਰਸ਼ਨ ਕਰਨਾ, ਰਹਿਨੁਮਾਈ ਕਰਨਾ, ਕਪਤਾਨੀ ਕਰਨਾ

captaincy /'ਕੈਪਟਅਨਸਿ/ *n* ਅਗਵਾਈ, ਸਰਦਾਰੀ, ਕਪਤਾਨੀ

captainless /'ਕੈਪਟਿਨਲਅਸ/ *a* ਕਪਤਾਨ ਰਹਿਤ, ਕੈਪਟਨ ਰਹਿਤ, ਆਗੂ ਰਹਿਤ

captation /ਕੈਪ'ਟੇਇਸ਼ਨ/ *n* ਲੋਕ ਪਰਚਾਵੀਆਂ ਦਲੀਲਾਂ ਦੀ ਵਰਤੋਂ

caption /'ਕੈਪਸ਼ਨ/ *n* ਸਿਰਲੇਖ, ਸੁਰਖੀ, ਪੁਸਤਕ ਦਾ ਸਿਰਲੇਖ; ਕਨੂੰਨੀ ਗਰਿਫ਼ਤਾਰੀ, ਪਕੜ

captious /'ਕੈਪਸ਼ਅਸ/ *a* ਨੁਕਤਾਚੀਨ, ਘੁੰਤਰੀ, ਝਗੜਾਲੂ

captiousness /'ਕੈਪਸ਼ਅਸਨਅਸ/ *n* ਨੁਕਤਾਚੀਨੀ, ਹੁੱਜਤ

captivate /'ਕੈਪਟਿਵ਼ੇਇਟ/ *vt* ਮੁਗਧ ਕਰਨਾ, ਮੋਹ ਲੈਣਾ, ਮੋਹਣਾ, ਆਕਰਸ਼ਿਤ ਕਰਨਾ

captivating /'**ਕੈਪਟਿਵ੍ਹੇਇਟਿਙ**/ *a* ਮਨੋਹਰ, ਮਨਮੋਹਕ, ਆਕਰਸ਼ਕ

captivation /ˌ**ਕੈਪਟਿ'ਵ੍ਹੇਇਸ਼ਨ**/ *n* ਮਨਮੋਹਕਤਾ, ਆਕਰਸ਼ਣ

captive /'**ਕੈਪਟਿਵ੍**/ *n* ਬੰਦੀ, ਗੁਲਾਮ, ਕੈਦੀ *a* ਕੈਦੀ ਵਰਗਾ

captivity /**ਕੈਪ'ਟਿਵ੍ਅਟਿ**/ *n* ਕੈਦ, ਹਿਰਾਸਤ, ਬੰਦੀਪੁਣਾ

captor /'**ਕੈਪਟਅ***/ *n* ਬੰਦੀ ਬਣਾਉਣ ਵਾਲਾ

capture /'**ਕੈਪਚਅ***/ *n* ਜਿੱਤ, ਕਬਜ਼ਾ; ਗਰਿਫ਼ਤਾਰੀ *vt* ਜਿੱਤਣਾ, ਕਬਜ਼ਾ ਕਰਨਾ; ਗ਼ਰਿਫਤਾਰ ਕਰਨਾ

capturer /'**ਕੈਪਚਅਰਅ***/ *n* ਜੇਤੂ, ਕਾਬਜ਼; ਗ਼ਰਿਫਤਾਰ ਕਰਨ ਵਾਲਾ

capuche /**ਕਅ'ਪੂਸ਼**/ *n* ਟੋਪਾ

car /**ਕਾ**/ *n* ਮੋਟਰਕਾਰ, ਗੱਡੀ, ਰਥ; ਰੇਲ ਦਾ ਡੱਬਾ, ਉਡਣ-ਖਟੋਲੇ ਦਾ ਝੂਲਾ (ਜਿਸ ਵਿੱਚ ਔਰਤਾਂ ਮਰਦ ਬੈਠਦੇ ਹਨ)

carabin(e) /'**ਕਾਬਾਇਨ**/ *n* ਵੇਖੋ **carbine**

carabineer /ˌ**ਕੈਰਅਬਿ'ਨਿਅ***/ *n* ਕੁਰਾਬੀਨਚੀ, ਕੁਰਾਬੀਨ ਵਾਲਾ ਸਿਪਾਹੀ

caracole /'**ਕੈਰਅਕਅਉਲ**/ *vi* ਘੋੜੇ ਦਾ ਇੱਕ ਪਾਸੇ ਨੂੰ ਅੱਧਾ ਚੱਕਰ ਕੱਟ ਕੇ ਭੌਂ ਜਾਣਾ, ਕਾਵਾ ਕੱਟਣਾ

carafe /**ਕਅ'ਰੈਫ਼**/ *n* (ਸ਼ੀਸ਼ੇ ਦੀ) ਸੁਰਾਹੀ

caramel /'**ਕੈਰਅਮੈੱਲ**/ *n* (ਸ਼ਰਾਬ ਆਦਿ ਵਿੱਚ ਰੰਗ ਦੇਣ ਲਈ) ਜਲੀ ਹੋਈ ਸ਼ੱਕਰ; ਇੱਕ ਮਿਠਿਆਈ; ਲਾਟ ਵਰਗਾ ਹਲਕਾ ਭੂਰਾ ਰੰਗ

carapace /'**ਕੈਰਅਪੇਇਸ**/ *n* ਕਵਚ, ਕੱਛੂ ਦਾ ਉਪੱਰਲਾ ਖ਼ੋਲ, ਖੋਪਰੀ

carat /'**ਕੈਰਅਟ**/ *n* ਸੋਨਾ ਅਤੇ ਹੀਰੇ ਤੋਲਣ ਦਾ ਤੋਲ, 3½ ਗਰੇਨ ਸੋਨੇ ਦੀ ਸ਼ੁੱਧਤਾ ਦਾ ਮਾਪ

caravan /'**ਕੈਰਅਵ੍ਹੈਨ**/ *n* ਕਾਫ਼ਲਾ, ਕਾਰਵਾਂ; ਬੰਦ ਗੱਡੀ, ਚੱਲਦਾ-ਫਿਰਦਾ ਘਰ

caraway /'**ਕੈਰਅਵੇਇ**/ *n* (ਗਰਮ ਮਸਾਲੇ ਵਾਲਾ) ਜ਼ੀਰਾ, ਕਾਲਾ ਜ਼ੀਰਾ; ਜ਼ੀਰੇ ਦਾ ਪੌਦਾ

carbide /'**ਕਾਬਾਇਡ**/ *n* ਕਾਰਬਨ ਦਾ ਇੱਕ ਯੋਗ

carbine, carabin(e) /'**ਕਾਬਾਇਨ**/ *n* ਪੁਰਾਣੀ ਕਿਸਮ ਦੀ ਬੰਦੂਕ, ਕਾਰਬੀਨ

carbiner /'**ਕਾਬਾਇਨਅ***/ *n* ਕਾਰਬੀਨਧਾਰੀ, ਛੋਟੀ ਬੰਦੂਕ ਵਾਲਾ ਸੈਨਿਕ

carbohydrate /ˌ**ਕਾਬਅਉ'ਹਾਇਡਰੇਇਟ**/ *n* ਕਾਰਬੋਹਾਈਡਰੇਟ; ਕਾਰਬਨ ਤੇ ਹਾਈਡਰੋਜਨ ਅਤੇ ਆਕਸੀਜਨ ਦਾ ਮਿਸ਼ਰਨ

carbolic /**ਕਾ'ਬੌਲਿਕ**/ *n* ਕਾਰਬੋਲਿਕ, ਇੱਕ ਪ੍ਰਕਾਰ ਦਾ ਤੇਜ਼ਾਬ

car bomb *n* ਕਾਰ ਵਿੱਚ ਫਿੱਟ ਕੀਤਾ ਹੋਇਆ ਬੰਬ, ਕਾਰ ਬੰਬ

carbon /'**ਕਾਬਅਨ**/ *n* ਕਾਰਬਨ; ਕੋਲੇ ਦਾ ਇੱਕ ਤੱਤ; ਨਕਲ, ਕਾਰਬਨ ਕਾਪੀ

carbonaceous /ˌ**ਕਾਬਅ(ਉ)'ਨੇਇਸ਼ਅਸ**/ *a* ਕੋਲੇ ਦਾ, ਕਾਰਬਨੀ, ਕੋਲੇ ਸੰਬੰਧੀ

carbonate /'**ਕਾਬਅਨੇਇਟ**/ *n* ਕਾਰਬੋਨੇਟ, ਕਾਰਬੋਨਿਕ ਤੇਜ਼ਾਬ ਦਾ ਲੂਣ

carbonated /'**ਕਾਬਅਨੇਇਟਿਡ**/ *a* ਕਾਰਬੋਨੇਟ ਗੈਸ ਭਰਪੂਰ, ਕਾਰਬਨ ਗੈਸ ਮਿਸ਼ਰਤ (ਸੋਡੇ ਦੀ ਬੋਤਲ ਵਿੱਚ) ਕਾਰਬੋ ਗੈਸ ਦੀ ਮਿਲਾਵਟ ਵਾਲਾ

carbon dating /ˌ**ਕਾਬ(ਅ)ਨ 'ਡੇਇਟਿਙ**/ *n* ਪ੍ਰਾਚੀਨ ਵਸਤਾਂ ਦੀ ਪੁਰਾਤਨਤਾ ਪਰਖਣ ਦੀ ਇਕ ਕਾਰਬਨ-ਆਧਾਰਿਤ ਵਿਧੀ

carbon dioxide *n* ਕਾਰਬਨ ਡਾਇਆੱਕਸਾਇਡ ਗੈਸ (ਜੋ ਸਾਹ ਵਜੋਂ ਬਾਹਰ ਨਿਕਲਦੀ ਹੈ)

carbonic /**ਕਾ'ਬੌਨਿਕ**/ *a* ਕਾਰਬਨ ਸੰਬੰਧੀ

carbonic acid/**ਕਾˌਬੌਨਿਕ 'ਐਸਿਡ**/ *n* ਕਾਰਬਨਿਕ ਤੇਜ਼ਾਬ

carboniferous /ˌ**ਕਾਬਅ'ਨਿਫ਼ਅਰਅਸ**/ *n* ਕਾਰਬਨ ਉਤਪਾਦਕ

carbonization /ˌ**ਕਾਬਅਨਾਇ'ਜ਼ੇਇਸ਼ਨ**/ *n*

ਕਾਰਬਨਕਰਨ, ਕਾਬਰਨਸਾਜ਼ੀ

carbonize /'ਕਾਬਅਨਾਇਜ਼/ *vt* ਕਾਰਬਨ ਬਣਾਉਣਾ; ਕੋਲਾ ਕਰ ਦੇਣਾ

carbon paper *n* ਕਾਰਬਨੀ ਕਾਗਜ਼ (ਜੋ ਇੱਕੋ ਸਮੇਂ ਲਿਖਤ ਦੀਆਂ ਦੋ ਜਾਂ ਦੋ ਤੋਂ ਵੱਧ ਕਾਪੀਆਂ ਤਿਆਰ ਕਰਨ ਲਈ ਵਰਤਿਆ ਜਾਂਦਾ ਹੈ)

car boot sale *n* (ਘਰ ਦੀਆਂ ਅਣਲੋੜੀਦੀਆਂ ਚੀਜ਼ਾਂ ਦੀ) ਖੁਲ੍ਹੇ ਥਾਂ 'ਤੇ ਕੀਤੀ ਵਿਕਰੀ, ਬੋਲੀ ਦੇ ਕੇ ਕੀਤੀ ਵਿਕਰੀ

carboy /'ਕਾਬੋਇ/ *n* ਕਰਾਬਾ, ਸ਼ੀਸ਼ੇ ਦੀ ਸੁਰਾਹੀ

carbuncle /'ਕਾਬਅੱਙਕਲ/ *n* ਲਾਲ ਰਤਨ, ਯਾਕੂਤ, ਇੱਕ ਕੀਮਤੀ ਪੱਥਰ; ਗੜ (ਇੱਕ ਫੋੜਾ)

carbuncled /'ਕਾਬਅੱਙਕਲਡ/ *a* ਲਾਲ ਨਾਲ ਜੜਿਆ ਹੋਇਆ (ਰਤਨ)

carburettor /ˌਕਾਬਆ'ਰੈੱਟਅ*/ *n* ਕਾਰਬੋਰੇਟਰ, ਪੈਟਰੋਲ ਦੇ ਇੰਜਣ ਦਾ ਚੈਂਬਰ, ਹਵਾ ਅਤੇ ਪੈਟਰੋਲ ਸਪਲਾਈ ਕਰਨ ਵਾਲਾ ਪੁਰਜ਼ਾ

carcajou /'ਕਾਕਅਜੂ/ *n* ਉੱਤਰੀ ਅਮਰੀਕਾ ਦਾ ਇੱਕ ਮਾਸਖੋਰਾ ਜਾਨਵਰ

carcanet /'ਕਾਕਅਨੈੱਟ/ *n* ਲੜੀਆਂ ਵਾਲਾ ਹਾਰ, ਨੈੱਕਲੈਸ

carcass, carcase /'ਕਾਕਅਸ/ *n* ਲੋਥ, ਲਾਸ਼, ਮੁਰਦਾਰ; ਪਿੰਜਰ, ਕਰੰਗ

carcinogenic /ˌਕਾਸਿਨਆ'ਜੈਨਿਕ/ *a* ਕੈਂਸਰਜਨਕ, ਕੈਂਸਰ ਕਰਨ ਵਾਲਾ

carcinoma /ˌਕਾਸਿ'ਨਅਉਮਅ/ *n* ਕੈਂਸਰ ਦੀ ਇੱਕ ਕਿਸਮ

card[1] /ਕਾਡ/ *vi* (ਉਨ ਆਦਿ) ਪਿੰਜਣਾ; ਸਾਫ਼ ਕਰਨਾ *n* ਪਿੰਜਣ ਵਾਲਾ ਤਾੜਾ, ਧੁਣਕਣੀ; ਉਨ ਸਾਫ਼ ਕਰਨ ਵਾਲਾ ਕੰਘਾ

card[2] *n* ਮੋਟੇ ਕਾਗਜ਼ ਦਾ ਟੁਕੜਾ; (ਤਾਸ਼ ਦਾ) ਪੱਤਾ; ਪੋਸਟ ਕਾਰਡ; ਇਸ਼ਤਿਹਾਰ **collecting-card** ਦਾਨ ਪੱਤਰ **correct card** ਕ੍ਰਿਕਟ ਖੇਡ ਜਾਂ ਘੋੜਦੌੜ ਦਾ ਕਾਰਕੁਨ **corrrespondence-card** ਡਾਕ ਵਿੱਚ ਵਰਤਿਆ ਜਾਂਦਾ ਕਾਰਡ **house of cards** ਪਾਣੀ ਦੀ ਲਕੀਰ, ਕਾਗਜ਼ ਦੀ ਬੇੜੀ; ਅਸਫਲ ਵਿਚਾਰ **knowing card** ਭੇਤੀ **post card** ਪੋਸਟ ਕਾਰਡ, ਕਾਰਡ **queer card** ਵਚਿੱਤਰ ਜਾਂ ਅਜੀਬ ਵਿਅਕਤੀ **the card** ਠੀਕ ਗੱਲ **visiting-card** ਵਿਜ਼ਟਿੰਗ ਕਾਰਡ, ਵਿਅਕਤੀ ਦੇ ਨਾਂ ਪਤੇ ਦੀ ਸੂਚਨਾ ਦਿੰਦਾ ਕਾਰਡ **wedding card** ਵਿਆਹ ਦਾ ਸੱਦਾ-ਪੱਤਰ

cardamom /'ਕਾਡਅਮਅਮ/ *n* ਇਲਾਇਚੀ

cardboard /'ਕਾਡਬੋਡ/ *n* ਗੱਤਾ

cardiac /'ਕਾਡਿਐਕ/ *a* ਦਿਲੀ, ਹਿਰਦੇ ਦਾ, ਦਿਲ ਸੰਬੰਧੀ; ਦਿਲ ਵਧਾਊ *n* ਦਿਲ ਲਈ ਗੁਣਕਾਰੀ ਦਵਾਈ

cardigan /'ਕਾਡਿਗਅਨ/ *n* ਗਰਮ ਕੋਟੀ

cardinal /'ਕਾਡਿਨਲ/ *a* ਮੁੱਖ, ਪ੍ਰਧਾਨ; ਮਹੱਤਵਪੂਰਨ; ਮੂਲ; ਗੂੜ੍ਹੇ ਲਾਲ ਰੰਗ ਦਾ *n* ਛੋਟੀ ਲਾਲ ਚਿੜੀ; ਗਿਰਜੇ ਦਾ ਮੁਖੀ, ਕਾਰਡੀਨਲ ਪਾਦਰੀ

cardinalate/'ਕਾਡਿਨਲੇਇਟ/ *n* ਕਾਰਡੀਨਲ ਦਾ ਪਦ

cardinal church *n* ਰੋਮ ਦਾ ਸਭ ਤੋ ਵੱਡਾ ਗਿਰਜਾ

cardinal-flower *n* ਲਾਲ ਰੰਗ ਦਾ ਫੁੱਲ

cardinal numbers *n* ਮੁੱਖ ਅੰਕ (ਜਿਵੇਂ 1, 2, 3)

cardinal virtues *n* ਚਾਰ ਸਦਗੁਣ

carding /ਕਾਡਿਙ/ *n* ਪਿੰਜਾਈ, ਤੁੰਬਾਈ

cardiogram /'ਕਾਡਿਅ(ਉ)ਗਰੈਮ/ *n* ਦਿਲ ਦੀ ਧੜਕਣ ਦਰਸਾਉਂਦਾ ਚਾਰਟ

cardiograph /'ਕਾਡਿਅ(ਉ)ਗਰਾਫ਼/ *n* ਹਿਰਦੇ ਦੀ ਧੜਕਣ ਜਾਣਨ ਵਾਲਾ ਯੰਤਰ

cardiography /ˌਕਾਡਿ'ਔਗਰਅਫ਼ਿ/ *n* ਦਿਲ-ਗਤੀ ਲੇਖਨ

cardiology /ˌਕਾਡਿ'ਔਲਅਜਿ/ *n* ਹਿਰਦਾ-ਵਿਗਿਆਨ

cardiometer /ˌਕਾਡਿ'ਔਮਿਟਅ*/ *n* ਹਿਰਦੇ ਦੀ ਗਤੀ ਨਾਪਣ ਵਾਲਾ ਯੰਤਰ

cardiovascular /ˌਕਾਡਿਅਉ'ਵੈਸਕਯਅਲਅ*/ *a* (ਚਿਕਿ) ਦਿਲ ਅਤੇ ਖ਼ੂਨ ਪਰਵਾਹੀ ਨਾੜੀਆਂ ਸਬੰਧੀ

cards /ਕਾਡਜ਼/ *n* ਤਾਸ਼, ਤਾਸ਼ ਦੇ ਪੱਤੇ

cardsharper /'ਕਾਡਸ਼ਾਪਅ*/ *n* ਤਾਸ਼ ਦੀ ਖੇਡ ਵਿੱਚ ਠੱਗੀ ਨਾਲ ਜਿੱਤਣ ਵਾਲਾ, ਪੱਤੇਬਾਜ਼

care /ਕੇਅ*/ *n* ਫ਼ਿਕਰ, ਚਿੰਤਾ, ਸੋਚ, ਪਰਵਾਹ; ਧਿਆਨ, ਖ਼ਬਰਦਾਰੀ, ਚੌਕਸੀ; ਜ਼ੁੰਮੇਵਾਰੀ; ਸੰਭਾਲ, ਦੇਖ-ਭਾਲ *vi* ਚਿੰਤਾ ਕਰਨਾ, ਫ਼ਿਕਰ ਕਰਨਾ; ਸੰਭਾਲ ਕਰਨਾ; ਚੌਕਸ ਹੋਣਾ; ਪਿਆਰ ਕਰਨਾ, ਆਦਰ ਕਰਨਾ, ਚਾਹੁਣਾ, ਇੱਛਕ ਹੋਣਾ, ਰੋਗੀਆਂ ਦੀ ਦੇਖ-ਭਾਲ ਕਰਨਾ; ਧਿਆਨ ਰੱਖਣਾ **care a damn, care a farthing, care a pin** ਮੂਲੋਂ ਹੀ ਪਰਵਾਹ ਨਾ ਕਰਨਾ, ਜੁੱਤੀ ਬਰਾਬਰ ਜਾਣਨਾ **in, under one's care** ਕਿਸੇ ਦੀ ਨਿਗਰਾਨੀ ਵਿੱਚ **take care of** ਸੰਭਾਲਨਾ, ਧਿਆਨ ਰੱਖਣਾ; ਖ਼ਬਰ ਲੈਣਾ **take, have a care** ਸਾਵਧਾਨ ਹੋਣਾ

careen /ਕਅ'ਰੀਨ/ *v* (ਜਹਾਜ਼ ਨੂੰ ਸਫ਼ਾਈ ਕਰਨ ਲਈ) ਇੱਕ ਪਾਸੇ ਉਲਟਾਉਣਾ

careenage /ਕਅ'ਰੀਨਿਜ/ *n* ਮੁਰੰਮਤ (ਜਹਾਜ਼ ਦੀ); ਮੁਰੰਮਤ ਦਾ ਖ਼ਰਚ; ਮੁਰੰਮਤ ਦੀ ਥਾਂ

career /ਕਅ'ਰਿਅ*/ *n* ਚਰਿੱਤਰ, ਚਾਲ-ਚਲਣ; ਜੀਵਨ ਯਾਤਰਾ; ਵਿਵਸਾਏ, ਰੋਜ਼ੀ, ਪੇਸ਼ਾ; ਗਤੀ, ਰਫ਼ਤਾਰ; ਭੱਜ–ਦੌੜ, ਰੌਂ, ਚਾਲ; ਰਿਵਾਜ; (ਕਿਸੇ ਸੰਸਥਾ, ਸਿਧਾਂਤ ਜਾਂ ਜਾਤੀ ਦੀ) ਸਫਲਤਾ ਅਤੇ ਉੱਨਤੀ *vi* ਤੇਜ਼ ਤੇ ਬੇਧੜਕ ਚੱਲਣਾ, ਅੰਨ੍ਹੇਵਾਹ ਤੁਰਨਾ

careerist /ਕਅ'ਰਿਅਰਿਸਟ/ *n* ਸੁਆਰਥਜੀਵੀ, ਨਿੱਜੀ ਸਫਲਤਾ ਦਾ ਅਭਿਲਾਖੀ

career woman *n* ਅਣ-ਵਿਆਹੀ ਰਹਿਣ ਵਾਲੀ ਜ਼ਨਾਨੀ

carefree /'ਕੇਅਫ਼ਰੀ/ *a* ਜ਼ਿੰਮੇਵਾਰੀ ਰਹਿਤ, ਆਜ਼ਾਦ ਤਬੀਅਤ ਵਾਲਾ, ਮਨਮੌਜੀ

careful /'ਕੇਅਫ਼ਲ/ *a* ਸੁਚੇਤ, ਸੁਚੱਜਾ, ਸਾਵਧਾਨ, ਖ਼ਬਰਦਾਰ

carefulness /'ਕੇਅਫ਼ੁਲਨਅਸ/ *n* ਸਾਵਧਾਨੀ, ਸਤਰਕਤਾ, ਖ਼ਬਰਦਾਰੀ, ਹੁਸ਼ਿਆਰੀ

care-laden *a* ਚਿੰਤਾਗ੍ਰਸਤ, ਫਿਕਰ ਵਿੱਚ ਡੁੱਬਿਆ

careless /'ਕੇਅਲਅਸ/ *a* ਬੇਫਿਕਰ, ਲਾਪਰਵਾਹ, ਅਸਾਵਧਾਨ

carelessness /'ਕੇਅਲਅਸਨਅਸ/ *n* ਲਾਪਰਵਾਹੀ, ਅਣਗਹਿਲੀ, ਅਸਾਵਧਾਨੀ

caress /ਕਅ'ਰੈੱਸ/ *n* ਲਾਡ, ਦਿਲਾਸਾ, ਪੁਚਕਾਰ, ਚੁੰਮ-ਚੱਟ *vt* ਪਲੋਸਣਾ, ਲਾਡ ਲਡਾਉਣਾ, ਦਿਲਾਸਾ ਦੇਣਾ, ਪੁਚਕਾਰਨਾ; ਚੁੰਮਣਾ-ਚੱਟਣਾ, ਹੱਥ ਫੇਰਨਾ

caressing /ਕਅ'ਰੈੱਸਿਙ/ *a* ਦੁਲਾਰ ਭਰਿਆ; ਪਿਆਰ ਦਿਖਾਉਣ ਵਾਲਾ

caretaker /'ਕੇਅਟੇਇਕਅ*/ *n* ਨਿਗਰਾਨ, ਰਖਵਾਲਾ

careworn /'ਕੇਅਵੌਨ/ *a* ਚਿੰਤਾ ਮਾਰਿਆ, ਚਿੰਤਿਤ

carfax /'ਕਾਫ਼ੈਕਸ/ *n* ਚੁਰਾਹਾ, ਚੁਰਸਤਾ, ਚੌਂਕ

cargo /'ਕਾਗਅਉ/ *n* ਜਹਾਜ਼ ਦਾ ਮਾਲ, ਲੱਦਿਆ ਭਾਰ ਜਾਂ ਭਰਤੀ

caribou /'ਕੈਰਿਬੂ/ *n* ਕੈਰਬੂ, ਉੱਤਰ ਅਮਰੀਕੀ ਰੇਂਡੀਅਰ

caricaturable /ˌਕੈਰਿਕਅ'ਚੁਅਰਅਬਲ/ *a* ਕਾਰਟੂਨ ਬਣਾਉਣ ਯੋਗ, ਉਪਹਾਸਯੋਗ

caricature /'ਕੈਰਿਕਅਚੁਅ*/ *n* ਵਿਅੰਗ ਚਿੱਤਰ; ਵਿਅੰਗ ਚਿੱਤਰਨ; ਉਪਹਾਸ ਨਕਲ, ਕਾਰਟੂਨ *vt* ਵਿਅੰਗ ਚਿੱਤਰ ਖਿੱਚਣਾ, ਕਾਰਟੂਨ ਬਣਾਉਣਾ, ਸਾਂਗ ਲਾਉਣਾ ਜਾਂ ਉਤਾਰਨਾ

caricaturist /'ਕੈਰਿਕਅਚੁਅਰਿਸਟ/ *n* ਵਿਅੰਗ ਚਿੱਤਰਕਾਰ, ਸਾਂਗਕਾਰ

caries /'ਕੇਅਰੀਜ਼/ *n* ਦੰਦ ਖੁਰਨ ਦਾ ਇੱਕ ਰੋਗ, ਕਰੇੜਾ

carious /'ਕੇਅਰਿਅਸ/ *a* (ਹੱਡੀ ਜਾਂ ਦੰਦ) ਕੀੜੇ ਖਾਧਾ

cark /ਕਾਕ/ *n* ਚਿੰਤਾ, ਪਰਵਾਹ, ਪਰੇਸ਼ਾਨੀ *vt* ਚਿੰਤਾ ਕਰਨਾ, ਪਰਵਾਹ ਕਰਨਾ, ਪਰੇਸ਼ਾਨ ਹੋਣਾ

carl(e) /ਕਾਲ/ *n* ਬੰਦਾ, ਜਣਾ

carline /'ਕਾਲਿਨ/ *n* (ਸਕਾਟ) ਚੁੜੇਲ; ਬੁੱਢੜੀ

carlish /'ਕਾਲਿਸ਼/ *a* ਅਸ਼ਿਸ਼ਟ, ਅਸੱਭਿਆ, ਰੁੱਖਾ, ਅਭੱਦਰ

carmelite /'ਕਾਮਅਲਾਇਟ/ *n* ਈਸਾਈ ਸਾਧੂ

carminative /'ਕਾਮਿਨਅਟਿਵ੍/ *a* ਵਾਯੂਨਾਸਕ *n* ਬਾਦੀ ਨੂ ਦੂਰ ਕਰਨ ਵਾਲੀ ਦਵਾਈ

carmine /'ਕਾਮਾਇਨ/ *n* ਗੂੜ੍ਹਾ ਲਾਲ ਰੰਗ, ਕਿਰਮਿਚੀ ਰੰਗ

carnage /'ਕਾਨਿਜ/ *n* ਕਤਲਾਮ, ਖ਼ੂਨ-ਖ਼ਰਾਬਾ, ਹੱਤਿਆ-ਕਾਂਡ

carnal /'ਕਾਨਲ/ *a* ਭੋਗੀ, ਵਿਲਾਸੀ, ਕਾਮਕ, ਵਿਸ਼ਈ, ਸਰੀਰਿਕ ਵਿਲਾਸ ਅਤੇ ਭੋਗ ਸੰਬੰਧੀ; ਸੰਸਾਰਿਕ, ਭੌਤਿਕ, ਨਫ਼ਸਾਨੀ

carnalism /'ਕਾਨਲਿਜ਼ਅਮ/ *n* ਦੇਹਵਾਦ, ਵਿਸ਼ੇ-ਵਾਸ਼ਨਾ, ਮਸਤੀ

carnalist /'ਕਾਨਲਿਸਟ/ *n* ਕਾਮੀ, ਭੋਗਵਾਦੀ, ਵਿਲਾਸ ਭੋਗੀ

carnality /'ਕਾਨੈਲਅਟਿ/ *n* ਭੋਗਤਾ, ਕਾਮੁਕਤਾ

carnation /ਕਾ'ਨੇਇਸ਼ਨ/ *n* ਗੁਲਾਬੀ ਰੰਗ; ਇੱਕ ਫੁੱਲਦਾਰ ਬੂਟਾ *a* ਮਾਸ ਰੰਗਾ; ਗੁਲਨਾਰੀ

carnival /'ਕਾਨਿਵ੍ਲ/ *n* ਇੱਕ ਈਸਾਈ ਤਿਉਹਾਰ; ਜਸ਼ਨ, ਰੰਗ-ਰਲੀਆਂ, ਮੌਜ

carnivore /'ਕਾਨਿਵੋ*/ *n* ਮਾਸਖੋਰਾ ਪਸ਼ੂ, ਮਾਸਾਹਾਰੀ ਪੌਦਾ

carnivorous /ਕਾ'ਨਿਵ੍ਅਰਅਸ/ *a* ਮਾਸਾਹਾਰੀ

carol /'ਕੈਰਅਲ/ *n* (ਮਨੁੱਖ ਜਾਂ ਪੰਛੀ ਦਾ ਮੰਗਲ ਗੀਤ) ਨਗਮਾ; ਕ੍ਰਿਸਮਿਸ ਦਾ ਗੀਤ; ਗੀਤ, ਭਜਨ, ਸ਼ਬਦ *v* ਗੀਤ ਗਾਉਣਾ, ਖ਼ੁਸ਼ੀ ਦੇ ਗੀਤ ਗਾਉਣਾ

caroller /'ਕੈਰਅਲਅ*/ *n* ਖ਼ੁਸ਼ੀ ਦੇ ਗੀਤ ਗਾਉਣ ਵਾਲਾ

carom /'ਕੈਰਅਮ/ *n* ਇੱਕ ਖੇਡ

carousal /ਕਅ'ਰਾਉਜ਼ਲ/ *n* ਸ਼ਰਾਬ ਦਾ ਦੌਰ, ਮੌਜ-ਮੇਲਾ

carouse /ਕਅ'ਰਾਉਜ਼/ *vt* ਸ਼ਰਾਬ ਪੀ ਕੇ ਰੰਗ-ਰਲੀਆਂ ਮਨਾਉਣਾ

carouser /ਕਅ'ਰਾਉਜ਼ਅ*/ *n* ਸ਼ਰਾਬ ਪੀਣ ਵਾਲਾ, ਸ਼ਰਾਬੀ

carp[1] /ਕਾਪ/ *n* ਤਾਜ਼ੇ ਪਾਣੀ ਦੀ ਮੱਛੀ

carp[2] *vi* ਢੁੱਚਰ ਲਾਉਣਾ, ਖੁਣਸ ਕੱਢਣਾ, ਨੁਕਤਾਚੀਨੀ ਕਰਨਾ, ਐਬ ਛਾਂਟਣਾ

carpal /'ਕਾਪਲ/ *a* ਵੀਣੀ ਦਾ, ਵੀਣੀ ਦੀ ਹੱਡੀ ਸੰਬੰਧੀ

carpel /'ਕਾਪਲ/ *n* ਅੰਡਪ, ਗਰਭ-ਪੱਤਰ

carpenter /'ਕਾਪਅਨਟਅ*/ *n* ਤਰਖਾਣ, ਮਿਸਤਰੀ *vt* ਤਰਖਾਣਾ ਕੰਮ ਕਰਨਾ

carpenter scene *n* ਪੇਸ਼-ਪਰਦਾ, ਚਿਤਰਨ-ਪਰਦੇ ਦਾ ਅਗਲਾ ਦ੍ਰਿਸ਼

carpentry /'ਕਾਪਅਨਟਰਿ/ *n* ਤਰਖਾਣਾ ਕੰਮ, ਲੱਕੜੀ ਦਾ ਕੰਮ

carpet /'ਕਾਪਿਟ/ *n* ਦਰੀ, ਗਲੀਚਾ, ਕਾਲੀਨ, ਫਰਸ਼; ਫੁੱਲਾਂ ਜਾਂ ਘਾਹ ਦਾ ਪਲਾਟ *vt* ਦਰੀ ਵਿਛਾਉਣਾ, ਫ਼ਰਸ਼ ਵਿਛਾਉਣਾ; (ਨੌਕਰ ਦੀ) ਝਾੜ-ਝੰਬ ਕਰਨਾ **on the carpet** ਵਿਚਾਰ ਅਧੀਨ

carpet bag *n* ਸਫ਼ਰੀ ਥੈਲਾ

carpetbagger /'ਕਾਪਿਟਬੈਗਅ*/ *n* ਕਿਸੇ ਚੋਣ ਹਲਕੇ ਵਿੱਚ ਬਾਹਰਲਾ ਉਮੀਦਵਾਰ

carpet-bed *n* ਆਦਰਸ਼ ਰੂਪ ਨਾਲ ਸਜੀ ਫੁੱਲਾਂ ਦੀ ਕਿਆਰੀ

carpet-bomb *v* ਕਿਸੇ ਖੇਤਰ ਦੇ ਹਰ ਹਿੱਸੇ ਵਿੱਚ ਭਾਰੀ ਬੰਬਾਰੀ ਕਰਨਾ; ਵਿਸ਼ੇਸ਼ ਤੌਰ 'ਤੇ ਈਮੇਲ ਰਾਹੀਂ ਬਹੁਤ ਸਾਰੇ ਲੋਕਾਂ ਚ ਵਿਗਿਆਪਨ ਦੇਣਾ

carpet-dance *n* ਅਜਿਹਾ ਨਾਚ ਜਿਸ ਲਈ ਪਹਿਲਾਂ ਕੋਈ ਤਿਆਰੀ ਨਾ ਕੀਤੀ ਜਾਵੇ

carpeting /'ਕਾਪਿਟਿਙ/ *n* ਕਾਲੀਨ ਵਿਛਾਉਣ ਦਾ ਕੰਮ

carpetless /'ਕਾਪਿਟਲਅਸ/ *a* ਕਾਲੀਨ ਜਾਂ ਗਲੀਚੇ ਤੋਂ ਬਿਨਾਂ

carping /ਕਾਪਿਙ/ *n* ਨਿੰਦਾ, ਨੁਕਤਾਚੀਨੀ, ਨਿੰਦਾ-ਚੁਗਲੀ

carping tongue *n* ਨੁਕਤਾਚੀਨ, ਛੁੱਚਰੀ, ਨੁਕਸ ਛਾਂਟਣ ਵਾਲਾ

carpool /'ਕਾਪੂਲ/ *v* ਸਾਂਝੇ ਖਰਚੇ 'ਤੇ ਕਾਰ ਵਿੱਚ ਜਾਣ ਆਉਣ ਦਾ ਭਾਵ ਤੇ ਕੰਮ

carpophagous /ਕਾ'ਪੌਫ਼ਅਗਅਸ/ *a* ਫਲ ਖਾ ਕੇ ਜਿੰਦਾ ਰਹਿਣ ਵਾਲਾ, ਫਲਾਹਾਰੀ

carpus /'ਕਾਪਅਸ/ *n* ਵੀਣੀ, ਕਲਾਈ

carriage /'ਕੈਰਿਜ/ *n* ਗੱਡੀ, ਬੱਘੀ; ਭਾੜਾ, ਢੁਆਈ; ਪ੍ਰਬੰਧ, ਬੰਦੋਬਸਤ, ਇੰਤਜ਼ਾਮ; (ਪਾਰਲੀਮੈਂਟ ਵਿੱਚ ਕਿਸੇ ਪ੍ਰਸਤਾਵ ਦੀ) ਮਨਜ਼ੂਰੀ; ਚਾਲ-ਢਾਲ, ਢੰਗ, ਅੰਦਾਜ਼

carriageable /'ਕੈਰਿਜਅਬਲ/ *a* ਗੱਡੀ ਲੈ ਜਾਣ ਯੋਗ (ਸੜਕ), ਢੁਆਈਯੋਗ

carriage and pair *n* ਜੋੜੀਦਾਰ ਬੱਘੀ, ਦੋ ਘੋੜਾ-ਬੱਘੀ

carriage-drive *n* ਗੱਡੀ ਦਾ ਰਸਤਾ, ਬਾਗ਼ ਆਦਿ ਵਿੱਚ ਗੱਡੀ ਦੀ ਸੜਕ

carriage forward *adv* ਜਿਸ ਦਾ ਭਾੜਾ ਨਾ ਦਿੱਤਾ ਗਿਆ ਹੋਵੇ

carriage-free *a* ਕਰ-ਮੁਕਤ, ਬਿਨਾਂ ਮਹਿਸੂਲ

carriageful /'ਕੈਰਿਜਫ਼ੁਲ/ *n* ਗੱਡੀ ਭਰ (ਵਸਤ)

carriageless /'ਕੈਰਿਜਲਅਸ/ *a* ਬਿਨਾਂ ਗੱਡੀ ਦੇ, ਬਿਨਾਂ ਮਹਿਸੂਲ ਦੇ

carrier /'ਕੈਰਿਅ*/ *n* ਛਕੜੇ ਵਾਲਾ, ਭਾੜੇ ਵਾਲਾ, ਭਾਰ ਢੋਣ ਵਾਲਾ; ਕੁੱਲੀ, ਪਾਂਡੀ, ਮਜ਼ਦੂਰ; ਸਾਈਕਲ ਦੇ ਪਿੱਛੇ ਭਾਰ ਰੱਖਣ ਲਈ ਥਾਂ, ਕੈਰੀਅਰ **common carriers** (ਕਨੂੰ) ਢੋ-ਢੁਆਈ ਦੇ ਸਾਧਨ

carrier pigeon *n* ਚਿੱਠੀ ਪਹੁੰਚਾਉਣ ਵਾਲਾ ਕਬੂਤਰ

carrion /'ਕੈਰਿਅਨ/ *n* ਮੁਰਦਾਰ; ਗਲਿਆ-ਸੜਿਆ ਮਾਸ; ਗੰਦਗੀ, ਗੰਦ *a* ਮੈਲਾ, ਘਿਣਾਉਣਾ, ਸੜਿਆ, ਗੰਦਾ

carrion crow *n* ਮੁਰਦਾਰਖ਼ੋਰ ਕਾਂ, ਗਿਰਝ

carrot /'ਕੈਰਅਟ/ *n* ਗਾਜਰ

carrots /'ਕੈਰਅਟਸ/ *n* ਲਾਲ ਭੂਰੇ ਵਾਲਾਂ ਵਾਲਾ ਆਦਮੀ; ਲਾਲ ਜਾਂ ਭੂਰੇ ਵਾਲ

carroty /'ਕੈਰਅਟਿ/ *a* ਲਾਲ ਭੂਰੇ ਵਾਲਾਂ ਵਾਲਾ

carry /'ਕੈਰਿ/ *v* ਢੋਣਾ, ਲੈ ਜਾਣਾ, ਪਹੁੰਚਾਉਣਾ; ਜਿੱਤਣਾ; ਨਿਭਾਉਣਾ; (ਗਣਿ) ਹਾਸਲ ਦਾ ਅੱਗੇ ਲੈ ਜਾਣਾ; ਸਰ ਕਰਨਾ; ਸਹਾਰਾ ਦੇਣਾ; ਮਨਵਾਉਣਾ; (ਹਥਿਆਰ) ਕੋਲ ਰੱਖਣਾ; (ਘੜੀ) ਬੰਨ੍ਹਣਾ; ਦਲੀਲ ਕਰਨਾ; ਸਹਾਰਨਾ **carry all before one** ਸਭਨਾਂ ਉੱਤੇ ਭਾਰੂ ਹੋ ਜਾਣਾ **carry off** ਲੈ ਭੱਜਣਾ, ਭਜਾ ਕੇ ਲੈ ਜਾਣਾ, ਜਿੱਤਣਾ **carry on** ਜਾਰੀ ਰੱਖਣਾ, ਚੱਲਦੇ ਜਾਣਾ **carry one back** ਭੂਤ-ਕਾਲ ਜਾਂ ਬੀਤੇ ਨੂੰ ਯਾਦ ਕਰਾਉਣਾ **carry out** ਆਗਿਆ ਜਾਂ ਹੁਕਮ ਦੀ ਪਾਲਣਾ ਕਰਨਾ **carry the day** ਇਨਾਮ ਜਿੱਤਣਾ, ਸਫਲ ਹੋਣਾ **carry through** ਨੇਪਰੇ ਚਾੜ੍ਹਨਾ, ਔਕੜਾਂ ਨੂੰ ਪਾਰ ਕਰਨਾ ਜਾਂ ਔਕੜ ਵਿੱਚੋਂ ਕੱਢ ਕੇ ਲੈ ਜਾਣਾ

cart /ਕਾਟ/ *n* ਗੱਡਾ, ਛਕੜਾ *v* ਗੱਡੇ ਉੱਤੇ ਲੱਦਣਾ, ਲੱਦ ਕੇ ਲੈ ਜਾਣਾ

cartage /'ਕਾਟਿਜ/ *n* ਢੁਆਈ; ਢੁਆਈ-ਭਾੜਾ

carte, quarte /ਕਾਟ/ *n* (ਸਕਾਟ) ਤਾਸ਼ ਦੇ ਇੱਕੋ ਰੰਗ ਦੇ ਚਾਰ ਪੱਤਿਆਂ ਦੀ ਲੜੀ, ਚੌਕੜੀ **carte and tierce** *n* ਤਲਵਾਰ ਦਾ ਖੇਲ, ਤਲਵਾਰਬਾਜ਼ੀ

carte blanche /ˌਕਾਟ 'ਬਲਾਨਸ਼/ *(F) n* ਕੋਰਾ ਚੈੱਕ (ਜਿਸ ਉੱਤੇ ਦਸਤਖ਼ਤ ਕੀਤੇ ਹੋਣ ਪਰ ਰਕਮ ਨਾ ਲਿਖੀ ਗਈ ਹੋਵੇ); ਚੰਗਾ-ਮੰਦਾ ਕੰਮ ਕਰਨ ਦੀ ਖੁੱਲ੍ਹ, ਪੂਰਨ-ਅਖਤਿਆਰ, ਸਿਆਹ-ਸਫ਼ੈਦ ਕਰਨ ਦੀ ਖੁੱਲ੍ਹ

cartel /ਕਾ'ਟੈੱਲ/ *n* ਯੁੱਧ ਵੰਗਾਰ ਪੱਤਰ; ਉਤਪਾਦਨ ਜਾਂ ਦਰ ਨਿਸ਼ਚਿਤ ਕਰਨ ਵਾਲੀ ਸਭਾ (ਜੋ ਕਾਰਖ਼ਾਨਿਆਂ ਵਿੱਚ ਬਣੀਆਂ ਚੀਜ਼ਾਂ ਦੇ ਭਾਅ

ਨਿਯਤ ਕਰਦੀ ਹੈ), ਉਤਪਾਦਕ ਜੁੱਟ

cartelize /ਕਾ'ਟੈੱਲਾਇਜ਼/ *v* (ਵਪਾਰਿਕ ਸਭਾ ਬਣਾਉਣ ਲਈ) ਇਕੱਤਰ ਹੋਣਾ, ਇਕੱਠੇ ਹੋਣਾ, ਜੁੱਟਬੰਦੀ ਕਰਨਾ

carter /'ਕਾਟਅ*/ *n* ਗਾਡੀ, ਗਾਡੀਵਾਨ

cartesian /ਕਾ'ਟੀਜ਼ਿਅਨ, -'ਟੀਯਅਨ/ *a* (ਫਰਾਂਸੀਸੀ ਦਾਰਸ਼ਨਿਕ) ਦਕਾਰਤੇ ਸੰਬੰਧੀ, ਦਕਾਰਤੇ ਦੇ ਦਰਸ਼ਨ ਸੰਬੰਧੀ

cartful /'ਕਾਟਫ਼ੁਲ/ *n* ਗੱਡੀ ਭਰ ਵਸਤ

carthorse/'ਕਾਟਹੋਸ/ *n* ਟੱਟੂ

cartilage /'ਕਾਟਿਲਿਜ/ *n* ਕੋਮਲ ਜਾਂ ਨਰਮ ਹੱਡੀ, ਭੁਰਭੁਰੀ ਹੱਡੀ, ਕਰਕਰੀ

cartographer /ਕਾ'ਟੌਗਰਅਫ਼ਅ*/ *n* ਨਕਸ਼ਾ ਨਵੀਸ, ਨਕਸ਼ੇ ਬਣਾਉਣ ਵਾਲਾ

cartographic /ˌਕਾਟਅ'ਗਰੈਫ਼ਿਕ/ *a* ਨਕਸ਼ਾ-ਨਿਗਾਰੀ ਸੰਬੰਧੀ

cartography /ਕਾ'ਟੌਗਰਅਫ਼ਿ/ *n* ਨਕਸ਼ਾਕਸ਼ੀ, ਨਕਸ਼ਾ-ਨਵੀਸੀ, ਨਕਸ਼ਾ-ਨਿਗਾਰੀ, ਨਕਸ਼ੇ ਬਣਾਉਣ ਦੀ ਵਿੱਦਿਆ

cartology /ਕਾ'ਟੌਲਅਜਿ/ *n* ਨਕਸ਼ਾ-ਵਿਗਿਆਨ, ਮਾਨ-ਚਿੱਤਰ ਵਿਗਿਆਨ, ਮਾਨ-ਚਿੱਤਰ ਕਲਾ

carton /'ਕਾਟਨ/ *n* (ਦਹੀਂ ਆਦਿ ਲਈ) ਗੱਤੇ ਦਾ ਡੱਬਾ

cartoon /ਕਾ'ਟੂਨ/ *n* ਕਾਰਟੂਨ, ਵਿਅੰਗ-ਚਿੱਤਰ *v* ਕਾਰਟੂਨ ਬਣਾਉਣਾ, ਵਿਅੰਗ ਚਿੱਤਰ ਬਣਾਉਣਾ

cartoonist /ਕਾ'ਟੂਨਿਸਟ/ *n* ਕਾਰਟੂਨ ਬਣਾਉਣ ਵਾਲਾ, ਵਿਅੰਗ-ਚਿੱਤਰਕਾਰ

cartouche /ਕਾ'ਟੂਸ਼/ *n* (ਮਕਾਨ ਉਸਾਰੀ) ਥੰਮ੍ਹ ਦੀ ਵੇਲ, ਵੇਲ ਪੱਟੀ

cartridge /'ਕਾਟਰਿਜ/ *n* ਕਾਰਤੂਸ, ਗੋਲੀ (ਬੰਦੂਕ ਆਦਿ ਦੀ) **blank cartridge** ਫੋਕਾ ਕਾਰਤੂਸ

cartridge belt *n* ਕਾਰਤੂਸਾਂ ਦੀ ਪੇਟੀ

cartridge paper *n* ਮੋਟਾ ਤੇ ਖੁਰਦਰਾ ਕਾਗਜ਼

cart road *n* ਗੱਡੇ ਦਾ ਰਾਹ, ਪਹਿਆ

cartulary /'ਕਾਟਯੁਲਅਰਿ/ *n* ਰਜਿਸਟਰ; ਮਿਸਲਾਂ ਦਾ ਸੰਗ੍ਰਹਿ

cartwheel /'ਕਾਟਵੀਲ/ *n* ਗੱਡੇ ਦਾ ਪਹੀਆ

cartwright /'ਕਾਟਰਾਇਟ/ *n* ਗੱਡੇ ਬਣਾਉਣ ਵਾਲਾ ਮਿਸਤਰੀ

caruncle /'ਕੈਰਙਕਲ/ *n* (ਪੰਛੀ ਦੀ) ਝਾਲਰ, ਗਲਫੜਾ

carve /ਕਾਵ਼/ *v* ਘੜਨਾ, ਤਰਾਸ਼ਣਾ; ਉੱਕਰਨਾ, ਖੁਣਨਾ; ਸਜਾਉਣਾ; ਦੰਦਾਂ ਨਾਲ ਮਾਸ ਟੁੱਕ-ਟੁੱਕ ਖਾਣਾ; ਛੋਟੇ-ਛੋਟੇ ਟੁਕੜੇ ਕਰਨਾ; ਖੋਦਣਾ **carve one's way** ਆਪਣਾ ਥਾਂ ਜਾਂ ਰਾਹ ਬਣਾਉਣਾ, ਸੇਧ ਲੱਭਣਾ **carve out** ਬਲਪੂਰਵਕ ਪ੍ਰਾਪਤ ਕਰਨਾ

carver /'ਕਾਵ਼ਅ*/ *n* ਸੰਗ-ਤਰਾਸ਼, ਮੂਰਤੀਕਾਰ; (ਬਹੁ) ਭੋਜਨ ਖਾਣ ਸਮੇਂ ਵਰਤੇ ਜਾਣ ਵਾਲੇ ਛੁਰੀ ਅਤੇ ਕਾਂਟਾ

carving /'ਕਾਵ਼ਿਙ/ *n* ਮੂਰਤੀ ਕਲਾ, ਸੰਗ-ਤਰਾਸ਼ੀ, ਖੁਣਨ-ਕਲਾ, ਨੱਕਾਸ਼ੀ, ਤਰਾਸ਼, ਕਾਟ

carving knife /'ਕਾਵ਼ਿਙ ਨਾਇਫ਼/ *n* ਕਰਦ, ਛੁਰੀ, ਕਲਮ-ਤਰਾਸ਼

Casanova /ˌਕੈਸਅ'ਨਅਉਵ਼ਅ, ˌਕੈਜ਼ਅ-/ *n* ਤੀਵੀਂਬਾਜ; ਇਟਲੀ ਦਾ 18 ਵੀਂ ਸਦੀ ਦਾ ਇੱਕ ਵਿਅਕਤੀ ਜੋ ਤੀਵੀਂਬਾਜ਼ੀ ਲਈ ਪ੍ਰਸਿੱਧ ਸੀ

cascade /ਕੈ'ਸਕੇਇਡ/ *n* ਆਬਸ਼ਾਰ, ਝਰਨਾ; ਝਾਲਰ, ਲੈਸ; ਵੇਲਾਂ ਆਦਿ ਦਾ ਲਹਿਰੀਆ *vt* ਆਬਸ਼ਾਰ ਦਾ ਡਿੱਗਣਾ

case /ਕੇਇਸ/ *n* ਹਾਲਤ, ਸਥਿਤੀ, ਕੈਫ਼ੀਅਤ; ਬਿਮਾਰ ਜਾਂ ਰੋਗੀ ਦੀ ਦਸ਼ਾ; ਘਟਨਾ; ਦਾਅਵਾ, ਮਾਮਲਾ, ਮੁਕੱਦਮਾ; ਖੋਲ, ਡੱਬਾ; (ਭਾਸ਼ਾ) ਕਾਰਕ *vt* ਖੋਲ ਚੜ੍ਹਾਉਣਾ, ਗ਼ਿਲਾਫ਼ ਚੜ੍ਹਾਉਣਾ; ਡੱਬੇ ਜਾਂ ਸੰਦੂਕ ਵਿੱਚ ਬੰਦ ਕਰਨਾ; ਮਿਆਨ ਵਿੱਚ ਰੱਖਣਾ **as the case may be** ਜੋ ਵੀ ਹੋਵੇ; ਜਿਸ ਤਰ੍ਹਾਂ ਵੀ ਹੋਵੇ, ਦਸ਼ਾ ਅਨੁਸਾਰ **in any case** ਹਰ ਹਾਲਤ ਵਿੱਚ, ਹਰ ਹੀਲੇ **in case** ਜੇ, ਜੇਕਰ **in**

case if ਅਜਿਹਾ ਹੋਇਆ ਤਾਂ, ਜੇ, ਅਗਰ **in case of** ਇਸ ਦਸ਼ਾ ਵਿੱਚ, ਅਜਿਹਾ ਹੋਣ ਤੇ, ਅਵਸਥਾ ਵਿੱਚ **in that case** ਅਜਿਹੀ ਹਾਲਤ ਵਿੱਚ **in the case of** ਬਾਰੇ, ਸੰਬੰਧੀ, ਬਾਬਤ **make out one's case** ਆਪਣੇ ਪੱਖ ਵਿੱਚ ਦਲੀਲਾਂ ਦੇਣੀਆਂ **that is our case** ਸਾਡਾ ਦਾਅਵਾ ਇਹ ਹੈ, ਸਾਡੇ ਪੱਖ ਵਿੱਚ ਇਹ ਦਲੀਲਾਂ ਹਨ

case-bottle /'**ਕੇਇਸ.ਬੌਟ(ਅ)ਲ**/ *n* ਚਖੂੰਜੀ ਬੋਤਲ

case-harden /'**ਕੇਇਸ.ਹਾਡ(ਅ)ਨ**/ *vt* ਲੋਹੇ ਨੂੰ ਪਾਣ ਚੜ੍ਹਾਉਣਾ; ਕਠੋਰ ਬਣਾਉਣਾ

case history *n* (ਚਿਕਿ) ਰੋਗ ਬਿਰਤਾਂਤ

casein /'**ਕੇਇਸੀਨ**/ *n* ਦੁੱਧ ਪ੍ਰੋਟੀਨ, ਕੇਸੀਨ

case-knife /'**ਕੇਇਸਨਾਇਫ਼**/ *n* ਮਿਆਨ ਵਿੱਚ ਰੱਖਿਆ ਛੁਰਾ, ਮਿਆਨੀ ਚਾਕੂ

case law *n* ਨਜ਼ੀਰੀ ਕਨੂੰਨ, ਪ੍ਰਮਾਣ ਵਿਧੀ

casemate /'**ਕੇਇਸਮੇਇਟ**/ *n* ਮੋਰਚੇਬੰਦ ਕਟਹਿਰਾ (ਜੰਗੀ ਜਹਾਜ਼ ਵਿੱਚ), ਮੋਰਚੇਬੰਦ ਖਿੜਕੀ, ਕਿਲ੍ਹੇ ਦੀ ਕੰਧ ਵਿੱਚ ਬਣਾਇਆ ਕੁੱਪ (ਜਿਸ ਵਿੱਚ ਬੰਦੂਕਾਂ ਚਲਾਉਣ ਲਈ ਮੋਰੀਆਂ ਰੱਖੀਆਂ ਹੁੰਦੀਆਂ ਹਨ), ਮੋਰਚਾ

casement /'**ਕੇਇਸਮਅਨਟ**/ *n* ਫ਼ਰੇਮ ਵਾਲੀ ਖਿੜਕੀ

casement cloth /,**ਕੇਇਸਮਅਨਟ 'ਕਲੌਥ**/ *n* ਬਾਰੀ ਪਰਦਿਆਂ ਆਦਿ ਲਈ ਮੋਟਾ ਸੂਤੀ ਕੱਪੜਾ

case of conscience *n* ਵਿਵੇਕ ਦਾ ਵਿਸ਼ਾ

case-sensitive *a* (ਕੰਪਿ) ਅੰਗਰੇਜ਼ੀ ਦੇ ਛੋਟੇ ਅਤੇ ਵੱਡੇ ਅੱਖਰਾਂ ਵਿਚਕਾਰ ਫ਼ਰਕ ਕਰਨ ਵਾਲਾ ਪ੍ਰੋਗਰਾਮ

case-shot *n* ਡੱਬੇ ਵਿੱਚ ਬੰਦ ਹੋਇਆ ਗੋਲਾ ਜਿਸਨੂੰ ਬਿਨਾਂ ਪਲੀਤੇ ਦੇ ਚਲਾਇਆ ਜਾਂਦਾ ਹੈ

cash /**ਕੈਸ਼**/ *n* ਰੋਕੜ, ਨਕਦੀ *vt* ਨੋਟ ਭਨਾਉਣਾ ਜਾਂ ਤੁੜਾਉਣਾ; ਬੈਂਕ ਵਿੱਚ ਚੈੱਕ ਦੇ ਕੇ ਪੈਸੇ ਲੈਣਾ; ਕੈਸ਼ ਕਰਵਾਉਣਾ **cash on** ਲਾਹਾ ਖੱਟਣਾ

cash-account *n* ਰੋਕੜ ਲੇਖਾ

cash and carry *n* ਥੋਕ ਦਰਾਂ 'ਤੇ ਨਕਦ ਵਿਕਰੀ ਥੋਕ ਵਿਕਰੀ, ਨਕਦੋ-ਨਕਦੀ ਸੌਦਾ

cash-balance *n* ਬਕਾਇਆ ਰਕਮ

cash-bonus *n* ਨਕਦੀ ਬੋਨਸ

cashbook /'**ਕੈਸ਼ਬੁਕ**/ *n* ਲੇਖਾ-ਵਹੀ, ਵਹੀ-ਖਾਤਾ, ਰੋਕੜ

cash card *n* ਕੈਸ਼ ਮਸ਼ੀਨ ਤੋਂ ਪੈਸੇ ਕਢਵਾਉਣ ਵਾਲਾ ਕਾਰਡ, ATM ਕਾਰਡ

cash crop *n* ਵਪਾਰਿਕ ਫ਼ਸਲ

cash deposit *n* ਨਕਦ ਜਮ੍ਹਾਂ

cash dispenser *n* ਕੈਸ਼ ਮਸ਼ੀਨ, ਏ ਟੀ ਐੱਮ ਮਸ਼ੀਨ

cashew /'**ਕੈਸ਼ੂ, ਕੈ'ਸ਼ੂ**/ *n* ਕਾਜੂ ਦਾ ਬਿਰਛ

cashew nut *n* ਕਾਜੂ (ਫਲ)

cashier[1] /**ਕੈ'ਸ਼ਿਅ***/ *n* ਖ਼ਜ਼ਾਨਚੀ, ਰੋਕੜੀਆ

cashier[2] *vt* ਖਾਰਜ ਕਰਨਾ, ਨਾਂ ਕੱਟਣਾ; ਰੱਦ ਕਰਨਾ; ਨੌਕਰੀਓਂ ਲਾਹੁਣਾ, ਮੌਕੂਫ਼ ਕਰਨਾ, ਬਰਖ਼ਾਸਤ ਕਰਨਾ

cashless /'**ਕੈਸ਼ਲਅਸ**/ *a* ਬਿਨਾਂ ਨਕਦੀ ਦੇ, ਹੱਥਲ

cash machine *n* ਵੇਖੋ **cash dispenser**

cash memo *n* ਰੋਕੜ-ਰਸੀਦ, ਕੈਸ਼ ਮੀਮੋ

cashmere /'**ਕੈਸ਼ਮਿਅ***, **.ਕੈਸ਼'ਮਿਅ***/ *n* ਕਸ਼ਮੀਰੀ ਉਨ੍ਹ

cashmere shawl *n* ਕਸ਼ਮੀਰੀ ਸ਼ਾਲ, ਕਸ਼ਮੀਰਾ

cashmerette /,**ਕੈਸ਼ਮਿ'ਰੈਟ**/ *n* ਕਸ਼ਮੀਰਾ

cash order *n* ਦਰਸ਼ਨੀ ਹੁੰਡੀ

cash payment *n* ਨਕਦ ਅਦਾਇਗੀ

cash register *n* (ਦੁਕਾਨ ਆਦਿ ਦੀ) ਰੋਕੜ-ਮਸ਼ੀਨ, ਜਿਸ ਵਿੱਚ ਹਰ ਵਿੱਕਰੀ ਦਾ ਰਿਕਾਰਡ ਦਰਜ ਹੁੰਦਾ ਰਹਿੰਦਾ ਹੈ

cash-strapped *a* (ਲੋੜੀਂਦੇ) ਧਨ ਰਹਿਤ

casing /'**ਕੇਇਸਿਙ**/ *n* ਮਿਆਨ, ਖੋਲ

casino /**ਕਅ'ਸੀਨਅਉ**/ *n* ਤਾਸ਼ ਦੀ ਪੁਰਾਣੀ ਖੇਡ, ਜੂਏਖ਼ਾਨਾ

cask /ਕਾਸਕ/ *n* (ਲੱਕੜ ਦਾ) ਪੀਪਾ, ਲੱਕੜ ਦਾ ਛੋਟਾ ਢੋਲ

casket /'ਕਾਸਕਿਟ/ *n* ਗਹਿਣਿਆਂ ਦਾ ਡੱਬਾ

casque /ਕੈਸਕ/ *n* ਫ਼ੌਜੀ ਟੋਪੀ, ਲੋਹੇ ਦਾ ਟੋਪ, ਖੋਦ

Cassandra /ਕਅ'ਸੈਨਡਰਅ/ *n* ਟਰਾਏ ਦੇ ਜੰਗ ਵਿੱਚ ਇੱਕ ਇਸਤਰੀ (ਜਿਸ ਦੀਆਂ ਗੱਲਾਂ ਸੱਚੀਆਂ ਹੁੰਦੀਆਂ ਸਨ ਪਰ ਉਸ ਉੱਤੇ ਫਿਰ ਵੀ ਇਤਬਾਰ ਨਹੀਂ ਸੀ ਕੀਤਾ ਜਾਂਦਾ)

cassation /ਕੈ'ਸੇਇਸ਼ਨ/ *n* ਮਨਸੂਖੀ, ਖੰਡਨ, ਰੱਦ **court of cassation** ਅਪੀਲ ਦੀ ਅਦਾਲਤ

casserole /'ਕੈਸਅਰਅਉਲ/ *n* ਕੁੰਨੀ, ਹਾਂਡੀ, ਕੈਸਰੋਲ; ਪਰਾਤ ਜਾਂ ਹਾਂਡੀ ਵਿੱਚ ਪਰੋਸਿਆ ਹੋਇਆ

cassia /'ਕੈਸਿਅ/ *n* ਦਾਲਚੀਨੀ ਦਾ ਰੁੱਖ; ਘਟੀਆ ਦਾਲਚੀਨੀ

cassolette /'ਕੈਸਅ(ਉ)ਲੈਟੱ/ *n* ਸ਼ਿੰਗਾਰਦਾਨ; ਇਤਰਦਾਨ

cast /ਕਾਸਟ/ *v* ਸੁੱਟਣਾ; ਦਫ਼ਾ ਕਰਨਾ; ਹਿਸਾਬ ਲਾਉਣਾ, ਜੋੜਨਾ, ਗਿਣਨਾ; ਤਰਤੀਬ ਦੇਣਾ; ਢਾਲਣਾ (ਪਿਘਲੀ ਹੋਈ ਧਾਤ ਦਾ); ਪਾਉਣਾ (ਵੋਟ); ਲਾਹ ਦੇਣਾ (ਕੁੰਜ); ਗੁਆ ਦੇਣਾ; ਹਰਾ ਦੇਣਾ, ਮੁਕੱਦਮਾ ਜਿੱਤਣਾ *n* (ਪਾਸੇ ਦੀ) ਸੁੱਟ (ਖੇਡ); ਝੁਕਾਅ; ਆਕਾਰ, ਰੂਪ; ਸੱਚਾ; ਪ੍ਰਕਾਰ; ਗਣਨ, ਜੋੜ, ਹਿਸਾਬ; ਪਾਤਰ-ਵੰਡ; ਪਾਤਰ-ਸਮੂਹ; ਕਾਇਆਂ; ਢਲਾਈ; ਭਾਹ, ਝਲਕ (ਰੰਗ ਦੀ); ਭੈਂਗਾਪਣ **cast about** ਹੱਥ ਪੈਰ ਮਾਰਨਾ, ਭਾਲਣਾ **cast accounts** ਲੇਖਾ ਕਰਨਾ **cast a horoscope** ਜਨਮ ਪੱਤਰੀ ਬਣਾਉਣਾ **cast anchor** ਲੰਗਰ ਸੁੱਟਣਾ **cast an eye** ਨਜ਼ਰ ਮਾਰਨਾ **cast ashore** ਕੰਢੇ ਜਾ ਲੱਗਣਾ **cast aside** ਛੱਡ ਦੇਣਾ, ਤਿਆਗ ਦੇਣਾ, ਇੱਕ ਪਾਸੇ ਕਰ ਦੇਣਾ **cast a spell on** ਜਾਦੂ ਕਰਨਾ, ਮੰਤਰ-ਮੁਗਧ ਕਰਨਾ, ਕੀਲ ਲੈਣਾ **cast a vote** ਵੋਟ ਪਾਉਣਾ, ਪਰਚੀ ਪਾਉਣਾ **cast away** ਸੁੱਟ ਦੇਣਾ, ਰੱਦਣਾ **cast back** ਉਲਟ ਦੇਣਾ, ਫੇਰ ਦੇਣਾ **cast blame upon** ਦੋਸ਼ ਥੱਪਣਾ **cast column of figures** ਅੰਕੜੇ ਜੋੜਨਾ; ਜੋੜ ਕਰਨਾ **cast dice** ਪਾਸਾ ਸੁੱਟਣਾ **cast down** ਉਦਾਸ ਕਰਨਾ, ਨਿਰਾਸ ਕਰਨਾ **cast in eye** ਥੋੜ੍ਹਾ ਜਿਹਾ ਭੈਂਗਾਪਣ **cast in one's lot with** ਕਿਸੇ ਦੇ ਲੜ ਲੱਗ ਜਾਣਾ **cast light on** ਰੌਸ਼ਨੀ ਪਾਉਣਾ, ਚਾਨਣ ਪਾਉਣਾ, ਸਾਰੀ ਗੱਲ ਖੋਲ੍ਹ ਕੇ ਦੱਸਣਾ **cast loose** ਆਪਣੇ ਆਪ ਨੂੰ ਅਲੱਗ ਕਰਨਾ **cast lots** ਪਰਚੀਆਂ ਪਾਉਣਾ **cast net** ਜਾਲ ਸੁੱਟਣਾ **cast off** ਛੱਡ ਦੇਣਾ, ਦੂਰ ਕਰਨਾ, ਆਪਣੀ ਬਲਾ ਕਿਸੇ ਦੇ ਗਲ ਪਾਉਣਾ **cast of features** ਚਿਹਰੇ ਦੀ ਸ਼ਕਲ **cast of mind** ਮਾਨਸਿਕ ਬਣਤਰ **cast type** ਅੱਖਰ ਢਾਲਣਾ (ਛਪਾਈ ਲਈ) **cast up** ਹਿਸਾਬ ਲਾਉਣਾ **to be cast down** ਦਿਲ ਹਾਰਨਾ, ਨਿਰਾਸ ਹੋਣਾ **to cast calf** (ਗਊ ਦਾ) ਸਮੇਂ ਤੋਂ ਪਹਿਲਾਂ ਵੱਛਾ/ਵੱਛੀ ਜੰਮਣਾ, ਤੂ ਜਾਣਾ **to cast slough** ਕੁੰਜ ਲਾਹੁਣਾ (ਸੱਪ ਦਾ)

castanet /,ਕੈਸਟਅ'ਨੈਟੱ/ *n* (ਬਹੁ) ਖੜਤਾਲਾਂ

castaway /'ਕਾਸਟਅਵੇਇ/ *n* ਸੁੱਟੀ ਹੋਈ ਚੀਜ਼; ਛੇਕਿਆ ਬੰਦਾ; ਨਸ਼ਟ ਜਹਾਜ਼ ਵਿੱਚੋਂ ਬਚਿਆ ਬੰਦਾ

caste /ਕਾਸਟ/ *n* ਜਾਤ, ਵਰਨ, ਬਰਾਦਰੀ, ਵਰਗ, ਫ਼ਿਰਕਾ

casteless /ਕਾਸਟਲਅਸ/ *a* ਜਾਤ-ਪਾਤ ਤੋਂ ਰਹਿਤ, ਵਰਨਹੀਣ

castellan /'ਕੈਸਟਅਲਅਨ/ *n* ਕਿਲ੍ਹੇ ਦਾ ਸਰਦਾਰ, ਕਿਲ੍ਹੇਦਾਰ

castellated /'ਕੈਸਟਅਲੇਇਟਿਡ/ *a* ਕਿਲ੍ਹੇ ਵਰਗਾ ਪੱਕਾ

caste system *n* ਜਾਤ-ਪ੍ਰਥਾ, ਜਾਤ-ਪ੍ਰਨਾਲੀ

castigate /'ਕੈਸਟਿਗੇਇਟ/ *vi* ਫਿਟਕਾਰਨਾ; ਚੰਡਣਾ, ਝਾੜਨਾ; (ਪੁਸਤਕ ਆਦਿ) ਸੋਧ ਕਰਨਾ

castigation /,ਕੈਸਟਿ'ਗੇਇਸ਼ਨ/ *n* ਫਿਟਕਾਰ,

ਤਾੜਨਾ, ਕੁੱਟ; ਸੁਧਾਰ, ਸੁਧਾਈ

castigator /'**ਕੈਸਟਿਗੇਇਟਅ***/ *n* ਝਾੜ-ਝੰਬ ਕਰਨ ਵਾਲਾ; ਸੋਧਕ

castigatory /'**ਕੈਸਟਿਗਅਟਅਰਿ**/ *a* ਸੋਧਨਕਾਰੀ; ਸਜ਼ਾ ਦੇਣ ਸੰਬੰਧੀ

casting /'**ਕਾਸਟਿਙ**/ *n* ਢਲਾਈ; ਢਲੀ ਹੋਈ ਚੀਜ਼; ਪਾਤਰ-ਵੰਡ

casting-vote /,**ਕਾਸਟਿਙ'ਵ਼ਅਉਟ**/ *n* ਨਿਰਨਾਇਕ ਵੋਟ, ਦੋ ਧਿਰਾਂ ਦੇ ਮਤ ਬਰਾਬਰ ਹੋਣ ਦੀ ਸਥਿਤੀ ਵਿਚ ਸਭਾਪਤੀ ਦਾ ਨਿਰਨਾਇਕ ਮਤ

cast iron /,**ਕਾਸਟ 'ਆਇਅਨ**/ *n* ਢਲਿਆ ਲੋਹਾ *a* ਢਾਲੇ ਹੋਏ ਲੋਹੇ ਦਾ; ਸਖ਼ਤ, ਕਠੋਰ, ਕਰੜਾ; ਅਣਥੱਕ, ਕੱਟੜ

castle /'**ਕਾਸਲ**/ *n* ਕਿਲ੍ਹਾ, ਗੜ੍ਹ, ਕੋਟ; ਸ਼ਤਰੰਜ ਦਾ ਰੁਖ *v* ਰੁਖਬੰਦੀ ਕਰਨਾ, (ਸ਼ਤਰੰਜ) ਰੁਖ ਨਾਲ ਬਾਦਸ਼ਾਹ ਨੂੰ ਸ਼ਹਿ ਦੇਣਾ **build castles in the air** ਹਵਾਈ ਕਿਲ੍ਹੇ ਉਸਾਰਨਾ, ਖ਼ਿਆਲੀ ਪੁਲਾਅ ਪਕਾਉਣਾ **castle the king** ਰੁਖ ਦੀ ਸ਼ਹਿ ਦੇਣਾ

castle-builder *n* ਹਵਾਈ ਕਿਲ੍ਹੇ ਬਣਾਉਣ ਵਾਲਾ

castled /'**ਕਾਸਲਡ**/ *a* ਮੋਰਚੇਬੰਦ; ਕਿਲ੍ਹੇਬੰਦ; ਘਿਰਿਆ

castor[1] /'**ਕਾਸਟਅ***/ *n* ਕਸਤੂਰੀ ਜੋ ਉਦਬਲਾ ਤੋਂ ਪ੍ਰਾਪਤ ਕੀਤੀ ਜਾਂਦੀ ਹੈ

castor[2] *n* ਖਾਣੇ ਦੇ ਮੇਜ਼ ਦੀ ਲੂਣਦਾਨੀ

castor[3] *n* ਗੰਢ (ਘੋੜੇ ਦੀ ਲੱਤ ਉੱਤੇ ਬਣੀ ਹੋਈ ਮੋਟੀ ਜਿਹੀ), ਗਰੋੜੀ, ਮਘਰੋੜੀ

castor melon *n* ਰਿੰਡ-ਖ਼ਰਬੂਜ਼ਾ, ਪਪੀਤਾ

castor oil *n* ਰਿੰਡੀ/ ਹੰਡੋਲੇ ਦਾ ਤੇਲ ਜੋ ਜੁਲਾਬ ਲਈ ਵਰਤਦੇ ਹਨ

castor oil plant *n* ਅਰਿੰਡ, ਰਿੰਡ, ਹੰਡੋਲਾ

castrate /**ਕੈ'ਸਟਰੇਇਟ**/ *vt* ਖੱਸੀ ਕਰਨਾ, ਨਪੁੰਸਕ ਕਰਨਾ; ਕਮਜ਼ੋਰ ਕਰਨਾ; (ਪੁਸਤਕ ਵਿੱਚੋਂ) ਕਾਂਟ-ਛਾਂਟ ਕਰਨਾ, ਸੁਧਾਈ ਕਰਨਾ

castrated /**ਕੈਸ'ਟਰੇਇਟਿਡ**/ *a* ਖੱਸੀ ਕੀਤਾ

castration /**ਕੈ'ਸਟਰੇਇਸ਼ਨ**/ *n* ਖੱਸੀ ਕਰਨ ਦੀ ਕਿਰਿਆ, ਨਪੁੰਸਕੀਕਰਨ, ਨਕਾਰਾਕਰਨ

casual /'**ਕੈਯ਼ੁਅਲ**/ *a* ਇਤਫ਼ਾਕੀਆ, ਅਚਨਚੇਤੀ, ਸਬੱਬੀ; ਬੇਕਾਇਦਾ, ਅਨਿਯਮਤ; ਲਾਪਰਵਾਹ, ਅਸਾਵਧਾਨ; ਬੇਢੰਗਾ

casualism /'**ਕੈਯ਼ੁਅਲਿਜ਼ਅਮ**/ *n* ਅਚਾਨਕ ਹੋਣ ਦਾ ਸਿਧਾਂਤ

casual labourer *n* ਦਿਹਾੜੀਦਾਰ, ਕੱਚਾ ਮਜ਼ਦੂਰ

casually /'**ਕੈਯ਼ੁਅਲਿ**/ *adv* ਸਬੱਬੀ, ਕਦੇ-ਕਦੇ, ਅਚਾਨਕ ਹੀ

casualness /'**ਕੈਯ਼ੁਅਲਨਅਸ**/ *n* ਸੰਯੋਗ, ਲਾਪਰਵਾਹੀ

casual poor *n* ਜਿਸ ਨੂੰ ਕਦੇ-ਕਦੇ ਮਦਦ ਦੀ ਲੋੜ ਪਵੇ

casualty /'**ਕੈਯ਼ੁਅਲਟਿ**/ *n* ਦੁਰਘਟਨਾ, ਹਾਦਸਾ; ਮੁਸੀਬਤ; ਯਾਤਰਾ (ਬਹੁ) ਯੁੱਧ ਵਿੱਚ ਮਰਿਆਂ ਦੀ ਸੂਚੀ, ਘਾਇਲ ਲੋਕ

casualty ward *n* ਅਚਾਨਕ ਜ਼ਖ਼ਮੀ ਹੋਏ ਲੋਕਾਂ ਦਾ ਵਾਰਡ

casual water *n* ਪਾਣੀ ਦਾ ਅਸਥਾਈ ਸੰਗ੍ਰਹਿ

casuist /'**ਕੈਜ਼ਯੁਇਸਟ**/ *n* ਧਰਮ-ਅਧਰਮ ਵਿਚਾਰਕ

casuistic /,**ਕੈਜ਼ਯੁ'ਇਸਟਿਕ**/ *a* ਭ੍ਰਾਂਤੀਪੂਰਨ, ਵਾਕ-ਛਲ ਸੰਬੰਧੀ; ਧਰਮ-ਵਿੱਦਿਆ; ਵਾਕ-ਛਲ

casus belli /,**ਕੇਇਸਅਸ 'ਬੈਲਾਇ**, ,**ਕਾਸੁਸ 'ਬੈੱਲੀ**/ *(L)* *n* ਲੜਾਈ ਦਾ ਬਹਾਨਾ

cat /**ਕੈਟ**/ *n* ਬਿੱਲੀ; ਬਿੱਲੀ ਪਰਿਵਾਰ ਦਾ ਕੋਈ ਜਾਨਵਰ (ਜਿਵੇਂ ਸ਼ੇਰ, ਚੀਤਾ ਆਦਿ); ਈਰਖਾਲੂ, ਦੋਖੀ ਸੁਭਾਅ ਵਾਲੀ ਇਸਤਰੀ; ਲੜਾਕੀ ਰੰਨ, ਖੋਹਣ-ਖੰਝਣ ਵਾਲਾ ਬੱਚਾ; ਲੰਗਰ ਚੁੱਕਣ ਵਾਲਾ ਸ਼ਤੀਰ *v* ਲੰਗਰ ਚੁੱਕਣਾ **a cat may look at a king** ਭਿਖਾਰੀ ਬਾਦਸ਼ਾਹ ਨੂੰ ਵੀ ਲਲਕਾਰ ਸਕਦਾ ਹੈ **care killed the cat** ਚਿੰਤਾ ਚਿਖਾ ਬਰਾਬਰ **cat and dog life** ਕੁੱਤਿਆਂ ਬਿੱਲੀਆਂ

ਵਾਲਾ ਜੀਵਨ, ਕਲ੍ਹਾ-ਕਲੇਸ਼ ਦਾ ਜੀਵਨ **cult of the jumping cat** ਰਾਜਸੀ ਨੇਤਾ ਜੋ ਥੋੜ੍ਹੇ ਕੀਤਿਆਂ ਆਪਣੇ ਵਿਚਾਰ ਪ੍ਰਗਟ ਨਾ ਕਰੇ ਦਾ ਮਤ **fight like kilkenny cats** ਸਿਰ ਧੜ ਦੀ ਬਾਜ਼ੀ ਲਾਉਣਾ, ਲੜਦੇ-ਲੜਦੇ ਮਰ ਮਿਟਣਾ **not room to swing a cat** ਤਿਲ ਭਰ ਵੀ ਥਾਂ ਨਾਂ ਹੋਣਾ, ਸੀਮਿਤ ਸਥਾਨ **rain cats and dogs** ਮੋਹਲੇਧਾਰ ਮੀਂਹ ਵਸਣਾ **to bell the cat** ਬਿੱਲੀ ਦੇ ਗਲ ਘੰਟੀ ਬੰਨ੍ਹਣਾ **turn cat in pan** ਧੜੇ ਬਦਲਨਾ; ਜਮਨਾ ਗਏ ਜਮਨਾ ਦਾਸ ਗੰਗਾ ਗਏ ਗੰਗਾ ਰਾਮ; ਚੁਫੇਰਗੜ੍ਹੀਆ ਹੋਣਾ **which way the cat jumps** ਵੇਖੋ ਊਠ ਕਿਸ ਕਰਵਟ ਬਹਿੰਦਾ ਹੈ

catachresis /ˌਕੈਟਅ'ਕਰੀਸਿਸ/ *n* (ਸ਼ਬਦਾਂ ਦੀ) ਗ਼ਲਤ ਵਰਤੋਂ, ਪੁੱਠੀ ਵਰਤੋਂ, ਅਰਥ ਵਿਪਰਿਆਏ

catachrestic /ˌਕੈਟਅ'ਕਰੈਸੱਟਿਕ/ *a* ਸ਼ਬਦਾਂ ਦੀ ਗ਼ਲਤ ਵਰਤੋਂ ਨਾਲ ਸੰਬੰਧਿਤ, ਅਨਰਥੀ

cataclysm /'ਕੈਟਅਕਲਿਜ਼ਅਮ/ *n* ਰਾਜਸੀ ਉਥੱਲ-ਪੁੱਥਲ; ਅਰਾਜਕਤਾ, ਤਬਾਹੀ

cataclysmal /ˌਕੈਟਅ'ਕਲਿਜ਼ਮਅਲ/ *a* ਤਬਾਹਕੁਨ

cataclysmist /'ਕੈਟਅਕਲਿਜ਼ਮਿਸਟ/ *n* ਪਰਲੋਵਾਦੀ

catacombs /'ਕੈਟਅਕੂਮਜ਼/ *n* ਰੋਜ਼ਾ, ਜ਼ਮੀਨਦੋਜ਼ ਕਬਰਸਤਾਨ; ਸ਼ਰਾਬ ਦਾ ਤਹਿਖ਼ਾਨਾ

catacoustics /ˌਕੈਟਅ'ਕੂਸਟਿਕਸ/ *n* ਪ੍ਰਤਿਧੁਨੀ ਵਿਗਿਆਨ

catadromous /ˌਕੈਟਅ'ਡਰਅਉਮਅਸ/ *a* (ਆਂਡੇ ਦੇਣ ਲਈ) ਨਦੀ ਤੋਂ ਸਮੁੰਦਰ ਵਿੱਚ ਜਾਣ ਵਾਲੀ ਮੱਛੀ

catafalque /'ਕੈਟਅਫ਼ੈਲਕ/ *n* ਵੱਡੀ ਉਮਰ ਦੇ ਵਿਅਕਤੀ ਦੀ ਅਰਥੀ ਰੱਖਣ ਲਈ ਬਣਾਇਆ ਗਿਆ ਉੱਚਾ ਸਥਾਨ; ਖੁੱਲ੍ਹੀ ਸਜਾਵਟੀ ਅੰਤਿਮ ਯਾਤਰਾ ਵਾਲੀ ਗੱਡੀ

Catalan /'ਕੈਟਅਲੈਨ/ *n* ਕੈਟੇਲੋਨੀਆ ਦਾ ਵਸਨੀਕ; ਕੈਟੇਲੋਨੀਆ ਦੀ ਬੋਲੀ

catalectic /ˌਕੈਟਅ'ਲੈੱਕਟਿਕ/ *n* (ਛੰਦ) ਅੱਖਰ ਰਹਿਤ, ਜਿਸ ਵਿੱਚ ਇੱਕ ਅੱਖਰ ਘੱਟ ਹੋਵੇ

catalepsy /'ਕੈਟਅਲੈੱਪਸਿ/ *n* ਸਕਤਾ ਰੋਗ

cataleptic /ˌਕੈਟਅ'ਲੈੱਪਟਿਕ/ *n* ਸਕਤੇ ਦਾ ਰੋਗੀ

catalexis /'ਕੈਟਅਲੈੱਕਸਿਸ/ *n* (ਛੰਦ) ਅਰਧ ਪਦ-ਲੋਪ

catalogue /'ਕੈਟਅਲੌਂਗ/ *n* ਨਾਮਾਵਲੀ; ਸੂਚੀ-ਪੱਤਰ, ਪੁਸਤਕ-ਸੂਚੀ; ਸੂਚੀ, ਸਾਰਨੀ, ਤਾਲਕਾ, ਫਹਰਿਸਤ *vt* ਸੂਚੀ ਬਣਾਉਣਾ, ਫਹਰਿਸਤ ਵਿੱਚ ਦਰਜ ਕਰਨਾ; ਗਿਣਨਾ

cataloguer /'ਕੈਟਅਲੌਂਗਅ*/ *n* ਫਹਰਿਸਤ ਬਣਾਉਣ ਵਾਲਾ, ਸੂਚੀਕਾਰ

catalogue raisonne *(F) n* ਵਿਸ਼ੇ-ਸੂਚੀ

catalysis /ਕਅ'ਟੈਲਅਸਿਸ/ *n* ਆਪਣਾ ਰੂਪ ਬਦਲੇ ਬਿਨਾਂ ਹੋਰ ਰਸਾਇਣਿਕ ਤਰਲਾਂ ਵਿੱਚ ਬਦਲੀ, ਉਤਪ੍ਰੇਰਨ

catalyst /'ਕੈਟਅਲਿਸਟ/ *n* ਉਤਪ੍ਰੇਰਕ, ਰਸਾਇਣਿਕ ਪ੍ਰਕਿਰਿਆ ਨੂੰ ਤੇਜ਼ ਕਰਨ ਵਾਲਾ ਪਦਾਰਥ

catalytic /ˌਕੈਟਅ'ਲਿਟਿਕ/ *a* ਉਤਪ੍ਰੇਰਕ

catamaran /ˌਕੈਟਅਮਅ'ਰੈਨ/ *n* ਸ਼ਤੀਰੀਆਂ ਦੀ ਬੇੜੀ, ਤੁਲ੍ਹਾ; ਝਗੜਾਲੂ ਇਸਤਰੀ, ਲੜਾਕੀ ਔਰਤ

catamenia /ਕੈਟਅ'ਮੀਨਿਅ/ *n* ਮਾਸਿਕ ਧਰਮ, ਮਾਹਵਾਰੀ

catamite /'ਕੈਟਅਮਾਇਟ/ *n* ਲੌਂਡਾ, ਇੱਲਤੀ

catamountain /ˌਕੈਟਅ'ਮਾਉਨਟਿਨ/ *n* ਚੀਤਾ; ਝਗੜਾਲੂ, ਲੜਾਕਾ ਬੰਦਾ

cataphonics /ˌਕੈਟਅ'ਫ਼ਅਉਨਿਕਸ/ *n* ਪ੍ਰਤਿਧੁਨੀ ਵਿਗਿਆਨ

cataphor /'ਕੈਟਅਫ਼ਅ* / *n* (ਭਾਸ਼ਾ) ਸਮਾਨਾਰਥੀ ਸ਼ਬਦ, (ਕਿਸੇ ਕਥਨ ਵਿੱਚ) ਸ਼ਬਦ ਜੋ ਕਿਸੇ ਬਾਅਦ ਵਿੱਚ ਆਉਣ ਵਾਲੇ ਸ਼ਬਦ ਦਾ ਸਮਾਨਾਰਥੀ ਹੋਵੇ

cataphoresis /ˌਕੈਟਅਫ਼ਅ'ਰੀਸਿਸ/ *n*

ਨਿਕਾਸ; ਅਧੋਗਤੀ

cataphract /'ਕੈਟਅਫ਼ਰੈਕਟ/ *n* ਕਵਚ

cataplasm /'ਕੈਟਅਪਲੈਜ਼(ਅ)ਮ/ *n* ਪੁਲਟਿਸ, ਲੇਪ

catapult /'ਕੈਟਅਪੱਲਟ/ *n* ਗੁਲੇਲ, ਗੋਪੀਆ; ਹਵਾਈ ਜਹਾਜ਼ ਨੂੰ ਡੈੱਕ ਤੋਂ ਉਠਾਉਣ ਵਾਲੀ ਮਸ਼ੀਨ; ਕਿਲ੍ਹਾ-ਤੋੜ ਲੱਠ *v* ਗੁਲੇਲ ਮਾਰਨਾ, ਨਿਸ਼ਾਨਾ ਫੁੰਡਣਾ

cataract /'ਕੈਟਅਰੈਕਟ/ *n* ਝਰਨਾ, ਆਬਸ਼ਾਰ, ਝਲਾਰ, ਮੋਹਲੇਧਾਰ ਵਰਖਾ; ਮੋਤੀਆ-ਬਿੰਦ, ਅੱਖਾਂ ਦੀ ਇੱਕ ਬਿਮਾਰੀ

catarrh /ਕਅ'ਟਾ*/ *n* ਨਜ਼ਲਾ, ਜ਼ੁਕਾਮ, ਰੇਸ਼ਾ

catastrophe /ਕਅ'ਟੈਸਟਰਅਫ਼ਿ/ *n* ਬਿਪਤਾ, ਆਫ਼ਤ; ਘੱਲੂਘਾਰਾ; ਉਥੱਲ-ਪੁੱਥਲ, ਵਿਨਾਸ਼, ਬਿਪਤਾ ਭਰਿਆ ਅੰਤ, ਤਬਾਹੀ

catastrophic, catastrophical /ˌਕੈਟਅ'ਸਟਰੌਫ਼ਿਕ, ˌਕੈਟਅ'ਸਟਰੌਫ਼ਿਕਲ/ *a* ਬਿਪਤਾਪੂਰਨ, ਤਬਾਹਕਾਰੀ, ਵਿਨਾਸ਼ਕਾਰੀ

catastrophism /ਕਅ'ਟੈਸਟਰਅਫ਼ਿਜ਼ਅਮ/ *n* ਉਥੱਲ-ਪੁੱਥਲ ਦਾ ਸਿਧਾਂਤ, ਪਰਲੋਵਾਦ

catastrophist /ਕਅ'ਟੈਸਟਰਅਫ਼ਿਸਟ/ *n* ਬਿਪਤਾ ਦੇ ਸਿਧਾਂਤ ਦਾ ਅਨੁਯਾਈ

cat burglar *n* ਮਕਾਨ ਉੱਪਰ ਚੜ੍ਹਕੇ ਚੋਰੀ ਕਰਨ ਵਾਲਾ

catcall /'ਕੈਟਕੋਲ/ *n* (ਕਿਸੇ ਜਲਸੇ ਵਿੱਚ ਜਾਂ ਲੈਕਚਰ ਸਮੇਂ ਨਾਪਸੰਦੀ ਜ਼ਾਹਰ ਕਰਦੇ ਵਜਾਈ) ਸੀਟੀ

catch /ਕੈਚ/ *v* ਫੜਨਾ, ਫੜ ਲੈਣਾ, ਗ੍ਰਹਿਣ ਕਰਨਾ; ਕਾਬੂ ਕਰਨਾ, ਗਰਿਫ਼ਤਾਰ ਕਰਨਾ; ਥੰਮ੍ਹਣਾ, ਥੰਮ੍ਹ ਲੈਣਾ, ਝੁੱਪਣਾ, ਬੋਚਣਾ, ਝੁੱਪ ਲੈਣਾ; ਹੱਥ ਮਾਰਨਾ; ਕਿਸੇ ਚੀਜ਼ ਨੂੰ ਸਮਝ ਲੈਣਾ; ਰੋਗ ਸਹੇੜਨਾ; ਅਟਕਾਉਣਾ *n* ਪਕੜ, ਫੜਾਈ, ਗਰਿਫ਼ਤਾਰੀ; ਕ੍ਰਿਕਟ ਵਿੱਚ ਗੇਂਦ ਬੋਚਣ ਦਾ ਭਾਵ; ਝੋਲ (ਜਿੰਨੀਆਂ ਮੱਛੀਆਂ ਇੱਕੋ ਵਾਰੀ ਫੜੀਆਂ ਜਾਣ); ਅੜਿੱਕਾ, ਅੜਾਉਣੀ; ਕੁੱਤਾ, (ਖੂਹ ਦੀ ਚਹਿਕਲ ਦਾ) ਹਟਕੋਰਾ; (ਗਾਉਣ ਦਾ) ਟੱਪਾ, ਬੋਲੀ; ਫਸਾਉਣਯੋਗ ਆਦਮੀ, ਚੰਗਾ ਸ਼ਿਕਾਰ **a good catch** (ਕ੍ਰਿਕਟ) ਚੰਗਾ ਬੋਚਣ ਵਾਲਾ **catch a glimpse of** ਝਲਕ ਦੇਖਣਾ **catch at a straw** ਅੱਕੀਂ-ਪਲਾਹੀਂ ਹੱਥ ਮਾਰਨਾ **catch fire** ਅੱਗ ਲੱਗਣਾ **catch in the breath** ਹਟਕੋਰਾ **catch on the nose** ਨੱਕ 'ਤੇ ਵੱਜਣਾ **catch up speaker** ਟੋਕਣਾ **don't catch on** ਮਤਲਬ ਨਾ ਸਮਝਣਾ **no catch** ਭੈੜਾ ਸੌਦਾ, ਨਿਕੰਮੀ ਸ਼ੈ

catchable /ਕੈਚਅਬਲ/ *a* ਫੜਨਯੋਗ

catcher /'ਕੈਚਅ*/ *n* ਫੜਨ ਵਾਲਾ ਖਿਡਾਰੀ

catching /'ਕੈਚਿਙ/ *a* ਦਿਲਖਿੱਚਵਾਂ, ਆਕਰਸ਼ਕ; ਅਸਰਦਾਇਕ; ਛੂਤ ਵਾਲਾ, ਛੂਤ ਵਾਲੀ (ਬਿਮਾਰੀ) *n* ਪਕੜ; ਗਰਾਹੀ

catchline /'ਕੈਚਲਾਇਨ/ *n* (ਪੰਨੇ ਤੇ ਲੱਗੀ) ਧਿਆਨ ਖਿੱਚਣ ਵਾਲੀ ਲਕੀਰ, ਨੋਟ ਕਰਨ ਵਾਲੇ ਸ਼ਬਦਾਂ ਉੱਤੇ ਲੱਗੀ ਨਿਸ਼ਾਨੀ

catchment /'ਕੈਚਮਅਨਟ/ *n* ਅਜਿਹਾ ਖੇਤਰ ਜਿੱਥੋਂ ਮੀਂਹ ਦਾ ਪਾਣੀ ਵਹਿ ਕੇ ਨਦੀ ਵਿੱਚ ਜਾਏ

catchment area /'ਕੈਚਮਅਨਟ ਏਅਰਿਅ/ *n* ਅਜਿਹਾ ਸਥਾਨ ਜਿੱਥੋਂ ਸਕੂਲੀ ਬੱਚਿਆਂ ਨੂੰ ਬੱਸ ਵਿੱਚ ਬੈਠਾਇਆ ਜਾਵੇ, ਮਰੀਜ਼ਾਂ ਨੂੰ ਲੈ ਜਾਣ ਵਾਲੀ ਬੱਸ ਦਾ ਰੁਕਣ ਸਥਾਨ

catch out *n* ਪਕੜ ਲੈਣ ਦੀ ਸਥਿਤੀ

catchpenny /'ਕੈਚਪੈਨਿ/ *a* ਦਿਖਾਵਟੀ ਜਾਂ ਬੇਕਾਰ (ਚੀਜ਼)

catchpole /'ਕੈਚਪਅਉਲ/ *n* ਪਿਆਦਾ (ਕਚਹਿਰੀ ਦਾ), ਕੁਰਕੀ ਵਾਲਾ, ਕੁਰਕ-ਅਮੀਨ

catchword /'ਕੈਚਵਅ:ਡ/ *n* ਸੂਚਕ ਸ਼ਬਦ, ਪੰਨੇ ਦੇ ਸਿਰੇ ਉੱਤੇ ਲਿਖਿਆ ਅਰੰਭਿਕ ਅਤੇ ਅੰਤਿਮ ਸ਼ਬਦ; ਕਿਸੇ ਪਾਤਰ ਦੇ ਕਥਨ ਦਾ ਅੰਤਿਮ ਸ਼ਬਦ; ਨਾਅਰਾ

catchy /'ਕੈਚਿ/ *a* ਮਨੋਹਰ, ਦਿੱਲ-ਖਿੱਚਵਾਂ, ਆਕਰਸ਼ਕ

cate /ਕੇਇਟ/ *n* (ਪਰਾ) ਤਰ ਮਾਲ, ਸੁਆਦਲਾ

ਭੋਜਨ, ਨਿਆਮਤ

catechetic, catechetical /ˌਕੈਟਿ'ਕੈੱਟਿਕ, ˌਕੈਟਿ'ਕੈੱਟਿਕਲ/ *a* ਸੁਆਲ-ਜੁਆਬੀ, ਪ੍ਰਸ਼ਨੋਤਰੀ; ਪ੍ਰਸ਼ਨੋਤਰ ਢੰਗ ਦਾ

catechetically /ˌਕੈਟਿ'ਕੈੱਟਿਕਲਿ/ *adv* ਪ੍ਰਸ਼ਨ-ਉੱਤਰ ਦੇ ਢੰਗ ਨਾਲ

catechism /'ਕੈਟਅਕਿਜ਼ਅਮ/ *n* ਪ੍ਰਸ਼ਨੋਤਰੀ, ਪ੍ਰਸ਼ਨਮਾਲਾ, ਪ੍ਰਸ਼ਨਾਵਲੀ; ਪ੍ਰਸ਼ਨੋਤਰੀ ਰਾਹੀਂ ਸਿੱਖਿਆ

catechismal /'ਕੈਟਅਕਿਜ਼ਮ(ਅ)ਲ/ *a* ਪ੍ਰਸ਼ਨੋਤਰੀ ਸੰਬੰਧੀ

catechist /'ਕੈਟਅਕਿਸਟ/ *n* ਪ੍ਰਸ਼ਨੋਤਰਵਾਦੀ, ਪ੍ਰਸ਼ਨੋਤਰ ਸਿੱਖਿਅਕ

catechistic /ˌਕੈਟਅ'ਕਿਸਟਿਕ/ *a* ਪ੍ਰਸ਼ਨੋਤਰੀ ਸੰਬੰਧੀ

catechize /'ਕੈਟਿਕਾਇਜ਼/ *vt* ਪ੍ਰਸ਼ਨ-ਉੱਤਰ ਦੇ ਢੰਗ ਨਾਲ ਸਿੱਖਿਆ ਦੇਣਾ; ਪ੍ਰਸ਼ਨ ਕਰਨਾ, ਪਰੀਖਿਆ ਲੈਣਾ

catechizer /'ਕੈਟਅਕਾਇਜ਼ਅ*/ *n* ਧਾਰਮਿਕ ਗੁਰੂ; ਪ੍ਰਸ਼ਨ ਕਰਤਾ

categorical /ˌਕੈਟਅ'ਗੌਰਿਕਲ/ *a* ਸਾਫ਼, ਸਿੱਧਾ, ਸਪਸ਼ਟ, ਮੁਤਲਿਕ, ਸੁਨਿਸ਼ਚਿਤ; (ਤਰਕ) ਨਿਰਪੇਖ, ਨਿਹਕੇਵਲ

categorical imperative *n* ਵਿਵੇਕ ਦਾ ਆਦੇਸ਼, ਨਿਰਪੇਖ ਆਦੇਸ਼

categorically /ˌਕੈਟਅ'ਗੌਰਿਕਲਿ/ *adv* ਉੱਕਾ ਹੀ, ਸਪਸ਼ਟ ਰੂਪ ਵਿੱਚ, ਸਾਫ਼-ਸਾਫ਼

categoricalness /ˌਕੈਟਅ'ਗੌਰਿਕਲਨਅਸ/ *n* ਸਪਸ਼ਟਤਾ, ਨਿਰਪੇਖਤਾ

categorisation /ˌਕੈਟਅਗਅਰਾਇ'ਜ਼ੇਇਸ਼ਨ/ *n* ਵਰਗੀਕਰਨ, ਪ੍ਰਕਾਰ-ਵੰਡ

categorize, categorise /'ਕੈਟਅਗਅਰਾਇਜ਼/ *vt* ਵਰਗੀਕ੍ਰਿਤ ਕਰਨਾ, ਵੰਡ ਕਰਨਾ, ਵੰਡਣਾ

category /'ਕੈਟਅਗਅਰਿ/ *n* ਸ਼੍ਰੇਣੀ, ਵਰਗ; ਪਦ, ਦਰਜਾ

catena /ਕਅ'ਟੀਨਅ/ *(L)* *n* ਲੜੀ, ਮਾਲਾ, ਸੰਗਲੀ

catenary, catenarian /ਕਅ'ਟੀਨਅਰਿ, ˌਕੈਟਿ'ਨੇਅਰਿਅਨ/ *a* ਸੰਗਲੀ ਵਰਗਾ *n* ਸੰਗਲੀਹਾਰ ਵਕਰ

catenate /'ਕੈਟਿਨੇਇਟ/ *vt* ਲੜੀਬੱਧ ਕਰਨਾ, ਲੜੀ ਜੋੜਨਾ

catenation /ˌਕੈਟਿ'ਨੇਇਸ਼ਨ/ *n* ਪਰਸਪਰ ਸੰਬੰਧ, ਲੜੀ ਬੰਧਨ

cater /'ਕੇਇਟਅ*/ *vi* ਭੋਜਨ ਦਾ ਪ੍ਰਬੰਧ ਕਰਨਾ; ਪ੍ਰਬੰਧ ਕਰਨਾ, ਲੋੜ ਪੂਰੀ ਕਰਨਾ

cateran /'ਕੈਟਅਰਅਨ/ *n* (ਇਤਿ) ਡਾਕੂ, ਲੁਟੇਰਾ, ਪਸ਼ੂ ਚੋਰ; ਪਹਾੜੀ ਯੋਧਾ ਜਾਂ ਲੜਾਕਾ

cater-cousin /'ਕੇਇਟਅˌਕਅੱਜ਼ਨ/ *n* (ਪਰਾ) ਪੱਗ-ਵੱਟ ਭਰਾ, ਜਿਗਰੀ ਦੋਸਤ **be cater-cousins** ਚੰਗੇ ਸੰਬੰਧ ਹੋਣਾ

caterer /'ਕੇਇਟਅਰਅ*/ *n* ਭੰਡਾਰੀ, ਭੋਜਨ ਵੰਡਣ ਵਾਲਾ, ਭੋਜ-ਪ੍ਰਬੰਧਕ

catering /'ਕੇਇਟਅਰਿਙ/ *n* ਭੋਜਨ-ਪ੍ਰਬੰਧ

caterpillar /'ਕੈਟਅਪਿਲਅ*/ *n* ਤਿਤਲੀ ਦਾ ਲਾਰਵਾ; ਲੋਭੀ ਆਦਮੀ **caterpiller tractor** ਮਿੱਟੀ ਪੁੱਟ

caterwaul /'ਕੈਟਅਵੋਲ/ *n* ਚੀਖ-ਚਿਹਾੜਾ

cates /ਕੇਇਟਸ/ *n* ਸੁਆਦੀ ਭੋਜਨ

cat-eyed *a* ਹਨੇਰੇ ਵਿੱਚ ਵੇਖ ਸਕਣ ਵਾਲਾ

catharism /'ਕੈਥਅਰਿਜ਼ਅਮ/ *n* ਪਾਵਨਵਾਦ

catharsis /ਕਅ'ਥਾਸਿਸ/ *n* ਜੁਲਾਬ, ਵਿਰੇਚਨ, ਸ਼ੋਧ; ਸਰੀਰ-ਸ਼ੁੱਧੀ, ਪਸ਼ੂ ਬਿਰਤੀਆਂ ਨੂੰ ਸੋਧ ਕੇ ਸੂਖਮ ਬਣਾਉਣ ਦੀ ਕਿਰਿਆ (ਕਾਵਿ); ਭਾਵ-ਵਿਰੇਚਨ, ਮਨੋ-ਵਿਰੇਚਨ

cathartic /ਕਅ'ਥਾਟਿਕ/ *n* ਦਸਤਾਵਰ ਦਵਾਈ, ਜੁਲਾਬ; ਵਿਰੇਚਨੀ *a* ਸ਼ੁੱਧੀ ਕਾਰਕ, ਵਿਰੇਚਕ (ਦਵਾਈ)

cathartive /ਕਅ'ਥਾਟਿਵ਼/ *a* ਦਸਤਾਵਰ, ਵਿਰੇਚਕ

cathedra /ਕਅ'ਥੀਡਰਅ/ *n* ਪਾਦਰੀ ਦਾ ਆਸਨ

cathedral /ਕਅ'ਥੀਡਰਅਲ/ *n* ਵੱਡਾ ਗਿਰਜਾ (ਜਿਸ ਵਿੱਚ ਵੱਡੇ ਪਾਦਰੀ ਦਾ ਸਿੰਘਾਸਣ ਹੁੰਦਾ ਹੈ) *a* ਗਿਰਜੇ ਸੰਬੰਧੀ

Catherine-wheel /'ਕੈਥਰਿਨ ਵੀਲ/ *n* (ਆਤਸ਼ਬਾਜ਼ੀ) ਚਰਖੜੀ; ਕਲਾਬਾਜ਼ੀ

catheter /'ਕੈਥਿਟਅ*/ *n* ਮਸਾਨੇ ਵਿੱਚੋਂ ਪਿਸ਼ਾਬ ਦੇ ਨਿਕਾਸ ਲਈ ਨਾਲੀ

cathetometer /,ਕੈਥਿ'ਟੌਮਿਟਅ*/ *n* ਤਰਲ ਪਦਾਰਥਾਂ ਦੇ ਤਲ ਨੂੰ ਨਾਪਣ ਵਾਲਾ ਯੰਤਰ, ਤਲ-ਮਾਪਕ

cathode /'ਕੈਥਅਉਡ/ *n* ਕੈਥੋਡ, ਰਿਣ ਬਿਜਲਾਣੂ ਸਿਰਾ

cathode ray tube *n* (ਟੈਲੀਵਿਜ਼ਨ ਜਾਂ ਕੰਪਿਊਟਰ ਦੀ) ਕੈਥੋਡ ਕਿਰਨ ਟਿਊਬ

Catholic /'ਕੈਥਲਿਕ/ *a* ਵਿਸ਼ਵ-ਵਿਆਪੀ, ਸਰਵਜਨਕ, ਸਰਵਗਰਾਹੀ; ਉਦਾਰ, ਉਦਾਰਚਿੱਤ, ਸਹਿਨਸ਼ੀਲ, ਨਿਰਪੱਖ *n* ਰੋਮਨ ਕੈਥੋਲਿਕ ਮੱਤ ਦਾ ਅਨੁਯਾਈ

catholic emancipation *n* ਰੋਮਨ ਕੈਥੋਲਿਕ ਮੱਤ ਵਾਲਿਆਂ ਦਾ ਉਧਾਰ

catholicise /ਕਅ'ਥੌਲਿਸਾਇਜ਼/ *vt* ਸਰਬ-ਵਿਆਪਕ ਬਣਾਉਣਾ; ਰੋਮਨ ਕੈਥੋਲਿਕ ਬਣਾਉਣਾ

catholicism /ਕਅ'ਥੌਲਅਸਿਜ਼ਅਮ/ *n* ਖੁੱਲ੍ਹ, ਰਵਾਦਾਰੀ, ਉਦਾਰਤਾ; ਸਰਬ-ਵਿਆਪਕਤਾ, ਸਰਬ-ਸਾਂਝੀਵਾਲਤਾ; ਰੋਮਨ ਕੈਥੋਲਿਕ ਮੱਤ

catholicity /,ਕੈਥਅ(ਉ)'ਲਿਸਅਟਿ/ *n* ਵਿਸ਼ਾਲਤਾ, ਸਰਬ-ਜਨਿਕਤਾ, ਸਰਬ-ਵਿਆਪਕਤਾ; ਨਿਰਪੱਖਤਾ, ਉਦਾਰਤਾ; ਰੋਮਨ ਕੈਥੋਲਿਕ ਜਾਂ ਕੈਥੋਲਿਕ ਚਰਚ ਦੇ ਸਿਧਾਂਤ ਜਾਂ ਉਸ ਧਰਮ ਪ੍ਰਤੀ ਅਨੁਕੂਲਤਾ

catholicon /ਕਅ'ਥੌਲਿਕਅਨ/ *n* ਸਰਬਰੋਗ-ਨਾਸਕ ਦਵਾਈ, ਸੰਜੀਵਨੀ, ਅਕਸੀਰ

cathood /'ਕੈਟਹੁਡ/ *n* ਬਿੱਲੀਪੁਣਾ

cat-ice *n* ਕੱਚੀ ਦੂਧੀਆ ਬਰਫ਼ ਦੀ ਤਹਿ

catlike /'ਕੈਟਲਾਇਕ/ *a* ਬਿੱਲੀ ਵਰਗਾ ਚੁੱਪ-ਚੁਪੀਤਾ

catmint /'ਕੈਟਮਿਨਟ/ *n* ਸੁਗੰਧੀ ਵਾਲੇ ਫੁੱਲਾਂ ਦਾ ਇੱਕ ਬੂਟਾ

catnap /'ਕੈਟਨੈਪ/ *n* ਊਂਘ, ਨੀਂਦ ਦਾ ਠੌਂਕਾ

catoptric /ਕਅ'ਟੌਪਟਰਿਕ/ *a* ਪ੍ਰਤਿਬਿੰਬਤ

catoptrics /ਕਅ'ਟੌਪਟਰਿਕਸ/ *n* ਪ੍ਰਤਿਬਿੰਬ ਪ੍ਰਕਾਸ਼ ਵਿਗਿਆਨ, ਪਰਾਵਰਤਨ ਵਿਗਿਆਨ

catoptromancy /ਕਅ'ਟੌਪਟਰਅਮਅਨਸਿ/ *n* ਅਕਸ ਵਿਗਿਆਨ, ਪ੍ਰਤਿਬਿੰਬ ਜੋਤਸ਼

cat's cradle *n* ਬੱਚਿਆਂ ਦੀ ਇੱਕ ਖੇਡ, ਚਿੜੀ ਪੌਂਚਾ

Cat'seye /'ਕੈਟਸਆਇ/ *n* ਇੱਕ ਬਹੁਮੁਲਾ ਅਕਸੀ ਪੱਥਰ

cat's foot *n* ਇਸ਼ਕ ਪੇਚੇ ਦੀ ਵੇਲ

cat's meat *n* ਬਿੱਲੀਆਂ ਦੀ ਖ਼ੁਰਾਕ ਲਈ ਤਿਆਰ ਕੀਤਾ ਘੋੜਿਆਂ ਦਾ ਮਾਸ

cat's paw *n* ਹੱਥ-ਠੋਕਾ, ਕਠਪੁਤਲੀ; ਮੰਦ-ਮੰਦ ਚਲਦੀ ਹਵਾ

cattle /'ਕੈਟਲ/ *n* ਪਸ਼ੂ, ਡੰਗਰ, ਮਾਲ, ਪਸ਼ੂ-ਧਨ

cattle-keeper *n* ਪਸ਼ੂਪਾਲ

cattle-leader *n* ਨੱਥ, ਨਕੇਲ

cattle-lifter *n* ਪਸ਼ੂਚੋਰ

cattle plague *n* ਡੰਗਰਾਂ ਦੀ ਇੱਕ ਬਿਮਾਰੀ, ਮਰੀ

cattle shed *n* ਵਾੜਾ, ਢਾਰਾ

catwalk /'ਕੈਟਵੋਕ/ *n* ਸੜਕ ਦੇ ਨਾਲ ਨਾਲ ਤੰਗ ਪਟੜੀ, ਡੰਡੀ; ਲੰਮੇ ਸਟੇਜ ਤੇ ਮਾਡਲ ਆਦਿ ਦਾ ਪਰਦਰਸ਼ਨ

cat whisker *n* (ਅਪ) ਵਧੀਆ ਬੰਦਾ

Caucasia /ਕੋ'ਕੇਇਜ਼ਿਅ/ *n* ਕੋਹਕਾਫ਼ ਦਾ ਇਲਾਕਾ, ਕਾਕੇਸ਼ੀਆ

Caucasian /ਕੋ'ਕੇਇਜ਼ਿਅਨ, -'ਕੇਇਯ਼ਨ/ *n* ਗੋਰਾ, ਗੋਰੀ ਨਸਲ ਦਾ (ਵਿਅਕਤੀ) *a* ਕੋਹਕਾਫ਼ ਦਾ (ਵਾਸੀ)

caucus /'ਕੋਕਅਸ/ *n* ਢਾਣੀ, ਗੁੱਟ, ਜੁੰਡੀ (ਰਾਜਸੀ) *v* ਢਾਣੀ ਬਣਾਉਣਾ, ਗੁੱਟ-ਤੰਤਰ ਚਲਾਉਣਾ

cauda /'ਕੋਡਅ/ *n* ਪੂਛ, ਪੂਛਲ, ਦੁੰਮ

caudal[1] /'ਕੋਡਲ/ *n* ਪੂਛ ਵਰਗਾ, ਪੂਛਹਾਰ

caudle[2] *n* ਪੰਜੀਰੀ, ਘੁੱਟੀ, ਸ਼ੀਰਾ

caught /ਕੋਟ/ *v* **catch** ਦਾ ਭੂਤ-ਕਾਲ ਅਤੇ ਭੂਤ-ਕ੍ਰਿਦੰਤ

caul /ਕੋਲ/ *n* ਬੱਚੇ ਦੇ ਜਨਮ ਸਮੇਂ ਦੀ ਔਲ, ਝਿੱਲੀ; ਜਨਾਨਾ ਟੋਪੀ ਦੀ ਪਿਛਲੀ ਜਾਲੀ

cauldron /'ਕੋਲਡਰਅਨ/ *n* ਦੇਗ, ਕੜਾਹਾ

cauliflower /'ਕੌਲਿਫ਼ਲਾਉਅ*/ *n* ਫੁੱਲ-ਗੋਭੀ

caulk /ਕੋਕ/ *vt* ਜਹਾਜ਼ ਦੀ ਝਰੀ ਜਾਂ ਤੇੜ ਬੰਦ ਕਰਨਾ

causal /'ਕੋਜ਼ਲ/ *a* ਕਾਰਨਵਾਚੀ, ਕਾਰਨ ਸੰਬੰਧੀ, ਕਾਰਨ ਅਤੇ ਕਾਰਜ ਦੇ ਸੁਭਾਅ ਵਾਲਾ

causality /ਕੋ'ਜ਼ੈਲਅਟਿ/ *n* ਕਾਰਨਤਾ; ਕਾਰਨਵਾਦ, ਕਾਰਜ-ਕਾਰਨ ਸਿਧਾਂਤ; ਕਾਰਜ-ਕਾਰਨ ਸੰਬੰਧ

causally /'ਕੋਜ਼ਲਿ/ *adv* ਕਾਰਨ ਦੀ ਦ੍ਰਿਸ਼ਟੀ ਤੋਂ, ਕਾਰਨ ਵਜੋਂ

causation /ਕੋ'ਜ਼ੇਇਸ਼ਨ/ *n* ਕਾਰਨਤਵ, ਕਾਰਨਤਾ, ਕਾਰਜ-ਕਾਰਨ ਸੰਬੰਧ, ਕਾਰਜ-ਕਾਰਨ ਸਿਧਾਂਤ

causationism /ਕੋ'ਜ਼ੇਇਸ਼ਨਿਜ਼ਅਮ/ *n* ਕਾਰਜ-ਕਾਰਨਵਾਦ

causationist /ਕੋ'ਜ਼ੇਇਸ਼ਨਿਸਟ/ *n* ਕਾਰਜ-ਕਾਰਨਵਾਦੀ, ਕਾਰਜ-ਕਾਰਨ ਦੇ ਸਿਧਾਂਤ ਦਾ ਅਨੁਯਾਈ

causative /'ਕੋਜ਼ਅਟਿਵ਼/ *a* (ਬੋਲ) ਕਾਰਨਿਕ, ਕਾਰਨਕਾਰੀ, ਕਾਰਨਵਾਚਕ, (ਭਾਸ਼ਾ) ਪ੍ਰੇਰਨਾਰਥਕ

cause /ਕੋਜ਼/ *n* ਕਾਰਨ, ਸਬੱਬ, ਵਜ੍ਹਾ; ਉਦੇਸ਼, ਪ੍ਰਯੋਜਨ *a* ਦਾਅਵਾ, ਪੱਖ, ਮੋਢੀ, ਮੂਲ-ਕਰਤਾ, ਬਾਨੀ *vt* ਕਰਾਉਣਾ, ਕਰਵਾਉਣਾ; ਉਤਪੰਨ ਕਰਨਾ, ਪੈਦਾ ਕਰਨਾ; ਬਣਾ ਲੈਣਾ **make common cause with** ਧੜਾ ਬਣਾ ਲੈਣਾ **material cause** ਮੂਲ ਕਾਰਨ **plead a cause** ਮੁਕੱਦਮੇ ਦੀ ਪੈਰਵੀ ਕਰਨਾ, ਪੱਖ ਪੂਰਨਾ **show cause** ਕਾਰਨ ਦੱਸਣਾ

causeless /ਕੋਜ਼ਲਅਸ/ *a* ਅਕਾਰਨ, ਬਿਨਾਂ ਕਾਰਨ ਦੇ

causelessness /'ਕੋਜ਼ਲਅਸਨਅਸ/ *n* ਕਾਰਨਹੀਣਤਾ

cause-list *n* ਮੁਕੱਦਮਿਆਂ ਦੀ ਸੂਚੀ (ਜਿਨ੍ਹਾਂ ਦਾ ਫੈਸਲਾ ਹੋਣਾ ਹੋਵੇ)

causer /ਕੋਜ਼ਅ*/ *n* ਉਤਪਾਦਕ, ਕਾਰਨ ਕਰਤਾ, ਹੋਂਦ ਵਿੱਚ ਲਿਆਉਣ ਵਾਲਾ

causerie /'ਕਅਉਜ਼ਅਰਿ/ *n* ਸਮਾਚਾਰ ਪੱਤਰ ਵਿੱਚ ਮਨੋਰੰਜਨ ਦਾ ਕਾਲਮ, ਲਘੂ-ਨਿਬੰਧ; ਟਿੱਪਣੀ, ਸਾਹਿਤਕ ਵਾਰਤਾਲਾਪ

causeway /'ਕੋਜ਼ਵੇਇ/ *n* ਬੰਨ੍ਹ, ਪੁਲ; ਉੱਚੀ ਪਟੜੀ, ਲਾਂਘਾ, ਪੁਲਦਾਰ ਰਾਹ *vt* ਪੁਲ ਬੰਨ੍ਹਣਾ, ਲਾਂਘਾ ਬਣਾਉਣਾ, ਪਟੜੀ ਬੰਨ੍ਹਣਾ

caustic /'ਕੋਸਟਿਕ/ *a* ਸਾੜਨ ਵਾਲਾ, ਜਲਾਉਣ ਵਾਲਾ; ਸਾੜਵਾਂ, ਕਾਟਵਾਂ, ਤਾਹਨੇ ਭਰਿਆ *n* ਖ਼ਾਰ

caustic soda *n* ਕਾਸਟਕ ਸੋਡਾ, ਇਸ ਵਿੱਚ ਕਾਸਟਕ ਸੋਡੀਅਮ ਤੇ ਹਾਈਡਰੋਜਨ ਅਤੇ ਆਕਸੀਜਨ ਦੇ ਤੱਤ ਰਸਾਇਣਿਕ ਢੰਗ ਨਾਲ ਸਮਿਲਿਤ ਹੁੰਦੇ ਹਨ

cauter /'ਕੋਟਅ*/ *n* ਦਾਗਣ ਲਈ ਵਰਤਿਆ ਲੋਹਾ

cauterization /ˌਕੋਟ(ਅ)ਰਾਇ'ਜ਼ੇਇਸ਼ਨ/ *n* ਦਾਗਣ ਦੀ ਕਿਰਿਆ

cauterize /'ਕੌਟਅਰਾਇਜ਼/ *vt* ਦਾਗਣਾ, ਦਾਗ ਦੇਣਾ; ਬੇਅਸਰ ਕਰ ਦੇਣਾ; ਕਠੋਰ ਬਣਾਉਣਾ, ਸਖ਼ਤ ਬਣਾ ਦੇਣਾ

cautery /'ਕੋਟ(ਅ)ਰਿ/ *n* ਦਾਗਣ ਵਾਲਾ ਸੰਦ, ਦਾਗ ਦੇਣ ਵਾਲੀ ਸੀਖ ਜਾਂ ਗੁਲ; ਦਾਗ, ਦਾਹਨ

caution /'ਕੋਸ਼ਨ/ *n* ਖ਼ਬਰਦਾਰੀ, ਸਾਵਧਾਨੀ, ਚੌਕਸੀ, ਸਿਆਣਪ, ਚਿਤਾਵਨੀ; ਅਸਧਾਰਨ ਵਸਤੂ;

ਅਨੋਖਾ ਜਾਂ ਭਿਆਨਕ ਮਨੁੱਖ *vt* ਝਿੜਕਣਾ, ਚਿਤਾਵਨੀ ਦੇਣਾ; ਜਤਲਾਉਣਾ, ਖ਼ਬਰਦਾਰ ਕਰਨਾ, ਆਗਾਹ ਕਰਨਾ

cautionary /'ਕੋਸ਼ਅਨਅਰਿ/ *a* ਸਚੇਤ ਕਰਨ ਵਾਲਾ, ਚਿਤਾਵਨੀ ਭਰਿਆ

cautioner /'ਕੋਸ਼ਨਅ*/ *n* ਜ਼ਮਾਨਤ ਦੇਣ ਵਾਲਾ

caution money *n* ਜ਼ਮਾਨਤ ਦੀ ਰਕਮ

cautious /'ਕੋਸ਼ਅਸ/ *a* ਸਾਵਧਾਨ, ਚੌਕਸ, ਖ਼ਬਰਦਾਰ, ਚੇਤਨ

cautiously /'ਕੋਸ਼ਅਸਲਿ/ *adv* ਸਾਵਧਾਨੀ ਨਾਲ, ਖ਼ਬਰਦਾਰੀ ਨਾਲ, ਖ਼ਬਰਦਾਰ ਹੋ ਕੇ, ਸੋਚ ਸਮਝ ਕੇ, ਧਿਆਨ ਨਾਲ

cautiousness /'ਕੋਸ਼ਅਸਨਅਸ/ *n* ਹੁਸ਼ਿਆਰੀ, ਚੌਕਸੀ, ਖ਼ਬਰਦਾਰੀ

cavalcade /ˌਕੈਵ਼ਲ'ਕੇਇਡ/ *n* ਘੋੜਸਵਾਰਾਂ ਦਾ ਜਲੂਸ, ਰਸਾਲਾ

cavalier /ˌਕੈਵ਼ਅ'ਲਿਅ*/ *n* ਘੋੜਸਵਾਰ; ਸੁੰਦਰਤਾ-ਪ੍ਰੇਮੀ ਸੂਰਬੀਰ, ਢੋਲ-ਸਿਪਾਹੀ, ਬਾਂਕਾ, ਦੂਲਾ *a* ਲਾਪਰਵਾਹ, ਲਾਪਰਵਾਹੀ ਵਾਲਾ

cavalierly /ˌਕੈਵ਼ਅ'ਲਿਅਲਿ/ *adv* ਨਖ਼ਰੇ ਨਾਲ, ਬੇਪਰਵਾਹੀ ਨਾਲ

cavalry /'ਕੈਵ਼ਲਰਿ/ *n* ਘੋੜਸਵਾਰ ਸੈਨਾ, ਰਸਾਲਾ

cavatina /ˌਕੈਵ਼ਅ'ਟੀਨਅ/ *n* ਛੋਟਾ ਜਿਹਾ ਸਧਾਰਨ ਗੀਤ ਜਾਂ ਤਾਨ

cavation /ਕੈ'ਵ਼ੇਇਸ਼ਨ/ *n* (ਇਮਾਰਤ ਲਈ) ਨੀਂਹ ਪੁੱਟਣ ਦਾ ਕੰਮ, ਨੀਂਹ ਦੀ ਖੁਦਾਈ

cave¹ /ਕੇਇਵ਼/ *n* ਗੁਫਾ, ਕੰਦਰ, ਗਾਰ; ਗੁਟਬੰਦੀ, ਵੱਖ-ਪੰਥੀਆ, ਕਿਸੇ ਮਸਲੇ ਉੱਤੇ ਪਾਰਟੀ ਨਾਲੋਂ ਵੱਖਰਾ ਹੋ ਜਾਣ ਵਾਲਾ ਹਿੱਸਾ *v* ਪੁੱਟਣਾ, ਪੋਲਾ ਕਰਨਾ; ਗੁੱਟ ਬਣਾਉਣਾ, (ਪਾਰਟੀ ਨਾਲੋਂ) ਵੱਖਰਾ ਹੋ ਜਾਣਾ; (ਕੰਧ ਦਾ) ਬਹਿ ਜਾਣਾ; ਈਨ ਮੰਨਣਾ, ਅਧੀਨ ਹੋ ਜਾਣਾ; ਵਿਰੋਧਤਾ ਛੱਡ ਦੇਣਾ, ਹਾਰ ਮੰਨਣਾ; ਵਿਗਾੜ ਦੇਣਾ **cave in** ਢਹਿ ਜਾਣਾ **idols of the cave** ਭਰਮ, ਭ੍ਰਾਂਤੀ

cave² *int* (ਸਕੂਲ ਦੇ ਮੁੰਡਿਆਂ ਵੱਲੋਂ ਅਧਿਆਪਕ ਦੇ ਆ ਜਾਣ ਦੀ ਸੂਚਨਾ) ਖ਼ਬਰਦਾਰ! ਹੁਸ਼ਿਆਰ! ਸਾਵਧਾਨ!

cave animal *n* ਗੁਫਾ ਵਿੱਚ ਰਹਿਣ ਵਾਲਾ ਪਸ਼ੂ

caveat /'ਕੈਵ਼ਿਐਟ/ *n* (ਅਦਾਲਤ ਵੱਲੋਂ ਮੁਕੱਦਮੇ ਦੀ ਕਾਰਵਾਈ ਨੂੰ ਰੋਕਣ ਦਾ ਹੁਕਮ) ਮਨਾਹੀ ਦਾ ਹੁਕਮ, ਉਜ਼ਰਦਾਰੀ; ਚਿਤਾਵਨੀ, (ਮੁਸਬੀਤ ਦੀ) ਸੂਚਨਾ; ਸ਼ਰਤ **caveat emptor sent** (ਖ਼ਰੀਦਣ ਵਾਲੇ ਨੂੰ ਸੂਚਨਾ ਦੇਣਾ ਕਿ) ਖ਼ਰੀਦਣ ਵਾਲਾ ਆਪ ਵੇਖ ਲਏ, ਵੇਚਣ ਵਾਲਾ ਜ਼ੁੰਮੇਵਾਰ ਨਹੀਂ ਹੈ, ਘਾਟ-ਵਾਧ ਗਾਹਕ ਸਿਰ

caveator /'ਕੈਵ਼ਿਏਇਟਅ*/ *n* ਸੂਚਨਾ ਦੇਣ ਵਾਲਾ, ਹਿਤਾਵਨੀ ਕਰਾਉਣ ਵਾਲਾ; ਰੋਕ ਪਾਉਣ ਵਾਲਾ, ਉਜ਼ਰਦਾਰ

cave-bear *n* ਗੁਫਾ ਵਿੱਚ ਰਹਿਣ ਵਾਲਾ ਰਿੱਛ (ਜਿਸ ਦੀਆਂ ਹੱਡੀਆਂ ਅੱਜ-ਕੱਲ੍ਹ, ਗੁਫਾਵਾਂ ਵਿੱਚੋਂ ਮਿਲਦੀਆਂ ਹਨ)

cave-dweller *n* ਆਦਿਵਾਸੀ, ਗੁਫਾ ਵਾਸੀ, ਪ੍ਰਾਚੀਨ ਕਾਲ ਦਾ ਗੁਫਾ ਵਿੱਚ ਰਹਿਣ ਵਾਲਾ ਆਦਮੀ

cavelet /'ਕੇਇਵ਼ਲਿਟ/ *n* ਛੋਟੀ ਗੁਫਾ, ਛੋਟੀ ਕੰਦਰ

caveman /'ਕੇਇਵ਼ਮੈਨ/ *n* ਗੁਫਾਵਾਸੀ, ਗੁਫਾ ਮਾਨਵ

cavendish /'ਕੈਵ਼(ਅ)ਨਡਿਸ਼/ *n* ਖ਼ਮੀਰਾ ਤਮਾਕੂ, ਤਮਾਕੂ ਦੀਆਂ ਪੱਤੀਆਂ ਦੀ ਦੱਬੀ ਹੋਈ ਟਿੱਕੀ

cavern /'ਕੈਵ਼ਅਨ/ *n* ਕੰਦਰ, ਖੁੰਦਰ, ਗੁਫਾ; ਗੁਫਾ ਖੋਦਣਾ ਜਾਂ ਬਣਾਉਣਾ *vt* ਕੰਦਰਾਂ ਵਿੱਚ ਬੰਨ੍ਹ ਕੇ ਰੱਖਣਾ

cavern darkness *n* ਘੋਰ ਹਨੇਰਾ

caverned /'ਕੈਵ਼ਅਨਡ/ *a* (ਕਾਵਿ) ਕੰਦਰਵਾਸੀ, ਗੁਫਾਦਾਰ; ਡੂੰਘਾ, ਖ਼ਾਲੀ

cavern eyes *n* ਅੰਦਰ ਨੂੰ ਧਸੀਆਂ ਅੱਖਾਂ

cavern mouth *n* ਚਿਪਕਿਆ ਹੋਇਆ ਮੂੰਹ

cavernous /'ਕੈਵ਼ਅਨਅਸ/ *a* ਗੁਫਾਦਾਰ; ਸੁਰਾਖ਼ਦਾਰ, ਛੇਕਦਾਰ, ਛੇਕੋ-ਛੇਕ; ਗੁਫਾ ਵਰਗਾ

cavernulous /ਕਅ'ਵ੍ਅ:ਨਯੁਲਅਸ/ *a* ਛੇਕਦਾਰ, ਛਿਦਰਪੂਰਨ

caviar(e) /'**ਕੈਵ੍ਇਆ***/ *n* ਮੱਛੀ ਦੇ ਆਂਡਿਆਂ ਦਾ ਸੁਆਦੀ ਅਚਾਰ **caviar(e) to the general** ਬਾਂਦਰ ਕੀ ਜਾਣੇ ਅਦਰਕ ਦਾ ਸੁਆਦ

cavicorn /'**ਕੈਵ੍ਇਕੋਨ**/ *n* ਖੋਖਲਾ ਸਿੰਗ

cavie /'**ਕੇਇਵ੍ਇ**/ *n* ਪਿੰਜਰਾ, ਟਾਪਾ

cavil /'**ਕੈਵ੍ਲ**/ *vi* ਨੁਕਸ ਕੱਢਣਾ, ਨੁਕਤਾਚੀਨੀ ਕਰਨਾ, ਮੀਨ-ਮੇਖ ਮਾਰਨਾ, ਢੁੱਚਰ ਡਾਹੁਣਾ *n* ਘੁੰਤਰ, ਹੁੱਜਤ, ਨੁਕਤਾਚੀਨੀ, ਢੁੱਚਰ

caviller /**ਕੈਵ੍ਲਅ***/ *n* ਘੁੰਤਰੀ, ਢੁੱਚਰੀ, ਨੁਕਤਾਚੀਨ, ਹੁੱਜਤੀ, ਝਗੜਾਲੂ

cavity /'**ਕੈਵ੍ਅਟਿ**/ *n* (ਠੋਸ ਵਸਤੂ ਦੇ ਅੰਦਰ) ਛੇਕ, ਖੋੜ, ਮੋਰੀ

cavort /**ਕਅ'ਵ੍ਟ**/ *vi* ਕੁੱਦਣਾ, ਉਛਲਣਾ; ਆਕੜ-ਆਕੜ ਕੇ ਚੱਲਣਾ

caw /**ਕੋ**/ *n* ਕਾਂ-ਕਾਂ *vi* ਕਾਂ-ਕਾਂ ਕਰਨਾ **caw out** ਕਾਂ ਵਰਗੀ ਅਵਾਜ਼ ਵਿੱਚ ਬੋਲਣਾ

cayenne /**ਕੇਇ'ਐਨੱ**/ *n* ਪੀਸੀ ਹੋਈ ਲਾਲ ਮਿਰਚ

cayuse /'**ਕਾਇਯੂਸ**/ *n* ਟੱਟੂ, ਛੋਟਾ ਘੋੜਾ

CCTV /**ˌਸੀ ਸੀ ਟੀ 'ਵ੍ਹੀ**/ *abbr* (**closed-circuit television** ਦਾ ਸੰਖਿਪਤ ਰੂਪ) (ਸੁਰਖਿਆ ਹਿਤ ਆਉਣ-ਜਾਣ ਵਾਲਿਆਂ ਤੇ ਨਜ਼ਰ ਰੱਖਣ ਲਈ) ਅੰਦਰੂਨੀ ਟੈਲੀਵਿਜ਼ਨ

CD /**ˌਸੀ 'ਡੀ**/ *n* **compact disc** ਦਾ ਸੰਖਿਪਤ ਰੂਪ, ਅਵਾਜ਼ ਭਰਨ ਵਾਲੀ ਡਿਸਕ, ਸੀਡੀ

CD-R /**ˌਸੀ ਡੀ 'ਆ***/ *n* **compact disc recordable** ਦਾ ਸੰਖਿਪਤ ਰੂਪ, ਸੀ ਡੀ ਜਿਸ ਵਿਚ ਜਾਣਕਾਰੀ ਅਵਾਜ਼ ਅਤੇ ਤਸੀਵਰਾਂ ਇੱਕ ਵਾਰ ਹੀ ਭਰੀਆਂ ਜਾ ਸਕਣ

CD ROM /**ˌਸੀ ਡੀ 'ਰੌਮ**/ *n* **Compact Disc Read Only Memory** ਸੰਖਿਪਤ ਰੂਪ ਉੱਚ ਸਮਰੱਥਾ ਵਾਲਾ ਭੰਡਾਰਨ ਉਪਕਰਣ ਜਿਸ ਉੱਤੇ ਅੰਕਿਤ ਜਾਣਕਾਰੀ ਨੂੰ ਵਰਤੋਂਕਾਰ ਵਰਤ ਸਕਦਾ ਹੈ ਪਰ ਮੇਟ ਜਾਂ ਅੰਕਿਤ ਨਹੀਂ ਕਰ ਸਕਦਾ

CD-RW /**ˌਸੀ ਡੀ ਆ* 'ਡਅੱਬਲਯੂ**/ *n* **compact disc rewritable** ਦਾ ਸੰਖਿਪਤ ਰੂਪ, ਸੀਡੀ ਜਿਸ ਵਿੱਚ ਜਾਣਕਾਰੀ ਅਵਾਜ ਅਤੇ ਤਸਵੀਰਾਂ ਮੁੜ-ਮੁੜ ਭਰੀਆਂ ਅਤੇ ਕੱਢੀਆਂ ਜਾ ਸਕਣ

cease /**ਸੀਸ**/ *n* (ਅਪ) ਮੁੱਕਣ, ਨਿਖੁੱਟਣ, ਮੁੱਕ-ਚੁੱਕ, ਸਮਾਪਤੀ; ਅਟਕਾਅ, ਬੰਦੀ *vt* ਖ਼ਤਮ ਕਰਨਾ, ਸਮਾਪਤ ਕਰਨਾ, ਬੰਦ ਕਰਨਾ

ceasefire /'**ਸੀਸਫ਼ਾਇਅ***/ *n* ਜੰਗਬੰਦੀ; ਯੁੱਧ ਵਿਰਾਮ, ਗੋਲੀ ਜਾਂ ਬੰਦੂਕ ਚਲਾਉਣ ਤੋਂ ਰੁਕਣ ਦੀ ਕਿਰਿਆ

ceaseless /'**ਸੀਸਲਅਸ**/ *a* ਨਿਰੰਤਰ, ਲਗਾਤਾਰ, ਅਟੁੱਟ

ceaselessly /'**ਸੀਸਲਅਸਲਿ**/ *adv* ਨਿਰੰਤਰ ਤੌਰ 'ਤੇ, ਲਗਾਤਾਰ

ceaselessness /'**ਸੀਸਲਅਸਨਅਸ**/ *n* ਨਿਰੰਤਰਤਾ, ਲਗਾਤਾਰਤਾ

ceasing /'**ਸੀਸਿਙ**/ *n* ਰੁਕਾਵਟ, ਰੋਕ; ਵਿਰਾਮ

cecity /'**ਸੀਸਅਟਿ**/ *n* ਅੰਨ੍ਹਾਪਣ, ਅੰਧਤਾ

cedar /'**ਸੀਡਅ***/ *n* ਦਿਉਦਾਰ ਦਾ ਰੁੱਖ ਜਾਂ ਲੱਕੜ

cede /**ਸੀਡ**/ *vt* ਤਿਆਗਣਾ, ਸੌਂਪਣਾ, ਦੇ ਦੇਣਾ, ਹਵਾਲੇ ਕਰ ਦੇਣਾ

ceil /**ਸੀਲ**/ *vt* (ਚਾਦਰੀ) ਛੱਤ ਪਾਉਣਾ, ਛੱਤ ਹੇਠਾਂ (ਲੋਹੇ ਦੀ) ਚਾਦਰ ਲਾਉਣਾ, ਛੱਤਬੰਦੀ ਕਰਨਾ

ceiling /'**ਸੀਲਿਙ**/ *n* ਛੱਤ, ਅੰਦਰਲੀ ਛੱਤ; ਮੁੱਲ ਪੂੰਜੀ ਜਾਂ ਮਜ਼ਦੂਰੀ ਆਦਿ ਦੀ ਅੰਤਿਮ ਸੀਮਾ

ceiling altitude *n* ਹਵਾਈ ਜਹਾਜ਼ ਦੀ ਉਡਾਰੀ ਦੀ ਉੱਚੀ ਤੋਂ ਉੱਚੀ ਸੀਮਾ

ceiling price *n* ਵੱਧ ਤੋਂ ਵੱਧ ਮੁੱਲ, ਅਧਿਕਤਮ ਕੀਮਤ

ceiling rose *n* (ਬਿਜਲੀ ਦੀਆਂ ਤਾਰਾਂ ਲੰਘਾਉਣ ਲਈ) ਛੱਤ ਵਿੱਚ ਲਾਇਆ ਬਕਸਾ

celadon /'**ਸੈਲੱਅਡੌਨ**/ *n* ਕਾਹੀ ਰੰਗ, ਹਰਾ ਰੰਗ; ਹਰੀ ਚੀਨੀ ਮਿੱਟੀ

celandine /'**ਸੈਲੱਅਨਡਾਇਨ**/ *n* ਪੀਲੇ ਰੰਗ ਦੇ

ਫੁੱਲਾਂ ਵਾਲੇ ਬੂਟੇ

celebrant /'ਸੈੱਲਿਬਰਅਨਟ/ *n* ਧਾਰਮਿਕ ਸੰਸਕਾਰ ਕਰਨ ਵਾਲਾ ਪਾਦਰੀ

celebrate /'ਸੈੱਲਿਬਰੇਇਟ/ *v* (ਤਿਉਹਾਰ, ਦਿਨ) ਮਨਾਉਣਾ, ਜਸ਼ਨ ਮਨਾਉਣਾ; ਸਮਾਰੋਹ ਕਰਨਾ, ਉਤਸਵ ਮਨਾਉਣਾ; (ਧਾਰਮਿਕ ਰੀਤ) ਅਦਾ ਕਰਨਾ, ਪੂਜਣਾ; ਜਸ ਫੈਲਾਉਣਾ, ਪ੍ਰਸਿੱਧ ਕਰਨਾ

celebrated /'ਸੈੱਲਿਬਰੇਇਟਿਡ/ *a* ਪ੍ਰਸਿੱਧ, ਨਾਮੀਂ, ਮਸ਼ਹੂਰ, ਨਾਮਵਰ

celebration /ˌਸੈੱਲਿ'ਬਰੇਇਸ਼ਨ/ *n* ਜਸ਼ਨ, ਉਤਸਵ; ਜਸ਼ਨ-ਮਨਾਈ

celebrity /ਸਅ'ਲੈੱਬਰਅਟਿ/ *n* ਪ੍ਰਸਿੱਧ ਵਿਅਕਤੀ, ਨਾਮਵਰ ਹਸਤੀ; ਜਸ, ਪ੍ਰਸਿੱਧੀ

celeriac /ਸਅ'ਲੈੱਰਿਐਕ/ *n* ਇੱਕ ਬੂਟਾ ਜੋ ਸਲਾਦ ਅਤੇ ਸਬਜ਼ੀ ਬਣਾਉਣ ਦੇ ਕੰਮ ਆਉਂਦਾ ਹੈ

celerity /ਸਿ'ਲੈੱਰਅਟਿ/ *n* ਵੇਗ; ਤੇਜ਼ੀ, ਫੁਰਤੀ, ਚੁਸਤੀ, ਕਾਹਲੀ

celery /'ਸੈੱਲਅਰਿ/ *n* ਸਬਜ਼ੀ ਅਤੇ ਸਲਾਦ ਲਈ ਵਰਤਿਆ ਜਾਣ ਵਾਲਾ ਸ਼ਲਗਮ ਵਰਗਾ ਪੌਦਾ

celeste /ਸਅ'ਲੈੱਸਟ/ *n* ਹਾਰਮੋਨੀਅਮ ਦਾ ਪਰਦਾ; ਵਾਜਾ

celestial /ਸਅ'ਲੈੱਸਟਿਅਲ/ *a* ਸਵਰਗੀ; ਅਕਾਸ਼ੀ; ਅਰਸ਼ੀ, ਦੈਵੀ

celestial damsel *n* ਦੇਵਬਾਲਾ, ਅਪਸਰਾ, ਪਰੀ

celestial world *n* ਸੁਰਲੋਕ, ਸਵਰਗ

celiac /'ਸੀਲਿਐਕ/ *a* ਪੇਟ ਸੰਬੰਧੀ, ਉਦਰ ਸੰਬੰਧੀ

celibacy /'ਸੈੱਲਿਬਅਸਿ/ *n* ਕੁਆਰਾਪਣ, ਜਤ-ਸਤ; ਬ੍ਰਹਮਚਾਰੀ ਜੀਵਨ

celibatarian /ˌਸੈੱਲਿਬਅ'ਟੇਅਰਿਅਨ/ *n* ਬ੍ਰਹਮਚਾਰੀ ਵਿਅਕਤੀ *a* ਕੰਵਾਰਾ, ਛੜਾ

celibate /'ਸੈੱਲਿਬਅਟ/ *a* ਬ੍ਰਹਮਚਾਰੀ, ਜਤੀ-ਸਤੀ; ਕੁਆਰਾ *n* ਅਣਵਿਆਹਿਆ (ਪੁਰਸ਼), ਅਵਿਵਾਹਿਤ (ਜੀਵਨ)

cell /ਸੈੱਲ/ *n* ਤਿਆਗੀ ਦਾ ਮੱਠ; ਹੁਜਰਾ; (ਕੈਦ ਦੀ) ਕੋਠੜੀ; (ਸ਼ਹਿਦ ਦੀ ਮੱਖੀ ਦੇ ਛੱਤੇ ਦਾ) ਇੱਕ ਖੋਲ, ਬਿਜਲੀ ਜਾਂ ਬੈਟਰੀ ਦਾ ਸੈੱਲ; ਜੀਵਿਤ ਪਦਾਰਥ ਦਾ ਸੂਖਮ ਭਾਗ, ਕੋਸ਼ਾਣੂ, ਕੋਸ਼ਕਾ; ਕੁਟੀਆ, ਕੁਟੀਰ; ਸਮਾਧੀ; ਕਬਰ; (ਕ੍ਰਾਂਤੀਕਾਰੀ ਸੰਗਠਨ ਦੇ ਕਾਰ-ਵਿਹਾਰ ਦਾ) ਕੇਂਦਰ; ਕਿਸੇ ਸਾਰਣੀ ਵਿਚਲਾ ਇੱਕ ਖ਼ਾਨਾ **cells of brain** ਦਿਮਾਗ਼ ਦੀਆਂ ਵੱਖ-ਵੱਖ ਸ਼ਕਤੀਆਂ ਦੇ ਅਲੱਗ-ਅਲੱਗ ਕਾਲਪਨਿਕ ਭਾਗ **condemned cell** ਕਾਲ-ਕੋਠੜੀ

cellar /'ਸੈੱਲਅ*/ *n* ਤਹਿਖ਼ਾਨਾ, ਧਰਤੀ ਹੇਠਲਾ ਗੁਦਾਮ

cellarage /'ਸੈੱਲ(ਅ)ਰਿਜ/ *n* ਤਹਿਖ਼ਾਨੇ ਦਾ ਭੰਡਾਰ; ਮਾਲ-ਭਰਾਈ

cellarer /'ਸੈੱਲ(ਅ)ਰਅ*/ *n* ਸ਼ਰਾਬ ਵੇਚਣ ਵਾਲਾ; ਕੋਠਾਰੀ

cellar-flap *n* ਤਹਿਖ਼ਾਨੇ ਦਾ ਚੋਰ ਦਰਵਾਜ਼ਾ

celled /ਸੈੱਲਡ/ *a* ਖ਼ਾਨੇਦਾਰ, ਕੋਸ਼ਕਾਦਾਰ

cellist /'ਚੈੱਲਿਸਟ/ *n* ਵਾਇਲਨ ਵਜਾਉਣ ਵਾਲਾ

cello /'ਚੈੱਲਅਉ/ *n* ਵਾਇਲਨ ਦੀ ਇੱਕ ਕਿਸਮ, ਚੈਲੋ

cell phone /'ਸੈੱਲ ਫ਼ਅਉਨ/ *n* ਬੇਤਾਰ ਫੋਨ, ਮੋਬਾਇਲ ਫੋਨ

cellular /'ਸੈੱਲਯਅਲਅ*/ *a* ਖ਼ਾਨੇਦਾਰ, ਛੇਕਾਂ ਵਾਲਾ, ਜਾਲੀਦਾਰ, ਕੋਸ਼ਕਾਦਾਰ

cellular plant *n* ਉਹ ਪੌਦਾ ਜਿਸ ਦੇ ਤਣੇ ਨੂੰ ਪੱਤੇ ਨਾ ਹੋਣ, ਕੋਸ਼-ਬਨਸਪਤੀ

cellular shirt *n* ਜਾਲੀਦਾਰ ਕਮੀਜ਼

celluloid /'ਸੈੱਲਯੁਲੌਇਡ/ *a* ਖ਼ਾਨਿਆਂ ਵਾਲਾ, ਜਾਲੀ ਵਰਗਾ *n* ਇੱਕ ਚਿੱਟਾ ਮਸਾਲਾ (ਪਲਾਸਟਿਕ) ਜੋ ਸੈਲਿਊਲੋਜ਼ ਤੋਂ ਬਣਦਾ ਹੈ, ਸੈਲੂਲਾਇਡ; ਹਾਥੀ-ਦੰਦ ਵਰਗਾ ਨਕਲੀ ਪਦਾਰਥ

cellulose /'ਸੈੱਲਯੁਲਅਉਸ/ *n* ਉਹ ਪਦਾਰਥ ਜਿਸ ਨਾਲ ਪੌਦਿਆਂ ਦੇ ਠੋਸ ਭਾਗ ਦਾ ਨਿਰਮਾਣ ਹੁੰਦਾ ਹੈ, ਕੋਸ਼ ਰਸ, ਸੈਲਿਊਲੋਜ਼

Celsius /'ਸੈੱਲਸਿਅਸ/ *a* *0* ਤੋਂ *100* ਤੱਕ ਦੇ

ਤਾਪਮਾਨ ਵਾਲਾ *n* ਸਿਫਰ ਤੋਂ ਸੌ ਤੱਕ ਦਾ ਤਾਪਮਾਨ ਪੈਮਾਨਾ, ਸੈਲਸੀਅਸ

Celt /ਕੈੱਲਟ/ *n* ਪ੍ਰਾਚੀਨ ਬਰਤਾਨਵੀ ਜਾਤੀ, ਕੈਲਟ

Celtic /'ਕੈੱਲਟਿਕ/ *a* ਕੈਲਟ ਜਾਤੀ ਦਾ *n* ਕੈਲਟਿਕ ਭਾਸ਼ਾ

Celticise /'ਕੈੱਲਟਿਸਾਇਜ਼/ *vt* ਕੈਲਟ ਬਣਾਉਣਾ

cement /ਸਿ'ਮੈਂਟ/ *n* ਜੋੜਨ ਦਾ ਮਸਾਲਾ, ਗੱਚ, ਸੀਮਿੰਟ; ਦੰਦਾਂ ਵਿੱਚ ਭਰਨ ਵਾਲਾ ਮਸਾਲਾ *vt* ਸੀਮਿੰਟ ਲਾਉਣਾ, ਸੀਮਿੰਟ ਭਰਨਾ; ਸੀਮਿੰਟ ਨਾਲ ਜੋੜਨਾ **hydraulic cement** ਪਾਣੀ ਵਿੱਚ ਸਖ਼ਤ ਹੋ ਜਾਣ ਵਾਲਾ ਸੀਮਿੰਟ

cementation /,ਸੀਮੈਂ'ਟੇਇਸ਼ਨ/ *n* ਜੁੜਾਈ, ਸੰਜੋਜਨ

cemetery /'ਸੈਮਅਟਰਿ/ *n* ਕਬਰਸਤਾਨ

cenacle /'ਸੈਨਅਕਲ/ *n* ਰਾਤ ਦੇ ਭੋਜਨ ਦਾ ਕਮਰਾ

cense /ਸੈਂਸ/ *vt* ਧੂਪ ਦੇਣਾ, ਮਹਿਕਾਉਣਾ, ਸੁਗੰਧਿਤ ਕਰਨਾ

censer /ਸੈਂਸਅ*/ *n* ਧੂਪਦਾਨੀ

censor /'ਸੈਂਸਅ*/ *n* (ਪੁਸਤਕਾਂ, ਸਮਾਚਾਰਾਂ ਆਦਿ ਦਾ) ਸੈਂਸਰ, ਨਿਰੀਖਣ, ਦੋਸ਼-ਨਿਰੀਖਕ *vt* ਦੋਸ਼ ਲੱਭਣਾ, ਪੜਤਾਲਣਾ, ਨਿਰੀਖਣ ਕਰਨਾ, ਸੈਂਸਰ ਕਰਨਾ

censorial /ਸੈਂ'ਸੋਰਿਅਲ/ *a* ਨਿਰੀਖਣ ਸੰਬੰਧੀ, ਸੈਂਸਰ ਸੰਬੰਧੀ

censorious /ਸੈਂ'ਸੋਰਿਅਸ/ *a* ਟੋਕਾ-ਟਾਕੀ ਕਰਨ ਵਾਲਾ, ਖੋਚਰੀ, ਘੁੰਤਰੀ, ਨੁਕਤਾਚੀਨ

censoriousness /ਸੈਂ'ਸੋਰਿਅਸਨਅਸ/ *n* ਟੋਕਾ-ਟਾਕੀ, ਨੁਕਤਾਚੀਨੀ

censorship /'ਸੈਂਸਅਸ਼ਿਪ/ *n* ਸੈਂਸਰ ਵਿਵਸਥਾ; ਸੈਂਸਰ ਦਾ ਪਦ ਜਾਂ ਕਾਰਜ

censual /'ਸੈਂਸਯੁਅਲ/ *a* ਮਰਦਮ-ਸ਼ੁਮਾਰੀ ਸੰਬੰਧੀ, ਜਨ-ਗਣਨਾ ਸੰਬੰਧੀ

censure /'ਸੈਂਸ਼ਅ*/ *n* ਨਿੰਦਾ, ਕਲੰਕ, ਮੁਜ਼ੱਮਤ; ਤਿਰਸਕਾਰ, ਝਿੜਕ, ਫਿਟਕਾਰ *vt* ਨਿੰਦਾ ਕਰਨਾ, ਦੋਸ਼ ਕੱਢਣਾ, ਮੁਜ਼ੱਮਤ ਕਰਨਾ, ਦੋਸ਼ ਲਾਉਣਾ

census /'ਸੈਂਸਅਸ/ *n* ਮਰਦਮ-ਸ਼ੁਮਾਰੀ, ਜਨ-ਗਣਨਾ

cent /ਸੈਂਟ/ *n* ਸੌ, ਸੈਂਕੜਾ, ਸ਼ਤ; ਇੱਕ ਸਿੱਕੇ ਦਾ ਨਾਂ, ਡਾਲਰ ਦਾ ਸੌਵਾਂ ਹਿੱਸਾ

cental /'ਸੈਂਟਲ/ *n* ਸੌ ਪੌਂਡ ਦਾ ਵੱਟਾ ਜੋ ਅਨਾਜ ਤੋਲਣ ਲਈ ਵਰਤਿਆ ਜਾਂਦਾ ਹੈ

centenarian /,ਸੈਂਟਿ'ਨੇਅਰਿਅਨ/ *n* ਸੌ ਸਾਲ ਉਮਰ ਦਾ ਬੰਦਾ

centenary /ਸੈਂ'ਟੀਨਅਰਿ/ *a* ਸੌ ਸਾਲਾ, ਸੌ ਸਾਲ ਦਾ *n* ਸ਼ਤਾਬਦੀ ਸਮਾਰੋਹ, ਸੌਵੀਂ ਬਰਸੀ, ਸੌਵੀਂ ਵਰ੍ਹੇ-ਗੰਢ

centennial /ਸੈਂ'ਟੈੱਨਿਅਲ/ *a* ਸੌ ਸਾਲ ਦਾ; ਸੌ ਵਰ੍ਹੇ ਭੋਗ ਚੁੱਕਿਆ; ਸੌਵੀਂ ਬਰਸੀ ਦਾ, ਸੌਵੀਂ ਵਰ੍ਹੇ-ਗੰਢ ਦਾ *n* ਸ਼ਤਾਬਦੀ ਸਮਾਰੋਹ

center /ਸੈਂਟਅ*/ *n* (ਪਰਾ) ਕਮਰਬੰਦ

centesimal /ਸੈਂ'ਟੈੱਸਿਮਲ/ *a* ਸੌਵਾਂ (ਭਾਗ); ਸੌ ਹਿੱਸਿਆਂ ਵਾਲਾ

centiare /'ਸੈਂਟਿਆ*/ *n* ਖੇਤਰਫਲ ਮਾਪ ਦੀ ਇੱਕ ਇਕਾਈ, ਇੱਕ ਵਰਗ ਮੀਟਰ ਦੇ ਬਰਾਬਰ ਦਾ ਮਾਪ

centigrade /'ਸੈਂਟਿਗਰੇਇਡ/ *n* ਤਾਪਮਾਨ ਪ੍ਰਨਾਲੀ ਜੋ ਪਾਣੀ ਦੇ ਜੰਮਣ ਤੋਂ ਉਬਲਣ ਤੱਕ ਦੇ ਤਾਪਮਾਨ ਨੂੰ 100 ਭਾਗਾਂ ਵਿੱਚ ਵੰਡਦੀ ਹੈ

centigram /'ਸੈਂਟਿਗਰੈਮ/ *n* ਗ੍ਰਾਮ ਦਾ ਸੌਵਾਂ ਭਾਗ, ਸੈਂਟੀਗ੍ਰਾਮ

centilitre /'ਸੈਂਟਿਲੀਟਅ*/ *n* ਤਰਲ ਮਾਪਣ ਦੀ ਇੱਕ ਇਕਾਈ, ਲਿਟਰ ਦਾ ਸੌਵਾਂ ਹਿੱਸਾ, ਸੈਂਟੀਲਿਟਰ

centillion /ਸੈਂ'ਟਿਲਯਨ/ *n* ਗਿਣਤੀ ਦੀ ਇੱਕ ਇਕਾਈ (ਬਰਤਾਨੀਆ ਵਿੱਚ 1 ਨਾਲ 600 ਸਿਫ਼ਰਾਂ, ਅਮਰੀਕਾ ਵਿੱਚ 1 ਨਾਲ 303 ਸਿਫ਼ਰਾਂ)

centimetre /'ਸੈਂਟਿਮੀਟਅ*/ *n* ਮੀਟਰ ਦਾ ਸੌਵਾਂ ਭਾਗ, ਸੈਂਟੀਮੀਟਰ

centipede /'ਸੈਂਟਿਪੀਡ/ *n* ਕੰਨਖਜੂਰਾ
cento /'ਸੈਂਟਅਉ/ *n* ਭਿੰਨ-ਭਿੰਨ ਲੇਖਕਾਂ ਦੀਆਂ ਰਚਨਾਵਾਂ ਦੇ ਉੱਧਰਿਤ ਅੰਸ਼ਾਂ ਜਾਂ ਟੁਕੜਿਆਂ ਤੋਂ ਬਣਾਈ ਰਚਨਾ
central /'ਸੈਂਟਰਅਲ/ *a* ਮੱਧਵਰਤੀ, ਕੇਂਦਰੀ, ਵਿਚਕਾਰਲਾ; ਪ੍ਰਧਾਨ, ਪ੍ਰਮੁੱਖ, ਸ਼ਿਰੋਮਣੀ, ਵੱਡਾ
central control *n* ਕੇਂਦਰੀ ਨਿਯੰਤਰਨ
central government *n* ਕੇਂਦਰੀ ਸਰਕਾਰ
central idea *n* ਕੇਂਦਰੀ ਭਾਵ
central India *n* ਮੱਧ-ਭਾਰਤ
centralism /'ਸੈਂਟਰਅਲਿਜ਼ਅਮ/ *n* ਕੇਂਦਰਵਾਦ, ਕੇਂਦਰੀ ਸ਼ਾਸਨਵਾਦ; ਕੇਂਦਰੀਕਰਨ ਦੀ ਨੀਤੀ
centralist /'ਸੈਂਟਰਅਲਿਸਟ/ *n* ਕੇਂਦਰੀਕਰਨ ਦੀ ਨੀਤੀ ਦਾ ਸਮਰਥਕ, ਕੇਂਦਰੀ ਸ਼ਾਸਨਵਾਦੀ, ਕੇਂਦਰਵਾਦੀ; ਮੱਧਮਾਰਗੀ
centrality /ਸੈਂ'ਨ'ਟਰੈਲਅਟਿ/ *n* ਕੇਂਦਰੀਅਤਾ, ਕੇਂਦਰਤਾ
centralization /,ਸੈਂਟਰਅਲਾਇ'ਜ਼ੇਇਸ਼ਨ/ *n* ਕੇਂਦਰੀਕਰਨ
centralize /'ਸੈਂਟਰਅਲਾਇਜ਼/ *v* ਕੇਂਦਰੀਕਰਨ ਕਰਨਾ, ਕੇਂਦਰੀ ਸ਼ਾਸਨ ਦੇ ਅਧੀਨ ਕਰਨਾ, ਕੇਂਦਰ ਵਿੱਚ ਲਿਆਉਣਾ; ਇੱਕ ਕੇਂਦਰ ਦੇ ਆਲੇ-ਦੁਆਲੇ ਇਕੱਤਰ ਕਰਨਾ, ਕੇਂਦਰਿਤ ਕਰਨਾ
central locking *n* ਕਾਰ ਦੇ ਸਾਰਿਆਂ ਦਰਵਾਜ਼ਿਆਂ ਦੇ ਤਾਲੇ ਇੱਕੋ ਸਮੇਂ ਬੰਦ ਕਰਨ ਜਾਂ ਖੋਲਣ ਦੀ ਵਿਧੀ
centrally /'ਸੈਂਟਰਅਲਿ/ *adv* ਕੇਂਦਰ ਵਿੱਚ, ਕੇਂਦਰ ਤੋਂ
centralness /'ਸੈਂਟਰਅਲਨਅਸ/ *n* ਕੇਂਦਰੀ ਸਥਿਤੀ, ਕੇਂਦਰੀਅਤਾ
central point *n* ਕੇਂਦਰੀ ਨੁਕਤਾ
Central Processing Unit ਵੇਖੋ **CPU**
centre /'ਸੈਂਟਅ*/ *n* ਕੇਂਦਰ, ਮਰਕਜ਼; ਮੱਧਵਰਤੀ ਭਾਗ, ਕੇਂਦਰੀ ਨੁਕਤਾ, ਕੇਂਦਰ ਬਿੰਦੂ; ਸੰਤੁਲਨ ਬਿੰਦੂ; (ਸੈਨਾ ਦਾ) ਮਝਲਾ ਭਾਗ, ਵਿਚਕਾਰਲੀ ਥਾਂ; ਗਿਰਦਾ, ਗੁੰਬਦ ਬਣਾਉਣ ਲਈ ਲੱਕੜੀ ਦਾ ਢਾਂਚਾ *a* ਕੇਂਦਰੀ, ਮਰਕਜ਼ੀ, ਕੇਂਦਰਵਾਦੀ *v* ਕੇਂਦਰ ਵਿੱਚ ਕਰਨਾ, ਕੇਂਦਰਿਤ ਕਰਨਾ, ਇਕੱਠਾ ਕਰਨਾ, ਕੇਂਦਰ ਦੇ ਨੇੜੇ ਇਕੱਠਾ ਹੋਣਾ; ਕੇਂਦਰ ਲੱਭਣਾ, ਕੇਂਦਰ ਦਾ ਨਿਸ਼ਾਨ ਲਾਉਣਾ **the centre** ਕੇਂਦਰੀ ਸਰਕਾਰ
centre forward *n* ਹਾਕੀ ਜਾਂ ਫੁੱਟਬਾਲ ਦੀ ਖੇਡ ਵਿੱਚ ਅਗਲੀ ਪੰਗਤੀ ਵਿੱਚ ਕੇਂਦਰ ਵਿੱਚ ਅਤੇ ਅੱਗੇ ਖੇਡਣ ਵਾਲਾ ਖਿਡਾਰੀ, ਮੋਹਰੀ, ਆਗੂ
centre of attraction *n* ਖਿੱਚ-ਕੇਂਦਰ *a* ਲੋਕਾਂ ਦਾ ਧਿਆਨ ਖਿੱਚਣ ਵਾਲਾ, ਹਰਮਨ-ਪਿਆਰਾ
centre of gravity ਗੁਰੁਤਾ-ਕੇਂਦਰ
centre-second(s) *n* ਸਕਿੰਟਾਂ ਵਾਲੀ ਸੂਈ
centrifugal /,ਸੈਂਟਰਿ'ਫ਼ਯੂਗਲ, ਸੈਂਨ'ਟਰਿਫ਼ਯਅਗਲ/ *a* ਵਿਕੇਂਦਰੀ, ਕੇਂਦਰ ਤੋਂ ਖਿੰਡਣ ਜਾਂ ਪਸਰਨ ਵਾਲਾ
centrifugal force *n* ਜਿਸ ਸ਼ਕਤੀ ਨਾਲ ਕੋਈ ਚੀਜ਼ ਆਪਣੇ ਕੇਂਦਰ ਤੋਂ ਬਾਹਰ ਜਾਂਦੀ ਹੈ, ਕੇਂਦਰੀ ਸ਼ਕਤੀ
centrifugal machine *n* ਨਾਭ ਤਿਆਗ ਬਲ ਵਾਲੀ ਮਸ਼ੀਨ
centripetal /ਸੈਂਨ'ਟਰਿਪਿਟਲ, ਸੈਂਟਰਿ'ਪੀਟਲ/ *a* ਕੇਂਦਰ ਵੱਲ ਲੈ ਜਾਣ ਵਾਲੀ, ਕੇਂਦਰਮੁਖੀ
centrode /'ਸੈਂਟਰਅਉਡ/ *n* ਕੇਂਦਰ-ਪਥ
centurion /ਸੈਂਨ'ਟਯੁਅਰਿਅਨ/ *n* ਰੋਮਨ ਫ਼ੌਜ ਵਿੱਚ ਸੌ ਜਵਾਨਾਂ ਦਾ ਕਪਤਾਨ, ਸ਼ਤਪਤੀ
century /'ਸੈਂਚਅਰਿ/ *n* ਰੋਮ ਵਿੱਚ ਸੌ ਜਵਾਨਾਂ ਦਾ ਦਸਤਾ; ਸੈਂਕੜਾ, ਸ਼ਤਕ; ਸਦੀ, ਸੌ ਵਰ੍ਹੇ ਦਾ ਸਮਾਂ, ਸ਼ਤਾਬਦੀ
ceramics /ਸਿ'ਰੈਮਿਕਸ/ *n* ਕੁੰਭਕਾਰੀ, ਕੁੰਭ ਕਲਾ, ਮਿੱਟੀ ਦੇ ਭਾਂਡੇ
ceramist /ਸਿ'ਰੈਮਿਸਟ/ *n* ਮਿੱਟੀ ਦੇ ਬਰਤਨ ਬਣਾਉਣ ਵਾਲਾ, ਘੁਮਿਆਰ, ਕੁੰਭਕਾਰ
cereal /'ਸਿਅਰਿਅਲ/ *n* ਅੰਨ ਦੀ ਖੁਰਾਕ, ਗੱਲਾ, (ਬਹੁ) ਅਨਾਜ, *a* ਅੰਨ ਸੰਬੰਧੀ, ਅੰਨ ਦਾ

cerebral /'**ਸੈੱਰਅਬਰਅਲ**/ *a* ਦਿਮਾਗ਼ ਦਾ, ਦਿਮਾਗ਼ੀ; ਮੂਰਧਨੀ

cerebration /ˌ**ਸੈੱਰਿ'ਬਰੇਇਸ਼ਨ**/ *n* ਦਿਮਾਗ਼ ਦੀ ਕਿਰਿਆ, ਚਿੰਤਨ

cerecloth /'**ਸਿਅਕਲੌਥ**/ *n* ਕਫ਼ਨ ਲਈ ਵਰਤਿਆ ਜਾਣ ਵਾਲਾ ਕੱਪੜਾ; ਮੋਮੀ ਕੱਪੜਾ, ਮੋਮਜਾਮਾ

cerement /'**ਸਿਅਮਅਨਟ**/ *n* (ਬਹੁ) ਮੋਮਜਾਮਾ, ਮੋਮੀ ਕੱਪੜਾ; ਕਫ਼ਨ

ceremonial /ˌ**ਸੈੱਰਿ'ਮਅਉਨਿਅਲ**/ *a* ਰਸਮੀ, ਉਪਚਾਰਕ ਰੀਤੀ ਦਾ; ਰੀਤੀਬੱਧ, ਮਰਯਾਦਾ ਪੂਰਵਕ ਸਮਾਰੋਹ ਸੰਬੰਧੀ *n* ਰੀਤੀ ਪਾਲਨ, ਰੀਤੀ, ਪ੍ਰਥਾ, ਦਸਤੂਰ, ਸੰਸਕਾਰ; ਢੰਗ; ਕਰਮਕਾਂਡ ਜਾਂ ਸੰਸਕਾਰ ਦੀ ਪੋਥੀ

ceremonialism /ˌ**ਸੈੱਰਿ'ਮਅਉਨਿਅਲਿਜ਼ਅਮ**/ *n* ਰੀਤੀਵਾਦ; ਉਪਚਾਰਵਾਦ, ਜ਼ਾਹਰਦਾਰੀ

ceremonialist /ˌ**ਸੈੱਰਿ'ਮਅਉਨਿਅਲਿਸਟ**/ *n* ਰਸਮ-ਪੂਜ, ਵਿਧੀ-ਪਾਲਕ, ਰੀਤੀਵਾਦੀ

ceremonially /ˌ**ਸੈੱਰਿ'ਮਅਉਨਿਅਲਿ**/ *adv* ਰਸਮੀ ਤੌਰ 'ਤੇ, ਰੀਤੀ ਅਨੁਸਾਰ

ceremonious /ˌ**ਸੈੱਰਅ'ਮਅਉਨਿਅਸ**/ *a* ਰਸਮੀ, ਉਪਚਾਰਕ; ਰਸਮ-ਪੂਜਕ, ਰੀਤ-ਪੂਜਕ

ceremoniously /ˌ**ਸੈੱਰਿ'ਮਅਉਨਿਅਸਲਿ**/ *adv* ਰਹੁ-ਰੀਤ ਨਾਲ, ਰੀਤ ਅਨੁਸਾਰ, ਰਸਮੀ ਤੌਰ 'ਤੇ

ceremoniousness /ˌ**ਸੈੱਰਿ'ਮਅਉਨਿਅਸਨਅਸ**/ *n* ਉਪਚਾਰਕਤਾ, ਰਸਮੀਪੁਣਾ, ਜ਼ਾਹਰਦਾਰੀ

ceremony /'**ਸੈੱਰਅਮਅਨਿ**/ *n* ਧਾਰਮਿਕ ਰੀਤ, ਰਸਮ, ਵਿਧੀ, ਸੰਸਕਾਰ; ਚੱਜ-ਆਚਾਰ; ਸ਼ਿਸ਼ਟਾਚਾਰ, ਸੱਭਿਆ ਰੀਤੀ; ਆਚਾਰ-ਵਿਧੀ; ਰੂੜ੍ਹੀ, ਪ੍ਰਥਾ; ਪ੍ਰਦਰਸ਼ਨ, ਦਿਖਾਵਾ; ਤਕਲੁੱਫ਼, ਉਚੇਚ, ਖੇਚਲ **stand upon ceremony** ਉਚੇਚ ਕਰਨਾ **without ceremony** ਨਿਰਉਚੇਚ

certain /'**ਸਅ:ਟਨ**/ *a* ਪੱਕਾ, ਦ੍ਰਿੜ੍ਹ, ਯਕੀਨੀ, ਨਿਸ਼ਚਿਤ; ਢੁਕਵਾਂ; ਸਥਿਰ, ਅਚੁਕ; ਕੋਈ, ਕੁਝ, ਕੋਈ ਵੀ **for certain** ਯਕੀਨਨ, ਨਿਸ਼ਚੇਪੂਰਬਕ

certainly /'**ਸਅ:ਟਨਲਿ**/ *adv* ਯਕੀਨਨ, ਅਵੱਸ਼, ਨਿਰਸੰਦੇਹ; (ਉੱਤਰ ਦੇਣ ਵਿੱਚ) ਨਿਰਸੰਦੇਹ, ਜੀ, ਹਾਂ, ਬੇਸ਼ੱਕ

certainty /'**ਸਅ:ਟਨਟਿ**/ *n* ਨਿਸ਼ਚਾ, ਯਕੀਨ, ਦ੍ਰਿੜ੍ਹ ਵਿਸ਼ਵਾਸ, ਯਕੀਨੀ ਗੱਲ, ਅਸਲੀਅਤ

certifiable /'**ਸਅ:ਟਿਫ਼ਾਇਅਬਲ**/ *a* ਪ੍ਰਮਾਣਯੋਗ

certificate /**ਸਅ'ਟਿਫ਼ਿਕਅਟ**/ *n* ਸਰਟੀਫ਼ਿਕੇਟ, ਸਨਦ, ਪ੍ਰਮਾਣ-ਪੱਤਰ; ਨੇਕਨਾਮੀ ਦੀ ਚਿੱਠੀ, ਪ੍ਰਸੰਸਾ-ਪੱਤਰ /**ਸਅ'ਟਿਫ਼ਿਕੇਇਟ**/ *vt* ਸਨਦ ਦੇਣਾ, ਤਸਦੀਕ ਕਰਨਾ

certification /ˌ**ਸਅ:ਟਿਫ਼ਿ'ਕੇਇਸ਼ਨ**/ *n* ਪ੍ਰਮਾਣੀਕਰਨ

certified /'**ਸਅ:ਟਿਫ਼ਾਇਡ**/ *a* ਪ੍ਰਮਾਣਿਤ, ਤਸਦੀਕਸ਼ੁਦਾ

certifier /'**ਸਅ:ਟਿਫ਼ਾਇਅ***/ *n* ਪ੍ਰਮਾਣਿਤ ਕਰਨ ਵਾਲਾ

certify /'**ਸਅ:ਟਿਫ਼ਾਇ**/ *vt* ਪ੍ਰਮਾਣਿਤ ਕਰਨਾ, ਪ੍ਰਮਾਣ-ਪੱਤਰ ਦੇਣਾ, ਪ੍ਰਮਾਣ ਸਹਿਤ ਆਖਣਾ; ਹਾਮੀ ਭਰਨਾ, ਵਿਸ਼ਵਾਸ ਦਿਵਾਉਣਾ

certitude /'**ਸਅ:ਟਿਟਯੂਡ**/ *n* ਨਿਸ਼ਚਿਤਤਾ, ਦ੍ਰਿੜ੍ਹ ਨਿਸ਼ਚਾ

cerulean /**ਸਿ'ਰੂਲਿਅਨ**/ *a* ਗੂੜ੍ਹਾ ਅਸਮਾਨੀ (ਰੰਗ), ਗੂੜ੍ਹਾ ਨੀਲਾ

cerumen /**ਸਿ'ਰੂਮਅਨ**/ *n* ਕੰਨ ਦੀ ਮੈਲ

ceruse /'**ਸਿਅਰੂਸ**/ *n* ਸਫ਼ੈਦਾ (ਮੂੰਹ ਤੇ ਮਲਨ ਵਾਲਾ)

cervical /'**ਸਅ:ਵਿਕਲ**/ *a* ਗਿੱਚੀ ਦਾ, ਗਿੱਚੀ ਜਾਂ ਗਰਦਨ ਸੰਬੰਧੀ

cervix /'**ਸਅ:ਵਿਕਸ**/ *n* ਗਿੱਚੀ, ਗਰਦਨ; ਗਰਦਨ ਵਰਗਾ ਬੱਚੇਦਾਨੀ ਦਾ ਮੂੰਹ

cesarean /**ਸਿ'ਜ਼ੇਅਰਿਅਨ**/ ਦੇਖੋ **caesarean**

cess /**ਸੈੱਸ**/ *n* ਕਰ, ਉਪਕਰ, ਟੈਕਸ; ਚੁੰਗੀ, ਮਸੂਲ, ਸਥਾਨਿਕ ਕਰ *vt* ਕਰ ਲਾਉਣਾ, ਚੁੰਗੀ ਲਾਉਣਾ

cessation /ਸੈ'ਸੇਇਸ਼ਨ/ *n* ਠਹਿਰਾਅ, ਅੰਤ, ਖ਼ਾਤਮਾ, ਮੁੱਕ-ਚੁੱਕ, (ਜੰਗ ਦੀ) ਬੰਦੀ

cessation of hostilities *n* ਯੁੱਧ-ਬੰਦੀ, ਜੰਗ–ਬੰਦੀ

cession /'ਸੈਸ਼ੱਨ/ *n* ਸੌਂਪਣੀ (ਅਧਿਕਾਰਾਂ ਦੀ), ਰਾਜ ਸਮਰਪਣ, ਸਪੁਰਦਗੀ; ਸਮਰਪਣ, ਤਿਆਗ, ਭੇਟਾ

cesspit /'ਸੈਸੱਪਿਟ/ *n* ਚਲ੍ਹਾ, ਗ਼ੰਦਗੀ ਸੰਭਾਲਣ ਵਾਲਾ ਟੋਆ; ਅਨੈਤਿਕ ਵਿਅਕਤੀਆਂ ਦਾ ਅੱਡਾ

cesspool /'ਸੈਸੱਪੂਲ/ *n* ਗਰਕੀ, ਚਲ੍ਹਾ, ਗੰਦੇ ਪਾਣੀ ਦਾ ਟੋਆ; ਕੰਜਰਖ਼ਾਨਾ

cesstoid /'ਸੈਸੱਟੌਇਡ/ *n* ਮਿਹਦੇ ਦਾ ਲੰਮਾ ਜਿਹਾ ਕੀੜਾ, ਮਲ੍ਹੱਪ

cetacean /ਸਿ'ਟੇਇਸ਼ਨ/ *n* ਥਣਦਾਰ ਜਲਜੀਵਾਂ ਦੀ ਇੱਕ ਕਿਸਮ (ਵੇਲ ਮੱਛੀ ਇਸੇ ਸ਼੍ਰੇਣੀ ਵਿੱਚ ਸ਼ਾਮਲ ਹੈ) *a* ਥਣਦਾਰ ਮੱਛੀਆਂ ਸੰਬੰਧੀ

cetaceous /ਸਿ'ਟੇਇਸ਼ਅਸ/ *a* ਵੇਲ ਮੱਛੀ ਸੰਬੰਧੀ

Ceylon /ਸਿ'ਲੌਨ/ *n* ਲੰਕਾ, ਸੀਲੋਨ, ਸ੍ਰੀਲੰਕਾ, ਸੰਗਲਾ ਦੀਪ

ceylonese /ˌਸੀਲਅ'ਨੀਜ਼/ *n* ਲੰਕਾ ਦਾ ਵਸਨੀਕ

chaconne /ਸ਼ਅ'ਕੌਨ/ *n* ਨਾਚ, ਨ੍ਰਿਤ, ਨ੍ਰਿਤ ਗੀਤ

Chadband /'ਚੈਡਬੈਨਡ/ *n* ਪਖੰਡੀ, ਮਚਲਾ, ਬਗਲਾ ਭਗਤ

chafe /ਚੇਇਫ਼/ *n* ਖਿਝ; ਰਗੜ *v* ਖਿਝਣਾ, ਖਿਝਾਉਣਾ, ਚਿੜ੍ਹਨਾ, ਚਿੜ੍ਹਾਉਣਾ, ਮਲਨਾ, ਮਾਲਸ਼ ਕਰਨਾ; ਮਲ ਕੇ ਜਾਂ ਰਗੜ ਕੇ ਗਰਮ ਕਰਨਾ; ਖੁਜਲਾਉਣਾ; ਮਲਨ ਜਾਂ ਰਗੜਨ ਨਾਲ ਸਰੀਰ ਦਾ ਛਿੱਲਿਆ ਜਾਣਾ

chafer /'ਚੇਇਫ਼ਅ*/ *n* ਭੂੰਡ, ਡੇਹਮੂੰ *a* ਖਿਝਣ ਵਾਲਾ

chaff /ਚਾਫ਼/ *n* ਤੂੜੀ, ਛਾਲੂਰ, ਫੱਕ, ਘਾਹ-ਫ਼ੂਸ, ਕੱਖ-ਕਾਣ; ਫ਼ਾਲਤੂ ਜਾਂ ਵਾਧੂ ਪਦਾਰਥ *vt* ਝੇਡਾਂ ਕਰਨਾ, ਮਖੌਲ ਕਰਨਾ, ਛੇੜਨਾ, ਮੌਜੂ ਉਡਾਉਣਾ; ਤੂੜੀ ਮਿਲਾਉਣਾ; (ਘਾਹ) ਕੱਟਣਾ **caught with chaff** ਝਾਂਸੇ ਵਿੱਚ ਫ਼ਸ ਜਾਣ ਵਾਲਾ, ਧੋਖਾ ਖਾ ਜਾਣ ਵਾਲਾ, ਸੌਖਾ ਹੀ ਠੱਗੀ ਵਿੱਚ ਆ ਜਾਣ ਵਾਲਾ

chaff-cutter *n* ਪੱਠੇ ਕੁਤਰਨ ਵਾਲੀ ਮਸ਼ੀਨ, ਟੋਕਾ

chaffer /'ਚੈਫ਼ਅ*/ *v* ਝਗੜ ਕੇ ਮੁੱਲ ਚੁਕਾਉਣਾ, ਵੇਚ ਵੱਟਣ ਵਿੱਚ ਝਗੜਾ ਕਰਨਾ, ਝਗੜਾ ਕਰਕੇ ਮੁੱਲ ਲੈਣਾ

chafferer /'ਚੈਫ਼ਅਰਅ*/ *n* ਝਗੜਾ ਮੁੱਲ ਲੈਣ ਵਾਲਾ, ਝਗੜਨ ਵਾਲਾ

chaffinch /'ਚੈਫ਼ਿਨਚ/ *n* ਇੱਕ ਨਿੱਕੀ ਜਿਹੀ ਚਿੜੀ, ਚੁਰਚੁਰ

chaffing /'ਚੈਫ਼ਿਙ/ *n* ਸੌਦੇਬਾਜ਼ੀ

chaffy /'ਚੈਫ਼ਿ/ *a* ਤੂੜੀ ਵਾਲਾ; ਨਿਕੰਮਾ, ਤੁੱਛ

chagrin /'ਸ਼ੈਗਰਿਨ/ *n* ਖਿੱਝ; ਘੋਰ ਨਿਰਾਸ਼ਾ; ਅਸੰਤੋਖ *vt* ਖਿਝਾਉਣਾ, ਗੁੱਸੇ ਕਰਨਾ, ਕੌੜ ਚੜ੍ਹਾਉਣਾ, ਦਿੱਕ ਕਰਨਾ

chain /ਚੇਇਨ/ *n* ਜ਼ੰਜੀਰ, ਸੰਗਲੀ; ਚੇਨ, ਜ਼ੰਜੀਰੀ, ਹਾਰ, ਕੈਂਠਾ; ਬੰਧਨ; ਬੇੜੀ, ਹੱਥਕੜੀ; ਘੜੀ ਦੀ ਜ਼ੰਜੀਰੀ; ਲੜੀ, ਸਿਲਸਿਲਾ, ਪਾਲ, ਜਰੀਬ *vt* ਜ਼ੰਜੀਰ ਨਾਲ ਬੰਨ੍ਹਣਾ, ਜਕੜਨਾ, ਸੰਗਲੀ ਪਾਉਣਾ; ਹੱਥਕੜੀ ਲਾਉਣਾ; ਬੰਧਨ ਪਾਉਣਾ, ਕੁੰਡੀ ਲਾਉਣਾ

chain armour *n* ਸੰਗਲੀਦਾਰ ਸੰਜੋਅ

chain-bridge *n* ਸੰਗਲਾਂ ਦਾ ਪੁੱਲ, ਝੂਲਾ-ਪੁੱਲ

chain coupling *n* ਸੰਗਲ ਜੋੜ

chain gang *n* ਸੰਗਲਬੱਧ ਕੈਦੀ

chainless /'ਚੇਇਨਲਅਸ/ *a* ਸੁਤੰਤਰ, ਬੇਜ਼ੰਜੀਰ, ਅਜ਼ਾਦ, ਨਿਰਬੰਧਨ

chainlet /'ਚੇਇਨਲਿਟ/ *n* ਛੋਟੀ ਜ਼ੰਜੀਰ

chain moulding *n* ਜ਼ੰਜੀਰਕਾਰੀ (ਉਸਾਰੀ ਵਿੱਚ)

chain reaction *n* ਨਿਰੰਤਰ ਪ੍ਰਤਿਕਿਰਿਆ

chain-rule *n* ਜ਼ੰਜੀਰੀ ਵਾਲਾ ਤਰੀਕਾ (ਹਿਸਾਬ ਵਿੱਚ)

chain-smoker /'ਚੇਇਨਸਮਉਕਅ*/ *a* ਲਗਾਤਾਰ ਸਿਗਰਟ ਪੀਣ ਵਾਲਾ

chainstich /'ਚੇਇਨਸਟਿਚ/ *n* ਜ਼ੰਜੀਰੀ ਟਾਂਕਾ, ਡੰਡੀ (ਕੱਪੜੇ ਉੱਤੇ ਕਢਾਈ ਕਰਦਿਆਂ ਹੋਇਆਂ ਜ਼ੰਜੀਰੀ ਵਰਗਾ ਤਰੋਪਾ)

chain wheel *n* ਸੰਗਲ ਨਾਲ ਚੱਲਣ ਵਾਲਾ ਪਹੀਆ, ਸੰਗਲ ਪਹੀਆ

chair /ਚੇਅ*/ *n* ਕੁਰਸੀ, ਚੌਕੀ; ਪੀਠ, ਸਭਾਪਤੀ, ਮੁਖੀ, ਪ੍ਰਧਾਨ; (ਪਰਾ) ਪਾਲਕੀ, ਡੋਲੀ *vt* ਪ੍ਰਧਾਨਗੀ ਦੀ ਕੁਰਸੀ 'ਤੇ ਬਿਠਾਉਣਾ; ਅਧਿਕਾਰੀ ਬਣਾਉਣਾ; ਪ੍ਰਧਾਨਗੀ ਕਰਨਾ **leave the chair** ਪ੍ਰਧਾਨਗੀ ਦੀ ਕੁਰਸੀ ਛੱਡ ਦੇਣਾ, ਕਾਰਵਾਈ ਸਮਾਪਤ ਕਰਨਾ **take a chair** ਬੈਠਣਾ, ਦਰਸ਼ਨ ਦੇਣਾ **take the chair** ਪ੍ਰਧਾਨ ਬਣਨਾ; ਕਾਰਵਾਈ ਸ਼ੁਰੂ ਕਰਨਾ

chairman /'ਚੇਅਮਅਨ/ *n* ਸਭਾਪਤੀ, ਸਦਰ, ਪ੍ਰਧਾਨ; ਪ੍ਰਬੰਧਕ, ਚੇਅਰਮੈਨ; ਰੋਗੀ ਦੀ ਪਹੀਆਂ ਵਾਲੀ ਕੁਰਸੀ ਦਾ ਰੱਖਿਅਕ; ਕਹਾਰ

chairmanship /'ਚੇਅਮਅਨਸ਼ਿਪ/ *n* ਪ੍ਰਧਾਨਗੀ

chairperson /'ਚੇਅਪਅ:ਸਨ/ *n* ਪ੍ਰਧਾਨ, ਸਦਰ

chaise /ਸ਼ੇਇਜ਼/ *n* ਸੈਰ-ਗੱਡੀ, ਬੱਘੀ, ਸਵਾਰੀ-ਬੱਘੀ

chaise longue /,ਸ਼ੇਇਜ਼ 'ਲੋਙ/ *n* ਅਰਾਮ ਕੁਰਸੀ

chalcography /ਕੈਲ'ਕੋਗਰਅਫ਼ਿ/ *n* ਪਿੱਤਲ ਚਿਤਰਨ ਕਲਾ, ਪਿੱਤਲ ਨੱਕਾਸ਼ੀ, ਤਾਂਬਾ ਚਿਤਰਨ ਕਲਾ

chalet /'ਸ਼ੈਲੇਇ/ *n* (ਸਵਿਸ) ਲੱਕੜ ਦਾ ਘਰ

chalice /'ਚੈਲਿਸ/ *n* ਕਟੋਰਾ, ਜਾਮ, ਪਿਆਲਾ, ਬਾਟਾ; ਈਸਾਈ ਧਰਮ ਸੰਸਕਾਰ ਦਾ ਪਾਵਨ ਬਾਟਾ; ਫੁੱਲਾਂ ਦਾ ਕਟੋਰਾ

chalk /ਚੋਕ/ *n* ਚਾਕ, ਖੜੀਆ ਮਿੱਟੀ, ਖੜੀਆ ਮਿੱਟੀ ਵਰਗਾ ਰੰਗਦਾਰ ਮਸਾਲਾ, ਚਾਕ ਦੀ ਡਲੀ, ਦੁੱਧ ਪਥਰੀ *vt* ਚਿੰਨ੍ਹ ਲਾਉਣਾ, ਤਸਵੀਰ ਖਿੱਚਣਾ, ਲਿਖਣਾ, ਚਾਕ ਨਾਲ ਉਲੀਕਣਾ; ਖੜੀਆ ਮਿੱਟੀ ਮਲਨਾ **chalk out** *n* ਖ਼ਾਕਾ ਖਿੱਚਣਾ, ਯੋਜਨਾ ਬਣਾਉਣਾ, ਰੂਪਰੇਖਾ ਤਿਆਰ ਕਰਨਾ

chalkiness /'ਚੋਕਿਨਅਸ/ *n* ਸਫ਼ੈਦੀ, ਚਿਟਿਆਈ

chalky /'ਚੋਕਿ/ *a* ਖੜੀਆ ਮਿੱਟੀ ਵਰਗਾ, ਸਫ਼ੈਦ, ਧੌਲਾ, ਚਿੱਟਾ

challan /ਚਅ'ਲਾਨ/ *n* ਚਲਾਨ

challenge /'ਚੈਲਿਨਜ/ *n* ਲਲਕਾਰ, ਵੰਗਾਰ, ਚੁਣੌਤੀ; ਇਤਰਾਜ਼, ਉਜ਼ਰ *v* ਲਲਕਾਰਨਾ, ਵੰਗਾਰਨਾ, ਚੁਣੌਤੀ ਦੇਣਾ; ਉਜ਼ਰ ਕਰਨਾ; ਧਿਆਨ ਦੀ ਮੰਗ ਕਰਨਾ, ਪ੍ਰਸ਼ੰਸਾ ਜਾਂ ਧਿਆਨ ਦਾ ਹੱਕਦਾਰ ਹੋਣਾ

challengeable /'ਚੈਲਿਨਜਅਬਲ/ *a* ਇਤਰਾਜ਼ਯੋਗ, ਉਜ਼ਰਯੋਗ

challenger /'ਚੈਲਿਨਜਅ*/ *a* ਉਜ਼ਰ ਕਰਨ ਵਾਲਾ, ਇਤਰਾਜ਼ ਕਰਨ ਵਾਲਾ, ਵੰਗਾਰੂ

challis /'ਸ਼ੈਲਿਸ/ *n* ਇੱਕ ਰੇਸ਼ਮੀ ਮਹੀਨ ਕੱਪੜਾ

cham /ਕੈਮ/ *n* ਖ਼ਾਨ (ਈਰਾਨ ਅਤੇ ਅਫ਼ਗਾਨਿਸਤਾਨ ਵਿੱਚ ਇੱਕ ਖ਼ਿਤਾਬ)

chamade /ਸ਼ਅ'ਮਾਡ/ *(L)* *n* ਪਿੱਛੇ ਹਟਣ ਦਾ ਸੰਕੇਤ

chamber /'ਚੇਇਮਬਅ*/ *n* ਕਮਰਾ; ਸਦਨ, ਮੰਡਲ; ਜੱਜ ਦਾ ਨਿੱਜੀ ਕਮਰਾ; ਸੰਸਦ ਭਵਨ, ਸਭਾ ਭਵਨ; ਵੱਡੀਆਂ ਇਮਾਰਤਾਂ ਵਿੱਚ ਕਮਰਿਆਂ ਦੀ ਕਤਾਰ; ਖ਼ਾਨਾ, ਘੁਰਨਾ (ਬੂਟਿਆਂ ਅਤੇ ਮਸ਼ੀਨਾਂ ਦੇ ਅੰਦਰ)

chamber concert *n* ਛੋਟੀ ਸੰਗੀਤ ਮੰਡਲੀ; ਘਰੋਗੀ ਜਲਸਾ

chamber-counsel *n* ਕਨੂੰਨੀ ਸਲਾਹਕਾਰ

chambering /'ਚੇਇਮਬਅਰਿਙ/ *n* ਬਦਮਾਸ਼ੀ ਦਾ ਅੱਡਾ, ਵਿਭਚਾਰ

chamberlain /'ਚੇਇਮਬਅਲਿਨ/ *n* ਡਿਉੜ੍ਹੀ ਬਰਦਾਰ; ਰਾਜੇ ਦੇ ਘਰੋਗੀ ਕੰਮ ਦਾ ਪ੍ਰਬੰਧ ਕਰਨ ਵਾਲਾ

chambermaid /'ਚੇਇਮਬਅਮੇਇਡ/ *n* ਹੋਟਲ ਦੇ ਕਮਰਿਆਂ ਦੀ ਸਫ਼ਾਈ ਸੇਵਿਕਾ, ਘਰ ਦੀ ਨੌਕਰਾਣੀ

chamber-pot /'ਚੇਇਮਬਅ,ਪੌਟ/ *n* ਮਲ-ਮੂਤਰਦਾਨ

chamber practice *n* ਗੁਪਤ ਵਕਾਲਤ

chameleon /ਕਅ'ਮੀਲਿਅਨ/ *n* ਗਿਰਗਿਟ,

ਕਿਰਲਾ; ਬੇਅਸੂਲਾ ਬੰਦਾ *a* ਗਿਰਗਿਟ ਵਾਂਗ ਰੰਗ ਬਦਲਣ ਵਾਲਾ, ਚੱਕਵਾਂ ਚੁੱਲ੍ਹਾ

chameleonic /ਕਅ,ਮੀਲਿ'ਔਨਿਕ/ *a* ਗਿਰਗਟੀ, ਚੰਚਲ

chamfer /'ਚੈਮਫ਼ਅ*/ *n* ਢਲਾਣ, ਢਲਾਣ ਵਾਲੀ ਛੱਤ *vt* ਝਰੀ ਪਾਉਣਾ, ਨਾਲੀ ਬਣਾਉਣਾ

champ /ਚੈਮਪ/ *v* ਚਬੜ-ਚਬੜ ਕਰਕੇ ਚੱਬਣਾ; ਦੰਦਾਂ ਵਿੱਚ ਕੱਟਣਾ *n* ਚਾਬ, ਪਚਾਕਾ, ਚੱਲਣ ਦੀ ਅਵਾਜ਼

champagne /,ਸ਼ੈਮ'ਪੇਇਨ/ *n* ਫ਼ਰਾਂਸ ਵਿੱਚ ਬਣੀ ਵਾਈਨ, ਸ਼ੈਮਪੇਨ

champaign /'ਚੈਮਪੇਇਨ/ *n* ਮੈਦਾਨੀ ਇਲਾਕਾ, ਪੱਧਰਾ ਇਲਾਕਾ, ਖੁੱਲ੍ਹਾ ਮੈਦਾਨ; (ਪਰਾ) ਰਣਖੇਤਰ

champion /'ਚੈਮਪਿਅਨ/ *n* ਵਿਜੇਤਾ, ਚੈਂਪੀਅਨ; ਯੋਧਾ, ਬਲੀ, ਸੂਰਮਾ *a* ਪੱਖੀ, ਹਿਮਾਇਤੀ, ਸਮਰਥਕ *vt* ਸਰਬ ਸਮਰੱਥ ਕਰਨਾ, ਪੱਖ ਪੂਰਨਾ, ਹਾਮੀ ਭਰਨਾ

champion boxer *n* ਪ੍ਰਮੁੱਖ ਮੁੱਕੇਬਾਜ਼

champion idiot *n* ਮਹਾਂ ਮੂਰਖ

championless /'ਚੈਮਪਿਅਨਲਅਸ/ *a* ਮਿੱਤਰਹੀਣ, ਅਸਹਾਇਕ

championship /'ਚੈਮਪਿਅਨਸ਼ਿਪ/ *n* ਵਿਜੇਤਾ ਹੋਣ ਦੀ ਪਦਵੀ, ਚੈਂਪੀਅਨਸ਼ਿਪ; ਪ੍ਰਮੁੱਖਤਾ

chance /ਚਾਨਸ/ *n* ਇਤਫ਼ਾਕ, ਦੈਵੀ ਘਟਨਾ, ਭਾਣਾ; ਮੌਕਾ, ਅਵਸਰ, ਸੰਜੋਗ, ਭਾਗ, ਨਸੀਬ, ਵਿਧੀ, ਸਬੱਬ, ਢੋਅ *v* ਸੰਜੋਗ ਨਾਲ ਹੋ ਜਾਣਾ, ਅਚਾਨਕ ਵਾਪਰ ਜਾਣਾ; ਜੋਖ਼ਮ ਉਠਾਉਣਾ; ਭਾਗਾਂ ਨੂੰ ਅਜ਼ਮਾਉਣਾ **by chance** ਸਹਿਜ ਸੁਭਾਅ, ਦੇਵਨੇਤ ਨਾਲ, ਰੱਬ-ਸਬੱਬੀ **stand a good chance** ਚੰਗੀ ਆਸ ਹੋਣਾ **take one's chance** ਕਿਸਮਤ ਅਜ਼ਮਾਉਣਾ

chancel /'ਚਾਨਸਲ/ *n* ਗਿਰਜੇ ਦੇ ਚੜ੍ਹਦੇ ਪਾਸੇ ਵੱਲ ਪਾਦਰੀ ਲਈ ਬਣਿਆ ਸਥਾਨ; ਪ੍ਰਕਾਸ਼ ਸਥਾਨ

chancellery, chancellory /'ਚਾਨਸਅਲਅਰਿ/ *n* ਚਾਂਸਲਰ ਦਾ ਅਹੁਦਾ ਜਾਂ ਵਿਭਾਗ; ਏਲਚੀ ਦਾ ਦਫ਼ਤਰ, ਸਫ਼ਾਰਤਖ਼ਾਨਾ

chancellor /'ਚਾਨਸਅਲਅ*/ *n* ਚਾਂਸਲਰ, ਕੁਲਪਤੀ; (ਜਰਮਨੀ ਵਿੱਚ) ਸਰਕਾਰ ਦਾ ਮੁਖੀ

Chancellor of the Exchequer *n* (ਬਰਤਾਨੀਆ) ਖ਼ਜ਼ਾਨਾ ਮੰਤਰੀ

chance-medley /,ਚਾਨਸ'ਮੈਡੱਲਿ/ *n* (ਕਨੂੰ) ਅਣਜਾਣਪੁਣੇ ਵਿੱਚ ਕੀਤਾ ਗਿਆ ਅਪਰਾਧ; ਅਚੇਤ ਹੱਤਿਆ; ਅਣਗਹਿਲੀ, ਅਸਾਵਧਾਨੀ

chancery /'ਚਾਨਸਅਰਿ/ *n* ਚਾਂਸਰੀ, ਸਰਕਾਰੀ ਦਸਤਾਵੇਜ਼ਾਂ ਦਾ ਸਟੋਰ; ਲਾਰਡ ਚਾਂਸਲਰ ਦੀ ਅਦਾਲਤ, ਮਹਾਂ ਨਿਆਂਘਰ, ਸਰਵ-ਉੱਚ ਨਿਆਂ ਸੰਸਥਾਨ

chancy /'ਚਾਨਸਿ/ *a* ਕੱਚਾ-ਪੱਕਾ, ਅਨਿਸ਼ਚਿਤ, ਸਬੱਬੀ; ਸੰਕਟਪੂਰਨ

chandelier /,ਸ਼ੈਨਡਅ'ਲਿਅ*/ *n* ਝਾੜ-ਫ਼ਾਨੂਸ

change /ਚੇਇਨਜ/ *n* ਬਦਲੀ, ਤਬਦੀਲੀ, ਪਰਿਵਰਤਨ, ਉਲਟਫੇਰ; ਅੰਤਰ, ਫ਼ਰਕ; ਭਾਨ; ਚੰਨ ਦਾ ਪੱਖ ਪਰਿਵਰਤਨ *v* ਬਦਲਨਾ, ਅਦਲਾ-ਬਦਲੀ ਕਰਨਾ, ਪਰਿਵਰਤਨ ਕਰਨਾ; (ਕੱਪੜੇ) ਬਦਲਨਾ; ਲੈਣ-ਦੇਣ ਕਰਨਾ, ਥਾਂ ਜਾਂ ਦਸ਼ਾ ਬਦਲਨਾ; ਨੋਟ ਜਾਂ ਸਿੱਕਾ ਤੁੜਾਉਣਾ; ਚੰਨ ਦਾ ਘਟਣਾ-ਵਧਣਾ **change colour** ਇੱਕ ਰੰਗ ਆਉਣਾ ਇੱਕ ਰੰਗ ਜਾਣਾ, ਰੰਗ ਉਡਣਾ, ਚੜ੍ਹਨੀ-ਉਤਰਨੀ **change front** ਤਰਕ ਵਿੱਚ ਆਧਾਰ ਬਦਲਨਾ **change one's condition** ਵਿਆਹ ਕਰਨਾ **change one's mind** ਰਾਏ ਬਦਲਨਾ, ਇਰਾਦਾ ਬਦਲਨਾ **for a change** ਹਵਾ ਬਦਲਨ ਲਈ

changeability /,ਚੇਇਨਜਅ'ਬਿਲਅਟਿ/ *n* ਪਰਿਵਰਤਨਸ਼ੀਲਤਾ, ਬਦਲਨ ਦਾ ਗੁਣ

changeable /'ਚੇਇਨਜਅਬਲ/ *a* ਪਰਿਵਰਤਨਸ਼ੀਲ, ਬਦਲਨਹਾਰ, ਅਸਥਿਰ

changeableness /'ਚੇਇਨਜਅਬਲਨਅਸ/ *a* ਪਰਿਵਰਤਨਸ਼ੀਲਤਾ

changeful /'ਚੇਇਨਜਫ਼ੁਲ/ *a* ਪਰਿਵਰਤਨਸ਼ੀਲ,

ਛੇਤੀ-ਛੇਤੀ ਬਦਲਨ ਵਾਲਾ, ਅਸਥਿਰ

changefulness /'**ਚੇਇਨਜਫੁਲਨਅਸ**/ *n* ਪਰਿਵਰਤਨਸ਼ੀਲਤਾ; ਅਸਥਿਰਤਾ

changeless /'**ਚੇਇਨਜਲਅਸ**/ *a* ਪੱਕਾ, ਅਟੱਲ, ਦ੍ਰਿੜ੍ਹ, ਅਬਦਲ, ਪਰਿਵਰਤਨਹੀਣ

change of climate *n* ਹਵਾ-ਪਾਣੀ ਦੀ ਬਦਲੀ

change of season *n* ਰੁੱਤ ਬਦਲੀ

changer /'**ਚੇਇਨਜਅ***/ *a* ਪਰਿਵਰਤਨ ਕਰਨ ਵਾਲਾ *n* ਭਾਨ ਦਾ ਕੰਮ ਕਰਨ ਵਾਲਾ

changing /'**ਚੇਇਨਜਿਙ**/ *a* ਬਦਲਨ ਵਾਲਾ, ਪਰਿਵਰਤਨਸ਼ੀਲ

channel /'**ਚੈਨਲ**/ *n* ਖਾੜੀ; ਨਹਿਰ, ਨਾਲਾ, ਖਾਲ, ਨਾਲੀ, ਆਡ, ਨਾਲੀ-ਪਥ, ਮਾਰਗ; ਦੁਆਰ; ਦਿਸ਼ਾ; ਸਾਧਨ, ਪ੍ਰਨਾਲੀ, ਮਾਧਿਅਮ, ਵਸੀਲਾ *vt* ਨਾਲੀ ਬਣਾਉਣਾ, ਨਹਿਰ ਕੱਢਣਾ; ਰਾਹ ਕੱਢਣਾ

channelled /'**ਚੈਨਅਲਡ**/ *a* ਨਾਲੀਦਾਰ

chanson /'**ਸ਼ਾਨਸੌਨ**/ *(F)* *n* ਗੀਤ, ਗਾਣਾ

chant /**ਚਾਨਟ**/ *n* ਗੀਤ, ਭਜਨ, ਮੰਤਰ *v* ਉਸਤਤੀ ਗੀਤ ਗਾਉਣਾ, ਭਜਨ ਗਾਉਣਾ; ਮੰਤਰ ਉਚਾਰਨਾ; ਗਾਉਣਾ **chant horses** ਧੋਖੇ ਨਾਲ ਵੇਚਣਾ **chant the praises of** ਸਦਾ ਗੁਣ ਗਾਉਂਦੇ ਰਹਿਣਾ

chanter /'**ਚਾਨਟਅ***/ *n* ਗਾਉਣ ਵਾਲਾ, ਗਵੱਈਆ, ਗਾਇਕ, ਰਾਗੀ

chantress /'**ਚਾਨਟਰਿਸ**/ *n* ਗਾਉਣ ਵਾਲੀ ਜਨਾਨੀ, ਗਾਇਕਾ

chanty /'**ਸ਼ੈਨਟਿ**/ *n* ਮਲਾਹਾਂ ਦਾ ਗੀਤ (ਜੋ ਭਾਰ ਚੁੱਕਣ ਲੱਗਿਆਂ ਗਾਇਆ ਜਾਂਦਾ ਹੈ), ਮਲਾਹੀ ਗੀਤ

chaos /'**ਕੇਇਔਸ**/ *n* ਉਘੜ ਧੁੰਮੀ, ਅਫਰਾ-ਤਫਰੀ, ਘੜਮੱਸ, ਬੇਤਰਤੀਬੀ; ਧੁੰਦੂਕਾਰਾ

chaos theory *n* (ਗਣਿਤ) ਅਤਿ-ਸੰਵੇਦੀ ਅਤੇ ਬੜੀ ਛੇਤੀ ਇਕ ਦੂਜੇ ਉੱਤੇ ਅਸਰ ਅੰਦਾਜ ਹੋਣ ਵਾਲੀਆਂ ਆਪਸ ਵਿੱਚ ਜੁੜੀਆਂ ਵਸਤਾਂ ਦਾ ਅਧਿਐਨ

chaotic /**ਕੇਇ'ਔਟਿਕ**/ *a* ਗਡਮਡ, ਘੜਮਸ ਵਾਲਾ, ਉੱਘੜ-ਦੁੱਘੜ

chap[1] /**ਚੈਪ**/ *n* (ਬੋਲ) ਛੋਕਰਾ, ਮਨੁੱਖ, ਗਾਹਕ, ਖਰੀਦਾਰ

chap[2] *v* ਫਟਣਾ, ਤਿੜਕਣਾ, ਟੁੱਟਣਾ, ਤਰੇੜ ਆਉਣਾ *n* ਤਰੇੜ, ਦਰਾੜ, ਬਿਆਈ

chapel /'**ਚੈਪਲ**/ *n* ਪ੍ਰਾਰਥਨਾ ਘਰ, ਪੂਜਾ-ਸਥਾਨ, ਚੈਪਲ, ਰੋਮਨ ਕੈਥੋਲਿਕ ਗਿਰਜਾ

chapelry /'**ਚੈਪਲਰਿ**/ *n* ਚੈਪਲ ਗਿਰਜੇ ਦੇ ਅਧਿਕਾਰ ਹੇਠ ਆਈ ਭੂਮੀ

chaperone /'**ਸ਼ੈਪਅਰਅਉਨ**/ *n* (ਕੁਆਰੀ ਕੁੜੀ ਦੀ) ਰਖਵਾਲਣ *vt* ਰਖਵਾਲੀ ਕਰਨਾ, ਸੰਭਾਲ ਕਰਨਾ, ਨਿਗਰਾਨੀ ਕਰਨਾ

chaplain /'**ਚੈਪਲਿਨ**/ *n* ਚੈਪਲ ਗਿਰਜੇ ਦਾ ਪਾਦਰੀ

chaplaincy /'**ਚੈਪਲਿਨਸਿ**/ *n* ਪਾਦਰੀ ਦਾ ਪਦ

chaplet /'**ਚੈਪਲਅਟ**/ *n* ਮੁਕਟ, ਸਿਹਰਾ; ਹਾਰ, ਪੁਸ਼ਪਮਾਲਾ; ਮਾਲਾ ਜਾਂ ਸਿਮਰਨੀ, ਤਸਬੀ; ਮਣਕਾ; ਡੱਡੂ ਦੇ ਅੰਦਰ ਆਂਡਿਆਂ ਦੀ ਲੜੀ; ਛੋਟਾ ਗਿਰਜਾ

chapleted /'**ਚੈਪਲਿਟਿਡ**/ *a* ਮੁਕਟਧਾਰੀ, ਸਿਹਰਾਧਾਰੀ

chapman /'**ਚੈਪਮਅਨ**/ *n* ਫੇਰੀ ਵਾਲਾ

chappie /'**ਚੈਪਿ**/ *n* (ਬੋਲ) ਜਣਾ, ਮੁੰਡੂ

chapter /'**ਚੈਪਟਅ***/ *n* ਅਧਿਆਏ, ਕਾਂਡ, ਖੰਡ; ਪਾਦਰੀ ਸੰਘ; ਸੰਸਦ ਦਾ ਅਧਿਨੇਮ

chapter of accidents *n* ਘਟਨਾ ਚੱਕਰ, ਘਟਨਾਵਲੀ

char /**ਚਾ***/ *n* ਮਜ਼ਦੂਰੀ, ਚਾਕਰੀ; ਘਰ ਦਾ ਨਿੱਕਾ ਮੋਟਾ ਕੰਮ ਕਰਨ ਵਾਲੀ ਮਾਈ *v* ਚਾਕਰੀ ਕਰਨਾ, ਨਿੱਕਾ ਮੋਟਾ ਕੰਮ ਕਰਨਾ *v* ਝੁਲਸਣਾ, ਸਾੜਨਾ, ਸੜ ਕੇ ਕੋਲਾ ਹੋਣਾ ਜਾਂ ਸਾੜ ਕੇ ਕੋਲਾ ਬਣਾਉਣਾ

character /'**ਕੈਰਅਕਟਅ***/ *n* ਵਿਅਕਤੀਗਤ ਵਿਸ਼ੇਸ਼ਤਾ; ਚਰਿੱਤਰ, ਆਚਾਰ, ਆਚਰਨ, ਚਲਨ, ਸਦਾਚਾਰ; ਲੱਛਣ, ਚਿੰਨ੍ਹ, ਵਿਸ਼ੇਸ਼ ਗੁਣ, ਵਚਿੱਤਰਤਾ, ਸ਼ੈਲੀ; ਪ੍ਰਸਿੱਧੀ, ਨਾਂ; ਮਾਣ ਮਰਯਾਦਾ;

ਨੇਕਨਾਮੀ; ਹੈਸੀਅਤ, ਦਰਜਾ; ਪ੍ਰਮਾਣ-ਪੱਤਰ; ਸਿਫ਼ਾਰਸ਼ਨਾਮਾ; (ਗਲਪ ਜਾਂ ਨਾਟਕ ਦੇ) ਪਾਤਰ; ਅੱਖਰ, ਹਰਫ਼; ਛਾਪ *vt* ਖੁਣਨਾ, ਉੱਕਰਨਾ, ਲਿਖਣਾ

characteristic /ˌ**ਕੈਰਅਕਟਅ'ਰਿਸਟਿਕ**/ *n* ਖਾਸਾ, ਵਿਸ਼ੇਸ਼ਤਾ, ਸਿਫ਼ਤ, ਖਾਸੀਅਤ, ਸੁਭਾਅ; ਚਿੰਨ੍ਹ *a* ਪੂਰਨ ਅੰਸ਼ ਨਿਖੇੜਨ ਵਾਲੀ (ਪੱਧਤੀ, ਲੱਛਣ, ਵਿਸ਼ੇਸ਼ਤਾ)

characteristically/ˌ**ਕੈਰਅਕਟਅ'ਰਿਸਟਿਕਲਿ**/ *adv* ਵਿਸ਼ੇਸ਼ ਤੌਰ 'ਤੇ

characterization /ˌ**ਕੈਰਅਕਟਅਰਾਇ'ਜ਼ੇਇਸ਼ਨ**/ *n* ਚਿੱਤਰ-ਚਿਤਰਨ

characterize /'**ਕੈਰਅਕਟਅਰਾਇਜ਼**/ *vt* ਵਿਸ਼ੇਸ਼ਤਾ ਦਾ ਵਰਣਨ ਕਰਨਾ, ਲੱਛਣ ਚਿਤਰਨ ਕਰਨਾ

characterless /'**ਕੈਰਅਕਟਅਲਅਸ**/ *a* ਚਰਿੱਤਰਹੀਣ, ਬਦਚਲਨ; ਅਪ੍ਰਮਾਣਿਤ

charade /**ਸ਼ਅ'ਰਾਡ**/ *n* ਅੜਾਉਣੀ, ਪਹੇਲੀ, ਬੁਝਾਰਤ, ਨਿਸ਼ਾਨੀਆਂ ਦੇ ਆਧਾਰ 'ਤੇ ਸ਼ਬਦਾਂ ਨੂੰ ਲੱਭਣ ਦੀ ਕੋਸ਼ਿਸ਼

charcoal /'**ਚਾਕਅਉਲ**/ *n* ਲੱਕੜੀ ਦਾ ਕੋਲਾ, ਕੋਲਾ

charcoal burner *n* ਕੋਲਾ ਬਣਾਉਣ ਵਾਲਾ

charge /**ਚਾਜ**/ *n* ਬੋਝ, ਭਾਰ; ਸਮਾਈ ਦੀ ਮਾਤਰਾ; ਮਾਪ; ਖ਼ਰਚਾ, ਲਾਗਤ; ਕਰਤੱਵ, ਜ਼ੁੰਮੇਵਾਰੀ, ਫ਼ਰਜ਼; ਰੱਖਿਆ, ਸੰਭਾਲ, ਦੇਖਭਾਲ, ਨਿਗਰਾਨੀ; ਸੌਂਪੀ ਹੋਈ ਵਸਤੂ, ਅਮਾਨਤ; ਦੂਸ਼ਣ, ਦੋਸ਼, ਤੁਹਮਤ; ਧਾਵਾ, ਹੱਲਾ, ਚੜ੍ਹਾਈ; ਕਾਰਤੂਸ, ਬਾਰੂਦ, ਗੋਲੀ-ਸਿੱਕਾ; (ਬਿਜਲੀ) ਚਾਰਜ; ਆਦੇਸ਼, ਨਿਰਦੇਸ਼, ਹਦਾਇਤ; ਸ਼ਾਸਨ *vt* ਭਰ ਦੇਣਾ, ਪੂਰਾ-ਪੂਰਾ ਭਰਨਾ; ਮੁੱਲ ਮੰਗਣਾ, ਖ਼ਰਚਾ ਪਾਉਣਾ; ਧਾਵਾ ਕਰਨਾ; ਦੋਸ਼ੀ ਠਹਿਰਾਉਣਾ; ਜ਼ੁੰਮੇਵਾਰੀ ਸੌਂਪਣਾ, ਸੰਭਾਲਣਾ, ਕੰਮ ਸੌਂਪਣਾ, ਸਪੁਰਦ ਕਰਨਾ; ਨਿਰਦੇਸ਼ ਕਰਨਾ, ਹਿਦਾਇਤ ਕਰਨਾ, ਭਾਰ ਪਾਉਣਾ

chargeability /ˌ**ਚਾਜਅ'ਬਿਲਅਟਿ**/ *n* ਆਰੋਪਯੋਗਤਾ

chargeable /'**ਚਾਜਅਬਲ**/ *a* ਹਿਸਾਬ ਵਿੱਚ ਗਿਣਨਯੋਗ; ਆਰੋਪਣਯੋਗ; ਕੀਮਤੀ, ਮਹਿੰਗਾ; ਖ਼ਰਚਾ ਪਾਉਣਯੋਗ, ਵਸੂਲਣਯੋਗ

chargeableness /'**ਚਾਜਅਬਲਨਅਸ**/ *n* ਵਸੂਲਣਯੋਗਤਾ

charge d'affaires /ˌ**ਸ਼ਾਯ਼ੇਇ ਡੈ'ਫ਼ੇਅ***/ *n* ਉਪਰਾਜਦੂਤ

chargeless /'**ਚਾਜਲਅਸ**/ *a* ਕਲੰਕ ਰਹਿਤ

charger /'**ਚਾਜਅ***/ *n* ਜੰਗੀ ਘੋੜਾ; ਆਰੋਪ ਲਾਉਣ ਵਾਲਾ; ਬੈਟਰੀ ਚਾਰਜ ਕਰਨ ਵਾਲਾ ਉਪਕਰਨ

chargesheet /'**ਚਾਜਸ਼ੀਟ**/ *n* ਫ਼ਰਦ ਜੁਰਮ, ਦੋਸ਼-ਪੱਤਰ

charily /'**ਚੇਇਰਿਲਿ**/ *adv* ਸਾਵਧਾਨੀ ਨਾਲ

chariot /'**ਚੈਰਿਅਟ**/ *n* ਰਥ, ਸੂਰਜ ਦਾ ਰਥ *vt* ਰਥ ਵਿੱਚ ਲੈ ਜਾਣਾ, ਰਥ ਵਾਂਗ ਲੈ ਜਾਣਾ

charioteer /ˌ**ਚੈਰਿਅ'ਟਿਅ***/ *n* ਸਾਰਥੀ, ਰਥਵਾਨ

charisma /**ਕਅ'ਰਿਜ਼ਮਅ**/ *n* ਲੋਕਾਂ ਨੂੰ ਪ੍ਰਭਾਵਿਤ ਕਰਨ ਦਾ ਗੁਣ, ਆਪਣੇ ਵੱਲ ਆਕਰਸ਼ਣ ਕਰਨ ਦੀ ਸ਼ਕਤੀ

charismatic /ˌ**ਕੈਰਿਜ਼'ਮੈਟਿਕ**/ *a* ਰੱਬੀ ਦਾਤ ਵਿੱਚ ਵਿਸ਼ਵਾਸ ਰੱਖਣ ਵਾਲਾ, ਦਾਨੀ, ਦਇਆਵਾਨ *n* ਪ੍ਰਭੂ ਦੀ ਦਇਆ ਦ੍ਰਿਸ਼ਟੀ ਉੱਤੇ ਵਿਸ਼ਵਾਸ, ਵਿਸ਼ਵਾਸ ਨਾਲ ਕੀਤੀ ਪੂਜਾ

charitable /'**ਚੈਰਅਟਅਬਲ**/ *a* ਖੁੱਲ੍ਹਦਿਲਾ, ਉਦਾਰਚਿਤ; ਖ਼ਰੈਤੀ, ਦਾਨੀ, ਉਪਕਾਰੀ, ਸਖੀ; ਦਇਆਵਾਨ, ਕਿਰਪਾਲੂ

charitableness /'**ਚੈਰਅਟਅਬਲਨਅਸ**/ *n* ਖੁੱਲ੍ਹਦਿਲੀ, ਉਦਾਰਤਾ, ਉਪਕਾਰਤਾ, ਕਿਰਪਾਲੂਪੁਣਾ

charity /'**ਚੈਰਅਟਿ**/ *n* ਕਿਰਪਾ, ਉਦਾਰਤਾ, ਪਰਉਪਕਾਰ, ਦਿਆਲਤਾ, ਦਇਆ; ਦਾਨ, ਖ਼ੈਰਾਤ

charity begins at home ਪਹਿਲਾਂ ਆਪਣੇ ਫੇਰ ਪਰਾਏ **cold as charity** ਖੁਸ਼ਕ ਸਿਧਾਂਤੀ

charivari /ˌਸ਼ਾਰਿ'ਵ਼ਾਰਿ/ *n* ਰੌਲਾ-ਗੌਲਾ, ਸ਼ੋਰ-ਸ਼ਰਾਬਾ, ਖੱਪਖ਼ਾਨਾ

charlatan /'ਸ਼ਾਲਅਟਅਨ/ *a* ਨੀਮ-ਹਕੀਮ; ਪਖੰਡੀ, ਦੰਭੀ, ਢੌਂਗੀ

charlatanish /'ਸ਼ਾਲਅਟਅਨਿਸ਼/ *a* ਢੌਂਗੀ, ਬਹਿਰੂਪੀਏ ਵਰਗਾ

charlatanism /'ਸ਼ਾਲਅਟਅਨਿਜ਼ਅਮ/ *n* ਨੀਮ-ਹਕੀਮੀ; ਛਲ, ਢੌਂਗ, ਦੰਭ, ਪਖੰਡ, ਕਪਟ

Charles's Wain /ˌਚਾਲਜ਼ਿਜ਼ 'ਵ਼ੇਇਨ/ *n* ਸਪਤ-ਰਿਸ਼ੀ (ਸੱਤ ਤਾਰਿਆਂ ਦਾ ਝੁਰਮਟ)

charlock /'ਚਾਲੌਂਕ/ *n* ਜੰਗਲੀ ਸਰ੍ਹੋਂ

charlotte /'ਸ਼ਾਲਅਟ/ *n* ਕੇਕ ਅਤੇ ਫਲਾਂ ਦਾ ਬਣਿਆ ਇੱਕ ਮਿੱਠਾ ਭੋਜਨ, ਸ਼ਾਲਟ

charm /ਚਾਮ/ *n* ਮੰਤਰ, ਜਾਦੂ, ਤਲਿਸਮ, ਤਵੀਤ; ਖਿੱਚ, ਕਸ਼ਿਸ਼, ਸੁਹਜ; ਸ਼ੋਭਾ, ਮਨੋਹਰਤਾ; ਘੜੀ ਦੀ ਜ਼ੰਜੀਰ ਦੀ ਲਟਕਣ *vt* ਜਾਦੂ ਕਰਨਾ, ਮੋਹ ਲੈਣਾ, ਵੱਸ ਵਿੱਚ ਕਰਨਾ, ਖੁਸ਼ ਕਰਨਾ, ਅਨੰਦ ਦੇਣਾ; ਜਾਦੂ ਦੀ ਸ਼ਕਤੀ ਪ੍ਰਾਪਤ ਕਰਨਾ

charmed /ਚਾਮਡ/ *a* ਮੁਗਧ, ਆਕਰਸ਼ਿਤ, ਪ੍ਰਸੰਨ

charmer /'ਚਾਮਅ*/ *n* ਜਾਦੂਗਰ, ਮੋਹਨ ਵਾਲਾ

charming /'ਚਾਮਿਙ/ *a* ਮਨੋਹਰ, ਸੁਹਾਵਣਾ, ਦਿਲਕਸ਼, ਮਨਮੋਹਕ, ਸੁੰਦਰ

charnel house /'ਚਾਨਲ ਹਾਉਸ/ *n* ਹੱਡੀਆਂ ਜਾਂ ਲਾਸ਼ਾਂ ਰੱਖਣ ਦੀ ਥਾਂ, ਮੁਰਦਘਰ

charred /'ਚਾਡ/ *a* ਸੜ ਕੇ ਕਾਲਾ ਹੋਇਆ, ਝੁਲਸਿਆ ਹੋਇਆ, ਸੜ ਕੇ ਕੋਲੇ ਵਰਗਾ ਹੋਇਆ

chart /ਚਾਟ/ *n* ਜਹਾਜ਼ੀਆਂ ਦਾ ਸਮੁੰਦਰੀ ਨਕਸ਼ਾ; ਚਾਰਟ, ਨਕਸ਼ਾ, ਰੇਖਾ-ਚਿੱਤਰ, ਸਾਰਨੀ *vt* ਨਕਸ਼ਾ ਬਣਾਉਣਾ

charter /'ਚਾਟਅ*/ *n* ਸਨਦ, ਅਧਿਕਾਰ-ਪੱਤਰ, ਪਟਾ *vt* ਸਨਦ ਦੇਣਾ, ਅਧਿਕਾਰ ਪੱਤਰ ਜਾਂ ਪ੍ਰਵਾਨਾ ਦੇਣਾ; ਜਹਾਜ਼ ਕਿਰਾਏ 'ਤੇ ਦੇਣਾ ਜਾਂ ਲੈਣਾ

chartered /'ਚਾਟਅਡ/ *a* ਪੇਸ਼ੇਵਰ ਸੰਸਥਾ ਦੇ ਨਿਯਮਾਂ ਮੁਤਾਬਕ ਯੋਗ; (ਜਹਾਜ਼, ਕਿਸ਼ਤੀ ਆਦਿ) ਕਿਰਾਏ ਉੱਤੇ ਲਿਆ

chartered accountant *n* ਅਧਿਕ੍ਰਿਤ ਲੇਖਾਕਾਰ, ਚਾਰਟਰਡ ਅਕਾਊਂਟੈਂਟ

charterhouse /'ਚਾਟਅਹਾਉਸ/ *n* ਕਾਰਥੂਜੀਅਨ ਸੰਪਰਦਾ ਦਾ ਲੰਡਨ ਦਾ ਇੱਕ ਆਸ਼ਰਮ

chartless /'ਚਾਟਲਅਸ/ *a* ਨਕਸ਼ਾ-ਰਹਿਤ, ਬੇਨਕਸ਼ਾ, ਨਕਸ਼ੇ ਤੋਂ ਬਿਨਾਂ

chartography /ਕਾਟੌਂਗਰਅਫ਼ਿ/ *n* ਨਕਸ਼ਾ ਬਣਾਉਣ ਦੀ ਵਿੱਦਿਆ

charwoman /'ਚਾਵੁਮਅਨ/ *n* ਘਰ ਦਾ ਨਿੱਕਾ ਮੋਟਾ ਕੰਮ ਕਰਨ ਵਾਲੀ ਔਰਤ, ਮਾਈ

chary /'ਚੇਅਰਿ/ *a* ਸੋਚ ਸਮਝ ਕੇ ਕਦਮ ਚੁੱਕਣ ਵਾਲਾ, ਸਾਵਧਾਨ, ਹੁਸ਼ਿਆਰ, ਚੇਤਨ, ਸੁਚੇਤ **chary of praise** ਕਿਸੇ ਦੀ ਪ੍ਰਸ਼ੰਸਾ ਕਰਨ ਤੋਂ ਸੰਕੋਚ ਕਰਨ ਵਾਲਾ, ਸੰਗਾਊ ਪ੍ਰਸ਼ੰਸਾਕਾਰ

chase[1] /ਚੇਇਸ/ *n* ਸ਼ਿਕਾਰ; ਬੀੜ, ਸ਼ਿਕਾਰਗਾਹ; ਪਿੱਛਾ *vt* ਪਿੱਛਾ ਕਰਨਾ, ਪਿੱਛੇ ਭੱਜਣਾ **give chase** ਪਿੱਛਾ ਕਰਨਾ **in chase** ਪਿੱਛਾ ਕਰਦੇ ਹੋਏ **the chase** ਸ਼ਿਕਾਰਬਾਜ਼ੀ

chase[2] *n* (ਛਪਾਈ ਵਿੱਚ) ਟਾਈਪ ਨੂੰ ਕੱਸਣ ਦਾ ਢਾਂਚਾ, ਚੇਸ *vt* ਫ਼ਰਮਾ ਕਸਣਾ

chase[3] *vt* ਉੱਕਰਨਾ, ਨਕਾਸ਼ੀ ਕਰਨਾ; ਸ਼ਿੰਗਾਰਨਾ

chaser /'ਚੇਇਸਅ*/ *n* ਸ਼ਿਕਾਰੀ; ਇਸ਼ਕਬਾਜ਼, ਠਰਕੀ

chasing /'ਚੇਇਜ਼ਿਙ/ *n* ਨੱਕਾਸ਼ੀ ਦੀ ਕਲਾ

chasm /'ਕੈਜ਼ਅਮ/ *n* ਦਰਾੜ, ਪਾੜਾ, ਖੱਡ, ਖਾਈ, ਖੱਪਾ; ਬੰਦਿਆਂ ਜਾਂ ਪਾਰਟੀਆਂ ਵਿੱਚ ਮੱਤ-ਭੇਦ

chasmy /'ਕੈਜ਼(ਅ)ਮਿ/ *a* ਮੱਤ-ਭੇਦ ਵਾਲਾ, ਦਰਾੜ ਵਾਲਾ

chaste /ਚੇਇਸਟ/ *a* ਪਵਿੱਤਰ; (ਅਪ) ਕੁਆਰਾ, ਅਣਲੱਗ, ਸੁੱਚਾ, ਅਛੋਹ; ਨਿਰਮਲ, ਖਾਲਸ; ਸਵੱਛ; ਸੱਭਿਅਕ; ਸਤਵੰਤੀ, ਪਤੀਵਰਤਾ;

ਬ੍ਰਹਮਚਾਰੀ, ਜਤੀ-ਸਤੀ

chastely /ਚੇਇਸਟਲਿ/ *adv* ਸਾਦਗੀ ਨਾਲ; ਨਿਖਾਰ ਕੇ; ਸੱਭਿਅਕ ਢੰਗ ਨਾਲ

chasten /'ਚੇਇਸਨ/ *vt* ਪਵਿੱਤਰ ਕਰਨਾ, ਸੋਧਣਾ; ਮਨ ਮਾਰਨਾ, ਸ਼ਾਂਤ ਕਰਨਾ

chastener /'ਚੇਇਸਨਅ*/ *n* ਸੋਧਣ ਵਾਲਾ, ਸੁਧਾਰਕ, ਸ਼ਾਂਤ ਕਰਨ ਵਾਲਾ

chasteness /'ਚੇਇਸਟਨਅਸ/ *n* ਸ਼ੁੱਧਤਾ, ਪਵਿੱਤਰਤਾ

chastise /ਚੈ'ਸਟਾਇਜ਼/ *vt* ਦੰਡ ਦੇਣਾ, ਸਜ਼ਾ ਦੇਣਾ; ਚੰਡਣਾ, ਖੁੰਬ ਠੱਪਣਾ; ਤਾੜਨਾ ਕਰਨਾ, ਝਿੜਕਣਾ

chastisement /ਚੈ'ਸਟਾਇਜ਼ਮਅਨਟ/ *n* ਸਜ਼ਾ, ਦੰਡ; ਤਾੜਨਾ

chastiser /ਚੈ'ਸਟਾਇਜ਼ਅ*/ *n* ਸਜ਼ਾ ਦੇਣ ਵਾਲਾ, ਤਾੜਨਾ ਕਰਨ ਵਾਲਾ, ਦੰਡ ਦੇਣ ਵਾਲਾ

chastity /'ਚੈਸਟਅਟਿ/ *n* ਪਵਿੱਤਰਤਾ, ਸ਼ੁੱਧਤਾ; ਪਤੀਵਰਤਾ, ਸਤ, ਕੁਆਰਪਣ; ਸ਼ੈਲੀ ਦੀ ਸਾਦਗੀ

chastity belt *n* ਜਤ-ਸਤ ਕਾਇਮ ਰੱਖਣ ਦੀ ਨਿਸ਼ਾਨੀ, ਕੰਵਾਰਾਪਣ ਬਰਕਰਾਰ ਰੱਖਣ ਦਾ ਬੈਲਟ ਰੂਪੀ ਇਕ ਗਹਿਣਾ

chat /ਚੈਟ/ *n* ਗੱਪ-ਸ਼ੱਪ, ਬਾਤ-ਚੀਤ, ਗੱਲ-ਕੱਥ, ਗੱਲ-ਬਾਤ *v* ਗੱਲ-ਬਾਤ ਕਰਨਾ, ਗੱਪ-ਸ਼ੱਪ ਮਾਰਨਾ

chateau /'ਸ਼ੈਟਅਉ/ *(F)* *n* ਹਵੇਲੀ

chatelaine /'ਸ਼ੈਟਅਲੇਇਨ/ *n* ਸੁਆਣੀ; (ਇਤ) ਚਾਬੀਆਂ ਆਦਿ ਬੰਨ੍ਹਣ ਲਈ ਔਰਤ ਦੀ ਪੇਟੀ ਨਾਲ ਬੰਨ੍ਹੀ ਜ਼ੰਜੀਰੀ

chattel /'ਚੈਟਲ/ *n* ਮਾਲ-ਅਸਬਾਬ

chatter /'ਚੈਟਅ*/ *n* ਪੰਛੀਆਂ ਦੀ ਚਹਿਚਹਾਟ; ਬਕ-ਬਕ, ਬਕਵਾਸ *vt* ਟੀਂ-ਟੀਂ ਕਰਨਾ, ਟਰ-ਟਰ ਕਰਨਾ; ਦੰਦ ਕਰੀਚਣਾ; ਪੁਰਜਿਆਂ ਦਾ ਕਿੜ-ਕਿੜ ਕਰਨਾ

chatteration /,ਚੈਟ'ਰੇਇਸ਼ਨ/ *n* ਬਕਵਾਸ, ਬਕ-ਬਕ, ਰੌਲਾ-ਗੌਲਾ

chatterbox /'ਚੈਟਅਬੌਕਸ/ *n* ਬਕਵਾਸੀ, ਗਲਾਧੜ, ਬਾਤੂਨੀ, ਗੱਪੀ (ਬੱਚਾ)

chatterer /'ਚੈਟਅਰਅ*/ *n* ਬਕਵਾਸ ਕਰਨ ਵਾਲਾ, ਬਾਤੂਨੀ

chattiness /'ਚੈਟਿਨਅਸ/ *n* ਗੱਪ-ਸ਼ੱਪ, ਗੱਪਬਾਜ਼ੀ, ਗਪੋੜਪੁਣਾ

chatting /ਚੈਟਿਙ/ *n* ਇੰਟਰਨੈੱਟ ਦੇ ਮਾਧਿਅਮ ਰਾਹੀਂ ਲਿਖਕੇ ਸੰਦੇਸ਼ਾਂ ਦਾ ਅਦਾਨ-ਪ੍ਰਦਾਨ

chatty /'ਚੈਟਿ/ *n* ਗਲਾਧੜ, ਗਾਲੜੀ, ਗੱਪੀ

chauffer /'ਚੋਫ਼ਅ*/ *n* ਆਤਸ਼ਦਾਨ, ਅੰਗੀਠੀ, ਸਿਗੜੀ

chauffeur /'ਸ਼ਅਉਫ਼ਅ*/ *n* ਪੇਸ਼ਾਵਰ ਕਾਰ ਡ੍ਰਾਈਵਰ, ਸ਼ੋਫਰ

chauvinism /'ਸ਼ਅਉਵ਼ਿਨਿਜ਼ਅਮ/ *n* ਕੱਟੜਪੁਣਾ, ਕੱਟੜ ਦੇਸ਼-ਭਗਤੀ

chauvinist /'ਸ਼ਅਉਵ਼ਿਨਿਸਟ/ *n* ਕੱਟੜ ਦੇਸ਼-ਪ੍ਰੇਮੀ

chauvinistic /,ਸ਼ਅਉਵ਼ਿ'ਨਿਸਟਿਕ/ *a* ਕੱਟੜਤਾ ਭਰਿਆ

chaw /ਚੋ/ *vt* ਚੱਬਣਾ, ਚਬਾਉਣਾ, *n* ਤਮਾਕੂ ਦੀ ਗੋਲੀ **chaw up** ਦੰਦ ਖੱਟੇ ਕਰਨਾ, ਲੋਹੇ ਦੇ ਚਣੇ ਚਬਾਉਣਾ, ਬੁਰੀ ਤਰ੍ਹਾਂ ਹਰਾ ਦੇਣਾ

chaw-bacon *n* ਮੂਰਖ, ਬੁੱਧੂ, ਉਜੱਡ

cheap /ਚੀਪ/ *a* ਸਸਤਾ, ਸਹਿਜੇ ਹੀ ਪ੍ਰਾਪਤ ਹੋਣ ਵਾਲਾ; ਨਿਕੰਮਾ, ਨਕਾਰਾ, ਹੋਛਾ, ਮਹੱਤਵਹੀਣ **hold cheap** ਬੇਕਦਰੀ ਕਰਨਾ, ਤੁੱਛ ਸਮਝਣਾ

cheap and nasty *a* ਸਸਤਾ ਅਤੇ ਨਿਕੰਮਾ

cheapen /'ਚੀਪਅਨ/ *v* ਮੁੱਲ ਘਟਾਉਣਾ ਜਾਂ ਘਟਣਾ, ਸਸਤਾ ਕਰਨਾ ਜਾਂ ਹੋਣਾ, ਕਦਰ ਘਟਾਉਣਾ

cheapish /'ਚੀਪਿਸ਼/ *a* ਘਟੀਆ ਜਿਹਾ, ਨਿਕੰਮਾ

cheap-jack /'ਚੀਪਜੈਕ/ *n* ਛਾਬੜੀ ਵਾਲਾ, ਫੇਰੀ ਵਾਲਾ

cheaply /'ਚੀਪਲਿ/ *adv* ਸਸਤੇ ਭਾਅ ਵਿੱਚ, ਸਸਤੇ ਢੰਗ ਨਾਲ, ਘਟੀਆ ਤਰੀਕੇ ਨਾਲ;

ਅਸ਼ਿਸ਼ਟ ਰੂਪ ਵਿੱਚ

cheapness /'**ਚੀਪਨਅਸ**/ *n* ਸਸਤਾਪਣ, ਘਟੀਆਪਣ

cheapskate /'**ਚੀਪਸਕੇਇਟ**/ *n* ਬਹੁਤ ਹੀ ਘੱਟ· ਖਰਚਾ ਕਰਨ ਵਾਲਾ ਬੰਦਾ, ਕੰਜੂਸ, ਮੱਖੀ ਚੂਸ, ਚੀਪੜ

cheap trip *n* ਸਸਤੀ ਟਿਕਟ ਉੱਤੇ ਸਫਰ

cheat /**ਚੀਟ**/ *n* ਠੱਗੀ, ਧੋਖਾ, ਫ਼ਰੇਬ, ਛਲ, ਕਪਟ; ਠੱਗ, ਦਗ਼ੇਬਾਜ਼, ਕਪਟੀ, ਫ਼ਰੇਬੀ *vt* ਧੋਖਾ ਦੇਣਾ, ਬੇਈਮਾਨੀ ਕਰਨਾ; ਛਲਨਾ, ਝਾਂਸਾ ਦੇਣਾ

cheatable /'**ਚੀਟਅਬਲ**/ *a* ਝਾਂਸੇ ਜਾਂ ਠੱਗੀ ਵਿੱਚ ਆਉਣ ਵਾਲਾ

cheater /'**ਚੀਟਅ***/ *a* ਧੋਖੇਬਾਜ਼, ਕਪਟੀ, ਛਲ ਕਰਨ ਵਾਲਾ, ਠੱਗ

cheatery /'**ਚੀਟਅਰਿ**/ *n* ਛਲ ਕਪਟ, ਠੱਗੀ

cheating /**ਚੀਟਿਙ**/ *n* ਧੋਖੇਬਾਜ਼ੀ, ਠੱਗੀ

check[1] /**ਚੈੱਕ**/ *n* ਰੋਕ, ਅਟਕਾਅ, ਠੱਲ੍ਹ; ਝਾੜ, ਝਿੜਕ; ਸੰਜਮ; ਨਿਰੀਖਣ, ਪਰੀਖਣ, ਜਾਂਚ, ਪੜਤਾਲ *vt* ਰੋਕਣਾ, ਸੋਧਣਾ; (ਸ਼ਤਰੰਜ) ਸ਼ਹਿ ਦੇਣਾ, ਮਾਤ ਦੇਣਾ; ਅਟਕਾਉਣਾ, ਕਾਬੂ ਵਿੱਚ ਰੱਖਣਾ; ਜਾਂਚ-ਪੜਤਾਲ ਕਰਨਾ

check[2] *n* ਚਾਰਖ਼ਾਨਾ ਕੱਪੜਾ, ਚਾਰਖਾੜਾ

checkbox /'**ਚੈੱਕਬੌਕਸ**/ *n* (ਕੰਪਿ) ਕੰਪਿਊਟਰ ਪਰਦੇ ਉੱਤੇ ਛੋਟੀ ਵਰਗਾਕਾਰ ਡੱਬੀ ਜਿਸ ਉੱਤੇ ਕਲਿੱਕ ਕਰਕੇ ਕਿਸੇ ਕਾਰਜ ਦਾ ਅਰੰਭ ਜਾਂ ਖ਼ਾਤਮਾ ਕੀਤਾ ਜਾਂਦਾ ਹੈ

checked /**ਚੈੱਕਟ**/ *a* ਚਾਰਖ਼ਾਨੇਦਾਰ

checker /'**ਚੈੱਕਅ***/ *n* ਜਾਂਚ ਕਰਨ ਵਾਲਾ, ਨਿਰੀਖਕ, ਟਿਕਟ ਬਾਬੂ

checkmate /ˌ**ਚੈੱਕ'ਮੇਇਟ**, '**ਚੈੱਕਮੇਇਟ**/ *n* (ਸ਼ਤਰੰਜ ਵਿੱਚ) ਸ਼ਹਿ *vt* ਮਾਤ ਕਰਨਾ, ਹਰਾਉਣਾ

Cheddar /'**ਚੈਡਅ***/ *n* ਪਨੀਰ ਦੀ ਇੱਕ ਕਿਸਮ

cheek /**ਚੀਕ**/ *n* ਗੱਲ੍ਹ, ਰੁਖ਼ਸਾਰ

cheekiness /'**ਚੀਕਿਨਅਸ**/ *n* ਗੁਸਤਾਖ਼ੀ, ਢੀਠਤਾਈ

cheeky /'**ਚੀਕਿ**/ *a* ਅੱਖੜ, ਅਸ਼ਿਸ਼ਟ, ਬੜਬੋਲਾ, ਗੁਸਤਾਖ਼

cheep /**ਚੀਪ**/ *n* ਚੀਂ ਚੀਂ, ਚੂੰ-ਚੂੰ; ਚਹਿ-ਚਹਿ ਦੀ ਅਵਾਜ਼ *vt* ਚਹਿਚਹਾਉਣਾ, ਚੀਂ-ਚੀਂ ਕਰਨਾ

cheeper /'**ਚੀਪਅ***/ *n* ਚੂਚਾ, ਤਿੱਤਰ ਦਾ ਬੱਚਾ

cheer /**ਚਿਅ***/ *n* ਖ਼ੁਸ਼ੀ; ਬੱਲੇ-ਬੱਲੇ, ਖ਼ੁਸ਼ੀ ਪ੍ਰਗਟ ਕਰਨ ਵਾਲੇ ਸ਼ਬਦ *v* ਬੱਲੇ-ਬੱਲੇ ਕਰਨਾ; ਢਾਰਸ ਦੇਣਾ, ਪ੍ਰਸੰਨ ਕਰਨਾ ਜਾਂ ਹੋਣਾ **cheer up** ਟਹਿਕ ਪੈਣਾ, ਖ਼ੁਸ਼ ਹੋਣਾ, ਚੜ੍ਹਦੀ ਕਲਾ ਵਿੱਚ ਆਉਣਾ **be of good cheer** ਧੀਰਜ ਰੱਖਣਾ **make good cheer** ਖ਼ੂਬ ਖਾਓ ਪੀਓ **what cheer** ਤੁਹਾਡਾ ਕੀ ਹਾਲ ਹੈ?

cheerful /'**ਚਿਅਫ਼ਲ**/ *a* ਖ਼ੁਸ਼, ਅਨੰਦ-ਪ੍ਰਸੰਨ, ਹਸਦਾ-ਰਸਦਾ, ਹਸਮੁਖ, ਟਹਿਕਦਾ ਹੋਇਆ; ਅਨੰਦਦਾਇਕ, ਅਨੰਦਵਰਧਕ, ਅਨੰਦ ਦੇਣ ਵਾਲਾ

cheerfully /'**ਚਿਅਫ਼ਅਲਿ**/ *adv* ਚਾਈਂ-ਚਾਈਂ, ਖ਼ੁਸ਼ੀ-ਖ਼ੁਸ਼ੀ, ਚਾਅ ਨਾਲ, ਦਿਲ ਨਾਲ

cheerfulness /'**ਚਿਅਫ਼ਲਨਅਸ**/ *n* ਖ਼ੁਸ਼ੀ, ਖੇੜਾ, ਟਹਿਕ, ਅਨੰਦ, ਪ੍ਰਸੰਨਤਾ

cheerless /'**ਚਿਅਲਅਸ**/ *a* ਉਦਾਸ, ਨਿਮੋਝੂਣਾ, ਦਿਲਗੀਰ, ਝਵਿਆਂ, ਮੁਰਝਾਇਆ (ਚਿਹਰਾ)

cheerlessly /'**ਚਿਅਲਅਸਲਿ**/ *adv* ਉਦਾਸੀ ਨਾਲ, ਬੇਦਿਲੀ ਨਾਲ

cheerlessness /'**ਚਿਅਲਅਸਨਅਸ**/ *n* ਉਦਾਸੀ, ਬੇਦਿਲੀ, ਬੇਰੌਣਕੀ, ਮੁਰਦੇਹਾਣੀ

cheerly /'**ਚਿਅਲਿ**/ *adv* ਹਸਮੁਖ, ਖ਼ੁਸ਼ਮਿਜ਼ਾਜ

cheese /**ਚੀਜ਼**/ *n* ਪਨੀਰ **bread and cheese** ਦਾਲ ਰੋਟੀ

cheesecake /'**ਚੀਜ਼ਕੇਇਕ**/ *n* ਇੱਕ ਤਰ੍ਹਾਂ ਦਾ ਪਨੀਰੀ ਕੇਕ

cheese-cutter *n* ਪਨੀਰ ਤਰਾਸ਼, ਪਨੀਰ ਕੱਟਣ ਵਾਲੀ ਛੁਰੀ

cheesemonger /'**ਚੀਜ਼ˌਮਅੱਙਗਅ***/ *n* ਪਨੀਰ ਵੇਚਣ ਵਾਲਾ

cheesiness /'ਚੀਜ਼ਿਨਅਸ/ *n* ਪਨੀਰੀ ਸੁਆਦ

cheesy /'ਚੀਜ਼ਿ/ *a* ਪਨੀਰ ਵਰਗਾ; (ਅਪ) ਘਟੀਆ

chef /ਸ਼ੈਫ਼/ *n* ਖ਼ਾਨਸਾਮਾ, ਮੁੱਖ ਰਸੋਈਆ

chemical /'ਕੈੱਮਿਕਲ/ *a* ਰਸਾਇਣਿਕ, ਰਸਾਇਣ ਸੰਬੰਧੀ *n* ਰਸਾਇਣਿਕ ਪਦਾਰਥ

chemise /ਸ਼ਅ'ਮੀਜ਼/ *n* ਕੁੜਤੀ, ਸ਼ਮੀਜ਼

chemist /'ਕੈੱਮਿਸਟ/ *n* ਰਸਾਇਣ ਵਿੱਦਿਆ ਨੂੰ ਜਾਣਨ ਵਾਲਾ; ਦਵਾਈਆਂ ਵੇਚਣ ਵਾਲਾ, ਦਵਾਫਰੋਸ਼, ਕੈਮਿਸਟ

chemistry /'ਕੈੱਮਿਸਟਰਿ/ *n* ਰਸਾਇਣ ਵਿਗਿਆਨ, ਰਸਾਇਣਿਕੀ

chemolysis /ਕੀ'ਮੌਲਅਸਿਸ/ *n* ਰਸਾਇਣਿਕ ਗਲਨ ਸੜਨ

chemosmosis /ˌਕੀਮਅ'ਜ਼ਮੌਸਿਸ/ *n* ਰਸਾਇਣਿਕ ਕਿਰਿਆ

chemotherapeutics, chemotherapy /'ਕੀਮਅˌਥੈਰਅ'ਪੈੱਟਿਕਸˌਕੀਮਅਉ'ਥੈਰੱਅਪਿ/ *n* ਰਸਾਇਣ ਚਕਿਤਸਾ

cheque /ਚੈੱਕ/ *n* ਚੈੱਕ, ਹੁੰਡੀ; ਚਾਂਗਰਨਾ

chequebook /'ਚੈੱਕਬੁਕ/ *n* ਚੈੱਕਾਂ ਦੀ ਕਾਪੀ

chequered /'ਚੈੱਕਅਡ/ *a* ਚਾਰਖ਼ਾਨੇਦਾਰ, ਡੱਬੀਦਾਰ; ਚਿੱਤਰ-ਮਿਤਰਾ; (ਜੀਵਨ) ਉਤਰਾਅ-ਚੜ੍ਹਾਅ ਵਾਲਾ

cherish /'ਚੈੱਰਿਸ਼/ *vt* ਪਾਲਣ-ਪੋਸ਼ਣ ਕਰਨਾ; ਕਦਰ ਕਰਨਾ; ਹਿਤ ਕਰਨਾ, ਦਿਲ ਵਿੱਚ ਥਾਂ ਦੇਣਾ; ਨਿਵਾਜਣਾ

cherisherer /'ਚੈੱਰਿਸ਼ਅਰਅ*/ *n* ਪੋਸ਼ਕ, ਪਾਲਣ ਵਾਲਾ

cherishing /'ਚੈੱਰਿਸ਼ਿਙ/ *a* ਪਾਲਣ-ਪੋਸ਼ਣ ਕਰਨ ਵਾਲਾ

cheroot /ਸ਼ਅ'ਰੂਟ/ *n* ਚੁਰਟ, ਸਿਗਾਰ

cherry /'ਚੈੱਰਿ/ *n* ਚੈਰੀ, ਇੱਕ ਫਲ; ਲਾਲ ਰੰਗ ਦਾ ਛੋਟਾ ਜਿਹਾ ਫੁੱਲ *a* ਲਾਲ, ਸੁਰਖ਼ **make two bites at a cherry** ਨਾਲੇ ਚੋਪੜੀਆਂ ਨਾਲੇ ਦੋ ਦੋ

cherub /'ਚੈਰੱਅਬ/ *n* ਫਰਿਸ਼ਤਾ, ਦੇਵਦੂਤ; ਸੁੰਦਰ ਬਾਲਕ

cherubic /ਚਅ'ਰੂਬਿਕ/ *a* ਮਾਸੂਮ, ਭੋਲਾ-ਭਾਲਾ

cheshire /'ਚੈਸ਼ੱਅ*/ *n* ਪੀਲੇ ਰੰਗ ਦੇ ਪਨੀਰ ਦੀ ਇੱਕ ਕਿਸਮ

chess /ਚੈੱਸ/ *n* ਸ਼ਤਰੰਜ

chessboard /'ਚੈੱਸਬੋਡ/ *n* ਸ਼ਤਰੰਜ ਦੀ ਬਿਸਾਤ, ਸ਼ਤਰੰਜੀ

chessmen /'ਚੈੱਸਮੈੱਨ/ *n* ਮੋਹਰੇ, ਗੋਟ

chest /ਚੈੱਸਟ/ *n* ਹਿੱਕ, ਛਾਤੀ, ਸੀਨਾ; ਪੇਟੀ, ਸੰਦੂਕ, ਸੰਦੂਕੜੀ; ਦਰਾਜ਼ਾਂ ਵਾਲੀ ਅਲਮਾਰੀ; ਤਿਜੌਰੀ, ਗੱਲਾ

chestnut /'ਚੈੱਸਨਅੱਟ/ *n* ਕੈਸਟੇਨੀਆਂ ਜਾਤੀ ਦਾ ਬਿਰਛ ਜਾਂ ਫਲ; ਪੁਰਾਣੀ ਅਤੇ ਬੁੱਸੀ ਹੋਈ ਕਹਾਣੀ; ਲਾਖੇ ਰੰਗ ਦਾ ਘੋੜਾ

chest-protector *n* ਸੀਨਾਬੰਦ

chesty /'ਚੈੱਸਟਿ/ *a* ਚੌੜੀ ਚੱਕਲੀ ਛਾਤੀ ਵਾਲਾ; ਅਭਿਮਾਨੀ

chew /ਚੂ/ *n* ਚਿੱਥਿਆ ਜਾਣ ਵਾਲਾ ਪਦਾਰਥ; ਗੋਲੀ *vt* ਚਿੱਥਣਾ, ਚੱਬਣਾ, ਚਬਾਉਣਾ; ਉਗਾਲੀ ਕਰਨਾ

chewer /'ਚੂਅ*/ *n* ਚਿੱਥਣ ਵਾਲਾ, ਚਬਾਉਣ ਵਾਲਾ, ਖਾਣ ਵਾਲਾ

chiasmus /ਕਾਇ'ਐਜ਼ਮਅਸ/ *n* (ਵਿਆ) ਵਾਕੰਸ਼ ਪਰਿਵਰਤਨ

chic /ਸ਼ੀਕ/ *n* ਟਹੁਰ, *a* ਟਹੁਰ ਵਾਲਾ, ਫੈਸ਼ਨ ਵਾਲਾ

chicane /ਸ਼ਿ'ਕੇਇਨ/ *n* ਛਲ, ਕਪਟ, ਝਾਂਸਾ, ਫ਼ਰੇਬ, ਧੋਖਾ *v* ਛਲ ਕਰਨਾ, ਝਾਂਸਾ ਦੇਣਾ, ਘੁੰਤਰਬਾਜ਼ੀ ਕਰਨਾ

chicanery /ਸ਼ਿ'ਕੇਇਨਅਰਿ/ *n* ਚਤੁਰਤਾ, ਚਲਾਕੀ, ਘੁੰਤਰਬਾਜ਼ੀ; ਕਨੂੰਨੀ ਛਲ

chick /ਚਿਕ/ *n* ਚਿੜੀ ਜਾਂ ਮੁਰਗੀ ਦਾ ਬੱਚਾ, ਚੂਚਾ, ਬੋਟ

chicken /'ਚਿਕਿਨ/ *n* ਮੁਰਗੀ ਆਦਿ ਦਾ ਬੱਚਾ,

ਚੂਚਾ

chicken-hearted /'ਚਿਕਿਨ,ਹਾਟਿਡ/ *a* ਕਾਇਰ, ਡਰਪੋਕ

chickenpox /'**ਚਿਕਿਨਪੌਕਸ**/ *n* ਚਿਕਨ ਪੌਕਸ, ਚੇਚਕ ਦੀ ਇੱਕ ਕਿਸਮ

chickling /'**ਚਿਕਲਿਙ**/ *n* ਚੂਚਿਆਂ ਦਾ ਚੋਗਾ

chicory /'**ਚਿਕਅਰਿ**/ *n* ਕਾਸਨੀ, ਇੱਕ ਪੌਦਾ

chide /**ਚਾਇਡ**/ *vt* ਡਾਂਟਣਾ, ਝਾੜਨਾ, ਝਿੜਕਣਾ

chiding /'**ਚਾਇਡਿਙ**/ *n* ਡਾਂਟ, ਝਾੜ-ਝਿੜਕ, ਘੁਰਕੀ

chief /**ਚੀਫ਼**/ *n* ਪ੍ਰਧਾਨ, ਮੁਖੀ, ਮਰਦਾਰ *a* ਮੁੱਖ; ਅਹਿਮ; ਮਹੱਤਵਪੂਰਨ

Chief Commissioner *n* ਚੀਫ਼-ਕਮਿਸ਼ਨਰ, ਮੁੱਖ ਕਮਿਸ਼ਨਰ

chiefdom /**ਚੀਫ਼ਡਅਮ**/ *n* ਸਰਦਾਰੀ, ਚੌਧਰ

chiefess /'**ਚੀਫ਼ਿਸ**/ *n* ਸਰਦਾਰਨੀ, ਚੁਧਰਾਣੀ

Chief Justice *n* ਚੀਫ਼ ਜਸਟਿਸ, ਮੁੱਖ ਨਿਆਂਧੀਸ਼

chiefly /'**ਚੀਫ਼ਲਿ**/ *a* ਸਰਦਾਰੀ ਢੰਗ ਦਾ, ਸਰਦਾਰਾਨਾ, ਚੌਧਰਾਨਾ *adv* ਮੁੱਖ ਰੂਪ ਵਿੱਚ, ਵਿਸ਼ੇਸ਼ ਤੌਰ 'ਤੇ, ਖ਼ਾਸ ਕਰਕੇ

Chief Minister *n* ਮੁੱਖ ਮੰਤਰੀ

chief of staff *n* ਮੁੱਖ ਅਧਿਕਾਰੀ, ਸਾਰੇ ਅਮਲੇ ਦਾ ਮੁਖੀ, ਪ੍ਰਮੁੱਖ ਅਫ਼ਸਰ

chiefship /'**ਚੀਫ਼ਸ਼ਿਪ**/ *n* ਪ੍ਰਮੁੱਖਤਾ, ਸਰਦਾਰੀ, ਅਗਵਾਈ

chieftain /'**ਚੀਫ਼ਟਅਨ**/ *n* ਮੁਖੀਆ, ਸਰਦਾਰ

chieftaincy /'**ਚੀਫ਼ਟਅਨਸਿ**/ *n* ਸਰਦਾਰ ਜਾਂ ਚੌਧਰੀ ਦਾ ਅਧਿਕਾਰ ਖੇਤਰ ਜਾਂ ਪਦ

chieftainess /'**ਚੀਫ਼ਟਅਨਅਸ**/ *n* ਚੁਧਰਾਣੀ, ਸਰਦਾਰਨੀ

chiffon /'**ਸ਼ਿਫ਼ੌਨ**/ *n* ਕੱਪੜੇ ਦੀ ਇੱਕ ਕਿਸਮ, ਸ਼ਿਫ਼ੌਨ

chilblain /'**ਚਿਲਬਲੇਇਨ**/ *n* ਬਿਆਈ

child /**ਚਾਇਲਡ**/ *n* ਬਾਲ, ਬੱਚਾ, ਬਾਲਕ, ਕਾਕਾ, ਮੁੰਡਾ; ਬਾਲ-ਬੁੱਧ, ਅੰਞਾਣਾ **burnt child dreads fire** ਦੁੱਧ ਦਾ ਸੜਿਆ ਲੱਸੀ ਫੂਕਾਂ ਮਾਰ ਕੇ ਪੀਂਦਾ ਹੈ **with child** ਗਰਭਵਤੀ

child abuse *n* ਬੱਚੇ ਨੂੰ ਸਰੀਰਕ ਕਾਮੁਕ ਜਾਂ ਭਾਵਨਾਤਮਿਕ ਨੁਕਸਾਨ ਪਹੁੰਚਾਉਣ ਦਾ ਅਪਰਾਧ

childbed /'**ਚਾਇਲਡਬੈਡੱ**/ *n* (ਪਰਾ) ਜਣੇਪਾ

child benefit *n* (ਖਾਸ ਉਮਰ ਤੱਕ ਬੱਚੇ ਦੀ) ਭਲਾਈ ਲਈ ਦਿੱਤੀ ਸਰਕਾਰੀ ਸਹਾਇਤਾ, ਭਲਾਈ ਲਈ ਕੋਈ ਹੋਰ ਲਾਭ

childhood /'**ਚਾਇਲਡਹੁਡ**/ *n* ਬਚਪਨ, ਬਾਲਪਣ, ਬਾਲ ਅਵਸਥਾ, ਛੋਟੀ ਉਮਰ

childish /'**ਚਾਇਲਡਿਸ਼**/ *a* ਬੱਚਿਆਂ ਵਰਗਾ, ਬਚਕਾਨਾ

childishly /'**ਚਾਇਲਡਿਸ਼ਲਿ**/ *adv* ਬਚਕਾਨਾ ਢੰਗ ਨਾਲ, ਬੱਚਿਆਂ ਵਾਂਗ

childlike /'**ਚਾਇਲਡਲਾਇਕ**/ *a* ਸਹਲ, ਭੋਲਾ

childly /'**ਚਾਇਲਡਲਿ**/ *adv* ਬੱਚੇ ਵਾਂਗ *a* ਬੱਚੇ ਵਰਗਾ

childness /'**ਚਾਇਲਡਨਅਸ**/ *n* ਬਚਪਨਾ, ਬਾਲਪਨ

children /'**ਚਿਲਡਰ(ਅ)ਨ**/ *n* (ਬਹੁ) ਬੱਚੇ, ਬਾਲਕ

child's play *n* ਬਹੁਤ ਸੌਖਾ ਕੰਮ

child wife *n* ਬਾਲ-ਵਹੁਟੀ

chiliad /'**ਕਿਲਿਐਡ**/ *n* ਹਜ਼ਾਰ ਵਰ੍ਹੇ ਦਾ ਸਮਾਂ

chiliasm /'**ਕਿਲਿਐਜ਼(ਅ)ਮ**/ *n* ਸ਼ਹੰਸਰਵਾਦ

chiliast /'**ਕਿਲਿਐਸਟ**/ *n* ਸਹੰਸਰਵਾਦੀ

chill /**ਚਿਲ**/ *n* ਸੀਤ, ਠੰਢ, ਸਰਦੀ, ਪਾਲਾ; ਕਾਂਬਾ; ਕੰਬਣੀ; ਉਦਾਸੀ; ਵਿਰਾਗ, ਬੇਰੁਖ਼ੀ *a* ਠੰਢਾ; ਕੋਰਾ; ਉਤਸ਼ਾਹਹੀਣ; ਸੁੰਨ; ਖ਼ੁਸ਼ਕ *v* ਠੰਢ ਲੱਗਣਾ, ਠਰਨਾ; ਠੰਢਾ ਕਰਨਾ; ਸੁਸਤ ਹੋਣਾ, ਦਿਲ ਢਾਹੁਣਾ, ਨਿਰਾਸ਼ ਹੋਣਾ **cast a chill over** ਮੱਚ ਮਾਰ ਦੇਣਾ, ਨਿਰਾਸ਼ਾ ਫੈਲਾ ਦੇਣਾ **catch a chill** ਸਰਦੀ ਲੱਗਣਾ, ਠੰਢ ਲੱਗਣਾ, ਜ਼ੁਕਾਮ ਹੋਣਾ **take chill off water or claret** ਪਾਣੀ ਦਾ ਠਾਰ ਭੰਨ੍ਹਣਾ

chilled /ਚਿਲਡ/ *a* ਠੰਢਾ ਕੀਤਾ; ਠੰਢਾ-ਠਾਰ

chiller /ਚਿਲਅ*/ *n* ਠੰਢਾ ਕਰਨ ਵਾਲਾ

chilli /'ਚਿਲਿ/ *n* ਸੁੱਕੀ ਲਾਲ ਮਿਰਚ

chilliness /'ਚਿਲਿਨਅਸ/ *n* ਸਰਦੀ; ਠੰਢਕ, ਸੀਤਲਤਾ; ਉਦਾਸੀਨਤਾ, ਵਿਰਾਗ; ਬੇਰੁਖ਼ੀ

chilly /'ਚਿਲਿ/ *a* ਸੀਤ, ਠੰਢਾ, ਠਰਿਆ; (ਸੁਭਾਅ ਦਾ) ਰੁੱਖਾ, ਉਦਾਸੀਨ

chimaera /ਕਾਇ'ਮਿਅਰਅ/ *n* ਵੇਖੋ **chimera**

chime /ਚਾਇਮ/ *n* ਝੁਣਕਾਰ, ਰੁਣ-ਝੁਣ; ਇਕਸੁਰਤਾ, ਤਾਲ-ਸੁਮੇਲ *v* ਝੁਣਕਾਰ ਲਾਉਣਾ; ਸਮਾਂ ਦੱਸਣ ਲਈ ਘੜਿਆਲ ਵਜਾਉਣਾ; ਬਾਰ-ਬਾਰ ਕੋਈ ਗੱਲ ਕਹਿਣਾ; ਹਾਂ ਵਿੱਚ ਹਾਂ ਮਿਲਾਉਣਾ, ਸੁਰ ਮਿਲਾਉਣਾ

chimera /ਕਾਇ'ਮਿਅਰਅ/ *n* ਮਨਘੜਤ ਜੰਤੂ, ਨਿਰਮੂਲ ਕਲਪਨਾ, ਸ਼ੇਰ ਦੇ ਸਿਰ ਬੱਕਰੇ ਦੇ ਸਰੀਰ ਅਤੇ ਸੱਪ ਦੀ ਪੂਛ ਵਾਲਾ ਦੈਂਤ; ਹਊਆ, ਡਰਾਵਾ; ਬੇਰੜੀ ਵਸਤ, ਦੋਗਲੀ ਚੀਜ਼

chimerical /ਕਾਇ'ਮੈੱਰਿਕਲ/ *a* ਦੋਗਲਾ; ਕਾਲਪਨਿਕ, ਨਿਰਾਧਾਰ, ਮਿਥਿਆ, ਖ਼ਿਆਲੀ

chimney /'ਚਿਮਨਿ/ *n* ਚਿਮਨੀ, ਧੂੰਆਂ ਕਸ਼; ਧੂੰਆਂ ਨਿਕਲਨ ਵਾਲੀ ਥਾਂ, ਚਿਮਨੀ ਦੀ ਬੁਰਜੀ, ਲੈਂਪ ਦੀ ਚਿਮਨੀ; ਨਿਕਾਸ; ਤੰਗ ਦਰਾੜ, ਦੱਰਾ

chimney-pot /'ਚਿਮਨਿਪੌਟ/ *n* ਚਿਮਨੀ ਦਾ ਪਾਈਪ

chimpanzee /,ਚਿਮਪੈਨ'ਜ਼ੀ/ *n* ਬਾਂਦਰ ਦੀ ਇੱਕ ਨਸਲ, ਚਿੰਪਾਜ਼ੀ

chin /ਚਿਨ/ *n* ਠੋਡੀ

China /'ਚਾਇਨਅ/ *n* ਚੀਨ (ਦੇਸ) *a* ਚੀਨ ਦਾ, ਚੀਨੀ (ਮਿੱਟੀ)

China-closet *n* ਚੀਨੀਦਾਨ

chin-deep /,ਚਿਨ'ਡੀਪ/ *a* ਖੁੱਭਿਆ, ਡੁੱਬਿਆ

chine /ਚਾਇਨ/ *n* ਪਸ਼ੂ ਦੀ ਰੀੜ੍ਹ ਦੀ ਹੱਡੀ, ਕੰਗਰੋੜ; ਖੱਡ, ਕੰਦਰ, ਦਰਾੜ

Chinese /,ਚਾਇ'ਨੀਜ਼/ *a* ਚੀਨੀ *n* ਚੀਨ ਦਾ ਵਸਨੀਕ, ਚੀਨ ਦੀ ਭਾਸ਼ਾ

chink /ਚਿਙਕ/ *n* ਝਰੋਖਾ; ਵਿਰਲ, ਛੇਕ, ਮੋਰੀ; ਦਰਾੜ; ਝੁਣਕਾਰ; ਭਾਂਡਿਆਂ ਜਾਂ ਪੈਸਿਆਂ ਦੀ ਟੁਣਕਾਰ *v* ਛਣਕਣਾ, ਟੁਣਕਣਾ, ਖੜਕਾਉਣਾ

chintz /ਚਿਨਟਸ/ *n* ਛੀਂਟ ਦਾ ਕੱਪੜਾ, ਛੀਂਟ

chip /ਚਿਪ/ *n* (ਲੱਕੜੀ, ਫਲ ਜਾਂ ਆਲੂ ਦਾ) ਟੁਕੜਾ, ਸੱਕ, ਫਾਕੜ, ਛਿਲਤਰ; ਗੀਟਾ; ਟੁਕੜਾ; ਪਾਥੀ; ਵਾਜੇ ਦੀ ਚਾਬੀ; ਸਿਲੀਕਾਨ ਤੋਂ ਬਣੀ ਇੱਕ ਬਰੀਕ ਫ਼ਿਲਮ ਜਿਸ 'ਤੇ ਅਤਿ ਸੂਖਮ ਬਿਜਲਈ ਪੁਰਜ਼ੇ ਸਥਾਪਿਤ ਕੀਤੇ ਹੁੰਦੇ ਹਨ, ਮੋਬਾਈਲ ਟੀ.ਵੀ. ਕੰਪਿਊਟਰ ਆਦਿ ਦਾ ਸੂਖ਼ਮ ਪੁਰਜ਼ਾ

chip card *n* ਪਲਾਸਟਿਕ ਦਾ ਕਾਰਡ ਜਿਸ 'ਤੇ ਮਾਈਕਰੋ ਚਿੱਪ ਦੇ ਰੂਪ ਵਿੱਚ ਜਾਣਕਾਰੀ ਭਰੀ ਜਾਂਦੀ ਹੈ

chippy /'ਚਿਪਿ/ *a* (ਬੋਲ) ਕਤਈ ਨੀਰਸ, ਰੁੱਖਾ, ਕੋਰਾ, ਖ਼ੁਸ਼ਕ, ਅਰੋਚਕ; (ਨਸ਼ੇ ਦੀ ਟੋਟ ਕਰਕੇ) ਉਦਾਸ, ਚਿੜਚਿੜਾ, ਸੜੀਅਲ

chirognomy /,ਕਾਇਆ'ਰੌਨਅਮਿ/ *n* ਹੱਥ-ਰੇਖਾ ਵਿਗਿਆਨ

chirograph /'ਕਾਇਅਰਅ(ਉ)ਗਰਾਫ਼/ *n* ਹੱਥ-ਲਿਖਤ, ਦਸਤਾਵੇਜ਼

chirography /,ਕਾਇਆ'ਰੌਗਰਅਫ਼ਿ/ *n* ਹੱਥ ਦੀ ਲਿਖਾਈ, ਖ਼ੁਸ਼ਨਵੀਸੀ

chirology /,ਕਾਇਆ'ਰੌਲਅਜਿ/ *n* ਹੱਥਾਂ ਨਾਲ ਇਸ਼ਾਰੇ ਕਰਕੇ ਗੱਲਾਂ ਕਰਨ ਦਾ ਹੁਨਰ, ਹੱਥ-ਬੋਲੀ

chiromancer /'ਕਾਇਰਅਉਮੈਨਸਅ*/ *n* ਹੱਥ-ਰੇਖਾ ਦਾ ਵਿਦਵਾਨ

chiromancy /'ਕਾਇਰਅਉਮੈਨਸਿ/ *n* ਹੱਥ-ਰੇਖਾ ਦੀ ਵਿੱਦਿਆ

chiropodist /ਕਿ'ਰੌਪਅਡਿਸਟ/ *n* ਪੈਰ-ਚਿਕਿਤਸਕ, ਪੈਰਾਂ ਦਾ ਇਲਾਜ ਕਰਨ ਵਾਲਾ ਡਾਕਟਰ

chirp /ਚਅ:ਪ/ *n* (ਚਿੜੀਆਂ ਦੀ) ਚਹਿਚਹਾਟ, ਚੀਂ-ਚੀਂ, ਚੂੰ-ਚੂੰ *vi* ਚੀਂ-ਚੀਂ ਕਰਨਾ, ਚਹਿਚਹਾਉਣਾ, ਹੌਲੀ-ਹੌਲੀ ਬੋਲਣਾ

chirpy /'ਚਅ:ਪਿ/ *a* ਗਲਾਧੜ, ਗੱਪੀ; ਖ਼ੁਸ਼,

ਖਿੜਿਆ, ਟਹਿਕਦਾ

chirr /**ਚਅ:***/ *vt* ਚਰ-ਚਰ ਕਰਨਾ

chirrup /**'ਚਿਰਅਪ**/ *vt* ਚੂੰਕਣਾ, ਚੂੰ-ਚੂੰ ਕਰਨਾ; ਪੁਚਕਾਰਨਾ; ਪੈਸੇ ਲੈ ਕੇ ਕਿਸੇ ਖਿਡਾਰੀ ਦੀ ਪ੍ਰਸੰਸਾ ਕਰਨਾ *n* ਚੂੰ-ਚੂੰ ਦੀ ਅਵਾਜ਼ ਦੀ ਨਕਲ

chisel /**'ਚਿਜ਼ਲ**/ *n* ਛੈਣੀ, ਚੌਰਸੀ; ਛੈਣੀ ਆਦਿ ਨਾਲ ਲੱਕੜੀ ਅਤੇ ਪੱਥਰ ਕੱਟਣ ਦਾ ਕੰਮ; ਚੱਕੀਰਾਹਾ *vt* ਲੱਕੜੀ ਜਾਂ ਪੱਥਰ ਨੂੰ ਛਿੱਲਣਾ, ਘੜਨਾ; ਧੋਖਾ ਦੇਣਾ, ਠੱਗ ਲੈਣਾ

chiselled /**'ਚਿਜ਼ਲਡ**/ *a* (ਚਿਹਰਾ) ਤਿੱਖੇ ਨੈਣ-ਨਕ਼ਸ਼ ਵਾਲਾ

chiseller /**'ਚਿਜ਼(ਅ)ਲਅ***/ *n* (ਅਪ) ਠੱਗ, ਧੋਖੇਬਾਜ਼

chit /**ਚਿਟ**/ *n* ਚਿਟ, ਕਾਗਜ਼ ਦਾ ਪੁਰਜ਼ਾ; ਛੋਟਾ ਬੱਚਾ; ਜਵਾਨ ਜਾਂ ਮੁਟਿਆਰ; ਛੋਹਰ ਜਾਂ ਛੋਹਰੀ

chit-chat /**'ਚਿਟਚੈਟ**/ *n* ਗੱਪ-ਸ਼ੱਪ, ਗੱਲਬਾਤ

chivalrous /**'ਸ਼ਿਵ੍ਲਰਅਸ**/ *a* ਬੀਰ, ਸੂਰਬੀਰ; ਬੀਰ ਕਾਲ ਦਾ; ਸ਼ਿਸ਼ਟ, ਸੱਭਿਆ; ਸੁਆਰਥਹੀਣ, ਉਦਾਰਚਿੱਤ, ਨਿਸ਼ਕਾਮ

chivalry /**'ਸ਼ਿਵ੍ਅਲਰਿ**/ *n* ਘੋੜਸਵਾਰ, ਘੋੜਸਵਾਰਾਂ ਦਾ ਰਿਸਾਲਾ; ਆਦਰਸ਼ ਬੀਰ ਦੇ ਗੁਣ; ਸ਼ਿਸ਼ਟ ਯੋਧਾ, ਬੀਰ ਜਨ; ਬੀਰਤਾ, ਸੂਰਮਤਾਈ, ਸੂਰਬੀਰਤਾ; ਨਾਰੀ ਰੱਖਿਅਕ **flower of chivalry** ਗੌਰਵਸ਼ਾਲੀ ਸੈਨਿਕ, ਆਦਰਸ਼ ਸੂਰਮਾ, ਮਹਾਂਵੀਰ

chive /**ਚਾਇਵ੍**/ *n* ਪਿਆਜ਼ ਵਰਗਾ ਇੱਕ ਬੂਟਾ

chloric /**'ਕਲੋਰਿਕ**/ *a* ਕਲੋਰੀਨ ਦੇ ਤੇਜ਼ਾਬ ਤੋਂ ਬਣਿਆ

chloric acid *n* ਕਲੋਰਿਕ ਐਸਿਡ

chloride /**'ਕਲੋਰਾਇਡ**/ *n* ਕਲੋਰੀਨ ਦਾ ਯੌਗਿਕ, ਕਲੋਰਾਈਡ

chlorine /**'ਕਲੋਰੀਨ**/ *n* ਇੱਕ ਬਦਬੂ ਵਾਲੀ ਗੈਸ

chlorodyne /**'ਕਲੌਰਅਡਾਇਨ**/ *n* ਕਲੋਰੋਡੀਨ, ਨੀਂਦ ਲਿਆਉਣ ਵਾਲੀ ਅਥਵਾ ਪੀੜਨਾਸ਼ਕ ਇੱਕ ਦਵਾਈ

chlorofluorocarbon /**,ਕਲੋਰਅਉ'ਫਲੁਅਰਅਉਕਾਬਅਨ**/ *n* ਕਾਰਬਨ ਫਲੋਰੀਨ ਅਤੇ ਕਲੋਰੀਨ ਦਾ ਮਿਸ਼ਰਨ

chloroform /**'ਕਲੌਰਅਫ਼ੋਮ**/ *n* ਬੇਹੋਸ਼ੀ ਦੀ ਦਵਾਈ

chlorometer /**ਕਲੌ'ਰੌਮਿਟਅ***/ *n* ਕਲੋਰੀਨ ਦੀ ਮਾਤਰਾ ਦਾ ਪਤਾ ਲਾਉਣ ਵਾਲਾ ਇੱਕ ਯੰਤਰ

chlorometry /**ਕਲੌ'ਰੌਮਿਟਰਿ**/ *n* ਕਲੋਰੀਨ ਦੀ ਮਾਤਰਾ ਦਾ ਪਤਾ ਲਾਉਣ ਦੀ ਤਕਨੀਕ

chock /**ਚੌਕ**/ *n* ਗੁਟਕਾ, ਲੱਕੜ ਦਾ ਟੁਕੜਾ

chocolate /**'ਚੌਕਲਅਟ**/ *n* ਚਾਕਲੇਟ (ਖਾਣ ਵਾਲੀ) *a* ਗੂੜ੍ਹਾ ਲਾਖਾ ਜਾਂ ਕਥਈ (ਰੰਗ)

choice /**ਚੌਇਸ**/ *n* ਪਸੰਦ, ਚੋਣ; ਚੁਣੀ ਹੋਈ ਚੀਜ਼, ਛਾਂਟ; ਉੱਤਮ ਚੀਜ਼ ਜਾਂ ਵਿਅਕਤੀ *a* ਵਧੀਆ, ਉੱਤਮ; ਉਚਿਤ, ਸੰਗਤ **at choice** ਇੱਛਾ ਅਨੁਸਾਰ, ਮਰਜ਼ੀ ਨਾਲ **I have no choice** ਹੋਰ ਕੋਈ ਚਾਰਾ ਨਹੀਂ **make choice of** ਪਸੰਦ ਕਰਨਾ, ਚੁਣਨਾ, ਛਾਂਟ ਲੈਣਾ **take one's choice** ਫ਼ੈਸਲਾ ਜਾਂ ਨਿਰਨਾ ਕਰਨਾ, ਗੱਲ ਨਿਬੇੜਨਾ, ਪਸੰਦ ਕਰਨਾ

choiceness /**'ਚੌਇਸਨਅਸ**/ *n* ਉੱਤਮਤਾ, ਸ੍ਰੇਸ਼ਠਤਾ

choir /**'ਕਵਾਇਅ***/ *n* ਭਜਨ ਮੰਡਲੀ; ਨਾਚ ਮੰਡਲੀ

choirmaster /**'ਕਵਾਇਅਮਾਸਟਅ***/ *n* ਭਜਨ-ਮੰਡਲੀ ਨੂੰ ਸਿਖਲਾਈ ਦੇਣ ਵਾਲਾ

choke /**ਚਅਉਕ**/ *v* ਗਲ ਘੁੱਟਣਾ, ਤੂੜਿਆ ਜਾਣਾ; ਤੂੜਨਾ, ਬੰਦ ਕਰਨਾ, ਭਰ ਦੇਣਾ, ਸਾਹ ਰੋਕਣਾ *n* ਰੋਕ, ਰੁਕਾਵਟ; ਚੋਕ

choker /**'ਚਅਉਕਅ***/ *n* ਗਲ ਘੁੱਟਣ ਵਾਲਾ, ਤੂੜਨ ਵਾਲਾ

choking /**'ਚਅਉਕਿਙ**/ *n* ਸਾਹ-ਰੋਕੂ

choky /**'ਚਅਉਕਿ**/ *a* ਦਮ-ਘੋਟੂ

cholaemia /**ਕਅ(ਉ)'ਲੀਮਿਅ**/ *n* ਖ਼ੂਨ ਦੀ ਖ਼ਰਾਬੀ ਕਾਰਨ ਹੋਇਆ ਚਮੜੀ ਰੋਗ, ਪਿੱਤ

choler /'ਕੌਲਅ*/ *n* ਗਰਮੀ, ਪਿੱਤ; ਗੁੱਸਾ, ਚਿੜਚਿੜਾਪਣ

cholera /'ਕੌਲਅਰਅ/ *n* ਹੈਜ਼ਾ

choleric /'ਕੌਲਅਰਿਕ/ *a* ਚਿੜਚਿੜਾ, ਸੜੀਅਲ, ਖਿਝੂ, ਕ੍ਰੋਧੀ, ਤੇਜ਼-ਮਿਜਾਜ਼

cholesterol /ਕਅ'ਲੈਸੱਟਅਰੌਲ/ *n* ਇੱਕ ਚਰਬੀਲਾ ਪਦਾਰਥ ਜਿਸ ਦੁਆਰਾ ਖ਼ੂਨ ਦੀਆਂ ਨਾੜੀਆਂ ਸਖ਼ਤ ਅਤੇ ਭੀੜੀਆਂ ਹੋ ਜਾਂਦੀਆਂ ਹਨ

choose /ਚੂਜ਼/ *v* ਚੁਣਨਾ, ਨਿਸ਼ਚਿਤ ਕਰਨਾ, ਚੋਣ ਕਰਨਾ

chooser /'ਚੂਜ਼ਅ*/ *n* ਚੋਣਕਾਰ, ਚੁਣਨ ਵਾਲਾ, ਪਸੰਦ ਕਰਨ ਵਾਲਾ

choosing /'ਚੂਜ਼ਿਙ/ *n* ਛਾਂਟੀ, ਚੋਣ

choosy /'ਚੂਜ਼ਿ/ *a* (ਬੋਲ) ਵਹਿਮੀ, ਸਨਕੀ

chop[1] /ਚੌਪ/ *n* ਮਾਸ ਦਾ ਟੁਕੜਾ; ਵੱਢ, ਫੱਟ *v* ਕੱਟਣਾ, ਵੱਢਣਾ, ਟੁਕੜੇ-ਟੁਕੜੇ ਕਰਨਾ; (ਗੱਲ) ਟੋਕਣਾ **chop at** ਚੋਟ ਲਾਉਣਾ **chop in** ਗੱਲ ਕੱਟਣਾ

chop[2] *v* ਬਦਲ ਜਾਣਾ, ਬਦਲੀ ਕਰਨਾ; ਚੰਚਲ ਹੋਣਾ, ਅਸਥਿਰ ਹੋਣਾ; ਦਿਸ਼ਾ ਬਦਲਨਾ **chop about, chop round** ਦਿਸ਼ਾ ਬਦਲ ਦੇਣਾ, ਰੁਖ਼ ਬਦਲ ਦੇਣਾ

chopper /'ਚੌਪਅ*/ *n* ਛੋਟੀ ਕੁਹਾੜੀ, ਟੋਕਾ

chopping /'ਚੌਪਿਙ/ *n* ਕਟਾਈ, ਕੱਟਣ ਦੀ ਕਿਰਿਆ

chopping board *n* (ਮੀਟ ਜਾਂ ਸਬਜ਼ੀਆਂ ਦੇ ਟੁਕੜੇ ਕਰਨ ਲਈ) ਲੱਕੜੀ ਜਾਂ ਪਲਾਸਟਿਕ ਦੀ ਫੱਟੀ ਜਿਸ ਉੱਤੇ ਕਰਦ ਆਦਿ ਨਾਲ ਕਟਿਆ ਜਾਂਦਾ ਹੈ

choppy /'ਚੌਪਿ/ *a* (ਸਮੁੰਦਰ) ਤੂਫ਼ਾਨੀ

chops and changes *n* ਅਦਲਾ-ਬਦਲੀ, ਪਰਿਵਰਤਨ

chopstick /'ਚੌਪਸਟਿਕ/ *n* (ਖਾਣਾ ਖਾਣ ਲਈ) ਚੀਨੀ ਕਾਂਟਾ

choragic /ਕਅ'ਰੈਜਿਕ/ *a* ਸਹਿਗਾਨ ਮੁਖੀ ਸੰਬੰਧੀ

choragus /ਕਅ'ਰੇਇਗਅਸ/ *n* ਸਹਿਗਾਨ ਮੁਖੀ, ਸੰਗੀਤ ਨਿਰਦੇਸ਼ਕ

choral /'ਕੋਰਅਲ/ *a* ਸਮੂਹ ਗਾਨ ਸੰਬੰਧੀ

choralist /'ਕੋਰਅਲਿਸਟ/ *n* ਚੌਕੀ ਭਰਨ ਵਾਲਾ, ਭਜਨ ਗਾਉਣ ਵਾਲਾ

chord /ਕੋਡ/ *n* ਤੰਦ, ਡੋਰੀ; ਤੰਦੀ

chore /ਚੋ*/ *n* ਛੋਟੇ-ਮੋਟੇ ਕੰਮ, ਨਿਤ ਦਾ ਕੰਮ

chorea /ਕਅ'ਰਿਅ/ *n* ਝੋਲਾ, ਝੋਲੇ ਦੀ ਬਿਮਾਰੀ

choreograph /'ਕੌਰਿਅਗਰਾਫ਼, -ਗਰੈਫ਼/ *n* ਨ੍ਰਿਤ ਲੇਖ

choreography /ˌਕੌਰਿ'ਔਗਰਅਫ਼ਿ/ *n* ਨ੍ਰਿਤ ਲੇਖਨ

chorology /ਕਅ'ਰੌਲਅਜਿ/ *n* ਜੀਵ-ਭੂਗੋਲ, ਭੂਗੋਲਿਕ ਵੰਡ; ਜੀਵ-ਵੰਡ ਵਿਗਿਆਨ

chorus /'ਕੋਰਅਸ/ *n* ਸਮੂਹ-ਗਾਨ, ਸਹਿਗਾਨ, ਚੌਂਕੀ, ਜੋਟੀਆਂ ਵਾਲਾ ਗੀਤ, ਨਾਚ ਮੰਡਲੀ ਦਾ ਗੀਤ

chose /ਚਅਉਜ਼/ *pt* **choose** ਦਾ ਭੂਤ-ਕਾਲ ਰੂਪ

chosen /ਚਅਉਜ਼ਅਨ/ *pp* **choose** ਦਾ ਭੂਤ-ਕ੍ਰਿਦੰਤ ਰੂਪ

chouse /ਚਾਉਸ/ *v* ਧੋਖਾ ਦੇਣਾ, ਠੱਗਣਾ, ਬੁੱਧੂ ਬਣਾਉਣਾ *n* ਧੋਖਾ, ਫ਼ਰੇਬ, ਝਾਂਸਾ, ਠੱਗੀ, ਦਗ਼ਾ

chow mein /ˌਚਾਉ 'ਮੇਇਨ/ *n* ਚੀਨੀ ਖਾਣੇ ਦੀ ਇੱਕ ਕਿਸਮ, ਨੂਡਲ ਮੀਟ ਸਬਜ਼ੀਆਂ ਤੋਂ ਬਣਿਆ ਇੱਕ ਖਾਣਾ

Christ /ਕਰਾਇਸਟ/ *n* ਹਜ਼ਰਤ ਈਸਾ, ਈਸਾ ਮਸੀਹ, ਯਸੂਹ ਮਸੀਹ

christen /'ਕਰਿਸਨ/ *v* ਈਸਾਈ ਧਰਮ ਵਿੱਚ ਦਾਖ਼ਲ ਕਰਨਾ, ਬਪਤਿਸਮਾ ਦੇਣਾ, ਈਸਾਈ ਬਣਾਉਣਾ; ਨਾਮਕਰਨ ਕਰਨਾ

Christendom /'ਕਰਿਸਨਡਅਮ/ *n* ਈਸਾਈ ਜਗਤ

christening /'ਕਰਿਸਨਿਙ/ *n* ਈਸਾਈ ਬਣਾਉਣ ਦਾ ਕਰਮ; ਨਾਮਕਰਨ

Christhood /ਕਰਾਇਸਟਹੁਡ/ *n* ਮਸੀਹਪਣ

Christian /'ਕਰਿਸਚਅਨ/ *n* ਈਸਾਈ *a* ਮਸੀਹੀ, ਯਸੂਹੀ

Christian era *n* ਸੰਨ ਈਸਵੀ

Christianity /ˌਕਰਿਸਟਿ'ਐਨਅਟਿ/ *n* ਈਸਾਈ ਮੱਤ, ਮਸੀਹੀ ਧਰਮ; ਈਸਾਈਅਤ

Christianization /ˌਕਰਿਸਚਅਨਾਇ'ਜ਼ੇਇਸ਼ਨ/ *n* ਈਸਾਈਕਰਨ

Christianize /'ਕਰਿਸਚਅਨਾਇਜ਼/ *v* ਈਸਾਈ ਬਣਾਉਣਾ ਜਾਂ ਬਣਨਾ

Christian name *n* ਬਪਤਿਸਮਾ ਸਮੇਂ ਰੱਖਿਆ ਨਾਮ

Christless /'ਕਰਾਇਸਟਲਅਸ/ *a* ਬੇਮਸੀਹਾ, ਅਣਈਸਾਈ

Christlessness /'ਕਰਾਇਸਟਲਅਸਨਅਸ/ *n* ਮਸੀਹਹੀਣਤਾ, ਅਣਈਸਾਈਅਤ

Christly /'ਕਰਾਇਸਟਲਿ/ *a* ਈਸਾ ਵਾਂਗ

Christmas /'ਕਰਿਸਮਅਸ/ **(Xmas)** *n* ਕ੍ਰਿਸਮਿਸ, ਈਸਾ ਦੇ ਜਨਮ-ਦਿਨ ਦਾ ਤਿਉਹਾਰ, ਵੱਡਾ ਦਿਨ, 25 ਦਸੰਬਰ

Christmas box *n* ਮਜ਼ਦੂਰਾਂ ਤੇ ਮੁਲਾਜ਼ਮਾਂ ਨੂੰ ਦਿੱਤੀ ਸੁਗ਼ਾਤ ਜਾਂ ਬਖ਼ਸ਼ੀਸ਼

Christmas Day *n* ਹਜ਼ਰਤ ਈਸਾ ਦਾ ਜਨਮ-ਦਿਨ

Christmas rose *n* ਦਸੰਬਰ ਤੋਂ ਫ਼ਰਵਰੀ ਤੱਕ ਹੋਣ ਵਾਲਾ ਗੁਲਾਬ

Christmassy /'ਕਰਿਸਮਅਸਿ/ *a* ਕ੍ਰਿਸਮਿਸ ਸੰਬੰਧੀ, ਕ੍ਰਿਸਮਸੀ

Christolatry /ਕਰਿਸ'ਟੌਲਅਟਰਿ/ *n* ਈਸਾ ਪੂਜਾ

Christologist /ਕਰਿਸ'ਟੌਲਅਜਿਸਟ/ *n* ਈਸਾਈ ਧਰਮ ਸ਼ਾਸਤਰੀ

Christology /ਕਰਿਸ'ਟੌਲਅਜਿ/ *n* ਈਸਾਈ ਧਰਮ ਸ਼ਾਸਤਰ

Christophany /ਕਰਿਸ'ਟੌਫ਼ਅਨਿ/ *n* ਈਸਾ ਦਾ ਪੁਨਰਅਵਤਰਨ

Christy minstrels /'ਕਰਿਸਟਿ ˌਮਿਨਸਟਰਅਲਜ਼/ *n* (ਨੀਗਰੋ) ਗਾਇਕ ਮੰਡਲੀ

chromatic /ਕਰਅ'ਮੈਟਿਕ/ *a* ਰੰਗਦਾਰ; ਤੇਜ਼ ਰੰਗ ਵਾਲਾ

chromatics /ਕਰਅ'ਮੈਟਿਕਸ/ *n* ਵਰਨ-ਵਿਗਿਆਨ, ਰੰਗ ਵਿਗਿਆਨ

chromatography /ˌਕਰਅਉਮਅ'ਟੌਗਰਅਫ਼ਿ/ *n* ਮਿਸ਼ਰਨ ਦੇ ਤੱਤਾਂ ਨੂੰ ਵੱਖ ਕਰਨ ਦੀ ਇੱਕ ਵਿਧੀ

chrome /ਕਰਅਉਮ/ *n* **(chrome yellow)** ਪੀਲਾ ਰੰਗ ਜੋ ਕਰੋਮੇਟ ਸਿੱਕੇ ਤੋਂ ਪ੍ਰਾਪਤ ਹੁੰਦਾ ਹੈ

chromite /'ਕਰਅਉਮਾਇਟ/ *n* ਕਰੋਮੇਟ, ਇੱਕ ਖਣਿਜ

chromium /'ਕਰਅਉਮਿਅਮ/ *n* ਕਰੋਮੀਅਮ, ਇੱਕ ਧਾਤ ਦਾ ਨਾਂ

chromolithograph /ˌਕਰਅਉਮਅ(ਉ)'ਲਿਥਅ(ਉ)ਗਰਾਫ਼/ *n* ਪੱਥਰ ਦੇ ਛਾਪੇ ਦੀ ਰੰਗੀਨ ਤਸਵੀਰ

chromolithographer /ˌਕਰਅਉਮਅ(ਉ)'ਲਿਥਅ(ਉ)ਗਰਾਫ਼ਅ*/ *n* ਰੰਗਾਂ ਨਾਲ ਛਾਪਣ ਵਾਲਾ

chromolithography /ˌਕਰਅਉਮਅ(ਉ)ਲਿ'ਥੌਗਰਅਫ਼ਿ/ *n* ਰੰਗਾਂ ਨਾਲ ਛਾਪਣ ਦੀ ਕਲਾ

chromosome /'ਕਰਅਉਮਅਸਅਉਮ/ *n* (ਜੀਵ) ਗੁਣਸੂਤਰ, ਕਰੋਮੋਸੋਮ

chronic /'ਕਰੌਨਿਕ/ *a* ਪੁਰਾਣਾ, ਦਾਇਮੀ, ਚਿਰਕਾਲੀਨ; ਸਖ਼ਤ, ਪੱਕਾ

chronic invalid *n* ਪੁਰਾਣਾ ਮਰੀਜ਼

chronicity /ਕਰਅਉ'ਨਿਸਿਟਿ/ *n* ਪੁਰਾਤਨਤਾ

chronicle /'ਕਰੌਨਿਕਲ/ *n* ਰੋਜ਼ਨਾਮਚਾ, ਰੋਜ਼ਨਾਮਾ; ਬਿਰਤਾਂਤ, ਹਾਲ; **(Chronicle)** ਇੱਕ ਅਖ਼ਬਾਰ ਦਾ ਨਾਂ *vt* ਇਤਿਹਾਸ ਲਿਖਣਾ, ਰੋਜ਼ਨਾਮਚਾ ਲਿਖਣਾ, ਕਹਾਣੀ (ਜ਼ਿੰਦਗੀ) ਲਿਖਣਾ

chronicler /'ਕਰੌਨਿਕਲਅ*/ *n* ਬਿਰਤਾਂਤਕਾਰ

chronicles /'ਕਰੋਨਿਕਲਜ਼/ *n* ਬਾਈਬਲ ਦੇ ਦੋ ਅਧਿਆਇ

chronique scandaleuse /ˌਕਰੋਨੀਕ'ਸਕੈਨਡਅਲਅਸ/ *(F) n* ਬਦਨਾਮ ਕਰਨ ਵਾਲੀ ਅਫ਼ਵਾਹ, ਦੰਦ-ਕਥਾ, ਨਿੰਦਾ-ਚੁਗਲੀ

chronogram /'ਕਰੋਨਅ(ਉ)ਗਰੈਮ/ *n* ਅਜਿਹਾ ਵਾਕ ਜਿਸ ਦੇ ਅੱਖਰਾਂ ਤੋਂ ਤਾਰੀਖ਼ ਦਾ ਅਨੁਮਾਨ ਲਾਇਆ ਜਾ ਸਕੇ, ਸੰਮਤ-ਵਾਕ

chronograph /'ਕਰੋਨਅਗਰਾਫ਼/ *n* ਵਕਤ ਦੱਸਣ ਵਾਲਾ ਯੰਤਰ

chronographer /ˌਕਰਅਉ'ਨੋਗਰਅਫ਼ਅ*/ *n* ਕਾਲ ਲੇਖਕ

chronological /ˌਕਰੋਨਅ'ਲੋਜਿਕਲ/ *a* ਕਾਲਕ੍ਰਮਿਕ

chronologically /ˌਕਰੋਨਅ'ਲੋਜਿਕਲਿ/ *adv* ਕਾਲ ਕ੍ਰਮ ਅਨੁਸਾਰ, ਕਾਲ ਅਨੁਸਾਰ

chronologist /ਕਰਅ'ਨੋਲਅਜਿਸਟ/ *a* ਬਿਰਤਾਂਤਕਾਰ; ਪੁਰਾਤਨ ਕਹਾਣੀ ਲੇਖਕ

chronologize /ਕਰਅ'ਨੋਲਅਜਾਇਜ਼/ *vt* ਕਾਲਕ੍ਰਮ ਅਨੁਸਾਰ ਲਿਖਣਾ, ਰੋਜ਼ਨਾਮਚਾ ਲਿਖਣਾ

chronology /ਕਰਅ'ਨੋਲਅਜਿ/ *n* ਇਤਿਹਾਸ ਵਿਗਿਆਨ; ਘਟਨਾ-ਚਿਤਰਨ, ਸਿਲਸਿਲੇਵਾਰ ਹਾਲਾਤ; ਉਹ ਫੱਟਾ ਜਾਂ ਨਕਸ਼ਾ ਜਿਸ ਉੱਤੇ ਇਤਿਹਾਸਿਕ ਹਾਲਾਤ ਸਿਲਸਿਲੇਵਾਰ ਦਰਜ ਹੋਣ

chronometer /ਕਰਅ'ਨੋਮਿਟਅ*/ *n* ਜਹਾਜ਼ੀ ਘੜੀ

chronometry /ਕਰਅ'ਨੋਮਿਟਅਰਿ/ *n* ਸਮਾਂ ਮਾਪਣ ਦੀ ਕਿਰਿਆ

chronoscope /'ਕਰੋਨਅ(ਉ)ਸਕਅਉਪ/ *n* ਗੋਲੇ ਗੋਲੀਆਂ ਦੀ ਰਫ਼ਤਾਰ ਨੂੰ ਮਿਣਨ ਵਾਲਾ ਯੰਤਰ, ਸਮੇਂ ਦੀ ਗਤੀ ਮਾਪਣ ਵਾਲਾ ਯੰਤਰ

chrysalis /'ਕਰਿਸਅਲਿਸ/ *n* ਤਿਤਲੀ ਜਾਂ ਪਤੰਗੇ ਦੀ ਪਰ ਨਿਕਲਨ ਤੋਂ ਪਹਿਲਾਂ ਦੀ ਦਸ਼ਾ, ਸੁੰਡੀ; ਮੁਢਲਾ ਅਤੇ ਬਦਲ ਜਾਣ ਵਾਲਾ ਰੂਪ

chrysanthemum /ਕਰਿ'ਸੈਨਥਅਮਅਮ/ *n* ਗੁਲਦਾਉਦੀ, ਇੱਕ ਪ੍ਰਕਾਰ ਦਾ ਫੁਲਦਾਰ ਪੌਦਾ; ਗੁਲਦਾਉਦੀ ਦਾ ਫੁੱਲ

chrysobere, chrysolite, chrysoprase /'ਕਰਿਸਅਬੇਅ*,'ਕਰਿਸਅਲਾਇਟ, 'ਕਰਿਸਅਪਰੇਇਜ਼/ *a* ਹਰਾ-ਅੰਗੂਰੀ; ਪੀਲਾ ਹਰਾ, ਔਲੇ ਰੰਗਾ, ਅੰਗੂਰੀ

chrysocracy /ਕਰਿ'ਸੋਕਰਅਸਿ/ *n* ਸਾਮੰਤਸ਼ਾਹੀ

chrysolite, chrysoprase /'ਕਰਿਸਅ(ਉ)ਲਾਇਟ, 'ਕਰਿਸਅ(ਉ)ਪਰੇਇਜ਼/ *a* ਵੇਖੋ **chrysobere**

chrysology /ਕਰਿ'ਸੋਲਅਜਿ/ *n* ਵਿਓਂਤਪਤੀ ਵਿਗਿਆਨ

chub /ਚਅੱਬ/ *n* ਮੋਟੀ ਖੱਲ ਵਾਲੀ ਮੱਛੀ

chubbed /ਚਅੱਬਡ/ *a* ਮੋਟਾ-ਤਾਜ਼ਾ, ਰਿਸ਼ਟ-ਪੁਸ਼ਟ, ਮੋਟਾ

chubbiness /'ਚਅੱਬਿਨਅਸ/ *n* ਮੁਟਾਪਾ

chubby /'ਚਅੱਬਿ/ *a* ਗੋਭਲਾ, ਗੋਲ-ਮਟੋਲ

chub-faced *n* ਗੋਲ-ਮਟੋਲ ਮੂੰਹ ਵਾਲਾ

chuck[1] /ਚਅੱਕ/ *int* ਕੱਟ-ਕੱਟ, ਕੁੜ-ਕੁੜ (ਕੁਕੜੀਆਂ ਨੂੰ ਸੱਦਣ ਦੀ ਅਵਾਜ਼) *vt* ਘੋੜੇ ਨੂੰ ਪੁਚਕਾਰਨਾ

chuck[2] *n* ਪਿਆਰਾ, ਯਾਰ, ਪਿਆਰ ਅਤੇ ਲਾਡ ਵਾਲਾ ਸ਼ਬਦ, ਲਾਡੀ

chuck[3] *n* ਝਟਕਾ *vt* ਝਟਕਾਉਣਾ, ਪਰੇ ਸੁੱਟਣਾ, ਪਰੇ ਮਾਰਨਾ **chuck away** ਬਰਬਾਦ ਕਰਨਾ, ਗੁਆਉਣਾ

chucker out /ˌਚਅੱਕਅਰ 'ਆਉਟ/ (ਬੋਲ) ਖੱਪ ਪਾਉਣ ਵਾਲੇ ਬੰਦਿਆਂ ਨੂੰ ਇੱਕਠ 'ਚੋਂ ਬਾਹਰ ਕੱਢਣਾ

chuk it (ਬੋਲ) ਜਾਣ ਦਿਓ, ਇਸ ਨੂੰ ਛੱਡ ਦਿਓ, ਬੰਦ ਕਰੋ

chuck-out (ਬੋਲ) ਗਿੱਚੀਓਂ ਫੜ ਕੇ ਬਾਹਰ ਕੱਢਣਾ, ਧੱਕੇ ਦੇਣਾ

chuck up ਛੱਡ ਦੇਣਾ, ਗਲੋਂ ਲਾਹੁਣਾ

chuck up the sponge ਕੋਸ਼ਿਸ਼ ਛੱਡ ਦੇਣਾ, ਹਿੰਮਤ ਹਾਰਨਾ; ਭੱਜ ਜਾਣਾ; ਹੱਥ ਧੋ ਬੈਠਣਾ

chuck[4] *n* ਖਰਾਦ ਦਾ ਸਹਾਰਾ, ਚੱਕਾ *vt* ਅੱਡੇ ਉੱਤੇ ਲੱਕੜ ਰੱਖਣਾ, ਖਰਾਦ ਉੱਤੇ ਲੱਕੜ ਰੱਖਣਾ

chuckle /'ਚਅੱਕਲ/ *n* ਮਿੰਨ੍ਹਾ-ਮਿੰਨ੍ਹਾ ਹਾਸਾ; ਕੁਕੜੀਆਂ ਦਾ ਕੁੜ-ਕੁੜ *vt* ਕੁੜ-ਕੁੜ ਕਰਨਾ; ਮੂੰਹ ਬੰਦ ਕਰਕੇ ਹੱਸਣਾ; ਕਿਸੇ ਨੂੰ ਹਰਾ ਕੇ ਹੱਸਣਾ

chuckle head, chuckle headed *a* ਬੁੱਧੂ, ਮੂਰਖ, ਮੋਟੀ ਮੱਤ ਵਾਲਾ

chucky /'ਚਅੱਕਿ/ *a* ਪਿਆਰਾ (ਬੇਟਾ)

chuff /ਚਅੱਫ/ *n* ਵਿਦੂਸ਼ਕ

chug /ਚਅੱਗ/ *n* (ਇੰਜਣ ਦਾ ਹੌਲੀ ਚੱਲਣ ਵੇਲੇ) ਚਕ-ਚਕ (ਕਰਨਾ)

chum /ਚਅੱਮ/ *n* ਆੜੀ, ਲੰਗੋਟੀਆ ਯਾਰ, ਇੱਕੋ ਘਰ ਜਾਂ ਕਮਰੇ ਵਿੱਚ ਰਹਿਣ ਵਾਲੇ *vi* ਲੰਗੋਟੀਏ ਯਾਰ ਬਣ ਕੇ ਰਹਿਣਾ; ਖਿਚੜੀ ਹੋਣਾ **chum up with** (ਬੋਲ) ਗੂੜ੍ਹੀ ਮਿੱਤਰਤਾ ਹੋਣੀ, ਗਹਿਰੀ ਦੋਸਤੀ ਹੋਣੀ **new chum** ਨਵਯੁਵਕ; ਨਵਾਂ ਆਵਾਸੀ

chummage /'ਚਅੱਮਿਜ/ *n* ਦੋ ਜਾਂ ਦੋ ਤੋਂ ਵੱਧ ਵਿਅਕਤੀਆਂ ਦੀ ਇੱਕ ਕਮਰੇ ਵਿੱਚ ਰਹਾਇਸ਼; ਨਵੇਂ ਮਿੱਤਰ ਤੋਂ ਮੰਗਿਆ ਗਿਆ ਤੋਹਫ਼ਾ

chummery /'ਚਅੱਮਅਰਿ/ *n* ਗੂੜ੍ਹਾਪਣ, ਘਨਿਸ਼ਟਤਾ, ਗਹਿਰਾਪਣ

chummy /'ਚਅੱਮਿ/ *n* ਮਿੱਤਰ, ਯਾਰ, ਸਾਥੀ *a* ਮਿਲਨਸਾਰ, ਮੇਲੀ

chump /ਚਅੰਮਪ/ *n* ਲੱਕੜੀ ਦੀ ਪੋਰੀ, ਕੁੰਦਾ; ਬੱਕਰੀ ਜਾਂ ਬੱਕਰੇ ਦਾ ਪੁੱਠਾ ਜਾਂ ਪੁੱਠ; ਦਿਮਾਗ਼

chunk /ਚਅੱਙਕ/ *n* ਮੋਟਾ ਟੁਕੜਾ; ਕਤਲਾ; ਫ਼ਾਂਕ

chunking /'ਚਅੱਙਕਿਙ/ *n* ਤਕੀਆ ਕਲਾਮ, ਮੂੰਹ ਚੜ੍ਹਿਆ ਸ਼ਬਦ

chunky /'ਚਅੱਙਕਿ/ *a* ਮੋਟਾ, ਮੋਟਾ-ਤਾਜ਼ਾ

church /ਚਅ:ਚ/ *n* ਗਿਰਜਾ, ਗਿਰਜਾ ਘਰ, ਧਰਮ-ਸਥਾਨ; ਈਸਾਈ ਲੋਕ; ਪਾਦਰੀ ਦਾ ਪੇਸ਼ਾ *vt* ਤੀਵੀਂ ਦੇ ਬੱਚਾ ਹੋਣ ਪਿੱਛੋਂ ਧੰਨਵਾਦ ਕਰਨ ਲਈ ਉਸਨੂੰ ਗਿਰਜੇ ਲੈ ਜਾਣਾ **go into the Church** ਪਾਦਰੀ ਬਣ ਜਾਣਾ **go to church** ਗਿਰਜੇ ਵਿੱਚ ਜਾਣਾ, ਗਿਰਜੇ ਦੀ ਉਪਾਸਨਾ ਵਿੱਚ ਸ਼ਾਮਲ ਹੋਣਾ

churchify /'ਚਅ:ਚਿਫ਼ਾਇ/ *vt* ਅੰਨ੍ਹਾ ਸ਼ਰਧਾਲੂ ਜਾਂ ਕੱਟੜ ਗਿਰਜਾਵਾਦੀ ਬਣਾਉਣਾ

churchiness /'ਚਅ:ਚਿਨਅਸ/ *n* ਕੱਟੜਤਾ

churching /'ਚਅ:ਚਿਙ/ *n* ਪੂਜਨ

churchism /'ਚਅ:ਚਿਜ਼ਅਮ/ *n* ਗਿਰਜਾਵਾਦ, ਚਰਚ ਦਾ ਸਿਧਾਂਤ, ਗਿਰਜਾ ਪ੍ਰੇਮ

churchman /'ਚਅ:ਚਮਅਨ/ *n* ਪਾਦਰੀ

churchmanship /'ਚਅ:ਚਮਅਨਸ਼ਿਪ/ *n* ਪਾਦਰੀ ਹੋਣ ਦਾ ਭਾਵ

church-rate /'ਚਅ:ਚਰੇਇਟ/ *n* ਗਿਰਜੇ ਦਾ ਚੰਦਾ

church service *n* ਇਬਾਦਤ, ਇਸਾਈਆਂ ਦੀ ਸੰਧਿਆ

churchy /'ਚਅ:ਚਿ/ *a* ਕੱਟੜ ਧਰਮੀ, ਗਿਰਜਾ ਭਗਤ

churchyard /'ਚਅ:ਚਯਾਡ/ *n* ਗਿਰਜੇ ਦਾ ਵਿਹੜਾ

church yard cough *n* ਜਾਨ ਲੈਣ ਵਾਲੀ ਖਾਂਸੀ

churl /ਚਅ:ਲ/ *n* ਉਜੱਡ, ਘਟੀਆ, ਬਦਤਮੀਜ਼; ਕੰਜੂਸ, ਮੱਖੀ-ਚੂਸ

churlish /'ਚਅ:ਲਿਸ਼/ *a* ਉਜੱਡ, ਅੱਖੜ, ਗੰਵਾਰ, ਅਸ਼ਿਸ਼ਟ, ਅਸੱਭਿਆ

churlishness /'ਚਅ:ਲਿਸ਼ਨਅਸ/ *n* ਕੰਜੂਸੀ; ਅਸ਼ਿਸ਼ਟਤਾ, ਅੱਖੜਪਣ, ਉਜੱਡਤਾ

churn /ਚਅ:ਨ/ *n* ਚਾਟੀ *v* ਦੁੱਧ ਰਿੜਕਣਾ

churning /'ਚਅ:ਨਿਙ/ *n* ਦੁੱਧ ਦੇ ਰਿੜਕਣ ਦੀ ਕਿਰਿਆ, ਰੇੜ੍ਹਕਾ

churning stick *n* ਮਧਾਣੀ

churn-staff *n* ਮਧਾਣੀ

churr /ਚਅ:*/ *vt* ਚੁਰ-ਚੁਰ ਕਰਨਾ *n* ਅਬਾਬੀਲ

ਵਰਗੀ ਅਵਾਜ਼

chute /ਸ਼ੂਟ/ *n* ਪਾੜਛਾ

chyle /ਕਾਇਲ/ *n* ਰਸ, ਅੰਨ ਰਸ

chylifactive /ˌਕਾਇਲਿ'ਫ਼ੈਕਟਿਵ੍/ *a* ਰਸ ਉਤਪਾਦਕ

CIA /ˌਸੀ ਆਇ 'ਏਇ/ *n* **Central Intelligence Agency** ਦਾ ਸੰਖਿਪਤ ਰੂਪ, (ਸੰਯੁਕਤ ਰਾਜ ਅਮਰੀਕਾ ਦੀ) ਇੱਕ ਖ਼ੁਫ਼ੀਆ ਏਜੰਸੀ, ਗੁਪਤਚਰ ਵਿਭਾਗ

cicada /ਸਿ'ਕਾਡਅ/ *n* ਬੀਂਡਾ, ਟਿੱਡਾ

cicatrice /'ਸਿਕਅਟਰਿਸ/ *n* (ਜ਼ਖ਼ਮ ਦਾ) ਦਾਗ਼, ਨਿਸ਼ਾਨ; ਅੰਗੂਰ

cicatricial /ˌਸਿਕਅ'ਟਰਿਸ਼ਲ/ *a* ਦਾਗ਼ੀ, ਨਿਸ਼ਾਨਯੁਕਤ

cicatrize /'ਸਿਕ੍ਅਟਰਾਇਜ਼/ *v* ਅੰਗੂਰ ਆਉਣਾ, ਜ਼ਖ਼ਮ ਭਰਨਾ

cicerone /ˌਚਿਚਅ'ਰਅਉਨਿ/ *n* ਆਗੂ, ਗਾਈਡ, ਪੁਰਾਤੱਤਵ ਦਾ ਮਾਰਗ ਦਰਸ਼ਕ

cicisbeism /ˌਚਿਚਿਜ਼'ਬੀਇਜ਼ਅਮ/ *n* ਪਰ-ਇਸਤਰੀ ਗ਼ਮਨ, ਧਗੜਪੁਣਾ

cicisbeo /ˌਚਿਚਿਜ਼'ਬੇਇਅਉ/ *n* ਪਰ-ਇਸਤਰੀਗਾਮੀ, ਧਗੜਾ

cid /ਸਿਡ/ *n* ਸੈਨਾਪਤੀ, ਵੀਰ ਪੁਰਸ਼; ਨੇਤਾ

CID /ˌਸੀ ਆਇ 'ਡੀ/ *n* **Central Investigation Department** ਦਾ ਸੰਖਿਪਤ ਰੂਪ, ਫ਼ੌਜਦਾਰੀ ਮਸਲਿਆਂ ਨੂੰ ਹੱਲ ਕਰਨ ਵਾਲਾ ਵਿਭਾਗ

cider /'ਸਾਇਡਅ*/ *n* ਸੇਬ ਦਾ ਰਸ ਜਾਂ ਸ਼ਰਾਬ

cigar /ਸਿ'ਗਾ*/ *n* ਸਿਗਾਰ, ਚੁਰਟ

cigarette /ˌਸਿਗਅ'ਰੈਟ/ *n* ਸਿਗਰਟ

cilia /'ਸਿਲਿਅ/ *n* ਪਲਕਾਂ; (ਜੀਵ, ਬਨ) ਲੂੰ

Cimmerian /ਸਿ'ਮਿਅਰਿਅਨ/ *a* ਸਿੰਮਰੀ ਦੇਸ਼ ਦਾ (ਜਿਸ ਬਾਰੇ ਕਿਹਾ ਜਾਂਦਾ ਹੈ ਕਿ ਉਥੇ ਰੌਸ਼ਨੀ ਕਦੇ ਨਹੀਂ ਹੁੰਦੀ); ਘੁੱਪ-ਹਨੇਰੀ

C-in-C /ˌਸੀ ਇਨ 'ਸੀ/ *n* **Commander-in-Chief** ਦਾ ਸੰਖਿਪਤ ਰੂਪ, ਸੈਨਾ ਦਾ ਮੁੱਖ ਅਫ਼ਸਰ, ਸੈਨਾਪਤੀ, ਸਿਪਾਹਸਲਾਰ

cinch /ਸਿਨਚ/ *n* (ਅਪ) ਪੱਕੀ ਗੱਲ; ਘੋੜੇ ਦਾ ਤੰਗ; ਪੂਰਾ ਕਾਬੂ

cinchona /ਸਿਙ'ਕਅਉਨਅ/ *n* ਰੁੱਖ ਜਿਸ ਤੋਂ ਕੁਨੀਨ ਬਣਦੀ ਹੈ, ਸਿਨਕੋਨਾ

cinchonaceous /ਸਿਙ'ਕਅਉਨਅਸ਼ਿਅਸ/ *a* ਸਿਨਕੋਨਾਦਾਰ, ਕੁਨੀਨ ਵਾਲਾ

Cincinnatus /ˌਸਿਨਸਅ'ਨਾਟਅਸ/ *n* ਸਿਨਸੀਨੇਟਸ (ਰੋਮਨ ਸੂਰਮਾ) ਜਿਸ ਨੂੰ ਹਲ ਵਾਹੁੰਦਿਆਂ ਹਕੂਮਤ ਕਰਨ ਦਾ ਸੱਦਾ ਆਇਆ ਸੀ; ਵੱਡਾ ਆਦਮੀ ਜੋ ਖ਼ਤਰੇ ਵੇਲੇ ਸੱਦਿਆ ਜਾਵੇ

cincture /'ਸਿਙਕਚਅ*/ *n* ਪੱਟੀ, ਕਮਰਬੰਦ, ਪੇਟੀ *vt* ਪਟਕਾ ਬੰਨ੍ਹਣਾ, ਪੱਟੀ ਬੰਨ੍ਹਣਾ, ਨਾਲਾ ਬੰਨ੍ਹਣਾ; ਵਲਨਾ, ਘੇਰਨਾ

cinder /'ਸਿਨਡਅ*/ *n* ਅੱਧਾ-ਸੜਿਆ ਕੋਲਾ, ਖਿੰਘਰ; (ਬਹੁ) ਸੁਆਹ, ਕੇਰੀ

cinderella /ˌਸਿਨਡਅ'ਰੈੱਲਅ/ *n* ਅਣਗੌਲਿਆ ਵਿਅਕਤੀ ਜਾਂ ਵਸਤ; ਸਿੰਡਰੈਲਾ, ਯੂਰਪ ਦੀ ਇਕ ਪਰੀ ਕਹਾਣੀ ਦੀ ਇੱਕ ਸੁੰਦਰ ਲੜਕੀ

cine /'ਸਿਨਿ/ *a* ਸਿਨਮੇ ਸੰਬੰਧੀ, ਫ਼ਿਲਮ ਦਾ

cinema /'ਸਿਨਅਮਅ/ *n* ਸਿਨਮਾ, ਚਲ-ਚਿੱਤਰ, ਚਲਦੀਆਂ ਮੂਰਤਾਂ ਵਾਲਾ ਨਾਟਕ; ਸਿਨਮਾ-ਘਰ

CinemaScope /'ਸਿਨਅਮਅਸਕਅਉਪ/ *n* ਫ਼ਿਲਮ ਦੀਆਂ ਤਸਵੀਰਾਂ ਨੂੰ ਬਹੁਤ ਵੱਡਾ ਕਰਕੇ ਦਿਖਾਉਣ ਦੀ ਵਿਧੀ

cinematic /ˌਸਿਨਅ'ਮੈਟਿਕ/ *a* ਸਿਨਮਈ

cinematograph /ˌਸਿਨਅ'ਮੈਟਅਗਰਾਫ਼/ *n* ਸਿਨਮੇ ਦੀਆਂ ਤਸਵੀਰਾਂ ਵਿਖਾਉਣ ਵਾਲਾ ਯੰਤਰ

cineraria /ˌਸਿਨਅ'ਰੇਅਰਿਅ/ *a* ਇੱਕ ਤਰ੍ਹਾਂ ਦਾ ਫੁੱਲਦਾਰ ਪੌਦਾ

cinerary /'ਸਿਨਅਰਅਰਿ/ *a* ਅਸਥੀਆਂ ਸੰਬੰਧੀ, ਭਸਮ ਦਾ

cinerary urn *n* ਅਸਥੀ ਕਲਸ਼

cinereous /ਸਿ'ਨੈੱਰਿਅਸ/ *a* ਸੁਆਹ ਰੰਗਾ, ਸਲੇਟੀ

cinnabar /'ਸਿਨਅਬਾ*/ *n* ਪਾਰੇ ਦੀ ਕੱਚੀ ਧਾਤ, ਸ਼ਿੰਗਰਫ; ਸੰਧੂਰ

cinnabaric /ਸਿਨਅ'ਬੈਰਿਕ/ *a* ਸ਼ਿੰਗਰਫੀ; ਸੰਧੂਰੀ

cinnamon /'ਸਿਨਅਮਅਨ/ *n* ਦਾਲਚੀਨੀ *a* ਦਾਲਚੀਨੀ ਰੰਗਾ, ਦਾਲਚੀਨੀ ਵਾਲਾ

cinnamyl /'ਸਿਨਅਮਿਲ/ *n* ਦਾਲਚੀਨੀ ਦਾ ਤੇਲ

cinque /ਸਿਙਕ/ *n* ਤਾਸ਼ ਦੀ ਪੰਜੀ

cipher /'ਸਾਇਫ਼ਅ*/ *n* ਸਿਫ਼ਰ, ਜ਼ੀਰੋ; ਨਿਕੰਮਾ, ਨਕਾਰਾ, ਨਾਚੀਜ਼; ਗੁਪਤ ਲਿਖਤ, ਹਾਰਮੋਨੀਅਮ ਦੀਆਂ ਸੁਰਾਂ ਦਾ ਨੁਕਸ *v* ਹਿਸਾਬ ਲਾਉਣਾ, ਜੋੜਨਾ; ਗੁਪਤ ਲਿਖਤ ਲਿਖਣਾ; ਬਿਨਾਂ ਵਜਾਉਣ ਤੋਂ (ਵਾਜੇ ਆਦਿ ਦਾ) ਵੱਜਣਾ

cipher-key *n* ਸੰਕੇਤ ਵਿਆਖਿਆ

cippus /'ਸਿਪਅਸ/ *n* ਯਾਦਗਾਰੀ ਥੰਮ੍ਹ, ਸਮਾਰਕ ਸਤੰਭ

circa /'ਸਅ:ਕਅ/ *(L) prep* (ਸੰਨ ਸੰਬੰਧੀ) ਦੇ ਲਗਭਗ

Circe /'ਸਅ:ਸਿ/ *n* (ਯੂਨਾਨੀ ਮਿਥ) ਜਾਦੂਗਰਨੀ, ਕਾਮਨੀ

Circean /'ਸਅ:ਸਿਅਨ/ *a* ਦਿਲਕਸ਼, ਆਕਰਸ਼ਕ, ਮੋਹਕ, ਮੋਹਣ ਵਾਲਾ

circinate /'ਸਅ:ਸਿਨੇਇਟ/ *a* ਚੱਕਰਦਾਰ

circle[1] /'ਸਅ:ਕਲ/ *n* ਗੋਲ-ਚੱਕਰ, ਗੋਲ ਦਾਇਰਾ; ਛਾਪ ਜਾਂ ਅੰਗੂਠੀ ਦੀ ਗੁਲਾਈ; ਪਰਕਰਮਾ, ਚੱਕਰ; ਮੰਡਲ; ਪੂਰੀ ਲੜੀ; ਕੁੰਡਲ, ਛੱਲਾ; ਖੇਤਰ, ਹਲਕਾ, ਕਾਰਜ ਖੇਤਰ; ਵਾਯੂਮੰਡਲ; ਗੋਸ਼ਟੀ; ਮੰਡਲੀ *v* ਘੇਰਨਾ, ਵਲਨਾ; ਹਲਕੇ ਵਿੱਚ ਸ਼ਾਮਲ ਕਰਨਾ; ਚੱਕਰ ਲਾਉਣਾ, ਘੁੰਮਣਾ, ਘੁੰਮ ਕੇ ਆ ਜਾਣਾ (ਫ਼ੌਜ ਆਦਿ ਦਾ) **square the circle** ਅਸੰਭਵ ਅਤੇ ਔਖੇ ਕੰਮ ਦੇ ਪਿੱਛੇ ਪੈ ਜਾਣਾ

circled /'ਸਅ:ਕਲਡ/ *a* ਗੋਲ, ਮੰਡਲ ਆਕਾਰ

circlet /'ਸਅ:ਕਲਅਟ/ *n* ਛੋਟਾ ਚੱਕਰ, ਚੱਕਰੀ, ਸ਼ਿੰਗਾਰ ਪੱਟੀ

circuit /'ਸਅ:ਕਿਟ/ *n* ਘੇਰਾ, ਚੱਕਰ, ਦਾਇਰਾ; ਪਰਕਰਮਾ, ਵਲਾਵੇਂਦਾਰ ਸਫ਼ਰ; ਗਸ਼ਤੀ ਅਦਾਲਤ; ਦੋ ਬਿੰਦੂਆਂ ਵਿਚਾਲੇ ਉਹ ਰਸਤਾ ਜਿਸ ਰਾਹੀਂ ਬਿਜਲਈ ਧਾਰਾ ਪ੍ਰਵਾਹਿਤ ਹੋ ਸਕੇ, ਪਰਿਪੱਥ; ਬਿਜਲੀ-ਚੱਕਰ **short circuit** ਬਿਜਲੀ ਦੀ ਰੌ ਜਾਂ ਧਾਰਾ ਦੀ ਰੁਕਾਵਟ

circuit board *n* (ਕਿਸੇ ਬਿਜਲੀ ਉਪਕਰਨ ਦਾ) ਬਿਜਲੀ-ਚੱਕਰ ਬੋਰਡ

circuit-breaker *n* (ਖ਼ਤਰੇ ਸਮੇਂ) ਬਿਜਲੀ ਚੱਕਰ ਨੂੰ ਰੋਕਣ ਵਾਲਾ ਪੁਰਜ਼ਾ, ਬਿਜਲੀ ਧਾਰਾ ਰੋਧਕ ਉਪਕਰਨ

circuiting /'ਸਅ:ਕਿਟਿਙ/ *n* ਚੱਕਰ

circuitous /ਸਅ'ਕਯੂਇਟਅਸ/ *a* ਵਲਦਾਰ, ਵਲਾਵੇਂਦਾਰ

circular /'ਸਅ:ਕਯਅਲਅ*/ *a* ਗੋਲ, ਚੱਕਰਦਾਰ *n* ਗਸ਼ਤੀ-ਪੱਤਰ

circularity /ˌਸਅ:ਕਯਅ'ਲੈਰਅਟਿ/ *n* ਗੁਲਾਈ

circularize /'ਸਅ:ਕਯਅਲਰਾਇਜ਼/ *vt* ਇਸ਼ਤਿਹਾਰ ਦੇ ਕੇ ਪ੍ਰਚਾਰ ਕਰਨਾ, ਗਸ਼ਤੀ ਐਲਾਨ ਜਾਰੀ ਕਰਨਾ, ਗਸ਼ਤੀ ਚਿੱਠੀ ਭੇਜਣਾ

circular letter *n* ਗਸ਼ਤੀ ਚਿੱਠੀ

circular note *n* ਗਸ਼ਤੀ ਹੁੰਡੀ

circular saw *n* ਗੋਲ ਆਰਾ

circulate /'ਸਅ:ਕਯਅਲੇਇਟ/ *v* (ਚਿੱਠੀ ਆਦਿ ਸੰਬੰਧਿਤ ਵਿਅਕਤੀਆਂ ਆਦਿ ਕੋਲ) ਭੇਜਣਾ, ਫੈਲਾਉਣਾ, ਪ੍ਰਚਾਰ ਕਰਨਾ, ਸੰਚਾਰ ਕਰਨਾ; ਜਾਰੀ ਹੋਣਾ, ਪ੍ਰਚਲਿਤ ਹੋਣਾ, ਪ੍ਰਚਾਰ ਹੋਣਾ; ਗਤੀਸ਼ੀਲ ਹੋਣਾ, ਦੌਰ ਚੱਲਣਾ; ਚੱਕਰ ਮਾਰਨਾ, ਚੱਲਣਾ

circulating /'ਸਅ:ਕਯੁਲੇਇਟਿਙ/ *a* ਗਸ਼ਤੀ, ਘੁੰਮਦਾ, ਚਲਦਾ-ਫਿਰਦਾ

circulating library *n* ਚਲਦੀ-ਫਿਰਦੀ ਲਾਇਬ੍ਰੇਰੀ

circulation /ˌਸਅ:ਕਯਅ'ਲੇਇਸ਼ਨ/ *n* ਦੌਰਾ (ਖ਼ੂਨ ਦਾ), ਚੱਕਰ, ਗਸ਼ਤ, ਗੇੜ੍ਹ; ਵਿਕਰੀ (ਅਖ਼ਬਾਰ, ਕਿਤਾਬਾਂ ਆਦਿ ਦੀ); (ਸੋਨੇ ਅਤੇ ਪੈਸੇ ਦਾ) ਚਲਨ, ਪਸਾਰ, ਫੈਲਾਅ

circulative /'ਸਅ:ਕਯੁਲਅਟਿਵ੍/ *a* ਗਸ਼ਤੀ, ਚੱਕਰਦਾਰ, ਚੱਕਰ ਦੇਣ ਵਾਲਾ

circulator /'ਸਅ:ਕਯੁਲੇਇਟਅ*/ *n* ਪ੍ਰਚਾਰਕ, ਸੰਚਾਰਕ, ਸਮਾਚਾਰ, (ਖ਼ਬਰ ਜਾਂ ਸਿੱਕਾ ਆਦਿ) ਫੈਲਾਉਣ ਵਾਲਾ, ਘੁਮਾਉਣ ਵਾਲਾ

circum /'ਸਅ:ਕਅਮ/ *pref* ਅਭਿ; ਪਰਿ-(**circumscribe, circumstances**), ਦੁਆਲੇ, ਚੁਫ਼ੇਰੇ

circumambages /ˌਸਅ:ਕਅਮ'ਐਮਬਿਜੀਜ਼/ *n* (ਬਹੁ) ਵਕਰੋਕਤੀਨੁਮਾ ਸ਼ੈਲੀ

circumambient /ˌਸਅ:ਕਅਮ'ਐਮਬਿਅਨਟ/ *a* ਚਾਰੇ ਪਾਸਿਓਂ ਘੇਰਨ ਵਾਲੀ (ਹਵਾ), ਪਰਿਵਿਆਪਕ; ਘੇਰਨ ਵਾਲਾ

circumambulate /ˌਸਅ:ਕਅਮ'ਐਮਬਯੁਲੇਇਟ/ *v* ਪਰਕਰਮਾ ਕਰਨਾ, ਘੁੰਮਣਾ; ਅਵਾਰਾ ਫਿਰਨਾ, ਇੱਧਰ-ਉੱਧਰ ਫਿਰਨਾ, ਮਾਰੇ-ਮਾਰੇ ਫਿਰਨਾ

circumambulation /'ਸਅ:ਕਅਮˌਐਮਬਯੁˌਲੇਇਸ਼ਨ/ *n* ਪ੍ਰਦੱਖਣਾ, ਪਰਕਰਮਾ, ਚੱਕਰ

circumbendibus /ˌਸਅ:ਕਅਮ'ਬੈਨੱਡਿਬਅਸ/ *n* ਹੇਰ-ਫੇਰ ਦਾ ਤਰੀਕਾ, ਪੇਚੀਦਾ; ਢੰਗ; ਵਲ-ਫੇਰ ਵਾਲੀ ਗੱਲ, ਲੰਮੀ ਗੱਲ

circumcise /'ਸਅ:ਕਅਮਸਾਇਜ਼/ *vt* ਸੁੰਨਤ ਕਰਨਾ, ਖ਼ਤਨਾ ਕਰਨਾ

circumciser /'ਸਅ:ਕਅਮਸਾਇਜ਼ਅ*/ *n* ਸੁੰਨਤ ਕਰਨ ਵਾਲਾ

circumcision /ˌਸਅ:ਕਅਮ'ਸਿਯ਼ਨ/ *n* ਸੁੰਨਤ, ਖ਼ਤਨਾ

circumduct /ˌਸਅ:ਕਅਮ'ਡਅੱਕਟ/ *vt* (ਕਨੂੰ) ਵਿਅਰਥ ਬਣਾਉਣਾ, ਰੱਦ ਕਰਨਾ

circumduction /ˌਸਅ:ਕਅਮ'ਡਅੱਕਸ਼(ਅ)ਨ/ *n* ਵਿਅਰਥ ਘੋਸ਼ਿਤ ਕਰਨ ਦੀ ਕਿਰਿਆ

circumference /ਸਅ'ਕਅੱਮਫ਼ਅਰਅਨਸ/ *n* ਘੇਰਾ, ਘੇਰ; ਚੁਗਿਰਦਾ, ਦਾਇਰਾ

circumferentor /ਸਅˌਕਅੱਮਫ਼ਅ'ਰੈਨੱਟਅ*/ *n* ਘੇਰਾ ਮਾਪਣ ਵਾਲਾ ਯੰਤਰ, ਪਰਕਾਰ

circumflex /'ਸਅ:ਕਅਮਫ਼ਲੈਕੱਸ/ *n* (ਫ਼੍ਰਾਂਸੀਸੀ ਆਦਿ ਭਾਸ਼ਾਵਾਂ ਵਿੱਚ ਪ੍ਰਯੁਕਤ) ਦੀਰਘਤਾ ਸੂਚਕ ਚਿੰਨ੍ਹ (ਜੋ ਸਵਰ ਉੱਤੇ ਲਗਦਾ ਹੈ) *a* ਲੁਕਿਆ ਹੋਇਆ

circumflexion /ˌਸਅ:ਕਅਮ'ਫ਼ਲੈਕੱਸ਼ਅਨ/ *n* ਟੇਢਾ ਰਸਤਾ

circumfluence /ਸਅ'ਕਅੱਮਫ਼ਲੁਅਨਸ/ *n* ਚੁਤਰਫ਼ਾ ਵਹਾਅ, ਪਰਿ-ਪ੍ਰਵਾਹ

circumfluent /ਸਅ'ਕਅੱਮਫ਼ਲੁਅਨਟ/ *a* ਉਹ ਪਾਣੀ ਜੋ ਚਾਰੇ ਪਾਸੇ ਵਗਦਾ, ਪਰਿ-ਪ੍ਰਵਾਹੀ

circumfluous /ਸਅ'ਕਅੱਮਫ਼ਲੁਅਸ/ *a* ਚਾਰੇ ਪਾਸਿਓਂ ਵਹਿੰਦਾ, ਪਰਿ-ਪ੍ਰਵਾਹੀ

circumfuse /ˌਸਅ:ਕਅੱਮ'ਫ਼ਯੂਜ਼/ *vt* ਫੁਹਾਰਨਾ; ਚਾਰੇ ਪਾਸੇ ਪਾਣੀ ਸੁੱਟਣਾ, ਪਾਣੀ ਨਾਲ ਘੇਰਨਾ

circumfusion /ˌਸਅ:ਕਅਮ'ਫ਼ਯੂਯ਼ਨ/ *n* ਚੁਤਰਫਾ ਵਹਾਅ ਜਾਂ ਫੈਲਾਅ

circumgyrate /ˌਸਅ:ਕਅਮ'ਜਾਇਰੇਇਟ/ *vt* ਚੱਕਰ ਕੱਟਣਾ, ਪਰਕਰਮਾ ਕਰਨਾ; ਇਰਦ-ਗਿਰਦ ਫੈਲਣਾ

circumgyration /ˌਸਅ:ਕਅਮਜਾਇ'ਰੇਇਸ਼ਨ/ *n* ਚੱਕਰ, ਗਰਦਸ਼, ਦੌਰਾ, ਪਰਕਰਮਾ, ਪ੍ਰਦੱਖਣਾ, ਗੇੜਾ

circumjacent /ˌਸਅ:ਕਅਮ'ਜੇਇਸ(ਅ)ਨਟ/ *a* ਚੁਤਰਫਾ, ਚੁਤਰਫ਼ੀ, ਚਾਰੇ ਪਾਸਿਆਂ ਦਾ, ਚਾਰੇ ਪਾਸੇ ਸਥਿਤ

circumlocution /ˌਸਅ:ਕਅਮਲਅ'ਕਯੂਸ਼ਨ/ *n* ਗੋਲ-ਮੋਲ ਗੱਲ, ਘੁਮਾਅ-ਫਿਰਾਅ ਕੇ ਕੀਤੀ ਗੱਲ

circumlocutionist /ˌਸਅ:ਕਅਮਲਅ'ਕਯੂਸ਼ਨਿਸਟ/ *n* ਘੁਮਾਅ-ਫਿਰਾਅ ਕੇ ਗੱਲਾਂ ਕਰਨ ਵਾਲਾ, ਵਕਰੋਕਤੀਵਾਦੀ

circumnavigate /ˌਸਅ:ਕਅਮ'ਨੈਵਿ੍ਗੇਇਟ/ *vi* ਦੁਨੀਆਂ ਦੁਆਲੇ ਸਮੁੰਦਰੀ ਜਹਾਜ਼ ਨਾਲ ਚੱਕਰ ਲਾਉਣਾ

circumnutate /ˌਸਅ:ਕਅਮ'ਨਯੂਟੇਇਟ/ *vi* (ਬੂਟਿਆਂ ਦਾ) ਵਲ ਪੇਚ ਪਾਉਂਦੇ ਵਧਣਾ

circumnutation /ˌਸਅ:ਕਅਮਨਯੁ'ਟੇਇਸ਼ਨ/ *n* ਵਲ ਪੇਚ ਪਾਉਂਦੇ ਵਧਣ ਦੀ ਕਿਰਿਆ

circumpolar /ˌਸਅ:ਕਅਮ'ਪਅਉਲਅ*/ *a* ਧਰੁਵਾਂ ਦੇ ਨੇੜੇ-ਤੇੜੇ, ਕੁਤਬਾਂ ਦੁਆਲੇ, ਧਰੁਵਵਰਤੀ, ਪਰਿ-ਧਰੁਵੀ

circumpose /ˌਸਅ:ਕਅਮ'ਪਅਉਜ਼/ *vt* ਚਾਰੇ ਪਾਸੇ ਰੱਖਣਾ

circumposition /ˌਸਅ:ਕਅਮਪਅ'ਜ਼ਿਸ਼ਨ/ *n* ਚਾਰੇ ਪਾਸੇ ਰੱਖਣ ਦੀ ਕਿਰਿਆ ਜਾਂ ਭਾਵ

circumrotation /ˌਸਅ:ਕਅਮਰਅ'ਟੇਇਸ਼ਨ/ *n* ਚੱਕਰ ਕੱਟਣ ਦੀ ਕਿਰਿਆ

circumscribe /'ਸਅ:ਕਅਮਸਕਰਾਇਬ/ *vi* ਘੇਰਨਾ, ਅਹਾਤਾਬੰਦੀ ਕਰਨਾ, ਸੀਮਾਬੱਧ ਕਰਨਾ, ਸੀਮਿਤ ਕਰਨਾ; ਨੇਮਬੱਧ ਕਰਨਾ, ਨਿਯੰਤਰਿਤ ਕਰਨਾ; ਇੱਕ ਸ਼ਕਲ ਦੇ ਚਾਰੇ ਪਾਸੇ ਦੂਜੀ ਸ਼ਕਲ ਬਣਾਉਣਾ; ਤਰਕਪੂਰਨ ਪਰਿਭਾਸ਼ਾ ਦੇਣਾ

circumscriber /ˌਸਅ:ਕਅਮ'ਸਕਰਾਇਬਅ*/ *n* ਸੀਮਾ ਨਿਸ਼ਚਿਤ ਕਰਨ ਵਾਲਾ; ਪਰਿਭਾਸ਼ਾ ਦੇਣ ਵਾਲਾ

circumscription /ˌਸਅ:ਕਅਮ'ਸਕਰਿਪਸ਼ਨ/ *n* ਘੇਰ, ਘੇਰਾ, ਹੱਦ, ਹੱਦਬੰਦੀ, ਸੀਮਾ; ਸੀਮਿਤ ਮੰਡਲ

circumsolar /ˌਸਅ:ਕਅਮ'ਸਅਉਲਅ*/ *a* ਸੂਰਜ ਦੇ ਆਸ-ਪਾਸ ਜਾਂ ਚਾਰੇ ਪਾਸੇ ਘੁੰਮਣ ਵਾਲਾ

circumspect /'ਸਅ:ਕਅਮਸਪੈੱਕਟ/ *a* ਚੌਕਸ, ਚੁਕੰਨਾ, ਸਾਵਧਾਨ, ਸਚੇਤ, ਹੁਸ਼ਿਆਰ

circumspection /ˌਸਅ:ਕਅਮ'ਸਪੈੱਕਸ਼ਨ/ *n* ਚੌਕਸੀ, ਚੁਕੰਨਾਪਣ, ਹੁਸ਼ਿਆਰੀ

circumspective /ˌਸਅ:ਕਅਮ'ਸਪੈੱਕਟਿਵ੍/ *a* ਸਾਵਧਾਨ, ਚੌਕਸ, ਖ਼ਬਰਦਾਰ, ਹੁਸ਼ਿਆਰ, ਚੁਕੰਨਾ

circumstance /'ਸਅ:ਕਅਮਸਟਅਨਸ, -ਸਟਾਨਸ/ *n* (ਬਹੁ) ਸੂਰਤ, ਹਾਲਾਤ, ਅਵਸਥਾ, ਪਰਿਸਥਿਤੀ, ਵਾਤਾਵਰਨ, ਦਸ਼ਾ; ਵਿਵਰਨ, ਬਿਓਰਾ **under no circumstances** ਕਦਾਚਿਤ ਨਹੀਂ, ਕਿਸੇ ਸੂਰਤ ਵੀ ਨਹੀਂ

circumstantial /ˌਸਅ:ਕਅਮ'ਸਟੈਨਸ਼ਲ/ *a* ਇਤਫ਼ਾਕੀਆ, ਅਚਾਨਕ; ਵਿਸਤਾਰਪੂਰਨ, ਬਿਓਰੇਵਾਰ, ਤਫ਼ਸੀਲਵਾਰ; ਮੌਕੇ ਦੀ ਪ੍ਰਸੰਗਕ (ਗਵਾਹੀ)

circumstantiality /ˌਸਅ:ਕਅਮˌਸਟੈਨਸ਼ਿ'ਐਲਅਟਿ/ *n* ਸੰਜੋਗ; ਵਿਵਰਨਤਾ, ਤਫ਼ਸੀਲ

circumstantially /ˌਸਅ:ਕਅਮ'ਸਟੈਨਸ਼ਅਲਿ/ *adv* ਅਚਾਨਕ ਹੀ, ਸੰਜੋਗਵਸ

circumstantiate /ˌਸਅ:ਕਅਮ'ਸਟੈਨਸ਼ਿਏਇਟ/ *vt* ਸਥਿਤੀ ਦੁਆਰਾ ਸਿੱਧ ਕਰਨਾ, ਠੀਕ-ਠੀਕ ਦੱਸਣਾ, ਹੂ-ਬ-ਹੂ ਵਰਣਨ ਕਰਨਾ, ਉਵੇਂ ਦਾ ਉਵੇਂ ਬਿਆਨ ਕਰਨਾ

circumvallate /ˌਸਅ:ਕਅਮ'ਵੈ੍ਲੇਇਟ/ *vt* ਦੀਵਾਰ ਨਾਲ ਘੇਰਨਾ, ਫ਼ਸੀਲਬੰਦੀ ਕਰਨਾ

circumvallation /ˌਸਅ:ਕਅਮਵ੍ਅ'ਲੇਇਸ਼ਨ/ *n* ਮੋਰਚਾਬੰਦੀ, ਕਿਲ੍ਹਾਬੰਦੀ, ਫ਼ਸੀਲਬੰਦੀ

circumvent /ˌਸਅ:ਕਅਮ'ਵੈ੍ਨੱਟ/ *vt* ਫਾਹੁਣਾ, ਫਸਾਉਣਾ, ਛਲ ਖੇਡਣਾ, ਧੋਖਾ ਦੇਣਾ, ਝਾਂਸਾ ਦੇਣਾ

circumvolution /ˌਸਅ:ਕਅਮਵ੍ਅ'ਲਯੂਸ਼ਨ/ *n* ਸਮੇਂ ਦਾ ਗੇੜ, ਚੱਕਰ, ਘੇਰਾ; ਵਿੰਗ ਤੜਿੰਗੀ ਚਾਲ, ਲਹਿਰੀਆ ਚਾਲ

circus /'ਸਅ:ਕਅਸ/ *n* ਸਰਕਸ, ਗੋਲ ਅਖਾੜਾ, ਰੰਗ-ਮੰਡਲ, ਸਰਕਸ ਦਾ ਤਮਾਸ਼ਾ

cirque /ਸਅ:ਕ/ *n* ਰੰਗ-ਭੂਮੀ, ਗੋਲ ਰੰਗ-ਮੰਚ

cirrhosis /ਸਅ'ਰਅਉਸਿਸ/ *n* (ਬਹੁਤ ਜ਼ਿਆਦਾ ਸ਼ਰਾਬ ਪੀਣ ਤੋਂ ਹੋਣ ਵਾਲੀ) ਜਿਗਰ ਦੀ ਇੱਕ ਗੰਭੀਰ ਬਿਮਾਰੀ

cirrus /'ਸਿਰਅਸ/ *n* ਵੇਲ; ਰੇਸ਼ਾ, ਤੰਤੂ, ਸੂਤ; ਰੂੰ ਵਰਗਾ ਬੱਦਲ, ਫੰਬੇਦਾਰ ਬੱਦਲ

CIS /ਸੀ ਆਇ 'ਐੱਸ/ *n* **Commonwealth of Independent States** ਦਾ ਸੰਖਿਪਤ ਰੂਪ, ਸੁਤੰਤਰ ਦੇਸ਼ਾਂ ਦਾ ਰਾਸ਼ਟਰ ਸੰਘ

cissy /'ਸਿਸਿ/ *n* (ਅਪ) ਜ਼ਨਾਨਾ ਆਦਤਾਂ ਵਾਲਾ ਮਰਦ

cistern /'ਸਿਸਟਅਨ/ *n* ਪਾਣੀ ਦੀ ਟੈਂਕੀ, ਹੌਦੀ, ਕੁੰਡ

cistus /'ਸਿਸਟਅਸ/ *n* ਇੱਕ ਝਾੜੀ ਜਿਸ ਨੂੰ ਲਾਲ ਜਾਂ ਚਿੱਟੇ ਫੁੱਲ ਲਗਦੇ ਹਨ

citable /'ਸਾਇਟਅਬਲ/ *a* ਸੰਮਨ ਕੀਤੇ ਜਾਣ ਯੋਗ; ਉਲੇਖਣੀ, ਉਦਾਹਰਨ ਦੇਣ ਯੋਗ

citadel /'ਸਿਟਅਡਅਲ, -ਡੈੱਲ/ *n* ਕੋਟ, ਗੜ੍ਹੀ, ਕਿਲ੍ਹਾ; ਅੰਤਿਮ ਆਸਰਾ, ਓਟ, ਪਨਾਹ

citation /ਸਾਇ'ਟੇਇਸ਼ਨ/ *n* ਹਾਜ਼ਰ ਹੋਣ ਲਈ ਰਾਜਕੀ ਸੱਦਾ ਜਾਂ ਬੁਲਾਵਾ; ਤਲਬੀ, ਸੱਦਾ; ਪ੍ਰਸੰਗ, ਹਵਾਲਾ, ਸੰਦਰਭ; ਪ੍ਰਮਾਣ, ਨਜ਼ੀਰ; ਸ਼ੋਭਾ-ਉਲੇਖ, ਸ਼ੋਭਾ-ਪੱਤਰ

citatory /'ਸਾਇਟਅਟ(ਅ)ਰਿ/ *a* ਹਵਾਲੇ ਸੰਬੰਧੀ; ਅਧਿਕ ਹਵਾਲਾ ਦੇਣ ਵਾਲਾ, ਉਦਾਹਰਨ ਦੇਣ ਦਾ ਆਦੀ ਜਾਂ ਸ਼ੁਕੀਨ

cite /ਸਾਇਟ/ *vt* ਸੱਦਣਾ, ਬੁਲਾਉਣਾ, ਸੰਮਨ ਭੇਜਣਾ, ਹੁਕਮ ਨਾਲ ਸੱਦਣਾ; ਹਵਾਲਾ ਦੇਣਾ, ਮਿਸਾਲ ਦੇਣਾ, ਉਦਾਹਰਨ ਦੇਣਾ *n* ਸੱਦ, ਬੁਲਾਵਾ, ਸੰਮਨ; ਹਵਾਲਾ, ਉਦਾਹਰਨ, ਮਿਸਾਲ

cited /ਸਾਇਟਿਡ/ *a* ਜਿਸ ਦਾ ਹਵਾਲਾ ਦਿੱਤਾ ਗਿਆ ਹੋਵੇ, ਉਧੱਰਿਤ, ਉਲਿਖਤ

citied /'ਸਿਟਿਡ/ *a* ਸ਼ਹਿਰ ਵਾਲਾ, ਨਗਰ ਰੂਪ

citigrade /'ਸਿਟਿਗਰੇਇਡ/ *a* ਤੇਜ਼ ਘੁੰਮਣ ਵਾਲਾ

citizen /'ਸਿਟਿਜ਼ਨ/ *n* ਨਾਗਰਿਕ ਅਧਿਕਾਰ ਰੱਖਣ ਵਾਲਾ; ਨਾਗਰਿਕ, ਸ਼ਹਿਰੀ, ਨਿਵਾਸੀ, ਵਾਸੀ

citizenhood /'ਸਿਟਿਜ਼ਨਹੁਡ/ *n* ਨਾਗਰਿਕਤਾ, ਸ਼ਹਿਰੀਅਤ

citizenise /'ਸਿਟਿਜ਼ਅਨਾਇਜ਼/ *vt* ਨਾਗਰਿਕ ਬਣਾਉਣਾ

citizenry /'ਸਿਟਿਜ਼ਅਨਰਿ/ *n* ਨਾਗਰਿਕ; ਨਾਗਰਿਕ ਜਨਤਾ, ਨਾਗਰਿਕ ਸੰਘ

citizenship /'ਸਿਟਿਜ਼ਅਨਸ਼ਿਪ/ *n* ਕਿਸੇ ਦੇਸ਼ ਦੇ ਵਸਨੀਕ ਹੋਣ ਦੇ ਅਧਿਕਾਰ, ਸ਼ਹਿਰੀ ਅਧਿਕਾਰ, ਨਾਗਰਿਕਤਾ, ਸ਼ਹਿਰੀਅਤ

citrate /'ਸਿਟਰੇਇਟ/ *n* ਨਿੰਬੂ ਦਾ ਨਮਕ, ਸਿਟਰੇਟ

citric /'ਸਿਟਰਿਕ/ *a* ਨਿੰਬੂ ਦਾ, ਸਿਟਰਕ

citron /'ਸਿਟਰਅਨ/ *n* ਨਿੰਬੂ ਜਾਤੀ ਦਾ ਬੂਟਾ; ਖੱਟਾ ਰੰਗ

citrus /'ਸਿਟਰਅਸ/ *n* ਖੱਟੇ ਸੁਆਦ ਵਾਲੇ ਫਲਾਂ ਦੀ ਸ਼੍ਰੇਣੀ, ਨਿੰਬੂ ਜਾਤੀ ਦੇ ਬੂਟੇ

city /'ਸਿਟਿ/ *n* ਨਗਰ, ਸ਼ਹਿਰ

city hall *n* ਸ਼ਹਿਰ ਦੀ ਸਥਾਨਕ ਪ੍ਰਬੰਧਕੀ ਸਰਕਾਰ

cityless /'ਸਿਟਿਲਅਸ/ *a* ਨਗਰਹੀਣ, ਬੇਸ਼ਹਿਰ

city state *n* ਇੱਕੋ ਸ਼ਹਿਰ ਦੇ ਆਲੇ-ਦੁਆਲੇ ਦਾ ਸੁਤੰਤਰ ਦੇਸ਼ (ਜਿਵੇਂ ਪ੍ਰਾਚੀਨ ਯੂਨਾਨ ਦਾ ਏਥਨਜ਼)

cityward(s) /'ਸਿਟਿਵਅ:ਡਜ਼/ *adv* ਸ਼ਹਿਰ ਵੱਲ, ਨਗਰ ਵੱਲ

civet /'ਸਿਵਿਟ/ *n* ਮੁਸ਼ਕਬਿੱਲਾ

civic /'ਸਿਵਿਕ/ *a* ਨਾਗਰਿਕਤਾ ਸੰਬੰਧੀ, ਸ਼ਹਿਰੀਅਤ ਸੰਬੰਧੀ; ਨਾਗਰਿਕ, ਨਗਰ ਸੰਬੰਧੀ; ਨਗਰ-ਪਾਲਕਾ ਸੰਬੰਧੀ; ਨਾਗਰਿਕ ਅਧਿਕਾਰ ਸੰਬੰਧੀ

civic activity *n* ਨਾਗਰਿਕ ਕਾਰਜ

civics /'ਸਿਵਿਕਸ/ *n* ਨਾਗਰਿਕ ਸ਼ਾਸਤਰ

civic virtues *n* ਨਾਗਰਿਕ ਧਰਮ ਜਾਂ ਗੁਣ

civil /'ਸਿਵਲ/ *a* ਨਾਗਰਿਕ, ਸ਼ਹਿਰੀ; ਸਿਵਲ, ਸੱਭਿਆ, ਸ਼ਿਸ਼ਟ; ਸੁਸ਼ੀਲ, ਨਿਮਰ, ਅਸੈਨਿਕ, ਗ਼ੈਰ ਫ਼ੌਜੀ, ਦਿਵਾਨੀ, ਗ਼ੈਰਫ਼ੌਜਦਾਰੀ, ਸਮਾਜਿਕ, ਸੰਸਾਰਿਕ, ਕਨੂੰਨੀ; ਵਿਹਾਰਿਕ

civil court *n* ਦਿਵਾਨੀ ਅਦਾਲਤ

civil day *n* ਸਰਕਾਰੀ ਜਾਂ ਕਨੂੰਨੀ ਦਿਨ ਜਾਂ ਸਾਲ

civil disobedience *n* ਸੱਤਿਆਗ੍ਰਹਿ, ਸਿਵਲ ਨਾਫ਼ਰਮਾਨੀ, ਨਾਮਿਲਵਰਤਨ

civilian /ਸਅ'ਵਿਲਿਅਨ/ *n* ਪ੍ਰਬੰਧ ਵਿਭਾਗ ਦਾ ਕਰਮਚਾਰੀ, ਅਸੈਨਿਕ ਅਧਿਕਾਰੀ *a* ਅਸੈਨਿਕ

civility /ਸਅ'ਵਿਲਅਟਿ/ *n* ਸੱਭਿਅਤਾ, ਸਾਊਪੁਣਾ, ਸਤਿਕਾਰ ਭਾਵ, ਸ਼ਿਸ਼ਟਤਾ, ਨਿਮਰਤਾ, ਸੁਸ਼ੀਲਤਾ

civilizable /'ਸਿਵ੍ਅਲਾਇਜ਼ਅਬਲ/ *a* ਸੱਭਿਅਕ ਬਣਾ ਦੇਣ ਯੋਗ, ਸੱਭਿਅਕ ਕਰਨ ਯੋਗ

civilization /ˌਸਿਵ੍ਅਲਾਇ'ਜ਼ੇਇਸ਼ਨ/ *n* ਸੱਭਿਅਤਾ, ਤਹਿਜ਼ੀਬ; ਸੁਘੜਤਾ, ਸੁਚੱਜ; ਸ਼ਿਸ਼ਟਤਾ

civilize /'ਸਿਵ੍ਅਲਾਇਜ਼/ *vt* ਸੱਭਿਅਤਾ ਸਿਖਾਉਣਾ, ਸੱਭਿਅਕ ਬਣਾਉਣਾ, ਸੁਧਾਰਨਾ; ਸੁੱਘੜ ਬਣਾਉਣਾ, ਸੁਚੱਜਾ ਬਣਾਉਣਾ; ਤਹਿਜ਼ੀਬ ਸਿਖਾਉਣਾ **civilize away** (ਬੁਰਾਈਆਂ, ਇੱਲਤਾਂ ਆਦਿ ਨੂੰ) ਛੱਡ ਦੇਣਾ, ਸੁਧਾਰਨਾ

civilized /'ਸਿਵ੍ਅਲਾਇਜ਼ਡ/ *a* ਸੱਭਿਅਕ, ਨਿਮਰ

civilizer /'ਸਿਵ੍ਅਲਾਇਜ਼ਅ*/ *n* ਸੱਭਿਅਕ ਬਣਾਉਣ ਵਾਲਾ, ਸੁਸ਼ੀਲਕਾਰ

civil law *n* ਦਿਵਾਨੀ ਕਨੂੰਨ, ਨਾਗਰਿਕ ਕਨੂੰਨ

civil liberty *n* ਸ਼ਹਿਰੀ ਅਜ਼ਾਦੀ, (ਕਨੂੰਨ ਵਿੱਚ ਰਹਿ ਕੇ) ਆਜ਼ਾਦੀ ਮਾਨਣ ਦਾ ਅਧਿਕਾਰ, ਨਾਗਰਿਕ ਸੁਤੰਤਰਤਾ

civil marriage *n* ਅਦਾਲਤੀ ਵਿਆਹ

civil rights *n* ਨਾਗਰਿਕ ਅਧਿਕਾਰ

civil rights movements *n* (ਅਮਰੀਕਾ ਵਿੱਚ ਉੱਠੀ) ਸ਼ਹਿਰੀ ਆਜ਼ਾਦੀ ਪ੍ਰਾਪਤ ਕਰਨ ਦੀ ਲਹਿਰ

civil servant *n* ਰਾਜ ਅਧਿਕਾਰੀ

civil service *n* ਸਰਕਾਰੀ ਨੌਕਰੀ, ਰਾਜ ਸੇਵਾ

civil spirit *n* ਨਾਗਰਿਕ ਭਾਵਨਾ

civil suit *n* ਦਿਵਾਨੀ ਮੁਕੱਦਮਾ

civil war *n* ਖ਼ਾਨਾਜੰਗੀ, ਗ੍ਰਹਿ ਯੁੱਧ

civism /'ਸਿਵ੍ਜ਼ਅਮ/ *n* ਨਾਗਰਿਕਤਾ ਸਿਧਾਂਤ; ਨਾਗਰਿਕ ਭਾਵਨਾ

clabber /'ਕਲੈਬਅ*/ *n* ਫਾੜਿਆ ਦੁੱਧ ਦਹੀਂ

clack /ਕਲੈਕ/ *n* ਖਟ-ਖਟ ਦੀ ਅਵਾਜ਼, ਬਕ-ਬਕ, ਬਕਵਾਸ *vi* ਲੁਤਰ-ਲੁਤਰ ਕਰਨਾ, ਬਕ-ਬਕ ਕਰਨਾ, ਖਟ-ਖਟ ਕਰਨਾ

clad /ਕਲੈਡ/ *a* ਕੱਪੜੇ ਪਾਏ ਹੋਏ; ਵਸਤਰਾਂ ਨਾਲ ਸਜੇ ਹੋਏ

claes /ਕਲੇਇਜ਼/ *n* ਕੱਪੜੇ, ਵਸਤਰ

claim /ਕਲੇਇਮ/ *n* ਮੰਗ, ਮੁਤਾਲਬਾ, ਦਾਅਵਾ; ਅਧਿਕਾਰ, ਹੱਕ *vt* ਹੱਕ ਜਮਾਉਣਾ, ਮੁਤਾਲਬਾ ਕਰਨਾ, ਦਾਅਵਾ ਕਰਨਾ

claimable /ਕਲੇਇਮਅਬਲ/ *a* ਹੱਕਯੋਗ, ਦਾਅਵਾਯੋਗ

claimant /'ਕਲੇਇਮਅਨਟ/ *n* ਹੱਕਦਾਰ, ਦਾਅਵੇਦਾਰ

claimed /ਕਲੇਇਮਡ/ *a* ਘੋਸ਼ਿਤ

clairaudience /ਕਲੇਅਰ'ਓਡਿਅਨਸ/ *n* ਅਗੰਮੀ ਵਾਕ, ਧੁਰ ਕੀ ਬਾਣੀ; ਅਗੰਮੀ ਵਾਕ ਸੁਣਨ ਦੀ ਸ਼ਕਤੀ, ਗ਼ੈਬੀ ਅਵਾਜ਼ ਸੁਣਨ ਦੀ ਯੋਗਤਾ

clairvoyance /ਕਲੇਅ'ਵੌਇਅਨਸ/ *n* ਅਗੰਮ-ਨਿਗਮ ਦੀ ਸੋਝੀ, ਦਿੱਵਦ੍ਰਿਸ਼ਟੀ

clairvoyant /ਕਲੇਅ'ਵੌਇਅਨਟ/ *n a* ਦਿੱਵਦਰਸ਼ੀ, ਅਗੰਮਦਰਸ਼ੀ

clam /ਕਲੈਮ/ *n* ਇੱਕ ਘੋਗਾ ਮੱਛੀ

clamant /'ਕਲੇਇਮਅਨਟ/ *a* ਝਗੜਾਲੂ, ਝੈਂ-ਝੈਂ ਕਰਨ ਵਾਲਾ, ਖੱਪੀ, ਰੌਲਾ ਪਾਉਣ ਵਾਲਾ; ਹੁੱਜਤੀ, ਜ਼ਿੱਦੀ; ਆਵੱਸ਼ਕ, ਜ਼ਰੂਰੀ

clamber /'ਕਲੈਮਬਅ*/ *vi* ਦੋਹਾਂ ਹੱਥਾਂ ਅਤੇ ਪੈਰਾਂ ਨਾਲ ਚੜ੍ਹਨਾ *n* ਮੁਸ਼ਕਲ ਚੜ੍ਹਾਈ

clamminess /'ਕਲੈਮਿਨਅਸ/ *n* ਚਿਪਚਿਪਾਹਟ, ਲੇਸਲਾਪਣ

clammy /'ਕਲੈਮਿ/ *a* ਚਿਪਚਿਪਾ, ਲੇਸਦਾਰ; ਸਿੱਲ੍ਹਾ

clamorous /'ਕਲੈਮਅਰਅਸ/ *a* ਹੁੱਜਤੀ, ਰੌਦੂ, ਖੱਪੀ; ਖ਼ਰੂਦੀ, ਸ਼ੋਰ ਵਾਲਾ

clamour /'ਕਲੈਮਅ*/ *n* ਰੌਲਾ-ਰੱਪਾ, ਦੁਹਾਈ, ਚੀਕ-ਚਿਹਾੜਾ, *v* ਸ਼ੋਰ ਮਚਾਉਣਾ, ਰੌਲਾ ਪਾਉਣਾ, ਚੀਕ-ਚਿਹਾੜਾ ਪਾਉਣਾ, ਖੱਪ ਪਾਉਣਾ

clamp[1] /ਕਲੈਮਪ/ *n* ਜੋੜ, ਸ਼ਿਕੰਜਾ *vt* ਪੱਤਰਾ

ਚੜ੍ਹਾਉਣਾ; ਸ਼ਿਕੰਜਾ ਕਸਣਾ

clamp[2] *n* ਢੇਰ *vt* ਢੇਰ ਲਾਉਣਾ

clamped /ਕਲੈਮਪਟ/ *a* ਕਸਿਆ, ਜਕੜਿਆ

clan /ਕਲੈਨ/ *n* ਫ਼ਿਰਕਾ, ਕਬੀਲਾ, ਜਿਰਗਾ, ਬਰਾਦਰੀ

clandestine /ਕਲੈਨ'ਡੈੱਸਟਿਨ, 'ਕਲੈਨਡਅਸਟਾਇਨ/ *a* ਚੋਰੀ-ਛੁਪੇ ਕੀਤਾ ਜਾਂ ਹੋਇਆ, ਗੁਪਤ, ਲੁਕਵਾਂ

clandestinely /ਕਲੈਨ'ਡੈੱਸਟਿਨਲਿ/ *adv* ਗੁਪਤ ਰੂਪ ਵਿੱਚ, ਚੋਰੀ-ਛਿੱਪੇ

clang /ਕਲੈਙ/ *n* ਝੁਣਕਾਰ, ਟੁਣਕਾਰ, ਝੁਣਝੁਣਾਹਟ *vi* ਟੁਣਕਾਰਨਾ, ਝੁਣਝੁਣਾਉਣਾ, ਟਣ-ਟਣ ਕਰਨਾ

clangorous /'ਕਲੈਙਗਅਰਅਸ/ *a* ਝੁਣਕਾਰ ਦੇਣ ਵਾਲਾ, ਟੁਣਕਾਰ ਦੇਣ ਵਾਲਾ

clangour /'ਕਲੈਙਗਅ*/ *n* ਲਗਾਤਾਰ ਟੁਣਕਾਰ ਦੀ ਅਵਾਜ਼, ਲਗਾਤਾਰ ਝੁਣਝੁਣਾਹਟ

clank /ਕਲੈਙਕ/ *n* ਖੜ-ਖੜ, ਸੰਗਲਾਂ ਦੇ ਖੜਕਣ ਦੀ ਅਵਾਜ਼ *vi* ਖੜਕਣਾ

clannish /'ਕਲੈਨਿਸ਼/ *a* ਕਬਾਇਲੀ, ਕਬੀਲੇ ਦਾ, ਕਬੀਲਾ ਸੰਬੰਧੀ

clanship /'ਕਲੈਨਸ਼ਿਪ/ *a* ਧੜੇਬੰਦੀ, ਕਬੀਲਾਬੰਦੀ; ਟੱਬਰ ਪ੍ਰਥਾ, ਕਬੀਲਾ ਪ੍ਰਥਾ

clansman /'ਕਲੈਨਜ਼ਮਅਨ/ *n* ਕਬੀਲੇ ਦਾ ਬੰਦਾ

clap /ਕਲੈਪ/ *n* ਤਾਲੀ, ਤਾੜੀ; ਥੱਪੜ *v* ਤਾੜੀਆਂ ਮਾਰਨਾ; ਥਪਥਪਾਉਣਾ **clap eyes on** ਨਜ਼ਰ ਪੈਣਾ, ਦੇਖਣਾ **clap on the back** ਥਾਪੀ ਦੇਣਾ, ਪਿੱਠ ਠੋਕਣਾ, ਸ਼ਾਬਾਸ਼ ਦੇਣਾ **clap net** *n* ਤਿਤਲੀਆਂ, ਮੁਰਗਾਬੀਆਂ ਅਤੇ ਚਿੜੀਆਂ ਫੜਨ ਵਾਲਾ ਜਾਲ; ਤਿਤਲੀ ਜਾਲ, ਚਿੜੀਮਾਰ ਜਾਲ ਜਾਂ ਫੰਦਾ

clapper /'ਕਲੈਪਅ*/ *n* ਘੰਟੀ ਦਾ ਮੁਣਮੁਣਾ

clapperclaw /'ਕਲੈਪਅਕਲੋ/ *vt* ਨੋਚਣਾ, ਨਹੁੰਦਰਨਾ; ਨੁਕਸ ਕੱਢਣਾ, ਬੁਰਾ-ਭਲਾ ਕਹਿਣਾ, ਡਾਂਟਣਾ

claptrap /'ਕਲੈਪਟਰੈਪ/ *n* ਊਟ-ਪਟਾਂਗ ਗੱਲ, ਅਨਾਪ-ਸ਼ਨਾਪ

claque /ਕਲੈਕ/ *n* ਕਿਰਾਏ ਤੇ ਉਸਤਤੀ ਗਾਉਣ ਵਾਲਾ, ਭੰਡ, ਭੱਟ

clarence /'ਕਲੈਰ(ਅ)ਨਸ/ *n* ਲੰਦਨ ਦੀ ਚਾਰ ਪਹੀਆਂ ਵਾਲੀ ਗੱਡੀ

clarendon /'ਕਲੈਰ(ਅ)ਨਡਅਨ/ *a* ਮੋਟਾ *n* ਗੂੜ੍ਹੇ ਰੰਗ ਵਿੱਚ ਛਪਣ ਵਾਲਾ (ਛਾਪਾ, ਟਾਈਪ)

claret /'ਕਲੈਰਅਟ/ *n* ਲਾਲ ਰੰਗ ਦੀ ਵਾਈਨ **tap one's claret** (ਅਪ) ਘਸੁੰਨ ਮਾਰ ਕੇ ਨੱਕ ਵਿੱਚੋਂ ਖ਼ੂਨ ਕੱਢ ਦੇਣਾ

clarification /ˌਕਲੈਰਅਫ਼ਿ'ਕੇਇਸ਼ਨ/ *n* ਸਪਸ਼ਟੀਕਰਨ, ਸਫ਼ਾਈ

clarifier /'ਕਲੈਰਿਫ਼ਾਇਅ*/ *n* ਸਫ਼ਾਈ ਦੇਣ ਵਾਲਾ

clarify /'ਕਲੈਰਅਫ਼ਾਇ/ *v* ਸਪਸ਼ਟ ਕਰਨਾ, ਖੋਲ੍ਹ ਕੇ ਦੱਸਣਾ; ਸਾਫ਼ ਕਰਨਾ, ਸਾਫ਼ ਹੋਣਾ, ਸੁਲਝਣਾ

clarinet /ˌਕਲੈਰਅ'ਨੈੱਟ/ *n* ਸ਼ਹਿਨਾਈ, ਅਲਗੋਜ਼ਾ; ਆਰਗਨ ਵਾਜੇ ਦੀ ਖੂੰਟੀ

clarion /'ਕਲੈਰਿਅਨ/ *n* ਰਣਸਿੰਗਾ; ਬਿਗਲ, ਉਭਾਰਨ ਅਤੇ ਜੋਸ਼ ਦਿਵਾਉਣ ਵਾਲਾ ਨਾਹਰਾ *a* ਸਪਸ਼ਟ ਅਤੇ ਉੱਚਾ

clarity /'ਕਲੈਰਅਟਿ/ *n* ਸਪਸ਼ਟਤਾ, ਸਫ਼ਾਈ, ਸ਼ੁੱਧਤਾ, ਸੁਅੱਛਤਾ, ਨਿਰਮਲਤਾ

clash /ਕਲੈਸ਼/ *n* ਟੱਕਰ, ਟਕਰਾਅ; ਲੜਾਈ, ਝੜਪ, ਮੁੱਠ-ਭੇੜ, ਮਤਭੇਦ *v* ਟਕਰਾਉਣਾ, ਲੜਨਾ, ਮਤ-ਭੇਦ ਹੋਣਾ

clashing /ਕਲੈਸ਼ਿਙ/ *n* ਭੇੜ, ਭਿੜਾਈ; ਝਗੜਾ, ਠੋਕਰ; ਵਿਰੋਧ, ਭੇਦ, ਵਿਚਾਰਾਂ ਦਾ ਮੱਤ-ਭੇਦ ਜਾਂ ਭਿੰਨਤਾ

clasp /ਕਲਾਸਪ/ *n* ਕੁੰਡਾ ਜਾਂ ਕੁੰਡੀ; ਬਕਸੂਆ; ਪਕੜ, ਜੱਫੀ, ਗਲਵਕੜੀ *v* ਬੰਦ ਕਰਨਾ, ਬੰਨ੍ਹਣਾ; ਬਕਸੂਆ ਲਾਉਣਾ; ਜੱਫੀ ਜਾਂ ਗਲਵੱਕੜੀ ਪਾਉਣਾ, ਚੰਬੜਨਾ, ਗਲ ਲਾਉਣਾ

class /ਕਲਾਸ/ *n* ਵਰਗ, ਸ਼੍ਰੇਣੀ, ਜਮਾਤ, ਦਰਜਾ *vt* ਵਰਗੀਕਰਨ ਕਰਨਾ, ਸ਼੍ਰੇਣੀਬੱਧ ਕਰਨਾ, ਜਮਾਤੀ

ਵੰਡ ਕਰਨਾ, ਦਰਜੇਵਾਰ ਕਰਨਾ **no class** (ਬੋਲ) ਘਟੀਆ, ਤੁੱਛ **take a class** ਪਹਿਲੀ ਸ਼੍ਰੇਣੀ ਪ੍ਰਾਪਤ ਕਰਨਾ, ਪ੍ਰਤਿਸ਼ਠਾ ਪ੍ਰਾਪਤ ਕਰਨਾ

classable /'**ਕਲਾਸਅਬਲ**/ *a* ਵਰਗਬੱਧ ਕਰਨ ਯੋਗ, ਸ਼੍ਰੇਣੀਬੱਧ ਕਰਨ ਯੋਗ

class book *n* ਪਾਠ ਪੁਸਤਕ

class consciousness *n* ਵਰਗ ਚੇਤਨਾ, ਸ਼੍ਰੇਣੀ ਚੇਤਨਾ

class-fellow *n* ਜਮਾਤੀ, ਹਮਜਮਾਤੀ, ਸਹਿਪਾਠੀ

classic /'**ਕਲੈਸਿਕ**/ *a* ਉੱਤਮ, ਉੱਚ ਕੋਟੀ ਦਾ, ਸ੍ਰੇਸ਼ਠ; ਪ੍ਰਮਾਣਿਕ, ਟਕਸਾਲੀ *n* ਯੂਨਾਨੀ ਜਾਂ ਲਾਤੀਨੀ ਦਾ ਪ੍ਰਾਚੀਨ ਸਾਹਿਤ; ਕਿਸੇ ਦੇਸ਼ ਦਾ ਪੁਰਾਤਨ ਸਾਹਿਤ

classical /'**ਕਲੈਸਿਕਲ**/ *a* ਪੁਰਾਤਨ, ਪੁਰਾਤਨ ਸਾਹਿਤ ਦਾ; ਯੂਨਾਨੀ ਜਾਂ ਲਾਤੀਨੀ ਕਿਰਤਾਂ ਦਾ; ਕਲਾਸਕੀ, ਸ਼ਾਸਤਰੀ, ਟਕਸਾਲੀ, ਪ੍ਰਮਾਣਿਕ; ਸ੍ਰੇਸ਼ਠ, ਉੱਤਮ, ਉੱਚ ਕੋਟੀ ਦੇ ਗ੍ਰੰਥ ਦਾ

classicism /'**ਕਲੈਸਿਸਿਜ਼ਅਮ**/ *n* (ਕਲਾ ਅਤੇ ਸਾਹਿਤ ਦੀ) ਕਲਾਸਕੀ ਸ਼ੈਲੀ, ਸਨਾਤਨੀ ਸ਼ੈਲੀ; ਸਾਧਾਰਨ ਸ਼ੈਲੀ

classifiable /'**ਕਲੈਸਿਫ਼ਾਇਅਬਲ**/ *a* ਵਰਗੀਕਰਨ ਕਰਨ ਯੋਗ, ਸ਼੍ਰੇਣੀਬੱਧ ਕਰਨ ਯੋਗ

classification /ˌ**ਕਲੈਸਿਫ਼ਿ'ਕੇਇਸ਼ਨ**/ *n* ਵਰਗੀਕਰਨ, ਸ਼੍ਰੇਣੀਕਰਨ

classified /'**ਕਲੈਸਿਫ਼ਾਇਡ**/ *a* ਵਰਗੀਕ੍ਰਿਤ; ਗੁਪਤ

classifier /'**ਕਲੈਸਿਫ਼ਾਇਅ***/ *n* ਸ਼੍ਰੇਣੀ ਜਾਂ ਵਰਗ ਵਿੱਚ ਰੱਖਣ ਵਾਲਾ, ਕ੍ਰਮਬੱਧ ਕਰਨ ਵਾਲਾ

classify /'**ਕਲੈਸਿਫ਼ਾਇ**/ *vt* ਵਰਗੀਕਰਨ ਕਰਨਾ, ਸ਼੍ਰੇਣੀਬੱਧ ਕਰਨਾ, ਦਰਜਾਬੰਦੀ ਕਰਨਾ; ਤਰਤੀਬ ਦੇਣਾ

class-list *n* ਸਫਲ ਪ੍ਰੀਖਿਆਰਥੀਆਂ ਦੀ ਸੂਚੀ

classmate /'**ਕਲਾਸਮੇਇਟ**/ *a* ਜਮਾਤੀ, ਹਮਜਮਾਤੀ, ਸਹਿਪਾਠੀ

classroom /'**ਕਲਾਸਰੂਮ**, -**ਰੁਮ**/ *n* ਅਧਿਐਨ ਕਮਰਾ, ਕਲਾਸ ਰੂਮ

classy /'**ਕਲਾਸਿ**/ *a* ਉੱਤਮ ਕਿਸਮ ਦਾ, ਸ਼ਰੇਸ਼ਟ; ਕੀਮਤੀ, ਫ਼ੈਸ਼ਨਪ੍ਰਸਤ

clatter /'**ਕਲੈਟਅ***/ *v* ਖੜਕਣਾ, ਖੜਕਾਉਣਾ, ਰੌਲਾ ਪੈਣਾ; ਬਕ-ਬਕ ਕਰਨਾ; ਖੜ-ਖੜ ਕਰਨਾ *n* ਖੜਕਾਟ, ਰੌਲਾ; ਬਕਵਾਸ, ਬਕਬਕ

clause /**ਕਲੋਜ਼**/ *n* ਉਪਵਾਕ, ਛੋਟਾ ਵਾਕ; ਦਫ਼ਾ, ਸ਼ਰਤ

clausena /'**ਕਲੋਸਿਨਅ**/ *n* ਸੂਰਜਮੁਖੀ

claustral /'**ਕਲੋਸਟਰ(ਅ)ਲ**/ *a* ਮੱਠ ਸੰਬੰਧੀ; ਸੰਕੀਰਨ

claustration /**ਕਲੋਸ'ਟਰੇਇਸ਼ਨ**/ *n* ਇਕਾਂਤਵਾਸ

claustrophobia /ˌ**ਕਲੋਸਟਰਅ'ਫ਼ਅਉਬਿਅ**/ *a* ਬੰਦ ਥਾਂ ਤੋਂ ਡਰਨ ਦਾ ਮਨੋਰੋਗ

clavicle /'**ਕਲੈਵ਼ਿਕਲ**/ *n* (ਜੀਵ) ਹਸਲੀ

claw /**ਕਲੋ**/ *n* ਪੰਜਾ, ਪੌਂਚਾ; ਨਹੁੰ, ਨਹੁੰਦਰ; ਜਮੂਰ, ਸੰਨ੍ਹੀ *v* ਪੰਜਾ ਮਾਰਨਾ; ਨਹੁੰ ਜਾਂ ਨਹੁੰਦਰ ਮਾਰਨਾ; ਜਮੂਰ ਜਾਂ ਸੰਨ੍ਹੀ ਨਾਲ ਘੁੱਟ ਕੇ ਫੜਨਾ

clay /**ਕਲੇਇ**/ *n* ਪਾਂਡੂ, ਚੀਕਣੀ ਮਿੱਟੀ **cold as clay** ਮਰਿਆ, ਨਿਰਜੀਵ, ਮਿਰਤਕ

clayey /**ਕਲੇਇਇ**/ *a* ਮਿੱਟੀ ਦਾ, ਮਿੱਟੀ ਵਾਲਾ

clayish /'**ਕਲੇਇਇਸ਼**/ *a* ਮਿੱਟੀ ਵਰਗਾ

claymore /'**ਕਲੇਇਮੋ***/ *n* ਦੋ ਧਾਰੀ ਤਲਵਾਰ, ਖੰਡਾ; ਦੋ ਦਸਤਿਆਂ ਵਾਲੀ ਤਲਵਾਰ, ਸੋਲ੍ਹਵੀਂ ਸਦੀ ਦੀ ਤਲਵਾਰ

clay pipe *n* ਮਿੱਟੀ ਦਾ ਹੁੱਕਾ ਜਾਂ ਪਾਈਪ

clean /**ਕਲੀਨ**/ *a* ਸਾਫ਼, ਸੁਥਰਾ, ਸੁਅੱਛ, ਉਜੱਲ, ਨਿਰਮਲ, ਬੇਦਾਗ਼ *adv* ਨਿਰੋਲ ਸਫ਼ਾਈ ਨਾਲ *v* ਸਾਫ਼ ਕਰਨਾ, ਮਾਂਜਣਾ, ਉਜੱਲਾ ਕਰਨਾ; ਝਾੜਨਾ *n* ਸਫ਼ਾਈ, ਝਾੜ-ਪੂੰਝ

cleanable /'**ਕਲੀਨਅਬਲ**/ *a* ਸਾਫ਼ ਕਰਨ ਯੋਗ, ਸਾਫ਼ ਹੋਣ ਯੋਗ

clean and jerk *n* ਬਾਲੇ ਕੱਢਣ ਦੀ ਕਿਰਿਆ, ਭਾਰ ਚੁੱਕਣ ਦਾ ਭਾਵ

clean bill *v* ਹਿਸਾਬ ਚੁਕਤਾ ਕਰਨਾ

clean-cut /ˌ**ਕਲੀਨ'ਕਅੱਟ**/ *a* ਸੁਨੱਖਾ, ਸੋਹਣੀ ਡੀਲ-ਡੌਲ ਵਾਲਾ, ਸੁੰਦਰ; ਨਿਸ਼ਚਿਤ, ਪੱਕਾ

cleaner /'**ਕਲੀਨਅ***/ *n* ਸਾਫ਼ ਕਰਨ ਵਾਲਾ (ਵਿਅਕਤੀ) ਝਾੜੂ ਦੇਣ ਵਾਲਾ (ਵਿਅਕਤੀ) ਕੱਪੜੇ ਡ੍ਰਾਈਕਲੀਨ ਕਰਨ ਵਾਲਾ (ਵਿਅਕਤੀ)

clean-fingered *a* ਹੱਥ ਦਾ ਸੁੱਚਾ, ਇਮਾਨਦਾਰ

cleaning /'**ਕਲੀਨਿਙ**/ *n* ਸਫ਼ਾਈ

cleanliness /'**ਕਲੈਂਨੱਲਿਨਅਸ**/ *n* ਸਫ਼ਾਈ; ਸਫ਼ਾਈਪਸੰਦੀ

cleanly /'**ਕਲੀਨਲਿ**/ *adv* ਸਫ਼ਾਈ ਨਾਲ; ਸੁਥਰੇ ਢੰਗ ਨਾਲ *a* ਸਾਫ਼, ਸਵੱਛ; ਉਜੱਲ

cleanness /'**ਕਲੀਨਨਅਸ**/ *n* ਨਿਰਮਲਤਾ, ਸੁਅੱਛਤਾ

cleansable /**ਕਲੈਂਨੱਜ਼ਅਬਲ**/ *a* ਸਾਫ਼ ਕਰਨ ਯੋਗ, ਸ਼ੁੱਧ ਕਰਨ ਯੋਗ

cleanse /**ਕਲੈਂਨੱਜ਼**/ *vt* ਸਾਫ਼ ਕਰਨਾ, ਸ਼ੁੱਧ ਕਰਨਾ; ਝਾੜਨਾ, ਪੂੰਝਣਾ, ਮਾਂਜਣਾ, ਧੋਣਾ, ਪਵਿੱਤਰ ਕਰਨਾ

clean-shaven /ˌ**ਕਲੀਨ 'ਸ਼ੇਇਵ(ਅ)ਨ**/ *a* ਮੋਨਾ, ਜਿਸਨੇ ਦਾੜ੍ਹੀ-ਮੁੱਛਾਂ ਮੁੰਨੀਆਂ ਹੋਣ

clean sweep *n* ਸਫ਼ਾਇਆ ਚੋਣਾਂ ਆਦਿ ਵਿੱਚ ਵਿਰੋਧੀ ਧਿਰ ਦਾ

clean tongue *a* ਸ਼ੁਭ ਬਚਨ ਬੋਲਣ ਵਾਲਾ

clear[1] /**ਕਲਿਅ***/ *v* ਨਿੱਖਰਨਾ, ਸਾਫ਼ ਹੋਣਾ, ਨਿਰਮਲ ਹੋਣਾ; ਨਿਰਦੋਸ਼ ਸਿੱਧ ਹੋਣਾ; ਸਾਫ਼ ਕਰਨਾ, ਭੁਲੇਖਾ ਦੂਰ ਕਰਨਾ; ਨਿਰਅਪਰਾਧ ਠਹਿਰਾਉਣਾ, ਰਿਹਾਅ ਕਰਨਾ; ਛੁਟਕਾਰਾ ਕਰਾਉਣਾ *a* ਸਾਫ਼, ਨਿਰਮਲ, ਬੇਦਾਗ਼, ਉਜੱਲ; ਸਪਸ਼ਟ, ਵਿਅਕਤ, ਪ੍ਰਗਟ; ਖੁੱਲ੍ਹਾ; ਨਿਸ਼ਚਿਤ; ਕੁੱਲ, ਸਾਰਾ, ਪੂਰਨ, ਪੂਰਾ; ਮੁਕਤ, ਬਰੀ, ਬੇਬਾਕ, ਰਿਣਮੁਕਤ **clear away** ਲਾਂਭੇ ਕਰਨਾ, ਹਟਾਉਣਾ; ਅੱਖਾਂ ਤੋਂ ਦੂਰ ਹੋ ਜਾਣਾ **clear off** ਛੁਟਕਾਰਾ ਪਾਉਣਾ, ਖ਼ਲਾਸੀ ਪਾਉਣਾ **clear one's throat** ਖੰਘੂਰਾ ਮਾਰ ਕੇ ਗਲਾ ਸਾਫ਼ ਕਰਨਾ **clear up** ਹੱਲ ਕਰਨਾ, ਨਿੱਤਰ ਆਉਣਾ

clearance /'**ਕਲਿਅਰਅਨਸ**/ *n* ਸਪਸ਼ਟਤਾ, ਸਫ਼ਾਈ; ਭੁਗਤਾਨ; ਭੁਗਤਾਨ-ਪੱਤਰ; ਦੋ ਭਾਗਾਂ ਵਿਚਲਾ ਅੰਤਰ; ਖੁੱਲ੍ਹੀ ਥਾਂ; ਜਹਾਜ਼ ਆਦਿ ਮਾਲ ਵਾਹਕ ਖ਼ਾਲੀ ਹੋਣ ਦਾ ਪ੍ਰਮਾਣ ਪੱਤਰ; ਜਹਾਜ਼ ਆਦਿ ਮਾਲ ਵਾਹਕ ਦੀ ਰਾਹਦਾਰੀ ਦਾ ਪ੍ਰਵਾਨਾ; ਮਾਲ ਦਾ ਨਿਕਾਸ, ਡਾਕ ਦਾ ਨਿਕਾਸ

clear conscience *n* ਸਾਫ਼ ਜ਼ਮੀਰ

clear-cut /ˌ**ਕਲਿਅ'ਕਅੱਟ**/ *a* ਦੋ ਟੁੱਕ, ਸਾਫ, ਸਪਸ਼ਟ, ਨਿੱਖੜਵਾਂ

clearing /'**ਕਲਿਅਰਿਙ**/ *n* ਜੰਗਲ ਵਿੱਚ ਖੁੱਲੀ ਥਾਂ; ਨਿਕਾਸੀ

clearing house *n* (ਬੈਂਕਾਂ ਦਾ ਆਪਸੀ ਲੈਣ-ਦੇਣ ਦਾ) ਭੁਗਤਾਨ ਕੇਂਦਰ; ਸੂਚਨਾ ਦਾ ਆਦਾਨ-ਪ੍ਰਦਾਨ ਕਰਨ ਵਾਲੀ ਸੰਸਥਾ

clearly /'**ਕਲਿਅਲਿ**/ *adv* ਸਪਸ਼ਟ ਰੂਪ ਵਿੱਚ, ਸਾਫ਼-ਸਾਫ਼; ਸੱਚ-ਮੁੱਚ, ਨਿਰਸੰਦੇਹ, ਬਿਲਕੁਲ; (ਉੱਤਰ ਵਿੱਚ) ਬਿਨਾਂ ਸ਼ੱਕ

clearness /'**ਕਲਿਅਨਅਸ**/ *n* ਸਫ਼ਾਈ, ਨਿਰਮਲਤਾ, ਸੁਅੱਛਤਾ, ਸਪਸ਼ਟਤਾ; ਨਿਰਵਿਘਨਤਾ

clear-sighted /ˌ**ਕਲਿਅ'ਸਾਇਟਿਡ**/ *a* ਨਿਰਮਲ ਦਰਸ਼ੀ; ਤੀਬਰ ਦ੍ਰਿਸ਼ਟੀ ਵਾਲਾ, ਤੀਖਣਬੁੱਧ

cleat /**ਕਲੀਟ**/ *n* ਲੱਕੜ ਆਦਿ ਦੀ ਪੱਚਰ ਜਾਂ ਫ਼ਾਨਾ

cleavability /ˌ**ਕਲੀਵ੍ਅ'ਬਿਲਅਟਿ**/ *n* ਪਾਟਣਯੋਗਤਾ

cleavable /'**ਕਲੀਵ੍ਅਬਲ**/ *a* ਚੀਰਨਯੋਗ, ਪਾੜਨਯੋਗ, ਟੁੱਟਣਹਾਰ

cleavage /'**ਕਲੀਵ੍ਜਿ**/ *n* ਚੀਰ, ਦਰਜ, ਵਿੱਥ, ਪਾੜ੍ਹਾ

cleave /**ਕਲੀਵ੍**/ *v* ਚੀਰਨਾ, ਪਾੜਨਾ, ਦੋ ਹਿੱਸੇ ਕਰਨਾ, ਟੁੱਟਣਾ; ਵਫ਼ਾਦਾਰ ਰਹਿਣਾ, ਡਟੇ ਰਹਿਣਾ, ਜੰਮੇ ਰਹਿਣਾ

cleaver /'**ਕਲੀਵ੍ਅ***/ *n* ਪਾੜਨ ਵਾਲਾ, ਕੱਟਣ ਵਾਲਾ

cleft /**ਕਲੈਫ਼ਟ**/ *n* ਦਰਾੜ, ਤੇੜ, ਦਰਜ, ਚੀਰ *a* ਫਟਿਆ, ਤਿੜਕਿਆ, ਖੰਡਿਤ

cleft lip *n* ਖੰਡਿਤ ਬੁੱਲ੍ਹ, ਫਟਿਆ ਹੋਂਠ

cleft sentence *n* ਖੰਡਿਤ ਵਾਕ, *it* ਜਾਂ *that* ਨਾਲ ਸ਼ੁਰੂ ਹੋਣ ਵਾਲਾ ਵਾਕ

clematis /'**ਕਲੈਮੱਅਟਿਸ, ਕਲਅ'ਮੇਇਟਿਸ**/ *n* ਇੱਕ ਪ੍ਰਕਾਰ ਦੀ ਵੇਲ

clemency /'**ਕਲੈਮੱਅਨਸਿ**/ *n* ਨਰਮ-ਦਿਲੀ, ਉਦਾਰਤਾ, ਦਇਆ, ਰਹਿਮ, ਤਰਸ; ਰਾਜ-ਖਿਮਾ; (ਮੌਸਮ ਦੀ) ਨਰਮਾਈ

clement /'**ਕਲੈਮੱਅਨਟ**/ *a* ਨਰਮ ਦਿਲ, ਕਿਰਪਾਲੂ, ਉਦਾਰਚਿਤ, ਦਇਆਮਈ; (ਮੌਸਮ) ਨਰਮ, ਸੁਖਾਵਾਂ

clench /**ਕਲੈਂਚ**/ *v* (ਮੁੱਕਾ) ਵੱਟਣਾ; (ਦੰਦ) ਭੀਚਣਾ

clepsydra /'**ਕਲੈਪੱਸਿਡਰਅ**/ *n* ਜਲ-ਘੜੀ

clergy /'**ਕਲਅ:ਜਿ**/ *n* ਪਾਦਰੀ ਵਰਗ, ਪਰੋਹਤ ਵਰਗ; ਪਾਦਰੀ ਜਾਂ ਪਰੋਹਤ ਦਾ ਅਧਿਕਾਰ

clergyman /'**ਕਲਅ:ਜਿਮਅਨ**/ *n* ਪਾਦਰੀ

cleric /'**ਕਲੈੱਰਿਕ**/ *n* ਪਾਦਰੀ, ਪਰੋਹਤ; *a* ਪਾਦਰੀਆਂ ਦਾ, ਪਾਦਰੀ ਵਰਗ ਸੰਬੰਧੀ

clerical /'**ਕਲੈੱਰਿਕਲ**/ *n* ਪਾਰਲੀਮੈਂਟ ਆਦਿ ਵਿੱਚ ਪਾਦਰੀ ਵਰਗ ਦਾ ਮੈਂਬਰ *a* ਕਲਰਕ ਸੰਬੰਧੀ; ਪਾਦਰੀ ਦਾ, ਪਾਦਰੀ ਵਰਗ ਦਾ

clericalism /'**ਕਲੈੱਰਿਕਲਿਜ਼ਅਮ**/ *n* ਪਾਦਰੀ ਦਾ ਧਰਮ ਜਾਂ ਪੇਸ਼ਾ, ਪਾਦਰੀਪਣ, ਕਲੀਸਾਈ ਮੱਤ

clericalist /'**ਕਲੈੱਰਿਕਲਿਸਟ**/ *n* ਗਿਰਜਾ ਧਰਮ ਦਾ ਸਮਰਥਕ ਜਾਂ ਹਾਮੀ, ਕਲੀਸਾਈ ਮੱਤ ਨੂੰ ਮੰਨਣ ਵਾਲਾ ਪ੍ਰਾਣੀ

clericalize /'**ਕਲੈੱਰਿਕਲਾਇਜ਼**/ *vt* ਪਾਦਰੀ ਬਣਾਉਣਾ

clerisy /'**ਕਲੈੱਰਿਅਸਿ**/ *n* ਵਿਦਵਾਨ ਵਰਗ, ਬੁੱਧੀਜੀਵੀ ਵਰਗ, ਲੇਖਕ ਵਰਗ

clerk /**ਕਲਾਕ**/ *n* ਕਲਰਕ, ਮੁਨਸ਼ੀ, ਬਾਬੂ; ਲੇਖਕ; ਪਾਦਰੀ

Clerk of the Weather *n* ਮੌਸਮ ਵਿਗਿਆਨੀ

clerkdom /'**ਕਲਾਕਡਅਮ**/ *n* ਕਲਰਕੀ

cleromancy /**ਕਲੈੱ'ਰੌਮਅਨਸਿ**/ *n* ਪਰਚੀ ਪਾ ਕੇ ਭਵਿੱਖ ਸੰਬੰਧੀ ਜਾਣਨ ਦਾ ਅਮਲ

cleve /**ਕਲੀਵ਼**/ *n* ਪਹਾੜੀ, ਚਟਾਨ, ਘਾਟੀ

clever /'**ਕਲੈਵ਼ੱਅ***/ *a* ਚਤਰ, ਚੁਸਤ, ਹੁਸ਼ਿਆਰ, ਸਚੇਤ, ਸਿਆਣਾ

cleverness /'**ਕਲੈਵ਼ੱਅ:ਨਅਸ**/ *n* ਚਤਰਾਈ, ਚੁਸਤੀ, ਹੁਸ਼ਿਆਰੀ, ਚਲਾਕੀ, ਪ੍ਰਵੀਣਤਾ, ਸਾਵਧਾਨੀ

clew /**ਕਲੂ**/ *n* ਧਾਗੇ ਦਾ ਗੋਲਾ

cliche /'**ਕਲੀਸ਼ੇਇ**/ *n* ਘਸੇ–ਪਿਟੇ ਸ਼ਬਦ

click /**ਕਲਿਕ**/ *n* ਕੜਿੱਕ, ਤਾਲੇ ਜਾਂ ਬੰਦੂਕ ਦੇ ਘੋੜੇ ਦੀ ਅਵਾਜ਼ *v* ਕੜਿਕ ਹੋਣਾ ਜਾਂ ਕਰਨਾ

client /'**ਕਲਾਇਅਨਟ**/ *n* ਗਾਹਕ, ਅਸਾਮੀ; ਸਾਇਲ, ਮੁਵੱਕਿਲ; ਪੇਸ਼ੇਵਰ ਵਿਅਕਤੀ ਜਾਂ ਸੰਸਥਾ ਦੀਆਂ ਸੇਵਾਵਾਂ ਦਾ ਵਰਤੋਂਕਾਰ, ਸਾਇਲ, ਗਾਹਕ, (ਕੰਪਿ) ਕੰਪਿਊਟਰੀ ਤਾਣੇ-ਬਾਣੇ ਵਿੱਚ ਵੱਖ-ਵੱਖ ਵਰਤੋਂਕਾਰਾਂ ਲਈ ਇੱਕ ਕੰਪਿਊਟਰ ਜਾਂ ਸਥਾਨ

clientele /,**ਕਲੀਅਨ'ਟੈੱਲ**/ *n* (ਸਮੂਹਿਕ ਰੂਪ ਵਿੱਚ) ਗਾਹਕ; ਸਾਇਲ

client-server *a* ਆਪਸ ਵਿੱਚ ਜੁੜੇ ਕਈ ਕੰਪਿਊਟਰਾਂ ਨੂੰ ਅੰਕੜੇ ਹਾਸਲ ਕਰਾਉਣ ਵਾਲਾ ਕੇਂਦਰੀ ਪ੍ਰਦਾਨਕਾਰ

client state *n* ਦੂਜੇ ਦੇਸ਼ਾਂ ਦੀ ਮਦਦ ਤੇ ਨਿਰਭਰ ਰਾਜ, ਦੂਜੇ ਦੇਸ਼ਾਂ ਦਾ ਤਾਬੇਦਾਰ ਰਾਜ

cliff /**ਕਲਿਫ਼**/ *n* ਟਿੱਲਾ, ਢਿੱਗ; ਢੰਦੀ, ਉੱਚੀ ਤੇ ਸਿੱਧੀ ਖੜ੍ਹੀ ਚਟਾਨ

cliffhanger /'**ਕਲਿਫ਼ਹੈਙਅ***/ *n* (ਕਹਾਣੀ, ਫ਼ਿਲਮ ਆਦਿ ਵਿੱਚ) ਉਤਸੁਕਤਾ-ਭਰਪੂਰ ਮਖਿਤੀ

cliffy /'**ਕਲਿਫ਼ਿ**/ *a* ਚਟਾਨਾਂ ਨਾਲ ਭਰਿਆ, ਚਟਾਨੀ

climate /'**ਕਲਾਇਮਅਟ**/ *n* ਜਲਵਾਯੂ, ਪੌਣਪਾਣੀ, ਆਬੋ-ਹਵਾ; ਵਾਤਾਵਰਨ, ਮਾਹੌਲ

climatic /**ਕਲਾਇ'ਮੈਟਿਕ**/ *a* ਜਲਵਾਯੂ ਸੰਬੰਧੀ

climatize /'**ਕਲਾਇਮਅਟਾਇਜ਼**/ *v* ਨਵੇਂ ਜਲਵਾਯੂ ਦੇ ਅਨੁਕੂਲ ਬਣਾਉਣਾ ਜਾਂ ਹੋਣਾ

climatology /ˌ**ਕਲਾਇਮਅ'ਟੌਲਅਜਿ**/ *n* ਜਲਵਾਯੂ ਵਿਗਿਆਨ

climature /'**ਕਲਾਇਮਅਚਅ***/ *n* ਜਲਵਾਯੂ, ਪੌਣ-ਪਾਣੀ

climax /'**ਕਲਾਇਮੈਕਸ**/ *n* ਟੀਸੀ, ਚੋਟੀ; (ਕਿਸੇ ਘਟਨਾ ਦਾ) ਸਿਖਰਲਾ ਬਿੰਦੂ, ਸਿਖਰ

climb /**ਕਲਾਇਮ**/ *n* ਚੜ੍ਹਾਈ ਉਤਕਰਸ਼ *v* ਚੜ੍ਹਨਾ; ਉੱਨਤੀ ਕਰਨਾ, ਮਰਤਬਾ ਪਾਉਣਾ

climber /'**ਕਲਾਇਮਅ***/ *n* (ਪਹਾੜ ਉੱਤੇ) ਚੜ੍ਹਨ ਵਾਲਾ ਵਿਅਕਤੀ, ਉੱਨਤੀ ਕਰ ਰਿਹਾ ਮਨੁੱਖ

clime /**ਕਲਾਇਮ**/ *n* (ਵਿਸ਼ੇਸ਼ ਪੌਣ-ਪਾਣੀ ਵਾਲਾ) ਦੇਸ਼; ਇਲਾਕਾ, ਖੇਤਰ

clinch /**ਕਲਿਨਚ**/ *vt* ਇੱਕਜੁਟ ਨਿਰਨਾ ਕਰਨਾ (ਸੌਦਾ ਜਾਂ ਬਹਿਸ) ਕਤਈ ਤੌਰ 'ਤੇ ਨਿਬੇੜਨਾ, ਪੱਕਾ ਕਰਨਾ

clincher /'**ਕਲਿਨਚਅ***/ *n* ਨਿਪਟਾਊ ਤੱਥ ਜਾਂ ਦਲੀਲ, ਮੁੱਕਦੀ ਗੱਲ

cline /**ਕਲਾਇਨ**/ *n* (ਚੀਜ਼ਾਂ, ਘਟਨਾਵਾਂ ਜਾਂ ਅਨੁਭਵਾਂ ਦੀ) ਲੜੀ, ਸਿਲਸਿਲਾ ਲਗਾਤਾਰਤਾ

cling /**ਕਲਿਙ**/ *vi* ਚੰਬੜਨਾ, ਲਿਪਟਣਾ; ਲੱਗੇ ਰਹਿਣਾ, ਚਿਪਕਣਾ; ਨਾਲ ਜੁੜੇ ਰਹਿਣਾ; ਵਫ਼ਾਦਾਰ ਰਹਿਣਾ

clingfilm /'**ਕਲਿਙਫ਼ਿਲਮ**/ *n* ਰੋਟੀਆਂ ਲਪੇਟਣ ਵਾਲ ਕਾਗਜ਼, ਨਾਲ ਚਿਪਕ ਜਾਣ ਵਾਲਾ ਪਲਾਸਟਿਕ ਦਾ ਕਾਗਜ਼

clinging garments *n pl* ਚੁਸਤ ਪਹਿਰਾਵਾ, ਕੱਸਵਾਂ ਪਹਿਰਾਵਾ

clingy /'**ਕਲਿਙਿ**/ *a* ਚਿਪਕਣ ਵਾਲਾ, ਚੰਬੜਨ ਵਾਲਾ

clinic /'**ਕਲਿਨਿਕ**/ *n* ਕਲਿਨਿਕ, ਚਕਿਤਸ਼ਾਲਾ

clinical /'**ਕਲਿਨਿਕਲ**/ *a* ਕਲਿਨਿਕ ਸੰਬੰਧੀ, ਇਲਾਜ ਸੰਬੰਧੀ

clink¹ /**ਕਲਿਙਕ**/ *n* ਟੁਣਕ, ਛੁਣਕ, ਟੁਣਕਾਰ, ਝੁਣਕਾਰ *v* ਟੁਣਕਾਰਨਾ, ਟੁਣਕਣਾ, ਛਣਕਣਾ

clink² *n* (ਅਪ) ਕੈਦ, ਜੇਲ੍ਹ

clinker /**ਕਲਿਙਕਅ***/ *n* ਖਿੰਘਰ, ਮਨੂਰ

clinometer /**ਕਲਿ'ਨੌਮਿਟਅ***/ *n* ਢਲਾਨ ਮਾਪਕ ਯੰਤਰ

clinquant /'**ਕਲਿਙਕਅਨਟ**/ *n* ਨਕਲੀ ਸੋਨਾ; ਤੜਕ-ਭੜਕ *a* ਚਮਕਦਾਰ

clint /**ਕਲਿਨਟ**/ *n* ਚਟਾਨ

clip¹ /**ਕਲਿਪ**/ *n* ਕਲਿੱਪ; ਚੂੰਢੀ, ਚੁਟਕੀ; ਜ਼ਬਰਦਸਤ ਪਕੜ *vt* ਫੜਨਾ, ਕੱਸ ਕੇ ਫੜਨਾ

clip² *v* ਕਤਰਨਾ, ਕੱਟਣਾ; ਮੁੰਨਣਾ, ਵਾਲ ਕੱਟਣਾ *n* ਕਤਰਨ, ਕਾਤਰ

clip art *n* ਕਿਸੇ ਡਿਸਕ ਉੱਤੇ ਤਸਵੀਰਾਂ, ਨਕਸ਼ਿਆਂ ਆਦਿ ਦਾ ਭੰਡਾਰ ਕੀਤਾ ਜਿਸ ਦੀ ਦਸਤਾਵੇਜ਼ ਲਈ ਵਰਤੋਂ ਕੀਤੀ ਜਾ ਸਕਦੀ ਹੈ

clipboard /'**ਕਲਿਪਬੋਡ**/ *n* ਚੂੰਢੀ-ਤਖਤੀ; ਲਿਖਣ ਲਈ ਵਰਤਿਆ ਜਾਣ ਵਾਲਾ ਚੂੰਢੀ ਵਾਲਾ ਫੱਟਾ; (ਕੰਪਿ) ਕਿਸੇ ਪ੍ਰੋਗਰਾਮ ਦਾ ਇੱਕ ਖੇਤਰ ਜਿੱਥੇ ਚਿੱਤਰਾਂ ਜਾਂ ਪਾਠ ਆਦਿ ਦਾ ਅਸਥਾਈ ਤੌਰ 'ਤੇ ਭੰਡਾਰਨ ਕੀਤਾ ਜਾ ਸਕਦਾ ਹੈ ਅਤੇ ਵਾਰ-ਵਾਰ ਵਰਤੋਂ ਕੀਤੀ ਜਾ ਸਕਦੀ ਹੈ

clipper /'**ਕਲਿਪਅ***/ *n* ਕੈਂਚੀ, ਕਾਤ

clipping /'**ਕਲਿਪਿਙ**/ *n* ਕਟਾਈ, ਕੁਤਰਨ; ਕਾਤਰ

clique /**ਕਲੀਕ**/ *n* ਢਾਣੀ, ਜੁੰਡਲੀ, ਗੁਟ

cloak /**ਕਲਅਉਕ**/ *n* ਚੋਗਾ, ਅੰਗਰਖਾ, ਲਬਾਦਾ; ਪਰਦਾ, ਆੜ, ਓਟ; ਬਹਾਨਾ *v* ਚੋਗਾ ਪਾਉਣਾ, ਪਰਦਾ ਕਰਨਾ, ਢਕਣਾ

cloak-and-dagger /ˌ**ਕਲਅਉਕ(ਅ)ਨ 'ਡੈਗਅ***/ *a* ਜਸੂਸੀ ਅਤੇ ਮਾਰਾਮਾਰੀ ਵਾਲੀ (ਫ਼ਿਲਮ ਆਦਿ)

cloaking /**ਕਲਅਉਕਿਙ**/ *n* ਚੋਗੇ ਦਾ ਕੱਪੜਾ

cloakroom /'**ਕਲਅਉਕਰੂਮ**/ *n* (ਥੋੜ੍ਹੇ ਸਮੇਂ ਲਈ) ਸਮਾਨ ਰੱਖਣ ਵਾਲਾ ਕਮਰਾ

clock /**ਕਲੌਕ**/ *n* ਦੀਵਾਰ ਘੜੀ, ਘੰਟਾ

clocking-hen /**'ਕਲੌਕਿਙ ਹੈਨ੍ਹ**/ *n* ਆਂਡਿਆਂ ਉੱਤੇ ਬੈਠੀ ਕੁਕੜੀ

clock speed *n* ਕੰਪਿਊਟਰ ਦੇ ਚੱਲਣ ਦੀ ਗਤੀ

clock tower *n* ਘੰਟਾ ਘਰ

clockwise /**'ਕਲੌਕਵਾਇਜ਼**/ *adv* ਘੜੀ ਦੇ ਰੁਖ਼

clod /**ਕਲੌਡ**/ *n* (ਮਿੱਟੀ ਦਾ) ਢੇਲਾ, ਡਲਾ, ਢੀਮ; ਮਿੱਟੀ ਦਾ ਮਾਧੋ, ਭੌਂਦੂ ਬੰਦਾ *vt* ਡਲਾ ਮਾਰਨਾ **the clod** ਧਰਤੀ, ਜ਼ਮੀਨ

clodhopper /**'ਕਲੌਡਹੌਪਅ***/ *n* (ਬੋਲ) ਉਲੂਬਾਟਾ, ਢੱਗਾ

clodpate, clodpoll /**'ਕਲੌਡਪੇਇਟ, 'ਕਲੌਡਪੌਲ**/ *n* ਮੂਰਖ, ਬੇਵਕੂਫ਼, ਬੁੱਧੂ, ਬੇਸਮਝ

cloff /**ਕਲੌਫ਼**/ *n* ਦੁਕਾਨਦਾਰ ਵੱਲੋਂ ਥੋਕ ਵਿੱਚ ਵਸਤ ਖ਼ਰੀਦਣ ਉੱਤੇ ਦਿੱਤੀ ਗਈ ਛੋਟ

clog /**ਕਲੌਗ**/ *n* ਡਹਿਆ, ਅੜੰਗਾ, ਅੜਿੱਕਾ, ਰੋਕ, ਅਟਕਾਅ, ਰੁਕਾਵਟ; ਖੜਾਵਾਂ; ਲੱਕੜ ਦੇ ਤਲੇ ਵਾਲੀ ਜੁੱਤੀ *v* ਰੋਕਣਾ; ਅੱਟ ਜਾਣਾ

clogginess /**'ਕਲੌਗਿਨਅਸ**/ *n* ਚਿਪਚਿਪਾਹਟ

cloggy /**'ਕਲੌਗਿ**/ *a* ਚਿਪਚਿਪਾ

cloister /**'ਕਲੌਇਸਟਅ***/ *n* ਕੁਟੀਆ, ਈਸਾਈ, ਮੱਠ; ਮਠ ਦੀ ਜ਼ਿੰਦਗੀ, ਇਕਾਂਤਵਾਸ *vt* ਕੁਟੀਆ ਵਿੱਚ ਰਹਿਣਾ

cloistered /**'ਕਲੌਇਸਟਅਡ**/ *a* ਇਕਾਂਤਵਾਸੀ, ਤਿਆਗੀ

cloistress /**'ਕਲੌਇਸਟਰਿਸ**/ *n* ਈਸਾਈ, ਇਕਾਂਤਵਾਸੀ ਸੰਤਣੀ

cloke /**ਕਲਅਉਕ**/ *n v* ਵੇਖੋ **cloak**

clone /**ਕਲਅਉਨ**/ *n* ਇੱਕੋ ਸੈੱਲ ਤੋਂ ਵਿਕਸਿਤ ਜੀਵ ਜਾਂ ਪੌਦਾ, (ਜੀਵ) ਕਲੋਨ

cloot /**ਕਲੂਟ**/ *n* ਖੁਰ

close[1] /**ਕਲਅਉਸ**/ *a* ਗੁਪਤ, ਗੂੜ੍ਹ, ਨੇੜੇ ਦਾ, ਨਜਦੀਕੀ; ਬੰਦ; ਤੰਗ, ਭੀੜਾ, ਸੌੜਾ; ਦਮਘੋਟੂ; ਕੰਜੂਸ, ਸੂਮ; ਸੀਮਤ, ਗਾੜ੍ਹਾ, ਠੋਸ, ਗਫ *adv* ਨੇੜੇ, ਨਜ਼ਦੀਕ **close at hand** ਨੇੜੇ, ਨਜ਼ਦੀਕ, ਲਾਗੇ

close[2] /**ਕਲਅਉਜ਼**/ *v* ਮੁੰਦਣਾ, ਮੀਟਣਾ, ਭੇੜਨਾ, ਬੰਦ ਕਰਨਾ; ਸਮਾਪਤ ਕਰਨਾ; ਨੇੜੇ ਆਉਣਾ; ਭਿੜਨਾ, ਭਿੜਾਉਣਾ, ਲਿਪਟਣਾ; ਮਿਲਨਾ, ਮਿਲ ਜਾਣਾ, ਮਿਲਾਉਣਾ *n* ਸਮਾਪਤੀ, ਅੰਤ ਜੁੜਨਾ ਜਾਂ ਜੋੜਨਾ **close bargain** ਸੌਦਾ ਮੁਕਾਉਣਾ **close in** ਨੇੜੇ ਆਉਣਾ **close up** (ਜ਼ਖਮ) ਭਰਨਾ *colse upon* ਬੰਦ ਕਰਨਾ

close[3] *n* ਘੇਰਾ, ਵਾੜਾ, ਅਹਾਤਾ

close air *n* ਹੁੰਮਸ, ਹੁੱਸੜ; ਘੁਟਣ

close attention *n* ਡੂੰਘਾ ਧਿਆਨ, ਡੂੰਘੀ ਨੀਝ

close by *adv* ਨੇੜੇ

closed /**ਕਲਅਉਜ਼ਡ**/ *a* ਲੁਕਵਾਂ; ਬੰਦ; ਸਮਾਪਤ

closed book *n* ਬੰਦ ਕਿਤਾਬ, ਰਹੱਸ

closed-circuit television *n* (*abbr* **CCTV**)(ਸੁਰੱਖਿਆ ਹਿਤ ਆਉਣ-ਜਾਣ ਵਾਲਿਆਂ ਤੇ ਨਜ਼ਰ ਰੱਖਣ ਲਈ) ਅੰਦਰੂਨੀ ਟੈਲੀਵਿਜ਼ਨ

closed syllable *n* (ਵਿਆ) ਵਿਅੰਜਨ ਅੰਤਕ ਉਚਾਰਖੰਡ, ਅੰਤਿਮ ਵਿਅੰਜਨ ਧੁਨੀ ਵਾਲਾ ਸ਼ਬਦ

close-fisted /**ˌਕਲਅਉਸ'ਫ਼ਿਸਟਿਡ**/ *a* ਕੰਜੂਸ, ਮੱਖੀ ਚੂਸ

close-fitting /**ˌਕਲਅਉਸ 'ਫ਼ਿਟਿਙ**/ *a* (ਲਿਬਾਸ) ਘੁੱਟਵਾਂ, ਤੰਗ

closely /**'ਕਲਅਉਸਲਿ**/ *adv* ਧਿਆਨਪੂਰਵਕ, ਬਰੀਕੀ ਨਾਲ; ਪਾਸ–ਪਾਸ, ਕਰੀਬ–ਕਰੀਬ

closeness /**ਕਲਅਉਸਨਅਸ**/ *n* ਨਿਕਟਤਾ, ਸਮੀਪਤਾ; ਸਮਾਪਤੀ; ਹੁੰਮਸ, ਘਟਣ

close-range /**ਕਲਅਉਸ 'ਰੇਇਨਜ**/ *a* ਨੇੜੇ ਤੋਂ ਲਾਇਆ (ਨਿਸ਼ਾਨਾ), ਬਹੁਤ ਘੱਟ ਫਾਸਲੇ ਵਾਲਾ

close resemblance *n* ਬਹੁਤ ਮਿਲਦੀ ਨੁਹਾਰ

closet /**'ਕਲੌਜ਼ਿਟ**/ *n* ਕੋਠੜੀ, ਹੁਜਰਾ, ਕਮਰਾ, ਖ਼ਿਲਵਤਗਾਹ; ਬਰਤਨਾਂ ਦੀ ਅਲਮਾਰੀ *vt* ਨਿਵੇਕਲੀ ਥਾਂ ਗੱਲਬਾਤ ਕਰਨਾ; ਕੋਠੜੀ ਵਿੱਚ ਲੁਕਾਉਣਾ

closet play *n* ਜੋ ਨਾਟਕ ਕੇਵਲ ਪੜ੍ਹਿਆ ਹੀ ਜਾਂਦਾ ਹੈ, ਪਾਠ ਨਾਟਕ

closet strategist *n* ਖ਼ਿਆਲੀ ਕਿਲ੍ਹੇ ਉਸਾਰਨ ਵਾਲਾ ਵਿਅਕਤੀ

close up /'**ਕਲਅਉਸ ਅੱਪ**/ *n* ਨੇੜਿਓਂ ਖਿੱਚੀ ਫੋਟੋ

close writing *n* ਭੀੜੀ ਲਿਖਾਈ, ਸੰਘਣੀ ਲਿਖਤ

closure /'**ਕਲਅਉਯ਼ਅ***/ *n* ਸਮਾਪਤੀ; ਬਹਿਸ ਦੀ ਸਮਾਪਤੀ *vt* ਰੋਕਣਾ, ਬੰਦ ਕਰਨਾ

clot /**ਕਲੌਟ**/ *n* ਫੁੱਟ, ਫੁੱਟੀ, ਗੱਤਲਾ; (ਬੋਲ) ਬੁੱਧੂ ਵਿਅਕਤੀ, ਘਣਚੱਕਰ *v* ਫੁੱਟੀ ਹੋਣਾ, ਗਤਲਾ ਬੱਝਣਾ, ਜੰਮ ਜਾਣਾ

cloth /**ਕਲੌਥ**/ *n* ਕੱਪੜਾ, ਵਸਤਰ; ਊਨੀ ਕੱਪੜਾ, ਪੱਟੂ, ਪਸ਼ਮੀਨਾ **cut coat according to cloth** ਚਾਦਰ ਵੇਖ ਕੇ ਪੈਰ ਪਸਾਰਨਾ, ਹੈਸੀਅਤ ਅਨੁਸਾਰ ਖ਼ਰਚ ਕਰਨਾ **lay the cloth** ਦਸਤਰਖ਼ਾਨ ਵਿਛਾਉਣਾ, ਖਾਣਾ ਖਾਣ ਲਈ ਮੇਜ਼ ਲਾਉਣਾ, ਖਾਣਾ ਪਰੋਸਣਾ **respect due to his cloth** (ਵਿਸ਼ੇਸ਼ ਕਰਕੇ ਪਾਦਰੀ ਦਾ) ਕਿਸੇ ਦੀ ਪੁਸ਼ਾਕ ਅਨੁਸਾਰ ਆਦਰ ਕਰਨਾ **table cloth** ਮੇਜਪੋਸ਼ **the cloth** ਪਾਦਰੀ ਦਾ ਪਦ

cloth-binding *n* ਕੱਪੜੇ ਦੀ ਜਿਲਦ

clothe /**ਕਲਅਉਦ**/ *vt* ਕੱਪੜੇ ਪਹਿਨਾਉਣਾ, ਕੱਜਣਾ, ਢਕਣਾ, ਕੱਪੜਿਆਂ ਦਾ ਪ੍ਰਬੰਧ ਕਰਨਾ **clothe face in smiles** ਮੁਸਕਾਨ ਨਾਲ ਭਰਨਾ **clothe ideas in words** ਵਿਚਾਰਾਂ ਨੂੰ ਸ਼ਬਦਬੱਧ ਕਰਨਾ

clothes /**ਕਲਅਉਦਜ਼, ਕਲਅਉਜ਼**/ *n* (ਬਹੁ) ਪਹਿਨਣ ਵਾਲੇ ਕੱਪੜੇ, ਪਹਿਰਾਵਾ, ਪੁਸ਼ਾਕ, ਵਸਤਰ

clothes-moth *n* ਕੱਪੜ-ਕੀੜਾ, ਲੇਹਾ

clothes-pin *n* ਲੋਹੇ ਦੀ ਕਿੱਲੀ

clothes-press *n* ਕੱਪੜਿਆਂ ਦੀ ਅਲਮਾਰੀ

clothier /'**ਕਲਅਉਦਿਅ***/ *n* ਜੁਲਾਹਾ; ਬਜਾਜ, ਵਸਤਰ-ਵਪਾਰੀ

clothing /'**ਕਲਅਉਦਿਙ**/ *n* ਪੁਸ਼ਾਕ, ਵਸਤਰ, ਲੀੜਾ-ਲੱਤਾ

cloth of gold *n* ਜ਼ਰੀ, ਕੀਮਖਾਬ

clot of blood *n* ਖ਼ੂਨ ਦਾ ਮਤਲਾ

clot of hair *n* ਵਾਲਾਂ ਦਾ ਗੁੱਛਾ

clotted cream *n* ਮੋਟੀ ਮਲਾਈ

clotted hair *n* ਜਟਾਂ

clotted nonsense *n* ਊਲ-ਜਲੂਲ, ਯੱਕੜ

cloud /**ਕਲਾਉਡ**/ *n* ਬੱਦਲ, ਮੇਘ, ਘਟਾ, ਗਰਦ, ਗੁਬਾਰ ਜਾਂ ਧੂੰਏਂ ਦਾ ਬੱਦਲ; ਅਸਥਾਈ ਵਸਤ; ਧੁੰਦਲਕਾ, ਧੁੰਦਲਾਪਣ; ਹਲਕਾ ਊਨੀ ਗੁਲੂਬੰਦ *vi* ਬੱਦਲ ਛਾ ਜਾਣਾ, ਘਟਾ ਉਠਣਾ; ਨਿਰਾਸ਼ ਹੋਣਾ **every cloud has a silver lining** ਹਰ ਦੁੱਖ ਵਿੱਚ ਸੁੱਖ ਦੀ ਸੰਭਾਵਨਾ ਹੁੰਦੀ ਹੈ **in the clouds** ਅਵਾਸਤਵਿਕ, ਕਲਪਨਾ ਵਿੱਚ, ਹਵਾ ਵਿੱਚ **under cloud of night** ਰਾਤ ਦੇ ਹਨੇਰੇ ਵਿੱਚ

cloudberry /'**ਕਲਾਉਡਬੈਰਿ**/ *n* ਇੱਕ ਪਹਾੜੀ ਝਾੜੀ

cloudburst /'**ਕਲਾਉਡਬਅ:ਸਟ**/ *n* ਮੋਹਲੇਧਾਰ ਮੀਂਹ

cloud-capped /'**ਕਲਾਉਡਕੈਪਟ**/ *a* ਬੱਦਲਾਂ ਨਾਲ ਕੱਜਿਆ

cloud-castle *n* ਖ਼ਿਆਲੀ ਪੁਲਾਅ, ਹਵਾਈ ਕਿਲਾ

cloud-compeller *n* ਬੱਦਲਾਂ ਦਾ ਦੇਵਤਾ, ਇੰਦਰ

cloud-drift *n* ਉਡੱਦੇ ਬੱਦਲ

clouded /'**ਕਲਾਉਡਿਡ**/ *a* ਬੱਦਲਾਂ ਨਾਲ ਢੱਕਿਆ, ਬੱਦਲਾਂ ਨਾਲ ਭਰਿਆ

cloudiness /'**ਕਲਾਉਡਿਨਅਸ**/ *n* ਬੱਦਲਵਾਈ, ਧੁੰਦਲਾਪਣ; ਉਦਾਸੀ

cloud-kissing *a* ਅਸਮਾਨ ਨਾਲ ਗੱਲਾਂ ਕਰਨ ਵਾਲਾ, ਬਹੁਤ ਉੱਚਾ

cloudland /'**ਕਲਾਉਡਲੈਨਡ**/ *n* ਪਰੀ-ਦੇਸ਼, ਕਲਪਨਾ-ਲੋਕ

cloudless /'**ਕਲਾਉਡਲਅਸ**/ *a* ਨਿੱਖਰਿਆ, ਨਿੰਬਲ, ਖਰਾ, ਬੱਦਲ ਰਹਿਤ

cloudlessly /'**ਕਲਾਉਡਲਅਸਲਿ**/ *adv*

ਨਿੱਖਰੇ ਰੂਪ ਵਿੱਚ, ਨਿਰਮਲ ਰੂਪ ਵਿੱਚ

cloudlessness /'ਕਲਾਉਡਲਅਸਨਅਸ/ *n* ਨਿੱਖਰਿਆ ਮੌਸਮ, ਨਿੰਬਲਪੁਣਾ

cloudlet /ਕਲਾਉਡਲਿਟ/ *n* ਬੱਦਲ ਦਾ ਛੋਟਾ ਜਿਹਾ ਟੁਕੜਾ, ਬਦਲੋਟੀ, ਬੱਦਲੀ

cloud of words *n* ਵਾਕ ਜਾਲ, ਸ਼ਬਦ ਅਡੰਬਰ, ਵਾਕ ਛਲ

cloud-rack *n* ਪਾਟੇ-ਪਾਟੇ ਬੱਦਲ

cloudscape /'ਕਲਾਉਡਸਕੇਇਪ/ *n* ਬੱਦਲ ਚਿੱਤਰ

cloudward (s) /'ਕਲਾਉਡਵਅਡ(ਜ਼)/ *adv* ਬੱਦਲ ਵੱਲ, ਬੱਦਲ ਰੁਖ਼

cloudy /'ਕਲਾਉਡਿ/ *a* ਬੱਦਲਾਂ ਵਾਲਾ, ਬੱਦਲਵਾਈ ਵਾਲਾ, ਧੁੰਦਲਾ; ਸ਼ੋਕਮਈ, ਉਦਾਸ, ਮਲੀਨ

clough /ਕਲਅੱਫ਼/ *n* ਦੱਰਾ, ਖੱਡ, ਘਾਟੀ

clout /ਕਲਾਉਟ/ *n* ਟਾਕੀ, ਚੀਥੜਾ, ਪੂੰਝਣ, ਪੋਤੜਾ; ਹੂਰਾ, ਮੁੱਕਾ; ਕਿੱਲ; ਰਾਜਸੀ ਜਾਂ ਵਪਾਰਿਕ ਰਸੂਖ਼ *vt* ਟਾਕੀ ਲਾਉਣਾ, ਚੀਥੜਾ ਗੰਢਣਾ; ਪੂੰਝਣਾ; ਹੂਰਾ ਮਾਰਨਾ

clove[1] /ਕਲਅਉਵ਼/ *n* ਲਸਣ ਦੀ ਤੁਰੀ

clove[2] *n* ਲੌਂਗ ਦਾ ਰੁੱਖ; ਲੌਂਗ

clove-gillyflower /'ਕਲਅਉਵ਼ ਜਿਲਿਫ਼ਲਾਉਅ*/ *n* ਇੱਕ ਫੁੱਲ ਜਿਸ ਵਿੱਚੋਂ ਲੌਂਗ ਵਰਗੀ ਸੁਗੰਧ ਆਉਂਦੀ ਹੈ

clove hitch /'ਕਲਅਉਵ਼ਹਿਚ/ *n* ਇੱਕ ਪ੍ਰਕਾਰ ਦੀ ਗੰਢ

cloven /'ਕਲਅਉਵ਼ਨ/ *a* ਫਟਿਆ, ਪਾਟਿਆ

clover /'ਕਲਅਉਵ਼ਅ*/ *n* ਇੱਕ ਚਾਰਾ, ਲੂਸਣ

clown /ਕਲਾਉਨ/ *n* ਉਜੱਡ, ਅੱਖੜ, ਅਨਘੜ; ਗੰਵਾਰ; ਭੰਡ, ਨਕਲੀਆ, ਮਸਖ਼ਰਾ *v* ਨਕਲ ਉਤਾਰਨਾ, ਸੁਆਂਗ ਕਰਨਾ; ਮਸਖ਼ਰੀ ਕਰਨਾ

clownery /'ਕਲਾਉਨਅਰਿ/ *n* ਭੰਡਪੁਣਾ, ਮਸਖ਼ਰਾਪਣ

clownish /'ਕਲਾਉਨਿਸ਼/ *a* ਅੱਖੜ, ਉਜੱਡ, ਗੰਵਾਰ, ਬਦਤਮੀਜ਼; ਮਜ਼ਾਕੀਆ, ਮਖ਼ੌਲੀਆ

clownishness /'ਕਲਾਉਨਿਸ਼ਨਅਸ/ *n* ਅੱਖੜਪਣਾ; ਅਸ਼ਿਸ਼ਟਤਾ; ਭੰਡਪੁਣਾ

cloy /ਕਲੌਇ/ *vt* ਬਹੁਤਾ ਰਜਾ ਦੇਣਾ, ਜੀਅ ਭਰ ਦੇਣਾ; ਅਕਾ ਦੇਣਾ

cloze test /'ਕਲਅਉਜ਼ ਟੈਸੱਟ/ *n* (ਲਿਖਤ ਵਿੱਚ) ਖਾਲੀ ਸਥਾਨ ਪੁਰ ਕਰਨ ਵਾਲਾ ਟੈਸਟ

club[1] /ਕਲਅੱਬ/ *n* ਕਲੱਬ, ਸਭਾ, ਚਿੜੀਏ ਦਾ ਪੱਤਾ; ਡੰਡਾ, ਸੋਟਾ *v* ਡੰਡੇ ਮਾਰਨਾ, ਕੁੱਟਣਾ; ਇੱਕ ਕਰਨਾ, ਜੋੜਨਾ, ਮਿਲਾਉਣਾ; ਸਹਾਇਤਾ ਕਰਨਾ, ਲਾਭ ਪਹੁੰਚਾਉਣਾ; ਮਿਲਨਾ, ਸ਼ਾਮਲ ਹੋਣਾ

clubbable /'ਕਲਅੱਬਅਬਲ/ *a* (ਉਘਾ) ਹੋਣ ਕਰਕੇ ਕਿਸੇ ਕਲੱਬ ਦੀ ਮੈਂਬਰੀ ਦੇ ਯੋਗ

club foot /ˌਕਲਅੱਬ 'ਫ਼ੁਟ/ *n* ਠਿੰਬਾ ਪੈਰ

club-footed /ˌਕਲਅੱਬ'ਫ਼ੁਟਿਡ/ *a* ਠਿੰਬਾ (ਵਿਅਕਤੀ)

club-law /ˌਕਲਅੱਬ'ਲੋ/ *n* ਡੰਡੇ ਦਾ ਕਨੂੰਨ

clubless /'ਕਲਅੱਬਲਅਸ/ *a* ਕਲੱਬ ਰਹਿਤ

clubs /ਕਲਅੱਬਸ/ *n* (ਤਾਸ਼) ਚਿੜੀਏ ਦਾ ਰੰਗ

cluck /ਕਲਅੱਕ/ *v* ਕੁੜ-ਕੁੜ (ਕਰਨਾ)

clue /ਕਲੂ/ *n* ਸੂਹ, ਸੁਰਾਗ, ਪਤਾ, ਨਿਸ਼ਾਨ, ਸੰਕੇਤ

clueless /'ਕਲੂਲਅਸ/ *a* ਬੇਨਿਸ਼ਾਨ; ਲਾਪਤਾ

clump /ਕਲਅੱਮਪ/ *n* ਝੰਗੀ; ਸਮੂਹ; ਝੁਰਮਟ; ਦੋਹਰਾ ਤਲਾ; ਮੁੱਕਾ, ਘਸੁੰਨ *v* ਸੰਘਣੇ ਬਿਰਛ ਲਾਉਣਾ; ਢੇਰ ਲਾਉਣਾ, ਅੰਬਾਰ ਲਾਉਣਾ; ਜੁੱਤੀ ਨੂੰ ਦੋਹਰਾ ਤਲਾ ਲਾਉਣਾ; ਅੱਖੜਾਂ ਵਾਂਗ ਤੁਰਨਾ; ਮੁੱਕਾ ਜਾਂ ਘਸੁੰਨ ਮਾਰਨਾ

clumpy /ਕਲਅੱਮਪਿ/ *a* ਭਾਰੀ, ਭੱਦਾ

clumsily /'ਕਲਅੱਮਜ਼ਿਲਿ/ *adv* ਬੇਢੱਬੇ ਢੰਗ ਨਾਲ, ਕੁਚੱਜਪੁਣੇ ਨਾਲ

clumsiness /'ਕਲਅੱਮਜ਼ਿਨਅਸ/ *n* ਭੱਦਾਪਣ, ਅਨਾੜੀਪਣ, ਬੇਢੰਗਾਪਣ

clumsy /'ਕਲਅੱਮਜ਼ਿ/ *a* ਕੁਢੱਬਾ, ਬੇਡੌਲ, ਬੇਢੰਗਾ, ਭੱਦਾ, ਅਨਾੜੀ, ਫੂਹੜ

clunk /ਕਲਅੱਙਕ/ *n* ਦੋ ਚੀਜ਼ਾਂ ਦੇ ਟਕਰਾਉਣ

ਦੀ ਅਵਾਜ਼, ਖੜਾਕ

cluster /'ਕਲਅੱਸਟਅ*/ *n* ਝੁਰਮਟ, ਝੁੰਡ (ਵਿਅ) ਸੰਯੁਕਤ ਵਿੰਅਜਣ; ਟਿੱਡੀ ਦਲ; ਸਮੂਹ, ਸਮੁਦਾਇ, ਸੰਘ *v* ਝੁੰਡ ਬਣਾਉਣਾ, ਇਕੱਠਾ ਹੋਣਾ, ਜਮ੍ਹਾ ਕਰਨਾ ਜਾਂ ਹੋਣਾ

cluster bomb *n* (ਫਟਣ ਸਮੇਂ) ਛੋਟੇ-ਛੋਟੇ ਮਾਰੂ ਟੁਕੜਿਆਂ ਵਿੱਚ ਫੈਲਣ ਵਾਲਾ ਬੰਬ

clutch /ਕਲਅੱਚ/ *n* ਪਕੜ, ਪੰਜਾ, ਚੁੰਗਲ; (ਮੋਟਰ ਜਾਂ ਕਰੇਨ ਆਦਿ ਦਾ) ਕਲੱਚ *v* ਘੁੱਟ ਕੇ ਫੜਨਾ, ਜਕੜਨਾ

clutter /'ਕਲਅੱਟਅ*/ *n* ਘੜਮਸ *v* ਗੱਡ-ਮੱਡ ਕਰਨਾ, ਘੜਮੱਸ ਪਾਉਣਾ

co[1] /ਕਅਉ/ *pref* ਸਹਿ

Co[2] *n* ਕੰਪਨੀ ਦਾ ਸੰਖਿਪਤ ਰੂਪ

c/o /ˌਸੀ 'ਅਉ/ *abbr* (**care of** ਦਾ ਸੰਖੇਪ) ਮਾਰੁਫ਼ਤ, ਰਾਹੀਂ

coach /ਕਅਉਚ/ *n* (ਸ਼ਾਹੀ) ਗੱਡੀ, ਬੱਘੀ; ਸਵਾਰੀ ਗੱਡੀ; ਰੇਲ ਦਾ ਡੱਬਾ; ਸਮੁੰਦਰੀ ਜਹਾਜ਼ ਦਾ ਪਿਛਲਾ ਕਮਰਾ; ਘਰ ਪੜ੍ਹਾਉਣ ਵਾਲਾ ਅਧਿਆਪਕ *v* ਗੱਡੀ ਵਿੱਚ ਸਫ਼ਰ ਕਰਨਾ; ਘਰ ਪੜ੍ਹਾਉਣਾ; ਖੇਡਣ ਸਿਖਾਉਣਾ

coached /ਕਅਉਚਟ/ *a* ਸਿੱਖਿਅਤ

coachful /'ਕਅਉਚਫ਼ੁਲ/ *n* ਗੱਡੀ ਭਰ, ਗੱਡੀ ਦਾ ਪੂਰ

coach house *n* ਬੱਘੀਖ਼ਾਨਾ

coachman /'ਕਅਉਚਮਅਨ/ *n* ਕੋਚਵਾਨ, ਗਾਡੀਵਾਨ

coachmanship /'ਕਅਉਚਮਅਨਸ਼ਿਪ/ *n* ਕੋਚਵਾਨੀ

coact /ˌਕਅਉ'ਐਕਟ/ *vt* ਰਲਕੇ ਇਕੱਠਿਆਂ ਕਾਰਜ ਕਰਨਾ

coaction /ਕਅਉ'ਐਕਸ਼ਨ/ *n* ਸਹਿਕਰਮ; ਮਜਬੂਰੀ; ਜ਼ੋਰ, ਜਬਰ

coagulate /ਕਅਉ'ਐਗਯੁਲੇਇਟ/ *v* ਥਰ ਬੱਝਣਾ, ਜੰਮਣਾ, ਜਮਾਉਣਾ, ਚੱਕਾ ਬੰਨ੍ਹਣਾ

coagulation /ਕਅਉˌਐਗਯੁ'ਲੇਇਸ਼ਨ/ *n* ਥਰ, ਜਮਾਅ, ਚੱਕ

coal /ਕਅਉਲ/ *n* ਖਣਿਜੀ ਕੋਲਾ, ਪੱਥਰ ਦਾ ਕੋਲਾ *v* ਕੋਲਾ ਲੈਣਾ ਜਾਂ ਲੱਦਣਾ **blow the coals** ਕੋਲੇ ਮਘਾਉਣਾ; ਉਤੇਜਿਤ ਕਰਨਾ **heap coals of fire** ਬੁਰਾਈ ਦੇ ਬਦਲੇ ਭਲਾਈ ਕਰਨਾ

coal-bed /'ਕਅਉਲਬੈਡੱ/ *n* ਕੋਲੇ ਦੀ ਤਹਿ

coal-black *a* ਕਾਲਾ-ਸਿਆਹ, ਕਾਲਾ ਧੂਤ

coal-cellar *n* ਕੋਲਾ ਜਮ੍ਹਾ ਕਰਨ ਵਾਲਾ ਤਹਿਖ਼ਾਨਾ

coal-dust *n* ਕੋਲੇ ਦਾ ਚੂਰਾ, ਕੇਰੀ

coalesce /ˌਕਅਉਅ'ਲੈੱਸ/ *vi* ਇੱਕ ਥਾਂ ਇਕੱਠੇ ਹੋਣਾ, ਮਿਲਨਾ, ਜੁੜਨਾ, ਸ਼ਾਮਲ ਹੋਣਾ, ਸਮਿਲਿਤ ਹੋਣਾ, ਇੱਕ ਹੋ ਜਾਣਾ

coalescence /ˌਕਅਉਅ'ਲੈੱਸਨਸ/ *n* ਮਿਲਨ, ਮੇਲ, ਇਕਮਿਕਤਾ, ਸੰਜੋਗ, ਸੰਗਠਨ

coalescent /ˌਕਅਉਅ'ਲੈੱਸਨਟ/ *a* ਮਿਲਿਆ, ਜੁੜਿਆ, ਸੰਯੁਕਤ, ਸਮਿਲਿਤ

coal-factor *n* ਕੋਲੇ ਦਾ ਦਲਾਲ

coalfield /'ਕਅਉਲਫ਼ੀਲਡ/ *n* ਕੋਲੇ ਦੀ ਖਾਣ ਵਾਲੀ ਥਾਂ, ਕੋਲਾ ਖੇਤਰ

coal-fish *n* ਕਾਲੀ ਮੱਛੀ

coal-heaver *n* ਕੋਲਾ ਕੱਢਣ ਜਾਂ ਢੋਣ ਵਾਲਾ, ਕੋਲਾ ਪਾਂਡੀ, ਖਾਣ ਮਜ਼ਦੂਰ

coalhole /'ਕਅਉਲਹਅਉਲ/ *n* ਕੋਲੇ ਦੀ ਕੋਠੜੀ

coalition /ˌਕਅਉਅ'ਲਿਸ਼ਨ/ *n* ਮੇਲ, ਏਕਾ, ਸੰਧੀ, ਮਿਲਾਪ, ਸਹਿਯੋਗ, ਏਕਤਾ; ਗਠਬੰਧਨ, ਕੋਲੀਸ਼ਨ

coalitionist /ˌਕਅਉਅ'ਲਿਸ਼ਨਿਸਟ/ *n* ਏਕਤਾਵਾਦੀ, ਗਠਬੰਧਨੀ

coalpit /'ਕਅਉਲਪਿਟ/ *n* ਕੋਲੇ ਦੀ ਖਾਣ

coal-screen *n* ਕੋਲੇ ਦੀ ਛਾਲਣੀ, ਝਾਗਾ

coal tar *n* ਲੁੱਕ, ਤਾਰ ਕੋਲ

coal-whipper *n* ਕੋਲਾ ਚੁੱਕਣ ਵਾਲੀ ਮਸ਼ੀਨ

coarse /ਕੋਸ/ *a* ਖਰ੍ਹਵਾ, ਮੋਟਾ, ਖੁਰਦਰਾ;

ਘਟੀਆ, ਸਧਾਰਨ; ਅਸ਼ਲੀਲ, ਗੰਦਾ; ਅਸੱਭਿਅ, ਅੱਖੜ, ਉਜੱਡ, ਗੰਵਾਰ, ਅਨਾੜੀ

coarsen /'ਕੋਸਨ/ *v* ਖੁਰਦਰਾ ਜਾਂ ਭੱਦਾ ਹੋਣਾ, ਵਿਗੜਨਾ

coarseness /ਕੋਸਨਅਸ/ *n* ਘਟੀਆਪਣ; ਸਧਾਰਨਤਾ, ਮੋਟਾਪਣ, ਖੁਰਦਰਾਪਣ, ਅੱਖੜਪਣ; ਉਜੱਡਪੁਣਾ, ਭੱਦਾਪਣ; ਅਸ਼ਲੀਲਤਾ

coast /ਕਅਉਸਟ/ *n* ਸਮੁੰਦਰੀ ਤਟ, ਸਮੁੰਦਰੀ ਕੰਢਾ *vi* (ਜਹਾਜ਼ ਜਾਂ ਕਿਸ਼ਤੀ ਦਾ) ਤਟ ਦੇ ਨਾਲ-ਨਾਲ ਜਾਣਾ; ਢਲਾਣ ਉੱਪਰ ਬਿਨਾਂ ਪੈਰ ਮਾਰੇ ਸਾਈਕਲ ਚਲਾਉਣਾ

coastal /'ਕਅਉਸਟਲ/ *a* ਤਟਵਰਤੀ, ਤਟੀ, ਸਾਹਲੀ, ਕਿਨਾਰੇ ਦਾ

coaster /'ਕਅਉਸਟਅ*/ *n* ਸਮੁੰਦਰ ਦੇ ਕੰਢੇ-ਕੰਢੇ ਜਾਣ ਵਾਲਾ ਜਹਾਜ਼

coastguard /'ਕਅਉਸਟਗਾਡ/ *n* ਤੱਟ-ਰੱਖਿਅਕ, ਪੁਲਿਸ ਜਾਂ ਅਧਿਕਾਰੀ

coastline /'ਕਅਉਸਟਲਾਇਨ/ *n* ਤੱਟ-ਰੇਖਾ

coastwise /'ਕਉਸਟਵਾਇਜ਼/ *adv* ਕਿਨਾਰੇ-ਕਿਨਾਰੇ *a* ਤਟੀ, ਤੱਟਵਰਤੀ

coat /ਕਅਉਟ/ *n* ਕੋਟ; ਪਸ਼ੂਆਂ ਦੇ ਵਾਲ, ਸਮੂਰ; ਪਰਦਾ, ਝਿੱਲੀ; ਮੁਲੰਮਾ, ਤਹਿ, ਪਰਤ; ਉੱਪਰਲੀ ਤਹਿ ਜਾਂ ਛਿਲਕਾ *vi* ਢਕੇ ਹੋਣਾ; ਮੁਲੰਮਾ ਕਰਨਾ; ਤਹਿ ਚੜ੍ਹਾਉਣਾ; ਪੋਚਾ ਫੇਰਨਾ, ਲਿੱਪਣਾ, ਪੋਚਣਾ **dust one's coat** ਝੰਬਣਾ, ਮਾਰਨਾ, ਖੱਲਣਾ, ਮੁਰੰਮਤ ਕਰਨਾ **red coat** ਅੰਗਰੇਜ਼ੀ ਸੈਨਾ ਦਾ ਸੈਨਿਕ; ਲਾਲ ਕੁੜਤੀ **trall one's coattails** ਬਿਨਾਂ ਕਾਰਨ ਲੜਨਾ, ਲੜਾਈ ਮੁੱਲ ਲੈਣਾ **turn one's coat** ਨਮਕਹਰਾਮੀ ਕਰਨਾ, ਗਦਾਰੀ ਕਰਨਾ **wear the king's coat** ਫ਼ੌਜ ਵਿੱਚ ਭਰਤੀ ਹੋਣਾ

coated /ਕਅਉਟਿਡ/ *a* ਕੋਟਧਾਰੀ, ਢਕਿਆ, ਪੋਚਿਆ, ਛਿਲਕੇਦਾਰ, ਤਹਿ ਚੜ੍ਹਿਆ

coat of arms *n* ਕੁਲ ਚਿੰਨ੍ਹ

coat of mail *n* ਸੰਜੋਅ, ਕਵਚ, ਜ਼ੱਰਾਬਕਤਰ

coauthor /ਕਅਉ'ਓਥਅ*/ *n* ਸਹਿ-ਲੇਖਕ

coax /ਕਅਉਕਸ/ *v* ਪਰਚਾਉਣਾ, ਮਨਾਉਣਾ; ਵਰਗਲਾਉਣਾ, ਭੁਚਲਾਉਣਾ

cob /ਕੌਬ/ *n* ਹੰਸ, ਰਾਜ ਹੰਸ; ਟੱਟੂ; ਕੋਲੇ ਦਾ ਗੋਲ ਡਲਾ, ਮੱਕੀ ਦੀ ਛੱਲੀ; ਵੱਡੀ ਸੁਪਾਰੀ

cobber /'ਕੌਬਅ*/ *n* (ਆਸਟ੍ਰੇਲੀਆ ਅਤੇ ਨਿਊਜ਼ੀਲੈਂਡ ਬੋਲ) ਲੰਗੋਟੀਆ ਯਾਰ

cobble /'ਕੌਬਲ/ *vt* ਗੰਢਣਾ, ਗੰਢ-ਤੁਪ ਕਰਨਾ, ਜੁੱਤੀਆਂ ਸਿਊਣਾ

cobbler /'ਕੌਬਲਅ*/ *n* ਜੁੱਤੀਆਂ ਗੰਢਣ ਜਾਂ ਸਿਊਣ ਵਾਲਾ, ਮੋਚੀ, ਅਨਾੜੀ ਕਾਰੀਗਰ

Cobdenism /'ਕੌਬਡਅਨਿਜ਼ਅਮ/ *n* ਅਜ਼ਾਦ ਵਪਾਰ ਦੇ ਸਮਰੱਥਕ ਕਾਬਡਨ ਦਾ ਸਿਧਾਂਤ; ਅੰਤਰ-ਰਾਸ਼ਟਰੀ ਏਕਤਾ ਉੱਤੇ ਆਧਾਰਿਤ ਨੀਤੀ

cobra /'ਕਅਉਬਰਅ/ *n* ਕਾਲਾ ਨਾਗ, ਫਨੀਅਰ

cobweb /'ਕੌਬਵੈਬੱ/ *n* ਮੱਕੜੀ ਦਾ ਜਾਲਾ; ਜਾਲੇ ਵਰਗੀ ਨਿਰਬਲ ਤੇ ਬੋਦੀ ਚੀਜ਼; ਜਾਲ, ਫੰਦਾ; ਧੋਖਾ, ਸ਼ਬਦਜਾਲ *a* ਨਿਰਬਲ, ਕਮਜ਼ੋਰ, ਮਹੀਨ, ਪਤਲਾ

cocaine /ਕਅਉ'ਕੇਇਨ/ *n* ਇੱਕ ਨਸ਼ੀਲਾ ਪਦਾਰਥ, ਕੋਕੀਨ

cock /ਕੌਕ/ *n* ਕੁੱਕੜ, ਮੁਰਗਾ; ਟੂਟੀ; ਖੜਪੈਂਚ, ਦਾਦਾ, (ਬੋਲ) ਊਟ-ਪਟਾਂਗ ਗੱਲ; ਬੰਦੂਕ ਦਾ ਘੋੜਾ *v* ਤਾਣਨਾ, ਖੜ੍ਹਾ ਕਰਨਾ, ਚੜ੍ਹਾਉਣਾ, (ਬੰਦੂਕ ਦਾ) ਘੋੜਾ ਚੜ੍ਹਾਉਣਾ **cock one's ears** ਚੁਕੰਨਾ ਹੋਣਾ, ਕੰਨ ਖੜ੍ਹੇ ਕਰਨਾ **cock one's eyes** ਅੱਖਾਂ ਮਾਰਨਾ **cock one's nose** ਨੱਕ ਚੜ੍ਹਾਉਣਾ

cockade /ਕੌ'ਕੇਇਡ/ *n* ਟੋਪੀ ਵਿੱਚ ਲਾਉਣ ਵਾਲੀ ਕਲਗੀ, ਫੁੰਮ੍ਹਣ

cock-a-doodle-doo /ˌਕੌਕ ਅ ˌਡੂਡਲ 'ਡੂ / *n* ਕੁਕੜੂ-ਘੜੂੰ, ਕੁੱਕੜ ਦੀ ਬਾਂਗ

cock-a-hoop /ˌਕੌਕ ਅ 'ਹੂਪ/ *adv* ਖ਼ੁਸ਼ੀ ਨਾਲ, ਚਾਈਂ-ਚਾਈਂ, ਚਾਵਾਂ ਮਲ੍ਹਾਰਾਂ ਵਿੱਚ, ਹੁੱਲਾਸ ਨਾਲ *a* ਚੁਲਬੁਲਾ

Cockaigne /ਕੌ'ਕੇਇਨ/ *n* ਬੇਗਮਪੁਰਾ,

ਅਮਲੀਆਂ ਦਾ ਸੁਰਗ, ਵਿਲਾਸਪੂਰਨ ਕਲਪਨਾ

cockboat /'**ਕੌਂਕਬਅਉਟ**/ *n* ਜਹਾਜ਼ ਦੀ ਛੋਟੀ ਕਿਸ਼ਤੀ

cockchafer /'**ਕੌਂਕਚੇਇਫ਼ਅ***/ *n* ਭੌਰਾ

cocker /'**ਕੌਂਕਅ***/ *vt* ਲਾਡ ਕਰਨਾ, ਅੜੀਆਂ ਮੰਨਣਾਂ, ਦੁਲਾਰਨਾ, ਪੁਚਕਾਰਨਾ, ਪਿਆਰ ਕਰਨਾ

cockerel /'**ਕੌਂਕਅਰਅਲ**/ *n* ਛੋਟਾ ਕੁੱਕੜ

cockeyed /'**ਕੌਂਕਆਇਡ**/ *a* ਭੈਂਗਾ, ਟੀਰਾ, ਟੇਢਾ, ਤਿਰਛਾ; ਮੂੜ੍ਹ, ਮੂਰਖ

cockiness /'**ਕੌਂਕਿਨਅਸ**/ *n* ਘਮੰਡ, ਗ਼ਰੂਰ, ਆਕੜ

cockle /'**ਕੌਂਕਲ**/ *n* ਇੱਕ ਨਦੀਨ; ਕਣਕ ਦੀ ਕੁੰਗੀ; ਇੱਕ ਤਰ੍ਹਾਂ ਦਾ ਘੋਗਾ ਜੋ ਖਾਧਾ ਜਾਂਦਾ ਹੈ; ਉਭਾਰ; ਸਿਲਵਟ, ਵਲ, ਇੱਕ ਪ੍ਰਕਾਰ ਦੀ ਲੋਹੇ ਦੀ ਅੰਗੀਠੀ *v* ਵਲ ਪੈਣਾ ਜਾਂ ਕੱਢਣਾ, ਮੋੜਨਾ; ਉੱਭਰਨਾ, ਉਭਾਰਨਾ, ਸੰਕੁਚਿਤ ਕਰਨਾ ਜਾਂ ਹੋਣਾ

cockney /'**ਕੌਂਕਨਿ**/ *n* (ਘਿਰਨਾਸੂਚਕ) ਲੰਡਨੀ (ਬੋਲੀ ਜਾਂ ਵਾਸੀ)

cockpit /'**ਕੌਂਕਪਿਟ**/ *n* ਕੁੱਕੜਾਂ ਦਾ ਅਖਾੜਾ; ਅਖਾੜਾ; ਹਵਾਈ ਜਹਾਜ਼ ਵਿੱਚ ਪਾਇਲਟ ਦੇ ਬੈਠਣ ਦੀ ਥਾਂ

cockroach /'**ਕੌਂਕਰਅਉਚ**/ *n* ਕਾਕਰੋਚ, ਤਿਲਚਟਾ

cocks comb *n* ਇਕ ਪ੍ਰਕਾਰ ਦਾ ਫੁੱਲ, ਕੁੱਕੜ ਕਲਗੀ

cocksure /ˌ**ਕੌਂਕ'ਸ਼ੁਅ***, -'**ਸ਼ੋ***/ *a* ਦ੍ਰਿੜ੍ਹ-ਵਿਸ਼ਵਾਸੀ, ਪੱਕਾ

cocktail /'**ਕੌਂਕਟੇਇਲ**/ *n* ਵੱਖ-ਵੱਖ ਕਿਸਮਾਂ ਦੀ ਸ਼ਰਾਬ ਮਿਲਾ ਕੇ ਤਿਆਰ ਹੋਇਆ ਪੀਣ ਵਾਲਾ ਪਦਾਰਥ, ਕਾਕਟੇਲ; ਇੱਕ ਪ੍ਰਕਾਰ ਦਾ ਭੌਰਾ

cocky /'**ਕੌਂਕਿ**/ *a* ਆਕੜ ਖਾਂ, ਹੈਂਕੜਬਾਜ਼, ਘਮੰਡੀ

coco /'**ਕਅਉਕਅਉ**/ *n* ਨਾਰੀਅਲ ਦਾ ਰੁੱਖ ਜਾਂ ਫਲ

cocoa /'**ਕਅਉਕਅਉ**/ *n* ਇੱਕ ਤਰ੍ਹਾਂ ਦੇ ਬੀਜ ਜਿਨ੍ਹਾਂ ਦੀ ਵਰਤੋਂ ਪੀਣ ਪਦਾਰਥ ਅਤੇ ਖਾਧ ਪਦਾਰਥ ਬਣਾਉਣ ਲਈ ਕੀਤੀ ਜਾਂਦੀ ਹੈ, ਕੋਕੋ

coconut /'**ਕਅਉਕਅਨਅੱਟ**/ *n* ਨਾਰੀਅਲ, ਖੋਪਾ

cocoon /**ਕਅ'ਕੂਨ**/ *n* ਰੇਸ਼ਮ ਦਾ ਕੋਇਆ *v* ਕੋਇਆ ਬਣਾਉਣਾ, ਕੋਏ ਵਿੱਚ ਲਿਪਟਣਾ

cocotte /**ਕੌ'ਕੌਂਟ**/ *n* ਸ਼ੁਕੀਨ ਵੇਸਵਾ

cod /**ਕੌਂਡ**/ *n* ਕਾਡ ਮੱਛੀ *v* ਬੁੱਧੂ ਬਣਾਉਣਾ, ਮੂਰਖ ਬਣਾਉਣਾ, ਧੋਖਾ ਦੇਣਾ

COD /ˌ**ਸੀ ਅਉ 'ਡੀ**/ *abbr* **cash on delivery** ਜਾਂ **collect on delivery** ਦਾ ਸੰਖਿਪਤ ਰੂਪ, ਸੌਦਾ ਹਵਾਲੇ ਕਰਨ ਸਮੇਂ ਲਈ ਜਾਣ ਵਾਲੀ ਕੀਮਤ

cod bank *n* ਸਮੁੰਦਰ ਤਟ ਜਿੱਥੇ ਕਾਡ ਮੱਛੀ ਵਧੇਰੇ ਮਿਲਦੀ ਹੈ

coddle /'**ਕੌਂਡਲ**/ *n* ਨਖ਼ਰੇਬਾਜ਼ *vt* (ਰੋਗੀ ਜਾਂ ਬੱਚੇ ਨੂੰ) ਦੁਲਾਰਨਾ, ਪਿਆਰ ਨਾਲ ਪੇਸ਼ ਆਉਣਾ

code /**ਕਅਉਡ**/ *n* ਕੋਡ, ਜ਼ਾਬਤਾ; ਨਿਆਇ-ਸ਼ਾਸਤਰ, ਸਦਾਚਾਰ ਦੇ ਨਿਯਮ, ਕਿਸੇ ਵਿਸ਼ੇ ਦਾ ਵਿਧਾਨ ਜਾਂ ਨਿਯਮ; ਵਿਧੀ ਸੰਹਿਤਾ, ਕਨੂੰਨ ਦਾ ਗ੍ਰੰਥ; ਕਿਸੇ ਵਰਗ ਦਾ ਸਦਾਚਾਰ; ਨਿਯਮਾਵਲੀ, ਵਿਧਾਨਾਂ ਜਾਂ ਨਿਯਮਾਂ ਦਾ ਸੰਗ੍ਰਹਿ, ਸੰਖਿਪਤ ਨਾਂ, ਸੰਕੇਤਾਵਲੀ *vt* ਸੰਕੇਤਬੱਧ ਕਰਨਾ, ਨਿਯਮਬੱਧ ਕਰਨਾ

code switching *n* ਬੋਲਦੇ ਸਮੇਂ ਕਦੇ ਇੱਕ ਅਤੇ ਕਦੇ ਦੂਜੀ ਭਾਸ਼ਾ ਦੀ ਵਰਤੋਂ

code-words *n* ਸੰਕੇਤ ਸ਼ਬਦ, ਸੰਕੇਤ

codex /'**ਕਅਉਡੈੱਕਸ**/ *(L)* *n* ਪ੍ਰਾਚੀਨ ਹੱਥ ਲਿਖਤ ਗ੍ਰੰਥ

codification /ˌ**ਕਅਉਡਿਫ਼ਿ'ਕੇਇਸ਼ਨ**/ *n* ਨਿਯਮ ਵਿਵਸਥਾ, ਕਨੂੰਨੀ ਵਿਵਸਥਾ; ਸੰਹਿਤਾਕਰਨ

codified /'**ਕਅਉਡਿਫ਼ਾਇਡ**/ *a* ਵਿਵਸਖਿਤ, ਨਿਮਯਬੱਧ

codifier /'**ਕਅਉਡਿਫ਼ਾਇਅ***/ *n* ਕਨੂੰਨਾਂ ਜਾਂ ਨਿਮਯਾਂ ਨੂੰ ਵਿਵਸਥਿਤ ਕਰਨ ਵਾਲਾ, ਸੰਹਿਤਾਕਾਰ

codify /'**ਕਅਉਡਿਫ਼ਾਇ**/ *vt* ਨਿਯਮਿਤ ਕਰਨਾ, ਨਿਯਮਬੱਧ ਕਰਨਾ, ਸੰਗ੍ਰਹਿ ਕਰਨਾ, ਸੰਹਿਤਾਕਰਨ

ਕਰਨਾ

cod liver oil *n* ਕਾਡ ਮੱਛੀ ਦਾ ਤੇਲ

co-education /ˌ**ਕਅਉਐਜੁ'ਕੇਇਸ਼ਨ**/ *n* ਕੁੜੀਆਂ ਅਤੇ ਮੁੰਡਿਆਂ ਦੀ ਇਕੱਠੀ ਸਿੱਖਿਆ, ਸਾਂਝੀ ਸਿੱਖਿਆ, ਸਹਿ-ਸਿੱਖਿਆ

co-educational /ˌ**ਕਅਉਐਜੁ'ਕੇਇਸ਼ਅਨਲ**/ *n* ਸਹਿ-ਸਿਖਿਅਕ, ਸਹਿ ਸਿੱਖਿਆ, ਮੁੰਡੇ ਕੁੜੀਆਂ ਨੂੰ ਇੱਕੋ ਸਮੇ ਸਿੱਖਿਆ ਦੇਣ ਵਾਲਾ

coefficient /ˌ**ਕਅਉਇ'ਫ਼ਿਸ਼ਨਟ**/ *n* ਸਾਂਝਾ ਅੰਸ਼, (ਬੀਜ) ਗੁਣਾਂਕ **differential coefficient** ਭਿੰਨ ਗੁਣਾਂਕ

coenogamy /**ਸੀ'ਨੌਂਗਅਮਿ**/ *n* ਪਤੀਆਂ ਜਾਂ ਪਤਨੀਆਂ ਦਾ ਸਮੂਹ, ਵਿਵਾਹਿਤ ਵਰਗ

coequal /**ਕਅਉ'ਈਕਵ(ਅ)ਲ**/ *a* ਬਰਾਬਰ, ਤੁੱਲ, ਸਮਾਨ

coequality /ˌ**ਕਅਉਈ'ਕਵੌਲਅਟਿ**/ *n* ਬਰਾਬਰੀ, ਤੁੱਲਤਾ, ਸਮਾਨਤਾ, ਸਮਤਾ

coerce /**ਕਅਉ'ਅ:ਸ**/ *vt* ਜ਼ੋਰਦਾਰ ਦਬਾਅ ਪਾਉਣਾ; ਦਬਾਉਣਾ, ਬੇਵਸ ਕਰਨਾ, ਮਜਬੂਰ ਕਰਨਾ

coercion /**ਕਅਉ'ਅ:ਸ਼ਨ**/ *n* ਦਬਾਅ, ਜ਼ਬਰਦਸਤੀ, ਵਧੀਕੀ, ਜ਼ੋਰਾਵਰੀ

coercive /**ਕਅਉ'ਅ:ਸਿਵ਼**/ *a* ਦਬਾਊ, ਦਬਾਅ-ਪਾਊ

coerciveness /**ਕਅਉ'ਅ:ਸਿਵ਼ਨਅਸ**/ *n* ਦਬਾਅ, ਸਖ਼ਤੀ (ਵਰਤਾਅ ਕਰਨ ਵਿੱਚ)

co-essential /ˌ**ਕਅਉਇ'ਸੈਨੱਸ਼ਲ**/ *a* ਸਮਾਨ ਗੁਣਾਂ ਵਾਲਾ, ਸਮਗੁਣੀ

coetaneous /ˌ**ਕਅਉਇ'ਟੇਇਨਿਅਸ**/ *a* ਸਮਕਾਲੀ, ਸਮਕਾਲੀਨ; ਹਮਉਮਰ

coeval /**ਕਅਉ'ਈਵ਼ਲ**/ *a* ਸਮਕਾਲੀ, ਸਮਕਾਲੀਨ; ਹਮਉਮਰ

coexist /ˌ**ਕਅਉਇਗ'ਜ਼ਿਸਟ**/ *vi* ਇੱਕ ਹੀ ਕਾਲ ਵਿੱਚ ਵਿਦਮਾਨ ਹੋਣਾ, ਸਹਿਹੋਂਦ ਹੋਣਾ, ਸਮਕਾਲੀ ਹੋਣਾ

coexistence /ˌ**ਕਅਉਇਗ'ਜ਼ਿਸਟਅਨਸ**/ *n* ਸਹਿਹੋਂਦ, ਸਹਿਅਸਤਿਤਵ, ਸਹਿਭਾਵ, ਸਮਕਾਲੀ ਵਿਦਮਾਨਤਾ

coexistent /ˌ**ਕਅਉਇਗ'ਜ਼ਿਸਟ(ਅ)ਨਟ**/ *a* ਸਮਕਾਲੀ; ਸਹਿਵਰਤੀ, ਸਹਿਜੀਵੀ

coffee /**'ਕੌਫ਼ਿ**/ *n* ਕਾਫ਼ੀ, ਕਾਹਵਾ; ਕਾਫ਼ੀ ਦਾ ਬੂਟਾ

coffee table *n* ਸੋਫੇ ਦੇ ਅੱਗੇ ਰੱਖਿਆ ਨੀਵਾਂ ਜਿਹਾ ਮੇਜ਼, ਛੋਟੀਆਂ ਚੀਜ਼ਾਂ ਰੱਖਣ ਵਾਲਾ ਮੇਜ਼

coffer /**'ਕੌਫ਼ਅ***/ *n* ਖਜ਼ਾਨੇ ਵਾਲੀ ਅਲਮਾਰੀ, ਤਿਜੋਰੀ, ਬਕਸਾ; ਸੰਪਤੀ, ਖ਼ਜ਼ਾਨਾ, ਕੋਸ਼ *vt* ਤਿਜੋਰੀ ਵਿੱਚ ਬੰਦ ਕਰਨਾ, ਜਮ੍ਹਾ ਰੱਖਣਾ

coffered /**'ਕੌਫ਼ਅਡ**/ *a* ਤਿਜੋਰੀਬੰਦ, ਜਮ੍ਹਾ

coffin /**'ਕੌਫ਼ਿਨ**/ *n* ਤਾਬੂਤ; ਨਿਕੰਮਾ ਜਹਾਜ਼; ਘੋੜੇ ਦਾ ਸੁੰਮ *vt* ਤਾਬੂਤ ਵਿੱਚ ਰੱਖਣਾ

cog /**ਕੌਗ**/ *n* ਬੂਝੀਆ, ਦੰਦਾ

cogent /**'ਕਅਉਜਅਨਟ**/ *a* ਢੁਕਵਾਂ, ਜਚਵਾਂ (ਤਰਕ)

cogitate /**'ਕੌਜਿਟੇਇਟ**/ *v* ਵਿਚਾਰ ਕਰਨਾ, ਸੋਚਣਾ, ਚਿੰਤਨ ਕਰਨਾ; ਧਾਰਨਾ ਬਣਾਉਣਾ

cogitation /ˌ**ਕੌਜਿ'ਟੇਇਸ਼ਨ**/ *n* ਚਿੰਤਨ, ਸੋਚ, ਵਿਚਾਰ

cognate /**'ਕੌਗਨੇਇਟ**/ *a* ਸਜਾਤੀ, ਸਗੋਤੀ, ਸਕਾ *n* ਰਿਸ਼ਤੇਦਾਰ; ਸਜਾਤੀ ਭਾਸ਼ਾ ਜਾਂ ਸ਼ਬਦ

cognition /**ਕੌਗ'ਨਿਸ਼ਨ**/ *n* ਬੋਧ, ਗਿਆਨ, ਸਹਿਜ ਗਿਆਨ

cognitional /**ਕੌਗ'ਨਿਸ਼ਅਨਲ**/ *a* ਬੋਧਾਤਮਿਕ, ਗਿਆਨ ਸੰਬੰਧੀ, ਅਨੁਭੂਤੀ ਸੰਬੰਧੀ

cognizance /**'ਕੌਗਨਿਜ਼ਅਨਸ**/ *n* ਗਿਆਨ; ਪਛਾਣ; ਧਿਆਨ; ਲੱਛਣ, ਨਿਸ਼ਾਨ, ਚਿੰਨ੍ਹ, ਪਰਿਚੈ ਦਾ ਚਿੰਨ੍ਹ; ਵਿਚਾਰ ਅਧਿਕਾਰ; ਦਖ਼ਲ ਅੰਦਾਜ਼ੀ ਕਰਨ ਦਾ ਅਧਿਕਾਰ; ਕਨੂੰਨੀ ਅਧਿਕਾਰ ਦਾ ਪ੍ਰਯੋਗ

cogwheel /**'ਕੌਗਵੀਲ**/ *n* ਗਰਾਰੀ, ਬੂਝੀਏਦਾਰ ਚੱਕਾ

cohabit /**ਕਅਉ'ਹੈਬਿਟ**/ *vt* (ਵਿਆਹ ਕਰਨ ਤੋਂ ਬਿਨਾਂ) ਪਤੀ-ਪਤਨੀ ਦੀ ਤਰ੍ਹਾਂ ਰਹਿਣਾ, ਸਹਿਵਾਸ

ਕਰਨਾ, ਸੰਗ ਰਹਿਣਾ

cohabitation /ˌਕਅਉ ˌਹੈਬਿ'ਟੇਇਸ਼ਨ/ *n* ਸਹਿਵਾਸ, ਸੰਗ

co-heir /ˌਕਅਉ'ਏਅ*/ *n* ਬਰਾਬਰ ਦਾ ਹੱਕਦਾਰ, ਹਮਵਾਰਸ

co-heiress /ˌਕਅਉ'ਏਅਰਿਸ/ *n* ਹਮਵਾਰਸ ਇਸਤਰੀ

cohere /ਕਅਉ'ਹਿਅ*/ *vi* ਚੰਬੜਨਾ, ਜੁੜਨਾ; ਇਕਸਾਰ ਹੋਣਾ, ਇਕੱਠੇ ਰਹਿਣਾ

coherence, coherency /ਕਅਉ'ਹਿਅਰਅਨਸ, ਕਅਉ'ਹਿਅਰਅਨਸਿ/ *n* ਇਕੱਠ, ਇਕੱਤਰਤਾ, ਇੱਕਸਾਰਤਾ, ਸੰਗਤੀ

coherent /ਕਅਉ'ਹਿਅਰਅਨਟ/ *a* ਉਚਿਤ, ਸੰਗਤ (ਤਰਕ ਆਦਿ); ਚਿਪਕਿਆ, ਚੰਬੜਿਆ, ਜੁੜਿਆ

cohesion /ਕਅਉ'ਹੀਯ਼ਨ/ *n* ਜੋੜ, ਮੇਲ, ਸੰਬੱਧਤਾ

cohesive /ਕਅਉ'ਹੀਸਿਵ਼/ *a* ਸੰਬੱਧ, ਜੁੜਵਾਂ; ਜੋੜਵਾਂ ਇਕਮੁੱਠ ਕਰਨ ਵਾਲਾ, ਸੰਬੱਧਕ, ਸੰਸ਼ਲੇਸ਼ਣੀ

cohibit /ਕਅਉ'ਹੈਬਿਟ/ *vt* ਰੋੜਾ ਅਟਕਾਉਣਾ, ਅੜਚਨ ਪਾਉਣਾ, ਰੁਕਾਵਟ ਪਾਉਣਾ

cohort /'ਕਅਉਹੋਟ/ *n* ਸਾਥੀ, ਸੰਗੀ; ਟੋਲਾ, ਜਥਾ; ਫ਼ੌਜੀ ਦਸਤਾ

coil /ਕੌਇਲ/ *v* ਕੁੰਡਲ ਬਣਾਉਣਾ, ਵਲ ਪਾਉਣਾ, ਪੇਚ ਪਾਉਣਾ *n* ਕੁੰਡਲ, ਵਲ, ਪੇਚ, ਲੱਛਾ, ਅੱਟੀ, ਕੁੰਡਲੀ

coin /ਕੌਇਨ/ *n* ਰੁਪਈਆ, ਪੈਸਾ, ਧਨ, ਮੁਦਰਾ, ਸਿੱਕਾ *vt* ਸਿੱਕਾ ਢਾਲਨਾ ਜਾਂ ਬਣਾਉਣਾ, ਘੜਨਾ, ਟਕਸਾਲਣਾ **false coin** ਖੋਟਾ ਸਿੱਕਾ, ਜਾਲ੍ਹੀ ਸਿੱਕਾ

coinage /'ਕੌਇਨਿਜ/ *n* ਸਿੱਕਾ ਢਲਾਈ, ਪ੍ਰਚਲਿਤ ਸਿੱਕਾ ਜਾਂ ਮੁਦਰਾ; ਸਿੱਕੇ; ਘੜੇ ਹੋਏ ਸ਼ਬਦ

coincide /ˌਕਅਉਇਨ'ਸਾਇਡ/ *vi* ਇੱਕੋ ਸਮੇਂ ਵਾਪਰਨਾ, ਸਮਕਾਲੀ ਹੋਣਾ; ਰਲਨਾ-ਮਿਲਨਾ, ਮੇਲ ਖਾਣਾ, ਠੀਕ ਬੈਠਣਾ; (ਵਿਚਾਰਾਂ ਦਾ) ਇਕਮਤ ਹੋਣਾ

coincidence /ਕਅਉ'ਇਨਸਿਡਅਨਸ/ *n* ਢੋਅ ਮੇਲ, ਸੰਜੋਗ, ਇਤਫ਼ਾਕ, ਮੌਕਾ-ਮੇਲ; ਅਨੁਰੂਪਤਾ, ਸਹਿਮਤੀ

coincident /ਕਅਉ'ਇਨਸਿਡਅਨਟ/ *a* ਸੰਜੋਗੀ, ਮਿਲਦਾ-ਜੁਲਦਾ, ਇਤਫ਼ਾਕੀਆ; ਸਹਿਵਰਤੀ

coincidental /ਕਅਉˌਇਨਸਿ'ਡੈਨੱਟਲ/ *a* ਸੰਜੋਗੀ, ਇਤਫ਼ਾਕੀਆ; ਸਮਕਾਲੀ, ਸਹਿਵਰਤੀ

coiner /ਕੌਇਨਅ*/ *n* ਸਿੱਕੇ ਢਾਲਣ ਵਾਲਾ ਵਿਅਕਤੀ, ਟਕਸਾਲੀਆ

coinless /'ਕੌਇਨਲਅਸ/ *a* ਕੰਗਾਲ, ਨਿਰਧਨ

coir /'ਕੌਇਅ*/ *n* ਨਾਰੀਅਲ ਦੇ ਰੇਸ਼ੇ, ਕੌਇਰ

coition, coitus /ਕਅਉ'ਇਸ਼ਨ, 'ਕਅਉਇਟਅਸ/ *n* ਸੰਭੋਗ, ਭੋਗ

coke /ਕਅਉਕ/ *n* ਪੱਥਰ ਦਾ ਕੋਲਾ, ਪੱਥਰੀ ਕੋਲਾ, ਕੋਕ

colander, cullender /'ਕਅੱਲਅਨਡਅ*/ *n* ਛਾਣਨੀ, ਝਾਰਾ *vt* ਛਾਣਨਾ, ਝਾਰਾ ਲਾਉਣਾ

cold /ਕਅਉਲਡ/ *n* ਠੰਢ, ਸਰਦੀ; ਨਜ਼ਲਾ, ਜ਼ੁਕਾਮ; ਠੰਢਕ *a* ਠੰਢਾ, ਸੀਤ, ਸੀਤਲ, ਸਰਦ; ਰੁੱਖਾ, ਅਰੋਚਕ, ਕੋਰਾ, ਪ੍ਰਤਿਕੂਲ **catch cold** ਸਰਦੀ ਜਾਂ ਜ਼ੁਕਾਮ ਲਗ ਜਾਣਾ **give the cold shoulder (to)** ਬੇਰੁਖੀ ਵਰਤਣਾ

cold-blooded /ˌਕਅਉਲਡ'ਬਲਅੱਡਿਡ/ *a* ਨਿਰਦਈ, ਬੇਦਰਦ

cold-bloodedness /ਕਅਉਲਡ'ਬਲਅੱਡਿਡਨਅਸ/ *n* ਨਿਰਦਇਤਾ, ਬੇਰਹਿਮੀ

cold-cream /'ਕਅਉਲਡ ਕਰੀਮ/ *n* ਚਮੜੀ ਨੂੰ ਨਰਮ ਰੱਖਣ ਵਾਲੀ ਕਰੀਮ, ਇੱਕ ਗਾੜ੍ਹੀ ਤੇ ਸਫ਼ੈਦ ਰੰਗ ਦੀ ਕਰੀਮ

cold drink *n* ਠੰਡਾ, ਸ਼ਰਬਤ

cold fusion *n* ਠੰਢਾ ਨਿਊਕਲੀ ਸੰਸ਼ਲੇਸ਼ਣ (ਜੋ ਸਧਾਰਨ ਤਾਪਮਾਨ ਵਿੱਚ ਵੀ ਸੰਭਵ ਹੈ)

coldish /ਕਅਉਲਡਿਸ਼/ *a* ਠੰਡਾ ਜਿਹਾ

cold livered *a* ਠੰਢੇ ਜਿਗਰੇ ਵਾਲਾ, ਖੁਸ਼ਕ ਸੁਭਾਅ ਦਾ

cold meat *n* ਠੰਢਾ ਮਾਸ; ਲਾਸ਼

coldness /'**ਕਅਉਲਡਨਅਸ**/ *n* ਸੀਤਲਤਾ, ਠੰਢਕ, ਸਰਦੀ; ਰੁੱਖਾਪਣ, ਉਦਾਸੀਨਤਾ

cold-shoulder /ˌ**ਕਅਉਲਡ 'ਸ਼ਅਉਲਡਅ***/ *vt* ਬੇਰੁਖੀ ਨਾਲ ਪੇਸ਼ ਆਉਣਾ

cold steel *n* ਤਲਵਾਰ, ਸੰਗੀਨ ਆਦਿ

cold store *n* ਚੀਜ਼ਾਂ ਨੂੰ ਠੰਢਿਆਂ ਰੱਖਣ ਵਾਲਾ ਕਮਰਾ, ਖਾਧ ਪਦਾਰਥ ਨੂੰ ਜ਼ਿਆਦਾ ਦੇਰ ਸੁਰੱਖਿਅਤ ਰੱਖਣ ਵਾਲਾ ਕਮਰਾ

cold war *n* ਸੀਤ ਯੁੱਧ, ਠੰਢੀ ਜੰਗ

colemanite /'**ਕਅਉਲਮਅਨਾਇਟ**/ *n* ਇੱਕ ਰਸਾਇਣ, ਸੁਹਾਗਾ

coleoptera /ˌ**ਕੌਲਿ'ਔਪਟਅਰਅ**/ *n* (ਬਹੁ) ਇੱਕ ਭੂੰਡ ਪਰਜਾਤੀ

colic /'**ਕੌਲਿਕ**/ *n* ਤੇਜ ਪੇਟ ਦਰਦ, ਸੂਲ

colitis /**ਕਅ'ਲਾਇਟਿਸ**/ *n* ਵੱਡੀ ਆਂਦਰ ਦੀ ਸੋਜ਼ਸ਼

collaborate /**ਕਅ'ਲੈਬਅਰੇਇਟ**/ *vi* ਸਹਿਯੋਗ ਦੇਣਾ, ਨਾਲ ਮਿਲ ਕੇ ਕੰਮ ਕਰਨਾ, ਹੱਥ ਵਟਾਉਣਾ, ਮਿਲਵਰਤਨ ਕਰਨਾ, ਸਾਥ ਦੇਣਾ

collaboration /**ਕਅˌਲੈਬਅ'ਰੇਇਸ਼ਨ**/ *n* ਸਹਿਕਾਰਤਾ, ਸਹਿਯੋਗ ਜਾਂ ਮਿਲਵਰਤਨ, ਹੱਥ ਵਟਾਈ, ਸਾਂਝੀ ਪੈਦਾਵਾਰ

collaborationist /**ਕਅˌਲੈਬਅ'ਰੇਇਸ਼ਨਿਸਟ**/ *n* ਵਿਸਾਹਘਾਤੀ, ਦੇਸ਼-ਧ੍ਰੋਹੀ

collaborator /**ਕਅ'ਲੈਬਅਰੇਇਟਅ***/ *a* ਸਾਥੀ, ਸਹਿਯੋਗੀ, ਸਹਾਇਕ,ਸਹਿਕਾਰੀ; ਗੱਦਾਰ

collage /'**ਕੌਲਾਯ਼**/ *n* ਰੰਗੀਨ ਕਾਗਜ਼, ਕੱਪੜੇ, ਤਸਵੀਰਾਂ ਨੂੰ ਚਿਪਕਾ ਕੇ ਚਿੱਤਰ ਬਣਾਉਣ ਦੀ ਕਲਾ; (ਵਸਤਾਂ ਦਾ) ਸੰਗ੍ਰਹਿ

collapse /**ਕਅ'ਲੈਪਸ**/ *vi* ਧੜੰਮ ਕਰਕੇ ਡਿੱਗ ਪੈਣਾ, ਹਿੰਮਤ ਹਾਰਨਾ; ਬੇਹੋਸ਼ ਹੋ ਜਾਣਾ; ਨਸ਼ਟ ਹੋਣਾ, ਢਹਿ ਜਾਣਾ *n* ਗਿਰਾਵਟ, ਪਤਨ

collar /'**ਕੌਲਅ***/ *n* ਤੌਕ, ਹੱਸ, ਹਸਲੀ, ਕੰਠਾ, ਗੁਲੂਬੰਦ; ਕਾਲਰ; ਗਲ ਦੀ ਜੰਜੀਰ, ਪਟਾ *vt* ਗਲ ਪੈਣਾ, ਗਿੱਚੀਓਂ ਫੜਨਾ; ਹੱਥ ਕਰ ਲੈਣਾ, ਪੇਟੇ ਪਾ ਲੈਣਾ, ਖੋਹਣਾ

collarbone /'**ਕੌਲਅਬਅਉਨ**/ *n* ਹਸਲੀ, ਹੱਸ

collar harness *n* ਜੋਤਰ, ਜੋਤਰਾ

collarless /'**ਕੌਲਅਲਅਸ**/ *a* ਬੇਲਗਾਮ, ਬੇਪਟਾ, ਕਾਲਰ ਰਹਿਤ

collar-work *n* ਜੋਤਰਾ, ਘਾਲ

collate /**ਕਅ'ਲੇਇਟ**/ *vt* (ਕਿਸੇ ਪੁਸਤਕ ਦੇ ਭਿੰਨ-ਭਿੰਨ ਖਰੜਿਆਂ ਦਾ) ਟਾਕਰਾ ਕਰਨਾ, ਤੁਲਨਾ ਕਰਨਾ, ਜਾਚਣਾ; ਪਾਦਰੀ ਨਿਯੁਕਤ ਕਰਨਾ; ਪੰਨੇ ਲਾਉਣਾ, ਜਿਲਦ ਬੰਨ੍ਹਣਾ, ਦਫ਼ਤਰੀ ਕਰਨਾ

collateral /**ਕਅ'ਲੈਟਅਰਅਲ**/ *n* ਰਿਸ਼ਤੇਦਾਰ, ਸੰਬੰਧੀ; ਸ਼ਰੀਕ, ਇੱਕੋ ਦਾਦੇ ਦੀ ਸੰਤਾਨ *a* ਸਮਾਨਾਂਤਰ; ਜੱਦੀ; ਸਹਿਭਾਗੀ; ਗੌਣ, ਅਨੁਸੰਗੀ

collateral security *n* ਅਮਾਨਤ; ਸਮਰਥਕ ਜ਼ਮਾਨਤ

collation /**ਕਅ'ਲੇਇਸ਼ਨ**/ *n* ਖਰੜਿਆਂ ਦਾ ਮਿਲਾਨ

colleague /'**ਕੌਲੀਗ**/ *n* ਸਹਿਯੋਗੀ, ਸਹਿਕਰਮੀ, ਸਾਥੀ, ਭਾਈਵਾਲ *vt* ਸ਼ਾਮਲ ਹੋਣਾ, ਸੰਯੁਕਤ ਹੋਣਾ, ਮਿਲਨਾ ਜਾਂ ਇੱਕ ਹੋਣਾ

collect[1] /**ਕਅ'ਲੈਕਟ**/ *n* ਈਸਾਈਆਂ ਦੀ ਅਰਦਾਸ ਜੋ ਉਹ ਪਾਠ ਤੋਂ ਪਿੱਛੋਂ ਕਰਦੇ ਹਨ

collect[2] *v* ਜੁੜਨਾ, ਜੋੜਨਾ, ਸੰਗ੍ਰਹਿ ਕਰਨਾ, ਇਕੱਤਰ ਕਰਨਾ ਜਾਂ ਹੋਣਾ, ਇਕੱਠਾ ਹੋਣਾ ਜਾਂ ਕਰਨਾ, ਜਮ੍ਹਾ ਕਰਨਾ, ਜਮ੍ਹਾ ਹੋਣਾ; ਵਸੂਲ ਕਰਨਾ, ਉਗਰਾਹੁਣਾ; ਸੁਚੇਤ ਹੋਣਾ, ਹੋਸ਼ ਵਿੱਚ ਆਉਣਾ; ਨਤੀਜਾ ਕੱਢਣਾ

collected /**ਕਅ'ਲੈਕਟਿਡ**/ *a* ਇਕੱਤਰਤ, ਇਕੱਠੇ, ਸੰਗ੍ਰਹਿਤ; ਸ਼ਾਂਤ, ਸਥਿਰ, ਧੀਰਜਵਾਨ

collecting /**ਕਅ'ਲੈਕਟਿਙ**/ *n* ਸੰਗ੍ਰਹਿਣ, ਇਕਤਰਨ

collection /**ਕਅ'ਲੈਕਸ਼ਨ**/ *n* ਉਗਰਾਹੀ;

ਇਕੱਤਰੀਕਰਨ, ਰਾਸ਼ੀ, ਸਮੂਹ, ਢੇਰ, ਅੰਬਾਰ; ਜਨਤਾ, ਇਕੱਠ, ਭੀੜ; (ਬਹੁ) ਆਕਸਫੋਰਡ ਅਤੇ ਦੂਜੇ ਕਾਲਜਾਂ ਦਾ ਤਿਮਾਹੀ ਇਮਤਿਹਾਨ

collective /**ਕਅ'ਲੈਕੱਟਿਵ਼**/ *a* ਸਮੂਹਿਕ, ਸਾਂਝਾ, ਇਕੱਠਾ, ਸਮੁੱਚਾ, ਮਜਮੂਈ

collective bargaining *n* (ਮਜ਼ਦੂਰ ਯੂਨੀਅਨ ਅਤੇ ਮਾਲਕ ਵਿਚਕਾਰ ਸਮੂਹਿਕ ਸੌਦੇਬਾਜ਼ੀ)

collective farm *n* ਸਮੂਹਿਕ ਫਾਰਮ, ਸਾਂਝਾ ਸਰਕਾਰੀ ਫਾਰਮ

collectively /**ਕਅ'ਲੈਕੱਟਿਵ਼ਲਿ**/ *adv* ਇਕੱਠੇ ਹੋ ਕੇ, ਰਲ ਕੇ, ਸਮੁੱਚੇ ਤੌਰ ਉੱਤੇ, ਸਮੂਹਿਕ ਤੌਰ ਉੱਤੇ, ਮਜਮੂਈ ਤੌਰ ਉੱਤੇ

collective noun *n* (ਵਿਆ) ਸਮੂਹਵਾਚੀ ਨਾਂਵ

collective ownership *n* ਸਾਂਝੀ ਮਲਕੀਅਤ

collectivise /**ਕਅ'ਲੈਕੱਟਿਵ਼ਾਇਜ਼**/ *vt* ਜੋੜਨਾ, ਮਿਲਾ ਦੇਣਾ, ਇੱਕ ਕਰ ਦੇਣਾ, ਇਕੱਠਾ ਕਰਨਾ

collectivism /**ਕਅ'ਲੈਕੱਟਿਵਿ਼ਜ਼ਅਮ**/ *n* ਸਮੂਹਵਾਦ, ਸਮੂਹਕਤਾਵਾਦ

collectivist /**ਕਅ'ਲੈਕੱਟਿਵਿ਼ਸਟ**/ *n* ਸਮੂਹਵਾਦੀ ਬੰਦਾ

collectivistic /**ਕਅ,ਲੈਕੱਟਿ'ਵਿ਼ਸਟਿਕ**/ *a* ਸਮੂਹਵਾਦੀ (ਰੁਚੀ)

collectivity /**ਕਅ,ਲੈਕੱਟਿਵ਼ਅਟਿ**/ *n* ਸਮੂਹਿਕਤਾ, ਸਮੂਹ, ਇਕੱਠ

collectivization /**ਕਅ,ਲੈਕੱਟਿਵ਼ਾਇ'ਜ਼ੇਇਸ਼ਨ**/ *n* ਸਮੂਹੀਕਰਨ

collector /**ਕਅ'ਲੈਕੱਟਅ***/ *n* ਕੁਲੈਕਟਰ, ਡਿਪਟੀ ਕਮਿਸ਼ਨਰ, ਜ਼ਿਲ੍ਹੇ ਦਾ ਮੁਖੀ; ਉਗਰਾਹੀ ਕਰਨ ਵਾਲਾ, ਵਸੂਲੀ ਕਰਨ ਵਾਲਾ, ਮਸ਼ੀਨ ਦਾ ਇੱਕ ਪੁਰਜ਼ਾ

collectorate /**ਕਅ'ਲੈਕੱਟਅਰਅਟ**/ *n* ਕੁਲੈਕਟਰੀ, ਕੁਲੈਕਟਰ-ਪਦ

college /**'ਕੌਲਿਜ**/ *n* ਮਹਾਂਵਿਦਿਆਲਾ, ਕਾਲਜ; ਸਭਾ; ਕਿਸੇ ਵਿਸ਼ੇਸ਼ ਕਿੱਤੇ ਦੀ ਸਿੱਖਿਆ ਦੇਣ ਦੀ ਸੰਸਥਾ

collegial /**ਕਅ'ਲੀਜਿਅਲ**/ *a* ਕਾਲਜ ਸੰਬੰਧੀ, ਮਹਾਂਵਿਦਿਆਲੇ ਬਾਰੇ

collegian /**ਕਅ'ਲੀਜਿਅਨ**/ *n* ਕਾਲਜ ਦਾ ਵਿਦਿਆਰਥੀ; ਕਿਸੇ ਕਾਲਜ ਦਾ ਸਦੱਸ

collegiate /**ਕਅ'ਲੀਜਿਅਟ**/ *n* ਕਾਲਜ ਦਾ ਵਿਦਿਆਰਥੀ /**ਕਅ'ਲੀਜਿਏਇਟ**/ *vt* ਕਾਲਜ ਬਣਾਉਣਾ /**ਕਅ'ਲੀਜਿਅਟ**/ *a* ਕਾਲਜ ਸੰਬੰਧੀ, ਕਾਲਜ ਦਾ

collide /**ਕਅ'ਲਾਇਡ**/ *vt* ਭਿੜਨਾ, ਟਕਰਾਉਣਾ, ਟੱਕਰ ਖਾਣਾ, ਵਿਰੋਧ ਹੋਣਾ, ਮੁੱਠ-ਭੇੜ ਹੋਣਾ; ਖਟਾਪਟੀ ਹੋਣਾ; ਪਰਸਪਰ ਵਿਰੋਧੀ ਹੋਣਾ

collier /**'ਕੌਲਿਅ***/ *n* ਕੋਲਾ ਪੁਟ; ਕੋਲਾ ਵਾਹਕ ਜਹਾਜ਼

colliery /**'ਕੌਲਿਅਰਿ**/ *n* ਕੋਲੇ ਦੀ ਖਾਣ

colligate /**'ਕੌਲਿਗੇਇਟ**/ *vt* ਇਕੱਤਰ ਕਰਨਾ, ਵਿਵਸਥਿਤ ਕਰਨਾ, ਸੰਬੰਧ ਕਰਨਾ

collision /**ਕਅ'ਲਿਯ਼ਨ**/ *n* ਭੇੜ, ਟੱਕਰ, ਮੁੱਠ-ਭੇੜ, ਸੰਘਰਸ਼

collocate /**'ਕੌਲਅਕੇਇਟ**/ *vt* ਤਰਤੀਬ ਦੇਣਾ, ਵਿਵਸਥਾ ਦੇਣਾ, ਸਜਾਉਣਾ; ਸਥਾਪਿਤ ਕਰਨਾ, ਨਾਲ-ਨਾਲ ਰੱਖਣਾ

collocation /**,ਕੌਲਅ'ਕੇਇਸ਼ਨ**/ *n* (ਵਿਆ) ਵਾਕ ਵਿੱਚ ਸ਼ਬਦ ਕ੍ਰਮ, ਸ਼ਬਦ ਤਰਤੀਬ

collogue /**ਕਅ'ਲਅਉਗ**/ *vi* ਲਾਰੇ ਲਾਉਣਾ, ਲੱਲਾ-ਭੱਬਾ ਕਰਨਾ; ਸਾਜ਼ਸ਼ ਕਰਨਾ, ਗੋਂਦ ਗੁੰਦਣਾ, ਠੱਗਣਾ

colloquial /**ਕਅ'ਲਅਉਕਵਿਅਲ**/ *a* (ਭਾਵਿ) ਆਮ ਗੱਲ-ਬਾਤੀ, ਬੋਲ-ਚਾਲੀ, ਲੌਕਿਕ

colloquialism /**ਕਅ'ਲਅਉਕਵਿਅਲਿਜ਼ਅਮ**/ *n* ਬੋਲ-ਚਾਲ ਦੀ ਸ਼ੈਲੀ ਜਾਂ ਢੰਗ

colloquialist /**ਕਅ'ਲਅਉਕਵਿਅਲਿਸਟ**/ *n* ਬੋਲ-ਚਾਲ ਦੀ ਸ਼ੈਲੀ ਦੀ ਵਰਤੋਂ ਕਰਨ ਵਾਲਾ ਜਾਂ ਸਮਰਥਕ

colloquy /**'ਕੌਲਅਕਵਿ**/ *n* ਬੋਲ-ਚਾਲ, ਲੋਕ ਮੁਹਾਵਰਾ, ਗੱਲਬਾਤ, ਗੱਲ-ਕਥ

collotype /'ਕੌਲਅ(ਉ)ਟਾਇਪ/ *n* ਔਕਸਰੋਜ਼ ਜਾਂ ਮਸਾਲੇ ਦੀ ਪਲੇਟ ਜਿਸ ਉੱਤੇ ਚਾਨਣ ਪੈਣ ਨਾਲ ਤਸਵੀਰ ਬਣ ਜਾਂਦੀ ਹੈ; ਅਕਸੀ ਛਾਪ

collude /ਕਅ'ਲੂਡ/ *vi* (ਸਾਜ਼ਸ਼ ਕਰਨ ਲਈ) ਨਾਲ ਰਲਨਾ

collusion /ਕਅ'ਲੂਯ਼ਨ/ *n* ਗੱਠ-ਜੋੜ, ਗਾਂਢਾ-ਸਾਂਢਾ

collusive /ਕਅ'ਲੂਸਿਵ਼/ *a* ਫ਼ਰੇਬੀ, ਕਪਟੀ, ਸਾਜ਼ਸ਼ੀ

colon[1] /'ਕਅਉਲਅਨ/ *n* ਕੋਲਨ, ਇੱਕ ਵਿਸ਼ਰਾਮ ਚਿੰਨ (:)

colon[2] *n* ਵੱਡੀ ਆਂਦਰ, ਵੱਡੀ ਆਂਦਰ ਦਾ ਹੇਠਲਾ ਭਾਗ

colonel /'ਕਅ:ਨਲ/ *n* ਕਰਨੈਲ, ਕਰਨਲ, ਫ਼ੌਜ ਦਾ ਵੱਡਾ ਅਫ਼ਸਰ

colonial /ਕਅ'ਲਅਉਨਿਅਲ/ *a* ਬਸਤੀਵਾਦੀ

colonialism /ਕਅ'ਲਅਉਨਿਅਲਿਜ਼ਅਮ/ *n* ਬਸਤੀਵਾਦ

colonialist /ਕਅ'ਲਅਉਨਿਅਲਿਸਟ/ *n* ਬਸਤੀਵਾਦੀ, ਨੌਅਬਾਦਕਾਰ

colonization /ˌਕੌਲਅਨਾਇ'ਜ਼ੇਇਸ਼ਨ/ *n* ਬਸਤੀਕਰਨ, ਨੌਅਬਾਦਕਾਰੀ

colonize /'ਕੌਲਅਨਾਇਜ਼/ *v* ਨਵੀਂ ਬਸਤੀ ਵਸਾਉਣਾ, ਨਵੀਂ ਥਾਂ ਜਾ ਕੇ ਵਸ ਜਾਣਾ

colonnade /ˌਕੌਲਅ'ਨੇਇਡ/ *n* ਥੰਮ੍ਹਦਾਰ ਉਸਾਰੀ

colony /'ਕੌਲਅਨਿ/ *n* ਨਵੀਂ ਅਬਾਦੀ, ਬਸਤੀ; ਉਪਨਿਵੇਸ਼, ਨੌਅਬਾਦੀ, ਛਾਉਣੀ

colophon /'ਕੌਲਅਫ਼ਅਨ/ *n* ਪੁਸਤਕ ਉੱਤੇ ਦਿੱਤਾ ਪ੍ਰਕਾਸ਼ਕ ਦਾ ਨਾਮ ਜਾਂ ਚਿੰਨ੍ਹ

color ਵੇਖੋ **colour**

colorific /ˌਕੌਲਅ'ਰਿਫ਼ਿਕ/ *a* ਰੰਗ ਪੈਦਾ ਕਰਨ ਵਾਲਾ, ਰੰਗ ਦਾ, ਰੰਗ ਸੰਬੰਧੀ

colorimeter /ˌਕੌਲਅ'ਰਿਮਿਟਅ*/ *n* ਰੰਗ ਮਾਪਕ ਯੰਤਰ

colossal /ਕਅ'ਲੌਸਲ/ *a* ਵੱਡਾ ਆਕਾਰ, ਚਮਤਕਾਰੀ; ਵਿਸ਼ਾਲ ਮੂਰਤੀ ਦੇ ਬਾਰੇ

colossus /ਕਅ'ਲੌਸਅਸ/ *n* ਦਿਓ ਕੱਦ ਮੂਰਤੀ, ਸਧਾਰਨ ਨਾਲੋਂ ਵਡੇਰੀ ਤਸਵੀਰ

colostrum /ਕਅ'ਲੌਸਟਰਅਮ/ *n* ਮਾਂ ਦਾ ਪਹਿਲਾ ਦੁੱਧ (ਜੋ ਬੱਚੇ ਨੂੰ ਬਿਮਾਰੀਆਂ ਤੋਂ ਸੁਰੱਖਿਅਤ ਰੱਖਣ ਵਿੱਚ ਸਹਾਈ ਹੁੰਦਾ ਹੈ)

colour /'ਕਅੱਲਅ*/ *n* ਰੰਗ; ਚਿਹਰੇ ਦੀ ਰੰਗਤ, ਰੰਗ ਰੂਪ, ਸ਼ਕਲ ਸੂਰਤ; (ਬਹੁ) ਝੰਡਾ; ਬਿੱਲਾ; ਬਣਾਉਟੀ ਗੱਲ, ਬਹਾਨਾ *v* ਰੰਗਣਾ, ਰੰਗ ਭਰਨਾ, ਰੰਗ ਮਿਲਾਉਣਾ; ਸਚਾਈ ਲੁਕਾਉਣਾ; ਝੂਠਾ ਕਥਨ ਕਰਨਾ; ਸ਼ਰਮਾਉਣਾ, ਲਜਿਤ ਹੋਣਾ; ਪ੍ਰਭਾਵ ਛੱਡਣਾ **change colour** *n* ਰੰਗ ਬਦਲਨਾ; ਸ਼ਰਮਾਉਣਾ **complementary colour** ਸਹਾਇਕ ਜਾਂ ਪੂਰਕ ਰੰਗ **gain colour** ਗੂੜ੍ਹਾ ਹੋਣਾ **local colour** ਸਥਾਨਕ ਰੰਗ **lose colour** *n* ਰੰਗ ਉੱਡਣਾ; ਰੰਗ ਫੱਕ ਹੋ ਜਾਣਾ **nail colours to mast** ਡਟੇ ਰਹਿਣਾ, ਜੰਮੇ ਰਹਿਣਾ, ਦ੍ਰਿੜ੍ਹ ਰਹਿਣਾ **sail under false colours** ਦੰਭ ਕਰਨਾ, ਫ਼ਰੇਬ ਕਰਨਾ **secondary colour** ਮਿਸ਼ਰਿਤ ਵਰਨ ਜਾਂ ਰੰਗ **see the colour of a person's money** ਕਿਸੇ ਤੋਂ ਰੁਪਈਆ ਹਾਸਲ ਕਰਨਾ **show one's colours** ਆਪਣੇ ਮੂਲ ਸੁਭਾਅ ਨੂੰ ਪ੍ਰਗਟ ਕਰਨਾ

colourable /'ਕਅੱਲ(ਅ)ਰਅਬਲ/ *a* ਰੰਗਣਯੋਗ; ਨਕਲੀ, ਜਾਲ੍ਹੀ

colour bar *n* ਨਸਲੀ ਵਿਤਕਰਾ, ਵਰਨ-ਭੇਦ

colour-blind /ਕਅੱਲਅਬਲਾਇਨਡ/ *a* ਰੰਗ ਦੀ ਪਛਾਣ ਕਰਨ ਤੋਂ ਅਸਮਰਥ, ਵਰਨ-ਅੰਧ

colour-box *n* ਰੰਗਦਾਨੀ, ਰੰਗਾਂ ਵਾਲੀ ਡੱਬੀ

coloured /'ਕਅੱਲਅਡ/ *a* ਰੰਗਦਾਰ, ਰੰਗੀਨ

colourful /'ਕਅੱਲਅਫ਼ਲ/ *a* ਰੰਗੀਨ, ਸਜੀਵ, ਮਨੋਰੰਜਕ

colouring /'ਕਅੱਲਅਰਿਙ/ *n* ਰੰਗ-ਭਰਾਈ; ਰੰਗਕਾਰੀ, ਰੰਗਾਈ

colourless /'ਕਅੱਲਅਲਅਸ/ *a* ਬੇਰੰਗ, ਰੰਗਹੀਣ, ਵਰਨਹੀਣ; ਫਿੱਕਾ, ਹਲਕੇ ਰੰਗ ਦਾ; ਉਦਾਸੀਨ, ਅਲੱਗ; ਰੁੱਖਾ

colourlessness /'ਕਅੱਲਅਲਅਸਨਅਸ/ *n* ਰੰਗਹੀਣਤਾ; ਉਦਾਸੀਨਤਾ, ਫਿੱਕਾਪਣ, ਰੁੱਖਾਪਣ

colour-man *n* ਰੰਗਫਰੋਸ਼, ਰੰਗਾਂ ਦਾ ਵਪਾਰੀ

colour-sergeant *n* ਝੰਡਾਬਰਦਾਰ ਸਾਰਜੈਂਟ

colt /ਕਅਉਲਟ/ *n* ਵਛੇਰਾ; ਮੂਰਖ ਆਦਮੀ; ਕ੍ਰਿਕਟ ਦਾ ਖਿਡਾਰੀ ਜੋ ਹੁਣੇ-ਹੁਣੇ ਖੇਡਣਾ ਸਿੱਖਿਆ ਹੋਵੇ

columbine /'ਕੌਲਅਮਬਾਇਨ/ *n* ਇੱਕ ਪ੍ਰਕਾਰ ਦੇ ਫੁੱਲ, ਕਬੂਤਰੀ ਫੁੱਲ

column /'ਕੌਲਅਮ/ *n* ਥੰਮ੍ਹ, ਥਮ੍ਹਲਾ; ਆਸਰਾ, ਟੇਕ; ਫ਼ੌਜ ਦੀ ਸਫ਼; (ਅਖ਼ਬਾਰ ਦਾ) ਕਾਲਮ; ਜਹਾਜ਼ਾਂ ਦਾ ਬੇੜਾ

columnist /'ਕੌਲਅਮਨਿਸਟ/ *n* ਕਿਸੇ ਸਮਾਚਾਰ ਪੱਤਰ ਲਈ ਲਗਾਤਾਰ ਲਿਖਣ ਵਾਲਾ, ਕਾਲਮਨਵੀਸ

column of smoke *n* ਸਿੱਧਾ ਉੱਠਣ ਵਾਲਾ ਧੂੰਆਂ

coma /'ਕਅਉਮਅ/ *n* ਡੂੰਘੀ ਬੇਹੋਸ਼ੀ

comatose /'ਕਅਉਮਅਟਅਉਸ/ *a* ਡੂੰਘੀ ਬੇਹੋਸ਼ੀ ਵਾਲਾ, ਬੇਹੋਸ਼

comb /ਕਅਉਮ/ *n* ਕੰਘੀ, ਕੰਘਾ; (ਜੁਲਾਹੇ ਦਾ) ਕੁੱਚ; ਕੁੱਕੜ ਦੀ ਕਲਗੀ, ਬੋਦੀ; ਸਮੁੰਦਰ ਦੀ ਲਹਿਰ; ਸ਼ਹਿਦ ਦਾ ਛੱਤਾ, ਖੱਗਾ *vt* ਕੰਘੀ ਕਰਨਾ, ਕੁੱਚ ਫੇਰਨਾ, ਤੁੰਬਣਾ; ਸਾਫ਼ ਕਰਨਾ; ਛਾਣ ਮਾਰਨਾ, ਤਲਾਸ਼ ਕਰਨਾ **comb out** ਕੰਘੀ ਕਰਨ ਦਾ ਕੰਮ ਜਾਂ ਸਥਿਤੀ; ਛਾਂਟ ਲੈਣਾ **cut the comb of** ਅੜ ਭੰਨਣਾ, ਕਲਗੀ ਲਾਹੁਣਾ

combat /'ਕੌਮਬੈਟ/ *n* ਲੜਾਈ, ਮੁੱਠਭੇੜ, ਭੇੜ, ਟੱਕਰ *v* ਭਿੜਨਾ, ਟਕਰਾਨਾ, ਸਾਮ੍ਹਣਾ ਕਰਨਾ, ਲੜਨਾ, ਮੁਕਾਬਲਾ ਕਰਨਾ **single combat** ਇਕੱਲੇ-ਇਕੱਲੇ ਦੀ ਲੜਾਈ

combatant /'ਕੌਮਬਅਟਅਨਟ/ *a* ਲੜਨ ਵਾਲਾ *n* ਘੁਲਾਟੀਆ ਵਿਅਕਤੀ

combative /'ਕੌਮਬਅਟਿਵ/ *a* ਲੜਾਕਾ

combed /ਕਅਉਮਡ/ *a* ਕੰਘੀ ਕੀਤਾ, ਵਾਹਿਆ, ਸੁਆਰਿਆ

combination /ˌਕੌਮਬਿ'ਨੇਇਸ਼ਨ/ *n* ਸੁਮੇਲ, ਸੰਜੋਗ, ਇਕੱਠ, ਸੰਗਠਨ

combine /ਕਅਮ'ਬਾਇਨ/ *v* ਜੋੜਨਾ, ਮੇਲਨਾ; ਇਕੱਠਾ ਕਰਨਾ

combined /ਕਅਮ'ਬਾਇਨਡ/ *a* ਸੰਯੁਕਤ, ਰਲਵਾਂ, ਮਿਲਵਾਂ

combing /ਕਅਉਮਿਙ/ *n* ਵਾਲਾਂ ਦੀ ਵਹਾਈ; ਕੰਘੇ ਨਾਲ ਲੱਥੇ ਵਾਲ

combo /'ਕੌਮਬਅਉ/ *n* ਨੱਚਣ ਸਮੇ ਵਜਾਇਆ ਜਾਣ ਵਾਲਾ ਵਾਜਾ, ਨ੍ਰਿਤ-ਸੰਗੀਤ

combustibility /ਕਅਮˌਬਅੱਸਟਅ'ਬਿਲਅਟਿ/ *n* ਜਲਨਸ਼ੀਲਤਾ, ਦਾਹਕਤਾ, ਬਲਨਸ਼ੀਲਤਾ

combustible /ਕਅਮ'ਬਅੱਸਟਅਬਲ/ *a* ਬਲਨਹਾਰ, ਜਲਨਹਾਰ, ਅੱਗ ਫੜਨ ਵਾਲਾ, ਉਤੇਜਨਸ਼ੀਲ

combustion /ਕਅਮ'ਬਅੱਸਚਅਨ/ *n* ਬਲਨ, ਜਲਨ ਦਾ ਭਾਵ ਜਾਂ ਕਾਰਜ, ਉਤੇਜਨਾ, ਭੜਕਾਹਟ

come /ਕਅੱਮ/ *vi* ਆਉਣਾ, ਅਪੜਨਾ, ਪਹੁੰਚਣਾ; ਕਿਸੇ (ਨਤੀਜੇ) 'ਤੇ ਅਪੜਨਾ; ਵਾਪਰਨਾ, ਹੋਣਾ; ਨਿਕਲਨਾ, ਨਿਕਾਸ ਹੋਣਾ **come about** ਵਾਪਰਨਾ, ਬੀਤਣਾ, ਹੋਣਾ **come across** ਮਿਲਨਾ, ਰੂਬਰੂ ਹੋਣਾ, ਭੇਟ ਕਰਨਾ **come along** ਕਿਸੇ ਨਾਲ ਜਾਣਾ, ਸਾਥ ਦੇਣਾ **come and go** ਆਉਣਾ-ਜਾਣਾ **come at** ਗੱਲ ਸਮਝਣਾ, ਪਹੁੰਚਣਾ **come by** ਹੱਥ ਆਉਣਾ, ਪ੍ਰਾਪਤ ਕਰਨਾ **come down upon** ਝਿੜਕਣਾ, ਝੰਬਣਾ, ਸਜ਼ਾ ਦੇਣਾ, ਦੰਡ ਦੇਣਾ **come forward** ਸਾਮ੍ਹਣੇ ਆਉਣਾ **come home to** ਸਮਝ ਪੈਣਾ **come in** ਅੰਦਰ ਆਉਣਾ, ਘੁਸਣਾ, ਪ੍ਰਵੇਸ਼ ਕਰਨਾ **come in for** ਹਿੱਸੇ ਵੱਜੋਂ ਮਿਲਨਾ **come in person's way** ਰੁਕਾਵਟ ਪਾਉਣਾ, ਵਿਘਨ ਪਾਉਣਾ **come into** ਪ੍ਰਾਪਤ ਕਰਨਾ, ਪਾਉਣਾ

come into force ਲਾਗੂ ਹੋਣਾ come into sight ਨਜ਼ਰ ਆਉਣਾ, ਦ੍ਰਿਸ਼ਟੀਮਾਣ ਹੋਣਾ come into the world ਪੈਦਾ ਹੋਣਾ come off ਅਲੱਗ ਹੋਣਾ, ਲੱਥ ਜਾਣਾ come out ਹੜਤਾਲ ਕਰਨਾ, ਕੰਮ ਛੱਡਣਾ; ਪ੍ਰਕਾਸ਼ਿਤ ਹੋਣਾ; ਸਫਲ ਹੋਣਾਂ, ਕਾਮਯਾਬ ਹੋਣਾ come round ਮੰਨ ਜਾਣਾ, ਰਜ਼ਾਮੰਦ ਹੋਣਾ come short ਫੇਲ੍ਹ ਹੋਣਾ, ਅਸਫਲ ਹੋਣਾ come to ਹੋਸ਼ ਵਿੱਚ ਆਉਣਾ come to a close ਬੰਦ ਹੋਣਾ come to an end ਖ਼ਤਮ ਹੋ ਜਾਣਾ, ਸਮਾਪਤ ਹੋਣਾ come to blows ਹੂਰੋ-ਮੁੱਕੀ ਹੋਣਾ, ਲੜਨਾ come up ਚੜ੍ਹਨਾ come upon ਅਚਾਨਕ ਹਮਲਾ ਕਰਨਾ come what may ਕੁਝ ਵੀ, ਹਰ ਹਾਲਤ ਵਿੱਚ

come-at-able /ˌਕਅੱਮ'ਐਟਅਬਲ/ *a* ਰਸਾਈਯੋਗ, ਪਹੁੰਚਣਯੋਗ, ਪਹੁੰਚ ਦੇ ਅੰਦਰ; ਸੁਲੱਭ, ਸੁਗਮ

comedian /ਕਅ'ਮੀਡਿਅਨ/ *n* ਕਾਮੇਡੀ (ਸੁਖਾਂਤ ਨਾਟਕ) ਦਾ ਅਭਿਨੇਤਾ ਜਾਂ ਲੇਖਕ; ਭੰਡ, ਨਕਲੀਆ

comedienne /ਕਅˌਮੀਡਿ'ਐਨੱ/ *n* (ਸੁਖਾਂਤ ਨਾਟਕ) ਦੀ ਅਭਿਨੇਤਰੀ

comedietta /ਕਅˌਮਿਡਿ'ਐਟੱਅ/ *n* ਛੋਟਾ ਸੁਖਾਂਤ ਨਾਟਕ

comedist /'ਕੌਮਿਡਿਸਟ/ *n* ਕਾਮੇਡੀ ਦਾ ਲੇਖਕ

comedy /'ਕੌਮਅਡਿ/ *n* ਸੁਖਾਂਤ ਨਾਟਕ, ਨਾਟਕ ਦਾ ਇੱਕ ਭੇਦ; ਸੁਆਂਗ, ਤਮਾਸ਼ਾ ਜਿਸ ਦਾ ਅੰਤ ਸੁਖ ਜਾਂ ਖ਼ੁਸ਼ੀ ਭਰਿਆ ਹੋਵੇ (ਸੁਖਾਂਤ)

comeliness /'ਕਅੱਮਲਿਨਅਸ/ *n* ਸੁਹੱਪਣ, ਸੁੰਦਰਤਾ; ਮਨੋਹਰਤਾ

comely /'ਕਅੱਮਲਿ/ *a* ਸੋਹਣੀ (ਵਿਸ਼ੇਸ਼ ਕਰਕੇ ਜ਼ਨਾਨੀ), ਮਨੋਹਰ

comer /'ਕਅੱਮਅ*/ *n* ਆਉਣ ਵਾਲਾ late comer ਦੇਰੀ ਨਾਲ ਆਉਣ ਵਾਲਾ, ਲੇਟ-ਲਤੀਫ਼

comestible /ਕਅ'ਮੈਸੱਟਿਬਲ/ *n* ਖਾਣ ਵਾਲੀ ਚੀਜ਼, ਖਾਧ ਪਦਾਰਥ

comet /'ਕੌਮਿਟ/ *n* ਬੋਦੀ ਵਾਲਾ ਤਾਰਾ, ਪੂਛਲ ਤਾਰਾ, ਧੂਮਕੇਤੂ

comet-finder *n* ਛੋਟੀ ਦੂਰਬੀਨ

comet-wine *n* ਉਹ ਸ਼ਰਾਬ ਜਿਹੜੀ ਬੋਦੀ ਵਾਲਾ ਤਾਰਾ ਚੜ੍ਹਨ ਵੇਲੇ ਕੱਢੀ ਜਾਵੇ ਅਤੇ ਜੋ ਬੜੀ ਵਧੀਆ ਸਮਝੀ ਜਾਂਦੀ ਹੈ

comet-year *n* ਉਹ ਸਾਲ ਜਦੋਂ ਬੋਦੀ ਵਾਲਾ ਤਾਰਾ ਦਿਸੇ, ਧੂਮਕੇਤੂ ਵਰ੍ਹਾ

comfit /'ਕਅੱਮਫ਼ਿਟ/ *n* ਮੇਵਿਆਂ ਵਾਲੀ ਮਿਠਿਆਈ

comfort /'ਕਅੱਮਫ਼ਅਟ/ *n* ਸੁਖ, ਅਰਾਮ, ਸੌਖ, ਸੁਖਦਾਇਕ ਵਸਤੂ; ਦਿਲਾਸਾ, ਸੰਤੋਖ *vt* ਸੁਖ ਦੇਣਾ, ਅਰਾਮ ਪਹੁੰਚਾਉਣਾ; ਦਿਲਾਸਾ ਦੇਣਾ, ਤਸੱਲੀ ਦੇਣਾ, ਧੀਰਜ ਦੇਣਾ

comfortable /'ਕਅੱਮਫ਼ਟਅਬਲ/ *a* ਸੁਖਦਾਇਕ, ਅਰਾਮ ਦੇਣ ਵਾਲਾ, ਅਰਾਮਦੇਹ; ਧੀਰਜ ਬੰਨ੍ਹਾਊ, ਅਨੰਦਮਈ, ਸੁਖੀ; ਕਾਫ਼ੀ, ਖਾਸਾ

comfortably /'ਕਅੱਮਫ਼ਟਅਬਲਿ/ *a* ਸੌਖ ਨਾਲ, ਅਰਾਮ ਨਾਲ; ਤਸੱਲੀ ਨਾਲ

comfortless /'ਕਅੱਮਫ਼ਅਟਲਅਸ/ *a* ਸੁਖ-ਰਹਿਤ, ਦੁਖੀ, ਬੇਚੈਨ

comfort zone *n* ਸੌਖ ਦੀ ਸਥਿਤੀ, ਸੌਖ ਅਵਸਥਾ

comic /'ਕੌਮਿਕ/ *a* ਸੁਖਾਂਤਕ,ਸੁਖਾਂਤ, ਹਸਾਉਣਾ, ਮਸ਼ਕਰੀ ਭਰਿਆ, ਹਾਸ ਭਰਪੂਰ, ਹਾਸਰਸੀ

comical /'ਕੌਮਿਕਲ/ *n* ਹਾਸਪੂਰਨ, ਵਚਿੱਤਰ; ਅਨੋਖਾ, ਨਿਰਾਲਾ

comicality /'ਕੌਮਿਕੈਲਿਟਿ/ *n* ਵਚਿੱਤਰਤਾ, ਅਨੋਖਾਪਣ, ਨਿਰਾਲਾਪਣ

comic opera *n* ਹਾਸਰਸੀ ਸੰਗੀਤ ਨਾਟ

comic strip *n* ਵਿਅੰਗ ਚਿਤਰ, (ਅਖ਼ਬਾਰ ਵਿੱਚ) ਤਸਵੀਰਾਂ ਰਾਹੀਂ ਦਰਸਾਈ ਕਹਾਣੀ

coming /'ਕਅੱਮਿਙ/ *n a* ਆਗਮਨ; ਭਾਵੀ, ਆਗਾਮੀ, ਆਉਣ ਵਾਲਾ

comity /'ਕੌਮਿਟਿ/ *n* ਭਾਈਚਾਰਾ; ਸਾਊਪਣਾ, ਸੁਹਿਰਦਤਾ, ਭਲਮਾਣਸੀ

comity of nations *n* ਅੰਤਰਰਾਸ਼ਟਰੀ

ਭਾਈਚਾਰਾ

comma /'ਕੌਮਅ/ *n* ਕਾਮਾ, ਅਰਧ-ਵਿਸ਼ਰਾਮ ਚਿੰਨ੍ਹ (,); (ਸੰਗੀ) ਸੁਰਾਂ ਦਾ ਸੂਖਮ ਅੰਤਰਾਲ ਜਾਂ ਅੰਤਰ **in verted commas** ਪੁੱਠੇ ਕਾਮੇ (''), ("")

comma bacillus *n* ਕਾਮਾ ਦੇ ਆਕਾਰ ਦੇ ਹੈਜ਼ੇ ਦੇ ਕੀਟਾਣੂ

command /ਕਅ'ਮਾਨਡ/ *v* ਆਗਿਆ ਦੇਣਾ, ਹੁਕਮ ਕਰਨਾ; ਕਾਬੂ ਕਰਨਾ; ਜ਼ਦ ਵਿੱਚ ਹੋਣਾ; (ਭਰੋਸੇ ਦੇ) ਯੋਗ ਹੋਣਾ, ਅਸਰ ਥੱਲੇ ਲੈਣਾ *n* ਕੰਪਿਊਟਰ ਨੂੰ ਦਿੱਤੇ ਜਾਣ ਵਾਲੇ ਹੁਕਮ ਜਾਂ ਹਿਦਾਇਤਾਂ, ਆਦੇਸ਼, ਆਗਿਆ, ਹੁਕਮ, ਨਿਯੰਤਰਨ, ਕਾਬੂ **at command** ਮੁੱਠੀ ਵਿੱਚ, ਇਖ਼ਤਿਆਰ ਵਿੱਚ

commandant /'ਕੌਮਅਨਡੈਨਟ/ *n* ਕੁਮੇਦਾਨ, ਫ਼ੌਜੀ ਸਰਦਾਰ, ਕਮਾਨ ਅਫ਼ਸਰ

command economy *n* ਵਿਓਂਤਬੱਧ ਅਰਥਚਾਰਾ, ਯੋਜਨਾਬੱਧ ਆਰਥਿਕਤਾ

commandeer /ˌਕੌਮਅਨ'ਡਿਅ*/ *vt* ਰੋਹਬ ਦੇਣਾ, ਸਿੱਕਾ ਬਠਾਉਣਾ; ਖੋਹਣਾ, ਜ਼ਬਤ ਕਰ ਲੈਣਾ; ਵਗਾਰ-ਲੈਣਾ, ਵਗਾਰ ਫੜਨਾ

commander /ਕਅ'ਮਾਨਡਅ*/ *n* ਸੈਨਾਪਤੀ, ਫ਼ੌਜਦਾਰ, ਸਾਮੰਤ, ਅਮੀਰ, ਨਾਈਟ ਦੀ ਉੱਚ ਉਪਾਧੀ

Commander-in-chief /ਕਅˌਮਾਨਡਅਰਇਨ'ਚੀਫ/ *n* ਮੁੱਖ-ਸੈਨਾਪਤੀ

commanding /ਕਅ'ਮਾਨਡਿਙ/ *a* ਪ੍ਰਭਾਵਸ਼ਾਲੀ; ਰੋਹਬਦਾਰ, ਜਬ੍ਹੇਵਾਲਾ ਉੱਚਾ, ਸ਼ਾਨਦਾਰ

commanding officer *n* ਫ਼ੌਜ ਦਾ ਉੱਚ ਅਫ਼ਸਰ

command language *n* ਕੰਪਿਊਟਰ ਪ੍ਰੋਗਰਾਮ ਨੂੰ ਨਿਰਦੇਸ਼ ਦੇਣ ਲਈ ਵਰਤੇ ਜਾਣ ਵਾਲੇ ਅੱਖਰ ਪ੍ਰਤੀਕ ਆਦਿ

commandment /ਕਅ'ਮਾਨਡਮਅਨਟ/ *n* ਰੱਬੀ ਹੁਕਮ, ਧਾਰਮਿਕ ਨੇਮ **the Ten Commandments** ਹਜ਼ਰਤ ਮੂਸਾ ਦੇ ਦੱਸੇ ਦਸ ਨੇਮ

command night *n* (ਸ਼ਾਹੀ ਹੁਕਮ ਨਾਲ) ਨਾਚ-ਗਾਣਾ

commando /ਕਅ'ਮਾਨਡਅਉ/ *n* ਛਾਪਾਮਾਰ ਸੈਨਿਕਾਂ ਦਾ ਦਸਤਾ, ਛਾਪਾਮਾਰ ਸੈਨਿਕ, ਕਮਾਂਡੋ

Command Paper *n* (ਸ਼ਾਹੀ ਆਗਿਆ ਨਾਲ ਬਰਤਾਨਵੀ ਸੰਸਦ ਵਿੱਚ ਰੱਖਿਆ ਜਾਣ ਵਾਲਾ) ਸ਼ਾਹੀ ਦਸਤਾਵੇਜ਼

commeasurable /ਕਅ'ਮੈਯ਼ਅਰਅਬਲ/ *a* ਅਨੁਰੂਪ, ਤੁੱਲ, ਸਮਾਨ

commemorable /ਕਅ'ਮੈਮੱਅਰਅਬਲ/ *a* ਯਾਦਗਾਰੀ, ਸਮਰਨੀ

commemorate /ਕਅ'ਮੈਮੱਅਰੇਇਟ/ *vt* (ਕਿਸੇ ਦੀ ਯਾਦ) ਮਨਾਉਣਾ, ਯਾਦਗਾਰ ਕਾਇਮ ਕਰਨਾ; ਸਮਾਰਕ ਹੋਣਾ; ਯਾਦ ਕਰਨਾ

commemoration /ਕਅˌਮੈਮੱਅ'ਰੇਇਸ਼ਨ/ *n* ਯਾਦਗਾਰੀ ਕਾਰਜ ਜਾਂ ਉਤਸਵ; ਯਾਦਗਾਰ

commemorative, commemoratory /ਕਅ'ਮੈਮੱਅਰਅਟਿਵ਼, ਕਅ'ਮੈਮੱਅਰਅਟਅਰਿ/ *a* ਯਾਦਗਾਰੀ, ਯਾਦਗਾਰ ਸੰਬੰਧੀ

commence /ਕਅ'ਮੈਨੱਸ/ *v* ਸ਼ੁਰੂ ਕਰਨਾ, ਅਰੰਭਣਾ, ਵਿੱਢਣਾ, ਛੋਹਣਾ, ਚਲਾਉਣਾ; ਚੱਲਣਾ, ਸ਼ੁਰੂ ਹੋਣਾ

commencement /ਕਅ'ਮੈਨੱਸਮਅਨਟ/ *n* ਸ਼ੁਰੂ, ਮੁੱਢ, ਅਰੰਭ

commend /ਕਅ'ਮੈਨੱਡ/ *vt* ਸੌਂਪਣਾ, ਸਪੁਰਦ ਕਰਨਾ; ਪ੍ਰਸੰਸਾ ਕਰਨਾ, ਸ਼ਲਾਘਾ ਕਰਨਾ

commendable /ਕਅ'ਮੈਨੱਡਅਬਲ/ *a* ਸੌਂਪਣਯੋਗ, ਸਪੁਰਦ ਕਰਨਯੋਗ; ਆਦਰਯੋਗ

commendation /ˌਕੌਮੈਨੱ'ਡੇਇਸ਼ਨ/ *n* ਸ਼ਲਾਘਾ, ਸ਼ੋਭਾ, ਵਡਿਆਈ, ਪ੍ਰਸੰਸਾ; ਸਿਫ਼ਾਰਸ਼

commensurability /ਕਅˌਮੈਨੱਸ਼(ਅ)ਰਅ'ਬਿਲਅਟਿ/ *n* ਸਮਾਨਤਾ, ਯੋਗਤਾ, ਅਨੁਰੂਪਤਾ; ਅਨੁਕੂਲਤਾ

commensurable /ਕਅ'ਮੈਨੱਸ਼(ਅ)ਰਅਬਲ/ *a* ਸਮਾਨ, ਸਮਮਾਪੀ, ਅਨੁਰੂਪ; ਅਨੁਕੂਲ

commensurate /ਕਅ'ਮੈੱਨਸ਼ਅਰਅਟ/ *a* ਸਮਾਨ, ਅਨੁਰੂਪ, ਤੁੱਲ, ਬਰਾਬਰ; ਅਨੁਕੂਲ

comment /'ਕੌਮੈੱਨਟ/ *n* ਟਿੱਪਣੀ, ਰਾਏ *vi* ਟੀਕਾ ਟਿੱਪਣੀ ਕਰਨਾ, ਰਾਏ ਦੇਣਾ

commentary /'ਕੌਮਅਨਟਰਿ/ *n* ਵਿਆਖਿਆ, ਟਿੱਪਣੀ, ਸਮਾਲੋਚਨਾ

commentator /'ਕੌਮਅਨਟੇਇਟਅ*/ *n* ਟਿੱਪਣੀਕਾਰ

commerce /'ਕੌਮਅ:ਸ/ *n* ਵਣਜ, ਵਪਾਰ, ਤਜਾਰਤ; ਸੰਪਰਕ, ਮੇਲ-ਜੋਲ; ਤਾਸ਼ ਦੀ ਇੱਕ ਖੇਡ

commercial /ਕਅ'ਮਅ:ਸ਼ਲ/ *a* ਵਣਜ ਸੰਬੰਧੀ, ਵਪਾਰਕ, ਤਜਾਰਤੀ

commercial crop *n* ਵਪਾਰਿਕ ਫ਼ਸਲ

commercialism /ਕਅ'ਮਅ:ਸ਼ਅਲਿਜ਼ਅਮ/ *n* ਵਪਾਰਵਾਦ; ਮੁਨਾਫ਼ਾਖੋਰੀ

commercialize /ਕਅ'ਮਅ:ਸ਼ਅਲਾਇਜ਼/ *vt* ਵਣਜੀਕਰਨ ਕਰਨਾ, ਤਜਾਰਤੀ ਢੰਗ ਨਾਲ ਚਲਾਉਣਾ; ਮੁਨਾਫ਼ਾ ਕਮਾਉਣਾ

commerge /ਕਅ'ਮਅ:ਜ/ *vi* ਇੱਕ ਜਾਨ ਹੋ ਜਾਣਾ, ਮਿਲ ਜਾਣਾ, ਸਹਿਮਤ ਹੋਣਾ

commingle /ਕਅ'ਮਿਙਗਲ/ *v* ਘਿਓ-ਖਿਚੜੀ ਹੋਣਾ, ਰਲਗੱਡ ਹੋਣਾ ਜਾਂ ਕਰਨਾ, ਰਚ-ਮਿਚ ਜਾਣਾ

comminute /'ਕੌਮਿਨਯੂਟ/ *vt* ਟੁਕੜੇ ਕਰਨਾ, ਪੁਰਜ਼ੇ–ਪੁਰਜ਼ੇ ਕਰਨਾ; (ਜਾਇਦਾਦ ਦੇ) ਹਿੱਸੇ ਕਰਨਾ, ਵੰਡੀਆਂ ਪਾਉਣਾ

comminuted fracture *n* ਕਿਸੇ ਹੱਡੀ ਦਾ ਕਈ ਥਾਵਾਂ ਤੋਂ ਟੁੱਟੇ ਹੋਣ ਦਾ ਭਾਵ

comminution /,ਕੌਮਿ'ਨਯੂਸ਼ਨ/ *n* ਬਟਵਾਰਾ, ਵੰਡ, ਵਿਭਾਜਨ

commiserate /ਕਅ'ਮਿਜ਼ਅਰੇਇਟ/ *v* ਹਮਦਰਦੀ ਜ਼ਾਹਰ ਕਰਨਾ, ਅਫ਼ਸੋਸ ਕਰਨਾ; ਤਰਸ ਕਰਨਾ

commiseration /ਕਅ,ਮਿਜ਼ਅ'ਰੇਇਸ਼ਨ/ *n* ਦਰਦਮੰਦੀ, ਹਮਦਰਦੀ, ਤਰਸ

commissariat /,ਕੌਮਿ'ਸੇਅਰਿਅਟ/ *n* (ਸੈਨਾ ਦਾ) ਰਸਦ ਵਿਭਾਗ

commissary /'ਕੌਮਿਸਅਰਿ/ *n* ਸਹਾਇਕ, ਨਾਇਬ; ਫ਼ੌਜ ਦੀ ਰਸਦ ਪੁਚਾਉਣ ਵਾਲਾ ਅਧਿਕਾਰੀ

commission /ਕਅ'ਮਿਸ਼ਨ/ *n* ਕਮਿਸ਼ਨ, ਵੱਟਾ, ਦਲਾਲੀ, ਆੜ੍ਹਤ; ਆਦੇਸ਼, ਆਗਿਆ, ਹਿਦਾਇਤ, ਹੁਕਮ; ਆਯੋਗ; ਅਧਿਕਾਰੀ ਵਰਗ *vt* ਇਖ਼ਤਿਆਰ ਦੇਣਾ ਮੁਖ਼ਤਿਆਰ ਬਣਾਉਣਾ, ਅਧਿਕਾਰ ਦੇਣਾ; ਜੰਗੀ ਜਹਾਜ਼ ਦੀ ਕਮਾਨ ਸੰਭਾਲਨਾ; ਕਮਿਸ਼ਨ ਦੇਣਾ **in commission** ਅਧਿਕਾਰ ਪ੍ਰਾਪਤ (ਵਿਅਕਤੀ)

commission-agent *n* ਆੜ੍ਹਤੀਆ, ਦਲਾਲ

commissioned /ਕਅ'ਮਿਸ਼(ਅ)ਨਡ/ *a* ਅਧਿਕਾਰਤ; ਕਮਿਸ਼ਨ ਪ੍ਰਾਪਤ

commissioner /ਕਅ'ਮਿਸ਼ਅਨਅ*/ *n* ਕਮਿਸ਼ਨਰ

commit /ਕਅ'ਮਿਟ/ *vt* ਕੁਕਰਮ ਕਰਨਾ, ਗ਼ਲਤੀ ਕਰਨ, ਸੌਂਪਣਾ, ਹਵਾਲੇ ਕਰਨਾ, ਸਪੁਰਦ ਕਰਨਾ; ਫਸਾ ਲੈਣਾ, ਵਚਨਬੱਧ ਕਰਨਾ; ਪਾਬੰਦ ਹੋਣਾ, ਬੰਨ੍ਹਿਆ ਜਾਣਾ **commit a breach of discipline** ਉਲੰਘਣਾ ਕਰਨਾ, ਅਨੁਸ਼ਾਸਨ ਭੰਗ ਕਰਨਾ **commit an error** ਭੁੱਲ ਕਰਨਾ, ਗ਼ਲਤੀ ਕਰਨਾ **commit forgery** ਜ਼ਾਹਲਸ਼ਾਜੀ ਕਰਨਾ **commit to memory** ਜਬਾਨੀ ਯਾਦ ਕਰਨਾ, ਕੰਠ ਕਰ ਲੈਣਾ **commit to prison** ਹਵਾਲਾਤ ਵਿੱਚ ਭੇਜਣਾ

commitment /ਕਅ'ਮਿਟਮਅਨਟ/ *n* ਵਚਨਬੱਧਤਾ, ਪ੍ਰਤਿਬੱਧਤਾ; ਪਾਬੰਦੀ, ਕੈਦ; ਬੰਧਨ

committal /ਕਅ'ਮਿਟਲ/ *n* ਵਾਅਦਾ, ਵਚਨਬੱਧਤਾ; (ਕਨੂੰ) ਸਪੁਰਦਗੀ

committed /ਕਅ'ਮਿਟਿਡ/ *a* ਵਚਨਬੱਧ, ਪ੍ਰਤਿਬੱਧ

committee /ਕਅ'ਮਿਟਿ/ *n* ਕਮੇਟੀ, ਸਮਿਤੀ, ਸਭਾ; ਵਿਸ਼ੇਸ਼ ਉਦੇਸ਼ ਲਈ ਸਥਾਪਤ ਕੀਤੀ ਗਈ

ਸਭਾ ਜਾਂ ਸਮਿਤੀ **comittee of action** ਸੰਘਰਸ਼ ਕਮੇਟੀ **joint committee** ਸੰਯੁਕਤ ਕਮੇਟੀ **standing committee** ਸਥਾਈ ਕਮੇਟੀ

committee man *n* ਕਿਸੇ ਕਮੇਟੀ ਦਾ ਮੈਂਬਰ

commix /ਕਅ'ਮਿਕਸ/ *v* ਮਿਲਾਉਣਾ, ਮਿਲਨਾ, ਮਿਸ਼ਰਤ ਕਰਨਾ ਜਾਂ ਹੋਣਾ

commixture /ਕਅ'ਮਿਕਸਚਅ*/ *n* ਮਿਸ਼ਰਨ

commode /ਕਅ'ਮਅਉਡ/ *n* ਦਰਜ਼ਾਂ ਵਾਲਾ ਸੰਦੂਕ, ਪੇਟੀ; ਸ਼ਿੰਗਾਰ ਦੀ ਅਲਮਾਰੀ ਜਾਂ ਸਜਾਵਟੀ ਅਲਮਾਰੀ; ਟੱਟੀ ਪਿਸ਼ਾਬ ਲਈ ਬਰਤਨ ਜਾਂ ਚੌਂਕੀ, ਕਮੋਡ

commodious /ਕਅ'ਮਅਉਡਿਅਸ/ *a* ਖੁੱਲ੍ਹਾ, ਮੋਕਲਾ, ਵੱਡਾ, ਚੌੜਾ, ਵਿਸਤ੍ਰਿਤ; ਸੁਖਮਈ, ਸੁਵਿਧਾਜਨਕ, ਉਪਯੋਗੀ, ਹਲਕਾ-ਫੁਲਕਾ

commodiousness /ਕਅ'ਮਅਉਡਿਅਸਨਅਸ/ *n* ਖੁੱਲ੍ਹਾਪਣ, ਮੋਕਲਾਪਣ, ਵਿਸਤਾਰ, ਵਿਸ਼ਾਲ

commodity /ਕਅ'ਮੌਡਅਟਿ/ *n* ਚੀਜ਼, ਵਸਤ, ਪਦਾਰਥ, ਜਿਨਸ, ਵਪਾਰ ਦੀ ਵਸਤ; ਉਪਯੋਗੀ ਵਸਤ, ਲਾਭਦਾਇਕ ਵਸਤ

commodore /'ਕੌਮਅਡੋ*/ *n* (ਜਹਾਜ਼ ਦਾ) ਸਦਰ ਕਪਤਾਨ ਜਾਂ ਵੱਡਾ ਅਫ਼ਸਰ

common /'ਕੌਮਅਨ/ *a* ਸਾਂਝਾ, ਅਵਾਮੀ, ਜਨਤਕ, ਸਧਾਰਨ, ਤੁੱਛ, ਬਹੁਤ ਮਾਮੂਲੀ; (ਗਣਿ) ਸਮਾਪਵਰਤੀ; (ਛੰਦ) ਭਿੰਨ, ਵਿਵਧ; ਸੰਯੁਕਤ; ਸ਼ਾਮਲਾਤ, ਸਾਂਝੀ ਜ਼ਮੀਨ **in common** ਸਾਂਝੀ, ਸੰਮਿਲਤ **in common with** ਇਸੇ ਤਰ੍ਹਾਂ, ਵਾਂਗ ਹੀ **out of the common** ਅਸਧਾਰਨ

commonable /'ਕੌਮਅਨਅਬਲ/ *a* ਸ਼ਾਮਲਾਤੀ, ਪੰਚਾਇਤੀ, ਸਾਂਝਾ

commonage /'ਕੌਮਅਨਿਜ/ *n* ਸ਼ਾਮਲਾਤੀ ਹੱਕ, ਸਾਂਝੇ ਅਧਿਕਾਰ; ਸ਼ਾਮਲਾਤ, ਸਾਂਝੀ ਜ਼ਮੀਨ; ਆਮ ਲੋਕ, ਜਨ ਸਧਾਰਨ

commonalty /,ਕੌਮਅ'ਨੈਲਅਟਿ/ *n* ਆਮ ਲੋਕ, ਜਨਤਾ; ਸੰਸਥਾ

commoner /'ਕੌਮਅਨਅ*/ *n* ਲੋਕ ਸਭਾ ਦਾ ਮੈਂਬਰ; ਸ਼ਾਮਲਾਟ ਦਾ ਹਿੱਸੇਦਾਰ, ਸਧਾਰਨ ਵਿਅਕਤੀ; ਆਕਸਫੋਰਡ ਯੂਨੀਵਰਸਿਟੀ ਦਾ ਉਹ ਵਿਦਿਆਰਥੀ ਜਿਸ ਨੂੰ ਕਾਲਜ ਦੇ ਫੰਡ ਵਿੱਚੋਂ ਕੁਝ ਨਹੀਂ ਮਿਲਦਾ

common gender *n* ਨਪੁੰਸਕ ਲਿੰਗ

common law *n* ਰਿਵਾਜੀ ਕਨੂੰਨ, ਪ੍ਰਚਲਿਤ ਵਿਧਾਨ

commonly /'ਕੌਮਅਨਲਿ/ *adv* ਘਟੀਆ ਤੌਰ 'ਤੇ; ਘੱਟ ਮਾਤਰਾ ਵਿੱਚ; ਸਧਾਰਨ ਤੌਰ 'ਤੇ, ਆਮ ਤੌਰ ਉੱਤੇ

common market *n* ਸਾਂਝੀ ਮੰਡੀ

commonness /'ਕੌਮਅਨਨਅਸ/ *n* ਸਧਾਰਨਤਾ; ਸਾਂਝ; ਤੁੱਛਤਾ

common noun *n* ਆਮ ਨਾਂਵ

commonplace /'ਕੌਮਅਨਪਲੇਇਸ/ *a* ਸਧਾਰਨ, ਘਸਿਆ-ਪਿਟਿਆ, ਮਾਮੂਲੀ

common room *n* ਬੈਠਕ, ਸਾਂਝਾ ਕਮਰਾ

commons /'ਕੌਮਅਨਜ਼/ *n* (ਬਹੁ) ਆਮ ਜਨਤਾ, ਜਨ ਸਧਾਰਨ, ਲੋਕ; ਲੋਕ ਸਦਨ, ਲੋਕ ਸਭਾ; ਸਾਂਝੀ ਰਸਦ, ਸਾਂਝਾ ਲੰਗਰ

common sense *n* ਆਮ ਸਮਝ, ਸਧਾਰਨ ਸੂਝ

common weal *n* ਲੋਕ-ਹਿਤ, ਜਨ-ਕਲਿਆਣ

commonwealth /'ਕੌਮਅਨਵੈੱਲਥ/ *n* ਰਾਸ਼ਟਰਮੰਡਲ

commotion /ਕਅ'ਮਅਉਸ਼ਨ/ *n* ਰੌਲਾ, ਹਫੜਾ-ਦਫੜੀ, ਗੜਬੜ, ਹਲਚਲ, ਖਲਬਲੀ; ਉਪੱਦਰ, ਹੁੱਲੜ

communal /ਕਅ'ਮਯੂਨਲ/ *a* ਫ਼ਿਰਕੂ, ਸੰਪਰਦਾਇਕ; ਸਰਵਜਨਕ, ਅਵਾਮੀ, ਜਨਤਕ

communalism /ਕਅ'ਮਯੂਨਅਲਿਜ਼ਅਮ, 'ਕੌਮਯਅਨਅਲਿ-/ *n* ਫ਼ਿਰਕਾਪ੍ਰਸਤੀ, ਫ਼ਿਰਕੂਪੁਣਾ, ਸੰਪਰਦਾਇਕਤਾ

communalist /ਕਅ'ਮਯੂਨਅਲਿਸਟ/ *n* ਫ਼ਿਰਕਾਪ੍ਰਸਤ, ਸੰਪਰਦਾਇਕਤਾਵਾਦੀ

communalistic /ਕਅ,ਮਯੂਨਅ'ਲਿਸਟਿਕ/ *a* ਫ਼ਿਰਕੂ, ਸੰਪਰਦਾਇਕ

communalization /ਕਅ,ਮਯੂਨਅਲਾਇ'ਜ਼ੇਇਸ਼ਨ/ *n* ਸਮੂਹੀਕਰਨ, ਫ਼ਿਰਕੂਕਰਨ

commune /'ਕੌਮਯੂਨ/ *n* ਪੰਚਾਇਤ, ਪਰਗਣਾ, ਰੂਸ ਦੀ ਜਮਹੂਰੀਅਤ ਦਾ ਅੰਗ **ਕਅ'ਮਯੂਨ** *vi* ਦਿਲ ਦੀ ਗੱਲ ਕਰਨਾ, ਭੇਦ ਭਰੀ ਗੱਲ ਕਰਨਾ

communicability /ਕਅ,ਮਯੂਨਿਕਅ'ਬਿਲਅਟਿ/ *n* ਸੰਚਾਰਨ ਯੋਗਤਾ, ਸੰਚਾਰਤਾ; ਸੰਵਾਦਸ਼ੀਲਤਾ

communicable /ਕਅ'ਮਯੂਨਿਕਅਬਲ/ *a* ਸੰਚਾਰਨਯੋਗ, ਦੱਸਣਯੋਗ, ਪਤਾ ਦੇਣ ਦੇ ਯੋਗ, ਸੂਚਨਾਯੋਗ, ਕਥਨਯੋਗ, ਸੰਵਾਦਸ਼ੀਲ; (ਰੋਗ) ਸੰਚਾਰੀ; ਛੂਤ ਦਾ

communicant /ਕਅ'ਮਯੂਨਿਕਅਨਟ/ *n* ਖ਼ਬਰ ਪਹੁੰਚਾਉਣ ਵਾਲਾ, ਖ਼ਬਰ ਰਸਾਨ, ਹਰਕਾਰਾ; (ਈਸਾਈ ਮਤ) ਰੱਬੀ ਭੋਜ ਵਿੱਚ ਸ਼ਾਮਲ ਹੋਣ ਵਾਲਾ ਵਿਅਕਤੀ

communicate /ਕਅ'ਮਯੂਨਿਕੇਇਟ/ *v* ਸੰਚਾਰਨਾ, ਸੂਚਿਤ ਕਰਨਾ, ਖ਼ਬਰ ਦੇਣਾ; ਆਵਾਜਾਈ ਦਾ ਸਾਧਨ ਪੈਦਾ ਕਰਨਾ; (ਰੋਗ ਆਦਿ) ਸੰਚਾਰਿਤ ਕਰਨਾ

communication /ਕਅ,ਮਯੂਨਿ'ਕੇਇਸ਼ਨ/ *n* ਸੰਚਾਰ, ਸੂਚਨਾ, ਖ਼ਬਰ, ਆਵਾਜਾਈ; (ਬਿਮਾਰੀ ਦਾ) ਲਾਗ, ਸੰਕ੍ਰਮਣ; ਸ਼ਮੂਲੀਅਤ, ਸੰਪਰਕ, ਸੰਬੰਧ; ਪੱਤਰ-ਵਿਹਾਰ; ਆਦਾਨ-ਪ੍ਰਦਾਨ; ਸੂਚਨਾਵਾਂ ਦੀ ਇੱਕ ਤੋਂ ਦੂਜੀ ਥਾਂ 'ਤੇ ਬਦਲੀ, ਸੰਚਾਰ

communicative /ਕਅ'ਮਯੂਨਿਕਅਟਿਵ਼/ *a* ਖ਼ਬਰ ਪਹੁੰਚਾਉਣ ਵਾਲਾ, ਸੰਚਾਰੀ; ਖੁੱਲ੍ਹੀਆਂ ਗੱਲਾਂ ਕਰਨ ਵਾਲਾ

communicative competence *n* (ਭਾਸ਼ਾ) ਵਿਦੇਸ਼ੀ ਭਾਸ਼ਾ ਵਿੱਚ ਸੂਚਨਾ ਅਤੇ ਵਿਚਾਰਾਂ ਦਾ ਸੰਚਾਰ ਕਰਨ ਦੀ ਸਮਰੱਥਾ

communicativeness /ਕਅ'ਮਯੂਨਿਕਅਟਿਵ਼ਨਅਸ/ *n* ਖੁੱਲ੍ਹੀਆਂ ਗੱਲਾਂ ਕਰਨ ਦਾ ਭਾਵ *a* ਗਾਲਾਧੜ

communicator /ਕਅ'ਮਯੂਨਿਕੇਇਟਅ*/ *n* ਖ਼ਬਰ ਦੇਣ ਵਾਲਾ ਮਨੁੱਖ; ਖ਼ਬਰਾਂ ਪਹੁੰਚਾਉਣ ਵਾਲਾ ਯੰਤਰ (ਤਾਰ ਦਾ); ਜ਼ੰਜੀਰ (ਗੱਡੀ ਵਿੱਚ); ਸੰਚਾਰਕ

communion /ਕਅ'ਮਯੂਨਿਅਨ/ *n* ਭਾਈਚਾਰਾ, ਸੰਪਰਦਾ, ਸੰਗਤ; (ਈਸਾਈ ਮੱਤ) ਰੱਬੀ ਭੋਜ; ਸੰਪਰਕ, ਸਾਂਝ, ਰਾਬਤਾ

communique /ਕਅ'ਮਯੂਨਿਕੇਇ/ *n* ਸਰਕਾਰੀ ਐਲਾਨ, ਅਧਿਕਾਰਿਤ ਘੋਸ਼ਣਾ

communism /'ਕੌਮਯੁਨਿਜ਼ਅਮ/ *n* ਕਮਿਊਨਿਜ਼ਮ, ਸਾਮਵਾਦ, ਸਮਾਨਤਾਵਾਦ

communist /'ਕੌਮਯਅਨਿਸਟ/ *n* ਸਾਮਵਾਦੀ, ਕਮਿਊਨਿਸਟ, ਸਮਾਨਤਾਵਾਦੀ

communistic /,ਕੌਮਯਅ'ਨਿਸਟਿਕ/ *a* ਸਾਮਵਾਦੀ

community /ਕਅ'ਮਯੂਨਅਟਿ/ *n* ਭਾਈਚਾਰਾ, ਬਰਾਦਰੀ, ਫ਼ਿਰਕਾ, ਸੰਪਰਦਾ; ਸਮਾਜ, ਗੁੱਟ, ਸਮੂਹ; ਰਾਜਨੀਤਿਕ, ਸਮਾਜਿਕ ਅਤੇ ਨਾਗਰਿਕ ਸੰਗਠਨ; ਭਾਈਵਾਲੀ

community centre *n* ਪੰਚਾਇਤ ਘਰ

community singing *n* ਸਮੂਹਗਾਨ, ਸਹਿਗਾਨ

communization /,ਕੌਮਯੁਨਾਇ'ਜ਼ੇਇਸ਼ਨ/ *n* ਸਮੂਹੀਕਰਨ, ਸਮਾਜੀਕਰਨ

communize /'ਕੌਮਯੁਨਾਇਜ਼/ *vt* ਸਮੂਹੀਕਰਨ ਕਰਨਾ, ਸਮਾਜੀਕਰਨ ਕਰਨਾ

commutable /ਕਅ'ਮਯੂਟਅਬਲ/ *a* ਵਟਾਉਣਯੋਗ, ਬਦਲਨਯੋਗ

commutation /,ਕੌਮਯੁ'ਟੇਇਸ਼ਨ/ *n* ਵਟਾਂਦਰਾ, ਅਦਲਾ-ਬਦਲੀ

commutative /ਕਅ'ਮਯੂਟਅਟਿਵ਼/ *a* (ਗਣਿਤ) ਸੰਖਿਆ ਦੇ ਕ੍ਰਮ-ਪਰਿਵਰਤਨ ਨਾਲ ਸਮਾਨ ਨਤੀਜਾ ਦੇਣ ਵਾਲਾ (ਜਿਵੇਂ 2+3= 3+2 ਜਾਂ 2 x 3 = 3 x 2

commutator /'ਕੌਮਯੁਟੇਇਟਅ*/ *n* ਬਦਲਾਉਣ

ਵਾਲਾ ਮਨੁੱਖ; ਬਿਜਲੀ ਦੀ ਦਿਸ਼ਾ ਨੂੰ ਬਦਲਨ ਵਾਲਾ ਯੰਤਰ

commute /ਕਅ'ਮਯੂਟ/ *vt* ਬਦਲਨਾ, ਵਟਾ ਲੈਣਾ

commuter /ਕਅ'ਮਯੂਟਅ*/ *n* ਰੋਜ਼ਾਨਾ ਯਾਤਰੀ

compact[1] /ਕਅਮ'ਪੈਕਟ, 'ਕੌਮਪੈਕਟ/ *a* ਪੁਖਤਾ, ਪੱਕਾ, ਦ੍ਰਿੜ੍ਹ, ਠੋਸ, ਸੰਘਣਾ; ਸੰਖਿਪਤ; ਗਠਿਤ, ਚੁਸਤ (ਸ਼ੈਲੀ) /ਕਅਮ'ਪੈਕਟ/ *vt* ਕਸਣਾ; ਸੰਘਣਾ ਕਰਨਾ, ਠੋਸ ਕਰਨਾ; ਜੋੜਨਾ; ਜਮਾਉਣਾ; ਰਚਨਾ ਕਰਨਾ, ਬਣਾਉਣਾ

compact[2] /'ਕੌਮਪੈਕਟ/ *n* ਸੰਧੀ, ਅਹਿਦ, ਸਮਝੌਤਾ, ਮੁਆਹਿਦਾ **general compact** ਸਰਬਸੰਮਤੀ, ਆਮ ਰਜ਼ਾਮੰਦੀ **social compact** ਸਮਾਜਿਕ ਸਮਝੌਤਾ

Compact Disc Read-only Memory *n* (ਕੰਪਿ) ਵੇਖੋ **CD Rom**

compactness /ਕਅਮ'ਪੈਕਟਨਅਸ/ *n* ਦ੍ਰਿੜ੍ਹਤਾ, ਮਜ਼ਬੂਤੀ, ਜੋੜ; ਸੰਘਣਾਪਣ

companion /ਕਅਮ'ਪੈਨਿਅਨ/ *n* ਸਾਥੀ, ਬੇਲੀ, ਆੜੀ, ਜੋਟੀਦਾਰ, ਸੰਗੀ, ਸਹਾਇਕ; ਸਹਾਇਕ ਪੁਸਤਕ, ਭਾਈਵਾਲ, ਸ਼ਰੀਕ *v* ਸਾਥ ਦੇਣਾ, ਸਾਥ ਨਿਭਾਉਣਾ, ਨਾਲ ਹੋਣਾ, ਜੋੜ ਮਿਲਾਉਣਾ

companionable /ਕਅਮ'ਪੈਨਿਅਨਅਬਲ/ *a* ਮਿਲਾਪੜਾ, ਮਿਲਨਸਾਰ, ਯਾਰਾਂ ਦਾ ਯਾਰ, ਜ਼ਿੰਦਾ-ਦਿਲ

companionableness /ਕਅਮ'ਪੈਨਿਅਨਅਬਲਨਅਸ/ *n* ਮਿਲਾਪ, ਮਿਲਨਸਾਰੀ; ਮੇਲ, ਸਾਥ; ਜ਼ਿੰਦਾਦਿਲੀ

companionship /ਕਅਮ'ਪੈਨਿਅਨਸ਼ਿਪ/ *n* ਜੋਟੀ, ਯਾਰੀ, ਸਾਥ; ਭਾਈਵਾਲੀ

company /'ਕਅੱਮਪਅਨਿ/ *n* ਕੰਪਨੀ; ਜੱਥਾ; ਸਾਥ, ਸੰਗਤ; ਹਿੱਸੇਦਾਰੀ; ਜੱਥਾ; ਫ਼ੌਜੀ ਦਸਤਾ **bad company** ਕੁਸੰਗ, ਕੁਸੰਗਤ, ਮਾੜੀ ਸੰਗਤ **in company** ਸੰਗਤ ਵਿੱਚ ਸ਼ਾਮਿਲ **I sin in good company** ਗੁਨਾਹ ਵਿੱਚ ਚੰਗੇ-ਚੰਗੇ ਮੇਰੇ ਨਾਲ ਹਨ ਅਰਥਾਤ ਮੈਥੋਂ ਚੰਗੇਰੇ ਲੋਕੀ ਵੀ ਇਹ ਗੁਨਾਹ ਕਰ ਚੁੱਕੇ ਹਨ **keep company** ਮੇਲ-ਜੋਲ ਹੋਣਾ, ਮਿੱਤਰ ਹੋਣਾ **part company with** ਸੰਗ ਟੁੱਟਣਾ, ਯਾਰੀ ਟੁੱਟਣਾ **weep for company** ਕਿਸੇ ਦੇ ਦੁੱਖ ਵਿੱਚ ਭਾਈਵਾਲ ਹੋਣਾ, ਦੋਸਤ ਨੂੰ ਰੋਂਦਾ ਵੇਖ ਕੇ ਡੁਸਕਣਾ

company-manners *n* ਬਣਾਉਟੀ ਅਦਬੋ-ਅਦਾਬ, ਓਪਰਾ ਰੱਖ-ਰਖਾਅ

comparable /'ਕੌਂਮਪਅਰਅਬਲ/ *a* ਸਮਦ੍ਰਿਸ਼, ਮੁਕਾਬਲੇ ਦਾ, ਟਾਕਰੇ ਦਾ, ਮੇਚਵਾਂ

comparative /ਕਅਮ'ਪੈਰਅਟਿਵ੍/ *a* ਤੁਲਨਾਤਮਿਕ; ਮੁਕਾਬਲੇ ਦਾ, ਟਾਕਰੇ ਦਾ; ਤੁਲਨਾਵਾਚੀ

comparative degree *n* ਤੁਲਨਾਵਾਚੀ ਦਰਜਾ

comparatively /ਕਅਮ'ਪੈਰਅਟਿਵ੍ਲਿ/ *adv* ਤੁਲਨਾਤਮਿਕ ਤੌਰ 'ਤੇ, ਮੁਕਾਬਲਤਨ

compare /ਕਅਮਪੇਅ*/ *vt* ਤੁਲਨਾ ਕਰਨਾ, ਤੁਲਨਾ ਹੋਣੀ, ਟਾਕਰਾ ਕਰਨਾ, ਮੁਕਾਬਲਾ ਕਰਨਾ, ਮਿਲਾਉਣਾ, ਮਿਲਾਨ ਕਰਨਾ; ਜਾਚਣਾ *n* ਤੁਲਨਾ, ਉਪਮਾ, ਟਾਕਰਾ, ਮੁਕਾਬਲਾ, ਬਰਾਬਰੀ, ਮਿਲਾਨ **compare notes** ਵਿਚਾਰ-ਵਟਾਂਦਰਾ ਕਰਨਾ

comparison /ਕਅਮ'ਪੈਰਿਸਨ/ *n* ਟਾਕਰਾ, ਤੁਲਨਾ, ਉਪਮਾ, ਬਰਾਬਰੀ; ਉਦਾਹਰਨ, ਮਿਸਾਲ, ਦ੍ਰਿਸ਼ਟਾਂਤ **in comparison with** ਤੁਲਨਾ ਵਿੱਚ, ਮੁਕਾਬਲੇ ਵਿੱਚ

compart /ਕਅਮ'ਪਾਟ/ *vt* ਵੱਖ-ਵੱਖ ਭਾਗ ਕਰਨਾ, ਅਲੱਗ-ਅਲੱਗ ਟੁਕੜਿਆਂ ਵਿੱਚ ਵੰਡਣਾ, ਸ਼੍ਰੇਣੀਆਂ ਜਾਂ ਦਰਜਿਆਂ ਵਿੱਚ ਵੰਡਣਾ

compartment /ਕਅਮ'ਪਾਟਮਅਨਟ/ *n* ਕਮਰਾ, ਡੱਬਾ; ਇਮਤਿਹਾਨ ਜਾਂ ਪਰੀਖਿਆ ਵਿੱਚ ਕੰਪਾਰਟਮੈਂਟ

compass /'ਕਅੱਮਪਅਸ/ *n* ਕੰਪਾਸ, ਕੁਤਬਨੁਮਾ, ਦਿਸ਼ਾਸੂਚਕ; ਘੇਰਾ, ਹੱਦ; ਚੱਕਰ, ਗੇੜ *vt* ਘੇਰਨਾ, ਵਲਨਾ, ਚੱਕਰ ਕੱਟਣਾ

compassion /ਕਅਮ'ਪੈਸ਼ਨ/ *n* ਦਇਆ, ਤਰਸ, ਰਹਿਮ, ਰਹਿਮਦਿਲੀ

compassionate /ਕਅਮ'ਪੈਸ਼ਅਨਅਟ/ *a* ਦਇਆਵਾਨ, ਕਿਰਪਾਲੂ, ਦਿਆਲੂ, ਤਰਸਵਾਨ, ਦਰਦਮੰਦ *vt* ਦਇਆ ਕਰਨਾ, ਤਰਸ ਕਰਨਾ, ਰਹਿਮ ਖਾਣਾ

compassionate allowance *n* ਮਿਹਰਬਾਨੀ ਵਿੱਚ ਦਿੱਤਾ ਭੱਤਾ, ਰਿਆਇਤੀ ਭੱਤਾ

compassionate leave *n* ਦਇਆਪੂਰਵਕ ਦਿੱਤੀ ਛੁੱਟੀ, ਰਿਆਇਤੀ ਛੁੱਟੀ

compassionately /ਕਅਮ'ਪੈਸ਼ਅਨਅਟਲਿ/ *adv* ਦਇਆਪੂਰਵਕ, ਤਰਸ ਨਾਲ

compassionateness /ਕਅਮ'ਪੈਸ਼ਅਨਅਟਨਅਸ/ *n* ਦਇਆਸ਼ੀਲਤਾ, ਤਰਸ

compatibility /ਕਅਮ,ਪੈਟਅ'ਬਿਲਅਟਿ/ *n* ਸੰਗਤੀ; ਅਨੁਕੂਲਤਾ, ਅਨੁਰੂਪਤਾ

compatible /ਕਅਮ'ਪੈਟਅਬਲ/ *a* ਅਨੁਕੂਲ, ਅਨੁਰੂਪ, ਯੋਗ, ਢੁਕਵਾਂ, ਉਚਿਤ, ਮੁਨਾਸਬ, ਮੁਆਫ਼ਕ

compatriot /ਕਅਮ'ਪੈਟਰਿਅਟ/ *n* ਹਮਵਤਨੀ, ਵਤਨੀ, ਦੇਸ਼ਵਾਸੀ

compeer /ਕੌਂਮਪਿਅ*/ *n* ਸਾਥੀ, ਸੰਗੀ, ਜੋਟੀਦਾਰ, ਹਮਜੋਲੀ; ਬਰਾਬਰ ਦੇ ਅਹੁਦੇ ਵਾਲਾ

compel /ਕਅਮ'ਪੈੱਲ/ *vt* ਮਜਬੂਰ ਕਰਨਾ, ਲਾਚਾਰ ਕਰਨਾ, ਬੇਵੱਸ ਕਰਨਾ; ਦਬਾਅ ਪਾਉਣਾ

compellation /,ਕੌਂਮਪਅ'ਲੇਇਸ਼ਨ/ *n* ਸੰਬੋਧਨ ਵਿਧੀ, ਸੰਬੋਧਨ ਸ਼ੈਲੀ

compelling /ਕਅਮ'ਪੈੱਲਿਙ/ *a* (ਕਹਾਣੀ ਆਦਿ) ਰੋਮਾਂਚਕਾਰੀ, ਜ਼ੋਰਦਾਰ, ਪ੍ਰਭਾਵਸ਼ਾਲੀ

compendious /ਕਅਮ'ਪੈੱਨਡਿਅਸ/ *a* ਸਰਬਾਂਗੀ, ਸੰਖੇਪ ਪਰ ਭਾਵਪੂਰਨ

compendium /ਕਅਮ'ਪੈੱਨਡਿਅਮ/ *n* ਖੁਲਾਸਾ, ਸਾਰਾਂਸ਼

compensate /'ਕੌਂਮਪੈੱਨਸੇਇਟ/ *v* ਮੁਆਵਜ਼ਾ ਦੇਣਾ, ਇਵਜ਼ਾਨਾ ਦੇਣਾ, ਘਾਟਾ ਪੂਰਾ ਕਰਨਾ; ਬਦਲੇ ਵਿੱਚ ਦੇਣਾ

compensating /'ਕੌਂਮਪਅਨਸੇਇਟਿਙ/ *a* ਘਾਟਾ ਪੂਰਾ ਕਰਨ ਵਾਲਾ, ਮੁਆਵਜ਼ਾ ਦੇਣ ਵਾਲਾ

compensation /,ਕੌਂਮਪੈੱਨ'ਸੇਇਸ਼ਨ/ *n* ਇਵਜ਼ਾਨਾ, ਮੁਆਵਜ਼ਾ, ਹਾਨੀ ਪੂਰਤੀ, ਹਰਜਾਨਾ

compensational /,ਕੌਂਮਪਅਨ'ਸੇਇਸ਼ਅਨਲ/ *a* ਹਾਨੀਪੂਰਕ, ਘਾਟਾ ਜਾਂ ਬਦਲਾ ਪੂਰਾ ਕਰਨ ਵਾਲਾ, ਇਵਜ਼ੀ

compensatory /,ਕੌਂਮਪੈੱਨ'ਸੇਇਟਅਰਿ/ *a* ਮੁਜਰਾਈ, ਬਦਲਾ ਜਾਂ ਘਾਟਾ ਪੂਰਾ ਕਰਨ ਵਾਲਾ, ਪੂਰਕ, ਹਾਨੀਪੂਰਕ

compere /'ਕੌਂਮਪੇਅ*/ *n* (ਗੋਸ਼ਠੀ ਆਦਿ ਦਾ) ਸੰਚਾਲਕ *v* ਸੰਚਾਲਨ ਕਰਨਾ

compesce /ਕਅਮਪੈੱਸ/ *vt* ਰੋਕਣਾ, ਥੰਮ੍ਹਣਾ, ਕਾਬੂ ਵਿੱਚ ਰੱਖਣਾ, ਨਿਯੰਤਰਨ ਵਿੱਚ ਰੱਖਣਾ

compete /ਕਅਮ'ਪੀਟ/ *vi* ਮੁਕਾਬਲਾ ਕਰਨਾ, ਟਾਕਰਾ ਕਰਨਾ, ਵਰ ਮੇਚਣਾ, ਬਰਾਬਰੀ ਕਰਨਾ; ਪ੍ਰਤਿਯੋਗਤਾ ਵਿੱਚ ਭਾਗ ਲੈਣਾ

competence, competency /'ਕੌਂਮਪਿਟਅਨਸ, 'ਕੌਂਮਪਿਟਅਨਸਿ/ *n* ਯੋਗਤਾ, ਸਮਰੱਥਾ, ਸ਼ਕਤੀ; ਅਧਿਕਾਰ

competent /'ਕੌਂਮਪਿਟਅਨਟ/ *a* ਯੋਗ, ਕਾਬਲ, ਢੁਕਵਾਂ, ਉਚਿਤ; ਸਮਰੱਥ

competing /ਕਅਮ'ਪੀਟਿਙ/ *a* ਮੁਕਾਬਲਾ ਕਰਨ ਵਾਲਾ, ਪ੍ਰਤਿਯੋਗੀ

competition /,ਕੌਂਮਪਅ'ਟਿਸ਼ਨ/ *n* ਮੁਕਾਬਲਾ, ਟਾਕਰਾ, ਬਰਾਬਰੀ; ਮੁਕਾਬਲੇ ਦੀ ਪਰੀਖਿਆ, ਪ੍ਰਤਿਯੋਗਤਾ

competitive /ਕਅਮ'ਪੈੱਟਅਟਿਵ/ *a* ਮੁਕਾਬਲੇ ਦਾ, ਬਰਾਬਰੀ ਦਾ, ਟਾਕਰੇ ਦਾ, ਪ੍ਰਤਿਯੋਗੀ

competitor /ਕਅਮ'ਪੈੱਟਿਟਅ*/ *n* ਮੁਕਾਬਲਾਕਾਰ, ਪ੍ਰਤਿਯੋਗੀ, ਪ੍ਰਤਿਦਵੰਦੀ; ਸ਼ਰੀਕ, ਵਿਰੋਧੀ

compilation /,ਕੌਂਮਪਿ'ਲੇਇਸ਼ਨ/ *n* ਸੰਗ੍ਰਹਿ; ਸੰਕਲਨ; ਸੰਕਲਿਤ ਗ੍ਰੰਥ

compile /ਕਅਮ'ਪਾਇਲ/ *vt* ਸੰਕਲਨ ਕਰਨਾ, ਸੰਗ੍ਰਹਿ ਕਰਨਾ, ਇਕੱਤਰ ਕਰਨਾ; ਸੰਗ੍ਰਹਿ ਤਿਆਰ

ਕਰਨਾ; (ਕ੍ਰਿਕਟ ਵਿੱਚ) ਦੇਰ ਤੱਕ ਖੇਡਣਾ ਤੇ ਦੌੜਾਂ ਬਣਾਉਣਾ; (ਧਨ) ਜੋੜਨਾ

compiled /ਕਅਮ'ਪਾਇਲਡ/ *a* ਸੰਕਲਿਤ, ਸੰਗ੍ਰਹਿਤ

compiler /ਕਅਮ'ਪਾਇਲਅ*/ *n* ਸੰਕਲਨ ਕਰਤਾ, ਸੰਗ੍ਰਹਿ ਕਰਤਾ; (ਕੰਪਿ) ਕੰਪਿਊਟਰ ਪ੍ਰੋਗਰਾਮਾਂ ਨੂੰ ਮਸ਼ੀਨ ਭਾਸ਼ਾ ਵਿੱਚ ਪਰਤਾਉਣਾ ਵਾਲਾ ਅਨੁਵਾਦਕ ਪ੍ਰੋਗਰਾਮ

complacence /ਕਅਮ'ਪਲੇਇਸਨਸ/ *n* ਤਸੱਲੀ, ਸ਼ਾਂਤੀ, ਇਤਮੀਨਾਨ; ਪ੍ਰਸੰਨਤਾ, ਖ਼ੁਸ਼ੀ

complacency /ਕਅਮ'ਪਲੇਇਸਨਸਿ/ *n* ਸੰਤੁਸਟੀ ਤੋਂ ਬਾਅਦ ਕਿਸੇ ਪਰਿਵਰਤਨ ਦੀ ਲੋੜ ਮਹਿਸੂਸ ਨਾ ਕਰਨ ਦਾ ਭਾਵ; ਢਿੱਲ, ਸੁਸਤੀ

complacent /ਕਅਮ'ਪਲੇਇਸਨਟ/ *a* ਸੰਤੁਸ਼ਟ, ਤ੍ਰਿਪਤ; ਪ੍ਰਸੰਨ

complain /ਕਅਮ'ਪਲੇਇਨ/ *vi* ਸ਼ਿਕਾਇਤ ਕਰਨਾ, ਗਿਲ੍ਹਾ ਕਰਨਾ, ਸ਼ਿਕਵਾ ਕਰਨਾ, ਫਰਿਆਦ ਕਰਨਾ, ਰੋਣੇ ਰੋਣਾ, ਦੁਖੜਾ ਰੋਣਾ

complainant /ਕਅਮ'ਪਲੇਇਨਅਨਟ/ *n* ਸ਼ਿਕਾਇਤ ਕਰਤਾ, ਮੁੱਦਈ, ਫ਼ਰਿਆਦੀ

complaint /ਕਅਮ'ਪਲੇਇਨਟ/ *n* ਸ਼ਿਕਾਇਤ, ਸ਼ਿਕਵਾ; ਅਰਜ਼ੀ, ਦਾਅਵਾ, ਫ਼ਰਿਆਦ

complaisance /ਕਅਮ'ਪਲੇਇਜ਼ਅਨਸ/ *n* ਭਲਮਾਣਸੀ, ਸਾਊਪੁਣਾ, ਸੁਸ਼ੀਲਤਾ

complaisant /ਕਅਮ'ਪਲੇਇਜ਼ਅਨਟ/ *a* ਭਲਾਮਾਣਸ, ਸੁਸ਼ੀਲ, ਸਾਊ, ਸ਼ਰੀਫ, ਉਪਕਾਰੀ, ਮਿਹਰਬਾਨ

complement /'ਕੌਮਪਲਿਮਅਨਟ/ *n* ਪੂਰਕ /'ਕੌਮਪਲਿਮੈਂਟ/ *vt* ਪੂਰਤੀ ਕਰਨਾ, ਪੂਰਾ ਕਰਨਾ, ਪੂਰਕ ਹੋਣਾ

complementary /ˌਕੌਮਪਲਿ'ਮੈਂਟਰਿ/ *a* ਪੂਰਕ, ਪੂਰਾ ਕਰਨ ਵਾਲਾ, ਸਹਾਇਕ

complementary angles *n* ਪੂਰਕ ਕੋਣ

complementary colour *n* ਪੂਰਕ ਰੰਗ

complete /ਕਅਮ'ਪਲੀਟ/ *vt* ਪੂਰਾ ਕਰਨਾ, ਪੂਰਤੀ ਕਰਨਾ, ਭਰਨਾ; ਮੁਕਾਉਣਾ, ਸਮਾਪਤ ਕਰਨਾ, ਸਿਰੇ ਚੜ੍ਹਾਉਣਾ *a* ਪੂਰਾ, ਮੁਕੰਮਲ, ਸਮੁੱਚਾ, ਸਾਰਾ

completed /ਕਅਮ'ਪਲੀਟਿਡ/ *a* ਪੂਰਾ, ਮੁਕੰਮਲ, ਸੰਪੂਰਨ

completeness /ਕਅਮ'ਪਲੀਟਨਅਸ/ *n* ਪੂਰਨਤਾ, ਸੰਪੂਰਨਤਾ

completion /ਕਅਮ'ਪਲੀਸ਼ਨ/ *n* ਪੂਰਨਤਾ, ਸੰਪੂਰਨਤਾ

complex /'ਕੌਮਪਲੈਕੱਸ/ *n* ਗੁੰਝਲ, ਉਲਝਣ, ਪੇਚ, ਪੇਚੀਦਾ ਮਾਮਲਾ; ਭਵਨ ਸਮੂਹ; ਮਨੋਗ੍ਰੰਥੀ *a* ਗੁੰਝਲਦਾਰ, ਜਟਿਲ, ਉਲਝਿਆ, ਪੇਚੀਦਾ

complexion /ਕਅਮ'ਪਲੈਕੱਸ਼ਨ/ *n* ਰੰਗ-ਢੰਗ, ਵਿਅਕਤੀ ਦੇ ਚਿਹਰੇ ਦਾ ਕੁਦਰਤੀ ਸਰੂਪ

complexity /ਕਅਮ'ਪਲੈਕੱਸਅਟਿ/ *n* ਜਟਿਲਤਾ, ਪੇਚੀਦਗੀ, ਉਲਝਣ, ਗੁੱਥੀ

complex number *n* (ਵਾਸਤਵਿਕ ਅਤੇ ਕਾਲਪਨਿਕ) ਮਿਸ਼ਰਿਤ ਅੰਕ

complex sentence *n* ਮਿਸ਼ਰਿਤ ਵਾਕ

complexus /ਕਅਮ'ਪਲੈਕੱਸਅਸ/ *n* ਜਟਿਲ ਪ੍ਰਨਾਲੀ, ਜਟਿਲ ਰਚਨਾ

compliance /ਕਅਮ'ਪਲਾਇਅਨਸ/ *n* ਆਗਿਆ ਪਾਲਣ, ਹੁਕਮ ਦੀ ਤਾਮੀਲ, ਫ਼ਰਮਾਬਰਦਾਰੀ **in compliance with** ਆਗਿਆ ਅਨੁਸਾਰ, ਪਾਲਣਾ ਵੱਜੋਂ

compliant /ਕਅਮ'ਪਲਾਇਅਨਟ/ *a* ਆਗਿਆਕਾਰੀ; ਨਿਮਰ

complicacy /ਕਅਮ'ਪਲਿਕਅਸਿ/ *n* ਉਲਝਣ, ਪੇਚੀਦਗੀ; ਜਟਿਲ ਰਚਨਾ

complicate /'ਕੌਮਪਲਿਕੇਇਟ/ *vt* ਉਲਝਾਉਣਾ, ਜਟਿਲ ਬਣਾਉਣਾ, ਪੇਚੀਦਾ ਬਣਾਉਣਾ, ਰੱਲਗੱਡ ਕਰਨਾ

complicated /'ਕੌਮਪਲਿਕੇਇਟਿਡ/ *a* ਪੇਚੀਦਾ, ਗੁੰਝਲਦਾਰ, ਉਲਝਿਆ, ਪੇਚਦਾਰ, ਜਟਿਲ

complication /ˌਕੌਮਪਲਿਕੇਇਸ਼ਨ/ *n*

ਉਲਝਣ, ਗੁੰਝਲ, ਅੜਾਉਣੀ, ਜਟਿਲਤਾ; ਜਟਿਲ ਸਮਸਿਆ, ਗੁੱਥੀ

complicity /ਕਅਮ'ਪਲਿਸਅਟਿ/ *n* ਸਾਜ਼ਸ਼, (ਕਿਸੇ ਸਾਜ਼ਸ਼ ਵਿੱਚ) ਸਾਂਝ ਜਾਂ ਹੱਥ

complier /ਕਅਮ'ਪਲਾਇਅ*/ *n* ਆਗਿਆਪਾਲਕ, ਨਿਮਰ

compliment/'ਕੌਂਮਪਲਿਮਅਨਟ/ *n* ਸ਼ਲਾਘਾ, ਸਲਾਹੁਤ, ਪ੍ਰਸੰਸਾ, ਦਾਦ, ਵਡਿਆਈ; (ਪਰਾ) ਸੁਗਾਤ, ਇਨਾਮ, ਬਖ਼ਸ਼ਿਸ਼; (ਬਹੁ) ਸ਼ੁਭ ਕਾਮਨਾਵਾਂ /'ਕੌਂਮਪਲਿਮੈਂਟ/ *vt* ਸ਼ਲਾਘਾ ਕਰਨਾ, ਸਲਾਹੁਣਾ; ਖ਼ਾਤਰ ਕਰਨਾ, ਸੁਗਾਤ ਦੇਣਾ; ਵਧਾਈ ਦੇਣਾ

complimentary /ˌਕੌਂਮਪਲਿ'ਮੈਂਨਟਰਿ/ *a* ਪ੍ਰਸੰਸਾਮਈ; ਸਨਮਾਨਸੂਚਕ, ਅਭਿਨੰਦਨੀ

comply /ˌਕਅਮ'ਪਲਾਇ/ *v* ਆਗਿਆ ਪਾਲਨਾ, ਹੁਕਮ ਦੀ ਤਾਮੀਲ ਕਰਨਾ, ਮੰਨਣਾ; ਸਵੀਕ੍ਰਿਤੀ ਦੇਣਾ, (ਪ੍ਰਾਰਥਨਾ ਆਦਿ ਨੂੰ) ਪੂਰਾ ਕਰਨਾ

componendo /ˌਕੌਂਮਪਅ'ਨੈਂਨਡਅਓ/ *n* (ਗਣਿ) ਯੋਗ ਅਨੁਪਾਤ

component /ਕਅਮ'ਪਅਉਨਅਨਟ/ *n* ਅੰਗ, ਹਿੱਸਾ, ਭਾਗ

comport /ਕਅਮ'ਪੋਟ/ *v* ਵਰਤਾਅ ਕਰਨਾ, ਵਿਹਾਰ ਕਰਨਾ **comport with** ਦੇ ਅਨੁਸਾਰ ਹੋਣਾ, ਨਾਲ ਢੁੱਕਣਾ, ਫਬਣਾ

compose /ਕਅਮ'ਪਅਉਜ਼/ *vt* ਵਿਓਂਤ ਨਾਲ ਰੱਖਣਾ, ਵਿਵਸਥਿਤ ਕਰਨਾ, ਸੁਆਰਨਾ; ਛਾਪੇ ਦੇ ਅੱਖਰ ਜੋੜਨਾ, ਕੰਪੋਜ਼ ਕਰਨਾ; ਇਕੱਤਰ ਕਰਨਾ, ਸੰਕਲਿਤ ਕਰਨਾ, ਜੋੜਨਾ; ਲਿਖਣਾ, ਸਾਹਿਤ ਸਿਰਜਨਾ ਕਰਨਾ, ਗ੍ਰੰਥ ਲਿਖਣਾ; ਬਣਾਉਣਾ; ਰਚਨਾ ਕਰਨਾ, ਨਿਰਮਾਣ ਕਰਨਾ; ਸੰਗੀਤ ਵਿੱਚ ਧੁਨ ਬਣਾਉਣਾ, ਸ਼ਬਦਾਂ ਨੂੰ ਸੰਗੀਤ ਵਿੱਚ ਸਜਾਉਣਾ; (ਲੜਾਈ ਨੂੰ) ਨਿਪਟਾਉਣਾ, ਝਗੜਾ ਤੈ ਕਰਨਾ; ਸ਼ਾਂਤ ਕਰਨਾ ਜਾਂ ਹੋਣਾ

composed /ਕਅਮ'ਪਅਉਜ਼ਡ/ *a* ਸ਼ਾਂਤ, ਅਡੋਲ

composedness /ਕਅਮ'ਪਅਉਜ਼ਡਨਅਸ/ *n* ਸ਼ਾਂਤੀ, ਅਡੋਲਤਾ, ਗੰਭੀਰਤਾ, ਇਤਮੀਨਾਨ

composer /ਕਅਮ'ਪਅਉਜ਼ਅ*/ *n* ਲੇਖਕ, ਰਚਨਾਕਾਰ, ਗ੍ਰੰਥਕਾਰ; ਗੀਤਕਾਰ; ਸੰਗੀਤਕਾਰ

composing /ਕਅਮ'ਪਅਉਜ਼ਿਙ/ *n* ਰਚਨਾ; (ਛਾਪੇ ਦੇ) ਟਾਈਪ ਨੂੰ ਜੋੜਨ ਦੀ ਕਿਰਿਆ, ਕੰਪੋਜ਼ਿੰਗ

composing-machine *n* ਟਾਈਪ ਨੂੰ ਠੀਕ ਢੰਗ ਨਾਲ ਤਰਤੀਬ ਦੇਣ ਵਾਲੀ ਮਸ਼ੀਨ, ਕੰਪੋਜ਼ਿੰਗ ਮਸ਼ੀਨ

composite /'ਕੌਂਮਪਅਜ਼ਿਟ/ *n* ਸੰਘਟਤ, ਮਿਸ਼ਰਿਤ, ਮਿਲਿਆ-ਮਿਲਿਆ, ਸੰਯੋਜਤ

composition /ˌਕੌਂਮਪਅ'ਜ਼ਿਸ਼ਨ/ *n* (ਸੰਗੀਤ, ਗੀਤ, ਨਿਬੰਧ, ਕਵਿਤਾ ਆਦਿ ਦੀ) ਰਚਨਾ, ਲਿਖਤ; ਲੇਖ; ਬਣਤਰ, ਗਠਨ; ਮਿਸ਼ਰਨ; ਮਾਨਸਿਕ ਸਥਿਤੀ ਜਾ ਅਵਸਥਾ, ਦਿਮਾਗੀ ਹਾਲਤ; ਸੰਯੁਕਤ ਪਦਾਰਥ; (ਕਨੂੰ) ਰਾਜ਼ੀਨਾਮਾ, ਸਮਝੌਤਾ

compositive /ਕਅਮ'ਪੌਜ਼ਿਟਿਵ/ *a* ਮਿਲਾਉਣ ਵਾਲਾ, ਜੋੜਨ ਵਾਲਾ, ਸੰਯੋਜਕ

compositor /ਕਅਮ'ਪੌਜ਼ਿਟਅ*/ *n* ਕੰਪੋਜੀਟਰ, ਛਾਪੇ ਦੇ ਅੱਖਰ ਜੋੜਨ ਵਾਲਾ

compossible /ਕਅਮ'ਪੌਸਅਬਲ/ *a* ਦੂਜਿਆਂ ਨਾਲ ਰਲ–ਮਿਲ ਕੇ ਰਹਿਣ ਵਾਲਾ, ਸਹਿਜੀਵੀ, ਸਹਿਵਰਤੀ, ਸੰਗੀ; ਅਨੁਕੂਲ, ਉਚਿਤ

compost /'ਕੌਂਮਪੌਸਟ/ *n* ਰੂੜੀ, ਮਲ੍ਹੜ, ਬਨਸਪਤੀ ਖਾਦ; ਮਿਸ਼ਰਨ, ਮਿਲਾਵਟ *vt* ਮਿਲੀ-ਜੁਲੀ ਰੂੜੀ ਬਣਾਉਣਾ ਜਾਂ ਪਾਉਣਾ

composure /ਕਅਮ'ਪਅਉਯ਼ਅ*/ *n* ਠਰ੍ਹੰਮਾ, ਸ਼ਾਂਤੀ, ਧੀਰਜ; ਸਥਿਰਤਾ, ਮਾਨਸਿਕ ਸੰਤੁਲਨ

compotation /ˌਕੌਂਮਪਅ(ਉ)'ਟੇਇਸ਼ਨ/ *n* ਹਮਪਿਆਲਗੀ, ਇਕੱਠੇ ਬੈਠ ਕੇ ਸ਼ਰਾਬ ਪੀਣ ਦਾ ਅਮਲ

compote /'ਕੌਂਮਪੌਟ/ *n* (ਫਲਾਂ ਦਾ) ਮੁਰੱਬਾ

compound[1] /ਕਅਮ'ਪਾਉਨਡ/ *v* ਰਲਾਉਣਾ, ਮਿਲਾਉਣਾ, ਮਿਸ਼ਰਿਤ ਕਰਨਾ; ਇਕੱਤਰ ਕਰਨਾ; ਸਮਾਸ ਬਣਾਉਣਾ; ਜੋੜਨਾ; ਰਾਜ਼ੀਨਾਮਾ ਕਰਨਾ;

ਜਟਿਲ ਬਣਾਉਣਾ /'ਕੌਮਪਾਉਨਡ/ *n* ਸੰਜੋਗ; ਯੌਗਿਕ ਵਸਤੂ, ਮਿਸ਼ਰਨ; ਸੰਯੁਕਤ ਪਦਾਰਥ; (ਵਿਆ) ਸਮਾਸ, ਸੰਧੀ; ਮੁਰੱਕਬ /'ਕੌਮਪਾਉਨਡ/ *a* ਰਲਵਾਂ-ਮਿਲਵਾਂ, ਮਿਸ਼ਰਤ; ਜੁੜਵਾਂ, ਸੰਯੁਕਤ

compound² *n* ਵਾੜਾ, ਘੇਰਾ, ਅਹਾਤਾ, ਵਿਹੜਾ

compound fracture *n* ਗੁੰਝਲਦਾਰ ਹੱਡੀ-ਭੰਗ

compound interest *n* ਮਿਸ਼ਰਿਤ-ਵਿਆਜ

compound sentence *n* ਸੰਯੁਕਤ ਵਾਕ

compound word *n* ਸਮਾਸੀ ਸ਼ਬਦ

comprehend /ˌਕੌਮਪਰਿ'ਹੈਂਡ/ *vt* ਸਮਝਣਾ, ਧਿਆਨ ਵਿੱਚ ਲਿਆਉਣਾ, ਜਾਣਨਾ; ਸਮਿਲਿਤ ਕਰਨਾ, ਮਿਲਾਉਣਾ, ਸ਼ਾਮਲ ਕਰਨਾ

comprehensible /ˌਕੌਮਪਰਿ'ਹੈਨੱਸਅਬਲ/ *a* ਸਮਝਣਯੋਗ, ਜੋ ਸਮਝਿਆ ਜਾ ਸਕੇ

comprehension /ˌਕੌਮਪਰਿ'ਹੈਨੱਸ਼ਨ/ *n* ਸਮਝ, ਸੂਝ; ਸਮਝਣ ਸ਼ਕਤੀ; ਬੋਧ

comprehensive /ˌਕੌਮਪਰਿ'ਹੈਨੱਸਿਵ਼/ *a* ਸੂਝਵਾਨ, ਸਮਝਦਾਰ; ਵਿਆਪਕ, ਵਿਸਤ੍ਰਿਤ, ਸਰਬੰਗੀ

comprehensiveness /ˌਕੌਮਪਰਿ'ਹੈਨੱਸਿਵ਼ਨਅਸ/ *n* ਵਿਸ਼ਾਲਤਾ, ਵਿਆਪਕਤਾ, ਸਰਬੰਗਤਾ

compress /ਕਅਮ'ਪਰੈੱਸ/ *vt* ਵਿਚਾਰਾਂ ਨੂੰ ਸੰਖਿਪਤ ਕਰਨਾ, ਘਟਾਉਣਾ, ਸੰਕੁਚਿਤ ਕਰਨਾ; ਦੱਬਣਾ, ਦਬਾਉਣਾ, ਘੁੱਟਣਾ; ਭੀਚਣਾ, ਸੁੰਗੇੜਨਾ; ਨਿਚੋੜਨਾ /'ਕੌਮਪਰੈੱਸ/ *n* ਫਹਿਆ; ਪੱਟੀ

compressed /ਕਅਮ'ਪਰੈੱਸਟ/ *a* ਦਬਾਇਆ ਹੋਇਆ, ਨਪੀੜਿਆ

compression /ਕਅਮ'ਪਰੈੱਸ਼ਨ/ *n* ਦਬਾਉ; ਦਾਬਾ, ਘੁੱਟਣੀ, ਨਪੀੜ

compressor /ਕਅਮ'ਪਰੈੱਸਅ*/ *n* ਦਬਾਉਣ ਵਾਲਾ, ਸੰਖੇਪਕ, ਸੰਕੋਚਕ (ਮਸ਼ੀਨ ਜਾਂ ਪੱਠਾ)

comprisal /ਕਅਮ'ਪਰਾਇਜ਼ਲ/ *n* ਸੰਮਿਲਨ, ਅੰਤਰ-ਗ੍ਰਹਿਣ

comprise /ਕਅਮ'ਪਰਾਇਜ਼/ *vt* ਸ਼ਾਮਲ ਕਰਨਾ, ਮਿਲਾਉਣਾ, ਸਮਾਉਣਾ; ਦਾ ਬਣਿਆ ਹੋਣਾ,

comprised /ਕਅਮ'ਪਰਾਇਜ਼ਡ/ *a* ਸ਼ਾਮਲ, ਸਮਿਲਿਤ

compromise /'ਕੌਮਪਰਅਮਾਇਜ਼/ *n* ਸਮਝੌਤਾ, ਰਾਜ਼ੀਨਾਮਾ, ਨਿਪਟਾਰਾ *v* ਸਮਝੌਤਾ ਕਰਨਾ, ਰਾਜ਼ੀਨਾਮਾ ਕਰਨਾ; ਆਪਣੇ ਅਸੂਲਾਂ ਨਾਲ ਸਮਝੌਤਾ ਕਰਨਾ

compromising /ˌਕੌਮਪਰਅਮਾਇਜ਼ਿਙ/ *a* ਭੇਤਪੂਰਨ ਅਸ਼ਲੀਲ ਰੁਝੇਵੇਂ ਵਾਲਾ, (ਪਰਾਏ ਆਦਮੀ ਤੀਵੀਂ ਦੇ) ਅਣਉਪਚਾਰਕ ਮੇਲ ਦਾ (ਦ੍ਰਿਸ਼)

comprovincial /ˌਕੌਮਪਰਅ'ਵ਼ਿਨਸ਼ਲ/ *a* ਇੱਕੋ ਪ੍ਰਾਂਤ ਦਾ (ਵਿਅਕਤੀ), ਸਮਪ੍ਰਾਂਤਕ, ਇੱਕ ਪ੍ਰਾਂਤੀ, ਉਸੇ ਇਲਾਕੇ ਦਾ, ਉਸੇ ਪ੍ਰਦੇਸ਼ ਦਾ

compt/ਕੌਮਟ / *vt* ਹਿਸਾਬ ਲਾਉਣਾ, ਗਿਣਨਾ, ਜੋੜਨਾ

comptroller/ਕਅਨ'ਟਰਅਉਲਅ*/ *n* ਲੇਖਾ ਅਫ਼ਸਰ, ਹਿਸਾਬ-ਕਿਤਾਬ ਤੇ ਕੰਟਰੋਲ ਰੱਖਣ ਵਾਲਾ, ਕੰਟਰੋਲਰ

compulsatory /ਕਅਮ'ਪਅੱਲਸਅਟਰਿ/ *a* ਜ਼ਰੂਰੀ, ਲਾਜ਼ਮੀ, ਆਵੱਸ਼ਕ

compulsion /ਕਅਮ'ਪਅੱਲਸ਼ਨ/ *n* ਜ਼ੋਰਾਵਰੀ, ਜ਼ਬਰਦਸਤੀ, ਜਬਰ; ਦਬਾਅ, ਬੇਵਸੀ, ਮਜਬੂਰੀ **under compulsion** ਬੇਵਸ ਹੋ ਕੇ, ਮਜਬੂਰੀ ਨਾਲ

compulsionist /ਕਅਮ'ਪਅੱਲਸ਼ਨਿਸਟ/ *n* ਜ਼ਬਰਦਸਤੀ ਜਾਂ ਬਲ ਪ੍ਰਯੋਗ ਵਿੱਚ ਵਿਸ਼ਵਾਸ ਰੱਖਣ ਵਾਲਾ

compulsive /ਕਅਮ'ਪਅੱਲਸਿਵ਼/ *a* ਮਜਬੂਰੀ ਦਾ, ਆਵਸ਼ਕਾਰੀ, ਆਦਤਨ

compulsorily /ਕਅਮ'ਪਅੱਲਸਅਰਅਲਿ/ *adv* ਜ਼ਬਰਦਸਤੀ ਨਾਲ, ਬਲਪੂਰਵਕ, ਮਜਬੂਰਨ

compulsory /ਕਅਮ'ਪਅੱਲਸਅਰਿ/ *a* ਜ਼ਰੂਰੀ, ਆਵਸ਼ਕ, ਲਾਜ਼ਮੀ, ਅਨਿਵਾਰੀ; ਜਬਰੀ

compunction /ਕਅਮ'ਪਅੱਙਕਸ਼ਨ/ *n* ਪਛਤਾਵਾ, ਚਿੰਤਾ; ਸੰਕੋਚ

computation /,ਕੌਮਪਯੁ'ਟੇਇਸ਼ਨ/ *n* ਗਿਣਤੀ, ਹਿਸਾਬ, ਗਣਨਾ, ਲੇਖਾ

compute /ਕਅਮ'ਪਯੂਟ/ *vt* ਲੇਖਾ ਕਰਨਾ, ਗਿਣਨਾ, ਹਿਸਾਬ ਲਾਉਣਾ, ਗਿਣਤੀ ਵਿੱਚ ਲਿਆਉਣਾ

computer /ਕਅਮ'ਪਯੂਟਅ*/ *n* (ਕੰਪਿ) ਹਿਸਾਬ ਲਾਉਣ ਵਾਲਾ, ਗਣਕ, ਕੰਪਿਊਟਰ, ਬਿਜਲਈ ਮਸ਼ੀਨ ਜੋ ਅੰਕੜਿਆਂ ਅਤੇ ਸੂਚਨਾਵਾਂ ਉੱਤੇ ਪਹਿਲਾਂ ਦਿੱਤੀਆਂ ਹਿਦਾਇਤਾਂ ਅਨੁਸਾਰ ਵਿਭਿੰਨ ਪ੍ਰਕਾਰ ਦੇ ਕਾਰਜ ਕਰਦੀ ਹੈ

computer-aided design ਵੇਖੋ **CAD**

computer network *n* ਇੱਕ ਤੋਂ ਵੱਧ ਕੰਪਿਊਟਰਾਂ ਦਾ ਤਾਣਾ-ਬਾਣਾ

computing /ਕਅਮ'ਪਯੂਟਿਙ/ *n* ਗਿਣਤੀ, ਗਣਨਾ,ਹਿਸਾਬ

comrade /'ਕੌਮਰੇਇਡ/ *n* ਸੰਗੀ, ਸਾਥੀ, ਮਿੱਤਰ, ਕਾਮਰੇਡ

comradeship /'ਕੌਮਰੇਇਡਸ਼ਿਪ/ *n* ਸੰਗ, ਸਾਥ, ਦੋਸਤੀ, ਮਿੱਤਰਤਾ, ਜੋੜੀਦਾਰੀ

Comtism /'ਕੌਮਟਿਜ਼ਅਮ/ *n* ਪ੍ਰਤੱਖਵਾਦ

con /ਕੌਨ/ *vt* ਜ਼ਬਾਨੀ ਯਾਦ ਕਰਨਾ, ਰਟਣਾ, ਕੰਠ ਕਰਨਾ, ਘੋਖਣਾ, ਪੜ੍ਹਨਾ, ਅਧਿਐਨ ਕਰਨਾ

conation /ਕਅ'ਨੇਇਸ਼ਨ/ *n* (ਮਨੋ) ਇੱਛਾ ਸ਼ਕਤੀ, ਸੰਕਲਪ ਭਾਵਨਾ, ਗਿਆਨ ਨੂੰ ਕਰਮ ਵਿੱਚ ਲਿਆਉਣ ਦੀ ਕਿਰਿਆ

conative /'ਕੌਨਅਟਿਵ੍/ *a* ਇੱਛਾ ਸ਼ਕਤੀ ਸੰਬੰਧੀ, ਸੰਕਲਪਾਤਮਿਕ

concatenate /ਕਅਨ'ਕੈਟਿਨੇਇਟ/ *vt* ਲੜੀ ਜੋੜਨਾ, ਸਿਲਸਿਲਾ ਮਿਲਾਉਣਾ, ਕੜੀਆਂ ਮਿਲਾਉਣਾ, ਸੰਯੁਕਤ ਕਰਨਾ, ਕ੍ਰਮਬੱਧ ਕਰਨਾ, ਸ਼੍ਰੇਣੀਬੱਧ ਕਰਨਾ

concatenation /ਕਅਨ,ਕੈਟਅ'ਨੇਇਸ਼ਨ/ *n* ਲੜੀ, ਸਿਲਸਿਲਾ; ਕ੍ਰਮਬੱਧਤਾ, ਸੰਯੋਜਨ

concave /ਕੌਨ'ਕੇਇਵ੍/ *a* ਲੱਕਾ (ਸ਼ੀਸ਼ਾ), ਨਤੋਦਰ, ਅਵਤਲ, ਕਮਾਨ ਵਰਗਾ; ਖੋਖਲਾ, ਡਾਟਦਾਰ *n* ਨਤੋਦਰ ਤਲ

conceal /ਕਅਨ'ਸੀਲ/ *vt* ਗੁਪਤ ਰੱਖਣਾ, ਲੁਕਾਉਣਾ, ਛੁਪਾਉਣਾ, ਢਕਣਾ, ਓਹਲੇ ਰੱਖਣਾ

concealed /ਕਅਨ'ਸੀਲਡ/ *a* ਗੁਪਤ, ਗੂੜ੍ਹ, ਰਹੱਸਮਈ

concealment /ਕਅਨ'ਸੀਲਮਅਨਟ/ *n* ਓਹਲਾ, ਲੁਕ–ਲੁਕਾਅ, ਪਰਦਾਦਾਰੀ

concede /ਕਅਨ'ਸੀਡ/ *vt* ਮੰਨਣਾ, ਸਵੀਕਾਰ ਕਰਨਾ, ਕਬੂਲ ਕਰਨਾ; ਪ੍ਰਦਾਨ ਕਰਨਾ, ਦੇਣਾ

conceit /ਕਅਨ'ਸੀਟ/ *n* ਹੰਕਾਰ, ਘਮੰਡ; ਖ਼ੁਦਬੀਨੀ *vt* ਕਲਪਨਾ ਕਰਨਾ, ਅਨੁਮਾਨ ਲਾਉਣਾ, ਖ਼ਿਆਲ ਕਰਨਾ; ਹੰਕਾਰ ਕਰਨਾ

conceited /ਕਅਨ'ਸੀਟਿਡ/ *a* ਹੰਕਾਰੀ, ਅਭਿਮਾਨੀ, ਘਮੰਡੀ

conceivable /ਕਅਨ'ਸੀਵ੍ਅਬਲ/ *a* ਵਿਚਾਰਨਯੋਗ, ਕਲਪਨਾਯੋਗ, ਸਮਝ ਵਿੱਚ ਜਾਂ ਵਿਚਾਰ ਵਿੱਚ ਆਉਣ ਵਾਲਾ

conceive /ਕਅਨ'ਸੀਵ੍/ *v* ਸੋਚਣਾ, ਸਮਝਣਾ, ਖ਼ਿਆਲ ਕਰਨਾ; ਅਨੁਭਵ ਕਰਨਾ, ਧਾਰਨ ਕਰਨਾ

concent /ਕਅਨ'ਸੈਂਟ/ *n* ਮੇਲ, ਤਾਲ-ਮੇਲ, ਤਾਲ-ਸੁਰ ਸੰਗਤੀ

concentrate /'ਕੌਨਸਨਟਰੇਇਟ/ *vt* ਕੇਂਦਰਿਤ ਕਰਨਾ; ਇਕਾਗਰ ਕਰਨਾ ਜਾਂ ਹੋਣਾ, ਬਿਰਤੀ ਟਿਕਾਉਣਾ ਜਾਂ ਟਿਕਣਾ; ਸੰਘਣਾ ਕਰਨਾ, ਗਾੜ੍ਹਾ ਕਰਨਾ

concentrated /'ਕੌਨਸਨਟਰੇਇਟਿਡ/ *a* ਇਕਾਗਰ; ਕੇਂਦਰਿਤ; ਸੰਘਣਾ

concentration /,ਕੌਨਸਨ'ਟਰੇਇਸ਼ਨ/ *n* ਕੇਂਦਰੀਕਰਨ, ਇਕੱਤਰੀਕਰਨ; ਟਿਕਾਅ, ਇਕਾਗਰਤਾ

concentration camp *n* ਨਜ਼ਰਬੰਦੀ ਕੈਂਪ (ਜਿੱਥੇ ਸਿਆਸੀ ਕੈਦੀ ਰੱਖੇ ਜਾਂਦੇ ਹਨ)

concentric /ਕਅਨ'ਸੈਂਟਰਿਕ/ *a* ਸਮਕੇਂਦਰੀ

concept /'ਕੌਨਸੈਪਟ/ *n* ਸੰਕਲਪ, ਧਾਰਨਾ, ਸੰਬੋਧ

conception /ਕਅਨ'ਸੈੱਪਸ਼ਨ/ *n* ਗਰਭ ਧਾਰਨ; ਸੰਕਲਪ; ਧਾਰਨਾ, ਵਿਚਾਰ

conceptional /ਕਅਨ'ਸੈਪਸ਼ਅਨਲ/ *a* ਵਿਚਾਰ ਸੰਬੰਧੀ, ਸੰਕਲਪ ਸੰਬੰਧੀ

conceptive /ਕਅਨ'ਸੈੱਪਟਿਵ਼/ *a* ਖ਼ਿਆਲੀ, ਸੰਬੋਧ ਸੰਬੰਧੀ

conceptual /ਕਅਨ'ਸੈੱਪਚੁਅਲ/ *a* ਧਾਰਨਾ ਜਾਂ ਵਿਚਾਰ ਸੰਬੰਧੀ, ਸੰਕਲਪੀ, ਸੰਕਲਪ-ਆਧਾਰਿਤ

conceptualism /ਕਅਨ'ਸੈੱਪਚੁਅਲਿਜ਼ਮ/ *n* ਸੰਕਲਪਵਾਦ

concern /ਕਅਨ'ਸਅ:ਨ/ *n* ਵਾਸਤਾ, ਸਰੋਕਾਰ, ਸੰਬੰਧ; ਸ਼ੌਕ, ਦਿਲਚਸਪੀ; ਚਿੰਤਾ, ਫ਼ਿਕਰ; ਪ੍ਰਸੰਗ, ਸੰਦਰਭ; ਵਪਾਰ ਸੰਸਥਾ *vt* ਸੰਬੰਧ ਰੱਖਣਾ, ਸਰੋਕਾਰ ਜਾਂ ਵਾਸਤਾ ਰੱਖਣਾ; ਦਿਲਚਸਪੀ ਲੈਣਾ; ਚਿੰਤਾ ਹੋਣਾ, ਫ਼ਿਕਰ ਕਰਨਾ **have a concern in** ਭਾਗ ਲੈਣਾ, ਦਿਲਚਸਪੀ ਲੈਣਾ **have no concern with** ਕੋਈ ਮਤਲਬ ਨਾ ਹੋਣਾ

concerned /ਕਅਨ'ਸਅ:ਨਡ/ *a* ਸੰਬੰਧੀ, ਪ੍ਰਸੰਗਬੱਧ; ਚਿੰਤਤ, ਚਿੰਤਾਤੁਰ

concerning /ਕਅਨ'ਸਅ:ਨਿਙ/ *prep* ਬਾਬਤ, ਬਾਰੇ, ਸੰਬੰਧਿਤ, ਪ੍ਰਤਿ

concert /'ਕੌਂਨਸਅਟ/ *n* ਸੰਮਤੀ, ਸੁਮੇਲ, ਇਕਸੁਰਤਾ; ਸੰਗੀਤ ਪਾਰਟੀ, ਸੰਗੀਤ ਸਮਾਰੋਹ; ਸੰਗੀਤ ਮੰਡਲੀ *vt* ਸੰਮਤੀ ਰਲਾਉਣਾ, ਸਲਾਹ ਕਰਨਾ; ਕ੍ਰਮਬੱਧ ਕਰਨਾ, ਕ੍ਰਮ ਵਿੱਚ ਰੱਖਣਾ; ਮਿਲਾਉਣਾ

concerted /ਕਅਨ'ਸਅ:ਟਿਡ/ *a* ਇਕੱਠਾ, ਸਮਿਲਿਤ, ਸਾਂਝਾ, ਰਲਵਾਂ

concert hall *n* ਸੰਗੀਤਸ਼ਾਲਾ

concert pitch *n* ਉਦਾਤ ਸਵਰ

concession /ਕਅਨ'ਸੈਸ਼ਨ/ *n* ਛੋਟ, ਰਿਆਇਤ; ਰਿਆਇਤੀ ਪਟਾ

concessionaire /ਕਅਨ,ਸੈੱਸ਼ਅ'ਨੇਅ/ *n* ਜਿਸ ਨੇ ਛੋਟ ਹਾਸਲ ਕੀਤੀ ਹੋਵੇ, ਰਿਆਇਤ ਜਾਂ ਮਨੂਜ਼ਰੀ ਲਈ ਹੋਵੇ

concessional /ਕਅਨ'ਸੈਸ਼(ਅ)ਨ(ਅ)ਲ/ *a* ਰਿਆਇਤੀ, ਸਸਤਾ

concessionary /ਕਅਨ'ਸੈੱਸ਼ਅਨਅਰਿ/ *a* ਰਿਆਇਤੀ, ਛੋਟ ਵਾਲਾ

concessive /ਕਅਨ'ਸੈੱਸਿਵ਼/ *a* (ਵਿਆ) ਅਨੁਮੋਦਨ ਬੋਧਕ ਅਨੁਮੋਦਨ ਸੂਚਕ, (ਸ਼ਬਦ) ਭਾਵੇਂ, ਇਸ ਦੇ ਬਾਵਜੂਦ

concettism /ਕਅਉਨ'ਚੈੱਟਿਜ਼ਅਮ/ *n* ਅਲੰਕਾਰਕ ਲਿਖਤ; ਗੁੰਝਲਦਾਰ ਸ਼ੈਲੀ

conch /ਕੌਂਨਚ/ *n* ਸੰਖ, ਘੋਗਾ; (ਇਮਾਰਤ ਦਾ) ਬੁਰਜ; ਕੰਨ ਦਾ ਬਾਹਰਲਾ ਹਿੱਸਾ

conciliar /ਕਅਨ'ਸਿਲਿਅ*/ *a* ਧਾਰਮਿਕ ਸੰਸਥਾ ਦਾ, ਪਰਿਸ਼ਦੀ

conciliate /ਕਅਨ'ਸਿਲਿਏਇਟ/ *v* ਮਨਾਉਣਾ, ਸਮਝੌਤਾ ਕਰਨਾ; ਖ਼ੁਸ਼ ਕਰਨਾ; ਸੰਤੁਸ਼ਟ ਕਰਨਾ, ਸ਼ਾਂਤ ਕਰਨਾ; ਆਪਣੇ ਪੱਖ ਦਾ ਬਣਾ ਲੈਣਾ, ਮਿਲਾ ਲੈਣਾ; ਮੇਲ-ਜੋਲ ਕਰਨਾ

conciliation /ਕਅਨ,ਸਿਲਿ'ਏਇਸ਼ਨ/ *n* ਸੁਲ੍ਹਾ ਸਫ਼ਾਈ, ਸਮਝੌਤਾ, ਮੇਲ, ਸੰਧੀ,

conciliative /ਕਅਨ'ਸਿਲਿਅਟਿਵ਼/ *a* ਸੁਲ੍ਹਾਕਾਰੀ, ਸੁਲ੍ਹਾ ਸੰਬੰਧੀ

conciliator /ਕਅਨ'ਸਿਲਿਏਇਟਅ*/ *n* ਵਿਚੋਲਾ, ਸਾਲਸ, ਸੁਲ੍ਹਾ–ਸਫ਼ਾਈ ਕਰਾਉਣ ਵਾਲਾ

conciliatory /ਕਅਨ'ਸਿਲਿਅਟਅਰਿ/ *a* ਸੰਧੀ ਜਾਂ ਸਮਝੌਤੇ ਸੰਬੰਧੀ, ਸੁਲ੍ਹਾਕਾਰੀ

concinnity /ਕਅਨ'ਸਿਨਅਟਿ/ *n* ਸੁੰਦਰ ਲਿਖਤ, ਸੁਭਾਸ਼ਣ, ਲਿਖਣ ਜਾਂ ਬੋਲਣ ਦਾ ਸੋਹਣਾ ਢੰਗ; ਸਵੱਛਤਾ; (ਸਾਹਿਤਕ ਸ਼ੈਲੀ ਦੀ) ਸਪਸ਼ਟਤਾ

concise /ਕਅਨ'ਸਾਇਸ/ *a* ਸੰਖੇਪ, ਛੋਟਾ

concisely /ਕਅਨ'ਸਾਇਸਲਿ/ *adv* ਸੰਖੇਪ ਢੰਗ ਨਾਲ, ਸੰਖੇਪ ਵਿੱਚ

conciseness /ਕਅਨ'ਸਾਇਸਨਅਸ/ *n* ਸੰਖੇਪਤਾ

concision /ਕਅਨ'ਸਿਯ਼ਨ/ *n* ਸੰਖੇਪਤਾ; ਕਾਂਟ-ਛਾਂਟ, ਕਟਾਈ

conclave /'ਕੌਙਕਲੇਇਵ੍/ *n* ਪੋਪ ਦੀ ਚੋਣ ਲਈ ਵੱਡੇ ਪਾਦਰੀਆਂ ਦਾ ਇਕੱਠ; ਮੁੱਖ ਰਾਜਨੀਤਿਕ ਪਾਰਟੀਆਂ ਦੇ ਆਗੂਆਂ ਦਾ ਇਕੱਠ

conclude /ਕਅਨ'ਕਲੂਡ/ *v* ਨਿਬੇੜਨਾ, ਮੁਕਾਉਣਾ, ਪੂਰਾ ਕਰਨਾ, ਸਿਰੇ ਚਾੜ੍ਹਨਾ, ਨੇਪਰੇ ਚਾੜ੍ਹਨਾ; ਸਿੱਟਾ ਕੱਢਣਾ **conclude a treaty** ਸੁਲ੍ਹਾਨਾਮਾ ਕਰਨਾ, ਸੰਧੀ ਤੈ ਕਰਨਾ

concluded /ਕਅਨ'ਕਲੂਡਿਡ/ *a* ਸਮਾਪਤ; ਸੰਪੰਨ

concluding /ਕਅਨ'ਕਲੂਡਿਙ/ *a* ਨਿਰਣਈ, ਅੰਤਿਮ (ਟਿਪਣੀ, ਸੈਸ਼ਨ ਆਦਿ)

conclusion /ਕਅਨ'ਕਲੂਯ਼ਨ/ *n* ਸਿੱਟਾ, ਨਤੀਜਾ, ਨਿਸ਼ਕਰਸ਼, ਪਰਿਣਾਮ; ਅੰਤ, ਸਮਾਪਤੀ; ਨਿਰਨਾ, ਨਿਸਚਾ **in conclusion** ਓੜਕ, ਅੰਤ ਵਿੱਚ

conclusive /ਕਅਨ'ਕਲੂਸਿਵ੍/ *a* ਅੰਤਿਮ; ਨਿਸ਼ਚਿਤ, ਨਿਰਨਾਇਕ, ਫ਼ੈਸਲਾਕੁੰਨ

conclusively /ਕਅਨ'ਕਲੂਸਿਵ੍ਲਿ/ *adv* ਨਿਰਨਾਇਕ ਰੂਪ ਵਿੱਚ, ਫ਼ੈਸਲਾਕੁੰਨ ਢੰਗ ਨਾਲ

conclusiveness /ਕਅਨ'ਕਲੂਸਿਵ੍ਨਅਸ/ *n* ਸਿੱਟਾ; ਨਿਰਨਾ; ਨਿਬੇੜਾ, ਅੰਤ,

conclusory /ਕਅਨ'ਕਲੂਸਅਰਿ/ *a* ਨਿਰਨਾਜਨਕ, ਫੈਸਲਾਕੁੰਨ, ਨਿਰਨਈ

concoct /ਕਅਨ'ਕੌਕਟ/ *v* ਮਨੋਂ ਘੜਨਾ, ਜੋੜਨਾ, ਮਨੋਂ ਬਣਾਉਣਾ; ਕਾੜ੍ਹਨਾ

concocted /ਕਅਨ'ਕੌਕਟਿਡ/ *a* ਮਨਘੜਤ, ਘੜਿਆ, ਜੋੜਿਆ

concoction /ਕਅਨ'ਕੌਕਸ਼ਨ/ *n* ਮਨਘੜਤ, ਅਡੰਬਰ, ਬਣਾਵਟ; ਕਾੜ੍ਹਾ ਕਾੜ੍ਹ ਕੇ ਬਣਾਈ ਵਸਤੂ (ਦਵਾਈ, ਭੋਜਨ ਆਦਿ)

concomitant /ਕਅਨ'ਕੌਮਿਟਅਨਟ/ *n* ਸਹਿਗਾਮੀ ਵਸਤ *a* ਸਹਿਗਾਮੀ, ਸਹਿਵਰਤੀ, ਸਾਥੀ

concord /'ਕੌਙਕੋਡ/ *n* ਸਮਝੌਤਾ, ਸੰਧੀ; ਏਕਾ, ਮੇਲ, ਮੇਲ-ਮਿਲਾਪ, ਸਹਿਮਤੀ, ਮਿੱਤਰਤਾ, ਤਾਲਮੇਲ

concordance /ਕਅਨ'ਕੋਡਅਨਸ/ *n* ਏਕਤਾ, ਸਹਿਮਤੀ; ਸਮਾਨਤਾ, ਸਮਤਾ; ਅਨੁਕੂਲਤਾ; ਸ਼ਬਦ ਅਨੁਕ੍ਰਮਣਿਕਾ

concordant /ਕਅਨ'ਕੋਡ(ਅ)ਨਟ/ *a* ਇਕਸੁਰ, ਇਕਤਾਲ, ਇਕਤਾਨ; ਮੁਆਫ਼ਿਕ, ਅਨੁਕੂਲ, ਅਨੁਰੂਪ, ਮਿਲਦਾ-ਜੁਲਦਾ

concordat /ਕਅਨ'ਕੋਡੈਟ/ *n* ਅਹਿਦਨਾਮਾ, ਸੰਧੀ, ਇਕਰਾਰਨਾਮਾ, ਸੁਲ੍ਹਾਨਾਮਾ

concourse /'ਕੌਙਕੋਸ/ *n* ਸੰਗਮ, ਮੇਲ, ਸਮਾਗਮ; ਭੀੜ, ਹਜੂਮ, ਜਮਘਟਾ

concreate /ਕੌਙ'ਕਰੀਏਇਟ/ *v* ਇੱਕੋ ਸਮੇਂ ਰਚਨਾ ਕਰਨਾ, ਸਹਿਸਿਰਜਨਾ ਕਰਨਾ

concrete /'ਕੌਙਕਰੀਟ/ *a* ਪੱਕਾ, ਠੋਸ, ਨਿੱਗਰ, ਪੀਡਾ *n* ਪਕਿਆਈ; ਕੰਕਰੀ, ਰੋੜੀ *vi* ਪਕਾਉਣਾ, ਪੱਕਾ ਕਰਨਾ; ਕੰਕਰੀਟ ਭਰਨਾ

concreteness /'ਕੌਙਕਰੀਟਨਅਸ/ *n* ਪਕਿਆਈ, ਠੋਸਪਣ, ਨਿੱਗਰਤਾ

concretion /ਕਅਨ'ਕਰੀਸ਼(ਅ)ਨ/ *n* ਨਿੱਗਰਪੁਣਾ, ਨਿੱਗਰਤਾ; ਨਿੱਗਰ ਪਦਾਰਥ; (ਨਿਦਾ) ਪਥਰੀ

concubinage /ਕੌਨ'ਕਯੂਬਿਨਿਜ/ *n* ਰਖੇਲਦਾਰੀ, ਰਖੇਲਪਣ

concubine /'ਕੌਙਕਯੁਬਾਇਨ/ *n* ਬਿਨਾਂ ਵਿਆਹ ਕਿਸੇ ਆਦਮੀ ਨਾਲ ਰਹਿਣ ਵਾਲੀ ਇਸਤਰੀ, ਰਖੇਲ, ਧਰੇਲ

concupiscence /ਕਅਨ'ਕਯੂਪਿਸਨਸ/ *n* ਕਾਮ-ਭੁੱਖ, ਕਾਮ-ਵਾਸ਼ਨਾ, ਲਾਲਸਾ

concupiscent /ਕਅਨ'ਕਯੂਪਿਸ(ਅ)ਨਟ/ *a* ਕਾਮੀ, ਕਾਮੁਕ, ਲਾਲਸਾਵਾਨ

concur /ਕਅਨ'ਕਅ:*/ *v* ਸੰਮਤੀ ਰੱਖਣਾ, ਸਹਿਮਤ ਹੋਣਾ, ਰਜ਼ਾਮੰਦ ਹੋਣਾ, ਇਕਮੱਤ ਹੋਣਾ, ਸਹਿਯੋਗ ਦੇਣਾ

concurrence /ਕਅਨ'ਕਅੱਰਅਨਸ/ *n* ਸੰਮਤੀ, ਸਹਿਮਤੀ, ਰਜ਼ਾਮੰਦੀ, ਮਿਲਵਰਤਨ

concurrent /ਕਅਨ'ਕਅੱਰਅਨਟ/ *a* ਸਹਿਵਰਤੀ; (ਸਜ਼ਾਵਾਂ) ਇੱਕੋ ਵੇਲੇ ਲਾਗੂ ਹੋਣ ਵਾਲੀਆਂ; ਸਹਿਗਾਮੀ, ਅਨੁਸਾਰੀ, ਸੰਮਤੀ ਰੱਖਣ ਵਾਲਾ; ਸਮਾਨ *n* ਸਮਾਨਾਂਤਰ ਪਰਿਸਥਿਤੀ

concussion /ਕਅਨ'ਕਅੱਸ਼ਨ/ *n* ਧੱਕਾ, ਝਟਕਾ, ਸੱਟ, ਟੱਕਰ, ਸਿਰ ਦੀ ਸੱਟ

condemn /ਕਅਨ'ਡੈਮੱ/ *v* ਅਪਰਾਧੀ ਠਹਿਰਾਉਣਾ; ਸਜ਼ਾ ਸੁਣਾਉਣਾ; (ਵਿਰੁੱਧ) ਨਿਰਨਾ ਦੇਣਾ; ਬੁਰਾ-ਭਲਾ ਕਹਿਣਾ, ਦੁਰਕਾਰਨਾ, ਤਿਰਸਕਾਰਨਾ, ਭੰਡਣਾ, ਨਿਖੇਧੀ ਕਰਨਾ, ਨਿੰਦਣਾ, ਰੱਦ ਕਰਨਾ; ਨਿਕੰਮਾ ਬਣਾ ਦੇਣਾ

condemnable /ਕਅਨ'ਡੈਮੱਅਬਲ/ *a* ਦੰਡ ਦੇਣਯੋਗ, ਨਿੰਦਣਯੋਗ, ਨਿੰਦਨੀ

condemnation /ˌਕੌਂਨਡੈਮੱ'ਨੇਇਸ਼ਨ/ *n* ਦੰਡ ਆਗਿਆ, ਸਜ਼ਾ ਦਾ ਹੁਕਮ; ਦੂਸ਼ਣ, ਨਿੰਦਾ, ਨਿਖੇਧੀ

condemned /ਕਅਨ'ਡੈਮੱਡ/ *a* ਦੰਡਤ; ਨਿੰਦਤ; ਨਿਕੰਮਾ, ਨਕਾਰਾ,

condemned cell *n* ਕੋਠੀ (ਜਿੱਥੇ ਫਾਂਸੀ ਦੀ ਸਜ਼ਾ ਵਾਲੇ ਨੂੰ ਰੱਖਿਆ ਜਾਂਦਾ ਹੈ)

condensation /ˌਕੌਂਨਡੈੱਨ'ਸੇਇਸ਼ਨ/ *n* ਸੰਖੇਪਤਾ, ਗਾੜ੍ਹਾਪਣ, ਸੰਘਣਾਪਣ, (ਬੱਦਲਾਂ ਦਾ) ਸੰਘਣਾਪਣ; ਗਾੜ੍ਹੀ ਵਸਤ

condense /ਕਅਨ'ਡੈੱਨਸ/ *v* ਸੰਖੇਪ ਕਰਨਾ, ਛੋਟਾ ਕਰਨਾ; ਗਾੜ੍ਹਾ ਕਰਨਾ, ਬੱਦਲਾਂ ਦਾ ਸੰਘਣਾ ਹੋਣਾ

condensed /ਕਅਨ'ਡੈੱਨਸਟ/ *n* ਸੰਖੇਪ; ਸੰਘਣਾ, ਗਾੜ੍ਹਾ

condensed milk *n* ਗਾੜ੍ਹਾ ਦੁੱਧ

condenser /ਕਅਨ'ਡੈੱਨਸਅ*/ *n* (ਮਸ਼ੀਨੀ ਯੰਤਰ) ਕੰਡੈਂਸਰ

condensity /ਕਅਨ'ਡੈੱਨਸਿਟਿ/ *n* ਸੰਘਣਾਪਣ, ਗਾੜ੍ਹਾਪਣ

condescend /ˌਕੌਂਨਡਿ'ਸੈੱਨਡ/ *vi* ਝੁਕਣਾ, ਤ੍ਰੁੱਠਣਾ; ਨਿਵਾਜਣਾ; (ਛੋਟਾ ਕੰਮ ਕਰਨ ਲਈ) ਰਜ਼ਾਮੰਦ ਹੋਣਾ

condescendence /ˌਕੌਂਨਡਿ'ਸੈੱਨਡਅਨਸ/ *n* ਮਿਹਰਬਾਨੀ, ਕਿਰਪਾਲਤਾ

condescending /ˌਕੌਂਨਡਿ'ਸੈੱਨਡਿਙ/ *a* ਕਿਰਪਾਲੂ, ਮਿਹਰਬਾਨ

condescendingly /ˌਕੌਂਨਡਿ'ਸੈੱਨਡਿਙਲਿ/ *adv* ਤ੍ਰੁੱਠ ਕੇ, ਕਿਰਪਾ ਕਰਕੇ

condescension /ˌਕੌਂਨਡਿ'ਸੈੱਨਸ਼ਨ/ *n* (ਛੋਟਿਆਂ ਪ੍ਰਤਿ) ਕਿਰਪਾਲਤਾ, ਮਿਹਰ, ਨਿਵਾਜ਼ਸ਼

condign /ਕਅਨ'ਡਾਇਨ/ *a* (ਦੰਡ) ਢੁਕਵਾਂ, ਉਚਿਤ, ਵਾਜਬ

condiment /'ਕੌਂਨਡਿਮਅਨਟ/ *n* (ਭੋਜਨ ਲਈ) ਮਸਾਲਾ (ਕਾਲੀ ਮਿਰਚ, ਚਟਨੀ ਆਦਿ)

condimental /ˌਕੌਂਨਡਿ'ਮੈੱਨਟਲ/ *a* ਮਸਾਲੇਦਾਰ, ਚਟਪਟਾ

condisciple /ˌਕੌਂਨਡਿ'ਸਾਇਪਲ/ *n* ਸਹਿਪਾਠੀ, ਗੁਰਭਾਈ

condition /ਕਅਨ'ਡਿਸ਼ਨ/ *n* ਅਵਸਥਾ, ਦਸ਼ਾ, ਸਥਿਤੀ, ਹਾਲਤ, ਹਾਲ, ਪਰਿਸਥਿਤੀ; ਸ਼ਰਤ, ਪ੍ਰਤਿਬੰਧ; ਹੈਸੀਅਤ; (ਪਰਾ) ਦਰਜਾ; ਡੀਲ-ਡੌਲ, ਰੰਗ–ਢੰਗ *v* (ਦਸ਼ਾ) ਠੀਕ ਕਰਨਾ, ਅਨੁਕੂਲ ਕਰਨਾ, ਗਿਝਾਉਣਾ, ਆਦਤ ਪਾਉਣਾ; ਸ਼ਰਤ ਲਾਉਣਾ

conditional /ਕਅਨ'ਡਿਸ਼ਅਨਲ/ *a* ਸ਼ਰਤਬੱਧ, ਮਸ਼ਰੂਤ

conditionally /ਕਅਨ'ਡਿਸ਼ਅਨਅਲਿ/ *adv* ਸ਼ਰਤਾਂ ਸਹਿਤ

conditioned /ਕਅਨ'ਡਿਸ਼(ਅ)ਨਡ/ *a* ਅਨੁਕੂਲਤ, ਆਦੀ; ਸ਼ਰਤਬੱਧ

condolatory /ਕਅਨ'ਡੌਲਅਟਅਰਿ/ *a* ਸੋਗਮਈ, ਮਾਤਮੀ, ਹਮਦਰਦੀ ਵਾਲਾ

condole /ਕਅਨ'ਡਅਉਲ/ *vi* ਅਫ਼ਸੋਸ ਕਰਨਾ, ਮਾਤਮਪੁਰਸ਼ੀ ਕਰਨਾ, ਹਮਦਰਦੀ ਕਰਨਾ, ਪਰਚਾਉਣੀ ਕਰਨਾ

condolence, condolement /ਕਅਨ'ਡਅਉਲਅਨਸ,

ਕਅਨ'ਡਅਉਲਮਅਨਟ/ *n* ਮਾਤਮਪੁਰਸ਼ੀ, ਪਰਚਾਉਣੀ, ਸੋਗ, ਮਾਤਮ

condom /'ਕੌਨਡੌਮ/ *n* ਨਿਰੋਧ, ਪੁਰਸ਼ਾਂ ਲਈ ਗਰਭ-ਨਿਰੋਧਕ ਪ੍ਰਸਾਧਨ

condonation /,ਕੌਨਡਅ(ਉ)'ਨੇਇਸ਼ਨ/ *n* ਖ਼ਿਮਾ, ਮਾਫ਼ੀ; ਛੋਟ, ਅਣਡਿੱਠਤਾ, ਨਜ਼ਰਅੰਦਾਜ਼ੀ

condone /ਕਅਨ'ਡਅਉਨ/ *vt* ਛੋਟ ਦੇਣਾ, ਮਾਫ਼ ਕਰਨਾ; ਅਣਡਿੱਠ ਕਰਨਾ, ਨਜ਼ਰਅੰਦਾਜ਼ ਕਰਨਾ

condor /'ਕੌਨਡੌ*/ *n* ਦੱਖਣ ਅਮਰੀਕੀ ਗਿਰਝ (ਪੰਛੀ)

conduce /ਕਅਨ'ਡਯੂਸ/ *vi* ਕਾਰਨ ਹੋਣਾ, ਸਾਧਨ ਬਣਨਾ

conducive /ਕਅਨ'ਡਯੂਸਿਵ਼/ *a* ਸਹਾਈ, ਪ੍ਰੇਰਕ

conduciveness /ਕਅਨ'ਡਯੂਸਿਵ਼ਨਅਸ/ *n* ਪ੍ਰੇਰਕਤਾ

conduct /'ਕੌਨਡਅੱਕਟ/ *n* ਵਤੀਰਾ, ਰਵੱਈਆ; ਚਾਲ–ਚਲਨ, ਆਚਰਨ, ਆਚਾਰ, ਵਿਹਾਰ; ਪ੍ਰਬੰਧ, ਸੰਚਾਲਨ; ਪ੍ਰਨਾਲੀ, ਪੱਧਤੀ; ਸ਼ੈਲੀ /ਕਅਨ'ਡਅੱਕਟ/ *v* ਸੰਚਾਲਨ ਕਰਨਾ, ਅਗਵਾਈ ਕਰਨਾ, ਮਾਰਗ ਦਰਸ਼ਕ ਹੋਣਾ, ਆਗੂ ਹੋਣਾ; ਪ੍ਰਬੰਧ ਕਰਨਾ, ਬੰਦੋਬਸਤ ਕਰਨਾ; ਹਿਦਾਇਤ ਕਰਨਾ, ਵਿਹਾਰ ਕਰਨਾ

conducting /ਕਅਨ'ਡਅੱਕਟਿਙ/ *n* ਸੰਚਾਲਕ

conduction /ਕਅਨ'ਡਅੱਕਸ਼ਨ/ *n* (ਤਰਲ ਪਦਾਰਥ ਦਾ ਨਾਲੀ ਆਦਿ ਦੁਆਰਾ) ਚਾਲਨ; (ਤਾਪ ਆਦਿ ਦਾ) ਪ੍ਰਵਾਹ, ਸੰਚਾਰਨ

conductivity /,ਕੌਨਡਅੱਕ'ਟਿਵ਼ਅਟਿ/ *n* ਚਾਲਕਤਾ

conduct-money *n* ਤਲਬਾਨਾ, ਗਵਾਹ ਦਾ ਖ਼ਰਚ

conductor /ਕਅਨ'ਡਅੱਕਟਅ*/ *n* ਚਾਲਕ, (ਬਿਜਲੀ ਦਾ) ਵਾਹਕ, ਵਰੰਟ ਅਧਿਕਾਰੀ; ਨੇਤਾ, ਆਗੂ, ਪਥ ਪ੍ਰਦਰਸ਼ਕ ਪ੍ਰਬੰਧਕ; (ਬੱਸ ਦਾ) ਕੰਡਕਟਰ

conduit /'ਕੌਨਡਯੁਇਟ/ *n* ਨਾਲੀ

cone /ਕਅਉਨ/ *n* ਸ਼ੰਕੂ; ਸ਼ੰਕੂਫਲ, ਚੀਲ ਦਾ ਫਲ

confab /'ਕੌਨਫ਼ੈਬ/ *n* ਗ਼ੈਰਰਸਮੀ ਨਿੱਜੀ ਗੱਲ-ਬਾਤ; ਪੇਸ਼ੇਵਰ ਲੋਕਾਂ ਦੀ ਮੀਟਿੰਗ ਜਾਂ ਕਾਨਫਰੰਸ

confabulate /ਕਅਨ'ਫ਼ੈਬਯੁਲੇਇਟ/ *vi* ਗੱਲ-ਬਾਤ ਕਰਨਾ, ਬਾਤ-ਚੀਤ ਕਰਨਾ

confabulation /ਕਅਨ,ਫ਼ੈਬਯਅ'ਲੇਇਸ਼ਨ/ *n* ਗੱਲ-ਬਾਤ, ਬਾਤ-ਚੀਤ

confection /ਕਅਨ'ਫ਼ੈਕਸ਼ਨ/ *n* (ਇਸਤਰੀਆਂ ਦੇ) ਸਿਲੇ-ਸਿਲਾਏ ਕੱਪੜੇ; ਪਕਵਾਨ; ਮਿਸ਼ਰਨ, ਮਿਲਾਵਟ *vt* ਮਠਿਆਈ ਬਣਾਉਣਾ

confectionary /ਕਅਨ'ਫ਼ੈਕਸ਼ਨਰਿ/ *a* ਪਕਵਾਨ ਸੰਬੰਧੀ; ਮਠਿਆਈ ਸੰਬੰਧੀ

confectioner /ਕਅਨ'ਫ਼ੈਕਸ਼ਅਨਅ*/ *n* ਬਿਸਕੁਟ ਆਦਿ ਬਣਾਉਣ ਵਾਲਾ, ਨਾਨਬਾਈ

confectionery /ਕਅਨ'ਫ਼ੈੱਕਸ਼ਅਨਅਰਿ/ *n* ਬਿਸਕੁਟ ਆਦਿ ਦੀ ਦੁਕਾਨ, ਨਾਨਬਾਈ ਦੀ ਦੁਕਾਨ

confederacy /ਕਅਨ'ਫ਼ੈਡੱਅਰਅਸਿ/ *n* ਸੰਗਠਨ, ਸੰਧੀ, ਮੇਲ; ਰਾਜ-ਸੰਘ, ਮਹਾਂਸੰਘ; ਛੜਯੰਤਰ, ਸਾਜ਼ਸ਼

confederal /ਕਅਨ'ਫ਼ੈਡੱ(ਅ)ਰ(ਅ)ਲ/ *a* ਮਹਾਂਸੰਘੀ

confederate /ਕਅਨ'ਫ਼ੈਡੱਅਰਅਟ, ਕਅਨਫ਼ੈਡੱਅਰੇਇਟ/ *n* ਸਹਿਅਪਰਾਧੀ, ਸਾਥ ਦੇਣ ਵਾਲਾ ਬੰਦਾ, ਮਹਾਂਸੰਘ ਦਾ ਮੈਂਬਰ *v* ਸੰਯੁਕਤ ਕਰਨਾ ਜਾਂ ਹੋਣਾ, ਇਕੱਤਰ ਹੋਣਾ, ਸੰਗਠਿਤ ਕਰਨਾ, ਸਮਿਲਿਤ ਕਰਨਾ, ਰਲਨਾ, ਰਲਾਉਣਾ

confederation /ਕਅਨ,ਫ਼ੈਡੱਅ'ਰੇਇਸ਼ਨ/ *n* ਮਹਾਂਸੰਘ

confer /ਕਅਨ'ਫ਼ਅ:*/ *vi* (ਡਿਗਰੀ, ਪਦਵੀ, ਬਿੱਲਾ, ਖ਼ਿਤਾਬ) ਦੇਣਾ, ਬਖ਼ਸ਼ਣਾ, ਪ੍ਰਦਾਨ ਕਰਨਾ; ਸਲਾਹ ਕਰਨਾ, ਮਸ਼ਵਰਾ ਕਰਨਾ

conference /'ਕੌਨਫ਼ਅਰਅਨਸ/ *n* ਸੰਮੇਲਨ, ਕਾਨਫਰੰਸ; ਸਲਾਹ, ਮਸ਼ਵਰਾ

conferment /ਕਅਨ'ਫ਼ਅ:ਮਅਨਟ/ *n* (ਪਦਵੀ ਆਦਿ) ਪ੍ਰਦਾਨ, ਭੇਟ

conferred /ਕਅਨ'ਫ਼ਅ:ਡ/ *a* ਦਿੱਤਾ

confess /ਕਅਨ'ਫ਼ੈੱਸ/ *v* (ਅਪਰਾਧ) ਮੰਨ ਜਾਣਾ, ਕਬੂਲਣਾ ਇਕਬਾਲ ਕਰਨਾ; ਪਛਤਾਵਾ ਕਰਨਾ, ਤੋਬਾ ਕਰਨਾ

confession /ਕਅਨ'ਫ਼ੈੱਸ਼ਨ/ *n* (ਗੁਨਾਹ ਜਾਂ ਦੋਸ਼) ਕਬੂਲ, ਇਕਬਾਲ, ਪਾਪ–ਸਵੀਕਾਰਨਾ

confession of faith ਧਰਮ ਸਵੀਕ੍ਰਿਤੀ

confessionary /ਕਅਨ'ਫ਼ੈਸ਼ਅਨਅਰਿ/ *n* ਉਹ ਸਥਾਨ ਜਿੱਥੇ ਪਾਦਰੀ ਲੋਕਾਂ ਦੇ ਗੁਨਾਹ ਸੁਣਦਾ ਹੈ *a* ਸਵੀਕਾਰਕ

confessor /ਕਅਨ'ਫ਼ੈੱਸਅ*/ *n* ਪਸ਼ਚਾਤਾਪ ਕਰਨ ਵਾਲਾ; ਪਸ਼ਚਾਤਾਪ ਸੁਣਨ ਵਾਲਾ ਪਾਦਰੀ

confetti /ਕਅਨ'ਫ਼ੈੱਟਿ/ *n* (ਵਿਆਹ-ਸ਼ਾਦੀ ਦੇ ਮੌਕੇ 'ਤੇ ਲੋਕਾਂ ਉੱਪਰ ਸੁੱਟੀਆਂ ਜਾਂਦੀਆਂ) ਰੰਗੀਨ ਕਾਗਜ਼ ਦੀ ਪੱਤੀਆਂ

confidant /'ਕੌਨਫ਼ਿਡੈਨਟ, ˌਕੌਨਫ਼ਿ'ਡਾਨਟ/ *n* ਵਿਸ਼ਵਾਸਪਾਤਰ, ਭਰੋਸੇਯੋਗ ਪੁਰਸ਼, ਹਮਰਾਜ਼, ਰਾਜ਼ਦਾਨ

confide /ਕਅਨ'ਫ਼ਾਇਡ/ *v* ਭਰੋਸਾ ਕਰਨਾ, ਭਰੋਸੇ ਵਿੱਚ ਲੈਣਾ, ਭੇਤੀ ਬਣਾਉਣਾ; ਸੌਂਪਣਾ, ਹਵਾਲੇ ਕਰਨਾ

confidence /'ਕੌਨਫ਼ਿਡਅਨਸ/ *n* ਵਿਸ਼ਵਾਸ ਵਿਸਾਹ, ਭਰੋਸਾ, ਯਕੀਨ; ਰਾਜ਼ਦਾਰੀ, ਰਾਜ਼, ਭੇਤ

confident /'ਕੌਨਫ਼ਿਡਅਨਟ/ *a* ਭਰੋਸਾ ਕਰਨ ਵਾਲਾ, ਵਿਸ਼ਵਾਸੀ; ਆਤਮ ਵਿਸ਼ਵਾਸੀ; ਸਾਹਸੀ, ਦ੍ਰਿੜ੍ਹ ਹੌਸਲੇ ਵਾਲਾ, ਵਿਸ਼ਵਾਸਪੂਰਨ

confidential /ˌਕੌਨਫ਼ਿ'ਡੈੱਨਸ਼ਲ/ *a* ਗੁਪਤ, ਭੇਤਵਾਲਾ

configuration /ਕਅਨˌਫ਼ਿਗਅ'ਰੇਇਸ਼ਨ/ *n* ਰੂਪ-ਰੇਖਾ, ਨੁਹਾਰ; ਬਣਤਰ; ਤਰਤੀਬ

configure /ਕਅਨ'ਫ਼ਿਗਅ*/ *vt* ਰੂਪ ਦੇਣਾ, ਸ਼ਕਲ ਦੇਣਾ, ਢਾਂਚਾ ਬਣਾਉਣਾ

confine /ਕਅਨ'ਫ਼ਾਇਨ/ *n* (ਬਹੁ) ਹੱਦ, ਹੱਦ ਬੰਨਾ, ਸੀਮਾਂਤ, ਸੀਮਾ *vi* ਹੱਦ ਅੰਦਰ ਕਰਨਾ, ਸੀਮਾਬੱਧ ਕਰਨਾ, ਘੇਰੇ ਵਿੱਚ ਰੱਖਣਾ, ਕੈਦ ਕਰਨਾ, ਅੰਦਰ ਡੱਕਣਾ; ਠੱਲ੍ਹਣਾ, ਰੋਕਣਾ, ਅਟਕਾਉਣਾ; ਜਣੇਪੇ ਦੀ ਹਾਲਤ ਵਿੱਚ ਮੰਜੇ ਉੱਤੇ ਹੋਣਾ

confined /ਕਅਨ'ਫ਼ਾਇਨਡ/ *a* ਸੀਮਿਤ, ਘਿਰਿਆ, ਬੰਦ

confinement /ਕਅਨ'ਫ਼ਾਇਨਮਅਨਟ/ *n* ਸਰਹੱਦ, ਸੀਮਾ; ਕੈਦ, ਹਿਰਾਸਤ; ਰੋਕ, ਰੁਕਾਵਟ, ਬੰਦਸ਼; ਜਣੇਪਾ, ਵਿਅੰਮ

confirm /ਕਅਨ'ਫ਼ਅ:ਮ/ *vt* ਪੁਸ਼ਟੀ ਕਰਨਾ, ਤਸਦੀਕ ਕਰਨਾ; ਹਾਮੀ ਭਰਨਾ, ਪੱਕਾ ਕਰਨਾ; ਮਨਜ਼ੂਰੀ ਦੇਣਾ

confirmation /ˌਕੌਨਫ਼ਅ'ਮੇਇਸ਼ਨ/ *n* ਪੁਸ਼ਟੀ, ਪੁਸ਼ਟੀਕਰਨ, ਤਸਦੀਕ, ਪਕਿਆਈ, ਪ੍ਰੌੜ੍ਹਤਾ, ਸਮਰਥਨ; ਮਨਜ਼ੂਰੀ; ਨਾਮਕਰਨ ਸੰਸਕਾਰ

confirmative, confirmatory /ਕਅਨ'ਫ਼ਅ:ਮਅਟਿਵ਼, ਕਅਨ'ਫ਼ਅ:ਮਅਟਰਿ/ *a* ਪੁਸ਼ਟੀਕਾਰਕ, ਸਮਰਥਕ, ਤਾਈਦੀ, ਹਿਮਾਇਤੀ

confirmed /ਕਅਨ'ਫ਼ਅ:ਮਡ/ *n* ਪੱਕਾ, ਸਥਾਈ, ਪੁਰਾਣਾ (ਰੋਗ); ਮੰਨਿਆ–ਪਰਮੰਨਿਆ; ਦ੍ਰਿੜ੍ਹ, ਸਥਿਰ ਕੀਤਾ ਹੋਇਆ

confiscate /'ਕੌਨਫ਼ਿਸਕੇਇਟ/ *vt* ਜ਼ਬਤ ਕਰਨਾ, ਕੁਰਕ ਕਰਨਾ, ਖੋਹ ਲੈਣਾ

confiscated /'ਕੌਨਫ਼ਿਸਕੇਇਟਿਡ/ *n* ਜ਼ਬਤ ਕੀਤਾ, ਕੁਰਕ ਕੀਤਾ, ਖੋਹਿਆ

confiscation /ˌਕੌਨਫ਼ਿ'ਸਕੇਇਸ਼ਨ/ *n* ਜ਼ਬਤੀ, ਕੁਰਕੀ

confiscatory /ਕਅਨ'ਫ਼ਿਸਕਅਟ(ਅ)ਰਿ/ *a* ਕੁਰਕੀ ਸੰਬੰਧੀ, ਜ਼ਬਤੀ ਦਾ

confix /ਕਅਨ'ਫ਼ਿਕਸ / *vt* ਦ੍ਰਿੜ੍ਹ ਕਰਨਾ, ਪੱਕਾ ਕਰਨਾ, ਮਜ਼ਬੂਤੀ ਨਾਲ ਜਮਾਉਣਾ

conflagrant /'ਕੌਨਫ਼ਲੈਗਰਅਨਟ/ *a* ਸੜਦਾ, ਜਲਦਾ, ਬਲਦਾ

conflagration /ˌਕੌਨਫ਼ਲਅ'ਗਰੇਇਸ਼ਨ/ *n* ਭਿਅੰਕਰ ਅੱਗ, ਵੱਡਾ ਅਗਨੀਕਾਂਡ, ਭਾਂਬੜ **forest conflagration** ਜੰਗਲ ਦੀ ਭਿਆਨਕ ਅੱਗ, ਦਾਵਾਨਲ

conflate /ਕਅਨ'ਫ਼ਲੇਇਟ/ *vt* ਮਿਲਾਉਣਾ,

ਘੜਮੱਸ ਚੌਦੇ ਕਰਨਾ, ਮਿਸ਼ਰਨ ਕਰਨਾ *a* ਮਿਲਿਆ ਹੋਇਆ, ਮਿਸ਼ਰਿਤ

conflation /ਕਅਨ'ਫ਼ਲੇਇਸ਼ਨ/ *n* ਵੱਖੋ–ਵੱਖ ਲਿਖਤਾਂ ਦਾ ਪਾਠਾਂਤਰ, ਮਿਸ਼ਰਨ

conflict /'ਕੌਨਫ਼ਲਿਕਟ/ *n* ਟੱਕਰ, ਟਾਕਰਾ, ਘੋਲ, ਕਸ਼ਮਕਸ਼, ਸੰਘਰਸ਼, ਮੁਕਾਬਲਾ, ਵਿਰੋਧ, ਦਵੰਦ, ਬਖੇੜਾ, ਝਗੜਾ /ਕਅਨ'ਫ਼ਲਿਕਟ/ *vi* ਟਾਕਰਾ ਕਰਨਾ, ਮੁਕਾਬਲਾ ਹੋਣਾ, ਟੱਕਰਨਾ, ਵਿਰੋਧ ਕਰਨਾ, ਵਿਰੋਧੀ ਹੋਣਾ, ਲੜਨਾ, ਭਿੜਨਾ, ਝਗੜਨਾ

conflicting /ਕਅਨ'ਫ਼ਲਿਕਟਿਙ/ *a* ਵਿਪਰੀਤ, ਉਲਟ, ਪਰਸਪਰ ਵਿਰੋਧੀ, ਵਿਵਾਦਗ੍ਰਸਤ

confliction /ਕਅਨ'ਫ਼ਲਿਕਸ਼ਨ/ *n* ਵਿਰੋਧ, ਵਿਵਾਦ, ਕਲ੍ਹਾ; ਟੱਕਰ, ਮੁੱਠਭੇੜ; ਅਸੰਗਤੀ, ਪ੍ਰਤਿਕੂਲਤਾ

conflictive /ਕਅਨ'ਫ਼ਲਿਕਟਿਵ਼/ *a* ਵਿਵਾਦਗ੍ਰਸਤ, ਪ੍ਰਤਿਕੂਲ,ਪਰਸਪਰ ਵਿਰੋਧੀ

confluence /'ਕੌਨਫ਼ਲੁਅਨਸ/ *n* ਸਮਪ੍ਰਵਾਹ, ਸੰਗਮ, ਮੇਲ

confluent /'ਕੌਨਫ਼ਲੁਅਨਟ/ *a* ਸਮਪ੍ਰਵਾਹੀ, ਨਾਲ ਵਹਿੰਦੀ (ਨਦੀ), ਹਮਰੌ

conflux /'ਕੌਨਫ਼ਲਅਕਸ/ *n* ਸਮਪ੍ਰਵਾਹ, ਸੰਗਮ, ਮੇਲ

conform /ਕਅਨ'ਫ਼ੋਮ/ *v* ਅਨੁਕੂਲ ਕਰਨਾ, ਅਨੁਸਾਰ ਕਰਨਾ, ਇਕਸੁਰ ਹੋਣਾ, ਇਕਸਾਰ ਹੋਣਾ, ਆਦੀ ਹੋਣਾ, ਅਨੁਕੂਲ ਹੋਣਾ

conformation /ˌਕੌਨਫ਼ੋ'ਮੇਇਸ਼ਨ/ *n* ਅਨੁਕੂਲੀਕਰਨ, ਬਣਾਵਟ, ਢਾਂਚਾ, ਬਣਤਰ

conformity /ਕਅਨ'ਫ਼ੋਮਅਟਿ/ *n* ਅਨੁਕੂਲਣ, ਅਨੁਰੂਪਤਾ, ਅਨੁਸਾਰਤਾ; ਪੈਰਵੀ, ਤਾਮੀਲ, ਆਗਿਆਕਾਰਤਾ **in conformity with** ਅਨੁਸਾਰ, ਅਨੁਰੂਪ

confound /ਕਅਨ'ਫ਼ਾਉਨਡ/ *vt* ਗੱਡ-ਮੱਡ ਕਰਨਾ, ਘੜਮੱਸ ਪਾਉਣਾ, ਖਲਤ-ਮਲਤ ਕਰਨਾ, ਉਲਝਾਉਣਾ, ਮਿਸ਼ਰਤ ਕਰਨਾ

confront /ਕਅਨ'ਫ਼ਰਅੱਨਟ/ *vt* ਰੂ-ਬਰੂ ਹੋਣਾ, ਸਾਮ੍ਹਣਾ ਕਰਨਾ, ਮੱਥੇ ਲੱਗਣਾ, ਵਾਹ ਪੈਣਾ, ਦੋ–ਚਾਰ ਹੋਣਾ, ਮੁਕਾਬਲਾ ਕਰਨਾ

confrontation /ˌਕੌਨਫ਼ਰਅੱਨ'ਟੇਇਸ਼ਨ/ *n* ਮੁਕਾਬਲਾ, ਟਾਕਰਾ, ਸਾਮ੍ਹਣਾ; ਵਿਰੋਧ

confuse /ਕਅਨ'ਫ਼ਯੂਜ਼/ *vt* ਉਲਝਾਉਣਾ, ਭੁਚਲਾਉਣਾ, ਮੱਤ ਮਾਰ ਦੇਣਾ, ਪਰੇਸ਼ਾਨ ਕਰਨਾ, ਰਲਗੱਡ ਕਰਨਾ;

confused /ਕਅਨ'ਫ਼ਯੂਜ਼ਡ/ *a* ਉਲਝਿਆ ਹੋਇਆ, ਘਬਰਾਇਆ ਹੋਇਆ, ਪਰੇਸ਼ਾਨ, ਡੌਰ-ਭੌਰ

confusing /ਕਅਨ'ਫ਼ਯੂਜ਼ਿਙ/ *a* ਉਲਝਾਉਣ ਵਾਲਾ, ਚਕਰਾਉਣ ਵਾਲਾ, ਪਰੇਸ਼ਾਨੀ ਵਾਲਾ, ਗੜਬੜ ਵਾਲਾ, ਭਰਮਾਊ

confusion /ਕਅਨ'ਫ਼ਯੂਯ਼ਨ/ *n* ਘੜਮੱਸ; ਹਫੜਾ-ਦਫੜੀ, ਗੜਬੜ; ਪਰੇਸ਼ਾਨੀ, ਘਬਰਾਹਟ

confutation /ˌਕੌਨਫ਼ਯੂ'ਟੇਇਸ਼ਨ/ *n* ਖੰਡਨ, ਤਰਦੀਦ

confute /ˌਕਅਨ'ਫ਼ਯੂਟ/ *vt* ਦੋਸ਼ੀ ਠਹਿਰਾਉਣਾ, ਝੂਠਾ ਸਾਬਤ ਕਰਨਾ; ਖੰਡਨ ਕਰਨਾ, ਰੱਦ ਕਰਨਾ, ਗ਼ਲਤ ਕਰ ਦਿਖਾਉਣਾ

congeal /ਕਅਨ'ਜੀਲ/ *v* ਜੰਮਣਾ, ਜਮਾਉਣਾ, ਥਰ ਬੱਝਣਾ ਜਾਂ ਥਰ ਬੰਨ੍ਹਣਾ

congener /ਕਅਨ'ਜੀਨਅ*/ *a* ਸਜਾਤੀ, ਇਕ ਜਾਤ ਦੇ, ਹਮਜਿਨਸ, ਰਲਦੇ-ਮਿਲਦੇ, ਸਮਾਨ

congenial /ਕਅਨ'ਜੀਨਿਅਲ/ *a* ਹਮਦਰਦ; ਸੁਹਾਵਣਾ, ਅਨੁਕੂਲ, ਸੁਖਾਉਂਦਾ, ਮਾਫ਼ਕ; ਸਮਾਨ-ਸੁਭਾਵੀ

congeniality /ਕਅਨ'ਜੀਨਿਐਲਅਟਿ/ *n* ਉਚਿਤਤਾ, ਅਨੁਕੂਲਤਾ; ਸਮਾਨ ਸੁਭਾਅ

congenital /ਕਅਨ'ਜੈੱਨਿਟਲ/ *a* ਜਮਾਂਦੂਰ, ਜਨਮਜਾਤ, ਪੈਦਾਇਸ਼ੀ, ਕੁਦਰਤੀ (ਰੋਗ)

congenitally /ਕਅਨ'ਜੈੱਨਿਟਅਲਿ/ *adv* ਜਨਮ ਤੋਂ, ਕੁਦਰਤੀ ਤੌਰ 'ਤੇ

congest /ਕਅਨ'ਜੈੱਸਟ/ *v* ਜਮ੍ਹਾਂ ਹੋਣਾ, ਭੀੜ ਲੱਗਣਾ; ਬੇਹਦ ਭਰਨਾ; ਇਕੱਠਾ ਹੋਣਾ ਜਾਂ ਕਰਨਾ

congested /ਕਅਨ'ਜੈਸੱਟਿਡ/ *a* ਸੰਘਣਾ, ਅਧਿਕ ਜਨਸੰਖਿਆ ਵਾਲਾ

congestion /ਕਅਨ'ਜੈਸੱਚਅਨ/ *n* ਭੀੜ, ਭੀੜ–ਭੜੱਕਾ; ਸੰਘਣੀ ਅਬਾਦੀ; ਰੱਤ–ਬਹੁਲਤਾ; ਆਵਾਜਾਈ ਦੀ ਭੀੜ

conglobate /'ਕੌਂਨਗਲਅ(ਉ)ਬੇਇਟ/ *v* ਗੋਲਕਾਰ ਬਣਾਉਣਾ, ਗੋਲ ਬਣਾਉਣਾ *a* ਗੋਲ, ਗੋਲਾਕਾਰ

conglomerate /ਕਅਨ'ਗਲੌਮਅਰਅਟ/ *a* ਸੰਚਿਤ, ਢੇਰ ਲਾਇਆ ਹੋਇਆ, ਇਕੱਠਾ ਕੀਤਾ ਹੋਇਆ *n* ਢੇਰ; ਬਹੁਤ ਕੰਪਨੀਆਂ ਦਾ ਸੰਗਠਨ /ਕਅਨ'ਗਲੌਮਅਰੇਇਟ/ *v* ਢੇਰ ਲਾਉਣਾ, ਇਕੱਠਾ ਕਰਨਾ

conglomeration /ਕਅਨ,ਗਲੌਮਅ'ਰੇਇਸ਼ਨ/ *n* ਸੰਗ੍ਰਹਿ, ਢੇਰ

congratulate /ਕਅਨ'ਗਰੈਚੁਲੇਇਟ/ *v* ਵਧਾਈ ਦੇਣਾ, ਮੁਬਾਰਕ ਦੇਣਾ

congratulation /ਕਅਨ,ਗਰੈਚੁ'ਲੇਇਸ਼ਨ/ *n* ਵਧਾਈ, ਮੁਬਾਰਕ, ਮੁਬਾਰਕਬਾਦ

congregate /'ਕੌਂਙਗਰਿਗੇਇਟ/ *v* ਇਕੱਠਾ ਕਰਨਾ, ਇਕੱਤਰ ਕਰਨਾ; ਇਕੱਤਰ ਹੋਣਾ, ਇਕੱਠਾ ਹੋਣਾ

congregation /,ਕੌਂਙਗਰਿ'ਗੇਇਸ਼ਨ/ *n* ਇਕੱਠ, ਇਕੱਤਰਤਾ, ਸਮੂਹ, ਸੰਗਤ, ਸਤਿਸੰਗ; ਸਭਾ, ਪਰਿਸ਼ਦ **congregation of the wicked** ਦੁਸ਼ਟ-ਮੰਡਲੀ, ਚੰਡਾਲ-ਚੌਕੜੀ

congregational /,ਕੌਂਙਗਰਿ'ਗੇਇਸ਼ਅਨਲ/ *a* ਸਮੂਹਿਕ, ਸਮਾਜਿਕ, ਸਮੁਦਾਇਕ

congress /'ਕੌਂਙਗਰੈੱਸ/ *n* ਕਾਂਗਰਸ, ਮਹਾਂਸੰਮੇਲਨ; **(Congress)** ਸੰਯੁਕਤ ਰਾਜ ਅਮਰੀਕਾ ਦੀ ਵਿਧਾਨ ਘੜਨੀ ਸਭਾ; ਭਾਰਤ ਦੀ ਇੱਕ ਰਾਜਨੀਤਿਕ ਪਾਰਟੀ

congruence, congruency /'ਕੌਂਙਗਰੁਅਨਸ, 'ਕੌਂਙਗਰੁਅਨਸਿ/ *n* ਇਕਰੂਪਤਾ, ਸਮਰੂਪਤਾ; ਸੰਗਤੀ, ਸਮਤਾ; ਦ੍ਰਿੜ੍ਹਤਾ; ਸਥਿਰਤਾ, ਠਹਿਰਾਅ; (ਗਣਿ) ਸਰਬੰਗਸਮਤਾ

congruent /'ਕੌਂਙਗਰੁਅਨਟ/ *a* ਇਕਸਾਰ, ਸਮਰੂਪ, ਮਿਲਦਾ–ਜੁਲਦਾ

congruity /ਕੌਂਙ'ਗਰੂਅਟਿ/ *n* ਇਕਸਾਰਤਾ, ਸਮਰੂਪਤਾ, ਸੰਗਤੀ; ਸਰਬੰਗਸਮਤਾ

congruous /'ਕੌਂਙਗਰੁਅਸ/ *a* ਉਚਿਤ, ਠੀਕ, ਢੁੱਕਵਾਂ, ਸਮਰੂਪ

conic /'ਕੌਂਨਿਕ/ *a* (ਬੀਜ) ਕੋਣਦਾਰ, ਸ਼ੰਕੂਰੂਪ, ਸੱਗੀਨੁਮਾ

conical /'ਕੌਂਨਿਕਲ/ *n* ਵੇਖੋ **conic**

conifer /'ਕੌਂਨਿਫ਼ਅ*, 'ਕਅਉਨਿ-/ *n* ਸ਼ੰਕੂਫਲਧਾਰੀ ਰੁੱਖ (ਜਿਵੇਂ ਚੀਲ ਤੇ ਦਿਆਰ)

conjectural /ਕਅਨ'ਜੈੱਕਚਅਰਅਲ/ *a* ਕਾਲਪਨਿਕ, ਖ਼ਿਆਲੀ, ਕਲਪਿਤ, ਕਿਆਸੀ

conjecturally /ਕਅਨ'ਜੈੱਕਚ(ਅ)ਰ(ਅ)ਲਿ/ *adv* ਅਟਕਲ ਨਾਲ, ਅਨੁਮਾਨ ਨਾਲ

conjecture /ਕਅਨ'ਜੈੱਕਚਅ*/ *n* ਅਨੁਮਾਨ, ਕਿਆਸ, ਕਲਪਨਾ, ਅਟਕਲ *v* ਅਨੁਮਾਨ ਕਰਨਾ, ਅਟਕਲ ਲਾਉਣਾ, ਕਲਪਨਾ ਕਰਨਾ, ਕਿਆਸ ਕਰਨਾ

conjoin /ਕਅਨ'ਜੌਇਨ/ *v* ਜੋੜਨਾ, ਜੁੜਨਾ, ਨਾਲ ਲੱਗਣਾ, ਮਿਲਾਉਣਾ, ਮਿਲਨਾ

conjoint /ਕਅਨ'ਜੌਇਨਟ/ *a* ਮਿਲਿਆ; ਜੁੜਿਆ, ਸੰਯੁਕਤ, ਸਮਿਲਿਤ, ਸੰਬੰਧ

conjugal /'ਕੌਂਨਜਅਗਲ/ *a* ਵਿਵਾਹਕ, ਵਿਆਹ ਸੰਬੰਧੀ; ਦੰਪਤੀ ਸੰਬੰਧੀ

conjugal fidelity *n* ਵਿਵਾਹਕ ਵਫ਼ਾਦਾਰੀ

conjugal love *n* ਦੰਪਤੀ ਪ੍ਰੇਮ

conjugal rights *n* ਪਤੀ ਅਤੇ ਪਤਨੀ ਦਾ ਆਪਸੀ ਕਾਮ ਭੋਗਤਾ ਦਾ ਅਧਿਕਾਰ

conjugate /'ਕੌਂਨਜੁਗਅਟ/ *n* ਸੰਯੁਕਤ ਸ਼ਬਦ ਜਾਂ ਵਸਤ; ਜੋੜਾ, ਜੁੱਟ *a* ਜੋੜੇ ਹੋਏ, ਜੋੜਿਆ, ਮਿਲਿਆ ਹੋਇਆ, ਸੰਯੁਕਤ /'ਕੌਂਨਜਅਗੇਇਟ/ *v* ਸੰਯੁਕਤ ਹੋਣਾ; ਕਿਰਿਆ ਦੇ ਰੂਪ ਬਣਾਉਣਾ; ਇੱਕ ਰੂਪ ਹੋਣਾ ਜਾਂ ਕਰਨਾ, ਘੁਲ-ਮਿਲ ਜਾਣਾ

conjugation /ˌਕੌਨਜੁ'ਗੇਇਸ਼ਨ/ *n* ਸੰਬੰਧ, ਸੰਜੋਗ, ਮੇਲ, ਸੰਯੋਜਨ; ਕਿਰਿਆ ਰੂਪ; ਜੜਾਈ, ਪਿਓਂਦ

conjunct /ਕਅਨ'ਜਅੱਙ(ਕ)ਟ/ *n* ਸੰਯੁਕਤ ਅੱਖਰ; ਜੜੁੱਤ ਵਿਅਕਤੀ ਜਾਂ ਵਸਤੂ *a* ਸੰਯੁਕਤ, ਯੁਕਤ; ਜੁੜਿਆ, ਜੁੜਵਾਂ, ਸਮਿਲਿਤ

conjunction /ਕਅਨ'ਜਅੱਙਕਸ਼ਨ/ *n* ਸੰਗਮ, ਸੰਜੋਗ; (ਵਿਆ) ਯੋਜਕ ਸ਼ਬਦ

conjunctive /ਕਅਨ'ਜਅੱਙਕਟਿਵ੍/ *n* ਯੋਜਕ *a* ਮਿਲਾਉਣ ਵਾਲਾ, ਜੋੜਨ ਵਾਲਾ

conjunctively /ਕਅਨ'ਜਅੱਙਕਟਿਵ੍ਲਿ/ *adv* ਇਕੱਠੇ ਹੋ ਕੇ, ਮਿਲ ਕੇ, ਸੰਯੁਕਤ ਹੋ ਕੇ

conjuctivities /ਕਅਨˌਜਅੱਙਕਟਿ'ਵ੍ਾਇਟਿਸ/ *n* ਅੱਖਾਂ ਦੀ ਜਲਣ (ਦਾ ਰੋਗ)

conjuncture /ਕਅਨ'ਜਅੱਙਕਚਅ*/ *n* (ਘਟਨਾਵਾਂ ਦਾ) ਮੇਲ, ਸੰਜੋਗ; ਸੰਕਟ ਕਾਲ .

conjuration /ˌਕੌਨਜੁ(ਅ)'ਰੇਇਸ਼ਨ/ *n* ਬੇਨਤੀ, ਪ੍ਰਾਰਥਨਾ, ਵਾਸਤਾ, ਅਪੀਲ; ਜਾਦੂ-ਟੂਣਾ

conjure /'ਕਅੱਨਜਅ*/ *v* ਵਾਸਤਾ ਪਾਉਣਾ, ਬੇਨਤੀ ਕਰਨਾ, ਅਪੀਲ ਕਰਨਾ; ਜਾਦੂ ਕਰਨਾ, ਰੂਹਾਂ ਨੂੰ ਬੁਲਾਉਣਾ, ਭੂਤ ਬੁਲਾਉਣਾ

conjurer /'ਕਅੱਨਜ(ਅ)ਰਅ*/ *n* ਮਾਂਦਰੀ; ਮਦਾਰੀ, ਜਾਦੂਗਰ

con man *n* ਠੱਗੀ ਮਾਰਨ ਵਾਲਾ ਬੰਦਾ

connect /ਕਅ'ਨੈੱਕਟ/ *v* ਜੋੜਨਾ, ਜੁੜਨਾ, ਗੰਢਣਾ, ਸੰਬੰਧ ਪੈਦਾ ਕਰਨਾ, ਮੇਲਨਾ

connected /ਕਅ'ਨੈੱਕਟਿਡ/ *a* ਸੰਬੰਧਿਤ, ਜੁੜਿਆ, ਜੁੜਵਾਂ

connection, connexion /ਕਅ'ਨੈੱਕਸ਼ਨ/ *n* ਸੰਬੰਧ, ਰਿਸ਼ਤਾ, ਮੇਲ, ਸੰਪਰਕ, ਜੋੜ; (ਬਹੁ) ਅਸਰ ਰਸੂਖ **in connection with** ਸੰਬੰਧ ਵਿੱਚ

connective /ਕਅ'ਨੈੱਕਟਿਵ੍/ *a* ਜੋੜੂ, ਸੰਯੋਜਕ, ਮੇਲ ਕਰਾਉਣ ਵਾਲਾ *n* ਯੋਜਕ ਸ਼ਬਦ

connivance /ਕਅ'ਨਾਇਵ੍ਅਨਸ/ *n* (ਬੁਰੇ ਕੰਮ ਵਿੱਚ) ਅੰਦਰਖਾਤੇ ਸੰਮਤੀ, ਗੁੱਝੀ ਰਜ਼ਾਮੰਦੀ, ਮਿਲੀਭੁਗਤ

connive /ਕਅ'ਨਾਇਵ੍/ *vi* (ਬੁਰੇ ਕੰਮ ਵਿੱਚ) ਅੰਦਰਖਾਤੇ ਸੰਮਤੀ ਕਰਨਾ; ਅਣਡਿੱਠ ਕਰਨਾ

connoisseur/ˌਕੌਨਅ'ਸਅ:*/ *n* ਕਲਾ ਰਸਿਕ, ਕਲਾ ਪਾਰਖੂ, (ਕਲਾ, ਸੁਹਜ ਸੁਆਦ ਦਾ) ਕਦਰਦਾਨ

connotation /ˌਕੌਨਅ'ਟੇਇਸ਼ਨ/ *n* ਭਾਵ ਅਰਥ, ਲੱਖਣਾ-ਅਰਥ

connote /ਕਅ'ਨਅਉਟ/ *vt* ਸੰਕੇਤ ਕਰਨਾ, ਭਾਵ ਪ੍ਰਗਟ ਕਰਨਾ, ਜਤਾਉਣਾ

conquer /'ਕੌਙਕਅ*/ *v* ਫ਼ਤਿਹ ਕਰਨਾ, ਸਰ ਕਰਨਾ, ਜਿੱਤਣਾ; ਅਧੀਨ ਕਰਨਾ

conqueror /'ਕੌਙਕਅਰਅ*/ *n* ਜੇਤੂ, ਵਿਜਈ, ਵਿਜੇਤਾ

conquest /'ਕੌਙਕਵ੍ੈੱਸਟ/ *n* ਜਿੱਤ, ਫ਼ਤਿਹ, ਵਿਜੇ; ਜਿੱਤਿਆ ਦੇਸ ਜਾਂ ਖੇਤਰ **make a conquest (of)** ਮੋਹ ਲੈਣਾ, ਦਿਲ ਜਿੱਤਣਾ

consanguine /ਕੌਨ'ਸੈਙਗਵਿਨ/ *a* ਸਗੋਤੀ, ਗੋਤੀ, ਸੱਕਾਂ

consanguinity /ˌਕੌਨਸੈਙ'ਗਵਿਨਅਟਿ/ *n* ਖ਼ੂਨ ਦਾ ਰਿਸ਼ਤਾ, ਸੱਗੋਤੱਤਾ

conscience /'ਕੌਨਸ਼ਅਨਸ/ *n* ਜ਼ਮੀਰ, ਅੰਤਹਕਰਨ ਅੰਤਰ-ਆਤਮਾ **a guilty conscience needs no accuser** ਚੋਰ ਦੀ ਦਾੜ੍ਹੀ ਵਿੱਚ ਤਿਣਕਾ **in all conscience** ਪੂਰੀ ਇਮਾਨਦਾਰੀ ਨਾਲ **open one's conscience** ਸੱਚੋ-ਸੱਚ ਦੱਸਣਾ

conscienceless /'ਕੌਨਸ਼ਅਨਸਲਅਸ/ *a* ਬੇਈਮਾਨ, ਆਤਮਾਹੀਣ, ਵਿਵੇਕਹੀਣ, ਬੇਜ਼ਮੀਰ

conscience-stricken *a* ਦੋਸ਼ੀ/ਗੁਨਾਹਗਾਰ ਮਹਿਸੂਸ ਕਰਨ ਵਾਲਾ

conscientious /ˌਕੌਨਸ਼ਿ'ਐੱਨਸ਼ਅਸ/ *a* ਇਮਾਨਦਾਰ, ਵਿਵੇਕੀ; ਵਿਵੇਕਸ਼ੀਲ; ਸਾਵਧਾਨ

conscientiously /ˌਕੌਨਸ਼ਿ'ਐੱਨਸ਼ਅਸਲਿ/ *adv* ਇਮਾਨਦਾਰੀ ਨਾਲ; ਵਿਵੇਕਪੂਰਵਕ;

ਸਾਵਧਾਨੀ ਨਾਲ

conscientiousness /ˌਕੌਨਸ਼ਿ'ਐਨਸ਼ਅਸਨਅਸ/ *n* ਇਮਾਨਦਾਰੀ; ਵਿਵੇਕਸ਼ੀਲਤਾ; ਸਾਵਧਾਨੀ

conscious /'ਕੌਨਸ਼ਅਸ/ *a* ਚੇਤਨ, ਸਚੇਤ, ਸੋਝੀਵਾਨ; ਸਤਰਕ, ਜਾਣੂ

consciousness /'ਕੌਨਸ਼ਅਸਨਅਸ/ *n* ਚੇਤਨਤਾ, ਸੋਝੀ, ਸਤਰਕਤਾ, ਸਚੇਤਤਾ

conscript /ਕਅਨ'ਸਕਰਿਪਟ/ *vt* ਜ਼ਬਰੀ ਭਰਤੀ ਕਰਨਾ /'ਕੌਨਸਕਰਿਪਟ/ *n* ਜ਼ਬਰੀ ਭਰਤੀ ਕੀਤਾ ਆਦਮੀ

conscription /ਕਅਨ'ਸਕਰਿਪਸ਼ਨ/ *n* ਜ਼ਬਰੀ ਭਰਤੀ, ਜ਼ਬਰੀ ਫ਼ੌਜੀ ਭਰਤੀ ਦਾ ਕਨੂੰਨ

consecrate /'ਕੌਨਸਿਕਰੇਇਟ/ *vt* ਪਾਵਨ ਕਰਨਾ; ਭੇਂਟ ਕਰਨਾ; (ਬਿਸ਼ਪ ਦੀ) ਗੱਦੀ ਪ੍ਰਦਾਨ ਕਰਨਾ *a* ਪਵਿੱਤਰ ਕੀਤਾ, ਪਵਿੱਤਰ, ਪਾਵਨ

consecration /ˌਕੌਨਸਿ'ਕਰੇਇਸ਼ਨ/ *n* ਪਵਿੱਤਰ ਕਰਨ ਦਾ ਕਾਰਜ ਜਾਂ ਭਾਵ

consecution /ˌਕੌਨਸਿ'ਕਯੂਸ਼ਨ/ *n* (ਵਿਆ) ਸ਼ਬਦ ਕ੍ਰਮ; ਘਟਨਾਵਲੀ

consecutive /ਕਅਨ'ਸੈਕੱਯਅਟਿਵ਼/ *a* ਨਾਲੋ-ਨਾਲ, ਲਗਾਤਾਰ; ਕ੍ਰਮਵਾਰ, ਸਿਲਸਿਲੇਵਾਰ, ਲੜੀਵਾਰ, ਲਾਗਵਾਂ; (ਵਿਆ) ਕ੍ਰਮ ਸੂਚਕ

consecutively /ਕਅਨ'ਸੈਕੱਯਅਟਿਵ਼ਲਿ/ *adv* ਉੱਪਰੋਥਲੀ, ਨਾਲੋ-ਨਾਲ, ਲਗਾਤਾਰ, ਨਿਰੰਤਰ, ਸਿਲਸਿਲੇਵਾਰ

consensual /ਕਅਨ'ਸੈਨੱਸ਼ੁਅਲ/ *a* ਆਮ ਲੋਕਾਂ ਦੀ ਸਹਿਮਤੀ ਵਾਲਾ, ਰਜ਼ਾਮੰਦੀ ਵਾਲਾ

consensus /ਕਅਨ'ਸੈਨੱਸਅਸ/ *n* ਇਕਮਤਤਾ, ਸਰਬਸੰਮਤੀ

consent /ਕਅਨ'ਸੈਨੱਟ/ *n* ਰਜ਼ਾਮੰਦੀ, ਸਹਿਮਤੀ, ਸੰਮਤੀ, ਮਨਜ਼ੂਰੀ, ਆਗਿਆ *vi* ਰਜ਼ਾਮੰਦ ਹੋਣਾ, ਮਨਜ਼ੂਰੀ ਦੇਣਾ, ਸਹਿਮਤ ਹੋਣਾ, ਸਵੀਕਾਰ ਕਰਨਾ, ਮੰਨ ਲੈਣਾ **age of consent** (ਕਨੂੰ) ਕਾਮ ਸਬੰਧ ਲਈ ਰਜ਼ਾਮੰਦੀ ਪ੍ਰਗਟਾਉਣਯੋਗ ਹੋਣ ਦੀ ਉਮਰ **mutual consent** ਪਰਸਪਰ ਰਜ਼ਾਮੰਦੀ **previous consent** ਪੂਰਵ ਸਹਿਮਤੀ **silence gives consent** ਖ਼ਮੋਸ਼ੀ ਨੀਮ ਰਜ਼ਾ, ਖ਼ਾਮੋਸ਼ੀ ਦਾ ਭਾਵ ਸਹਿਮਤੀ

consequence /'ਕੌਨਸਿਕਵਅਨਸ/ *n* ਸਿੱਟਾ, ਨਤੀਜਾ, ਪਰਿਣਾਮ; ਮਹੱਤਤਾ, ਮਹੱਤਵ **in consequence** ਦੇ ਫਲਸਰੂਪ, ਦੇ ਸਿੱਟੇ ਵਜੋਂ **of no consequence** ਮਹੱਤਵਹੀਣ, ਤੁੱਛ, ਮਾਮੂਲੀ **take the consequences** ਕੀਤੀ ਭੁਗਤਣਾ

consequent /'ਕੌਨਸਿਕਵਅਨਟ/ *n* ਸਿੱਟਾ, ਨਤੀਜਾ, ਪਰਿਣਾਮੀ ਘਟਨਾ, ਫਲ

consequently /'ਕੌਨਸਿਕਵਅਨਟਲਿ/ *adv* ਸਿੱਟੇ ਵਜੋਂ, ਨਤੀਜੇ ਦੇ ਤੌਰ 'ਤੇ, ਫ਼ਲਸਰੂਪ *a* ਪਰਿਣਾਮੀ, ਸਿੱਟਾ ਰੂਪ (ਘਟਨਾ, ਵਸਤ)

conservation /ˌਕੌਨਸਅ'ਵ਼ੇਇਸ਼ਨ/ *n* ਸੰਭਾਲ, ਰੱਖ, ਸੰਰੱਖਿਅਣ; ਰੱਖਿਆ, ਨਿਗਰਾਨੀ

conservatism /ਕਅਨ'ਸਅ:ਵ਼ਅਟਿਜ਼ਅਮ/ *n* ਰੂੜ੍ਹੀਵਾਦ, ਪੁਰਾਤਨਵਾਦ

conservative /ਕਅਨ'ਸਅ:ਵ਼ਅਟਿਵ਼/ *a* ਰੂੜ੍ਹੀਵਾਦੀ (ਵਿਅਕਤੀ, ਵਿਚਾਰ ਆਦਿ) *n* (ਅੰਦਾਜ਼ਾ) ਦਰਮਿਆਨਾ

conserve /ਕਅਨ'ਸਅ:ਵ਼/ *vt* ਸੰਭਾਲ ਕਰਨਾ, ਬਚਾਅ ਕੇ ਰੱਖਣਾ; ਨਿਗਰਾਨੀ ਕਰਨਾ, ਰੱਖਿਆ ਕਰਨਾ

consider /ਕਅਨ'ਸਿਡਅ*/ *v* ਸੋਚਣਾ, ਵਿਚਾਰਨਾ, ਗੌਲਨਾ, ਧਿਆਨ ਦੇਣਾ, ਸਮਝਣਾ; ਜਾਣਨਾ; ਜਾਚਣਾ

considerable /ਕਅਨ'ਸਿਡਅਰਅਬਲ/ *a* ਸੋਚਣਯੋਗ, ਵਿਚਾਰਨਯੋਗ, ਗੌਰ ਕਰਨਯੋਗ; ਕਾਫ਼ੀ, ਚੋਖਾ

considerably /ਕਅਨ'ਸਿਡਅਰਅਬਲਿ/ *adv* ਢੇਰ ਸਾਰਾ, ਬਹੁਤ ਸਾਰਾ, ਅਤਿਅੰਤ; ਕਾਫ਼ੀ ਹੱਦ ਤੱਕ

considerate /ਕਅਨ'ਸਿਡਅਰਅਟ/ *a* ਚੇਤਨ, ਸਚੇਤ, ਸਾਵਧਾਨ, ਹੁਸ਼ਿਆਰ; ਦੂਰਦਰਸ਼ੀ; ਵਿਚਾਰਸ਼ੀਲ, ਵਿਚਾਰਵਾਨ; ਲਿਹਾਜ਼ਦਾਰ

considerateness /ਕਅਨ'ਸਿਡਅਰਅਟਨਅਸ/ *n* ਸਾਵਧਾਨੀ, ਹੁਸ਼ਿਆਰੀ, ਚੇਤਨਤਾ, ਵਿਚਾਰਸ਼ੀਲਤਾ; ਲਿਹਾਜ਼ਦਾਰੀ

consideration /ਕਅਨ,ਸਿਡਅ'ਰੇਇਸ਼ਨ/ *n* ਸੋਚ, ਵਿਚਾਰ, ਖ਼ਿਆਲ; ਗ਼ੌਰ, ਧਿਆਨ; ਗੰਭੀਰ ਚਿੰਤਨ; ਲਿਹਾਜ **in consideration of** ਨੂੰ ਧਿਆਨ ਵਿੱਚ ਰੱਖਦਿਆਂ **take into consideration** ਵਿਚਾਰ ਅਧੀਨ ਕਰਨਾ, ਗ਼ੌਰ ਕਰਨਾ; ਧਿਆਨ ਦੇਣਾ **under consideration** ਵਿਚਾਰ ਅਧੀਨ

considering /ਕਅਨ'ਸਿਡਅਰਿਙ/ *prep* ਵਿਚਾਰ ਕਰਦੇ ਹੋਏ, ਇਸ ਵਿਚਾਰ ਤੋਂ, ਸਮਝਦੇ ਹੋਏ

consign /ਕਅਨ'ਸਾਇਨ/ *vt* ਸੌਂਪਣਾ, ਬਖ਼ਸ਼ਣਾ, ਹਵਾਲੇ ਕਰਨਾ, ਸਪੁਰਦ ਕਰਨਾ; ਭੇਜਣਾ, ਰੇਲ ਜਾਂ ਗੱਡੀ ਤੇ ਭੇਜਣਾ

consignee /,ਕੌਨਸਾਇ'ਨੀ/ *n* (ਪਾਰਸਲ) ਪ੍ਰਾਪਤ ਕਰਨ ਵਾਲਾ

consignment /ਕਅਨ'ਸਾਇਨਮਅਨਟ/ *n* ਮਾਲ ਭਿਜਵਾਈ, ਸਪੁਰਦਗੀ; ਸੌਂਪਿਆ ਗਿਆ ਮਾਲ, ਸਪੁਰਦ ਕੀਤਾ ਹੋਇਆ ਸਮਾਨ, ਖੇਪ

consignor /ਕੌਨਸਾਇ'ਨੋ*/ *n* ਭੇਜਣ ਵਾਲਾ

consist /ਕਅਨ'ਸਿਸਟ/ *vi* ਬਣਨਾ, ਬਣਿਆ ਹੋਣਾ; ਸ਼ਾਮਲ ਹੋਣਾ, ਮਿਲਨਾ

consistence /ਕਅਨ'ਸਿਸਟ(ਅ)ਨਸ/ *n* ਘਣਤਾ, ਗਾੜ੍ਹਾਪਣ, ਠੋਸਪਣ; ਪਕਿਆਈ, ਦ੍ਰਿੜ੍ਹਤਾ; ਇਕਸਾਰਤਾ, ਇਕਸੁਰਤਾ

consistency /ਕਅਨ'ਸਿਸਟਅਨਸਿ/ *n* ਇਕਸਾਰਤਾ; ਇਕਸੁਰਤਾ; ਸੰਘਣਾਪਣ, ਗਾੜ੍ਹਾਪਣ

consistent /ਕਅਨ'ਸਿਸਟਅਨਟ/ *a* ਦ੍ਰਿੜ੍ਹ, ਸਥਿਰ, ਅਟੱਲ; **consistent with** ਅਨੁਕੂਲ, ਇਕਸੁਰ

consistently /ਕਅਨ'ਸਿਸਟ(ਅ)ਨਟਲਿ/ *adv* ਇਕਸਾਰਤਾ ਨਾਲ, ਬਿਨਾਂ ਬਦਲਿਆਂ

consolation /,ਕੌਨਸਅ'ਲੇਇਸ਼ਨ/ *n* ਦਿਲਾਸਾ, ਧਰਵਾਸ, ਧੀਰਜ, ਢਾਰਸ, ਤਸੱਲੀ

consolatory /ਕਅਨ'ਸੌਲਅਟਅਰਿ/ *a* ਦਿਲਾਸਾ ਦੇਣ ਵਾਲਾ, ਢਾਰਸ ਦੇਣ ਵਾਲਾ, ਧੀਰਜ ਦੇਣ ਵਾਲਾ

console /ਕਅਨ'ਸਅਉਲ/ *vt* ਦਿਲਾਸਾ ਦੇਣਾ, ਧਰਵਾਸ ਦੇਣਾ, ਢਾਰਸ ਦੇਣਾ, ਧੀਰਜ ਬੰਨ੍ਹਾਉਣਾ, ਤਸੱਲੀ ਦੇਣਾ

consolidate /ਕਅਨ'ਸੌਲਿਡੇਇਟ/ *v* ਚੱਕਬੰਦੀ ਕਰਨਾ, ਇੱਕ ਥਾਂ ਕਰਨਾ; ਜਮਾਉਣਾ, ਪੱਕਾ ਕਰਨਾ, ਜੋੜਨਾ; ਸੰਚਿਤ ਹੋਣਾ

consolidated /ਕਅਨ'ਸੌਲਿਡੇਇਟਿਡ/ *a* ਇੱਕਠਾ, ਇੱਕਤਰ, ਸੰਚਿਤ

consolidation /ਕਅਨ,ਸੌਲਿ'ਡੇਇਸ਼ਨ/ *n* ਚੱਕਬੰਦੀ, ਮੁਰੱਬਾਬੰਦੀ; ਜਮਾਉ

consonance /'ਕੌਨਸਅਨਅਨਸ/ *n* ਮੇਲ, ਸੁਮੇਲ, ਸੁਰਮੇਲ; ਸੁਰੀਲਾਪਣ, ਇਕਰੂਪਤਾ

consonant /'ਕੌਨਸਅਨਅਨਟ/ *a* ਇਕਸੁਰ, ਢੁਕਦਾ, ਜਚਦਾ, ਅਨੁਰੂਪ, ਅਨੁਕੂਲ; ਸੁਰੀਲਾ, ਮਧੁਰ *n* (ਵਿਆ) ਵਿਅੰਜਨ

consonantal/,ਕੌਨਸਅ'ਨੈਨਟਲ/ *a* (ਵਿਆ) ਵਿਅੰਜਨ ਸੰਬੰਧੀ, ਵਿਅੰਜਨੀ

consort/'ਕੌਨਸੋਟ/ *n* (ਪਤੀ ਜਾਂ ਪਤਨੀ) ਜੀਵਨ ਸਾਥੀ, ਹਮਰਾਹੀ; ਸਾਥੀ ਜਹਾਜ਼ /ਕਅਨ'ਸੋਟ/ *v* ਨਾਲ ਰਹਿਣਾ, ਸਾਥ ਦੇਣਾ, ਪ੍ਰੇਮ ਕਰਨਾ; ਸੰਗਤ ਕਰਨਾ ਜਾਂ ਦੇਣਾ; ਮਿਲਨਾ, ਮਿਲਾਉਣਾ; ਅਨੁਕੂਲ ਹੋਣਾ, ਅਨੁਰੂਪ ਹੋਣਾ

consortium /ਕਅਨ'ਸੋਟਿਅਮ/ *n* (ਦੇਸ਼ਾਂ, ਕੰਪਨੀਆਂ ਜਾਂ ਬੈਂਕਾਂ ਵਗੈਰਾ ਦਾ) ਅੰਤਰਰਾਸ਼ਟਰੀ ਸੰਘ, ਵਪਾਰਕ ਸੰਘ

conspectus /ਕਅਨ'ਸਪੈੱਕਟਅਸ/ *n* ਰੂਪ-ਰੇਖਾ; ਢਾਂਚਾ, ਖ਼ਾਕਾ; ਸਰਸਰੀ ਨਜ਼ਰ

conspicuity /,ਕੌਨਸਪਿ'ਕਯੂਅਟਿ/ *n* ਪ੍ਰਤੱਖਤਾ, ਸਪਸ਼ਟਤਾ

conspicuous /ਕਅਨ'ਸਪਿਕਯੁਅਸ/ *a* ਉੱਘਾ, ਸਿਰਕੱਢ; ਪ੍ਰਤੱਖ, ਪ੍ਰਗਟ, ਸਪਸ਼ਟ, ਜ਼ਾਹਰਾ

conspicuousness /ਕਅਨ'ਸਪਿਕਯੁਅਸਨਅਸ/ *n* ਵੇਖੋ **conspicuity**

conspiracy /ਕਅਨ'ਸਪਿਰਅਸਿ/ *n* ਸਾਜ਼ਸ਼, ਛੜਯੰਤਰ; ਗੋਂਦ, ਮਨਸੂਬਾ

conspirator /ਕਅਨ'ਸਪਿਰਅਟਅ*/ *n* ਸਾਜ਼ਸ਼ੀ, ਸਾਜ਼ਸ਼ ਕਰਨਾ ਵਾਲਾ

conspire /ਕਅਨ'ਸਪਾਇਅ*/ *v* ਸਾਜ਼ਸ਼ ਕਰਨਾ, ਮਨਸੂਬਾ ਬਣਾਉਣਾ, ਮਿਲਨਾ, ਸਮਿਲਿਤ ਹੋਣਾ, ਸ਼ਾਮਲ ਹੋਣਾ

constable /'ਕਅੱਨਸਟਅਬਲ/ *n* ਪੁਲਿਸ ਦਾ ਸਿਪਾਹੀ, ਕਾਨਸਟੇਬਲ, ਪੁਲਸੀਆ **outrun the constable** ਕਰਜ਼ਾਈ ਹੋਣਾ

constabulary /ਕਅਨ'ਸਟੈਬਯਅਲਅਰਿ/ *n* ਪੁਲਿਸ ਦਲ

constancy /'ਕੌਨਸਟਅਨਸਿ/ *n* ਸਥਿਰਤਾ, ਦ੍ਰਿੜ੍ਹਤਾ, ਪਕਿਆਈ, ਸਥਾਈਪਣ; ਵਿਸ਼ਵਾਸ; ਵਫ਼ਾਦਾਰੀ

constant /'ਕੌਨਸਟਅਨਟ/ *a* ਸਥਿਰ, ਸਥਾਈ, ਪੱਕਾ, ਦ੍ਰਿੜ੍ਹ; ਅਡੋਲ; ਨਿਰੰਤਰ, ਲਗਾਤਾਰ, ਵਫ਼ਾਦਾਰ; ਸੱਚਾ *n* ਸਥਾਈ ਅੰਕ (ਗਣਿ); ਪੱਕਾ ਨਾਪ

constantly /'ਕੌਨਸਟਅਨਟਲਿ/ *adv* ਲਗਾਤਾਰ, ਨਿਰੰਤਰ, ਸਦਾ, ਹਰਦਮ

constellate /'ਕੌਨਸਟਅਲੇਇਟ/ *v* ਖਿੱਤੀ ਬਣਨਾ, ਤਾਰਾਮੰਡਲ ਬਣਨਾ, ਝੁਰਮਟ ਪੈਣਾ

constellation /ˌਕੌਨਸਟਅ'ਲੇਇਸ਼ਨ/ *n* ਤਾਰਿਆਂ ਦੀ ਖਿੱਤੀ, ਤਾਰਾ-ਮੰਡਲ

consternate /'ਕੌਨਸਟਅਨੇਇਟ/ *vt* ਧੁੜਕੂ ਲੱਗਣਾ, ਘਬਰਾਉਣਾ, ਡਰਾਉਣਾ; ਹੈਰਾਨ ਕਰਨਾ,

consternation /ˌਕੌਨਸਟਅ'ਨੇਇਸ਼ਨ/ *n* ਤ੍ਰਾਹ, ਧੁੜਕੂ, ਘਬਰਾਹਟ

constipation /ˌਕੌਨਸਟਿ'ਪੇਇਸ਼ਨ/ *n* ਕਬਜ਼ੀ, ਕਬਜ਼

constituency /ਕਅਨ'ਸਟਿਟਯੁਅਨਸਿ/ *n* ਚੋਣ-ਖੇਤਰ, ਚੋਣ-ਹਲਕਾ; ਹਲਕੇ ਦੇ ਲੋਕ; ਖ਼ਰੀਦਾਰ ਲੋਕ, ਗਾਹਕ ਵਰਗ

constituent /ਕਅਨ'ਸਟਿਟਯੁਅਨਟ/ *a* ਸੰਘਟਕ, ਸੰਵਿਧਾਨਕ *n* ਸੰਘਟਕ ਅੰਗ; ਮਤਦਾਤਾ, ਵੋਟਰ

constitute /'ਕੌਨਸਟਿਟਯੂਟ/ *vt* ਬਣਾਉਣਾ, ਰੂਪ ਦੇਣਾ, ਕਾਇਮ ਕਰਨਾ, ਸਥਾਪਿਤ ਕਰਨਾ, ਸੰਗਠਨ ਕਰਨਾ; ਕਨੂੰਨੀ ਜਾਂ ਸੰਵਿਧਾਨਕ ਰੂਪ ਦੇਣਾ, ਸੰਸਥਾਪਨ ਕਰਨਾ

constituted /'ਕੌਨਸਟਿਟਯੂਟਿਡ/ *a* ਸਥਾਪਿਤ, ਕਾਇਮ ਕੀਤਾ, ਸੰਗਠਿਤ, ਸੰਸਥਾਪਿਤ, ਨਿਯੁਕਤ, ਨਿਰਮਤ

constitution /ˌਕੌਨਸਟਿ'ਟਯੂਸ਼ਨ/ *n* ਸੰਵਿਧਾਨ, ਵਿਧਾਨ; ਸੰਗਠਨ; ਸ਼ਾਸਨ ਪੱਧਤੀ; ਅਵਸਥਾ, ਦਸ਼ਾ; ਰੀਤ; ਸਰੀਰ ਰਚਨਾ ਜਾਂ ਬਣਤਰ; ਤਬੀਅਤ, ਸੁਭਾਅ

constitutional /ˌਕੌਨਸਟਿ'ਟਯੂਸ਼ਅਨਲ/ *a* ਸੰਵਿਧਾਨਕ; ਸੁਭਾਵਿਕ *n* (ਸਿਹਤ ਠੀਕ ਰੱਖਣ ਲਈ ਕੀਤੀ ਗਈ) ਸੈਰ

constrain /ਕਅਨ'ਸਟਰੇਇਨ/ *vt* ਰੋਕਣਾ, ਪਾਬੰਦੀ ਲਾਉਣਾ, ਮਜਬੂਰ ਕਰਨਾ; ਕੈਦ ਕਰਨਾ, ਕਾਬੂ ਕਰਨਾ

constraint /ਕਅਨ'ਸਟਰੇਇਨਟ/ *n* ਮਜਬੂਰੀ; ਰੋਕ, ਪਾਬੰਦੀ, ਬੰਦਸ਼, ਕੈਦ, ਨਿਯੰਤਰਨ

constrict /ਕਅਨ'ਸਟਰਿਕਟ/ *vt* ਸੁੰਗੇੜਨਾ, ਭੀਚਣਾ, ਕਸਣਾ; (ਵਿਕਾਸ ਆਦਿ) ਰੋਕਣਾ, ਸੀਮਿਤ ਕਰਨਾ

constriction /ਕਅਨ'ਸਟਰਿਕਸ਼ਨ/ *n* ਖਿਚਾਅ, ਦਬਾਅ, ਸੁਕੇੜ, ਕਸ, ਸੰਕੀਰਨਤਾ

constrictor /ਕਅਨ'ਸਟਰਿਕਟਅ*/ *n* ਸਰੀਰ ਦੇ ਅੰਗਾਂ ਨੂੰ ਇਕੱਠਿਆਂ ਕਰਨ ਵਾਲਾ ਪੱਠਾ; (ਡਾਕਟਰਾਂ ਦਾ) ਘੁੱਟਣ ਵਾਲਾ ਇੱਕ ਯੰਤਰ

constringe /ਕਅਨ'ਸਟਰਿਨਜ/ *vt* ਘੁੱਟਣਾ, ਜਕੜਨਾ, ਖਿੱਚਣਾ, ਸੰਗੋੜਨਾ, ਦਬਾਉਣਾ, ਕਸਣਾ, ਸੰਕੁਚਿਤ ਕਰਨਾ

construct /ਕਅਨ'ਸਟਰਅੱਕਟ/ *vt* (ਇਮਾਰਤ)

ਉਸਾਰਨਾ ਜਾਂ ਬਣਾਉਣਾ, ਰਚਨਾ ਕਰਨਾ, ਨਿਰਮਾਣ ਕਰਨਾ, (ਵਿਆ) ਵਾਕ ਬਣਾਉਣਾ; (ਰੇਖਾ) ਚਿੱਤਰ ਬਣਾਉਣਾ, ਖਾਕਾ ਖਿੱਚਣਾ

constructed /ਕਅਨ'ਸਟਰਅੱਕਟਿਡ/ *a* ਰਚਿਤ, ਨਿਰਮਤ

construction /ਕਅਨ'ਸਟਰਅੱਕਸ਼ਨ/ *n* ਉਸਾਰੀ, ਰਚਨਾ, ਬਣਾਵਟ; ਨਿਰਮਤ ਵਸਤ; ਸ਼ਬਦ ਯੋਜਨਾ

constructive /ਕਅਨ'ਸਟਰਅੱਕਟਿਵ੍/ *a* ਉਸਾਰੂ,ਰਚਨਾਤਮਿਕ, ਨਿਰਮਾਣਸ਼ੀਲ; (ਤਰਕ) ਪ੍ਰਤੀਕਾਤਮਿਕ

constructor /ਕਅਨ'ਸਟਰਅੱਕਟਅ*/ *n* ਉਸਰਈਆ, ਉਸਾਰਨ ਵਾਲਾ, ਨਿਰਮਾਤਾ

construe /ਕਅਨ'ਸਟਰੂ/ *n* ਸ਼ਾਬਦਿਕ ਅਨੁਵਾਦ *v* ਭਾਵ ਲੈਣਾ, ਵਿਆਖਿਆ ਕਰਨਾ; ਵਾਕ-ਵੰਡ ਕਰਨਾ

consubstantial /ˌਕੌਨਸਅਬ'ਸਟੈਨਸ਼ਲ/ *a* ਹਮਜਿਨਸ; ਸਮਸੁਭਾਵੀ, ਸਮਤੱਤਵੀ

consuetude /'ਕੌਨਸਵਿਟਯੂਡ/ *n* ਪਰੰਪਰਾ, ਰੀਤੀ, ਰਿਵਾਜ, ਪ੍ਰਥਾ

consul /'ਕੌਨਸਲ/ *n* ਰਾਜ ਪ੍ਰਤਿਨਿਧੀ, ਵਣਜ ਦੂਤ, ਕਾਂਸਲ

consular /'ਕੌਨਸਯਅਲਅ*/ *a* ਰਾਜ ਪ੍ਰਤਿਨਿਧੀ ਸੰਬੰਧੀ, ਵਣਜ ਦੂਤ ਸੰਬੰਧੀ

consulate /'ਕੌਨਸਯਅਲਟ/ *n* ਕਾਂਸਲਖ਼ਾਨਾ, ਵਣਜ ਦੂਤ ਦਾ ਦਫ਼ਤਰ ਜਾਂ ਅਹੁਦਾ

consult /ਕਅਨ'ਸਅੱਲਟ/ *v* ਸੰਮਤੀ ਲੈਣਾ, ਮਸ਼ਵਰਾ ਕਰਨਾ, ਰਾਇ ਲੈਣਾ, ਸਲਾਹ ਕਰਨਾ; ਵਿਚਾਰ ਕਰਨਾ

consultable /ਕਅਨ'ਸਅੱਲਅਟਬਲ/ *a* ਸਲਾਹ ਲੈਣਯੋਗ, ਸਲਾਹ ਪੁੱਛਣਯੋਗ

consultant /ਕਅਨ'ਸਅੱਲਟਅਨਟ/ *n* ਸਲਾਹ ਲੈਣ ਵਾਲਾ, ਸਲਾਹਕਾਰ

consultation /ˌਕੌਨਸਲ'ਟੇਇਸ਼ਨ/ *n* ਰਾਏ, ਸਲਾਹ, ਮਸ਼ਵਰਾ, ਸੋਚ-ਵਿਚਾਰ

consultative /ਕਅਨ'ਸਅੱਲਟਅਟਿਵ੍/ *a* ਸਲਾਹਕਾਰ

consultee /ˌਕੌਨਸਅੱਲ'ਟੀ/ *n* ਸਲਾਹ ਦੇਣ ਵਾਲਾ

consume /ਕਅਨ'ਸਯੂਮ/ *v* ਖਪਤ ਕਰਨਾ, ਵਰਤ ਲੈਣਾ, ਵਰਤੋਂ ਕਰਨਾ, ਉਪਭੋਗ ਕਰਨਾ; ਖ਼ਰਚ ਕਰ ਦੇਣਾ, ਚਟਮ ਕਰ ਜਾਣਾ, ਨਸ਼ਟ ਕਰ ਦੇਣਾ, ਬਰਬਾਦ ਕਰਨਾ

consumed /ਕਅਨ'ਸਯੂਮਡ/ *a* ਖਾਧਾ, ਖਪਤ ਕੀਤਾ

consumer /ਕਅਨ'ਸਯੂਮਅ*/ *n* ਖਪਤਕਾਰ, ਉਪਭੋਗੀ, ਗਾਹਕ

consumer durables *n* ਲੰਮਾ ਸਮਾ ਕੰਮ ਦੇਣ ਵਾਲੀਆਂ ਵਸਤਾਂ (ਜਿਵੇਂ ਕਾਰ) ਹੰਢਣਸਾਰ ਉਪਭੋਗੀ ਚੀਜ਼ਾਂ

consumerism /ਕਅਨ'ਸਯੂਮਅਰਿਜ਼ਅਮ/ *n* ਉਪਭੋਗਤਾਵਾਦ

consumer price index *n* ਉਪਭੋਗਤਾ ਮੁੱਲ ਸੂਚਕ-ਅੰਕ (ਕੁਝ ਸਾਧਾਰਨ ਵਸਤਾਂ ਦੀਆਂ ਕੀਮਤਾਂ ਵਿੱਚ ਵਾਧਾ-ਘਾਟਾ ਦਿਖਾਉਣ ਵਾਲਾ ਸੂਚਕ-ਅੰਕ)

consuming /ਕਅਨ'ਸਯੂਮਿਙ/ *a* ਉਪਭੋਗੀ; ਭਾਰੂ

consummate/ਕਅਨ'ਸਅੱਮਅਟ, 'ਕੌਨਸਅਮਅਟ/ *a* ਪੂਰਨ, ਪੂਰਾ, ਸੰਪੰਨ ਪ੍ਰਵੀਨ, ਕੁਸ਼ਲ, ਮਾਹਰ **/'ਕੌਨਸਅਮੇਇਟ/** *vt* ਵਿਆਹ ਸੰਪੰਨ ਕਰਨਾ (ਸੰਭੋਗ ਦੁਆਰਾ); ਸਿਰੇ ਚੜ੍ਹਾਉਣਾ, ਪੂਰਾ ਕਰਨਾ

consummation /ˌਕੌਨਸਅ'ਮੇਇਸ਼ਨ/ *n* ਸਮਾਪਤੀ, ਸੰਪੂਰਨਤਾ, ਸਿੱਧੀ; ਵਿਆਹ ਦੀ ਸੰਪੰਨਤਾ; ਟੀਚਾ, ਮਨੋਰਥ

consumption /ਕਅਨ'ਸਅੱਮਪਸ਼ਨ/ *n* ਖਪਤ, ਉਪਭੋਗ, ਖਪਾਅ, ਖ਼ਰਚ; ਤਬਾਹੀ, ਉਜਾੜਾ, ਵਿਨਾਸ਼; ਤਪਦਿਕ, ਖਈ ਰੋਗ

consumptive /ਕਅਨ'ਸਅੱਮਪਟਿਵ੍/ *a* ਉਪਭੋਗੀ; ਤਪਦਿਕ ਦਾ ਮਾਰਿਆ

contact /'ਕੌਨਟੈਕਟ/ *n* ਸੰਪਰਕ, ਸਪਰਸ਼, ਛੋਹ,

ਸੰਬੰਧ, ਰਸੂਖ *vi* ਵਾਹ ਪੈਣਾ, ਸੰਪਰਕ ਹੋਣਾ, ਮਿਲਨਾ, ਛੋਹਣਾ, ਸੰਬੰਧ ਹੋਣਾ

contagion /ਕਅਨ'ਟੇਇਜਅਨ/ *n* ਲਾਗ, ਛੂਤ ਦਾ ਰੋਗ, ਛੂਤ

contagious /ਕਅਨ'ਟੇਇਜਅਸ/ *a* ਛੂਤਕਾਰੀ, ਲਾਗ ਵਾਲਾ

contain /ਕਅਨ'ਟੇਇਨ/ *vi* ਸ਼ਾਮਲ ਕਰਨਾ, ਘੇਰਨਾ; ਆਪੇ ਵਿੱਚ ਰਹਿਣਾ, ਜ਼ਬਤ ਕਰਨਾ; ਰੱਖਣਾ; ਘਿਰੇ ਹੋਣਾ

contained /ਕਅਨ'ਟੇਇਨਡ/ *a* ਸ਼ਾਮਲ, ਸਮਿਲਿਤ

container /ਕਅਨ'ਟੇਇਨਅ*/ *n* ਡੱਬਾ, ਬਕਸਾ

contaminate /ਕਅਨ'ਟੈਮਿਨੇਇਟ/ *vt* ਭ੍ਰਿਸ਼ਟ ਕਰਨਾ, ਦੂਸ਼ਿਤ ਕਰਨਾ, ਵਿਗਾੜਨਾ, ਗੰਦਾ ਕਰਨਾ

contaminated /ਕਅਨ'ਟੈਮਿਨੇਇਟਿਡ/ *a* ਭ੍ਰਿਸ਼ਟ, ਦੂਸ਼ਿਤ, ਗੰਦਾ

contamination /ਕਅਨ,ਟੈਮਿ'ਨੇਇਸ਼ਨ/ *n* ਦੂਸ਼ਿਤਤਾ, ਵਿਗਾੜ, ਭ੍ਰਿਸ਼ਟਤਾ, ਮਿਲਾਵਟ, ਖੋਟ; ਦੋ ਕਹਾਣੀਆਂ ਜਾਂ ਦੋ ਨਾਟਕਾਂ ਦਾ ਸੁਮੇਲ

contemn /ਕਅਨ'ਟੈੱਮ/ *vt* ਨਿਖੇਧੀ ਕਰਨਾ, ਘਟੀਆ ਸਮਝਣਾ, ਘਿਰਨਾ ਕਰਨਾ

contemper /ਕਅਨ'ਟੈੱਮਪਅ*/ *vt* ਸੰਯੁਕਤ ਕਰਨਾ, ਮਿਲਾਉਣਾ, ਮਿਸ਼ਰਿਤ ਕਰਨਾ

contemplate /'ਕੌਨਟਅਮਪਲੇਇਟ/ *vt* ਸੋਚਣਾ, ਵਿਚਾਰਨਾ, ਲਿਵ ਲਾਉਣਾ, ਮਨਨ ਕਰਨਾ, ਚਿੰਤਨ ਕਰਨਾ; ਟਿਕਟਿਕੀ ਲਾ ਕੇ ਵੇਖਣਾ; ਇਰਾਦਾ ਕਰਨਾ, ਇੱਛਾ ਰੱਖਣਾ

contemplation /,ਕੌਨਟਅਮ'ਪਲੇਇਸ਼ਨ/ *n* ਧਿਆਨ, ਗਹੁ, ਲਿਵ; ਸੋਚ, ਵਿਚਾਰ, ਖ਼ਿਆਲ

contemplative /ਕਅਨ'ਟੈੱਮਪਲਅਟਿਵ੍/ *a* ਚਿੰਤਨਸ਼ੀਲ, ਸੋਚਵਾਨ, ਵਿਚਾਰਸ਼ੀਲ, ਅੰਤਰਧਿਆਨੀ

contemporary /ਕਅਨ'ਟੈੱਮਪਰਅਰਿ/ *a* ਸਮਕਾਲੀ, ਸਮਕਾਲੀਨ, ਸਮਕਾਲਕ, ਹਾਣੀ

contemporize /ਕਅਨ'ਟੈੱਮਪਅਰਾਇਜ਼/ *vt* ਸਮਕਾਲੀ ਹੋਣਾ, ਸਮਕਾਲਕ ਹੋਣਾ, ਸਮਕਾਲੀ ਬਣਾਉਣਾ

contempt /ਕਅਨ'ਟੈੱਮਪਟ/ *n* ਘਿਰਨਾ, ਨਫ਼ਰਤ, ਤਿਰਸਕਾਰ, ਅਪਮਾਨ, ਅਵੱਗਿਆ, ਅਨਾਦਰ, ਹੱਤਕ **contempt of court** ਅਦਾਲਤ ਦੀ ਹੱਤਕ, ਅਦਾਲਤ ਦਾ ਅਪਮਾਨ

contemptible /ਕਅਨ'ਟੈੱਮਪਟਅਬਲ/ *a* ਘਿਰਨਾ-ਯੋਗ, ਨਫ਼ਰਤ ਦੇ ਕਾਬਲ; ਤੁੱਛ, ਨੀਚ

contemptuous /ਕਅਨ'ਟੈੱਮਪਚੁਅਸ/ *a* ਘਿਰਨਾ ਭਰੀ, ਹੱਤਕ ਭਰੀ, ਤਿਰਸਕਾਰ

contemptuously /ਕਅਨ'ਟੈੱਮਪਚੁਅਸਲਿ/ *adv* ਘਿਰਨਾ ਨਾਲ, ਨਫ਼ਰਤ ਨਾਲ ਭਰਪੂਰ

contemptuousness /ਕਅਨ'ਟੈੱਮਪਚੁਅਸਨਅਸ/ *n* ਘਿਰਨਾ, ਨਫ਼ਰਤ, ਤਿਰਸਕਾਰ

contend /ਕਅਨ'ਟੈੱਨਡ/ *v* ਬਹਿਸ ਕਰਨਾ, ਵਾਦ-ਵਿਵਾਦ ਕਰਨਾ, ਉਜ਼ਰ ਕਰਨਾ, ਦਲੀਲਬਾਜ਼ੀ ਕਰਨਾ; ਟਾਕਰਾ ਕਰਨਾ, ਸੰਘਰਸ਼ ਕਰਨਾ; ਝਗੜਨਾ, ਖਹਿਬੜਨਾ, ਲੜਨਾ, ਝੜਪਣਾ

contending /ਕਅਨ'ਟੈੱਨਡਿਙ/ *a* ਕੋਸ਼ਿਸ਼ ਕਰਦਾ ਹੋਇਆ, ਹੱਥ ਪੈਰ ਮਾਰਦਾ ਹੋਇਆ

content[1] /'ਕੌਨਟੈੱਨਟ/ *n* ਤੱਤ, ਅੰਸ਼; (ਪੁਸਤਕ ਆਦਿ ਦਾ) ਵਿਸ਼ਾ ਵਸਤੂ; ਸਮਗਰੀ **table of contents** ਵਿਸ਼ਾ-ਸੂਚੀ

content[2] /ਕਅਨ'ਟੈੱਨਟ/ *a* ਸੰਤੋਖੀ, ਸੰਤੁਸ਼ਟ, ਰੱਜਿਆ; ਸਹਿਮਤ *v* ਤ੍ਰਿਪਤ ਕਰਨਾ, ਤ੍ਰਿਪਤ ਹੋਣਾ, ਰੱਜਣਾ, ਰਜਾਉਣਾ, ਰੀਝਾਉਣਾ, ਖ਼ੁਸ਼ ਕਰਨਾ, ਰਜ਼ਾਮੰਦ ਕਰਨਾ *n* ਸੰਤੋਖ, ਸੰਤੁਸ਼ਟੀ, ਰੱਜ, ਤ੍ਰਿਪਤੀ

contented /ਕਅਨ'ਟੈੱਨਟਿਡ/ *a* ਤ੍ਰਿਪਤ, ਸੰਤੁਸ਼ਟ, ਰੱਜਿਆ, ਪ੍ਰਸੰਨ

contentedly /ਕਅਨ'ਟੈੱਨਟਿਡਲਿ/ *adv* ਸਬਰ ਨਾਲ, ਸੰਤੋਖ ਨਾਲ, ਸ਼ਾਂਤੀ ਨਾਲ

contentedness /ਕਅਨ'ਟੈੱਨਟਿਡਨਅਸ/ *n* ਸ਼ਾਂਤੀ, ਸਬਰ, ਤ੍ਰਿਪਤੀ, ਸੰਤੁਸ਼ਟੀ, ਰਜ਼ਾਮੰਦੀ, ਪ੍ਰਸੰਨਤਾ

contention /ਕਅਨ'ਟੈੱਨਸ਼ਨ/ *n* ਝਗੜਾ, ਲੜਾਈ, ਰੇੜਕਾ, ਪੁਆੜਾ; ਬਹਿਸ, ਤਕਰਾਰ, ਮਤ-ਭੇਦ, ਤਰਕ-ਵਿਤਰਕ; ਵਾਦ-ਵਿਵਾਦ

contentious /ਕਅਨ'ਟੈੱਨਸ਼ਅਸ/ *a* ਝਗੜਾਲੂ; ਵਿਵਾਦਪੂਰਨ, ਝਗੜੇ ਭਰਿਆ

contentiousness /ਕਅਨ'ਟੈੱਨਸ਼ਅਸਨਅਸ/ *a* ਵਾਦ-ਵਿਵਾਦ, ਹੁੱਜਤਬਾਜ਼ੀ

contentless /ਕਅਨ'ਟੈੱਨਟਲਅਸ/ *a* ਅਤ੍ਰਿਪਤ, ਅਸੰਤੁਸ਼ਟ, ਭੁੱਖਾ

contentment /ਕਅਨ'ਟੈੱਨਟਮਅਨਟ/ *n* ਸੰਤੁਸ਼ਟੀ, ਤ੍ਰਿਪਤੀ, ਰੱਜ, ਸੰਤੋਖ; ਸ਼ਾਂਤੀ, ਧੀਰਜ

conterminal /ਕੌਨ'ਟਅ:ਮਿਨਲ/ *a* ਸਾਂਝੀ ਹੱਦ ਵਾਲਾ, ਸਾਂਝੇ ਬੰਨੇ ਵਾਲਾ, ਲਾਗਲਾ

conterminous /ਕੌਨ'ਟਅ:ਮਿਨਅਸ/ *a* ਸਾਂਝੀ ਹੱਦ ਵਾਲਾ, ਸਹਿਸੀਮਾ ਵਾਲਾ; ਲਾਗਲਾ

contest /'ਕੌਨਟੈਸੱਟ/ *n* ਮੁਕਾਬਲਾ, ਪ੍ਰਤਿਯੋਗਤਾ; ਸੰਘਰਸ਼, ਟਾਕਰਾ, ਵਿਰੋਧ; ਬਹਿਸ, ਵਿਵਾਦ, ਝਗੜਾ /ਕਅਨ'ਟੈੱਸਟ/ *v* ਜੱਦੋ-ਜਹਿਦ ਕਰਨਾ, ਵਿਰੋਧ ਕਰਨਾ, ਬਹਿਸ ਕਰਨਾ, ਲੜਾਈ ਕਰਨਾ, ਝਗੜਨਾ

contestant /ਕਅਨ'ਟੈੱਸਟਅਨਟ/ *n* ਮੁਕਾਬਲਾ ਕਰਨ ਵਾਲਾ, ਪ੍ਰਤਿਯੋਗੀ, ਦਾਅਵੇਦਾਰ

context /'ਕੌਨਟੈੱਕਸਟ/ *n* ਪ੍ਰਸੰਗ, ਸੰਦਰਭ **in this context** *adv* ਇਸ ਪ੍ਰਸੰਗ ਵਿੱਚ, ਇਸ ਸੰਬੰਧ ਵਿੱਚ

contextual /ਕਅਨ'ਟੈੱਕਸਚੁਅਲ/ *a* ਸੰਦਰਭ ਸੰਬੰਧੀ, ਸੰਦਰਭੀ, ਪ੍ਰਸੰਗਿਕ

contexture /ਕਅਨ'ਟੈੱਕਸਚਅ*/ *n* ਬਣਾਵਟ, ਤਾਣਾ-ਪੇਟਾ, ਬੁਣਤੀ, ਗਠਨ, ਸੰਰਚਨਾ, ਸ਼ੈਲੀ

conticent /'ਕੌਨਟਿਸੈੱਨਟ/ *a* ਸ਼ਾਂਤ, ਚੁੱਪ, ਮੌਨ

contiguity /ˌਕੌਨਟਿ'ਗਯੂਅਟਿ/ *n* ਨਿਕਟਤਾ, ਨੇੜਤਾ, ਮੇਲ, ਲਗਾਅ, ਛੋਹ

contiguous /ਕਅਨ'ਟਿਗਯੁਅਸ/ *a* ਨੇੜੇ ਦਾ, ਨਿਕਟਵਰਤੀ, ਨਾਲ ਲੱਗਵਾਂ, ਲਾਗਲਾ

contiguousness /ਕਅਨ'ਟਿਗਯੁਅਸਨਅਸ/ *n* ਨੇੜਤਾ, ਸਮੀਪਤਾ, ਨਿਕਟਤਾ

continence /'ਕੌਨਟਿਨਅਨਸ/ *n* ਸਵੈਕਾਬੂ, ਸੰਜਮ, ਪਰਹੇਜ਼, ਪਰਹੇਜ਼ਗਾਰੀ

continent /'ਕੌਨਟਿਨਅਨਟ/ *a* ਪਰਹੇਜ਼ਗਾਰ, ਸੰਜਮੀ, ਜਤੀ-ਸਤੀ *n* ਮਹਾਂਦੀਪ **the continent** ਬਰਤਾਨੀਆਂ ਅਤੇ ਆਇਰਲੈਂਡ ਤੋਂ ਬਿਨਾਂ ਯੂਰਪ ਮਹਾਂਦੀਪ

continently /'ਕੌਨਟਿਨਅਨਟਲਿ/ *adv* ਮਹਾਂਦੀਪ ਦੇ ਤੌਰ 'ਤੇ

contingency /ਕਅਨ'ਟਿਨਜਅਨਸਿ/ *n* ਅਚਨਚੇਤ ਵਾਪਰੀ ਘਟਨਾ, ਸੰਜੋਗ; ਅਚੇਤ ਖ਼ਰਚ, ਚਲਾਊ ਖ਼ਰਚ, ਫੁਟਕਲ ਖ਼ਰਚ; ਅਚਨਚੇਤਤਾ

contingent /ਕਅਨ'ਟਿਨਜਅਨਟ/ *a* ਸਬੱਬੀ, ਇਤਫ਼ਾਕੀਆ, ਅਚਾਨਕ *n* ਸੈਨਾ ਦਲ

continual /ਕਅਨ'ਟਿਨਯੁਅਲ/ *a* ਲਗਾਤਾਰ, ਨਿਰੰਤਰ, ਅਖੰਡ, ਅਟੁੱਟ

continually /ਕਅਨ'ਟਿਨਯੁਅਲਿ/ *adv* ਲਗਾਤਾਰ, ਨਿਰੰਤਰ

continuance /ਕਅਨ'ਟਿਨਯੁਅਨਸ/ *n* ਲਗਾਤਾਰਤਾ, ਨਿਰੰਤਰਤਾ, ਅਖੰਡਤਾ, ਲੜੀ, ਸਿਲਸਿਲਾ **of long continuance** ਚਿਰਕਾਲੀ, ਟਿਕਾਊ, ਸਨਾਤਨ

continuant /ਕਅਨ'ਟਿਨਯੁਅਨਟ/ *n* (ਵਿਆ) ਪ੍ਰਵਾਹੀ ਵਿਅੰਜਨ

continuation /ਕਅਨˌਟਿਨਯੁ'ਏਇਸ਼ਨ/ *n* ਲਗਾਤਾਰਤਾ, ਲੜੀਬੱਧਤਾ, ਨਿਰੰਤਰਤਾ, ਅਖੰਡਤਾ

continue /ਕਅਨ'ਟਿਨਯੂ/ *v* ਜਾਰੀ ਰੱਖਣਾ, ਜਾਰੀ ਰਹਿਣਾ, ਚਾਲੂ ਰੱਖਣਾ, ਕਾਇਮ ਰੱਖਣਾ ਜਾਂ ਹੋਣਾ

continued /ਕਅਨ'ਟਿਨਯੂਡ/ *a* ਲਗਾਤਾਰ, ਨਿਰੰਤਰ

continuity /ˌਕੌਨਟਿ'ਨਯੂਅਟਿ/ *n* ਲਗਾਤਾਰਤਾ ਅਖੰਡਤਾ, ਨਿਰੰਤਰਤਾ, ਰਵਾਨੀ, ਸਿਲਸਿਲਾ, ਲੜੀ

continuous /ਕਅਨ'ਟਿਨਯੁਅਸ/ *adv*

ਲਗਾਤਾਰ, ਨਿਰੰਤਰ, ਲੜੀਵਾਰ, ਨਿਰਵਿਘਨ, ਅਟੁੱਟ, ਅਖੰਡ

continuous assessment *n* (ਵਿਦਿਆਰਥੀਆਂ ਦੀ ਪਰੀਖਿਆ ਲੈਣ ਦੀ ਥਾਂ 'ਤੇ) ਪੜ੍ਹਾਈ ਸਮੇਂ ਹੀ ਲਗਾਤਾਰ ਮੁਲਾਂਕਣ ਕਰਨ ਦੀ ਵਿਧੀ

continuously /ਕਅਨ'ਟਿਨਯੁਅਸਲਿ/ *adv* ਲਗਾਤਾਰ, ਨਿਰੰਤਰ, ਅਟੁੱਟ ਤਰੀਕੇ ਨਾਲ

continuum /ਕਅਨ'ਟਿਨਯੁਅਮ/ *n* (ਬਹੁ **continua**) (ਚੀਜ਼ਾਂ, ਘਟਨਾਵਾਂ ਜਾਂ ਅਨੁਭਵਾਂ ਦੀ) ਲੜੀ, ਸਿਲਸਿਲਾ

contort /ਕਅਨ'ਟੋਟ/ *vt* ਮਰੋੜਾ ਦੇਣਾ, ਵਲ ਦੇਣਾ; ਵਿਗਾੜਨਾ

contortion /ਕਅਨ'ਟੋਸ਼ਨ/ *n* ਮਰੋੜੀ, ਵੱਟ, ਵਲ, ਪੇਚ; ਵਿਕਾਰ (ਮੂੰਹ ਜਾਂ ਸਰੀਰ ਦਾ)

contortionist /ਕਅਨ'ਟੋਸ਼ਅਨਿਸਟ/ *n* ਕਲਾਕਾਰ ਜੋ ਸਰੀਰ ਦੇ ਵੱਟ ਜਾਂ ਚਿੱਤਰ ਤਰਾਸ਼ ਸਕੇ, ਸਰੀਰ ਨੂੰ ਤੋੜ ਮਰੋੜ ਕੇ ਵਿਖਾਉਣ ਵਾਲਾ ਕਲਾਕਾਰ

contour /'ਕੌਂਨਟੁਅ*/ *n* ਧਰਤੀ ਦੀ ਰੂਪ-ਰੇਖਾ, ਖਾਕਾ; ਰੂਪ, ਸੂਰਤ, ਨਕਸ਼, ਚਿਹਰਾ *vt* ਪਹਾੜ ਦੇ ਦੁਆਲੇ ਸੜਕ ਬਣਾਉਣਾ, ਰੇਖਾ-ਚਿੱਤਰ ਬਣਾਉਣਾ, ਖ਼ਾਕਾ ਖਿੱਚਣਾ

contour map *n* ਸਮਉੱਚ ਰੇਖਾ-ਚਿੱਤਰ

contra /'ਕੌਂਨਟਰਅ/ *n* ਵਿਰੋਧੀ ਪੱਖ, ਉਲਟਾ ਪਾਸਾ

contraband /'ਕੌਂਨਟਰਅਬੈਨਡ/ *n* ਵਿਵਰਜਿਤ ਮਾਲ, ਅਯੋਗ ਮਾਲ, ਨਜਾਇਜ਼ ਮਾਲ, ਗ਼ੈਰਕਨੂੰਨੀ ਵਪਾਰ *a* ਵਿਵਰਜਿਤ, ਨਾਜਾਇਜ਼, ਫੜੇ ਜਾਣ ਜਾਂ ਗਰਿਫ਼ਤਾਰ ਕਰਨ ਯੋਗ

contrabandist /'ਕੌਂਨਟਰਅਬੈਨਡਿਸਟ/ *n* ਸਮਗਲਰ, ਤਸਕਰ

contraception /ˌਕੌਂਨਟਰਅ'ਸੈਪੱਸ਼ਨ/ *n* ਗਰਭ ਰੋਕ, ਗਰਭ ਨਿਰੋਧਕ

contraceptive /ˌਕੌਂਨਟਰਅ'ਸੈਪੱਟਿਵ੍/ *n* ਗਰਭ ਨਿਰੋਧਕ *a* ਗਰਭ ਰੋਕੂ

contract /'ਕੌਂਨਟਰੈਕਟ/ *n* ਠੇਕਾ, ਇਕਰਾਰਨਾਮਾ, ਅਹਿਦਨਾਮਾ, ਇਕਰਾਰ **/ਕਅਨ'ਟਰੈਕਟ/** *v* ਇਕਰਾਰਨਾਮਾ ਲਿਖਣਾ, ਠੇਕਾ ਦੇਣਾ ਜਾਂ ਲੈਣਾ; ਸੁੰਗੜਨਾ, ਸੌੜਾ ਕਰਨਾ ਜਾਂ ਹੋਣਾ; ਤੰਗ ਕਰਨਾ ਜਾਂ ਹੋਣਾ, ਸੰਖੇਪ ਕਰਨਾ,ਸੰਕੋਚ ਕਰਨਾ, ਸਕੁੰਚਿਤ ਕਰਨਾ, ਸਿਮਟਣਾ; ਮੱਥੇ ਤਿਊੜੀ ਪਾਉਣਾ; ਮਰੋੜਨਾ, ਬੰਦ ਜਾਂ ਤੰਗ ਕਰਨਾ; (ਵਿਆ) ਸਵਰ ਲੋਪ ਕਰਨਾ **contract oneself out of** ਇਕਰਾਰਨਾਮੇ ਤੋਂ ਮੁਕਤੀ ਪਾਉਣਾ

contracted /ਕਅਨ'ਟਰੈਕਟਿਡ/ *a* ਸੰਕੁਚਿਤ, ਸੰਖੇਪ; (ਕਨੂੰ) ਠੇਕੇ ਦਾ

contraction /ਕਅਨ'ਟਰੈਕਸ਼ਨ/ *n* ਸੰਕੋਚ; ਸੁੰਗੇੜ, ਸੁੰਗੜਨ, ਖਿੱਚ, ਕੱਸ, ਸੰਖੇਪ ਸ਼ਬਦ, ਸ਼ਬਦਾਂ ਦਾ ਸੰਖੇਪਣ; ਠੇਕਾ ਕਰਨ ਦੀ ਕਿਰਿਆ

contractive /ਕਅਨ'ਟਰੈਕਟਿਵ੍/ *a* ਸੰਕੁਚਿਤ, ਖਿੱਚਿਆ, ਕੱਸਿਆ, ਸੁੰਗੜਿਆ

contractor /ਕਅਨ'ਟਰੈਕਟਅ*/ *n* ਠੇਕੇਦਾਰ; ਸੰਕੁਚਿਤ ਕਰਨ ਵਾਲਾ, ਸੰਖੇਪਕਾਰ

contradict /ˌਕੌਂਨਟਰਅ'ਡਿਕਟ/ *vt* ਖੰਡਨ ਕਰਨਾ, ਰੱਦ ਕਰਨਾ, ਤਰਦੀਦ ਕਰਨਾ; ਮੁੱਕਰਨਾ; ਵਿਰੁੱਧ ਆਖਣਾ

contradictable /ˌਕੌਂਨਟਰਅ'ਡਿਕਟਅਬਲ/ *a* ਖੰਡਨਯੋਗ, ਰੱਦਣਯੋਗ, ਤਰਦੀਦ ਕਰਨਯੋਗ

contradiction /ˌਕੌਂਨਟਰਅ'ਡਿਕਸ਼ਨ/ *n* ਖੰਡਨ, ਇਨਕਾਰ, ਵਿਰੋਧ, ਤਰਦੀਦ

contradictive /ˌਕੌਂਨਟਰਅ'ਡਿਕਟਿਵ੍/ *a* ਪਰਸਪਰ ਵਿਰੁੱਧ, ਅੰਤਰ-ਵਿਰੋਧੀ, ਅਸੰਗਤ

contradictory /ˌਕੌਂਨਟਰਅ'ਡਿਕਟਅਰਿ/ *a* ਤਰਦੀਦੀ, ਖੰਡਨਾਤਮਿਕ, ਅੰਤਰ-ਵਿਰੋਧੀ, ਅਸੰਗਤ, ਪਰਸਪਰ ਵਿਰੋਧੀ, ਉਲਟਾ *n* ਖੰਡਨ, ਤਰਦੀਦ; ਪਰਸਪਰ ਵਿਰੋਧ; ਤਰਦੀਦੀ ਬਿਆਨ

contradistinction **/ˌਕੌਂਨਟਰਅਡਿ'ਸਟਿਙਕਸ਼ਨ/** *n* ਭਿੰਨ-ਭੇਦ, ਵਖਰੇਵਾਂ, ਫ਼ਰਕ, ਅੰਤਰ

contradistinguish /ˌਕੌਨਟਰਅਡਿ'ਸਟਿਙਗਵਿਸ਼/ *vt* ਭਿੰਨ-ਭੇਦ ਦੱਸਣਾ, ਅੰਤਰ ਦੱਸਣਾ, ਟਾਕਰਾ ਕਰਕੇ ਫ਼ਰਕ ਦੱਸਣਾ

contrafactive /ˌਕੌਨਟਰਅ'ਫ਼ੈਕਟਿਵ/ *a* (ਵਿਆ) ਅਸੱਤ ਬਾਰੇ ਸੰਕੇਤ ਦੇਣ ਵਾਲੀਆਂ ਕਿਰਿਆਵਾਂ

contralto /ਕਅਨ'ਟਰੈਲਟਅਓ/ *n* ਬਹੁਤ ਨੀਵੀਂ ਜ਼ਨਾਨਾ ਸੁਰ (ਅਵਾਜ਼) ਜਾਂ ਉੱਚੀ ਮਰਦਾਵੀਂ ਸੁਰ; ਅਜਿਹੀ ਅਵਾਜ਼ ਵਾਲੀ ਗਾਇਕਾ

contrapose /ˌਕੌਨਟਰਅ'ਪਅਉਜ਼/ *vt* ਵਿਪਰੀਤ ਸਥਿਤੀ ਵਿੱਚ ਰੱਖਣਾ, ਉਲਟ ਅਵਸਥਾ ਵਿੱਚ ਰੱਖਣਾ

contraposition /ˌਕੌਨਟਹਅਪਅ'ਜ਼ਿਸ਼ਨ/ *n* ਵਿਪਰੀਤ ਸਥਿਤੀ; ਵਿਰੋਧ, ਟਾਕਰਾ; ਵਖਰੇਵਾਂ, ਭਿੰਨ-ਭੇਦ

contrariety /ˌਕੌਨਟਰਅ'ਰਾਇਅਟਿ/ *n* ਵਿਰੋਧ, ਪ੍ਰਤਿਕੂਲਤਾ, ਵਿਪਰੀਤਤਾ, ਵਿਪੱਖਤਾ

contrariwise /ਕਅਨ'ਟਰੇਅਰਿਵਾਇਜ਼/ *adv* ਇਸ ਦੇ ਉਲਟ, ਇਸ ਦੇ ਵਿਪਰੀਤ, ਦੂਜੇ ਪਾਸੇ, ਦੂਜੇ ਬੰਨੇ

contrary /'ਕੌਨਟਰਅਰਿ/ *n* ਵਿਰੋਧੀ ਕਥਨ; ਵਿਰੋਧੀ ਪੱਖ; ਵਿਪਰੀਤ /ਕਅਨ'ਟਰੇਅਰਿ/ *a* ਵਿਰੁੱਧ, ਉਲਟਾ, ਪ੍ਰਤਿਕੂਲ *adv* ਉਲਟ, ਪ੍ਰਤਿਕੂਲ **on the contrary** ਉਲਟਾ **to the contrary** ਦੇ ਉਲਟ

contrast /'ਕੌਨਟਰਾਸਟ/ *n* ਟਾਕਰਾ, ਅੰਤਰ, ਭਿੰਨਤਾ, ਵੱਖਰੇਵਾਂ, ਫ਼ਰਕ, ਭਿੰਨ-ਭੇਦ /ਕਅਨ'ਟਰਾਸਟ/ *v* ਟਾਕਰਾ ਕਰਨਾ, ਤੁਲਨਾ ਕਰਨਾ; ਭਿੰਨਤਾ ਦੱਸਣਾ, ਵੱਖਰਾਉਣਾ; ਅੰਤਰ ਹੋਣਾ

contrasting /ਕਅਨ'ਟਰਾਸਟਿਙ/ *a* ਵਿਰੋਧੀ; ਭਿੰਨ

contravallation /ˌਕੌਨਟਰਅਵ੍ਅ'ਲੇਇਸ਼ਨ/ *n* ਕਿਲ੍ਹੇਬੰਦੀ, ਘੇਰਾਬੰਦੀ

contravene /ˌਕੌਨਟਰਅ'ਵ੍ਹੀਨ/ *vt* ਹੁਕਮ ਅਦੂਲੀ ਕਰਨਾ, ਅਵੱਗਿਆ ਕਰਨਾ; ਖੰਡਨ ਕਰਨਾ; ਵਿਰੋਧ ਕਰਨਾ, ਵਿਵਾਦ ਕਰਨਾ, ਟੋਕਣਾ, ਝਗੜਨਾ

contravening /ˌਕੌਨਟਰਅ'ਵ੍ਹੀਨਿਙ/ *a* ਪਰਸਪਰ ਵਿਰੋਧੀ

contravention /ˌਕੌਨਟਰਅ'ਵ੍ਹੈਂਨਸ਼ਨ/ *n* ਉਲੰਘਣਾ, ਵਿਰੋਧ, ਅਵੱਗਿਆ

contribute /ਕਅਨ'ਟਰਿਬਯੂਟ/ *v* ਚੰਦਾ ਦੇਣਾ, ਹਿੱਸਾ ਪਾਉਣਾ, (ਪੱਤਰ ਪੱਤਰਕਾਵਾਂ ਨੂੰ) ਲੇਖ ਭੇਜਣਾ

contribution /ˌਕੌਨਟਰਿ'ਬਯੂਸ਼ਨ/ *n* ਚੰਦਾ, ਯੋਗਦਾਨ, ਹਿੱਸਾ, ਸਹਾਇਤਾ; ਮਸੂਲ, ਜੰਗੀ ਮਸੂਲ **lay under contribution** ਚੰਦਾ ਲਾਉਣਾ ਜਾਂ ਉਗਰਾਹੁਣਾ; ਲੇਖ, ਰਚਨਾ

contributor /ਕਅਨ'ਟਰਿਬਯਅਟਅ*/ *n* ਚੰਦਾ ਦੇਣ ਵਾਲਾ, ਹਿੱਸਾ ਪਾਉਣ ਵਾਲਾ; ਲੇਖ ਭੇਜਣ ਵਾਲਾ, ਦਾਨੀ, ਸਹਾਇਕ

contributory /ਕਅਨ'ਟਰਿਬਯਅਟਅਰਿ/ *a* ਸਹਾਇਕ, ਸਹਿਕਾਰੀ, ਹਿੱਸੇ ਬਹਿੰਦਾ, ਹਿੱਸੇ ਦਾ *n* ਹਿੱਸੇਦਾਰ, ਹਿੱਸਾ ਪਾਉਣ ਵਾਲਾ ਪ੍ਰਾਣੀ

contrite /ਕਅਨ'ਟਰਾਇਟ/ *a* ਪਸ਼ਚਾਤਾਪੀ, ਪਛਤਾਵਾ-ਗ੍ਰਸਤ

contrivance /ਕਅਨ'ਟਰਾਇਵ੍ਅਨਸ/ *n* ਵਿਓਂਤ, ਯੋਜਨਾ; ਢੰਗ, ਜੁਗਤ, ਕਲਾ, ਤਦਬੀਰ, ਸਾਧਨ; ਹੀਲਾ, ਚਾਰਾ

contrive /ਕਅਨ'ਟਰਾਇਵ੍/ *v* ਵਿਓਂਤ ਬਣਾਉਣਾ, ਹੀਲਾ ਕੱਢਣਾ, ਢੰਗ ਲੱਭਣਾ, ਜੁਗਤ ਕੱਢਣਾ, ਤਦਬੀਰ ਸੋਚਣਾ, ਸਾਜ਼ਸ਼ ਕਰਨਾ

control /ਕਅਨ'ਟਰਅਉਲ/ *n* ਜ਼ਬਤ, ਨਿਯੰਤਰਨ, ਕਾਬੂ, ਕੰਟਰੋਲ, ਬੰਧੇਜ, ਬੰਨ੍ਹਣ, ਰੁਕਾਵਟ; ਵੱਸ, ਇਖ਼ਤਿਆਰ; ਨਿਗਰਾਨੀ; ਜਹਾਜ਼ ਨੂੰ ਕਾਬੂ ਕਰਨ ਵਾਲੇ ਪੁਰਜ਼ੇ; *vt* ਕਾਬੂ ਵਿੱਚ ਰੱਖਣਾ, ਵੱਸ ਵਿੱਚ ਕਰਨਾ, ਬੰਨ੍ਹਣਾ, ਰੋਕਣਾ, ਸੰਜਮ ਕਰਨਾ

controlled economy *n* ਨਿਯੰਤਰਿਤ ਅਰਥ ਪ੍ਰਬੰਧ, ਅਜਿਹਾ ਅਰਥ ਪ੍ਰਬੰਧ ਜਿਸ ਵਿੱਚ ਉਤਪਾਦਨ ਸਰਕਾਰ ਦੇ ਆਦੇਸ਼ਾਂ ਅਨੁਸਾਰ ਹੋਵੇ, ਚੀਜ਼ਾਂ ਦੇ ਉਤਪਾਦਨ ਉੱਤੇ ਸਰਕਾਰੀ ਬੰਦਸ਼

controller /ਕਅਨ'ਟਰਅਉਲਅ*/ *n* ਮੁੱਖ ਲੇਖਾਕਾਰ; ਸੰਚਾਲਕ, ਨਿਯੰਤਰਕ, ਕੰਟਰੋਲਰ

control unit *n* ਕੰਪਿਊਟਰ ਦਾ ਵੱਖ-ਵੱਖ ਹਿੱਸਿਆਂ ਵਿਚਕਾਰ ਤਾਲਮੇਲ ਅਤੇ ਕਾਰਜਾਂ ਦੇ ਉਚਿਤ ਪ੍ਰਬੰਧ ਕਰਨ ਵਾਲਾ ਹਿੱਸਾ, ਨਿਅੰਤਰਨ ਹਿੱਸਾ

controversial /ˌਕੌਂਨਟਰਅ'ਵ਼ਅ:ਸ਼ਲ/ *a* ਝਗੜੇ ਵਾਲਾ, ਵਿਵਾਦਪੂਰਨ, ਵਿਵਾਦਗ੍ਰਸਤ

controversy /'ਕੌਂਨਟਰਅਵ਼ਅ:ਸਿ/ *n* ਝਗੜਾ, ਵਿਵਾਦ, ਬਹਿਸ, ਵਾਦ-ਵਿਵਾਦ, ਪ੍ਰਤਿਵਾਦ, ਤਕਰਾਰ

controvert /ˌਕੌਂਨਟਰਅ'ਵ਼ਅ:ਟ/ *vt* ਝਗੜਨਾ, ਵਾਦ-ਵਿਵਾਦ ਕਰਨਾ, ਬਹਿਸਣਾ; ਖੰਡਨ ਕਰਨਾ, ਵਿਰੋਧ ਕਰਨਾ, ਇਨਕਾਰ ਕਰਨਾ

controvertible /ˌਕੌਂਨਟਰਅ'ਵਅ:ਟਿਬਲ/ *a* ਵਿਵਾਦੀ, ਵਿਵਾਦਗ੍ਰਸਤ, ਤਰਕਯੋਗ; ਖੰਡਨੀ

contumacious /ˌਕੌਂਨਟਯੁ'ਮੇਇਸ਼ਅਸ/ *a* ਹਠੀ, ਜ਼ਿੱਦੀ; ਅਵੱਗਿਆਕਾਰ, ਹੁਕਮ-ਅਦੂਲ

contumaciousness /ˌਕੌਂਨਟਯੁ'ਮੇਇਸ਼ਅਸਨਅਸ/ *n* ਅਵੱਗਿਆ, ਹੁਕਮ-ਅਦੂਲੀ

contumelious /ˌਕੌਂਨਟਯੁ'ਮੀਲਿਅਸ/ *a* ਆਕੜ ਖਾਂ, ਗੁਸਤਾਖ਼, ਢੀਠ, ਅਵੱਗਿਆਕਾਰੀ

contumeliousness /ˌਕੌਂਨਟਯੁ'ਮੀਲਿਅਸਨਅਸ/ *n* ਢੀਠਤਾ, ਗੁਸਤਾਖ਼ੀ

contuse /ਕਅਨ'ਟਯੂਜ਼/ *vt* ਮਾਰਨਾ, ਗੁੱਝੀ ਸੱਟ ਮਾਰਨਾ

conundrum /ਕਅ'ਨਅੱਨਡਰਅਮ/ *n* ਬੁਝਾਰਤ, ਪਹੇਲੀ, ਅੜਾਉਣੀ, ਗੁੰਝਲ, ਉਲਝਣ

convalesce /ˌਕੌਂਨਵ਼ਅ'ਲੈੱਸ/ *v* (ਬਿਮਾਰੀ ਤੋਂ ਬਾਅਦ) ਸਵਾਸਥ-ਲਾਭ ਕਰਨਾ, ਸਿਹਤ ਬਣਾਉਣਾ

convalescence /ˌਕੌਂਨਵ਼ਅ'ਲੈੱਸਨਸ/ *n* ਸਿਹਤਯਾਬੀ, ਤੰਦਰੁਸਤੀ, ਨਰੋਆਪਣ

convalescent /ˌਕੌਂਨਵ਼ਅ'ਲੈੱਸਨਟ/ *a* ਪੱਲ੍ਹਰਦਾ, ਬਿਮਾਰੀ ਤੋਂ ਉੱਠਿਆ, ਸਿਹਤਯਾਬ ਹੋ ਰਿਹਾ, ਨਰੋਆ ਹੋ ਰਿਹਾ

convector /ਕਅਨ'ਵ਼ੈੱਕਟਅ*/ *n* ਇੱਕ ਤਰ੍ਹਾਂ ਦਾ ਗਰਮ ਹਵਾ ਸੁੱਟਣ ਵਾਲਾ ਹੀਟਰ

convene /ਕਅਨ'ਵ਼ੀਨ/ *v* ਸਮਾਗਮ ਬੁਲਾਉਣਾ, ਇਕੱਠ ਕਰਨਾ, ਜਲਸਾ ਕਰਨਾ, ਇਕੱਠੇ ਹੋਣਾ; (ਕਚਹਿਰੀ ਵਿੱਚ) ਸੱਦਣਾ

convened /ਕਅਨ'ਵ਼ੀਨਡ/ *a* ਬੁਲਾਇਆ ਗਿਆ, ਆਯੋਜਤ

convener /ਕਅਨ'ਵ਼ੀਨਅ*/ *n* ਆਯੋਜਕ, ਸਮਾਗਮਕਰਤਾ, ਸੰਯੋਜਕ; ਕਨਵੀਨਰ, ਨਿਮੰਤਰਨ ਦੇਣ ਵਾਲਾ

convenience /ਕਅਨ'ਵ਼ੀਨਿਅਨਸ/ *n* ਸਹੂਲਤ, ਸੁਵਿਧਾ, ਸੌਖ; ਲਾਭ, ਸੁਖ; ਲਾਹੇਵੰਦੀ ਚੀਜ਼, ਹੌਲੀ ਫੁੱਲ ਵਸਤੂ

convenient /ਕਅਨ'ਵ਼ੀਨਿਅਨਟ/ *a* ਅਰਾਮਦੇਹ, ਸੁਖਦਾਇਕ, ਅਰਾਮਦਾਇਕ, ਸਰਲ, ਸੌਖਾ, ਸੁਖਾਲਾ, ਅਨੁਕੂਲ, ਉਚਿਤ, ਸੁਵਿਧਾਜਨਕ

convent /'ਕੌਂਨਵ਼ਅਨਟ/ *n* (ਈਸਾਈ) ਸੰਨਿਆਸਣਾਂ ਦਾ ਮੱਠ, ਆਸ਼ਰਮ; ਈਸਾਈ ਸੰਨਿਆਸਣਾਂ ਦਾ ਸਮੁਦਾਇ

convention /ਕਅਨ'ਵ਼ੈੱਨਸ਼ਨ/ *n* ਸਮਾਗਮ, ਸੰਮੇਲਨ, ਇਜਲਾਸ; ਦਸਤੂਰ, ਰੂੜ੍ਹੀ, ਰਿਵਾਜ਼, ਮਰਯਾਦਾ; ਸੰਧੀ, ਸਮਝੌਤਾ ਕੌਲ-ਕਰਾਰ, ਇਕਰਾਰਨਾਮਾ

conventional /ਕਅਨ'ਵ਼ੈੱਨਸ਼ਅਨਲ/ *a* ਰਸਮੀ, ਰਿਵਾਜ਼ੀ, ਰਵਾਇਤੀ, ਰੀਤਵਾਦੀ, ਰੂੜ੍ਹੀਵਾਦੀ, ਪਰੰਪਰਾਗਤ

conventionalism /ਕਅਨ'ਵ਼ੈੱਨਸ਼ਅਨਲਿਜ਼ਅਮ/ *n* ਰੂੜ੍ਹੀਵਾਦ, ਰੀਤਵਾਦ

conventionalist /ਕਅਨ'ਵ਼ੈੱਨਸ਼ਅਨਲਿਸਟ/ *n* ਰੂੜ੍ਹੀਵਾਦੀ, ਪਰੰਪਰਾਵਾਦੀ

conventionality /ਕਅਨˌਵ਼ੈੱਨਸ਼ਅ'ਨੈਲਅਟਿ/ *n* ਰੂੜ੍ਹੀ, ਪਰੰਪਰਾ

conventionalize /ਕਅਨ'ਵ਼ੈੱਨਸ਼ਅਨਲਾਇਜ਼/ *vt* ਪਰੰਪਰਾ ਅਨੁਸਾਰ ਚੱਲਣਾ

conventionally /ਕਅਨ'ਵ਼ੈੱਨਸ਼ਅਨਅਲਿ/ *adv* ਰੀਤੀ ਅਨੁਸਾਰ, ਪ੍ਰਥਾ ਅਨੁਸਾਰ

converge /ਕਅਨ'ਵ੍ਅ:ਜ/ *v* ਕੇਂਦਰਿਤ ਹੋਣਾ, ਮਿਲਨਾ

convergence /ਕਅਨ'ਵ੍ਅ:ਜਅਨਸ/ *n* ਇੱਕ ਕੇਂਦਰ ਉੱਤੇ ਮੇਲ ਜਾਂ ਮਿਲਾਪ, ਜੋੜ

convergent /ਕਅਨ'ਵ੍ਅ:ਜਅਨਟ/ *a* ਇੱਕ ਕੇਂਦਰ ਉੱਤੇ ਮਿਲਦਾ, ਕੇਂਦਰਮੁਖੀ

conversable /ਕਅਨ'ਵ੍ਅ:ਸਅਬਲ/ *a* ਮਿਲਾਪੜਾ, ਮਿਲਨਸਾਰ, ਮਿਲਨਯੋਗ, ਮਿਠਬੋਲਾ

conversableness /ਕਅਨ'ਵ੍ਅ:ਸਅਬਲਨਅਸ/ *n* ਮਿਲਨਸਾਰੀ, ਮਿਠਬੋਲਾਪਣ, ਮਿਲਨਸਾਰਤਾ, ਮਿਲਨਯੋਗਤਾ

conversance /ਕਅਨ'ਵ੍ਅ:ਸ(ਅ)ਨਸ/ *n* ਜਾਣਕਾਰੀ, ਵਾਕਫ਼ੀਅਤ, ਪਰਿਚੈ, ਆਗਾਹੀ

conversant /ਕਅਨ'ਵ੍ਅ:ਸਨਟ/ *a* ਜਾਣਕਾਰ, ਵਾਕਫ਼, ਜਾਣੂ, ਵਾਕਫ਼ਕਾਰ, ਆਗਾਹ; ਪ੍ਰਵੀਣ, ਮਾਹਰ

conversation /ˌਕੌਨਵ੍ਅ'ਸੇਇਸ਼ਨ/ *n* ਵਾਰਤਾਲਾਪ, ਗੱਲ-ਬਾਤ, ਗੱਲ-ਕੱਥ, ਗੁਫ਼ਤਗੂ

conversational /ˌਕੌਨਵ੍ਅ'ਸੇਇਸ਼ਅਨਲ/ *a* ਵਾਰਤਾਲਾਪੀ, ਵਾਰਤਾਲਾਪ ਸੰਬੰਧੀ, ਗੱਲ-ਬਾਤੀ; ਗੱਪੀ, ਗਾਲੜੀ, ਬਾਤੂਨੀ

converse[1] /ਕਅਨ'ਵ੍ਅ:ਸ/ *vt* ਗੱਲਬਾਤ ਕਰਨਾ, ਵਾਰਤਾਲਾਪ ਕਰਨਾ

converse[2] /'ਕੌਨਵ੍ਅ:ਸ/ *n* ਉਲਟਾ ਮਸਲਾ, ਪਲਟਾ, ਉਲਟ *a* ਉਲਟਾ, ਪੁੱਠਾ, ਵਿਪਰੀਤ

conversion /ਕਅਨ'ਵ੍ਅ:ਸ਼ਨ/ *n* ਰੂਪਾਂਤਰਨ, ਪਰਿਵਰਤਨ; ਧਰਮ ਬਦਲੀ, ਧਰਮ ਪਰਿਵਰਤਨ, ਧਰਮਾਂਤਰਨ

convert /'ਕੌਨਵ੍ਅ:ਟ/ *n* ਨਵ-ਧਰਮੀ /ਕਅਨ'ਵ੍ਅ:ਟ/ *vt* ਧਰਮ ਬਦਲਾਉਣਾ, ਧਰਮ ਵਿੱਚ ਸ਼ਾਮਲ ਕਰਨਾ; (ਵਿੱਚ) ਬਦਲਨਾ

converted /ਕਅਨ'ਵ੍ਅ:ਟਿਡ/ *a* ਪਰਿਵਰਤਿਤ, ਰੂਪਾਂਤਰਿਤ

convertible /ਕਅਨ'ਵ੍ਅ:ਟਅਬਲ/ *a* ਵਟਾਉਣਯੋਗ, ਬਦਲਨਯੋਗ, ਵਟਾਂਦਰਾਯੋਗ, ਪਰਿਵਰਤਨਸ਼ੀਲ; (ਵਿਆ) ਪਰਿਆਇਵਾਚੀ

converting /ਕਅਨ'ਵ੍ਅ:ਟਿਙ/ *n* ਪਰਿਵਰਤਨ, ਰੂਪਾਂਤਰਨ

convex /'ਕੌਨਵ੍ਹੈਕਸ/ *a* ਉਭਰਿਆ, ਕੁੱਬਾ, ਕੁੱਬਦਾਰ, ਉੱਤਲ *n* ਉਭਾਰ, ਕੁੱਬ, ਉੱਚਾ ਤਲ

convexity /ਕੌਨ'ਵ੍ਹੈਕਸਅਟਿ/ *n* ਕੁੱਬ, ਉਭਾਰ

convexly /ਕੌਨ'ਵ੍ਹੈਕਸਲਿ/ *adv* ਉਭਰਵੇਂ ਰੂਪ ਵਿੱਚ

convey /ਕਅਨ'ਵ੍ਹੇਇ/ *vt* ਲੈ ਜਾਣਾ, ਅਪੜਾ ਦੇਣਾ, ਪਹੁੰਚਾਉਣਾ; ਸੰਚਾਰ ਕਰਨਾ, ਢੋਣਾ; ਕਿਸੇ ਦੇ ਹੱਥੀਂ ਘੱਲਣਾ; ਜਾਇਦਾਦ ਜਾਂ ਸੰਪਤੀ ਦਾ ਇੰਤਕਾਲ ਕਰਨਾ, ਹੱਕ ਬਦਲਨਾ, ਸੌਂਪਣਾ

conveyance /ਕਅਨ'ਵ੍ਹੇਇਅਨਮ/ *n* ਢੁਆਈ, ਵਾਹਨ ਗੱਡੀ; ਇੰਤਕਾਲ, ਹੱਕ ਬਦਲੀ; ਸੰਚਾਰ

conveyance deed *n* ਇੰਤਕਾਲਨਾਮਾ, ਇੰਤਕਾਲ ਪੱਤਰ

convict /ਕਅਨ'ਵ੍ਿਕਟ/ *vt* ਦੋਸ਼ੀ ਠਹਿਰਾਉਣਾ, ਦੰਡ ਦੇਣਾ, ਸਜ਼ਾ ਸੁਣਾਉਣਾ /'ਕੌਨਵ੍ਿਕਟ/ *n* ਸਜ਼ਾ ਭੁਗਤ ਰਿਹਾ ਦੋਸ਼ੀ, ਮੁਜਰਮ, ਕਸੂਰਵਾਰ, ਅਪਰਾਧੀ, ਬੰਦੀ, ਕੈਦੀ

conviction /ਕਅਨ'ਵ੍ਿਕਸ਼ਨ/ *n* ਨਿਸ਼ਚਾ, ਪੂਰਨ ਭਰੋਸਾ, ਧਾਰਨਾ, ਵਿਸ਼ਵਾਸ; ਅਪਰਾਧ ਜਾਂ ਜੁਰਮ ਦਾ ਸਬੂਤ, ਦੋਸ਼ ਸਿੱਧੀ; ਦੰਡ

convince /ਕਅਨ'ਵ੍ਿਨਸ/ *vt* ਨਿਸ਼ਚਾ ਕਰਵਾਉਣਾ ਜਾਂ ਦੁਆਉਣਾ, ਪ੍ਰੇਰਨਾ ਦੇਣਾ, ਮਨਵਾਉਣਾ, ਸਵੀਕਾਰ ਕਰਵਾਉਣਾ

convincible /ਕਅਨ'ਵ੍ਿਨਸਅਬਲ/ *a* ਮੰਨਣਯੋਗ; ਮੰਨ ਲੈਣ ਵਾਲਾ

convincing /ਕਅਨ'ਵ੍ਿਨਸਿਙ/ *a* ਮੰਨਣਯੋਗ, ਯਕੀਨੀ, ਵਿਸ਼ਵਾਸ ਕਰਾਉਣਯੋਗ

convivial /ਕਅਨ'ਵ੍ਿਵ੍ਿਅਲ/ *a* ਮੌਜੀ, ਖ਼ੁਸ਼ ਰਹਿਣਾ, ਹਸਮੁੱਖ, ਰੌਣਕੀ, ਜ਼ਿੰਦਾ-ਦਿਲ, ਯਾਰ-ਬਾਸ਼

convivialist /ਕਅਨ'ਵ੍ਿਵ੍ਿਅਲਿਸਟ/ *n* ਮੌਜੀ ਆਦਮੀ, ਐਸ਼ੀ ਮਨੁੱਖ

conviviality /ਕਅਨ,ਵ਼ਿਵ਼ਿਐਲਅਟਿ/ *n* ਮੌਜ-ਮੇਲਾ, ਐਸ਼-ਬਹਾਰ, ਰੰਗ-ਰਲੀਆਂ, ਅਨੰਦ

convivially /ਕਅਨ'ਵ਼ਿਵ਼ਿਅਲਿ/ *adv* ਮੌਜ ਨਾਲ, ਐਸ਼ ਨਾਲ

convocation /,ਕੌਨਵ਼ਅ'ਕੇਇਸ਼ਨ/ *n* ਪਾਦਰੀਆਂ ਦਾ ਜਲਸਾ, ਸਮਾਗਮ, ਸਮਾਰੋਹ, ਸੰਮੇਲਨ, ਕਾਨਵੋਕੇਸ਼ਨ; ਸੱਦਾ, ਬੁਲਾਵਾ

convocational /,ਕੌਨਵ਼ਅ'ਕੇਇਸ਼ਅਨਲ/ *a* ਕਨਵੋਕੇਸ਼ਨ ਸੰਬੰਧੀ, ਦੀਖਿਆਂਤ ਸਮਾਰੋਹ ਸੰਬੰਧੀ, ਸਮਾਗਮ ਸੰਬੰਧੀ

convoke /ਕਅਨ'ਵ਼ਅਉਕ/ *vt* ਬੁਲਾਉਣਾ, ਜਲਸੇ ਵਾਸਤੇ ਸੱਦਣਾ

convolute /'ਕੌਨਵ਼ਅਲੂਟ/ *a* ਵਲਦਾਰ, ਵਲ੍ਹੇਟਵਾਂ, ਕੁੰਡਲਦਾਰ *n* ਵਲ, ਕੁੰਡਲ, ਲਪੇਟ

convolution /,ਕੌਨਵ਼ਅ'ਲੂਸ਼ਨ/ *n* ਵਲ, ਪੇਚ, ਲਪੇਟ, ਸਪਰਿੰਗ ਦਾ ਇੱਕ ਵਲੇਵਾਂ

convoy /'ਕੌਨਵ਼ੌਇ/ *n* ਕਾਨਵਾਈ, ਫ਼ੌਜੀ ਦਸਤਾ ਜਾਂ ਰਸਦ ਦੇ ਸਮਾਨ ਦਾ ਕਾਫਲਾ; ਵਪਾਰਕ ਬੇੜਾ, ਰੱਖਿਅਕ ਬੇੜਾ; ਸੁਰੱਖਿਆ, ਨਿਗਰਾਨੀ, ਰੱਖਿਆ *vt* ਰੱਖਿਆ ਵਾਸਤੇ ਨਾਲ ਜਾਣਾ, (ਰੱਖਿਆ ਲਈ) ਜੰਗੀ ਜਹਾਜ਼ਾਂ ਦਾ ਨਾਲ ਹੋਣਾ

convulse /ਕਅਨ'ਵ਼ਅੱਲਸ/ *vt* ਝੰਜੋੜਨਾ, ਮਰੋੜਨਾ; ਹਸਦਿਆਂ ਲੋਟ-ਪੋਟ ਹੋਣਾ; ਕੜਵੱਲ ਪੈਣਾ

convulsion /ਕਅਨ'ਵ਼ਅੱਲਸ਼ਨ/ *n* ਝੰਜੋੜਾ, ਮਰੋੜੀ; ਦੇਸ ਵਿਚਲੀ ਹਲਚਲ, ਖਲਬਲੀ, ਗੜਬੜ; ਵੱਟ ਜਾਂ ਕੜਵੱਲ

convulsive /ਕਅਨ'ਵ਼ਅੱਲਸਿਵ਼/ *a* ਝੰਜੋੜਨ ਵਾਲਾ, ਮਰੋੜਨ ਵਾਲਾ, ਕੜਵੱਲ ਪਾ ਦੇਣ ਵਾਲਾ

coo /ਕੂ/ *v* ਘੁੱਗੀ ਦਾ ਘੁੱਗੂ ਘੂੰ ਜਾਂ ਕਬੂਤਰ ਦਾ ਗੁਟਕੂੰ-ਗੁਟਕੂੰ ਕਰਨਾ, ਗੁਟਕਣਾ *n* ਗੁਟਕਣ

co-occur *v* ਨਾਲੋਂ-ਨਾਲ ਹੋਣਾ ਜਾਂ ਵਾਪਰਨਾ

cook /ਕੁਕ/ *v* ਪਕਾਉਣਾ, ਭੋਜਨ ਬਣਾਉਣਾ, ਖਾਣਾ ਪਕਾਉਣਾ, ਰਿੰਨ੍ਹਣਾ; ਰਿੱਝਣਾ, ਪੱਕਣਾ, ਪਕਾਉਣਾ; ਮਨਘੜਤ ਗੱਲ ਕਰਨਾ **cook some body's goose** ਸੱਤਿਆਨਾਸ ਕਰਨਾ, ਮੱਕੂ ਠੱਪਣਾ *n* ਰਸੋਈਆ, ਲਾਂਗਰੀ, ਬਾਵਰਚੀ

cooker /'ਕੁਕਅ*/ *n* ਚੁੱਲ੍ਹਾ, ਪਤੀਲਾ; ਕੁੱਕਰ, ਫਰਜ਼ੀ ਗੱਲ ਬਣਾਉਣ ਵਾਲਾ

cookery /'ਕੁਕਅਰਿ/ *n* ਰਸੋਈ ਸਿੱਖਿਆ, ਪਾਕ ਕਲਾ, ਰਿੰਨ੍ਹਣ ਪਕਾਉਣ ਦਾ ਢੰਗ ਜਾਂ ਕਲਾ

cookery book /'ਕੁਕਅਰਿ ਬੁਕ/ *n* ਰਸੋਈ ਸਿੱਖਿਆ ਦੀ ਕਿਤਾਬ

cookhouse /'ਕੁਕਹਾਉਸ/ *n* ਰਸੋਈ, ਲੰਗਰਖ਼ਾਨਾ, ਬਾਵਰਚੀਖ਼ਾਨਾ

cookie /'ਕੁਕਿ/ *n* ਬਿਸਕੁਟ

cooking /'ਕੁਕਿਙ/ *n* ਪਕਾਉਣ ਦਾ ਭਾਵ ਜਾਂ ਕਿਰਿਆ

cookshop /'ਕੁਕਸ਼ੌਪ/ *n* ਢਾਬਾ, ਤੰਦੂਰੀਏ ਦੀ ਦੁਕਾਨ

cool /ਕੂਲ/ *n* ਠੰਢ, ਸੀਤਲਤਾ; ਠਰ੍ਹੰਮਾ *a* ਠੰਢਾ; ਧੀਮਾ, ਠਰ੍ਹੰਮੇ ਵਾਲਾ, ਸ਼ਾਂਤ, ਮੰਦ, ਉਤਸ਼ਾਹਹੀਣ, ਉਦਾਸੀਨ *v* ਠੰਢਾ ਹੋਣਾ, ਠੰਢਾ ਕਰਨਾ; ਧੀਮਾ ਹੋਣਾ, ਧੀਮਾ ਕਰਨਾ; ਠਰ੍ਹੰਮਾ ਦੇਣਾ, ਠਰ੍ਹੰਮਾ ਰੱਖਣਾ **cool as a cucumber** ਸ਼ਾਂਤਚਿੱਤ ਮਾਹੌਲ, (ਔਖੀ ਘੜੀ ਵਿਚ) ਘਬਰਾਹਟ ਤੋਂ ਦੂਰ ਹੋਣ ਦੀ ਦਸ਼ਾ, ਸ਼ਾਂਤੀ **cool one's heels** ਲੰਮੀ ਉਡੀਕ ਕਰਵਾਉਣਾ, ਰਾਹ ਵੇਖਣਾ **cool thousand** ਮੇਰੇ ਪੂਰੇ ਹਜ਼ਾਰ ਰੁਪਏ ਲੱਗ ਗਏ **it cost me a**

coolant /'ਕੂਲਅਨਟ/ *n* ਇੰਜਨ ਨੂੰ ਠੰਢਾ ਰੱਖਣ ਵਾਲਾ ਤਰਲ ਪਦਾਰਥ, ਸੀਤਲ ਤਰਲ ਪਦਾਰਥ

cooler /'ਕੂਲਅ*/ *n* ਠੰਢਾ ਕਰਨ ਵਾਲਾ ਯੰਤਰ ਜਾਂ ਕੂਲਰ

cool-headed /,ਕੂਲ 'ਹੈੱਡਿਡ/ *a* ਸ਼ਾਂਤ, ਧੀਰਜਵਾਨ, ਠੰਢੇ ਦਿਲ ਵਾਲਾ

coolie /'ਕੂਲਿ/ *n* ਪਾਂਡੀ, ਕੁਲੀ, ਪੱਲੇਦਾਰ

cooling /ਕੂਲਿਙ/ *n* ਸੀਤਲੀਕਰਨ *a* ਸੀਤ, ਠੰਢਾ, ਸਰਦ

coolness /'ਕੂਲਨਅਸ/ *n* ਠੰਢਕ, ਸੀਤਲਤਾ

coomb, combe /ਕੂਮ/ *n* ਘਾਟੀ; ਢਲਵਾਣ, ਤਰਾਈ

coon /ਕੂਨ/ *n* ਵਲਛਲੀਆ, ਬਹਾਨੇਬਾਜ਼, ਠੱਗ,

ਚਲਾਕ, ਕਪਟੀ **gone coon** ਗਿਆ-ਗੁਆਚਾ

coop /ਕੂਪ/ *n* ਕੁਕੜੀਆਂ ਦਾ ਖੁੱਡਾ; ਕਾਲ ਕੋਠੜੀ *vt* ਅੰਦਰ ਤਾੜਨਾ, ਬੰਦ ਕਰਨਾ, ਡੱਕ ਦੇਣਾ; ਗਰਿਫ਼ਤਾਰ ਕਰਨਾ, ਕੈਦ ਕਰਨਾ

cooper /'ਕੂਪਅ*/ *n* ਪੀਪਾਸਾਜ਼, ਕੁੱਪੇ ਬਣਾਉਣ ਵਾਲਾ; ਇੱਕ ਤਰ੍ਹਾਂ ਦੀ ਮਿਸ਼ਰਿਤ ਸ਼ਰਾਬ

cooperage /'ਕੂਪ(ਅ)ਰਿਜ/ *n* ਪੀਪਿਆਂ ਦਾ ਕਾਰਖ਼ਾਨਾ, ਕੁੱਪਸਾਜ਼ ਦੀ ਦੁਕਾਨ, ਪੀਪਾਸਾਜ਼ੀ

cooperate /ਕਅਉ'ਔਪਅਰੇਇਟ/ *vt* ਮਿਲ ਕੇ ਕੰਮ ਕਰਨਾ, ਸਹਿਯੋਗ ਦੇਣਾ, ਮਿਲਵਰਤਨ ਕਰਨਾ, ਸਾਥ ਦੇਣਾ, ਸ਼ਾਮਲ ਹੋਣਾ, ਮਦਦ ਕਰਨਾ

cooperation /ਕਅਉ,ਔਪਅ'ਰੇਇਸ਼ਨ/ *n* ਮਿਲਵਰਤਨ, ਸਹਿਕਾਰਤਾ, ਸਹਿਯੋਗ, ਏਕਾ, ਮੇਲ-ਮਿਲਾਪ

cooperative /ਕਅਉ'ਔਪਅਰਅਟਿਵ਼/ *a* ਸਹਿਕਾਰੀ, ਸਹਿਯੋਗੀ, ਮਿਲਵਰਤਨ ਦੇਣ ਵਾਲਾ *n* ਸਹਿਕਾਰੀ ਸੰਮਤੀ

co-operative bank *n* ਸਹਿਕਾਰੀ ਬੈਂਕ, ਜ਼ਿਮੀਦਾਰਾ ਬੈਂਕ

co-operative credit *n* ਸਹਿਕਾਰੀ ਕਰਜ਼ਾ

co-operative farming *n* ਸਹਿਕਾਰੀ ਖੇਤੀ

co-operative society *n* ਸਹਿਕਾਰੀ ਸਭਾ

co-opt /ਕਅਉ'ਔਪਟ/ *vt* ਨਾਮਜ਼ਦ ਕਰਨਾ, ਨਿਯੁਕਤ ਕਰਨਾ, ਨਾਲ ਰਲਾ ਲੈਣਾ

co-opted /ਕਅਉ'ਔਪਟਿਡ/ *a* ਜੋੜਿਆ, ਨਾਮਜ਼ਦ ਕੀਤਾ ਹੋਇਆ, ਨਿਯੁਕਤ

co-ordinate /ਕਅਉ'ਓਡੀਨਅਟ/ *a* ਸਮਾਨ, ਤੁੱਲ, ਬਰਾਬਰ; ਇਕਸਾਰ *n* (ਵਿਆ) ਸਮਾਨ-ਅਧਿਕਰਨ /ਕਅਉ'ਓਡਿਨੇਇਟ/ *vt* ਸਮਾਨ ਕਰਨਾ, ਬਰਾਬਰ ਕਰ ਦੇਣਾ, ਇਕਸਾਰ ਕਰਨਾ, ਮੇਲਨਾ, ਅਨੁਸਾਰ ਕਰਨਾ

coordination /ਕਅਉ,ਓਡਿ'ਨੇਇਸ਼ਨ/ *n* ਤਾਲ-ਮੇਲ, ਇਕਸਾਰਤਾ, ਮੇਲ

co-ordinative /ਕਅਉ'ਓਡਿਨਅਟਿਵ਼/ *a* (ਭਾਸ਼ਾ) ਸਾਂਵਾਂ, ਤਾਲ-ਮੇਲੀ

co-ordinator /ਕਅਉ'ਓਡਿਨੇਇਟਅ*/ *n* ਕੋਆਰਡੀਨੇਟਰ, ਤਾਲ-ਮੇਲ ਕਰਨ ਵਾਲਾ

coot /ਕੂਟ/ *n* ਚਿੱਟੇ ਸਿਰ ਵਾਲੀ ਮੁਰਗਾਬੀ; ਸਿੱਧੜ ਬੰਦਾ **bald as a coot** ਘੋਨ-ਮੋਨ, ਗੰਜਾ

cop[1] /ਕੌਪ/ *n* (ਅਪ) ਪੁਲਸੀਆ, ਸਿਪਾਹੀ *vt* ਗਰਿਫ਼ਤ ਵਿੱਚ ਲੈਣਾ, ਫੜਨਾ

cop[2] *n* ਅੱਟੀ, ਛੱਲੀ, ਮੁੱਢਾ

copartner /,ਕਅਉ'ਪਾਟਨਅ*/ *n* ਹਿੱਸੇਦਾਰ, ਸਾਂਝੀਦਾਰ, ਸਾਥੀ, ਸਾਂਝੀ, ਭਿਆਲ, ਸੰਗੀ, ਸਹਿਭਾਗੀ

copartnership /,ਕਅਉ'ਪਾਟਨਅਸ਼ਿਪ/ *n* ਭਿਆਲੀ, ਹਿੱਸੇਦਾਰੀ, ਸਾਂਝ, ਸਾਂਝਦਾਰੀ

cope /ਕਅਉਪ/ *n* ਪਾਦਰੀਆਂ ਦਾ ਚੋਗਾ *vt* ਨਜਿੱਠਣਾ; ਮੁੰਡੇਰ ਬਣਾਉਣਾ; ਸਾਮ੍ਹਣਾ ਕਰਨਾ, ਸਿੱਝਣਾ, ਪੂਰਾ ਉੱਤਰਨਾ

copious /'ਕਅਉਪਿਅਸ/ *a* ਚੋਖਾ, ਬਹੁਤਾ, ਖੁੱਲ੍ਹਾ, ਭਰਪੂਰ, ਸਬਰਕੱਤਾ; ਸਮਾਚਾਰਪੂਰਨ

copiousness /'ਕਅਉਪਿਅਸਨਅਸ/ *n* ਬਹੁਲਤਾ, ਬਹੁਤਾਤ, ਭਰਮਾਰ

copper[1] /'ਕੌਪਅ*/ *n* ਤਾਂਬਾ, ਤਾਂਬੇ ਦਾ ਭਾਂਡਾ, ਤਾਂਬੇ ਦਾ ਸਿੱਕਾ

copper[2] *n* (ਅਪ) ਪੁਲਸੀਆ, ਪੁਲਿਸ ਦਾ ਸਿਪਾਹੀ

copper-bit *n* ਟਾਂਕੇ ਲਾਉਣ ਵਾਲਾ ਤਾਂਬੇ ਦੀ ਨੋਕ ਵਾਲਾ ਸੰਦ

copper-captain *n* ਝੂਠੀ-ਮੂਠੀ ਦਾ ਕਪਤਾਨ

copperhead /'ਕੌਪਅਹੈੱਡ/ *n* ਜ਼ਹਿਰੀ ਸੱਪ ਦੀ ਇੱਕ ਕਿਸਮ

coppersmith /'ਕੌਪਅਸਮਿਥ/ *n* ਠਠਿਆਰ

copper-sulphate *n* ਨੀਲਾ ਥੋਥਾ

coppery /'ਕੌਪਅਰਿ/ *a* ਕਸੈਲਾ, ਕੱਸ ਵਾਲਾ, ਤਾਂਬੇ ਦਾ

copra /'ਕੌਪਰਅ/ *n* ਖੋਪਾ

coprology /ਕੌ'ਪਰੌਲਅਜਿ/ *n* ਵਿੱਠ ਵਿਗਿਆਨ; ਸਾਹਿਤ ਦੀ ਅਸ਼ਲੀਲਤਾ

copse /ਕੌਪਸ/ *n* ਝਿੜੀ

copulate /'ਕੌਂਪਯੁਲੇਇਟ/ *vi* ਸੰਭੋਗ ਕਰਨਾ, ਮੈਥੁਨ ਕਰਨਾ, ਸਹਿਵਾਸ ਕਰਨਾ

copulation /ˌਕੌਂਪਯੁ'ਲੇਇਸ਼ਨ/ *n* ਸੰਭੋਗ, ਮੈਥੁਨ, ਸਹਿਵਾਸ

copulative /'ਕੌਂਪਯੁਲਅਟਿਵ੍/ *a* (ਵਿਆ) ਸੰਯੋਜਕ; (ਜੰਤੂ) ਸੰਭੋਗੀ, ਸਹਿਵਾਸੀ

copy /'ਕੌਂਪਿ/ *n* ਉਤਾਰਾ, ਨਕਲ, ਪਰਤ; ਪੁਸਤਕ ਦਾ ਖਰੜਾ, ਨਕਲ ਦਾ ਮਸੌਦਾ; ਖਸਰਾ ਜਾਂ ਜਮ੍ਹਾਂਬੰਦੀ, ਕਿਸੇ ਦਸਤਾਵੇਜ਼ ਦੀ ਨਕਲ ਤਿਆਰ ਕਰਨ ਲਈ ਦਿੱਤਾ ਆਦੇਸ਼ *v* ਉਤਾਰਨਾ, ਉਤਾਰਾ ਲਾਹੁਣਾ, ਕਾਪੀ ਕਰਨਾ, ਨਕਲ ਤਿਆਰ ਕਰਨਾ; ਨਕਲ ਮਾਰਨਾ

copycat /'ਕੌਂਪਿਕੈਟ/ *n* (ਅਪ) ਨਕਲਚੀ

copy editor /'ਕੌਂਪਿ ਐੱਡਿਟਅ*/ *n* ਛਪਾਈ ਲਈ ਲੇਖ ਵਗੈਰਾ ਸੋਧਣ ਅਤੇ ਤਿਆਰ ਕਰਨ ਵਾਲਾ ਸੰਪਾਦਕ

copyhold /'ਕੌਂਪਿਹਅਉਲਡ/ *n* ਪਟੇ ਤੇ ਲਈ ਜ਼ਮੀਨ

copyist /'ਕੌਂਪਿਇਸਟ/ *n* ਨਕਲਨਵੀਸ, ਨਕਲ ਤਿਆਰ ਕਰਨ ਵਾਲਾ, ਉਤਾਰਾਕਾਰ

copyright /'ਕੌਂਪਿਰਾਇਟ/ *n* ਉਤਾਰਾ ਅਧਿਕਾਰ, ਕਾਪੀਰਾਈਟ *vt* ਹੱਕ ਰਾਖਵੇਂ ਕਰਨਾ, ਉਤਾਰਾ ਅਧਿਕਾਰ ਰੱਖਣਾ

coquetry /'ਕੌਂਕਿਟਰਿ/ *n* (ਔਰਤ ਦਾ) ਨਖ਼ਰਾ, ਨਖ਼ਰੇਬਾਜ਼ੀ,

coquette /ਕੌਂ'ਕੈੱਟ/ *n* ਨਖ਼ਰੇਲੋ, ਨਖ਼ਰੇਬਾਜ਼ ਤੀਵੀਂ

coquettish /ਕੌਂ'ਕੈੱਟਿਸ਼/ *a* ਨਖ਼ਰੇ ਵਾਲਾ

coral /ਕੌਂਰਅਲ/ *n* ਮੂੰਗਾ, ਮੂੰਗਾ ਚਟਾਨ

coram /'ਕੋਰਅਮ/ *adv* ਹਾਜ਼ਰੀ ਵਿੱਚ, ਸਾਮ੍ਹਣੇ

coram judice *(L) adv* ਜੱਜ ਦੇ ਸਾਮ੍ਹਣੇ

coram populo *(L) adv* ਲੋਕਾਂ ਦੇ ਸਾਮ੍ਹਣੇ

corbel /'ਕੋਬਲ/ *n* ਮੋਰਨੀ; ਤੋੜਾ (ਕੰਧ ਤੋਂ ਅੱਗੇ ਵਧਿਆ ਹੋਇਆ ਲੱਕੜੀ ਜਾਂ ਪੱਥਰ ਦਾ ਟੋਟਾ) **corbel out, corbel off** ਤੋੜੇ ਕੱਢਣਾ, ਤੋੜੇ ਦਾ ਛੱਜਾ ਕੱਢਣਾ

corbel-block *n* ਕੜੀਆਂ ਦਾ ਛੱਜਾ, ਤੋੜਾ

corbel-table *n* ਚੌੜਾ ਛੱਜਾ ਜਾਂ ਛੱਤਾ

corbie /'ਕੋਬਿ/ *n* ਪਹਾੜੀ ਕਾਂ, ਜੰਗਲੀ ਕਾਂ, ਢੋਡਰ ਕਾਂ

cord /ਕੋਡ/ *n* ਡੋਰੀ, ਰੱਸਾ; ਪੱਠਾ, ਤਣਾਅ *vt* ਤੜ ਬੰਨ੍ਹਣਾ, ਜਕੜਨਾ

cordage /ਕੋਡਿਜ/ *n* ਕਿਸ਼ਤੀਆਂ ਜਾਂ ਜਹਾਜ਼ਾਂ ਦੇ ਰੱਸੇ, ਡੋਰੀਆਂ, ਰੱਸੀਆਂ

cordate /'ਕੋਡੇਇਟ/ *a* ਦਿਲ ਦੇ ਅਕਾਰ ਵਾਲਾ, ਦਿਲ ਰੂਪ, ਪਾਨਨੁਮਾ

corded /'ਕੋਡਿਡ/ *a* ਰੱਸੀਆਂ ਨਾਲ ਬੰਨ੍ਹਿਆਂ, ਜਕੜਿਆ; ਡੋਰੀਦਾਰ, ਡੋਰੀ ਵਾਲਾ

cordial /'ਕੋਡਿਅਲ/ *a* ਦਿਲੀ, ਹਾਰਦਿਕ; ਨਿਸ਼ਕਪਟ, ਦੋਸਤਾਨਾ, ਸਨੇਹਪੂਰਨ, ਨਿੱਘਾ, ਤਪਾਕ ਭਰਿਆ, ਉਤੇਜਕ *n* ਦਿਲ ਨੂੰ ਤਾਕਤ ਦੇਣ ਵਾਲੀ ਦਵਾਈ

cordiality /ˌਕੋਡਿ'ਐਲਅਟਿ/ *n* ਪ੍ਰੇਮ-ਪਿਆਰ, ਨਿੱਘ, ਸੁਹਿਰਦਤਾ, ਨਿਸ਼ਕਪਟਤਾ, ਮਿੱਤਰ-ਭਾਵ

cordially /'ਕੋਡਿਅਲਿ/ *adv* ਦਿਲੋਂ, ਪ੍ਰੇਮ ਨਾਲ, ਸੁਹਿਰਦਤਾ ਨਾਲ

cordite /'ਕੋਡਾਇਟ/ *n* ਧੂੰਆ ਰਹਿਤ ਬੰਬ, ਧੂੰਆਂ ਰਹਿਤ ਪਟਾਕਾ

cordon /'ਕੋਡਨ/ *n* ਹਾਸ਼ੀਆ, ਕੰਨੀ, ਕੰਧ ਦਾ ਕਿੰਗਰਾ; ਘੇਰਾ, ਨਾਕਾਬੰਦੀ; ਟੁੱਟੀਆਂ ਟਾਹਣੀਆਂ ਵਾਲਾ ਬਿਰਛ *vt* ਘੇਰਾ ਪਾਉਣਾ, ਨਾਕਾਬੰਦੀ ਕਰਨਾ **cordon something off** ਨਾਕਾ ਬੰਦੀ ਕਰਨਾ, ਪੁਲਿਸ ਤੈਨਾਤ ਕਰਕੇ ਲੋਕਾਂ ਦੇ ਦਾਖਲੇ ਨੂੰ ਰੋਕਣਾ

cordovan /'ਕੋਡਅਵ੍ਅਨ/ *n* ਮੱਧ ਯੁੱਗ ਵਿੱਚ ਪ੍ਰਸਿੱਧ ਰਿਹਾ ਕਾਰਡੋਵਾ ਦਾ ਚਮੜਾ

corduroy /'ਕੋਡਅਰੌਇ/ *n* ਮੋਟਾ ਤੇ ਡੋਰੀਏਦਾਰ ਕੱਪੜਾ, ਮੋਟਾ ਡੋਰੀਆ, ਕਾਡਰਾਏ

cordwainer /'ਕੋਡˌਵੇਇਨਅ*/ *n* ਜੁੱਤੀਆਂ ਸਿਊਣ ਵਾਲਾ

core /ਕੋ*/ *n* ਗਿਰੀ, ਮਗਜ਼, ਗੁੱਦਾ, ਗੁਲੀ; ਸਾਰ, ਤੱਤ; ਬੀਜਦਾਨੀ, ਬੀਜਕੋਸ਼; ਧੁਰ ਅੰਦਰ,

ਅੰਤਹਕਰਨ; ਫੋੜੇ ਦੇ ਅੰਦਰ ਦਾ ਅੱਲਾ ਜ਼ਖ਼ਮ *vt* ਬੀਜਦਾਨੀ ਕੱਢ ਦੇਣਾ, ਗੁੱਦਾ ਕੱਢਣਾ

co-relation /ˌਕਅਉਰਿ'ਲੇਇਸ਼ਨ/ *n* ਆਪਸੀ ਸੰਬੰਧ, ਪਰਸਪਰ ਸੰਬੰਧ

coreless /**ਕੋਲਅਸ**/ *a* ਬੀਜਦਾਨੀ ਤੋਂ ਬਿਨਾਂ, ਬੀਜਕੋਸ਼ ਰਹਿਤ

co-religionist /ˌਕਅਉਰਿ'ਲਿਜਅਨਿਸਟ/ *n* ਸਹਿਧਰਮੀ, ਹਮਮਜ਼ਹਬ, ਧਰਮ ਭਾਈ

coreopsis /ˌ**ਕੌਰਿ'ਔਪਸਿਸ**/ *n* ਪੀਲੇ ਫੁੱਲਾਂ ਵਾਲਾ ਇੱਕ ਪੌਦਾ

corer /**ਕੋਰਅ***/ *n* ਬੀਜਦਾਨੀ ਕੱਢਣ ਵਾਲਾ ਗੋਲ ਚਾਕੂ

co-respondent /ˌ**ਕਅਉਰਿ'ਸਪੌਨਡਅਨਟ**/ *n* (ਕਨੂੰ) ਮੁਦਾਲਾ ਸਾਨੀ, ਸਹਿਉੱਤਰਵਾਦੀ

corf /**ਕੋਫ਼**/ *n* ਟੋਕਰਾ (ਖਾਣਾਂ ਵਿੱਚ ਵਰਤਿਆ ਜਾਣ ਵਾਲਾ); ਮੱਛ ਟੋਕਰਾ

coriander /ˌ**ਕੌਰਿ'ਐਨਡਅ***/ *n* ਧਨੀਆ

Corinthian /**ਕਅ'ਰਿਨਥਿਅਨ**/ *a* (ਦੱਖਣੀ ਯੂਨਾਨ ਦੇ ਪ੍ਰਾਚੀਨ) ਕੋਰਿੰਥਿਆਈ; ਵਿਲਾਸੀ ਤੇ ਐਸ਼ਪ੍ਰਸਤ; ਸ਼ੂਕਾ, ਬਾਂਕਾ, ਛੈਲ-ਛਬੀਲਾ; ਕੋਰਿੰਥਵਾਸੀਆਂ ਸੰਬੰਧੀ

cork /**ਕੋਕ**/ *n* ਕਾਕ, ਡੱਟ; ਸ਼ਾਹ ਬਲੂਤ ਦੀ ਲਕੜੀ *a* ਕਾਕ ਦਾ, ਕਾਕ ਤੋਂ ਬਣਿਆ *vt* ਕਾਕ ਲਾਉਣਾ, ਡੱਟ ਦੇਣਾ; ਟੇਢਾ ਚੱਲਣਾ; ਰੋਕਣਾ

corkage /**'ਕੋਕਿਜ**/ *n* ਕਾਕ ਖੁਲ੍ਹਾਈ (ਭਾੜਾ)

cork-jacket *n* ਕਾਕ ਦੀ ਬਣੀ ਹੋਈ ਵਾਸਕਟ

corkscrew /**'ਕੋਕਸਕਰੂ**/ *n* ਡੱਟ ਕੱਢਣ ਵਾਲੀ ਲੋਹੇ ਦੀ ਵਲਦਾਰ ਚਾਬੀ

corkwood /**ਕੋਕਵੁਡ**/ *n* ਕਾਕ ਵਰਗੀ ਹੌਲੀ ਤੇ ਮੁਸਾਮਾਂ ਵਾਲੀ ਲੱਕੜੀ

corky /**'ਕੋਕਿ**/ *a* ਕਾਕ ਵਰਗਾ, ਹੌਲਾ; ਚੁਲਬੁਲਾ, ਚੰਚਲ; ਜਿੰਦਾ-ਦਿਲ; ਸਖ਼ਤ (ਪਨੀਰ), ਖ਼ਰਾਬ (ਸ਼ਰਾਬ)

corn[1] /**ਕੋਨ**/ *n* ਮੱਕੀ, ਅਨਾਜ, ਅਨਾਜ ਦੀ ਫਸਲ *vt* ਦਾਣੇਦਾਰ ਬਣਾਉਣਾ, ਨਮਕੀਨ ਬਣਾਉਣਾ, ਨਮਕ ਛਿੜਕਣਾ

corn[2] *n* (ਪੈਰ ਦੀ) ਭੌਰੀ, ਅੱਟਣ

corn-bin *n* ਕੋਠੀ, ਭੜੋਲਾ

cornbrash /**'ਕੋਨਬਰੈਸ਼**/ *n* ਇੱਕ ਚੂਨਾ ਪੱਥਰ

corncob /**'ਕੋਨਕੌਬ**/ *n* ਛੱਲੀ

cornea /**'ਕੋਨਿਅ**/ *n* ਅੱਖ ਦੀ ਪਾਰਦਰਸ਼ਕ ਝਿੱਲੀ

cornel /**'ਕੋਨ(ਅ)ਲ**/ *n* ਔਲੇ ਦੀ ਭਾਂਤ ਦਾ ਇੱਕ ਬਿਰਖ, ਕੰਡਰੂ

cornelian /**ਕੋ'ਨੀਲਯਅਨ**/ *n* ਅਕੀਕ (ਇੱਕ ਕੀਮਤੀ ਪੱਥਰ)

corner /**'ਕੋਨਅ***/ *n* ਨੁੱਕਰ, ਗੁੱਠ, ਖੂੰਜਾ, ਕੋਨਾ; ਗੁਪਤ ਥਾਂ; ਜ਼ਖ਼ੀਰਾਬਾਜ਼ੀ *v* ਕੋਣਾ ਬਣਾਉਣਾ, ਨੁੱਕਰਾਂ ਕੱਢਣਾ; ਘੇਰ ਲੈਣਾ, ਜਿੱਚ ਕਰਨਾ **cut off a corner** ਛੋਟਾ ਰਾਹ ਫੜਨਾ **drive into a corner** ਨੁੱਕਰੇ ਲਾ ਦੇਣਾ, ਕੁੜਿੱਕੀ ਵਿੱਚ ਫਸਾਉਣਾ

corner boy *n* ਅਵਾਰਾ, ਲੋਫ਼ਰ

cornered /**'ਕੋਨਅ:ਡ**/ *a* ਘਿਰਿਆ, ਸੰਕਟਗ੍ਰਸਤ

cornerstone /**'ਕੋਨਅਸਟਉਨ**/ *n* ਕੋਨੇ ਦਾ ਨੀਂਹ ਪੱਥਰ; ਕਿਸੇ ਚੀਜ਼ ਦਾ ਮਹੱਤਵਪੂਰਨ ਆਧਾਰ

cornet /**'ਕੋਨਿਟ**/ *n* ਸੰਗੀਤ ਦਾ ਇੱਕ ਸਾਜ਼; ਨਰਸਾਂ ਦਾ ਸਿਰ 'ਤੇ ਬੰਨ੍ਹਣ ਵਾਲਾ ਰੁਮਾਲ; ਫ਼ੌਜ ਦਾ ਜਮਾਂਦਾਰ, ਝੰਡਾ ਬਰਦਾਰ

corn-factor *n* ਅਨਾਜ ਦਾ ਵਪਾਰੀ

cornflakes /**'ਕੋਨਫਲੇਇਕਸ**/ *n* ਮੱਕੀ ਦੇ ਫੁੱਲੇ, ਕਾਰਨਫਲੇਕ

cornflour /**'ਕੋਨਫ਼ਲਾਉਅ***/ *n* (ਮੱਕੀ ਆਦਿ ਦਾ) ਆਟਾ

cornflower /**'ਕੋਨਫਲਾਉਅ***/ *n* ਇੱਕ ਪ੍ਰਕਾਰ ਦਾ ਫੁੱਲਦਾਰ ਬੂਟਾ

cornice /**'ਕੋਨਿਸ**/ *n* ਕਨਸ, ਕਾਰਨਿਸ; ਬਰਫ਼ ਦਾ ਜਮਾਅ

corniced /**'ਕੋਨਿਸਡ**/ *a* ਕਾਰਨਿਸਦਾਰ

corniferous /**ਕੋ'ਨਿਫ਼ਅਰਅਸ**/ *a* ਕੰਕਰੀਲਾ, ਧਰਤੀ ਦਾ ਕੰਕਰੀ ਵਾਲਾ (ਭਾਗ)

cornmill /'ਕੋਨਮਿਲ/ *n* ਆਟਾ ਚੱਕੀ

cornstone /'ਕੋਨਸਟਅਉਨ/ *n* ਚਿਤਕਬਰਾ ਲਾਲ ਹਰਾ ਪੱਥਰ

cornucopia /ˌਕੋਨਯੁ'ਕਅਉਪਿਅ/ *n* ਮੰਗਲਕਾਰੀ ਸਿੰਗ (ਜਿਸ ਤੋਂ ਮਨ ਇੱਛਿਤ ਵਸਤੂ ਪ੍ਰਾਪਤ ਹੁੰਦੀ ਮੰਨੀ ਜਾਂਦੀ ਹੈ); ਅਟੁਟ ਭੰਡਾਰਾ, ਭਰਪੂਰਤਾ

corolla /ਕਅ'ਰੌਲਅ/ *n* ਰੰਗਦਾਰ ਪੱਤੀਆਂ ਦਾ ਪੁੰਜ, ਦਲ ਪੁੰਜ

corollary /ਕਅ'ਰੌਲਅਰਿ/ *n* ਸਿੱਟਾ, ਸਹਿਜ ਫਲ, ਸੁਭਾਵਿਕ ਨਤੀਜਾ; ਜ਼ਿਮਨੀ ਨਤੀਜਾ; ਉਪਸਿਧਾਂਤ

corona /ਕਅ'ਹਅਉਨਅ/ *n* ਪਰਿਵਾਰ, ਹਾਲਾ (ਸੂਰਜ ਜਾਂ ਚੰਨ ਦੇ ਇਰਦ-ਗਿਰਦ ਚਾਨਣ ਦਾ ਚੱਕਰ), ਕਿਰਨਾਂ ਦਾ ਘੇਰਾ; ਝਾੜ-ਫਨੂਸ, ਪੁਸ਼ਪ-ਮੁਕਟ

coronach /'ਕੌਰਅਨਅਕ/ *n* ਵੈਣ, ਅਲਾਹੁਣੀ, ਸੋਗੀ ਗੀਤ

coronal /'ਕੌਰਅਨਲ/ *n* ਮੁਕਟ; ਚੱਕਰ, ਘੇਰਾ /ਕਅ'ਰਅਉਨਲ/ *a* ਸਿਰ ਦੀ ਹੱਡੀ ਦਾ, ਖੋਪਰੀ ਦਾ, ਮੁਕਟ ਸੰਬੰਧੀ

coronate /'ਕੌਰਅਨਅਟ/ *a* ਤਾਜ ਵਰਗਾ, ਮੁਕਟਦਾਰ

coronation /ˌਕੌਰਆ'ਨੇਇਸ਼ਨ/ *n* ਰਾਜ ਤਿਲਕ, ਤਖ਼ਤ ਨਸ਼ੀਨੀ, ਤਾਜਪੋਸ਼ੀ ਦੀ ਰਸਮ **coronation oath** ਰਾਜਗੱਦੀ ਉੱਤੇ ਬੈਠਣ ਵੇਲੇ ਚੁੱਕੀ ਗਈ ਸਹੁੰ

coroner /'ਕੌਰਅਨਅ*/ *n* ਸ਼ੱਕੀ ਮੌਤ ਦੀ ਪੜਤਾਲ ਕਰਨ ਵਾਲਾ ਅਧਿਕਾਰੀ

coronet /'ਕੌਰਅਨੈਟ/ *n* ਛੋਟਾ ਮੁਕਟ, ਛੋਟਾ ਤਾਜ; ਸਿਹਰਾ, ਇੱਕ ਜ਼ਨਾਨਾ ਗਹਿਣਾ, ਦਾਉਣੀ

corpora /'ਕੋਪਅਰਅ/ *n* (ਬਹੁ) **of corpus**

corporal[1] /'ਕੋਪਅਰਅਲ/ *a* ਸਰੀਰਿਕ, ਜਿਸਮਾਨੀ (ਸਜ਼ਾ ਆਦਿ)

corporal[2] *n* ਦਫ਼ੇਦਾਰ (ਫ਼ੌਜ ਦਾ ਛੋਟਾ ਅਧਿਕਾਰੀ), ਨਾਇਕ

corporality /ˌਕੋਪਅ'ਰੈਲਅਟਿ/ *n* ਸਰੀਰਿਕਤਾ, ਭੌਤਿਕਤਾ; ਸਰੀਰ, ਤਨ; ਦੇਹ, ਬਦਨ, ਭੌਤਿਕ ਜ਼ਰੂਰਤਾਂ, ਸਰੀਰਿਕ ਲੋੜਾਂ

corporal punishment *n* ਸਰੀਰਕ ਸਜ਼ਾ (ਕੁੱਟਣਾ, ਡੰਡਾ ਮਾਰਨਾ ਆਦਿ)

corporate /'ਕੋਪਅਰਅਟ/ *a* ਨਿਗਮ ਸੰਬੰਧੀ, ਸੰਗਠਿਤ, ਨਿਗਮਤ

corporately /'ਕੋਪਅਰਅਟਲਿ/ *adv* ਜੱਥੇਬੰਦੀ ਨਾਲ, ਸਮੂਹਿਕ ਤੌਰ 'ਤੇ

corporation /ˌਕੋਅਪ'ਰੇਇਸ਼ਨ/ *n* ਨਿਗਮ, ਮਹਾਂਨਗਰ, ਸਭਾ, ਕਾਰਪੋਰੇਸ਼ਨ **municipal corporation** ਨਗਰ-ਨਿਗਮ

corporation tax *n* ਕਮੇਟੀ ਦਾ ਟੈਕਸ

corporative /'ਕੋਪਅਰਅਟਿਵ੍/ *a* ਕਿਸੇ ਕਾਰਪੋਰੇਸ਼ਨ ਦਾ, ਨਿਗਮ ਸੰਬੰਧੀ

corporator /'ਕੋਪਅਰੇਇਟਅ*/ *n* ਕਾਰਪੋਰੇਸ਼ਨ ਦਾ ਮੈਂਬਰ

corporeal /ਕੋ'ਪੋਰਿਅਲ/ *a* ਦੇਹਧਾਰੀ, ਸਰੀਰਕ, ਜਿਸਮਾਨੀ, ਸਥੂਲ, ਮਾਦੀ, ਭੌਤਿਕ

corporeality /ਕੋˌਪੋਰਿ'ਐਲਅਟਿ/ *n* ਸਥੂਲਤਾ, ਸਰੀਰਿਕਤਾ, ਭੌਤਿਕਤਾ

corporeity /ˌਕੋਪਅ'ਰੀਅਟਿ/ *n* ਪਦਾਰਥਕ ਭਾਵ, ਭੌਤਿਕ ਭਾਵ, ਭੌਤਿਕ ਪਦਾਰਥ, ਸਰੀਰਿਕ ਤੱਤ, ਭੌਤਿਕਤਾ, ਸਰੀਰਿਕਤਾ, ਜੜ੍ਹਤਾ, ਸਥੂਲਤਾ

corps /ਕੋ*/ (ਬਹੁ **corps** /ਕੋਜ਼/) *n* ਪਲਟਨ, ਫ਼ੌਜ ਦਾ ਦਸਤਾ, ਕੋਰ

corpsant /'ਕੋਪਅਜ਼(ਅ)ਨਟ/ *n* ਤੂਫ਼ਾਨ ਵਿੱਚ ਘਿਰੇ ਜਹਾਜ਼ ਉੱਤੋਂ ਚਮਕਦੀ ਬਿਜਲੀ

corpse /ਕੋਪਸ/ *n* ਲਾਸ਼, ਲੋਥ, ਮਿਰਤਕ ਸਰੀਰ

corpulence /'ਕੋਪਯੁਲਅਨਸ/ *n* ਮੁਟਾਪਾ, ਭੁੱਚਰਪਣ, ਭਾਰੀਪਣ

corpulent /'ਕੋਪਯਅਲਅਨਟ/ *a* ਮੋਟਾ, ਭਾਰੀ, ਭੁੱਚਰ

corpus /'ਕੋਪਅਸ/ *n* ਸਰੀਰ, ਦੇਹ; ਪੁਸਤਕਾਂ ਦਾ ਸੰਗ੍ਰਹਿ (ਜੋ ਇੱਕ ਵਿਸ਼ੇ ਉੱਪਰ ਲਿਖੀਆਂ ਗਈਆਂ

ਹੋਣ)

corpuscle /'ਕੋਪਅੱਸਲ/ *n* ਲਹੂ ਦਾਣਾ, ਰਕਤ ਕਣ

corpuscular /ਕੋ'ਪਅੱਸਕਯੁਲਅ*/ *a* ਰਕਤਾਣਵੀ

corpus juris *n* ਵਿਧਾਨ ਸੰਗ੍ਰਹਿ

corral /ਕਅ'ਰਾਲ/ *n* ਹਾਤਾ; ਵਾੜਾ

correct /ਕਅ'ਰੈੱਕਟ/ *a* ਸਹੀ, ਠੀਕ, ਢੁਕਵਾਂ, ਉਚਿਤ, ਸ਼ੁੱਧ *vi* ਸਹੀ ਕਰਨਾ, ਠੀਕ ਕਰਨਾ, ਯੋਗ ਬਣਾਉਣਾ, ਸੁਆਰਨਾ, ਸੁਧਾਰਨਾ; ਦੰਡ ਦੇਣਾ

corrected /ਕਅ'ਰੈੱਕਟਿਡ/ *a* ਸੋਧਿਆ, ਸਹੀ ਕੀਤਾ

correction /ਕਅ'ਰੈੱਕਸ਼ਨ/ *n* ਸੁਧਾਈ, ਸੋਧ, ਸੰਸ਼ੋਧਨ, ਦਰੁਸਤੀ, ਸੁਧਾਰ; ਝਿੜਕ, ਤਾੜਨਾ **house of correction** ਸੋਧ ਘਰ **I speak under correction** ਹੋ ਸਕਦਾ ਹੈ ਮੈਂ ਗਲਤੀ 'ਤੇ ਹੋਵਾਂ

correctitude /ਕਅ'ਰੈੱਕਟਿਟਯੁਡ/ *n* ਦਰੁਸਤੀ, ਸੁਧਾਈ, ਸੋਧ, ਸ਼ੁੱਧੀ

corrective /ਕਅ'ਰੈੱਕਟਿਵ਼/ *a* ਸੋਧਮਈ, ਸੋਧਵਾਂ, ਦੋਸ਼ ਨਿਵਾਰਕ

correctly /ਕਅ'ਰੈੱਕਟਲਿ/ *adv* ਠੀਕ-ਠੀਕ, ਸਹੀ ਤੌਰ 'ਤੇ

correctness /ਕਅ'ਰੈੱਕਟਨਅਸ/ *n* ਸੁਧਾਈ, ਸ਼ੁੱਧਤਾ, ਸੋਧ

corrector /ਕਅ'ਰੈੱਕਟਅ*/ *n* ਸੋਧਕ, ਸੰਸ਼ੋਧਕ, ਸੁਧਾਰਕ, ਸੋਧਣ ਵਾਲਾ; ਪਰੂਫ ਸੋਧਕ; ਡੰਨ ਦੇਣ ਵਾਲਾ

correlate /'ਕੌਰਅਲੇਇਟ/ *v* ਦੋ ਜਾਂ ਵੱਧ ਚੀਜ਼ਾਂ ਦਾ ਸੰਬੰਧ ਸਥਾਪਿਤ ਕਰਨਾ, ਪਰਸਪਰ ਸੰਬੰਧ ਕਾਇਮ ਕਰਨਾ ਜਾਂ ਹੋਣਾ; ਦੋ ਚੀਜਾਂ ਦਾ ਇੱਕ ਦੂਜੇ ਦੇ ਸਹਾਰੇ ਹੋਣਾ

correlation /,ਕੌਰਅ'ਲੇਇਸ਼ਨ/ *n* ਪਰਸਪਰ ਸੰਬੰਧ, ਆਪਸੀ ਮੇਲ, ਸਹਿਸੰਬੰਧ

correlative /ਕਅ'ਰੈੱਲਅਟਿਵ਼/ *a* ਸੰਬੰਧਿਤ, ਪਰਸਪਰ ਸੰਬੰਧਿਤ

correlatively /ਕਅ'ਰੈੱਲਅਟਿਵ਼ਲਿ/ *adv* ਸਹਿਸੰਬੰਧਕੀ ਤੌਰ 'ਤੇ

correlativity /ਕੋ,ਰੈੱਲਅ'ਟਿਵ਼ਅਟਿ/ *n* ਸੰਬੰਧ, ਮੇਲ, ਜੋੜ

correlator /'ਕੌਰਅਲੇਇਟਅ*/ *n* ਪਰਸਪਰ ਸੰਬੰਧਕ, ਆਪਸੀ ਮਿਲਾਨ ਕਰਨ ਵਾਲਾ

correspond /,ਕੌਰਅ'ਸਪੌਨਡ/ *vi* ਅਨੁਸਾਰੀ ਹੋਣਾ, ਜੋੜ ਹੋਣਾ, ਬਰਾਬਰ ਹੋਣਾ; ਚਿੱਠੀ-ਪੱਤਰ ਲਿਖਣਾ

correspondence /,ਕੌਰਅ'ਸਪੌਨਡਅਨਸ/ *n* ਅਨੁਸਰਨ; ਲਿਖਤ-ਪੜ੍ਹਤ, ਚਿੱਠੀ-ਪੱਤਰ, ਪੱਤਰ-ਵਿਹਾਰ, ਚਿੱਠੀ-ਚਪੱਠੀ

correspondent /,ਕੌਰਅ'ਸਪੌਨਡਅਨਟ/ *a* ਅਨੁਸਾਰੀ *n* ਪੱਤਰ-ਪ੍ਰੇਰਕ, ਨਾਮਾਨਿਗਾਰ, ਸੰਵਾਦਦਾਤਾ, ਲਿਖਾ-ਪੜ੍ਹੀ ਜਾਂ ਚਿੱਠੀ-ਚਪੱਠੀ ਕਰਨ ਵਾਲਾ, ਦੂਜੇ ਦੇਸ਼ਾਂ ਨਾਲ ਚਿੱਠੀ-ਪੱਤਰ ਕਰਨ ਵਾਲੀ ਫ਼ਰਮ

corridor /'ਕੌਰਿਡੋ*/ *n* ਵਰਾਂਡਾ, ਦਲਾਨ, ਲਾਂਘਾ; ਕਿਸੇ ਰਾਜ ਦਾ ਭੀੜਾ ਰਾਹ ਜੋ ਦੂਜੇ ਰਾਜ ਵਿੱਚੋਂ ਲੰਘਦਾ ਹੋਵੇ

corrie /'ਕੌਰਿ/ *n* ਪਹਾੜ ਦੀ ਬਾਹੀ ਉੱਤੇ ਗੁਫਾ, ਖੁੰਧਕ

corrigendum /,ਕੌਰਿ'ਜੈਨੱਡਅਮ/ *n* ਸੰਸ਼ੋਧਨ, ਸੁਧਾਰ; ਸ਼ੁੱਧੀ-ਪੱਤਰ

corrigible /'ਕੌਰਿਜਅਬਲ/ *a* ਸੁਧਰਨਯੋਗ, ਸ਼ੁੱਧੀਯੋਗ; ਗ਼ਲਤੀ ਮੰਨਣ ਵਾਲਾ (ਵਿਅਕਤੀ)

corroborate /ਕਅ'ਰੌਬਅਰੇਇਟ/ *vt* ਪ੍ਰੋੜ੍ਹਤਾ ਕਰਨਾ; ਪੱਕਾ ਕਰਨਾ; ਤਸਦੀਕ ਕਰਨਾ, ਤਾਈਦ ਕਰਨਾ, ਹਾਮੀ ਭਰਨਾ

corroborative /ਕਅ'ਰੌਬਅਰਅਟਿਵ਼/ *a* ਪੁਸ਼ਟੀਕਾਰਕ, ਤਸਦੀਕੀ, ਸਮਰਥਕ, ਪ੍ਰਮਾਣਕਾਰੀ

corroborator /ਕਅ'ਰੌਬਅਰੇਇਟਅ*/ *n* ਪੁਸ਼ਟੀਕਾਰ, ਪੁਸ਼ਟੀ ਕਰਨ ਵਾਲਾ, ਤਸਦੀਕ ਕਰਨ ਵਾਲਾ ਗਵਾਹ

corroboree /ਕਅ'ਰੌਬਅਰਿ/ *n* ਆਸਟਰੇਲੀਆ ਦਾ ਦੇਸੀ ਨਾਚ

corrode /ਕਅ'ਰਅਉਡ/ *v* ਤੇਜ਼ਾਬ ਆਦਿ ਨਾਲ ਹੌਲੀ-ਹੌਲੀ ਖੋਰਨਾ ਜਾਂ ਗਾਲਨਾ, ਖਾ ਜਾਣਾ, ਖੁਰ ਜਾਣਾ

corrosion /ਕਅ'ਰਅਉਯ਼ਨ/ *n* ਖੋਰ, ਕਾਟ, ਖਾਰ, ਖੈ, ਨਾਸ

corrosive /ਕਅ'ਰਅਉਸਿਵ਼/ *a* ਗਾਲਨ ਵਾਲਾ, ਖੋਰਨ ਵਾਲਾ, ਕਾਟ ਕਰਨ ਵਾਲਾ; ਦੁੱਖ ਦੇਣ ਵਾਲਾ, ਖਾਰੀ, ਨਾਸਕ; ਕਾਟਵਾਂ, ਵਿਅੰਗਪੂਰਨ *n* ਖੋਰਨ ਵਾਲਾ ਪਦਾਰਥ; ਕਾਟ, ਵਿਅੰਗ

corrosively /ਕਅ'ਰਅਉਸਿਵ਼ਲਿ/ *adv* ਜੰਗਾਲ ਲੱਗਣ ਕਰਕੇ; ਕਾਟਵੇਂ ਢੰਗ ਨਾਲ, ਵਿਅੰਗਪੂਰਵਕ

corrosiveness /ਕਅ'ਰਅਉਸਿਵ਼ਨਅਸ/ *n* ਹਰਾਸਸ਼ੀਲਤਾ, ਖੁਰਨਸ਼ੀਲਤਾ

corrugate /'ਕੌਰਅਗੇਇਟ/ *v* ਵੱਟ ਪਾਉਣਾ ਜਾਂ ਪੈਣਾ, ਝੁਰੜੀਆਂ ਪਾਉਣਾ ਜਾਂ ਪੈਣਾ, ਮੱਥੇ ਤਿਊੜੀ ਪੈਣਾ ਜਾਂ ਪਾਉਣਾ; ਸਲਵਟ ਪੈਣਾ ਜਾਂ ਪਾਉਣਾ; ਝਿਰੀਆਂ ਪਾਉਣਾ

corrugation /,ਕੌਰਅ'ਗੇਇਸ਼ਨ/ *n* ਝਿਰੀ; ਵੱਟ, ਝੁਰੜੀ, ਤਿਊੜੀ

corrugator /'ਕੌਰਅਗੇਇਟਅ*/ *n* ਮੱਥੇ ਦਾ ਪੱਠਾ ਜਿਸ ਨੂੰ ਖਿੱਚਣ ਨਾਲ ਮੱਥੇ ਦੀ ਤਿਊੜੀ ਪੈਂਦੀ ਹੈ

corrupt /ਕਅ'ਰਅੱਪਟ/ *a* ਵੱਢੀਖੋਰ, ਰਿਸ਼ਵਤਖੋਰ; ਹਰਾਮਖੋਰ, ਖੋਟਾ, ਮਾੜਾ, ਦੋਸ਼ਪੂਰਨ, ਖ਼ਰਾਬ; ਬਦਕਾਰ, ਬਦਚਲਨ *v* ਵਿਗਾੜਨਾ, ਖ਼ਰਾਬ ਕਰਨਾ; ਵੱਢੀ ਦੇਣਾ, ਬੋਲੀ ਵਿਗਾੜਨਾ; ਵਿਗੜਨਾ, ਖ਼ਰਾਬ ਹੋਣਾ, ਤਰੱਕਣਾ

corruptible /ਕਅ'ਰਅੱਪਟਅਬਲ/ *a* ਵਿਗੜਨਹਾਰ, ਵਿਗਾੜਿਆ ਜਾ ਸਕਣ ਵਾਲਾ, ਰਿਸ਼ਵਤ ਲੈਣ ਵਾਲਾ, ਵੱਢੀ ਖਾਣ ਵਾਲਾ

corruption /ਕਅ'ਰਅੱਪਸ਼ਨ/ *n* ਵੱਢੀਖੋਰੀ, ਹਰਾਮਖੋਰੀ; ਦੋਸ਼ਪੂਰਨਤਾ, ਵਿਗਾੜ, ਖ਼ਰਾਬੀ; ਬਦਚਲਨੀ, ਭ੍ਰਿਸ਼ਟਤਾ; ਭਾਸ਼ਾ ਦਾ ਵਿਗਾੜ

corruptive /ਕਅ'ਰਅੱਪਟਿਵ਼/ *a* ਭ੍ਰਿਸ਼ਟਕਾਰੀ, ਦੂਸ਼ਕ, ਦੂਸ਼ਿਤ

corruptiveness /ਕਅ'ਰਅੱਪਟਿਵ਼ਨਅਸ/ *n* ਭ੍ਰਿਸ਼ਟਤਾ, ਬਦਚਲਨੀ, ਦੂਸ਼ਿਤਤਾ

corsage /ਕੋ'ਸਾਯ਼/ *n* ਅੰਗੀ, ਚੋਲੀ, ਸੀਨਾਬੰਦ

corsair /'ਕੋਸੇਅ*/ *n* ਸਮੁੰਦਰੀ ਡਾਕੂ, ਲੁਟੇਰਾ ਜਹਾਜ਼

corset /'ਕੋਸਿਟ/ *n* ਚੋਲੀ, ਸੀਨਾਬੰਦ

corslet, corselet /'ਕੋਸਲਿਟ/ *n* ਕਵਚ, ਸੰਜੋਅ, ਜੱਰਾਬਕਤਰ

cortege /ਕੋ'ਟੈਯ਼, -'ਟੇਇਯ਼/ *n* ਨੌਕਰ-ਚਾਕਰ ਅਮਲਾ-ਫੈਲਾ

cortex /'ਕੋਟੈੱਕਸ/ *n* (ਬਨ) ਛਿੱਲ; (ਜੰਤੂ) ਤੁਚਾ

cortical /'ਕੋਟਿਕਲ/ *a* ਬਾਹਰੀ ਭਾਗ ਸੰਬੰਧੀ, ਛਿੱਲ ਸੰਬੰਧੀ

corticated /'ਕੋਟਿਕੇਇਟਿਡ/ *a* ਛਿੱਲੜਦਾਰ, ਝਿੱਲੀਦਾਰ, ਛਿਲਕੇਦਾਰ

corundum /ਕਅ'ਰਅੱਨਡਅਮ/ *n* ਲਾਲ ਜਾਂ ਨੀਲਮ ਦੀ ਭਾਂਤ ਦਾ ਇੱਕ ਖਣਿਜ ਪਦਾਰਥ ਜੋ ਪੀਹ ਕੇ ਪਾਲਸ਼ ਜਾਂ ਰੋਗਨ ਦੇ ਤੌਰ 'ਤੇ ਵਰਤਿਆ ਜਾਂਦਾ ਹੈ

coruscant /'ਕੌਰਅਸਕਅਨਟ/ *a* ਚਮਕੀਲਾ, ਚਮਕਦਾਰ, ਲਿਸ਼ਕਦਾ

coruscate /'ਕੌਰਅਸਕੇਇਟ/ *vi* ਪ੍ਰਕਾਸ਼ਵਾਨ ਹੋਣਾ, ਉਜੱਲ ਹੋਣਾ, ਚਮਕਣਾ, ਜਗਮਗਾਉਣਾ, ਕੂੰਦਣਾ

coruscation /,ਕੌਰਅਸ'ਕੇਇਸ਼ਨ/ *n* ਚਮਕ-ਦਮਕ, ਲਿਸ਼ਕ-ਪੁਸ਼ਕ, ਝਲਕ, ਲਿਸ਼ਕ

corydon /'ਕੋਰਿਡ(ਅ)ਨ/ *n* (ਲੋਕ ਗੀਤਾਂ ਵਿੱਚ) ਇੱਕ ਪੇਂਡੂ ਨਾਂ

coryphaeus /,ਕੌਰਿ'ਫ਼ੀਅਸ/ *n* ਗਾਇਕ ਮੰਡਲੀ ਦਾ ਸਰਦਾਰ, ਸੰਗੀਤ ਜੱਥੇ ਦਾ ਆਗੂ, ਸਹਿਗਾਨ ਮੰਡਲ ਦਾ ਨੇਤਾ

cosaque /ਕੌ'ਜ਼ਾਕ/ *n* ਇੱਕ ਫ਼ਰਾਂਸੀਸੀ ਮਠਿਆਈ, ਕੋਸਾਕ

cose /ਕਅਉਜ਼/ *vi* ਸੁੱਖ ਮਾਣਨਾ, ਅਰਾਮ ਨਾਲ

ਬਹਿਣਾ, ਨਿੱਘ ਮਾਣਨਾ

cosher /**'ਕੌਸ਼ਅ***/ *vt* ਖਵਾਉਣਾ, ਪਿਆਉਣਾ, ਖਵਾ ਪਿਆ ਕੇ ਤਿਆਰ ਕਰਨਾ; ਲਾਡ ਲਡਾਉਣਾ, ਦੁਲਾਰਨਾ

cosier /**'ਕਅਉਜ਼ਿਅ***/ *n* ਚਮਾਰ, ਮੋਚੀ

co-signatory /**,ਕਅਉ'ਸਿਗਨਅਟਅਰਿ**/ *a* ਸਹਿ ਹਸਤਾਖ਼ਰ ਕਰਤਾ *n* ਦੂਜਿਆਂ ਦੇ ਨਾਲ ਦਸਤਖ਼ਤ ਕਰਨ ਵਾਲਾ ਬੰਦਾ ਆਦਿ

cosine /**'ਕਅਉਸਾਇਨ**/ *n* (ਤ੍ਰਿਮਨੋਮੀਟਰੀ ਵਿੱਚ) ਕੋਸਾਇਨ

cosmetic /**ਕੌਜ਼'ਮੈੱਟਿਕ**/ *a* ਸ਼ਿੰਗਾਰ ਸੰਬੰਧੀ, ਸੁੰਦਰਤਾ ਵਰਧਕ *n* ਸ਼ਿੰਗਾਰ ਸਮੱਗਰੀ

cosmic /**'ਕੌਜ਼ਮਿਕ**/ *a* ਬ੍ਰਹਿਮੰਡੀ, ਸ੍ਰਿਸ਼ਟੀਗਤ

cosmic dust *n* ਵਾਯੂਮੰਡਲ ਵਿੱਚ ਗਰਦ ਦੇ ਬਰੀਕ ਕਣ ਅਣਦਿਸਦੀ ਗਰਦ ਦੇ ਕਣ

cosmic rays *n* ਬ੍ਰਹਿਮੰਡੀ ਕਿਰਨਾਂ, ਬ੍ਰਹਿਮੰਡ ਵਿੱਚੋਂ ਧਰਤੀ ਉੱਤੇ ਪੁੱਜਣ ਵਾਲੀਆਂ ਕਿਰਨਾਂ

cosmism /**'ਕੌਜ਼ਮਿਜ਼ਅਮ**/ *n* ਬ੍ਰਹਿਮੰਡਵਾਦ

cosmogony /**ਕੌਜ਼'ਮੌਗਅਨਿ**/ *n* ਬ੍ਰਹਿਮੰਡ ਜਾਂ ਸ੍ਰਿਸ਼ਟੀ ਦੀ ਉਤਪਤੀ ਦਾ ਸਿਧਾਂਤ

cosmography /**ਕੌਜ਼'ਮੌਗਰਅਫ਼ਿ**/ *n* ਸ੍ਰਿਸ਼ਟੀ-ਚਿੱਤਰਨ

cosmology /**ਕੌਜ਼'ਮੌਲਅਜਿ**/ *n* ਬ੍ਰਹਿਮੰਡ ਵਿਗਿਆਨ

cosmonaut /**'ਕੌਜ਼ਮਅਨੌਟ**/ *n* ਪੁਲਾੜ ਯਾਤਰੀ

cosmopolis /**ਕੌਜ਼'ਮੌਪਅਲਿਸ**/ *n* ਜਗਤ ਪ੍ਰਸਿੱਧ ਨਗਰ

cosmopolitan /**,ਕੌਜ਼ਮਅ'ਪੌਲਿਟਅਨ**/ *n* ਵਿਸ਼ਵ-ਪ੍ਰੇਮੀ, ਵਿਸ਼ਵ ਨਾਗਰਿਕ *a* ਵਿਸ਼ਵਵਿਆਪੀ, ਵਿਸ਼ਵ ਸੰਬੰਧੀ

cosmopolite /**ਕੌਜ਼'ਮੌਪਅਲਾਇਟ**/ *n* ਵਿਸ਼ਵ ਬੰਧੂ; ਵਿਸ਼ਵ ਵਾਸੀ, ਵਿਸ਼ਵ ਨਾਗਰਿਕ

cosmopolitism /**,ਕੌਜ਼ਮਅ'ਪੌਲਿਟਿਜ਼ਅਮ**/ *n* ਵਿਸ਼ਵਵਾਦ, ਵਿਸ਼ਵ ਪ੍ਰੇਮ; ਵਿਸ਼ਵ ਨਾਗਰਿਕਤਾ

cosmorama /**,ਕੌਜ਼ਮਅ'ਰੈਮਅ**/ *n* ਵਿਸ਼ਵ ਦ੍ਰਿਸ਼, ਵਿਸ਼ਵ-ਚਿੱਤਰ

cosmos /**'ਕੌਜ਼ਮੌਸ**/ *n* ਬ੍ਰਹਿਮੰਡ, ਸ੍ਰਿਸ਼ਟੀ, ਕਾਇਨਾਤ

Cossack /**'ਕੌਸੈਕ**/ *n* ਰੂਸ ਦੀ ਇੱਕ ਜੰਗਜੂ ਜਾਤੀ ਦਾ ਬੰਦਾ, ਕਜ਼ਾਕ

cosset /**'ਕੌਸਿਟ**/ *n* ਪਾਲਤੂ ਬੱਕਰੀ ਦਾ ਬੱਚਾ, ਮੇਮਣਾ *vt* ਲਾਡ ਲਡਾਉਣਾ, ਪਿਆਰ ਕਰਨਾ

cost /**ਕੌਸਟ**/ *n* ਮੁੱਲ, ਦਾਮ, ਕੀਮਤ; ਲਾਗਤ, ਖ਼ਰਚ (ਬਹੁ) (ਅਦਾਲਤ ਦੇ) ਖ਼ਰਚੇ *vt* ਮੁੱਲ ਤਾਰਨਾ, ਪੈਸੇ ਖ਼ਰਚ ਕਰਨਾ, ਮੁੱਲ ਕਰਾਉਣਾ; ਕੀਮਤ ਨਿਸ਼ਚਿਤ ਕਰਨਾ **at all costs** ਹਰ ਹਾਲਤ ਵਿੱਚ **at the cost of** ਨੁਕਸਾਨ ਸਹਿ ਕੇ

cost accountant *n* ਲਾਗਤ ਲੇਖਾਕਾਰ, ਮੁਨੀਮ, ਗਣਕ

costal /**'ਕੌਸਟਲ**/ *a* ਪਸਲੀ ਦਾ, ਪਸਲੀ ਨੇੜਲਾ

cost-benefit *n* ਚੀਜ਼ਾਂ ਉਤਪੰਨ ਕਰਨ ਦੀ ਲਾਗਤ ਅਤੇ ਇਹਨਾਂ ਤੋਂ ਮਿਲਦੇ ਲਾਭ ਦਾ ਆਪਸੀ ਸੰਬੰਧ

cost-book *n* ਖਾਣ-ਖਾਤਾ, ਖਦਾਨ-ਖਾਤਾ

cost-effective *a* (ਲਾਗਤ/ਖਰਚ ਦੇ ਹਿਸਾਬ ਨਾਲ) ਬਹੁਤ ਵਧੀਆ ਮੁਨਾਫਾ ਦੇਣ ਵਾਲਾ, ਅਤਿ ਲਾਭਕਾਰੀ

coster's barrow /**,ਕੌਸਟਅਜ਼ 'ਬੈਰਅਓ**/ *n* ਦੋ ਪਹੀਆਂ ਵਾਲੀ ਹੱਥ ਗੱਡੀ, ਠੇਲ੍ਹਾ ਰੇੜ੍ਹੀ

costive /**'ਕੌਸਟਿਵ਼**/ *a* ਕਬਜ਼ੀ ਵਾਲਾ; ਕੰਜੂਸੀ ਵਾਲਾ

costless /**ਕੌਸਟਲਅਸ**/ *a* ਬਹੁਮੁੱਲਾ

costly /**'ਕੌਸਟਲਿ**/ *a* ਕੀਮਤੀ, ਬਹੁਮੁੱਲਾ; ਮਹਿੰਗਾ

cost of carriage *n* ਢੁਆਈ ਦਾ ਭਾੜਾ

costume /**'ਕੌਸਟਯੂਮ**/ *n* ਵੇਸ, ਵੇਸ-ਭੂਸ਼ਾ, ਬਾਣਾ, ਵਸਤਰ, ਪੁਸ਼ਾਕ

cosy /**'ਕਅਉਜ਼ਿ**/ *a* ਸੁੱਖਦਾਈ (ਥਾਂ), ਨਿੱਘਾ, ਅਰਾਮਦੇਹ; ਸਨੇਹਪੂਰਨ

cot[1] /**ਕੌਟ**/ *n* ਮੰਜਾ, ਮੰਜੀ, ਬੱਚਿਆਂ ਦਾ ਝੂਲਾ, ਖਟੋਲਾ

cot[2] *n* ਕੁੱਲੀ, ਕੁਟੀਆ, ਝੌਂਪੜੀ

cote /**ਕਅਉਟ**/ *n* ਛੱਪਰ, ਸਾਏਬਾਨ; ਵਾੜਾ, ਵਲਗਣ, ਘੇਰ

co-temporary /**ਕਅਉ'ਟੈਮਪਅਰਅਰਿ**/ *a* ਵੇਖੋ **contemporary**

co-tenant /**ਕਅਉ'ਟੈਨੱਅਨਟ**/ *n* ਸਾਥੀ ਕਿਰਾਏਦਾਰ; ਸਹਿਕਾਸ਼ਤਕਾਰ

coterie /**'ਕਅਉਟਅਰਿ**/ *n* ਜੁੰਡੀ, ਜੁੰਡਲੀ, ਚੰਡਾਲ-ਚੌਕੜੀ, ਟੋਲਾ

cottage /**'ਕੌਟਿਜ**/ *n* ਕੁੱਲੀ, ਕੁਟੀਆ, ਛੱਪਰ, ਝੌਂਪੜੀ; ਛੋਟਾ ਘਰ, ਪੇਂਡੂ ਮਕਾਨ

cottage hospital *n* ਸਫ਼ਰੀ ਜਾਂ ਆਰਜ਼ੀ ਦਵਾਖ਼ਾਨਾ

cottar /**'ਕੌਟਅ***/ *n* ਸਕਾਟਲੈਂਡ ਦਾ ਖੇਤ ਮਜ਼ਦੂਰ

cotter /**'ਕੌਟਅ***/ *n* ਕਿੱਲੀ, ਫਾਨਾ, ਪੱਚਰ, ਕਿੱਲ

cotter pin *n* ਕਾਟਰ ਪਿੰਨ

cotton[1] /**'ਕੌਟਨ**/ *n* ਰੂੰ, ਕਪਾਹ; ਸੂਤ, ਸੂਤੀ ਧਾਗਾ, ਸੂਤੀ ਕੱਪੜਾ *a* ਸੂਤੀ, ਰੂੰ ਦਾ, ਰੂੰ ਸੰਬੰਧੀ, ਕਪਾਹ ਸੰਬੰਧੀ

cotton[2] *vi* ਸੰਮਤੀ ਹੋਣਾ, ਰਾਏ ਮਿਲਨਾ, ਸਹਿਮਤ ਹੋਣਾ, ਸੁਰਮੇਲ ਹੋਣਾ **cotton up to** ਡੋਰੇ ਸੁੱਟਣਾ, ਦੋਸਤੀ ਗੰਢਣਾ

cottonade /ˌ**ਕੌਟਅ'ਨੇਇਡ**/ *n* ਇੱਕ ਰੱਦੀ ਸੂਤੀ ਕੱਪੜਾ

cotton-cake *n* ਵੜੇਵਿਆਂ ਦੀ ਖ਼ਲ

cotton-lord *n* ਕਪਾਹ ਦਾ ਵਪਾਰੀ

cotton-plant *n* ਕਪਾਹ ਦਾ ਬੂਟਾ

cottonseed /**'ਕੌਟਨਸੀਡ**/ *n* ਵੜੇਵਾਂ

cotton-spinner *n* ਸੂਤ ਕੱਤਣ ਵਾਲਾ

cotton wool *n* ਕੱਚੀ ਰੂੰ

cotton worm *n* ਕਪਾਹ ਨੂੰ ਲੱਗਣ ਵਾਲਾ ਤੇਲਾ, ਸੁੰਡੀ

cotton-yarn *n* ਸੂਤੀ-ਧਾਗਾ

cotyledon /ˌ**ਕੌਟਿ'ਲੀਡ(ਅ)ਨ**/ *n* (ਬਨ) ਬੀਜ-ਪੱਤਰ

couch /**ਕਾਉਚ**/ *n* ਸੋਫਾ, ਪਲੰਘ, ਸੇਜ, ਕਾਊਚ *v* ਲਿਟਾਣਾ, ਝੁਕਾਉਣਾ, ਤੋਲਣਾ; ਅੱਖਾਂ ਦਾ ਜਾਲਾ ਦੂਰ ਕਰਨਾ; ਲੁਕਾਉਣਾ, ਘਾਤ ਲਾਉਣਾ

cough /**ਕੌਫ**/ *n* ਖੰਘ, ਖਾਂਸੀ, ਖੰਘਾਰ *v* ਖੰਘਣਾ ਖੰਘੂਰਾ ਮਾਰਨਾ, ਖੰਘਾਰਨਾ, ਖਊਂ-ਖਊਂ ਕਰਨਾ **cough out** ਖੰਘਾਰ ਬਾਹਰ ਕੱਢਣਾ **cough-drop** *n* ਖੰਘ ਦੀ ਦਵਾਈ

could /**ਕਅਡ, ਕੁਡ**/ *v* ***can*** ਦਾ ਭੂਤ-ਕਾਲ ਅਤੇ ਭੂਤ-ਕ੍ਰਿਦੰਤ

coulter /**'ਕਅਉਲਟਅ***/ *n* (ਹਲ ਦਾ) ਫਾਲਾ

council /**'ਕਾਉਨਸਲ**/ *n* ਕੌਂਸਲ, ਸਭਾ, ਪਰਿਸ਼ਦ, ਕਮੇਟੀ, ਸੰਮਤੀ

council chamber *n* ਦੀਵਾਨਖ਼ਾਨਾ

councillor /**'ਕਾਉਨਸਅਲਅ***/ *n* ਕੌਂਸਲੀਆ, ਸਭਾ ਦਾ ਮੈਂਬਰ

council of advisors *n* ਸਲਾਹਕਾਰ ਸੰਮਤੀ ਜਾਂ ਕਮੇਟੀ

council of ministers *n* ਮੰਤਰੀ ਪਰਿਸ਼ਦ

council of states *n* ਰਾਜ ਸਭਾ

counsel[1] /**'ਕਾਉਨਸਲ**/ *n* ਮਸ਼ਵਰਾ, ਸਲਾਹ; ਕਨੂੰਨੀ ਸਲਾਹਕਾਰ, ਵਕੀਲ **counsel to the crown** ਸਰਕਾਰੀ ਵਕੀਲ **take counsel** ਸਲਾਹ ਲੈਣਾ, ਮਸ਼ਵਰਾ ਕਰਨਾ *vt* ਸਲਾਹ ਕਰਨਾ, ਮਸ਼ਵਰਾ ਕਰਨਾ; ਰਾਏ ਦੇਣਾ, ਸਮਝਾਉਣਾ; ਸਿਫ਼ਾਰਸ਼ ਕਰਨਾ

counsellor /**'ਕਾਉਨਸਅਲਅ***/ *n* ਸਲਾਹਕਾਰ, ਮਸ਼ਵਰਾ ਦੇਣ ਵਾਲਾ; ਵਕੀਲ

count /**ਕਾਉਨਟ**/ *n* ਗਿਣਤੀ, ਗਣਨਾ; ਸੰਖਿਆ, ਤਾਦਾਦ; ਕੁੱਲ ਜੋੜ, ਪੂਰਨ ਸੰਖਿਆ; ਲੇਖਾ, ਹਿਸਾਬ, ਸ਼ੁਮਾਰੀ; ਯੂਰਪੀ ਦੇਸ਼ਾਂ ਵਿੱਚ ਨਵਾਬੀ ਦਾ ਪਦ *v* ਗਿਣਨਾ, ਹਿਸਾਬ ਕਰਨਾ, ਹਿਸਾਬ ਲਾਉਣਾ, ਗਿਣਤੀ ਕਰਨਾ; ਲੇਖਾ ਕਰਨਾ, ਸ਼ੁਮਾਰ ਕਰਨਾ, ਸ਼ਾਮਲ ਕਰਨਾ; ਸੋਚਣਾ, ਸਮਝਣਾ, ਵਿਚਾਰਨਾ, ਖ਼ਿਆਲ ਕਰਨਾ **count for** ਯੋਗ

ਹੋਣਾ **count on, count upon** ਭਰੋਸਾ ਰੱਖਣਾ **keep count** ਗਿਣਨ ਵਿੱਚ ਹੁਸ਼ਿਆਰ ਰਹਿਣਾ **lose count** ਗਿਣਨ ਵਿੱਚ ਖੁੰਝ ਜਾਣਾ

countable /'ਕਾਉਂਨਟਅਬਲ/ *a* (ਵਿਆ) ਗਿਣਤੀਵਾਚਕ ਨਾਂਵ

countdown /'ਕਾਉਨਟਡਾਉਨ/ *n* ਉਲਟੀ ਗਿਣਤੀ (ਤੋਪ ਦਾਗਣ ਸਮੇਂ ਦੀ), ਵੱਡੀ ਸੰਖਿਆ ਤੋਂ ਸਿਫਰ ਵਲ ਨੂੰ ਕੀਤੀ ਗਿਣਤੀ

countenance /'ਕਾਉਨਟਅਨਅਨਸ/ *n* ਮੂੰਹ-ਮੁਹਾਂਦਰਾ, ਚਿਹਰਾ-ਮੋਹਰਾ, ਰੰਗ-ਰੂਪ, ਸ਼ਕਲ-ਸੂਰਤ; ਹਿਮਾਇਤ, ਮਨਜ਼ੂਰੀ; ਧੀਰਜ, ਠਰ੍ਹੰਮਾ *vt* ਸ਼ਹਿ ਦੇਣਾ, ਮਨਜ਼ੂਰੀ ਦੇਣਾ, ਸਮਰਥਨ ਕਰਨਾ; ਉਤਸ਼ਾਹ ਵਧਾਉਣਾ

counter[1] /'ਕਾਉਨਟਅ*/ *n* (ਬੈਂਕ, ਦੁਕਾਨ ਆਦਿ ਦਾ) ਕਾਊਂਟਰ; (ਪਾਸੇ ਦਾ) ਗਣਕ, ਕਾਊਂਟਰ, ਜੁੱਤੀ ਦੀ ਅੱਡੀ, ਘੋੜੇ ਦਾ ਸੀਨਾ

counter[2] *a* ਵਿਪਰੀਤ, ਉਲਟਾ, ਪ੍ਰਤਿਕੂਲ, ਵਿਰੋਧੀ, ਜੋੜ ਦਾ, ਟਾਕਰੇ ਦਾ; ਸਾਮ੍ਹਣੇ ਦਾ *v* ਵਿਰੋਧ ਕਰਨਾ, ਵਿਪਰੀਤ ਚੱਲਣਾ, ਰੱਦ ਕਰਨਾ, ਰੋਕਣਾ, ਜਵਾਬੀ ਚਾਲ ਚੱਲਣਾ, ਵਾਰ ਰੋਕ ਕੇ ਵਾਰ ਕਰਨਾ

counteract /ˌਕਾਉਨਟਅਰ'ਐਕਟ/ *n* ਰੋਕਣਾ, ਅੜਿੱਕਾ ਪਾਉਣਾ

counteraction /ˌਕਾਉਨਟਅਰ'ਐਕਸ਼ਨ/ *n* ਰੋਕ, ਰੁਕਾਵਟ, ਵਿਰੋਧ

counter attack *n* ਜਵਾਬੀ ਹਮਲਾ

counterattraction /ˌਕਾਉਨਟਅਰਅ'ਟਰੈਕਸ਼ਨ/ *n* ਜਵਾਬੀ-ਖਿੱਚ

counterbalance /'ਕਾਉਨਟਅਬੈਲਅਨਸ/ *n* ਪਾਸੰਗ ਜਾਂ ਧੜਾ

countercharge /'ਕਾਉਨਟਅਚਾਜ/ *n* ਉਲਟਾ ਦੋਸ਼, ਜਵਾਬੀ ਦਾਅਵਾ, ਜਵਾਬੀ ਹਮਲਾ

counterclaim /'ਕਾਉਨਟਅਕਲੇਇਮ/ *n* ਜਵਾਬੀ ਦਾਅਵਾ

counterclockwise /ˌਕਾਉਨਟਅ'ਕਲੌਕਵਾਇਜ਼/ *a* ਪੁੱਠਾ *adv* ਘੜੀ ਦੀਆਂ ਸੂਈਆਂ ਦੇ ਉਲਟੇ ਰੁਖ

counterespionage /ˌਕਾਉਨਟਰਅ'ਐਸੱਪਿਅਨਾਜ/ *n* ਮੋੜਵੀਂ ਜਸੂਸੀ

counterfeit /'ਕਾਉਨਟਅਫ਼ਿਟ/ *a* ਨਕਲੀ, ਬਣਾਉਟੀ *n* ਨਕਲੀ ਚੀਜ਼, ਬਣਾਵਟ, ਝੂਠਮੂਠ *vi* ਬਣਾਵਟ ਬਣਾਉਣਾ, ਨਕਲ ਕਰਨਾ; ਝੂਠੀ-ਮੂਠੀ ਚੀਜ਼ ਬਣਾਉਣਾ

counterfoil /'ਕਾਉਨਟਅਫ਼ੌਇਲ/ *n* ਰਸੀਦ ਜਾਂ ਚੈੱਕ ਦਾ ਦੂਜਾ ਅੱਧ, ਪ੍ਰਤਿਪੰਨਾ

countermand /ˌਕਾਉਨਟਅ'ਮਾਨਡ/ *vt* ਪਹਿਲੀ ਆਗਿਆ ਰੱਦ ਕਰਕੇ ਹੋਰ ਆਗਿਆ ਦੇਣਾ, ਹੁਕਮ ਰੱਦਣਾ *n* ਮੁੜਵਾਂ ਹੁਕਮ

countermarch /'ਕਾਉਨਟਅਮਾਚ/ *n* ਵਾਪਸੀ ਮੋੜਾ, ਪਿੱਛੇ ਨੂੰ ਕੂਚ *vi* ਵਾਪਸ ਹੋਣਾ, ਪਿੱਛੇ ਮੁੜਨਾ

countermark /'ਕਾਉਨਟਅਮਾਕ/ *n* ਪ੍ਰਤਿਚਿੰਨ੍ਹ; ਵਾਧੂ ਨਿਸ਼ਾਨ *vt* ਵਾਧੂ ਨਿਸ਼ਾਨ ਲਾਉਣਾ

countermeasure /'ਕਾਉਨਟਅਮੈਯ਼ਅ*/ *n* (ਕਿਸੇ ਅਣਸੁਖਾਵੀਂ ਘਟਨਾ ਤੋਂ ਬਚਣ ਲਈ) ਕੀਤਾ ਉਪਰਾਲਾ, ਖਤਰੇ ਤੋਂ ਬਚਣ ਲਈ ਬਣਾਈ ਵਿਓਂਤ

countermine /'ਕਾਉਨਟਅˌਮਾਇਨ/ *n* ਜਵਾਬੀ-ਸੁਰੰਗ; ਉਲਟਾ ਦਾਅ *v* ਵੈਰੀ ਦਾ ਦਾਅ ਫੇਰਨਾ

counterpane /'ਕਾਉਨਟਅਪੇਇਨ/ *n* ਪਲੰਘਪੋਸ਼, ਚਾਦਰ

counterpart /'ਕਾਉਨਟਅਪਾਟ/ *n* ਦੂਜਾ ਅੱਧ, ਬਰਾਬਰ ਦਾ, ਪੂਰਕ, ਨਕਲ, ਉਤਾਰਾ

counterplot /'ਕਾਉਨਟਅਪਲੌਟ/ *n* ਜਵਾਬੀ ਸਾਜ਼ਸ਼

counterpoint /'ਕਾਉਨਟਅਪੌਇਨਟ/ *n* ਸੁਰ-ਸੰਗਤੀ, ਸੁਰ-ਮੇਲ

counterpoise /'ਕਾਉਨਟਅਪੌਇਜ਼/ *n* ਧੜਾ, ਸਮਬਲ

counterproductive /ˌਕਾਉਨਟਅਪਰਅ'ਡਅੱਕਟਿਵ਼/ *a* ਮਨਸ਼ਾ ਦੇ ਵਿਰੁੱਧ ਹੋਣ ਵਾਲਾ, ਸੰਕਲਪ ਦੇ ਉਲਟ, ਇਰਾਦੇ

ਦੇ ਵਿਪਰੀਤ

counter-revolution /ˌਕਾਉਨਟਅਰੈਵੱ'ਆ'ਲੂਸ਼ਨ/ *n* ਪ੍ਰਤਿ-ਕ੍ਰਾਂਤੀ, ਪਹਿਲਾਂ ਆਏ ਇਨਕਲਾਬ ਨਾਲ ਬਣੀ ਸਰਕਾਰ ਦੇ ਵਿਰੁੱਧ ਇਨਕਲਾਬ

countersign /'ਕਾਉਨਟਅਸਾਇਨ/ *v* ਪ੍ਰਤਿਪੁਸ਼ਟੀ ਕਰਨਾ, ਤਸਦੀਕੀ ਦਸਤਖ਼ਤ ਕਰਨਾ

countervail /ˌਕਾਉਨਟਆ'ਵੇਇਲ/ *v* ਸਮਤੁਲਨ ਕਰਨਾ, ਧੜਾ ਬੰਨ੍ਹਣਾ, ਬਰਾਬਰ ਕਰਨਾ

countervailing /'ਕਾਉਨਟਅਵੇਇਲਿਙ/ *a* ਬਰਾਬਰ ਦਾ, ਮੁਕਾਬਲੇ ਦਾ, ਸਮਤੁੱਲ; ਸਮਤੋਲਕਾਰੀ

counterwork /'ਕਾਉਨਟਅਵਅ:ਕ/ *v* ਵਿਪਰੀਤ ਕਾਰਜ ਕਰਨਾ *n* ਵਿਪਰੀਤ ਕਾਰਜ

countess /'ਕਾਉਨਟਅਸ/ *n* ਅਰਲ ਜਾਂ ਕਾਊਂਟ ਦੇ ਸਮਾਨ ਪਦ ਵਾਲੀ ਇਸਤਰੀ; ਅਰਲ ਜਾਂ ਕਾਊਂਟ ਦੀ ਪਤਨੀ

countless /'ਕਾਉਨਟਲਅਸ/ *a* ਅਣਗਿਣਤ, ਅਸੰਖ, ਬੇਸ਼ੁਮਾਰ

country /'ਕਅੱਨਟਰਿ/ *n* ਦੇਸ਼, ਮੁਲਕ, ਵਤਨ, ਰਾਸ਼ਟਰ

country-box *n* ਕੱਚਾ ਮਕਾਨ

country cousin *n* ਪੇਂਡੂ ਭਰਾ, ਪੇਂਡੂ ਰਿਸ਼ਤੇਦਾਰ

country dance /ˌਕਅੱਨਟਰਿ 'ਡਾਨਸ/ *n* ਲੋਕ ਨਾਚ, ਪੇਂਡੂ ਅੰਗਰੇਜ਼ਾਂ ਦਾ ਨਾਚ

country house /ˌਕਅੱਨਟਰਿ 'ਹਾਉਸ/ *n* ਕਿਸੇ ਅਮੀਰ ਦੀ ਪਿੰਡ ਵਾਲੀ ਕੋਠੀ

countrymade /'ਕਅੱਨਟਰਿਮੇਇਡ/ *a* ਦੇਸੀ, ਗ਼ੈਰਪੇਸ਼ੇਵਰ ਵਿਅਕਤੀ ਦਾ ਬਣਾਇਆ

countryman /'ਕਅੱਨਟਰਿਮਅਨ/ *n* ਵਤਨੀ, ਦੇਸ਼ਵਾਸੀ, ਵਤਨੀ ਭਰਾ, ਪੇਂਡੂ, ਗ੍ਰਾਮੀਣ, ਦਿਹਾਤੀ

countryside /'ਕਅੱਨਟਰਿਸਾਇਡ/ *n* ਪਿੰਡ ਦਾ ਇਲਾਕਾ, ਪਿੰਡ, ਦਿਹਾਤੀ ਖੇਤਰ

coup /ਕੂ/ *n* ਕਰੜੀ ਸੱਟ, ਭਰਪੂਰ ਵਾਰ, ਕਰਾਰੀ ਚੋਟ; ਰਾਜ ਪਲਟਾ

coup d'etat /ˌਕੂ ਡੇਇ'ਟਾ/ *(F) n* ਰਾਜ ਪਲਟਾ, ਰਾਜਗਰਦੀ

couple /'ਕਅੱਪਲ/ *n* ਜੋੜਾ, ਪਤੀ-ਪਤਨੀ, ਲਾੜਾ-ਲਾੜੀ, ਦੰਪਤੀ; ਸੰਭੋਗ *v* ਜੋੜਨਾ, ਮਿਲਾਉਣਾ, ਗੰਢਣਾ, ਸੰਬੰਧ ਜੋੜਨਾ; ਰੇਲ ਦੇ ਡੱਬਿਆਂ ਨੂੰ ਕੁੰਡਾ ਪਾ ਕੇ ਜੋੜਨਾ; ਇੱਕਮਤ ਹੋਣਾ, ਸਾਥ ਦੇਣਾ, ਸਹਾਇਕ ਹੋਣਾ; ਸੰਭੋਗ ਕਰਨਾ

coupler /'ਕਅੱਪਲਅ*/ *n* ਜੋੜਨ ਵਾਲਾ; ਕੁੰਡਾ, ਜੋੜ

couplet /'ਕਅੱਪਲਅਟ/ *n* ਦੋਹਰਾ, ਦੋਹਾ, ਦੁਪਦਾ

coupling /'ਕਅੱਪਲਿਙ/ *n* ਰੇਲ ਦੇ ਡੱਬੇ ਜੋੜਨ ਵਾਲਾ ਕੁੰਡਾ, ਸੰਯੋਜਨ; ਪੱਚਰ

coupon /'ਕੂਪੌਨ/ *n* ਕੂਪਨ, ਪਰਚੀ, ਟਿਕਟ

courage /'ਕਅੱਰਿਜ/ *n* ਜੇਰਾ, ਜਿਗਰਾ, ਹੀਆ, ਦਲੇਰੀ, ਹਿੰਮਤ, ਸਾਹਸ, ਹੌਸਲਾ

courageous /ਕਅ'ਰੇਇਜਅਸ/ *a* ਸਾਹਸੀ, ਜਿਗਰੇ ਵਾਲਾ, ਹਿੰਮਤੀ, ਹੌਸਲੇ ਵਾਲਾ, ਦਲੇਰ

courageousness /ਕਅ'ਰੇਇਜਅਸਨਅਸ/ *n* ਦਲੇਰੀ, ਸਾਹਸੀਪੁਣਾ, ਹਿੰਮਤੀਪੁਣਾ, ਹਿੰਮਤ

courier /'ਕੁਰਿਅ*/ *n* ਹਰਕਾਰਾ, ਸੰਦੇਸ਼ਵਾਹਕ

course /ਕੋਸ/ *n* ਪਾਠਕ੍ਰਮ; ਰੌ, ਵਹਿਣ, ਚਾਲ, ਰਫ਼ਤਾਰ; ਰਾਹ, ਰਵਸ਼; ਚਾਲਚੱਲਣ, ਰਵੱਈਆ; ਦੌੜ, ਘੋੜਦੌੜ ਦਾ ਮੈਦਾਨ; ਦਿਸ਼ਾ; ਪਾਣੀ ਦਾ ਰਾਹ, ਦਰਿਆ ਦਾ ਰਾਹ; ਖਾਣੇ ਦਾ ਦੌਰ; ਰੀਤ, ਰਸਮ; ਪ੍ਰਕਿਰਿਆ; ਮਾਹਵਾਰੀ *vt* ਸ਼ਿਕਾਰ ਦਾ ਪਿੱਛਾ ਕਰਨਾ, ਸ਼ਿਕਾਰ ਕਰਨਾ; ਭਜਾਉਣਾ, ਘੋੜਾ ਫੇਰਨਾ, ਵਹਿ ਜਾਣਾ, ਪ੍ਰਵਾਹਿਤ ਕਰਨਾ, ਫੈਲ ਜਾਣਾ, ਵਹਾਉਣਾ **course of action** ਕਿਰਿਆ ਵਿਧੀ **matter of course** ਸਧਾਰਨ ਗੱਲ **of course** ਕੁਦਰਤੀ, ਨਿਸ਼ਚੇ ਹੀ

court /ਕੋਟ/ *n* ਵਿਹੜਾ, ਆਂਗਨ; ਟੈਨਿਸ ਖੇਡਣ ਦਾ ਮੈਦਾਨ; ਸ਼ਾਹੀ ਦਰਬਾਰ, ਦਰਬਾਰੀ ਲੋਕ, ਅਦਾਲਤ, ਕਚਹਿਰੀ; ਚਾਪਲੂਸੀ, ਦਰਬਾਰਦਾਰੀ *vt* ਖ਼ੁਸ਼ਾਮਦ ਕਰਨਾ, ਚਾਪਲੂਸੀ ਕਰਨਾ, ਰੀਝਾਉਣਾ, ਪ੍ਰੇਮ ਜਤਾਉਣਾ

court-clerk *n* ਨਾਜ਼ਰ, ਪੇਸ਼ਕਾਰ

courteous /'**ਕਅ:ਟਿਅਸ**/ *a* ਸ਼ਿਸ਼ਟ, ਨਿਮਰ, ਭੱਦਰ, ਮਿਲਨਸਾਰ; ਮੁਲਾਹਜ਼ੇਦਾਰ, ਸ਼ਰੀਫ, ਸਾਊ

courtesan /ˌ**ਕੋਟਿ'ਜ਼ੈਨ**/ *n* ਕੰਚਣੀ, ਗਣਿਕਾ; ਵੇਸਵਾ

courtesy /'**ਕਅ:ਟਅਸਿ**/ *n* ਸ਼ਿਸ਼ਟਤਾ, ਸ਼ਿਸ਼ਟ ਵਿਵਹਾਰ, ਅਦਬ; ਭੱਦਰਤਾ, ਨਿਮਰਤਾ **by courtesy** ਮੂੰਹ-ਮੁਲਾਹਜ਼ੇ ਕਰਕੇ

courtesy call *n* ਮੂੰਹ-ਮੁਲਾਹਜ਼ੇ ਦੀ ਮਿਨਤੀ, ਸਤਿਕਾਰਿਤ ਵਿਅਕਤੀ ਦੀ ਪ੍ਰੇਮ ਭਰੀ ਮਿਲਨੀ, ਸ਼ਿਸ਼ਟਤਾ ਭਰੀ ਮਿਲਨੀ

courtier /'**ਕੋਟਿਅ***/ *n* ਮੁਦਰਬਾਰੀ, ਮੁਸਾਹਬ

courtliness /'**ਕੋਟਲਿਨਅਸ**/ *n* ਸੁਸ਼ੀਲਤਾ, ਸ਼ਿਸ਼ਟਤਾ

courtly /'**ਕੋਟਲਿ**/ *a* ਸਾਊ, ਸਿਸ਼ਟ, ਸੁਸ਼ੀਲ, ਖ਼ੁਸ਼ਾਮਦੀ, ਚਾਪਲੂਸ

court martial /ˌ**ਕੋਟ 'ਮਾਸ਼(ਅ)ਲ**/ *n* ਫ਼ੌਜੀ ਅਦਾਲਤ *n* ਫ਼ੌਜੀ ਅਦਾਲਤ ਵਿੱਚ ਮੁਕੱਦਮਾ ਚਲਾਉਣਾ

courtship /'**ਕੋਟਸ਼ਿਪ**/ *n* (ਵਿਆਹ ਤੋਂ ਪਹਿਲਾਂ) ਪਿਆਰ ਪ੍ਰਗਟ ਕਰਨ ਦਾ ਭਾਵ ਜਾਂ ਕਾਰਜ

courtyard /'**ਕੋਟਯਾਡ**/ *n* ਵਿਹੜਾ, ਆਂਗਨ

cousin /'**ਕਅੱਜ਼ਨ**/ *n* ਚਾਚੇ ਭੂਆ ਮਾਮੀ ਮਾਸੀ ਦਾ ਪੁੱਤਰ ਜਾਂ ਧੀ, ਮਸੇਰ, ਫਫੇਰ, ਚਚੇਰ; ਜਾਤ ਭਰਾ ਜਾਂ ਭੈਣ

cousinhood, cousinship /'**ਕਅੱਜ਼ਨਹੁਡ**, ˌ**ਕਅੱਜ਼ਨਸ਼ਿਪ**/ *n* ਬਰਾਦਰੀ, ਰਿਸ਼ਤੇਦਾਰੀ, ਚਚੇਰਾਪਣ

cove[1] /**ਕਅਉਵ਼**/ *n* (ਅਪ) ਬੰਦਾ, ਜਣਾ; ਛੋਟੀ ਖਾੜੀ

cove[2] *vt* ਡਾਟ ਵਾਂਗ ਗੋਲ ਬਣਾਉਣਾ, ਝੁਕਾ ਦੇਣਾ

covenant /'**ਕਅੱਵ਼ਅਨਅਨਟ**/ *n* ਪ੍ਰਤਿੱਗਿਆ, ਇਕਰਾਰਨਾਮਾ *vt* ਇਕਰਾਰ ਕਰਨਾ

covenanted /'**ਕਅੱਵ਼ਅਨਅਨਟਿਡ**/ *a* ਪ੍ਰਤਿੱਗਿਆਬੱਧ

covenanter /'**ਕਅੱਵਅਨਅਨਟਅ***/ *n* ਇਕਰਾਰ ਕਰਨ ਵਾਲਾ, ਇਕਰਾਰਨਾਮਾ ਲਿਖਣ ਵਾਲਾ, ਪ੍ਰਤਿੱਗਿਆ ਕਰਨ ਵਾਲਾ

cover /'**ਕਅੱਵ਼ਅ***/ *n* ਢੱਕਣ, ਕੱਜਣ, ਲੁਕਾਅ, ਉਛਾੜ, ਗਿਲਾਫ਼, ਸਰਵਰਕ, ਸਰਪੋਸ਼, ਲਿਫ਼ਾਫ਼ਾ, ਮੇਜ਼ਪੋਸ਼, ਆੜ, ਓਟ, ਰੋਕ, ਪਰਦਾ; ਪਨਾਹ *vt* ਢੱਕਣਾ, ਕੱਜਣਾ, ਲੁਕਾਉਣਾ, ਛੱਤਣਾ; ਛਾ ਜਾਣਾ; ਕਾਫੀ ਹੋਣਾ; ਆਂਡੇ ਸੇਹਣਾ; ਸ਼ਾਮਲ ਹੋਣਾ; (ਫ਼ਾਸਲਾ) ਤੈਅ ਕਰਨਾ; (ਵਿਸ਼ਾ ਆਦਿ) ਨਿਭਾਉਣਾ

coverage /'**ਕਅੱਵ਼ਅਰਿਜ**/ *n* (ਕਿਸੇ ਪ੍ਰਚਾਰ ਮਾਧਿਅਮ ਦਾ) ਖੇਤਰ; ਬੀਮਾ ਸੁਰੱਖਿਆ

covered /'**ਕਅੱਵ਼ਅਡ**/ *a* ਢਕਿਆ ਹੋਇਆ; ਅੰਤਰਗਤ, ਅੰਤਰਨਿਹਿਤ

covering /'**ਕਅੱਵ਼ਅਰਿਙ**/ *n* ਚਾਦਰ, ਓੜਨ, ਪਰਦਾ

covering letter *n* ਵਿਆਖਿਆਤਮਿਕ ਪੱਤਰ

coverlet /'**ਕਅੱਵ਼ਅਲਅਟ**/ *n* ਗ਼ਿਲਾਫ਼, ਉਛਾੜ, ਕੱਜਣ, ਪਲੰਘਪੋਸ਼, ਚਾਦਰ

covert[1] /'**ਕਅੱਵ਼ਅਟ**, '**ਕਅਉਵ਼ਅ:ਟ**/ *a* ਲੁਕਵਾਂ, ਗੁੱਝਾ, ਗੁਪਤ, ਝਾੜੀ; ਓਟ, ਪਨਾਹ, ਆਸਰਾ **femme covert** *n* ਵਿਆਹੁਤਾ ਨਾਰੀ

coverture /'**ਕਅੱਵ਼ਅਚਅ***/ *n* ਆਸਰਾ, ਪਨਾਹ; ਸੁਹਾਗ

cover-up /'**ਕਅੱਵ਼ਅਰਅੱਪ**/ *n* ਪਰਦਾਪੋਸ਼ੀ

covet /'**ਕਅੱਵ਼ਅਟ**/ *vt* ਲੋਭੀ ਹੋਣਾ, ਹਿਰਸ ਕਰਨਾ, ਤਮ੍ਹਾਂ ਕਰਨਾ, ਲਾਲਚ ਕਰਨਾ, ਚਾਹੁਣਾ

covetous /'**ਕਅੱਵ਼ਅਟਅਸ**/ *a* ਲੋਭੀ, ਹਿਰਸੀ, ਲਾਲਚੀ, ਹਵਸੀ

covey /'**ਕਅੱਵਿ਼**/ *n* ਚੂਚਿਆਂ ਦੀ ਟੋਲੀ ਜਾਂ ਤਿੱਤਰ ਦੇ ਬੱਚਿਆਂ ਦਾ ਝੁੰਡ, ਇਕੱਠ, ਝੁੰਡ, ਪਰਿਵਾਰ, ਕੁਟੰਬ, ਗਰੋਹ, ਦਲ

cow[1] /**ਕਾਉ**/ *n* ਗਾਂ, ਗਊ, ਢੱਗੀ; (ਹਾਥੀ, ਵੇਲ ਮੱਛੀ ਆਦਿ ਦੀ) ਮਾਦਾ

cow[2] *vt* ਡਰਾਉਣਾ, ਧਮਕਾਉਣਾ, ਯਰਕਾਉਣਾ, ਰੋਹਬ ਦੇਣਾ

coward /'**ਕਾਉਅਡ**/ *a* ਡਰਾਕਲ, ਡਰੂ, ਡਰਪੋਕ, ਕਾਇਰ *n* ਬੁਜ਼ਦਿਲ (ਵਿਅਕਤੀ)

cowardice /'ਕਾਉਅਡਿਸ/ *n* ਡਰੂਪੁਣਾ, ਡਰਪੋਕਪੁਣਾ । ਕਾਇਰਤਾ, ਬੁਜ਼ਦਿਲੀ

cowardly /'ਕਾਉਅਡਲਿ/ *a* ਡਰੂ, ਕਾਇਰ, *adv* ਕਾਇਰਤਾ ਨਾਲ

cowbane /'ਕਾਉਬੇਇਨ/ *n* ਇੱਕ ਤਰ੍ਹਾਂ ਦਾ ਜ਼ਹਿਰੀਲਾ ਬੂਟਾ

cowboy /'ਕਾਉਬੌਇ/ *n* ਗਵਾਲਾ, ਪਾਲੀ

cow-dung *n* ਗੋਹਾ, ਗੋਬਰ

cowed /ਕਾਉਡ/ *a* ਭੈ-ਭੀਤ, ਡਰਿਆ

cower /'ਕਾਉਅ*/ *vt* ਝੇਪਣਾ, ਦੁਬਕ ਕੇ ਬਹਿਣਾ, ਸਹਿਮ ਕੇ ਬਹਿਣਾ

cowherd /ਕਾਉਹਅ:ਡ/ *n* ਚਰਵਾਹਾ

cowish /ਕਾਉਇਸ਼/ *a* ਡਰਾਕਲ, ਬੁਜ਼ਦਿਲ

cowl /ਕਾਉਲ/ *n* ਝੁੰਬ, ਟੋਪਾ, ਟੋਪੀ; ਧੂੰਆਂਕਸ਼ ਦੀ ਟੋਪੀ

cowpox /'ਕਾਉਪੌਕਸ/ *n* ਗਊ-ਸ਼ੀਤਲਾ, ਗਊ-ਥਣਾਂ ਦੀ ਚੇਚਕ

cowrie /'ਕਾਉਰਿ/ *n* ਕੌਡੀ, ਸੰਖ, ਸਿੱਪੀ

cowslip /'ਕਾਉਸਲਿਪ/ *n* ਪੀਲੇ ਫੁੱਲਾਂ ਵਾਲਾ ਇੱਕ ਪੌਦਾ, ਕਾਹਜ਼ਬਾਨ

cox /ਕੌਕਸ/ *n* ਦੌੜ ਕਿਸ਼ਤੀ ਦਾ ਮਲਾਹ

coxcomb /'ਕੌਕਸਕਅਉਮ/ *n* ਛੈਲ, ਛੈਲਾ, ਸ਼ੁਕਾ, ਬਾਂਕਾ

coxswain /'ਕੌਕਸਨ/ *n* ਕਿਸ਼ਤੀ ਜਾਂ ਜਹਾਜ਼ ਦਾ ਕਪਤਾਨ, ਪਤਵਾਰੀ

coy /ਕੌਇ/ *a* ਸੰਗਾਊ, ਸ਼ਰਮਾਕਲ, ਲੱਜਾਵਾਨ; (ਥਾਂ) ਲੁਕਵੀਂ, ਇਕਲਵਾਂਝੀ

coyness /'ਕੌਇਨਅਸ/ *n* ਸੰਗਾਊਪੁਣਾ

coyote /ਕੌਇ'ਅਉਟਿ, ਕਾਇ-/ *n* ਉੱਤਰੀ ਅਮਰੀਕਾ ਦਾ ਬਘਿਆੜ

coze /ਕਅਉਜ਼/ *vi* ਗੱਲਬਾਤ ਕਰਨਾ, ਗੱਪਾਂ ਮਾਰਨਾ

cozen /'ਕਅੱਜ਼ਨ/ *vt* ਠੱਗ ਲੈਣਾ, ਛਲਣਾ; ਫੁਸਲਾਉਣਾ, ਬਹਿਕਾਉਣਾ

cozenage /'ਕਅੱਜਨਿਜ/ *n* ਠੱਗੀ, ਧੋਖਾ, ਛਲ, ਕਪਟ, ਧੋਖੇਬਾਜ਼ੀ

CPI /ˌਸੀ ਪੀ 'ਆਇ/ *abbr* **Consumer price index** ਦਾ ਸੰਖੇਪ), ਉਪਭੋਗਤਾ ਮੁੱਲ ਸੂਚਕ-ਅੰਕ

CPU /ˌਸੀ ਪੀ 'ਯੂ/ *abbr* **central processing unit** (ਕੰਪਿ) ਕੰਪਿਊਟਰ ਦਾ ਕੇਂਦਰੀ ਹਿੱਸਾ, ਕੇਂਦਰੀ ਪ੍ਰਕਿਰਿਆਵੀ ਇਕਾਈ

crab[1] /ਕਰੈਬ/ *n* ਕੇਕੜਾ, ਜੰਗਲੀ ਸਿਉ; ਭਾਰ ਚੁੱਕਣ ਵਾਲਾ ਯੰਤਰ

crab[2] *v* ਨਿੰਦਾ ਕਰਨਾ; ਖਿਝਣਾ; ਨੋਚਣਾ, ਪੰਜੇ ਮਾਰਨਾ, ਧੱਜੀਆਂ ਉਡਾਉਣਾ, ਵਲੂੰਧਰਨਾ, ਪੜਛੇ ਲਾਹੁਣਾ, ਖੁਰਚਣਾ, *n* ਚਿੜਚਿੜਾ ਜਾਂ ਤੇਜ਼ ਸੁਭਾਅ, ਸੜੀਅਲ

crabbed /'ਕਰੈਬਿਡ, ਕਰੈਬਡ/ *a* ਚਿੜਚਿੜੇ ਸੁਭਾਅ ਵਾਲਾ, ਖਿਝੂ; ਜਟਿਲ, ਪੇਚੀਦਾ, ਘਿਚਮਿਚੀ (ਲਿਖਾਈ)

crabby /'ਕਰੈਬਿ/ *a* ਚਿੜਚਿੜਾ, ਸੜੀਅਲ; ਬਦਮਿਜ਼ਾਜ

crack /ਕਰੈਕ/ *n* ਦਰਜ, ਤੇੜ, ਦਰਾੜ; ਧਮਾਕਾ, ਗਰਜ, ਕੜਕ; ਸੱਟ; ਨਵੀਂ ਖ਼ਬਰ *a* ਚੋਣਵਾਂ; ਚੋਣਵੀਂ (ਫ਼ੌਜ ਜਾਂ ਟੀਮ); ਵਧੀਆ (ਘੋੜਾ); ਨਿਪੁੰਨ, ਜ਼ੋਰ ਦਾ *v* ਕੜਕਾਉਣਾ, ਤਿੜਕਾਉਣਾ, ਮੁੜਕਾਉਣਾ; ਫੱਟ ਲਾਉਣਾ, ਤੇੜ ਪਾਉਣਾ, ਕੜਕਣਾ, ਤਿੜਕਣਾ, ਮੁੜਕਣਾ, ਫੱਟ ਲੱਗਣਾ, ਤੇੜ ਆਉਣਾ, ਫੁੱਟਣਾ, ਪਾਟ ਜਾਣਾ; ਘੰਡੀ ਫੁੱਟਣਾ; ਇੱਜ਼ਤ ਨੂੰ ਹਾਨੀ ਪੁੱਜਣਾ **crack a bottle** ਸਾਰੀ ਬੋਤਲ ਪੀ ਜਾਣਾ **crack a joke** ਠੱਠਾ ਮਜ਼ਾਕ ਕਰਨਾ, ਮਖ਼ੌਲ ਕਰਨਾ **crack-down** ਛਾਪਾ **crack up** (ਬੋਲ) ਵਡਿਆਈ ਕਰਨਾ

crackable /'ਕਰੈਕਅਬਲ/ *a* ਟੁੱਟਣਹਾਰ, ਤਿੜਕਣਯੋਗ, ਕੜਕਣਯੋਗ

cracked /ਕਰੈਕਟ/ *a* (ਅਪ) ਪਾਗਲ, ਮੂਰਖ; ਤਿੜਕਿਆ

cracker /'ਕਰੈਕਅ*/ *n* ਪਟਾਕਾ, (ਆਤਸ਼ਬਾਜ਼ੀ);

ਕਰਾਰਾ ਬਿਸਕੁਟ; ਗੱਪ, ਝੂਠ *a* ਤੋੜਨ ਵਾਲਾ, ਕੜਕਾਉਣ ਵਾਲਾ

crackers /'ਕਰੈਕਅਜ਼/ *a* (ਅਪ) ਝੱਲਾ, ਸਨਕੀ

crackle /'ਕਰੈਕਲ/ *v* (ਅੱਗ ਵਿਚ ਜਲਣ ਵਰਗੀ ਅਵਾਜ਼) ਤਿੜ-ਤਿੜ ਕਰਨਾ, ਕੜ-ਕੜ ਕਰਨਾ, ਚਟਕਣਾ *n* ਕੜ-ਕੜ, ਤਿੜ-ਤਿੜ

crackling /'ਕਰੈਕਲਿਙ/ *n* ਚਟਕ, ਚਿੜਚਿੜਾਹਟ, ਚਿੜ-ਚਿੜ, ਕਰਾਰਾਪਣ; ਖ਼ਸਤਾਪਣ; ਸੂਰ ਦਾ ਭੁੰਨਿਆ ਹੋਇਆ ਖ਼ਸਤਾ ਮਾਸ

cracknel /'ਕਰੈਕਨ(ਅ)ਲ/ *n* ਖ਼ਸਤਾ ਜਾਂ ਭੁਰਭੁਰਾ ਬਿਸਕੁਟ

cracksman /'ਕਰੈਕਸਮਅਨ/ *n* ਸੰਨ੍ਹ ਲਾਉਣ ਵਾਲਾ, ਚੋਰ

cracky /'ਕਰੈਕਿ/ *a* ਵਹਿਮੀ; ਸਿਰ-ਫਿਰਿਆ, ਪਾਗਲ; ਸਨਕੀ; ਤੇੜਾਂ ਵਾਲਾ, ਤਿੜਕਿਆ

cradle /'ਕਰੇਇਡਲ/ *n* ਪੰਘੂੜਾ, ਝੂਲਾ, ਖਟੋਲਾ, ਬਚਪਨ *vt* ਪੰਘੂੜੇ ਵਿੱਚ ਪਾਉਣਾ, ਪਾਲਣ-ਪੋਸ਼ਣ ਕਰਨਾ **a child in cradle** ਦੁੱਧ ਪੀਂਦਾ ਬੱਚਾ **from the cradle** ਬਚਪਨ ਤੋਂ

cradling /'ਕਰੇਇਡਲਿਙ/ *n* (ਇਮਾਰਤ ਦਾ) ਢਾਂਚਾ

craft /ਕਰਾਫ਼ਟ/ *n* ਪੇਸ਼ਾ, ਧੰਦਾ, ਕਿੱਤਾ; ਸ਼ਿਲਪਕਾਰੀ, ਕਾਰੀਗਰੀ, ਹੁਨਰਮੰਦੀ; ਉਸਤਾਦੀ, ਧੋਖਾ

craft-brother *n* ਦਸਤਕਾਰ ਬਰਾਦਰੀ

craftiness /'ਕਰਾਫ਼ਟਿਨਅਸ/ *n* ਛਲ, ਕਪਟ, ਚਲਾਕੀ, ਧੋਖੇਬਾਜ਼ੀ

craftsman /'ਕਰਾਫ਼ਟਸਮਅਨ/ *n* ਸ਼ਿਲਪਕਾਰ, ਸ਼ਿਲਪੀ, ਦਸਤਕਾਰ, ਕਾਰੀਗਰ

craftsmanship /'ਕਰਾਫ਼ਟਸਮਅਨਸ਼ਿਪ/ *n* ਦਸਤਕਾਰੀ, ਕਾਰੀਗਰੀ, ਸ਼ਿਲਪਕਾਰੀ

crafty /'ਕਰਾਫ਼ਟਿ/ *a* ਚਾਲਬਾਜ਼, ਚਲਾਕ, ਧੋਖੇਬਾਜ਼, ਕੁਟਿਲ, ਫਰੇਬੀ, ਮੱਕਾਰ

crag /ਕਰੈਗ/ *n* ਖੜ੍ਹਵੀਂ ਉੱਚੀ ਚੱਟਾਨ

cragged, craggy /ਕਰੈਗਿਡ, 'ਕਰੈਗਿ/ *a* ਉੱਚੀ ਨੀਵੀਂ (ਘਾਟੀ), ਚੱਟਾਨਾਂ ਵਾਲੀ (ਵਾਦੀ), ਖ਼ੁਰਦਰਾ, ਉੱਚਾ-ਨੀਵਾਂ, ਊਬੜ-ਖਾਬੜ

crake /ਕਰੇਇਕ/ *n* ਵਿਸ਼ੇਸ਼ ਤਰ੍ਹਾਂ ਦਾ ਤਿੱਤਰ, ਭਟਿੱਟਰ, ਭਟਿੱਟਰ ਦੀ ਅਵਾਜ਼ *vi* ਕੁੜ-ਕੁੜ ਕਰਨਾ

cram /ਕਰੈਮ/ *n* ਭੀੜ, ਜਮਘਟਾ; ਘੋਟਾ, ਰੱਟਾ; ਝੂਠ *v* ਤੂੜਨਾ, ਤੁੰਨਣਾ ਤੂਸਣਾ, ਭਰਨਾ; ਰਟਣਾ, ਘੋਟਾ ਲਾਉਣਾ

crambo /'ਕਰੈਮਬਅਉ/ *n* ਤੁਕਬੰਦੀ, ਕਾਫ਼ੀਆਬੰਦੀ, ਬੈਂਤਬਾਜ਼ੀ

crammer /ਕਰੈਮਅ*/ *n* ਘੋਟੂ, ਰੱਟੂ, ਹੱਟੇਬਾਜ਼

cramp /ਕਰੈਮਪ/ *n* ਰੋਕ, ਕੈਦ; ਕੜਵੱਲ, ਮਰੋੜ, ਨਾੜ ਦਾ ਅਕੜਾਅ; ਸ਼ਿਕੰਜਾ *vi* ਰੋਕਣਾ, ਅਟਕਾਉਣਾ; ਕੜਵੱਲ ਪੈਣਾ

cramped /ਕਰੈਮਪਟ/ *a* ਤੰਗ (ਕਮਰਾ), ਘੁਟਵਾਂ (ਵਾਤਾਵਰਨ), ਜਿਥੇ ਤੁਰਨ ਫਿਰਨ ਜੋਗੀ ਥਾਂ ਨਾ ਹੋਵੇ; ਕਾਗਜ਼ ਉਤੇ ਘੀਚਾ-ਮੀਚਾ ਲਿਖਿਆ ਹੋਇਆ

cranage /'ਕਰੇਇਨਿਜ/ *n* ਕਰੇਨ ਭਾੜਾ, ਕਰੇਨ ਦੀ ਢੁਆਈ, ਕਰੇਨ ਦੁਆਰਾ ਚੁਕਵਾਈ ਦੇ ਪੈਸੇ

crane /ਕਰੇਇਨ/ *n* ਭਾਰ ਆਦਿ ਚੁੱਕਣ ਵਾਲਾ ਯੰਤਰ, ਕਰੇਨ; ਕੂੰਜ, ਸਾਰਸ *vi* ਕਰੇਨ ਨਾਲ ਭਾਰ ਚੁੱਕਣਾ; ਸਾਰਸ ਵਾਂਗ ਧੌਣ ਅੱਗੇ ਨੂੰ ਕਰਨਾ

cranial /'ਕਰੇਇਨਿਅਲ/ *a* ਖੋਪੜੀ ਦਾ, ਖੋਪੜੀ ਸੰਬੰਧੀ, ਕਪਾਲੀ

craniology /ˌਕਰੇਇਨਿ'ਔਲਅਜਿ/ *n* ਵੱਖ-ਵੱਖ ਨਸਲਾਂ ਦੀ ਖੋਪੜੀ ਦੇ ਆਕਾਰ, ਰੂਪ ਅਤੇ ਵਿਸ਼ੇਸ਼ਤਾ ਬਾਰੇ ਜਾਣਨ ਦੀ ਵਿਦਿਆ, ਕਪਾਲ ਵਿੱਦਿਆ; ਵੇਖੋ **phrenology**

cranium /'ਕਰੇਇਨਿਅਮ/ *n* ਖੋਪੜੀ, ਕਪਾਲ, ਖੱਪਰ, ਖੋਪੜੀ ਦੀ ਹੱਡੀ

crank /ਕਰੈਙਕ/ *n* ਧੁਰੇ ਦੀ ਕੂਹਣੀ ਦਾ ਸਿਰਾ; ਗੱਲ ਦਾ ਫੇਰ ਜਾਂ ਪੇਚ; ਸਿਰ-ਫਿਰਿਆ ਵਿਅਕਤੀ *vt* ਕੂਹਣੀਦਾਰ ਬਣਾਉਣਾ, ਮੋੜਨਾ *a* ਸਿਰ-ਫਿਰਿਆ, ਸਨਕੀ, ਖ਼ਬਤੀ

crankshaft /'ਕਰੈਙਕਸ਼ਾਫ਼ਟ/ *n* ਕਰੈਂਕ ਧੁਰਾ,

ਇੰਜਣ ਦੁਆਰਾ ਪਹੀਆਂ ਨੂੰ ਘੁਮਾਉਣ ਵਾਲੀ ਲੱਠ

cranky /'ਕਰੈਙਕਿ/ *a* ਢਿੱਲਾ, ਕਮਜ਼ੋਰ; ਖ਼ਬਤੀ, ਪਾਗਲ, ਸਨਕੀ

cranny /'ਕਰੈਨਿ/ *n* ਛੇਕ, ਤੇੜ, ਦਰਜ

crape /ਕਰੇਇਪ/ *n* ਇੱਕ ਕੱਪੜਾ, ਕਰੇਬ; ਸੋਗਸੂਚਕ ਕਾਲਾ ਵਸਤਰ

craped /ਕਰੇਇਪਡ/ *a* ਜਿਸ ਨੇ ਕਰੇਬ ਦਾ ਕੱਪੜਾ ਪਾਇਆ ਹੋਵੇ

crapulence /'ਕਰੈਪਯੁਲਅਨਸ/ *n* ਅਤਿ ਸ਼ਰਾਬਖੋਰੀ

crapulent /'ਕਰੈਪਯੁਲਅਨਟ/ *a* ਸ਼ਰਾਬਖੋਰ, ਸ਼ਰਾਬ ਦਾ ਆਦੀ

crash /ਕਰੈਸ਼/ *n* ਤਬਾਹੀ, ਬਰਬਾਦੀ; ਹਾਦਸਾ, ਧਮਾਕਾ, ਗਰਜ, ਗੜਬੜਾਹਟ; ਮੋਟਾ ਕੱਪੜਾ, ਤੌਲੀਏ ਵਾਲਾ ਕੱਪੜਾ *vi* ਧੜੰਮ ਕਰਕੇ ਡਿੱਗਣਾ, ਧਮਾਕੇ ਨਾਲ ਡਿੱਗਣਾ, ਟੁੱਟਣਾ

crass /ਕਰੈਸ/ *a* ਅੜਵੈਂਗ, ਅਵੱਲਾ, ਉਜੱਡ; ਨਿਪਟ, ਨਿਰੋਲ

crassness /ਕਰੈਸਨਅਸ/ *n* ਅਵੱਲਾਪਣ; ਬੌਂਗਾਪਣ

cratch /ਕਰੈਚ/ *n* ਲੱਕੜ ਜਾਂ ਪੱਥਰ ਦੀ ਖੁਰਲੀ

crate /ਕਰੇਇਟ/ *n* ਟੋਕਰਾ, ਡਾਲਾ, ਬਕਸਾ

crater /'ਕਰੇਇਟਅ*/ *n* ਜੁਆਲਾਮੁਖੀ ਪਰਬਤ ਦਾ ਮੂੰਹ

crave /ਕਰੇਇਵ੍/ *v* ਲਾਲਸਾ ਕਰਨਾ; ਬੇਨਤੀ ਕਰਨਾ, ਜਾਚਨਾ ਕਰਨਾ, ਤਰਲਾ ਕਰਨਾ, ਤਰਸਣਾ

craven /'ਕਰੇਇਵ੍ਨ/ *a* ਡਰਪੋਕ *n* ਕਾਇਰ (ਵਿਅਕਤੀ)

craving /'ਕਰੇਇਵ੍ਙ/ *n* ਲਾਲਸਾ, ਅਭਿਲਾਸ਼ਾ, ਸਿੱਕ, ਤਾਂਘ, ਲਲ੍ਹਕ

craw /ਕਰੋ/ *n* (ਪੰਛੀਆਂ ਆਦਿ ਦਾ) ਪੋਟਾ, ਮਲ-ਥੈਲੀ

crawl[1] /ਕਰੋਲ/ *n* ਥੋੜ੍ਹੇ ਪਾਣੀ ਵਾਲਾ ਟੋਆ (ਮੱਛੀਆਂ ਫੜਨ ਲਈ)

crawl[2] *vi* ਹੌਲੀ-ਹੌਲੀ ਤੁਰਨਾ; ਪੇਟ ਦੇ ਭਾਰ ਰਿੜ੍ਹਨਾ; ਚਾਪਲੂਸੀ ਕਰਨਾ

crawler /'ਕਰੋਲਅ*/ *n* ਪੇਟ ਦੇ ਭਾਰ ਰਿੜ੍ਹਨ ਵਾਲਾ; ਚਾਪਲੂਸੀ ਕਰਨ ਵਾਲਾ

crayon /'ਕਰੇਇਅਨ/ *n* ਰੰਗਦਾਰ ਚਾਕ ਜਾਂ ਖੜੀਆ ਮਿੱਟੀ; ਰੰਗਦਾਰ ਖੜੀਆ ਦੀ ਪੈਨਸਿਲ *vt* ਰੰਗਦਾਰ ਚਾਕ ਨਾਲ ਚਿੱਤਰ ਉਲੀਕਣਾ

craze /ਕਰੇਇਜ਼/ *vt* ਮੱਤ ਮਾਰਨਾ, ਪਾਗਲ ਬਣਾ ਦੇਣਾ; (ਭਾਂਡਿਆਂ ਉੱਤੇ) ਲਕੀਰਾਂ ਪਾਉਣਾ *n* ਠਰਕ, ਖ਼ਬਤ, ਵਹਿਮ, ਸਨਕ, ਪਾਗਲਪਣ

crazing /'ਕਰੇਇਜ਼ਿਙ/ *n* ਵਹਿਮ, ਸ਼ੁਦਾਅ, ਖ਼ਬਤ ਭੋਗਣ ਦੀ ਕਿਰਿਆ ਜਾਂ ਭਾਵ

crazy /'ਕਰੇਇਜ਼ਿ/ *a* ਖ਼ਬਤੀ, ਸ਼ੁਦਾਈ, ਝੱਲਾ, ਕਮਲਾ, ਸਨਕੀ; ਕਮਜ਼ੋਰ, ਬੋਦਾ, ਢਿਚਕੂੰ-ਢਿਚਕੂੰ ਕਰਨ ਵਾਲਾ, ਉਖੜਿਆ-ਪੁੱਖੜਿਆ (ਮੇਜ਼ ਆਦਿ)

creak /ਕਰੀਕ/ *n* ਚਿੜ-ਚਿੜ, ਚੂੰ-ਚੂੰ, ਕੁੜ-ਕੁੜ *vt* ਚਿੜਚਿੜਾਉਣਾ, ਚੂੰ-ਚੂੰ ਕਰਨਾ, ਚੀਕਣਾ, ਕੁੜ-ਕੁੜਾਉਣਾ

creaky /'ਕਰੀਕਿ/ *a* ਕਿੜ-ਕਿੜ ਕਰਨ ਵਾਲਾ, ਚੀਂ-ਚੀਂ ਕਰਨ ਵਾਲਾ

cream /ਕਰੀਮ/ *n* ਮਲਾਈ; (ਮੂੰਹ ਨੂੰ ਮਲਨ ਵਾਲੀ) ਕਰੀਮ; ਸਾਰ, ਤੱਤ, ਰੂਹ *v* ਮਲਾਈ ਆਉਣਾ, ਮਲਾਈ ਕੱਢਣਾ, ਤੱਤ ਕੱਢਣਾ, ਸਾਰ ਜਾਂ ਨਿਚੋੜ ਕੱਢਣਾ

cream cheese *n* ਦੁੱਧ ਦਾ ਪਨੀਰ

cream coloured *a* ਮਲਾਈ ਰੰਗਾ, ਦੁੱਧ ਰੰਗਾ

creamer /'ਕਰੀਮਅ*/ *n* ਮਲਾਈ ਲਾਹੁਣ ਵਾਲੀ ਪੋਣੀ

creamery /'ਕਰੀਮਅਰਿ/ *n* ਦੁੱਧ ਵਾਲੇ ਦੀ ਦੁਕਾਨ ਜਿੱਥੋਂ ਮਲਾਈ ਮਿਲ ਸਕੇ

cream separator *n* ਦੁੱਧ ਵਿੱਚੋਂ ਮਲਾਈ ਕੱਢਣ ਵਾਲੀ ਮਸ਼ੀਨ

creamy /'ਕਰੀਮਿ/ *a* ਮਲਾਈਦਾਰ, ਮਲਾਈ ਵਾਲਾ

crease /ਕਰੀਸ/ *n* ਵੱਟ, ਭਾਨ, ਭੰਨ, ਵਲ, ਕਰੀਜ਼, ਸਿਲਵਟ, ਸ਼ਿਕਨ; ਕ੍ਰਿਕਟ ਖੇਡਣ ਅਤੇ ਗੇਂਦ ਸੁੱਟਣ ਵਾਲੇ ਦੀ ਹੱਦ *v* ਵੱਟ ਪਾਉਣਾ ਜਾਂ ਪੈਣਾ, ਭਾਨ

ਪਾਉਣਾ ਜਾਂ ਪੈਣਾ

creasy /'**ਕਰੀਸਿ**/ *a* ਭਾਨ ਵਾਲ, ਵੱਟਦਾਰ, ਝੁਰੜੀਆਂ ਵਾਲਾ

create /**ਕਰਿ'ਏਇਟ**/ *v* ਜਮਾਉਣਾ, ਉਤਪੰਨ ਕਰਨਾ, ਬਣਾਉਣਾ, ਉਪਜਾਉਣਾ, ਰਚਨਾ, ਸਿਰਜਣਾ

creation /**ਕਰਿ'ਏਇਸ਼ਨ**/ *n* ਜੰਮ, ਉਪਜ, ਹੋਂਦ, ਰਚਨਾ, ਸਿਰਜਣਾ, ਉਤਪਤੀ, ਕਿਰਤ, ਸ੍ਰਿਸ਼ਟੀ

creative /**ਕਰਿ'ਏਇਟਿਵ੍**/ *a* ਸਿਰਜਣਾਤਮਿਕ, ਰਚਨਾਤਮਿਕ, ਸਿਰਜਣਸ਼ੀਲ, ਉਤਪਾਦਕ

creator /**ਕਰਿ'ਏਇਟਅ***/ *n* ਸਿਰਜਣਹਾਰ, ਰਚਨਹਾਰ, ਕਰਤਾ, ਸ੍ਰਿਸ਼ਟਾ, ਕਰਤਾਰ, ਸਾਜਨਹਾਰ, ਜਨਮਦਾਤਾ

creature /'**ਕਰੀਚਅ***/ *n* ਜੀਵ, ਜੀਊੜਾ, ਪ੍ਰਾਣੀ, ਉਪਜੀਵ, ਜੰਤੂ

creche /**ਕਰੈਸ਼੍**/ *n* ਬਾਲਵਾੜੀ, ਆਂਗਣਵਾੜੀ, ਕਰੈੱਚ

credence /'**ਕਰੀਡਨਸ**/ *n* ਪ੍ਰਤੀਤ, ਇਤਬਾਰ, ਵਿਸ਼ਵਾਸ, ਸਾਖ, ਨਿਸ਼ਠਾ, ਆਸਥਾ

credential /**ਕਰਅ'ਡੈੱਨਸ਼ਲ**/ *n* ਪਰੀਚੈ ਪੱਤਰ, ਸਨਦ, ਜਾਣ-ਪਛਾਣ ਦੀ ਚਿੱਠੀ, ਮੁਖਤਿਆਰਨਾਮਾ, ਪ੍ਰਮਾਣ-ਪੱਤਰ, ਵਸੀਕਾ

credentials /**ਕਰਅ'ਡੈੱਨਸ਼ਲਜ਼**/ *n* (ਬਹੁ) ਪਰਿਚੈ-ਪੱਤਰ, ਸਨਦ, ਪ੍ਰਮਾਣ-ਪੱਤਰ; ਯੋਗਤਾ

credibility /ˌ**ਕਰੈੱਡਅ'ਬਿਲਅਟਿ**/ *n* ਸ਼ਾਖ, ਪ੍ਰਤੀਤ

credible /'**ਕਰੈੱਡਅਬਲ**/ *a* ਮੰਨਣਯੋਗ, ਭਰੋਸੇ ਯੋਗ, ਇਤਬਾਰੀ, ਵਿਸ਼ਵਾਸਯੋਗ, ਪ੍ਰਮਾਣਿਕ

credit /**ਕਰੈੱਡਿਟ**/ *n* ਭੱਲ, ਭਰੋਸਾ, ਇਤਬਾਰ, ਯਕੀਨ, ਸਾਖ, ਆਬਰੂ; ਕਰਜ਼, ਉਧਾਰ; ਜਮ੍ਹਾਂ, ਵਸੂਲ *vt* ਭਰੋਸਾ ਕਰਨਾ, ਇਤਬਾਰ ਕਰਨਾ, ਮੰਨ ਲੈਣਾ; ਲੇਖੇ ਵਿੱਚ ਜੋੜਨਾ, ਖ਼ਾਤੇ ਵਿੱਚ ਜਮ੍ਹਾਂ ਕਰਨਾ, ਵਸੂਲੀ ਲਿਖਣਾ, ਆਗਤ ਦਰਜ ਕਰਨਾ **letter of credit** ਹੁੰਡੀ

creditable /'**ਕਰੈੱਡਿਟਅਬਲ**/ *a* ਸ਼ੋਭਨੀਕ, ਪ੍ਰਸੰਸਾਯੋਗ, ਭੱਲ ਵਾਲਾ, ਵਡਿਆਉਣਯੋਗ

credit account *n* ਵਹੀ-ਖ਼ਾਤਾ

credit bill *n* ਹੁੰਡੀ

credited /'**ਕਰੈੱਡਿਟਿਡ**/ *a* ਜਮ੍ਹਾਂ

creditor /'**ਕਰੈੱਡਿਟਅ***/ *n* ਲੈਣਦਾਰ, ਕਰਜ਼ਾ ਦੇਣ ਵਾਲਾ (ਸ਼ਾਹੂਕਾਰ)

credo /'**ਕਰੀਡਅਉ, 'ਕਰੇਇਡਅਉ**/ *n* ਮੱਤ, ਸਿਧਾਂਤ, ਵਿਸ਼ਵਾਸ

credulity /**ਕਰਿ'ਡਯੂਲਅਟਿ**/ *n* ਭੋਲਾਪਣ, ਲਾਈਲੱਗ-ਪੁਣਾ

credulous /'**ਕਰੈੱਡਯਅਲਅਸ**/ *a* ਕੰਨਾਂ ਦਾ ਕੱਚਾ, ਲਾਈਲੱਗ, ਭੋਲਾ ਭਾਲਾ, ਸਿੱਧੜ

creed /**ਕਰੀਡ**/ *n* ਧਰਮ, ਦੀਨ, ਮੱਤ, ਸਿਧਾਂਤ, ਸੰਪਰਦਾਇ

creedless /**ਕਰੀਡਲਅਸ**/ *a* ਬੇਧਰਮ, ਬੇਦੀਨ, ਨਿਸ਼ਚੇਹੀਣ; ਮੱਤ ਰਹਿਤ

creek /**ਕਰੀਕ**/ *n* ਖਾੜੀ, ਕੰਢੇ ਦਾ ਪਾੜ, ਗੋਦੀ, ਛੋਟੀ ਬੰਦਰਗਾਹ; ਤੰਗ ਘਾਟੀ

creel /**ਕਰੀਲ**/ *n* ਮੱਛੀਆਂ ਦਾ ਛਾਬਾ, ਖੌਂਚਾ ਜਾਂ ਟੋਕਰਾ

creep /**ਕਰੀਪ**/ *n* ਕੁਰਬਲ-ਕੁਰਬਲ *vi* ਘਿਸਰਨਾ, ਪੇਟ ਦੇ ਭਾਰ ਤੁਰਨਾ, ਹੌਲੀ-ਹੌਲੀ ਤੁਰਨਾ, ਘੁਸਣਾ, ਜੂੰ ਦੀ ਤੋਰ ਤੁਰਨਾ, ਘਸਣਾ, ਕਿਸੇ ਚੀਜ਼ ਦੇ ਸਹਾਰੇ ਵੇਲ ਦਾ ਵਧਣਾ

creeper /'**ਕਰੀਪਅ***/ *n* ਘਸਰ ਕੇ ਤੁਰਨ ਵਾਲਾ ਜੀਵ ਆਦਿ, ਪੇਟ ਦੇ ਭਾਰ ਤੁਰਨ ਵਾਲਾ; ਵੇਲ, ਵੱਲ; ਖੂਹ ਦਾ ਕੰਢਾ

creepy /'**ਕਰੀਪਿ**/ *a* ਘਸਾ ਕੇ ਤੁਰਨ ਵਾਲਾ, ਪੇਟ ਦੇ ਭਾਰ ਤੁਰਨ ਵਾਲਾ, ਸਰੀਰ ਨੂੰ ਸੁੰਨ ਕਰ ਦੇਣ ਵਾਲਾ, ਲੂੰ ਕੰਡੇ ਖੜ੍ਹੇ ਕਰਨ ਵਾਲਾ; ਸ਼ੰਕਾਜਨਕ

creese /**ਕਰੀਸ**/ *n* ਕਿਰਚ, ਛੁਰਾ

cremate /**ਕਰਅ'ਮੇਇਟ**/ *vt* ਸਸਕਾਰ ਕਰਨਾ, ਦਾਗ ਦੇਣਾ

cremation /**ਕਰਅ'ਮੇਇਸ਼ਨ**/ *n* ਦਾਹ ਸਸਕਾਰ, ਦਾਹ ਕਿਰਿਆ

crematorium /ˌ**ਕਰੈੱਮਅ'ਟੋਰਿਅਮ**/ *n* ਸ਼ਮਸ਼ਾਨ

ਘਾਟ

crematory /'ਕਰੀਮਅਟੋਰਿ, 'ਕਰੈੱਮ-/ *n* ਦਾਹ ਭੱਠੀ;, ਸਿਵੇ, ਮੜ੍ਹੀਆਂ, ਸ਼ਮਸ਼ਾਨ ਭੂਮੀ

creme /ਕਰੈੱਮ/ *(F) n* ਪੁਦੀਨੇ ਦੀ ਸ਼ਰਾਬ; ਸਤ, ਅਤਰ; ਰੂਹ

crenellated /'ਕਰੈਨੱਅਲੇਇਟਿਡ/ *a* ਕਿੰਗਰੇ ਦਾਰ (ਕੰਧ), ਦੰਦੇਹਾਰ

creole /'ਕਰੀਓਉਲ/ *n* ਯੂਰਪੀ ਅਤੇ ਅਫ਼ਰੀਕੀ ਨਸਲ ਦਾ ਮਿਸ਼ਰਨ ਵਿਅਕਤੀ (ਭਾਸ਼ਾ) ਦੋ ਭਾਸ਼ਾਵਾਂ ਦੇ ਮਿਸ਼ਰਨ ਤੋਂ ਬਣੀ ਭਾਸ਼ਾ

creosote /'ਕਰੀਅਸਅਉਟ/ *n* ਕਿਰਮਨਾਸ਼ਕ ਦਵਾਈ, ਇਕ ਤਰ੍ਹਾਂ ਦਾ ਰਸਾਇਣਕ ਤੇਲ, ਕਾਰਬੋਲਿਕ ਅਮਲ

crepe /ਕਰੇਇਪ/ *n* ਇੱਕ ਕੱਪੜਾ, ਕਰੇਪ, ਵੇਖੋ **crape**

crepe rubber ਜੁੱਤੀ ਦਾ ਰਬੜ ਦਾ ਮਜ਼ਬੂਤ ਤਲਾ, ਕਰੇਪ

crepitate /'ਕਰੈੱਪਿਟੇਇਟ/ *vi* ਠਕਠਕਾਉਣਾ, ਖਟਖਟਾਉਣਾ, ਟਿਕ-ਟਿਕ ਕਰਨਾ

crepitation /,ਕਰੈੱਪਿ'ਟੇਇਸ਼ਨ/ *n* ਕੜਕੜਾਹਟ

crepon /'ਕਰੈੱਪੌਨ/ *n* ਕਰੇਪ ਦੀ ਭਾਂਤ ਦਾ ਪਰ ਵਧੇਰੇ ਹੰਢਣਸਾਰ ਕੱਪੜਾ

crepuscular /ਕਰਿ'ਪਅੱਸਕਯਅਲਅ*/ *a* ਧੁੰਦਲਾ, ਸੰਧਿਆ ਸਬੰਧੀ

crescendo /ਕਰਅ'ਸ਼ੈਨੱਡਅਉ/ *n* ਸੁਰ ਆਰੋਹਣ, ਅੰਤਰਾ

crescent /'ਕਰੈੱਸਨਟ/ *n* ਨਵਾਂ ਚੰਨ, ਇਸਲਾਮੀ ਰਾਜ ਜਾਂ ਝੰਡੇ ਦਾ ਚਿੰਨ੍ਹ; ਇਸਲਾਮੀ ਰਾਜ *a* ਉੱਨਤੀਸ਼ੀਲ, ਵਿਕਾਸਸ਼ੀਲ

cress /ਕਰੈੱਸ/ *n* ਹਾਲੋਂ ਆਦਿ ਪੌਦੇ

cresset /'ਕਰੈੱਸਿਟ/ *n* ਅਕਾਸ਼ੀ ਦੀਵਾ, ਅਕਾਸ਼ਦੀਪ; ਮਸ਼ਾਲ, ਸ਼ਮ੍ਹਾਦਾਨ

crest /ਕਰੈੱਸਟ/ *n* ਟੀਸੀ, ਚੋਟੀ, ਸਿਖਰ; ਕਲਗੀ, ਤਾਜ; ਪਸ਼ੂਆਂ ਦੀ ਗਰਦਨ ਦੇ ਵਾਲ

crestfallen /'ਕਰੈੱਸਟਫ਼ੋਲਅਨ/ *a* ਨਿੰਮੋਝੂਣਾ, ਸ਼ਰਮਿੰਦਾ, ਹਾਰਿਆ ਹੋਇਆ

cretaceous /ਕਰਿ'ਟੇਇਸ਼ਅਸ/ *a* ਖੜੀਆ ਮਿੱਟੀ ਦੀ ਕਿਸਮ ਦਾ, ਖੜੀਆ ਮਿੱਟੀ ਦਾ

cretify /'ਕਰੈੱਟਿਫ਼ਾਇ/ *vt* ਚਾਕ ਨਾਲ ਭਰ ਦੇਣਾ

cretin /'ਕਰੈੱਟਿਨ/ *n* ਦੌਲੇ ਸ਼ਾਹ ਦਾ ਚੂਹਾ, ਬਦਸ਼ਕਲ, ਬੁੱਧੂ

cretonne /'ਕਰੈੱਟੌਨ/ *n* ਛੀਂਟ, ਛੀਂਟਦਾਰ ਕੱਪੜਾ; ਇੱਕ ਤਰ੍ਹਾਂ ਦਾ ਸੂਤੀ ਫੁੱਲਦਾਰ ਕੱਪੜਾ

crevice /'ਕਰੈੱਵ਼ਿਸ/ *n* ਤ੍ਰੇੜ, ਵਿਰਲ, ਝੀਥ

crew /ਕਰੂ/ *n* (ਜਹਾਜ਼ ਦੇ) ਮਲਾਹ, ਜਹਾਜ਼ੀ ਅਮਲਾ; ਸ਼ੈਤਾਨੀ ਜੁੰਡੀ; ਟੋਲਾ, ਜੱਥਾ

crewel /'ਕਰੂਅਲ/ *n* ਮੋਟਾ ਤੇ ਵੱਟਿਆ ਧਾਗਾ ਜਿਸ ਨਾਲ ਕਸੀਦਾ ਕੱਢਦੇ ਹਨ

crewel work ਕਢਾਈ, ਕਸ਼ੀਦਕਾਰੀ

crib /ਕਰਿਬ/ *n* ਘੁਰਾ, ਘੁਰਨਾ, ਖੁੱਡਾ, ਕੁੱਲੀ, ਕੁਟੀਆ; ਬੱਚਿਆਂ ਦਾ ਝੂਲਾ, ਮੱਛੀਆਂ ਫੜਨ ਵਾਲਾ ਟੋਕਰਾ; ਤਾਸ਼ ਦੇ ਪੱਤੇ; ਨੋਟ ਜਾਂ ਖੁਲਾਸਾ *vt* ਬੰਦ ਕਰਨਾ ਜਾਂ ਤਾੜ ਦੇਣਾ

cribbage /'ਕਰਿਬਿਜ/ *n* ਤਾਸ਼ ਦੀ ਇੱਕ ਖੇਡ

cribriform /'ਕਰਿਬਰਿਫ਼ੋਮ/ *a* ਛਾਨਣੀ ਵਾਂਗ ਛੇਕਾਂ ਵਾਲਾ, ਛੇਕੜਾ, ਛੇਦ ਵਾਲੀ (ਵਸਤ)

cricket[1] /'ਕਰਿਕਿਟ/ *n* ਬੱਲੇ ਅਤੇ ਗੇਂਦ ਦੀ ਖੇਡ, ਕ੍ਰਿਕਟ

cricket[2] *n* ਟਿੱਡਾ, ਬੀਂਡਾ, ਝੀਂਗਰ

cricketer /'ਕਰਿਕਿਟਅ*/ *n* ਕ੍ਰਿਕਟ ਦਾ ਖਿਡਾਰੀ, ਗੇਂਦ ਬੱਲਾ ਖੇਡਣ ਵਾਲਾ

crier /'ਕਰਾਇਅ*/ *n* ਚੀਕਣ ਵਾਲਾ, ਅਵਾਜ਼ ਮਾਰਨ ਵਾਲਾ (ਕਚਹਿਰੀ ਵਿੱਚ ਪੇਸ਼ ਹੋਣ ਵਾਲਿਆਂ ਨੂੰ), ਡੌਂਡੀ ਪਿੱਟਣ ਵਾਲਾ, ਮੁਨਾਦੀ ਕਰਨ ਵਾਲਾ, ਨਕੀਬ

crime /ਕਰਾਇਮ/ *n* ਜੁਰਮ, ਦੋਸ਼, ਅਪਰਾਧ, ਖੁਨਾਮੀ, ਕਨੂੰਨ ਵਿਰੁੱਧ ਕੰਮ *vt* ਦੋਸ਼ੀ ਠਹਿਰਾਉਣਾ, ਦੋਸ਼ ਮੜ੍ਹਨਾ

crimeless /ਕਰਾਇਮਲਅਸ/ *a* ਨਿਰਦੋਸ਼, ਨਿਰਅਪਰਾਧ

crime wave *n* ਅਪਰਾਧੀ ਗਤੀਵਿਧੀਆਂ ਦੇ ਇੱਕ ਦਮ ਵਧ ਜਾਣ ਦੀ ਸਥਿਤੀ

criminal /'ਕਰਿਮਿਨਲ/ *a* ਮੁਜਰਮ, ਦੋਸ਼ੀ, ਅਪਰਾਧੀ, ਗੁਨਾਹਗਾਰ *n* ਮੁਕੱਦਮਾ ਫ਼ੌਜਦਾਰੀ

criminality /,ਕਰਿਮਿ'ਨੈਲਅਟਿ/ *n* ਦੋਸ਼, ਜੁਰਮ, ਅਪਰਾਧ, ਖੁਨਾਮੀ

criminate /'ਕਰਿਮਿਨੇਇਟ/ *v* ਦੋਸ਼ ਲਾਉਣਾ, ਮੁਜਰਮ ਕਰਾਰ ਦੇਣਾ, ਅਪਰਾਧੀ ਠਹਿਰਾਉਣਾ

criminology /,ਕਰਿਮਿ'ਨੌਲਅਜਿ/ *n* ਅਪਰਾਧ ਵਿਗਿਆਨ

crimp /ਕਰਿਮਪ/ *n* ਫੌਜੀ ਦਲਾਲ ਜੋ ਲੋਕਾਂ ਨੂੰ ਪਰੇਰ ਕੇ ਭਰਤੀ ਕਰਾਏ; ਠੱਗ *vt* ਠੱਗਣਾ, ਫਾਹੁਣਾ, ਝਾਂਸਾ ਦੇਣਾ, ਬਹਿਕਾਉਣਾ; ਚੋਣਾਂ ਪਾਉਣਾ, (ਕੱਪੜੇ ਨੂੰ) ਪਲੇਟਾ ਪਾਉਣਾ

crimson /'ਕਰਿਮਜ਼ਨ/ *n* ਊਦਾ ਰੰਗ, ਕਿਰਮਚੀ ਰੰਗ, ਅਰਗਵਾਨੀ ਰੰਗ, ਗੂੜ੍ਹਾ ਲਾਲ ਰੰਗ *a* ਊਦਾ, ਕਿਰਮਚੀ, ਅਰਗਵਾਨੀ *v* ਕਿਰਮਚੀ ਜਾਂ ਗੂੜ੍ਹਾ ਲਾਲ ਰੰਗਣਾ, ਲਾਲ ਹੋ ਜਾਣਾ

cringe /ਕਰਿਨਜ/ *vi* ਝਿਜਕਣਾ, ਝੇਂਪਣਾ; ਲਿਲ੍ਹਕਣਾ, ਲੇਲ੍ਹੜੀਆਂ ਕੱਢਣਾ, ਅੱਡੀਆਂ ਰਗੜਨਾ *n* ਚਾਪਲੂਸੀ, ਖੁਸ਼ਾਮਦ

crinkle /'ਕਰਿਙਕਲ/ *vt* ਵੱਟ ਪਾਉਣਾ *n* ਚੋਣ, ਵੱਟ, ਵਲ

crinoid /'ਕਰਾਇਨੌਇਡ/ *a* ਸੋਸਨ ਦੇ ਫੁੱਲ ਵਰਗਾ, ਸੋਸਨੀ *n* ਕੁਮੁਦਿਨੀ, ਸੋਸਨ ਦਾ ਫੁੱਲ

crinoline /'ਕਰਿਨਅਲਿਨ/ *n* ਘੋੜੇ ਦੇ ਵਾਲਾਂ ਦਾ ਬਣਿਆ ਮੋਟਾ ਕੱਪੜਾ; ਘੇਰੇਦਾਰ ਛਾਂ; ਜੰਗੀ ਜਹਾਜ਼ਾਂ ਨੂੰ ਬਚਾਉਣ ਵਾਲੀ ਜਾਲੀ

cripple /'ਕਰਿਪਲ/ *n* ਲੂਲ੍ਹਾ, ਲੁੰਝਾ, ਟੁੰਡਾ, ਲੰਗੜਾ; *v* ਲੰਗੜਾ ਕਰਨਾ, ਲੰਗੜਾ ਕੇ ਤੁਰਨਾ, ਨਿਰਬਲ ਕਰਨਾ, ਕਿਸੇ ਬਿਮਾਰੀ ਜਾਂ ਦੁਰਘਟਨਾ ਕਰਕੇ ਤੁਰਨ ਦੇ ਅਯੋਗ ਹੋ ਜਾਣਾ

crisis /'ਕਰਾਇਸਿਸ/ *n* ਸੰਕਟ, ਔਖੀ ਘੜੀ, ਭੀੜ

crisp /ਕਰਿਸਪ/ *a* ਖਸਤਾ, ਭੁਰਭੁਰਾ, ਮੁਰਮਰਾ, ਕਰਾਰਾ, ਫੁਰਤੀਲਾ, ਤੇਜ਼, ਤਾਜ਼ਗੀ ਬਖਸ਼ਣ ਵਾਲੀ (ਹਵਾ); ਘੁੰਗਰਾਲੇ ਵਾਲ *v* ਵਲ ਦੇਣਾ, ਵਾਲ ਘੁੰਗਰਾਲੇ ਬਣਾਉਣਾ

crispate /'ਕਰਿਸਪੇਇਟ/ *a* ਵਲਦਾਰ, ਲਹਿਰੀਆ, ਘੁੰਗਰਾਲਾ

crispation /,ਕਰਿ'ਸਪੇਇਸ਼ਨ/ *n* ਲਹਿਰਾਹਟ, ਭੁਰਭੁਰਾਪਣ, ਸੁੰਗੇੜ

crisply /ਕਰਿਸਪਲਿ/ *adv* ਫੁਰਤੀ ਨਾਲ

crispness /ਕਰਿਸਪਨਅਸ/ *n* ਖਸਤਾਈ, ਖਸਤਾਪਣ, ਕਰਾਰਾਪਣ

criss-cross /'ਕਰਿਸ ਕਰੌਸ/ *a* ਆਡਾ-ਤਿਰਛਾ, ਜਾਲੀਦਾਰ *n* ਉਲਟੇ ਰੁਖ਼ ਜਾਲੀਦਾਰ ਕੰਮ *v* ਉਲਟ ਪੁਲਟ ਕਾਂਟਾ ਮਾਰਨਾ; ਜਾਲੀਦਾਰ ਕੰਮ ਕਰਨਾ, ਆਡਾ ਟੇਢਾ ਤੁਰਨਾ

criterion /ਕਰਾਇ'ਟਿਅਰਿਅਨ/ *n* ਮੂਲ ਤੱਤ; ਮਾਪ-ਦੰਡ, ਕਸੌਟੀ, ਪਰਖ

critic /'ਕਰਿਟਿਕ/ *n* ਆਲੋਚਕ, ਸਮਾਲੋਚਕ, ਸਮੀਖਿਆਕਾਰ; ਨੁਕਤਾਚੀਨ, ਘੁੰਤਰੀ

critical /'ਕਰਿਟਿਕਲ/ *a* ਆਲੋਚਨਾਤਮਿਕ, ਨੁਕਤਾਚੀਨੀ ਭਰਿਆ, ਸਮਾਲੋਚਨਾਤਮਿਕ; ਸੰਕਟਮਈ, ਖ਼ਤਰਨਾਕ, ਨਾਜ਼ਕ

critical mass *n* ਅਣੂ ਲੜੀ ਪ੍ਰਤਿਕਿਰਿਆ ਅਰੰਭ ਕਰਨ ਲਈ ਪਦਾਰਥ ਦੀ ਘੱਟ ਤੋਂ ਘੱਟ ਮਾਤਰਾ

critical theory *n* ਆਲੋਚਤਨਾਤਮਿਕ ਸਿਧਾਂਤ, ਸਾਹਿਤ ਜਾਂ ਸੱਭਿਆਚਾਰ ਬਾਰੇ ਅਧਿਐਨ ਦੀ ਆਲੋਚਨਾਤਮਿਕ ਵਿਧੀ

criticism /'ਕਰਿਟਿਸਿਜ਼ਅਮ/ *n* ਆਲੋਚਨਾ, ਸਮਾਲੋਚਨਾ, ਪੜਚੋਲ, ਸਮੀਖਿਆ, ਤਨਕੀਦ, ਮੁਲਾਂਕਣ, ਪਰਖ, ਨੁਕਤਾਚੀਨੀ

criticize /'ਕਰਿਟਿਸਾਇਜ਼/ *vt* ਨੁਕਤਾਚੀਨੀ ਜਾਂ ਆਲੋਚਨਾ ਕਰਨਾ, ਗਲਤੀਆਂ ਕੱਢਣਾ, ਛਾਣ-ਬੀਣ ਕਰਨਾ, ਨੁਕਸ ਕੱਢਣਾ

critique /ਕਰਿ'ਟੀਕ/ *n* ਆਲੋਚਤਨਾਮਿਕ ਵਿਸ਼ਲੇਸ਼ਣ

croak /ਕਰਅਉਕ/ *n* (ਡੱਡੂ ਦੀ) ਗੜੈਂ-ਗੜੈਂ, ਟਰ-

ਟਰ *v* ਗੜੈਂ-ਗੜੈਂ ਕਰਨਾ, ਟੱਰਾਉਣਾ, ਟਰ-ਟਰ ਕਰਨਾ, ਕੈਂ-ਕੈਂ ਕਰਨਾ; ਭੈੜੀ ਗੱਲ ਮੂੰਹੋਂ ਕੱਢਣਾ, ਬਦਸ਼ਗਨੀ ਦੀਆਂ ਗੱਲਾਂ ਕਰਨਾ

crochet /'ਕਰਅਉਸ਼ੇਇ/ *n* ਕਰੋਸ਼ੀਆ *vi* ਕਰੋਸ਼ੀਆ ਚਲਾਉਣਾ, ਕਰੋਸ਼ੀਏ ਨਾਲ ਬੁਣਨਾ

crock /ਕਰੌਕ/ *n* ਮਿੱਟੀ ਦਾ ਭਾਂਡਾ; ਠੀਕਰ; ਹਾਰਿਆ ਹੁੱਟਿਆ ਵਿਅਕਤੀ; ਥੱਕਿਆ ਘੋੜਾ; ਬੁੱਢੀ ਭੇਡ

crockery /'ਕਰੌਕਅਰਿ/ *n* ਮਿੱਟੀ ਜਾਂ ਚੀਨੀ ਦੇ ਭਾਂਡੇ, ਪਿਰਚ ਪਿਆਲੀਆਂ, ਕਰਾਕਰੀ

crocket /'ਕਰੌਕਿਟ/ *n* ਮਕਾਨ ਦੇ ਕਿੰਗਰਿਆਂ ਉੱਤੇ ਸਜਾਵਟ ਲਈ ਬਣਾਏ ਵੇਲ-ਬੂਟੇ

crocodile /'ਕਰੌਕਅਡਾਇਲ/ *n* ਮਗਰਮੱਛ, ਘੜਿਆਲ, ਸੰਸਾਰ **crocodile tears** ਧੋਖੇ ਦੇ ਹੰਝੂ, ਦਿਖਾਵੇ ਦਾ ਰੋਣਾ; ਝੂਠੀ ਹਮਦਰਦੀ

crocus /'ਕਰਅਉਕਅਸ/ *n* ਪੀਲੇ ਫੁੱਲਾਂ ਵਾਲਾ ਇੱਕ ਠਿਗਣਾ ਪੌਦਾ

Croesus /'ਕਰੀਸਅਸ/ *n* ਕਾਰੂੰ; ਧਨੀ, ਧਨ ਕੁਬੇਰ

croft /ਕਰੌਫ਼ਟ/ *n* ਖ਼ਾਸ ਕਰ ਸਕਾਟਲੈਂਡ ਛੋਟਾ ਜਿਹਾ ਖੇਤ, ਜਿਸ ਵਿੱਚ ਘਰ ਵੀ ਹੋਵੇ, ਬਗੀਚੀ ਵਾਲਾ ਘਰ

crofter /'ਕਰੌਫ਼ਟਅ*/ *n* ਵਾੜੇ ਦਾ ਮਾਲਕ

croissant /'ਕਰਵੈਸਙ/ *n* ਇੱਕ ਫ਼ਰਾਂਸੀਸੀ ਮਿਠਿਆਈ

cromlech /'ਕਰੌਮਲੈਕ/ *n* ਵੱਡੇ ਪੱਥਰਾਂ ਦੀ ਬਣੀ ਕਬਰ ਜਾਂ ਸਮਾਰਕ

crone /ਕਰਅਉਨ/ *n* ਬੁੱਢੀ ਠੇਰੀ, ਬੁਢੜੀ

crony /'ਕਰਅਉਨਿ/ *n* ਲੰਗੋਟੀਆ ਯਾਰ, ਜਿਗਰੀ ਦੋਸਤ, ਗੂੜ੍ਹਾ ਮਿੱਤਰ

crook /ਕਰੁਕ/ *n* (ਬਿਸ਼ਪ ਦਾ) ਖੂੰਡਾ; (ਚਰਵਾਹੇ ਦਾ) ਢਾਂਗਾ *a* ਧੋਖੇਬਾਜ਼ *v* ਮੋੜ ਪਾਉਣਾ, ਵਲ ਦੇਣਾ, ਧੋਖਾ ਦੇਣਾ

crooked /'ਕਰੁਕਿਡ/ *a* ਵਿੰਗਾ, ਟੇਢਾ; ਵਿੰਗ-ਤੜਿੰਗਾ, ਵਲਦਾਰ; ਖੋਟਾ, ਕੱਬਾ, ਧੋਖੇਬਾਜ਼, ਚਾਲਬਾਜ਼, ਕੁਟਲ; ਕਰੂਪ, ਬਦਸੂਰਤ

crookedness /'ਕਰੁਕਿਡਨਅਸ/ *n* ਵਿੰਗ, ਟੇਢ, ਕੁਟਲਤਾ; ਖੋਟ, ਧੋਖੇਬਾਜ਼ੀ, ਚਾਲਬਾਜ਼ੀ, ਬਦਮਾਸ਼ੀ

croon /ਕਰੂਨ/ *n* ਗੁਣਗੁਣਾਹਟ, ਭਿਣਭਿਣਾਹਟ, ਗੁੰਜਾਰ *v* ਗੁਣਗੁਣਾਉਣਾ, ਲੋਰੀ ਸੁਣਾਉਣਾ, ਧੀਮੀ ਅਵਾਜ਼ ਵਿੱਚ ਗਾਉਣਾ

crop /ਕਰੌਪ/ *n* (ਪੰਛੀ ਦਾ) ਪੋਟਾ; ਫ਼ਸਲ, ਅਨਾਜ, ਖੇਤੀ; ਵਾਲਾਂ ਦੀ ਕਟਾਈ *vt* ਕੱਟਣਾ, (ਫ਼ਸਲ) ਵੱਢਣਾ, ਕਤਰਨਾ, ਛਾਂਗਣਾ, ਲਾਪਰਨਾ

crop-eared *a* ਕੰਨਕਟਾ, ਬੁੱਚਾ; ਵੱਡੇ ਪੋਟੇ ਵਾਲਾ ਪੰਛੀ ਜਾਂ ਕਬੂਤਰ, ਖਸਖਸੇ ਵਾਲਾਂ ਵਾਲਾ

crop-full *a* ਪੂਰਨ ਸੰਤੁਸ਼ਟ, ਪੂਰੀ ਤਰ੍ਹਾਂ ਤ੍ਰਿਪਤ

cropper /'ਕਰੋਪਅ*/ *n* ਫ਼ਸਲ ਬੀਜਣ ਜਾਂ ਵੱਢਣ ਵਾਲਾ (ਵਿਅਕਤੀ ਜਾਂ ਔਜ਼ਾਰ)

crop-sick *a* ਉਚਾਟ

Crop up *a* ਪ੍ਰਗਟ ਹੋਣਾ, ਪੈਦਾ ਹੋਣਾ, ਨਿਕਲਨਾ

croquet /'ਕਰਅਉਕੇਇ/ *n* ਕਰੋਕੇ, ਇੱਕ ਖੇਡ; *vt* ਕਮਾਨ ਵਿੱਚ ਗੇਂਦ ਪਹੁੰਚਾਉਣਾ; ਦੂਜੀ ਧਿਰ ਦੀ ਗੇਂਦ ਹਟਾਉਣਾ

croquette /ਕਰਅਉ'ਕੈਟੱ/ *n* ਕੋਫਤਾ (ਸਬਜ਼ੀ ਦਾ), ਕਬਾਬ

crore /ਕਰੋ*/ *n* ਸੌ ਲੱਖ ਦੀ ਸੰਖਿਆ, ਕਰੋੜ

crosier /'ਕਰਅਉਜ਼ਿਅ*/ *n* ਬਿਸ਼ਪ ਦਾ ਖੂੰਡਾ

cross /ਕਰੌਸ/ *n* ਸੂਲੀ, ਸਲੀਬ, ਫਾਂਸੀ ਦੇ ਨਿਸ਼ਾਨ ਦਾ ਸੂਲ; ਈਸਾਈ ਧਰਮ; ਤਸੀਹਾ, ਕਸ਼ਟ; ਦੋਗਲਾ ਪਸ਼ੂ; ਪਿਓਂਦ, ਜੋੜ; (ਅਪ) ਧੋਖਾ, ਠੱਗੀ; ਬਿਪਤਾ *v* ਕੱਟਣਾ; ਕੱਟ ਦੇਣਾ, ਕਾਟਾ ਮਾਰਨਾ; ਉਲੀਕਣਾ; ਪਾਰ ਹੋਣਾ, ਪਾਰ ਕਰਨਾ, ਲੰਘਣਾ, ਲੰਘ ਜਾਣਾ, ਟੱਪ ਜਾਣਾ; ਰਾਹ ਵਿੱਚ ਮਿਲਨਾ; ਦੋਗਲਾ ਕਰਨਾ; ਸਲੀਬ ਜਾਂ ਸੂਲੀ ਬਣਾਉਣਾ; ਰਾਹ ਵਿੱਚ ਰੁਕਾਵਟ ਪਾਉਣਾ *a* ਉਲਟਾ, ਵਿਰੁੱਧ, ਵਿਪਰੀਤ, ਪ੍ਰਤਿਕੂਲ; ਤਿਰਛਾ, ਟੇਢਾ; ਚਿੜਚਿੜਾ, ਕੌੜਾ, ਖਿਝੂ **cross one's mind** ਸੁੱਝਣਾ, ਫੁਰਨਾ

cross-belt ਗਾਤਰਾ, ਕਾਰਤੂਸਾਂ ਦੇ ਗਾਤਰੇ ਵਾਲੀ ਪੇਟੀ

crossbones /'ਕਰੌਸਬਅਉਨਜ਼/ *n* ਖ਼ਤਰੇ ਦਾ

ਨਿਸ਼ਾਨ, ਦੋ ਹੱਡੀਆਂ ਅਤੇ ਖੋਪੜੀ ਦਾ ਨਿਸ਼ਾਨ

crossbow /'ਕਰੌਸਬਅਉ/ *n* ਤੀਰ ਚਲਾਉਣ ਵਾਲੀ ਕਮਾਨ

crossbreed /'ਕਰੌਸਬਰੀਡ/ *a* ਦੋਗਲਾ (ਪਸ਼ੂ ਜਾਂ ਵਿਅਕਤੀ)

cross check /ˌਕਰੌਸ 'ਚੈੱਕ/ *v* ਭਿੰਨ-ਭਿੰਨ ਵਿਧੀਆਂ ਰਾਹੀਂ ਪੜਤਾਲ ਕਰਨਾ *n* ਭਿੰਨ-ਭਿੰਨ ਵਿਧੀਆਂ ਰਾਹੀਂ ਕੀਤੀ ਪੜਤਾਲ

cross-country /ˌਕਰੌਸ'ਕਅੱਨਟਰਿ/ *n* ਕਰਾਸ ਕੰਟਰੀ ਦੌੜ, ਡਾਂਡੇ-ਮੀਂਡੇ

cross-examination /ˌਕਰੌਸਇਗ਼ˌਜ਼ੈਮਿ'ਨੇਇਸ਼ਨ/ *v* ਜਿਰ੍ਹਾ ਕਰਨਾ, ਪੁੱਛ-ਗਿੱਛ ਕਰਨਾ

cross-examine /ˌਕਰੌਸਇਗ'ਜ਼ੈਮਿਨ/ *vt* (ਕਚਹਿਰੀ ਵਿਚ ਗਵਾਹ ਤੋਂ ਦਿੱਤੇ ਜਵਾਬਾਂ ਬਾਰੇ) ਬਰੀਕੀ ਨਾਲ ਪੁੱਛ-ਪੜਤਾਲ ਕਰਨਾ

cross-legged /ˌਕਰੌਸ'ਲੈੱਗਡ, -'ਲੈੱਗਿਡ/ *a* ਚੌਕੜੀ ਮਾਰ ਕੇ ਬੈਠਾ

cross-purposes /ˌਕਰੌਸ'ਪਅ:ਪਅਸਿਜ਼/ *n* ਇੱਕ ਦੂਜੇ ਦੇ ਉਲਟ ਮਨੋਰਥ, ਪਰਸਪਰ ਵਿਰੋਧੀ ਮਨੋਰਥ

cross-question /ˌਕਰੌਸ'ਕਵੈੱਸ਼ਚ(ਅ)ਨ/ *v* ਪ੍ਰਤਿਪ੍ਰਸ਼ਨ ਕਰਨਾ, ਜਿਰ੍ਹਾ ਕਰਨਾ

cross reference *n* ਪ੍ਰਤਿ-ਹਵਾਲਾ, ਅਧਿਕ ਜਾਣਕਾਰੀ ਲਈ ਪੁਸਤਕ ਦੇ ਕਿਸੇ ਹੋਰ ਥਾਂ ਲਿਖੇ ਸੰਦਰਭ ਦਾ ਹਵਾਲਾ

crossroads /'ਕਰੌਸਰਅਉਡਜ਼/ *n* ਚੁਰਾਹਾ

cross-stitch /'ਕਰੌਸਸਟਿਚ/ *n* ਕਸੀਦੇ ਦਾ ਤਰੋਪਾ, ਜੰਜੀਰੀਦਾਰ ਸਿਲਾਈ, ਜੰਜੀਰੀ ਟਾਂਕਾ

cross-voting *v* ਪਾਰਟੀ ਮੈਂਬਰਾਂ ਦੀ ਪਾਰਟੀ ਉਮੀਦਵਾਰ ਦੇ ਵਿਰੁੱਧ ਵੋਟ ਦੇਣ ਦੀ ਕਿਰਿਆ

crosswalk /'ਕਰੌਸਵੋਕ/ *n* ਪਾਰ ਕਰਨ ਲਈ ਸੜਕ ਦੀ ਥਾਂ, ਪਾਰ-ਪੱਟੀ, ਜ਼ੈਬਰਾ ਪੱਟੀ

crossway /'ਕਰੌਸਵੇਇ/ *n* ਪਗਡੰਡੀ

crossword /'ਕਰੌਸਵਅ:ਡ/ *n* ਸ਼ਬਦ ਪਹੇਲੀ, ਸ਼ਬਦਾਂ ਦੀ ਬੁਝਾਰਤ, ਸ਼ਬਦ ਅੜਾਉਣੀ

crotchet /'ਕਰੌਟਚਿਟ/ *n* ਵਹਿਮ, ਖਬਤ; ਇੱਕ ਸੰਦ ਜੋ ਪੇਟ ਵਿੱਚੋਂ ਬੱਚਾ ਕੱਢਣ ਦੇ ਕੰਮ ਆਉਂਦਾ ਹੈ ਹੁਕ ਵਰਗਾ ਸੰਦ; ਕਰੋਸ਼ੀਆ

croton /'ਕਰਅਉਟ(ਅ)ਨ/ *n* ਜਮਾਲ ਗੋਟੇ (ਪੌਦੇ) ਦੀ ਇੱਕ ਕਿਸਮ, ਜਮਾਲ ਗੋਟਾ

crouch /ਕਰਾਉਚ/ *vt* ਸਰੀਰ ਨੂੰ ਝੁਕਾਅ ਲੈਣਾ; ਪੈਰੀਂ ਪੈਣਾ, ਮਿੰਨਤਾਂ ਕਰਨਾ, ਚਾਪਲੂਸੀ ਕਰਨਾ *n* ਮਿੰਨਤ, ਖੁਸ਼ਾਮਦ, ਚਾਪਲੂਸੀ

croup[1] /ਕਰੂਪ/ *n* ਧੜ ਦਾ ਪਿਛਲਾ ਭਾਗ; ਪੁੱਠ

croup[2] ਸੰਘ ਦੀ ਖਰਖਰੀ (ਜਿਸ ਨਾਲ ਬੱਚਿਆਂ ਨੂੰ ਖੰਘ ਹੋ ਜਾਂਦੀ ਹੈ)

crow /ਕਰਅਉ/ *n* ਕਾਂ, ਕਾਗ, ਕਾਉਂ; ਕੁੱਕੜ ਦੀ ਕੜੂੰ ਘੂੰ, ਬਾਂਗ *vi* ਕੁੱਕੜ ਦਾ ਬਾਂਗ ਦੇਣਾ, ਕੁਕੜੂੰ ਘੂੰ ਕਰਨਾ **as the crow files** ਨੱਕ ਦੀ ਸੇਧੇ **in the crow line** ਨੱਕ ਦੀ ਸੇਧ

crowbar /'ਕਰਅਉਬਾ*/ ਸੱਬਲ, ਗੰਦਾਲਾ

crowd /ਕਰਾਉਡ/ *n* ਭੀੜ, ਜਮਘਟਾ, ਖ਼ਲਕਤ, ਝੁਰਮਟ; ਦਲ, ਗਰੋਹ, ਟੋਲੀ, ਗੁੱਟ *v* ਭੀੜ ਹੋਣਾ ਜਾਂ ਕਰਨਾ, ਝੁਰਮਟ ਪੈਣਾ ਜਾਂ ਪਾਉਣਾ, ਧਾੜ ਬੱਝਣਾ ਜਾਂ ਬੰਨ੍ਹਣਾ **crowd out** ਬਾਹਰ ਹੋ ਜਾਣਾ, ਥਾਂ ਨਾ ਮਿਲਣਾ

crowded /'ਕਰਾਉਡਿਡ/ *a* ਭੀੜ ਵਾਲਾ, ਖਚਾਖਚ ਭਰਿਆ ਹੋਇਆ, ਸੰਘਣਾ, ਘਣਾਂ

crown /ਕਰਾਉਨ/ *n* ਮੁਕਟ, ਤਾਜ, ਸਿਹਰਾ, ਦਾਉਣੀ; ਇੱਕ ਅੰਗਰੇਜ਼ੀ ਸਿੱਕਾ; ਟੋਟਣ, ਟੋਟਣੀ, ਚੁੰਡਾ, ਟੀਸੀ, ਚੋਟੀ; 15" x 19" ਦਾ ਕਾਗਜ਼; ਦੰਦ ਦਾ ਮਸੂੜੇ ਤੋਂ ਬਾਹਰ ਵਾਲਾ ਭਾਗ; ਆਦਰਸ਼ ਸਥਿਤੀ *vt* ਮੁਕਟ ਪੁਆਉਣਾ, ਤਾਜ ਪਹਿਨਾਉਣਾ, ਬੰਨ੍ਹਣਾ, ਰਾਜ ਤਿਲਕ ਕਰਨਾ; ਵਡਿਆਉਣਾ, ਨਿਵਾਜਣਾ, ਪੁਰਸਕਾਰ ਦੇਣਾ, ਸਫਲ ਕਰਨਾ; ਦੰਦ ਮੜ੍ਹਾਉਣਾ

crowned /ਕਰਾਉਨਡ/ *a* ਜਿਸ ਨੇ ਤਾਜ ਪਾਇਆ ਹੋਇਆ ਹੋਵੇ

crown lawyer *n* ਸਰਕਾਰੀ ਵਕੀਲ

crown prince *n* ਟਿੱਕਾ, ਵਲੀ ਅਹਿਦ

crown saw *n* ਗੋਲ ਆਰਾ

crown witness *n* ਸਰਕਾਰੀ ਗਵਾਹ

crow over *v* ਕੱਛਾਂ ਮਾਰਨਾ, ਬਾਘੀਆਂ ਪਾਉਣਾ

crow's-foot /'ਕਰਅਉਜ਼ਫੁਟ/ *n* ਝੁਰੜੀ

CRT /,ਸੀ ਆਰ 'ਟੀ/ *abbr* **cathode ray tube** ਦਾ ਸੰਖੇਪ, ਮੋਨੀਟਰ ਵਿੱਚ ਵਰਤਿਆ ਜਾਣ ਵਾਲਾ ਕੇਂਦਰੀ ਉਪਕਰਨ ਜਿਸ ਵਿਚ ਫਾਸਫੋਰਸ ਨਾਲ ਲਿਖੀ ਪਰਤ ਉੱਤੇ ਬਿਜਲਈ ਕਿਰਨਾਂ ਟਕਰਾ ਕੇ ਚਿੱਤਰ ਬਣਾਏ ਜਾਂਦੇ ਹਨ

crucial /'ਕਰੂਸ਼ਲ/ *a* ਨਿਰਨਾਕਾਰੀ, ਨਾਜ਼ੁਕ, ਨਿਬੇੜਨ ਵਾਲਾ, ਦੋ ਟੁਕ

crucible /'ਕਰੂਸਿਬਲ/ *n* ਧਾਤਾਂ ਗਾਲਨ ਵਾਲਾ ਛੋਟਾ ਭਾਂਡਾ ਕੁਠਾਲੀ; ਅਗਨੀ ਪਰੀਖਿਆ, ਕਠੋਰ ਪਰੀਖਿਆ

cruciferous /ਕਰੂ'ਸਿਫ਼ਅਰਅਸ/ *a* ਚਰਖੜੀਦਾਰ, ਸੂਲੀਨੁਮਾ

crucification /,ਕਰੂਸਿਫ਼ਿ'ਕੇਇਸ਼ਨ/ *n* ਸੂਲੀ ਚੜ੍ਹਾਉਣ ਦੀ ਕਿਰਿਆ, ਸਲੀਬਕਸ਼ੀ; ਹਜ਼ਰਤ ਈਸਾ ਨੂੰ ਸੂਲੀ ਉੱਤੇ ਚਾੜ੍ਹਨ ਦੀ ਕਿਰਿਆ

crucifix /'ਕਰੂਸਅਫ਼ਿਕਸ/ *n* ਸੂਲੀ, ਸਲੀਬ, ਕਰਾਸ; ਹਜ਼ਰਤ ਈਸਾ ਦੀ ਸੂਲੀ ਚੜ੍ਹਨ ਵੇਲੇ ਦੀ ਤਸਵੀਰ

crucifixion /ਕਰੂਸਅ'ਫ਼ਿਕਸ਼ਨ/ *n* ਸਲੀਬ ਉੱਤੇ ਟੰਗ ਕੇ ਜਾਨ ਲੈਣਾ, ਸੂਲੀ ਚੜ੍ਹਨ ਜਾਂ ਚਾੜ੍ਹਨ ਦਾ ਭਾਵ; ਈਸਾ ਦੀ ਸਲੀਬ ਉੱਤੇ ਟੰਗੇ ਦੀ ਤਸਵੀਰ

cruciform /'ਕਰੂਸਿਫ਼ੋਮ/ *a* ਸਲੀਬਨੁਮਾ, ਸੂਲੀ ਵਰਗਾ

crucify /'ਕਰੂਸਿਫ਼ਾਇ/ *vt* ਸੂਲੀ ਚਾੜ੍ਹਨਾ, ਸਲੀਬ ਤੇ ਟੰਗਣਾ; ਮਨ ਦੀਆਂ ਇੱਛਾਵਾਂ ਨੂੰ ਖ਼ਤਮ ਕਰਨਾ

crude /ਕਰੂਡ/ *a* ਕੱਚਾ, ਘਣਘੜ; ਖਰ੍ਹਵਾ; ਬੇਢੰਗ; ਉਜੱਡ

crudely /ਕਰੂਡਲਿ/ *adv* ਬੇਢੰਗੇ ਰੂਪ ਵਿੱਚ, ਕਚਿਆਈ ਨਾਲ

crudeness /ਕਰੂਡਨਅਸ/ *n* ਗੰਵਾਰੂਪਣ; ਕਚਿਆਈ, ਰੁੱਖਾਪਣ, ਉਜੱਡਤਾ

cruel /'ਕਰੂਅਲ/ *a* ਕਠੋਰ, ਨਿਰਦਈ, ਬੇਤਰਸ, ਕਰੂਰ, ਜ਼ਾਲਮ, ਬੇਰਹਿਮ, ਬੇਦਰਦ; ਕਸ਼ਟਮਈ, ਦਰਦਨਾਕ

cruelly /'ਕਰੂਅਲਿ/ *adv* ਬੇਦਰਦੀ ਨਾਲ; ਕਠੋਰ ਹੋ ਕੇ

cruelty /'ਕਰੂਅਲਟਿ/ *n* ਜ਼ੁਲਮ, ਕਠੋਰਤਾ, ਬੇਤਰਸੀ, ਬੇਰਹਿਮੀ, ਨਿਰਦਇਤਾ, ਨਿਸ਼ਠੁਰਤਾ, ਦਇਆਹੀਣਤਾ

cruet /'ਕਰੂਇਟ/ *n* ਸਿਰਕਾਦਾਨੀ, ਅਚਾਰਦਾਨੀ, ਖਾਣੇ ਦੇ ਮੇਜ਼ ਉੱਤੇ ਰੱਖਣ ਵਾਲੀ ਚਟਣੀਦਾਨੀ

cruise /ਕਰੂਜ਼/ *n* ਜਹਾਜ਼ੀ ਸਫ਼ਰ ਜਾਂ ਸੈਰ, ਦਰਿਆਈ ਸੈਰ *vi* ਸਮੁੰਦਰੀ ਸਫ਼ਰ ਕਰਨਾ, ਖ਼ਾਸ ਰਫ਼ਤਾਰ ਉੱਤੇ ਜਹਾਜ਼ ਚਲਾਉਣਾ

cruise missile *n* ਜ਼ਮੀਨ ਤੋਂ ਥੋੜ੍ਹੀ ਉਚਾਈ ਉੱਤੇ ਜਾਣ ਵਾਲਾ ਅਤੇ ਆਪਣੇ ਕੰਪਿਊਟਰ ਦੇ ਸਹਾਰੇ ਨਿਸ਼ਾਨੇ ਉੱਤੇ ਲੰਮੀ ਦੂਰੀ ਤੱਕ ਮਾਰ ਕਰਨ ਵਾਲਾ ਹਥਿਆਰ

cruiser /'ਕਰੂਜ਼ਅ*/ *n* ਤੇਜ਼ ਚੱਲਣ ਵਾਲਾ ਜੰਗੀ ਜਹਾਜ਼, ਫਿਰਤੂ ਜਹਾਜ਼, ਗਸ਼ਤੀ ਜਹਾਜ਼

crumb /ਕਰਅੱਮ/ *n* ਭੋਰਾ-ਭੋਰਾ, ਕਿਣਕਾ, ਰੋਟੀ ਦਾ ਟੁਕੜਾ *vt* ਚੂਰਨਾ, ਭੋਰਨਾ

crumble /'ਕਰਅੱਮਬਲ/ *v* ਚੂਰਾ-ਚੂਰਾ ਹੋਣਾ, ਭੋਰਨਾ, ਭੁਰਨਾ ਟੁੱਟਣਾ ਜਾਂ ਤੋੜਨਾ, ਟੁਕੜੇ-ਟੁਕੜੇ ਕਰਨਾ ਜਾਂ ਹੋਣਾ

crumbly /'ਕਰਅੱਮਬਲਿ/ *a* ਭੁਰਵਾਂ, ਭੁਰਭੁਰਾ, ਟੁੱਟਣਹਾਰ, ਭੁਰਨਸ਼ੀਲ

crump /'ਕਰਅੱਮਪ/ *vi* (ਕ੍ਰਿਕਟ ਦੀ ਗੇਂਦ ਨੂੰ) ਕੱਸ ਕੇ ਟੋਣਾ ਮਾਰਨਾ; ਧੜੰਮ ਕਰਕੇ ਡਿੱਗਣਾ, ਫੱਟਣਾ

crumpet /'ਕਰਅੱਮਪਿਟ/ *n* ਆਂਡੇ ਅਤੇ ਦੁੱਧ ਦਾ ਬਣਿਆ ਹੋਇਆ ਕੁਲਚਾ

crumple /'ਕਰਅੱਮਪਲ/ *v* ਮਧੋਲਨਾ, ਮਧੋਲੇ

ਜਾਣਾ, ਮਰੋੜਨਾ, ਸੰਕੁਚਤ ਕਰਨਾ ਜਾਂ ਹੋਣਾ

crumpled /'ਕਰਅੱਮਪਲਡ/ *a* ਮਧੋਲਿਆ, ਕਰੁੰਡਿਆ, ਜਿਸ ਦੀ ਬੂਰ ਝੜੀ ਹੋਵੇ, ਜਿਸ ਦੀ ਟੱਸ ਭੱਜੀ ਹੋਵੇ

crunch /ਕਰਅੱਨਚ/ *n* ਦੰਦਾਂ ਨਾਲ ਕਰਿਚ-ਕਰਿਚ ਕਰਨ ਦੀ ਕਿਰਿਆ, ਦੰਦ ਕਰੀਚ *vt* ਦੰਦ ਕਰੀਚਣਾ

crunchy /'ਕਰਅੱਨਚਿ/ *a* ਕੜਕਵਾਂ, ਕੜਕ (ਵਿਸ਼ੇਸ਼ ਕਰਕੇ ਖਾਣ ਦੀ ਚੀਜ਼)

crupper /'ਕਰਅੱਪਅ*/ *n* ਘੋੜੇ ਦੀ ਦੁਮਚੀ

crural /'ਕਰੂਰ(ਅ)ਲ/ *a* ਲੱਤ ਸੰਬੰਧੀ

crusade /ਕਰੂ'ਸੇਇਡ/ *n* ਸਲੀਬੀ ਯੁੱਧ ਮਸੀਹੀ ਜਹਾਦ; ਜਿਹਾਦ, ਕਿਸੇ ਭ੍ਰਿਸ਼ਟਾਚਾਰ ਵਿਰੁੱਧ ਸੰਘਰਸ਼, ਧਰਮ ਯੁੱਧ *vt* ਧਰਮ ਯੁੱਧ ਕਰਨਾ, ਭ੍ਰਿਸ਼ਟਾਚਾਰ ਵਿਰੁੱਧ ਸੰਘਰਸ਼ ਕਰਨਾ

crusader /ਕਰੂ'ਸੇਇਡਅ*/ *n* ਧਰਮ ਯੋਧਾ, ਮੁਜਾਹਦ

crush /ਕਰਅੱਸ਼/ *vt* ਦਲਨਾ, ਦਰੜਨਾ, ਮਿੱਧਣਾ, ਫੇਹਣਾ, ਚਿੱਥਣਾ, ਚੂਰ ਕਰਨਾ, ਮਸਲਨਾ *n* ਭੀੜ-ਭਾੜ, ਭੀੜ-ਭੜੱਕਾ, ਜਮਘਟਾ, ਝੁਰਮਟ

crushed /ਕਰਅੱਸ਼ਟ/ *a* ਦਲਿਆ ਹੋਇਆ, ਕੁਚਲਿਆ ਹੋਇਆ

crust /ਕਰਅੱਸਟ/ *n* ਪਰਤ, ਪੁੜ; ਪੇਪੜੀ, ਲੇਪੜ, ਲੇ, ਖੇਪੜ, ਚਾਪੜ *vt* ਪੇਪੜੀ ਬੱਝਣਾ ਜਾਂ ਜੰਮਣਾ, ਛਿਲਕਾ ਆਉਣਾ ਜਾਂ ਲਿਆਉਣਾ

crustacean /ਕਰਅੱ'ਸਟੇਇਸ਼ਨ/ *n* ਖੋਪੜੀਦਾਰ ਜੀਵ

crustaceous /ਕਰਅੱਸਟੇਇਸ਼ਅਸ/ *a* ਪੇਪੜੀਦਾਰ, ਪਰਤਦਾਰ

crusty /'ਕਰਅੱਸਟਿ/ *a* ਕਰੜਾ, ਸਖ਼ਤ, ਪੇਪੜੀ ਵਾਲਾ; ਖਿਝੂ, ਚਿੜਚਿੜਾ

crutch /ਕਰਅੱਚ/ *n* ਖੂੰਡਾ, ਖੂੰਡੀ, ਫੌੜ੍ਹੀ, ਟੋਹਣੀ, ਟੇਕ, ਸਹਾਰਾ; ਚਰਖੜੀ, ਕੈਂਚੀਆਂ

crutched /ਕਰਅੱਚਟ/ *a* ਮੁੜਿਆ, ਖੂੰਡੀਦਾਰ, ਖੂੰਡਦਾਰ

crux /ਕਰਅੱਕਸ/ *n* ਘੁੰਡੀ, ਗੁੱਥੀ, ਮੂਲ ਸਮੱਸਿਆ; ਪੇਚੀਦਾ ਮਾਮਲਾ

cruxing /'ਕਰਅੱਕਸਿਙ/ *a* (ਹਾਰ) ਕਰਾਰੀ; (ਟਿੱਪਣੀ) ਤਿੱਖੀ

cry /ਕਰਾਇ/ *n* ਚੀਕ, ਕੂਕ, ਸ਼ੋਰ, ਚੰਘਿਆੜ, ਚਾਂਗਰ, ਰੋਣ, ਡਡਿਆਉਣ, ਅਰੜਾਉਣ, ਅੜਾਟ; ਪੁਕਾਰ, ਫ਼ਰਿਆਦ, ਕੁਰਲਾਹਟ, ਵਿਲਕਣੀ; ਢੰਡੋਰਾ, ਸੱਦਾ, ਅਵਾਜ਼; ਲਲਕਾਰ, ਮੰਗ, ਨਾਹਰਾ *v* ਚੀਕਣਾ, ਕੂਕਣਾ, ਚੰਘਿਆੜਨਾ, ਚਾਂਗਰਨਾ, ਰੋਣਾ, ਡਡਿਆਉਣਾ, ਵਿਲਕਣਾ, ਪੁਕਾਰਨਾ, ਰਿੰਗਾਣਾ, ਹੁਆਂ-ਹੁਆਂ ਕਰਨਾ, ਰੀਂ-ਰੀਂ ਕਰਨਾ; ਢੰਡੋਰਾ ਫੇਰਨਾ, ਉੱਚੀ ਅਵਾਜ਼ ਦੇਣਾ; ਭਊਂ-ਭਊਂ ਕਰਨਾ **a far cry** ਦੂਰ ਦੀ ਗੱਲ **cry for justice** ਨਿਆਂ ਲਈ ਦੁਹਾਈ **cry oneself to sleep** ਰੋਂਦਿਆਂ-ਰੋਂਦਿਆਂ ਸੌਂ ਜਾਣਾ **cry shame upon** ਫਿਟਕਾਰਾਂ ਪਾਉਣਾ **one's heart out** ਰੋ-ਰੋ ਕੇ ਦੱਸਣਾ **ready to cry** ਰੋਣਹਾਕਾ

crybaby /'ਕਰਾਇਬੇਇਬਿ/ *n* (ਅਪ) ਰੋਂਦੂ ਬੱਚਾ ਜਾਂ ਬੰਦਾ ਜੋ ਬਿਨਾਂ ਹੀ ਕਿਸੇ ਗੱਲ ਤੋਂ ਰੋਂਦਾ ਰਹੇ

cry down ਨਿੰਦਣਾ, ਭੰਡਣਾ

crying need ਸਖ਼ਤ ਲੋੜ

cryogenic /ˌਕਰਾਇਅ'ਜੈੱਨਿਕ/ *a* (ਭੌ) ਬਹੁਤ ਘੱਟ ਤਾਪਮਾਨ ਵਾਲਾ

crypt /ਕਰਿਪਟ/ *n* ਗਿਰਜੇ ਦਾ ਭੋਰਾ

cryptic /'ਕਰਿਪਟਿਕ/ *a* ਸੰਖੇਪ; ਸੰਕੇਤਕ; (ਅਰਥ) ਗੂੜ੍ਹ

cryptograpy /ਕਰਿਪ'ਟੌਗਰਅਫ਼ਿ/ *n* ਸੰਕੇਤ-ਪੱਧਤੀ ਲਿਖਣ ਜਾਂ ਬੋਲਣ ਦੀ ਕਲਾ

crystal /'ਕਰਿਸਟਲ/ *n* ਪਾਰਦਰਸ਼ੀ ਸ਼ੀਸ਼ਾ ਜਾਂ ਭਾਂਡਾ, ਰਵਾ, ਬਲੌਰ *a* ਬਲੌਰੀ, ਰਵੇਦਰ

crystal-gazing *n* ਭਵਿੱਖਬਾਣੀ ਲਈ ਕਰਿਸਟਲ ਨੂੰ ਦੇਖਣ ਦਾ ਭਾਵ; ਭਵਿੱਖਬਾਣੀ

crystalline /'ਕਰਿਸਟਅਲਾਇਨ/ *a* ਬਲੌਰੀ, ਰਵੇਦਾਰ

crystallization /ˌਕਰਿਸਟਅਲਾਇ'ਜ਼ੇਇਸ਼ਨ/

n ਬਲੌਰ ਜਾਂ ਰਵਾ ਬਣਾਉਣ ਦੀ ਕਿਰਿਆ

crystallize /'ਕਰਿਸਟਅਲਾਇਜ਼/ *v* ਰਵਾ ਬਣਾਉਣਾ; ਖੰਡ ਵਿੱਚ ਗਲੇਫਣਾ; ਸਪਸ਼ਟ ਹੋਂਦ ਇਖ਼ਤਿਆਰ ਕਰਨਾ

crystalloid /'ਕਰਿਸਟ(ਅ)ਲੌਇਡ/ *a* ਰਵਾ ਬਣਨ ਦਾ ਯੋਗ, ਬਲੌਰ ਬਣਨ ਦੇ ਯੋਗ

cry up ਵਧਾ ਕੇ ਦੱਸਣਾ, ਸੋਹਲੇ ਗਾਉਣਾ

CT scan /,ਸੀ 'ਟੀ ਸਕੈਨ/ *abbr* ਸਰੀਰ ਦੇ ਅੰਦਰ ਦੀ ਤਸਵੀਰ ਲੈ ਕੇ ਰੋਗੀ ਦੀ ਜਾਂਚ ਕਰਨ ਦੀ ਵਿਧੀ; ਇੰਜ ਲਈ ਗਈ ਤਸਵੀਰ

cub /ਕਅੱਬ/ *n* ਕਤੂਰਾ, ਬੱਚਾ (ਸ਼ੇਰ, ਰਿੱਛ ਜਾਂ ਕੁੱਤੇ ਦਾ), ਪੱਠਾ; ਅੱਲ੍ਹੜ ਮੁੰਡਾ, ਸਕਾਊਟ ਬੱਚਾ; ਸਿਖਾਂਦਰੂ ਪੱਤਰਕਾਰ *v* ਬੱਚਾ ਜਣਨਾ

cubbing /'ਕਅੱਬਿਙ/ *n* ਸ਼ਿਕਾਰ

cubbish/'ਕਅੱਬਿਸ਼/ *a* ਅੱਲ੍ਹੜ, ਬਦਤਮੀਜ਼

cube /ਕਯੂਬ/ *n* ਛੇ ਬਾਹੀ ਆਕਾਰ, ਘਣਾਕਾਰ, ਘਣ; ਘਣਾਦਾਰ *vt* ਘਣ ਬਣਾਉਣਾ

cube root *n* (ਗਣਿ) ਘਣ-ਮੂਲ, ਅਜਿਹੀ ਸੰਖਿਆ ਜਿਸ ਨੂੰ ਉਸੇ ਸੰਖਿਆ ਨਾਲ ਦੋ ਵਾਰ ਗੁਣਾ ਕਰਨ ਨਾਲ ਇੱਕ ਖ਼ਾਸ ਸੰਖਿਆ (ਘਣਫਲ) ਮਿਲੇ

cubic, cubical /'ਕਯੂਬਿਕ, 'ਕਯੂਬਿਕ(ਅ)ਲ/ *a* ਘਣਾਕਾਰ, ਘਣਾਤਮਕ

cubicle /'ਕਯੂਬਿਕਲ/ *n* ਵਿਦਿਆਰਥੀਆਂ ਦਾ ਸੌਣ ਕਮਰਾ, ਛੋਟਾ ਕਮਰਾ

cubism /'ਕਯੂਬਿਜ਼ਅਮ/ *n* ਰੇਖਾ ਗਣਿਤ ਉੱਤੇ ਉਸਰੀ ਚਿੱਤਰਕਲਾ, ਬੁੱਧੀਵਾਦ

cubit /'ਕਯੂਬਿਟ/ *n* ਇੱਕ ਪੁਰਾਣਾ ਗਜ਼, ਹੱਥ ਭਰ ਲੰਬਾਈ, ਅੱਧ ਗਜ਼

cuboid /'ਕਯੂਬੌਇਡ/ *a* ਥੋੜ੍ਹਾ ਬਹੁਤ ਘਣਾਤਮਕ ਆਕਾਰ ਦਾ; ਛੇ ਪਾਸੀਆ

cuckold /'ਕਅੱਕਅਉਲਡ/ *n* ਭੜਵਾ

cuckoo /'ਕੁਕੂ/ *n* ਕੋਇਲ

cucumber /'ਕਯੂਕਅੱਮਬਅ*/ *n* ਖੀਰਾ **cool as cucumber** ਸ਼ਾਂਤ, ਧੀਰ, ਠੰਢੇ ਦਿਲ ਵਾਲਾ

cucurbit /ਕਯੂ'ਕਅ:ਬਿਟ/ *n* ਕੱਦੂ, ਤੂੰਬਾ ਆਦਿ

cud /ਕਅੱਡ/ *n* ਜੁਗਾਲੀ, ਉਗਾਲੀ, ਉਗਾਲੀ ਕਰਨ ਦੀ ਕਿਰਿਆ **to chew the cud** ਉਗਾਲੀ ਕਰਨਾ

cudbear /'ਕਅੱਡਬੇਅ*/ *n* ਕਾਈ ਤੋਂ ਪ੍ਰਾਪਤ ਲਾਲ ਜਾਂ ਬੈਂਗਣੀ ਰੰਗ

cuddle /'ਕਅੱਡਲ/ *vi* ਗਲ ਲਾਉਣਾ, ਲਾਡ-ਪਿਆਰ ਕਰਨਾ, ਜੱਫੀ ਪਾਉਣਾ *n* ਜੱਫੀ

cuddlesome /'ਕਅੱਡਲਸਅਮ/ *a* ਪਿਆਰਾ, ਲਾਡਲਾ, ਚਿਮਟਣ ਲਈ ਉਤੇਜਿਤ ਕਰਨ ਵਾਲਾ

cuddly /'ਕਅੱਡਲਿ/ *a* ਵੇਖੋ **cuddlesome**

cuddy /'ਕਅੱਡਿ/ *n* ਜਹਾਜ਼ ਦਾ ਛੋਟਾ ਕਮਰਾ, ਕੋਠੜੀ; ਖੋਤਾ, ਮੂਰਖ, ਖ਼ਰਦਿਮਾਗ਼

cudgel /'ਕਅੱਜਲ/ *n* ਸੋਟਾ, ਡੰਡਾ *vt* ਸੋਟੇ ਜਾਂ ਸੋਟੀ ਨਾਲ ਕੁੱਟਣਾ, ਡੰਡੇ ਮਾਰਨਾ

cue[1] /ਕਯੂ/ *n* ਸੂਹ, ਸੰਕੇਤ, ਥਹੁ-ਪਤਾ, ਇਸ਼ਾਰਾ **give one the cue** ਇਸ਼ਾਰਾ ਕਰਨਾ, ਹਦਾਇਤ ਦੇਣਾ **take one's cue from** ਕਿਸੇ ਦੀ ਸੰਖਿਆ ਜਾਂ ਇਸ਼ਾਰੇ ਉੱਤੇ ਚੱਲਣਾ

cue[2] *v* ਗੁੱਤ ਗੁੰਦਣਾ

cuff /ਕਅੱਫ਼/ *n* ਕਮੀਜ਼ ਦਾ ਕਫ, ਬਾਂਹ ਦੀ ਕਲਾਈ ਪੱਟੀ *vt* ਚਪੇੜ ਮਾਰਨਾ, ਥੱਪੜ ਜਾਂ ਤਮਾਚਾ ਮਾਰਨਾ, ਮੁੱਕਾ ਜਾਂ ਹੂਰਾ ਮਾਰਨਾ

cuffed /ਕਅੱਫ਼ਟ/ *a* ਕਫ਼ਦਾਰ, ਕਫ਼ਵਾਲੀ (ਕਮੀਜ਼)

cuirass /ਕਵਿ'ਰੈਸ/ *n* ਕਵਚ, ਸੰਜੋ, ਜਰਾਬਕਤਰ

cuisine /ਕਵਿ'ਜ਼ੀਨ/ *n* ਰਸੋਈ ਦਾ ਕੰਮ, ਰਸੋਈ ਸਿੱਖਿਆ, ਰਸੋਈ ਪ੍ਰਬੰਧ

culinary /'ਕਅੱਲਿਨਅਰਿ/ *a* ਰਸੋਈ ਸਬੰਧੀ

cull /ਕਅੱਲ/ *vt* ਫੁੱਲ ਛਾਂਟਣਾ, ਚੁਣਨਾ ਜਾਂ ਚੁਗਣਾ *n* ਫੁੱਲ ਚੋਣ, ਨਕਾਰਾ ਹੋਣ ਕਰਕੇ ਇੱਜੜ ਵਿੱਚੋਂ ਕੱਢਿਆ ਪਸ਼ੂ

cullender /'ਕਅੱਲਅਨਡਅ*/ *n vt* ਵੇਖੋ **colander**

culminate /'ਕਅੱਲਮਿਨੇਇਟ/ *vt* ਸਿਖਰ ਉੱਤੇ ਪੁੱਜਣਾ, ਉੱਚਾ ਹੋਣਾ; ਨਤੀਜਾ ਨਿਕਲਨਾ

culmination /,ਕਅੱਲਮਿ'ਨੇਇਸ਼ਨ/ *n* ਟੀਸੀ,

ਸਿਖਰ; ਨਤੀਜਾ, ਸਿੱਟਾ

culpability /ˌ**ਕਅੱਲਪਅ'ਬਿਲਅਟਿ**/ *n* ਦੋਸ਼ਪੂਰਨਤਾ, ਅਪਰਾਧ

culpable /'**ਕਅੱਲਪਅਬਲ**/ *a* ਦੋਸ਼ਪੂਰਨ,. ਅਪਰਾਧੀ

culpable homicide *n* ਗੈਰ-ਇਰਾਦਤਨ ਕਤਲ ਦਾ ਜੁਰਮ

culprit /'**ਕਅੱਲਪਰਿਟ**/ *n* ਦੋਸ਼ੀ, ਅਪਰਾਧੀ, ਮੁਜਰਮ

cult /**ਕਅੱਲਟ**/ *n* ਮਾਰਗ, ਸੰਪਰਦਾਇ, ਧਰਮ, ਰੀਤ, ਦੀਨ; ਪੂਜਾ ਪੱਧਤੀ

cultivate /'**ਕਅੱਲਟਿਵ਼ੇਇਟ**/ *vt* ਵਾਹੁਣਾ, ਖੇਤੀ ਕਰਨਾ, ਵਾਹੀ ਕਰਨਾ, ਬੀਜ ਬੀਜਣਾ; ਸੁਧਾਰਨਾ, ਠੀਕ ਕਰਨਾ, ਸੁਆਰਨਾ, ਸਿੱਖਿਆ ਦੇਣਾ; ਧਰਤੀ ਤਿਆਰ ਕਰਨਾ

cultivation /ˌ**ਕਅੱਲਟਿ'ਵ਼ੇਇਸ਼ਨ**/ *n* ਵਾਹੀ ਖੇਤੀ, ਬਿਜਾਈ, ਕਾਸ਼ਤ, ਰਾਹਕੀ; ਸੁਧਾਰ

cultivator /'**ਕਅੱਲਟਿਵ਼ੇਇਟਅ***/ *n* ਕਿਰਸਾਣ, ਰਾਹਕ, ਕਿਸਾਨ, ਵਾਹਕ, ਕਾਸ਼ਤਕਾਰ; ਪੈਲੀ ਵਾਹੁਣ ਲਈ ਟਰੈਕਟਰ ਪਿੱਛੇ ਲਗਣ ਵਾਲਾ ਇੱਕ ਸੰਦ, ਹਲ

cultural /'**ਕਅੱਲਚਅਰਅਲ**/ *a* ਸੰਸਕ੍ਰਿਤਿਕ, ਸੱਭਿਆਚਾਰਕ

culture /'**ਕਅੱਲਚਅ***/ *n* ਸੰਸਕ੍ਰਿਤੀ, ਸੱਭਿਆਚਾਰ, ਸੱਭਿਅਤਾ; ਸੁਚੱਜ; ਖੇਤੀ, ਕਾਸ਼ਤ *vt* ਖੇਤੀ ਕਰਨਾ, ਕਾਸ਼ਤ ਕਰਨਾ, ਜੋਤਣਾ **culture of mind** ਮਾਨਸਿਕ ਵਿਕਾਸ, ਦਿਮਾਗ਼ੀ ਤਰੱਕੀ

cultured /'**ਕਅੱਲਚਅਡ**/ *a* ਸੰਸਕ੍ਰਿਤ, ਸੱਭਿਆ, ਕੋਮਲ ਭਾਵਾਂ ਦਾ ਸੁਆਮੀ, ਸੁਚੱਜਾ ਵਿਅਕਤੀ, ਸੱਭਿਆਵਾਨ; ਅਬਾਦ ਜ਼ਮੀਨ

culverin /'**ਕਅੱਲਵ਼ਅਰਿਨ**/ *n* ਲੰਮੀ ਨਾਲੀ ਵਾਲੀ ਪੁਰਾਤਨ ਤੋਪ

culvert /'**ਕਅੱਲਵ਼ਅਟ**/ *n* (ਸੜਕ ਆਦਿ ਦੀ) ਪੁਲੀ

cum /**ਕਅੱਮ**/ *prep* (ਦੇ) ਨਾਲ, ਯੁਕਤ, ਸਹਿਤ, ਨਾਲ

cumber /'**ਕਅੱਮਬਅ***/ *vt* ਭਾਰ ਪਾਉਣਾ, ਰੁਕਾਵਟ ਪਾਉਣਾ *n* ਬੋਝ, ਰੁਕਾਵਟ

cumbersome, cumberous /'**ਕਅੱਮਬਅਸਅਮ**, '**ਕਅੱਮਬਰਅਸ**/ *a* ਕੁਢੱਬਾ; ਮੁਸ਼ਕਲ

cumin /'**ਕਅੱਮਿਨ**/ *n* ਜੀਰਾ

cumulate /'**ਕਯੂਮਯਅਲੇਇਟ**/ *vt* ਇਕੱਠਾ ਕਰਨਾ ਜਾਂ ਹੋਣਾ, ਜਮ੍ਹਾਂ ਕਰਨਾ, ਢੇਰ ਲਾਉਣਾ *n* ਇਕੱਠਾ, ਇਕੱਤਰਤ, ਜਮ੍ਹਾਂ, ਢੇਰ ਕੀਤਾ, ਸੰਚਿਤ

cumulation /ˌ**ਕਯੂਮਯਅ'ਲੇਇਸ਼ਨ**/ *n* ਸਮੂਹ, ਢੇਰ, ਇਕੱਤਰੀਕਰਨ

cumulative /'**ਕਯੂਮਯਅਲਅਟਿਵ਼**/ *a* ਸਮੂਹ ਬਣਾਇਆ ਹੋਇਆ, ਢੇਰ ਲਾਇਆ ਹੋਇਆ, ਇਕੱਤਰੀਕਰਨ ਹੋ ਰਿਹਾ

cumulus /'**ਕਯੂਮਯਅਲਅਸ**/ *n* ਢੇਰ, ਅੰਬਾਰ; ਕਾਲੇ ਬੱਦਲ

cuneiform /'**ਕਯੂਨਿਫ਼ੋਮ**/ *a* ਕਾਟਵੇ ਅੱਖਰੀ *n* ਤਿਰਛੇ ਅੱਖਰ

cunning /'**ਕਅੱਨਿਙ**/ *a* ਚਲਾਕ, ਕਾਂਟਾ, ਚੰਟ, ਘਾਗ, ਉਸਤਾਦ, ਮੱਕਾਰ *n* ਚਲਾਕੀ, ਖਚਰਾਪਣ; ਉਸਤਾਦੀ, ਮੱਕਾਰੀ, ਫ਼ਰੇਬ

cup[1] /**ਕਅੱਪ**/ *n* ਪਿਆਲਾ, ਕੱਪ, ਕਟੋਰਾ, ਕਾਸਾ, ਛੰਨਾ, ਕੌਲ, ਕਟੋਰੀ, ਠੂਠਾ; ਜਿੱਤ ਦੀ ਨਿਸ਼ਾਨੀ **in one's cups** ਸ਼ਰਾਬ ਦੇ ਨਸ਼ੇ ਵਿੱਚ, ਮਦਹੋਸ਼

cup[2] *vt* ਪੱਛ ਲਾਉਣਾ, ਸਿੰਗੀ ਲਾਉਣਾ

cupboard /'**ਕਅੱਬਅਡ**/ *n* ਭਾਂਡੇ ਭੋਜਨ ਜਾਂ ਕੱਪੜੇ ਆਦਿ ਰੱਖਣ ਵਾਲੀ ਅਲਮਾਰੀ

cupful /'**ਕਅੱਪਫ਼ੁਲ**/ *n* ਕਟੋਰਾ ਭਰ, ਪਿਆਲਾ ਭਰ

Cupid /'**ਕਯੂਪਿਡ**/ *n* ਕਾਮ ਦਾ ਰੋਮਨ ਦੇਵਤਾ, ਕਾਮਦੇਵ, ਮਦਨ

cupidity /**ਕਯੂ'ਪਿਡਅਟਿ**/ *n* ਤਮ੍ਹਾਂ, ਹਿਰਸ, ਲਾਲਚ, ਲੋਭ

cupola /'**ਕਯੂਪਅਲਅ**/ *n* ਬੁਰਜ, ਕਲਸ,

ਗੁੰਬਦ, ਮੰਮਟ, ਮੰਮਟੀ

cupreous /'ਕਯੂਪਰਿਅਸ/ *a* ਤਾਂਬੇ ਦਾ, ਤਾਂਬਈ

cur /ਕਅ:*/ *n* ਕੁੱਤਾ; ਅਵਾਰਾ ਕੁੱਤਾ; ਪਾਜੀ ਆਦਮੀ, ਨਿਕੰਮਾ ਪੁਰਸ਼, ਡਰਪੋਕ ਮਨੁੱਖ

curable/'ਕਯੁਅਰਅਬਲ/ *a* ਠੀਕ ਹੋਣਯੋਗ, ਇਲਾਜ–ਯੋਗ

curare/ਕਯੁ'ਰਾਰਿ/ *n* ਤੀਰਾਂ ਉੱਤੇ ਲਾਇਆ ਜਾਣ ਵਾਲਾ ਬਨਸਪਤੀ ਜ਼ਹਿਰ

curassow/'ਕਯੁਅਰਅ,ਸਅਉ/ *n* ਬਤਕ ਵਰਗਾ ਅਮਰੀਕਨ ਪੰਛੀ, ਪੇਰੂ

curate/'ਕਯੁਅਰਅਟ/ *n* ਛੋਟਾ ਪਾਦਰੀ

curative /'ਕਯੁਅਰਅਟਿਵ਼/ *n* ਰੋਗਨਾਸ਼ਕ ਦਵਾਈ

curator/ਕਯੁਅ'ਰੇਇਟਅ*/ *n* ਰੱਖਿਅਕ, ਪ੍ਰਬੰਧਕ, ਵਿਵਸਥਾ ਕਰਨ ਵਾਲਾ, ਵਿਵਸਥਾਪਕ

curb/ਕਅ:ਬ/ *n* ਗੰਡ, (ਖੂਹ ਦੀ) ਮੌਣ ਜਾਂ ਚੱਕ; ਰੋਕ, ਅੜਾਉਣੀ, ਖੱਭੀ *vt* ਰੋਕਣਾ, ਖੱਭੀ ਪਾਉਣਾ

curd/ਕਅ:ਡ/ *n* ਦਹੀਂ

curdle/'ਕਅ:ਡਲ/ *v* ਦਹੀਂ ਜਮਾਉਣਾ ਜਾਂ ਜੰਮਣਾ, ਜੰਮ ਜਾਣਾ

curdy/'ਕਅ:ਡਿ/ *n* ਦਹੀਂ ਵਾਂਗ, ਫੁੱਟੀਦਾਰ, ਫੁੱਟਿਆ

cure /ਕਯੁਅ*/ *n* ਇਲਾਜ, ਚਿਕਿਤਸਾ, ਦਵਾਈ, ਉਪਾਅ; ਤੰਦਰੁਸਤੀ, ਅਰੋਗਤਾ *v* ਇਲਾਜ ਕਰਨਾ, ਦਵਾਈ ਦੇਣਾ; ਸਿਹਤਯਾਬ ਹੋਣਾ, ਅਰੋਗ ਹੋਣਾ, ਤੰਦਰੁਸਤ ਹੋਣਾ

cureless/ਕਯੁਅਲਅਸ/ *a* ਲਾਇਲਾਜ, ਅਸਾਧ, ਨਿਰਉਪਾਅ

curfew/'ਕਅ:ਫ਼ਯੂ/ *n* ਘਰਬੰਦੀ ਦਾ ਹੁਕਮ, ਕਰਫ਼ਿਊ

curfew order ਕਰਫਿਊ ਦਾ ਹੁਕਮ, ਕਰਫ਼ਿਊ ਆਡਰ

curia /'ਕਯੁਅਰਿਅ/ *n* ਕਚਹਿਰੀ, ਅਦਾਲਤ

curio /'ਕਯੁਅਰਿਅਉ/ *n* ਅਨੋਖੀ ਕਲਾਕਿਰਤ

curiosity /,ਕਯੁਅਰਿ'ਔਸਅਟਿ/ *n* ਉਤਸੁਕਤਾ, ਪਰਬਲ ਇੱਛਾ, ਜਗਿਆਸਾ, ਉਤਕੰਠਾ; ਵਚਿੱਤਰਤਾ, ਅਨੋਖਾਪਣ, ਅਜੂਬਾ

curious /'ਕਯੁਅਰਿਅਸ/ *a* ਜਗਿਆਸੂ, ਖੋਜੀ; ਅਨੋਖਾ, ਨਿਆਰਾ, ਵਿਸਮੈਜਨਕ, ਉਤਸੁਕ

curl/ਕਅ:ਲ/ *n* ਵਾਲਾਂ ਦਾ ਛੱਲਾ, ਘੁੰਗਰੂ ਜਾਂ ਪੇਚ, ਲਿਟ, ਜ਼ੁਲਫ *vt* ਜ਼ੁਲਫਾਂ ਦੇ ਛੱਲੇ ਜਾਂ ਕੁੰਡਲ ਬਣਾਉਣਾ, (ਮੁੱਛਾਂ ਨੂੰ) ਵੱਟ ਦੇਣਾ

curlew/'ਕਅ:ਲਯੂ/ *n* ਇੱਕ ਜਲ ਪੰਛੀ, ਕੁਰਲ

curly/'ਕਅ:ਲਿ/ *a* ਕੁੰਡਲਦਾਰ, ਘੁੰਗਰੂਦਾਰ, ਘੁੰਗਰਾਲੇ, ਪੇਚਦਾਰ, ਖ਼ਮਦਾਰ

currency /'ਕਔਰਅਨਸਿ/ *n* (ਮੁਦਰਾ ਦਾ) ਚਲਨ, ਪ੍ਰਚਲਿਤ ਮੁਦਰਾ, ਸਿੱਕਾ, ਕਰੰਸੀ; ਪ੍ਰਚਲਨ, ਵਿਆਪਕਤਾ; ਪ੍ਰਸਾਰ, ਦੌਰ, ਰਿਵਾਜ

current/'ਕਔਰਅਨਟ/ *a* ਚਲਦਾ, ਰਵਾਂ, ਜਾਰੀ, ਮੌਜੂਦਾ, ਵਰਤਮਾਨ, ਆਧੁਨਿਕ, ਪ੍ਰਚਲਿਤ, ਚਲੰਤ, ਚਾਲੂ; ਪ੍ਰਵਾਹ, ਧਾਰਾ, ਵਹਾ, ਬਿਜਲੀ ਦੀ ਧਾਰਾ, ਕਰੰਟ, ਵੇਗ, ਗਤੀ, ਰੁਖ਼

current account *n* ਚਾਲੂ ਲੇਖਾ

curricle /'ਕਔਰਿਕਲ/ *n* ਦੋ ਘੋੜਾ ਬੱਘੀ, ਟਮਟਮ

curriculum /ਕਅ'ਰਿਕਯਅਲਅਮ/ *n* ਪਾਠਕ੍ਰਮ

curriculum vitae /ਕਅ,ਰਿਕਯਅਲਅਮ 'ਵ਼ੀਟਾਇ/ *n* ਵਿਅਕਤੀ ਦੀ ਸਿੱਖਿਆ ਤਜਰਬੇ ਆਦਿ ਸਬੰਧੀ ਯੋਗਤਾਵਾਂ ਨੂੰ ਦਰਸਾਉਂਦੀ ਲਿਖਤ, ਯੋਗਤਾ ਪੱਤਰੀ, ਤਜਰਬਾ ਪੱਤਰੀ

curse /ਕਅ:ਸ/ *n* ਫਿਟਕਾਰ, ਫਿਟਲਾਹਨਤ, ਧਿੱਕਾਰ *v* ਫਿਟਕਾਰਨਾ, ਫਿਟਲਾਹਨਤ ਦੇਣਾ, ਧਿਰਕਾਰਨਾ, ਸਰਾਪਣਾ

cursed /ਕਅ:ਸਟ/ *a* ਫਿਟਕਾਰਿਆ, ਧਿੱਕਾਰਿਆ, ਲਾਹਨਤੀ, ਸਰਾਪਿਆ

cursive /'ਕਅ:ਸਿਵ਼/ *a* ਜੁੜਵੀਂ ਲਿਖਤ, ਪ੍ਰਵਾਹੀ ਲਿਖਤ ਸੰਬੰਧੀ

cursor /'ਕਅ:ਸਅ*/ *n* ਡੰਡੀ-ਚਿੰਨ੍ਹ, (ਕੰਪਿ)

ਕੰਪਿਊਟਰ ਸਕਰੀਨ ਉੱਪਰ ਦਿਸਦਾ ਚਿੰਨ ਜਿਸਨੂੰ ਇਧਰ-ਉਧਰ ਹਿਲਾਇਆ ਜਾ ਸਕਦਾ ਹੈ ਅਤੇ ਜਿਸਤੋਂ ਸੰਕੇਤ ਮਿਲਦਾ ਹੈ ਕਿ ਇਸ ਥਾਂ ਅੱਗੇ ਲਿਖਿਆ ਜਾ ਸਕਦਾ ਹੈ

cursory /'ਕਅ:ਸਅਰਿ/ *a* ਸਰਸਰੀ, ਕਾਹਲੀ ਦਾ

curt /ਕਅ:ਟ/ *a* ਰੁੱਖਾ, ਸੰਖੇਪ ਅਤੇ ਟਕੇ ਵਰਗਾ (ਜਵਾਬ)

curtail /ਕਅ:'ਟੇਇਲ/ *vt* ਕੱਟਣਾ, ਛਾਂਟਣਾ, ਘਟਾਉਣਾ, ਸੰਖੇਪ ਕਰਨਾ

curtailment /ਕਅ:'ਟੇਇਲਮਅਨਟ/ *n* ਕਾਂਟ-ਛਾਂਟ, ਘਾਟਾ, ਛਾਂਟੀ, ਸੰਖੇਪਤਾ

curtain /'ਕਅ:ਟਨ/ *n* ਪਰਦਾ ਜਾਂ ਓਹਲਾ, ਚਿਕ, ਕੰਧ *vt* ਪਰਦਾ ਡੇਗਣਾ; ਪਰਦੇ ਪਿੱਛੇ ਲੁਕਾਉਣਾ, ਓਹਲਾ ਕਰਨਾ

curtain call *n* ਨਾਟਕ ਮੁੱਕਣ ਉਪਰੰਤ ਵਾਹ-ਵਾਹ ਲੈਣ ਲਈ ਅਦਾਕਾਰਾਂ ਦਾ ਪਰਦੇ ਤੋਂ ਬਾਹਰ ਆਉਣ ਦਾ ਸਮਾਂ

curtain lecture *a* ਪਤਨੀ ਵਲੋਂ ਓਹਲੇ ਵਿੱਚ ਕੀਤੀ ਪਤੀ ਨੂੰ ਨਸੀਹਤ

curtain-raiser *n* (ਮਹੱਤਵਪੂਰਨ ਘਟਨਾ ਤੋਂ ਪਹਿਲਾਂ ਦੀ) ਛੋਟੀ ਘਟਨਾ; (ਮੁੱਖ ਨਾਟਕ ਸ਼ੁਰੂ ਹੋਣ ਤੋਂ ਪਹਿਲਾਂ ਦਾ) ਛੋਟਾ ਨਾਟਕ

curtilage /'ਕਅ:ਟਿਲਿਜ/ *n* ਰਿਹਾਇਸ਼ੀ ਮਕਾਨ ਨਾਲ ਲਗਦੀ ਜ਼ਮੀਨ, ਨਿਆਈਂ

curtsey, curtsy /'ਕਅ:ਟਸਿ/ *n* ਜਨਾਨਾ ਸਲਾਮ, ਮੁਜਰਾ *vt* ਗੋਡਾ ਨਿਵਾਉਣਾ; ਮੁਜਰਾ ਕਰਨਾ

curvature /'ਕਅ:ਵ੍ਅਚਅ*/ *n* ਮੋੜ, ਵਿੰਗ, ਘੁਮਾਅ, ਵਕਰਤਾ

curve /ਕਅ:ਵ੍/ *n* ਮੋੜ, ਗੁਲਾਈ, ਵਿੰਗ, ਵਲ, ਵਕਰ *vt* ਮੋੜਨਾ, ਗੋਲ ਕਰਨਾ

curved /ਕਅ:ਵ੍ਡ/ *a* ਟੇਢਾ, ਵਿੰਗਾ, ਵਕਰ

curvet /ਕਅ:'ਵ੍ਹੈਟ/ *n* ਘੋੜੇ ਦੀ ਸਰਪਟ ਚਾਲ, ਸਰਪਟ

cushion /'ਕੁਸ਼ਨ/ *n* ਗੱਦਾ, ਗਦੇਲਾ, ਤਲਾਈ, ਗੱਦੀ *vt* ਗੱਦਾ ਲਾਉਣਾ, ਗੁਦਗੁਦਾ ਕਰਨਾ

cushy /'ਕੁਸ਼ਿ/ *a* ਸੌਖਾ (ਕੰਮ), ਅਨੰਦਮਈ, ਸੁਖਦਾਇਕ, ਸਰਲ, ਰਮਣੀਕ

cusp /ਕਅੱਸਪ/ *n* ਦੋ ਚਾਪਾਂ ਦੇ ਮਿਲਨ ਦਾ ਬਿੰਦੂ

cuss /ਕਅੱਸ/ *n* ਸਰਾਪ; (ਅਪਮਾਨ ਸੂਚਕ) ਜੀਵ

cussedness /'ਕਅੱਸਿਡਨਅਸ/ *n* ਹੂੜਪੁਣਾ, ਚਿੜਚਿੜਾਪਣ; ਜ਼ਿੱਦ; ਪ੍ਰਤਿਕੂਲਤਾ

custard /'ਕਅੱਸਟਅਡ/ *n* ਦੁੱਧ ਆਂਡੇ ਅਤੇ ਖੰਡ ਦੀ ਖੀਰ, ਚੌਲ਼ਾਂ ਦੇ ਆਟੇ ਅਤੇ ਦੁੱਧ ਦੀ ਖੀਰ, ਫਿਰਨੀ, ਕਸਟਰਡ

custard apple *n* ਸੀਤਾ ਫਲ, ਸ਼ਰੀਫਾ

custodian /ਕਅੱ'ਸਟਅਉਡਿਅਨ/ *n* ਨਿਗਰਾਨ, ਤਹਿਵੀਲਦਾਰ, ਅਮੀਨ, ਰਖਵਾਲਾ, ਦਰੋਗਾ

custody /'ਕਅੱਸਟਅਡਿ/ *n* ਹਿਰਾਸਤ, ਕੈਦ, ਸਪੁਰਦਗੀ, ਨਿਗਰਾਨੀ **take into custody** ਕੈਦ ਕਰਨਾ, ਹਿਰਾਸਤ ਵਿੱਚ ਲੈਣਾ

custom /'ਕਅੱਸਟਅਮ/ *n* ਰੀਤ, ਰਿਵਾਜ, ਪ੍ਰਥਾ ਦਸਤੂਰ, ਪਿਰਤ; ਨਿਤਨੇਮ; ਵਤੀਰਾ; ਗਾਹਕੀ; ਚੁੰਗੀ, ਆਯਾਤ ਕਰ, ਦਰਾਮਦੀ ਕਰ

customary /'ਕਅੱਸਟਅਮਅਰਿ/ *a* ਰਿਵਾਜੀ, ਦਸਤੂਰ ਅਨੁਸਾਰ, ਮਰਯਾਦਾਪੂਰਵਕ, ਪ੍ਰਚਲਿਤ, ਰੂੜ੍ਹ

customer /'ਕਅੱਸਟਅਮਅ*/ *n* ਗਾਹਕ, ਖ਼ਰੀਦਦਾਰ, ਅਸਾਮੀ

customize /'ਕਅੱਸਟਅਮਾਇਜ਼/ *vt* ਲੋੜ ਅਨੁਸਾਰ ਪਰਿਵਰਤਨ ਕਰਨਾ ਜਾਂ ਬਣਾਉਣਾ

cut /ਕਅੱਟ/ *v* ਕੱਟਣਾ, ਵੱਢਣਾ, ਟੁੱਕਣਾ, ਟੁੱਕ ਲਾਉਣਾ, ਘਾਅ ਲਾਉਣਾ, ਕਲਮ ਕਰਨਾ, ਛਿੱਲਣਾ, ਚੀਰਨਾ; ਟੈਨਿਸ ਵਿੱਚ ਗੇਂਦ ਨੂੰ ਤਿਰਛਾ ਰੈਕਟ ਮਾਰਨਾ, ਕਾਟ ਕਰਨਾ; ਛਾਂਟੀ ਕਰਨਾ; ਘਟਾਉਣਾ, ਘੱਟ ਕਰਨਾ *n* ਟੱਕ, ਵੱਢ, ਚੀਰ, ਫੱਟ, ਪੱਛ; ਕਟਾਈ, ਕਾਂਟ-ਛਾਂਟ, ਤਰਾਸ਼; ਜ਼ਖਮ, ਘਾਅ **a cut above somebody** *n* ਕਿਸੇ ਹੋਰ ਤੋਂ ਬਿਹਤਰ

cut and dried *n* ਘੜੀ-ਘੜਾਈ ਗੱਲ

cut and paste *n* ਪਾਠ ਸਮੱਗਰੀ ਜਾਂ ਚਿੱਤਰਾਂ ਆਦਿ ਨੂੰ ਇੱਕ ਸਥਾਨ ਤੋਂ ਹਟਾ ਕੇ ਦੂਸਰੇ ਸਥਾਨ ਉੱਤੇ ਚਿਪਕਾਉਣ ਦੀ ਪ੍ਰਕਿਰਿਆ

cutaneous /ਕਯੁ'ਟੇਇਨਿਅਸ/ *a* ਚਮੜੀ ਦਾ (ਰੋਗ), ਜਿਲਦ ਦੀ (ਬਿਮਾਰੀ)

cute /ਕਯੂਟ/ *a* ਚਲਾਕ, ਚੰਟ; ਸੋਹਣਾ ਜਿਹਾ

cuticle /'ਕਯੂਟਿਕਲ/ *n* ਨਹੁੰ ਦੇ ਹੇਠਲੀ ਚਮੜੀ

cutlass /'ਕਅੱਟਲਅਸ/ *n* ਖੰਡਾ, ਚੌੜੀ ਮੁੜੀ ਹੋਈ ਤਲਵਾਰ; ਛੁਰਾ, ਖੜਗ; ਕਿਰਪਾਨ

cutler /'ਕਅੱਟਲਅ*/ *n* ਛੁਰੀਸਾਜ਼

cutlery /'ਕਅੱਟਲਅਰਿ/ *n* ਛੁਰੀਸਾਜ਼ੀ, ਚਾਕੂਸਾਜ਼ੀ; ਛੁਰੀ ਕਾਂਟੇ

cutlet /'ਕਅੱਟਲਅਟ/ *n* ਕਤਲਾ, ਕਤਲੰਮਾ, ਕਟਲੈਟ

cut off /'ਕਅੱਟ ਔਫ/ *n* ਕੁਝ ਸਮਾਪਤ ਹੋਣ ਦੀ ਸੀਮਾ ਜਾਂ ਸਮਾਂ

cut out /'ਕਅੱਟ ਆਉਟ/ *n* (ਬਿਜਲੀ) ਕੱਟ ਆਉਟ; ਗੱਤੇ ਆਦਿ ਨੂੰ ਕੱਟ ਕੇ ਬਣਾਇਆ ਵਿਅਕਤੀ ਆਦਿ ਦਾ ਚਿੱਤਰ

cut-piece ਥਾਨ ਤੋਂ ਬਚੇ ਕੱਪੜੇ ਦੇ ਨਿੱਕੇ-ਨਿੱਕੇ ਟੁੱਕੜੇ

cut-price /,ਕਅੱਟ'ਪਰਾਇਸ/ *a* ਕੀਮਤ ਘਟਾ ਕੇ ਵੇਚਿਆ; ਕੀਮਤ ਘਟਾ ਕੇ ਵੇਚਣ ਵਾਲਾ

cutpurse /'ਕਅੱਟਪਅ:ਸ/ *n* ਜੇਬ-ਕਤਰਾ

cutter /'ਕਅੱਟਅ*/ *n* ਟੋਕਾ; ਦਰਜ਼ੀ; ਛੋਟੀ ਬੇੜੀ; ਕਤੀਆ, ਕੈਂਚੀ; ਅਗਲਾ ਦੰਦ, ਸੂਆ

cut-throat /'ਕਅੱਟਥਰਅਉਟ/ *n* (ਮੁਕਾਬਲਾ) ਗਲਵੱਢ

cutting /'ਕਅੱਟਿਙ/ *n* ਕਟਾਈ, ਵਾਢੀ; ਕਾਤਰ, ਟੋਟਾ

cutting retort *n* ਕਰੜਾ ਜਵਾਬ

cuttlefish /'ਕਅੱਟਲਫ਼ਿਸ/ *n* ਕਟਲ ਮੱਛੀ

cutworm /'ਕਅੱਟਵਅ:ਮ/ *a* ਕੁਤਰਨ ਵਾਲੀ ਸੁੰਡੀ, ਕੁਤਰਾ

CV /,ਸੀ 'ਵ੍ਹੀ/ *abbr* **curriculum vitae** ਦਾ ਸੰਖੇਪ ਵਿਦਿਅਕ ਯੋਗਤਾ ਅਤੇ ਕੀਤੇ ਕੰਮ ਬਾਰੇ ਸੰਖੇਪ ਬਿਓਰਾ

cyanide /'ਸਾਇਅਨਾਇਡ/ *n* ਇੱਕ ਅਤਿ ਜ਼ਹਿਰੀਲਾ ਪਦਾਰਥ

cybercafe /'ਸਾਇਬਅਕੈਫ਼ੇਇ/ *n* (ਕੰਪਿ) ਅੰਤਰਰਾਸ਼ਟਰੀ ਕੰਪਿਊਟਰੀ ਸੰਚਾਰ ਕੇਂਦਰ, ਇੰਟਰਨੈੱਟ ਦੁਕਾਨ (ਜਿੱਥੇ ਇੰਟਰਨੈੱਟ ਰਾਹੀਂ ਡਾਕ ਆਦਿ ਭੇਜੀ ਜਾ ਸਕਦੀ ਹੈ)

cybernaut /'ਸਾਇਬਅਨੋਟ/ *n* ਜਿਸ ਵਿਅਕਤੀ ਨੇ ਭਰਮ ਯਥਾਰਥ ਦਾ ਅਨੁਭਵ ਕਰਨ ਲਈ ਵਿਸ਼ੇਸ਼ ਉਪਕਰਨ ਪਹਿਨੇ ਹੋਣ; ਇੰਟਰਨੈੱਟ ਦੀ ਵਰਤੋਂ ਕਰਨ ਵਾਲਾ ਵਿਅਕਤੀ

cybernetics /,ਸਾਇਬਅ'ਨੈਟਿਕਸ/ *n* ਜੈਵਿਕ ਹੋਂਦਾਂ ਅਤੇ ਮਸ਼ੀਨਾਂ ਦੇ ਕੰਟਰੋਲ ਅਤੇ ਸੰਚਾਰਾਂ ਦੀਆਂ ਪ੍ਰਨਾਲੀਆਂ ਦਾ ਵਿਗਿਆਨ

cyberspace /'ਸਾਇਬਅਸਪੇਇਸ/ *n* ਬਿਜਲਈ ਸੰਚਾਰ ਖੇਤਰ

cycle /'ਸਾਇਕਲ/ *n* ਦੌਰ, ਚੱਕਰ, ਗਰਦਿਸ਼; ਸਾਈਕਲ *vt* ਘੁੰਮਣਾ, ਫਿਰਨਾ, ਚੱਕਰ ਲਾਉਣਾ, ਸਾਈਕਲ ਚਲਾਉਣਾ

cyclical /'ਸਾਇਕਲਿਕਲ/ *n* ਚਕਰੀ, ਸਿਲਸਿਲੇਦਾਰ

cyclist /'ਸਾਇਕਲਿਸਟ/ *a* ਸਾਈਕਲ ਚਲਾਉਣ ਵਾਲਾ, ਸਾਈਕਲ ਸਵਾਰ

cyclone /'ਸਾਇਕਲਅਉਨ/ *n* ਸਮੁੰਦਰੀ ਝੱਖੜ, ਸਾਗਰੀ ਤੂਫ਼ਾਨ, ਸਮੁੰਦਰੀ ਵਾਵਰੋਲਾ, ਚੱਕਰਵਾਰ ਹਵਾ

cyclopaedia, encylopaedia /,ਸਾਇਕਲਅ'ਪੀਡਿਅ, ਐਨ,ਸਾਇਕਲਅ'ਪੀਡਿਅ/ *n* ਮਹਾਨ ਕੋਸ਼, ਵਿਸ਼ਵਕੋਸ਼, ਸਰਬਗਿਆਨ ਕੋਸ਼

cyclopeal /ਸਾਇ'ਕਲਅਉਪਯਅਲ/ *a* ਇੱਕ ਅੱਖ ਵਾਲੇ ਦੈਂਤ ਸਬੰਧੀ; ਦੇਵ ਕੱਦ

cygnet /'ਸਿਗਨਅਟ/ *n* ਬੱਤਕ ਦਾ ਚੂਚਾ, ਹੰਸ ਦਾ ਬੱਚਾ

cylinder /'ਸਿਲਿਨਡਅ*/ *n* ਵੇਲਣਾ, ਵੇਲਣਾਕਾਰ

ਪਦਾਰਥ, ਰੋਲਰ; ਇੰਜਣ ਦੀ ਸਲੀਵ ਜਿਸ ਵਿੱਚ ਪਿਸਟਨ ਚਲਦਾ ਹੈ; ਉਹ ਭਾਂਡਾ ਜਿਸ ਵਿੱਚ ਗੈਸ ਆਦਿ ਭਰੀ ਜਾਂਦੀ ਹੈ, ਸਲੰਡਰ

cylindrical **/ਸਅ'ਲਿਨਡਰਿਕਲ/** *a* ਵੇਲਣੇ ਵਰਗਾ, ਗੋਲਾਕਾਰ

cymbal **/'ਸਿਮਬਲ/** *n* ਖੜਤਾਲ, ਪਿੱਤਲ ਦਾ ਥਾਲੀ ਵਰਗਾ ਸਾਜ਼, ਛੈਣਾ

cynic **/'ਸਿਨਿਕ/** *n* ਸਨਕੀ ਵਿਅਕਤੀ, ਨੱਕਚੜ੍ਹਾ ਵਿਅਕਤੀ

cynical **/'ਸਿਨਿਕਲ/** *a* ਰੁੱਖਾ, ਸਨਕੀ, ਤੁਰਸ਼, ਨਘੋਚੀ

cynicism **/'ਸਿਨਿਸਿਜ਼ਅਮ/** *n* ਸਨਕੀਵਾਦ, ਤਰਸ਼ ਸੁਭਾਅ, ਸਨਕੀਪਣ

cynosure **/'ਸਿਨਅਜ਼ਯੁਅ*, ਸਾਇਨ-, -ਸ਼ੁਅ*/** *n* ਧਰੂ ਤਾਰਾ; ਆਕਰਸ਼ਨ ਦਾ ਕੇਂਦਰ, ਅੱਖਾਂ ਦਾ ਤਾਰਾ, ਪ੍ਰਸੰਸਾ ਦਾ ਕੇਂਦਰ

cypher, cipher **/'ਸਾਇਫ਼ਅ*/** *n* ਸਿਫਰ, ਬਿੰਦੀ; ਗੁੱਝੀ ਲਿਖਤ

cypress **/'ਸਾਇਪਰਅਸ/** *n* ਸਰੂ (ਇੱਕ ਰੁੱਖ)

Cyprian[1] **/'ਸਿਪਰਿਅਨ/** *a* ਸਾਈਪਰਸ ਦਾ ਰਹਿਣ ਵਾਲਾ, ਸਾਈਪਰਸ ਸੰਬੰਧੀ

Cyprian[2] *n* ਵਿਭਚਾਰੀ, ਦੁਰਾਚਾਰੀ, ਦੁਸ਼ਟ, ਅਵਾਰਾ (ਵਿਅਕਤੀ)

cyrillic **/ਸਅ'ਰਿਲਿਕ/** *a* ਰੂਸ, ਬੁਲਗਾਰੀਆ ਅਤੇ ਕੁਝ ਹੋਰ ਕੇਂਦਰੀ ਯੂਰਪੀ ਭਾਸ਼ਾਵਾਂ ਦੀ ਵਰਨਮਾਲਾ

cyst **/ਸਿਸਟ/** *n* ਸਰੀਰ ਵਿੱਚ ਹੋਈ ਰਸੌਲੀ

cystic fibrosis **/ˌਸਿਸਟਿਕ ਫ਼ਾਇ'ਬਰਅਉਸਿਸ/** *n* ਇੱਕ ਗੰਭੀਰ ਜਮਾਂਦਰੂ ਰੋਗ ਜਿਸ ਵਿੱਚ ਫੇਫੜਿਆਂ ਅਤੇ ਹੋਰ ਅੰਗਾਂ ਦੀਆਂ ਗ੍ਰੰਥੀਆਂ ਠੀਕ ਤਰ੍ਹਾਂ ਕੰਮ ਨਹੀਂ ਕਰਦੀਆਂ ਅਤੇ ਅਕਸਰ ਮੌਤ ਹੋ ਜਾਂਦੀ ਹੈ

cystoscope **/'ਸਿਸਟਅਸਕਅਉਪ/** *n* ਮਸਾਨੇ ਦੀ ਜਾਂਚ ਕਰਨ ਵਾਲਾ ਯੰਤਰ

cytology **/ਸਾਇ'ਟੌਲਅਜਿ/** *n* ਕੋਸ਼ਕਾਵਾਂ ਦਾ ਅਧਿਐਨ; ਕੋਸ਼ਕਾ ਸ਼ਾਸਤਰ

Czar (Tsar, Tzar) **/ਜ਼ਾ*/** *n* ਜ਼ਾਰ (ਰੂਸ ਦਾ ਸਮਰਾਟ)

Czarina **/ਜ਼ਾ'ਰੀਨਅ/** *n* ਰੂਸ ਦੇ ਸਮਰਾਟ ਦੀ ਰਾਣੀ

Czech **/ਚੈੱਕ/** *n* ਚੈਕੋਸਲਾਵਾਕੀਆ ਦਾ ਵਾਸੀ; ਚੈਕੋਸਲਾਵਾਕੀਆ ਦੀ ਭਾਸ਼ਾ *a* ਚੈਕੋਸਲਾਵਾਕੀਆ ਦਾ

D

D, d /ਡੀ/ *n* ਰੋਮਨ ਵਰਨਮਾਲਾ ਦਾ ਚੌਥਾ ਵਰਨ ਜਾਂ ਅੱਖਰ; ਸੰਗੀਤ ਵਿੱਚ ਦੂਜੀ ਸੁਰ; 500 ਦਾ ਚਿੰਨ੍ਹ

da /ਡਾ/ *n* ਵੇਖੋ **dad**

dab /ਡੈਬ/ *v* ਥਪਥਪਾਉਣਾ, ਕੋਈ ਗਿੱਲੀ ਚੀਜ਼ (ਕੱਪੜਾ ਜਾਂ ਸਪੰਜ) ਫੇਰਨਾ, ਥੱਪਣਾ, ਥਪਕਣਾ, ਕੂਚੀ ਫੇਰਨਾ *n* ਥਪਕੀ, ਦਸਤਕ; ਹਲਕਾ ਪੋਚਾ; ਇੱਕ ਪ੍ਰਕਾਰ ਦੀ ਚਪਟੀ ਮੱਛੀ; ਨਿਪੁੰਨ ਖਿਡਾਰੀ

dabble /'ਡੈਬਲ/ *v* ਕੁਚੱਜ ਮਾਰਨਾ; ਪਾਣੀ ਵਿੱਚ ਹੱਥ ਪੈਰ ਮਾਰਨਾ, ਲਬੇੜਨਾ, ਛਿੜਕਨਾ, ਛਿੱਟੇ ਮਾਰਨਾ, ਗਿੱਲਾ ਕਰਨਾ; ਖੰਘਾਲਨਾ, ਪਾਣੀ ਵਿੱਚੋਂ ਕੱਢਣਾ

dabbler /'ਡੈਬਲਅ*/ *n* ਕੁਚੱਜ ਮਾਰਨ ਵਾਲਾ

dabchik /'ਡੈਬਚਿਕ/ *n* ਜਲ ਕੁਕੜੀ, ਛੋਟੀ ਮੁਰਗਾਬੀ

dabster /'ਡੈਬਸਟਅ*/ *n* ਕੁਚੱਜ ਮਾਰਨ ਵਾਲਾ(ਆਦਮੀ)

dace /ਡੇਇਸ/ *n* ਤਾਜ਼ੇ ਪਾਣੀ ਦੀ ਛੋਟੀ ਮੱਛੀ

dachshund /'ਡੈਕਸਨਡ/ *n* ਛੋਟੀਆਂ ਲੱਤਾਂ ਵਾਲਾ ਜਰਮਨ ਕੁੱਤਾ

dacoit /ਡਅ'ਕੌਇਟ/ *n* ਡਾਕੂ, ਡਕੈਤ

dacoity /ਡਅ'ਕੌਇਟਿ/ *n* ਡਾਕਾ, ਡਕੈਤੀ, ਧਾੜਾ

dactyl /'ਡੈਕਟਿਲ/ *n* ਭਗਣ (**sll**), ਸ਼ਿਅਰ ਦਾ ਇੱਕ ਵਜ਼ਨ; ਗੁਰੂ ਲਘੂ ਲਘੂ ਦਾ ਗਣ

dactylogram /ਡੈਕ'ਟਿਲਅ(ਉ)ਗਰੈਮ/ *n* ਉਂਗਲਾਂ ਦੀਆਂ ਲਕੀਰਾਂ ਦੇ ਚਿੰਨ੍ਹ, ਹੱਥਾਂ ਦੀਆਂ ਉਂਗਲਾਂ ਦੀਆਂ ਰੇਖਾਵਾਂ ਦੇ ਨਿਸ਼ਾਨ

dactylology /,ਡੈਕਟਿ'ਲੌਲਅਜਿ/ *n* ਉਂਗਲਾਂ ਨਾਲ ਇਸ਼ਾਰੇ ਕਰਨ ਦੀ ਭਾਸ਼ਾ ਜਾਂ ਵਿਗਿਆਨ

dad, da, dada, daddy /ਡੈਡ, ਡਾ, 'ਡਾਡਾ, 'ਡੈਡਿ/ *n* ਪਿਤਾ, ਬਾਪੂ, ਭਾਪਾ, ਅੱਬਾ

daddle /'ਡੈਡਲ/ *vi* ਡਗਮਗਾਉਣਾ, ਡਿੱਕੋ-ਡੋਲੇ ਖਾ ਕੇ ਤੁਰਨਾ, ਲੜਖੜਾ ਕੇ ਤੁਰਨਾ, ਝੂਮ-ਝੂਮ ਕੇ ਚੱਲਣਾ

daddy /'ਡੈਡਿ/ *n* ਵੇਖੋ **dad**

daddy-long-legs /,ਡੈਡਿ'ਲੌਂਙਲੈੱਗਜ਼/ *n* ਲੰਮੀਆਂ ਲੱਤਾਂ ਵਾਲਾ ਮੱਕੜੀ ਵਰਗਾ ਛੋਟਾ ਜਿਹਾ ਜੀਵ, ਲਮਟੰਗੀ ਮੱਖੀ

daedal /'ਡੀਡਲ/ *a* ਰਹੱਸਮਈ, ਭੇਦ ਭਰਿਆ; ਵਚਿੱਤਰ; ਪੇਚੀਦਾ, ਜਟਿਲ, ਔਖਾ

Daedalian, Daedalean /ਡਿ'ਡੇਇਲਿਅਨ/ *n* ਯੂਨਾਨੀ ਕਲਾਕਾਰ ਡੈਡਲਸ ਦੀ ਸ਼ੈਲੀ ਵਰਗਾ; ਕਲਾਤਮਿਕ; ਪੇਚੀਦਾ, ਜਟਲ

daff /ਡੈਫ/ *vt* (ਪਰਾ) ਹਟਾਉਣਾ, ਟਾਲਣਾ

daffodil /'ਡੈਫਅਡਿਲ/ *n* ਪੀਲਾ ਨਰਗਸੀ ਫੁੱਲ; ਹਲਕਾ ਪੀਲਾ ਰੰਗ

daft /ਡਾਫਟ/ *a* ਮੂਰਖ, ਬੁੱਧੂ, ਬੇਵਕੂਫ਼, ਖਬਤੀ, ਸਨਕੀ; ਅਸੱਭਿਅਕ, ਉਜੱਡ

dagger /'ਡੈਗਅ*/ *n* ਛੁਰਾ, ਖੰਜਰ, ਕਟਾਰ; ਕਟਾਰ ਦਾ ਨਿਸ਼ਾਨ **at daggers drawn** ਕੱਟੜ ਵੈਰੀ, ਜਾਨੀ ਦੁਸ਼ਮਣ

daggle /'ਡੈਗਲ/ *vt* ਗੋਬਲਣਾ, ਲੱਥਪੱਥ ਕਰਨਾ, ਲਬੇੜਨਾ, ਚਿੱਕੜ ਵਿੱਚ ਘੜੀਸਣਾ

dago /'ਡੇਇਗਅਉ/ *n* ਡੇਗੋ (ਪੁਰਤਗਾਲੀ, ਸਪੇਨੀ ਜਾਂ ਇਤਾਲਵੀ ਲਈ ਘਿਰਨਾਸੂਚਕ ਸ਼ਬਦ)

dah /ਡਾ/ *n* ਖੰਜਰ, ਛੋਟੀ ਕਟਾਰ

dahlia /'ਡੇਇਲਿਅ/ *n* ਗੂੜ੍ਹਾ ਲਾਲ ਰੰਗ; ਡੇਲੀਆ (ਇੱਕ ਫੁੱਲ)

Dail Eireann /,ਡੌਇਲ 'ਏਅਰਅਨ/ *n* ਆਇਰਲੈਂਡ ਪਰਜਾਤੰਤਰ ਦੀ ਸੰਸਦ, ਆਇਰਿਸ਼ ਪਾਰਲੀਮੈਂਟ

daily /'ਡੇਇਲਿ/ *adv* ਹਰ ਰੋਜ਼, ਨਿੱਤ, ਨਿੱਤ ਪ੍ਰਤਿਦਿਨ, ਰੋਜ਼ਾਨਾ; ਨਿਰੰਤਰ, ਲਗਾਤਾਰ *n* ਦੈਨਿਕ (ਪੱਤਰ), ਰੋਜ਼ਾਨਾ ਅਖ਼ਬਾਰ

dainty /'ਡੇਇਨਟਿ/ *a* ਮਜ਼ੇਦਾਰ ਭੋਜਨ, ਸੁਆਦੀ *n* ਕੋਮਲ, ਨਫ਼ੀਸ, ਨਾਜ਼ੁਕ ਮਿਜ਼ਾਜ

dairy /'ਡੇਅਰਿ/ *n* ਦੁੱਧ ਮੱਖਣ ਘਿਓ ਪਨੀਰ ਆਦਿ ਦੀ ਦੁਕਾਨ; ਦੁੱਧ ਅਤੇ ਦੁੱਧ ਤੋਂ ਬਣੀਆਂ ਵਸਤਾਂ

ਵੇਚਣ ਲਈ ਪਸ਼ੂ-ਪਾਲਣ, ਡੇਅਰੀ

dairy farming *n* ਦੁੱਧ ਵਪਾਰ, ਪਸ਼ੂ-ਪਾਲਣ, ਡੇਅਰੀ ਫਾਰਮਿੰਗ

dairying /'ਡੇਅਰਿਇਙ/ *n* ਦੁੱਧ ਪਾਦਰਥਾਂ ਨਾਲ ਸੰਬੰਧਿਤ ਉਦਯੋਗ

dairymaid /'ਡੇਅਰਿਮੇਇਡ/ *n* ਗੁਜਰੀ, ਦੋਧਣ, ਗਵਾਲਣ

dairyman /'ਡੇਅਰਿਮਅਨ/ *n* ਗੁੱਜਰ, ਦੋਧੀ, ਗਵਾਲਾ

dais /'ਡੇਇਇਸ/ *n* ਮੰਚ, ਚਬੂਤਰਾ, ਥੜ੍ਹਾ

daisy /'ਡੇਇਜ਼ਿ/ *n* ਇੱਕ ਸੁੰਦਰ ਫੁੱਲ

daisy chain *n* ਗੁਲਬਹਾਰ ਦਾ ਹਾਰ

daisy cutter *n* ਘੋੜਾ ਜਿਹੜਾ ਬਹੁਤ ਘੱਟ ਪੈਰ ਪੁੱਟੇ; ਗੇਂਦ ਜਿਹੜੀ ਜ਼ਮੀਨ ਉੱਤੇ ਰਿੜ੍ਹਦੀ ਜਾਵੇ

dak /ਡਾਕ/ *n* ਡਾਕ (ਵਿਭਾਗ)

dakota /ਡਅ'ਕਅਉਟਅ/ *n* ਛੋਟਾ ਹਵਾਈ ਜਹਾਜ਼

dak-runner *n* ਹਰਕਾਰਾ, ਡਾਕੀਆ

dale /ਡੇਇਲ/ *n* ਘਾਟੀ, ਵਾਦੀ, ਦੂਨ

dalesman /'ਡੇਇਲਜ਼ਮਅਨ/ *n* ਵਾਦੀ ਦਾ ਵਸਨੀਕ

dalliance /'ਡੈਲਿਅਨਸ/ *n* ਦਿਲਲਗੀ, ਕਲੋਲ, ਹਾਸਾ ਮਖੌਲ, ਚੋਹਲ; ਢਿੱਲ-ਮੱਠ, ਟਾਲ-ਮਟੋਲ

dally /'ਡੈਲਿ/ *vi* ਸਮਾਂ ਗੁਆਉਣਾ, ਨਖ਼ਰੇ ਕਰਨਾ, ਟਾਲਣਾ, ਢਿੱਲ ਕਰਨਾ; ਦਿਲ ਪਰਚਾਉਣਾ, ਕਲੋਲ ਕਰਨਾ, ਚੋਹਲ ਕਰਨਾ **dally away** ਵਿਅਰਥ ਗੁਆਉਣਾ

Dalmatian /ਡੈਲ'ਮੇਇਸ਼ਨ/ *n* ਡਾਲਮੇਸ਼ੀਆ ਦਾ ਵਸਨੀਕ; ਡਾਲਮੇਸ਼ੀਆ ਦੀ ਭਾਸ਼ਾ; ਡੱਬੂ ਕੁੱਤਾ

dalmatic /ਡੈਲ'ਮੈਟਿਕ/ *n* ਖੁੱਲ੍ਹੀਆਂ ਬਾਹਵਾਂ ਵਾਲਾ ਚੋਗਾ ਜਾਂ ਲਬਾਦਾ, ਕਫ਼ਨੀ, ਬਾਦਸ਼ਾਹ ਜਾਂ ਪਾਦਰੀ ਦਾ ਚੋਗਾ

daltonism /'ਡੋਲਟ(ਅ)ਨਿਜ਼ਅਮ/ *n* ਰੰਗਾਂ ਵਿੱਚ ਫਰਕ ਪਛਾਣ ਸਕਣ ਦੀ ਅਸਮਰੱਥਾ

dam[1] /ਡੈਮ/ *n* ਡੈਮ, ਬੰਨ੍ਹ; ਰੋਕਿਆ ਪਾਣੀ *vt* ਬੰਨ੍ਹ ਬੰਨ੍ਹਣਾ, ਡੈਮ ਉਸਾਰਨਾ, ਬੰਨ੍ਹ ਲਾ ਕੇ ਪਾਣੀ ਰੋਕਣਾ

dam[2] *n* (ਪਸ਼ੂ ਦੀ) ਮਾਂ, ਜਣਨੀ

damage /'ਡੈਮਿਜ/ *n* ਹਾਨੀ, ਨੁਕਸਾਨ; ਹਰਜਾਨਾ, ਤਾਵਾਨ; ਚੱਟੀ

damageable /'ਡੈਮਿਜਅਬਲ/ *a* ਹਾਨੀਕਾਰਕ, ਟੁੱਟਣਹਾਰ, ਨਾਸ਼ਵਾਨ

damaged /'ਡੈਮਿਜਡ/ *a* ਵਿਗੜਿਆ, ਵਿਕਰਿਤ

damascene /'ਡੈਮਅਸੀਨ/ *a* ਦਮਿਸ਼ਕ ਦਾ (ਨਿਵਾਸੀ) *vt* ਚਮਕਾਉਣਾ; (ਧਾਤਾਂ) ਪਾਣੀ ਜਾਂ ਝਾਲ ਚੜ੍ਹਾਉਣਾ

damask /'ਡੈਮਅਸਕ/ *n* ਵੇਲ-ਬੂਟੇਦਾਰ ਰੇਸ਼ਮੀ ਕੱਪੜਾ; ਦਮਸ਼ਕ ਦਾ ਲਾਲ ਗੁਲਾਬ *a* ਲਾਲ, ਸੁਰਖ *v* ਫੁੱਲਦਾਰ ਬੂਟੇ ਬਣਾਉਣਾ; ਗੱਲਾਂ ਨੂੰ ਲਾਲ ਕਰਨਾ

damaskeen /'ਡੈਮਅਸਕੀਨ/ *a vt* ਵੇਖੋ **damascene**

damassin /'ਡੈਮਅਸਿਨ/ *n* ਤਿੱਲੇ ਜਾਂ ਰੇਸ਼ਮ ਨਾਲ ਕੱਪੜੇ ਉੱਤੇ ਕੀਤਾ ਵੇਲ ਬੂਟੇ ਦਾ ਕੰਮ, ਫੁਲਕਾਰੀ

dame /ਡੇਇਮ/ *n* (ਉਪਾਧੀ ਵਜੋਂ) ਸਰਦਾਰਨੀ

damn /ਡੈਮ/ *n* ਫਿਟਕਾਰ, ਨਿੰਦਾ, ਧਿੱਕਾਰ, ਸਰਾਪ, ਲਾਹਨਤ *v* ਸਰਾਪ ਦੇਣਾ, ਫਿਟਕਾਰ ਪਾਉਣਾ, ਫਿਟਕਾਰ ਜਾਂ ਦੰਡ ਦਾ ਭਾਗੀ ਹੋਣਾ

damnable /'ਡੈਮਨਅਬਲ/ *a* ਸਰਾਪਿਆ, ਲਾਹਨਤੀ, ਘਿਰਨਾਯੋਗ, ਫਿਟਕਾਰਯੋਗ, ਨਿੰਦਣੀ, ਘਿਣਾਉਣਾ

damnation /ਡੈਮ'ਨੇਇਸ਼ਨ/ *n* ਫਿਟਕਾਰ, ਲਾਹਨਤ, ਧਿਰਕਾਰ, ਭੰਡੀ, ਬਦਅਸੀਸ

damnatory /'ਡੈਮਨਅਟ(ਅ)ਰਿ/ *a* ਧਿਰਕਾਰ ਭਰਿਆ, ਫਿਟਕਾਰ ਭਰਿਆ, ਘਿਰਨਾਪੂਰਨ, ਨਿੰਦਾਪੂਰਨ

damned /ਡੈਮਡ/ *a* ਧਿਰਕਾਰਿਆ, ਰੱਦ ਕੀਤਾ, ਦੁਰਕਾਰਿਆ, ਨਿੰਦਤ, ਘਿਰਨਤ; ਅਤਿਅੰਤ, ਅਤਿਅਧਿਕ

damnify /'ਡੈਮਨਿਫ਼ਾਇ/ *vt* ਹਾਨੀ ਕਰਨਾ, ਨੁਕਸਾਨ ਪਹੁੰਚਾਉਣਾ, ਦੁੱਖ ਦੇਣਾ, ਕਸ਼ਟ ਦੇਣਾ, ਹਰਜਾ ਕਰਨਾ

Damocles /'ਡੈਮਅਕਲੀਜ਼/ *n* ਡੈਮੋਕਲੀਜ਼, ਇੱਕ ਜ਼ਾਲਮ ਬਾਦਸ਼ਾਹ **Sword of Damocles** ਖ਼ਤਰੇ ਦੀ ਤਲਵਾਰ, ਲਟਕਦੀ ਤਲਵਾਰ

Damon and Pythias /ˌਡੇਇਮਅਨ ਅਨਡ 'ਪਿਥਿਐਸ/ *n* ਯੂਨਾਨੀ ਕਥਾ ਦੇ ਪਾਤਰ *n* ਗੂੜ੍ਹੇ ਮਿੱਤਰ, ਜਿਗਰੀ ਦੋਸਤ; ਦਿਲੀ, ਜਿਗਰੀ

damp /ਡੈਮਪ/ *n* ਸਿੱਲ੍ਹ, ਗਿੱਲ, ਨਮੀ; ਉਦਾਸੀ *a* ਸਿੱਲ੍ਹਾ, ਸਲ੍ਹਾਬਿਆ, ਨਮਦਾਰ, ਤਰ *v* ਗਿੱਲਾ ਕਰਨਾ; ਦਿਲ ਤੋੜਨਾ, ਬੇਦਿਲ ਕਰਨਾ, ਦਿਲਗੀਰ ਕਰਨਾ

dampen /'ਡੈਮਪਅਨ/ *v* ਸਿੱਲ੍ਹਾ ਕਰਨਾ ਜਾਂ ਹੋਣਾ, ਗਿੱਲਾ ਕਰਨਾ ਜਾਂ ਹੋਣਾ, ਤਰ ਕਰਨਾ ਜਾਂ ਹੋਣਾ, ਮੱਠਾ ਪੈਣਾ ਜਾਂ ਹੋਣਾ

damper /'ਡੈਮਪਅ*/ *n* ਟਿਕਟ ਨੂੰ ਗਿੱਲਾ ਕਰਨ ਵਾਲਾ, ਪਾਣੀ ਵਾਲਾ ਨਮਦਾ; ਦਿਲਢਾਹੂ

dampish /ਡੈਮਪਿਸ਼/ *a* ਸਲ੍ਹਾਬਿਆ, ਗਿੱਲਾ

dampness /'ਡੈਮਪਨਅਸ/ *n* ਗਿੱਲ, ਸਿੱਲ੍ਹ

damsel /'ਡੈਮਜ਼ਲ/ *n* ਮੁਟਿਆਰ, ਨੱਢੀ, ਕੁਮਾਰੀ, ਕੰਨਿਆ

damson /'ਡੈਮਜ਼ਨ/ *n* ਆਲੂਬੁਖ਼ਾਰਾ; ਆਲੂਬੁਖ਼ਾਰੇ ਦਾ ਬਿਰਛ *a* ਆਲੂਬੁਖ਼ਾਰੇ ਦੇ ਰੰਗ ਵਾਲਾ

damson cheese *n* ਆਲੂਬੁਖ਼ਾਰੇ ਦਾ ਮੁਰੱਬਾ

dance /ਡਾਨਸ/ *n* ਨਾਚ, ਨਿਰਤ, ਮੁਜਰਾ *v* ਨਾਚ ਕਰਨਾ, ਨੱਚਣਾ; ਮੁਜਰਾ ਕਰਨਾ; ਦਿਲ ਜਾਂ ਖ਼ੂਨ ਦਾ ਖ਼ੁਸ਼ੀ ਨਾਲ ਤੇਜ਼ ਚੱਲਣਾ; ਨਚਾਉਣਾ **dance attendance on** ਹਾਜ਼ਰੀ ਭਰਨਾ, ਜੀ ਹਜ਼ੂਰੀ ਕਰਨਾ **dance to a person's tune or pipe** ਇਸ਼ਾਰੇ 'ਤੇ ਨੱਚਣਾ ਜਾਂ ਚੱਲਣਾ **dance upon nothing** ਫਾਂਸੀ ਚੜ੍ਹਨਾ

dance-flame *n* ਕੰਬਦੀ ਲਾਟ

dance-girl *n* ਨਾਚੀ, ਨਰਤਕੀ

dancer /'ਡਾਨਸਅ*/ *n* ਨਿਰਤਕਾਰ, ਨਚਾਰ, ਨਾਚਾ, ਨਾਚੀ, ਨਰਤਕੀ

dancing /'ਡਾਨਸਿਙ/ *n* ਨਾਚ ਕਲਾ, ਨਿਰਤ ਕਲਾ

dandelion /'ਡੈਨਡਿਲਾਇਅਨ/ *n* ਪੀਲੇ ਫੁੱਲਾਂ ਵਾਲਾ ਬੂਟਾ, ਕਕਰੌਂਦਾ

dander /'ਡੈਨਡਅ*/ *n* ਕ੍ਰੋਧ, ਗੁੱਸਾ, ਰੋਸ, ਨਰਾਜ਼ਗੀ; ਯੁੱਧ ਭਾਵਨਾ, ਵੀਰ ਭਾਵਨਾ **get one's dander up** ਕ੍ਰੋਧ ਵਿੱਚ ਆਉਣਾ, ਗੁੱਸਾ ਚੜ੍ਹਾਉਣਾ

dandiacal /ਡੈਨ'ਡਾਇਅਕਲ/ *a* ਸ਼ੂਕਾ, ਬਾਂਕਾ, ਛੈਲ, ਦਰਸ਼ਨੀ

dandification /ˌਡੈਨਡਿਫ਼ਿ'ਕੇਇਸ਼ਨ/ *n* ਸ਼ੂਕਾਪਣ, ਬਾਂਕਾਪਣ, ਠਾਠਬਾਠ

dandify /'ਡੈਨਡਿਫ਼ਾਇ/ *vt* ਬਾਂਕਾ ਬਣਾਉਣਾ, ਸੁਆਰਨਾ

dandle /'ਡੈਨਡਲ/ *vt* ਲਾਡ-ਪਿਆਰ ਕਰਨਾ, (ਬੱਚਿਆਂ ਨੂੰ) ਝੂਟੇ ਦੇਣਾ, ਗੋਦੀ ਖਿਡਾਉਣਾ, ਉਛਾਲਨਾ, ਦੁਲਾਰਨਾ

dandruff /'ਡੈਨਡਰਅੱਫ਼/ *n* ਸਿੱਕਰੀ, ਕਰ

dandy /'ਡੈਨਡਿ/ *n* ਵਿਸ਼ੇਸ਼ ਕਿਸਮ ਦੇ ਮਸਤੂਲ ਦਾ ਜਹਾਜ਼; ਛੈਲ-ਛਬੀਲਾ, ਬਾਂਕਾ, ਅਲਬੇਲਾ ਵਿਅਕਤੀ

dandyish /'ਡੈਨਡਿਇਸ਼/ *a* ਬਾਂਕਾ, ਅਲਬੇਲਾ, ਛਬੀਲਾ

dandyism /'ਡੈਨਡਿਇਜ਼ਅਮ/ *n* ਬਾਂਕਾਪਣ, ਛਬੀਲਾਪਣ, ਲਿਸ਼ਕ-ਪੁਸ਼ਕ

Dane /ਡੇਇਨ/ *n* ਡੈਨਮਾਰਕ ਦਾ ਵਸਨੀਕ; ਕੁੱਤੇ ਦੀ ਇੱਕ ਕਿਸਮ

dane *n* ਵੇਖੋ **dene-hole**

danger /'ਡੇਇਨਜਅ*/ *n* ਭੈ, ਖਤਰਾ, ਡਰ, ਖਟਕਾ, ਜੋਖਮ; ਭੈ ਦਾ ਕਾਰਨ, ਖ਼ਤਰੇ ਦੀ ਚੀਜ਼

dangerous /'ਡੇਇਨਜਅਰਅਸ/ *a* ਖ਼ਤਰਨਾਕ, ਭਿਆਨਕ, ਭਿਅੰਕਰ, ਡਰਾਉਣਾ, ਗੰਭੀਰ, ਘਾਤਕ

dangerousness /'ਡੇਇਨਜਅਰਅਸਨਅਸ/

n ਖ਼ਤਰੇ ਨਾਲ ਭਰਪੂਰਤਾ, ਭਿਆਨਕਤਾ, ਭਿਅੰਕਰਤਾ

dangle /'ਡੈਙਗਲ/ *v* ਪਿੱਛੇ ਫਿਰਨ ਵਾਲਾ, (ਆਸ਼ਕ ਆਦਿ) ਪਿਛਲੱਗ

Daniel /'ਡੈਨਯਅਲ/ *n* ਦਾਨੀਆਲ (ਇੱਕ ਪੈਗ਼ੰਬਰ), ਸਿਆਣਾ

Danish /'ਡੇਇਨਿਸ਼/ *n* ਡੈਨਮਾਰਕ ਦੀ ਭਾਸ਼ਾ *a* ਡੈਨਮਾਰਕ ਦਾ, ਡੈਨਮਾਰਕ ਦਾ ਰਹਿਣ ਵਾਲਾ

dank /ਡੈਙਕ/ *a* ਸਿੱਲ੍ਹਾ

dankish /ਡੈਙਕਿਸ਼/ *a* ਕੁਝ ਕੁਝ ਗਿੱਲਾ

dap /ਡੈਪ/ *v* ਕੁੰਡੀ ਨਾਲ ਮੱਛੀ ਦਾ ਸ਼ਿਕਾਰ ਕਰਨਾ; ਹੌਲੀ ਜਿਹੀ ਗੋਤਾ ਦੇਣਾ; ਗੇਂਦ ਬੁੜਕਾਉਣਾ, ਬੁੜਕਣਾ, ਉੱਛਲਨਾ; (ਗੇਂਦ ਦਾ) ਟੱਪਾ, ਭੁੜਕ, ਉੱਛਲਕੁੱਦ

dapper /'ਡੈਪਅ*/ *a* ਚੁਸਤ, ਫ਼ੁਰਤੀਲਾ, ਛੋਹਲਾ; ਬਣਿਆ ਠਣਿਆ

dapple /'ਡੈਪਲ/ *v* ਡੱਬ-ਖੜੱਬਾ ਕਰਨਾ; ਰੰਗ-ਬਰੰਗਾ ਕਰਨਾ *a* ਡੱਬ-ਖੜੱਬਾ, ਬਹੁਰੰਗਾ, ਚਿਤਕਬਰਾ

darbies /'ਡਾਬਿਜ਼/ *n* (ਬਹੁ) ਹੱਥਕੜੀਆਂ

dare /ਡੇਅ*/ *vt* ਹੌਸਲਾ ਕਰਨਾ, ਹਿੰਮਤ ਕਰਨਾ, ਸਾਹਸ ਕਰਨਾ; ਵੰਗਾਰਨਾ

daredevil /'ਡੇਅਡੈਵ੍ਲ/ *n* ਸਿਰਲੱਥ (ਵਿਅਕਤੀ), ਜਾਂਬਾਜ਼

daring /'ਡੇਅਰਿਙ/ *n* ਦਲੇਰੀ, ਵੀਰਤਾ, ਬਹਾਦਰੀ, ਜੇਰਾ, ਨਿਡਰਤਾ, ਹਿੰਮਤ, ਸਾਹਸ *a* ਸਾਹਸ ਵਾਲਾ, ਜਿਗਰੇ ਵਾਲਾ, ਨਿਡਰ, ਦਲੇਰ, ਹਿੰਮਤੀ

dark /ਡਾਕ/ *n* ਅੰਧਕਾਰ, ਹਨੇਰਾ; ਕਾਲਾਪਣ; ਕਾਲਾ ਰੰਗ; ਸਿਆਹੀ; ਅਗਿਆਨ *a* ਸਿਆਹ, ਕਾਲਾ, ਸਾਂਵਲਾ; ਅਗਿਆਤ; ਅਸਪਸ਼ਟਤਾ; ਭਿਆਨਕ; ਧੁੰਦਲਾ, ਪ੍ਰਕਾਸ਼ਹੀਣ; ਉਦਾਸ; ਗੁਪਤ, ਗੂੜ੍ਹ, ਰਹੱਸਮਈ **in the dark** ਬੇਖ਼ਬਰ, ਅਣਜਾਣ **leap in the dark** ਬਿਨਾਂ ਵੇਖੇ ਚਾਖੇ ਮੁਸੀਬਤ ਵਿੱਚ ਕੁੱਦ ਪੈਣਾ, ਅੰਨ੍ਹੇ ਖੂਹ ਵਿੱਚ ਛਾਲ ਮਾਰਨਾ

darken /'ਡਾਕਅਨ/ *v* ਧੁੰਦਲਾ ਕਰਨਾ, ਕਾਲਾ ਕਰਨਾ, ਅੰਨ੍ਹਾ ਕਰਨਾ, ਹਨੇਰਾ ਕਰਨਾ ਜਾਂ ਹੋਣਾ, ਉਦਾਸ ਕਰਨਾ ਜਾਂ ਹੋਣਾ, ਘਬਰਾਉਣਾ

darkish /'ਡਾਕਿਸ਼/ *a* ਕੁਝ-ਕੁਝ ਕਾਲਾ; ਧੁੰਦਲਾ ਜਿਹਾ

darkle /'ਡਾਕ(ਅ)ਲ/ *vi* ਹਨੇਰਾ ਹੋਣਾ; ਛੁਪੇ ਰਹਿਣਾ

darkling /'ਡਾਕਲਿਙ/ *adv* ਹਨੇਰੇ ਵਿੱਚ, ਭੁਲੇਖੇ ਵਿੱਚ

darkness /'ਡਾਕਨਅਸ/ *n* ਹਨੇਰਾਪਨ, ਧੁੰਦਲਾਪਨ, ਅੰਧਕਾਰ, ਅਗਿਆਨ

darksome /'ਡਾਕਸਅਮ/ *a* ਕਾਲਾ, ਸਿਆਹ; ਧੁੰਦਲਾ; ਉਦਾਸ, ਗ਼ਮਗੀਨ, ਨਿਰਾਸ਼

darling /'ਡਾਲਿਙ/ *a* ਪਿਆਰਾ, ਪ੍ਰੀਤਮ, ਲਾਡਲਾ, ਦੁਲਾਰਾ

darn /ਡਾਨ/ *vt* ਰਫ਼ੂ ਕਰਨਾ, ਜਾਲੀ ਪਾਉਣਾ *n* ਰਫ਼ੂ ਕੀਤਾ ਹੋਇਆ ਭਾਗ

darnel /'ਡਾਨਲ/ *n* ਇੱਕ ਜੜ੍ਹੀ ਬੂਟੀ

darning /'ਡਾਨਿਙ/ *n* ਰਫ਼ੂ, ਰਫ਼ੂਗਰੀ

dart /ਡਾਟ/ *n* ਤੀਰ, ਬਾਣ, ਬਰਛੀ, ਭਾਲਾ *v* ਤੀਰ ਮਾਰਨਾ, ਬਰਛੀ ਮਾਰਨਾ, ਝਪਟਣਾ, ਤੇਜ਼ੀ ਨਾਲ ਵਧਣਾ

darter /'ਡਾਟਅ*/ *n* ਤੀਰ ਅੰਦਾਜ਼, ਤੀਰ ਚਲਾਉਣ ਵਾਲਾ

Darwinian /ਡਾ'ਵਿਨਿਅਨ/ *n* ਡਾਰਵਿਨਵਾਦੀ; ਵਿਕਾਸਵਾਦੀ *a* ਡਾਰਵਿਨ ਸੰਬੰਧੀ, ਡਾਰਵਨੀ

Darwinism /'ਡਾਵਿਨਿਜ਼ਅਮ/ *n* ਡਾਰਵਿਨਵਾਦ, ਵਿਕਾਸਵਾਦ

Darwinist /'ਡਾਵਿਨਿਸਟ/ *n a* ਵੇਖੋ **Darwinian**

dash[1] /ਡੈਸ਼/ *n* ਛੋਟੀ ਰੇਖਾ(-) ਵਕਫ਼ਾ ਜਾਂ ਵਾਕ ਛੱਡਣ ਦਾ ਨਿਸ਼ਾਨ (-); ਪਾਣੀ ਦੀਆਂ ਛੱਲਾਂ ਦੀ ਅਵਾਜ਼; ਅਲਪ ਮਾਤਰਾ, ਚੁਟਕੀ; ਕਲਮ ਦੀ ਝਰੀਟ, ਰੰਗ ਦਾ ਛਿੱਟਾ, ਦਿਖਾਵਾ, ਬਣਾਵਟ; ਉਤਸ਼ਾਹ ਪੂਰਨ ਕੰਮ, ਜੋਸ਼ ਦਾ ਕੰਮ, ਤੁਰਤ-ਫੁਰਤ

ਕੰਮ; ਚੜ੍ਹਾਈ, ਧਾਵਾ, ਝਪਟ; ਰੰਗ ਦੀ ਝਲਕ ਜਾਂ ਧੱਬਾ *v* ਡੈਸ਼ ਲਾਉਣਾ; ਟੱਕਰ ਖਾਣਾ, ਟਕਰਾਉਣਾ; ਪਾਣੀ ਪਾ ਕੇ ਪਤਲਾ ਕਰਨਾ; ਚੂਰ-ਚੂਰ ਹੋਣਾ ਜਾਂ ਕਰਨਾ; ਧੱਕਾ ਦੇਣਾ, ਟਕਰਾਉਣਾ, ਪਟਕਾਉਣਾ, ਘੁਸੇੜਨਾ; ਪਟਕਾ ਮਰਨਾ; ਸੁੱਟਣਾ, ਉਤਸ਼ਾਹ ਭੰਗ ਕਰਨਾ; ਦਬਾਉਣਾ, ਤੋੜਨਾ, ਮਿੱਟੀ ਵਿੱਚ ਮਿਲਾ ਦੇਣਾ; ਘਬਰਾ ਦੇਣਾ; (ਲੇਖ) ਧੂ ਦੇਣਾ, ਲਿਖਤ ਵਿੱਚ ਡੈਸ਼ ਆਉਣਾ, ਖਿੱਚ ਦੇਣਾ; ਤੇਜ਼ੀ ਨਾਲ ਡਿੱਗਣਾ

dashboard /'ਡੈਸ਼ਬੋਡ/ *n* ਡੈਸ਼ ਬੋਰਡ (ਮੋਟਰ ਆਦਿ ਦੇ ਡਰਾਈਵਰ ਦੀ ਸੀਟ ਸਾਮ੍ਹਣੇ ਦਾ ਉਹ ਹਿੱਸਾ ਜਿੱਥੇ ਨਿਯੰਤਰਕ ਅਤੇ ਹੋਰ ਸੂਚਕ ਯੰਤਰ ਲੱਗੇ ਹੁੰਦੇ ਹਨ)

dashing /'ਡੈਸ਼ਿਙ/ *a* ਉੱਦਮੀ, ਸ਼ਾਨ ਵਿਖਾਉਣ ਵਾਲਾ

dastard /'ਡੈਸਟਅਡ/ *a* ਕਾਇਰ, ਡਰਪੋਕ, ਬੁਜ਼ਦਿਲ

dastardliness /'ਡੈਸਟਅਡਲਿਨਅਸ/ *n* ਕਾਇਰਤਾ, ਬੁਜ਼ਦਿਲੀ

dastardly /'ਡੈਸਟਅਡਲਿ/ *a* ਕਾਇਰਾਂ ਵਾਂਗ, ਕਾਇਰਤਾ ਨਾਲ, ਬੁਜ਼ਦਿਲੀ ਨਾਲ

data /'ਡੇਇਟਅ/ *n* (**datum** ਦਾ ਬਹੁ), ਸਮਗਰੀ, ਆਧਾਰ ਸਮਗਰੀ, ਅੰਕੜੇ; (ਕੰਪਿ) ਇਕੱਤਰ ਕੀਤੀ ਬੇਤਰਤੀਬੀ ਅਤੇ ਅਰਥਹੀਣ ਜਾਣਕਾਰੀ ਜਿਸ 'ਤੇ ਕਾਰਜ ਕਰਨਾ ਹੁੰਦਾ ਹੈ

database /'ਡੇਇਟਅਬੇਇਸ/ *n* (ਕੰਪਿ) ਤੱਥਾਂ ਦਾ ਕਿਸੇ ਤਰਤੀਬ ਵਿੱਚ ਇਕੱਠ, ਤੱਥ-ਅਧਾਰ

data processing *n* ਅੰਕੜਿਆਂ ਤੋਂ ਉਪਯੋਗੀ ਸੂਚਨਾਵਾਂ ਪ੍ਰਾਪਤ ਕਰਨ ਦਾ ਭਾਵ

date[1] /ਡੇਇਟ/ *n* ਤਿਥੀ, ਮਿਤੀ, ਤਾਰੀਖ *v* ਤਾਰੀਖ ਪਾਉਣਾ; (ਕਿਸੇ ਕਾਗਜ਼ 'ਤੇ) ਤਾਰੀਖ ਦਰਜ ਹੋਣਾ; ਅਰੰਭ ਹੋਣਾ (ਜ਼ਮਾਨੇ ਤੋਂ); ਕਾਲ ਨਿਸ਼ਚਤ ਕਰਨਾ (ਕਿਸੇ ਵਸਤੂ ਸੰਬੰਧੀ)

date[2] *n* ਖਜੂਰ, ਖੁਰਮਾ, ਛੁਹਾਰਾ

dated /'ਡੇਇਟਿਡ/ *a* ਮਿਤੀਯੁਕਤ

dateless /'ਡੇਇਟਲਅਸ/ *a* ਜਿਸ ਉੱਤੇ ਤਾਰੀਖ਼ ਨਾ ਪਾਈ ਹੋਵੇ, ਮਿਤੀਹੀਣ; ਆਦਿ, ਪੁਰਾਣਾ

dater /ਡੇਇਟਅ*/ *n* ਤਾਰੀਖ਼ ਪਾਉਣ ਵਾਲਾ; ਮਿਤੀ ਮੋਹਰ

dative /'ਡੇਇਟਿਵ/ *n* (ਵਿਆ) ਸੰਪਰਦਾਨ ਕਾਰਕ

datum /'ਡੇਇਟਅਮ/ *n* ਵੇਖੋ **data**

datura /ਡਅ'ਟਯੁਅਰਅ/ *n* ਧਤੂਰਾ

daub /ਡੋਬ/ *v* ਲਿੱਪਣਾ, ਪੋਚਣਾ, ਲਿੰਬਣਾ, ਲਬੇੜਨਾ, (ਚਿੱਤਰ ਉੱਤੇ) ਰੰਗ ਥੱਪਣਾ *n* ਪੋਚਾ, ਭੱਦਾ ਚਿੱਤਰ

dauber /'ਡੋਬਅ/ *n* ਕੁਚੱਜਾ ਚਿੱਤਰਕਾਰ

daubery /'ਡੋਬਅਰਿ/ *n* ਭੱਦੀ ਚਿੱਤਰਕਾਰੀ

dauby /ਡੋਬਿ/ *a* ਕੋਝੀ, ਭੈੜੀ, (ਤਸਵੀਰ)

daughter /'ਡੋਟਅ*/ *n* ਪੁੱਤਰੀ, ਬੇਟੀ, ਧੀ, ਬੱਚੀ, ਲੜਕੀ, ਜਾਈ

daugterhood /'ਡੋਟਅਹੁਡ/ *n* ਧੀਪੁਣਾ, ਬੇਟੀਪੁਣਾ

daughter-in-law /'ਡੋਟਅਇਨਲੋ*/ *n* ਨੂੰਹ

daughterliness /'ਡੋਟਅਲਿਨਅਸ/ *n* ਧੀਤਵ

daunt /ਡੋਨਟ/ *vt* ਹਿੰਮਤ ਤੋੜਨਾ; ਡਾਂਟਣਾ, ਡਰਾਉਣਾ, ਧਮਕਾਉਣਾ, ਭੈ ਦੇਣਾ

dauntless /'ਡੋਨਟਲਅਸ/ *a* ਨਿਡਰ, ਨਿਧੜਕ

dauntlessness /'ਡੋਨਟਲਅਸਨਅਸ/ *n* ਨਿਡਰਤਾ, ਨਿਰਭੈਤਾ, ਦਲੇਰੀ

dauphin /'ਡਅਉਫ਼ਿਨ/ *n* ਫ਼ਰਾਂਸ ਦਾ ਯੁਵਰਾਜ

dauphiness /'ਡੋਫ਼ਿਨੈੱਸ/ *n* ਯੁਵਰਾਜ ਦੀ ਪਤਨੀ, ਯੁਵਰਾਣੀ

davenport /'ਡੈਵ੍ਨਪੋਟ/ *n* ਇੱਕ ਤਰ੍ਹਾਂ ਦਾ ਡੈਸਕ

davit /'ਡੈਵ੍ਟਿ/ *n* ਜਹਾਜ਼ ਦਾ ਲੰਗਰ ਚੁੱਕਣ ਵਾਲਾ ਯੰਤਰ

Davy Jones's locker /ਡੇਇਵ੍ਹਿ ,ਜਅਉਨਜ਼ 'ਲੌਕਅ*/ *n* ਸਮੁੰਦਰੀ ਮੌਤ; ਜਲ ਸਮਾਧ

Davy lamp /'ਡੇਇਵ੍ਹਿ ਲੈਮਪ/ *n* ਡੇਵੀ ਲੈਂਪ (ਖਾਣਾਂ ਵਿੱਚ ਕੰਮ ਕਰਨ ਵਾਲਿਆਂ ਲਈ)

daw/ਡੋ/ *n* ਢੋਡਰ ਕਾਂ, ਪਹਾੜੀ ਕਾਂ

dawdle/'ਡੋਡਲ/ *vi* ਸਮਾਂ ਨਸ਼ਟ ਕਰਨਾ, ਅਵਾਰਾ

ਘੁੰਮਣਾ, ਬੇਕਾਰ ਫਿਰਨਾ; ਸੁਸਤੀ ਕਰਨਾ **dawdle away** ਵਕਤ ਗੁਆਉਣਾ

dawdler/'**ਡੋਡਲਅ***/ *n* ਅਵਾਰਾ, ਵਿਹਲੜ

dawn/'**ਡੋਨ**/ *n* ਪ੍ਰਭਾਤ, ਸਰਘੀ ਵੇਲਾ, ਪਹੁਫੁਟਾਲਾ, ਤੜਕਾ, ਪ੍ਰਾਤਾਕਾਲ; ਅਰੰਭ *vi* ਪਹੁਫੁੱਟਣਾ, ਸਵੇਰ ਹੋਣਾ, ਦਿਸਣਾ, ਅਰੰਭ ਹੋਣਾ **dawn upon** ਪ੍ਰਤੱਖ ਹੋਣਾ, ਸਮਝ ਆਉਣਾ

day /**ਡੇਇ**/ *n* ਦਿਨ, ਦਿਵਸ, ਵਾਰ; ਤੜਕਾ, ਸਵੇਰ; ਦਿਨ ਦਾ ਚਾਨਣ; 24 ਘੰਟੇ (ਰਾਤ ਦੇ ਬਾਰਾਂ ਵਜੇ ਤੋਂ ਅਗਲੀ ਰਾਤ ਦੇ ਬਾਰਾਂ ਵਜੇ ਤੱਕ), ਅੱਠ ਪਹਿਰ ਨਿਸ਼ਚਿਤ ਦਿਨ ਜਾਂ ਮਿਤੀ; ਦੌਰ, ਯੁੱਗ **carry the day** ਸਫਲ ਹੋਣਾ, ਬਾਜ਼ੀ ਲੈ ਜਾਣਾ **day by day** ਦਿਨ-ਬਦਿਨ **day-to-day** *a* ਦਿਨ-ਭਰ ਦਾ, ਦਿਨੋ-ਦਿਨ ਅਧਾਰ ਵਾਲਾ; ਹਰ ਦਿਨ ਦੀ ਆਮ ਕਾਰਵਾਈ ਵਾਲਾ

daybook /**ਡੇਇਬੁਕ**/ *n* ਰੋਜ਼ਨਾਮਚਾ

daybreak /'**ਡੇਇਬਰੇਇਕ**/ *n* ਪ੍ਰਭਾਤ, ਪਹੁਫੁਟਾਲਾ

daydream /'**ਡੇਇਡਰੀਮ**/ *n* ਖ਼ਿਆਲੀ ਪੁਲਾਅ

daylight /'**ਡੇਇਲਾਇਟ**/ *n* ਚਾਨਣ, ਧੁੱਪ, ਤੜਕਾ

daylong /'**ਡੇਇਲੌਙ**/ *a* ਦਿਨ ਦੇ ਅਖ਼ੀਰ ਤੱਕ ਦਾ

day off *n* ਕੰਮ ਤੋਂ ਛੁੱਟੀ ਦਾ ਦਿਨ **keep one's day** ਸਮੇਂ ਦਾ ਪਾਬੰਦ ਹੋਣਾ **end one's days** ਮਰਨਾ; ਅੰਤ ਸਮਾਂ **every dog has his day** ਬਾਰ੍ਹਾਂ ਵਰ੍ਹਿਆਂ ਮਗਰੋਂ ਰੂੜੀ ਦੀ ਵੀ ਸੁਣੀ ਜਾਂਦੀ ਹੈ

daze /**ਡੇਇਜ਼**/ *vt* ਚਕਰਾਅ ਦੇਣਾ, ਚਕ੍ਰਿਤ ਕਰ ਦੇਣਾ, ਹੱਕਾ-ਬੱਕਾ ਕਰ ਦੇਣਾ, ਚੁੰਧਿਆ ਦੇਣਾ, ਬੁੰਦਲਾ ਦੇਣਾ *n* ਘਬਰਾਹਟ, ਹੈਰਾਨੀ

dazzle /'**ਡੈਜ਼ਲ**/ *vt* ਚੁੰਧਿਆਉਣਾ, ਚਕਾਚੌਂਧ ਕਰਨਾ, ਘਬਰਾਅ ਦੇਣਾ, ਚਕਰਾਅ ਦੇਣਾ, ਪਰੇਸ਼ਾਨ ਕਰਨਾ, ਹੈਰਾਨ ਕਰਨਾ

dazzlement /'**ਡੈਜ਼ਲਮਅਨਟ**/ *n* ਚਕਾਚੌਂਧ, ਘਬਰਾਹਟ, ਪਰੇਸ਼ਾਨੀ, ਹੈਰਾਨੀ

dazzling /'**ਡੈਜ਼ਲਿਙ**/ *a* ਚੁੰਧਿਆ ਦੇਣ ਵਾਲਾ, ਪਰੇਸ਼ਾਨ ਜਾਂ ਹੈਰਾਨ ਕਰਨ ਵਾਲਾ

DC[1] /**ਡੀ 'ਸੀ**/ *abbr* **Deputy Commissioner** ਦਾ ਸੰਖੇਪ

DC[2] *abbr* **Direct Current** ਦਾ ਸੰਖੇਪ

D-Day /'**ਡੀਡੇਇ**/ *n* ਵਿਸ਼ੇਸ਼ ਦਿਨ, ਮਹੱਤਵਪੂਰਨ ਦਿਨ

DDT /**ਡੀ ਡੀ 'ਟੀ**/ *n* ਇੱਕ ਕੀੜੇ ਮਾਰ ਦਵਾਈ

Deacidification /**ਡੀਅ,ਸਿਡਿਫ਼ਿ'ਕੇਇਸ਼ਨ**/ *n* ਤੇਜ਼ਾਬੀ ਅਸਰ ਦੂਰ ਕਰਨ ਦਾ ਅਮਲ

deacon /'**ਡੀਕਅਨ**/ *n* ਬਿਸ਼ਪ ਅਤੇ ਪਾਦਰੀ ਤੋਂ ਬਾਅਦ ਤੀਜੇ ਦਰਜੇ ਦਾ ਅਧਿਕਾਰੀ

dead /**ਡੈੱਡ**/ *a* ਮਰਿਆ, ਮਿਰਤਕ, ਮੁਰਦਾ, ਨਿਰਜਿੰਦ; ਅਚੇਤਨ, ਬੇਸੁਧ; ਅਪ੍ਰਚਲਿਤ ਪ੍ਰਭਾਵਹੀਣ; ਬੀਤਿਆ, ਪੁਰਾਣਾ *adv* ਕਤਈ ਤੌਰ 'ਤੇ, ਪੂਰੇ ਤੌਰ 'ਤੇ, ਪੂਰਾ-ਪੂਰਾ, ਬਿਲਕੁਲ; ਸਰਾਸਰ **dead as a door-nail** ਅਸਲੋਂ ਮੁਰਦਾ **dead against** ਸਖ਼ਤ ਵੈਰੀ; ਜਾਨੀ ਦੁਸ਼ਮਣ **dead-alive** ਨਿਰਉਤਸ਼ਾਹ

deadbeat/'**ਡੈੱਡਬੀਟ**/ *n* ਸੁਸਤ; ਧਨ ਅਤੇ ਨੌਕਰੀ ਰਹਿਤ ਮਨੁੱਖ ਜੋ ਸਮਾਜ ਤੋਂ ਨਿੱਖੜਿਆ ਹੋਵੇ

deaden/'**ਡੈੱਡਨ**/ *v* ਮਾਰਨਾ, ਮਰਨਾ; ਅਚੇਤ ਕਰਨਾ ਜਾਂ ਹੋਣਾ, ਸੁੰਨ ਕਰਨਾ; ਧੁੰਦਲਾ ਕਰਨਾ

dead end *n* ਅੰਤਮ ਸਿਰਾ, ਬੰਦ ਗਲੀ

dead hand *n* ਅਤਿਆਚਾਰੀ ਪ੍ਰਭਾਵ

dead hours *n* ਅੱਧੀ ਰਾਤ, ਰਾਤ ਦੀਆਂ ਸੁੰਨਸਾਨ ਘੜੀਆਂ

deadish /'**ਡੈੱਡਿਸ਼**/ *a* ਮੁਰਦਾ ਜਿਹਾ, ਮਰਿਆਂ ਵਰਗਾ

dead language *n* ਅਪ੍ਰਚਲਿਤ ਭਾਸ਼ਾ

dead letter *n* ਅਪ੍ਰਚਲਿਤ ਵਿਧਾਨ; ਲਵਾਰਸ ਖ਼ਤ

deadline /'**ਡੈੱਡਲਾਇਨ**/ *n* ਅੰਤਮ ਹੱਦ

deadliness /'ਡੈੱਡਲਿਨਅਸ/ *a* ਮੁਰਦਾ ਜਿਹਾ, ਮਰਿਆਂ ਵਰਗਾ

deadlock /'ਡੈੱਡਲੌਕ/ *n* ਅੜਿੱਕਾ, ਅੜਚਨ

deadly /'ਡੈੱਡਲਿ/ *a* ਮੌਤ ਵਰਗਾ, ਮਾਰ ਦੇਣ ਵਾਲਾ; ਭਿਅੰਕਰ *adv* ਅਤਿਅੰਤ, ਬਹੁਤ ਜ਼ਿਆਦਾ, ਬਿਲਕੁਲ

deadness /ਡੈੱਡਨਅਸ/ *n* ਮੌਤ, ਮਿਰਤੂ, ਨਿਰਜੀਵਤਾ, ਨਿਰਜਿੰਦਤਾ

dead shot *a* ਬਿਨਾਂ ਗ਼ਲਤੀ ਨਿਸ਼ਾਨਾ ਲਾਉਣ ਵਾਲਾ

dead spit *a* ਹੂ-ਬਹੂ

dead stock *n* ਡੁੱਬੀ ਕਰਮ, ਵਿਅਰਥ ਪੂੰਜੀ; ਬੇਕਾਰ ਮਾਲ

dead sure *n* ਪੱਕਾ ਨਿਸ਼ਚਾ

dead to *a* ਕਿਸੇ ਚੀਜ਼ ਵਲੋਂ ਬੇਖ਼ਬਰ

dead wood /ˌਡੈੱਡ 'ਵੁਡ/ *n* ਮਰਿਆ ਸੱਪ; ਵਾਧੂ ਦਾ ਭਾਰ, ਬੇਕਾਰ ਵਿਅਕਤੀ ਜਾਂ ਵਸਤ

deaf /ਡੈੱਫ਼/ *a* ਬੋਲਾ, ਡੋਰਾ, ਬਹਿਰਾ; ਲਾਪਰਵਾਹ

deaf and dumb alphabet/tongue ਗੂੰਗੇ ਅਤੇ ਬੋਲਿਆਂ ਦੇ ਪੜ੍ਹਨ ਅਤੇ ਲਿਖਣ ਵਾਲੀ ਸੰਕੇਤ ਭਾਸ਼ਾ

deafen /'ਡੈੱਫ਼ਨ/ *n* ਬੋਲਾ ਕਰਨਾ, (ਸ਼ੋਰ ਨਾਲ) ਕੰਨ ਪਾੜ ਦੇਣਾ; (ਅਵਾਜ਼) ਨਾ ਸੁਣਨ ਦੇਣਾ

deafening /'ਡੈੱਫ਼ਨਿਙ/ *a* ਬੋਲਾ ਕਰ ਦੇਣ ਵਾਲਾ

deaf mute /ˌਡੈੱਫ਼ 'ਮਯੂਟ/ *n* ਗੂੰਗਾ ਬੋਲਾ ਆਦਮੀ

deafness /ਡੈੱਫ਼ਨਅਸ/ *n* ਕੰਨਾਂ ਤੋਂ ਨਾ ਸੁਣਨ ਦਾ ਰੋਗ; ਬੋਲਾਪਣ; ਅਸਾਵਧਾਨੀ

deal /ਡੀਲ/ *n* ਹਿੱਸਾ; ਸੌਦਾ; ਵੰਡਾਰਾ *v* ਵੰਡਣਾ, ਵਰਤੋਂ ਵਿਹਾਰ ਕਰਨਾ, ਵਰਤਾਅ ਕਰਨਾ, ਪੇਸ਼ ਆਉਣਾ, ਸਲੂਕ ਕਰਨਾ; (ਚੰਗਾ ਜਾਂ ਭੈੜਾ) ਸੌਦਾ ਕਰਨਾ

dealer /'ਡੀਲਅ*/ *n* ਵਪਾਰੀ; ਤਾਸ਼ ਵੰਡਣ ਵਾਲਾ; ਪੀਹਣ ਵਾਲਾ; ਦੁਕਾਨਦਾਰ

dealings /'ਡੀਲਿਙਜ਼/ *n* (ਬਹੁ) ਲੈਣ-ਦੇਣ, ਵਰਤਾਅ, ਕਾਰੋਬਾਰ, ਵਣਜ, ਵਪਾਰ

dean /ਡੀਨ/ *n* (ਯੂਨੀਵਰਸਿਟੀ ਵਿੱਚ) ਡੀਨ; ਵੱਡਾ ਪਾਦਰੀ, ਮੱਠ ਅਧਿਕਾਰੀ

deanship /ਡੀਨਸ਼ਿਪ/ *n* ਡੀਨ ਦੀ ਪਦਵੀ

dear /ਡਿਅ*/ *a* ਪਿਆਰਾ, ਦੁਲਾਰਾ, ਲਾਡਲਾ, ਮਹਿਬੂਬ; ਬਹੁਮੁੱਲਾ; ਚਹੇਤਾ, ਮਨਭਾਉਂਦਾ; ਮਹਿੰਗਾ

dearly /'ਡਿਅਲਿ/ *int* (ਐ) ਪੀਆ ! ਪਿਆਰੇ

dearness /'ਡਿਅਨਅਸ/ *n* ਪ੍ਰੀਤ, ਪ੍ਰੇਮ, ਪਿਆਰ; ਮਹਿੰਗਾਈ

dearth /ਡਅ:ਥ/ *n* ਥੁੜ੍ਹ, ਕਮੀ, ਘਾਟ, ਤੋੜਾ, ਕਿੱਲਤ, ਕਾਲ

death /ਡੈੱਥ/ *n* ਦਿਹਾਂਤ, ਮੌਤ, ਮਿਰਤੂ; ਨੇਸਤੀ; ਆਤਮਿਕ ਪਤਨ **death defies the doctor** ਮੌਤ ਦੀ ਕੋਈ ਦਵਾ ਨਹੀਂ ਹੈ

deathbed /'ਡੈੱਥਬੈੱਡ/ *n* ਮੌਤ ਦਾ ਬਿਸਤਰਾ ਜਿਸ ਉੱਤੇ ਵਿਅਕਤੀ ਅੰਤਮ ਸਾਹ ਲੈਂਦਾ ਹੈ, ਮਰਨ ਕੰਢੇ

death blow *n* ਮਾਰੂ ਸੱਟ

death duty *n* ਮਿਰਤੂ ਕਰ

death knell *n* ਤਬਾਹੀ ਸੂਚਕ ਘਟਨਾ

deathless /'ਡੈੱਥਲਅਸ/ *n* ਅਮਰ, ਸਦੀਵੀ

deathlessness /'ਡੈੱਥਲਅਸਨਅਸ/ *n* ਅਮਰਤਾ, ਸਦੀਵਤਾ

deathly /'ਡੈੱਥਲਿ/ *adv* ਮੌਤ ਵਾਂਗ, ਮੁਰਦੇ ਦੀ ਤਰ੍ਹਾਂ

death mask *n* ਮੁਰਦੇ ਦੇ ਮੂੰਹ ਦਾ ਉਤਾਰਾ ਜੋ ਮਰਨ ਤੋਂ ਤੁਰੰਤ ਬਾਅਦ ਲਿਆ ਜਾਂਦਾ ਹੈ

death penalty *n* ਮਿਰਤੂ ਦੰਡ, ਮੌਤ ਦੀ ਸਜ਼ਾ, ਫਾਂਸੀ ਦੀ ਸਜ਼ਾ

death rate *n* ਮੌਤ ਦਰ

death rattle *n* ਘੋਰੜੂ

death-roll *n* ਮੋਇਆਂ ਦੀ ਸੂਚੀ

death sentence *n* ਮੌਤ ਦੀ ਸਜ਼ਾ, ਮਿਰਤੂ ਦੰਡ

deathtrap /'ਡੈੱਥਟਰੈਪ/ *n* ਮੌਤ ਦਾ ਸ਼ਿਕੰਜਾ

deathward /'ਡੈੱਥਵਅਡ/ *adv* ਮੌਤ ਵੱਲ

death warrant *n* ਮੌਤ ਦੀ ਸਜ਼ਾ ਦਾ ਐਲਾਨ

ਕਰਦੀ ਲਿਖਤ, ਮੌਤ ਦਾ ਆਦੇਸ਼-ਪੱਤਰ

death-wish *n* ਮੌਤ ਦੀ ਇੱਛਾ

debacle /ਡੇਇ'ਬਾਕਲ, ਡਿ'ਬਾ-/ *n* ਪਤਨ, ਜ਼ਵਾਲ; ਭਾਜੜ

debar /ਡਿ'ਬਾ*/ *vt* ਵਰਜਣਾ, ਮਨ੍ਹਾਂ ਕਰਨਾ, ਰੋਕਣਾ; ਖ਼ਾਰਜ ਕਰਨਾ; ਹੱਕ ਖੋਹ ਲੈਣਾ, ਵੰਚਿਤ ਕਰਨਾ, ਲਾਂਭੇ ਰੱਖਣਾ

debark /ਡਿ'ਬਾਕ/ *v* ਜਹਾਜ਼ ਤੋਂ ਉਤਰਨਾ, ਲਾਹੁਣਾ

debarkation /,ਡਿਬਾ'ਕੇਇਸ਼ਨ/ *n* ਮੁਸਾਫ਼ਰਾਂ ਦਾ (ਜਹਾਜ਼ ਤੋਂ) ਉਤਾਰਾ, ਉਤਰਾਈ

debarment /ਡਿ'ਬਾਮਅਨਟ/ *n* ਮਨਾਹੀ, ਰੁਕਾਵਟ, ਰੋਕ

debase /ਡਿ'ਬੇਇਸ/ *vt* ਮਿਲਾਵਟ ਕਰਨਾ, ਖੋਟ ਰਲਾਉਣਾ; ਗੁਣ ਜਾਂ ਚਰਿੱਤਰ ਨੂੰ ਭ੍ਰਿਸ਼ਟ ਕਰਨਾ; ਮੁੱਲ ਘਟਾਉਣਾ; ਦਰਜਾ ਘੱਟ ਕਰਨਾ, ਆਦਰ ਮਾਣ ਘਟਾਉਣਾ, ਬੇਇੱਜ਼ਤੀ ਕਰਨਾ; ਵਿਗਾੜਨਾ

debasement /ਡਿ'ਬੇਇਸਮਅਨਟ/ *n* ਮਿਲਾਵਟ, ਖ਼ਰਾਬੀ, ਨੁਕਸ, ਵਿਗਾੜ, ਹੀਣਤਾ, ਖੋਟਾਪਣ; ਬੇਕਦਰੀ, ਨਿਰਾਦਰ

debatable /ਡਿ'ਬੇਇਟਅਬਲ/ *a* ਵਿਵਾਦਗ੍ਰਸਤ, ਬਹਿਸਯੋਗ, ਤਰਕਯੋਗ, ਸ਼ੱਕੀ, ਸ਼ੰਕਾਪੂਰਨ; ਝਗੜੇ ਵਾਲੀ

debate /ਡਿ'ਬੇਇਟ/ *n* ਬਹਿਸ, ਵਾਦ–ਵਿਵਾਦ, ਵਿਚਾਰ-ਵਟਾਂਦਰਾ *v* ਤਰਕ-ਵਿਤਰਕ ਕਰਨਾ, ਵਿਚਾਰ ਕਰਨਾ; ਝਗੜਾ ਕਰਨਾ, ਤਕਰਾਰ ਕਰਨਾ

debater /ਡਿ'ਬੇਇਟਅ*/ *n* ਵਿਵਾਦੀ, ਵਾਦ–ਵਿਵਾਦੀ, ਬਹਿਸ ਕਰਨ ਵਾਲਾ, ਦਲੀਲਬਾਜ਼

debauch /ਡਿ'ਬੋਚ/ *n* ਭ੍ਰਿਸ਼ਟ; ਲੁੱਚਾ *vt* ਬਦਮਾਸ਼ੀ ਕਰਨਾ, ਬਦਕਾਰੀ ਕਰਨਾ, ਪਥ ਭ੍ਰਿਸ਼ਟ ਕਰਨਾ, ਖ਼ਰਾਬ ਕਰਨਾ, ਆਵਾਰਾ ਬਣਾਉਣਾ; ਸਤ ਭੰਗ ਕਰਨਾ; ਫੁਸਲਾਉਣਾ, ਵਿਸ਼ਈ ਬਣਾਉਣਾ

debauchable /ਡਿ'ਬੋਚਅਬਲ/ *a* ਦੂਸ਼ਣਯੋਗ, ਭ੍ਰਿਸ਼ਟ, ਚਰਿੱਤਰਹੀਨ

debauchedness /ਡਿ'ਬੋਚਟਨਅਸ/ *n* ਭ੍ਰਿਸ਼ਟਤਾ, ਚਰਿੱਤਰਹੀਨਤਾ

debauchee /ਡਿਬੋ'ਚੀ/ *n* ਕਾਮੀ ਪੁਰਸ਼, ਵਿਸ਼ਈ, ਵਿਭਚਾਰੀ, ਅੱਯਾਸ਼

debaucher /ਡਿ'ਬੋਚਅ*/ *n* ;ਚਰਿੱਤਰਹੀਨ ਆਦਮੀ, ਪਤਨਕਾਰੀ, ਚਰਿੱਤਰ ਗਿਰਾਉਣ ਵਾਲਾ, ਬਹਿਕਾਉਣ ਵਾਲਾ

debauchery /ਡਿ'ਬੋਚਅਰਿ/ *n* ਕਾਮ ਵਾਸ਼ਨਾ, ਅੱਯਾਸ਼ੀ, ਵਿਸ਼ਾ ਭੋਗ

debauchment /ਡਿ'ਬੋਚਮਅਨਟ/ *n* ਭ੍ਰਿਸ਼ਟਤਾ; ਕਾਮ, ਵਾਸ਼ਨਾ, ਕੁਕਰਮ, ਦੁਸ਼ਕਰਮ

debenture /ਡਿ'ਬੈਂਨੋਚਅ*/ *n* ਇਕਰਾਰਨਾਮਾ; ਤਮੱਸਕ, ਰਿਣ–ਪੱਤਰ

debentured /ਡਿ'ਬੈਂਨਚਅਡ/ *a* ਇਕਰਾਰਨਾਮਾ ਲਿਖਣ ਲਈ ਅਧਿਕਾਰਤ

debile /'ਡੀਬਾਇਲ/ *a* ਨਿਰਬਲ, ਦੁਰਬਲ, ਮਾੜਾ, ਮਰੀਅਲ, ਦੁਬਲਾ ਪਤਲਾ, ਖੀਣ

debilitant /ਡਿ'ਬਿਲਿਟਅਨਟ/ *a* ਨਿਰਬਲ ਜਾਂ ਦੁਰਬਲ ਕਰ ਦੇਣ ਵਾਲਾ

debilitate /ਡਿ'ਬਿਲਿਟੇਇਟ/ *vt* ਕਮਜ਼ੋਰ ਕਰਨਾ, ਨਿਰਬਲ ਕਰਨਾ, ਨਿਤਾਣਾ ਕਰਨਾ, ਦੁਰਬਲ ਕਰਨਾ

debilitation /ਡਿ,ਬਿਲਿ'ਟੇਇਸ਼ਨ/ *n* ਕਮਜ਼ੋਰੀ, ਨਿਰਬਲਤਾ, ਦੁਰਬਲਾ, ਖੀਣਤਾ

debility /ਡਿ'ਬਿਲਅਟਿ/ *n* ਕਮਜ਼ੋਰੀ, ਨਿਤਾਣਾਪਣ

debit /'ਡੈੱਬਿਟ/ *n* ਖ਼ਰਚ, ਉਧਾਰ, ਕਰਜਾ, ਉਧਾਰ ਖਾਤਾ *vt* ਉਧਾਰ ਖਾਤੇ ਚਾੜ੍ਹਨਾ

debitable /'ਡੈੱਬਿਟਅਬਲ/ *a* ਦੇਣਯੋਗ

debited /'ਡੈੱਬਿਟਿਡ/ *a* ਨਾਂਵਾਂ ਲਿਖਿਆ

debiting /'ਡੈੱਬਿਟਿਙ/ *n* ਖਾਤੇ ਪਾਉਣ ਦੀ ਕਿਰਿਆ

debonair /,ਡੈੱਬਅ'ਨੇਅ*/ *a* ਨਿਮਰ, ਸੱਜਣ, ਭੱਦਰ, ਮਿਲਨਸਾਰ, ਸੁਸ਼ੀਲ, ਵਿਨੀਤ

debonairness /,ਡੈੱਬਅ'ਨੇਅਨਅਸ/ *n* ਉਦਾਰਤਾ, ਨਿਮਰਤਾ, ਸੱਜਣਤਾ, ਸੁਸ਼ੀਲਤਾ, ਮਿਲਨਸਾਰੀ

debouch /**ਡਿ'ਬਾਉਚ**/ *vi* (ਫ਼ੌਜ ਜਾਂ ਦਰਿਆ ਦਾ) ਜੰਗਲ; ਖੱਡ ਜਾਂ ਵਾਦੀ ਵਿੱਚੋਂ ਨਿਕਲ ਕੇ ਮੈਦਾਨ ਵਿੱਚ ਆਉਣਾ

debouchment /**ਡਿ'ਬਾਉਚਮਅਨਟ**/ *n* ਫੈਲਾਅ, ਖਿੰਡਾਅ

debris /'**ਡੈਬੱਰੀ**, '**ਡੇਇਬਰੀ**/ *n* ਮਲਬਾ, ਚੂਰਾ, ਇੱਟਾਂ ਰੋੜੇ

debt /**ਡੈਟ**/ *n* ਕਰਜ਼, ਰਿਣ, ਦੇਣਦਾਰੀ, ਉਧਾਰ
debt of nature ਮੌਤ

debtee /**ਡੈ'ਟੀ**/ *n* ਕਰਜ਼ ਦੇਣ ਵਾਲਾ ਆਦਮੀ, ਸ਼ਾਹੂਕਾਰ, ਰਿਣਦਾਤਾ

debtless /**ਡੈਟਲਅਸ**/ *a* ਕਰਜ਼ੇ ਤੋਂ ਬਰੀ, ਰਿਣਮੁਕਤ

debtlessness /**ਡੈਟਲਅਸਨਅਸ**/ *n* ਰਿਣਮੁਕਤੀ

debtor /'**ਡੈਟਅ***/ *n* ਦੇਣਦਾਰ, ਕਰਜ਼ਦਾਰ, ਰਿਣੀ

Debug /ˌ**ਡੀ'ਬਅੱਗ**/ *v* (ਕੰਪਿ) ਕਿਸੇ ਪ੍ਰੋਗਰਾਮ ਜਾਂ ਸਾਫ਼ਟਵੇਅਰ ਵਿੱਚੋਂ ਤਰੁੱਟੀਆਂ ਦੂਰ ਕਰਨਾ

debunk /ˌ**ਡੀ'ਬਅੰਙਕ**/ *vt* ਪਾਜ ਉਘਾੜਨਾ, ਅਸਲੀ ਰੂਪ ਉਜਾਗਰ ਕਰਨਾ

debus /ˌ**ਡੀ'ਬਅੱਸ**/ *v* ਗੱਡੀ ਜਾਂ ਮੋਟਰ ਤੋਂ ਉਤਰਨਾ ਜਾਂ ਸਮਾਨ ਲਾਹੁਣਾ, ਬੱਸ ਖ਼ਾਲੀ ਕਰਨਾ ਜਾਂ ਕਰਾਉਣਾ

debut /'**ਡੇਇਬਯੂ**, '**ਡੈਬੱਯੂ**/ *n* (ਰੰਗ-ਮੰਚ ਉੱਤੇ) ਪਹਿਲੀ ਪੇਸ਼ਕਾਰੀ, ਪ੍ਰਥਮ ਪ੍ਰਵੇਸ਼; ਅਰੰਭ, ਸ਼ੁਰੂ

debutant /'**ਡੈਬਯੁਟਾਨ**/ *n* ਪ੍ਰਥਮ ਪ੍ਰਵੇਸ਼ਕ, ਅਰੰਭ ਕਰਨ ਵਾਲਾ

decachord /'**ਡੈਕਅਕੋਡ**/ *n* (ਸੰਗੀ) ਦਸ ਤਾਰਾ; ਸਿਤਾਰ, ਵੀਣਾ (ਦਸ ਤਾਰਾਂ ਵਾਲੀ)

decade /'**ਡੈਕੇਇਡ**, **ਡਿ'ਕੇਇਡ**/ *n* ਦਹਾਕਾ, ਦਸ਼ਕ, ਦਹਾਈ; ਦਸ਼ਾਬਦੀ

decadence, decadency /'**ਡੈਕਅਡਅਨਸ**, '**ਡੈਕਅਡਅਨਸਿ**/ *n* ਪਤਨ, ਹਰਾਸ, ਗਿਰਾਵਟ, ਅਧੋਗਤੀ, ਜ਼ਵਾਲ

decadent /'**ਡੈਕਅਡਅਨਟ**/ *a* ਪਤਨ ਉਨਮੁਖ, ਹਰਾਸ ਉਨਮੁਖ, ਅਵਸਾਦਗ੍ਰਸਤ, ਢਹਿੰਦੀ ਕਲਾ ਵਾਲਾ

decagon /'**ਡੈਕਅਗਅਨ**/ *n* ਦਸਭੁਜ, ਦਸਕੋਣ, ਦਸਭੁਜਾਈ ਸ਼ਕਲ

decagonal /ˌ**ਡਿ'ਕੈਗਅਨ(ਅ)ਲ**/ *a* ਦਸਭੁਜੀ, ਦਸਕੋਣੀ

decagram(me) /'**ਡੈਕਅਗਰੈਮ**/ *n* ਦਸ ਗ੍ਰਾਮ

decahedral /ˌ**ਡੈਕਅ'ਹੀਡਰ(ਅ)ਲ**/ *a* ਦਸ ਕੋਣਿਆਂ ਵਾਲਾ, ਦਸਮੁਖ

decahedron /ˌ**ਡੈਕਅ'ਹੀਡਰਨ**/ *n* ਦਸਮੁਖੀ ਠੋਸ ਮੂਰਤੀ

decalcify /ˌ**ਡੀ'ਕੈਲਸਿਫ਼ਾਇ**/ *vt* ਹੱਡੀਆਂ ਨਾਲੋਂ ਚੂਨਾ ਵੱਖ ਕਰਨਾ, ਚੂਨਾ ਰਹਿਤ ਕਰਨਾ

decalogue /'**ਡੈਕਅਲੌਗ**/ *n* ਦਸ ਨੇਮ; ਉਹ ਦਸ ਆਦੇਸ਼ ਜਿਹੜੇ ਰੱਬ ਨੇ ਹਜ਼ਰਤ ਮੂਸਾ ਨੂੰ ਦਿੱਤੇ

decametre /'**ਡੈਕਅਮੀਟਅ***/ *n* ਦਸ ਮੀਟਰ, ਲੰਬਾਈ ਮਾਪਣ ਦੀ ਇੱਕ ਇਕਾਈ

decamp /**ਡਿ'ਕੈਮਪ**/ *vi* ਅਚਾਨਕ ਭੱਜ ਜਾਣਾ, ਰਫ਼ੂ-ਚੱਕਰ ਹੋ ਜਾਣਾ, ਕੁਝ ਚੁਰਾ ਕੇ ਨੱਸ ਜਾਣਾ, ਡੇਰਾ ਚੁੱਕਣਾ, ਲੋਪ ਹੋਣਾ

decampment/**ਡਿ'ਕੈਮਪਮਅਨਟ**/ *n* ਕੂਚ, ਰਵਾਨਗੀ, ਫਰਾਰੀ, ਪਲਾਇਨ

decangular/ˌ**ਡੈਕਅ'ਐਙਗਯੁਲਅ***/ *a* ਦਸ ਕੋਣੀ

decant/**ਡਿ'ਕੈਨਟ**/ *vt* ਨਿਤਾਰ ਕੇ ਪਾਉਣਾ; ਉਲੱਦਣਾ; (ਸ਼ਰਾਬ ਨੂੰ) ਬੋਤਲ ਵਿੱਚੋਂ ਸੁਰਾਹੀ ਵਿੱਚ ਪਾਉਣਾ

decantate /**ਡਿ'ਕੈਨਟੇਇਟ**/ *a* ਸੁਰਾਹੀ ਵਿੱਚ ਭਰਿਆ

decantation /ˌ**ਡੀਕੈਨ'ਟੇਇਸ਼ਨ**/ *n* ਨਿਤਾਰਨ ਦੀ ਕਿਰਿਆ

decanter /**ਡਿ'ਕੈਨਟਅ***/ *n* ਸ਼ਰਾਬ ਦੀ ਬੋਤਲ, ਢੱਕਣਦਾਰ ਸੁਰਾਹੀ

decaphyllous /**ਡਿ'ਕੈਫ਼ਿਲਅਸ**/ *a* ਦਸ ਪੱਤੀਆਂ ਵਾਲਾ

decapitable /ਡਿ'ਕੈਪਿਟਅਬਲ/ *a* ਸਿਰੋਂ ਵੱਢ ਦੇਣ ਯੋਗ

decapitate /ਡਿ'ਕੈਪਿਟੇਇਟ/ *vt* ਸਿਰ ਵੱਢਣਾ, ਸਿਰ ਲਾਹੁਣਾ

decapitation /ਡਿ,ਕੈਪਿ'ਟੇਇਸ਼ਨ/ *n* ਸਿਰ ਲਾਹੁਣ ਦੀ ਕਿਰਿਆ

decapod /'ਡੈੱਕਅਪੌਡ/ *n* ਦਸ ਪੈਰਾਂ ਵਾਲਾ, ਕੇਂਕੜੇ ਵਰਗਾ ਇੱਕ ਦਸ ਪੈਰਾ

decapodal, decapodalous /'ਡੈੱਕਅਪੌਡ(ਅ)ਲ, ਡੈੱਕਅਪੌਡ(ਅ)ਲਅਸ/ *a* ਦਸ ਪੈਰਾ

decarbonate /,ਡੀ'ਕਾਬਅਨੇਇਟ/ *vt* ਕਾਰਬਨ ਹਟਾਉਣਾ

decarbonization /ਡੀ,ਕਾਬ(ਅ)ਨਾਇ'ਜ਼ੇਇਸ਼ਨ/ *n* ਪਦਾਰਥ ਵਿੱਚੋਂ ਕਾਰਬਨ ਹਟਾ ਦੇਣ ਦੀ ਕਿਰਿਆ

decastich /'ਡੈੱਕਅਸਟਿਕ/ *n* ਦਸ ਸਤਰਾਂ ਦੀ ਕਵਿਤਾ

decasualize /,ਡੀ'ਕੈਯੁਅਲਾਇਜ਼/ *vt* ਪੱਕਾ ਕਰਨਾ, ਸਥਾਈ ਬਣਾਉਣਾ

decasyllabic, decasyllable /,ਡੈੱਕਅਸਿ'ਲੈਬਿਕ, 'ਡੈੱਕਅਸਿਲਅਬਲ/ *a* ਦਸ ਅੱਖਰੀ *n* ਦਸ ਅੱਖਰਾਂ ਦਾ ਸ਼ਬਦ ਜਾਂ ਕਾਵਿ ਪੰਗਤੀ

decathlon /ਡਿ'ਕੈਥਲਅਨ/ *n* ਦਸ ਖੇਡਾਂ ਦਾ ਮੁਕਾਬਲਾ

decatholicize /ਡੀ'ਕੈਥਅਲਿਸਾਇਜ਼/ *vt* ਸੰਕੀਰਨ ਬਣਾਉਣਾ, ਅਨੁਦਾਰ ਬਣਾਉਣਾ

decay /ਡਿ'ਕੇਇ/ *v* ਪਤਨ ਹੋਣਾ, ਨਾਸ ਹੋਣਾ, ਖ਼ਰਾਬ ਹੋਣਾ, ਵਿਗੜਨਾ, ਪਤਨ ਕਰਨਾ, ਘਟਾਉਣਾ, ਜ਼ਵਾਲ ਆਉਣਾ *n* ਤਬਾਹੀ, ਬਰਬਾਦੀ, ਜ਼ਵਾਲ, ਪਤਨ, ਨਾਸ, ਖੈ

decayed /ਡਿ'ਕੇਇਡ/ *a* ਗਲਿਆ, ਸੜਿਆ, ਖੀਣ

decaying /ਡਿ'ਕੇਇਇਙ/ *n* ਗਲਨ ਸੜਨ *a* ਗਲਿਆ ਸੜਿਆ

decease /ਡਿ'ਸੀਸ/ *n* ਮੌਤ, ਮਿਰਤੂ, ਦਿਹਾਂਤ, ਸੁਰਗਵਾਸ *vi* ਮਰਨਾ, ਸੁਰਗਵਾਸ ਹੋਣਾ

deceased /ਡਿ'ਸੀਸਟ/ *a* ਮਿਰਤਕ, ਸੁਰਗਵਾਸੀ

deceit /ਡਿ'ਸੀਟ/ *n* ਕਪਟ, ਧੋਖਾ, ਛਲ, ਮੱਕਾਰੀ, ਫ਼ਰੇਬ, ਦੰਭ

deceitful /ਡਿ'ਸੀਟਫ਼ਲ/ *a* ਛਲੀਆ, ਛਲੀ, ਕਪਟੀ, ਮੱਕਾਰ, ਫ਼ਰੇਬੀ, ਦੰਭੀ, ਧੋਖੇਬਾਜ਼, ਚਾਲਬਾਜ਼

deceitfulness /ਡਿ'ਸੀਟਫਲਨਅਸ/ *n* ਕਪਟਪੂਰਨਤਾ, ਛਲ, ਦਗ਼ਾ, ਮੱਕਾਰੀ, ਧੋਖੇਬਾਜ਼ੀ, ਚਾਲਬਾਜ਼ੀ

deceivable /ਡਿ'ਸੀਵ਼ਅਬਲ/ *a* ਛਲਿਆ ਜਾਣ ਯੋਗ, ਬਹਿਕਾਉਣਯੋਗ, ਧੋਖਾ ਦੇਣ ਯੋਗ

deceive /ਡਿ'ਸੀਵ਼/ *vt* ਧੋਖਾ ਦੇਣਾ, ਛਲ ਕਰਨਾ, ਛਲਨਾ, ਵਿਸ਼ਵਾਸਘਾਤ ਕਰਨਾ

deceiver /ਡਿ'ਸੀਵ਼ਅ*/ *n* ਠੱਗ, ਕਪਟੀ, ਮੱਕਾਰ, ਧੋਖੇਬਾਜ਼, ਛਲੀਆ, ਦੰਭੀ, ਫ਼ਰੇਬੀ, ਦਗ਼ਾਬਾਜ਼

decelerate /,ਡੀ'ਸੈੱਲਅਰੇਇਟ/ *vt* ਚਾਲ ਹੌਲੀ ਕਰਨਾ, ਹੌਲੀ ਚਲਾਉਣਾ

deceleration /,ਡੀਸੈੱਲਅ'ਰੇਇਸ਼ਨ/ *n* ਚਾਲ ਘਟਾਈ, ਸੁਸਤ ਚਾਲ

December /ਡਿ'ਸੈੱਮਬਅ*/ *n* ਈਸਵੀ ਸੰਨ ਦਾ ਬਾਰ੍ਹਵਾਂ ਮਹੀਨਾ, ਦਸੰਬਰ

decemvir /ਡਿ'ਸੈੱਮਵ਼ਅ*/ *n* ਦਸ ਹੁਕਮਰਾਨਾਂ ਦੀ ਪਰਿਸ਼ਦ ਦਾ ਮੈਂਬਰ, ਦਸ ਮੈਂਬਰੀ ਸ਼ਾਸਨ ਸਮਿਤੀ ਦਾ ਮੈਂਬਰ

decency /'ਡੀਸਨਸਿ/ *n* ਸੁਸ਼ੀਲਤਾ, ਸ਼ਿਸ਼ਟਤਾ; ਸੁੱਘੜਤਾ, ਉੱਤਮਤਾ, ਸੱਭਿਅਤਾ, ਭਲਮਾਣਸੀ, ਸਾਊਪੁਣਾ, ਸ਼ਰਾਫਤ, ਸੁਚੱਜ, ਸਦਾਚਾਰ, ਮਰਯਾਦਾ

decennary /ਡਿ'ਸੈੱਨਅਰਿ/ *n* ਦਸ ਵਰ੍ਹੇ, ਦਸ ਸਾਲ ਦਾ ਸਮਾਂ, ਦਸ਼ਾਬਦੀ, ਦਸਵਰਸ਼ੀ

decennia, decennium /ਡਿ'ਸੈੱਨਿਅ, ਡਿ'ਸੈੱਨਿਅਮ/ *n* ਵੇਖੋ **decennary**

decent /'ਡੀਸਨਟ/ *a* ਸੁਘੜ, ਭਲਾ, ਸਾਊ,

ਭਲਾਮਾਣਸ; ਆਦਰਯੋਗ, ਸੱਭਿਆ, ਸੁਸ਼ੀਲ; ਯੋਗ, ਮੁਨਾਸਬ, ਚੰਗਾ; ਖਾਸਾ, ਚੋਖਾ

decentness /'ਡੀਸਨਟਨਅਸ/ *n* ਵੇਖੋ **decency**

decentralist /ਡੀ'ਸੈਨੱਟਰਅਲਿਸਟ/ *n* ਵਿਕੇਂਦਰਵਾਦੀ

decentralization /ਡੀ,ਸੈਨੱਟਰਅਲਾਇ'ਜ਼ੇਇਸ਼ਨ/ *n* ਵਿਕੇਂਦਰੀਕਰਨ

decentralize /,ਡੀ'ਸੈਨੱਟਰਅਲਾਇਜ਼/ *vt* ਵਿਕੇਂਦਰੀਕਰਨ ਕਰਨਾ, ਵਿਕੇਂਦਰਿਤ ਕਰਨਾ

decentralized /ਡੀ'ਸੈਨੱਟਰਅਲਾਇਜ਼ਡ/ *a* ਵਿਕੇਂਦਰੀਕ੍ਰਿਤ, ਵਿਕੇਂਦਰਿਤ

decentre /ਡੀ'ਸੈਨੱਟਅ*/ *vt* ਵਿਕੇਂਦਰਿਤ ਕਰਨਾ

deceptibility /ਡਿ,ਸੈਪੱਟਿ'ਬਿਲਅਟਿ/ *n* ਛਲਨਯੋਗਤਾ

deceptible /ਡਿ'ਸੈੱਪਟਿਬ(ਅ)ਲ/ *a* ਛਲਨਯੋਗ

deception /ਡਿ'ਸੈੱਪਸ਼ਨ/ *n* ਕਪਟ, ਛਲ, ਧੋਖਾ, ਪਖੰਡ ਚਾਲ, ਝਾਂਸਾ

deceptious /ਡਿ'ਸੈੱਪਸ਼ਅਸ/ *a* ਧੋਖੇਬਾਜ਼, ਛਲੀਆ, ਕਪਟੀ

deceptive /ਡਿ'ਸੈੱਪਟਿਵ੍/ *a* ਭਰਮਪੂਰਨ, ਭਰਾਂਤੀਜਨਕ, ਕਪਟਪੂਰਨ, ਕਪਟੀ, ਝੂਠਾ, ਛਲੀਆ

deceptiveness, deceptivity /ਡਿ'ਸੈੱਪਟਿਵ੍ਨਅਸ, ਡੀਸੈੱਪ'ਟਿਵ੍ਟਿ/ *n* ਠੱਗੀ, ਕਪਟਪੂਰਨਤਾ, ਛਲਪੂਰਨਤਾ, ਧੋਖੇਬਾਜ਼ੀ

de-christianize /,ਡੀ'ਕਰਿਸਚਅਨਾਇਜ਼/ *vt* ਈਸਾਈ ਮੱਤ ਤੋਂ ਵੰਚਿਤ ਕਰਨਾ

decibel /'ਡੈੱਸਿਬੈੱਲ/ *n* ਧੁਨੀ ਦੀ ਤੀਖਣਤਾ ਦੀ ਇਕਾਈ

decidable /ਡਿ'ਸਾਇਡਅਬਲ/ *a* ਨਿਰਨੇਯੋਗ, ਨਿਰਧਾਰਿਤ ਕਰਨ ਯੋਗ

decide /ਡਿ'ਸਾਇਡ/ *v* ਨਿਸ਼ਚਿਤ ਕਰਨਾ, ਤੈਅ ਕਰਨਾ, ਫ਼ੈਸਲਾ ਦੇਣਾ, ਨਿਰਨਾ ਕਰਨਾ, ਨਿਪਟਾਉਣਾ, ਨਿਬੇੜਨਾ, ਨਿਸ਼ਚਿਤ ਮੱਤ ਬਣਾਉਣਾ

decided /ਡਿ'ਸਾਇਡਿਡ/ *a* ਨਿਸ਼ਚਿਤ; ਨਿਬੱੜਿਆ, ਨਜਿੱਠਿਆ, ਨਿਰਣੀਤ; ਸਥਿਰ, ਦ੍ਰਿੜ੍ਹ

decidedly /ਡਿ'ਸਾਇਡਿਡਲਿ/ *adv* ਨਿਰਸੰਦੇਹ, ਨਿਸ਼ਚਿਤ ਰੂਪ ਵਿੱਚ, ਬੇਸ਼ਕ

decidence /'ਡੈੱਸਿਡਅਨਸ/ *n* ਪਤਨ, ਗਿਰਾਵਟ

deciding /ਡਿ'ਸਾਇਡਿਙ/ *a* ਨਿਸ਼ਚੇਕਾਰੀ; ਨਿਰਨਾਤਮਿਕ

deciduous /ਡਿ'ਸਿਜੁਅਸ, -'ਸਿਡਯੁ-/ *a* ਅਸਥਾਈ, ਪਤਨਸ਼ੀਲ; ਝੜਨ ਵਾਲਾ, ਪਤਝੜ ਵਾਲਾ

deciduousness /ਡਿ'ਸਿਜੁਅਸਨਅਸ/ *n* ਅਸਥਾਈਪਣ, ਪਤਨਸ਼ੀਲਤਾ; (ਪੱਤਿਆਂ ਆਦਿ ਦਾ) ਝੜਨ

decimal /'ਡੈੱਸਿਮਲ/ *n* ਦਸ਼ਮਲਵ, ਇਸ਼ਾਰੀਆ, ਦਸਵੰਧ *a* ਦਸ਼ਾਂਕ, ਦਸ਼ਮਕ, ਦਸ਼ਾਂਸ

decimal coinage *n* ਦਾਸ਼ਮਕ ਮੁਦਰਾ ਪ੍ਰਨਾਲੀ (ਜਿਸ ਵਿੱਚ ਦਸ ਨਾਲ ਹਿਸਾਬ ਲਾਇਆ ਜਾਂਦਾ ਹੈ)

decimal fraction *n* ਦਾਸ਼ਮਕ ਭਿੰਨ

decimalism /'ਡੈੱਸਿਮਲਿਜ਼ਅਮ/ *n* ਦਸ਼ਮਲਵ ਪ੍ਰਨਾਲੀ ਦੀ ਵਰਤੋਂ ਜਾਂ ਪੁਸ਼ਟੀ

decimalization /,ਡੈੱਸਿਮਅਲਾਇ'ਜ਼ੇਇਸ਼ਨ/ *n* ਦਸ਼ਮੀਕਰਨ, ਦਸ਼ਮਲਵ ਭਿੰਨ ਵਿੱਚ ਪਰਿਵਰਤਨ

decimalize /'ਡੈੱਸਿਮਅਲਾਇਜ਼/ *vt* ਦਸ਼ਮਲਵ ਭਿੰਨ ਵਿੱਚ ਬਦਲਨਾ

Decimal Number System *n* *0* ਤੋਂ *9* ਤੱਕ *10* ਅੰਕਾਂ 'ਤੇ ਅਧਾਰਤ ਪ੍ਰਨਾਲੀ

decimal system *n* ਦਸ਼ਮਲਵ ਪ੍ਰਨਾਲੀ

decimate /'ਡੈੱਸਿਮੇਇਟ/ *vt* ਦਸ਼ਾਂਸ ਲੈਣਾ, ਦਸਵਾਂ ਹਿੱਸਾ ਨਸ਼ਟ ਕਰ ਦੇਣਾ; ਹਰ ਦਸਵੇਂ ਨੂੰ ਮਾਰ ਦੇਣਾ; ਜਨਸੰਹਾਰ ਕਰਨਾ, ਆਹੂ ਲਾਹੁਣਾ

decimetre /'ਡੈੱਸਿਮੀਟਅ*/ *n* ਮੀਟਰ ਦਾ ਦਸਵਾਂ ਭਾਗ, *1/10* ਮੀਟਰ

decipher /ਡਿ'ਸਾਇਫ਼ਅ*/ *n* ਗੂੜ੍ਹ ਜਾਂ ਗੁਪਤ

ਲੇਖ ਜਾਂ ਲਿਪੀ ਦੀ ਵਿਆਖਿਆ ਅਤੇ ਸਪਸ਼ਟੀਕਰਨ *vt* ਗੁਪਤ ਲੇਖ ਵਾਚਣਾ

decipherable /ਡਿ'ਸਾਇਫ਼(ਅ)ਰਅਬਲ/ *a* ਸਪਸ਼ਟ ਕਰਨ ਯੋਗ

decipherer /ਡਿ'ਸਾਇਫ਼ਅਰਅ*/ *n* (ਲਿਪੀ ਜਾਂ ਲਿਖਤ ਦਾ) ਵਿਆਖਿਆਤਾ, ਸਪਸ਼ਟ ਕਰਨ ਵਾਲਾ ਵਿਅਕਤੀ

decipherment /ਡਿ'ਸਾਇਫ਼ਅਮਅਨਟ/ *n* ਗੁਪਤ ਲੇਖ ਵਾਚਣ

decision /ਡਿ'ਸਿਯ਼ਨ/ *n* ਨਿਰਨਾ, ਫ਼ੈਸਲਾ, ਨਿਸ਼ਚਾ; ਨਿਬੇੜਾ, ਨਿਪਟਾਰਾ; ਵਿਚਾਰ ਪ੍ਰਸਤਾਵ; ਦੰਡ ਆਦੇਸ਼

decisive /ਡਿ'ਸਾਇਸਿਵ੍/ *a* ਫ਼ੈਸਲਾਕੁਨ, ਆਖ਼ਰੀ, ਅੰਤ ਦਾ ਨਿਸ਼ਚੇਕਾਰੀ, ਨਿਰਨਾਇਕ, ਨਿਸ਼ਚਿਤ

decisiveness /ਡਿ'ਸਾਇਸਿਵ੍ਨਅਸ/ *n* ਨਿਸ਼ਚਿਤਤਾ, ਨਿਸ਼ਚਾਤਮਿਕਤਾ, ਨਿਰਨਾਇਕਤਾ

decivilize /ਡੀ'ਸਿਵ੍ਅਲਾਇਜ਼/ *vi* ਅਸੱਭਿਆ ਕਰਨਾ ਜਾਂ ਬਣਾਉਣਾ, ਸੱਭਿਅਤਾਹੀਣ ਕਰਨਾ

deck /ਡੈੱਕ/ *n* ਜਹਾਜ਼ ਦਾ ਫ਼ਰਸ਼, ਡੈੱਕ; ਜ਼ਮੀਨ, ਭੂਮੀ *vt* ਛਾਅ ਜਾਣਾ, ਢਕ ਲੈਣਾ; ਅਲੰਕ੍ਰਿਤ ਕਰਨਾ, ਸੰਵਾਰਨਾ, ਸਜਾਉਣਾ, ਸ਼ਿੰਗਾਰਨਾ **deck of card** ਤਾਸ਼ ਦੀ ਢੇਰੀ

deckchair /'ਡੈੱਕਚੇਅ*/ *n* ਅਰਾਮ ਕੁਰਸੀ

decker /'ਡੈੱਕਅ*/ *n* ਸਜਾਉਣ ਵਾਲਾ; ਡੈੱਕ ਵਾਲਾ ਜਹਾਜ਼

deckhouse /'ਡੈੱਕਹਾਉਸ/ *n* ਜਹਾਜ਼ ਦੇ ਉੱਪਰ ਦਾ ਕਮਰਾ

decking /'ਡੈੱਕਿਙ/ *n* ਥੜ੍ਹਾ, ਚਬੂਤਰਾ, ਮੰਚ; ਸਜਾਵਟ, ਸ਼ਿੰਗਾਰ, ਅਲੰਕਾਰ

deckle /'ਡੈੱਕਲ/ *n* ਕਾਗਜ਼ ਬਣਾਉਣ ਦਾ ਸੱਚਾ, ਨਾਪ ਠੀਕ ਰੱਖਣ ਦਾ ਯੰਤਰ

deckle-edge *n* ਕਾਗਜ਼ ਦਾ ਅਣਕੱਟਿਆ ਸਿਰਾ

declaim /ਡਿ'ਕਲੇਇਮ/ *v* ਭਾਸ਼ਣ ਦੇਣਾ, ਜੁਸ਼ੀਲੀ ਤਕਰੀਰ ਕਰਨਾ

declaimer /ਡਿ'ਕਲੇਇਮਅ*/ *n* ਜਜ਼ਬਾਤੀ ਬੁਲਾਰਾ, ਭਾਸ਼ਣਬਾਜ਼

declamation /ˌਡੈੱਕਲਅ'ਮੇਇਸ਼ਨ/ *n* ਭਾਵੁਕ ਭਾਸ਼ਣ; ਭਾਸ਼ਣਬਾਜ਼ੀ; ਅਲੰਕਾਰਮਈ ਵਿਖਿਆਨ

declamatory /ਡਿ'ਕਲੈਮਅਟਅਰਿ/ *a* ਜੋਸ਼ ਭਰਿਆ, ਜੁਸ਼ੀਲਾ, ਅਲੰਕਾਰਪੂਰਨ, ਅਲੰਕਾਰਮਈ, ਅਲੰਕ੍ਰਿਤ

declarable /ਡਿ'ਕਲੇਅਰਅਬਲ/ *a* ਐਲਾਨ ਕਰਨ ਯੋਗ, ਘੋਸ਼ਿਤ ਕਰਨ ਯੋਗ

declarant /ਡਿ'ਕਲੇਅਰਅਨਟ/ *n* ਬਿਆਨ ਦੇਣ ਅਥਵਾ ਐਲਾਨ ਜਾਂ ਘੋਸ਼ਣਾ ਕਰਨ ਵਾਲਾ ਵਿਅਕਤੀ

declaration /ˌਡੈੱਕਲਅ'ਰੇਇਸ਼ਨ/ *n* ਐਲਾਨ, ਘੋਸ਼ਣਾ ਪੱਤਰ, ਵਿਧਾਨਕ ਪਰਤਿੱਗਿਆ ਪੱਤਰ; ਮਸੂਲੀ ਮਾਲ ਦਾ ਵਿਵਰਨ; (ਤਾਸ਼ ਵਿੱਚ) ਹੱਥ ਬੋਲਣ ਦੀ ਕਿਰਿਆ

declarative /ਡਿ'ਕਲੈਰਅਟਿਵ੍/ *a* ਘੋਸ਼ਣਾਤਮਿਕ (ਵਾਕ ਕਥਨ), ਬਿਆਨੀਆ

declaratory /ਡਿ'ਕਲੈਰਅਟ(ਅ)ਰਿ/ *a* ਘੋਸ਼ਕ, ਸੂਚਕ, ਪ੍ਰਕਾਸ਼ਕ

declare /ਡਿ'ਕਲੇਅ*/ *vt* ਐਲਾਨ ਕਰਨਾ, ਘੋਸ਼ਣਾ ਕਰਨਾ, ਬਿਆਨ ਦੇਣਾ, ਸੂਚਿਤ ਕਰਨਾ, ਪ੍ਰਕਾਸ਼ਿਤ ਕਰਨਾ; (ਤਾਸ਼ ਵਿੱਚ) ਹੱਥ ਬੋਲਣਾ, ਰੰਗ ਦੱਸਣਾ; ਮਸੂਲੀ ਮਾਲ ਦਾ ਵਿਵਰਨ ਦੇਣਾ

declared /ਡਿ'ਕਲੇਅਡ/ *a* ਐਲਾਨਸ਼ੁਦਾ, ਘੋਸ਼ਿਤ

declarer /ਡਿ'ਕਲੇਅਰਅ*/ *n* ਐਲਾਨ ਕਰਨ ਵਾਲਾ, ਘੋਸ਼ਣਾ ਕਰਨ ਵਾਲਾ, ਘੋਸ਼ਕ

declass /ˌਡੀ'ਕਲਾਸ/ *vt* ਜਮਾਤ ਜਾਂ ਜਾਤੀ ਵਿੱਚੋਂ ਕੱਢਣਾ, ਹੁੱਕਾ-ਪਾਣੀ ਬੰਦ ਕਰਨਾ, ਛੇਕਣਾ

declassed /ˌਡੀ'ਕਲਾਸਟ/ *a* ਜਮਾਤ ਜਾਂ ਜਾਤੀ ਵਿੱਚੋਂ ਕੱਢਿਆ, ਛੇਕਿਆ

declension /ਡਿ'ਕਲੈੱਨਸ਼ਨ/ *n* ਪਤਨ; ਅਧੋਗਤੀ, ਗਿਰਾਵਟ, ਖੈ; (ਵਿਆ) ਗਰਦਾਨ, ਕਾਰਕ ਰੂਪਾਂਤਰ

declinable /ਡਿ'ਕਲਾਇਨਅਬਲ/ *a* ਨਾ

ਮੰਨਣਯੋਗ, ਅਸਵੀਕਾਰ ਕਰਨ ਯੋਗ; (ਵਿਆ) ਵਿਕਾਰੀ, ਵਿਭਕਤੀ ਲਗਾਉਣ ਯੋਗ

declinate /'ਡੈੱਕਲਿਨਅਟ/ *a* ਝੁਕਿਆ, ਅਧੋਮੁੱਖ

declination /ˌਡੈੱਕਲਿ'ਨੇਇਸ਼ਨ/ *n* ਢਾਲ, ਉਤਰਾਅ, ਗਿਰਾਵਟ; ਭੂਮਧ ਰੇਖਾ ਤੋਂ ਉੱਤਰ ਜਾਂ ਦੱਖਣ ਵੱਲ ਨਛੱਤਰਾਂ ਆਦਿ ਦੀ ਕੋਣਗਤ ਦੂਰੀ, ਚੁੰਬਕੀ ਸੂਈ ਦਾ ਉੱਤਰ ਤੋਂ ਪੂਰਬ ਜਾਂ ਪੱਛਮ ਵੱਲ ਘੁੰਮਣ

declinatory /'ਡੈੱਕਲਅਨਅਟ(ਅ)ਰਿ/ *a* ਨਾ ਮੰਨਣਯੋਗ, ਅਸਵੀਕਾਰਾਤਮਿਕ

declinature /ਡਿ'ਕਲਾਇਨਅਚਅ*/ *n* ਨਾਂਹ, ਇਨਕਾਰ, ਅਸਵੀਕ੍ਰਿਤੀ

decline /ਡਿ'ਕਲਾਇਨ/ *n* ਪਤਨ, ਗਿਰਾਵਟ, ਜ਼ਵਾਲ; ਨਿਘਾਰ; ਉਤਰਾਅ, ਢਾਲ; (ਭਾਅ ਦਾ) ਮੰਦਾ, ਸੁਸਤ; ਅਖ਼ੀਰਲਾ ਹਿੱਸਾ; ਅੰਤਿਮ ਘੜੀ *v* ਪਤਨ ਵੱਲ ਜਾਣਾ; ਕੀਮਤਾਂ ਘਟਣਾ, ਭਾਅ ਮੰਦਾ ਹੋਣਾ; ਨੈਤਿਕ ਪਤਨ ਹੋਣਾ; ਢਾਲੂ ਹੋਣਾ, ਢਾਲਨਾ, ਢਲਨਾ, ਝੁਕਾਉਣਾ, ਝੁਕਣਾ; ਵਿਭਕਤੀ ਲਾਉਣਾ; ਨਿਮੰਤਰਨ ਆਦਿ ਸਵੀਕਾਰ ਨਾ ਕਰਨਾ **decline on** ਉੱਤਰਨਾ

declining /ਡਿ'ਕਲਾਇਨਿਙ/ *a* ਢਲਵਾਂ, ਢਾਲਦਾਰ, ਪਤਨਸ਼ੀਲ

declinometer /ˌਡੈੱਕਲਿ'ਨੌਮਿਟਅ*/ *n* ਝੁਕਾਅ ਜਾਂ ਢਲਵਾਨ ਮਾਪਣ ਵਾਲਾ ਯੰਤਰ

declivitous /ਡਿ'ਕਲਿਵ਼ਅਟਅਸ/ *a* ਨੀਵਾਂ, ਝੁਕਿਆ

declivity /ਡਿ'ਕਲਿਵ਼ਅਟਿ/ *n* ਉਤਾਰ, ਝੁਕਾਅ, ਢਾਲ, ਉਤਰਾਈ, ਨਿਵਾਣ

declutch /ˌਡੀ'ਕਲਅੱਚ/ *vi* (ਕਾਰ ਆਦਿ ਦਾ) ਕਲੱਚ ਛੱਡਣਾ; ਪੰਜਾ ਖੋਲ੍ਹਣਾ

decoct /ਡਿ'ਕੌਕਟ/ *vt* ਕਾੜ੍ਹਨਾ, ਕਾੜ੍ਹਾ ਬਣਾਉਣਾ, ਉਬਾਲਨਾ; ਗੱਲ ਨੂੰ ਮਨੋਂ ਘੜਨਾ

decoctible /ਡਿ'ਕੌਕਟਅਬਲ/ *a* ਕਾੜ੍ਹਨਯੋਗ; ਮਨੋਂ ਘੜਨਯੋਗ

decoction /ਡਿ'ਕੌਕਸ਼ਨ/ *n* ਕਾੜ੍ਹਨੀ; ਕਾੜ੍ਹਾ ਜਾਂ ਅਰਕ ਕੱਢਣ ਲਈ ਉਬਾਲਨ ਦੀ ਕਿਰਿਆ; ਮਨਘੜਤ ਅਤੇ ਬਣਾਉਟੀ ਗੱਲ

decoctive /ਡਿ'ਕੌਕਟਿਵ਼/ *a* ਕੜ੍ਹਨਸ਼ੀਲ; ਮਨਘੜਤ, ਕਲਪਤ

decocture /ਡਿ'ਕੌਕਚਅ*/ *n* ਕਾੜ੍ਹਾ; ਬਣਾਵਟ, ਘੜਤ

decode /ˌਡੀ'ਕਅਉਡ/ *vt* ਬਿਜਲਾਣਵੀ ਸੰਕੇਤਾਂ ਨੂੰ ਟੈਲੀਵਿਜ਼ਨ ਉੱਪਰ ਤਸਵੀਰਾਂ ਵਿਚ ਬਦਲਨਾ; ਵਿਦੇਸ਼ੀ ਭਾਸ਼ਾ ਦੀ ਲਿਖਤ ਪੜ੍ਹਨਾ

decollate /ˌਡੀ'ਕੌਲੇਇਟ/ *vt* ਸਿਰ ਵੱਢਣਾ, ਧੌਣ ਲਾਹੁਣਾ; ਛਾਂਟਣਾ, ਕੱਟਣਾ, (ਬਿਰਛ ਬੂਟੇ) ਛਾਂਗਣਾ

decollation /ˌਡੀਕੌ'ਲੇਇਸ਼ਨ/ *n* ਵਢਾਈ, ਕਟਾਈ; ਛਟਾਈ; ਛੰਗਾਈ

decolorant /ˌਡੀ'ਕਅੱਲਅਰਅਨਟ/ *n* ਰੰਗਕਾਟ

decolorate /ˌਡੀ'ਕਅੱਲਅਰੇਇਟ/ *v* ਵੇਖੋ **decolourize**

decolourization /ਡੀˌਕਅੱਲਅਰਾਇ'ਜ਼ੇਇਸ਼ਨ/ *n* ਰੰਗ ਕਟਾਈ, ਰੰਗ ਦੂਰ ਕਰਨ ਦਾ ਅਮਲ, ਰੰਗ ਉਡਾਉਣ ਦਾ ਕੰਮ

decolourize /ਡੀ'ਕਅਲੱਅਰਾਇਜ਼/ *v* ਰੰਗ ਕੱਟਣਾ, ਬੇਰੰਗ ਕਰਨਾ

decomplex /ˌਡੀ'ਕੌਮਪਲੈੱਕਸ/ *a* ਪੁਨਰਮਿਸ਼ਰਤ

decompose /ˌਡੀਕਅਮ'ਪਅਉਜ਼/ *a* ਅੰਗ ਨਿਖੇੜ ਕਰਨਾ, ਅਲੱਗ ਕਰਨਾ ਜਾਂ ਹੋਣਾ, ਵਿਸ਼ਲੇਸ਼ਣ ਕਰਨਾ; ਗਲਨਾ, ਸੜਨਾ, ਗਲਾਉਣਾ

decomposed /ˌਡੀਕਅਮ'ਪਅਉਜ਼ਡ/ *a* ਗਲਿਆ ਸੜਿਆ

decomposition /ˌਡੀਕੌਮਪਅ'ਜ਼ਿਸ਼ਨ/ *n* ਵਿਘਟਨ; ਵਿਸ਼ਲੇਸ਼ਣ, ਸੜਨ, ਗਲਨ

decompound /ˌਡੀਕਅਮ'ਪਾਉਨਡ/ *vt* ਵਿਸ਼ਲੇਸ਼ਣ ਕਰਨਾ, ਮੂਲ ਤੱਤਾਂ ਨੂੰ ਅਲੱਗ ਕਰਨਾ ਜਾਂ ਨਿਖੇੜਨਾ

decompress /ˌਡੀਕਅਮ'ਪਰੈੱਸ/ *vt* ਦਬਾਅ ਹਟਾਉਣਾ

deconsecrate /ˌਡੀ'ਕੌਨਸਿਕਰੇਇਟ/ *vt* ਸੰਸਕਾਰ ਭੰਗ ਕਰਨਾ, ਦੁਨਿਆਵੀ ਕੰਮਾਂ ਵਿੱਚ

ਲਾਉਣਾ, ਧਰਮ ਨਿਰਪੇਖ ਬਣਾਉਣਾ

deconstruction /ˌਡੀਕਅਨ'ਸਟਰਅੱਕਸ਼ਨ/ *n* (ਦਰਸ਼ਨ, ਸਹਿਤ) ਵਿਰਚਨਾਵਾਦ, ਕਿਸੇ ਰਚਨਾ ਦੇ ਇੱਕ ਤੋਂ ਵੱਧ ਅਰਥਾਂ ਨੂੰ ਮੰਨਣ ਵਾਲਾ ਸਿੱਧਾਂਤ ਜਿਸ ਅਨੁਸਾਰ ਅਰਥ ਨਿਰਧਾਰਨ ਵਿੱਚ ਪਾਠਕ ਦੀ ਭੂਮਿਕਾ ਵੀ ਸ਼ਾਮਲ ਹੁੰਦੀ ਹੈ

decontaminate /ˌਡੀਕਅਨ'ਟੈਮਿਨੇਇਟ/ *vt* ਨਿਰਛੂਤ ਬਣਾਉਣਾ, ਰੋਗਾਣੂ ਰਹਿਤ ਕਰਨਾ, ਸ਼ੁੱਧ ਕਰਨਾ, ਦੋਸ਼-ਮੁਕਤ ਕਰਨਾ

decontamination /ˌਡੀਕਅਨˌਟੈਮਿ'ਨੇਇਸ਼ਨ/ *n* ਨਿਰਛੂਤ ਬਣਾਉਣ ਦੀ ਕਿਰਿਆ, ਨਿਰਦੋਸ਼ੀਕਰਨ, ਸ਼ੁੱਧੀਕਰਨ, ਦੋਸ਼ਮੁਕਤੀ

decontrol /ˌਡੀਕਅਨ'ਟਰਅਉਲ/ *n* ਕੰਟਰੋਲ ਨਿਵਾਰਨ, ਕੰਟਰੋਲ ਹਟਾ ਦੇਣ ਦੀ ਕਿਰਿਆ, ਵਿਨਿਯੰਤਰਨ *vt* ਕੰਟਰੋਲ ਹਟਾ ਲੈਣਾ, ਨਿਯੰਤਰਨ ਹਟਾ ਲੈਣਾ

decontrolled /ˌਡੀਕਅਨ'ਟਰਅਉਲਡ/ *a* ਜਿਸ ਉੱਤੇ ਕੋਈ ਕਾਬੂ ਨਾ ਹੋਵੇ, ਮੁਕਤ, ਖੁੱਲ੍ਹਾ

decor /'ਡੇਇਕੋ*/ *(F) n* ਸ਼ਿੰਗਾਰ, ਸਜਾਵਟ, ਦ੍ਰਿਸ਼ ਅਤੇ ਰੰਗ; ਮੰਚ ਦੀ ਸਜਾਵਟ ਦਾ ਸਮਾਨ

decorate /'ਡੈੱਕਅਰੇਇਟ/ *vt* ਸ਼ਿੰਗਾਰਨਾ, ਸਜਾਉਣਾ, ਸੰਵਾਰਨਾ; ਤਮਗ਼ਾ ਦੇਣਾ

decorated /'ਡੈੱਕਅਰੇਇਟਿਡ/ *a* ਸਜੀ ਸ਼ੈਲੀ, ਅਲੰਕ੍ਰਿਤ ਸ਼ੈਲੀ; ਸਜਿਆ, ਫੱਬਿਆ, ਅਲੰਕ੍ਰਿਤ

decoration /ˌਡੈੱਕਅ'ਰੇਇਸ਼ਨ/ *n* ਸਜਾਵਟ, ਸ਼ਿੰਗਾਰ, ਅਲੰਕਰਨ, ਅਲੰਕਾਰ; ਸਾਜ਼; ਤਮਗ਼ਾ

decorative /'ਡੈੱਕਅਰਅਟਿਵ਼/ *a* ਸਜਾਵਟੀ, ਅਲੰਕਾਰਮਈ, ਆਭੂਸ਼ਤ

decorativeness /'ਡੈੱਕਅਰਅਟਿਵ਼ਨਅਸ/ *n* ਸ਼ਿੰਗਾਰ ਅਮਲ, ਸਜਾਵਟ

decorator /'ਡੈੱਕਅਰੇਇਟਅ*/ *n* ਅਲੰਕਾਰਕ, ਸਜਾਉਣ ਵਾਲਾ, ਵਿਭੂਸ਼ਕ

decorous /'ਡੈੱਕਅਰਅਸ/ *a* ਉਚਿਤ; ਸਜਿਆ, ਭੱਦਰ

decorousness/'ਡੈੱਕਅਰਅਸਨਅਸ/ *n* ਵੇਖੋ **decorum**

decorum /ਡਿ'ਕੋਰਅਮ/ *n* ਮਰਯਾਦਾ, ਸੁਘੜਤਾ, ਵਿਹਾਰਸ਼ੀਲਤਾ, ਵਧੀਆਪਣ, ਸੁਚੱਜਤਾ

decoy /'ਡੀਕੌਇ/ *n* (ਸ਼ਿਕਾਰੀ ਜਾਨਵਰਾਂ ਨੂੰ ਫਸਾਉਣ ਲਈ) ਟੋਆ, ਟੋਡਾ; ਫਸਾਊ ਯਾਰ, ਪੰਛੀਆਂ ਨੂੰ ਜਾਣ ਵਿੱਚ ਫਸਾਉਣ ਲਈ ਪੰਛੀ; ਠੱਗ ਦਾ ਸਹਾਇਕ, ਚੋਰ ਦਾ ਸਾਥੀ, ਵਰਗਲਾਉਣ ਵਾਲਾ; ਫੰਦਾ, ਚਾਰਾ /ਡਿ'ਕੌਇ/ *vt* ਫਸਾਉਣਾ, ਧੋਖੇ ਨਾਲ ਫੜਨਾ, ਘੇਰਨਾ, ਜਾਲ ਵਿੱਚ ਫਸਾਉਣਾ, ਧੋਖਾ ਦੇਣਾ

decoyment /'ਡੀਕੌਇਮਅਨਟ/ *n* ਲਾਲਚ ਵਿੱਚ ਫਸਾਉਣ ਦੀ ਕਿਰਿਆ

decrease /ਡਿ'ਕਰੀਸ/ *v* ਘੱਟ ਕਰਨਾ ਜਾਂ ਹੋਣਾ, ਘਟਾਉਣਾ, ਘਟਣਾ *n* **'ਡੀਕਰੀਸ** ਕਮੀ, ਘਾਟਾ

decreased /ਡੀ'ਕਰੀਸਟ/ *a* ਘਟਿਆ

decreasing /ਡੀ'ਕਰੀਸਿਙ/ *a* ਘਟਦਾ

decreasingly /ਡੀ'ਕਰੀਸਿਙਲਿ/ *adv* ਲਗਾਤਾਰ ਘਟਦਿਆਂ

decree /ਡਿ'ਕਰੀ/ *n* ਫ਼ਰਮਾਨ, ਹੁਕਮ; ਰੱਬੀ ਹੁਕਮ, ਰਜ਼ਾ; ਰਾਜ ਆਗਿਆ; ਵਿਵਸਥਾ ਪੱਤਰ *vt* ਹੁਕਮ ਦੇਣਾ, ਫ਼ਰਮਾਨ ਜਾਰੀ ਕਰਨਾ, ਫ਼ੈਸਲਾ ਸੁਣਾਉਣਾ, ਆਗਿਆ ਦੇਣਾ, ਡਿਗਰੀ ਕਰਨਾ

decreed /ਡਿ'ਕਰੀਡ/ *a* ਜਿਸ ਦਾ ਨਿਰਨਾ ਦੇ ਦਿੱਤਾ ਗਿਆ ਹੋਵੇ, ਨਿਰਨਾਜਨਕ

decree nisi /ਡਿˌਕਰੀ 'ਨਾਇਸਾਇ/ *n* ਤਲਾਕ ਦੀ ਡਿਗਰੀ

decrement /'ਡੈੱਕਰਿਮਅਨਟ/ *n* ਕਮੀ, ਘਾਟ, ਘਟਾਅ, ਨਿਊਨਤਾ

decrepit /ਡਿ'ਕਰੈੱਪਿਟ/ *a* ਜਰਜਰਾ, ਸ਼ਕਤੀਹੀਣ, ਨਿਰਬਲ, ਨਿਤਾਣਾ, ਹੰਢਿਆ

decrepitate /ਡਿ'ਕਰੈੱਪਿਟੇਇਟ/ *v* (ਖਣਿਜ ਪਦਾਰਥ) ਭਸਮ ਕਰਨਾ, ਭੁੰਨਣਾ; ਖਿੱਲ ਕਰਨਾ

decrepitation /ਡਿˌਕਰੈੱਪਿ'ਟੇਇਸ਼ਨ/ *n* ਭਸਮੀਕਰਨ; ਚਿਰੜ-ਚਿਰੜ ਦੀ ਅਵਾਜ਼, ਖਿੱਲ ਕਰਾਈ

decrepitude /ਡਿ'ਕਰੈੱਪਿਟਯੂਡ/ *n* ਖੈ,

ਸ਼ਕਤੀਹੀਣਤਾ, ਕਮਜ਼ੋਰੀ, ਜੀਰਨਤਾ, ਜਰਜਰਾਪਣ

decretal /ਡਿ'ਕਰੀਟਲ/ *n* ਪੋਪ ਦਾ ਫ਼ਰਮਾਨ ਜਾਂ ਫ਼ਤਵਾ

decretist /ਡਿ'ਕਰੀਟਿਸਟ/ *n* ਵਿਧਾਨ ਨੂੰ ਜਾਣਨ ਵਾਲਾ, ਵਿਧਾਨਵੇਤਾ, ਕਨੂੰਨ ਦਾ ਗਿਆਤਾ

decretive /ਡਿ'ਕਰੀਟਿਵ੍/ *a* ਵਿਧਾਨ ਸੰਬੰਧੀ, ਕਨੂੰਨ ਸਬੰਧੀ

decrial /ਡਿ'ਕਰਾਇਅਲ/ *n* ਨਿੰਦਾ, ਤਿਰਸਕਾਰ; ਅਵੱਗਿਆ, ਹੁਕਮ ਅਦੂਲੀ, ਆਗਿਆ ਉਲੰਘਣ

decrown /,ਡੀ'ਕਰਾਉਨ/ *vt* ਤਾਜ ਉਤਾਰਨਾ, ਮੁਕਟਹੀਣ ਜਾਂ ਤਾਜਹੀਣ ਕਰਨਾ

decry /ਡਿ'ਕਰਾਇ/ *vt* ਨਿੰਦਣਾ, ਭੰਡਣਾ, ਦੋਸ਼ ਲਾਉਣਾ, ਕੋਸਣਾ; ਅਵੱਗਿਆ ਕਰਨਾ

decrypt /ਡੀ'ਕਰਿਪਟ/ *vt* (ਕੰਪਿ) ਸੰਕੇਤਾਂ ਨੂੰ ਸਧਾਰਨ ਭਾਸ਼ਾ ਵਿੱਚ ਬਦਲਣਾ

decuman /'ਡੈੱਕਯੁਮਅਨ/ *n* ਜ਼ੋਰ ਦੀ ਛੱਲ (ਸਮੁੰਦਰ ਜਾਂ ਦਰਿਆ ਦੀ), ਵੱਡੀ ਲਹਿਰ, ਲਫ਼

decuple /'ਡੈੱਕਯੁਪਲ/ *n* ਦਸ ਗੁਣਾ ਰਾਸ਼ੀ *v* ਦਸ ਗੁਣਾ ਬਣਾਉਣਾ, ਦਸ ਨਾਲ ਗੁਣਾ ਕਰਨਾ

decussate /ਡਿ'ਕਅੱਸੇਇਟ/ *v* ਆਰ-ਪਾਰ ਕਰਨਾ, ਕੱਟਣਾ *a* ਕਟਾਵਦਾਰ, ਕੈਂਚੀ ਰੂਪ, ਦੁਕਾਟਵਾਂ

decussated /ਡਿ'ਕਅੱਸੇਇਟਿਡ/ *a* ਕੱਟਿਆ, ਕਰਾਸ ਰੂਪ ਵਿੱਚ ਕੱਟਿਆ

dedicate /'ਡੈੱਡਿਕੇਇਟ/ *vi* ਭੇਟਾ ਕਰਨਾ, ਅਰਪਣ ਕਰਨਾ, ਸਮਰਪਣ ਕਰਨਾ, ਨਿਛਾਵਰ ਕਰਨਾ, ਸੌਂਪਣਾ, ਪ੍ਰਦਾਨ ਕਰਨਾ

dedicated /'ਡੈੱਡਿਕੇਇਟਿਡ/ *a* ਭੇਟਾ ਕੀਤਾ, ਸਮਰਪਤ; ਲਗਨ ਵਾਲਾ, ਸਿਦਕਵਾਨ

dedicatee /,ਡੈੱਡਿਕਅ'ਟੀ/ *n* ਭੇਟਾ ਪਾਤਰ, ਸਪਰਪਣ ਪਾਤਰ

dedication /,ਡੈੱਡਿ'ਕੇਇਸ਼ਨ/ *n* ਭੇਟਾ, ਨਜ਼ਰ, ਸਮਰਪਣ, ਪੁਸਤਕ ਜਾਂ ਭਵਨ ਉੱਤੇ ਉੱਕਰਿਆ ਸਮਰਪਣ; ਸ਼ਰਧਾ, ਲਗਨ

dedicative /'ਡੈੱਡਿਕੇਇਟਿਵ੍/ *a* ਸਮਰਪਣਾਤਮਿਕ

dedicatory /'ਡੈੱਡਿਕਅਟ(ਅ)ਰਿ/ *a* ਭੇਟਾ ਜਾਂ ਅਰਪਣ ਬਾਰੇ

deduce /ਡਿ'ਡਯੂਸ/ *vt* ਸਿੱਟਾ ਕੱਢਣਾ, ਨਿਰਨਾ ਕਰਨਾ; ਤਰਕ ਰਾਹੀਂ ਸਿੱਟੇ ਉੱਤੇ ਅੱਪੜਨਾ; ਨਿਗਮਨ ਕਰਨਾ

deduced /ਡਿ'ਡਯੂਸਟ/ *a* ਅਨੁਮਾਨਿਤ ਕੀਤਾ, ਜਿਸ ਬਾਰੇ ਨਿਰਨਾ ਕੀਤਾ ਜਾਂ ਸਿੱਟਾ ਕੱਢਿਆ ਗਿਆ ਹੋਵੇ

deducibility, deducibleness /ਡਿ,ਡਯੂਸਅ'ਬਿਲਅਟਿ, ਡਿ'ਡਯੂਸਅਬਲਨਅਸ/ *n* ਅਨੁਮਾਨ ਲਾਉਣ ਦੀ ਕਿਰਿਆ, ਅਨੁਮਾਨਾਤਮਿਕਤਾ, ਨਿਰਨਾਤਮਿਕਤਾ

deduct /ਡਿ'ਡਅੱਕਟ/ *vt* ਘਟਾਉਣਾ, ਘਟਾ ਦੇਣਾ; ਕਟੌਤੀ ਕਰਨਾ, ਘੱਟ ਕਰਨਾ, ਕੱਟਣਾ, ਛਾਂਟਣਾ; ਅਨੁਮਾਨ ਕਰਨਾ

deductible /ਡਿ'ਡਅੱਕਟਅਬਲ/ *a* ਘਟਾਉਣਯੋਗ, ਮਨਫ਼ੀ ਕਰਨਯੋਗ

deduction /ਡਿ'ਡਅੱਕਸ਼ਨ/ *n* ਕਟੌਤੀ, ਕਾਟ, ਛੋਟ; ਵਿਸ਼ੇਸ਼ ਨਤੀਜਾ, ਤੱਤ ਸਿੱਟਾ, ਅਨੁਮਾਨ; ਤੱਥ, ਤਰਕ

deductive /ਡਿ'ਡਅੱਕਟਿਵ੍/ *a* ਅਨੁਮਾਨਯੋਗ, ਤਰਕਪੂਰਨ, ਨਿਗਮਨਾਤਮਿਕ

deed /ਡੀਡ/ *n* ਕੰਮ, ਕਾਰਜ, ਕਰਨੀ; ਦਸਤਾਵੇਜ਼, ਲਿਖਤ, ਪਟਾ, ਇਕਰਾਰਨਾਮਾ

deedful /ਡੀਡਫ਼ੁਲ/ *a* ਕੀਰਤੀਪੂਰਨ, ਸਨਦ ਜਾਂ ਖਰੜੇ ਸਣੇ

deedless /ਡੀਡਲਅਸ/ *a* ਕੀਰਤੀ ਰਹਿਤ, ਸਨਦ ਜਾਂ ਖਰੜੇ ਤੋਂ ਬਿਨਾਂ

deejay /'ਡੀਜੇਇ/ ਵੇਖੋ **disk jockey**

deem /ਡੀਮ/ *vt* ਵਿਚਾਰ ਕਰਨਾ, ਸੋਚਣਾ, ਅਨੁਮਾਨ ਲਾਉਣਾ, ਮੰਨਣਾ, ਸਮਝਣਾ, ਅਨੁਭਵ ਕਰਨਾ, ਗਿਣਨਾ **deem highly of** ਚੰਗੀ ਰਾਏ ਰੱਖਣਾ

deep /ਡੀਪ/ *a* ਡੂੰਘਾ, ਅਗਾਧ, ਅਥਾਹ, ਗੰਭੀਰ, ਗਹਿਰਾ, ਦੀਰਘ, ਘਣਾ; ਮਗਨ, ਡੁੱਬਿਆ; ਤੇਜ਼, ਸ਼ੋਖ (ਰੰਗ), ਤੀਬਰ; ਸਪਸ਼ਟ; ਅਤਿਅੰਤ, ਅਧਿਕ

n ਸਾਗਰ, ਸਮੁੰਦਰ, ਸਮੁੰਦਰ ਦਾ ਡੂੰਘਾ ਹਿੱਸਾ; ਖੋਲ; ਵਿਚਾਰ ਜਾਂ ਭਾਵ ਦੀ ਗੰਭੀਰਤਾ; (ਕ੍ਰਿਕਟ ਵਿੱਚ) ਖਿਡਾਰੀਆਂ ਦੀ ਸਥਿਤੀ *adv* ਅਤਿ ਦੂਰ ਤੱਕ, ਅੰਦਰ ਤੱਕ, ਥੱਲੇ ਤੱਕ, ਗਹਿਰਾਈ ਵਿੱਚ **a deep one** ਚਤਰ, ਚਲਾਕ **deep in pursuit** ਧੁਨ ਦਾ ਪੱਕਾ **in deep waters** ਸੰਕਟ ਵਿੱਚ ਫਸਿਆ

deep-browed *a* ਬੁੱਧੀਵਾਨ, ਤੇਜ਼ ਬੁੱਧੀ ਵਾਲਾ

deep draught *n* ਵੱਡਾ ਘੁੱਟ

deepen /'ਡੀਪਅਨ/ *v* ਡੂੰਘਾ ਕਰਨਾ, ਵਧਾਉਣਾ

deeping /'ਡੀਪਿਙ/ *a* ਡੁੱਬਿਆ ਹਿੱਸਾ

deep interest *n* ਗੰਭੀਰ ਦਿਲਚਸਪੀ, ਡਾਢੀ ਦਿਲਚਸਪੀ

deep learning *n* ਅਥਾਹ ਵਿਦਵਤਾ, ਡੂੰਘਾ ਗਿਆਨ, ਦੀਰਘ ਗਿਆਨ

deeply /'ਡੀਪਲਿ/ *adv* ਅਤਿ, ਅਤਿਅੰਤ, ਦਿਲੋਂ

deepmost /'ਡੀਪਮਅਉਸਟ/ *a* (ਪਰਾ) ਬਹੁਤ ਹੀ ਡੂੰਘਾ

deep-mouthed *a* ਭਾਰੀ ਭਰਕਮ ਅਵਾਜ਼ ਵਾਲਾ

deepness /ਡੀਪਨਅਸ/ *n* ਡੂੰਘਾਈ, ਗਹਿਰਾਈ, ਗੰਭੀਰਤਾ, ਅਗਾਧਤਾ

deep-read *a* ਬਹੁਤੀਆਂ ਕਿਤਾਬਾਂ ਪੜ੍ਹਿਆ

deep-rooted *a* ਡੂੰਘਾ, ਗਹਿਰਾ

deer /ਡਿਅ*/ *n* ਹਿਰਨ, ਮਿਰਗ

deerhound /'ਡਿਅਹਾਉਨਡ/ *n* ਸ਼ਿਕਾਰੀ ਕੁੱਤਾ

deer-neck *n* ਘੋੜੇ ਦੀ ਪਤਲੀ ਧੌਣ

deerskin /'ਡਿਅਸਕਿਨ/ *n* ਹਿਰਨ ਦੀ ਖੱਲ, ਮਿਰਗਸ਼ਾਲ

deerstalker /'ਡਿਅਸਟੋਕਅ*/ *n* ਦੋ ਚੁੰਜਾਂ ਵਾਲੀ ਟੋਪੀ

deface /ਡਿ'ਫ਼ੇਇਸ/ *vt* ਰੂਪ ਵਿਗਾੜਨਾ, ਕਰੂਪ ਕਰਨਾ, ਮਿਟਾਉਣਾ; ਅਪਜਸ ਫੈਲਾਉਣਾ, ਬਦਨਾਮ ਕਰਨਾ

defaceable /ਡਿ'ਫ਼ੇਇਸਅਬਲ/ *a* ਵਿਗਾੜਨਯੋਗ, ਕਰੂਪ ਕਰਨ ਯੋਗ

defaced /ਡਿ'ਫ਼ੇਇਸਟ/ *a* ਵਿਗੜਿਆ, ਬੇਰੂਪ, ਕਰੂਪ, ਵਿਕਰਤ, ਵਿਰੂਪਤ

defacement /ਡਿ'ਫ਼ੇਇਸਮਅਨਟ/ *n* ਵਿਗਾੜ, ਦੂਸ਼ਣ, ਨਾਸ, ਲੋਪ, ਮਿਟਾਅ; ਟਿਕਟ ਉੱਤੇ ਮੋਹਰ ਲਾਉਣ ਦੀ ਕਿਰਿਆ

de facto /ˌਡੇਇ 'ਫ਼ੈਕਟਅਉ/ *adv* ਯਥਾਰਥ ਵਿੱਚ (ਭਾਵੇਂ ਕਨੂੰਨੀ ਤੌਰ 'ਤੇ ਹੋਵੇ ਜਾਂ ਨਾ)

defaecate, defecate /'ਡੈਫ਼ੱਅਕੇਇਟ/ *v* ਗੁਦਾ ਰਾਹੀਂ ਸਰੀਰ 'ਚੋਂ ਫੋਸ ਮਲ ਦਾ ਨਿਕਾਸ ਕਰਨਾ

defalcate /'ਡੀਫ਼ੈਲਕੇਇਟ/ *vi* ਗ਼ਬਨ ਕਰਨਾ, ਖਾ ਜਾਣਾ; (ਰੁਪਈਏ ਦੀ) ਖ਼ਿਆਨਤ ਕਰਨਾ, ਹੜੱਪਣਾ, ਗੋਲਮਾਲ ਕਰਨਾ, ਮਾਰ ਲੈਣਾ

defalcation /ˌਡੀਫ਼ੈਲ'ਕੇਇਸ਼ਨ/ *n* (ਸੌਂਪੇ ਧਨ ਦਾ) ਅਪਹਰਨ, ਗ਼ਬਨ, ਘਾਲਾ ਮਾਲਾ, ਵਿਸ਼ਵਾਸਘਾਤ, ਬੇਦਾਵਾ, ਤਿਆਗ

defalcator /'ਡੀਫ਼ੈਲਕੇਇਟਅ*/ *n* ਬੇਈਮਾਨ, ਗਬਨਕਾਰ, ਖ਼ਿਆਨਤਕਾਰ

defamation /ˌਡੈਫ਼ੱਅ'ਮੇਇਸ਼ਨ/ *n* ਹੱਤਕ, ਬੇਇਜ਼ਤੀ, ਮਾਨਹਾਨੀ, ਬਦਨਾਮੀ, ਨਿਰਾਦਰ, ਤੌਹੀਨ, ਅਪਮਾਨ

defamatory /ਡਿ'ਫ਼ੈਮਅਟਰਿ/ *a* ਬਦਨਾਮੀ ਵਾਲਾ, ਬਦਨਾਮੀ ਦਾ, ਅਪਮਾਨਜਨਕ

defame /ਡਿ'ਫ਼ੇਇਮ/ *vt* ਬਦਨਾਮ ਕਰਨਾ, ਨਿਰਾਦਰ ਕਰਨਾ, ਨਿੰਦਾ ਕਰਨਾ, ਬੇਇੱਜ਼ਤੀ ਕਰਨਾ, ਹੱਤਕ ਕਰਨਾ

default /ਡਿ'ਫ਼ੋਲਟ, 'ਡੀਫ਼ੋਲਟ/ *n* ਉਕਾਈ, ਕੁਤਾਹੀ, ਭੁੱਲ; ਭੁਗਤਾਨ ਕਰਨ ਵਿੱਚ ਉਕਾਈ; (ਮੁਕੱਦਮੇ ਦੀ ਪੇਸ਼ੀ ਤੋਂ) ਗ਼ੈਰਹਾਜ਼ਰੀ *vi* /'ਡਿਫ਼ੋਲਟ/ ਅਣਗਹਿਲੀ ਕਰਨਾ; ਅਦਾਲਤ ਵਿੱਚ ਹਾਜ਼ਰ ਨਾ ਹੋਣਾ, ਪੈਰਵੀ ਨਾ ਕਰਨਾ; ਭੁਗਤਾਨ ਕਰਨ ਤੋਂ ਖੁੰਝ ਜਾਣਾ

defaultant /ਡਿ'ਫ਼ੋਲਟਅਨਟ/ *a* ਫ਼ਰਜ਼ ਨੂੰ ਭੁੱਲਿਆ

defaulted /ਡਿ'ਫ਼ੋਲਟਿਡ/ *a* ਅਸ਼ੁੱਧ, ਦੋਸ਼ਪੂਰਨ (ਬੀਮਾ, ਕਿਸ਼ਤ ਆਦਿ)

defaulter /ਡਿ'ਫ਼ੋਲਟਅ*/ *n* (ਅਦਾਲਤ ਵਿੱਚ)

ਗ਼ੈਰਹਾਜ਼ਰ ਧਿਰ; ਭੁਗਤਾਨ ਤੋਂ ਖੁੰਝਣ ਵਾਲਾ

defaulter sheet *n* ਅਪਰਾਧ-ਸੂਚੀ

defeasible /ਡਿ'ਫ਼ੀਜ਼ਅਬਲ/ *a* ਮਨਸੂਖ਼ੀਯੋਗ, ਰੱਦਣਯੋਗ

defeat /ਡਿ'ਫ਼ੀਟ/ *n* ਹਾਰ, ਅਸਫਲਤਾ, ਸ਼ਿਕਸਤ; ਭਾਂਜ, ਨਿਰਾਸ਼ਾ *vt* ਹਰਾਉਣਾ; ਅਸਫਲ ਕਰਨਾ; ਬਰਬਾਦ ਕਰਨਾ; ਰੱਦ ਕਰਨਾ, ਮਨਸੂਖ਼ ਕਰਨਾ

defeated /ਡਿ'ਫ਼ੀਟਿਡ/ *a* ਹਾਰਿਆ ਜਾਂ ਹਰਾਇਆ

defeatism /ਡਿ'ਫ਼ੀਟਿਜ਼ਅਮ/ *n* ਭਾਂਜਵਾਦ, ਨਿਰਾਸ਼ਾਵਾਦ

defeatist /ਡਿ'ਫ਼ੀਟਿਸਟ/ *a* ਭਾਂਜਵਾਦੀ *n* ਨਿਰਾਸ਼ਾਵਾਦੀ (ਵਿਅਕਤੀ)

defeature /ਡਿ'ਫ਼ੀਚਅ*/ *n* (ਪਰਾ) ਕਰੂਪਤਾ, ਵਿਰੂਪਤਾ; ਹਾਰ, ਸ਼ਿਕਸਤ

defecate /'ਡੈੱਫ਼ਅਕੇਇਟ, 'ਡੀ-/ *v* (ਪਾਪ, ਛਲ ਤੋਂ) ਮੁਕਤੀ ਪਾਉਣਾ, ਸ਼ੁੱਧ ਹੋਣਾ; ਪਵਿੱਤਰ ਕਰਨਾ; ਸੁਧਾਰਨਾ, ਮੈਲ ਹਟਾਉਣਾ, ਮੈਲ ਕੱਟਣਾ, ਨਿਤਾਰਨਾ; ਮਲ ਤਿਆਗਣਾ, ਹੱਗਣਾ

defecation /ˌਡੈੱਫ਼ਅ'ਕੇਇਸ਼ਨ/ *n* ਸ਼ੁੱਧੀ, ਸਫ਼ਾਈ; ਨਿਤਾਰ, ਸ਼ੋਧਨ; ਮਲ-ਤਿਆਗ

defecator /'ਡੈੱਫ਼ਿਕੇਇਟਅ*/ *n* ਸ਼ੋਧਕ, ਸੁਧਾਰਕ, ਨਿਰਮਲ ਕਰਨ ਵਾਲਾ, ਸਾਫ਼ ਕਰਨ ਵਾਲਾ, ਨਿਤਾਰਨ ਵਾਲਾ

defect /'ਡੀਫ਼ੈੱਕਟ, ਡਿ'ਫ਼ੈੱਕਟ/ *n* ਔਗੁਣ, ਵਿਕਾਰ, ਐਬ, ਨੁਕਸ, ਖ਼ਰਾਬੀ, ਬੁਰਾਈ; ਕਮੀ, ਘਾਟ, ਤਰੁਟੀ, ਖ਼ਾਮੀ

defectible /ਡਿ'ਫ਼ੈੱਕਟਿਬ(ਅ)ਲ/ *a* ਔਗੁਣਹਾਰਾ, ਦੋਸ਼ਪੂਰਨ, ਨੁਕਸਦਾਰ, ਤਰੁਟੀਪੂਰਨ

defection /ਡਿ'ਫ਼ੈੱਕਸ਼ਨ/ *n* ਪੱਖ-ਤਿਆਗ; ਧਰਮ-ਤਿਆਗ; ਦਲ-ਤਿਆਗ; ਬੇਮੁਖਤਾ, ਧਰਮ ਜਾਂ ਕਰਤੱਵ ਤੋਂ ਬੇਮੁਖ ਹੋਣ ਦੀ ਕਿਰਿਆ, ਬੇਦਾਵਾ

defectionist /ਡਿ'ਫ਼ੈੱਕਸ਼ਨਿਸਟ/ *n* ਧਰਮ ਤਿਆਗੀ; ਧ੍ਰੋਹੀ, ਧੋਖੇਬਾਜ਼

defective /ਡਿ'ਫ਼ੈੱਕਟਿਵ੍/ *a* ਨੁਕਸਦਾਰ, ਤਰੁਟੀਪੂਰਨ, ਦੋਸ਼ਪੂਰਨ; ਖੋਟਾ, ਦਾਗੀ; ਅਪੂਰਨ; (ਵਿਆ) ਕਿਸੇ ਵਿਭਕਤੀ ਤੋਂ ਬਿਨਾਂ

defective coin *n* ਖੋਟਾ ਸਿੱਕਾ

defectiveness /ਡਿ'ਫ਼ੈੱਕਟਿਵ੍ਨਅਸ/ *n* ਤਰੁਟੀਪੂਰਨਤਾ, ਦੋਸ਼ਭਰਪੂਰਤਾ; ਕਮੀ, ਘਾਟ, ਊਣਤਾਈ

defector /ਡਿ'ਫ਼ੈੱਕਟਅ*/ *n* ਦਲ-ਬਦਲੂ

defence /ਡਿ'ਫ਼ੈੱਨਸ/ *n* ਰੱਖਿਆ, ਸੁਰੱਖਿਆ; ਪ੍ਰਤਿਵਾਦ ਲੇਖ; (ਕਨੂੰ) ਪ੍ਰਤਿਵਾਦੀ ਦਾ ਪ੍ਰਤਿਉੱਤਰ; ਬਚਾਅ, ਰੋਕ, ਆੜ, ਓਟ, ਪਨਾਹ, ਸ਼ਰਨ; ਮੋਰਚਾਬੰਦੀ, ਕਿਲ੍ਹਾਬੰਦੀ **line of defence** ਮੋਰਚਾਬੰਦੀ

defenceless /ਡਿ'ਫ਼ੈੱਨਸਲਅਸ/ *a* ਅਸੁਰੱਖਿਅਤ, ਨਿਰਾਸਰਾ, ਅਨਾਥ; ਸ਼ਸਤਰਹੀਣ

defend /ਡਿ'ਫ਼ੈੱਨਡ/ *v* ਰੱਖਿਆ ਕਰਨਾ, ਬਚਾਅ ਕਰਨਾ, ਰਾਖੀ ਕਰਨਾ; ਬਚਾਉਣਾ, ਰੋਕਣਾ; ਪ੍ਰਤਿਵਾਦ ਕਰਨਾ, ਪੱਖ ਪੂਰਨਾ, ਪੱਖ ਦੀ ਪੁਸ਼ਟੀ ਕਰਨਾ; ਪ੍ਰਤਿਵਾਦੀ ਵੱਲੋਂ ਪੈਰਵੀ ਕਰਨਾ; ਸਫ਼ਾਈ ਪੇਸ਼ ਕਰਨਾ, ਮੁਕੱਦਮੇ ਦੀ ਜਵਾਬਦੇਹੀ ਕਰਨਾ

defendable /ਡਿ'ਫ਼ੈੱਨਡਅਬਲ/ *a* ਰੱਖਿਆ ਕਰਨ ਯੋਗ

defendant /ਡਿ'ਫ਼ੈੱਨਡਅਨਟ/ *n* ਜਿਸ ਉੱਤੇ ਮੁਕੱਦਮਾ ਚੱਲ ਰਿਹਾ ਹੋਵੇ, ਮੁਦਾਲਾ, ਦੋਸ਼ੀ, ਪ੍ਰਤਿਵਾਦੀ

defender /ਡਿ'ਫ਼ੈੱਨਡਅ*/ *n* ਰਾਖਾ, ਰੱਖਿਅਕ, ਪ੍ਰਤਿਪਾਲਕ, ਬਚਾਉਣ ਵਾਲਾ

defensibility /ਡਿˌਫ਼ੈੱਨਸਿ'ਬਿਲਅਟਿ/ *n* ਪ੍ਰਤਿਵਾਦਤਾ; ਨਿਆਂਯੁਕਤਤਾ; ਰੱਖਿਅਕ ਯੋਗਤਾ

defensible /ਡਿ'ਫ਼ੈੱਨਸਅਬਲ/ *a* ਰੱਖਿਆਯੋਗ, ਪੈਰਵੀਯੋਗ, ਨਿਆਂਯੋਗ, ਨਿਆਂਯੁਕਤ

defensive /ਡਿ'ਫ਼ੈੱਨਸਿਵ੍/ *n* ਬਚਾਅ *a* ਰੱਖਿਅਕ; ਰੱਖਿਆਤਮਿਕ, ਬਚਾਅ ਵਾਲਾ

defer /ਡਿ'ਫ਼ਅ:*/ *vt* ਟਾਲਣਾ, ਲਮਕਾਉਣਾ, ਮੁਲਤਵੀ ਕਰਨਾ, ਅਗਾਂਹ ਪਾਉਣਾ, ਸਥਗਿਤ ਕਰਨਾ

deference /'ਡੈੱਫ਼ਅਰਅਨਸ/ *n* ਸਨਮਾਨ,

ਆਦਰ, ਇੱਜ਼ਤ, ਸਤਿਕਾਰ, ਲਿਹਾਜ਼

deferent /'ਡੈਫ਼(ਅ)ਰ(ਅ)ਨਟ/ *a* ਸਨਮਾਨਿਤ, ਸਤਿਕਾਰ ਭਰਿਆ

deferential /ˌਡੈਫ਼ਅ'ਰੈਨੱਸ਼ਲ/ *a* ਆਦਰਪੂਰਨ, ਆਦਰਯੋਗ, ਮਾਨਯੋਗ, ਆਦਰ ਭਾਵ ਵਾਲਾ

deferment /ਡਿ'ਫ਼ਅ:ਮਅਨਟ/ *n* ਮੁਲਤਵੀ, ਸਥਗਨ

deferred /ਡਿ'ਫ਼ਅ:ਡ/ *a* ਮੁਲਤਵੀ ਕੀਤਾ ਗਿਆ, ਅੱਗੇ ਪਾਇਆ ਹੋਇਆ, ਸਥਗਿਤ

defervescence /ˌਡਿਫ਼ਅ'ਵੈੱਸਅਨਸ/ *n* ਗਰਮੀ ਦੇ ਘਟ ਜਾਣ ਦੀ ਕਿਰਿਆ

defeudalize /ˌਡੀ'ਫ਼ਯੂਡਅਲਾਇਜ਼/ *vt* ਸਾਮੰਤਸ਼ਾਹੀ ਖ਼ਤਮ ਕਰਨਾ, ਜਗੀਰਦਾਰੀ ਨੂੰ ਤੋੜਨਾ

defiance /ਡਿ'ਫ਼ਾਇਅਨਸ/ *n* ਵਿਰੋਧ, ਹੁਕਮ-ਅਦੂਲੀ, ਅਵੱਗਿਆ; ਹਠ, ਜ਼ਿੱਦ

defiant /ਡਿ'ਫ਼ਾਇਅਨਟ/ *a* ਵਿਰੋਧੀ, ਲਲਕਾਰਨ ਵਾਲਾ, ਗੁਸਤਾਖ਼, ਅਵੱਗਿਆਕਾਰੀ

deficiency /ਡਿ'ਫ਼ਿਸ਼ਨਸਿ/ *n* ਅਪੂਰਨਤਾ, ਘਾਟ, ਊਣਤਾਈ, ਕਮੀ, ਅਧੂਰਾਪਣ, ਤਰੁਟੀ, ਕਸਰ, ਨੁਕਸ

deficient /ਡਿ'ਫ਼ਿਸ਼ਨਟ/ *a* ਥੋੜ੍ਹਾ, ਘੱਟ, ਅਧੂਰਾ, ਅਪੂਰਨ, ਊਣਾ; ਅਲਪ ਬੁੱਧੀ ਵਾਲਾ

deficit /'ਡੈੱਫ਼ਿਸਿਟ/ *n* ਘਾਟਾ, ਪੂੰਜੀ ਵਿੱਚ ਘਾਟਾ, ਤੋਟਾ; ਖਸਾਰਾ, ਕਮੀ, ਨੁਕਸਾਨ, ਕਸਰ

defier /ਡਿ'ਫ਼ਾਇਅ*/ *n* ਬਾਗ਼ੀ, ਵੰਗਾਰੂ, ਗੁਸਤਾਖ਼ (ਆਦਮੀ)

defilade /ˌਡੈੱਫ਼ਿ'ਲੇਇਡ/ *vt* (ਗੋਲਾਬਾਰੀ ਤੋਂ ਬਚਣ ਲਈ) ਕਿਲ੍ਹੇਬੰਦੀ ਕਰਨਾ

defile[1] /ਡਿ'ਫ਼ਾਇਲ, 'ਡੀਫਾਇਲ/ *vi* ਪਾਲ ਵਿੱਚ ਹੋ ਕੇ ਚੱਲਣਾ *n* ਤੰਗ ਰਸਤਾ; ਸੰਕੀਰਨ ਘਾਟੀ, ਤੰਗ ਦੱਰਾ

defile[2] /ਡਿ'ਫ਼ਾਇਲ/ *vt* ਅਪਵਿੱਤਰ ਕਰਨਾ, ਭਿੱਟਣਾ, ਦੂਸ਼ਿਤ ਕਰਨਾ, ਭ੍ਰਿਸ਼ਟ ਕਰਨਾ, ਸਤ ਭੰਗ ਕਰਨਾ; ਮੈਲਾ ਕਰਨਾ, ਗੰਦਾ ਕਰਨਾ

defiled /ਡਿ'ਫ਼ਾਇਲਡ/ *a* ਦੂਸ਼ਿਤ, ਭ੍ਰਿਸ਼ਟ, ਅਪਵਿੱਤਰ, ਭਿੱਟਿਆ

defilement /ਡਿ'ਫ਼ਾਇਲਮਅਨਟ/ *n* ਅਪਵਿੱਤਰਤਾ, ਭ੍ਰਿਸ਼ਟਤਾ, ਪਲੀਤੀ, ਭਿੱਟ

defiler /ਡਿ'ਫ਼ਾਇਲਅ*/ *n* ਪਲੀਤ ਕਰਨ ਵਾਲੀ ਵਸਤੂ, ਅਪਵਿੱਤਰ ਕਰਨ ਵਾਲਾ ਪੁਰਸ਼ ਜਾਂ ਚੀਜ਼

definable /ਡਿ'ਫ਼ਾਇਨਅਬਲ/ *a* ਪਰਿਭਾਸ਼ੀ, ਪਰਿਭਾਸ਼ਾ ਯੋਗ, ਸਪਸ਼ਟ ਕਰਨ ਯੋਗ; ਜਿਸ ਦੀ ਥਾਹ ਪਾਈ ਜਾ ਸਕੇ

define /ਡਿ'ਫ਼ਾਇਨ/ *vt* ਪਰਿਭਾਸ਼ਾ ਦੇਣਾ; ਲੱਛਣ ਦੱਸਣਾ; ਸਪਸ਼ਟ ਅਰਥ ਦੱਸਣਾ; ਨਿਰਧਾਰਿਤ ਕਰਨਾ, ਨਿਸ਼ਚਿਤ ਕਰਨਾ; ਹੱਦ ਬੰਨ੍ਹਣਾ, ਸੀਮਾ ਅੰਕਿਤ ਕਰਨਾ

defined /ਡਿ'ਫ਼ਾਇਨਡ/ *a* ਪਰਿਭਾਸ਼ਿਤ; ਨਿਸ਼ਚਿਤ, ਨਿਰਧਾਰਿਤ; ਸਪਸ਼ਟ

definer /ਡਿ'ਫ਼ਾਇਨਅ*/ *n* ਪਰਿਭਾਸ਼ਾਕਾਰ

definite /'ਡੈੱਫ਼ਿਨਅਟ/ *a* ਨਿਸ਼ਚਿਤ, ਨਿਯਤ; ਸਪਸ਼ਟ; ਸੀਮਾਬੱਧ; ਠੀਕ; ਮੁਕੱਰਰ, ਨਿਰਧਾਰਿਤ; (ਵਿਆ) ਨਿਸ਼ਚੇਵਾਚਕ

definite article *n* (ਵਿਆ) ਅੰਗਰੇਜ਼ੀ ਵਿੱਚ ਸ਼ਬਦ **the** ਜਾਂ ਇਸ ਵਰਗਾ ਕਿਸੇ ਹੋਰ ਭਾਸ਼ਾ ਵਿੱਚ ਸ਼ਬਦ

definitely /'ਡੈੱਫ਼ਿਨਅਟਲਿ/ *adv* ਸਪਸ਼ਟ ਤੌਰ 'ਤੇ, ਬਿਲਕੁਲ; ਨਿਸ਼ਚਿਤ ਢੰਗ ਨਾਲ

definiteness /'ਡੈੱਫ਼ਿਨਅਟਨਅਸ/ *n* ਸਪਸ਼ਟਤਾ, ਨਿਸ਼ਚਿਤਤਾ

definition /ˌਡੈੱਫ਼ਿ'ਨਿਸ਼ਨ/ *n* ਪਰਿਭਾਸ਼ਾ, ਵਿਆਖਿਆ, ਲੱਛਣ, ਅਰਥ-ਨਿਰੂਪਣ; ਸਪਸ਼ਟੀਕਰਨ

definitive /ਡਿ'ਫ਼ਿਨਅਟਿਵ/ *a* ਨਿਯਤ, ਨਿਸ਼ਚਿਤ; ਨਿਰਨਾਤਮਿਕ; ਅੰਤਿਮ; ਸਥਿਰ

definitiveness /'ਡੈੱਫ਼ਿਨਅਟਿਵਨਅਸ/ *n* ਸਥਿਰਤਾ, ਨਿਸ਼ਚਿਤਤਾ

deflagrate /'ਡੈੱਫ਼ਲਅਗਰੇਇਟ/ *v* ਭੜਕ ਉਠੱਣਾ, ਮੱਚ ਪੈਣਾ, ਬਲ ਉਠੱਣਾ

deflagrating /'ਡੈੱਫ਼ਲਅਗਰੇਇਟਿਙ/ *a* ਜਲਣ ਵਾਲਾ, ਜਲਦਾ, ਬਲਦਾ

deflagration /ˌਡੈਫ਼ਲਅ'ਗਰੇਇਸ਼ਨ/ *n* ਦਾਹ, ਭਮਕ, ਭੜਮੱਚਣ, ਭਾਂਬੜ

deflate /ਡਿ'ਫ਼ਲੇਇਟ, ˌਡੀ-/ *vt* ਵਧੀਆਂ ਕੀਮਤਾਂ ਨੂੰ ਘਟਾਉਣਾ, ਮੁਦਰਾ-ਸਫੀਤੀ ਵਿੱਚ ਕਮੀ ਕਰਨਾ; ਫੂਸ ਕਰਨਾ, ਹਵਾ ਕੱਢਣਾ, ਖ਼ਾਲੀ ਕਰਨਾ

deflation /ˌਡੀ'ਫ਼ਲੇਇਸ਼ਨ/ *n* ਮੁਦਰਾ-ਸਫੀਤੀ ਵਿੱਚ ਕਮੀ, ਵਧੀਆਂ ਕੀਮਤਾਂ ਵਿੱਚ ਕਮੀ; ਹਵਾ ਕੱਢਣ ਦੀ ਕਿਰਿਆ

deflect /ਡਿ'ਫ਼ਲੈੱਕਟ/ *vt* ਦਿਸ਼ਾ ਬਦਲਨਾ, ਖਿੜਕਣਾ, ਰਾਹ ਤੋਂ ਕੁਰਾਹ ਪੈਣਾ, ਲਾਂਭੇ ਮੁੜਨਾ

deflection, deflexion /ਡਿ'ਫ਼ਲੈੱਕਸ਼ਨ/ *n* ਚੁੰਬਕੀ ਸੂਈ ਦਾ ਕੇਂਦਰ ਬਿੰਦੂ ਤੋਂ ਹਟਾਅ; ਪੱਥ-ਵਿਚਲਣ

deflorate /'ਡੀਫ਼ਲੋਰੇਇਟ/ *vt* ਕੁਆਰ ਭੰਗ ਕਰਨਾ; ਫੁੱਲ ਚੁਣ ਲੈਣਾ, ਫੁੱਲਹੀਣ ਕਰ ਦੇਣਾ; (ਬਾਗ਼ ਜਾਂ ਵਾੜੀ ਨੂੰ) ਉਜਾੜਨਾ

defloration /ˌਡੀਫ਼ਲੋ'ਰੇਇਸ਼ਨ/ *n* ਕੁਆਰ-ਭੰਗ

deflower /ˌਡੀ'ਫ਼ਲਾਉਅ*/ *vt* ਸਤ ਭੰਗ ਕਰਨਾ; ਨਸ਼ਟ ਕਰਨਾ, ਉਜਾੜਨਾ, ਫੁੱਲਹੀਣ ਕਰਨਾ, ਫੁੱਲ ਤੋੜ ਲੈਣਾ

defluent /'ਡੈਫ਼ਲੁਅਨਟ/ *a* ਹੇਠਾਂ ਨੂੰ ਵਗਣ ਵਾਲਾ

defluxion /ਡਿ'ਫ਼ਲਅੱਕਸ਼ਨ/ *n* (ਚਿਕਿ) ਹੱਡ ਆਦਿ ਖੁਰਨ ਦਾ ਰੋਗ

defoliant /ˌਡੀ'ਫ਼ਅਉਲਿਅਨਟ/ *n* ਪੌਦਿਆਂ ਦੇ ਪੱਤੇ ਝਾੜਨ ਵਾਲਾ ਰਸਾਇਣ

defoliate /ˌਡੀ'ਫ਼ਅਉਲਿਏਇਟ/ *vt* (ਦਰਖ਼ਤ) ਰੁੰਡ-ਮੁੰਡ ਕਰਨਾ, ਛਾਂਗਣਾ, ਪੱਤੇ ਲਾਹ ਲੈਣਾ

deforest /ˌਡੀ'ਫ਼ੌਰਿਸਟ/ *vt* ਜੰਗਲ ਕੱਟਣਾ

deforestation /ˌਡੀˌਫ਼ੌਰਿ'ਸਟੇਇਸ਼ਨ/ *n* ਜੰਗਲ ਵੱਢਣ ਦੀ ਕਿਰਿਆ

deform /ਡਿ'ਫ਼ੋਮ/ *vt* ਕਰੂਪ ਕਰਨਾ, ਰੂਪ ਵਿਗਾੜਨਾ, ਸ਼ਕਲ ਵਿਗਾੜਨਾ

deformability /ਡਿ'ਫ਼ੋਮਬਿਲਿਟਿ/ *n* ਬੇਰੂਪਤਾ, ਵਿਕਾਰ, ਕੋਝਾਪਣ

deformation /ˌਡੀਫ਼ੋ'ਮੇਇਸ਼ਨ/ *n* ਸ਼ਬਦ ਦਾ ਵਿਗੜਿਆ ਰੂਪ, ਬਦਲਿਆ ਰੂਪ, ਕਰੂਪਤਾ, ਬਦਸੂਰਤੀ, ਕੋਝਾਪਣ; ਵਿਗਾੜ, ਖ਼ਰਾਬੀ;

deformed /ਡਿ'ਫ਼ੋਮਡ/ *a* ਬੇਢੰਗਾ, ਬੇਡੌਲ, ਕੋਝਾ

deformity /ਡਿ'ਫ਼ੋਮਅਟਿ/ *n* ਕੱਜ, ਬੱਜ, ਵਿਗਾੜ, ਕਰੂਪਤਾ, ਕੋਝਾਪਣ

de-fragmentation /ਡੀਫ਼ਰੈਗਮੈੱਨ'ਟੇਇਸ਼ਨ/ *n* (ਕੰਪਿ) ਫ਼ਾਈਲਾਂ ਦੇ ਇੱਕ ਤੋਂ ਵੱਧ ਥਾਵਾਂ ਉੱਤੇ ਪਏ ਟੋਟਿਆਂ ਨੂੰ ਇੱਕ ਥਾਂ 'ਤੇ ਕਰਨ ਦੀ ਪ੍ਰਕਿਰਿਆ

defraud /ਡਿ'ਫ਼ਰੋਡ/ *vt* ਛਲ ਕਰਨਾ, ਧੋਖਾ ਕਰਨਾ, ਕਪਟ ਕਰਨਾ, ਠੱਗਣਾ, ਹੱਕ ਮਾਰਨਾ

defray /ਡਿ'ਫ਼ਰੇਇ/ *vt* (ਖ਼ਰਚ ਦਾ) ਭੁਗਤਾਨ ਕਰਨਾ ਜਾਂ ਭਰਨਾ, ਅਦਾ ਕਰਨਾ, ਤਾਰਨਾ

defrayment /ਡਿ'ਫ਼ਰੇਇਮਅਨਟ/ *n* ਅਦਾਇਗੀ, ਭੁਗਤਾਨ

defrock /ˌਡੀ'ਫ਼ਰੌਕ/ *vt* (ਪਾਦਰੀ ਨੂੰ) ਪਦ ਤੋਂ ਹਟਾਉਣਾ

defrost /ˌਡੀ'ਫ਼ਰੌਸਟ/ *v* ਕਿਸੇ ਜੰਮੀ ਹੋਈ ਚੀਜ਼ ਨੂੰ ਪਿਘਲਾਉਣਾ; (ਫਰਿੱਜ ਵਿੱਚ ਜੰਮੇ ਖਾਧ ਪਦਾਰਥ ਦਾ) ਠੰਢਾਪਣ ਦੂਰ ਕਰਨਾ ਜਾਂ ਹੋਣਾ; ਫਰਿੱਜ ਦੀ ਬਰਫ਼ ਪਿਘਲਾਉਣਾ, ਕਾਰ ਆਦਿ ਦੇ ਸ਼ੀਸ਼ਿਆਂ ਤੋਂ ਬਰਫ਼ ਹਟਾਉਣਾ

deft /ਡੈਫ਼ਟ/ *a* ਹੁਸ਼ਿਆਰ, ਨਿਪੁੰਨ, ਮਾਹਰ, ਪ੍ਰਵੀਣ, ਕੁਸ਼ਲ

deftness /ਡੈਫ਼ਟਨਅਸ/ *n* ਨਿਪੁੰਨਤਾ, ਮੁਹਾਰਤ, ਚਤਰਤਾ, ਹੁਸ਼ਿਆਰੀ

defunct /ਡਿ'ਫ਼ਅੱਙਕਟ/ *a* ਅਪ੍ਰਚਲਿਤ; ਮੁਰਦਾ, ਬੇਜਾਨ **the defunct** ਸੁਰਗਵਾਸੀ

defuse /ˌਡੀ'ਫ਼ਯੂਜ਼/ *vt* ਸੰਕਟ ਟਾਲਣਾ; (ਬੰਬ) ਨਕਾਰਾ ਕਰਨਾ

defy /ਡਿ'ਫ਼ਾਇ/ *vt* ਵਿਰੋਧ ਕਰਨਾ, ਅਵੱਗਿਆ ਕਰਨਾ, ਆਗਿਆ ਨੂੰ ਉਲੰਘਣਾ, ਉਪੇਖਿਆ ਕਰਨਾ; ਲਲਕਾਰਨਾ, ਟੱਕਰ ਲੈਣਾ, ਵੰਗਾਰਨਾ

degauss /ˌਡੀ'ਗਾਉਸ/ *vt* ਚੁੰਬਕੀ ਗੁਣ ਦੂਰ ਕਰਨਾ

degeneracy /ਡਿ'ਜੈਨੱ(ਅ)ਰਅਸਿ/ *n* ਪਤਨ,

ਨਿਘਾਰ, ਗਿਰਾਵਟ; ਨੀਵਾਂਪਣ; ਵਿਗਾੜ

degenerate /ਡਿ'ਜੈਨੱਅਰਅਟ/ *a* ਪਤਿਤ, ਹੀਣ, ਭ੍ਰਿਸ਼ਟ; ਨਿਘਰਿਆ, ਵਿਗੜਿਆ **/ਡਿ'ਜੈਨੱਅਰੇਇਟ/** *vi* ਇਖ਼ਲਾਕ ਤੋਂ ਗਿਰ ਜਾਣਾ, ਵਿਗੜਨਾ, ਭ੍ਰਿਸ਼ਟ ਹੋਣਾ, ਪਤਿਤ ਹੋਣਾ **/ਡਿ'ਜੈੱਨਅਰਅਟ/** *n* ਪਤਿਤ ਪੁਰਸ਼, ਆਪਣੇ ਕੁਲ ਦੀ ਰੀਤੀ ਤੋਂ ਭ੍ਰਿਸ਼ਟ ਆਦਮੀ

degeneration /ਡਿ,ਜੈਨੱਆ'ਰੇਇਸ਼ਨ/ *n* ਗਿਰਾਵਟ, ਨਿਘਾਰ, ਹਰਾਸ, ਪਤਨ, ਅਧੋਗਤੀ; ਭ੍ਰਿਸ਼ਟਤਾ

degerm /ਡੀ'ਜਅ:ਮ/ *vt* ਕੀਟਾਣੂ ਜਾਂ ਰੋਗਾਣੂ ਨਾਸ ਕਰਨਾ, ਜਰਮ ਮਾਰਨਾ

deglutition /,ਡੀਗਲੁ'ਟਿਸ਼ਨ/ *n* ਨਿਗਲਨ ਜਾਂ ਹੜੱਪ ਕਰਨ ਦੀ ਕਿਰਿਆ

degradation /,ਡੈੱਗਰਅ'ਡੇਇਸ਼ਨ/ *n* ਅਧੋਗਤੀ, ਨਿਘਾਰ, ਪਤਨ, ਗਿਰਾਵਟ; ਬੇਇੱਜ਼ਤੀ, ਬੇਪਤੀ

degrade /ਡਿ'ਗਰੇਇਡ/ *vt* ਪਦ ਘਟਾਉਣਾ; ਅਪਮਾਨ ਕਰਨਾ, ਨਿਰਾਦਰ ਕਰਨਾ; ਵਿਗਾੜਨਾ, ਵਿਗੜਨਾ, ਭ੍ਰਿਸ਼ਟ ਕਰਨਾ; (ਰਸਾ) ਵਿਘਟਣ ਕਰਨਾ; (ਭੂ) (ਮਿੱਟੀ ਖੋਰ ਕੇ) ਨੀਵਾਂ ਕਰਨਾ

degraded /ਡਿ'ਗਰੇਇਡਿਡ/ *a* ਪਤਿਤ, ਭ੍ਰਿਸ਼ਟ; ਘਟਾਈ ਪਦਵੀ ਵਾਲਾ (ਵਿਅਕਤੀ)

degrading /ਡਿ'ਗਰੇਇਡਿਙ/ *a* ਹੀਣਤਾ ਭਰਿਆ, ਅਪਮਾਨਜਨਕ, ਅਪਮਾਨਕਾਰੀ

degree /ਡਿ'ਗਰੀ/ *n* ਦਰਜਾ, ਹੈਸੀਅਤ, ਉਪਾਧੀ, ਪਦਵੀ; ਅੰਸ਼, ਮਾਤਰਾ; ਡਿਗਰੀ, ਸਨਦ; ਤਾਪਮਾਨ ਦੀ ਇਕਾਈ ਜਾਂ ਦਰਜਾ; ਵੰਸ਼ ਕ੍ਰਮ; ਪੌੜੀ ਦਾ ਡੰਡਾ; (ਵਿਆ) ਕੋਟੀ, ਡਿਗਰੀ

degreeless /ਡਿ'ਗਰੀਲਅਸ/ *a* ਡਿਗਰੀ ਰਹਿਤ, ਦਰਜਾ ਰਹਿਤ; ਅੰਸ਼ਹੀਣ

degression /ਡਿ'ਗਰੈਸ਼ੱਨ/ *n* ਗਿਰਾਵਟ, ਪਤਨ, ਉਤਰਾਅ; ਅਧੋਗਮਨ

degressive /ਡਿ'ਗਰੈੱਸਿਵ਼/ *a* ਗਿਰਾਵਟ ਵਾਲਾ, ਅਧੋਗਾਮੀ, ਪਤਨਸ਼ੀਲ

degum /ਡੀ'ਗਅੱਮ/ *vt* ਗੂੰਦ ਲਾਹ ਦੇਣਾ ਜਾਂ ਦੂਰ ਕਰਨਾ

degust /ਡਿ'ਗਅੱਸਟ/ *vt* ਖਾ ਕੇ ਸੁਆਦ ਵੇਖਣਾ, ਚੱਖਣਾ

dehisce /ਡਿ'ਹਿਸ/ *vi* ਫਲੀ ਦਾ ਫੁੱਟਣਾ, ਫਟਣਾ

dehiscence /ਡਿ'ਹਿਸ(ਅ)ਨਸ/ *n* ਫਲੀ ਦੇ ਫੁੱਟਣ ਦੀ ਕਿਰਿਆ, ਫੁਟਾਲ, ਫੁਟਾਲਾ

dehiscent /ਡਿ'ਹਿਸ(ਅ)ਨਟ/ *a* ਮੂੰਹ ਖੁੱਲ੍ਹਿਆ, ਫਟਿਆ

dehort /ਡਿ'ਹੋਟ/ *vt* ਭਟਕਾਉਣਾ, ਬਹਿਕਾਉਣਾ, ਪੁੱਠੇ ਰਾਹ ਪਾਉਣਾ

dehortation /ਡੀ,ਹੋ'ਟੇਇਸ਼ਨ/ *n* ਭਟਕਣ, ਗੁਮਰਾਹੀ

dehumanize /,ਡੀ'ਹਯੂਮਅਨਾਇਜ਼/ *vt* ਅਮਾਨਵੀ ਬਣਾਉਣਾ, ਅਸੱਭਿਅਕ ਬਣਾਉਣਾ

dehydrate /ਡੀ'ਹਾਇੰਡਰੇਇਟ, ,ਡੀਹਾਇ'ਡਰੇਇਟ/ *vt* (ਸਬਜ਼ੀ ਆਦਿ) ਸੁਕਾਉਣਾ, ਜਲਹੀਣ ਕਰਨਾ, ਨਿਰਜਲ ਕਰਨਾ, (ਕਿਸੇ ਚੀਜ਼ ਜਾਂ ਸਰੀਰ ਵਿੱਚੋਂ) ਪਾਣੀ ਖ਼ਾਰਜ ਕਰਨਾ ਜਾਂ ਹੋਣਾ

dehydration /,ਡੀਹਾਇ'ਡਰੇਇਸ਼ਨ/ *n* (ਕਿਸੇ ਚੀਜ਼, ਸਰੀਰ ਆਦਿ ਵਿੱਚੋਂ) ਪਾਣੀ ਖ਼ਤਮ ਹੋਣ ਦਾ ਭਾਵ; ਸੁਕਾਉਣ ਦੀ ਕਿਰਿਆ, ਨਿਰਜਲੀਕਰਨ

dehydrogenize /,ਡੀਹਾਇ'ਡਰੌਜਿਨਾਇਜ਼/ *vt* ਕਿਸੇ ਚੀਜ਼ ਜਾਂ ਪਦਾਰਥ ਵਿੱਚੋਂ ਹਾਈਡਰੋਜਨ ਗੈਸ ਦਾ ਤੱਤ ਕੱਢ ਦੇਣਾ

dehypnotize /,ਡੀ'ਹਿਪਨਅਟਾਇਜ਼/ *vt* ਸਮੋਹਨ ਦਾ ਅਸਰ ਲਾਹੁਣਾ, ਅਚੇਤ ਅਵਸਥਾ ਤੋਂ ਜਗਾਉਣਾ

deictic /'ਡਾਇਕਟਿਕ, 'ਡੇਇ-/ *a* ਪ੍ਰਤੱਖ ਤੌਰ 'ਤੇ ਸਿੱਧ ਕਰਨ ਵਾਲਾ, ਪ੍ਰਤੱਖ-ਪ੍ਰਮਾਣੀ, (ਇਹ ਆਖਣ ਵਾਲਾ ਕਿ ਪ੍ਰਤੱਖ ਨੂੰ ਪ੍ਰਮਾਣ ਦੀ ਕੀ ਲੋੜ ਹੈ); ਸੰਕੇਤਵਾਚਕ (ਸ਼ਬਦ ਆਦਿ)

deific /ਡੀ'ਇਫ਼ਿਕ/ *a* ਦੈਵੀ

deification /,ਡੇਇਫ਼ਿ'ਕੇਇਸ਼ਨ, ,ਡੀਇਫ਼ਿ-/ *n* ਦੈਵੀਕਰਨ; ਦੇਵ-ਪਦ ਪ੍ਰਾਪਤੀ

deiform /'ਡੀਇਫ਼ੋਮ/ *a* ਦੇਵਤਾ ਸੁਭਾਅ ਵਾਲਾ, ਦੇਵਤਾਸਰੂਪ, ਦੇਵ ਤੁੱਲ

deify /'ਡੇਇਇਫ਼ਾਇ, 'ਡੀਇਫ਼ਾਇ/ *vt* ਦੈਵੀਕਰਨ ਕਰਨਾ, ਦੇਵ ਰੂਪ ਦੇਣਾ, ਦੇਵਤਾ ਬਣਾ ਦੇਣਾ, ਦੇਵਤੇ ਸਮਾਨ ਮੰਨਣਾ

deign /ਡੇਇਨ/ *v* ਮਿਹਰ ਕਰਨਾ, ਕਿਰਪਾ ਕਰਨਾ; ਯੋਗ ਸਮਝਣਾ, ਉਚਿਤ ਸਮਝਣਾ

deil /ਡੀਲ/ *n* ਸ਼ੈਤਾਨ, ਸ਼ਰਾਰਤੀ ਵਿਅਕਤੀ

deism /'ਡੇਇਇਜ਼ਅਮ, 'ਡੀਇਜ਼ਅਮ/ *n* ਆਸਤਿਕਵਾਦ, ਈਸ਼ਵਰਵਾਦ

deist /'ਡੇਇਇਸਟ, 'ਡੀਇਸਟ/ *n* ਆਸਤਿਕ, ਈਸ਼ਵਰਵਾਦੀ

deistic /ਡੇਇ'ਇਸਟਿਕ, ਡੀ'ਇ-/ *a* ਆਸਤਿਕਤਾਵਾਦੀ, ਆਸਤਿਕਤਾ ਸੰਬੰਧੀ

deity /'ਡੀਅਟਿ/ *n* ਦੇਵਤਾ, ਦੇਵੀ; ਦੇਵੱਤਵ **The Deity** ਈਸ਼ਵਰ, ਰਚਨਹਾਰ, ਕਰਤਾਰ, ਕਰਤਾਪੁਰਖ

deixis /'ਡੇਇਕਸਿਸ, 'ਡਾਇਕ-/ *n* ਸੰਕੇਤਵਾਚਕ ਸ਼ਬਦਾਂ ਦਾ ਪ੍ਰਯੋਗ ਜਾਂ ਕਾਰਜ

deject /ਡਿ'ਜੈਕੱਟ/ *vt* ਦਿਲ ਤੋੜਨਾ, ਉਦਾਸ ਕਰਨਾ; ਬੇਦਿਲ ਹੋਣਾ ਜਾਂ ਕਰਨਾ, ਨਿਰਉਤਸ਼ਾਹਿਤ ਕਰਨਾ

dejecta /ਡਿ'ਜੈਕੱਟਅ/ *n* ਮਲ-ਮੂਤਰ, ਮੈਲਾ, ਵਿਸ਼ਟਾ

dejected /ਡਿ'ਜੈਕੱਟਿਡ/ *a* ਉਦਾਸ, ਨਿੰਮੋਝੂਣਾ, ਦਿਲਗੀਰ, ਉਦਾਸੀਨ

dejection /ਡਿ'ਜੈਕੱਸ਼ਨ/ *n* ਨਿਰਾਸ਼ਤਾ, ਉਦਾਸੀ, ਬੇਦਿਲੀ; ਮਲ-ਤਿਆਗ

dejectory /ਡਿ'ਜੈਕੱਟਅਰਿ/ *a* ਦਸਤਾਵਰ, ਕਬਜ਼ ਨਿਵਾਰਕ

dejeuner /'ਡੇਇਜ਼ਅਨੇਇ/ *(F) n* ਦੁਪਹਿਰ ਦਾ ਖਾਣਾ

de jure /ˌਡੇਇ 'ਜੁਅਰਿ/ *(L) a* ਕਨੂੰਨੀ; ਹੱਕੀ

delacrymation /ਡਿˌਲੈਕਰਿ'ਮੇਇਸ਼ਨ/ *n* ਅੱਖਾਂ ਵਿੱਚੋਂ ਪਾਣੀ ਵਗਣ ਦੀ ਬਿਮਾਰੀ

delaine /ਡਅ'ਲੇਇਨ/ *n* ਹਲਕਾ ਬਰੀਕ ਕੱਪੜਾ

delate /ਡਿ'ਲੇਇਟ/ *vt* (ਦੋਸ਼ ਜਾਂ ਅਪਰਾਧ ਦੀ) ਸੂਚਨਾ ਦੇਣਾ, ਮੁਖ਼ਬਰੀ ਕਰਨਾ; ਦੋਸ਼ ਲਾਉਣਾ

delation /ਡਿ'ਲੇਇਸ਼ਨ/ *n* ਅਪਰਾਧ ਦੀ ਸੂਚਨਾ; ਮੁਖ਼ਬਰੀ, ਦੋਸ਼-ਆਰੋਪਣ

delator /ਡਿ'ਲੇਇਟਅ*/ *n* ਰਿਪੋਰਟ ਕਰਨ ਵਾਲਾ ਵਿਅਕਤੀ, ਮੁਖ਼ਬਰ

delay /ਡਿ'ਲੇਇ/ *vi* ਦੇਰ ਕਰਨਾ, ਰੁਕਾਵਟ ਪਾਉਣਾ, ਟਾਲਨਾ, ਸਥਗਿਤ ਕਰਨਾ, ਲਮਕਾਉਣਾ; ਢਿੱਲ ਹੋਣਾ ਜਾਂ ਕਰਨਾ *n* ਦੇਰ, ਰੁਕਾਵਟ, ਰੋਕ

delectable /ਡਿ'ਲੈਕੱਟਅਬਲ/ *a* ਰਮਣੀਕ, ਅਨੰਦਮਈ, ਸੁਹਾਵਣਾ; ਮਜ਼ੇਦਾਰ, ਸੁਆਦੀ, ਮਨਪਸੰਦ

delectableness /ਡਿ'ਲੈਕੱਟਅਬਲਨਅਸ/ *n* ਮਨੋਹਰਤਾ, ਰਮਣੀਕਤਾ, ਸੁਹਾਵਣਾਪਣ; ਸੁਆਦਲਾਪਣ

delectation /ˌਡੀਲੈਕੱ'ਟੇਇਸ਼ਨ/ *n* ਅਨੰਦ, ਖ਼ੁਸ਼ੀ; ਮਨੋਰੰਜਨ; ਸੁਆਦ

delectus /ਡਿ'ਲੈਕੱਟਅਸ/ *n* ਚੁਣੇ ਹੋਏ ਲੇਖਾਂ ਦੀ ਪਾਠ ਪੁਸਤਕ, ਲੇਖ-ਸੰਗ੍ਰਹਿ, ਨਿਬੰਧਾਵਲੀ

delegacy /'ਡੈੱਲਿਗਅਸਿ/ *n* ਪ੍ਰਤਿਨਿਧ ਵੱਜੋਂ ਨਿਯੁਕਤੀ

delegate /'ਡੈੱਲਿਗੇਇਟ/ *vt* ਪ੍ਰਤੀਨਿਧ ਬਣਾਉਣਾ, ਨੁਮਾਇੰਦਾ ਬਣਾਉਣਾ /'ਡੈੱਲਿਗਅਟ/ *n* ਪ੍ਰਤਿਨਿਧ, ਨੁਮਾਇੰਦਾ, ਡੈਲੀਗੇਟ

delegated /'ਡੈੱਲਿਗੇਇਟਿਡ/ *a* ਅਧਿਕਾਰਿਤ, ਅਧਿਕਾਰ-ਪ੍ਰਾਪਤ

delegation /ˌਡੈੱਲਿ'ਗੇਇਸ਼ਨ/ *n* ਪ੍ਰਤਿਨਿਧ ਮੰਡਲ, ਵ਼ਫ਼ਦ; ਅਧਿਕਾਰ-ਸਪੁਰਦਗੀ

delete /ਡਿ'ਲੀਟ/ *vt* ਕੱਟਣਾ, ਲੀਕ ਫੇਰਨਾ, ਰੱਦ ਕਰਨਾ; (ਛਾਪੇ ਵਿੱਚ) ਸ਼ਬਦ ਜਾਂ ਵਾਕ ਨੂੰ ਕੱਟਣਾ

deleted /ਡਿ'ਲੀਟਿਡ/ *a* ਕੱਟਿਆ

deleterious /ˌਡੈੱਲਅ'ਟਿਅਰਿਅਸ/ *a* ਹਾਨੀਕਾਰਕ, ਨੁਕਸਾਨਦੇਹ

deletion /ਡਿ'ਲੀਸ਼ਨ/ *n* ਮਿਟਾਉਣ ਦੀ ਕਿਰਿਆ, ਕਾਟ, ਕਟਾਈ

deletory /ਡਿ'ਲੀਟਅਰਿ/ *a* ਮਿਟਾਉਣ ਜਾਂ ਕੱਟਣ

ਵਾਲਾ

delf, delft /ਡੈੱਲਫ਼, ਡੈੱਲਫ਼ਟ/ *n* ਮਿੱਟੀ ਦਾ ਪਾਲਸ਼ਦਾਰ ਭਾਂਡਾ

delibate /'ਡੈੱਲਿਬੇਇਟ/ *vt* ਚੁਸਕੀਆਂ ਲੈ-ਲੈ ਪੀਣਾ ਜਾਂ ਖਾਣਾ, ਚੂਸਣਾ, ਸੁਆਦ ਲੈਣਾ

deliberate /ਡਿ'ਲਿਬਅਰੇਇਟ/ *v* ਵਿਚਾਰ ਕਰਨਾ, ਸੋਚਣਾ, ਚਿੰਤਨ ਕਰਨਾ, ਵਿਚਾਰਨਾ; ਸਲਾਹ-ਮਸ਼ਵਰਾ ਕਰਨਾ, ਰਾਏ ਲੈਣਾ /ਡਿ'ਲਿਬਅਰਅਟ/ *a* ਸੋਚਿਆ-ਸਮਝਿਆ, ਗਿਣਿਆ-ਮਿੱਥਿਆ; ਧੀਰਜ ਵਾਲਾ

deliberately /ਡਿ'ਲਿਬਅਰਅਟਲਿ/ *adv* ਗਿਣ-ਮਿੱਥ ਕੇ, ਜਾਣ-ਬੁੱਝ ਕੇ, ਸੋਚ-ਵਿਚਾਰ ਕੇ

deliberation /ਡਿ,ਲਿਬਅ'ਰੇਇਸ਼ਨ/ *n* ਸੋਚ-ਵਿਚਾਰ, ਸਲਾਹ-ਮਸ਼ਵਰਾ, ਚਰਚਾ, ਬਹਿਸ; ਧੀਰਜ, ਠਰ੍ਹੰਮਾ

deliberative /ਡਿ'ਲਿਬ(ਅ)ਰਅਟਿਵ/ *a* ਵਿਚਾਰ ਭਰਿਆ, ਵਿਚਾਰਾਤਮਿਕ, ਵਿਚਾਰਪੂਰਨ

delible /'ਡੈੱਲਿਬਲ/ *a* (ਸਿਆਹੀ) ਮਿਟ ਜਾਣ ਵਾਲੀ, ਮਿਟਣਯੋਗ

delicacies /'ਡੈੱਲਿਕਅਸਿਜ਼/ *n* (ਬਹੁ) ਨਿਆਮਤਾਂ, ਸੁਆਦਲੀਆਂ ਚੀਜ਼ਾਂ, ਸੁਆਦੀ ਭੋਜਨ

delicacy /'ਡੈੱਲਿਕਅਸਿ/ *n* ਸੂਖਮਤਾ, ਬਰੀਕੀ, ਮਧੁਰਤਾ; ਕੋਮਲਤਾ, ਨਜ਼ਾਕਤ; ਨਿਆਮਤ, ਸੁਆਦੀ ਭੋਜਨ

delicate /'ਡੈੱਲਿਕਅਟ/ *a* ਨਾਜ਼ੁਕ, ਮਲੂਕ, ਕੂਲਾ, ਕੋਮਲ, ਸੂਖਮ, ਬਰੀਕ; ਹਲਕਾ (ਰੰਗ); ਸੁਆਦੀ (ਭੋਜਨ); ਸ਼ਰਮੀਲਾ, ਲੱਜਾਵਾਨ

delicatessen /,ਡੈੱਲਿਕਅ'ਟੈੱਸਨ/ *n* ਬਣਿਆ-ਬਣਾਇਆ ਸੁਆਦੀ ਭੋਜਨ; ਤੋਸ਼ਾਖ਼ਾਨਾ

delicious /ਡਿ'ਲਿਸ਼ਅਸ/ *a* ਸੁਆਦੀ, ਜ਼ਾਇਕੇਦਾਰ, ਸੁਆਦਲਾ; ਰਮਣੀਕ, ਅਨੰਦਦਾਇਕ, ਮਜ਼ੇਦਾਰ

deliciousness /ਡਿ'ਲਿਸ਼ਅਸਨਅਸ/ *n* ਸੁਆਦਲਾਪਣ; ਮਜ਼ਾ, ਅਨੰਦ

delict /'ਡੀਲਿਕਟ/ *n* ਨਿਯਮਾਂ ਦੀ ਉਲੰਘਣਾ, ਅਪਰਾਧ, ਜੁਰਮ

deligation /,ਡੈੱਲਿ'ਗੇਇਸ਼ਨ/ *n* ਪੱਟੀ, ਪੇਟੀ, ਪਟਕਾ, ਕਮਰਕੱਸਾ

delight /ਡਿ'ਲਾਇਟ/ *n* ਪ੍ਰਸੰਨਤਾ, ਖ਼ੁਸ਼ੀ, ਅਨੰਦ *v* ਖ਼ੁਸ਼ ਹੋਣਾ, ਪ੍ਰਸੰਨ ਹੋਣਾ; ਅਨੰਦਿਤ ਹੋਣਾ ਜਾਂ ਕਰਨਾ

delighted /ਡਿ'ਲਾਇਟਿਡ/ *a* ਖ਼ੁਸ਼, ਪ੍ਰਸੰਨ, ਅਨੰਦਿਤ

delightful /ਡਿ'ਲਾਇਟਫ਼ਲ/ *a* ਅਨੰਦਦਾਇਕ, ਦਿਲਚਸਪ, ਸੁਖਾਵਾਂ, ਰਮਣੀਕ

delightsome /ਡਿ'ਲਾਇਟਸਅਮ/ *a* ਅਨੰਦਦਾਇਕ, ਦਿਲਚਸਪ, ਸੁਖਾਵਾਂ

delimit /ਡੀ'ਲਿਮਿਟ/ *v* ਹੱਦਬੰਦੀ ਕਰਨਾ, ਸੀਮਾਬੱਧ ਕਰਨਾ, ਸੀਮਾ ਨਿਰਧਾਰਿਤ ਕਰਨਾ, ਹੱਦ ਮਿਥਣਾ

delimitate /ਡਿ'ਲਿਮਿਟੇਇਟ/ *vi* ਵੇਖੋ **delimit**

delimitation /ਡਿ,ਲਿਮਿ'ਟੇਇਸ਼ਨ/ *n* ਹੱਦਬੰਦੀ, ਸੀਮਾ-ਨਿਰਧਾਰਨ, ਸੀਮਾਂਕਣ

delineable /ਡਿ'ਲਿਨਿਅਬਲ/ *a* ਵਰਣਨਯੋਗ, ਦੱਸਣਯੋਗ

delineate /ਡਿ'ਲਿਨਿਏਇਟ/ *vt* ਵਰਣਨ ਕਰਨਾ, ਬਿਆਨ ਕਰਨਾ; ਰੇਖਾਂਕਿਤ ਕਰਨਾ, ਨਕਸ਼ਾ ਖਿੱਚਣਾ, ਰੂਪ-ਰੇਖਾ ਤਿਆਰ ਕਰਨਾ

delineated /ਡਿ'ਲਿਨਿਏਇਟਿਡ/ *a* ਰੇਖਾਂਕਿਤ; ਚਿੱਤਰਿਤ

delineation /ਡਿ,ਲਿਨਿ'ਏਇਸ਼ਨ/ *n* ਰੂਪ-ਰੇਖਾ, ਖ਼ਾਕਾ; ਵਰਣਨ, ਉੱਲੇਖ, ਚਿੱਤਰਨ

delineator /ਡਿ'ਲਿਨਿਏਇਟਅ*/ *n* ਨਕਸ਼ਾਨਵੀਸ, ਖ਼ਾਕਾਕਾਰ

delinquency /ਡਿ'ਲਿਙਕਵਅਨਸਿ/ *n* ਖ਼ਤਾ, ਦੋਸ਼; ਲਾਪਰਵਾਹੀ, ਅਣਗਹਿਲੀ, ਭੁੱਲ

delinquent /ਡਿ'ਲਿਙਕਵਅਨਟ/ *n* ਖ਼ਤਾਵਾਰ, ਕਸੂਰਵਾਰ

deliquesce /,ਡੈੱਲਿ'ਕਵੈੱਸ/ *vi* ਤਰਲ ਹੋਣਾ, ਪਤਲਾ ਹੋ ਜਾਣਾ; ਪਿਘਲਣਾ, ਘੁਲ ਜਾਣਾ

deliquescence /,ਡੈੱਲਿ'ਕਵੈੱਸਨਸ/ *n* ਤਰਲਤਾ,

ਦ੍ਰਵਤਾ, ਪਤਲਾਪਣ

deliquescent /ˌਡੈੱਲਿ'ਕਵੈੱਸਨਟ/ *a* ਦ੍ਰਵ, ਤਰਲ, ਪਤਲਾ, ਪਿਘਲਣ ਵਾਲਾ, ਪਸੀਜਣ ਵਾਲਾ

deliquium /ਡਿ'ਲਿਕਵਿਅਮ/ *n* ਬੇਹੋਸ਼ੀ, ਮੂਰਛਾ; ਮੁਰਝਾਹਟ

delirious /ਡਿ'ਲਿਰਿਅਸ, 'ਡਿਲਿਅਰਿ-/ *a* ਸਰਸਾਮ ਦਾ ਰੋਗੀ, ਸਰਸਾਮ ਵਾਲਾ; ਉਨਮਾਦੀ

deliriousness /ਡਿ'ਲਿਰਿਅਸਨਅਸ, ਡਿ'ਲਿਅਰਿ-/ *n* ਉਨਮਾਦ, ਦੀਵਾਨਾਪਣ

delirium /ਡਿ'ਲਿਰਿਅਮ, ਡਿ'ਲਿਅਰਿ-/ *n* ਸਰਸਾਮ; ਬਕੜਵਾਦ; ਉਨਮਾਦ

delitescence /ˌਡੈੱਲਿ'ਟੈੱਸਅਨਸ/ *n* ਗੁਹਜ, ਲੁਕਾਅ, ਛਿਪਾਅ, ਅਪ੍ਰਗਟ ਅਵਸਥਾ

delitescent /ˌਡੈੱਲਿ'ਟੈੱਸਅਨਟ/ *a* ਲੁਕਿਆ, ਛੁਪਿਆ, ਗੁਪਤ, ਗੁੱਝਾ, ਅਪ੍ਰਤੱਖ

deliver /ਡਿ'ਲਿਵ੍ਅ*/ *vt* (ਡਾਕ) ਵੰਡਣਾ; (ਚਿੱਠੀ) ਦੇਣਾ; ਪ੍ਰਦਾਨ ਕਰਨਾ, ਅਰਪਣ ਕਰਨਾ, ਸਪੁਰਦ ਕਰਨਾ; (ਭਾਸ਼ਣ) ਦੇਣਾ; (ਬੱਚਾ) ਪੈਦਾ ਕਰਨਾ, ਜਨਮ ਦੇਣਾ; (ਵਿਚਾਰ) ਪ੍ਰਗਟ ਕਰਨਾ; ਫ਼ੈਸਲਾ ਸੁਣਾਉਣਾ **deliver the goods** ਕਰਤੱਵ ਨਿਭਾਉਣਾ, ਕਰਤੱਵ ਪਾਲਣਾ **deliver up** ਛੱਡਣਾ, ਅਰਪਣ ਕਰਨਾ

deliverance /ਡਿ'ਲਿਵ੍ਅਰਅਨਸ/ *n* ਮੁਕਤੀ, ਉੱਧਾਰ; ਛੁਟਕਾਰਾ, ਖ਼ਲਾਸੀ, ਬਚਾਅ, ਰੱਖਿਆ; ਨਿਰਨਾ, ਫ਼ੈਸਲਾ

deliverer /ਡਿ'ਲਿਵ੍(ਅ)ਰਅ*/ *n* ਮੁਕਤੀਦਾਤਾ; ਬੁਲਾਰਾ

delivery /ਡਿ'ਲਿਵ੍ਅਰਿ/ *n* ਸਪੁਰਦਗੀ; (ਡਾਕ ਆਦਿ ਦੀ) ਵੰਡ; ਛੁਟਕਾਰਾ, ਰਿਹਾਈ, ਖ਼ਲਾਸੀ; ਜਣੇਪਾ; (ਕ੍ਰਿਕਟ ਵਿੱਚ) ਗੇਂਦ ਸੁੱਟਣ ਦਾ ਭਾਵ

dell /ਡੈੱਲ/ *n* ਵਾਦੀ, ਘਾਟੀ, ਦੂਨ, ਖੱਡ

delocalize /ਡੀ'ਲਅਉਕਅਲਾਇਜ਼/ *vt* ਕੇਂਦਰੀਕਰਨ ਕਰਨਾ, ਅਸਥਾਨਿਕ ਬਣਾਉਣਾ

delouse /ˌਡੀ'ਲਾਉਸ/ *v* ਜੂਆਂ ਕੱਢਣਾ, ਜੂਆਂ ਮਾਰਨਾ

Delphian, Delphic /'ਡੈੱਲਫ਼ਿਅਨ, 'ਡੈੱਲਫ਼ਿਕ/ *a* ਡੈਲਫੀ ਦੀ ਭਵਿੱਖਬਾਣੀ ਸੰਬੰਧੀ; ਗੂੜ੍ਹ, ਗੁਪਤ

delta /'ਡੈੱਲਟਅ/ *n* ਤਿਕੋਣੀ ਜ਼ਮੀਨ ਜੋ ਦਰਿਆ ਦੇ ਮੁਹਾਣੇ ਉੱਤੇ ਬਣ ਜਾਂਦੀ ਹੈ, ਡੈਲਟਾ, ਦਹਾਨਾ; ਯੂਨਾਨੀ ਵਰਨਮਾਲਾ ਦਾ ਚੌਥਾ ਅੱਖਰ

delta metal *n* ਤਾਂਬਾ

delta rays *n* ਵਿਕਰਨ ਕਾਰਨ ਪਰਮਾਣੂ ਤੋਂ ਬਾਹਰ ਕੱਢੇ ਗਏ ਮੰਦ-ਰਫ਼ਤਾਰ ਅਣੂਆਂ ਦੀਆਂ ਕਿਰਨਾਂ

deltaic /ਡੈੱਲ'ਟੇਇਇਕ/ *a* ਨਦੀ ਦੇ ਡੈਲਟੇ ਦੀ ਸ਼ਕਲ ਦਾ, ਡੈਲਟਾ ਸੰਬੰਧੀ, ਤਿਕੋਣਾ

deltoid /'ਡੈੱਲਟੌਇਡ/ *a* ਡੈਲਟਈ, ਡੈਲਟਾ ਵਰਗਾ, ਤਿਕੋਣ-ਆਕਾਰ, ਤਿਕੋਣਾ (ਪੱਠਾ); ਤਿਕੋਣੇ ਪੱਠੇ ਸੰਬੰਧੀ

deltoid muscle *n* ਮੋਢੇ ਦਾ ਤਿਕੋਣਾ ਪੱਠਾ

deludable /ਡਿ'ਲੂਡਅਬਲ/ *a* ਸੌਖੇ ਹੀ ਛਲਿਆ ਜਾਣ ਵਾਲਾ, ਛਲਣਯੋਗ; ਭਰਮਾਉਣਯੋਗ, ਛੇਤੀ ਬਹਿਕ ਜਾਣ ਵਾਲਾ

delude /ਡਿ'ਲੂਡ/ *vt* ਭਰਮਾਉਣਾ, ਧੋਖਾ ਦੇਣਾ, ਸਬਜ਼ਬਾਗ ਦਿਖਾਉਣਾ, ਬਹਿਕਾਉਣਾ, ਚੱਕਰ ਵਿੱਚ ਪਾਉਣਾ, ਬੇਵਕੂਫ਼ ਬਣਾਉਣਾ, ਠੱਗਣਾ, ਛਲਣਾ

deluge /'ਡੈੱਲਯੂਜ/ *n* ਹੜ੍ਹ, ਜਲ-ਪਰਲੋ; ਮੋਹਲੇਧਾਰ ਬਾਰਿਸ਼; (ਕਿਸੇ ਚੀਜ਼ ਦੀ) ਭਰਮਾਰ *vt* ਜਲ-ਥਲ ਕਰਨਾ; ਹੜ੍ਹ ਲਿਆਉਣਾ; ਭਰਮਾਰ ਕਰਨਾ

delusion /ਡਿ'ਲੂਯ਼ਨ/ *n* ਭੁਲੇਖਾ, ਮਾਇਆਜਾਲ; ਵਹਿਮ, ਭਰਮ

delusional /ਡਿ'ਲੂਯ਼ਅਨਲ/ *a* ਭਰਮ ਸੰਬੰਧੀ, ਭਰਮ-ਪਾਊ, ਭੁਲੇਖਾ-ਪਾਊ

delusive /ਡਿ'ਲੂਸਿਵ੍/ *a* ਭਰਮਪੂਰਨ

delusiveness /ਡਿ'ਲੂਸਿਵ੍ਨਅਸ/ *n* ਭਰਮ, ਮਾਇਆ, ਛਲਾਵਾ, ਭਰਾਂਤੀ

delusory /ਡਿ'ਲੂਸਅਰਿ/ *a* ਮਿਥਿਆ, ਛਲਪੂਰਨ, ਭਰਾਂਤੀਜਨਕ, ਭਰਮਪੂਰਨ

deluxe /ˌਡਅ'ਲਅੱਕਸ, ˌਡਅ'ਲੁਕਸ/ *a* ਬਹੁਤ

ਵਧੀਆ, ਡੀਲੱਕਸ, ਸ਼ਾਨਦਾਰ *adv* ਸ਼ਾਨਦਾਰ ਢੰਗ ਨਾਲ

delve /**ਡੈੱਲਵ੍**/ *v* ਪੁੱਟਣਾ, ਖੋਦਣਾ; ਖੋਜ ਕਰਨਾ, ਛਾਣਬੀਨ ਕਰਨਾ; (ਸੜਕ ਆਦਿ ਦਾ) ਅਚਾਨਕ ਧਸ ਜਾਣਾ, ਬੈਠ ਜਾਣਾ

delver /**ਡੈੱਲਵ੍ਅ***/ *n* (ਧਰਤੀ ਆਦਿ) ਪੁੱਟਣ ਵਾਲਾ ਆਦਮੀ

demagnetization /**ਡੀ,ਮੈਗਨਿਟਾਇ'ਜ਼ੇਇਸ਼ਨ**/ *n* ਚੁੰਬਕੀ ਸ਼ਕਤੀ ਦੇ ਨਾਸ ਹੋਣ ਜਾਂ ਕਰਨ ਦੀ ਕਿਰਿਆ, ਚੁੰਬਕਹੀਣਤਾ

demagnetize /**,ਡੀ'ਮੈਗਨਿਟਾਇਜ਼**/ *vt* ਚੁੰਬਕਹੀਣ ਕਰਨਾ, ਚੁੰਬਕੀ ਸ਼ਕਤੀ ਨਸ਼ਟ ਕਰਨਾ

demagogic /**,ਡੈੱਮਅ'ਗੌਗਿਕ**/ *a* ਭੜਕਾਊ, ਬੜਬੋਲਾ

demagogue /**'ਡੈੱਮਅਗੌਗ**/ *n* ਸ਼ਬਦ-ਅਡੰਬਰੀ, ਉਸ਼ਟੰਡਬਾਜ਼, ਭੜਕਾਊ ਸਿਆਸੀ ਆਗੂ

demagogy /**'ਡੈੱਮਅਗੌਗਿ**/ *n* ਭੜਕਾਊਪੁਣਾ, ਉਸ਼ਟੰਡਬਾਜ਼ੀ, ਘਟੀਆ ਲੀਡਰੀ

demand /**ਡਿ'ਮਾਨਡ**/ *n* ਮੰਗ, ਲੋੜ, ਜ਼ਰੂਰਤ, ਤਲਬ; ਦਾਅਵਾ *vt* ਜ਼ਰੂਰਤ ਹੋਣਾ, ਮੰਗ ਕਰਨਾ, ਮੰਗਣਾ **in demand** ਜਿਸ ਦੀ ਬਹੁਤ ਮੰਗ ਹੋਵੇ

demandable /**ਡਿ'ਮਾਨਡਅਬਲ**/ *a* ਮੰਗਣਯੋਗ

demandant /**ਡਿ'ਮਾਨਡ(ਅ)ਨਟ**/ *n* ਮੰਗਣ ਵਾਲਾ, ਤਲਬਗਾਰ

demanding /**ਡਿ'ਮਾਨਡਿਙ**/ *a* (ਕੰਮ ਆਦਿ) ਜਿਸ ਵਿੱਚ ਬਹੁਤ ਧਿਆਨ ਸ਼ਕਤੀ ਆਦਿ ਲਾਉਣਾ ਪਵੇ, ਖਪਾਊ, ਮੁਸ਼ਕਲ; ਬਹੁਤ ਕੰਮ ਆਦਿ ਮੰਗਣ ਵਾਲਾ ਵਿਅਕਤੀ, ਅਸਾਨੀ ਨਾਲ ਸੰਤੁਸ਼ਟ ਨਾ ਹੋਣ ਵਾਲਾ ਵਿਅਕਤੀ

demarcate /**'ਡੀਮਾਕੇਇਟ**/ *vt* ਨਿਸ਼ਾਨਦੇਹੀ ਕਰਨਾ; ਹੱਦਬੰਦੀ ਕਰਨਾ, ਸੀਮਾ ਨਿਸ਼ਚਿਤ ਜਾਂ ਨਿਰਧਾਰਿਤ ਕਰਨਾ

demarcated /**'ਡੀਮਾਕੇਇਟਿਡ**/ *a* ਸੀਮਾ ਨਿਰਧਾਰਿਤ, ਸੀਮਾਂਕਤ; ਨਿਸ਼ਾਨਦੇਹੀ ਵਾਲਾ

demarcation /**,ਡੀਮਾ'ਕੇਇਸ਼ਨ**/ *n* ਨਿਸ਼ਾਨਦੇਹੀ; ਹੱਦਬੰਦੀ, ਸੀਮਾ ਨਿਰਧਾਰਨ, ਸੀਮਾ-ਅੰਕਣ; ਸੀਮਾ, ਹੱਦ

demarche /**ਡੇਇ'ਮਾਸ਼**/ *n* ਨੀਤੀ-ਪਰਿਵਰਤਨ, ਨਵਾਂ ਮੋੜ, (ਨੀਤੀ ਵਿੱਚ) ਨਵਾਂ ਕਦਮ

dematerialize /**,ਡੀਮਅ'ਟਿਅਰਿਅਲਾਇਜ਼**/ *vt* ਭੌਤਿਕ ਗੁਣਾਂ ਤੋਂ ਅਲੱਗ ਕਰਨਾ, ਅਧਿਆਤਮਿਕ ਬਣਾਉਣਾ

demean /**ਡਿ'ਮੀਨ**/ *vt* (ਆਪਣਾ) ਆਦਰ ਘਟਾਉਣਾ, ਮਾਣ ਘਟਾਉਣਾ, ਛੁਟਿਆਉਣਾ

demeanour /**ਡਿ'ਮੀਨਅ***/ *n* ਵਰਤ-ਵਰਤਾਅ, ਵਿਹਾਰ, ਆਚਰਨ, ਚਾਲ-ਚਲਣ

demembration /**ਡੀ,ਮੈਂਮਬਅ'ਰੇਇਸ਼ਨ**/ *n* ਮੈਂਬਰੀ ਤੋਂ ਹਟਾਉਣ ਦੀ ਕਿਰਿਆ

dement /**ਡਿ'ਮੈਂਨਟ**/ *vt* ਪਾਗਲ ਕਰਨਾ, ਮੱਤ ਮਾਰਨਾ

dementate /**ਡਿ'ਮੈਨੱਟੇਇਟ**/ *vt* ਪਾਗਲ ਕਰਨਾ *a* ਪਾਗਲ

dementation /**ਡਿ,ਮੈਨੱ'ਟੇਇਸ਼ਨ**/ *n* ਪਾਗਲਪਣ, ਸ਼ੁਦਾਈਪੁਣਾ

demented /**ਡਿ'ਮੈਨੱਟਿਡ**/ *a* ਪਾਗਲ, ਝੱਲਾ, ਸ਼ੁਦਾਈ

dementedness /**ਡਿ'ਮੈਨੱਟਿਡਨਅਸ**/ *n* ਪਾਗਲਪਣ

dementi /**ਡੇਇ'ਮਾਨਟਿ**/ *(F) n* ਅਫ਼ਵਾਹ ਦਾ ਸਰਕਾਰੀ ਖੰਡਨ

dementia /**ਡਿ'ਮੈਨੱਸ਼ਅ**/ *n* ਇੱਕ ਮਨੋਰੋਗ, ਮਨੋਵਿਕਾਰ; ਪਾਗਲਪਣ

demerara /**,ਡੈੱਮਅ'ਰਾਰਅ**/ *n* ਇੱਕ ਪ੍ਰਕਾਰ ਦੀ ਸ਼ੱਕਰ

demerit /**ਡੀ'ਮੈੱਰਿਟ**/ *n* ਔਗੁਣ, ਨੁਕਸ, ਖ਼ਰਾਬੀ; ਅਯੋਗਤਾ

demeritorious /**ਡੀ,ਮੈੱਰਿ'ਟੋਅਰਿਅਸ**/ *a* ਦੋਸ਼ਪੂਰਨ, ਔਗੁਣ ਭਰਿਆ

demersal /**ਡਿ'ਮਅ:ਸਲ**/ *a* ਸਮੁੰਦਰ ਜਾਂ ਝੀਲ ਦੇ ਥੱਲੇ ਦਾ

demesne /ਡਅ'ਮੇਇਨ/ *n* ਜਗੀਰ, ਭੂਮੀ-ਸੰਪਤੀ, ਮਿਲਖ; ਰਿਆਸਤ

demigod /'ਡੈੱਮਿਗੌਡ/ *n* ਦੇਵਨਰ, ਅਰਧ-ਦੇਵਤਾ; ਦੇਵ ਸਮਾਨ ਪੁਰਸ਼

demijohn /'ਡੈੱਮਿਜੌਨ/ *n* ਤੰਗ ਮੂੰਹ ਦੀ ਟੇਢੀ ਬੋਤਲ

demilance /,ਡੈੱਮਿ'ਲਾਨਸ/ *n* ਛੋਟੀ ਬਰਛੀ ਜਾਂ ਬਲਮ

demilitarization /,ਡੀਮਿਲਿਟਅਰਾਇ'ਜ਼ੇਇਸ਼ਨ/ *n* ਸੈਨਾ ਹਟਾਉਣ ਦੀ ਕਿਰਿਆ, ਅਸੈਨਿਕੀਕਰਨ

demilitarize /,ਡੀ'ਮਿਲਿਟਅਰਾਇਜ਼/ *vt* ਸੈਨਾ ਹਟਾਉਣਾ, ਅਸੈਨਿਕੀਕਰਨ ਕਰਨਾ

demi-monde /,ਡੈੱਮਿ 'ਮੌਨਡ/ *(F)* *n* ਬਦਨਾਮ ਔਰਤਾਂ, ਵੇਸਵਾਵਾਂ; ਅਨੈਤਿਕ ਲੋਕ

demi-rep /'ਡੈੱਮਿਰੈੱਪ/ *n* ਸ਼ੱਕੀ ਆਚਰਨ ਵਾਲੀ ਔਰਤ

demisable /ਡਿ'ਮਾਇਜ਼ਅਬਲ/ *a* ਇੰਤਕਾਲੀ, (ਪਟੇ ਜਾਂ ਵਸੀਅਤਨਾਮੇ ਰਾਹੀਂ) ਦੇਣਯੋਗ, ਹਿਬਾ ਕਰਾਉਣ ਯੋਗ

demise /ਡਿ'ਮਾਇਜ਼/ *n* ਮਿਰਤੂ, ਮੌਤ, ਦਿਹਾਂਤ *vt* (ਜਾਇਦਾਦ) ਪਟੇ 'ਤੇ ਦੇਣਾ, ਪਟਾ ਕਰਨਾ; ਇੰਤਕਾਲ ਕਰਨਾ

demised /ਡਿ'ਮਾਇਜ਼ਡ/ *a* (ਕਨੂੰ) ਪਟੇ ਦੁਆਰਾ ਦਿੱਤਾ

demisemiquaver /'ਡੈਮਿਸੈੱਮਿ,ਕਵੇਇਵ੍ਅ*/ *n* (ਸੰਗੀਤ ਵਿਚ) ਚੌਥੀ ਸੁਰ

demission /ਡਿ'ਮਿਸ਼ਨ/ *n* ਪਦਵੀ ਦਾ ਤਿਆਗ, ਅਸਤੀਫ਼ਾ

demit /ਡਿ'ਮਿਟ/ *v* ਪਦਵੀ ਜਾਂ ਅਧਿਕਾਰ ਛੱਡਣਾ, ਤਿਆਗਣਾ, ਅਸਤੀਫ਼ਾ ਦੇਣਾ

demiurge /'ਡੈੱਮਿਅ:ਜ/ *n* (ਅਫ਼ਲਾਤੂਨੀ ਦਰਸ਼ਨ) ਸਿਰਜਣ-ਸ਼ਕਤੀ; ਸਿਰਜਣਹਾਰ, ਕਰਤਾ

demo /'ਡੈੱਮਅਉ/ *n* ਮੁਜ਼ਾਹਰਾ, ਪ੍ਰਦਰਸ਼ਨ; ਕਿਸੇ ਚੀਜ਼ ਦਾ ਕੁਝ ਹਿੱਸਾ ਨਮੂਨੇ ਵੱਜੋਂ

demob /,ਡੀ'ਮੌਬ/ *vt* (ਸੈਨਾ ਨੂੰ ਸੇਵਾ ਤੋਂ) ਹਟਾਉਣਾ, ਮੁਕਤ ਕਰਨਾ, ਸੈਨਾ-ਦਲ ਤੋੜਨਾ

demobilization /ਡਿ,ਮਅਉਬਅਲਾਇ'ਜ਼ੇਇਸ਼ਨ/ *n* ਲਾਮਬੰਦੀ ਤੋੜਨ ਦੀ ਕਿਰਿਆ, ਸੈਨਾ ਵਿਘਟਨ

demobilize /ਡਿ'ਮਅਉਬਅਲਾਇਜ਼/ *vt* ਸੈਨਾ ਨੂੰ ਕੰਮ ਤੋਂ ਮੁਕਤ ਕਰਨਾ, ਸੈਨਾ ਵਿਘਟਨ ਕਰਨਾ

democracy /ਡਿ'ਮੌਕਰਅਸਿ/ *n* ਲੋਕਤੰਤਰ, ਜਨਤੰਤਰ, ਪਰਜਾਤੰਤਰ, ਲੋਕਰਾਜ, ਜਮਹੂਰੀਅਤ

democrat /'ਡੈੱਮਅਕਰੈਟ/ *n* ਲੋਕਤੰਤਰਵਾਦੀ, ਪਰਜਾਤੰਤਰਵਾਦੀ, ਜਨਵਾਦੀ

democratic /,ਡੈੱਮਅ'ਕਰੈਟਿਕ/ *a* ਲੋਕਤੰਤਰੀ, ਲੋਕਰਾਜੀ, ਜਮਹੂਰੀ, ਪਰਜਾਤੰਤਰੀ

democratism /ਡਿ'ਮੌਕਰਅਟਿਜ਼ਅਮ/ *n* ਪਰਜਾਤੰਤਰਵਾਦ, ਜਨਤੰਤਰਵਾਦ

democratization /ਡਿ,ਮੌਕਰਅਟਾਇ'ਜ਼ੇਇਸ਼ਨ/ *n* ਪਰਜਾਤੰਤਰੀਕਰਨ, ਲੋਕਰਾਜੀਕਰਨ

democratize /ਡਿ'ਮੌਕਰਅਟਾਇਜ਼/ *v* ਪਰਜਾਤੰਤਰ ਬਣਾਉਣਾ, ਲੋਕਾਂ ਦੀ ਸਰਕਾਰ ਬਣਾਉਣਾ; ਪਰਜਾਤੰਤਰੀਕਰਨ, ਜਮਹੂਰੀਕਰਨ

Demogorgon /,ਡੀਮਅ(ਉ)'ਗੋਗਅਨ/ *n* ਯੂਨਾਨ ਦੇ ਪੁਰਾਣਕ ਦੇਵਤਿਆਂ ਵਿੱਚੋਂ ਨਰਕ ਦੇ ਦੇਵਤੇ ਦਾ ਨਾਂ, ਯਮ

demographer /ਡਿ'ਮੌਗਰਅਫ਼ਅ*/ *n* ਜਨ-ਅੰਕੜਾ ਵਿਗਿਆਨੀ

demography /ਡਿ'ਮੌਗਰਅਫ਼ਿ/ *n* ਜਨ-ਅੰਕੜਾ ਵਿਗਿਆਨ

demoiselle /,ਡੈੱਮਵਾ'ਜ਼ੈੱਲ/ *n* (ਪਰਾ) ਮੁਟਿਆਰ, ਯੁਵਤੀ

demolish /ਡਿ'ਮੌਲਿਸ਼/ *vt* ਢਾਹੁਣਾ, ਡੇਗ ਦੇਣਾ, ਪੁੱਟ ਸੁੱਟਣਾ, ਤੋੜਨਾ, ਨਸ਼ਟ ਕਰਨਾ; ਨਿਗਲ ਜਾਣਾ, ਚੱਟ ਜਾਣਾ, ਖਾ ਜਾਣਾ

demolishment /ਡਿ'ਮੌਲਿਸ਼ਮਅਨਟ/ *n* ਢਹਾਈ; ਨਾਸ, ਵਿਨਾਸ਼, ਬਰਬਾਦੀ

demolition /,ਡੈੱਮਅ'ਲਿਸ਼ਨ/ *n* ਢਹਾਈ; ਨਾਸ, ਵਿਨਾਸ਼, ਬਰਬਾਦੀ

demon /'ਡੀਮਅਨ/ *n* ਦੈਂਤ, ਰਾਖਸ਼; ਪ੍ਰੇਤ, ਜਿੰਨ;

ਅਸੁਰ, ਸ਼ੈਤਾਨ

demonetization /ˌਡੀˌਮਔਨਿਟਾਇ'ਜ਼ੇਇਸ਼ਨ/ *n* ਚਲ ਰਹੇ ਸਰਕਾਰੀ ਸਿੱਕੇ ਨੂੰ ਬੰਦ ਕਰਨ ਦੀ ਕਿਰਿਆ, ਵਿਮੁਦਰੀਕਰਨ

demonetize /ˌਡੀ'ਮਔਨਿਟਾਇਜ਼/ *vt* ਸਰਕਾਰੀ ਸਿੱਕੇ ਨੂੰ ਚੱਲਣ ਤੋਂ ਹਟਾਉਣਾ, ਵਿਮੁਦਰੀਕਰਨ ਕਰਨਾ

demoniac /ਡਿ'ਮਅਉਨਿਐਕ/ *a* ਦਾਨਵੀ, ਰਾਖਸ਼ੀ

demoniacal /ˌਡੀਮਅ(ਉ)'ਨਾਇਅਕ(ਅ)ਲ/ *a* ਅਸੁਰੀ, ਦਾਨਵੀ, ਰਾਖਸ਼ੀ

demonic /ਡਿ'ਮੌਨਿਕ/ *a* ਭੂਤਗ੍ਰਸਤ, ਪ੍ਰੇਤਗ੍ਰਸਤ, ਪ੍ਰੇਤਿਆ

demonism /'ਡੀਮਅਨਿਜ਼ਅਮ/ *n* ਭੂਤਾਂ-ਪ੍ਰੇਤਾਂ ਵਿੱਚ ਵਿਸ਼ਵਾਸ

demonolatry /ˌਡੀਮਅ'ਨੌਲਅਟਰਿ/ *n* ਪ੍ਰੇਤ-ਪੂਜਾ; ਭੂਤ-ਪੂਜਾ

demonological /ˌਡੀਮਅਨਅ'ਲੌਜਿਕਲ/ *a* ਪ੍ਰੇਤ-ਵਿੱਦਿਆ ਬਾਰੇ, ਪ੍ਰੇਤ-ਪੂਜਾ ਬਾਰੇ, ਭੂਤਾਂ ਦੇ ਗਿਆਨ ਸੰਬੰਧੀ

demonology /ˌਡੀਮਅ'ਨੌਲਅਜਿ/ *n* ਪ੍ਰੇਤ-ਵਿੱਦਿਆ, ਭੂਤ-ਵਿੱਦਿਆ

demonry /'ਡੀਮਅਨਰਿ/ *n* ਭੂਤਾਂ ਦਾ ਪ੍ਰਭਾਵ, ਛਾਇਆ, ਭੂਤਾਂ ਦਾ ਦਾਬਾ, ਕਿਸੇ ਵਿੱਚ ਭੂਤ ਆ ਵੜਨ ਦੀ ਦਸ਼ਾ

demonstrate /'ਡੈਮਅਨਸਟਰੇਇਟ/ *v* ਮੁਜ਼ਾਹਰਾ ਕਰਨਾ, ਵਿਖਾਲਾ ਕਰਨਾ, ਪ੍ਰਦਰਸ਼ਨ ਕਰਨਾ; ਪ੍ਰਮਾਣ ਦੇਣਾ, ਸਿੱਧ ਕਰਨਾ, ਪ੍ਰਮਾਣਿਤ ਕਰਨਾ; ਪ੍ਰਦਰਸ਼ਿਤ ਕਰਨਾ, ਨੁਮਾਇਸ਼ ਕਰਨਾ; ਵਿਆਖਿਆ ਕਰਨਾ, ਵਰਣਨ ਕਰਨਾ, (ਭਾਵ ਆਦਿ) ਪ੍ਰਗਟ ਕਰਨਾ; ਸੈਨਿਕ ਪ੍ਰਦਰਸ਼ਨ ਕਰਨਾ

demonstration /ˌਡੈਮਅਨ'ਸਟਰੇਇਸ਼ਨ/ *n* ਮੁਜ਼ਾਹਰਾ, ਪ੍ਰਦਰਸ਼ਨ, ਨੁਮਾਇਸ਼; ਸਪਸ਼ਟੀਕਰਨ; ਵਿਆਖਿਆ, ਵਰਣਨ; ਪ੍ਰਮਾਣ, ਸਬੂਤ

demonstrative /ਡਿ'ਮੌਨਸਟਰਅਟਿਵ੍/ *n* (ਵਿਆ) ਸੰਕੇਤਵਾਚਕ (ਸ਼ਬਦ); ਨਿਸਚੇਵਾਚੀ *a* ਸੰਕੇਤਵਾਚੀ, ਨਿਸਚੇਵਾਚਕ

demonstrator /'ਡੈਮਅਨਸਟਰੇਇਟਅ*/ *n* ਪ੍ਰਦਰਸ਼ਕ, ਮੁਜ਼ਾਹਰਾਕਾਰ, ਮੁਜ਼ਾਹਰੇ ਵਿੱਚ ਹਿੱਸਾ ਲੈਣ ਵਾਲਾ; ਨਿਰਦੇਸ਼ਕ, ਪ੍ਰਤਿਪਾਦਕ, ਡਿਮਾਨਸਟਰੇਟਰ

demoralization /ਡਿˌਮੌਰਅਲਾਇ'ਜ਼ੇਇਸ਼ਨ/ *n* ਸਦਾਚਾਰਕ ਗਿਰਾਵਟ, ਨੈਤਿਕ ਪਤਨ; ਉਤਸ਼ਾਹ ਭੰਗ, ਬੇਦਿਲੀ

demoralize /ਡਿ'ਮੌਰਅਲਾਇਜ਼/ *vt* ਨਿਰਉਤਸ਼ਾਹ ਕਰਨਾ, ਬੇਦਿਲ ਕਰਨਾ, ਮਨੋਬਲ ਡੇਗਣਾ; ਅਨੈਤਿਕ ਬਣਾਉਣਾ, ਨੈਤਿਕ ਪਤਨ ਕਰਨਾ, ਵਿਗਾੜਨਾ

demos /'ਡੀਮੌਸ/ *n* ਜਨਤਾ, ਅਵਾਮ, ਪਰਜਾ, ਲੋਕਾਈ

demote /ˌਡੀ'ਮਅਉਟ/ *vt* ਪਦ ਘਟਾਉਣਾ, ਪਦਵੀ ਘਟਾਉਣਾ

demoted /ਡਿ'ਮਅਉਟਿਡ/ *a* ਪਦ-ਅਵਨਤ

demotion /ˌਡੀ'ਮਅਉਸ਼ਨ/ *n* ਪਦ ਤੋਂ ਹੇਠਾਂ ਆ ਜਾਣ ਦੀ ਕਿਰਿਆ, ਪਦ-ਘਟਾਈ, ਪਦ-ਅਵਨਤੀ

demur /ਡਿ'ਮਅ:*/ *vi* ਇਤਰਾਜ਼ ਕਰਨਾ, ਉਜ਼ਰ ਕਰਨਾ, ਆਪੱਤੀ ਕਰਨਾ *n* ਇਤਰਾਜ਼, ਉਜ਼ਰ

demure /ਡਿ'ਮਯੁਅ*/ *a* ਸ਼ਰਮਾਕਲ, ਸੰਗਾਊ, ਸੰਕੋਚੀ; ਸ਼ਾਂਤ, ਧੀਰਜਵਾਨ

demureness /ਡਿ'ਮਯੁਅਨਅਸ/ *n* ਸੰਗ, ਲਾਜ, ਸੰਕੋਚ; ਧੀਰਜ, ਗੰਭੀਰਤਾ

demurrage /ਡਿ'ਮਅੱਰਿਜ/ *n* ਦੇਰੀ, ਅਟਕਾਅ; ਮਾਲ ਛੁਡਾਉਣ ਵਿੱਚ ਦੇਰੀ ਦਾ ਹਰਜਾਨਾ; ਇੰਗਲੈਂਡ ਦੇ ਬੈਂਕ ਦੀ ਦਲਾਲੀ

demurrant /ਡਿ'ਮਅ:ਰਅਨਟ/ *n* (ਕਨੂੰ) ਉਜ਼ਰਕਾਰ

demurrer /ਡਿ'ਮਅੱਰਅ*/ *n* ਸ਼ੰਕਾ, ਆਪੱਤੀ, ਵਿਰੋਧ *a* ਰੋਕ ਪਾਉਣ ਵਾਲਾ, ਹੁੱਜਤੀ

demy /ਡਿ'ਮਾਇ/ *n* ਕਾਗਜ਼ ਦਾ ਇੱਕ ਨਾਪ (17½" x 22½")

den /ਡੈਨੱ/ *n* ਘੁਰਨਾ; ਚੋਰਾਂ ਦਾ ਅੱਡਾ; ਛੋਟੀ ਗੰਦੀ ਕੋਠੜੀ

denary /'ਡੀਨਅਰਿ/ *a* ਦਸ ਦਾ, ਦਸ ਸੰਬੰਧੀ, ਦਸ਼ਮਲਵ ਸੰਬੰਧੀ, ਦਾਸ਼ਮਿਕ; ਦਸ ਗੁਣਾ

denationalization /ˌਡੀˌਨੈਸ਼ਨਅਲਾਇ'ਜ਼ੇਇਸ਼ਨ/ *n* ਸਰਵਜਨਕ ਸੰਪਤੀ ਨੂੰ ਨਿੱਜੀ ਹੱਥਾਂ ਵਿੱਚ ਦੇਣ ਦਾ ਕਾਰਜ, ਅਰਾਸ਼ਟਰੀਕਰਨ

denaturalization /ਡੀˌਨੈਚਅਰਅਲਾਇ'ਜ਼ੇਇਸ਼ਨ/ *n* ਅਨਾਗਰਿਕੀਕਰਨ; ਅਪ੍ਰਕ੍ਰਿਤੀਕਰਨ

denaturalize /ਡੀ'ਨੈਚਅਰਅਲਾਇਜ਼/ *vt* ਅਪ੍ਰਕਿਰਤਕ ਬਣਾਉਣਾ, ਗ਼ੈਰਕੁਦਰਤੀ ਬਣਾਉਣਾ; ਨਾਗਰਿਕਤਾ ਤੋਂ ਵਾਂਝਿਆਂ ਕਰਨਾ

denatured /ਡੀ'ਨੇਇਚਅਡ/ *a* ਗੁਣ-ਪਰਿਵਰਤਿਤ

dendrolatry /ਡੈਨੱ'ਡਰੌਲਅਟਰਿ/ *n* ਰੁੱਖ-ਪੂਜਾ

dendrologist /ਡੈਨੱ'ਡਰੌਲਅਜਿਸਟ/ *n* ਰੁੱਖ ਵਿਗਿਆਨੀ

dendrology /ਡੈਨੱ'ਡਰੌਲਅਜਿ/ *n* ਰੁੱਖ ਵਿਗਿਆਨ

dene /ਡੀਨ/ *n* ਸਮੁੰਦਰ ਦੇ ਕੰਢੇ ਦਾ ਰੇਤਲਾ ਇਲਾਕਾ

denegation /ˌਡੈੱਨਿ'ਗੇਇਸ਼ਨ/ *n* ਇਨਕਾਰ, ਅਸਵੀਕ੍ਰਿਤੀ

dene-hole, dane /'ਡੀਨਹਅਉਲ, ਡੇਇਨ/ *n* (ਪਰਾ) ਖੜੀਆ ਮਿੱਟੀ ਵਾਲੀ ਜ਼ਮੀਨ ਵਿੱਚ ਕੀਤਾ ਟੋਆ; ਖਾਣ; ਮਾਲ-ਗੁਦਾਮ, ਸਟੋਰ, ਕੋਸ਼

dengue /'ਡੈਙਗਿ/ *n* ਖ਼ਾਸ ਤਰ੍ਹਾਂ ਦੇ ਮੱਛਰਾਂ ਤੋਂ ਹੋਣ ਵਾਲਾ ਇੱਕ ਰੋਗ (ਜਿਸ ਵਿੱਚ ਹੱਡ-ਭੰਨਵਾਂ ਬੁਖ਼ਾਰ ਹੁੰਦਾ ਹੈ)

deniable /ਡਿ'ਨਾਇਅਬਲ/ *a* ਅਸਵੀਕਾਰ ਕਰਨ ਯੋਗ, ਖੰਡਨਯੋਗ, ਇਨਕਾਰਯੋਗ

denial /ਡਿ'ਨਾਇਅਲ/ *n* ਇਨਕਾਰ, ਨਾਂਹ, ਖੰਡਨ; ਨਾਮਨਜ਼ੂਰੀ

denied /ਡਿ'ਨਾਇਡ/ *a* ਵਾਂਝਾ ਰੱਖਿਆ ਗਿਆ, ਵੰਚਿਤ, ਅਸਵੀਕਾਰ ਕੀਤਾ ਜਾ ਚੁੱਕਾ

denigrate /'ਡੈੱਨਿਗਰੇਇਟ/ *vt* ਬਦਨਾਮ ਕਰਨਾ, ਭੰਡੀ ਕਰਨਾ; ਕਾਲਾ ਕਰਨਾ

denigration /ˌਡੈੱਨਿ'ਗਰੇਇਸ਼ਨ/ *n* ਨਿੰਦਾ, ਬਦਨਾਮੀ, ਭੰਡੀ

denim /'ਡੈੱਨਿਮ/ *n* ਮੋਟਾ-ਠੁਲ੍ਹਾ ਅਤੇ ਰੰਗਦਾਰ ਸੂਤੀ ਕੱਪੜਾ

denitrate, denitrify /ਡੀ'ਨਾਇਟਰੇਇਟ, ਡੀ'ਨਾਇਟਰਿਫ਼ਾਇ/ *vt* ਸ਼ੋਰਾ ਦੂਰ ਕਰਨਾ ਜਾਂ ਨਾਈਟਰਿਕ ਤੇਜ਼ਾਬ ਦਾ ਅਸਰ ਭੰਗ ਕਰਨਾ

denizen /'ਡੈੱਨਿਜ਼ਨ/ *vt* ਵਾਸੀ ਬਣਾਉਣਾ, ਨਿਵਾਸ ਨਿਸ਼ਚਿਤ ਕਰਨਾ *n* ਨਿਵਾਸੀ, ਵਸਨੀਕ; ਨਾਗਰਿਕਤਾ ਪ੍ਰਾਪਤ ਵਿਦੇਸ਼ੀ; ਪ੍ਰਵਾਨਿਤ ਵਿਦੇਸ਼ੀ ਸ਼ਬਦ ਪਸ਼ੂ ਜਾਂ ਪੌਦਾ

denominate /ਡਿ'ਨੌਮਿਨੇਇਟ/ *vt* ਨਾਂ ਰੱਖਣਾ, ਨਾਮਕਰਨ ਕਰਨਾ, ਸੰਗਿਆ ਦੇਣਾ, ਨਾਂ ਨਾਲ ਬੁਲਾਉਣਾ

denomination /ਡਿˌਨੌਮਿ'ਨੇਇਸ਼ਨ/ *n* ਨਾਂ, ਨਾਮ, ਸੰਗਿਆ, ਉਪਾਧੀ; (ਅਰਥ) ਮੁੱਲ-ਅੰਕ; ਜਾਤੀ, ਪੰਥ, ਸ਼੍ਰੇਣੀ, ਧਾਰਮਿਕ ਸੰਪਰਦਾਇ, ਫ਼ਿਰਕਾ

denominational /ਡਿˌਨੌਮਿ'ਨੇਇਸ਼ਅਨਲ/ *a* ਸੰਪਰਦਾਇਕ

denominationalize /ਡਿˌਨੌਮਿ'ਨੇਇਸ਼ਨਲਾਇਜ਼/ *vt* ਸੰਪਰਦਾਇਕ ਬਣਾਉਣਾ, ਕਿਸੇ ਵਿਸ਼ੇਸ਼ ਸੰਪਰਦਾਇ ਵਿੱਚ ਸੀਮਿਤ ਕਰਨਾ

denominative /ਡਿ'ਨੌਮਿਨਅਟਿਵ੍/ *a* ਨਾਮਸੂਚਕ *n* ਨਾਮ ਧਾਤੂ

denominator /ਡਿ'ਨੌਮਿਨੇਇਟਅ*/ *n* (ਗਣਿ) ਬਟਿਆਂ ਵਿੱਚ ਲਕੀਰ ਤੋਂ ਹੇਠਾਂ ਦੀ ਸੰਖਿਆ, ਹਰ (ਜਿਵੇਂ 2/3 ਵਿੱਚ 3), ਭਿੰਨਾਂ ਦੀ ਹੇਠਲੀ ਸੰਖਿਆ; ਨਾਂ ਰੱਖਣ ਵਾਲਾ, ਨਾਮਦਾਤਾ

denotable /ਡਿ'ਨਅਉਟਅਬਲ/ *a* ਸੂਚਿਤ ਕਰਨ ਯੋਗ, ਦੱਸਣਯੋਗ, ਪ੍ਰਗਟ ਕਰਨ ਯੋਗ

denotation /ˌਡੀਨਅਉ'ਟੇਇਸ਼ਨ/ *n* ਨਾਂ, ਸੰਗਿਆ; ਪ੍ਰਤੀਕ ਕਥਨ, ਚਿੰਨ੍ਹਾਂ ਦੁਆਰਾ ਪ੍ਰਗਟਾਅ

ਸੰਕੇਤ, ਚਿੰਨ੍ਹ; (ਭਾਸ਼ਾ) ਅਭਿਧਾਮੂਲਕ ਅਰਥ

denotative /ਡਿ'ਨਅਉਟਅਟਿਵ੍/ *a* ਵਾਚਕ, ਸੂਚਕ; ਵਸਤੂਵਾਚੀ, ਵਿਅਕਤੀਬੋਧਕ

denote /ਡਿ'ਨਅਉਟ/ *vt* ਦੱਸਣਾ, ਵਿਅਕਤ ਕਰਨਾ, ਪ੍ਰਗਟ ਕਰਨਾ, ਸੰਕੇਤ ਕਰਨਾ, ਸੂਚਕ ਹੋਣਾ; ਨਾਂ ਦੇਣਾ; ਅਰਥ ਦੇਣਾ

denotement /ਡਿ'ਨਅਉਟਮਅਨਟ/ *n* ਸੰਕੇਤ, ਸੂਚਕ, ਚਿੰਨ੍ਹ, ਇਸ਼ਾਰਾ

denouement /ਡੇਇ'ਨੂਮਾਙ/ *n* ਨਾਟਕ ਜਾਂ ਨਾਵਲ ਦਾ ਸਿੱਟਾ ਜਾਂ ਸਾਰ; ਸਿੱਟਾ, ਪਰਿਣਾਮ

denounce /ਡਿ'ਨਾਉਨਸ/ *vt* ਬੁਰਾਈ ਕਰਨਾ, ਨਿੰਦਣਾ, ਭੰਡਣਾ; ਦੋਸ਼-ਆਰੋਪਣ ਕਰਨਾ, ਦੋਸ਼ੀ ਠਹਿਰਾਉਣਾ; ਬਦਅਸੀਸ ਦੇਣਾ; ਸੰਧੀ ਤੋੜਨ ਦੀ ਸੂਚਨਾ ਦੇਣਾ; ਬਰਖ਼ਿਲਾਫ਼ ਖ਼ਬਰ ਦੇਣਾ

denouncement /ਡਿ'ਨਾਉਨਸਮਅਨਟ/ *n* ਭੰਡੀ, ਨਿੰਦਿਆ; ਸੰਧੀ ਤੋੜਨ ਦੀ ਸੂਚਨਾ

dense /ਡੈਂਨਸ/ *a* ਸੰਘਣਾ, ਘਣਾ, ਗਾੜ੍ਹਾ; ਮੂਰਖ, ਉਜੱਡ, ਬੁੱਧੂ

denseness /ਡੈਂਨਸਨਅਸ/ *n* ਸੰਘਣਾਪਣ, ਘਣਾਪਣ; ਮੂਰਖਤਾ, ਉਜੱਡਪੁਣਾ

densify /'ਡੈਨੱਸਿਫ਼ਾਇ/ *v* ਸੰਘਣਾ ਜਾਂ ਗਾੜ੍ਹਾ ਕਰਨਾ ਜਾਂ ਹੋਣਾ

density /'ਡੈਨੱਸਅਟਿ/ *n* ਸੰਘਣਾਪਣ, ਗਾੜ੍ਹਾਪਣ, ਘਣਤਾ; ਬੁੱਧੂਪੁਣਾ, ਮੂਰਖਪੁਣਾ

dent /ਡੈਂਟ/ *n* ਚਿੱਬ, ਚਿੱਬ ਦਾ ਨਿਸ਼ਾਨ *vt* ਚਿੱਬ ਪਾਉਣਾ; ਵਾਢਾ ਪਾਉਣਾ, ਖੁੰਢੇ ਹਥਿਆਰ ਨਾਲ ਜ਼ਮੀਨ ਉੱਤੇ ਨਿਸ਼ਾਨ ਜਾਂ ਟੋਆ ਪਾਉਣਾ

dental /'ਡੈਨੱਟਲ/ *a* ਦੰਦਾਂ ਸੰਬੰਧੀ; ਦੰਦਾਂ ਦੇ ਇਲਾਜ ਸੰਬੰਧੀ; (ਵਿਆ) ਦੰਤੀ

dentalize /'ਡੈਨੱਟ(ਅ)ਲਾਇਜ਼/ *vt* (ਵਿਆ) ਦੰਤੀ ਉਚਾਰਨ ਕਰਨਾ

dentate, dentated /'ਡੈਨੱਟੇਇਟ, ਡੈਨੱ'ਟੇਇਟਿਡ/ *a* ਦੰਦਿਆਂ ਵਾਲਾ, ਦੰਦੇਦਾਰ

dentation /ਡੈਨੱ'ਟੇਇਸ਼ਨ/ *n* ਦੰਦਾ; ਦੰਦੇਦਾਰ ਹੋਣ ਦਾ ਗੁਣ; ਦੰਦੇ ਵਰਗਾ ਵਾਧਾ

dented /'ਡੈਨੱਟਿਡ/ *a* ਦੰਦੇਦਾਰ; ਚਿੱਬਾ

dentel /'ਡੈਨੱਟਿਲ/ *n* ਦੰਦ; ਦੰਦਾ, ਦਾਤ, ਦਾਤੀ, ਕੋਈ ਦੰਦੇਦਾਰ ਚੀਜ਼ (ਜਿਵੇਂ ਆਰੀ ਆਦਿ)

dentifrice /'ਡੈਨੱਟਿਫ਼ਰਿਸ/ *n* ਦੰਦਾਂ ਦਾ ਮੰਜਨ

dentine /'ਡੈਨੱਟੀਨ/ *n* ਦੰਦ ਨਿਰਮਾਣ ਤੱਤ

dentist /'ਡੈਨੱਟਿਸਟ/ *n* ਦੰਦਾਂ ਦਾ ਡਾਕਟਰ, ਦੰਦਸਾਜ਼

dentistry /'ਡੈਨੱਟਿਸਟਰਿ/ *n* ਦੰਦ ਵਿਗਿਆਨ, ਦੰਦ ਵਿੱਦਿਆ, ਦੰਦਸਾਜ਼ੀ, ਦੰਦ ਚਿਕਿਤਸਾ

dentition /ਡੈਨੱ'ਟਿਸ਼ਨ/ *n* ਦੰਦ ਆਉਣ ਜਾਂ ਨਿਕਲਨ ਦੀ ਹਾਲਤ; ਦੰਦਰਾਲ, ਦੰਦ ਬੀੜ

dentoid /'ਡੈਨੱਟੌਇਡ/ *a* ਦੰਦ ਵਰਗਾ, ਦੰਦ ਦੇ ਆਕਾਰ ਦਾ

denture /'ਡੈਨੱਚਅ*/ *n* ਦੰਦਰਾਲ, ਦੰਦ ਬੀੜ; ਬਣਾਉਟੀ ਦੰਦਾਂ ਦਾ ਸੈੱਟ

denudate /ਡਿ'ਨਯੁਡੇਇਟ/ *vt* ਨੰਗਾ ਕਰਨਾ; ਬਿਰਖਹੀਣ ਕਰਨਾ, (ਜ਼ਮੀਨ ਆਦਿ) ਕੋਨੀ ਕਰਨਾ

denudation /,ਡੀਨਯੁ'ਡੇਇਸ਼ਨ/ *n* ਨਗਨੀਕਰਨ, ਨੰਗਿਆਉਣ; ਬਿਰਖਹੀਣਕਰਨ; ਉੱਪਰਲੀ ਮਿੱਟੀ ਦੇ ਲੋਪ ਹੋਣ ਦੀ ਹਾਲਤ

denude /ਡਿ'ਨਯੂਡ/ *vt* ਵਸਤਰਹੀਣ ਕਰਨਾ, ਨੰਗਾ ਕਰਨਾ, ਨੰਗਿਆਉਣਾ; ਵਿਸ਼ੇਸ਼ਤਾ ਜਾਂ ਗੁਣ ਤੋਂ ਵਾਂਝਿਆਂ ਕਰਨਾ, ਵਣ ਕੱਟਣਾ, ਜੰਗਲ ਵਾਲੀ ਧਰਤੀ ਕੋਨੀ ਕਰਨਾ

denunciate /ਡਿ'ਨਅੱਨਸਿਏਇਟ/ *vt* ਨਿੰਦਣਾ, ਤਿਰਸਕਾਰਨਾ, ਫਿਟਕਾਰਨਾ, ਲਾਹ-ਪਾਹ ਕਰਨਾ

denunciation /ਡਿ,ਨਅੱਨਸਿ'ਏਇਸ਼ਨ/ *n* ਫਿਟਕਾਰ, ਨਿੰਦਾ, ਦੋਸ਼-ਆਰੋਪਣ

denunciative, denunciatory /ਡਿ'ਨਅੱਨਸਿਅਟਿਵ੍, ਡਿ'ਨਅੱਨਸਿਅਟ(ਅ)ਰਿ/ *a* ਤਿਰਸਕਾਰਮਈ, ਨਿੰਦਾਤਮਿਕ, ਦੋਸ਼-ਆਰੋਪੀ

deny /ਡਿ'ਨਾਇ/ *vt* ਅਸਵੀਕਾਰ ਕਰਨਾ, ਨਾ ਮੰਨਣਾ, ਨਾਮਨਜ਼ੂਰ ਕਰਨਾ; ਨਾਂਹ ਕਰਨਾ, ਮੁੱਕਰਨਾ, ਇਨਕਾਰ ਕਰਨਾ, ਨਾਬਰ ਹੋਣਾ; ਖੰਡਨ ਕਰਨਾ; ਵਾਂਝਿਆਂ ਕਰਨਾ ਜਾਂ ਰੱਖਣਾ **deny oneself**

ਆਤਮ ਸੰਜਮ ਰੱਖਣਾ **deny one's word** ਮੁੱਕਰਨਾ **deny the charge** ਲੱਗੇ ਦੋਸ਼ ਨੂੰ ਗ਼ਲਤ ਆਖਣਾ, ਦੋਸ਼ ਤੋਂ ਇਨਕਾਰ ਕਰਨਾ

deobstruent /'ਡੀ'ਔਬਸਟਰੁਅਨਟ/ *a* ਵਿਘਨ ਦੂਰ ਕਰਨ ਵਾਲਾ, ਰੁਕਾਵਟ ਹਟਾਉਣ ਵਾਲਾ

deodorant /ਡੀ'ਅਉਡਅਰਅਨਟ/ *n* ਦੁਰਗੰਧ-ਨਾਸ਼ਕ (ਪਦਾਰਥ)

deodorization /ਡੀ,ਅਉਡਅਰਾਇ'ਜ਼ੇਇਸ਼ਨ/ *n* ਦੁਰਗੰਧ ਦੂਰ ਕਰਨ ਦਾ ਕਾਰਜ, ਦੁਰਗੰਧਹਰਨ

deodorize /ਡੀ'ਅਉਡਅਰਾਇਜ਼/ *vt* ਦੁਰਗੰਧ ਦੂਰ ਕਰਨਾ

deodorizer /ਡੀ'ਅਉਡਅਰਾਇਜ਼ਅ*/ *n* ਦੁਰਗੰਧ-ਨਾਸ਼ਕ

deontology /,ਡੀਔਨ'ਟੌਲਅਜਿ/ *n* ਸਦਾਚਾਰ ਸ਼ਾਸਤਰ, ਨੈਤਿਕ ਧਰਮ

depaint /ਡਿ'ਪੇਇਨਟ/ *vt* ਚਿੱਤਰਨਾ, ਚਿੱਤਰਨ ਕਰਨਾ, ਸ਼ਬਦ-ਚਿੱਤਰ ਪੇਸ਼ ਕਰਨਾ

depart /ਡਿ'ਪਾਟ/ *v* ਵਿੱਛੜਨਾ, ਵਿਦਾ ਹੋਣਾ, ਚਲੇ ਜਾਣਾ; ਪਰਲੋਕ ਸਿਧਾਰਨਾ, ਮਰ ਜਾਣਾ, ਚਲਾਣਾ ਕਰਨਾ **depart from life** ਮਰਨਾ, ਪਰਲੋਕ ਸਿਧਾਰਨਾ

departed /ਡਿ'ਪਾਟਿਡ/ *a* ਬੀਤਿਆ ਹੋਇਆ, ਪਿਛਲਾ; ਮਿਰਤ, ਮੋਇਆ *n* ਸੁਰਗਵਾਸੀ, ਮਿਰਤ ਵਿਅਕਤੀ

department /ਡਿ'ਪਾਟਮਅਨਟ/ *n* ਵਿਭਾਗ, ਮਹਿਕਮਾ; ਵਿਸ਼ਾ-ਖੇਤਰ; ਜ਼ਿਲ੍ਹਾ, ਮੰਡਲ

departmental /,ਡੀਪਾਟ'ਮੈਂਟਲ/ *a* ਵਿਭਾਗੀ, ਮਹਿਕਮੇ ਸੰਬੰਧੀ; ਵਿਸ਼ੇ ਸੰਬੰਧੀ

departmental store *n* ਵੱਖ-ਵੱਖ ਭਾਗਾਂ ਵਿੱਚ ਵੰਡੀ ਵੱਡੀ ਦੁਕਾਨ ਜਿੱਥੇ ਹਰ ਭਾਗ ਵਿਚ ਵੱਖਰੀ ਪ੍ਰਕਾਰ ਦੀਆਂ ਚੀਜ਼ਾਂ ਵਿਕਦੀਆਂ ਹਨ

departure /ਡਿ'ਪਾਚਅ*/ *n* ਵਿਦਾਈ, ਵਿਦਾਇਗੀ; ਕੂਚ, ਰਵਾਨਗੀ; ਮੌਤ; ਚਲਾਣਾ; ਅੰਤਰ, ਭੇਦ; ਕਾਰਜ ਜਾਂ ਵਿਚਾਰ ਦੀ ਨਵੀਂ ਪ੍ਰਵਿਰਤੀ ਧਾਰਾ ਜਾਂ ਪ੍ਰਵਾਹ

depasture /ਡੀ'ਪਾਸਚਅ*/ *vt* ਪਸ਼ੂ ਚਾਰਨਾ ਜਾਂ ਚਰਨ ਲਈ ਬਾਹਰ ਛੱਡਣਾ

depauperize /,ਡੀ'ਪੋਪਅਰਾਇਜ਼/ *vt* ਕੰਗਾਲੀ ਤੋਂ ਮੁਕਤ ਕਰਨਾ, ਗ਼ਰੀਬੀ ਹਟਾਉਣਾ

depend /ਡਿ'ਪੈਂਡ/ *vt* ਨਿਰਭਰ ਹੋਣਾ, ਆਸਰੇ ਹੋਣਾ; ਅਧੀਨ ਹੋਣਾ, ਆਸ਼ਰਿਤ ਹੋਣਾ; (ਮੁਕੱਦਮਾ ਆਦਿ) ਲਟਕਦਾ ਹੋਣਾ, ਅਵਲੰਬਿਤ ਹੋਣਾ; ਵਿਸ਼ਵਾਸ ਰੱਖਣਾ

dependable /ਡਿ'ਪੈਂਡਅਬਲ/ *a* ਵਿਸ਼ਵਾਸਯੋਗ, ਭਰੋਸੇਯੋਗ, ਇਤਬਾਰਯੋਗ

dependant /ਡਿ'ਪੈਂਡਅਨਟ/ *a* ਆਸ਼ਰਿਤ, ਨਿਰਭਰ; ਅਧੀਨ; ਅਵਲੰਬੀ, ਅਵਲੰਬਿਤ; ਸੇਵਕ, ਨੌਕਰ

dependence /ਡਿ'ਪੈਂਡਅਨਸ/ *n* ਨਿਰਭਰਤਾ, ਆਸਰਾ; ਭਰੋਸਾ, ਵਿਸਾਹ, ਵਿਸ਼ਵਾਸ, ਇਤਬਾਰ; ਮੁਥਾਜੀ, ਪਰ-ਨਿਰਭਰਤਾ; ਅਧੀਨਤਾ, ਪਰਤੰਤਰਤਾ, ਪਰਾਧੀਨਤਾ

dependency /ਡਿ'ਪੈਂਡਅਨਸਿ/ *n* ਪਰਤੰਤਰ ਰਾਜ, ਅਧੀਨ ਰਾਜ, ਪਰਾਧੀਨ ਦੇਸ਼; ਅਧੀਨ ਵਸਤੂ ਜਾਂ ਇਲਾਕਾ

dependent /ਡਿ'ਪੈਂਡਅਨਟ/ *a* ਪਰਵੱਸ, ਪਰਾਧੀਨ, ਪਰਆਸ਼ਰਿਤ; ਅਵਲੰਬੀ, ਨਿਰਭਰ; ਵਿਸ਼ਵਾਸੀ, ਭਰੋਸੇ ਵਾਲਾ; ਇਤਬਾਰੀ; (ਵਿਆ) ਅਧੀਨ (ਉਪਵਾਕ ਜਾਂ ਸ਼ਬਦ)

depending /ਡਿ'ਪੈਂਡਿਙ/ *a* ਨਿਰਭਰ ਹੋਣ ਵਾਲਾ

depersonalize /ਡੀ'ਪਅ:ਸਅਨਅਲਾਇਜ਼/ *vt* ਵਿਅਕਤਿਤਵ ਤੋਂ ਵੰਚਿਤ ਕਰਨਾ

depict /ਡਿ'ਪਿਕਟ/ *vt* ਚਿੱਤਰਨਾ, ਵਰਣਨ ਕਰਨਾ, ਦਰਸਾਉਣਾ; ਨਕਸ਼ਾ ਖਿੱਚਣਾ, (ਰੰਗਾਂ ਦੁਆਰਾ) ਪ੍ਰਸਤੁਤ ਕਰਨਾ

depicter, depictor /ਡਿ'ਪਿਕਟਅ*/ *n* ਚਿੱਤਰਕਾਰ; ਵਰਣਨਕਾਰ

depiction /ਡਿ'ਪਿਕਸ਼ਨ/ *n* ਚਿੱਤਰਨ, ਵਰਣਨ, ਪ੍ਰਸਤੁਤੀਕਰਨ, ਬਿਆਨ

depictive /ਡਿ'ਪਿਕਟਿਵ/ *a* ਚਿੱਤਰਾਤਮਿਕ;

ਵਰਣਨਾਤਮਿਕ

depilate /'ਡੈੱਪਿਲੇਇਟ/ *vt* ਰੋਮ ਕੱਟਣਾ, ਵਾਲ ਲਾਹੁਣਾ, ਮੁੰਨਣਾ

depilation /ˌਡੈੱਪਿ'ਲੇਇਸ਼ਨ/ *n* ਰੋਮ ਲਾਹੁਣ, ਵਾਲ ਮੁੰਨਣ, ਚਮੜਾਸਾਜ਼ੀ ਵਿੱਚ ਵਾਲ ਸਫ਼ਾਈ

depilatory /ਡਿ'ਪਿਲਅਟਰਿ/ *a* ਵਾਲ-ਸਫ਼ਾ, ਰੋਮਨਾਸ਼ਕ *n* ਵਾਲ-ਸਫ਼ਾ (ਕਰੀਮ ਆਦਿ)

deplane /ਡੀ'ਪਲੇਇਨ/ *v* ਹਵਾਈ ਜਹਾਜ਼ ਤੋਂ ਉਤਾਰਨਾ ਜਾਂ ਉਤਰਨਾ

deplenish /ਡਿ'ਪਲੈੱਨਿਸ਼/ *vt* ਖ਼ਾਲੀ ਕਰਨਾ

deplete /ਡਿ'ਪਲੀਟ/ *vt* (ਸਾਧਨ, ਧਨ, ਸ਼ਕਤੀ ਆਦਿ) ਖ਼ਾਲੀ ਕਰਨਾ, ਸੱਖਣਾ ਕਰਨਾ; ਖ਼ਰਚ ਕਰਨਾ; ਲਹੂ ਕੱਢਣਾ

depletion /ਡਿ'ਪਲੀਸ਼ਨ/ *n* (ਸਾਧਨ ਆਦਿ) ਖ਼ਾਲੀ ਕਰਨ ਦੀ ਕਿਰਿਆ ਜਾਂ ਭਾਵ, ਖ਼ਾਲੀ ਕਰਨ ਦਾ ਕਾਰਜ

deplorability /ਡਿˌਪਲੋਰਅ'ਬਿਲਅਟਿ/ *n* ਖੇਦ, ਅਫ਼ਸੋਸ

deplorable /ਡਿ'ਪਲੋਰਅਬਲ/ *a* ਦੁਖਦਾਇਕ; ਅਫ਼ਸੋਸਨਾਕ, ਭੈੜਾ, ਖ਼ਰਾਬ

deplorableness /ਡਿ'ਪਲੋਰਅਬਲਨਅਸ/ *n* ਵੇਖੋ **deplorability**

deplore /ਡਿ'ਪਲੋ*/ *vt* ਅਫ਼ਸੋਸ ਕਰਨਾ, ਦੁੱਖ ਪ੍ਰਗਟ ਕਰਨਾ

deploy /ਡਿ'ਪਲੌਇ/ *vt* ਪੰਗਤੀਬੱਧ ਕਰਨਾ ਜਾਂ ਹੋਣਾ; (ਫ਼ੌਜ ਦੀ) ਪਰ੍ਹਾਬੰਦੀ ਕਰਨਾ; ਤੈਨਾਤ ਕਰਨਾ

deployed /ਡਿ'ਪਲੌਇਡ/ *a* ਪੰਗਤੀਬੱਧ, ਲਾਮਬੱਧ; ਤੈਨਾਤ

deployment /ਡਿ'ਪਲੌਇਮਅਨਟ/ *n* ਪਾਲਬੰਦੀ, ਪਰ੍ਹਾਬੰਦੀ; ਤੈਨਾਤੀ

deplumation /ˌਡੀਪਲੂ'ਮੇਇਸ਼ਨ/ *n* ਪੰਛੀ ਦੇ ਖੰਭ ਝੜਨ ਦੀ ਕਿਰਿਆ, ਖੰਭ ਖੋਹਣ ਦੀ ਕਿਰਿਆ

deplume /ਡੀ'ਪਲੂਮ *vt* ਖੰਭ ਝਾੜਨਾ, ਖੰਭ ਖੋਹਣਾ, (ਮੱਛੀ ਦੇ) ਚਾਨੇ ਝਾੜਨਾ; ਮਾਣ ਵਡਿਆਈ ਘਟਾਉਣਾ

depolarization /'ਡੀˌਪਅਉਲਅਰਾਇ'ਜ਼ੇਇਸ਼ਨ/ *n* (ਚੁੰਬਕ) ਅਧਰੁਵੀਕਰਨ, ਧਰੁਵ-ਬਦਲੀ; ਧੜੇਬੰਦੀ ਦਾ ਖ਼ਾਤਮਾ

depolarize /ˌਡੀ'ਪਅਉਲਅਰਾਇਜ਼/ *vt* ਅਧਰੁਵੀਕਰਨ ਕਰਨਾ, ਧਰੁਵ ਬਦਲਨਾ; ਧੜੇਬੰਦੀ ਖ਼ਤਮ ਕਰਨਾ

deponent /ਡਿ'ਪਅਉਨਅਨਟ/ *n* ਹਲਫ਼ੀਆ ਬਿਆਨ ਦੇਣ ਵਾਲਾ, ਸ਼ਾਹਦ *a* (ਲੈਟਿਨ ਅਤੇ ਯੂਨਾਨੀ ਵਿਆਕਰਨ) ਅਕਰਤਰੀ (ਕਿਰਿਆ ਜਿਸ ਦਾ ਰੂਪ ਕਰਮਵਾਚਕ ਵਿੱਚ ਹੋਵੇ ਪਰੰਤੂ ਅਰਥ ਕਰਤਰੀ ਵਾਚਕ ਵਿੱਚ)

depopulate /ˌਡੀ'ਪੌਪਯੁਲੇਇਟ/ *v* ਵੱਸੋਂ ਘਟਾਉਣਾ, ਅਬਾਦੀ ਘਟਣਾ ਜਾਂ ਘਟਾਉਣਾ

depopulation /ਡੀˌਪੌਪਯੁ'ਲੇਇਸ਼ਨ/ *n* ਜਨਸੰਖਿਆ ਵਿੱਚ ਕਮੀ, ਵਸੋਂ ਦਾ ਘਟਾਅ

deport /ਡਿ'ਪੋਟ/ *vt* (ਕਿਸੇ ਵਿਦੇਸ਼ੀ ਨੂੰ) ਦੇਸ਼ ਨਿਕਾਲਾ ਦੇਣਾ, ਜਲਾਵਤਨ ਕਰਨਾ; (ਵਿਸ਼ੇਸ਼ ਰੂਪ ਵਿੱਚ) ਵਿਹਾਰ ਕਰਨਾ, ਪੇਸ਼ ਆਉਣਾ

deportation /ˌਡੀਪੋ'ਟੇਇਸ਼ਨ/ *n* (ਕਿਸੇ ਵਿਦੇਸ਼ੀ ਦਾ) ਦੇਸ਼ ਨਿਕਾਲਾ, ਨਿਰਵਾਸ, ਜਲਾਵਤਨੀ

deportment /ਡਿ'ਪੋਟਮਅਨਟ/ *n* ਵਤੀਰਾ, ਰਵੱਈਆ, ਵਿਹਾਰ, ਚੱਜ-ਆਚਾਰ

depose /ਡਿ'ਪਅਉਜ਼/ *v* ਬੇਦਖ਼ਲ ਕਰਨਾ, ਰਾਜ ਗੱਦੀ ਤੋਂ ਲਾਹੁਣਾ, ਰਾਜ ਜਾਂ ਅਧਿਕਾਰ ਤੋਂ ਵਾਂਝਿਆਂ ਕਰਨਾ; ਗਵਾਹੀ ਦੇਣਾ, ਹਲਫ਼ੀਆ ਬਿਆਨ ਦੇਣਾ

deposit /ਡਿ'ਪੌਜ਼ਿਟ/ *n* ਜਮ੍ਹਾਂ ਰਕਮ; ਅਮਾਨਤ, ਧਰੋਹਰ; ਰੇਤ ਜਾਂ ਮਿੱਟੀ ਆਦਿ ਦਾ ਜਮਾਅ, ਪਰਤ; ਪੇਸ਼ਗੀ, ਬਿਆਨਾ, ਸਾਈ; ਪਹਿਲੀ ਕਿਸ਼ਤ *vt* ਅਮਾਨਤ ਰੱਖਣਾ; ਜਮ੍ਹਾਂ ਕਰਾਉਣਾ; (ਦਰਿਆ ਦਾ) ਭਲ (ਤਹਿ) ਛੱਡ ਜਾਣਾ; ਧਰਨਾ, ਰੱਖਣਾ; ਗਿਰਵੀ ਰੱਖਣਾ; ਪੇਸ਼ਗੀ ਦੇਣਾ; ਬਿਆਨਾ ਦੇਣਾ, ਸਾਈ ਦੇਣਾ

depositary /ਡਿ'ਪੌਜ਼ਿਟ(ਅ)ਰਿ/ *n* ਅਮਾਨਤੀਆ, ਤਹਿਵੀਲਦਾਰ, ਖ਼ਜ਼ਾਨਚੀ

deposition /ˌਡੈਪਅ'ਜ਼ਿਸ਼ਨ/ *n* ਧਰੋਹਰ, ਅਮਾਨਤ; ਜਮ੍ਹਾਂ; ਰਾਜ ਤੋਂ ਵੰਚਿਤ ਕਰਨ ਜਾਂ

ਅਧਿਕਾਰ ਤੋਂ ਵਾਂਝਿਆਂ ਕਰਨ ਦੀ ਕਿਰਿਆ; ਗਵਾਹੀ, ਹਲਫ਼ੀਆ ਬਿਆਨ; ਸਰਮਾਇਆ, ਪੂੰਜੀ; ਬਿਆਨਾ, ਸਾਈ; ਪਹਿਲੀ ਕਿਸ਼ਤ; ਈਸਾ ਦਾ ਸੂਲੀ ਤੋਂ ਉਤਾਰੇ ਜਾਣ ਦਾ ਚਿੱਤਰ

depositor /ਡਿ'ਪੌਜ਼ਿਟਅ*/ *n* ਜਮ੍ਹਾਂ ਕਰਤਾ; ਅਮਾਨਤ ਰੱਖਣ ਵਾਲਾ, ਧਰੋਹਰ ਰੱਖਣ ਵਾਲਾ; ਕਿਸੇ ਪਦਾਰਥ ਨੂੰ ਜਮਾਉਣ ਦਾ ਯੰਤਰ

depository /ਡਿ'ਪੌਜ਼ਿਟਰਿ/ *n* ਮਾਲਖ਼ਾਨਾ, ਤਹਿਵੀਲਖ਼ਾਨਾ; ਅਮਾਨਤੀਆ, ਤਹਿਵੀਲਦਾਰ, ਖ਼ਜ਼ਾਨਚੀ

depot /'ਡੈੱਪਅਉ/ *n* ਡੀਪੂ, ਗੁਦਾਮ, ਮਾਲਖ਼ਾਨਾ, ਭੰਡਾਰ; ਰੇਲਵੇ ਸਟੇਸ਼ਨ; ਫ਼ੌਜ ਦੇ ਰਹਿਣ ਦੀ ਪੱਕੀ ਥਾਂ, ਰੰਗਰੂਟਾਂ ਦੀ ਸਿਖਲਾਈ ਵਾਲੀ ਥਾਂ

depravation /ˌਡੈਪਰਅ'ਵ੍ਰੇਇਸ਼ਨ/ *n* ਭ੍ਰਿਸ਼ਟਾਚਾਰ, ਦੁਰਾਚਾਰ, ਵਿਗਾੜ, ਭ੍ਰਿਸ਼ਟਤਾ, ਚਰਿੱਤਰਹੀਣਤਾ

deprave /ਡਿ'ਪਰੇਇਵ੍/ *vt* (ਆਚਰਨ) ਵਿਗਾੜਨਾ, ਖ਼ਰਾਬ ਕਰਨਾ, ਭ੍ਰਿਸ਼ਟ ਕਰਨਾ, ਨੈਤਿਕ ਪਤਨ ਕਰਨਾ, ਦੁਰਾਚਾਰੀ ਬਣਾਉਣਾ

depraved /ਡਿ'ਪਰੇਇਵ੍ਡ/ *a* ਭ੍ਰਿਸ਼ਟ, ਪਤਿਤ, ਦੂਸ਼ਿਤ ਚਰਿੱਤਰ

depravedness /ਡਿ'ਪਰੇਇਵ੍ਡਨਅਸ/ *n* ਭ੍ਰਿਸ਼ਟਤਾ, ਚਰਿੱਤਰਹੀਣਤਾ, ਬਦਚਲਨੀ

depravity /ਡਿ'ਪਰੈਵ੍ਅਟਿ/ *n* ਬਦਚਲਨੀ, ਵਿਗਾੜ, ਭ੍ਰਿਸ਼ਟਾਚਾਰ, ਖ਼ਰਾਬੀ, ਦੁਸ਼ਟਤਾ, ਪਤਿਤ ਅਵਸਥਾ

deprecable /'ਡੈੱਪਰਿਕਅਬਲ/ *a* ਭ੍ਰਿਸ਼ਟ, ਦੂਸ਼ਿਤ, ਦੁਸ਼ਟ

deprecate /'ਡੈੱਪਰਅਕੇਇਟ/ *vt* ਨਾਪਸੰਦੀ ਪ੍ਰਗਟ ਕਰਨਾ; ਨਿੰਦਣਾ

deprecation /ˌਡੈੱਪਰਅ'ਕੇਇਸ਼ਨ/ *n* ਨਾਪਸੰਦੀ; ਨਿੰਦਾ

deprecator /'ਡੈੱਪਰਅਕੇਇਟਅ*/ *n* ਤਿਰਸਕਾਰ ਕਰਨ ਵਾਲਾ, ਨਿੰਦਕ

deprecatory /ˌਡੈੱਪਰਅ'ਕੇਇਟਅਰਿ/ *a* ਨਿੰਦਿਤ

depreciate /ਡਿ'ਪਰੀਸ਼ਿਏਇਟ/ *v* (ਘਸਾਈ ਕਾਰਨ) ਕਦਰ ਘਟਾਉਣਾ ਜਾਂ ਘਟਣਾ, ਤੁੱਛ ਸਮਝਣਾ; ਛੁਟਿਆਉਣਾ; ਮੰਦਾ ਸਮਝਣਾ; (ਰੁਪਈਏ ਦੀ) ਕੀਮਤ ਘਟਾਉਣਾ ਜਾਂ ਘਟਣਾ, ਮੁੱਲ ਗਿਰਾਉਣਾ ਜਾਂ ਗਿਰਨਾ; ਹੇਠੀ ਕਰਨਾ ਜਾਂ ਹੋਣਾ

depreciation /ਡਿˌਪਰੀਸ਼ਿ'ਏਇਸ਼ਨ/ *n* ਬੇਕਦਰੀ, ਮੰਦਾ, ਮੁੱਲ-ਘਾਟਾ; ਭਾਅ ਵਿੱਚ ਕਮੀ, ਮੁੱਲ-ਹਰਾਸ; ਘਸਾਈ, ਉਪੇਖਿਆ

depredate /'ਡੈੱਪਰਅਡੇਇਟ/ *vt* ਲੁੱਟਮਾਰ ਕਰਨਾ; ਉਜਾੜਾ ਕਰਨਾ

depredation /ˌਡੈੱਪਰਅ'ਡੇਇਸ਼ਨ/ *n* ਲੁੱਟਮਾਰ, ਮਾਰਧਾੜ, ਉਜਾੜਾ

depredator /'ਡੈੱਪਰਅਡੇਇਟਅ*/ *n* ਉਜਾੜਾ ਕਰਨ ਵਾਲਾ, ਧਾੜਵੀ, ਲੁਟੇਰਾ

depredatory /ˌਡੈਪਰਅ'ਡੇਇਟਅਰਿ/ *a* ਲੁੱਟ ਦਾ, ਧਾੜੇ ਦਾ

depress /ਡਿ'ਪਰੈੱਸ/ *vt* ਦਿਲ ਢਾਹੁਣਾ, ਉਦਾਸ ਕਰਨਾ, ਦੁਖੀ ਕਰਨਾ; ਸੁਰ ਹਲਕਾ ਕਰਨਾ; ਝੁਕਾਉਣਾ, ਨੀਵਾਂ ਕਰਨਾ; ਮੰਦਵਾੜਾ ਲਿਆਉਣਾ, ਬਜ਼ਾਰ ਮੰਦਾ ਕਰਨਾ, ਵਪਾਰ ਦੀ ਸਰਗਰਮੀ ਘੱਟ ਕਰਨਾ

depressant /ਡਿ'ਪਰੈੱਸਨਟ/ *n* ਸਰੀਰਿਕ ਪ੍ਰਕਿਰਿਆ ਨੂੰ ਸਿਥਲ ਕਰਨ ਵਾਲੀ ਦਵਾਈ

depressed /ਡਿ'ਪਰੈੱਸਟ/ *a* ਉਦਾਸ, ਦੁਖੀ; ਹੇਠਾਂ ਦਬਿਆ, ਦਬਾਇਆ, ਦਲਿਤ

depressible /ਡਿ'ਪਰੈੱਸਿਬਲ/ *a* ਦਬਾਉਣਯੋਗ, ਝੁਕਾਉਣਯੋਗ

depression /ਡਿ'ਪਰੈੱਸ਼ਨ/ *n* ਉਦਾਸੀ, ਬੇਦਿਲੀ, ਦਿਲਗੀਰੀ; ਮੰਦਵਾੜਾ, ਮੰਦਾ; ਟੋਆ, ਧਸੀ ਹੋਈ ਜ਼ਮੀਨ; ਸੁਰ ਵਿੱਚ ਹਲਕਾਪਣ, (ਹਵਾ ਦੇ ਦਬਾਅ ਦਾ) ਘਟਾਅ; ਪੁਲਾੜ ਦੇ ਥੱਲੇ ਨਛੱਤਰਾਂ ਦੀ ਕੋਣਕ ਦੂਰੀ; ਦਾਬ, ਦਬਾਅ

depressive /ਡਿ'ਪਰੈੱਸਿਵ੍/ *a* ਦਬਾਉਣ ਵਾਲਾ; ਦਿਲ ਢਾਹੁਣ ਵਾਲਾ, ਉਦਾਸ ਕਰ ਦੇਣ ਵਾਲਾ,

ਨਿਰਾਸ਼ਾਜਨਕ

deprivation /ˌ**ਡੈੱਪਰਿ'ਵ੍ਹੇਇਸ਼ਨ**/ *n* ਜਾਇਦਾਦ ਆਦਿ ਤੋਂ ਵਾਂਝੇ ਕਰਨ ਦਾ ਭਾਵ; ਵੰਚਣ, ਬਰਤਰਫ਼ੀ, ਮੌਕੂਫ਼ੀ, ਪਦ ਜਾਂ ਅਹੁਦੇ ਤੋਂ ਬਰਤਰਫ਼ੀ; ਨੁਕਸਾਨ, ਹਾਨੀ

deprive /**ਡਿ'ਪਰਾਇਵ੍**/ *vt* ਵੰਚਿਤ ਕਰਨਾ, ਵਾਂਝਿਆਂ ਕਰਨਾ; ਖੋਹ ਲੈਣਾ; ਲੈ ਲੈਣਾ, ਲੁੱਟ ਲੈਣਾ; ਹਟਾਉਣਾ, ਬਰਤਰਫ਼ ਕਰਨਾ

deprived /**ਡਿ'ਪਰਾਇਵ੍ਡ**/ *a* ਵਿਹੂਣਾ, ਵਾਂਝਾ, ਵੰਚਿਤ

depth /**ਡੈੱਪਥ**/ *n* ਡੂੰਘਾਈ, ਗਹਿਰਾਈ; ਡੂੰਘ, ਥਾਹ, ਹਾਥ, ਡੁੰਘਾਣ; (ਬਹੁ) ਡੂੰਘਾ ਪਾਣੀ; ਡੂੰਘੀ ਥਾਂ; ਸੂਖਮ ਬੁੱਧੀ; ਵਿਚਾਰ ਜਾਂ ਭਾਵ ਆਦਿ ਦੀ ਗਹਿਰਾਈ, ਗੰਭੀਰਤਾ

depth charge *n* (ਪਾਣੀ ਵਿੱਚ) ਮਿਥੀ ਡੂੰਘਾਈ ਵਿੱਚ ਫਟਣ ਵਾਲਾ ਬੰਬ

depthless /**ਡੈੱਪਥਲਅਸ**/ *a* ਅਥਾਹ, ਅਸਗਾਹ; ਓਤਲਾ, ਪੇਤਲਾ, ਸਤਹੀ

depurate /'**ਡੈੱਪਯੁਰੇਇਟ**/ *vt* ਸੋਧਣਾ, ਸ਼ੁੱਧ ਕਰਨਾ, ਸਾਫ਼ ਕਰਨਾ

depuration /ˌ**ਡੈੱਪਯੁ'ਰੇਇਸ਼ਨ**/ *n* ਸ਼ੁੱਧੀਕਰਨ, ਸੋਧ, ਸਫ਼ਾਈ

deputation /ˌ**ਡੈੱਪਯੁ'ਟੇਇਸ਼ਨ**/ *n* ਪ੍ਰਤਿਨਿਧੀ ਮੰਡਲ, ਵਫ਼ਦ, ਡੈਪੂਟੇਸ਼ਨ; ਪ੍ਰਤਿਨਿਯੁਕਤੀ

depute /**ਡਿ'ਪਯੂਟ**/ *vt* ਪ੍ਰਤਿਨਿਧੀ ਨਿਯੁਕਤ ਕਰਨਾ; (ਅਧਿਕਾਰ) ਸੌਂਪਣਾ, ਸਪੁਰਦ ਕਰਨਾ; ਪ੍ਰਤੀਨਿਯੁਕਤ ਕਰਨਾ

deputed /**ਡਿ'ਪਯੂਟਿਡ**/ *a* ਪ੍ਰਤਿਨਿਯੁਕਤ; ਨਿਯੁਕਤ ਕੀਤਾ

deputize /'**ਡੈੱਪਯੁਟਾਇਜ਼**/ *vi* ਪ੍ਰਤਿਨਿਧੀ ਬਣਾਉਣਾ, ਨਾਇਬ ਥਾਪਣਾ; ਪ੍ਰਤਿਨਿਯੁਕਤ ਕਰਨਾ

deputy /'**ਡੈੱਪਯੁਟਿ**/ *n* ਪ੍ਰਤਿਨਿਯੁਕਤ; ਡਿਪਟੀ, ਨਾਇਬ; ਮੀਤ; ਪ੍ਰਤਿਨਿਧੀ

deracinate /ˌ**ਡੀ'ਰੈਸਿਨੇਇਟ**/ *vt* ਜੜ੍ਹੋਂ ਪੁੱਟਣਾ, ਉਖੇੜਨਾ, ਪੁੱਟਣਾ

deracination /ˌ**ਡੀˌਰੈਸਿ'ਨੇਇਸ਼ਨ**/ *n* ਪੁਟਾਈ; ਜੁਦਾਈ, ਅਲਹਿਦਗੀ

derail /**ਡਿ'ਰੇਇਲ**/ *vt* ਪਟੜੀ ਤੋਂ ਲਾਹੁਣਾ ਜਾਂ ਲਹਿਣਾ, ਪਟੜੀ ਤੋਂ ਉੱਤਰ ਜਾਣਾ; ਕੁਰਾਹੇ ਪਾਉਣਾ ਜਾਂ ਪੈਣਾ, ਅਸਲੀ ਰਾਹ ਤੋਂ ਉੱਖੜ ਜਾਣਾ

derailment /**ਡਿ'ਰੇਇਲਮਅਨਟ**/ *n* ਪਟੜੀ ਤੋਂ ਉੱਤਰਨ ਜਾਂ ਉਤਾਰਨ ਦੀ ਕਿਰਿਆ, ਪੱਥ-ਵਿਚਲਨ

derange /**ਡਿ'ਰੇਇਨਜ**/ *vt* ਉਲਟ-ਪੁਲਟ ਕਰਨਾ, ਅਸਤ-ਵਿਅਸਤ ਕਰਨਾ; ਬੁੱਧੀ ਭ੍ਰਿਸ਼ਟ ਕਰਨਾ, ਪਾਗਲ ਕਰ ਦੇਣਾ, ਅੜਚਨ ਪਾਉਣਾ

deranged /**ਡਿ'ਰੇਇਨਜਡ**/ *a* ਉਲਟਾ-ਪੁਲਟਾ, ਬੇਤਰਤੀਬ; ਪਾਗਲ

derangement /**ਡਿ'ਰੇਇਨਜਮਅਨਟ**/ *n* ਉਲਟ-ਪੁਲਟ, ਅਸਤ-ਵਿਅਸਤਤਾ, ਬੇਤਰਤੀਬੀ; ਸ਼ੁਦਾਅ, ਕਮਲ, ਪਾਗਲਪਣ

derate /ˌ**ਡੀ'ਰੇਇਟ**/ *vt* ਦਰ ਵਿਗਾੜ ਦੇਣਾ; ਟੈਕਸ ਦਰ ਬਦਲਨਾ

deration /ˌ**ਡੀ'ਰੈਸ਼ਨ**/ *vt* ਰਾਸ਼ਨਬੰਦੀ ਹਟਾਉਣਾ

Derby /'**ਡਾਬਿ**/ *n* ਐਪਸਮ ਵਾਰਸ਼ਿਕ ਘੋੜਦੌੜ, ਡਰਬੀ ਘੋੜਦੌੜ; ਗੇਂਦ ਸੁੱਟਣ ਵਾਲੇ ਦਾ ਟੋਪ

derelict /'**ਡੈਰਅਲਿਕਟ**/ *a* ਛੱਡਿਆ ਹੋਇਆ, ਨਿਖਸਮਾ, ਲਾਵਾਰਸ; ਅਵੇਸਲਾ *n* ਲਾਵਾਰਸ ਸਮਾਨ

dereliction /ˌ**ਡੈਰਅ'ਲਿਕਸ਼ਨ**/ *n* (ਫ਼ਰਜ਼ ਤੋਂ) ਕੁਤਾਹੀ, ਉਕਾਈ, ਅਣਗਹਿਲੀ; ਤਿਆਗ

derequisition /'**ਡੀˌਰੈੱਕਵਿ'ਜ਼ਿਸ਼ਨ**/ *vt* (ਜਾਇਦਾਦ) ਅਧਿਗ੍ਰਹਿਣ ਤੋਂ ਮੁਕਤ ਕਰਨਾ

deride /**ਡਿ'ਰਾਇਡ**/ *vt* ਤੁੱਛ ਸਮਝਣਾ, ਟਿੱਚ ਕਰਕੇ ਜਾਣਨਾ, ਮਖੌਲ ਉਡਾਉਣਾ, ਖਿੱਲੀ ਉਡਾਉਣਾ

derider /**ਡਿ'ਰਾਇਡਅ***/ *n* ਖਿੱਲੀ ਉਡਾਉਣ ਵਾਲਾ ਵਿਅਕਤੀ, ਮਖੌਲ ਉਡਾਉਣ ਵਾਲਾ ਵਿਅਕਤੀ, ਉਪਹਾਸਕ

derision /**ਡਿ'ਰਿਯ਼ਨ**/ *n* ਮਖੌਲ, ਖਿੱਲੀ, ਮੌਜੂ

derisive, derisory /**ਡਿ'ਰਾਇਸਿਵ੍**,

ਡਿ'ਰਾਇਸ(ਅ)ਰਿ/ *a* ਮਜ਼ਾਕ ਉਡਾਊ, ਖਿੱਲੀ-ਉਡਾਊ, ਵਿਅੰਗਾਤਮਿਕ

derisiveness /ਡਿ'ਰਾਇਸਿਵ੍ਨਅਸ/ *n* ਵਿਅੰਗਾਤਮਿਕਤਾ, ਖਿੱਲੀ, ਮਜ਼ਾਕ

derivation /ˌਡੈੱਰਿ'ਵ੍ਏਇਸ਼ਨ/ *n* (ਵਿਆ) ਵਿਉਂਤਪਤੀ; ਮੂਲ, ਸ੍ਰੋਤ

derivational /ˌਡੈੱਰਿ'ਵ੍ਏਇਸ਼ਨ(ਅ)ਲ/ *a* (ਵਿਆ) ਵਿਉਂਤਪਤੀਮੂਲਕ

derivative /ਡਿ'ਰਿਵ੍ਅਟਿਵ੍/ *n* (ਵਿਆ) ਵਿਉਤਪਤ (ਸ਼ਬਦ); (ਰਸਾ) ਵਿਉਤਪਤੀਮੂਲਕ, ਵਿਉਤਪੰਨ ਤੱਤ

derive /ਡਿ'ਰਾਇਵ੍/ *v* ਪ੍ਰਾਪਤ ਕਰਨਾ, ਹਾਸਲ ਕਰਨਾ, ਕੱਢਣਾ, ਨਤੀਜਾ ਕੱਢਣਾ; (ਵਿਆ) ਵਿਉਤਪਤੀ ਲੱਭਣਾ, ਮੂਲ ਲੱਭਣਾ; ਵਿਉਤਪੰਨ ਕਰਨਾ ਜਾਂ ਹੋਣਾ

derived /ਡਿ'ਰਾਇਵ੍ਡ/ *a* ਉਤਪੰਨ, ਵਿਉਤਪੰਨ, ਵਿਉਤਪਾਦਤ

derm /ਡਅ:ਮ/ *n* ਚਮੜੀ, ਖਲੜੀ

dermal /'ਡਅ:ਮ(ਅ)ਲ/ *a* ਚਮੜੀ ਦਾ, ਖਲੜੀ ਦਾ

dermatitis /ˌਡਅ:ਮਅ'ਟਾਇਟਿਸ/ *n* ਇੱਕ ਚਮੜੀ ਰੋਗ, ਚਮੜੀ-ਜਲਣ

dermatologist /ˌਡਅ:ਮਅ'ਟੌਲਅਜਿਸਟ/ *n* ਚਮੜੀ ਦੇ ਇਲਾਜ ਦਾ ਮਾਹਰ

dermatology /ˌਡਅ:ਮਅ'ਟੌਲਅਜਿ/ *n* ਤੁਚਾ ਵਿਗਿਆਨ, ਚਮੜੀ ਰੋਗ ਵਿਗਿਆਨ

derogate /'ਡੈਰਅਗੇਇਟ/ *vt* ਘਟਾਉਣਾ, ਕਮੀ ਕਰਨਾ; ਅਪਮਾਨ ਕਰਨਾ, ਅਨਾਦਰ ਕਰਨਾ, ਅਪਮਾਨਜਨਕ ਕਾਰਜ ਕਰਨਾ; ਅਪਮਾਨਿਤ ਹੋਣਾ, ਹੋਲਾ ਪੈਣਾ

derogation /ˌਡੈਰਅ'ਗੇਇਸ਼ਨ/ *n* ਅਲਪੀਕਰਨ; ਪਤਨ; ਨਿਕਦਰੀ, ਹੇਠੀ, ਅਪਮਾਨ

derogatory /ਡਿ'ਰੌਗਅਟਰਿ/ *a* ਅਪਮਾਨਜਨਕ, ਹੇਠੀ ਵਾਲਾ, ਵੱਟਾ ਲਾਉਣ ਵਾਲਾ

derrick /'ਡੈੱਰਿਕ/ *n* ਭਾਰ ਚੁੱਕਣ ਵਾਲਾ ਯੰਤਰ, ਕਰੇਨ; ਤੇਲ ਦੇ ਖੂਹ ਜਾਂ ਅਜਿਹੀ ਕਿਸੇ ਹੋਰ ਚੀਜ਼ ਦਾ ਉੱਪਰਲਾ ਢਾਂਚਾ

derring-do /ˌਡੈੱਰਿਙ 'ਡੂ/ *n* ਜਾਂਬਾਜ਼ੀ

derringer /'ਡੈੱਰਿਨਜਅ*/ *n* ਛੋਟਾ ਪਸਤੌਲ

descale /ˌਡੀ'ਸਕੇਇਲ/ *vt* ਕਿਸੇ ਸਤਹਿ ਤੋਂ ਅਣਚਾਹਿਆ ਜੰਮਿਆ ਪਦਾਰਥ ਲਾਹੁਣਾ

descant /'ਡੈਸੱਕੈਨਟ/ *n* (ਸੰਗੀ) ਸਾਜ਼ ਦੇ ਨਾਲ ਉੱਚੇ ਸੁਰ ਦਾ ਬੋਲ *vt* ਉੱਚੇ ਸੁਰ ਵਿੱਚ ਗਾਣਾ

descend /ਡਿ'ਸੈਨੱਡ/ *v* ਲਹਿਣਾ, ਲੱਥਣਾ, ਉੱਤਰਨਾ, ਡਿੱਗਣਾ; ਅਚਾਨਕ ਹਮਲਾ ਕਰਨਾ, ਟੁੱਟ ਕੇ ਪੈਣਾ; ਘਟਨਾ (ਵਰਣਨ ਵਿੱਚ), ਪ੍ਰਾਚੀਨ ਕਾਲ ਤੋਂ ਵਰਤਮਾਨ ਕਾਲ ਵੱਲ ਆਉਣਾ; ਉੱਪਰੋਂ ਥੱਲੇ ਵੱਲ ਆਉਣਾ; ਬੰਸਾਵਲੀ ਅਨੁਸਾਰ ਆਉਣਾ, ਵਿਰਸੇ ਵਿੱਚ ਮਿਲਨਾ; ਪਤਨ ਹੋਣਾ, (ਨੀਚ ਕੰਮ ਕਰਨ ਉੱਤੇ) ਉੱਤਰ ਆਉਣਾ

descendant /ਡਿ'ਸੈਨੱਡਅਨਟ/ *n* ਵੰਸ਼, ਔਲਾਦ, ਸੰਤਾਨ, ਜਾਨਸ਼ੀਨ

descent /ਡਿ'ਸੈਨੱਟ/ *n* ਉਤਰਾਈ, ਢਲਵਾਣ, ਲਹਾਈ; ਅਚਾਨਕ ਹੱਲਾ; ਗਿਰਾਵਟ, ਪਤਨ; ਵੰਸ਼, ਕੁਲ, ਪੀੜ੍ਹੀ; ਉਤਪਤੀ, ਜਨਮ, ਉਦਭਵ; ਥੱਲੇ ਜਾਣ ਦਾ ਰਸਤਾ

describable /ਡਿ'ਸਕਰਾਇਬਅਬਲ/ *a* ਦੱਸਣਯੋਗ, ਵਰਣਨਯੋਗ, ਚਿੱਤਰਨਯੋਗ, ਬਿਆਨ ਕਰਨ ਯੋਗ

describe /ਡਿ'ਸਕਰਾਇਬ/ *vt* ਵਰਣਨ ਕਰਨਾ, ਬਿਆਨ ਕਰਨਾ, ਉਲੀਕਣਾ, ਵਿਆਖਿਆ ਕਰਨਾ; (ਚਿੱਤਰ ਆਦਿ) ਖਿੱਚਣਾ, ਚਿੱਤਰਨ ਕਰਨਾ, ਅੰਕਿਤ ਕਰਨਾ; ਗੁਣ ਗਾਉਣਾ; ਲੱਛਣ ਦੱਸਣਾ, ਵਿਅਕਤ ਕਰਨਾ, ਪ੍ਰਗਟਾਉਣਾ

described /ਡਿ'ਸਕਰਾਇਬਡ/ *a* ਚਿੱਤਰਿਤ, ਵਰਨਿਤ, ਅੰਕਿਤ

description /ਡਿ'ਸਕਰਿਪਸ਼ਨ/ *n* ਵਰਣਨ, ਬਿਰਤਾਂਤ, ਬਿਆਨ, ਚਿਤਰਨ; ਕਿਸਮ, ਭਾਂਤ, ਵੰਨਗੀ; ਹੁਲੀਆ, ਰੇਖਾ-ਚਿੱਤਰ

descriptive /ਡਿ'ਸਕਰਿਪਟਿਵ੍/ *a* ਵਰਣਨਾਤਮਿਕ,

ਬਿਰਤਾਂਤੀ, ਬਿਆਨੀਆ, ਵਿਆਖਿਆਤਮਿਕ, ਚਿਤਰਨਾਤਮਿਕ

descriptiveness /ਡਿ'ਸਕਰਿਪਟਿਵ੍ਨਅਸ/ *n* ਵਰਣਨਾਤਮਿਕਤਾ, ਵਿਆਖਿਆਤਮਿਕਤਾ

descry /ਡਿ'ਸਕਰਾਇ/ *vt* ਪਤਾ ਲਾ ਲੈਣਾ, ਸਮਝ ਜਾਣਾ, ਤਾੜ ਜਾਣਾ, ਨਜ਼ਰੀਂ ਪੈਣਾ

desecrate /'ਡੈੱਸਿਕਰੇਇਟ/ *vt* ਅਪਵਿੱਤਰ ਕਰਨਾ, ਭ੍ਰਿਸ਼ਟ ਕਰਨਾ, ਪਲੀਤ ਕਰਨਾ, ਦੂਸ਼ਿਤ ਕਰ ਦੇਣਾ; ਬੇਅਦਬੀ ਕਰਨਾ,

desecration /ˌਡੈੱਸਿ'ਕਰੇਇਸ਼ਨ/ *n* ਅਪਵਿੱਤਰੀ-ਕਰਨ, ਪਲੀਤੀ, ਅਪਵਿੱਤਰਤਾ,ਬੇਅਦਬੀ, ਬੇਹੁਰਮਤੀ

desecrator /'ਡੈੱਸਿਕਰੇਇਟਅ*/ *n* ਬੇਅਦਬੀ ਕਰਨ ਵਾਲਾ, ਅਪਵਿੱਤਰ ਕਰਨ ਵਾਲਾ

desensitize /ˌਡੀ'ਸੈੱਨਸਅਟਾਇਜ਼/ *vt* ਸੰਵੇਦਨਾਹੀਣ ਕਰਨਾ

desert[1] /'ਡੈੱਜ਼ਅਟ/ *n* ਰੇਗਿਸਤਾਨ, ਮਾਰੂਥਲ; ਸੁੰਨਸਾਨ, ਉਜਾੜ, ਵੀਰਾਨ ਥਾਂ

desert[2] /ਡਿ'ਜ਼ਅ:ਟ/ *vt* ਸਾਥ ਛੱਡਣਾ, ਛੱਡ ਜਾਣਾ, ਪਿੱਠ ਦੇਣਾ, ਮੂੰਹ ਮੋੜਨਾ; (ਫ਼ੌਜ ਜਾਂ ਨੌਕਰੀ ਤੋਂ) ਭੱਜ ਜਾਣਾ, ਭਗੌੜਾ ਹੋਣਾ, ਫ਼ਰਾਰ ਹੋ ਜਾਣਾ; ਧੋਖਾ ਦੇਣਾ

desert[3] *n* (ਕਿਸੇ ਇਨਾਮੀ ਜਾਂ ਸਜ਼ਾ ਆਦਿ ਦੀ) ਪਾਤਰਤਾ, ਯੋਗਤਾ, ਹੱਕਦਾਰੀ

deserted /ਡਿ'ਜ਼ਅ:ਟਿਡ/ *a* ਇਕੱਲਵਾਂਝਾ, ਇਕਾਂਤ, ਸੁੰਨਾ, ਵੀਰਾਨ (ਇਲਾਕਾ ਆਦਿ)

deserter /ਡਿ'ਜ਼ਅ:ਟਅ*/ *n* (ਦਲ) ਤਿਆਗੀ, ਛੱਡਣ ਵਾਲਾ, ਫ਼ਰਾਰ, ਭਗੌੜਾ

desertion /ਡਿ'ਜ਼ਅ:ਸ਼ਨ/ *n* ਤਿਆਗ, ਪਲਾਇਨ, ਸੈਨਾ-ਤਿਆਗ, ਭਗੌੜਾਪਣ, ਫ਼ਰਾਰੀ

desertless /ਡਿ'ਜ਼ਅ:ਟਲਅਸ/ *a* ਅਯੋਗ, ਨਾਕਾਬਲ

deserve /ਡਿ'ਜ਼ਅ:ਵ੍/ *v* ਸੁਯੋਗ ਹੋਣਾ, ਕਾਬਲ ਹੋਣਾ, ਲਾਇਕ ਹੋਣਾ, ਪਾਤਰ ਹੋਣਾ, ਅਧਿਕਾਰੀ ਹੋਣਾ, ਹੱਕਦਾਰ ਹੋਣਾ

deservedly /ਡਿ'ਜ਼ਅ:ਵ੍ਿਡਲਿ/ *adv* ਯਥਾਯੋਗ, ਵਾਜਬ ਤੌਰ ਉੱਤੇ, ਉਚਿਤ ਰੂਪ ਵਿੱਚ

deserving /ਡਿ'ਜ਼ਅ:ਵ੍ਿਙ/ *a* ਅਧਿਕਾਰੀ, ਹੱਕਦਾਰ, ਸੁਪਾਤਰ; ਸੁਯੋਗ, ਗੁਣੀ, ਕਾਬਲ

desexualize /ਡੀ'ਸੈੱਕਸਯੁਅਲਾਇਜ਼/ *vt* ਖੱਸੀ ਕਰਨਾ, ਨਪੁੰਸਕ ਬਣਾਉਣਾ

desiccant /'ਡੈੱਸਿਕਅਨਟ/ *a* ਸੁਕਾਉਣਯੋਗ; ਸੋਖਕ, ਸੁਕਾਉਣ ਵਾਲਾ

desiccate /'ਡੈੱਸਿਕੇਇਟ/ *vt* (ਖਾਧ ਪਦਾਰਥ ਲਈ) ਖ਼ੁਸ਼ਕ ਕਰਨਾ, ਸੁਕਾਉਣਾ, ਸੁਕਾ ਕੇ ਚੂਰਨ ਜਾਂ ਗੋਲੀਆਂ ਬਣਾਉਣਾ

desiccated /'ਡੈੱਸਿਕੇਇਟਿਡ/ *a* ਖ਼ੁਸ਼ਕ, ਸੁੱਕਾ, ਸੁਕਾਇਆ

desiderate /ਡਿ'ਜ਼ਿਡਅਰੇਇਟ/ *vt* ਲੋਚਣਾ, ਚਾਹੁਣਾ; ਲੋੜ ਅਨੁਭਵ ਕਰਨਾ

desiderative /ਡਿ'ਜ਼ਿਡ(ਅ)ਰਅਟਿਵ੍/ *a* ਲੋਚਿਆ, ਚਾਹਿਆ; (ਵਿਆ) ਇੱਛਾਸੂਚਕ

desideratum /ਡਿˌਜ਼ਿਡਅ'ਰਾਟਅਮ/ *n* ਲੋਚੀ ਵਸਤ, ਇੱਛਤ ਵਸਤੂ

design /ਡਿ'ਜ਼ਾਇਨ/ *vt* (ਚਿੱਤਰ ਦੀ) ਰੂਪ-ਰੇਖਾ ਬਣਾਉਣਾ; (ਭਵਨ ਜਾਂ ਮਕਾਨ ਆਦਿ ਦਾ) ਖ਼ਾਕਾ ਖਿੱਚਣਾ, ਨਕਸ਼ਾ ਬਣਾਉਣਾ; ਕਥਾਨਕ ਜਾਂ ਆਧਾਰ ਗੋਂਦ ਗੁੰਦਣਾ, ਵਿਓਂਤ ਕਰਨਾ, ਇਰਾਦਾ ਕਰਨਾ ਜਾਂ ਹੋਣਾ; ਉਪਾਅ ਕਰਨਾ *n* ਆਕਾਰ, ਸਾਂਚਾ, ਢਾਂਚਾ; ਨਕਸ਼ਾ, ਨਮੂਨਾ, ਰੂਪ-ਰੇਖਾ, ਖ਼ਾਕਾ, ਮਨਸੂਬਾ; ਵਿਓਂਤ; ਸਾਹਿਤ ਜਾਂ ਕਲਾ ਦਾ ਮੂਲ ਆਧਾਰ; ਇਰਾਦਾ, ਉਦੇਸ਼; ਸਾਜ਼ਸ਼

designable /ਡਿ'ਜ਼ਾਇਨਅਬਲ/ *a* ਰਚਨਾ ਕਰਨ ਯੋਗ, ਰਚਨਯੋਗ; ਕਲਪਨਾ ਕਰਨ ਯੋਗ

designate /'ਡੈੱਜ਼ਿਗਨੇਇਟ/ *vt* ਨਿਯਤ ਕਰਨਾ, ਮਿਥਣਾ, ਮਨੋਨੀਤ ਕਰਨਾ, ਨਿਯੁਕਤ ਕਰਨਾ; ਸੂਚਿਤ ਕਰਨਾ, ਸਪਸ਼ਟ ਰੂਪ ਵਿੱਚ ਉਲੇਖ ਕਰਨਾ /'ਡੈੱਜ਼ਿਗਨੇਇਟ, -ਨਅਟ/ *a* ਨਿਰਦਿਸ਼ਟ, ਮਨੋਨੀਤ

designation /ˌਡੈੱਜ਼ਿਗ'ਨੇਇਸ਼ਨ/ *n* ਪਦਵੀ, ਪਦ, ਅਹੁਦਾ, ਨਿਯੁਕਤੀ, ਮਨੋਨੀਤ, ਅਹੁਦੇ ਦਾ ਨਾਂ

designed /ਡਿ'ਜ਼ਾਇਨਡ/ *a* ਬਣਾਇਆ ਗਿਆ, ਕਲਪਿਤ, ਰੂਪਅੰਕਿਤ

designer /ਡਿ'ਜ਼ਾਇਨਅ*/ *n* ਰੂਪ-ਰੇਖਾ ਤਿਆਰ ਕਰਨ ਵਾਲਾ; ਨਮੂਨਾਕਾਰ; ਸਾਜ਼ਸ਼ੀ

designer baby *n* ਅਜਿਹੇ ਭਰੂਣ ਤੋਂ ਪੈਦਾ ਹੋਇਆ ਬੱਚਾ ਜੋ ਕਈ ਭਰੂਣਾਂ ਵਿੱਚੋਂ ਚੁਣਿਆ ਹੁੰਦਾ ਹੈ ਅਤੇ ਜੋ ਭਰੂਣ ਪਰਖ ਨਲੀ ਤਕਨੀਕ ਰਾਹੀਂ ਵਿਕਸਤ ਕੀਤੇ ਹੁੰਦੇ ਹਨ

designing /ਡਿ'ਜ਼ਾਇਨਿਙ/ *a* ਚਲਾਕ, ਜੁਗਤੀ, ਸਾਜ਼ਸ਼ੀ

designless /ਡਿ'ਜ਼ਾਇਨਲਅਸ/ *a* ਯੋਜਨਾ ਰਹਿਤ, ਨਿਰਾਰਥਕ

designly /ਡਿ'ਜ਼ਾਇਨਲਿ/ *adv* ਇਰਾਦੇ ਨਾਲ, ਮੰਤਵ ਨਾਲ, ਵਿਓਂਤ ਨਾਲ

desipience /ਡਿ'ਸਿਪਿਅਨਸ/ *n* ਮੂਰਖਤਾ, ਨਦਾਨੀ; ਹੋਛਾਪਣ, ਹਲਕਾਪਣ

desipient /ਡਿ'ਸਿਪਿਅਨਟ/ *a* ਮੂਰਖ, ਬੁੱਧੂ; ਹਲਕਾ, ਤੁੱਛ

desirability /ਡਿ,ਜ਼ਾਇਅਰਆ'ਬਿਲਅਟਿ/ *n* ਮਨਪਸੰਦੀ, ਦਿਲਪਸੰਦੀ, ਇੱਛਾ

desirable /ਡਿ'ਜ਼ਾਇਅਰਅਬਲ/ *a* ਇੱਛਤ, ਲੁੜੀਂਦਾ, ਮਨਭਾਉਂਦਾ

desire /ਡਿ'ਜ਼ਾਇਅ*/ *n* ਚਾਹ, ਚਾਹਨਾ, ਖ਼ਾਹਿਸ਼, ਇੱਛਾ, ਲੋਚਾ, ਕਾਮਨਾ *vt* ਚਾਹੁਣਾ, ਖ਼ਾਹਿਸ਼ ਕਰਨਾ, ਮੰਗ ਕਰਨਾ, ਇੱਛਾ ਕਰਨਾ

desired /ਡਿ'ਜ਼ਾਇਅਡ/ *a* ਚਾਹਿਆ, ਇੱਛਤ, ਲੁੜੀਂਦਾ; ਵਾਜਬ, ਉਚਿਤ

desireless /ਡਿ'ਜ਼ਾਇਅਲਅਸ/ *a* ਇੱਛਾਹੀਣ, ਨਿਰਇੱਛਕ, ਬੇਖ਼ਾਹਿਸ਼

desirous /ਡਿ'ਜ਼ਾਇਅਰਅਸ/ *a* ਅਭਿਲਾਸ਼ੀ, ਇੱਛਾਵਾਨ, ਚਾਹਵਾਨ, ਖ਼ਾਹਿਸ਼ਮੰਦ

desirousness /ਡਿ'ਜ਼ਾਇਅਰਅਸਨਅਸ/ *n* ਖ਼ਾਹਿਸ਼ਮੰਦੀ, ਚਾਹਵਾਨਤਾ, ਇੱਛਾਵਾਨਤਾ

desist /ਡਿ'ਜ਼ਿਸਟ, ਡਿ'ਸਿਸਟ/ *vt* ਰੁਕ ਜਾਣਾ, ਹਟ ਜਾਣਾ, ਬਾਜ਼ ਰਹਿਣਾ, ਗੁਰੇਜ਼ ਕਰਨਾ

desistance /ਡਿ'ਜ਼ਿਸਟ(ਅ)ਨਸ/ *n* (ਕਿਸੇ ਕੰਮ ਤੋਂ) ਗੁਰੇਜ਼, ਪਰਹੇਜ਼

desition /ਡਿ'ਜ਼ਿਸ਼ਨ/ *n* ਖ਼ਾਤਮਾ, ਅੰਤ, ਸਮਾਪਤੀ

desk /ਡੈਸੱਕ/ *n* ਇੱਕ ਪ੍ਰਕਾਰ ਦਾ ਮੇਜ਼, ਡੈਸਕ; ਅਖ਼ਬਾਰ ਦੇ ਦਫ਼ਤਰ ਦਾ ਇੱਕ ਵਿਭਾਗ **the desk** ਸਾਹਿਤਕ ਕੰਮ, ਦਫ਼ਤਰੀ ਕੰਮ

desk-man *n* ਉਪਸੰਪਾਦਕ

desktop[1] /'ਡੈਸੱਕਟੌਪ/ *n* ਡੈਸੱਕ ਦਾ ਉੱਪਰਲਾ ਹਿੱਸਾ

desktop[2] *n* (ਕੰਪਿ) ਵਿੰਡੋਜ਼ ਅਧਾਰਿਤ ਸੰਚਾਲਨ ਪ੍ਰਨਾਲੀ ਵਾਲੇ ਕੰਪਿਊਟਰ ਨੂੰ ਚਾਲੂ ਕਰਨ ਉਪਰੰਤ ਨਜ਼ਰ ਆਉਣ ਵਾਲੀ ਮੁੱਢਲੀ ਸਕਰੀਨ; ਉਸ ਕੰਪਿਊਟਰ ਦਾ ਲਘੂ ਨਾਮ ਜੋ ਇੱਕ ਆਮ ਮੇਜ਼ 'ਤੇ ਪੂਰਾ ਆ ਸਕੇ

desktop computer *n* (ਕੰਪਿ) ਮੇਜ਼ 'ਤੇ ਰੱਖ ਕੇ ਵਰਤਿਆ ਜਾਣ ਵਾਲਾ ਕੰਪਿਊਟਰ

desktop publishing *n* (ਕੰਪਿ) ਕੰਪਿਊਟਰ ਦੀ ਮਦਦ ਨਾਲ ਪ੍ਰਕਾਸ਼ਨਾ, ਕੰਪਿਊਟਰ ਨਾਲ ਪੁਸਤਕਾਂ ਰਿਪੋਰਟਾਂ ਪੱਤਰ ਅਖ਼ਬਾਰਾਂ ਚਿੱਤਰ ਵਿਸ਼ੇਸ਼ ਪ੍ਰਭਾਵ ਆਦਿ ਤਿਆਰ ਕਰਨਾ

desolate /'ਡੈਸੱਅਲਅਟ/ *a* ਇਕੱਲਤਾ, ਇਕਾਂਤ, ਲੁੱਗਾ; ਸੁੰਨਾ, ਵੀਰਾਨ, ਬੰਜਰ, ਸੁੰਨਸਾਨ, ਗ਼ੈਰਆਬਾਦ; ਨਿਰਾਸ਼ /'ਡੈਸੱਅਲੇਇਟ/ *vt* ਉਜਾੜਨਾ, ਵੀਰਾਨ ਕਰਨਾ, ਗ਼ੈਰਆਬਾਦ ਕਰਨਾ; ਦਿਲ ਤੋੜਨਾ, ਉਦਾਸ ਕਰਨਾ

desolateness /'ਡੈਸੱਅਲਅਟਨਅਸ/ *n* ਸੁੰਨਾਪਣ, ਵੀਰਾਨੀ, ਇਕੱਲ; ਦਿਲਗੀਰੀ

desolation /,ਡੈਸੱਅ'ਲੇਇਸ਼ਨ/ *n* ਬਰਬਾਦੀ, ਵੀਰਾਨੀ, ਉਜਾੜ; ਇਕੱਲ; ਸੁੰਨਾਪਣ, ਉਦਾਸੀ, ਦਿਲਗੀਰੀ, ਤਨਹਾਈ, ਨਿਰਾਸਤਾ

desolator /'ਡੈਸੱਅਲੇਇਟਅ*/ *n* ਉਜਾੜਨ ਵਾਲਾ ਆਦਮੀ, ਉਜਾੜੂ (ਵਿਅਕਤੀ)

despair /ਡਿ'ਸਪੇਅ*/ *n* ਨਿਰਾਸਤਾ, ਨਿਰਾਸ਼ਾ, ਮਾਯੂਸੀ, ਆਸਹੀਣਤਾ *vi* ਨਿਰਾਸ ਹੋਣਾ, ਢੇਰੀ ਢਾਹੁਣਾ, ਹਿੰਮਤ ਹਾਰਨਾ, ਉਮੀਦ ਛੱਡਣਾ

despairing /ਡਿ'ਸਪੇਅਰਿਙ/ *a* ਨਿਰਾਸ ਕਰਨ ਵਾਲਾ, ਨਿਰਾਸਾਮਈ, ਨਿਰਾਸਾਜਨਕ, ਨਿਰਉਤਸ਼ਾਹੀ

despatch /ਡਿ'ਸਪੈਚ/ *v n* ਵੇਖੋ **dispatch**

desperado /ˌਡੈੱਸਪਅ'ਰਾਡਅਉ/ *n* ਧੱਕੜ ਅਪਰਾਧੀ

desperate /'ਡੈੱਸਪਅਰਅਟ/ *a* ਨਿਰਾਸ, ਮਾਯੂਸ, (ਨਿਰਾਸਤਾ ਕਾਰਨ) ਮਨਚਲਾ, ਬੇਬਾਕ; ਨਿਧੜਕ, ਜਾਨ ਦੀ ਬਾਜ਼ੀ ਲਾਉਣ ਵਾਲਾ; ਸਿਰਲੱਥ, ਖ਼ਤਰਨਾਕ; ਅਤਿਅੰਤ ਬੁਰਾ

desperateness, desperation /'ਡੈੱਸਪਅਰਅਟਨਅਸ, ˌਡੈੱਸਪਅ'ਰੇਇਸ਼ਨ/ *n* ਨਿਰਾਸਤਾ; ਬੇਬਾਕੀ, ਨਿਧੜਕਤਾ

despicable /ਡਿ'ਮਪਿਕਅਬਲ/ *a* ਨੀਚ, ਘਿਰਨਾਯੋਗ, ਕਮੀਨਾ, ਤਿਰਸਕਾਰਪੂਰਨ

despise /ਡਿ'ਸਪਾਇਜ਼/ *vt* ਨੀਚ ਸਮਝਣਾ, ਘਿਰਨਾ ਕਰਨਾ, ਤੁੱਛ ਸਮਝਣਾ, ਤਿਰਸਕਾਰ ਕਰਨਾ

despisedness /ਡਿ'ਸਪਾਇਜ਼ਡਨਅਸ/ *n* ਨੀਚਤਾ; ਘਿਰਨਾ, ਤਿਰਸਕਾਰ

despite /ਡਿ'ਸਪਾਇਟ/ *n* ਈਰਖਾ, ਦਵੈਸ਼, ਘਿਰਨਾ; (ਪਰਾ) ਤਿਰਸਕਾਰ, ਅਪਮਾਨ *prep* ਹੁੰਦੇ ਹੋਏ, ਹੋਣ ਦੇ ਬਾਵਜੂਦ

despiteful /ਡਿ'ਸਪਾਇਟਫ਼ੁਲ/ *a* ਈਰਖਾਲੂ, ਦਵੈਸ਼ੀ, ਦੋਖੀ; ਅਤਿਆਚਾਰੀ; ਅਪਮਾਨਜਨਕ, ਤਿਰਸਕਾਰਪੂਰਨ

despitefulness /ਡਿ'ਸਪਾਇਟਫ਼ੁਲਨਅਸ/ *n* ਤਿਰਸਕਾਰਪੂਰਨਤਾ

despoil /ਡਿ'ਸਪੌਇਲ/ *vt* ਲੁੱਟਣਾ, ਖੋਹ ਲੈਣਾ, ਵੰਚਿਤ ਕਰਨਾ, ਡਾਕਾ ਮਾਰ ਕੇ ਲੈ ਜਾਣਾ; ਉਜਾੜਾ ਕਰਨਾ

despoilation, despoilment /ਡਿ'ਸਪੌਇਲੇਇਸ਼ਨ, ਡਿਸ'ਪੌਇਲਮਅਨਟ/ *n* ਡਾਕਾ, ਲੁੱਟ-ਮਾਰ, ਲੁੱਟ-ਖਸੁੱਟ; ਉਜਾੜਾ

despond /ਡਿ'ਸਪੌਨਡ/ *vt* ਹਿੰਮਤ ਹਾਰਨਾ, ਦਿਲ ਹਾਰਨਾ, ਨਿਰਾਸ ਹੋਣਾ, ਮਾਯੂਸ ਹੋਣਾ *n* ਉਦਾਸੀ, ਨਿਰਾਸਾ, ਨਿਰਾਸਤਾ (ਪਰਾ)

despondence /ਡਿ'ਸਪੌਨਡਅਨਸ/ *n* ਉਦਾਸੀ, ਨਿਰਾਸਾ, ਉਪਰਾਮਤਾ, ਬੇਦਿਲੀ, ਮਾਯੂਸੀ, ਦਿਲਗੀਰੀ

despondency /ਡਿ'ਮਪੌਨਡਅਨਸਿ/ *n* ਦਿਲਗੀਰੀ, ਮਾਯੂਸੀ, ਨਿਰਾਸਾ

despondent /ਡਿ'ਸਪੌਨਡਅਨਟ/ *a* ਉਦਾਸ, ਨਿਰਾਸ, ਉਪਰਾਮ, ਮਾਯੂਸ, ਨਿਮੋਝੂਣਾ, ਦਿਲਗੀਰ

despot /'ਡੈੱਸਪੌਟ/ *n* ਖ਼ੁਦਮੁਖ਼ਤਿਆਰ ਹਾਕਮ, ਨਿਰੰਕੁਸ਼ ਸ਼ਾਸਕ

despotic /ਡਿ'ਸਪੌਟਿਕ/ *a* ਧੱਕੇਸ਼ਾਹੀ (ਵਾਲਾ), ਆਪਹੁਦਰਾ, ਅਤਿਆਚਾਰੀ; ਤਾਨਾਸ਼ਾਹ, ਨਿਰੰਕੁਸ਼

despotism /'ਡੈੱਸਪਅਟਿਜ਼ਅਮ/ *n* ਧੱਕੇਸ਼ਾਹੀ, ਆਪਹੁਦਰਾਪਣ, ਅਤਿਆਚਾਰ; ਨਿਰੰਕੁਸ਼ ਸ਼ਾਸਨ, ਤਾਨਾਸ਼ਾਹੀ ਰਾਜ

dessert /ਡਿ'ਜ਼ਅ:ਟ/ *n* ਸਮਾਪਨ ਭੋਜਨ, ਫਲ/ਮਿਠਿਆਈ ਆਦਿ ਜੋ ਖਾਣੇ ਪਿੱਛੋਂ ਖਾਧੀ ਜਾਵੇ

dessertspoon /ਡਿ'ਜ਼ਅ:ਟਸਪੂਨ/ *n* ਵੱਡਾ ਚਮਚਾ

destabilization /ˌਡੀˌਸਟੇਇਬਅਲਾਇ'ਜ਼ੇਇਸ਼ਨ/ *n* ਅਸੰਤੁਲਨ, ਅਸਥਿਰਤਾ

destabilize /ˌਡੀ'ਸਟੇਇਬਅਲਾਇਜ਼/ *v* ਸੰਤੁਲਨ ਵਿਗਾੜਨਾ, ਅਸਥਿਰ ਕਰਨਾ

destinate /'ਡੈੱਸਟਿਨੇਇਟ/ *a* ਨਿਸ਼ਚਿਤ, ਨਿਯਤ, ਨਿਰਧਾਰਿਤ *vt* ਨਿਸ਼ਚਿਤ ਕਰਨਾ, ਨਿਯਤ ਕਰਨਾ

destination /ˌਡੈੱਸਟਿ'ਨੇਇਸ਼ਨ/ *n* ਨਿਯਤ ਥਾਂ, ਟਿਕਾਣਾ, ਮੰਜ਼ਿਲ, ਲਕਸ਼, ਟੀਚਾ; ਭਾਗ, ਸੰਜੋਗ, ਭਾਵੀ; ਪ੍ਰਾਲਬਧ

destine /'ਡੈੱਸਟਿਨ/ *vt* ਨਿਸ਼ਚਿਤ ਕਰਨਾ, ਨਿਯਤ ਕਰਨਾ, ਨਿਰਧਾਰਿਤ ਕਰਨਾ, ਪਹਿਲਾਂ ਹੀ ਮਿਥਣਾ

destined /'ਡੈੱਸਟਿਨਡ/ *a* ਕਿਸਮਤ ਵਿੱਚ ਲਿਖਿਆ, ਹੋ ਜਾਣ ਵਾਲਾ, ਹੋਣੀਹਾਰ

destinism /'ਡੈਸੱਟਿਨਿਜ਼ਅਮ/ *n* ਭਾਗਵਾਦ, ਹੋਣੀਵਾਦ

destiny /'ਡੈਸੱਟਅਨਿ/ *n* ਤਕਦੀਰ, ਨਸੀਬ, ਭਾਗ, ਹੋਣੀ, ਭਾਵੀ

destitute /'ਡੈਸੱਟਿਟਯੂਟ/ *a* ਅਨਾਥ, ਮੁਥਾਜ; ਥੁੜਿਆ, ਸਾਧਨਹੀਣ, ਨਿਆਸਰਾ

destitution /ˌਡੈਸੱਟਿ'ਟਯੂਸ਼ਨ/ *n* ਨਿਰਧਨਤਾ, ਗ਼ਰੀਬੀ, ਥੁੜ, ਤੰਗੀ, ਮੁਥਾਜੀ, ਆਤੁਰਤਾ, ਲਾਚਾਰੀ

destrier /'ਡੈਸੱਟਰਿਅ*/ *n* ਜੰਗੀ ਘੋੜਾ

destroy /ਡਿ'ਸਟਰੌਇ/ *vt* ਬਰਬਾਦ ਕਰਨਾ, ਉਜਾੜਨਾ, ਫ਼ਨਾਹ ਕਰਨਾ, ਢਾਹੁਣਾ, ਗਿਰਾਉਣਾ; ਮਾਰਨਾ, ਮਿਟਾਉਣਾ, ਮੇਟਣਾ, ਪ੍ਰਭਾਵਹੀਣ ਕਰਨਾ, ਬੇਕਾਰ ਕਰਨਾ

destroyed /ਡਿ'ਸਟਰੌਇਡ/ *a* ਨਸ਼ਟ, ਨਾਸ, ਤਬਾਹ, ਬਰਬਾਦ

destroyer /ਡਿ'ਸਟਰੌਇਅ*/ *n* ਨਾਸ਼ਕ, ਵਿਨਾਸ਼ਕ, ਘਾਤਕ; ਜੰਗੀ ਜਹਾਜ

destructibility /ਡਿˌਸਟਰਅੱਕਟਅ'ਬਿਲਅਟਿ/ *n* ਤਬਾਹ ਕਰਨ ਯੋਗਤਾ, ਬਰਬਾਦ ਕਰਨ ਯੋਗਤਾ

destructible /ਡਿ'ਸਟਰਅੱਕਟਅਬਲ/ *a* ਤਬਾਹ ਕਰਨ ਯੋਗ, ਬਰਬਾਦ ਕਰਨ ਯੋਗ, ਉਜਾੜਨ ਯੋਗ

destruction /ਡਿ'ਸਟਰਅੱਕਸ਼ਨ/ *n* ਬਰਬਾਦੀ, ਤਬਾਹੀ, ਉਜਾੜਾ, ਵਿਨਾਸ਼

destructionist /ਡਿ'ਸਟਰਅੱਕਸ਼(ਅ)ਨਿਸਟ/ *a* ਨਾਸ ਕਰਨ ਵਿੱਚ ਵਿਸ਼ਵਾਸ ਰੱਖਣ ਵਾਲਾ, ਵਿਨਾਸ਼ਵਾਦੀ

destructive /ਡਿ'ਸਟਰਅੱਕਟਿਵ੍/ *a* ਵਿਨਾਸ਼ਕਾਰੀ, ਨਾਸ਼ਕ, ਤਬਾਹਕੁਨ, ਮੋਹਲਕ, ਘਾਤਕ, ਮਾਰੂ *a* ਹਾਨੀਕਾਰਕ (ਨੀਤੀ, ਵਸਤੂ, ਵਿਅਕਤੀ)

destructiveness /ਡਿ'ਸਟਰਅੱਕਟਿਵ੍ਨਅਸ/ *n* ਤਬਾਹੀ, ਵਿਨਾਸ਼ਕਾਰਤਾ, ਘਾਤਕਤਾ

destructor /ਡਿ'ਸਟਰਅੱਕਟਅ*/ *n* ਕੂੜਾ-ਭੱਠੀ

desuetude /ਡਿ'ਸਯੂਇਟਯੂਡ/ *n* ਅਪ੍ਰਚਲਨ, ਅਵਰਤੋਂ

desultory /'ਡੈਸੱਅਲਟਰਿ/ *a* ਬੇਢੰਗਾ, ਬੇਜੋੜ, ਬੇਨੇਮਾ, ਉੱਗੜ-ਦੁੱਗੜ; ਨਿਰਉਦੇਸ਼

desynonymization /ਡੀਸਿˌਨੌਨਿਮਾਇ'ਜ਼ੇਇਸ਼ਨ/ *n* (ਵਿਆ) ਸਮਾਨਾਰਥਕ ਸ਼ਬਦਾਂ ਦਾ ਅਰਥਭੇਦ ਕਰਨ ਦਾ ਕਾਰਜ, ਪਰਿਆਇ ਭੇਦ

detach /ਡਿ'ਟੈਚ/ *vt* ਨਿਖੇੜਨਾ, ਅੱਡ ਕਰਨਾ, ਜੁਦਾ ਕਰਨਾ, ਵੱਖਰਾ ਕਰਨਾ, ਅਲੱਗ ਕਰਨਾ; (ਫ਼ੌਜ ਜਾਂ ਜਲ ਸੈਨਾ ਦੀ) ਰਜਮੈਂਟ ਜਾਂ ਜਹਾਜ਼ ਆਦਿ ਨੂੰ ਰਵਾਨਾ ਕਰਨਾ

detachable /ਡਿ'ਟੈਚਅਬਲ/ *a* ਵੱਖ ਹੋਣ ਜਾਂ ਕਰਨ ਯੋਗ

detached /ਡਿ'ਟੈਚਟ/ *a* ਦੂਜਿਆਂ ਤੋਂ ਵੱਖਰਾ, ਅੱਡਰਾ, ਨਿਰਪੱਖ, ਨਿਰਲੇਪ **detached mind, detached view** ਨਿਰਪੱਖ ਭਾਵਨਾ ਜਾਂ ਵਿਚਾਰ

detachment /ਡਿ'ਟੈਚਮਅਨਟ/ *n* ਨਿਰਲੇਪਤਾ, ਨਿਰਪੱਖਤਾ; ਵਿਸ਼ੇਸ਼ ਵਾਤਾਵਰਨ ਤੋਂ ਸੁਤੰਤਰਤਾ; ਵਿਚਾਰ ਸੁਤੰਤਰਤਾ; (ਫ਼ੌਜ ਦਾ) ਦਸਤਾ, ਟੁਕੜੀ

detail /'ਡੀਟੇਇਲ/ *n* ਵਿਸਤਾਰ, ਵਿਵਰਨ, ਵੇਰਵਾ, ਤਫ਼ਸੀਲ; (ਫ਼ੌਜ) ਦੈਨਿਕ ਆਦੇਸ਼ ਦੀ ਵੰਡ ਅਤੇ ਵੇਰਵਾ; (ਫ਼ੌਜ) ਛੋਟੀ ਟੁਕੜੀ, ਦਸਤਾ; ਅੰਸ਼, ਅੰਗ *vt* ਵਿਸਤਾਰ ਨਾਲ ਵਰਣਨ ਕਰਨਾ, ਵੇਰਵਾ ਦੇਣਾ, ਖੋਲ੍ਹ ਕੇ ਲਿਖਣਾ; (ਫ਼ੌਜ ਦਾ ਦਸਤਾ) ਖ਼ਾਸ ਕੰਮ ਉੱਤੇ ਭੇਜਣਾ

detailed /'ਡੀਟੇਇਲਡ/ *a* ਵਿਸਤ੍ਰਿਤ, ਵਿਸਤਾਰਪੂਰਵਕ, ਵੇਰਵੇ ਸਹਿਤ, ਤਫ਼ਸੀਲੀ

detain /ਡਿ'ਟੇਇਨ/ *vt* ਰੋਕਣਾ, ਅਟਕਾਉਣਾ, ਬਿਠਾਈ ਰੱਖਣਾ, ਇੰਤਜ਼ਾਰ ਕਰਾਉਣਾ; ਬੰਨ੍ਹ ਰੱਖਣਾ, ਡੱਕਣਾ, ਕੈਦ ਕਰਨਾ, ਨਜ਼ਰਬੰਦ ਕਰਨਾ; (ਰੁਪਈਆ ਆਦਿ) ਦਬਾ ਰੱਖਣਾ, ਦੇਣ ਤੋਂ ਰੋਕੀ ਰੱਖਣਾ

detained /ਡਿ'ਟੇਇਨਡ/ *a* ਰੋਕਿਆ; ਡੱਕਿਆ,

ਨਜ਼ਰਬੰਦ

detainee /ˌਡੀਟੇਇ'ਨੀ/ *n* ਨਜ਼ਰਬੰਦ ਬੰਦਾ

detainment /ਡਿ'ਟੇਇਨਮਅਨਟ/ *n* ਹਿਰਾਸਤ, ਕੈਦ, ਨਜ਼ਰਬੰਦੀ; ਗ੍ਰਿਫ਼ਤਾਰੀ

detect /ਡਿ'ਟੈੱਕਟ/ *vt* ਖੋਜ ਕੱਢਣਾ, ਸੂਹ ਕੱਢਣਾ, ਪਤਾ ਲਾਉਣਾ, ਖੁਰਾ ਲੱਭਣਾ; (ਅਪਰਾਧੀ, ਗ਼ਲਤੀ ਆਦਿ) ਫੜਨਾ

detectable /ਡਿ'ਟੈੱਕਟਅਬਲ/ *a* ਖੋਜਣਯੋਗ, ਸੂਹ ਕੱਢਣ ਯੋਗ; ਫੜਨਯੋਗ

detection /ਡਿ'ਟੈੱਕਸ਼ਨ/ *n* (ਗ਼ਲਤੀ ਆਦਿ ਦੀ) ਖੋਜ, ਪਕੜ; ਸੂਹ, ਲਭਾਈ

detective /ਡਿ'ਟੈੱਕਟਿਵ਼/ *n* ਖੋਜੀ, ਸੂਹੀਆ, ਜਸੂਸ, ਗੁਪਤਚਰ

detectophone /ਡਿ'ਟੈੱਕਟਅਫ਼ਅਉਨ/ *n* ਲੁਕ ਕੇ ਕਿਸੇ ਦਾ ਟੈਲੀਫ਼ੋਨ ਸੁਣਨ ਦਾ ਯੰਤਰ

detector /ਡਿ'ਟੈੱਕਟਅ*/ *n* ਪਤਾ ਲਗਾਉਣ ਵਾਲਾ, ਫੜਨ ਵਾਲਾ; ਨੁਕਸ ਜਾਂ ਦੋਸ਼ ਦੱਸਣ ਵਾਲਾ

detente /ˌਡੇਇ'ਟਾਨਟ/ *(F) n* (ਹਕੂਮਤਾਂ ਵਿਚਾਲੇ) ਸੁਲ੍ਹਾ-ਸਫ਼ਾਈ

detention /ਡਿ'ਟੈੱਨਸ਼ਨ/ *n* ਵੇਖੋ **detainment**

detenu, detinu /'ਡੇਇਟਅਨਯੂ/ *n* ਨਜ਼ਰਬੰਦ, ਬੰਦੀ

deter /ਡਿ'ਟਅ:*/ *vt* ਰੋਕਣਾ, ਠਾਕਣਾ, ਬਾਜ਼ ਰੱਖਣਾ, ਡਰ ਵਿਖਾ ਕੇ ਵਰਜਣਾ, ਹੋੜਨਾ

deterge /ਡਿ'ਟਅ:ਜ/ *vt* ਸਾਫ਼ ਕਰਨਾ, ਮੈਲ ਕੱਢਣਾ

detergent /ਡਿ'ਟਅ:ਜਅਨਟ/ *a n* ਮੈਲਕਾਟ, ਸਾਬਣ; ਸੋਧਕ

deteriorate /ਡਿ'ਟਿਅਰਿਅਰੇਇਟ/ *v* ਵਿਗਾੜਨਾ ਜਾਂ ਵਿਗੜਨਾ, ਖ਼ਰਾਬ ਕਰਨਾ ਜਾਂ ਹੋਣਾ

deterioration /ਡਿˌਟਿਅਰਿਅ'ਰੇਇਸ਼ਨ/ *n* ਵਿਗਾੜ, ਖ਼ਰਾਬੀ; ਗਿਰਾਵਟ, ਨਿਘਾਰ, ਪਤਨ; ਗਲਨ, ਸੜਨ (ਫਲ ਦਾ)

deteriorative /ਡਿ'ਟਿਅਰਿਅਰਅਟਿਵ਼/ *a* ਨਿਘਾਰਕ, ਵਿਗਾੜੂ, ਵਿਗੜਨ ਵਾਲਾ; ਖ਼ਰਾਬ ਹੋਣ ਵਾਲਾ

deteriorism /ਡਿ'ਟਿਅਰਿਅਰਿਜ਼ਅਮ/ *n* ਨਿਘਾਰ; ਵਿਗਾੜ, ਖ਼ਰਾਬੀ

deteriority /ˌਡਿਟਿਅ'ਰਿਅਰਅਟਿ/ *n* ਬੁਰੀ ਅਵਸਥਾ

determinant /ਡਿ'ਟਅ:ਮਿਨਅਨਟ/ *a* ਨਿਰਨਾਇਕ, ਨਿਰਨਾਕਾਰੀ

determinantal /ਡਿ'ਟਅ:ਮਿਨਅਨਟਲ/ *a* ਨਿਰਨਾਤਮਿਕ; ਨਿਰਧਾਰਨ ਸੰਬੰਧੀ, ਨਿਸ਼ਚਾਤਮਿਕ

determinate /ਡਿ'ਟਅ:ਮਿਨਅਟ/ *a* ਸੀਮਿਤ, ਸਥਿਰ; ਨਿਸ਼ਚਿਤ, ਨਿਰਧਾਰਿਤ

determinateness /ਡਿ'ਟਅ:ਮਿਨਅਟਨਅਸ/ *n* ਸਥਿਰਤਾ, ਨਿਸ਼ਚਿਤਤਾ

determination /ਡਿˌਟਅ:ਮਿ'ਨੇਇਸ਼ਨ/ *n* ਪੱਕਾ ਇਰਾਦਾ, ਦ੍ਰਿੜ੍ਹਤਾ, ਨਿਸ਼ਚਾ; ਅਦਾਲਤ ਦਾ ਫ਼ੈਸਲਾ, ਕੋਰਟ ਦਾ ਨਿਰਨਾ, ਸਜ਼ਾ ਦੀ ਆਗਿਆ; ਮਿਤੀ ਜਾਂ ਸਮੇਂ ਦਾ ਨਿਰਧਾਰਨ; ਸੀਮਾ ਨਿਰਧਾਰਨ; ਜਾਂਚ

determinative /ਡਿ'ਟਅ:ਮਿਨਅਟਿਵ਼/ *a* ਵਿਸ਼ੇਸ਼ਤਾ ਦੱਸਣ ਵਾਲਾ, ਵਿਸ਼ੇਸ਼ਕ; (ਗੁਣ, ਚਿੰਨ੍ਹ) ਨਿਰਨਾਇਕ, ਨਿਰਧਾਰਕ *n* ਦਿਸ਼ਾ-ਨਿਰਦੇਸ਼ ਕਰਨ ਵਾਲੀ (ਵਸਤੂ)

determine /ਡਿ'ਟਅ:ਮਿਨ/ *v* ਪੱਕਾ ਇਰਾਦਾ ਕਰਨਾ, ਨਿਸ਼ਚਾ ਕਰਨਾ, ਠਾਣਨਾ; (ਕਨੂੰ) (ਮੁਕੱਦਮਾ) ਸਮਾਪਤ ਕਰ ਦੇਣਾ ਜਾਂ ਹੋਣਾ; ਸੀਮਿਤ ਕਰਨਾ; (ਮਿਤੀ ਜਾਂ ਸਮਾਂ) ਮੁਕਰੱਰ ਕਰਨਾ, ਮਿਥਣਾ; ਫ਼ੈਸਲਾ ਕਰਨਾ, ਨਿਰਨਾ ਕਰਨਾ, (ਝਗੜਾ) ਨਿਬੇੜਨਾ, ਮੁਕਾਉਣਾ; ਨਿਯੁਕਤ ਕਰਨਾ; ਤਿਆਰ ਕਰਨਾ

determined /ਡਿ'ਟਅ:ਮਿਨਡ/ *a* ਪੱਕਾ, ਦ੍ਰਿੜ੍ਹ, ਅਟੱਲ; ਨਿਯਤ, ਨਿਸ਼ਚਿਤ, ਨਿਰਧਾਰਿਤ, ਸੀਮਿਤ, ਨਿਰਨੀਤ

determinism /ਡਿ'ਟਅ:ਮਿਨਿਜ਼ਅਮ/ *n* ਨਿਯਤੀਵਾਦ, ਨਿਸ਼ਚੇਵਾਦ, (ਇਹ ਨਿਸ਼ਚਾ ਕਿ ਮਨੁੱਖ ਖ਼ੁਦਮੁਖ਼ਤਿਆਰ ਨਹੀਂ ਸਗੋਂ ਇਸ ਦਾ

ਇਰਾਦਾ ਬਾਹਰੀ ਸ਼ਕਤੀਆਂ ਦਾ ਪਾਬੰਦ ਹੈ)

determinist /ਡਿ'ਟਅ:ਮਿਨਿਸਟ/ *n* ਨਿਯਤੀਵਾਦੀ, ਨਿਸਚੇਵਾਦ

deterministic /ਡਿ,ਟਅ:ਮਿ'ਨਿਸਟਿਕ/ *a* ਨਿਯਤੀਵਾਦ ਨਾਲ ਸੰਬੰਧਿਤ

deterred /ਡਿ'ਟਅ:ਡ/ *a* ਰੋਕਿਆ ਜਾਂ ਰੁਕਿਆ

deterrence, determent /ਡਿ'ਟੈਰੱਅਨਸ, ਡਿ'ਟਅ:ਮਅਨਟ/ *n* ਰੋਕ, ਰੁਕਾਵਟ, ਠੱਲ੍ਹ

deterrent /ਡਿ'ਟੈਰੱਅਨਟ/ *a* ਰੋਕਣ ਵਾਲਾ, ਵਰਜਕ

detersion /ਡਿ'ਟਅ:ਸ਼ਨ/ *n* (ਜ਼ਖ਼ਮ ਨੂੰ) ਸਾਫ਼ ਕਰਨ ਦੀ ਕਿਰਿਆ

detest /ਡਿ'ਟੈੱਸਟ/ *vt* ਘਿਰਨਾ ਕਰਨਾ, ਨਫ਼ਰਤ ਕਰਨਾ, ਤਿਰਸਕਾਰਨਾ

detestability /ਡਿ,ਟੈੱਸਟਅ'ਬਿਲਅਟਿ/ *n* ਵੇਖੋ **detestableness**

detestable /ਡਿ'ਟੈੱਸਟਅਬਲ/ *a* ਘਿਰਨਿਤ, ਘਿਰਨਾਯੋਗ, ਗਿਲਾਨੀਯੋਗ, ਤਿਰਸਕਾਰਯੋਗ

detestableness /ਡਿ'ਟੈੱਸਟਅਬਲਨਅਸ/ *n* ਘਿਰਨਾਯੋਗਤਾ, ਤਿਰਸਕਾਰਯੋਗਤਾ

detestation /,ਡੀਟੈੱ'ਸਟੇਇਸ਼ਨ/ *n* ਘਿਰਨਾ, ਤਿਰਸਕਾਰ, ਗਿਲਾਨੀ

detested /ਡਿ'ਟੈੱਸਟਿਡ/ *a* ਘਿਰਨਿਤ

detester /ਡਿ'ਟੈੱਸਟਅ*/ *a* ਘਿਰਨਾ ਕਰਨ ਵਾਲਾ

dethrone /,ਡੀ'ਥਰਅਉਨ/ *vi* ਗੱਦੀਓਂ ਲਾਹੁਣਾ; ਪ੍ਰਭਾਵ ਜਾਂ ਜ਼ੋਰ ਘੱਟ ਕਰਨਾ, ਬੇਅਸਰ ਕਰਨਾ

detinue /'ਡੈੱਟਿਨਯੂ/ *n* ਅਵੈਧ ਕਬਜ਼ਾ ਹਟਾਉਣ ਲਈ ਦਾਅਵਾ

detonate /'ਡੈੱਟਅਨੇਇਟ/ *v* ਵਿਸਫੋਟ ਕਰਨਾ, ਧਮਾਕਾ ਕਰਨਾ; ਧਮਾਕੇ ਨਾਲ ਉਡਾਉਣਾ

detonation /,ਡੈੱਟਅ'ਨੇਇਸ਼ਨ/ *n* (ਜ਼ੋਰ ਦਾ) ਧਮਾਕਾ, ਵਿਸਫੋਟ

detonator /'ਡੈੱਟਅਨੇਇਟਅ*/ *n* ਬੰਬ ਦੀ ਟੋਪੀ, ਪਲੀਤਾ *a* ਵਿਸਫੋਟਕ

detort /ਡਿ'ਟੋਟ/ *vt* ਉਲਟ-ਪੁਲਟ ਕਰਨਾ, ਵਿਗਾੜਨਾ, ਮਰੋੜਨਾ

detortion /ਡਿ'ਟੋਸ਼ਨ/ *n* ਵਿਗਾੜ, ਉਲਟ-ਪੁਲਟ ਚੀਜ਼

detour /'ਡੀਟੁਅ*/ *n* ਮੋੜ-ਘੋੜ ਵਾਲਾ ਰਸਤਾ, ਵਲ-ਫੇਰ ਵਾਲਾ ਰਸਤਾ; ਅਸਲ ਰਸਤੇ ਤੋਂ ਹਟਣ ਦੀ ਕਿਰਿਆ

detract /ਡਿ'ਟਰੈਕਟ/ *v* (ਕਦਰ ਆਦਿ) ਘਟਾਉਣਾ, ਘੱਟ ਕਰਨਾ, ਛੁਟਿਆਉਣਾ

detraction /ਡਿ'ਟਰੈਕਸ਼ਨ/ *n* ਮੁੱਲ-ਘਟਾਈ; ਕਦਰ-ਘਟਾਈ; ਨਿੰਦਿਆ, ਬਦਖੋਈ

detractor /ਡਿ'ਟਰੈਕਟਅ*/ *n* ਕਦਰ-ਘਟਾਊ

detrain /,ਡੀ'ਟਰੇਇਨ/ *v* (ਫ਼ੌਜਾਂ ਆਦਿ ਦਾ) ਗੱਡੀਓਂ ਉਤਰਨਾ ਜਾਂ ਉਤਾਰਨਾ

detriment /'ਡੈੱਟਰਿਮਅਨਟ/ *n* ਹਾਨੀ, ਨੁਕਸਾਨ, ਹਰਜਾ

detrimental /,ਡੈੱਟਰਿ'ਮੈੱਨਟਲ/ *a* ਹਾਨੀਕਾਰਕ, ਨੁਕਸਾਨਦੇਹ

detrition /ਡਿ'ਟਰਿਸ਼ਨ/ *n* ਘਸਾਈ; ਘਸ ਜਾਣ ਜਾਂ ਭੁਰ ਜਾਣ ਨਾਲ ਬਣਿਆ ਮਲਬਾ, ਕੰਕਰ, ਰੇਤ, ਬਜਰੀ

detritus /ਡਿ'ਟਰਾਇਟਅਸ/ *n* ਪਥਰਾਂ ਦੇ ਘਸ ਜਾਣ ਜਾਂ ਭੁਰ ਜਾਣ ਨਾਲ ਬਣਿਆ ਮਲਬਾ, ਕੰਕਰ, ਰੇਤ, ਬਜਰੀ

deuce[1] /ਡਯੂਸ/ *n* (ਜੂਆਬਾਜ਼ੀ) ਦੋ ਦਾਣੇ; ਪਾਸ਼ੇ ਦੀ ਦੋ ਬਿੰਦੂਆਂ ਵਾਲੀ ਸਾਈਡ; (ਤਾਸ਼ ਦੀ) ਦੁੱਕੀ; (ਟੈਨਿਸ) ਦੋਹਾਂ ਦੀ ਬਰਾਬਰੀ; ਖੇਡ ਵਿੱਚ ਉਹ ਅਵਸਥਾ ਜਿਸ ਤੋਂ ਪਿੱਛੋਂ ਲਗਾਤਾਰ ਦੋ ਅੰਕ ਜਿੱਤਣੇ ਜ਼ਰੂਰੀ ਹੋਣ

deuce[2] *n* ਮੁਸੀਬਤ, ਬਲਾ, ਆਫ਼ਤ

deuced /ਡਯੂਸਟ/ *a* ਦਾਨਵੀ, ਦੈਂਤੀ, ਵਹਿਸ਼ੀ *adv* ਅਤਿਅੰਤ

devalorize /,ਡੀ'ਵੈਲਅਰਾਇਜ਼/ *vt* ਮੁੱਲ ਗਿਰਾਉਣਾ, ਮੁੱਲ ਘਟਾਉਣਾ

devaluate /,ਡੀ'ਵੈਲਯੁਏਇਟ/ *vt* (ਮੁਦਰਾ ਦਾ) ਮੁੱਲ ਘਟਾਉਣਾ, ਅਵਮੁੱਲਣ ਕਰਨਾ

devaluation /ˌਡੀˌਵੈਲਯੁ'ਏਇਸ਼ਨ/ *n* ਮੁਦਰਾ ਦਾ ਅਵਮੁੱਲਨ, ਮੁੱਲ-ਘਟਾਈ; ਛੁਟਿਆਉਣ

devalue /ˌਡੀ'ਵੈਲਯੂ/ *vt* ਮੁਦਰਾ ਦਾ ਮੁੱਲ ਘਟਾਉਣਾ, ਅਵਮੁੱਲਣ ਕਰਨਾ; ਛੁਟਿਆਉਣਾ, ਮਹੱਤਵ ਘਟਾਉਣਾ

devastate /'ਡੈਵ੍ਅਸਟੇਇਟ/ *vt* ਉਜਾੜਨਾ, ਬਰਬਾਦ ਕਰਨਾ, ਨਸ਼ਟ ਕਰਨਾ, ਤਬਾਹ ਕਰਨਾ

devastated /'ਡੈਵ੍ਅਸਟੇਇਟਿਡ/ *a* ਦੁੱਖ ਜਾਂ ਸਦਮੇ ਤੋਂ ਗੰਭੀਰ ਰੂਪ ਵਿੱਚ ਪਰਭਾਵਿਤ, ਦੁੱਖ ਜਾਂ ਸਦਮੇ ਦਾ ਝੰਬਿਆ

devastation /ˌਡੈਵ੍ਅ'ਸਟੇਇਸ਼ਨ/ *n* ਉਜਾੜਾ, ਤਬਾਹੀ, ਬਰਬਾਦੀ, ਵਿਨਾਸ਼

devastator /'ਡੈਵ੍ਅਸਟੇਇਟਅ*/ *n* ਉਜਾੜਨ ਵਾਲਾ, ਬਰਬਾਦ ਕਰਨ ਵਾਲਾ

develop /ਡਿ'ਵੈੱਲਅਪ/ *v* ਵਧਾਉਣਾ ਜਾਂ ਵਧਣਾ, ਵਿਕਾਸ ਕਰਨਾ ਜਾਂ ਹੋਣਾ, ਉੱਨਤੀ ਕਰਨਾ ਜਾਂ ਹੋਣਾ; ਪ੍ਰਗਟ ਕਰਨਾ, ਪ੍ਰਕਾਸ਼ਿਤ ਕਰਨਾ; (ਫ਼ੌਜ) ਹਮਲਾ ਸ਼ੁਰੂ ਕਰਨਾ; ਫੋਟੋ ਧੋਣਾ; ਦਿਖਾਉਣਾ, ਪ੍ਰਦਰਸ਼ਿਤ ਕਰਨਾ; ਪੁੰਗਰਨਾ; ਪੱਲ੍ਹਰਨਾ; ਪ੍ਰੋੜ੍ਹਤਾ ਲਿਆਉਣਾ ਜਾਂ ਪ੍ਰੋੜ੍ਹ ਹੋਣਾ

developed /ਡਿ'ਵੈੱਲਅਪਟ/ *a* ਵਿਕਸਿਤ, ਉੱਨਤ, ਪ੍ਰਫੁੱਲਤ, ਵਧਿਆ-ਫੁੱਲਿਆ

developing /ਡਿ'ਵੈੱਲਅਪਿਙ/ *a* ਵਿਕਾਸਸ਼ੀਲ, ਵਿਕਾਸੀ

development /ਡਿ'ਵੈੱਲਅਪਮਅਨਟ/ *n* ਵਿਕਾਸ, ਉੱਨਤੀ, ਤਰੱਕੀ, ਵਾਧਾ; ਪਕਿਆਈ, ਪੁਖ਼ਤਗੀ; (ਫੋਟੋ) ਧੁਲਾਈ

developmental /ਡਿˌਵੈੱਲਅਪ'ਮੈਂਟਲ/ *a* ਵਿਕਾਸ ਸੰਬੰਧੀ, ਵਿਕਾਸਮਾਨ, ਵਿਕਾਸੀ

deviant /'ਡੀਵ੍ਇਅਨਟ/ *a* ਭਟਕਿਆ; ਗ਼ੈਰ-ਕੁਦਰਤੀ

deviate /'ਡੀਵ੍ਇਏਇਟ/ *vt* (ਮਾਰਗ, ਸ਼ਾਸਨ, ਸਚਾਈ ਆਦਿ ਤੋਂ) ਥਿੜਕਣਾ, ਭਟਕਣਾ, ਉਲੰਘਣ ਕਰਨਾ; ਹਟਣਾ, ਫਿਰ ਜਾਣਾ

deviated /'ਡੀਵ੍ਇਏਇਟਿਡ/ *a* ਰਸਤੇ ਤੋਂ ਉੱਖੜਿਆ, ਭਟਕਿਆ, ਥਿੜਕਿਆ

deviation /ˌਡੀਵ੍ਇ'ਏਇਸ਼ਨ/ *n* ਭਟਕਣ, ਥਿੜਕਣ, ਪਥ-ਭ੍ਰਿਸ਼ਟਤਾ; (ਕੰਪਾਸ) ਵਿਚਲਣ

device /ਡਿ'ਵ੍ਾਇਸ/ *n* ਵਿਓਂਤ, ਢੰਗ, ਜੁਗਤ, ਤਰਕੀਬ, ਉਪਾਅ; ਮਰਜ਼ੀ, ਖ਼ੁਸ਼ੀ, ਇੱਛਾ; ਨਕਸ਼ਾ, ਖ਼ਾਕਾ, ਚਿੱਤਰ; ਮਾਰਕਾ, ਸਰਦਾਰ ਜਾਂ ਰਈਸ ਦਾ ਖ਼ਾਨਦਾਨੀ ਨਿਸ਼ਾਨ; ਸੰਦ, ਯੰਤਰ

devil, The Devil /'ਡੈਵ੍ਲ/ *n* ਸ਼ੈਤਾਨ, ਅਸੁਰ, ਇਬਲੀਸ, ਪ੍ਰੇਤ; ਬਦਮਾਸ਼, (ਮੁੰਡਾ) ਸ਼ਤੂੰਗੜਾ *a* ਸਿਰਲੱਥ; ਭਾੜੇ ਦਾ ਟੱਟੂ (ਜੋ ਕਿਸੇ ਵਾਸਤੇ ਪੈਸੇ ਲੈ ਕੇ ਕਿਤਾਬ ਲਿਖੇ), ਬੁਰੀ ਆਦਤ ਜਾਂ ਭੈੜ (ਜੋ ਸ਼ੈਤਾਨ ਵਾਂਗ ਪਿੱਛੇ ਚੰਬੜ ਜਾਏ); ਇੱਕ ਪ੍ਰਕਾਰ ਦੀ ਆਤਿਸ਼ਬਾਜ਼ੀ *v* ਲੇਖਕ ਜਾਂ ਵਕੀਲ ਲਈ ਕੰਮ ਕਰਨਾ; ਗਰਮ ਮਸਾਲਾ ਪਾ ਕੇ ਭੁੰਨਣਾ **give the devil his due** ਦੁਸ਼ਮਣ ਨਾਲ ਵੀ ਨਿਆਂ ਕਰੋ

devilish /'ਡੈਵ੍ਅਲਿਸ਼/ *a* ਸ਼ੈਤਾਨੀ, ਅਸੁਰੀ; ਬੁਰਾ, ਭਿਆਨਕ; ਅਧਿਕ, ਸਖ਼ਤ *adv* ਬਹੁਤ, ਅਤਿਅੰਤ

devilishness /'ਡੈਵ੍ਅਲਿਸ਼ਨਅਸ/ *n* ਸ਼ੈਤਾਨੀ, ਰਾਖਸ਼ਪੁਣਾ

devil-may-care *a* ਮੌਜੀ, ਬੇਪਰਵਾਹ

devilment /'ਡੈਵ੍ਲਮਅਨਟ/ *n* ਦੁਸ਼ਟਤਾ; ਸ਼ਰਾਰਤ, ਬਦਮਾਸ਼ੀ; ਅਦਭੁਤ ਘਟਨਾ, ਵਚਿੱਤਰ ਗੱਲ

devilry /'ਡੈਵ੍(ਅ)ਲਰਿ/ *n* ਸ਼ੈਤਾਨੀ, ਸ਼ੈਤਾਨੀਅਤ; ਜਾਂਬਾਜ਼ੀ; ਭੂਤ ਵਿੱਦਿਆ, ਜਾਦੂ

devil's advocate *n* ਹਰ ਇੱਕ ਦਾ ਨੁਕਸ ਲੱਭਣ ਵਾਲਾ ਵਿਅਕਤੀ

devil's dust *n* ਪੁਰਾਣੇ ਕੱਪੜੇ ਨੂੰ ਪਿੰਜ ਕੇ ਬਣਿਆ ਲੋਗੜ

devious /'ਡੀਵ੍ਇਅਸ/ *a* (ਰਸਤਾ) ਟੇਢਾ-ਮੇਢਾ, ਚੱਕਰਦਾਰ, ਵਲ-ਫੇਰ ਵਾਲਾ; ਅਸੰਗਤ, ਅਢੁਕਵਾਂ; ਚਾਲਬਾਜ਼

devise /ਡਿ'ਵ੍ਾਇਜ਼/ *vt* ਵਿਓਂਤ ਜਾਂ ਜੁਗਤ ਬਣਾਉਣਾ, ਯੋਜਨਾ ਬਣਾਉਣਾ; ਵਸੀਅਤ ਕਰਨਾ

n ਵਸੀਅਤ

devisee /ਡਿ.ਵ਼ਾਇ'ਜ਼ੀ/ *n* ਜਿਸ ਲਈ ਵਸੀਅਤ ਕੀਤੀ ਜਾਵੇ

devitalize /.ਡੀ'ਵ਼ਾਇਟਅਲਾਇਜ਼/ *vt* ਸ਼ਕਤੀਹੀਣ ਕਰਨਾ, ਵਿਅਰਥ ਕਰਨਾ, ਨਕਾਰਾ ਕਰਨਾ; ਨਿਸੱਤਾ ਕਰਨਾ

devoid /ਡਿ'ਵੌਇਡ/ *a* ਵਾਂਝਾ, ਵਿਰਵਾ, ਵੰਚਿਤ, ਖ਼ਾਲੀ, ਮਹਿਰੂਮ

devoir /ਡੈ'ਵ੍ਵਾ*/ *n* (ਬਹੁ) ਸਤਿਕਾਰ, ਸਨਮਾਨ, ਆਦਰ; ਫਰਜ਼, ਕਰਤੱਵ, ਧਰਮ; ਸ਼ਰਾਫ਼ਤ, ਭੱਦਰਤਾ

devolution /.ਡੀਵ਼ਅ'ਲੂਸ਼ਨ/ *n* ਸਪੁਰਦਗੀ, ਜਾਇਦਾਦ ਦਾ ਇੰਤਕਾਲ, (ਸ਼ਕਤੀ ਦੀ) ਸਪੁਰਦਗੀ

devolve /ਡਿ'ਵੌਲਵ਼/ *v* (ਜ਼ਿੰਮੇਵਾਰੀ) ਸਪੁਰਦ ਕਰਨਾ ਜਾਂ ਹੋਣਾ, ਸੌਂਪਣਾ; ਹਵਾਲੇ ਕਰਨਾ ਜਾਂ ਹੋਣਾ, ਵਿਰਸੇ ਵਿੱਚ ਮਿਲਨਾ

devonport /'ਡੈਵ੍ਨਪੋਟ/ *n* ਛੋਟੀ ਮੇਜ਼ ਜਾਂ ਡੈਸਕ

devote /ਡਿ'ਵ਼ਅਉਟ/ *vt* ਭੇਟਾ ਕਰਨਾ, ਸਮਰਪਣ ਕਰਨਾ, ਨਜ਼ਰ ਕਰਨਾ, ਅਰਪਣ ਕਰਨਾ; (ਸਮਾਂ, ਮਨ ਆਦਿ) ਲਾਉਣਾ

devoted /ਡਿ'ਵ਼ਅਉਟਿਡ/ *a* ਭੇਟਾ ਜਾਂ ਨਜ਼ਰ ਕੀਤਾ, ਅਰਪਿਆ, ਸਮਰਪਿਤ; ਸ਼ਰਧਾਵਾਨ, ਦ੍ਰਿੜ੍ਹ ਭਗਤ, ਉਪਾਸ਼ਕ, ਅਨੁਰਾਗੀ

devotedness /ਡਿ'ਵ਼ਅਉਟਿਡਨਅਸ/ *n* ਸਮਰਪਣ, ਭਗਤੀ, ਸ਼ਰਧਾ

devotee /.ਡੈਵ਼ਅ'ਟੀ/ *n* ਸ਼ਰਧਾਲੂ, ਉਪਾਸਕ, ਭਗਤ

devotion /ਡਿ'ਵ਼ਅਉਸ਼ਨ/ *n* ਸ਼ਰਧਾ, ਭਗਤੀ ਭਾਵ, ਲਗਨ, ਪ੍ਰੇਮ, ਪਿਆਰ; ਸਮਰਪਣ, ਅਰਪਣ

devotional /ਡਿ'ਵ਼ਅਉਸ਼ਅਨਲ/ *a* ਧਾਰਮਿਕ, ਭਗਤੀ ਸੰਬੰਧੀ, ਉਪਾਸਨਾ ਸੰਬੰਧੀ, ਸ਼ਰਧਾਮਈ, ਪੂਜਾ ਸੰਬੰਧੀ

devour /ਡਿ'ਵ਼ਾਉਅ*/ *vt* ਖਾ ਜਾਣਾ, ਨਿਗਲ ਜਾਣਾ, ਹਾਬੜ ਕੇ ਖਾਣਾ, ਡਕਾਰ ਜਾਣਾ; ਫਨਾਹ ਕਰਨਾ, ਨਸ਼ਟ ਕਰਨਾ; (ਡਰ, ਫ਼ਿਕਰ ਆਦਿ ਦਾ) ਛਾ ਜਾਣਾ

devout /ਡਿ'ਵ਼ਾਉਟ/ *a* ਧਰਮੀ, ਧਰਮਾਤਮਾ, ਪਾਰਸਾ, ਦੀਨਦਾਰ, ਧਾਰਮਿਕ, ਸ਼ਰਧਾਲੂ, ਭਗਤ; ਪਾਵਨ, ਪਵਿੱਤਰ; ਸਚਿਆਰ, ਸਿਦਕੀ

dew /ਡਯੂ/ *n* ਤਰੇਲ, ਓਸ, ਸ਼ਬਨਮ; (ਹੰਝੂ, ਪਸੀਨੇ ਆਦਿ ਦੇ) ਕਣ, ਤੁਪਕੇ; ਤਾਜ਼ਗੀ *v* ਤਰ ਕਰਨਾ; ਤਰੇਲ ਨਾਲ ਸਿਲ੍ਹਾ ਹੋਣਾ; ਤਰੇਲ ਦਾ ਬਣਨਾ ਜਾਂ ਪੈਣਾ; ਤ੍ਰੇਲ ਨਾਲ ਗਿੱਲਾ ਹੋਣਾ ਜਾਂ ਕਰਨਾ

dew-claw /'ਡਯੂਕਲੋ/ *n* ਕੁੱਤੇ ਆਦਿ ਦਾ ਛੋਟਾ ਨਹੁੰ

dewlap /'ਡਯੂਲੈਪ/ *n* ਬਲਦ ਆਦਿ ਦੇ ਗਲ ਹੇਠ ਲਮਕਦਾ ਮਾਸ, ਝਾਲਰ, ਬਲਦ ਦਾ ਗਲਮਾ

dew point /'ਡਯੂ ਪੌਇਨਟ/ *n* ਤਾਪਕ੍ਰਮ ਦਾ ਉਹ ਦਰਜਾ ਜਦੋਂ ਵਾਯੂ ਦੀ ਨਮੀ ਤਰਲ ਵਿੱਚ ਬਦਲ ਜਾਂਦੀ ਹੈ, ਤਰੇਲ ਦਰਜਾ

dewtry /'ਡਯੂਟਰਿ/ *n* ਧਤੂਰਾ

dewy /'ਡਯੂਇ/ *a* ਤ੍ਰੇਲ ਭਿੰਨਾ; ਸੇਜਲ (ਅੱਖਾਂ)

dexter /'ਡੈਕਸਟਅ*/ *a* ਸੱਜਾ, ਸੱਜੇ ਹੱਥ ਦਾ

dexterity /ਡੈਕ'ਸਟੈਰਅਟਿ/ *n* ਨਿਪੁੰਨਤਾ, ਪ੍ਰਵੀਣਤਾ, ਕੁਸ਼ਲਤਾ, ਚਤਰਾਈ, ਹੁਸ਼ਿਆਰੀ; ਸਜੂਪੁਣਾ, ਸੱਜੇ ਹੱਥ ਦਾ ਪ੍ਰਯੋਗ

dexterous /'ਡੈਕਸਟਰਅਸ/ *a* ਨਿਪੁੰਨ, ਉਸਤਾਦ, ਫੁਰਤੀਲਾ, ਚਤਰ; ਸੱਜੇ ਹੱਥਾ, ਸਿੱਧ-ਹੱਥਾ

dextrin /'ਡੈਕਸਟਰਿਨ/ *n* ਸਟਾਰਚ ਤੋਂ ਪ੍ਰਾਪਤ ਹੋਇਆ ਲੇਸਲਾ ਪਦਾਰਥ, ਲੇਵੀ, ਗੂੰਦ

dextrose /'ਡੈਕਸਟਰਅਉਜ਼, -ਅਉਸ/ *n* ਅੰਗੂਰ ਦੀ ਖੰਡ, ਗਲੂਕੋਜ਼

diabetes /.ਡਾਇਅ'ਬੀਟੀਜ਼/ *n* ਸ਼ੱਕਰ ਰੋਗ, ਸ਼ੂਗਰ

diabetic /.ਡਾਇਅ'ਬੈਟਿਕ/ *n* ਸ਼ੱਕਰ ਰੋਗੀ *a* ਸ਼ੱਕਰ ਰੋਗ ਸੰਬੰਧੀ

diablerie /ਡੀ'ਆਬਲਅਰੀ/ *n* ਭੂਤ ਪ੍ਰੇਤਾਂ ਦੀਆਂ ਕਹਾਣੀਆਂ; ਜਾਦੂ, ਸ਼ੈਤਾਨੀ ਕੰਮ; ਜੰਗਲੀਪੁਣਾ,

ਵਹਿਸ਼ੀਪੁਣਾ

diabolic, diabolical /ˌਡਾਇਅ'ਬੌਲਿਕ, ˌਡਾਇਅ'ਬੌਲਿਕਲ/ *a* ਸ਼ੈਤਾਨੀ, ਸ਼ੈਤਾਨ ਵਰਗਾ, ਰਾਖਸ਼ੀ; ਨਿਰਦਈ, ਬੁਰਾ, ਪਾਪੀ, ਦੁਸ਼ਟ

diabolism /ਡਾਇ'ਐਬਅਲਿਜ਼ਅਮ/ *n* ਅਸੁਰਵਾਦ; ਭੂਤ ਵਿੱਦਿਆ; ਦਾਨਵਤਾ, ਰਾਖਸ਼ਪੁਣਾ

diabolo /ਡਿ'ਐਬਅਲਅਉ/ *n* ਦੋ ਸਿਰਿਆਂ ਵਾਲੇ ਲਾਟੂ ਦੀ ਖੇਡ

diachronic /ˌਡਾਇਅ'ਕਰੌਨਿਕ/ *a* (ਭਾਸ਼ਾ) ਕਾਲਕ੍ਰਮਿਕ, ਇਤਿਹਾਸਕ

diachylon /ਡਾਇ'ਐਕਿਲਅਨ/ *n* ਜ਼ੈਤੂਨ ਦੇ ਤੇਲ ਅਤੇ ਪਾਣੀ ਦਾ ਲੇਪ; ਚਿਪਕਣ ਵਾਲੀ ਪੱਟੀ

diacoustic /ˌਡਾਇਅ'ਕੂਸਟਿਕ/ *a* ਧੁਨੀ ਲੈਅ ਵਿੱਗਿਆਨ ਸੰਬੰਧੀ

diacoustics /ˌਡਾਇਅ'ਕੂਸਟਿਕਸ/ *n* ਧੁਨੀ ਲੈਅ ਵਿਗਿਆਨ

diacritic /ˌਡਾਇਅ'ਕਰਿਟਿਕ/ *n* ਭੇਦਸੂਚਕ; ਅੱਖਰਾਂ ਨਾਲ ਲੱਗਣ ਵਾਲੇ ਵਿਸ਼ੇਸ਼ ਚਿੰਨ੍ਹ

diacritical /ˌਡਾਇਅ'ਕਰਿਟਿਕਲ/ *a* ਵਿਸ਼ੇਸ਼ਕ, ਭੇਦਸੂਚਕ *n* ਭੇਦ ਚਿੰਨ੍ਹ, ਭੇਦਸੂਚਕ ਚਿੰਨ੍ਹ, ਭੇਦ ਦੱਸਣ ਵਾਲੇ ਨਿਸ਼ਾਨ

diadem /'ਡਾਇਅਡੈਮ/ *n* ਤਾਜ, ਮੁਕਟ; ਫੁੱਲਾਂ ਦਾ ਮੁਕਟ; ਬਾਦਸ਼ਾਹੀ, ਪ੍ਰਭੁਤਾ, ਰਾਜ-ਸ਼ਕਤੀ; ਜਸ, ਕੀਰਤੀ

diaeresis /ਡਾਇ'ਐਰਅਸਿਸ/ *n* ਦੂਜੀ ਸੁਰ ਦੇ ਉੱਪਰ ਉਚਾਰਨਸੂਚਕ ਚਿੰਨ੍ਹ ਜਿਵੇਂ (..)

diagnose /'ਡਾਇਅਗਨਅਉਜ਼, ˌਡਾਇਅਗ'ਨਅਉਜ਼/ *vt* (ਰੋਗ) ਜਾਂਚ ਕਰਨਾ, ਨਿਦਾਨ ਕਰਨਾ

diagnosis /ˌਡਾਇਅਗ'ਨਅਉਸਿਸ/ *n* ਰੋਗ ਦੀ ਪਛਾਣ, ਨਿਦਾਨ, ਰੋਗ ਦਾ ਵਰਣਨ; ਵਿਅਕਤੀ ਦੇ ਚਰਿੱਤਰ ਦਾ ਵਰਗੀਕਰਨ

diagnostic /ˌਡਾਇਅਗ'ਨੌਸਟਿਕ/ *a* ਨਿਦਾਨ ਸੰਬੰਧੀ *n* ਬਿਮਾਰੀ ਦੇ ਚਿੰਨ੍ਹ, ਅਲਾਮਤ, ਰੋਗ ਦੇ ਲੱਛਣ

diagonal /ਡਾਇ'ਐਗਅਨਲ/ *a* ਆਡਾ, ਟੇਢਾ; (ਰੇਖਾ) ਦੁਸਾਰ, ਵਿਕਰਨੀ; ਸਮਕੋਨ ਤੋਂ ਛੁੱਟ ਕਿਸੇ ਹੋਰ ਕੋਣ ਉੱਤੇ ਝੁਕਿਆ *n* ਕਰਨ ਰੇਖਾ

diagram /'ਡਾਇਅਗਰੈਮ/ *n* ਖ਼ਾਕਾ, ਨਕਸ਼ਾ; (ਰੇਖਾ) ਸ਼ਕਲ, ਰੇਖਾ-ਚਿੱਤਰ; (ਸ਼ਕਤੀ ਜਾਂ ਕਿਰਿਆ ਆਦਿ ਦਾ) ਰੇਖਾ ਜਾਂ ਅੰਕ ਆਦਿ ਦੁਆਰਾ ਪ੍ਰਗਟਾਅ

diagraph /'ਡਾਇਅਗਰਾਫ਼/ *n* ਮਾਨ-ਚਿੱਤਰਾਂ ਨੂੰ ਵੱਡਾ ਕਰਨ ਅਤੇ ਉੱਭਰੇ ਹੋਏ ਭਾਗਾਂ ਨੂੰ ਖਿੱਚਣ ਦਾ ਯੰਤਰਿਕ ਕਾਰਜ

dial /'ਡਾਇਅਲ/ *n* ਅੰਕ-ਪਟ, (ਘੜੀ ਜਾਂ ਫ਼ੋਨ ਦਾ) ਡਾਇਲ; ਭਾਫ਼ ਜਾਂ ਗੈਸ ਦਾ ਮਾਪਕ *vt* ਟੈਲੀਫ਼ੋਨ ਕਰਨਾ, ਡਾਇਲ ਕਰਨਾ, ਨੰਬਰ ਮਿਲਾਉਣਾ; (ਭਾਫ਼ ਜਾਂ ਗੈਸ ਦੀ ਤਖ਼ਤੀ ਨਾਲ) ਮਾਪਣਾ, ਪ੍ਰਗਟ ਕਰਨਾ, ਡਾਇਲ ਉੱਤੇ ਵਿਖਾਉਣਾ

dialect /'ਡਾਇਅਲੈੱਕਟ/ *n* (ਭਾਸ਼ਾ) ਉਪਭਾਸ਼ਾ, ਕਿਸੇ ਭਾਸ਼ਾ ਦੀ ਕੋਈ ਸ਼ਾਖ਼ਾ, (ਕਿਸੇ ਖੇਤਰ, ਜਾਤੀ, ਵਰਗ ਆਦਿ ਦੀ) ਬੋਲੀ

dialectal /ˌਡਾਇਅ'ਲੈੱਕਟਲ/ *a* (ਭਾਸ਼ਾ) ਉਪਭਾਸ਼ਾਈ

dialectic /ˌਡਾਇਅ'ਲੈੱਕਟਿਕ/ *n* ਤਰਕ-ਵਿੱਦਿਆ; ਨਿਆਂ *a* ਤਰਕਪੂਰਨ, ਤਰਕਮਈ; ਦਵੰਦਾਤਮਿਕ

dialectical /ˌਡਾਇਅ'ਲੈੱਕਟਿਕਲ/ *a* (ਦਰਸ਼) ਤਰਕ ਵਾਲਾ, ਤਾਰਕਿਕ; ਦਵੰਦਾਤਮਿਕ

dialectician /ˌਡਾਇਅਲੈੱਕ'ਟਿਸ਼(ਅ)ਨ/ *n* ਤਰਕ-ਵਿੱਦਿਆ ਦਾ ਪੰਡਤ, ਤਰਕ-ਸ਼ਾਸਤਰੀ; (ਭਾਸ਼ਾ) ਉਪਭਾਸ਼ਾ-ਵਿਗਿਆਨੀ

dialectics /ˌਡਾਇਅ'ਲੈੱਕਟਿਕਸ/ *n* ਤਰਕ-ਸ਼ਾਸਤਰ, ਤਰਕ-ਵਿੱਦਿਆ; ਦਵੰਦਵਾਦ, ਵਿਰੋਧਵਿਕਾਸ

dialectology /ˌਡਾਇਅਲੈੱਕ'ਟੌਲਅਜਿ/ *n* ਉਪਭਾਸ਼ਾ-ਵਿਗਿਆਨ

dialling code *n* ਕਿਸੇ ਟੈਲੀਫ਼ੋਨ ਨੰਬਰ ਤੋਂ ਪਹਿਲਾਂ ਲਾਇਆ ਜਾਣ ਵਾਲਾ ਅੰਕਾਂ ਦਾ ਵਿਸ਼ੇਸ਼ ਸੰਕੇਤ, ਟੈਲੀਫ਼ੋਨ ਕੋਡ

dialog box, dialogue box *n* (ਕੰਪਿ)

ਕੰਪਿਊਟਰ ਦੇ ਪਰਦੇ ਉੱਤੇ ਛੋਟਾ ਜਿਹਾ ਖੇਤਰ ਜਿਸ ਵਿੱਚ ਕੰਪਿਊਟਰ ਵਲੋਂ ਵਰਤੋਂਕਾਰ ਤੋਂ ਜਾਣਕਾਰੀ ਜਾਂ ਆਦੇਸ਼ ਮੰਗੇ ਜਾਂਦੇ ਹਨ, ਸੰਵਾਦ ਡੱਬੀ

dialogue /'ਡਾਇਅਲੌਂਗ/ *n* ਵਾਰਤਾਲਾਪ, ਗੱਲ-ਬਾਤ, ਸੰਵਾਦ, ਨਾਟਕ ਜਾਂ ਨਾਵਲ ਵਿੱਚ ਵਾਰਤਾਲਾਪ ਵਾਲਾ ਭਾਗ; ਵਾਰਤਾਲਾਪੀ ਸ਼ੈਲੀ ਵਿੱਚ ਲਿਖੀ ਹੋਈ ਪੁਸਤਕ, ਵਾਰਤਾਲਾਪੀ ਸ਼ੈਲੀ ਵਿੱਚ ਲੇਖ *v* ਗੱਲ-ਬਾਤ ਕਰਨਾ, ਵਾਰਤਾਲਾਪ ਕਰਨਾ, ਸੰਵਾਦ ਕਰਨਾ

dial up connection *n* (ਕੰਪਿ) ਫ਼ੋਨ ਲਾਈਨ ਦੀ ਸਹਾਇਤਾ ਨਾਲ ਕੰਪਿਊਟਰ ਨੂੰ ਇੰਟਰਨੈੱਟ ਨਾਲ ਜੋੜਨਾ

dialysis /ˌਡਾਇ'ਐਲਅਸਿਸ/ *n* ਨਿਤਾਰਨ; (ਚਿਕਿਤਸਾ) ਗੁਰਦੇ ਫੇਲ ਹੋਣ ਦੀ ਸੂਰਤ ਵਿੱਚ ਮਸ਼ੀਨ ਨਾਲ ਖ਼ੂਨ ਸਾਫ਼ ਕਰਨ ਦੀ ਪ੍ਰਕਿਰਿਆ, ਡਾਇਲਿਸਿਸ

diameter /ਡਾਇ'ਐਮਿਟਅ*/ *n* ਵਿਆਸ; ਨਾਪ ਦੀ ਇਕਾਈ

diametral /ਡਾਇ'ਐਮਿਟਰ(ਅ)ਲ/ *a* ਵਿਆਸ ਦਾ, ਵਿਆਸੀ

diametrical /ˌਡਾਇਅ'ਮੈਟੱਰਿਕਲ/ *a* ਪੂਰਾ, ਉੱਕਾ, ਬਿਲਕੁਲ, ਪੂਰੇ ਦਾ ਪੂਰਾ; ਵਿਆਸ ਦਾ, ਵਿਆਸ ਸੰਬੰਧੀ

diamond /'ਡਾਇਅਮਅਨਡ/ *n* ਹੀਰਾ, ਹੀਰੇ ਵਰਗੀ ਕੋਈ ਚੀਜ਼; (ਤਾਸ਼ ਵਿੱਚ) ਇੱਟ ਦਾ ਪੱਤਾ (ਰੰਗ); ਸ਼ੀਸ਼ਾ ਕੱਟਣ ਵਾਲੀ ਕਲਮ (ਜਿਸ ਦੀ ਨੋਕ ਵਿੱਚ ਹੀਰੇ ਦਾ ਛੋਟਾ ਕਣ ਲੱਗਿਆ ਹੁੰਦਾ ਹੈ); ਚਮਕਦਾਰ ਬਿੰਦੀ; ਛਾਪੇ ਦਾ ਇੱਕ ਛੋਟਾ ਟਾਈਪ *vt* ਹੀਰਿਆਂ ਆਦਿ ਨਾਲ ਸਜਾਉਣਾ *a* ਹੀਰਿਆਂ ਨਾਲ ਜੜਿਆ, ਜੜਾਊ ਹੀਰਿਆਂ ਨਾਲ ਬਣਾਇਆ

Diana /ਡਾਇ'ਐਨਅ/ *n* ਸ਼ਿਕਾਰ ਅਤੇ ਚੰਦਰਮਾ ਦੀ ਦੇਵੀ; ਅਜ਼ਾਦ ਇਸਤਰੀ (ਜਿਹੜੀ ਵਿਆਹ ਕਰਾਉਣ ਦੇ ਵਿਰੁੱਧ ਹੋਵੇ)

diapason /ˌਡਾਇਅ'ਪੇਇਸਨ/ *n* ਸੁਰ-ਵਿਸਤਾਰ; ਸੁਰਮਾਪ; ਸੁਰਗ੍ਰਾਮ

diaper /'ਡਾਇਅਪਅ*/ *n* ਚਾਰਖ਼ਾਨਾ ਕੱਪੜਾ; ਅਜਿਹੇ ਕੱਪੜੇ ਦਾ ਤੌਲੀਆ; ਬੱਚਿਆਂ ਦਾ ਪੋਤੜਾ *vt* ਜਾਲੀਦਾਰ ਨੱਕਾਸ਼ੀ ਨਾਲ ਸਜਾਉਣਾ

diaphane /'ਡਾਇਅਫ਼ੇਇਨ/ *a* ਸਾਫ਼, ਸਵੱਛ, ਪਾਰਦਰਸ਼ੀ

diaphanous /ਡਾਇ'ਐਫ਼ਅਨਅਸ/ *a* ਪਾਰ-ਦਰਸ਼ੀ, ਸ਼ੱਫ਼ਾਫ਼

diaphoresis /ˌਡਾਇਅਫ਼ਅ'ਰੀਸਿਸ/ *n* ਮੁੜ੍ਹਕਾ, ਪਸੀਨਾ

diaphoretic /ˌਡਾਇਅਫ਼ਅ'ਰੈੱਟਿਕ/ *n* ਮੁੜ੍ਹਕਾ ਜਾਂ ਪਸੀਨਾ ਲਿਆਉਣ ਵਾਲੀ ਦਵਾਈ

diaphragm /'ਡਾਇਅਫ਼ਰੈਮ/ *n* ਢਿੱਡ ਦਾ ਪੜਦਾ, ਪੇਟ ਅਤੇ ਛਾਤੀ ਵਿਚਕਾਰ ਦਾ ਪੜਦਾ

diarchy /'ਡਾਇਆਕਿ/ *n* ਦੋ ਸੁਤੰਤਰ ਸ਼ਾਸਕਾਂ ਦਾ ਸ਼ਾਸਨ, ਦੋ- ਅਮਲੀ ਰਾਜ

diarist /'ਡਾਇਅਰਿਸਟ/ *n* ਡਾਇਰੀ ਲਿਖਣ ਵਾਲਾ, ਡਾਇਰੀ ਲੇਖਕ, ਰੋਜ਼ਨਾਮਚਾ ਨਵੀਸ

diarrhoea /ˌਡਾਇਅ'ਰਿਅ/ *n* ਦਸਤ, ਪੇਚਸ਼, ਮਰੋੜ, ਅਤਿਸਾਰ, (ਡੰਗਰਾਂ ਦੀ) ਮੋਕ

diary /'ਡਾਇਅਰਿ/ *n* ਰੋਜ਼ਨਾਮਚਾ, ਡਾਇਰੀ; ਪੱਤਰੀ, ਜੰਤਰੀ

diaspora /ਡਾਇ'ਐਸਪਅਰਅ/ *n* ਮਾਤ-ਭੂਮੀ ਤੋਂ ਦੂਰ ਜਾਣ ਦਾ ਭਾਵ **the diaspora** ਯਹੂਦੀਆਂ ਦਾ ਖਿੰਡਾਅ

diastole /ਡਾਇ'ਐਸਟਅਲਿ/ *n* ਦਿਲ ਦਾ ਫੈਲਾਅ

diatonic /ˌਡਾਇਅ'ਟੌਨਿਕ/ *a* (ਸੰਗੀ) ਸਪਤਕ, ਸਰਗਮੀ

diatribe /'ਡਾਇਅਟਰਾਇਬ/ *n* ਕਰੜੀ ਨੁਕਤਾਚੀਨੀ

dib /ਡਿਬ/ *vi* (ਮੱਛੀਆਂ ਫੜਨ ਲਈ) ਕੇਵਲ ਭਿੱਤੀ ਡੁਬੋਣਾ

dibble /'ਡਿਬਲ/ *n* ਛੋਟੀ ਗੋਲ ਖੁਰਪੀ, ਰੰਬੀ *vt* ਰੰਬੀ ਨਾਲ ਜ਼ਮੀਨ ਵਿੱਚ ਸੁਰਾਖ਼ ਕਰਨਾ; ਰੰਬੀ ਨਾਲ

ਬੀਜ ਬੀਜਣਾ

dibs /ਡਿਬਜ਼/ *n* (ਬਹੁ, ਅਪ) ਬੱਚਿਆਂ ਦੀ ਇੱਕ ਖੇਡ; ਨਾਵਾਂ, ਮਾਲ-ਧਨ

dibstone /'ਡਿਬਸਟਅਨ/ *n* ਗੀਟੀ

dicacity /ਡਿ'ਕੈਸਅਟਿ/ *n* ਸ਼ਬਦ-ਜਾਲ, ਸ਼ਬਦ-ਆਡੰਬਰ; ਬੜਬੋਲਾਪਣ, ਬਾਤੂਨੀਪਣ

dice /ਡਾਇਸ/ *n* (ਬਹੁ) ਨਰਦਾਂ, ਗੋਟੀਆਂ, ਗੋਟਾਂ; ਸਾਰ ਪਾਸ਼ਾ ਦੀ ਖੇਡ; ਚੌਪੜ, ਜੂਆ *vi* (ਪਾਸ਼ਾ ਆਦਿ) ਖੇਡਣਾ; ਮਾਸ ਦੇ ਚੌਰਸ ਟੁਕੜੇ ਕਰਨਾ

dicer /ਡਾਇਸਅ*/ *n* ਚੌਪੜ ਦਾ ਖਿਡਾਰੀ, ਜੁਆਰੀਆ, ਜੂਏਬਾਜ਼

dichotomy /ਡਾਇ'ਕੌਟਅਮਿ/ *n* ਦੁਵੰਡ, ਦੁਫਾੜ (ਵਿਸ਼ੇਸ਼ ਕਰਕੇ ਵਰਗੀਕਰਨ)

dichromatic /ˌਡਾਇਅਕਰਅਉ'ਮੈਟਿਕ/ *a* ਦੋ ਰੰਗਾਂ ਦਾ, ਦੋਰੰਗਾ

dick /ਡਿਕ/ *n* (ਅਪ) ਸੂਹੀਆ

dickens /'ਡਿਕਿਨਜ਼/ *n* (ਬੋਲ) ਸ਼ੈਤਾਨ, ਭੂਤ, ਰਾਖਸ਼

dicker /'ਡਿਕਅ*/ *vi* ਸੌਦਾ ਕਰਨਾ

dicky /'ਡਿਕਿ/ *n* (ਕਾਰ ਆਦਿ ਦੀ) ਡਿੱਕੀ

dicotyledon /ˌਡਾਇਕੌਟਿ'ਲੀਡਅਨ/ *n* ਦੋ-ਬੀਜ ਪੱਤਰੀ ਪੌਦਾ

Dictaphone /'ਡਿਕਟਅਫ਼ਅਉਨ/ *n* ਇੱਕ ਯੰਤਰ ਜਿਸ ਵਿੱਚ ਅਵਾਜ਼ ਸੁਰੱਖਿਅਤ ਰੱਖੀ ਜਾ ਸਕਦੀ ਹੈ, ਡਿਕਟਾਫ਼ੋਨ

dictate /ਡਿਕ'ਟੇਇਟ/ *v* ਬੋਲ ਕੇ ਲਿਖਾਉਣਾ; ਹੁਕਮ ਚਲਾਉਣਾ, ਸ਼ਰਤਾਂ ਮਨਵਾਉਣਾ *n* **/'ਡਿਕਟੇਇਟ/** ਹੁਕਮ, ਆਦੇਸ਼

dictation /ਡਿਕ'ਟੇਇਸ਼ਨ/ *n* ਬੋਲ ਅਨੁਸਾਰ ਲਿਖਤ; ਆਦੇਸ਼, ਹੁਕਮ, ਆਗਿਆਪੂਰਵਕ ਕਥਨ

dictator /ਡਿਕ'ਟੇਇਟਅ*/ *n* ਕੁਲ ਮੁਖ਼ਤਿਆਰ, ਨਿਰੰਕੁਸ਼ ਸ਼ਾਸਕ, ਤਾਨਾਸ਼ਾਹ, ਡਿਕਟੇਟਰ *a* ਬੋਲ ਕੇ ਲਿਖਾਉਣ ਵਾਲ਼ਾ

dictatorial /ˌਡਿਕਟਅ'ਟੋਰਿਅਲ/ *a* ਤਾਨਾਸ਼ਾਹ ਦਾ ਜਾਂ ਤਾਨਾਸ਼ਾਹ ਵਾਲਾ, ਤਾਨਾਸ਼ਾਹੀ, ਏਕਾਧਿਕਾਰਕ, ਤਾਨਾਸ਼ਾਹੀ ਵਾਲਾ, ਧੱਕੇਸ਼ਾਹੀ ਵਾਲਾ

dictatorship /ˌਡਿਕ'ਟੇਇਟਅਸ਼ਿਪ/ *n* ਅਜਿਹਾ ਸ਼ਾਸਨ ਜਿਸ ਵਿੱਚ ਪੂਰੇ ਅਧਿਕਾਰ ਇੱਕੋ ਵਿਅਕਤੀ ਦੇ ਹੱਥ ਵਿੱਚ ਹੋਣ, ਤਾਨਾਸ਼ਾਹੀ, ਡਿਕਟੇਟਰੀ

diction /'ਡਿਕਸ਼ਨ/ *n* ਲਿਖਣ-ਸ਼ੈਲੀ; ਅਭਿਵਿਅੰਜਨਾ ਦਾ ਢੰਗ; ਭਾਸ਼ਾ ਸ਼ੈਲੀ, ਸ਼ਬਦ-ਚੋਣ, ਸ਼ਬਦ-ਯੋਜਨਾ

dictionary /'ਡਿਕਸ਼ਅਨਰਿ/ *n* ਸ਼ਬਦ-ਕੋਸ਼, ਕੋਸ਼, ਡਿਕਸ਼ਨਰੀ, ਲੁਗ਼ਤ

dictograph /'ਡਿਕਟਅਗਰਾਫ਼/ *n* ਚੋਰੀ-ਛੁੱਪੇ ਕਿਸੇ ਵਾਰਤਾਲਾਪ ਨੂੰ ਸੁਣਨ ਅਤੇ ਰਿਕਾਰਡ ਕਰਨ ਦਾ ਯੰਤਰ

dictum /'ਡਿਕਟਅਮ/ *n* ਅਖਾਣ, ਕਹਾਵਤ, ਅਖੌਤ; ਜੱਜ ਦੀ ਸੁਭਾਵਿਕ ਰਾਏ (ਜੋ ਕਨੂੰਨੀ ਅਹਿਮੀਅਤ ਨਾ ਰੱਖਦੀ ਹੋਵੇ)

did /ਡਿਡ/ *v* **do** ਦਾ ਭੂਤ-ਕਾਲ

didactic /ਡਾਇ'ਡੈਕਟਿਕ/ *a* ਉਪਦੇਸ਼ਾਤਮਿਕ, ਸਿੱਖਿਆਦਾਇਕ, ਸਿੱਖਿਆਤਮਿਕ

didacticism /ਡਾਇ'ਡੈਕਟਿਸਿਜ਼ਅਮ/ *n* ਉਪਦੇਸ਼ਾਤਮਿਕਤਾ, ਸਿੱਖਿਆਦਾਇਕਤਾ, ਸਿੱਖਿਆਵਾਦ

didactics /ਡਾਇ'ਡੈਕਟਿਕਸ/ *n* ਸਿੱਖਿਆ-ਸ਼ਾਸਤਰ

diddle /'ਡਿਡਲ/ *vt* (ਅਪ) ਠੱਗਣਾ, ਛਲਣਾ

die[1] /ਡਾਇ/ *n* (ਬਹੁ **dice**) ਪਾਸ਼ਾ (ਜਿਸ ਦੇ ਛੇ ਪਾਸਿਆਂ ਉੱਤੇ ਇੱਕ ਤੋਂ ਛੇ ਤੱਕ ਟਿਮਕਣੇ ਲੱਗੇ ਹੁੰਦੇ ਹਨ); ਪਾਸ਼ੇ ਦੀ ਖੇਡ; ਠੱਪਾ, ਸੰਚਾ; ਥੰਮ੍ਹ ਦਾ ਹੇਠਲਾ ਚੌਗੁੱਠਾ ਹਿੱਸਾ

die[2] *vi* ਮਰਨਾ, ਚੜ੍ਹਾਈ ਕਰਨਾ, ਚਲਾਣਾ ਕਰਨਾ; ਮੌਤ ਜਿਹਾ ਦੁੱਖ ਸਹਾਰਨਾ; ਬੁਝ ਜਾਣਾ, ਖ਼ਤਮ ਹੋਣਾ, ਮਿਟ ਜਾਣਾ, ਵਿਸਰ ਜਾਣਾ; (ਬੂਟਿਆਂ ਦਾ) ਮੁਰਝਾ ਜਾਣਾ, ਕੁਮਲਾ ਜਾਣਾ; ਨਸ਼ਟ ਹੋ ਜਾਣਾ

die-away *a* ਨਿਰਉਤਸ਼ਾਹ

diehard /'ਡਾਇਹਾਡ/ *a* ਸਿਰੜੀ, ਕੱਟੜਪੰਥੀ, ਤੁਅੱਸਬੀ

diesel /'ਡੀਜ਼ਲ/ *n* ਡੀਜ਼ਲ, ਕਾਲਾ ਤੇਲ; ਡੀਜ਼ਲ ਇੰਜਣ

diet[1] **/'ਡਾਇਅਟ/** *n* ਅੰਤਰ-ਰਾਸ਼ਟਰੀ ਕਾਨਫ਼ਰੰਸ, ਰਾਸ਼ਟਰੀ ਸੰਮੇਲਨ; ਜਪਾਨ ਦੀ ਵਿਧਾਨ ਸਭਾ; ਵਿਧਾਨ ਸਭਾ ਦੀ ਬੈਠਕ

diet[2] *n* ਖ਼ੁਰਾਕ, ਆਹਾਰ; ਨਿਯਮਿਤ ਭੋਜਨ, ਖਾਧ ਪਦਾਰਥ *vt* ਨਿਸ਼ਚਿਤ ਜਾਂ ਬੰਨ੍ਹਵੀਂ ਖ਼ੁਰਾਕ ਦੇਣਾ, ਸੰਜਮੀ ਖ਼ੁਰਾਕ 'ਤੇ ਰੱਖਣਾ, ਖ਼ੁਰਾਕ ਨਿਸ਼ਚਿਤ ਕਰਨਾ

dietary /'ਡਾਇਅਟਰਿ/ *a* ਆਹਾਰ ਸੰਬੰਧੀ, ਖ਼ੁਰਾਕ ਦਾ (ਭੱਤਾ, ਅਲਾਉਂਸ ਆਦਿ) *n* ਖ਼ੁਰਾਕ ਦਾ ਬਿਓਰਾ ਆਦਿ

dietetic /,ਡਾਇਅ'ਟੈੱਟਿਕ/ *a* ਖ਼ੁਰਾਕ ਬਾਰੇ, ਆਹਾਰ ਦਾ

dietetics /,ਡਾਇਅ'ਟੈੱਟਿਕਸ/ *n* ਆਹਾਰ-ਵਿਗਿਆਨ

dietician /,ਡਾਇਅ'ਟਿਸ਼ਨ/ *n* ਆਹਾਰ-ਵਿਗਿਆਨੀ

differ /'ਡਿਫ਼ਅ*/ *vi* ਫ਼ਰਕ ਹੋਣਾ, ਅੰਤਰ ਹੋਣਾ, ਵਖਰੇਵਾਂ ਹੋਣਾ, ਵੱਖ-ਵੱਖ ਹੋਣਾ, ਭੇਦ ਹੋਣਾ; ਬੇਮੇਲ ਹੋਣਾ, ਅਸਮਾਨ ਹੋਣਾ, ਅਸਹਿਮਤ ਹੋਣਾ, ਮੱਤ–ਭੇਦ ਹੋਣਾ, ਝਗੜਨਾ **agree to differ** ਅਸਹਿਮਤੀ ਮੰਨ ਲੈਣਾ, ਅਸਹਿਮਤ ਰਹਿਣ ਉੱਤੇ ਸਹਿਮਤ ਹੋਣਾ

difference /'ਡਿਫ਼ਰਅਨਸ/ *n* ਫ਼ਰਕ, ਅੰਤਰ, ਵਖਰੇਵਾਂ, ਭੇਦ, ਭਿੰਨਤਾ; ਅਸਹਿਮਤੀ, ਅਸੰਮਤੀ, ਮੱਤ–ਭੇਦ, ਝਗੜਾ, ਵਿਵਾਦ; ਵਿਰੋਧ, ਮੁਖ਼ਾਲਫ਼ਤ; ਪਾੜਾ; ਵਿਅਕਤੀਗਤ ਜਾਂ ਜਾਤੀਗਤ ਵਿਸ਼ੇਸ਼ਤਾ **split the difference** ਮੱਤ–ਭੇਦ ਦੂਰ ਕਰਨਾ, ਸਮਝੌਤਾ ਕਰਨਾ

different /'ਡਿਫ਼ਰਅਨਟ/ *a* ਅਸਮਾਨ, ਬੇਜੋੜ, ਬੇਮੇਲ; ਵੱਖਰਾ, ਭਿੰਨ, ਅਨੋਖਾ, ਅਸਧਾਰਨ

differentia /,ਡਿਫ਼ਅ'ਰੈਨੱਸ਼ਿਅ/ *n* (ਬਹੁ) (ਜਾਤੀਗਤ) ਵਿਸ਼ੇਸ਼ਤਾਵਾਂ, ਵਿਲੱਖਣਤਾਵਾਂ

differential /,ਡਿਫ਼ਅ'ਰੈਨੱਸ਼ਲ/ *a* ਭੇਦਾਤਮਿਕ; ਵਿਲੱਖਣ *n* ਜਾਤੀ ਜਾਂ ਵਰਗ ਦੀ ਵਿਸ਼ੇਸ਼ਤਾ, ਵੇਤਨ ਵਿਤਕਰਾ *a* (ਗਣਿ) ਵਿਤਰੇਕੀ, ਫ਼ਰਕ ਸੰਬੰਧੀ

differentiate /,ਡਿਫ਼ਅ'ਰੈਨੱਸ਼ਿਏਇਟ/ *v* ਫ਼ਰਕ ਕਰਨਾ ਜਾਂ ਹੋਣਾ, ਵਿਤਕਰਾ ਕਰਨਾ; ਵਖਰੇਵਾਂ ਕਰਨਾ ਜਾਂ ਹੋਣਾ, ਫ਼ਰਕ ਲੱਭ ਲੈਣਾ; ਭੇਦ ਦੱਸਣਾ, ਨਿਖੇੜਨਾ

differentiation /,ਡਿਫ਼ਅ,ਰੈਨੱਸ਼ਿ'ਏਇਸ਼ਨ/ *n* ਭਿੰਨਤਾ, ਵਖਰੇਵਾਂ, ਵਖਰਿਆਉਣ ਦੀ ਕਿਰਿਆ; ਵਿਭੇਦੀਕਰਨ; ਵਿਤਕਰਾ

difficult /'ਡਿਫ਼ਿਕਅਲਟ/ *a* ਔਖਾ, ਕਠਿਨ, ਮੁਸ਼ਕਿਲ; ਦੁਰਬੋਧ, ਜਟਿਲ, ਗੁੰਝਲਦਾਰ

difficulty /'ਡਿਫ਼ਿਕਅਲਟਿ/ *n* ਔਖ, ਔਖਿਆਈ, ਕਠਿਨਾਈ, ਮੁਸ਼ਕਿਲ; ਰੁਕਾਵਟ, ਅੜਿੱਕਾ; ਔਕੜ, ਮੁਸੀਬਤ, ਪਰੇਸ਼ਾਨੀ; ਜਟਿਲਤਾ; ਦੁਰਬੋਧਤਾ

diffidence /'ਡਿਫ਼ਿਡਅਨਸ/ *n* ਝਿਜਕ, ਝਾਕਾ, ਸੰਕੋਚ; ਆਤਮ-ਸੰਦੇਹ, ਆਪਣੇ-ਆਪ ਉੱਤੇ ਵਿਸ਼ਵਾਸ ਨਾ ਹੋਣ ਦੀ ਹਾਲਤ; ਸੰਗਾਊਪਣ, ਸ਼ਰਮੀਲਾਪਣ

diffident /'ਡਿਫ਼ਿਡਅਨਟ/ *a* ਸੰਗਾਊ, ਸ਼ਰਮਾਕਲ, ਸੰਕੋਚਵਾਨ, ਆਤਮ-ਵਿਸ਼ਵਾਸਹੀਣ

diffuse /ਡਿ'ਫ਼ਯੂਜ਼/ *v* ਖਿਲਾਰਨਾ ਜਾਂ ਖਿੱਲਰਨਾ, ਖਿੰਡਾਉਣਾ, ਪ੍ਰਸਾਰਨ ਕਰਨਾ ਜਾਂ ਹੋਣਾ **/ਡਿ'ਫ਼ਯੂਸ/** *a* ਖਿੱਲਰਵਾਂ, ਵਿਸਤ੍ਰਿਤ, ਵਿਆਪਤ

diffused /ਡਿ'ਫ਼ਯੂਜ਼ਡ/ *a* ਫੈਲਿਆ, ਵਿਸਤ੍ਰਿਤ, ਵਿਆਪਤ, ਪ੍ਰਸਾਰਿਤ

diffusible /ਡਿ'ਫ਼ਯੂਜ਼ਅਬਲ/ *a* ਖਿੱਲਰਨਯੋਗ, ਪ੍ਰਸਾਰਨਯੋਗ

diffusion /ਡਿ'ਫ਼ਯੂਯ਼ਨ/ *n* ਖਿਲਾਰ, ਪਸਾਰਾ, ਫੈਲਾਅ, ਪ੍ਰਸਾਰਨ, ਪ੍ਰਸਾਰ, ਵਿਆਪਕਤਾ, ਵਿਸਤਾਰ; ਸ਼ਬਦ-ਅਡੰਬਰ

diffusive /ਡਿ'ਫ਼ਯੂਸਿਵ਼/ *a* ਖਿੱਲਰਵਾਂ, ਖਿੰਡਵਾਂ, ਪ੍ਰਸਾਰੀ

dig /ਡਿਗ/ *v* ਪੁੱਟਣਾ, ਗੋਡਣਾ, ਪੋਲਾ ਕਰਨਾ, ਟੋਆ ਕੱਢਣਾ; ਚੋਭਣਾ, ਹੁੱਝ ਮਾਰਨਾ; ਹੱਥ ਜਾਂ ਕਹੀ ਜਾਂ ਰੰਬੇ ਆਦਿ ਨਾਲ ਪੁੱਟਣਾ; ਖੁਰਚਣਾ; ਪੁੱਟ ਕੇ

ਆਲੂ ਆਦਿ ਕੱਢਣਾ; ਰੰਬਾ ਜਾਂ ਕਹੀ ਵਰਤਣਾ; ਕੱਢ ਕੇ ਸੁੱਟਣਾ; ਘੁਰਨਾ ਬਣਾਉਣਾ, ਖੋਜ ਕਰਨਾ *n* ਖੁਦਾਈ, ਪੁਟਾਈ, ਗੋਡੀ; ਹੁੱਝ, ਚੋਭ, ਵਿਅੰਗ, ਤਾਅਨਾ

digamy /'ਡਿਗਅਮਿ/ *n* (ਪਤੀ ਜਾਂ ਪਤਨੀ ਦੇ ਤਲਾਕ ਜਾਂ ਮਿਰਤੂ ਮਗਰੋਂ) ਦੂਜਾ ਵਿਆਹ ਕਰਾਉਣ ਦੀ ਰੀਤ

digest /ਡਾਇ'ਜੈਸੱਟ, ਡਿ-/ *v* ਪਚਾਉਣਾ, ਹਜ਼ਮ ਕਰਨਾ, ਹਜ਼ਮ ਹੋਣਾ; ਸਹਿ ਜਾਣਾ, ਜਰ ਜਾਣਾ, (ਸੁਣ ਜਾਂ ਵੇਖ ਕੇ) ਪੀ ਜਾਣਾ; ਘੋਖਣਾ, ਪੜਤਾਲਣਾ; ਸੰਖੇਪ ਕਰਨਾ; ਠੀਕ ਕਰਕੇ ਦਿਮਾਗ਼ ਵਿੱਚ ਬਿਠਾਉਣਾ; ਜਿੱਤੇ ਹੋਏ ਰਾਜ ਨੂੰ ਆਪਣੇ ਅਧਿਕਾਰ ਵਿੱਚ ਲੈ ਲੈਣਾ, ਨਾਲ ਮਿਲਾ ਲੈਣਾ **/'ਡਾਇਜੈਸੱਟ/** *n* ਸੰਖੇਪ, ਸਾਰ, ਸਾਰਾਂਸ਼, ਖ਼ੁਲਾਸਾ

digested /ਡਾਇ'ਜੈਸੱਟਿਡ/ *a* ਪਚਿਆ, ਪਚਾਇਆ, ਹਜ਼ਮ

digestibility /ਡਾਇ,ਜੈਸੱਟਅ'ਬਿਲਅਟਿ/ *n* ਪਚਣਯੋਗਤਾ, ਪਾਚਕਤਾ; ਸਹਿਣਯੋਗਤਾ

digesting /ਡਾਇ'ਜੈਸੱਟਿਙ/ *a* ਪਾਚਕ

digestion /ਡਾਇ'ਜੈਸੱਚਅਨ, ਡਿ-/ *n* ਪਾਚਨ ਸ਼ਕਤੀ, ਹਾਜ਼ਮਾ; ਤੱਤ ਕੱਢਣ ਲਈ ਗਰਮ ਪਾਣੀ ਵਿੱਚ ਡੋਬਣ ਦੀ ਕਿਰਿਆ, ਕਾੜ੍ਹਨ

digestive /ਡਾਇ'ਜੈਸੱਟਿਵ੍, ਡਿ-/ *a* ਹਾਜ਼ਮਾ ਠੀਕ ਰੱਖਣ ਵਾਲਾ, ਪਚਾਊ, ਹਾਜ਼ਮੇਦਾਰ, ਪਾਚਕ

digestive system *n* ਪਾਚਨ-ਪ੍ਰਨਾਲੀ

digger /'ਡਿਗਅ*/ *n* ਪੁੱਟਣ ਵਾਲਾ, ਕਹੀ ਵਾਹੁਣ ਵਾਲਾ; ਧਾਤਾਂ (ਸੋਨਾ ਆਦਿ) ਦੀ ਭਾਲ ਕਰਨ ਵਾਲਾ, ਖਾਣ ਪੁੱਟਣ ਵਾਲਾ, ਸੁਰੰਗ ਕੱਢਣ ਵਾਲਾ; ਖੋਜ ਕਰਨ ਵਾਲਾ

digging /'ਡਿਗਿਙ/ *n* ਪੁਟਾਈ, ਖੁਦਾਈ, ਸੁਰੰਗ ਆਦਿ ਦੀ ਪੁਟਾਈ; ਰਸਤੇ ਦੀ ਭਾਲ; ਖੋਜ, ਪੜਤਾਲ; ਚੋਭ, ਹੁੱਝ; (ਬਹੁ) ਸੋਨੇ ਦੀ ਖਾਣ, ਸੋਨੇ ਵਾਲੀ ਭੋਂ; (ਬੋਲ) ਰਹਾਇਸ਼ੀ ਕਮਰੇ

digit /'ਡਿਜਿਟ/ *n* (0 ਤੋਂ 9 ਤੱਕ ਦਾ ਕੋਈ) ਅੰਕ, ਅੰਕੜਾ, ਹਿੰਦਸਾ; ਹੱਥ ਜਾਂ ਪੈਰ ਦੀ ਉਂਗਲ; ਉਂਗਲ ਦੀ ਚੁੜਾਈ (ਲਗਭਗ ਪੌਣਾ ਇੰਚ); ਪਸ਼ੂ ਦੀ ਨਹੁੰਦਰ; ਸੂਰਜ ਜਾਂ ਚੰਦ ਦੇ ਵਿਆਸ ਦਾ ਬਾਰ੍ਹਵਾਂ ਹਿੱਸਾ

digital /'ਡਿਜਿਟਲ/ *a* ਅੰਕਾਂ ਵਾਲਾ, ਅੰਕੀ; ਉਂਗਲ ਦਾ, ਉਂਗਲ ਸੰਬੰਧੀ *n* ਡਿਜਿਟਲ ਕੈਮਰਾ/ਟੈਲੀਵਿਜ਼ਨ ਆਦਿ

digital computer *n* (ਕੰਪਿ) ਅਜਿਹਾ ਕੰਪਿਊਟਰ ਜਿਸ ਵਿੱਚ ਅੰਕੜਿਆ ਨੂੰ ਸੰਖਿਆਵਾਂ ਦੇ ਰੂਪ ਵਿੱਚ ਵਰਤਿਆ ਜਾਂਦਾ ਹੈ

Digital Versatile Disk *a* ਵੇਖੋ **DVD**

digitigrade /'ਡਿਜਿਟਿਗਰੇਇਡ/ *n* ਪੰਜਿਆਂ ਦੇ ਭਾਰ ਚੱਲਣ ਵਾਲਾ ਜੀਵ

diglossia /ਡਾਇ'ਗਲੌਸਿਅ/ *n* (ਭਾਸ਼ਾ) ਕਿਸੇ ਭਾਸ਼ਾ ਦੇ ਲਿਖਤੀ ਅਤੇ ਮੌਖਿਕ ਰੂਪਾਂ ਵਿਚਕਾਰ ਬਹੁਤ ਅੰਤਰ ਹੋਣ ਦੀ ਸਥਿਤੀ, ਭਾਸ਼ਾਈ ਦੋ–ਰੂਪੀ

dignified /'ਡਿਗਨਿਫ਼ਾਇਡ/ *a* ਸਨਮਾਨਯੋਗ, ਗੌਰਵਮਈ, ਗੌਰਵਪੂਰਨ, ਪ੍ਰਤਿਸ਼ਠਿਤ, ਸ਼ੋਭਾ ਵਾਲਾ, ਸ਼ਾਨਦਾਰ

dignify /'ਡਿਗਨਿਫ਼ਾਇ/ *vt* ਵਡਿਆਉਣਾ, ਮਾਣ ਦੇਣਾ, ਸਨਮਾਨਿਤ ਕਰਨਾ, ਸ਼ਾਨ ਵਧਾਉਣਾ

dignitary /'ਡਿਗਨਿਟਅਰਿ/ *n* ਪਤਵੰਤਾ, ਪ੍ਰਤਿਸ਼ਠਿਤ ਵਿਅਕਤੀ; ਉੱਚੀ ਪਦਵੀ ਜਾਂ ਵੱਡੇ ਪਦ ਵਾਲਾ ਅਧਿਕਾਰੀ ਜਾਂ ਵਿਅਕਤੀ

dignity /'ਡਿਗਨਅਟਿ/ *n* ਮਾਨ, ਵਡਿਆਈ, ਪ੍ਰਤਿਸ਼ਠਾ, ਗੌਰਵ, ਸ਼ੋਭਾ, ਸਤਿਕਾਰ, ਸਨਮਾਨ; ਸ਼ਾਨ, ਠਾਠ

digraph /'ਡਾਇਗਰਾਫ਼/ *n* (ਵਿਆ) ਦੁੱਤ ਅੱਖਰ (ਜਿਵੇਂ ਪੰਜਾਬੀ 'ਥ' ਲਈ ਰੋਮਨ ਲਿਪੀ ਦੇ th)

digress /ਡਾਇ'ਗਰੈਸੱ/ *vi* ਪ੍ਰਸੰਗ ਤੋਂ ਲਾਂਭੇ ਚਲੇ ਜਾਣਾ, ਵਿਸ਼ਾ ਛੱਡ ਜਾਣਾ, ਥਿੜਕਣਾ, ਭਟਕਣਾ

digression /ਡਾਇ'ਗਰੈਸ਼ੱਨ/ *n* ਵਿਸ਼ੇ ਤੋਂ ਭਟਕਣ, ਥਿੜਕਣ, ਉਲੰਘਣ

digressive /ਡਾਇ'ਗਰੈਸਿਵ੍/ *a* ਵਿਸ਼ੇ ਤੋਂ ਬਾਹਰ ਦਾ, ਅਸੰਗਤ, ਪ੍ਰਸੰਗਹੀਣ

dike /ਡਾਇਕ/ *n* (ਧਰਤੀ ਦਾ ਪਾਣੀ ਸੁਕਾਉਣ

ਲਈ) ਖ਼ਾਲ; ਧੁੱਸੀ, ਬੰਨ੍ਹ

dilapidate /**ਡਿ'ਲੈਪਿਡੇਇਟ**/ *v* ਢਹਿ ਜਾਣਾ ਜਾਂ ਢਾਹੁਣਾ, ਟੁੱਟ–ਭੱਜ ਜਾਣਾ; ਉਜਾੜਨਾ ਜਾਂ ਉੱਜੜਨਾ; ਨਾਸ ਕਰਨਾ ਜਾਂ ਹੋਣਾ, ਖੰਡਰ ਬਣਨਾ

dilapidated /**ਡਿ'ਲੈਪਿਡੇਇਟਿਡ**/ *a* ਟੁੱਟਾ-ਭੱਜਾ, ਖ਼ਸਤਾ-ਹਾਲ; ਉੱਜੜਿਆ; ਖੰਡਰ ਬਣਿਆ

dilatability /**ਡਾਇ,ਲੇਇਟਅ'ਬਿਲਅਟਿ**/ *n* (ਕਿਸੇ ਅੰਗ ਦੀ) ਫੈਲਾਉਣਯੋਗਤਾ, ਫੈਲਣਯੋਗਤਾ; ਫੁਲਾਉਣਯੋਗਤਾ; ਲਚਕ, ਲਿਫਾਅ

dilate /**ਡਾਇ'ਲੇਇਟ**/ *v* (ਕੋਈ ਅੰਗ) ਫੈਲਣਾ ਜਾਂ ਫੈਲਾਉਣਾ; ਫੁੱਲਣਾ ਜਾਂ ਫੁਲਾਉਣਾ

dilated /**ਡਾਇ'ਲੇਇਟਿਡ**/ *a* (ਕੋਈ ਅੰਗ) ਫੁੱਲਿਆ ਹੋਇਆ ਜਾਂ ਫੈਲਾਇਆ

dilation /**ਡਾਇ'ਲੇਇਸ਼ਨ**/*n* (ਕਿਸੇ ਅੰਗ ਦਾ) ਫੈਲਾਅ; ਫੁਲਾਅ

dilatory /**'ਡਿਲਅਟਅਰਿ**/ *a* ਢਿੱਲ ਕਰਨ ਵਾਲਾ, ਚਿਰ ਲਾਉਣ ਵਾਲਾ, ਦੇਰ ਕਰਨ ਵਾਲਾ, ਢਿੱਲਪਾਊ, ਸੁਸਤ, ਸਿੱਥਲ

dilemma /**ਡਿ'ਲੈਮਅ, ਡਾਇ-**/ *n* ਦੁਬਿਧਾ, ਦੁਚਿੱਤੀ; ਔਕੜ, ਪਰੇਸ਼ਾਨੀ; ਅਜਿਹਾ ਤਰਕ ਜੋ ਦੁਵੱਲੀ ਕਾਟ ਕਰੇ

diligence /**'ਡਿਲਿਜਅਨਸ**/ *n* ਮਿਹਨਤ, ਘਾਲ, ਮੁਸ਼ੱਕਤ, ਉੱਦਮ; ਉੱਦਮੀ ਸੁਭਾਅ

diligent /**'ਡਿਲਿਜਅਨਟ**/ *a* ਮਿਹਨਤ ਅਤੇ ਸਾਵਧਾਨੀ ਨਾਲ ਕੰਮ ਕਰਨ ਵਾਲਾ, ਕਰੜੀ ਘਾਲ ਕਰਨ ਵਾਲਾ, ਮਿਹਨਤੀ, ਮੁਸ਼ੱਕਤੀ, ਉੱਦਮੀ

dill /**ਡਿਲ**/ *n* ਸੋਏ

dilly /**'ਡਿਲਿ**/ *n* ਅਜਬ ਬੰਦਾ/ਵਸਤੂ/ਘਟਨਾ

dilly-dally /**'ਡਿਲਿ ਡੈਲਿ**/ *vi* ਢਿੱਲ-ਮੱਠ ਕਰਨਾ, ਟਾਲ-ਮਟੋਲ ਕਰਨਾ; ਅਵਾਰਾਗਰਦੀ ਕਰਨਾ

dilute /**ਡਾਇ'ਲੂਟ, -ਲਯੂਟ**/ *vt* ਪਤਲਾ ਕਰਨਾ ਜਾਂ ਹੋਣਾ, ਪਾਣੀ ਮਿਲਾ ਕੇ ਘੱਟ ਸੰਘਣਾ ਜਾਂ ਮੱਧਮ ਕਰਨਾ; (ਰੰਗ) ਫਿੱਕਾ ਕਰਨਾ; (ਉਤਸ਼ਾਹ ਜਾਂ ਵਿਸ਼ਵਾਸ) ਠੰਢਾ ਪਾ ਦੇਣਾ, ਮੱਠਾ ਪਾ ਦੇਣਾ *a* ਹਲਕਾ, ਫਿੱਕਾ (ਰੰਗ); ਸੁਆਦਹੀਣ; ਪਤਲਾ

dilution /**ਡਾਇ'ਲੂਸ਼ਨ, -'ਲਯੂਸ਼ਨ**/ *n* ਪਤਲਾਪਣ; (ਰੰਗ) ਫਿੱਕਾਪਣ; ਪਤਲਾ ਜਾਂ ਫਿੱਕਾ ਕਰਨ ਦੀ ਕਿਰਿਆ

diluvian /**ਡਾਇ'ਲੂਵ੍ਰਿਅਨ**/ *a* ਹੜ੍ਹ ਸੰਬੰਧੀ; ਹੜ੍ਹ ਨਾਲ ਆਈ ਹੋਈ ਮਿੱਟੀ ਸੰਬੰਧੀ

diluvium /**ਡਾਇ'ਲੂਵ੍ਰਿਅਮ**/ *n* ਹੜ੍ਹ; ਹੜ੍ਹ ਦੁਆਰਾ ਆਈ ਹੋਈ ਮਿੱਟੀ, ਭਲ

dim /**ਡਿਮ**/ *a* ਨਿੰਮ੍ਹਾ, ਮੱਧਮ, ਧੁੰਦਲਾ, ਅਸਪਸ਼ਟ, ਫਿੱਕਾ *v* ਨਿੰਮ੍ਹਾ ਕਰਨਾ ਜਾਂ ਹੋਣਾ, ਮੱਧਮ ਕਰਨਾ ਜਾਂ ਹੋਣਾ

dime /**ਡਾਇਮ**/ *n* (ਬੋਲ) ਉੱਤਰੀ ਅਮਰੀਕਾ ਦਾ ਦਸ ਸੈਂਟ ਦਾ ਸਿੱਕਾ; ਧਨ, ਦੌਲਤ

dimension /**ਡਾਇ'ਮੈਨੱਸ਼ਨ, ਡਿ-**/ *n* ਆਯਾਮ, ਪਸਾਰ, (ਲੰਬਾਈ, ਚੁੜਾਈ) ਵਿਸਤਾਰ; (ਬੀਜ) ਘਾਤ

dimensional /**ਡਾਇ'ਮੈਨੱਸ਼ਅਨਲ, ਡਿ-**/ *a* ਆਯਾਮ ਸੰਬੰਧੀ, ਪਸਾਰ ਸੰਬੰਧੀ, ਵਿਸਤਾਰ ਸੰਬੰਧੀ

diminish /**ਡਿ'ਮਿਨਿਸ਼**/ *v* ਘਟਾਉਣਾ ਜਾਂ ਘਟਣਾ, ਸੰਖਿਪਤ ਕਰਨਾ; (ਰੋਗ) ਸ਼ਾਂਤ ਕਰਨਾ ਜਾਂ ਹੋਣਾ, ਮੱਠਾ ਪੈਣਾ ਜਾਂ ਹੋਣਾ

diminishing /**ਡਿ'ਮਿਨਿਸ਼ਿਙ**/ *a* ਹਰਾਸਮਾਨ, ਘਟਣ ਵਾਲਾ, ਘਟਦਾ

diminution /**,ਡਿਮਿ'ਨਯੂਸ਼ਨ, -'ਨੂਸ਼ਨ**/ *n* ਘਾਟ, ਕਮੀ, ਥੁੜ੍ਹ

diminutive /**ਡਿ'ਮਿਨਯਅਟਿਵ੍ਰ**/ *a* (ਵਿਆ) ਲਘੁਤਾਵਾਚੀ; ਨਿੱਕਾ, ਛੁਟੇਰਾ, ਲਘੂ; ਬਹੁਤ ਛੋਟਾ *n* ਛੋਟੇ ਆਕਾਰ ਦੀ ਵਸਤੂ; ਲਘੂਤਾਵਾਚੀ ਸ਼ਬਦ

dimple /**'ਡਿਮਪਲ**/ *n* (ਹੱਸਣ ਲੱਗਿਆਂ) ਗੱਲ੍ਹਾਂ ਵਿੱਚ ਪੈਂਦਾ ਟੋਆ, ਗੱਲਾਂ ਦਾ ਜਾਂ ਠੋਡੀ ਦਾ ਡੂੰਘ *v* ਟੋਆ ਪੈਣਾ ਜਾਂ ਪਾਉਣਾ, ਡੂੰਘ ਬਣਨਾ ਜਾਂ ਬਣਾਉਣਾ

dimply /**'ਡਿਮਪਲਿ**/ *a* ਡੂੰਘਦਾਰ

din /**ਡਿਨ**/ *n* ਰੌਲਾ, ਸ਼ੋਰ *v* ਰੌਲਾ ਪਾਉਣਾ, ਸ਼ੋਰ ਕਰਨਾ, ਖੜਾਕ ਕਰਨਾ ਜਾਂ ਹੋਣਾ, ਸਿਰ ਖਾਣਾ, ਕੰਨ ਖਾਣਾ, ਬੋਲ-ਬੋਲ ਕੇ ਅਕਾ ਦੇਣਾ

dinar /'ਡੀਨਾ*/ *n* ਦਿਨਾਰ (ਇੱਕ ਕੁਵੈਤੀ, ਇਰਾਕੀ ਅਤੇ ਈਰਾਨੀ ਸਿੱਕਾ)

dine /ਡਾਇਨ/ *v* ਰੋਟੀ ਖਾਣਾ, ਭੋਜਨ ਕਰਨਾ; ਦਾਅਵਤ ਦੇਣਾ, ਭੋਜ ਦੇਣਾ **dine off or on** ਭੋਜਨ ਕਰਨਾ **dine out** ਘਰੋਂ ਬਾਹਰ ਭੋਜਨ ਖਾਣਾ.

diner /'ਡਾਇਨਅ*/ *n* ਖਾਣੇ ਵਾਲਾ ਕਮਰਾ; (ਰੇਲ ਵਿੱਚ) ਖਾਣੇ ਵਾਲਾ ਡੱਬਾ; ਭੋਜਨਕਰਤਾ

ding-dong /'ਡਿਙ ਡੌਙ/ *n* ਘੰਟੀਆਂ ਦੀ ਉੱਚੀ-ਨੀਵੀਂ ਅਵਾਜ਼, ਟਣ-ਟਣ; ਨਿਰੀ ਤੁਕਬੰਦੀ *v* (ਘੰਟੀ) ਟਣ-ਟਣਾਉਣਾ, ਟੁਣਕਣਾ

dinghy, dingey /'ਡਿਙਿ, 'ਡਿਙਗਿ/ *n* ਛੋਟੀ ਬੇੜੀ (ਕਿਸ਼ਤੀ), ਡੌਂਗੀ, ਰਬੜ ਦੀ ਬੇੜੀ

dingle /'ਡਿਙਗਲ/ *n* ਡੂੰਘੀ ਘਾਟੀ

dingo /'ਡਿਙਗਅਓ/ *n* ਡਿੰਗੋ, (ਆਸਟਰੇਲੀਆ ਦਾ) ਜੰਗਲੀ ਕੁੱਤਾ

dingy /'ਡਿਨਜਿ/ *a* ਗੰਦਾ, ਮੈਲਾ, ਮੈਲਾ-ਕੁਚੈਲਾ

dining room /'ਡਾਇਨਿਙ ਰੂਮ/ *n* ਖਾਣੇ ਵਾਲਾ ਕਮਰਾ, ਭੋਜਨ ਕਮਰਾ

dinner /'ਡਿਨਅ*/ *n* ਦਿਨ ਦਾ ਮੁੱਖ ਖਾਣਾ (ਦੁਪਹਿਰ ਜਾਂ ਸ਼ਾਮ ਦਾ), ਕਿਸੇ ਦੇ ਸਨਮਾਨ ਵਿੱਚ ਦਿੱਤੀ ਹੋਈ ਦਾਅਵਤ, ਡਿਨਰ

dinosaur /'ਡਾਇਨਅਸੋ*/ *n* ਇੱਕ ਵਿਸ਼ਾਲ ਮਿਟ ਚੁੱਕਾ ਜੀਵ, ਡਾਇਨੋਸੋਰ

dint /ਡਿਨਟ/ *n* ਸੱਟ, ਪ੍ਰਹਾਰ, ਸੱਟ ਦਾ ਨਿਸ਼ਾਨ; ਚਿੱਬ; ਬਲ, ਸ਼ਕਤੀ, ਤਾਕਤ, ਸਮਰੱਥਾ *vt* ਚਿੱਬ ਪਾਉਣਾ **by dint of** ਦੇ ਬਲ ਨਾਲ, ਦੀ ਸ਼ਕਤੀ ਨਾਲ, ਦੇ ਜ਼ੋਰ ਨਾਲ

diocese /'ਡਾਇਅਸਿਸ/ *n* ਬਿਸ਼ਪ ਦੇ ਅਧੀਨ ਖੇਤਰ

diode /'ਡਾਇਅਓਡ/ *n* ਦੋ ਧਰੁਵਾਂ ਵਾਲਾ ਅਰਧਚਾਲਕ ਉਪਕਰਨ ਜਿਸ ਵਿੱਚ ਬਿਜਲੀ ਧਾਰਾ ਇੱਕ ਦਿਸ਼ਾ ਵਿੱਚ ਹੀ ਵਹਿ ਸਕਦੀ ਹੈ

diorama /,ਡਾਇਅ'ਰਾਮਅ/ *n* ਪਾਰ-ਚਿੱਤਰ, ਪਾਰਦਰਸ਼ੀ ਪਰਦੇ ਉੱਪਰ ਬਣਿਆ ਚਿੱਤਰ; (ਰੰਗ–ਮੰਚ) ਦੂਰਦ੍ਰਿਸ਼, ਡਾਇਓਰਮਾ

dioxide /ਡਾਇ'ਔਕਸਾਇਡ/ *n* ਅਜਿਹਾ ਆਕਸਾਈਡ ਜੋ ਦੋ ਹਿੱਸੇ ਆਕਸੀਜਨ ਅਤੇ ਇੱਕ ਹਿੱਸਾ ਧਾਤ ਮਿਲਾ ਕੇ ਬਣੇ, ਡਾਈਆਕਸਾਈਡ

dip /ਡਿਪ/ *v* ਡੋਬਣਾ, ਡੋਬਾ ਦੇਣਾ; ਟੁੱਭੀ ਲਾਉਣਾ ਜਾਂ ਲਵਾਉਣਾ; ਡੋਬ ਕੇ ਰੰਗਣਾ; ਮੋਮ ਨੂੰ ਗਰਮ ਚਰਬੀ ਵਿੱਚ ਡੋਬ ਕੇ ਮੋਮਬੱਤੀ ਬਣਾਉਣਾ; (ਸੂਰਜ ਆਦਿ ਦਾ) ਡੁੱਬਣਾ, ਲਹਿਣਾ; ਕੜਛੀ ਨਾਲ ਕੱਢਣਾ; (ਝੰਡੇ, ਜਹਾਜ਼ ਦੇ ਪੱਲੇ ਜਾਂ ਤੱਕੜੀ ਨੂੰ) ਨੀਵਾਂ ਕਰਨਾ, ਝੁਕਾਉਣਾ; (ਬੋਲ) ਕਰਜ਼ਾਈ ਹੋ ਜਾਣਾ ਜਾਂ ਕਰ ਦੇਣਾ; ਸਰਸਰੀ ਨਜ਼ਰ ਮਾਰਨਾ; ਢਾਲੂ ਹੋਣਾ *n* ਟੁੱਭੀ, ਡੋਬਾ; ਕੜਛੀ ਭਰ; ਢਲਾਣ, ਢਾਲ, ਝੁਕਾਅ; ਚਰਬੀ ਦੀ ਬੱਤੀ; ਕੰਪਾਸ ਦੀ ਸੂਈ ਦਾ ਕਿਸੇ ਥਾਂ ਉੱਤੇ ਦਿਸਹੱਦੇ ਨਾਲ ਬਣਾਇਆ ਕੋਣ

diphtheria, diphtheritis /ਡਿਫ'ਥਿਅਰਿਅ, ਡਿਫ,ਥਅ'ਰਾਇਟਿਸ/ *n* ਗਲਘੋਟੂ ਰੋਗ, ਡਿਪਥੇਰੀਆ

diphthong /'ਡਿਫਥੌਙ, 'ਡਿਪ-/ *n* (ਭਾਸ਼ਾ) ਦੋ ਸਵਰ ਜੋ ਇਕੱਠੇ ਉਚਾਰੇ ਜਾਣ, ਸੰਯੁਕਤ-ਸਵਰ, ਸੰਧੀ-ਸਵਰ

diphthongal /ਡਿਫ'ਥੌਙਗਲ, 'ਡਿਪ-/ *a* ਸੰਯੁਕਤ-ਸਵਰ ਦਾ, ਸੰਧੀ-ਸਵਰ ਸੰਬੰਧੀ

diploma /ਡਿ'ਪਲਅਓਮਅ/ *n* ਸਨਦ, ਪ੍ਰਮਾਣ-ਪੱਤਰ; ਡਿਪਲੋਮਾ, ਰਾਜ-ਪੱਤਰ, ਅਧਿਕਾਰ-ਪੱਤਰ

diplomacy /ਡਿ'ਪਲਅਓਮਅਸਿ/ *n* ਰਾਜਨੀਤੀ, ਜੁਗਤ, ਚਤਰਤਾ; ਕੂਟਨੀਤੀ

diplomat /'ਡਿਪਲਅਮੈਟ/ *n* ਨੀਤੀਵਾਨ; ਸਫ਼ੀਰ, ਰਾਜਦੂਤ

diplomatic /,ਡਿਪਲਅ'ਮੈਟਿਕ/ *a* ਰਾਜਦੂਤਕ, ਸਫ਼ਾਰਤੀ

diplomatic bag *n* ਰਾਜਦੂਤ ਦੀ ਡਾਕ ਵਾਲਾ ਬੈਗ(ਕਸਟਮ ਅਮਲੇ ਵੱਲੋਂ ਜਿਸਦੀ ਤਲਾਸ਼ੀ ਨਹੀਂ ਲਈ ਜਾਂਦੀ)

diplomatic corps *n* ਕਿਸੇ ਦੇਸ਼ ਦਾ ਦੂਜੇ ਦੇਸ਼ ਵਿਚ ਲੱਗਾ ਕੂਟਨੀਤਕ ਅਮਲਾ, ਦੂਤਘਰ ਵਿੱਚ ਲੱਗੇ ਵਿਅਕਤੀਆਂ ਦਾ ਸਮੂਹ, ਕੂਟਨੀਤਕ ਰਸਾਲਾ

diplomatist /ਡਿ'ਪਲਅਓਮਅਟਿਸਟ/ *n*

ਰਾਜਦੂਤ, ਸਫ਼ੀਰ

diplopia /ਡਿ'ਪਲਅਉਪਿਅ/ *n* ਇੱਕ ਦੇ ਦੋ-ਦੋ ਦਿਖਾਈ ਦੇਣ ਦਾ ਨੇਤਰ ਰੋਗ

dipper /'ਡਿਪਅ*/ *n* ਡੁਬਕੀ ਦੇਣ ਵਾਲਾ; ਡੋਬਕ, ਝੁਕਾਉਣ ਜਾਂ ਝੁਕਣ ਵਾਲਾ; (ਮੋਟਰ ਆਦਿ ਦਾ) ਡਿੱਪਰ, ਨੀਵੀਂ ਬੱਤੀ; ਪਲੀ, ਕੜਛੀ; ਡੁਬੋ ਕੇ ਰੰਗਣ ਵਾਲਾ; (ਫੋਟੋਗ੍ਰਾਫ਼ੀ) ਫ਼ਿਲਮ ਧੋਣ ਵਾਲਾ ਯੰਤਰ; ਜਲ ਚਿੜੀ; ਬੱਚਿਆਂ ਨੂੰ ਬਪਤਿਸਮਾ ਦੇਣ ਵਾਲਾ

dipsomania /ˌਡਿਪਸਅ(ਉ)'ਮੇਇਨਿਅ/ *n* ਨਸ਼ੇ ਦੀ ਤੀਬਰ ਇੱਛਾ, ਮਦ-ਉਨਮਾਦ, ਸ਼ਰਾਬ ਦੀ ਲਲਕ

dipsomaniac /ˌਡਿਪਸਆ'ਮੇਇਨਿਐਕ/ *n* ਨਸ਼ੇ ਦਾ ਇੱਛਾਵਾਨ, ਸ਼ਰਾਬ ਦਾ ਦੀਵਾਨਾ

dire /'ਡਾਇਅ*/ *a* ਤੀਬਰ, ਘੋਰ, ਭਿਅੰਕਰ

direct /ਡਅ'ਰੈੱਕਟ, ਡਿ-, ਡਾਇ-/ *vt* ਆਗਿਆ ਦੇਣਾ, ਹੁਕਮ ਦੇਣਾ, ਆਦੇਸ਼ ਦੇਣਾ; ਨਿਰਦੇਸ਼ ਦੇਣਾ; ਸੰਚਾਲਿਤ ਕਰਨਾ, ਚਲਾਉਣਾ; (ਖ਼ਤ) ਪਤੇ ਉੱਤੇ ਭੇਜਣਾ; ਸੇਧ ਦੇਣਾ, ਦਿਸ਼ਾ ਪ੍ਰਦਾਨ ਕਰਨਾ *a* (ਵਿਆ) ਪ੍ਰਤੱਖ; ਸਿੱਧਾ, ਸਪਸ਼ਟ, ਸਰਲ, ਖਰਾ, ਠੀਕ; ਪਿੱਛੇ ਨਾ ਮੁੜਨ ਵਾਲਾ *adv* ਸਿੱਧਾ ਹੀ; ਬੇਰੋਕ; ਬਿਲਕੁਲ

direct action *n* ਅਮਲੀ ਕਾਰਵਾਈ, ਸਿੱਧੀ ਕਾਰਵਾਈ

direction /ਡਅ'ਰੈੱਕਸ਼ਨ, ਡਿ-, ਡਾਇ-/ *n* ਸੰਚਾਲਨ, ਨਿਰਦੇਸ਼ਨ; ਸੇਧ, ਅਗਵਾਈ, ਨਿਗਰਾਨੀ; ਆਦੇਸ਼; ਦਿਸ਼ਾ, ਤਰਫ਼; ਪਤਾ, ਸਿਰਨਾਵਾਂ

direction-finder *n* ਦਿਸ਼ਾ-ਸੂਚਕ ਯੰਤਰ

directive /ਡਅ'ਰੈੱਕਟਿਵ਼, ਡਿ-, ਡਾਇ-/ *n* ਨਿਰਦੇਸ਼ *a* ਨਿਰਦੇਸ਼ਾਤਮਿਕ; ਮਾਰਗਦਰਸ਼ਕ, ਦਿਸ਼ਾ-ਸੂਚਕ

direct-mail *n* ਡਾਕ ਰਾਹੀਂ ਲੋਕਾਂ ਨੂੰ ਸਿੱਧੇ ਭੇਜੇ ਜਾਣ ਵਾਲੇ ਵਿਗਿਆਪਨ

director /ਡਅ'ਰੈੱਕਟਅ*, ਡਿ-, ਡਾਇ-/ *n* ਨਿਰਦੇਸ਼ਕ, ਸੰਚਾਲਕ, ਡਾਇਰੈਕਟਰ, (ਰੰਗ-ਮੰਚ) ਸੂਤਰਧਾਰ; ਫ਼ਿਲਮ ਨਿਰਦੇਸ਼ਕ; (ਅਧਿਆਤਮ) ਧਰਮ ਨਿਰਦੇਸ਼ਕ ਜਾਂ ਪਾਦਰੀ; ਗਤੀ ਨਿਰਦੇਸ਼ਕ ਯੰਤਰ

directorate /ਡਅ'ਰੈੱਕਟਅਰਅਟ, ਡਿ-, ਡਾਇ-/ *n* ਪ੍ਰਬੰਧ ਸੰਚਾਲਕ ਦਾ ਦਫ਼ਤਰ; ਡਾਇਰੈਕਟੋਰੇਟ, ਸੰਚਾਲਕ ਮੰਡਲ, ਸੰਚਾਲਕ ਪਦ

directorship /'ਡਅ'ਰੈੱਕਟਅਸ਼ਿਪ, ਡਿ-, ਡਾਇ-/ *n* ਸੰਚਾਲਕਤਾ, ਸੰਚਾਲਕ ਪਦ

directory /ਡਅ'ਰੈੱਕਟਅਰਿ, ਡਿ-, ਡਾਇ-/ *n* ਨਿਰਦੇਸ਼ਕਾ, ਡਾਇਰੈਕਟਰੀ; ਸੰਚਾਲਕ ਮੰਡਲ; (ਕੰਪਿ) ਕੰਪਿਊਟਰ ਵਿੱਚ ਫਾਈਲਾਂ ਦੇ ਕਿਸੇ ਸੰਗ੍ਰਹਿ ਦਾ ਨਾਂ, ਨਿਯਮਾਵਲੀ; (ਨਾਂ, ਥਾਂ, ਧਾਮ ਆਦਿ ਦੀ) ਨਾਮਾਵਲੀ

directress /ਡਿ'ਰੈੱਕਟਰਅਸ, ਡਾਇ-/ *n* ਨਿਰਦੇਸ਼ਕਾ, ਸੰਚਾਲਕਾ

direct rule *n* ਕੇਂਦਰੀ ਸਰਕਾਰ ਦੁਆਰਾ ਕਿਸੇ ਖੇਤਰ ਦਾ ਸਿੱਧਾ ਪ੍ਰਸ਼ਾਸਨ ਜਿਸ ਖੇਤਰ ਦੀ ਪਹਿਲਾਂ ਆਪਣੀ ਸਰਕਾਰ ਰਹੀ ਹੁੰਦੀ ਹੈ

direct speech *n* (ਵਿਆ) ਪ੍ਰਤੱਖ ਵਾਕ

direful /'ਡਾਇਅਫ਼ੁਲ/ *a* ਘੋਰ, ਭਿਅੰਕਰ

dirge /ਡਅ:ਜ/ *n* ਮਰਸੀਆ, ਸੋਗੀ-ਗੀਤ, ਅਲਾਹੁਣੀ, ਕੀਰਨੇ, ਵੈਣ, ਵਿਰਲਾਪ

dirigible /'ਡਿਰਿਜਅਬਲ/ *n* ਨਿਯੰਤਰਨਯੋਗ ਗੁਬਾਰਾ

dirk /ਡਅ:ਕ/ *n* ਕਟਾਰ, ਛੁਰਾ *vt* ਛੁਰਾ ਖੋਭਣਾ, ਕਟਾਰ ਨਾਲ ਮਾਰਨਾ

dirt /ਡਅ:ਟ/ *n* ਧੂੜ, ਚਿੱਕੜ, ਮੈਲ, ਗੰਦਗੀ, ਮਿੱਟੀ; ਨਿਗਾਰਥਕ ਵਸਤੂ; ਗੰਦੀ ਗੱਲ **eat dirt** ਅਨਾਦਰ ਨੂੰ ਚੁੱਪ-ਚਾਪ ਝੱਲਣਾ **fling dirt** ਚਿੱਕੜ ਉਛਾਲਨਾ

dirt cheap *a* (ਬੋਲ) ਬਹੁਤ ਸਸਤਾ

dirtiness /'ਡਅ:ਟਿਨਅਸ/ *n* ਗੰਦਗੀ, ਮੈਲਾਪਣ, ਮਲੀਨਤਾ

dirty /'ਡਅ:ਟਿ/ *a* ਮਲੀਨ, ਮੈਲਾ, ਗੰਦਾ; ਕਲੰਕਿਤ, ਨੀਚ, ਅਸ਼ਲੀਲ, ਅਪਵਿੱਤਰ; ਗੰਧਲਿਆ, ਮਿਟਿਆਲਾ; ਖ਼ਰਾਬ; ਤੂਫਾਨੀ *v* ਮਲੀਨ ਕਰਨਾ ਜਾਂ ਹੋਣਾ, ਮੈਲਾ ਹੋਣਾ ਜਾਂ ਕਰਨਾ, ਗੰਦਾ ਹੋਣਾ ਜਾਂ ਕਰਨਾ

dirty bomb *n* ਰੇਡੀਓ-ਧਰਮੀ ਪਦਾਰਥ ਵਾਲਾ

ਥੰਬ

disability /ˌਡਿਸਅ'ਬਿਲਅਟਿ/ *n* ਅਯੋਗਤਾ, ਅਸਮਰਥਾ; ਅੰਗਹੀਣਤਾ, ਅਪਾਹਜਪੁਣਾ

disable /ਡਿਸ'ਏਇਬਲ/ *vt* ਅਯੋਗ ਬਣਾਉਣਾ, ਅਸਮਰੱਥ ਬਣਾਉਣਾ; ਅਧਿਕਾਰ ਤੋਂ ਵਾਂਝਾ ਕਰਨਾ; ਅੰਗਹੀਣ ਕਰਨਾ, ਨਕਾਰਾ ਕਰਨਾ, ਅਪਾਹਜ ਬਣਾ ਦੇਣਾ; ਅਯੋਗ ਠਹਿਰਾਉਣਾ

disabled /ਡਿਸ'ਏਇਬਲਡ/ *a* ਅੰਗਹੀਣ, ਅਪੰਗ, ਅਪਾਹਜ

disablement /ਡਿਸ'ਏਇਬਲਮਅਨਟ/ *n* ਅਸਮਰਥਤਾ, ਅਯੋਗਤਾ; ਅੰਗਹੀਣਤਾ, ਨਕਾਰਾਪਣ

disadvantage /ˌਡਿਸਅਡ'ਵ਼ਾਨਟਿਜ/ *n* ਹਾਨੀ, ਘਾਟਾ, ਨੁਕਸਾਨ; ਦਿੱਕਤ, ਔਖਿਆਈ; ਵਿਘਨ, ਰੁਕਾਵਟ

disadvantageous /ˌਡਿਸਐਡਵ਼ੈਨ'ਟੇਇਜਅਸ/ *a* ਹਾਨੀਕਾਰਕ, ਘਾਟੇਵੰਦਾ, ਨੁਕਸਾਨਦੇਹ; ਪ੍ਰਤਿਕੂਲ; ਵਿਘਨਕਾਰੀ

disaffect /ˌਡਿਸਅ'ਫ਼ੈੱਕਟ/ *vi* ਮਿੱਤਰਤਾ ਤੋੜਨਾ, ਪਰਾਇਆਪਣ ਲਿਆਉਣਾ; ਅਸੰਤੁਸ਼ਟਤਾ ਫੈਲਾਉਣਾ

disaffected /ˌਡਿਸਅ'ਫ਼ੈੱਕਟਿਡ/ *a* ਅਸੰਤੁਸ਼ਟ, ਨਾਖ਼ੁਸ਼

disaffection /ˌਡਿਸਅ'ਫ਼ੈੱਕਸ਼ਨ/ *n* ਅਸੰਤੁਸ਼ਟਤਾ, ਰਾਜਨੀਤਿਕ ਅਸੰਤੋਸ਼

disaffiliate /ˌਡਿਸਅ'ਫ਼ਿਲਿਏਇਟ/ *vt* ਸੰਬੰਧ ਤੋੜਨਾ, ਅਸੰਬੰਧਿਤ ਕਰਨਾ, ਵੱਖ ਕਰਨਾ

disagree /ˌਡਿਸਅ'ਗਰੀ/ *vi* ਮੱਤ-ਭੇਦ ਰੱਖਣਾ, ਅਸੰਮਤੀ ਰੱਖਣਾ, ਅਸਹਿਮਤ ਹੋਣਾ, ਵਿਰੋਧ ਹੋਣਾ, ਅਨੁਕੂਲ ਨਾ ਹੋਣਾ, ਮੇਲ ਨਾ ਖਾਣਾ, ਅਰੁਚੀ ਰੱਖਣਾ

disagreeable /ˌਡਿਸਅ'ਗਰੀਅਬਲ/ *n* (ਬਹੁ) ਪਰੇਸ਼ਾਨੀਆਂ *a* ਅਣਸੁਖਾਵਾਂ, ਨਾਗਵਾਰ, ਕਸ਼ਟਦਾਇਕ, ਨਾਪਸੰਦ

disagreement /ˌਡਿਸਅ'ਗਰੀਮਅਨਟ/ *n* ਵਿਰੋਧ, ਮੱਤ-ਭੇਦ, ਅਸੰਮਤੀ, ਅਸਹਿਮਤੀ, ਪ੍ਰਤਿਕੂਲਤਾ; ਝਗੜਾ, ਵਿਵਾਦ

disallow /ˌਡਿਸਅ'ਲਾਉ/ *vt* ਅਸਵੀਕਾਰ ਕਰਨਾ, ਆਗਿਆ ਨਾ ਦੇਣਾ, ਮਨ੍ਹਾ ਕਰਨਾ, ਨਾਮਨਜ਼ੂਰ ਕਰਨਾ, ਰੱਦ ਕਰਨਾ

disallowed /ˌਡਿਸਅ'ਲਾਉਡ/ *a* ਨਾਮਨਜ਼ੂਰ, ਅਸਵੀਕ੍ਰਿਤ

disambiguate /ˌਡਿਸਐਮ'ਬਿਗਯੁਏਇਟ/ *v* ਅਰਥ ਦੀ ਅਸਪਸ਼ਟਤਾ ਦੂਰ ਕਰਨਾ, ਇੱਕ ਤੋਂ ਵੱਧ ਸੰਭਵ ਅਰਥਾਂ ਵਿੱਚੋਂ ਇੱਕ ਅਰਥ ਤੈ ਕਰਨਾ, ਅਰਥ ਨਿਸ਼ਚਤ ਕਰਨਾ

disannul /ˌਡਿਸਅ'ਨਅੱਲ/ *vt* ਮਿਟਾ ਦੇਣਾ, ਰੱਦ ਕਰਨਾ, ਮਨਸੂਖ਼ ਕਰਨਾ

disannulment /ˌਡਿਸਅ'ਨਅੱਲਮਅਨਟ/ *n* ਮਨਸੂਖ਼ੀ

disappear /ˌਡਿਸਅ'ਪਿਅ*/ *vi* ਲੁਕਣਾ, ਲੋਪ ਹੋਣਾ, ਓਝਲ ਹੋਣਾ, ਅੱਖਾਂ ਤੋਂ ਓਹਲੇ ਹੋਣਾ, ਛਿਪ ਜਾਣਾ, ਮਿਟ ਜਾਣਾ, ਗਾਇਬ ਹੋ ਜਾਣਾ, ਗੁਆਚਣਾ

disappearance /ˌਡਿਸਅ'ਪਿਅਰਅਨਸ/ *n* ਲੋਪ, ਅਦ੍ਰਿਸ਼ਤਾ; ਅਭਾਵ

disappoint /ˌਡਿਸਅ'ਪੌਇਨਟ/ *vt* ਨਿਰਾਸ਼ ਕਰਨਾ, ਮਾਯੂਸ ਕਰਨਾ; ਨਿਸ਼ਫਲ ਕਰਨਾ

disappointed /ˌਡਿਸਅ'ਪੌਇਨਟਿਡ/ *a* ਨਿਰਾਸ਼, ਮਾਯੂਸ, ਨਾਉਮੀਦ

disappointment /ˌਡਿਸਅ'ਪੌਇਨਟਮਅਨਟ/ *n* ਨਿਰਾਸ਼ਤਾ, ਨਿਰਾਸ਼ਾ, ਮਾਯੂਸੀ; ਅਸਫਲਤਾ, ਨਾਕਾਮੀ

disapprobation /ˌਡਿਸˌਐਪਰਅ'ਬੇਇਸ਼ਨ/ *n* ਨਾਪਸੰਦੀ; ਨਾਮਨਜ਼ੂਰੀ, ਅਪ੍ਰਵਾਨਗੀ

disapproval /ˌਡਿਸਅ'ਪਰੂਵ਼ਲ/ *n* ਨਾਮਨਜ਼ੂਰੀ, ਨਾਪਸੰਦਗੀ; ਖੰਡਨ, ਨਿਖੇਧੀ

disapprove /ˌਡਿਸਅ'ਪਰੂਵ਼/ *v* ਅਪ੍ਰਵਾਨ ਕਰਨਾ, ਅਸੰਮਤੀ ਪ੍ਰਗਟ ਕਰਨਾ, ਨਾਪਸੰਦ ਕਰਨਾ

disarm /ਡਿਸ'ਆਮ/ *vt* ਸ਼ਸਤਰਹੀਣ ਕਰਨਾ, ਹਥਿਆਰ ਸੁਟਾਉਣਾ, ਨਿਹੱਥਾ ਕਰਨਾ; ਬੇਵਸ ਕਰਨਾ

disarmament /ਡਿਸ'ਆਮਅਮਅਨਟ/ *n*

ਨਿਸ਼ਸਤਰੀਕਰਨ, ਫ਼ੌਜ-ਘਟਾਈ, ਹਥਿਆਰ-ਘਟਾਈ

disarmed /ਡਿਸ'ਆਮਡ/ *a* ਨਿਹੱਥਾ; ਬੇਵਸ

disarrange /ˌਡਿਸਅ'ਰੇਇਨਜ/ *vt* ਬੇਤਰਤੀਬ ਕਰਨਾ, ਅੱਗੇ-ਪਿੱਛੇ ਕਰ ਦੇਣਾ, ਉਲਟ-ਪੁਲਟ ਕਰ ਦੇਣਾ

disarrangement /ˌਡਿਸਅ'ਰੇਇਨਜਮਅਨਟ/ *n* ਬੇਤਰਤੀਬੀ, ਉਲਟ-ਪੁਲਟ, ਅਵਿਵਸਥਾ, ਗੜਬੜ

disarray /ˌਡਿਸਅ'ਰੇਇ/ *n* ਬੇਤਰਤੀਬੀ, ਗੜਬੜ, ਉਲਟ-ਪੁਲਟ *vi* ਉਲਟ-ਪੁਲਟ ਕਰਨਾ, ਅੱਗੇ-ਪਿੱਛੇ ਕਰ ਦੇਣਾ; (ਕਾਵਿ) ਨੰਗਾ ਕਰਨਾ

disassemble /ˌਡਿਸਅ'ਸੈਂਮਬਲ/ *vt* ਪੁਰਜਿਆਂ ਨੂੰ ਅਲੱਗ ਕਰਨਾ, (ਮਸ਼ੀਨ ਆਦਿ) ਖੋਲ੍ਹਣਾ

disassociate /ˌਡਿਸਅ'ਸਅਉ ਸ਼ਿਏਇਟ, -ਸਅਉਸਿ-/ *vt* ਅਲੱਗ ਹੋ ਜਾਣਾ, ਨਾਤਾ ਤੋੜ ਦੇਣਾ, ਸੰਬੰਧ ਤੋੜ ਲੈਣਾ

disaster /ਡਿ'ਜ਼ਾਸਟਅ*/ *n* ਬਿਪਤਾ, ਮੁਸੀਬਤ, ਆਫ਼ਤ, ਸੰਕਟ; ਕੋਈ ਸਖ਼ਤ ਦੁਰਘਟਨਾ

disastrous /ਡਿ'ਜ਼ਾਸਟਰਅਸ/ *a* ਅਨਰਥਕਾਰੀ, ਤਬਾਹਕੁਨ, ਬਿਪਤਾ ਵਾਲਾ, ਸੰਕਟ ਵਾਲਾ, ਮੰਦਭਾਗਾ

disavow /ˌਡਿਸਅ'ਵ਼ਾਉ/ *vt* ਮੁੱਕਰਨਾ, ਇਨਕਾਰ ਕਰਨਾ, ਨਾ ਅਪਣਾਉਣਾ, ਨਾ ਮੰਨਣਾ

disavowal /ˌਡਿਸਅ'ਵ਼ਾਉਅਲ/ *n* ਇਨਕਾਰ, ਮੁਕਰਾਈ, ਅਸਵੀਕ੍ਰਿਤੀ, ਨਾਂਹ

disband /ਡਿਸ'ਬੈਨਡ/ *v* (ਸੈਨਾ, ਪਲਟਨ ਆਦਿ) ਤੋੜ ਦੇਣਾ, ਲਾਮਬੰਦੀ ਸਮਾਪਤ ਕਰ ਦੇਣਾ; ਖਿੰਡਾ ਦੇਣਾ, ਤੋੜ ਦੇਣਾ, ਭੰਗ ਕਰ ਦੇਣਾ, ਬਰਖ਼ਾਸਤ ਕਰ ਦੇਣਾ

disbar /ਡਿਸ'ਬਾ*/ *vt* ਵਕਾਲਤ ਕਰਨ ਦਾ ਅਧਿਕਾਰ ਖੋਹ ਲੈਣਾ, ਬਾਰ (ਵਕੀਲਾਂ ਦੇ ਸੰਘ) ਦੀ ਸਦੱਸਤਾ ਤੋਂ ਵਾਂਝਿਆਂ ਕਰ ਦੇਣਾ

disbelief /ˌਡਿਸਬਿ'ਲੀਫ਼/ *n* ਅਵਿਸ਼ਵਾਸ, ਬੇਯਕੀਨੀ, ਬੇਇਤਬਾਰੀ, ਬੇਪ੍ਰਤੀਤੀ

disbelieve /ˌਡਿਸਬਿ'ਲੀਵ਼/ *vt* ਅਵਿਸ਼ਵਾਸ ਕਰਨਾ, ਵਿਸ਼ਵਾਸ ਨਾ ਕਰਨਾ, ਯਕੀਨ ਨਾ ਕਰਨਾ

disburden /ਡਿਸ'ਬਅ:ਡਨ/ *vt* ਭਾਰ ਲਾਹ ਦੇਣਾ; ਮਨ ਦਾ ਭਾਰ ਹੌਲਾ ਕਰਨਾ, ਦਿਲ ਦੀ ਹਵਾੜ ਕੱਢਣਾ

disburse /ਡਿਸ'ਬਅ:ਸ/ *v* ਖ਼ਰਚ ਕਰਨਾ, ਖ਼ਰਚਣਾ; ਧਨ ਦੇਣਾ, ਰੁਪਈਆ ਪੈਸਾ ਵੰਡਣਾ, (ਤਨਖ਼ਾਹ ਆਦਿ) ਵੰਡਣਾ; ਭੁਗਤਾਨ ਕਰਨਾ; ਅਦਾਇਗੀ ਕਰਨਾ

disbursement /ਡਿਸ'ਬਅ:ਸਮਅਨਟ/ *n* ਭੁਗਤਾਨ, ਅਦਾਇਗੀ; ਪੈਸੇ ਦੀ ਵੰਡ, (ਤਨਖ਼ਾਹ ਆਦਿ) ਵੰਡ; ਖ਼ਰਚ

disc, disk /ਡਿਸਕ/ *n* ਤਵਾ, ਤਵੀ, ਚੱਕਲੀ, ਤਸ਼ਤਰੀ; ਕੋਈ ਗੋਲ ਭਾਂਡਾ ਜਾਂ ਵਸਤੂ, ਟਿੱਕੀ

discard /ਡਿਸ'ਕਾਡ/ *v* (ਬੇਕਾਰ ਸਮਝ ਕੇ) ਸੁੱਟ ਦੇਣਾ, ਛੱਡ ਦੇਣਾ; ਬਰਖ਼ਾਸਤ ਕਰਨਾ, ਕੱਢ ਦੇਣਾ; ਤਾਸ਼ ਦੇ ਕਿਸੇ ਪੱਤੇ ਨੂੰ ਛਾਂਟਣਾ, ਬਦਰੰਗੀ ਵਿੱਚ ਸੁੱਟਣਾ **/'ਡਿਸਕਾਡ/** *n* ਕੂੜੇ ਕਰਕਟ ਦਾ ਢੇਰ; ਛਾਂਟਿਆ ਜਾਣ ਵਾਲਾ ਤਾਸ਼ ਦਾ ਪੱਤਾ

discarnate /ਡਿਸ'ਕਾਨਿਟ/ *a* ਅਮੂਰਤ, ਦੇਹ ਰਹਿਤ, ਸਰੀਰ ਰਹਿਤ

discern /ਡਿ'ਸਅ:ਨ/ *vt* ਵੇਖ ਲੈਣਾ, ਸਮਝ ਜਾਣਾ; ਜਾਣ ਲੈਣਾ, ਤਾੜ ਲੈਣਾ; ਨਿਰਨਾ ਕਰਨਾ, ਜਾਂਚਣਾ, (ਪਗ) ਫ਼ਰਕ ਬੁੱਝ ਲੈਣਾ, ਨਿਖੇੜਾ ਕਰਨਾ

discernible /ਡਿ'ਸਅ:ਨਅਬਲ/ *a* ਪ੍ਰਤੱਖ, ਦ੍ਰਿਸ਼ਟੀਗੋਚਰ, ਦਿਸਦਾ, ਭਾਸਦਾ; ਵਿਚਾਰਗੋਚਰਾ, ਸਮਝਣਯੋਗ

discerning /ਡਿ'ਸਅ:ਨਿਙ/ *a* ਸੂਝਵਾਨ, ਸਿਆਣਾ

discernment /ਡਿ'ਸਅ:ਨਮਅਨਟ/ *n* ਸੂਝ, ਸਿਆਣਪ, ਵਿਵੇਕ, ਸੂਖਮ ਦ੍ਰਿਸ਼ਟੀ

discharge /ਡਿਸ'ਚਾਜ/ *v* ਬਰਖ਼ਾਸਤ ਕਰਨਾ, ਨੌਕਰੀ ਤੋਂ ਹਟਾ ਦੇਣਾ, ਕੱਢ ਦੇਣਾ; (ਫ਼ਰਜ਼) ਨਿਭਾਉਣਾ; ਕਰਜ਼ਾ ਲਾਹ ਦੇਣਾ, ਛੁੱਟਣਾ; (ਜਹਾਜ਼ ਆਦਿ ਤੋਂ) ਮਾਲ ਲਾਹੁਣਾ; (ਦਰਿਆ ਦਾ) ਸਮੁੰਦਰ

ਵਿੱਚ ਡਿੱਗਣਾ; (ਕਨੂੰ) ਰਿਹਾ ਕਰਨਾ, ਦੋਸ਼ ਮੁਕਤ ਕਰ ਦੇਣਾ; ਬਿਜਲੀ ਖ਼ਾਰਜ ਕਰਨਾ ਜਾਂ ਕੱਢਣਾ; (ਜ਼ਖ਼ਮ, ਫੋੜੇ ਆਦਿ ਦਾ) ਵਗਣਾ, ਪਾਕ ਨਿਕਲਨਾ; ਰੰਗ ਲਾਹੁਣਾ; (ਤੋਪ ਆਦਿ) ਦਾਗਣਾ ਜਾਂ ਚਲਾਉਣਾ, (ਤੀਰ) ਚਲਾਉਣਾ; (ਰੋਗੀ ਨੂੰ) ਹਸਪਤਾਲ ਵਿੱਚੋਂ ਜਾਣ ਦੀ ਆਗਿਆ ਦੇਣਾ /**'ਡਿਸਚਾਜ**/ *n* ਮੌਕੂਫੀ, (ਨੌਕਰੀ ਤੋਂ) ਬਰਖ਼ਾਸਤਗੀ; ਰਿਹਾਈ, ਛੁਟਕਾਰਾ; ਫ਼ਰਜ਼ ਦਾ ਪਾਲਣ; ਤੋਪ ਆਦਿ ਦਾ ਫ਼ਾਇਰ; ਕਰਜ਼ ਦੀ ਅਦਾਇਗੀ; ਨਾਂ ਕਟਾਈ

discharged /ਡਿਸ'ਚਾਜਡ/ *a* ਦੋਸ਼-ਮੁਕਤ, ਸੇਵਾ-ਮੁਕਤ

disciple /ਡਿ'ਸਾਇਪਲ/ *n* ਚੇਲਾ, ਮੁਰੀਦ, ਸ਼ਿਸ਼, ਸ਼ਾਗਿਰਦ, ਅਨੁਯਾਈ

discipleship /ਡਿ'ਸਾਇਪਲਸ਼ਿਪ/ *n* ਮੁਰੀਦੀ, ਸ਼ਾਗਿਰਦੀ, ਸਿੱਖੀ

disciplinarian /ˌਡਿਸਅਪਲਿ'ਨੇਅਰਿਅਨ/ *n* ਜ਼ਬਤ ਰੱਖਣ ਵਾਲਾ, ਸੰਜਮੀ; ਅਨੁਸ਼ਾਸਨ ਉੱਤੇ ਬਹੁਤ ਜ਼ੋਰ ਦੇਣ ਵਾਲਾ, ਨੇਮ ਪਾਲਕ, ਅਨੁਸ਼ਾਸਨ-ਪੱਖੀ

disciplinary /'ਡਿਸਅਪਲਿਨਅਰਿ, ˌਡਿਸਅ'ਪਲਿਨਅਰਿ/ *a* ਜ਼ਬਤ-ਸੰਬੰਧੀ, ਅਨੁਸ਼ਾਸਨ ਸੰਬੰਧੀ, ਨੇਮ-ਪਾਲਣ ਸੰਬੰਧੀ

discipline /'ਡਿਸਅਪਲਿਨ/ *n* ਅਨੁਸ਼ਾਸਨ, ਜ਼ਬਤ, ਡਿਸਿਪਲਿਨ, ਨੇਮ-ਪਾਲਣ; ਸੰਜਮ, ਆਤਮ-ਨਿਯੰਤਰਨ; ਵਿਸ਼ਾ-ਖੇਤਰ *vt* ਅਨੁਸ਼ਾਸਨ ਸਿਖਾਉਣਾ, ਅਨੁਸ਼ਾਸਨ ਵਿੱਚ ਰੱਖਣਾ, ਸੰਜਮ ਵਿੱਚ ਰੱਖਣਾ, ਨਿਯਮਬੱਧ ਰੱਖਣਾ; ਨਿਯਮਤ ਕਰਨਾ

disciplined /'ਡਿਸਅਪਲਿਨਡ/ *a* ਅਨੁਸ਼ਾਸਤ, ਨਿਯੰਤਰਿਤ

disc jockey *n* (ਰੇਡੀਓ, ਟੈਲੀਵਿਜ਼ਨ ਜਾਂ ਮਹਿਫ਼ਲਾਂ ਵਿੱਚ) ਗਾਣਿਆਂ ਦੇ ਤਵੇ ਵਜਾਉਣ ਵਾਲਾ, ਗਾਣੇ ਵਜਾਉਣ ਵਾਲਾ ਵਿਅਕਤੀ

disclaim /ਡਿਸ'ਕਲੇਇਮ/ *v* (ਕਨੂੰਨੀ ਤੌਰ 'ਤੇ) ਦਾਅਵਾ ਛੱਡਣਾ, ਦਸਤਬਰਦਾਰ ਹੋਣਾ, ਤਿਆਗਣਾ, ਅਧਿਕਾਰ ਛੱਡਣਾ, ਬੇਤਅੱਲੁਕੀ ਜ਼ਾਹਰ ਕਰਨਾ; ਅਸਵੀਕਾਰ ਕਰਨਾ, ਮੁੱਕਰਨਾ

disclaimer /ਡਿਸ'ਕਲੇਇਮਅ*/ *n* ਬੇਦਾਵਾ, ਤਿਆਗ, ਦਸਤਬਰਦਾਰੀ, ਬੇਤਅੱਲੁਕੀ, ਅਧਿਕਾਰ-ਤਿਆਗ, ਇਨਕਾਰ

disclose /ਡਿਸ'ਕਲਅਉਜ਼/ *vt* ਪ੍ਰਗਟ ਕਰਨਾ, ਜ਼ਾਹਰ ਕਰਨਾ, (ਭੇਦ ਆਦਿ) ਖੋਲ੍ਹਣਾ; ਉਘਾੜਨਾ, ਸਪਸ਼ਟ ਕਰਨਾ, ਵਿਅਕਤ ਕਰਨਾ, ਦੱਸਣਾ

disclosure /ਡਿਸ'ਕਲਅਉਯ਼ਅ*/ *n* ਪ੍ਰਗਟਾਅ, ਉਘਾੜ; ਸਪਸ਼ਟੀਕਰਨ, ਖੋਲ੍ਹਿਆ ਭੇਦ

disco /'ਡਿਸਕਅਉ/ *n* ਡਿਸਕੋ ਕਲੱਬ, ਡਿਸਕੋ ਨਾਚ

discolour /ਡਿਸ'ਕਅੱਲਅ*/ *v* ਰੰਗ ਫਿੱਕਾ ਪਾ ਦੇਣਾ ਜਾਂ ਪੈ ਜਾਣਾ, ਰੰਗ ਵਿਗਾੜਨਾ ਜਾਂ ਵਿਗੜਨਾ, ਡੱਬ ਪਾ ਦੇਣੇ ਜਾਂ ਪੈ ਜਾਣਾ, ਦਾਗੀ ਕਰਨਾ ਜਾਂ ਹੋ ਜਾਣਾ

discolouration /ˌਡਿਸˌਕਅੱਲਅ'ਰੇਇਸ਼ਨ/ *n* ਘਸਮੈਲਾਪਣ, ਰੰਗ-ਵਿਗਾੜ, ਡੱਬ

discolourment /ਡਿਸ'ਕਅੱਲਅਮਅਨਟ/ *n* ਰੰਗ ਵਿਗੜਨ ਜਾਂ ਵਿਗਾੜਨ ਦੀ ਕਿਰਿਆ, ਬੇਰੰਗੀ

discomfit /ਡਿਸ'ਕਅੱਮਫ਼ਿਟ/ *vt* ਯਤਨ ਅਸਫਲ ਕਰ ਦੇਣਾ, ਕੋਈ ਵਾਹ ਨਾ ਚੱਲਣ ਦੇਣਾ, ਖ਼ੁਆਰ ਕਰਨਾ, ਯੁੱਧ ਵਿੱਚ ਹਰਾ ਦੇਣਾ

discomfiture /ਡਿਸ'ਕਅੱਮਫ਼ਿਚਅ*/ *n* ਹਾਰ, ਭਾਂਜ, ਅਸਫਲਤਾ; ਖ਼ੁਆਰੀ, ਨਮੋਸ਼ੀ

discomfort/ਡਿਸ'ਕਅੱਮਫ਼ਅਟ/ *n* ਔਖ, ਦਿੱਕਤ, ਔਖਿਆਈ, ਤੰਗੀ, ਬੇਚੈਨੀ, ਬੇਅਰਾਮੀ, ਕਸ਼ਟ, ਦੁੱਖ *vt* ਬੇਅਰਾਮ ਕਰਨਾ, ਬੇਚੈਨ ਕਰਨਾ

discommode /ˌਡਿਸਕਅ'ਮਅਉਡ/ *vt* ਕਸ਼ਟ ਦੇਣਾ, ਤੰਗ ਕਰਨਾ, ਦੁੱਖ ਦੇਣਾ, ਔਖਿਆਂ ਕਰਨਾ, ਤਕਲੀਫ਼ ਦੇਣਾ

discompose /ˌਡਿਸਕਅਮ'ਪਅਉਜ਼/ *vt* ਬੇਅਰਾਮ ਕਰਨਾ, ਅਸ਼ਾਂਤ ਕਰਨਾ, ਵਿਆਕੁਲ ਕਰਨਾ, ਬੇਚੈਨ ਕਰਨਾ

discomposedly /ˌਡਿਸਕਅਮ'ਪਅਉਜ਼ਡਲਿ/ *adv* ਬੇਚੈਨੀ ਨਾਲ, ਘਬਰਾਹਟ ਨਾਲ, ਉੱਖੜੇ ਦਿਲ

ਨਾਲ

discomposingly /ˌਡਿਸਕਅਮ'ਪਅਉਜ਼ਿਙਲਿ/ *adv* ਘਬਰਾਹਟ ਦਿਖਾਉਂਦਿਆਂ

discomposure /ˌਡਿਸਕਅਮ'ਪਅਉਯ਼ਅ*/ *n* ਬੇਚੈਨੀ, ਅਸ਼ਾਂਤੀ, ਘਬਰਾਹਟ, ਬੇਅਰਾਮੀ

disconcert /ˌਡਿਸਕਅਨ'ਸਅ:ਟ/ *vt* ਵਿਗਾੜ ਦੇਣਾ, ਗੜਬੜ ਪਾ ਦੇਣਾ, ਉਲਟ ਦੇਣਾ; ਨਸ਼ਟ ਕਰਨਾ; ਘਬਰਾ ਦੇਣਾ, ਵਿਆਕੁਲ ਕਰਨਾ

disconcertment /ˌਡਿਸਕਅਨ'ਸਅ:ਟਮਅਨਟ/ *n* ਵਿਗਾੜ, ਗੜਬੜ, ਘਬਰਾਹਟ, ਪਰੇਸ਼ਾਨੀ, ਅਸ਼ਾਂਤੀ, ਵਿਆਕੁਲਤਾ

disconnect /ˌਡਿਸਕਅ'ਨੈੱਕਟ/ *vt* ਵੱਖ ਕਰ ਦੇਣਾ, ਅਲੱਗ ਕਰਨਾ, ਤੋੜ ਦੇਣਾ, ਕੱਟਣਾ, ਸੰਬੰਧ ਤੋੜਨਾ, ਜੋੜ ਖੋਲ੍ਹਣਾ

disconnected /ˌਡਿਸਕਅ'ਨੈੱਕਟਿਡ/ *a* ਵੱਖਰਾ, ਅਲੱਗ, ਅੱਡ ਕੀਤਾ, ਕੱਟਿਆ

disconnectedly /ˌਡਿਸਕਅ'ਨੈੱਕਟਿਡਲਿ/ *adv* ਅਸੰਬੰਧਿਤ ਤੌਰ ਉੱਤੇ, ਅਸੰਗਤ ਰੂਪ ਵਿੱਚ

disconnectedness /ˌਡਿਸਕਅ'ਨੈੱਕਟਿਡਨਅਸ/ *n* ਅਸੰਬੰਧਿਤ ਤੌਰ ਉੱਤੇ, ਅਸੰਗਤੀ

disconnection, disconnexion /ˌਡਿਸਕਅ'ਨੈੱਕਸ਼ਨ/ *n* ਵਖਰੇਵਾਂ, ਅਸੰਬੰਧਿਤਾ, ਅਸੰਗਤੀ

disconsolate /ਡਿਸ'ਕੌਂਨਸਅਲਅਟ/ *a* ਉਪਰਾਮ, ਉਚਾਟ , ਉਦਾਸ, ਨਿਮੋਝੂਣਾ, ਨਿਰਾਸ਼, ਦੁਖੀ

discontent /ˌਡਿਸਕਅਨ'ਟੈਂਨੱਟ/ *n* ਅਸ਼ਾਂਤੀ, ਅਸੰਤੋਸ਼, ਬੇਚੈਨੀ; ਕਸ਼ਟ, ਪੀੜ, ਦੁੱਖ *a* ਅਸ਼ਾਂਤ, ਬੇਚੈਨ, ਅਸੰਤੁਸ਼ਟ *vt* ਅਸੰਤੁਸ਼ਟ ਕਰਨਾ, ਬੇਚੈਨ ਕਰਨਾ

discontented /ˌਡਿਸਕਅਨ'ਟੈਂਨੱਟਿਡ/ *a* ਅਸੰਤੁਸ਼ਟ, ਅਤ੍ਰਿਪਤ; ਬੇਚੈਨ, ਅਸ਼ਾਂਤ

discontentedly /ˌਡਿਸਕਅਨ'ਟੈਂਨੱਟਿਡਲਿ/ *adv* ਅਸੰਤੁਸ਼ਟਤਾ ਨਾਲ, ਬੇਚੈਨੀ ਨਾਲ, ਅਸ਼ਾਂਤ ਹੋ ਕੇ

discontentedness /ˌਡਿਸਕਅਨ'ਟੈਂਨੱਟਿਡਨਅਸ/ *n* ਅਸੰਤੋਸ਼, ਬੇਚੈਨੀ, ਨਾਰਾਜ਼ਗੀ, ਅਸੰਤੁਸ਼ਟੀ

discontiguous /ˌਡਿਸਕਅਨ'ਟਿਗਯੁਅਸ/ *a* ਅਜੁੜਵਾਂ

discontinuance /ˌਡਿਸਕਅਨ'ਟਿਨਯੁਅਨਸ/ *n* ਰੋਕ, ਅਟਕਾਅ, ਵਿਰਾਮ

discontinue /ˌਡਿਸਕਅਨ'ਟਿਨਯੂ/ *vt* (ਚਾਲੂ ਜਾਂ ਚਲੇ ਆ ਰਹੇ ਸਿਲਸਿਲੇ ਨੂੰ) ਤੋੜਨਾ ਜਾਂ ਬੰਦ ਕਰਨਾ, ਤਿਆਗਣਾ; (ਚੰਦਾ ਦੇਣਾ) ਬੰਦ ਕਰ ਦੇਣਾ

discontinuous /ˌਡਿਸਕਅਨ'ਟਿਨਯੁਅਸ/ *a* ਟੁੱਟਵਾਂ, ਅਨਿਰੰਤਰ, ਵਿਰਲਾ-ਵਿਰਲਾ; ਲੜੀ ਰਹਿਤ

discord /'ਡਿਸਕੋਡ/ *n* ਅਸਹਿਮਤੀ, ਮੱਤ–ਭੇਦ; ਅਣ-ਬਣ, ਝਗੜਾ

discordant /ਡਿਸ'ਕੋਡਅਨਟ/ *a* ਘੇਸੁਰਾ, ਬੇਮੇਲ; ਵਿਰੋਧੀ, ਪ੍ਰਤਿਕੂਲ; ਭਿੰਨ, ਅਸੰਗਤ; ਕਰਖ਼ਤ, ਖਰ੍ਹਵਾ

discordantly /ਡਿਸ'ਕੋਡਅਨਟਲਿ/ *adv* ਬੇਸੁਰੇਪਣ ਨਾਲ, ਵਖਰੇਵੇਂ ਨਾਲ

discotheque /'ਡਿਸਕਅਟੈੱਕ/ *n* ਰਿਕਾਰਡ ਕੀਤੇ ਉੱਚੇ ਸੰਗੀਤ 'ਤੇ ਨੱਚਣ ਲਈ ਅਹਾਤਾ, ਡਿਸਕੋ

discount /'ਡਿਸਕਾਉਨਟ/ *n* ਕਟੌਤੀ, ਮਿਤੀ ਕਾਟ /ਡਿਸ'ਕਾਉਨਟ/ *vt* ਵੱਟਾ ਲਾਉਣਾ, ਕਾਟ ਕਰਨਾ, ਘਟਾਉਣਾ, ਕੱਢਣਾ; (ਮਾਲ) ਛੇਤੀ ਵੇਚਣ ਲਈ ਘੱਟ ਲਾਭ 'ਤੇ ਦੇ ਦੇਣਾ; ਹੁੰਡੀ ਭਰਨਾ, ਹੁੰਡੀ ਲੈਣਾ; ਹਿਸਾਬ ਵਿੱਚੋਂ ਕੱਢ ਦੇਣਾ; ਗਿਣਤੀ ਵਿੱਚ ਨਾ ਰੱਖਣਾ; ਪਹਿਲਾਂ ਹੀ ਦੱਸ ਕੇ ਪ੍ਰਭਾਵ ਘਟਾ ਦੇਣਾ; ਅੱਤਕਥਨੀ ਲਈ ਛੋਟ ਦੇਣਾ **at a discount** ਸਸਤਾ, ਅਸਲ ਕੀਮਤ ਤੋਂ ਘੱਟ ਉਤੇ

discountable /ਡਿ'ਸਕਾਉਨਟਅਬਲ/ *a* ਛੋਟ ਕਰਨ ਯੋਗ, ਕਟੌਤੀ ਦੇਣ ਯੋਗ

discountenance /ਡਿ'ਸਕਾਉਨਟਿਨਅਨਸ/ *vt* ਨਾਪਸੰਦ ਕਰਨਾ, ਰੱਦਣਾ; ਸਮਰਥਨ ਨਾ ਕਰਨਾ, ਹਿਮਾਇਤ ਨਾ ਕਰਨਾ

discourage /ਡਿਸ'ਕਅੱਰਿਜ/ *vt* ਦਿਲ ਢਾਹੁਣਾ, ਉਤਸ਼ਾਹਹੀਣ ਕਰਨਾ, ਹੌਸਲਾ ਢਾਹੁਣਾ, ਹਿੰਮਤ ਤੋੜਨਾ, ਨਿਰਾਸ਼ ਕਰਨਾ; ਰੋਕਣਾ, ਹੋੜਨਾ, ਵਰਜਣਾ, ਹਟਾਉਣਾ; ਹਿਮਾਇਤ ਨਾ ਕਰਨਾ

discouraged /ਡਿਸ'ਕਅੱਰਿਜਡ/ *a* ਨਿਰ-ਉਤਸ਼ਾਹਿਤ, ਨਿਰਾਸ਼

discouragement /ਡਿਸ'ਕਅੱਰਿਜਮਅਨਟ/ *n* ਉਤਸ਼ਾਹਭੰਗ, ਦਿਲਢਾਹੀ; ਅਸਮਰਥਨ, ਹੌਸਲਾ ਸ਼ਿਕਨੀ; ਰੋਕ, ਹੋੜ

discouraging /ਡਿਸ'ਕਅੱਰਿਜਿਙ/ *a* ਨਿਰਉਤਸ਼ਾਹ ਕਰਨ ਵਾਲਾ, ਦਿਲ ਢਾਹੁਣ ਵਾਲਾ

discouragingly /ਡਿਸ'ਕਅੱਰਿਜਿਙਲਿ/ *adv* ਉਤਸ਼ਾਹ ਤੋੜਦਿਆਂ, ਦਿਲ ਢਾਹੁੰਦਿਆਂ; ਅਸਹਿਮਤੀ ਨਾਲ, ਨਾਪਸੰਦੀ ਨਾਲ

discourse /'ਡਿਸਕੋਸ/ *n* ਪ੍ਰਵਚਨ, ਵਾਰਤਾਲਾਪ, ਵਿਖਿਆਨ, ਭਾਸ਼ਣ, ਲੈਕਚਰ **/ਡਿਸ'ਕੋਸ/** *v* ਪ੍ਰਵਚਨ ਕਰਨਾ, ਵਾਰਤਾਲਾਪ ਕਰਨਾ; ਵਿਖਿਆਨ ਜਾਂ ਭਾਸ਼ਣ ਦੇਣਾ; ਕਿਸੇ ਵਿਸ਼ੇ ਉੱਤੇ ਬਹਿਸ ਕਰਨਾ

discoursive /ਡਿਸ'ਕੋਸਿਵ੍/ *a* ਤਾਰਕਿਕ, ਤਰਕ ਸੰਬੰਧੀ

discourteous /ਡਿਸ'ਕਅ:ਟਿਅਸ/ *a* ਬਦਤਮੀਜ਼, ਅੱਸਭਿਅਕ, ਉਜੱਡ, ਅਸ਼ਿਸ਼ਟ, ਬੇਲਿਹਾਜ਼, ਖਰ੍ਹਵਾਂ, ਰੁੱਖਾ

discourteously /ਡਿਸ'ਕਅ:ਟਿਅਸਲਿ/ *adv* ਬਦਤਮੀਜ਼ੀ ਨਾਲ, ਅੱਸਭਿਅਕ ਢੰਗ ਨਾਲ

discourteousness /ਡਿਸ'ਕਅ:ਟਿਅਸਨਅਸ/ *n* ਅਸ਼ਿਸ਼ਟਤਾ, ਬਦਤਮੀਜ਼ੀ, ਬੇਲਿਹਾਜ਼ੀ; ਉਜੱਡਤਾ, ਕੋਰਾਪਣ

discourtesy /ਡਿਸ'ਕਅ:ਟਅਸਿ/ *n* ਅਸ਼ਿਸ਼ਟਾਚਾਰ, ਅਸ਼ਿਸ਼ਟਤਾ, ਬਦਤੀਮੀਜ਼ੀ

discover /ਡਿ'ਸਕਅੱਵ੍ਅ*/ *vt* ਖੋਜ ਕਰਨਾ, ਲੱਭ ਲੈਣਾ; ਸਪਸ਼ਟ ਕਰਨਾ, ਪ੍ਰਗਟ ਕਰਨਾ, ਜ਼ਾਹਰ ਕਰਨਾ, ਉਜਾਗਰ ਕਰਨਾ, ਭੇਦ ਖੋਲ੍ਹਣਾ; ਪਤਾ ਕਰਨਾ, ਮਾਲੂਮ ਕਰਨਾ, ਸੂਹ ਲੈਣਾ; ਜਾਣ ਲੈਣਾ, ਪੋਲ ਖੋਲ੍ਹਣਾ

discoverable /ਡਿ'ਸਕਅੱਵ੍ਅਰਅਬਲ/ *a* ਖੋਜ ਕਰਨ ਯੋਗ, ਲੱਭਣਯੋਗ

discoverer /ਡਿ'ਸਕਅੱਵ੍ਅਰਅ*/ *n* ਖੋਜੀ, ਢੂੰਡਾਊ

discovery /ਡਿ'ਸਕਅੱਵ੍ਅਰਿ/ *n* ਲੱਭਤ, ਖੋਜ, ਇੰਕਸ਼ਾਫ, ਪ੍ਰਾਪਤੀ

discredit /ਡਿਸ'ਕਰੈੱਡਿਟ/ *n* ਬੇਇਤਬਾਰੀ; ਬੇਪ੍ਰਤੀਤੀ, ਸੰਦੇਹ; ਅਪ੍ਰਤਿਸ਼ਠਾ, ਬਦਨਾਮੀ, ਅਪਮਾਨ *vt* ਇਤਬਾਰ ਨਾ ਕਰਨਾ, ਵਿਸ਼ਵਾਸ ਨਾ ਕਰਨਾ, ਬੇਪ੍ਰਤੀਤੀ ਹੋਣਾ ਜਾਂ ਕਰਨਾ, ਸੰਦੇਹ ਕਰਨਾ; ਸਾਖ ਘਟਾਉਣਾ

discreditable /ਡਿਸ'ਕਰੈੱਡਿਟਅਬਲ/ *a* ਸੰਦੇਹ ਵਾਲਾ, ਅਵਿਸ਼ਵਾਸਜਨਕ; ਸ਼ਰਮਨਾਕ; ਅਪਮਾਨਜਨਕ; ਸਾਖ ਗੁਆਊ, ਪ੍ਰਤਿਸ਼ਠਾ ਘਟਾਊ

discreet /ਡਿ'ਸਕਰੀਟ/ *a* ਸਿਆਣਾ, ਸੂਝਵਾਨ, ਵਿਚਾਰਵਾਨ; ਸੁਚੇਤ, ਸਾਵਧਾਨ, ਗੰਭੀਰ, ਵਿਵੇਕਸ਼ੀਲ

discrepancy /ਡਿਸ'ਕਰੈਪੱਅਨਸਿ/ *n* (ਹਿਸਾਬ, ਵਿਵਰਨ ਆਦਿ ਵਿੱਚ) ਭੁੱਲ, ਫ਼ਰਕ, ਅੰਤਰ; ਉਕਾਈ

discrepant /ਡਿ'ਸਕਰੈਪੱ(ਅ)ਨਟ/ *a* ਅਸੰਗਤ, ਬੇਮੇਲ; ਵਿਰੁੱਧ, ਵਿਪਰੀਤ, ਉਲਟ; ਗਲਤੀ ਵਾਲਾ, ਫ਼ਰਕ ਵਾਲਾ

discrete /ਡਿ'ਸਕਰੀਟ/ *a* ਵੱਖਰਾ, ਅਲੱਗ, ਭਿੰਨ; ਖੰਡਿਤ; (ਅਧਿਆਤਮ) ਅਮੂਰਤ

discretion /ਡਿ'ਸਕਰੈਸ਼ੱਨ/ *n* ਸੂਝ, ਸਿਆਣਪ, ਵਿਵੇਕ; ਸਵੈ-ਇੱਛਾ, ਮਨ-ਮਰਜ਼ੀ

discretionary /ਡਿ'ਸਕਰੈਸ਼ੱਅਨਅਰਿ/ *a* ਇਖ਼ਤਿਆਰੀ, ਮਨ-ਮਰਜ਼ੀ ਦਾ

discriminate /ਡਿ'ਸਕਰਿਮਿਨੇਇਟ/ *v* ਫ਼ਰਕ ਕੱਢਣਾ ਜਾਂ ਪਛਾਣਨਾ, ਸੂਖਮ ਭੇਦ ਜਾਣਨਾ, ਵਿਸ਼ੇਸ਼ਤਾ ਦੱਸਣਾ; ਨਿਖੇੜਨਾ, ਨਿਖੇੜਾ ਕਰਨਾ, ਨਿਤਾਰਾ ਕਰਨਾ; ਵਿਤਕਰਾ ਕਰਨਾ, ਪੱਖਪਾਤ ਕਰਨਾ **discriminate against** ਭੇਦ-ਭਾਵ

ਰੱਖਣਾ, ਵਿਤਕਰਾ ਕਰਨਾ

discriminating /ਡਿ'ਸਕਰਿਮਿਨੇਇਟਿਙ/ *a* ਵਿਵੇਚਕ; ਵਿਵੇਕਸ਼ੀਲ; ਵਿਤਕਰੇ ਵਾਲਾ, ਪੱਖਪਾਤੀ

discrimination /ਡਿ,ਸਕਰਿਮਿ'ਨੇਇਸ਼ਨ/ *n* ਸੂਝ, ਵਿਵੇਕ, ਤਮੀਜ਼; ਵਿਤਕਰਾ, ਭੇਦ-ਭਾਵ, ਪੱਖਪਾਤ; ਭੇਦ, ਅੰਤਰ, ਵਖਰੇਵਾਂ

discriminative /ਡਿ'ਸਕਰਿਮਿਨਅਟਿਵ਼/ *a* ਵਿਵੇਕੀ, ਵਿਚਾਰਸ਼ੀਲ, ਨਿਤਾਰਾ ਕਰਨ ਵਾਲਾ, ਭੇਦ ਜਾਂ ਫ਼ਰਕ ਜਾਣਨ ਵਾਲਾ

discriminatory /ਡਿ'ਸਕਰਿਮਿਨਅਟਅਰਿ/ *a* ਵਿਤਕਰੇ ਭਰਿਆ, ਪੱਖਪਾਤੀ

discrown /ਡਿਸ'ਕਰਾਉਨ/ *vt* ਗੱਦੀਉਂ ਲਾਹੁਣਾ, ਰਾਜ ਤੋਂ ਹਟਾਉਣਾ, ਰਾਜਗੱਦੀ ਤੋਂ ਲਾਹ ਦੇਣਾ

discursion /ਡਿ'ਸਕਅ:ਸ਼ਨ/ *n* ਬੇਸਿਰ-ਪੈਰ ਵਾਰਤਾ, ਅਸੰਗਤ ਵਾਰਤਾਲਾਪ

discursive /ਡਿਸ'ਕਅ:ਸਿਵ਼/ *a* (ਦਲੀਲ, ਭਾਸ਼ਣ) ਲੰਬਾ-ਚੌੜਾ, ਵਿਸਤ੍ਰਿਤ

discursively /ਡਿ'ਸਕਅ:ਸਿਵ਼ਲਿ/ *adv* ਵਿਸਤ੍ਰਿਤ ਢੰਗ ਨਾਲ; ਪ੍ਰਸੰਗਿਕ ਤੋਂ ਬਾਹਰੀ ਰੂਪ ਵਿੱਚ

discursiveness /ਡਿਸ'ਕਅ:ਸਿਵ਼ਨਅਸ/ *n* ਵਲ-ਫੇਰ; ਅਸੰਗਤੀ

discus /'ਡਿਸਕਅਸ/ *n* ਚਕਲੀ, ਡਿਸਕਸ

discuss /ਡਿ'ਸਕਅੱਸ/ *vt* ਵਿਚਾਰ-ਵਟਾਂਦਰਾ ਕਰਨਾ, ਵਿਚਾਰ-ਵਿਮਰਸ਼ ਕਰਨਾ; ਚਰਚਾ ਕਰਨਾ, ਬਹਿਸ ਕਰਨਾ

discussible /ਡਿ'ਸਕਅੱਸਿ(ਅ)ਬਲ/ *a* ਵਿਚਾਰਨਯੋਗ, ਬਹਿਸਯੋਗ

discussion /ਡਿ'ਸਕਅੱਸ਼ਨ/ *n* ਵਿਚਾਰ -ਵਟਾਂਦਰਾ, ਵਿਚਾਰ-ਵਿਮਰਸ਼, ਵਿਚਾਰ-ਚਰਚਾ; ਬਹਿਸ, ਚਰਚਾ

discussive /ਡਿ'ਸਕਅੱਸਿਵ਼/ *a* ਵਿਚਾਰ-ਚਰਚਾ ਵਾਲਾ

disdain /ਡਿਸ'ਡੇਇਨ/ *vt* ਘਿਰਨਾ ਕਰਨਾ, ਨਫ਼ਰਤ ਕਰਨਾ; ਅਵੱਗਿਆ ਕਰਨਾ, ਤੁੱਛ ਸਮਝਣਾ *n* ਘਿਰਨਾ, ਗਿਲਾਨੀ, ਨਫ਼ਰਤ, ਤਿਰਸਕਾਰ; ਉਪੇਖਿਆ, ਅਵੱਗਿਆ

disdainful /ਡਿਸ'ਡੇਇਨਫ਼ਲ/ *a* ਘਿਰਨਾਪੂਰਨ; ਤਿਰਸਕਾਰਪੂਰਨ, ਅਵੱਗਿਆਪੂਰਨ

disease /ਡਿ'ਜ਼ੀਜ਼/ *n* ਰੋਗ, ਬਿਮਾਰੀ, ਮਰਜ਼; ਦੋਸ਼, ਵਿਗਾੜ, ਨੈਤਿਕ ਜਾਂ ਮਾਨਸਿਕ ਵਿਕਾਰ

diseased /ਡਿ'ਜ਼ੀਜ਼ਡ/ *a* ਰੋਗੀ, ਰੋਗਗ੍ਰਸਤ, ਬਿਮਾਰ, ਮਰੀਜ਼, ਅਸਵਸਥ, ਦੂਸ਼ਿਤ, ਨੁਕਸ ਵਾਲਾ

disembark /,ਡਿਸਇਮ'ਬਾਕ/ *v* ਜਹਾਜ਼ ਆਦਿ ਤੋਂ ਉੱਤਰਨਾ, ਕੰਢੇ 'ਤੇ ਜਾਣਾ ਜਾਂ ਰੱਖਣਾ

disembarkation /,ਡਿਸ,ਐਮਬਾ'ਕੇਇਸ਼ਨ/ *n* ਜਹਾਜ਼ ਆਦਿ ਤੋਂ ਉੱਤਰਨ ਦੀ ਕਿਰਿਆ, ਕੰਢੇ ਉੱਤੇ ਜਾਣ ਜਾਂ ਰੱਖਣ ਦਾ ਕਾਰਜ

disembarrass /,ਡਿਸਇਮ'ਬੈਰਅਸ/ *vt* ਸੁਲਝਾਉਣਾ, ਉਲਝਣ ਵਿੱਚੋਂ ਕੱਢਣਾ, ਸੰਕਟ ਤੋਂ ਛਡਾਉਣਾ, ਪਰੇਸ਼ਾਨੀ ਹਟਾਉਣਾ ਜਾਂ ਦੂਰ ਕਰਨਾ

disembarrassment /,ਡਿਸਇਮ'ਬੈਰਅਸਮਅਨਟ/ *n* ਪਰੇਸ਼ਾਨੀ ਤੋਂ ਛੁਟਕਾਰਾ

disembellish /,ਡਿਸਇਮ'ਬੈੱਲਿਸ਼/ *vt* ਭੱਦਾ ਬਣਾਉਣਾ

disembodiment /,ਡਿਸਇਮ'ਬੌਡਿਮਅਨਟ/ *n* ਸਰੀਰਹੀਣਤਾ, ਨਿਰਦੇਹਤਾ, ਨਿਰਾਕਾਰਤਾ; ਸੈਨਾ-ਭੰਗ

disembody /,ਡਿਸਇਮ'ਬੌਡਿ/ *vt* ਅਮੂਰਤ ਬਣਾਉਣਾ, ਨਿਰਾਕਾਰ ਬਣਾਉਣਾ; (ਪਰਾ) ਫ਼ੌਜ ਤੋੜਨਾ

disembogue /,ਡਿਸਇਮ'ਬਅਉਗ/ *v* (ਲੈਕਚਰ) ਝਾੜਨਾ; (ਨਦੀ ਦਾ) ਮੁਹਾਨੇ ਵਿੱਚ ਪੈਣਾ, ਡਿੱਗਣਾ

disemboguement /,ਡਿਸਇਮ'ਬਅਉਗਮਅਨਟ/ *n* ਜਲ ਦਾ ਨਿਕਾਸ, (ਦਰਿਆ ਆਦਿ ਦੀ) ਸਮੁੰਦਰ ਵਿੱਚ ਡਿੱਗਣ ਦੀ ਦਸ਼ਾ

disembosom /,ਡਿਸਇਮ'ਬੁਜ਼(ਅ)ਮ/ *v* (ਭੇਤ) ਖੋਲ੍ਹਣਾ, ਪ੍ਰਗਟ ਕਰ ਦੇਣਾ; ਮਨ ਹੌਲਾ ਕਰਨਾ

disembowel /,ਡਿਸਇਮ'ਬਾਉਅਲ/ *vt* ਆਂਦਰਾਂ ਬਾਹਰ ਕੱਢ ਦੇਣਾ

disembroil /ˌਡਿਸਇਮ'ਬਰੌਇਲ/ *vt* ਉਲਝਣ ਜਾਂ ਘਬਰਾਹਟ ਤੋਂ ਛੁਟਕਾਰਾ ਕਰਾਉਣਾ, ਮੁਕਤ ਕਰਨਾ; ਸੁਲਝਾਉਣਾ

disemploy /ˌਡਿਸਇਮ'ਪਲੌਇ/ *vt* ਨੌਕਰੀ ਤੋਂ ਹਟਾਉਣਾ

disemployed /ˌਡਿਸਇਮ'ਪਲੌਇਡ/ *a* ਬੇਰੁਜ਼ਗਾਰ

disenchant /ˌਡਿਸਇਨ'ਚਾਨਟ/ *vt* ਮੰਤਰ ਮੁਕਤ ਕਰਨਾ, ਜਾਦੂ ਟੂਣੇ ਦਾ ਅਸਰ ਮਿਟਾਉਣਾ, ਜਾਦੂ ਉਤਾਰਨਾ; ਭਰਮ ਦੂਰ ਕਰਨਾ

disenchantment /ˌਡਿਸਇਨ'ਚਾਨਟਮਅਨਟ/ *n* ਭਰਮ-ਨਿਵਾਰਨ, ਜਾਦੂ-ਟੂਣੇ ਦੇ ਅਸਰ ਤੋਂ ਮੁਕਤੀ ਜਾਂ ਛੁਟਕਾਰਾ

disencumber /ˌਡਿਸਇਨ'ਕਅੱਮਬਅ*/ *vt* ਭਾਰ ਹਲਕਾ ਕਰਨਾ; ਰਿਣ-ਮੁਕਤ ਕਰਨਾ

disenfranchise /ˌਡਿਸਇਨ'ਫ਼ਰੈਨਚਾਇਜ਼/ *vt* ਨਾਗਰਿਕਤਾ ਦੇ ਅਧਿਕਾਰ ਤੋਂ ਵਾਂਝਿਆਂ ਕਰਨਾ, ਵੋਟ ਪਾਉਣ ਦਾ ਅਧਿਕਾਰ ਖੋਹ ਲੈਣਾ

disengage /ˌਡਿਸਇਨ'ਗੇਇਜ/ *vt* ਸੰਬੰਧ ਤੋੜਨਾ, ਵੱਖ-ਵੱਖ ਹੋ ਜਾਣਾ ਜਾਂ ਕਰਨਾ, ਲੜਾਈ ਆਦਿ ਤੋਂ ਹਟਾਉਣਾ; ਮੁਕਤ ਕਰਨਾ ਜਾਂ ਹੋਣਾ, ਖ਼ਲਾਸੀ ਕਰਨਾ ਜਾਂ ਹੋਣਾ; ਢਿੱਲਾ ਕਰਨਾ

disengaged /ˌਡਿਸਇਨ'ਗੇਇਜਡ/ *a* ਖੁੱਲ੍ਹਾ, ਅਜ਼ਾਦ; ਵਿਹਲਾ, ਬਿਨਾਂ ਕੰਮ; ਖ਼ਾਲੀ, ਸੱਖਣਾ (ਥਾਂ, ਸੀਟ ਆਦਿ)

disengagement /ˌਡਿਸਇਨ'ਗੇਇਜਮਅਨਟ/ *n* ਅਲਗਾਉ, ਅਲਹਿਦਗੀ; ਖ਼ਲਾਸੀ, ਬੰਧਨਾਂ ਤੋਂ ਛੁਟਕਾਰਾ; ਛੁੱਟੀ, ਵਿਹਲ; ਰਿਸ਼ਤੇ ਦਾ ਛੱਡ-ਛਡਾਅ

disentail /ˌਡਿਸਇਨ'ਟੇਇਲ/ *vt* (ਕਨੂੰ) ਛੋਟ ਦੇਣਾ; ਨੇਮ ਤੋਂ ਮੁਕਤ ਕਰਨਾ

disentangle /ˌਡਿਸਇਨ'ਟੈਙਗਲ/ *v* ਗੁੰਝਲ ਖੋਲ੍ਹਣਾ, ਘੁੰਡੀ ਖੋਲ੍ਹਣਾ, ਸੁਲਝਾਉਣਾ, ਖੋਲ੍ਹਣਾ, ਮੁਕਤ ਕਰਨਾ ਜਾਂ ਹੋਣਾ, ਉਲਝਣ ਵਿੱਚੋਂ ਕੱਢਣਾ, ਛੁਡਾਉਣਾ, ਖ਼ਲਾਸੀ ਕਰਨਾ ਜਾਂ ਹੋਣਾ

disentanglement /ˌਡਿਸਇਨ'ਟੈਙਗਲਮਅਨਟ/ *n* ਛੁਟਕਾਰਾ, ਮੁਕਤੀ, ਖ਼ਲਾਸੀ; ਸੁਲਝਾਅ, ਸੁਲਝਣ

disenthral /ˌਡਿਸਇਨ'ਥਰੋਲ/ *vt* ਅਜ਼ਾਦ ਕਰਨਾ, ਬੰਧਨ-ਮੁਕਤ ਕਰਨਾ, ਛੱਡ ਦੇਣਾ, ਰਿਹਾਅ ਕਰਨਾ

disenthralment /ˌਡਿਸਇਨ'ਥਰੋਲਮਅਨਟ/ *n* ਗ਼ੁਲਾਮੀ ਤੋਂ ਆਜ਼ਾਦੀ, ਬੰਧਨ-ਮੁਕਤੀ, ਬੰਦ-ਖ਼ਲਾਸੀ, ਰਿਹਾਈ, ਛੁਟਕਾਰਾ

disestablish /ˌਡਿਸਇ'ਸਟੈਬਲਿਸ਼/ *vt* ਵਿਵਸਥਾ ਭੰਗ ਕਰ ਦੇਣਾ; (ਈਸਾਈ ਧਰਮ ਦਾ) ਸਰਕਾਰ ਨਾਲੋਂ ਸੰਬੰਧ ਤੋੜਨਾ; ਅਹੁਦੇ ਤੋਂ ਹਟਾ ਦੇਣਾ

disestablishment /ˌਡਿਸਇ'ਸਟੈਬਲਿਸ਼ਮਅਨਟ/ *n* ਵਿਵਸਥਾ-ਭੰਗ; ਸੰਬੰਧ-ਵਿਛੇਦ; ਅਹੁਦੇ ਤੋਂ ਬਰਖ਼ਾਸਤਗੀ

diseur /ਡੀ'ਜ਼ਅ*/ *(F) n* (fem. **diseuse**) ਮਸਖ਼ਰਾ, ਮਰਾਸੀ; ਪੇਸ਼ਾਵਰ ਕਥਾਕਾਰ

disfavour /ਡਿਸ'ਫ਼ੇਇਵ੍ਅ*/ *n* ਨਰਾਜ਼ਗੀ, ਨਾਖ਼ੁਸ਼ੀ, ਨਾਪਸੰਦੀ *vt* ਨਰਾਜ਼ ਹੋਣਾ, ਅਪ੍ਰਸੰਨ ਹੋਣਾ, ਨਾਖ਼ੁਸ਼ ਹੋਣਾ

disfigure /ਡਿਸ'ਫ਼ਿਗਅ*/ *vt* ਸ਼ਕਲ ਵਿਗਾੜਨਾ, ਬਦਸੂਰਤ ਬਣਾ ਦੇਣਾ, ਕਰੂਪ ਕਰ ਦੇਣਾ, ਬੱਜ ਲਾਉਣਾ, ਵਿਗਾੜਨਾ

disfigured /ਡਿਸ'ਫ਼ਿਗਅਡ/ *a* ਵਿਕਰਿਤ, ਵਿਰੂਪਿਤ, ਵਿਗਾੜਿਆ

disfigurement /ਡਿਸ'ਫ਼ਿਗਅਮਅਨਟ/ *n* ਵਿਗਾੜ, ਕਰੂਪਤਾ, ਨੁਕਸ, ਬੱਜ, ਵਿਰੂਪਤਾ

disforest /ਡਿਸ'ਫ਼ੌਰਿਸਟ/ *vt* ਜੰਗਲ ਕੱਟਣਾ

disform /ਡਿਸ'ਫ਼ੋਮ/ *vt* ਰੂਪ ਬਦਲਨਾ, ਸ਼ਕਲ ਬਦਲਨਾ

disfranchise /ਡਿਸ'ਫ਼ਰੈਨਚਾਇਜ਼/ *vt* ਵੋਟ ਦਾ ਹੱਕ ਖੋਹ ਲੈਣਾ, ਨਾਗਰਿਕਤਾ ਦੇ ਅਧਿਕਾਰ ਤੋਂ ਵਾਂਝਿਆ ਕਰ ਦੇਣਾ

disfrock /ਡਿਸ'ਫ਼ਰੌਕ/ *vt* ਪਾਦਰੀ ਨੂੰ ਪਦ ਤੋਂ ਹਟਾਉਣਾ, ਅਹੁਦੇ ਤੋਂ ਵਾਂਝਿਆਂ ਕਰ ਦੇਣਾ

disgorge /ਡਿਸ'ਗੋਜ/ *vt* ਉਗਲੱਛਣਾ, ਉਗਲਣਾ

disgrace /ਡਿਸ'ਗਰੇਇਸ/ *n* ਬੇਇੱਜ਼ਤੀ,

ਬਦਨਾਮੀ, ਨਮੋਸ਼ੀ, ਨਿਰਾਦਰ *vt* ਬੇਇੱਜ਼ਤੀ ਕਰਨਾ, ਨਿਰਾਦਰ ਕਰਨਾ, ਅਪਮਾਨਿਤ ਕਰਨਾ

disgraced /**ਡਿਸ'ਗਰੇਇਸਟ**/ *a* ਅਪਮਾਨਿਤ, ਬੇਇੱਜ਼ਤ

disgraceful /**ਡਿਸ'ਗਰੇਇਸਫ਼ਲ**/ *a* ਨਮੋਸ਼ੀ ਵਾਲਾ, ਅਪਮਾਨਜਨਕ, ਨਿਰਾਦਰੀ ਵਾਲਾ, ਕੋਝਾ, ਨੀਚਤਾ ਵਾਲਾ

disgruntle /**ਡਿਸ'ਗਰਅੱਨਟਲ**/ *vt* ਨਾਖ਼ੁਸ਼ ਕਰਨਾ, ਅਪ੍ਰਸੰਨ ਕਰਨਾ, ਰੁਸਾ ਦੇਣਾ, ਅਸੰਤੁਸ਼ਟ ਕਰਨਾ, ਦੁਖੀ ਕਰਨਾ

disgruntled /**ਡਿਸ'ਗਰਅੱਨਟਲਡ**/ *a* ਅਸੰਤੁਸ਼ਟ, ਦੁਖੀ

disguise /**ਡਿਸ'ਗਾਇਜ਼**/ *vt* ਭੇਸ ਬਦਲਨਾ, ਰੂਪ ਵਟਾਉਣਾ; ਛੁਪਾਉਣਾ, ਲੁਕਾਉਣਾ; ਸਾਂਗ ਰਚਣਾ, ਢੌਂਗ ਰਚਣਾ *n* ਭੇਸ, ਕਪਟ-ਰੂਪ, ਢੌਂਗ, ਛਲ, ਧੋਖਾ

disgust /**ਡਿਸ'ਗਅੱਸਟ**/ *n* ਗਿਲਾਨੀ, ਘਿਰਨਾ, ਘਿਣ, ਕਰਹਿਤ; ਉਪਰਾਮਤਾ, ਅਰੁਚੀ *vi* ਕਰਹਿਤ ਹੋਣਾ, ਗਿਲਾਨੀ ਹੋਣਾ; ਉਪਰਾਮ ਹੋਣਾ, ਉਕਤਾਉਣਾ

disgusted /**ਡਿਸ'ਗਅੱਸਟਿਡ**/ *a* ਉਚਾਟ, ਉਪਰਾਮ, ਅੱਕਿਆ, ਉਕਤਾਇਆ

disgustful /**ਡਿਸ'ਗਅੱਸਟਫ਼ੁਲ**/ *a* ਘਿਣਾਉਣਾ, ਗਿਲਾਨੀ ਭਰਿਆ; ਅਕਾਊ, ਉਕਤਾਊ

dish /**ਡਿਸ਼**/ *n* ਪਿਆਲੀ, ਕੌਲੀ, ਡੂੰਗਾ, ਕਟੋਰਾ, ਕੱਪ; ਭੋਜਨ, ਪਰੋਸਿਆ ਪਕਵਾਨ; (ਅਪ) ਲੱਡੂ (ਸੋਹਣੇ ਮੁੰਡੇ ਲਈ) *v* ਪਰੋਸਣਾ; (ਅਪ) ਠੱਗਣਾ, ਧੋਖਾ ਦੇਣਾ; ਚਿੱਬ ਪੈਣਾ **Dish of gossip** *n* ਗੱਪ-ਸ਼ੱਪ **dish out** ਵੰਡਣਾ

dishabille /**ˌਡਿਸਅ'ਬੀਲ**/ *n* ਅਰਧ-ਨੰਗਾ ਲਿਬਾਸ

dishabituate /**ˌਡਿਸਹਅ'ਬਿਚੁਏਇਟ**/ *vt* ਆਦਤ ਛੁਡਵਾਉਣਾ

disharmonic /**ˌਡਿਸਹਾ'ਮੌਨਿਕ**/ *a* ਬੇਸੁਰਾ, ਸੁਰਹੀਣ

disharmonious /**ˌਡਿਸਹਾ'ਮਅਉਨਿਅਸ**/ *a* ਅਜੋੜਵਾਂ, ਬੇਤਾਲਾ, ਬੇਸੁਰਾ, ਅਸੰਗਤ

disharmonize /**ਡਿਸ'ਹਾਮਅਨਾਇਜ਼**/ *vt* ਬੇਸੁਰਾ ਕਰਨਾ, ਬੇਤਾਲਾ ਬਣਾਉਣਾ

disharmony /**ਡਿਸ'ਹਾਮਅਨਿ**/ *n* ਸੁਰਹੀਣਤਾ, ਬੇਸੁਰਾਪਣ, ਅਸੰਗਤੀ, ਤਾਲ-ਮੇਲ ਦੀ ਅਣਹੋਂਦ

dishearten /**ਡਿਸ'ਹਾਟਨ**/ *vt* ਨਿਰਾਸ਼ ਕਰਨਾ, ਨਿਰਉਤਸ਼ਾਹ ਕਰਨਾ, ਦਿਲ ਢਾਹੁਣਾ, ਹਿੰਮਤ ਤੋੜਨਾ, ਡੁਲਾਉਣਾ

disheartenment /**ਡਿਸ'ਹਾਟਨਮਅਨਟ**/ *n* ਨਿਰਾਸ਼ਾ, ਉਤਸ਼ਾਹਹੀਣਤਾ

disherison /**ਡਿਸ'ਹੈੱਰਿਜ਼ਨ**/ *n* ਵਿਰਸੇ ਤੋਂ ਨਿਰਵਾਸਤਾ, ਬੇਦਖ਼ਲੀ

dishevelled /**ਡਿ'ਸ਼ੈਵ੍ਲਡ**/ *a* (ਕੱਪੜਾ) ਮੈਲਾ-ਕੁਚੈਲਾ, ਗੰਦਾ; ਖਿੱਲਰੇ ਵਾਲਾਂ ਵਾਲਾ, ਖੁੱਥੜ; ਢਿੱਲਮ- ਢਿੱਲਾ, ਬੇਤਰਤੀਬਾ, ਖਿਲਰੇ ਹੋਏ (ਵਾਲ)

dishonest /**ਡਿਸ'ਔਨਿਸਟ**/ *a* ਬੇਈਮਾਨ, ਮੱਕਾਰ, ਕਪਟੀ, ਧੋਖੇਬਾਜ਼

dishonesty /**ਡਿਸ'ਔਨਿਸਟਿ**/ *n* ਬੇਈਮਾਨੀ, ਕਪਟ, ਧੋਖੇਬਾਜ਼ੀ, ਮੱਕਾਰੀ, ਬਦਨੀਤੀ

dishonour /**ਡਿਸ'ਔਨਅ***/ *v* ਬੇਇੱਜ਼ਤੀ ਕਰਨਾ, ਨਿਰਾਦਰ ਕਰਨਾ, ਅਪ੍ਮਾਨ ਕਰਨਾ, ਪਤ ਲਾਹੁਣਾ; ਬੇਆਬਰੂ ਕਰਨਾ; (ਚੈੱਕ ਆਦਿ) ਅਸਵੀਕਾਰਨਾ, ਵਾਪਸ ਮੋੜ ਦੇਣਾ *n* ਨਿਰਾਦਰ, ਅਪਮਾਨ, ਬੇਇੱਜ਼ਤੀ (ਹੁੰਡੀ ਜਾਂ ਚੈੱਕ ਅਦਿ) ਵਾਪਸ ਭੇਜਣ ਦੀ ਕਿਰਿਆ

dishonourable /**ਡਿਸ'ਔਨਅਰਅਬਲ**/ *a* ਅਪਮਾਨਜਨਕ, ਸ਼ਰਮਨਾਕ; ਕੁਲੱਜ, ਕਮੀਨਾ, ਬੇਈਮਾਨ

dishonoured /**ਡਿਸ'ਔਨਅਡ**/ *a* ਅਪਮਾਨਤ; ਨਾਮਨਜ਼ੂਰ

dishorn /**ਡਿਸ'ਹੋਨ**/ *vi* ਸਿੰਗ ਕੱਟ ਦੇਣਾ, ਭੋਡਾ ਕਰਨਾ

dishouse /**ਡਿਸ'ਹਾਉਸ**/ *vt* ਬੇਘਰ ਕਰ ਦੇਣਾ, ਘਰੋਂ ਕੱਢ ਦੇਣਾ, ਘਰ ਖ਼ਾਲੀ ਕਰਾ ਲੈਣਾ

dish ımour /**ਡਿਸ'ਹਯੂਮਅ***/ *n* ਭੱਦਾ ਮਜ਼ਾਕ;

ਬੁਰਾ ਸੁਭਾਅ

dishy /'ਡਿਸ਼ਿ/ *a* (ਪਰਾ ਬੋਲ) ਸਰੀਰਕ ਤੌਰ 'ਤੇ ਖਿੱਚ ਪਾਊ (ਵਿਅਕਤੀ)

disillude /ˌਡਿਸਇ'ਲੂਡ/ *vt* ਭਰਮ ਤੋੜਨਾ, ਵਹਿਮ ਦੂਰ ਕਰਨਾ; ਜਾਦੂ ਹਟਾਉਣਾ, ਟੂਣੇ ਤੋਂ ਮੁਕਤ ਕਰਨਾ

disillusion, disillusionment /ˌਡਿਸਇ'ਲੂਯ਼ਨ, ˌਡਿਸਇ'ਲੂਯ਼ਨਮਅਨਟ/ *n* ਭਰਮ-ਨਿਵਿਰਤੀ, ਮਾਇਆਜਾਲ ਤੋਂ ਮੁਕਤੀ, ਜਾਦੂ-ਟੂਣੇ ਤੋਂ ਛੁਟਕਾਰਾ

disillusionize /ˌਡਿਸਇ'ਲੂਯ਼ਨਾਇਜ਼/ *vt* ਵੇਖੋ **disillude**

disimmure /ਡਿਸਇ'ਮਯੁਅ*/ *vt* ਕੈਦ ਤੋਂ ਛੁਟਕਾਰਾ ਦੇਣਾ

disinclination /ˌਡਿਸˌਇਨਕਲਿ'ਨੇਇਸ਼ਨ/ *n* ਉਪਰਾਮਤਾ, ਅਰੁਚੀ, ਵਿਰਾਗ, ਅਣਇੱਛਾ, ਬੇਦਿਲੀ

disincline /ˌਡਿਸਇਨ'ਕਲਾਇਨ/ *vt* ਉਪਰਾਮ ਕਰਨਾ, ਮਨ ਮੋੜ ਦੇਣਾ, ਅਰੁਚਿਤ ਕਰਨਾ

disinclined /ˌਡਿਸਇਨ'ਕਲਾਇਨਡ/ *a* ਵਿਰਕਤ, ਉਪਰਾਮ, ਅਰੁਚਿਤ

disincorporate /ˌਡਿਸਇਨ'ਕੋਪਅਰੇਇਟ/ *vt* (ਭਾਈਚਾਰਾ) ਤੋੜ ਦੇਣਾ; ਕਿਸੇ ਸੰਸਥਾ ਨੂੰ ਤੋੜ ਦੇਣਾ

disindividualize /ˌਡਿਸਇਨਡਿ'ਵਿਜੁਅਲਾਇਜ਼/ *vt* ਵਿਅਕਤੀਗਤ ਚਿੰਨ੍ਹਾਂ ਤੋਂ ਰਹਿਤ ਕਰ ਦੇਣਾ, ਵਿਅਕਤਿਤਵ ਰਹਿਤ ਕਰਨਾ

disinfect /ˌਡਿਸਇਨ'ਫ਼ੈਕੱਟ/ *vt* ਰੋਗਾਣੂ ਮੁਕਤ ਕਰਨਾ, ਰੋਗਾਣੂ ਨਸ਼ਟ ਕਰਨਾ; ਸ਼ੁੱਧ ਕਰਨਾ, ਸਾਫ਼ ਕਰਨਾ, ਮਲੀਨਤਾ ਹਟਾਉਣਾ (ਦਵਾਈ ਨਾਲ)

disinfectant /ˌਡਿਸਇਨ'ਫ਼ੈਕੱਟਅਨਟ/ *a* ਰੋਗਾਣੂ-ਨਾਸ਼ਕ, ਰੋਗਾਣੂਮਾਰ (ਦਵਾਈ)

disinfection /ˌਡਿਸਇਨ'ਫ਼ੈਕੱਸ਼ਨ/ *n* ਰੋਗਾਣੂ ਨਾਸ, ਰੋਗਾਣੂਆਂ ਤੋਂ ਸ਼ੁੱਧੀ

disinflation /ˌਡਿਸਇਨ'ਫ਼ਲੇਇਸ਼ਨ/ *n* ਵਧਦੀਆਂ ਕੀਮਤਾਂ ਵਿੱਚ ਕਮੀ, ਮੁੱਦਰਾ-ਸਫੀਤੀ ਵਿੱਚ ਕਮੀ, ਮੁੱਦਰਾ-ਅਵਸਫੀਤੀ

disinformation /ˌਡਿਸˌਇਨਫ਼ਅ'ਮੇਇਸ਼ਨ/ *n* (ਜਾਣ ਬੁਝ ਕੇ ਦਿੱਤੀ) ਗ਼ਲਤ ਸੂਚਨਾ

disingenuity /ˌਡਿਸਇਨਜਿ'ਨਯੂਇਟਿ/ *n* ਕੁਟਿਲਤਾ; ਕਪਟ, ਬਣਾਵਟ

disingenuous /ˌਡਿਸਇਨ'ਜੈਨੱਯੁਅਸ/ *a* ਕਪਟੀ, ਮੀਸਣਾ, ਘੁੰਨਾ

disingenuously /ˌਡਿਸਇਨ'ਜੈਨੱਯੁਅਸਲਿ/ *a* ਕਪਟੀ ਹੋ ਕੇ, ਬੇਈਮਾਨੀ ਨਾਲ, ਕੁਟਿਲਤਾ ਨਾਲ, ਮੀਸਣਿਆਂ ਵਾਂਗ

disingenuousness /ˌਡਿਸਇਨ'ਜੈਨੱਯੁਅਸਨਅਸ/ *n* ਮੱਕਾਰੀ, ਕਪਟ, ਬੇਈਮਾਨੀ, ਕੁਟਿਲਤਾ, ਮੀਸਣਾਪਣ

disinherit /ˌਡਿਸਇਨ'ਹੈੱਰਿਟ/ *vt* ਬੇਦਖ਼ਲ ਕਰਨਾ, ਵੰਚਿਤ ਕਰਨਾ (ਜਾਇਦਾਦ, ਹੱਕ ਆਦਿ ਤੋਂ), ਉੱਤਰਾਧਿਕਾਰੀ ਨਾ ਮੰਨਣਾ

disinheritance /ˌਡਿਸਇਨ'ਹੈੱਰਿਟ(ਅ)ਨਸ/ *n* ਬੇਦਖ਼ਲੀ

disintegrate /ਡਿਸ'ਇਨਟਿਗਰੇਇਟ/ *v* ਵੱਖ ਕਰਨਾ ਜਾਂ ਹੋਣਾ, ਅੱਡ-ਅੱਡ ਕਰਨਾ ਜਾਂ ਹੋਣਾ, ਚੂਰ-ਚੂਰ ਕਰਨਾ, ਖੇਰੂੰ-ਖੇਰੂੰ ਕਰਨਾ, ਨਿਖੇੜਨਾ

disintegrated /ਡਿਸ'ਇਨਟਿਗਰੇਇਟਿਡ/ *a* ਵਿਘਟਿਤ; ਵਿਯੋਜਿਤ, ਨਿਖੇੜਿਆ

disintegration /ਡਿਸˌਇਨਟਿ'ਗਰੇਇਸ਼ਨ/ *n* ਵਿਭਾਜਨ, ਵਿਘਟਨ, ਖੰਡਨ, ਵਿਯੋਜਨ

disintegrator /ਡਿਸ'ਇਨਟਿਗਰੇਇਟਅ*/ *n* ਅੱਡ-ਅੱਡ ਕਰਨ ਵਾਲਾ, ਖੇਰੂੰ-ਖੇਰੂੰ ਕਰਨ ਵਾਲਾ, ਵਿਘਟਨ ਕਰਤਾ

disinter /ˌਡਿਸਇਨ'ਟਅ:*/ *vt* (ਕਬਰ ਤੋਂ) ਬਾਹਰ ਕੱਢਣਾ; ਜਾਂਚ-ਪੜਤਾਲ ਕਰਕੇ ਪਤਾ ਕਰਨਾ

disinterest /ਡਿਸ'ਇਨਟਰੈੱਸਟ, -ਟਰਅਸਟ/ *n* ਉਦਾਸੀਨਤਾ, ਨਿਰਲੇਪਤਾ *vt* ਰੁਚੀ ਹਟਾ ਲੈਣਾ, ਧਿਆਨ ਹਟਾ ਲੈਣਾ, ਦਿਲਚਸਪੀ ਖੋ ਦੇਣਾ

disinterested /ਡਿਸ'ਇਨਟਰੈੱਸਟਿਡ, -ਟਰਅਸਟਿਡ/ *a* ਬੇਲਾਗ, ਨਿਰਲੇਪ, ਉਦਾਸੀਨ, ਬੇਗਰਜ਼

disinterestedness /ਡਿਸ'ਇਨਟਰਅਸਟਿਡਨਅਸ/ *n* ਬੇਗਰਜ਼ੀ, ਅਰੁਚੀ, ਨਿਰਲੇਪਤਾ, ਉਦਾਸੀਨਤਾ

disinvest /ˌਡਿਸਇਨ'ਵ਼ੈੱਸਟ/ *v* ਕਿਸੇ ਵਿਉਪਾਰਕ ਅਦਾਰੇ ਜਾਂ ਕਾਰਖ਼ਾਨੇ ਵਿੱਚ ਪੂੰਜੀ ਲਾਉਣਾ ਬੰਦ ਕਰਨਾ ਜਾਂ ਘਟਾਉਣਾ

disjoin /ਡਿਸ'ਜੌਇਨ/ *vt* ਅਲੱਗ ਕਰਨਾ, ਨਿਖੇੜਨਾ, ਵੱਖ ਕਰਨਾ, ਤੋੜਨਾ

disjoint /ਡਿਸ'ਜੌਇਨਟ/ *vt* ਜੋੜ ਵੱਖ ਕਰਨਾ, ਜੋੜ ਤੋੜਨਾ; ਹਟਾਉਣਾ, ਸਰਕਾਉਣਾ; ਸਿਲਸਿਲਾ ਤੋੜਨਾ

disjointed /ਡਿਸ'ਜੌਇਨਟਿਡ/ *a* ਵੱਖ-ਵੱਖ ਹੋਇਆ, ਵਿਯੋਜਿਤ; ਬੇਤਰਤੀਬਾ; ਅਸੰਗਤ

disjointedly /ਡਿਸ'ਜੌਇਨਟਿਡਲਿ/ *adv* ਉੱਘੜ-ਦੁੱਘੜ, ਬੇਤਰਤੀਬੀ ਨਾਲ; ਵੱਖ-ਵੱਖ, ਅੱਡੋ-ਅੱਡ

disjointedness /ਡਿਸ'ਜੌਇਨਟਿਡਨਅਸ/ *n* ਬੇਤਰਤੀਬੀ, ਉੱਘੜ-ਦੁੱਘੜਪਣ

disjunct /'ਡਿਸਜਅੱਙਕਟ/ *a* ਨਿਖੇੜਿਆ, ਅਲੱਗ ਕੀਤਾ, ਵਿਯੋਜਿਤ

disjunction /ਡਿਸ'ਜਅੱਙਕਸ਼ਨ/ *n* ਦੋ ਮਿਲਦੀਆਂ-ਜੁਲਦੀਆਂ ਚੀਜ਼ਾਂ ਵਿਚਕਾਰ ਵਖਰੇਵਾਂ

disk, disc /ਡਿਸਕ/ *n* ਪਤਲੀ ਗੋਲ ਵਸਤੂ (ਜਿਵੇਂ ਸਿੱਕਾ), ਤਵਾ, ਤਵੀ, ਟਿੱਕੀ, ਟਿਕਲੀ, ਚੱਕਲੀ, ਰਕਾਬੀ, ਤਸ਼ਤਰੀ; ਸਰੀਰ ਜਾਂ ਪੌਦੇ ਦਾ ਗੋਲ ਚਪਟਾ ਭਾਗ; (ਕੰਪਿ) ਕੰਪਿਊਟਰ ਸੂਚਨਾਵਾਂ ਨੂੰ ਸਥਾਈ ਰੂਪ ਵਿੱਚ ਸਟੋਰ ਕਰਨ ਵਾਲਾ ਉਪਕਰਨ

disk copy *n* (ਕੰਪਿ) ਇੱਕ ਡਿਸਕ ਤੋਂ ਦੂਜੀ ਡਿਸਕ 'ਤੇ ਨਕਲ ਕਰਨ ਲਈ ਆਦੇਸ਼

disk drive *n* (ਕੰਪਿ) ਕੰਪਿਊਟਰ ਦੀ ਤਵੀ (ਡਿਸਕ) ਅਤੇ ਕੰਪਿਊਟਰ ਦੀ ਯਾਦਦਾਸ਼ਤ ਜਾਂ ਦੂਜੀ ਤਵੀ ਵਿਚਕਾਰ ਅੰਕੜਿਆਂ (ਡਾਟਾ) ਦਾ ਲੈਣ-ਦੇਣ ਕਰਨ ਵਾਲਾ ਕੰਪਿਊਟਰ ਵਿਚਲਾ ਇੱਕ ਉਪਕਰਨ

disk jockey *n* ਰਿਕਾਰਡ ਕੀਤੇ ਗੀਤ ਚਲਾਉਣ ਅਤੇ ਗੀਤਾਂ ਬਾਰੇ ਜਾਣਕਾਰੀ ਦੇਣ ਵਾਲਾ ਵਿਅਕਤੀ

disk operating system ਵੇਖੋ **DOS**

dislike /ਡਿਸ'ਲਾਇਕ/ *vt* ਨਾ ਪਸੰਦ ਕਰਨਾ, ਬੁਰਾ ਲੱਗਣਾ, ਘਿਰਨਾ ਕਰਨਾ, ਨਫ਼ਰਤ ਕਰਨਾ, *n* ਘਿਰਨਾ, ਨਫ਼ਰਤ, ਅਰੁਚੀ, ਨਾਪਸੰਦੀ

disliked /ਡਿਸ'ਲਾਇਕਟ/ *a* ਨਾ ਪਸੰਦ ਕੀਤਾ ਜਾਣ ਵਾਲਾ, ਚੰਗਾ ਨਾ ਲੱਗਣ ਵਾਲਾ, ਦੁਪਰਿਆਰਾ

dislocate /'ਡਿਸਲਅਕੇਇਟ/ *vt* ਜੋੜ ਹਿਲਾਉਣਾ, ਮੋਚ ਪਾਉਣਾ; ਅਲੱਗ ਕਰਨਾ; ਸੰਬੰਧ ਤੋੜਨਾ; ਥਾਂ ਤੋਂ ਹਟਾਉਣਾ; ਸਰਕਾਉਣਾ, ਵਿਸਥਾਪਿਤ ਕਰਨਾ; (ਸ਼ਾਸਨ ਜਾਂ ਸਿਲਸਿਲੇ ਵਿੱਚ) ਖ਼ਲਲ ਪਾਉਣਾ; ਉਲਟ-ਪੁਲਟ ਕਰਨਾ, ਗੜਬੜ ਕਰਨਾ

dislocated /'ਡਿਸਲਅਕੇਇਟਿਡ/ *a* (ਜੋੜ ਆਦਿ) ਸਰਕਿਆ, ਆਪਣੀ ਥਾਂ ਤੋਂ ਹਿੱਲਿਆ; ਵਿਸਥਾਪਿਤ

dislocation /ˌਡਿਸਲਅ'ਕੇਇਸ਼ਨ/ *n* ਹੱਡੀ ਦੀ ਉਤਰਾਈ, ਵਿਸਥਾਪਨ, ਮੋਚ; ਉਲਟ-ਪੁਲਟ, ਖ਼ਲਲ, ਗੜਬੜ, ਖ਼ਰਾਬੀ

dislodge /ਡਿਸ'ਲੌਜ/ *vt* ਕੱਢ ਦੇਣਾ, ਉਖਾੜਨਾ; ਮੋਰਚੇ ਤੋਂ ਹਟਾਉਣਾ, ਪੁੱਟ ਸੁੱਟਣਾ

dislodgement /ਡਿਸ'ਲੌਜਮਅਨਟ/ *n* ਮੋਰਚੇ ਤੋਂ ਹਟਾਉਣ ਦੀ ਕਿਰਿਆ, ਉਖਾੜਾ, ਵੈਰੀ ਦਾ ਉਖਾੜਾ

disloyal /ਡਿਸ'ਲੌਇਅਲ/ *a* ਬੇਵਫ਼ਾ, ਵਿਸ਼ਵਾਸਘਾਤੀ, ਦੇਸ਼-ਧ੍ਰੋਹੀ, ਗੱਦਾਰ, ਬਾਗ਼ੀ

disloyalty /ਡਿਸ'ਲੌਇਅਲਟਿ/ *n* ਵਿਸ਼ਵਾਸਘਾਤ, ਬੇਵਫ਼ਾਈ, ਦੇਸ਼-ਧ੍ਰੋਹ, ਰਾਜ-ਵਿਰੋਧ, ਗੱਦਾਰੀ, ਬਗ਼ਾਵਤ

dismal /'ਡਿਜ਼ਮਅਲ/ *a* ਨਿਰਾਸ਼ਾਜਨਕ, ਸੋਗਮਈ, ਦੁੱਖਮਈ, ਉਦਾਸ ਕਰਨ ਵਾਲਾ; ਬੇਰੌਣਕ, ਹਨੇਰਾ, ਸੁਨਸਾਨ, ਵੀਰਾਨ, ਉੱਜੜਿਆ-ਪੁੱਜੜਿਆ **the dismal science** ਰਾਜਨੀਤਿਕ ਅਰਥਸ਼ਾਸਤਰ

dismally /'ਡਿਜ਼ਮਅਲਿ/ *adv* ਨਿਰਾਸ਼ਾਜਨਕ ਢੰਗ ਨਾਲ, ਨਿਰਾਸ਼ਤਾ ਨਾਲ

dismalness /'ਡਿਜ਼ਮਅਲਨਅਸ/ *n* ਨਿਰਾਸ਼ਾ, ਸੋਗ, ਬਦਕਿਸਮਤੀ, ਵੀਰਾਨੀ

disman /ਡਿਸ'ਮੈਨ/ *vt* ਉਜਾੜਨਾ, ਮਨੁੱਖ ਰਹਿਤ ਕਰਨਾ, ਨਿਰਜਨ ਕਰਨਾ

dismantle /ਡਿਸ'ਮੈਨਟਲ/ *vt* (ਮੋਰਚਾਬੰਦੀ ਆਦਿ ਨੂੰ) ਤੋੜ ਦੇਣਾ; (ਜਹਾਜ਼ ਨੂੰ) ਤੋੜ-ਫੋੜ ਦੇਣਾ, ਉਧੇੜਨਾ; (ਘਰ ਆਦਿ) ਢਾਹੁਣਾ; (ਮਸ਼ੀਨ ਆਦਿ) ਪੁਰਜਾ-ਪੁਰਜਾ ਕਰਨਾ

dismast /ਡਿਸ'ਮਾਸਟ/ *vt* ਮਸਤੂਲ ਰਹਿਤ ਕਰਨਾ

dismay /ਡਿਸ'ਮੇਇ/ *n* ਦਿਲ ਸ਼ਿਕਨੀ, ਨਿਰਾਸ਼ਤਾ, ਵਿਆਕੁਲਤਾ *vt* ਨਿਰਾਸ਼ ਕਰਨਾ, ਹਿੰਮਤ ਤੋੜ ਦੇਣਾ, ਦਿਲ ਤੋੜ ਦੇਣਾ

dismayed /ਡਿਸ'ਮੇਇਡ/ *a* ਡਰਿਆ, ਉਤਸ਼ਾਹਹੀਣ, ਵਿਆਕੁਲ

dismember /ਡਿਸ'ਮੈੱਮਬਅ*/ *vt* ਟੁਕੜੇ-ਟੁਕੜੇ ਕਰਨਾ, ਬੰਦ-ਬੰਦ ਕੱਟਣਾ; ਵੰਡ ਦੇਣਾ, (ਦੇਸ਼ ਦਾ) ਬਟਵਾਰਾ ਕਰਨਾ

dismemberment /ਡਿਸ'ਮੈੱਮਬਅਮਅਨਟ/ *n* ਵਿਭਾਜਨ, ਬਟਵਾਰਾ

dismiss /ਡਿਸ'ਮਿਸ/ *vt* ਬਰਖ਼ਾਸਤ ਕਰਨਾ, ਨੌਕਰੀ ਤੋਂ ਕੱਢ ਦੇਣਾ; ਵਿਦਾ ਕਰਨਾ, ਰੁਖ਼ਸਤ ਕਰਨਾ, ਵੱਖਰਾ ਕਰਨਾ; ਸਾਮ੍ਹਣਿਓਂ ਹਟਾ ਦੇਣਾ, ਦਿਲ ਤੋਂ ਦੂਰ ਕਰਨਾ, ਟਾਲ ਦੇਣਾ; (ਕਨੂੰ) ਮੁਕੱਦਮਾ ਖ਼ਾਰਜ ਕਰਨਾ; ਅਸਵੀਕਾਰ ਕਰਨਾ, ਰੱਦ ਕਰਨਾ; (ਕ੍ਰਿਕਟ) ਆਊਟ ਕਰ ਦੇਣਾ **the dismiss** ਕਵਾਇਦ ਤੋਂ ਪਿੱਛੋਂ ਛੁੱਟੀ

dismissal /ਡਿਸ'ਮਿਸਲ/ *n* ਬਰਤਰਫ਼ੀ, ਨੌਕਰੀਓਂ ਛੁੱਟੀ; ਬਰਖ਼ਾਸਤਗੀ; ਵਿਦਾਈ; ਜਾਣ ਦੀ ਆਗਿਆ

dismissible /ਡਿਸ'ਮਿਸਿਬ(ਅ)ਲ/ *a* ਬਰਖ਼ਾਸਤ ਕਰਨ ਯੋਗ; ਕੱਢਣ ਯੋਗ, ਖ਼ਾਰਜ ਕਰਨ ਦੇ ਲਾਇਕ, ਆਊਟ ਕਰਨ ਯੋਗ

dismount /ਡਿਸ'ਮਾਉਨਟ/ *v* ਘੋੜੇ ਤੋਂ ਉਤਰਨਾ ਜਾਂ ਉਤਾਰਨਾ; ਕਿਸੇ ਵਸਤੂ ਨੂੰ ਉਸ ਦੇ ਸਥਾਨ ਤੋਂ ਹਟਾਉਣਾ *n* ਉਤਰਾਈ; ਹਟਾਉਣ ਦੀ ਕਿਰਿਆ

disobedience /ˌਡਿਸਅ'ਬੀਡਿਅਨਸ/ *n* ਆਗਿਆ-ਭੰਗ, ਅਵੱਗਿਆ, ਨਾਫ਼ਰਮਾਨੀ, ਨੇਮ-ਉਲੰਘਣ, ਹੁਕਮ-ਅਦੂਲੀ

disobedient /ˌਡਿਸਅ'ਬੀਡਿਅਨਟ/ *a* ਆਕੀ, ਅਵੱਗਿਆਕਾਰੀ, ਅਵੱਗਿਆ ਕਰਨ ਵਾਲਾ, ਅਮੋੜ, ਹੁਕਮ ਦੀ ਉਲੰਘਣਾ ਕਰਨ ਵਾਲਾ, ਨਾਬਰ

disobey /ˌਡਿਸਅ'ਬੇਇ/ *vt* ਆਗਿਆ ਨਾ ਮੰਨਣਾ, ਅਵੱਗਿਆ ਕਰਨਾ, ਨੇਮ ਤੋੜਨਾ, ਹੁਕਮ-ਅਦੂਲੀ ਕਰਨਾ, ਨਾਫ਼ਰਮਾਨੀ ਕਰਨਾ

disoblige /ˌਡਿਸਅ'ਬਲਾਇਜ/ *vt* (ਕਿਸੇ ਨਾਲ) ਰੁੱਖਾ ਵਰਤਾਅ ਕਰਨਾ; (ਆਗਿਆ ਤੋਂ) ਨਾਬਰ ਹੋਣਾ; (ਕਿਸੇ ਦਾ) ਲਿਹਾਜ਼ ਨਾ ਕਰਨਾ; ਤੰਗ ਕਰਨਾ, ਤਕਲੀਫ਼ ਦੇਣਾ

disobligement /ਡਿਸਅ'ਬਲਾਇਜਮਅਨਟ/ *n* ਬੇਲਿਹਾਜ਼ੀ, ਨਾਬਰੀ, ਰੁੱਖਾਪਣ, ਕੋਰਾਪਣ

disobliging /ˌਡਿਸਅ'ਬਲਾਇਜਿਙ/ *a* ਬੇਲਿਹਾਜ਼ਾ, ਰੁੱਖਾ, ਕੋਰਾ, ਨਾਬਰ

disobligingly /ˌਡਿਸਅ'ਬਲਾਇਜ਼ਿਙਲਿ/ *adv* ਨਾਬਰ ਹੋ ਕੇ, ਕੋਰਾ ਹੋ ਕੇ, ਬੇਲਿਹਾਜ਼ਾ ਹੋ ਕੇ

disorder /ਡਿਸ'ਓਡਅ*/ *n* ਬੇਤਰਤੀਬੀ, ਘੜਮੱਸ, ਗੜਬੜ, ਹਲਚਲ; ਰੋਗ *vt* ਉਲਟ-ਪੁਲਟ ਕਰਨਾ, ਘੜਮੱਸ ਪਾਉਣਾ; ਸਿਹਤ ਖ਼ਰਾਬ ਕਰਨਾ

disorderly /ਡਿਸ'ਓਡਅਲਿ/ *a* ਬੇਤਰਤੀਬਾ; ਉਘੜ-ਦੁੱਘੜਾ; ਅਨਿਯਮਤ, ਬੇਜ਼ਾਬਤਾ

disorganization /ਡਿਸˌਓਗਅਨਾਇ'ਜ਼ੇਇਸ਼ਨ/ *n* ਗੜਬੜ, ਬੇਤਰਤੀਬੀ, ਉਲਟ-ਪੁਲਟ; ਵਿਘਟਨ, ਅਵਿਵਸਥਾ

disorganize /ਡਿਸ'ਓਗਅਨਾਇਜ਼/ *vt* ਜੱਥੇਬੰਦੀ ਤੋੜਨਾ, ਸੰਗਠਨ ਤੋੜਨਾ, ਖੇਰੂੰ-ਖੇਰੂੰ ਕਰਨਾ; ਹੁੱਲੜ ਮਚਾਉਣਾ, ਗੜਬੜੀ ਕਰਨਾ

disown /ਡਿਸ'ਅਉਨ/ *vt* ਅਪਣਾਉਣ ਤੋਂ ਇਨਕਾਰ ਕਰਨਾ, ਨਾ ਅਪਣਾਉਣਾ, ਤਿਆਗਣਾ, ਬੇਦਖ਼ਲ ਕਰਨਾ, ਅਸਵੀਕਾਰ ਕਰਨਾ, ਬੇਦਾਵਾ

ਦੇਣਾ; (ਤੋਂ) ਮੁਕਰਨਾ

disowned /ਡਿਸ'ਅਉਨਡ/ *a* ਤਿਆਗਿਆ, ਬੇਦਖ਼ਲ ਕੀਤਾ ਹੋਇਆ

disparage /ਡਿ'ਸਪੈਰਿਜ/ *vt* ਨਿੰਦਣਾ, ਨਿਰਾਦਰ ਕਰਨਾ, ਕਦਰ ਘਟਾਉਣਾ, ਤੁੱਛ ਬਣਾਉਣਾ, ਛੁਟਿਆਉਣਾ

disparagement /ਡਿ'ਸਪੈਰਿਜਮਅਨਟ/ *n* ਨਿੰਦਾ, ਨਿਰਾਦਰ, ਬਦਨਾਮੀ, ਬਦਖੋਈ

disparate /'ਡਿਸਪਅਰਅਟ/ *a* ਵਿਭਿੰਨ, ਬੇਜੋੜ, ਬੇਮੇਲ, ਅਸਮਾਨ

disparity /ਡਿ'ਸਪੈਰਅਟਿ/ *n* ਅਸਮਾਨਤਾ, ਨਾਬਰਾਬਰੀ, ਫ਼ਰਕ, ਅੰਤਰ

dispart /ਡਿਸ'ਪਾਟ/ *n* ਬੰਦੂਕ ਦੀ ਮੱਖੀ, ਮੱਸਾ *v* ਵੱਖਰਾ ਕਰਨਾ ਜਾਂ ਹੋਣਾ, ਦੋ ਟੁੱਕ ਕਰਨਾ ਜਾਂ ਹੋਣਾ; ਵੱਖੋ-ਵੱਖਰੀ ਦਿਸ਼ਾ ਵਿੱਚ ਜਾਣਾ; ਵੰਡਣਾ, ਤਕਸੀਮ ਕਰਨਾ

dispassionate /ਡਿਸ'ਪੈਸ਼ਅਨਅਟ/ *a* ਸ਼ਾਂਤ-ਚਿੱਤ, ਬੇਲਾਗ, ਨਿਰਭਾਵ, ਨਿਰਪੱਖ, ਧੀਰਜਵਾਨ, ਗ਼ੈਰ-ਜਜ਼ਬਾਤੀ

dispatch, despatch /ਡਿ'ਸਪੈਚ/ *v* ਭੇਜਣਾ, ਘੱਲਣਾ, ਰਵਾਨਾ ਕਰਨਾ; ਮਾਰ ਮੁਕਾਉਣਾ, ਪਾਰ ਬੁਲਾਉਣਾ, (ਦੇ) ਘਾਟ ਉਤਾਰਨਾ; (ਕੰਮ) ਛੇਤੀ ਮੁਕਾਉਣ ਦੀ ਕਰਨਾ; (ਖਾਣਾ) ਛੇਤੀ-ਛੇਤੀ ਖਾ ਲੈਣਾ *n* ਰਵਾਨਗੀ; ਕਤਲ; ਖ਼ਾਤਮਾ; ਤੇਜ਼ੀ, ਫੁਰਤੀ, ਕਾਹਲ; ਸਰਕਾਰੀ ਚਿੱਠੀ; ਮਾਲ ਭੇਜਣ ਦੀ ਏਜੰਸੀ

dispel /ਡਿ'ਸਪੈੱਲ/ *vt* (ਭਰਮ ਜਾਂ ਭੈ ਜਾਂ ਹਨੇਰਾ) ਨਿਵਿਰਤ ਕਰਨਾ, ਹਟਾਉਣਾ, ਮਿਟਾਉਣਾ, ਦੂਰ ਕਰਨਾ

dispensable /ਡਿ'ਸਪੈੱਨਸਅਬਲ/ *a* (ਕਨੂੰਨ ਜਾਂ ਰਸਮ) ਬੇਲੋੜਾ, ਗ਼ੈਰਜ਼ਰੂਰੀ, ਛੱਡੇ ਜਾਣ ਯੋਗ

dispensary /ਡਿ'ਸਪੈੱਨਸਅਰਿ/ *n* ਦਵਾਖ਼ਾਨਾ, ਸ਼ਫ਼ਾਖ਼ਾਨਾ, ਡਿਸਪੈਂਸਰੀ

dispensation /ˌਡਿਸਪੈੱਨ'ਸੇਇਸ਼ਨ/ *n* ਵੰਡ, ਤਕਸੀਮ; ਪ੍ਰਬੰਧ, ਇੰਤਜ਼ਾਮ; ਈਸ਼ਵਰੀ ਪ੍ਰਬੰਧ, ਕੁਦਰਤੀ ਵਿਧਾਨ; (ਧਰਮ) ਛੋਟ, ਖਿਮਾ

dispense /ਡਿ'ਸਪੈੱਨਸ/ *v* ਵੰਡਣਾ, ਤਕਸੀਮ ਕਰਨਾ; ਨੁਸਖ਼ੇ ਅਨੁਸਾਰ ਦਵਾਈ ਬਣਾਉਣਾ; (ਪਾਪਾਂ ਤੋਂ) ਛੋਟ ਦੇਣਾ, ਮਾਫ਼ੀ ਦੇਣਾ; ਛੱਡਣਾ, ਤਿਆਗਣਾ; (ਨੌਕਰੀ ਤੋਂ) ਛੁੱਟੀ ਦੇਣਾ **dispense with** ਮੁਕਤ ਕਰਨਾ, ਛੋਟ ਦੇਣਾ, ਮਾਫ਼ੀ ਦੇਣਾ, ਖ਼ਰੀ ਕਰਨਾ, ਕਿਸੇ ਵਸਤੂ ਤੋਂ ਬਿਨਾਂ ਕੰਮ ਸਾਰਨਾ

dispenser /ਡਿ'ਸਪੈੱਨਸਅ*/ *n* ਦਵਾਈ ਬਣਾਉਣ ਵਾਲਾ, ਦਵਾਸਾਜ਼, ਡਿਸਪੈਂਸਰ; ਮੁਕਤ ਕਰਨ ਵਾਲਾ

dispeople /ˌਡਿਸ'ਪੀਪਲ/ *vt* ਪਿੰਡ ਜਾਂ ਸ਼ਹਿਰ ਵਿੱਚੋਂ ਕੱਢਣਾ, ਉਜਾੜਨਾ, ਵੀਰਾਨ ਕਰਨਾ

dispersal /ਡਿ'ਸਪਅ:ਸਲ/ *n* ਖਿੰਡਾਅ; ਫੈਲਾਅ, ਪਸਾਰ; ਭਗਦੜ; ਹਾਰ

disperse /ਡਿ'ਸਪਅ:ਸ/ *v* (ਰੌਸ਼ਨੀ) ਫੈਲਾਉਣਾ; ਖਿੰਡਾਉਣਾ, ਖਿੰਡਣਾ; ਸਭਾ ਉਠਾਉਣਾ, ਖਿੰਡ-ਪੁੰਡ ਜਾਣਾ; ਵੱਖੋ ਵੱਖਰੀਆਂ ਥਾਵਾਂ ਉੱਤੇ ਭੇਜਣਾ ਜਾਂ ਨਿਯੁਕਤ ਕਰਨਾ

dispersion /ਡਿ'ਸਪਅ:ਸ਼ਨ/ *n* ਫੈਲਾਅ, (ਕਿਰਨਾਂ ਦਾ) ਪਸਾਰ, ਖਿੰਡਾਅ, ਖਿਲਾਰ, ਵਿਸਤਾਰ

dispirit /ਡਿ'ਸਪਿਰਿਟ/ *vt* ਉਤਸ਼ਾਹਹੀਣ ਕਰਨਾ, ਨਿਰਉਤਸ਼ਾਹ ਕਰਨਾ, ਮਾਯੂਸ ਕਰਨਾ, ਨਾਉਮੀਦ ਕਰਨਾ, ਦਿਲ ਢਾਹੁਣਾ, ਦਿਲ ਤੋੜਨਾ

dispirited /ਡਿ'ਸਪਿਰਿਟਿਡ/ *a* ਨਾਉਮੀਦ, ਉਤਸ਼ਾਹਹੀਣ, ਮਾਯੂਸ, ਉਦਾਸ, ਦੁਖੀ

dispiritedly /ਡਿ'ਸਪਿਰਿਟਿਡਲਿ/ *adv* ਨਾਉਮੀਦੀ ਨਾਲ, ਮਾਯੂਸੀ ਨਾਲ, ਢੱਠੇ ਹੋਏ ਦਿਲ ਨਾਲ

dispiteous /ਡਿਸ'ਪਿਟਿਅਸ/ *a* ਜ਼ਾਲਮ, ਨਿਰਦਈ, ਬੇਰਹਿਮ

displace /ਡਿਸ'ਪਲੇਇਸ/ *vt* ਥਾਂ ਤੋਂ ਹਟਾਉਣਾ, ਬੇਘਰ ਕਰਨਾ, ਵਿਸਥਾਪਿਤ ਕਰਨਾ; ਕਿਸੇ ਨੂੰ ਕੱਢ ਕੇ ਉਸ ਦੀ ਥਾਂ ਲੈਣਾ, ਥਾਂ ਮੱਲਣਾ, ਪਦਵੀ ਤੋਂ ਲਾਹੁਣਾ; ਇੱਕ ਵਸਤੂ ਦੀ ਥਾਂ ਦੂਜੀ ਵਸਤੂ ਰੱਖਣਾ

displacement /ਡਿਸ'ਪਲੇਇਸਮਅਨਟ/ *n* ਥਾਂ ਬਦਲੀ; ਬਲ ਦੀ ਉਹ ਮਾਤਰਾ ਜਿਸ ਨਾਲ ਕੋਈ

ਵਸਤੂ ਸਰਕਾਈ ਜਾ ਸਕੇ; ਅਦਲ-ਬਦਲ, ਠੋਸ ਵਸਤੂ ਦੇ ਡੁੱਬਣ ਨਾਲ ਹਟਣ ਵਾਲੇ ਪਾਣੀ ਦੀ ਮਾਤਰਾ

displant /**ਡਿਸ'ਪਲਾਨਟ**/ *vt* ਘਰ ਤੋਂ ਭਜਾ ਦੇਣਾ, ਘਰੋਂ ਕੱਢ ਦੇਣਾ, ਜੜ੍ਹੋਂ ਉਖਾੜ ਦੇਣਾ

display /**ਡਿ'ਸਪਲੇਇ**/ *vt* ਵਿਖਾਉਣਾ, ਸਾਮ੍ਹਣੇ ਲਿਆਉਣਾ; ਵਿਖਾਵਾ ਕਰਨਾ, ਨੁਮਾਇਸ਼ ਕਰਨਾ; ਪ੍ਰਗਟ ਕਰਨਾ, ਜ਼ਾਹਰ ਕਰਨਾ *n* ਵਿਖਾਵਾ, ਨੁਮਾਇਸ਼, ਪ੍ਰਦਰਸ਼ਨ; ਦਿੱਖ, ਸਜ-ਧਜ, ਚੜ੍ਹਤਲ

displayed /**ਡਿ'ਸਪਲੇਇਡ**/ *a* ਪ੍ਰਦਰਸ਼ਿਤ, ਫੈਲਾਇਆ, ਦਿਖਾਇਆ, ਮੋਟੇ ਅੱਖਰਾਂ ਵਿੱਚ ਛਪਿਆ

displease /**ਡਿਸ'ਪਲੀਜ਼**/ *vt* ਨਰਾਜ਼ ਕਰਨਾ, ਰੁਸਾਉਣਾ, ਚਿੜਾਉਣਾ

displeased /**ਡਿਸ'ਪਲੀਜ਼ਡ**/ *a* ਨਰਾਜ਼, ਨਾਖ਼ੁਸ਼, ਰੁੱਸਿਆ, ਗੁੱਸੇ, ਅਪ੍ਰਸੰਨ

displeasing /**ਡਿਸ'ਪਲੀਜ਼ਿਙ**/ *a* ਅਣਸੁਖਾਵਾਂ, ਅਰੋਚਿਕ, ਅਸੰਤੋਖਜਨਕ

displeasingly /**ਡਿਸ'ਪਲੀਜ਼ਿਙਲਿ**/ *adv* ਅਸੁਖਾਵੇਂ ਢੰਗ ਨਾਲ

displeasure /**ਡਿਸ'ਪਲੈੱਜ਼ਅ***/ *n* ਨਰਾਜ਼ਗੀ, ਗੁੱਸਾ, ਅਪ੍ਰਸੰਨਤਾ, ਰੋਸਾ; ਬੇਅਰਾਮੀ, ਅਸੰਤੋਖ

displume /**ਡਿਸ'ਪਲੂਮ**/ *vt* ਖੰਭ ਝਾੜਨਾ, ਖੰਭ ਨੋਚਣਾ; ਕਲਗੀ ਲਾਹ ਦੇਣਾ, ਸ਼ਾਨ ਵਿਗਾੜਨਾ, ਪੱਗ ਲਾਹੁਣਾ, ਬੇਇੱਜ਼ਤੀ ਕਰਨਾ

disport /**ਡਿ'ਸਪੋਟ**/ *vi* ਕਲੋਲ ਕਰਨਾ, ਹੱਸਣਾ-ਖੇਡਣਾ, ਚੋਹਲ ਕਰਨਾ *n* ਕਲੋਲ, ਹਾਸਾ-ਖੇਡ, ਚੋਹਲ

disposable /**ਡਿ'ਸਪਅਉਜ਼ਅਬਲ**/ *adv* ਇੱਕ ਵਾਰੀ ਵਰਤ ਕੇ ਸੁੱਟਣ ਯੋਗ, ਤਿਆਗਣ ਯੋਗ

disposal /**ਡਿ'ਸਪਅਉਜ਼ਲ**/ *n* ਸਪੁਰਦਗੀ, ਸਮਰਪਣ; ਨਿਬੇੜਾ, ਨਿਪਟਾਰਾ, ਫ਼ੈਸਲਾ; ਵੱਸ, ਅਧਿਕਾਰ, ਇਖ਼ਤਿਆਰ; ਪ੍ਰਬੰਧ, ਇੰਤਜ਼ਾਮ; ਵਿਕਰੀ

dispose /**ਡਿ'ਸਪਅਉਜ਼**/ *v* ਥਾਂ ਸਿਰ ਜਾਂ ਠੁੱਕ ਸਿਰ ਰੱਖਣਾ; ਟਿਕਾਉਣਾ; (ਕਿਸੇ ਵਿਅਕਤੀ ਨੂੰ) ਵਿਸ਼ੇਸ਼ ਅਵਸਥਾ ਵਿੱਚ ਲਿਆਉਣਾ, ਠੀਕ ਕਰਨਾ; (ਕਿਸੇ ਚੀਜ਼ ਜਾਂ ਕੰਮ ਲਈ) ਪ੍ਰੇਰਨਾ, ਢਾਲਣਾ, ਰੁਚੀ ਪੈਦਾ ਕਰਨਾ; ਵਿਕਰੀ ਕਰਨਾ; ਸਮਾਪਤ ਕਰਨਾ, ਨਸ਼ਟ ਕਰਨਾ, ਕਤਲ ਕਰਨਾ, ਮਾਰ ਦੇਣਾ; ਫ਼ੈਸਲਾ ਕਰਨਾ, ਨਿਪਟਾਉਣਾ, ਤੈ ਕਰਨਾ, ਨਿਰਨਾ ਕਰਨਾ; ਖਾ ਜਾਣਾ; (ਕ੍ਰਿਕਟ ਵਿੱਚ) ਥੋੜ੍ਹੀਆਂ ਜਿਹੀਆਂ ਦੌੜਾਂ ਵਿੱਚ ਆਊਟ ਕਰ ਦੇਣਾ

disposition /ˌ**ਡਿਸਪਅ'ਜ਼ਿਸ਼ਨ**/ *n* ਸੁਭਾਅ, ਮਿਜ਼ਾਜ, ਰੁਚੀ, ਝੁਕਾਅ, ਤਬੀਅਤ, ਪ੍ਰਕਿਰਤੀ; ਵਿਓਂਤ, ਵਿਧੀ, ਤਰਤੀਬ, ਇੰਤਜ਼ਾਮ, ਪ੍ਰਬੰਧ; ਅਧਿਕਾਰ, ਵੱਸ; ਵਸੀਅਤ ਦੁਆਰਾ ਦਾਨ ਜਾਂ ਹਿਬਾ; ਫ਼ੌਜੀ ਵਿਓਂਤ

dispossess /ˌ**ਡਿਸਪਅ'ਜ਼ੈੱਸ**/ *vt* ਬੇਦਖ਼ਲ ਕਰਨਾ, ਕੱਢ ਦੇਣਾ, ਕਬਜ਼ਾ ਤੋੜਨਾ, ਖੋਹ ਲੈਣਾ, ਵੰਚਿਤ ਕਰਨਾ, ਵਾਂਝਿਆਂ ਕਰਨਾ, ਮਹਿਰੂਮ ਕਰਨਾ; ਜਿੰਨ ਕੱਢਣਾ, ਝਾੜਾ ਕਰਨਾ

dispossession /ˌ**ਡਿਸਪਅ'ਜ਼ੈੱਸ਼ਅਨ**/ *n* ਬੇਦਖ਼ਲੀ; ਮੁਕਤੀ (ਭੂਤ, ਪ੍ਰੇਤ ਆਦਿ ਤੋਂ)

dispossessor /ˌ**ਡਿਸਪਅ'ਜ਼ੈੱਸਅ***/ *n* ਬੇਦਖ਼ਲ ਕਰਨ ਵਾਲਾ; ਭੂਤ ਕੱਢਣ ਵਾਲਾ

disposure /**ਡਿ'ਸਪਅਉਯ਼ਅ***/ *n* ਸੁਭਾਅ, ਪ੍ਰਵਿਰਤੀ; ਵਿਵਸਥਾ, ਪ੍ਰਬੰਧ

dispraise /**ਡਿਸ'ਪਰੇਇਜ਼**/ *vt* ਬੇਕਦਰੀ ਕਰਨਾ, ਨਿੰਦਿਆ ਕਰਨਾ, ਤਿਰਸਕਾਰ ਕਰਨਾ, ਅਪਮਾਨ ਕਰਨਾ *n* ਨਿੰਦਾ, ਬਦਨਾਮੀ

disproof /ˌ**ਡਿਸ'ਪਰੂਫ਼**/ *n* ਖੰਡਨ, ਤਰਦੀਦ

disproportion /ˌ**ਡਿਸਪਰਅ'ਪੋਸ਼ਨ**/ *n* ਅਨੁਪਾਤਹੀਣਤਾ; ਅਸਮਤਾ, ਅਸੰਗਤੀ

disproportionate /ˌ**ਡਿਸਪਰਅ'ਪੋਸ਼ਅਨਅਟ**/ *a* ਅਨੁਪਾਤਹੀਣ, ਨਾਬਰਾਬਰ, ਬੇਢੰਗਾ, ਬੇਮੇਲ, ਬੇਡੌਲ, ਬੇਜੋੜ, ਅਨਉਚਿਤ

disproportionately /ˌ**ਡਿਸਪਰਅ'ਪੋਸ਼ਅਨਅਟਲਿ**/ *adv* ਬੇਮੇਲਵੇਂ ਢੰਗ ਨਾਲ; ਅਨੁਪਾਤਹੀਣ ਤਰੀਕੇ ਨਾਲ

disproportioned /ˌਡਿਸਪਰਅ'ਪੋਸ਼ਨਡ/ *a* ਨਾਬਰਾਬਰ, ਅਨੁਪਾਤਹੀਣ, ਬੇਢੰਗਾ, ਬੇਮੇਲ, ਬੇਜੋੜ, ਅਨੁਚਿਤ

disprove /ˌਡਿਸ'ਪਰੂਵ਼/ *vt* ਗ਼ਲਤ ਸਾਬਤ ਕਰਨਾ, ਝੂਠ ਸਾਬਤ ਕਰਨਾ, ਝੁਠਲਾਉਣਾ, ਖੰਡਨ ਕਰਨਾ, ਰੱਦ ਕਰਨਾ

disproved /ˌਡਿਸ'ਪਰੂਵ਼ਡ/ *a* ਝੁਠਲਾਇਆ, ਰੱਦ

disputable /ਡਿ'ਸਪਯੂਟਅਬਲ/ *a* ਵਿਵਾਦਪੂਰਨ, ਸ਼ੱਕੀ, ਝਗੜੇ ਵਾਲਾ

disputant /ਡਿ'ਸਪਯੂਟ(ਅ)ਨਟ/ *a* ਵਿਵਾਦੀ, ਝਗੜਾਲੂ *n* ਹੁੱਜਤੀ (ਬੰਦਾ)

disputation /ˌਡਿਸਪਯੁ'ਟੇਇਸ਼ਨ/ *n* ਝਗੜਾ, ਹੁੱਜਤ, ਤਕਰਾਰ, ਬਹਿਸ, ਵਿਵਾਦ

disputatious /ˌਡਿਸਪਯੂ'ਟੇਇਸ਼ਅਸ/ *a* ਝਗੜਾਲੂ, ਬਖਾਧੀ, ਝਗੜਾ ਕਰਨ ਵਾਲਾ

dispute /ਡਿ'ਸਪਯੂਟ/ *v* ਬਹਿਸਣਾ, ਵਿਵਾਦ ਕਰਨਾ; ਝਗੜਾ ਕਰਨਾ, ਹੁੱਜਤ ਕਰਨਾ; ਸੰਦੇਹ ਪ੍ਰਗਟ ਕਰਨਾ, ਸ਼ੱਕ ਕਰਨਾ; ਖੰਡਨ ਕਰਨਾ /ਡਿ'ਸਪਯੂਟ, 'ਡਿਸਪਯੂਟ/ *n* ਵਿਵਾਦ, ਬਹਿਸ, ਝਗੜਾ, ਝੇੜਾ, ਪੁਆੜਾ, ਲੜਾਈ

disputed /ਡਿ'ਸਪਯੂਟਿਡ/ *a* ਵਿਵਾਦਗ੍ਰਸਤ, ਝਗੜੇ ਵਾਲਾ, ਤਕਰਾਰੀ, ਵਿਵਾਦੀ

disqualification /ਡਿਸˌਕਵੌਲਿਫ਼ਿ'ਕੇਇਸ਼ਨ/ *n* ਨੁਕਸ, ਖ਼ਾਮੀ, ਦੋਸ਼, ਤਰੁੱਟੀ, ਔਗੁਣ, ਅਯੋਗਤਾ, ਨਾਕਾਬਲੀਅਤ

disqualified /ਡਿਸ'ਕਵੌਲਿਫ਼ਾਇਡ/ *a* ਅਯੋਗ ਕਰਾਰ ਦਿੱਤਾ ਗਿਆ, ਅਯੋਗ

disqualify /ਡਿਸ'ਕਵੌਲਿਫ਼ਾਇ/ *vt* ਅਯੋਗ ਠਹਿਰਾਉਣਾ; (ਕਨੂੰ) ਅਧਿਕਾਰ ਖੋਹ ਲੈਣਾ, ਅਧਿਕਾਰ ਤੋਂ ਵੰਚਿਤ ਕਰਨਾ

disquiet /ਡਿਸ'ਕਵਾਇਅਟ/ *vt* ਅਸ਼ਾਂਤ ਕਰਨਾ, ਬੇਚੈਨ ਕਰਨਾ, ਪਰੇਸ਼ਾਨ ਕਰਨਾ *n* ਅਸ਼ਾਂਤੀ, ਬੇਚੈਨੀ, ਪਰੇਸ਼ਾਨੀ *a* ਅਸ਼ਾਂਤ, ਪਰੇਸ਼ਾਨ, ਬੇਚੈਨ

disquietness /ਡਿਸ'ਕਵਾਇਅਟਨਅਸ/ *n* ਅਸ਼ਾਂਤੀ, ਵਿਆਕੁਲਤਾ, ਪਰੇਸ਼ਾਨੀ, ਬੇਚੈਨੀ

disquietous /ਡਿਸ'ਕਵਾਇਅਟਅਸ/ *a* ਅਸ਼ਾਂਤ ਕਰਨ ਵਾਲਾ

disquisition /ˌਡਿਸਕਵਿ'ਜ਼ਿਸ਼ਨ/ *n* (ਪਰਾ) ਖੋਜ, ਜਾਂਚ; ਵਿਵੇਚਨ, ਪ੍ਰਵਚਨ; ਸ਼ੋਧ-ਨਿਬੰਧ

disrate /ਡਿਸ'ਰੇਇਟ/ *vt* ਅਹੁਦਾ ਘਟਾਉਣਾ

disregard /ˌਡਿਸਰਿ'ਗਾਡ/ *vt* ਧਿਆਨ ਨਾ ਦੇਣਾ, ਪਰਵਾਹ ਨਾ ਕਰਨਾ *n* ਗ਼ਫ਼ਲਤ, ਅਣਗਹਿਲੀ; ਅਵੱਗਿਆ; ਅਨਾਦਰ; ਉਪੇਖਿਆ

disrelish /ਡਿਸ'ਰੈੱਲਿਸ਼/ *n* ਘਿਰਨਾ, ਅਰੁਚੀ *vt* ਨਾਪਸੰਦ ਕਰਨਾ

disremember /ˌਡਿਸਰਿ'ਮੈੱਮਬਅ*/ *vt* ਭੁੱਲ ਜਾਣਾ, ਭੁੱਲਣਾ, ਚੇਤਾ ਵਿਸਾਰ ਦੇਣਾ, ਵਿਸਾਰਨਾ

disrepair /ˌਡਿਸਰਿ'ਪੇਅ*/ *n* ਟੁੱਟ-ਭੱਜ, ਦੁਰਦਸ਼ਾ

disreputable /ਡਿਸ'ਰੈੱਪਯਅਟਅਬਲ/ *a* ਬਦਨਾਮ, ਕੁਲੱਛਣਾ, ਚਰਿੱਤਰਹੀਣ, ਨੀਚ, ਬੁਰਾ, ਅਪਮਾਨਜਨਕ

disrepute /ˌਡਿਸਰਿ'ਪਯੂਟ/ *n* ਬਦਨਾਮੀ, ਨਿੰਦਾ, ਅਪਮਾਨ, ਅਪਜੱਸ

disrespect /ˌਡਿਸਰਿ'ਸਪੈੱਕਟ/ *n* ਅਨਾਦਰ, ਬੇਅਦਬੀ, ਗੁਸਤਾਖ਼ੀ *vt* ਅਨਾਦਰ ਕਰਨਾ, ਅਪਮਾਨ ਕਰਨਾ

disrespectful /ˌਡਿਸਰਿ'ਸਪੈੱਕਟਫ਼ਲ/ *a* ਬੇਅਦਬ, ਗੁਸਤਾਖ਼, ਅਸ਼ਿਸ਼ਟ

disrobe /ਡਿਸ'ਰਅਉਬ/ *v* ਨੰਗਾ ਕਰਨਾ ਜਾਂ ਹੋਣਾ, ਕੱਪੜੇ ਲਾਹੁਣਾ

disroot /ਡਿਸ'ਰੂਟ/ *vt* ਜੜ੍ਹੋਂ ਉਖੇੜਨਾ, ਜੜ੍ਹੋਂ ਪੁੱਟਣਾ; ਕੱਢ ਦੇਣਾ

disrupt /ਡਿਸ'ਰਅੱਪਟ/ *vt* ਗੜਬੜ ਕਰਨਾ, ਵਿਘਨ ਪਾਉਣਾ, ਭੰਗ ਕਰਨਾ; ਨਾਸ਼ ਕਰਨਾ; ਟੁਕੜੇ-ਟੁਕੜੇ ਕਰਨਾ

disruption /ਡਿਸ'ਰਅੱਪਸ਼ਨ/ *n* ਤੋੜ-ਫੋੜ, ਵਿਘਨ, ਗੜਬੜ; ਵਿਨਾਸ਼

disruptive /ਡਿਸ'ਰਅੱਪਟਿਵ਼/ *a* ਫੁੱਟਪਾਊ,

ਵਿਘਨਕਾਰੀ, ਵਿਘਨਪਾਊ; ਵਿਨਾਸ਼ਕ

dissatisfaction /ਡਿਸ,ਸੈਟਿਸ'ਫ਼ੈਕਸ਼ਨ/ *n* ਅਸੰਤੋਖ, ਅਸੰਤੁਸ਼ਟੀ; ਬੇਚੈਨੀ, ਨਰਾਜ਼ਗੀ

dissatisfactory /ਡਿਸ,ਸੈਟਿਸ'ਫ਼ੈਕਟ(ਅ)ਰਿ/ *a* ਅਸੰਤੋਖਜਨਕ, ਅਤ੍ਰਿਪਤਕਾਰੀ

dissatisfied /ਡਿਸ'ਸੈਟਿਸਫ਼ਾਇਡ, ਡਿ'ਸੈਟਿ-/ *a* ਅਸੰਤੁਸ਼ਟ; ਅਪ੍ਰਸੰਨ, ਨਰਾਜ਼

dissatisfy /ਡਿਸ'ਸੈਟਿਸਫ਼ਾਇ/ *vt* ਅਸੰਤੁਸ਼ਟ ਕਰਨਾ, ਅਤ੍ਰਿਪਤ ਕਰਨਾ; ਨਾਖ਼ੁਸ਼ ਕਰਨਾ, ਨਰਾਜ਼ ਕਰਨਾ

dissave /ਡਿਸ'ਸੇਇਵ੍/ *vt* ਬੱਚਤ ਨਾ ਕਰਨਾ, ਬਚਾ ਕੇ ਨਾ ਰੱਖਣਾ

dissaving /ਡਿਸ'ਸੇਇਵ੍ਙਿ/ *n* ਬੱਚਤ ਦੀ ਅਣਹੋਂਦ

disseat /ਡਿਸ'ਸੀਟ/ *vt* (ਘੋੜੇ ਆਦਿ ਤੋਂ) ਡੇਗ ਦੇਣਾ, ਗਿਰਾ ਦੇਣਾ, ਥੱਲੇ ਲਾਹੁਣਾ, ਹਟਾ ਦੇਣਾ

dissect /ਡਿ'ਸੈਕੱਟ, ਡਾਇ-/ *vt* (ਪੜ੍ਹਾਈ ਲਈ) ਚੀਰ-ਫਾੜ ਕਰਨਾ, ਅੰਗ-ਵਿਛੇਦ ਕਰਨਾ; ਵਿਸ਼ਲੇਸ਼ਣ ਕਰਨਾ; ਛਾਣਬੀਣ ਕਰਨਾ

dissection /ਡਿ'ਸੈਕੱਸ਼ਨ, ਡਾਇ-/ *n* (ਪੜ੍ਹਾਈ ਲਈ) ਅੰਗ-ਵਿਛੇਦ, ਚੀਰ-ਫਾੜ; ਵਿਸ਼ਲੇਸ਼ਣ; ਛਾਣਬੀਣ

dissector /ਡਿ'ਸੈਕੱਟਅ*/ *n* ਅੰਗ-ਵਿਛੇਦਕ; ਚੀਰ- ਫਾੜ ਕਰਨ ਵਾਲਾ; ਵਿਸ਼ਲੇਸ਼ਣ ਕਰਤਾ; ਡੂੰਘੀ ਜਾਂਚ ਕਰਨ ਵਾਲਾ, ਵਿਸ਼ਲੇਸ਼ਕ, ਪਰੀਖਿਅਕ

disseise /,ਡਿਸ'ਸੀਜ਼/ *vt* (ਨਾਜਾਇਜ਼ ਤੌਰ 'ਤੇ) ਬੇਦਖ਼ਲ ਕਰਨਾ, ਕੱਢਣਾ, ਕੱਢ ਦੇਣਾ

dissemblance /ਡਿ'ਸੈੱਮਬਲਅਨਸ/ *n* ਅਸਮਾਨਤਾ, ਭੇਦ, ਭਿੰਨਤਾ

dissemble /ਡਿ'ਸੈੱਮਬਲ/ *v* ਲੁਕਾਉਣਾ, ਛੁਪਾਉਣਾ, ਗੁਪਤ ਰੱਖਣਾ, ਛਲ ਕਰਨਾ; ਧਿਆਨ ਨਾ ਦੇਣਾ, ਅਣਡਿੱਠ ਕਰਨਾ, ਟਾਲ ਦੇਣਾ; ਪਖੰਡ ਕਰਨਾ, ਦਿਖਾਵਾ ਕਰਨਾ

disseminate /ਡਿ'ਸੈੱਮਿਨੇਇਟ/ *vt* ਖਿਲਾਰਨਾ, ਬੀਜਣਾ, ਬਿਖੇਰਨਾ; ਪ੍ਰਚਾਰ ਕਰਨਾ, ਪ੍ਰਸਾਰ ਕਰਨਾ

dissemination /ਡਿ,ਸੈੱਮਿ'ਨੇਇਸ਼ਨ/ *n* ਖਿੰਡਾਅ, ਖਿਲਾਰ; ਬੀਜਣ ਦੀ ਕਿਰਿਆ; ਪ੍ਰਸਾਰ, ਪ੍ਰਚਾਰ, ਪ੍ਰਸਾਰਨ

disseminator /ਡਿ'ਸੈੱਮਿਨੇਇਟਅ*/ *n* ਖਿਲਾਰਨ ਵਾਲਾ, ਬੀਜ ਬੀਜਣ ਵਾਲਾ; ਪ੍ਰਚਾਰਕ

dissension /ਡਿ'ਸੈੱਨਸ਼ਨ/ *n* ਮੱਤ-ਭੇਦ, ਅਸਹਿਮਤੀ; ਵਿਵਾਦ, ਅਣਬਣ, ਝਗੜਾ

dissent /ਡਿ'ਸੈੱਨਟ/ *vi* ਮੱਤ-ਭੇਦ ਰੱਖਣਾ, ਅਸਹਿਮਤ ਹੋਣਾ; ਅੰਗੀਕਾਰ ਨਾ ਕਰਨਾ, ਨਾ ਮੰਨਣਾ *n* ਮੱਤ-ਭੇਦ, ਅਸਹਿਮਤੀ

dissenter /ਡਿ'ਸੈੱਨਟਅ*/ *n* ਮੱਤਭੇਦ ਰੱਖਣ ਵਾਲਾ, ਅਸਹਿਮਤੀ ਰੱਖਣ ਵਾਲਾ

dissentient /ਡਿ'ਸੈੱਨਸ਼ਿਅਨਟ/ *n* ਬਹੁਮਤ ਵਿਰੋਧੀ (ਬੰਦਾ)

dissenting /ਡਿ'ਸੈੱਨਟਿਙ/ *a* ਮੱਤ-ਭੇਦ ਰੱਖਣ ਵਾਲਾ, ਅਸਹਿਮਤੀ ਵਾਲਾ, ਅਸਹਿਮਤ

dissentious /ਡਿ'ਸੈੱਨਸ਼ਅਸ/ *a* ਝਗੜਾਲੂ

dissert /ਡਿ'ਸਅ:ਟ/ *vt* ਸਪਸ਼ਟ ਵਿਆਖਿਆ ਕਰਨਾ, ਵਿਸਤ੍ਰਿਤ ਵਿਵੇਚਨ ਕਰਨਾ, ਵਿਵਰਨ ਦੇਣਾ

dissertation /,ਡਿਸਅ'ਟੇਇਸ਼ਨ/ *n* ਵਿਵੇਚਨ, ਨਿਰੂਪਣ, ਵਿਆਖਿਆ; ਖੋਜ-ਪ੍ਰਬੰਧ

dissertative /'ਡਿਸਅਟੇਇਟਿਵ੍/ *a* ਵਿਆਖਿਆਤਮਿਕ, ਵਿਵੇਚਨੀ

disserve /,ਡਿਸ'ਸਅ:ਵ੍/ *vi* ਹਾਨੀ ਪਹੁੰਚਾਉਣਾ, ਨੁਕਸਾਨ ਕਰਨਾ

disservice /ਡਿਸ'ਸਅ:ਵ੍ਸਿ, ਡਿ'ਸਅ:-/ *n* ਹਾਨੀ, ਨੁਕਸਾਨ, ਅਣਉਪਕਾਰ

dissever /ਡਿਸ'ਸੈਵ੍ਅ*/ *v* ਅਲੱਗ-ਅਲੱਗ ਕਰਨਾ, ਵੱਖੋ-ਵੱਖਰਾ ਕਰਨਾ, ਕੱਢ ਦੇਣਾ, ਕੱਟ ਦੇਣਾ, ਹਿੱਸੇ ਕਰਨਾ, ਵੰਡਣਾ

dissidence /'ਡਿਸਿਡਅਨਸ/ *n* ਮੱਤ-ਭੇਦ, ਵਿਰੋਧ, ਅਸਹਿਮਤੀ, ਅਸੰਮਤੀ

dissident /'ਡਿਸਿਡਅਨਟ/ *a* ਵਿਰੋਧੀ, ਮੱਤ-ਭੇਦੀ; ਅਸਹਿਮਤੀ ਰੱਖਣ ਵਾਲਾ *n* ਸਾਥ ਛੱਡ ਦੇਣ ਵਾਲਾ (ਬੰਦਾ)

dissimilar /ਡਿ'ਸਿਮਿਲਅ*/ *a* ਭਿੰਨ, ਅਸਾਵਾਂ,

ਵੱਖਰਾ, ਅਸਮਾਨ, ਅਸਮਰੂਪ

dissimilarity /ˌਡਿਸਿਮਿ'ਲੈਰਅਟਿ/ *n* ਭਿੰਨਤਾ, ਅਸਾਵਾਂਪਣ, ਵਖਰੇਵਾਂ, ਅਸਮਾਨਤਾ, ਅਸਮਰੂਪਤਾ

dissimilate /ਡਿ'ਸਿਮਿਲੇਇਟ/ *vt* (ਭਾਸ਼ਾ) ਅੱਖਰਾਂ ਨੂੰ ਬਦਲਨਾ, ਧੁਨੀ ਭੇਦ ਕਰਨਾ, ਇੱਕ ਅੱਖਰ ਦੀ ਥਾਂ ਦੂਜਾ ਅੱਖਰ ਲਾਉਣਾ; ਅਸਮਾਨ ਬਣਾਉਣਾ

dissimilation /ˌਡਿਸਿਮਿ'ਲੇਇਸ਼ਨ/ *n* (ਭਾਸ਼ਾ) ਧੁਨੀ-ਭੇਦ; ਅਸਮਤਾ

dissimilitude /ˌਡਿਸਿ'ਮਿਲਿਟਯੂਡ/ *n* ਅਣਮੇਲ, ਭਿੰਨਤਾ, ਭੇਦ, ਵਖਰੇਵਾਂ, ਅੱਡਰਾਪਣ; ਅਸਮਤਾ, ਅਸਮਾਨਤਾ, ਅਸਮਰੂਪਤਾ

dissimulate /ਡਿ'ਸਿਮਯੁਲੇਇਟ/ *v* ਪਖੰਡ ਕਰਨਾ, ਮਕਰ ਕਰਨਾ, ਢੌਂਗ ਰਚਣਾ, ਛੁਪਾਉਣਾ

dissipate /'ਡਿਸਿਪੇਇਟ/ *v* ਖਿਲਾਰਨਾ, ਬਿਖੇਰਨਾ, ਖੈ ਕਰਨਾ ਜਾਂ ਹੋਣਾ, ਮਿਟਾ ਦੇਣਾ, ਮਿਟ ਜਾਣਾ; ਧਨ ਉਡਾਉਣਾ; ਸ਼ਕਤੀ ਨਸ਼ਟ ਕਰਨਾ

dissipated /'ਡਿਸਿਪੇਇਟਿਡ/ *a* ਖਿੱਲਰਿਆ, ਬਿਖਰਿਆ; ਛਿੰਨ-ਭਿੰਨ; ਲੁਪਤ, ਗ਼ਾਇਬ, ਮਿਟਿਆ ਹੋਇਆ; ਭ੍ਰਿਸ਼ਟ, ਦੁਰਾਚਾਰੀ

dissipation /ˌਡਿਸਿ'ਪੇਇਸ਼ਨ/ *n* ਖਿਲਾਰ, ਖਿੰਡਾਅ; ਛਿੰਨ-ਭਿੰਨਤਾ; ਫ਼ਜ਼ੂਲ-ਖ਼ਰਚੀ; ਭ੍ਰਿਸ਼ਟਤਾ

dissociate /ਡਿ'ਸਅਉਸ਼ਿਏਇਟ, -'ਸਅਉਸਿ-/ *vt* ਵਖਰਿਆਉਣਾ, ਵੱਖ-ਵੱਖ ਕਰਨਾ, ਅਲੱਗ ਕਰਨਾ; ਸੰਬੰਧ ਤੋੜਨਾ, ਵਿਘਟਤ ਕਰਨਾ ਜਾਂ ਹੋਣਾ; ਚਿੱਤ ਨੂੰ ਡਾਵਾਂ-ਡੋਲ ਕਰਨਾ

dissociated /ਡਿ'ਸਅਉਸ਼ਿਏਇਟਿਡ, -'ਸਅਉਸਿ-/ *a* ਵਿਘਟਤ; ਅਲੱਗ ਕੀਤਾ, ਅਸੰਬੰਧਿਤ

dissociation /ਡਿˌਸਅਉਸ਼ਿ'ਏਇਸ਼ਨ, -'ਸਅਉਸਿ-/ *n* ਵਖਰਿਆਉਣ ਦੀ ਕਿਰਿਆ, ਅਸੰਬੰਧਨ, ਵਿਘਟਨ, ਵਿਯੋਜਨ

dissociative /ਡਿ'ਸਅਉਸਿਏਇਟਿਵ੍, -'ਸਅਉਸਿ-/ *a* ਵਿਘਟਨਸ਼ੀਲ, ਵਿਯੋਜਨਾਤਮਿਕ

dissolubility /ਡਿˌਸੌਲਯੁ'ਬਿਲਅਟਿ/ *n* ਘੁਲਨਸ਼ੀਲਤਾ; ਦ੍ਰਵਣਸ਼ੀਲਤਾ, ਗਲਨਸ਼ੀਲਤਾ

dissoluble /ਡਿ'ਸੌਲਯੁਬ(ਅ)ਲ/ *a* ਘੁਲਨਸ਼ੀਲ, ਗਲਨਸ਼ੀਲ, ਖੁਰਨਯੋਗ, ਦ੍ਰਵਣਸ਼ੀਲ

dissolubleness /ਡਿ'ਸੌਲਯੁਬ(ਅ)ਲਨਅਸ/ *n* ਵੇਖੋ **dissolubility**

dissolute /'ਡਿਸਅਲੂਟ/ *a* ਲੁੱਚਾ, ਬਦਕਾਰ, ਦੁਰਾਚਾਰੀ, ਬਦਚਲਨ

dissolution /ˌਡਿਸਅ'ਲੂਸ਼ਨ/ *n* ਦ੍ਰਵੀਕਰਨ, ਵਿਲੋਪ; ਵਿਘਟਨ; ਵਿਨਾਸ਼, ਖ਼ਾਤਮਾ

dissolve /ਡਿ'ਜ਼ੌਲਵ੍/ *v* ਖੋਰਨਾ ਜਾਂ ਖੁਰਨਾ, ਘੋਲਨਾ ਜਾਂ ਘੁਲਨਾ, ਗਾਲਨਾ ਜਾਂ ਗਲਨਾ, ਪੰਘਾਰਨਾ ਜਾਂ ਪੰਘਰਨਾ, ਪਿਘਲਾਉਣਾ ਜਾਂ ਪਿਘਲਨਾ; ਉੱਡ-ਪੁੱਡ ਜਾਣਾ; ਵਿਘਟਨ ਕਰਨਾ, ਤੋੜਨਾ, ਭੰਗ ਕਰਨਾ; (ਮਸਲਾ) ਮਿਟਾਉਣਾ, ਖ਼ਤਮ ਕਰਨਾ

dissolved /ਡਿ'ਜ਼ੌਲਵ੍ਡ/ *a* ਘੁਲਿਆ, ਘੋਲਿਆ, ਵਿਲੀਨ

dissolvent /ਡਿ'ਜ਼ੌਲਵ੍(ਅ)ਨਟ/ *a* ਘੋਲਨ ਵਾਲਾ, ਖੋਰੂ

dissolving /ਡਿ'ਜ਼ੌਲਵਿਙ/ *a* ਘੋਲਨ ਵਾਲਾ, ਦਰਾਵਕ, ਦ੍ਰਵਕਾਰੀ

dissonance /'ਡਿਸਅਨਅਨਸ/ *n* ਅਣਜੋੜਤਾ, ਅਸੰਗਤੀ, ਬੇਸੁਰਾਪਣ, ਕੁਰਖ਼ਤਗੀ

dissonant /'ਡਿਸਅਨਅਨਟ/ *a* ਅਣਮੇਲ, ਅਸੰਗਤ, ਬੇਸੁਰਾ, ਕੁਰਖਤ

dissuade /ਡਿ'ਸਵੇਇਡ/ *vt* ਹੋੜਨਾ, ਮੋੜਨਾ, ਹਟਕਣਾ, ਮਨ੍ਹਾ ਕਰਨਾ, ਵਰਜਣਾ

dissuasion /ਡਿ'ਸਵੇਇਯ਼ਨ/ *n* ਰੋਕ, ਮਨਾਹੀ, ਹਟਕ, ਹੋੜ

dissuasive /ਡਿ'ਸਵੇਇਸਿਵ੍/ *a* ਹਟਕਣ ਵਾਲਾ, ਮਨ੍ਹਾ ਕਰਨ ਵਾਲਾ

dissunder /ਡਿ'ਸਅੱਨਡਅ*/ *vt* ਅਲੱਗ ਕਰਨਾ; ਪਾੜਨਾ, ਵੱਖ ਕਰਨਾ

dissymmetry /ਡਿ'ਸਿਮਿਟਰਿ/ *n* ਅਸਮਾਨਤਾ,

ਅਸਮਤਾ

distaff /'ਡਿਸਟਾਫ਼/ *n* ਜਨਾਨਾ ਕੰਮ; (ਉੱਨ ਜਾਂ ਸੂਤ ਕੱਤਣ ਵਾਲੀ) ਤੱਕਲੀ

distain /ਡਿ'ਸਟੇਇਨ/ *vt* ਧੱਬਾ ਲਗਾਉਣਾ, ਗੰਦਾ ਕਰਨਾ; ਕਲੰਕਿਤ ਕਰਨਾ

distal /'ਡਿਸਟਲ/ *a* ਕੇਂਦਰ ਤੋਂ ਦੂਰ ਦਾ, ਦੂਰਵਰਤੀ; ਸਿਰੇ ਦਾ

distance /'ਡਿਸਟਅਨਸ/ *n* ਵਿੱਥ, ਫ਼ਾਸਲਾ; ਵਾਟ, ਪੰਧ, ਪੈਂਡਾ; ਪਾੜਾ, ਦੂਰੀ; ਅੰਤਰ; ਮੁੱਦਤ *vt* ਦੂਰ ਰੱਖਣਾ, ਪਿੱਛੇ ਛੱਡ ਜਾਣਾ, ਅੱਗੇ ਲੰਘ ਜਾਣਾ

distance learning *n* (ਇੰਟਰਨੈੱਟ, ਟੈਲੀਵਿਜ਼ਨ, ਰੇਡੀਓ ਆਦਿ) ਸੰਚਾਰ ਮਾਧਿਅਮਾਂ ਰਾਹੀਂ ਪੜ੍ਹਾਈ

distant /'ਡਿਸਟਅਨਟ/ *a* ਦੁਰੇਡਾ, ਪਰੇਡਾ, ਦੂਰਵਰਤੀ, (ਰਿਸ਼ਤੇਦਾਰ) ਦੂਰ ਦਾ; ਰੁੱਖਾ, ਕੋਰਾ; ਅਸਪਸ਼ਟ

distant return *n* ਦੀਰਘ ਕਾਲ ਪ੍ਰਤਿਫਲ

distant satisfaction *n* ਭਾਵੀ ਸੰਤੁਸ਼ਟੀ

distaste /ਡਿਸ'ਟੇਇਸਟ/ *n* ਬੇਸੁਆਦੀ, ਸੁਆਦਹੀਣਤਾ; ਅਰੁਚੀ, ਘਿਰਨਾ, ਨਾਪਸੰਦਗੀ

distasteful /ਡਿਸ'ਟੇਇਸਟਫ਼ਲ/ *a* ਬੇਸੁਆਦ, ਫਿੱਕਾ, ਬਕਬਕਾ, ਸੁਆਦਹੀਣ; ਅਰੁਚੀਕਰ, ਘਿਰਨਾਯੋਗ, ਨਾ ਪਸੰਦੀਦਾ

distemper[1] /ਡਿ'ਸਟੈਂਪਅ*/ *n* ਵਿਕਾਰ, (ਸਰੀਰਿਕ ਜਾਂ ਮਾਨਸਿਕ) ਕਸਰ, ਰੋਗ; ਬਦਮਿਜ਼ਾਜੀ *vt* ਸਿਹਤ ਵਿਗਾੜਨਾ; ਦਿਮਾਗ਼ੀ ਤੋਲ ਜਾਂ ਸੰਤੁਲਨ ਵਿਗਾੜਨਾ

distemper[2] *n* ਪੱਕਾ ਪਲਸਤਰੀ ਰੰਗ, ਡਿਸਟੈਂਪਰ *vt* ਡਿਸਟੈਂਪਰ ਬਣਾਉਣਾ; ਡਿਸਟੈਂਪਰ ਕਰਨਾ, ਰੋਗ਼ਨ ਕਰਨਾ

distempered /ਡਿ'ਸਟੈਂਪਅਡ/ *a* ਮਨੋਵਿਕਾਰੀ, ਬਦਦਿਮਾਗ਼, ਬਦਮਿਜ਼ਾਜ

distend /ਡਿ'ਸਟੈਂਡ/ *v* ਫੁਲਾਉਣਾ, ਫੁੱਲਣਾ, ਪਸਰਨਾ

distil /ਡਿ'ਸਟਿਲ/ *v* ਨੁੱਚੜਨਾ, ਚੋਣਾ, ਟਪਕਣਾ, ਰਿਸਣਾ; (ਅਰਕ, ਸਤ, ਸ਼ਰਾਬ) ਕੱਢਣਾ, ਕਸ਼ੀਦ ਕਰਨਾ, ਕਸ਼ੀਦਣਾ, ਨਿਕਲਨਾ; ਛਣਨਾ

distillation /ˌਡਿਸਟਿ'ਲੇਇਸ਼ਨ/ *n* ਕਸ਼ੀਦ ਕਰਨ ਦੀ ਕਿਰਿਆ, ਅਰਕ ਕੱਢਣ ਦੀ ਕਿਰਿਆ; ਸ਼ੁੱਧੀਕਰਨ

distiller /ਡਿ'ਸਟਿਲਅ*/ *n* ਅਰਕ ਜਾਂ ਸ਼ਰਾਬ ਕੱਢਣ ਵਾਲਾ, ਕਸ਼ੀਦਕਾਰ, ਆਬਕਾਰ, ਸੁਰਾਕਾਰ

distillery /ਡਿ'ਸਟਿਲਅਰਿ/ *n* ਸ਼ਰਾਬ ਦੀ ਭੱਠੀ ਜਾਂ ਕਾਰਖ਼ਾਨਾ

distinct /ਡਿ'ਸਟਿਙਕਟ/ *a* ਨਿਵੇਕਲਾ, ਨਿਖੜਵਾਂ, ਨਿਆਰਾ, ਵੱਖਰਾ, ਅੱਡਰਾ; ਭਿੰਨ, ਸੁਤੰਤਰ; ਅਲੱਗ; ਸਪਸ਼ਟ, ਸਾਫ਼, ਨਿਸ਼ਚਿਤ

distinction /ਡਿ'ਸਟਿਙਕਸ਼ਨ/ *n* ਨਿਖੜਵਾਂਪਣ, ਨਿਆਰਾਪਣ; ਵਖਰੇਵਾਂ, ਭਿੰਨਤਾ, ਨਿਖੇੜਾ; ਖ਼ਾਸੀਅਤ, ਵਿਲੱਖਣਤਾ, ਵਿਸ਼ੇਸ਼ਤਾ; ਮਹੱਤਤਾ, ਪ੍ਰਸਿੱਧੀ; ਮਾਣ, ਵਡਿਆਈ; ਉੱਚ-ਪਦਵੀ, ਮਰਤਬਾ, ਖ਼ਿਤਾਬ

distinctive /ਡਿ'ਸਟਿਙਕਟਿਵ੍/ *a* ਨਿਵੇਕਲਾ, ਵਿਸ਼ੇਸ਼, ਖ਼ਾਸ; ਅਲੱਗ, ਭਿੰਨ

distinctively /ਡਿ'ਸਟਿਙਕਟਿਵ੍ਲਿ/ *adv* ਵਿਸ਼ੇਸ਼ਤਾ ਨਾਲ, ਵਿਲੱਖਣ ਢੰਗ ਨਾਲ, ਨਿਵੇਕਲੇ ਢੰਗ ਨਾਲ

distinctiveness /ਡਿ'ਸਟਿਙਕਟਿਵ੍ਨਅਸ/ *n* ਵਿਸ਼ੇਸ਼ਤਾ, ਵਿਲੱਖਣਤਾ, ਖ਼ਾਸੀਅਤ, ਭੇਦ, ਭਿੰਨਤਾ, ਵਖਰੇਵਾਂ

distinguish /ਡਿ'ਸਟਿਙਗਵਿਸ਼/ *v* ਵਖਰਾਉਣਾ, ਭੇਦ ਦਰਸਾਉਣਾ, ਨਿਖੇੜ ਕਰਨਾ; ਛਾਂਟਣਾ, ਪਛਾਣਨਾ; ਉਘਾੜਨਾ, ਉੱਘਾ ਕਰਨਾ; ਉੱਘੜਨਾ, ਉੱਘਾ ਹੋਣਾ, ਪ੍ਰਸਿੱਧ ਹੋਣਾ

distinguished /ਡਿ'ਸਟਿਙਗਵਿਸ਼ਟ/ *a* ਚੋਣਵਾਂ, ਪਤਵੰਤਾ, ਉੱਘਾ, ਪ੍ਰਸਿੱਧ, ਨਾਮੀਂ, ਨਾਮਵਰ, ਪ੍ਰਤਿਸ਼ਠਿਤ; ਵਿਸ਼ੇਸ਼, ਵਿਲੱਖਣ, ਅਦਭੁਤ

distort /ਡਿ'ਸਟੋਟ/ *vt* ਵਿਗਾੜਨਾ, ਮੋੜਨਾ-ਤੋੜਨਾ, ਭੰਨ-ਤੋੜ ਦੇਣਾ, ਗ਼ਲਤ ਬਿਆਨੀ ਕਰਨਾ; ਵਿਕਰਿਤ ਕਰਨਾ, ਵਿਰੂਪ ਕਰ ਦੇਣਾ,

ਹੁਲੀਆ ਵਿਗਾੜਨਾ

distorted **/ਡਿ'ਸਟੋਟਿਡ/** *a* ਵਿਗੜਿਆ ਜਾਂ ਵਿਗਾੜਿਆ, ਵਿਕਰਿਤ, ਵਿਰੂਪਤ

distortion **/ਡਿ'ਸਟੋਸ਼ਨ/** *n* ਕੱਜ, ਵਿਗਾੜ, ਮੋੜ-ਤਰੋੜ, ਭੰਨ-ਤੋੜ, ਗ਼ਲਤ-ਬਿਆਨੀ; ਵਿਰੂਪਣ, ਕਰੂਪਣ, (ਟੈਲੀਫ਼ੋਨ) ਵਿਗਾੜ, ਗੜਬੜ

distract **/ਡਿ'ਸਟਰੈਕਟ/** *vt* ਧਿਆਨ ਹਟਾਉਣਾ, ਉਚਾਟ ਕਰਨਾ, ਘਬਰਾ ਦੇਣਾ, ਡੌਰ-ਭੌਰਾ ਕਰ ਦੇਣਾ, ਚਿੱਤ ਭਰਮਾਉਣਾ; ਜਿੱਚ ਕਰਨਾ, ਚਕਰਾ ਦੇਣਾ, ਵਿਆਕੁਲ ਕਰਨਾ, ਪਰੇਸ਼ਾਨ ਕਰਨਾ

distraction **/ਡਿ'ਸਟਰੈਕਸ਼ਨ/** *n* ਧਿਆਨ-ਭੰਗ; ਘਬਰਾਹਟ, ਉਲਝਣ, ਵਿਆਕੁਲਤਾ, ਵਿਘਨ; ਰੁਕਾਵਟ, ਖ਼ਲਲ; ਖ਼ਬਤ, ਸ਼ੁਦਾਅ; ਉਨਮਾਦ, ਪਾਗਲਪਣ, ਦਿਲ-ਭੁਲਾਵਾ

distrain **/ਡਿ'ਸਟਰੇਇਨ/** *vi* (ਕਨੂੰ) ਕੁਰਕੀ ਕਰਨਾ, ਜ਼ਬਤ ਕਰਨਾ, ਕੁਰਕ ਕਰ ਲੈਣਾ, ਜ਼ਬਤ ਕਰ ਲੈਣਾ

distrainer **/ਡਿ'ਸਟਰੇਇਨਅ*/** *n* ਕੁਰਕੀ ਕਰਨ ਵਾਲਾ, ਕੁਰਕ-ਅਮੀਨ

distrainment **/ਡਿ'ਸਟਰੇਇਨਮਅਨਟ/** *n* ਕੁਰਕੀ, ਜ਼ਬਤੀ

distraught **/ਡਿ'ਸਟਰੋਟ/** *a* ਡੌਰ-ਭੌਰਾ, ਵਿਆਕੁਲ, ਪਰੇਸ਼ਾਨ, ਘਬਰਾਇਆ; ਖ਼ਬਤੀ, ਸ਼ੁਦਾਈ, ਸਨਕੀ

distress **/ਡਿ'ਸਟਰੈੱਸ/** *n* ਦੁੱਖ, ਕਲੇਸ਼, ਕਸ਼ਟ, ਬਿਪਤਾ; ਤੰਗੀ, ਦਿੱਕਤ; ਆਪੱਤੀ; ਥਕੇਵਾਂ; (ਕਨੂੰ) ਕੁਰਕੀ *vt* ਪੀੜਿਤ ਕਰਨਾ, ਕਲਪਾਉਣਾ, ਦੁਖਾਉਣਾ, ਸਤਾਉਣਾ, ਤੰਗ ਕਰਨਾ, ਦਿੱਕ ਕਰਨਾ, ਥਕਾਉਣਾ; ਕੁਰਕੀ ਕਰਨਾ

distressed **/ਡਿ'ਸਟਰੈੱਸਟ/** *a* ਦੁਖੀ, ਪੀੜਿਤ, ਚਿੰਤਾਤੁਰ

distressful **/ਡਿ'ਸਟਰੈੱਸਫ਼ਲ/** *a* ਦਰਦਮਈ, ਦੁਖਮਈ, ਦੁਖਦਾਈ, ਦੁੱਖ ਭਰਪੂਰ; ਕਲੇਸ਼ਜਨਕ

distress-warrant *n* ਕੁਰਕੀ ਦਾ ਪਰਵਾਨਾ, ਕੁਰਕੀ ਦੇ ਵਰੰਟ

distributary **/ਡਿ'ਸਟਰਿਬਯੁਟ(ਅ)ਰਿ/** *n* ਨਦੀਂ ਜਾਂ ਨਹਿਰ ਦੀ ਸ਼ਾਖਾ, ਰਜਵਾਹਾ

distribute **/ਡਿ'ਸਟਰਿਬਯੂਟ, 'ਡਿਸਟਰਿਬਯੂਟ/** *vt* ਵੰਡਣਾ, ਵਰਤਾਉਣਾ; ਖਿਲਾਰਨਾ; ਵੱਖ-ਵੱਖ ਕਰਨਾ, ਵਿਭਾਜਨ ਕਰਨਾ, ਬਟਵਾਰਾ ਕਰਨਾ; ਕ੍ਰਮਵਾਰ ਕਰਨਾ, ਸ਼੍ਰੇਣੀਬੱਧ ਕਰਨਾ, ਕ੍ਰਮਬੱਧ ਕਰਨਾ

distributed **/ਡਿ'ਸਟਰਿਬਯੂਟਿਡ/** *a* ਵੰਡਿਆ, ਵਿਭਾਜਿਤ, ਕ੍ਰਮਬੱਧ

distributer **/ਡਿ'ਸਟਰਿਬਯਅਟਅ*/** *n* ਵੇਖੋ **distributor**

distribution **/ˌਡਿਸਟਰਿ'ਬਯੂਸ਼ਨ/** *n* ਵੰਡ, ਵਿਭਾਜਨ, ਬਟਵਾਰਾ; ਵਰਗੀਕਰਨ; ਭਾਗ, ਹਿੱਸਾ; ਵਿਭਾਗੀ ਵੰਡ; ਵਿਭਾਜਨ ਕ੍ਰਮ; ਵਿਸਤਾਰ, ਫੈਲਾਉ

distributive **/ਡਿ'ਸਟਰਿਬਯਅਟਿਵ੍/** *a* ਵੰਡਕਾਰੀ, ਵੰਡਣਾਤਮਿਕ, ਨਿਖੇੜੂ, ਵਿਭਾਜਨਸ਼ੀਲ

distributive law *n* ਵੰਡ ਸਿਧਾਂਤ

distributive society *n* ਸਹਿਕਾਰੀ ਸਮਿਤੀ

distributively **/ਡਿ'ਸਟਰਿਬਯਅਟਿਵ੍ਲਿ/** *adv* ਵੰਡਣਾਤਮਿਕ ਢੰਗ ਨਾਲ, ਵੰਡ ਅਨੁਸਾਰ; ਵੱਖ-ਵੱਖ, ਅਲੱਗ-ਅਲੱਗ

distributor **/ਡਿ'ਸਟਰਿਬਯਅਟਅ*/** *n* ਵਰਤਾਵਾ, ਵੰਡਣ ਵਾਲਾ, ਵਿਤਰਕ, ਵਿਤਰਨ-ਕਰਤਾ, ਵਿਭਾਜਕ, ਵੰਡਾਵਾ; ਥੋਕ ਵਪਾਰੀ

district **/'ਡਿਸਟਰਿਕਟ/** *n* ਜ਼ਿਲ੍ਹਾ; ਜੈਲ, ਇਲਾਕਾ, ਹਲਕਾ, ਕਾਰਜਖੇਤਰ; ਪਾਦਰੀ ਦਾ ਪ੍ਰਦੇਸ; ਭੂਮੀ ਭਾਗ, ਭੂਖੰਡ; ਖਿੱਤਾ, ਟੱਪਾ; ਚੋਣ ਖੇਤਰ *vt* ਜ਼ਿਲ੍ਹੇਵਾਰ ਕਰਨਾ, ਜ਼ਿਲ੍ਹਿਆਂ ਵਿੱਚ ਵੰਡਣਾ

district attorney *n* ਕਿਸੇ ਵਿਸ਼ੇ ਖੇਤਰ ਵਿੱਚ ਅਪਰਾਧ ਦਾ ਮੁਕੱਦਮਾ ਚਲਾਉਣ ਵਾਲਾ ਵਕੀਲ

distrust **/ਡਿਸ'ਟਰਅੱਸਟ/** *n* ਬੇਵਸਾਹੀ, ਬੇਇਤਬਾਰੀ, ਬੇਪ੍ਰਤੀਤੀ, ਅਵਿਸ਼ਵਾਸ, ਸ਼ੰਕਾ, ਸ਼ੱਕ, ਸੰਦੇਹ *vt* ਸ਼ੱਕ ਕਰਨਾ, ਸੰਦੇਹ ਕਰਨਾ, ਭਰੋਸਾ ਨਾ ਕਰਨਾ, ਵਿਸ਼ਵਾਸ ਨਾ ਕਰਨਾ

distrustful **/ਡਿਸ'ਟਰਅੱਸਟਫ਼ਲ/** *a*

ਅਵਿਸ਼ਵਾਸੀ, ਸ਼ੱਕੀ, ਸੰਦਿਗਧ, ਸੰਦੇਹਪੂਰਨ

disturb **/ਡਿ'ਸਟਅ:ਬ/** *vt* ਵਿਘਨ ਪਾਉਣਾ, ਦਖ਼ਲ ਦੇਣਾ, ਹਲਚਲ ਮਚਾਉਣਾ; ਅਸ਼ਾਂਤ ਕਰਨਾ, ਵਿਆਕੁਲ ਕਰਨਾ, ਬੇਚੈਨ ਕਰਨਾ; ਉਲਟ-ਪੁਲਟ ਕਰ ਦੇਣਾ

disturbance **/ਡਿ'ਸਟਅ:ਬਅਨਸ/** *n* ਗੜਬੜ, ਹਲਚਲ; ਦੰਗਾ, ਹੁੱਲੜ, ਫ਼ਸਾਦ; ਦਖ਼ਲ; ਅਸ਼ਾਂਤੀ; ਵਿਆਕੁਲਤਾ, ਘਬਰਾਹਟ, ਬੇਚੈਨੀ

disturbed **/ਡਿ'ਸਟਅ:ਬਡ/** *a* ਅਸ਼ਾਂਤ, ਵਿਆਕੁਲ, ਘਾਬਰਿਆ, ਬੇਚੈਨ

disunion **/ਡਿਸ'ਯੂਨਿਅਨ/** *n* ਵਿਛੋੜਾ, ਅਸੰਯੋਗ, ਜੁਦਾਈ; ਕਲੇਸ਼, ਅਣਬਣ

disunity **/ਡਿਸ'ਯੂਨਅਟਿ/** *n* ਫੁੱਟ, ਨਾਇਤਫ਼ਾਕੀ

disuse **/ਡਿਸ'ਯੂਸ/** *n* ਅਵਰਤੋਂ, ਅਪ੍ਰਯੋਗ, ਅਪ੍ਰਚਲਨ **/ਡਿਸ'ਯੂਜ਼/** *vt* ਵਰਤੋਂ ਵਿੱਚ ਨਾ ਲਿਆਉਣਾ, ਪ੍ਰਯੋਗ ਨਾ ਕਰਨਾ, ਵਰਤੋਂ ਨਾ ਕਰਨਾ; ਰਿਵਾਜ ਛੱਡਣਾ

disutility **/ˌਡਿਸਯੁ'ਟਿਲਅਟਿ/** *n* ਅਣਉਪਯੋਗਤਾ

ditch **/ਡਿਚ/** *n* ਖਾਈ, ਖੱਡ; ਖਾਲ, ਨਾਲੀ *v* ਖਾਈ ਪੁੱਟਣਾ; ਖਾਲ ਪੁੱਟਣਾ ਜਾਂ ਬਣਾਉਣਾ; ਅੱਧ ਵਿਚਾਲੇ ਛੱਡਣਾ

ditheism **/'ਡਾਇਥੀਇਜ਼ਅਮ/** *n* ਖੁਦਾ ਅਤੇ ਸ਼ੈਤਾਨ ਦੀਆਂ ਦੋ ਅਲੱਗ-ਅਲੱਗ ਹਸਤੀਆਂ ਮੰਨਣ ਦਾ ਸਿਧਾਂਤ, ਦਵੈਤਵਾਦ

ditheist **/'ਡਾਇਥੀਇਸਟ/** *n* ਦੋ-ਦੇਵਵਾਦੀ, ਦਵੈਤਵਾਦੀ

dither **/'ਡਿਦਅ*/** *vi* (ਬੋਲ) ਕੰਬਣਾ, ਠੁਰ-ਠੁਰ ਕਰਨਾ; ਡਗਮਗਾਉਣਾ, ਜਕੋਤਕੀ ਕਰਨਾ, ਡੋਲਣਾ *n* ਕਾਂਬਾ, ਠਾਰੀ; ਅਸਥਿਰਤਾ, ਵਿਚਲਨ, ਡਗਮਗਾਹਟ

dithyramb **/'ਡਿਥਿਰੈਮ(ਬ)/** *n* ਯੂਨਾਨ ਦਾ ਸਮੂਹ ਗੀਤ, ਯੂਨਾਨ ਵਿੱਚ ਸ਼ਰਾਬ ਦੇ ਦੇਵਤੇ (ਡਾਇਓਨਿਸਿਸ) ਦੀ ਉਪਾਸ਼ਨਾ ਦਾ ਗੀਤ, ਉਤੇਜਕ ਜਾਂ ਉਤਸ਼ਾਹਮਈ ਗੀਤ; ਜੁਸ਼ੀਲੀ ਕਵਿਤਾ, ਭੜਕੀਲੀ ਤਕਰੀਰ

dithyrambic **/ˌਡਿਥਿ'ਰੈਮਬਿਕ/** *a* ਯੂਨਾਨੀ ਭਾਸ਼ਨ ਸੰਬੰਧੀ; ਮਦਰਾ ਦੇਵ ਦੀ ਉਪਾਸ਼ਨਾ ਦੇ ਗੀਤ ਸੰਬੰਧੀ *n* ਮਸਤ ਗੀਤ, ਉਤਸ਼ਾਹਪੂਰਨ ਗੀਤ; ਉਤੇਜਕ ਲੇਖ

ditransitive **/ਡਾਇ'ਟਰੈਨਸਅਟਿਵ, -'ਟਰੈਨਜ਼-/** *a* (ਕਿਰਿਆ) ਦੋ ਕਰਮਾਂ ਵਾਲੀ

dittany **/'ਡਿਟਅਨਿ/** *n* ਇੱਕ ਜੜੀ ਬੂਟੀ

ditto **/'ਡਿਟਅਉ/** *a* ਉਪਰੋਕਤ, ਉਕਤ *vt* ਹਾਂ ਵਿੱਚ ਹਾਂ ਮਿਲਾਉਣਾ, ਪੁਸ਼ਟੀ ਕਰਨਾ

dittography **/ਡਿ'ਟੌਗਰਅਫ਼ਿ/** *n* (ਨਕਲ ਨਵੀਸ ਵੱਲੋਂ ਭੁੱਲ ਨਾਲ) ਕਿਸੇ ਸ਼ਬਦ ਜਾਂ ਅੱਖਰ ਦਾ ਦੁਹਰਾਓ

ditty **/'ਡਿਟਿ/** *n* ਟੱਪਾ, ਛੋਟਾ ਗੀਤ

ditty bag **/'ਡਿਟਿ ਬੈਗ/** *n* (ਜਹਾਜ਼ ਵਿੱਚ) ਛੋਟਾ-ਮੋਟਾ ਸਮਾਨ ਰੱਖਣ ਵਾਲਾ ਥੈਲਾ

diuretic **/ˌਡਾਇਯੁ'ਰੈੱਟਿਕ/** *n* ਪਿਸ਼ਾਬ ਵਧਾਉਣ ਵਾਲੀ (ਦਵਾਈ) *a* ਮੂਤ-ਵਰਧਕ

diurnal **/ਡਾਇ'ਅ:ਨਲ/** *a* ਦੈਨਿਕ, ਦਿਵਸੀ, ਦਿਨ ਜਾਂ ਦਿਨ ਸੰਬੰਧੀ; ਪ੍ਰਤਿ ਦਿਨ ਦਾ; ਰੋਜ਼ ਦਾ, ਰੋਜ਼ਾਨਾ ਦਾ

diva **/'ਡੀਵ਼ਅ/** *n* ਪ੍ਰਧਾਨ ਗਾਇਕਾ, ਮੁੱਖ ਗਾਇਕਾ

divagate **/'ਡਾਇਵ਼ਅਗੇਇਟ/** *vi* ਭਟਕਣਾ, ਰਾਹ ਭੁੱਲ ਜਾਣਾ; ਪਥ ਭ੍ਰਿਸ਼ਟ ਹੋਣਾ, ਬਹਿਕ ਜਾਣਾ, ਗੁਮਰਾਹ ਹੋਣਾ

divagation **/ˌਡਾਇਵ਼ਅ'ਗੇਇਸ਼ਨ/** *n* ਭਟਕਣ, ਪਥ- ਭ੍ਰਿਸ਼ਟਤਾ, ਵਿਚਲਨ, ਬਹਿਕ, ਗੁਮਰਾਹੀ

divalent **/'ਡਾਇਵ਼ੇਇਲਅਨਟ/** *a* ਦੋ ਅੰਸ਼ਾਂ ਦਾ ਮਿਲਿਆ, ਦੋ-ਸੰਯੋਗੀ

dive **/ਡਾਇਵ਼/** *vi* ਟੁੱਭੀ ਮਾਰਨਾ, ਗੋਤਾ ਮਾਰਨਾ, ਡੁਬਕੀ ਲਾਉਣਾ; ਅੱਖਾਂ ਤੋਂ ਓਹਲੇ ਹੋਣਾ; ਪਾਣੀ ਜਾਂ ਜੇਬ ਵਿੱਚ ਹੱਥ ਪਾਉਣਾ; ਮਨ ਵਿੱਚ ਝਾਤੀ ਮਾਰਨਾ *n* ਟੁੱਭੀ, ਗੋਤਾ, ਡੁਬਕੀ; ਸ਼ਰਾਬਖ਼ਾਨਾ; ਤਹਿਖ਼ਾਨਾ, ਲੁਕਣ ਦੀ ਥਾਂ

diver **/'ਡਾਇਵ਼ਅ*/** *n* ਗੋਤਾਖੋਰ, ਟੁੱਭੀਮਾਰ,

ਟੋਬਾ; ਅੱਖਾਂ ਤੋਂ ਦੂਰ ਹੋ ਜਾਣ ਵਾਲਾ; ਡੁਬਕੀ (ਇੱਕ ਜਲ ਪੰਛੀ)

diverge /ਡਾਇ'ਵ੍ਅ:ਜ/ *v* ਵੱਖ ਹੋਣਾ; ਭਿੰਨ ਦਿਸ਼ਾ ਵੱਲ ਜਾਣਾ; ਵਿਚਲਿਤ ਹੋਣਾ, ਭਟਕਾਉਣਾ, ਭਟਕਣਾ; ਰੁਖ਼ ਫੇਰਨਾ

divergence /ਡਾਇ'ਵਅ:ਜਅਨਸ/ *n* ਭਿੰਨਤਾ; ਭਟਕਣ; (ਗਣਿ) ਅਪਸਰਨ

divergent /ਡਾਇ'ਵ੍ਅ:ਜਅਨਟ/ *a* ਭਟਕਣ ਵਾਲਾ, ਭਟਕਾਉਣ ਵਾਲਾ; ਭਿੰਨ-ਦਿਸ਼ਾਵੀ, ਭਿੰਨ, ਵੱਖਰਾ, ਭਿੰਨ ਮਤ ਵਾਲਾ

diverse /ਡਾਇ'ਵ੍ਅ:ਸ/ *a* ਵੱਖ-ਵੱਖ, ਭਿੰਨ-ਭਿੰਨ, ਤਰ੍ਹਾਂ-ਤਰ੍ਹਾਂ ਦਾ, ਵੰਨ-ਸੁਵੰਨਾ, ਵਿਵਿਧ, ਰੰਗ-ਬਰੰਗਾ, ਬਹੁਭਾਂਤੀ, ਬਹੁਭਾਂਤ ਦਾ

diversify /ਡਾਇ'ਵ੍ਅ:ਸਿਫ਼ਾਇ/ *v* ਬਹੁਵਿਧ ਕਰਨਾ, ਵੰਨ-ਸੁਵੰਨਾ ਬਣਾਉਣਾ, ਬਹੁਭਾਂਤ ਦਾ ਬਣਾਉਣਾ

diversion /ਡਾਇ'ਵ੍ਅ:ਸ਼ਨ/ *n* ਮੋੜ; ਵਿਚਲਨ, ਭਟਕਣ, ਦਿਲ-ਭੁਲਾਵਾ; ਪਰਚਾਵਾ, ਹਾਸਾ-ਖੇਡ, ਮਨੋਰੰਜਨ, ਵਿਲਾਸ

diversity /ਡਾਇ'ਵ੍ਅ:ਸਅਟਿ/ *n* ਭੇਦ, ਵਿਭਿੰਨਤਾ, ਵੰਨ-ਸੁਵੰਨਤਾ, ਅਨੇਕ ਰੂਪਤਾ, ਵਚਿੱਤਰਤਾ, ਵਿਵਿਧਤਾ, ਰੰਗ-ਬਰੰਗਾਪਣ

divert /ਡਾਇ'ਵ੍ਅ:ਟ/ *vt* ਮੋੜਨਾ, ਫੇਰਨਾ, ਪਰ੍ਹੇ ਹਟਾਉਣਾ, ਟਾਲਣਾ, ਦੂਰ ਕਰਨਾ, ਰੁਖ਼ ਬਦਲਨਾ, ਰਸਤਾ ਬਦਲਨਾ; ਮਨ ਫੇਰਨਾ, ਭੁਲਾਉਣਾ; ਪਰਚਾਉਣਾ, ਵਰਾਉਣਾ; ਮਨੋਰੰਜਨ ਕਰਨਾ

divest /ਡਾਇ'ਵੈੱਸਟ/ *vt* ਨੰਗਾ ਕਰਨਾ, ਵਸਤਰਹੀਣ ਕਰਨਾ; ਵਿਰਵਾ ਜਾਂ ਵਾਂਝਿਆਂ ਕਰਨਾ, ਵੰਚਿਤ ਕਰਨਾ; ਅਧਿਕਾਰ ਖੋਹ ਲੈਣਾ **divest a person of** ਅਧਿਕਾਰ ਆਦਿ ਖੋਹ ਲੈਣਾ

divide /ਡਿ'ਵ੍ਾਇਡ/ *n* ਵੰਡ; ਵੱਟ, ਬੰਨੀ; ਜਲ-ਵਿਭਾਜਕ, ਵਾਟਰ ਸ਼ੈੱਡ *v* ਵੰਡਣਾ, ਵਿਭਾਜਿਤ ਕਰਨਾ; ਫੁੱਟ ਪਾਉਣਾ, ਧਿਆਨ ਵਟਾਉਣਾ; ਹਿੱਸਾ ਵੰਡਣਾ; (ਗਣਿ) ਭਾਗ ਦੇਣਾ, ਤਕਸੀਮ ਕਰਨਾ

divided /ਡਿ'ਵ੍ਾਇਡਿਡ/ *a* ਵੰਡਿਆ ਹੋਇਆ, ਵਿਭਾਜਿਤ; ਵੱਖ, ਅਲੱਗ, ਕੱਟਿਆ ਹੋਇਆ

dividend /'ਡਿਵ੍ਡਿੈਂਨਡ/ *n* (ਗਣਿ) ਭਾਜ-ਅੰਕ; ਲਾਭ-ਅੰਸ਼

divider /ਡਿ'ਵ੍ਾਇਡਅ*/ *n* ਕਿਸੇ ਸਮੁੱਚ ਨੂੰ ਵੰਡਣ ਵਾਲਾ ਵਿਅਕਤੀ ਜਾਂ ਚੀਜ਼, ਪਾੜੂ, (ਗਣਿ) ਵਿਭਾਜਕ, (ਬਹੁ) ਪਰਕਾਰ, ਡਿਵਾਈਡਰ

dividing /ਡਿ'ਵ੍ਾਇਡਿਙ/ *a* ਵਿਭਾਜਕ

divine /ਡਿ'ਵ੍ਾਇਨ/ *a* ਰੱਬੀ, ਇਲਾਹੀ, ਦੈਵੀ, ਰੂਹਾਨੀ; ਪਵਿੱਤਰ, ਧਾਰਮਿਕ *n* ਧਰਮ ਉਪਦੇਸ਼ਕ, ਪਰੋਹਤ *v* ਭਵਿੱਖਬਾਣੀ ਕਰਨਾ, ਪਹਿਲਾਂ ਜਾਣ ਜਾਣਾ, ਪੇਸ਼ੀਨਗੋਈ ਕਰਨਾ

divineness /ਡਿ'ਵ੍ਾਇਨਨਅਸ/ *n* ਦੈਵਤਵ, ਦੈਵੀਪਣ; ਪਵਿੱਤਰਤਾ

divine service *n* ਨਮਾਜ਼, ਉਪਾਸ਼ਨਾ

divinity /ਡਿ'ਵ੍ਨਿਅਟਿ/ *n* ਦੇਵਤੱਵ, ਦਿੱਵਤਾ, ਈਸ਼ਵਰਤਾ, ਧਾਰਮਿਕਤਾ

divinization /ˌਡਿਵ੍ਨਿਾਇ'ਜ਼ੇਇਸ਼ਨ/ *n* ਦੈਵੀਕਰਨ, ਦੇਵਤਾ ਬਣਾਉਣ ਦਾ ਕਾਰਜ

divisibility /ਡਿˌਵ੍ਜ਼ਿ'ਬਿਲਅਟਿ/ *n* ਵੰਡਣਯੋਗਤਾ, ਵੰਡੀਣਯੋਗਤਾ

divisible /ਡਿ'ਵ੍ਜ਼ਿਅਬਲ/ *a* ਵੰਡਣਯੋਗ, ਭਾਗ ਹੋਣ ਯੋਗ, ਵਿਭਾਜੀ

division /ਡਿ'ਵ੍ਯ਼ਿਨ/ *n* ਵੰਡ, ਵਿਭਾਜਨ, ਬਟਵਾਰਾ; ਵਰਗੀਕਰਨ, ਵਰਗ; ਪਾਟਕ, ਫੁੱਟ; (ਗਣਿ) ਤਕਸੀਮ, ਭਾਗ; ਸੀਮਾ, ਹੱਦ; ਖੰਡ, ਅਧਿਆਇ, ਕਮਿਸ਼ਨਰੀ; ਸੈਨਾ-ਦਲ, ਟੁਕੜੀ, ਡਿਵੀਜ਼ਨ; ਦਰਜਾ, ਸ਼੍ਰੇਣੀ

divisional /ਡਿ'ਵ੍ਯ਼ਿਅਨਲ/ *a* ਵਿਭਾਗੀ, ਮੰਡਲੀ; ਵਿਭਾਜਨ ਸੰਬੰਧੀ; ਅਰਥ ਭੇਦ ਸੰਬੰਧੀ, ਸੀਮਾ ਜਾਂ ਹੱਦ ਸੰਬੰਧੀ

division of labour *n* ਕਿਰਤ-ਵੰਡ

divisor /ਡਿ'ਵ੍ਾਇਜ਼ਅ*/ *n* (ਗਣਿ) ਭਾਜਕ ਅੰਕ

divorce /ਡਿ'ਵ੍ੋਸ/ *n* ਤਲਾਕ; ਤਿਆਗ, ਅਲਹਿਦਗੀ *vt* ਤਲਾਕ ਦੇਣਾ, ਸੰਬੰਧ ਤੋੜਨਾ; ਤਿਆਗਣਾ, ਛੱਡਣਾ

divorcee /ਡਿ,ਵੋ'ਸੀ/ *n* ਤਲਾਕਸੁਦਾ ਵਿਅਕਤੀ

divorcement /ਡਿ'ਵੋਸਮਅਨਟ/ *n* ਤਲਾਕ; ਅਲਹਿਦਗੀ, ਤਿਆਗ

divulge /ਡਾਇ'ਵਅੱਲਜ/ *vt* (ਭੇਦ) ਖੋਲ੍ਹਣਾ, ਨਸ਼ਰ ਕਰਨਾ, ਉਘਾੜਨਾ, ਪ੍ਰਗਟ ਕਰਨਾ, ਜ਼ਾਹਰ ਕਰਨਾ

divulgence /ਡਾਇ'ਵਅੱਲਜਅਨਸ/ *n* ਉਘਾੜਾ, ਪ੍ਰਗਟਾਵਾ, ਪ੍ਰਗਟਾਅ; ਪ੍ਰਚਾਰ, ਪ੍ਰਸਾਰ

dixy, dixie /'ਡਿਕਸਿ/ *n* ਸੈਨਿਕਾਂ ਦਾ ਇੱਕ ਵਿਸ਼ੇਸ਼ ਭਾਂਡਾ, ਪਤੀਲਾ, ਦੇਗਚੀ

dizzy /'ਡਿਜ਼ਿ/ *a* ਚਕਰਾਉਂਦਾ, ਚਕਰਿਤ, ਭੌਂਚੱਕਾ, ਹੱਕਾ-ਬੱਕਾ, ਬੌਂਦਲਿਆ, ਅਸ਼ਾਂਤ, ਅਸਥਿਰ, ਚਕਰਾਉਣ ਵਾਲਾ *vt* ਚਕਰਾਉਣਾ; ਬੌਂਦਲਾਉਣਾ, ਘਬਰਾ ਦੇਣਾ, ਅਸ਼ਾਂਤ ਕਰਨਾ

DJ /'ਡੀ ਜੇਇ/ *abbr* ਵੇਖੋ **Disk Jockey**

DMA /,ਡੀ ਐੱਮ 'ਏਇ/ *n abbr* **direct memory access** ਦਾ ਸੰਖੇਪ, ਕੰਪਿਊਟਰ ਦੀ ਯਾਦਦਾਸ਼ਤ ਵਿੱਚੋਂ ਅੰਕੜੇ ਸਿੱਧੇ ਲੈ-ਲੈਣ ਦੀ ਪ੍ਰਨਾਲੀ

DNA /,ਡੀ ਐੱਨ 'ਏਇ/ *abbr* **deooxyribonucleic acid** ਜੀਵਾਂ ਅਤੇ ਪੌਦਿਆਂ ਦੀ ਕੋਸ਼ਿਕਾ ਵਿੱਚ ਵੰਸ਼ਕ/ਪੁਸ਼ਤੈਨੀ ਗੁਣਾਂ ਦਾ ਵਾਹਕ ਰਸਾਇਣ

DNA fingerprinting *n* ਵਿਅਕਤੀ ਦੇ ਵੰਸ਼ਕਣਾਂ (*genes*) ਦੀ ਵਿਸ਼ੇਸ਼ ਤਰਤੀਬ ਲੱਭਣ ਦੀ ਵਿਧੀ (ਵਿਸ਼ੇਸ਼ ਤੌਰ 'ਤੇ ਅਪਰਾਧੀ ਦੀ ਭਾਲ ਲਈ)

do[1] /ਡਅ, ਡੂ/ *n* (ਅਪ) ਛਲ, ਕਪਟ, (ਬੋਲ) ਮਨੋਰੰਜਨ, ਦਿਲ ਬਹਿਲਾਵਾ; ਭਾਗ, ਹਿੱਸਾ *v* aux subst ਕਰਨਾ, ਪ੍ਰਦਾਨ ਕਰਨਾ, ਦੇ ਦੇਣਾ; ਸੰਪਾਦਨ ਕਰਨਾ; ਸੰਪੰਨ ਕਰਨਾ; ਪਾਲਣ ਕਰਨਾ; ਪੂਰਾ ਕਰਨਾ, ਮੁਕੰਮਲ ਕਰਨਾ; ਉੱਦਮ ਕਰਨਾ, ਯਤਨ ਕਰਨਾ; ਵਿਹਾਰ ਕਰਨਾ; ਨਿਰਮਾਣ ਕਰਨਾ, ਬਣਾਉਣਾ; ਸੁਆਰਨਾ, ਦਰੁਸਤ ਕਰਨਾ, ਮੁਰੰਮਤ ਕਰਨਾ; ਪਕਾਉਣਾ, ਭੁੰਨਣਾ, ਸੇਕਣਾ; ਪ੍ਰਸ਼ਨ ਹੱਲ ਕਰਨਾ, ਸਮੱਸਿਆ ਸੁਲਝਾਉਣਾ; ਅਨੁਵਾਦ ਕਰਨਾ; ਛਲ ਕਰਨਾ, ਧੋਖਾ ਦੇਣਾ; (ਦੂਰੀ) ਤੈ ਕਰਨਾ, ਪਾਰ ਕਰਨਾ; ਦ੍ਰਿਸ਼ ਦੇਖਣਾ, ਸੈਰ ਕਰਨਾ, (ਭੋਜਨ ਦਾ) ਪ੍ਰਬੰਧ ਕਰਨਾ; ਕੰਮ ਕਰਨਾ; ਬੰਦ ਕਰਨਾ; ਨਿਰਬਾਹ ਕਰਨਾ, ਗੁਜ਼ਾਰਾ ਕਰਨਾ; ਉਪਯੁਕਤ ਕਰਨਾ, ਠੀਕ ਹੋਣਾ, ਕੰਮ ਚੱਲ ਜਾਣਾ **do away with** ਛੁਟਕਾਰਾ ਪਾਉਣਾ; ਮੌਤ ਦੇ ਘਾਟ ਉਤਾਰਨਾ **do by** ਵਿਹਾਰ ਜਾਂ ਵਰਤਾਅ ਕਰਨਾ **do evil and look for like** ਬੁਰੇ ਕੰਮ ਦਾ ਬੁਰਾ ਫਲ ਹੋਣਾ **do for** ਰਫ਼ਾ-ਦਫ਼ਾ ਕਰਨਾ, ਮਾਰ ਸੁੱਟਣਾ, ਨਸ਼ਟ ਕਰਨਾ **do good and forget** ਨੇਕੀ ਕਰ ਅਤੇ ਖੂਹ ਵਿੱਚ ਪਾ **do with** ਬੁੱਤਾ ਸਾਰਨਾ, ਕੰਮ ਚਲਾਉਣਾ **do without** ਤੋਂ ਬਿਨਾਂ ਸਾਰਨਾ **that will do** ਬਸ ਕਾਫ਼ੀ ਹੈ **well to do** ਧਨਵਾਨ, ਸਰਦਾ-ਪੁਜਦਾ, ਖਾਂਦਾ-ਪੀਂਦਾ

do[2] *n* (ਸੰਗੀ) ਸਰਗਮ ਦਾ ਪਹਿਲਾ ਸੁਰ

do[3] *a vt* **ditto** ਦਾ ਸੰਖੇਪ

dobbin /'ਡੌਬਿਨ/ *n* ਗੱਡੀ ਦਾ ਘੋੜਾ

docile /'ਡਅਉਸਾਇਲ/ *a* ਆਗਿਆਕਾਰ, ਸਨਿਮਰ; ਸਾਊ, ਅਸੀਲ; ਸਿੱਖਣਸ਼ੀਲ

docility /ਡਅਉ'ਸਿਲਅਟਿ/ *n* ਆਗਿਆਕਾਰਤਾ; ਨਿਮਰਤਾ, ਅਸੀਲਪੁਣਾ

dock[1] /ਡੌਕ/ *n* ਗੋਦੀ, ਜਹਾਜ਼ ਦਾ ਘਾਟ; (ਰੇਲਵੇ ਦਾ) ਮਾਲ-ਘਾਟ, ਮਾਲ ਘਰ *v* ਜਹਾਜ਼ ਨੂੰ ਬੰਦਰਗਾਹ ਵਿੱਚ ਲਿਆਉਣਾ

dock[2] *n* (ਕਚਹਿਰੀ ਵਿੱਚ) ਦੋਸ਼ੀ ਦਾ ਕਟਹਿਰਾ

dock[3] *n* (ਪਸ਼ੂ ਦੀ) ਪੂਛ ਦਾ ਠੋਸ ਭਾਗ; ਘੋੜੇ ਦੇ ਸਾਜ਼ ਦੀ ਦੁਮਚੀ *v* ਪੂਛ ਕੱਟਣਾ, ਪੂਛ ਕੱਟ ਕੇ ਛੋਟੀ ਕਰਨਾ; ਮਨੁੱਖ ਦੇ ਵਾਲ ਛੋਟੇ ਕਰਨਾ; ਮਜ਼ਦੂਰੀ ਵਿੱਚੋਂ ਕੁਝ ਭਾਗ ਕੱਟ ਲੈਣਾ, ਕਟੌਤੀ ਕਰਨਾ

dock[4] *n* ਇੱਕ ਪ੍ਰਕਾਰ ਦੀ ਜੜੀ-ਬੂਟੀ

docker /'ਡੌਕਅ*/ *n* ਗੋਦੀ-ਮਜ਼ਦੂਰ

docket /'ਡੌਕਿਟ/ *vt* ਕਚਹਿਰੀ ਵਿੱਚ ਫ਼ੈਸਲੇ ਨੂੰ ਰਜਿਸਟਰ ਵਿੱਚ ਦਰਜ ਕਰਨਾ; ਸਾਰਾਂਸ਼ ਲਿਖਣਾ, ਸੰਖੇਪ ਅੰਕਣ ਕਰਨਾ *n* ਫ਼ੈਸਲੇ ਦਾ ਰਜਿਸਟਰ; ਅੰਕ-ਪੱਤਰ, ਤਤਕਰਾ-ਸੂਚੀ: ਸੰਖੇਪ-ਅੰਕਣ; ਕਰ

ਭੁਗਤਾਨ ਦੀ ਰਸੀਦ, ਪਰਮਿਟ

dock-tailed *a* ਕੱਟੀ ਪੂਛ ਵਾਲਾ, ਲੰਡਾ, ਦੁੰਮਕਟਾ

dockyard /'ਡੌਕਯਾਡ/ *n* ਸਮੁੰਦਰੀ ਜਹਾਜ਼ ਖੜ੍ਹਾਉਣ ਜਾਂ ਮੁਰੰਮਤ ਕਰਨ ਲਈ ਗੋਦੀ, ਗੋਦੀਵਾੜਾ

doctor /'ਡੌਕਟਅ*/ *n* ਚਿਕਿਤਸਕ, ਡਾਕਟਰ, ਹਕੀਮ, ਵੈਦ; ਯੂਨੀਵਰਸਿਟੀ ਦੀ ਉੱਚਤਮ ਡਿਗਰੀ ਲੈਣ ਵਾਲਾ, ਪੰਡਤ,ਵਿਦਵਾਨ; (ਅਪ, ਨੌ) ਰਸੋਈਆ; ਮਸ਼ੀਨ ਜਾਂ ਯੰਤਰ ਦਾ ਇੱਕ ਗਤੀ ਨਿਯੰਤਰਕ ਪੁਰਜ਼ਾ *v* ਡਾਕਟਰ ਦੀ ਉਪਾਧੀ ਦੇਣਾ; ਡਾਕਟਰ ਬਣਾਉਣਾ; ਇਲਾਜ ਕਰਨਾ, ਚਿਕਿਤਸਾ ਕਰਨਾ, ਡਾਕਟਰੀ ਕਰਨਾ, ਵੈਦਗੀ ਕਰਨਾ; ਮਸ਼ੀਨ ਜਾਂ ਯੰਤਰ ਨੂੰ ਮੁਰੰਮਤ ਕਰਨਾ; ਅਸ਼ੁੱਧ ਕਰਨਾ, ਦੂਸ਼ਿਤ ਕਰਨਾ

doctoral /'ਡੌਕਟਅਰਅਲ/ *a* ਚਿਕਿਤਸਕੀ, ਡਾਕਟਰੀ; ਡਾਕਟਰੀ ਸੰਬੰਧੀ, ਆਚਾਰੀਆ ਸੰਬੰਧੀ

doctorate /'ਡੌਕਟਅਰਅਟ/ *n* ਡਾਕਟਰ ਦੀ ਉਪਾਧੀ

doctrinaire /ˌਡੌਕਟਰਿ'ਨੇਅ*/ *n* ਸਿਧਾਂਤਵਾਦੀ

doctrinairism /ˌਡੌਕਟਰਿ'ਨੇਅਰਿਜ਼ਅਮ/ *n* ਸਿਧਾਂਤਵਾਦਤਾ

doctrinal /ਡੌਕ'ਟਰਾਇਨਲ/ *a* ਸਿਧਾਂਤ ਬਾਰੇ, ਸਿਧਾਂਤਿਕ

doctrine /'ਡੌਕਟਰਿਨ/ *n* ਮਤ, ਸਿਧਾਂਤ, ਅਸੂਲ

doctrine reasoning *n* ਤਰਕ ਸਿਧਾਂਤ

docudrama /'ਡੌਕਯੁਡਰਾਮਅ/ *n* ਵਾਸਤਵਿਕ ਘਟਨਾਵਾਂ ਨੂੰ ਕਹਾਣੀ ਦੇ ਰੂਪ ਵਿੱਚ ਦਰਸਾਉਂਦੀ ਫ਼ਿਲਮ

document /'ਡੌਕਯੁਮਅਨਟ/ *n* ਲਿਖਤ ਦਸਤਾਵੇਜ਼, ਲਿਖਤੀ ਪ੍ਰਮਾਣ, ਪ੍ਰਮਾਣ-ਪੱਤਰ; (ਕੰਪਿ) ਲਿਖਤ ਤਸਵੀਰਾਂ ਅਵਾਜ਼ ਜਾਂ ਇਹਨਾਂ ਦੇ ਮੇਲ ਨਾਲ ਕੰਪਿਊਟਰ ਦੀ ਮਦਦ ਨਾਲ ਬਣਾਈ ਰਚਨਾ *vt* **/'ਡੌਕਯੁਮੈਂਟ/** ਲਿਖਤ ਜਾਂ ਦਸਤਾਵੇਜ਼ ਦੀ ਸਹਾਇਤਾ ਨਾਲ ਪ੍ਰਮਾਣਿਤ ਕਰਨਾ, ਲਿਖਤੀ ਪ੍ਰਮਾਣ ਪ੍ਰਸਤੁਤ ਕਰਨਾ; (ਦਸਤਾਵੇਜ਼ ਆਦਿ ਦਾ) ਪ੍ਰਮਾਣ ਇਕੱਠਾ ਕਰਨਾ

documentary /ˌਡੌਕਯੁ'ਮੈਂਟਰਿ/ *a* ਲੇਖ-ਬੱਧ, ਦਸਤਾਵੇਜ਼ੀ, ਤਹਿਰੀਰੀ *n* ਦਸਤਾਵੇਜ਼ੀ ਫ਼ਿਲਮ, ਵਰਿਤ-ਚਿੱਤਰ

documentation /ˌਡੌਕਯੁਮੈਂਨ'ਟੇਇਸ਼ਨ/ *n* ਦਸਤਾਵੇਜ਼ੀ ਪ੍ਰਮਾਣ, ਲਿਖਤੀ ਸਬੂਤ; ਦਸਤਾਵੇਜ਼; ਪ੍ਰਸਤੁਤੀਕਰਨ

dodder[1] /'ਡੌਡਅ*/ *n* ਅਮਰ ਵੇਲ; ਰੁੱਖ ਆਦਿ ਉੱਤੇ ਚੜ੍ਹ ਜਾਣ ਵਾਲੀ ਕੋਈ ਵੇਲ

dodder[2] *vi* (ਲਕਵੇ ਕਾਰਨ) ਕੰਬਣਾ, ਡਗਮਗਾਉਣਾ, ਡੋਲਣਾ; ਬਿਰਧ ਹੋਣਾ, ਨਿਰਬਲ ਹੋਣਾ

doddered /'ਡੌਡਅਡ/ *a* ਬਿਰਧ ਹੋ ਜਾਣ ਕਰਕੇ ਉਪਰੋਂ ਟੁਟਾ ਭੱਜਾ ਵੱਡਾ ਰੁੱਖ ਜਿਵੇਂ ਬੋਹੜ ਆਦਿ, ਰੁੰਡ-ਮੁੰਡ, ਨਿਪੱਤਰਾ (ਰੁੱਖ)

dodge /ਡੌਜ/ *n* ਝਾਂਸਾ, ਝਕਾਨੀ; ਟਾਲ–ਮਟੋਲ *v* ਥਾਂ ਬਦਲ ਦੇਣਾ, ਪੈਂਤੜਾ ਬਦਲਨਾ, ਖਿਸਕਣਾ, ਝਕਾਨੀ ਦੇਣਾ,ਬਚ ਨਿਕਲਨਾ; ਪੱਟੀ ਪੜ੍ਹਾਉਣਾ, ਟਾਲ–ਮਟੋਲ ਕਰਨਾ; ਵਾਕ ਚਾਤਰੀ ਕਰਨਾ, ਵਾਕ ਛਲ ਕਰਕੇ ਬਹਿਕਾਉਣਾ, ਉਸਤਾਦੀ ਦਿਖਾਉਣਾ; ਘੁਮਾ-ਫਿਰਾ ਕੇ ਸਵਾਲ ਪੁੱਛਣਾ

dodger /'ਡੌਜਅ*/ *n* ਪੈਂਤੜੇਬਾਜ਼; ਖਿਸਕੂ ਯਾਰ

dodgy /'ਡੌਜਿ/ *a* ਝਕਾਨੀ ਦੇਣ ਵਾਲਾ, ਝਾਂਸੇਬਾਜ

dodo /'ਡਅਉਡਅਉ/ *n* ਇੱਕ ਨਾਪੈਦ ਪੰਛੀ, ਡੋਡੋ; ਬੁੱਧੂ ਵਿਅਕਤੀ

doe /ਡਅਉ/ *n* ਹਰਨੀ, ਮ੍ਰਨ; ਮਾਦਾ ਖ਼ਰਗੋਸ਼

doer /'ਡੂਅ*/ *n* ਕਰਤਾ, ਕਾਰਿੰਦਾ; ਦਾਤਾ, ਦੇਣ ਵਾਲਾ; ਖ਼ਤਮ ਕਰਨ ਵਾਲਾ; ਸੁਧਾਰਕ; ਪਾਚਕ; ਸੰਪਾਦਕ; ਸੁਲਝਾਉਣ ਵਾਲਾ, ਹੱਲ ਕਰਨ ਵਾਲਾ; ਧਕਾ ਦੇਣ ਵਾਲਾ; ਭੋਗੀ

does /ਡਅੱਜ਼/ *v* **do** ਅਨਪੁਰਖ ਦਾ ਇੱਕ ਵਚਨ ਵਰਤਮਾਨਕਾਲੀ ਰੂਪ

doeskin /'ਡਅਉਸਕਿਨ/ *n* ਮਿਰਗਛਾਲ; ਇੱਕ ਮੋਟਾ ਊਨੀ ਕੱਪੜਾ

doesn't /'ਡਅੱਜ਼ਨਟ/ does not ਦਾ ਛੋਟਾ ਰੂਪ

doff /ਡੌਫ/ *vt* **do off** ਦਾ ਸੰਖੇਪ; (ਵਸਤਰ)

ਉਤਾਰਨਾ; (ਸਤਿਕਾਰ ਵਜੋਂ ਹੈਟ) ਉਤਾਰਨਾ; ਤਿਆਗਣਾ, ਛੱਡਣਾ

dog /**ਡੌਗ**/ *n* ਕੁੱਤਾ, ਕੂਕਰ; ਤੁੱਛ ਜਾਂ ਨਿਕੰਮਾ ਆਦਮੀ; (ਗਣਿ, ਜੋ) ਲਬਧਕ ਤਾਰਾ; ਲੱਕੜ ਜੋੜਨ ਵਾਲਾ ਲੋਹੇ ਦਾ ਡੰਡਾ *vt* ਖੋਜ ਕਰਨਾ, ਪਤਾ ਲਾਉਣਾ, ਸੁਰਾਗ ਲਾਉਣਾ, ਪਿੱਛਾ ਕਰਨਾ; ਅਟਕਾਉਣਾ, ਫੜਨਾ *adv* ਪੂਰੀ ਤਰ੍ਹਾਂ, ਬਿਲਕੁਲ **go to the dogs** ਨਸ਼ਟ ਹੋਣਾ, ਅਧੋਗਤ ਹੋਣਾ

dogcart /'**ਡੌਗਕਾਟ**/ *n* ਕੁੱਤਾ ਗੱਡੀ

dog days *n* ਸਖ਼ਤ ਗਰਮੀਆਂ ਦੇ ਦਿਨ

doge /**ਡਅਉਜ**/ *n* ਵੀਨਸ ਜਾਂ ਜੈਕੋਆ ਦਾ ਪ੍ਰਧਾਨ ਮੈਜਿਸਟ੍ਰੇਟ, ਦੰਡ ਅਧਿਕਾਰੀ, ਡੋਜ

dog-ear *n* ਕਿਤਾਬ ਦੇ ਵਰਕੇ ਦਾ ਮੁੜਿਆ ਕੋਨਾ

dogfight /'**ਡੌਗਫ਼ਾਇਟ**/ *n* ਹਵਾਈ ਜਹਾਜ਼ਾਂ ਦੀ ਨੇੜੇ-ਨੇੜੇ ਉੱਡ ਕੇ ਲੜਾਈ; ਦੋ ਧਿਰਾਂ ਵਿਚਕਾਰ ਕੁਝ ਖੋਹਣ ਦੀ ਲੜਾਈ; ਮਨੋਰੰਜਨ ਲਈ ਕਰਵਾਈ ਕੁੱਤਿਆਂ ਵਿਚਕਾਰ ਲੜਾਈ

dogged /'**ਡੌਗਿਡ**/ *a* ਹਠੀ, ਹਠੀਲਾ, ਜ਼ਿੱਦੀ

doggerel /'**ਡੌਗਅਰਅਲ**/ *n* ਘਟੀਆ (ਕਵਿਤਾ)

doggie /'**ਡੌਗਿ**/ *n* ਛੋਟਾ ਪਾਲਤੂ ਕੁੱਤਾ

doggy, doglike /'**ਡੌਗਿ**, '**ਡੌਗਲਾਇਕ**/ *a* ਕੁੱਤਿਆਂ ਨਾਲ ਸੰਬੰਧਿਤ; ਕੁੱਤਿਆਂ ਦਾ ਸ਼ੁਕੀਨ; ਘਟੀਆ

dogma /'**ਡੌਗਮਅ**/ *n* ਮੱਤ-ਸਿਧਾਂਤ, ਧਰਮ-ਸਿਧਾਂਤ; ਕੱਟੜਪੁਣਾ, ਹਠਧਰਮੀ

dogmatic /**ਡੌਗ'ਮੈਟਿਕ**/ *a* ਧਰਮ-ਸਿਧਾਂਤਕ, ਰੂੜ੍ਹੀਬੱਧ; ਹਠਧਰਮੀ, ਕੱਟੜਪੰਥੀ

dogmatics /**ਡੌਗ'ਮੈਟਿਕਸ**/ *n* ਸਿਧਾਂਤਕ ਧਰਮ-ਸ਼ਾਸਤਰ, ਧਰਮ-ਸਿਧਾਂਤਕੀ

dogmatism /'**ਡੌਗਮਅਟਿਜ਼ਅਮ**/ *n* ਧਰਮ-ਸਿਧਾਂਤਵਾਦ; ਅੰਧਵਿਸ਼ਵਾਸ, ਕੱਟੜਤਾ, ਹਠਧਰਮਤਾ

dogmatist /'**ਡੌਗਮਅਟਿਸਟ**/ *n* ਧਰਮ-ਸਿਧਾਂਤਵਾਦੀ; ਅੰਧ-ਵਿਸ਼ਵਾਸੀ, ਕੱਟੜਪੰਥੀ

dogmatize /'**ਡੌਗਮਅਟਾਇਜ਼**/ *v* ਧਰਮ-ਸਿਧਾਂਤ ਦਾ ਰੂਪ ਦੇਣਾ

dog-rose *n* ਜੰਗਲੀ ਗੁਲਾਬ

dog-sleep *n* ਹਲਕੀ ਨੀਂਦ, ਕੱਚੀ ਨੀਂਦ

dog tag *n* (ਅਮਰੀਕੀ) ਫ਼ੌਜੀਆਂ ਦੇ ਗਲ ਵਿੱਚ ਪਾਇਆ ਨਾਂ ਅਤੇ ਸੰਖਿਆ ਵਾਲਾ ਧਾਤ ਦਾ ਬਿੱਲਾ

dog-tired *n* ਬਹੁਤ ਥੱਕਿਆ

doily /'**ਡੌਇਲਿ**/ *n* ਛੋਟਾ ਸੁੰਦਰ ਰੁਮਾਲ

doing /'**ਡੂਇਙ**/ *n* ਕੰਮ, ਕਾਰਜ, ਧੰਦਾ, (ਬਹੁ) ਅਮਲ, ਕਰਨੀਆਂ, ਕਰਤੂਤਾਂ

doit /**ਡੌਇਟ**/ *n* ਤੁੱਛ ਪਦਾਰਥ; ਬਹੁਤ ਥੋੜ੍ਹਾ ਪੈਸਾ, ਦਮੜੀ, ਧੇਲਾ

doited /'**ਡੌਇਟਿਡ**/ *a* ਸਨਕੀ, ਖ਼ਬਤੀ

doldrums /'**ਡੌਲਡਰਅਮਜ਼**/ *n* ਉਦਾਸੀ, ਉਪਰਾਮਤਾ, ਢਹਿੰਦੀ ਕਲਾ, ਵਿਸ਼ਾਦ; ਖੜੋਤ; ਸੁੰਨ-ਖੰਡ; ਅਡੋਲ ਅਵਸਥਾ (ਜਹਾਜ਼ ਸੰਬੰਧੀ)

dole[1] /**ਡਅਉਲ**/ *n* ਰੰਜ, ਦੁੱਖ, ਸ਼ੋਕ, ਉਦਾਸੀ; ਰੁਦਨ, ਵਿਰਲਾਪ

dole[2] *n* ਕਿਸਮਤ, ਭਾਗ, ਨਸੀਬ; ਦਾਨ, ਖ਼ੈਰਾਤ; ਤੁੱਛ ਅੰਸ਼ *v* ਦਾਨ ਕਰਨਾ, ਵੰਡਣਾ

doleful /'**ਡਅਉਲਫ਼ਲ**/ *a* ਉਦਾਸ, ਦਿਲਗੀਰ, ਸ਼ੋਕਪੂਰਨ; ਸੁੰਨਸਾਨ, ਵੀਰਾਨ

doll /**ਡੌਲ**/ *n* ਗੁੱਡੀ, ਗੁੱਡਾ, ਮਿੱਟੀ ਜਾਂ ਰਬੜ ਦਾ ਬਾਵਾ; ਪੁਤਲੀ; ਲੋੜੋਂ ਵੱਧ ਸਜੀ-ਧਜੀ ਪਰ ਮੂਰਖ ਔਰਤ *v* ਸਜਣਾ ਜਾਂ ਸਜਾਉਣਾ, ਸ਼ਿੰਗਾਰਨਾ, ਬਣਨਾ-ਠਣਨਾ, ਅਲੰਕ੍ਰਿਤ ਕਰਨਾ ਜਾਂ ਹੋਣਾ

dollar /'**ਡੌਲਅ***/ *n* ਮੁੱਦਰਾ ਦੀ ਇੱਕ ਇਕਾਈ, ਡਾਲਰ, ਡਾਲਾ (ਸਿੱਕਾ ਜਾਂ ਨੋਟ) **the almighty dollar** ਮਾਇਆ, ਨਕਦ ਨਾਰਾਇਣ

dollop /'**ਡੌਲਅਪ**/ *n* (ਕਰੀਮ, ਦਹੀਂ, ਆਲੂ ਜਿਹੇ ਨਰਮ ਖਾਧ ਪਦਾਰਥ ਦਾ) ਫੂੰਟ, ਟੁਕੜਾ

dolly /'**ਡੌਲਿ**/ *n* ਪੁਤਲੀ, ਗੁੱਡਾ, ਗੁੱਡੀ; ਕੱਪੜੇ ਧੋਣ ਵਾਲੀ ਡੰਮਣੀ ਜਾਂ ਮਧਾਣੀ

dolly bird /'**ਡੌਲਿ ਬਅ:ਡ**/ *n* (ਅਪ) ਮਨਮੋਹਕ ਅਤੇ ਬਣੀ-ਠਣੀ ਨਵਯੁਵਤੀ

dolman /'**ਡੌਲਮਅਨ**/ *n* ਲੰਮਾ ਤੁਰਕੀ ਚੋਗਾ;

ਲੰਮੀਆਂ ਬਾਹਾਂ ਵਾਲਾ ਜਨਾਨਾ ਕੋਟ

dolorous /'**ਡੋਲਅਰਅਸ**/ *a* (ਕਾਵਿ) ਦੁੱਖ ਭਰਿਆ, ਦਰਦਨਾਕ, ਸੋਗੀ, ਗ਼ਮਗੀਨ

dolour /'**ਡੋਲਅ***/ *n* (ਕਾਵਿ) ਸ਼ੋਕ, ਦੁੱਖ

dolphin /'**ਡੌਲਫ਼ਿਨ**/ *n* ਵੇਲ ਪਰਿਵਾਰ ਦਾ ਸਲੇਟੀ ਰੰਗ ਦਾ ਚੁੰਝ ਵਰਗੇ ਮੂੰਹ ਵਾਲਾ ਪਾਣੀ ਦਾ ਜੀਵ, ਡਾਲਫਿਨ ਮੱਛੀ, ਬੁੱਲਣ; ਜਹਾਜ਼ ਦਾ ਰੱਸੀਆਂ ਬੰਨ੍ਹਣ ਵਾਲਾ ਥੰਮ੍ਹ ਜਾਂ ਖੰਭਾ

dolt /**ਡਅਉਲਟ**/ *a* ਮੂੜ੍ਹ, ਮੂਰਖ *n* ਬੁੱਧੂ (ਵਿਅਕਤੀ)

Dom /**ਡੌਮ**/ *n* ਰੋਮਨ ਕੈਥੋਲਿਕ ਪਾਦਰੀਆਂ ਦਾ ਖ਼ਿਤਾਬ

domain /**ਡਅ'ਮੇਇਨ, ਡਅਉ**-/ *n* ਮਿਲਖ, ਜਗੀਰ, ਇਲਾਕਾ, ਰਾਜ, ਪ੍ਰਦੇਸ਼; ਕਾਰਜ-ਖੇਤਰ

domain name *n* (ਕੰਪਿ) ਇੰਟਰਨੈੱਟ ਉੱਤੇ ਵੈਬਸਾਇਟ ਜਾਂ ਵੈਬਸਾਇਟਸ ਦੇ ਸਮੂਹ ਨੂੰ ਪਛਾਣਨ ਵਾਲਾ ਨਾਂ

domanial /**ਡਅ'ਮੇਇਨਿਅਲ**/ *a* ਮਿਲਖ ਸੰਬੰਧੀ, ਰਾਜ ਸੰਬੰਧੀ; ਕਾਰਜ-ਖੇਤਰ ਸੰਬੰਧੀ

dome /**ਡਅਉਮ**/ *n* ਕੈਥੇਡਰਲ ਦਾ ਉਪਾਸ਼ਨਾ ਸਥਾਨ; ਮਹਿਲ, ਹਵੇਲੀ; ਸ਼ਿਖ਼ਰ, ਗੋਲ ਚੋਟੀ, ਗੁੰਬਦ

domed /**ਡਅਉਮਡ**/ *a* ਗੁੰਬਦਦਾਰ, ਗੁੰਬਦੀ; ਛਤਰੀਦਾਰ

domelike /**ਡਅਉਮਲਾਇਕ**/ *a* ਗੁੰਬਦਨੁਮਾ, ਗੁੰਬਦ ਵਰਗਾ

domestic /**ਡਅ'ਮੈਸੱਟਿਕ**/ *a* ਘਰੋਗੀ, ਪਰਵਾਰਿਕ, ਘਰੇਲੂ; ਦੇਸੀ, ਸੁਦੇਸੀ *n* ਘਰੇਲੂ ਨੌਕਰ

domesticate /**ਡਅ'ਮੈੱਸਟਿਕੇਇਟ**/ *vt* (ਸਿਖਾ ਕੇ) ਪਾਲਤੂ ਬਣਾ ਲੈਣਾ; ਗਿਝਾ ਜਾਂ ਹਿਲਾ ਲੈਣਾ, ਸਿਖਾ ਲੈਣਾ, ਸਿਧਾ ਲੈਣਾ

domestication /**ਡਅ,ਮੈੱਸਟਿ'ਕੇਇਸ਼ਨ**/ *n* ਘਰੇਲੂਕਰਨ; ਪਾਲਣ ਜਾਂ ਸਿਧਾਉਣ ਦੀ ਕਿਰਿਆ, ਸੁਧਾਰਨ ਦਾ ਕੰਮ

domesticity /,**ਡਅਉਮੇ'ਸਟਿਸਅਟਿ, ,ਡੌਮੈ**-/ *n* ਗ੍ਰਹਿਸਤ, ਘਰੇਲੂਪਣ, ਘਰੇਲੂ ਜੀਵਨ, ਟੱਬਰਦਾਰੀ

domestics /**ਡਅ'ਮੈੱਸਟਿਕਸ**/ *n* ਘਰੇਲੂ ਕੱਪੜਾ

domicile /'**ਡੌਮਿਸਾਇਲ**/ *n* ਹੁੰਡੀ ਭਨਾਉਣ ਦੀ ਥਾਂ; ਘਰ, ਪੱਕਾ ਨਿਵਾਸ, ਨਿਵਾਸ-ਸਥਾਨ, ਰਿਹਾਇਸ਼ *v* ਵਸਣਾ, ਪੱਕਾ ਨਿਵਾਸੀ ਹੋਣਾ

domiciliary /,**ਡੌਮਿ'ਸਿਲੀਅਰਿ**/ *a* ਨਿਵਾਸ-ਸਥਾਨ ਸੰਬੰਧੀ

domiciliate /,**ਡੌਮਿ'ਸਿਲਿਏਇਟ**/ *vt* ਪੱਕੀ ਤਰ੍ਹਾਂ ਰਹਿਣਾ, ਕਿਸੇ ਥਾਂ ਪੱਕਾ ਨਿਵਾਸ ਬਣਾਉਣਾ

domiciliation /,**ਡੌਮਿਸਿਲਿ'ਏਇਸ਼ਨ**/ *n* ਨਿਵਾਸ, ਅਧਿਵਾਸ

dominance, domination /'**ਡੌਮਿਨਅਨਸ, ,ਡੌਮਿ'ਨੇਇਸ਼ਨ**/ *n* ਪ੍ਰਮੁੱਖਤਾ, ਪ੍ਰਭੁੱਤਾ, ਪ੍ਰਭਾਵ, ਦਬਦਬਾ, ਗਲਬਾ, ਬੋਲਬਾਲਾ, ਪ੍ਰਮੁੱਖਤਾ, ਪ੍ਰਬਲਤਾ

dominant /'**ਡੌਮਿਨਅਨਟ**/ *a* ਪ੍ਰਮੁੱਖ, ਪ੍ਰਬਲ, ਹਾਵੀ, ਪ੍ਰਭੁਤਾਸ਼ਾਲੀ *n* (ਸੰਗੀ) ਸਰਗਮ ਦਾ ਪੰਜਵਾਂ ਸੁਰ

dominate /'**ਡੌਮਿਨੇਇਟ**/ *v* ਪ੍ਰਭੁਤਾ ਜਮਾਉਣਾ, ਅਧਿਕਾਰ ਰੱਖਣਾ, ਪ੍ਰਬਲ ਹੋਣਾ, ਹਾਵੀ ਹੋਣਾ

dominator /'**ਡੌਮਿਨੇਇਟਅ***/ *n* ਪ੍ਰਮੁੱਖਤਾ ਵਾਲਾ, ਪ੍ਰਧਾਨ, ਸ਼ਾਸਕ ਜਾਂ ਸ਼ਾਸਨ ਵਾਲੀ ਸੱਤਾ

domineer /,**ਡੌਮਿ'ਨਿਅ***/ *vt* ਧੌਂਸ ਜਮਾਉਣਾ, ਅੱਤਿਆਚਾਰ ਜਾਂ ਕਰੜਾਈ ਕਰਨਾ, ਜਬਰ ਕਰਨਾ

domineering /,**ਡੌਮਿ'ਨਿਅਰਿਙ**/ *a* ਬਹੁਤੇ ਰੋਹਬ ਵਾਲਾ, ਧੌਂਸ ਜਮਾਉਣ ਵਾਲਾ, ਧੱਕੜ

dominical /**ਡਅ'ਮਿਨਿਕਲ**/ *a* ਈਸਾ ਮਸੀਹ ਸੰਬੰਧੀ, ਯਸੂਹ ਮਸੀਹ ਬਾਰੇ; ਐਤਵਾਰ ਸੰਬੰਧੀ

Dominican /**ਡਅ'ਮਿਨਿਕਅਨ**/ *a* ਸੇਂਟ ਡੋਮਿਨਿਕ ਸੰਬੰਧੀ *n* ਡੋਮਿਨਿਕ ਪੰਥ ਦਾ ਅਨੁਯਾਈ

dominicide /**ਡਅ'ਮਿਨਿਸਾਇਡ**/ *n* ਸੁਆਮੀ ਦੀ ਹੱਤਿਆ, ਮਾਲਕ ਦਾ ਖ਼ੂਨ ਜਾਂ ਕਤਲ

dominion /**ਡਅ'ਮਿਨਿਅਨ**/ *n* ਪ੍ਰਭੁਤਾ, ਸੱਤਾ, ਮਲਕੀਅਤ; ਰਿਆਸਤ, (ਕਨੂੰ) ਅਮਲਦਾਰੀ ਰਾਜ, ਇਲਾਕਾ

dominion day *n* ਰਾਸ਼ਟਰੀ ਦਿਵਸ

domino /'ਡੌਮਿਨਅਉ/ *n* ਡੋਮਿਨੋ ਖੇਡ ਦੀ ਨਰਦ ਜਾਂ ਮੋਹਰਾ; ਲੰਮਾ-ਖੁੱਲ੍ਹਾ ਚੋਗਾ; ਲੰਮਾ-ਖੁੱਲ੍ਹਾ ਚੋਗਾ ਪਾਉਣ ਵਾਲਾ ਬੰਦਾ

dominoed /'ਡੌਮਿਨਅਉਡ/ *a* ਜਿਸ ਨੇ ਮਖੌਟਾ ਪਾਇਆ ਹੋਵੇ, ਨਕਾਬਪੋਸ਼

Dominus /'ਡੌਮਿਨਅਸ/ *n* ਪ੍ਰਮਾਤਮਾ, ਈਸ਼ਵਰ

don /ਡੌਨ/ *n* ਸਪੇਨੀ ਨਾਵਾਂ ਨਾਲ ਲਗਦਾ ਸਨਮਾਨ ਸੂਚਕ ਸ਼ਬਦ, ਸ੍ਰੀਮਾਨ, ਸਾਹਿਬ, ਭੱਦਰ ਪੁਰਸ਼, ਪ੍ਰਮੁੱਖ ਬੰਦਾ; ਪ੍ਰਸਿੱਧੀ ਪ੍ਰਾਪਤ ਮਨੁੱਖ; ਵਿਸ਼ਵ-ਵਿਦਿਆਲੇ ਦਾ ਪ੍ਰੋਫ਼ੈਸਰ *vt* (ਕੱਪੜੇ) ਪਾਉਣਾ, ਪਹਿਨਣਾ; ਪੁਸ਼ਾਕ ਧਾਰਨ ਕਰਨਾ

donary /'ਡਅਉਨਅਰਿ/ *n* ਧਰਮ ਦਾਨ, ਪਵਿੱਤਰ ਕੰਮ ਲਈ ਦਿੱਤੀ ਗਈ ਵਸਤ

donate /ਡਅਉ'ਨੇਇਟ/ *vt* ਦਾਨ ਕਰਨਾ, ਦਾਨ ਦੇਣਾ; ਪ੍ਰਦਾਨ ਕਰਨਾ, ਭੇਟ ਕਰਨਾ

donation /ਡਅਉ'ਨੇਇਸ਼ਨ/ *n* ਦਾਨ, ਭੇਟਾ, ਚੰਦਾ, ਭੇਟ, ਉਪਹਾਰ

donative /'ਡਅਉਨਅਟਿਵ/ *n* ਦਾਨ, ਭੇਟ, ਉਪਹਾਰ, ਸਰਕਾਰੀ ਇਨਾਮ, ਸਰਕਾਰੀ ਪੁਰਸਕਾਰ

done /ਡਅੱਨ/ *v* **do** ਦਾ ਭੂਤ-ਕ੍ਰਿਦੰਤ **done for** ਨਸ਼ਟ, ਤਬਾਹ **done up** ਥੱਕਿਆ **have done with** ਸੰਬੰਧ ਤੋੜਨਾ **well done** ਸ਼ਾਬਾਸ਼

donee /ਡਅਉ'ਨੀ/ *n* ਦਾਨ ਲੈਣ ਵਾਲਾ ਵਿਅਕਤੀ; ਦਾਨ-ਪਾਤਰ

donjon /'ਡੌਨਜ(ਅ)ਨ/ *n* ਕਿਲ੍ਹੇ ਦਾ ਸਭ ਤੋਂ ਉੱਚਾ ਮਿਨਾਰ

donkey /'ਡੌਙਕਿ/ *n* ਖੋਤਾ, ਗਧਾ, ਖ਼ਰ; ਖ਼ਰਦਿਮਾਗ਼ ਵਿਅਕਤੀ, ਮੂਰਖ ਆਦਮੀ, ਅਗਿਆਨੀ ਮਨੁੱਖ

donkey work *n* ਕਿਸੇ ਕੰਮ ਦਾ ਸਖ਼ਤ ਅਤੇ ਅਕਾਊ ਹਿੱਸਾ

Donnybrook Fair /'ਡੌਨਿਬਰੁਕ ਫ਼ੇਅ*/ *n* ਹੰਗਾਮਾ, ਸ਼ੋਰ-ਸ਼ਰਾਬਾ, ਰੌਲਾ-ਰੱਪਾ, ਖੁੱਲ੍ਹਮ-ਖੁੱਲ੍ਹੀ ਲੜਾਈ; ਲੜਾਈ-ਝਗੜੇ ਜਾਂ ਹੰਗਾਮੇ ਦੀ ਥਾਂ

donor /'ਡਅਉਨਅ*/ *n* ਦਾਨੀ, ਦਾਤਾ; ਖ਼ੂਨ ਦਾਨ ਕਰਨ ਵਾਲਾ

Don Quixote /,ਡੌਨ 'ਕਵਿਕਸਅਟ/ *n* ਸ਼ੇਖ਼ ਚਿੱਲੀ

don't /ਡਅਉਨਟ/ *v* **do not** ਦਾ ਸੰਖੇਪ ਰੂਪ

doodle /'ਡੂਡਲ/ *vi* ਘੁੱਗੂ ਘਾਂਗੜੇ ਵਾਹੁਣਾ

doom /ਡੂਮ/ *n* ਹੋਣੀ, ਭਾਵੀ, ਤਕਦੀਰ, ਨਸੀਬ, ਕਿਸਮਤ; ਪਰਲੋ, ਕਿਆਮਤ, ਵਿਨਾਸ਼, ਤਬਾਹੀ, ਬਰਬਾਦੀ, ਅੰਤ, ਮਿਰਤੂ, ਮੌਤ ਕਾਲ; ਅੰਤਿਮ ਨਿਰਨਾ; ਦੰਡ ਆਗਿਆ; ਵਿਧੀ, ਕਨੂੰਨ *vt* ਫ਼ਤਵਾ ਦੇਣਾ; ਮੌਤ ਦੇ ਮੂੰਹ ਵਿੱਚ ਧੱਕਣਾ; ਸਜ਼ਾ ਦਾ ਹੁਕਮ ਸੁਣਾਉਣਾ

doomsday /'ਡੂਮਜ਼ਡੇਇ/ *n* ਕਿਆਮਤ ਦਾ ਦਿਨ, ਪਰਲੋ ਦਾ ਦਿਨ, ਰੋਜ਼-ਏ-ਹਸ਼ਰ

door /ਡੋ*/ *n* ਬੂਹਾ, ਦਰ, ਦਰਵਾਜ਼ਾ, ਦੁਆਰ, ਕਿਵਾੜ; ਲਾਂਘਾ, ਦਾਖ਼ਲਾ, ਪ੍ਰਵੇਸ਼

doorkeeper /'ਡੋਕੀਪਅ*/ *n* ਦੁਆਰਪਾਲ, ਦਰਬਾਨ

doorless /ਡੋਲਅਸ/ *a* ਬੂਹੇ ਤੋਂ ਰਹਿਤ, ਦਰਵਾਜ਼ੇ ਰਹਿਤ, ਦੁਆਰ ਰਹਿਤ, ਨਿਰਦੁਆਰ

doormat /'ਡੋਮੈਟ/ *n* ਪਾਇਦਾਨ

doorstep /'ਡੋਸਟੈੱਪ/ *n* ਸਰਦਲ, ਦੇਹਲੀ, ਦਹਿਲੀਜ਼

doorway /'ਡੋਵੇਇ/ *n* ਦਰਵਾਜ਼ੇ ਦਾ ਲਾਂਘਾ, ਦਾਖ਼ਲਾ

dope /ਡਅਉਪ/ *n* ਲੇਪ, ਰੋਗਨ, ਵਾਰਨਿਸ਼; (ਅਪ) ਕੋਈ ਨਸ਼ੇਦਾਰ ਚੀਜ਼ (ਜਿਵੇਂ ਹਸ਼ੀਸ਼), ਮਾਵਾ; ਸੂਚਨਾ, ਸਮਾਚਾਰ *v* ਲੇਪ ਕਰਨਾ, ਲੇਪਣ ਦੇਣਾ, ਚੋਪੜਨਾ; ਨਸ਼ੇਵਾਲੀ ਚੀਜ਼ ਖਾਣਾ ਜਾਂ ਖੁਆਉਣਾ, ਨਸ਼ੀਲੀਆਂ ਚੀਜ਼ਾਂ ਮਿਲਾਉਣਾ **hand out the dope** (ਸਮਾਚਾਰ ਪੱਤਰ ਨੂੰ) ਚੋਂਦੀ-ਚੋਂਦੀ ਖ਼ਬਰ ਪਹੁੰਚਾਉਣਾ

dor /ਡੋ*/ *n* ਬੀਂਡਾ, ਭੂੰਡ, ਭੌਰਾ

Dorcas /'ਡੋਕਅਸ/ *n* ਲੋੜਵੰਦਾਂ ਲਈ ਕੱਪੜੇ ਸਿਊਣ ਵਾਲੀ ਇੱਕ ਇਸਤਰੀ (ਜਿਸਦਾ ਵਰਣਨ

ਬਾਈਬਲ ਵਿੱਚ ਆਉਂਦਾ ਹੈ), ਲੋੜਵੰਦਾਂ ਲਈ ਕਪੜੇ ਸਿਊਂਣ ਵਾਲੀਆਂ ਇਸਤਰੀਆਂ ਦੀ ਸਭਾ ਅਥਵਾ ਮੀਟਿੰਗ

dormancy /'ਡੋਮਅਨਸਿ/ *n* ਨੀਂਦਰਾਵਲੀ ਅਵਸਥਾ, ਸਿਥਲਤਾ, ਸੁਸਤੀ, ਨਿਸੱਲਪੁਣਾ

dormant /'ਡੋਮਅਨਟ/ *a* ਸੁੱਤਾ, ਨਿੰਦਰਿਤ, ਸੁਸਤ, ਸਿਥਲ; ਲੁਕਿਆ ਹੋਇਆ; (ਪਸ਼ੂ ਦੇ ਚਿੱਤਰ ਵਿੱਚ) ਪੰਜੇ ਉੱਤੇ ਸਿਰ ਰੱਖੇ ਹੋਏ; ਦੁਬਿਧਾ-ਗ੍ਰਸਤ

dormer /'ਡੋਮਅ*/ *n* **(dormer window)** ਢਲਵੀਂ ਛੱਤ ਵਿੱਚੋਂ ਬਾਹਰ ਨਿਕਲੀ ਹੋਈ ਬਾਰੀ

dormeuse /'ਡੋਮਅਜ਼/ *n* ਅਰਾਮ ਕੁਰਸੀ; ਅਰਾਮ ਗੱਡੀ

dormitive /'ਡੋਮਿਟਿਵ੍/ *a* ਨੀਂਦ ਲਿਆਉਣ ਵਾਲਾ, ਨੀਂਦ ਜਨਕ

dormitory /'ਡੋਮਅਟਰਿ/ *n* ਸੌਣ-ਕਮਰਾ (ਬੋਰਡਿੰਗ ਵਿੱਚ)

dormouse /'ਡੋਮਾਉਸ/ *n* ਗਾਲ੍ਹੜ ਵਰਗਾ ਚੂਹਾ ਜੋ ਦਰਖ਼ਤਾਂ ਉੱਪਰ ਰਹਿੰਦਾ ਹੈ ਅਤੇ ਜਿਸ ਨੂੰ ਪਾਲਿਆ ਵੀ ਜਾਂਦਾ ਹੈ

dormy /'ਡੋਮਿ/ *a* (ਗਾਲਫ ਖਿਲਾੜੀ ਦੇ) ਬਾਕੀ ਅੰਕਾਂ ਸੰਬੰਧੀ (ਅੱਗੇ ਜਿੰਨੇ ਖੇਡਣੇ ਬਾਕੀ ਹਨ)

dorothy bag /'ਡੌਰਅਥਿ ਬੈਗ/ *n* ਔਰਤਾਂ ਦਾ ਹੈਂਡ ਬੈਗ, ਪਰਸ

dorsal /'ਡੋਸਲ/ *a* (ਅੰਗ, ਜੰਤੂ) ਪਿੱਠ ਸੰਬੰਧੀ, ਪਿੱਠ ਨੇੜੇ ਦਾ *n* ਮੱਛੀ ਦੀ ਪਿੱਠ ਦਾ ਖੰਭੜਾ

dorsel /'ਡੋਸਲ/ *n* ਵੇਦੀ ਦੇ ਪਿੱਛੇ ਲਟਕਣ ਵਾਲਾ ਸਜਾਵਟੀ ਕੱਪੜਾ

dortour /'ਡੋਟਅ*/ *n* ਸੌਣ ਵਾਲਾ ਵੱਡਾ ਕਮਰਾ

dory /'ਡੋਰਿ/ *n* ਇੱਕ ਸਮੁੰਦਰੀ ਮੱਛੀ; ਡੋਰੀ, ਡੋਰੀ ਕਿਸਤੀ, ਚਪਟੇ ਥੱਲੇ ਵਾਲੀ ਮੱਛੀਆਂ ਫੜਨ ਵਾਲੀ ਕਿਸ਼ਤੀ

DOS /ਡੌਸ/ *abbr* (ਕੰਪਿ) **Disk Operating System** ਦਾ ਸੰਖੇਪ, ਵਰਤੋਂਕਾਰ ਵੱਲੋਂ ਕੰਪਿਊਟਰ ਨੂੰ ਆਦੇਸ਼ ਜਾਂ ਹਿਦਾਇਤਾਂ ਦੇਣ ਲਈ ਅੱਖਰ ਆਧਾਰਿਤ ਪ੍ਰਨਾਲੀ

dosage /'ਡਅਉਸਿਜ/ *n* ਖ਼ੁਰਾਕ, ਖ਼ੁਰਾਕ ਦੀ ਮਾਤਰਾ

dose /ਡਅਉਸ/ *n* (ਦਵਾਈ ਦੀ) ਖ਼ੁਰਾਕ, ਦਵਾਈ ਦੀ ਮਾਤਰਾ; ਮਾਤਰਾ, ਮਿਕਦਾਰ; ਦੰਡ ਦੀ ਮਾਤਰਾ *vt* ਮਿਸ਼ਰਨ ਬਣਾਉਣਾ; ਦਵਾ ਦੇਣਾ, ਖ਼ੁਰਾਕ ਪਿਆਉਣਾ

Dos prompt *n* (ਕੰਪਿ) ਅਜਿਹਾ ਚਿੰਨ੍ਹ ਜਿਹੜਾ ਦਰਸਾਉਂਦਾ ਹੈ ਕਿ ਕੰਪਿਊਟਰ ਸੰਚਾਲਨ ਪ੍ਰਨਾਲੀ ਕੀਬੋਰਡ ਤੋਂ ਕੋਈ ਵੀ ਆਦੇਸ਼ ਪ੍ਰਾਪਤ ਕਰਨ ਲਈ ਤਿਆਰ ਹੈ

doss /ਡੌਸ/ *n* ਸੌਣ ਲਈ ਮੰਜਾ-ਬਿਸਤਰਾ *vi* ਘਟੀਆ ਹੋਟਲ ਵਿੱਚ ਸੌਣਾ

dossal /'ਡੌਸਲ/ *n* ਵੇਦੀ ਦੇ ਇਕ ਪਾਸੇ ਦਾ ਰੁਮਾਲ

dossier /'ਡੌਸਿਏਇ/ *n* ਮਿਸਲ, ਕਾਗਜ਼ਾਂ ਦੀ ਫ਼ਾਈਲ; ਚਾਲ-ਚਲਣ ਦਾ ਲਿਖਤੀ ਵੇਰਵਾ, ਗੁਪਤ ਫ਼ਾਈਲ

dossy /'ਡੌਸਿ/ *a* ਸਜਿਆ-ਫਬਿਆ, ਬਣਿਆ-ਠਣਿਆ, ਬਾਂਕਾ

dot /ਡੌਟ/ *n* ਨੁਕਤਾ, ਬਿੰਦੀ, ਬਿੰਦੂ; (ਸੰਗੀ) ਚਿੰਨ੍ਹ; (ਟੈਲੀਗ੍ਰਾਫੀ) ਬਿੰਦੀ; ਨਿੱਕੀ ਚੀਜ਼; ਛੋਟਾ ਬੱਚਾ *vt* ਬਿੰਦੀ ਲਾਉਣਾ, ਨੁਕਤਾ ਲਾਉਣਾ; ਚਿੱਤਰਨਾ; ਨਿਸ਼ਾਨਾ ਮਾਰਨਾ **dot the i's and cross the t's** ਕੰਮ ਨੂੰ ਸਿਰੇ ਚਾੜ੍ਹਦਿਆਂ ਛੋਟੇ ਤੋਂ ਛੋਟੇ ਵਿਸਤਾਰ ਨੂੰ ਪੂਰਾ ਕਰਨਾ **off one's dot** ਮੂਰਖ, ਖਿੜਕਿਆ ਹੋਇਆ

dotage /'ਡਅਉਟਿਜ/ *n* ਸਠਿਆਪਾ, ਬੁਢਾਪਾ

dotal /'ਡਅਉਟਲ/ *a* ਦਹੇਜ ਸੰਬੰਧੀ

dot-and-dash *n* (ਤਾਰ ਭੇਜਣ ਲਈ) ਬਿੰਦੀ ਅਤੇ ਡੈਸ਼ (ਦੇ ਸੰਕੇਤ ਚਿੰਨ੍ਹ)

dote /ਡਅਉਟ/ *vi* ਬੁਢਾਪੇ ਕਰ ਕੇ ਮੱਤ ਮਾਰੀ ਜਾਣਾ; ਮੋਹਿਤ ਹੋ ਜਾਣਾ, ਲੱਟੂ ਹੋ ਜਾਣਾ, ਬਹੁਤ ਵਧੇਰੇ ਸਨੇਹ ਕਰਨਾ

doting /'ਡਅਉਟਿਙ/ *a* ਮੋਹਿਤ, ਲੱਟੂ

dot matrix printer *n* ਸਿਆਹੀ ਵਾਲੇ ਰਿਬਨ ਉੱਤੇ ਸੂਈਆਂ ਮਾਰ ਕੇ ਤੇ ਇੰਜ ਛਪਦੀਆਂ ਬਿੰਦੀਆਂ ਤੋਂ ਅੱਖਰ ਬਣਾਕੇ ਛਪਾਈ ਕਰਨ ਵਾਲਾ ਪ੍ਰਿੰਟਰ,

ਸੂਈ-ਬਿੰਦੀ-ਛਾਪਕ

dotted /'ਡੌਟਿਡ/ *a* ਬਿੰਦੂ-ਅੰਕਿਤ

dottle /'ਡੌਟਲ/ *n* ਚਿਲਮ ਵਿੱਚ ਧੁਖਣ ਤੋਂ ਬਚਿਆ ਤਮਾਕੂ

dotty /'ਡੌਟਿ/ *a* ਨੁਕਤੇਦਾਰ, ਬਿੰਦੀਦਾਰ; ਡਗਮਗਾ ਜਾਣ ਵਾਲਾ, ਲੜਖੜਾ ਜਾਣ ਵਾਲਾ; ਮੂੜ੍ਹ, ਮੂਰਖ

double /'ਡਅੱਬਲ/ *n* ਪ੍ਰਤਿਰੂਪ, ਉਤਾਰਾ, ਨਕਲ; ਖੇਡਾਂ, (ਟੈਨਿਸ) ਦੋ ਜੋੜੀ ਖੇਡ; (ਸੱਟ ਖਾ ਕੇ ਸ਼ਿਕਾਰ ਦੇ) ਉਲਟ ਜਾਂ ਮੁੜ ਪੈਣ ਦੀ ਕਿਰਿਆ; ਨਦੀ ਦਾ ਮੋੜ *v* ਦੁੱਗਣਾ ਕਰਨਾ ਜਾਂ ਹੋਣਾ; (ਸੰਗੀ) ਦੋ ਵੱਖ-ਵੱਖ ਸਰਗਮਾਂ ਨੂੰ ਇੱਕ ਸੁਰ ਦੇ ਨਾਲ ਵਜਾਉਣਾ; ਇੱਕੋ ਆਦਮੀ ਦਾ ਦੋ ਪਾਤਰਾਂ ਦੀ ਐਕਟਿੰਗ ਜਾਂ ਅਭਿਨੈ ਕਰਨਾ; ਸੈਨਾ ਦਾ ਡਬਲ ਮਾਰਚ ਕਰਨਾ; ਦੂਹਰਾ ਕਰਨਾ; ਤਹਿ ਕਰਨਾ; ਮੁੱਠੀ ਮੀਟਣਾ, ਜਕੜਨਾ, ਕੱਸ ਕੇ ਫੜਨਾ; ਗੇਂਦ ਦਾ ਟੱਪਾ ਖਾਣਾ ਜਾਂ ਖੁਆਉਣਾ; ਪਲਟਣਾ ਜਾਂ ਪਲਟਾਉਣਾ; (ਦੌੜ ਵਿੱਚ) ਅਚਾਨਕ ਚੱਕਰ ਖਾਣਾ, ਗੁੰਝਲਦਾਰ ਰਾਹ ਇਖ਼ਤਿਆਰ ਕਰਨਾ *a* ਦੂਣਾ, ਦੁੱਗਣਾ, ਦੂਹਰਾ, ਡਬਲ; ਝੁਕਿਆ ਹੋਇਆ, ਮੁੜਿਆ ਹੋਇਆ; ਦੁੱਗਣੀਆਂ ਪੱਤੀਆਂ ਵਾਲਾ; ਸੰਦੇਹਪੂਰਨ, ਦੋ-ਅਰਥਕ; ਦੋ-ਰੰਗਾ; ਦੁੱਗਣੀ ਸ਼ਕਤੀ ਵਾਲਾ; ਦੂਣੇ ਮੁੱਲ ਦਾ; ਦੁੱਗਣੇ ਆਕਾਰ ਵਾਲਾ; ਕਪਟੀ, ਛਲੀਆ, ਦੰਭੀ, ਧੋਖੇਬਾਜ਼, ਮੱਕਾਰ **at the double** ਭੱਜ ਕੇ ਚੱਲਣ ਦੀ ਕਿਰਿਆ (ਫ਼ੌਜ ਵਿੱਚ)

double agent *n* ਦੁਵੱਲਾ ਜਸੂਸ (ਜੋ ਦੁਸ਼ਮਣ ਦੇਸ਼ ਲਈ ਵੀ ਜਸੂਸੀ ਕਰੇ)

double-barrel *n* ਦੁਨਾਲੀ ਬੰਦੂਕ

double chin *n* ਲਟਕੀ ਠੋਡੀ, ਦੋਹਰੀ ਠੋਡੀ

double-crown *n* ਕਾਗਜ਼ ਦਾ ਸਾਈਜ਼ 20×30 ਇੰਚ

double-edged *a* ਦੋ-ਧਾਰੀ; ਦੋ-ਰੂਪੀ; ਦੋ-ਅਰਥਕ

double faced *a* ਕਪਟੀ, ਕੁਟਲ, ਛਲੀਆ, ਮੱਕਾਰ, ਦੁਬਾਜਰਾ

double fault *n* ਟੈਨਿਸ ਦੀ ਖੇਡ ਵਿੱਚ ਦੋ ਵਾਰ ਲਗਾਤਾਰ ਗ਼ਲਤ ਸਰਵਿਸ ਕਾਰਨ ਅੰਕ ਹਾਰਨਾ

double glazing *n* ਸ਼ੀਸ਼ੇ ਦੀਆਂ ਦੋ ਤਹਿਆਂ ਅਤੇ ਤਹਿਆਂ ਵਿਚਕਾਰ ਖ਼ਾਲੀ ਥਾਂ ਵਾਲੀ ਖਿੜਕੀ

doublespeak /'ਡਅੱਬਲਸਪੀਕ/ *n* ਦੂਹਰੇ ਅਰਥਾਂ ਵਾਲੀ ਭਾਸ਼ਾ; ਝੂਠ ਲਈ ਸੱਚ ਦਾ ਵਿਸ਼ਵਾਸ਼ ਦੇਂਦੀ ਭਾਸ਼ਾ

doublet /'ਡਅੱਬਲਅਟ/ *n* ਜੋੜਾ; ਇੱਕ ਤਰ੍ਹਾਂ ਦੀ ਬਾਸਕਟ; (ਵਿਆ) ਸਮਸਰੋਤੀ ਪਰ ਭਿੰਨ ਰੂਪੀ ਸ਼ਬਦ

doubt /ਡਾਉਟ/ *n* ਸ਼ੱਕ, ਸ਼ੰਕਾ, ਸੰਦੇਹ, ਸ਼ੁਬ੍ਹਾ, ਬੇਵਸਾਹੀ, ਅਵਿਸ਼ਵਾਸ *v* ਸ਼ੱਕ ਕਰਨਾ, ਸੰਦੇਹ ਕਰਨਾ; ਦੁਬਿਧਾ ਵਿੱਚ ਹੋਣਾ; ਖ਼ਦਸ਼ਾ ਹੋਣਾ, ਡਰ ਹੋਣਾ

doubtful /'ਡਾਉਟਫ਼ਲ/ *a* ਸ਼ੱਕ ਵਾਲਾ, ਸ਼ੰਕਾ ਭਰਿਆ, ਸੰਦੇਹਪੂਰਨ; ਗ਼ੈਰਯਕੀਨੀ, ਅਨਿਸ਼ਚਿਤ

doubtless /'ਡਾਉਟਲਅਸ/ *adv* ਨਿਸ਼ਚਿਤ ਤੌਰ ਉੱਤੇ, ਯਕੀਨੀ ਤੌਰ ਉੱਤੇ, ਨਿਰਸੰਦੇਹ, ਅਵੱਸ਼ ਹੀ, ਬਿਨਾਂ ਸ਼ੱਕ ਦੇ

douce /ਡੂਸ/ *a* ਧੀਰਜਵਾਨ, ਧੀਰਾ, ਧੀਰਜ ਵਾਲਾ; ਮਿਲਾਪੜਾ, ਮਿਲਨਸਾਰ

douceur /ਡੂ'ਸਅ:*/ *n* ਬਖ਼ਸ਼ਿਸ਼, ਨਜ਼ਰਾਨਾ; ਵੱਢੀ, ਰਿਸ਼ਵਤ

douche /ਡੂਸ਼/ *n* ਡੂਸ਼, ਪਾਣੀ ਦੀ ਪਿਚਕਾਰੀ *v* ਪਾਣੀ ਦੀ ਪਿਚਕਾਰੀ ਨਾਲ ਧੋਣਾ ਜਾਂ ਧੁਆਉਣਾ, ਡੂਸ਼ ਕਰਨਾ

dough /ਡਅਉ/ *n* ਤੌਣ, ਗੁੰਨ੍ਹਿਆ ਆਟਾ; ਮੁਲਾਇਮ, ਚਿਪਚਿਪਾ ਪਦਾਰਥ; (ਅਪ) ਧਨ, ਰਕਮ

dough-faced *a* ਕਾਇਰ, ਬੁਜ਼ਦਿਲ, ਡਰਪੋਕ

doughnut /'ਡਅਉਨਅੱਟ/ *n* ਛੱਲੇਨੁਮਾ ਕੇਕ, ਡੋਨੱਟ

doughty /'ਡਾਉਟਿ/ *a* ਬਹਾਦਰ, ਭੜਮੱਲ (ਮਜ਼ਾਕ ਵਿੱਚ)

doughy /'ਡਅਉਇ/ *a* ਗੁੰਨ੍ਹੇ ਆਟੇ ਵਰਗਾ; ਚਿਪਚਿਪਾ, ਲੇਸਦਾਰ; ਮੁਲਾਇਮ, ਨਰਮ

doum /ਡਾਉਮ/ *n* ਮਿਸਰੀ ਖਜੂਰ

dour /ਡਾਉਅ*/ *a* ਸਖ਼ਤ, ਕਠੋਰ; ਜ਼ਿੱਦੀ, ਹਠੀ

dourly /'ਡਾਉਅਲਿ/ *adv* ਕਠੋਰਤਾ ਨਾਲ, ਕਰੜਾਈ ਨਾਲ

dourness /'ਡਾਉਅਨਅਸ/ *n* ਸਖ਼ਤੀ, ਕਠੋਰਤਾ, ਕਰੜਾਈ; ਹਠ, ਜ਼ਿੱਦ

douse¹ /ਡਾਉਸ/ *vt* (ਬਾਦਬਾਨ) ਝੁਕਾਉਣਾ

douse² *vt* ਬੁਝਾਉਣਾ, ਸ਼ਾਂਤ ਕਰਨਾ; ਭਿਓਂਣਾ, ਗਿੱਲਾ ਕਰਨਾ; ਪਾਣੀ ਵਿੱਚ ਡੁਬੋਣਾ

dove /ਡਅੱਵ੍/ *n* ਘੁੱਗੀ, ਕੁਮਰੀ, ਫਾਖਤਾ; ਅਮਨ-ਪਸੰਦ ਵਿਅਕਤੀ, ਭੋਲਾ-ਭਾਲਾ ਆਦਮੀ

dovecote /'ਡਅੱਵ੍ਕਅਉਟ, -ਕੌਟ/ *n* ਕਬੂਤਰਖ਼ਾਨਾ

dovelike /'ਡਅੱਵ੍ਲਾਇਕ/ *a* ਘੁੱਗੀ ਵਰਗਾ; ਸਰਲ, ਮਾਸੂਮ, ਸਾਊ

dovetail /'ਡਅੱਵ੍ਟੇਇਲ/ *n* ਗੱਠਵਾਂ ਜੋੜ *vt* ਗੱਠਵਾਂ ਜੋੜ ਲਾਉਣਾ ਜਾਂ ਲੱਗਣਾ

dowager /'ਡਾਉਅਜਅ*/ *n* ਵਿਧਵਾ ਰਾਣੀ; ਉਹ ਵਿਧਵਾ ਜਿਸ ਨੂੰ ਪਤੀ ਦੀ ਸੰਪੱਤੀ ਮਿਲੀ ਹੋਵੇ; ਪਦ ਪ੍ਰਾਪਤ ਵਿਧਵਾ

dowager queen *n* ਰਾਜ ਮਾਤਾ

dowdy /'ਡਾਉਡਿ/ *n* ਖੁੱਥੜ, ਫੂਹੜ ਤੀਵੀਂ *a* ਭੱਦੀ, ਬੁਰੀ; ਫੂਹੜ; ਬੇਰੂਪ, ਬੇਸਲੀਕਾ, ਕੋਝੇ ਲਿਬਾਸ ਵਾਲੀ

dower /'ਡਾਉਅ*/ *n* ਦਾਜ, ਦਹੇਜ; ਵਿਧਵਾ ਧਨ; ਕੁਦਰਤੀ ਦੇਣ, ਦਾਤ *vt* ਦਾਜ ਦੇਣਾ, ਦਹੇਜ ਲੈਣਾ

down¹ /ਡਾਉਨ/ *n* ਲੂੰ, ਰੋਮ; ਨਰਮ ਖੰਭ; ਰੂੰਦਾਰ ਚੀਜ਼

down² *n* ਉੱਚੀ ਅਤੇ ਖੁੱਲ੍ਹੀ ਥਾਂ; ਮੈਦਾਨ, (ਬਹੁ) ਦੱਖਣੀ ਇੰਗਲੈਂਡ ਦੀਆਂ ਖੜੀਆ ਮਿੱਟੀ ਦੀਆਂ ਪਹਾੜੀਆਂ

down³ *n* ਤਕਦੀਰ ਦਾ ਉਲਟ ਫੇਰ, ਦੁਰਭਾਗ *a* ਹੇਠਾਂ ਜਾਣ ਵਾਲਾ, ਅਧੋਗਾਮੀ; ਉਦਾਸ, ਦਿਲਗੀਰ, ਮਸੋਸਿਆ, ਅਫ਼ਸੋਸਿਆ *adv* ਹੇਠਾਂ, ਥੱਲੇ; ਹੇਠ ਵੱਲ, ਹਿਠਾੜ ਵੱਲ, ਨਿਵਾਣ ਵੱਲ; (ਵੱਡੇ ਸ਼ਹਿਰ ਤੋਂ) ਪਰੇ ਅਧੋਗਤੀ ਵਿੱਚ, ਝੁਕੀ ਹੋਈ ਹਾਲਤ ਵਿੱਚ; ਅਰੰਭ ਤੋਂ ਲੈ ਕੇ ਅੰਤ ਤੱਕ, ਸ਼ੁਰੂ ਤੋਂ ਲੈ ਕੇ ਅਖ਼ੀਰ ਤੱਕ *prep* ਦੇ ਕਿਨਾਰੇ-ਕਿਨਾਰੇ; ਦੇ ਹੇਠਾਂ-ਹੇਠਾਂ; ਦੇ ਲੰਮੇ ਦਾਅ; ਦੇ ਆਰਪਾਰ *vt* ਡੇਗ ਦੇਣਾ, ਪਟਕਾ ਦੇਣਾ, ਪਾ ਦੇਣਾ; ਹਰਾਉਣਾ **down by the head** ਦਬਾਊ, ਅੱਗਿਓਂ ਝੁਕਿਆ ਹੋਇਆ **down by the storm** ਪਿੱਛੇ ਨੂੰ ਝੁਕਿਆ **down in the mouth** ਨਿਰਾਸ਼, ਉਦਾਸੀਨ, ਉਦਾਸ **down tools** (ਬੋਲ) ਹੜਤਾਲ ਕਰ ਦੇਣਾ **down with** ਮੁਰਦਾਬਾਦ, **get down** ਉੱਤਰਨਾ **send down** ਯੂਨੀਵਰਸਿਟੀ ਵਿੱਚੋਂ ਕੱਢ ਦੇਣਾ **shout down** ਚਿਲਾ-ਚਿਲਾ ਕੇ ਚੁੱਪ ਕਰਾ ਦੇਣਾ, ਉੱਚੀ ਬੋਲ ਕੇ ਮੂੰਹ ਬੰਦ ਕਰਾ ਦੇਣਾ **up and down** ਇੱਧਰ-ਉੱਧਰ; ਉੱਪਰ ਹੇਠਾਂ **down and out** ਨਿਰਧਨ, ਦਰਿੱਦਰ, ਕੰਗਾਲ; ਹਾਰਿਆ

downcast /'ਡਾਉਨਕਾਸਟ/ *a* ਉਦਾਸ, ਨਿਰਾਸ਼, ਨਿਮੋਝੂਣਾ

downer /'ਡਾਉਨਅ*/ *n* (ਅਪ) ਵਿਸ਼ਾਦਕਾਰੀ ਦਵਾਈ; ਵਿਸ਼ਾਦਕਾਰੀ ਅਨੁਭਵ ਜਾਂ ਵਿਅਕਤੀ

downfall /'ਡਾਉਨਫ਼ੌਲ/ *n* ਗਿਰਾਵਟ, ਅਵਨਤੀ; ਤਬਾਹੀ, ਬਰਬਾਦੀ, ਨਾਸ; (ਮੀਂਹ ਦੀ) ਬੁਛਾੜ, ਵਾਛੜ

downgrade /,ਡਾਉਨ'ਗਰੇਇਡ/ *n* ਪਦ-ਅਵਨਤੀ, ਹੇਠਲੇ ਅਹੁਦੇ ਉੱਤੇ ਆਉਣ ਦੀ ਦਸ਼ਾ *vt* ਦਰਜਾ ਘਟਾਉਣਾ; ਛਟਿਆਉਣਾ

down gradient *n* ਉਤਾਰ, ਢਾਲ

downhearted /,ਡਾਉਨ'ਹਾਟਿਡ/ *a* ਉਦਾਸ, ਨਿਰਾਸ

downhill /'ਡਾਉਨਹਿਲ/ *n* (ਪਹਾੜ ਦੀ) ਢਲਾਣ /,ਡਾਉਨ'ਹਿਲ/ *adv* ਉਤਰਾਈ ਵੱਲ, ਢਲਾਣ ਵੱਲ

download /'ਡਾਉਨਲਅਉਡ/ *n* (ਕੰਪਿ) ਕਿਸੇ ਫਾਈਲ ਨੂੰ ਇੰਟਰਨੈੱਟ ਤੋਂ ਕੰਪਿਊਟਰ ਉੱਤੇ ਜਾਂ ਫਿਰ ਇੱਕ ਕੰਪਿਊਟਰ ਤੋਂ ਦੂਸਰੇ ਕੰਪਿਊਟਰ ਉੱਤੇ ਨਕਲ ਕਰਨ ਦੀ ਪ੍ਰਕਿਰਿਆ

downplay /,ਡਾਉਨ'ਪਲੇਇ/ *v* ਘਟਾ ਕੇ ਦੱਸਣਾ, ਨਗੂਣਾ ਦੱਸਣਾ

downpour /'ਡਾਉਨਪੋ*/ *n* ਮੋਹਲੇਧਾਰ ਮੀਂਹ

downright /'ਡਾਉਨਰਾਇਟ/ *a* ਸਿੱਧੀ ਅਤੇ ਖਰੀ

ਗੱਲ ਮੂੰਹ ਉੱਤੇ ਕਹਿਣ ਵਾਲਾ; ਖਰਾ, ਨਿਰਾ, ਨਿਸ਼ਚਿਤ *adv* ਸਪਸ਼ਟਤਾ ਨਾਲ, ਪੂਰੇ ਤੌਰ 'ਤੇ

downsize /'ਡਾਉਨਸਾਇਜ਼/ *v*, (ਫ਼ੈਕਟਰੀ/ਕਾਰੋਬਾਰ ਵਿੱਚ) ਕਾਮਿਆਂ ਦੀ ਗਿਣਤੀ ਘਟਾਉਣਾ

downstairs /ˌਡਾਉਨ'ਸਟੇਅਜ਼/ *adv* ਹੇਠਲੀ ਛੱਤ ਉੱਤੇ

downstream /ˌਡਾਉਨ'ਸਟਰੀਮ/ *adv* ਵਗਦੇ ਪਾਸੇ, ਹਿਠਾੜ ਵੱਲ

downthrow /'ਡਾਉਨਥਰਅਉ/ *n* (ਭੌਂ) ਚਟਾਨ ਦੀ ਤਰ੍ਹੇੜ ਦੇ ਇੱਕ ਪਾਸੇ ਦੀ ਢਾਲ; ਗਿਰਾਵਟ

downtown /ˌਡਾਉਨ'ਟਾਉਨ/ *adv* ਸ਼ਹਿਰ ਦੇ (ਕੇਂਦਰ) ਵਲ, ਵਪਾਰਕ ਕੇਂਦਰ ਵਲ

downtrodden /'ਡਾਉਨਟਰੌਡਨ/ *a* ਕੁਚਲਿਆ, ਲਿਤਾੜਿਆ, ਦੱਬਿਆ, ਪੀੜਿਤ, ਦਲਿਤ

downward /'ਡਾਉਨਵਅਡ/ *a* ਉਤਰਦਾ, ਅਧੋਮੁਖੀ *adv* ਨੀਵੇਂ ਪਾਸੇ; ਨੀਵੇਂ ਪਾਸੇ ਵੱਲ, ਗਿਰਾਵਟ ਵੱਲ, ਅਵਨਤੀ ਵੱਲ

dowry /'ਡਾਉਰਿ/ *n* ਦਾਜ, ਦਹੇਜ, ਕੰਨਿਆ ਦਾਨ; ਪ੍ਰਤਿਭਾ, ਅਸਧਾਰਨ ਬੁੱਧੀ

dowse, douse /ਡਾਉਜ਼/ *n* ਮੁੱਕਾ, ਹੂਰਾ *v* ਮੂੰਹ ਉੱਤੇ ਹੂਰਾ ਮਾਰਨਾ ਜਾਂ ਵੱਜਣਾ

dowser /ਡਾਉਜ਼ਅ*/ *n* ਧਰਤੀ ਹੇਠਲੇ ਪਾਣੀ ਜਾਂ ਖਣਿਜ ਪਦਾਰਥ ਦਾ ਪਤਾ ਦੇਣ ਵਾਲਾ ਬੰਦਾ, ਸੇਂਘਾ

doxology /ਡੌਕ'ਸੌਲਅਜੀ/ *n* ਅਕਾਲ-ਉਸਤਤੀ, ਭਜਨ, ਬੰਦਗੀ

doxy /'ਡੌਕਸਿ/ *n* ਧਾਰਮਿਕ ਰਾਏ, ਕੱਟੜ ਵਿਚਾਰ, ਵਿਸ਼ਵਾਸ

doyen /'ਡੌਇਅਨ/ *n* (ਕਿਸੇ ਸੰਸਥਾ ਦਾ) ਪੁਰਾਣਾ ਮੈਂਬਰ; ਪਿਤਾਮਾ; ਪੁਰਾਣਾ ਰਾਜਦੂਤ

doze /ਡਅਉਜ਼/ *n* ਊਂਘ, ਝਪਕੀ, ਹਲਕੀ ਨੀਂਦ *v* ਊਂਘਣਾ, ਊਂਘ ਆਉਣਾ

dozen /'ਡਅੱਜ਼ਨ/ *n* ਬਾਰਾਂ ਦਾ ਜੁੱਟ, ਦਰਜਨ

dpi /ˌਡੀ ਪੀ 'ਆਇ/ *abbr* **dots per inch** ਦਾ ਸੰਖੇਪ, ਛਾਪ ਦੀ ਸਪਸ਼ਟਤਾ ਦਾ ਮਾਪ

Dr *abbr* **Doctor** ਦਾ ਸੰਖੇਪ; ਗਲੀ ਦੇ ਨਾਂ ਵਿੱਚ **Drive** ਦਾ ਸੰਖੇਪ

drab¹ /ਡਰੈਬ/ *n* ਕੁਚੱਜੀ ਤੀਵੀਂ; ਛਨਾਲ, ਵੇਸਵਾ *vi* ਵੇਸਵਾਗਮਨੀ ਕਰਨਾ

drab² *n* ਨੀਰਸਤਾ; ਫਿੱਕਾ ਰੰਗ, ਬਦਾਮੀ ਰੰਗ *a* ਬੇਸੁਆਦ, ਰੁੱਖਾ, ਨੀਰਸ; ਅਕਾਊ, ਉਕਤਾ ਦੇਣ ਵਾਲਾ

drachma /'ਡਰੈਕਮਅ/ *n* ਯੂਨਾਨ ਦੀ ਮੁੱਦਰਾ (ਅੱਜ ਕੱਲ੍ਹ ਇਸ ਦੀ ਥਾਂ ਯੂਰੋ ਪ੍ਰਚਲਿਤ ਹੈ), ਦਰਮ

draconian /ਡਰਅ'ਕਅਉਨਿਅਨ/ *a* (ਕਨੂੰ) ਜ਼ਾਲਮਾਨਾ, ਸਖ਼ਤ, ਕਠੋਰ

Dracula /'ਡਰੈਕਯਅਲਅ/ *n* ਡਰਾਉਣੀਆਂ ਫ਼ਿਲਮਾਂ ਦੀ ਲਹੂ-ਪੀਣੀ ਚੂੜੇਲ ਆਦਿ ਕੋਈ ਪਾਤਰ, ਡਰੈਕੁਲਾ

draffish, draffy /'ਡਰੈਫ਼ਿਸ਼, 'ਡਰੈਫ਼ਿ/ *a* ਨਿਰਾਰਥਕ, ਵਿਅਰਥ, ਮੈਲਾ, ਮਲੀਨ

draft /ਡਰਾਫ਼ਟ/ *n* ਫ਼ੌਜੀ ਟੁਕੜੀ, ਦਸਤਾ; ਫ਼ੌਜ ਵਿੱਚ ਜਬਰੀ ਭਰਤੀ; (ਕਿਸੇ ਸੰਸਥਾ ਵਿੱਚੋਂ) ਇੱਕ ਪਾਰਟੀ ਦੀ ਚੋਣ; ਹੁੰਡੀ, ਡ੍ਰਾਫ਼ਟ; ਖਰੜਾ; ਖ਼ਾਕਾ, ਰੂਪ-ਰੇਖਾ; ਪੱਥਰ ਦੀ ਤਰਾਸ਼ੀ *vt* ਕੋਈ ਫ਼ੌਜੀ ਟੁਕੜੀ ਚੁਣ ਕੇ ਵੱਖ ਕਰਨਾ ਜਾਂ ਤਿਆਰ ਕਰਨਾ; ਖਰੜਾ ਤਿਆਰ ਕਰਨਾ; ਖ਼ਾਕਾ ਬਣਾਉਣਾ; ਪੱਥਰ ਦੇ ਕੰਢੇ ਤਰਾਸ਼ਣਾ

drafting /ਡਰਾਫ਼ਟਿਙ/ *n* ਆਲੇਖਣ

draftsman /'ਡਰਾਫ਼ਟਸਮਅਨ/ *n* ਨਕਸ਼ਾਨਵੀਸ, ਮਾਨਚਿੱਤਰਕਾਰ, ਨਕਸ਼ਾ ਬਣਾਉਣ ਵਾਲਾ ਵਿਅਕਤੀ; ਮਸੌਦਾ ਤਿਆਰ ਕਰਨ ਵਾਲਾ ਵਿਅਕਤੀ

draftsmanship /'ਡਰਾਫ਼ਟਸਮਅਨਸ਼ਿਪ/ *n* ਨਕਸ਼ਾਨਵੀਸੀ

drag /ਡਰੈਗ/ *v* ਘਸੀਟਣਾ, ਧੂਹਣਾ, ਖਿੱਚਣਾ; ਔਖੇ ਚੱਲਣਾ; ਰੋਂਦਿਆਂ-ਧੋਂਦਿਆਂ ਗਾਉਣਾ; (ਡੁੱਬੀ ਹੋਈ ਚੀਜ਼ ਲਈ) ਜਾਲ ਸੁੱਟਣਾ, ਹੇਠੋਂ ਕੱਢ ਕੇ ਲਿਆਉਣਾ, ਥੱਲੇ ਦੀ ਮਿੱਟੀ ਕੱਢਣਾ; ਗੱਡੇ ਆਦਿ ਦੀ ਚਾਲ ਘਟਾਉਣ ਲਈ ਕੋਈ ਰੋਕ ਲਾਉਣਾ *n* (ਖੂਹ ਵਿੱਚ ਸੁੱਟਣ ਵਾਲੀ) ਕੁੰਡੀ ਜਾਂ ਕੁੰਡਾ; ਸੁਹਾਗਾ

(ਖੇਤ ਵਿੱਚ ਫੇਰਨ ਵਾਲਾ), ਫੌੜ੍ਹਾ, ਕਰਾਹ; (ਧੂਹ ਦਾ) ਕੁੱਤਾ; ਮੱਠੀ ਚਾਲ; ਬੇਪਹੀਆ ਗੱਡੀ; ਚਹੁੰ ਘੋੜਿਆਂ ਵਾਲੀ ਗੱਡੀ; ਦਰਿਆ ਦੀ ਤਹਿ ਵਿੱਚੋਂ ਮਿੱਟੀ ਕੱਢਣ ਵਾਲਾ ਯੰਤਰ **drag in** ਵਿਅਰਥ ਨਵਾਂ ਵਿਸ਼ਾ ਘੁਸੇੜ ਲੈਣਾ **drag on** ਘਸੀਟਦੇ ਜਾਣਾ **drag out** ਲਮਕਾਉਣਾ, ਲੰਮਾ ਕਰਨਾ, ਦੇਰ ਕਰਨਾ **drag up** ਸਖ਼ਤ ਵਰਤਾਅ ਕਰਨਾ, ਖਿੱਚ ਧੂਹ ਕੇ (ਬੱਚੇ ਦੀ) ਪਾਲਣਾ ਕਰਨਾ

draggle /'ਡਰੈਗਲ/ *v* (ਚਿੱਕੜ ਵਾਲੇ ਪਾਣੀ ਵਿੱਚ ਚੱਲ ਕੇ) ਮੈਲਾ ਕਰਨਾ, ਗੰਦਾ ਕਰਨਾ, ਲਬੇੜਨਾ; ਪੈਰ ਧੂਹ-ਧੂਹ ਕੇ ਤੁਰਨਾ; ਪਛੜ ਜਾਣਾ

dragon /'ਡਰੈਗਅਨ/ *n* ਪੁਰਾਣਿਕ ਕਥਾਵਾਂ ਵਿੱਚ ਅੱਗ ਵਰ੍ਹਾਉਣ ਵਾਲਾ ਇਕ ਉਡਣਾ ਜੀਵ, ਡਰੈਗਨ

dragonfly /'ਡਰੈਗਅਨਫ਼ਲਾਇ/ *n* ਇਕ ਤਰ੍ਹਾਂ ਦੀ ਵੱਡੇ ਖੰਭਾਂ ਵਾਲੀ ਭੰਬੀਰੀ

dragoon /ਡਰਅ'ਗੂਨ/ *n* ਘੋੜਸਵਾਰ, ਫ਼ੌਜੀ ਰਿਸਾਲੇ ਦਾ ਸਿਪਾਹੀ; ਵਹਿਸ਼ੀ ਮਨੁੱਖ *vt* ਧੱਕੇ ਨਾਲ ਕੰਮ ਲੈਣਾ, ਵਗਾਰ ਲੈਣਾ; ਤੰਗ ਕਰਨਾ, ਜਿੱਚ ਕਰਨਾ

drain /ਡਰੇਇਨ/ *v* ਪਾਣੀ ਕੱਢਣਾ, ਨਿਚੋੜਨਾ; (ਧਨ, ਸ਼ਕਤੀ ਆਦਿ) ਨਿਚੋੜ ਲੈਣਾ; (ਪੀਕ ਆਦਿ) ਕੱਢਣਾ; ਪੀ ਕੇ (ਪਿਆਲਾ ਆਦਿ) ਸੱਖਣਾ ਕਰ ਦੇਣਾ; ਚੋਣਾ, ਨੁੱਚੜਨਾ *n* ਨਾਲੀ, ਵਹਿਣੀ, ਮੋਰੀ; (ਫੋੜੇ ਵਿੱਚੋਂ) ਪੀਕ ਕੱਢਣ ਵਾਲੀ ਨਲਕੀ; ਨਿਕਾਸ, ਲਗਾਤਾਰ ਨਿਕਾਸ; ਖ਼ਰਚ

drainage /'ਡਰੇਇਨਿਜ/ *n* ਨਿਕਾਸ-ਪ੍ਰਬੰਧ, ਜਲ-ਪ੍ਰਨਾਲੀ, ਨਾਲੀਆਂ ਆਦਿ ਦੀ ਵਿਵਸਥਾ, ਵਹਿਣੀਆਂ, ਵਹਿਣੀਆਂ ਆਦਿ ਦਾ ਪਾਣੀ

drake[1] /ਡਰੇਇਕ/ *n* ਮੱਛੀ ਫੜਨ ਲਈ ਵਰਤੀ ਜਾਣ ਵਾਲੀ ਇੱਕ ਮੱਖੀ

drake[2] *n* (ਨਰ) ਬਤਕ

dram /ਡਰੈਮ/ *n* ਤੇਲ ਦਾ ਇੱਕ ਮਾਪ; ਤੇਜ਼ ਸ਼ਰਾਬ ਦਾ ਛੋਟਾ ਘੁੱਟ, ਚੁਸਕੀ

drama /'ਡਰਾਮਅ/ *n* ਨਾਟਕ, ਰੂਪਕ, ਸਾਂਗ, ਡਰਾਮਾ, ਨਾਟਕ ਕਲਾ, ਨਾਟਕੀ ਘਟਨਾਵਾਂ

dramatic /ਡਰਅ'ਮੈਟਿਕ/ *a* ਨਾਟਕ ਸੰਬੰਧੀ, ਨਾਟਕੀ; ਡਰਾਮਾਈ; ਐਕਟਰਾਂ ਵਰਗਾ; ਅਨੋਖਾ, ਵਚਿੱਤਰ; ਅਚਾਨਕ; ਵਿਖਾਵੇ ਵਾਲਾ; ਰੰਗ-ਮੰਚ ਉੱਤੇ ਵਿਖਾਇਆ ਜਾਣ ਯੋਗ, ਨਾਟਕ ਵਾਂਗ ਰਚੇ ਜਾਣ ਯੋਗ

dramatic club *n* ਨਾਟਕ ਮੰਡਲੀ, ਨਾਟਕ ਸਭਾ

dramatic lyric *n* ਨਾਟਕੀ ਗੀਤ

dramatic performance *n* ਨਾਟਕ ਅਭਿਨੈ

dramatics /ਡਰਅ'ਮੈਟਿਕਸ/ *n* ਨਾਟ-ਕਲਾ, ਨਾਟਕ-ਕਲਾ

dramatis personae /ˌਡਰੈਮਅਟਿਸ ਪਅ:'ਸਅਉਨਾਇ/ *(L)* *n* ਨਾਟਕੀ ਪਾਤਰ, ਪਾਤਰਾਵਲੀ, ਨਾਟਕ ਦੀ ਪਾਤਰ ਸੂਚੀ

dramatist /'ਡਰੈਮਅਟਿਸਟ/ *n* ਨਾਟਕਕਾਰ, ਨਾਟ ਲੇਖਕ

dramatization /ˌਡਰੈਮਅਟਾਇ'ਜ਼ੇਇਸ਼ਨ, -ਟਅ'ਜ਼ੇ-/ *n* ਨਾਟਕੀਕਰਨ, ਨਾਟਕੀ ਰੂਪ, ਨਾਟਕ ਰਚਨਾ

dramatize /'ਡਰੈਮਅਟਾਇਜ਼/ *vt* ਨਾਟਕੀ ਰੂਪ ਦੇਣਾ, ਨਾਟਕੀ ਰੰਗ ਭਰਨਾ, ਨਾਟਕੀ ਬਣਾਉਣਾ

dramaturge /'ਡਰੈਮਅਟਅ:ਜ/ *n* ਨਾਟਕਕਾਰ, ਨਾਟਕ ਲੇਖਕ, ਰੂਪਕਕਾਰ

dramaturgy /'ਡਰੈਮਅਟਅ:ਜਿ/ *n* ਨਾਟ-ਸ਼ਾਸਤਰ, ਨਾਟ-ਕਾਲ, ਨਾਟਕਕਾਰੀ

drank /ਡਰੈਙਕ/ *v* **drink** ਦਾ ਭੂਤ-ਕਾਲ

drape /ਡਰੇਇਪ/ *vt* ਕੱਪੜਿਆਂ ਨਾਲ ਢਕਣਾ, ਕੱਪੜਿਆਂ ਜਾਂ ਪਰਦਿਆਂ ਨਾਲ ਸਜਾਉਣਾ; ਕੱਪੜਿਆਂ ਨੂੰ ਸਜਾਵਟੀ ਢੰਗ ਨਾਲ ਰੱਖਣਾ

draper /'ਡਰੇਇਪਅ*/ *n* ਕੱਪੜਾ ਵੇਚਣ ਵਾਲਾ, ਬਜਾਜ

drapery /'ਡਰੇਇਪਅਰਿ/ *n* ਕੱਪੜੇ ਦਾ ਵਪਾਰ; ਬਜਾਜੀ, ਸਜੇ ਹੋਏ ਪੜਦੇ; (ਮੂਰਤੀ ਕਲਾ ਵਿੱਚ) ਵਸਤਰਾਂ ਦੀ ਅਵਸਥਾ

drastic /'ਡਰੈਸਟਿਕ, 'ਡਰਾਸ-/ *a* ਕਠੋਰ, ਕਰੜਾ, ਸਖ਼ਤ; (ਦਵਾਈ) ਸਖ਼ਤ ਜੁਲਾਬ ਲਾਉਣ

ਵਾਲੀ

drat /ਡਰੈਟ/ *int* (ਪਰਾ) ਲੱਖ ਲਾਹਨਤ !, ਅੱਗ ਲੱਗੇ !, ਚੁੱਲ੍ਹੇ ਵਿੱਚ ਪਵੇ !, ਸੱਤਿਆਨਾਸ ਹੋਵੇ ! *vt* ਫਿਟਕਾਰਨਾ, ਲਾਹਨਤ ਪਾਉਣਾ

draught /ਡਰਾਫ਼ਟ/ *n* ਖਿਚਾਈ, ਘਸੀਟ; ਭਾਰ-ਢੁਆਈ; ਮੱਛੀਆਂ ਵਾਲੇ ਜਾਲ ਦੀ ਖਿਚਾਈ; ਜਾਲ ਵਿੱਚ ਫਸੀਆਂ ਮੱਛੀਆਂ ਦੀ ਮਾਤਰਾ; ਘੁੱਟ (ਪਾਣੀ ਆਦਿ ਦਾ); (ਪੀਣ ਵਾਲੀ) ਦਵਾਈ ਦੀ ਇੱਕ ਖ਼ੁਰਾਕ; ਜਹਾਜ਼ ਚੱਲਣ ਲਈ ਪਾਣੀ ਦੀ ਲੁੜੀਂਦੀ ਡੂੰਘਾਈ (ਬਹੁ) ਚੌਸਰ ਵਰਗੀ ਖੇਡ, ਡਰਾਫਟ; ਹਵਾ ਦਾ ਪ੍ਰਵਾਹ, ਹਵਾ ਦਾ ਝੋਕਾ; ਢਾਂਚਾ, ਖ਼ਾਕਾ, ਨਕਸ਼ਾ, ਰੂਪ-ਰੇਖਾ; ਖਰੜਾ; ਫ਼ੌਜੀ ਟੁਕੜੀ, ਫ਼ੌਜੀ ਦਸਤਾ; ਹੁੰਡੀ, ਚੈੱਕ; ਟੂਟੀ ਦੁਆਰਾ ਬੀਅਰ ਪਾਉਣ ਦੀ ਕਿਰਿਆ *vt* ਸੈਨਿਕ ਟੁਕੜੀ ਛਾਂਟਣਾ; ਰੂਪ-ਰੇਖਾ ਤਿਆਰ ਕਰਨਾ, ਢਾਂਚਾ ਬਣਾਉਣਾ

draughtsman /'ਡਰਾਫ਼ਟਸਮਅਨ/ *n* ਨਕਸ਼ਾਨਵੀਸ, ਢਾਂਚਾ ਜਾਂ ਖ਼ਾਕਾ ਬਣਾਉਣ ਵਾਲਾ, ਰੂਪ-ਰੇਖਾ ਖਿੱਚਣ ਵਾਲਾ; ਖਰੜਾ-ਲੇਖਕ; (ਇਸੇ ਖੇਡ ਦੀ) ਗੋਟੀ

draw /ਡਰੋ/ *n* ਖਿੱਚ, ਆਕਰਸ਼ਣ; ਖਿਚਾਈ; (ਗਾਹਕਾਂ ਨੂੰ) ਖਿੱਚਣ ਵਾਲੀ ਵਸਤੂ; ਸਾਵੀਂ ਰਹੀ ਖੇਡ; ਲਾਟਰੀ ਕੱਢਣ ਦੀ ਕਿਰਿਆ *v* ਖਿੱਚਣਾ, ਧੂਹਣਾ, ਘਸੀਟਣਾ; ਢੋਣਾ; ਗੱਡਾ ਆਦਿ ਖਿੱਚਣਾ ਜਾਂ ਵਾਹੁਣਾ; ਖਿੱਚ ਪਾਉਣਾ, ਖਿੱਚੇ ਜਾਣਾ, ਆਕਰਸ਼ਿਤ ਹੋਣਾ; ਇਕੱਤਰ ਹੋਣਾ, ਇਕੱਠੇ ਹੋਣਾ; (ਪਾਣੀ ਵਿੱਚੋਂ ਬੇੜੀ) ਕੱਢਣਾ; (ਟੋਪੀ ਆਦਿ) ਲਾਹੁਣਾ; ਸਾਹ ਲੈਣਾ; ਉਲੀਕਣਾ, (ਰੇਖਾਵਾਂ ਆਦਿ) ਵਾਹੁਣਾ; (ਕਿਸੇ ਕੰਮ ਲਈ) ਤਿਆਰ ਕਰਨਾ ਜਾਂ ਰਜ਼ਾਮੰਦ ਕਰਨਾ; (ਖੂਹ ਵਿੱਚੋਂ ਪਾਣੀ) ਕੱਢਣਾ; ਸਤ ਜਾਂ ਰਸ ਕੱਢਣਾ; (ਸਰੀਰ ਵਿੱਚੋਂ ਲਹੂ) ਕੱਢਣਾ; (ਤਲਵਾਰ, ਪਸਤੌਲ ਆਦਿ) ਕੱਢਣਾ; ਪ੍ਰਾਪਤ ਕਰਨਾ, ਗ੍ਰਹਿਣ ਕਰਨਾ; (ਤਾਸ਼ ਵਿੱਚ) ਪੱਤਾ ਕਢਵਾਉਣਾ; ਅਨੁਮਾਨ ਲਾਉਣਾ, ਟੇਵਾ ਲਾਉਣਾ, ਗਵੇੜ ਲਾਉਣਾ; (ਪਿਆਲੇ ਆਦਿ ਵਿੱਚ) ਪੀ ਜਾਣਾ, ਖ਼ਾਲੀ ਕਰ ਦੇਣਾ; (ਨਕਸ਼ਾ ਆਦਿ) ਖਿੱਚਣਾ; (ਤਸਵੀਰ) ਬਣਾਉਣਾ; ਦਸਤਾਵੇਜ਼ ਤਿਆਰ ਕਰਨਾ; ਬਰਾਬਰੀ ਵਿਖਾਉਣਾ; ਹਿੱਲਣਾ-ਜੁੱਲਣਾ, ਚੱਲਣਾ; ਨੇੜੇ ਆ ਪੁੱਜਣਾ; (ਦੌੜ ਵਿੱਚ) ਸਾਵਾਂ ਛੱਡਣਾ, ਹਾਰ-ਜਿੱਤ ਦੇ ਫ਼ੈਸਲੇ ਤੋਂ ਬਿਨਾਂ ਰਹਿ ਜਾਣਾ ਜਾਂ ਛੱਡ ਦੇਣਾ **draw attention** ਧਿਆਨ ਖਿੱਚਣਾ **draw in** ਫਸਾ ਲੈਣਾ, ਲਾਰੇ ਲੱਪੇ ਨਾਲ ਸ਼ਾਮਲ ਕਰ ਲੈਣਾ, ਮਨਾਉਣਾ **draw it mild** ਵਧਾ ਕੇ ਗੱਲ ਨਾ ਕਰੋ, ਰੱਬ ਤੋਂ ਡਰੋ **draw off** (ਫ਼ੌਜ) ਵਾਪਸ ਬੁਲਾ ਲੈਣਾ ਜਾਂ ਵਾਪਸ ਲੈ ਆਉਣਾ **draw on** ਕਾਰਨ ਹੋਣਾ; ਨੇੜੇ ਪੁੱਜਣਾ; ਲੋਭ ਦੇ ਕੇ ਲੈ ਆਉਣਾ **draw out** ਗੱਲਾਂ ਗੱਲਾਂ ਵਿੱਚ ਪੁੱਛ ਲੈਣਾ, ਅਖਵਾ ਲੈਣਾ; (ਯੁੱਧ ਵੇਲੇ ਫ਼ੌਜ ਨੂੰ) ਠੀਕ ਟਿਕਾਣਿਆਂ ਉੱਤੇ ਨਿਯੁਕਤ ਕਰਨਾ

drawback /'ਡਰੋਪੈਕ/ *n* ਘਾਟ, ਕਮੀ, ਤਰੁੱਟੀ, ਊਣਤਾਈ

drawbridge /'ਡਰੋਬਰਿਜ/ *n* ਉਚਾਵਾਂ ਪੁਲ

drawee /ਡਰੋ'ਈ/ *n* ਜਿਸ ਦੇ ਨਾਂ ਹੁੰਡੀ (ਚੈੱਕ ਆਦਿ) ਹੋਵੇ, ਹੁੰਡੀ ਸਕਾਰਨ ਵਾਲਾ, ਅਦਾ-ਕਰਤਾ

drawer /ਡਰੋ*/ *n* (ਮੇਜ਼ ਆਦਿ ਦਾ) ਖ਼ਾਨਾ, ਦਰਾਜ਼ (ਬਹੁ) ਕਛਹਿਰਾ, ਕੱਛ, ਪਤਲੂਨ ਦੇ ਹੇਠੋਂ ਦੀ ਪਾਉਣ ਵਾਲਾ ਤੰਗ ਪਜਾਮਾ; ਹੁੰਡੀ ਲਿਖਣ ਵਾਲਾ, ਹੁੰਡੀਕਰਤਾ; ਢੋਣ ਵਾਲਾ

draw-game *n* ਸਾਵੀਂ ਰਹੀਂ ਖੇਡ, ਹਾਰ-ਜਿੱਤ ਤੋਂ ਬਿਨਾਂ ਖ਼ਤਮ ਹੋਈ ਖੇਡ

drawing /'ਡਰੋਇਙ/ *n* ਨਕਸ਼ਾਕਸ਼ੀ; ਡਰਾਇੰਗ; ਨਕਸ਼ਾ, ਖ਼ਾਕਾ, ਰੇਖਾ-ਚਿੱਤਰ, ਚਿੱਤਰ, ਤਸਵੀਰ; ਚਿੱਤਰ-ਵਿੱਦਿਆ

drawing room /'ਡਰੋਇਙਰੂਮ/ *n* ਬੈਠਕ; ਮੁਲਾਕਾਤ ਦਾ ਕਮਰਾ, ਦਰਬਾਰ ਭਵਨ

drawl /ਡਰੋਲ/ *vi* ਲਮਕਾ ਕੇ ਬੋਲਣਾ, ਹੌਲੀ-ਹੌਲੀ ਬੋਲਣਾ, ਮੱਠੀ ਚਾਲ ਬੋਲਣਾ *n* ਅਵਾਜ਼ ਦਾ ਲਮਕਾ, ਬੋਲਣ ਦੀ ਮੰਦ ਗਤੀ ਜਾਂ ਮੱਠੀ ਚਾਲ

drawn /ਡਰੋਨ/ *a* (ਬਿਮਾਰੀ ਜਾਂ ਚਿੰਤਾ ਕਾਰਨ) ਪੀਲਾ-ਭੂਕ (ਚਿਹਰਾ ਜਾਂ ਵਿਅਕਤੀ)

draw-well *n* ਭੌਣੀ ਵਾਲਾ ਖੂਹ

dray /**ਡਰੇਇ**/ *n* ਠੇਲ੍ਹਾ, ਰੇੜ੍ਹਾ

dread /**ਡਰੈਡੱ**/ *v* ਡਰਨਾ, ਸਹਿਮਣਾ, ਤ੍ਰਹਿਕਣਾ, ਭੈ ਖਾਣਾ *n* ਭੈ, ਡਰ, ਖ਼ੌਫ਼; ਡਰਾਉਣੀ ਵਸਤੂ *a* ਡਰਾਉਣਾ, ਆਤੰਕਮਈ

dreadful /**'ਡਰੈਡੱਫਲ**/ *a* ਭਿਆਨਕ, ਡਰਾਉਣਾ, ਖ਼ੌਫ਼ਨਾਕ, ਬੁਰਾ, ਨਾਗਵਾਰ

dreadnought /**'ਡਰੈਡੱਨੋਟ**/ *n* ਓਵਰਕੋਟ ਜਾਂ ਬਰਾਂਡੀ ਦਾ ਕੱਪੜਾ, ਬਰਾਂਡੀ, ਓਵਰਕੋਟ

dream /**ਡਰੀਮ**/ *n* ਸੁਪਨਾ, ਖ਼ੁਆਬ; ਕਲਪਨਾ, ਹਵਾਈ ਕਿਲੇ, ਖ਼ਿਆਲੀ ਪੁਲਾਅ *v* ਸੁਪਨੇ ਵੇਖਣਾ; ਕਲਪਨਾ ਕਰਨਾ, ਖ਼ਿਆਲੀ ਪੁਲਾਅ ਪਕਾਉਣਾ; ਆਲਸ ਕਰਨਾ, ਸੁਸਤ ਹੋਣਾ, ਵਿਹਲਾ ਰਹਿਣਾ; ਵਿਚਾਰਾਂ ਵਿੱਚ ਡੁੱਬਿਆ ਰਹਿਣਾ

dreamer /**'ਡਰੀਮਅ***/ *n* ਸੁਪਨੇ ਦੇਖਣ ਵਾਲਾ, ਸੁਪਨਦਰਸ਼ੀ; ਕਲਪਨਾ ਕਰਨ ਵਾਲਾ, ਸ਼ੇਖਚਿਲੀ, ਖ਼ਿਆਲੀ ਪੁਲਾਅ ਪਕਾਉਣ ਵਾਲਾ

dreamery /**'ਡਰੀਮਅਰਿ**/ *n* (ਕਾਵਿ) ਕਾਲਪਨਿਕਤਾ, ਧੁੰਦਲਾਪਣ

dreamful /**'ਡਰੀਮਫ਼ੁਲ**/ *a* ਸੁਪਨੇ ਭਰਿਆ, ਸੁਪਨਪੂਰਨ

dreamland /**'ਡਰੀਮਲੈਨਡ**/ *n* ਸੁਪਨ ਦੇਸ਼

dreamless /**'ਡਰੀਮਲਅਸ**/ *a* ਸੁਪਨਹੀਣ

dreamlike /**'ਡਰੀਮਲਾਇਕ**/ *a* ਸੁਪਨੇ ਵਰਗਾ, ਧੁੰਦਲਾ, ਅਸਪਸ਼ਟ

dream team *n* ਮੁਕਾਬਲੇ ਲਈ ਸਰਬੋਤਮ ਸੰਭਵ ਟੋਲੀ

dreamworld /**'ਡਰੀਮਵਅ:ਲਡ**/ *n* ਸੁਪਨ ਲੋਕ

dreamy /**'ਡਰੀਮਿ**/ *a* ਸੁਪਨਮਈ, ਧੁੰਦਲਾ, ਖ਼ਿਆਲੀ; ਆਲਸੀ, ਸੁਸਤ, ਵਿਹਲੜ

dreariness /**'ਡਰਿਅਰਿਨਅਸ**/ *n* ਉਦਾਸੀ, ਦਿਲਗੀਰੀ; ਨੀਰਸਤਾ, ਫਿੱਕਾਪਣ

dreary /**'ਡਰਿਅਰਿ**/ *a* ਉਦਾਸ, ਦਿਲਗੀਰ; ਉਦਾਸੀ-ਭਰਿਆ; ਫਿੱਕਾ, ਨੀਰਸ

dredge[1] /**ਡਰੈਜੱ**/ *n* ਦਰਿਆ ਆਦਿ ਦੀ ਤਹਿ ਵਿੱਚੋਂ ਗਾਰਾ ਕੱਢਣ ਵਾਲਾ ਯੰਤਰ; ਝਾਮ *v* ਡਰੈਜੱ ਨਾਲ ਗਾਰਾ ਕੱਢਣਾ

dredge[2] *vt* (ਕਿਸੇ ਚੀਜ਼ ਉੱਤੇ ਆਟਾ, ਮੈਦਾ ਆਦਿ) ਛਿੜਕਣਾ

dredger[1] /**'ਡਰੈਜੱਅ***/ *n* (ਡਰੈਜੱ ਨਾਲ) ਗਾਰਾ ਕੱਢਣ ਵਾਲਾ ਵਿਅਕਤੀ, ਚਿੱਕੜ ਕੱਢ ਕੇ ਸਫ਼ਾਈ ਕਰਨ ਵਾਲਾ ਵਿਅਕਤੀ

dredger[2] *n* (ਆਟਾ, ਬੂਰਾ ਆਦਿ) ਛਿੜਕਣ ਵਾਲੀ ਡੱਬੀ

dree /**ਡਰੀ**/ *vt* ਸਹਿਣਾ, ਸਹਾਰਨਾ, ਬਰਦਾਸ਼ਤ ਕਰਨਾ, ਭੋਗਣਾ

dregs /**ਡਰੈੱਗਜ਼**/ *n* (ਬਹੁ) ਸ਼ਰਾਬ ਆਦਿ ਦੇ ਹੇਠਾਂ ਬੈਠੀ ਮੈਲ, ਤਲਛਟ, ਗਾਦ; ਰਹਿੰਦ-ਖੂੰਹਦ, ਨਿਕੰਮਾ ਹਿੱਸਾ, ਨਿਰਾਰਥਕ ਵਸਤ

drench /**ਡਰੈਨੱਚ**/ *vt* ਭਿਓਂ ਦੇਣਾ, ਤਰੋ-ਤਰ ਕਰ ਦੇਣਾ, ਗੜੁੱਚ ਕਰ ਦੇਣਾ, ਪਸ਼ੂਆਂ ਨੂੰ (ਜ਼ਬਰਦਸ਼ਤੀ) ਦਵਾਈ ਪਿਆਉਣਾ *n* ਮੋਹਲੇਧਾਰ ਮੀਂਹ; ਭਿੱਜਣ ਦੀ ਦਸ਼ਾ; ਪਸ਼ੂਆਂ ਦੀ ਦਵਾਈ ਦੀ ਖ਼ੁਰਾਕ; (ਪਰਾ) ਜ਼ਹਿਰ ਦਾ ਪਿਆਲਾ

drencher /**ਡਰੈਨੱਚਅ***/ *n* ਮੋਹਲੇਧਾਰ ਮੀਂਹ ਅਤੇ ਹਨੇਰੀ; ਪਸ਼ੂਆਂ ਨੂੰ ਦਵਾਈ ਪਿਆਉਣ ਲਈ ਬਾਂਸ ਆਦਿ ਦਾ ਇੱਕ ਡੇਢ ਫ਼ੁੱਟ ਦਾ ਟੋਟਾ ਜਿਸ ਦਾ ਮੂੰਹ ਤਿਰਛਾ ਕੀਤਾ ਹੁੰਦਾ ਹੈ

dress /**ਡਰੈਸੱ**/ *v* ਕੱਪੜੇ ਪਾਉਣਾ; ਕੱਪੜੇ ਪਵਾਉਣਾ; ਕੱਪੜੇ ਬਣਵਾਉਣਾ; (ਜ਼ਖ਼ਮ ਆਦਿ ਉੱਤੇ) ਪੱਟੀ ਬੰਨ੍ਹਣਾ; ਪੱਧਰਾ ਕਰਨਾ, ਛਿੱਲ ਤਰਾਸ਼ ਕੇ ਪੱਧਰਾ ਕਰਨਾ; (ਸੈਨਿਕਾਂ ਦੀਆਂ) ਪਾਲਾਂ ਠੀਕ ਕਰਨਾ; ਪਾਲਾਂ ਬੰਨ੍ਹ ਕੇ ਖਲੋਣਾ; ਸ਼ਿੰਗਾਰਨਾ, ਸਜਾਉਣਾ; ਵਾਲ ਸੰਵਾਰਨਾ, ਕੰਘੀ-ਪੱਟੀ ਕਰਨਾ; (ਘੋੜੇ ਨੂੰ) ਖਰਖਰਾ ਫੇਰਨਾ; ਪ੍ਰੈਸ ਕਰਨਾ; ਇੱਕ ਸੇਧ ਵਿੱਚ ਲਿਆਉਣਾ; (ਖਾਣਾ) ਤਿਆਰ ਕਰਨਾ; ਬੂਟਿਆਂ ਦੀ ਕਾਂਟ-ਛਾਂਟ ਕਰਨਾ; (ਖਾਦ) ਪਾਉਣਾ; ਚਮੜਾ ਕਮਾਉਣਾ *n* ਪੁਸ਼ਾਕ, ਵਰਦੀ, ਵਸਤਰ, ਲਿਬਾਸ, ਪਹਿਰਾਵਾ, ਬਾਣਾ; ਬਾਹਰੀ ਰੂਪ, ਭੇਸ **dress down** ਕੁੱਟਣਾ, ਡਾਂਟਣਾ, ਖੁੰਬ ਠੱਪਣਾ **dress-out** ਸੋਹਣੇ ਕੱਪੜੇ ਪਹਿਨਣਾ **dress up** ਭੇਸ ਬਣਾਉਣਾ **morn-**

ing dress ਸਧਾਰਨ ਵਸਤਰ

dress circle *n* ਰੰਗ ਭਵਨ, (ਥੀਏਟਰ) ਦੀ ਗੈਲਰੀ

dress coat *n* ਸ਼ਾਮ ਦੀ ਪੁਸ਼ਾਕ ਦਾ ਕੋਟ

dressed /ਡਰੈੱਸਟ/ *a* ਚੰਗੇ ਕੱਪੜੇ ਪਹਿਨੇ ਹੋਏ; ਚੰਗੀ ਤਰ੍ਹਾਂ ਕੰਘੀ ਆਦਿ ਕੀਤੀ ਹੋਈ, ਸਜਿਆ-ਸੰਵਰਿਆ

dresser /'ਡਰੈੱਸਅ*/ *n* ਸ਼ਿੰਗਾਰ ਮੇਜ਼, ਡਰੈਸਿੰਗ ਟੇਬਲ; (ਰਸੋਈ ਵਿੱਚ) ਭਾਂਡੇ ਆਦਿ ਟਿਕਾਉਣ ਲਈ ਬਣੀ ਪਰਛੱਤੀ ਜਾਂ ਮੇਜ਼ ਆਦਿ; ਮੱਲ੍ਹਮ ਪੱਟੀ ਕਰਨ ਵਾਲਾ; ਸੈਨਾ ਦੀਆਂ ਪੰਗਤੀਆਂ ਨੂੰ ਇੱਕ ਸਿਰੇ ਤੋਂ ਵੇਖ ਕੇ ਸਿੱਧਾ ਕਰਨ ਵਾਲਾ ਵਿਅਕਤੀ; ਖਾਣਾ ਬਣਾਉਣ ਵਾਲਾ ਵਿਅਕਤੀ, ਰਸੋਈਆ; ਬੂਟਿਆ ਨੂੰ ਕੱਟਣ ਛਾਂਟਣ ਵਾਲਾ ਵਿਅਕਤੀ, ਮਾਲੀ; (ਥੀਏਟਰ ਦੇ ਐਕਟਰਾਂ ਨੂੰ) ਵਸਤਰ ਆਦਿ ਪਵਾਉਣ ਵਾਲਾ ਵਿਅਕਤੀ

dressing /'ਡਰੈੱਸਿੰਙ/ *n* ਮਲ੍ਹਮ-ਪੱਟੀ; ਕੱਪੜਿਆਂ ਨੂੰ ਪ੍ਰੈਸ ਕਰਨ ਦਾ ਕੰਮ; ਸੈਨਾ ਦੀਆਂ ਪੰਗਤੀਆਂ ਬਣਾਉਣ ਦੀ ਕਿਰਿਆ; ਪੁਸ਼ਾਕ ਆਦਿ ਪਹਿਨਣ ਦੀ ਕਿਰਿਆ ਜਾਂ ਭਾਵ; ਖਾਣਾ ਬਣਾਉਣ ਦੀ ਕਿਰਿਆ ਜਾਂ ਭਾਵ; ਬੂਟਿਆਂ ਨੂੰ ਛਾਂਟਣ, (ਖਾਦ) ਪਾਉਣ ਦੀ ਕਿਰਿਆ ਜਾਂ ਭਾਵ; ਡਾਂਟਣ ਜਾਂ ਝਿੜਕਣ ਆਦਿ ਦੀ ਕਿਰਿਆ

dressing case *n* ਸ਼ਿੰਗਾਰਦਾਨ

dressing-down /,ਡਰੈੱਸਿੰਙ 'ਡਾਉਨ/ *n* ਝਾੜ ਝੰਬ

dressing gown *n* (ਤਿਆਰ ਹੋਣ ਤੋਂ ਪਹਿਲਾਂ ਪਹਿਨਿਆ ਜਾਣ ਵਾਲਾ) ਢਿੱਲਾ ਅਤੇ ਖੁੱਲ੍ਹਾ ਲਬਾਦਾ, ਸ਼ਿੰਗਾਰ-ਚੋਗਾ

dressing room *n* ਸ਼ਿੰਗਾਰ ਕਮਰਾ; (ਰੰਗ-ਮੰਚ ਦੇ ਪਿੱਛੇ) ਕੱਪੜੇ ਪਹਿਨਣ ਵਾਲਾ ਕਮਰਾ

dressmaker /'ਡਰੈੱਸਮੇਇਕਅ*/ *n* ਜ਼ਨਾਨਾ ਕੱਪੜੇ ਬਣਾਉਣ ਵਾਲਾ ਦਰਜੀ

dress rehearsal *n* (ਪੁਸ਼ਾਕ ਪਹਿਨ ਕੇ ਕੀਤੀ ਜਾਣ ਵਾਲੀ) ਪੂਰੀ ਰਿਹਰਸਲ

dressy /'ਡਰੈੱਸਿ/ *a* ਆਪਣੇ ਆਪ ਨੂੰ ਸਜਾ ਕੇ ਰੱਖਣ ਵਾਲਾ, ਚੰਗੇ ਕੱਪੜੇ ਪਾਉਣ ਦਾ ਸ਼ੁਕੀਨ; ਸ਼ਿਸ਼ਟ ਵਰਤਾਅ ਵਾਲਾ

drew /ਡਰੂ/ *v* **draw** ਦਾ ਭੂਤ-ਕਾਲ

dribble /'ਡਰਿਬਲ/ *v* ਚੋਣਾ, ਰਿਸਣਾ; (ਪਾਣੀ ਆਦਿ) ਚੁਆਉਣਾ; ਰਾਲਾਂ ਵਗਣਾ; (ਫੁਟਬਾਲ ਨੂੰ) ਰੇੜ੍ਹਨਾ, ਵਾਰ-ਵਾਰ ਠੁੱਡ ਮਾਰ ਕੇ ਰੇੜ੍ਹਨਾ; ਰਿੜ੍ਹਨਾ; (ਬਿਲੀਅਰਡ ਦੀ ਗੇਂਦ ਨੂੰ) ਰੇੜ੍ਹ ਕੇ ਥੈਲੀ ਵਿੱਚ ਪਹੁੰਚਾ ਦੇਣਾ *n* ਚੋਆ; ਰੇੜ੍ਹ, ਰਿੜ੍ਹਨ (ਦੀ ਕਿਰਿਆ); ਰੇੜ੍ਹਨ ਜਾਂ ਰਿੜ੍ਹਨ ਵਾਲਾ

dried /ਡਰਾਇਡ/ *v* **dry** ਦਾ ਭੂਤ-ਕਾਲ ਅਤੇ ਭੂਤ-ਕ੍ਰਿਦੰਤ

drier, dryer /'ਡਰਾਇਅ*/ *n* ਸੁਕਾਉਣ ਵਾਲਾ

driest /'ਡਰਾਇਇਸਟ/ *a* **dry** ਵਿਸ਼ੇਸ਼ਣ ਦਾ ਮਰਖੋਤਮਵਾਚੀ ਰੂਪ

drift /ਡਰਿਫ਼ਟ/ *n* ਵਹਿਣ, ਵਹਾਅ, ਰੋੜ੍ਹ; ਧਾਰ, ਰੌ; ਰੁਚੀ, ਪ੍ਰਵਿਰਤੀ; ਭਟਕਣ, ਥਿੜਕਣ, ਵਿਚਲਨ; ਉਦੇਸ਼, ਭਾਵ; ਪਸ਼ੂਆਂ ਨੂੰ ਹਿੱਕ ਕੇ ਕਿਸੇ ਥਾਂ ਉੱਤੇ ਲੈ ਜਾਣ ਸਮੇਂ ਨਾਲ ਚੱਲਣ ਦੀ ਕਿਰਿਆ; ਢੇਰ, ਇਕੱਠੀ ਹੋਈ ਰੇਤ ਬਰਫ਼ ਆਦਿ; ਹਵਾ ਜਾਂ ਪਾਣੀ ਨਾਲ ਇੱਕ ਥਾਂ ਉੱਤੇ ਇਕੱਠਾ ਹੋਇਆ ਪਦਾਰਥ, ਭਲ, ਅੱਟ; ਬਰਫ਼ ਦਾ ਛਰਾਟਾ; ਛੋਟਾ ਵਰਮਾ *v* ਰੁੜ੍ਹਨਾ; (ਹਵਾ ਦਾ) ਵਗਣਾ; ਵਹਾ ਕੇ ਲੈ ਜਾਣਾ; ਬੇਮਤਲਬ ਘੁੰਮਣਾ ਫਿਰਨਾ; ਰੇਤ ਜਾਂ ਮੈਲ ਆਦਿ ਦਾ ਇਕੱਠਾ ਹੋ ਜਾਣਾ, ਟਿੱਬਾ ਬਣਨਾ, ਢੇਰ ਲੱਗਣਾ; ਇਕੱਠਾ ਕਰਨਾ; ਵਰਮਾ ਮਾਰਨਾ, ਛੇਕ ਕਰਨਾ

drift-bolt *n* ਸੁੰਬਾ

drifter /'ਡਰਿਫ਼ਟਅ*/ *n* ਜਾਲ ਨਾਲ ਮੱਛੀਆਂ ਫੜਨ ਵਾਲੀ ਬੇੜੀ; ਘੁਮੱਕੜ

driftwood /'ਡਰਿਫ਼ਟਵੁਡ/ *n* ਪਾਣੀ ਨਾਲ ਰੁੜ੍ਹ ਕੇ ਆਈ ਲੱਕੜ

drill[1] /ਡਰਿਲ/ *n* ਇੱਕ ਮੋਟਾ ਕੱਪੜਾ, ਟੂਲ, ਟਵਿਲ

drill[2] *n* ਪੋਰ (ਸਿਆੜ ਵਿੱਚ ਬੀ ਕੇਰਨ ਵਾਲਾ); ਇੱਕ ਪਾਲ ਵਿੱਚ ਉੱਗੇ ਬੂਟੇ *vt* ਪੋਰ ਨਾਲ ਬੀ ਕੇਰਨਾ, ਪਾਲ ਵਿੱਚ ਬੂਟੇ ਲਾਉਣਾ

drill[3] *n* ਛੇਕ ਕੱਢਣ ਵਾਲਾ ਸੰਦ, ਵਰਮਾ, ਡਰਿਲ; ਕਵਾਇਦ, ਕਰੜਾ ਅਨੁਸ਼ਾਸਨ; ਫ਼ੌਜ, ਪੁਲਿਸ

ਆਦਿ ਦਾ ਪੰਗਤੀਆਂ ਵਿੱਚ ਚੱਲ ਕੇ ਕਵਾਇਦ ਕਰਨਾ, ਡਰਿੱਲ ਕਰਨਾ; ਕਿਸੇ ਕੰਮ ਦਾ ਅਭਿਆਸ ਕਰਵਾਉਣਾ; ਯੋਗ ਬਣਾਉਣਾ; ਵਰਮੇ ਨਾਲ ਛੇਕ ਕੱਢਣਾ

drilled /ਡਰਿਲਡ/ *a* ਵਿੰਨ੍ਹਿਆ, ਛੇਦਿਆ, ਛਿਦਰਿਤ; ਬੀਜਿਆ

drink /ਡਰਿਙਕ/ *v* ਪੀਣਾ, ਸ਼ਰਾਬ ਪੀਣਾ; ਸ਼ਰਾਬ ਪੀਣ ਦਾ ਆਦੀ ਹੋਣਾ; ਸ਼ਰਾਬ ਵਿੱਚ ਉਡਾ ਦੇਣਾ; (ਕਿਸੇ ਵਸਤੂ ਦਾ ਪਾਣੀ ਆਦਿ ਨੂੰ) ਚੂਸਣਾ; ਜਜ਼ਬ ਕਰਨਾ; (ਪਾਰਟੀ ਵਿੱਚ ਕਿਸੇ ਦੀ ਸਿਹਤ ਦੇ ਨਾਂ ਦਾ ਜਾਮ) ਪੀਣਾ *n* ਪਾਣੀ-ਧਾਣੀ, ਪੀਣ ਵਾਲਾ ਪਦਾਰਥ, ਸ਼ਰਬਤ, ਜਲਪਾਨ; ਸ਼ਰਾਬ, ਨਸ਼ਾ-ਪਾਣੀ, ਦਾਰੂ, ਪੈੱਗ **drink deep** ਅਧਿਕ ਮਾਤਰਾ ਵਿੱਚ ਪੀਣਾ **drink in** ਵਿਚਾਰ ਕਰਨਾ; ਗਹੁ ਨਾਲ ਸੁਣਨਾ **drink off** ਇੱਕੋ ਸਾਹੇ ਪੀ ਜਾਣਾ, ਪੂਰਾ ਚੜ੍ਹਾ ਜਾਣਾ **drink up** ਸਭ ਕੁਝ ਪੀ ਜਾਣਾ

drinkable /'ਡਰਿਙਕਅਬਲ/ *a* ਪੀਣਯੋਗ, ਪੀਣ ਵਾਲਾ (ਪਦਾਰਥ)

drinking /'ਡਰਿਙਕਿਙ/ *n* ਸ਼ਰਾਬ ਦੀ ਵਰਤੋਂ, ਮਦਪਾਨ, ਸ਼ਰਾਬਨੋਸ਼ੀ

drinking water *n* ਪੀਣ ਵਾਲਾ ਪਾਣੀ

drip /ਡਰਿਪ/ *vi* ਚੋਣਾ, ਟਪਕਣਾ, ਤ੍ਰਿਪਣਾ, ਚੋਆ ਪੈਣਾ, ਰਿਸਣਾ *n* ਚੋਆ, ਟਪਕਾ; ਕਿਣ-ਮਿਣ; ਟਪਕਣ ਵਾਲਾ (ਤਰਲ) ਪਦਾਰਥ

drive /ਡਰਾਇਵ੍/ *v* (ਮੋਟਰ ਆਦਿ) ਚਲਾਉਣਾ; ਹਿੱਕਣਾ; ਤੋਰਨਾ; ਘੇਰ ਕੇ ਲਿਆਉਣਾ; ਵਲਨਾ (ਸ਼ਿਕਾਰ); ਸੁੱਟਣਾ, ਧੱਕਣਾ; (ਕਿੱਲਾ, ਕਿੱਲ ਆਦਿ) ਠੋਕਣਾ, ਗੱਡਣਾ; ਛੇਕ ਕਰਨਾ; ਪ੍ਰੇਰਨਾ, ਉਤੇਜਿਤ ਕਰਨਾ; ਗੱਡੀ ਵਿੱਚ ਸਫ਼ਰ ਕਰਨਾ; ਮਜਬੂਰ ਕਰਨਾ; ਸਖ਼ਤ ਮਿਹਨਤ ਕਰਨਾ; ਸੁਰੰਗ ਬਣਾਉਣਾ; (ਮੁੱਕੀਆਂ) ਮਾਰਨਾ; ਕਾਰ-ਵਿਹਾਰ ਕਰਨਾ; ਕਲਮ ਘਸਾਉਣਾ; (ਸੌਦਾ) ਕਰਨਾ; ਝਪਟਣਾ; ਨੱਠ ਪੈਣਾ; ਵਹਾ ਕੇ ਲੈ ਜਾਣਾ; ਵਹਿ ਤੁਰਨਾ; (ਕ੍ਰਿਕਟ) ਗੇਂਦ ਅੱਗੇ ਸੁੱਟਣਾ *n* ਸ਼ਕਤੀ, ਸਾਹਸ, ਉੱਦਮ; ਧੱਕਾ, ਝਟਕਾ; ਮੋਟਰ ਦਾ ਰਸਤਾ ਜਾਂ ਸਫ਼ਰ **drive a bargain** ਸੌਦੇਬਾਜ਼ੀ ਕਰਨਾ **drive a quill** ਲਿਖਣਾ, ਕਲਮ ਚਲਾਉਣਾ **drive at** ਮਤਲਬ ਹੋਣਾ, ਭਾਵ ਹੋਣਾ **drive away** ਪਰੇ ਕਰਨਾ, ਭਜਾਉਣਾ, ਨਠਾਉਣਾ, ਤਿੱਤਰ-ਬਿੱਤਰ ਕਰਨਾ **drive out** ਕਿਸੇ ਨੂੰ ਕੱਢ ਕੇ ਉਸ ਦੀ ਥਾਂ ਆਪ ਮੱਲਣਾ, ਕੱਢ ਦੇਣਾ **let drive at** ਜ਼ੋਰ ਨਾਲ ਵਗਾਹ ਕੇ ਮਾਰਨਾ, ਸੁੱਟਣਾ

drivel /'ਡਰਿਵ੍ਲ/ *vi* ਰਾਲਾਂ ਵਗਣਾ, (ਨੱਕ ਵਿੱਚੋਂ) ਨਲੀ ਵਗਣਾ; ਬੁੱਧੂਆਂ ਵਾਂਗ ਗੱਲਾਂ ਕਰਨਾ, ਫ਼ਜ਼ੂਲ ਬਕਵਾਸ ਕਰਨਾ; ਦੁਰਉਪਯੋਗ ਕਰਨਾ *n* ਰਾਲਾਂ, ਨਲੀ; ਫ਼ਜ਼ੂਲ ਗੱਲਾਂ, ਯੱਕੜ, ਬਕਵਾਸ

driver /'ਡਰਾਇਵ੍ਅ*/ *n* ਬੈਲ ਆਦਿ ਹਿੱਕਣ ਵਾਲਾ; ਗਾਡੀ, ਰਥਵਾਨ, ਕੋਚਵਾਨ, ਚਾਲਕ, ਡਰਾਈਵਰ, ਮਸ਼ੀਨ ਚਲਾਉਣ ਵਾਲਾ ਚੱਕਰ; (ਗੌਲਫ ਦੀ ਖੇਡ ਦਾ) ਲੰਮਾ ਬੱਲਾ

driving /'ਡਰਾਇਵਿਙ/ *n* ਚਲਾਉਣ ਦੀ ਕਿਰਿਆ

driving allowance *n* ਚਾਲਕ ਭੱਤਾ

drizzle /'ਡਰਿਜ਼ਲ/ *vi* ਨਿੱਕਾ-ਨਿੱਕਾ ਮੀਂਹ ਵਰ੍ਹਨਾ, ਕਿਣ-ਮਿਣ ਹੋਣਾ, ਫੁਹਾਰ ਪੈਣਾ *n* ਨਿੱਕਾ-ਨਿੱਕਾ ਮੀਂਹ, ਕਿਣ-ਮਿਣ, ਫੁਹਾਰ, ਭੂਰ, ਭਰੂ

droll /ਡਰਅਉਲ/ *a* ਅਨੋਖਾ, ਨਿਰਾਲਾ, ਵਚਿੱਤਰ; *n* ਮਖੌਲੀਆ, ਮਸ਼ਕਰਾ, ਭੰਡ *vi* ਮਖੌਲ ਕਰਨਾ, ਦਿਲਲਗੀ ਕਰਨਾ, ਠੱਠਾ ਕਰਨਾ, ਮਸ਼ਕਰੀ ਕਰਨਾ

dromedary /'ਡਰੌਮਅਡਅਰਿ/ *n* ਸਵਾਰੀ ਵਾਲਾ ਅਰਬੀ ਊਠ, ਬੋਤਾ

drone[1] /ਡਰਅਉਨ/ *v* ਭਿਣਕਣਾ, ਭਿਣ-ਭਿਣ ਕਰਨਾ, ਭੀਂ-ਭੀਂ ਕਰਨਾ *n* ਭਿਣ-ਭਿਣ, ਭੀਂ-ਭੀਂ; ਮੱਖੀਆਂ ਦੀ ਗੁੰਜਾਰ; ਫਿੱਕਾ ਭਾਸ਼ਣ, ਨੀਰਸ ਲੈਕਚਰ

drone[2] *n* ਸ਼ਹਿਦ ਦੀ ਨਰ ਮੱਖੀ; ਆਲਸੀ, ਵਿਹਲੜ, ਨਿਕੰਮਾ ਮਨੁੱਖ, ਨਖੱਟੂ *vi* ਵਿਹਲਿਆਂ ਹੀ ਸਮਾਂ ਗੁਆਉਣਾ, ਆਲਸ ਕਰਨਾ

droop /ਡਰੂਪ/ *n* ਸਿਥਲਤਾ, ਉਤਸ਼ਾਹਹੀਣਤਾ; ਨਿਓਂਣ, ਝੁਕਣ *v* ਝੁਕ ਜਾਣਾ, ਝੁਕਣਾ; ਨਿਵਾਉਣਾ; ਝੁਕਾਉਣਾ; (ਅਵਾਜ਼) ਨੀਵੀਂ ਕਰਨਾ; ਹੇਠਾਂ ਨੂੰ ਵੇਖਣਾ;

ਥੱਕ ਕੇ ਰਹਿ ਜਾਣਾ; ਸਿਥਲ ਹੋ ਜਾਣਾ; (ਸੂਰਜ, ਚੰਦ ਆਦਿ ਦਾ) ਡੁੱਬਣਾ; ਉਤਸ਼ਾਹਹੀਣ ਹੋਣਾ, ਮੱਠੇ ਪੈਣਾ, ਮਾਂਦੇ ਪੈਣਾ; (ਚਿਹਰਾ) ਕੁਮਲਾਉਣਾ; ਦੁਰਬਲ ਹੋ ਜਾਣਾ

drop /ਡਰੌਪ/ *v* ਡਿਗਣਾ, ਡੇਗਣਾ; ਚੋਣਾ, ਚੁਆਉਣਾ; ਹੇਠਾਂ ਡਿਗ ਪੈਣਾ, ਲਹਿ ਜਾਣਾ; ਘਟਣਾ; ਗੁੰਮ ਹੋ ਜਾਣਾ, ਲੋਪ ਹੋ ਜਾਣਾ, ਲੰਮੇ ਪੈ ਜਾਣਾ; ਸੌਂ ਜਾਣਾ; ਪਛੜਨਾ, ਪਿੱਛੇ ਰਹਿਣਾ; ਮਰਨਾ, ਮਰ ਜਾਣਾ; ਸਮਾਪਤ ਹੋਣਾ, ਖ਼ਤਮ ਹੋ ਜਾਣਾ; (ਕੀਮਤਾਂ ਦਾ) ਡਿੱਗਣਾ, ਘੱਟ ਹੋਣਾ; ਹੇਠਾਂ ਨੂੰ ਜਾਣਾ, ਦਰਿਆ ਦੇ ਲਹਾਅ ਵੱਲ ਜਾਣਾ; ਅਚਾਨਕ ਆ ਜਾਣਾ; ਹੰਝੂ ਸੁੱਟਣਾ; ਛੱਡ ਦੇਣਾ, ਤਿਆਗਣਾ; ਸੂਣਾ (ਭੇਡ, ਬੱਕਰੀ ਆਦਿ ਦਾ); ਮੂੰਹੋਂ ਨਿਕਲਨਾ, ਸਰਸਰੀ ਤੌਰ ਉੱਤੇ ਕਹਿ ਦੇਣਾ; ਜਾਣ ਦੇਣਾ; (ਬੋਲਦਿਆਂ ਹੋਇਆਂ) ਕੋਈ ਅੱਖਰ ਛੱਡ ਜਾਣਾ; ਧਨ ਆਦਿ ਹਾਰਨਾ ਜਾਂ ਉਡਾ ਦੇਣਾ; (ਮੁੱਕੀ, ਕੁਹਾੜੀ ਆਦਿ ਮਾਰ ਕੇ) ਡੇਗ ਦੇਣਾ (ਰੇਲ, ਹਵਾਈ ਜਹਾਜ਼ ਆਦਿ ਦਾ) ਮੁਸਾਫ਼ਰ ਜਾਂ ਮਾਲ ਉਤਾਰਨਾ; ਮੇਲ-ਜੋਲ ਬੰਦ ਕਰਨਾ, ਸੰਬੰਧ ਤੋੜ ਲੈਣਾ *n* ਕਣੀ, ਛਿੱਟ, ਬੂੰਦ, ਤੁਪਕਾ; ਘੁਟ, (ਦਵਾਈ ਦੀ) ਥੋੜ੍ਹੀ ਜਿਹੀ ਮਾਤਰਾ (ਬਹੁ) ਤਰਲ ਦਵਾਈ; ਸ਼ਰਾਬ ਦਾ ਘੁੱਟ, ਸ਼ਰਾਬ ਦਾ ਪਿਆਲਾ; ਕੰਨਾਂ ਦਾ ਬੁੰਦਾ; ਪਤਨ, ਸਮਾਜੀ ਗਿਰਾਵਟ, ਉਤਾਰ; ਪਤਨਸ਼ੀਲ ਵਸਤੂ; ਮੰਦਾ ਪੈ ਰਿਹਾ ਪਦਾਰਥ; ਫਾਂਸੀ ਦਾ ਤਖ਼ਤਾ

drop cloth *n* ਫਰਸ਼ ਫਰਨੀਚਰ ਆਦਿ ਨੂੰ ਰੰਗ ਧੂੜ ਆਦਿ ਤੋਂ ਬਚਾਉਣ ਲਈ ਚਾਦਰ

drop-down menu *n* (ਕੰਪਿ) ਚੁਣਨ ਉੱਤੇ ਕੰਪਿਊਟਰ ਪਰਦੇ ਉੱਤੇ ਆਉਣ ਵਾਲੀ ਕਾਰਜ-ਸੂਚੀ

drop kick *n* ਫੁਟਬਾਲ ਨੂੰ ਹੱਥੋਂ ਸੁੱਟਣ ਪਿੱਛੋਂ ਮਾਰੀ ਕਿੱਕ, ਠੋਕਰ, ਠੁੱਡਾ

droplet /'ਡਰੌਪਲਅਟ/ *n* ਛੋਟਾ ਜਿਹਾ ਤੁਪਕਾ, ਨਿੱਕੀ ਜਿਹੀ ਕਣੀ, ਬੂੰਦ, ਛਿੱਟ

dropout /'ਡਰੌਪਆਉਟ/ *n* ਸਕੂਲ ਜਾਂ ਕਾਲਜ ਦੀ ਪੜ੍ਹਾਈ ਵਿੱਚੇ ਛੱਡ ਜਾਣ ਵਾਲਾ ਵਿਅਕਤੀ; ਬਾਕੀ ਸਮਾਜ ਤੋਂ ਵੱਖਰੀ ਰਾਏ ਅਤੇ ਵਿਵਹਾਰ ਵਾਲਾ ਵਿਅਕਤੀ

dropper /'ਡਰੌਪਅ*/ *n* ਅੱਖਾਂ ਵਿੱਚ ਦਵਾਈ ਪਾਉਣ ਵਾਲੀ ਛੋਟੀ ਪਿਚਕਾਰੀ, ਡਰਾਪਰ, ਤੁਪਕੇ ਡੇਗਣ ਵਾਲਾ

droppings /'ਡਰੌਪਿਙਜ਼/ *n* (ਬਹੁ) (ਪੰਛੀਆਂ ਦੀਆਂ) ਬਿੱਠਾਂ; (ਪਸ਼ੂਆਂ ਦੀਆਂ) ਮੀਂਗਣਾ, ਲਿੱਦ, ਗੋਹਾ; ਮੋਮ ਬੱਤੀ ਵਿੱਚੋਂ ਢਲੀ ਮੋਮ, ਟੇਪਾ

drop scene *n* ਨਾਟਕ ਦਾ ਆਖ਼ਰੀ ਦ੍ਰਿਸ਼, ਅੰਤਲੀ ਝਾਕੀ

dropsical /'ਡਰੌਪਸਿਕਲ/ *a* ਜਲੋਦਰ ਦਾ (ਰੋਗੀ); ਜਲੋਦਰ ਦੀ ਬਿਮਾਰੀ ਸੰਬੰਧੀ; ਫੁੱਲਿਆ; ਸੁੱਜਿਆ

dropsy /'ਡਰੌਪਸਿ/ *n* ਪੇਟ ਵਿੱਚ ਪਾਣੀ ਭਰ ਜਾਣ ਦਾ ਰੋਗ, ਜਲੋਦਰ; ਬਹੁਤ ਜ਼ਿਆਦਾ ਸੋਜ

dross /ਡਰੌਸ/ *n* ਪਿਘਲੀ ਹੋਈ ਧਾਤ ਉੱਪਰ ਜਮ੍ਹਾ ਹੋਣ ਵਾਲੀ ਮੈਲ, ਧਾਤ-ਮੈਲ; ਰਹਿੰਦ-ਖੂੰਹਦ, ਕੂੜਾ-ਕਰਕਟ, ਗੰਦਗੀ

drought, drouth /ਡਰਾਉਟ/ *n* ਔੜ, ਸੋਕਾ, ਖ਼ੁਸ਼ਕੀ; ਕਮੀ, ਥੁੜ; ਤੇਹ, ਪਿਆਸ

drove[1] /ਡਰਅਉਵ੍/ *n* ਵੱਗ, ਚੌਣਾ, ਇੱਜੜ, ਹੇੜ੍ਹ, ਭੀੜ, ਟੋਲਾ, ਸਮੂਹ, ਹਜੂਮ

drove[2] *v* **drive** ਦਾ ਭੂਤ-ਕਾਲ

drown /ਡਰਾਉਨ/ *v* ਡੁੱਬਣਾ, ਡੋਬਣਾ, ਡੁੱਬ ਕੇ ਮਰਨਾ, ਡੋਬ ਕੇ ਮਾਰਨਾ; ਗੋਤਾ ਦੇਣਾ, ਪਾਣੀ ਵਿੱਚ ਸੁੱਟਣਾ; ਪੂਰਾ ਭਿਉਂ ਦੇਣਾ, ਤਰ ਕਰ ਦੇਣਾ; ਦਬਾਅ ਦੇਣਾ, ਹਰਾ ਦੇਣਾ

drowse /ਡਰਾਉਜ਼/ *v* ਊਂਘਣਾ, ਉਂਘਲਾਉਣਾ, ਨੀਂਦ ਲਿਆਉਣਾ, ਊਂਘਦਿਆਂ ਸਮਾਂ ਲੰਘਾਉਣਾ; ਆਲਸ ਪਾਉਣਾ, ਸੁਸਤੀ ਚਾੜ੍ਹਨਾ

drowsiness /'ਡਰਾਉਜ਼ਿਨਅਸ/ *n* ਸੁਸਤੀ, ਆਲਸ, ਊਂਘ

drowsy /'ਡਰਾਉਜ਼ਿ/ *a* ਊਂਘਦਾ, ਨਿੰਦਰਾਇਆ; ਆਲਸੀ, ਸੁਸਤ, ਬੇਹਰਕਤ

drub /ਡਰਅੱਬ/ *vt* ਮਾਰਨਾ, ਕੁੱਟਣਾ; ਖੁੰਬ ਠੱਪਣਾ,

ਹਰਾ ਦੇਣਾ; (ਕੁੱਟ-ਕੁੱਟ ਕੇ) ਦਿਮਾਗ ਵਿੱਚ ਭਰਨਾ (ਵਿਚਾਰ ਆਦਿ ਨੂੰ); (ਕੋਈ ਧਾਰਨਾ) ਦਿਮਾਗ ਵਿੱਚੋਂ ਕੱਢਣਾ

drudge /ਡਰਅੱਜ/ *vi* ਮਿਹਨਤ ਕਰਨਾ, ਜਾਨ ਮਾਰ ਕੇ ਕੰਮ ਕਰਨਾ; ਗੁਲਾਮਾਂ ਵਾਂਗ ਕੰਮ ਵਿੱਚ ਜੁਟੇ ਰਹਿਣਾ *n* ਮੁਸ਼ੱਕਤ ਕਰਨ ਵਾਲਾ ਵਿਅਕਤੀ, ਮਿਹਨਤੀ ਮਜ਼ਦੂਰ; ਗੁਲਾਮ

drudgery /'ਡਰਅੱਜਅਰਿ/ *n* ਸਖ਼ਤ ਮਿਹਨਤ, ਹੱਡ ਭੰਨਵੀਂ ਮਿਹਨਤ, ਮੁਸ਼ੱਕਤ, ਹੱਡ ਭੰਨਵਾਂ ਅਤੇ ਅਕਾਊ ਕੰਮ, ਮਜ਼ਦੂਰੀ

drudgingly /'ਡਰਅੱਜਿਙਲਿ/ *adv* ਹੱਡ ਭੰਨ ਕੇ, ਸਖ਼ਤ ਮਿਹਨਤ ਨਾਲ, ਵਗਾਰ ਕਰ ਕੇ

drug /ਡਰਅੱਗ/ *n* ਦਵਾਈ, ਔਸ਼ਧੀ, ਔਖਧ, ਜੜੀ-ਬੂਟੀ; ਨਸ਼ਾ, ਨਸ਼ੀਲੀ ਵਸਤੂ *vt* ਦਵਾ ਦੇਣਾ, ਦਵਾ ਪਿਆਉਣਾ; ਬੇਹੋਸ਼ੀ ਦੀ ਦਵਾਈ ਮਿਲਾਉਣਾ ਜਾਂ ਪਿਆਉਣਾ; ਖਾਣ-ਪੀਣ ਦੀਆਂ ਚੀਜ਼ਾਂ ਵਿੱਚ ਦਵਾਈ ਜਾਂ ਜ਼ਹਿਰ ਮਿਲਾਉਣਾ

druggery /'ਡਰਅੱਗ(ਅ)ਰਿ/ *n* ਦਵਾਈਆਂ ਦੀ ਦੁਕਾਨ ਜਾਂ ਬਜ਼ਾਰ

druggist /'ਡਰਅੱਗਿਸਟ/ *n* ਦਵਾਫ਼ਰੋਸ਼, ਦਵਾਈ ਵੇਚਣ ਵਾਲਾ, ਪੰਸਾਰੀ, ਦਵਾਈਆਂ ਬਣਾਉਣ ਵਾਲਾ, ਅੱਤਾਰ

drum /ਡਰਅੱਮ/ *n* ਢੋਲ, ਢੋਲਕੀ, ਨਗਾਰਾ, ਦਮਾਮਾ; ਨਗਾਰੇ ਆਦਿ ਜਿਹੀ ਅਵਾਜ਼; (ਜੰਤੂ) ਛਾਤੀ ਆਦਿ ਅੰਗ ਵਿਚਲੀ ਅਵਾਜ਼; ਕੰਨ ਦਾ ਪਰਦਾ; ਡਰੰਮ, ਪੀਪਾ; ਥੰਮ੍ਹਾਂ ਦਾ ਉਤਲਾ ਭਾਗ *v* ਢੋਲ ਵਜਾਉਣਾ, ਢੋਲਕੀ ਨਾਲ ਗਾਉਣਾ, ਠੱਕ-ਠੱਕ ਕਰਨਾ, ਲਗਾਤਾਰ ਠੋਕਣਾ; ਖੰਭ ਫੜਫੜਾਉਣਾ; ਢੋਲ ਵਜਾ ਕੇ ਇਕੱਤਰ ਕਰਨਾ; (ਜ਼ਬਰਦਸਤੀ) ਦਿਮਾਗ ਵਿੱਚ ਬਿਠਾਉਣਾ; ਗੱਲ ਨੂੰ ਬੇਸੁਆਦ ਬਣਾ ਦੇਣਾ **drum into** ਕੋਈ ਗੱਲ ਘੜੀ-ਮੁੜੀ ਕਹਿ ਕੇ ਸਮਝਾਉਣਾ **drum out** ਢੰਡੋਰਾ ਪਿੱਟ ਕੇ ਪਿੰਡੋਂ ਬਾਹਰ ਕੱਢ ਆਉਣਾ **drum up** (ਢੋਲ ਵਜਾ ਕੇ) ਇਕੱਠੇ ਕਰਨਾ

drumfire /'ਡਰਅੱਮਫ਼ਾਇਅ*/ *n* ਪੈਦਲ ਫ਼ੌਜ ਦੇ ਹਮਲੇ ਤੋਂ ਪਹਿਲਾਂ ਤੋਪਾਂ ਆਦਿ ਦੀ ਭਾਰੀ ਗੋਲਾਬਾਰੀ

drumhead /'ਡਰਅੱਮਹੈੱਡ/ *n* ਢੋਲ ਦੀ ਖੱਲ; ਕੰਨ ਦਾ ਪਰਦਾ; ਵੇਲਣੇ ਜਾਂ ਗੋਲ ਪੀਪੇ ਆਦਿ ਦਾ ਪੱਧਰਾ ਸਿਰ

drumlin /'ਡਰਅੱਮਲਿਨ/ *n* ਰੇਤ ਦਾ ਲੰਮਾ ਟਿੱਬਾ

drummer /'ਡਰਅੱਮਅ*/ *n* ਢੋਲ ਵਜਾਉਣ ਵਾਲਾ ਵਿਅਕਤੀ, ਢੋਲੀ, ਢੋਲਚੀ, ਨਗਾਰਚੀ, ਤਬਲਚੀ; ਵਪਾਰੀ, ਯਾਤਰੀ

drumming /'ਡਰਅੱਮਿਙ/ *n* ਢੋਲ-ਢਮੱਕਾ, ਖੜਕਾ-ਦੜਕਾ

Drummond light /'ਡਰਅੱਮਅਨਡ ਲਾਇਟ/ *n* ਤੇਜ਼ ਰੌਸ਼ਨੀ; ਆਕਸੀਜਨ ਅਤੇ ਹਾਈਡਰੋਜਨ ਤੋਂ ਪੈਦਾ ਹੋਈ ਰੌਸ਼ਨੀ

drum of ear *n* ਕੰਨ ਦਾ ਪੜ੍ਹਦਾ

drumstick /'ਡਰਅੱਮਸਟਿਕ/ *n* ਢੋਲ ਵਜਾਉਣ ਵਾਲੀ ਸੋਟੀ; ਡੱਗਾ; (ਰਿੱਧੇ ਹੋਏ ਪੰਛੀ, ਮੁਰਗੇ ਆਦਿ ਦੀ) ਲੱਤ ਦਾ ਹੇਠਲਾ ਹਿੱਸਾ

drunk /ਡਰਅੱਙਕ/ *v* **drink** ਦਾ ਭੂਤ-ਕ੍ਰਿਦੰਤ

drunkard /'ਡਰਅੱਙਕਅਡ/ *n* ਸ਼ਰਾਬ ਪੀਣ ਦਾ ਆਦੀ, ਸ਼ਰਾਬੀ, ਸ਼ਰਾਬਖ਼ੋਰ, ਪਿਅਕੜ

drunken /'ਡਰਅੱਙਕਅਨ/ *a* ਨਸ਼ੇ ਵਿੱਚ ਗੁੱਟ, ਸ਼ਰਾਬੀ, ਮਦਮਸਤ, ਨਸ਼ੇ ਵਿੱਚ ਕੀਤਾ (ਕੋਈ ਕੰਮ)

drupe /ਡਰੂਪ/ *n* ਗਿਟਕ ਵਾਲਾ ਫਲ

dry /ਡਰਾਇ/ *a* ਸੁੱਕਾ, ਖ਼ੁਸ਼ਕ; ਔੜ ਵਾਲਾ; ਝੁਲਸਿਆ, ਲੂਹਿਆ; ਵਰਖਾ ਤੋਂ ਬਿਨਾਂ, ਸੋਕੇ ਵਾਲਾ; ਰੁੱਖਾ, ਕੋਰਾ, ਫਿੱਕਾ, ਖਰ੍ਹਵਾ; (ਗਾਂ, ਮੱਝ ਆਦਿ) ਦੁੱਧੋਂ ਭੱਜੀ, ਸੋਕੜ; ਮੁਰਝਾਇਆ, ਭੂਸਲਿਆ; ਸ਼ਰਾਬ ਦੀ ਮਨਾਹੀ ਵਾਲਾ (ਇਲਾਕਾ, ਕਨੂੰਨ ਆਦਿ); ਮੱਖਣ ਜਾਂ ਘਿਓ ਤੋਂ ਬਿਨਾਂ, ਅਣਚੋਪੜਿਆ; ਬਿਨਾਂ ਮਸਾਲੇ ਦਾ; ਦ੍ਰਿੜ੍ਹ, ਕਰੜਾ, ਠੋਸ; ਖ਼ੁਸ਼ਕ ਸੁਭਾਅ ਵਾਲਾ; ਤਿਹਾਇਆ; ਧਰਤੀ ਦਾ (ਸਮੁੰਦਰ ਦੇ ਵਿਰੋਧ ਵਿੱਚ); (ਸਮਾਚਾਰ) ਰੁੱਖਾ, ਬੇਸੁਆਦ, ਨੀਰਸ; ਪੱਖ-ਪਾਤ ਤੋਂ ਰਹਿਤ *v* ਸੁਕਾਉਣਾ, ਸੁੱਕਣਾ

dryad /'ਡਰਾਇਐਡ/ *n* ਬਣ-ਦੇਵੀ

dry-cleaning *n* ਪੈਟਰੋਲ ਨਾਲ ਕੱਪੜੇ ਧੋਣ ਦੀ ਕਿਰਿਆ, ਡ੍ਰਾਈ-ਕਲੀਨਿੰਗ

dry cough *n* ਸੁੱਕੀ ਖੰਘ

dry craft *n* ਟੂਣਾ

dry-cure *vt* ਮਾਸ ਆਦਿ ਨੂੰ ਕਿਸੇ ਤਰਲ ਵਸਤੂ ਦੀ ਵਰਤੋਂ ਤੋਂ ਬਿਨਾਂ ਸੰਭਾਲ ਕੇ ਰੱਖਣਾ, ਸੁੱਕੀ ਸੰਭਾਲ ਕਰਨਾ

dry-eyed *a* ਬਿਨ ਅੱਥਰੂ

dry farming *n* ਘੱਟ ਪਾਣੀ ਦੀ ਵਰਤੋਂ ਕਰਕੇ ਖੇਤੀ ਕਰਨ ਦੀ ਵਿਧੀ

dry-fruit *n* ਸੁੱਕਾ ਫਲ, ਮੇਵਾ

drying /'ਡਰਾਇਙ/ *n* ਸੋਖਣ, ਸੋਖਕ, ਸੋਖ ਲੈਣ ਵਾਲਾ

dry-land farming ਵੇਖੋ **dry farming**

dryness /'ਡਰਾਇਨਅਸ/ *n* ਖੁਸ਼ਕੀ; ਨੀਰਸਤਾ; ਨਿਰਲੱਜਤਾ

dry-nurse *n* ਉਹ ਦਾਈ ਜੋ ਬੱਚੇ ਦੀ ਪਾਲਣਾ ਕਰੇ ਪਰ ਆਪਣਾ ਦੁੱਧ ਨਾ ਚੁੰਘਾਵੇ, ਖਿਡਾਵੀ

dry-point *n* ਬਿਨਾਂ ਤਿਜ਼ਾਬ ਲਾਇਆਂ ਧਾਤ ਉੱਤੇ ਨਕਸ਼ ਉੱਕਰਨ ਵਾਲੀ ਸੂਈ; ਅਜਿਹੀ ਨਕਸ਼-ਨਿਗਾਰੀ

dry rot *n* ਲੱਕੜ ਦੇ ਅੰਦਰ ਲੱਗਾ ਘੁਣ ਆਦਿ ਜੋ ਬਾਹਰੋਂ ਨਾ ਦਿਸੇ; ਸਮਾਜਿਕ ਜਾਂ ਨੈਤਿਕ ਗਿਰਾਵਟ

dry-salter *n* ਡੱਬਿਆਂ ਵਿੱਚ ਬੰਦ ਵਸਤੂਆਂ; ਰੰਗ, ਤੇਲ ਅਤੇ ਅਚਾਰ ਆਦਿ ਦਾ ਵਪਾਰੀ

dry-shod *adv* ਸੁੱਕੇ ਪੈਰੀਂ

DTP /,ਡੀ ਟੀ 'ਪੀ/ *abbr* **Desktop Publishing** ਦਾ ਸੰਖੇਪ

dual /'ਡਯੂਅਲ/ *a* ਦੂਹਰਾ; ਦੂਣਾ, ਦੁੱਗਣਾ; ਦੁਵੱਲੀ, ਦੁਪਾਸੀ, ਦੋਂਹ ਦਾ, ਦੋ ਦਾ *n* ਦਵੈਤ; ਦੋਹਰ, ਦੂਣ

dualism /'ਡਯੂਅਲਿਜ਼ਅਮ/ *n* ਦਵੈਤਵਾਦ, ਦਵੈਤ; ਦੋਹਰਾਪਣ

dualist /'ਡਯੂਅਲਿਸਟ/ *n* ਦਵੈਤਵਾਦ ਦੇ ਸਿਧਾਂਤ ਨੂੰ ਮੰਨਣ ਵਾਲਾ, ਦਵੈਤਵਾਦੀ

dualistic /,ਡਯੂਅ'ਲਿਸਟਿਕ/ *a* ਦਵੈਤਵਾਦ ਨਾਲ ਸੰਬੰਧਿਤ, ਦਵੈਤਵਾਦ ਵਾਲਾ; ਦਵੈਤ ਵਾਲਾ, ਦਵੈਤਵਾਦੀ

duality /ਡਯੂ'ਐਲਅਟਿ/ *n* ਦਵੈਤ ਭਾਵ, ਦੂਈ, ਦਵੈਤ-ਅਵਸਥਾ

dualize /'ਡਯੂਅਲਾਇਜ਼/ *vt* ਦਵੈਤ ਉਪਜਾਉਣਾ, ਦੂਹਰਾ ਕਰਨਾ, ਦੁੱਗਣਾ ਕਰਨਾ

duan /'ਡੂਆਨ/ *n* ਕਵਿਤਾ; ਸਰਗ, ਅਧਿਆਇ

dub[1] /ਡਅੱਬ/ *v* ਮੋਢੇ ਉੱਤੇ ਤਲਵਾਰ ਛੁਹਾਉਣ ਦੀ ਰਸਮ ਨਾਲ "ਨਾਈਟ" ਦੀ ਉਪਾਧੀ ਦੇਣਾ; ਨਾਮਕਰਨ ਕਰਨਾ; (ਨਰਮ ਕਰਨ ਲਈ) ਚਮੜੇ ਉੱਤੇ ਚਰਬੀ ਘਸਾਉਣਾ

dub[2] *vt* (ਫ਼ਿਲਮ ਵਿੱਚ) ਦੂਜੀ ਅਵਾਜ਼ ਜਾਂ ਭਾਸ਼ਾ ਭਰਨਾ

dubbing[1] /'ਡਅੱਬਿਙ/ *n* ਨਾਈਟ ਪਦ ਪ੍ਰਦਾਨ; ਅੱਲ; ਚਮੜੇ ਨੂੰ ਮੁਲਾਇਮ ਕਰਨ ਦੀ ਕਿਰਿਆ

dubbing[2] *n* ਡੱਬ ਕਰਕੇ ਭਰੀ ਅਵਾਜ਼, (ਫ਼ਿਲਮ ਵਿੱਚ) ਡੱਬਿੰਗ

dubiety /,ਡਯੂ'ਬਾਇਅਟਿ/ *n* ਸੰਸਾ, ਸ਼ੰਕਾ, ਸ਼ੱਕ, ਸੰਦੇਹ, ਸ਼ੱਕੀ ਮਾਮਲਾ, ਸੰਦੇਹਪੂਰਨ ਵਿਸ਼ਾ

dubious /'ਡਯੂਬਿਅਸ/ *a* ਸ਼ੱਕ ਵਾਲਾ (ਮਾਮਲਾ), ਸੰਦੇਹਜਨਕ; ਦੁਬਿਧਾ ਵਾਲਾ, ਅਸਪਸ਼ਟ; ਧੁੰਦਲਾ, ਅਨਿਸ਼ਚਿਤ, ਦੋ-ਅਰਥੀ, ਸ਼ੰਕੇ ਵਾਲਾ

dubiously /'ਡਯੂਬਿਅਸਲਿ/ *adv* ਦੁਬਿਧਾ ਵਿੱਚ, ਸ਼ੱਕ ਨਾਲ, ਸ਼ੱਕੀ ਢੰਗ ਨਾਲ

dubiousness /'ਡਯੂਬਿਅਸਨਅਸ/ *n* ਦੁਬਿਧਾ ਵਾਲੀ ਦਸ਼ਾ; ਸ਼ੱਕ ਵਾਲੀ ਹਾਲਤ, ਅਨਿਸ਼ਚਿਤਤਾ, ਸੰਦਿਗਧਤਾ, ਸ਼ੱਕੀਪੁਣਾ

dubitation /,ਡਯੂਬਿ'ਟੇਇਸ਼ਨ/ *n* ਦੁਬਿਧਾ, ਝਿਜਕ, ਸ਼ਸ਼ੋਪੰਜ; ਸ਼ੰਕਾ, ਸੰਦੇਹ, ਸ਼ੱਕ

dubitative /'ਡਯੂਬਿਟਅਟਿਵ਼/ *a* ਦੁਬਿਧਾ ਵਾਲਾ, ਸੰਦੇਹਜਨਕ, ਸ਼ੱਕ ਵਾਲਾ

duchess /'ਡਅੱਚਅਸ/ *n* ਡਿਊਕ ਦੀ ਪਤਨੀ; (ਅਪ) ਫਲ ਵੇਚਣ ਵਾਲੀ ਤੀਵੀਂ

duchy /'ਡਅੱਚਿ/ *n* ਡਿਊਕ (ਜਾਂ ਉਸ ਦੀ ਪਤਨੀ)

ਦੀ ਰਿਆਸਤ ਜਾਂ ਇਲਾਕਾ

duck[1] **/ਡਅੱਕ/** *n* ਬਤਕ, ਮੁਰਗਾਬੀ; ਬਤਕ ਦਾ ਮਾਸ; (ਕ੍ਰਿਕਟ ਦੀ ਖੇਡ ਵਿੱਚ) ਸਿਫ਼ਰ (ਦੌੜਾਂ ਦੀ ਸੰਖਿਆ); (ਬੋਲ) ਸੱਜਣੀ, ਕਬੂਤਰੀ

duck[2] *n* ਚੁੱਭੀ, ਗੋਤਾ *v* ਚੁੱਭੀ ਮਾਰਨਾ, ਗੋਤਾ ਮਾਰਨਾ; ਸਿਰ ਨਿਵਾਉਣਾ, ਗੋਤਾ ਦੇਣਾ, ਚੁੱਭੀ ਲਵਾਉਣਾ

duck[3] *n* ਮੋਟਾ ਸੂਤੀ ਕੱਪੜਾ; ਮੋਟੇ ਸੂਤੀ ਕੱਪੜੇ ਦਾ ਪਜਾਮਾ ਜਾਂ ਪਤਲੂਣ

duck[4] *n* ਜਲ-ਥਲ ਉੱਤੇ ਚੱਲਣ ਵਾਲੀ ਮੋਟਰ

duckbill **/'ਡਅੱਕਬਿਲ/** *n* ਇੱਕ ਦਰਿਆਈ ਪੰਛੀ (ਜਿਸ ਦੀ ਚੁੰਝ ਬਤਕ ਵਰਗੀ ਹੁੰਦੀ ਹੈ)

duckling **/'ਡਅੱਕਲਿਙ/** *n* ਬਤਕ ਦਾ ਬੱਚਾ

ducks and drakes *n* ਠੀਕਰੀ ਨਾਲ ਪਾਣੀ ਉੱਪਰ ਟੱਪੇ ਪੁਆਉਣ ਦੀ ਖੇਡ

duck's egg *n* (ਕ੍ਰਿਕਟ ਵਿੱਚ ਕਿਸੇ ਖਿਡਾਰੀ ਦੀਆਂ) ਦੌੜਾਂ ਦੀ ਗਿਣਤੀ ਦੱਸਣ ਵਾਲੀ ਸਿਫ਼ਰ

duckweed **/'ਡਅੱਕਵੀਡ/** *n* ਪਾਣੀ ਵਿੱਚ ਹੋਣ ਵਾਲਾ ਇੱਕ ਪੌਦਾ, ਕਾਈ

duct **/ਡਅੱਕਟ/** *n* ਨਾੜੀ, ਨਾਲੀ

ductile **/'ਡਅੱਕਟਾਇਲ/** *a* ਲਚਕਦਾਰ, ਲਿਫਵਾਂ, ਤਾਰ ਬਣਾਉਣ ਯੋਗ, ਕੋਮਲ, ਨਰਮ, ਮੁਲਾਇਮ

dud **/ਡਅੱਡ/** *n* (ਖੇਤ ਵਿੱਚ ਖੜ੍ਹਾ ਕੀਤਾ) ਡਰਨਾ; ਖੋਟਾ ਸਿੱਕਾ, ਫ਼ਜ਼ੂਲ ਗੱਲ, ਲੀਰਾਂ, ਚੀਥੜੇ; ਤੁੱਛ ਜਾਂ ਵਿਅਰਥ ਯੋਜਨਾ; ਥੋਥਾ ਬੰਦਾ; ਫੋਕਾ ਗੋਲਾ *a* ਬਣਾਉਟੀ, ਖੋਟਾ, ਜਾਲ੍ਹੀ; ਤੁੱਛ, ਨਿਰਰਥਕ, ਵਿਅਰਥ

duddery **/'ਡਅੱਡਅਰਿ/** *n* ਕੱਪੜੇ ਲੱਤੇ, ਚੀਥੜੇ; ਕੱਪੜੇ ਦੀ ਦੁਕਾਨ

dude **/ਡੂਡ, ਡਯੂਡ/** *n* ਆਪਣੇ ਆਪ ਨੂੰ ਬਣਾ ਸੁਆਰ ਕੇ ਰੱਖਣ ਵਾਲਾ, ਬਾਂਕਾ, ਛੈਲਾ

dudgeon[1] **/'ਡਅੱਜਅਨ/** *n* ਗੁੱਸਾ, ਕ੍ਰੋਧ, ਨਾਰਾਜ਼ਗੀ, ਚਿੜਚਿੜਾਪਣ

dudgeon[2] *n* ਕਟਾਰ, ਛੋਟੀ ਕਿਰਪਾਨ, ਛੁਰਾ; ਛੁਰੇ ਦਾ ਦਸਤਾ

due **/ਡਯੂ/** *a* ਦੇਣਯੋਗ, ਬਾਕੀ, ਬਕਾਇਆ; ਉਚਿਤ, ਮੁਨਾਸਬ; ਨਿਸ਼ਚਿਤ, ਨਿਯਤ *adv* ਦੀ ਵਜ੍ਹਾ ਨਾਲ, ਦੇ ਕਾਰਨ, ਕਰਕੇ; (ਦਿਸ਼ਾ ਬਾਰੇ) ਠੀਕ-ਠਾਕ, ਬਿਲਕੁਲ, ਬਿਲਕੁਲ ਸਿੱਧੇ *n* ਹੱਕ, ਅਧਿਕਾਰ; ਉਧਾਰ, ਕਰਜ਼ਾ; ਕਰ, ਮਹਿਸੂਲ, ਟੈਕਸ

due date *n* ਮਿਥੀ ਤਾਰੀਖ਼, ਨਿਰਧਾਰਤ ਮਿਤੀ, ਇਕਰਾਰ ਦੀ ਤਾਰੀਖ਼

duel **/'ਡਯੂਅਲ/** *n* ਦੋ ਜਣਿਆਂ ਦੀ ਲੜਾਈ ਜਾਂ ਘੋਲ, ਦਵੰਦ, ਦੁਵੱਲੀ ਲੜਾਈ *vi* ਨਿਰਨਾ ਕਰਨ ਲਈ ਯੁੱਧ ਜਾਂ ਘੋਲ ਕਰਨਾ

duet **/ਡਯੁ'ਐਟ/** *n* ਦੋਗਾਣਾ

duff **/ਡਅੱਫ਼/** *n* ਲੇਵੀ; ਗੁੰਨ੍ਹਿਆ ਆਟਾ

duffel, duffle **/'ਡਅੱਫ਼ਲ/** *n* ਇੱਕ ਮੋਟਾ ਊਨੀ ਕੱਪੜਾ, ਧੁੱਸੜ; ਸਫ਼ਰੀ ਸਾਜ਼-ਸਮਾਨ

duffer **/'ਡਅੱਫ਼ਅ*/** *n* ਨਿਕੰਮਾ ਆਦਮੀ, ਲੋਲ੍ਹਾ ਬੰਦਾ, ਬੁੱਧੂ, ਬਗਲੋਲ; ਖੋਟਾ ਸਿੱਕਾ; ਫ਼ਜ਼ੂਲ ਚੀਜ਼, ਨਿਕੰਮੀ ਵਸਤੂ; ਸੱਖਣੀ ਖਾਣ; ਰੱਦੀ ਮਾਲ ਵੇਚਣ ਵਾਲਾ ਵਿਅਕਤੀ; ਪੁਰਾਣੀ ਚੀਜ਼ ਨੂੰ ਨਵੀਂ ਦੱਸ ਕੇ ਵੇਚਣ ਵਾਲਾ ਵਿਅਕਤੀ; ਫੇਰੀ ਵਾਲਾ

duffle **/'ਡਅੱਫ਼ਲ/** *n* ਵੇਖੋ **duffel**

dug[1] **/ਡਅੱਗ/** *n* ਪਸ਼ੂ ਦਾ ਥਣ, ਲੇਵਾ, ਹਵਾਨਾ

dug[2] *v* **dig** ਦਾ ਭੂਤ-ਕਾਲ ਅਤੇ ਭੂਤ-ਕ੍ਰਿਦੰਤ

dugout **/'ਡਅੱਗਆਉਟ/** *n* (ਸੈਨਿਕਾਂ ਦਾ) ਛੱਤਿਆ ਮੋਰਚਾ, ਖ਼ਾਈ, ਖੰਦਕ; ਰੁੱਖ ਦੇ ਖੋਖਲੇ ਮੁੱਢ ਦੀ ਬਣਾਈ ਬੇੜੀ; ਰਿਟਾਇਰ ਹੋ ਚੁੱਕਾ ਅਫ਼ਸਰ ਜਿਸ ਨੂੰ ਫਿਰ ਨੌਕਰੀ ਲਈ ਬੁਲਾਇਆ ਜਾਵੇ

duke **/ਡਯੂਕ/** *n* ਇੰਗਲੈਂਡ ਵਿੱਚ ਰਾਜਕੁਲ ਤੋਂ ਬਾਹਰ ਦਾ ਸਭ ਤੋਂ ਵੱਡੀ ਪਦਵੀ ਵਾਲਾ ਅਮੀਰ; ਰਜਵਾੜਾ, ਵੱਡਾ ਜਗੀਰਦਾਰ, ਮੁਖੀਆ, ਸਰਦਾਰ, ਸਾਮੰਤ; ਫ਼ੌਜੀ ਸਰਦਾਰ, ਡਿਊਕ

dukedom **/'ਡਯੂਕਡਅਮ/** *n* ਡਿਊਕ ਦਾ ਪਦ, ਡਿਊਕ ਦੀ ਰਿਆਸਤ, ਰਾਜਕ ਪਦ

dulcet **/'ਡਅੱਲਸਿਟ/** *a* (ਅਵਾਜ਼) ਮਿੱਠੀ, ਸੁਰੀਲੀ; ਰਸੀਲਾ, ਮਿੱਠਾ, ਸੁਆਦੀ; ਮਨੋਹਰ, ਸੁਹਾਵਣਾ

dulcimer **/'ਡਅੱਲਸਿਮਅ*/** *n* ਤਾਰਾਂ ਵਾਲਾ

ਇੱਕ ਸਾਜ਼

dull /ਡਅੱਲ/ *a* ਮੋਟੀ ਮੱਤ ਵਾਲਾ, ਮੰਦ-ਬੁੱਧ, ਮੂਰਖ, ਮੂੜ੍ਹ, ਖੁੰਢਾ, ਸੁਸਤ, ਮੱਠਾ, ਢਿੱਲਾ; ਜੜ੍ਹ; (ਪੀੜ, ਦੁੱਖ ਆਦਿ) ਮੱਧਮ, ਮੱਠਾ, ਨਿੰਮ੍ਹਾ; (ਵਪਾਰ ਵਿੱਚ) ਜਿਸ ਦੀ ਮੰਗ ਘੱਟ ਹੋਵੇ, ਜੋ ਸੌਖ ਨਾਲ ਨਾ ਵਿਕ ਸਕੇ; ਉਦਾਸ, ਦੁਖੀ; ਫਿੱਕਾ, ਨੀਰਸ; ਤੇਜਹੀਣ, ਮਾਂਦਾ ਪਿਆ; ਧੁੰਦਲਾ *v* ਮੱਤ ਮਾਰ ਦੇਣਾ, ਮੂਰਖ ਬਣਾ ਦੇਣਾ, ਖੁੰਢਾ ਕਰਨਾ, ਮਾਂਦਾ ਪਾ ਦੇਣਾ, ਤੇਜਹੀਣ ਹੋਣਾ; ਫਿੱਕਾ ਹੋਣਾ, ਬੇਸੁਆਦ ਹੋਣਾ

dullard /'ਡਅੱਲਾਡ/ *n* ਮੋਟੀ ਮੱਤ ਵਾਲਾ ਆਦਮੀ, ਮੂਰਖ ਮਨੁੱਖ, ਮੂੜ੍ਹ ਬੰਦਾ, ਬੁੱਧੂ, ਲੋਲ੍ਹਾ

dullness /ਡਅੱਲਨਅਸ/ *n* ਮੂਰਖਤਾ, ਮੂੜ੍ਹਤਾ; ਆਲਸ, ਸੁਸਤੀ; ਨੀਰਸਤਾ; ਮੰਦਵਾੜਾ

dulocracy /ਡੂ'ਲੌਕਰਅਸਿ/ *n* ਗੁਲਾਮ ਰਾਜ

duly /'ਡਯੂਲਿ/ *adv* ਉਚਿਤ ਰੂਪ ਵਿੱਚ, ਠੀਕ-ਠੀਕ, ਵਾਜਬੀ ਤੌਰ ਉੱਤੇ; ਵਿਧੀਵਤ, ਪਾਬੰਦੀ ਨਾਲ; ਯਥਾ ਸੰਭਵ; ਵਕਤ ਸਿਰ, ਸਮੇਂ ਸਿਰ

dumb /ਡਅੱਮ/ *a* ਗੂੰਗਾ, (ਹੈਰਾਨੀ ਜਾਂ ਦੁੱਖ ਕਰਕੇ) ਚੁੱਪ, ਮੌਨ; ਹੈਰਾਨ-ਪਰੇਸ਼ਾਨ, ਹੱਕਾ-ਬੱਕਾ; ਮੂਰਖ, ਉਜੱਡ, ਮੂੜ੍ਹ, ਜੜ੍ਹ; ਬਹੁਤ ਘੱਟ ਬੋਲਣ ਵਾਲਾ, ਚੁੱਪ ਰਹਿਣ ਵਾਲਾ *vt* ਬੇਜ਼ੁਬਾਨ ਬਣਾ ਦੇਣਾ, ਗੂੰਗਾ ਬਣਾ ਦੇਣਾ; ਚੁੱਪ ਕਰਾ ਦੇਣਾ, ਜ਼ੁਬਾਨ ਬੰਦ ਕਰਨਾ

dumb-bell *n* ਛੋਟਾ ਮੁਗਦਰ ਜਿਸ ਨੂੰ ਹੱਥ ਵਿੱਚ ਚੁੱਕ ਕੇ ਵਰਜ਼ਸ਼ ਕੀਤੀ ਜਾਂਦੀ ਹੈ, ਡੰਬਲ; ਡੰਬਲ ਨਾਚ

dumbfound /ਡਅੱਮ'ਫਾਉਨਡ/ *vt* ਗੂੰਗਾ ਕਰ ਦੇਣਾ, ਗੁੰਮ-ਸੁੰਮ ਕਰ ਦੇਣਾ; ਵਿਆਕੁਲ ਕਰ ਦੇਣਾ, ਘਬਰਾ ਦੇਣਾ

dumbness /ਡਅੱਮਨਅਸ/ *n* ਗੂੰਗਾਪਣ

dumb show *n* ਅਜਿਹਾ ਤਮਾਸ਼ਾ ਜਾਂ ਖੇਲ ਜਿਸ ਵਿੱਚ ਮੂੰਹੋਂ ਕੁਝ ਨਾ ਬੋਲਿਆ ਜਾਵੇ, ਪੁਤਲੀਆਂ ਦੀ ਖੇਡ, ਬੋਲਣ ਦੀ ਥਾਂ ਸੈਨਤਾਂ

dummy /'ਡਅੱਮਿ/ *n* ਮਿੱਟੀ ਦਾ ਮਾਧੋ, ਕਠਪੁਤਲੀ; ਮੂਰਖ, ਕਾਠ ਦਾ ਉੱਲੂ, ਦਰਸ਼ਨੀ ਪਹਿਲਵਾਨ, ਮੋਟੀ ਮੱਤ ਵਾਲਾ, ਮੂੜ੍ਹ, ਗੁੱਡਾ, ਕੱਪੜੇ ਆਦਿ ਦਾ ਬਣਾਇਆ ਹੋਇਆ ਮਾਨਵੀ ਬੁੱਤ, (ਤਾਸ਼ ਵਿੱਚ) ਫ਼ਰਜ਼ੀ ਖਿਡਾਰੀ ਜਿਸ ਦੇ ਪੱਤੇ ਦੂਜਾ ਸਾਥੀ ਖੇਡਦਾ ਹੈ *a* ਬਣਾਉਟੀ; ਨਕਲੀ, ਜਾਲ੍ਹੀ, ਫ਼ਰਜ਼ੀ, ਕਲਪਿਤ

dump[1] /ਡਅੱਮਪ/ *vt* ਇੱਕ ਥਾਂ ਇਕੱਤਰ ਕਰਨਾ, ਢੇਰ ਲਾਉਣਾ, (ਕੂੜਾ ਆਦਿ) ਇੱਕ ਥਾਂ ਸੁੱਟਣਾ, ਜਮ੍ਹਾਂ ਕਰਨਾ; (ਵਪਾਰ ਦਾ ਮਾਲ) ਸਸਤੇ ਮੁੱਲ ਵੇਚਣ ਲਈ ਵਿਦੇਸ਼ ਨੂੰ ਭੇਜਣਾ; ਧੜੰਮ ਕਰਕੇ ਡੇਗਣਾ; (ਵਾਧੂ ਸਵਾਰੀਆਂ ਨੂੰ) ਜਹਾਜ਼ ਤੋਂ ਉਤਾਰ ਦੇਣਾ *n* (ਕੂੜੇ ਕਰਕਟ ਜਾਂ ਰੱਦੀ ਦੇ ਸਮਾਨ ਦਾ) ਢੇਰ, ਕੂੜਾ, ਰੂੜੀ ਇਕੱਠੀ ਕਰਨ ਜਾਂ ਢੇਰ ਲਾਉਣ ਵਾਲੀ ਥਾਂ; ਅਸਥਾਈ ਗੁਦਾਮ (ਵਿਸ਼ੇਸ਼ ਕਰ ਕੇ ਸੈਨਾ ਦਾ); ਧੱਕਾ, ਠੋਕਰ, ਠੁੱਡਾ; ਧਮਾਕਾ, ਧੜੰਮ ਦੀ ਅਵਾਜ਼

dump[2] *n* ਕੋਈ ਤੁੱਛ ਵਸਤੂ, ਛੋਟੀ ਮੋਟੀ ਚੀਜ਼; (ਖੇਡਣ ਵਾਲੀ) ਸ਼ੀਸ਼ੇ ਦੀ ਗੋਟ; ਛੋਟੇ ਕੱਦ ਵਾਲਾ ਆਦਮੀ

dumpling /'ਡਅੱਮਪਲਿਙ/ *n* ਇੱਕ ਤਰ੍ਹਾਂ ਦਾ ਵੜਾ

dumps /ਡਅੱਮਪਸ/ *n* (ਬਹੁ) ਉਦਾਸੀ, ਦਿਲਗੀਰੀ

dun[1] /ਡਅੱਨ/ *n* ਜਿਸ ਨੇ (ਕਿਸੇ ਨੂੰ) ਕਰਜ਼ ਦਿੱਤਾ ਹੋਵੇ, ਲਹਿਣੇਦਾਰ, ਰਿਣ ਦਾਤਾ, ਸ਼ਾਹ, ਕਰਜ਼ਾ (ਵਾਪਸ) ਮੰਗਣ ਵਾਲਾ, ਤਕਾਜ਼ਾ ਕਰਨ ਵਾਲਾ *vt* ਦਿੱਤਾ ਉਧਾਰ ਵਾਪਸ ਮੰਗਣਾ; ਤਕਾਜ਼ਾ ਕਰਨਾ, ਪਰੇਸ਼ਾਨ ਕਰਨਾ

dun[2] *a* ਫਿੱਕਾ ਭੂਰਾ, ਘਸਮੈਲਾ, ਧੁੰਦਲਾ, ਕਾਲਾ *n* ਕਾਲਾ ਘੋੜਾ, ਮੁਸ਼ਕੀ ਘੋੜਾ, ਫਿੱਕਾ ਭੂਰਾ ਰੰਗ

dunce /ਡਅੱਨਸ/ *n* ਮੂਰਖ ਮਨੁੱਖ *a* ਮੂੜ੍ਹ, ਘੁੱਗੂ, ਭੌਂਦੂ, ਉਜੱਡ, ਬੁੱਧੂ

dunderhead /'ਡਅੱਨਡਅਹੈੱਡ/ *a* ਖ਼ਰ ਦਿਮਾਗ਼, ਭੌਂਦੂ

dune /ਡਯੂਨ/ *n* ਉਡ-ਉਡ ਕੇ ਇਕੱਠੀ ਹੋਈ ਰੇਤ ਦਾ ਢੇਰ, (ਰੇਤ ਦਾ) ਟਿੱਬਾ

dung /ਡਅੱਙ/ *n* ਗੋਹਾ, ਗੋਬਰ, ਲਿੱਦ; ਖਾਦ, ਰੂੜੀ; ਗੰਦ-ਮੰਦ *vi* ਰੂੜੀ ਪਾਉਣਾ; ਰੂੜੀ ਖੇਤ ਵਿੱਚ ਸੁੱਟਣਾ ਜਾਂ ਬੂਟਿਆਂ ਆਦਿ ਨੂੰ ਪਾਉਣਾ

dung cake *n* ਪਾਥੀ

dungeon /'ਡਅੱਨਜਅਨ/ *n* ਜ਼ਮੀਨ ਥੱਲੇ

ਬਣਾਇਆ ਹੋਇਆ ਤੰਗ ਹਨੇਰਾ ਕਮਰਾ, ਤਹਿਖ਼ਾਨਾ; ਕਿਲੇ ਦਾ ਬੁਰਜ (ਜੋ ਕੈਦਖ਼ਾਨੇ ਦੇ ਲਈ ਵਰਤਿਆ ਜਾਂਦਾ ਸੀ), ਤੰਗ ਹਨੇਰੀ ਕੋਠੜੀ (ਖ਼ਾਸ ਕਰਕੇ ਜੇਲ੍ਹ ਦੀ)

dunghill /'ਡਅੱਙਹਿਲ/ *n* ਗੋਹੇ ਦਾ ਢੇਰ, ਰੂੜੀ

duo /'ਡਯੂਅਉ/ *n* ਜੋੜਾ, ਸੰਗੀਤਕਾਰਾਂ ਦੀ ਜੋੜੀ, ਨਰਤਕਾਂ ਦੀ ਜੋੜੀ

duodenum /ˌਡਯੂਅ'ਡੀਨਅਮ/ *n* ਪੇਟ ਦੀ ਛੋਟੀ ਅੰਤੜੀ ਦਾ ਪਹਿਲਾ ਹਿੱਸਾ

duologue /'ਡਯੁਅਲੌਂਗ/ *n* ਦੋ ਵਿਅਕਤੀਆਂ ਦੀ ਗੱਲ-ਬਾਤ, ਸੰਵਾਦ, ਦੋ-ਕਥਨੀ; ਦੋ ਪਾਤਰਾਂ ਵਾਲਾ ਨਾਟਕ

dupe /ਡਯੂਪ/ *vt* ਧੋਖਾ ਦੇਣਾ, ਠੱਗਣਾ, ਛਲਨਾ, ਮੁੱਠਣਾ, ਮੁੱਛਣਾ *n* ਧੋਖੇ ਦਾ ਸ਼ਿਕਾਰ ਵਿਅਕਤੀ; ਸਿੱਧੜ ਮਨੁੱਖ, ਭੋਲਾ-ਭਾਲਾ ਬੰਦਾ, ਬੁੱਧੂ ਆਦਮੀ

dupery /'ਡਯੂਪ(ਅ)ਰਿ/ *n* ਛਲ, ਠੱਗੀ, ਧੋਖੇਬਾਜ਼ੀ, ਹੱਥ-ਫੇਰੀ

duple /'ਡਯੂਪਲ/ *a* ਦੂਣਾ; ਦੂਹਰਾ

duple ratio *n* ਦੋ ਅਤੇ ਇੱਕ ਦਾ ਅਨੁਪਾਤ

duplet /'ਡਯੂਪਲਿਟ/ *n* (ਸੰਗੀ) ਯਮਕ, ਤਿੰਨ ਦੇ ਸਮੇਂ ਦੋ ਸੁਰਾਂ ਕੱਢਣਾ

duplex /'ਡਯੁਪਲੈਕਸ/ *a* ਦੂਹਰਾ, ਦੂਣਾ, ਦੁੱਗਣਾ, ਦੋ ਹਿੱਸਿਆਂ ਵਾਲਾ; ਦੁਤਰਫ਼ੀ *vt* ਦੁਹਰਾਉਣਾ; ਦੁੱਗਣਾ ਕਰਨਾ

duplex lamp *n* ਦੋ ਬੱਤੀਆਂ ਵਾਲਾ ਲੈਂਪ

duplicate /'ਡਯੂਪਲਿਕਅਟ/ *a* ਦੂਹਰਾ, ਹੂ-ਬਹੂ, ਉਹੋ ਜਿਹਾ, (ਕਿਸੇ ਦੂਜੇ) ਵਰਗਾ, ਪ੍ਰਤਿਰੂਪ /'ਡਯੂਪਲਿਕਅਟ/ *n* ਉਤਾਰਾ, ਨਕਲ, ਪ੍ਰਤਿਲਿਪੀ, ਦਸਤਾਵੇਜ਼ ਦੀ ਨਕਲ; ਗਹਿਣੇ ਰੱਖੀ ਗਈ ਵਸਤੂ ਦੀ ਰਸੀਦ; ਸਮਾਨਾਰਥਕ ਸ਼ਬਦ; ਇਕਰੂਪਤਾ, ਸਮਾਨਤਾ /'ਡਯੂਪਲਿਕੇਇਟ/ *vt* ਦੂਹਰਾ ਕਰਨਾ; ਦੂਣਾ ਕਰਨਾ; ਉਤਾਰਾ ਕਰਨਾ; ਨਕਲ ਤਿਆਰ ਕਰਨਾ, ਪ੍ਰਤਿਲਿਪੀ ਤਿਆਰ ਕਰਨਾ

duplicating /'ਡਯੂਪਲਿਕੇਇਟਿਙ/ *n* ਪ੍ਰਤਿਲਿਪੀਕਰਨ, ਉਤਾਰਾਕਰਨ

duplication /ˌਡਯੂਪਲਿ'ਕੇਇਸ਼ਨ/ *n* ਉਤਾਰਾਕਰਨ, ਪ੍ਰਤਿਲਿਪੀਕਰਨ; ਦੁੱਗਣਾ ਕਰਨ ਦੀ ਕਿਰਿਆ

duplicator /'ਡਯੂਪਲਿਕੇਇਟਅ*/ *n* ਉਤਾਰਾ ਲਾਹੁਣ ਵਾਲੀ ਮਸ਼ੀਨ; ਪ੍ਰਤਿਲਿਪੀਕਰਨ ਵਾਲਾ ਯੰਤਰ; ਇਸ ਮਸ਼ੀਨ ਰਾਹੀਂ ਪ੍ਰਤਿਲਿਪੀ ਲੈਣ ਵਾਲਾ ਕਾਗ਼ਜ਼

duplicity /ਡਯੂ'ਪਲਿਸਅਟਿ/ *n* ਧੋਖੇਬਾਜ਼ੀ, ਚਾਲਬਾਜ਼ੀ, ਛਲ, ਕਪਟ, ਦੋਗਲਾਪਣ, ਦੂਰੰਗਾਪਣ

durability, durableness /ˌਡਯੁਅਰਅ'ਬਿਲਅਟਿ, 'ਡਯੁਅਰਅਬਲਨਅਸ/ *n* ਹੰਢਣਸਾਰਤਾ, ਪਕਿਆਈ, ਪਾਏਦਾਰੀ, ਸਥਿਰਤਾ, ਟਿਕਾਅ

durable /'ਡਯੁਅਰਅਬਲ/ *a* ਹੰਢਣਸਾਰ, ਪਾਏਦਾਰ, ਪੱਕਾ, ਸਥਾਈ

durable goods *n* ਲੰਮੀ ਦੇਰ ਤੱਕ ਵਰਤੋਂ ਵਿੱਚ ਆਉਣ ਵਾਲੀਆਂ ਵਸਤਾਂ ਜਿਵੇਂ ਕਾਰ ਆਦਿ

durance /'ਡਯੁਅਰਅਨਸ/ *n* ਕੈਦ, ਕਾਰਾਵਾਸ

duration /ਡਯੁ'ਰੇਇਸ਼ਨ/ *n* ਮਿਆਦ, ਸਮਾਂ ਅਵਧੀ, ਮੁਕੱਰਰ ਜਾਂ ਨਿਸ਼ਚਿਤ ਵਕਫ਼ਾ

durative /'ਡਯੁਅਰਅਟਿਵ਼/ *a* ਕੁਝ ਸਮੇਂ ਤੱਕ ਚੱਲਣ ਦਾ ਅਰਥ ਦੇਣ ਵਾਲਾ ਵਿਆਕਰਨਿਕ ਰੂਪ ਜਾਂ ਸ਼ਬਦ

duress /ਡਯੁ'ਰੈੱਸ/ *n* ਨਾਜਾਇਜ਼ ਦਬਾਅ; ਧਮਕੀ, ਸਖ਼ਤੀ; ਜਬਰੀ ਕੈਦ; ਧੱਕਾਸ਼ਾਹੀ, ਹਿੱਕ ਦਾ ਧੱਕਾ

during /'ਡਯੁਅਰਿਙ/ *prep* ਦੇ ਦੌਰਾਨ, ਦੇ ਵਿੱਚ-ਵਿੱਚ, ਸਮੇਂ ਵਿੱਚ, ਵੇਲੇ ਤੱਕ, ਤਦ ਤੱਕ, ਜਦ ਤੱਕ

durum /'ਡਯੁਅਰਅਮ/ *n* ਮੈਦੇ ਲਈ ਵਰਤੀ ਜਾਣ ਵਾਲੀ ਕਣਕ ਦੀ ਕਿਸਮ

dusk /ਡਅੱਸਕ/ *n* ਘੁਸਮੁਸਾ; ਧੁੰਦਲਾਪਣ; ਤਿਰਕਾਲਾਂ ਦਾ ਹਨੇਰਾ; ਤਿਰਕਾਲਾਂ, ਸ਼ਾਮ, ਸੰਝ, ਸੰਧਿਆ *v* ਹਨੇਰਾ ਹੋਣਾ ਜਾਂ ਕਰਨਾ, ਧੁੰਦਲਾ ਹੋਣਾ ਜਾਂ ਕਰਨਾ

dust /ਡਅੱਸਟ/ *n* ਧੂੜ, ਘੱਟਾ, ਮਿੱਟੀ, ਗਰਦ, ਖੇਹ; ਕੂੜਾ-ਕਰਕਟ; ਫੁੱਲਾਂ ਦਾ ਬੂਰ, ਪਰਾਗ,

ਕੇਸਰ; ਮਨੁੱਖੀ ਸਰੀਰ; ਅਪਮਾਨ; ਗੜਬੜ, ਹੌਲਾ-ਗੌਲਾ, ਝਮੇਲਾ (ਅਪ) ਧਨ-ਦੌਲਤ, ਮਾਇਆ *vt* ਧੂੜ ਝਾੜਨਾ, ਸਾਫ਼ ਕਰਨਾ, ਸਫ਼ਾਈ ਕਰਨਾ; ਧੂੜ ਪਾਉਣਾ, ਖੇਹ ਉਡਾਉਣਾ, ਮਿੱਟੀਓਂ ਮਿੱਟੀ ਕਰਨਾ; ਲਬੇੜਨਾ; ਛਿੜਕਣਾ, ਬੁਰਕਣਾ, ਧੂੜਨਾ **in the dust** ਮਰਿਆ ਹੋਇਆ **shake off the dust of one's feet** ਗੁੱਸੇ ਹੋ ਕੇ ਚਲੇ ਜਾਣਾ **throw dust in one's eyes** ਧੋਖਾ ਦੇਣਾ

dustbin /'ਡਅੱਸਟਬਿਨ/ *n* ਕੂੜਾਦਾਨ, ਕੂੜੇ ਲਈ ਥੈਲਾ, ਕੂੜੇ ਦਾ ਢੋਲ

dust-colour *n* ਹਲਕਾ ਭੂਰਾ ਰੰਗ

duster /'ਡਅੱਸਟਅ*/ *n* ਝਾੜਨ ਵਾਲਾ ਕੱਪੜਾ ਜਾਂ ਬੁਰਸ਼, ਝਾੜਨ, ਝਾੜ-ਪੂੰਝ ਕਰਨ ਵਾਲਾ ਖੰਦਾ

dusting /'ਡਅੱਸਟਿਙ/ *n* ਝਾੜ-ਪੂੰਝ; ਛਿੜਕਣ ਦੀ ਕਿਰਿਆ ਜਾਂ ਭਾਵ; ਝਾੜਨ ਦੀ ਕਿਰਿਆ ਜਾਂ ਭਾਵ; ਸਾਫ਼ ਕਰਨ ਦੀ ਕਿਰਿਆ ਜਾਂ ਭਾਵ; ਸਫ਼ਾਈ ਕਰਨ ਦੀ ਕਿਰਿਆ ਜਾਂ ਭਾਵ; (ਉਡਾ ਕੇ) ਤੂੜੀ ਆਦਿ ਵਿੱਚੋਂ ਦਾਣੇ ਵੱਖ ਕਰਨ ਦੀ ਕਿਰਿਆ ਜਾਂ ਭਾਵ; ਮਾਰ-ਕੁੱਟ, ਝਾੜ-ਝੰਬ; ਮੁਰੰਮਤ (ਮਾਰ-ਕੁਟਾਈ ਨਾਲ)

dustless /ਡਅੱਸਟਲਅਸ/ *a* ਧੂੜ ਰਹਿਤ, ਧੂੜ-ਵਿਹੂਣਾ, ਸਾਫ਼-ਸੁਥਰਾ

dustpan /'ਡਅੱਸਟਪੈਨ/ *n* ਫਰਸ਼ ਤੋਂ ਮਿੱਟੀ ਚੁੱਕਣ ਲਈ ਬਰਤਨ, ਕੂੜਾ-ਭਾਂਡਾ

Dutch /ਡਅੱਚ/ *a* ਡੱਚ ਭਾਸ਼ਾ ਜਾਂ ਲੋਕਾਂ ਸੰਬੰਧੀ; ਹਾਲੈਂਡ ਦਾ ਬਣਿਆ

Dutch courage *n* (ਸ਼ਰਾਬ ਦੇ ਨਸ਼ੇ ਵਿੱਚ) ਝੂਠਾ ਜੋਸ਼

duteous /'ਡਯੂਟਿਅਸ/ *a* ਆਗਿਆਪਾਲਕ, ਫ਼ਰਜ਼ ਪੂਰਾ ਕਰਨ ਵਾਲਾ, ਤਾਬੇਦਾਰ

duteousness /'ਡਯੂਟਿਅਸਨਅਸ/ *n* ਆਗਿਆਪਾਲਕਤਾ, ਕਰਤੱਵ ਨਿਸ਼ਚਾ, ਤਾਬੇਦਾਰੀ

dutiable /'ਡਯੂਟਿਅਬਲ/ *a* ਜਿਸ ਉੱਤੇ ਮਸੂਲ ਲਾਇਆ ਜਾ ਸਕੇ, ਕਰ-ਯੋਗ, ਚੁੰਗੀ-ਯੋਗ

dutiful /'ਡਯੂਟਿਫ਼ਲ/ *a* ਵੇਖੋ **duteous**

duty /'ਡਯੂਟਿ/ *n* ਫ਼ਰਜ਼ ਦੀ ਅਦਾਇਗੀ; ਕੰਮ ਉੱਤੇ ਹਾਜ਼ਰ ਹੋਣ ਦਾ ਨਿਸ਼ਚਿਤ ਸਮਾਂ; ਫ਼ਰਜ਼, ਕਰਤੱਵ; ਜ਼ੁੰਮੇਵਾਰੀ, ਸੇਵਾ, ਕੰਮ, ਕਨੂੰਨੀ ਜਾਂ ਇਖ਼ਲਾਕੀ ਜ਼ੁੰਮੇਵਾਰੀ; ਇਖ਼ਲਾਕੀ ਪਾਬੰਦੀ; ਮਹਿਸੂਲ, ਚੁੰਗੀ, ਡਿਊਟੀ

duty-bound *a* ਜ਼ੁੰਮੇਵਾਰੀ ਕਾਰਨ ਕੀਤਾ ਜਾਣ ਵਾਲਾ ਕਾਰਜ

duty-free *a* ਕਰ-ਮੁਕਤ, ਬਿਨਾਂ ਟੈਕਸ ਤੋਂ

duvet /'ਡੂਵੇਇ/ *n* ਰਜਾਈ

DVD /ˌਡੀ ਵ੍ਹੀ 'ਡੀ/ *abbr* (ਕੰਪਿ) **Digital Versatile Disc** ਦਾ ਸੰਖੇਪ, ਤੱਥਾਂ ਦਸਤਾਵੇਜ਼ਾਂ ਅਤੇ ਪ੍ਰੋਗਰਾਮਾਂ ਦੇ ਭੰਡਾਰਨ ਲਈ ਵੱਡੀ ਸਮਰੱਥਾ ਵਾਲਾ ਕੰਪਿਊਟਰ ਉਪਕਰਨ

dwarf /ਡਵੋਫ਼/ *a* ਬੌਣਾ, ਠਿਗਣਾ ਆਦਮੀ *vt* ਛੋਟਾ ਜ਼ਾਹਰ ਕਰਨਾ; ਨਿੱਕਾ ਬਣਾਉਣਾ ਜਾਂ ਕਹਿਣਾ; ਸਰੀਰਿਕ ਜਾਂ ਮਾਨਸਿਕ ਵਿਕਾਸ ਵਿੱਚ ਰੁਕਾਵਟ ਪਾਉਣਾ

dwarfish /'ਡਵੋਫ਼ਿਸ਼/ *a* ਬੌਣੇ ਵਰਗਾ, ਛੋਟੇ ਕੱਦ ਦਾ, ਨਿੱਕਾ, ਨਿਕਚੂ

dwell /ਡਵੈੱਲ/ *vt* ਵਸਣਾ, ਰਹਾਇਸ਼ ਕਰਨਾ; ਧਿਆਨ ਜਮਾਉਣਾ, ਧਿਆਨ ਕੇਂਦਰਿਤ ਕਰਨਾ; ਵਿਸਥਾਰ ਨਾਲ ਵਰਣਨ ਕਰਨਾ; (ਘੋੜੇ ਦਾ) ਹੌਲੀ-ਹੌਲੀ ਤੁਰਨਾ, ਅੜੀ ਕਰਨਾ

dweller /'ਡਵੈੱਲਅ*/ *n* ਵਾਸੀ, ਨਿਵਾਸੀ, ਵਸਨੀਕ, ਬਾਸ਼ਿੰਦਾ

dwelling /'ਡਵੈੱਲਿਙ/ *n* ਨਿਵਾਸ, ਰਹਾਇਸ਼, ਵਸੇਬਾ; ਘਰ-ਬਾਰ; ਨਿਵਾਸ-ਸਥਾਨ, ਰਹਾਇਸ਼ ਦੀ ਜਗ੍ਹਾ; ਵਿਸਤਾਰ ਪੂਰਵਕ ਵਰਣਨ

dwindle /'ਡਵਿਨਡਲ/ *vi* ਘੱਟ ਹੋਣਾ, ਘਟਦੇ ਜਾਣਾ; ਸੁੰਗੜਨਾ, ਸੰਕੁਚਿਤ ਹੋਣਾ; ਘੁਲਨਾ; ਢਲਨਾ; ਦੁਰਬਲ ਹੋਣਾ, ਪਤਲੇ ਹੋਣਾ, ਮਾੜੇ ਪੈਣਾ; ਪ੍ਰਤਿਸ਼ਠਾ ਘਟਣਾ, ਮਹੱਤਤਾ ਜਾਂਦੀ ਰਹਿਣਾ, ਸਿਤਾਰਾ ਢਲਨਾ

dyarchy /'ਡਾਇਆਕਿ/ *n* ਦੋ-ਅਮਲੀ ਰਾਜ

dye /ਡਾਇ/ *n* ਰੰਗ ਚਾੜ੍ਹਨ ਵਾਲੀ ਚੀਜ਼, ਰੰਗ, ਰੰਗ ਚਾੜ੍ਹਨ ਵਾਲਾ ਮਸਾਲਾ *vt* ਰੰਗਣਾ, ਰੰਗ ਲਾਉਣਾ; ਰੰਗ ਬਣਾਉਣਾ

dyer /'ਡਾਇਅ*/ *n* ਲਲਾਰੀ, ਰੰਗਸਾਜ਼, ਰੰਗਰੇਜ਼

dying /'ਡਾਇਇਙ/ *a* ਮਰ ਰਿਹਾ, ਮਰਨ ਕਿਨਾਰੇ; ਮਰਨ ਸਮੇਂ ਦਾ *n* ਅੰਤ; ਮਿਰਤੂ, ਮਰਨ

dynamic /ਡਾਇ'ਨੈਮਿਕ/ *n* (ਸੰਚਾਲਕ) ਸ਼ਕਤੀ; ਵੇਗ, ਗਤੀ *a* ਗਤੀਸ਼ੀਲ, ਵੇਗਵਾਨ, ਸ਼ਕਤੀਮਾਨ, ਬਲਵਾਨ, ਪ੍ਰਭਾਵਸ਼ਾਲੀ, ਪ੍ਰਬਲ, ਸਕਿਰਿਆ; ਗਤੀ ਵਿਗਿਆਨ ਸੰਬੰਧੀ; (ਦਰਸ਼) ਮਨ ਦੀ ਸ਼ਕਤੀ ਉੱਤੇ ਵਿਸ਼ਵਾਸ ਰੱਖਣ ਵਾਲਾ

dynamical /ਡਾਇ'ਨੈਮਿਕ(ਅ)ਲ/ *a* ਗਤੀ ਵਿਗਿਆਨ ਸੰਬੰਧੀ, ਵੇਗ ਸੰਬੰਧੀ; ਸ਼ਕਤੀ ਨਾਲ ਸੰਬੰਧਿਤ, ਵੇਗਵਾਨ; (ਧਰਮ) ਦੈਵੀ ਸ਼ਕਤੀ ਦੇਣ ਵਾਲਾ; (ਦਰਸ਼) ਸ਼ਕਤੀਵਾਦੀ

dynamics /ਡਾਇ'ਨੈਮਿਕਸ/ *n* ਗਤੀ ਵਿਗਿਆਨ, ਗਤੀ ਵਿੱਦਿਆ

dynamism /'ਡਾਇਨਅਮਿਜ਼ਅਮ/ *n* ਗਤੀਵਾਦ; (ਦਰਸ਼) ਸ਼ਕਤੀਵਾਦ; ਸ਼ਕਤੀ, ਬਲ; ਜੋਸ਼

dynamist /'ਡਾਇਨਅਮਿਸਟ/ *n* ਗਤੀਵਾਦੀ

dynamite /'ਡਾਇਨਅਮਾਇਟ/ *vt* ਬਰੂਦ ਨਾਲ ਉਡਾਉਣਾ *n* (ਵਿਸ਼ੇਸ਼ ਪ੍ਰਕਾਰ ਦਾ) ਬਰੂਦ

dynamo /'ਡਾਇਨਅਮਅਉ/ *n* ਬਿਜਲੀ ਪੈਦਾ ਕਰਨ ਵਾਲਾ ਯੰਤਰ

dynast /'ਡਿਨਅਸਟ/ *n* ਰਾਜਾ, ਸ਼ਾਸਕ, ਰਾਜ ਘਰਾਣੇ ਦਾ ਮੈਂਬਰ

dynastic /ਡਿ'ਨੈਸਟਿਕ/ *a* ਰਾਜਵੰਸ਼ੀ, ਰਾਜਕੁਲ ਸੰਬੰਧੀ, ਰਾਜ ਘਰਾਣੇ ਦਾ, ਰਾਜਕੁਲ ਦਾ

dynasty /'ਡਿਨਅਸਟਿ/ *n* ਰਾਜਕੁਲ, ਰਾਜਵੰਸ਼, ਸ਼ਾਹੀ ਖ਼ਾਨਦਾਨ, ਸ਼ਾਹੀ ਘਰਾਣਾ; ਰਾਜਵੰਸ਼ ਦਾ ਰਾਜਕਾਲ

dyne /ਡਾਇਨ/ *n* (ਭੌ) ਸ਼ਕਤੀ ਦੀ ਇਕਾਈ, ਬਲਇਕਾਈ

dysenteric /,ਡਿਸਨ'ਟੈੱਰਿਕ/ *a* ਪੇਚਸ਼ ਸੰਬੰਧੀ, ਮਰੋੜਾਂ ਦਾ (ਰੋਗ)

dysentery /'ਡਿਸਅਨਟਰਿ/ *n* ਪੇਚਸ਼, ਦਸਤ, ਮਰੋੜ, ਅਤਿਸਾਰ

dyspepsia /ਡਿਸ'ਪੈੱਪਸਿਅ/ *n* ਬਦਹਜ਼ਮੀ, ਅਜੀਰਨਤਾ

dyspeptic /ਡਿਸ'ਪੈੱਪਟਿਕ/ *a* ਬਦਹਜ਼ਮੀ ਦਾ (ਬਿਮਾਰ), ਅਜੀਰਨ ਹੋਇਆ

dysteleology /,ਡਿਸਟੈੱਲਿ'ਔਲਅਜਿ/ *n* (ਸਿੱਖਿਆ) ਉਦੇਸ਼ਹੀਣਤਾ

dyvour /'ਡਾਇਵ੍ਅ*/ *n* ਦਿਵਾਲੀਆ

E

E, e /ਈ/ *n* ਅੰਗਰੇਜ਼ੀ ਵਰਨਮਾਲਾ ਦਾ ਪੰਜਵਾਂ ਅੱਖਰ; (ਸੰਗੀ) ਸੁਰ ਦੇ ਸਦ੍ਰਿਸ਼ ਸਰਗਮ

each /ਈਚ/ *a* ਹਰ, ਹਰ ਇੱਕ *pron* ਪ੍ਰਤਿ, ਫ਼ੀ

each other *adv* ਆਪਸ ਵਿੱਚ, ਇੱਕ ਦੂਜੇ ਨੂੰ, ਇੱਕ ਦੂਜੇ ਦੇ

eager /'ਈਗਅ*/ *a* ਅਭਿਲਾਸ਼ੀ, ਰੀਝਵਾਨ, ਤਾਂਘੀ, ਮੁਸ਼ਤਾਕ, ਉਤਸ਼ਾਹੀ, ਜੁਸ਼ੀਲਾ, ਸਰਗਰਮ

eagerness /'ਈਗਅਨਅਸ/ *n* ਅਭਿਲਾਸ਼ਾ, ਰੀਝ, ਤਾਂਘ; ਉਤਸ਼ਾਹ, ਜੋਸ਼; ਸ਼ੌਕ, ਚਾਅ, ਸਰਗਰਮੀ

eagle /'ਈਗਲ/ *n* ਉਕਾਬ, ਸ਼ਾਹੀਨ

eagle-eyed *a* ਤਿੱਖੀ ਨਜ਼ਰ ਵਾਲਾ

eaglet /'ਈਗਲਅਟ/ *n* ਉਕਾਬ ਦਾ ਬੱਚਾ, ਸ਼ਾਹੀਨ ਦਾ ਬੱਚਾ

eagre /'ਏਇਗਅ*/ *n* ਜੁਆਰਭਾਟੇ ਦੀ ਵੱਡੀ ਲਹਿਰ, ਛੱਲ

ear[1] /ਇਅ*/ *n* ਕੰਨ; ਸੁਣਨ ਸ਼ਕਤੀ, ਸੁਣਨ ਦੀ ਯੋਗਤਾ **a word in the ear** ਗੁਪਤ ਅਤੇ ਗੁੱਝੀ ਗੱਲ **be all ears** ਪੂਰਾ ਧਿਆਨ ਦੇਣਾ **give ear to** ਧਿਆਨ ਦੇਣਾ

ear[2] *n* ਕਣਕ ਜਾਂ ਹੋਰ ਅਨਾਜ ਦੀ ਬੱਲੀ, ਸਿੱਟਾ, ਦੁੰਬੀ

ear drops *n* ਕੰਨਾਂ ਵਿੱਚ ਪਾਉਣ ਵਾਲਾ ਗਹਿਣਾ; ਕੰਨਾਂ ਦੀ ਦਵਾਈ

eardrum /'ਇਅਡਰਅੱਮ/ *n* ਕੰਨ ਦਾ ਪਰਦਾ

earl /ਅ:ਲ/ *n* ਇੰਗਲੈਂਡ ਦੇ ਅਮੀਰ ਵਰਗ ਦੀ ਇੱਕ ਪਦਵੀ, ਸਾਮੰਤ, ਲਾਰਡ

ear lap, ear lobe *n* ਕੰਨ ਦੀ ਲੌਲ

early /'ਅ:ਲਿ/ *adv* ਸੁਵਖਤੇ, ਸੁਵੇਲੇ, ਸਾਝਰੇ, ਪਹਿਲਾਂ, ਛੇਤੀ; ਅਗੇਤਰਾ, ਸਮੇਂ ਤੋਂ ਪਹਿਲਾਂ *a* ਅਰੰਭਿਕ, ਮੁੱਢਲਾ, ਪੁਰਾਤਨ, ਕਦੀਮ

earn /ਅ:ਨ/ *vt* ਖੱਟਣਾ, ਕਮਾਉਣਾ, ਪ੍ਰਾਪਤ ਕਰਨਾ; ਪੈਦਾ ਕਰਨਾ; ਯੋਗ ਹੋਣਾ

earned /ਅ:ਨਡ/ *a* ਕਮਾਇਆ, ਪ੍ਰਾਪਤ ਕੀਤਾ

earnest /'ਅ:ਨਿਸਟ/ *a* ਗੰਭੀਰ, ਸਰਗਰਮ, ਉੱਦਮੀ, ਤੀਬਰ, ਉਤਸ਼ਾਹੀ, ਸੱਚਾ *n* ਗੰਭੀਰਤਾ, ਸੰਜੀਦਗੀ

earnestly /'ਅ:ਨਿਸਟਲਿ/ *adv* ਗੰਭੀਰਤਾ ਨਾਲ, ਸੱਚੇ ਦਿਲੋਂ

earnestness /'ਅ:ਨਿਸਟਨਅਸ/ *n* ਗੰਭੀਰਤਾ, ਸੰਜੀਦਗੀ, ਸਚਾਈ, ਸਦਾਕਤ, ਉਤਸ਼ਾਹ, ਤਤਪਰਤਾ

earning /'ਅ:ਨਿਙ/ *n* ਆਮਦਨੀ, ਕਮਾਈ, ਕਮਾਇਆ ਧਨ

earring /'ਇਅਰਿਙ/ *n* ਕੰਨਾਂ ਦੀ ਵਾਲੀ, ਮੁੰਦਰ, ਡੰਡੀ, ਮੁਰਕੀ, ਕੰਨਾਂ ਵਿਚ ਪਾਉਣ ਵਾਲਾ ਗਹਿਣਾ

earshot /'ਇਅਸ਼ੌਟ/ *n* ਸੁਣਨ ਦੀ ਵਿੱਥ

ear-splitting *a* (ਅਵਾਜ਼) ਕੰਨ ਪਾੜਵੀਂ

earth /ਅ:ਥ/ *n* ਭੋਂ, ਧਰਤੀ, ਜ਼ਮੀਨ, ਪ੍ਰਿਥਵੀ, ਭੂਮੀ, ਮਿੱਟੀ, ਖ਼ਾਕ, ਦੁਨੀਆਂ, ਮਾਤ-ਲੋਕ, ਮੁਲਕ *v* ਧਰਤੀ ਹੇਠਾਂ ਲੁਕਾਉਣਾ, ਦੱਬਣਾ **why on earth ?** ਕੀ ਕਾਰਨ ਹੈ ? ਪਤਾ ਨਹੀਂ ਕਿਉਂ ?

earthen /'ਅ:ਥਨ/ *a* ਮਿੱਟੀ ਦਾ ਬਣਿਆ, ਕੱਚਾ, ਮਿਟਿਆਲਾ, ਦੁਨਿਆਵੀ, ਲੌਕਿਕ

earthenware /'ਅ:ਥਨਵੇਅ*/ *n* ਮਿੱਟੀ ਦੇ ਭਾਂਡੇ

earthiness /'ਅ:ਥਿਨਅਸ/ *n* ਮਿਟਿਆਲਾਪਣ, ਲੌਕਿਕਤਾ, ਭੌਤਿਕਤਾ

earthling /'ਅ:ਥਲਿਙ/ *n* ਭੂ-ਲੋਕ ਦਾ ਵਿਅਕਤੀ, ਦੁਨੀਆਂ ਦਾ, ਭੂ-ਜੰਤੂ

earthly /'ਅ:ਥਲਿ/ *a* ਦੁਨਿਆਵੀ, ਧਰਤੀ ਦਾ, ਲੌਕਿਕ, ਸੰਸਾਰਿਕ

earthquake /'ਅ:ਥਕਵੇਇਕ/ *n* ਭੁਚਾਲ

earth station *n* (ਪੁਲਾੜ ਵਿੱਚ ਸੂਚਨਾ ਭੇਜਣ ਜਾਂ ਪ੍ਰਾਪਤ ਕਰਨ ਲਈ) ਧਰਤੀ ਉਤਲੀ ਥਾਂ

earthwork /'ਅ:ਥਵਅ:ਕ/ *n* ਮਿੱਟੀ ਦਾ ਬੰਨ੍ਹ, ਸੁਰੱਖਿਆ ਪੱਖੋਂ ਬਣਾਇਆ ਬੰਨ੍ਹ, ਭੜੀਂ

earthy /'ਅ:ਥਿ/ *a* ਮਿੱਟੀ ਦਾ, ਜ਼ਮੀਨ ਦਾ (ਟੋਟਾ), ਮਾਦੀ (ਪਦਾਰਥ)

earwax /'ਇਅਵੈਕਸ/ *n* ਕੰਨ ਦੀ ਮੈਲ

earwig /'ਇਅਵਿਗ/ *n* ਕੰਨ ਸਲਾਈ ਜਾਂ ਕੰਨਖਜੂਰਾ; ਚੁਗਲਖ਼ੋਰ

ease /ਈਜ਼/ *n* ਸੌਖ, ਅਰਾਮ, ਸੁੱਖ, ਚੈਨ, ਤਸਕੀਨ, ਦੁੱਖ ਤੋਂ ਛੁਟਕਾਰਾ *vt* ਸੁੱਖ ਦੇਣਾ, ਸੌਖੇ ਹੋਣਾ, ਸੁਸਤਾਉਣਾ, ਢਿੱਲਾ ਕਰਨਾ, ਮੱਠਾ ਕਰਨਾ ਜਾਂ ਹੋਣਾ **at one's ease** ਸੌਖ ਨਾਲ **ill at ease** ਔਖਾ **stand at ease** (ਸੈਨਿਕ ਆਦੇਸ਼) ਸੌਖੇ ਖੜ੍ਹੋ

easeful /'ਈਜ਼ਫ਼ਲ/ *a* ਸੁਖਿਆਰਾ, ਸੁਖ ਰਹਿਣਾ, ਸੁਖਦਾਇਕ, ਸੁਸਤ, ਅਰਾਮ–ਤਲਬ

easel /'ਈਜ਼ਲ/ *n* (ਚਿੱਤਰਕਾਰ ਦਾ) ਟੇਢਾ ਫੱਟਾ, ਟੇਕ ਜਾਂ ਟੇਕਣ

easement /'ਈਜ਼ਮਅਨਟ/ *n* ਸੁਗਮਤਾ, ਸੁਖੈਨਤਾ, ਸੌਖ, ਸਰਲਤਾ; ਚੈਨ, ਸੁੱਖ

easiness /'ਈਜ਼ਿਨਅਸ/ *n* ਵੇਖੋ **easement**

east /ਈਸਟ/ *n* ਪੂਰਬ, ਪੂਰਬ ਦੇ ਦੇਸ਼, ਚੜ੍ਹਦਾ ਪਾਸਾ *a* ਪੂਰਬ ਦੇ ਦੇਸ਼ਾਂ ਸੰਬੰਧੀ, ਚੜ੍ਹਦਾ

Easter /'ਈਸਟਅ*/ *n* ਈਸਾਈਆਂ ਦਾ ਤਿਉਹਾਰ, ਹਜ਼ਰਤ ਈਸਾ ਦੇ ਮੁੜ ਜੀਵਿਤ ਹੋਣ ਦਾ ਦਿਵਸ

Easter egg /'ਈਸਟਅ* ˌਐੱਗ/ *n* ਈਸਟਰ ਦੇ ਦਿਨ ਖਾਧੇ ਜਾਣ ਵਾਲੇ ਰੰਗਲੇ ਆਂਡੇ

easterly /'ਈਸਟਅਲਿ/*a* ਪਹਿਲਾਂ ਦਾ, ਪੂਰਬਵਰਤੀ, ਪੂਰਬ ਦਿਸ਼ਾ ਦਾ

eastern /'ਈਸਟਅਨ/ *n* ਪੂਰਬ ਦੇ ਦੇਸ਼ ਦਾ ਵਾਸੀ *a* ਪੂਰਬੀਆ, ਪੂਰਬੀ

easy /'ਈਜ਼ਿ/ *a* ਸੌਖਾ, ਸੁਖਾਲਾ, ਸੁਖੈਨ, ਸਹਿਲਾ, ਸੁਗਮ, ਸੁਖੀ, ਸੁਖਾਵਾਂ, ਸੁਖਦਾਈ, ਬੇਫ਼ਿਕਰ *n* ਉਹ ਜਿਨਸ ਜਿਸ ਦੀ ਮੰਗ ਘੱਟ ਹੋਵੇ *adv* ਅਸਾਨੀ ਨਾਲ, ਸਰਲਤਾ ਨਾਲ, ਸੁਵਿਧਾਜਨਕ **take it easy** ਘਬਰਾਓ ਨਹੀਂ, ਤਸੱਲੀ ਰੱਖੋ

easy chair *n* ਅਰਾਮ ਕੁਰਸੀ

easy-going *a* ਸੁੱਖ ਰਹਿਣਾ, ਅਰਾਮ–ਤਲਬ

eat /ਈਟ/ *v* ਖਾਣਾ, ਚੱਬਣਾ; ਨਿਗਲਨਾ, ਹਜ਼ਮ ਕਰਨਾ, ਗਲਣਾ, ਖੋਰਨਾ; ਖੁਰਨਾ, ਘੁਣ ਲੱਗਣਾ, ਨਸ਼ਟ ਕਰਨਾ **eat humble pie** ਜ਼ਲੀਲ ਹੋਣਾ **eat one's heart out** ਅੰਦਰੋ-ਅੰਦਰ ਕੁੜ੍ਹਨਾ **eat one's words** ਬੇਸ਼ਰਮੀ ਨਾਲ ਆਪਣੇ ਸ਼ਬਦ ਵਾਪਸ ਲੈਣਾ, ਥੁੱਕ ਕੇ ਚੱਟਣਾ

eatable /'ਈਟਅਬਲ/ *n* ਖਾਧ ਪਦਾਰਥ, ਭੋਜਨ ਪਦਾਰਥ

eat away *vt* ਖਾ ਜਾਣਾ

eating house *n* ਢਾਬਾ

eau /ਅਉ/ *(F) n* ਖ਼ੁਸ਼ਬੋਦਾਰ ਪਾਣੀ, ਇਤਰ

eau de cologne /ˌਅਉ ਡਅ ਕਅ'ਲਅਉਨ/ *(F) n* ਯੂ-ਦੀ-ਕਲੋਨ, ਸੁਗੰਧਿਤ ਜਲ

eau-de-vie /ˌਅਉਡਅ'ਵ਼ੀ/ *(F) n* ਸ਼ਰਾਬ

eaves /ਈਵ਼ਜ਼/ *n* (ਬਹੁ) (ਸਲਾਮੀਦਾਰ ਛੱਤ ਦਾ) ਬਨੇਰਾ, ਛੱਜਾ

eavesdropper /'ਈਵ਼ਜ਼ਡਰੌਪਅ*/ *a* ਕਨਸੋਆਂ ਲੈਣ ਵਾਲਾ, ਸੂਹੀਆ

ebb /ਐੱਬ/ *n* ਉਤਰਾਅ ਜਾਂ ਲਹਾਅ, ਭਾਟਾ *vi* ਉਤਰਨਾ, ਘਟਣਾ; ਲਹਿ ਜਾਣਾ **at a low ebb** ਢਹਿੰਦੀ ਕਲਾ ਵਿੱਚ, ਨਿੱਘਰੀ ਅਵਸਥਾ ਵਿੱਚ

ebonite /'ਐੱਬਅਨਾਇਟ/ *n* ਰਬੜ ਅਤੇ ਗੰਧਕ ਦਾ ਮਿਸ਼ਰਨ

ebony /'ਐੱਬਅਨਿ/ *n* ਕਾਲੀ ਸਖ਼ਤ ਲੱਕੜ, ਆਬਨੂਸ *a* ਆਬਨੂਸੀ

ebriate, ebriated /'ਈਬਰਿਅਟ, 'ਈਬਰਿਏਇਟਿਡ/ *a* ਨਸ਼ੇ ਵਿੱਚ ਚੂਰ, ਸ਼ਰਾਬ ਵਿੱਚ ਮਤਵਾਲਾ

ebriety /ਈ'ਬਰਾਇਅਟਿ/ *n* ਸ਼ਰਾਬੀਪਣ, ਮਦਹੋਸ਼ੀ, ਮਸਤੀ

ebullience, ebulliency /ਇ'ਬਅੱਲਿਅਨਸ, ਇ'ਬਅੱਲਿਅਨਸਿ/ *n* ਉਬਾਲ, ਜੋਸ਼, ਉਤਸ਼ਾਹ, ਆਵੇਗ

ebullient /ਇ'ਬਅੱਲਿਅਨਟ, 'ਬੁਲਿ-/ *a* ਉਬਲਦਾ, ਕ੍ਰਿੜਦਾ, ਜੋਸ਼ ਵਿੱਚ, ਆਪੇ ਤੋਂ ਬਾਹਰ ਹੋਣ ਵਾਲਾ, ਆਵੇਗਮਈ

eccentric /ਇਕ'ਸੈੱਨਟਰਿਕ/ *n* ਵਿਕੇਂਦਰੀ ਚੱਕਰ *a* ਅਕੇਂਦਰੀ; ਖ਼ਬਤੀ, ਵਹਿਮੀ, ਵਚਿੱਤਰ, ਬੇਨਿਯਮਾ

eccentricity /,ਐੱਕਸੈੱਨ'ਟਰਿਸਅਟਿ/ *n* ਅਕੇਂਦਰਤਾ; ਖਬਤ, ਵਹਿਮ, ਨਿਰਾਲਾਪਣ, ਵਚਿੱਤਰਤਾ

ecclesia /ਇ'ਕਲੀਜ਼ਯਅ/ *n* (ਐਥਿਨਜ਼ ਵਿੱਚ) ਅਜ਼ਾਦ ਨਾਗਰਿਕਾਂ ਦੀ ਸਭਾ; (ਈਸਾਈ ਧਰਮ) ਕਲੀਸਾ

ecclesiast /ਇ,ਕਲੀਜ਼ਿਐਸਟ/ *n* ਧਰਮ–ਉਪਦੇਸ਼ਕ, ਪੁਰੋਹਤ, ਪਾਦਰੀ

ecclesiastic /ਇ'ਕਲੀਜ਼ਿ'ਐਸਟਿਕ/ *a* ਧਰਮ ਸੰਬੰਧੀ, ਕਲੀਸਾਈ *n* ਪੁਰੋਹਤ, ਪਾਦਰੀ

ecdemic /ਇਕ'ਡੈੱਮਿਕ/ *a* ਬਾਹਰਲਾ, ਬਾਹਰਲੀ ਹਾਲਤ ਨਾਲ ਸੰਬੰਧਿਤ

ECG /,ਈ ਸੀ 'ਜੀ / *abbr* **Electrocardiogram** ਦਾ ਸੰਖਿਪਤ ਰੂਪ, ਦਿਲ ਦੀ ਹਰਕਤ ਨੂੰ ਨਾਪਣ ਦਾ ਇੱਕ ਡਾਕਟਰੀ ਟੈਸੱਟ

echelon /'ਐੱਸ਼ਅਲੌਨ/ *n* ਸ਼੍ਰੇਣੀਕਰਨ, ਸ਼੍ਰੇਣੀ ਬੰਧਨ *vt* ਸ਼੍ਰੇਣੀਬੱਧ ਕਰਨਾ, ਸ਼੍ਰੇਣੀ ਵਿੱਚ ਬੰਨ੍ਹਣਾ

echinacea /,ਐੱਕਿ'ਨੇਇਸਿਅ/ *n* ਗੁਲਬਹਾਰ ਵਰਗਾ ਇੱਕ ਪੌਦਾ, ਰੋਗਨਾਸ਼ਕ ਪੌਦੇ ਦੀ ਇੱਕ ਕਿਸਮ

echo /'ਐੱਕਅਉ/ *n* ਗੂੰਜ, ਧੁਨੀ, ਪ੍ਰਤਿਧੁਨੀ *v* ਗੂੰਜਣਾ, ਗੁੰਜਾਉਣਾ, ਅਵਾਜ਼ ਦਾ ਪਿੱਛੇ ਪਰਤ ਕੇ ਆਉਣਾ, ਹੂ–ਬਹੂ ਦੁਹਰਾਉਣਾ

echoism /ਐੱਕਅਉਇਜ਼ਅਮ/ *n* ਅਨੁਕਰਨਕ ਸ਼ਬਦ ਰਚਨਾ

eclair /ਇ'ਕਲੇਅ*/ *n* ਇਕ ਲੰਬਾ ਪਤਲਾ ਕੇਕ/ਚੂਪਾ ਜਿਸ ਦੇ ਅੰਦਰ ਕਰੀਮ ਅਤੇ ਉਪਰ ਆਮ ਤੌਰ 'ਤੇ ਚਾਕਲੇਟ ਹੁੰਦਾ ਹੈ

eclaircissement /,ਏਇਕਲੇਅ'ਸੀਸਮਾਨ/ *(F)* *n* ਸਥਿਤੀ ਜਾਂ ਚਰਿੱਤਰ ਦੀ ਵਿਆਖਿਆ, ਸਪਸ਼ਟੀਕਰਨ

eclat /'ਏਇਕਲਾ/ *(F)* *n* ਸ਼ਾਨਦਾਰ ਸਫਲਤਾ, ਧੂਮ-ਧਾਮ, ਜੈ-ਜੈਕਾਰ

eclectic /ਇ'ਕਲੈੱਕਟਿਕ/ *n* ਸਰਬਗਰਾਹੀ ਦਾਰਸ਼ਨਿਕ ਜਾਂ ਧਾਰਮਿਕ ਵਿਅਕਤੀ *a* ਖੁੱਲ੍ਹ-ਖ਼ਿਆਲੀ, ਅਜ਼ਾਦ ਖ਼ਿਆਲ, ਉਦਾਰਚਿੱਤ

eclipse /ਇ'ਕਲਿਪਸ/ *n* ਗ੍ਰਹਿਣ *vt* ਮਾਤ ਪਾਉਣਾ, ਤੇਜ ਘਟਾਉਣਾ, ਮਾਣ ਘਟਾਉਣਾ, ਬੇਨੂਰ ਕਰਨਾ

eco-friendly *a* ਵਾਤਾਵਰਨ ਨਾਲ ਸਨੇਹ ਰੱਖਣ ਵਾਲਾ, ਵਾਯੂਮੰਡਲ ਨੂੰ ਦੂਸ਼ਿਤ ਹੋਣ/ਕਰਨ ਦਾ ਵਿਰੋਧੀ, ਚੁਗਿਰਦੇ ਨੂੰ ਸਾਫ਼-ਸੁਥਰਾ ਦੇਖਣ ਦਾ ਚਾਹਵਾਨ

ecological /,ਈਕਅ'ਲੌਜਿਕਲ/ *a* ਪਰਿਆਵਰਨਕ

ecology /ਇ'ਕੌਲਅਜਿ/ *n* ਵਾਤਾਵਰਨ ਵਿਗਿਆਨ, ਪਰਿਆਵਰਨ ਵਿਗਿਆਨ, ਪਰਿਆਵਰਨ

E-Commerce *n* (ਕੰਪਿ) ਇੰਟਰਨੈੱਟ ਰਾਹੀਂ ਵਸਤੂਆਂ ਦੀ ਵੇਚ ਖ਼ਰੀਦ

economic /,ਈਕਅ'ਨੌਮਿਕ, ,ਐੱਕਅ-/ *a* ਆਰਥਿਕ, ਮਾਲੀ, ਮਾਇਕ; ਕਿਫ਼ਾਇਤੀ, ਸੰਜਮੀ; ਲਾਭਦਾਇਕ

economical /,ਈਕਅ'ਨੌਮਿਕਲ, ,ਐੱਕਅ-/ *a* ਘੱਟ ਖ਼ਰਚ ਵਾਲਾ, ਸਸਤਾ

economics /,ਈਕਅ'ਨੌਮਿਕਸ, ,ਐੱਕਅ-/ *n* ਅਰਥ ਸ਼ਾਸਤਰ, ਅਰਥ ਵਿਗਿਆਨ

economist /ਇ'ਕੌਨਅਮਿਸਟ/ *n* ਅਰਥ ਸ਼ਾਸਤਰੀ, ਅਰਥ ਵਿਗਿਆਨੀ

economize /ਇ'ਕੌਨਅਮਾਇਜ਼/ *vi* ਬਚਾਉਣਾ, ਸੰਜਮੀ ਹੋਣਾ, ਸੰਜਮ ਕਰਨਾ

economy /ਇ'ਕੌਨਅਮਿ/ *n* ਅਰਥ-ਪ੍ਰਬੰਧ, ਆਰਥਿਕ ਦਸ਼ਾ, ਅਰਥਚਾਰਾ; ਬੱਚਤ

ecosystem /'ਈਕਅਉਸਿਸਟਅਮ/ *n* ਪਰਿਆਵਰਨਕ ਪ੍ਰਬੰਧ

ecstasize /'ਐੱਕਸਟਅਸਾਇਜ਼/ *v* ਤਰੰਗਤ ਕਰਨਾ, ਅਨੰਦਮਈ ਹੋਣਾ

ecstasy /'ਐੱਕਸਟਅਸਿ/ *n* ਉਤਸ਼ਾਹ, ਤਰੰਗ,

ਵਿਸਮਾਦ, ਵਜਦ, ਪਰਮਾਨੰਦ

ecstatic /ਇਕ'ਸਟੈਟਿਕ/ *a* ਉਤਸ਼ਾਹਪੂਰਨ, ਮਸਤ, ਤਰੰਗਮਈ, ਵਿਸਮਾਦ ਵਾਲਾ

ecumenical /ˌਈਕਯੂ'ਮੈੱਨਿਕਲ, ˌਐੱਕਯੂ-/ *a* ਸਮੂਹ ਈਸਾਈ ਜਗਤ ਸੰਬੰਧੀ, ਵਿਸ਼ਵ-ਵਿਆਪੀ

eczema /'ਐੱਕਸਿਮਅ/ *n* ਚਮੜੀ ਦੀ ਇੱਕ ਬਿਮਾਰੀ, ਚੰਬਲ

edacious /ਇ'ਡੇਇਸ਼ਅਸ/ *a* ਖਾਊ–ਪੀਊ, ਪੇਟੂ, ਲਾਲਚੀ, ਭੁੱਖੜ, ਲੋਭੀ

edacity /ਇ'ਡੈਸਅਟਿ/ *n* ਭੁੱਖਾਪਣ, ਲਾਲਚੀਪਣ, ਪੇਟੂਪਣ

eddy /'ਐੱਡਿ/ *n* ਭੰਵਰ, ਘੁੰਮਣ-ਘੇਰ, ਘੁਮਾਟੀ *v* ਭੰਵਰੇ ਵਾਂਗ ਚੱਕਰ ਕੱਟਣਾ, ਘੁੰਮਣ-ਘੇਰੀ ਵਿੱਚ ਪੈਣਾ, ਘੁਮਾਟੀਆਂ ਖਾਣਾ

Eden /'ਈਡਨ/ *n* ਅਦਨ (ਦਾ ਬਾਗ); ਆਦਮ ਅਤੇ ਹੱਵਾ ਦਾ ਗ੍ਰਹਿ ਸਥਾਨ (ਦੇਵ ਲੋਕ ਵਿੱਚ), ਅਨੰਦ ਭਵਨ

edenic /ਈ'ਡੈੱਨਿਕ/ *a* ਦੇਵ ਲੋਕ ਸੰਬੰਧੀ, ਸੁਰਗੀ, ਦੈਵੀ

edentate /ਇ'ਡੈੱਨਟੇਇਟ/ *a* ਬੋੜਾ, ਪੋਪਲਾ, ਦੰਦਹੀਣ (ਪਸ਼ੂ)

edge /ਐੱਜ/ *n* ਹਾਸ਼ੀਆ, ਝਾਲਰ, ਕੋਰ, ਕੰਢਾ, ਧਾਰ, ਕਿਨਾਰਾ; ਨਾਜ਼ੁਕ ਹਾਲਤ ਜਾਂ ਸਮਾਂ *v* ਹਾਸ਼ੀਆ ਲਾਉਣਾ, ਝਾਲਰ ਲਾਉਣਾ, ਧਾਰ ਬਣਾਉਣਾ; ਕੰਨੀ ਕਤਰਾ ਕੇ ਤੁਰਨਾ; ਭੜਕਾਉਣਾ, ਉਕਸਾਉਣਾ

edged /ਐੱਜਡ/ *a* ਤਿੱਖਾ, ਕਿਨਾਰੇਦਾਰ

edgeless /'ਐੱਜਲਅਸ/ *a* ਖੁੰਢਾ, ਧਾਰ ਰਹਿਤ

edgeways, edgewise /'ਐੱਜਵੇਇਜ਼, 'ਐੱਜਵਾਇਜ਼/ *adv* ਤਿਰਛੇ ਰੁਖ਼, ਤਿਰਛਾ ਕਰਕੇ, ਧਾਰ ਵਾਲੇ ਪਾਸਿਓਂ; ਕਿਨਾਰੇ–ਕਿਨਾਰੇ

edgy /'ਐੱਜਿ/ *a* ਧਾਰਦਾਰ, ਝਾਲਰ ਵਾਲਾ, ਹਾਸ਼ੀਆਦਾਰ; ਚਿੜਚਿੜਾ

edible /'ਐੱਡਅਬਲ/ *a* ਖਾਣਯੋਗ, ਸੁਆਦਲਾ

edict /'ਈਡਿਕਟ/ *n* ਫ਼ਰਮਾਨ, ਸ਼ਾਹੀ ਹੁਕਮ

edification /ˌਐੱਡਿਫ਼ਿ'ਕੇਇਸ਼ਨ/ *n* ਰੂਹਾਨੀ ਸਿੱਖਿਆ, ਆਤਮਿਕ ਉੱਧਾਰ

edifice /'ਐੱਡਿਫ਼ਿਸ/ *n* ਭਵਨ, ਇਮਾਰਤ, ਹਵੇਲੀ, ਮਹਿਲ, ਮਾੜੀ

edify /'ਐੱਡਿਫ਼ਾਇ/ *vt* (ਜੀਵਾਂ ਦਾ) ਉੱਧਾਰ ਕਰਨਾ, ਸਿੱਖਿਆ ਦੇਣਾ, ਅਧਿਆਤਮਿਕ ਅਤੇ ਮਾਨਸਿਕ ਉੱਨਤੀ ਦਾ ਉਪਦੇਸ਼ ਦੇਣਾ

edifying /'ਐੱਡਿਫ਼ਾਇਇਙ/ *a* ਗਿਆਨਵਰਧਕ, ਉਪਦੇਸ਼ਕ

edit /'ਐੱਡਿਟ/ *vt* ਸੰਪਾਦਨ ਕਰਨਾ, ਕਾਂਟ–ਛਾਂਟ ਕਰਨਾ, ਸ਼ੁੱਧ ਕਰਕੇ ਛਾਪਣਾ

editing /ਐੱਡਿਟਿਙ/ *n* ਸੰਪਾਦਨ

edition /ਇ'ਡਿਸ਼ਨ/ *n* ਜਿਲਦ, ਸੰਸਕਰਨ, ਪ੍ਰਕਾਸ਼ਨ

editor /'ਐੱਡਿਟਅ*/ *n* ਸੰਪਾਦਕ

editorial /ˌਐੱਡਿ'ਟੋਰਿਅਲ/ *a* ਸੰਪਾਦਕੀ

editorship /'ਐੱਡਿਟਅਸ਼ਿਪ/ *n* ਸੰਪਾਦਕਤਾ, ਸੰਪਾਦਕ ਦਾ ਕੰਮ, ਸੰਪਾਦਨ ਕਾਰਜ

educand /'ਐੱਜੁਕਅਨਡ/ *n* ਚੇਲਾ, ਸ਼ਿਸ਼, ਸਿੱਖਿਆਰਥੀ

educate /'ਐੱਜੁਕੇਇਟ/ *vt* ਸਿਖਾਉਣਾ, ਲਿਖਾਉਣਾ ਪੜ੍ਹਾਉਣਾ, ਸਿੱਖਿਆ ਦੇਣਾ, ਵਿੱਦਿਆ ਦੇਣਾ

educated /'ਐੱਜੁਕੇਇਟਿਡ/ *a* ਸਿੱਖਿਅਤ, ਸਿਖਾਇਆ ਹੋਇਆ, ਪੜ੍ਹਿਆ–ਲਿਖਿਆ

education /ˌਐੱਜੁ'ਕੇਇਸ਼ਨ/ *n* ਸਿੱਖਿਆ, ਪੜ੍ਹਾਈ–ਲਿਖਾਈ, ਵਿੱਦਿਆ

educational /ˌਐੱਜੁ'ਕੇਇਸ਼ਅਨਲ/ *a* ਸਿੱਖਿਆ ਸੰਬੰਧੀ, ਲਿਖਾਈ–ਪੜ੍ਹਾਈ ਬਾਰੇ, ਵਿੱਦਿਅਕ

educationist /ˌਐੱਜੁ'ਕੇਇਸ਼ਅਨਿਸਟ/ *n* ਵਿੱਦਿਆ ਸ਼ਾਸਤਰੀ, ਸਿੱਖਿਅਕ, ਸਿੱਖਿਆ ਵਿਗਿਆਨੀ

educative /'ਐੱਡਯੁਕਅਟਿਵ਼/ *a* ਸਿੱਖਿਆਦਾਇਕ, ਸਿੱਖਿਆ ਸੰਬੰਧੀ

educator /'ਐੱਜੁਕੇਇਟਅ*/ *n* ਸਿੱਖਿਅਕ,

ਅਧਿਆਪਕ, ਵਿੱਦਿਆਵੇਤਾ

educe /ਈ'ਡਯੂਸ/ *vt* ਸਾਰ ਜਾਂ ਸਿੱਟਾ ਕੱਢਣਾ, ਕੱਢਣਾ

eduction /ਈ'ਡਅੱਕਸ਼ਨ/ *n* ਨਿਕਾਸ; ਅਨੁਮਾਨ

EEG /ˌਈ ਈ 'ਜੀ/ *abbr* **electroencephalogram** ਦਾ ਸੰਖਿਪਤ ਰੂਪ, ਦਿਮਾਗ਼ ਦੀ ਕਿਰਿਆਸ਼ੀਲਤਾ ਦੀ ਡਾਕਟਰੀ ਪਰਖ

eel /ਈਲ/ *n* ਬਾਮ ਮੱਛੀ, ਸੱਪ ਵਰਗੀ ਮੱਛੀ; ਨਿਰਬਲ ਆਦਮੀ; ਸਿਰਕੇ ਦਾ ਛੋਟਾ ਕੀੜਾ

eerie /'ਇਅਰਿ/ *a* ਭੈਦਾਇਕ; ਵਹਿਮੀ, ਭਰਮੀ; ਵਿਲੱਖਣ, ਅਦਭੁਤ, ਅਲੌਕਿਕ

efface /ਇ'ਫ਼ੇਇਸ/ *vt* ਮੇਸਣਾ, ਮਾਤ ਪਾਉਣਾ, ਚਲਾ ਫੇਰਨਾ; ਮਿਟਾਉਣਾ, ਨਾਸ ਕਰਨਾ, ਮਲੀਆਮੇਟ ਕਰਨਾ, ਨੇਸਤੋ–ਨਾਬੂਦ ਕਰਨਾ; ਭੁਲਾ ਦੇਣਾ

effacement /ਇ'ਫ਼ੇਇਸਮਅਨਟ/ *n* ਨਾਸ, ਮਲੀਆਮੇਟ, ਨੇਸਤੋ-ਨਾਬੂਦ, ਫ਼ਨ੍ਹਾ

effect /ਇ'ਫ਼ੈੱਕਟ/ *n* ਸਿੱਟਾ, ਫਲ, ਨਤੀਜਾ, ਪਰਿਣਾਮ; ਅਸਰ, ਤਾਸੀਰ; ਉਦੇਸ਼, (ਬਹੁ) ਮਾਲ, ਚੀਜ਼, ਵਸਤੂ *vt* ਪੂਰਾ ਕਰਨਾ, ਕਰ ਲੈਣਾ, ਪੈਦਾ ਕਰਨਾ

effective /ਇ'ਫ਼ੈੱਕਟਿਵ਼/ *a* ਪ੍ਰਭਾਵਸ਼ਾਲੀ, ਅਸਰਦਾਰ, ਕਾਰਗਰ, ਸਫਲ, ਗੁਣਕਾਰੀ, ਸਾਰਥਿਕ; ਸ਼ਕਤੀਸ਼ਾਲੀ, ਸ਼ਕਤੀਮਾਨ; ਪੱਕਾ

effectual /ਇ'ਫ਼ੈੱਕਚੁਅਲ/ *a* ਕਾਰਗਰ, ਕਾਰੀ, ਪੱਕਾ

effectuate /ਇ'ਫ਼ੈੱਕਚੁਏਇਟ/ *vi* ਪੂਰਾ ਕਰਨਾ, ਨੇਪਰੇ ਚਾੜ੍ਹਨਾ, ਸੰਪੰਨ ਕਰਨਾ, ਅਮਲ ਵਿੱਚ ਲਿਆਉਣਾ

effectuation /ਇˌਫ਼ੈੱਕਚੁ'ਏਇਸ਼ਨ/ *n* ਪੂਰਨਤਾ, ਨਿਸ਼ਪਾਦਨ

effeminacy /ਇ'ਫ਼ੈੱਮਿਨਅਸਿ/ *n* ਜ਼ਨਾਨਾਪਣ; ਬੁਜ਼ਦਿਲੀ

effeminate /ਇ'ਫ਼ੈੱਮਿਨਅਟ/ *a* ਜ਼ਨਾਨਾ; ਬੁਜ਼ਦਿਲ; ਬੋਦਾ; ਵਿਲਾਸੀ

effervesce /ˌਐਫ਼ੱਅ'ਵ਼ੈੱਸ/ *vt* ਬੁੜਬੁੜਾ ਛੱਡਣਾ; ਉਬਾਲਾ ਆਉਣਾ, ਜੋਸ਼ ਦਿਖਾਉਣਾ

effervescent /ˌਐਫ਼ਅ'ਵ਼ੈੱਸਨਟ/ *a* ਬੁੜਬੜਾਉਂਦਾ ਹੋਇਆ; ਉਬਾਲ ਵਿੱਚ, ਜੋਸ਼ ਵਿੱਚ

effete /ਇ'ਫ਼ੀਟ/ *a* ਨਿਤਾਣਾ, ਨਿਰਬਲ

efficacious /ˌਐੱਫ਼ਿ'ਕੇਇਸ਼ਅਸ/ *a* ਕਾਟ ਕਰਨ ਵਾਲੀ (ਦਵਾਈ), ਕਾਰਗਰ

efficacy /'ਐੱਫ਼ਿਕਅਸਿ/ *n* ਕਾਟ, ਕਾਰਗ਼ਰੀ

efficiency /ਇ'ਫ਼ਿਸ਼ਨਸਿ/ *n* ਸਮਰੱਥਾ, ਕਾਬਲੀਅਤ, ਯੋਗਤਾ, ਪ੍ਰਵੀਣਤਾ, ਲਿਆਕਤ, ਕਮਾਲ

efficient /ਇ'ਫ਼ਿਸ਼ਨਟ/ *a* ਸਮਰੱਥ, ਕਾਬਲ, ਪ੍ਰਵੀਣ, ਯੋਗ, ਪ੍ਰਭਾਵਸ਼ਾਲੀ, ਗੁਣਕਾਰੀ, ਲਾਇਕ, ਪੂਰਾ

effigy /'ਐੱਫ਼ਿਜਿ/ *n* ਪੁਤਲਾ, ਗੁੱਡਾ

effloresce /ˌਐਫ਼ਲੋ'ਰੈੱਸ/ *vi* ਕਲੀਆਂ ਦਾ ਖਿੜਨਾ, ਫੁੱਲਣਾ, ਜੋਬਨ ਉੱਤੇ ਆ ਜਾਣਾ, ਕਮਾਲ ਨੂੰ ਪੁੱਜਣਾ

efflorescence /ˌਐਫ਼ੱਲਅ'ਰੈੱਸਨਸ/ *n* (ਫੁੱਲਾਂ ਦਾ) ਖੇੜਾ, ਖਿੜਾਅ, ਫੁੱਲ ਖਿੜਨ ਦੀ ਰੁੱਤ

efflorescent /ˌਐਫ਼ਲੋ(ਅ)'ਰੈੱਸ(ਅ)ਨਟ/ *a* ਖਿੜਿਆ, ਫੁੱਲਾਂ ਨਾਲ ਲੱਦਿਆ

effluence /'ਐਫ਼ਲੁਅਨਸ/ *n* ਨਿਕਾਸ, ਵਹਾਅ, ਰੌ

effluent /'ਐਫ਼ੱਲੁਅਨਟ/ *a* ਵਹਿੰਦਾ, ਵਗਦਾ *n* ਸਹਾਇਕ ਨਦੀ, ਨਾਲਾ

effluvial /ਇ'ਫ਼ਲੂਵ਼ਿਅਲ/ *a* ਦੁਰਗੰਧ ਸੰਬੰਧੀ

effluvium /ਇ'ਫ਼ਲੂਵ਼ਿਅਮ/ *n* ਬਦਬੋ, ਦੁਰਗੰਧ, ਹਮਕ, ਹਵਾੜ

efflux, effluxion /'ਐੱਫ਼ਲਅੱਕਸ ਇ'ਫ਼ਲਅੱਕਸ਼ਨ/ *n* ਨਿਕਾਸ, ਵਹਾਅ, ਰੌ, ਪ੍ਰਵਾਹ

efforce /ਇ'ਫ਼ੋਸ/ *vt* ਮਜਬੂਰ ਕਰਨਾ

effort /'ਐਫ਼ਅਟ/ *n* ਯਤਨ, ਉਪਰਾਲਾ, ਘਾਲ, ਕੋਸ਼ਿਸ਼, ਨੱਠ–ਭੱਜ, ਦੌੜ-ਭੱਜ, ਸਰਗਰਮੀ

effrontery /ਇ'ਫ਼ਰਅੱਨਟਅਰਿ/ *n* ਢੀਠਤਾ,

ਗੁਸਤਾਖ਼ੀ, ਨਿਰਲੱਜਤਾ

effulge /ਇ'ਫ਼ਅੱਲਜ/ *vi* ਉਜਾਲਾ ਕਰਨਾ, ਪ੍ਰਕਾਸ਼ ਕਰਨਾ, ਰੌਸ਼ਨੀ ਦੇਣਾ

effulgence /ਇ'ਫ਼ਅੱਲਜਅਨਸ/ *n* ਤੇਜ, ਚਮਕ, ਲਿਸ਼ਕ, ਝਲਕ, ਡਲ੍ਹਕ, ਨੂਰ

effulgent /ਇ'ਫ਼ਅੱਲਜਅਨਟ/ *a* ਚਮਕੀਲਾ, ਤੇਜ ਵਾਲਾ, ਚਮਕਾਂ ਮਾਰਦਾ, ਨੂਰਾਨੀ, ਉੱਜਲ

effuse /ਇ'ਫ਼ਯੂਜ਼/ *vi* ਖਿਲਾਰਨਾ, ਵਹਾਉਣਾ, ਡੋਲ੍ਹਣਾ, ਕੱਢਣਾ

effusion /ਇ'ਫ਼ਯੂਯ਼ਨ/ *n* ਛਿੜਕਾਅ, ਵਹਾਅ, ਵੇਗ; ਭਰਮਾਰ

effusive /ਇ'ਫ਼ਯੂਸਿਵ੍/ *a* ਵੇਗਮਈ, ਡੁੱਲ੍ਹ-ਡੁੱਲ੍ਹ ਪੈਂਦਾ, ਛਲਕਦਾ, ਧੂੰਆਂਧਾਰ, ਜੁਸ਼ੀਲਾ, ਪੁਰਜ਼ੋਰ

EFL /ˌਈ ਐੱਫ਼ 'ਐੱਲ/ *abbr* **English as foreign language** ਦਾ ਸੰਖਿਪਤ ਰੂਪ, (ਜਿਨ੍ਹਾਂ ਦੀ ਮਾਤ ਭਾਸ਼ਾ ਅੰਗਰੇਜ਼ੀ ਨਹੀਂ) ਉਹਨਾਂ ਲਈ ਅੰਗਰੇਜ਼ੀ ਦੀ ਸਿਖਿਆ

eft /ਐੱਫ਼ਟ/ *n* ਇੱਕ ਪ੍ਰਕਾਰ ਦੀ ਕਿਰਲੀ, ਗੋਹ

egad /ਈ'ਗੈਡ/ *int* ਰੱਬ ਦੀ ਸਹੁੰ

egalitarian /ਇˌਗੈਲਿ'ਟੇਅਰਿਅਨ/ *a* ਸਮਾਨਤਾਵਾਦੀ

egg /ਐੱਗ/ *n* ਆਂਡਾ *vt* ਆਂਡੇ ਚੁੱਕਣਾ; ਉਕਸਾਉਣਾ **bad egg** ਨਿਕੰਮਾ ਆਦਮੀ **in the egg** ਗਰਭ ਵਿੱਚ, ਸ਼ੁਰੂ ਦੀ ਹਾਲਤ ਵਿੱਚ

egg-eater *n* ਆਂਡੇ ਖਾਣ ਵਾਲਾ ਸੱਪ

egghead /'ਐੱਗਹੈੱਡ/ *n* ਬੁੱਧੀਜੀਵੀ

eggplant /'ਐੱਗਪਲਾਨਟ/ *n* ਬੈਂਗਣ ਦਾ ਪੌਦਾ, ਚਿੱਟੇ ਅਤੇ ਬੈਂਗਣੀ ਫਲਾਂ ਵਾਲਾ ਪੌਦਾ

eggshell /'ਐੱਗਸ਼ੈੱਲ/ *n* ਆਂਡੇ ਦਾ ਛਿਲਕਾ, ਆਂਡੇ ਦਾ ਖੋਲ

ego /'ਈਗਅਉ, 'ਐੱਗਅਉ/ *n* ਆਪਾ, ਅਹੰ, ਮੈਂ, ਖ਼ੁਦੀ, ਹਉਮੈ, ਅਹੰਕਾਰ

egoism /'ਐੱਗਅਉਇਜ਼ਅਮ,'ਈਗ-/ *n* ਅਹੰਕਾਰਵਾਦ, ਹਉਮੈਵਾਦ, ਨਿੱਜਵਾਦ, ਖ਼ੁਦਨੁਮਾਈ, ਖ਼ੁਦਗਰਜ਼ੀ ਦਾ ਸਿਧਾਂਤ

egoist /'ਐੱਗਅਉਇਸਟ, 'ਈਗ-/ *n* ਅਹੰਕਾਰੀ, ਹਉਮੈਵਾਦੀ, ਨਿੱਜਵਾਦੀ, ਖ਼ੁਦਗਰਜ਼

egoity /ਇ'ਗਅਉਇਟਿ/ *n* ਵਿਅਕਤਿਤਵ, ਅਭਿਗਿਆਨ

egotism /'ਐੱਗਅ(ਉ)ਟਿਜ਼ਅਮ/ *n* ਅਹੰਵਾਦ, ਹਉਮੈਵਾਦ, ਨਿੱਜਵਾਦ

egotist /'ਐੱਗਅਟਿਸਟ/ *n* ਹਉਮੈਵਾਦੀ, ਨਿੱਜਵਾਦੀ, ਹੰਕਾਰੀ

egregious /ਇ'ਗਰੀਜਿਅਸ/ *a* ਉੱਤਮ, ਵਿਲੱਖਣ, ਮਹੱਤਵਪੂਰਨ

egress /'ਈਗਰੈੱਸ/ *n* ਬਾਹਰ ਜਾਣ ਦਾ ਰਾਹ, ਨਿਕਾਸ, ਲਾਂਘਾ

egret /'ਈਗਰਅਟ/ *n* ਬਗਲਾ, ਸਾਰਸ

Egyptian /ਇ'ਜਿਪਸ਼(ਅ)ਨ/ *n* ਮਿਸਰ ਦਾ ਨਿਵਾਸੀ, ਮਿਸਰੀ; ਖ਼ਾਨਾ-ਬਦੋਸ਼, ਟਪਰੀਵਾਸ *a* ਮਿਸਰ ਨਾਲ ਸੰਬੰਧਿਤ

Egyptian clover *n* (ਕਿਰਸਾਣੀ) ਬਰਸੀਮ

eider, eiderdown /'ਆਇਡਅ*, 'ਆਇਡਅਡਾਉਨ/ *n* ਬਤਕ, ਵੱਡੀ ਸਮੁੰਦਰੀ ਬਤਕ ਦੇ ਖੰਭ

eidograph /'ਆਇਡਅ(ਉ)ਗਰਾਫ਼/ *n* ਚਿੱਤਰ ਨੂੰ ਵੱਡਾ ਜਾਂ ਛੋਟਾ ਕਰਨ ਦਾ ਯੰਤਰ, ਛਾਇਆ ਲਿਪਿਕ

eight /ਏਇਟ/ *n* ਅੱਠ, ਆਠਾ

eighteen /ˌਏਇ'ਟੀਨ/ *n* ਅਠਾਰਾਂ

eighteenth /ˌਏਇ'ਟੀਨਥ/ *a* ਅਠਾਰ੍ਹਵਾਂ

eightfold /'ਏਇਟਫ਼ਅਉਲਡ/ *a* ਅੱਠ ਗੁਣਾ

eighth /ਏਇਟਥ/ *a* ਅੱਠਵਾਂ

eightieth /'ਏਇਟਿਅਥ/ *a* ਅੱਸੀਵਾਂ

eightsome /'ਏਇਟਸਅਮ/ *n* ਅੱਠ ਦਾ ਸਮੂਹ

eighty /'ਏਇਟਿ/ *n* ਅੱਸੀ

eirenicon /ਆਇ'ਰੀਨਿਕੌਨ/ *n* ਅਮਨ ਵੱਲ ਕਦਮ

either /'ਆਇਦਅ*, 'ਈਦਅ*/ *conj* ਜਾਂ ਤਾਂ, ਭਾਵੇਂ ਇਹ *a* ਇੱਕ ਤਾਂ, ਦੋ ਵਿੱਚੋਂ ਇੱਕ, ਜਾਂ ਇਹ ਜਾਂ ਉਹ, ਕੋਈ ਇੱਕ; ਦੋਵੇਂ, ਹਰ ਦੋ, ਹਰੇਕ

adv ਦੋਹਾਂ ਹਾਲਤਾਂ ਵਿੱਚ

ejaculate/ਇ'ਜੈਕਯੁਲੇਇਟ/ *v* ਛੁੱਟਣਾ, ਖਲਾਸ ਕਰਨਾ, ਬਾਹਰ ਕੱਢਣਾ, ਬੋਲ ਉੱਠਣਾ, ਜਪਣਾ

ejaculation/ਇ,ਜੈਕਯੁ'ਲੇਇਸ਼ਨ/ *n* ਬਾਹਰ ਨਿਕਲਨ, (ਵੀਰਜ) ਛੁੱਟਣ ਦੀ ਕਿਰਿਆ

eject /ਇ'ਜੈੱਕਟ/ *vt* ਬਾਹਰ ਕੱਢਣਾ; ਬੇਦਖ਼ਲ ਕਰਨਾ, ਖਾਰਜ ਕਰਨਾ, ਹਟਾ ਦੇਣਾ

ejection /ਇ'ਜੈੱਕਸ਼ਨ/ *n* ਕਢਾਈ, ਬੇਦਖ਼ਲੀ, ਬੇਦਖ਼ਲੀ ਦਾ ਹੁਕਮਨਾਮਾ, ਦੇਸ਼-ਨਿਕਾਲਾ, ਜਲਾਵਤਨੀ

ejective /ਇ'ਜੈੱਕਟਿਵ਼/ *a* ਕੱਢਿਆ, ਬੇਦਖ਼ਲ, ਜਲਾਵਤਨ

ejectment /ਇ'ਜੈੱਕਟਮਅਨਟ/ *n* ਬੇਦਖ਼ਲੀ

ejector /ਇ'ਜੈੱਕਟਅ*/ *n* ਬਾਹਰ ਕੱਢਣ ਵਾਲਾ ਵਿਅਕਤੀ, ਬੇਦਖ਼ਲ ਕਰਨ ਵਾਲਾ ਵਿਅਕਤੀ, ਖਾਰਜ ਕਰਨ ਵਾਲਾ ਵਿਅਕਤੀ, ਹਟਾਉਣ ਵਾਲਾ ਯੰਤਰ, ਨਿਕਾਸ ਯੰਤਰ

eke /ਈਕ/ *vi* ਵਧਾਉਣਾ, ਘਾਟਾ ਪੂਰਾ ਕਰਨਾ **eke out an existence** ਤੰਗੀ-ਤੁਰਸ਼ੀ ਨਾਲ ਸਾਰਨਾ

elaborate /ਇ'ਲੈਬਅਰਅਟ/ *a* ਵਿਸਤ੍ਰਿਤ; ਜਟਿਲ; ਮਿਹਨਤ ਨਾਲ ਬਣਾਇਆ ਜਾਂ ਪੂਰਾ ਕੀਤਾ **/ਇ'ਲੈਬਅਰੇਇਟ/** *vt* ਮਿਹਨਤ ਨਾਲ ਬਣਾਉਣਾ ਜਾਂ ਪੂਰਾ ਕਰਨਾ; ਵਿਸਤਾਰ ਸਹਿਤ ਦੱਸਣਾ

elaboration /ਇ,ਲੈਬਅ'ਰੇਇਸ਼ਨ/ *n* ਵਿਸਤਾਰ; ਸੰਪੰਨਤਾ

elan /ਏਇ'ਲੈਨ/ *(F)* *n* ਜੋਸ਼, ਉਤਸ਼ਾਹ, ਉਮੰਗ, ਵਲਵਲਾ

eland /'ਈਲਅਨਡ/ *n* ਦੱਖਣ ਅਫਰੀਕੀ ਨੀਲ ਗਾਂ

elapse /ਇ'ਲੈਪਸ/ *vi* ਬੀਤਣਾ, ਵਿਹਾਉਣਾ, ਲੰਘ ਜਾਣਾ, ਸਮਾਂ ਪੂਰਾ ਹੋ ਜਾਣਾ, ਹੋ ਚੁੱਕਣਾ, ਹੋ ਜਾਣਾ,

elastic /ਇ'ਲੈਸਟਿਕ/ *a* ਢਿਲਕਵਾਂ, ਲਚਕੀਲਾ, ਲਿਫਵਾਂ, ਲਚਕਵਾਂ, ਲਚਕਦਾਰ, ਹਾਲਤ ਅਨੁਸਾਰ ਬਦਲ ਜਾਣ ਵਾਲਾ; ਮੌਜੀ, ਤਰੰਗੀ

elasticity /,ਈਲੈ'ਸਟਿਸਅਟਿ, ਐਲੈ-, ਇ,ਲੈ-/ *n* ਲਚਕ

elate /ਇ'ਲੇਇਟ/ *vt* ਫੁਲਾਉਣਾ, ਹੁਲਾਸ ਦੇਣਾ, ਚੜ੍ਹਦੀ ਕਲਾ ਵੱਲ ਲਿਜਾਣਾ, ਮਸਤ ਕਰਨਾ

elated /ਇ'ਲੇਇਟਿਡ/ *a* ਹੁਲਾਸਿਆ

elation /ਇ'ਲੇਇਸ਼ਨ/ *n* ਗਰਬ, ਹੁੱਲਾਸ, ਅਭਿਮਾਨ

elbow /'ਐੱਲਬਅਉ/ *n* ਕੂਹਣੀ, ਅਰਕ, ਕੂਹਣੀ ਮੋੜ *v* ਅਰਕ ਜਾਂ ਕੂਹਣੀ ਮਾਰ ਕੇ ਘੁਸ ਜਾਣਾ, ਕੂਹਣੀ ਮਾਰਨਾ, ਘੁਸੜਨਾ, ਹੁੱਝ ਮਾਰਨਾ **at one's elbow** ਕੋਲ ਹੀ, ਨੇੜੇ ਹੀ **jog the elbow** ਯਾਦ ਕਰਨਾ, ਯਾਦ ਦਿਵਾਉਣਾ **out at elbows** ਫਟਿਆ ਹੋਇਆ **up to the elbows** ਮਸਤ, ਲੀਨ, ਰੱਤਾ

elbow grease *n* ਸਖ਼ਤ ਮਿਹਨਤ, ਘਾਲਣਾ

elbow room *n* ਮੋਕਲੀ ਥਾਂ

eld /ਐੱਲਡ/ *n* (ਪਰਾ) ਬੁੱਢੀ ਉਮਰ, ਬੁਢਾਪਾ; ਪੁਰਾਤਨ ਕਾਲ

elder /'ਐੱਲਡਅ*/ *a* ਵਡੇਰਾ (ਆਦਮੀ), ਜਠੇਰਾ, ਵੱਡ-ਵਡੇਰਾ, ਵਡਿੱਕਾ *n* ਪਿਓ-ਦਾਦਾ, ਜੇਠਾ, ਬਜ਼ੁਰਗ

elderly /'ਐੱਲਡਅਲਿ/ *a* ਵੱਡੀ ਉਮਰ ਦਾ, ਬੁੱਢਾ; ਪੁਰਾਣੇ ਸਮੇਂ ਦਾ

El Dorado /,ਐੱਲ ਡਅ'ਰਾਡਅਉ/ *n* ਇੱਕ ਕਲਪਿਤ ਦੇਸ਼ ਜਿੱਥੇ ਬਹੁਤ ਸੋਨਾ ਹੁੰਦਾ ਹੈ, ਸਵਰਨ ਭੂਮੀ, ਸੋਨ ਨਗਰੀ

eldritch /'ਐੱਲਡਰਿਚ/ *a* ਅਜੀਬ, ਅਦਭੁਤ, ਵਿਲੱਖਣ; ਭਿਆਨਕ, ਡਰਾਉਣਾ

elect /ਇ'ਲੈੱਕਟ/ *vt* ਚੁਣਨਾ, ਚੋਣ ਕਰਨਾ *a* ਚੁਣਵਾਂ, ਵਧੀਆ; ਨਿਯਤ ਹੋਣ ਵਾਲਾ; ਮਨੋਨੀਤ, ਨਾਮਜ਼ਦ

elected /ਇ'ਲੈੱਕਟਿਡ/ *a* ਚੁਣਿਆ, ਨਿਰਵਾਚਿਤ

election /ਇ'ਲੈੱਕਸ਼ਨ/ *n* ਚੋਣ, ਮੱਤਦਾਨ

electioneering **/ਇ'ਲੈੱਕਸ਼ਅ'ਨਿਅਰਿਙ/** *n* ਵੋਟਾਂ ਲੈਣ ਲਈ ਘਰ ਘਰ ਜਾ ਕੇ ਕੀਤਾ ਪ੍ਰਚਾਰ, ਚੋਣ ਪ੍ਰਚਾਰ ਮੁਹਿੰਮ

elective **/ਇ'ਲੈੱਕਟਿਵ੍/** *a* ਚੋਣਵਾਂ

elector **/ਇ'ਲੈੱਕਟਅ*/** *n* ਚੋਣਕਾਰ, ਵੋਟਰ, ਮਤਦਾਤਾ, ਨਿਰਵਾਚਕ

electoral **/ਇ'ਲੈੱਕਟਅਰਅਲ/** *a* ਚੋਣ ਸੰਬੰਧੀ, ਨਿਰਵਾਚਕੀ

electoral college *n* (ਸੰਯੁਕਤ ਰਾਜ ਵਿੱਚ) ਦੇਸ਼ ਦੇ ਪ੍ਰਧਾਨ ਜਾਂ ਉਪ ਪ੍ਰਧਾਨ ਦੀ ਚੋਣ ਕਰਨ ਵਾਲੇ ਮੈਂਬਰ, ਨਿਰਵਾਚਕੀ ਸਦੱਸ

electoral register *n* ਵੇਖੋ **electoral rolls**

electoral rolls *n* ਵੋਟਰ-ਸੂਚੀ

electorate **/ਇ'ਲੈੱਕਟਅਰਅਟ/** *n* ਚੋਣ-ਹਲਕਾ, ਚੋਣ-ਖੇਤਰ; ਚੋਣਕਾਰ, ਵੋਟਰ

electric **/ਇ'ਲੈੱਕਟਰਿਕ/** *n* ਬਿਜਲੀ ਵਾਹਣ *a* ਬਿਜਲੀ ਦਾ, ਬਿਜਲੀ ਨਾਲ ਸੰਬੰਧਿਤ

electrical **/ਇ'ਲੈੱਕਟਰਿਕਲ/** *a* ਬਿਜਲਈ, ਬਿਜਲੀ ਨਾਲ ਸੰਬੰਧਿਤ

electrical storm *n* ਅਸਮਾਨੀ ਬਿਜਲੀ ਦੀ ਮਚਾਈ ਤਬਾਹੀ; ਤੁਫ਼ਾਨ ਜਿਸ ਵਿੱਚ ਅਸਮਾਨੀ ਬਿਜਲੀ ਸ਼ਾਮਲ ਹੋਵੇ

electric chair *n* ਬਿਜਲਈ ਕੁਰਸੀ, (ਮੌਤ ਦੀ ਸਜ਼ਾ ਦੇਣ ਲਈ) ਬਿਜਲੀ ਦੇ ਕੁਨੈਕਸ਼ਨ ਵਾਲੀ ਕੁਰਸੀ

electrician **/ਇ,ਲੈੱਕ'ਟਰਿਸ਼ਨ/** *n* ਖਿਜਲੀ ਦੇ ਕੰਮ ਦਾ ਮਾਹਰ, ਬਿਜਲੀ ਮਿਸਤਰੀ

electricity **/ਇ,ਲੈੱਕ'ਟਰਿਸਅਟਿ/** *n* ਬਿਜਲੀ, ਦਾਮਨੀ

electrification **/ਇ,ਲੈੱਕਟਰਿਫ਼ਿ'ਕੇਇਸ਼ਨ/** *n* ਬਿਜਲੀਕਰਨ

electrify **/ਇ'ਲੈੱਕਟਰਿਫ਼ਾਇ/** *vt* ਬਿਜਲੀ ਪਹੁੰਚਾਉਣਾ; ਉਤੇਜਿਤ ਕਰਨਾ

electrifying **/ਇ'ਲੈੱਕਟਰਿਫ਼ਾਇਇਙ/** *a* ਭਿਆਨਕ, ਡਰਾਉਣਾ, ਖ਼ਤਰਨਾਕ

electrization **/ਇ,ਲੈੱਕਟਰਾਇ'ਜ਼ੇਇਸ਼ਨ/** *n* ਬਿਜਲਾਉਣ ਦੀ ਕਿਰਿਆ, ਬਿਜਲੀਕਰਨ

electrocute **/ਇ'ਲੈੱਕਟਰਅਕਯੂਟ/** *vt* ਬਿਜਲੀ ਨਾਲ ਮਾਰਨਾ ਜਾਂ ਮਰਨਾ

electrocution **/ਇ,ਲੈੱਕਟਰਅ'ਕਯੂਸ਼ਨ/** *n* ਬਿਜਲੀ ਦੁਆਰਾ ਮੌਤ, ਬਿਜਲੀ ਦੁਆਰਾ ਮੌਤ ਦੰਡ

electrode **/ਇ'ਲੈੱਕਟਰਅਉਡ/** *n* ਸੈੱਲ ਜਾਂ ਬੈਟਰੀ ਦੇ ਧਨਾਤਮਿਕ ਜਾਂ ਰਿਣਾਤਮਿਕ ਧਰੁਵ, ਪਾਜ਼ੇਟਿਵ ਪੋਲ ਜਾਂ ਨੈਗੇਟਿਵ ਪੋਲ

electrology **/,ਇਲੈੱਕ'ਟਰੌਲਅਜਿ/** *n* ਬਿਜਲੀ ਵਿਗਿਆਨ

electrolysis **/ਇ,ਲੈੱਕ'ਟਰੌਲਅਸਿਸ/** *n* ਬਿਜਲੀ ਦੁਆਰਾ ਅੰਗ ਨਿਖੇੜ, ਬਿਜਲੀ ਵਿਸ਼ਲੇਸ਼ਣ

electromotive **/ਇ,ਲੈੱਕਟਰਅ(ਉ)'ਮਅਉਟਿਵ੍/** *a* ਬਿਜਲੀ ਨਾਲ ਚੱਲਣ ਵਾਲਾ (ਇੰਜਣ), ਬਿਜਲੀ ਵਾਹਕ

electron **/ਇ'ਲੈੱਕਟਰੌਨ/** *n* ਬਿਜਲੀ ਅਣੂ

electronic **/ਇ,ਲੈੱਕ'ਟਰੌਨਿਕ/** *a* ਬਿਜਲੀ ਵਿਗਿਆਨ ਸੰਬੰਧੀ, ਬਿਜਲਾਣਵੀ, ਬਿਜਲਾਣੂ ਯੰਤਰ ਬਾਰੇ, ਇਲੈਕਟਰਾਨਿਕ

electronic mail *n* (ਕੰਪਿ) (ਕੰਪਿਊਟਰਾਂ ਦੇ ਆਪਸੀ ਪ੍ਰਸਾਰਨ ਸਿਲਸਿਲੇ ਰਾਹੀਂ) ਸੰਦੇਸ਼ ਜਾਂ ਅੰਕੜੇ ਭੇਜਣ ਦੀ ਵਿਧੀ

electronics **/ਇ,ਲੈੱਕ'ਟਰੌਨਿਕਸ/** *n* ਬਿਜਲਾਣੂ ਵਿਗਿਆਨ

electropathy **/,ਇਲੈੱਕ'ਟਰੌਪਅਥਿ/** *n* ਬਿਜਲੀ ਦੁਆਰਾ ਇਲਾਜ

electroplate **/ਇ'ਲੈੱਕਟਰਅਪਲੇਇਟ/** *vt* ਬਿਜਲੀ ਨਾਲ ਭਾਂਡਿਆਂ ਉੱਤੇ ਚਾਂਦੀ ਦੀ ਝਾਲ ਫੇਰਨਾ

eleemosynary **/,ਐੱਲਿਈ'ਮੌਸਿਨਅਰਿ/** *a* ਖ਼ੈਰੈਤੀ, ਦਾਨ-ਜੀਵੀ, ਦਾਨ ਉੱਤੇ ਪਲਨ ਵਾਲਾ

elegance, elegancy **/'ਐੱਲਿਗਅਨਸ, 'ਐੱਲਿਗਅਨਸਿ/** *n* ਛਬ, ਸ਼ਾਨ, ਸ਼ੋਭਾ, ਸਜ-

ਧਜ, ਠਾਠ-ਬਾਠ; ਖ਼ੂਬੀ

elegant /'ਐੱਲਿਗਅਨਟ/ *a* ਸ਼ਾਨਦਾਰ, ਸ਼ੋਭਨੀਕ, ਠਾਠ ਵਾਲਾ, ਛਬੀਲਾ

elegiac /ˌਐੱਲਿ'ਜਾਇਅਕ/ *n* (ਬਹੁ) ਸ਼ੋਕ ਗੀਤ, ਕਰੁਣਾਮਈ ਕਵਿਤਾ, ਅਲਾਹੁਣੀਆਂ, ਮਰਸੀਆ

elegist /'ਐੱਲਿਜਿਸਟ/ *n* ਸ਼ੋਕ ਗੀਤਕਾਰ, ਮਰਸੀਆ ਨਿਗਾਰ

elegy /'ਐੱਲਅਜਿ/ *n* ਮਰਸੀਆ, ਅਲਾਹੁਣੀ, ਬਿਰਹੜਾ, ਮਾਤਮੀ ਗੀਤ

element /'ਐੱਲਿਮਅਨਟ/ *n* ਭਾਗ ਜਿਸ ਦਾ ਅਗੇਰੇ ਹੋਰ ਭਾਗ ਨਾ ਹੋ ਸਕੇ, ਤੱਤ, ਸਾਰ, ਅੰਸ਼, ਹਿੱਸਾ, ਮੂਲ, ਅਸਲਾ

elementary /ˌਐੱਲਿ'ਮੈਂਨਟਰਿ/ *a* ਮੁੱਢਲਾ, ਆਧਾਰੀ, ਮੂਲ, ਅਰੰਭਿਕ

elementary particle *n* (ਭੌ) ਅਣੂ ਦਾ ਮੁੱਢਲਾ ਰੂਪ, ਅਣੂ ਤੋਂ ਛੋਟਾ ਰੂਪ

elementary school *n* (ਸੰਯੁਕਤ ਰਾਜ ਵਿੱਚ) ਛੇ ਤੋਂ ਬਾਰਾਂ ਸਾਲ ਦੇ ਬੱਚਿਆਂ ਦੀ ਪੜ੍ਹਾਈ ਲਈ ਸਕੂਲ, ਮੁੱਢਲਾ ਸਕੂਲ, ਪ੍ਰਾਇਮਰੀ ਸਕੂਲ

elementism /'ਐੱਲਿਮਅਨਟਿਜ਼ਅਮ/ *n* ਤੱਤਵਾਦ

elephant /'ਐੱਲਿਫਅਨਟ/ *n* ਹਾਥੀ, ਫੀਲ, ਗਜ

elephant driver *n* ਮਹਾਵਤ

elephantiasis /ˌਐੱਲਿਫਅਨ'ਟਾਇਅਸਿਸ/ *n* ਸਰੀਰ ਦੇ ਕਿਸੇ ਅੰਗ ਦੇ ਸੁੱਜ ਜਾਣ ਦਾ ਰੋਗ, ਫੀਲਪਾ (ਰੋਗ)

elephantine /ˌਐੱਲਿ'ਫ਼ੈਨਟਾਇਨ/ *a* ਹਾਥੀ ਸੰਬੰਧੀ; ਭਾਰੀ–ਭਰਕਮ

elephant paper *n* 28×23 ਇੰਚ ਦੇ ਨਾਪ ਦਾ ਕਾਗਜ਼

elephant's foot *n* ਜ਼ਿਮੀਂਕੰਦ

elevate /'ਐੱਲਿਵੇਇਟ/ *vt* ਉਚਿਆਉਣਾ, ਵਡਿਆਉਣਾ, ਉੱਚਾ ਚੁੱਕਣਾ, ਪਦਵੀ ਉੱਚੀ ਕਰਨਾ, ਤਰੱਕੀ ਦੇਣਾ

elevated /'ਐੱਲਿਵੇਇਟਿਡ/ *a* ਉੱਨਤ, ਉੱਚਾ, ਉਥਾਪਤ

elevation /ˌਐੱਲਿ'ਵੇਇਸ਼ਨ/ *n* ਉਚਾਈ, ਵਡਿਆਈ, ਉਚਾਣ, ਬੁਲੰਦੀ; ਸਾਗਰ ਤਲ ਤੋਂ ਉਚਾਈ

elevator /'ਐੱਲਿਵੇਇਟਅ*/ *n* ਉੱਚਾ ਚੁੱਕਣ ਵਾਲਾ ਯੰਤਰ, (ਕਿਸੇ ਵਸਤੂ ਆਦਿ ਨੂੰ) ਉਠਾਉਣ ਵਾਲਾ ਸੰਦ, ਲਿਫ਼ਟ

eleven /ਇ'ਲੈਵੱਨ/ *a* ਗਿਆਰਾਂ *n* ਗਿਆਰਾਂ ਖਿਡਾਰੀਆਂ ਦੀ ਟੀਮ

eleventh /ਇ'ਲੈਵੱਨਥ/ *a* ਗਿਆਰਵਾਂ

ELF /ਐੱਲਫ਼/ *abbr* (ਭਾਸ਼ਾ) **English as a lingua franca** ਦਾ ਸੰਖਿਪਤ ਰੂਪ, (ਵਿਭਿੰਨ ਭਾਸ਼ਾਈ ਲੋਕਾਂ ਦੇ ਆਪਸੀ ਵਿਚਾਰ-ਵਟਾਂਦਰੇ ਲਈ) ਅੰਗਰੇਜ਼ੀ ਭਾਸ਼ਾ ਵਰਤੋਂ ਵਜੋਂ

elf /ਐੱਲਫ਼/ *n* ਪ੍ਰੇਤ, ਛਲੇਡਾ, ਪਰੀ, ਜਿਨੂਰਾ; ਬੌਣਾ, ਠਿਗਣਾ

elfin /'ਐੱਲਫ਼ਿਨ/ *a* ਪਰੀ ਦਾ, ਭੂਤ-ਪ੍ਰੇਤ ਸੰਬੰਧੀ

elicit /ਇ'ਲਿਸਿਟ/ *vt* ਕਢਵਾ ਲੈਣਾ, ਗੱਲ ਮੂੰਹੋਂ ਅਖਵਾ ਲੈਣਾ; ਸਿੱਟਾ ਕੱਢਣਾ, ਸਾਰ ਕੱਢਣਾ

elide /ਇ'ਲਾਇਡ/ *vt* (ਬੋਲਣ ਵਿੱਚ ਜਾਂ ਜੋੜ ਕਰਨ ਵਿੱਚ ਕੋਈ ਅੱਖਰ) ਛੱਡ ਦੇਣਾ ਜਾਂ ਡੇਗ ਦੇਣਾ, ਖਾ ਜਾਣਾ, ਲੁਪਤ ਕਰਨਾ

eligibility /ˌਐੱਲਿਜਅ'ਬਿਲਅਟਿ/ *n* ਪਾਤਰਤਾ, ਯੋਗਤਾ, ਕਾਬਲੀਅਤ, ਲਿਆਕਤ, ਹੱਕ

eligible /'ਐੱਲਿਜਅਬਲ/ *a* ਪਾਤਰ, ਯੋਗ, ਲਾਇਕ, ਮੁਨਾਸਬ, ਢੁਕਵਾਂ

eliminate /ਇ'ਲਿਮਿਨੇਇਟ/ *vt* ਕੱਢ ਦੇਣਾ, ਕੱਟ ਦੇਣਾ, ਛੇਕ ਦੇਣਾ, ਖ਼ਾਰਜ ਕਰਨਾ, ਅਣਡਿੱਠ ਕਰਨਾ

elimination /ਇˌਲਿਮਿ'ਨੇਇਸ਼ਨ/ *n* ਨਿਕਾਸ, ਲੋਪ

elision /ਇ'ਲਿਯ਼ਨ/ *n* ਛੋਟ, ਲੋਪ, ਲੁਪਤੀ (ਬੋਲਣ ਜਾਂ ਲਿਖਣ ਵੇਲੇ) ਅੱਖਰ ਲੋਪ, ਸਵਰ ਲੋਪ

elite /ਏਇ'ਲੀਟ, ਈ'ਲੀਟ/ *(F) n* ਸ੍ਰੇਸ਼ਠ ਵਰਗ

elixir /ਇ'ਲਿਕਸਅ*, -ਸਿਅ*/ *n* ਸੰਜੀਵਨੀ, ਅਕਸੀਰ, ਅੰਮ੍ਰਿਤ, ਸ਼ਰਬਤ

elk /ਐੱਲਕ/ *n* ਮਿਰਗ ਦੀ ਇੱਕ ਕਿਸਮ, ਬਾਰਾਂਸਿੰਗਾ

ellipse /ਇ'ਲਿਪਸ/ *n* ਅੰਡਾਕਾਰ ਸ਼ਕਲ

ellipsis /ਇ'ਲਿਪਸਿਸ/ *n* ਪਦ-ਲੋਪ, ਪਦ-ਲੋਪ ਚਿੰਨ੍ਹ

elliptic, elliptical /ਇ'ਲਿਪਟਿਕ, ਇ'ਲਿਪਟਿਕਲ/ *a* ਅੰਡਾਕਾਰ

elm /ਐੱਲਮ/ *n* ਦੇਵਦਾਰ ਰੁੱਖ, ਮੁਗਲ ਰੁੱਖ

elocution /,ਐੱਲਅ'ਕਯੂਸ਼ਨ/ *n* ਭਾਸ਼ਣ ਕਲਾ, ਭਾਸ਼ਣਕਾਰੀ, ਬੋਲਣ ਦਾ ਲਹਿਜ਼ਾ

elocutionary /,ਐੱਲਅ'ਕਯੂਸ਼(ਅ)ਨ(ਅ)ਰਿ/ *a* ਭਾਸ਼ਣ ਕਲਾ ਬਾਰੇ

elocutionist /,ਐੱਲਅ'ਕਯੂਸ਼(ਅ)ਨਿਸ਼ਟ/ *n* ਭਾਸ਼ਣ ਕਲਾ ਵਿੱਚ ਪ੍ਰਵੀਨ, ਭਾਸ਼ਣਕਾਰ, ਬੁਲਾਰਾ

elongate /'ਈਲੌਂਙਗੇਇਟ/ *v* ਵਧਾਉਣਾ, ਫੈਲਾਉਣਾ, ਲੰਬਾ ਕਰਨਾ ਜਾਂ ਹੋਣਾ

elongated /'ਈਲੌਂਙਗੇਇਟਿਡ/ *a* ਫੈਲਾਇਆ, ਵੱਡਾ ਕੀਤਾ, ਪਰਸਾਰਿਆ

elongation /,ਈਲੌਂਙ'ਗੇਇਸ਼ਨ/ *n* ਫੈਲਾਅ, ਲੰਬਾਅ, ਖਿਚਾਅ, ਤਣਾਅ, ਦੀਰਘਕਰਨ

elope /ਇ'ਲਅਉਪ/ *vi* ਉਧੱਲਨਾ, ਲੋਪ ਹੋਣਾ, ਚੋਰੀ ਭੱਜ ਨਿਕਲਨਾ, ਫਰਾਰ ਹੋਣਾ

elopement /ਇ'ਲਅਉਪਮਅਨਟ/ *n* ਉਧਾਲਾ

eloquence /'ਐੱਲਅਕਵਅਨਸ/ *n* ਸੁਭਾਸ਼ਤਾ, ਖ਼ੁਸ਼-ਬਿਆਨੀ

eloquent /'ਐੱਲਅਕਵਅਨਟ/ *a* ਸੁਭਾਸ਼ੀਆ, ਖ਼ੁਸ਼-ਬਿਆਨ

else /ਐੱਲਸ/ *adv* ਕੋਈ ਹੋਰ, ਹੋਰ ਭੀ, ਇਸ ਤੋਂ ਬਿਨਾਂ, ਪਰ, ਨਹੀਂ ਤਾਂ, ਹੋਰ ਨਹੀਂ ਤਾਂ, ਨਹੀਂ; ਵਰਨਾ; ਜਾਂ **what else** ਹੋਰ ਕੀ?

elsewhere /,ਐੱਲਸ'ਵੇਅ*/ *adv* ਹੋਰ ਕਿਧਰੇ

else wise *adv* ਨਹੀਂ ਤਾਂ, ਦੂਜੇ ਢੰਗ ਨਾਲ

ELT /,ਈ ਐੱਲ 'ਟੀ/ *abbr* **English Language Teaching** ਦਾ ਸੰਖਿਪਤ ਰੂਪ, ਦੂਜੀ ਭਾਸ਼ਾ ਵਜੋਂ ਅੰਗਰੇਜ਼ੀ ਸਿਖਾਉਣ ਦਾ ਕਾਰਜ

elucidate /ਇ'ਲੂਸਿਡੇਇਟ/ *vt* ਵਿਆਖਿਆ ਕਰਨਾ, ਖੋਲ੍ਹ ਕੇ ਦੱਸਣਾ, ਸਪਸ਼ਟੀਕਰਨ ਕਰਨਾ, ਚਾਨਣ ਪਾਉਣਾ

elucidation /ਇ,ਲੂਸਿ'ਡੇਇਸ਼ਨ/ *n* ਵਿਆਖਿਆ, ਵਿਸਤਾਰ, ਸਪਸ਼ਟੀਕਰਨ, ਵਿਵਰਨ

elucidative, elucidatory /ਇ'ਲੂਸਿਡੇਇਟਿਵ੍, ਇ'ਲੂਸਿਡੇਇਟ(ਅ)ਰਿ/ *a* ਵਿਆਖਿਆਕ੍ਰਿਤ, ਵਿਸਤ੍ਰਿਤ, ਸਪਸ਼ਟੀਕ੍ਰਿਤ, ਵਿਆਖਿਆ ਸੰਬੰਧੀ

elude /ਇ'ਲੂਡ/ *v* ਖਿਸਕ ਜਾਣਾ, ਟਾਲ ਜਾਣਾ, ਬਚਣਾ, ਬਚ ਨਿਕਲਨਾ, ਕਨੂੰਨ ਦੀ ਪਾਬੰਦੀ ਤੋਂ ਬਚਣਾ, ਅਕਲ ਨੂੰ ਚੱਕਰ ਵਿੱਚ ਪਾਉਣਾ

elusion /ਇ'ਲੂਯ਼ਨ/ *n* ਘੁਸਾਈ, ਅੱਖ ਬਚਾਈ, ਧੋਖਾ, ਬਹਾਨਾ, ਮੁਗਾਲਤਾ

elusive /ਇ'ਲੂਸਿਵ੍/ *a* ਹੱਥ ਨਾ ਆਉਣ ਵਾਲਾ, ਤਿਲਕਵਾਂ

elusiveness /ਇ'ਲੂਸਿਵ੍ਨਅਸ/ *n* ਕਪਟ, ਛਲ, ਭ੍ਰਾਂਤੀ; ਬਚਾਅ, ਟਾਲ-ਮਟੋਲ

Elysium /ਇ'ਲਿਜ਼ਿਅਮ/ *n* ਦੇਵ-ਲੋਕ, ਬੈਕੁੰਠਧਾਮ, ਸੁਰਗ ਲੋਕ; ਅਤਿ ਮਸਤੀ ਦੀ ਹਾਲਤ, ਵਿਸਮਾਦ

emaciate /ਇ'ਮੇਇਸ਼ਿਏਇਟ/ *vt* ਲਿੱਸਾ ਹੋਣਾ, ਨਿਰਬਲ ਹੋਣਾ, ਸੁੱਕਣਾ, ਕਮਜ਼ੋਰ ਪੈਣਾ

emaciated /ਇ'ਮੇਇਸ਼ਿਏਇਟਿਡ, ਇ'ਮੇਇਸਿ-/ *a* ਨਿਰਬਲ, ਦੁਬਲਾ, ਪਤਲਾ, ਸੁੱਕਿਆ, ਕਮਜ਼ੋਰ

emaciation /ਇ,ਮੇਇਸਿ'ਏਇਸ਼ਨ/ *n* ਨਿਰਬਲਤਾ, ਦੁਬਲਾਪਣ, ਨਿਤਾਣਾਪਣ, ਸਿੱਥਲਤਾ, ਕਮਜ਼ੋਰੀ

emaculate /ਇ'ਮੈਕਯੁਲੇਇਟ/ *vt* ਦਾਗ਼ ਹਟਾਉਣਾ, ਧੱਬਾ ਹਟਾਉਣਾ (ਚਿਹਰੇ ਤੋਂ)

email, e-mail /'ਈਮੇਇਲ/ *abbr*

eletronic mail ਦਾ ਸੰਖਿਪਤ ਰੂਪ; (ਕੰਪਿ) ਕੰਪਿਊਟਰ ਰਾਹੀਂ ਸੰਦੇਸ਼ ਭੇਜਣ ਦੀ ਵਿਧੀ, ਈਮੇਲ *vt* ਈਮੇਲ ਰਾਹੀਂ ਸੰਦੇਸ਼ ਭੇਜਣਾ

emanate /'ਐੱਮਅਨੇਇਟ/ *vi* ਨਿਕਲਨਾ, ਉਤਪੰਨ ਹੋਣਾ, ਫੁੱਟਣਾ

emanation /ˌਐੱਮਅ'ਨੇਇਸ਼ਨ/ *n* ਨਿਕਾਸ, ਉਦਭਵ, ਉਦਗਮ, ਫੁੱਟਣ

emanative /'ਐੱਮਅਨੇਇਟਿਵ੍/ *a* ਨਿਕਾਸੀ

emancipate /ਇ'ਮੈਨਸਿਪੇਇਟ/ *v* ਛੁਡਾਉਣਾ, ਸੁਤੰਤਰ ਕਰਵਾਉਣਾ; ਬਰੀ ਕਰਨਾ, ਰਿਹਾਅ ਕਰਨਾ, ਛੁਟਕਾਰਾ ਦੇਣਾ, ਮੁਕਤ ਕਰਨਾ, ਨਿਸਤਾਰਾ ਕਰਨਾ

emancipation /ਇˌਮੈਨਸਿ'ਪੇਇਸ਼ਨ/ *n* ਮੁਕਤੀ, ਛੁਟਕਾਰਾ, ਨਿਸਤਾਰਾ, ਖ਼ਲਾਸੀ, ਨਿਜਾਤ

emancipationist /ਇˌਮੈਨਸਿ'ਪੇਇਸ਼ਨਿਸਟ/ *n* ਬੰਦੀ ਛੋੜ, ਮੁਕਤੀਦਾਤਾ, ਉਦਾਰਵਾਦੀ

emancipatory /ਇˌਮੈਨਸਿ'ਪੇਇਟਅਰਿ/ *a* ਮੁਕਤੀ ਸੰਬੰਧੀ, ਛੁਟਕਾਰੇ ਸੰਬੰਧੀ, ਖ਼ਲਾਸੀ ਵਾਲਾ, ਨਿਜਾਤਪੂਰਕ

emasculate /ਇ'ਮੈਸਕਯੁਲੇਇਟ/ *a* ਖੱਸੀ, ਹੀਜੜਾ, ਨਾਮਰਦ, ਨਪੁੰਸਕ; ਨਿਤਾਣਾ *vt* ਖੱਸੀ ਕਰਨਾ, ਨਪੁੰਸਕ ਕਰਨਾ; ਕਮਜ਼ੋਰ ਕਰਨਾ, ਨਿਤਾਣਾ ਕਰਨਾ

emasculation /ਇˌਮੈਸਕਯੁ'ਲੇਇਸ਼ਨ/ *n* ਖੱਸੀ ਕਰਨ ਦੀ ਕਿਰਿਆ, ਖੱਸੀਪੁਣਾ, ਨਪੁੰਸਕਤਾ, ਨਾਮਰਦੀ; ਕਮਜ਼ੋਰੀ, ਨਿਤਾਣਾਪਣ, ਸ਼ਿੱਥਲਤਾ

embale /ਇਮ'ਬੇਇਲ/ *vt* ਗੱਠ ਬੰਨ੍ਹਣਾ, ਗੰਢ ਬੰਨ੍ਹਣਾ

embalm /ਇਮ'ਬਾਮ/ *vt* ਲਾਸ਼ ਨੂੰ ਸੁਰੱਖਿਅਤ ਰੱਖਣ ਲਈ ਮਸਾਲੇ ਲਾਉਣਾ; ਸੁਰੱਖਿਅਤ ਕਰਨਾ

embalmment /ਇਮ'ਬਾਮਮਅਨਟ/ *n* ਮਸਾਲੇ ਆਦਿ ਲਾ ਕੇ ਲਾਸ਼ ਨੂੰ ਗਲਨ ਸੜਨ ਤੋਂ ਕੀਤਾ ਬਚਾਅ, ਸੁਰੱਖਿਆ

embank /ਇਮ'ਬੈਙਕ/ *vt* ਬੰਨ੍ਹ ਬੰਨ੍ਹਣਾ, ਪਟੜੀ ਬੰਨ੍ਹਣਾ

embankment /ਇਮ'ਬੈਙਕਮਅਨਟ/ *n* ਬੰਨ੍ਹ, ਪਟੜੀ

embargo /ਇਮ'ਬਾਗਅਉ/ *n* ਵਪਾਰ ਦੀ ਮਨਾਹੀ, ਨਾਕਾਬੰਦੀ *vt* ਅਧਿਕਾਰ ਵਿੱਚ ਲੈਣਾ, ਨਾਕਾਬੰਦੀ ਕਰਨਾ, ਬੰਦਰਗਾਹ ਵਿੱਹ ਆਉਣ ਤੋਂ ਮਨ੍ਹਾ ਕਰਨਾ

embark /ਇਮ'ਬਾਕ/ *v* ਜਹਾਜ਼ ਉੱਤੇ ਸਵਾਰ ਹੋਣਾ ਜਾਂ ਕਰਨਾ; ਰੁੱਝਣਾ, ਜੁਟ ਪੈਣਾ

embarkation /ˌਐਮਬਾ'ਕੇਇਸ਼ਨ/ *n* ਜਹਾਜ਼ ਉੱਤੇ ਸਵਾਰ ਹੋਣ ਦੀ ਕਿਰਿਆ

embarrass /ਇਮ'ਬੈਰਅਸ/ *vt* ਉਲਝਾਉਣਾ, ਘਬਰਾਹਟ ਵਿੱਚ ਪਾਉਣਾ, ਪਰੇਸ਼ਾਨ ਕਰਨਾ, ਮੁਸੀਬਤ ਵਿੱਚ ਫਸਾਉਣਾ

embarrassed /ਇਮ'ਬੈਰਅਸਟ/ *a* ਉਲਝਿਆ, ਬਿਹਬਲ, ਵਿਆਕੁਲ, ਪਰੇਸ਼ਾਨ, ਘਾਬਰਿਆ

embarrassing /ਇਮ'ਬੈਰਅਸਿਙ/ *a* ਪਰੇਸ਼ਾਨਕਾਰੀ, ਉਲਝਾਉਣ ਵਾਲਾ

embarrassment/ਇਮ'ਬੈਰਅਸਮਅਨਟ/ *n* ਉਲਝਣ, ਅੜਿੱਕਾ, ਪਸ਼ੇਮਾਨੀ, ਘਬਰਾਹਟ

embassy/'ਐੱਮਬਅਸਿ/ *n* ਸਫ਼ੀਰ ਦੇ ਰਹਿਣ ਦੀ ਥਾਂ, ਸਿਫ਼ਾਰਤਖ਼ਾਨਾ, ਸਿਫ਼ਾਰਤ, ਦੂਤਾਵਾਸ

embattle/ਇਮ'ਬੈਟਲ/ *vt* ਫ਼ੌਜਾਂ ਦੀਆਂ ਸਫ਼ਾਂ ਜਾਂ ਕਤਾਰਾਂ ਬੰਨ੍ਹਣਾ, ਮੋਰਚਾਬੰਦੀ ਕਰਨਾ

embay/ਇਮ'ਬੇਇ/ *vt* ਜਹਾਜ਼ ਨੂੰ ਖਾੜੀ ਦੇ ਅੰਦਰ ਲੈ ਆਉਣਾ

embed /ਇਮ'ਬੈੱਡ/ *v* (ਬੂਟਾ ਵਗੈਰਾ) ਧਰਤੀ ਵਿੱਚ ਗੱਡਣਾ; ਜੜਨਾ, ਤਹਿ ਲਾਉਣਾ; ਚੁਭਣਾ, ਖੁਭਣਾ

embellish /ਇਮ'ਬੈੱਲਿਸ਼/ *vt* ਸ਼ਿੰਗਾਰਨਾ, ਸਜਾਉਣਾ

embellishment /ਇਮ'ਬੈੱਲਿਸ਼ਮਅਨਟ/ *n* ਸ਼ਿੰਗਾਰ, ਸਜਾਵਟ

ember /'ਐੱਮਬਅ*/ *n* ਚਿਣਗ, ਚੰਗਿਆੜੀ, ਅੰਗਿਆਰੀ, ਅੰਗਿਆਰ

embezzle /ਇਮ'ਬੈੱਜ਼ਲ/ *vt* ਗ਼ਬਨ ਕਰਨਾ, ਖ਼ੁਰਦ-ਬੁਰਦ ਕਰਨਾ, ਘਾਲਾ-ਮਾਲਾ ਕਰਨਾ, ਗੋਲਮਾਲ ਕਰਨਾ

embezzlement /ਇਮ'ਬੈੱਜ਼ਲਮਅਨਟ/ *n* ਗ਼ਬਨ, ਖ਼ੁਰਦ-ਬੁਰਦ, ਅਮਾਨਤ ਵਿੱਚ ਖ਼ਿਆਨਤ, ਘਾਲਾ-ਮਾਲਾ, ਗੋਲਮਾਲ

embitter /ਇਮ'ਬਿਟਅ*/ *vt* ਕੌੜਾ ਕਰਨਾ, ਜ਼ਹਿਰ ਘੋਲਨਾ; ਜਿੱਚ ਕਰਨਾ, ਦਿਲ ਖੱਟਾ ਕਰਨਾ; ਕਾਫੀਆ ਤੰਗ ਕਰਨਾ, ਨੱਕ ਵਿੱਚ ਦਮ ਕਰਨਾ

embitterment /ਇਮ'ਬਿਟਅਮਅਨਟ/ *n* ਕੁੜੱਤਣ, ਤੰਗੀ, ਤਲਖ਼ੀ

emblazon /ਇਮ'ਬਲੇਇਜ਼ਨ/ *vt* (ਚਿੰਨ੍ਹ) ਚਿਤਰਨਾ; ਲਿਸ਼ਕਾਉਣਾ, ਰੁਸ਼ਨਾਉਣਾ, ਸ਼ਿੰਗਾਰਨਾ, ਧੁਮਾਉਣਾ

emblazonment /ਇਮ'ਬਲੇਇਜ਼(ਅ)ਨਮਅਨਟ/ *n* ਲਿਸ਼ਕ; ਚਿੰਨ੍ਹ ਚਿਤਰਨ

emblem /'ਐੱਮਬਲਅਮ/ *n* ਨਿਸ਼ਾਨ, ਚਿੰਨ੍ਹ, ਅਲਾਮਤ, ਮਾਰਕਾ *vt* ਚਿੰਨ੍ਹ ਜਾਂ ਪ੍ਰਤੀਕ ਰਾਹੀਂ ਪ੍ਰਗਟ ਕਰਨਾ, ਨਿਸ਼ਾਨ ਬਣਾਉਣਾ

emblematic /,ਐੱਮਬਲਅ'ਮੈਟਿਕ/ *a* ਚਿੰਨ੍ਹਸੂਚਕ, ਪ੍ਰਤੀਕਮਈ, ਰੂਪਮਈ, ਸੂਚਕ, ਬੋਧਕ

embloom /ਇਮ'ਬਲੂਮ/ *vt* ਫੁੱਲਾਂ ਦਾ ਖਿੜਨਾ, ਟਹਿਕਣਾ

emblossom /ਇਮ'ਬਲੌਸ(ਅ)ਮ/ *vt* ਫੁੱਲਾਂ ਨਾਲ ਕੱਜਣਾ

embodied /ਇਮ'ਬੌਡਿਡ/*a* ਨਿਹਤ, ਸ਼ਾਮਲ; ਦੇਹਵਾਨ

embodiment /ਇਮ'ਬੌਡਿਮਅਨਟ/ *n* ਸਾਕਾਰ ਰੂਪ, ਪ੍ਰਤੱਖ ਰੂਪ, ਪ੍ਰਤੱਖ ਜਾਂ ਸਾਖਿਆਤ ਰੂਪ, ਨਿਰੂਪਣ

embody /ਇਮ'ਬੌਡਿ/ *vt* ਸਾਕਾਰ ਕਰਨਾ, ਰੂਪ ਦੇਣਾ, ਸ਼ਕਲ ਦੇਣਾ, ਨਿਰੂਪਣ ਕਰਨਾ; ਮਿਲਾਉਣਾ, ਸ਼ਾਮਲ ਕਰਨਾ; ਵਿਚਾਰ ਨੂੰ ਪ੍ਰਗਟ ਰੂਪ ਦੇਣਾ

embolden /ਇਮ'ਬਅਉਲਡਅਨ/ *vt* ਉਤਸ਼ਾਹ ਦੇਣਾ, ਹੌਂਸਲਾ ਦੇਣਾ, ਨਿਰਭੈ ਜਾਂ ਸਾਹਸੀ ਬਣਾਉਣਾ

embosom /ਇਮ'ਬੁਜ਼(ਅ)ਮ/ *vt* ਦਿਲ ਵਿੱਚ ਰੱਖਣਾ; ਗਲਵੱਕੜੀ ਪਾਉਣਾ, ਗਲ ਲਾਉਣਾ, ਘੇਰਨਾ, ਵਲਨਾ

embosomed /ਇਮ'ਬੁਜ਼(ਅ)ਮਡ/ *a* ਜੱਫੀ ਵਿੱਚ ਲਿਆ, ਛਾਤੀ ਨਾਲ ਲਾਇਆ, ਘਿਰਿਆ ਹੋਇਆ

emboss /ਇਮ'ਬੌਸ/ *vt* ਉਭਰਵੀਂ ਨੱਕਾਸ਼ੀ ਕਰਨਾ

embossment /ਇਮ'ਬੌਸਮਅਨਟ/ *vt* ਉਕਰਾਈ, ਗੁਲਾਕਾਰੀ, ਠੱਪਾਕਾਰੀ, ਕਢਾਈ, ਉਭਰਵੀਂ ਨੱਕਾਸ਼ੀ

embouchure /,ਔਮਬੁ'ਸ਼ੁਅ*/ *(F)* *n* ਦਰਿਆ ਦਾ ਦਹਾਨਾ ਜਾਂ ਨਿਕਾਸ ਸਥਾਨ

embow /ਇਮ'ਬਉ/ *vt* ਮਿਹਰਾਬ ਬਣਾਉਣਾ, ਚਾਪ ਦੀ ਤਰ੍ਹਾਂ ਬਣਾਉਣਾ

embowel /ਇਮ'ਬਾਉਅਲ/ *vt* ਆਂਦਰਾਂ ਕੱਢਣਾ

embower /ਇਮ'ਬਾਉਅ*/ *vt* ਦਰਖ਼ਤਾਂ ਨਾਲ ਘੇਰਨਾ, ਕੁੰਜ ਵਿੱਚ ਰੱਖਣਾ, ਸ਼ਰਨ ਦੇਣਾ

embrace /ਇਮ'ਬਰੇਇਸ/ *n* ਜੱਫੀ, ਗਲਵਕੜੀ, ਪਕੜ *vt* ਜੱਫੀ ਪਾਉਣਾ, ਗਲ ਲਾਉਣਾ, ਬੁੱਕਲ ਵਿੱਚ ਲੈਣਾ; ਸ਼ਾਮਲ ਕਰਨਾ, ਧਾਰਨ ਕਰਨਾ, ਗ੍ਰਹਿਣ ਕਰਨਾ

embracement /ਇਮ'ਬਰੇਇਸਮਅਨਟ/ *n* ਜੱਫੀ, ਗਲਵੱਕੜੀ, ਪਕੜ, ਗਰਿਫ਼ਤ

embrasure /ਇਮ'ਬਰੇਇਯ਼ਅ*/ *n* (ਬੰਦੂਕ ਚਲਾਉਣ ਲਈ) ਝਰੋਖਾ, ਮੋਘਾ, ਮਘੋਰਾ

embrocate /'ਐੱਮਬਰਅ(ਉ)ਕੇਇਟ/ *vt* ਮਾਲਸ਼ ਕਰਨਾ, ਲੇਪ ਕਰਨਾ, ਮਾਲਸ਼ ਵਾਲੀ ਦਵਾਈ ਮਲਨਾ

embrocation /ˌਐਮਬਰਅ'ਕੇਇਸ਼ਨ/ *n* ਮਾਲਸ਼ ਵਾਲੀ ਦਵਾਈ, ਲੇਪ, ਮਾਲਸ਼

embroider /ਇਮ'ਬਰੌਇਡਅ*/ *vt* ਵੇਲ-ਬੂਟੇ ਕੱਢਣਾ, ਕਢਾਈ ਦਾ ਕੰਮ ਕਰਨਾ, ਕਸੀਦਾ ਕੱਢਣਾ; ਸਜਾਉਣਾ, ਸ਼ਿੰਗਾਰਨਾ

embroidery /ਇਮ'ਬਰੌਇਡਅਰਿ/ *n* ਕਢਾਈ, ਕਸ਼ੀਦਾਕਾਰੀ, ਫੁਲਕਾਰੀ, ਗੁਲਕਾਰੀ

embroil /ਇਮ'ਬਰੌਇਲ/ *vt* ਉਲਝਾਉਣਾ, ਲੜਾਉਣਾ, ਫਸਾਉਣਾ, ਮੁਸੀਬਤ ਵਿੱਚ ਪਾਉਣਾ, ਗੜਬੜ ਵਿੱਚ ਪਾਉਣਾ, ਸੰਬੰਧ ਵਿਗਾੜਨਾ

embroilment /ਇਮ'ਬਰੌਇਲਮਅਨਟ/ *n* ਉਲਝਣ, ਲੜਾਈ, ਮੁਸੀਬਤ, ਗੜਬੜ

embrown /ਇਮ'ਬਰਾਉਨ/ *vt* ਭੂਰਾ ਬਣਾਉਣਾ; ਅਸਪਸ਼ਟ ਕਰਨਾ

embryo /'ਐਮਬਰਿਅਉ/ *n* ਭਰੂਣ, ਗਰਭ *a* ਕੱਚਾ, ਅਪੂਰਨ, ਅਵਿਕਸਿਤ

embryoctony /ˌਐਮਬਰਿ'ਔਟ(ਅ)ਨਿ/ *n* ਭਰੂਣ ਨਾਸ, ਭਰੂਣ ਹੱਤਿਆ

embryogeny /ˌਐਮਬਰਿ'ਔਜੈੱਨਿ/ *n* ਭਰੂਣ ਨਿਰਮਾਣ, ਭਰੂਣ ਵਿਕਾਸ

embryology /ˌਐਮਬਰਿ'ਔਲਅਜਿ/ *n* ਭਰੂਣ ਵਿੱਦਿਆ, ਗਰਭ ਵਿੱਦਿਆ

embus /ਇਮ'ਬਅੱਸ/ *v* ਮੋਟਰ ਉੱਤੇ ਚੜ੍ਹਨਾ

emend /ਇ'ਮੈਂਡ/ *vt* ਸੋਧਣਾ, ਸੁਧਾਈ ਕਰਨਾ, ਸੰਸ਼ੋਧਨ ਕਰਨਾ, ਤਰਮੀਮ ਕਰਨਾ, ਦਰੁਸਤ ਕਰਨਾ

emendation /ˌਈਮੈਨ'ਡੇਇਸ਼ਨ/ *n* ਸੁਧਾਰ, ਸੋਧ, ਸੰਸ਼ੋਧਨ, ਤਰਮੀਮ, ਦਰੁਸਤੀ

emendator /'ਈਮੈਨੱਡੇਇਟਅ*/ *n* ਸੁਧਾਰਕ, ਸੋਧਕ

emendatory /ਇ'ਮੈਨੱਡਅਟ(ਅ)ਰਿ/ *a* ਸੁਧਾਰ ਸੰਬੰਧੀ, ਸੋਧ ਸੰਬੰਧੀ, ਤਰਮੀਮੀ

emerald /'ਐਮੱਅਰਅਲਡ/ *n* ਸਬਜ਼ਾ; ਪੰਨਾ; ਹਰਾ ਰੰਗ; (ਛਪਾਈ ਦਾ) ਛੋਟਾ ਟਾਈਪ

emerge /ਇ'ਮਅ:ਜ/ *vi* ਫੁੱਟਣਾ, ਉੱਭਰਨਾ, ਬਾਹਰ ਨਿਕਲਨਾ, ਉਗਮਣਾ, ਪ੍ਰਗਟ ਹੋਣਾ

emergence /ਇ'ਮਅ:ਜਅਨਸ/ *n* ਨਿਕਾਸ, ਉਭਾਰ, ਉਗਮਣ, ਪ੍ਰਗਟਾਅ, ਜ਼ਹੂਰ

emergency /ਇ'ਮਅ:ਜਅਨਸਿ/ *n* ਸੰਕਟ, ਭੀੜ, ਔਕੜ, ਔਖਾ ਸਮਾਂ, ਹੰਗਾਮੀ ਸਮਾਂ, ਅਪਾਤਕਾਲ; ਇਤਫ਼ਾਕੀਆ ਲੋੜ

emergent /ਇ'ਮਅ:ਜਅਨਟ/ *a* ਸੰਕਟਕਾਲੀ, ਜ਼ਰੂਰੀ, ਫੌਰੀ, ਅਚਨਚੇਤੀ

emeritus /ਇ'ਮੈੱਰਿਟਅਸ/ *a* ਪੈਨਸ਼ਨ ਪ੍ਰਾਪਤ, ਸੇਵਾ-ਮੁਕਤ, ਅਵਕਾਸ਼ ਪ੍ਰਾਪਤ (ਅਧਿਆਪਕ), ਸਨਮਾਨਿਤ

emersion /ਇ'ਮਅ:ਸ਼ਨ/ *n* ਉਗਮਣ, ਚੜ੍ਹਤ, ਉਥਾਨ, ਨਿਕਾਸ

emery /'ਐੱਮਅਰਿ/ *n* ਝਾਵਾਂ, ਅਮਰੀ

emery-paper *n* ਰੇਗਮਾਰ

emesis /'ਐੱਮਿਸਿਸ/ *n* ਉਲਟੀ, ਕੈ, ਵੱਤ

emetic /ਇ'ਮੈੱਟਿਕ/ *a* ਉਲਟੀ ਕਰਵਾਉਣ ਵਾਲਾ, ਕੈਆਵਰ (ਦਵਾਈ)

emigrant /'ਐੱਮਿਗਰਅਨਟ/ *a* ਪਰਵਾਸੀ, ਪਰਦੇਸਵਾਸੀ *n* ਪਰਾਏ ਦੇਸ਼ ਵਿੱਚ ਰਹਿਣ ਵਾਲਾ ਵਿਅਕਤੀ

emigrate /'ਐੱਮਿਗਰੇਇਟ/ *v* ਪਰਵਾਸ ਕਰਨਾ, ਪਰਦੇਸ ਵਸਣਾ, ਦੇਸ਼ ਛੱਡਣਾ, ਹਿਜਰਤ ਕਰਨਾ

emigration /ˌਐੱਮਿ'ਗਰੇਇਸ਼ਨ/ *n* ਪਰਵਾਸ, ਦੇਸ਼ ਤਿਆਗ, ਹਿਜਰਤ, ਜਲਾਵਤਨ

emigratory /'ਐੱਮਿਗਰਅਟ(ਅ)ਰਿ/ *a* ਪਰਵਾਸੀ

emigre /'ਐੱਮਿਗਰੇਇ/ *(F)* *n* ਫ਼ਰਾਂਸੀਸੀ ਪਰਵਾਸੀ

eminence /'ਐੱਮਿਨਅਨਸ/ *n* ਸਿਖ਼ਰ, ਟਿੱਲਾ, ਉੱਚੀ ਥਾਂ, ਉਚਾਈ; ਮਹਾਨਤਾ, ਵਡਿਆਈ; ਚੋਟੀ, ਬੁਲੰਦੀ; ਨਾਮਵਰੀ, (**Eminence**) ਕਾਰਡੀਨਲ ਪਦ, ਗੌਰਵ, ਪ੍ਰਸਿੱਧੀ, ਸ੍ਰੇਸ਼ਟਤਾ

eminent /'ਐੱਮਿਨਅਨਟ/ *a* ਚੋਟੀ ਦਾ, ਵੱਡਾ,

ਮਹਾਨ, ਬੁਲੰਦ, ਮੁਮਤਾਜ਼, ਨੁਮਾਇਆਂ, ਪ੍ਰਸਿੱਧ, ਗੌਰਵਸ਼ਾਲੀ, ਉੱਘਾ

eminently /'ਐੱਮਿਨਅਨਟਲਿ/ *adv* ਉੱਘੀ ਤਰ੍ਹਾਂ; ਵਿਸ਼ੇਸ਼ ਕਰਕੇ, ਖ਼ਾਸ ਕਰਕੇ, ਨੁਮਾਇਆਂ ਤੌਰ 'ਤੇ

emissary /'ਐੱਮਿਸਅਰਿ/ *n* ਦੂਤ, ਕਾਸਦ, ਸਫ਼ੀਰ, ਏਲਚੀ; ਮੁਖ਼ਬਰ, ਜਸੂਸ

emission /ਇ'ਮਿਸ਼ਨ/ *n* ਨਿਕਾਸ, ਉਦਗਾਰ; (ਮਨੋ) ਸੁਪਨ-ਦੋਸ਼

emit /ਇ'ਮਿਟ/ *vt* (ਪ੍ਰਕਾਸ਼ ਦੀਆਂ ਕਿਰਨਾਂ) ਛੱਡਣਾ, ਕੱਢਣਾ

emollient /ਇ'ਮੌਲਿਅਨਟ/ *a* ਮਾਲਸ਼ ਵਾਲਾ, ਲੇਪ ਵਾਲਾ, ਨਰਮ ਕਰਨ ਵਾਲਾ *n* ਪਾਲਸ਼, ਲੇਪ (ਤੇਲ ਆਦਿ)

emollition /,ਇਮਅ'ਲਿਸ਼ਨ/ *n* ਨਰਮ ਕਰਨ ਦੀ ਕਿਰਿਆ

emolument /ਇ'ਮੌਲਯੁਮਅਨਟ/ *n* ਵੇਤਨ, ਤਨਖ਼ਾਹ, ਤਲਬ

emotion /ਇ'ਮਅਉਸ਼ਨ/ *n* ਤਰੰਗ, ਭਾਵ, ਵਲਵਲਾ, ਜਜ਼ਬਾ, ਜੋਸ਼, ਉਤੇਜਨਾ

emotional /ਇ'ਮਅਉਸ਼ਅਨਲ/ *a* ਭਾਵਕ, ਉੱਤੇਜਿਤ, ਤਰੰਗਿਤ, ਗੱਚ ਭਰਿਆ, ਭਾਵਪੂਰਨ, ਭਾਵਾਤਮਿਕ

emotive /ਇ'ਮਅਉਟਿਵ਼/ *a* ਭਾਵਾਤਮਿਕ, ਜਜ਼ਬਾਤੀ, ਭਾਵਕ

empale /ਇਮ'ਪੇਇਲ/ *vi* ਬੰਦ ਕਰਨਾ, ਘੇਰਨਾ; ਸੂਲੀ ਉੱਤੇ ਟੰਗਣਾ

empathy /'ਐੱਮਪਅਥਿ/ *n* (ਦਰਸ਼) ਹਮਦਰਦੀ, ਸਹਾਨੁਭੂਤੀ

empawn /ਇਮ'ਪੋਨ/ *vt* ਦਾਅ ਉੱਤੇ ਲਾਉਣਾ, ਗਿਰਵੀ ਰੱਖਣਾ

emperor /'ਐੱਮਪਅਰਅ*/ *n* ਸਮਰਾਟ, ਸ਼ਹਿਨਸ਼ਾਹ, ਸੁਲਤਾਨ, ਬਾਦਸ਼ਾਹ, ਸ਼ਾਹ

emperorship /'ਐੱਮਪਅਰਅਸ਼ਿਪ/ *n* ਬਾਦਸ਼ਾਹਤ, ਸ਼ਹਿਨਸ਼ਾਹੀਅਤ

emphasis /'ਐੱਮਫ਼ਅਸਿਸ/ *n* ਬਲ, ਜ਼ੋਰ

emphasize /'ਐੱਮਫ਼ਅਸਾਇਜ਼/ *vt* ਜ਼ੋਰ ਦੇਣਾ, ਦਬਾਅ ਪਾਉਣਾ, ਤਾਕੀਦ ਕਰਨਾ

emphatic /ਇਮ'ਫ਼ੈਟਿਕ/ *a* ਜ਼ੋਰਦਾਰ, ਪ੍ਰਭਾਵਸ਼ਾਲੀ, ਦ੍ਰਿੜ੍ਹ; (ਵਿਆ)ਦਬਾਵਾਚਕ

empire /'ਐੱਮਪਾਇਅ*/ *n* ਸਲਤਨਤ, ਬਾਦਸ਼ਾਹੀ, ਰਾਜਪਾਟ

empiric /ਇਮ'ਪਿਰਿਕ/ *a* ਅਮਲੀ, ਪ੍ਰਯੋਗਿਕ; ਸਿਖਾਂਦਰੂ *n* ਨੀਮ-ਹਕੀਮ

empirical /ਇਮ'ਪਿਰਿਕਲ/ *a* ਅਨੁਭਵਵਾਦੀ, ਪ੍ਰਯੋਗਸਿੱਧ

empiricism /ਇਮ'ਪਿਰਿਸਿਜ਼ਅਮ/ *n* ਅਨੁਭਵਵਾਦ, ਪ੍ਰਯੋਗਿਕਤਾ, ਤਜਰਬਾਕਾਰੀ

emplace /ਇਮ'ਪਲੇਇਸ/ *vt* ਠੀਕ ਥਾਂ ਉੱਤੇ ਰੱਖਣਾ, ਠੀਕ ਹਾਲਤ ਵਿੱਚ ਰੱਖਣਾ (ਬੰਦੂਕ ਆਦਿ ਨੂੰ), ਸਥਾਪਿਤ ਕਰਨਾ

emplane /ਇਮ'ਪਲੇਇਨ/ *v* ਹਵਾਈ ਜਹਾਜ਼ ਵਿੱਚ ਸਵਾਰ ਹੋਣਾ ਜਾਂ ਮਾਲ ਲੱਦਣਾ

employ /ਇਮ'ਪਲੌਇ/ *vt* ਨੌਕਰੀ ਉੱਤੇ ਲਾਉਣਾ, ਭਰਤੀ ਕਰਨਾ, ਕੰਮ ਦੇਣਾ, ਰੁਜ਼ਗਾਰ ਉੱਤੇ ਲਾਉਣਾ; ਪ੍ਰਯੋਗ ਕਰਨਾ, ਵਰਤਣਾ

employed /ਇਮ'ਪਲੌਇਡ/ *a* ਨਿਯੁਕਤ, ਲੱਗਿਆ ਹੋਇਆ, ਰੁਝਿਆ ਹੋਇਆ

employee /ਇਮ'ਪਲੌਇਈ/ *n* ਨੌਕਰ, ਮੁਲਾਜ਼ਮ, ਕਰਮਚਾਰੀ

employer /ਇਮ'ਪਲੌਇਅ*/ *n* ਨੌਕਰ ਰੱਖਣ ਵਾਲਾ, ਮਾਲਕ, ਸੁਆਮੀ

employment /ਇਮ'ਪਲੌਇਮਅਨਟ/ *n* ਨੌਕਰੀ, ਮੁਲਾਜ਼ਮਤ, ਰੁਜ਼ਗਾਰ, ਪੇਸ਼ਾ, ਕੰਮ-ਕਾਰ; ਵਰਤੋਂ

emporium /ਐੱਮ'ਪੋਰਿਅਮ/ *n* ਹੱਟ, ਬਜ਼ਾਰ

empoverish /ਇਮ'ਪਾਵ਼ਰਿਸ਼/ *vt* ਗ਼ਰੀਬ ਬਣਾਉਣਾ, ਨਿਰਧਨ ਕਰਨਾ

empower /ਇਮ'ਪਾਉਅ*/ *vt* ਇਖ਼ਤਿਆਰ ਦੇਣਾ, ਅਧਿਕਾਰ ਸੌਂਪਣਾ, ਸੱਤਾ ਦੇਣਾ, ਮੁਖ਼ਤਿਆਰ

ਬਣਾਉਣਾ, ਸਮਰੱਥਾ ਦੇਣਾ, ਸਮਰਥਨ ਕਰਨਾ, ਯੋਗ ਬਣਾਉਣਾ

empress /'ਐਂਪਰਅਸ/ *n* ਸਮਰਾਟ ਦੀ ਪਤਨੀ, ਮਹਾਰਾਣੀ, ਮਲਕਾ, ਬੇਗਮ

empresse /ਆਨ'ਪਰੈੱਸੇਇ/ *(F) n* ਕਿਰਪਾਲੂ, ਦਿਆਲੂ ਸੱਜਣ

emprise /'ਐਂਪਰਾਇਜ਼/ *n* (ਪਰਾ) ਜੋਖਮ, ਸਾਹਸ ਕਾਰਜ

emptiness /'ਐੱਮਪਟਿਨਅਸ/ *n* ਸੁੰਨਾਪਣ, ਵਿਹਲ, ਖ਼ਲਾਅ, ਥੋਥਾਪਣ, ਸੱਖਣਾਪਣ, ਵੀਰਾਨੀ, ਸੁੰਨ

empty /'ਐੱਮਪਟਿ/ *a* ਵਿਹਲਾ, ਸੱਖਣਾ, ਮੁੰਨਾ, ਖ਼ਾਲੀ, ਥੋਥਾ, ਫੋਕਾ; ਭੁੱਖਾ; ਨਿਕੰਮਾ, ਨਿਰਾਰਥਕ *v* ਵਿਹਲਾ ਕਰਨਾ, ਡੋਲ੍ਹਣਾ, ਖ਼ਾਲੀ ਕਰਨਾ, ਖ਼ਾਲੀ ਹੋਣਾ, ਉਲਟਣਾ

empyema /ˌਐੱਮਪਾਇ'ਈਮਅ/ *n* ਅੰਤੜੀਆਂ ਜਾਂ ਜਿਗਰ ਵਿੱਚ ਪੀਕ ਇਕੱਠੀ ਹੋਣ ਦੀ ਬਿਮਾਰੀ

empyrean /ˌਐੱਮਪਾਇ'ਰੀਅਨ/ *n* ਸੁਰਗ, ਬੈਕੁੰਠ *a* ਅਕਾਸ਼ੀ, ਅਰਸ਼ੀ, ਦੈਵੀ

emu /'ਈਮਯੂ/ *n* ਸ਼ੁਤਰਮੁਰਗ ਵਰਗਾ ਆਸਟਰੇਲੀਆ ਦਾ ਪੰਛੀ, ਈਮੂ

emulant /'ਐੱਮਯੁਲਅਨਟ/ *a* ਮੁਕਾਬਲੇ ਦਾ, ਰਸ਼ਕ ਭਰਿਆ

emulate /'ਐੱਮਯੁਲੇਇਟ/ *vt* (ਕਿਸੇ ਦੇ) ਪਾਏ ਪੂਰਨਿਆਂ ਉੱਤੇ ਚੱਲਣਾ, ਰਸ਼ਕ ਕਰਨਾ, ਬਰਾਬਰੀ ਕਰਨਾ, ਰੀਸ ਕਰਨਾ, ਬਰਾਬਰ ਹੋਣ ਜਾਂ ਕਰਨ ਦਾ ਯਤਨ ਕਰਨਾ

emulation /ˌਐੱਮਯੁ'ਲੇਇਸ਼ਨ/ *n* ਬਰਾਬਰੀ, ਮੁਕਾਬਲਾ, ਰੀਸ

emulsify /ਇ'ਮਅੱਲਸਿਫ਼ਾਇ/ *vt* ਗਾੜ੍ਹਾ ਦੂਧੀਆ ਘੋਲ ਬਣਾਉਣਾ

emulsion /ਇ'ਮਅੱਲਸ਼ਨ/ *n* ਦੂਧੀਆ ਘੋਲ, (ਦੋ ਅਣਘੁਲ ਤਰਲਾਂ ਦਾ) ਮਿਸ਼ਰਨ, ਘੋਲ

emulsive /ਇ'ਮਅੱਲਸਿਵ਼/ *a* ਗਾੜ੍ਹੇ ਘੋਲ ਵਰਗਾ, ਦੂਧੀਆ

en /ਐੱਨ/ *n* ਛਾਪੇ ਦੇ ਟਾਈਪ ਦਾ ਮਾਪ ਜੋ ਐੱਮ ਤੋਂ ਛੋਟਾ ਹੁੰਦਾ ਹੈ

enable /ਇ'ਨੇਇਬਲ/ *vt* ਯੋਗ ਬਣਾਉਣਾ, ਸਮਰੱਥ ਕਰਨਾ, ਅਧਿਕਾਰੀ ਬਣਾਉਣਾ, ਸਾਧਨ ਸੁਲੱਭ ਕਰ ਦੇਣਾ, ਕਾਬਲ ਜਾਂ ਲਾਇਕ ਬਣਾਉਣਾ

enact /ਇ'ਨੈਕਟ/ *vt* ਕਨੂੰਨ ਪਾਸ ਕਰਨਾ, ਐਕਟ ਬਣਾਉਣਾ; (ਨਾਟਕ) ਖੇਡਣਾ, ਐਕਟਿੰਗ ਕਰਨਾ

enacting /ਇ'ਨੈਕਟਿਙ/ *n* ਨਿਯਮ ਬਣਾਉਣ ਦੀ ਕਿਰਿਆ, ਅਧਿਨਿਯਮ

enactment /ਇ'ਨੈਕਟਮਅਨਟ/ *n* ਕਨੂੰਨ ਦਾ ਰੂਪ

enamel /ਇ'ਨੈਮਲ/ *n* ਮੁਲੰਮਾ, ਝਾਲ; ਮੀਨਾਕਾਰੀ, ਮੀਨਾ; ਦੰਦ ਦੀ ਬਾਹਰੀ ਚਮਕੀਲੀ ਤਹਿ *vt* ਮੁਲੰਮਾ ਕਰਨਾ, ਝਾਲ ਫੇਰਨਾ; ਮੀਨਾਕਾਰੀ ਕਰਨਾ, ਮੀਨੇ ਨਾਲ ਤਸਵੀਰਾਂ ਬਣਾਉਣਾ

enamour /ਇ'ਨੈਮਅ*/ *vt* ਮੋਹ ਲੈਣਾ, ਮੋਹਿਤ ਕਰਨਾ, ਰੀਝਾਉਣਾ, ਪ੍ਰਸੰਨ ਕਰਨਾ

enamoured /ਇ'ਨੈਮਅ਼ਡ/ *a* ਮੋਹਿਤ, ਪ੍ਰਸੰਨਚਿੱਤ, ਆਸ਼ਿਕ

enantiosis /ਇˌਨੈਨਟਿ'ਔਸਿਸ/ *n* (ਅਲੰਕਾਰ ਸ਼ਾਸਤਰ) ਵਿਅੰਗਮਈ ਅਲੰਕਾਰ

enate /ਇ'ਨੇਇਟ/ *a* ਬਾਹਰ ਵੱਲ ਉੱਭਰਿਆ

enation /ਇ'ਨੇਇਸ਼ਨ/ *n* ਉੱਭਰੀ ਹੋਈ ਚੀਜ਼, ਉਭਾਰ

en bloc /ˌਆਨ 'ਬਲੌਕ/ *(F) a* ਸਮੂਹਿਕ ਰੂਪ ਵਿੱਚ, ਸਾਰੇ ਦੇ ਸਾਰੇ

encage, incage /ਇਨ'ਕੇਇਜ/ *vt* ਪਿੰਜਰੇ ਵਿੱਚ ਰੱਖਣਾ, ਬੰਦ ਕਰਨਾ, ਕੈਦ ਕਰਨਾ

encamp /ਇਨ'ਕੈਂਪ/ *v* ਡੇਰਾ ਲਾਉਣਾ, ਛਾਉਣੀ ਪਾਉਣਾ, ਪੜਾਅ ਪਾਉਣਾ, ਪੜਾਅ ਵਿੱਚ ਠਹਿਰਨਾ, ਤੰਬੂ ਖੜ੍ਹਾ ਕਰਨਾ

encampment /ਇਨ'ਕੈਮਪਮਅਨਟ/ *n* ਛਾਉਣੀ, ਡੇਰਾ, ਪੜਾਅ, ਤੰਬੂ, ਖੇਮਾ

encapsulate /ਇਨ'ਕੈਪਸਯੁਲੇਇਟ/ *v* ਥੋੜ੍ਹੇ ਸ਼ਬਦਾਂ ਵਿੱਚ ਵੱਡੀ ਗੱਲ ਦੱਸਣਾ, ਨਿਚੋੜ ਦੱਸਣਾ,

ਸਾਰ ਕੱਢਣਾ

encarnalize /ਇਨ'ਕਾਨਅਲਾਇਜ਼/ *vt* ਵਿਸ਼ਈ ਬਣਾਉਣਾ

encarpus /ਐੱਨ'ਕਾਪਅਸ/ *n* ਵੇਲ-ਬੂਟਿਆਂ ਦਾ ਕੰਮ

encase /ਇਨ'ਕੇਇਸ/ *vt* ਢਕਣਾ, ਗ਼ਿਲਾਫ਼ ਚੜ੍ਹਾਉਣਾ, ਲਪੇਟਣਾ; ਖ਼ਾਨੇ ਵਿੱਚ ਰੱਖਣਾ

encash /ਇਨ'ਕੈਸ਼/ *vt* ਨਕਦ ਰੁਪਈਏ ਦੇਣਾ, ਹੁੰਡੀ ਜਾਂ ਚੈੱਕ ਤੁੜਾਉਣਾ, ਵਸੂਲਣਾ

encave /ਇਨ'ਕੇਇਵ਼/ *vt* ਗੁਫਾ ਵਿੱਚ ਲੁਕਾਉਣਾ, ਕੰਦਰ ਵਿੱਚ ਰੱਖਣਾ

enceinte /ਆਨ'ਸੈਨਟ/ *(F) a* ਗਰਭਵਤੀ (ਤੀਵੀਂ); ਕਿਲ੍ਹੇ ਦੀ ਫਸੀਲ, ਵਲਗਣ

enchain /ਇਨ'ਚੇਇਨ/ *vt* ਜ਼ੰਜੀਰ ਨਾਲ ਬੰਨ੍ਹਣਾ, ਕੜੀਬੱਧ ਕਰਨਾ, ਕੱਸ ਕੇ ਬੰਨ੍ਹਣਾ, ਧਿਆਨ ਖਿੱਚਣਾ, ਵੱਸ ਵਿੱਚ ਕਰਨਾ

enchant /ਇਨ'ਚਾਨਟ/ *vt* ਜਾਦੂ ਕਰਨਾ, ਟੂਣਾ ਕਰਨਾ, ਲੁਭਾਉਣਾ, ਰੀਝਾਉਣਾ, ਮੋਹਿਤ ਕਰਨਾ, ਕੀਲਣਾ, ਮੁਗਧ ਕਰਨਾ

enchanting /ਇਨ'ਚਾਨਟਿਙ/ *a* ਮੋਹਕ, ਦਿਲਕਸ਼

enchantment /ਇਨ'ਚਾਨਟਮਅਨਟ/ *n* ਜਾਦੂ, ਟੂਣਾ, ਕਾਮਣ, ਇੰਦਰਜਾਲ, ਮਾਇਆ ਵੱਸ ਕਰਨ ਦੀ ਕਿਰਿਆ

encharge /ਇਨ'ਚਾਜ/ *vt* ਸੌਂਪਣਾ, ਸਪੁਰਦ ਕਰਨਾ

encircle /ਇਨ'ਸਅ:ਕਲ/ *v* ਵਲਨਾ, ਘੇਰਨਾ, ਚੱਕਰ ਵਿੱਚ ਕਰ ਦੇਣਾ, ਬੰਦ ਕਰਨਾ, ਘੇਰਾ ਪਾਉਣਾ, ਵਾੜ ਲਾਉਣਾ, ਜੋੜਨਾ

enclair /ਆਨ'ਕਲੇਅ*/ *(F) adv* ਸਪਸ਼ਟ ਸ਼ਬਦਾਂ ਵਿੱਚ, ਭਾਸ਼ਾ ਰੂਪ ਵਿੱਚ

enclasp /ਇਨ'ਕਲਾਸਪ/ *vt* ਜੱਫੀ ਪਾਉਣਾ, ਘੁੱਟ ਕੇ ਗਲ ਲਾਉਣਾ, ਛਾਤੀ ਨਾਲ ਲਾਉਣਾ, ਕੱਸਣਾ, ਜਕੜਨਾ

enclave /'ਐੱਨਕਲੇਇਵ਼/ *n* ਵੱਖ-ਵੱਖ ਪ੍ਰਕਾਰ ਦੀ ਭਾਸ਼ਾ ਸਭਿਆਚਾਰ ਆਦਿ ਦੇ ਵਾਸੀਆਂ ਨਾਲ ਵਸਿਆ ਖੇਤਰ

enclavement /'ਐੱਨਕਲੇਇਵ਼ਮਅਨਟ/ *n* ਘੇਰਾਬੰਦੀ

enclitic /ਇਨ'ਕਲਿਟਿਕ/ *n* ਪਰਸਰਗ; (ਵਿਆ) ਅਸਵਰਘਾਤੀ ਸ਼ਬਦ

enclose, inclose /ਇਨ'ਕਲਅਉਜ਼/ *vt* ਘੇਰਨਾ, ਬੰਦ ਕਰਨਾ, ਅਹਾਤਾ ਕਰ ਲੈਣਾ, ਘੇਰਾ ਪਾਉਣਾ, ਵਾੜ ਕਰਨਾ, ਵਲਗਣਾ

enclosed /ਇਨ'ਕਲਅਉਜ਼ਡ/ *a* ਘੇਰਿਆ, ਬੰਦ, ਨੱਥੀ ਕੀਤਾ

enclosure /ਇਨ'ਕਲਅਉਯ਼ਅ*/ *n* ਵਲਗਣ, ਘੇਰਾ, ਵਾੜ, ਵਾੜਾ, ਅਹਾਤਾ; ਨੱਥੀ ਕਾਗਜ਼; ਸਹਿ-ਪੱਤਰ,

enclothe /ਇਨ'ਕਲਅਉਦ/ *vt* ਕੱਪੜੇ ਪੁਆਉਣਾ, ਵਸਤਰ ਪਹਿਨਾਉਣਾ

encloud /ਇਨ'ਕਲਾਉਡ/ *vt* ਬੱਦਲਾਂ ਨਾਲ ਢਕਣਾ ਜਾਂ ਲੁਕਾ ਲੈਣਾ

encode /ਇਨ'ਕਅਉਡ/ *vt* ਸੰਕੇਤ ਭਾਸ਼ਾ ਵਿੱਚ ਬਦਲਣਾ

encomiast /ਐੱਨ'ਕਅਉਮਿਐਸਟ/ *n* ਭੱਟ, ਢਾਡੀ, ਖ਼ੁਸ਼ਾਮਦੀ, ਕਸੀਦਾਗੋ

encomium /ਐੱਨ'ਕਅਉਮਿਅਮ/ *n* ਸ਼ਲਾਘਾ, ਉਸਤਤੀ, ਗੁਣ ਵਰਣਨ; ਚਾਪਲੂਸੀ, ਰਸਮੀ ਵਡਿਆਈ

encompass /ਇਨ'ਕਅੱਮਪਅਸ/ *vt* ਘੇਰ ਲੈਣਾ, ਸ਼ਾਮਲ ਕਰਨਾ, ਵਿਆਪਤ ਕਰਨਾ, ਵਲ੍ਹੇਟਣਾ, ਧਰਨਾ, ਰੱਖਣਾ

encore /'ਔਙਕੋ*/ *int* ਮੁਕਰਰ! ਫਿਰ! ਦੁਬਾਰਾ!

encounter /ਇਨ'ਕਾਉਨਟਅ*/ *n* ਟਾਕਰਾ, ਮੁਕਾਬਲਾ, ਮੁੱਠਭੇੜ, ਸੰਗਰਾਮ; ਸਮਾਗਮ, ਅਚਾਨਕ ਮੇਲ *vt* ਟੱਕਰਨਾ, ਟਾਕਰਾ ਕਰਨਾ, ਜੂਝਣਾ, ਭਿੜਨਾ, ਲੜਨਾ, ਮਿਲਨਾ

encourage /ਇਨ'ਕਅੱਰਿਜ/ *vt* ਉਤਸ਼ਾਹ ਦੇਣਾ, ਦਿਲ ਵਧਾਉਣਾ, ਹੌਸਲਾ ਦੇਣਾ, ਹਲਾਸ਼ੇਰੀ

ਦੇਣਾ; ਸ਼ਹਿ ਦੇਣਾ, ਚੁੱਕ ਦੇਣਾ, ਪਿੱਠ ਠੋਕਣਾ, ਪ੍ਰੇਰਨਾ ਦੇਣਾ, ਉਕਸਾਉਣਾ

encouragement /ਇਨ'ਕਅੱਰਿਜਮਅਨਟ/ *n* ਉਤਸ਼ਾਹ, ਧਰਵਾਸ, ਹੌਸਲਾ, ਹੱਲਾਸ਼ੇਰੀ, ਪ੍ਰੇਰਨਾ

encouraging /ਇਨ'ਕਅੱਰਿਜਿਙ/ *a* ਉਤਸ਼ਾਹਜਨਕ, ਹੌਸਲਾ ਦੇਣ ਵਾਲਾ

encradle /ਇਨ'ਕਰੇਇਡਲ/ *vt* ਬੱਚੇ ਨੂੰ ਪੰਘੂੜੇ ਵਿੱਚ ਸੁਆਉਣਾ

encroach /ਇਨ'ਕਰਅਉਚ/ *vt* (ਅਯੋਗ) ਦਖ਼ਲ ਦੇਣਾ, ਅਨਉਚਿਤ ਅਧਿਕਾਰ ਜਮਾਉਣਾ, ਦੱਬ ਲੈਣਾ, ਲੱਤ ਅੜਾਉਣਾ, ਅਯੋਗ ਪੈਰ ਪਸਾਰਨਾ

encroachment /ਇਨ'ਕਰਅਉਚਮਅਨਟ/ *n* ਅਯੋਗ ਦਖ਼ਲ, ਨਾਜਾਇਜ਼ ਕਬਜ਼ਾ

encrypt /ਇਨ'ਕਰਿਪਟ/ *v* (ਕੰਪਿ) ਵਿਸ਼ੇਸ਼ ਤੌਰ 'ਤੇ ਕੰਪਿਊਟਰ ਵਿੱਚ ਗੁਪਤ ਸੰਕੇਤ ਵਿੱਚ ਅੰਕਿਤ ਕਰਨਾ

encumber /ਇਨ'ਕਅੱਮਬਅ*/ *vt* ਭਾਰ ਪਾਉਣਾ; ਰੋੜਾ ਅਟਕਾਉਣਾ, (ਔਕੜ ਵਿੱਚ) ਪਾਉਣਾ, ਵਿਘਨ ਪਾਉਣਾ, ਉਲਝਾਉਣਾ; ਰੋਕ ਰੱਖਣਾ

encumberment /ਇਨ'ਕਅੱਮਬਅਮਅਨਟ/ *n* ਭਾਰ, ਰਿਣਭਾਰ, ਭਾਰ ਲੱਦਣ ਦੀ ਕਿਰਿਆ

encumbrance /ਇਨ'ਕਅੱਮਬਰਅਨਸ/ *n* ਭਾਰ, ਬੋਝ; ਰੋਕ, ਰੁਕਾਵਟ, ਵਿਘਨ; ਦਬਾਅ, ਰੋੜਾ; ਜ਼ੁੰਮੇਵਾਰੀ, ਔਲਾਦ

encyclic, encyclical /ਇਨ'ਸਿਕਲਿਕ, ਇਨ'ਸਿਕਲਿਕਲ/ *a* ਗਸ਼ਤ ਕਰਨ ਵਾਲਾ, ਚਾਰੇ ਪਾਸੇ ਘੁੰਮਣ ਵਾਲਾ *n* ਸਧਾਰਨ ਪੱਤਰ, ਗਸ਼ਤੀ ਪੱਤਰ

encyclopaedia /ਇਨ,ਸਾਇਕਲਅ'ਪੀਡਿਅ/ *n* ਵਿਸ਼ਵਕੋਸ਼

encyclopaedic /ਇਨ,ਸਾਇਕਲਅ'ਪੀਡਿਕ/ *a* ਵਿਸ਼ਵਕੋਸ਼ੀ

end /ਐਨੱਡ/ *n* ਅੰਤ, ਸੀਮਾ, ਹੱਦ, ਸਿਰਾ; ਸਮਾਪਤੀ, ਅੰਤਿਮ ਭਾਗ; ਖੈ, ਬਰਬਾਦੀ, ਮੌਤ; ਸਿੱਟਾ, ਫਲ, ਨਤੀਜਾ; ਉਦੇਸ਼, ਮਨੋਰਥ *v* ਸਮਾਪਤ ਕਰਨਾ, ਅੰਤ ਕਰਨਾ, ਪੂਰਾ ਕਰਨਾ; ਨਾਸ ਕਰਨਾ, ਖ਼ਤਮ ਹੋਣਾ; ਨਤੀਜਾ ਨਿਕਲਨਾ, ਸਿੱਟਾ ਕੱਢਣਾ **at one's wits end** ਹੈਰਾਨ **in the end** ਆਖ਼ਰਕਾਰ, ਅੰਤ ਵਿੱਚ **is at the end of his tether** ਹੋਰ ਕੁਝ ਨਹੀਂ ਕਰ ਸਕਦਾ **make both ends meet** ਡੰਗ ਟਪਾਉਣਾ, ਗੁਜ਼ਾਰਾ ਕਰਨਾ **no end of** ਬਹੁਤ ਜ਼ਿਆਦਾ, ਬੇਅੰਤ **world without end** ਅਨੰਤ ਸੰਸਾਰ, ਸਦਾ ਲਈ

endanger /ਇਨ'ਡੇਇਨਜਅ*/ *vt* ਖ਼ਤਰੇ ਵਿੱਚ ਪਾਉਣਾ, ਬਿਪਤਾ ਵਿੱਚ ਪਾਉਣਾ, ਸੰਕਟ ਜਾਂ ਜੋਖਮ ਵਿੱਚ ਪਾਉਣਾ

endangerment /ਇਨ'ਡੇਇਨਜਅਮਅਨਟ/ *n* ਖ਼ਤਰਾ, ਬਿਪਤਾ, ਸੰਕਟ, ਜੋਖਮ

endear /ਇਨ'ਡਿਅ*/ *vt* ਪਿਆਰਾ ਬਣਾਉਣਾ, ਲਾਡਲਾ ਬਣਾਉਣਾ

endearment /ਇਨ'ਡਿਅਮਅਨਟ/ *n* ਪਿਆਰ, ਪ੍ਰੇਮ, ਲਾਡ-ਦੁਲਾਰ

endeavour /ਇਨ'ਡੈਵ਼ਅ*/ *n* ਯਤਨ, ਘਾਲ, ਘਾਲਣਾ, ਹੰਭਲਾ, ਵਾਹ, ਜਾਨਮਾਰੀ, ਟਿੱਲ, ਉੱਦਮ, ਕੋਸ਼ਿਸ਼ *v* ਯਤਨ ਕਰਨਾ, ਕੋਸ਼ਿਸ਼ ਕਰਨਾ, ਉੱਦਮ ਕਰਨਾ

endemic /ਐਨੱ'ਡੈੱਮਿਕ/ *a* ਇੱਕ ਪ੍ਰਾਂਤਿਕ ਜਾਂ ਇੱਕ ਜਾਤੀ ਵਾਲੇ, ਸਥਾਨਿਕ *n* ਕਿਸੇ ਜਾਤੀ ਨੂੰ ਹੋਣ ਵਾਲਾ ਰੋਗ

ending /'ਐਨੱਡਿਙ/ *n* ਅੰਤ, ਸਮਾਪਤੀ, ਅੰਤਿਮ ਅੰਸ਼; ਸਿੱਟਾ, ਪਰਿਣਾਮ *a* ਸਮਾਪਤ ਹੋਣ ਵਾਲਾ, ਖ਼ਤਮ ਹੋਣ ਵਾਲਾ

endive /'ਐਨੱਡਾਇਵ਼/ *n* ਇੱਕ ਕਿਸਮ ਦਾ ਪੌਦਾ, ਕਾਸ਼ਨੀ

endless /'ਐਨੱਡਲਅਸ/ *a* ਅਨੰਤ, ਅਪਾਰ, ਨਿਰੰਤਰ, ਬੇਹੱਦ, ਅਮੁੱਕ, ਸਦੀਵੀ, ਅਸੀਮ

endlessness /'ਐਨੱਡਲਅਸਨਅਸ/ *n* ਅਨੰਤਤਾ, ਅੰਤਹੀਣਤਾ, ਅਸੀਮਤਾ

endnote /'ਐਨੱਡਨਅਉਟ/ *n* (ਰਚਨਾ ਦੇ ਅੰਤ ਉੱਤੇ ਦਿੱਤੀ) ਟਿੱਪਣੀ, (ਕਾਂਡ ਦੇ ਅੰਤ ਉੱਤੇ ਦਿੱਤੀ) ਵਿਸ਼ੇਸ਼ ਜਾਣਕਾਰੀ

endocrine /'ਐਨੱਡਅਉਕਰਿਨ, -ਕਰਾਇਨ/ *a* ਗਦੂਨ ਨਾਲ ਸੰਬੰਧਿਤ, ਮਾਸ ਗਿਲਟੀਆਂ (ਜੋ ਖ਼ੂਨ ਵਿੱਚ ਹਾਰਮੋਨ ਪੁਚਾਉਂਦੀਆਂ ਹਨ)

endogamy /ਐਨ'ਡੌਗਅਮਿ/ *n* ਕਬੀਲੇ ਵਿੱਚ ਹੀ ਵਿਆਹ ਕਰਾਉਣ ਦਾ ਰਿਵਾਜ, ਸਗੋਤੀ ਵਿਆਹ ਦੀ ਪ੍ਰਥਾ

endorse /ਇਨ'ਡੋਸ/ *vi* ਸਕਾਰਨਾ, ਸਹੀ ਪਾਉਣਾ, ਤਸਦੀਕ ਕਰਨਾ, ਪਿੱਠਾਂਕਣ ਕਰਨਾ, ਸਮਰਥਨ ਕਰਨਾ, ਪੁਸ਼ਟੀ ਕਰਨਾ

endorsement /ਇਨ'ਡੋਸਮਅਨਟ/ *n* ਸਹੀ, ਤਸਦੀਕ, ਪਿਠਾਂਕਣ, ਸਮਰਥਨ

endoscope /'ਐਨੱਡਅਸਕਅਉਪ/ *n* ਸਰੀਰ ਦੇ ਅੰਦਰਲੇ ਭਾਗ ਨੂੰ ਦੇਖਣ ਵਾਲਾ ਕੈਮਰਾ, ਅੰਤਰਦਰਸ਼ੀ

endow /ਇਨ'ਡਾਉ/ *vt* ਭੇਟਾ ਕਰਨਾ, ਨਾਂ ਵਕਫ਼ ਕਰਨਾ, ਧਰਮ ਅਰਥ ਦੇਣਾ, ਦਾਨ ਦੇਣਾ; ਅਧਿਕਾਰ ਦੇਣਾ, ਸਮਰੱਥ ਬਣਾਉਣਾ

endowment /ਇਨ'ਡਾਉਮਅਨਟ/ *n* ਦਾਨ, ਧਰਮਦਾਨ; ਸਮਰੱਥਾ, ਨਿੱਜੀ ਗੁਣ, ਯੋਗਤਾ, ਲਿਆਕਤ

endue /ਇਨ'ਡਯੂ/ *vt* ਕਿਸੇ ਚੰਗੇ ਗੁਣ ਨਾਲ ਸੁਸ਼ੋਭਿਤ ਕਰਨਾ

endurance /ਇਨ'ਡਯੁਅਰਅਨਸ/ *n* ਜੇਰਾ, ਸਹਾਰਨ ਸ਼ਕਤੀ, ਧੀਰਜ, ਸਹਿਨਸ਼ੀਲਤਾ, ਸਬਰ

endure /ਇਨ'ਡਯੁਅ*/ *v* ਜਰਨਾ, ਭੋਗਣਾ, ਸਹਾਰਨਾ, ਝੱਲਣਾ, ਸਹਿਣਾ, ਭੁਗਤਣਾ; ਸਥਿਰ ਰਹਿਣਾ, ਟਿਕਣਾ, ਠਹਿਰਨਾ

enduring /ਇਨ'ਡਯੁਅਰਿਙ/ *a* ਚਿਰਸਥਾਈ, ਟਿਕਾਊ, ਸਹਿਨਸ਼ੀਲ

enema /'ਐੱਨਅਮਅ/ *n* ਪੇਟ ਸਾਫ਼ ਕਰਨ ਦੀ ਕਿਰਿਆ, ਅਨੀਮਾ, ਹੁਕਨਾ

enemy /'ਐਨੱਅਮਿ/ *n* ਵੈਰੀ, ਦੁਸ਼ਮਣ, ਵਿਪੱਖੀ, ਸ਼ਤਰੂ, ਵਿਰੋਧੀ, ਦੋਖੀ, ਪ੍ਰਤਿਪੱਖੀ *a* ਦੁਸ਼ਮਣ ਸੰਬੰਧੀ, ਸ਼ਤਰੂ ਪੱਖੀ

energetic /,ਐਨੱਅ'ਜੈੱਟਿਕ/ *a* ਤੇਜਵਾਨ, ਬਲਵਾਨ, ਪ੍ਰਬਲ, ਸ਼ਕਤੀਸ਼ਾਲੀ, ਜ਼ਬਰਦਸਤ, ਮਿਹਨਤੀ, ਉਤਸ਼ਾਹੀ

energize /'ਐਨੱਅਜਾਇਜ਼/ *vt* ਸ਼ਕਤੀ ਦਾ ਸੰਚਾਰ ਕਰਨਾ, ਬਲ ਪ੍ਰਦਾਨ ਕਰਨਾ, ਸ਼ਕਤੀ ਭਰਨਾ; ਜਾਨ ਪਾ ਦੇਣਾ

energy /'ਐਨੱਅਜਿ/ *n* ਬਲ, ਜ਼ੋਰ, ਸੱਤਾ, ਸ਼ਕਤੀ, ਦਮ, ਊਰਜਾ, ਓਜ, ਤੇਜ, ਜੀਵਨ ਸ਼ਕਤੀ, ਯੋਗਤਾ, ਤਾਕਤ, ਹਿੰਮਤ

enervate /'ਐਨੱਅਵੇਇਟ/ *vt* ਨਿਤਾਣਾ ਕਰਨਾ, ਨਿਸੱਤਾ ਕਰਨਾ

enface /ਇਨ'ਫ਼ੇਇਸ/ *vt* ਹੁੰਡੀ ਜਾਂ ਬਿਲ ਦੇ ਉੱਪਰਲੇ ਹਿੱਸੇ ਉੱਤੇ ਲਿਖਣਾ, ਮੁਖਾਂਕਣ ਕਰਨਾ

enfant terrible /,ਆਨਫ਼ਾਨ ਟੈ'ਰੀਬਲ/ *(F)* *n* ਅੱਥਰਾ ਬੱਚਾ, ਸ਼ਤੂੰਗੜਾ

enfeeble /ਇਨ'ਫ਼ੀਬਲ/ *vt* ਕਮਜ਼ੋਰ ਕਰਨਾ, ਸ਼ਕਤੀਹੀਣ ਕਰਨਾ, ਨਿਤਾਣਾ ਕਰਨਾ, ਦੁਰਬਲ ਕਰਨਾ

enfetter /ਇਨ'ਫ਼ੈਟਅ*/ *vt* ਹੱਥਕੜੀ ਜਾਂ ਬੇੜੀਆਂ ਲਾਉਣਾ, ਲੋਹੇ ਦੇ ਸੰਗਲਾਂ ਨਾਲ ਬੰਨ੍ਹਣਾ

enfilade /,ਐਨੱਫ਼ਿ'ਲੇਇਡ/ *n* ਗੋਲਾਬਾਰੀ ਜੋ ਸੈਨਾ ਦੇ ਪਰ੍ਹਿਆਂ ਦਾ ਸਫ਼ਾਇਆ ਕਰ ਦੇਵੇ *vt* ਲੰਮੇ ਦਾਅ ਦੀ ਗੋਲਾਬਾਰੀ ਕਰਨਾ

enfold /ਇਨ'ਫ਼ਅਉਲਡ/ *vt* ਜੱਫੀ ਵਿੱਚ ਲੈਣਾ, ਗਲ ਲਾਉਣਾ, ਘੁੱਟਣਾ; ਵਲ੍ਹੇਟਣਾ, ਤਹਿ ਕਰਨਾ

enforce /ਇਨ'ਫ਼ੋਸ/ *vt* ਹੁਕਮ ਜਾਂ ਕਨੂੰਨ ਅਮਲ ਵਿੱਚ ਲਿਆਉਣਾ, ਚਾਲੂ ਕਰਨਾ, ਲਾਗੂ ਕਰਨਾ, ਜਾਰੀ ਕਰਨਾ, ਪ੍ਰਚਲਿਤ ਕਰਨਾ, ਮੰਨਵਾਉਣਾ, (ਹੁਕਮ) ਚਲਾਉਣਾ

enforcement /ਇਨ'ਫ਼ੋਸਮਅਨਟ/ *n* ਪ੍ਰਦਾਨ, ਦ੍ਰਿੜ੍ਹੀਕਰਨ, ਪਾਲਣ, ਤਾਮੀਲ, ਅਮਲ ਦਰਾਮਦ

enfranchise /ਇਨ'ਫ਼ਰੈਨਚਾਇਜ਼/ *vt* ਅਜ਼ਾਦ ਕਰਨਾ, ਰਿਹਾਅ ਕਰਨਾ; ਸ਼ਹਿਰੀ ਹੱਕ ਦੇਣਾ, ਵੋਟ ਦਾ ਹੱਕ ਦੇਣਾ

enfranchisement /ਇਨ'ਫ਼ਰੈਨ੍ਚੀਜ਼ਮਅਨਟ/ *n* ਮੋਖ, ਮੁਕਤੀਦਾਨ; ਦਾਨ ਵਿਮੋਚਨ, ਵੋਟ ਅਧਿਕਾਰ

engage /ਇਨ'ਗੇਇਜ/ *v* ਵਚਨਬੱਧ ਹੋਣਾ, ਇਕਰਾਰ ਕਰਨਾ; ਨੌਕਰ ਰੱਖਣਾ, ਕੰਮ ਉੱਤੇ ਲਾ ਲੈਣਾ, ਆਹਰੇ ਲਾਉਣਾ, ਭਰਤੀ ਕਰਨਾ; ਪੈ ਜਾਣਾ, ਜੁਟ ਜਾਣਾ; ਰਾਖਵਾਂ ਕਰਨਾ, ਸਾਈ ਦੇਣਾ; ਰੀਝਾਉਣਾ, ਧਿਆਨ ਖਿੱਚਣਾ, ਲਾਈ ਰੱਖਣਾ, ਗੰਢਣਾ; ਕਸ ਕੇ ਫੜਨਾ; ਲੜਨਾ, ਲੜਾਉਣਾ, ਭਿੜਨਾ, ਭਿੜਾਉਣਾ; ਮੰਗਣੀ ਜਾਂ ਕੁੜਮਾਈ ਕਰਨਾ

engagement /ਇਨ'ਗੇਇਜਮਅਨਟ/ *n* ਇਕਰਾਰ, ਵਚਨ, ਬੰਧੇਜ; ਪੂਰਵ ਨਿਯੁਕਤੀ; ਰੁਝੇਵਾਂ, ਕੰਮ, ਧੰਦਾ; ਮੰਗਣੀ, ਕੁੜਮਾਈ; ਮੁੱਠਭੇੜ, ਝੜਪ

engender /ਇਨ'ਜੈਨੱਡਅ*/ *vt* ਪੈਦਾ ਕਰਨਾ

engine /'ਐਨੱਜਿਨ/ *n* ਇੰਜਣ, ਕਲ, ਮਸ਼ੀਨ, ਯੰਤਰ, ਸਾਧਨ, ਹਥਿਆਰ, ਵਸੀਲਾ *vt* (ਜਹਾਜ਼ ਵਿੱਚ) ਇੰਜਣ ਲਾਉਣਾ

engineer /ˌਐਨੱਜਿ'ਨਿਅ*/ *n* ਇੰਜਣਸਾਜ਼, ਇੰਜੀਨੀਅਰ, ਨਿਰਮਾਤਾ, ਨਿਰੀਖਕ *v* ਨਿਰਮਾਣ ਕਰਨਾ ਜਾਂ ਕਰਾਉਣਾ, ਇੰਜੀਨੀਅਰੀ ਦਾ ਕੰਮ ਕਰਨਾ, ਕਾਢ ਕੱਢਣਾ; ਪ੍ਰਬੰਧ ਕਰਨਾ, ਜੁਗਤ ਕੱਢਣਾ, ਮਨਸੂਬਾ ਬੰਨ੍ਹਣਾ, ਠੇਲ੍ਹਣਾ

engineering /ˌਐਨੱਜਿ'ਨਿਅਰਿਙ/ *n* ਯੰਤਰ ਸ਼ਾਸਤਰ, ਇੰਜਨੀਅਰੀ; ਵਿਓਂਤਕਾਰੀ

English /'ਇਙਗਲਿਸ਼/ *n* ਇੰਗਲੈਂਡ ਦੇਸ਼ ਦੀ ਭਾਸ਼ਾ ਦਾ ਨਾਮ, ਅੰਗਰੇਜ਼ੀ, ਬੋਲੀ, ਅੰਗਰੇਜ਼ੀ ਸਾਹਿਤ ਜਾਂ ਭਾਸ਼ਾ, ਅੰਗਰੇਜ਼ ਲੋਕ, ਇੰਗਲੈਂਡ ਦੇਸ਼ ਦੇ ਲੋਕ *a* ਅੰਗਰੇਜ਼ਾਂ ਨਾਲ ਸੰਬੰਧਿਤ, ਅੰਗਰੇਜ਼ੀ (ਵਸਤ)

engloom /ਇਨ'ਗਲੂਮ/ *vt* ਹਨੇਰਾ ਕਰਨਾ, ਉਦਾਸ ਕਰਨਾ, ਝੋਰਾ ਲਾਉਣਾ

englut /ਇਨ'ਗਲਅੱਟ/ *vt* ਨਿਗਲਨਾ, ਢਿੱਡ ਵਿੱਚ ਪਾ ਲੈਣਾ, ਭਰਨਾ; ਤੁੰਨਣਾ, ਤੂਸਣਾ

engraft, ingraft /ਇਨ'ਗਰਾਫ਼ਟ/ *vt* ਪਿਓਂਦ ਲਾਉਣਾ, ਚਿੱਤ ਵਿੱਚ ਬਠਾ ਦੇਣਾ; ਗੱਡਣਾ, ਜਮਾਉਣਾ, ਲਾਉਣਾ; ਸਮਿਲਿਤ ਕਰਨਾ, ਸੰਯੁਕਤ ਕਰਨਾ, ਮਿਲਾਉਣਾ

engrail /ਇਨ'ਗਰੇਇਲ/ *vt* ਦੰਦੇਦਾਰ (ਕਿਨਾਰੇ) ਬਣਾਉਣਾ, ਕਿੰਗਰੇ ਪਾਉਣਾ

engram /'ਐਨੱਗਰੈਮ/ *n* ਸੰਸਕਾਰ

engrave /ਇਨ'ਗਰੇਇਵ੍/ *vt* ਮੀਨਾਕਾਰੀ ਕਰਨਾ, ਨੱਕਾਸ਼ੀ ਕਰਨਾ, ਉੱਘਾੜਨਾ, ਉੱਕਰਨਾ; ਜਮਾਉਣਾ, ਬਠਾਉਣਾ

engraving /ਇਨ'ਗਰੇਇਵਿ੍ਙ/ *n* ਖੁਣਨ ਦੀ ਕਿਰਿਆ, ਖੁਦਾਈ, ਨਕਾਸ਼ੀ

engross /ਇਨ'ਗਰਅਉਸ/ *vt* ਮੋਟੇ ਅੱਖਰਾਂ ਵਿੱਚ ਲਿਖਣਾ; ਕਨੂੰਨ ਦੇ ਰੂਪ ਵਿੱਚ ਜ਼ਾਹਰ ਕਰਨਾ; ਥੋਕ ਵਿੱਚ ਲੈਣਾ, ਸਾਰਾ ਭੰਡਾਰ ਖ਼ਰੀਦ ਲੈਣਾ; ਧਿਆਨ ਵਿੱਚ ਲੀਨ ਕਰਨਾ, ਇਕਾਗਰ ਕਰਨਾ

engulf /ਇਨ'ਗਅੱਲਫ਼/ *vt* ਲਪੇਟ ਵਿੱਚ ਲੈਣਾ

engulfed /ਇਨ'ਗਅੱਲਫ਼ਟ/ *a* ਲੀਨ, ਇਕਾਗਰਚਿੱਤ, ਮਗਨ

enhance /ਇਨ'ਹਾਨਸ/ *vt* ਵਧਾਉਣਾ, (ਕੀਮਤ) ਚੜ੍ਹਾਉਣਾ, ਵਧਾਅ-ਚੜ੍ਹਾਅ ਕੇ ਦੱਸਣਾ, ਉੱਚਾ ਕਰਨਾ, ਕਦਰ ਵਧਾਉਣਾ, ਤੀਬਰ ਕਰਨਾ

enhancement /ਇਨ'ਹਾਨਸਮਅਨਟ/ *n* ਵਾਧਾ, ਵਧਾਅ, ਚੜ੍ਹਾਅ, ਵਰਧਨ, ਤੀਬਰਤਾ, ਜ਼ਿਆਦਤੀ

enigma /ਇ'ਨਿਗਮਅ/ *n* ਬੁਝਾਰਤ, ਅੜਾਉਣੀ, ਪਹੇਲੀ, ਰਹੱਸ; ਸਮੱਸਿਆ, ਉਲਝਣ, ਪੇਚੀਦਾ ਮਾਮਲਾ

enigmatic /ˌਐਨਿਗ'ਮੈਟਿਕ/ *a* ਗੁੱਝਾ, ਪੇਚੀਦਾ, ਰਹੱਸਮਈ

enjoin /ਇਨ'ਜੌਇਨ/ *vt* ਲਾਗੂ ਕਰਨਾ, ਤਾਕੀਦ ਕਰਨਾ, ਆਦੇਸ਼ ਦੇਣਾ, ਹੁਕਮ ਦੇਣਾ,

ਨਿਰਦੇਸ਼ ਕਰਨਾ

enjoy /ਇਨ'ਜੌਇ/ *vt* ਭੋਗਣਾ, ਮਾਣਨਾ, ਸੁਆਦ ਲੈਣਾ, ਅਨੰਦ ਲੁੱਟਣਾ, ਉਪਯੋਗ ਕਰਨਾ; ਲਾਭ ਉਠਾਉਣਾ, ਅਨੁਭਵ ਕਰਨਾ

enjoyment /ਇਨ'ਜੌਇਮਅਨਟ/ *n* ਭੋਗ, ਵਿਲਾਸ, ਖ਼ੁਸ਼ੀ, ਅਨੰਦ, ਸੁਆਦ, ਸੁਖ, ਮਜ਼ਾ, ਲੱਜ਼ਤ, ਲੁਤਫ਼

enkindle /ਇਨ'ਕਿਨਡਲ/ *vt* ਪ੍ਰਚੰਡ ਕਰਨਾ, ਭੜਕਾਉਣਾ, ਉਤੇਜਿਤ ਕਰਨਾ, ਜਲਾਉਣਾ, ਭਾਵਾਂ ਨੂੰ ਤੀਬਰ ਕਰਨਾ, ਉਕਸਾਉਣਾ, ਅੱਗ ਲਾਉਣਾ

enlarge /ਇਨ'ਲਾਜ/ *v* ਵਧਾਉਣਾ, ਵਾਧਾ ਕਰਨਾ, ਫੈਲਾਉਣਾ, ਵਿਸਤ੍ਰਿਤ ਕਰਨਾ, ਇਜ਼ਾਫ਼ਾ ਕਰਨਾ, (ਫੋਟੋ) ਵੱਡੀ ਕਰਨਾ

enlargement /ਇਨ'ਲਾਜਮਅਨਟ/ *n* ਵਾਧਾ, ਵ੍ਰਿਧੀ, ਫੈਲਾਅ

enlighten /ਇਨ'ਲਾਇਟਨ/ *vt* ਸਿੱਖਿਆ ਦੇਣਾ, ਪ੍ਰਕਾਸ਼ ਪਾਉਣਾ, ਸਪਸ਼ਟ ਕਰਨਾ, ਉਪਦੇਸ਼ ਦੇਣਾ, ਗਿਆਨ ਦੇਣਾ

enlightened /ਇਨ'ਲਾਇਟਨਡ/ *a* ਪ੍ਰਬੁੱਧ, ਪ੍ਰਕਾਸ਼ਿਤ, ਗਿਆਨ ਉੱਦੀਪਤ

enlightenment /ਇਨ'ਲਾਇਟਨਮਅਨਟ/ *n* ਬੁੱਧ, ਗਿਆਨ, ਪ੍ਰਕਾਸ਼ਨ, ਸਪਸ਼ਟੀਕਰਨ, ਗਿਆਨ ਦਾਨ

enlist /ਇਨ'ਲਿਸਟ/ *v* ਸੂਚੀਬੱਧ ਕਰਨਾ, ਨਾਂ ਲਿਖਣਾ ਜਾਂ ਲਿਖਾਉਣਾ, ਭਰਤੀ ਕਰਨਾ ਜਾਂ ਹੋਣਾ; ਸਹਿਯੋਗ ਪ੍ਰਾਪਤ ਕਰਨਾ

enlistment /ਇਨ'ਲਿਸਟਮਅਨਟ/ *n* ਭਰਤੀ

enliven /ਇਨ'ਲਾਇਵ੍ਨ/ *vt* ਜਾਨ ਪਾਉਣਾ, ਨਿਖਾਰਨਾ

en masse /ˌਆਨ 'ਮੈਸ/ *adv* ਸਮੂਹਿਕ ਤੌਰ 'ਤੇ, ਇਕੱਠੇ ਹੋ ਕੇ, ਸਾਰੇ ਦੇ ਸਾਰੇ

enmesh /ਇਨ'ਮੈਸ਼/ *vt* ਫਸਾਉਣਾ, ਜਾਲ ਵਿੱਚ ਫਸਾਉਣਾ, ਉਲਝਾਉਣਾ, ਜਕੜਨਾ

enmity /'ਐਨੱਮਅਟਿ/ *n* ਵੈਰ, ਦੁਸ਼ਮਣੀ, ਰੜਕ, ਵੈਰ ਭਾਵ, ਵਿਰੋਧ

ennui /ਔਨ'ਵੀ/ *n* ਅਕੇਵਾਂ, ਬੇਜ਼ਾਰੀ

enormity /ਇ'ਨੋਮਅਟਿ/ *n* ਘੋਰ ਦੁਸ਼ਟਤਾ; ਘੋਰਤਾ, ਅਪਰਾਧ ਵਿਸ਼ਾਲਤਾ

enormous /ਇ'ਨੋਮਅਸ/ *a* ਵੱਡਾ ਸਾਰਾ, ਬਹੁਤ ਵੱਡਾ, ਮਹਾਨ, ਭੀਸ਼ਣ, ਅਤਿ-ਅਧਿਕ, ਵਿਸ਼ਾਲ, ਅਸਧਾਰਨ

enough /ਇ'ਨਅੱਫ਼/ *a* ਚੋਖਾ, ਕਾਫ਼ੀ, ਉਚਿਤ *adv* ਬਹੁਤ ਸਾਰਾ, ਚੋਖਾ ਸਾਰਾ, ਕਾਫ਼ੀ *int* ਬੱਸ !, ਹੱਦ ਹੋ ਗਈ ! ਬਹੁਤ ਹੋਈ !

enounce /ਇ'ਨਾਉਨਸ/ *vt* ਪੇਸ਼ ਕਰਨਾ, ਪ੍ਰਸਤੁਤ ਕਰਨਾ, ਬੋਲ ਕੇ ਆਖਣਾ, ਉਚਾਰਨਾ, ਵਾਚਣਾ, ਐਲਾਨ ਕਰਨਾ

enow /ਇ'ਨਾਉ/ *a* (ਪਰਾ) ਚੋਖਾ, ਕਾਫ਼ੀ, ਬਹੁਤ, ਭਰਪੂਰ

enquire, inquire /ਇਨ'ਕਵਾਇਅ*/ *vt* ਜਾਂਚ ਕਰਨਾ, ਪੁੱਛ-ਗਿੱਛ ਕਰਨਾ

enquiry /ਇਨ'ਕਵਾਇਅਰਿ/ *n* ਪੁੱਛ-ਗਿੱਛ, ਜਾਂਚ, ਖੋਜ, ਤਹਿਕੀਕਾਤ

enrage /ਇਨ'ਰੇਇਜ/ *vt* ਗੁੱਸਾ ਦੁਆਉਣਾ, ਗੁੱਸੇ ਕਰਨਾ, ਭੜਕਾਉਣਾ; ਰੁਸਾਉਣਾ, ਅੱਗ ਬਬੂਲਾ ਕਰਨਾ

enrank /ਇਨ'ਰੈਙਕ/ *vt* ਸਿਲਸਲੇਵਾਰ ਜਾਂ ਕ੍ਰਮ ਵਿੱਚ ਰੱਖਣਾ, ਯੋਗ ਥਾਂ ਉੱਤੇ ਰੱਖਣਾ

enrapture /ਇਨ'ਰੈਪਚਅ*/ *vt* ਖ਼ੁਸ਼ੀ ਨਾਲ ਮਸਤੀ ਜਾਂ ਵਜਦ ਦੀ ਹਾਲਤ ਪੈਦਾ ਕਰ ਦੇਣਾ, ਨਿਹਾਲ ਕਰਨਾ, ਅਤਿਅੰਤ ਪ੍ਰਸੰਨ ਕਰਨਾ, ਬਾਗ਼ੋ-ਬਾਗ਼ ਕਰ ਦੇਣਾ

enrich /ਇਨ'ਰਿਚ/ *vt* ਸੰਪੰਨ ਬਣਾਉਣਾ, ਨਿਹਾਲ ਕਰ ਦੇਣਾ, ਮਾਲਾ-ਮਾਲ ਕਰ ਦੇਣਾ; ਸਮਰਿਧ ਬਣਾਉਣਾ; ਵਧੀਆ ਬਣਾਉਣਾ; ਉਪਜਾਊ ਬਣਾਉਣਾ, ਜ਼ਰਖੇਜ਼ ਕਰਨਾ; ਅਲੰਕ੍ਰਿਤ ਕਰਨਾ, ਸਜਾਉਣਾ

enrichment /ਇਨ'ਰਿਚਮਅਨਟ/ *n* ਵਾਧਾ, ਸਮਰਿਧੀ, ਸੰਪੰਨਤਾ

enrobe /ਇਨ'ਰਅਉਬ/ *vt* ਕੱਪੜੇ ਪੁਆਉਣਾ, ਵਸਤਰ ਪਹਿਨਾਉਣਾ, ਵੇਸ ਧਾਰਨ ਕਰਾਉਣਾ

enrol, enroll /ਇਨ'ਰਅਉਲ/ *vt* ਨਾਂ ਚੜ੍ਹਾਉਣਾ, ਦਰਜ ਕਰਨਾ, ਦਾਖ਼ਲ ਕਰਨਾ, ਭਰਤੀ ਕਰਨਾ, ਸੂਚੀਬੱਧ ਕਰਨਾ; ਲਿਪੀਬੱਧ ਕਰਨਾ, ਪ੍ਰਕਾਸ਼ਿਤ ਕਰਨਾ

enrollment /ਇਨ'ਰਅਉਲਮਅਨਟ/ *n* ਇੰਦਰਾਜ, ਦਾਖ਼ਲਾ, ਭਰਤੀ, ਸੂਚੀ, ਫ਼ਰਦ

en route /ˌਆਨ 'ਰੂਟ/ *(F) adv* ਬਰਾਸਤਾ, ਰਾਹ ਜਾਂਦਿਆਂ, ਰਸਤੇ ਵਿੱਚ

ensconce /ਇਨ'ਸਕੌਂਨਸ/ *vt* ਸੁਰੱਖਿਅਤ ਕਰਨਾ, ਬੁੱਕਲ ਵਿੱਚ ਲੁਕਾਉਣਾ

ensemble /ਔਨ'ਸੌਮਬਲ/ *n* ਸੰਗੀਤ ਮੰਡਲੀ, ਕਵੀ ਸਭਾ, ਨਾਟਕ ਮੰਡਲੀ; ਪੁਸ਼ਾਕ, ਪਹਿਰਾਵਾ, ਸੂਟ

enshrine /ਇਨ'ਸ਼ਰਾਇਨ/ *vt* ਪਵਿੱਤਰ ਥਾਂ ਉੱਤੇ ਰੱਖਣਾ, ਪਵਿੱਤਰ ਸਮਝ ਕੇ ਸੁਰੱਖਿਅਤ ਰੱਖਣਾ

ensign /'ਐਨੱਸਅਨ/ *n* ਬੈਜ, ਬਿੱਲਾ, ਝੰਡਾ, ਨਿਸ਼ਾਨ, ਲੱਛਣ, ਚਿੰਨ੍ਹ; ਝੰਡਾ ਬਰਦਾਰ

ensilage /'ਐਨੱਸਿਲਿਜ/ *vt* ਖੱਤੇ ਪਾਉਣਾ, ਪੱਠਿਆਂ (ਚਾਰੇ) ਨੂੰ ਟੋਏ ਵਿੱਚ ਸੰਭਾਲ ਕੇ ਰੱਖਣਾ *n* ਖੱਤੇਬੰਦ ਚਾਰਾ

enslave /ਇਨ'ਸਲੇਇਵ੍/ *vt* ਗੁਲਾਮ ਬਣਾਉਣਾ, ਬੰਨ੍ਹ ਰੱਖਣਾ, ਵੱਸ ਵਿੱਚ ਕਰਨਾ; ਅੰਧਵਿਸ਼ਵਾਸ ਜਾਂ ਆਦਤ ਦਾ ਗੁਲਾਮ ਬਣਾਉਣਾ

enslavement /ਇਨ'ਸਲੇਇਵ੍ਮਅਨਟ/ *n* ਗੁਲਾਮੀ, ਦਾਸਤਾ, ਦਾਸਤਵ

ensnare /ਇਨ'ਸਨੇਅ*/ *vt* ਫਾਹੁਣਾ, ਫਸਾਉਣਾ, ਬੰਧੇਜ ਵਿੱਚ ਬੰਨ੍ਹਣਾ, ਪਿੰਜਰੇ ਵਿੱਚ ਬੰਦ ਕਰਨਾ

ensober /ਇਨ'ਸਅਉਬਅ*/ *vt* ਸ਼ਾਂਤ ਜਾਂ ਗੰਭੀਰ ਕਰਨਾ

ensue /ਇਨ'ਸਯੂ/ *v* ਸਿੱਟਾ ਨਿਕਲਨਾ; ਖੋਜ ਕਰਨਾ, ਪਿੱਛਾ ਕਰਨਾ, ਪਿੱਛੇ ਚੱਲਣਾ, ਪਿੱਛੇ ਪੈਣਾ, ਹੋਣਾ, ਆਉਣਾ

ensuing /ਇਨ'ਸਯੂਇਙ/ *a* ਆਗਾਮੀ, ਆਉਣ ਵਾਲਾ, ਉੱਤਰਕਾਲੀ

ensure /ਇਨ'ਸ਼ੁਅ*, -'ਸ਼ੋ*/ *vt* ਯਕੀਨੀ ਬਣਾਉਣਾ ਨਿਸ਼ਚਿਤ ਕਰਨਾ, ਸੁਰੱਖਿਅਤ ਕਰਨਾ

ENT /ˌਈ ਐੱਨ 'ਟੀ/ *abbr* **ear nose and throat** ਦਾ ਸੰਖਿਪਤ ਰੂਪ, ਨੱਕ ਕੰਨ ਅਤੇ ਗਲੇ ਦੀਆਂ ਬਿਮਾਰੀਆਂ ਦੇ ਇਲਾਜ ਦਾ ਵਿਭਾਗ

entail /ਇਨ'ਟੇਇਲ/ *n* ਵਿਰਸਾ, ਉੱਤਰਾਧਿਕਾਰ; ਬੰਨ੍ਹਵਾਂ ਹਿਬਾ *vt* ਬੰਨ੍ਹਵਾਂ ਹਿੱਬਾ ਕਰਨਾ, (ਜਾਇਦਾਦ ਦਾ) ਸ਼ਰਤ ਸਹਿਤ ਇੰਤਕਾਲ ਕਰਨਾ; ਭਾਰ ਪਾਉਣਾ, ਲੱਦਣਾ; (ਲਈ) ਲੁੜੀਂਦਾ ਹੋਣਾ

entangle /ਇਨ'ਟੈਙਗਲ/ *vt* ਉਲਝਾਉਣਾ, ਫਸਾ ਲੈਣਾ, ਫਾਹ ਲੈਣਾ, ਅੜਾਉਣਾ, ਹੈਰਾਨ-ਪਰੇਸ਼ਾਨ ਕਰਨਾ

entanglement /ਇਨ'ਟੈਙਗਲਮਅਨਟ/ *n* ਉਲਝੇਵਾਂ, ਝਮੇਲਾ, ਜੰਜਾਲ, ਝੇੜਾ, ਕੁੜਿੱਕੀ, ਅੜਚਨ

entente /ਔਨ'ਟੌਨਟ/ *(F) n* ਸੰਧੀ, ਸਮਝੌਤਾ; ਦੋ ਦੇਸ਼ਾਂ ਵਿਚਕਾਰ ਸਦਭਾਵਨਾ

enter /'ਐਨੱਟਅ*/ *v* ਵੜਨਾ, ਅੰਦਰ ਆਉਣਾ, ਪ੍ਰਵੇਸ਼ ਕਰਨਾ; (ਨਾਟਕ ਵਿੱਚ) ਸਟੇਜ ਉੱਤੇ ਆਉਣਾ; ਦਰਜ ਕਰਨਾ, ਨਾਂ ਲਿਖਣਾ, ਦਾਖ਼ਲ ਕਰਨਾ; ਕਦਮ ਰੱਖਣਾ, ਅਧਿਕਾਰ ਕਰਨਾ, ਘੁਸੇੜਨਾ

enteric /ਐਨੱ'ਟੈੱਰਿਕ/ *a* ਆਂਦਰਾਂ ਸੰਬੰਧੀ, ਅੰਤੜੀਆਂ ਬਾਰੇ

enteritis /ˌਐਨੱਟਅ'ਰਾਇਟਅਸ/ *n* ਅੰਤੜੀਆਂ ਦੀ ਸੋਜ਼ਸ਼

enterprise /'ਐਨੱਟਅਪਰਾਇਜ਼/ *n* ਮੁਹਿੰਮ, ਔਖਾ ਕੰਮ, ਉੱਦਮ ਵਾਲਾ ਕੰਮ, ਉਦਯੋਗ, ਜੋਖਮ ਭਰਿਆ ਕੰਮ; ਉੱਦਮ, ਹਿੰਮਤ, ਹੌਸਲਾ, ਸਾਹਸ

enterprising /'ਐਨੱਟਅਪਰਾਇਜ਼ਿਙ/ *a* ਉੱਦਮੀ, ਉਦਯੋਗੀ, ਹੌਸਲੇ ਵਾਲਾ, ਦਲੇਰ;

ਮਨਚਲਾ

entertain /ˌਐੱਨਟਅ'ਟੇਇਨ/ *vt* (ਗੱਲਬਾਤ) ਚਲਾਈ ਚੱਲਣਾ, ਜਾਰੀ ਰੱਖਣਾ; ਆਓ-ਭਗਤ ਕਰਨਾ, ਖ਼ਾਤਰ ਕਰਨਾ; ਮਨੋਰੰਜਨ ਕਰਨਾ, ਪਰਚਾਉਣਾ; ਦਿਲ ਵਿੱਚ ਥਾਂ ਦੇਣਾ, ਧਾਰਨਾ

entertaining /ˌਐੱਨਟਅ'ਟੇਇਨਿਙ/ *a* ਮਨ ਬਹਿਲਾਉਣ ਵਾਲਾ, ਮਨੋਰੰਜਕ, ਦਿਲਚਸਪ, ਰੋਚਕ

entertainment /ˌਐੱਨਟਅ'ਟੇਇਨਮਅਨਟ/ *n* ਖ਼ਾਤਰ, ਆਓ-ਭਗਤ; ਦਿਲ-ਪਰਚਾਵਾ, ਮਨ-ਪਰਚਾਵਾ, ਮੌਜ-ਮੇਲਾ, ਖੇਡ-ਤਮਾਸ਼ਾ, ਨਾਟਕ-ਚੇਟਕ, ਮਨੋਰੰਜਨ

enthral /ਇਨ'ਥਰੋਲ/ *vt* ਬੰਨ੍ਹ ਰੱਖਣਾ, ਕੀਲਣਾ, ਮੋਹਿਤ ਕਰਨਾ, ਲੁਭਾ ਲੈਣਾ, ਆਕਰਸ਼ਿਤ ਕਰਨਾ; ਗੁਲਾਮ ਬਣਾਉਣਾ

enthrill /ਇਨ'ਥਰਿਲ/ *vt* ਸੁਰਾਖ਼ ਕਰਨਾ, ਛੇਦ ਕਰਨਾ

enthrone /ਇਨ'ਥਰਅਉਨ/ *vt* ਰਾਜ-ਗੱਦੀ ਉੱਤੇ ਬਠਾਉਣਾ, ਤਖ਼ਤ ਉੱਤੇ ਬਠਾਉਣਾ

enthuse /ਇਨ'ਥਯੂਜ਼/ *v* ਜੋਸ਼ ਦੁਆਉਣਾ, ਉਤਸ਼ਾਹਿਤ ਕਰਨਾ, ਸਰਗਰਮ ਕਰਨਾ, ਉਮਾਹ ਦੇਣਾ, ਉਮੰਗ ਪੈਦਾ ਕਰਨਾ, ਜੋਸ਼ ਵਿੱਚ ਆਉਣਾ, ਉਤਸ਼ਾਹਿਤ ਹੋਣਾ

enthusiasm /ਇਨ'ਥਯੂਜ਼ਿਐਜ਼ਅਮ/ *n* ਵਲਵਲੇ ਦੀ ਤੀਬਰਤਾ, ਜੋਸ਼, ਉਤਸ਼ਾਹ, ਸਰਗਰਮੀ, ਉਮਾਹ, ਉਮੰਗ, ਜਲਾਲ

enthusiast /ਇਨ'ਥਯੂਜ਼ਿਐਸਟ/ *n* (ਵਿਅਕਤੀ) ਉਤਸ਼ਾਹੀ, ਉਤਸੁਕ, ਅਨੁਰਾਗੀ, ਜੁਸ਼ੀਲਾ

enthusiastic, enthusiastical /ਇਨˌਥਯੂਜ਼ਿ'ਐਸਟਿਕ, ਇਨˌਥਿਯੂਜ਼ਿ'ਐਸਟਿਕਲ/ *a* ਜੁਸ਼ੀਲਾ, ਉਤਸ਼ਾਹੀ, ਸਰਗਰਮ, ਪੁਰਜੋਸ਼, ਉਮਾਹ ਭਰਿਆ, ਵਲਵਲੇ ਭਰਪੂਰ, ਉਮੰਗੀ, ਅਨੁਰਾਗੀ

entice /ਇਨ'ਟਾਇਸ/ *vt* ਲੁਭਾਉਣਾ, ਭਰਮਾਉਣਾ, ਵਰਗਲਾਉਣਾ, ਮੋਹ ਲੈਣਾ, ਬਹਿਕਾਉਣਾ, ਫਸਾਉਣਾ, ਫੁਸਲਾਉਣਾ

enticement /ਇਨ'ਟਾਇਸਮਅਨਟ/ *n* ਲੋਭ, ਭਰਮ, ਵਰਗਲਾਹਟ, ਲਾਲਚ

entire /ਇਨ'ਟਾਇਅ*/ *a* ਸਾਰਾ, ਸਮੁੱਚਾ, ਸਾਬਤ, ਸਗਲ, ਸਮਗਰ, ਸਮਸਤ, ਜਿਉਂ ਦਾ ਤਿਉਂ

entirely /ਇਨ'ਟਾਇਅਲਿ/ *adv* ਬਿਲਕੁਲ, ਸਰਾਸਰ; ਇਕਮਾਤਰ

entirety /ਇਨ'ਟਾਇਅਰਅਟਿ/ *n* ਸਮੁੱਚਤਾ, ਸਮਗਰਤਾ, ਅਖੰਡਤਾ, ਅਭੇਦਤਾ

entitle /ਇਨ'ਟਾਇਟਲ/ *vt* ਸਿਰਲੇਖ ਦੇਣਾ, ਨਾਂ ਰੱਖਣਾ; ਖ਼ਿਤਾਬ ਦੇਣਾ; ਹੱਕਦਾਰ ਬਣਾਉਣਾ, ਹੱਕ ਦੇਣਾ, ਇਖ਼ਤਿਆਰ ਦੇਣਾ

entitled /ਇਨ'ਟਾਇਟਲਡ/ *a* ਅਧਿਕਾਰੀ, ਹੱਕਦਾਰ, ਅਧਿਕ੍ਰਿਤ; ਨਾਮਕ, ਸਿਰਲੇਖ ਵਾਲਾ

entity /'ਐੱਨਟਅਟਿ/ *n* ਹੋਂਦ, ਹਸਤੀ, ਜਾਤ, ਸੱਤਾ, ਅਸਤਿਤਵ; ਵਾਸਤਵਿਕ ਵਸਤੂ, ਅਸਲੀਅਤ, ਮੌਜੂਦਗੀ, ਵਜੂਦ

entomb /ਇਨ'ਟੂਮ/ *vt* ਕਬਰ ਵਿੱਚ ਦਫ਼ਨਾਉਣਾ

entomology /ˌਐੱਨਟਅ'ਮੌਲਅਜਿ/ *n* ਕੀਟ ਵਿਗਿਆਨ

entourage /'ਔਨਟੁਰਾਯ਼/ *n* ਵਾਤਾਵਰਨ, ਘੇਰਾ, ਚੁਗਿਰਦਾ; ਲਾਮ-ਡੋਰੀ, ਪਿਛਲੱਗ

entr'acte /'ਔਨਟਰੈਕਟ/ *(F) n* ਨਾਟਕ ਦੇ ਵਿਚਕਾਰ ਖੇਡੀ ਜਾਣ ਵਾਲੀ ਝਾਕੀ, ਅੰਤਰ-ਨਾਟ, ਨਕਲ

entrails /'ਐੱਨਟਰੇਇਲਜ਼/ *n* (ਬਹੁ) ਆਂਦਰਾ, ਓਝਰੀ

entrance /ਇਨ'ਟਰਾਨਸ/ *vt* ਬੇਸੁਧ ਕਰਨਾ, ਮੂਰਛਤ ਕਰਨਾ, ਬੇਖ਼ੁਦ ਕਰਨਾ, ਵਿਸਮਾਦ ਵਿੱਚ ਲਿਆਉਣਾ; ਮੁਗਧ ਕਰਨਾ /**'ਐੱਨਟਰਅਨਸ** / *n* ਦਾਖ਼ਲਾ, ਪ੍ਰਵੇਸ਼, ਪ੍ਰਵੇਸ਼ ਅਧਿਕਾਰ; ਦਾਖ਼ਲੇ ਦੀ ਫ਼ੀਸ; ਪ੍ਰਵੇਸ਼ ਦੁਆਰ

entrant /'ਐੱਨਟਰਅਨਟ/ *n* ਪ੍ਰਵੇਸ਼ ਕਰਤਾ

entrap /ਇਨ'ਟਰੈਪ/ *vt* ਜਾਲ ਵਿੱਚ ਫਸਾਉਣਾ, ਫੁਸਲਾਉਣਾ, ਖਿੱਚਣਾ, ਬਹਿਕਾਉਣਾ

entreat /ਇਨ'ਟਰੀਟ/ *vt* ਮਿੰਨਤ ਕਰਨਾ, ਹਾੜੇ ਕੱਢਣਾ, ਵਿਲਕਣਾ, ਤਰਲਾ ਕਰਨਾ, ਵਾਸਤਾ ਪਾਉਣਾ, ਗਿੜਗਿੜਾਉਣਾ

entreaty /ਇਨ'ਟਰੀਟਿ/ *n* ਮਿੰਨਤ, ਹਾੜ੍ਹਾ, ਵਿਲਕਣੀ, ਤਰਲਾ, ਬੇਨਤੀ, ਜਾਚਨਾ, ਗਿੜਗਿੜਾਹਟ, ਅਰਜੋਈ

entrench /ਇਨ'ਟਰੈਂਚ/ *vt* ਮੋਰਚਾ ਬੰਨ੍ਹਣਾ, ਪੈਰ ਜਮਾਉਣਾ, ਡਟ ਜਾਣਾ

entrepreneur /ˌਔਨਟਰਅਪਰਅ'ਨਅ:*/ *n* ਉੱਦਮ ਕਰਤਾ, ਉਦਯੋਗਪਤੀ, ਕਾਰਖ਼ਾਨੇਦਾਰ

entrepreneurship /ˌਔਨਟਰਅਪਰਅ'ਨਅ:ਸ਼ਿਪ/ *n* ਉੱਦਮ

entrust /ਇਨ'ਟਰਅੱਸਟ/ *vt* ਸਪੁਰਦ ਕਰਨਾ, ਸੌਂਪਣਾ, ਅਮਾਨਤ ਵੱਜੋਂ ਦੇਣਾ

entry /'ਐਂਟਰਿ/ *n* ਦਾਖ਼ਲਾ, ਆਮਦ, ਰਸਾਈ; ਰਸਮੀ ਪ੍ਰਵੇਸ਼, ਪ੍ਰਵੇਸ਼; (ਕਨੂੰ) ਦਖ਼ਲ, ਕਬਜ਼ਾ, ਅਧਿਕਾਰ; ਲਾਂਘਾ, ਦਰਵਾਜ਼ਾ, ਪ੍ਰਵੇਸ਼ ਦੁਆਰ; (ਨਦੀ ਦਾ) ਦਹਾਨਾ; (ਵਹੀ ਦਾ) ਨਾਵਾਂ, ਮੱਦ, ਇੰਦਰਾਜ; ਘੋੜਦੌੜ ਵਿੱਚ ਭਾਗ ਲੈਣ ਵਾਲਿਆਂ ਦੀ ਸੂਚੀ

entune /ਇਨ'ਟਯੂਨ/ *vt* ਗਾਉਣਾ, ਰਾਗ ਅਲਾਪਣਾ

entwine /ਇਨ'ਟਵਾਇਨ/ *vt* ਵਲ੍ਹੇਟਣਾ; ਵੱਟਣਾ; ਗੁੰਦਣਾ; ਚਿਮਟ ਜਾਣਾ, ਕਲਾਵਾ ਮਾਰਨਾ, ਜੱਫੀ ਵਿੱਚ ਲੈਣਾ, ਚੰਬੜ ਜਾਣਾ

enumerate /ਇ'ਨਯੂਮਅਰੇਇਟ/ *vt* ਗਿਣਨਾ, ਸ਼ੁਮਾਰ ਕਰਨਾ, ਗਿਣਤੀ ਕਰਨਾ; ਗਿਣ ਕੇ ਦੱਸਣਾ; ਨਿਰਦੇਸ਼ ਕਰਨਾ; ਨਾਮ ਲੈ ਕੇ ਦੱਸਣਾ, ਵਿਵਰਨ ਦੇਣਾ

enumeration /ਇˌਨਯੂਮਅ'ਰੇਇਸ਼ਨ/ *n* ਗਿਣਤੀ, ਗਣਨਾ, ਸ਼ੁਮਾਰ; ਬਿਓਰਾ, ਵਿਵਰਨ

enunciate /ਇ'ਨਅੱਨਸਿਏਇਟ/ *vt* ਘੋਸ਼ਣਾ ਕਰਨਾ, ਐਲਾਨ ਕਰਨਾ, ਉਚਾਰਨ ਕਰਨਾ, ਪ੍ਰਸਤੁਤ ਕਰਨਾ

enunciation /ਇˌਨਅੱਨਸਿ'ਏਇਸ਼ਨ/ *n* ਕਥਨ, ਉਚਾਰਨ, ਵਰਣਨ, ਪ੍ਰਸਤੁਤੀਕਰਨ

enuresis /ˌਐਨੱਯੁਅ'ਰੀਮਿਸ/ *n* ਪਿਸ਼ਾਬ ਆਪਣੇ ਆਪ ਨਿਕਲ ਜਾਣ ਦੀ ਕਿਰਿਆ, ਮੂਤਰ ਅਸੰਜਮ

envelop /ਇਨ'ਵ਼ੈੱਲਅਪ/ *vt* ਵਲ੍ਹੇਟਣਾ, ਵ੍ਹਿਹੜਨਾ; ਢੱਕਣਾ, ਕੱਜਣਾ; ਫ਼ੌਜ ਘੇਰ ਲੈਣਾ, ਵਲ ਲੈਣਾ; ਲਿਫ਼ਾਫ਼ੇ ਵਿੱਚ ਪਾਉਣਾ

envelope /'ਐਨੱਵ਼ਅਲਅਉਪ, 'ਔਨ-/ *n* ਲਿਫ਼ਾਫ਼ਾ, ਗਿਲਾਫ, ਉਛਾੜ, ਥੈਲਾ, ਆਵਰਨ

envelopment /ਇਨ'ਵ਼ੈੱਲਅਪਮਅਨਟ/ *n* ਵਿਹੜ, ਲਪੇਟ, ਘੇਰਾ, ਆਵਰਨ

enviable /'ਐਨੱਵਿ਼ਅਬਲ/ *a* ਰਸ਼ਕ ਰੀਸ ਜਾਂ ਈਰਖਾ ਉਪਜਾਣ ਵਾਲਾ

envious /'ਐਨੱਵਿ਼ਅਸ/ *a* ਖੁਣਸੀ, ਦੋਖੀ, ਈਰਖਾਲੂ

environ /ਇਨ'ਵ਼ਾਇਰਅਨ/ *vt* ਘੇਰਨਾ, ਘੇਰਾ ਪਾਉਣਾ, ਵਲ੍ਹੇਟਣਾ, ਵਲਨਾ, ਗਿਰਦੇ ਹੋਣਾ, ਮੰਡਲਕਾਰ ਸਥਿਤ ਹੋਣਾ, ਗੋਲਾ ਬਣਾਉਣਾ

environment /ਇਨ'ਵ਼ਾਇਰਅਨਮਅਨਟ/ *n* ਚੁਗਿਰਦਾ, ਵਾਤਾਵਰਨ, ਚੁਫੇਰਾ, ਦੁਆਲਾ, ਪ੍ਰਵੇਸ਼, ਆਸ-ਪੜੋਸ, ਪਰਿਸਥਿਤੀ, ਵਾਯੂਮੰਡਲ, ਮਾਹੌਲ, ਆਲੇ-ਦੁਆਲੇ ਦੀਆਂ ਵਸਤੂਆਂ

environmental /ਇਨˌਵ਼ਾਇਰਅਨ'ਮੈਨੱਟਲ/ *a* ਵਾਤਾਵਰਨ ਸੰਬੰਧੀ, ਚੁਗਿਰਦੇ ਸੰਬੰਧੀ, ਵਾਯੂਮੰਡਲ ਸੰਬੰਧੀ, ਪਰਿਸਥਿਤੀ ਸੰਬੰਧੀ

environmentalist /ਇਨˌਵ਼ਾਇਰਅਨ'ਮੈਨੱਟਅਲਿਸਟ/ *n* ਵਾਯੂਮੰਡਲ ਨੂੰ ਸਾਫ ਸੁਥਰਾ ਰੱਖਣ ਵਾਲਾ (ਬੰਦਾ), ਚੁਗਿਰਦੇ ਦੇ ਸੁਧਾਰ ਦਾ ਇਛਕ ਬੰਦਾ, ਕੁਦਰਤੀ ਵਾਤਾਵਰਨ ਨੂੰ ਕਾਇਮ ਰੱਖਣ ਵਾਲਾ ਵਿਅਕਤੀ

environs /ਇਨ'ਵ਼ਾਇਰਅਨਜ਼/ *n* ਚੁਗਿਰਦਾ, ਆਲਾ-ਦੁਆਲਾ, ਸ਼ਹਿਰ ਦੀਆਂ ਬਸਤੀਆਂ

envisage /ਇਨ'ਵਿ਼ਜ਼ਿਜ/ *vt* ਸਾਮ੍ਹਣੇ ਹੋਣਾ,

ਮੁਕਾਬਲਾ ਕਰਨਾ, ਰੂ-ਬਰੂ ਹੋਣਾ; ਵਿਚਾਰ ਵਿੱਚ ਲਿਆਉਣਾ

envision /ਇਨ'ਵ਼ਿਯ਼ਨ/ *v* ਅਨੁਮਾਨ ਲਾਉਣਾ, ਖਿਆਲੀ ਤਸਵੀਰ ਬਣਾਉਣਾ, ਕਲਪਨਾ ਕਰਨਾ, (ਹੋਣ ਵਾਲੇ ਕਾਰਜ ਬਾਰੇ) ਖ਼ਿਆਲ ਬੰਨ੍ਹਣਾ

envoy /'ਐਨੱਵ਼ੌਇ/ *n* ਕਾਸਦ, ਪ੍ਰਤਿਨਿਧ; ਏਲਚੀ, ਛੋਟਾ ਸਫ਼ੀਰ ਜਾਂ ਦੂਤ; ਕਵਿਤਾ ਦਾ ਅੰਤਲਾ ਬੰਦ

envy /'ਐਨੱਵ਼ਿ/ *n* ਰੀਸ, ਰਸ਼ਕ *vt* ਰੀਸ ਜਾਂ ਰਸ਼ਕ ਕਰਨਾ

enzyme /'ਐਨੱਜ਼ਾਇਮ/ *n* ਪਾਚਕ ਰਸ, ਰਸਾਇਣੀ ਖ਼ਮੀਰ

epaulette /'ਐਪੱਅਲੈਟੱ/ *n* ਮੋਢੇ ਉੱਤੇ ਲੱਗਾ ਬਿੱਲਾ (ਸੈਨਿਕ ਅਫ਼ਸਰ ਦੇ ਨਿਸ਼ਾਨ ਵੱਜੋਂ)

ephemera /ਇ'ਫ਼ੈਮੱਅਰਅ/ *n* ਛਿਣ ਭਰ ਜੀਣ ਵਾਲਾ ਕੀੜਾ, ਅਲਪਜੀਵੀ ਕੀਟ; ਥੋੜ੍ਹਾ ਚਿਰ ਰਹਿਣ ਵਾਲੀ ਵਸਤੂ

ephemeral /ਇ'ਫ਼ੈਮੱਅਰਅਲ/ *a* ਇੱਕ ਦਿਵਸੀ; ਇੱਕ ਰੋਜ਼ਾ (ਰੋਗ); ਥੋੜ੍ਹਚਿਰਾ, ਛਿਣ ਭੰਗਰ, ਅਲਪਕਾਲਕ, ਅਸਥਾਈ, ਅਲਪਜੀਵੀ, ਆਰਜ਼ੀ

ephemerality /ਇ'ਫ਼ੈਮੱਅਰੈਲਅਟਿ/ *n* ਛਿਣ ਭੰਗਰਤਾ, ਅਲਪਕਾਲਕਤਾ, ਅਸਥਾਈਪਣ, ਅਲਪਜੀਵਤਾ

epic /'ਐੱਪਿਕ/ *n* (ਕਾਵਿ) ਮਹਾਂਕਾਵਿ, ਬੀਰ ਕਾਵਿ, ਬੀਰ ਗਾਥਾ

epical /'ਐਪਿਕਲ/ *a* (ਕਾਵਿ) ਮਹਾਂਕਾਵਿਕ, ਮਹਾਂਕਾਵਿ ਸੰਬੰਧੀ

epicentre /'ਐਪਿਸੈਂਨਟਅ*/ *n* ਉਹ ਥਾਂ ਜਿੱਥੋਂ ਭੁਚਾਲ ਸ਼ੁਰੂ ਹੋਵੇ, ਭੁਚਾਲ ਦਾ ਕੇਂਦਰੀ ਸਥਾਨ

epicure /'ਐੱਪਿਕਯੁਅ*/ *n* (ਖਾਣੇ ਦਾ) ਚਸਕਾਖੋਰ, ਚਟੋਰਾ, ਸੁੱਖਵਾਦੀ, ਸੁਆਦਭੋਜੀ; ਐਸ਼ਪਸੰਦ

epicurean /ˌਐੱਪਿਕਯੁਅ'ਰੀਅਨ/ *a* ਸੁੱਖ ਰਹਿਣਾ, ਸੁਖਵਾਦੀ

epicurism /'ਐੱਪਿਕਯੁ(ਅ)ਰਿਜ਼(ਅ)ਮ/ *n* ਭੋਗਵਾਦ, ਐਸ਼ਪਸੰਦੀ, ਚਟੋਰਾਪਣ, ਸੁੱਖਵਾਦ

epicycle /'ਐੱਪਿਸਾਇਕਲ/ *n* ਛੋਟਾ ਚੱਕਰ ਜਿਸ ਦਾ ਕੇਂਦਰ ਵੱਡੇ ਚੱਕਰ ਦੇ ਮੰਡਲ ਅੰਦਰ ਹੋਵੇ, ਅਧਿਚੱਕਰ, ਉਪਚੱਕਰ

epidemic /ˌਐੱਪਿ'ਡੈਮਿਕ/ *a* (ਲੋਕਾਂ ਵਿਚਕਾਰ) ਬਹੁਤ ਤੇਜ਼ੀ ਨਾਲ ਫੈਲਣ ਵਾਲਾ ਰੋਗ ਆਦਿ, ਮਹਾਂਮਾਰੀ, ਵਿਆਪਕ

epidermis /ˌਐੱਪਿ'ਡਅ:ਮਿਸ/ *n* ਚਮੜੇ ਦੀ ਬਾਹਰਲੀ ਪਰਤ, ਜਿਲਦ, (ਚਮੜੀ) ਦੀ ਬਾਹਰੀ ਤਹਿ, ਬਾਹਰੀ ਚੰਮ; ਪੌਦੇ ਦੇ ਛਿਲਕੇ ਦਾ ਅੰਦਰਲਾ ਭਾਗ ਜਾਂ ਛਿੱਲੜ

epiglottis /ˌਐੱਪਿ'ਗਲੌਟਿਸ/ *n* ਗਲ ਦਾ ਕਾਂ

epigram /'ਐੱਪਿਗਰੈਮ/ *n* ਚੁਟਕਲਾ, ਲਤੀਫ਼ਾ, ਚੁਟਕਲੇ ਵਾਲਾ ਦੋਹਾ, ਸੰਖੇਪ ਜਾਂ ਲਘੂ ਵਿਨੋਦਾਤਮਕ ਕਵਿਤਾ; ਸੂਕਤੀ, ਵਿਅੰਜਨਾ ਸ਼ੈਲੀ

epigrammatic /ˌਐੱਪਿਗਰਅ'ਮੈਟਿਕ/ *a* ਚੁਟਕਲੇਦਾਰ, ਅਖਾਣ ਵਾਲਾ, ਸੂਕਤੀਪੂਰਨ, ਲਘੂ ਛੰਦ ਸੰਬੰਧੀ

epigraph /'ਐੱਪਿਗਰਾਫ਼/ *n* ਪੱਥਰ ਮੂਰਤੀ ਜਾਂ ਸਿੱਕੇ ਉੱਤੇ ਉਕਰਿਆ ਲੇਖ, ਪੁਰਾਲੇਖ, ਸ਼ਿਲਾਲੇਖ, ਆਦਰਸ਼ ਵਾਕ, ਸੂਕਤੀ

epigraphy /ਐੱ'ਪਿਗਰਅਫ਼ਿ/ *n* ਪੁਰਾਲੇਖ ਵਿੱਦਿਆ, ਸ਼ਿਲਾਲੇਖ ਸ਼ਾਸਤਰ

epilepsy /'ਐੱਪਿਲੈਪੱਸਿ/ *n* ਮਿਰਗੀ, ਮੂਰਛਾ ਰੋਗ

epilogist /ਐੱ'ਪਿਲਅਜਿਸਟ/ *n* ਅੰਤਿਮ ਪੰਨਿਆਂ ਦਾ ਲੇਖਕ, ਉਪਸੰਹਾਰ ਲੇਖਕ

epilogue /'ਐੱਪਿਲੌਗ/ *n* ਸਾਹਿਤ ਰਚਨਾ ਦਾ ਅੰਤਿਮ ਭਾਗ, ਨਾਟਕ ਦੇ ਅੰਤ ਵਿੱਚ ਅਭਿਨੇਤਾ ਦਾ ਭਾਸ਼ਣ ਜਾਂ ਲਘੂ ਕਵਿਤਾ, ਉਪਸੰਹਾਰ

episode /'ਐੱਪਿਸਅਉਡ/ *n* ਯੂਨਾਨੀ ਦੁਖਾਂਤ ਨਾਟਕ ਵਿੱਚ ਦੋ ਸਮੂਹ ਗੀਤਾਂ ਦਾ ਵਿਚਕਾਰਲਾ ਭਾਗ; ਪ੍ਰਸੰਗ, ਉਪਕਥਾ; ਕਥਾ ਮਾਲਾ; ਸੰਜੋਗੀ ਘਟਨਾ

epistemic /ˌਐੱਪਿ'ਸਟੀਮਿਕ, -'ਸਟੈੱਮਿਕ/ *a* ਗਿਆਨ ਨਾਲ ਸੰਬੰਧਿਤ, ਗਿਆਨਾਤਮਿਕ

epistemology /ਇˌਪਿਸਟਅ'ਮੌਲਅਜਿ/ *n* ਗਿਆਨ ਮੀਮਾਂਸਾ

epistle /ਇ'ਪਿਸਲ/ *n* ਈਸਾਈ ਧਾਰਮਿਕ ਆਗੂ ਦਾ ਪੱਤਰ, ਧਰਮ-ਪੱਤਰ, ਅੰਜੀਲ ਦਾ ਉਹ ਭਾਗ ਜਿਸ ਵਿੱਚ ਅਜਿਹੀਆਂ ਚਿੱਠੀਆਂ ਹਨ; ਕਵਿਤਾ ਵਿੱਚ ਚਿੱਠੀ

epistolary /ਇ'ਪਿਸਟਅਲਅਰਿ/ *a* ਪੱਤਰ ਸੰਬੰਧੀ, ਪੱਤਰ ਬਾਰੇ, ਪੱਤਰਾਤਮਿਕ

epitaph /'ਐੱਪਿਟਾਫ਼/ *n* ਸਮਾਧੀ ਲੇਖ, ਸਿਮਰਤੀ ਲੇਖ, ਥੰਮ੍ਹ ਉੱਤੇ ਉੱਕਰੇ ਅੱਖਰ, ਕਬਰ ਦਾ ਕੁਤਬਾ

epitasis /ਐੱ'ਪਿਟਅਸਿਸ/ *n* (ਦੁਖਾਂਤ) ਨਾਟਕ ਦਾ ਮੁੱਖ ਭਾਵ

epithet /'ਐੱਪਿਥੈੱਟ/ *n* (ਵਿਆ) ਵਿਸ਼ੇਸ਼ਣ, ਵਿਸ਼ੇਸ਼ਣੀ ਨਾਂਵ, ਉਪਾਧੀ, ਉਪਨਾਮ, ਲਕਬ; ਅੱਲ

epitome /ਇ'ਪਿਟਅਮਿ/ *n* ਪੁਸਤਕ ਦਾ ਸਾਰ, ਖ਼ੁਲਾਸਾ, ਤੱਤ, (ਰੂਪਕ ਵੱਜੋਂ) ਸਮਸ਼ਟੀ ਦਾ ਵਿਅਸ਼ਟੀ ਰੂਪ ਜਿਵੇਂ ਬ੍ਰਹਿਮੰਡ ਦਾ ਸਾਰ ਮਨੁੱਖੀ ਪਿੰਡ ਹੈ; ਸਾਰ ਸੰਗ੍ਰਹਿ, ਸਾਰ ਅੰਸ਼, ਨਿਚੋੜ

epitomist /ਇ'ਪਿਟਅਮਿਸਟ/ *n* ਸਾਰ ਕੱਢਣ ਵਾਲਾ, ਤੱਤਵੇਤਾ

epitomize /ਇ'ਪਿਟਅਮਾਇਜ਼/ *v* ਤੱਤ ਕੱਢਣਾ, ਸੰਖੇਪ ਕਰਨਾ, ਸਾਰ ਸੰਗ੍ਰਹਿ ਕਰਨਾ

epoch /'ਈਪੌਕ/ *n* ਯੁੱਗ, ਕਾਲ, ਜ਼ਮਾਨਾ, ਅਹਿਦ, ਦੌਰ

epos /'ਐੱਪੌਸ/ *n* ਮਹਾਂਕਾਵਿ, ਲੋਕ ਗਾਥਾ

EPROM *abbr* (ਕੰਪਿ) **Erasable Programmable Read-Only Memory** ਦਾ ਸੰਖਿਪਤ ਰੂਪ, ਕੰਪਿਊਟਰ ਯਾਦਦਾਸ਼ਤ ਦੀ ਅਜਿਹੀ ਕਿਸਮ ਜਿਸ ਨੂੰ ਮਿਟਾਇਆ ਜਾ ਸਕਦਾ ਹੈ

equability /ˌਐੱਕਵਅ'ਬਿਲਅਟਿ/ *n* ਸ਼ਾਂਤ ਸੁਭਾਅ; ਅਡੋਲਤਾ, ਇਕਰੂਪਤਾ, ਤੁੱਲਤਾ, ਸਮਾਨਤਾ, ਬਰਾਬਰੀ

equal /'ਈਕਵਅਲ/ *a* ਸਮਾਨ ਯੋਗਤਾ ਜਾਂ ਸ਼ਕਤੀ ਰੱਖਣ ਵਾਲਾ, ਸਮ, ਹਾਣੀ; ਤੁੱਲ, ਸਮਰੂਪ, ਇਕਰੂਪ, ਸੰਤੁਲਿਤ, ਬਰਾਬਰ ਦਾ, ਸਮਸੁਭਾਅ *vt* ਬਰਾਬਰ ਹੋਣਾ, ਸਮਾਨ ਹੋਣਾ; ਬਰਾਬਰ ਕਰਨਾ, ਬਰਾਬਰੀ ਕਰਨਾ, ਇੱਕੋ ਜਿਹਾ ਕਰਨਾ ਜਾਂ ਹੋਣਾ

equalitarian /ਇˌਕਵੌਲਿ'ਟੇਅਰਿਅਨ/ *a* ਸਮਾਨਵਾਦੀ, ਸਮਤਾਵਾਦੀ *n* ਕੁਲ ਪ੍ਰਾਣੀਆਂ ਦੇ ਸਮਾਨ ਹੋਣ ਦਾ ਸਿਧਾਂਤਵਾਦੀ ਵਿਅਕਤੀ

equality /ਇ'ਕਵੌਲਅਟਿ/ *n* ਬਰਾਬਰੀ, ਤੁੱਲਤਾ, ਸਮਾਨਤਾ, ਸਮਤਾ

equalization /ˌਈਕਵਅਲਾਇ'ਜ਼ੇਇਸ਼ਨ/ *n* ਸਮੀਕਰਨ, ਸਮਾਨੀਕਰਨ, ਤੁੱਲਤਾ, ਬਰਾਬਰੀ

equalize /'ਈਕਵਅਲਾਇਜ਼/ *v* ਬਰਾਬਰ ਕਰਨਾ ਜਾਂ ਹੋਣਾ, ਸਮੀਕਰਨ ਕਰਨਾ

equalizer /'ਈਕਵਅਲਾਇਜ਼ਅ*/ *n* (ਦੋਵੇਂ ਟੀਮਾਂ ਦੇ ਕੀਤੇ ਆਪਸੀ ਗੋਲਾਂ ਦੀ ਗਿਣਤੀ ਵਿੱਚ) ਬਰਾਬਰਤਾ ਲਿਆਉਣ ਵਾਲਾ ਗੋਲ; ਅਹੁਦੇ ਜਾਂ ਤਾਕਤ ਵਿੱਚ ਬਰਾਬਰ ਦਾ ਵਿਅਕਤੀ

equanimity /ˌਐੱਕਵਅ'ਨਿਮਅਟਿ/ *n* ਮਨ ਜਾਂ ਸੁਭਾਅ ਦੀ ਇਕਸਾਰਤਾ, ਸਬਰ, ਸੰਤੁਲਨ, ਸਮਾਨ ਬਿਰਤੀ; ਸ਼ਾਂਤੀ, ਧੀਰਜ, ਸ਼ਾਂਤਚਿੱਤਤਾ, ਆਤਮ ਸਮਰਪਣ

equate /ਇ'ਕਵੇਇਟ/ *vt* ਬਰਾਬਰ ਕਰਨਾ, ਬਰਾਬਰੀ ਦੱਸਣਾ, ਬਰਾਬਰ ਸਮਝਣਾ, ਸਮੀਕਰਨ ਕਰਨਾ, ਸਮੀਕ੍ਰਿਤ ਕਰਨਾ, ਤੁੱਲਤਾ ਦਿਖਾਉਣਾ, ਸਮਾਨ ਰੂਪ ਮੰਨਣਾ

equation /ਇ'ਕਵੇਇਯ਼ਨ/ *n* ਸਮੀਕਰਨ, ਤੁੱਲਕਰਨ; ਸੰਤੁਲਨ, ਬਰਾਬਰੀ; (ਗਣਿ) ਮੁਸਾਵਾਤ ਜਾਂ ਸਮੀਕਰਨ; ਬਰਾਬਰੀ ਜਿਸ ਦਾ ਚਿੰਨ੍ਹ (=) ਹੈ

equator /ਇ'ਕਵੇਇਟਅ*/ *n* ਭੂਮੱਧ-ਰੇਖਾ

equatorial /ˌਐੱਕਵਅ'ਟੋਰਿਅਲ/ *a* ਭੂਮੱਧ-ਰੇਖਾਈ, ਭੂਮੱਧ-ਰੇਖਾ ਨਾਲ ਸੰਬੰਧਿਤ, ਭੂਮੱਧਵਰਤੀ

equerry /ਇ'ਕਵੈੱਰਿ, 'ਐੱਕਵਅਰਿ/ *n* ਤਬੇਲੇ ਦਾ ਦਰੋਗਾ; ਇੰਗਲੈਂਡ ਦੇ ਰਾਜ ਮਹਿਲ ਦਾ ਕਰਮਚਾਰੀ

equestrian /ਇ'ਕਵੈੱਸਟਰਿਅਨ/ *a* ਘੋੜ ਸਵਾਰੀ ਸੰਬੰਧੀ *n* ਘੋੜਸਵਾਰ; ਘੋੜਸਵਾਰੀ ਦੇ ਕਰਤੱਵ ਦਿਖਾਉਣ ਵਾਲਾ ਵਿਅਕਤੀ

equilateral /ˌਈਕਵਿ'ਲੈਟ(ਅ)ਰ(ਅ)ਲ/ *a* ਸਮਭੁਜੀ, ਸਮਬਾਹੂ

equilibrate /ˌਈਕਵਿ'ਲਾਇਬਰੇਇਟ/ *v* ਦੋ ਚੀਜ਼ਾਂ ਨੂੰ ਇੱਕਤੁੱਲ ਕਰਨਾ, ਸਮਤੋਲ ਕਰਨਾ; ਸਮਤੋਲ ਹੋਣਾ; ਧੜਾ ਕਰਨਾ, ਸੰਤੁਲਿਤ ਕਰਨਾ ਜਾਂ ਹੋਣਾ

equilibrium /ˌਈਕਵਿ'ਲਿਬਰਿਅਮ, ˌਐੱਕ-/ *n* ਸਮਤੋਲ, ਸੰਤੁਲਨ, ਸੰਤੁਲਿਤ ਅਵਸਥਾ, ਸਮਾਨ ਅਵਸਥਾ, ਸਮਤਾ

equine /'ਐੱਕਵਾਇਨ, 'ਈਕ-/ *a* ਘੋੜੇ ਸੰਬੰਧੀ, ਘੋੜੇ ਵਰਗਾ

equinox /'ਈਕਵਿਨੌਕਸ, 'ਐੱਕ-/ *n* ਉਹ ਸਮਾਂ ਜਦੋਂ ਸੂਰਜ ਭੂਮੱਧ-ਰੇਖਾ ਨੂੰ ਪਾਰ ਕਰਦਾ ਹੈ ਅਤੇ ਦਿਨ ਰਾਤ ਬਰਾਬਰ ਹੁੰਦੇ ਹਨ, ਭੂਮੱਧ-ਰੇਖਾ ਦਾ ਉਹ ਬਿੰਦੂ ਜਿੱਥੋਂ ਸੂਰਜ ਲੰਘਦਾ ਹੈ

equip /ਇ'ਕਵਿਪ/ *vt* ਲੈਸ ਕਰਨਾ, ਸਾਜ਼ੋ-ਸਮਾਨ ਦਾ ਪ੍ਰਬੰਧ ਕਰਨਾ, ਸਫ਼ਰ ਲਈ ਲੁੜੀਂਦਾ ਸਮਾਨ ਇਕੱਠਾ ਕਰਨਾ, ਸੰਦਬੱਧ ਕਰਨਾ; ਸੁਆਰਨਾ, ਸਜਾਉਣਾ; ਤਿਆਰ ਕਰਨਾ, ਠੀਕ-ਠਾਕ ਕਰਨਾ

equipment /ਇ'ਕਵਿਪਮਅਨਟ/ *n* ਸਮੱਗਰੀ, ਸਾਜ਼ੋ- ਸਮਾਨ, ਬੋਰੀਆ-ਬਿਸਤਰਾ

equipoise /'ਈਕਵਿਪੌਇਜ਼, 'ਐੱਕ-/ *n* ਮਨ ਦਾ ਟਿਕਾਅ, ਸ਼ਾਂਤੀ, ਸਮਤਾ, ਸੰਤੁਲਨ; ਧੜਾ ਕਰਨ ਲਈ ਵਰਤੀ ਚੀਜ਼ *vt* ਪਾਸੰਗ/ਪਾਸਕੂ ਕਰਨਾ, ਧੜਾ ਕਰਨਾ; ਮਨ ਨੂੰ ਟਿਕਾਉਣਾ

equipped /ਇ'ਕਵਿਪਟ/ *a* ਸਾਜ਼ੋ-ਸਮਾਨ ਨਾਲ ਲੈਸ, ਸੁਸੱਜਤ

equitable /'ਈਕਵਿਟਅਬਲ, 'ਐੱਕ-/ *a* ਨਿਆਂ ਅਨੁਸਾਰੀ, ਬੇਲਾਗ, ਨਿਰਪੱਖ, ਉਚਿਤ, ਠੀਕ

equity /'ਐੱਕਵਅਟਿ/ *n* ਨਿਆਂ, ਹੱਕ; ਧਰਮ ਦੇ ਸਿਧਾਂਤਾਂ ਦੀ ਵਰਤੋਂ ਜਾਂ ਪ੍ਰਭਾਵ; ਨਿਰਪੱਖਤਾ; (ਕਨੂੰ) ਸੁਨੀਤੀ, ਨਿਆਂ ਪ੍ਰਨਾਲੀ (ਬਹੁ) ਉਹ ਹੁੰਡੀਆਂ ਜਾਂ ਸ਼ੇਅਰ ਜਿੰਨ੍ਹਾਂ ਉੱਤੇ ਨਿਸ਼ਚਿਤ ਸੂਦ ਨਹੀਂ ਮਿਲਦਾ, ਇਕਵਿਟੀਜ਼

equivalence, equivalency /ਇ'ਕਵਿਵ੍ਅਲਅਨਸ, ਇ'ਕਵਿਵ੍ਅਲਅਨਸਿ/ *n* ਤੁੱਲਤਾ, ਤੁਲਨਾ, ਸਮਾਨਤਾ, ਬਰਾਬਰੀ, ਸਮਮੁੱਲ, ਮੁਸਾਵਾਤ

equivalent /ਇ'ਕਵਿਵ੍ਅਲਅਨਟ/ *n* ਤੁੱਲਾ ਰਾਸ਼ੀ ਜਾਂ ਵਸਤ; ਸਮਾਨ ਵਸਤ (ਭਾਸ਼ਾ) ਪਰਿਆਏ, ਤੁੱਲਾਰਥ ਸ਼ਬਦ, ਸਮਾਨਾਰਥੀ *a* ਸਮਾਨ, ਸਮ, ਸਮਮੁੱਲ, ਤੁੱਲ, ਬਰਾਬਰ, ਸਮਪ੍ਰਭਾਵੀ

equivocal /ਇ'ਕਵਿਵ੍ਅਕਲ/ *a* ਦੁਅਰਥੀ, ਅਸਪਸ਼ਟ; (ਮਨੁੱਖ ਦੇ ਆਚਾਰ ਸੰਬੰਧੀ) ਅਨਿਸ਼ਚਿਤ, ਸ਼ੱਕੀ; ਦੁਬਿਧਾਪੂਰਨ, ਗੋਲ-ਮੋਲ, ਡਾਵਾਂ-ਡੋਲ, ਸੰਦੇਹਜਨਕ, ਦੁਚਿੱਤਾ

era /'ਇਅਰਅ/ *n* ਸੰਮਤ, ਸੰਨ, ਸਾਕਾ; ਇਤਿਹਾਸਿਕ ਜਾਂ ਹੋਰ ਦੌਰ; ਅਜਿਹੇ ਦੌਰ ਦਾ ਮੁੱਢ; ਯੁੱਗ, ਕਾਲ, ਦੌਰ

eradiate /ਇ'ਰੇਇਡਿਏਇਟ/ *vt* ਕਿਰਨ ਵਾਂਗ ਫੁੱਟਣਾ, ਵਿਕਿਰਨ ਹੋਣਾ

eradiation /ਇˌਰੇਇਡਿ'ਏਇਸ਼ਨ/ *n* ਰਿਸ਼ਮ ਨਿਕਾਸ, ਵਿਕਿਰਨ

eradicate /ਇ'ਰੈਡਿਕੇਇਟ/ *vt* ਜੜ੍ਹ ਤੋਂ ਪੁੱਟਣਾ, ਨਸ਼ਟ ਕਰਨਾ, ਨਿਰਮੂਲ ਕਰਨਾ, ਕੱਢ ਦੇਣਾ, ਹਟਾ ਦੇਣਾ, ਉਜਾੜਨਾ, ਸੱਤਿਆਨਾਸ ਕਰਨਾ

eradication /ਇˌਰੈਡਿ'ਕੇਇਸ਼ਨ/ *n* ਖਾਤਮਾ, ਮਲੀਆਮੇਟ, ਬਰਬਾਦੀ, ਸਤਿਆਨਾਸ

Erasable Programmable Read-only Memory *n* ਵੇਖੋ **EPROM**

erase /ਇ'ਰੇਇਜ਼/ *vt* ਰਬੜ ਨਾਲ ਮਿਟਾਉਣਾ, ਖੁਰਚਣਾ, ਪੂੰਝਣਾ, ਮੇਸਣਾ; ਨਿਸ਼ਾਨ ਬਾਕੀ ਨਾ ਰਹਿਣ ਦੇਣਾ

eraser /ਇ'ਰੇਇਜ਼ਅ*/ *n* ਰਬੜ (ਮਿਟਾਉਣ

ਵਾਲੀ), ਮੇਟਣੀ, ਖੁਰਚਣੀ, ਅੱਖਰ ਮਿਟਾਉਣ ਵਾਲੀ ਪੱਤੀ

erasure /ਇ'ਰੇਇਯ਼ਅ*/ *n* ਲੋਪ, ਮੇਸ, ਵਿਨਾਸ਼, ਮਿਟਾਉਣ ਦੀ ਕਿਰਿਆ

ere /ਏਅ*/ *prep* ਪਹਿਲਾਂ, ਪੂਰਵ *conj* ਇਸ ਤੋਂ ਪਹਿਲਾਂ ਕਿ

erect /ਇ'ਰੈੱਕਟ/ *vt* ਸਿੱਧਾ ਕਰਨਾ, ਖੜ੍ਹਾ ਕਰਨਾ, ਉਠਾਉਣਾ, ਨਿਰਮਾਣ ਕਰਨਾ, ਸੰਗਠਿਤ ਕਰਨਾ *a* ਸਿੱਧਾ, ਅਝੁਕ, ਖਲੋਤਾ, ਖੜ੍ਹਾ, ਖਲੋਤੇ ਬਲ ਦਾ; ਰੋਮਾਂਚਿਤ

erectile /ਇ'ਰੈੱਕਟਾਇਲ/ *a* ਸਿੱਧਾ ਖੜ੍ਹਾ ਹੋਣ ਯੋਗ

erection /ਇ'ਰੈੱਕਸ਼ਨ/ *n* ਖੜ੍ਹਾ ਕਰਨ ਜਾਂ ਹੋਣ ਦੀ ਪ੍ਰਕਿਰਿਆ, ਨਿਰਮਾਣ, ਉਠਾਣ, ਰਚਨਾ, ਸੰਸਥਾਪਨ; ਇਮਾਰਤ, ਭਵਨ

ergative /'ਅ:ਗਅਟਿਵ੍/ *a* (ਵਿਆ) ਇੱਕੋ ਰੂਪ ਵਿੱਚ ਅਕਰਮਕ ਸਕਰਮਕ ਤੌਰ 'ਤੇ ਵਰਤੀ ਜਾਣ ਵਾਲੀ ਕਿਰਿਆ (ਜਿਵੇਂ **grow** ਕਿਰਿਆ **I grow flowers** ਅਤੇ **flowers grow** ਵਾਕਾਂ ਵਿੱਚ)

ergatocracy /ˌਅ:ਗਅ'ਟੌਕਰਅਸਿ/ *n* ਮਜ਼ਦੂਰਾਂ ਦੀ ਹਕੂਮਤ, ਕਿਰਤੀਤੰਤਰ, ਕਾਮਗਾਰ ਰਾਜ, ਮਜ਼ਦੂਰਸ਼ਾਹੀ

ergonomic /ˌਅ:ਗਅ'ਨੌਮਿਕ/ *a* ਕਾਮਿਆਂ ਦੀਆਂ ਕੰਮ ਕਰਨ ਦੀਆਂ ਸ਼ਰਤਾਂ ਅਤੇ ਸਹੂਲਤਾਂ ਦੇ ਸੁਧਾਰ ਕਰਨ ਦੀ ਰੂਪ-ਰੇਖਾਕਾਰੀ, ਵਿਓਂਤਬੰਦੀ

ergophobia /ˌਅ:ਗਅ(ਉ)'ਫ਼ਅਉਬਿਅ/ *n* ਕੰਮ ਦਾ ਭੈ

eristic /ਐ'ਰਿਸਟਿਕ/ *n* ਵਿਵਾਦ *a* ਵਿਵਾਦ ਸੰਬੰਧੀ, (ਤਰਕ ਜਾਂ ਤਰਕਵਾਦੀ ਬਾਰੇ) ਜਿਸ ਦਾ ਮਕਸਦ ਸੱਚ ਨਾਲ ਖੜੇ ਹੋਣ ਦੀ ਥਾਂ ਜਿੱਤ ਪ੍ਰਾਪਤ ਕਰਨਾ ਹੋਵੇ; ਤਾਰਕਿਕ, ਵਿਵਾਦੀ

ermine /'ਅ:ਮਿਨ/ *n* ਗਾਲ੍ਹੜ ਦੀ ਕਿਸਮ ਦਾ ਜੀਵ; ਇਸ ਦਾ ਫਰ

erode /ਇ'ਰਅਉਡ/ *v* ਢਹਿਣਾ, ਢਾਹ ਲਾਉਣਾ, ਖੋਰਨਾ, ਨਸ਼ਟ ਕਰਨਾ, ਹੌਲੀ-ਹੌਲੀ ਖੈ ਕਰਨਾ, ਘੱਟ ਜਾਣਾ; ਖਾ ਜਾਣਾ; (ਤਿਜ਼ਾਬ ਨਾਲ) ਗਲਣਾ

Eros /'ਇਅਰੌਸ/ *n* ਕਾਮ ਭੋਗਤਾ ਲਈ ਕੀਤਾ ਪ੍ਰੇਮ, ਕਾਮ-ਭੁੱਖ, ਕਾਮ ਚੇਸ਼ਟਾ, ਦੁਨਿਆਵੀ ਇਸ਼ਕ

erosion /ਇ'ਰਅਉਯ਼ਨ/ *n* ਢਾਹ, ਖੋਰ, ਕਾਟ, ਖੈ

erotic /ਇ'ਰੌਟਿਕ/ *n* ਸ਼ਿੰਗਾਰ ਕਾਵਿ, ਪ੍ਰੇਮ ਕਾਵਿ *a* ਕਾਮੀ, ਇਸ਼ਕੀਆ, ਸ਼ਿੰਗਾਰਰਸੀ, ਪ੍ਰੇਮਰਸੀ, ਕਾਮੁਕ, ਕਾਮ ਉਤੇਜਿਕ, ਵਾਸ਼ਨਾਮਈ

erotica /ਇ'ਰੌਟਿਕਅ/ *n* ਕਾਮ ਉਤੇਜਿਤ ਕਰਨ ਵਾਲੀਆਂ ਰਚਨਾਵਾਂ, ਅਸ਼ਲੀਲ ਸਾਹਿਤ, ਇਸ਼ਕੀਆ ਕਾਵਿ ਰਚਨਾਵਾਂ

err /ਅ:*/ *v* ਗ਼ਲਤੀ ਕਰਨਾ, ਭੁੱਲ ਕਰਨਾ; ਅਸ਼ੁੱਧ ਹੋਣਾ, ਭੁੱਲ ਹੋਣਾ; ਅਪਰਾਧ ਕਰਨਾ, ਪਾਪ ਅਤੇ ਕੁਕਰਮ ਕਰਨਾ

errand /'ਐਰਅਨਡ/ *n* ਛੋਟਾ ਸਫ਼ਰ ਜਿਸ ਉੱਤੇ ਕਿਸੇ ਨੌਕਰ ਚਾਕਰ ਨੂੰ ਸੁਨੇਹਾ ਦੇ ਕੇ ਘੱਲਿਆ ਜਾਵੇ; ਕੰਮ

errant /'ਐਰਅਨਟ/ *a* ਕੁਰਾਹੀਆ, ਗੁਮਰਾਹ, ਭਟਕਿਆ

errata /ਐ'ਰਾਟਅ/ *n* (ਬਹੁ) ਅਸ਼ੁੱਧੀ ਪੱਤਰ

erratic /ਇ'ਰੈਟਿਕ/ *a* ਅਨਿਸ਼ਚਿਤ, ਅਨਿਯਤ, ਡਾਵਾਂ-ਡੋਲ, ਚੰਚਲ, ਬੇਨੇਮਾ, ਬੇਕਾਇਦਾ, ਅਸਥਿਰ, ਅਵਾਰਾ, ਕ੍ਰਮਹੀਣ

erratum, errata /ਐ'ਰਾਟਅਮ, ਐ'ਰਾਟਅ/ *n* ਅਸ਼ੁੱਧ ਲਿਖਤ, ਅਸ਼ੁੱਧੀ ਪੱਤਰ

erroneous /ਇ'ਰਅਉਨਿਅਸ/ *a* ਅਸ਼ੁੱਧ, ਗ਼ਲਤ, ਭ੍ਰਾਂਤੀਪੂਰਨ, ਭਰਮ ਭਰਿਆ, ਤਰੁਟੀਪੂਰਨ, ਮਿਥਿਆ, ਅਸੱਤ

error /'ਐਰਅ*/ *n* ਅਸ਼ੁੱਧੀ, ਗ਼ਲਤੀ, ਗ਼ਲਤ ਗੱਲ; ਭੁੱਲ; ਗ਼ਲਤ ਰਾਏ, ਅਸ਼ੁੱਧ ਵਿਚਾਰ; ਅੱਤਿਆਚਾਰ, ਦੋਸ਼, ਪਾਪ

erstwhile /'ਅ:ਸਟਵਾਇਲ/ *a* ਪੂਰਬਲਾ, ਪਹਿਲਾਂ ਹੋ ਚੁਕਿਆ, ਸਾਬਕਾ

erudite /'ਐਰੁਡਾਇਟ/ *a* ਵਿਦਵਾਨ, ਗਿਆਨੀ

erudition /ˌਐਰੁੱ'ਡਿਸ਼ਨ/ *n* ਵਿਦਵਤਾ, ਗਿਆਨ

erupt /ਇ'ਰਅੱਪਟ/ *vi* (ਮਸੂੜਿਆਂ ਵਿੱਚੋਂ ਲਹੂ ਦਾ) ਫੁੱਟ ਨਿਕਲਨਾ, (ਜੁਆਲਾਮੁਖੀ ਪਹਾੜ ਦਾ) ਫੁੱਟ ਪੈਣਾ

eruption /ਇ'ਰਅੱਪਸ਼ਨ/ *n* ਸਫੋਟ, ਵਿਸਫੋਟ, ਫੋੜਾ; ਨਿਕਾਸ, ਨਿਰਗਮ

escalade /ˌਐਸੱਕਅ'ਲੇਇਡ/ *n* ਪੌੜੀਆਂ ਦੁਆਰਾ ਕੰਧਾਂ ਉੱਤੇ ਚੜ੍ਹਾਈ

escalate /'ਐਸੱਕਅਲੇਇਟ/ *v* (ਕਿਸੇ ਚੀਜ਼ ਨੂੰ) ਵਧਾਉਣਾ, ਮਹਾਨ ਬਣਾਉਣਾ, ਵਧੇਰੇ ਅਚੰਭਿਤ ਕਰਨਾ, ਤੇਜ਼ੀ ਲਿਆਉਣਾ, ਵਾਧਾ ਕਰਨਾ

escalation /ˌਐਸੱਕਅ'ਲੇਇਸ਼ਨ/ *n* ਤੇਜ਼ੀ; ਕੀਮਤਾਂ ਦਾ ਵਾਧਾ

escalator /'ਐਸੱਕਅਲੇਇਟਅ*/ *n* ਬਿਜਲੀ ਨਾਲ ਹੇਠਾਂ ਉੱਤੇ ਜਾਣ ਵਾਲੀ ਪੌੜੀ, ਬਿਜਲਈ ਪੌੜੀ, ਤੁਰਦੀ ਪੌੜੀ

escapade /ˌਐਸੱਕਆ'ਪੇਇਡ, 'ਐਸੱਕਅਪੇਇਡ/ *n* ਕੈਦ ਤੋਂ ਛੁਟਕਾਰਾ

escape /ਇ'ਸਕੇਇਪ/ *n* ਭੱਜ ਨਿਕਲਨ ਦੀ ਕਿਰਿਆ, ਪਲਾਇਨ, ਬਚਾਅ; ਛੁਟਕਾਰਾ *v* ਫਰਾਰ ਹੋਣਾ; ਪਲਾਇਨ ਕਰਨਾ, ਭੱਜਣਾ, ਦੰਡ ਤੋਂ ਬਚ ਨਿਕਲਨਾ

escapement /ਇ'ਸਕੇਇਪਮਅਨਟ/ *n* ਨਿਕਲਨ ਦਾ ਰਾਹ, ਨਿਕਾਸ, ਬਚਾਅ; ਘੜੀ ਦੀ ਮਸ਼ੀਨਰੀ ਜੋ ਚਲਾਉਣ ਵਾਲੇ ਪੁਰਜ਼ੇ ਨੂੰ ਇੱਕ ਚਾਲ ਰੱਖਣ ਵਾਲੇ ਪੁਰਜ਼ੇ ਨਾਲ ਜੋੜਦੀ ਹੈ

escapism /ਇ'ਸਕੇਇਪਿਜ਼ਅਮ/ *n* ਪਲਾਇਨਵਾਦ, ਭਾਂਜਵਾਦ

escapist /ਇ'ਸਕੇਇਪਿਸਟ/ *n* ਪਲਾਇਨਵਾਦੀ, ਭਾਂਜਵਾਦੀ

escarpment /ਇ'ਸਕਾਪਮਅਨਟ/ *n* ਢਲਾਣ ਦਾ ਤਲ, ਢਲਾਣ ਨਿਰਮਾਣ

eschatology /ˌਐਸੱਕਅ'ਟੌਲਅਜਿ'/ *n* ਪਰਲੋਕ ਸ਼ਾਸਤਰ, ਨਰਕ–ਸੁਰਗ ਸਿਧਾਂਤ

escheat /ਇਸ'ਚੀਟ/ *n* ਨਜ਼ੂਲ, ਲਾਵਾਰਿਸ ਸੰਪਤੀ, ਸੰਪਤੀ ਦਾ ਰਾਜਸੀ ਕਰਨ, ਜ਼ਬਤ ਮਾਲ *vt* ਲਾਵਾਰਸ ਮਾਲ ਜ਼ਬਤ ਕਰਨਾ

eschew /ਇਸ'ਚੂ/ *vt* (ਤੋਂ) ਪਰਹੇਜ਼ ਕਰਨਾ, ਬਾਜ਼ ਰਹਿਣਾ, ਛੱਡਣਾ, ਤਿਆਗਣਾ

escort /'ਐਸੱਕੋਟ/ *n* ਸਫ਼ਰ ਵਿੱਚ ਹਥਿਆਰਬੰਦ ਆਦਮੀਆਂ ਦਾ ਦਸਤਾ; ਰੱਖਿਅਕ, ਰਖਵਾਲਾ; ਰਾਖੀ; ਅਗਵਾਈ ਜਾਂ ਸਤਿਕਾਰ ਲਈ ਨਾਲ ਚੱਲਣ ਵਾਲੇ ਆਦਮੀ, ਬਦਰੱਕਾ, ਮਾਰਗ ਰੱਖਿਅਕ; ਪਹਿਰਾ /ਇ'ਸਕੋਟ/ *vt* ਰੱਖਿਆ ਕਰਨਾ, ਅਗਵਾਈ ਕਰਨਾ

escutcheon /ਇ'ਸਕਅੱਚਨ/ *n* ਕੁਲ ਚਿੰਨ੍ਹ ਅੰਕਿਤ ਢਾਲ; ਜਹਾਜ਼ ਦਾ ਪਿਛਲਾ ਹਿੱਸਾ ਜਿੱਥੇ ਜਹਾਜ਼ ਦਾ ਨਾਂ ਲਿਖਿਆ ਹੁੰਦਾ ਹੈ; ਕੁੰਜੀ ਛੇਕ ਦਾ ਢੱਕਣ

Eskimo /'ਐਸੱਕਿਮਅਉ/ *n* ਇਸਕੀਮੋ ਜਾਤੀ ਦਾ ਵਿਅਕਤੀ, ਇਸਕੀਮੋ

ESL /ˌਈ ਐਸ 'ਐੱਲ/ *abbr* **English as a second language** ਦਾ ਸੰਖਿਪਤ ਰੂਪ, ਵਿਦੇਸ਼ੀ ਭਾਸ਼ਾ ਵਜੋਂ ਅੰਗਰੇਜ਼ੀ ਦੀ ਪੜ੍ਹਾਈ

ESOL /'ਈਸੌਲ/ *abbr* **English for speakers of other languages** ਦਾ ਸੰਖਿਪਤ ਰੂਪ, ਅੰਗਰੇਜ਼ੀ ਨਾ ਜਾਨਣ ਵਾਲਿਆਂ ਲਈ ਅੰਗਰੇਜ਼ੀ ਦੀ ਸਿੱਖਿਆ

esoteric /ˌਐਸੱਅ'ਟੈਰਿਕ/ *a* ਗੂੜ੍ਹ, ਗੁਪਤ, ਭੇਦ ਭਰਿਆ, ਬਾਤਨੀ

ESP /ˌਈ ਐੱਸ 'ਪੀ/ *abbr* **English for specific/special purposes** ਦਾ ਸੰਖਿਪਤ ਰੂਪ, (ਅੰਗਰੇਜ਼ੀ ਭਾਸ਼ਾ ਨਾ ਬੋਲਣ ਵਾਲੇ ਖੇਤਰ ਵਿੱਚ) ਵਿਗਿਆਨ ਤਕਨੀਕ ਆਦਿ ਖਾਸ ਵਿਸ਼ਿਆਂ ਦੀ ਅੰਗਰੇਜ਼ੀ ਭਾਸ਼ਾ ਰਾਹੀਂ ਪੜ੍ਹਾਈ

especial /ਇ'ਸਪੈਸ਼ੱਲ/*a* ਉੱਤਮ, ਪ੍ਰਮੁੱਖ; ਖ਼ਾਸ, ਵਿਸ਼ੇਸ਼

Esperanto /ˌਐੱਸਪਅ'ਰੈਨਟਅਉ/ *n* (ਭਾਸ਼ਾ) ਨਵੀਂ ਵਿਸ਼ਵ ਭਾਸ਼ਾ, ਬਣਾਉਟੀ ਸੰਸਾਰ ਭਾਸ਼ਾ

espial /ਇ'ਸਪਾਇਅਲ/ *n* ਦ੍ਰਿਸ਼ਟੀ, ਤਾੜ,

ਦੇਖ-ਰੇਖ, ਨਿਗਰਾਨੀ; ਗੁਪਤਚਰਤਾ, ਜਸੂਸੀ

espionage /'ਐਸੱਪਿਅਨਾਯ਼/ *n* (ਜਸੂਸਾਂ ਵੱਲੋਂ ਕੀਤੀ) ਤੋੜ-ਫੋੜ

espousal /ਇ'ਸਪਾਉਜ਼ਲ/ *n* ਹਿਮਾਇਤ, ਵਕਾਲਤ (ਕਿਸੇ ਵਾਦ ਆਦਿ ਦੀ) (ਬਹੁ) ਵਿਆਹ, ਨਿਕਾਹ; ਮੰਗਣੀ

espouse /ਇ'ਸਪਾਉਜ਼/ *vt* ਵਿਆਹ ਲਿਆਉਣਾ, ਲੜ ਲਾਉਣਾ, ਪਰਨਾਉਣਾ; ਸਗਾਈ ਜਾਂ ਮੰਗਣੀ ਕਰਨਾ; ਪੱਖ ਪੂਰਨਾ, (ਕਿਸੇ ਸਿਧਾਂਤ, ਪੱਖ ਜਾਂ ਮੱਤ ਨੂੰ) ਗ੍ਰਹਿਣ ਕਰਨਾ, ਸਮਰਥਨ ਕਰਨਾ, ਵਕਾਲਤ ਕਰਨਾ

espresso /ਐ'ਸਪਰੈਸੱਅਉ/ *n* ਉਬਲਦੇ ਪਾਣੀ ਜਾਂ ਭਾਫ਼ ਨਾਲ ਤਿਆਰ ਕੀਤੀ ਕਾਫ਼ੀ, ਐਸਪਰੈਸੋ ਕਾਫ਼ੀ

esprit /ਐ'ਸ'ਪਰੀ/ *(F) n* ਖ਼ੁਸ਼ਮਿਜ਼ਾਜੀ, ਜ਼ਿੰਦਾਦਿਲੀ, ਸਜੀਵਤਾ

espy /ਐ'ਸਪਾਇ/ *vt* ਤਾੜਨਾ, ਪਤਾ ਲਾਉਣਾ, ਭੇਦ ਪਾਉਣਾ, ਤੱਕਣਾ

esquire /ਇ'ਸਕਵਾਇਅ*/ *n* ਸਨਮਾਨ ਪਦ ਜੋ ਨਾਂ ਦੇ ਪਿੱਛੇ ਲਿਖਿਆ ਜਾਂਦਾ ਹੈ ਜਿਵੇਂ ਪਦਮ ਸ੍ਰੀ

essay /'ਐਸੇਇ/ *n* ਸਾਹਿਤਕ ਰਚਨਾ ਜਾਂ ਲੇਖ; ਨਿਬੰਧ, ਕੋਸ਼ਿਸ਼, ਯਤਨ; ਪਰੀਖਿਆ, ਪਰਖ, ਜਾਂਚ **/ਐ'ਸੇਇ/** *vt* ਪਰੀਖਿਆ ਕਰਨਾ, ਪਰਖਣਾ, ਜਾਂਚਣਾ; ਯਤਨ ਕਰਨਾ, ਕੋਸ਼ਿਸ਼ ਕਰਨਾ

essayist /'ਐਸੇਇਇਸਟ/ *n* ਨਿਬੰਧ ਲੇਖਕ, ਨਿਬੰਧਕਾਰ

essence /'ਐਸੱਨਸ/ *n* ਸਾਰ, ਮੂਲ, ਜੌਹਰ; ਮੂਲ ਪ੍ਰਕਿਰਤੀ, ਖ਼ਾਸੀਅਤ; ਵਾਸਤਵਿਕਤਾ; ਤੱਤ, ਮੂਲ ਵਸਤੂ; ਜ਼ਰੂਰੀ ਗੁਣ; ਮਹਿਕ, ਖ਼ੁਸ਼ਬੋ

essential /ਇ'ਸੈਨੱਸ਼ਲ/ *a* ਮੂਲ; ਆਵਸ਼ਕ, ਤਾਤਵਿਕ, ਸਾਰਭੂਤ, ਵਾਸਤਵਿਕ; ਮਹਾਨ *n* ਆਵਸ਼ਕ ਤੱਤ, ਤਾਤਵਿਕ ਅੰਸ਼

essential attribute *n* ਸਹਿਜ ਗੁਣ

essentiality /ਇ,ਸੈਨੱਸ਼ਿ'ਐਲਅਟਿ/ *n* ਵਾਸਤਵਿਕਤਾ, ਆਵਸ਼ਕਤਾ

essentially /ਇ'ਸੈਨੱਸ਼ਅਲਿ/ *adv* ਜ਼ਰੂਰ ਹੀ, ਆਵਸ਼ਕ ਰੂਪ ਨਾਲ, ਯਥਾਰਥਕ ਰੂਪ ਨਾਲ

essential oil *n* ਵਾਸ਼ਪੀ ਤੇਲ, ਅਤਰ

establish /ਇ'ਸਟੈਬਲਿਸ਼/ *vt* (ਰਾਜ ਜਾਂ ਕਾਰ ਵਿਹਾਰ) ਸਥਾਪਿਤ ਕਰਨਾ, ਜਮਾਉਣਾ, ਥਾਪਣਾ, ਕਿਸੇ ਪੁਰਸ਼ ਨੂੰ ਉੱਚੀ ਪਦਵੀ ਜਾਂ ਅਹੁਦੇ ਉੱਤੇ ਲਾਉਣਾ; ਅਸਥਾਈ ਮਨਜ਼ੂਰੀ ਦੁਆਉਣਾ, ਠੀਕ ਮਨਵਾਉਣਾ; ਸਿੱਧ ਕਰਨਾ, ਸਾਬਤ ਕਰਨਾ; ਨੀਂਹ ਰੱਖਣਾ

established /ਇ'ਸਟੈਬਲਿਸ਼ਟ/ *a* ਸਥਾਪਿਤ, ਸਿੱਧ, ਪ੍ਰਮਾਣਿਤ, ਸਾਬਤ

establishment /ਇ'ਸਟੈਬਲਿਸ਼ਮਅਨਟ/ *n* ਸੰਸਥਾਪਨ, ਕਾਇਮੀ; ਦਫ਼ਤਰ ਦਾ ਅਮਲਾ; ਆਮ ਜਨਤਾ ਲਈ ਸੰਸਥਾ; ਵਪਾਰੀ ਫਰਮ; ਘਰ-ਬਾਰ, ਘਰ ਗ੍ਰਹਿਸਤੀ; ਸਥਾਪਿਤ ਨਿਜ਼ਾਮ, ਸੰਸਥਾਨ

estafette /ਐਸੱਟੈਫ਼ੈਟੱ/ *n* ਫ਼ੌਜੀ ਦੂਤ, ਹਰਕਾਰਾ

estate /ਇ'ਸਟੇਇਟ/ *n* ਹੁਕਮਰਾਨ ਤਬਕਾ, ਰਾਜ ਸੰਸਥਾ, ਸ਼ਾਸਕ ਵਰਗ; (ਪਰਾ) ਦਸ਼ਾ, ਹਾਲਤ; ਜਾਇਦਾਦ ਜਾਂ ਸੰਪਤੀ, ਜਗੀਰ, ਰਿਆਸਤ, ਇਲਾਕਾ; ਵਿਤ; ਸਥਿਤੀ, ਅਵਸਥਾ

esteem /ਇ'ਸਟੀਮ/ *vt* ਆਦਰ ਮਾਣ ਕਰਨਾ, ਚੰਗਾ ਸਮਝਣਾ, ਖ਼ਿਆਲ ਕਰਨਾ *n* ਆਦਰ, ਸ਼ਰਧਾ, ਸਨਮਾਨ, ਮਾਣ, ਇੱਜ਼ਤ, ਚੰਗੀ ਰਾਏ, ਅਨੁਕੂਲ ਮੱਤ

estimate /'ਐਸੱਟਿਮਅਟ/ *n* (ਗਿਣਤੀ, ਮਿਕਦਾਰ, ਰਕਮ ਆਦਿ ਦਾ) ਤਖ਼ਮੀਨਾ, ਅੱਟਾ-ਸੱਟਾ, ਅੰਦਾਜ਼ਾ, ਅਨੁਮਾਨ, ਜਾਂਚੀ ਹੋਈ ਮਿਕਦਾਰ, (ਲਾਗਤ ਦਾ) ਅੰਦਾਜ਼ਾ, ਅਟਕਲ **/'ਐਸੱਟਿਮੇਇਟ/** *vt* ਆਗਾਮੀ ਸਾਲ ਦੀ ਆਮਦਨ ਖ਼ਰਚ ਦਾ ਵੇਰਵਾ ਤਿਆਰ ਕਰਨਾ, ਅੰਦਾਜ਼ਾ ਲਾਉਣਾ, ਜਾਂਚਣਾ, ਅਨੁਮਾਨ ਲਾਉਣਾ

estimation /,ਐਸੱਟਿ'ਮੇਇਸ਼ਨ/ *n* ਪਰਿਮਾਪ, ਮੁਲਾਂਕਣ, ਅਨੁਮਾਨ, ਅੰਦਾਜ਼, ਰਾਏ, ਵਿਚਾਰ; ਜਾਂਚ ਤੋਲ, ਨਿਰਨਾ; ਕਿਸੇ ਕੰਮ ਦਾ ਮੁੱਲ ਨਿਰੂਪਣ

estrade /ਐ'ਸਟਰਾਡ/ *n* ਉੱਚਾ ਥੜ੍ਹਾ,

ਪਲੇਟਫ਼ਾਰਮ, ਡਾਇਸ, ਮੰਚ, ਚਬੂਤਰਾ

estrange /ਇ'ਸਟਰੇਇਨਜ/ *vt* ਰੁਸਾਉਣਾ, ਨਰਾਜ਼ ਕਰਨਾ, ਚਿੱਤ ਹਟਾਉਣਾ, ਜੀ ਫੇਰਨਾ, ਦੁਜਾਇਗੀ ਪਾਉਣਾ, ਬੇਮੁਖ ਕਰਨਾ

estrangement /ਇ'ਸਟਰੇਇਨਜਮਅਨਟ/ *n* ਦੁਜਾਇਗੀ (ਖ਼ਾਸ ਤੌਰ 'ਤੇ ਪਤੀ-ਪਤਨੀ ਵਿੱਚ), ਬੇਮੁਖਤਾ

estreat /ਇ'ਸਟਰੀਟ/ *vt* (ਕਨੂੰ) ਮਿਸਲ ਜਾਂ ਨਕਲ ਲੈ ਕੇ ਦਾਅਵਾ ਦਾਇਰ ਕਰਨ ਲਈ ਅਰਜ਼ੀ ਦੇਣਾ, ਮੁਚਲਕਾ ਲਾਗੂ ਕਰਨਾ *n* ਨਕਲ, ਪ੍ਰਤਿਲਿਪੀ

estuary /'ਐਸੱਚੁਅਰਿ/ *n* (ਭੂਗੋ) ਜਵਾਰ ਦਹਾਨਾ

esurience, esuriency /ਇ'ਸਯੁਅਰਿਅਨਸ,ਇ'ਸਯੁਅਰਿਅਨਸਿ/ *n* ਭੁੱਖ, ਗ਼ਰੀਬੀ, ਦਰਿਦਰਤਾ; ਲੋਭ, ਲਾਲਚ

esurient /ਇ'ਸਯੁਅਰਿਅਨਟ/ *a* ਭੁੱਖਾ, ਮੁਥਾਜ, ਲੋੜਵੰਦ; ਲੋਭੀ, ਲਾਲਚੀ

et al /ˌਐੱਟ 'ਐਲ / *abbr* ਲਾਤੀਨੀ **et alii/alia** ਦਾ ਸੰਖਿਪਤ ਰੂਪ, ਅਤੇ ਹੋਰ ਚੀਜ਼ਾਂ, ਅਤੇ ਹੋਰ ਲੋਕ

et cetera, etc. /ਐੱਟ 'ਸੈਟਅਰਅ/ *n* ਵਗੈਰਾ-ਵਗੈਰਾ, ਆਦਿ, ਇਤਿਆਦਿ

etch /ਐਚੱ/ *v* ਲੋਹੇ ਤਾਂਬੇ ਜਾਂ ਸ਼ੀਸ਼ੇ ਦੀ ਪਲੇਟ ਉੱਤੇ ਤੇਜ਼ਾਬ ਨਾਲ ਨਕਸ਼ ਜਾਂ ਚਿੱਤਰ ਖੁਣਨਾ, ਤੇਜ਼ਾਬ ਨਾਲ ਲਿਖਣਾ

etching /ਐੱਚਿਙ/ *v* ਖੋਦਣ ਜਾਂ ਖੁਣਨ ਦਾ ਕਾਰਜ; ਛਾਪਾ, ਠੱਪਾ

eternal /ਇ'ਟਅ:ਨਲ/ *a* ਸਦੀਵੀ, ਅਮਰ, ਨਿੱਤ, ਅਨੰਤ, ਨਿਰੰਤਰ, ਅਖੈ: (ਬੋਲ) ਲਗਾਤਾਰ, ਪੈ-ਦਰ-ਪੈ

eternity /ਇ'ਟਅ:ਨਅਟਿ/ *n* ਸਦੀਵਤਾ, ਅਨੰਤਤਾ, ਅਮਿੱਟ ਸਚਾਈ

ether /'ਈਥਅ*/ *n* ਅਕਾਸ਼ ਤੋਂ ਪਰੇ ਅਕਾਸ਼, ਅਕਾਸ਼, ਈਥਰ; ਬਿਜਲਈ ਚੁੰਬਕੀ ਲਹਿਰਾਂ ਦਾ ਗਤੀ ਮਾਧਿਅਮ; ਸਾਰ; ਬੇਹੋਸ਼ ਕਰ ਦੇਣ ਵਾਲੀ ਦਵਾਈ; ਇੱਕ ਰਸਾਇਣਿਕ ਪਦਾਰਥ

ethereal /ਇ'ਥਿਅਰਿਅਲ/ *a* ਹਵਾ ਵਾਂਗ ਹੌਲਾ; ਸੂਖਮ; ਅਕਾਸ਼ੀ, ਅਰਸ਼ੀ, ਈਥਰ ਸੰਬੰਧੀ; ਅਲੌਕਿਕ ਤੌਰ 'ਤੇ ਸੁੰਦਰ

Ethernet /'ਈਥਅਨੈੱਟ/ *n* (ਕੰਪਿ) ਨੈਟਵਰਕ ਬਣਾਉਣ ਲਈ ਕਈ ਕੰਪਿਊਟਰ ਪ੍ਰਨਾਲੀਆਂ ਨੂੰ ਜੋੜਨ ਵਾਲਾ ਸਿਸਟਮ

ethic, ethics /'ਐੱਥਿਕ, 'ਐੱਥਿਕਸ/ *n* ਨੀਤੀ ਵਿਗਿਆਨ; ਨੈਤਿਕਤਾ, ਨੈਤਿਕ ਨੇਮ; ਸਦਾਚਾਰ

ethical /'ਐੱਥਿਕਲ/ *a* ਨੈਤਿਕ, ਨੀਤੀ ਸ਼ਾਸਤਰੀ; ਆਚਾਰਕ, ਨੀਤੀ ਸ਼ਾਸਤਰ ਸੰਬੰਧੀ, ਸਦਾਚਾਰਕ

ethnic /'ਐੱਥਨਿਕ/ *a* ਜਾਤੀ, ਨਸਲੀ; ਗ਼ੈਰ-ਈਸਾਈ, ਵਿਧਰਮੀ

ethnic cleansing *n* (ਖ਼ਾਸ ਧਰਮ ਜਾਂ ਜਾਤ ਦੇ ਲੋਕਾਂ ਨੂੰ) ਦੇਸ਼ ਵਿੱਚੋਂ ਜਾਂ ਦੇਸ਼ ਦੇ ਖ਼ਾਸ ਖੇਤਰ ਵਿੱਚ ਕੱਢ ਦੇਣ ਦੀ ਨੀਤੀ

ethnology /ਐੱਥ'ਨੌਲਅਜਿ/ *n* ਜਾਤੀ ਵਿਗਿਆਨ; ਮਾਨਵ ਵੰਸ਼ ਵਿਗਿਆਨ

ethos /'ਈਥੌਸ/ *n* ਕਿਸੇ ਮੰਡਲੀ ਜਾਤੀ ਜਾਂ ਰਾਜ ਪ੍ਰਬੰਧ ਦੀਆਂ ਵਿਸ਼ੇਸ਼ਤਾਵਾਂ, ਵਿਸ਼ੇਸ਼ ਪ੍ਰਕਿਰਤੀ ਜਾਂ ਸੁਭਾਅ, ਲੋਕਾਚਾਰ, ਸੁਭਾਵਕ ਵਿਸ਼ੇਸ਼ਤਾ, ਆਤਮਾ

etiquette /'ਐੱਟਿਕੈੱਟ, -ਕਅਟ/ *n* ਸਭਾ ਜਾਂ ਸਮਾਜ ਵਿੱਚ ਉੱਠਣ-ਬੈਠਣ ਅਤੇ ਬੋਲਣ-ਚਾਲਣ ਦੇ ਨੇਮ,ਸੁਚੱਜ, ਸਦਾਚਾਰ; ਸੱਭਿਆਚਾਰ, ਸ਼ਿਸ਼ਟਾਚਾਰ, ਲੋਕਾਚਾਰ ਵਿਧੀ, ਅਦਬੋ-ਆਦਾਬ

etymological /ˌਐੱਟਿਮਅ'ਲੌਜਿਕਲ/ *a* (ਭਾਸ਼ਾ) ਨਿਰੁਕਤਕ

etymologist /ˌਐੱਟਿ'ਮੌਲਅਜਿਸਟ/ *n* (ਭਾਸ਼ਾ) ਨਿਰੁਕਤਕਾਰ

etymology /ˌਐੱਟਿ'ਮੌਲਅਜਿ/ *n* (ਭਾਸ਼ਾ) ਨਿਰੁਕਤੀ

etymon /'ਐੱਟਿਮੌਨ/ *n* (ਭਾਸ਼ਾ) ਸ਼ਬਦ ਦਾ

ਮੂਲ ਰੂਪ ਜਾਂ ਅੰਗ ਜਿਸ ਤੋਂ ਹੋਰ ਸ਼ਬਦ ਦੀ ਉਤਪਤੀ ਹੁੰਦੀ ਹੈ

EU /ˌਈ 'ਯੂ / *abbr* **European Union** ਦਾ ਸੰਖਿਪਤ ਰੂਪ, ਕਈ ਯੂਰਪੀ ਮੁਲਕਾਂ ਦਾ ਇੱਕ ਆਰਥਿਕ ਤੇ ਰਾਜਨੀਤਿਕ ਸੰਗਠਨ

eucalyptus /ˌ**ਯੂਕਅ'ਲਿਪਟਅਸ**/ *n* ਸਫ਼ੈਦਾ

Eucharist /'**ਯੂਕਅਰਿਸਟ**/ *n* (ਈਸਾਈ ਮੱਤ) ਰੱਬੀ ਭੋਜ

eugenics /**ਯੂ'ਜੈੱਨਿਕਸ**/ *n* ਮਾਪਿਆਂ ਦੀ ਚੋਣ ਦੇ ਆਧਾਰ 'ਤੇ ਮਨੁੱਖੀ ਨਸਲ ਸੁਧਾਰਨ ਦੀਆਂ ਵਿਧੀਆਂ ਦਾ ਅਧਿਐਨ

eulogist /'**ਯੂਲਅਜਿਸਟ**/ *n* ਉਸਤਤੀਕਾਰ, ਕਸੀਦਾ ਲੇਖਕ, ਵਾਰ ਗਾਇਕ

eulogize /'**ਯੂਲਅਜਾਇਜ਼**/ *vt* ਉਸਤਤੀ ਕਰਨਾ, ਜਸ ਗਾਉਣਾ, ਗੁਣ ਗਾਉਣਾ, ਕੀਰਤੀ ਕਰਨਾ, ਸਲਾਹੁਣਾ

eulogy /'**ਯੂਲਅਜਿ**/ *n* ਉਸਤਤੀ, ਪ੍ਰਸੰਸਾ, ਵਡਿਆਈ; ਕਸੀਦਾ, ਭਾਸ਼ਣ (ਉਸਤਤੀ), ਗੁਣ-ਗਾਣ, ਕੀਰਤੀ

eunuch /'**ਯੂਨਅਕ**/ *n* ਹੀਜੜਾ, ਖੁਸਰਾ, ਨਾਮਰਦ

eupeptic /**ਯੂ'ਪੈੱਪਟਿਕ**/ *a* ਚੰਗਾ ਹਾਜ਼ਮਾ ਰੱਖਣ ਵਾਲਾ, ਚੰਗੇ ਹਾਜ਼ਮੇ ਸੰਬੰਧੀ, ਸੁਪਾਚਕ

euphemism /'**ਯੂਫ਼ਅਮਿਜ਼ਅਮ**/ *n* ਕੌੜੇ ਬਚਨਾਂ ਦੀ ਥਾਂ ਕੋਮਲ ਬਚਨ ਬੋਲਣ ਦੀ ਕਿਰਿਆ, ਸੁਭਾਸ਼ਣ

euphony /'**ਯੂਫ਼ਅਨਿ**/ *n* ਮਧੁਰ ਧੁਨ, ਸੁਰਸ਼ੋਭਾ, ਸੁਰੀਲਾਪਣ, ਸੁਸ਼ਬਦ

euphoria /**ਯੂ'ਫ਼ੋਰਿਅ**/ *n* ਉਮਾਹ, ਚੜ੍ਹਦੀ ਕਲਾ

euphuism /'**ਯੂਫ਼ਯੂਇਜ਼ਅਮ**/ *n* ਅਲੰਕ੍ਰਿਤ ਅਤੇ ਬਣਾਉਟੀ ਲਿਖਣ ਸ਼ੈਲੀ, ਸ਼ਬਦ ਆਡੰਬਰ

eureka /**ਯੁ'ਰੀਕਅ**/ *int* ਲੱਭ ਲਿਆ ! ਲੱਭ ਲਿਆ !

Euro /'**ਯੁਅਰਅਉ**/ *a* ਯੂਰਪ ਨਾਲ ਸੰਬੰਧਿਤ, ਯੂਰਪੀ *n* ਯੂਰਪੀ ਸੰਘ ਦੇ ਕੁਲ ਮੁਲਕਾਂ ਦੀ ਮੁਦਰਾ ਇਕਾਈ

Europe /'**ਯੁਅਰਅਪ**/ *n* ਏਸ਼ੀਆ ਦੇ ਪੱਛਮ ਵਿੱਚ ਇੱਕ ਮਹਾਂਦੀਪ, ਇੱਕ ਮਹਾਂਦੇਸ਼, ਯੂਰਪ

European union *n* (ਕਈ ਯੂਰਪੀ ਦੇਸ਼ਾਂ ਦੀ) ਆਰਥਿਕ ਅਤੇ ਰਾਜਨੀਤਿਕ ਸੰਸਥਾ, ਵੇਖੋ **EU**

Eustachian tube /**ਯੂ'ਸਟੇਇਸ਼ਨ ਟਯੂਬ**/ *n* (ਗਲੇ ਤੋਂ ਕੰਨ ਤੱਕ ਜਾਣ ਵਾਲੀ) ਇੱਕ ਨਲੀ ਦਾ ਨਾਮ

euthanasia /ˌ**ਯੂਥਅ'ਨੇਇਜ਼ਿਅ**/ *n* ਲਾਇਲਾਜ ਰੋਗਾਂ ਦੀ ਹਾਲਤ ਵਿੱਚ ਸੁਖੈਨ ਮੌਤ ਲਿਆਉਣ ਦੀ ਕਿਰਿਆ, ਸੌਖੀ ਮੌਤ

evacuate /**ਇ'ਵੈਕਯੁਏਇਟ**/ *vt* ਕੱਢਣਾ, ਖ਼ਾਲੀ ਕਰਨਾ; ਗੰਦ ਕੱਢਣਾ, ਖ਼ਤਰਨਾਕ ਥਾਂ ਤੋਂ ਬਾਹਰ ਕੱਢਣਾ, ਪਰੇ ਲੈ ਜਾਣਾ, ਪਰਿਤਿਆਗ ਕਰਨਾ, ਛੱਡ ਦੇਣਾ; ਹਟਾਉਣਾ

evacuation /**ਇˌਵੈਕਯੁ'ਏਇਸ਼ਨ**/ *n* ਨਿਕਾਸ, ਤਿਆਗ

evacuee /**ਇˌਵੈਕਯੁ'ਈ**/ *n* ਵਿਸਥਾਪਿਤ ਲੋਕ, ਨਿਕਾਸੀ

evade /**ਇ'ਵੇਇਡ**/ *vt* ਟਾਲ ਜਾਣਾ, ਬਚ ਜਾਣਾ, ਟਾਲ- ਮਟੋਲ ਕਰਨਾ, ਭੱਜਣਾ, ਖਿਸਕਣਾ, ਬਚ ਨਿਕਲਨਾ; ਉਪਦੇਸ਼ ਕਰਨਾ

evaluate /**ਇ'ਵੈਲਯੁਏਇਟ**/ *vt* ਕੀਮਤ ਲਾਉਣਾ, ਮੁੱਲ ਪਾਉਣਾ, ਅੰਕਾਂ ਰਾਹੀਂ ਪ੍ਰਗਟ ਕਰਨਾ, ਮੁੱਲਾਂਕਣ ਕਰਨਾ, ਅੰਕਣਾ

evaluation /**ਇˌਵੈਲਯੁ'ਏਇਸ਼ਨ**/ *n* ਮੁੱਲ ਨਿਰਧਾਰਨ ਦੀ ਕਿਰਿਆ, ਮੁਲਾਂਕਣ

evanescence /ˌ**ਈਵ਼ਅ'ਨੈੱਸਨਸ**/ *n* ਛਿਣ ਭੰਗਰਤਾ

evanescent /ˌ**ਈਵ਼ਅ'ਨੈੱਸਨਟ**/ *a* ਛਿਣ ਭੰਗਰ, ਅਸਥਾਈ, ਥੋੜ੍ਹੇ ਸਮੇਂ ਦਾ

evangelic /ˌ**ਈਵੈਨ'ਜੈੱਲਿਕ**/ *a* ਈਸਾਈ ਮੱਤ ਸੰਬੰਧੀ, ਇੰਜੀਲੀ

evangelist /**ਇ'ਵੈਨਜਅਲਿਸਟ**/ *n* ਚਾਰ ਇੰਜੀਲਾਂ ਦੇ ਲੇਖਕਾਂ ਵਿੱਚੋਂ ਇੱਕ, ਇੰਜੀਲਕਾਰ;

ਇੰਜੀਲ ਦਾ ਪ੍ਰਚਾਰਕ

evaporate /**ਇ'ਵ਼ੈਪਅਰੇਇਟ**/ *v* ਭਾਫ਼ ਬਣਨਾ, ਭਾਫ਼ ਬਣਾਉਣਾ, ਤਰਲ ਤੋਂ ਵਾਸ਼ਪ ਬਣਾਉਣਾ, ਭਾਫ਼ ਬਣ ਕੇ ਉੱਡ ਜਾਣਾ, ਨਮੀਂ ਜਾਂ ਤਰੀ ਕੱਢ ਦੇਣਾ; ਲੋਪ ਹੋ ਜਾਣਾ, ਮਰ ਜਾਣਾ, ਨਸ਼ਟ ਹੋਣਾ

evaporation /**ਇ,ਵ਼ੈਪਅ'ਰੇਇਸ਼ਨ**/ *n* ਵਾਸ਼ਪਨ, ਵਾਸ਼ਪੀਕਰਨ, ਵਾਸ਼ਪ, ਭਾਫ਼

evasion /**ਇ'ਵ਼ੇਇਯ਼ਨ**/ *n* ਛਲ, ਟਾਲ-ਮਟੋਲ, ਬਹਾਨਾ

evasive /**ਇ'ਵ਼ੇਇਸਿਵ਼**/ *a* ਛਲ ਕਰਨ ਵਾਲਾ, ਕਪਟੀ, ਟਾਲੂ

Eve /**ਈਵ਼**/ *n* ਹੱਵਾ, ਆਦਿ ਔਰਤ

eve /**ਈਵ਼**/ *n* ਕਿਸੇ ਖਾਸ ਦਿਵਸ ਭਾਵ ਪੁਰਬ ਤੋਂ ਪਹਿਲਾਂ ਦੀ ਸੰਧਿਆ, ਆਥਣ

even[1] /**'ਈਵ਼ਨ**/ *a* ਇਕਰਸ, ਸਮਤਲ, ਸਮ, ਸਮਾਨ, ਬਰਾਬਰ, ਪੱਧਰਾ, ਬਿਨਾਂ ਰਿਆਇਤ; ਸਹਿਜਮਈ, ਸ਼ਾਂਤ; ਦੋ ਉੱਤੇ ਵੰਡੀ ਜਾਣ ਵਾਲੀ (ਸੰਖਿਆ) *vt* ਬਰਾਬਰ ਜਾਂ ਸਮਾਨ ਕਰਨਾ, ਪੱਧਰਾ ਕਰਨਾ, ਸਮਤਲ ਕਰਨਾ, ਬਰਾਬਰ ਸਮਝਣਾ

even[2] *adv* ਭੀ, ਵੀ, ਤੱਕ, ਇਥੋਂ ਤੱਕ ਕਿ

even-handed /**,ਈਵ਼ਨ 'ਹੈਨਡਿਡ**/ *a* ਨਿਰਪੱਖ, ਨਿਆਂਕਾਰੀ; ਵਾਜਬ, ਉਚਿਤ, ਜਾਇਜ਼

evening /**'ਈਵ਼ਨਿਙ**/ *n* ਸੰਝ, ਸੰਧਿਆ, ਆਥਣ, ਸ਼ਾਮ

evenly /**'ਈਵ਼ਨਲਿ**/ *adv* ਸਮਾਨਤਾ ਪੂਰਬਕ, ਬਰਾਬਰ ਬਰਾਬਰ, ਇੱਕੋ ਜਿਹਾ; ਸਹੀ ਢੰਗ ਨਾਲ, ਨਿਰਪੱਖ ਰੂਪ ਵਿੱਚ; ਚੁੱਪ–ਚੁਪੀਤੇ

evenness /**'ਈਵ਼ਨਨਅਸ**/ *n* ਸਮਤਾ, ਬਰਾਬਰੀ, ਸੰਤੁਲਨ

event /**ਇ'ਵ਼ੈਨੱਟ**/ *n* ਘਟਨਾ, ਵਾਰਦਾਤ, ਮਹੱਤਵਪੂਰਨ ਵਾਕਿਆ; ਸਬੱਬ; ਨੌਬਤ

eventful /**ਇ'ਵ਼ੈਨੱਟਫ਼ਲ**/ *a* ਘਟਨਾਵਾਂ ਭਰਪੂਰ; ਮਹੱਤਵਪੂਰਨ ਜਾਂ ਖ਼ਤਰਨਾਕ ਸਥਿਤੀ

eventide /**'ਈਵ਼ਨਟਾਇਡ**/ *n* ਸੰਝ ਦਾ ਵੇਲਾ

eventual /**ਇ'ਵ਼ੈਨੱਚੁਅਲ**/ *a* ਅੰਤਿਮ, ਫਲਸਰੂਪ, ਆਖਰੀ, ਜਿਹੜਾ ਕਿਸੇ ਖ਼ਾਸ ਹਾਲਤ ਵਿੱਚ ਵਾਪਰੇ, ਸੰਭਾਵਿਤ

eventuality /**ਇ,ਵ਼ੈਨੱਚੁ'ਐਲਅਟਿ**/ *n* ਸੰਭਾਵਨਾ, ਸੰਭਵ ਘਟਨਾ

eventually /**ਇ'ਵ਼ੈਨੱਚੁਅਲਿ**/ *adv* ਆਖ਼ਰਕਾਰ, ਅੰਤ ਵਿੱਚ

eventuate /**ਇ'ਵ਼ੈਨੱਚੁਏਇਟ**/ *vi* ਅੰਤ ਵਿੱਚ ਵਾਪਰਨਾ, ਵਾਕਿਆ ਹੋਣਾ, ਸਾਬਤ ਹੋਣਾ; ਸਿੱਟਾ ਨਿਕਲਨਾ, ਪੂਰਾ-ਪੂਰਾ ਹੋਣਾ, ਵਰਤਣਾ

ever /**'ਐੱਵ਼ਅ***/ *adv* ਨਿੱਤ, ਨਿਰੰਤਰ; ਸਦਾ, ਹਮੇਸ਼ਾ, ਹਰ ਸਮੇਂ, ਸਦੀਵੀ; ਲਗਾਤਾਰ, ਕਦੇ, ਕਿਸੇ ਵੇਲੇ, ਹਰ ਵੇਲੇ **ever after** *adv* ਉਦੋਂ ਤੋਂ, ਉਦੋਂ ਤੋਂ ਲੈ ਕੇ **ever and anon** ਕਦੇ ਕਦਾਈਂ **ever for** ਸਦਾ ਲਈ **ever so** ਬਹੁਤਾ, ਵਧੇਰੇ

evergreen /**'ਐੱਵ਼ਅਗਰੀਨ**/ *a* ਸਦਾਬਹਾਰ, ਬਾਰਾਮਾਸੀ; ਸਦਾ ਚੜ੍ਹਦੀਆਂ ਕਲਾਂ ਵਿੱਚ ਰਹਿਣ ਵਾਲਾ

everlasting /**,ਐੱਵ਼ਅ'ਲਾਸਟਿਙ**/ *n* ਹੰਢਣਸਾਰ ਕੱਪੜਾ; ਸਦਾਬਹਾਰ ਫੁੱਲ *a* ਸਥਾਈ, ਨਿੱਤ, ਅਨੰਤ, ਅਮਰ, ਅਜਰ, ਸਦਾ, ਚਿਰ ਸਥਾਈ

evermore /**,ਐੱਵ਼ਅ'ਮੋ***/ *adv* ਨਿੱਤ, ਹਮੇਸ਼ਾ, ਸਦਾ

eversion /**ਇ'ਵ਼ਅ:ਸ਼ਨ**/ *n* ਬਾਹਰ ਵੱਲ ਉਲਟਣ ਦਾ ਕਾਰਜ; ਪਲਟਾਉਣ ਦਾ ਭਾਵ, ਰਾਜ ਪਲਟਾ, ਤਬਾਹੀ

evert /**ਇ'ਵ਼ਅ:ਟ**/ *vt* ਪਲਟਾਉਣਾ, ਰਾਜ ਪਲਟਾ ਕਰਨਾ

every /**'ਐੱਵ਼ਰਿ**/ *a* ਹਰੇਕ, ਹਰ ਇੱਕ, ਪ੍ਰਤਿ; ਕੁੱਲ, ਸਭ

everybody /**'ਐੱਵ਼ਰਿਬੌਡਿ**/ *pron* ਹਰ ਇੱਕ

everyday /**'ਐੱਵ਼ਰਿਡੇਇ**/ *a* ਹਰ ਰੋਜ਼, ਨਿਤਾ ਪ੍ਰਤਿ; ਸਾਧਾਰਨ, ਆਮ

everyone /**'ਐੱਵ਼ਰਿਵਅੱਨ**/ *pron* ਹਰ ਕੋਈ, ਹਰ ਇੱਕ, ਕੋਈ ਭੀ

everything /'**ਐਵੱਰਿਥਿਙ**/ *pron* ਹਰ ਇੱਕ ਚੀਜ਼, ਸਭ ਕੁਝ *n* ਮੌਜੂਦਾ ਸਥਿਤੀ

everywhere /'**ਐਵੱਰਿਵੇਅ***/ *pron* ਹਰ ਥਾਂ, ਹਰ ਇੱਕ ਜਗ੍ਹਾ *adv* ਹਰ ਥਾਂ ਉੱਤੇ, ਹਰ ਪਾਸੇ

evict /**ਇ'ਵ੍ਰਿਕਟ**/ *vi* (ਮੁਜ਼ਾਰੇ ਨੂੰ) ਬੇਦਖ਼ਲ ਕਰਨਾ, ਕਨੂੰਨੀ ਚਾਰਾਜੋਈ ਨਾਲ ਜਾਇਦਾਦ ਵਾਪਸ ਲੈ ਲੈਣਾ, ਕੱਢ ਦੇਣਾ

eviction /**ਇ'ਵ੍ਰਿਕਸ਼ਨ**/ *n* ਬੇਦਖ਼ਲੀ

evidence /'**ਐੱਵ੍ਰਿਡਅਨਸ**/ *n* ਸਪਸ਼ਟਤਾ; ਸੰਕੇਤ, ਲੱਛਣ, ਚਿੰਨ੍ਹ; ਪ੍ਰਮਾਣ, ਸਾਖੀ, (ਕਨੂੰ) ਗਵਾਹੀ, ਸ਼ਹਾਦਤ, ਸਬੂਤ *vt* ਸਪਸ਼ਟ ਕਰਨਾ, ਪ੍ਰਮਾਣਿਤ ਕਰਨਾ, ਪ੍ਰਗਟ ਕਰਨਾ, ਸਾਬਤ ਕਰਨਾ, ਸ਼ਹਾਦਤ ਦੇਣਾ

evident /'**ਐੱਵ੍ਰਿਡਅਨਟ**/ *a* ਪ੍ਰਤੱਖ, ਜ਼ਾਹਰ, ਖੁੱਲ੍ਹਾ, ਸਪਸ਼ਟ

evidently /'**ਐੱਵ੍ਰਿਡਅਨਟਲਿ**/ *adv* ਪ੍ਰਤੱਖ ਰੂਪ ਵਿੱਚ

evil /'**ਈਵ੍ਲ, 'ਈਵ੍ਰਿਲ**/ *a* ਬੁਰਾ, ਮੰਦਾ, ਮਨਹੂਸ, ਬਦ, ਨਕਾਰਾ, ਹਾਨੀਕਾਰਕ *n* ਬਦੀ, ਗੁਨਾਹ, ਪਾਪ; ਬੁਰਾਈ, ਦੁਸ਼ਟਤਾ

evil-doer *n* ਬੁਰਾਈ ਕਰਨ ਵਾਲਾ ਵਿਅਕਤੀ, ਬਦਕਾਰ, ਦੁਸ਼ਟ

evilness /'**ਈਵ੍ਲਨਅਸ**/ *n* ਦੁਸ਼ਕਰਮ, ਦੁਸ਼ਟਤਾ, ਨੀਚਤਾ, ਬੁਰਾਈ

evince /**ਇ'ਵ੍ਰਿਨਸ**/ *vt* ਜ਼ਾਹਰ ਕਰਨਾ, ਸਬੂਤ ਦੇਣਾ, ਜਤਾਉਣਾ, ਦੱਸਣਾ, ਪ੍ਰਕਾਸ਼ਿਤ ਕਰਨਾ, ਪ੍ਰਗਟ ਕਰਨਾ

evitable /'**ਐੱਵ੍ਰਿਟਅਬਲ**/ *a* ਟਾਲਣਯੋਗ, ਬੇਲੋੜਾ, ਅਣਆਵਸ਼ਕ, ਗ਼ੈਰਜ਼ਰੂਰੀ

evocation /ˌ**ਈਵ੍ਅਉ'ਕੇਇਸ਼ਨ**/ *n* ਜਜ਼ਬਾਤ ਦਾ ਉਭਾਰ; ਸੱਦਾ, ਪੁਕਾਰ

evocative, evocatory /**ਇ'ਵੌਂਕਅਟਿਵ੍, ਇ'ਵੌਂਕਅਟਰਿ**/ *a* ਭਾਵਨਾਮਈ, ਭਾਵ ਉਤੇਜਕ

evoke /**ਇ'ਵ੍ਅਉਕ**/ *vt* ਬੁਲਾਉਣਾ, ਸੱਦਣਾ, (ਜਜ਼ਬਾਤ) ਉਭਾਰਨਾ; ਵੱਡੀ ਅਦਾਲਤ ਵਿੱਚ ਤਲਬ ਕਰਨਾ; ਚੇਤਨ ਕਰਨਾ, ਜਗਾਉਣਾ

evolute /'**ਈਵ੍ਅਲੂਟ**/ *n* (ਗਣਿ) ਕੇਂਦਰ ਪਥ; ਵਕਰ

evolution /ˌ**ਈਵ੍ਅ'ਲੂਸ਼ਨ, ˌਐੱਵ੍ਅ-**/ *n* ਵਿਕਾਸ; ਨਾਚ ਵਿੱਚ ਪੈਂਤੜਾ, ਚਾਲ **theory of evolution** ਵਿਕਾਸ ਸਿਧਾਂਤ, ਵਿਕਾਸਵਾਦ

evolutionary /ˌ**ਈਵ੍ਅ'ਲੂਸ਼ਅਨਰਿ, ˌਐੱਵ੍ਅ-**/ *a* ਵਿਕਾਸਗਤ, ਵਿਕਾਸ ਸੰਬੰਧੀ

evolutionism /ˌ**ਈਵ੍ਅ'ਲੂਸ਼ਨਿਜ਼ਅਮ, ˌਐੱਵ੍ਅ-**/ *n* ਵਿਕਾਸ ਦਾ ਸਿਧਾਂਤ, ਵਿਕਾਸਵਾਦ

evolutionist /ˌ**ਈਵ੍ਅ'ਲੂਸ਼ਨਿਸਟ, ˌਐੱਵ੍ਅ-**/ *n* ਵਿਕਾਸਵਾਦ ਦੇ ਸਿਧਾਂਤ ਨੂੰ ਮੰਨਣ ਵਾਲਾ ਵਿਅਕਤੀ, ਵਿਕਾਸਵਾਦੀ

evolve /**ਇ'ਵੌਂਲਵ੍**/ *v* ਉਤਪੰਨ ਕਰਨਾ; ਫੈਲਾਉਣਾ, ਫੈਲਣਾ, ਵਿਸਤਾਰਨਾ, ਤਰਤੀਬ ਦੇਣਾ; (ਗਰਮੀ ਦਾ) ਖਾਰਜ ਕਰਨਾ; ਸਿਧਾਂਤ ਜਾਂ ਘਟਨਾ ਆਦਿ ਨੂੰ ਪੂਰਨਤਾ ਤੱਕ ਪਹੁੰਚਾਉਣਾ; ਸੁਭਾਵਿਕ ਜਾਂ ਕੁਦਰਤੀ ਤੌਰ 'ਤੇ ਫਲਣਾ ਫੁੱਲਣਾ; ਪੁਸ਼ਟੀ ਕਰਨਾ ਜਾਂ ਹੋਣਾ; ਵਿਕਾਸ ਕਰਨਾ ਜਾਂ ਹੋਣਾ, ਵਧਾਉਣਾ, ਵਧਣਾ

evulsion /**ਇ'ਵ੍ਅੱਲਸ਼ਨ**/ *n* ਖਿੱਚਣ ਜਾਂ ਬਾਹਰ ਕੱਢਣ ਦੀ ਕਿਰਿਆ, ਨਿਕਾਸ, ਜ਼ੋਰ ਨਾਲ ਤੋੜ ਲੈਣ ਦੀ ਕਿਰਿਆ

ewe /**ਯੂ**/ *n* ਭੇਡ

ewer /'**ਯੂਅ***/ *n* ਮਟਕਾ, ਕੁੰਭ, ਘੜਾ, ਸੁਰਾਹੀ, ਜੱਗ

exacerbate /**ਇਗ'ਜ਼ੈਸਅਬੇਇਟ**/ *vt* (ਗੁੱਸੇ, ਰੋਗ, ਦਰਦ ਨੂੰ) ਤੀਬਰ ਕਰ ਦੇਣਾ; (ਆਦਮੀ ਨੂੰ) ਗੁੱਸੇ ਕਰਨਾ, ਭੜਕਾਉਣਾ; ਤੀਬਰ ਕਰਨਾ, ਉਤੇਜਿਤ ਕਰਨਾ; ਖਿਝਾਉਣਾ, ਤਾਅ ਦੇਣਾ

exacerbation /**ਇਗˌਜ਼ੈਸਅ'ਬੇਇਸ਼ਨ**/ *n* ਤੀਬਰ ਗੁੱਸਾ; ਤੇਜ਼ੀ, ਤੀਬਰਤਾ; ਰੋਗ ਜਾਂ ਦੁੱਖ ਵਿੱਚ ਵਾਧਾ

exact /**ਇਗ'ਜ਼ੈਕਟ**/ *a* ਠੀਕ, ਸਹੀ, ਜਚਵਾਂ,

ਢੁਕਵਾਂ; ਕਠੋਰ, ਸਖ਼ਤ *vt* ਜ਼ਬਰਦਸਤੀ ਵਸੂਲਣਾ, ਮੰਗਣਾ, ਤਕਾਜ਼ਾ ਕਰਨਾ, ਜ਼ੋਰ ਪਾਉਣਾ

exacting /ਇਗ'ਜ਼ੈਕਟਿਙ/ *a* ਧੱਕੇ ਨਾਲ ਕੰਮ ਲੈਣ ਵਾਲਾ, ਸਖ਼ਤ, ਕਠੋਰ

exaction /ਇਗ'ਜ਼ੈਕਸ਼ਨ/ *n* ਜ਼ਬਰਦਸਤੀ ਉਗਰਾਹੀ, ਜਬਰੀ ਵਸੂਲੀ, ਗ਼ੈਰਕਨੂੰਨੀ ਮੰਗ; ਖੋਹਾ-ਖਾਹੀ, ਖੋਹ-ਖਿੰਝ, ਲੁੱਟ

exactitude /ਇਗ'ਜ਼ੈਕਟਿਟਯੂਡ/ *n* ਦਰੁਸਤੀ, ਸਪਸ਼ਟਤਾ, ਸ਼ੁੱਧਤਾ

exactly /ਇਗ'ਜ਼ੈਕਟਲਿ/ *adv* ਨਿਰਾਪੁਰਾ, ਐਨ ਬਰਾਬਰ, ਠੀਕ ਵਕਤ 'ਤੇ, ਠੀਕ, ਦਰੁਸਤ, ਦਰੁਸਤੀ ਨਾਲ

exactness /ਇਗ'ਜ਼ੈਕਟਨਅਸ/ *n* ਵੇਖੋ **exactitude**

exaggerate /ਇਗ'ਜ਼ੈਜਅਰੇਇਟ/ *vt* ਵਧਾਅ-ਚੜ੍ਹਾਅ ਕੇ ਦੱਸਣਾ, ਅੱਤਕਥਨੀ ਕਰਨਾ, ਅੱਤ ਕਰਨਾ, ਮਿਰਚ ਮਸਾਲਾ ਲਾ ਕੇ ਦੱਸਣਾ

exaggeration /ਇਗ,ਜ਼ੈਜਅ'ਰੇਇਸ਼ਨ/ *n* ਅੱਤਕਥਨੀ; ਮੁਬਾਲਗਾ, ਵਾਕ-ਵਿਸਤਾਰ

exaggerator /ਇਗ'ਜ਼ੈਜਅਰੇਇਟਅ*/ *n* ਅੱਤਕਥਨੀ ਕਰਨ ਵਾਲਾ ਮਨੁੱਖ, ਵਧਾਅ-ਚੜ੍ਹਾਅ ਕੇ ਗੱਲ ਕਰਨ ਵਾਲਾ ਵਿਅਕਤੀ

exalt /ਇਗ'ਜ਼ੋਲਟ/ *vt* ਵਧਾਉਣਾ, ਉਚਿਆਉਣਾ, ਉੱਚਾ ਕਰਨਾ; ਵਡਿਆਈ ਕਰਨਾ, ਉਸਤਤੀ ਕਰਨਾ; (ਰੰਗ ਆਦਿ ਨੂੰ) ਗੂੜ੍ਹਾ ਕਰਨਾ; ਅਧਿਕਾਰ ਪ੍ਰਦਾਨ ਕਰਨਾ; ਸੰਪੰਨ ਕਰਨਾ; ਪ੍ਰਸੰਨ ਕਰਨਾ, ਫੁਲਾਉਣਾ; ਡੂੰਘਾ ਕਰਨਾ, ਤੇਜ਼ ਕਰਨਾ

exaltation /,ਐੱਗਜ਼ੋਲ'ਟੇਇਸ਼ਨ/ *n* ਉਚਾਣ, ਉੱਚਪਦ, ਆਰੋਪਣ, ਉਨੱਤੀ, ਬੁਲੰਦੀ; ਖ਼ੁਸ਼ੀ, ਅਨੰਦ, ਹੁੱਲਾਸ, ਲੋਰ, ਉਮੰਗ; ਤੀਬਰਤਾ

exam /ਇਗ'ਜ਼ੈਮ/ *n* **examination** ਦਾ ਛੋਟਾ ਰੂਪ, ਪਰੀਖਿਆ, ਇਮਤਿਹਾਨ; ਨਿਰੀਖਣ, ਮੁਆਇਨਾ

examination /ਇਗ,ਜ਼ੈਮਿ'ਨੇਇਸ਼ਨ/ *n* ਪਰੀਖਿਆ, ਇਮਤਿਹਾਨ, ਪਰਖ; ਨਿਰੀਖਣ; ਮੁਆਇਨਾ, ਘੋਖ, ਪੁੱਛ- ਗਿੱਛ, ਜਾਂਚ-ਪੜਤਾਲ

examine /ਇਗ'ਜ਼ੈਮਿਨ/ *v* ਪੜਤਾਲਣਾ, ਪਰੀਖਿਆ ਲੈਣਾ, ਇਮਤਿਹਾਨ ਲੈਣਾ, ਖੋਜ ਕਰਨਾ, ਪਰਖਣਾ, ਕਸੌਟੀ ਉੱਤੇ ਕਸਣਾ, ਧਿਆਨ ਨਾਲ ਵੇਖਣਾ, ਪੜਤਾਲ ਕਰਨਾ; ਛਾਣਬੀਣ ਕਰਨਾ, ਜਾਂਚ ਕਰਨਾ, ਪੁੱਛ- ਗਿੱਛ ਕਰਨਾ

examinee /ਇਗ,ਜ਼ੈਮਿ'ਨੀ/ *n* ਪਰੀਖਿਆ ਦੇਣ ਵਾਲਾ, ਪਰੀਖਿਆਰਥੀ

examiner /ਇਗ'ਜ਼ੈਮਿਨਅ*/ *n* ਪਰੀਖਿਆ ਲੈਣ ਵਾਲਾ ; ਪਰੀਖਿਅਕ, ਪੜਤਾਲੀਆ ਨਿਰੀਖਕ

examplar /ਇਗ'ਜ਼ਾਮਪਲਅ*/ *n* ਨਮੂਨਾ, ਆਦਰਸ਼

examplary /ਇਗ'ਜ਼ਾਮਪਲਰਿ/ *a* ਆਦਰਸ਼, ਅਨੁਕਰਨ ਆਦਰਸ਼, ਮਿਸਾਲ

example /ਇਗ'ਜ਼ਾਮਪਲ/ *n* ਦ੍ਰਿਸ਼ਟਾਂਤ, ਨਜ਼ੀਰ, ਉਦਾਹਰਨ, ਪ੍ਰਮਾਣ, ਮਿਸਾਲ, ਨਮੂਨਾ; ਤਾੜਨਾ, ਸਬਕ *vt* ਮਿਸਾਲ ਦੇਣਾ

exasperate /ਇਗ'ਜ਼ੈਸਪਅਰੇਇਟ/ *vt* ਖਿਝਾਉਣਾ, ਉਤੇਜਿਤ ਕਰਨਾ, ਕ੍ਰੋਧ ਦੁਆਉਣਾ, ਚਿੜਾਉਣਾ, ਅੱਗ ਬਗੋਲਾ ਕਰਨਾ, ਚੇਹ ਚੜ੍ਹਾਉਣਾ

exasperation /ਇਗ,ਜ਼ੈਸਪਅ'ਰੇਇਸ਼ਨ/ *n* ਕ੍ਰੋਧ, ਰੋਹ, ਚਿੜ, ਖਿਝ, ਉਤੇਜਨਾ

excavate /'ਐੱਕਸਕਅਵ੍ਰੇਇਟ/ *vt* ਖੋਤਣਾ, ਪੁੱਟਣਾ, ਖੁੱਟਣਾ; ਖ਼ਾਲੀ ਕਰਨਾ; ਪੋਲਾ ਕਰਨਾ, ਥੋਥਾ ਕਰਨਾ

excavation /,ਐੱਕਸਕਆ'ਵ੍ਰੇਇਸ਼ਨ/ *n* ਖੁਦਾਈ, ਪੁਟਾਈ; ਖੱਡ, ਟੋਆ

exceed /ਇਕ'ਸੀਡ/ *v* ਵਧ ਜਾਣਾ, ਅੱਗੇ ਨਿਕਲ ਜਾਣਾ, ਸ੍ਰੇਸ਼ਠ ਹੋ ਜਾਣਾ, ਵੱਧ ਹੋਣਾ; ਅੱਤ ਕਰਨਾ, ਹੱਦ ਟੱਪਣਾ; ਮਾਤ ਕਰਨਾ, ਅਸੰਜਮੀ ਹੋਣਾ; ਉਲੰਘਣਾ

exceedingly /ਇਕ'ਸੀਡਿਙਲਿ/ *adv* ਅਤਿ ਅਧਿਕ, ਬਹੁਤ, ਬੇਹੱਦ, ਵਧ ਕੇ, ਬਹੁਤ ਹੀ

excel /ਇਕ'ਸੈਲ੍/ *v* ਅੱਗੇ ਨਿਕਲ ਜਾਣਾ, ਵਧ ਜਾਣਾ, ਬਾਜ਼ੀ ਲੈ ਜਾਣਾ, ਮਾਤ ਕਰਨਾ

excellence /'ਐੱਕਸਅਲਅਨਸ/ *n* ਉਤਕ੍ਰਿਸ਼ਟਤਾ, ਵਡਿਆਈ, ਸ੍ਰੇਸ਼ਟਤਾ ਉੱਤਮਤਾ, ਮਹੱਤਤਾ, ਪ੍ਰਤਿਸ਼ਠਾ, ਸਦਗੁਣ

Excellency /'ਐੱਕਸਅਲਅਨਸਿ/ *n* (ਉਤਕ੍ਰਿਸ਼ਟ ਇਸਤਰੀਆਂ ਜਿਵੇਂ ਰਾਣੀ ਜਾਂ ਰਾਜਦੂਤਾਂ ਦੀਆਂ ਪਤਨੀਆਂ ਲਈ ਵਰਤਿਆਂ ਜਾਂਦਾ) ਸਨਮਾਨ ਪਦ

excellent /'ਐੱਕਸਅਲਅਨਟ/ *a* ਉਤਕ੍ਰਿਸ਼ਟ, ਪਰਮ, ਸ੍ਰੇਸ਼ਠ, ਮਹੱਤਵਪੂਰਨ, ਪ੍ਰਤਿਸ਼ਠਿਤ, ਵਿਸ਼ੇਸ਼, ਅਤਿ ਉੱਤਮ; ਖ਼ੂਬਤਰ, ਗੁਣਵਾਨ

excelsior /ਐੱਕ'ਸੈੱਲਸਿਓ*/ *int* ਹੋਰ ਵੀ ਉੱਚਾ, ਉੱਚਤਰ; ਬਹੁਤ ਬਰੀਕ ਟਾਈਪ

except /ਇਕ'ਸੈਪੱਟ/ *v* ਛੱਡਣਾ, ਗਿਣਤੀ ਵਿੱਚ ਨਾ ਲਿਆਉਣਾ; ਆਪੱਤੀ ਕਰਨਾ, ਇਤਰਾਜ਼ ਕਰਨਾ, ਵਰਜਿਤ ਕਰਨਾ, ਕੱਢਣਾ *prep* ਪਰ, ਐਪਰ, ਪਰੰਤੂ, ਸਿਵਾਇ

exception /ਇਕ'ਸੈਪੱਸ਼ਨ/ *n* ਵਿਵਰਜਨ; ਅਪਵਾਦ, ਵਿਵਰਜਿਤ ਵਸਤੂ ਜਾਂ ਵਿਸ਼ਾ; ਛੋਟ, ਤਿਆਗ

exceptionable /ਇਕ'ਸੈੱਪਸ਼(ਅ)ਨਅਬਲ/ *a* ਆਪੱਤੀਜਨਕ, ਅਪਵਾਦਜਨਕ, ਇਤਰਾਜ਼ਯੋਗ

exceptional /ਇਕ'ਸੈੱਪਸ਼ਅਨਲ/ *a* ਅਸਧਾਰਨ, ਖ਼ਾਸ, ਅਨੋਖਾ, ਵਿਸ਼ੇਸ਼

excerpt /'ਐੱਕਸਅ:ਪਟ/ *n* ਪੁਸਤਕ ਵਿੱਚੋਂ ਹਵਾਲਾ, ਟੂਕ; ਪੁਸਤਕ ਸੰਕਲਨ /ਐੱਕ'ਸਅ:ਪਟ/ *vt* ਚੋਣ ਖੁਲਾਸਾ ਕਰਨਾ, ਚੋਣ ਕਰਨਾ

excerption /ਐੱਕ'ਸਅ:ਪਸ਼(ਅ)ਨ/ *n* ਹਵਾਲਾ, ਟੂਕ; ਖੁਲਾਸਾ, ਸੰਖੇਪ

excess /ਇਕ'ਸੈੱਸ/ *n* ਅਸੰਜਮ; ਅੱਤਿਆਚਾਰ; ਵਧੀਕੀ, ਵਾਧਾ, ਧੱਕਾ; ਅਧਿਕਤਾ, ਬਹੁਤਾਤ

excessive /ਇਕ'ਸੈੱਸਿਵ੍/ *a* ਅਤਿ, ਅਤਿਅਧਿਕ, ਅਤਿਅੰਤ, ਅਸੀਮ, ਬੇਹਿਸਾਬ, ਅਣਗਿਣਤ, ਬੇਸ਼ੁਮਾਰ, ਬੇਹੱਦ

exchange /ਇਕਸ'ਚੇਇਨਜ/ *n* ਤਬਾਦਲਾ, ਵਟਾਂਦਰਾ, ਸਿੱਕੇ ਦਾ ਵਟਾਂਦਰਾ, ਹੁੰਡੀ ਦੁਆਰਾ ਲੈਣ-ਦੇਣ, ਆਦਾਨ-ਪ੍ਰਦਾਨ; ਟੈਲੀਫ਼ੂਨ ਕੇਂਦਰ *v* ਤਬਾਦਲਾ ਕਰਨਾ, ਵਟਾਂਦਰਾ ਕਰਨਾ; ਬਦਲਨਾ, ਵੱਟਾ-ਸੱਟਾ ਕਰਨਾ; ਨਿਗਾਹਾਂ ਮਿਲਾਉਣਾ

exchequer /ਇਕਸ'ਚੈੱਕਅ*/ *n* ਰਾਜ ਕੋਸ਼, ਸਰਕਾਰੀ ਖਜ਼ਾਨਾ, ਮਹਿਕਮਾ ਮਾਲ, ਵਿਤ ਵਿਭਾਗ

excide /ਇਕ'ਸਾਇਡ/ *vt* ਕੱਟ ਕੇ ਅੱਡ ਕਰਨਾ

excise /'ਐੱਕਸਾਇਜ਼/ *n* ਉਤਪਾਦਨ ਕਰ, ਚੁੰਗੀ, ਸਰਕਾਰੀ ਮਸੂਲ, ਆਬਕਾਰੀ /ਇਕ'ਸਾਇਜ਼/ *vt* ਉਤਪਾਦਨ ਕਰ ਉਗਰਾਹੁਣਾ, ਚੁੰਗੀ ਲੈਣਾ, ਮਸੂਲ ਲੈਣਾ; ਕੱਟ ਦੇਣਾ, ਉਡਾ ਦੇਣਾ

excitable /ਇਕ'ਸਾਇਟਅਬਲ/ *a* ਉਤੇਜਕ, ਭੜਕਾਉਣਯੋਗ, ਉਤਾਵਲਾ

excite /ਇਕ'ਸਾਇਟ/ *vt* (ਭਾਵਾਂ ਨੂੰ) ਭੜਕਾਉਣਾ, ਉਕਸਾਉਣਾ, ਉਭਾਰਨਾ, ਹਰਕਤ ਵਿੱਚ ਲਿਆਉਣਾ, ਗਰਮਾਉਣਾ, ਟੁੰਬਣਾ; (ਫ਼ੋਟੋਗ੍ਰਾਫ਼ੀ) ਪਲੇਟ ਵਿੱਚ ਫ਼ੋਟੋ ਲੈਣ ਦੀ ਯੋਗਤਾ ਪੈਦਾ ਕਰਨਾ; (ਬਿਜਲੀ) ਲਹਿਰ ਵਗਾਉਣਾ, ਭੜਕ ਪੈਣਾ, ਗਰਮ ਹੋ ਜਾਣਾ

excitement /ਇਕ'ਸਾਇਟਮਅਨਟ/ *n* ਜੋਸ਼, ਖਲਬਲੀ, ਭੜਕਾਹਟ, ਉਤੇਜਨਾ, ਆਵੇਸ਼, ਸਨਸਨੀ, ਬੇਕਰਾਰੀ

exciting /ਇਕ'ਸਾਇਟਿਙ/ *a* ਭੜਕਾਉਣ ਵਾਲਾ, ਉਕਸਾਉਣ ਵਾਲਾ, ਉਤੇਜਕ, ਉਭਾਰਨ ਵਾਲਾ

exclaim /ਇਕ'ਸਕਲੇਇਮ/ *vi* ਪੁਕਾਰ ਉੱਠਣਾ, ਚੀਕ ਉੱਠਣਾ, ਦੁਹਾਈ ਪਾਉਣਾ, ਚਿੱਲਾਉਣਾ, ਚੀਕਣਾ

exclamation /,ਐੱਕਸਕਲਅ'ਮੇਇਸ਼ਨ/ *n* ਪੁਕਾਰ, ਦੁਹਾਈ, ਹਾਕ, ਤ੍ਰਾਹ, ਹਾਏ-ਹਾਏ; ਵਿਸਮਿਕ ਚਿੰਨ੍ਹ

exclamation mark *n* ਵਿਸਮਕ ਚਿੰਨ੍ਹ

exclamatory /ਇਕ'ਸਕਲੈਮਅਟਰਿ/ *a* ਅਸਚਰਜ-ਜਨਕ, ਵਿਸਮੇਜਨਕ

exclave /ਐੱਕਸ'ਕਲੇਇਵ੍/ *n* ਹਦਬੰਦੀ, ਬਾਹਰਲਾ ਪਾਸਾ; ਕਿਸੇ ਅੰਗ ਦਾ ਅੱਡ ਹੋਇਆ ਭਾਗ

exclude /ਇਕ'ਸਕਲੂਡ/ *vt* ਬਾਹਰ ਰੱਖਣਾ, ਪਰੇ ਰੱਖਣਾ, ਕੱਢ ਦੇਣਾ; ਛੱਡ ਦੇਣਾ; ਘਟਨਾ ਵਿੱਚ ਰੁਕਾਵਟ ਪਾਉਣਾ, ਰੋਕਣਾ, ਹੋਣ ਨਾ ਦੇਣਾ

excluding /ਇਕ'ਸਕਲੂਡਿਙ/ *adv* ਬਿਨਾਂ, ਤੋਂ ਰਹਿਤ, ਨੂੰ ਛੱਡ ਕੇ

exclusion /ਇਕ'ਸਕਲੂਯ਼ਨ/ *n* ਵਰਜਨ, ਅਲਹਿਦਗੀ, ਵੱਖਰਿਆਉਣ ਦੀ ਕਿਰਿਆ; ਬੰਦਸ਼

exclusive /ਇਕ'ਸਕਲੂਸਿਵ੍/ *a* ਨਿਵੇਕਲਾ; ਵੱਖਰਾ, ਅੱਡ; ਰਾਖਵਾਂ; ਨਾਮਿਲਨਸਾਰ

exclusiveness /ਇਕ'ਸਕਲੂਸਿਵ੍ਨਅਸ/ *n* ਨਿਵੇਕਲਾਪਣ; ਵਿਸ਼ਿਸ਼ਟਤਾ

excogitate /ਐੱਕਸ'ਕੌਜਿਟੇਇਟ/ *vt* ਸੋਚਣਾ, ਵਿਚਾਰ ਕਰਨਾ, ਘੋਖਣਾ, ਭਾਲ ਲੈਣਾ, ਧਿਆਨ ਕਰਨਾ

excogitation /ਐੱਕਸ,ਕੌਜਿ'ਟੇਇਸ਼ਨ/ *n* ਸੋਚ-ਵਿਚਾਰ, ਧਿਆਨ

excommunicate /,ਐੱਕਸਕਅ'ਮਯੂਨਿਕੇਇਟ/ *vt* ਧਰਮ ਵਿੱਚੋਂ ਕੱਢਣਾ, ਛੇਕ ਦੇਣਾ, ਭਾਈਚਾਰੇ ਵਿੱਚੋਂ ਕੱਢ ਦੇਣਾ

excommunication /,ਐੱਕਸਕਅ,ਮਯੂਨਿ'ਕੇਇਸ਼ਨ/ *n* (ਧਰਮ ਵਿੱਚੋਂ) ਛੇਕਣ ਕਿਰਿਆ, ਭਾਈਚਾਰੇ ਵਿੱਚੋਂ ਬੇਦਖ਼ਲੀ

excrement /'ਐੱਕਸਕਰਿਮਅਨਟ/ *n* (ਬਹੁ) ਬਿੱਠ, ਗੋਹਾ, ਗੂੰਹ, ਮਲ-ਮੂਤਰ, ਗੰਦ, ਟੱਟੀ

excrescence /ਇਕ'ਸਕਰੈੱਸੰਨਸ/ *n* ਵਧਿਆ ਮਾਸ, ਗਿੱਲ੍ਹੜ, ਰਸੌਲੀ, ਫੋੜਾ, ਫਿਣਸੀ

excrescent /ਇਕ'ਸਕਰੈੱਸੰਨਟ/ *a* ਅਧਿਕ ਉਠਾਅ ਵਾਲਾ, ਵਧਿਆ

excreta /ਇਕ'ਸਕਰੀਟਅ/ *n* (ਬਹੁ) ਬਿੱਠ, ਗੋਹਾ, ਮਲ-ਮੂਤਰ, ਮੈਲ, ਗੰਦ, ਟੱਟੀ

excrete /ਇਕ'ਸਕਰੀਟ/ *vt* ਬਿੱਠ ਗੋਹਾ ਮੈਲਾ ਆਦਿ ਤਿਆਗਣਾ, ਟੱਟੀ ਕਰਨਾ, ਹੱਗਣਾ

excretion /ਇਕ'ਸਕਰੀਸ਼ਨ/ *n* ਮਲ-ਮੂਤਰ, ਰਿਸਾਵ

excruciate /ਇਕ'ਸਕਰੂਸ਼ਿਏਇਟ/ *vt* ਤਸੀਹੇ ਦੇਣਾ, ਦੁੱਖ ਦੇਣਾ, ਸਤਾਉਣਾ, ਮਾਨਸਿਕ ਤੌਰ 'ਤੇ ਪੀੜਤ ਕਰਨਾ

excruciating /ਇਕ'ਸਕਰੂਸ਼ਿਏਇਟਿਙ/ *a* ਤੀਬਰ (ਪੀੜ ਆਦਿ), ਪੀੜਾਦਾਇਕ

excruciation /ਇਕ,ਸਕਰੂਸ਼ਿ'ਏਇਸ਼ਨ/ *n* ਸੰਤਾਪ, ਵੇਦਨਾ, ਮਾਨਸਿਕ ਪੀੜ, ਤਸੀਹਾ

exculpate /'ਐੱਕਸਕਅੱਲਪੇਇਟ/ *vt* ਬਰੀ ਕਰਨਾ, ਦੋਸ਼ ਮੁਕਤ ਕਰਨਾ

exculpation /,ਐੱਕਸਕਅੱਲ'ਪੇਇਸ਼ਨ/ *n* ਦੋਸ਼ ਮੁਕਤੀ, ਛੁਟਕਾਰਾ, ਨਿਰਅਪਰਾਧਤਾ, ਨਿਰਦੋਸ਼ਤਾ

excurse /ਇਕ'ਸਕਅ:ਸ/ *vt* ਮਟਰਗਸ਼ਤੀ ਕਰਨਾ, ਘੁੰਮਣਾ, ਭਟਕਣਾ, ਸੈਰ-ਸਪਾਟਾ ਕਰਨਾ; ਬਿਨਾਂ ਪ੍ਰਸੰਗ ਦੇ ਕਹਿਣਾ ਜਾਂ ਲਿਖਣਾ

excursion /ਇਕ'ਸਕਅ:ਸ਼ਨ/ *n* ਸਫ਼ਰ, ਸੈਰ-ਸਪਾਟਾ, ਹਵਾਖੋਰੀ, ਮਟਰਗਸ਼ਤੀ, ਭਰਮਣ; (ਜੋ) ਨਿਯਤ ਪਥ ਤੋਂ ਭਟਕਣ; ਧਾਵਾ, ਲੜਾਈ

excursive /ਇਕ'ਸਕਅ:ਸਿਵ੍/ *a* ਭਰਮਣਸ਼ੀਲ; ਅਪ੍ਰਸੰਗਿਕ

excuse /ਇਕ'ਸਕਯੂਸ / *n* ਦੋਸ਼ ਮੁਕਤੀ; ਬਹਾਨਾ /ਇਕ'ਸਕਯੂਜ਼/ *vt* ਖਿਮਾ ਦੀ ਜਾਚਨਾ ਕਰਨਾ, ਖਿਮਾ ਮੰਗਣਾ , ਖਿਮਾ ਕਰਨਾ, ਦਰਗੁਜ਼ਰ ਕਰਨਾ

execrate /'ਐੱਕਸਿਕਰੇਇਟ/ *v* ਅਤਿਅੰਤ ਘਿਰਣਾ ਕਰਨਾ, ਨਫ਼ਰਤ ਕਰਨਾ, ਸਰਾਪ ਦੇਣਾ, ਕੋਸਣਾ, ਲਾਹਨਤ ਪਾਉਣਾ, ਬਦਅਸੀਸ ਦੇਣਾ

execration /,ਐੱਕਸਿ'ਕਰੇਇਸ਼ਨ/ *n* ਘਿਰਣਾ, ਨਫ਼ਰਤ, ਲਾਹਨਤ, ਦੁਰਾਸੀਸ, ਸਰਾਪ

execute /'ਐੱਕਸਿਕਯੂਟ/ *vt* ਲਾਗੂ ਕਰਨਾ; ਪਾਲਨਾ ਕਰਨਾ, ਅਮਲ ਕਰਨਾ, ਬਜਾ ਲਿਆਉਣਾ; ਲਿਖ ਦੇਣਾ (ਲਿਖਤ), ਸਹੀ ਪਾਉਣਾ; ਜਾਇਦਾਦ ਜਾਂ ਮੁਲਕ ਦੇ ਦੇਣਾ; ਫਰਜ਼ ਪੂਰਾ

ਕਰਨਾ, ਕਰਤੱਵ ਪਾਲਨਾ; ਫਾਂਸੀ ਦੇਣਾ; (ਸੰਗੀ) ਵਜਾਉਣਾ

execution /ˌ**ਐਕਸਿ'ਕਯੂਸ਼ਨ**/ *n* ਪਾਲਨ, ਤਾਮੀਲ; ਨਿਭਾਅ; (ਸੰਗੀ) ਕਲਾ ਕੌਸ਼ਲ; ਚੁਸਤੀ, ਹੁਸ਼ਿਆਰੀ; ਕੁਰਕੀ, ਜਬਤ; ਪ੍ਰਾਣ ਦੰਡ, ਸੂਲੀ, ਫਾਂਸੀ

executioner /ˌ**ਐੱਕਸਿ'ਕਯੂਸ਼ਅਨਅ***/ *n* ਫਾਹੇ ਲਾਉਣ ਵਾਲਾ, ਸੂਲੀ ਚੜ੍ਹਾਉਣ ਵਾਲਾ, ਜੱਲਾਦ

executive /**ਇਗ'ਜ਼ੈੱਕਯਅਟਿਵ੍**/ *a* ਕਨੂੰਨ ਅਤੇ ਦੰਡ ਨੂੰ ਲਾਗੂ ਕਰਨ ਵਾਲਾ *n* ਪ੍ਰਬੰਧਕ, ਰਾਜ ਕਾਜ ਦਾ ਪ੍ਰਬੰਧਕੀ ਵਿਭਾਗ; ਕਿਸੇ ਵਪਾਰੀ ਫਰਮ ਦਾ ਮੁਖੀ ਜਾਂ ਅਧਿਕਾਰੀ

executor /**ਇਗ'ਜ਼ੈੱਕਯਅਟਅ***/ *n* ਕਾਰਜ ਕਰਤਾ; ਵਸੀਅਤ ਦਾ ਪ੍ਰਬੰਧਕ

exegesis /ˌ**ਐੱਕਸਿ'ਜੀਸਿਸ**/ *n* ਵਿਆਖਿਆ, ਟੀਕਾ; ਭਾਸ਼

exemplar /**ਇਗ'ਜ਼ੈਂਮਪਲਾ***/ *n* ਆਦਰਸ਼, ਉਦਾਹਰਨ, ਮਿਸਾਲ, ਪ੍ਰਤੀਕ, ਨਮੂਨਾ, ਨਕਸ਼; ਨਾਲ ਮਿਲਦੀ-ਜੁਲਦੀ ਉਦਾਹਰਨ

exemplary /**ਇਗ'ਜ਼ੈੱਮਪਲਅਰਿ**/ *a* ਨਕਲ ਕਰਨ ਯੋਗ, ਮਿਸਾਲਯੋਗ, ਸਿਖਿਆਦਾਇਕ, ਨਮੂਨੇ ਦੀ, ਦ੍ਰਿਸ਼ਟਾਂਤਯੋਗ, ਗੁਣਯੁਕਤ; ਚਿਤਾਵਨੀਪੂਰਕ

exemplify /**ਇਗ'ਜ਼ੈੱਮਪਲਿਫ਼ਾਇ**/ *vi* ਦ੍ਰਿਸ਼ਟਾਂਤ ਦੁਆਰਾ ਸਪਸ਼ਟ ਕਰਨਾ ਜਾਂ ਦਿਖਾਉਣਾ, ਮਿਸਾਲ ਦੇਣਾ, ਮਿਸਾਲ ਬਣਨਾ; ਨਕਲ ਨੂੰ ਸਰਕਾਰੀ ਮੋਹਰ ਲਾ ਕੇ ਤਸਦੀਕ ਕਰਨਾ

exempt /**ਇਗ'ਜ਼ੈੱਮਪਟ**/ *a* ਮੁਕਤ, ਰਿਹਾਅ, ਛੱਡਿਆ ਹੋਇਆ *n* ਟੈਕਸ ਤੋਂ ਬਚਿਆ ਮਨੁੱਖ *vt* ਮੁਕਤ ਕਰਨਾ, ਛੱਡ ਦੇਣਾ, ਛੋਟ ਕਰਨਾ

exemption /**ਇਗ'ਜ਼ੈੱਮਪਸ਼ਨ**/ *n* ਛੁਟਕਾਰਾ, ਛੋਟ, ਮਾਫ਼ੀ, ਵਿਮੋਚਨ, ਵਿਮੁਕਤੀ

exequies /'**ਐੱਕਸਿਕਵਿਜ਼**/ *n* ਅੰਤਿਮ ਸੰਸਕਾਰ ਸਮੇਂ ਦੀ ਯਾਤਰਾ, ਬਬਾਣ

exercise /'**ਐੱਕਸਅਸਾਇਜ਼**/ *n* ਪ੍ਰਯੋਗ; ਅਭਿਆਸ, ਸੇਵਨ; ਮਸ਼ਕ, ਕਸਰਤ; ਸਾਧਨਾ; ਸਿੱਖਿਆ, ਪ੍ਰਸ਼ਨਮਾਲਾ; ਧਰਮ ਚਰਚਾ, ਪੂਜਾ ਪਾਠ *vt* ਪ੍ਰਯੋਗ ਕਰਨਾ; ਅਭਿਆਸ ਕਰਨਾ; ਸੇਵਨ ਕਰਨਾ; ਕਸਰਤ ਕਰਨਾ; ਸਾਧਨਾ ਕਰਨਾ; ਸਿੱਖਿਆ ਦੇਣਾ; ਵਰਤੋਂ ਕਰਨਾ; ਚਿੰਤਤ ਹੋਣਾ

exert /**ਇਗ'ਜ਼ਅ:ਟ**/ *vt* ਜ਼ੋਰ ਮਾਰਨਾ; (ਸ਼ਕਤੀ, ਗੁਣ ਤੇ ਪ੍ਰਭਾਵ ਤੋਂ) ਕੰਮ ਲੈਣਾ, ਪ੍ਰਯਤਨ ਕਰਨਾ, ਚੇਸ਼ਟਾ ਕਰਨਾ, ਪ੍ਰਯੋਗ ਕਰਨਾ, ਕੋਸ਼ਿਸ਼ ਕਰਨਾ

exertion /**ਇਗ'ਜ਼ਅ:ਸ਼ਨ**/ *n* ਯਤਨ, ਸੰਘਰਸ਼, ਉੱਦਮ, ਕੋਸ਼ਿਸ਼, ਸਰਗਰਮੀ

exfoliate /**ਐੱਕਸ'ਫ਼ਅਉਲਿਏਇਟ**/ *vt* (ਹੱਡੀ, ਧਾਤ ਤੋਂ) ਛਿਲਕੇ ਜਾਂ ਖੱਲ ਦਾ ਉੱਤਰ ਜਾਣਾ; ਰੁੱਖਾਂ ਦਾ ਛਿਲਕਾ ਲਹਿ ਜਾਣਾ, ਪਰਤ ਜਾਂ ਛਿਲਕਾ ਉਤਰਨਾ

ex gratia /ˌ**ਐੱਕਸ 'ਗਰੇਇਸ਼ਅ**/**(L)** *a* ਬਖ਼ਸ਼ਿਸ਼ ਵੱਜੋਂ ਦਿੱਤੀ

exhalation /ˌ**ਐੱਕਸਹਅ'ਲੇਇਸ਼ਨ**/ *n* ਸਾਹ ਬਾਹਰ ਕੱਢਣ ਦੀ ਕਿਰਿਆ; ਹਵਾੜ੍ਹ

exhale /**ਐੱਕਸ'ਹੇਇਲ**/ *v* (ਧੂੰਆ ਜਾਂ ਹਵਾੜ੍ਹ) ਬਾਹਰ ਕੱਢਣਾ, ਭਾਫ਼ ਬਣ ਕੇ ਉੱਡਣਾ ਜਾਂ ਉਡਾਉਣਾ, ਸਾਹ ਬਾਹਰ ਕੱਢਣਾ; ਲਹੂ ਨੂੰ ਬਾਹਰ ਕੱਢਣਾ; ਭੜਾਸ ਕੱਢਣਾ, ਕ੍ਰੋਧ ਦੂਰ ਕਰਨਾ, ਹੌਲੀ-ਹੌਲੀ ਬੋਲਣਾ; ਪ੍ਰਾਣ ਤਿਆਗਣਾ

exhaust /**ਇਗ'ਜ਼ੋਸਟ**/ *vt* ਸੱਖਣਾ ਕਰਨਾ; ਖ਼ਰਚ ਕਰ ਦੇਣਾ, ਸਾਰੇ ਦਾ ਸਾਰਾ ਵਰਤ ਲੈਣਾ, ਸਾਰੀ ਤਾਕਤ ਜਾਂ ਵਸੀਲੇ ਨੂੰ ਮੁਕਾ ਲੈਣਾ; ਸਲੰਡਰ ਵਿੱਚੋਂ ਭਾਫ਼ ਦਾ ਨਿਕਲਨਾ *n* ਇੰਜਣ ਵਿੱਚੋਂ ਭਾਫ਼ ਆਦਿ ਦਾ ਨਿਕਾਸ ਜਾਂ ਨਿਕਾਸ ਨਾਲੀ

exhaustion /**ਇਗ'ਜ਼ੋਸਚਅਨ**/ *n* ਸੱਖਣਾਪਣ, ਨਿਕਾਸ; ਖੀਣਤਾ, ਥਕਾਵਟ

exhaustive /**ਇਗ'ਜ਼ੋਸਟਿਵ੍**/ *n* ਵਿਸਤਰਿਤ, ਸਰਵਾਂਗੀ, ਵਿਆਪਕ

exhibit/**ਇਗ'ਜ਼ਿਬਿਟ**/ *vi* ਵਿਖਾਉਣਾ, ਪ੍ਰਗਟ

ਕਰਨਾ, ਪੇਸ਼ ਕਰਨਾ, (ਗੁਣ) ਪ੍ਰਤੱਖ ਕਰਨਾ; ਨੁਮਾਇਸ਼ ਕਰਨਾ; ਉਜਾਗਰ ਕਰਨਾ *n* ਪ੍ਰਦਰਸ਼ਤ ਵਸਤੂ

exhibition /ˌ**ਐੱਕਸਿ'ਬਿਸ਼ਨ**/ *n* ਪ੍ਰਦਰਸ਼ਨ, ਨਿਰੂਪਣ, ਪ੍ਰਦਰਸ਼ਨੀ, ਨੁਮਾਇਸ਼; ਕਲਾ ਪ੍ਰਦਰਸ਼ਨੀ

exhibitionism/ˌ**ਐੱਕਸਿ'ਬਿਸ਼ਅਨਿਜ਼ਅਮ**/ *n* (ਇੱਕ ਮਾਨਸਿਕ ਵਿਕਾਰ ਵਜੋਂ) ਆਤਮ ਪ੍ਰਦਰਸ਼ਨ

exhilarate /**ਇਗ'ਜ਼ਿਲਅਰੇਇਟ**/ *vt* ਅਨੰਦ ਕਰਨਾ, ਪ੍ਰਸੰਨ ਕਰਨਾ, ਸਜੀਵ ਕਰਨਾ, ਮਗਨ ਕਰਨਾ, ਖ਼ੁਸ਼ ਕਰਨਾ

exhilaration /**ਇਗˌਜ਼ਿਲਅ'ਰੇਇਸ਼ਨ**/ *n* ਪ੍ਰਫੁਲਤਾ, ਹੁਲਾਸ, ਖੇੜਾ, ਅਨੰਦ, ਖੁਸ਼ੀ

exhort /**ਇਗ'ਜ਼ੋਟ**/ *vt* (ਜ਼ੋਰਦਾਰ ਸ਼ਬਦਾਂ ਵਿੱਚ) ਨਸੀਹਤ ਕਰਨਾ

exhortation /ˌ**ਐੱਗਜ਼ੋ'ਟੇਇਸ਼ਨ**/ *n* ਚਿਤਾਵਨੀ, ਪ੍ਰੇਰਨਾ, ਉਪਦੇਸ਼, ਉਕਸਾਹਟ

exhume /**ਐੱਕਸ'ਹਯੂਮ, ਇਗ'ਜ਼ਯੂਮ**/ *vt* (ਦੱਬੇ ਹੋਏ ਨੂੰ) ਪੁੱਟ ਕੇ ਕੱਢਣਾ; ਉਘਾੜਨਾ, ਪ੍ਰਕਾਸ਼ਮਾਨ ਕਰਨਾ

exigence /'**ਐੱਕਸਿਜਅਨਸ, 'ਐੱਗਜ਼ਿ-**/ *n* ਸਖ਼ਤ ਲੋੜ; ਫੌਰੀ ਲੋੜ, ਮੁਤਾਲਬਾ; ਔਕੜ

exigency /'**ਐੱਕਸਿਜਅਨਸਿ, ਇਗ'ਜ਼ਿਜ-**/ *n* ਵੇਖੋ **exigence**

exigent /'**ਐੱਕਸਿਜ(ਅ)ਨਟ**/ *a* ਬਹੁਤ ਜ਼ਰੂਰੀ, ਅਤਿ ਆਵਸ਼ਕ, ਜ਼ੋਰਦਾਰ (ਮੰਗ)

exile /'**ਐੱਕਸਾਇਲ, 'ਐੱਗਜ਼ਾਇਲ**/ *n* ਦੇਸ਼ ਨਿਕਾਲਾ, ਪ੍ਰਵਾਸ ਜਲਾਵਤਨੀ, ਬਨਵਾਸ, ਲੰਮੇ ਸਮੇਂ ਲਈ ਦੇਸ਼ ਤਿਆਗ; ਜਲਾਵਤਨ (ਮਨੁੱਖ) *vt* ਦੇਸ਼ ਨਿਕਾਲਾ ਦੇਣਾ, ਜਲਾਵਤਨ ਕਰਨਾ *a* ਜਲਾਵਤਨ, ਬਨਵਾਸੀ

exility /**ਐੱਗ'ਜ਼ਿਲਅਟਿ**/ *n* ਸੂਖਮਤਾ, ਖੀਣਤਾ, ਪਤਲਾਪਣ, ਚਤਰਤਾ, ਨਜ਼ਾਕਤ

exist /**ਇਗ'ਜ਼ਿਸਟ**/ *vi* ਹੋਣਾ, ਮੌਜੂਦ ਹੋਣਾ; ਰਹਿਣਾ, ਜਿਊਂਦੇ ਰਹਿਣਾ, ਅਸਤਿਤਵ ਰੱਖਣਾ, ਸੱਤਾ ਰੱਖਣਾ, ਹੋਂਦ ਵਿੱਚ ਹੋਣਾ

existence /**ਇਗ'ਜ਼ਿਸਟਅਨਸ**/ *n* ਹੋਂਦ, ਮੌਜੂਦਗੀ, ਹਸਤੀ, ਪੈਦਾਇਸ਼, ਅਸਤਿਤਵ, ਸਥਿਤੀ, ਪ੍ਰਾਣ, ਜੀਵ, ਜਾਨ

existent /**ਇਗ'ਜ਼ਿਸਟਅਨਟ**/ *a* ਵਿਦਮਾਨ, ਵਰਤਮਾਨ, ਅਸਤਿਤਵਮਾਨ, ਵਾਸਤਵਿਕ, ਜੀਵਤ, ਪ੍ਰਚੱਲਤ, ਮੌਜੂਦ

existential /ˌ**ਐੱਗਜ਼ਿ'ਸਟੈਨੱਸ਼ਅਲ**/ *n* ਹੋਂਦ ਸੰਬੰਧੀ, ਅਸਤਿਤਵ ਸੰਬੰਧੀ, ਸੱਤਾਤਮਿਕ

existentialism /ˌ**ਐੱਗਜ਼ਿ'ਸਟੈਨੱਸ਼ਅਲਿਜ਼ਅਮ**/ *n* ਹੋਂਦਵਾਦ, ਅਸਤਿਤਵਵਾਦ

existing /**ਇਗ'ਜ਼ਿਸਟਿਙ**/ *a* ਵਰਤਮਾਨ, ਮੌਜੂਦ, ਵਿਦਮਾਨ

exit /'**ਐੱਕਸਿਟ, 'ਐੱਗਜ਼ਿਟ**/ *n* ਸਟੇਜ ਤੋਂ ਬਾਹਰ ਜਾਣ ਦੀ ਕਿਰਿਆ, ਪ੍ਰਸਥਾਨ; ਮੌਤ; ਕੂਚ, ਚਲਾਣਾ, ਨਿਕਾਸ, ਬਾਹਰ ਜਾਣ ਦਾ ਰਸਤਾ

exit poll *n* ਵੋਟ ਪਾਉਣ ਪਿੱਛੋਂ ਵੋਟਰਾਂ ਤੋਂ ਵੋਟ ਪਾਉਣ ਬਾਰੇ ਲਈ ਗਈ ਜਾਣਕਾਰੀ

exoderm /'**ਐੱਕਸਅਡਅ:ਮ**/ *n* ਖੱਲ, ਚਮੜੀ

exodus /'**ਐੱਕਸਅਡਅਸ**/ *n* ਇਸਰਾਈਲੀਆਂ ਦਾ ਮਿਸਰ ਤੋਂ ਕੂਚ ਦੇ ਵਿਵਰਨ ਵਾਲਾ ਇੰਜੀਲ ਦਾ ਭਾਗ; ਇਸਰਾਈਲੀਆਂ ਦਾ ਮਿਸਰ ਤੋਂ ਕੂਚ; ਨਿਕਾਲਾ, ਹਿਜਰਤ

ex officio /ˌ**ਐੱਕਸ ਆ'ਫ਼ਿਸ਼ਿਅਉ**/ *(L) adv* ਅਹੁਦੇ ਦੇ ਨਾਤੇ, ਪਦ ਦੇ ਨਾਤੇ, ਪਦ ਅਨੁਸਾਰ

exogamous /**ਐੱਕ'ਸੌਗਅਮਅਸ**/ *a* ਗੋਤ ਤੋਂ ਬਾਹਰ ਵਿਆਹ ਸੰਬੰਧੀ

exonerate /**ਇਗ'ਜ਼ੌਨਅਰੇਇਟ**/ *vt* ਭਾਰ ਮੁਕਤ ਕਰਨਾ, ਨਿਵਿਰਤ ਕਰਨਾ, ਭਾਰ ਲਾਹੁਣਾ; ਦੋਸ਼ ਤੋਂ ਮੁਕਤ ਕਰਨਾ, ਨਿਰਦੋਸ਼ ਠਹਿਰਾਉਣਾ; (ਸੇਵਾ ਤੋਂ) ਛੁੱਟੀ ਦੇਣਾ

exoneration /**ਇਗˌਜ਼ੌਨਅ'ਰੇਇਸ਼ਨ**/ *n* ਭਾਰ ਮੁਕਤੀ, ਨਿਵਿਰਤੀ, ਦੋਸ਼ ਤੋਂ ਮੁਕਤੀ, ਪਾਪ ਤੋਂ ਮੁਕਤੀ, ਛੁਟਕਾਰਾ, ਰਿਹਾਈ

exorable /'**ਐੱਕਸਅਰਅਬਲ**/ *a* ਪ੍ਰਾਰਥਨਾ ਤੋਂ ਪ੍ਰਭਾਵਿਤ ਹੋਣ ਵਾਲਾ; ਖ਼ੁਸ਼ ਕਰਨ ਵਾਲਾ

exorbitance /**ਇਗ'ਜ਼ੋਬਿਟ(ਅ)ਨਸ**/ *n*

ਅਨਉਚਿਤ ਅਧਿਕਾਰ ਮੰਗ; ਵਸੂਲੀ ਵਿੱਚ ਵਧੀਕੀ, ਅਧਿਕਤਾ

exorbitant /ਇਗ'ਜ਼ੋਬਿਟਅਨਟ/ *a* ਬੇਜਾ, ਅਨਉਚਿਤ; ਅਤਿਅੰਤ, ਹੱਦ ਤੋਂ ਜ਼ਿਆਦਾ

exorcism /'ਐੱਕਸੋਸਿਜ਼ਅਮ/ *n* (ਭੂਤ ਕੱਢਣ ਲਈ) ਝਾੜਾ, ਝਾੜ-ਫੂਕ

exorcist /'ਐੱਕਸੋਸਿਸਟ/ *n* ਭੂਤ ਕੱਢਣ ਵਾਲਾ ਵਿਅਕਤੀ, ਟੂਣੇ ਟਾਮਣ ਕਰਨਹਾਰਾ, ਜੰਤਰ-ਮੰਤਰ ਤੋਂ ਕੰਮ ਲੈਣ ਵਾਲਾ ਵਿਅਕਤੀ, ਮਾਂਦਰੀ

exorcize /'ਐੱਕਸੋਸਾਇਜ਼/ *vt* ਝਾੜਾ ਕਰਨਾ, ਭੂਤ ਕੱਢਣਾ, ਮੁਕਤ ਕਰਨਾ

exoteric /ˌਐੱਕਸਅ(ਉ)'ਟੈੱਰਿਕ/ *n* ਪ੍ਰਗਟ ਸਿਧਾਂਤ, ਸੁਬੋਧ ਸਿਧਾਂਤ *a* ਸਧਾਰਨ, ਜ਼ਾਹਰੀ, ਮਾਮੂਲੀ

exotic /ਇਗ'ਜ਼ੋਟਿਕ/ *a* (ਜਿਵੇਂ ਬਨ, ਜੀਵ) ਵਿਦੇਸ਼ੀ, ਅਜਨਬੀ, ਵਚਿੱਤਰ

expand /ਇਕ'ਸਪੈਨਡ/ *v* ਚਾਰੇ ਪਾਸੇ ਫੈਲਣਾ, ਫੈਲਾਉਣਾ; ਵਿਆਖਿਆ ਕਰਨਾ, ਖੋਲ੍ਹ ਕੇ ਵਰਣਨ ਕਰਨਾ; ਵਿਗਸਣਾ, ਵਧਣਾ, ਵਧਾਉਣਾ, ਫੁੱਲਣਾ, ਫੁਲਾਉਣਾ; ਖੁੱਲ੍ਹਣਾ; ਪਸਾਰਨਾ

expanse /ਇਕ'ਸਪੈਨਸ/ *n* ਫੈਲਾਅ, ਪ੍ਰਸਾਰ

expansibility /ਇਕˌਸਪੈਨਸਅ'ਬਿਲਅਟਿ/ *n* ਫੈਲਣ ਦੀ ਯੋਗਤਾ

expansion /ਇਕ'ਸਪੈਨਸ਼ਨ/ *n* ਫੈਲਾਅ, ਕਾਰੋਬਾਰ ਦਾ ਫੈਲਾਅ; ਨੋਟਾਂ ਜਾਂ ਸਿੱਕਿਆਂ ਦਾ ਵਰਤਾਰਾ; ਇੰਜਣ ਦੇ ਸਲੰਡਰ ਵਿੱਚ ਭਾਫ਼ ਦਾ ਵਾਧਾ; ਵਿਸਤਾਰ ਪ੍ਰਚਾਰ, ਪ੍ਰਪੰਚ

expatiate /ਇਕ'ਸਪੇਇਸ਼ਿਏਇਟ/ *vi* (ਕਿਸੇ ਵਿਸ਼ੇ ਉੱਤੇ) ਰੱਜ ਕੇ ਬੋਲਣਾ; ਬੇਰੋਕ ਟੋਕ ਘੁੰਮਣਾ, ਫਿਰਨਾ

expatiation /ਐੱਕˌਸਪੇਇਸ਼ਿ'ਏਇਸ਼ਨ/ *n* ਖੁੱਲ੍ਹਾ ਭਰਮਣ

expatriate /ˌਐੱਕਸ'ਪੈਟਰਿਅਟ/ *vt* ਪ੍ਰਵਾਸ ਕਰਨਾ, ਦੇਸ਼ ਤਿਆਗ ਕਰਨਾ, ਦੇਸ਼ ਨਿਕਾਲਾ ਦੇਣਾ, ਨਾਗਰਿਕ ਅਧਿਕਾਰਾਂ ਤੋਂ ਵਾਂਝਾ ਕਰਨਾ *a* ਪ੍ਰਵਾਸ, ਜਲਾਵਤਨੀ

expatriation /ਐੱਕਸˌਪੈਟਰਿ'ਏਇਸ਼ਨ/ *n* ਪ੍ਰਵਾਸ, ਦੇਸ਼ ਤਿਆਗ, ਦੇਸ਼ ਨਿਕਾਲਾ, ਨਾਗਰਿਕਤਾ ਦੇ ਹੱਕਾਂ ਤੋਂ ਬੇਦਖ਼ਲੀ

expect /ਇਕ'ਸਪੈੱਕਟ/ *vt* ਆਸ ਰੱਖਣਾ, ਉਮੀਦ ਕਰਨਾ; ਰਾਹ ਵੇਖਣਾ; (ਗੱਲਬਾਤ ਵਿੱਚ) ਸਮਝਣਾ, ਖ਼ਿਆਲ ਕਰਨਾ

expectancy /ਇਕ'ਸਪੈੱਕਟਅਨਸਿ/ *n* ਆਸ਼ਾ, ਸੰਭਾਵਨਾ, ਆਸ਼ਾ ਦੀ ਸਥਿਤੀ, ਭਵਿੱਖ, ਉਮੀਦ

expectant /ਇਕ'ਸਪੈੱਕਟਅਨਟ/ *a* ਉਮੀਦ ਰੱਖਣ ਵਾਲਾ, ਆਕਾਂਖਿਆ ਰੱਖਣ ਵਾਲਾ, ਆਸਵੰਦ, ਉਡੀਕਵਾਨ; (ਕਨੂੰ) ਜਿਸ ਨੂੰ ਵਿਰਾਸਤ ਮਿਲਨੀ ਹੋਵੇ; ਗਰਭਵਤੀ

expectation /ˌਐੱਕਸਪੈੱਕ'ਟੇਇਸ਼ਨ/ *n* ਆਸ, ਆਸ਼ਾ, ਪੂਰਵ ਅਨੁਮਾਨ, ਪੂਰਵ ਧਾਰਨ; ਆਸ ਦਾ ਆਧਾਰ

expectorant /ਇਕ'ਸਪੈੱਕਟਅਰਅਨਟ/ *n* ਬਲਗਮ ਕੱਢਣ ਵਾਲੀ ਦਵਾਈ

expectorate /ਇਕ'ਸਪੈੱਕਟਅਰੇਇਟ/ *v* ਖੰਘ ਜਾਂ ਥੁੱਕ ਨਾਲ ਛਾਤੀ ਜਾਂ ਫੇਫੜਿਆਂ ਦੀ ਬਲਗਮ ਬਾਹਰ ਕੱਢਣਾ, ਖੰਘਾਰਨਾ, ਖੰਘਾਰ ਥੁੱਕਣਾ

expectoration /ਇਕˌਸਪੈੱਕਟਅ'ਰੇਇਸ਼ਨ/ *n* ਥੁੱਕ ਜਾਂ ਬਲਗਮ ਬਾਹਰ ਸੁੱਟਣ ਦੀ ਕਿਰਿਆ, ਖੰਘਾਰ

expedience, expediency /ਇਕ'ਸਪੀਡਿਅਨਸ, ਇਕ'ਸਪੀਡਿਅਨਸਿ/ *n* ਮਸਲਤ, ਉਪਯੋਗਤਾ, ਉਚਿਤਤਾ, ਹਿਕਮਤ, ਸਿਆਣਪ

expedient /ਇਕ'ਸਪੀਡਿਅਨਟ/ *a* ਉਪਯੋਗੀ, ਮੁਨਾਸਬ, ਉਚਿਤ

expedite /'ਐੱਕਸਪਅਡਾਇਟ/ *vt* (ਕਿਸੇ ਕਨੂੰਨ, ਕਾਇਦੇ ਜਾਂ ਅਮਲ ਦੀ ਸਫਲਤਾ ਵਿੱਚ) ਸਹਾਈ ਹੋਣਾ; (ਕੰਮ) ਛੇਤੀ ਕਰ ਦੇਣਾ, ਤੁਰੰਤ ਕਰਨਾ, ਝਟਪਟ ਕਰਨਾ, ਕਾਹਲ ਕਰਨਾ

expedition /ˌਐਕਸਪਅ'ਡਿਸ਼ਨ/ *n* ਮੁਹਿੰਮ, ਚੜ੍ਹਾਈ

expel /ਇਕ'ਸਪੈੱਲ/ *vt* ਜ਼ੋਰ ਨਾਲ ਬਾਹਰ ਕੱਢਣਾ; ਬਰਾਦਰੀ ਜਾਂ ਸਕੂਲ ਅਥਵਾ ਕਾਲਜ ਵਿੱਚੋਂ ਕੱਢ ਦੇਣਾ, ਛੇਕਣਾ, ਨਾਂ ਕੱਟ ਦੇਣਾ, ਖ਼ਾਰਿਜ ਕਰਨਾ

expend /ਇਕ'ਸਪੈੱਨਡ/ *vt* ਖਾ ਲੈਣਾ, ਪ੍ਰਯੋਗ ਕਰ ਲੈਣਾ, ਖ਼ਰਚ ਕਰਨਾ, ਲਾਉਣਾ, ਖਪਾਉਣਾ

expenditure /ਇਕ'ਸਪੈੱਨਡਿਚਅ*/ *n* ਖ਼ਰਚ, ਖਪਾਊ, ਖ਼ਰਚੀ ਰਕਮ, ਲਾਗਤ

expense /ਇਕ'ਸਪੈੱਨਸ/ *n* ਖ਼ਰਚ, ਮੁੱਲ, ਲਾਗਤ

expensive /ਇਕ'ਸਪੈੱਨਸਿਵ੍/ *a* ਮਹਿੰਗਾ, ਕੀਮਤੀ, ਮੁੱਲਵਾਨ, ਲਾਗਤ ਵਾਲਾ, ਖ਼ਰਚੀਲਾ

experience /ਇਕ'ਸਪਿਅਰਿਅਨਸ/ *n* ਅਨੁਭਵ, ਤਜਰਬਾ *vt* ਅਨੁਭਵ ਕਰਨਾ, ਅਨੁਭਵ ਦੁਆਰਾ ਗਿਆਨ ਪ੍ਰਾਪਤ ਕਰਨਾ, ਸਿੱਖਣਾ; ਸਹਿਣਾ, ਭੋਗਣਾ; ਮਾਲੂਮ ਕਰਨਾ, ਵੇਖਣਾ, ਪਰਖਣਾ, ਮਹਿਸੂਸ ਕਰਨਾ

experienced /ਇਕ'ਸਪਿਅਰਿਅਨਸਟ/ *a* ਅਨੁਭਵੀ, ਤਜਰਬੇਕਾਰ, ਅਨੁਭਵਸ਼ੀਲ, ਕੁਸ਼ਲ

experiment /ਇਕ'ਸਪੈੱਰਿਮਅਨਟ/ *n* ਪ੍ਰਯੋਗ, ਤਜਰਬਾ, ਜਾਂਚ, ਪਰਖ *vt* ਪ੍ਰਯੋਗ ਕਰਨਾ, ਤਜਰਬਾ ਕਰਨਾ, ਪਰਤਾਉਣਾ, ਜਾਂਚਣਾ, ਪਰਖਣਾ

experimental /ਇਕˌਸਪੈੱਰਿ'ਮੈੱਨਟਲ/ *a* ਪ੍ਰਯੋਗਮਈ, ਅਨੁਭੂਤੀਮੂਲਕ, ਅਨੁਭਵ ਆਧਾਰਿਤ

experimentalism /ਇਕˌਸਪੈੱਰਿ'ਮੈੱਨਟ(ਅ)ਲਿਜ਼ਅਮ/ *n* ਪ੍ਰਯੋਗਵਾਦ, ਪਰੀਖਿਆਵਾਦ

experimentation /ਇਕˌਸਪੈੱਰਿਮੈੱਨ'ਟੇਇਸ਼ਨ/ *n* ਪ੍ਰਯੋਗ, ਅਨੁਭੂਤੀ, ਪਰੀਖਿਆ

expert /'ਐੱਕਸਪਅ:ਟ/ *a* ਮਾਹਰ, ਵਿਸ਼ੇਸ਼ੱਗ *n* ਨਿਪੁੰਨ ਵਿਅਕਤੀ

expertise /ˌਐੱਕਸਪਅ:'ਟੀਜ਼/ *n* ਨਿਪੁੰਨਤਾ, ਵਿਸ਼ੇਸ਼ੱਗਤਾ, ਮੁਹਾਰਤ

expiate /'ਐੱਕਸਪਿਏਇਟ/ *vt* ਸ਼ੁੱਧ ਕਰਨਾ, ਪਵਿੱਤਰ ਕਰਨਾ, ਪਾਪਾਂ ਤੋਂ ਨਿਵਿਰਤ ਕਰਨਾ; ਪਸ਼ਚਾਤਾਪ ਕਰਨਾ

expiation /ˌਐੱਕਸਪਿ'ਏਇਸ਼ਨ/ *n* ਪਛਤਾਵਾ, ਪਸ਼ਚਾਤਾਪ

expiration /ˌਐੱਕਸਪਅ'ਰੇਇਸ਼ਨ/ *n* ਸੁਆਸਾਂ ਦਾ ਨਿਕਲਨਾ, ਅੰਤ ਸਮਾਂ, ਅੰਤ, ਮਿਰਤੂ, ਮੌਤ; ਸਮਾਪਤੀ, ਵਿਰਾਮ

expire /ਇਕ'ਸਪਾਇਅ*/ *v* (ਫੇਫੜਿਆਂ ਦੀ) ਹਵਾ ਬਾਹਰ ਕੱਢਣਾ; (ਅੱਗ ਦਾ) ਬੁਝ ਜਾਣਾ; ਮਰਨਾ; ਖ਼ਤਮ ਹੋਣਾ(ਸਮੇਂ ਦਾ), (ਕਨੂੰ) ਮਿਆਦ ਆਦਿ ਪੁੱਗ ਜਾਣਾ, ਕਨੂੰਨ ਲਾਗੂ ਹੋਣ ਦਾ ਸਮਾਂ ਪੂਰਾ ਹੋ ਜਾਣਾ

expiry /ਇਕ'ਸਪਾਇਅਰਿ/ *n* ਅੰਤ, ਖ਼ਾਤਮਾ

explain /ਇਕ'ਸਪਲੇਇਨ/ *vt* ਵਿਆਖਿਆ ਕਰਨਾ, ਸਪਸ਼ਟ ਕਰਨਾ, (ਕਿਸੇ ਚੀਜ਼ ਨੂੰ) ਵਿਸਤਾਰ ਨਾਲ ਸਮਝਾਉਣਾ, ਸਮਝਣਯੋਗ ਬਣਾਉਣਾ; ਜਵਾਬਦੇਹੀ ਕਰਨਾ, ਸਫ਼ਾਈ ਦੇਣਾ

explanation /ˌਐੱਕਸਪਲਅ'ਨੇਇਸ਼ਨ/ *n* ਵੇਰਵਾ, ਵਿਅਖਿਆ, ਸਪਸ਼ਟੀਕਰਨ, ਸਫ਼ਾਈ, ਜਵਾਬ-ਤਲਬੀ

explanatory/ਇਕ'ਸਪਲੈਨਅਟਰਿ/ *a* ਵਿਆਖਿਆਤਮਿਕ, ਵੇਰਵੇਪੂਰਨ

expletive /ਇਕ'ਸਪਲੀਟਿਵ੍/ *n* ਗਾਲ਼, ਗੰਦੀ ਸਹੁੰ, ਅਪਸ਼ਬਦ

explicable /ਇਕ'ਸਪਲਿਕਅਬਲ, 'ਐੱਕਸਪਲਿਕਅਬਲ/ *a* ਸਪਸ਼ਟ ਕਰਨ ਯੋਗ, ਵਿਆਖਿਆਯੋਗ

explicate /'ਐੱਕਸਪਲਿਕੇਇਟ/ *vt* ਸਪਸ਼ਟ ਕਰਨਾ, ਅਰਥ ਖੋਲ੍ਹਣਾ, ਸਮਝਾਉਣਾ, ਦੱਸਣਾ

explication /ˌਐੱਕਸਪਲਿ'ਕੇਇਸ਼ਨ/ *n* ਸਪਸ਼ਟੀਕਰਨ, ਅਰਥ ਵਿਸਤਾਰ

explicit /ਇਕ'ਸਪਲਿਸਿਟ/ *n* ਪੁਸਤਕ ਦਾ ਅੰਤ, ਇਤੀ *a* ਸਪਸ਼ਟ, ਸਾਫ਼, ਖਰਾ

explode /ਇਕ'ਸਪਲਅਉਡ/ *v* ਵਿਸਫੋਟ ਹੋਣਾ

ਜਾਂ ਕਰਨਾ, ਭੱਕ ਕਰ ਕੇ ਉੱਡ ਜਾਣਾ, ਅਵਾਜ਼ ਜਾਂ ਧਮਾਕੇ ਨਾਲ ਫਟਣਾ; ਨਿਰਮੂਲ ਸਿੱਧ ਕਰਨਾ, ਖੰਡਨ ਕਰਨਾ; ਬਦਨਾਮ ਕਰਨਾ

exploit /'ਐੱਕਸਪਲੌਇਟ/ *n* ਵੀਰਤਾਪੂਰਨ ਜਾਂ ਦਿਲਚਸਪ ਕਾਰਨਾਮਾ /ਇਕ'ਸਪਲੌਇਟ/ *vt* (ਕਿਸੇ ਮਨੁੱਖ ਨੂੰ ਆਪਣੇ ਨਿੱਜੀ ਸੁਆਰਥ ਲਈ) ਵਰਤਣਾ, ਸ਼ੋਸ਼ਣ ਕਰਨਾ, ਲੁੱਟ ਕਰਨਾ, ਆਪਣਾ ਮਤਲਬ ਕੱਢਣਾ

exploitation /ˌਐੱਕਸਪਲੌਇ'ਟੇਇਸ਼ਨ/ *n* ਦੁਰਉਪਯੋਗ; ਸ਼ੋਸ਼ਣ

exploration /ˌਐੱਕਸਪਲਅ'ਰੇਇਸ਼ਨ/ *n* ਖੋਜ, ਛਾਣਬੀਨ, ਖੋਜ-ਪੜਤਾਲ, ਢੂੰਡ, ਭਾਲ

exploratory /ਇਕ'ਸਪਲੌਰਅਟਰਿ/ *a* ਪੜਤਾਲਵਾਂ, ਖੋਜ ਸੰਬੰਧੀ

explore /ਇਕ'ਸਪਲੋ*/ *vt* ਜਾਂਚ-ਪੜਤਾਲ ਕਰਨਾ, ਛਾਣਬੀਨ ਕਰਨਾ, ਖੋਜ ਕੱਢਣਾ, ਢੂੰਡ-ਭਾਲ ਕਰਨਾ, ਟੋਹਣਾ, ਖੋਜਣਾ; ਜ਼ਖ਼ਮ ਨੂੰ ਹੱਥ ਨਾਲ ਟੋਹਣਾ; ਮੁਲਕ ਨੂੰ ਫਿਰ-ਤੁਰ ਕੇ ਵੇਖਣਾ, ਗਾਹੁਣਾ

explorer /ਇਕ'ਸਪਲੋਰਅ*/ *n* ਲੱਭਣ ਵਾਲਾ ਵਿਅਕਤੀ, ਖੋਜੀ

explosion /ਇਕ'ਸਪਲਅਉਯ਼ਨ/ *n* ਜ਼ੋਰ ਨਾਲ ਫਟਣ ਦੀ ਕਿਰਿਆ, ਜ਼ੋਰ ਨਾਲ ਫਟਣ ਦੀ ਅਵਾਜ਼, ਧਮਾਕਾ, ਭੜਾਕਾ, ਸਫੋਟ, ਵਿਸਫੋਟ ਦੀ ਭੜਕ

explosive /ਇਕ'ਸਪਲਅਉਸਿਵ਼, -ਜ਼ਿਵ਼/ *n* ਧਮਾਕੇ ਨਾਲ ਫਟਣ ਵਾਲਾ ਪਦਾਰਥ, ਸਫੋਟਕ ਪਦਾਰਥ; ਸਫੋਟਕ ਧੁਨੀ *a* ਸਫੋਟਕ; ਵਿਸਫੋਟਕ

exponent /ਇਕ'ਸਪਅਉਨਅਨਟ/ *n* ਵਿਆਖਿਆਤਾ, ਵਿਆਖਿਆਕਾਰ, ਪੈਰੋਕਾਰ; ਪ੍ਰਤਿਨਿਧੀ; (ਬੀਜ) ਘਾਤ ਅੰਕ

exponential /ˌਐੱਕਸਪਅ'ਨੈੱਨਸ਼ਲ/ *a* ਘਾਤ ਅੰਕ ਵਾਲਾ, ਅੰਕੀ

export /'ਐੱਕਸਪੋਟ/ *n* ਬਰਾਮਦ, ਨਿਰਯਾਤ /ਇਕ'ਸਪੋਟ/ *vt* ਵਿਦੇਸ਼ਾਂ ਨੂੰ ਮਾਲ ਭੇਜਣਾ, ਬਰਾਮਦ ਕਰਨਾ, ਨਿਰਯਾਤ ਕਰਨਾ

exportation /ˌਐੱਕਸਪੋ'ਟੇਇਸ਼ਨ/ *n* ਵਿਦੇਸ਼ਾਂ ਨੂੰ ਮਾਲ ਭੇਜਣ ਦਾ ਕੰਮ, ਬਰਾਮਦ, ਨਿਰਯਾਤ

expose /ਇਕ'ਸਪਅਉਜ਼/ *vt* ਖ਼ਤਰੇ ਵਿੱਚ ਪਾਉਣਾ; ਨੰਗਾ ਰੱਖਣਾ, ਖੁੱਲ੍ਹਾ ਛੱਡਣਾ; ਕਿਸਮਤ ਉੱਤੇ ਛੱਡ ਦੇਣਾ, ਬਰਬਾਦ ਹੋਣ ਦੇਣਾ; ਵੇਚਣ ਲਈ ਜਾਂ ਨੁਮਾਇਸ਼ ਲਈ ਰੱਖਣਾ; ਫਿਲਮ ਨੂੰ ਚਾਨਣ ਲੱਗਣ ਦੇਣਾ; (ਭੇਦ) ਪ੍ਰਗਟ ਕਰਨਾ ਜਾਂ ਖੋਲ੍ਹਣਾ; ਔਗੁਣ ਪ੍ਰਗਟ ਕਰਨਾ ਜਾਂ ਪਾਜ ਖੋਲ੍ਹਣਾ, ਨਸ਼ਰ ਕਰਨਾ

exposition /ˌਐੱਕਸਪਅ'ਜ਼ਿਸ਼ਨ/ *n* ਸਪਸ਼ਟੀਕਰਨ, ਪ੍ਰਤਿਪਾਦਨ, ਪ੍ਰਸਤੁਤੀਕਰਨ, ਭਾਸ਼, ਵਿਆਖਿਆ, ਵੇਰਵਾ

expositive, expository /ਇਕ'ਸਪੌਜ਼ਿਟਿਵ਼, ਇਕ'ਸਪੌਜ਼ਅਟਰਿ/ *a* ਵਿਆਖਿਆਤਮਿਕ, ਵਿਵਰਨਾਤਮਿਕ, ਟੀਕੇ ਸੰਬੰਧੀ, ਭਾਸ਼ਾ ਜਾਂ ਵਿਆਖਿਆ ਬਾਰੇ

expostulate /ਇਕ'ਸਪੌਸਚੁਲੇਇਟ/ *vt* ਮੁਖ਼ਾਲਫ਼ਤ ਕਰਨਾ, ਵਿਰੋਧ ਕਰਨਾ, ਗਿਲ੍ਹਾ ਕਰਨਾ

expostulation /ਇਕˌਸਪੌਸਚੁ'ਲੇਇਸ਼ਨ/ *n* ਮੁਖ਼ਾਲਫ਼ਤ, ਵਿਰੋਧ; ਸ਼ਿਕਾਇਤ, ਗਿਲ੍ਹਾ

exposure /ਇਕ'ਸਪਅਉਯ਼ਅ*/ *n* ਭੇਦ ਪ੍ਰਗਟ ਕਰਨ ਦੀ ਕਿਰਿਆ; ਹਵਾ ਲੁਆਉਣ ਦੀ ਕਿਰਿਆ; ਪਾਜ਼ ਦਾ ਉਘਾੜ; ਪ੍ਰਗਟਾਅ, ਪ੍ਰਭਾਵ; (ਫੋਟੋ) ਪ੍ਰਕਾਸ਼ਨ

expound /ਇਕ'ਸਪਾਉਨਡ/ *vt* ਵਿਅਖਿਆ ਕਰਨਾ, ਬਿਆਨ ਕਰਨਾ, ਸਪਸ਼ਟ ਕਰਨਾ, ਪ੍ਰਗਟ ਕਰਨਾ, ਅਰਥ ਸਪਸ਼ਟ ਕਰਨਾ, ਵਿਸਤਾਰ ਨਾਲ ਦੱਸਣਾ

express /ਇਕ'ਸਪਰੈੱਸ/ *n* ਤੇਜ਼ ਗਤੀ ਵਾਲੀ (ਗੱਡੀ, ਚਿੱਠੀ ਜਾਂ ਤਾਰ) *vt* ਅਭਿਵਿਅਕਤ ਕਰਨਾ, ਪ੍ਰਗਟ ਕਰਨਾ, ਸੂਚਿਤ ਕਰਨਾ, ਖੋਲ੍ਹਣਾ, ਦਰਸਾਉਣਾ; ਚਿੰਨ੍ਹਾਂ ਵਿੱਚ ਲਿਖਣਾ, ਜ਼ਾਹਰ ਕਰਨਾ, ਦਬਾਅ ਕੇ ਕੱਢਣਾ, ਨਿਚੋੜਨਾ *a* ਜ਼ਰੂਰੀ, ਆਵਸ਼ਕ; ਵਿਸ਼ੇਸ਼, ਖ਼ਾਸ; ਅਭਿਵਿਅਕਤ, ਸਪਸ਼ਟ; ਸਾਫ਼ ਠੀਕ *adv* ਕਾਹਲੀ ਨਾਲ, ਤੇਜ਼ੀ

ਨਾਲ

expressible /ਇਕ'ਸਪਰੈੱਸਅਬਲ/ *a* ਅਭਿਵਿਅਕਤ ਕਰਨ ਯੋਗ, ਕਥਨਯੋਗ, ਅਭਿਵਿਅੰਜਨਸ਼ੀਲ

expression /ਇਕ'ਸਪਰੈੱਸ਼ਨ/ *n* ਅਭਿਵਿਅੰਜਨਾ, ਭਾਵ ਵਿਅੰਜਨਾ, ਅਭਿਵਿਅਕਤੀ; ਸ਼ਬਦਾਵਲੀ, ਪਦਾਵਲੀ, ਕਥਨ, ਮੁਹਾਵਰਾ ਆਦਿ; ਸਵਰ ਦਾ ਲਹਾਅ ਜਾਂ ਚੜ੍ਹਾਅ; ਮੁਦਰਾ; ਵਿਅੰਜਨ ਸ਼ੈਲੀ, ਭਾਵ ਅਭਿਵਿਅਕਤੀ

expressional /ਇਕ'ਸਪਰੈੱਸ਼(ਅ)ਨ(ਅ)ਲ/ *a* ਅਭਿਵਿਅਕਤ ਕਰਨ ਯੋਗ, ਪ੍ਰਗਟਾਮਈ

expressionism /ਇਕ'ਸਪਰੈੱਸ਼ਅਨਿਜ਼ਅਮ/ *n* (ਕਲਾ ਸੰਗੀਤ ਆਦਿ ਵਿੱਚ) ਭਾਵਨਾਤਮਿਕ ਸ਼ੈਲੀ; ਪ੍ਰਗਟਾਅਵਾਦ

expressionist /ਇਕ'ਸਪਰੈੱਸ਼ਅਨਿਸਟ/ *a* ਪ੍ਰਗਟਾਅਵਾਦੀ

expressive /ਇਕ'ਸਪਰੈੱਸਿਵ਼/ *a* ਅਰਥਪੂਰਨ, ਭਾਵਪੂਰਨ, ਗੂੜ੍ਹ ਅਰਥ ਪ੍ਰਕਾਸ਼ਕ, ਸਾਰਥਕ; ਵਾਚਕ, ਦਰਸ਼ਕ, ਵਿਅੰਜਕ, ਸੂਚਕ

exprobration /ˌਐੱਕਸਪਰਅ'ਬਰੇਇਸ਼ਨ/ *n* ਗਾਲ੍ਹ, ਲਾਹਨਤ, ਗਾਲੀ-ਗਲੋਚ, ਝਾੜ-ਝੰਬ

expropriate /ਐੱਕਸ'ਪਰਅਉਪਰਿਏਇਟ/ *vt* ਅਧਿਕਾਰ ਖੋਹ ਲੈਣਾ, ਬੇਦਖ਼ਲ ਕਰਨਾ, ਸੰਪਤੀ ਖੋਹ ਲੈਣਾ, ਜਬਤ ਕਰਨਾ

expropriation /ˌਐੱਕਸˌਪਰਅਉਪਰਿ'ਏਇਸ਼ਨ/ *n* ਅਧਿਕਾਰ ਖੋਹਣ ਦੀ ਕਿਰਿਆ, ਬੇਦਖ਼ਲੀ, ਜਬਤੀ

expugn /ਐੱਕ'ਸਪਯੂਨ/ *vt* ਵੱਸ ਵਿੱਚ ਕਰਨਾ, ਜਿੱਤਣਾ

expulsion /ਇਕ'ਸਪਅੱਲਸ਼ਨ/ *n* ਬਾਹਰ ਕੱਢ ਦੇਣ ਦੀ ਕਿਰਿਆ, ਨਿਕਾਲਾ

expunge /ਇਕ'ਸਪਅੱਨਜ/ *vt* ਲੋਪ ਕਰਨਾ, ਕੱਟ ਦੇਣਾ, ਮਿਟਾ ਦੇਣਾ, ਕੱਢ ਦੇਣਾ, ਰੱਦ ਕਰਨਾ

expurgate /'ਐੱਕਸਪਅਗੇਇਟ/ *vt* ਸੋਧਣਾ, ਸੰਸ਼ੋਧਨ ਕਰਨਾ, ਪਵਿੱਤਰ ਜਾਂ ਸ਼ੁੱਧ ਕਰਨਾ, ਦੂਰ ਕਰਨਾ, ਕੱਢ ਦੇਣਾ, ਹਟਾਉਣਾ

expurgation /ˌਐੱਕਸਪਅ'ਗੇਇਸ਼ਨ/ *n* ਸੋਧ, ਪਵਿੱਤਰੀਕਰਨ, ਸ਼ੁਧੀਕਰਨ

expurgator /'ਐੱਕਸਪਅਗੇਇਟਅ*/ *n* ਸੰਸ਼ੋਧਨ ਕਰਨ ਵਾਲਾ, ਸੋਧਕ

expurgatorial /ਐੱਕˌਸਪਅ:ਗਅ'ਟੋਰਿਅਲ/ *a* ਸੋਧਕਾਰਜੀ, ਸੋਧ ਸੰਬੰਧੀ

exquisite/ਇਕ'ਸਕਵਿਜ਼ਿਟ, 'ਐੱਕਸਕਵਿਜ਼ਿਟ/ *a* ਉੱਤਮ, ਪਰਮ ਉੱਤਮ, ਨਫ਼ੀਸ; ਤੇਜ਼, ਤੀਬਰ *n* ਬਾਂਕਾ, ਬਾਸ਼ਾ

exscind/ਐੱਕ'ਸਿਨਡ/ *vt* ਕੱਟ ਕੇ ਅੱਡ ਕਰਨਾ

ex-service/ˌਐੱਕਸ'ਸਅ:ਵਿਸ/ *a* ਭੂਤ ਪੂਰਵ (ਸੈਨਿਕ), ਪੈਨਸ਼ਨੀ, ਸਾਬਕਾ (ਫ਼ੌਜੀ)

extant /ਐੱਕ'ਸਟੈਨਟ, 'ਐੱਕਸਟਅਨਟ/ *a* ਪ੍ਰਚਲਿਤ, ਵਿਦਮਾਨ, ਸੁਰੱਖਿਅਤ, ਵਰਤਮਾਨ, ਮੌਜੂਦ, ਹਾਜ਼ਰ

extemporaneous, extemporary /ˌਐੱਕਸਟੈਮਪਅ'ਰੇਇਨਿਸ, ਇਕ'ਸਟੈੱਮਪ(ਅ)ਰਅਰਿ/ *a* ਬਿਨਾਂ ਤਿਆਰੀ ਤੋਂ, ਨਿਰਯਤਨ

extempore /ਐੱਕ'ਸਟੈੱਮਪਅਰਿ/ *adv* ਤਤਕਾਲਕ ਸਮੇਂ, ਸਫੁਰਤ, ਬਿਨਾਂ ਸੋਚੇ, ਬਿਨਾਂ ਤਿਆਰੀ ਤੋਂ ਦਿੱਤਾ ਗਿਆ (ਭਾਸ਼ਣ)

extemporization /ਇਕˌਸਟੈੱਮਪਅਰਾਇ'ਜ਼ੇਇਸ਼ਨ/ *n* ਬਿਨਾਂ ਤਿਆਰੀ ਭਾਸ਼ਣ ਦੇਣ ਦੀ ਕਿਰਿਆ

extemporize /ਇਕ'ਸਟੈੱਮਪਅਰਾਇਜ਼/ *v* ਪਹਿਲਾਂ ਸੋਚੇ ਬਿਨਾਂ ਬੋਲਣਾ ਜਾਂ ਲਿਖਣਾ, ਸਮੇਂ ਦੇ ਅਨੁਸਾਰ ਬੋਲ ਜਾਣਾ, ਬਿਨਾਂ ਤਿਆਰੀ ਬੋਲਣਾ

extend /ਇਕ'ਸਟੈੱਨਡ/ *v* (ਅੰਗਾਂ ਦਾ ਜਾਂ ਸਰੀਰ ਦਾ) ਪੂਰਾ ਫੈਲਾਉਣਾ, (ਸੰਖੇਪ ਲਿਖਤ ਆਦਿ ਨੂੰ) ਵਿਸਤਾਰ ਸਹਿਤ ਲਿਖਣਾ; ਪਹੁੰਚਣਾ, ਪਹੁੰਚਾਉਣਾ; (ਮਿਆਦ) ਵਧਾਉਣਾ; (ਸ਼ਬਦਾਂ ਦੇ ਅਰਥਾਂ ਨੂੰ) ਫੈਲਾਉਣਾ; ਹੱਥ ਫੈਲਾਉਣਾ, ਬਾਂਹ ਅੱਗੇ ਵਧਾਉਣਾ; (ਮਿਹਰ, ਕਿਰਪਾ, ਦਇਆ ਨਾਲ) ਪੇਸ਼ ਆਉਣਾ; (ਕਨੂੰ) ਕੀਮਤ ਲਾਉਣਾ ਜਾਂ ਕੁਰਕੀ ਕਰ ਲੈਣਾ; (ਸੈਨਾ ਦੀ) ਪਰ੍ਹੇਬੰਦੀ ਕਰਨਾ

extendable /ਇਕ'ਸਟੈਂਡਅਬਲ/ *a* ਵਧਾਉਣਯੋਗ, ਵਿਸਤਾਰਸ਼ੀਲ, ਵਰਧਨੀ, ਪ੍ਰਸਾਰਸ਼ੀਲ

extensibility /ਇਕ,ਸਟੈਂਨਸਅ'ਬਿਲਅਟਿ/ *n* ਵਧਾਏ ਜਾਣ ਦਾ ਗੁਣ, ਵਿਸਤਾਰਸ਼ੀਲਤਾ, ਪ੍ਰਸਾਰਸ਼ੀਲਤਾ

extensible /ਇਕ'ਸਟੈਂਨਸਅਬਲ/ *a* ਵੇਖੋ **extendible**

extension /ਇਕ'ਸਟੈਂਨਸ਼ਨ/ *n* ਵਾਧਾ, ਵਿਸਤਾਰ, ਮਿਆਦ ਵਿੱਚ ਵਾਧਾ, ਪ੍ਰਸਾਰ, ਵ੍ਰਿਧੀ, ਫੈਲਾਵਟ

extensionist /ਇਕ'ਸਟੈਂਨਸ਼ਅਨਿਸਟ/ *n* ਵਿਸਤਾਰਵਾਦੀ, ਦੂਰ ਤੱਕ ਫੈਲਿਆ

extensive/ਇਕ'ਸਟੈਂਨਸਿਵ਼/ *a* ਵਿਆਪਕ, ਵਿਸਤਰਿਤ; ਵਿਸ਼ਾਲ, ਵੱਡਾ

extent /ਇਕ'ਸਟੈਂਟ/ *n* ਸੀਮਾ, ਹੱਦ, ਖੇਤਰ, ਵਿਸਤਾਰ, ਫੈਲਾਅ; ਸਮਰੱਥਾ

extenuate /ਇਕ'ਸਟੈਂਨਯੁਏਇਟ/ *vt* (ਦੋਸ਼ ਨੂੰ) ਘਟਾਉਣਾ, ਹੌਲਾ ਕਰਨਾ; ਨਿਰਬਲ ਕਰਨਾ, ਦੁਰਬਲ ਕਰਨਾ

extenuation /ਇਕ,ਸਟੈਂਨਯੁ'ਏਇਸ਼ਨ/ *n* ਕਿਸੇ ਦੋਸ਼ ਜਾਂ ਅਪਰਾਧ ਨੂੰ ਘੱਟ ਦਿਖਾਉਣ ਦਾ ਕਾਰਜ, ਘਟਾਅ, ਲਘੂਕਰਨ; ਸ਼ਕਤੀਹਰਨ, ਦੁਰਬਲਤਾ

exterior /ਇਕ'ਸਟਿਅਰਿਅ*/ *a* ਬਾਹਰੀ, ਬਾਹਰਲਾ, ਬੈਰੂਨੀ *n* ਜ਼ਾਹਰੀ ਹਾਲਤ ਜਾਂ ਸੂਰਤ, ਬਾਹਰ ਦਾ ਹਿੱਸਾ, ਉੱਪਰ ਦੀ ਸਤ੍ਹਾ

exterior angle *n* (ਗਣਿ) ਬਾਹਰੀ ਕੋਨ, (ਤਿਕੋਨ, ਚਤਰਭੁਜ ਵਗੈਰਾ ਸ਼ਕਲਾਂ) ਦਾ ਇੱਕ ਭੁਜਾ ਵਧਾਉਣ ਨਾਲ ਬਾਹਰ ਵਲ ਬਣਿਆ ਕੋਨ

exteriority /ਇਕ,ਸਟਿਅਰਿ'ਔਰਿਟਿ/ *n* ਬਾਹਰੀਪਣ

exterminate /ਇਕ'ਸਟਅ:ਮਿਨੇਇਟ/ *vt* ਜੜ੍ਹੋਂ ਪੁੱਟਣਾ, ਨਸ਼ਟ ਕਰਨਾ, ਮਿਟਾਉਣਾ, ਉਖੇੜਨਾ, ਬਰਬਾਦ ਕਰਨਾ

exterminator /ਇਕ'ਸਟਅ:ਮਿਨੇਇਟਅ*/ *a* ਨਾਸ਼ ਕਰਨ ਵਾਲਾ, ਵਿਨਾਸ਼ਕ

exterminatory/ਇਕ'ਸਟਅ:ਮਿਨਅਟ(ਅ)ਰਿ/ *a* ਨਸ਼ਟਕਾਰੀ, ਵਿਨਾਸ਼ੀ, ਵਿਨਾਸ਼ਕਾਰੀ

external /ਇਕ'ਸਟਅ:ਨਲ/ *n* ਬਾਹਰੀ ਪੱਖ *a* ਬਾਹਰੀ; ਬੈਰੂਨੀ, ਬਾਹਰਲੀ ਵਰਤੋਂ ਦੀਆਂ (ਚੀਜ਼ਾਂ) ਸਰੀਰਿਕ, ਦ੍ਰਿਸ਼ ਜਗਤ ਸਬੰਧੀ, ਵਿਦੇਸ਼ੀ

externality /,ਐੱਕਸਟਅ:'ਨੈਲਅਟਿ/ *n* ਬਾਹਰੀਪਣ, ਜ਼ਾਹਰਾਪਣ, ਉੱਪਰਲਾਪਣ

externalization /ਇਕ,ਸਟਅ:ਨਅਲਾਇ'ਜ਼ੇਇਸ਼ਨ/ *n* ਬਾਹਰੀਕਰਨ

externalize /ਇਕ'ਸਟਅ:ਨਅਲਾਇਜ਼/ *vt* ਬਾਹਰਲਾ ਰੂਪ ਦੇਣਾ, ਵਿਅਕਤ ਕਰਨਾ, ਸਾਕਾਰ ਕਰਨਾ

exterritorial /,ਐੱਕਸਟੈਂਰਿ'ਟੋਰਿਅਲ/ *a* ਰਾਜ ਖੇਤਰ ਤੋਂ ਬਾਹਰ ਦਾ

extinct /ਇਕ'ਸਟਿਙਕਟ/ *a* ਬੁਝਿਆ, ਨਸ਼ਟ, ਮੁਰਦਾ; ਲੁਪਤ, ਅਪ੍ਰਚਲਿਤ

extinction /ਇਕ'ਸਟਿਙਕਸ਼ਨ/ *n* ਲੋਪ, ਨਾਸ਼, ਨਿਰਵਾਣ, ਸੱਤਿਆਨਾਸ

extinguish /ਇਕ'ਸਟਿਙਗਵਿਸ਼/ *vt* ਬੁਝਾਉਣਾ, ਮਿਟਾਉਣਾ, ਦਬਾ ਦੇਣਾ, ਦਮਨ ਕਰਨਾ, ਠੰਢਾ ਕਰਨਾ; ਨਸ਼ਟ ਕਰਨਾ; ਚੁਕਾਉਣਾ; ਲੋਪ ਕਰਨਾ

extinguisher /ਇਕ'ਸਟਿਙਗਵਿਸ਼ਅ*/ *n* ਵਿਨਾਸ਼ ਕਰਤਾ, ਦਮਨ ਕਰਤਾ, ਬੁਝਾਉਣ ਵਾਲਾ; ਅੱਗ ਬੁਝਾਉਣ ਵਾਲਾ ਯੰਤਰ (ਅਗਨੀ ਰੋਧਕ)

extirpate /'ਐੱਕਸਟਅਪੇਇਟ/ *vt* ਨਾਸ਼ ਕਰਨਾ, ਮਿਟਾਉਣਾ, ਜੜ੍ਹ ਤੋਂ ਪੁੱਟ ਦੇਣਾ

extirpation /,ਐੱਕਸਟਅ'ਪੇਇਸ਼ਨ/ *n* ਨਾਸ਼, ਅਨਮੂਲਨ

extol /ਇਕ'ਸਟਅਉਲ/ *vt* ਅਤਿ ਅਧਿਕ ਪ੍ਰਸੰਸਾ ਕਰਨਾ, ਵਡਿਆਈ ਕਰਨਾ, ਉਸਤਤੀ ਕਰਨਾ, ਮਹਿਮਾ ਕਰਨਾ, ਸੋਹਲੇ ਗਾਉਣਾ

extort /ਇਕ'ਸਟੋਟ/ *vt* (ਸ਼ਬਦਾਂ ਦੇ ਅਰਥਾਂ ਨੂੰ)

ਤੋੜਨਾ ਮਰੋੜਨਾ; (ਅੰਕੜਿਆਂ ਦੇ) ਘੁਮਾਅ ਫਿਰਾਅ ਕੇ ਸਿੱਟੇ ਕੱਢਣਾ; ਖਿੱਚੋਤਾਣ ਕਰਕੇ ਅਰਥ ਕੱਢਣਾ; ਜਬਰੀ ਲੈਣਾ, ਪੈਸੇ ਬਟੋਰਨਾ

extortion /ਇਕ'ਸਟੋਸ਼ਨ/ *n* ਜਬਰੀ ਵਸੂਲੀ, ਲੁੱਟ

extortionate /ਇਕ'ਸਟੋਸ਼ਅਨਅਟ/ *a* ਅੱਤਿਆਚਾਰੀ, ਲੋਟੂ

extra/'ਐੱਕਸਟਰਅ/ *n* ਵਾਧੂ ਅਤੇ ਫ਼ਾਲਤੂ ਚੀਜ਼, ਅਧਿਕ ਵਸਤੂ, (ਇਸ ਤੋਂ ਬਿਨਾਂ) ਹੋਰ ਆਦਮੀ ਜਾਂ ਚੀਜ਼; (ਸਿਨੇਮਾ ਵਿੱਚ) ਫ਼ਾਲਤੂ ਐਕਟਰ, ਭੀੜ ਦਾ ਨਿਰਮੂਲ ਅਤੇ ਨਿਗੂਣਾ ਅੰਗ; ਕ੍ਰਿਕਟ ਦੀ ਖੇਡ ਵਿੱਚ ਇੱਕ ਵਿਸ਼ੇਸ਼ ਦੌੜ (ਰਨ) *a* ਫ਼ਾਲਤੂ, ਵਾਧੂ; ਵਿਸ਼ੇਸ਼, ਵੱਡਾ *adv* ਸਧਾਰਨ ਤੋਂ ਅਧਿਕ; ਅਧਿਕਤਰ, ਗ਼ੈਰ-ਮਾਮੂਲੀ ਤੌਰ 'ਤੇ

extract/'ਐੱਕਸਟਰੈਕਟ/ *n* ਰਸ, ਤੱਤ, ਨਿਚੋੜ, ਸਤ, ਅਰਕ; ਸਿੱਟਾ, ਸਾਰ, ਸਾਰਾਂਸ਼, ਸੰਖੇਪ, ਖ਼ੁਲਾਸਾ **/ਇਕ'ਸਟਰੈਕਟ/** *vt* ਅਰਕ ਕੱਢਣਾ, ਸਾਰ ਕੱਢਣਾ, ਨਿਚੋੜਨਾ; ਬਲ ਨਾਲ ਹਟਾਉਣਾ; ਦੰਦ ਕੱਢਣਾ (ਉਖੇੜਨਾ); ਇੱਛਾ ਦੇ ਵਿਰੁੱਧ ਕਿਸੇ ਤੋਂ ਗੱਲ ਮਨਵਾਉਣਾ; (ਰੁਪਈਆ) ਬਦੋਬਦੀ ਕਢਵਾ ਲੈਣਾ; ਨਕਲ ਉਤਾਰਨਾ; ਤਰਕ ਦੁਆਰਾ ਸਿੱਟਾ ਕੱਢਣਾ; ਪਤਾ ਕਰਨਾ; (ਕਿਸੇ ਸੰਖਿਆ ਦਾ) ਮੂਲ ਕੱਢਣਾ ਜਾਂ ਖੋਜਣਾ

extraction /ਇਕ'ਸਟਰੈਕਸ਼ਨ/ *n* ਸਿੱਟਾ, ਨਤੀਜਾ; ਨਿਕਾਸ, ਜਨਮ, ਉਤਪਤੀ, ਉਦਭਵ; ਵੰਸ਼ ਪਰੰਪਰਾ, ਬੰਸਾਵਲੀ; ਸਾਰ, ਨਿਚੋੜ

extractive/ਇਕ'ਸਟਰੈਕਟਿਵ਼, ਐੱਕ-/ *n* ਸਾਰ ਵਸਤੂ *a* ਸਾਰ ਜਾਂ ਰਸ ਦਾ ਗੁਣ ਰੱਖਣ ਵਾਲਾ

extra-curricular /ˌਐਕਸਟਰਅਕਅ'ਰਿਕਯਲਰ/ *a* ਪਾਠਕ੍ਰਮ ਤੋਂ ਬਾਹਰਲਾ

extradite /'ਐੱਕਸਟਰਅਡਾਇਟ/ *vt* ਮੁੜ ਵਾਪਸ ਦੇਣਾ, ਹਵਾਲੇ ਕਰਨਾ, ਪ੍ਰਤਿਅਰਪਣ ਕਰਨਾ, ਪ੍ਰਤਿਸੌਂਪਣਾ

extradition /ˌਐੱਕਸਟਰਅ'ਡਿਸ਼ਨ/ *n* ਇੱਕ ਰਾਜ ਦਾ ਦੂਜੇ ਰਾਜ ਨੂੰ ਭਗੌੜੇ ਅਪਰਾਧੀ ਨੂੰ ਸੌਂਪਣ ਦਾ ਕਾਰਜ, (ਵਿਦੇਸ਼ੀ ਅਪਰਾਧੀ ਦਾ) ਪ੍ਰਤਿਅਰਪਣ

extrajudicial /ˌਐੱਕਸਟਰਅਜੁ'ਡਿਸ਼ਲ/ *a* ਗ਼ੈਰਕਨੂੰਨੀ, ਅਨਿਆਈ, ਅਨਉਚਿਤ, ਬੇਜ਼ਾਬਤਾ

extramarital /ˌਐੱਕਸਟਰਅ'ਮੈਰਿਟਲ/ *a* ਵਿਆਹ ਤੋਂ ਬਾਹਰਾ

extraneity /ˌਐੱਕਸਟਰਅ'ਨੀਅਟਿ/ *n* ਭਿੰਨਤਾ, ਅਣਆਵਸ਼ਕਤਾ, ਬੇਲੋੜਾ

extraneous /ਇਕ'ਸਟਰੇਇਨਿਅਸ/ *a* ਭਿੰਨ; ਅਸੰਬੰਧਿਤ, ਅਸੰਗਤ, ਬਾਹਰੀ

extraordinary /ਇਕ'ਸਟਰੋਡਨਰਿ/ *n* ਸੈਨਾ ਦਾ ਵਿਸ਼ੇਸ਼ ਭੱਤਾ *a* ਵਿਸ਼ੇਸ਼, ਅਸਧਾਰਨ, ਵਿਲੱਖਣ, ਅਸਚਰਜ, ਅਲੌਕਿਕ, ਅਨੋਖਾ, ਨਿਰਾਲਾ, ਮਹਾਨ

extravagance /ਇਕ'ਸਟਰੈਵ਼ਅਗਅਨਸ/ *n* ਫ਼ਜ਼ੂਲ ਖ਼ਰਚੀ; ਅਸੰਜਮ, ਫ਼ਜ਼ੂਲਪੁਣਾ, ਬੇਤੁਕਾਪਨ

extravagant /ਇਕ'ਸਟਰੈਵ਼ਅਗਅਨਟ/ *a* ਫ਼ਜ਼ੂਲ ਖ਼ਰਚ, ਉਡਾਊ, ਖ਼ਰਚੀਲਾ; ਅਸੰਤੁਲਿਤ, ਅਸੰਜਮੀ

extravaganza /ਇਕˌਸਟਰੈਵ਼ਅ'ਗੈਨਜ਼ਅ/ *n* ਅਲੌਕਿਕਤਾ; ਧੂਮ-ਧੜੱਕਾ

extravasate /ਇਕ'ਸਟਰੈਵ਼ਅਸੇਇਟ/ *v* ਨਾਲੀ ਨਾਲ ਕੱਢਣਾ ਜਾਂ ਵਗਾਉਣਾ, ਵਗਣਾ

extreme /ਇਕ'ਸਟਰੀਮ/ *a* ਕੇਂਦਰ ਤੋਂ ਦੂਰ, ਸਭ ਤੋਂ ਦੂਰ; ਅਧਿਕ, ਅੰਤਿਮ, ਆਖ਼ਰੀ, ਸਿਰੇ ਦਾ; ਕੱਟੜ, ਸੰਕੀਰਨ, ਇੰਤਹਾਪਸੰਦ *n* ਚਰਮ ਸੀਮਾ, ਹੱਦ, ਸਿਰਾ; (ਤਰਕ) ਵਾਕ ਦਾ ਮੁੱਢ ਜਾਂ ਅੰਤ, (ਗਣਿ) ਪਹਿਲੀ ਅਤੇ ਅੰਤਲੀ ਸੰਖਿਆ; (ਬਹੁ) ਦੋਵੇਂ ਵਿਰੋਧੀ ਸਿਰੇ, ਵੱਧ ਤੋਂ ਵੱਧ ਦੂਰੀ ਉੱਤੇ ਅੱਡ ਜਾਂ ਵੱਖ ਦੋ ਚੀਜ਼ਾਂ

extremely /ਇਕ'ਸਟਰੀਮਲਿ/ *adv* ਹੱਦ ਤੋਂ ਜ਼ਿਆਦਾ, ਅਤਿਅਧਿਕ

extremeness /ਇਕ'ਸਟਰੀਮਨਅਸ/ *n* ਅੱਤ, ਬਹੁਤਾਤ, ਚਰਮ ਸਥਿਤੀ; ਉਗਰਤਾ, ਕਠੋਰਤਾ

extremism /ਇਕ'ਸਟਰੀਮਿਜ਼ਅਮ/ *n* ਅੱਤਵਾਦ, ਉਗਰਵਾਦ, ਇੰਤਹਾਪਸੰਦੀ

extremist /ਇਕ'ਸਟਰੀਮਿਸਟ/ *n* ਕੱਟੜ,

ਇੰਤਹਾਪਸੰਦ, ਉਗਰਵਾਦੀ, ਅੱਤਵਾਦੀ

extremity /ਇਕ'ਸਟਰੈੱਮਅਟਿ/ *n* ਸਿਰਾ, ਹੱਦ; ਤੇਜ਼ੀ, ਤੀਬਰਤਾ; (ਬਹੁ) ਹੱਥ ਪੈਰ

extricate /'ਐੱਕਸਟਰਿਕੇਇਟ/ *vt* ਨਿਸਤਾਰਨਾ, ਛੁਡਾਉਣਾ, ਮੁਕਤ ਕਰਨਾ; ਸੁਲਝਾਉਣਾ; (ਰਸਾਇਣਿਕ ਸੰਜੋਗ ਦੁਆਰਾ) ਗੈਸ ਆਦਿ ਨੂੰ ਛੱਡ ਦੇਣਾ

extrication /ˌਐੱਕਸਟਰਿ'ਕੇਇਸ਼ਨ/ *n* ਨਿਸਤਾਰਾ, ਛੁਟਕਾਰਾ, ਮੁਕਤੀ, ਸੁਲਝਾਅ, ਬਚਾਅ

extrinsic /ਐੱਕਸ'ਟਰਿਨਸਿਕ, -ਜ਼ਿਕ/ *a* ਅਣਆਵਸ਼ਕ, ਅਪ੍ਰਧਾਨ, ਗ਼ੈਰਜ਼ਰੂਰੀ; ਬਾਹਰੀ, ਅਸੰਬੰਧਿਤ, ਬਾਹਰਵਰਤੀ

extrorse /ਇਕ'ਸਟਰੋਸ/ *a* ਬਾਹਰ ਵੱਲ ਮੁੜਿਆ ਹੋਇਆ, ਬਾਹਰਮੁਖੀ

extrovert /'ਐੱਕਸਟਰਅਵ੍ਅ:ਟ/ *vt* ਬਾਹਰ ਵੱਲ ਨਿਕਲਨਾ *n* ਬਾਹਰਮੁਖੀ ਵਿਅਕਤੀ

extrude /ਇਕ'ਸਟਰੂਡ/ *vt* ਧੂਹ ਕੇ ਬਾਹਰ ਕਰਨਾ, ਧੱਕਣਾ, ਬਲ ਨਾਲ ਕੱਢ ਦੇਣਾ, ਕੱਢ ਕੇ ਸੁੱਟ ਦੇਣਾ, ਧੱਕੇ ਮਾਰਨਾ

extrusion /ਇਕ'ਸਟਰੂਯ਼ਨ/ *n* ਨਿਕਾਲਾ, ਨਿਕਾਸ

exuberance /ਇਗ'ਜ਼ਯੂਬਅਰਅਨਸ/ *a* ਸਮਰਿਧੀ, ਅਧਿਕਤਾ, ਬਹੁਤਾਤ; ਭਰਪੂਰਤਾ; ਜ਼ਿੰਦਾਦਿਲੀ, ਹੁਲਾਸ, ਉਮਾਹ

exuberant /ਇਗ'ਜ਼ਯੂਬਅਰਅਨਟ/ *a* ਸੰਪੰਨ, ਸਮਰਿਧ, ਅਧਿਕ, ਬਹੁਤ ਜ਼ਿਆਦਾ; ਜ਼ਿੰਦਾਦਿਲ, ਹੁਲਾਸਮਈ, ਹੁਲਾਸ ਭਰਿਆ, ਓਜਪੂਰਨ, ਤੀਬਰ, ਹਰਿਆ-ਭਰਿਆ, ਭਰਪੂਰ

exuberate /ਇਗ'ਜ਼ਯੂਬਅਰੇਇਟ/ *vi* ਡੁੱਲ੍ਹ-ਡੁੱਲ੍ਹ ਪੈਣਾ; ਸਮਰਿਧ ਜਾਂ ਪਰਿਪੂਰਨ ਹੋਣਾ, ਬਹੁਲਤਾ ਹੋਣਾ, ਭਰਪੂਰ ਹੋਣਾ, ਹਰਿਆ-ਭਰਿਆ ਹੋਣਾ

exudation /ˌਐੱਕਸਯੂ'ਡੇਇਸ਼ਨ/ *n* ਮੁੜ੍ਹਕਾ, ਪਸੀਨਾ, ਰਸ, ਚੋਆ

exude /ਇਗ'ਜ਼ਯੂਡ/ *v* ਮੁੜ੍ਹਕਾ ਆਉਣਾ, ਪਸੀਨਾ ਆਉਣਾ, ਰਿਸਣਾ, ਚੋਣਾ, ਚੁਆਉਣਾ, ਪਸੀਜਣਾ, ਫੁੱਟਣਾ, ਫੁੱਟ-ਫੁੱਟ ਪੈਣਾ

exult /ਇਗ'ਜ਼ਅੱਲਟ/ *vi* ਖ਼ੁਸ਼ ਹੋਣਾ, ਅਤਿ ਪ੍ਰਸੰਨ ਹੋਣਾ, ਬਾਘੀਆਂ ਪਾਉਣਾ; (ਕਿਸੇ ਉੱਤੇ) ਵਿਜੇ ਪ੍ਰਾਪਤ ਕਰਨਾ, ਜਿੱਤਣਾ; ਅਨੰਦ ਕਰਨਾ, ਹੁੱਲਾਸ ਕਰਨਾ; ਫ਼ਖ਼ਰ ਕਰਨਾ, ਮਾਣ ਕਰਨਾ

exultancy /ਇਗ'ਜ਼ੱਅਲਟ(ਅ)ਨਸਿ/ *n* ਵੇਖੋ **exultation**

exultant /ਇਗ'ਜ਼ਅੱਲਟਅਨਟ/ *a* ਅਤਿ ਪ੍ਰਸੰਨ, ਬਹੁਤ ਖ਼ੁਸ਼, ਪ੍ਰਸੰਨ ਚਿੱਤ

exultation /ˌਐੱਗਜ਼ਅੱਲ'ਟੇਇਸ਼ਨ/ *n* ਪਰਮ ਅਨੰਦ, ਪਰਮ ਹਰਸ਼, ਵਿਜੇ ਅਭਿਮਾਨ, ਅਤਿ ਪ੍ਰਸੰਨਤਾ, ਬਹੁਤ ਖ਼ੁਸ਼ੀ, ਹੁੱਲਾਸ

exuviae /ਇਗ'ਜ਼ਯੂਵ੍ਇਈ/ *n* (ਬਹੁ) ਜੀਵਾਂ ਜੰਤੂਆਂ ਦੀਆਂ ਖਲੜੀਆਂ, ਕੁੰਜਾਂ, ਖੋਲ਼ਾ

exuvial /ਇਗ'ਜ਼ਯੂਵ੍ਇਅਲ/ *a* ਕੁੰਜਦਾਰ

exuviate /ਇਗ'ਜ਼ਯੂਵ੍ਇਏਇਟ/ *v* ਕੁੰਜ ਲਾਹੁਣਾ, ਖੱਲ ਲਾਹੁਣਾ, ਚਮੜੀ ਲਾਹੁਣਾ, ਖੱਲ ਉਤਾਰਨਾ

exuviation /ਇਗˌਜ਼ਯੂਵ੍ਇ'ਏਇਸ਼ਨ/ *n* ਕੁੰਜ ਲਾਹੁਣ ਦੀ ਕਿਰਿਆ, ਖੱਲ ਉਤਾਰਨ ਦੀ ਕਿਰਿਆ

eyas /'ਆਇਅਸ/ *n* ਬਿਨਾਂ ਪਰਾਂ ਦੇ ਬਾਜ਼ ਦਾ ਬੱਚਾ, ਬਾਜ਼ ਦਾ ਅਨਾੜੀ ਬੱਚਾ

eye /ਆਇ/ *n* ਅੱਖ, ਨੈਣ, ਨੇਤਰ; ਦ੍ਰਿਸ਼ਟੀ; ਅੱਖ ਦਾ ਤਾਰਾ ਜਾਂ ਪੁਤਲੀ; ਨੀਝ, ਸੂਝ, ਪਰਖ, ਧਿਆਨ; ਮੋਰ ਦੇ ਖੰਭਾਂ ਦੀ ਟਿੱਕੀ *vt* ਵੇਖਣਾ, ਦ੍ਰਿਸ਼ਟੀਗੋਚਰ ਕਰਨਾ, ਨਜ਼ਰਾਂ ਵਿੱਚੋਂ ਕੱਢਣਾ

eyeball /'ਆਇਬੋਲ/ *n* ਅੱਖ ਦਾ ਡੇਲਾ, ਆਨਾ

eyebrow /'ਆਇਬਰਾਉ/ *n* ਭਾਉਂ, ਭਰਵੱਟਾ

eye drop *n* ਅੱਥਰੂ, ਹੰਝੂ

eye drops *n* ਅੱਖਾਂ ਵਿੱਚ ਪਾਉਣ ਲਈ ਦਵਾਈ ਜਾਂ ਲੋਸ਼ਨ

eyelash /'ਆਇਲੈਸ਼/ *n* ਝਿੰਮਣੀ, ਪਲਕ

eyelet /'ਆਇਲਅਟ/ *n* ਛੋਟੀ ਅੱਖ, ਛੇਕ, ਛੇਦ; ਬਚਾਅ ਦਾ ਮਾਰਗ; ਕਾਜ

eyelid /'ਆਇਲਿਡ/ *n* ਅੱਖ ਦਾ ਉੱਪਰਲਾ ਪਰਦਾ, ਪਪੋਟਾ, ਪਲਕ

eyesight /'ਆਇਸਾਇਟ/ *n* ਨਜ਼ਰ, ਲੋ, ਜੋਤ, ਦ੍ਰਿਸ਼ਟੀ

eyesore /'ਆਇਸੋ*/ *n* ਅੱਖਾਂ ਦਾ ਕੰਡਾ, ਅੱਖ ਦੀ ਰੜਕ

eyewash /'ਆਇਵੌਸ਼/ *n* ਅੱਖਾਂ ਦਾ ਦਾਰੂ; ਕੇਵਲ ਗੱਲਾਂ ਜਾਂ ਢਕੌਂਸਲੇ, ਮੂੰਹ ਰੱਖਣੀ ਗੱਲ

eyewitness /'ਆਇਵਿਟਨਅਸ/ *n* ਮੌਕੇ ਦਾ ਗਵਾਹ, ਚਸ਼ਮਦੀਦ ਗਵਾਹ, ਸਾਖੀ

eyra /'ਆਇਰਅ/ *n* ਪੱਛਮੀ ਅਮਰੀਕਾ ਦਾ ਜੰਗਲੀ ਬਿੱਲਾ

eyre /ਏਅ*/ *n* ਚਲਦੀ-ਫਿਰਦੀ ਕਚਹਿਰੀ, ਗਸ਼ਤੀ ਅਦਾਲਤ, ਦੌਰਾ ਕਰਨ ਵਾਲੀ ਕਚਹਿਰੀ

eyrie, eyry /'ਇਅਰਿ, 'ਏਅਰਿ, 'ਆਇਅਰਿ/ *n* ਬਾਜ਼ ਦਾ ਆਲ੍ਹਣਾ

F

F, f /ਐੱਫ/ *n* ਰੋਮਨ ਵਰਨਮਾਲਾ ਦਾ ਛੇਵਾਂ ਅੱਖਰ; (ਸੰਗੀ) ਚੌਥੀ ਸੁਰ

F-1 visa /,ਐੱਫ ਵਅੱਨ 'ਵੀਜ਼ਅ/ *n* ਵਿਦਿਆਰਥੀ ਵਜੋਂ ਅਮਰੀਕਾ ਜਾਣ ਲਈ ਪ੍ਰਮਾਣ ਪੱਤਰ

fab /ਫ਼ੈਬ/ *a* ਬਹੁਤ ਹੀ ਵਧੀਆ, ਅਤਿ ਉੱਤਮ ਸਰਵ-ਸ੍ਰੇਸ਼ਠ

Fabian /'ਫ਼ੇਇਬਿਅਨ/ *a* (ਦੁਸ਼ਮਣ ਨੂੰ ਹਰਾਉਣ ਲਈ) ਸਾਵਧਾਨੀ ਅਤੇ ਬਹੁਪੱਖੀ ਨੀਤੀ ਨਾਲ ਸੰਬੰਧਿਤ, ਅਜਿਹੀ ਨੀਤੀ ਦੀ ਵਰਤੋਂ ਕਰਨ ਵਾਲਾ; ਟਾਲਮਟੋਲ ਦੀ ਨੀਤੀ ਉੱਤੇ ਚੱਲਣ ਵਾਲਾ *n* ਫੇਬੀਅਨ ਸੁਸਾਇਟੀ (ਸਥਾਪਨਾ 1884) ਦਾ ਮੈਂਬਰ

Fabianism /'ਫ਼ੇਇਬਿਅਨਿਜ਼ਅਮ/ *n* ਸਿੱਧੀ ਲੜਾਈ ਕਰਨ ਦੇ ਬਦਲੇ ਦਾਅ-ਪੇਚ ਨੀਤੀ ਦੁਆਰਾ ਦੁਸ਼ਮਣ ਨੂੰ ਹਰਾਉਣ ਦੀ ਵਿਧੀ (ਜਿਵੇਂ ਕਿਊ ਦੀ ਲੜਾਈ ਵਿੱਚ ਮੈਕਸੀਮਸ (ਫੇਬੀਅਨ) ਨੇ ਹੈਨੀਬਲ ਨੂੰ ਹਰਾਇਆ ਸੀ)

fable /'ਫ਼ੇਇਬਲ/ *n* ਪੁਰਾਣਿਕ ਕਥਾ, ਕਥਾ, ਕਿੱਸਾ, ਕਹਾਣੀ; (ਨਾਟਕ ਦਾ) ਕਥਾਨਕ ਜਾਂ ਪਲਾਟ; ਪਸ਼ੂ ਪੰਛੀਆਂ ਦੀ ਸਿੱਖਿਆਦਾਇਕ ਕਹਾਣੀ (ਪੰਚਤੰਤਰ ਦੀ ਵਾਰਤਾ) *v* ਕਲਪਿਤ ਕਹਾਣੀ ਸੁਣਾਉਣਾ

fabled /'ਫ਼ੇਇਬਲਡ/ *a* ਮਸ਼ਹੂਰ ਅਤੇ ਬਹੁਚਰਚਿਤ, ਕਥਾ ਵਿੱਚ ਬਿਆਨ ਕੀਤਾ ਹੋਇਆ, ਮਿਥਿਆ, ਪੁਰਾਣਿਕ, ਕਲਪਿਤ

fabler /'ਫ਼ੇਇਬਲਅ*/ *n* ਕਥਾ ਕਹਾਣੀ ਜਾਂ ਕਿੱਸੇ ਦਾ ਲੇਖਕ, ਕਥੱਕੜ

fabliau /'ਫ਼ੈਬਲਿਅਊ/ *n* ਫ਼ਰਾਂਸ ਵਿੱਚ ਪ੍ਰਚਲਿਤ ਬਾਰ੍ਹਵੀਂ ਅਤੇ ਤੇਰ੍ਹਵੀਂ ਸਦੀ ਦੀਆਂ ਹਾਸ-ਰਸੀ ਛੰਦ ਗਾਥਾਵਾਂ ਅਤੇ ਗਲਪ

fabric /'ਫ਼ੈਬਰਿਕ/ *n* ਢਾਂਚਾ, ਫ਼ਰੇਮ; ਉਸਾਰੀ; ਬੁਣਤੀ (ਉਣਤੀ); ਉਣੀ ਹੋਈ ਵਸਤੂ, ਕੱਪੜਾ

fabricate /'ਫ਼ੈਬਰਿਕੇਇਟ/ *vt* ਬਣਾਉਣਾ, ਘੜਨਾ, ਉਣਨਾ, ਨਿਰਮਾਣ ਕਰਨਾ, ਰਚਨਾ ਕਰਨਾ; ਬਣਾਉਟੀ ਗੱਲ ਘੜਨਾ, ਕਪਟ ਰਚਨਾ ਕਰਨਾ, ਜਾਲ੍ਹਸਾਜ਼ੀ ਕਰਨਾ

fabricated /'ਫ਼ੈਬਰਿਕੇਇਟਿਡ/ *a* ਘੜੀ ਹੋਈ, ਝੂਠੀ, ਝੂਠੀ ਰਚੀ ਹੋਈ

fabrication /,ਫ਼ੈਬਰਿ'ਕੇਇਸ਼ਨ/ *n* ਬਣਾਉਟੀ ਗੱਲ, ਝੂਠੀ ਕਹਾਣੀ; ਮਨਘੜਤ ਬਿਰਤਾਂਤ, ਜਾਲ੍ਹਸਾਜ਼ੀ, ਘਾੜਤ

fabricative /'ਫ਼ੈਬਰਿਕਅਟਿਵ/ *a* (ਮਨੁੱਖ) ਜਿਸ ਦੀ ਗੱਲ-ਬਾਤ ਝੂਠੇਪਣ ਅਤੇ ਧੋਖੇਬਾਜ਼ੀ ਦੀ ਸੂਚਕ ਹੋਵੇ; ਜਿਸ ਵਿੱਚ ਨਿਰਮਾਣ ਆਦਿ ਦੇ ਗੁਣ ਹੋਣ

fabricator /'ਫ਼ੈਬਰਿਕੇਇਟਅ*/ *n* ਝੂਠਾ, ਧੋਖੇਬਾਜ਼, ਮਿਥਿਆਵਾਦੀ; ਨਿਰਮਾਣ ਕਰਨ ਵਾਲਾ

fabulise /'ਫ਼ੈਬਯੁਲਾਇਜ਼/ *vi* ਕਥਾ ਕਹਾਣੀ ਜਾਂ ਕਿੱਸਾ ਲਿਖਣਾ, ਕਹਾਣੀਆਂ ਕਿੱਸਿਆਂ ਦੇ ਹਵਾਲੇ ਦੇਣਾ

fabulous /'ਫ਼ੈਬਯਅਲਅਸ/ *a* ਕਲਪਿਤ, ਮਿਥਿਆਕਾਰੀ, ਚਮਤਕਾਰੀ

facade /ਫ਼ਅ'ਸਾਡ/ *n* ਮਕਾਨ ਦਾ ਅਗਲਾ ਪਾਸਾ, ਸਾਮ੍ਹਣਾ ਬੰਨਾ, ਘਰ ਦਾ ਅੱਗੇ ਵਾਲਾ ਪਾਸਾ; ਮੂੰਹ-ਮੱਥਾ; ਬਾਹਰੀ ਰੂਪ, ਭੇਖ

face /ਫ਼ੇਇਸ/ *n* ਮੂੰਹ, ਮੁੱਖ, ਚਿਹਰਾ-ਮੋਹਰਾ, ਮੁਹਾਂਦਰਾ, ਮੂੰਹ-ਮੱਥਾ, ਹੁਲੀਆ, ਨੁਹਾਰ; ਸਿੱਧਾ ਪਾਸਾ, ਸਾਮ੍ਹਣਾ ਬੰਨਾ, ਘਰ ਦਾ ਸਾਮ੍ਹਣਾ ਪਾਸਾ; (ਧਰਤੀ ਦਾ) ਤਲ, ਉਤਲਾ ਭਾਗ; ਬਾਹਰੀ ਰੂਪ, ਦਿਖਾਵਾ, ਟੀਪ-ਟਾਪ; (ਘੜੀ ਦਾ) ਡਾਇਲ, ਅੰਕਾਂ ਵਾਲਾ ਪਾਸਾ; ਹਥਿਆਰ, ਵਰਤੋਂ ਵਿੱਚ ਆਉਣ ਵਾਲਾ ਯੰਤਰ ਆਦਿ ਦਾ ਪਾਸਾ ਜਾਂ ਭਾਗ *v* ਸਾਮ੍ਹਣੇ ਆਉਣਾ, ਹਾਜ਼ਰ ਹੋਣਾ, ਉਪਸਥਿਤ ਹੋਣਾ, ਅੱਗੇ ਆਉਣਾ; ਮੁਕਾਬਲਾ ਕਰਨਾ, ਟਾਕਰਾ ਕਰਨਾ; ਡਟੇ ਰਹਿਣਾ, ਚੁਣੌਤੀ ਸਵੀਕਾਰ ਕਰਨਾ; ਪਾਸੇ ਵੱਲ ਮੂੰਹ ਕਰਨਾ, ਸਨਮੁੱਖ ਹੋਣਾ; (ਜ਼ਮੀਨ) ਪੱਧਰੀ ਕਰਨਾ; (ਚਮੜੇ ਉੱਤੇ) ਰੰਗ ਚਾੜ੍ਹਨਾ, (ਕਿਸੇ ਚੀਜ਼ ਦੀ) ਤਹਿ ਚੜ੍ਹਾਉਣਾ, ਮਸਾਲਾ

ਲਾਉਣਾ, ਲਿੰਬਣਾ **face the music** ਭੈੜੇ ਤੋਂ ਭੈੜੇ ਨਤੀਜੇ ਦਾ ਸਾਮ੍ਹਣਾ ਕਰਨਾ, ਆਪਣੀ ਕੀਤੀ ਦਾ ਨਤੀਜਾ ਭੁਗਤਣਾ **face to face** ਆਮ੍ਹਣੇ-ਸਾਮ੍ਹਣੇ **fly in the face of** ਪਰੋਖ ਰੂਪ ਵਿੱਚ ਵਿਰੋਧ ਪ੍ਰਗਟ ਕਰਨਾ, ਸਾਮ੍ਹਣੇ ਮੁਕਾਬਲਾ ਕਰਨਾ, ਨਾਬਰ ਹੋਣਾ **having two faces** ਬਹੁਰੂਪੀਆ ਹੋਣਾ, ਆਪਣੀ ਗੱਲ ਵਿੱਚ ਸੱਚਾ ਨਾ ਹੋਣਾ **in the face of** ਕੁਝ ਸਚਾਈਆਂ ਦੇ ਬਾਵਜੂਦ **on the face of it** ਜ਼ਾਹਰਾ ਤੌਰ 'ਤੇ, ਓਪਰੇ ਤੌਰ 'ਤੇ, ਪਹਿਲੀ ਨਜ਼ਰ ਵਿੱਚ ਹੀ **pull a long face** ਮੂੰਹ ਬਣਾਉਣਾ, (ਉਦਾਸੀ ਜਾਂ ਨਰਾਜ਼ਗੀ ਵਿੱਚ) ਮੂੰਹ ਫੁਲਾਉਣਾ **save one's face** ਮੂੰਹ ਲੁਕਾਉਣਾ, ਆਪਣੇ ਆਪ ਨੂੰ ਬਚਾਉਣਾ **show one's face** ਹਾਜ਼ਰ ਹੋਣਾ **to one's face** ਖੁੱਲੇ ਤੌਰ 'ਤੇ, ਹਾਜ਼ਰੀ ਵਿੱਚ, ਸਾਮ੍ਹਣੇ

face card *n* ਤਾਸ਼ ਦਾ ਮੂਰਤ ਵਾਲਾ ਪੱਤਾ

facecloth /'ਫ਼ੇਇਸਕਲੌਥ/ *n* ਮੁਰਦੇ ਦਾ ਮੂੰਹ ਢਕਣ ਲਈ ਕੱਪੜਾ, ਕਫ਼ਨ; ਮੂੰਹ ਧੋਣ ਤੋਂ ਬਾਅਦ ਸਾਫ਼ ਕਰਨ ਲਈ ਵਰਤਿਆ ਜਾਂਦਾ ਕੱਪੜਾ

faced /ਫ਼ੇਇਸਟ/ *a* ਮੂੰਹ ਉੱਤੇ, ਸਨਮੁੱਖ, ਸਾਮ੍ਹਣੇ, ਪ੍ਰਤੱਖ

face down *v* (ਸਖ਼ਤੀ ਨਾਲ) ਦੇਖ ਕੇ ਹੀ ਸ਼ਰਮਿੰਦਾ ਕਰਨਾ

face-guard *n* ਮੂੰਹ ਦੇ ਬਚਾਅ ਲਈ ਮਖੌਟਾ

facelift /'ਫ਼ੇਇਸਲਿਫ਼ਟ/ *a* (ਘਰ ਦਾ) ਮੂੰਹ ਮੱਥਾ ਸੰਵਾਰਨ ਦਾ ਕਾਰਜ, ਚਿਹਰੇ ਦੀਆਂ ਝੁਰੜੀਆਂ ਦੂਰ ਕਰਨ ਲਈ ਓਪਰੇਸ਼ਨ

face lifting /'ਫ਼ੇਇਸਲਿਫ਼ਟਿਙ/ *n* ਪੋਚਾ-ਪਾਚੀ, ਨੁਹਾਰ ਸੁਧਾਰਨਾ

face pack *n* (ਚਿਹਰੇ ਦੀ ਸਫ਼ਾਈ ਲਈ) ਚਿਹਰੇ ਉੱਤੇ ਲਾਇਆ ਜਾਣ ਵਾਲਾ ਪਦਾਰਥ

face powder *n* ਚਿਹਰੇ 'ਤੇ ਲਾਉਣ ਵਾਲਾ ਪਾਊਡਰ, ਚਿਹਰੇ ਦੀ ਸੁੰਦਰਤਾ ਬਣਾਉਣ ਦਾ ਕੋਈ ਸਾਧਨ

face-saving /'ਫ਼ੇਇਸ,ਸੇਇਵਿਙ/ *a* ਬੇਇਜ਼ਤੀ ਤੋਂ ਬਚਣ ਵਾਲਾ, ਪਰੇਸ਼ਾਨੀ ਰਹਿਤ, ਘਬਰਾਹਟ ਤੋਂ ਪਰੇ ਰਹਿਣ ਵਾਲਾ

facet /'ਫ਼ੈਸਿਟ/ *n* ਕਿਸੇ ਵਸਤੂ ਦਾ ਇੱਕ ਪਾਸਾ (ਕਿਸੇ ਸਮੱਸਿਆ ਦਾ) ਖ਼ਾਸ ਪੱਖ, ਹਿੱਸਾ, ਪਹਿਲੂ

facetious /ਫ਼ਅ'ਸੀਸ਼ਅਸ/ *a* ਮਖੌਲੀਆ, ਮੌਜੀ, ਵਿਨੋਦੀ, ਮਸਖਰਾ, ਜ਼ਿੰਦਾ-ਦਿਲ, ਖੁਸ਼ਦਿਲ, ਦਿਲਲਗੀ ਕਰਨਾ ਵਾਲਾ

face value *n* ਅੰਕਿਤ ਮੁੱਲ, ਪ੍ਰਤੱਖ ਮੁੱਲ

facia /'ਫ਼ੇਇਸ਼ਅ/ *n* ਸਾਈਨਬੋਰਡ, ਦੁਕਾਨਦਾਰ ਦੇ ਨਾਂ ਦੀ ਫੱਟੀ ਜਾਂ ਤਖ਼ਤੀ

facial /'ਫ਼ੇਇਸ਼ਲ/ *a* ਮੂੰਹ ਦਾ, ਚਿਹਰੇ ਨਾਲ ਸੰਬੰਧਿਤ

facial angle *n* ਉਹ ਕੋਨ ਜੋ ਨਾਸਾਂ ਤੋਂ ਕੰਨਾਂ ਨੂੰ ਅਤੇ ਮੱਥੇ ਵੱਲ ਨੂੰ ਜਾਣ ਵਾਲ਼ੀਆਂ ਰੇਖਾਵਾਂ ਵਿਚਾਲੇ ਬਣਦਾ ਹੈ, ਮੁਖ ਕੋਨ

facile /'ਫ਼ੈਸਾਇਲ/ *a* ਸੁਖਾਲਾ, ਸੌਖਾ, ਸਰਲ, ਅਸਾਨ, ਸੁਗਮ, ਸਿੱਧਾ; ਸੁਖਾਲਾ ਪ੍ਰਾਪਤ ਕੀਤਾ ਜਾ ਸਕਣ ਵਾਲਾ; ਭਲਾ ਲੋਕ, ਨੇਕ, ਸਰਲ ਸੁਭਾਅ, ਉਦਾਰ, ਭਲਾਮਾਣਸ, ਨਿਮਰਤਾ ਵਾਲਾ, ਠੰਢੇ ਸੁਭਾਅ ਵਾਲਾ

facileness /'ਫ਼ੈਸਾਇਲਨਅਸ/ *n* ਸੁਖਾਲਾਪਣ, ਸਰਲਤਾ, ਸੌਖਾਪਣ, ਸੁਗਮਤਾ

facilitate /ਫ਼ਅ'ਸਿਲਿਟੇਇਟ/ *vt* ਸੁਖਾਲਾ ਕਰਨਾ, ਸਰਲ ਕਰ ਦੇਣਾ, ਸੁਵਿਧਾ ਦੇਣਾ, ਸਹੂਲਤ ਦੇਣਾ; ਅਗਾਂਹ ਵਧਣ ਵਿੱਚ ਸਹਾਇਤਾ ਦੇਣਾ, ਉੱਨਤੀ ਕਰਨ ਵਿੱਚ ਮੱਦਦ ਦੇਣਾ

facility /ਫ਼ਅ'ਸਿਲਅਟਿ/ *n* ਸਹੂਲਤ, ਸੌਖ, ਅਰਾਮ, ਸਰਲਤਾ, ਸੁਗਮਤਾ, ਸੁਵਿਧਾ, ਅਸਾਨੀ; ਕੋਮਲਤਾ, ਲਚਕ; (ਲੈਕਚਰ ਆਦਿ ਵਿੱਚ) ਰਵਾਨੀ, ਪ੍ਰਵਾਹ, ਮੁਹਾਰਤ

facing /'ਫ਼ੇਇਸਿਙ/ *n* ਮੋਹਰਾ, ਅਗਾੜੀ, ਮੱਥਾ

facsimile /ਫ਼ੈਕ'ਸਿਮਅਲਿ/ *n* (ਕਿਸੇ ਲਿਖ਼ਤ, ਤਸਵੀਰ ਆਦਿ ਦੀ) ਹੂ-ਬਹੂ ਨਕਲ, ਪ੍ਰਤਿਲਿਪੀ, ਪ੍ਰਤਿਰੂਪ *vt* ਉਤਾਰਾ ਕਰਨਾ, ਪ੍ਰਤਿਲਿਪੀ ਬਣਾਉਣਾ, ਪ੍ਰਤਿਰੂਪ ਬਣਾਉਣਾ

facsimile signature *n* ਚਿੱਤਰ ਹਸਤਾਖਰ

fact /**ਫ਼ੈਕਟ**/ *n* ਤੱਥ, ਅਸਲੀ ਗੱਲ, ਵਾਸਤਵਿਕ ਕਾਰਜ; ਸਚਾਈ, ਅਸਲੀਅਤ, ਵਾਸਤਵਿਕਤਾ, ਯਥਾਰਥਤਾ, ਹਕੀਕਤ; ਘਟਨਾ, ਕ੍ਰਿਤੀ, ਕਾਰਜ; **fact in issue** ਵਿਵਾਦ ਤੱਤ **in fact** ਅਸਲ ਵਿੱਚ, ਦਰਅਸਲ

faction /'**ਫ਼ੈਕਸ਼ਨ**/ *n* ਧੜਾ, ਫਿਰਕਾ, ਪੱਖ, ਸਿਰ, ਪਾਸਾ, ਪੱਖ-ਪਾਤ, ਧੜੇਬੰਦੀ ਦੀ ਨੀਤੀ

factional /'**ਫ਼ੈਕਸ਼ਨਅਲ**/ *a* ਧੜੇਬਾਜ਼ੀ ਵਾਲਾ, ਪੱਖ-ਪਾਤੀ, ਦਲ ਸੰਬੰਧੀ, ਪਾਰਟੀਬਾਜ਼ੀ ਸੰਬੰਧੀ; ਫ਼ਸਾਦੀ,ਉਪੱਦਰ ਮਚਾਊ, ਧੜੇਬਾਜ਼ੀ ਵਾਲਾ

factionalism /'**ਫ਼ੈਕਸ਼(ਅ)ਨ(ਅ)ਲਿਜ਼ਅਮ**/ *n* ਦਲਬੰਦੀ, ਗੁਟਬੰਦੀ, ਧੜੇਬਾਜ਼ੀ

factionary /'**ਫ਼ੈਕਸ਼ਅਨਅਰਿ**/ *n* ਧੜੇਬਾਜ਼, ਗੁੱਟਬਾਜ਼

factious /'**ਫ਼ੈਕਸ਼ਅਸ**/ *a* ਵੇਖੋ **factional**

factitious /**ਫ਼ੈਕ'ਟਿਸ਼ਅਸ**/ *a* ਬਣਾਉਟੀ, ਨਕਲੀ, ਜਾਲ੍ਹੀ, ਕਲਪਿਤ

factor /'**ਫ਼ੈਕਟਅ***/ *n* ਗੁਣਨਖੰਡ, ਜੁਜ਼, ਗਣਕ; ਕਾਰਨ, ਕਾਰਕ, ਉਪਾਦਾਨ, ਸਾਧਨ; ਹਿੱਸਾ, ਭਾਗ, ਪੱਖ, ਅੰਗ, ਅੰਸ਼; ਕਰਿੰਦਾ, ਗੁਮਾਸ਼ਤਾ, ਆੜ੍ਹਤੀ; ਏਜੰਟ, ਪ੍ਰਤਿਨਿਧ

factorise /'**ਫ਼ੈਕਟਅਰਾਇਜ਼**/ *vt* ਗੁਣਨਖੰਡ ਕਰਨਾ, ਜੁਜ਼ ਬਣਾਉਣਾ, ਵਿਭਾਗ ਕਰਨਾ

factory /'**ਫ਼ੈਕਟਰਿ, -ਟਅਰਿ**/ *n* ਕਾਰਖ਼ਾਨਾ, ਫ਼ੈਕਟਰੀ

factory shop *n* (ਘੱਟ ਦਰਾਂ ਉੱਤੇ ਵਸਤਾਂ ਵੇਚਣ ਲਈ) ਫ਼ੈਕਟਰੀ ਦੀ ਨਿੱਜੀ ਦੁਕਾਨ

factotum /**ਫ਼ੈਕ'ਟਅਉਟਅਮ**/ *n* ਹਰਫ਼ਨਮੌਲਾ

factual /'**ਫ਼ੈਕਚੁਅਲ**/ *a* ਵਾਸਤਵਿਕ, ਯਥਾਰਥਕ, ਤੱਥ ਸਹਿਤ

factuality /**ਫ਼ੈਕਚੁ'ਐਲਿਟਿ**/ *n* ਵਾਸਤਵਿਕਤਾ, ਯਥਾਰਥਤਾ, ਤੱਥ

facula /'**ਫ਼ੈਕਯੁਲਅ**/ *n* (ਸੂਰਜ ਵਿੱਚ ਦਿਖਾਈ ਦੇਣ ਵਾਲਾ) ਚਮਕਦਾਰ ਚਿੰਨ੍ਹ

faculty /'**ਫ਼ੈਕਲਟਿ**/ *n* (ਕਿਸੇ ਕੰਮ ਨੂੰ ਕਰਨ ਦੀ) ਯੋਗਤਾ, ਕਾਬਲੀਅਤ, ਸ਼ਕਤੀ, ਕੁਸ਼ਲਤਾ; ਕਾਰਜ ਕੁਸ਼ਲਤਾ, ਪ੍ਰਬੰਧ ਦੀ ਯੋਗਤਾ; (ਯੂਨੀਵਰਸਿਟੀ ਦਾ) ਪ੍ਰਭਾਗ, ਵਿੱਦਿਆ ਵਿਭਾਗ, ਫ਼ੈਕਲਟੀ; ਮਾਨਸਿਕ ਸ਼ਕਤੀ **faculty of Arts /Languages/ Sciences/ Medicine/ Religion etc.** /ਆਰਟਸ/ਭਾਸ਼ਾਵਾਂ/ ਵਿਗਿਆਨ/ਡਾਕਟਰੀ/ਧਰਮ ਆਦਿ ਦੀਆਂ ਯੂਨੀਵਰਸਿਟੀ ਦੀਆਂ ਫ਼ੈਕਲਟੀਆਂ

facundity /**ਫ਼ਅ'ਕਅੱਨਡਅਟਿ**/ *n* ਭਾਸ਼ਣ ਕਲਾ, ਵਾਕ ਚਤੁਰਤਾ, ਬੋਲਣ ਸ਼ਕਤੀ

fad /**ਫ਼ੈਡ**/ *n* ਖ਼ਬਤ, ਸਨਕ, ਵਹਿਮ, ਧੁਨ

faddist /'**ਫ਼ੈਡਿਸਟ**/ *n* ਸਨਕੀ ਮਨੁੱਖ

fade /**ਫ਼ੇਇਡ**/ *v* ਮੁਰਝਾਉਣਾ, ਕੁਮਲਾਉਣਾ, ਸੁੱਕਣਾ, ਫਿੱਕਾ ਪੈਣਾ, ਪੀਲਾ ਹੋ ਜਾਣਾ, ਡੌਂ ਜਾਣਾ, ਰੰਗ ਉਡੱਣਾ; ਹੌਲੀ-ਹੌਲੀ ਲੋਪ ਹੋਣਾ; ਰੰਗ ਉਡਾਉਣਾ, ਸੁਕਾਉਣਾ, ਫਿੱਕਾ ਕਰਨਾ, ਘੱਟ ਹੋਣਾ; ਸਿਥਲ ਪੈਣਾ, ਮਾੜਾ ਪੈਣਾ, ਕਮਜ਼ੋਰ ਹੋਣਾ

fadeless /**ਫ਼ੇਇਡਲਅਸ**/ *a* ਸਦਾਬਹਾਰ, ਹਰਿਆ-ਭਰਿਆ

faecal /'**ਫ਼ੀਕਲ**/ *a* ਗੰਦ ਦਾ, ਬਿੱਠ ਦਾ, ਕੀਟ ਦਾ

faecal matter *n* ਗੰਦ, ਟੱਟੀ

faeces /'**ਫ਼ੀਸੀਜ਼**/ *n* (ਬਹੁ) ਬਿੱਠ, ਗੰਦ, ਮੈਲਾ, ਪਖ਼ਾਨਾ, ਟੱਟੀ; ਫੋਗ, ਗਾਦ

fag /**ਫ਼ੈਗ**/ *n* ਮਿਹਨਤ, ਕਰੜੀ ਘਾਲ, ਸਖ਼ਤ ਮਿਹਨਤ, ਜਾਨ ਮਾਰੀ ਵਾਲਾ ਕੰਮ; ਵਗਾਰ ਦਾ ਕੰਮ, ਵਾਧੂ ਵਗਾਰ, ਚੱਟੀ ਦਾ ਕੰਮ *v* ਥੱਕ ਜਾਣਾ, ਥਕਾ ਦੇਣਾ, ਵਗਾਰ ਦਾ ਕੰਮ ਕਰਨਾ; ਸਖ਼ਤ ਮਿਹਨਤ ਕਰਨਾ, ਜਾਨ ਮਾਰ ਕੇ ਕੰਮ ਕਰਨਾ, ਬਹੁਤ ਕਸ਼ਟ ਸਹਿਣਾ; ਸਿਥਲ ਪੈ ਜਾਣਾ, ਸਿਥਲ ਕਰ ਦੇਣਾ

fag end /'**ਫ਼ੈਗ ਐਂਡ**/ *n* ਆਖਰੀ ਹਿੱਸਾ, ਨਿਕੰਮਾ ਭਾਗ ਜਾਂ ਸਿਰਾ

faggot, fagot /'**ਫ਼ੈਗਅਟ**/ *n* (ਬਾਲਣ ਵਾਲੀਆਂ ਲੱਕੜਾਂ ਦਾ) ਗੱਠਾ, (ਲੋਹੇ ਦੀਆਂ ਸੀਖਾਂ

ਦਾ) ਗੱਠਾ; ਕਲੇਜੀ ਦਾ ਕਬਾਬ *v* ਲੱਕੜੀਆਂ ਦੀਆਂ ਗੱਠਾਂ ਬੰਨ੍ਹਣਾਂ

fag out *v* (ਕ੍ਰਿਕਟ ਵਿੱਚ) ਖਿਡਾਉਣਾ, ਫੀਲਡਿੰਗ ਕਰਨਾ

Fahrenheit /'ਫ਼ੈਰਅਨਹਾਇਟ/ *n (abbr F)* ਗਰਮੀ ਦਾ ਦਰਜਾ, ਤਾਪਮਾਨ (ਜਿਸ ਵਿੱਚ 32° ਤੋਂ ਲੈ ਕੇ 212° ਹੁੰਦੇ ਹਨ)

fail /ਫ਼ੇਇਲ/ *n* ਘਾਟ; ਅਸਫਲਤਾ **without fail** ਨਿਸ਼ਚਿਤ ਰੂਪ ਨਾਲ, ਆਵੱਸ਼ਕ, ਜ਼ਰੂਰੀ *v* ਅਸਫਲ ਹੋਣਾ, ਸਿਰੇ ਨਾ ਚੜ੍ਹਨਾ ਜਾਂ ਚਾੜ੍ਹਨਾ, (ਕੋਈ ਕੰਮ) ਨਾ ਕਰ ਸਕਣਾ, ਹਾਰ ਜਾਣਾ; ਭੁੱਲਣਾ; ਉੱਕਣਾ; ਉਮੀਦਵਾਰ ਦੇ ਰੂਪ ਵਿੱਚ ਮਨਜ਼ੂਰ ਨਾ ਹੋਣਾ; ਨਾਬਰ ਹੋਣਾ; ਟੁੱਟ ਜਾਣਾ; ਨਸ਼ਟ ਹੋ ਜਾਣਾ, ਦਿਵਾਲਾ ਨਿਕਲਨਾ; ਘੱਟ ਹੋਣਾ; ਪੂਰਾ ਨਾ ਉਤਰਨਾ, ਬੈਠ ਜਾਣਾ, ਹਿੰਮਤ ਹਾਰ ਜਾਣਾ, ਨਿਰਾਸ ਕਰਨਾ, ਉਮੀਦਾਂ ਉੱਤੇ ਪਾਣੀ ਫੇਰ ਦੇਣਾ

failing /'ਫ਼ੇਇਲਿਙ/ *n* ਘਾਟਾ; ਕਮੀ, ਕਮਜ਼ੋਰੀ, ਦੁਰਬਲਤਾ, ਉਕਾਈ, ਢਿੱਲ; ਭੁੱਲ , ਔਗੁਣ; ਕਸੂਰ prep ਨਹੀਂ ਤਾਂ, ਜੇ ਨਾ ਹੋਇਆ

failure /'ਫ਼ੇਇਲਯਅ*/ *n* ਅਸਫਲਤਾ, ਨਾਕਾਮਯਾਬੀ, ਹਾਰ, ਉਕਾਈ, ਭੁੱਲ; ਘਾਟਾ, ਟੋਟਾ, ਕਮੀ, ਅਭਾਵ, ਅਸਫਲ ਵਿਅਕਤੀ ਜਾਂ ਵਸਤੂ, ਨਿਸਫਲ ਜਤਨ; ਨੁਕਸਾਨ; ਦਿਵਾਲਾ, ਦਿਵਾਲੀਆਪਣ

fain /ਫ਼ੇਇਨ/ *a* ਮਜਬੂਰ; ਇੱਛੁਕ, ਉਤਸੁਕ, ਚਾਹਵਾਨ, ਰਜ਼ਾਮੰਦ

faint /ਫ਼ੇਇਨਟ/ *a* ਮੱਧਮ, ਧੀਮਾ, ਫਿੱਕਾ; ਅਸਪਸ਼ਟ, ਕਮਜ਼ੋਰ, ਨਿਢਾਲ, ਦੁਰਬਲ; ਡਰਪੋਕ, ਕਾਇਰ; ਬੇਹੋਸ਼; ਬੌਂਦਲਿਆ; ਬੁਰੀ ਲੱਗਣ ਵਾਲੀ (ਹਵਾ ਅਤੇ ਬੋ ਆਦਿ) *n* ਬੇਹੋਸ਼ੀ, ਡੋਬ, ਮੂਰਛਾ, ਬੇਸੁਰਤੀ, ਗਸ਼; ਕਾਇਰਤਾ, ਬੁਜ਼ਦਿਲੀ *vt* ਬੇਸੁਰਤ ਹੋਣਾ, ਗਸ਼ ਪੈਣਾ, ਮੂਰਛਾ ਆਉਣਾ, ਸਿਥਲ ਪੈਣਾ, ਨਿਢਾਲ ਹੋ ਜਾਣਾ; ਹਿੰਮਤ ਹਾਰਨਾ, ਹੌਂਸਲਾ ਛੱਡਣਾ; ਡਰ ਜਾਣਾ, ਕਾਇਰਤਾ ਵਿਖਾਉਣਾ

faint-heart, faint-hearted /ˌਫ਼ੇਇਨਟ'ਹਾਟ, ˌਫ਼ੇਇਨਟ'ਹਾਟਿਡ/ *a* ਡਰਪੋਕ, ਕਾਇਰ, ਕਮਜ਼ੋਰ

fair[1] /ਫ਼ੇਅ*/ *n* ਮੇਲਾ, ਮੰਡੀ, ਨੁਮਾਇਸ਼

fair[2] *a* ਸੋਹਣਾ, ਸੁੰਦਰ, ਖ਼ੂਬਸੂਰਤ; ਸਾਫ਼, ਸਵੱਛ, ਨਿਰਮਲ, ਉੱਜਲ, ਸੁਥਰਾ, ਬੇਦਾਗ਼, ਬੇਲਾਗ; ਚੋਖਾ, ਕਾਫ਼ੀ, ਅਧਿਕ; ਨਿਆਂਕਾਰੀ, ਨਿਰਪੱਖ; ਵਾਜਬ, ਯੋਗ, ਉਚਿਤ, ਮੁਨਾਸਬ, ਜਚਵਾਂ, ਸੁਖਾਵਾਂ; ਨਰਮ, ਨਾਜ਼ੁਕ; ਸਧਾਰਨ ਸਤਰ ਦਾ, ਮਾਮੂਲੀ, ਔਸਤ ਦਰਜੇ ਦਾ *n* ਇਸਤਰੀ, ਜਨਾਨੀ **fair and square** ਇਮਾਨਦਾਰ, ਸਾਫ਼ ਨੀਤ ਵਾਲਾ **speak-fair** ਇਸ ਤਰ੍ਹਾਂ ਬੋਲਣਾ ਜਿਵੇਂ ਮਿੱਤਰਤਾ ਹੋਵੇ **the fair sex** ਨਾਰੀ ਜਾਤੀ *v* ਰਾਸ ਹੋਣਾ, ਅਨੁਕੂਲ ਹੋਣਾ, ਠੀਕ ਬੈਠਣਾ, (ਜਹਾਜ਼, ਗੱਡੀ ਆਦਿ) ਚੰਗੀ ਬਣਾਉਣਾ, ਮੁਲਾਇਮ ਅਤੇ ਸਾਫ਼ ਬਣਾਉਣਾ; (ਕਿਸੇ ਲਿਖਤ, ਦਸਤਾਵੇਜ਼ ਆਦਿ ਦੀ) ਠੀਕ-ਠੀਕ ਨਕਲ ਉਤਾਰਨਾ

fair copy *n* ਗਲਤੀਆਂ ਠੀਕ ਕਰਨ ਮਗਰੋਂ ਦੁਬਾਰਾ ਲਿਖੀ ਪ੍ਰਤਿ, ਸ਼ੁੱਧ ਪ੍ਰਤਿ

fair-minded /ˌਫ਼ੇਅ'ਮਾਇਨਡਿਡ/ *a* ਜੋ ਠੀਕ-ਠੀਕ ਨਿਰਨਾ ਜਾਂ ਨਿਆਂ ਕਰੇ, ਨਿਰਪੱਖ

fairness /'ਫ਼ੇਅਨਅਸ/ *n* ਨਿਰਪੱਖਤਾ, ਹੱਕ, ਨਿਆਂ, ਇਨਸਾਫ਼, ਸਵੱਛਤਾ, ਨਿਰਮਲਤਾ, ਸੁੰਦਰਤਾ, ਸ਼ੋਭਾ

fair play *n* ਇਮਾਨਦਾਰੀ, ਇਨਸਾਫ਼, ਨਿਆਂ

fair weather friend *n* ਸੁਖ ਦਾ ਸਾਥੀ, ਸੁਆਰਥੀ ਦੋਸਤ, ਫਸਲੀ ਬਟੇਰਾ

fairy /'ਫ਼ੇਅਰਿ/ *n* ਪਰੀ, ਅਪੱਛਰਾ; ਸੁੰਦਰ ਮੁਟਿਆਰ *a* ਪਰੀਆਂ ਨਾਲ ਸੰਬੰਧਿਤ, ਫ਼ਰਜ਼ੀ, ਖ਼ਿਆਲੀ; ਜਾਦੂ ਦੀ; ਅਪੱਛਰਾ ਵਰਗੀ, ਪਰੀਆਂ ਜਿਹੀ; ਸੁੰਦਰ, ਸੋਹਣੀ; ਕੋਮਲ, ਨਾਜ਼ਕ

fairy tale *n* ਪਰੀ ਕਥਾ, ਅਦਭੁਤ ਕਹਾਣੀ, ਅਣਹੋਣੀਆਂ ਘਟਨਾਵਾਂ ਵਾਲਾ ਕਿੱਸਾ, ਕਲਪਿਤ

ਕਿੱਸਾ

fait accompli /ਫ਼ੇਇਟ ਅ'ਕੌਂਮਪਲੀ/ *(F) n* ਵਾਪਰ ਚੁੱਕਿਆ (ਜਿਸ ਨੂੰ ਬਦਲਿਆ ਨਾ ਜਾ ਸਕੇ), ਨਜਿੱਠਿਆ ਮਾਮਲਾ

faith /ਫ਼ੇਇਥ/ *n* ਧਰਮ, ਮੱਤ, ਸ਼ਰਧਾ, ਨਿਸ਼ਚਾ, ਵਿਸ਼ਵਾਸ, ਇਮਾਨ, ਯਕੀਨ, ਭਰੋਸਾ **in good faith** ਸਚਾਈ ਨਾਲ, ਨਿਸ਼ਚੇ ਨਾਲ, ਇਮਾਨਦਾਰੀ ਨਾਲ, ਨੇਕਨੀਤੀ ਨਾਲ **the faith** ਸੱਚ ਧਰਮ

faithful /'ਫ਼ੇਇਥਫ਼ਲ/ *a* ਸ਼ਰਧਾਲੂ, ਨਿਸ਼ਠਾਵਾਨ, ਦੀਨਦਾਰ, ਧਰਮੀ, ਸਿਦਕੀ, ਵਫ਼ਾਦਾਰ, ਵਿਸ਼ਵਾਸਪਾਤਰ, ਭਰੋਸੇਯੋਗ, ਆਗਿਆਕਾਰ; ਦ੍ਰਿੜ੍ਹ, ਨਿਸ਼ਚਲ, ਅਡੋਲ; ਸ਼ੁੱਧ, ਅਸਲ ਦੇ ਮੁਤਾਬਕ; ਨੇਕਨੀਤੀ ਨਾਲ ਕੰਮ ਕਰਨ ਵਾਲਾ

faithfully /'ਫ਼ੇਇਥਫ਼ਅਲਿ/ *adv* ਵਿਸ਼ਵਾਸ ਸਹਿਤ, ਵਫ਼ਾਦਾਰੀ ਨਾਲ, ਧਿਆਨ ਨਾਲ, ਸਹੀ ਢੰਗ ਨਾਲ

faithless /'ਫ਼ੇਇਥਲਅਸ/ *a* ਸ਼ਰਧਾਹੀਣ, ਧਰਮਹੀਣ, ਨਾਸਤਕ, ਕਾਫ਼ਰ, ਬੇਦੀਨ, ਨਿਸ਼ਚਾਹੀਣ, ਬੇਈਮਾਨ, ਬਦਨੀਤ, ਕਪਟੀ, ਵਿਸ਼ਵਾਸਘਾਤੀ, ਗੱਦਾਰ

fake /ਫ਼ੇਇਕ/ *n* ਨਕਲੀ ਮਾਲ; ਛਲ, ਕਪਟ, ਧੋਖਾ, ਚਾਲਬਾਜ਼ੀ *vt* ਬਣਾਉਟੀ ਰੂਪ ਦੇਣਾ, ਲਿੰਬ-ਪੋਚ ਕੇ ਵਿਖਾਵੇ ਯੋਗ ਬਣਾਉਣਾ

falcate /'ਫ਼ੈਲਕੇਇਟ/ *a* ਦਾਤਰੀ ਵਾਂਗ ਮੁੜਿਆ

falchion /'ਫ਼ੋਲਚ(ਅ)ਨ/ *n* ਚੌੜੀ ਗੁਲਾਈਦਾਰ ਤੇਗ, ਖਮਦਾਰ ਤਲਵਾਰ; ਚੰਦਰਹਾਸ

falcon /'ਫ਼ੋਲਕਅਨ/ *n* ਬਾਜ਼, ਸ਼ਿਕਰਾ

falcon-eyed *a* ਬਾਜ਼ ਨਜ਼ਰ, ਤੇਜ਼ ਨਿਗ੍ਹਾ ਵਾਲਾ

fall /ਫ਼ੋਲ/ *vi* ਡਿੱਗਣਾ, ਢਹਿਣਾ, ਝਰਨਾ, ਵਰ੍ਹਨਾ, ਪੈਣਾ; ਵਰ੍ਹਨਾ, ਪੈਦਾ ਹੋਣਾ; ਘਟਣਾ, ਲਹਿਣਾ, ਉਤਰਨਾ; ਪਤਨ ਹੋਣਾ; ਬਰਬਾਦੀ ਹੋਣਾ, ਨਸ਼ਟ ਹੋਣਾ; ਦਰਜੇ ਜਾਂ ਅਹੁਦੇ ਦਾ ਖੁੱਸ ਜਾਣਾ; ਝੜਨਾ, ਉੱਖੜ ਕੇ ਡਿੱਗਣਾ, ਟੁੱਟ ਕੇ ਡਿੱਗਣਾ; ਵਾਪਰਨਾ; ਲਮਕਣਾ, ਝੁਕਣਾ, ਨੀਵੀਂ ਹੋਣਾ; ਟੁੱਟ ਕੇ ਪੈ ਜਾਣਾ, ਵਾਹੋ-ਦਾਹੀ ਹੱਲਾ ਬੋਲ ਦੇਣਾ; ਮੂੰਹ ਭਾਰ ਡਿੱਗਣਾ; ਮੁਸੀਬਤ ਵਿੱਚ ਫਸਣਾ **to fall a prey to** ਸ਼ਿਕਾਰ ਹੋ ਜਾਣਾ, ਕਿਸੇ ਦੇ ਹੱਥੀਂ ਚੜ੍ਹ ਜਾਣਾ, ਆਦੀ ਹੋ ਜਾਣਾ **to fall into error** ਉੱਕ ਜਾਣਾ, ਭੁੱਲ ਜਾਣਾ, ਗ਼ਲਤੀ ਵਿੱਚ ਪੈ ਜਾਣਾ **fall** *n* ਗਿਰਾਵਟ, ਪਤਨ; ਉਤਾਰ, ਨਿਵਾਣ, ਢਾਲ; ਵਰਖਾ ਦੀ ਮਾਤਰਾ; ਵੱਢੀਆਂ ਹੋਈਆਂ ਲੱਕੜਾਂ ਦੀ ਮਾਤਰਾ; ਬੱਕਰੀ ਆਦਿ ਦੇ ਬੱਚਿਆਂ ਦੀ ਝੋਲੀ; ਝਰਨਾ, ਆਬਸ਼ਾਰ

fallacious /ਫ਼ਅ'ਲੇਇਸ਼ਅਸ/ *a* ਭੁਲਾਵਾ, ਭਰਮ, ਧੋਖਾ, ਛਲ, ਭਰਾਂਤੀ, ਫ਼ਰੇਬ, ਭੁਲੇਖਾ, ਗ਼ਲਤੀ, ਭਰਮਯੁਕਤ ਤਰਕ ਜਾਂ ਵਿਸ਼ਵਾਸ, ਕਪਟ, ਤਰਕਹੀਣਤਾ, ਤਰਕ ਦੋਸ਼

fall across *vt* ਕਿਸੇ ਨਾਲ ਅਚਾਨਕ ਮੁਲਾਕਾਤ ਹੋ ਜਾਣਾ

fallacy /'ਫ਼ੈਲਅਸਿ/ *n* ਭੁਲਾਵਾ, ਭਰਮ, ਧੋਖਾ, ਛਲ, ਭਰਾਂਤੀ, ਫ਼ਰੇਬ, ਭੁਲੇਖਾ, ਗ਼ਲਤੀ, ਭਅਯੁਕਤ ਤਰਕ ਜਾਂ ਵਿਸ਼ਵਾਸ, ਕਪਟ, ਤਰਕਹੀਣਤਾ, ਤਰਕ ਦੋਸ਼

fall away *v* ਪਿੱਛੇ ਹਟਣਾ; ਛੋਟਾ ਹੋਣਾ; ਘਟਣਾ

fallback /'ਫ਼ੋਲਬੈਕ/ *v* ਪਰਤਣਾ, ਪਿੱਛੇ ਹਟਣਾ; (ਉੱਤੇ) ਨਿਰਭਰ ਹੋਣਾ

fall behind *v* ਪਹਿਲਾ ਕੰਮ ਕਾਫ਼ੀ ਮਾਤਰਾ ਵਿੱਚ ਇਕੱਠਾ ਹੋਣਾ, ਪਛੜ ਜਾਣਾ

fallen woman *n* (ਪਰਾ) ਵਿਆਹ ਤੋਂ ਪਹਿਲਾਂ ਪਰਾਏ ਮਰਦਾਂ ਨਾਲ ਕਾਮੁਕ ਸੰਬੰਧ ਰੱਖਣ ਵਾਲੀ ਜ਼ਨਾਨੀ ਲਈ ਵਰਤਿਆ ਜਾਂਦਾ ਸੰਬੋਧਨ

fall flat *v* ਆਪਣਾ ਮੱਤ ਜਾਂ ਪ੍ਰਭਾਵ ਸਥਾਪਿਤ ਕਰਨ ਵਿੱਚ ਅਸਫਲ ਰਹਿਣਾ, ਸਫਲ ਨਾ ਹੋਣਾ

fall foul *v* ਟਕਰਾਉਣਾ, ਭਿੜ ਜਾਣਾ

fallibility /ਫ਼ੈਲਅ'ਬਿਲਅਟਿ/ *n* ਭੁੱਲਣਹਾਰਤਾ

fallible /'ਫ਼ੈਲਅਬਲ/ *a* ਭੁੱਲਣਹਾਰ, ਭੁਲਣਯੋਗ

falling /ਫ਼ੋਲਿਙ/ *n* ਪਤਨ *a* ਪਤਨਸ਼ੀਲ,

ਡਿਗਦਾ ਹੋਇਆ

falling sickness *n* ਮਿਰਗੀ

falling star /ਫ਼ੋਲਿਙ 'ਸਟਾ*/ *n* ਟੁੱਟਦਾ ਤਾਰਾ

fall-off /'ਫ਼ੋਲਔਫ਼/ *v* ਘੱਟ ਹੋਣਾ

Fallopian /ਫ਼ਅ'ਲਅਉਪਿਅਨ/ *a* ਇਸਤਰੀ ਦੇ ਗਰਭ ਦੇ ਕੋਲ ਦੀਆਂ ਨਲੀਆਂ ਸੰਬੰਧੀ

Fallopian tubes /ਫ਼ਅ.ਲਅਉ ਪਿਅਨ 'ਟਯੂਬਜ਼/ *n* ਇਸਤਰੀ ਦੇ ਗਰਭ ਤੋਂ ਨਿਕਲਦੀਆਂ ਦੋ ਨਲੀਆਂ

fallout /'ਫ਼ੋਲਆਉਟ/ *v* ਵਾਪਰਨਾ; ਛੱਡ ਦੇਣਾ; ਕਤਾਰ ਵਿੱਚੋਂ ਬਾਹਰ ਨਿਕਲਨਾ

fallow[1] /'ਫ਼ੈਲਅਉ/ *vt* ਜ਼ਮੀਨ ਵਾਹ ਕੇ ਅਣਬੀਜੀ ਛੱਡ ਦੇਣਾ *a* ਵਰਿਹਾਲ, ਸੰਨਮੀ *n* ਸੰਨਮੀ ਜ਼ਮੀਨੋਂ

fallow[2] *a* ਹਲਕਾ ਲਾਲ, ਹਲਕਾ ਭੂਰਾ

fall short *v* ਥੁੜਨਾ, (ਚੀਜ਼ ਦਾ) ਘੱਟ ਹੋ ਜਾਣਾ

fall through *v* ਨਿਰਾਰਥਕ ਹੋਣਾ, ਕਾਰਜ ਸਫਲ ਨਾ ਹੋਣਾ

fall trap *n* ਚੂਹੇਦਾਨੀ, ਇੱਕ ਪ੍ਰਕਾਰ ਦਾ ਪਿੰਜਰਾ

fall upon *v* ਹਮਲਾ ਕਰਨਾ, ਭਿੜਨਾ

false /ਫ਼ੋਲਸ/ *a* ਝੂਠਾ, ਨਕਲੀ, ਜਾਲ੍ਹੀ, ਖੋਟਾ, ਬਣਾਉਟੀ; ਅਸ਼ੁੱਧ, ਗ਼ਲਤ, ਭਰਮਪੂਰਨ; ਧੋਖੇਬਾਜ਼, ਬੇਵਫ਼ਾ, ਦਗਾਬਾਜ਼ *adv* ਕਪਟੀ; ਧੋਖੇ ਨਾਲ, ਦਗ਼ਾ ਕਰਕੇ, ਕਪਟ ਨਾਲ

false analogy *n* ਗ਼ਲਤ ਮੇਲ, ਮਿਥਿਆ ਸਦ੍ਰਿਸ਼ਤਾ, ਝੂਠੀ ਸਮਾਨਤਾ

false card *n* ਧੋਖਾ ਦੇਣ ਦੀ ਨੀਤ ਨਾਲ ਖੇਡੀ ਗਈ ਤਾਸ਼ ਦੀ ਚਾਲ

false colour *n* (ਬਹੁ) ਜਾਲ੍ਹੀ ਝੰਡਾ, ਅਜਿਹਾ ਝੰਡਾ ਜਿਸ ਦੀ ਵਰਤੋਂ ਦਾ ਹੱਕ ਨਾ ਹੋਵੇ, ਨਕਲੀ ਝੰਡਾ

false conception *n* ਗਰਭ ਧਾਰਨ ਹੋਣ ਦਾ ਮਿਥਿਆ ਭਾਵ; ਮਿਥਿਆ, ਗ਼ਲਤ ਸੰਕਲਪ

false face *n* ਕਾਗਜ਼ ਜਾਂ ਮਿੱਟੀ ਦਾ ਬਣਿਆ ਹੋਇਆ ਬਣਾਉਟੀ ਚਿਹਰਾ, ਮਖੌਟਾ

falsehood, falseness /'ਫ਼ੋਲਸਹੁਡ, 'ਫ਼ੋਲਸਨਅਸ / *n* ਝੂਠ, ਧੋਖਾ, ਫ਼ਰੇਬ, ਦਗਾ, ਕਪਟਤਾ; ਝੂਠ-ਮੂਠ, ਝੂਠੀ ਗੱਲ; ਬਣਾਉਟੀ ਗੱਲ ਜਾਂ ਚੀਜ਼

false note *n* ਬੇਸੁਰੀ ਸੁਰ (ਰਾਗ ਵਿੱਚ)

false position *n* ਉਲਝਣ, ਅੜਚਨ, ਰੁਕਾਵਟ

false pride *n* ਮਿਥਿਆ ਮਾਣ, ਫੋਕਾ ਘਮੰਡ, ਝੂਠਾ ਮਾਣ

false quantity *n* ਕਵਿਤਾ ਦੀ ਤੁਕ ਵਿੱਚ ਜਾਂ ਉਚਾਰਨ ਵਿਚ ਸੁਰ ਨੂੰ ਗ਼ਲਤੀ ਨਾਲ ਲਮਕਾਉਣ ਦੀ ਕਿਰਿਆ

false teeth *n* ਨਕਲੀ ਦੰਦ

falsetto /ਫ਼ੋਲ'ਸੈਟਅਉ/ *n* ਬਹੁਤ ਹੀ ਉੱਚੀ ਅਵਾਜ਼, ਗਾਉਣ ਸਮੇਂ ਮਨੁੱਖ ਦੀ ਬਹੁਤ ਉੱਚੀ ਸੁਰ

false weights *n* ਝੂਠੇ ਵੱਟੇ, ਜਾਲ੍ਹੀ ਵੱਟੇ (ਤੋਲ ਵਾਲੇ)

falsify /'ਫ਼ੋਲਸਿਫ਼ਾਇ/ *vt* ਝੂਠਾ ਸਿੱਧ ਕਰਨਾ, ਝੁਠਲਾਉਣਾ; ਅਸ਼ੁੱਧ ਕਰਨਾ, ਵਿਗਾੜਨਾ, ਦੂਸ਼ਿਤ ਕਰਨਾ, ਜਾਲ੍ਹੀ ਬਣਾਉਣਾ, ਗ਼ਲਤ ਬਿਆਨੀ ਕਰਨਾ, ਬਣਾਉਟੀ ਰੂਪ ਵਿੱਚ ਪੇਸ਼ ਕਰਨਾ; ਨਿਰਾਸ਼ ਕਰਨਾ, (ਉਮੀਦਾਂ 'ਤੇ) ਪਾਣੀ ਫੇਰ ਦੇਣਾ; ਭੈ ਦੂਰ ਕਰ ਦੇਣਾ, ਹਟਾ ਦੇਣਾ

falter /'ਫ਼ੋਲਟਅ*/ *v* ਥਿੜਕਣਾ, ਡੋਲਣਾ, ਝਿਜਕਣਾ, ਉਤਸ਼ਾਹਹੀਣ ਹੋਣਾ, ਥਥਲਾਉਣਾ, ਅਟਕ-ਅਟਕ ਕੇ ਬੋਲਣਾ

fame /ਫ਼ੇਇਮ/ *n* ਜਸ, ਮਸ਼ਹੂਰੀ, ਪ੍ਰਸਿੱਧੀ, ਨਾਮਣਾ; ਨੇਕਨਾਮੀ, ਕੀਰਤੀ; (ਪਰਾ) ਅਵਾਈ, ਅਫ਼ਵਾਹ; ਖ਼ਬਰ *v* ਪ੍ਰਸਿੱਧ ਹੋਣਾ, ਮਸ਼ਹੂਰ ਹੋਣਾ, ਚਰਚਾ ਵਿੱਚ ਆਉਣਾ **house of ill fame** ਚਕਲਾ

famed /ਫ਼ੇਇਮਡ/ *a* ਮਸ਼ਹੂਰ, ਪ੍ਰਸਿੱਧ, ਜਸ ਪ੍ਰਾਪਤ

familiar /ਫ਼ਅ'ਮਿਲਿਅ*/ *a* ਜਾਣੂ, ਪਰੀਚਿਤ, ਵੇਖਿਆ-ਚਾਖਿਆ, ਗਹਿਰਾ (ਦੋਸਤ); ਆਮ, ਸਧਾਰਨ, ਮਾਮੂਲੀ, ਪ੍ਰਚਲਿਤ, ਪ੍ਰਸਿੱਧ; ਬੇਸੰਕੋਚ, ਬੇਤਕੱਲਫ, ਨਿਝੱਕ; ਆਪਣੇ ਪਰਿਵਾਰ ਦਾ,

ਆਪਣੀ ਕੁਲ ਦਾ

familiarity /ਫ਼ਅ,ਮਿਲਿ'ਐਰਅਟਿ/ *n* ਜਾਣ-ਪਛਾਣ, ਵਾਕਫ਼ੀਅਤ, ਪਰਿਚੇ, ਅਪਣੱਤ, ਬੇਤਕੱਲਫੀ; ਖੁੱਲ੍ਹਾ ਵਿਹਾਰ, ਨਿੱਕਿਆਂ ਵੱਡਿਆਂ ਨਾਲ ਇੱਕੋ ਜਿਹਾ ਵਿਹਾਰ

familiarize /ਫ਼ਅ'ਮਿਲਿਅਰਾਇਜ਼/ *vt* ਚੰਗੀ ਤਰ੍ਹਾਂ ਜਾਣੂ ਕਰਾ ਦੇਣਾ, ਪਰੀਚਿਤ ਕਰਵਾਉਣਾ; ਵਾਕਫ਼ੀਅਤ ਕਰਾ ਦੇਣਾ, ਜਾਣ-ਪਛਾਣ ਕਰਵਾਉਣਾ; ਅਭਿਆਸ ਕਰਾਉਣਾ, ਆਦਤ ਪਾਉਣਾ; ਪ੍ਰਸਿੱਧ ਕਰਨਾ, ਮਸ਼ਹੂਰ ਕਰਨਾ

familiar spirit *n* ਭੂਤ, ਜਿੰਨ

family /'ਫ਼ੈਮਅਲਿ/ *n* ਟੱਬਰ, ਪਰਿਵਾਰ, ਕੁਟੰਬ, ਕੋੜਮਾ; ਖ਼ਾਨਦਾਨ, ਘਰਾਣਾ; ਸੰਤਾਨ, ਔਲਾਦ; ਹਾਜਨੀਤਿਕ ਜਾਂ ਧਾਰਮਿਕ ਸੰਬੰਧਾਂ ਕਰਕੇ ਜੁੜੇ ਰਾਸ਼ਟਰ

family doctor *n* ਸਮੇਂ-ਸਮੇਂ 'ਤੇ ਪਰਿਵਾਰ ਦੀ ਸਿਹਤ ਦੀ ਜਾਂਚ ਕਰਨ ਵਾਲਾ ਪਰਿਵਾਰ ਦਾ ਡਾਕਟਰ

family likeness *n* ਸੰਬੰਧੀਆਂ ਵਿੱਚ ਸਦ੍ਰਿਸ਼ਤਾ, ਸਮਾਨਤਾ, ਖ਼ਾਨਦਾਨੀ ਮੁਹਾਂਦਰਾ

family man *n* ਟੱਬਰਦਾਰ, ਗ੍ਰਿਸਤੀ, ਕਬੀਲਦਾਰ

family tree *n* ਬੰਸਾਵਲੀ, ਕੁਰਸੀਨਾਮਾ **in the family way** ਗਰਭਵਤੀ

famine /'ਫ਼ੈਮਿਨ/ *n* ਕਾਲ, ਕਹਿਰ; (ਕਿਸੇ ਚੀਜ਼ ਦੀ) ਥੁੜ, ਤੋਟ, ਅਭਾਵ, ਦੁਰਲੱਭਤਾ, ਕਮੀ; ਔੜ

famine prices *n* ਵਸਤੂਆਂ ਦੀ ਥੁੜ ਕਰਕੇ ਵਧੇ ਹੋਏ ਭਾਅ, ਕਾਲ ਕਰਕੇ ਚੜ੍ਹੇ ਹੋਏ ਮੁੱਲ

famine relief *n* ਕਾਲ-ਪੀੜਤਾਂ ਲਈ ਸਹਾਇਤਾ

famine-stricken *a* ਕਾਲ-ਪੀੜਿਤ, ਕਾਲ ਦੇ ਮਾਰੇ

famish /'ਫ਼ੈਮਿਸ਼/ *v* ਭੁੱਖੇ ਮਰਨਾ ਜਾਂ ਮਾਰਨਾ; ਭੁੱਖ ਕੱਟਣਾ, ਫ਼ਾਕੇ ਕੱਟਣਾ

famishment /'ਫ਼ੈਮਿਸ਼ਮਅਨਟ/ *n* ਭੁੱਖਮਰੀ, ਕਾਲ-ਪੀੜਾ

famous /'ਫ਼ੇਇਮਅਸ/ *a* ਮਸ਼ਹੂਰ, ਪ੍ਰਸਿੱਧ, ਉੱਘਾ, ਨਾਮੀ; ਸ੍ਰੇਸ਼ਠ, ਉੱਤਮ, ਵਧੀਆ

fan[1] /ਫ਼ੈਨ/ *n* ਪੱਖਾ; ਛੱਜ ਜਾਂ ਛਜਲੀ, ਅਨਾਜ ਉਡਾਉਣ ਵਾਲਾ ਮਸ਼ੀਨ; ਪੱਖਾ **vt** ਪੱਖਾ ਝੱਲਣਾ ਜਾਂ ਝਲਾਉਣਾ, ਝੱਲ ਮਾਰਨਾ; ਅੱਗ ਬਾਲਣ ਲਈ ਹਵਾ ਕਰਨਾ, ਅੱਗ ਭੜਕਾਉਣਾ, ਉਤੇਜਿਤ ਕਰਨਾ, ਪੱਖੇ ਦੀ ਹਵਾ ਨਾਲ ਕੋਈ ਚੀਜ਼ ਉਡਾ ਦੇਣਾ; ਅਨਾਜ ਉਡਾਉਣਾ (ਤੂੜੀ ਜਾਂ ਭੋਹ ਨਾਲੋਂ ਦਾਣੇ ਵੱਖ ਕਰਨ ਲਈ); ਹਵਾ ਦਾ ਹੌਲੀ-ਹੌਲੀ ਵਗਣਾ **to fan the flame** ਅੱਗ ਭੜਕਾਉਣਾ; ਉਤੇਜਿਤ ਕਰਨਾ

fan[2] *n* ਪ੍ਰੇਮੀ, ਚੇਟਕੀ, ਰਸੀਆ

fanatic /ਫ਼ਅ'ਨੈਟਿਕ/ *a* ਕੱਟੜ, ਹਠਧਰਮੀ, ਤਅੱਸਬੀ, ਜਨੂੰਨੀ

fanatical /ਫ਼ਅ'ਨੈਟਿਕਲ/ *a* ਕੱਟੜ, ਉਨਮਾਦਮਈ, ਤਅੱਸਬੀ, ਜਨੂਨੀ

fanaticism /ਫ਼ਅ'ਨੈਟਿਸਿਜ਼ਅਮ/ *n* ਧਰਮ ਉਨਮਾਦ, ਕੱਟੜਤਾ; ਹਠਧਰਮੀ; ਦੀਵਾਨਾਪਣ

fancier /'ਫ਼ੈਨਸਿਅ*/ *a* ਸ਼ੁਕੀਨ, ਪਾਰਖੂ, ਪ੍ਰੇਮੀ (ਜਿਵੇਂ **birdfancler**)

fanciful /'ਫ਼ੈਨਸਿਫ਼ਲ/ *a* ਖ਼ਿਆਲੀ, ਕਲਪਿਤ, ਕਾਲਪਨਿਕ, ਬਣਾਉਟੀ, ਵਚਿੱਤਰ, ਅਨੋਖਾ, ਅਜੀਬ ਸ਼ਕਲ ਦਾ; ਚੰਚਲ, ਅਸਥਿਰ, ਮੌਜੀ, ਸਨਕੀ, ਵਹਿਮੀ

fan club *n* (ਕਿਸੇ ਵਿਅਕਤੀ ਦੇ) ਪ੍ਰਸੰਸਕਾਂ ਦੀ ਸਭਾ

fancy /'ਫ਼ੈਨਸਿ/ *n* ਖ਼ਿਆਲ, ਭਾਵਨਾ, ਰੁਚੀ, ਅਨੁਮਾਨ, ਕਲਪਨਾ, ਕਿਆਸ; ਭਰਮ, ਮਾਇਆ, ਵਹਿਮ, ਸਨਕ; ਲੱਲ੍ਹ, ਤਰੰਗ, ਮੌਜ **a** ਵਚਿੱਤਰ, ਰੰਗ-ਬਰੰਗਾ (ਫੁੱਲ ਆਦਿ); ਸਜਾਵਟੀ, ਸ਼ਿੰਗਾਰਮਈ; ਕਲਪਿਤ, ਤੱਤਹੀਣ, ਮੌਜੀ, ਸਨਕੀ, ਵਹਿਮੀ **vt** ਵਿਚਾਰਨਾ, ਖ਼ਿਆਲ ਕਰਨਾ, ਕਲਪਨਾ ਕਰਨਾ, ਕਿਆਸ ਕਰਨਾ; ਚਾਹੁਣਾ, ਪਸੰਦ ਕਰਨਾ, ਸ਼ੌਕ ਰੱਖਣਾ, ਗੰਝਣਾ; ਕਿਸੇ ਵਿਸ਼ੇਸ਼ ਆਸ਼ੇ ਨਾਲ ਪਸ਼ੂ ਪਾਲਣਾ; ਬੂਟੇ ਉਗਾਉਣਾ; ਮੰਨਣਾ, ਸਮਝਣਾ; ਘਮੰਡੀ ਹੋਣਾ,

ਆਪਣੇ ਆਪ ਨੂੰ ਵੱਡਾ ਸਮਝਣਾ **catch the fancy of** ਨਜ਼ਰੀਂ ਚੜ੍ਹ ਜਾਣਾ, ਪਸੰਦ ਆਉਣਾ, (ਕਿਸੇ ਨੂੰ) ਪ੍ਰਸੰਨ ਕਰਨਾ **take a fancy of** ਰੀਝਣਾ, ਪਸੰਦ ਕਰਨਾ, ਮੋਹਿਤ ਹੋਣਾ **the fancy** ਸ਼ੌਕੀ; ਮੁੱਕੇਬਾਜ਼ੀ ਦੀ ਖੇਡ ਦੀ ਕਲਾ

fancy-ball *n* ਸਾਂਗ ਨ੍ਰਿਤ

fancy dress *n* ਸਾਂਗ ਵਸਤਰ

fancy fair *n* ਮੀਨਾ ਬਜ਼ਾਰ

fancy goods *n* ਸਜਾਵਟ ਅਤੇ ਪ੍ਰਦਰਸ਼ਨ ਆਦਿ ਦਾ ਸਮਾਨ ਜਾਂ ਵਸਤੂਆਂ

fancy man *n* ਦੱਲਾ, ਭੜੂਆ

fancy picture *n* ਖ਼ਿਆਲੀ ਵਿਵਰਨ (ਜੋ ਵਾਸਤਵਿਕਤਾ ਤੋਂ ਦੂਰ ਹੋਵੇ)

fancy price *n* ਮਨਮਰਜ਼ੀ ਦਾ ਮੁੱਲ, ਬੇਹਿਸਾਬਾ ਮੁੱਲ

fancy woman *n* ਰੰਡੀ, ਬਜ਼ਾਰੂ ਤੀਵੀਂ, ਬਦਚਲਨ ਇਸਤਰੀ

fand /ਫ਼ੈਨਡ/ *vt* ਅੱਗੇ ਵਧਣਾ, ਕੂਚ ਕਰਨਾ

fanfare /'ਫ਼ੈਨਫ਼ੇਅ*/ *n* ਧੂਮ-ਧੜੱਕਾ, ਰੌਣਕ-ਮੇਲਾ

fang /ਫ਼ੈਙ/ *n* ਕੁੱਤੇ ਜਾਂ ਬਘਿਆੜ ਆਦਿ ਦੇ ਦੰਦ ਸੱਪ ਦੇ ਜ਼ਹਿਰ ਵਾਲੇ ਦੰਦ, ਕਿਸੇ ਹਥਿਆਰ ਜਾਂ ਸੰਦ ਦੀ ਨੋਕ

fangle /'ਫ਼ੈਙਗਲ/ *n* ਨਵੀਨਤਾ, ਨਵਾਂਪਣ

fank /'ਫ਼ੈਙਕ/ *n* ਫੰਦਾ

fanlight /'ਫ਼ੈਨਲਾਇਟ/ *n* ਦਰਵਾਜ਼ੇ ਉੱਤੇ ਪੱਖੇ ਵਰਗੀ ਖਿੜਕੀ

fan mail *n* ਪ੍ਰਸੰਸਕਾਂ ਦੇ ਖ਼ਤ

fan out *v* (ਸੈਨਾ ਆਦਿ ਦਾ) ਖਿਲਰ ਜਾਣਾ

fantasia /ਫ਼ੈਨ'ਟੇਇਜ਼ਿਅ/ *n* ਸੁਪਨ ਚਿੱਤਰ

fantasm /'ਫ਼ੈਨਟੈਜ਼(ਅ)ਮ/ *n* ਕਲਪਨਾ, ਭਰਮ, ਮਾਇਆ, ਸਾਇਆ, ਪ੍ਰੇਤ

fantast /'ਫ਼ੈਨਟੈਸਟ/ *n* ਹਵਾਈ ਕਿਲ੍ਹੇ ਬਣਾਉਣ ਵਾਲਾ, ਖ਼ਿਆਲੀ ਪੁਲਾਅ ਪਕਾਉਣਾ ਵਾਲਾ

fantastic /ਫ਼ੈਨ'ਟੈਸਟਿਕ/ *a* ਮਨਮੌਜੀ, ਲਹਿਰੀ; ਸਨਕੀ, ਵਹਿਮੀ; ਅਨੋਖਾ, ਵਿਲੱਖਣ, ਅਜੀਬ, ਅਦਭੁਤ; ਕਲਪਨਾਸ਼ੀਲ

fantasy /'ਫ਼ੈਨਟਅਸਿ/ *n* ਕਲਪਨਾ, ਕਲਪਨਾ ਸ਼ਕਤੀ; ਅਨੋਖੀ ਕਲਪਨਾ ਜਾਂ ਅਨੋਖਾ ਵਿਚਾਰ; ਤਰੰਗ, ਮਨਮੌਜ, ਸਨਕ

FAQ /ˌਐਫ਼ ਏਇ 'ਕਯੂ/ *abbr* **frequently asked questions** ਦਾ ਸੰਖਿਪਤ ਰੂਪ, (ਪੁੱਛੇ ਗਏ ਸਵਾਲਾਂ ਦੇ ਸੰਬੰਧ ਵਿੱਚ) ਲਿਖਤੀ ਚਿੰਨ੍ਹ

far /ਫ਼ਾ*/ *n* ਦੂਰੀ, ਫਾਸਲਾ *adv* ਦੂਰ ਤੱਕ, ਬਹੁਤ ਦੂਰ; ਬਹੁਤ ਜ਼ਿਆਦਾ, ਬੜਾ; ਗਾਇਬ, ਗੁੰਮ, ਲੁਪਤ *a* ਕਲਪਨਾਮਈ, ਕਲਪਨਾਸ਼ੀਲ **far and away** ਨਿਰਸੰਦੇਹ, ਅਧਿਕ, ਬਹੁਤ ਜ਼ਿਆਦਾ **far and near** ਹਰੇਕ ਥਾਂ 'ਤੇ, ਚਾਰੇ ਪਾਸੇ

faraway /'ਫ਼ਾਰਅਵੇਇ/ *a* ਬਹੁਤ ਦੂਰ, ਪਰੇ-ਪਰੇਡੇ, (ਸਮੇਂ ਵਿੱਚ) ਬਹੁਤ ਚਿਰੋਕਾ

far between *adv* ਕਦੇ-ਕਦੇ *a* ਟਾਵਾਂ, ਵਿਰਲਾ

farce /ਫ਼ਾਸ/ *n* ਨਕਲ, ਸਾਂਗ, ਹਾਸੋਹੀਣਾ ਨਾਟਕ, ਹਾਸੋਹੀਣੀ ਗੱਲ, ਹਾਸਾ-ਠੱਠਾ, ਮਸ਼ਕਰੀ, ਮਖੌਲ *vt* (ਸਾਹਿਤਕ ਰਚਨਾਵਾਂ ਨੂੰ) ਮਸਾਲੇਦਾਰ ਬਣਾਉਣਾ, ਹਾਸਰਸੀ ਬਣਾਉਣਾ

farcical /'ਫ਼ਾਸਿਕਲ/ *a* ਹਾਸੋਹੀਣਾ, ਢਕੌਂਸਲੇ ਵਾਲਾ

fare /ਫ਼ੇਅ*/ *n* ਭਾੜਾ, ਕਿਰਾਇਆ (ਸਫ਼ਰ); ਖ਼ੁਰਾਕ, ਭੋਜਨ, ਆਹਾਰ, ਰਾਹ ਦਾ ਖਾਣਾ; ਸਵਾਰੀ *v* ਪੈਂਡਾ ਕਰਨਾ, ਸਫ਼ਰ ਕਰਨਾ; ਵਾਪਰਨਾ, ਚੰਗੀ ਜਾਂ ਬੁਰੀ ਹਾਲਤ ਵਿੱਚ ਹੋਣਾ; ਨਿਭਣਾ; ਭੋਜਨ ਖਾਣਾ ਜਾਂ ਖਵਾਇਆ ਜਾਣਾ, ਬੜੇ ਚੰਗੇ ਪਦਾਰਥ ਖਾਣ ਨੂੰ ਮਿਲਣੇ

farewell /ਫ਼ੇਆ'ਵੈੱਲ/ *n* ਵਿਦਾਈ, ਵਿਦਾਇਗੀ, ਸ਼ੁਭ ਇੱਛਾਵਾਂ *int* ਰੱਬ ਰਾਖਾ, ਅਲਵਿਦਾ

farewell address *n* ਵਿਦਾਇਗੀ ਭਾਸ਼ਣ

farewell party *n* ਵਿਦਾਇਗੀ ਪਾਰਟੀ, ਵਿਦਾਇਗੀ ਸਮਾਗਮ

far-fetched /ˌਫ਼ਾ'ਫ਼ੈੱਚਟ/ *a* ਖਿੱਚ-ਧੂਹ ਕੇ ਲਿਆਂਦਾ ਗਿਆ, ਅਢੁੱਕਵਾਂ

far-flung /ਫ਼ਾ'ਫਲਅੱਙ/ *a* ਦੂਰ-ਦੁਰੇਡਾ

far gone *a* (ਬਿਮਾਰੀ ਆਦਿ) ਚਿਰੋਕਣੀ

farm /ਫ਼ਾਮ/ *n* ਖੇਤ, ਖੇਤੀ, ਫ਼ਾਰਮ, ਪੈਲੀ ਬੰਨਾ, ਚੱਕ; ਸ਼ਿਸ਼ੂ ਨਿਕੇਤਨ; ਪਟਾ, ਠੇਕਾ *v* ਖੇਤੀ ਕਰਨਾ, ਵਾਹੀ ਕਰਨਾ; ਠੇਕਾ ਲੈਣਾ, ਠੇਕਾ ਦੇਣਾ; ਕਿਰਾਏ 'ਤੇ ਮਜ਼ਦੂਰ ਦੇਣਾ, ਨਿਸ਼ਚਿਤ ਰਕਮ ਬਦਲੇ ਬੱਚਿਆਂ ਦੀ ਪਾਲਣਾ ਕਰਨ ਦਾ ਠੇਕਾ ਚੁੱਕਣਾ

farmable /ਫ਼ਾਮਅਬਲ/ *a* ਖੇਤੀ ਲਈ ਯੋਗ (ਜ਼ਮੀਨ)

farmer /'ਫ਼ਾਮਅ*/ *n* ਕਿਸਾਨ, ਜ਼ਿਮੀਂਦਾਰ ਕਾਸ਼ਤਕਾਰ, ਵਾਹੀਕਾਰ

farmhand /'ਫ਼ਾਮਹੈਨਡ/ *n* ਖੇਤੀ ਵਿੱਚ ਕਿਸਾਨ ਦੀ ਸਹਾਇਤਾ ਕਰਨ ਵਾਲਾ ਵਿਅਕਤੀ, ਸੀਰੀ, ਸਾਂਝੀ

farmhouse /'ਫ਼ਾਮਹਾਉਸ/ *n* ਖੇਤ ਵਿਚਲਾ ਮਕਾਨ, ਹਵੇਲੀ

farming /'ਫ਼ਾਮਿਙ/ *n* ਵਾਹੀ, ਵਾਹੀ-ਜੋਤੀ, ਖੇਤੀ, ਕਾਸ਼ਤਕਾਰੀ, ਕਿਰਸਾਣੀ

farmstead /'ਫ਼ਾਮਸਟੈੱਡ/ *n* ਵਾੜਾ

farmyard /'ਫ਼ਾਮਯਾਡ/ *n* ਵਾੜਾ

far-off /ਫ਼ਾਰ'ਔਫ਼/ *a* ਦੂਰ-ਦੁਰਾਡੇ

farouche /ਫ਼ਅ'ਰੂਸ਼/ *(F) a* ਸ਼ਰਮੀਲਾ; ਗੁੱਸਿਆ ਹੋਇਆ

far-reaching /ਫ਼ਾ'ਰੀਚਿਙ/ *a* ਦੂਰਗਾਮੀ

farrier /'ਫ਼ੈਰਿਅ*/ *n* ਨਾਲਬੰਦ; ਸਲੋਤਰੀ, ਘੋੜਿਆਂ ਦਾ ਡਾਕਟਰ

farrow /'ਫ਼ੈਰਅਉ/ *n* ਸੂਰੀ ਦੇ ਇੱਕ ਸੂਏ ਦੇ ਬੱਚੇ *v* ਜਣਨਾ, ਸੂਰੀ ਦੀ ਝੋਲੀ, ਪੈਦਾ ਕਰਨਾ

farsighted /ਫ਼ਾ'ਸਾਇਟਿਡ/ *a* ਦੂਰ ਅੰਦੇਸ਼, ਦੂਰ ਦਰਸ਼ੀ

fart /ਫ਼ਾਟ/ *n* ਪੱਦ, ਫੂਸੀ *vi* ਪੱਦ ਮਾਰਨਾ

farther /'ਫ਼ਾਦਅ*/ *a* ਵਧੇਰੇ, ਵੱਧ, ਹੋਰ ਜ਼ਿਆਦਾ, ਬਹੁਤ ਜ਼ਿਆਦਾ *adv* ਪਰੇਡਾ, ਦੁਰਾਡਾ; ਭੀ, ਵੀ, ਅਤੇ ਹੋਰ, ਇਸ ਤੋਂ ਇਲਾਵਾ, ਅਗੇਰੇ, ਹੋਰ ਅੱਗੇ, ਦੂਰ ਤੱਕ

farthermost /'ਫ਼ਾਦਅਮਅਉਸਟ/ *a* ਸਭ ਤੋਂ ਦੂਰ, ਦੂਰਵਰਤੀ

farthest /'ਫ਼ਾਦਿਸਟ/*a* ਸਭ ਤੋਂ ਦੁਰੇਡਾ

farthing /'ਫ਼ਾਦਿਙ/ *n* ਥੋੜ੍ਹਾ ਜਿਹਾ ਧਨ; ਹਲਕੀ ਦਲੀਲ; ਇੱਕ ਪੈਸੇ ਦਾ ਚੌਥਾ ਹਿੱਸਾ, ਦਮੜੀ, ਫਾਰਦਿੰਗ

fasces /'ਫ਼ੈਸੀਜ਼/ *n* (ਬਹੁ) ਸ਼ਾਸਨ ਚਿੰਨ੍ਹ, ਹਕੂਮਤ ਦਾ ਨਿਸ਼ਾਨ

fascinate /'ਫ਼ੈਸਿਨੇਇਟ/*vt* ਮੋਹ ਲੈਣਾ, ਰੀਝਾਉਣਾ, ਮੁਗਧ ਕਰਨਾ, ਮੋਹਿਤ ਕਰਨਾ; ਵੱਸ ਵਿੱਚ ਕਰਨਾ, ਜਾਦੂ ਵਰਗੇ ਪ੍ਰਭਾਵ ਨਾਲ ਆਪਣੇ ਵੱਲ ਖਿੱਚ ਲੈਣਾ, (ਕਿਸੇ ਉੱਤੇ) ਬੁਰੀ ਨਜ਼ਰ ਰੱਖਣਾ, ਧਿਆਨ ਆਕਰਸ਼ਿਤ ਕਰਨਾ; (ਸੱਪ ਆਦਿ ਨੂੰ) ਕੀਲਣਾ

fascinating /'ਫ਼ੈਸਿਨੇਇਟਿਙ/*a* ਮਨਮੋਹਣਾ, ਦਿਲ ਖਿੱਚਵਾਂ, ਮਨੋਹਰ, ਰੀਝ ਪੈਦਾ ਕਰਨ ਵਾਲਾ, ਆਕਰਸ਼ਕ, ਮੋਹਕ

fascination /,ਫ਼ੈਸਿ'ਨੇਇਸ਼ਨ/*n* ਖਿੱਚ, ਆਕਰਸ਼ਨ, ਵਸੀਕਰਨ, ਮਨੋਹਰਤਾ, ਮੰਤਰ-ਮੁਗਧਤਾ, ਜਾਦੂ, ਮਾਇਆ

fascism /'ਫ਼ੈਸ਼ਿਜ਼ਅਮ/*n* ਫਾਸ਼ੀਵਾਦ, ਫਾਸ਼ਿਸਟਵਾਦ (ਇਟਲੀ ਵਿੱਚ ਮਸੋਲੀਨੀ ਦਾ ਚਲਾਇਆ), ਅਧਿਨਾਇਕਵਾਦ, ਅੰਧਰਾਸ਼ਟਰਵਾਦ, ਉਗਰ ਰਾਸ਼ਟਰਵਾਦ

fascist /'ਫ਼ੈਸ਼ਿਸਟ/*n* ਫਾਸ਼ਿਸਟ, ਅਧਿਨਾਇਕਵਾਦੀ, ਉਗਰ ਰਾਸ਼ਟਰਵਾਦੀ

fash /ਫ਼ੈਸ਼/*n* ਤੰਗੀ, ਪਰੇਸ਼ਾਨੀ *vi* ਤੰਗ ਕਰਨਾ, ਸਤਾਉਣਾ

fashion /'ਫ਼ੈਸ਼ਨ/*n* ਫੈਸ਼ਨ, ਵੇਸ, ਭੇਸ, ਸਜ-ਧਜ, ਢੰਗ, ਡੌਲ, ਆਚਾਰ, ਵਜ੍ਹਾ; ਰੂਪ, ਪ੍ਰਕਾਰ, ਸ਼ੈਲੀ, ਪ੍ਰਨਾਲੀ, ਬਣਾਵਟ; ਰਿਵਾਜ, ਵਿਹਾਰ, ਪ੍ਰਥਾ, ਰੀਤ, ਰਸਮ *vt* ਬਣਾਉਣਾ, ਸਾਜਣਾ, ਨਿਰਮਾਣ ਕਰਨਾ, ਢਾਲਣਾ, ਨੁਹਾਰ ਬਣਾਉਣਾ, ਆਕਾਰ ਬਣਾਉਣਾ **after a fashion** ਆਮ, ਗੁਜ਼ਾਰੇ ਜੋਗੀ **in fashion, the fashion**

ਫੈਸ਼ਨ ਵਿੱਚ ਪ੍ਰਚਲਿਤ **man of fashion** ਉੱਚ ਸਮਾਜਿਕ ਸਥਿਤੀ ਦਾ ਵਿਅਕਤੀ **set the fashion** ਨਵੀਂ ਸ਼ੈਲੀ ਜਾਂ ਫੈਸ਼ਨ ਨੂੰ ਜਨਮ ਦੇਣਾ

fashionable /'ਫ਼ੈਸ਼ਨਅਬਲ/*n* ਉੱਚ ਸ਼੍ਰੇਣੀ ਦਾ ਮਨੁੱਖ, ਸੱਭਿਆ ਸਮਾਜ ਦਾ ਵਿਅਕਤੀ; ਫੈਸ਼ਨਪ੍ਰਸਤ; ਪ੍ਰਚਲਿਤ ਸ਼ੈਲੀ ਜਾਂ ਰੀਤ ਦਾ ਅਨੁਯਾਈ, ਆਧੁਨਿਕ ਪ੍ਰਨਾਲੀ ਦਾ ਵਿਅਕਤੀ *a* ਸ਼ੋਭਾਚਾਰੀ, ਲੋਕਾਚਾਰੀ, ਫੈਸ਼ਨਦਾਰ

fast[1] /ਫ਼ਾਸਟ/*n* ਵਰਤ, ਖਾਣੇ ਦਾ ਨਾਗਾ, ਫ਼ਾਕਾ ਰੋਜ਼ਾ, ਉਪਵਾਸ *v* ਵਰਤ ਰੱਖਣਾ, ਰੋਜ਼ਾ ਰੱਖਣਾ, ਫ਼ਾਕਾ ਕੱਟਣਾ, ਨਾਗਾ ਕਰਨਾ **break one's fast** ਵਰਤ ਤੋੜਨਾ

fast[2] *a* ਤੇਜ਼, ਤਿੱਖਾ; ਕੱਸਿਆ, ਕਸ ਕੇ ਬੱਧਾ; ਪੱਕਾ (ਰੰਗ ਆਦਿ), ਸਥਾਈ, ਦ੍ਰਿੜ੍ਹ, ਸਥਿਰ *adv* ਕਾਹਲੀ ਨਾਲ, ਝਟ-ਪਟ, ਤੁਰੰਤ, ਛੇਤੀ–ਛੇਤੀ; ਨੇੜੇ, ਕੋਲ, ਲਾਗੇ ਹੀ; ਪਕਿਆਈ ਨਾਲ, ਦ੍ਰਿੜ੍ਹਤਾ ਨਾਲ, ਕਸ ਕੇ, ਘੁੱਟ ਕੇ **door is fast** ਦਰਵਾਜ਼ਾ ਬੰਦ ਹੈ, ਤਾਲਾ ਲੱਗਿਆ ਹੋਇਆ ਹੈ **watch is fast** ਘੜੀ ਅੱਗੇ ਹੈ, ਘੜੀ ਤੇਜ਼ ਚੱਲ ਰਹੀ ਹੈ

fast asleep *a* ਡੂੰਘੀ ਨੀਂਦ ਵਿੱਚ

fast-day *n* ਵਰਤ ਲਈ ਨਿਰਧਾਰਿਤ ਦਿਨ, ਰੋਜ਼ਾ

fasten /'ਫ਼ਾਸਨ/*v* ਬੰਨ੍ਹਣਾ, ਜਕੜਨਾ, ਜੂੜਨਾ, ਨੂੜਨਾ; ਚੰਗੀ ਤਰ੍ਹਾਂ ਵਿਚਾਰਨਾ; ਅੱਲ ਪਾਉਣਾ, ਨਾਂ ਪਾਉਣਾ; ਚਿਮਟਾਉਣਾ, ਲਾਉਣਾ; ਚੰਬੇੜਨਾ, ਲੱਗਣਾ; ਪੱਕਾ ਹੋਣਾ, ਮਜ਼ਬੂਤ ਹੋਣਾ, ਸਥਾਈ ਹੋਣਾ, ਅਧਿਕਾਰ ਕਰਨਾ; ਕਬਜ਼ਾ ਜਮਾ ਲੈਣਾ

fastener /'ਫ਼ਾਸਨਅ*/*a* ਬੰਨ੍ਹਣ ਵਾਲਾ, ਪੱਕਾ ਕਰਨ ਵਾਲਾ, ਜਕੜਨ ਵਾਲਾ, ਕਸਣ ਵਾਲਾ *n* ਜਕੜਨੀ, ਬਟਨ, ਹੁੱਕ, ਜ਼ਿੱਪ, ਚਿਟਕਣੀ, ਧਿਆਨਪੂਰਵਕ ਦੇਖਣ ਜਾਂ ਵਿਚਾਰ ਕਰਨ ਵਾਲਾ ਵਿਅਕਤੀ

fast food *n* ਤੁਰੰਤ ਤਿਆਰ ਕਰਕੇ ਵਰਤਾਇਆ ਜਾਣ ਵਾਲਾ ਖਾਣਾ, ਫਾਸਟ ਫੂਡ

fast-forward /ˌਫ਼ਾਸ(ਟ)'ਫ਼ੋਵਅਡ/ *v* (ਟੇਪ ਰਿਕਾਰਡਰ ਦੀ ਅਵਾਜ਼ ਨੂੰ) ਸੁਣਨ ਤੋਂ ਬਿਨਾਂ ਜਲਦੀ ਨਾਲ ਅੱਗੇ ਲੰਘਾ ਦੇਣਾ

fast friend *n* ਪੱਕਾ ਮਿੱਤਰ, ਜਿਗਰੀ ਦੋਸਤ

fastidious /ਫ਼ੈ'ਸਟਿਡਿਅਸ/*a* ਨਾਜ਼ੁਕ ਮਿਜ਼ਾਜ; ਨਘੋਚੀ, ਹਰ ਕੰਮ ਵਿੱਚ ਨੁਕਤਾਚੀਨੀ ਕਰਨ ਵਾਲਾ; ਛੇਤੀ ਗੁੱਸੇ ਹੋ ਜਾਣ ਵਾਲਾ

fastidiousness /ਫ਼ਅ'ਸਟਿਡਿਅਸਨਅਸ/ *n* ਨਾਜ਼ੁਕ ਮਿਜ਼ਾਜ, ਨਘੋਚ

fastness /'ਫ਼ਾਸਟਨਅਸ/ *n* ਰੰਗ ਦੀ ਪਕਿਆਈ; ਤੇਜ਼ੀ, ਕਾਹਲ, ਸ਼ੀਘਰਤਾ, ਦ੍ਰਿੜ੍ਹਤਾ; ਕਿਲਾ, ਕੋਟ, ਗੜ੍ਹ

fast person *n* ਅਵਾਰਾ, ਦੁਰਾਚਾਰੀ, ਬਦਮਾਸ਼

fast train *n* ਤੇਜ਼ ਚੱਲਣ ਵਾਲੀ ਗੱਡੀ, ਤੀਬਰ ਗਤੀ ਗੱਡੀ, ਡਾਕ ਗੱਡੀ

fat /ਫ਼ੈਟ/ *a* ਮੋਟਾ, ਮੋਟਾ–ਤਾਜ਼ਾ, ਪਲਿਆ ਹੋਇਆ, ਚਰਬੀ ਚੜ੍ਹਿਆ, ਢਿੱਡਲ; ਉਪਜਾਊ (ਭੋਂ), ਭਾਰੀ (ਜ਼ਮੀਨ); ਚੰਗੀ ਆਮਦਨੀ ਵਾਲੀ (ਨੌਕਰੀ); ਮੋਟੀ ਅਕਲ ਵਾਲਾ, ਗੰਵਾਰ, ਬੁੱਧੂ *n* ਚਰਬੀ, ਥਿੰਧਿਆਈ, ਥਿੰਧਾ *v* ਮੋਟਾ ਕਰਨਾ ਜਾਂ ਹੋਣਾ

fatal /'ਫ਼ੇਇਟਲ/*a* ਅਟੱਲ, ਮੁਕੱਦਰ ਭਾਵੀ; ਘਾਤਕਾਰੀ, ਮਾਰੂ, ਹਤਿਆਰਾ, ਹਾਨੀਕਾਰਕ; ਮਹੱਤਵਪੂਰਨ

fatalism /'ਫ਼ੇਇਟਅਲਿਜ਼ਅਮ/ *n* ਭਾਗਵਾਦ, ਪ੍ਰਾਲਬਧ

fatalist /'ਫ਼ੇਇਟਅਲਿਸਟ/ *n* ਦੈਵਵਾਦੀ ਪੁਰਸ਼ *a* ਦੈਵਵਾਦੀ, ਭਾਗਵਾਦੀ, ਹੋਣੀਵਾਦੀ

fatalistic /ˌਫ਼ੇਇਟਅ'ਲਿਸਟਿਕ/ *a* ਭਾਗਵਾਦੀ, ਦੈਵਵਾਦੀ, ਭਾਗਵਾਦ ਸੰਬੰਧੀ

fatality /ਫ਼ਅ'ਟੈਲਅਟਿ/ *n* ਵਿਨਾਸ਼ੀ ਪ੍ਰਭਾਵ, ਵਿਨਾਸ਼ਕਤਾ, ਬਿਧਤਾ, ਕਸ਼ਟ, ਦੁਰਭਾਗ, ਸੰਕਟ; ਯੁੱਧ ਜਾਂ ਦੁਰਘਟਨਾ ਆਦਿ ਦੇ ਕਾਰਨ ਮੌਤ

fat cat *n* ਮੋਟੀ ਸਾਮੀ

fate /ਫ਼ੇਇਟ/ *n* ਭਾਗ, ਲੇਖ, ਮੁਕੱਦਰ, ਨਸੀਬ, ਕਿਸਮਤ, ਤਕਦੀਰ, ਹੋਣੀ, ਭਾਵੀ; ਅੰਤ,

ਨਤੀਜਾ; ਵਿਨਾਸ਼, ਤਬਾਹੀ, ਮੌਤ *v* ਮਰਨ ਲਈ ਵਿਦਾ ਹੋਣਾ

fateful /'ਫ਼ੇਇਟਫ਼ਲ/*a* ਨਹਿਸ਼, ਤਬਾਹਕਾਰੀ; ਅਗੰਮੀ; ਭਵਿੱਖਸੂਚਕ ਨਿਰਨੇਜਨਕ, ਫ਼ੈਸਲਾਕੁਨ

fathead /'ਫ਼ੈਟਹੈੱਡ/ *n* ਮੋਟੀ ਅਕਲ ਵਾਲਾ, ਬੁੱਧੂ

father /'ਫ਼ਾਦਅ*/ *n* ਪਿਤਾ, ਬਾਪ, ਪਿਓ, ਵਡੇਰਾ, ਬਜ਼ੁਰਗ, ਜਨਮਦਾਤਾ, ਪ੍ਰਮੁੱਖ ਵਿਅਕਤੀ, ਕਿਸੇ ਸੰਸਥਾ ਦਾ ਸਭ ਤੋਂ ਪੁਰਾਣਾ ਮੈਂਬਰ; **(Father)** ਪਰਮਾਤਮਾ; ਲਾਟ ਪਾਦਰੀ ਦਾ ਖਿਤਾਬ *v* ਜਨਮ ਦੇਣਾ, ਪੈਦਾ ਕਰਨਾ; ਪਿਤਾ ਬਣਨਾ; ਆਪਣੇ ਆਪ ਨੂੰ ਪ੍ਰਾਰੰਭਿਕ ਜਾਂ ਮਾਲਕ ਜ਼ਾਹਰ ਕਰਨਾ; ਕਿਸੇ ਲਿਖਤ ਨੂੰ ਕਿਸੇ ਵਿਅਕਤੀ ਨਾਲ ਸੰਬੰਧਿਤ ਕਰਨਾ

father-in-law /'ਫ਼ਾਦਅਰਇਨਲੋ/ *n* ਸਹੁਰਾ

fatherland /'ਫ਼ਾਦਅਲੈਨਡ/ *n* ਪਿਤਰ-ਭੂਮੀ, ਵਤਨ

fatherless /'ਫ਼ਾਦਅਲਅਸ/ *a* ਜਿਸ ਦਾ ਪਿਤਾ ਮਰ ਚੁੱਕਾ ਹੋਵੇ, ਅਨਾਥ, ਯਤੀਮ

fatherlike /'ਫ਼ਾਦਅਲਾਇਕ/ *adv* ਪਿਤਾ ਵਾਂਗ, ਪਿਤਾ ਸਮਾਨ

father of lies *n* ਸ਼ੈਤਾਨ, ਅਤਿ ਦੁਸ਼ਟ ਮਨੁੱਖ

fathom /'ਫ਼ੈਦਅਮ/ *n* ਪਾਣੀ ਦੀ ਡੂੰਘਾਈ ਨਾਪਣ ਵਾਲਾ ਮਾਪ ਜੋ 6 ਫੁਟ ਦੇ ਬਰਾਬਰ ਹੁੰਦਾ ਹੈ *vt* ਪਾਣੀ ਦੀ ਡੂੰਘਾਈ ਨਾਪਣਾ, ਥਾਹ ਲੈਣਾ, ਹਾਥ ਲੈਣਾ; (ਕਿਸੇ ਗੱਲ ਦੀ) ਤਹਿ ਤਕ ਪੁੱਜਣਾ; ਚੰਗੀ ਤਰ੍ਹਾਂ ਸਮਝ ਲੈਣਾ, ਬਾਹਵਾਂ ਨਾਲ ਘੇਰ ਲੈਣਾ

fathomless /'ਫ਼ੈਦਅਮਲਅਸ/*a* ਜਿਸ ਦੀ ਹਾਥ ਨਾ ਆਵੇ, ਅਥਾਹ, ਅਤੁਲ

fatigue /ਫ਼ਅ'ਟੀਗ/*n* ਥਕੇਵਾਂ, ਥਕਾਵਟ, ਥਕਾ ਦੇਣ ਵਾਲਾ ਕੰਮ; (ਸੈਨਿਕ ਲਈ) ਫ਼ੌਜੀ ਕੰਮ ਤੋਂ ਬਿਨਾਂ ਕੋਈ ਹੋਰ ਮੁਸ਼ਕਲ ਵਾਲਾ ਕੰਮ; ਵਗਾਰ, ਆਮ ਡਿਊਟੀ ਤੋਂ ਬਾਹਰ ਕੰਮ *vt* ਥਕਾ ਦੇਣਾ, ਸਿਥਲ ਕਰ ਦੇਣਾ; ਧਾਤ ਨੂੰ ਕੁੱਟ-ਕੁੱਟ ਕੇ ਪਤਲਾ ਕਰ ਦੇਣਾ

fatty /'ਫ਼ੈਟਿ/*a* ਚਰਬੀਲਾ, ਮੋਟਾ-ਤਾਜ਼ਾ

fatuitous /'ਫ਼ਅਟਯੂਅਟਅਸ/ *a* ਮੂੜ੍ਹ, ਮੂਰਖ, ਬੁੱਧੂ, ਬੁੱਧਹੀਣ, ਝੁੱਡੂ

fatuity /ਫ਼ਅ'ਟਯੂਅਟਿ/ *n* ਮੂੜ੍ਹਤਾ, ਮੂਰਖਤਾ, ਬੁੱਧਹੀਣਤਾ, ਬੇਵਕੂਫ਼ੀ, ਝੁੱਡੂਪੁਣਾ

fatuous /'ਫ਼ੈਚੁਅਸ/ *a* ਮੋਟੀ ਬੁੱਧੀ ਵਾਲਾ, ਥੋੜ੍ਹੀ ਅਕਲ ਵਾਲਾ, ਮੂਰਖ, ਬੁੱਧੂ

fatuousness /'ਫ਼ੈਚੁਅਸਨਅਸ/ *n* ਮੂੜ੍ਹਤਾ, ਮੂਰਖਤਾ, ਬੁੱਧਹੀਣਤਾ, ਬੁੱਧੂਪਣਾ

faucet /'ਫ਼ੋਸਿਟ/ *n* ਟੂਟੀ

fault /ਫ਼ੋਲਟ/ *n* ਭੁੱਲ, ਗ਼ਲਤੀ, ਕਸੂਰ, ਔਗੁਣ, ਦੋਸ਼, ਅਪਰਾਧ, ਨੁਕਸ, ਤੇੜ; ਗ਼ਲਤ ਰੂਪ ਵਿੱਚ ਸੁੱਟੀ ਹੋਈ ਗੇਂਦ (ਖੇਡ ਵਿੱਚ) *v* ਤੇੜ ਜਾਂ ਦਰਾੜ ਪਾਉਣਾ ਜਾਂ ਪੈ ਜਾਣਾ; ਟੁੱਟ ਜਾਣਾ **be at fault** ਘਬਰਾ ਜਾਣਾ, ਪਰੇਸ਼ਾਨ ਹੋਣਾ, ਗ਼ਲਤੀ 'ਤੇ ਹੋਣਾ **find fault with** ਸ਼ਿਕਾਇਤ ਕਰਨਾ; ਨੁਕਸ ਕੱਢਣਾ, ਨੁਕਤਾਚੀਨੀ ਕਰਨਾ

faultfinder /'ਫ਼ੋਲਟ,ਫ਼ਾਇਨਡਅ*/ *n* ਨੁਕਤਾਚੀਨ, ਦੋਸ਼ ਦੇਖਣ ਵਾਲਾ, ਨਘੋਚੀ

fault-finding /'ਫ਼ੋਲਟ,ਫ਼ਾਇਨਡਿਙ/ *n* ਨੁਕਤਾਚੀਨੀ, ਦੋਸ਼ ਦੇਖਣ ਦੀ ਰੁਚੀ

faultless /'ਫ਼ੋਲਟਲਅਸ/ *a* ਬੇਕਸੂਰ, ਨਿਰਦੋਸ਼, ਨਿਹਕਲੰਕ, ਅਭੁੱਲ

faulty /'ਫ਼ੋਲਟਿ/*a* ਅਸ਼ੁੱਧ, ਗ਼ਲਤ, ਨੁਕਸਦਾਰ; ਐਬੀ, ਦੋਸ਼ੀ, ਕਸੂਰਵਾਰ

faun /ਫ਼ੋਨ/ *n* ਪਸ਼ੂ ਦੇਵਤਾ, (ਰੋਮ ਦਾ) ਸਿੰਗਾਂ ਅਤੇ ਪੂਛ ਵਾਲਾ ਦੇਵਤਾ

fauna /'ਫ਼ੋਨਅ/ *n* (ਬਹੁ) (ਕਿਸੇ ਦੇਸ਼ ਜਾਂ ਕਾਲ ਦੇ) ਜੀਵ ਜੰਤੂ; ਜੀਵ-ਜੰਤੂ ਵਰਗ, ਅਜਿਹੀ ਪੁਸਤਕ ਜਿਸ ਵਿੱਚ ਜੀਵ-ਜੰਤੂਆਂ ਦਾ ਵਿਵਰਨ ਹੋਵੇ, ਜੀਵ ਸ਼ਾਸਤਰ

faux /ਫ਼ਅਉ/*(F) n* ਨਕਲ ਮਾਰ ਕੇ ਬਣਾਈ ਕੋਈ ਚੀਜ਼ *a* ਬਣਾਉਟੀ, (ਵਿਹਾਰ ਦੇ ਪੱਖ ਤੋਂ) ਝੂਠ, ਨਕਲੀ

faux pas /ਫ਼ਅਉ 'ਪਾ/ *n* ਤਾਹਨਾ, ਮਿਹਣਾ, ਟਕੋਰ, ਟਿੱਚਰ

favour /'ਫ਼ੇਇਵ੍ਅ*/ *n* ਉਪਕਾਰ, ਕਿਰਪਾ, ਦਇਆ, ਮਿਹਰ, ਅਹਿਸਾਨ, ਮਿਹਰਬਾਨੀ; ਲਿਹਾਜ਼, ਪੱਖ, ਰਿਆਇਤ; ਅਨੁਕੂਲਤਾ, ਪ੍ਰੀਤ, ਸਨੇਹ, ਸ਼ੁਭ ਕਾਮਨਾ, ਆਦਰ, ਸਤਿਕਾਰ; ਮੱਦਦ, ਸਹਾਇਤਾ; ਨਿਸ਼ਾਨੀ ਦੇ ਤੌਰ 'ਤੇ ਦਿੱਤੀ ਹੋਈ ਕੋਈ ਚੀਜ਼, ਪ੍ਰੇਮ ਭੇਟਾ; (ਪਰਾ) ਮੂੰਹ-ਮਹਾਂਦਰਾ, ਚਿਹਰਾ-ਮੋਹਰਾ *vi* ਲਿਹਾਜ਼ ਕਰਨਾ, ਇਹਸਾਨ ਕਰਨਾ; ਤਰਫ਼ਦਾਰੀ ਕਰਨਾ, ਅਨੁਕੂਲਤਾ ਪ੍ਰਗਟ ਕਰਨਾ; ਮਿਹਰਬਾਨੀ ਕਰਨਾ; ਸਵੀਕਾਰ ਕਰਨਾ, ਸਮਰਥਨ ਕਰਨਾ, ਕਿਸੇ ਲਈ ਲਾਭਦਾਇਕ ਸਿੱਧ ਹੋਣਾ, ਸੁਵਿਧਾਪੂਰਨ ਬਣਾਉਣਾ, ਸਰਲ ਕਰ ਦੇਣਾ, ਸਹਾਰਾ ਦੇਣਾ

favourable /'ਫ਼ੇਇਵ੍ਅਰਅਬਲ/ *a* ਅਨੁਕੂਲ, ਸਹਾਇਕ, ਹਿਤਕਾਰੀ, ਮੁਆਫ਼ਕ; ਉਪਕਾਰਕ, ਪ੍ਰਸੰਸਾਪੂਰਨ; ਲਾਹੇਵੰਦਾ, ਚੰਗਾ, ਗੁਣਕਾਰੀ; ਸ਼ੁਭ, ਕਲਿਆਣਕਾਰੀ

favourite /'ਫ਼ੇਇਵ੍ਅਰਿਟ/ *a* ਲਾਡਲਾ, ਮੂੰਹ ਚੜ੍ਹਿਆ, ਲਿਹਾਜ਼ੀ, (ਕਿਸੇ ਵੱਡੇ ਆਦਮੀ ਦਾ) ਵਿਸ਼ੇਸ਼ ਨਿਕਟ ਵਰਤੀ ਵਿਅਕਤੀ *a* ਪਿਆਰਾ, ਮਨਪਸੰਦ, ਚੰਗਾ ਲੱਗਣ ਵਾਲਾ, ਮਨਭਾਉਂਦਾ

favouritism /'ਫ਼ੇਇਵ੍ਅਰਿਟਿਜ਼ਅਮ/ *n* ਤਰਫ਼ਦਾਰੀ, ਪੱਖਪਾਤ, ਲਿਹਾਜ਼, ਮੁਲਾਹਜ਼ਾ

fawn /ਫ਼ੋਨ/ *n* ਹਿਰਨ ਦਾ ਬੱਚਾ, ਹਿਰਨੋਟਾ *v* (ਹਿਰਨੀ ਦਾ) ਸੂਣਾ, (ਪਸ਼ੂ ਦਾ) ਪਿਆਰ ਕਰਨਾ, ਪਿਆਰ ਨਾਲ ਚੱਟਣਾ; (ਕੁੱਤੇ ਆਦਿ ਦਾ) ਪਿਆਰ ਵਿੱਚ ਪੂਛ ਹਿਲਾਉਣਾ, ਲਾਡ ਕਰਨਾ; ਚਾਪਲੂਸੀ ਕਰਨਾ

fawn-colour *n* ਬਦਾਮੀ ਰੰਗ

fawning /ਫ਼ੋਨਿਙ/ *a* ਖੁਸ਼ਾਮਦੀ, ਚਾਪਲੂਸ *n* ਖੁਸ਼ਾਮਦ, ਚਾਪਲੂਸੀ

fay /ਫ਼ੇਇ/ *n* (ਕਾਵਿ) ਪਰੀ, ਹੂਰ

fear /ਫ਼ਿਅ*/ *n* ਡਰ, ਭੈ, ਤੌਖਲਾ, ਖ਼ਤਰਾ, ਪਰੇਸ਼ਾਨੀ *v* ਡਰਨਾ ਜਾਂ ਡਰਾਉਣਾ, ਭੈ-ਭੀਤ ਕਰਨਾ ਜਾਂ ਹੋਣਾ, ਖ਼ਤਰਾ ਹੋਣਾ, ਸ਼ੰਕਾ ਹੋਣਾ; ਰੱਬ ਤੋਂ ਡਰਨਾ (ਅਥਵਾ ਧਰਮ, ਨਿਆਂ ਆਦਿ ਵਿਰੁੱਧ ਕੁਝ ਕਰਨ ਤੋਂ ਬਚਦੇ ਰਹਿਣਾ)

fearful /'ਫ਼ਿਅਫ਼ਲ/ *a* ਡਰਾਉਣਾ, ਭਿਅੰਕਰ, ਭਿਆਨਕ, ਖ਼ੌਫ਼ਨਾਕ ਘੋਰ, ਬਹੁਤ ਹੀ, ਅੱਤ ਦਾ; ਡਰਿਆ, ਸਹਿਮਿਆ, ਡਰਾਕਲ, ਕਾਇਰ, ਥੋੜ੍ਹਦਿਲਾ, ਭੈ-ਭੀਤ

fearless /'ਫ਼ਿਅਲਅਸ/ *a* ਨਿਡਰ, ਨਿਧੜਕ, ਦਲੇਰ, ਨਿਰਭੌ (ਨਿਰਭੈ)

fearsome /'ਫ਼ਿਅਸਅਮ/ *a* ਡਰਾਉਣਾ, ਭਿਆਨਕ, ਖ਼ੌਫ਼ਨਾਕ

feasibility /ˌਫ਼ੀਜ਼ਅ'ਬਿਲਅਟਿ/ *n* ਸੰਭਵਤਾ, ਨਿਭਣਯੋਗਤਾ

feasible /'ਫ਼ੀਜ਼ਅਬਲ/ *a* ਹੋਣਯੋਗ, ਉਚਿਤ, ਸੰਭਵ, ਨਿਭਣਯੋਗ, ਸੌਖਾ, ਉਪਯੋਗੀ, ਲਾਹੇਵੰਦਾ

feast /ਫ਼ੀਸਟ/ *n* ਤਿਉਹਾਰ, ਪੁਰਬ, ਉਤਸਵ, ਧਾਰਮਿਕ ਉਤਸਵ; ਪ੍ਰੀਤੀ ਭੋਜ, ਦਾਹਵਤ, ਭੰਡਾਰਾ, ਤ੍ਰਿਪਤੀ, ਅਨੰਦ v ਕਿਸੇ ਉਤਸਵ ਜਾਂ ਪ੍ਰੀਤੀਭੋਜ ਵਿੱਚ ਸ਼ਾਮਲ ਹੋਣਾ, ਭੋਜਨ ਛਕਣਾ, ਰੱਜ ਕੇ ਖਾਣਾ ਜਾਂ ਖਵਾਉਣਾ; ਕੋਈ ਸੁੰਦਰ ਵਸਤੂ ਵੇਖ-ਵੇਖ ਕੇ ਅੱਖਾਂ ਨੂੰ ਤ੍ਰਿਪਤ ਕਰਨਾ; ਯੱਗ ਕਰਨਾ, ਦਾਹਵਤ ਕਰਨਾ, ਰੋਟੀ ਕਰਨਾ, ਭੰਡਾਰਾ ਕਰਨਾ, ਪੁਰਬ ਮਨਾਉਣਾ **feast of reason** ਬੌਧਿਕ ਵਾਰਤਾ, ਵਿਚਾਰ ਗੋਸ਼ਟੀ **feast to the eyes** ਅੱਖਾਂ ਲਈ ਸੁਹਾਵਾ, ਨੈਣਾਂ ਲਈ ਅਨੰਦਦਾਇਕ

feat /ਫ਼ੀਟ/n ਕੋਈ ਹਿੰਮਤ ਵਾਲਾ ਕੰਮ, ਸਾਹਸੀ ਕੰਮ, ਕਰਤੱਵ ਅਸਧਾਰਨ ਕੰਮ, ਅਸਚਰਜ ਜਾਂ ਅਦਭੁਤ ਕੰਮ, ਕਮਾਲ, ਕਾਰੀਗਰੀ, ਹੱਥ ਦੀ ਸਫ਼ਾਈ a ਮਾਹਰ, ਕੁਸ਼ਲ, ਪ੍ਰਵੀਣ, ਨਿਪੁੰਨ, ਚਤਰ, ਚੁਸਤ, ਚਲਾਕ, ਫੁਰਤੀਲਾ

feather /'ਫ਼ੈੱਦਅ*/ *n* ਖੰਭ, ਪਰ; ਪੰਛੀ ਜਿਸ ਦਾ ਸ਼ਿਕਾਰ ਕੀਤਾ ਜਾਵੇ; ਖੜ੍ਹੇ ਵਾਲਾਂ ਦਾ ਗੁੱਛਾ; ਤੀਰ ਵਿੱਚ ਲੱਗੇ ਖੰਭ; ਟੋਪੀ ਵਿੱਚ ਕਲਗੀ ਵਾਂਗ ਲਾਏ ਗਏ ਖੰਭ; ਬਹੁਤ ਹੌਲੀ ਵਸਤੂ v ਖੰਭ ਲਾਉਣਾ, ਖੰਭ ਚਿਪਕਾਉਣਾ, ਖੰਭਾਂ ਨਾਲ ਭਰ

ਦੇਣਾ, ਖੰਭ ਵਾਂਗ ਹਵਾ ਵਿੱਚ ਤਰਨਾ ਜਾਂ ਉੱਡਣਾ; ਖੰਭ ਲਾਹ ਦੇਣਾ; ਸ਼ਿਕਾਰ ਲੱਭ ਰਹੇ ਕੁੱਤੇ ਦਾ ਬੋ ਸੁੰਘ ਕੇ ਸਰੀਰ ਅਤੇ ਪੂਛ ਹਿਲਾਉਣਾ **a feather in one's cap** ਸਫਲਤਾ ਦਾ ਸਿਹਰਾ, ਮਾਣ ਵਾਲੀ ਗੱਲ **birds of a feather** ਇੱਕ ਤਰ੍ਹਾਂ ਦੇ, ਇੱਕੋ ਹੀ ਸੁਭਾਅ ਜਾਂ ਆਦਤ ਵਾਲੇ ਮਨੁੱਖ; ਇੱਕੋ ਥੈਲੀ ਦੇ ਚੱਟੇ-ਵੱਟੇ **crop one's feathers** ਮਾਣ ਤੋੜਨਾ, ਹੇਠੀ ਕਰਨਾ **in high feather** ਬੜੇ ਜੋਸ਼ ਵਿੱਚ, ਪੂਰੇ ਉਤਸ਼ਾਹ ਨਾਲ **make the feather fly** ਅਚਾਨਕ ਹਮਲਾ ਕਰ ਕੇ ਦੁਸ਼ਮਣਾਂ ਦੀ ਫੌਜ ਵਿੱਚ ਘਬਰਾਹਟ ਪੈਦਾ ਕਰ ਦੇਣਾ **show the white feather** ਕਾਇਰਤਾ ਵਿਖਾਉਣਾ, ਯਰਕ ਜਾਣਾ

feather-bed /'ਫ਼ੈੱਦਅਬੈੱਡ/ *n* ਇੱਕ ਕਿਸਮ ਦੀ ਚਟਾਈ ਜਾਂ ਗਦੈਲਾ ਜਿਸ ਵਿੱਚ ਰੂੰ ਦੀ ਥਾਂ ਖੰਭ ਭਰੇ ਜਾਂਦੇ ਹਨ

featherbrain /'ਫ਼ੈੱਦਅਬਰੇਇਨ/ *n* ਫਜ਼ੂਲ ਗੱਲਾਂ ਕਰਨ ਵਾਲਾ ਵਿਅਕਤੀ, ਊਲ-ਜਲੂਲ ਬੋਲਣ ਵਾਲਾ ਵਿਅਕਤੀ

featheredge /'ਫ਼ੈੱਦਅਰਐੱਜ/ *n* ਲੱਕੜੀ ਦਾ ਪਤਲਾ ਫੱਟਾ, ਪਤਲੀ ਅੱਸੀ

featherhead /'ਫ਼ੈੱਦਅਹੈੱਡ/ *n* ਵੇਖੋ **featherbrain**

feather-stitch /'ਫ਼ੈੱਦਅਸਟਿਚ/ *n* ਟੇਢੀ ਸਿਲਾਈ

featherweight /'ਫ਼ੈੱਦਅਵੇਇਟ/ *n* ਹੌਲਾ ਭਾਰ, ਹਲਕਾ ਵਜ਼ਨ, ਕੁਸ਼ਤੀ ਆਦਿ ਵਿੱਚ ਲਾਈਟ ਵੇਟ ਤੋਂ ਹੇਠਲਾ ਵਜ਼ਨ

feature /'ਫ਼ੀਚਅ*/ *n* ਨਕਸ਼, ਮੁਹਾਂਦਰਾ, ਨੁਹਾਰ, ਚਿਹਰਾ-ਮੋਹਰਾ, ਹੁਲੀਆ, ਰੂਪ, ਰੰਗ, ਸ਼ਕਲ-ਸੂਰਤ; ਵਿਸ਼ੇਸ਼ਤਾ, ਲੱਛਣ; (ਅਖ਼ਬਾਰ ਦਾ) ਵਿਸ਼ੇਸ਼ ਲੇਖ, (ਸਿਨੇਮਾ ਦੇ ਪਰਦੇ ਉੱਤੇ) ਦ੍ਰਿਸ਼ ਜਾਂ ਸ਼ੋ; ਰੂਪਕ *vi* ਕਿਸੇ ਵਿਸ਼ੇਸ਼ ਲੱਛਣ ਵਾਲੇ ਹੋਣਾ, ਪ੍ਰਮੁੱਖ ਹੋਣਾ, ਰੂਪ ਦੇਣਾ, ਸ਼ਕਲ ਦੇਣਾ, ਰੂਪ-ਰੇਖਾ ਬਣਾਉਣਾ, ਨਕਸ਼ਾ ਖਿੱਚਣਾ, ਖ਼ਾਕਾ ਜਾਂ ਢਾਂਚਾ ਤਿਆਰ ਕਰਨਾ, ਸਿਨਮੇ ਦੇ ਪਰਦੇ 'ਤੇ ਵਿਖਾਉਣਾ; ਵਿਸ਼ੇਸ਼ਤਾ ਜਾਂ ਪ੍ਰਸਿੱਧੀ ਦੇਣਾ

feature film *n* ਕਥਾ ਚਿੱਤਰ

featureless /'ਫ਼ੀਚਅਲਅਸ/ *a* ਬਿਨਾਂ ਕਿਸੇ ਵਿਸ਼ੇਸ਼ ਲੱਛਣ ਦੇ, ਆਕ੍ਰਿਤੀਹੀਣ, ਆਕਰਸ਼ਹੀਣ, ਫਿੱਕਾ ਅਤੇ ਕੋਝਾ, ਅਣਘੜ ਜਿਹਾ

febrile /'ਫ਼ੀਬਰਾਇਲ/ *a* ਤਾਪ ਸੰਬੰਧੀ

February /'ਫ਼ੈੱਬਰੁਅਰਿ/ *n* ਈਸਵੀ ਸਾਲ ਦੇ ਦੂਜੇ ਮਹੀਨੇ ਦਾ ਨਾਂ, ਫ਼ਰਵਰੀ

feck /ਫ਼ੈੱਕ/ *n* ਸਾਰ, ਨਿਚੋੜ, ਸਾਰੰਸ਼,

feckless /'ਫ਼ੈੱਕਲਅਸ/ *a* ਨਿਰਬਲ, ਕਮਜ਼ੋਰ, ਮਾੜਾ, ਅਯੋਗ, ਹੀਣਾ, ਬੇਕਾਰ, ਨਿਕੰਮਾ, ਨਿਸਫਲ, ਨਿਰਾਰਥਕ

fecund /'ਫ਼ੀਕਅਨਡ, 'ਫ਼ੈੱਕ-/ *a* ਉਪਜਾਊ, ਜ਼ਰਖੇਜ਼, ਤਿੱਖਾ (ਦਿਮਾਗ਼ ਜਾਂ ਬੁੱਧੀ)

fecundate /'ਫ਼ੀਕ(ਅ)ਨਡੇਇਟ/ *vt* ਉਪਜਾਊ ਬਣਾਉਣਾ, ਉਪਯੋਗੀ ਬਣਾਉਣਾ; ਗਰਭਵਤੀ ਕਰਨਾ

fecundity /ਫ਼ਿ'ਕਅੱਨਡਅਟਿ/ *n* ਉਪਜਾਊਪਣ, ਉਪਜਾਊ ਸ਼ਕਤੀ, ਪੈਦਾ ਕਰਨ ਦੀ ਸ਼ਕਤੀ ਜਾਂ ਯੋਗਤਾ, ਬਹੁ ਉਤਪਾਦਕਤਾ

federal /'ਫ਼ੈੱਡਅਰਅਲ/ *a* ਸੰਘੀ

Federal Bureau of Investigation (ਸੰਖੇਪ F.B.I.) *n* ਅਮਰੀਕੀ ਸਰਕਾਰ ਦੇ ਨਿਆਂ ਵਿਭਾਗ ਦਾ ਇੱਕ ਅੰਗ ਜੋ ਅਪਰਾਧ ਨਾਲ ਸੰਬੰਧਿਤ ਮਸਲਿਆਂ ਦੀ ਛਾਣਬੀਣ ਕਰਦਾ ਹੈ

federalism /'ਫ਼ੈੱਡਅਰਅਲਿਜ਼ਅਮ/ *n* ਸੰਘਵਾਦ

federalist /'ਫ਼ੈੱਡਅਰਅਲਿਸਟ/ *n* ਸੰਘਵਾਦੀ, ਸੰਘਵਾਦ ਦਾ ਸਮਰਥਕ ਜਾਂ ਹਿਮਾਇਤੀ

federalize /'ਫ਼ੈੱਡ(ਅ)ਰਅਲਾਇਜ਼/ *vt* ਸੰਘ ਬਣਾਉਣਾ, ਸੰਘ ਵਿੱਚ ਸ਼ਾਮਲ ਕਰਨਾ

federate /'ਫ਼ੈੱਡਅਰੇਇਟ/ *v* ਸੰਘੀ ਸ਼ਾਸਨ ਦੇ ਰੂਪ ਵਿੱਚ ਕਈਆਂ ਰਿਆਸਤਾਂ ਦਾ ਇਕੱਠੇ ਹੋਣਾ, ਸੰਘ ਬਣਾਉਣਾ, ਕਿਸੇ ਖ਼ਾਸ ਉਦੇਸ਼ ਲਈ

ਸੰਗਠਨ ਬਣਾਉਣਾ

federation /ˌਫ਼ੈਡਅ'ਰੇਇਸ਼ਨ/ *n* ਸੰਘ, ਸੰਗਠਨ, ਰਾਜ ਸੰਘ

fee /ਫ਼ੀ/ *n* ਫ਼ੀਸ, ਉਜਰਤ, ਮਿਹਨਤਾਨਾ, ਸਕੂਲ ਦੀ ਫੀਸ, ਇਮਤਿਹਾਨ ਦੀ ਫੀਸ; ਵਕੀਲ ਡਾਕਟਰ ਆਦਿ ਦੀ ਫੀਸ; ਤਨਖ਼ਾਹ, ਵੇਤਨ; ਇਨਾਮ; ਉਪਹਾਰ, (ਪਰਾ) ਜਗੀਰ, ਜਾਇਦਾਦ, ਵਡੇਰਿਆਂ ਤੋਂ ਮਿਲਿਆ ਰਾਜ *vt* ਫ਼ੀਸ ਦੇਣਾ, ਮਿਹਨਤਾਨਾ ਦੇਣਾ, ਤਨਖ਼ਾਹ ਉੱਤੇ ਨਿਯੁਕਤ ਕਰਨਾ

feeble /'ਫ਼ੀਬਲ/ *a* ਕਮਜ਼ੋਰ, ਮਾੜਾ, ਨਿਰਬਲ, ਦੁਰਬਲ, ਲਿੱਸਾ; ਮੱਧਮ, ਧੀਮਾ, ਧੁੰਦਲਾ, ਅਸਪਸ਼ਟ; ਮੋਟੀ ਅਕਲ ਵਾਲਾ, ਬੁੱਧੀਹੀਣ; ਪ੍ਰਭਾਵਹੀਣ; ਬੇਹਿੰਮਤ

feeble-minded /ˌਫ਼ੀਬਲ'ਮਾਇਨਡਿਡ/ *n* ਕਮਜ਼ੋਰ ਦਿਮਾਗ਼

feebleness /'ਫ਼ੀਬਲਨਅਸ/ *n* ਕਮਜ਼ੋਰੀ, ਦੁਰਬਲਤਾ, ਖੀਣਤਾ

feed /ਫ਼ੀਡ/ *vt* ਖੁਆਉਣਾ, ਚੋਗਾ ਪਾਉਣਾ, ਪੱਠੇ ਪਾਉਣਾ, ਚਰਨਾ, ਚੁਗਣਾ; ਹਿੰਮਤ ਬੰਨ੍ਹਾਉਣਾ, ਧੀਰਜ ਦੇਣਾ, ਪਾਲਣਾ, ਪਾਲਣਾ ਕਰਨਾ; ਖ਼ੁਰਾਕ ਦਾ ਕੰਮ ਦੇਣਾ, (ਕੋਈ ਚੀਜ਼) ਦਿੰਦੇ ਰਹਿਣਾ, ਲੋੜ ਪੂਰੀ ਕਰਨਾ *n* ਖ਼ੁਰਾਕ, ਗਿਜ਼ਾਅ, ਭੋਜਨ; (ਪਸ਼ੂਆਂ ਲਈ) ਪੱਠੇ ਗੁਤਾਵਾ ਆਦਿ, (ਪੰਛੀਆਂ ਲਈ) ਚੋਗਾ; ਪ੍ਰੀਤੀਭੋਜ, ਦਾਹਵਤ, ਚਰਾਂਦ, ਚਰਾਗਾਹ; (ਬੰਦੂਕ ਦਾ) ਬਰੂਦ ਆਦਿ, (ਮਸ਼ੀਨ ਲਈ) ਕੱਚਾ ਮਾਲ

feedback /'ਫ਼ੀਡਬੈਕ/ *n* ਪ੍ਰਤਿ ਪੁਸ਼ਟੀ ਸੂਚਨਾ, (ਬਿਜ) ਪੁਨਰ-ਪੂਰਨ

feeder /'ਫ਼ੀਡਅ*/ *n* ਖ਼ੁਰਾਕ ਜਾਂ ਚੋਗਾ ਜਾਂ ਪੱਠੇ ਆਦਿ ਦੇਣ ਵਾਲਾ, ਬੱਚੇ ਨੂੰ ਦੁੱਧ ਪਿਆਉਣ ਵਾਲੀ ਬੋਤਲ; ਮਸ਼ੀਨ ਦਾ ਯੰਤਰ ਜਿਸ ਰਾਹੀਂ ਉਸ ਵਿੱਚ ਮਾਲ ਪੁਚਾਇਆ ਜਾਂਦਾ ਹੈ; ਖੇਡ ਵਿੱਚ ਗੇਂਦ ਦੇਣ ਵਾਲਾ ਖਿਡਾਰੀ; ਸਹਾਇਕ ਨਦੀ

feed-pipe *n* ਮਸ਼ੀਨ ਨੂੰ ਪਾਣੀ ਆਦਿ ਪਹੁੰਚਾਉਣ ਵਾਲੀ ਨਾਲੀ

feed-pump *n* ਸ਼ਕਤੀ ਚਾਲਕ ਪੰਪ ਜਿਹੜਾ ਦਬਾਅ ਨਾਲ ਪਾਣੀ ਜਾਂ ਤੇਲ ਆਦਿ ਭਰਦਾ ਹੈ

feed-water *n* ਬਾਇਲਰ ਨੂੰ ਦਿੱਤਾ ਹੋਇਆ ਪਾਣੀ

feel /ਫ਼ੀਲ/ *v* ਛੋਹਣਾ, ਟੋਹਣਾ; ਅਨੁਭਵ ਕਰਨਾ, ਮਹਿਸੂਸ ਕਰਨਾ, ਟਟੋਲਣਾ, ਟੋਹ ਕੇ ਲੱਭਣਾ; ਜਾਪਣਾ, ਪ੍ਰਤੀਤ ਹੋਣਾ, ਭਾਸਣਾ; ਸਮਝਣਾ; ਪਰਖਣਾ; ਪਤਾ ਕੱਢਣਾ, ਜਾਂਚ ਪੜਤਾਲ ਕਰਨਾ, (ਸੈਨਾ ਵੱਲੋਂ ਆਪਣੇ ਦੁਸ਼ਮਣ ਦੀ ਸੈਨਾ ਜਾਂ ਯੁੱਧ ਖੇਤਰ ਦਾ) ਪਤਾ ਲਾਉਣਾ; ਸੂਝ ਹੋਣਾ, ਪਤਾ ਹੋਣਾ; ਪ੍ਰਭਾਵਿਤ ਹੋਣਾ; ਵਿਸ਼ਵਾਸ ਹੋਣਾ *n* ਪਰਖ, ਛੋਹ ਦੁਆਰਾ ਪੜਤਾਲ **feel one's legs** ਆਪਣੀ ਸ਼ਕਤੀ ਦਾ ਅਨੁਭਵ ਹੋਣਾ **feel quite oneself** ਆਪਣੇ ਆਪ ਉੱਤੇ ਵਿਸ਼ਵਾਸ ਹੋਣਾ **feel the pulse of** ਨਬਜ਼ ਵੇਖਣਾ; ਭੇਦਾਂ ਜਾਂ ਵਿਚਾਰਾਂ ਨੂੰ ਸਮਝਣਾ, ਸਥਿਤੀ ਜਾਂ ਅਵਸਥਾ ਨੂੰ ਪਛਾਣਨਾ

feeler /'ਫ਼ੀਲਅ*/ *n* ਪਸ਼ੂਆਂ ਦਾ ਉਹ ਅੰਗ ਜਿਸ ਰਾਹੀਂ ਸਪਰਸ਼ ਦੁਆਰਾ ਕਿਸੇ ਚੀਜ਼ ਬਾਰੇ ਜਾਣ ਸਕਦੇ ਹਨ; ਟੋਹ ਸਿੰਗੀ, ਟੋਹਣੀ, ਅਸਥਾਈ ਸੁਝਾਅ; ਸਕਾਊਟ ਜਾਂ ਵਾਲੰਟੀਅਰ, ਸੂਹੀਆ, ਜਸੂਸ

feel-good /'ਫ਼ੀਲਗੁਡ/ *a* ਜ਼ਿੰਦਗੀ ਨੂੰ ਅਨੰਦਿਤ ਕਰਨ ਵਾਲਾ, ਖ਼ੁਸ਼ੀ ਦੇਣ ਵਾਲਾ **the feel good factor** (ਭਵਿਖਤ ਕਾਲ ਵਿੱਚ ਦਲੇਰੀ ਦੇਣ ਦਾ ਪੱਖ)

feeling /'ਫ਼ੀਲਿਙ/ *n* ਭਾਵ, ਅਹਿਸਾਸ, ਵਿਚਾਰ, ਜਜ਼ਬਾ; ਦਰਦ, ਵੇਦਨਾ; ਛੋਹਣ ਦੀ ਸ਼ਕਤੀ; ਇੱਛਾ, ਹਮਦਰਦੀ, ਸਹਾਨੁਭੂਤੀ

fegs /ਫ਼ੈੱਗਜ਼/ *int* ਵਾਸਤਵ ਵਿੱਚ, ਕਸਮ ਨਾਲ, ਸਹੁੰ (ਤੇਰੀ)

feign /ਫ਼ੇਇਨ/ *v* ਬਹਾਨਾ ਕਰਨਾ, ਮਕਰ ਕਰਨਾ, ਚਲਿੱਤਰ ਕਰਨਾ, ਮਚਲੇ ਹੋਣਾ; ਘੜਨਾ, ਕਲਪਨਾ ਕਰਨਾ

feigned /ਫ਼ੇਇਨਡ/ *a* ਬਣਾਉਟੀ, ਝੂਠ-ਮੂਠ ਦਾ,

ਬਹਾਨੇਬਾਜ਼ੀ ਦਾ

feint /ਫ਼ੇਇਨਟ/ *n* ਧੋਖਾ ਦੇਣ ਲਈ ਚੱਲੀ ਗਈ ਚਾਲ, ਵਿਖਾਵਾ, ਛਲ, ਕਪਟ, ਧੋਖਾ; ਬਹਾਨਾ, ਬਣਾਵਟ *v* ਧੋਖੇ ਵਾਲੀ ਚਾਲ ਚਲਣਾ, (ਵੈਰੀ ਨੂੰ ਧੋਖੇ ਵਿੱਚ ਪਾਉਣ ਲਈ) ਬਣਾਉਟੀ ਹਮਲਾ ਕਰਨਾ, ਛਲ ਕਰਨਾ, ਦਿਖਾਵਾ ਕਰਨਾ *a* ਬਣਾਉਟੀ, ਧੁੰਦਲਾ, ਅਸਪਸ਼ਟ

feldspar /'ਫ਼ੈੱਲਡਸਪਾ*/ *n* ਇੱਕ ਸਫਟਿਕ ਖਣਿਜ

felicitate /ਫ਼ਅ'ਲਿਸਿਟੇਇਟ/ *vt* ਵਧਾਈ ਦੇਣਾ; ਪ੍ਰਸੰਨ ਕਰਨਾ, ਖੁਸ਼ ਕਰਨਾ, ਨਿਹਾਲ ਕਰਨਾ, ਅਭਿਨੰਦਨ ਕਰਨਾ

felicitation /ਫ਼ਅ,ਲਿਸਿ'ਟੇਇਸ਼ਨ/ *n* ਵਧਾਈ, ਮੁਬਾਰਕਬਾਦ, ਅਭਿਨੰਦਨ

felicitous /ਫ਼ਅ'ਲਿਸਿਟਅਸ/ *a* ਪਰਮਸੁਖੀ, ਪਰਮ ਸੁਭਾਗਸ਼ਾਲੀ, ਅਨੰਦਮਈ, ਉਚਿਤ, ਠੀਕ-ਠਾਕ

felicity /ਫ਼ਅ'ਲਿਸਅਟਿ/ *n* ਅਨੰਦ, ਪਰਮਾਨੰਦ, ਹੁਲਾਸ, ਸੁਖ, ਸੁਭਾਗ

feline /'ਫ਼ੀਲਾਇਨ/ *a* ਬਿੱਲੀ ਦਾ ਜਾਂ ਬਿੱਲੀ ਵਰਗਾ *n* ਦਿਲ ਵਿੱਚ ਛੁਪੀ ਈਰਖਾ, ਅੰਦਰ ਦਾ ਵੈਰ

fell[1] /ਫ਼ੈੱਲ/ *n* ਪਸ਼ੂ ਜਾਂ ਮਨੁੱਖ ਦੀ ਚਮੜੀ ਜਾਂ ਖੱਲ, ਗੰਦੇ ਸੰਘਣੇ ਵਾਲ

fell[2] *vt* ਵੱਢ ਕੇ ਸੁੱਟਣਾ, (ਰੁੱਖ ਆਦਿ ਨੂੰ) ਡੇਗਣਾ, ਢਾਹੁਣਾ; ਸਿਊਂ ਕੇ ਜੋੜ ਦੇਣਾ, ਟਾਂਕਾ ਲਾਉਣਾ n ਵੱਢ ਕੇ ਸੁੱਟੀ ਹੋਈ ਲੱਕੜ, ਵੱਢਿਆ ਹੋਇਆ ਰੁੱਖ

fell[3] *a* (ਕਾਵਿ) ਭਿਆਨਕ

fellow /'ਫ਼ੈੱਲਅਉ/ *n* ਸਾਥੀ, ਜੋਟੀਦਾਰ, ਸਹਿਯੋਗੀ, ਸੰਗੀ, ਆੜੀ, ਸਹਿਕਾਰੀ, ਮਿੱਤਰ, ਦੋਸਤ, ਭਾਈਬੰਦ; ਸਮਕਾਲੀ, ਆਪਣੇ ਅਹੁਦੇ ਦਾ; (ਯੂਨੀਵਰਸਿਟੀ ਦਾ) ਫੈਲੋ

fellow creature *n* ਸਾਥ ਦੇਣ ਵਾਲਾ ਮਨੁੱਖ, ਸਾਥੀ

fellow feeling /,ਫ਼ੈੱਲਅਉ 'ਫ਼ੀਲਿਙ/ *n* ਹਮਦਰਦੀ, ਸਹਾਨੁਭੂਤੀ

fellow-man *n* ਭਰਾਤਰੀ ਭਾਵ ਰੱਖਣ ਵਾਲਾ ਸਾਥੀ

fellowship /'ਫ਼ੈੱਲਅਉਸ਼ਿਪ/ *n* ਭਾਈਚਾਰਾ, ਬਰਾਦਰੀ, ਸਾਂਝ, ਭਿਆਲੀ, ਮਿੱਤਰਤਾ, ਮਿੱਤਰ ਭਾਵ; ਸਾਂਝਾ ਕੰਮ ਕਰਨ ਵਾਲੀ ਸੰਸਥਾ ਜਾਂ ਟੋਲੀ, ਸਾਥੀ ਸੰਘ; ਕਾਲਜ ਜਾਂ ਯੂਨੀਵਰਸਿਟੀ ਦਾ ਵਜ਼ੀਫ਼ਾ; ਯੂਨੀਰਵਸਿਟੀ ਦੀ ਮੈਂਬਰੀ

felly /'ਫ਼ੈੱਲਿ/ *adv* ਭਿਅੰਕਰ ਅਤੇ ਕਰੂਰ ਰੂਪ ਨਾਲ, ਡਰਾਉਣੀ ਹਾਲਤ ਨਾਲ

felon[1] /ਫ਼ੈੱਲਅਨ/ *n* ਨਹੁੰ ਲਾਗੇ ਦਾ ਫੋੜਾ, ਪਾਕਾ

felon[2] *a* (ਕਾਵਿ) ਬਦਮਾਸ਼, ਜ਼ਾਲਮ, ਪਾਪੀ, ਘੋਰ ਅਪਰਾਧੀ

felonry /'ਫ਼ੈੱਲਅਨਰਿ/ *n* ਲੁੱਚ ਮੰਡਲੀ, ਬਦਮਾਸ਼ ਲੋਕ

felonious /ਫ਼ਅ'ਲਅਉਨਿਅਸ/ *a* ਅੱਤਿਆਚਾਰੀ, ਕੁਕਰਮੀ, ਬਦਕਾਰ

felony /'ਫ਼ੈੱਲਅਨਿ/ *n* ਮਹਾਂ ਪਾਪ, ਘੋਰ ਅਪਰਾਧ, ਕੁਕਰਮ, ਬਦਮਾਸ਼ੀ, ਸੰਗੀਨ ਜੁਰਮ

felt[1] /ਫ਼ੈੱਲਟ/ **feel** ਦਾ ਭੂਤ ਅਤੇ ਭੂਤ-ਕਿਰਦੰਤ ਰੂਪ

felt[2] /ਫ਼ੈੱਲਟ/ *n* ਨਮਦਾ

female /'ਫ਼ੀਮੇਇਲ/ *n* ਮਦੀਨ, ਮਾਦਾ, ਇਸਤਰੀ, ਮਹਿਲਾ, ਔਰਤ, ਜ਼ਨਾਨਾ, ਇਸਤਰੀ ਜਾਤੀ ਦਾ ਜਾਂ ਉਸ ਬਾਰੇ; ਘੱਟ ਤੇਜ ਵਾਲਾ (ਹੀਰਾ)

female friend *n* ਸਹੇਲੀ, ਸਖੀ

female rhyme *n* 'ਈ' ਵਿੱਚ ਸਮਾਪਤ ਹੋਣ ਵਾਲੀ ਤੁਕ

feme /ਫ਼ੀਮ/ *n* ਵਿਆਹੀ ਹੋਈ ਇਸਤਰੀ; ਵਿਆਹੀ ਇਸਤਰੀ ਪਰ ਜੋ ਆਪਣੇ ਪਤੀ ਤੋਂ ਵੱਖਰਾ ਕਾਰੋਬਾਰ ਕਰਦੀ ਹੈ

femicide /'ਫ਼ੈੱਮਿਸਾਇਡ/ *n* ਨਾਰੀ ਹੱਤਿਆ

feminine /'ਫ਼ੈੱਮਅਨਿਨ/ *a* ਜ਼ਨਾਨਾ, ਤੀਵੀਂਆਂ ਦਾ ਜਾਂ ਤੀਵੀਂਆਂ ਵਾਲਾ, ਜ਼ਨਾਨੜਾ, ਤੀਵੀਂਆਂ

ਵਰਗਾ, ਇਸਤਰੀ ਜਾਤੀ ਦਾ

femininity, femineity /ˌਫ਼ੈੱਮਅ'ਨਿਨਅਟਿ, ˌਫ਼ੈੱਮਿ'ਨੀਅਟਿ/ *a* ਇਸਤਰੀਤਵ, ਨਾਰੀਤਵ, ਇਸਤਰੀਪਣ, ਨਾਰੀਪਣ, ਇਸਤਰੀਆਂ ਦਾ ਪ੍ਰਭਾਵ, ਨਾਰੀਵਾਦ

feminism /'ਫ਼ੈੱਮਅਨਿਜ਼ਅਮ/ *a* ਵੇਖੋ **feminity**

feminist /'ਫ਼ੈੱਮਅਨਿਸਟ/ *a* ਨਾਰੀਵਾਦੀ; ਨਾਰੀਆਂ ਸੰਬੰਧੀ

femme fatale /ˌਫ਼ੈਮ ਫ਼ਅ'ਟਾਲ/ *(F) n* ਮਾਰੂ ਹੁਸਨ

femur /'ਫ਼ੀਮਅ*/ *n* ਪੱਟ ਦੀ ਹੱਡੀ

fen /ਫ਼ੈੱਨ/ *n* ਦਲਦਲ, ਕੱਛ ਭੌਂ

fence /ਫ਼ੈੱਨਸ/ *n* ਵਾੜ, ਜੰਗਲਾ, ਵਲਗਣ, ਘੇਰਾ, ਅਹਾਤਾ; ਬਚਾਅ, ਰੋਕ; ਗਤਕਾ, ਤਲਵਾਰ ਦੀ ਖੇਡ; ਪੈਂਤੜਾ; ਪੱਟਾ; ਚੋਰੀ ਦਾ ਮਾਲ ਲੈਣ ਵਾਲਾ; ਉਹ ਥਾਂ ਜਾਂ ਮਕਾਨ ਜਿਸ ਵਿੱਚ ਚੋਰੀ ਦਾ ਮਾਲ ਰੱਖਿਆ ਜਾਵੇ *v* ਘੇਰਾ ਵਲਨਾ; ਵਲਗਣ ਬਣਾਉਣਾ, ਵਾੜ ਲਾਉਣਾ, ਬਚਾਅ ਕਰਨਾ, ਰੋਕਣਾ; ਗਤਕਾ ਖੇਡਣਾ; ਚੋਰੀ ਦਾ ਮਾਲ ਖ਼ਰੀਦਣਾ ਅਤੇ ਵੇਚਣਾ; (ਘੋੜੇ ਦਾ) ਛਾਲ ਮਾਰਨਾ, ਕੁੱਦਣਾ

fencible /'ਫ਼ੈੱਨਸਿਬ(ਅ)ਲ/ *a* ਅਜਿਹਾ ਸਿਪਾਹੀ ਜਿਹੜਾ ਕੇਵਲ ਆਪਣੇ ਹੀ ਦੇਸ਼ ਵਿੱਚ ਰਹਿ ਕੇ ਬਚਾਅ ਸੰਬੰਧੀ ਡਿਊਟੀਆਂ ਉੱਤੇ ਨਿਯੁਕਤ ਕੀਤਾ ਜਾਏ; ਰੱਖਿਆ ਹਿੱਤ, ਰੱਖਿਆ ਲਈ

fencing /'ਫ਼ੈੱਨਸਿਙ/ *n* ਜੰਗਲਾ, ਵਾੜ, ਘੇਰਾ, ਚਾਰਦੀਵਾਰੀ; ਉਹ ਵਸਤੂ ਜਿਸ ਨਾਲ ਜੰਗਲਾ ਆਦਿ ਬਣਾਇਆ ਗਿਆ ਹੋਵੇ; ਗਤਕਾ, ਪਟੇਬਾਜ਼ੀ; ਚੋਰੀ ਦੇ ਸਮਾਨ ਦਾ ਗੁਦਾਮ

fend /ਫ਼ੈੱਨਡ/ *v* ਪ੍ਰਬੰਧ ਕਰਨਾ, (ਆਪਣੇ ਲਈ) ਇਕੱਤਰ ਕਰਨਾ; ਬਚਾਉਣਾ, ਰੱਖਿਆ ਕਰਨਾ, ਬਚਾਅ ਕਰਨਾ; ਸੰਭਾਲ ਕੇ ਰੱਖਣਾ, ਬਚਾਅ ਕੇ ਰੱਖਣਾ; ਨਿਵਾਰਨ ਕਰਨਾ, ਹਟਾਉਣਾ, ਦੂਰ ਭੱਜਾ ਦੇਣਾ

fender /'ਫ਼ੈੱਨਡਅ*/ *n* ਬਚਾਅ ਲਈ ਬਣਾਇਆ ਗਿਆ ਜੰਗਲਾ ਆਦਿ, ਕੋਈ ਚੀਜ਼ ਜੋ ਰੋਕਣ ਜਾਂ ਰੱਖਿਆ ਕਰਨ ਦਾ ਕੰਮ ਦੇਵੇ, ਟੱਕਰ ਆਦਿ ਤੋਂ ਬਚਾਉਣ ਵਾਲੀ ਵਸਤੂ ਜਾਂ ਵਿਵਸਥਾ; ਨਿਰੋਧਕ, ਜੰਗਲਾ, ਵਾੜ, ਉੱਚਾ ਬਨੇਰਾ

feng shui /ˌਫ਼ੈਙ 'ਸ਼ੂਇ, ˌਫ਼ੁਙ 'ਸ਼ਵੇਇ/ *n* (ਚੀਨੀ ਲੋਕਾਂ ਦੀ) ਮਕਾਨ ਬਣਾਉਣ/ਸਜਾਉਣ ਦੀ ਪ੍ਰਥਾ ਜਾਂ ਪ੍ਰਨਾਲੀ

fenugreek /'ਫ਼ੈੱਨਯੁਗਰੀਕ/ *n* ਮੇਥੀ

feracious /ਫ਼ਿ'ਰੇਇਸ਼ਅਸ/ *a* ਉਪਜਾਊ

feracity /ਫ਼ਿ'ਰੈਸਅਟਿ/ *n* ਉਪਜਾਊਪਣ

feral, ferine /'ਫ਼ੈੱਰਅਲ, 'ਫ਼ਿਅਰਾਇਨ/ *a* ਜੰਗਲੀ, ਵਹਿਸ਼ੀ, ਅਣਸਿਧਾਇਆ, ਪਸ਼ੂਆਂ ਵਰਗਾ, ਹਿੰਸਕ

ferment /'ਫ਼ਅ:ਮੈੱਨਟ/ *n* ਖ਼ਮੀਰ, ਜਾਗ; ਜੋਸ਼, ਉਬਾਲ, ਗੜਬੜ /ਫ਼ਅ'ਮੈੱਨਟ/ *v* ਉੱਬਲਣਾ, ਖ਼ਮੀਰ ਉੱਠਣਾ ਜਾਂ ਉਠਾਉਣਾ, ਜਾਗ ਲਾਉਣਾ; ਉੱਬਲਣਾ ਜਾਂ ਉਬਾਲਣਾ; ਭੜਕਾਉਣਾ, ਉਤੇਜਿਤ ਕਰਨਾ, ਜੋਸ਼ ਦਿਵਾਉਣਾ, ਫ਼ਸਾਦ ਕਰਾਉਣਾ, ਜੋਸ਼ ਵਿੱਚ ਆਉਣਾ, ਭੜਕ ਉੱਠਣਾ

fermentation /ˌਫ਼ਅ:ਮੈੱਨ'ਟੇਇਸ਼ਨ/ *n* ਖ਼ਮੀਰ, ਉਬਾਲ, ਜੋਸ਼, ਉਤਸ਼ਾਹ, ਉਤੇਜਨਾ; ਹੰਗਾਮਾ, ਫ਼ਸਾਦ

fermentative /ˌਫ਼ਅ'ਮੈੱਨਟਅਟਿਵ਼/ *a* ਉਬਾਲ ਲਿਆਉਣ ਵਾਲਾ, ਖ਼ਮੀਰ ਬਣਾਉਣ ਵਾਲਾ, ਜੁਸ਼ੀਲਾ, ਉਤੇਜਕ, ਉਤਸ਼ਾਹਵਰਧਕ

fern /ਫ਼ਅ:ਨ/ *n* ਇੱਕ ਤਰ੍ਹਾਂ ਦੀ ਬਨਾਸਪਤੀ, ਫਰਨ

ferocious /ਫ਼ਅ'ਰਅਉਸ਼ਅਸ/ *a* ਵਹਿਸ਼ੀ, ਹਿੰਸਕ, ਹੈਂਸਿਆਰਾ, ਦਰਿੰਦਾ, ਖ਼ੂੰਖਾਰ, ਕਰੂਰ, ਭਿਅੰਕਰ, ਬੇਰਹਿਮ, ਭਿਆਨਕ

ferocity /ਫ਼ਅ'ਰੌਸਅਟਿ/ *n* ਵਹਿਸ਼ੀਪਣ, ਨਿਰਦਇਤਾ, ਕਰੂਰਤਾ, ਕਠੋਰਤਾ, ਹਿੰਸਾ, ਜੰਗਲੀਪਣ

ferret[1] /'ਫ਼ੈੱਰਿਟ/ *n* ਲੱਭਣ ਵਾਲਾ ਵਿਅਕਤੀ; ਖੋਜੀ, ਨਿਉਲੇ ਵਰਗਾ ਇੱਕ ਜਾਨਵਰ ਜਿਸ ਨੂੰ

ਖੇਤਾਂ ਵਿੱਚ ਚੂਹੇ ਸਹੇ ਆਦਿ ਮਾਰਨ ਲਈ ਪਾਲਿਆ ਜਾਂਦਾ ਹੈ *v* ਖੋਜਣਾ, ਲੱਭਣਾ, ਖੋਜ ਕੱਢਣਾ, ਪਤਾ ਲੈਣਾ; ਖੋਚਰਨਾ; ਕੱਢ ਲੈਣਾ, ਭਜਾ ਦੇਣਾ

ferret² *n* ਸੂਤੀ ਜਾਂ ਰੇਸ਼ਮੀ ਕਰੜਾ ਫ਼ੀਤਾ

ferric **/'ਫ਼ੈੱਰਿਕ/** *a* ਲੋਹੇ ਦਾ ਜਾਂ ਲੋਹੇ ਵਾਲਾ, ਲੋਹਮਈ, ਜਿਸ ਵਿੱਚ ਲੋਹੇ ਦੀ ਮਿਲਾਵਟ ਹੋਵੇ

ferrotype **/'ਫ਼ੈੱਰਅ(ਉ)ਟਾਇਪ/** *n* ਲੋਹੇ ਦੀ ਪਤਲੀ ਸਲੇਟ ਉੱਤੇ ਲਈ ਗਈ ਫੋਟੋ; ਫੋਟੋਗ੍ਰਾਫੀ ਦੀ ਇੱਕ ਵਿਧੀ, ਲੋਹ-ਚਿੱਤਰ

ferrous **/'ਫ਼ੈੱਰਅਸ/** *a* ਲੋਹਮਈ

ferrule **/'ਫ਼ੈੱਰੂਲ/** *n* (ਲਾਠੀ ਆਦਿ 'ਤੇ ਚੜ੍ਹਿਆ) ਸੰਮ

ferry **/'ਫ਼ੈੱਰਿ/** *n* ਪੱਤਣ, ਘਾਟ; ਬੇੜੀ; ਬੇੜੀ ਨਾਲ ਨਦੀ ਪਾਰ ਕਰਨ ਦੀ ਵਿਵਸਥਾ, ਬੇੜੀ ਪਾਰ ਲੈ ਜਾਣ ਦਾ ਅਧਿਕਾਰ, ਬੇੜੀ ਉੱਤੇ ਕਰ ਜਾਂ ਮਹਿਸੂਲ ਲਾਉਣ ਦਾ ਅਧਿਕਾਰ; ਬੇੜੀ ਦਾ ਭਾੜਾ *v* ਬੇੜੀ ਵਿੱਚ ਪਾਰ ਜਾਣਾ, ਬੇੜੀ ਵਿੱਚ ਭਾਰ ਲੈ ਜਾਣਾ; ਹਵਾਈ ਜਹਾਜ਼ ਨੂੰ ਕਾਰਖ਼ਾਨੇ ਤੋਂ ਅੱਡੇ ਤੱਕ ਉਡਾ ਕੇ ਲਿਆਉਣਾ

ferry boat **/'ਫ਼ੈੱਰਿ ਬਅਉਟ/** *n* ਯਾਤਰੀਆਂ ਦੀ ਬੇੜੀ, ਪੱਤਣ ਦੀ ਬੇੜੀ

ferry-bridge *n* ਵੱਡੀਆਂ ਬੇੜੀਆਂ ਦਾ ਪੁਲ

ferryman **/'ਫ਼ੈੱਰਿਮਅਨ/** *n* ਮਲਾਹ ਪਾਤਣੀ, ਮਾਂਝੀ

fertile **/'ਫ਼ਅ:ਟਾਇਲ/** *a* ਉਪਜਾਊ, ਜ਼ਰਖੇਜ਼, ਫਲਦਾਇਕ; ਬਹੁ ਜਣਨੀ, ਤਿੱਖੀ (ਸੂਝ), ਉਪਜਾਊ (ਦਿਮਾਗ਼)

fertility **/ਫ਼ਅ'ਟਿਲਅਟਿ/** *n* ਉਪਜਾਊ ਸ਼ਕਤੀ, ਜਣਨ ਸ਼ਕਤੀ, ਜਨਮ ਦੇਣ ਦੀ ਯੋਗਤਾ, ਜ਼ਰ-ਖੇਜ਼ੀ

fertilize **/'ਫ਼ਅ:ਟਅਲਾਇਜ਼/** *vt* ਉਪਜਾਊ ਬਣਾਉਣਾ, ਫਲਦਾਰ ਬਣਾਉਣਾ; ਜ਼ਰਖੇਜ਼ ਕਰਨਾ; ਨਵੇਂ ਦੁੱਧ ਕਰਨਾ; ਆਸ ਲਾਉਣਾ, ਗਰਭ ਕਰਨਾ

fertilized **/'ਫ਼ਅ:ਟਅਲਾਇਜ਼ਡ/** *a* ਉਪਜਾਊ ਬਣਾਇਆ, ਫਲ ਦੇਣ ਦੇ ਯੋਗ ਬਣਾਇਆ

fertilized egg *n* ਸਿੰਜਿਆ ਅੰਡਾ, ਬੱਚਾ ਦੇਣ ਦੇ ਯੋਗ ਅੰਡਾ

fertilizer **/'ਫ਼ਅ:ਟਅਲਾਇਜ਼ਅ*/** *n* ਧਰਤੀ ਨੂੰ ਉਪਜਾਊ ਬਣਾਉਣ ਲਈ ਵਰਤੀ ਜਾਂਦੀ ਰੂੜੀ ਜਾਂ ਖਾਦ

fervency **/'ਫ਼ਅ:ਵ੍(ਅ)ਨਸਿ/** *n* ਵੇਖੋ **fervour**

fervent **/'ਫ਼ਅ:ਵ੍ਅਨਟ/** *a* ਪ੍ਰਚੰਡ, ਜੁਸ਼ੀਲਾ, ਗਰਮਾ-ਗਰਮ, ਭਖਦਾ, ਤੱਤਾ; ਵਲਵਲੇ ਭਰਿਆ, ਹਾਰਦਿਕ

fervid **/'ਫ਼ਅ:ਵ੍ਡਿ/** *a* ਉਤਸੁਕ, ਪ੍ਰਚੰਡ, ਮਘਦਾ

fervidness **/'ਫ਼ਅ:ਵ੍ਡਿਨਅਸ/** *n* ਉਤਸੁਕਤਾ, ਪ੍ਰਚੰਡਤਾ; ਉਤਕੰਠਾ

fervour **/'ਫ਼ਅ:ਵ੍ਅ*/** *n* ਤੀਬਰਤਾ, ਪ੍ਰਚੰਡਤਾ, ਉਤਸ਼ਾਹ, ਜੋਸ਼; ਗਰਮੀ, ਤਪਸ਼, ਤਾਅ, ਹਾਰਦਿਕਤਾ

fescue **/'ਫ਼ੈਸਕਯੂ/** *n* ਸੋਟੀ ਜਿਸ ਨਾਲ ਅਧਿਆਪਕ ਅੱਖਰਾਂ ਜਾਂ ਨਕਸ਼ੇ ਵੱਲ ਸੰਕੇਤ ਕਰਦਾ ਹੈ, ਸੰਕੇਤ ਸੋਟੀ; ਇੱਕ ਘਾਹ ਬੂਟੀ

fesse **/ਫ਼ੈੱਸ/** *n* ਬੈਜ ਵਿਚਕਾਰ ਖਿੱਚੀਆਂ ਦੋ ਧਾਰੀਆਂ

festal **/'ਫ਼ੈੱਸਟਲ/** *a* ਉਤਸਵ ਦਾ, ਪੁਰਬ ਵਾਲਾ ਤਿਉਹਾਰ ਦਾ; ਖ਼ੁਸ਼ੀਆਂ ਭਰਿਆ; ਖ਼ੁਸ਼, ਪ੍ਰਸੰਨ

fester **/'ਫ਼ੈੱਸਟਅ*/** *v* ਫੋੜੇ ਦਾ ਪੱਕ ਜਾਣਾ; ਗਲ ਜਾਣਾ, ਸੜ ਜਾਣਾ, ਪਾਕ ਪੈ ਜਾਣਾ; ਚੀਸ ਪੈਣਾ, ਬਹੁਤ ਪੀੜ ਹੋਣਾ *n* ਪੀਕ, ਮਵਾਦ, ਸੜ੍ਹਾਂਦ, ਸੋਜ

festival **/'ਫ਼ੈੱਸਟਿਵ੍ਲ/** *n* ਉਤਸਵ, ਪੁਰਬ, ਤਿਉਹਾਰ, ਜਸ਼ਨ, ਨਾਚ ਗਾਣੇ ਦੀ ਮਹਿਫਲ *a* ਉਤਸਵ ਦਾ, ਤਿਉਹਾਰ ਦਾ ਜਾਂ ਤਿਉਹਾਰ ਵਾਲਾ

festive **/'ਫ਼ੈੱਸਟਿਵ੍/** *a* ਉਤਸਵ ਦਾ, ਤਿਉਹਾਰ ਦਾ, ਰੰਗੀਨ, ਪ੍ਰਸੰਨ, ਖ਼ੁਸ਼ੀ ਵਾਲਾ, ਅਨੰਦਦਾਇਕ; ਜ਼ਿੰਦਾਦਿਲ, ਵਿਨੋਦੀ; ਖਾਣ-ਪੀਣ ਜਾਂ ਨਾਚ-ਗਾਣੇ ਦਾ ਸ਼ੁਕੀਨ

festivity /ਫ਼ੈੱ'ਸਟਿਵ੍ਅਟਿ/ *n* ਰੌਣਕ, ਸਜ-ਧਜ, ਰੰਗ-ਰਲੀਆਂ; ਉਤਸਵ, ਪੁਰਬ, ਤਿਉਹਾਰ; ਖ਼ੁਸ਼ੀਆਂ, ਮੌਜ-ਮੇਲਾ, ਰਾਗ-ਰੰਗ, ਜਸ਼ਨ, ਹਾਸਾ-ਖੇਡ

festoon /ਫ਼ੈੱ'ਸਟੂਨ/ *n* ਹਾਰ, ਸਜਾਵਟ ਲਈ ਲਾਈਆਂ ਝੰਡੀਆਂ; ਇਮਾਰਤ ਵਿੱਚ ਉੱਕਰੀਆਂ ਵੇਲ ਪੱਤੀਆਂ; ਹਾਰਾਂ ਝੰਡੀਆਂ ਆਦਿ ਨਾਲ ਸਜਾਉਣਾ, ਹਾਰ ਪਾਉਣਾ ਜਾਂ ਚੜ੍ਹਾਉਣਾ; ਹਾਰ ਜਾਂ ਝੰਡੀਆਂ ਲਾਉਣਾ; ਗਜਰੇ ਜਾਂ ਸਿਹਰੇ ਪਹਿਨਾਉਣਾ

festoonery /ਫ਼ੈੱ'ਸਟੂਨਅਰਿ/ *n* ਮਾਲਾ ਜਾਂ ਹਾਰ ਦੀ ਬਣੀ ਹੋਈ ਸਜਾਵਟ, ਬੰਦਨਵਾਰ

Festschrift /'ਫ਼ੈੱਸਟਸ਼ਰਿਫ਼ਟ/ *n* ਅਭਿਨੰਦਨ ਗ੍ਰੰਥ, ਕਿਸੇ ਵਿਦਵਾਨ ਦੇ ਸਤਿਕਾਰ ਵਿੱਚ ਛਾਪਿਆ ਗਿਆ ਲੇਖਾਂ ਦਾ ਸਮੂਹ

fetch /ਫ਼ੈੱਚ/ *v* ਲਿਆਉਣਾ, ਚੁੱਕਣਾ; ਕੱਢਣਾ (ਹੰਝੂ, ਲਹੂ ਆਦਿ); ਭਰਨਾ (ਹੌਕਾ); ਮੁੱਲ ਪਾਉਣਾ, ਮੁੱਲ ਮਿਲਣਾ, ਕੁਝ ਪ੍ਰਾਪਤ ਹੋਣਾ; ਖ਼ੁਸ਼ ਕਰਨਾ, ਪ੍ਰਭਾਵਿਤ ਕਰਨਾ; ਮਾਰਨਾ (ਚਪੇੜ ਆਦਿ) *n* ਧੋਖਾ, ਕਪਟ, ਫ਼ਰੇਬ, ਹੱਥ-ਫੇਰੀ, ਹੱਥ ਦੀ ਚਲਾਕੀ, ਚਾਲ; ਉਪਾਅ, ਕੋਸ਼ਸ਼ **far fetched** ਧੂਹ ਘਸੀਟ ਕੇ ਬਣਾਇਆ, ਅਢੁੱਕਵਾਂ, ਅਸੁਭਾਵਿਕ **fetch a sigh** *v* ਦੁੱਖ ਭਰਿਆ ਸਾਹ ਲੈਣਾ, ਆਹ ਭਰਨਾ

fetch up *v* ਠਹਿਰ ਜਾਣਾ, ਰੁਕ ਜਾਣਾ

fete /ਫ਼ੇਇਟ/ *n* ਉਤਸਵ; ਮੇਲਾ *v* ਤਿਉਹਾਰ ਜਾਂ ਉਤਸਵ ਮਨਾਉਣਾ, ਮੌਜ ਮੇਲਾ ਕਰਨਾ; ਮੇਲਾ ਲਾਉਣਾ

fetich(e) /'ਫ਼ੈੱਟਿਸ਼/ *a* ਵੇਖੋ **fetid**

fetid /'ਫ਼ੈੱਟਿਡ/ *a* ਬਦਬੋਦਾਰ, ਦੁਰਗੰਧ ਵਾਲਾ, ਗੰਦਾ, ਸੜ੍ਹਾਂਦ ਵਾਲਾ, ਪੀਕਦਾਰ

fetish /'ਫ਼ੈੱਟਿਸ਼/ *n* ਬੇਜਾਨ ਵਸਤੂ ਜਿਸ ਦੀ ਵਹਿਸ਼ੀ ਲੋਕ ਪੂਜਾ ਕਰਦੇ ਹਨ; ਅਜਿਹੀ ਪੂਜਾ ਵਿੱਚ ਅੰਧਵਿਸ਼ਵਾਸ ਦਾ ਸਿਧਾਂਤ, ਅੰਧਵਿਸ਼ਵਾਸ, ਜਾਦੂ-ਟੂਣਾ

fetlock /'ਫ਼ੈੱਟਲੌਕ/ *n* ਘੋੜੇ ਦਾ ਗਿੱਟਾ

fetter /'ਫ਼ੈੱਟਅ*/ *n* ਬੇੜੀ (ਕੈਦੀਆਂ, ਅਪਰਾਧੀਆਂ ਦੇ ਪੈਰਾਂ ਵਿੱਚ ਪਾਉਣ ਵਾਲੀ) ਪੈਂਖੜ, ਰੋਕ, ਰੁਕਾਵਟ; ਬੰਧਨ, ਨਿਰੋਧ, ਨਿਯੰਤਰਨ; ਗਰਿਫ਼ਤਾਰੀ, ਕੈਦ *vt* ਬੇੜੀ ਪਾਉਣਾ, ਰੋਕ ਲਾਉਣਾ, ਬੰਧਨ ਲਾਉਣਾ, ਬੰਨ੍ਹ ਦੇਣਾ

feud[1] /ਫ਼ਯੂਡ/ *n* ਖ਼ਾਨਦਾਨੀ ਵੈਰ, ਜੱਦੀ ਦੁਸ਼ਮਣੀ, ਦੰਗਾ, ਕਲ੍ਹਾ, ਲੜਾਈ, ਦੁਸ਼ਮਣੀ;

feud[2] *n* ਜਗੀਰ

feudal /'ਫ਼ਯੂਡਲ/ *a* ਜਗੀਰੀ, ਬਿਸਵੇਦਾਰੀ ਢੰਗ ਦਾ, ਸਾਮੰਤਵਾਦੀ, ਸਾਮੰਤੀ, ਭੂਪਵਾਦੀ

feudalism /'ਫ਼ਯੂਡਅਲਿਜ਼ਅਮ/ *n* ਜਗੀਰਦਾਰੀ, ਬਿਸਵੇਦਾਰੀ, ਸਾਮੰਤਵਾਦ, ਭੂਪਵਾਦ, ਰਜਵਾੜਾਸ਼ਾਹੀ

feudalist /,ਫ਼ਯੂਡਅਲਿਸਟ/ *n* ਜਗੀਰਦਾਰ, ਭੂਪਵਾਦੀ, ਸਾਮੰਤਵਾਦੀ

feudality /ਫ਼ਯੂ'ਡੈਲਅਟਿ/ *n* ਜਗੀਰਦਾਰੀ, ਜਗੀਰਦਾਰੀ ਸਿਧਾਂਤ, ਜਗੀਰਦਾਰੀ ਪ੍ਰਥਾ

feudalize /'ਫ਼ਯੂਡ(ਅ)ਲਾਇਜ਼/ *vt* ਜਗੀਰਦਾਰੀ ਪ੍ਰਬੰਧ ਹੇਠ ਲਿਆਉਣਾ, ਸਾਮੰਤਵਾਦ ਚਲਾਉਣਾ

feutre /'ਫ਼ਯੂਟਅ*/ *vt* ਵੇਖੋ **fewter**

fever /'ਫ਼ੀਵ੍ਅ*/ *n* ਤਾਪ, ਬੁਖ਼ਾਰ, ਕਸ; ਜੋਸ਼, ਉਤੇਜਨਾ; ਅਸ਼ਾਂਤੀ vt ਤਾਪ ਚੜ੍ਹਾਉਣਾ, ਤਾਪ ਚੜ੍ਹੇ ਵਰਗੀ ਹਾਲਤ ਕਰ ਦੇਣਾ

feverfew /'ਫ਼ੀਵ੍ਅਫ਼ਯੂ/ *n* ਇੱਕ ਪ੍ਰਕਾਰ ਦੀ ਜੜੀ-ਬੂਟੀ

feverish /'ਫ਼ੀਵ੍ਅਰਿਸ਼/ *a* ਸਰਗਰਮ; ਤਾਪ ਚੜ੍ਹੇ ਵਾਲਾ, ਭਖਦਾ (ਪਿੰਡਾ); ਤਾਪ ਦਾ ਜਾਂ ਤਾਪ ਵਾਲਾ; ਬੁਖ਼ਾਰ ਦਾ; ਬੇਚੈਨ

feverous /'ਫ਼ੀਵ੍(ਅ)ਰਅਸ/ *a* ਤਾਪ ਪੀੜਿਤ, ਜਵਰਗ੍ਰਸਤ; ਬੇਹਬਲ, ਅਸ਼ਾਂਤ, ਵਿਆਕੁਲ

few /ਫ਼ਯੂ/ *a* ਕੁਝ, ਥੋੜ੍ਹੇ ਜਿਹੇ, ਥੋੜ੍ਹੀ ਸੰਖਿਆ ਵਿੱਚ, ਘੱਟ ਗਿਣਤੀ; ਕੋਈ-ਕੋਈ, ਟਾਵਾਂ-ਟਾਂਵਾਂ, ਵਿਰਲਾ, ਇੱਕ ਅੱਧਾ **a good few** ਚੋਖੇ, ਕਾਫ਼ੀ **the few** ਕੁਝ ਥੋੜ੍ਹੀ ਗਿਣਤੀ ਦੇ, ਚੋਣਵੇਂ

fewness /ਫ਼ਯੂਨਅਸ/ *n* ਘਾਟ, ਅਲਪਤਾ

fewter /'ਫ਼ਯੂਟਅ*/ *vt* ਅਰਾਮ ਕਰਨਾ, ਸਾਹ ਲੈਣਾ

fey /ਫ਼ੇਇ/ *a* ਵਿਆਕੁਲ, ਅਸ਼ਾਂਤ; ਮਰਨ ਕਿਨਾਰੇ, ਘੜੀ ਪਲ ਦਾ ਪਰਾਹੁਣਾ

fez /ਫ਼ੈੱਜ਼/ *n* ਤੁਰਕੀ ਟੋਪੀ, ਫੇਜ਼

fiance /ਫ਼ਿ'ਔਨਸੇਇ/ *(F) n* ਮੰਗੇਤਰ (ਮੁੰਡਾ)

fiancee /ਫ਼ਿ'ਔਨਸੇਇ, -'ਆਨਸੇਇ/ *(F) n* ਮੰਗੇਤਰ (ਕੁੜੀ), ਮੰਗ

fiasco /ਫ਼ਿ'ਐਸਕਅਉ/ *n* ਅਸਫਲਤਾ, ਨਾਕਾਮੀ, ਬਹੁਤ ਬੁਰੀ ਵਿਫਲਤਾ

fiat /'ਫ਼ੀਐਟ, 'ਫ਼ਾਇਐਟ/ *n* ਹੁਕਮ, ਫ਼ਰਮਾਨ, ਆਗਿਆ, ਔਦੇਸ਼ *vt* ਅਧਿਕਾਰ ਦੇਣਾ, ਮੁਖ਼ਤਿਆਰ ਬਣਾਉਣਾ

fib¹ /ਫ਼ਿਬ/ *n* ਝੂਠ, ਗੱਪ, ਗਪੌੜ, ਯੱਕੜ, ਅਜਿਹਾ ਝੂਠ ਜਿਸ ਤੋਂ ਲਾਭ ਹਾਨੀ ਨਾ ਹੋਵੇ vt ਗੱਪ ਮਾਰਨਾ, ਝੂਠ ਬੋਲਣਾ

fib² *n* (ਬਾਕਸਿੰਗ ਜਾਂ ਮੁੱਕਾਬਾਜ਼ੀ ਵਿੱਚ) ਮੁੱਕਾ, ਘਸੁੰਨ ਸੱਟ *vt* ਘਸੁੰਨ ਮਾਰਨਾ, ਸੱਟ ਮਾਰਨਾ

fibber /'ਫ਼ਿਬਅ*/ *n* ਮਨੁੱਖ ਜਿਸ ਨੂੰ ਝੂਠ ਬੋਲਣ ਦੀ ਆਦਤ ਹੋਵੇ

fibre /'ਫ਼ਾਇਬਅ*/ *n* ਰੇਸ਼ਾ, ਸੂਤ, ਤੰਦ; ਰੇਸ਼ੇਦਾਰ ਵਸਤੂ; ਰੇਸ਼ੇਦਾਰ ਬਣਤਰ; ਬਣਤਰ; ਢੰਗ, ਢਾਂਚਾ, ਸ਼ਕਲ; ਸੁਭਾਅ, ਤਬੀਅਤ, ਪ੍ਰਕਿਰਤੀ

fibred /'ਫ਼ਾਇਬਅਡ/ *a* ਰੇਸ਼ੇਦਾਰ, ਤੰਦਾਂ ਵਾਲਾ, ਤਾਰਦਾਰ

fibreglass /'ਫ਼ਾਇਬਅਗਲਾਸ/ *n* (ਕਿਸ਼ਤੀਆਂ ਵਗੈਰਾ ਬਣਾਉਣ ਲਈ) ਪਲਾਸਟਿਕ ਅਤੇ ਰੇਸ਼ੇਦਾਰ ਪਦਾਰਥ

fibril /'ਫ਼ਾਇਬਰਿਲ/ *n* ਬਰੀਕ ਰੇਸ਼ਾ, ਪਤਲੀ ਤੰਦ

fibrous /'ਫ਼ਾਇਬਰਅਸ/ *a* ਰੇਸ਼ੇਦਾਰ; ਪੱਕਾ, ਮਜ਼ਬੂਤ

fibula /'ਫ਼ਿਬਯਅਲਅ/ *n* ਗੋਡੇ ਤੋਂ ਅੱਡੀ ਤੱਕ ਦੀਆਂ ਦੋਹਾਂ ਹੱਡੀਆਂ ਵਿੱਚੋਂ ਬਾਹਰਲੀ ਹੱਡੀ

fichu /'ਫ਼ੀਸ਼ੂ/ *n* ਮੋਢੇ ਅਤੇ ਛਾਤੀ ਢਕਣ ਲਈ ਚਾਦਰ ਜਾਂ ਸ਼ਾਲ

fickle /'ਫ਼ਿਕਲ/ *a* ਚੰਚਲ, ਅਸਥਿਰ, ਚਪਲ, ਡੋਲਵਾਂ, ਘੜੀ-ਮੁੜੀ ਬਦਲਨ ਵਾਲਾ, ਅਟਿਕਵਾਂ, ਪਰਿਵਰਤਨਸ਼ੀਲ,

fickle-minded *n* ਚੰਚਲ ਅਤੇ ਅਸਥਿਰ ਮਨ ਵਾਲਾ ਵਿਅਕਤੀ

fickleness /'ਫ਼ਿਕਲਨਅਸ/ *n* ਚੰਚਲਤਾ, ਅਸਥਿਰਤਾ

fiction /'ਫ਼ਿਕਸ਼ਨ/ *n* ਗਲਪ, ਨਾਵਲ ਕਹਾਣੀ ਆਦਿ ਕਥਾ ਸਾਹਿਤ; ਕਲਪਿਤ ਕਥਾ, ਝੂਠਾ ਕਿੱਸਾ, ਬਣਾਉਟੀ ਗੱਲ, ਮਨਘੜਤ ਬਿਰਤਾਂਤ; ਕਲਪਨਾ, ਗੱਪ, ਅਸੱਤ

fictional /'ਫ਼ਿਕਸ਼ਅਨਲ/ *a* ਗਲਪਮਈ, ਕਲਪਿਤ, ਕਹਾਣੀ ਜਾਂ ਨਾਵਲ ਸੰਬੰਧੀ, ਕਿੱਸੇ-ਕਹਾਣੀ ਦਾ

fictionist /'ਫ਼ਿਕਸ਼(ਅ)ਨਿਸਟ/ *n* ਗਲਪਕਾਰ, ਕਥਾਕਾਰ, ਉਪਨਿਆਸ ਨਾਵਲ ਜਾਂ ਕਾਲਪਨਿਕ ਕਹਾਣੀਆਂ ਦਾ ਲੇਖਕ

fictitious /ਫ਼ਿਕ'ਟਿਸ਼ਅਸ/ *a* ਬਣਾਉਟੀ, ਨਕਲੀ; ਖੋਟਾ, ਜਾਲ੍ਹੀ, ਕਾਲਪਨਿਕ, ਝੂਠਾ; (ਨਾਮ ਜਾਂ ਪੱਤਰ) ਫ਼ਰਜ਼ੀ, ਕਲਪਿਤ, ਅਵਾਸਤਵਿਕ, ਖ਼ਿਆਲੀ

fictor /'ਫ਼ਿਕਟਅ*/ *n* ਮਿੱਟੀ ਦੇ ਖਿਡੌਣੇ ਜਾਂ ਸੰਚੇ ਬਣਾਉਣ ਵਾਲਾ

fid /ਫ਼ਿਡ/ *n* (ਕਿਸ਼ਤੀਆਂ ਬੰਨ੍ਹਣ ਲਈ) ਲੱਕੜੀ ਜਾਂ ਲੋਹੇ ਦਾ ਕੁੰਡਾ ਜਾਂ ਕੜਾ, ਕਿੱਲੀ, ਫਾਨਾ

fiddle /'ਫ਼ਿਡਲ/ *n* ਸਾਰੰਗੀ, ਚੁਤਾਰਾ, ਚਿੰਕਾਰਾ *v* ਸਾਰੰਗੀ ਵਜਾਉਣਾ; (ਸਮਾਂ ਜਾਂ ਸ਼ਕਤੀ) ਫ਼ਜ਼ੂਲ ਕੰਮਾਂ ਉੱਤੇ ਨਸ਼ਟ ਕਰਨਾ; ਠੱਗੀ, ਛੱਲ **a face like a fiddle** ਰੁੱਸਿਆ, ਗੁੱਸੇ ਵਿੱਚ ਸੁੱਜ ਕੇ ਭੜੋਲਾ ਹੋਇਆ **as fit as a fiddle** ਰਾਜ਼ੀ ਖ਼ੁਸ਼ੀ, ਬਿਲਕੁਲ ਤੰਦਰੁਸਤ **play first or second fiddle** ਕਿਸੇ ਦੇ ਇਸ਼ਾਰੇ ਉੱਤੇ ਚੱਲਣਾ, ਕਿਸੇ ਦੇ ਅਧੀਨ ਹੋ ਕੇ ਕੰਮ ਕਰਨਾ, ਗੌਣ ਹੋਣਾ

fiddle-bow /'ਫ਼ਿਡਲਬਅਓ/ *n* ਸਾਰੰਗੀ ਦਾ ਗਜ਼, ਸਰੰਦਾ

fiddlededee /ਫ਼ਿਡਲਡਿ'ਡੀ/ *int* ਹੱਤ, ਹੋਖਾਂ; ਬਕਵਾਸ, ਫ਼ਜ਼ੂਲ ਗੱਲ, ਊਟ-ਪਟਾਂਗ

fiddle-money *n* ਛੋਟੇ ਸਿੱਕੇ, ਭਾਨ

fiddlestick /'ਫ਼ਿਡਲਸਟਿਕ/ *n* ਸਾਰੰਗੀ ਆਦਿ ਦਾ ਗਜ਼; ਯੱਕੜ

fiddling /'ਫ਼ਿਡਲਿਙ/ *a* ਤੁੱਛ, ਨਿਗੂਣਾ, ਹੋਛਾ, ਘਟੀਆ

fidelity /ਫ਼ਿ'ਡੈਲੱਅਟਿ/ *n* ਵਫ਼ਾਦਾਰੀ, ਨਿਸ਼ਠਾ; (ਸੱਚ ਜਾਂ ਨਿਆਂ ਸੰਬੰਧੀ ਸਿਧਾਂਤ ਵਿੱਚ) ਦ੍ਰਿੜ੍ਹਤਾ; ਸਥਿਰ ਵਿਸ਼ਵਾਸ, ਪੱਕੀ ਸ਼ਰਧਾ; (ਰਿਪੋਰਟ, ਕਿੱਸੇ ਆਦਿ ਦੀ) ਸਚਾਈ, ਵਾਸਤਵਿਕਤਾ

fidget /'ਫ਼ਿਜਿਟ/ *n* ਅੱਚਵੀਂ, ਬੇਚੈਨੀ, ਅਸ਼ਾਂਤੀ; ਅੱਥਰਾ ਆਦਮੀ; ਕੱਪੜੇ ਆਦਿ ਦੀ ਸਰਸਰਾਹਟ, ਅੱਥਰਾਪਣ; ਚੁਲਬੁਲਾਪਣ *v* ਬੇਚੈਨ ਕਰਨਾ, ਘਬਰਾ ਦੇਣਾ; ਅੱਚਵੀ ਹੋਣਾ, ਬੇਚੈਨੀ ਵਿੱਚ ਇੱਧਰ-ਉੱਧਰ ਘੁੰਮਣਾ, ਪਰੇਸ਼ਾਨੀ ਵਿੱਚ ਡੋਲਦੇ ਰਹਿਣਾ

fidgety /'ਫ਼ਿਜਿਟਿ/ *a* ਅਚਵੀ ਵਾਲਾ, ਬੇਚੈਨ, ਅਸ਼ਾਂਤ

fiducial /ਫ਼ਿ'ਡਯੂਸ਼ਿਅਲ/ *a* ਵਿਸ਼ਵਾਸ ਜ਼ਾਹਰ ਕਰਦੇ ਹੋਏ, ਨਿਸ਼ਚਿਤ, ਨਿਰਧਾਰਿਤ, ਵਿਸ਼ਵਾਸਯੋਗ

fiduciary /ਫ਼ਿ'ਡਯੂਸ਼ਅਰਿ/ *a* ਲੋਕ ਰਾਏ ਉੱਤੇ ਆਧਾਰਿਤ, ਜੋ ਕਿਸੇ ਉੱਤੇ ਵਿਸ਼ਵਾਸ ਰੱਖਦਾ ਹੋਵੇ; ਲੋਕ ਰਾਏ ਅਨੁਸਾਰ; ਵਿਸ਼ਵਾਸ ਆਸ਼ਰਿਤ *n* ਨਿਆਸੀ; ਨਿਆਸਧਾਰੀ, ਅਮਾਨਤੀ

fie /ਫ਼ਾਇ/ *int* ਫਿੱਟੇ ਮੂੰਹ, ਲੱਖ ਲਾਹਨਤ, ਧਿੱਕਾਰ

fief /ਫ਼ੀਫ਼/ *n* ਜਗੀਰ

fie upon *v* ਕਿਸੇ ਗੱਲ ਲਈ ਨਰਾਜ਼ਗੀ ਜਾਂ ਘਿਰਨਾ ਪ੍ਰਗਟ ਕਰਨਾ

field /ਫ਼ੀਲਡ/ *n* ਖੇਤ, ਪੈਲੀ, ਚਰਾਗਾਹ; ਭੋਂ, ਜ਼ਮੀਨ; ਰਣ-ਭੂਮੀ, ਯੁੱਧ-ਖੇਤਰ, ਜੰਗ ਦਾ ਮੈਦਾਨ; ਖਾਣਾਂ ਵਾਲਾ ਇਲਾਕਾ; ਖੇਡਾਂ ਦੇ ਮੈਦਾਨ; ਕ੍ਰਿਕਟ ਦੀ ਖੇਡ ਵਿੱਚ ਬਾਊਲਿੰਗ ਕਰਨ ਵਾਲੀ ਟੀਮ, ਇਸ ਟੀਮ ਦਾ ਕੋਈ ਖਿਡਾਰੀ; ਪ੍ਰਯੋਗ ਖੇਤਰ; ਕਾਰਜ ਖੇਤਰ ;ਧਰਤੀ ਦਾ ਤਲ; ਸਿੱਕੇ ਜਾਂ ਤਸਵੀਰ ਆਦਿ ਦਾ ਤਲ *v* (ਖੇਡ ਵਿੱਚ) ਟੀਮ ਸ਼ਾਮਲ ਕਰਨਾ; (ਕ੍ਰਿਕਟ ਵਿੱਚ) ਫੀਲਡਿੰਗ ਕਰਨਾ; ਫੁਟਬਾਲ ਗਰਾਊਂਡ ਵਿੱਚ ਰੱਖਣਾ; ਗੇਂਦ ਰੋਕਣਾ ਅਤੇ ਮੋੜਨਾ; (ਦੌੜਾਂ ਆਦਿ ਵਿੱਚ) ਖਿਡਾਰੀ ਜਾਂ ਖਿਡਾਰੀਆਂ ਨੂੰ ਹਲਾਸ਼ੇਰੀ ਦੇਣਾ, ਉਤਸ਼ਾਹ ਵਧਾਉਣਾ; ਕਾਰਜ ਕਰਨਾ **hold the field** ਡਟੇ ਰਹਿਣਾ, ਪੈਰ ਪਿੱਛੇ ਨਾ ਕਰਨਾ **keep the field** ਅੰਦੋਲਨ ਜਾਰੀ ਰੱਖਣਾ, ਆਪਣੀ ਗੱਲ ਪੱਕੀ ਕਰਨਾ **take the field** ਮੈਦਾਨ ਵਿੱਚ ਨਿੱਤਰਨਾ, ਲੜਾਈ ਸ਼ੁਰੂ ਕਰਨਾ

field-allowance *n* ਫ਼ੌਜੀਆਂ ਨੂੰ ਲੜਾਈ ਸਮੇਂ ਦਾ ਜੰਗੀ-ਭੱਤਾ

field-bed *n* ਕੈਂਪ ਜਾਂ ਡੇਰੇ ਦੇ ਮੰਜੇ, ਖੁੱਲ੍ਹੇ ਮੈਦਾਨ ਵਿੱਚ ਸੌਣ ਲਈ ਮੰਜਾ

fieldcraft /'ਫ਼ੀਲਡਕਰਾਫ਼ਟ/ *n* ਘਰਾਂ ਤੋਂ ਦੂਰ ਕੀਤੀ ਜਾਣ ਵਾਲੀ ਦਸਤਕਾਰੀ ਜਾਂ ਹੁਨਰਮੰਦੀ, ਕਲਾਕਾਰੀ

fielder /'ਫ਼ੀਲਡਅ*/ *n* (ਕ੍ਰਿਕਟ ਦੀ ਖੇਡ ਵਿੱਚ) ਉੱਡੀ ਆਉਂਦੀ ਗੇਂਦ ਨੂੰ ਪਕੜਨ ਵਾਲਾ ਖਿਡਾਰੀ

field-glass *n* ਵੱਡੀ ਅਤੇ ਵਧੇਰੀ ਸ਼ਕਤੀ ਵਾਲੀ ਦੂਰਬੀਨ

field goal /'ਫ਼ੀਲਡ ਗਅਉਲ/ *n* ਗੋਲ ਦੇ ਉਪਰਲੇ ਪਾਸੇ ਮਾਰੀ ਗਈ ਗੇਂਦ

field hand *n* ਖੇਤ-ਮਜ਼ਦੂਰ ਜਾਂ ਕਾਮਾ

field marshal *n* ਫ਼ੌਜ ਦਾ ਵੱਡਾ ਅਫ਼ਸਰ, ਫ਼ੌਜ ਦਾ ਸਰਵਉੱਚ ਅਧਿਕਾਰੀ

field officer *n* ਸੈਨਾ ਦਾ ਅਧਿਕਾਰੀ ਜਿਹੜਾ ਕਪਤਾਨ ਤੋਂ ਵੱਡਾ ਅਤੇ ਜਰਨੈਲ ਤੋਂ ਛੋਟਾ ਹੁੰਦਾ ਹੈ

fieldwork /'ਫ਼ੀਲਡਵਅ:ਕ/ *n* ਖੇਡਾਂ ਦੇ ਸਰਵੇ, ਲੈਬਾਰਟਰੀ ਤੋਂ ਬਾਹਰ ਖੇਡਾਂ ਦੀ ਵਿਗਿਆਨਿਕ ਜਾਂਚ; ਖੇਤਰ ਕਾਰਜ

fiend /ਫ਼ੀਨਡ/ *n* ਭੂਤਨਾ, ਪ੍ਰੇਤ; ਸ਼ੈਤਾਨ, ਦੁਸ਼ਟ, ਚੰਡਾਲ, ਉਪੱਦਰੀ; ਅੱਤਿਆਚਾਰੀ ਮਨੁੱਖ,

ਬਦਮਾਸ਼; (ਕਿਸੇ ਵਸਤੂ ਜਾਂ ਆਦਤ ਦਾ) ਅਨੁਰਾਗੀ

fiendish /'**ਫ਼ੀਨਡਿਸ਼**/ *a* ਭੂਤਨਿਆਂ ਵਾਲਾ ਜਾਂ ਭੂਤਾਂ ਜਿਹਾ, ਸ਼ੈਤਾਨੀ ਭਰਿਆ, ਜ਼ਾਲਮਾਨਾ, ਕਰੂਰ, ਅੱਤਿਆਚਾਰੀ

fierce /**ਫ਼ਿਅਸ**/ *a* ਤੀਬਰ, ਤੁੰਦ, ਪ੍ਰਚੰਡ; ਘੋਰ, ਉਗਰ, ਭਿਆਨਕ, ਕਰੂਰ; ਜੁਸ਼ੀਲਾ, ਉਤਸ਼ਾਹ ਭਰਿਆ, ਜ਼ੋਰ ਵਿੱਚ; ਨਿਰਦਈ, ਬੇਰਹਿਮ

fiery /'**ਫ਼ਾਇਅਰਿ**/ *a* ਅਗਨਮਈ, ਦਗਦਾ, ਭਖਦਾ; ਜੁਸ਼ੀਲਾ, ਉਤਸ਼ਾਹੀ; ਲੜਾਕਾ, ਕ੍ਰੋਧੀ; ਭੜਕਦਾ, ਤਪਦਾ, ਭੜਕਾਊ, ਉਤੇਜਿਤ ਕਰਨ ਵਾਲਾ; (ਅੱਖਾਂ) ਖ਼ੂਨੀ, ਲਾਲ; (ਸ਼ਰਾਬ ਆਦਿ) ਤਿੱਖੀ; (ਗੈਸ ਆਦਿ) ਭੜਕ ਉੱਠਣ ਵਾਲੀ, ਛੇਤੀ ਅੱਗ ਫੜਨ ਵਾਲੀ; (ਕ੍ਰਿਕਟ ਵਿੱਚ ਅਜਿਹੀ ਭੋਂ) ਜਿਸ ਉੱਤੇ ਵੱਜ ਕੇ ਗੇਂਦ ਜ਼ੋਰ ਨਲ ਬੁੜ੍ਹਕੇ, ਧੂੰਆਂਧਾਰ (ਭਾਸ਼ਣ)

fieryhot *a* ਕਾਮੁਕਤਾ ਭਰਪੂਰ, ਵਾਸ਼ਨਾਯੁਕਤ

fiesta /**ਫ਼ਿ'ਐੱਸਟਅ**/ *n* ਮੇਲਾ

FIFA /'**ਫ਼ੀਫ਼ਅ**/ *abbr* **Fedration Internationale de Football Association** ਦਾ ਸੰਖਿਪਤ ਰੂਪ, ਇੱਕ ਫ਼ੁੱਟਬਾਲ ਸਭਾ ਦਾ ਨਾਮ

fife /**ਫ਼ਾਇਫ਼**/ *n* ਮੂੰਹ ਨਾਲ ਵਜਾਉਣ ਵਾਲੀ ਫ਼ੌਜੀ ਬੈਂਡ ਦੀ ਤੂਤੀ *v* ਬੀਨ ਜਾਂ ਬੰਸਰੀ ਵਜਾਉਣਾ

fifer /'**ਫ਼ਾਇਫ਼ਅ***/ *n* ਬੰਸਰੀ ਵਜਾਉਣ ਵਾਲਾ

fifteen /ˌ**ਫ਼ਿਫ਼'ਟੀਨ**/ *a* ਪੰਦਰਾਂ *n* ਪੰਦਰਾਂ ਖਿਡਾਰੀਆਂ ਦੀ ਟੀਮ ਜਾਂ ਪੰਦਰਾਂ ਜੱਜਾਂ ਦੀ ਕਚਹਿਰੀ

fifteenth /ˌ**ਫ਼ਿਫ਼'ਟੀਨਥ**/ *a* ਪੰਦਰ੍ਹਵਾਂ

fifth /**ਫ਼ਿਫ਼ਥ**/ *a* ਪੰਜਵਾਂ *n* ਪੰਜ ਤਾਰੀਖ਼, ਪੰਜਵੀਂ ਥਿੱਤ; ਪੰਜਵੀਂ ਸੁਰ (ਰਾਗ ਵਿੱਚ); ਘਟੀਆ ਚੀਜ਼, ਰੱਦੀ ਵਸਤੂ

fifth column /ˌ**ਫ਼ਿਫ਼ਥ 'ਕੌਲਅਮ**/ *n* ਦੇਸ਼-ਧ੍ਰੋਹੀ ਸੰਸਥਾ, ਘਰ ਦਾ ਭੇਤੀ, ਦੇਸ਼-ਧ੍ਰੋਹੀ

fifth columnist *a* ਦੇਸ਼-ਧ੍ਰੋਹੀ, ਗੱਦਾਰ

fifth-wheel *n* ਫ਼ਾਲਤੂ ਪਹੀਆ; ਵਾਧੂ ਵਸਤੂ, ਫ਼ਾਲਤੂ ਚੀਜ਼

fifties /'**ਫ਼ਿਫ਼ਟਿਜ਼**/ *n* (ਬਹੁ) ਪੰਜਾਹ ਤੋਂ ਉਣਾਹਠ ਤੱਕ, ਪੰਜਵਾਂ ਦਹਾਕਾ

fiftieth /'**ਫ਼ਿਫ਼ਟਿਅਥ**/ *a* ਪੰਜਾਹਵਾਂ

fifty /'**ਫ਼ਿਫ਼ਟਿ**/ *a* ਪੰਜਾਹ (50) n ਪੰਜਾਹਾਂ ਦਾ ਸਮੂਹ

fiftyfold /'**ਫ਼ਿਫ਼ਟਿਫ਼ਅਉਲਡ**/ *a* ਪੰਜਾਹ ਗੁਣਾ

fiftyish /'**ਫ਼ਿਫ਼ਟਿਸ਼**/ *a* ਪੰਜਾਹ ਸਾਲ ਦੀ ਉਮਰ ਦਾ

fig[1] /**ਫ਼ਿਗ**/ *n* ਅੰਜੀਰ, ਅੰਜੀਰ ਦਾ ਫਲ ਜਾਂ ਰੁੱਖ, ਮਾਮੂਲੀ ਚੀਜ਼, ਤੁੱਛ ਵਸਤੂ **do not care a fig for** ਕੌਡੀ ਦੇ ਸਮਾਨ ਸਮਝਦਾ ਹਾਂ, ਤੁੱਛ ਸਮਝਦਾ ਹਾਂ **under one's vine and fig tree** ਆਪਣੇ ਘਰ ਵਿੱਚ ਸੁਰੱਖਿਅਤ, ਅਰਾਮ ਨਾਲ

fig[2] *n* ਹਾਲਤ, ਦਸ਼ਾ, ਅਵਸਥਾ, ਸਥਿਤੀ; ਪੁਸ਼ਾਕ, ਵਸਤਰ, ਲਿਬਾਸ, ਸਾਜ਼-ਸਮਾਨ, ਪੂਰਾ ਸਮਾਨ; ਠਾਠ-ਬਾਠ *vt* (ਘੋੜੇ ਉੱਤੇ) ਪੂਰਾ ਸਾਜ਼ ਲਾਉਣਾ; (ਮਨੁੱਖ ਨੂੰ) ਸਜਾਉਣਾ, ਸੰਵਾਰਨਾ **in good fig** ਪਹਿਰਾਵਾ, ਪੁਸ਼ਾਕ, ਠਾਠ-ਬਾਠ, ਪੂਰੀ ਸਜ-ਧਜ, ਪੂਰਾ ਸਾਜ਼-ਸਮਾਨ

fight /**ਫ਼ਾਇਟ**/ *v* ਲੜਨਾ, ਝਗੜਨਾ, ਯੁੱਧ ਕਰਨਾ, ਜੰਗ ਕਰਨਾ; ਟੱਕਰ ਲੈਣਾ, ਮੁਕਾਬਲਾ ਕਰਨਾ; ਮੁਕੱਦਮਾ ਲੜਨਾ; ਘੁਲਨਾ, ਕੁਸ਼ਤੀ ਲੜਨਾ; ਮੁੱਕੀਓ-ਮੁੱਕੀ ਹੋਣਾ, ਹਥੋਪਾਈ ਹੋਣਾ; ਕੁੱਤੇ ਜਾਂ ਕੁੱਕੜ ਲੜਾਉਣਾ, ਲੜਾਉਣਾ n ਲੜਾਈ, ਭੇੜ, ਮੁੱਠਭੇੜ, ਟੱਕਰ, ਕੁਸ਼ਤੀ, ਘੋਲ, ਮੁਕਾਬਲਾ; ਯੁੱਧ, ਜੰਗ; ਸੰਘਰਸ਼, ਜਤਨ; ਲਗਾਤਾਰ ਕੋਸ਼ਿਸ਼; ਲੜਨ ਦੀ ਸ਼ਕਤੀ ਜਾਂ ਹਿੰਮਤ; ਸਾਹਸ, ਹੌਸਲਾ **fightshy of** ਅੱਡ-ਅੱਡ ਰਹਿਣਾ, ਦੂਰ ਰਹਿਣਾ, ਲਾਂਭੇ ਰਹਿਣਾ, ਕਤਰਾਉਣਾ, ਝਿਜਕਣਾ **has fight in him** ਲੜਨ ਦੀ ਸ਼ਕਤੀ, ਸਾਹਸ ਜਾਂ ਚਾਹ **show fight** ਡਟ ਕੇ ਲੜਨਾ, ਹਿੱਕ ਥਾਪੜ ਕੇ ਲੜਨ ਲਈ ਅੱਗੇ ਆਉਣਾ, ਅਸਾਨੀ ਨਾਲ ਹਾਰ ਨਾ ਮੰਨਣਾ

fighter /'ਫ਼ਾਇਟਅ*/ *n* ਜੋਧਾ, ਲੜਾਕਾ, ਸੂਰਬੀਰ, ਘੁਲਾਟੀਆ

fighter-bomber *n* ਉੱਡਦੇ ਜਹਾਜ਼ਾਂ ਨੂੰ ਡੇਗਣ ਵਾਲਾ ਅਤੇ ਜ਼ਮੀਨ ਉੱਤੇ ਬੰਬ ਸੁੱਟਣ ਵਾਲਾ ਹਵਾਈ ਜਹਾਜ਼

fight out *v* ਲੜ-ਝਗੜ ਕੇ ਮਾਮਲਾ ਨਜਿੱਠਣਾ

fig leaf /'ਫ਼ਿਗ ਲੀਫ਼/ *n* ਗੁਪਤ ਅੰਗ ਢਕਣ ਲਈ ਕੱਜਣ; ਅਸਫ਼ਲ ਲੁਕਾਅ

figment /'ਫ਼ਿਗਮਅਨਟ/ *n* ਕਲਪਨਾ, ਵਹਿਮ, ਮਨਘੜਤ ਬਿਆਨ

fig out, fig up *v* (ਘੋੜੇ ਨੂੰ) ਸਜਾਉਣਾ

figuline /'ਫ਼ਿਗਯੁਲਾਇਨ/ *n* ਮਿੱਟੀ ਦਾ ਭਾਂਡਾ *a* ਮਿੱਟੀ ਦੇ ਭਾਂਡੇ ਦਾ

figurable /ਫ਼ਿਗਯੁਰਅਬਲ/ *a* ਮੂਰਤੀ ਬਣਾਉਣ ਯੋਗ, ਢਾਲਣਯੋਗ; ਵਰਣਨੀ

figuration /,ਫ਼ਿਗਅ'ਰੇਇਸ਼ਨ/ *n* ਰੇਖਾ–ਚਿੱਤਰ ਨਿਰੂਪਣ, ਮੂੰਹ-ਮੱਥਾ, ਖਾਕਾ, ਚਿਹਰਾ-ਮੋਹਰਾ, ਚਿੱਤਰ

figurative /'ਫ਼ਿਗਅਰਅਟਿਵ਼/ *a* ਚਿੱਤਰ ਸੰਬੰਧੀ, ਅਲੰਕਾਰਕ, ਲਾਖਣਿਕ

figure /'ਫ਼ਿਗਅ*/ *n* (ਗਣਿਤ ਆਦਿ ਵਿੱਚ) ਸ਼ਕਲ, ਖਾਕਾ, ਆਕਾਰ, ਰੂਪ; ਬਾਹਰੀ ਰੂਪ, ਸਰੀਰ, ਬਦਨ, ਜੁੱਸਾ, ਡੌਲ, ਕਾਠੀ, ਸੂਰਤ; ਮੂਰਤੀ, ਬੁੱਤ; ਤਸਵੀਰ; ਵਿਅਕਤੀ, ਮਨੁੱਖ; ਸੰਖਿਆ, ਗਿਣਤੀ; ਅੰਕ, ਚਿੰਨ੍ਹ, ਛਾਪ, ਉਪਮਾ, ਅਲੰਕਾਰ, ਸਦ੍ਰਿਸ਼ਤਾ; ਅਨੁਮਾਨ; ਵੇਲ-ਬੂਟੇਦਾਰ ਨਮੂਨਾ; ਕੋਈ ਤੱਥ ਸਮਝਾਉਣ ਲਈ ਬਣਾਇਆ ਗਿਆ ਚਿੱਤਰ; ਚਿਹਰਾ, ਮੁਹਾਂਦਰਾ, ਐਵੇਂ ਨਾਂ ਦਾ ਹੀ ਲੀਡਰ ਜਾਂ ਸਭਾਪਤੀ v ਸ਼ਕਲ ਬਣਾਉਣਾ, ਚਿੱਤਰ ਬਣਾਉਣਾ; ਬੂਟੀ ਪਾਉਣਾ; ਲੇਖਾ ਕਰਨਾ; ਮੁੱਲ ਅੰਕਣਾ; ਅੰਕ ਜਾਂ ਸੰਖਿਆ ਲਿਖਣਾ; ਸਾਮ੍ਹਣੇ ਆਉਣਾ, ਦਿਸਣਾ; ਆਦਰਸ਼ ਹੋਣਾ, ਪ੍ਰਤੀਕ ਹੋਣਾ, ਚਿੱਤਰ ਆਦਿ ਨਾਲ ਪ੍ਰਗਟ ਕਰਨਾ, ਵਿਖਾਉਣਾ; ਕਲਪਨਾ ਕਰਨਾ; ਮਨ ਵਿੱਚ ਵਿਚਾਰਨਾ; ਸਜਾਉਣਾ, ਵੇਲ-ਬੂਟੇ ਪਾਉਣਾ; ਗਿਣਤੀ ਕਰਨਾ; ਕਿਸੇ ਰੂਪ ਵਿੱਚ ਪ੍ਰਗਟ ਹੋਣਾ; ਕੁੱਲ ਜੋੜ ਕਰਨਾ **a figure among ciphers** ਅੰਨ੍ਹਿਆਂ ਵਿੱਚ ਕਾਣਾ ਰਾਜਾ

figurehead /'ਫ਼ਿਗਅਹੈੱਡ/ *n* ਦਿਖਾਵੇ ਦਾ ਮੁਖੀ, ਨਾਂ ਦਾ ਹੀ ਪ੍ਰਧਾਨ

figureless /'ਫ਼ਿਗਅਲਅਸ/ *n* ਨਿਰਾਕਾਰ, ਆਕਾਰਹੀਣ, ਬੇਢੰਗਾ, ਭੱਦਾ, ਬੇਡੌਲ

figure of speech *n* ਅਲੰਕਾਰ (ਰੂਪਕ, ਅੱਤਕਥਨੀ ਆਦਿ)

figurine /'ਫ਼ਿਗਅਰੀਨ/ *n* ਛੋਟੀ ਮੂਰਤੀ, ਛੋਟਾ ਬੁੱਤ

filament /'ਫ਼ਿਲਅਮਅਨਟ/ *n* ਰੇਸ਼ਾ, ਤਾਰ, ਤੰਦ, ਸੂਤ; ਹਵਾ ਜਾਂ ਰੋਸ਼ਨੀ ਦੀ ਲਹਿਰ; (ਬਨ) ਫੁੱਲ ਵਿਚਲਾ ਕੇਸਰ, ਪਰਾਗ ਕੇਸਰ, (ਬਿਜਲੀ ਦੇ ਬਲਬ ਵਿੱਚ ਨਾ ਪਘਰਨ ਵਾਲਾ) ਸੰਵਾਹਕ, ਬਲਬ ਦੀ ਤਾਰ

filamentary /,ਫ਼ਿਲਅ'ਮੈਂਟਅਰਿ/ *a* ਰੇਸ਼ੇ ਦਾ, ਤੰਦਾਂ ਵਾਲਾ; ਕੇਸਰ ਵਾਲਾ

filanders /ਫ਼ਿ'ਲੈਨਡਅਜ਼/ *n* (ਬਹੁ) ਕਿਰਮ ਰੋਗ

filch /ਫ਼ਿਲਚ/ *vt* ਚੁਰਾਉਣਾ, ਉਧਾਲਣਾ, ਚੁੱਕ ਲੈਣਾ, ਅਪਹਰਨ ਕਰਨਾ

file[1] /ਫ਼ਾਇਲ/ *n* ਰੇਤੀ (ਲੋਹਾ ਜਾਂ ਲੱਕੜ ਘਸਾ ਕੇ ਮੁਲਾਇਮ ਜਾਂ ਪੱਧਰੀ ਕਰਨ ਵਾਲੀ), ਚੋਸਾ; ਕਪਟੀ ਮਨੁੱਖ, ਛਲ ਕਰਨ ਵਾਲਾ ਆਦਮੀ, ਚਲਾਕ ਬੰਦਾ *vt* ਰੇਤੀ ਮਾਰ ਕੇ ਘਸਾਉਣਾ, ਰੇਤੀ ਨਾਲ ਪੱਧਰਾ ਕਰਨਾ; ਸਵਾਹਰਾ ਕਰਨਾ, ਸਾਫ਼ ਕਰਨਾ; ਸੁਧਾਰਨਾ, ਮੁਲਾਇਮ ਕਰਨਾ, ਰਗੜਨਾ

file[2] *n* ਫ਼ਾਈਲ, ਕਾਗਜ਼ਾਂ ਦਾ ਬਸਤਾ, ਪਲੰਦਾ, ਮਿਸਲ; ਮੋੜ ਕੇ ਤਹਿ ਕੀਤਾ ਮੋਟਾ ਕਾਗਜ਼ ਜਿਸ ਵਿੱਚ ਕਾਗਜ਼ ਪੱਤਰ ਰੱਖੇ ਜਾਂਦੇ ਹਨ, ਕ੍ਰਮਵਾਰ ਰੱਖੇ ਹੋਏ ਕਾਗਜ਼, ਨੱਥੀ ਕੀਤੇ ਹੋਏ ਕਾਗਜ਼ *vt* ਨੱਥੀ ਕਰਨਾ, ਫ਼ਾਈਲ ਵਿੱਚ ਲਾਉਣਾ, ਮੁਨਾਸਬ ਬਸਤੇ ਵਿੱਚ ਕਾਗਜ਼ ਰੱਖ ਦੇਣਾ, ਕ੍ਰਮਵਾਰ ਕਾਗਜ਼ ਰੱਖਣਾ; ਮਿਸਲ ਬਣਾਉਣਾ, ਦਾਖ਼ਲ ਦਫ਼ਤਰ

ਕਰਨਾ

file[3] *n* (ਕੰਪਿ) ਕੰਪਿਊਟਰ ਵਿੱਚ ਅੰਕੜੇ ਭੰਡਾਰ ਕਰਨ ਦੀ ਬੁਨਿਆਦੀ ਇਕਾਈ

file[4] *n* ਪਾਲ, ਪੰਗਤੀ, ਕਤਾਰ, ਲਾਈਨ; (ਸ਼ਤਰੰਜ ਦੇ) ਖ਼ਾਨੇ, ਘਰ *v* ਪਾਲ ਬੰਨ੍ਹਣਾ, ਸਿਪਾਹੀਆਂ ਦਾ ਪੰਗਤੀਆਂ ਬੰਨ੍ਹ ਕੇ ਖਲੋਣਾ; ਪੰਗਤੀਆਂ ਵਿੱਚ ਕੂਚ ਕਰਨਾ **a file of man** ਦੋ ਮਹਾਨ ਵਿਅਕਤੀ, ਜੋੜੀ **in file** ਇੱਕ ਕਤਾਰ ਵਿੱਚ, ਪੰਗਤ ਵਿੱਚ **rank and file** ਵਹੀਰ, ਪਿਛਲੱਗ, ਆਮ ਲੋਕ, ਸਰਬ

file-cover *n* ਕਾਗਜ਼ਾਂ ਦੇ ਥੱਬੇ ਆਦਿ ਨੂੰ ਸਾਂਭਣ ਲਈ ਮੋਟੇ ਕਾਗਜ਼ ਜਾਂ ਗੱਤੇ ਦੀ ਜਿਲਦ

file off *v* ਪੰਗਤ ਵਿੱਚ ਹੋ ਕੇ ਜਾਣਾ, ਕੂਚ ਕਰਨਾ

File Transfer Protocol *n* (ਕੰਪਿ) ਇੰਟਰਨੈੱਟ ਉਪਰਲੀਆਂ ਫਾਈਲਾਂ ਨੂੰ ਇੱਕ ਕੰਪਿਊਟਰ ਤੋਂ ਦੂਜੇ ਕੰਪਿਊਟਰ ਤੱਕ ਲੈ ਜਾਣ ਦੇ ਤਕਨੀਕੀ ਨਿਯਮ

filial /'ਫ਼ਿਲਿਅਲ/ *a* ਸੰਤਾਨ ਦਾ ਜਾਂ ਸੰਤਾਨ ਬਾਰੇ, ਸੰਤਾਨ ਵਾਲਾ, ਧੀ-ਪੁੱਤ ਦਾ, ਬਰਖ਼ੁਰਦਾਰਾਨਾ; ਵਾਤਸੱਲ

filiation /,ਫ਼ਿਲਿ'ਏਇਸ਼ਨ/ *n* ਸੰਬੰਧ, ਰਿਸ਼ਤੇਦਾਰੀ, ਨਸਲੀ ਰਿਸ਼ਤਾ, ਵੰਸ਼ ਦਾ ਸੰਬੰਧ; ਕਿਸੇ ਸਮਾਜ ਜਾਂ ਭਾਸ਼ਾ ਦੀਆਂ ਸ਼ਾਖਾਵਾਂ; ਸੰਤਾਨ, ਔਲਾਦ

filicide /'ਫ਼ਿਲਿਸਾਇਡ/ *n* ਪੁੱਤ ਘਾਤ, ਪੁੱਤਰ ਹੱਤਿਆ

filigree /'ਫ਼ਿਲਿਗਰੀ/ *n* ਤਾਰਕਸ਼ੀ, ਤਿੱਲਾਕਾਰੀ

filing /'ਫ਼ਾਇਲਿਙ/ *n* (ਬਹੁ) ਰੇਤੀ ਨਾਲ ਝੜਿਆ ਬੂਰਾ, ਲੋਹਚੂਣ

fill /ਫ਼ਿਲ/ *v* ਭਰਨਾ, ਪੂਰਾ ਕਰਨਾ, ਪੂਰਾ ਹੋਣਾ; ਕਿਸੇ ਖ਼ਾਲੀ ਅਸਾਮੀ 'ਤੇ ਨਿਯੁਕਤੀ ਕਰਨਾ; ਪੂਰਨਾ, ਪੂਰੇ ਜਾਣਾ, ਦੰਦ ਦੀ ਖੋੜ ਭਰਨਾ; ਦਫ਼ਤਰ ਦੇ ਕੰਮ ਨਿਭਾਉਣਾ; ਕਿਸੇ ਅਹੁਦੇ 'ਤੇ ਹੋਣਾ; (ਵਿਹਲ ਦਾ ਸਮਾਂ) ਮਨੋਰੰਜਨ ਵਿੱਚ ਬਿਤਾਉਣਾ; (ਆਗਿਆ ਆਦਿ ਨੂੰ) ਅਮਲ ਵਿੱਚ ਲਿਆਉਣਾ; ਰੱਜ ਕੇ ਖਾਣਾ ਜਾਂ ਖਵਾਉਣਾ; ਮਿਲਾਵਟ ਕਰਨਾ, ਤੂਸਣਾ n ਪੂਰਤੀ, ਮਾਪ, ਭਰਤੀ, ਰਜੇਵਾਂ, ਰੱਜ, ਤ੍ਰਿਪਤੀ **fill in** ਖ਼ਾਨਾ ਪੂਰੀ ਕਰਨਾ, ਲਿਖਣਾ **fill out** ਉਚਿਤ ਸੀਮਾ ਤੱਕ ਵਧਾਉਣਾ, ਢਾਲਣਾ, ਉਲੱਦਣਾ **fill the bill** ਕਾਫ਼ੀ ਹੋਣਾ, ਤ੍ਰਿਪਤਾਉਣਾ **fill up** ਪੂਰੀ ਤਰ੍ਹਾਂ ਵਧ ਜਾਣਾ, ਵੱਡਾ ਹੋ ਜਾਣਾ, ਖ਼ਾਲੀ ਥਾਂ ਨੂੰ ਭਰਨਾ **have one's fill** ਰੱਜ ਕੇ ਢਿੱਡ ਭਰਨਾ

filler /'ਫ਼ਿਲਅ*/ *n* ਭਰਨ ਵਾਲਾ ਪਾਤਰ, ਭਾਂਡਾ ਆਦਿ ਜਿਸ ਨਾਲ ਕੋਈ ਦੂਜਾ ਭਾਂਡਾ ਭਰਿਆ ਜਾਵੇ; ਪੂਰਕ, ਘਾਟ ਪੂਰੀ ਕਰਨ ਵਾਲਾ

fillet /'ਫ਼ਿਲਿਟ/ *n* ਕਿਸੇ ਚੀਜ਼ ਦਾ ਪਤਲਾ ਜਿਹਾ ਟੁਕੜਾ, ਮੱਛੀ ਦੇ ਮਾਸ ਦਾ ਟੁਕੜਾ; ਸਿਰ ਨੂੰ ਬੰਨ੍ਹਣ ਲਈ ਫ਼ੀਤਾ, ਪਰਾਂਦਾ, ਜਾਨਵਰਾਂ ਦੀ ਕਮਰ, ਕੁਲ੍ਹਾ, ਵੱਛੇ ਦੀ ਪਿੰਨੀ ਦਾ ਹੱਡੀ ਰਹਿਤ ਮਾਸ; ਧਰਾਤਲ ਦਾ ਉੱਭਰਿਆ ਹਿੱਸਾ *vt* ਵਾਲਾਂ ਨੂੰ ਫ਼ੀਤੇ-ਰਿਬਨ ਆਦਿ ਨਾਲ ਬੰਨ੍ਹਣਾ, ਸਿਰ ਉੱਤੇ ਪੱਟੀ ਫ਼ੀਤਾ ਆਦਿ ਬੰਨ੍ਹਣਾ; ਮੱਛੀ ਦੇ ਟੁਕੜੇ ਕਰਨਾ

filling /'ਫ਼ਿਲਿਙ/ *n* ਭਰਤ, ਭਰਾਈ; ਦੰਦ ਵਿੱਚ ਭਰੀ ਗਈ ਵਸਤੂ

fillip /'ਫ਼ਿਲਿਪ/ *v* ਠੋਲ੍ਹਾ ਮਾਰਨਾ, ਹਿਲੋਰਾ ਦੇਣਾ; ਪ੍ਰੇਰਨਾ v ਭੜਕਾਉਣਾ; ਹਲਾਸ਼ੇਰੀ ਦੇਣਾ; ਨਹੁੰ ਜਾਂ ਉਂਗਲ ਦਾ ਤੁਣਕਾ ਮਾਰਨਾ, ਉਤੇਜਿਤ ਕਰਨਾ

filly /'ਫ਼ਿਲਿ/ *n* ਚੰਚਲ ਮੁਟਿਆਰ, ਨਵਯੁਵਤੀ; ਵਛੇਰੀ

film /ਫ਼ਿਲਮ/ *n* ਸਿਨਮੇ ਦੀ ਫ਼ਿਲਮ, ਚਲਚਿੱਤਰ; ਫ਼ਿਲਮ, ਪਰਦਾ, ਝਿੱਲੀ, ਪਤਲੀ ਤਹਿ; ਧੁੰਦ ਦਾ ਹਲਕਾ ਪਰਦਾ; ਬਰੀਕ ਧਾਗਾ ਜਾਂ ਫ਼ੀਤਾ; ਅੱਖ ਦਾ ਜਾਲਾ *v* ਫ਼ਿਲਮ ਬਣਾਉਣਾ ਜਾਂ ਤਿਆਰ ਕਰਨਾ; ਫੋਟੋ ਦੀ ਝਿੱਲੀ ਉੱਤੇ ਉੱਤਰਨ ਦੇ ਯੋਗ ਜਾਂ ਅਯੋਗ ਹੋਣਾ; ਝਿੱਲੀ ਨਾਲ ਢਕਣਾ; ਝਿੱਲੀ ਨਾਲ ਮੜ੍ਹਨਾ

filmize /ਫ਼ਿਲਮਾਇਜ਼/ *vt* ਫ਼ਿਲਮ ਬਣਾਉਣਾ,

ਚਿੱਤਰ ਬਣਾਉਣਾ

film star *n* ਸਿਨਮੇ ਦਾ ਅਭਿਨੇਤਾ ਜਾਂ ਅਭਿਨੇਤਰੀ, ਐਕਟਰ, ਐਕਟਰੈੱਸ, ਫ਼ਿਲਮੀ ਸਿਤਾਰਾ

filter /'ਫ਼ਿਲਟਅ*/ *n* ਫ਼ਿਲਟਰ, ਤਰਲ ਪਦਾਰਥਾਂ ਨੂੰ ਛਾਣਨ ਵਾਲਾ ਯੰਤਰ, ਪੋਣੀ ਜਾਂ ਪੋਣਾ *v* ਪੁਣਨਾ, ਛਾਣਨਾ, (ਤਰਲ ਪਦਾਰਥ ਦਾ) ਸਾਫ਼ ਕਰਨਾ; ਛਣ ਕੇ ਲੰਘਣਾ, ਫ਼ਿਲਟਰ ਜਾਂ ਪੋਣੇ ਵਿੱਚੋਂ ਦੀ ਲੰਘਣਾ; (ਸਮਾਚਾਰ ਆਦਿ ਦਾ) ਫੁੱਟ ਨਿਕਲਨਾ

filth /ਫ਼ਿਲਥ/ *n* ਗੰਦ, ਗੰਦਗੀ, ਮੈਲ, ਮੈਲਾ, ਮਲ, ਰੂੜੀ, ਕੂੜਾ; ਗਾਲੀ-ਗਲੋਚ, ਗੰਦ ਬਕਵਾਸ, ਅਸ਼ਲੀਲਤਾ, ਅਪਵਿੱਤਰਤਾ, ਭ੍ਰਿਸ਼ਟਤਾ

filthy /'ਫ਼ਿਲਥਿ/ *a* ਗੰਦਾ, ਮੈਲਾ, ਮਲੀਨ; ਅਸ਼ਲੀਲ, ਅਪਵਿੱਤਰ, ਅਸ਼ੁੱਧ, ਨੀਚ, ਕੁਰਹਿਤ ਵਾਲਾ, ਘਿਰਨਤ

filtrate /'ਫ਼ਿਲਟਰੇਇਟ/ *n* ਪੁਣ ਕੇ ਸਾਫ਼ ਕੀਤੀ ਸ਼ਰਾਬ *vt* ਪੁਣਨਾ, ਸਾਫ਼ ਕਰਨਾ

filtration /ਫ਼ਿਲ'ਟਰੇਇਸ਼ਨ/ *n* ਛਣਾਈ, ਪੁਣਾਈ

fin /ਫ਼ਿਨ/ *n* ਮੱਛੀ ਦਾ ਖੰਭੜਾ, ਖੰਭ

finable /'ਫ਼ਾਇਨਅਬਲ/ *a* ਦੰਡਯੋਗ , ਜੁਰਮਾਨੇ ਯੋਗ, ਸਜ਼ਾ ਦੇ ਲਾਇਕ

final /'ਫ਼ਾਇਨਲ/ *a* ਛੇਕੜਲਾ, ਅੰਤਿਮ, ਨਿਰਨੇਜਨਕ *n* ਅੰਤਿਮ ਪ੍ਰਕਾਸ਼ਨ (ਕਿਸੇ ਦੈਨਿਕ ਸਮਾਚਾਰ ਪੱਤਰ ਦਾ); ਖੇਡਾਂ ਦਾ ਆਖ਼ਰੀ ਮੁਕਾਬਲਾ, ਆਖ਼ਰੀ ਬਾਜ਼ੀ; ਅੰਤਿਮ ਪਰੀਖਿਆ; ਕਿਸੇ ਰਾਗ ਦੀ ਪ੍ਰਧਾਨ ਸੁਰ

finale /ਫ਼ਿ'ਨਾਲਿ/ *n* (ਸੰਗੀ) ਅੰਤਿਮ ਗਤੀ; (ਨਾਟਕ) ਅੰਤਿਮ ਝਾਕੀ; ਵਾਜੇ ਦੀ ਉਹ ਧੁਨ ਜੋ ਗੀਤ ਨਾਟ ਦੇ ਅੰਤ ਵਿੱਚ ਵਜਾਈ ਜਾਂਦੀ ਹੈ; ਅੰਤ, ਸਮਾਪਤੀ

finalism /'ਫ਼ਾਇਨ(ਅ)ਲਿਜ਼ਅਮ/ *n* ਅੰਤਵਾਦ, ਵਸਤੂਵਾਦ, ਉਦੇਸ਼ਵਾਦ, ਹੇਤੂਵਾਦ

finalist /'ਫ਼ਾਇਨਅਲਿਸਟ/ *n* ਉਦੇਸ਼ਵਾਦੀ, ਆਖ਼ਰੀ ਗੇੜ ਵਿੱਚ ਹਿੱਸਾ ਲੈਣ ਵਾਲਾ ਖਿਡਾਰੀ, ਆਖ਼ਰੀ ਮੁਕਾਬਲੇ ਵਿੱਚ ਆਉਣ ਵਾਲਾ ਖਿਡਾਰੀ

finality /ਫ਼ਾਇ'ਨੈਲਅਟਿ/ *n* ਅੰਤਿਮ ਦਸ਼ਾ, ਅੰਤਤਾ, ਇੰਤਹਾ, ਪੂਰਨਤਾ

finalize /'ਫ਼ਾਇਨਅਲਾਇਜ਼/ *vi* ਪੂਰਨ ਕਰਨਾ, ਸਿਰੇ ਚਾੜ੍ਹਨਾ, ਅੰਤਿਮ ਰੂਪ ਦੇਣਾ, ਨਿਸ਼ਚੇ ਕਰਨਾ

finally /'ਫ਼ਾਇਨਅਲਿ/ *adv* ਆਖ਼ਰ ਵਿੱਚ, ਅੰਤ ਵਿੱਚ

finance /'ਫ਼ਾਇਨੈਨਸ, ਫ਼ਾਇ'ਨੈਨਸ, ਫ਼ਅ'ਨੈਨਸ/ *n* ਮਾਲ, ਪੂੰਜੀ, ਵਿੱਤ, ਅਰਥ; ਰਾਜ ਧਨ, ਸਰਕਾਰੀ ਪੂੰਜੀ; ਆਮਦਨੀ ਦੀਆਂ ਮੱਦਾਂ, ਆਰਥਿਕ ਸਾਧਨ; ਆਰਥਿਕ ਪ੍ਰਬੰਧ *v* ਪੂੰਜੀ ਲਾਉਣਾ, (ਕਿਸੇ ਵਿਹਾਰ ਵਿੱਚ) ਪੈਸਾ ਲਾਉਣਾ, ਆਰਥਿਕ ਪ੍ਰਬੰਧ ਕਰਨਾ, ਪੂੰਜੀ ਇਕੱਤਰ ਕਰਨਾ, ਪੂੰਜੀ ਉੱਤੇ ਨਿਰਭਰ ਕੰਮ-ਕਾਰ ਕਰਨਾ, ਮਾਲੀ ਕਾਰੋਬਾਰ ਕਰਨਾ

financer /ਫ਼ਾਇ'ਨੈਨਸਅ*, ਫ਼ਅ-/ *n* ਸ਼ਾਹੂਕਾਰ, ਪੂੰਜੀਪਤੀ, ਸਰਮਾਏਦਾਰ

financial /ਫ਼ਾਇ'ਨੈਨਸ਼ਲ, ਫ਼ਅ'ਨੈ-/ *a* ਆਰਥਿਕ, ਮਾਲੀ, ਵਿੱਤ ਸੰਬੰਧੀ, ਆਮਦਨੀ ਬਾਰੇ; ਸਰਕਾਰ ਦੀ ਅਰਥ ਵਿਵਸਥਾ ਬਾਰੇ

financial year *n* ਵਿੱਤੀ ਸਾਲ, ਵਿੱਤੀ ਲੇਖਾ ਜੋਖਾ ਕਰਨ ਦੇ ਸਮੇਂ ਤੋਂ ਪਹਿਲਾਂ ਬਾਰਾਂ ਮਹੀਨੇ

financier /ਫ਼ਾਇ'ਨੈਨਸਿਅ*, ਫ਼ਅ-/ *n* ਆਰਥਿਕ ਪ੍ਰਬੰਧ ਵਿੱਚ ਪ੍ਰਵੀਣ, ਅਰਥ-ਵਿਵਸਥਾ ਦਾ ਮਾਹਰ; ਪੂੰਜੀਪਤੀ, ਸ਼ਾਹੂਕਾਰ, ਸਰਮਾਏਦਾਰ, ਧਨ ਅਧਿਕਾਰੀ; ਕੋਸ਼ ਅਧਿਅਕਸ਼ *v* ਆਰਥਿਕ ਕੰਮ-ਕਾਜ ਕਰਨਾ, ਮਾਲੀ ਕਾਰੋਬਾਰ ਕਰਨਾ, ਕਪਟ ਕਰਨਾ, ਛਲ ਕਰਨਾ, ਠੱਗਣਾ

finch /ਫ਼ਿਨਚ/ *n* ਇੱਕ ਪ੍ਰਕਾਰ ਦੀ ਛੋਟੀ ਚਿੜੀ

find /ਫ਼ਾਇਨਡ/ *vt* ਲੱਭਣਾ, ਪ੍ਰਾਪਤ ਕਰਨਾ, ਹੱਥ ਲੱਗਣਾ, ਮਾਲੂਮ ਹੋਣਾ, ਜਾਣਨਾ; ਖੋਜ ਕਰਨਾ; ਸ਼ਿਕਾਰ ਦਾ ਪਤਾ ਕੱਢਣਾ; ਵੇਖਣਾ, ਨਜ਼ਰ ਆਉਣਾ; ਅਨੁਭਵ ਕਰਨਾ, ਮਹਿਸੂਸ ਕਰਨਾ;

ਸਮਝਣਾ; (ਧਨ ਆਦਿ) ਪ੍ਰਾਪਤ ਕਰਨ ਵਿੱਚ ਸਫਲ ਹੋਣਾ; ਮਨ ਵਿੱਚ ਬੈਠਣਾ, ਵਿਚਾਰ ਵਿੱਚ ਪੱਕਾ ਹੋ ਜਾਣਾ, (ਕਨੂੰ) ਨਿਸ਼ਚਿਤ ਕਰਨਾ, ਮੰਨਣਾ; ਸਥਿਰ ਕਰਨਾ, ਨਿਰਨਾ ਕਰਨਾ n ਲੱਭਤ, ਪ੍ਰਾਪਤੀ; (ਕੋਸ਼, ਖਾਣ ਆਦਿ ਦੀ) ਖੋਜ, ਸ਼ਿਕਾਰ ਦੀ ਖੋਜ **find fault with** ਨੁਕਸ ਕੱਢਣਾ

finder /'ਫ਼ਾਇਨਡਅ*/ *n* ਖੋਜੀ, ਖੋਜੀ ਦੀ ਦੂਰਬੀਨ

finding /'ਫ਼ਾਇਨਡਿਙ/ *n* ਨਿਰਨਾ, ਫੈਸਲਾ, ਨਿਸ਼ਕਰਸ਼, (ਬਹੁ) ਪਰਿਣਾਮ; ਖੋਜ; ਲੱਭਤ

fine[1] /ਫ਼ਾਇਨ/ *n* ਜੁਰਮਾਨਾ, ਚੱਟੀ, ਡੰਨ, ਤਾਵਾਨ; ਅਜਿਹੀ ਰਕਮ ਜੋ ਨਵੀਂ ਅਸਾਮੀ ਲਗਾਨ ਵਜੋਂ ਦੇਵੇ, ਨਜ਼ਰਾਨਾ *v* ਜੁਰਮਾਨਾ ਕਰਨਾ, ਡੰਨ ਜਾਂ ਤਾਵਾਨ ਲਾਉਣਾ

fine[2] *n* ਸੁਹਾਉਣੀ ਰੁੱਤ *a* ਚੰਗਾ, ਵਧੀਆ, ਉੱਤਮ, ਸੋਹਣਾ, ਮਨੋਹਰ, ਸੁਹਾਉਣਾ; ਕੋਮਲ, ਨਾਜ਼ਕ; ਨਿਰਦੋਸ਼, ਨਿਰਮਲ, ਸ਼ੁੱਧ, (ਸੋਨਾ-ਚਾਂਦੀ) ਖਰਾ; ਵੱਡੇ ਆਕਾਰ ਵਾਲਾ, ਤੰਦਰੁਸਤ, ਚੰਗੀ ਸਿਹਤ ਵਾਲਾ, ਚੁਸਤ; ਟੀਪ-ਟਾਪ ਵਾਲਾ, ਭੜਕੀਲਾ; ਪਤਲਾ, ਬਰੀਕ, ਮਹੀਨ, ਸੂਖਮ; ਨੋਕਦਾਰ, ਤੇਜ਼, ਤਿੱਖਾ, ਤੀਬਰ; ਚੰਗੀ ਤਰ੍ਹਾਂ ਵਿਚਾਰਿਆ ਹੋਇਆ, ਸੋਹਣੇ ਢੰਗ ਨਾਲ ਬਿਆਨ ਕੀਤਾ ਗਿਆ, ਤਸੱਲੀਬਖ਼ਸ਼, ਸੰਤੋਖਜਨਕ, ਪ੍ਰਭਾਵਸ਼ਾਲੀ; (ਵਿਚਾਰ) ਪਵਿੱਤਰ, ਸ਼ੁਭ; (ਅੰਤਰ ਆਦਿ) ਸੂਖਮ, ਬਰੀਕ; (ਲੇਖ, ਭਾਸ਼ਣ ਆਦਿ ਵਿੱਚ) ਸੁਚੇਤ, ਵਿਸ਼ੇਸ਼, ਉਚੇਚ ਵਾਲਾ v (ਤਰਲ ਪਦਾਰਥਾਂ ਦਾ) ਨਿਰਮਲ ਹੋਣਾ, ਸਾਫ਼ ਹੋਣਾ; (ਸ਼ਰਾਬ ਨੂੰ) ਸ਼ੁੱਧ ਕਰਨਾ, ਸਾਫ਼ ਕਰਨਾ **in fine** ਮੁਕਦੀ ਗੱਲ, ਸੰਖੇਪ ਵਿੱਚ

fine art /ਫ਼ਾਇਨ 'ਆਟ/ *n* ਕੋਮਲ ਕਲਾ, ਲਲਿਤ ਕਲਾ

fine-draw *vt* ਰਫ਼ੂ ਕਰਨਾ, ਇੰਜ ਸਿਊਂਣਾ ਕਿ ਤੋਪੇ ਨਾ ਦਿਸਣ

fineness /'ਫ਼ਾਇਨਨਅਸ/ *n* ਬਰੀਕੀ, ਸੂਖਮਤਾ, ਖਰਾਪਣ, ਸ਼ੁੱਧਤਾ, ਨਿਰਮਲਤਾ; ਉੱਤਮਤਾ; ਕੋਮਲਤਾ, ਨਜ਼ਾਕਤ, ਪਵਿੱਤਰਤਾ, ਚੰਗਿਆਈ, ਗੁਣ; ਤੀਬਰਤਾ, ਤਿੱਖਾਪਣ; ਨੁਕੀਲਾਪਣ; ਅਡੰਬਰ

finery /'ਫ਼ਾਇਨਅਰਿ/ *n* ਸ਼ਿੰਗਾਰ, ਸਜ-ਧਜ, ਸਜਾਵਟ; ਅਡੰਬਰ, ਵਿਖਾਵਾ, ਟੀਪ-ਟਾਪ, ਸ਼ੋਭਾ; ਭੱਠੀ ਜਿਸ ਵਿੱਚ ਲੋਹਾ ਢਾਲ ਕੇ ਸਾਫ਼ ਤੇ ਨਰਮ ਕੀਤਾ ਜਾਂਦਾ ਹੈ

finesse /ਫ਼ਿ'ਨੈੱਸ/ *n* ਚਤਰਾਈ, ਜੁਗਤ; ਸੂਖਮ ਸੂਝ; ਵੱਡਾ ਪੱਤਾ ਹੁੰਦਿਆਂ ਛੋਟੇ ਪੱਤੇ ਨਾਲ ਜਿੱਤਣ ਦੀ ਵਿਧੀ (ਤਾਸ਼ ਦੀ ਖੇਡ ਵਿੱਚ) v ਨਜ਼ਾਕਤ ਵਿਖਾਉਣਾ, ਨਖ਼ਰੇ ਕਰਨਾ

fine-tune /,ਫ਼ਾਇਨ'ਟਯੂਨ/ *vt* ਕਿਸੇ ਚੀਜ਼ ਨੂੰ ਵੱਧ ਤੋਂ ਵੱਧ ਉਪਯੋਗੀ ਕਰਨ ਲਈ ਉਸਦੀ ਬਣਤਰ ਵਿੱਚ ਮਾੜੀ ਮੋਟੀ ਬਦਲੀ ਕਰਨੀ

finger /'ਫ਼ਿਙਗਅ*/ *n* ਉਂਗਲੀ *vt* ਉਂਗਲਾਂ ਨਾਲ ਛੋਹਣਾ, ਟੋਹਣਾ, ਕਿਸੇ ਵਾਜੇ ਨੂੰ ਉਂਗਲਾਂ ਨਾਲ ਵਜਾਉਣਾ, ਸੁਰ ਕੱਢਣਾ, ਵੱਢੀ ਲੈਣਾ **done by the finger of God** ਰੱਬੀ ਪ੍ਰੇਰਨਾ ਇੱਛਾ ਜਾਂ ਸਹਾਇਤਾ ਨਾਲ **have a finger in the pie** ਟੰਗ ਅੜਾਉਣਾ, ਦਖ਼ਲ ਦੇਣਾ **have at one's finger tip or ends** n ਪ੍ਰਵੀਣ ਹੋਣਾ, ਯਾਦਾਸ਼ਤ ਵਿੱਚ ਤੇਜ਼ ਹੋਣਾ, ਪੂਰਨ ਗਿਆਨੀ ਹੋਣਾ **my fingers itch** ਮੇਰੀ ਕੁਝ ਕਰਨ ਦੀ ਅਭਿਲਾਸ਼ਾ ਹੈ, ਮੈਂ ਕੁਝ ਕਰਨ ਲਈ ਉਤਾਵਲਾ ਹਾਂ

finger alphabet, finger language *n* ਉਂਗਲ ਸੰਕੇਤ, ਉਂਗਲਾਂ ਦੇ ਇਸ਼ਾਰਿਆਂ ਦੀ ਭਾਸ਼ਾ

finger bowl, finger-glass *n* ਖਾਣ ਮਗਰੋਂ ਉਂਗਲੀਆਂ ਧੋਣ ਲਈ ਪਿਆਲਾ ਜਾਂ ਕੌਲੀ

fingering /'ਫ਼ਿਙਗਅਰਿਙ/ *n* ਜਰਾਬਾਂ ਉਣਨ ਵਾਲੀ ਉੱਨ; (ਰਾਗ ਵਿੱਚ) ਉੱਗਲਾਂ ਚਲਾਉਣ ਦੀ ਕਿਰਿਆ

fingerpost /'ਫ਼ਿਙਗਅਪਅਉਸਟ/ *n* ਸੜਕ ਦੇ ਕੰਢੇ ਬਣਾਇਆ ਹੱਥ ਦਾ ਨਿਸ਼ਾਨ ਜਿਸ ਦੀ

ਉਂਗਲ ਦਾ ਸੰਕੇਤ ਸੜਕ ਦੇ ਅਗਲੇ ਸਥਾਨ ਵੱਲ ਹੁੰਦਾ ਹੈ, ਮਾਰਗ ਨਿਰਦੇਸ਼ਕ ਸੰਕੇਤ

fingerprint /'ਫ਼ਿਙਗਅਪਰਿਨਟ/ *n* ਉਂਗਲਾਂ ਦੇ ਨਿਸ਼ਾਨ, ਉਂਗਲ ਦੀ ਛਾਪ

fingerprinting /'ਫ਼ਿਙਗਅਪਰਿਨਟਿਙ/ *n* ਉਂਗਲਾਂ ਦੇ ਨਿਸ਼ਾਨ ਲੈਣ ਦੀ ਪ੍ਰਕਿਰਿਆ, ਉਂਗਲਾਂ ਦੇ ਲਏ ਗਏ ਨਿਸ਼ਾਨ

fingerstall /'ਫ਼ਿਙਗਅਸਟੋਲ/ *n* ਉਂਗਲ ਉੱਤੇ ਚੜ੍ਹਾਉਣ ਵਾਲਾ ਰਬੜ ਦਾ ਗਿਲਾਫ, ਅੰਗੁਸ਼ਤਾਨਾ

finial /'ਫ਼ਿਨਿਅਲ/ *n* ਸਿਖਰ, ਕਲਸ, ਇਮਾਰਤ ਦਾ ਸਭ ਤੋਂ ਉਪਰਲਾ ਬੁਰਜ

finical /'ਫ਼ਿਨਿਕਲ/ *a* ਸੁੰਦਰ, ਸੋਹਣਾ, ਚੰਗਾ; ਉਚਿਤ, ਠੀਕ, ਮੁਨਾਸਬ; ਉੱਤਮ, ਉਮਦਾ, ਟੀਪ-ਟਾਪ ਵਾਲਾ, ਵਿਖਾਵੇ ਵਾਲਾ, ਅਡੰਬਰੀ

finicky /'ਫ਼ਿਨਿਕਿ/ *a* (ਖਾਣ-ਪੀਣ ਅਤੇ ਕੱਪੜਿਆਂ ਦਾ) ਸਨਕੀ

fining /'ਫ਼ਾਇਨਿਙ/ *n* ਸੋਧ ਜਾਂ ਸਾਫ਼ ਕਰਨ ਦਾ ਕਾਰਜ, ਸੋਧਕ

finish /'ਫ਼ਿਨਿਸ਼/ *v* ਪੂਰਾ ਕਰਨਾ ਜਾਂ ਹੋਣਾ, ਸਮਾਪਤ ਕਰਨਾ ਜਾਂ ਹੋਣਾ, ਮੁੱਕਣਾ ਜਾਂ ਮੁਕਾਉਣਾ, ਸਿਰੇ ਚਾੜ੍ਹਨਾ, ਨਿਬੇੜਨਾ ਭੁਗਤਾਉਣਾ; ਬਣਾਉਣਾ, ਸਜਾਉਣਾ; ਪੜ੍ਹਾਈ ਨੇਪਰੇ ਚਾੜ੍ਹਨਾ; (ਭੋਜਨ, ਪੁਸਤਕ) ਸਮਾਪਤ ਕਰਨਾ; ਕੰਢੇ ਉੱਤੇ ਪੁੱਜਣਾ; ਬੰਦ ਕਰ ਦੇਣਾ; ਪੂਰੀ ਤਰ੍ਹਾਂ ਕਬਜ਼ਾ ਕਰ ਲੈਣਾ; ਜਿੱਤ ਲੈਣਾ; ਮਾਰ ਦੇਣਾ; ਕਤਲ ਕਰ ਦੇਣਾ n ਅੰਤ, ਸਮਾਪਤੀ, ਖ਼ਾਤਮਾ, ਨਿਬੇੜਾ; ਪੂਰਨਤਾ, ਅੰਤਿਮ ਅਵਸਥਾ; ਅੰਤਿਮ ਛੋਹ, ਸਮਾਪਤ ਪੂਰਕ

finished /'ਫ਼ਿਨਿਸ਼ਟ/ *a* ਸਮਾਪਤ, ਸੰਪੂਰਨ; ਤਿਆਰ

finisher /'ਫ਼ਿਨਿਸ਼ਅ*/ *n* ਅੰਤਿਮ ਕਿਰਿਆ ਕਰਨ ਵਾਲਾ ਯੰਤਰ ਜਾਂ ਕਾਮਾ; ਹਰਾ ਦੇਣ ਵਾਲਾ, ਅੰਤ ਕਰ ਦੇਣ ਵਾਲਾ, ਨੇਪਰੇ ਚਾੜ੍ਹਨ ਵਾਲਾ, ਨਿਬੇੜਨ ਵਾਲਾ

finite /'ਫ਼ਾਇਨਾਇਟ/ *a* ਸੀਮਿਤ, ਸੀਮਾਬੱਧ, ਨਿਸ਼ਚਿਤ; (ਵਿਆ) ਅਜਿਹੀ ਕਿਰਿਆ ਜਿਸ ਦਾ ਰੂਪ ਲਿੰਗ ਵਚਨ ਪੁਰਖ ਅਤੇ ਕਾਲ ਆਦਿ ਅਨੁਸਾਰ ਹੋਵੇ; ਕਾਲਕ; ਸਮਾਪਕ, ਵਿਧੇਅ

finiteness /'ਫ਼ਾਇਨਾਇਟਨਅਸ/ *n* ਸੀਮਿਤਤਾ, ਸੀਮਾਬੱਧਤਾ

Finn /ਫ਼ਿਨ/ *n* ਫਿਨਲੈਂਡ ਦਾ ਵਾਸੀ, ਫਿਨ ਜਾਤੀ

finnan /'ਫ਼ਿਨਅਨ/ *n* ਇੱਕ ਪ੍ਰਕਾਰ ਦੀ ਮੱਛੀ

fipple /'ਫ਼ਿਪਲ/ *n* ਹੇਠਲਾ ਬੁੱਲ੍ਹ, (ਰਿਕਾਰਡ ਵਾਲੇ ਯੰਤਰ ਵਿੱਚ) ਪਤਲਾ ਬੰਨ੍ਹ

fipple flute *n* ਇੱਕ ਕਿਸਮ ਦੀ ਬੰਸਰੀ ਜਿਹੜੀ ਹੇਠਲੇ ਬੁੱਲ੍ਹ ਦੀ ਸਹਾਇਤਾ ਨਾਲ ਵਜਾਈ ਜਾਂਦੀ ਹੈ।

fir /ਫ਼ਅ*/ *n* ਕੇਲੋਂ, ਕੇਲੋਂ ਦੀ ਲੱਕੜ

fire /'ਫ਼ਾਇਅ*/ *n* ਅੱਗ, ਅਗਨੀ; ਚੁੱਲ੍ਹੇ ਆਦਿ ਵਿੱਚ ਬਲਦਾ ਬਾਲਣ; ਭਾਂਬੜ, ਅੰਗਾਰਾ; ਤਪਸ਼, ਸਾੜ; ਤਾਪ, ਬੁਖ਼ਾਰ; ਚਮਕ, ਰੌਸ਼ਨੀ, ਚਾਨਣ; ਗੋਲੀਆਂ ਚਲਾਉਣ ਦੀ ਕਿਰਿਆ; ਜੋਸ਼, ਉਤਸ਼ਾਹ, ਤੀਬਰ ਇੱਛਾ *v* ਅੱਗ ਲਾਉਣਾ, ਅੱਗ ਬਾਲਣਾ, ਅੱਗ ਲੱਗਣਾ, ਬਲ ਪੈਣਾ, ਭੜਕ ਉੱਠਣਾ; ਤੋਪ ਦਾਗਣਾ, ਗੋਲੀ ਚਲਾਉਣਾ, ਫ਼ਾਇਰ ਕਰਨਾ; ਤਾਅ ਦੇਣਾ, ਪਕਾਉਣਾ; ਭੜਕਣ ਵਾਲੀ ਵਸਤੂ ਜਾਂ ਖਾਣ ਆਦਿ ਵਿਚ ਅੱਗ ਬਲ ਉਠਣਾ; ਸਾੜ ਦੇਣਾ; ਉਤੇਜਿਤ ਹੋਣਾ, ਜੋਸ਼ ਵਿੱਚ ਆਉਣਾ, ਉਤਸ਼ਾਹ ਭਰਨਾ; ਚੁੱਲ੍ਹੇ ਜਾਂ ਭੱਠੀ ਵਿੱਚ ਬਾਲਣ ਝੋਕਣਾ; ਲਾਲ ਕਰਨਾ ਜਾਂ ਲਾਲ ਹੋਣਾ **catch fire, take fire** ਅੱਗ ਲੱਗਣਾ

fire alarm *n* ਅੱਗਸੂਚਕ, ਅੱਗ ਲੱਗਣ ਦੀ ਸੂਚਨਾ, ਅੱਗਸੂਚਕ ਘੰਟੀ

fire and brimstone *n* ਨਰਕਾਂ ਦੀ ਅੱਗ

fire and sword *n* (ਵਿਸ਼ੇਸ਼ ਤੌਰ 'ਤੇ ਹਮਲਾਵਰ ਫ਼ੌਜ ਵੱਲੋਂ) ਸਾੜ ਫੂਕ ਅਤੇ ਭਾਰੀ ਕਤਲਾਮ, ਤਬਾਹੀ

firearm /'ਫ਼ਾਇਅਰਆਮ/ *n* ਬਰੂਦ ਨਾਲ ਚੱਲਣ ਵਾਲੇ ਹਥਿਆਰ, ਬੰਦੂਕ ਮਸ਼ੀਨਗਨ ਤੋਪ

ਆਦਿ

fire-basket *n* ਹੱਥ ਅੰਗੀਠੀ, ਕਾਂਗੜੀ

fire-blast *n* ਤੇਜ਼ ਬਲਦੀ ਅੱਗ

firebrand /'ਫ਼ਾਇਅਬਰੈਨਡ/ *n* ਬਲਦੀ ਲੱਕੜ; ਅੱਗ ਦੀ ਨਾਲ, ਭੜਕਾਊ ਬੁਲਾਰਾ

fire brigade *n* ਅੱਗ ਬੁਝਾਉਣ ਵਾਲੀ ਟੋਲੀ, ਫ਼ਾਇਰ-ਬ੍ਰਿਗੇਡ

fire-bucket *n* ਅੱਗ ਬੁਝਾਉਣ ਲਈ ਪਾਣੀ ਦਾ ਡੋਲ

firebug /'ਫ਼ਾਇਅਬਅੱਗ/ *n* ਵਿਦ੍ਰੋਹੀ, ਇਨਕਲਾਬੀ

fire-control *n* ਤੋਪਾਂ ਆਦਿ ਦੇ ਫ਼ਾਇਰ ਨੂੰ ਨਿਯਮਤ ਰੱਖਣ ਵਾਲਾ ਯੰਤਰ

firedrake /'ਫ਼ਾਇਅਡਰੇਇਕ/ *n* ਆਤਸ਼ਬਾਜ਼ੀ

fire-eater /'ਫ਼ਾਇਅਰ,ਈਟਅ*/ *n* ਅੱਗ ਦੀ ਨਾਲ

fire engine *n* ਅੱਗ ਬਝਾਉਣ ਵਾਲਾ ਇੰਜਣ

fire escape *n* ਮਕਾਨ ਵਿਚ ਅੱਗ ਲੱਗਣ ਸਮੇਂ ਬਚ ਨਿਕਲਨ ਦਾ ਸਾਧਨ

firefight /'ਫ਼ਾਇਅਫ਼ਾਇਟ/ *n* ਤੋਪਾਂ ਬੰਦੂਕਾਂ ਆਦਿ ਨਾਲ ਕੀਤੀ ਲੜਾਈ, ਸਿੱਕਾ ਬਾਰੂਦ ਨਾਲ ਕੀਤਾ ਯੁੱਧ

firefly /'ਫ਼ਾਇਅਫ਼ਲਾਇ/ *n* ਟਟਹਿਣਾ, ਜੁਗਨੂੰ

fire-grate *n* ਬਲਦੇ ਕੋਲੇ ਜਾਂ ਅੱਗ ਫੜਨ ਵਾਲਾ ਚਿਮਟਾ

fire-insurance *n* ਅੱਗ ਲੱਗਣ ਨਾਲ ਹੋਣ ਵਾਲੇ ਨੁਕਸਾਨ ਦਾ ਬੀਮਾ

fire-irons /'ਫ਼ਾਇਅਰਾਇਅਨਜ਼/ *n* ਕੁੱਢਣੀ, ਖੋਰਨੀ, ਬਲਦੇ ਕੋਲੇ ਜਾਂ ਲੱਕੜੀਆਂ ਹਿਲਾਉਣ ਵਾਲੀ ਸੀਖ

fireman /'ਫ਼ਾਇਅਮਅਨ/ *n* ਅੱਗ ਬੁਝਾਉਣ ਵਾਲੀ ਟੋਲੀ ਦਾ ਕੋਈ ਮੈਂਬਰ; ਭੱਠੀ ਇੰਜਣ ਆਦਿ ਵਿੱਚ ਬਾਲਣ ਡਾਹੁਣ ਵਾਲਾ, ਕਾਮਾ, ਫਾਇਰਮੈਨ

fireplace /'ਫ਼ਾਇਅਪਲੇਇਸ/ *n* ਚੁੱਲ੍ਹਾ

firepower /'ਫ਼ਾਇਅਪਾਉਅ*/ *n* ਸੈਨਾਂ ਦੀਆਂ ਤੋਪਾਂ ਬੰਦੂਕਾਂ ਆਦਿ ਦੀ ਬਹੁ ਗਿਣਤੀ, ਹਥਿਆਰਾਂ ਦੀਆਂ ਵੱਖ-ਵੱਖ ਵੰਨਗੀਆਂ, ਅਸਲੇ ਦੀ ਬਹੁਲਤ

fireproof /'ਫ਼ਾਇਅਪਰੂਫ਼/ *a* ਜਿਸ (ਚੀਜ਼) ਉੱਤੇ ਅੱਗ ਦਾ ਕੋਈ ਅਸਰ ਨਾ ਹੋਵੇ

fireship /'ਫ਼ਾਇਅਸ਼ਿਪ/ *n* ਅਜਿਹਾ ਜਹਾਜ਼ ਜੋ ਦੁਸ਼ਮਣ ਦੇ ਜਹਾਜ਼ ਨੂੰ ਅੱਗ ਲਾਉਣ ਲਈ ਸਮੁੰਦਰ ਵਿੱਚ ਛੱਡ ਦਿੱਤਾ ਜਾਵੇ

fireside /'ਫ਼ਾਇਅਸਾਇਡ/ *n* ਚੁੱਲ੍ਹੇ ਜਾਂ ਅੰਗੀਠੀ ਦੇ ਚੁਫੇਰੇ ਦੀ ਥਾਂ, ਧੂੰਏ ਦਾ ਚੁਫੇਰਾ; ਘਰ-ਬਾਰ

firewall /'ਫ਼ਾਇਅਵੋਲ/ *n* ਸੂਚਨਾਵਾਂ ਦੀ ਸੁਰੱਖਿਆ ਅਤੇ ਪ੍ਰਬੰਧ ਲਈ ਸਥਾਨਕ ਨੈੱਟਵਰਕ ਅਤੇ ਵੱਡੇ ਨੈੱਟਵਰਕ ਵਿਚਕਾਰ ਸਥਾਪਤ ਕੰਪਿਊਟਰੀ ਪ੍ਰਨਾਲੀ

firewater /'ਫ਼ਾਇਅਵੋਟਅ*/ *n* ਤੇਜ਼ ਸ਼ਰਾਬ

firewood /'ਫ਼ਾਇਅਵੁਡ/ *n* ਜਲਾਉਣ ਲਈ ਲੱਕੜੀ, ਬਾਲਣ

firework /'ਫ਼ਾਇਅਵਅ:ਕ/ *n* ਆਤਸ਼ਬਾਜ਼ੀ

fire-worship *n* ਅਗਨੀ-ਪੂਜਾ

firing /'ਫ਼ਾਇਅਰਿਙ/ *n* ਗੋਲਾਬਾਰੀ; ਭਾਂਬੜ; ਜਲਾਉਣ ਦੀ ਲੱਕੜੀ

firing line *n* ਦੁਸ਼ਮਣ ਦੀ ਫ਼ੌਜ ਜਾਂ ਇਲਾਕੇ ਦਾ ਉਹ ਹਿੱਸਾ ਜਿਹੜਾ ਹਮਲੇ ਦੀ ਮਾਰ ਹੇਠ ਹੋਵੇ

firing party *n* ਗੋਲੀਮਾਰ ਟੋਲੀ

firing squad *n* ਗੋਲੀਮਾਰ ਦਸਤਾ

firm[1] /ਫ਼ਅ:ਮ/ *n* ਭਿਆਲੀ ਨਾਲ ਵਪਾਰ ਕਰਨ ਵਾਲੀ ਸੰਸਥਾ; ਵਪਾਰੀ ਕੋਠੀ, ਹੱਟ; ਕਾਰਖ਼ਾਨਾ, ਕੰਪਨੀ, ਫ਼ਰਮ

firm[2] *a* ਪੱਕਾ ਦ੍ਰਿੜ੍ਹ, ਮਜ਼ਬੂਤ, ਤਕੜਾ; ਸਥਿਰ, ਨਿਸ਼ਚਿਤ; ਕਰੜਾ, ਕੱਸਿਆ, ਜੰਮਿਆ *v* ਦ੍ਰਿੜ੍ਹ ਕਰਨਾ, ਠੋਸ ਕਰਨਾ ਜਾਂ ਹੋਣਾ; ਸੰਘਣਾ ਕਰਨਾ ਜਾਂ ਹੋਣਾ; (ਜ਼ਮੀਨ ਵਿੱਚ ਬੂਟੇ) ਪੱਕੀ ਤਰ੍ਹਾਂ ਲਾਉਣਾ ਜਾਂ ਗੱਡਣਾ

firmament /'ਫ਼ਅ:ਮਅਮਅਨਟ/ *n* ਅਕਾਸ਼, ਅਸਮਾਨ, ਫਲਕ; ਅਕਾਸ਼ ਦੀ ਡਾਟ ਵਰਗੀ

ਗੁਲਾਈ

firmamental /,ਫ਼ਅ:ਮਅ'ਮੈਂਟ(ਅ)ਲ/ *n* ਅਕਾਸ਼ੀ, ਅਸਮਾਨੀ

firmness /ਫ਼ਅ:ਮਨਅਸ/ *n* ਕਿਸੇ ਗੱਲ ਵਿੱਚ ਅੜ ਜਾਣ ਦੀ ਕਿਰਿਆ, ਪਕਿਆਈ, ਦ੍ਰਿੜ੍ਹਤਾ

firmware /'ਫ਼ਅ:ਮਵੇਅ*/ *n* (ਕੰਪਿ) ਅਜਿਹਾ ਕੰਪਿਊਟਰ ਸਾਫ਼ਟਵੇਅਰ ਜੋ ਕੰਪਿਊਟਰ ਵਿੱਚ ਪੱਕੇ ਤੌਰ 'ਤੇ ਭਰਿਆ ਹੁੰਦਾ ਹੈ ਅਤੇ ਬਿਜਲੀ ਜਾਣ 'ਤੇ ਵੀ ਖ਼ਤਮ ਨਹੀਂ ਹੁੰਦਾ

first /ਫ਼ਅ:ਸਟ/ *n* ਪਹਿਲੀ ਤਾਰੀਖ਼; ਪਹਿਲਾ ਦਰਜਾ; ਪਹਿਲਾ ਸਥਾਨ; ਮੈਦੇ ਜਾਂ ਮੱਖਣ ਆਦਿ ਦੀ ਸਭ ਤੋਂ ਵਧੀਆ ਕਿਸਮ *a* ਪਹਿਲਾ; ਪ੍ਰਮੁੱਖ, ਪ੍ਰਧਾਨ, ਮੁੱਖ; ਪ੍ਰਾਰੰਭਕ, ਸ਼ੁਰੂ ਦਾ; ਪਹਿਲੀ ਵਾਰ, ਸਭ ਤੋਂ ਪਹਿਲਾ

first aid *n* ਫੱਟੜ ਹੋ ਜਾਣ ਵੇਲੇ ਦੀ ਡਾਕਟਰ ਕੋਲ ਪੁੱਜਣ ਤੋਂ ਪਹਿਲਾਂ ਕੀਤੀ ਪੱਟੀ ਆਦਿ, ਮੁੱਢਲੀ ਡਾਕਟਰੀ ਸਹਾਇਤਾ, ਤੁਰੰਤ ਸਹਾਇਤਾ (ਰੋਗੀ, ਫੱਟੜ ਆਦਿ ਦੀ)

firstborn /'ਫ਼ਅ:ਸਟਬੋਨ/ *a* ਪਲੇਠੀ ਦਾ, ਜੇਠਾ

first class /,ਫ਼ਅ:ਸ(ਟ) 'ਕਲਾਸ/ *n* ਸਭ ਤੋਂ ਉੱਤਮ, ਪਹਿਲੇ ਦਰਜੇ ਦਾ, ਸਭ ਤੋਂ ਉੱਤਮ ਸ਼੍ਰੇਣੀ, ਪਹਿਲਾ ਦਰਜਾ, ਰੇਲ ਗੱਡੀ ਵਿੱਚ ਅਰਾਮਦੇਹ ਸੀਟ, ਪਰੀਖਿਆ ਵਿੱਚੋਂ ਪ੍ਰਾਪਤ ਕੀਤੇ ਉੱਚ ਦਰਜੇ ਦੇ ਅੰਕ *adv* ਪਹਿਲੇ ਦਰਜੇ 'ਤੇ, ਸਭ ਤੋਂ ਅੱਗੇ

first-day /ਫ਼ਅ:ਸਟਡੇਇ/ *n* ਪਹਿਲਾ ਦਿਨ

first fruits /'ਫ਼ਅ:ਸ(ਟ) ਫ਼ਰੂਟਸ/ *n* (ਫ਼ਸਲ ਦਾ) ਪਹਿਲਾ ਫਲ ਜੋ ਦੇਵਤਿਆਂ ਆਦਿ ਦੀ ਭੇਟ ਕੀਤਾ ਜਾਂਦਾ ਹੈ

first-hand /,ਫ਼ਅ:ਸਟ 'ਹੈਨਡ/ *a* ਅੱਖੀਂ ਡਿੱਠਾ, ਜ਼ਾਹਰਾ, ਪ੍ਰਤੱਖ

firstling /'ਫ਼ਅ:ਸਟਲਿਙ/ *n* ਪਹਿਲਾ ਫਲ; ਪਹਿਲਾ ਬੱਚਾ, ਕਿਸੇ ਕੰਮ ਦਾ ਪਹਿਲਾ ਨਤੀਜਾ

firstly /'ਫ਼ਅ:ਸਟਲਿ/ *adv* ਸਭ ਤੋਂ ਪਹਿਲਾਂ, ਅੱਵਲ

first name *n* (ਨਾਮ ਸੰਸਕਾਰ ਸਮੇਂ ਰੱਖਿਆ) ਨਾਮ, (ਜ਼ਾਤ, ਗੋਤ ਵਗੈਰਾ ਤੋਂ ਰਹਿਤ) ਨਿੱਜੀ ਨਾਮ

first person *n* (ਵਿਆ) ਉੱਤਮ ਪੁਰਖ

first-rate /,ਫ਼ਅ:ਸ(ਟ)'ਰੇਇਟ/ *n* ਵਧੀਆ, ਸ਼੍ਰੇਸਠ, ਉੱਤਮ

fisc /ਫ਼ਿਸਕ/ *n* ਸਰਕਾਰੀ ਖ਼ਜ਼ਾਨਾ

fiscal /'ਫ਼ਿਸਕਲ/ *a* ਮਾਲੀ, ਆਰਥਿਕ, ਵਿੱਤ ਸੰਬੰਧੀ; ਰਾਜ ਕੋਸ਼ ਸੰਬੰਧੀ *n* ਮਹਿਕਮਾ ਮਾਲ, ਮਹਿਕਮੇ ਦਾ ਅਧਿਕਾਰੀ

fiscal year *n* ਵਿੱਤੀ ਸਾਲ, ਮਾਲੀ ਸਾਲ

fish[1] /ਫ਼ਿਸ਼/ *n* ਮੱਛੀ; ਮੱਛੀ ਦਾ ਮਾਸ; ਉਹ ਵਿਅਕਤੀ ਜਿਸ ਨੂੰ ਫਸਾਉਣਾ ਹੋਵੇ; ਜਹਾਜ਼ ਦਾ ਲੰਗਰ ਚੁੱਕਣ ਵਾਲਾ ਯੰਤਰ *v* ਮੱਛੀਆਂ ਫੜ੍ਹਨਾ, (ਪਾਣੀ ਦੀ ਤਹਿ ਵਿੱਚੋਂ) ਮੱਛੀਆਂ ਮੋਤੀ ਮੂੰਗੇ ਆਦਿ ਕੱਢ ਲਿਆਉਣਾ; ਬਾਹਰ ਕੱਢਣਾ; ਕਿਸੇ ਭੇਦ ਦਾ ਪਤਾ ਲਾਉਣ ਦੀ ਟੋਹ ਵਿੱਚ ਰਹਿਣਾ, ਖੋਜ ਕੱਢਦੇ ਰਹਿਣਾ; ਭੇਦ ਲੱਭ ਲੈਣਾ; ਖਰੋਚ ਕੇ ਕੱਢਣਾ **fish in troubled waters** ਬਿਪਤਾ ਵੇਲੇ ਆਪਣਾ ਕੰਮ ਕੱਢਣਾ, ਗੜਬੜ ਵਿੱਚ ਆਪਣਾ ਦਾਅ ਲਾਉਣਾ **have other fish to fry** ਕੋਈ ਦੂਜਾ ਕੰਮ ਕਰਨਾ (ਹਥਲੇ ਕੰਮ ਨੂੰ ਛੱਡ ਕੇ) **queer fish** ਅਜੀਬ ਕਿਸਮ ਦਾ ਆਦਮੀ, ਨਮੂਨਾ

fish[2] *n* ਲੱਕੜੀ ਜਾਂ ਲੋਹੇ ਦਾ ਟੁਕੜਾ ਜੋ ਜੋੜ ਨੂੰ ਮਜ਼ਬੂਤ ਕਰਨ ਲਈ ਠੋਕਿਆ ਜਾਂਦਾ ਹੈ, ਫਾਨਾ

fish and chips *n* ਮੱਛੀ ਤੋਂ ਤਿਆਰ ਕੀਤਾ ਇੱਕ ਬਰਤਾਨਵੀ ਭੋਜਨ

fish-ball, fishcake /'ਫ਼ਿਸ਼ਬੋਲ 'ਫ਼ਿਸ਼ਕੇਇਕ/ *n* ਤਲੀ ਹੋਈ ਮੱਛੀ ਦੀਆਂ ਟਿੱਕੀਆਂ

fish-carver *n* ਮੱਛੀ ਕੱਟਣ ਦੀ ਛੁਰੀ

fisher /'ਫ਼ਿਸ਼ਅ*/ *n* ਮੱਛੀ ਦਾ ਸ਼ਿਕਾਰੀ, ਮਾਛੀ, ਮਛਿਆਰਾ, ਮਾਹੀਗੀਰ; ਮੱਛੀ ਦਾ ਸ਼ਿਕਾਰ ਕਰਨ ਵਾਲਾ ਪੰਛੀ ਜਾਂ ਜਾਨਵਰ

fisherman /'ਫ਼ਿਸ਼ਅਮਅਨ/ *n* ਮੱਛੀਆਂ ਫੜਨ ਵਾਲਾ, ਮਾਛੀ, ਮਛਿਆਰਾ

fishery /'ਫ਼ਿਸ਼ਅਰਿ/ *n* ਮੱਛੀਆਂ ਵਾਲੀ ਥਾਂ, ਮੱਛੀਆਂ ਦੇ ਸ਼ਿਕਾਰ ਵਾਲਾ ਸਥਾਨ; ਮੱਛੀਆਂ ਪਾਲਣ ਦਾ ਪੇਸ਼ਾ ਜਾਂ ਵਿਹਾਰ, ਮੱਛੀਆਂ ਦਾ ਵਣਜ

fish-fag *n* ਮੱਛੀਆਂ ਵੇਚਣ ਵਾਲੀ ਔਰਤ

fish finger *n* ਮੱਛੀ ਦੀ ਲੰਮੀ ਕੱਤਲ (ਜਿਸ ਉੱਪਰ ਮੈਦਾ ਦੁੱਧ ਅੰਡੇ ਦਾ ਮਿਸ਼ਰਨ ਲੱਗਾ ਹੋਵੇ)

fish-glue *n* ਸ਼ਰੇਸ਼ (ਮੱਛੀ ਦੇ ਤੇਲ ਦਾ)

fish hook /'ਫ਼ਿਸ਼ ਹੁਕ/ *n* ਮੱਛੀਆਂ ਫੜਨ ਦੀ ਕੁੰਡੀ

fish-joint *n* ਰੇਲ ਦੀਆਂ ਲਾਈਨਾਂ ਦਾ ਜੋੜ; ਪਟੜੀਆਂ ਦਾ ਜੋੜ

fish-market *n* ਮੱਛੀ ਬਜ਼ਾਰ; ਰੌਲੇ ਵਾਲੀ ਥਾਂ

fishmonger /'ਫ਼ਿਸ਼ਮਅੱਙਗਅ*/ *n* ਮੱਛੀ ਵਿਕਰੇਤਾ

fishplate /'ਫ਼ਿਸ਼ਪਲੇਇਟ/ *n* ਦੋ ਲਾਈਨਾਂ ਨੂੰ ਜੋੜਨ ਲਈ ਲੋਹੇ ਦੀ ਪਲੇਟ

fishy /'ਫ਼ਿਸ਼ਿ/ *a* ਮੱਛੀ ਦਾ, ਮੱਛੀ ਬਾਰੇ, ਮੱਛੀਆਂ ਨਾਲ ਭਰਿਆ; ਸ਼ੱਕ ਵਾਲਾ, ਸੰਦੇਹਪੂਰਨ

fisk /ਫ਼ਿਸਕ/ *n* ਵੇਖੋ **fisc**

fissile /'ਫ਼ਿਸਾਇਲ/ *a* ਪਾਟਣ ਵਾਲਾ, (ਅਜਿਹੀ ਲੱਕੜੀ, ਪੱਥਰ ਜਾਂ ਧਾਤ) ਜਿਸ ਵਿੱਚ ਤੇੜਾਂ ਪੈ ਜਾਣ ਜਾਂ ਜਿਹੜਾ ਪਾਟ ਜਾਵੇ

fission /'ਫ਼ਿਸ਼ਨ/ *n* (ਭੌ) ਵਿਖੰਡਨ, ਅਣੂ ਦਾ ਫਟਣ

fissiparism /ਫ਼ਿ'ਸਿਪਅਰਿਜ਼ਅਮ/ *n* ਵੰਡ ਬਿਰਤੀ, ਅੱਡ-ਅੱਡ ਹੋਣ ਦੀ ਬਿਰਤੀ

fissiparous /ਫ਼ਿ'ਸਿਪਅਰਅਸ/ *a* ਫੁੱਟ ਪੈਦਾ ਕਰਨ ਵਾਲਾ, ਫੁੱਟ ਸੰਬੰਧੀ, ਫੁੱਟ ਪਾਊ, ਵਿਖੰਡਨਸ਼ੀਲ

fissure /'ਫ਼ਿਸ਼ਅ*/ *n* ਤੇੜਾਂ; ਦਰਾਰ, ਕਟਾਅ *v* ਚੀਰਨਾ, ਪਾੜਨਾ, ਅੱਡ-ਅੱਡ ਕਰਨਾ

fist /ਫ਼ਿਸਟ/ *n* ਮੁੱਕੀ, ਘਸੁੰਨ, ਹੂਰਾ *vt* ਮੁੱਕਾ ਮਾਰਨਾ, ਘਸੁੰਨ ਮਾਰਨਾ; (ਬੇੜੀ ਨੂੰ) ਸੰਭਾਲਨਾ, ਕਾਬੂ ਵਿੱਚ ਰੱਖਣਾ

fistful /'ਫ਼ਿਸਟਫ਼ੁਲ/ *n* ਮੁੱਠੀ ਭਰ ਵਸਤੂ, ਉੱਨੀ ਕੁ ਚੀਜ਼ ਜੋ ਮੁੱਠੀ ਵਿੱਚ ਆ ਜਾਵੇ

fisticuffs /'ਫ਼ਿਸਟਿਕਅੱਫ਼ਸ/ *n* (ਬਹੁ) ਘਸੁੰਨਬਾਜ਼ੀ

fistula /'ਫ਼ਿਸਟਯੁਲਅ/ *n* ਨਾਲੀਦਾਰ ਜਾਂ ਡੂੰਘਾ ਜ਼ਖ਼ਮ, ਭਗੰਦਰ

fit[1] /ਫ਼ਿਟ/ *a* ਯੋਗ, ਢੁੱਕਵਾਂ, ਜਚਵਾਂ, ਉਚਿਤ; ਤਤਪਰ; ਤੰਦਰੁਸਤ, ਸੁਅਸਥ *v* ਕਿਸੇ ਕੰਮ ਦੇ ਯੋਗ ਬਣਾਉਣਾ, ਪੂਰੀ ਤਰ੍ਹਾਂ ਜਮਾ ਦੇਣਾ ਜਾਂ ਬਠਾ ਦੇਣਾ, ਠੀਕ-ਠੀਕ ਜੜ ਦੇਣਾ; ਠੀਕ ਬੈਠਣਾ, ਜਚਣਾ, ਮੇਚ ਆਉਣਾ, ਠੀਕ ਜੰਮ ਜਾਣਾ ਜਾਂ ਠੁਕ ਜਾਣਾ; ਉਚਿਤ ਹੋਣਾ, ਮੁਨਾਸਬ ਹੋਣਾ, ਅਨੁਕੂਲ ਹੋਣਾ, ਢੁਕਵਾਂ ਹੋਣਾ, ਯੋਗ ਹੋਣਾ, ਫਬਣਾ, ਸਜਣਾ, ਫ਼ਿੱਟ ਹੋਣਾ **a tight fit** *n* ਤੰਗ ਕੱਪੜਾ (ਜਿਹੜਾ, ਸਰੀਰ ਦੇ ਬਿਲਕੁਲ ਨਾਲ ਲੱਗਾ ਹੋਵੇ)

fit[2] *n* ਬਿਮਾਰੀ ਦਾ ਦੌਰਾ, ਰੋਗ ਦਾ ਅਚਾਨਕ ਹਮਲਾ; ਬੇਹੋਸ਼ੀ, ਡੋਬ; ਤਰੰਗ, ਲਹਿਰ, ਜੋਸ਼, ਆਵੇਸ਼

fitful /'ਫ਼ਿਟਫ਼ਲ/ *a* ਅਨਿਯਮਤ, ਆਵੇਸ਼ਮਈ, ਰੁਕ- ਰੁਕ ਕੇ ਆਉਣ ਵਾਲਾ, ਦੌਰੇ ਵਾਂਗ ਵਾਪਰਨ ਵਾਲਾ

fitment /'ਫ਼ਿਟਮਅਨਟ/ *n* ਫ਼ਰਨੀਚਰ ਦੀ ਕੋਈ ਚੀਜ਼, ਘਰ ਵਿੱਚ ਸਜਾਉਣ ਵਾਲੀ ਕੋਈ ਵਸਤੂ

fitness /'ਫ਼ਿਟਨਅਸ/ *n* ਉਚਿਤਤਾ, ਨਿਆਂ, ਸੰਮਤੀ, ਸੰਗਤੀ, ਅਨੁਰੂਪਤਾ

fitter /'ਫ਼ਿਟਅ*/ *n* ਕਾਰੀਗਰ, ਮਿਸਤਰੀ; ਕੱਪੜਿਆਂ ਦੀ ਕਟਾਈ ਕਰਨ ਵਾਲਾ ਦਰਜ਼ੀ

fitting /'ਫ਼ਿਟਿਙ/ *n* (ਬਹੁ) ਸਮਾਨ, ਸਾਜ਼-ਸਮਾਨ; ਮੇਚ, ਮੇਚਾ, ਉਪਕਰਨ, ਸਮਗਰੀ; ਫਬਣ *a* ਠੀਕ, ਉਚਿਤ, ਯੋਗ, ਢੁੱਕਵਾ, ਮੁਨਾਸਬ

fitting room *n* (ਨਵੇਂ ਖ਼ਰੀਦੇ ਕੱਪੜੇ ਪਹਿਣ ਕੇ ਦੇਖਣ ਲਈ) ਦੁਕਾਨ ਵਿੱਚ ਬਣਿਆ ਛੋਟਾ ਕਮਰਾ

five /ਫ਼ਾਇਵ੍/ *a* ਪੰਜ; ਪਾਂਜਾ n ਪੰਜ ਦੀ ਸੰਖਿਆ; ਤਾਸ਼ ਦੀ ਪੰਜੀ; (ਬਹੁ) ਪੰਜ ਨੰਬਰ ਦਾ ਦਸਤਾਨਾ ਬੂਟ ਆਦਿ; ਪੰਜ ਪੌਂਡ ਦਾ ਨੋਟ

fivefold /'ਫ਼ਾਇਵ੍ਫ਼ਅਉਲਡ/ *adv* ਪੰਜ ਗੁਣਾ

five o'clock *n* ਪੰਜ ਵਜੇ, ਪੰਜ ਵਜੇ ਦਾ ਸਮਾਂ

fiver /'ਫ਼ਾਇਵ੍ਅ*/ *n* ਪੰਜ ਪੌਂਡ ਜਾਂ ਰੁਪਈਏ ਦਾ ਨੋਟ; ਕ੍ਰਿਕਟ ਵਿੱਚ ਪੰਜ ਦੌੜਾਂ ਬਣਾਉਣ ਵਾਲੀ ਹਿੱਟ

five-star *a* ਗੁਣ ਜਾਂ ਵਿਸ਼ੇਸ਼ਤਾ ਨਾਪਣ ਦਾ ਉੱਚਤਮ ਚਿੰਨ੍ਹ, ਉੱਚਤਮ ਵਿਸ਼ੇਸ਼ਤਾ ਵਾਲਾ (ਹੋਟਲ), ਪੰਜ ਤਾਰਿਆਂ ਵਾਲਾ; ਮਿਲਟਰੀ ਦੀ ਵਰਦੀ ਉੱਤੇ ਲੱਗਿਆ ਪੰਜ ਤਾਰਿਆਂ ਦਾ ਚਿੰਨ੍ਹ; ਮਿਲਟਰੀ ਦਾ ਉੱਚਤਮ ਪਦ

fix[1] /ਫ਼ਿਕਸ/ *v* ਨਿਸ਼ਚਿਤ ਕਰਨਾ, ਨਿਰਧਾਰਿਤ ਕਰਨਾ, ਮਿਥਣਾ, ਨਿਯਤ ਕਰਨਾ; ਗੱਡਣਾ, ਠੋਕਣਾ, ਜੁੜਨਾ, ਜਮਾਉਣਾ, ਦ੍ਰਿੜ੍ਹ ਕਰਨਾ, ਪੱਕਾ ਕਰਨਾ; ਨੀਝ ਲਾ ਕੇ ਵੇਖਣਾ, ਘੂਰਨਾ; ਜੰਮ ਜਾਣਾ, ਕਰੜੇ ਹੋਣਾ, ਪਥਰਾ ਜਾਣਾ ਜਾਂ ਪਥਰਾ ਦੇਣਾ; (ਅੱਖਾਂ ਜਾਂ ਚਿਹਰੇ ਨੂੰ) ਕਠੋਰ ਬਣਾਉਣਾ; (ਰੰਗ) ਪੱਕਾ ਕਰਨਾ, ਗੂੜ੍ਹਾ ਕਰਨਾ; ਪ੍ਰਬੰਧ ਕਰਨਾ, ਤਿਆਰ ਕਰਨਾ, ਅਹੁਦਾ ਸੰਭਾਲਨਾ, ਰਾਏ ਕਾਇਮ ਕਰਨਾ, ਅੰਤਿਮ ਪਰਿਣਾਮ 'ਤੇ ਪੁੱਜਣਾ, ਫ਼ੈਸਲਾ ਕਰਨਾ; ਵਿਕਾਸ ਜਾਂ ਪਰਿਵਰਤਨ ਨੂੰ ਰੋਕਣਾ (ਭਾਸ਼ਾ, ਸਾਹਿਤ ਆਦਿ ਵਿੱਚ); (ਕਿਸੇ ਵਿਅਕਤੀ, ਵਸਤੂ ਜਾਂ ਘਟਨਾ ਦਾ) ਠੀਕ ਸਮਾਂ ਜਾਂ ਸਥਾਨ ਨਿਸ਼ਚਿਤ ਕਰਨਾ, ਹਵਾਲਾ ਦੇਣਾ; ਪੂਰਾ ਕਰਨਾ; ਨਿਯੁਕਤ ਕਰਨਾ

fix[2] *n* ਔਕੜ, ਔਖ, ਕਠਨਾਈ, ਉਲਝਣ, ਜੰਜਾਲ; ਗਣਿਤ ਜਾਂ ਜੋਤਸ਼ ਨਾਲ ਮਾਲੂਮ ਕੀਤੀ ਗਈ ਸਥਿਤੀ

fixation /ਫ਼ਿਕ'ਸੇਇਸ਼ਨ/ *n* ਸਥਿਰੀਕਰਨ, ਸਥਿਰਤਾ, ਦ੍ਰਿੜ੍ਹਤਾ, ਪਕਿਆਈ; ਟਿਕਟਿਕੀ, ਨੀਝ, (ਮਨੋ) ਖ਼ਿਆਲ ਦਾ ਖੁਭਣਾ; ਠੋਸ ਵਸਤੂ ਨਾਲ ਗੈਸ ਮਿਲਾਉਣ ਦੀ ਵਿਧੀ, ਜਮਾਉਣ ਜਾਂ ਠੋਸ ਕਰਨ ਦੀ ਵਿਧੀ

fixative /'ਫ਼ਿਕਸਅਟਿਵ੍/ *n* ਰੰਗ ਜਾਂ ਤਸਵੀਰ ਆਦਿ ਨੂੰ ਪੱਕਾ ਕਰਨ ਵਾਲਾ ਮਸਾਲਾ a ਪੱਕਾ ਕਰਨ ਵਾਲਾ; ਜਮਾਉਣ ਵਾਲਾ

fixature /'ਫ਼ਿਕਸਅਚਅ*/ *n* ਵਾਲਾਂ ਜਾਂ ਦਾੜ੍ਹੀ ਆਦਿ ਨੂੰ ਜਮਾਉਣ ਵਾਲਾ ਤਰਲ ਪਦਾਰਥ, ਚਿਪਕਣਾ ਪਦਾਰਥ, ਫ਼ਿਕਸੋ

fixed /ਫ਼ਿਕਸਟ/ *a* ਨਿਸ਼ਚਿਤ, ਸਥਿਰ ਨਿਯਤ, ਮਿਆਦੀ

fixed assets *n* ਅਚਲ ਸੰਪੱਤੀ, ਕੰਪਨੀ ਦੀ ਸਥਿਰ ਜਾਇਦਾਦ (ਇਮਾਰਤ ਮਸ਼ੀਨਰੀ ਵਗੈਰਾ) ਮਿਆਦੀ ਵਸਤਾਂ

fixedness /ਫ਼ਿਕਸਿਡਨਅਸ/ *n* ਪਕਿਆਈ, ਦ੍ਰਿੜ੍ਹਤਾ, ਸਥਿਰਤਾ, ਅਚਲਤਾ

fixer /'ਫ਼ਿਕਸਅ*/ *n* ਮੁਰੰਮਤ ਕਰਨ ਵਾਲਾ ਜਾਂ ਜੋੜਨ ਵਾਲਾ ਤੱਤ

fixity /'ਫ਼ਿਕਸਅਟਿ/ *n* ਸਥਿਰਤਾ, ਦ੍ਰਿੜ੍ਹਤਾ, ਪਕਿਆਈ, ਸਥਾਈ ਵਸਤੂ

fixture /'ਫ਼ਿਕਸਚਅ*/ *n* ਜੜੀ ਹੋਈ ਵਸਤੂ; ਜੜਤ; (ਕਨੂੰ) ਜਾਇਦਾਦ ਦੇ ਨਾਲ ਨਿੱਜੀ ਵਰਤੋਂ ਦੀ ਚਲ ਸੰਪੱਤੀ; (ਦੌੜਾਂ, ਖੇਡਾਂ ਆਦਿ ਦੀ) ਨਿਯਮ ਮਿਤੀ

fizz /ਫ਼ਿਜ਼/ *n* (ਅਪ) ਫ਼ਿਜ਼, ਸ਼ੈਂਪੇਨ; ਅਸਫਲਤਾ *vi* ਸਾਂ-ਸਾਂ ਕਰਨਾ, ਸੀ-ਸੀ ਕਰਨਾ, ਲਗਾਤਾਰ ਮੱਧਮ ਅਵਾਜ਼ ਕੱਢਣਾ

fizzle /'ਫ਼ਿਜ਼ਲ/ *vi* ਸੂੰ-ਸੂੰ ਕਰਕੇ ਨਿਕਲਨਾ, ਠੁੱਸ ਹੋ ਜਾਣਾ *n* ਅਸਫਲਤਾ

fizzle out *vi* ਅਸਫਲ ਹੋਣਾ, ਠੁੱਸ ਹੋਣਾ

fizzy /'ਫ਼ਿਜ਼ਿ/ *a* (ਸੋਡਾ) ਸੂੰ-ਸੂੰ ਕਰਨ ਵਾਲਾ

flab /ਫ਼ਲੈਬ/ *n* ਮਨੁੱਖੀ ਸਰੀਰ ਉੱਤੇ ਝੁਰੜੀਆਂ ਵਾਲਾ ਤੇ ਢਿੱਲਾ ਜਿਹਾ ਮਾਸ, ਨਿਰਬਲਤਾ, ਕਮਜ਼ੋਰੀ

flabbergast /'ਫ਼ਲੈਬਅਗਾਸਟ/ *vt* ਹੈਰਾਨੀ ਵਿੱਚ ਪਾ ਦੇਣਾ, ਡੌਰ-ਭੌਰ ਕਰ ਦੇਣਾ

flabbergasted /'ਫ਼ਲੈਬਅਗਾਸਟਿਡ/ *a* ਹੈਰਾਨ-ਪ੍ਰੇਸ਼ਾਨ, ਡੌਰ-ਭੌਰ, ਅਚੰਭਿਤ

flabbiness /'ਫ਼ਲੈਬਿਨਅਸ/ *n* ਢਿੱਲਾਪਣ, ਢਿੱਲ; ਚਪਲਤਾ, ਚੰਚਲਤਾ, ਕਮਜ਼ੋਰੀ, ਨਿਰਬਲਤਾ

flabby /'ਫ਼ਲੈਬਿ/ *a* ਢਿੱਲਾ, ਢਿਲਕਿਆ, ਸਿਥਲ;

(ਭਾਸ਼ਾ ਜਾਂ ਚਾਲ-ਚਲਣ) ਕਮਜ਼ੋਰ, ਨਿਰਬਲ; ਚੰਚਲ, ਚਪਲ

flaccid /**'ਫ਼ਲੈਸਿਡ, 'ਫ਼ਲੈਕਸਿਡ**/ *a* ਢਿੱਲਾ-ਢਿੱਲਾ, ਪਿੱਲਾ-ਪਿੱਲਾ, ਸਿਥਲ; ਝੁਰੀਆਂ ਵਾਲਾ, ਝੁਕਿਆ ਹੋਇਆ

flaccidity /**ਫ਼ਲੈਕ'ਸਿਡਅਟਿ**/ *n* ਢਿੱਲਾਪਣ, ਭੋਲਾਪਣ, ਪਿਲਪਿਲਾਪਣ; ਨਿਰਬਲਤਾ, ਨਿਰਜੀਵਤਾ, ਸ਼ਕਤੀਹੀਣਤਾ

flag[1] /**ਫ਼ਲੈਗ**/ *n* ਝੰਡਾ; ਫ਼ਾਈਲ ਵਿੱਚ ਨਿਸ਼ਾਨੀ ਲਈ ਲਈ ਪਰਚੀ *vt* ਝੰਡਾ ਲਾਉਣਾ; ਝੰਡੀਆਂ ਲਾਉਣਾ (ਸਜਾਵਟ ਲਈ); ਝੰਡੀਆਂ ਦੇ ਸੰਕੇਤਾਂ ਨਾਲ ਗੱਲ-ਬਾਤ ਕਰਨਾ ਜਾਂ ਸੁਨੇਹਾ ਭੇਜਣਾ; ਝੰਡੀਆਂ ਗੱਡ ਕੇ ਹੱਦ ਨਿਸ਼ਚਿਤ ਕਰਨਾ **black flag** ਸਮੁੰਦਰੀ ਡਾਕੂ ਦਾ ਝੰਡਾ; ਜੇਲ੍ਹ ਦਾ ਝੰਡਾ ਜੋ ਕਿਸੇ ਦੋਸ਼ੀ ਨੂੰ ਫਾਂਸੀ ਚੜ੍ਹਾਉਣ ਲੱਗਿਆ ਲਾਇਆ ਜਾਂਦਾ ਹੈ; ਸੋਗ ਦਾ ਝੰਡਾ **flag at half mast** ਸ਼ੋਕ ਕਾਰਨ ਨੀਵਾਂ ਕੀਤਾ ਝੰਡਾ **strike one's flag** ਕਮਾਨ ਛੱਡਣਾ, ਤਿਆਗ ਕਰਨਾ **white flag** ਸੁਲ੍ਹਾ ਦਾ ਝੰਡਾ, ਅਸਥਾਈ ਰੂਪ ਵਿੱਚ ਜੰਗ ਬੰਦ ਕਰਨ ਦਾ ਚਿੰਨ੍ਹ

flag[2] *n* ਫਰਸ਼ ਵਿੱਚ ਲਾਉਣ ਵਾਲੀ ਸਿਲ; ਫਰਸ਼ੀ ਪੱਥਰ ਜਾਂ ਪੱਥਰ ਦਾ ਟੁਕੜਾ; ਅਜਿਹੇ ਪੱਥਰ ਦਾ ਬਣਿਆ ਫਰਸ਼ *vt* ਪੱਥਰ ਦੀਆਂ ਬਣੀਆਂ ਸਿਲਾਂ ਫਰਸ਼ ਵਿੱਚ ਲਾਉਣਾ

flag[3] *n* ਪੰਛੀ ਦੇ ਖੰਭ ਦੀ ਬਣੀ ਕਲਮ

flag[4] *v* ਉਤਸ਼ਾਹਹੀਣ ਹੋਣਾ, ਸਿਥਲ ਹੋ ਜਾਣਾ, ਫਿੱਕਾ ਪੈ ਜਾਣਾ, ਉਦਾਸ ਹੋਣਾ, ਮੁਰਝਾਉਣਾ; ਦਿਲਚਸਪੀ ਨਾ ਰਹਿਣਾ, ਰੁਚੀ ਜਾਂਦੀ ਰਹਿਣਾ

flag day *n* ਜਿਸ ਦਿਨ ਕਿਸੇ ਵਿਸ਼ੇਸ਼ ਕਾਰਜ ਲਈ ਚੰਦਾ ਇਕੱਠਾ ਕੀਤਾ ਜਾਂਦਾ ਹੈ ਅਤੇ ਚੰਦਾ ਦੇਣ ਵਾਲੇ ਨੂੰ ਚਿੰਨ੍ਹ ਮਾਤਰ ਝੰਡੀ ਦਿੱਤੀ ਜਾਂਦੀ ਹੈ, ਝੰਡਾ ਦਿਵਸ

flagella /**ਫ਼ਲਅ'ਜੈੱਲਅ**/ *n* (ਬਹੁ) ਮਾਰਨ ਲਈ ਛਾਂਟੇ ਜਾਂ ਕੋਰੜੇ, ਦੰਡ ਦੇਣ ਲਈ ਚਾਬਕ

flagellant /**'ਫ਼ਲੈਜ(ਅ)ਲਅਨਟ**/ *a* ਜਿਹੜਾ ਆਪਣੇ ਆਪ ਨੂੰ ਦੰਡ ਦੇਵੇ; ਦੰਡ ਸਹਿਣ ਵਾਲਾ, ਚਾਬਕਾਂ ਦੀ ਸਜ਼ਾ ਪਾਉਣ ਵਾਲਾ *n* ਆਪਣੇ ਆਪ ਨੂੰ ਚਾਬਕ ਮਾਰਨ ਵਾਲਾ ਵਿਅਕਤੀ

flagellate /**'ਫ਼ਲੈਜਅਲੇਇਟ**/ *n* ਬੈਂਤ, ਚਾਬਕ, ਪਰਾਣੀ, ਪਰੈਣੀ *vt* ਬੈਂਤ ਮਾਰਨਾ, ਚਾਬਕ ਲਾਉਣਾ, ਕੋਰੜੇ ਲਾਉਣਾ *a* ਬੈਂਤ ਦਾ, ਕੋਰੜੇ ਦਾ, ਚਾਬਕ ਦਾ

flageolet /**ˌਫ਼ਲੈਜਅ'ਲੈੱਟ**/ *n* ਬੰਸਰੀ, ਅਲਗੋਜ਼ਾ, ਇੱਕ ਪ੍ਰਕਾਰ ਦੀ ਸੇਮ ਦੀ ਫਲੀ

flagging /**'ਫ਼ਲੈਗਿਙ**/ *n* ਪੱਥਰ ਦੇ ਟੁਕੜਿਆਂ ਦੀ ਜੜਾਈ, ਫ਼ਰਸ਼

flagitate /**'ਫ਼ਲੈਜਿਟੇਇਟ**/ *vt* ਬਿਨੈ ਕਰਨਾ, ਪ੍ਰਾਰਥਨਾ ਕਰਨਾ, ਮਿੰਨਤ ਕਰਨਾ, ਬੇਨਤੀ ਕਰਨਾ, ਅਰਜ਼ ਕਰਨਾ

flagitation /**ˌਫ਼ਲੈਜਿ'ਟੇਇਸ਼ਨ**/ *n* ਬਿਨੈ, ਬੇਨਤੀ, ਪ੍ਰਾਰਥਨਾ, ਮਿੰਨਤ, ਅਰਜ਼

flagitious /**ਫ਼ਲਅ'ਜਿਸ਼ਅਸ**/ *a* ਘੋਰ ਅੱਤਿਆਚਾਰੀ, ਮਹਾਂ ਅਪਰਾਧੀ, ਦੁਸ਼ਟ, ਲੁੱਚਾ, ਬਦਮਾਸ਼

flag of truce *n* ਚਿੱਟਾ ਝੰਡਾ ਜਿਹੜਾ ਸੰਧੀ ਦਾ ਸੂਚਕ ਹੁੰਦਾ ਹੈ

flagon /**'ਫ਼ਲੈਗਅਨ**/ *n* ਬੋਤਲ, ਸੁਰਾਹੀ

flagrancy /**'ਫ਼ਲੇਇਗਰ(ਅ)ਨਸਿ**/ *n* ਨੀਚਤਾ, (ਅਪਰਾਧ ਦੀ) ਗੰਭੀਰਤਾ, ਦੁਸ਼ਟਤਾ, ਬਦਨਾਮੀ, ਨਿੰਦਾ

flagrant /**'ਫ਼ਲੇਇਗਰਅਨਟ**/ *a* ਖੁੱਲ੍ਹਮ-ਖੁੱਲ੍ਹਾ, ਪ੍ਰਗਟ, ਗੰਭੀਰ, ਘੋਰ, ਸਖ਼ਤ

flagship /**'ਫ਼ਲੈਗਸ਼ਿਪ**/ *n* ਉਹ ਜਹਾਜ਼ ਜਿਸ ਉੱਤੇ ਬੇੜੇ ਦਾ ਸਰਵਉੱਚ ਅਧਿਕਾਰੀ ਹੋਵੇ

flagstaff /**'ਫ਼ਲੈਗਸਟਾਫ਼**/ *n* ਝੰਡੇ ਦਾ ਡੰਡਾ ਜਾਂ ਪੋਲ

flag-station *n* ਰੇਲ ਦਾ ਛੋਟਾ ਸਟੇਸ਼ਨ ਜਿਸ ਉੱਤੇ ਗੱਡੀ ਝੰਡੀ ਦੇਣ ਉੱਤੇ ਹੀ ਖਲੋਂਦੀ ਹੈ, ਕੱਚਾ ਸਟੇਸ਼ਨ

flagstone /**'ਫ਼ਲੈਗਸਟਅਉਨ**/ *n* ਪੱਥਰ ਦੀ ਸਿਲ

flag-wagging *vt* ਝੰਡੀਆਂ ਨਾਲ ਸੰਕੇਤ ਕਰਨਾ

flag-waver *n* ਫ਼ਸਾਦੀ, ਗੜਬੜ ਕਰਨ ਵਾਲਾ, ਬਗ਼ਾਵਤ ਦਾ ਮੋਢੀ, ਦੇਸ਼-ਭਗਤੀ ਵਾਲਾ ਗੀਤ

flail /ਫ਼ਲੇਇਲ/ *n* ਸਿੱਟੇ ਕੁੱਟਣ ਵਾਲਾ ਡੰਡਾ, ਮੂੰਗਲੀ ਥਾਪੀ

flair /ਫ਼ਲੇਅ*/ *n* ਚੰਗੇ-ਮਾੜੇ ਦੀ ਪਛਾਣ ਲਈ ਕੁਦਰਤੀ ਸੂਝ, ਸੁਭਾਵਿਕ ਯੋਗਤਾ, ਅੰਦਰਲੀ ਪ੍ਰੇਰਨਾ

flak /ਫ਼ਲੈਕ/ *n* ਹਵਾਈ ਜਹਾਜ਼ ਦੁਆਰਾ ਵਿਨਾਸ਼ਕਾਰੀ ਗੋਲਾਬਾਰੀ; ਕਰੜੀ ਨੁਕਤਾਚੀਨੀ

flake /ਫ਼ਲੇਇਕ/ *n* ਤੂੰਬਾ, ਫੰਬਾ, ਪੇਪੜੀ, ਪਤਲੀ ਪਰਤ; ਕਿਸੇ ਪਦਾਰਥ ਦਾ ਸੜਿਆ ਹਿੱਸਾ ਜੋ ਕੱਢ ਕੇ ਸੁੱਟ ਦਿੱਤਾ ਜਾਂਦਾ ਹੈ; ਚਾਨਾ; ਧਾਰੀਦਾਰ ਪੱਤੀਆਂ ਵਾਲਾ ਫੁੱਲ *v* ਪੇਪੜੀ ਜੰਮਣਾ; ਥੋੜ੍ਹਾ-ਥੋੜ੍ਹਾ ਕਰਕੇ ਬਾਹਰ ਨਿਕਲਨਾ, ਟੋਟੇ-ਟੋਟੇ ਕਰਕੇ ਬਾਹਰ ਕੱਢਣਾ; ਬਰਫ਼ ਵਾਂਗ ਵੱਖ-ਵੱਖ ਤੂੰਬਿਆਂ ਵਿੱਚ ਡਿੱਗਣਾ, ਸੱਕ ਵਾਂਗ ਉੱਤਰਨਾ **corn flakes** ਮੱਕੀ ਤੋਂ ਬਣਾਇਆ ਨਾਸ਼ਤਾ, ਕਾਰਨ ਫਲੇਕ

flam /ਫ਼ਲੈਮ/ *n* ਝੂਠੀ ਕਹਾਣੀ, ਬਣਾਉਟੀ ਗੱਲ, ਮਨਘੜਤ ਕਥਾ; ਛਲ, ਕਪਟ, ਧੋਖਾ

flambeau /'ਫ਼ਲੈਮਬਅਉ/ n ਮਸ਼ਾਲ, ਬੱਤੀ

flamboyance, flamboyancy /ਫ਼ਲੈਮ'ਬੌਇਅਨਸ, ਫ਼ਲੈਮ'ਬੌਇਅਨਸਿ/n ਭੜਕੀਲਾਪਣ, ਤੜਕ-ਭੜਕ

flamboyant /ਫ਼ਲੈਮ'ਬੌਇਅਨਟ/ n ਚਮਕੀਲੇ ਫੁੱਲ a ਫੁੱਲਾਂ ਦੇ ਚਿੱਤਰਾਂ ਨਾਲ ਸਜਿਆ ਹੋਇਆ, ਭੜਕੀਲਾ, ਤੜਕ-ਭੜਕ ਵਾਲਾ, ਸ਼ੋਖ਼, ਅਡੰਬਰੀ

flame /ਫ਼ਲੇਇਮ/n ਭਾਂਬੜ, ਲਾਟ, ਲਾਂਬੂ; ਜੋਤ; ਤੇਜ਼ ਰੋਸ਼ਨੀ, ਸ਼ੋਖ਼ ਰੰਗ; ਗੂੜ੍ਹਾ ਰੰਗ; ਪਤੰਗਾ, ਭੰਬਟ; ਪ੍ਰੇਮ ਭਾਵ, ਇਸ਼ਕ, ਮਾਸ਼ੂਕਾ *v* ਬਲ ਉੱਠਣਾ; ਲਾਟਾਂ ਉੱਠਣਾ, ਭਾਂਬੜ ਮੱਚਣਾ, ਕ੍ਰੋਧ ਨਾਲ ਭੜਕ ਉੱਠਣਾ; ਅੱਗ ਲਾਉਣਾ, ਅੱਗ ਉੱਤੇ ਰੱਖਣਾ; ਚਮਕਣਾ, ਰੌਸ਼ਨ ਹੋਣਾ

flamen /'ਫ਼ਲੇਇਮੈਨੌ/ n (ਰੋਮਨ ਇਤਿ) ਪਰੋਹਤ

flamingo /ਫ਼ਲਅ'ਮਿਙਗਅਉ/ n ਲੰਮੀਆਂ ਲੱਤਾਂ ਅਤੇ ਲੰਮੀ ਧੌਣ ਵਾਲਾ ਇੱਕ ਪੰਛੀ, ਲਮਢੀਂਗ

flammable /'ਫ਼ਲੈਮਅਬਲ/ a ਜਲਦੀ ਅੱਗ ਲੱਗ ਸਕਣ ਵਾਲਾ, ਲਾਟਾਂ ਨਿਕਲਨ ਵਾਲਾ, ਜਲਦੀ ਭੜਕਣ ਵਾਲਾ

flanch /ਫ਼ਲੈਨਚ/ vt ਚੌੜਾ ਕਰਨਾ, ਖੁੱਲ੍ਹਾ ਕਰਨਾ

flank /ਫ਼ਲੈਙਕ/ n ਵੱਖੀ, ਪਾਸਾ, ਫੌਜ ਦੀ ਟੁਕੜੀ ਦੇ ਸੱਜੇ-ਖੱਬੇ ਦਾ ਪਾਸਾ, ਇਮਾਰਤ ਪਹਾੜ ਆਦਿ ਦਾ ਇੱਕ ਪਾਸਾ, ਇੱਕ ਕਿਨਾਰਾ, ਦਿਸ਼ਾ vt ਫ਼ੌਜੀ ਟੁਕੜੀ ਦੇ ਸੱਜੇ ਜਾਂ ਖੱਬੇ ਪਾਸੇ ਹੋਣਾ, ਫ਼ੌਜ ਦੇ ਕਿਸੇ ਪਾਸੇ ਨੂੰ ਮਜ਼ਬੂਤ ਕਰਨਾ; ਪਾਸਾ ਵਲ ਕੇ ਲੰਘਣਾ

flannel/'ਫ਼ਲੈਨਲ/n ਇੱਕ ਪ੍ਰਕਾਰ ਦਾ ਊਨੀ ਕੱਪੜਾ, ਫ਼ਲਾਲੈਣ, (ਬਹੁ) ਫਲਾਲੈਣ ਦੇ ਕੱਪੜੇ; ਫਲਾਲੈਣ ਦੀਆਂ ਪੱਟੀਆਂ; ਫ਼ਰਸ਼ ਆਦਿ ਸਾਫ਼ ਕਰਨ ਲਈ ਜਾਂ ਸਰੀਰ ਉੱਤੇ ਸਾਬਣ ਮਲਣ ਲਈ ਵਰਤੇ ਜਾਣ ਵਾਲੇ ਫ਼ਲਾਲੈਣ ਦੇ ਟੋਟੇ a ਫ਼ਲਾਲੈਣ ਦਾ ਬਣਿਆ

flannelette /,ਫ਼ਲੈਨਅ'ਲੈਟੱ/ n ਫ਼ਲਾਲੈਣ ਵਰਗਾ ਸੂਤੀ ਕੱਪੜਾ

flannelled /'ਫ਼ਲੈਨ(ਅ)ਲਡ/a ਫ਼ਲਾਲੈਣ ਵਾਲਾ

flap /ਫ਼ਲੈਪ/ v ਫੜਫੜਾਉਣਾ, ਖੰਭ ਮਾਰਨਾ, ਖੰਭ ਫਟਕਣਾ; ਕਿਸੇ ਚੌੜੀ ਵਸਤੂ ਨਾਲ ਮਾਰਨਾ, ਥਪਕਣਾ, ਥਾਪੜਨਾ, ਫਟਕਣਾ; (ਮੱਖੀ ਆਦਿ ਨੂੰ) ਉਡਾਉਣਾ; ਘੁੰਮਣਾ, ਗੇੜੇ ਕੱਢਣਾ; ਡੋਲਣਾ, ਝੂਲਣਾ n ਫਟਕ (ਜਿਵੇਂ ਛੱਜ ਦੀ), ਫੜਫੜਾਹਟ (ਜਿਵੇਂ ਖੰਭਾਂ ਦੀ); ਕਿਸੇ ਚੌੜੀ ਵਸਤੂ ਦਾ ਲਮਕਦਾ ਟੁਕੜਾ ਜੋ ਇੱਕ ਪਾਸੇ ਸਿਊਂਤਾ ਜਾਂ ਬੱਧਾ ਹੋਵੇ (ਜਿਵੇਂ ਜੇਬ ਦਾ ਢੱਕਣ); ਪੱਲਾ, ਤੰਬੂ ਦਾ ਪਰਦਾ, ਕੋਈ ਅੰਗ ਕੱਟਣ ਪਿੱਛੋਂ ਲਮਕਦੀ ਹੋਈ ਖੱਲ; ਸੱਪ ਦਾ ਫੰਨ੍ਹ; ਛਿਛੜਾ, ਮੱਛੀ ਦੇ ਗਲਫੜੇ ਦਾ ਪਰਦਾ

flapper /'ਫ਼ਲੈਪਅ*/n ਮੱਖੀ ਮਾਰ; ਪੰਛੀਆਂ ਨੂੰ ਡਰਾਉਣ ਵਾਲਾ ਫਟਫਟਾ; ਯਾਦ ਤਾਜ਼ੀ ਕਰਾਉਣ

ਵਾਲੀ ਵਸਤੂ ਜਾਂ ਵਿਅਕਤੀ; ਮੱਛੀ ਦੇ ਚੌੜੇ ਖੰਭ; (ਪਰਾ) ਸ਼ਰਮਾਊ ਮੁਟਿਆਰ

flare /**ਫ਼ਲੇਅ***/ v ਭੜਕਣਾ; ਚਮਕਣਾ; ਫੁੱਲਣਾ, ਖਿੱਲਰਨਾ, ਖੁੱਲਣਾ, ਫੁਲਾਉਣਾ, ਖੋਲ੍ਹਣਾ, ਉਭਾਰਨਾ; ਥੋੜ੍ਹੇ ਚਿਰ ਲਈ ਪ੍ਰਸਿੱਧ ਹੋਣਾ; ਸੜਨਾ; ਗੁੱਸੇ ਵਿੱਚ ਭੜਕ ਉੱਠਣਾ n ਭਾਂਬੜ, ਭੜਕ; ਤਿੱਖੀ ਰੋਸ਼ਨੀ, ਪ੍ਰਕਾਸ਼ ਗੋਲਾ, ਅੱਖਾਂ ਚੁੰਧਿਆ ਦੇਣ ਵਾਲਾ ਪ੍ਰਕਾਸ਼; ਖਿਲਾਰ (ਘੱਗਰੇ ਆਦਿ ਦੇ ਘੇਰੇ ਦਾ); ਵਿਖਾਵਾ, ਤੜਕ-ਭੜਕ, ਅਡੰਬਰ; ਦੁਸ਼ਮਣ ਦੀਆਂ ਚਾਲਾਂ ਵੇਖਣ ਲਈ ਪ੍ਰਕਾਸ਼ ਗੋਲੇ ਸੁੱਟ ਕੇ ਕੀਤਾ ਚਾਨਣ

flare-up /'**ਫ਼ਲੇਅਰਅੱਪ**/ n ਕ੍ਰੋਧ ਜਾਂ ਗੁੱਸੇ ਦਾ ਚੜ੍ਹਾਅ, ਭੜਕ, ਭਬੂਕਾ

flash[1] /**ਫ਼ਲੈਸ਼**/v ਚਮਕਣਾ, ਲਿਸ਼ਕਣਾ, ਚਾਨਣ ਕਰਨਾ ਜਾਂ ਖਿਲਾਰਨਾ; ਭੜਕ ਉੱਠਣਾ, ਅਚਾਨਕ ਚਮਕ ਪੈਣਾ; ਤੇਜ਼ੀ ਨਾਲ ਚੱਲਣਾ; ਪਾਣੀ ਦਾ ਵੇਗ ਨਾਲ ਵਗਣਾ; (ਸਮਾਚਾਰ ਆਦਿ) ਪ੍ਰਸਾਰਿਤ ਕਰਨਾ; ਸ਼ੀਸ਼ੇ ਉੱਤੇ ਰੰਗ ਚੜ੍ਹਾਉਣਾ n ਅਚਾਨਕ ਪਿਆ ਥੋੜ੍ਹੇ ਚਿਰ ਦਾ ਲਿਸ਼ਕਾਰਾ; ਚਮਕ, ਲਿਸ਼ਕ, ਝਲਕਾਰਾ, ਚਾਨਣ ਦੀ ਲਪਟ; ਕਿਸੇ ਭਾਵ ਦਾ ਥੋੜ੍ਹੇ ਚਿਰ ਲਈ ਅਚਾਨਕ ਉਜਾਗਰ ਹੋਣ ਦੀ ਕਿਰਿਆ, ਪਾਣੀ ਦਾ ਤੇਜ਼ ਵਹਿਣ, ਸੈਨਾ ਦੇ ਡਵੀਜ਼ਨ ਬ੍ਰਿਗੇਡ ਆਦਿ ਦਾ ਚਿੰਨ੍ਹ ਜਾਂ ਬਿੱਲਾ ਜੋ ਸਾਰੇ ਸੈਨਿਕ ਲਾਉਂਦੇ ਹਨ; (ਸਿਨਮੇ ਵਿੱਚ) ਕਿਸੇ ਝਾਕੀ ਦਾ ਪ੍ਰਦਰਸ਼ਨ; ਬਾਹਰੀ ਟੀਪ-ਟਾਪ, ਵਿਖਾਵਾ

flash[2] *n* ਵਿਹਲੀ ਗੱਲ, ਨਿਰਾਰਥਕ ਗੱਲ; ਪੇਂਡੂ ਬੋਲੀ; ਹੰਕਾਰ ਭਰੀ ਗੱਲਬਾਤ a ਬਣਾਉਟੀ, ਵਿਖਾਵੇ ਵਾਲਾ, ਭੜਕੀਲਾ, ਅਡੰਬਰ ਵਾਲਾ

flash-house *n* ਵੇਸਵਾ ਦਾ ਘਰ, ਰੰਡੀਖ਼ਾਨਾ

flashlight /'**ਫ਼ਲੈਸ਼ਲਾਇਟ**/ *n* ਟਾਰਚ ਆਦਿ ਦੀ ਤੇਜ਼ ਰੋਸ਼ਨੀ

flashpoint /'**ਫ਼ਲੈਸ਼ਪੌਇਨਟ**/ *n* ਤਾਪਮਾਨ ਜਿਸ ਉੱਤੇ ਤੇਲ ਆਦਿ ਭੜਕ ਉੱਠੇ, ਜਲਨ ਅੰਕ

flashy /'**ਫ਼ਲੈਸ਼ਿ**/ *a* ਵਿਖਾਵੇ ਵਾਲਾ, ਬਾਹਰੀ ਟੀਪ-ਟਾਪ ਵਾਲਾ, ਅਡੰਬਰ ਵਾਲਾ; ਭੜਕੀਲਾ, ਚਮਕਦਾਰ; ਫਿੱਕਾ; ਥੋੜ੍ਹਾ ਚਿਰ ਟਿਕਣ ਵਾਲਾ

flask /**ਫ਼ਲਾਸਕ**/ *n* ਸੁਰਾਹੀ, ਝੱਜਰ; ਤੰਗ ਮੂੰਹ ਵਾਲੀ ਸ਼ਰਾਬ ਜਾਂ ਤੇਲ ਦੀ ਬੋਤਲ; ਛੋਟੀ ਬੋਤਲ; ਕੁੱਪੀ; ਬਰੂਦ ਦੀ ਕੁੱਪੀ; ਕੱਪੜੇ ਰੱਖਣ ਵਾਲੀ ਟੋਕਰੀ

flasket /'**ਫ਼ਲਾਸਕਿਟ**/ *n* ਇੱਕ ਕਿਸਮ ਦੀ ਟੋਕਰੀ, ਤੰਗ ਮੂੰਹ ਵਾਲੀ ਟੋਕਰੀ

flat[1] /**ਫ਼ਲੈਟ**/ *n* ਪੱਧਰ ਮੈਦਾਨ; ਚੋਰਸ ਭੋਂ; ਹਥੇਲੀ; ਫ਼ਰਸ਼; ਪੱਧਰੇ ਥੱਲੇ ਵਾਲੀ ਬੇੜੀ; ਪਰਦੇ ਉੱਤੇ ਬਣੇ ਦ੍ਰਿਸ਼ ਦਾ ਚੁਗਾਠ ਵਿੱਚ ਜੜਿਆ ਹਿੱਸਾ; (ਸੰਗੀ) ਮੱਧਮ ਸੁਰ *a* ਸਿੱਧਾ ਸਾਦਾ ਬੰਦਾ ਜੋ ਸਰਲਤਾ ਨਾਲ ਠੱਗਿਆ ਜਾ ਸਕੇ, ਸਿੱਧੜ; ਪੱਧਰਾ, ਸਵਾਹਰਾ, ਸਾਵਾਂ, ਬਰਾਬਰ ਦਾ; ਚੌੜੇ ਥੱਲੇ ਅਤੇ ਘੱਟ ਡੂੰਘਾਈ ਵਾਲਾ; ਚਕੋਰ, ਚਕੋਰ ਸ਼ਕਲ ਵਾਲਾ; ਖਿਲਰਿਆ; ਸਪਸ਼ਟ, ਸਾਫ਼; ਰਸਹੀਣ, ਬੇਰਸ, ਨਿਰਜੀਵ, ਫਿੱਕਾ, ਅਕਾਅ ਦੇਣ ਵਾਲਾ; ਪ੍ਰਭਾਵਹੀਣ, ਸ਼ਕਤੀਹੀਣ, ਨਿਰਬਲ *vt* ਪੱਧਰਾ ਕਰਨਾ; ਮੁਲਾਇਮ ਕਰਨਾ, ਚੀਕਨਾ ਕਰਨਾ

flat[2] *n* ਇੱਕ ਹੀ ਛੱਤ ਦੇ ਰਹਾਇਸ਼ੀ ਕਮਰਿਆਂ ਦੀ ਪਾਲ; ਰਹਿਣ ਵਾਲਾ ਕਮਰਾ; ਇੱਕ ਵੱਡਾ ਕਮਰਾ ਜਿਸ ਵਿੱਚ ਦੂਜੇ ਕਮਰਿਆਂ ਦੇ ਬੂਹੇ ਹੋਣ; ਜਹਾਜ਼ ਦਾ ਕਮਰਾ

flat-chested /,**ਫ਼ਲੈਟ'ਚੈੱਸਟਿਡ**/ *a* ਛੋਟੀਆਂ ਛਾਤੀਆਂ ਵਾਲੀ ਔਰਤ

flat-iron /'**ਫ਼ਲੈਟਆਇਅਨ**/ *n* ਕੱਪੜੇ ਪ੍ਰੈਸ ਕਰਨ ਵਾਲਾ ਲੋਹਾ, ਪ੍ਰੈਸ

flat race *n* ਪੱਧਰੇ ਮੈਦਾਨ ਵਿੱਚ ਘੋੜਦੌੜ

flat rate *n* ਇੱਕੋ ਦਰ

flat spin *n* ਦਿਲੀ ਘਬਰਾਹਟ, ਚਿੱਤਭ੍ਰਾਂਤੀ

flatten /'**ਫ਼ਲੈਟਨ**/ *v* ਪੱਧਰਾ ਕਰਨਾ ਜਾਂ ਹੋਣਾ; ਚੌੜਾ ਜਾਂ ਚੌਰਸ ਕਰਨਾ; ਰਸਹੀਣ ਜਾਂ ਫਿੱਕਾ ਕਰ ਦੇਣਾ, ਮੱਧਮ ਕਰਨਾ

flatter /'**ਫ਼ਲੈਟਅ***/ *vt* (ਕਿਸੇ ਦੀ) ਝੂਠੀ ਪ੍ਰਸੰਸਾ ਕਰਨਾ, ਚਾਪਲੂਸੀ ਕਰਨਾ, ਖ਼ੁਸ਼ਾਮਦ

ਕਰਨਾ; ਝੋਲੀ ਚੁੱਕਣਾ, ਝੂਠੀ ਆਸ ਬੰਨ੍ਹਾਉਣਾ, ਲੱਲੋ-ਪੱਤੋ ਕਰਨਾ; ਭਰਮਾਉਣਾ, ਲਲਚਾਉਣਾ; ਸਿਰਫ਼ ਖ਼ਿਆਲੀ ਮਨਸੂਬਿਆਂ ਨਾਲ ਆਪਣੇ ਆਪ ਨੂੰ ਖ਼ੁਸ਼ ਕਰਨਾ; (ਅੱਖ, ਕੰਨ ਆਦਿ ਨੂੰ) ਸੰਤੁਸ਼ਟ ਕਰਨਾ

flatterer /'ਫ਼ਲੈਟ(ਅ)ਰਅ*/ *n* ਝੂਠੀ ਪ੍ਰਸੰਸਾ ਕਰਨ ਵਾਲਾ ਬੰਦਾ, ਖ਼ੁਸ਼ਾਮਦੀ, ਚਾਪਲੂਸ, ਝੋਲੀ ਚੁੱਕ

flattery /'ਫ਼ਲੈਟਅਰਿ/ *n* ਖ਼ੁਸ਼ਾਮਦ, ਚਾਪਲੂਸੀ, ਝੂਠੀ ਪ੍ਰਸੰਸਾ

flatulence /'ਫ਼ਲੈਟਯੁਲਅਨਸ/ *n* ਪੇਟ ਵਿੱਚ ਹਵਾ ਦਾ ਗੋਲਾ, ਖਾਣ ਪੀਣ ਸਮੇਂ ਅੰਤੜੀਆਂ ਵਿੱਚ ਦਾਖ਼ਲ ਹੋਈ ਹਵਾ, ਵਾਈ

flatulent /'ਫ਼ਲੈਟਯੁਲਅਨਟ/ *a* ਹਵਾ ਪੈਦਾ ਕਰਨ ਵਾਲਾ, ਵਾਈ ਵਾਲਾ, ਬਾਦੀ, ਵਾਯੂਯੁਕਤ, ਹਵਾ ਭਰਿਆ, ਫੁੱਲਿਆ; ਬਹਾਨੇਬਾਜ਼, ਕਪਟੀ, ਛਲ ਕਰਨ ਵਾਲਾ

flatus /'ਫ਼ਲੇਇਟਅਸ/ *n* ਪੇਟ ਵਿੱਚ ਵਾ ਦਾ ਗੋਲਾ, ਵਾਈ

flaught /ਫ਼ਲੋਟ/ *n* (ਪੰਛੀਆਂ ਦੀ) ਉਡਾਨ; ਲੁਕਣ ਦੀ ਥਾਂ

flaughter *n* ਫੜਫੜਾਹਟ ਦੀ ਅਵਾਜ਼

flaunt /ਫ਼ਲੋਨਟ/ *v* ਵਿਖਾਵਾ ਕਰਨਾ; ਸ਼ਾਨ ਵਿਖਾਉਣਾ, ਸ਼ੇਖ਼ੀ ਮਾਰਨਾ n ਘਮੰਡ, ਅਭਿਮਾਨ, ਵਿਖਾਵਾ

flautist /'ਫ਼ਲੋਟਿਸਟ/ *a* ਬੰਸਰੀ ਵਜਾਉਣ ਵਾਲਾ, ਬੰਸਰੀਵਾਦਕ

flavorous /'ਫ਼ਲੇਇਵ੍ਅਰਅਸ/ *a* ਮਹਿਕਦਾਰ, ਖ਼ੁਸ਼ਬੂਦਾਰ, ਜ਼ਾਇਕੇਦਾਰ; ਸੁਆਦੀ, ਰਸਦਾਇਕ

flavour /'ਫ਼ਲੇਇਵ੍ਅ*/ *n* ਮਹਿਕ, ਸੁਗੰਧੀ ਅਤੇ ਸੁਆਦ ਦਾ ਮਿਸ਼ਰਨ, ਸੁਆਦ, ਰਸ *vt* ਵਿਸ਼ੇਸ਼ ਸੁਆਦ ਜਾਂ ਰਸ ਭਰਨਾ, ਸੁਗੰਧਿਤ ਕਰਨਾ

flavoured /'ਫ਼ਲੇਇਵ੍ਅਡ/ *a* ਸੁਗੰਧੀ ਭਰਪੂਰ, ਖੁਸ਼ਬੂਦਾਰ, ਮਹਿਕ ਵਾਲਾ, ਸੁਆਦੀ

flavourless /'ਫ਼ਲੇਇਵ੍ਅਲਅਸ/ *a* ਸੁਗੰਧੀਹੀਣ, ਖ਼ੁਸ਼ਬੂਰਹਿਤ; ਸੁਆਦਹੀਣ, ਬੇਸੁਆਦ, ਬੇਲੱਜ਼ਤ, ਫਿੱਕਾ

flaw[1] /ਫ਼ਲੋ/ *n* ਦੋਸ਼, ਨੁਕਸ, ਔਗੁਣ, ਤਰੁਟੀ, ਬੱਜ, ਕਸਰ, ਐਬ, ਅਪੂਰਨਤਾ, ਕਮੀ, ਘਾਟ, ਤਰੇੜ; (ਕਨੂੰ) ਕਲੰਕ, ਦੋਸ਼ v ਵਿਗਾੜਨਾ, ਨੁਕਸ ਪੈਦਾ ਕਰਨਾ, ਤਰੇੜ ਪਾਉਣਾ ਜਾਂ ਪੈਣਾ, ਦਰਾੜ ਪੈਣਾ ਜਾਂ ਪਾਉਣਾ

flaw[2] *n* ਹਵਾ ਦਾ ਝੋਂਕਾ, ਹਵਾ ਦਾ ਬੁੱਲਾ

flawless /'ਫ਼ਲੋਲਅਸ/ *a* ਬੇਨੁਕਸ, ਬੇਐਬ, ਬੇਦਾਗ, ਨੇਹਕਲੰਕ; ਬਿਨਾਂ ਤਰੇੜ ਦੇ, ਸੰਪੂਰਨ

flawn /ਫ਼ਲੋਨ/ *n* ਚੀਜ਼ਾਂ ਨੂੰ ਤਲਣ ਲਈ ਭਾਂਡਾ, ਕੜਾਹੀ, ਖੁੱਲ੍ਹਾ ਪਤੀਲਾ; ਇੱਕ ਪ੍ਰਕਾਰ ਦੀ ਖੀਰ

flax /ਫ਼ਲੈਕਸ/ *n* ਸਣ, ਸਣੁਕੜਾ, ਪਟਸਨ; ਸਣ ਵਰਗੇ ਰੇਸ਼ਿਆਂ ਵਾਲੇ ਹੋਰ ਬੂਟੇ; ਸਣ ਜਾਂ ਪਟਸਨ ਆਦਿ ਦਾ ਕੱਪੜਾ; ਸਣ ਆਦਿ ਦੇ ਰੇਸ਼ੇ

flaxen /'ਫ਼ਲੈਕਸਨ/ *a* ਸਣ ਪਟਸਨ ਆਦਿ ਦਾ; ਭੂਰੇ ਰੰਗ ਦਾ

flay /ਫ਼ਲੇਇ/ *vt* ਖੱਲ ਲਾਹੁਣਾ, ਛਿੱਲਣਾ, ਉਚੇੜਨਾ; ਕਰੜੀ ਆਲੋਚਨਾ ਕਰਨਾ, ਸਖ਼ਤ ਨੁਕਤਾਚੀਨੀ ਕਰਨਾ; ਲੁੱਟ ਲੈਣਾ, ਬਰਬਾਦ ਕਰਨਾ; ਛਾਂਟ ਕੇ ਠੀਕ ਕਰਨਾ

flayer /ਫ਼ਲੇਇਅ*/ *n* ਚਮੜਾ ਲਾਹੁਣ ਵਾਲਾ, ਖੱਲ ਉਧੇੜ, ਪਿਸ਼ਾਚ; ਨੁਕਤਾਚੀਨ

flea /ਫ਼ਲੀ/ *n* ਤੁੱਛ ਜਾਂ ਘਿਰਨਤ ਜੰਤੂ, ਪਿੱਸੂ **send one away with a flea in the ear** ਝਿੜਕ ਕੇ ਜਾਂ ਡਾਂਟ ਕੇ ਕਿਸੇ ਨੂੰ ਲਾਜਵਾਬ ਕਰ ਦੇਣਾ, ਕਿਸੇ ਦਾ ਮਖੌਲ ਉਡਾਉਣਾ

fleabag /'ਫ਼ਲੀਬੈਗ/ *n* ਖੁੱਥੜ ਜ਼ਨਾਨੀ; ਘਟੀਆ ਬੰਦਾ; ਘਟੀਆ ਢਾਬਾ

fleabite /'ਫ਼ਲੀਬਾਇਟ/ *n* ਪਿੱਸੂ ਦਾ ਡੰਗ, ਪਿੱਸੂ ਲੜਨ ਨਾਲ ਪਿਆ ਧੱਫੜ; ਮਾਮੂਲੀ ਸੱਟ; ਨਿਗੂਣੀ ਗੱਲ

flea-bitten /'ਫ਼ਲੀਬਿਟ(ਅ)ਨ/ *a* ਜਿਸ ਨੂੰ ਪਿੱਸੂ ਲੜੇ ਹੋਣ; ਲਾਲ ਰੰਗ ਦੇ ਡੱਬਾਂ ਵਾਲਾ (ਪਸ਼ੂ); ਹੋਛਾ, ਨੀਚ, ਹੌਲਾ

flea market *n* ਖੁਲ੍ਹੇ ਥਾਂ 'ਤੇ ਲੱਗੀ ਪੁਰਾਣਾ ਮਾਲ ਵੇਚਣ ਦੀ ਮੰਡੀ, ਹੰਢਿਆ ਵਰਤਿਆ ਮਾਲ ਵੇਚਣ ਦਾ ਬਜ਼ਾਰ, ਘੱਟ ਦਰਾਂ 'ਤੇ ਵਿਕਰੀ ਵਾਲਾ ਬਜ਼ਾਰ

fleawort /'ਫ਼ਲੀਵਅ:ਟ/ *n* ਈਸਬਗੋਲ

fleck /ਫ਼ਲੈੱਕ/ *n* ਕਣ, ਪਰਮਾਣੂ, ਨਿੱਕਾ ਜਿਹਾ ਟੁਕੜਾ; ਦਾਗ਼, ਡੰਮ, ਖੱਲ ਉੱਤੇ ਪਿਆ ਦਾਗ਼ *vt* ਤਿਤਰਾ-ਮਿਤਰਾ ਕਰਨਾ, ਰੰਗ-ਬਰੰਗਾ ਕਰਨਾ, ਕਈ ਰੰਗ ਲਾਉਣਾ, ਡੱਬ-ਖੜੱਬਾ ਕਰਨਾ; ਦਾਗ਼ ਲਾਉਣਾ

flecker /'ਫ਼ਲੈੱਕਅ*/ *vt* ਰੰਗ ਦੇ ਦਾਗ਼ ਲਾਉਣਾ, ਥਾਂ-ਥਾਂ ਧੱਬੇ ਪਾਉਣਾ; ਡੱਬ-ਖੜੱਬਾ ਬਣਾਉਣਾ

fledge /ਫ਼ਲੈੱਜ/ *vt* ਖੰਭ ਲਾਉਣਾ, ਉੱਡਣਯੋਗ ਬਣਾਉਣਾ

fledg(e)ling /'ਫ਼ਲੈੱਜਲਿਙ/ *n* ਬੋਟ; ਅੱਲ੍ਹੜ ਮਨੁੱਖ

flee /ਫ਼ਲੀ/ *v* ਛੱਡ ਕੇ ਭੱਜ ਜਾਣਾ, ਨਸ ਜਾਣਾ, ਫਰਾਰ ਹੋ ਜਾਣਾ; ਖਿਸਕ ਜਾਣਾ, ਲੋਪ ਹੋ ਜਾਣਾ, ਗ਼ਾਇਬ ਹੋ ਜਾਣਾ; ਕਤਰਾਉਣਾ, ਬਚਣਾ, ਕੰਨੀ ਖਿਸਕਾਉਣਾ; ਛੱਡਣਾ, ਤਿਆਗਣਾ, ਪਰਹੇਜ਼ ਕਰਨਾ; ਸਮਾਪਤ ਹੋਣਾ

fleece /ਫ਼ਲੀਸ/ *n* ਉੱਨ, ਪਸ਼ਮ; ਇੱਕ ਵਾਰੀ ਵਿੱਚ ਲਾਹੀ ਹੋਈ ਉੱਨ; ਚਿੱਟੀ ਉੱਨ ਵਰਗੀ ਕੋਈ ਵਸਤੂ, ਲੱਛਾ; ਚਿਟਿਆਈ ਵਾਲਾ ਬੱਦਲ, ਡਿੱਗਦੀ ਹੋਈ ਬਰਫ਼ ਆਦਿ *vt* ਉੱਨ ਲਾਹੁਣਾ, ਭੇਡ ਬੱਕਰੀ ਆਦਿ ਮੁੰਨਣਾ; ਉੱਨ ਜਾਂ ਉੱਨ ਜਿਹੀ ਵਸਤੂ ਨਾਲ ਕੱਜਣਾ; ਠੱਗ ਲੈਣਾ; ਮੁੰਨਣਾ, ਛਿੱਲ ਲਾਹੁਣਾ; ਖੋਹ ਲੈਣਾ

fleeced /ਫ਼ਲੀਸਟ/ *a* ਜਿਸ (ਭੇਡ ਆਦਿ) ਦੀ ਉੱਨ ਲਾਹ ਲਈ ਹੋਵੇ, ਬਰਫ਼ ਅਤੇ ਬੱਦਲਾਂ ਆਦਿ ਨਾਲ ਢਕਿਆ ਹੋਇਆ; ਠੱਗਿਆ ਗਿਆ

fleech /ਫ਼ਲੀਚ/ *v* ਝੂਠੀ ਪ੍ਰਸੰਸਾ ਕਰਨਾ, ਚਾਪਲੂਸੀ ਕਰਨਾ; ਗਿੜਗੜਾਉਣਾ, ਲੇਹਲੜੀਆਂ ਕੱਢਣਾ

fleer/ਫ਼ਲਿਅ*/ vt ਮਖੌਲ ਉਡਾਉਣਾ, ਮੌਜੂ ਬਣਾਉਣਾ; ਮੂੰਹ ਚਿੜਾਉਣਾ; ਬੋਲੀ ਮਾਰਨਾ *n* ਮਖੌਲ, ਠੱਠਾ, ਹਾਸਾ ਮਖੌਲ, ਅਵੱਗਿਆ

fleet[1] /ਫ਼ਲੀਟ/ *n* ਜਹਾਜ਼ੀ ਬੇੜਾ *a* (ਕਾਵਿ) ਤੇਜ਼, ਛੋਹਲਾ, ਚੁਸਤ; (ਪਾਣੀ) ਘੱਟ ਡੂੰਘਾ, ਥੋੜ੍ਹੀ ਡੂੰਘਾਈ ਵਿੱਚ *vi* ਕਾਹਲੀ ਨਾਲ ਨਿਕਲ ਜਾਣਾ, ਉੱਡ ਜਾਣਾ, ਤੇਜ਼ੀ ਨਾਲ ਵਧਣਾ; ਖਿਸਕ ਜਾਣਾ, ਫਰਾਰ ਹੋ ਜਾਣਾ; ਥੋੜ੍ਹੇ ਚਿਰ ਲਈ ਰਹਿਣਾ, ਲੋਪ ਹੋ ਜਾਣਾ, ਗ਼ਾਇਬ ਹੋ ਜਾਣਾ

fleet[2] *n* ਸਮੁੰਦਰ ਜਾਂ ਦਰਿਆ ਦਾ ਹਿੱਸਾ ਜੋ ਜ਼ਮੀਨ ਦੇ ਅੰਦਰ ਵੱਲ ਵਧਿਆ ਹੋਵੇ, ਖਾੜੀ

fleeting /'ਫ਼ਲੀਟਿਙ/ *a* ਥੋੜ੍ਹਚਿਰਾ, ਚਲਾਇਮਾਨ, ਛਿਣਭੰਗਰ

Fleet Street /'ਫ਼ਲੀਟ ˌਸਟਰੀਟ/ *n* ਪੱਤਰਕਾਰੀ, ਅਖ਼ਬਾਰਨਵੀਸੀ; ਲੰਡਨ ਦੀ ਪੱਤਰਕਾਰੀ ਦਾ ਕੇਂਦਰ

flesh /ਫ਼ਲੈੱਸ਼/ *n* (ਕੱਚਾ) ਮਾਸ, ਗੋਸ਼ਤ; ਮੁਟਾਪਾ, ਚਰਬੀ; ਸਰੀਰ, ਦੇਹ; ਫਲ ਜਾਂ ਰੁੱਖ ਦਾ ਗੁੱਦਾ; ਕਾਮ ਵਾਸ਼ਨਾ, ਮਨੁੱਖੀ ਕਮਜ਼ੋਰੀ; ਮਨੁੱਖੀ ਪ੍ਰਕਿਰਤੀ ਜਾਂ ਸੁਭਾਅ; ਮਾਨਵ ਜਾਤੀ *a* ਲੌਕਿਕ, ਸਰੀਰ ਸੰਬੰਧੀ; ਵਾਸਤਵ ਵਿੱਚ ਜਿਊਂਦਾ, ਜੋ ਕਾਲਪਨਿਕ ਨਾ ਹੋਵੇ **flesh and blood** ਵਾਸਤਵਿਕ ਰੂਪ ਵਿੱਚ ਜੀਵਿਤ, ਮਾਨਵ ਸੁਭਾਅ, ਸਰੀਰ ਅਤੇ ਉਸ ਦੀਆਂ ਲੋੜਾਂ; ਲੌਕਿਕ, ਭੌਤਿਕ; ਸਕੇ ਸਾਕ *vt* ਸਿਖਾਉਣਾ; ਸ਼ਿਕਾਰੀ ਕੁੱਤੇ ਦੇ ਮੂੰਹ ਨੂੰ ਲਹੂ ਲਾ ਕੇ ਸ਼ਿਕਾਰ ਕਰਨ ਲਈ ਉਤਸੁਕ ਕਰਨਾ; ਕੱਟ ਵੱਢ ਸਿਖਾਉਣਾ

flesher /'ਫ਼ਲੈੱਸ਼ਅ*/ *n* ਬੁੱਚੜ, ਕਸਾਈ

flesh-fly *n* ਮੱਖੀ ਜਿਹੜੀ ਮਾਸ ਉੱਤੇ ਬੈਠ ਕੇ ਆਂਡੇ ਦਿੰਦੀ ਹੈ

fleshmonger /'ਫ਼ਲੈੱਸ਼ਮਅੱਙਗਅ*/ *n* ਮਾਸ ਵੇਚਣ ਵਾਲਾ

fleshpots /'ਫ਼ਲੈੱਸ਼ਪੌਟਸ/ *n* ਐਸ਼ਪ੍ਰਸਤੀ ਦਾ ਸਥਾਨ, ਰੰਗਰਲੀਆਂ ਦੀ ਥਾਂ

flesh-tights *n* ਮਾਸ ਰੰਗੀ ਚੁਸਤ ਪੁਸ਼ਾਕ, ਮਾਸ ਰੰਗੇ ਤੰਗ ਕੱਪੜੇ

flews /ਫ਼ਲੂਜ਼/ *n* (ਬਹੁ) ਸ਼ਿਕਾਰੀ ਕੁੱਤਿਆਂ ਆਦਿ ਦੇ ਲਟਕਦੇ ਬੁੱਲ੍ਹ

flex /ਫ਼ਲੈਕੱਸ/ *n* ਬਿਜਲੀ ਦੀ ਲਚਕਦਾਰ ਤਾਰ; (ਗਣਿ) ਰੇਖਾ ਜਾਂ ਤਲ ਦਾ ਲਿਫਾਅ *vt* (ਕਸਰਤ ਕਰਨ ਲਈ ਸਰੀਰ ਦੇ ਕਿਸੇ ਹਿੱਸੇ ਨੂੰ) ਮੋੜਨਾ **flex one's muscles** ਭਲਵਾਨੀ ਦਿਖਾਉਣਾ

flexibility /ਫ਼ਲੈਕੱਸਅ'ਬਿਲਅਟਿ/ *n* ਲਚਕ; ਨਰਮੀ, ਕੋਮਲਤਾ; ਨਿਮਰਤਾ

flexible /'ਫ਼ਲੈਕੱਸਅਬਲ/ *a* ਲਿਫਵਾਂ, ਲਚਕਦਾਰ; ਨਿਮਰਤਾ ਵਾਲਾ, ਸ਼ੀਲ ਸੁਭਾਅ, ਆਗਿਆਕਾਰੀ; ਜੋ ਆਪਣੇ ਆਪ ਨੂੰ ਮੌਕੇ ਦੇ ਮੁਤਾਬਕ ਢਾਲ ਲਵੇ

flexion /'ਫ਼ਲੈਕੱਸ਼ਨ/ *n* ਲਿਫਾਅ, ਝੁਕਾਅ, ਵਿੰਗ, ਟੇਢ, ਲਿਫਿਆ ਜਾਂ ਮੁੜਿਆ ਹਿੱਸਾ

flexuose, flexuous /'ਫ਼ਲੈਕੱਸਯੁਅਸ/ *a* ਜਿਸ ਵਿੱਚ ਕਈ ਵਿੰਗ ਟੇਢ ਹੋਣ, ਵਿੰਗਾ-ਟੇਢਾ, ਵਲਦਾਰ

flexure /'ਫ਼ਲੈਕੱਸ਼ਅ*/ *n* ਝੁਕਾਅ, ਲਿਫਾਅ, ਵਿੰਗ

fley /ਫ਼ਲੇਇ/ *vt* ਉਡਾਉਣਾ, ਡਰਾਉਣਾ, ਭਜਾਉਣਾ

flick /ਫ਼ਲਿਕ/ *n* ਹੌਲਾ ਜਿਹਾ ਧੱਕਾ; ਝਟਕਾ; ਸਿਨਮੇ ਦੀ ਖੇਡ *vt* ਚੁਟਕੀ ਜਾਂ ਉਂਗਲ ਦਾ ਤੁਣਕਾ ਮਾਰਨਾ, ਹੌਲਾ ਜਿਹਾ ਝਟਕਾ ਮਾਰਨਾ; ਸੱਟ ਮਾਰਨਾ, ਚਾਬਕ ਮਾਰਨਾ; (ਰੁਮਾਲ, ਤੌਲੀਏ ਆਦਿ ਨਾਲ) ਸਾਫ਼ ਕਰਨਾ, ਝਾੜਨਾ; ਝਟਕ ਦੇਣਾ; ਤਿੜ-ਤਿੜ ਕਰਨਾ, ਕੜਕੜ ਕਰਨਾ

flicker /'ਫ਼ਲਿਕਅ*/ *vi* (ਲਾਟ ਦਾ) ਟਿਮਟਿਮਾਉਣਾ, ਝਿਲਮਿਲਾਉਣਾ; ਥਰਥਰਾਉਣਾ, ਫੜਫੜਾਉਣਾ; ਲਹਿਰਾਉਣਾ *n* (ਲਾਟ ਦੀ) ਝਿਲਮਿਲ ਜਾਂ ਥਰਥਰਾਹਟ, ਚੰਚਲਤਾ, ਫੜਫੜਾਹਟ, ਲਹਿਰ ਵਾਂਗ ਹਿਲਜੁਲ

flier /'ਫ਼ਲਾਇਅ*/ *n* ਹਵਾਈ ਜਹਾਜ਼ ਦਾ ਚਾਲਕ; ਤੇਜ਼ ਦੌੜਨ ਵਾਲਾ ਜਾਨਵਰ; ਤੇਜ਼ ਚੱਲਣ ਵਾਲੀ ਗੱਡੀ

flight /ਫ਼ਲਾਇਟ/ *n* ਉਡਾਰੀ, ਉਡਾਣ; ਭਾਜੜ, ਭਾਜ, ਪਲਾਇਣ; ਬਾਜ਼ ਦੀ ਸ਼ਿਕਾਰ ਉੱਤੇ ਝਪਟ; (ਹਵਾਈ ਸੈਨਾ) ਇੱਕ ਅਫ਼ਸਰ ਅਧੀਨ ਹਵਾਈ ਜਹਾਜ਼ਾਂ ਦੀ ਟੁਕੜੀ; ਕਲਪਨਾ ਉਡਾਰੀ; ਤੋਪ ਦੇ ਗੋਲੇ ਜਾਂ ਬੰਦੂਕ ਦੀ ਗੋਲੀ ਦੀ ਤੀਬਰ ਗਤੀ; (ਸਮੇਂ ਦੀ) ਦੌੜ ਜਾਂ ਉਡਾਰੀ; ਪੌੜੀਆਂ; ਤੀਰ ਗੋਲੀਆਂ ਆਦਿ ਦੀ ਬੁਛਾੜ *vt* ਕਿਸੇ ਗ੍ਰਹਿ ਜਾਂ ਕ੍ਰਿਕਟ ਦੀ ਗੇਂਦ ਦੀ ਉਡਾਣ ਦੇ ਮਾਰਗ ਦਾ ਬਦਲਨਾ; ਚਿੜੀਆਂ ਦਾ ਸ਼ਿਕਾਰ ਖੇਡਣਾ **in the first flight** ਪਹਿਲੀਆਂ ਵਿੱਚ ਹੋਣਾ

flight crew *n* (ਉਡਦੇ ਹਵਾਈ ਜਹਾਜ਼ ਵਿੱਚ) ਹਵਾਈ ਅਮਲਾ, ਹਵਾਈ ਜਹਾਜ਼ ਵਿੱਚ ਕੰਮ ਕਰਨ ਵਾਲੇ ਕਰਮਚਾਰੀ

flighty /'ਫ਼ਲਾਇਟਿ/ *a* ਚੰਚਲ; ਅੱਥਰਾ (ਘੋੜਾ)

flimflam /'ਫ਼ਲਿਮਫ਼ਲੈਮ/ *n* ਗੱਪ, ਬਕਵਾਸ, ਝੱਖ, ਯਭਲੀ

flimsiness /'ਫ਼ਲਿਮਜ਼ਿਨਅਸ/ *n* ਤੁੱਛਤਾ, ਨਿਗੂਣਾਪਣ, ਅਸਾਰਤਾ, ਦੁਰਬਲਤਾ, ਕਮਜ਼ੋਰੀ

flimsy /'ਫ਼ਲਿਮਜ਼ਿ/ *n* ਪਤਲਾ ਕਾਗਜ਼, ਸਮਾਚਾਰ ਪੱਤਰ ਦੇ ਪੱਤਰਕਾਰ ਦੀ ਲਿਖਤ ਵਾਲਾ ਕਾਗਜ਼ *a* ਜੋ ਛੇਤੀ ਨਸ਼ਟ ਜਾਂ ਖ਼ਰਾਬ ਹੋ ਜਾਏ; ਬੋਦਾ, ਖੱਦਾ, ਆਮ, ਨਿਗੂਣਾ, ਤੁੱਛ

flinch /ਫ਼ਲਿਨਚ/ *vi* ਘਬਰਾਉਣਾ, ਬੇਚੈਨ ਹੋਣਾ, ਅਸ਼ਾਂਤ ਹੋਣਾ; ਦਬ ਜਾਣਾ, ਹਾਰ ਮੰਨਣਾ, ਪਿੱਠ ਦਿਖਾਉਣਾ, ਪਿੱਛੇ ਹਟਣਾ; ਖਿਸਕ ਜਾਣਾ; ਝੇਪਣਾ, ਝਿਜਕਣਾ, ਕਤਰਾਉਣਾ

flincher /'ਫ਼ਲਿਨਚਅ*/ *n* (ਮਨੁੱਖ) ਬੇਮੁੱਖ ਹੋਣ ਵਾਲਾ, ਝਿਜਕਣ ਵਾਲਾ

fling /ਫ਼ਲਿਙ/ *v* ਵਗਾਹ ਕੇ ਮਾਰਨਾ, ਸੁੱਟ ਦੇਣਾ, ਚੁੱਕ ਕੇ ਮਾਰਨਾ; (ਘੋੜੇ ਦਾ) ਸਵਾਰ ਨੂੰ ਸੁੱਟ ਦੇਣਾ; (ਘੋੜੇ ਦਾ) ਟੱਪਣਾ, ਕੁੱਦਣਾ; ਬੜੀ ਤੇਜ਼ੀ ਨਾਲ ਅਗਾਂਹ ਵਧਣਾ; ਆਪਣੇ ਆਪ ਨੂੰ ਕਿਸੇ ਦੇ ਰਹਿਮ ਉੱਤੇ ਛੱਡ ਦੇਣਾ, ਆਪਣੇ ਆਪ ਨੂੰ ਸੁੱਟ ਦੇਣਾ; ਗਾਲ ਕੱਢਣਾ; (ਸੈਨਾ ਨਾਲ) ਦੁਸ਼ਮਣ 'ਤੇ ਹਮਲਾ ਕਰਨਾ; (ਕਿਸੇ ਨੂੰ ਅਚਾਨਕ ਜੇਲ੍ਹ ਵਿੱਚ)

ਸੁੱਟ ਦੇਣਾ; ਬਾਹਵਾਂ ਖਿਲਾਰ ਦੇਣਾ; (ਅਵਾਜ਼, ਰੌਸ਼ਨੀ, ਖੁਸ਼ਬੂ ਆਦਿ) ਪੈਦਾ ਕਰਨਾ, ਖਿਲਾਰਨਾ, ਛੱਡਣਾ; ਲਾਪਰਵਾਹੀ ਨਾਲ ਵੇਖਣਾ; ਡਾਂਟਣਾ, ਬੁਰਾ ਭਲਾ ਕਹਿਣਾ; ਮਖੌਲ ਉਡਾਉਣਾ, ਲਾ ਕੇ ਗੱਲ ਕਹਿਣਾ *n* ਝਪਟ, ਵੇਗਮਈ ਚਾਲ; ਚੁੱਭੀ; ਵਗਾਹ ਮਾਰਨ ਦੀ ਕਿਰਿਆ, ਸੁੱਟ ਪਾਉਣ (ਦੀ ਕਿਰਿਆ)

flint /ਫਲਿਨਟ/ *n* ਚਕਮਕ ਪੱਥਰ; ਚਮਕ ਪੱਥਰ; ਕੋਈ ਕਰੜੀ ਅਤੇ ਖਰ੍ਹਵੀ ਵਸਤੂ; ਰੋੜਾ, ਪੱਥਰ; ਕੱਚੀਆਂ ਧਾਤਾਂ ਦੀ ਮਿਲਾਵਟ ਨਾਲ ਬਣਾਇਆ ਠੋਸ ਟੁਕੜਾ (ਜਿਸ ਨਾਲ ਲਾਈਟਰ ਵਿੱਚ ਚੰਗਿਆੜਾ ਪੈਦਾ ਕੀਤਾ ਜਾਂਦਾ ਹੈ)

flint-hearted *a* ਪੱਥਰ ਦਿਲ, ਕਠੋਰ ਹਿਰਦੇ ਵਾਲਾ, ਬੇਰਹਿਮ

flintlock /'ਫਲਿਨਟਲੌਕ/ *n* ਤੋੜੇਦਾਰ ਬੰਦੂਕ

flip /ਫਲਿਪ/ *v* ਉਂਗਲ ਦਾ ਤੁਣਕਾ ਮਾਰਨਾ, ਸਿੱਕੇ ਆਦਿ ਨੂੰ ਉਂਗਲੀਆਂ ਨਾਲ ਉਛਾਲਨਾ; ਚਾਬਕ ਮਾਰਨਾ, ਸੱਟ ਮਾਰਨਾ (ਪੱਖੇ, ਚਾਬਕ, ਮੱਛੀਆਂ ਫੜਨ ਵਾਲੇ ਛੜ ਆਦਿ ਨੂੰ) *n* ਧੱਕਾ, ਤੁਣਕਾ, ਝਟਕਾ, ਹੌਲੀ ਜਿਹੀ ਟੱਕਰ, ਸੱਟ; ਹਵਾਈ ਜਹਾਜ਼ ਵਿੱਚ ਥੋੜ੍ਹੇ ਚਿਰ ਦੀ ਉਡਾਣ

flip-flap, flip-flop /'ਫਲਿਪਫਲੈਪ, 'ਫਲਿਪਫਲੌਪ/ *n* ਇਕ ਪ੍ਰਕਾਰ ਦਾ ਨਾਚ; ਭਗੌੜੀ ਜਾਂ ਅਵਾਰਾ ਇਸਤਰੀ

flippancy /'ਫਲਿਪਅਨਸਿ/ *n* ਹੋਛਾਪਣ, ਹੌਲਾਪਣ; ਚੰਚਲਤਾ; ਅਵੱਗਿਆਪੂਰਨਤਾ, ਸਤਿਕਾਰਹੀਣਤਾ

flippant /'ਫਲਿਪਅਨਟ/ *a* ਹੌਲੇ ਦਿਲ ਵਾਲਾ; ਗੰਭੀਰ ਮਾਮਲਿਆਂ ਨੂੰ ਵੀ ਤੁੱਛ ਜਾਂ ਮਾਮੂਲੀ ਸਮਝਣ ਵਾਲਾ; ਲਾਪਰਵਾਹ, ਹੋਛਾ, ਚੰਚਲ, ਗਾਲੜੀ, ਬੜਬੋਲਾ; ਅਵੱਗਿਆਪੂਰਨ, ਅਪਮਾਨਜਨਕ, ਸਤਿਕਾਰਹੀਣ

flipper /'ਫਲਿਪਅ*/ *n* (ਕੱਛੂ ਕੁੰਮੇ, ਮੱਛੀ ਆਦਿ ਦਾ) ਅੰਗ ਜਿਸ ਨਾਲ ਇਹ ਜੀਵ ਤਰਦੇ ਹਨ, ਖੰਭੜਾ; (ਬੋਲ) ਹੱਥ

flirt /ਫਲਅ:ਟ/ *vt* ਨਖ਼ਰੇ ਕਰਨਾ, ਚੋਹਲ-ਮੋਹਲ ਕਰਨਾ; ਅੱਖ ਮਟੱਕਾ ਕਰਨਾ; ਝਟਕੇ ਨਾਲ ਸੁੱਟਣਾ; ਉਛਾਲਣਾ; ਕਾਹਲੀ ਨਾਲ (ਪੱਖਾ) ਝੱਲਣਾ; ਖੰਭ ਫੜਫੜਾਉਣਾ *n* ਨਖ਼ਰਿਆਂ ਹੱਥੀ ਮੁਟਿਆਰ, ਨਖ਼ਰੇਲੋ, ਨਾਜ਼ੋ, ਚੰਚਲੋ; ਅਚਾਨਕ ਝਟਕਾ

flirtation /ਫਲਅ:'ਟੇਇਸ਼ਨ/ *n* ਪਿਆਰ ਸੰਬੰਧੀ ਹਾਵ-ਭਾਵ, ਪਿਆਰ ਦਾ ਦਿਖਾਵਾ, ਨਖ਼ਰੇਬਾਜ਼ੀ

flirtish /ਫਲਅ:ਟਿਸ਼/ *a* ਹੋਛਿਆਂ ਵਾਂਗ, ਨਖ਼ਰਾ ਕਰਦੇ ਹੋਏ; ਨਖ਼ਰੇਬਾਜ਼, ਚੋਚਲੇਬਾਜ਼, ਨਾਜ਼ੋ, ਕਲੋਲਣ

flisk /ਫਲਿਸਕ/ *vi* ਬੇਚੈਨ ਹੋਣਾ, ਇੱਧਰ-ਉੱਧਰ ਨੱਚਣਾ, ਟੱਪਣਾ n ਵਹਿਮ, ਖ਼ਬਤ

flisky /'ਫਲਿਸਕਿ/ *a* ਵਹਿਮ ਸੰਬੰਧੀ, ਖ਼ਬਤ ਸੰਬੰਧੀ

flit /ਫਲਿਟ/ *v* ਥੋੜ੍ਹੀ ਦੂਰ ਤੱਕ ਉੱਡਣਾ, ਛੋਟੀ ਉਡਾਰੀ ਮਾਰਨਾ; ਸਰਕਣਾ, ਖਿਸਕਣਾ; ਰਵਾਨਾ ਹੋ ਜਾਣਾ; ਨੱਸ ਜਾਣਾ; ਘੁੰਮਣਾ; ਘਰ ਬਦਲਨਾ *n* ਘਰ ਦੀ ਬਦਲੀ, ਰਹਾਇਸ਼ ਦੀ ਬਦਲੀ

float /ਫਲਅਉਟ/ *v* ਤਾਰਨਾ, ਠੇਲ੍ਹਣਾ, ਵਹਾਉਣਾ, ਜਲ ਪ੍ਰਵਾਹ ਕਰਨਾ; ਵਹਿਣ ਦੇ ਨਾਲ ਤਰਨਾ, ਵਹਿਣ ਵਿੱਚ ਆ ਜਾਣਾ; ਹਵਾ ਵਿੱਚ ਕਿਸੇ ਚੀਜ਼ ਨੂੰ ਉਡਾਉਣਾ; ਸਹਾਰਾ ਦੇਣਾ, ਉਤਾਂਹ ਚੁੱਕੀ ਰੱਖਣਾ, ਸੰਭਾਲੀ ਰੱਖਣਾ; (ਅਫ਼ਵਾਹ) ਉਡਾਉਣਾ; (ਅੱਖਾਂ ਸਾਹਵੇਂ) ਨੱਚਦੇ ਰਹਿਣਾ ਜਾਂ ਘੁੰਮਦੇ ਰਹਿਣਾ; (ਕਿਸੇ ਯੋਜਨਾ ਆਦਿ ਦਾ) ਅਰੰਭ ਕਰਨਾ ਜਾਂ ਅਮਲ ਵਿੱਚ ਲਿਆਉਣਾ; ਕੋਈ ਵਪਾਰੀ ਕੰਪਨੀ ਆਦਿ ਬਣਾਉਣਾ; ਚਾਲੂ ਕਰਨਾ ਜਾਂ ਪ੍ਰਚਲਿਤ ਹੋਣਾ, ਪ੍ਰਚਾਰਿਆ ਜਾਣਾ; ਚਾਲੂ ਰਹਿਣਾ *n* ਬਰਫ਼ ਦਾ ਤਰਦਾ ਤੋਦਾ, ਕੋਈ ਤਰਦੀ ਹੋਈ ਵਸਤੂ, ਮਸ਼ਕ; ਤੁਲ੍ਹਾ ਮੱਛੀ ਆਦਿ ਦੇ ਸਰੀਰ ਦਾ ਅੰਗ ਜਿਸ ਦੇ ਸਹਾਰੇ ਉਹ ਤਰਦੀ ਹੈ; ਰੰਗਮੰਚ ਦੇ ਕਿਨਾਰੇ ਉੱਤੇ ਲਾਈ ਹੋਈ ਰੋਸ਼ਨੀ; ਮੱਛੀਆਂ ਫੜਨ ਵਾਲੇ ਜਾਲ ਦੀ ਕੰਨੀ ਨੂੰ ਪਾਣੀ ਉੱਤੇ ਤਰਦਾ ਰੱਖਣ ਲਈ ਲਾਇਆ ਗਿਆ ਕਾਰਕ; ਸਫ਼ਰੀ ਰੰਗ-ਮੰਚ; ਗਰਮਾਲਾ ਜਾਂ ਥਾਪੀ ਜਿਸ ਨਾਲ

ਸੀਮਿੰਟ ਪੱਧਰਾ ਅਤੇ ਮੁਲਾਇਮ ਕੀਤਾ ਜਾਂਦਾ ਹੈ

floatable /'**ਫ਼ਲਅਉਟਅਬਲ**/ *a* ਤਰਨਯੋਗ, ਠਿੱਲ੍ਹਣਯੋਗ, ਵਹਿਣਸ਼ੀਲ; ਉਹ ਨਦੀ ਜਾਂ ਨਾਲਾ ਜਿਸ ਵਿੱਚ ਲੱਕੜੀ ਅਤੇ ਸ਼ਤੀਰ ਆਦਿ ਵਹਾਏ ਜਾ ਸਕਣ

floatage /**ਫ਼ਲਅਉਟਿਜ**/ *n* ਵਹਿਣ ਸ਼ਕਤੀ, ਵਹਿਣ, ਪ੍ਰਵਾਹ; ਤਰਦੀਆਂ ਹੋਈਆਂ ਚੀਜ਼ਾਂ; ਤਰਨਯੋਗਤਾ; ਜਹਾਜ਼ ਦਾ ਉਹ ਹਿੱਸਾ ਜੋ ਪਾਣੀ ਤੋਂ ਬਾਹਰ ਹੋਵੇ; ਸਮੁੰਦਰੀ ਬੇੜਾ; ਸਮੁੰਦਰ ਵਿੱਚ ਤਬਾਹ ਹੋਏ ਜਹਾਜ਼ ਦਾ ਮਾਲ ਅਸਬਾਬ ਪ੍ਰਾਪਤ ਕਰਨ ਦਾ ਅਧਿਕਾਰ

floatation /**ਫ਼ਲਅ(ਉ)'ਟੇਇਸ਼ਨ**/ *n* ਵਪਾਰੀ ਕੰਪਨੀ ਆਦਿ ਦੀ ਸਥਾਪਨਾ; ਵਹਾਅ, ਠਿੱਲ੍ਹ, ਪ੍ਰਵਾਹ

floating /'**ਫ਼ਲਅਉਟਿਙ**/ *a* ਤਰਦਾ, ਠਿੱਲ੍ਹਦਾ, ਪਾਣੀ ਨਾਲ ਵਹਿੰਦਾ; ਅਸਥਿਰ, ਪਰਿਵਰਤਨਸ਼ੀਲ; ਥੋੜ੍ਹਾ ਚਿਰ ਟਿਕਣ ਵਾਲਾ

floating bridge *n* ਬੇੜੀਆਂ ਦਾ ਪੁਲ, ਅਸਥਾਈ ਪੁਲ, ਕੰਮ ਸਾਰੂ ਪੁਲ

flock[1] /**ਫ਼ਲੌਕ**/ *n* ਇੱਜੜ (ਭੇਡਾਂ, ਬੱਕਰੀਆਂ ਦਾ), ਸਮੂਹ (ਇੱਕੋ ਪ੍ਰਕਾਰ ਦੇ ਪਸ਼ੂਆਂ ਦਾ); (ਪੰਛੀਆਂ ਦਾ) ਝੁੰਡ; (ਮਨੁੱਖਾਂ ਦਾ) ਜਥਾ, ਟੋਲਾ, ਸ਼੍ਰੇਣੀ; ਧਾਰਮਿਕ ਸ਼੍ਰੇਣੀ ਵਿਸ਼ੇਸ਼ ਕਰਕੇ ਹਜ਼ਰਤ ਈਸਾ ਦੇ ਅਨੁਯਾਈਆਂ ਦੀ ਉੱਮਤ; ਬੱਚਿਆਂ ਦਾ ਝੁੰਡ, ਸ਼ਾਗਿਰਦਾਂ ਦੀ ਜਮਾਤ ਜਾਂ ਸਮੂਹ, ਭੀੜ, ਜਮਘਟਾ *vt* ਇਕੱਤਰ ਹੋਣਾ, ਇਕੱਠੇ ਹੋਣਾ, ਟੋਲੀ ਬਣਾ ਕੇ ਜਾਣਾ; ਕਿਸੇ ਇੱਕ ਉਦੇਸ਼ ਲਈ ਇਕੱਠੇ ਹੋਣਾ

flock[2] *n* ਰੂੰ ਜਾਂ ਉਨ੍ਹ ਦਾ ਫਹਿਆ ਜਾਂ ਗੋਹੜਾ, ਫੁੱਟੀ, ਗੁੱਛਾ, ਲਿਟ; (ਬਹੁ) ਗੱਦੇ ਗੱਦੀਆਂ ਭਰਨ ਲਈ ਵਰਤੇ ਜਾਣ ਵਾਲੇ ਬਚੀ-ਖੁਚੀ ਉਨ੍ਹ ਦੇ ਗੁੱਛੇ; ਕਾਗਜ਼ ਬਣਾਉਣ ਲਈ ਵਰਤਿਆ ਜਾਣ ਵਾਲਾ ਉੱਨ ਦਾ ਲੋਗੜ

flock-bed *n* ਰੱਦੀ ਉੱਨ ਜਾਂ ਚੀਥੜਿਆਂ ਨਾਲ ਭਰਿਆ ਗੱਦਾ

flock-master *n* ਆਜੜੀ, ਚਰਵਾਹਾ

floe /**ਫ਼ਲਅਉ**/ *n* ਤੈਰਦੀ ਬਰਫ਼ ਦਾ ਤੋਦਾ

flog /**ਫ਼ਲੌਗ**/ *vt* ਚਾਬਕ ਮਾਰਨਾ, ਸੋਟੀਆਂ ਜਾਂ ਛਮਕਾਂ ਮਾਰਨਾ, (ਘੋੜੇ ਨੂੰ) ਅਗਾਂਹ ਵਧਾਉਣਾ ਜਾਂ ਹਿੱਕਣਾ; ਝੰਬਣਾ; ਮੱਛੀਆਂ ਫੜਨ ਲਈ ਡੋਰ ਸੁੱਟਣਾ, ਬਾਰ-ਬਾਰ ਡੋਰ ਸੁੱਟਣਾ; ਕਿਸੇ ਵਿਅਕਤੀ ਨੂੰ ਸਿਖਿਆ ਦੇਣਾ; (ਪਰਾ) ਹਰਾ ਦੇਣਾ, (ਕਿਸੇ ਦੀ) ਸੁਸਤੀ ਲਾਹ ਦੇਣਾ

flong /**ਫ਼ਲੌਙ**/ *n* ਛਾਪੇਖ਼ਾਨੇ ਵਿੱਚ ਵਰਤਿਆ ਜਾਣ ਵਾਲਾ ਵਿਸ਼ੇਸ਼ ਕਾਗਜ਼

flood /**ਫ਼ਲਅੱਡ**/ *n* ਹੜ੍ਹ, ਕਾਂਗ; ਮੋਹਲੇਧਾਰ ਮੀਂਹ; ਵਹਿਣ, ਪਾਣੀ ਦਾ ਵਹਾਅ; ਬਹੁਲਤਾ, ਅਧਿਕਤਾ, ਚੋਖੀ ਮਾਤਰਾ *v* ਹੜ੍ਹ ਆ ਜਾਣਾ, ਹੜ੍ਹ ਦੇ ਪਾਣੀ ਨਾਲ ਭਰ ਦੇਣਾ, ਹੜ੍ਹ ਲਿਆਉਣਾ; ਡੋਬ ਦੇਣਾ; ਪਾਣੀ-ਪਾਣੀ ਕਰ ਦੇਣਾ; (ਸੜ ਰਹੇ ਮਕਾਨ ਉੱਤੇ) ਬਹੁਤ ਜ਼ਿਆਦਾ ਪਾਣੀ ਸੁੱਟਣਾ; ਸਿੰਜਣਾ; ਬੱਚੇਦਾਨੀ ਵਿੱਚੋਂ ਖ਼ੂਨ ਵਗਣਾ; ਇੰਜਣ ਵਿੱਚ ਵਧੇਰੇ ਤੇਲ ਛੱਡਣਾ

floodgate /'**ਫ਼ਲਅੱਡਗੇਇਟ**/ *n* ਨਹਿਰ ਦਾ ਫਾਟਕ, ਮੋਘਾ

floodlight /'**ਫ਼ਲਅੱਡਲਾਇਟ**/ *n* ਪ੍ਰਕਾਸ਼ ਪੁੰਜ, ਤੇਜ਼ ਰੋਸ਼ਨੀ

floor /**ਫ਼ਲੋ***/ *n* ਫ਼ਰਸ਼; ਥੱਲਾ, ਤਹਿ; ਭੋਂ, ਧਰਤੀ, ਧਰਤੀ ਤਲ; ਮੰਜ਼ਲ; ਸਮੁੰਦਰ ਦੇ ਹੇਠਾਂ ਦਾ ਤਲ; ਤਖ਼ਤੇ ਆਦਿ ਜਿਨ੍ਹਾਂ ਨਾਲ ਫ਼ਰਸ਼ ਬਣਾਇਆ ਜਾਵੇ; ਇੱਕੋ ਮੰਜ਼ਲ 'ਤੇ ਬਣੇ ਕਮਰੇ; ਸਭਾ-ਸਥਾਨ, ਸਭਾ-ਸਦਨ, ਮੰਚ *vt* ਫ਼ਰਸ਼ ਬਣਾਉਣਾ ਜਾਂ ਜੜਨਾ; ਫ਼ਰਸ਼ ਦਾ ਕੰਮ ਦੇਣਾ; ਵਿਆਕੁਲ ਕਰ ਦੇਣਾ; ਢਾਹ ਲੈਣਾ, ਘੋਲ ਵਿੱਚ ਹਰਾ ਦੇਣਾ, ਡੇਗ ਦੇਣਾ; (ਸਕੂਲ ਵਿੱਚ) ਵਿਦਿਆਰਥੀਆਂ ਨੂੰ ਭੁੰਜੇ ਬਿਠਾਉਣਾ

floorer /**ਫ਼ਲੋਰਅ***/ *n* (ਬਾਕਸਿੰਗ ਵਿੱਚ) ਡੇਗ ਦੇਣ ਵਾਲਾ ਹੂਰਾ, ਬੇਹੋਸ਼ ਕਰਨ ਵਾਲਾ ਵਾਰ; ਵਿਆਕੁਲ ਕਰਨ ਵਾਲੀ ਖ਼ਬਰ; (ਪਰੀਖਿਆ ਵਿੱਚ) ਮੁਸ਼ਕਲ ਪਰਚਾ, ਔਖਾ ਸਵਾਲ; ਅਕੱਟ ਦਲੀਲ

flooring /'ਫ਼ਲੋਰਿਙ/ *n* ਫ਼ਰਸ਼; ਥੜ੍ਹਾ, ਚਬੂਤਰਾ, ਮੰਚ; ਤਖ਼ਤੇ ਪੱਥਰ ਇੱਟਾਂ ਆਦਿ ਜਿਨ੍ਹਾਂ ਨਾਲ ਫ਼ਰਸ਼ ਬਣਾਇਆ ਜਾਵੇ; ਫ਼ਰਸ਼ ਉੱਤੇ ਵਿਛਾਈਆ ਜਾਣ ਵਾਲੀਆਂ ਦਰੀਆਂ ਆਦਿ

floor manager *n* ਟੈਲੀਵੀਜ਼ਨ ਉਤਪਾਦਨ ਲਈ ਤਕਨੀਕੀ ਸੁਵਿਧਾ ਦਾ ਪ੍ਰਬੰਧਕ

floor plan *n* (ਇਮਾਰਤ ਜਾਂ ਕਮਰੇ ਦਾ) ਨਕਸ਼ਾ, ਖ਼ਾਕਾ

flop /ਫ਼ਲੌਪ/ *n* ਧੜੰਮ ਦੀ ਅਵਾਜ਼; ਠੁੱਸ, ਤਿਰੜਫਿਸ; ਅਸਫਲਤਾ *v* ਧੜੰਮ ਕਰਕੇ ਡਿਗਣਾ; ਤਿਰੜਫਿਸ ਹੋਣਾ; ਅਸਫਲ ਹੋਣਾ

floppy disk /,ਫ਼ਲੌਪਿ 'ਡਿਸਕ/ *n* ਮੈਗਨੇਟਿਕ ਆਕਸਾਈਡ ਨਾਮਕ ਰਸਾਇਣ ਨਾਲ ਲੇਪ ਕੀਤਾ ਪਲਾਸਟਿਕ ਦਾ ਗੋਲਾਕਾਰ ਪੁਰਜ਼ਾ ਜਿਸ ਦੀ ਵਰਤੋਂ ਕੰਪਿਊਟਰ ਰਾਹੀਂ ਸੂਚਨਾ ਦੇ ਭੰਡਾਰਨ ਲਈ ਕੀਤੀ ਜਾਂਦੀ ਹੈ

flora /'ਫ਼ਲੋਰਅ/ *n* ਕਿਸੇ ਇਲਾਕੇ ਜਾਂ ਸਮੇਂ ਦੀ ਬਨਸਪਤੀ

flora-design *n* ਫੁੱਲਕਾਰੀ

floral /'ਫ਼ਲੋਰਅਲ/ *a* ਫੁੱਲਾਂ ਸੰਬੰਧੀ, ਫੁੱਲਾਂ ਦਾ; ਬਨਸਪਤੀ ਬਾਰੇ

floriculture /'ਫ਼ਲੌਰਿਕਅੱਲਚਅ*/ *n* ਫੁੱਲਾਂ ਦੀ ਖੇਤੀ

florid /'ਫ਼ਲੌਰਿਡ/ *a* ਭੜਕੀਲਾ, ਚਮਕੀਲਾ, ਰੰਗ-ਰੰਗ ਦਾ, ਵਿਖਾਵੇ ਵਾਲਾ; ਫੁੱਲਾਂ ਨਾਲ ਸਜਾਇਆ; (ਸਾਹਿਤ, ਸੰਗੀਤ ਆਦਿ ਵਿੱਚ) ਅਲੰਕਾਰਮਈ, ਅਲੰਕ੍ਰਿਤ, ਬਹੁਤ ਸਜਾਇਆ; ਲਾਲ ਰੰਗ ਦਾ; ਸ਼ੋਖ ਰੰਗ ਵਾਲੀ (ਸ਼ੈਲੀ)

florist /'ਫ਼ਲੌਰਿਸਟ/ *n* ਫੁੱਲ ਵਿਗਿਆਨੀ; ਫੁੱਲ ਵੇਚਣ ਵਾਲਾ

floruit /'ਫ਼ਲੌਰੁਇਟ/ *n* ਜੀਵਨਕਾਲ (ਉਸ ਦਸ਼ਾ ਵਿੱਚ ਵਰਤਿਆ ਜਾਂਦਾ ਹੈ ਜਦੋਂ ਕਿਸੇ ਵਿਅਕਤੀ ਦੇ ਜਨਮ ਅਤੇ ਮਰਨ ਦੀ ਠੀਕ ਮਿਤੀ ਪਤਾ ਨਾ ਹੋਵੇ)

flory /'ਫ਼ਲੌਰਿ/ *a* ਦਿਖਾਵਟੀ, ਚਮਕੀਲਾ, ਬਣਾਉਟੀ; ਅਲੰਕ੍ਰਿਤ

floss /ਫ਼ਲੌਸ/ *n* ਕੱਚਾ ਰੇਸ਼ਮ, ਰੇਸ਼ਮ ਦਾ ਧਾਗਾ

flotation /ਫ਼ਲਅਉ'ਟੇਇਸ਼ਨ/ *n* ਵੇਖੋ **floatation**

flotilla /ਫ਼ਲਅ'ਟਿਲਅ/ *n* ਛੋਟਾ ਸਮੁੰਦਰੀ ਬੇੜਾ

flotsam /'ਫ਼ਲੌਟਸਅਮ/ *n* ਡੁੱਬੇ ਹੋਏ ਜਹਾਜ਼ ਦਾ ਮਾਲ ਜਿਹੜਾ ਸਮੁੰਦਰ ਵਿੱਚ ਤਰਨ ਲੱਗ ਜਾਂਦਾ ਹੈ

flounce[1] /ਫ਼ਲਾਉਨਸ/ *vi* ਹੱਥ ਪੈਰ ਅਤੇ ਝਟਕੇ ਮਾਰਦੇ ਹੋਏ ਜਾਣਾ, ਸਰੀਰ ਨੂੰ ਇੱਧਰ-ਉੱਧਰ ਸੁੱਟਣਾ; ਤੜਫਣਾ, ਬੁੜ੍ਹਕਣਾ, ਫੜਫੜਾਉਣਾ; ਇੱਧਰ-ਉੱਧਰ ਦੌੜਨਾ; ਸਰੀਰ ਦੇ ਕਿਸੇ ਅੰਗ ਨੂੰ ਝਟਕੇ ਦੇਣਾ *n* ਝਟਕਾ, ਕਾਂਬਾ, ਹੁਝਕਾ; ਅੰਗ ਮਰੋੜਨ ਦੀ ਕਿਰਿਆ

flounce[2] *n* ਝਾਲਰ, ਕਿਨਾਰੀ *vt* ਝਾਲਰ ਜਾਂ ਕਿਨਾਰੀ ਲਾਉਣਾ, ਚੋਣਾਂ ਪਾਉਣਾ

flounder[1] /'ਫ਼ਲਾਉਨਡਅ*/ *vi* ਗਲਤੀਆਂ ਕਰਨਾ; ਠੋਕਰਾਂ ਖਾਣਾ; ਖੁਭ ਜਾਣਾ; ਡਿਗਦੇ ਢਹਿੰਦੇ ਵਧਣਾ; ਠੀਕ-ਠੀਕ ਪ੍ਰਬੰਧ ਨਾ ਕਰ ਸਕਣਾ; ਭੰਬਲ ਭੂਸੇ ਵਿੱਚ ਪੈਣਾ, ਬੌਂਦਲ ਜਾਣਾ *n* ਡਿਗਦਿਆਂ ਢਹਿੰਦਿਆਂ ਅੱਗੇ ਵਧਣ ਦਾ ਯਤਨ; ਭੰਬਲ-ਭੂਸੇ, ਠੋਕਰਾਂ, ਧੱਕੇ, ਬੇਢੱਬੇ ਯਤਨ

flounder[2] *n* ਛੋਟੀ ਚਪਟੀ ਮੱਛੀ

flour /'ਫ਼ਲਾਉਅ*/ *n* ਆਟਾ, ਮੈਦਾ *vt* ਪੀਹਣਾ, (ਪੀਹ ਕੇ) ਆਟਾ ਜਾਂ ਮੈਦਾ ਬਣਾਉਣਾ; ਕਿਸੇ ਚੀਜ਼ ਉੱਤੇ ਆਟਾ ਛਿੜਕਣਾ

flourish /'ਫ਼ਲਅੱਰਿਸ਼/ *v* ਵਧਣਾ; ਜੋਬਨ ਵਿੱਚ ਹੋਣਾ; ਚੜ੍ਹਦੀ ਕਲਾ ਵਿੱਚ ਹੋਣਾ; ਹਰੇ-ਭਰੇ ਹੋਣਾ; ਹਥਿਆਰ ਘੁਮਾਉਣਾ; (ਸਰੀਰ ਦੇ ਅੰਗਾਂ ਨੂੰ) ਇੱਧਰ-ਉੱਧਰ ਹਿਲਾਉਣਾ; (ਸੰਗੀ) ਵਾਜੇ ਆਦਿ ਨਾਲ ਸੁਰ ਮਿਲਾਉਣਾ, ਰਾਗ ਅਲਾਪਣਾ *n* ਵਿਕਾਸ, ਵਾਧਾ, ਪ੍ਰਤਾਪ, ਖ਼ੁਸ਼ਹਾਲੀ; ਰੋਹਬ ਦਾਬ; (ਵਾਜਿਆਂ ਆਦਿ ਦਾ) ਅਲਾਪ ਜਾਂ ਸੁਰ; ਅਲੰਕਾਰ ਯੁਕਤ ਪਦ ਭਾਸ਼ਾ ਜਾਂ ਵਰਣਨ; ਹਥਿਆਰ ਚਲਾਉਣ ਦਾ ਕੌਸ਼ਲ; ਲਿਖਤ ਵਿੱਚ ਅੱਖਰਾਂ ਦੇ ਚੁਫੇਰੇ ਸਜਾਵਟ ਲਈ ਬਣਾਏ ਗਏ ਚਿੰਨ੍ਹ

flour mill ਆਟਾ ਪੀਹਣ ਦੀ ਚੱਕੀ

flout /ਫ਼ਲਾਉਟ/ *v* ਅਵੱਗਿਆ ਕਰਨਾ, ਹੁਕਮ ਅਦੂਲੀ ਕਰਨਾ *n* ਹੁਕਮ ਅਦੂਲੀ, ਉਲੰਘਣਾ

flow /ਫ਼ਲਅਉ/ *vi* ਵਗਣਾ, ਵਹਿਣਾ, ਫੁੱਟਣਾ, ਫੁੱਟ ਨਿਕਲਨਾ; (ਵਸਤਰਾਂ ਆਦਿ ਦਾ) ਲਹਿਰਾਉਣਾ; (ਖ਼ੂਨ ਦਾ ਸਰੀਰ ਵਿੱਚ) ਦੌਰਾ ਕਰਨਾ; ਜ਼ਿਆਦਾ ਗਿਣਤੀ ਵਿੱਚ ਆਵਾਜਾਈ ਹੋਣਾ; ਉੱਛਲ ਕੇ ਵਗਣਾ; (ਗਿਣਤੀ ਵਿੱਚ) ਥੋੜ੍ਹਾ-ਥੋੜ੍ਹਾ ਸਦਾ ਵਧਦੇ ਘਟਦੇ ਰਹਿਣਾ; (ਸ਼ਰਾਬ) ਖੁੱਲ੍ਹੇ ਦਿਲ ਨਾਲ ਵੰਡਣਾ; (ਸਾਹਿਤਿਕ ਸ਼ੈਲੀ ਵਿੱਚ) ਪ੍ਰਵਾਹ ਹੋਣਾ, ਬੇਅਟਕ ਵਹਾਅ ਹੋਣਾ; (ਖ਼ੂਨ ਦਾ) ਵਗ ਨਿਕਲਨਾ *n* ਵਹਾਅ, ਵਹਿਣ, ਰੋੜ੍ਹ, ਵੇਗ, ਪ੍ਰਵਾਹ, ਰਵਾਨੀ; ਪਾਣੀ ਦਾ ਚੜ੍ਹਾਅ, ਵਾਧਾ, ਉਛਾਲ; ਉਤਾਰ–ਚੜ੍ਹਾਅ, ਘਾਟਾ–ਵਾਧਾ; ਵਗਦਾ ਹੋਇਆ ਕੋਈ ਤਰਲ ਪਦਾਰਥ

flow chart *n* (ਕੰਪਿ) ਪ੍ਰੋਗਰਾਮ ਲਿਖਣ ਲਈ ਵਰਤੀ ਜਾਣ ਵਾਲੀ ਤਸਵੀਰੀ ਸਹੂਲੀਅਤ

flower /'ਫ਼ਲਾਉਅ*/ *n* ਫੁੱਲ, ਪੁਸ਼ਪ; ਕਲੀ; ਕੱਪੜੇ ਉੱਤੇ ਰੇਸ਼ਮ ਆਦਿ ਨਾਲ ਕੀਤੀ ਗੁਲਕਾਰੀ; ਵਿਕਾਸ, ਜੋਬਨ; ਜੀਵਨ ਦਾ ਸਭ ਤੋਂ ਉੱਤਮ ਭਾਗ; ਅਲੰਕਾਰਮਈ ਵਾਕ ਜਾਂ ਸ਼ੈਲੀ; ਚੋਣਵੀਂ ਚੀਜ਼; ਤੱਤ, ਸਾਰ; ਖਮੀਰ ਉੱਠਣ ਪਿੱਛੋਂ ਬਣੀ ਮੈਲ *v* ਫੁੱਲਣਾ, ਖਿੜਨਾ; ਫੁੱਲ ਲਾਉਣਾ, ਖਿੜਨ ਦੇਣਾ; ਕੱਪੜੇ ਆਦਿ ਉੱਤੇ ਬੂਟੀਆਂ ਕੱਢਣਾ ਜਾਂ ਬਣਾਉਣਾ; ਫੁੱਲਾਂ ਨਾਲ ਸਜਾਉਣਾ; ਖਮੀਰ ਦਾ ਝੱਗ ਛੱਡਣਾ

flower bed /'ਫ਼ਲਾਉਅ ਬੈਡ/ *n* ਫੁੱਲਾਂ ਦੀ ਕਿਆਰੀ

flower bud *n* ਕਲੀ

floweret /'ਫ਼ਲਾਉਅਰਿਟ/ *n* ਛੋਟਾ ਫੁੱਲ, ਨਿੱਕਾ ਜਿਹਾ ਫੁੱਲ, ਗੁੰਚਾ

flower girl *n* ਫੁਲੇਰਨ, ਮਾਲਣ

flowerpot /'ਫ਼ਲਾਉਅਪੌਟ/ *n* ਗਮਲਾ

flower show *n* ਫੁੱਲਾਂ ਦੀ ਨੁਮਾਇਸ਼

flowery /'ਫ਼ਲਾਉਅਰਿ/ *a* ਫੁੱਲਦਾਰ, ਫੁੱਲਾਂ ਵਾਲਾ, ਫੁੱਲਾਂ ਨਾਲ ਭਰਿਆ; ਅਲੰਕਾਰਮਈ, ਲੱਛੇਦਾਰ

flowing /ਫ਼ਲਅਉਇਙ/ *a* ਲਹਿਰਾਂ ਦੇ ਰੂਪ ਵਿੱਚ ਟੱਪਦੇ ਨੱਚਦੇ ਢੰਗ ਨਾਲ, ਪ੍ਰਵਾਹਪੂਰਨ, ਸਰਲ

flown /ਫ਼ਲਅਉਨ/ *v* ਕਿਰਿਆ **fly** ਦਾ ਕ੍ਰਿਦੰਤੀ ਰੂਪ

flu /ਫ਼ਲੂ/ *n* **influenza** ਦਾ ਸੰਖਿਪਤ ਰੂਪ, ਫਲੂ ਰੋਗ

fluctuate /'ਫ਼ਲਅੱਕਚੁਏਇਟ/ *vi* ਘਟਦੇ-ਵਧਦੇ ਰਹਿਣਾ, ਅਸਥਿਰ ਹੋਣਾ, ਡੋਲਣਾ, ਲਹਿਰ ਵਾਂਗ ਚੜ੍ਹਨਾ ਉਤਰਨਾ, ਲਹਿਰਾਉਣਾ; ਡਗਮਗਾਉਣਾ

fluctuating /'ਫ਼ਲਅੱਕਚੁਏਇਟਿਙ/ *a* ਅਸਥਿਰ, ਚਲ; ਚੰਚਲ, ਘਟਦਾ–ਵਧਦਾ, ਉੱਤਰਦਾ–ਚੜ੍ਹਦਾ

fluctuation /ˌਫ਼ਲਅੱਕਚੁ'ਏਇਸ਼ਨ/ *n* ਅਸਖਿਰਤਾ, ਉਤਾਰ-ਚੜ੍ਹਾਅ, ਘਾਟਾ-ਵਾਧਾ

flue /ਫ਼ਲੂ/ *n* ਚਿਮਨੀ ਦਾ ਧੂੰਕਸ਼

fluency /'ਫ਼ਲੂਅਨਸਿ/ *n* ਰਵਾਨੀ, ਪ੍ਰਵਾਹ, ਵਹਾਅ, ਸਰਲਤਾ; ਗੱਲ-ਬਾਤ ਜਾਂ ਭਾਸ਼ਣ ਦੀ ਸਰਲਤਾ ਅਤੇ ਰਵਾਨੀ, ਇਕਸਾਰ ਵਹਾਅ, ਬੇਅਟਕ ਚਾਲ

fluent /'ਫ਼ਲੂਅਨਟ/ *a* (ਭਾਸ਼ਨ ਜਾਂ ਸ਼ੈਲੀ) ਰਵਾਂ, ਸਰਲ, ਪ੍ਰਵਾਹਸ਼ੀਲ; (ਗਤੀ ਆਦਿ) ਠਰ੍ਹੰਮੇ ਵਾਲੀ; ਮਨੋਹਰ, ਗਤੀਸ਼ੀਲ, ਜਾਰੀ ਰਹਿਣ ਵਾਲਾ, ਰਵਾਂ ਰਹਿਣ ਵਾਲਾ; ਉਹ ਵਿਅਕਤੀ ਜੋ ਸਰਲਤਾ ਨਾਲ ਆਪਣਾ ਆਸ਼ਾ ਸਮਝਾ ਸਕੇ

fluff /ਫ਼ਲਅੱਫ਼/ *n* ਬੁਰ, ਰਵਾਲ, ਚਿਹਰੇ ਉੱਤੇ ਉੱਗਣ ਵਾਲੇ ਨਰਮ ਅਤੇ ਕੋਮਲ ਵਾਲ, ਲੂੰਈਂ *vt* ਕਿਸੇ ਵਸਤੂ ਨੂੰ ਲੂੰਈਂ ਜਾਂ ਰਵਾਲ ਵਾਂਗ ਨਰਮ ਕਰਨਾ; ਚਮੜੇ ਦੇ ਅੰਦਰਲੇ ਪਾਸੇ ਨੂੰ ਨਰਮ ਅਤੇ ਕੋਮਲ ਬਣਾਉਣਾ

fluid /'ਫ਼ਲੂਇਡ/ *a* ਤਰਲ, ਦ੍ਰਵ; ਅਸਥਿਰ, ਅਨਿਸ਼ਚਿਤ; ਪਾਣੀ ਵਾਂਗ ਵਗਣ ਵਾਲਾ ਪਦਾਰਥ

fluidify /ਫ਼ਲੂ'ਇਡਿਫ਼ਾਇ/ *vt* ਦ੍ਰਵਤ ਕਰਨਾ, ਤਰਲ ਬਣਾਉਣਾ

fluidity /ਫ਼ਲੂ'ਇਡਅਟਿ/ *n* ਤਰਲਤਾ, ਦ੍ਰਵਤਾ

fluke[1] /ਫ਼ਲੂਕ/ *n* ਨੇਜ਼ੇ ਆਦਿ ਦੀ ਤਿੱਖੀ ਨੋਕ; ਜਹਾਜ਼ ਦੇ ਲੰਗਰ ਦਾ ਭੋਂ ਵਿੱਚ ਗੱਡਿਆ ਜਾਣ ਵਾਲਾ ਨੋਕਦਾਰ ਸਿਰਾ; ਵ੍ਹੇਲ ਮੱਛੀ ਦੀ ਪੂਛ

fluke[2] *n* ਟੁੱਲ, ਤੁੱਕਾ *v* ਤੁੱਕਾ ਲੱਗਣਾ; ਟੁੱਲ ਲੱਗ ਜਾਣਾ ਜਾਂ ਵੱਜ ਜਾਣਾ

flume /ਫ਼ਲੂਮ/ *n* ਖੱਡ; ਖਾਲ; ਬਣਾਉਟੀ ਝਰਨਾ

flummery /'ਫ਼ਲਅੱਮਅਰਿ/ *n* ਮਿੱਠਾ ਭੋਜਨ; ਜੈਲੀ; ਫ਼ਲੂਦਾ; ਫ਼ਜ਼ੂਲ ਗੱਲਾਂ, ਫੋਕੀ ਵਡਿਆਈ, ਫੂਕ

flummox /'ਫ਼ਲਅੱਮਅਕਸ/ *vt* (ਅਪ) ਹੈਰਾਨ ਕਰ ਦੇਣਾ, ਉਲਝਾਉਣਾ

flump /ਫ਼ਲਅੱਮਪ/ *vt* ਜ਼ੋਰ ਨਾਲ ਸੁੱਟਣਾ

flunkey /'ਫ਼ਲਅੱਙਕਿ/ *n* ਵਰਦੀਦਾਰ ਕਰਮਚਾਰੀ ਜਾਂ ਨੌਕਰ, ਅਰਦਲੀ, ਚਪੜਾਸੀ; ਖ਼ੁਸ਼ਾਮਦੀ, ਚਾਪਲੂਸੀ ਕਰਨ ਵਾਲਾ; ਹੋਛਾ ਮਨੁੱਖ; ਗੰਵਾਰ, ਟੁੱਕੜਬੋਚ

flunkeyism /'ਫ਼ਲਅੱਙਕਿਇਜ਼ਅਮ/ *n* ਖ਼ੁਸ਼ਾਮਦਬਾਜ਼ੀ, ਤਾਬੇਦਾਰੀ, ਚਾਪਲੂਸੀਪੁਣਾ, ਚੋਬਦਾਰੀ

fluor /'ਫ਼ਲੂਓ*/ *n* ਹਰੇ ਜਾਂ ਲਾਲ ਰੰਗ ਦਾ ਖਣਿਜ ਪਦਾਰਥ, ਕੈਲਸ਼ੀਅਮ ਫਲੋਰਾਈਡ

fluorescence /ਫ਼ਲੋ'ਰੈੱਸ(ਅ)ਨਸ/ *n* ਕੈਲਸ਼ੀਅਮ ਫਲੋਰਾਈਡ ਜਾਂ ਫਲੂਅਰ ਦੁਆਰਾ ਛੱਡਿਆ ਪ੍ਰਕਾਸ਼, ਪ੍ਰਤੀਦੀਪਤੀ

fluoride /'ਫ਼ਲੋਰਾਇਡ, 'ਫ਼ਲੁਅਰਾ-/ *n* ਫ਼ਲੋਰੀਨ ਮਿਸ਼ਰਤ ਇੱਕ ਰਸਾਇਣਕ ਪਦਾਰਥ

flurr /ਫ਼ਲਅ:*/ *vt* ਇੱਧਰ-ਉੱਧਰ ਭਜਾਉਣਾ, ਤਿੱਤਰ-ਬਿੱਤਰ ਕਰਨਾ

flurry /ਫ਼ਲਅੱਰਿ/ *n* ਹਫੜਾ-ਦਫੜੀ, ਕਾਹਲ, ਦੌੜ-ਭੱਜ, ਜੋਸ਼; ਅਚਾਨਕ ਵਰਖਾ; ਹਨੇਰੀ, ਝੱਖੜ, ਹਵਾ ਦਾ ਝੋਂਕਾ *vt* ਹਫੜਾ-ਦਫੜੀ ਪਾਉਣਾ, ਕਾਹਲ ਕਰਨਾ, ਛੇਤੀ-ਛੇਤੀ ਕਰਕੇ ਘਬਰਾਉਣਾ

flush[1] /ਫ਼ਲਅੱਸ਼/ *v* ਪੰਛੀਆਂ ਨੂੰ ਉਡਾਉਣਾ; ਉੱਡ ਜਾਣਾ *n* ਪੰਛੀਆਂ ਦੀ ਡਾਰ ਜੋ ਇੱਕੋ ਵਾਰ ਉਡਾਈ ਜਾਵੇ

flush[2] *v* (ਨਾਲੀ ਆਦਿ ਨੂੰ) ਪਾਣੀ ਨਾਲ ਧੋਣਾ; ਪਾਣੀ ਵਗਾਉਣਾ; ਖੇਤ ਨੂੰ ਪਾਣੀ ਨਾਲ ਭਰ ਦੇਣਾ, ਤਰੋ-ਤਰ ਕਰ ਦੇਣਾ; (ਚਿਹਰੇ ਦਾ) ਲਾਲ ਹੋ ਜਾਣਾ, ਲਾਲੀ ਚੜ੍ਹਨਾ, ਸੰਗ ਜਾਂ ਹਯਾ ਨਾਲ ਮੂੰਹ ਉੱਤੇ ਲਾਲੀ ਚਮਕਣਾ, ਚਮਕਾਉਣਾ; ਫੁਲਾਉਣਾ, ਭੜਕਾਉਣਾ, ਮਾਣ ਜਾਂ ਜੋਸ਼ ਨਾਲ ਭਰਨਾ; ਉਤਸ਼ਾਹ ਵਧਾਉਣਾ; ਖ਼ੂਨ ਦਾ ਦੌਰਾ ਤੇਜ਼ ਹੋਣਾ; ਬੜੇ ਵੇਗ ਨਾਲ ਬਾਹਰ ਨਿਕਲਨਾ; ਬੂਟਿਆਂ ਦੇ ਨਵੇਂ ਅੰਗੂਰ ਫੁੱਟਣਾ *n* ਪਾਣੀ ਦਾ ਵੇਗਮਈ ਵਹਾ, ਤੇਜ਼ ਧਾਰ; ਪਾਣੀ ਨਾਲ ਨਾਲੀ ਆਦਿ ਦੀ ਸਫ਼ਾਈ; ਦਰਿਆ ਦਾ ਕੰਢਿਆਂ ਤਕ ਭਰਿਆ ਵਹਾਅ; ਕਿਸੇ ਵਸਤੂ ਦੀ ਅਚਾਨਕ ਅਧਿਕਤਾ; ਘਰਾਟ ਦੇ ਪੱਖੇ ਵਿੱਚੋਂ ਡਿੱਗਣ ਵਾਲੀ ਪਾਣੀ ਦੀ ਧਾਰ; ਬੁਖ਼ਾਰ ਦਾ ਜ਼ੋਰ; ਕਿਸੇ ਜਿੱਤ ਜਾਂ ਜਜ਼ਬੇ ਦੇ ਅਧੀਨ ਖ਼ੁਸ਼ੀ ਦੀ ਲਹਿਰ, ਜੋਸ਼; ਜੋਰ, ਬਲ; ਤਾਜ਼ਗੀ; ਲਾਲੀ ਚਮਕ; ਚਿਹਰੇ ਦੀ ਲਾਲੀ, ਰੌਸ਼ਨੀ ਜਾਂ ਰੰਗ ਦੀ ਦਮਕ a ਪਰਿਪੂਰਨ, ਭਰਪੂਰ, ਲਬਾਲਬ; ਸਮਤਲ, ਬਰਾਬਰ, ਹਮਵਾਰ; ਸੰਪੰਨ, ਸਮਰਿਧ; ਅਧਿਕ

flush[3] *n* ਤਾਸ਼ ਦੀ ਇੱਕ ਖੇਡ

fluster /'ਫ਼ਲਅੱਸਟਅ*/ *v* ਸ਼ਰਾਬ ਪਿਲਾ ਕੇ ਬੇਸੁਧ ਕਰ ਦੇਣਾ; ਘਬਰਾ ਦੇਣਾ, ਵਿਆਕੁਲ ਕਰ ਦੇਣਾ, ਹਫੜਾ-ਦਫੜੀ ਪਾ ਦੇਣਾ; ਵਿਆਕੁਲ ਹੋਣਾ; ਘਬਰਾ ਜਾਣਾ, ਨੱਠ-ਭੱਜ ਕਰਨਾ, ਕਾਹਲ ਪਾਉਣਾ *n* ਘਬਰਾਹਟ, ਬੇਚੈਨੀ, ਹਫੜਾ-ਦਫੜੀ, ਦੌੜ-ਭੱਜ

flustrate /'ਫ਼ਲਅੱਸਟਰੇਇਟ/ *vt* ਗਰਮ ਕਰਨਾ; ਹਫੜਾ-ਦਫੜੀ ਪਾਉਣਾ

flute /ਫ਼ਲੂਟ/ *n* ਵੰਝਲੀ, ਬੰਸਰੀ, ਖੰਭੇ ਉੱਤੇ ਉਕੱਰੀ ਹੋਈ ਖੜ੍ਹੀ ਨਾਲੀ; ਲੰਮਾ ਅਤੇ ਤੰਗ ਘੇਰੇ ਵਾਲਾ ਸ਼ਰਾਬ ਪੀਣ ਵਾਲਾ ਗਲਾਸ v ਵੰਝਲੀ ਵਜਾਉਣਾ, ਬੰਸਰੀ ਉੱਤੇ ਕੋਈ ਸੁਰ ਕੱਢਣਾ; ਵੰਝਲੀ ਦੀ ਸੁਰ ਵਰਗੀ ਅਵਾਜ਼ ਕੱਢ ਕੇ ਮੂੰਹ ਨਾਲ ਸੀਟੀ ਵਜਾਉਣਾ

flutter /'ਫਲਅੱਟਅ*/ *v* ਖੰਭ ਮਾਰਨਾ, ਖੰਭ ਫੜਫੜਾਉਣਾ; ਝੰਡੇ ਆਦਿ ਦਾ ਲਹਿਰਾਉਣਾ; ਨਬਜ਼ ਦਾ ਕਮਜ਼ੋਰ ਅਤੇ ਅਨਿਯਮਤ ਰੂਪ ਵਿੱਚ ਚੱਲਣਾ; ਵਿਆਕੁਲ ਹੋਣਾ; ਬੇਚੈਨ ਕਰਨਾ, ਪਰੇਸ਼ਾਨ ਕਰਨਾ, ਤੜਫਣਾ, ਤਰਲੋ ਮੱਛੀ ਹੋਣਾ, ਵਿਆਕੁਲਤਾ ਵਿੱਚ ਇੱਧਰ-ਉੱਧਰ ਘੁੰਮਣਾ *n* ਫੜਫੜਾਹਟ, ਫਰਾਟਾ, ਝੰਡੇ ਆਦਿ ਦੇ ਲਹਿਰਨ ਦੀ ਕਿਰਿਆ, ਕਾਂਬਾ; ਵਿਆਕੁਲਤਾ, ਪਰੇਸ਼ਾਨੀ, ਉਤੇਜਨਾ, ਮਾਨਸਿਕ ਵੇਗ

fluvial /'ਫ਼ਲੂਵ਼ਿਅਲ/ *a* ਦਰਿਆਈ

flux /ਫ਼ਲਅੱਕਸ/ *v* ਦ੍ਰਵਤ ਕਰਨਾ, ਪਾਣੀ ਵਰਗਾ ਬਣਾਉਣਾ; ਪਿਘਲਨਾ, ਗਲਣਾ; ਵੇਗ ਨਾਲ ਵਗਣਾ, ਬੜੀ ਮਾਤਰਾ ਵਿਚ ਵਗਣਾ; ਖ਼ੂਨ ਵਗਣਾ *n* ਮੋਕ, ਦਸਤ, ਪੇਚਸ, ਭੂਕਣੀ; ਖ਼ੂਨ ਦੀ ਟੱਟੀ ਆਦਿ ਦੀ ਅਧਿਕਤਾ; ਗੱਲਬਾਤ ਦੀ ਰਵਾਨੀ; ਹੜ੍ਹ, ਕਾਂਗ, (ਪਾਣੀ ਆਦਿ ਦਾ) ਚੜ੍ਹਾਅ; (ਗਣਿ) ਅਰੋਕ ਗਤੀ, ਲਗਾਤਾਰ ਚਾਲ; ਕੋਈ ਪਦਾਰਥ ਜਾਂ ਧਾਤ ਜੋ ਕਿਸੇ ਦੂਸਰੀ ਧਾਤ ਨੂੰ ਪਿਘਲਾਉਣ ਲਈ ਉਸ ਵਿੱਚ ਮਿਲਾਈ ਜਾਵੇ, ਗਾਲਕ; ਨਿਕਾਸ

fluxion /'ਫ਼ਲਅੱਕਸ਼(ਅ)ਨ/ *n* (ਗਣਿ) ਪ੍ਰਵਾਹ ਦਾ ਅਨੁਪਾਤ ਜਾਂ ਚਾਲ; ਪ੍ਰਵਾਹ, ਵਹਾਅ, ਚਾਲ

fluxive /'ਫ਼ਲਅੱਕਸਿਵ਼/ *a* (ਰੋਣ ਦੇ ਅਰਥਾਂ ਵਿੱਚ) ਹੰਝੂ ਭਰਿਆ

fly[1] /ਫ਼ਲਾਇ/ *v* ਉੱਡਣਾ, ਉਡਾਉਣਾ (ਪੰਛੀਆਂ ਬਾਰੇ); ਹਵਾਈ ਜਹਾਜ਼ ਵਿੱਚ ਸਫ਼ਰ ਕਰਨਾ; ਬਾਜ਼ ਆਦਿ ਦਾ ਸ਼ਿਕਾਰ ਉੱਤੇ ਝਪਟਣ ਲਈ ਉੱਤੇ ਉੱਤੇ ਉਡਣਾ; (ਪਤੰਗ) ਉਡਾਉਣਾ; (ਝੰਡੇ, ਵਾਲਾਂ, ਵਸਤੂ, ਯੰਤਰ ਆਦਿ ਦਾ) ਹਵਾ ਵਿੱਚ ਲਹਿਰਨਾ ਜਾਂ ਲਹਿਰਾਉਣਾ; ਫੁਰਤੀ ਨਾਲ ਲੰਘ ਜਾਣਾ, ਨੱਸ ਕੇ ਨਿਕਲ ਜਾਣਾ, ਤੀਰ ਹੋ ਜਾਣਾ; ਹਵਾਈ ਜਹਾਜ਼ ਨੂੰ ਠੀਕ ਰਸਤੇ ਦਾ ਸੰਕੇਤ ਦੇਣਾ; ਉਲੰਘ ਜਾਣਾ, ਕੰਧ ਆਦਿ ਦੇ ਉੱਤੋਂ ਦੀ ਛਾਲ ਮਾਰ ਕੇ ਟੱਪ ਜਾਣਾ *n* ਉਡਾਣ, ਉਡਾਰੀ; ਤੰਬੂ ਦਾ ਪਟ ਜਾਂ ਪਰਦਾ (ਉਤਲਾ ਪਟ, ਹੇਠਲਾ ਪਟ); ਪਰਦੇ ਅਤੇ ਸਟੇਜ ਦੇ ਵਿਚਾਲੇ ਵਾਲੀ ਥਾਂ; ਕਾਜ, ਉਹ ਫੱਟੀ ਜਿਸ ਵਿੱਚ ਕਾਜ ਕੱਢੇ ਹੁੰਦੇ ਹਨ; ਰੰਗ-ਮੰਚ ਦੇ ਉੱਪਰ ਵਾਲੀ ਥਾਂ; ਇੱਕ ਘੋੜੇ ਵਾਲੀ ਕਿਰਾਏ ਉੱਤੇ ਚੱਲਣ ਵਾਲੀ ਬੱਘੀ; ਮਸ਼ੀਨਾਂ ਦੀ ਚਾਲ ਨੂੰ ਠੀਕ ਕਰਨ ਵਾਲਾ ਯੰਤਰ; ਡੰਡੇ ਤੋਂ ਲੈ ਕੇ ਅਗਲੀ ਨੋਕ ਤੱਕ ਝੰਡੇ ਦੀ ਚੁੜਾਈ **fly in the face of** ਨਿਰਾਦਰ ਕਰਨਾ, ਗੁਸਤਾਖ਼ੀ ਕਰਨਾ

fly[2] *n* ਮੱਖੀ; ਪੌਦਿਆਂ (ਬੂਟਿਆਂ) ਦੀ ਇੱਕ ਬਿਮਾਰੀ; ਕੁਦਰਤੀ ਜਾਂ ਬਣਾਉਟੀ ਮੱਖੀ ਆਦਿ ਜੋ ਮੱਛੀ ਦੇ ਸ਼ਿਕਾਰ ਲਈ ਵਰਤੀ ਜਾਵੇ *v* ਗੰਦਾ ਕਰਨਾ, ਵਿਗਾੜਨਾ; ਆਂਡੇ ਦੇਣਾ

fly[3] *a* (ਉਪ) ਸਾਵਧਾਨ, ਹੁਸ਼ਿਆਰ, ਖ਼ਬਰਦਾਰ, ਸਚੇਤ, **fly at/upon** ਟੁੱਟ ਕੇ ਪੈ ਜਾਣਾ **fly in the ointment** ਦਾਲ ਵਿੱਚ ਕੋੜਕੂ

flybane /ਫ਼ਲਾਇ'ਬੇਨ/ *n* ਮੱਖੀਆਂ ਨੂੰ ਮਾਰਨ ਲਈ ਜ਼ਹਿਰ; ਇੱਕ ਜ਼ਹਿਰੀਲੀ ਬੂਟੀ

flyblown /'ਫ਼ਲਾਇਬਲਅਉਨ/ *a* ਖ਼ਰਾਬ (ਖਾਣਾ), ਮੱਖੀਆਂ ਖਾਧਾ

fly-boat /'ਫ਼ਲਾਇਬਅਉਟ/ *n* ਛੋਟੀਆਂ ਨਹਿਰਾਂ ਵਿੱਚ ਪ੍ਰਯੋਗ ਲਈ ਛੋਟੀ ਤੇਜ਼ ਬੇੜੀ

fly book *n* ਕਿਤਾਬ ਦੀ ਸ਼ਕਲ ਦਾ ਮੱਛੀ ਰੱਖਣ ਲਈ ਡੱਬਾ, ਤਾਮਾ ਡੱਬੀ

fly-by-night *v* ਕਰਜ਼ਦਾਰ ਜਿਹੜਾ ਲੁਕਦਾ ਰਹਿੰਦਾ ਹੈ; ਠੱਗ, ਬੇਈਮਾਨ

fly-flap /'ਫ਼ਲਾਇਫ਼ਲੈਪ/ *n* ਮੱਖੀ ਮਾਰ ਯੰਤਰ

flying /'ਫ਼ਲਾਇਇਙ/ *a* ਉੱਡਦਾ, ਤੇਜ਼ ਚਾਲ ਵਾਲਾ, ਵੇਗਮਈ; ਕਾਹਲ ਵਿੱਚ ਕੀਤਾ; ਤੇਜ਼, ਕਾਹਲਾ, ਹਵਾਈ

flying boat *n* ਉੱਡਣ ਕਿਸ਼ਤੀ

flying bomb *n* ਉੱਡਣਾ ਬੰਬ

flying bridge *n* ਕਿਸ਼ਤੀਆਂ ਦਾ ਆਰਜ਼ੀ ਪੁਲ

flying club *n* ਹਵਾਈ ਜਹਾਜ਼ਾਂ ਨੂੰ ਚਲਾਉਣ ਦੀ ਸਿਖਲਾਈ ਦੀ ਸੰਸਥਾ ਜਾਂ ਸਕੂਲ

flying colours *n* ਸ਼ਾਨਦਾਰ ਸਫ਼ਲਤਾ

flying fish *n* ਉੱਡਣੀ ਮੱਛੀ, ਖੰਭਲ ਮੱਛੀ

flying machine *n* (ਪੁਰਾਣੇ ਸਮੇਂ ਵਿੱਚ) ਹਵਾਈ

ਜਹਾਜ਼

flying officer *n* ਹਵਾਈ ਸੈਨਾ ਦਾ ਇੱਕ ਅਹੁਦਾ; ਇਸ ਅਹੁਦੇ 'ਤੇ ਨਿਯੁਕਤ ਵਿਅਕਤੀ

flying squad /'ਫਲਾਇਇਙ ਸਕਵੌਂਡ/ *n* ਤੇਜ਼ ਕੰਮ ਕਰਨ ਵਾਲੀ ਪੁਲਿਸ ਪਾਰਟੀ, ਤੁਰੰਤ ਅਮਲ ਕਰਨ ਵਾਲਾ ਦਲ, ਛਾਪਾਮਾਰ ਦਲ, ਉਡਨ ਦਸਤਾ

flyleaf /'ਫਲਾਇਲੀਫ/ *n* ਪੁਸਤਕ ਦੇ ਅਰੰਭ ਜਾਂ ਅੰਤ ਵਿੱਚ ਖ਼ਾਲੀ ਵਰਕਾ

fly out *v* ਗੁੱਸਾ ਕਰਨਾ

flypaper /'ਫਲਾਇਪੇਇਪਅ*/ *n* ਮੱਖੀਮਾਰ ਕਾਗਜ਼, ਮੋਟਾ ਕਾਗਜ਼ ਜਿਸ ਉੱਤੇ ਜ਼ਹਿਰੀਲੀ ਗੂੰਦ ਲਾ ਦਿੱਤੀ ਜਾਂਦੀ ਹੈ ਅਤੇ ਮੱਖੀਆਂ ਉਸ ਨਾਲ ਚੰਬੜ ਕੇ ਮਰ ਜਾਂਦੀਆਂ ਹਨ

fly-past /'ਫਲਾਇਪਾਸਟ/ *n* ਹਵਾਈ ਜਹਾਜ਼ ਦੀ ਸਲਾਮੀ

fly powder *n* ਮੱਖੀਆਂ ਨੂੰ ਮਾਰਨ ਲਈ ਪਾਊਡਰ

flysheet /'ਫਲਾਇਸ਼ੀਟ/ *n* ਚੁਵਰਕੀ

flyweight /'ਫਲਾਇਵੇਇਟ/ *n* ਮੁੱਕੇਬਾਜ਼ੀ ਆਦਿ ਖੇਡਾਂ ਵਿੱਚ 48 ਤੋਂ 51 ਕਿਲੋ ਭਾਰ ਦਾ ਮੁਕਾਬਲਾ, ਇਸ ਭਾਰ ਦਾ ਮੁੱਕੇਬਾਜ਼, ਬੌਕਸਰ

flywheel /'ਫਲਾਇਵੀਲ/ *n* ਵਾਲ ਕਮਾਣੀ, ਮਸ਼ੀਨਾਂ ਦੀ ਚਾਲ ਠੀਕ ਰੱਖਣ ਵਾਲਾ ਦੰਦੇਦਾਰ ਚੱਕਰ; ਗਤੀਪਾਲਕ ਪਹੀਆ

fly-whisk *n* ਚੋਰ, ਮੋਰਛਲ

FM /ਐਫ਼ 'ਐੱਮ/ *abbr* **frequency modulation** ਦਾ ਸੰਖਿਪਤ ਰੂਪ, ਰੇਡੀਓ ਰਾਹੀਂ ਉੱਚੀ ਸੁਰ ਦੇਣ ਦੀ ਵਿਧੀ; ਆਵ੍ਰਿਤੀ ਅਨੁਕੂਲਨ

FM *abbr* **Field Marshall** ਦਾ ਸੰਖਿਪਤ ਰੂਪ, ਸੈਨਾ ਦਾ ਉਚਤਮ ਪਦ, ਫੀਲਡ ਮਾਰਸ਼ਲ

foal /ਫਅਉਲ/ *n* ਵਛੇਰਾ ਜਾਂ ਵਛੇਰੀ; ਘੋੜੇ ਜਾਂ ਖੋਤੇ ਦਾ ਬੱਚਾ

foam /ਫਅਉਮ/ *n* ਝੱਗ; ਥੁੱਕ; ਸਮੁੰਦਰੀ ਝੱਗ; (ਕਾਵਿ) ਸਮੁੰਦਰ *v* ਝੱਗ ਸੁੱਟਣਾ, ਝੱਗ ਛੱਡਣਾ; ਪਾਣੀ ਆਦਿ ਉੱਤੇ ਝੱਗ ਆਉਣਾ; (ਪਿਆਲਾ) ਝੱਗਦਾਰ ਸ਼ਰਾਬ ਨਾਲ ਭਰ ਜਾਣਾ; ਗੁੱਸੇ ਜਾਂ ਰੋਗ ਨਾਲ ਮੂੰਹ ਵਿੱਚੋਂ ਝੱਗ ਨਿਕਲਨਾ

foamy /'ਫਅਉਮਿ/ *a* ਝੱਗਦਾਰ

fob[1] /ਫੌਬ/ *n* ਘੜੀ ਆਦਿ ਰੱਖਣ ਵਾਲੀ ਛੋਟੀ ਜੇਬ *vt* ਜੇਬ ਵਿੱਚ ਪਾ ਲੈਣਾ

fob[2] *vi* ਧੋਖੇ ਨਾਲ ਕਿਸੇ ਨੂੰ (ਖ਼ਰਾਬ ਵਸਤੂ) ਦੇਣਾ; (ਕਿਸੇ ਘਟੀਆ ਚੀਜ਼ ਨੂੰ) ਉੱਤਮ ਦੱਸ ਕੇ ਮਹਿੰਗੇ ਮੁੱਲ ਵੇਚ ਦੇਣਾ; ਧੋਖਾ ਦੇਣਾ, ਛਲਣਾ, ਠੱਗਣਾ

focal /'ਫਅਉਕਲ/ *a* ਇੱਕ ਥਾਂ ਉੱਤੇ ਜਾਂ ਇੱਕ ਕੇਂਦਰ ਉੱਤੇ ਕਾਇਮ; ਨਾਭੀ ਸੰਬੰਧੀ, ਕੇਂਦਰ ਬਿੰਦੂ ਸੰਬੰਧੀ

focal distance *n* ਮੋਟੇ ਸ਼ੀਸ਼ੇ ਦੇ ਮੱਧ ਤੋਂ ਕਿਸੇ ਪਦਾਰਥ ਤੱਕ ਦੇਖਣ ਦਾ ਫ਼ਾਸਲਾ

focus /'ਫਅਉਕਅਸ/ *n* ਧਰੁਵ ਖਿੰਦੂ, ਕਾਰਜ ਕੇਂਦਰ, ਫੋਕਸ; ਕੇਂਦਰ ਸਥਾਨ, ਮੁੱਖ ਖੇਤਰ; (ਰੋਗ ਆਦਿ ਦਾ) ਕੇਂਦਰ, (ਪ੍ਰਕਾਸ਼, ਤਾਪ ਆਦਿ ਦਾ) ਕਿਰਨ ਬਿੰਦੂ *v* ਕੇਂਦਰਿਤ ਕਰਨਾ, ਕੇਂਦਰ ਵੱਲ ਫੇਰਨਾ, ਫੋਕਸ ਹੇਠ ਲੈਣਾ; ਠੀਕ ਵਿੱਥ ਰੱਖਣਾ; ਇਕਾਗਰ ਕਰਨਾ **in focus** ਸ਼ੀਸ਼ੇ ਦੇ ਮੱਧ ਤੋਂ ਸਪਸ਼ਟ ਦਿਖਾਈ ਦੇਣ ਵਾਲਾ

fodder /'ਫੌਡਅ*/ *n* ਪਸ਼ੂਆਂ ਦਾ ਚਾਰਾ, ਤੂੜੀ *vt* ਚਾਰਾ ਪਾਉਣਾ

foe /ਫਅਉ/ *n* (ਕਾਵਿ) ਵੈਰੀ, ਸ਼ੱਤਰੂ, ਦੁਸ਼ਮਣ

foeman /'ਫਅਉਮਅਨ/ *n* ਯੁੱਧ ਵਿੱਚ ਸ਼ੱਤਰੂ

foetal /'ਫ਼ੀਟਲ/ *a* ਗਰਭ ਸੰਬੰਧੀ, ਬੱਚੇ ਸੰਬੰਧੀ, ਭਰੂਣ ਸੰਬੰਧੀ

foetal period *n* ਗਰਭ ਅਵਧੀ, ਗਰਭ ਸਮਾਂ

foetation /ਫ਼ੀ'ਟੇਇਸ਼ਨ/ *n* ਗਰਭ ਅਵਸਥਾ, ਗਰਭ ਧਾਰਨ

foeticide /'ਫ਼ੀਟਿਸਾਇਡ/ *n* ਗਰਭ ਹੱਤਿਆ, ਗਰਭ ਵਿੱਚ ਬੱਚੇ ਦੀ ਹੱਤਿਆ, ਭਰੂਣ ਹੱਤਿਆ

foetor /'ਫ਼ੀਟਅ*/ *n* ਬਦਬੂ, ਦੁਰਗੰਧ

foetus /'ਫ਼ੀਟਅਸ/ *n* ਚਾਰ ਮਹੀਨਿਆਂ ਤੋਂ ਜਨਮ ਤੱਕ ਦਾ ਗਰਭ ਵਿੱਚ ਬੱਚਾ, ਗਰਭ ਅਵਸਥਾ, ਗਰਭ

fog[1] **/ਫ਼ੌਗ/** *n* ਧੁੰਦ, ਕੋਹਰਾ; ਧੁੰਦ ਨਾਲ ਹੋਇਆ ਹਨੇਰਾ; (ਫ਼ੋਟੋ ਵਿੱਚ) ਫ਼ੋਟੋ ਪਲੇਟ 'ਤੇ ਪਈ ਧੁੰਦ *v* ਧੁੰਦਲਾ ਕਰਨਾ, ਧੁੰਦ ਵਾਂਗ ਛਾ ਜਾਣਾ, ਧੁੰਦ ਵਾਂਗ ਘੇਰ ਲੈਣਾ; ਢਕੇ ਜਾਣਾ; (ਫ਼ੋਟੋ) ਧੁੰਦਲੀ ਕਰ ਦੇਣਾ; ਹੈਰਾਨ ਕਰ ਦੇਣਾ, ਘਬਰਾਹਟ ਵਿੱਚ ਪਾ ਦੇਣਾ **in a fog** ਪਰੇਸ਼ਾਨ, ਘਬਰਾਇਆ, ਹੈਰਾਨ

fog[2] *n* ਘਾਹ ਦਾ ਲੌਂ

fog bank *n* ਧੁੰਦ ਜਾਂ ਕੋਹਰੇ ਦਾ ਬੱਦਲ

fog bow *n* ਧੁੰਦ ਦੀ ਪੀਂਘ

fogey /'ਫ਼ਅਉਗਿ/ *n* ਵੇਖੋ **fogy**

foggy /'ਫ਼ੌਗਿ/ *a* ਧੁੰਦਲਾ, ਅਸਪਸ਼ਟ; ਧੁੰਦ ਨਾਲ ਕੱਜਿਆ; ਧੁੰਦ ਵਾਲਾ, ਧੁੰਦ ਦਾ; ਜਿਸ ਵਿੱਚ ਕੋਈ ਗੜਬੜ ਹੋਵੇ

foghorn /'ਫ਼ੌਗਹੋਨ/ *n* ਜਹਾਜ਼ਾਂ ਨੂੰ ਧੁੰਦ ਤੋਂ ਖ਼ਬਰਦਾਰ ਕਰਨ ਵਾਲਾ ਘੁੱਗੂ

fog lamp *n* (ਧੁੰਦ ਸਮੇਂ ਵਧੇਰੇ ਰੋਸ਼ਨੀ ਦੇਣ ਵਾਲੀ) ਕਾਰ ਦੀ ਬੱਤੀ

fogram /'ਫ਼ਅਉਗਰੈਮ/ *n* ਪੁਰਾਣੇ ਵਿਚਾਰਾਂ ਦਾ ਵਿਅਕਤੀ *a* ਰੂੜ੍ਹੀਵਾਦੀ, ਪੁਰਾਣਾ, ਪ੍ਰਾਚੀਨ

fogy /'ਫ਼ਅਉਗਿ/ *n* ਪੁਰਾਣੇ ਵਿਚਾਰਾਂ ਵਾਲਾ ਵਿਅਕਤੀ, ਬੁੱਢਾ

foible /'ਫ਼ੌਇਬਲ/ *n* ਔਗੁਣ, ਦੋਸ਼; ਚਰਿੱਤਰ ਵਿੱਚ ਕੋਈ ਕਮਜ਼ੋਰੀ; ਤਲਵਾਰ ਦਾ ਅਗਲਾ ਹਿੱਸਾ

foil[1] **/ਫ਼ੌਇਲ/** *n* ਪੱਤਰਾ, (ਸੋਨੇ, ਚਾਂਦੀ ਆਦਿ ਨੂੰ ਕੁੱਟ-ਕੁੱਟ ਕੇ ਬਣਾਇਆ) ਵਰਕ; ਟੀਨ; ਖਿੜਕੀ ਦੀ ਉਤਲੀ ਡਾਟ; ਪਾਰੇ ਅਤੇ ਰੰਗ ਦੀ ਮਿਲਾਵਟ ਜੋ ਸ਼ੀਸ਼ਿਆਂ ਦੇ ਪਿੱਛੇ ਲਾਈ ਜਾਂਦੀ ਹੈ; ਕੋਈ ਅਜਿਹੀ ਵਸਤੂ ਜਿਸ ਦੇ ਮੁਕਾਬਲੇ ਉਤੇ ਕਿਸੇ ਦੂਜੀ ਵਸਤੂ ਦੀ ਆਬ ਘਟ ਜਾਵੇ *vt* ਖਿੜਕੀ ਦੇ ਉੱਤੇ ਡਾਟ ਆਦਿ ਲਾ ਕੇ ਸਜਾਉਣਾ; ਕਿਸੇ ਚੀਜ਼ ਦੀ ਸਜਾਵਟ ਕਰਨਾ

foil[2] *n* ਖੁੰਢੀ ਤਲਵਾਰ (ਜੋ ਲੜਾਈ ਦੇ ਅਭਿਆਸ ਲਈ ਵਰਤੀ ਜਾਂਦੀ ਹੈ)

foil[3] *vt* ਬੇਅਸਰ ਕਰ ਦੇਣਾ, ਹਰਾ ਦੇਣਾ; ਮਾਰ ਕੇ ਭਜਾ ਦੇਣਾ, ਮਾਤ ਕਰ ਦੇਣਾ; ਵਾਰ ਕਰਨਾ; ਰੋਕਣਾ *n* ਅਸਫਲਤਾ, ਹਾਰ, ਨਾਕਾਮਯਾਬੀ

foin /ਫ਼ੌਇਨ/ *vi* ਬਰਛੀ ਜਾਂ ਤਲਵਾਰ ਖੋਭਣਾ

foist /ਫ਼ੌਇਸਟ/ *vt* (ਕੋਈ ਬਦਨਾਮੀ) ਕਿਸੇ ਦੇ ਸਿਰ ਮੜ੍ਹਨਾ; ਘਟੀਆ ਜਾਂ ਬੁਰੀ ਚੀਜ਼ ਨੂੰ ਚੰਗੀ ਦੱਸ ਕੇ ਚਲਾਉਣਾ, ਨਕਲੀ ਨੂੰ ਅਸਲੀ ਦੀ ਥਾਂ ਚਾਲੂ ਕਰਨਾ; ਧੋਖੇ ਨਾਲ ਮਿਲਾਵਟ ਕਰਨਾ; ਠੋਸਣਾ, ਥੱਪਣਾ

foister /'ਫ਼ੌਇਸਟਅ*/ *n* ਧੋਖੇਬਾਜ਼, ਠੱਗ, ਜਾਲ੍ਹਸਾਜ਼

fold[1] **/ਫ਼ਅਉਲਡ/** *n* (ਭੇਡਾਂ ਆਦਿ ਦਾ) ਵਾੜਾ; ਕੋਈ ਧਰਮ ਸੰਘ, ਪੰਥ, ਕਿਸੇ ਧਰਮ ਦੇ ਅਨੁਯਾਈਆਂ ਦੀ ਸੰਸਥਾ *vt* ਭੇਡਾਂ ਆਦਿ ਨੂੰ ਵਾੜੇ ਵਿੱਚ ਵਾੜਨਾ, ਬੰਦ ਕਰਨਾ; ਰੂੜੀ ਪਾਉਣ ਲਈ ਖੇਤ ਵਿੱਚ ਭੇਡਾਂ ਬਠਾਉਣਾ, ਬਹਿਕ ਬਠਾਉਣਾ

fold[2] *n* ਮੋੜ, ਪਰਤ; ਤਹਿ, ਭਾਨ; ਪੇਚ, ਵਲੇਟ, ਲਪੇਟ, ਵੱਟ, ਕੁੰਡਲ, ਕੁੰਡਲੀ; ਪਹਾੜਾਂ ਵਿੱਚ ਨਿਵਾਣ ਵਾਲੀ ਥਾਂ, ਘਾਟੀ; ਬੁੱਕਲ; ਗੁੱਠ, ਕੁੰਜ *v* ਤਹਿ ਕਰਨਾ, ਤਹਿ ਹੋਣਾ, ਮੋੜਨਾ, ਮੁੜਨਾ, ਦੋਹਰਾ ਕਰਨਾ; ਭਾਨ ਪਾਉਣਾ, ਢਕਣਾ, ਵਲੇਟਣਾ, ਲਪੇਟਣਾ; (ਹੱਥ) ਜੋੜਨਾ; ਚੰਬੜਨਾ, ਜੱਫੀ ਪਾਉਣਾ

folder /'ਫ਼ਅਉਲਡਅ*/ *n* ਮੋੜ ਵਾਲਾ, ਦੋਹਰਾ ਕਰਨ ਵਾਲਾ, ਤਹਿ ਲਾਉਣ ਵਾਲਾ; ਦੋਹਰਾ ਕੀਤਾ ਮੋਟਾ ਕਾਗਜ਼ ਜਿਸ ਵਿੱਚ ਹੋਰ ਕਾਗਜ਼ ਰੱਖੇ ਜਾਂਦੇ ਹਨ, ਫੋਲਡਰ; ਛੋਟੀ ਕਿਤਾਬ; ਤਹਿ ਕੀਤੇ ਇਸ਼ਤਿਹਾਰ ਆਦਿ; ਮੋੜੀ ਜਾ ਸਕਣ ਵਾਲੀ ਐਨਕ

folding /'ਫ਼ਅਉਲਡਿਙ/ *n* ਮੋੜ, ਤਹਿ, ਸਿਲਵਟ *a* ਟੁੱਟਵਾਂ, ਠੱਪਵਾਂ, ਮੁੜਵਾਂ

foliage /'ਫ਼ਅਉਲਿਇਜ/ *n* ਪੱਤਿਆਂ ਦਾ ਸਮੂਹ; ਫੁੱਲ ਪੱਤੇ, ਪੱਤੀਆਂ

foliate /'ਫ਼ਅਉਲਿਅਟ/ *a* ਪੱਤਿਆਂ ਵਰਗਾ, ਪੱਤੇ ਜਿਹਾ; ਪੱਤਿਆ ਵਾਲਾ, ਪੱਤੇਦਾਰ, ਪੱਤਿਆਂ ਭਰਿਆ **/'ਫ਼ਅਉਲਿਏਇਟ/** *v* ਪੱਤਿਆਂ ਨਾਲ ਸਜਾਉਣਾ, ਪੱਤਿਆਂ ਦੀਆਂ ਝਾਲਰਾਂ ਆਦਿ

ਲਾਉਣਾ; ਪਤਲੀਆਂ ਤਹਿਆਂ ਵਿੱਚ ਵੰਡਣਾ; ਪੰਨੇ ਗਿਣਨਾ, ਪੁਸਤਕ ਆਦਿ ਦੇ ਪੰਨਿਆਂ ਉੱਤੇ ਨੰਬਰ ਲਿਖਣਾ

foliation /ˌ**ਫ਼ਅਉਲਿ'ਏਇਸ਼ਨ**/ *n* ਪੰਨਿਆਂ ਉੱਤੇ ਨੰਬਰ ਲਾਉਣ ਦੀ ਕਿਰਿਆ; ਪੱਤਿਆਂ ਨਾਲ ਕੀਤੀ ਸਜਾਵਟ, ਪੱਤਿਆਂ ਦੀ ਝਾਲਰ ਆਦਿ; ਕੁੱਟ-ਕੁੱਟ ਕੇ ਵਰਕ ਵਰਗੀ ਤਹਿ ਬਣਾਉਣ ਦੀ ਕਿਰਿਆ, ਵਰਕਸਾਜ਼ੀ

folio /'**ਫ਼ਅਉਲਿਅਉ**/ *n* ਪੰਨਾ, ਸਫ਼ਾ, ਕਾਗਜ਼ ਦਾ ਤਖ਼ਤਾ ਜਾਂ ਸ਼ੀਟ; ਕਿਤਾਬ ਦੇ ਆਮ੍ਹਣੇ–ਸਾਮ੍ਹਣੇ ਦੇ ਪੰਨੇ ਜਿਨ੍ਹਾਂ ਵਿੱਚੋਂ ਇੱਕ ਉੱਤੇ ਆਮਦਨੀ ਅਤੇ ਦੂਜੇ ਉੱਤੇ ਖ਼ਰਚ ਲਿਖਿਆ ਜਾਂਦਾ ਹੈ; ਸੰਚੀ; ਛਪੀ ਹੋਈ ਪੁਸਤਕ ਦੇ ਕੁੱਲ ਪੰਨੇ *vt* ਪੰਨੇ ਲਾਉਣਾ, ਸਫ਼ਾ ਲਾਉਣਾ

folk /**ਫ਼ਅਉਕ**/ *n* ਲੋਕ, ਜਨਤਾ

folk etymology *n* ਲੋਕ ਨਿਰੁਕਤੀ

folklore /'**ਫ਼ਅਉਕਲੋਅ***/ *n* ਲੋਕ– ਪਰੰਪਰਾ, ਲੋਕ–ਵਾਰਤਾ, ਲੋਕ–ਕਥਾ, ਲੋਕ–ਧਾਰਾ, ਲੋਕ–ਯਾਨ

folk song /'**ਫ਼ਅਉਕ ਸੋਙ**/ *n* ਲੋਕ-ਗੀਤ

folktale /'**ਫ਼ਅਉਕਟੇਇਲ**/ *n* ਮੂੰਹੋਂ-ਮੂੰਹ ਚਲੀ ਆ ਰਹੀ ਕਹਾਣੀ, ਪ੍ਰਚਲਿਤ ਕਹਾਣੀ, ਲੋਕ ਕਥਾ, ਖ਼ਾਸ ਸਥਾਨ ਨਾਲ ਸੰਬੰਧਿਤ ਕਹਾਣੀ

follow /'**ਫ਼ੌਲਅਉ**/ v ਪਿੱਛਾ ਕਰਨਾ, ਪਿੱਛੇ ਲੱਗਣਾ; ਪਿੱਛੋਂ ਆਉਣਾ ਜਾਂ ਪਿੱਛੇ ਹੋਣਾ; ਨਕਲ ਕਰਨਾ; (ਕਿਸੇ ਦੇ ਵਿਚਾਰਾਂ ਆਦਿ ਨੂੰ) ਗ੍ਰਹਿਣ ਕਰਨਾ, (ਕਿਸੇ ਦੇ ਦੱਸੇ) ਰਾਹ 'ਤੇ ਚੱਲਣਾ; ਆਗਿਆ ਦਾ ਪਾਲਣ ਕਰਨਾ; ਕੋਈ ਪੇਸ਼ਾ ਅਪਣਾਉਣਾ; (ਕਿਸੇ ਵਿਚਾਰ ਜਾਂ ਗੱਲ 'ਤੇ) ਦ੍ਰਿੜ੍ਹ ਰਹਿਣਾ; ਪਾਲਣਾ ਕਰਨਾ; ਹੇਠਾਂ ਲਿਖਿਆ ਹੋਣਾ; ਪਿੱਛੋਂ ਦੱਸਿਆ ਹੋਣਾ; (ਕਿਸੇ ਗੱਲ ਦਾ) ਪਰਿਣਾਮ ਨਿਕਲਨਾ; (ਕਿਸੇ ਗੱਲ ਲਈ) ਕੋਸ਼ਿਸ਼ ਕਰਨਾ; ਕੁਝ ਪ੍ਰਾਪਤ ਕਰਨ ਲਈ ਹੱਥ ਪੈਰ ਮਾਰਨਾ; ਕਿਸੇ ਨੂੰ ਆਪਣਾ ਆਗੂ ਮੰਨ ਲੈਣਾ **follow one's nose** ਨੱਕ ਦੀ ਸੇਧੇ ਜਾਣਾ

follower /'**ਫ਼ੌਲਅਉਅ***/ *n* ਪਿੱਛੇ ਚੱਲਣ ਵਾਲਾ; ਸ਼ਰਧਾਲੂ, ਸੇਵਕ; ਅਨੁਯਾਈ, ਚੇਲਾ; (ਸੈਨਾ ਵਿੱਚ ਧੋਬੀ ਨਾਈ ਲਾਂਗਰੀ ਆਦਿ) ਗ਼ੈਰ ਲੜਾਕੇ ਕਰਮਚਾਰੀ

following /'**ਫ਼ੌਲਅਉਇਙ**/ *n* ਸਿੱਖੀ-ਸੇਵਕੀ, ਉੱਮਤ, ਅਨੁਯਾਈ ਸਮੂਹ *a* ਹੇਠ ਲਿਖਿਆ, ਪਿੱਛੋਂ ਆਉਣ ਵਾਲਾ, ਨਿਮਨ, ਨਿਮਨ-ਲਿਖਤ

follow-on /'**ਫ਼ੌਲਅਉਔਨ**/ *n* (ਕ੍ਰਿਕਟ) ਪਹਿਲੀ ਵਾਰੀ ਦੇ ਮੁਕਦਿਆਂ ਹੀ ਦੂਜੀ ਪਾਰੀ ਦੀ ਖੇਡ

follow-up /'**ਫ਼ੌਲਅਉਅੱਪ**/ *n* ਕਿਸੇ ਕਾਰਜ ਨੂੰ ਸਿਰੇ ਚਾੜ੍ਹਨ ਲਈ ਪਿੱਛੇ ਲੱਗੇ ਰਹਿਣਾ

folly /'**ਫ਼ੌਲਿ**/ *n* ਮੂਰਖਤਾ, ਬੇਵਕੂਫ਼ੀ ਅਗਿਆਨ, ਹਾਸੋਹੀਣੀ ਗੱਲ

foment /**ਫ਼ਅਉ'ਮੈਂਟ**/ *vt* ਸੇਕਣਾ, ਟਕੋਰ ਕਰਨਾ, ਤੱਤੇ ਪਾਣੀ ਨਾਲ ਧੋਣਾ ਜਾਂ ਸੇਕਣਾ; (ਵਿਦ੍ਰੋਹ ਜਾਂ ਵਿਚਾਰਾਂ ਨੂੰ) ਉਤੇਜਿਤ ਕਰਨਾ, ਭੜਕਾਉਣਾ, ਉਤਸ਼ਾਹ ਦੇਣਾ, ਉਕਸਾਉਣਾ

fomentation /ˌ**ਫ਼ਅਉਮੈਂਨ'ਟੇਇਸ਼ਨ**/ *n* ਗਰਮ ਪਾਣੀ ਨਾਲ ਧੋਣ ਦੀ ਕਿਰਿਆ, ਟਕੋਰ, ਸੇਕ

fond /**ਫ਼ੌਨਡ**/ *a* ਪ੍ਰੇਮੀ, ਚਾਹਵਾਨ, ਲਾਡਲਾ; ਸਿੱਧਾ–ਸਾਧਾ, ਮੂਰਖਤਾ ਭਰੀਆਂ ਉਮੀਦਾਂ ਬੰਨ੍ਹਣ ਵਾਲਾ, ਲਾਈਲੱਗ

fondle /'**ਫ਼ੌਨਡਲ**/ *v* ਲਾਡ ਕਰਨਾ, ਪੁਚਕਾਰਨਾ, ਪਲੋਸਣਾ, ਪਿਆਰ ਨਾਲ ਘੁੱਟਣਾ

fondling /'**ਫ਼ੌਨਡਲਿਙ**/ *n* ਪਿਆਰਾ ਬੱਚਾ, ਲਾਡਲਾ, ਦੁਲਾਰਾ

fondness /**ਫ਼ੌਨਡਨਅਸ**/ *n* ਪ੍ਰੇਮ, ਚਾਅ, ਮੋਹ; ਰੁਚੀ; ਭੋਲਾਪਣ, ਸਿੱਧਾਪਣ

font[1] /**ਫ਼ੌਨਟ**/ *n* ਲੈਂਪ ਜਾਂ ਲਾਲਟੈਨ ਦਾ ਥੱਲਾ ਜਿਸ ਵਿੱਚ ਤੇਲ ਭਰਿਆ ਜਾਂਦਾ ਹੈ; ਬਪਤਿਸਮੇ ਵਾਲਾ ਬਾਟਾ; ਸ੍ਰੋਤ, ਫੁਹਾਰਾ, ਝਰਨਾ; (ਕੰਪਿ) ਅੱਖਰਾਂ ਦੀ ਬਨਾਵਟ ਦੇ ਸੰਗ੍ਰਹਿ (ਜਿਵੇਂ ਸਤਲੁੱਜ, ਅੱਖਰ, ਟਾਈਮਜ਼ ਨਿਊ ਰੋਮਨ)

fontal /'**ਫ਼ੌਨਟਅਲ**/ *a* ਬਪਤਿਸਮੇ ਨਾਲ

ਸੰਬੰਧਿਤ; ਅਰੰਭਿਕ, ਪ੍ਰਾਥਮਿਕ; ਮੌਲਿਕ

food /**ਫ਼ੂਡ**/ *n* ਖੁਰਾਕ, ਭੋਜਨ, ਆਹਾਰ, ਖਾਣਾ, ਰਿਜ਼ਕ; ਖਾਣ ਵਾਲੇ ਪਦਾਰਥ, ਅੰਨ, ਖਾਜਾ

food chain *n* ਮਾਸਾਹਾਰੀ ਜੀਵਾਂ ਦੀ ਖ਼ੁਰਾਕ ਲੜੀ, ਕਿਹੜੇ-ਕਿਹੜੇ ਜੀਵ ਕਿਹੜੇ ਜੀਵਾਂ ਨੂੰ ਆਹਾਰ ਦਾ ਸਾਧਨ ਬਣਾਉਂਦੇ ਹਨ ਬਾਰੇ ਜਾਣਕਾਰੀ

food poisoning *n* ਭੋਜਨ ਦਾ ਜ਼ਹਿਰੀਲਾ ਅਸਰ

foodstuff /'**ਫ਼ੂਡਸਟਅੱਫ਼**/ *n* ਭੋਜਨ ਸਮਗਰੀ

fool /**ਫ਼ੂਲ**/ *a* ਮੂਰਖ, ਮੂੜ੍ਹ, ਬੁੱਧੂ, ਬੇਵਕੂਫ, ਅਸਾਨੀ ਨਾਲ ਠੱਗਿਆ ਜਾਣ ਵਾਲਾ *n* ਵਿਦੂਸ਼ਕ, ਮਖੌਲੀਆ, ਭੰਡ *v* ਮੂਰਖਤਾ ਵਾਲਾ ਕੰਮ ਕਰਨਾ, ਸਮਾਂ ਗਵਾਉਣਾ, ਵਿਹਲੀਆਂ ਮਾਰਨਾ, ਭੰਡ ਜਾਂ ਵਿਦੂਸ਼ਕ ਦਾ ਕੰਮ ਕਰਨਾ; (ਕਿਸੇ ਨੂੰ) ਧੋਖਾ ਦੇਣਾ, ਠੱਗਣਾ; ਬੇਵਕੂਫ਼ ਬਣਾਉਣਾ **play the food** ਵਿਦੂਸ਼ਕ ਜਾਂ ਮਸਖਰੇ ਵਾਲਾ ਕੰਮ ਕਰਨਾ

foolery /'**ਫ਼ੂਲ(ਅ)ਰਿ**/ *n* ਮੂਰਖਤਾ, ਬੇਵਕੂਫ਼ੀ, ਊਤਪੁਣਾ; ਮਖੌਲ, ਦਿਲਲਗੀ

foolhardy /'**ਫ਼ੂਲਹਾਡਿ**/ *a* ਹੂੜਮੱਤਾ

foolish /'**ਫ਼ੂਲਿਸ਼**/ *a* ਮੂਰਖ, ਬੇਅਕਲ, ਬੁੱਧੂ, ਮੱਤਹੀਣ, ਹਾਸੋਹੀਣਾ

foolishness /'**ਫ਼ੂਲਿਸ਼ਨਅਸ**/ *n* ਮੂਰਖਤਾ, ਉਜੱਡਤਾ, ਮੂੜ੍ਹਤਾ, ਬੇਵਕੂਫ਼ੀ

foolproof /'**ਫ਼ੂਲਪਰੂਫ਼**/ *a* (ਸਪਸ਼ਟ) ਕਨੂੰਨ ਜਿਨ੍ਹਾਂ ਦੀ ਵਿਆਖਿਆ ਵਿੱਚ ਗੜਬੜ ਨਹੀਂ ਕੀਤੀ ਜਾ ਸਕਦੀ, ਸਰਲ, ਸੁਖਾਲਾ; ਉੱਤਮ, ਬੇਨੁਕਸ

fool's cap, foolscap /'**ਫ਼ੂਲਸਕੈਪ**/ *n* ਨਕਲੀਏ ਦੀ ਟੋਪੀ ਜਿਸ ਨਾਲ ਟੱਲੀਆਂ ਲੱਗੀਆਂ ਹੁੰਦੀਆਂ ਸਨ; ਕਾਗਜ਼ ਦਾ ਵਿਸ਼ੇਸ਼ ਆਕਾਰ; ਪੂਰੇ ਆਕਾਰ ਦਾ ਕਾਗਜ਼

fool's paradise *n* ਮੂਰਖਾਂ ਦੀ ਦੁਨੀਆਂ, ਹਵਾਈ ਮਹਿਲ

foot /**ਫ਼ੁਟ**/ *n* ਪੈਰ, ਚਰਨ, ਪਗ, ਖੁਰ; ਪੈਦਲ ਫ਼ੌਜ; ਪਾਵਾ; ਮੇਜ਼ ਕੁਰਸੀ ਆਦਿ ਦੀ ਲੱਤ; ਪੈਂਦ ਵਾਲਾ ਪਾਸਾ; ਅਣਘੋਲੀ ਚੀਨੀ; ਫ਼ੁੱਟ (12 ਇੰਚ ਦਾ ਨਾਪ); ਜੁਰਾਬ ਦਾ ਪੈਰ ਦੁਆਲੇ ਆਉਣ ਵਾਲਾ ਹਿੱਸਾ; ਬੈਠਕ; ਕੁਰਸੀ, ਬੈਠਣ ਵਾਲੀ ਥਾਂ, ਨੀਂਹ *vt* ਪੈਦਲ ਚੱਲਣਾ; ਪੈਰ ਪੁੱਟਣਾ; ਜੁਰਾਬ ਦਾ ਨਵਾਂ ਪੈਰ ਉਣਨਾ; ਰਕਮ ਜਮ੍ਹਾ ਹੋਣਾ; ਬਿੱਲ ਅਦਾ ਕਰਨਾ; ਲੱਤ ਮਾਰਨਾ, ਠੁੱਡਾ ਮਾਰਨਾ; ਨਾਚ ਕਰਨਾ, ਨਾਚ ਵਿੱਚ ਪੈਰ ਚੁੱਕਣਾ **find (know) length of one's foot** ਆਪਣੇ ਔਗੁਣਾਂ ਨੂੰ ਜਾਣ ਲੈਣਾ; ਆਪਣੇ ਆਪ ਨੂੰ ਵੱਸ ਵਿਚ ਕਰਨਾ **have one foot in grave** ਮੌਤ ਨੇੜੇ ਹੋਣਾ, ਕਬਰ ਵਿੱਚ ਲੱਤਾਂ ਹੋਣਾ **put one's best foot foremost** ਪੂਰਾ ਯਤਨ ਕਰਨਾ **put one's foot down** ਅੜ ਜਾਣਾ, ਕਿਸੇ ਉੱਤੇ ਸਖ਼ਤ ਰੋਹਬ ਪਾਉਣਾ

football /'**ਫ਼ੁਟਬੋਲ**/ *n* ਪੈਰਾਂ ਨਾਲ ਖੇਡਣ ਵਾਲੀ ਗੇਂਦ, ਫੁਟਬਾਲ

footbath /'**ਫ਼ੁਟਬਾਥ**/ *n* ਪੈਰਾਂ ਨੂੰ ਪਾਣੀ ਵਿੱਚ ਡੋਬ ਕੇ ਰੱਖਣਾ

footboard /'**ਫ਼ੁਟਬੋਡ**/ *n* ਪਾਇਦਾਨ

footbridge /'**ਫ਼ੁਟਬਰਿਜ**/ *n* ਪੈਦਲ ਲੰਘਣ ਲਈ ਤੰਗ ਪੁਲ

footfall /'**ਫ਼ੁਟਫ਼ੋਲ**/ *n* ਪੈਰਾਂ ਦੀ ਅਵਾਜ਼, ਤੁਰਨ ਦੀ ਅਵਾਜ਼

foot-fault /'**ਫ਼ੁਟਫ਼ੌਲਟ**/ *n* (ਕ੍ਰਿਕਟ ਵਿਚ) ਗੇਂਦਬਾਜ਼ੀ ਕਰਨ ਸਮੇਂ ਪੈਰ ਦੀ ਲਾਈਨ ਤੋਂ ਅੱਗੇ ਨਿਕਲ ਜਾਣ ਦੀ ਕਿਰਿਆ

foothill /'**ਫ਼ੁਟਹਿਲ**/ *n* ਥੱਲੇ ਵਾਲੀ ਪਹਾੜੀ, ਕੰਢੀ, ਨੀਵੀਂ ਪਹਾੜੀ

foothold /'**ਫ਼ੁਟਹਅਉਲਡ**/ *n* ਫੌਡਾ (ਕੰਧ 'ਤੇ ਚੜ੍ਹਨ ਸਮੇਂ), (ਕਾਰੋਬਾਰ ਵਿੱਚ) ਪੈਰ ਦਾ ਜਮਾ, ਅਸਰ–ਰਸੂਖ਼

footing /'**ਫ਼ੁਟਿਙ**/ *n* ਪਕੜ, ਪੈਰ ਜਮਾ, ਪੈਰਾਂ ਦਾ ਸਹਾਰਾ; ਪੌਡਾ, ਆਧਾਰ; ਸੰਬੰਧ, ਨਾਤਾ; ਹੈਸੀਅਤ; (ਨਵੇਂ ਪਦ, ਨਵੇਂ ਸਮਾਜ, ਨਵੇਂ ਕਿੱਤੇ ਆਦਿ ਵਿੱਚ) ਪ੍ਰਵੇਸ਼; ਕੰਧ ਦਾ ਹੇਠਲਾ ਹਿੱਸਾ; ਉੱਤੋਂ ਹੇਠਾਂ ਤੱਕ ਲਿਖੀਆਂ ਰਕਮਾਂ ਦੀ ਲੜੀ ਦਾ ਜੋੜ

foot-iron *n* ਪੈਰਾਂ ਦੀਆਂ ਬੇੜੀਆਂ

footle /'**ਫ਼ੂਟਲ**/ *n* (ਅਪ) ਮੂਰਖਤਾ, ਮੂੜ੍ਹਤਾ, ਬੇਵਕੂਫ਼ੀ; ਨਿਰਾਰਥਕ ਵਾਰਤਾਲਾਪ *v* ਮੂਰਖਤਾ ਵਾਲਾ ਕਾਰਜ ਕਰਨਾ, ਨੀਚ ਕੰਮ ਕਰਨਾ

footlight /'**ਫ਼ੁਟਲਾਇਟ**/ *n* ਰੰਗ-ਮੰਚ ਦੇ ਸਾਹਵੇਂ ਲੱਗੀਆਂ ਬੱਤੀਆਂ ਜੋ ਇੱਕ ਪਾਸਿਓਂ ਢੱਕੀਆਂ ਹੁੰਦੀਆਂ ਹਨ, ਥੱਲੇ ਵੱਲ ਨੂੰ ਰੋਸ਼ਨੀ ਦੇਣ ਵਾਲੀਆਂ ਨੀਵੀਆਂ ਲੱਗੀਆਂ ਬੱਤੀਆਂ

footloose /'**ਫ਼ੁਟਲੂਸ**/ *a* ਘੁਮੱਕੜ, ਅਵਾਰਾਗਰਦ, ਗ਼ੈਰ ਜ਼ਿੰਮੇਵਾਰਾਨਾ (ਵਿਅਕਤੀ)

footman /'**ਫ਼ੁਟਮਅਨ**/ *n* ਪੈਦਲ ਫ਼ੌਜ ਦਾ ਫ਼ੌਜੀ, ਪਿਆਦਾ, ਬਾਵਰਦੀ ਨੌਕਰ

footnote /'**ਫ਼ੁਟਨਅਉਟ**/ *n* ਪਗ ਟਿੱਪਣੀ, ਫੁਟਨੋਟ

footpath /'**ਫ਼ੁਟਪਾਥ**/ *n* ਪਟੜੀ, ਪਗਡੰਡੀ, ਡੰਡੀ, ਛੋਟਾ ਰਾਹ

foot-pound /'**ਫ਼ੁਟਪਾਉਨਡ**/ *n* ਇੱਕ ਪੌਂਡ ਭਾਰ ਨੂੰ ਇੱਕ ਫੁੱਟ ਉੱਚਾ ਚੁੱਕਣ ਦੀ ਸ਼ਕਤੀ ਦੀ ਮਾਤਰਾ

footprint /'**ਫ਼ੁਟਪਰਿਨਟ**/ *n* ਪੈਰ ਦਾ ਨਿਸ਼ਾਨ, ਪੈੜ ਖੁਰਾ ਜਾਂ ਪਦ ਚਿੰਨ੍ਹ

footrest /'**ਫ਼ੁਟਰੈਸੱਟ**/ *n* ਪਾਏਦਾਨ

footrule /'**ਫ਼ੁਟਰੂਲ**/ *n* ਫੁੱਟਾ

footsore /'**ਫ਼ੁਟਸੋ***/ *a* ਪੈਦਲ ਤੁਰਨ ਨਾਲ ਪੈਰਾਂ ਵਿੱਚ ਹੋਏ ਛਾਲੇ

footstep /'**ਫ਼ੁਟਸਟੈੱਪ**/ *n* ਚਾਲ; ਕਦਮ; ਪਾਏਦਾਨ

footstool /'**ਫ਼ੁਟਸਟੂਲ**/ *n* ਤਪਾਈ, ਚੌਂਕੀ

foot the bill *vt* ਹੋਟਲ ਆਦਿ ਦਾ ਬਿਲ ਅਦਾ ਕਰਨਾ; ਪੈਸੇ ਭਰਨਾ

footwear /'**ਫ਼ੁਟਵੇਅ***/ *n* ਜੁੱਤੀ, ਬੂਟ

footwork /'**ਫ਼ੁਟਵਅ:ਕ**/ *n* ਨੱਚਣ ਸਮੇਂ ਪੈਰਾਂ ਦੀ ਹਰਕਤ; ਔਖੇ ਸਮੇਂ ਜਲਦੀ ਅਤੇ ਨਿਪੁੰਨਤਾ ਨਾਲ ਮੌਕਾ ਸੰਭਾਲਨ ਦੀ ਯੋਗਤਾ

foozle /'**ਫ਼ੂਜ਼ਲ**/ *n* ਅਸਫਲਤਾ, ਭੈੜਾਪਣ, ਗੜਬੜ, ਖ਼ਰਾਬੀ *vt* ਵਿਗਾੜ ਦੇਣਾ, ਭੈੜਾ ਬਣਾ ਦੇਣਾ, ਖ਼ਰਾਬ ਕਰ ਦੇਣਾ

fop /**ਫ਼ੌਪ**/ *n* ਸ਼ੁਕੀਨ, ਬਾਂਕਾ, ਛੈਲ; ਅਡੰਬਰੀ, ਸ਼ੂਕਾ

foppery /'**ਫ਼ੌਪ(ਅ)ਰਿ**/ *n* ਬਾਂਕਾਪਣ, ਛੈਲਾਪਣ, ਬਣਾ-ਸ਼ਿੰਗਾਰ, ਫੂੰ-ਫਾਂ, ਆਕੜ, ਹੈਂਕੜ

foppish /'**ਫ਼ੌਪਿਸ਼**/ *a* ਬਾਂਕਾ, ਛੈਲ, ਅਲਬੇਲਾ, ਰੰਗੀਲਾ; ਦੰਭੀ, ਅਡੰਬਰੀ

for /**ਫ਼ਅ***, **ਫ਼ੋ***/ *prep* ਵਾਸਤੇ, ਲਈ, ਜੋਗਾ, ਕਿਉਂਕਿ, ਕਿਉਂ ਜੋ; ਦੀ ਥਾਂ, ਬਦਲੇ ਵਜੋਂ, ਮੁਕਾਬਲੇ ਵਿੱਚ; ਹੱਕ ਵਿੱਚ, ਖ਼ਾਤਰ; ਵੱਲ, ਵੱਲ ਨੂੰ, ਪਾਸੇ ਨੂੰ **hard up for money** ਧਨ ਦਾ ਅਭਾਵ, ਰੁਪਈਏ ਪੈਸੇ ਦੀ ਤੰਗੀ **I for one do not believe** ਮੈਂ ਤਾਂ ਆਪ ਵੀ ਇਸ ਵਿੱਚ ਵਿਸ਼ਵਾਸ ਨਹੀਂ ਕਰਦਾ **once for all** ਸਦਾ ਲਈ, ਹਮੇਸ਼ਾ ਵਾਸਤੇ, ਅੰਤਿਮ ਰੂਪ ਵਿੱਚ **take for granted** ਯਕੀਨ ਕਰ ਲਵੋ, ਪੱਕਾ ਸਮਝੋ **word for word** ਲਫ਼ਜ਼-ਬ-ਲਫ਼ਜ਼, ਅੱਖਰੋ-ਅੱਖਰੀ, ਸ਼ਾਬਦਿਕ

forage /'**ਫ਼ੌਰਿਜ**/ *n* ਘੋੜਿਆਂ ਦਾ ਚਾਰਾ, ਵਿਸ਼ੇਸ਼ ਕਰਕੇ ਸੈਨਾ ਵਿੱਚ ਘੋੜਿਆਂ ਦੇ ਪੱਠੇ; ਪੱਠਿਆਂ ਜਾਂ ਚਾਰੇ ਦੀ ਭਾਲ *v* ਪੱਠਿਆਂ ਦੀ ਭਾਲ ਵਿੱਚ ਘੁੰਮਣਾ; ਲੁੱਟਮਾਰ ਕਰਨਾ, ਉਜਾੜਨਾ; ਛਾਣ ਮਾਰਨਾ, ਢੂੰਡਣਾ

foray /'**ਫ਼ੌਰੇਇ**/ *n* ਚੜ੍ਹਾਈ, ਹਮਲਾ, ਧਾਵਾ, ਹੱਲਾ *vt* ਹਮਲਾ ਕਰਨਾ, ਚੜ੍ਹਾਈ ਕਰਨਾ, ਹੱਲਾ ਬੋਲ ਦੇਣਾ

forbade /**ਫ਼ੋ'ਬੈਡ**/ *v* **forbid** ਦਾ ਭੂਤਕਾਲੀ ਰੂਪ

forbear[1] /'**ਫ਼ੋਬੇਅ***/ *n* ਵੇਖੋ **forbear**

forbear[2] /**ਫ਼ੋ'ਬੇਅ***/ *v* ਸਹਿ ਜਾਣਾ, ਸਹਾਰ ਲੈਣਾ, ਜਰ ਜਾਣਾ, ਧੀਰਜ ਰੱਖਣਾ; ਬਚੇ ਰਹਿਣਾ, ਵੱਖਰੇ ਰਹਿਣਾ; ਬਚਾਉਣਾ

forbearance /**ਫ਼ੋ'ਬੇਅਰਅਨਸ**/ *n* ਧੀਰਜ, ਹੌਸਲਾ, ਜੇਰਾ, ਸਹਿਨਸ਼ੀਲਤਾ; ਪ੍ਰਹੇਜ਼, ਬਚਾਅ

forbearing /**ਫ਼ੋ'ਬੇਅਰਿਙ**/ *a* ਸਹਿਨਸ਼ੀਲ, ਧੀਰਜਵਾਨ

forbid /**ਫ਼ਅ'ਬਿਡ**/ *vt* ਰੋਕਣਾ, ਵਰਜਣਾ,

ਹੋੜਨਾ, ਮਨ੍ਹਾ ਕਰਨਾ, (ਕੁਝ ਕਰਨ ਜਾਂ ਕੁੱਝ ਦੇਣ ਦੀ) ਆਗਿਆ ਨਾ ਦੇਣਾ

forbiddance /ਫ਼ਅ'ਬਿਡਅਨਸ/ *n* ਨਿਰੋਧ, ਨਿਸ਼ੇਧ, ਰੋਕ

forbidden /ਫ਼ਅ'ਬਿਡਨ/ *a* ਵਰਜਿਤ

forbidding /ਫ਼ਅ'ਬਿਡਿਙ/ *a* ਬਦਸ਼ਕਲ; ਭਿਆਨਕ; ਨਿਰਦਈ; ਔਖਾ, ਦੁੱਭਰ

force /ਫ਼ੋਸ/ *n* (ਉਪ) ਝਰਨਾ, ਆਬਸ਼ਾਰ; ਸ਼ਕਤੀ, ਤਾਣ, ਜ਼ੋਰ, ਬਲ; ਕੋਈ ਫ਼ੌਜੀ ਟੁਕੜੀ ਜਾਂ ਦਸਤਾ, ਕਿਸੇ ਵਿਸ਼ੇਸ਼ ਕਾਰਜ ਲਈ ਨਿਯਤ ਕੀਤੀ ਗਈ ਫ਼ੌਜ; ਪੁਲਿਸ; ਜੋਸ਼, ਆਵੇਗ, ਪ੍ਰਚੰਡਤਾ; ਜ਼ਬਰਦਸਤੀ; ਨਿਯੰਤਰਨ ਸ਼ਕਤੀ, ਪ੍ਰਭਾਵਸ਼ਾਲੀ ਸ਼ਕਤੀ; ਤੇਜ, ਆਤੰਕ, ਰੋਹਬ, ਗੱਲ ਮਨਵਾਉਣ ਦੀ ਸ਼ਕਤੀ; ਪ੍ਰਮਾਣਿਕਤਾ, ਸਬਲਤਾ, ਮਾਨਤਾ; ਨਿਸ਼ਚਿਤ ਅਰਥ, ਭਾਵ *vt* ਸਖ਼ਤੀ ਕਰਨਾ, ਜਬਰ ਕਰਨਾ, ਦਬਾਅ ਪਾਉਣਾ; ਜ਼ਬਰਦਸਤੀ ਅਧਿਕਾਰ ਕਰਨਾ (ਕਿਲ੍ਹੇ, ਸ਼ਹਿਰ ਆਦਿ ਉੱਤੇ); ਖਿੱਚ ਧੂਹ ਕੇ ਸ਼ਬਦਾਂ ਦੇ ਅਰਥ ਕੱਢਣਾ; ਪੂਰਾ ਜ਼ੋਰ ਲਾਉਣਾ; ਦਰਵਾਜ਼ਾ ਤਾਲਾ ਆਦਿ ਤੋੜ ਦੇਣਾ; ਧੱਕਾ ਦੇਣਾ, ਧੱਕਣਾ; ਕਿਸੇ ਨੂੰ ਕੋਈ ਚੀਜ਼ ਲੈਣ ਜਾਂ ਸਵੀਕਾਰ ਕਰਨ ਲਈ ਮਜਬੂਰ ਕਰਨਾ; ਖੋਹ ਲੈਣਾ, ਧੱਕੇ ਨਾਲ ਲੈ ਲੈਣਾ; ਬੜੀ ਮਿਹਨਤ ਨਾਲ ਪੈਦਾ ਕਰਨਾ **in great force** ਸ਼ਕਤੀਪੂਰਨ, ਸਜੀਵ, ਸਬਲ, ਪਰਤਾਪੀ, ਚੜ੍ਹਦੀ ਕਲਾ ਵਿੱਚ

forced /ਫ਼ੋਸਟ/ *a* ਜਬਰੀ, ਧੱਕੇ ਨਾਲ, ਜ਼ਬਰਦਸਤੀ

forced entry *n* ਧੱਕੇ ਨਾਲ ਕਿਸੇ ਦੇ ਘਰ ਜਾ ਵੜਨਾ, ਧੱਕੇ ਨਾਲ ਕੀਤੀ ਦਖ਼ਲ ਅੰਦਾਜ਼ੀ

forced labour *n* ਬਿਨਾਂ ਪੈਸੇ ਦੇਣ ਤੋਂ ਲਿਆ ਗਿਆ ਕੰਮ, ਵਗਾਰ, ਜ਼ਬਰਦਸਤੀ ਕਰਵਾਇਆ ਕੰਮ

forced landing *n* ਜ਼ਬਰਦਸਤੀ ਹਵਾਈ ਜਹਾਜ਼ ਨੂੰ ਉਤਾਰਨ ਦੀ ਕਿਰਿਆ, ਮਜਬੂਰੀ ਨਾਲ ਜਹਾਜ਼ ਦੀ ਉਤਰਾਈ

forceful /'ਫ਼ੋਸਫ਼ਲ/ *a* ਜ਼ੋਰਦਾਰ, ਧੜੱਲੇਦਾਰ, ਪ੍ਰਭਾਵਸ਼ਾਲੀ, ਸ਼ਕਤੀਸ਼ਾਲੀ,ਬਲਵਾਨ

forceps /'ਫ਼ੋਸੈਪਸ/ *n* ਚਿਮਟੀ

force-pump *n* ਪਾਣੀ ਦੂਰ ਸੁੱਟਣ ਵਾਲਾ ਪੰਪ

forcible /'ਫ਼ੋਸਅਬਲ/ *a* ਪ੍ਰਬਲ, ਪ੍ਰਭਾਵਪੂਰਨ; ਜ਼ਬਰਦਸਤੀ, ਬਲਪੂਰਨ, ਧੱਕੇ ਨਾਲ ਕੀਤਾ, ਜਬਰੀ

ford /ਫ਼ੋਡ/ *n* ਪੱਤਣ, ਲਾਂਘਾ, ਘਾਟ, ਗਾਹਣ v ਪਾਰ ਕਰਨਾ, ਪਾਰ ਲੰਘਣਾ

fordable /ਫ਼ੋੜਅਬਲ/ *a* ਪਾਰ ਲੰਘਣ ਯੋਗ

fordo /ਫ਼ੋ'ਡੂ/ *vt* ਨਸ਼ਟ ਕਰਨਾ, ਤਬਾਹ ਕਰਨਾ; ਮਾਰ ਦੇਣਾ

fordone /ਫ਼ੋ'ਡਅੱਨ/ *a* ਥੱਕਿਆ, ਹੁੱਸਿਆ, ਥੱਕਿਆ–ਟੁੱਟਿਆ, ਨਸ਼ਟ

fore /ਫ਼ੋ*/ *adv* ਸਾਮ੍ਹਣੇ, ਅੱਗੇ, ਮੂਹਰੇ; ਜਹਾਜ਼ ਦੇ ਲੰਮੇ ਰੁੱਖ ਦੇ ਇੱਕ ਸਿਰੇ ਤੋਂ ਦੂਜੇ ਸਿਰੇ ਤੱਕ; ਹਾਜ਼ਰੀ ਵਿੱਚ, ਹਜ਼ੂਰੀ ਵਿੱਚ (ਸਹੁੰ ਚੁੱਕਣ ਲਈ) *a* ਮੁੱਖ, ਖ਼ਾਸ *n* ਅਗਲਾ ਹਿੱਸਾ, (ਪਸ਼ੂ ਦੀ) ਅਗਲੀ ਲੱਤ, ਮੂਹਰਲਾ ਭਾਗ; ਜਹਾਜ਼ ਦਾ ਅਗਲਾ ਹਿੱਸਾ; (ਗੋਲਫ਼ ਦੀ ਖੇਡ ਵਿੱਚ) ਗੇਂਦ ਨੂੰ ਠੋਕਰ ਮਾਰਨ ਲੱਗਿਆਂ ਸਾਮ੍ਹਣੇ ਵਾਲੇ ਲੋਕਾਂ ਨੂੰ ਸਾਵਧਾਨ ਕਰਨ ਲਈ ਵਰਤਿਆ ਜਾਂਦਾ ਸ਼ਬਦ

forearm[1] /'ਫ਼ੋਰਆਮ/ *n* ਬਾਂਹ ਦਾ ਅਗਲਾ ਹਿੱਸਾ; ਕੂਹਣੀ ਤੋਂ ਵੀਣੀ ਤਕ ਦਾ ਭਾਗ; ਪੰਛੀ ਦੇ ਖੰਭ ਦਾ ਅਗਲਾ ਹਿੱਸਾ

forearm[2] /ਫ਼ੋਰ'ਆਮ/ *vt* (ਖ਼ਤਰੇ ਜਾਂ ਯੁੱਧ ਤੋਂ) ਪਹਿਲਾਂ ਹੀ ਹਥਿਆਰਬੰਦੀ ਕਰਨਾ, ਪਹਿਲਾਂ ਹੀ ਜੰਗੀ ਸਮਾਨ ਅਤੇ ਸੈਨਾ ਆਦਿ ਨੂੰ ਤਿਆਰ ਕਰਨਾ

forebear /'ਫ਼ੋਬੇਅ*/ *n* ਪਿਤਰ, ਵਡੇਰੇ, ਪੂਰਵਜ, ਬਾਪ-ਦਾਦੇ

forebode /ਫ਼ੋ'ਬਅਉਡ/ *v* (ਆਉਣ ਵਾਲੀ ਮੁਸੀਬਤ ਦਾ) ਪੂਰਵ ਸੰਕੇਤ ਹੋਣਾ, ਪੂਰਵ–ਆਭਾਸ ਹੋਣਾ, ਮੱਥਾ ਠਣਕਣਾ; ਖਟਕਣਾ, ਪੂਰਵ--ਗਿਆਨ ਹੋਣਾ

foreboding /ਫ਼ੋ'ਬਅਉਡਿਙ/ *n* ਪੂਰਵ–ਆਭਾਸ, ਪੂਰਵ–ਸੰਕੇਤ, ਕੁਸ਼ਗਨ, ਬਦਸ਼ਗਨੀ

forecast /'ਫ਼ੋਕਾਸਟ/ *n* ਪਹਿਲਾਂ ਤੋਂ ਲਾਇਆ ਕਿਆਸ, ਪੇਸ਼ੀਨਗੋਈ, ਗਵੇੜ, ਪੂਰਵ-ਅਨੁਮਾਨ *v* ਪੂਰਵ–ਅਨੁਮਾਨ ਲਾਉਣਾ, ਅਗੇਤਾ ਕਿਆਸ ਕਰਨਾ, ਪੂਰਵ ਕਲਪਨਾ ਕਰਨਾ

forecastle /'ਫ਼ਅਉਕਸਲ/ *n* ਸਮੁੰਦਰੀ ਜਹਾਜ਼ ਦਾ ਅਗਲਾ ਹਿੱਸਾ ਜਿਸ ਵਿੱਚ ਜਹਾਜ਼ ਦੇ ਕਰਮਚਾਰੀ ਰਹਿੰਦੇ ਹਨ

foreclose /ਫ਼ੋ'ਕਲਅਉਜ਼/ *v* ਰੋਕ ਦੇਣਾ, ਪਾਬੰਦੀ ਲਾ ਦੇਣਾ, ਵਾਂਝਿਆ ਰੱਖਣਾ; (ਕਿਸੇ ਅਜਿਹੇ ਵਿਸ਼ੇ ਦਾ ਜਿਸ ਉੱਤੇ ਬਹਿਸ ਦੀ ਲੋੜ ਹੋਵੇ) ਪਹਿਲਾਂ ਹੀ ਫ਼ੈਸਲਾ ਦੇ ਦੇਣਾ; ਗਹਿਣੇ ਰੱਖੀ ਜਾਇਦਾਦ ਨੂੰ ਛੁਡਾਉਣ ਦੇ ਅਧਿਕਾਰ ਤੋਂ ਵਾਂਝਿਆਂ ਕਰਨਾ

foreclosure /ਫ਼ੋ'ਕਲਅਉਯ਼ਅ*/ *n* ਰੁਕਾਵਟ, ਰਹਿਨਬੰਦੀ, ਪ੍ਰਤਿਬੰਧ, ਗਹਿਣੇ ਰੱਖੀ ਜਾਇਦਾਦ ਨੂੰ ਛੁਡਾਉਣ ਉੱਤੇ ਰੋਕ

forefather /'ਫ਼ੋਫ਼ਾਦਅ*/ *n* (ਬਹੁ) ਵਡੇਰੇ, ਬਜ਼ੁਰਗ, ਦਾਦੇ–ਪੜਦਾਦੇ, ਪੂਰਵਜ, ਪਿਤਰ, ਪਿਛਲੀਆਂ ਪੀੜ੍ਹੀਆਂ

forefinger /'ਫ਼ੋ ਫ਼ਿਙਗਅ*/ *n* ਅਗਲੀਂ ਉਂਗਲ, ਮੂਹਰਲੀ ਉਂਗਲ, ਅੰਗੂਠੇ ਨਾਲ ਦੀ ਉਂਗਲ, ਤਰਜਨੀ

forefoot /'ਫ਼ੋਅਫ਼ੁਟ/ *n* ਪਸ਼ੂਆਂ ਦਾ ਅਗਲਾ ਖੁਰ

forefront /'ਫ਼ੋਫ਼ਰਅੱਨਟ/ *n* ਸਭ ਤੋਂ ਅਗਲਾ ਹਿੱਸਾ, ਮੂਹਰਲਾ ਭਾਗ, ਸੈਨਾ ਦੀ ਸਭ ਤੋਂ ਅਗਲੀ ਪਲਟਨ

forego /ਫ਼ੋ'ਗਅਉ/ *v* ਪਹਿਲਾਂ ਹੋਣਾ, ਸਮੇਂ ਜਾਂ ਸਥਾਨ ਵਿੱਚ ਅੱਗੇ ਹੋਣਾ; ਛੱਡਣਾ, ਤਿਆਗਣਾ

foregoing /'ਫ਼ੋਗਅਉਇਙ/ *a* ਉਪਰੋਕਤ, ਉੱਪਰਲਾ, ਉੱਤੇ ਆਇਆ, ਪੂਰਵ-ਵਰਨਿਤ

foregone /'ਫ਼ੋਗੌਨ/ *a* ਅਗੇਤਰਾ, ਪਹਿਲਾਂ ਹੀ, ਪੂਰਵ ਨਿਸ਼ਚਿਤ

foreground /'ਫ਼ੋਗਰਾਉਨਡ/ *n* ਅਗਵਾੜਾ, ਅਗਰਭੂਮੀ; ਤਸਵੀਰ ਵਿਚ ਸਾਮ੍ਹਣੇ ਵਾਲਾ ਭਾਗ ਜਾਂ ਦ੍ਰਿਸ਼ (ਜੋ ਵੇਖਣ ਵਾਲੇ ਦੇ ਨੇੜੇ ਪਵੇ)

forehand /'ਫ਼ੋਹੈਨਡ/ *n* ਘੋੜੇ ਦੇ ਸਵਾਰ ਦਾ ਅੱਗੇ ਵਾਲਾ ਹਿੱਸਾ; ਹੱਥ ਨੂੰ ਅੱਗੇ ਕਰਕੇ ਮਾਰੀ ਹੋਈ (ਟੈਨਿਸ ਆਦਿ ਵਿੱਚ ਗੇਂਦ ਉੱਤੇ) ਚੋਟ

forehead /'ਫ਼ੋਹੈੱਡ, 'ਫ਼ੌਰਿਡ/ *n* ਮੱਥਾ, ਮਸਤਕ

foreign /'ਫ਼ੌਰਅਨ/ *n* ਵਿਦੇਸ਼, ਪਰਦੇਸ; ਬਾਹਰੋਂ ਲਿਆਂਦੀ ਹੋਈ ਵਸਤੂ *a* ਦਸੌਰੀ, ਵਲਾਇਤੀ, ਬੇਗਾਨੇ ਸ਼ਹਿਰ ਜਾਂ ਇਲਾਕੇ ਦਾ, ਦੂਸਰੇ ਦੇਸ਼ ਦਾ, ਬਾਹਰਲਾ, ਓਪਰਾ, ਬੇਗਾਨਾ; ਅਜੋੜ, ਅਮੇਲ, ਅਸੰਗਤ

foreigner /'ਫ਼ੌਰਅਨਅ*/ *n* ਦੂਜੇ ਦੇਸ਼ ਦਾ ਵਿਅਕਤੀ, ਪਰਦੇਸੀ, ਵਿਦੇਸ਼ੀ ਵਿਅਕਤੀ, ਬਾਹਰਲੇ ਜਾਂ ਬੇਗਾਨੇ ਦੇਸ਼ ਦਾ ਨਾਗਰਿਕ

foreign exchange *n* ਸਿੱਕੇ ਦਾ ਵਟਾਂਦਰਾ, ਵਿਦੇਸ਼ੀ ਮੁਦਰਾ ਦਾ ਤਬਾਦਲਾ

Foreign Service *n* ਰਾਜਦੂਤੀ ਸੇਵਾਵਾਂ, ਸਫ਼ਾਰਤੀ ਕਾਰਜ ਨਾਲ ਸੰਬੰਧਿਤ ਸੇਵਾਵਾਂ

forejudge /ਫ਼ੋ'ਜਅੱਜ/ *v* ਗਵਾਹੀ (ਆਦਿ) ਸੁਣਨ ਤੋਂ ਪਹਿਲਾਂ ਹੀ ਕੋਈ ਰਾਏ ਬਣਾ ਲੈਣਾ ਜਾਂ ਨਿਰਨਾ ਕਰ ਲੈਣਾ, ਪੂਰਵ ਨਿਰਨਾ ਕਰਨਾ

foreknow /ਫ਼ੋ'ਨਅਉ/ *v* ਪਹਿਲਾਂ ਹੀ ਜਾਣ ਲੈਣਾ, ਪੂਰਵ–ਗਿਆਨ ਪ੍ਰਾਪਤ ਕਰਨਾ, ਪਹਿਲਾਂ ਹੀ ਵਾਕਫ਼ੀਅਤ ਕਰ ਲੈਣਾ

foreknowledge /ਫ਼ੋ'ਨੌਲਿਜ/ *n* ਪੂਰਵ–ਗਿਆਨ, ਅਗੇਤਰੀ ਜਾਣਕਾਰੀ

foreland /'ਫ਼ੋਲਅਨਡ/ *n* ਭੌਂ ਦਾ ਉਹ ਹਿੱਸਾ ਜਿਹੜਾ ਸਮੁੰਦਰ ਵਿੱਚ ਵਧਿਆ ਹੋਵੇ, ਅੰਤਰੀਪ, ਰਾਸ; ਸਾਮ੍ਹਣੇ ਵਾਲਾ ਖੇਤਰ

foreleg /'ਫ਼ੋਲੈੱਗ/ *n* ਪਸ਼ੂ ਦੀ ਅਗਲੀ ਲੱਤ

forelock /'ਫ਼ੋਲੌਕ/ *n* ਮੱਥੇ ਉੱਪਰਲੇ ਵਾਲ, ਸਿਰ ਦੇ ਅਗਲੇ ਹਿੱਸੇ ਦੇ ਵਾਲ, ਲਿਟ *v* ਕਿੱਲ ਲਾਉਣਾ ਜਾਂ ਠੋਕਣਾ

foreman /'ਫ਼ੋਮਅਨ/ *n* ਮਜ਼ਦੂਰਾਂ ਦਾ ਦਰੋਗਾ ਜਾਂ ਜਮਾਂਦਾਰ; ਫੋਰਮੈਨ, ਨਿਆਏ ਸਭਾ ਦਾ ਸਭਾਪਤੀ, ਜਿਊਰੀ ਦਾ ਮੁਖੀ; ਅਧਿਅਕਸ਼, ਸਰਦਾਰ, ਮੁਖੀ

foremost /'ਫ਼ੋਮਅਉਸਟ/ *a* ਮੁੱਖ, ਪ੍ਰਮੁੱਖ,

ਪ੍ਰਧਾਨ, ਪਹਿਲਾ; ਸਭ ਤੋਂ ਪਹਿਲਾ, ਸਭ ਤੋਂ ਅਗਲਾ ਜਾਂ ਮੂਹਰਲਾ, ਸਥਾਨ ਜਾਂ ਸਥਿਤੀ ਵਿੱਚ ਸਭ ਤੋਂ ਅੱਗੇ ਵਾਲਾ

forenoon /'ਫ਼ੋਨੂਨ/ *n* ਦੁਪਹਿਰ ਤੋਂ ਪਹਿਲਾਂ ਦਾ ਵੇਲਾ, ਪੂਰਵ–ਦੁਪਹਿਰ

forensic /ਫ਼ਅ'ਰੈਨੱਸਿਕ, -'ਰੈਨੱਜ਼ਿਕ/ *a* ਅਪਰਾਧ ਦੀ ਵਿਗਿਆਨਿਕ ਜਾਂਚ ਸੰਬੰਧੀ

foreordain /ਫ਼ੋਰੋ'ਡੇਇਨ/ *v* ਪਹਿਲਾਂ ਹੀ ਮਿੱਥ ਦੇਣਾ ਜਾਂ ਮੁਕੱਰਰ ਕਰ ਦੇਣਾ, ਪੂਰਵ-ਨਿਯੁਕਤੀ, ਅਗਾਊਂ ਨਿਰਦੇਸ਼

foreplay /'ਫ਼ੋਪਲੇਇ/ *n* ਸੰਭੋਗ ਤੋਂ ਪਹਿਲਾਂ ਦੀ ਕਾਮ ਕਰੀੜਾ

forerun /ਫ਼ੋ'ਰਅੱਨ/ *v* (ਕਿਸੇ ਵਾਪਰਨ ਵਾਲੀ ਘਟਨਾ ਆਦਿ ਦਾ) ਪੂਰਵ-ਸੰਕੇਤ ਦੇਣਾ, ਪਹਿਲਾਂ ਹੀ ਦੱਸ ਦੇਣਾ, ਪੂਰਵ–ਸੂਚਨਾ ਦੇਣਾ; ਪਹਿਲਾਂ ਆਉਣਾ ਜਾਂ ਹੋਣਾ, ਅੱਗੇ-ਅੱਗੇ ਆਉਣਾ; ਅਗਵਾਈ ਕਰਨਾ

forerunner /'ਫ਼ੋਰਅੱਨਅ*/ *n* (ਹੋਣ ਵਾਲੀ ਘਟਨਾ ਦਾ) ਪੂਰਵ-ਸੰਕੇਤ ਦੇਣ ਵਾਲਾ ਵਿਅਕਤੀ, ਪੂਰਵ ਸੂਚਨਾ ਦੇਣ ਵਾਲਾ ਵਿਅਕਤੀ *a* ਅਗਾਊਂ, ਅੱਗੇ-ਅੱਗੇ ਆਉਣ ਵਾਲਾ, ਮੋਹਰੀ

foresee /ਫ਼ੋ'ਸੀ/ *v* ਪਹਿਲਾਂ ਹੀ ਤਾੜ ਜਾਣਾ, ਅੱਗੋਂ ਹੀ ਸਮਝ ਜਾਣਾ, ਅਗਾਊਂ ਸੂਝ ਹੋ ਜਾਣਾ; ਦੂਰਦਰਸ਼ੀ ਹੋਣਾ, ਦੂਰਦ੍ਰਿਸ਼ਟੀ ਤੋਂ ਕੰਮ ਲੈਣਾ

foreshadow /ਫ਼ੋ'ਸ਼ੈਡਅਉ/ *v* ਪਹਿਲਾਂ ਸੰਕੇਤ ਦੇ ਦੇਣਾ, ਪੂਰਵ ਸੂਚਨਾ ਦੇ ਦੇਣਾ, ਪਹਿਲਾਂ ਹੀ ਲੱਛਣ ਦਿਸ ਪੈਣਾ; ਅੱਗੋਂ ਹੀ ਝਲਕਾਰਾ ਦੇ ਦੇਣਾ

foreshore /'ਫ਼ੋਸ਼ੋ*/ *n* ਮੰਡ, ਕਛਾਰ

foreshow /ਫ਼ੋ'ਸ਼ਅਉ/ *vt* ਪੂਰਵ ਆਭਾਸ ਕਰਾਉਣਾ, ਅੱਗੋਂ ਹੀ ਸੰਕੇਤ ਦੇ ਦੇਣਾ, ਪਹਿਲਾਂ ਹੀ ਦੱਸ ਦੇਣਾ, ਭਵਿੱਖਬਾਣੀ ਕਰਨਾ; ਪਹਿਲਾਂ ਹੀ ਕਿਸੇ ਵਸਤੂ ਦਾ ਢਾਂਚਾ ਬਣਾ ਦੇਣਾ

foreside /ਫ਼ੋ'ਸਾਇਡ/ *n* ਅਗਲਾ ਹਿੱਸਾ, ਅਗਲਾ ਭਾਗ

foresight /'ਫ਼ੋਸਾਇਟ/ *n* ਦੂਰ ਦ੍ਰਿਸ਼ਟੀ, ਦੂਰ-ਅੰਦੇਸ਼ੀ, ਦੂਰ-ਦ੍ਰਿਸ਼ਟਤਾ, ਦੂਰ ਦੀ ਸੋਝੀ; ਭਵਿੱਖ ਦੀ ਚਿੰਤਾ, ਆਉਣ ਵਾਲੇ ਸਮੇਂ ਬਾਰੇ ਵਿਚਾਰ

foresighted /'ਫ਼ੋਸਾਇਟਿਡ/ *a* ਦੂਰ ਦਰਸ਼ੀ, ਦੂਰ-ਅੰਦੇਸ਼, ਸਮਝਦਾਰ, ਲੰਮੀ ਸੋਚ ਵਾਲਾ, ਬੁੱਧੀਮਾਨ

forest /'ਫ਼ੌਰਇਸਟ/ *n* ਜੰਗਲ, ਵਣ, ਬੀੜ vt ਜੰਗਲ ਲਾਉਣਾ, ਰੁੱਖ ਲਾਉਣਾ

forestage /'ਫ਼ੌਰਇਸਟਿਜ/ *n* ਵਣ ਰੱਖਿਅਕ ਦਾ ਅਧਿਕਾਰ; ਜੰਗਲ ਵਿੱਚ ਰਹਿਣ ਵਾਲਿਆਂ ਵੱਲੋਂ ਰਾਜੇ ਦੀ ਸੇਵਾ ਦੀ ਪੁਰਾਤਨ ਰੀਤ

forestall /ਫ਼ੋ'ਸਟੋਲ/ *vt* ਪੇਸ਼ਬੰਦੀ ਕਰਨਾ, ਰੋਕ ਦੇਣਾ

forestation /ਫ਼ੌਰਇ'ਸਟੇਇਸ਼ਨ/ *n* ਜੰਗਲ ਲਾਉਣ ਦੀ ਕਿਰਿਆ

forester /'ਫ਼ੌਰਇਸਟਅ*/ *n* ਜੰਗਲਾਤ ਮਹਿਕਮੇ ਦਾ ਅਫ਼ਸਰ ਜਾਂ ਕਰਮਚਾਰੀ, ਵਣਪਾਲ, ਸਰਕਾਰੀ ਵਣ ਵਿਭਾਗ ਦਾ ਕਰਮਚਾਰੀ, ਵਣ ਵਿੱਚ ਰਹਾਇਸ਼ ਰੱਖਣ ਵਾਲਾ

forestry /'ਫ਼ੌਰਇਸਟਰਿ/ *n* ਵਣ ਵਿਗਿਆਨ; ਵਣ ਪ੍ਰਦੇਸ਼; ਜੰਗਲੀ ਇਲਾਕਾ

foretaste /'ਫ਼ੋਟੇਇਸਟ/ *n* ਪੂਰਵ ਅਨੁਭਵ *vt* ਪੂਰਵ ਅਨੁਭਵ ਕਰਨਾ

foretell /ਫ਼ੋ'ਟੈੱਲ/ *vt* ਪਹਿਲੋਂ ਦੱਸ ਦੇਣਾ, ਪੂਰਵ ਸੂਚਨਾ ਦੇਣਾ; ਭਵਿੱਖਬਾਣੀ ਕਰਨਾ, ਪੇਸ਼ੀਨਗੋਈ ਕਰਨਾ, ਟੇਵਾ ਲਾਉਣਾ

foreteller /ਫ਼ੋ'ਟੈੱਲਅ*/ *n* ਭਵਿੱਖਬਾਣੀ ਕਰਤਾ, ਜੋਤਸ਼ੀ, ਨਜੂਮੀ

forethink /ਫ਼ੋ'ਥਿਙਕ/ *vt* ਪਹਿਲਾਂ ਹੀ ਸੋਚਣਾ, ਪਹਿਲਾਂ ਹੀ ਅੰਦਾਜ਼ਾ ਲਾ ਲੈਣਾ

forethought /'ਫ਼ੋਥੋਟ/ *n* ਦੂਰ ਦ੍ਰਿਸ਼ਟੀ, ਅਗਾਊਂ ਸੋਚ, ਦੂਰ ਦੀ ਸੋਝੀ, ਪੂਰਵ ਚਿੰਤਾ, ਪੂਰਵ ਵਿਵੇਕ, ਪੂਰਵ ਵਿਚਾਰ

foretoken /ਫ਼ੋ'ਟਅਉਕ(ਅ)ਨ/ *n* ਪੂਰਵ ਸੰਕੇਤ, ਅਗਾਂਹ ਨੂੰ ਵਾਪਰਨ ਵਾਲੀਆਂ ਘਟਨਾਵਾਂ ਦਾ ਆਭਾਸ, ਪੂਰਵ ਲੱਛਣ, ਅਗਾਊਂ ਸੂਚਨਾ

vt ਪੂਰਵ ਸੰਕੇਤ ਦੇਣਾ, ਅਗਾਊਂ ਸੂਚਨਾ ਦੇਣਾ

foretooth /'ਫ਼ੋਟੂਥ/ *n* ਮੂਹਰਲਾ ਦੰਦ, ਅਗਲਾ ਦੰਦ

forever /ਫ਼ਅਰ'ਐਵੱਅ/ *adv* ਹਮੇਸ਼ਾ, ਸਦਾ ਲਈ, ਅਨੰਤ ਕਾਲ ਤੱਕ

for evermore /ਫ਼ਅਰਐਵੱਅ'ਮੋ*/ *adv* ਜ਼ਰੂਰ ਹੀ, ਅਵੱਸ਼ ਹੀ, ਅਨੰਤ ਕਾਲ ਤੱਕ

forevouched /ਫ਼ੋ'ਵ੍ਹਾਉਚਡ/ *a* ਪਹਿਲਾਂ ਕਿਹਾ, ਪੂਰਵ ਕਥਿਤ

forewarn /ਫ਼ੋ'ਵੋਨ/ *vt* ਪਹਿਲਾਂ ਹੀ ਸਾਵਧਾਨ ਕਰ ਦੇਣਾ, ਪਹਿਲਾਂ ਹੀ ਸੁਚੇਤ ਕਰ ਦੇਣਾ, ਪਹਿਲਾਂ ਹੀ ਖ਼ਬਰਦਾਰ ਕਰ ਦੇਣਾ, ਆਉਣ ਵਾਲੇ ਖ਼ਤਰੇ ਬਾਰੇ ਹੁਸ਼ਿਆਰ ਕਰ ਦੇਣਾ

forewarning /ਫ਼ੋ'ਵੋਨਿਙ/ *n* ਪੂਰਵ ਚਿਤਾਵਨੀ, ਪੂਰਵ ਸਾਵਧਾਨੀ, ਖ਼ਬਰਦਾਰੀ

foreword /'ਫ਼ੋਵਅਡ/ *n* ਪੁਸਤਕ ਦਾ ਮੁੱਖਬੰਧ, ਭੂਮਿਕਾ, ਪ੍ਰਸਤਾਵਨਾ, ਪੇਸ਼ ਲਫ਼ਜ਼

forfeit /'ਫ਼ੋਫ਼ਿਟ/ *vt* (ਆਪਣਾ ਅਧਿਕਾਰ ਜਾਂ ਸਦਭਾਵਨਾ ਆਦਿ) ਗੁਆ ਬੈਠਣਾ, ਵਾਂਝਿਆਂ ਹੋ ਜਾਣਾ, ਖੁਹਾ ਲੈਣਾ; ਜੁਰਮਾਨਾ ਭਰਨਾ, ਤਾਵਾਨ ਦੇਣਾ *a* ਜ਼ਬਤ ਕੀਤਾ ਹੋਇਆ, ਖੋਹਿਆ ਗਿਆ *n* ਜੁਰਮਾਨਾ, ਤਾਵਾਨ, ਜ਼ਬਤ ਕੀਤੀ ਵਸਤੂ; ਜ਼ਬਤੀ, ਹਾਨੀ

forfeiture /'ਫ਼ੋਫ਼ਿਚਅ*/ *n* ਦੰਡ ਲਾਉਣ ਜਾਂ ਹੱਕ ਤੋਂ ਵਾਂਝਿਆਂ ਕਰਨ ਦੀ ਕਿਰਿਆ, ਜ਼ਬਤੀ

forfend /ਫ਼ੋ'ਫ਼ੈੱਨਡ/ *vt* ਰੋਕਣਾ, ਟਾਲਣਾ, ਦੂਰ ਰੱਖਣਾ, ਹਟਵਾਂ ਰੱਖਣਾ, ਬਚਾ ਦੇਣਾ, ਟਾਲ ਦੇਣਾ

forfex /'ਫ਼ੋਫ਼ੈੱਕਸ/ *n* ਕੈਂਚੀ

forgather /ਫ਼ੋ'ਗੈਦਅ*/ *vi* ਇਕੱਤਰ ਹੋਣਾ, ਇਕੱਠੇ ਹੋ ਕੇ ਬੈਠਣਾ; ਸਮਾਗਮ ਕਰਨਾ; ਸੰਗ ਕਰਨਾ

forge[1] /ਫ਼ੋਜ/ *vt* ਹੌਲੀ-ਹੌਲੀ ਜਾਂ ਕਠਨਾਈ ਨਾਲ ਅਗਾਂਹ ਵਧਣਾ

forge[2] *v* ਅੱਗ ਨਾਲ ਗਰਮ ਕਰਕੇ ਅਤੇ ਕੁੱਟ ਕੇ ਕੋਈ ਰੂਪ ਦੇਣਾ; ਘੜਨਾ, (ਦਸਤਖ਼ਤ ਜਾਂ ਲਿਖਤ ਆਦਿ) ਨਕਲੀ ਬਣਾਉਣਾ, ਜਾਲ੍ਹਸਾਜ਼ੀ ਕਰਨਾ; ਝੂਠ-ਮੂਠ ਕਹਾਣੀ ਬਣਾ ਲੈਣਾ *n* ਪਹਾਰਾ, ਲੁਹਾਰ ਦੀ ਭੱਠੀ, ਲੁਹਾਰ ਦਾ ਕਾਰਖ਼ਾਨਾ

forged /ਫ਼ੋਜਡ/ *a* ਜਾਲ੍ਹੀ, ਨਕਲੀ, ਕੂਟ; ਘੜਿਆ

forger /'ਫ਼ੋਜਅ*/ *n* ਲੁਹਾਰ, ਠਠਿਆਰ; ਜਾਲ੍ਹਸਾਜ਼, ਧੋਖੇਬਾਜ਼, ਫ਼ਰੇਬੀ, ਦਗ਼ਾਬਾਜ਼

forgery /'ਫ਼ੋਜਅਰਿ/ *n* ਜਾਲ੍ਹੀ ਦਸਤਖ਼ਤ ਜਾਂ ਦਸਤਾਵੇਜ਼; ਜਾਲ੍ਹਸਾਜ਼ੀ, ਕਪਟ, ਧੋਖਾ, ਫ਼ਰੇਬ

forget /ਫ਼ਅ'ਗੈੱਟ/ *v* ਭੁੱਲਣਾ, ਵਿਸਾਰ ਦੇਣਾ; ਕਿਸੇ ਵਿਸ਼ੇ ਬਾਰੇ ਸੋਚਣਾ ਬੰਦ ਕਰ ਦੇਣਾ, ਖ਼ਿਆਲ ਛੱਡ ਦੇਣਾ; ਉਪੇਖਿਆ ਕਰਨਾ, ਪਰਵਾਹ ਨਾ ਕਰਨਾ, ਤ੍ਰਿਸਕਾਰ ਕਰਨਾ

forgetful /ਫ਼ਅ'ਗੈੱਟਫ਼ਲ/ *a* ਕੱਚੇ ਚੇਤੇ ਵਾਲਾ, ਭੁੱਲੜ, ਭੁਲੱਕੜ, ਭੁੱਲਣਹਾਰ, ਅਸਾਵਧਾਨ

forgive /ਫ਼ਅ'ਗਿਵ੍ਹ/ *vt* ਮਾਫ਼ ਕਰਨਾ, ਖਿਮਾ ਕਰਨਾ, ਬਖ਼ਸ਼ ਦੇਣਾ, ਛੱਡ ਦੇਣਾ

forgiveness /ਫ਼ਅ'ਗਿਵ੍ਹਨਅਸ/ *n* ਮਾਫ਼ੀ, ਖਿਮਾ, ਛੋਟ, ਛੁਟਕਾਰਾ

forgiving /ਫ਼ਅ'ਗਿਵ੍ਹਿਙ/ *n* ਬਖ਼ਸ਼ਣਹਾਰ, ਬਖ਼ਸ਼ਿੰਦ, ਖਿਮਾਸ਼ੀਲ

forgo /ਫ਼ੋ'ਗਅਉ/ *vt* (ਹੱਕ, ਦਾਅਵਾ ਆਦਿ) ਛੱਡ ਦੇਣਾ, ਤਿਆਗ ਦੇਣਾ; ਜਾਣ ਦੇਣਾ, (ਤੋਂ) ਬਿਨਾਂ ਰਹਿਣਾ, (ਕਿਸੇ ਵਸਤੂ ਨੂੰ) ਨਜ਼ਰ ਅੰਦਾਜ਼ ਕਰਨਾ

forhow /ਫ਼ੋ'ਹਾਉ/ *vt* ਘਿਰਣਾ ਕਰਨਾ, ਬੁਰਾ ਸਮਝਣਾ

fork /ਫ਼ੋਕ/ *n* ਕਾਂਟਾ (ਖਾਣੇ ਲਈ ਵਰਤਣ ਵਾਲਾ); ਸਲੰਘ, ਤਰੰਗਲੀ; ਕਈ ਸ਼ਾਖ਼ਾਂ ਵਿੱਚ ਵੰਡੀ ਹੋਈ ਬਿਜਲੀ ਦੀ ਚਮਕ *v* ਦੁਸਾਂਗਾ ਹੋਣਾ, ਤਰੰਗਲੀ ਜਾਂ ਸਲੰਘ ਨਾਲ ਪੁੱਟਣਾ ਜਾਂ ਚੁੱਕ ਕੇ ਲੈ ਜਾਣਾ

fork chuck *n* ਖ਼ਰਾਦ ਮਸ਼ੀਨ ਵਿੱਚ ਲੱਕੜੀ ਨੂੰ ਗੋਲ ਕੱਟਣ ਲਈ ਅੱਡਾ

forker /'ਫ਼ੋਕਅ*/ *n* ਕਾਂਟੇ ਨਾਲ ਖਾਣ ਵਾਲਾ

forlend /ਫ਼ੋ'ਲੈਂਨਡ/ *vt* ਸੰਭਾਲ ਦੇਣਾ, ਸਮਰਪਣ

ਕਰ ਦੇਣਾ

forlorn /ਫ਼ਅ'ਲੋਨ/ *a* ਬੇਸਹਾਰਾ, ਨਿਆਸਰਾ, ਨਿਥਾਵਾਂ, ਦੀਨ, ਅਨਾਥ; ਨਿਰਾਸ਼, ਲਾਚਾਰ; ਸੁੰਨਸਾਨ, ਸੱਖਣਾ, ਬੇਅਬਾਦ

forlorn hope /ਫ਼ਅ,ਲੋਨ 'ਹਅਉਪ/ *n* ਵੱਡੇ ਸਾਹਸ ਵਾਲਾ ਕੰਮ; ਦੁਸ਼ਮਣ ਦੇ ਕਿਲ੍ਹੇ ਉੱਤੇ ਜਾਂ ਫ਼ੌਜ ਉੱਤੇ ਹੱਲਾ ਬੋਲਣ ਵਾਲੀ ਫ਼ੌਜ ਦੀ ਅਗਲੀ ਟੁਕੜੀ, ਸਿਰਲੱਥ ਦਸਤਾ

form /ਫ਼ੋਮ/ *n* ਰੂਪ, ਸ਼ਕਲ, ਸੂਰਤ, ਆਕਾਰ, ਡੌਲ, ਢਾਂਚਾ, ਬਣਾਵਟ; ਰੀਤ, ਢੰਗ, ਵਿਧੀ, ਸ਼ੈਲੀ, ਤਰੀਕਾ; ਰਹਿਤ, ਮਰਯਾਦਾ; ਸੁਅਸਥ ਦਸ਼ਾ; ਫਾਰਮ, (ਪਬਲਿਕ ਸਕੂਲਾਂ ਦੀ) ਕਲਾਸ, ਸ਼੍ਰੇਣੀ; ਛਾਪੇਖ਼ਾਨੇ ਦਾ ਫ਼ਰਮਾ; ਬੈਂਚ; ਨੇਮਾਂ ਅਨੁਕੂਲ ਲਿਖਤ ਜਾਂ ਦਸਤਾਵੇਜ਼; ਕਿਸਮ, ਪ੍ਰਕਾਰ; ਸਹੇ ਦਾ ਘੁਰਨਾ ਜਾਂ ਖੁੱਡ; (ਵਿਆ) ਸ਼ਬਦ ਰੂਪ, ਸ਼ਬਦਾਂ ਦੀ ਰਚਨਾ v ਕੋਈ ਰੂਪ ਜਾਂ ਆਕਾਰ ਗ੍ਰਹਿਣ ਕਰਨਾ, ਬਣਨਾ; ਕੋਈ ਰੂਪ ਦੇਣਾ ਜਾ ਬਣਾਉਣਾ, ਢਾਲਣਾ; ਜੰਮ ਜਾਣਾ ਜਾਂ ਸਖ਼ਤ ਹੋ ਜਾਣਾ; ਨਕਸ਼ਾ ਘਣਾਉਣਾ; ਕੋਈ ਸੰਗਠਨ ਬਣਾਉਣਾ, ਸੰਗਠਿਤ ਕਰਨਾ ਜਾਂ ਹੋਣਾ; ਸਿਖਲਾਈ ਦੇ ਕੇ ਯੋਗ ਬਣਾਉਣਾ, ਸਿਪਾਹੀਆਂ ਨੂੰ ਕਵਾਇਦ ਆਦਿ ਕਰਾ ਕੇ ਠੀਕ ਪੱਧਰ 'ਤੇ ਲੈ ਆਉਣਾ; ਸ਼ਬਦ ਰਚਨਾ ਕਰਨਾ, ਅਗੇਤਰ-ਪਿਛੇਤਰ ਆਦਿ ਲਾ ਕੇ ਸ਼ਬਦਾਂ ਦੇ ਹੋਰ ਰੂਪ ਬਣਾਉਣਾ; ਕਿਸੇ ਵਸਤੂ ਦਾ ਅੰਗ ਹੋਣਾ, ਕਿਸੇ ਦਾ ਇੱਕ ਭਾਗ ਹੋਣਾ; (ਸਪਸ਼ਟ) ਉਚਾਰਨ ਕਰਨਾ; (ਆਦਤ ਜਾਂ ਸੁਭਾਅ) ਬਣਾਉਣਾ, ਵਧਾਉਣਾ; ਧਿਆਨ ਵਿੱਚ ਲਿਆਉਣਾ, ਵਿਚਾਰਨਾ **bad form** ਸਮਾਜਿਕ ਰੀਤ ਦੇ ਉਲਟ **good form** ਸਮਾਜਿਕ ਰੀਤ ਦੇ ਮੁਤਾਬਕ

formal /'ਫ਼ੋਮਲ/ *a* ਰਸਮੀ, ਰਿਵਾਜੀ, ਲੋਕਾਚਾਰ ਵਾਲਾ, ਆਮ ਵਿਹਾਰ ਦੇ ਮੁਤਾਬਕ, ਉਚੇਚਤਾਪੂਰਨ; (ਤਰਕ) ਸਪਸ਼ਟ, ਯੁਕਤੀ ਸੰਗਤ, ਤਰਕ ਦੁਆਰਾ ਸਿੱਧ; ਨਿਸ਼ਚਿਤ, ਬਾਹਰੀ ਰੂਪ ਬਾਰੇ, ਬਾਹਰੀ ਆਕਾਰ ਨਾਲ ਸੰਬੰਧਿਤ, ਵਿਖਾਵੇ ਵਾਲਾ

formalise, formlize /'ਫ਼ੋਮਅਲਾਇਜ਼/ *vt* ਰੀਤ ਅਨੁਸਾਰ ਕਰਨਾ, ਕਨੂੰਨ ਅਨੁਸਾਰ ਬਣਾ ਲੈਣਾ, ਵਿਸ਼ੇਸ਼ ਆਕਾਰ ਦਾ ਰੂਪ ਦੇਣਾ

formalism /'ਫ਼ੋਮਅਲਿਜ਼ਅਮ/ *n* ਲੋਕਾਚਾਰ, ਉਚੇਚ, ਰਸਮ-ਰਿਵਾਜ ਦੀ ਪਾਬੰਦੀ, ਸ਼ਿਸ਼ਟਾਚਾਰ ਬਾਰੇ ਕਰੜਾਈ ਦੀ ਰਹੁ-ਰੀਤ; (ਸਿਧਾਂਤ) ਰੂਪਵਾਦ

formalist /'ਫ਼ੋਮਅਲਿਸਟ/ *n* ਲੋਕਾਚਾਰ ਦਾ ਪਾਬੰਦ, ਸ਼ਿਸ਼ਟਾਚਾਰ ਦੀ ਕਰੜਾਈ ਰੱਖਣ ਵਾਲਾ, ਵਿਹਾਰਵਾਦੀ; ਸੱਭਿਆਚਾਰ ਅਤੇ ਰਸਮ-ਰਿਵਾਜ ਦੀ ਪਾਲਣਾ ਦਾ ਸਮਰਥਕ ; ਰੂਪਵਾਦੀ

formality /ਫ਼ੋ'ਮੈਲਅਟਿ/ *n* ਦਸਤੂਰ, ਰੀਤ, ਰਸਮ, ਮਰਯਾਦਾ; ਉਚੇਚ, ਤਕੱਲਫ਼, ਰਸਮੀ ਕਾਰਵਾਈ

formally /'ਫ਼ੋਮਅਲਿ/ *adv* ਰੀਤ ਨਾਲ, ਵਿੱਧੀਵਤ ਰੂਪ ਵਿਚ, ਰਸਮੀ ਤਰੀਕੇ ਨਾਲ

format[1] /'ਫ਼ੋਮੈਟ/ *n* (ਕੰਪਿ) ਕਿਸੇ ਡਿਸਕ ਨੂੰ ਸੂਚਨਾ ਅੰਕਤ ਕਰਨ ਲਈ ਯੋਗ ਬਨਾਉਣ ਜਾਂ ਉਸ ਡਿਸਕ ਤੋਂ ਸੂਚਨਾ ਮਿਟਾਉਣ ਲਈ ਇੱਕ ਕੰਪਿਊਟਰ ਆਦੇਸ਼; ਕਿਤਾਬ ਦਾ ਬਾਹਰੀ ਰੂਪ, ਪੁਸਤਕ ਦਾ ਫ਼ਰਮਾ

formation /ਫ਼ੋ'ਮੇਇਸ਼ਨ/ *n* ਬਣਤਰ, ਬਣਾਵਟ, ਰਚਨਾ, ਨਿਰਮਾਣ; ਚਟਾਨਾਂ ਦਾ ਜਮਾਅ, ਇੱਕੋ ਜਿਹੇ ਗੁਣ ਵਾਲੇ ਪਦਾਰਥਾਂ ਦੀਆਂ ਪਰਤਾਂ, ਬਣੀ ਹੋਈ ਜਾਂ ਰਚੀ ਹੋਈ ਵਸਤੂ; ਤਰਤੀਬ; (ਸੈਨਾ) ਦਲਬੰਦੀ, ਫਾਰਮੇਸ਼ਨ; (ਭੂ) ਸ਼ੈਲ ਸਮੂਹ

formative /'ਫ਼ੋਮਅਟਿਵ੍/ *a* ਬਣਾਉਣ ਵਾਲਾ, ਰਚਨਾ ਕਰਨ ਵਾਲਾ, ਤਰਤੀਬ ਦੇਣ ਵਾਲਾ; ਰਚਨਾਤਮਿਕ, ਰਚਨਾਕਾਰੀ, ਨਿਰਮਾਣਾਤਮਿਕ, ਨਿਰਮਾਣਸ਼ੀਲ *n* (ਵਿਆ) ਸ਼ਬਦ ਰਚਨਾ ਵਿੱਚ ਲਾਏ ਗਏ ਅਗੇਤਰ-ਪਿਛੇਤਰ ਆਦਿ

forme /ਫ਼ੋਮ/ *n* (ਛਾਪੇਖ਼ਾਨੇ ਦਾ) ਫ਼ਰਮਾ

formed /ਫ਼ੋਮਡ/ *a* ਬਣਿਆ ਹੋਇਆ, ਰਚਿਤ, ਨਿਰਮਤ

former /'ਫ਼ੋਮਅ*/ *a* ਪਹਿਲਾ, ਪਹਿਲਾਂ ਹੋ ਚੁੱਕਾ, ਪੂਰਵਲਾ, ਭੂਤਪੂਰਵ, ਬੀਤ ਚੁੱਕੇ ਸਮੇਂ ਦਾ, ਭੂਤਕਾਲੀਨ

formerly /'ਫ਼ੋਮਅਲਿ/ *adv* ਪਹਿਲਾਂ; ਪਿਛਲੇ ਸਮੇਂ ਵਿੱਚ, ਬੀਤ ਚੁੱਕੇ ਸਮੇਂ ਵਿੱਚ, ਪ੍ਰਾਚੀਨ ਕਾਲ ਵਿੱਚ

formic /'ਫ਼ੋਮਿਕ/ *a* ਕੀੜੀਆਂ ਸੰਬੰਧੀ; ਫਾਰਮਿਕ ਤਿਜ਼ਾਬ ਸੰਬੰਧੀ

formicary /'ਫ਼ੋਮਿਕ(ਅ)ਰਿ/ *n* ਕੀੜੀਆਂ ਅਤੇ ਸਿਓਂਕ ਦਾ ਬਣਾਇਆ ਹੋਇਆ ਮਿੱਟੀ ਦਾ ਟਿੱਬਾ

formication /,ਫ਼ੋਮਿ'ਕੇਇਸ਼ਨ/*n* ਸਰੀਰ ਉੱਤੇ ਕੀੜੀਆਂ ਲੜਨ ਵਰਗੀ ਝੁਣਝੁਣੀ

formidable /'ਫ਼ੋਮਿਡਅਬਲ, ਫ਼ਅ'ਮਿਡ-/ *a* ਡਰਾਉਣਾ; ਭਿਆਨਕ, ਭਿਅੰਕਰ; ਬਹੁਤ ਵੱਡਾ; ਪ੍ਰਬਲ; ਜਿੱਤਿਆ ਨਾ ਜਾਣ ਵਾਲਾ

formless /'ਫ਼ੋਮਲਅਸ/ *a* ਜਿਸ ਦੀ ਕੋਈ ਸ਼ਕਲ ਆਕਾਰ ਨਾ ਹੋਵੇ, ਆਕਾਰਹੀਣ, ਰੂਪਹੀਣ, ਆਕ੍ਰਿਤੀਹੀਣ

formula /'ਫ਼ੋਮਯਅਲਅ/ *n* ਗੁਰ, ਸੂਤਰ, ਫ਼ਾਰਮੂਲਾ; ਦਸਤੂਰ, ਰੀਤੀ, ਵਿਧੀ, ਨੇਮ; (ਗਣਿ) ਚਿੰਨ੍ਹਾਂ ਦੀ ਸਹਾਇਤਾ ਨਾਲ ਕਿਸੇ ਤੱਥ ਦਾ ਕ੍ਰਮਬੱਧ ਵਿਵਰਨ ਜਾਂ ਸਾਰਨੀਕਰਨ; ਦਵਾਈ ਬਣਾਉਣ ਦਾ ਨੁਸਖ਼ਾ; ਅੰਧ ਵਿਸ਼ਵਾਸ, ਪੁਰਾਣਾ ਰਿਵਾਜ, ਰੂੜ੍ਹੀ

formulaic /,ਫ਼ੋਮਯੁ'ਲੇਇਇਕ/ *a* ਤਕੀਆ ਕਲਾਮੀ (ਵਾਕਾਂਸ਼), ਪ੍ਰਥਾ ਅਨੁਸਾਰ ਮੁੜ-ਮੁੜ ਵਰਤੇ ਜਾਂਦੇ ਵਾਕਾਂਸ਼

formulate /'ਫ਼ੋਮਯੁਲੇਇਟ/ *vt* ਗੁਰ ਰਾਹੀਂ ਦੱਸਣਾ, ਸੂਤਰਬੱਧ ਕਰਨਾ; ਨੇਮਬੱਧ ਕਰਨਾ, ਤਰਤੀਬ ਦੇਣਾ, ਵਿਵਸਥਿਤ ਕਰਨਾ, ਕ੍ਰਮ ਅਨੁਸਾਰ ਕਰਕੇ ਰੱਖਣਾ

formulation /,ਫ਼ੋਮਯੁ'ਲੇਇਸ਼ਨ/ *n* ਨੇਮਬੱਧ ਕਰਨ ਜਾਂ ਵਿਵਸਥਿਤ ਕਰਨ ਦੀ ਕਿਰਿਆ; ਸਥਾਪਨਾ; ਸੂਤਰੀਕਰਨ

Formula Translation *n* ਵੇਖੋ **Fortran**

formulise /'ਫ਼ੋਮਯੁਲਾਇਜ਼/ *vt* ਨਿਯਮਤ ਰੂਪ ਵਿੱਚ ਕਹਿਣਾ, ਸੂਤਰਬੱਧ ਕਰਨਾ

formulism /'ਫ਼ੋਮਯੁਲਿਜ਼ਅਮ/ *n* ਪ੍ਰਾਚੀਨ ਰਿਵਾਜਾਂ ਦਾ ਅੰਨ੍ਹੇਵਾਹ ਪਾਲਣ ਕਰੀ ਜਾਣ ਦੀ ਰੁਚੀ, ਰੂੜ੍ਹੀਵਾਦ

formulist /'ਫ਼ੋਮਯੁਲਿਸਟ/ *n* ਪੁਰਾਣੇ ਰਿਵਾਜਾਂ ਨੂੰ ਮੰਨਣ ਵਾਲਾ ਵਿਅਕਤੀ, ਰੂੜ੍ਹੀਵਾਦੀ

fornicate /'ਫ਼ੋਨਿਕੇਇਟ/ *vi* ਅਯੋਗ ਭੋਗ ਕਰਨਾ, ਬਦਕਾਰੀ ਕਰਨਾ

fornication /,ਫ਼ੋਨਿ'ਕੇਇਸ਼ਨ/ *n* ਅਯੋਗ ਭੋਗ ਕਰਨ ਦੀ ਕਿਰਿਆ, ਬਦਕਾਰੀ ਕਰਨ ਦੀ ਕਿਰਿਆ

fornicator /'ਫ਼ੋਨਿਕੇਇਟਅ*/ *n* ਵਿਭਚਾਰੀ, ਰੰਡੀਬਾਜ਼, ਪਰਗਾਮੀ

fornicatress /'ਫ਼ੋਨਿਕੇਇਟਰਿਸ/ *n* ਵਿਭਚਾਰਨ, ਰੰਡੀ

forray /'ਫ਼ੌਰੇਇ/ *n* ਹਮਲਾ, ਆਕਰਮਣ

forsake /ਫ਼ਅ'ਸੇਇਕ/ *vt* ਛੱਡ ਦੇਣਾ, ਤਿਆਗਣਾ, ਕਿਸੇ ਚੀਜ਼ ਨਾਲੋਂ ਸੰਬੰਧ ਤੋੜ ਲੈਣਾ, ਛੱਡ ਬੈਠਣਾ; ਮਿੱਤਰਤਾ ਤੋੜ ਲੈਣਾ; ਸਹਾਇਤਾ ਬੰਦ ਕਰ ਦੇਣਾ

forsaken /ਫ਼ਅ'ਸੇਇਕਅਨ/ *a* ਤਿਆਗਿਆ, ਛੱਡਿਆ

forsay /ਫ਼ੋ'ਸੇਇ/ *vt* ਮਨ੍ਹਾਂ ਕਰਨਾ, ਰੋਕਣਾ, ਵਰਜਣਾ

forslow /ਫ਼ਅ'ਸਲਅਉ/ *vt* ਦੇਰ ਲਾਉਣਾ

forsooth /ਫ਼ਅ'ਸੂਥ/ *adv* ਨਿਰਸੰਦੇਹ, ਸਚਮੁੱਚ, ਵਾਸਤਵ ਵਿਚ, ਬਿਨਾਂ ਸ਼ੱਕ, ਅਵੱਸ਼ ਹੀ

forspend /ਫ਼ੋ'ਸਪੈੱਨਡ/ *vt* ਥਕਾਉਣਾ, ਹੁਸਾ ਦੇਣਾ, ਮਾਂਦਾ ਪਾ ਦੇਣਾ, ਸਿਥਲ ਕਰਨਾ; ਅਕਾ ਦੇਣਾ

forspent /ਫ਼ੋ'ਸਪੈੱਨਟ/ *a* ਥੱਕਿਆ, ਮੱਠਾ ਪਿਆ, ਮਾਂਦਾ ਪਿਆ, ਸਿਥਲ, ਹੁੱਸਿਆ

forswatt /ਫ਼ੋ'ਸਵੌਟ/ *a* (ਪਰਾ) ਮੁੜ੍ਹਕੋ-ਮੁੜ੍ਹਕੀ, ਪਸੀਨੇ ਨਾਲ ਭਰਿਆ

forswear /ਫ਼ੋ'ਸਵੇਅ*/ *vt* ਸਹੁੰ ਪਾਉਣਾ, ਤੋਬਾ ਕਰਨਾ; ਸੌਂਹ ਤੋੜਨਾ, ਝੂਠੀ ਸਹੁੰ ਚੁੱਕਣਾ

forswink /ਫ਼ੋ'ਸਵਿਙਕ/ *vt* ਮਿਹਨਤ ਕਰਕੇ ਥੱਕ ਜਾਣਾ

forswunk /**ਫ਼ੋ'ਸਵਅੱਙਕ**/ *a* ਕਰੜੀ ਮਿਹਨਤ ਕਰ ਕੇ ਥੱਕਿਆ ਟੁੱਟਿਆ

fort /**ਫ਼ੋਟ**/ *n* ਕਿਲ੍ਹਾ, ਗੜ੍ਹ, ਦੁਰਗ, ਕੋਟ

fortalice /**ਫ਼ੋਟਅਲਿਸ**/ *n* (ਪਰਾ) ਛੋਟੀ ਗੜ੍ਹੀ; ਛੋਟਾ ਕੋਟ, ਬਚਾਅ ਲਈ ਵਲੀ ਗਈ ਵਲਗਣ

forte /**'ਫ਼ੋਟੇਇ**/ *n* ਕਿਸੇ ਮਨੁੱਖ ਦਾ ਕੋਈ ਵਿਸ਼ੇਸ਼ ਗੁਣ, ਕੋਈ ਇਖ਼ਲਾਕੀ ਜਾਂ ਦਿਮਾਗੀ ਸ਼ਕਤੀ; ਤਲਵਾਰ ਦਾ ਉੱਪਰਲਾ ਭਾਗ

forth /**ਫ਼ੋਥ**/ *adv* ਅਗਾਂਹ, ਅੱਗੇ ਵੱਲ; ਅਗਾਂਹ ਨੂੰ, ਅੱਜ ਤੋਂ ਬਾਅਦ, ਹੁਣ ਤੋਂ, ਭਵਿੱਖ ਵਿੱਚ; ਬਾਹਰ, ਘਰੋਂ ਬਾਹਰ; ਅੱਗੇ, ਸਾਹਵੇਂ; ਅਗਾੜੀ

forthcoming /**ˌਫ਼ੋਥ'ਕਅੱਮਿਙ**/ *a* ਆਉਣ ਵਾਲਾ, ਅਗਾਂਹ ਨੂੰ ਹੋਣ ਵਾਲਾ, ਆਗਾਮੀ, ਭਵਿੱਖ ਵਿੱਚ ਵਾਪਰਨ ਵਾਲਾ

forthright /**'ਫ਼ੋਥਰਾਇਟ**/ *n* ਸਿੱਧਾ ਰਾਹ *a* ਸਿੱਧਾ ਜਾਣ ਵਾਲਾ, ਪ੍ਰਵੀਣ, ਚਤਰ; ਅਟਲ, ਅਡੋਲ; ਨਿਰਨਾਜਨਕ, ਸਪਸ਼ਟ, ਖਰਾ, ਖਰੀ-ਖਰੀ ਕਹਿਣ ਵਾਲਾ, ਸੰਕੋਚ ਨਾ ਕਰਨ ਵਾਲਾ, ਮੂੰਹਫਟ; ਤੁਰਤ, ਝੱਟ-ਪੱਟ, ਫੌਰਨ

forthwith /**ˌਫ਼ੋਥ'ਵਿਦ**/ *adv* ਤੁਰੰਤ, ਫ਼ੌਰਨ, ਝੱਟ-ਪੱਟ, ਹੁਣੇ, ਇਸੇ ਵੇਲੇ

fortification /**ˌਫ਼ੋਟਿਫ਼ਿ'ਕੇਇਸ਼ਨ**/ *n* ਮਜ਼ਬੂਤੀ, ਕਿਲ੍ਹਾਬੰਦੀ, ਮੋਰਚਾਬੰਦੀ, ਰੱਖਿਆ ਦੇ ਸਾਧਨਾਂ ਦੀ ਮਜ਼ਬੂਤੀ, ਪੁਸ਼ਟੀ ਕਰਨ

fortify /**'ਫ਼ੋਟਿਫ਼ਾਇ**/ *v* ਕਿਲ੍ਹਾਬੰਦੀ ਕਰਨਾ, ਮੋਰਚਾਬੰਦੀ ਕਰਨਾ, (ਰੱਖਿਆ ਦੇ ਪੱਖ ਤੋਂ) ਤਕੜਾਈ ਕਰਨੀ, ਬਚਾਅ ਦੇ ਸਾਧਨ ਮਜ਼ਬੂਤ ਕਰਨਾ; ਉਤਸ਼ਾਹ ਵਧਾਉਣਾ, ਸ਼ਕਤੀ ਦੇਣਾ, ਵਿਟਾਮਿਨ ਨਾਲ ਖ਼ੁਰਾਕ ਨੂੰ ਤਾਕਤ ਵਾਲੀ ਬਣਾਉਣਾ; ਅਲਕੋਹਲ ਆਦਿ ਮਿਲਾ ਕੇ ਸ਼ਰਾਬ ਤੇਜ਼ ਕਰਨਾ, ਪੁਸ਼ਟੀ ਕਰਨਾ

fortitude /**'ਫ਼ੋਟਿਟਯੂਡ**/ *n* ਹਿੰਮਤ, ਹੌਸਲਾ, ਜੇਰਾ, ਸਾਹਸ, ਸਿਦਕ, ਸਿਰੜ, ਸਹਿਣ ਸ਼ਕਤੀ, ਤਾਕਤ, ਜਿਗਰਾ

fortnight /**'ਫ਼ੋਟਨਾਇਟ**/ *n* ਦੋ ਹਫ਼ਤੇ ਦਾ ਸਮਾਂ, *15* ਦਿਨ, ਪੰਦਰਵਾੜਾ ਪੱਖ

fortnightly /**'ਫ਼ੋਟਨਾਇਟਲਿ**/ *a* ਦੋ ਹਫ਼ਤੇ ਪਿੱਛੋਂ ਵਾਪਰਨ ਵਾਲਾ, ਅਰਧ ਮਾਸਿਕ

Fortran /**'ਫ਼ੋਟਰੈਨ**/ *n* (ਕੰਪਿ) ਸਮੀਕਰਨਾਂ ਲਿਖਣ ਫਾਰਮੂਲੇ ਦਰਸਾਉਣ ਅਤੇ ਗਣਨਾਵਾਂ ਕਰਨ ਲਈ ਵਰਤੀ ਜਾਂਦੀ ਇੱਕ ਕੰਪਿਊਟਰ ਭਾਸ਼ਾ ਜੋ ਵਿਗਿਆਨ ਅਤੇ ਵਿਉਪਾਰ ਜਗਤ ਦੇ ਕਾਰਜਾਂ ਲਈ ਮਹੱਤਵਪੂਰਨ ਹੈ

fortress /**'ਫ਼ੋਟਰਅਸ**/ *n* ਕੋਟ, ਗੜ੍ਹੀ

fortuitism /**ਫ਼ੋ'ਟਯੂਇਟਿਜ਼ਅਮ**/ *n* ਭਾਗਵਾਦ, ਸੰਜੋਗਵਾਦ

fortuitist /**ਫ਼ੋ'ਟਯੂਇਟਿਸਟ**/ *n* ਭਾਗਵਾਦੀ, ਦੈਵਵਾਦੀ

fortuitous /**ਫ਼ੋ'ਟਯੂਇਟਅਸ**/ *a* ਕੁਦਰਤੀ ਹੋ ਜਾਣ ਵਾਲਾ, ਇਤਫ਼ਾਕੀਆ, ਸੰਜੋਗਵਸ, ਆਕਸਮਕ

fortuity /**ਫ਼ੋ'ਟਯੂਇਟਿ**/ *n* ਕੁਦਰਤੀ ਹੋਈ ਗੱਲ ਜਾਂ ਵਾਰਦਾਤ, ਅਚਨਚੇਤੀ, ਹਾਦਸਾ, ਇਤਫ਼ਾਕੀਆ ਕਿੱਸਾ, ਸਬੱਬੀ ਗੱਲ, ਘਟਨਾ

fortunate /**'ਫ਼ੋਚਅਨਅਟ**/ *a* ਚੰਗੀ ਕਿਸਮਤ ਵਾਲਾ, ਸੁਭਾਗਾ, ਭਾਗਾਂ ਵਾਲਾ, ਨਸੀਬਾਂ ਵਾਲਾ, ਖੁਸ਼ਕਿਸਮਤ; ਸ਼ੁਭ, ਸੁਲੱਖਣਾ, ਮੰਗਲਮਈ

fortune /**'ਫ਼ੋਚੂਨ**/ *n* ਕਿਸਮਤ, ਭਾਗ, ਨਸੀਬ, ਹੋਣੀ, ਭਾਵੀ, ਵਿਧਮਾਤਾ; ਧਨ-ਮਾਲ, ਦੌਲਤ, ਖ਼ੁਸ਼ਹਾਲੀ

fortune hunter *n* ਮਾਲਦਾਰ ਵਹੁਟੀ ਦਾ ਢੂੰਡਾਊ; ਧਨ ਦਾ ਖੋਜੀ

fortune-teller /**'ਫ਼ੋਚੂਨˌਟੈੱਲਅ***/ *n* ਕਿਸਮਤ ਦੱਸਣ ਵਾਲਾ, ਜੋਤਸ਼ੀ, ਨਜੂਮੀ

fortunize /**'ਫ਼ੋਚਅਨਾਇਜ਼**/ *vt* ਸੁਖੀ ਬਣਾਉਣਾ, ਸੁਖ ਦੇਣਾ

forty /**'ਫ਼ੋਟਿ**/ *n* ਚਾਲੀ

fortyfold /**'ਫ਼ੋਟਿਫ਼ਉਅਲਡ**/a ਚਾਲੀ ਗੁਣਾ

forty-ninth parallel *n* ਨਕਸ਼ੇ ਤੇ ਭੂ-ਮੱਧ ਰੇਖਾ ਤੋਂ *49* ਡਿਗਰੀ 'ਤੇ ਰੇਖਾ, ਪੱਛਮੀ ਕੈਨੇਡਾ

ਅਤੇ ਸੰਯੁਕਤ ਰਾਜ ਅਮਰੀਕਾ ਖੇਤਰ ਦੀ ਸਰਹੱਦ ਦਾ ਸਥਾਨ

forty winks *n* ਖਾਣਾ ਖਾਣ ਪਿੱਛੋਂ ਥੋੜ੍ਹੇ ਚਿਰ ਲਈ ਊਂਘ, ਠੌਂਕਾ, ਝਪਕੀ

forum /'ਫ਼ੋਰਅਮ/ *n* ਲੋਕ ਚਰਚਾ ਦੀ ਥਾਂ, ਗੋਸ਼ਟੀ ਸਥਾਨ, ਸਮਾਰੋਹ ਵਾਲੀ ਥਾਂ, ਗੋਸ਼ਟੀ, ਸਮਾਰੋਹ, ਜਨ ਸਭਾ, ਚੌਪਾਲ; ਅਖਾੜਾ, ਮੰਡੀ, ਬਜ਼ਾਰ; ਕਚਹਿਰੀ, ਅਦਾਲਤ, ਨਿਆਂ ਸਭਾ

forward /'ਫ਼ੋਵਅਡ/ *a* ਅਗਲਾ, ਮੂਹਰਲਾ, ਅਗੇਤਰਾ, ਅਗਾਂਹ ਵਧਿਆ ਹੋਇਆ; ਪਹਿਲੇ ਸਮੇਂ ਦਾ; ਭੂਏ ਚੜ੍ਹਿਆ; ਨਿਲੱਜ; ਅੱਥਰਾ; ਅਗੇਤਰਾ ਪੱਕਿਆ; ਤਿਆਰ, ਤਿਆਰ-ਬਰ-ਤਿਆਰ; ਕਾਹਲਾ, ਉਤਾਵਲਾ; ਸਾਮ੍ਹਣੇ *n* (ਫ਼ੁਟਬਾਲ, ਹਾਕੀ ਆਦਿ ਵਿੱਚ) ਸਭ ਤੋਂ ਅਗਲੀ ਪੰਗਤੀ ਦਾ ਖਿਡਾਰੀ *adv* ਅਗਾੜੀ, ਜਹਾਜ਼ ਦੇ ਅਗਲੇ ਹਿੱਸੇ ਤੱਕ; ਸੈਨਾ ਦੀਆਂ ਅਗਲੀਆਂ ਪੰਗਤੀਆਂ ਵਿੱਚ; ਅੱਗੋਂ, ਪਹਿਲਾਂ, ਅੱਗੇ-ਅੱਗੇ, ਮੂਹਰੇ *vt* ਮੂਹਰੇ ਲਾਉਣਾ, ਅੱਗੇ ਵਧਾਉਣਾ; ਅਗਾਂਹ ਭੇਜਣਾ, ਅੱਗੇ ਤੋਰਨਾ ; ਉੱਨਤੀ ਦੀ ਚਾਲ ਤੇਜ਼ ਕਰਨਾ; (ਚਿੱਠੀ ਆਦਿ) ਅਗਲੇ ਪਤੇ 'ਤੇ ਭੇਜਣਾ; ਭੇਜਣਾ, ਘੱਲਣਾ, ਰਵਾਨਾ ਕਰਨਾ

forwardness /'ਫ਼ੋਵਅਡਨਅਸ/ *a* ਨਿਰਲੱਜਤਾ, ਢੀਠਤਾ; ਦਲੇਰੀ; ਅਗੇਤਰਤਾ

forward slash *n* ਅੱਗੇ ਨੂੰ ਉੱਲਰੀ ਟੇਢੀ ਲਕੀਰ ਵਾਲੇ ਚਿੰਨ੍ਹ ਦਾ ਨਾਂ

forwearied, forworn /ਫ਼ੋ'ਵਿਅਰਿਡ, ਫ਼ੋ'ਵੋਨ/ *a* ਥੱਕਿਆ-ਟੁੱਟਿਆ, ਹੁੱਸਿਆ, ਸਿਥਲ ਪਿਆ, ਮਾਂਦਾ ਪਿਆ

fossa, fosse /'ਫ਼ੌਸਅ, ਫ਼ੌਸ/ *n* ਖਾਈ, ਤੰਗ ਡੂੰਘੀ ਨਾਲੀ (ਖ਼ਾਸ ਕਰ ਕੇ ਕਿਲ੍ਹੇਬੰਦੀ ਵਾਲੀ)

fossick /'ਫ਼ੌਸਿਕ/ *vi* (ਅਪ) ਇੱਧਰ-ਉੱਧਰ ਲੱਭਣਾ, ਢੂੰਡਣਾ; ਖੋਜ ਕਰਨਾ

fossil /'ਫ਼ੌਸਲ/ *n* ਭੋਂ ਵਿੱਚ ਦੱਬੀ ਪ੍ਰਾਚੀਨ ਕਾਲ ਦੀ ਕੋਈ ਵਸਤੂ ਜਾਂ ਜੀਵ ਦਾ ਪਿੰਜਰ; ਪਥਰਾਟ, ਕੋਈ ਵਸਤੂ ਜਾਂ ਮਨੁੱਖ ਜਿਸ ਦਾ ਸੰਬੰਧ ਪ੍ਰਾਚੀਨ ਕਾਲ ਨਾਲ ਹੋਵੇ a ਪੱਥਰ ਰੂਪੀ, ਪ੍ਰਾਚੀਨ; ਜਿਸ ਵਿੱਚ ਉੱਨਤੀ ਦੀ ਗੁੰਜਾਇਸ਼ ਨਾ ਹੋਵੇ; ਪੁਰਾਣੇ ਖ਼ਿਆਲਾਂ ਦਾ, ਰੂੜ੍ਹੀਵਾਦੀ

fossilate /'ਫ਼ੌਸਿਲੇਇਟ/ *vt* ਪਥਰਾਉਣਾ, ਪੱਥਰ ਰੂਪ ਕਰਨਾ

fossilize /'ਫ਼ੌਸਅਲਾਇਜ਼/ *v* ਪਥਰਾਉਣਾ ਜਾਂ ਪਥਰਾਏ ਜਾਣਾ, ਪੱਥਰ ਰੂਪ ਕਰਨਾ ਜਾਂ ਹੋਣਾ

foster /'ਫ਼ੌਸਟਅ*/ *vt* ਪਾਲਣਾ-ਪੋਸਣਾ; ਦੁੱਧ ਚੁੰਘਾਉਣਾ; ਅਗਾਂਹ ਵਧਾਉਣਾ; (ਆਂਡਿਆਂ ਉੱਤੇ ਬਹਿ ਕੇ) ਸੇਹਣਾ, (ਆਪਣੇ ਸਰੀਰ ਨਾਲ ਲਾ ਕੇ) ਨਿੱਘਾ ਰੱਖਣਾ a ਪਾਲਿਆ ਹੋਇਆ, ਜਿਸ ਦਾ ਰਿਸ਼ਤਾ ਖ਼ੂਨ ਦਾ ਨਾ ਹੋਵੇ ਸਗੋਂ ਦੁੱਧ ਦਾ ਹੋਵੇ

fosterage /'ਫ਼ੌਸਟ(ਅ)ਰਿਜ/ *n* ਪਾਲਣ-ਪੋਸਣ, ਦੁੱਧ ਚੁੰਘਾਉਣ ਦੀ ਕਿਰਿਆ; ਦੁੱਧ ਚੁੰਘਾਉਣ ਵਾਲੀ ਦਾਈ ਲਾਉਣ ਦੀ ਪ੍ਰਥਾ

fosterer /'ਫ਼ੌਸਟ(ਅ)ਰਅ*/ *n* ਪਾਲਕ, ਪੋਸ਼ਕ; ਸ਼ਹਿ ਦੇਣ ਵਾਲਾ

fosterling /'ਫ਼ੌਸਟਅਲਿਙ/ *n* ਪਾਲਿਆ ਬੱਚਾ

fought /ਫ਼ੋਟ/ *v* **fight** ਦਾ ਭੂਤ-ਕਾਲ ਅਤੇ ਭੂਤ ਕ੍ਰਿਦੰਤ

foul /ਫ਼ਾਉਲ/ *a* ਗੰਦਾ, ਮੈਲਾ, ਲਿਬੜਿਆ, ਅਪਵਿੱਤਰ, ਗਲਿਆ-ਸੜਿਆ, ਬਦਬੋਦਾਰ; ਗੰਦ ਬਕਣ ਵਾਲਾ; ਬਦਸੂਰਤ, ਕੋਝੀ ਸੂਰਤ ਵਾਲਾ; ਖੇਡ ਦੇ ਨੇਮਾਂ ਦੇ ਵਿਰੁੱਧ, ਰੋਂਡੀ; ਨਾਜਾਇਜ਼; ਰੁਕਿਆ, ਬੰਦ; ਉਲਝਿਆ, ਫਸਿਆ; (ਮੌਸਮ) ਤੂਫ਼ਾਨੀ, ਖ਼ਰਾਬ, ਭੈੜਾ; ਨੀਚ, ਪਾਪੀ, ਖੋਟਾ; ਨੀਚਤਾ ਵਾਲਾ n ਕਪਟਤਾ ਵਾਲਾ ਕੰਮ, (ਖੇਡ ਵਿੱਚ) ਨਿਯਮ ਵਿਰੁੱਧ ਚਾਲ ਜਾਂ ਕਿਰਿਆ, ਅਸ਼ੁੱਧ ਜਾਂ ਅਣਉਚਿਤ ਖੇਡ; ਉਲਝਣ, ਝੰਜਟ *v* ਉਲਝਣਾ, ਫਸ ਜਾਣਾ, ਉਲਝਾ ਦੇਣਾ ਜਾਂ ਫਸਾ ਦੇਣਾ; ਅਪਮਾਨਤ ਕਰਨਾ, ਮਾਣ ਹਾਨੀ ਕਰਨਾ; ਗੰਦਾ ਕਰਨਾ, ਭ੍ਰਿਸ਼ਟ ਕਰਨਾ, ਗੰਦਾ ਜਾਂ ਭ੍ਰਿਸ਼ਟ ਹੋਣਾ; ਰੋਕਣਾ ਜਾਂ ਰੁਕਣਾ, ਰਾਹ ਬੰਦ ਕਰ ਦੇਣਾ; ਟੱਕਰ ਹੋਣਾ; ਨਿਯਮ ਵਿਰੁੱਧ ਖੇਡਣਾ; ਖੇਡ ਵਿੱਚ ਅਣਉਚਿਤ ਜਾਂ ਅਨਿਯਮਤ ਚਾਲ ਚਲਣਾ;

through fair and foul ਜਿਵੇਂ ਕਿਵੇਂ

foul-mouthed /ˌਫ਼ਾਉਲ'ਮਾਉਥਡ/ *a* ਗੰਦ ਬਕਣ ਵਾਲਾ, ਬਦਜ਼ਬਾਨ

foul play *n* ਧੋਖੇਬਾਜ਼ੀ

found /ਫ਼ਾਉਨਡ/ *v* ਨੀਂਹ ਰੱਖਣਾ, ਮਕਾਨ (ਆਦਿ) ਬਣਾਉਣਾ ਅਰੰਭ ਕਰਨਾ, ਸ਼ਹਿਰ ਜਾਂ ਪਿੰਡ ਬੰਨ੍ਹਣਾ, ਵਿੱਢਣਾ, ਉਸਾਰਨਾ, ਸਥਾਪਨਾ ਕਰਨਾ; ਕੋਈ ਸੰਸਥਾ ਅਰੰਭ ਕਰਨਾ, ਖੜ੍ਹੀ ਕਰਨਾ; ਕਾਇਮ ਕਰਨਾ, ਵਿਵਸਥਾ ਕਰਨਾ; ਨੇਮ ਆਦਿ ਬਣਾਉਣਾ; ਆਧਾਰ ਬਣਾਉਣਾ; ਨਿਰਮਾਣ ਕਰਨਾ; ਨੀਂਹ ਜਾਂ ਆਧਾਰ ਹੋਣਾ; ਆਸ਼ਰਿਤ ਹੋਣਾ, (ਦੇ ਸਹਾਰੇ) ਟਿਕਣਾ; ਵਿਸ਼ਵਾਸ ਕਰਨਾ; (ਧਾਤ ਆਦਿ ਨੂੰ) ਗਾਲ ਕੇ ਬਣਾਉਣਾ, ਗਾਲ ਕੇ ਢਾਲਣਾ, ਢਲਾਈ ਕਰਨਾ

foundation /ਫ਼ਾਉਨ'ਡੇਇਸ਼ਨ/ *n* ਨੀਂਹ, ਬੁਨਿਆਦ, ਕੁਰਸੀ; ਆਧਾਰ, ਸਹਾਰਾ; ਨਿਰਮਾਣ, ਰਚਨਾ, ਅਰੰਭ; ਮੂਲ ਤੱਤ, ਮੂਲ ਸਿਧਾਂਤ; ਧਰਮਾਰਥ ਸੰਸਥਾ, ਧਰਮਾਰਥ ਫੰਡ; ਸਥਾਪਨਾ

foundationer /ਫ਼ਾਉਨ'ਡੇਇਸ਼ਅਨਅ*/ *n* ਨੀਂਹ ਰੱਖਣ ਵਾਲਾ, ਅਰੰਭ ਕਰਨ ਵਾਲਾ, (ਸ਼ਹਿਰ ਆਦਿ) ਬੰਨ੍ਹਣ ਵਾਲਾ ਜਾਂ ਵਸਾਉਣ ਵਾਲਾ, ਮੋਢੀ, ਬਾਨੀ, ਸੰਚਾਲਕ

foundation stone *n* ਨੀਂਹ ਪੱਥਰ

founding father *n* ਮੋਢੀ

foundling /'ਫ਼ਾਉਨਡਲਿਙ/ *n* ਬੇਆਸਰਾ ਬੱਚਾ ਜਿਸ ਦੇ ਮਾਂ ਪਿਓ ਦਾ ਕੋਈ ਪਤਾ ਨਾ ਹੋਵੇ, ਅਨਾਥ, ਯਤੀਮ

foundry /'ਫ਼ਾਉਨਡਰਿ/ *n* ਗਾਲਣ ਤੇ ਢਾਲਣ ਵਾਲਾ ਕਾਰਖ਼ਾਨਾ, ਢਲਾਈ ਦੇ ਕੰਮ ਵਾਲਾ ਕਾਰਖ਼ਾਨਾ, ਫਾਉਂਡਰੀ

fount[1] /ਫ਼ਾਉਨਟ/ *n* ਛਾਪੇ ਦੇ ਇੱਕ ਸੱਚੇ ਦੇ ਅੱਖਰ, ਇੱਕੋ ਸਾਈਜ਼ (ਨਾਪ) ਦੇ ਅੱਖਰ, ਟਾਈਪ ਵਰਗ

fount[2] *n* (ਕਾਵਿ) ਚਸ਼ਮਾ, ਝਰਨਾ; ਫੁਹਾਰਾ; ਲੈਂਪ (ਲਾਲਟੈਨ) ਦਾ ਥੱਲਾ ਜਿਸ ਵਿੱਚ ਤੇਲ ਭਰਿਆ ਜਾਂਦਾ ਹੈ; ਕਿਸੇ ਨਦੀ ਨਾਲੇ ਦੇ ਅਰੰਭ ਹੋਣ ਵਾਲੀ ਥਾਂ, ਸ੍ਰੋਤ, ਸੋਮਾ

fountain /'ਫ਼ਾਉਨਟਅਨ/ *n* ਝਰਨਾ, ਚਸ਼ਮਾ; ਸੋਮਾ, (ਨਦੀ ਆਦਿ ਦਾ) ਮੂਲ; ਫੁਹਾਰਾ, ਫੁਹਾਰੇ ਵਾਂਗ ਫੁੱਟਣ ਵਾਲੀ ਪਾਣੀ ਦੀ ਧਾਰ; ਲੈਂਪ ਅਤੇ ਛਪਾਈ ਦੀ ਮਸ਼ੀਨ ਵਿੱਚ ਸਿਆਹੀ ਆਦਿ ਰੱਖਣ ਵਾਲੀ ਥਾਂ

fountainhead /'ਫ਼ਾਉਨਟਅਨਹੈੱਡ/ *n* ਮੂਲ ਸ੍ਰੋਤ, ਮੁੱਢ; ਮੂਲ ਕਾਰਨ

fountain pen *n* ਸਿਆਹੀ ਭਰ ਕੇ ਵਰਤਣ ਵਾਲੀ ਕਲਮ, ਫਾਊਂਟੇਨ ਪੈੱਨ

four /ਫ਼ੋ*/ *n* ਚਾਰ ਦੀ ਗਿਣਤੀ; (ਬਹੁ) (ਸੈਨਾ) ਚਾਰ-ਚਾਰ ਸਿਪਾਹੀਆਂ ਦੀ ਪਾਲ; ਚਾਰ ਫ਼ੀਸਦੀ ਮਾਲ ਜਾਂ ਸਮਾਨ; ਚਾਰ ਵਿਅਕਤੀਆਂ ਜਾਂ ਵਸਤੂਆਂ ਦਾ ਸਮੂਹ; (ਤਾਸ਼ ਦੀ) ਚੌਕੀ; (ਕ੍ਰਿਕਟ ਵਿੱਚ) ਅਜਿਹੀ ਹਿੱਟ ਜਿਸ ਨਾਲ ਚਾਰ ਦੌੜਾਂ ਬਣਨ

fourfold /'ਫ਼ੋਫ਼ਅਉਲਡ/ *n* ਚਾਰ ਗੁਣਾ

four-in-hand /ˌਫ਼ੋਰਇਨ'ਹੈਨਡ/ *n* ਚਾਰ ਘੋੜਿਆਂ ਵਾਲੀ ਬੱਘੀ

four-letter word *n* ਕੁਬੋਲ, ਗਾਲੀ-ਗਲੋਚ, ਅਸ਼ਲੀਲ ਸ਼ਬਦ

foursome /ਫ਼ੋ'ਸਅਮ/ *n* ਚਾਰ ਵਿਅਕਤੀਆਂ ਦਾ ਸਮੂਹ ਸੰਘ ਜਾਂ ਦਲ; ਦੋ-ਦੋ ਖਿਡਾਰੀਆਂ ਦੀਆਂ ਦੋ ਟੋਲੀਆਂ ਦੁਆਰਾ ਖੇਡੀ ਜਾਣ ਵਾਲੀ ਖੇਡ

four-square /ˌਫ਼ੋ'ਸਕਵੇਅ*/ *a* ਸਥਿਰ, ਮਜ਼ਬੂਤ; ਵਰਗਾਕਾਰ

four-stroke *n* ਪ੍ਰਤਿ ਸ਼ਕਤੀ ਇਕਾਈ ਵਿੱਚ ਇੰਜਨ ਦੇ ਪਿਸਟਨ ਦੀ ਚਾਰ ਵਾਰ ਉੱਪਰ ਥੱਲੇ ਨੂੰ ਗਤੀ

fourteen /ˌਫ਼ੋ'ਟੀਨ/ *a* ਚੌਦਾਂ

fourteenth /ਫ਼ੋ'ਟੀਨਥ/ *a* ਚੌਦ੍ਹਵਾਂ

fourth /ਫ਼ੋਥ/ *a* ਚੌਥਾ

fourth estate *n* ਪੱਤਰਕਾਰਾਂ ਅਤੇ ਅਖਬਾਰਾਂ ਵਗੈਰਾ ਉੱਪਰ ਪਿਆ ਰਾਜਨੀਤਿਕ ਪ੍ਰਭਾਵ

four-wheel drive /ˌਫ਼ੋਵੀਲ'ਡਰਾਇਵ੍/ *n* ਕਾਰ ਜਾ ਕੋਈ ਗੱਡੀ ਜਿਸਦੇ ਸਾਰੇ ਪਹੀਆਂ ਨੂੰ ਇੰਜਣ ਚਲਾਉਂਦਾ ਅਤੇ ਕੰਟਰੋਲ ਵਿੱਚ ਰੱਖਦਾ ਹੋਵੇ

four-wheeler /ˌਫ਼ੋ'ਵੀਲਅ*/ *n* ਚਾਹ ਪਹੀਆਂ ਵਾਲੀ ਗੱਡੀ ਜਾਂ ਬੱਘੀ

fowl /ਫ਼ਾਉਲ/ *n* ਪੰਛੀ ਜਿਵੇਂ ਕੁੱਕੜ ਜਾਂ ਕੁਕੜੀ; ਕੁੱਕੜ ਦਾ ਮਾਸ *vt* ਪੰਛੀਆਂ ਦਾ ਸ਼ਿਕਾਰ ਕਰਨਾ, ਜਾਲ ਲਾ ਕੇ ਪੰਛੀ ਫੜਨਾ

fowler /'ਫ਼ਾਉਲਅ*/ *n* ਪੰਛੀਆਂ ਦਾ ਸ਼ਿਕਾਰੀ, ਜਾਲ ਲਗਾ ਕੇ ਪੰਛੀ ਫੜਨ ਵਾਲਾ, ਚਿੜੀਮਾਰ, ਸਯਾਦ

fowling /'ਫ਼ਾਉਲਿਙ/ *n* ਜੰਗਲੀ ਕੁੱਕੜ ਜਾਂ ਚੀਤਿਆਂ ਦਾ ਸ਼ਿਕਾਰ

fowling piece *n* ਚਿੜੀਮਾਰ ਬੰਦੂਕ

fox /ਫ਼ੌਕਸ/ *n* ਲੂੰਬੜ, ਲੂੰਬੜੀ; ਚਲਾਕ ਆਦਮੀ, ਘਾਗ, ਹੇਰਾ-ਫੇਰੀ ਕਰਨ ਵਾਲਾ ਬੰਦਾ, ਚਲਦਾ ਪੁਰਜ਼ਾ; (**Fox**) ਉੱਤਰ ਵੱਲ ਦਾ ਇੱਕ ਤਾਰਾ ਮੰਡਲ *v* ਧੋਖਾ ਦੇਣਾ, ਚਲਾਕੀ ਕਰਨਾ; ਛਲ ਕਰਨਾ, (ਪੁਸਤਕ ਦੇ ਪੰਨਿਆ 'ਤੇ) ਭੂਰੇ ਰੰਗ ਦੇ ਦਾਗ ਲਾ ਕੇ ਉਨ੍ਹਾਂ ਨੂੰ ਕਰੂਪ ਕਰਨਾ

foxhound /'ਫ਼ੌਕਸਹਾਉਨਡ/ *n* ਲੂੰਬੜ ਦਾ ਸ਼ਿਕਾਰ ਕਰਨ ਵਾਲਾ ਕੁੱਤਾ

foxiness /'ਫ਼ੌਕਸਿਨਅਸ/ *n* ਚਾਲਬਾਜ਼ੀ, ਮੱਕਾਰੀ, ਚਲਾਕੀ; ਚਟਕ, ਲਾਲਚ

foxtrot /'ਫ਼ੌਕਸਟਰੌਟ/ *n* ਇੱਕ ਤਰ੍ਹਾਂ ਦਾ ਨਾਚ

foxy /'ਫ਼ੌਕਸਿ/ *a* ਲੂੰਬੜੀ ਵਰਗਾ, ਚਲਾਕੀ ਵਾਲਾ; ਫ਼ਰੇਬੀ, ਦਗ਼ਾਬਾਜ਼; (ਚਿੱਤਰ) ਭੂਰੇ ਰੰਗ ਦਾ, ਲੂੰਬੜੀ ਰੰਗਾ

foy /ਫ਼ੌਇ/ *n* ਵਿਦਾਈ ਤੋਂ ਪਹਿਲਾਂ ਦਾ ਖਾਣਾ, ਵਿਦਾਈਪੂਰਵ ਭੋਜ

fracas /'ਫ਼ਰੈਕਾ/ *n* ਲੜਾਈ-ਝਗੜਾ, ਤਕਰਾਰ

frack /ਫ਼ਰੈਕ/ *n* (ਹੋਟਲ ਦੇ) ਨੌਕਰ ਦੀ ਵਰਦੀ

fraction /'ਫ਼ਰੈਕਸ਼ਨ/ *n* ਹਿੱਸਾ, ਭਾਗ, ਖੰਡ, ਅੰਸ਼, ਟੁਕੜਾ; (ਗਣਿ) ਅਪੂਰਨ ਅੰਕ, ਬਟੇ ਵਾਲਾ ਅੰਕ; ਭਿੰਨ, ਕਸਰ

fractional /'ਫ਼ਰੈਕਸ਼ਅਨਲ/ *a* ਬਟੇ ਵਾਲਾ, ਭਿੰਨਾਤਮਕ, ਕਸਰੀ; ਨਿਗੂਣਾ, ਛੋਟਾ

fractious /'ਫ਼ਰੈਕਸ਼ਅਸ/ *a* ਚਿੜਚਿੜਾ, ਝਗੜਾਲੂ, ਸੜੇ-ਭੁੱਜੇ ਸੁਭਾਅ ਵਾਲਾ, ਲੜਾਕਾ

fracture /'ਫ਼ਰੈਕਚਅ*/ *v* ਹੱਡੀ ਤਿੜਕਣਾ, ਹੱਡੀ ਦਾ ਟੁੱਟਣਾ *n* ਹਥੌੜੇ ਨਾਲ ਤੋੜਨ ਪਿੱਛੋਂ ਦਿਸਣ ਵਾਲੀ ਧਾਤ ਦੀ ਤਹਿ

fragile /'ਫ਼ਰੈਜਾਇਲ/ *a* ਨਾਜ਼ਕ, ਕਮਜ਼ੋਰ, ਛੇਤੀ ਟੁੱਟਣ ਵਾਲਾ, ਭੰਗਰ, ਭੁਰਭੁਰਾ

fragility /ਫ਼ਰਅ'ਜਿਲਅਟਿ/ *n* ਭੁਰਭੁਰਾਪਣ, ਬੋਦਾਪਣ, ਭੰਗਰਤਾ

fragment /'ਫ਼ਰੈਗਮਅਨਟ/ *n* ਟੋਟਾ, ਟੁਕੜਾ, ਫਾੜ, ਖੰਡ, ਅੰਸ਼, ਭਾਗ, ਕਿਸੇ ਵਸਤੂ ਨਾਲੋਂ ਵੱਖ ਹੋਇਆ ਟੁਕੜਾ ਜਾਂ ਭਾਗ

fragmentary /'ਫ਼ਰੈਗਮਅਨਟਰਿ/ *a* ਟੋਟੇ-ਟੋਟੇ, ਵੱਖ-ਵੱਖ, ਖੰਡਿਤ

fragmentation /ˌਫ਼ਰੈਗਮਅਨ'ਟੇਇਸ਼ਨ/ *n* ਟੋਟੇ-ਟੋਟੇ ਹੋਣ ਦੀ ਕਿਰਿਆ, ਵਿਖੰਡਨ

fragmentation bomb *n* ਫਟਣ ਮਗਰੋਂ ਟੋਟੇ ਹੋਣ ਵਾਲਾ ਬੰਬ

fragrance /'ਫ਼ਰੇਇਗਰਅਨਸ/ *a* ਖ਼ੁਸ਼ਬੋ, ਮਿੱਠੀ ਸੁਗੰਧ, ਮਹਿਕ

fragrant /'ਫ਼ਰੇਇਗਰਅਨਟ/ *a* ਖ਼ੁਸ਼ਬੋਦਾਰ, ਮਿੱਠੀ ਸੁਗੰਧ ਵਾਲਾ, ਮਹਿਕਦਾ

frail[1] /ਫ਼ਰੇਇਲ/ *a* ਕਮਜ਼ੋਰ, ਮਾੜਾ, ਖੱਦਾ, ਲਿੱਸਾ, (ਇਖ਼ਲਾਕੀ ਤੌਰ 'ਤੇ) ਕਮਜ਼ੋਰ; ਅਸਥਾਈ

frail[2] *n* ਫਲ ਆਦਿ ਬਾਹਰ ਭੇਜਣ ਵਾਲੀ ਇੱਕ ਪ੍ਰਕਾਰ ਦੀ ਘਾਹ ਦੀ ਟੋਕਰੀ

frailty /'ਫ਼ਰੇਇਲਟਿ/ *n* ਕਮਜ਼ੋਰੀ, ਦੁਰਬਲਤਾ; ਔਗੁਣ ਕਰਨ ਵਾਲੀ ਰੁਚੀ

fraise[1] /ਫ਼ਰੇਇਜ਼/ *n* ਨੋਕਦਾਰ ਪੱਥਰਾਂ ਜਾਂ ਲੱਕੜਾਂ ਦਾ ਜੰਗਲਾ

fraise[2] *n* ਟੈਂਕੀ, ਛੇਕ ਨੂੰ ਚੌੜਾ ਕਰਨ ਅਤੇ ਘੜੀ

ਦੀ ਗਰਾਰੀ ਵਿੱਚ ਦੰਦੇ ਪਾਉਣ ਦਾ ਇੱਕ ਔਜ਼ਾਰ

frame /ਫ਼ਰੇਇਮ/ *v* ਬਣਾਉਣਾ, ਘੜਨਾ, ਸਾਜਣਾ; ਜੜਨਾ, ਠੋਕਣਾ, ਠੀਕ ਬਠਾਉਣਾ; ਚੁਗਾਠ ਲਾਉਣਾ; ਵਿਚਾਰਾਂ ਨੂੰ (ਕਿਸੇ ਕੰਮ ਦੇ ਅਨੁਕੂਲ) ਢਾਲਣਾ; (ਕਿਸੇ ਨੂੰ ਕਿਸੇ ਕੰਮ ਲਈ) ਤਿਆਰ ਕਰਨਾ; ਸੋਚਣਾ, ਕਲਪਨਾ ਕਰਨਾ; (ਚੋਣ, ਦੌੜ ਆਦਿ ਦਾ) ਜਾਲ੍ਹੀ ਨਤੀਜਾ ਬਣਾ ਲੈਣਾ *n* ਢਾਂਚਾ, ਪਿੰਜਰ, ਚੁਗਾਠ, ਚੌਖਟਾ; ਹਾਲਤ, ਦਸ਼ਾ; ਮਨ ਦੀ ਹਾਲਤ; ਕਾਠੀ, ਸਰੀਰ, ਕਾਇਆ; ਰਚਨਾ, ਨਿਰਮਾਣ, ਬਣਤਰ, ਬਣਾਵਟ; ਯੋਜਨਾ, ਪ੍ਰਬੰਧ ਵਿਵਸਥਾ

frame of mind *n* (ਖ਼ਾਸ ਸਥਿਤੀ ਵਿੱਚ) ਸੋਚਣ ਦੀ ਵਿਧੀ, ਮਹਿਸੂਸ ਕਰਨ ਦਾ ਤਰੀਕਾ

frame-up /'ਫ਼ਰੇਇਮਅੱਪ/ *n* ਸਾਜ਼ਸ਼, ਘਾੜਤ, ਮਨ-ਘੜਤ ਕਹਾਣੀ

framework /'ਫ਼ਰੇਇਮਵਅ:ਕ/ *n* ਢਾਂਚਾ, ਚੌਖਟਾ

franc /ਫ਼ਰੈਙਕ/ *n* ਫ਼ਰਾਂਸ ਦਾ ਇੱਕ ਸਿੱਕਾ, ਫਰਾਂਕ

franchise /'ਫ਼ਰੈਨਚਾਇਜ਼/ *n* ਵੋਟ ਦੇਣ ਦਾ ਅਧਿਕਾਰ, ਮੱਤ ਅਧਿਕਾਰ, ਨਾਗਰਕਿਤਾ; ਵਿਸ਼ੇਸ਼ ਅਧਿਕਾਰ; ਜ਼ੁੰਮੇਵਾਰੀ ਤੋਂ ਵਿਧਾਨਕ ਮੁਕਤੀ

franchisee /ˌਫ਼ਰੈਨਚਾਇ'ਜ਼ੀ/ *n* ਵਿਸ਼ੇਸ਼ ਅਧਿਕਾਰ ਪ੍ਰਾਪਤ ਮਨੁੱਖ ਜਾਂ ਕੰਪਨੀ

franglais /'ਫ਼ਰੌਙਗਲੇਇ/ *n* ਅੰਗਰੇਜ਼ੀ ਅਤੇ ਫ਼ਰਾਂਸੀਸੀ ਤੋਂ ਬਣੀ ਮਿਸ਼ਰਿਤ ਭਾਸ਼ਾ

frank /ਫ਼ਰੈਙਕ/ *a* ਨਿਰਛਲ, ਸਰਲ, ਸਾਫ਼-ਸਾਫ਼, ਖਰਾ, ਬੇਲਾਗ, ਭੋਲਾ, ਸਾਦਾ *vt* ਮਸੂਲ ਛੋਟ ਪੱਤਰ ਉੱਤੇ ਸਹੀ ਪਾਉਣਾ; ਕਿਸੇ ਸੰਸਥਾ ਵਿੱਚ ਸ਼ਾਮਲ ਹੋਣ ਦਾ ਪ੍ਰਵਾਨਗੀ ਪੱਤਰ ਦੇਣਾ; (ਕਿਸੇ ਵਿਅਕਤੀ ਨੂੰ) ਆਵਾਜਾਈ ਵਿੱਚ ਸਹੂਲਤ ਦੇਣਾ; ਅਰਾਮ ਨਾਲ ਲੈ ਜਾਣਾ *n* ਮਸੂਲ ਮੁਕਤੀ ਦਾ ਹੁਕਮਨਾਮਾ

Frankenstein's monster /ˌਫ਼ਰੈਙਕਅਨਸਟਾਇਨਜ਼ 'ਮੌਨਸਟਅ*/ *n* ਬਣਾਉਣ ਵਾਲੇ ਲਈ ਹੀ ਮੁਸੀਬਤ ਬਣ ਜਾਣ ਵਾਲੀ ਵਸਤੂ

frankfurter /'ਫ਼ਰੈਙਕਫ਼ਅ:ਟਅ*/ *n* ਸੂਰ ਅਤੇ ਗਾਂ ਦੇ ਮਾਸ ਤੋਂ ਬਣਿਆ ਖਾਧ ਪਦਾਰਥ

frankincense /'ਫ਼ਰੈਙਕਿਨਸੈਂਨਸ/ *n* ਖੁਸ਼ਬੋਦਾਰ ਧੂਪ

frankness /ਫ਼ਰੈਙਕਨਅਸ/ *n* ਨਿਰਛਲਤਾ, ਨਿਸ਼ਕਪਟਤਾ, ਸਪਸ਼ਟਤਾ, ਸਾਦਗੀ, ਸਰਲਤਾ, ਖਰਾਪਣ, ਸਚਾਈ

frantic /'ਫ਼ਰੈਨਟਿਕ/ *a* ਕ੍ਰੋਧ ਨਾਲ ਭਰਿਆ; ਦੀਵਾਨਾ, ਬਦਹਵਾਸ, ਤੀਬਰ, ਉਤੇਜਨਾਪੂਰਨ

fraternal /ਫ਼ਰਅ'ਟਅ:ਨਲ/ *a* ਭਾਈਚਾਰੇ ਦਾ, ਬਰਾਦਰਾਨਾ, ਭਾਈਚਾਰਕ, ਭਾਈਬੰਦੀ ਦਾ

fraternity /ਫ਼ਰਅ'ਟਅ:ਨਅਟਿ/ *n* ਭਾਈਚਾਰਾ, ਭਾਈਬੰਦੀ, ਭਰਾਤਰੀ ਭਾਵ, ਧਾਰਮਿਕ ਸੰਸਥਾ ਜਾਂ ਸੰਘ, ਮੰਡਲੀ

fraternize /'ਫ਼ਰੈਟਅਨਾਇਜ਼/ *vi* ਭਾਈਚਾਰਾ ਪਾਉਣਾ, ਭਾਈਬੰਦੀ ਕਰਨਾ, ਮੇਲ-ਜੋਲ ਕਰਨਾ, ਮਿਲਨਾ-ਜੁਲਨਾ, ਦੋਸਤੀ ਪਾਉਣਾ

fratricide /'ਫ਼ਰੈਟਰਿਸਾਇਡ/ *n* ਭਰਾ ਜਾਂ ਭੈਣ ਮਾਰ, ਕੁਲ ਮਾਰ

fraud /ਫ਼ਰੋਡ/ *n* ਧੋਖਾ, ਛਲ, ਫ਼ਰੇਬ, ਕਪਟ; ਚਲਿੱਤਰ, ਪ੍ਰਪੰਚ; ਧੋਖੇਬਾਜ਼ੀ, ਚਾਲਬਾਜ਼ੀ, ਚਾਲ, ਚਤੁਰਾਈ, ਠੱਗੀ **plous fraud** ਕਿਸੇ ਵਿਅਕਤੀ ਨੂੰ ਲਾਭ ਪੁਚਾਉਣ ਲਈ ਕੀਤਾ ਗਿਆ ਕਪਟ ਜਾਂ ਛਲ

fraudulence /'ਫ਼ਰੋਡਯਅਲਅਨਸ/ *n* ਧੋਖੇਬਾਜ਼ੀ, ਮੱਕਾਰੀ, ਕਪਟਤਾ ਚਾਲਬਾਜ਼ੀ, ਛਲ

fraudulent /'ਫ਼ਰੋਡਯਅਲਅਨਟ/ *a* ਧੋਖੇ ਵਾਲਾ, ਮੱਕਾਰੀ ਵਾਲਾ, ਕਪਟੀ, ਫ਼ਰੇਬੀ, ਛਲੀਆ, ਮੱਕਾਰ, ਧੋਖੇਬਾਜ਼

fraught /ਫ਼ਰੋਟ/ *a* (ਖ਼ਤਰੇ ਆਦਿ ਨਾਲ) ਭਰਿਆ, ਭਰਭੂਰ

fray /ਫ਼ਰੇਇ/ *n* ਝਗੜਾ, ਕਲ੍ਹਾ; ਹੰਗਾਮਾ, ਬਖੇੜਾ, ਦੰਗਾ, ਫ਼ਸਾਦ, ਸ਼ੋਰ-ਸ਼ਰਾਬਾ v ਰਗੜ ਕੇ ਪਤਲਾ ਕਰ ਦੇਣਾ, (ਕੱਪੜੇ ਆਦਿ ਦਾ) ਛਿੱਜਣਾ; (ਕਿਸੇ

ਬੁਣੀ ਹੋਈ ਵਸਤੂ ਦੇ) ਕਿਨਾਰੇ ਨੂੰ ਮੁਲਝਾਉਣਾ, ਖੋਲ੍ਹਣਾ ਜਾਂ ਉਧੇੜਨਾ; ਪਤਲਾ ਕਰਨਾ, ਰਗੜਨਾ

fraying /ਫ਼ਰੇਇਇਙ/ *n* ਖੁਰਦਰਾ ਹੋਣ ਦੀ ਦਸ਼ਾ

frazil /'ਫ਼ਰੇਇਜ਼ਿਲ/ *n* ਕਲਮੀ ਬਰਫ਼, ਪਾਣੀ ਦੇ ਥੱਲੇ ਜੰਮੀ ਹੋਈ ਬਰਫ਼, ਨਦੀ ਦੀ ਤਹਿ ਵਿੱਚ ਜੰਮੀ ਹੋਈ ਬਰਫ਼

freak /ਫ਼ਰੀਕ/ *n* ਖ਼ਿਆਲ, ਤਰੰਗ, ਮੌਜ, ਵਹਿਮ, ਖ਼ਬਤ; ਅਨੋਖੀ ਚੀਜ਼, ਅਜੀਬ ਅਤੇ ਡਰਾਉਣੀ ਵਸਤੂ, ਅਜੂਬਾ

freaked /ਫ਼ਰੀਕਟ/ *a* ਜਿਸ (ਵਸਤੂ ਜਾਂ ਪਸ਼ੂ) ਉੱਤੇ ਅਜੀਬ ਧੱਬੇ ਜਾਂ ਧਾਰੀਆਂ ਹੋਣ, ਵਚਿੱਤਰ ਧਾਰੀਆਂ ਵਾਲਾ, ਚਿਤਰਾ-ਮਿਤਰਾ, ਤੇਤਰਾ-ਮੇਤਰਾ

freckle /'ਫ਼ਰੈੱਕਲ/ *n* ਸਰੀਰ ਦੀ ਚਮੜੀ ਉੱਤੇ ਫਿੱਕੇ ਭੂਰੇ ਰੰਗ ਦਾ ਧੱਬਾ; (ਬਹੁ) ਛਾਹੀਆਂ, ਖਿੰਮ੍ਹ *v* ਛਾਹੀਆਂ ਪੈ ਜਾਣਾ, ਧੱਬੇ ਪੈ ਜਾਣਾ ਜਾਂ ਪਾ ਦੇਣਾ

free /ਫ਼ਰੀ/ *a* ਖੁੱਲ੍ਹਾ, ਅਜ਼ਾਦ, ਸੁਤੰਤਰ, ਸਵਾਧੀਨ; ਅਰੋਕ; ਮੁਨਾਸਬ, ਜਾਇਜ਼; ਬਚਿਆ, ਬਾਕੀ; ਸਪਸ਼ਟ, ਸਾਫ਼; ਖੁੱਲ੍ਹਾ-ਡੁੱਲ੍ਹਾ, ਢਿੱਲਮ-ਢਿੱਲਾ, ਬੰਧਨਹੀਣ; (ਹਵਾ) ਅਰੁਕ; (ਰਸਾ) ਮੁਕਤ, ਮਿਸ਼ਰਨ ਤੋਂ ਬਿਨਾਂ; (ਅਨੁਵਾਦ) ਖੁੱਲ੍ਹਾ, (ਸਾਹਿਤਕ ਸ਼ੈਲੀ) ਜਿਸ ਵਿੱਚ ਛੰਦਾਬੰਦੀ ਦੇ ਨੇਮਾਂ ਦੀ ਪਾਲਨਾ ਨਾ ਕੀਤੀ ਜਾਵੇ, ਛੰਦ ਮੁਕਤ, ਤੁਕਾਤ ਰਹਿਤ; ਛੁੱਟਿਆ; ਬਰੀ; (ਵਿੱਦਿਆ) ਮੁਫ਼ਤ; (ਕਹਾਣੀ, ਗੱਲਬਾਤ ਆਦਿ) ਘਟੀਆ, ਅਸ਼ਲੀਲ, ਖੁੱਲ੍ਹੀ, ਅਸ਼ਿਸ਼ਟ, ਭੱਦੀ; ਬਲਹੀਣ; ਸਪਸ਼ਟ, ਨਿਸ਼ਕਪਟ; ਨਿਰਭੈ, ਢੀਠ; ਨਿਰਲੱਜ, ਬੇਹਯਾ; ਬੇਧੜਕ; ਅਧਿਕ, ਬਹੁਤ

freebooter /'ਫ਼ਰੀਬੂਟਅ*/ *n* ਵੱਟ ਮਾਰ, ਰਾਹ ਮਾਰ

freedom /'ਫ਼ਰੀਡਅਮ/ *n* ਅਜ਼ਾਦੀ, ਸੁਤੰਤਰਤਾ, ਸਵਾਧੀਨਤਾ; ਖੁੱਲ੍ਹ, ਵਿਅਕਤੀਗਤ ਸੁਤੰਤਰਤਾ; ਰਾਜਨੀਤਿਕ ਸੁਤੰਤਰਤਾ; ਚੋਣ ਦਾ ਹੱਕ; ਸਾਫ਼ ਦਿਲੀ, ਸਪਸ਼ਟ ਕਥਨੀ; ਲੋੜ ਤੋਂ ਵਧੀਕ ਖੁੱਲ੍ਹ, ਬੇਅਦਬੀ; (ਫ਼ਰਜ਼, ਬੁਰਾਈ ਆਦਿ ਤੋਂ) ਮੁਕਤੀ, ਦੋਸ਼ ਰਹਿਤ ਅਵਸਥਾ; ਨਾਗਰਿਕਤਾ ਦਾ ਅਧਿਕਾਰ (ਜੋ ਕਿਸੇ ਵਿਸ਼ੇਸ਼ ਵਿਅਕਤੀ ਨੂੰ ਸਤਿਕਾਰ ਵਜੋਂ ਦਿੱਤਾ ਜਾਂਦਾ ਹੈ) ; (ਕਿਸੇ ਵਸਤੂ ਨੂੰ) ਵਰਤਣ ਦਾ ਬਿਨਾਂ ਰੋਕ-ਟੋਕ ਹੱਕ

freedom fighter *n* ਦੇਸ਼ ਸੁਤੰਤਰਤਾ ਲਈ ਮਰ ਮਿਟਣ ਵਾਲਾ ਯੋਧਾ, ਵਿਦੇਸ਼ੀ ਹਕੂਮਤ ਤੋਂ ਦੇਸ਼ ਅਜ਼ਾਦ ਕਰਾਉਣ ਵਾਲਾ ਸੂਰਮਾ, ਸੁਤੰਤਰਤਾ ਸੰਗਰਾਮੀਆ, ਅਜ਼ਾਦੀ ਘੁਲਾਟੀਆ

free fight *n* ਖੁੱਲ੍ਹੀ ਲੜਾਈ

free-for-all *n* ਖੁੱਲ੍ਹੀ ਲੜਾਈ, ਲਗਦੀ ਲਾਉਣ

freehand /'ਫ਼ਰੀਹੈਨਡ/ *a* (ਚਿੱਤਰਕਾਰੀ) ਬਿਨਾਂ ਕਿਸੇ ਨਾਪ ਤੋਲ ਨਾਲ ਖਿੱਚੀ ਹੋਈ, ਕੇਵਲ ਦ੍ਰਿਸ਼ਟੀ ਦੀ ਸਹਾਇਤਾ ਨਾਲ ਖਿੱਚੀ ਹੋਈ *n* ਖੁੱਲ੍ਹ, ਅਜ਼ਾਦੀ

freehold /'ਫ਼ਰੀਹਅਉਲਡ/ *n* ਪੂਰੀ ਮਾਲਕੀ

freelance /'ਫ਼ਰੀਲਾਨਸ/ *n* ਉਹ ਪੱਤਰਕਾਰ ਜਿਹੜਾ ਕਿਸੇ ਵਿਸ਼ੇਸ਼ ਅਖ਼ਬਾਰ ਦਾ ਕਰਮਚਾਰੀ ਨਾ ਹੋਵੇ; ਰਾਜਨੀਤਿਕ ਵਿਅਕਤੀ ਜੋ ਕਿਸੇ ਦਲ ਦਾ ਪਾਬੰਦ ਨਾ ਹੋਵੇ; ਯੂਰਪ ਦੇ ਮੱਧਯੁਗ ਦਾ ਉਹ ਸੈਨਿਕ ਜੋ ਕੇਵਲ ਮਾਇਕ ਲਾਭ ਲਈ ਲੜਾਈ ਲੜਦਾ ਸੀ

free love *n* ਉਹ ਪ੍ਰੇਮ ਜਿਸ ਉੱਤੇ ਵਿਆਹ ਆਦਿ ਦਾ ਬੰਧਨ ਨਾ ਹੋਵੇ, ਬੰਧਨ ਮੁਕਤ ਪ੍ਰੇਮ

freeman /'ਫ਼ਰੀਮਅਨ/ *n* ਸੁਤੰਤਰ ਨਾਗਰਿਕ, ਸੁਤੰਤਰ ਵਿਅਕਤੀ

Freemason /'ਫ਼ਰੀਮੇਇਸਅਨ/ *n* ਇੱਕ ਗੁਪਤ ਸਭਾ ਦਾ ਮੈਂਬਰ, ਫਰੀਮੇਸਨ

freestyle /'ਫ਼ਰੀਸਟਾਇਲ/ *n* ਤੈਰਨ ਦੀ ਇੱਕ ਵਿਧੀ, ਤੈਰਾਕ ਦੀ ਮਨ ਮਰਜ਼ੀ ਦੀ ਤੈਰਾਕੀ ਵਿਧੀ, ਖੇਡਾਂ ਦੇ ਮੈਦਾਨ ਵਿੱਚ ਖਿਡਾਰੀ ਦੀ ਆਪਣੀ ਨਵੇਕਲੀ ਵਿਧੀ

freethinker /ˌਫ਼ਰੀ'ਥਿਙਕਅ*/ *n* ਸੁਤੰਤਰ ਚਿੰਤਕ; ਅਜ਼ਾਦ ਖ਼ਿਆਲ, ਧਾਰਮਿਕ ਵਿਚਾਰਾਂ ਦਾ ਤਿਆਗ ਕਰਕੇ ਸੋਚਣ ਵਾਲਾ ਵਿਅਕਤੀ

free trade *n* ਖੁੱਲ੍ਹਾ ਵਪਾਰ

free verse *n* ਖੁੱਲ੍ਹੀ ਕਵਿਤਾ, ਛੰਦ ਮੁਕਤ ਕਾਵਿ,

ਤੁਕਾਂਤ ਰਹਿਤ ਕਵਿਤਾ

freewheel /ਫ਼ਰੀ'ਵੀਲ/ *n* ਸਾਈਕਲ ਦਾ ਇੱਕ ਪੁਰਜ਼ਾ, ਫਰੀਵੀਲ *v* ਬਿਨਾਂ ਪੈਡਲ ਮਾਰੇ ਸਾਈਕਲ ਚਲਾਉਣਾ

free will /ਫ਼ਰੀ 'ਵਿਲ/ *n* ਸੁਤੰਤਰ ਇੱਛਾ

freezable /'ਫ਼ਰੀਜ਼ਅਬਲ/ *a* ਜਿਹੜਾ ਬਰਫ਼ ਵਾਂਗ ਜੰਮ ਸਕੇ

freeze /ਫ਼ਰੀਜ਼/ *v* ਜੰਮ ਕੇ ਬਰਫ਼ ਬਣ ਜਾਣਾ; ਡਰ ਦੇ ਮਾਰੇ ਠੰਢਾ ਹੋ ਜਾਣਾ; (ਕਿਸੇ ਤਰਲ ਵਸਤੂ ਨੂੰ) ਬਰਫ਼ ਵਾਂਗ ਜਮਾ ਦੇਣਾ; ਜਜ਼ਬਾਤ ਨੂੰ ਠੰਢਾ ਕਰ ਦੇਣਾ; ਸ਼ਕਤੀ ਖ਼ਤਮ ਕਰ ਦੇਣਾ; ਸਰਦੀ ਪਹੁੰਚਾ ਕੇ ਅਕੜਾ ਦੇਣਾ ਜਾਂ ਮਾਰ ਦੇਣਾ; (ਸੰਪਤੀ) ਕਾਠ ਮਾਰ ਦੇਣਾ, ਜ਼ਬਤ ਕਰਨਾ; (ਉਜਰਤਾਂ, ਕੀਮਤਾਂ ਆਦਿ) ਜਾਮ ਕਰ ਦੇਣਾ

freezer /'ਫ਼ਰੀਜ਼ਅ*/ *n* ਬਰਫ਼ ਜਮਾਉਣ ਦਾ ਯੰਤਰ; (ਫਰਿੱਜ ਦਾ) ਬਰਫ਼ ਜਮਾਉਣ ਦਾ ਖ਼ਾਨਾ

freezing /'ਫ਼ਰੀਜ਼ਿਙ/ *a* ਬਹੁਤ ਠੰਢਾ; (ਵਿਹਾਰ, ਵਰਤਾ) ਰੁੱਖਾ, ਖੁਸ਼ਕ

freezing mixture *n* ਤਰਲ ਪਦਾਰਥ ਨੂੰ ਜਮਾਉਣ ਲਈ ਲੂਣ ਅਤੇ ਬਰਫ਼ ਦਾ ਮਿਸ਼ਰਨ, ਹਿਮ ਮਿਸ਼ਰਨ

freezing point *n* ਜਮਾ ਦਰਜਾ, ਯਖੀਣ ਦਰਜਾ, ਹਿਮਾਂਕ

freight /ਫ਼ਰੇਇਟ/ *n* ਭਾੜਾ, ਮਾਲ ਢੁਆਈ, (ਜਹਾਜ਼ ਜਾਂ ਗੱਡੀ ਉੱਤੇ) ਸਮਾਨ ਭੇਜਣ ਦਾ ਕਿਰਾਇਆ *vt* ਸਮਾਨ ਨੂੰ ਸਮੁੰਦਰੀ ਰਸਤੇ ਤੋਂ ਲੈ ਜਾਣਾ; ਜਹਾਜ਼ ਵਿੱਚ ਸਮਾਨ ਢੋਣਾ; (ਜਹਾਜ਼ ਨੂੰ) ਸਮਾਨ ਅਤੇ ਮੁਸਾਫ਼ਰ ਲੈ ਜਾਣ ਲਈ ਕਿਰਾਏ ਉੱਤੇ ਲੈਣਾ ਜਾਂ ਦੇਣਾ

freightage /ਫ਼ਰੇਇਟਿਜ/ *n* ਮਾਲ ਲੈ ਜਾਣ ਦਾ ਕਿਰਾਇਆ; ਭਾੜਾ, ਮਾਲ

freighter /'ਫ਼ਰੇਇਟਅ*/ *n* ਮਾਲ ਵਾਹਕ ਜਹਾਜ਼

fremescence /ਫ਼ਰਿ'ਮੈੱਸਅਨਸ/ *n* ਗੁਣਗੁਣਾਹਟ, ਗੁਰਾਹਟ, ਬੜਬੜਾਹਟ

French /ਫ਼ਰੈਂਨਚ/ *a* ਫਰਾਂਸ ਨਾਲ ਸੰਬੰਧਿਤ, ਫਰਾਂਸੀਸੀ *n* ਫਰਾਂਸੀਸੀ ਬੋਲੀ; ਫਰਾਂਸੀਸੀ ਲੋਕ

French bean *n* ਲੋਬੀਆ

French kiss *n* ਮੂੰਹ ਖੋਲ੍ਹ ਕੇ ਜੀਭ ਨਾਲ ਜੀਭ ਲਾਉਣ ਦੀ ਕਿਰਿਆ, ਚੁੰਮੀ ਦੀ ਇੱਕ ਵਿਸ਼ੇਸ਼ ਵਿਧੀ

French leave *n* ਬਿਨਾਂ ਸੂਚਨਾ ਦੇ ਛੁੱਟੀ, ਫਰਲੋ

French letter *n* ਨਿਰੋਧ

French polish /ਫ਼ਰੈਂਨਚ 'ਪੌਲਿਸ਼/ *n* ਲੱਕੜੀ ਦੀ ਇੱਕ ਚਿਕਣੀ ਪਾਲਸ਼

frenetic /ਫ਼ਰਅ'ਨੈਂਟਿਕ/ *a* ਉਤੇਜਿਤ, ਉਤੇਜਨਾ ਭਰਪੂਰ

frenzy /'ਫ਼ਰੈਂਨਜ਼ਿ/ *n* ਝੱਲ, ਕਮਲ, ਜਨੂਨ, ਸਨਕ, ਅਧਿਕ ਗੁੱਸੇ ਜਾਂ ਪਰੇਸ਼ਾਨੀ ਦੇ ਹਾਲਤ *vt* ਅਧਿਕ ਗੁੱਸੇ ਦੀ ਅਵਸਥਾ ਪੈਦਾ ਕਰ ਦੇਣਾ

frequency /'ਫ਼ਰੀਕਵਅਨਸਿ/ *n* ਵਾਰਵਾਰਤਾ, (ਨਬਜ਼ ਦੀ) ਪ੍ਰਤੀ ਮਿੰਟ ਗਤੀ; ਗਿਣਤੀ ਦਾ ਅਨੁਪਾਤ; (ਭੌ) ਚਾਲ ਜਾਂ ਕੰਪਣ ਦੀ ਮਿੱਥੇ ਸਮੇਂ ਵਿੱਚ ਵਾਰਵਾਰਤਾ

frequent /'ਫ਼ਰੀਕਵਅਨਟ/ *a* ਵਾਰ-ਵਾਰ ਆਉਣ ਵਾਲਾ, ਜੋ (ਥੋੜ੍ਹੇ-ਥੋੜ੍ਹੇ ਫ਼ਾਸਲੇ 'ਤੇ) ਬਹੁਤੀ ਗਿਣਤੀ ਵਿੱਚ ਮਿਲਨ ਵਾਲੇ ਹੋਣ; ਆਮ, ਬਹੁਤ; (ਨਬਜ਼) ਤੇਜ਼, ਤੀਬਰ; ਅਕਸਰ, ਆਮ ਪ੍ਰਚਲਿਤ /ਫ਼ਰਿ'ਕਵੈਂਨਟ/ *vt* (ਕਿਸੇ ਥਾਂ, ਸਮਾਜ, ਸਭਾ ਘਰ ਆਦਿ ਵੱਲ) ਫੇਰੇ ਪਾਉਣਾ, ਤੋਰਾ-ਫੇਰਾ ਰੱਖਣਾ, ਗੇੜੇ ਕੱਢਣਾ, ਘੜੀ-ਮੁੜੀ ਜਾਣਾ, ਵਾਰ-ਵਾਰ ਜਾਣਾ

frescade /ਫ਼ਰੈਸ'ਕੇਇਡ/ *n* ਮੰਦਗਤੀ

fresco /ਫ਼ਰੈੱਸਕਅਉ/ *n* ਕਲਮ ਦੁਆਰਾ ਪਾਣੀ ਦੇ ਰੰਗਾਂ ਨਾਲ ਕੰਧ ਜਾਂ ਛੱਤ ਉੱਤੇ ਤਸਵੀਰਕਸ਼ੀ ਦਾ ਇੱਕ ਢੰਗ, ਮੋਹਰਾਕਸ਼ੀ *vt* ਇਸੇ ਢੰਗ ਨਾਲ ਰੋਗਨ ਕਰਨਾ ਜਾਂ ਚਿੱਤਰਨ ਕਰਨਾ

fresh /ਫ਼ਰੈੱਸ਼/ *a* ਸਾਫ਼, ਨਿਰਮਲ, ਸੱਜਰਾ, ਚਮਕਦਾਰ (ਚਿਹਰਾ-ਮੋਹਰਾ); ਨੌਂ-ਬਰ-ਨੌਂ, ਸਵਸਥ (ਸਿਹਤ); ਤਾਜ਼ਾ, ਜੋ ਬਾਸੀ ਨਾ ਹੋਵੇ (ਖਾਣਾ); ਚੁਸਤ, ਫੁਰਤੀਲਾ; ਨਵਾਂ, ਲਵਾ, ਹਰਾ (ਜ਼ਖ਼ਮ);

ਜਿਸ ਦਾ ਪਹਿਲੋਂ ਪਤਾ ਨਾ ਹੋਵੇ; ਆਧੁਨਿਕ; (ਜਲਵਾਯੂ) ਸ਼ੁੱਧ; ਕੱਚਾ; ਵਗਦਾ (ਪਾਣੀ); (ਸ਼ਰਾਬ ਪੀ ਕੇ) ਉਤੇਜਿਤ; ਅਗਲਾ, ਦੂਜਾ, ਹੋਰ ਨਵਾਂ *n* (ਦਿਨ, ਸਾਲ ਆਦਿ ਦਾ) ਸ਼ੁਰੂ ਦਾ ਹਿੱਸਾ; ਨਵੀਨਤਾਪੂਰਵਕ, ਪ੍ਰਾਰੰਭਕ ਭਾਗ

freshen /'ਫ਼ਰੈਸ਼ਨ/ *v* ਤਾਜ਼ਾ ਦਮ ਹੋਣਾ ਜਾਂ ਕਰਨਾ

fresher /ਫ਼ਰੈਸ਼ਅ*/ *n* ਨਵਾਂ ਵਿਅਕਤੀ; ਨਵਾਂ ਵਿਦਿਆਰਥੀ

freshman /'ਫ਼ਰੈਸ਼ਮਅਨ/ *n* ਨਵਾਂ ਵਿਅਕਤੀ; ਯੂਨੀਵਰਸਿਟੀ ਦੀ ਪਹਿਲੀ ਸ਼੍ਰੇਣੀ ਦਾ ਵਿਦਿਆਰਥੀ

freshness /ਫ਼ਰੈਸ਼ਨਅਸ/ *n* ਤਾਜ਼ਗੀ, ਤਰਾਵਤ, ਸੱਜਰਾਪਣ, ਨਵੀਨਤਾ; ਸੀਤਲਤਾ; ਚੁਸਤੀ; ਖੇੜਾ, ਮਧੁਰਤਾ, ਮਿਠਾਸ; ਸ਼ੁੱਧਤਾ

freshwater /'ਫ਼ਰੈਸ਼ਵੋਟਅ*/ *a* ਦਰਿਆਈ (ਮੱਛੀ); ਮਿੱਠਾ ਪਾਣੀ

fret[1] /ਫ਼ਰੈਟ/ *v* ਤੰਗ ਕਰਨਾ, ਗੁੱਸਾ ਦਿਵਾਉਣਾ, ਖਿਝਾਉਣਾ; ਕੁਤਰਨਾ, ਚਬਾਉਣਾ, ਦੰਦਾਂ ਨਾਲ ਕੁਤਰ ਕੇ ਦੁੱਖ ਪੁਚਾਉਣਾ; ਘਿਸਾ ਕੇ ਜਾਂ ਕੱਟ ਕੇ ਰਸਤਾ ਬਣਾਉਣਾ; ਆਪਣੇ ਆਪ ਨੂੰ ਦੁੱਖ ਵਿੱਚ ਪਰੇਸ਼ਾਨ ਕਰਨਾ; (ਦਰਿਆ ਜਾਂ ਚਸ਼ਮੇ ਦਾ) ਵਗਣਾ, (ਪਾਣੀ ਦੇ ਤਲ ਦਾ) ਉੱਪਰ ਥੱਲੇ ਹੋਣਾ *n* ਪਰੇਸ਼ਾਨੀ, ਝੁੰਝਲਾਹਟ; ਝਗੜਾਲੂਪਣ, ਕ੍ਰੋਧ, ਚਿੜਚਿੜਾਪਣ

fret[2] *n* ਜਾਲੀਦਾਰ ਨੱਕਾਸ਼ੀ; ਤਾਰਾਂ ਵਾਲੇ ਸੰਗੀਤ ਦੇ ਸਾਜ਼ ਦੀਆਂ ਕਿੱਲੀਆਂ ਦੀ ਪਾਲ (ਕਤਾਰ) *vt* ਨੱਕਾਸ਼ੀ ਕਰਨਾ, ਚਿੱਤਰਕਾਰੀ ਕਰਨਾ, ਨੱਕਾਸ਼ੀ ਨਾਲ (ਛੱਤ ਆਦਿ) ਸਜਾਉਣਾ

fretful /'ਫ਼ਰੈਟਫ਼ਲ/ *a* ਖਿਝੂ

Freudian /'ਫ਼ਰੋਇਡਿਅਨ/ *a* ਫ਼ਰਾਇਡਵਾਦੀ, ਫ਼ਰਾਇਡੀ

freudian slip *n* ਅਚੇਤ ਅਵਸਥਾ ਵਿੱਚ ਨਿਕਲੇ ਸ਼ਬਦ (ਜਿਨ੍ਹਾਂ ਤੋਂ ਮਨ ਦੀ ਸੋਚਣੀ ਦਾ ਪਤਾ ਲਗਦਾ ਹੈ)

friability /ਫ਼ਰਾਇਅ'ਬਿਲਅਟਿ/ *n* ਭੁਰਭੁਰਾਪਣ, ਖਸਤਾਪਣ

friable /'ਫ਼ਰਾਇਅਬਲ/ *a* ਚੂਰਾ ਹੋ ਜਾਣ ਵਾਲਾ, ਜੋ ਤੋੜਿਆਂ ਨਿੱਕਾ-ਨਿੱਕਾ ਜਾਂ ਦਾਣਾ-ਦਾਣਾ ਹੋ ਜਾਏ, ਭੁਰਭੁਰਾ, ਖਸਤਾ

friableness /'ਫ਼ਰਾਇਅਬਲਨਅਸ/ *n* ਵੇਖੋ **friability**

friar /'ਫ਼ਰਾਇਅ*/ *n* (ਈਸਾਈ ਧਰਮ) ਸਾਧੂ

friary /'ਫ਼ਰਾਇਅਰਿ/ *n* ਈਸਾਈ ਸੰਤਾਂ ਦਾ ਮੱਠ, ਈਸਾਈ ਸਾਧੂਆਂ ਦਾ ਆਸ਼ਰਮ, ਈਸਾਈ ਵਿਹਾਰ

fribble /'ਫ਼ਰਿਬਲ/ *vt* ਹੋਛੀਆਂ ਹਰਕਤਾਂ ਕਰਨਾ, ਹੌਲਾਪਣ ਵਿਖਾਉਣਾ *n* ਹੋਛੀਆਂ ਹਰਕਤਾਂ, ਨਿਗੂਣੀਆਂ ਗੱਲਾਂ

fricative /'ਫ਼ਰਿਕਅਟਿਵ/ *a* (ਭਾਸ਼ਾ) ਸੰਘਰਸ਼ੀ, ਜੋ ਨਿਕਲਦੇ ਸਾਹ ਦੀ ਰਗੜ ਨਾਲ ਉਤਪੰਨ ਹੋਵੇ ਜਿਵੇਂ (ਸ, ਸ਼, ਜ਼)

friction /'ਫ਼ਰਿਕਸ਼ਨ/ *n* ਰਗੜ, ਖਹਿ, ਘਸਰ, ਮਾਲਸ਼, ਮਾਲਸ਼ ਨਾਲ ਸਰੀਰ ਨੂੰ ਗਰਮ ਕਰਨ ਦੀ ਕਿਰਿਆ; ਰਗੜ ਨਾਲ ਪੈਦੀ ਰੁਕਾਵਟ, ਸੰਘਰਸ਼, ਮੱਤ-ਭੇਦ, ਝਗੜਾ, ਟੱਕਰ

frictional /'ਫ਼ਰਿਕਸ਼(ਅ)ਨ(ਅ)ਲ/ *a* ਰਗੜ ਸੰਬੰਧੀ, ਰਗੜ ਵਾਲਾ, ਖਹਿ ਜਾਂ ਰਗੜ ਨਾਲ ਬਣਿਆ, ਸੰਘਰਸ਼ੀ

Friday /'ਫ਼ਰਾਇਡੇਇ, -ਡਿ/ *n* ਸ਼ੁੱਕਰਵਾਰ, ਜੁਮਾ

fridge /ਫ਼ਰਿਜ/ ਵੇਖੋ **frig**

friend /ਫ਼ਰੈਂਨਡ/ *n* ਯਾਰ, ਦੋਸਤ, ਮਿੱਤਰ, ਸੱਜਣ, ਬੇਲੀ; (ਬਹੁ) ਸਾਕ ਅੰਗ, ਸਕੇ ਸੋਧਰੇ, ਵਾਕਫ਼ਕਾਰ, ਜਾਣੂ *vt* ਮਿੱਤਰ ਬਣਾਉਣਾ, ਸਹਾਇਤਾ ਦੇਣਾ

friendless /'ਫ਼ਰੈਂਨਡਲਅਸ/ *a* ਮਿੱਤਰਹੀਣ, ਇਕੱਲਾ ਕਾਰਾ, ਜਿਸ ਦਾ ਕੋਈ ਦੋਸਤ ਨਾ ਹੋਵੇ

friendly /'ਫ਼ਰੈਨੱਡਲਿ/ *a* ਮਿੱਤਰਤਾਪੂਰਨ, ਦੋਸਤਾਨਾ, ਅਪਣੱਤ ਵਾਲਾ, ਸਹਾਇਕ, ਪੱਖ ਦਾ, ਹਿਤੈਸ਼ੀ, ਕਿਰਪਾਲੂ adv ਮਿੱਤਰ ਦੇ ਰੂਪ ਵਿੱਚ

friendly fire *n* ਯੁੱਧ ਸਮੇਂ ਫੌਜ ਵੱਲੋਂ ਆਪਣੇ

ਮੁਲਕ ਦੇ ਲੋਕਾਂ ਉੱਤੇ ਹੀ ਹੋਈ ਗੋਲੀਬਾਰੀ

friendship /'ਫ਼ਰੈਂਡਸ਼ਿਪ/ *n* ਮਿੱਤਰਤਾ, ਦੋਸਤੀ, ਯਾਰੀ

frier /'ਫ਼ਰਾਇਅ*/ *n* ਭੁੰਨਣ ਲਈ ਭਾਂਡਾ

frieze /ਫ਼ਰੀਜ਼/ *n* ਮੋਟਾ ਊਨੀ ਕੱਪੜਾ ਜਿਸ ਦੇ ਕੇਵਲ ਇੱਕ ਪਾਸੇ ਬੁਰ ਹੁੰਦੀ ਹੈ; ਥੰਮ੍ਹ ਦੇ ਉਤਲੇ ਸਿਰੇ ਕੋਲ ਬਣਾਈ ਗਈ ਕਿੰਗਰੀ

frig, fridge /ਫ਼ਰਿਜ/ *n* ਚੀਜ਼ਾਂ ਠੰਢੀਆਂ ਰੱਖਣ ਵਾਲਾ ਉਪਕਰਨ, ਫ਼ਰਿੱਜ, ਰੈਫ਼ਰਿਜਰੇਟਰ

frigate /'ਫ਼ਰਿਗਅਟ/ *n* ਗਸ਼ਤੀ ਜਹਾਜ਼, ਤੋਪਾਂ ਵਾਲਾ ਜੰਗੀ ਜਹਾਜ਼

fright /ਫ਼ਰਾਇਟ/ *n* ਭੈ, ਡਰ; ਭਿਆਨਕ ਸ਼ਕਲ ਵਾਲਾ ਮਨੁੱਖ *vt* ਡਰਾਉਣਾ, ਤਰਾਹ ਦੇਣਾ, ਭੈ-ਭੀਤ ਕਰਨਾ

frighten /'ਫ਼ਰਾਇਟਨ/ *vt* ਡਰਾਉਣਾ, ਭੈ–ਭੀਤ ਕਰਨਾ, ਦਿਲ ਦਹਿਲਾ ਦੇਣਾ, ਦਬਕਾਉਣਾ

frightened /'ਫ਼ਰਾਇਟਨਡ/ *a* ਭੈ–ਭੀਤ, ਸਹਿਮਿਆ, ਡਰਿਆ, ਕਾਇਰ

frightful /'ਫ਼ਰਾਇਟਫ਼ਲ/ *a* ਭਿਆਨਕ, ਡਰਾਉਣਾ, ਭਿਅੰਕਰ; ਘਿਰਨਾ ਲਿਆਉਣ ਵਾਲਾ; ਸਹਿਮਿਆ, ਤ੍ਰਬਕਿਆ, ਭੈ-ਭੀਤ; ਡਰਾਕਲ

frigid /'ਫ਼ਰਿਜਿਡ/ *a* ਠੰਢਾ, ਠੰਢਾ ਠਾਰ; ਜੰਮਿਆ; ਰੁੱਖਾ, ਫਿੱਕਾ; ਸਿਥਲ, ਨਿਸਪਰਾਣ, ਨਿਰਉਤਸ਼ਾਹ ਕਰ ਦੇਣ ਵਾਲਾ, ਉਦਾਸੀ ਲਿਆਉਣ ਵਾਲਾ; ਕਾਮ ਵਾਸਨਾ ਤੋਂ ਕੋਰੀ (ਤੀਵੀਂ), ਨਿਸਤੇਜ

frill /ਫ਼ਰਿਲ/ *n* ਝਾਲਰ, ਕੰਨੀ, ਪਲੇਟ, ਪਸ਼ੂਆਂ ਪੰਛੀਆਂ ਆਦਿ ਦੀ ਕੁਦਰਤੀ ਝਾਲਰ; ਸ਼ਿੰਗਾਰ; ਵਿਖਾਵਾ, ਟੀਪ-ਟਾਪ *v* ਝਾਲਰ ਲਾਉਣਾ, ਕਿਨਾਰੀ ਲਾ ਕੇ ਸਜਾਉਣਾ; ਵਿਖਾਵਾ ਕਰਨਾ, ਅਢੁੱਕਵੀਂ ਸਜਾਵਟ ਕਰਨਾ

frilled /ਫ਼ਰਿਲਡ/ *a* ਝਾਲਰਦਾਰ; ਦਿਖਾਵੇ ਵਾਲਾ, ਸਜਾਵਟ ਭਰਿਆ

fringe /ਫ਼ਰਿਨਜ/ *n* ਕੰਨੀ, ਕਿਨਾਰੀ, ਮਗਜ਼ੀ, ਕੋਰ, ਝਾਲਰ, ਹਾਸ਼ੀਆ, ਕਿਨਾਰਾ, ਪਸ਼ੂ-ਪੰਛੀ ਆਦਿ ਦੀ ਕੁਦਰਤੀ ਝਾਲਰ; ਮੱਥੇ ਉੱਤੇ ਪਲਮਦੇ ਵਾਲ *vt* ਕੰਨੀ ਜਾਂ ਕਿਨਾਰੀ ਲਾਉਣਾ, ਮਗਜ਼ੀ ਲਾਉਣਾ

fringe benefit *n* ਮਿਹਨਤਾਨੇ ਤੋਂ ਇਲਾਵਾ ਦਿੱਤੀ ਕੋਈ ਹੋਰ ਸਹੂਲਤ, ਉਤਸ਼ਾਹ ਲਈ ਦਿੱਤਾ ਲਾਭ

frippery /'ਫ਼ਰਿਪਅਰਿ/ *n* ਟੀਪ-ਟਾਪ, ਕੋਈ ਸਸਤੀ ਪਰ ਭੜਕੀਲੀ ਵਸਤੂ; ਸਜ–ਧਜ, ਭੜਕੀਲੇ ਤੇ ਸ਼ੋਖ ਕੱਪੜਿਆਂ ਨਾਲ ਸਜਾਵਟ; (ਸਾਹਿਤ) ਸ਼ੈਲੀ ਦੀ ਟੀਪ-ਟਾਪ, ਅਲੰਕਾਰਾਂ ਦੀ ਭਰਮਾਰ, ਅਡੰਬਰ

frisk /ਫ਼ਰਿਸਕ/ *v* ਨੱਚਣਾ-ਕੁੱਦਣਾ, ਟਪੂਸੀਆਂ ਮਾਰਨਾ, ਕਲੋਲਾਂ ਕਰਨਾ *n* ਨੱਚਣ-ਕੁੱਦਣ, ਹੱਸਣ ਖੇਡਣ, ਕਲੋਲਾਂ; (ਬੰਦੇ ਦੀ) ਤਲਾਸ਼ੀ

frisket /'ਫ਼ਰਿਸਕਿਟ/ *n* ਛਪਣ ਤੋਂ ਪਹਿਲਾਂ ਮਸ਼ੀਨ ਉੱਤੇ ਕਾਗਜ਼ ਰੱਖਣ ਦੀ ਥਾਂ

friskey /'ਫ਼ਰਿਸਕਿ/ *a* ਟਪੂੰ-ਟਪੂੰ ਕਰਨ ਵਾਲਾ, ਨੱਚਣ-ਕੁੱਦਣ ਵਾਲਾ, ਚੁਲਬੁਲਾ, ਚੰਚਲ, ਹਸਦਾ-ਖੇਡਦਾ

frist /ਫ਼ਰਿਸਟ/ *n* ਦੇਰ, ਅਰਾਮ *vt* ਟਾਲਣਾ, ਕੁਝ ਸਮੇਂ ਲਈ ਟਾਲ ਦੇਣਾ

frit /ਫ਼ਰਿਟ/ *n* ਚਕਮਕ ਪੱਥਰ ਆਦਿ ਜਿਸ ਨੂੰ ਪਕਾ ਕੇ ਸ਼ੀਸ਼ਾ ਬਣਾਇਆ ਜਾਂਦਾ ਹੈ *vt* ਗਰਮ ਕਰ ਕੇ ਤਰਲ ਪਦਾਰਥ ਵਿੱਚ ਬਦਲਨਾ

fritter[1] /'ਫ਼ਰਿਟਅ*/ *n* ਵਿਸ਼ੇਸ਼ ਪ੍ਰਕਾਰ ਦਾ ਪੂੜਾ ਜਿਸ ਵਿੱਚ ਫਲ ਆਦਿ ਪਾਏ ਜਾਂਦੇ ਹਨ

fritter[2] vt (ਸਮਾਂ, ਧਨ ਜਾਂ ਸ਼ਕਤੀ) ਨਸ਼ਟ ਕਰਨਾ, ਫ਼ਜ਼ੂਲ ਖ਼ਰਚੀ ਕਰਨਾ; ਟੋਟੇ-ਟੋਟੇ ਕਰਨਾ, ਕਤਲ ਕਰਨਾ

fritterer /'ਫ਼ਰਿਟਅਰਅ*/ *n* ਸਮਾਂ ਨਸ਼ਟ ਕਰਨ ਵਾਲਾ ਵਿਅਕਤੀ

Fritz /ਫ਼ਰਿਟਸ/ *n* ਜਰਮਨ ਜਾਤੀ ਦੀ ਅੱਲ (ਜਿਵੇਂ ਅੰਗਰੇਜ਼ਾਂ ਵਾਸਤੇ ਜਾਨ ਬੁੱਲ **(John Bull)**, ਜਰਮਨ ਫ਼ੌਜ

frivol /'ਫ਼ਰਿਵ੍ਲ/ *v* (ਸਮੇਂ ਜਾਂ ਪੂੰਜੀ ਨੂੰ) ਅਜਾਈਂ ਗਵਾਉਣਾ; ਹੋਛਾਪਣ ਵਿਖਾਉਣਾ; ਮੂਰਖਾਂ ਵਾਂਗ

ਵਰਤਾਵਾ ਕਰਨਾ; ਮੁੰਡਪੁਣਾ ਵਿਖਾਉਣਾ

frivolity /**ਫ਼ਰਿ'ਵੌਂ ਲਅਟਿ**/ *n* ਹੋਛਾਪਣ, ਹੌਲਾਪਣ; ਨਿਰਰਥਕਤਾ; ਤੁੱਛਤਾ

frivolous /**'ਫ਼ਰਿਵ਼ਅਲਅਸ**/ *a* ਹੋਛਾ, ਨਿਕੰਮਾ, ਮੂਰਖ, ਮੋਟੀ ਮੱਤ ਵਾਲਾ; ਤੁੱਛ, ਹੀਣਾ; ਨਿਸ਼ਫਲ, ਨਿਰਾਰਥਕ, ਸਾਰਹੀਣ

frivolousness /**'ਫ਼ਰਿਵ਼(ਅ)ਲਅਸਨਅਸ**/ *n* ਹੋਛਾਪਣ, ਹੌਲਾਪਣ; ਤੁੱਛਤਾ

frizzle /**'ਫ਼ਰਿਜ਼ਲ**/ *n* ਕੁੰਡਲਦਾਰ ਵਾਲ, ਘੁੰਗਰਾਲੇ ਵਾਲ *vt* ਵਾਲ ਮੋੜ-ਮੋੜ ਕੇ ਘੁੰਗਰਾਲੇ ਬਣਾਉਣਾ, ਵਾਲਾਂ ਵਿੱਚ ਕੁੰਡਲ ਬਣਾਉਣਾ

fro /**ਫ਼ਰਅਉ**/ *adv* ਪਰੇ, ਪਿੱਛੇ; ਪਿੱਛੇ ਵੱਲ

frock /**ਫ਼ਰੌਕ**/ *n* ਇਸਤਰੀ ਦੀ ਕਮੀਜ਼, ਬੱਚੇ ਦੀ ਵਿਸ਼ੇਸ਼ ਪ੍ਰਕਾਰ ਦੀ ਕਮੀਜ਼, ਫ਼ਰਾਕ; ਈਸਾਈ ਸਾਧੂਆਂ ਦਾ ਲੰਮਾ ਚੋਗਾ; ਸਮੁੰਦਰੀ ਸੈਨਿਕਾਂ ਦੀ ਉੱਨੀ ਜਰਸੀ; ਪਾਦਰੀਆਂ ਵਾਲਾ ਸੁਭਾਅ ਜਾਂ ਆਚਰਨ *vt* ਪਾਦਰੀ ਦੀ ਪਦਵੀ ਜਾਂ ਡਿਊਟੀ ਦੇਣਾ, ਪਾਦਰੀ ਦੇ ਕੰਮ ਨਾਲ ਸੰਬੰਧਿਤ ਕਰਨਾ

frock coat *n* ਸਵੇਰੇ ਪਹਿਨਣ ਵਾਲਾ ਲੰਮਾ ਕੋਟ

frog /**ਫ਼ਰੌਗ**/ *n* ਡੱਡੂ, (ਘਿਰਨਾ ਵਜੋਂ) ਫ਼੍ਰਾਂਸੀਸੀ ਵਿਅਕਤੀ; ਘੋੜੇ ਦੀ ਟਾਪ ਦਾ ਪੁਤਲਾ; ਛੱਲਾ ਜਿਹੜਾ ਲੱਕ ਦੀ ਪੇਟੀ ਵਿੱਚ ਹੁੰਦਾ ਹੈ ਅਤੇ ਜਿਸ ਵਿੱਚ ਤਲਵਾਰ ਅਤੇ ਕਿਰਚ ਆਦਿ ਲਾਉਂਦੇ ਹਨ

froggy /**'ਫ਼ਰੌਗਿ**/ *n* ਫ਼੍ਰਾਂਸੀਸੀ ਵਿਅਕਤੀ (ਜੋ ਡੱਡੂ ਦਾ ਮਾਸ ਖਾਵੇ)

frogman /**'ਫ਼ਰੌਗਮਅਨ**/ *n* ਗੋਤਾਖੋਰ, ਸਮੁੰਦਰੀ ਫ਼ੌਜ ਦੇ ਗੋਤਾਖੋਰ

frolic /**'ਫ਼ਰੌਲਿਕ**/ *n* ਕਲੋਲ, ਚੋਜ, ਅਨੰਦ, ਪ੍ਰਸੰਨਤਾ, ਰੰਗਰਲੀਆਂ, ਚੁਲਬੁਲਾਹਟ, ਚੰਚਲਤਾ, ਖੇਡ–ਕੁੱਦ *vi* ਕਲੋਲਾਂ ਕਰਨਾ, ਟੱਪਣਾ, ਨੱਚਣਾ, ਖੁਸ਼ੀਆਂ ਮਨਾਉਣਾ *a* ਕਲੋਲੀ, ਚੋਜੀ, ਉਲਾਸੀ, ਅਨੰਦਿਤ, ਪ੍ਰਸੰਨ, ਚੁਲਬੁਲਾ, ਚੰਚਲ, ਨੱਚਣ-ਟੱਪਣ ਵਾਲਾ, ਖਿਡਾਰੀ

frolicsome /**'ਫ਼ਰੌਲਿਕਸਅਮ**/ *a* ਕੌਤਕੀ, ਉਲਾਸੀ, ਚੋਜੀ, ਹਸਮੁੱਖ, ਕਲੋਲੀ

from /**ਫ਼ਰਅਮ, ਫ਼ਰੌਮ**/ *prep* ਤੋਂ, ਅਰੰਭ ਤੋਂ, ਦੂਰੀ ਉੱਤੇ, ਤੋਂ ਲੈ ਕੇ, ਕੋਲੋਂ, ਪਾਸੋਂ, ਰਾਹੀਂ, ਵਿੱਚੋਂ

from day to day *adv* ਹਰ ਰੋਜ਼, ਪ੍ਰਤਿਦਿਨ

from hence *adv* ਹੁਣ ਤੋਂ

from within *adv* ਅੰਦਰਲੇ ਮਨ ਤੋਂ

frond /**ਫ਼ਰੌਨਡ**/ *n* ਨਾਰੀਅਲ ਖਜੂਰ ਜਾਂ ਫਰਨ ਦਾ ਪੱਤਾ

front /**ਫ਼ਰਅੱਨਟ**/ *n* ਅੱਗਾ, ਅਗਾੜੀ, ਮੂਹਰਾ, ਮੱਥਾ, ਸਨਮੁਖ ਭਾਗ, ਮੋਰਚਾ, ਯੁੱਧ ਭੂਮੀ ਦਾ ਦ੍ਰਿਸ਼, ਫਰੰਟ; ਸੰਗਠਿਤ ਸੰਸਥਾ; ਮੂੰਹ, ਮੁੱਖ, ਚਿਹਰਾ, ਮਸਤਕ, ਲਲਾਟ; ਕੇਸਾਂ ਦਾ ਲੱਛਾਂ ਜਾਂ ਗੁੱਛਾ *v* ਅੱਗੇ ਹੋਣਾ, ਅਗਾੜੀ ਹੋਣਾ, ਸਨਮੁਖ ਹੋਣਾ, ਮੂੰਹ ਕਰਨਾ, ਸਾਮ੍ਹਣਾ ਕਰਨਾ, ਮੁੱਖ ਭਾਗ ਬਣਾਉਣਾ; ਵਿਰੋਧ ਕਰਨਾ, ਭਿੜਨਾ, ਡਟਣਾ

frontage /**'ਫ਼ਰਅੱਨਟਿਜ**/ *n* (ਸੈਨਾ ਦੀ) ਮੁੱਖ ਦਿਸ਼ਾ, ਫਰੰਟ; ਅਗਲੇ ਭਾਗ ਦਾ ਵਿਸਤਾਰ ਜਾਂ ਹੱਦ; ਮਕਾਨ ਦੀ ਅਗਾੜੀ; ਮਕਾਨ ਅਤੇ ਸੜਕ ਦੇ ਵਿਚਕਾਰ ਦਾ ਭਾਗ; ਸੜਕ ਜਾਂ ਪਾਣੀ ਨਾਲ ਲਗਵਾਂ ਧਰਤੀ ਦਾ ਹਿੱਸਾ; ਮੁੱਖ ਭਾਗ, ਵਿਸ਼ੇਸ਼ ਭਾਗ, ਖ਼ਾਸ ਹਿੱਸਾ

frontal /**'ਫ਼ਰਅੱਨਟਲ**/ *a* ਸਾਮ੍ਹਣੇ ਦਾ, ਮੱਥੇ ਦਾ, ਅਗਾੜੀ ਵਾਲਾ, ਸਿੱਧਾ *n* ਸ਼ਿੰਗਾਰ ਪੱਟੀ

frontier /**'ਫ਼ਰਅੱਨਟਿਅ***/ *n* ਹੱਦ, ਸਰਹੱਦ, ਸੀਮਾ; ਦੇਸ਼ ਦਾ ਸੀਮਾ ਨਾਲ ਲਗਵਾਂ ਪ੍ਰਦੇਸ਼; ਮੁੱਢਲਾ

frontispiece /**'ਫ਼ਰਅੱਨਟਿਸਪੀਸ**/ *n* ਮਕਾਨ ਦਾ ਮੱਥਾ; (ਕਿਤਾਬ ਦੇ ਸਰਵਰਕ ਦਾ) ਮੁੱਖ ਚਿੱਤਰ *vt* ਪੁਸਤਕ ਦਾ ਮੁੱਖ ਚਿੱਤਰ ਬਣਾਉਣਾ

frontlet /**'ਫ਼ਰਅੱਨਟਲਿਟ**/ *n* ਪਸ਼ੂ ਦਾ ਮੱਥਾ; ਮੁਕਟ, ਮੱਥੇ ਉੱਤੇ ਬੰਨ੍ਹੀ ਪੱਟੀ, ਪਰਨਾ; ਵੇਦੀ ਉੱਤੇ ਤਾਣਿਆ ਕੱਪੜਾ

frontward /**ਫ਼ਰਅੱਨਟਵਡ**/ *adv* ਮੂਹਰੇ, ਸਾਮ੍ਹਣੇ, ਸਾਮ੍ਹਣੇ ਪਾਸੇ

frore /**ਫ਼ਰੋ***/ *a* (ਕਾਵਿ) ਪਾਲੇ ਨਾਲ ਠਰਿਆ, ਜੰਮਿਆ

frory /'ਫ਼ਰੋਰਿ/ *a* (ਪਾਲੇ ਨਾਲ) ਜੰਮਿਆ

frost /ਫ਼ਰੌਸਟ/ *n* ਕੱਕਰ, ਕੋਰਾ, ਤੁਖਾਰ, ਪਾਲਾ, ਬਰਫ਼ ਜੰਮਣ ਦਾ ਦਰਜਾ; ਉਤਸ਼ਾਹ ਭੰਗ ਕਰਨ ਦਾ ਪ੍ਰਭਾਵ, ਉਤਸ਼ਾਹਹੀਣਤਾ, ਫਿੱਕ *vt* (ਪੌਦੇ ਨੂੰ) ਪਾਲਾ ਮਾਰ ਜਾਣਾ, ਮਰ ਜਾਣਾ, ਸੜ ਜਾਣਾ; ਕੋਰੇ ਨਾਲ ਢਕਿਆ ਜਾਣਾ; (ਘੋੜੇ ਦੀ ਸੁੰਮ ਨੂੰ) ਖੁਰਦਰਾ ਕਰਨਾ; (ਵਾਲਾਂ ਨੂੰ) ਚਿੱਟਾ ਕਰਨਾ, (ਕੱਚ ਜਾਂ ਧਾਤ ਦੇ ਤਲ ਨੂੰ) ਖੁਰਦਰਾ ਕਰਨਾ

frostbite /'ਫ਼ਰੌਸਟਬਾਇਟ/ *n* ਸਰੀਰ ਦੇ ਕਿਸੇ ਅੰਗ ਨੂੰ ਸਰਦੀ ਲੱਗ ਜਾਣ ਦੀ ਹਾਲਤ, ਕੱਕਰ ਖਾਧ

frostwork /'ਫ਼ਰੌਸਟਵਅ:ਕ/ *n* ਕੱਕਰ ਪੈਣ ਪਿੱਛੋਂ ਖਿੜਕੀਆਂ ਉੱਤੇ ਬਰਫ਼ ਦੀ ਪਤਲੀ ਤਹਿ

frosty /ਫ਼ਰੌਸਟਿ/ *a* ਕੱਕਰੀਲਾ; ਰੁੱਖਾ, ਨਿਰਮੋਹਾ

froth /ਫ਼ਰੌਥ/ *n* ਝੱਗ, ਫੇਨ, ਕਫ਼; ਸਾਰਹੀਣ ਵਸਤੂ; ਫੋਕੀ ਗੱਲ, ਬਕਵਾਸ, ਬਕਬਕ *v* ਝੱਗ ਆਉਣਾ, ਮੈਲ ਆਉਣਾ; ਝੱਗ ਸੁੱਟਣਾ, ਝੱਗੋ-ਝੱਗ ਹੋਣਾ

frothy /'ਫ਼ਰੌਥਿ/ *a* ਝੱਗ ਵਾਲਾ, ਝੱਗਦਾਰ; ਹੌਲਾ, ਫੋਕਾ, ਖੋਖਲਾ, ਪੋਲਾ, ਖ਼ਾਲੀ; ਬਕਵਾਸੀ

frou-frou /'ਫ਼ਰੂਫ਼ਰੂ/ *n (F)* ਕੱਪੜਿਆਂ ਦੀ ਖੜਖੜ; ਫੂੰ-ਫਾਂ, ਅਡੰਬਰ

froward /'ਫ਼ਰਅਉਅਡ/ *a* ਅੜੀਅਲ, ਜ਼ਿੱਦੀ, ਹਠੀ, ਅੱਗਲਹੱਥਾ; ਦੁਸ਼ਟ, ਢੀਠ

frowardness /'ਫ਼ਰਅਉਅਡਨਅਸ/ *n* ਅੜੀ, ਜ਼ਿੱਦ, ਹਠ, ਦੁਸ਼ਟਤਾ, ਢੀਠਤਾ

frown /ਫ਼ਰਾਉਨ/ *n* ਤਿਉੜੀ, ਮੱਥੇ ਦੇ ਵੱਟ, ਚੜ੍ਹੀ ਹੋਈ ਭੌਂਹ; ਕ੍ਰੋਧ, ਨਰਾਜ਼ਗੀ, ਤਿਲਮਿਲਾਹਟ *v* ਤਿਉੜੀ ਚੜ੍ਹਾਉਣਾ, ਕੌੜਨਾ, ਮੱਥੇ ਵੱਟ ਪਾਉਣਾ, ਭਵਾਂ ਚੜ੍ਹਾਉਣਾ, ਨੱਕ ਮੂੰਹ ਚੜ੍ਹਾਉਣਾ; ਅਸਵੀਕ੍ਰਿਤੀ ਪ੍ਰਗਟ ਕਰਨਾ; ਕ੍ਰੋਧ ਵਿੱਚ ਆਉਣਾ, ਤਿਲਮਿਲਾਉਣਾ, ਅੱਖਾਂ ਦਿਖਾਉਣਾ; ਰੋਕ ਦੇਣਾ

frowst /ਫ਼ਰਾਉਸਟ/ *n* ਕਮਰੇ ਦੀ ਬਦਬੋਦਾਰ ਗਰਮੀ, ਹੁੰਮਸ, ਘੁਟਣ, ਸੜ੍ਹਾਂਦ, ਦੁਰਗੰਧ, ਬਦਬੋ *vi* ਹੁੰਮਸ ਵਿੱਚ ਰਹਿਣਾ ਜਾਂ ਟਹਿਲਣਾ

frowsty /'ਫ਼ਰਾਉਸਟਿ/ *a* ਦੁਰਗੰਧ ਵਾਲਾ, ਗੰਦਾ, ਹੁੰਮਸ ਵਾਲਾ, ਬਦਬੋਦਾਰ

frowsy, frowzy /'ਫ਼ਰਾਉਜ਼ਿ/ *a* ਮਲੀਨ, ਮੈਲਾ-ਕੁਚੈਲਾ, ਗੰਦਾ, ਖ਼ਰਾਬ; ਹਵਾੜ੍ਹ ਵਾਲਾ, ਹਮਕਦਾਰ

fructification /ਫ਼ਰਅੱਕਟਿਫ਼ਿ'ਕੇਇਸ਼ਨ/ *n* ਫਲ ਉਤਪਾਦਨ, ਫਲ ਉਪਜਾਉਣ ਦੀ ਕਿਰਿਆ

fructify /'ਫ਼ਰਅੱਕਟਿਫ਼ਾਇ/ *v* ਫਲ ਉਪਜਾਉਣਾ, ਫਲਣਾ, ਹਰਿਆ-ਭਰਿਆ ਹੋਣਾ ਜਾਂ ਕਰਨਾ, ਫਲਣ ਦੇ ਯੋਗ ਕਰਨਾ ਜਾਂ ਹੋਣਾ, ਫੁੱਲ ਪੈਣਾ ਜਾਂ ਫੁੱਲਾਂ 'ਤੇ ਆਉਣਾ

fructose /'ਫ਼ਰਅੱਕਟਅਉਜ਼, -ਟਅਉਸ/ *n* ਗੁਲੂਕੋਜ਼, ਫਲ ਖੰਡ

fructuous /'ਫ਼ਰਅੱਕਟਯੁਅਸ/ *a* ਫਲਾਂ ਨਾਲ ਲੱਦਿਆ ਹੋਇਆ

frugal /'ਫ਼ਰੂਗਲ/ *a* ਫ਼ਜ਼ੂਲ ਖ਼ਰਚੀ ਤੋਂ ਬਚਣ ਵਾਲਾ, ਸੰਜਮੀ, ਕਿਰਸੀ, ਸਰਫ਼ੇਖੋਰ, ਕਮਖ਼ਰਚ

frugality /ਫ਼ਰੂ'ਗੈਲਅਟਿ/ *n* ਫ਼ਜ਼ੂਲ ਖ਼ਰਚੀ ਤੋਂ ਬਚਣ ਦੀ ਬਿਰਤੀ, ਸੰਜਮ, ਕਿਰਸ, ਸਰਫ਼ੇਖੋਰੀ, ਕਮਖ਼ਰਚੀ

frugiferous /ਫ਼ਰੂ'ਜਿਫ਼ਅਰਅਸ/ *a* ਫਲਯੁਕਤ, ਫਲ ਭਰਪੂਰ, ਫਲ ਉਪਜਾਊ

frugivorous /ਫ਼ਰੂ'ਜਿਵ੍ਹਅਰਅਸ/ *a* ਫਲ ਖਾਣ ਵਾਲਾ, ਫਲਾਹਾਰੀ

fruit /ਫ਼ਰੂਟ/ *n* ਫਲ, ਮੇਵਾ; ਵੱਤਰ ਸ਼ਾਖ਼, ਕੰਦ ਫਲ; ਸਿੱਟਾ, ਪਰਿਣਾਮ, ਨਤੀਜਾ; ਔਲਾਦ, ਸੰਤਾਨ; ਆਮਦਨੀ; ਕਰਮਫਲ *v* ਫਲਣਾ, ਫਲ ਦੇਣਾ, ਫਲ 'ਤੇ ਆਉਣਾ

fruitage /'ਫ਼ਰੂਟਿਜ/ *n* ਫਲ (ਸਮੂਹਿਕ ਅਰਥਾਂ ਵਿੱਚ), ਫਲਗੁੱਛਾ

fruitarian /ਫ਼ਰੂ'ਟੇਅਰਿਅਨ/ *n* ਫਲਾਹਾਰੀ

fruiter /'ਫ਼ਰੂਟਅ*/ *n* ਫਲਵਾਹਕ ਜਹਾਜ਼, ਫਲਾਂ ਦੇ ਰੁੱਖ ਲਾਉਣ ਵਾਲਾ, ਫਲ ਉਗਾਉਣ ਵਾਲਾ

fruiterer /'ਫ਼ਰੂਟਅਰਅ*/ *n* ਫਲ ਵਿਕਰੇਤਾ,

ਫਲਾਂ ਦਾ ਵਪਾਰੀ

fruit fly *n* ਇੱਕ ਕਿਸਮ ਦੀ ਮੱਖੀ, ਮੁਰਝਾ ਰਹੇ (ਫਲਦਾਰ) ਬੂਟਿਆਂ ਨੂੰ ਭੋਜਨ ਬਣਾਉਣ ਵਾਲੀ ਮੱਖੀ

fruitful /'ਫ਼ਰੂਟਫ਼ਲ/ *a* ਉਪਜਾਊ; ਸਫਲ, ਸਾਰਥਕ, ਸਕਾਰਥਕ; ਉਪਜਾਊ ਬਣਾਉਣ ਵਾਲਾ, ਲਾਭਦਾਇਕ, ਸਫਲ

fruition /ਫ਼ਰੁ'ਇਸ਼ਨ/ *n* ਉਪਯੋਗ, ਉਪਭੋਗ, ਅਨੁਭਵ, ਇੱਛਾ ਅਨੁਸਾਰ ਕਿਸੇ ਵਸਤੂ ਦੀ ਪ੍ਰਾਪਤੀ, ਸਫ਼ਲ ਸਿੱਟਾ

fruitless /'ਫ਼ਰੂਟਲਅਸ/ *a* ਬਾਂਝ, ਨਿਸਫਲ, ਫਲਹੀਣ, ਨਿਰਾਰਥਕ, ਫ਼ਜ਼ੂਲ, ਵਿਅਰਥ, ਅਕਾਰਥ, ਬੇਕਾਰ

fruity /'ਫ਼ਰੂਟਿ/ *a* ਫਲ ਸੰਬੰਧੀ, ਫਲਦਾਰ; ਚੋਂਦਾ-ਚੋਂਦਾ; ਰਸੀਲਾ; ਅੰਗੂਰੀ (ਸ਼ਰਾਬ), ਅੰਗੂਰ ਦੇ ਸੁਆਦ ਵਾਲੀ (ਸ਼ਰਾਬ); (ਅਪ) (ਲਤੀਫ਼ਾ ਆਦਿ) ਚੋਂਦਾ-ਚੋਂਦਾ

frump /ਫ਼ਰਅੱਮਪ/ *n* ਖੱਚਰ ਤੀਵੀਂ, ਪੁਰਾਣੇ ਢੰਗ ਦੇ ਕੱਪੜਿਆਂ ਵਾਲੀ ਔਰਤ, ਫੂਹੜ ਔਰਤ

frumpish /ਫ਼ਰਅੱਮਪਿਸ਼/ *a* ਫੂਹੜ, ਫੂਹੜ ਔਰਤ ਸੰਬੰਧੀ

frumple /'ਫ਼ਰਅੱਮਪਲ/ *vt* ਝੁਰੜੀਆਂ ਪੈਣਾ

frust /ਫ਼ਰਅੱਸਟ/ *n* ਟੁਕੜਾ, ਅੰਸ਼, ਹਿੱਸਾ

frustrate /ਫ਼ਰਅੱ'ਸਟਰੇਇਟ/ *vt* ਨਿਰਾਸ਼ ਕਰਨਾ, ਮਿੱਟੀ ਵਿੱਚ ਮਿਲਾਉਣਾ, ਮਾਯੂਸ ਕਰਨਾ; ਆਸ ਭੰਗ ਕਰਨਾ, ਨਿਸ਼ਫ਼ਲ ਕਰਨਾ; ਵਿਅਰਥ ਕਰਨਾ; ਤੋੜ ਦੇਣਾ, ਰੱਦ ਕਰਨਾ

frustration /ਫ਼ਰਅੱ'ਸਟਰੇਇਸ਼ਨ/ *n* ਹਾਰ, ਨਿਰਾਸ਼ਤਾ, ਢਹਿੰਦੀ ਕਲਾ, ਨਿਸਫਲਤਾ, ਕੁੰਠਾ, ਨਿਰਾਸਾ; ਖੰਡਨ

frustum /'ਫ਼ਰਅੱਸਟਅਮ/ *n* ਖੰਡਤ ਅੰਸ਼, ਛਿੰਨ-ਭਿੰਨ ਪਦਾਰਥ; ਥੱਲਾ, ਪੇਂਦਾ

frutescent, fruticose /ਫ਼ਰੂ'ਟੈੱਸ(ਅ)ਨਟ, 'ਫ਼ਰੂਟਿਕਅਉਸ/ *a* ਝਾੜੀਦਾਰ, ਝਾੜੀ ਜਹੀ

frutex /'ਫ਼ਰੂਟੈੱਕਸ/ *n* ਝਾੜੀ

fry /ਫ਼ਰਾਇ/ *n* ਬੱਚ, ਪੂੰਗ, ਪੂੰਗਰ ਬੋਚ, ਚੀਂਗੜ ਬੋਟ, ਦੋ ਵਰ੍ਹਿਆਂ ਦੀ ਸਾਮਨ ਮੱਛੀ; ਪਸ਼ੂਆਂ ਦਾ ਭੁੰਨ ਕੇ ਖਾਣ ਵਾਲਾ ਭਾਗ, ਭੁੰਨਿਆ ਮਾਸ, ਤਲਿਆ ਮਾਸ *v* ਭੁੰਨਣਾ, ਭੁੱਜਣਾ, ਤਲਨਾ, ਤਲਿਆ ਜਾਣਾ

frying /'ਫ਼ਰਾਇਇਙ/ *n* ਤਲੀ ਚੀਜ਼, ਭੁੰਨੀ ਵਸਤੂ

frying pan *n* ਤਲਨ ਲਈ ਤਵਾ ਜਾਂ ਕੜਾਹੀ, ਤੜਕੇਦਾਨੀ, ਫਰਾਈਪੈਨ **out of the frying pan into the fire** ਅਸਮਾਨ ਤੋਂ ਡਿਗਿਆ ਖਜੂਰ ਵਿੱਚ ਅਟਕਿਆ, ਇੱਕ ਮੁਸੀਬਤ ਵਿੱਚੋਂ ਨਿਕਲ ਕੇ ਦੂਜੀ ਵਿੱਚ ਫਸਣਾ

FTP /ˌਐੱਫ਼ ਟੀ 'ਪੀ/ *abbr* (ਕੰਪਿ) **file transfer protocal** ਦਾ ਸੰਖਿਪਤ ਰੂਪ; ਦੇਖੋ **file transfer protocol** ਇੰਟਰਨੈੱਟ ਉਪਰਲੀਆਂ ਫ਼ਾਈਲਾਂ ਨੂੰ ਇੱਕ ਕੰਪਿਊਟਰ ਤੋਂ ਦੂਸਰੇ ਕੰਪਿਊਟਰ ਤੱਕ ਲੈ ਜਾਣ ਦੇ ਤਕਨੀਕੀ ਨੇਮ

fub /ਫ਼ਅੱਬ/ *vt* ਟਾਲਣਾ, ਨਜ਼ਰ ਅੰਦਾਜ਼ ਕਰਨਾ

fubbery /'ਫ਼ਅੱਬਰਿ/ *n* ਧੋਖਾ, ਫ਼ਰੇਬ

fubby, fubsy /'ਫ਼ਅੱਬਿ, 'ਫ਼ਅੱਬਜ਼ਿ/ *a* ਚਰਬੀਦਾਰ, ਮੋਟਾ, ਸਥੂਲ, ਚਰਬੀਯੁਕਤ, ਚਿਕਨਾਈ ਵਾਲਾ

fuchsia /'ਫ਼ਯੂਸ਼ਅ/ *n* ਇੱਕ ਝਾੜੀਦਾਰ ਪੌਦਾ ਜਿਸ ਦੇ ਫੁੱਲ ਹੇਠਾਂ ਨੂੰ ਲਟਕਦੇ ਹਨ, ਫੂਸਾ

fuck /ਫ਼ਅੱਕ/ *v* ਸੰਭੋਗ ਕਰਨਾ; ਕ੍ਰੋਧ ਗੁੱਸਾ ਜਾਂ ਹੈਰਾਨੀ ਨੂੰ ਪ੍ਰਗਟਾਉਣਾ *n* ਸੰਭੋਗ ਦੀ ਕਿਰਿਆ, ਗੁੱਸੇ ਦਾ ਪ੍ਰਗਟਾਵਾ

fucus /'ਫ਼ਯੂਕਅਸ/ *n* ਦਿਖਾਵਾ, ਭੇਖ; ਸਮੁੰਦਰੀ ਘਾਹ ਦੀ ਇੱਕ ਕਿਸਮ ਜਿਸ ਦੇ ਪੱਤੇ ਚਮੜੇ ਵਰਗੇ ਹੁੰਦੇ ਹਨ

fuddle /'ਫ਼ਅੱਡਲ/ *n* ਮਸਤੀ, ਨਸ਼ਾ; ਵਿਆਕੁਲਤਾ *v* ਮਸਤ ਕਰਨਾ, ਮਖ਼ਮੂਰ ਕਰਨਾ, ਮਦਹੋਸ਼ ਕਰਨਾ ਜਾਂ ਹੋਣਾ, ਬਹੁਤ ਸ਼ਰਾਬ ਪੀਣਾ ਜਾਂ ਪਿਆਉਣਾ; ਵਿਆਕੁਲ ਕਰਨਾ

fuddler /'ਫ਼ਅੱਡਲਅ*/ *n* ਸ਼ਰਾਬੀ, ਪਿਅੱਕੜ,

ਪਿਆਕਲ

fudge /ਫ਼ਅੱਜ/ *n* ਛੋਟਾ ਕਿੱਸਾ; ਫ਼ਜ਼ੂਲ ਗੱਲਾਂ, ਬੇਥਵੀ, ਯੱਕੜ, ਗੱਪ, ਨਿਰਾਰਥਕ ਵਾਰਤਾਲਾਪ; ਛਪਦਿਆਂ-ਛਪਦਿਆਂ ਪ੍ਰਕਾਸ਼ਿਤ ਹੋਣ ਵਾਲਾ ਸਮਾਚਾਰ; ਦੁੱਧ ਖੰਡ ਮੱਖਣ ਆਦਿ ਨਾਲ ਬਣੀ ਮਿਠਿਆਈ *v* ਕੁਚੱਜ ਘੋਲਣਾ

fudgy /'ਫ਼ਅੱਜਿ/ *a* ਭੈੜਾ, ਬੁਰਾ, ਕਰੂਪ

fuel /'ਫ਼ਯੂਅਲ/ *n* ਬਾਲਣ, ਝੁਲਕਾ, ਝੋਕਾ; ਉਤੇਜਨਾ, ਭੜਕਾਊ ਪਦਾਰਥ *v* (ਅੱਗ ਵਿੱਚ) ਬਾਲਣ ਪਾਉਣਾ, ਬਾਲਣ ਪ੍ਰਾਪਤ ਕਰਨਾ

fuelling /'ਫ਼ਯੁਅਲਿਙ/ *n* **(US fueling)** ਬਾਲਣ (ਕੋਲਾ, ਲੱਕੜੀ ਆਦਿ); ਤੇਲ ਭਰਨ ਦੀ ਕਿਰਿਆ

fuff /ਫ਼ਅੱਫ਼/ *n* ਫੂਕ *v* ਫੂਕ ਨਾਲ ਫੁਲਾਉਣਾ

fuffy /ਫ਼ਅੱਫ਼ਿ/ *a* ਹਲਕਾ ਤੇ ਮੁਲਾਇਮ, ਫੁੱਲਿਆ

fug /ਫ਼ਅੱਗ/ *n* ਕਮਰੇ ਦਾ ਹੁੰਮਸ; ਹਮਕ *vi* ਹੁੰਮਸ ਅਨੁਭਵ ਕਰਨਾ, ਹੁੰਮਸ ਆਉਣਾ, ਹੁੰਮਸ ਵਿੱਚ ਹੋਣਾ

fugacious /ਫ਼ਯੂ'ਗੇਇਸ਼ਅਸ/ *a* ਅਸਥਿਰ, ਛਿਣ– ਭੰਗਰ, ਥੋੜ੍ਹਚਿਰਾ, ਆਰਜ਼ੀ, ਚੰਦ ਰੋਜ਼ਾ, ਪਲਾਇਣਸ਼ੀਲ

fugacity /ਫ਼ਯੂ'ਗੈਸਅਟਿ/ *n* ਅਸਥਿਰਤਾ, ਛਿਣ-ਭੰਗਰਤਾ,ਚੰਚਲਤਾ, ਪਲਾਇਣਸ਼ੀਲਤਾ

fugitive /'ਫ਼ਯੂਜਅਟਿਵ਼/ *n* ਭਗੌੜਾ; ਘੁਮੱਕੜ, ਰਮਤਾ; ਨਾਪਾਇਦਾਰ, ਪਰਿਵਰਤਨਸ਼ੀਲ, ਛਿਣ–ਭੰਗਰ, ਅਸਥਾਈ

fugle /'ਫ਼ਯੂਗਲ/ *vi* (ਪਰਾ) ਪ੍ਰਤਿਨਿਧੀ ਹੋਣਾ, ਸੰਯੋਜਕ ਹੋਣਾ, ਪਥ ਪ੍ਰਦਰਸ਼ਨ ਕਰਨਾ, ਨੇਤਾ ਬਣਨਾ

fugleman /'ਫ਼ਯੂਗਲਮੈਨ/ *n* ਪ੍ਰਬੰਧਕ, ਸੰਯੋਜਕ; ਪਥ ਪ੍ਰਦਰਸ਼ਕ, ਨੇਤਾ; ਪਲਟਨ ਦੇ ਸਾਮ੍ਹਣੇ ਖਲੋ ਕੇ ਸੈਨਿਕਾਂ ਨੂੰ ਕਵਾਇਦ ਕਰਾਉਣ ਵਾਲਾ ਸੈਨਿਕ

fulcrum /'ਫ਼ੁਲਕਰਅਮ, 'ਫ਼ਅੱਲਕ-/ *n* ਆਧਾਰ, ਟੇਕ, ਧੁਰਾ, ਚੂਲ, ਕਿੱਲੀ

fulfil /ਫ਼ੁਲ'ਫ਼ਿਲ/ *vt* ਭਰਨਾ; (ਕਾਰਜ ਜਾਂ ਸਮਾਂ) ਪੂਰਾ ਕਰਨਾ, ਪੂਰਨ ਕਰਨਾ; (ਆਗਿਆ ਜਾਂ ਵਿਧਾਨ ਨੂੰ) ਕਾਰਜ ਰੂਪ ਵਿੱਚ ਲਿਆਉਣਾ, (ਵਚਨ ਆਦਿ) ਪਾਲਣਾ, ਨਿਭਾਉਣਾ, ਸ਼ਰਤ ਅਨੁਸਾਰ ਚੱਲਣਾ, ਪਾਬੰਦ ਹੋਣਾ;(ਇੱਛਾ ਜਾਂ ਪ੍ਰਾਰਥਨਾ ਨੂੰ) ਸਫਲ ਕਰਨਾ; ਸੰਤੁਸ਼ਟ ਕਰਨਾ; (ਉਦੇਸ਼ ਦੇ) ਅਨੁਕੂਲ ਹੋਣਾ, ਸਿੱਧ ਕਰਨਾ

fulfilment /ਫ਼ੁਲ'ਫ਼ਿਲਮਅਨਟ/ *n* ਪੂਰਤੀ, ਪੂਰਨਤਾ, ਸੰਪੰਨਤਾ, ਸਿੱਧੀ, ਨਿਭਾਅ, ਸੰਤੁਸ਼ਟੀ, ਪਾਲਨਾ

fulgency /'ਫ਼ਅੱਲਜਅਨਸਿ/ *n* ਚਮਕ, ਚਮਕੀਲਾਪਣ, ਉੱਜਲਤਾ, ਆਭਾ

fulgent /'ਫ਼ਅੱਲਜਅਨਟ/ *a* ਚਮਕਦਾਰ, ਚਮਕੀਲਾ, ਉੱਜਲਾ

fulgor /'ਫ਼ਅੱਲਗਅ*/ *n* ਚਮਕ, ਆਭਾ, ਕਾਂਤੀ

fulgorous /'ਫ਼ਅੱਲਗਅਰਸ/ *a* ਚਕਾਚੌਂਧ ਕਰਨ ਵਾਲਾ, ਚਮਕਦਾਰ

fuliginosity /ਫ਼ਯੂ,ਲਿਜਿ'ਨੌਸਿਟਿ/ *n* ਧੂੰਏਂ ਨਾਲ ਕਾਲੇ ਹੋਣ ਦੀ ਅਵਸਥਾ, ਧੁੰਦਲਾਪਣ, ਕਾਲਾਪਣ

fuliginous /ਫ਼ਯੂ'ਲਿਜਿਨਅਸ/ *a* ਕਾਲਾ, ਸਿਆਹ, ਧੁੰਦਲਾ, ਕਾਲਾ–ਧੂੰ, ਕਾਲਖ ਵਰਗਾ

full /ਫ਼ੁਲ/ *a* ਪੂਰਾ ਭਰਿਆ, ਪੂਰਨ, ਭਰਪੂਰ, ਪੂਰਾ, ਸੰਪੂਰਨ; ਸੰਤੋਖਜਨਕ, ਅਧਿਕ; ਮੋਟਾ, ਫੁੱਲਿਆ, ਚੋਣ ਵਾਲਾ, ਚੋਣਦਾਰ (ਕੱਪੜਾ); (ਮਨੁੱਖ) ਰੱਜਿਆ; ਤੀਬਰ, ਪ੍ਰਚੰਡ, ਤੇਜ਼, ਗੂੜ੍ਹਾ ਤੇ ਭੜਕੀਲਾ (ਰੰਗ); ਠੀਕ-ਠਾਕ, ਬਿਲਕੁਲ ਠੀਕ *vt* (ਕੱਪੜੇ ਵਿੱਚ) ਚੋਣ ਪਾਉਣਾ, ਧੋਣਾ, ਮਲਣਾ

fullback /'ਫ਼ੁਲਬੈਕ/ *n* ਫੁਟਬਾਲ ਜਾਂ ਹਾਕੀ ਵਿੱਚ ਪਿੱਛੇ ਖੇਡਣ ਵਾਲਾ ਖਿਡਾਰੀ

full-blooded /,ਫ਼ੁਲ'ਬਲਅੱਡਿਡ/ *a* ਜੋਸ਼ ਖਰੋਸ਼ ਨਾਲ, ਪੁਰਜ਼ੋਰ, ਸ਼ਕਤੀਸ਼ਾਲੀ, ਉਤਸ਼ਾਹਿਤ; ਇੱਕੋ ਜਾਤ ਦੇ ਪਤੀ ਪਤਨੀ ਦੀ (ਔਲਾਦ)

full-blown /,ਫ਼ੁਲ'ਬਲਅਉਨ/ *a* ਪ੍ਰਫੁਲਿਤ,

ਖਿੱਲਰਿਆ, ਪੂਰਾ ਵਿਕਸਿਤ

fuller /'**ਫ਼ੁਲਅ***/ *n* ਧੋਬੀ; ਕੱਪੜਿਆਂ ਵਿੱਚ ਚੋਣ ਪਾਉਣ ਵਾਲਾ

fullness /'**ਫ਼ੁਲਨਅਸ**/ *n* ਭਰਪੂਰਤਾ, ਪੂਰਨਤਾ, ਸੰਪੂਰਨਤਾ, ਸਮਗਰਤਾ, ਬਹੁਲਤਾ; (ਧੁਨੀ, ਰੰਗ ਆਦਿ ਦੀ) ਮਧੁਰਤਾ, ਸੁਰੀਲਾਪਣ, ਗਹਿਰਾਈ

full stop *n* ਵਾਕ ਸਮਾਪਤੀ ਉੱਤੇ ਲਾਇਆ ਚਿੰਨ੍ਹ, ਪੂਰਨ ਵਿਰਾਮ ਚਿੰਨ੍ਹ, ਬਿੰਦੀ ਦਾ ਨਿਸ਼ਾਨ

fully /'**ਫ਼ੁਲਿ**/ *adv* ਪੂਰਾ-ਪੂਰਾ, ਪੂਰੀ ਤਰ੍ਹਾਂ, ਪੂਰਨ ਤੌਰ 'ਤੇ, ਸਾਰੇ ਦਾ ਸਾਰਾ

fulminant /'**ਫ਼ੁਲਮਿਨਅਨਟ, 'ਫ਼ਅੱਲ-**/ *a* ਗੱਜਣ ਵਾਲਾ, ਬਿਜਲੀ ਵਾਂਗ ਅਚਾਨਕ ਚਮਕਣ ਵਾਲਾ, ਵਿਸਫੋਟਕ; ਇਕਦਮ ਫੈਲਣ ਵਾਲਾ (ਰੋਗ)

fulminate /'**ਫ਼ੁਲਮਿਨੇਇਟ, 'ਫ਼ਅੱਲ-**/ *v* ਕੌੜੇ ਬੋਲ ਬੋਲਣਾ ਜਾਂ ਲਿਖਣਾ, ਬੋਲ-ਕਬੋਲ ਕਰਨਾ; ਗੱਜਣਾ, ਗੜ੍ਹਕਣਾ, ਬਿਜਲੀ ਵਾਂਗ ਚਮਕਣਾਸ ਅੱਗ ਲਾਉਣਾ; ਲਾਹਨਤ-ਮੁਲਾਮਤ ਕਰਨਾ

fulmination /**ਫ਼ੁਲਮਿ'ਨੇਇਸ਼ਨ, ,ਫ਼ਅੱਲ-**/ *n* ਗਰਜ, ਕੜਕ, ਲਾਹਨਤ-ਮਲਾਮਤ, ਲਾਨ੍ਹ-ਤਾਨ੍ਹ, ਨਿੰਦਾ

fulminatory /'**ਫ਼ੁਲਮਿਨਅਟ(ਅ)ਰਿ, 'ਫ਼ਅੱਲ-**/ *a* ਲਾਹਨਤ-ਮਲਾਮਤ ਭਰਿਆ, ਨਿੰਦਾਤਮਕ, ਤਿਰਸਕਾਰ ਭਰਿਆ

fulmine /'**ਫ਼ੁਲਮਿਨ, 'ਫ਼ਅੱਲ-**/ *v* ਗਰਜਣਾ, ਕੜਕਣਾ, ਫਟੀ ਹੋਈ ਅਵਾਜ਼ ਵਿੱਚ ਉੱਚੀ ਬੋਲਣਾ

fulness /'**ਫ਼ੁਲਨਅਸ**/ *n* ਭਰਪੂਰਤਾ, ਭਰਵਾਂਪਣ, ਪੂਰਨਤਾ

fulsome /'**ਫ਼ੁਲਸਅਮ**/ *n* ਬੇਹਿਸਾਬਾ, ਬੇਹੱਦ; ਨਾਗਵਾਰ, ਨਾਪਸੰਦ, ਉਕਤਾ ਦੇਣ ਵਾਲਾ

fulvous /'**ਫ਼ਅੱਲਵ੍ਅਸ**/ *a* ਸੰਤਰੇ ਰੰਗਾ, ਸੰਤਰੀ

fumble /'**ਫ਼ਅੱਮਬਲ**/ *n* ਅਨਾੜੀਪਣ, ਮੂੜ੍ਹਪਣ ਦਾ ਕਾਰਜ *v* ਟਟੋਲਣਾ, ਕਰੋਲਾ ਦੇਣਾ; ਡਿਕੋਡੋਲੇ ਖਾਣਾ; ਥਥਲਾਉਣਾ; (ਚੀਜ਼ਾਂ) ਹੇਠਾਂ ਉੱਤੇ ਕਰਨਾ, ਉਲਟਾਉਣਾ, ਪਲਟਾਉਣਾ

fumbler /'**ਫ਼ਅੱਮਬਲਅ***/ *n* ਟੋਲਣ ਵਾਲਾ; ਘਪਲਾ

fume /**ਫ਼ਯੂਮ**/ *n* ਵਾਸ਼ਪ, ਭਾਫ਼; ਕ੍ਰੋਧ ਦਾ ਆਵੇਸ਼; ਜ਼ਹਿਰੀਲੀ ਗੈਸ ਜੋ ਢਿੱਡ ਵਿੱਚੋ ਉੱਠ ਕੇ ਸਿਰ ਵੱਲ ਜਾਂਦੀ ਹੈ *v* ਧੂਣੀ ਦੇਣਾ, ਧੂੰਆਂ ਕਰਨਾ, ਭਾਫ਼ ਕੱਢਣਾ; ਧੂਪ ਨਾਲ ਸੁਗੰਧਿਤ ਕਰਨਾ; ਹਵਾੜ੍ਹ ਕੱਢਣਾ; ਚਿੜ੍ਹਾਉਣਾ, ਖਿਝਣਾ, ਗੁੱਸੇ ਹੋਣਾ

fumet /'**ਫ਼ਯੂਮਿਟ**/ *n* ਹਰਨ ਆਦਿ ਦਾ ਵਿਸ਼ਟਾ, ਪਸ਼ੂ ਦਾ ਗੋਹਾ

fumigant /'**ਫ਼ਯੂਮਿਗਅਨਟ**/ *n* (ਖੇਤੀ ਵਿੱਚ) ਧੂੰਆਂ ਦੇਣ ਵਾਲਾ ਪਦਾਰਥ, ਧੂਣੀ ਦੇਣ ਵਾਲੀ ਵਸਤੂ

fumigate /'**ਫ਼ਯੂਮਿਗੇਇਟ**/ *vt* ਧੂਣੀ ਦੇਣਾ

fumigation /,**ਫ਼ਯੂਮਿ'ਗੇਇਸ਼ਨ**/ *n* ਧੂੰਆਂ ਕਰਨ ਦੀ ਕਿਰਿਆ, ਧੂਣੀ, ਧੂਪ

fumigator /'**ਫ਼ਯੂਮਿਗੇਇਟਅ***/ *n* ਕੀਟਨਾਸ਼ਕ; ਧੂਣੀ ਦੇਣ ਵਾਲਾ, ਧੂਪ ਦੇਣ ਵਾਲਾ

fumitory /'**ਫ਼ਯੂਮਿਟ(ਅ)ਰਿ**/ *n* ਪਿੱਤ ਪਾਪੜਾ, ਸ਼ਾਹਤਰਾ, ਇੱਕ ਜੜ੍ਹੀ-ਬੂਟੀ

fumy /'**ਫ਼ਯੂਮਿ**/ *a* ਧੂੰਏਂ ਨਾਲ ਭਰਪੂਰ, ਧੂੰਆਂਧਾਰ, ਵਾਸ਼ਪਯੁਕਤ, ਭਾਫ਼ ਵਾਲਾ

fun /**ਫ਼ਅੱਨ**/ *n* ਖੇਡ, ਤਮਾਸ਼ਾ, ਖੇਡ-ਕੁੱਦ, ਕੇਲ, ਕੌਤਕ, ਕਰੀੜਾ, ਸਾਂਗ, ਹਾਸਾ-ਠੱਠਾ, ਦਿਲਲਗੀ

funambulation /**ਫ਼ਯੂ,ਨੈਮਬਯੁ'ਲੇਇਸ਼ਨ**/ *n* ਰੱਸੇ ਉੱਤੇ ਨੱਚਣ ਦੀ ਕਿਰਿਆ, ਨਟਬਾਜ਼ੀ

funambulist /**ਫ਼ਯੂ'ਨੈਮਬਯੁਲਿਸਟ**/ *n* ਰੱਸੇ ਉੱਤੇ ਤੁਰਨ ਵਾਲਾ, ਨਟ

function /'**ਫ਼ਅੱਙਕਸ਼ਨ**/ *n* ਸਮਾਗਮ, ਸਮਾਰੋਹ, ਉਤਸਵ, (ਗਣਿ) ਫਲ; ਮਹੱਤਵਪੂਰਨ ਸਮਾਜਿਕ ਸੰਮੇਲਨ; ਅਧਿਕਾਰ, ਕੰਮ, ਕਰਤਵੱ, ਕਿਰਤ, ਕਰਮ, ਬਿਰਤੀ, ਧਰਮ *vt* ਕੰਮ ਕਰਨਾ, ਕਰਤੱਵ ਪਾਲਨਾ

functional /'**ਫ਼ਅੱਙਕਸ਼ਅਨਲ**/ *a* (ਰੋਗ) ਇੰਦਰੀਆਂ ਦੇ ਕੰਮ ਸੰਬੰਧੀ, ਕਿਰਿਆਸ਼ੀਲ, ਕਾਰਜਾਤਮਿਕ; ਬਿਰਤੀਮੂਲਕ; ਫਲ ਸੰਬੰਧੀ; ਲੌਕਿਕ, ਆਚਾਰਾਤਮਿਕ

functionalism /'**ਫ਼ਅੱਙਕਸ਼ਅਨਅਲਿਜ਼ਅਮ**/

n ਕਾਰਜਾਤਮਿਕਤਾ, ਕਿਰਤਵਾਦ, ਕਾਰਜਵਾਦ, ਫਲਵਾਦ

functionary /'**ਫ਼ਅੱਙਕਸ਼ਅਨਅਰਿ**/ *n* ਕਾਰਜ ਕਰਤਾ, ਕਾਰਜ ਨਿਰਵਾਹਕ, ਕਰਮਚਾਰੀ, ਅਧਿਕਾਰੀ, ਅਹਿਲਕਾਰ *a* ਸਰਕਾਰੀ, ਰਾਜਕੀ, ਸ਼ਾਸਕੀ

function key *n* (ਕੰਪਿ) ਕੰਪਿਊਟਰ ਦੀ ਕੁੰਜੀ ਫੱਟੀ (**keyboard**) ਉੱਤੇ ਉਪਰੋਂ ਪਹਿਲੀ ਕਤਾਰ ਵਿੱਚੋਂ ਕੋਈ ਕੁੰਜੀ ਜੋ ਵਿਸ਼ੇਸ਼ ਆਦੇਸ਼ ਲਈ ਵਰਤੀ ਜਾਂਦੀ ਹੈ

fund /**ਫ਼ਅੱਨਡ**/ *n* ਖ਼ਜ਼ਾਨਾ, ਪੂੰਜੀ, ਸਰਮਾਇਆ, ਫੰਡ; ਧਨ ਨਿਧੀ; ਧਨ ਕੋਸ਼; ਰਕਮ, ਰਾਸ਼ੀ, ਭੰਡਾਰ *vt* ਇਕੱਤਰ ਕਰਨਾ, ਜਮ੍ਹਾਂ ਕਰਨਾ, ਸੰਗ੍ਰਹਿ ਕਰਨਾ, ਸੰਚਿਤ ਕਰਨਾ, ਭੰਡਾਰ ਭਰਨਾ; ਰੁਪਈਆ ਲਾਉਣਾ

fundament /'**ਫ਼ਅੱਨਡਅਮਅਨਟ**/ *n* ਮੂਲ, ਮੂਲਾਧਾਰ; ਚਿੱਤੜ; ਗੁਦਾ, ਮਲ ਦੁਆਰ

fundamental /**ਫ਼ਅੱਨਡਅ'ਮੈੱਨਟਲ**/ *n* ਮੂਲ ਤੱਤ, ਸਾਰ, ਮੂਲ ਸਿਧਾਂਤ, ਆਧਾਰੀ ਨਿਯਮ; (ਸੰਗੀ) ਮੂਲ ਸਵਰ, ਪ੍ਰਧਾਨ ਸਵਰ a ਮੌਲਿਕ, ਮੂਲਭੂਤ; ਪ੍ਰਮੁੱਖ

fundamentalism /**ਫ਼ਅੱਨਡਅ'ਮੈਨੱਟਅਲਿਜ਼ਅਮ**/ *n* ਮੂਲਵਾਦ

fundamentality /**ਫ਼ਅੱਨਡਅਮੈੱਨ'ਟੈਲਅਟਿ**/ *n* ਮੌਲਿਕਤਾ, ਪ੍ਰਮੁੱਖਤਾ, ਪ੍ਰਧਾਨਤਾ

fundamentally /**ਫ਼ਅੱਨਡਅ'ਮੈਨੱਟਅਲਿ**/ *adv* ਮੁਖ ਰੂਪ ਵਿੱਚ, ਮੌਲਿਕ ਰੂਪ ਵਿੱਚ, ਬੁਨਿਆਦੀ ਤੌਰ 'ਤੇ

funeral /'**ਫ਼ਯੂਨਅਰਅਲ**/ *n* ਜਨਾਜ਼ਾ, ਅੰਤਿਮ-ਸੰਸਕਾਰ, ਦਾਹ-ਸੰਸਕਾਰ, ਕਿਰਿਆ-ਕਰਮ; ਅਸ਼ੁੱਭ ਵਿਚਾਰ a ਜਨਾਜ਼ੇ ਸੰਬੰਧੀ, ਮਾਤਮੀ

funerary /'**ਫ਼ਯੂਨਅਰਅਰਿ**/ *a* ਅੰਤਿਮ-ਸੰਸਕਾਰ ਸੰਬੰਧੀ

funereal /**ਫ਼ਯੂ'ਨਿਅਰਿਅਲ**/ *a* ਦੁੱਖਮਈ, ਉਦਾਸ, ਮਾਤਮੀ, ਸੋਗਮਈ, ਅੰਧਕਾਰਪੂਰਨ

funest /**ਫ਼ਯੂ'ਨੈੱਸਟ**/ *a* ਡਰਾਉਣਾ, ਪ੍ਰਾਣ ਘਾਤਕ; ਖੇਦਜਨਕ; ਦਇਆ ਦਾ ਪਾਤਰ

funfair /'**ਫ਼ਅੱਨਫ਼ੇਅ***/ *n* ਸ਼ੁਗਲ ਮੇਲਾ

fungicide /'**ਫ਼ਅੱਨਗਿਸਾਇਡ**, '**ਫ਼ਅੱਨਜਿ-**/ *n* ਉੱਲੀਮਾਰ ਦਵਾਈ

fungoid /'**ਫ਼ਅੱਙਗੌਇਡ**/ *a* ਉੱਲੀਨੁਮਾ; (ਰੋਗ) ਤੇਜ਼ੀ ਨਾਲ ਵਧਣ ਵਾਲ਼ਾ

fungous /'**ਫ਼ਅੱਙਗਅਸ**/ *a* ਛਿਣ-ਭੰਗਰ; ਥੋੜ੍ਹ-ਚਿਰਾ, ਅਲਪ ਕਾਲੀਨ; ਖੁੰਬ ਵਰਗਾ; ਉੱਲੀ ਵਰਗਾ

fungus /'**ਫ਼ਅੱਙਗਅਸ**/ *n* ਖੁੰਬ ਵਾਂਗ ਉੱਗ ਪੈਣ ਦਾ ਭਾਵ, ਤਤਕਾਲੀ ਉਪਜ, ਉੱਲੀ, ਖੁੰਬ

funicle /'**ਫ਼ਯੂਨਿਕਲ**/ *n* ਡੋਰੀ, ਰੱਸੀ, ਸੂਤ ਦੀ ਤੰਦ

funicler /'**ਫ਼ਯੂਨਿਕਲਅ***/ *a* ਰੱਸੀ ਨਾਲ ਸੰਬੰਧਿਤ, ਰੱਸੀ ਦਾ, ਰੱਸੀ ਦੀ ਖਿੱਚ ਸੰਬੰਧੀ

funk /**ਫ਼ਅੱਙਕ**/ *n* ਭੈ, ਡਰ, ਤਰਾਸ, ਦਹਿਲ *v* ਡਰਨਾ, ਭੈ-ਭੀਤ ਹੋਣਾ; ਕਾਇਰਤਾ ਦਿਖਾਉਣਾ, ਡਰ ਕੇ ਪਿੱਛੇ ਹਟਣਾ, ਹਿਚਕਚਾਉਣਾ; ਕਮਜ਼ੋਰ ਹੋਣਾ

funky /**ਫ਼ਅੱਙਕਿ**/ *a* ਕਮਜ਼ੋਰ, ਡਰਪੋਕ, ਕਾਇਰ

funnel /'**ਫ਼ਅੱਨਲ**/ *n* ਧੂੰਆਰਾ; ਧੂੰਕਸ਼; ਝਰੋਖਾ, ਖਿੜਕੀ, ਰੋਸ਼ਨਦਾਨ; ਕੀਪ, ਪੋਣੀ, ਪੁਣਨੀ

funnelled /'**ਫ਼ਅੱਨ(ਅ)ਲਡ**/ *a* ਝਰੋਖੇਦਾਰ, ਧੂੰਏਂਦਾਰ, ਕੀਪਦਾਰ

funniment, funniosity /'**ਫ਼ਅੱਨਿਮਅਨਟ**, **ਫ਼ਅੱਨਿ'ਔਸਟਿ**/ *n* ਖੇਡ-ਕੁੱਦ, ਹਾਸਾ-ਮਜ਼ਾਕ, ਦਿਲਲਗੀ

funny /'**ਫ਼ਅੱਨਿ**/ *n* ਛੋਟੀ ਕਿਸ਼ਤੀ *a* ਹਾਸੇ ਭਰਿਆ, ਕੌਤਕੀ, ਰਸਕ; ਅਦਭੁਤ, ਵਚਿੱਤਰ, ਅਜੀਬ, ਨਿਰਾਲਾ

funny bone *n* ਕੂਹਣੀ ਦਾ ਕੋਨਾ

fur /**ਫ਼ਅ:***/ *n* ਪੋਸਤੀਨ, ਸਮੂਰ; ਖੱਲ ਦਾ ਅਸਤਰ; ਖੱਲ ਦਾ ਕੱਪੜਾ; ਵਲਟੋਹਿਆਂ ਵਿੱਚ ਕਾਰਬੋਨੇਟਾਂ ਦੀ ਚਿੱਟੀ ਤਹਿ; ਹੇਠਾਂ ਬੈਠ ਜਾਣ ਵਾਲੀ

ਗਾਦ (ਸ਼ਰਾਬ, ਪਾਣੀ ਆਦਿ ਦੀ) *v* ਖੱਲਾਂ ਪਾਉਣਾ, ਪਹਿਨਣਾ ਜਾਂ ਜਮਾਉਣਾ; ਬਾਇਲਰਾਂ ਵਿੱਚੋਂ ਚੂਨੇ ਦੀ ਤਹਿ ਨੂੰ ਲਾਹੁਣਾ ਜਾਂ ਸਾਫ਼ ਕਰਨਾ

furacious /ਫ਼ਯੂ'ਰੇਇਸ਼ਸ/ *a* ਚੋਰੀ ਸੰਬੰਧੀ, ਗੁਪਤ

furbelow /'ਫ਼ਅ:ਬਿਲਅਉ/ *n* ਝਾਲਰ, ਗੋਟ, ਸੰਜਾਫ; ਸੁੱਕਿਆ ਹੋਇਆ ਸਮੁੰਦਰੀ ਘਾਹ; (ਬਹੁ) ਭੜਕੀਲੇ ਵਸਤਰ, ਦਿਖਾਵੇ ਦੇ ਗਹਿਣੇ ਜਾਂ ਕੱਪੜੇ *vt* ਚੋਣਾਂ ਪਾਉਣਾ, ਘੇਰਾ ਉਲੇੜ੍ਹਨਾ, ਝਾਲਰ ਸਿਊਂਣਾ, ਗੋਟਾ ਲਾਉਣਾ, ਸੰਜਾਫ ਲਾਉਣਾ

furbish /'ਫ਼ਅ:ਬਿਸ਼/ *vt* ਕਿਸੇ ਪੁਰਾਣੀ ਚੀਜ਼ ਨੂੰ ਫਿਰ ਵਰਤਣਯੋਗ ਬਣਾਉਣਾ, ਨਵਾਂ ਰੂਪ ਦੇਣਾ; ਨਵਾਂ ਕਰਨਾ, ਮਾਂਜਣਾ, ਚਮਕਾਉਣਾ; ਮੋਰਚਾ ਛੁਡਾਉਣਾ; ਜੰਗਾਲ ਦੂਰ ਕਰਨਾ, ਪਾਲਿਸ਼ ਕਰਨਾ

furcate /'ਫ਼ਅ:ਕੇਇਟ/ *vi* ਵੰਡਣਾ, ਪਾੜਨਾ, ਦੋ ਟੁੱਕ ਕਰਨਾ; ਨੋਕਦਾਰ ਬਣਾਉਣਾ *a* ਦੋਮੂੰਹਾਂ, ਦੁਸਾਂਗਾ, ਨੋਕਦਾਰ

furcation /ਫ਼ਅ:'ਕੇਇਸ਼ਨ/ *n* ਵੰਡ, ਦੋਮੂੰਹੀਕਰਨ, ਵਿਭਾਜਨ

furibund /'ਫ਼ਯੁਅਰਿਬਅੱਨਡ/ *a* ਗੁੱਸੇ ਵਾਲਾ, ਕ੍ਰੋਧਮਈ, ਪ੍ਰਚੰਡ

furiosity /ਫ਼ਯੁਰਿ'ਔਸਿਟਿ/ *n* ਕ੍ਰੋਧ, ਪਾਗਲਪਣ, ਵਿਆਕੁਲਤਾ

furious /'ਫ਼ਯੁਅਰਿਅਸ/ *a* ਲੋਹਾ-ਲਾਖਾ, ਤੁੰਦ, ਤੇਜ਼, ਕ੍ਰੋਧਗ੍ਰਸਤ, ਪ੍ਰਚੰਡ, ਤੀਬਰ, ਘੋਰ, ਭਿਅੰਕਰ

furl /ਫ਼ਅ:ਲ/ *v* ਵਲ੍ਹੇਟ ਕੇ ਬੰਨ੍ਹਣਾ; (ਪੱਖਾ, ਖੰਭ, ਝੰਡਾ, ਛਤਰੀ) ਵਲ੍ਹੇਟਣਾ, ਤਹਿ ਕਰਨਾ; ਤਿਆਗਣਾ, ਸੁੰਗੇੜਨਾ, ਤਰੋੜਨਾ-ਮਰੋੜਨਾ; (ਬੱਦਲਾਂ ਵਾਂਗ) ਖਿਲਰ ਜਾਣਾ, ਉੱਡ ਜਾਣਾ, ਬੰਦ ਹੋਣਾ

furlong /'ਫ਼ਅ:ਲੌਙ/ *n* ਮੀਲ ਦਾ ਅੱਠਵਾਂ ਭਾਗ, 220 ਗਜ਼ ਦੀ ਲੰਬਾਈ, ਫਰਲਾਂਗ

furlough /'ਫ਼ਅ:ਲਅਉ/ *n* ਵਤਨ ਜਾਣ ਦੀ ਛੁੱਟੀ, ਲੰਮੀ ਛੁੱਟੀ; ਆਰਜ਼ੀ ਬੇਰੁਜ਼ਗਾਰੀ; ਫਰਲੋ

furnace /'ਫ਼ਅ:ਨਿਸ/ *n* ਭੱਠੀ, ਤੰਦੂਰ, ਅੰਗੀਠੀ, ਅਗਨ ਕੁੰਡ; ਗਰਮ ਥਾਂ; ਕਠਨ ਪਰੀਖਿਆ *vt* ਤੰਦੂਰ ਵਿੱਚ ਪਾ ਕੇ ਤਾਉਣਾ, ਭੱਠੀ ਵਿੱਚ ਪਾ ਦੇਣਾ

furnish /'ਫ਼ਅ:ਨਿਸ਼/ *v* (ਮਕਾਨ, ਥਾਂ ਜਾਂ ਕਮਰੇ ਆਦਿ ਨੂੰ ਲੋੜੀਂਦੀਆਂ ਚੀਜ਼ਾਂ ਨਾਲ) ਸਜਾਉਣਾ; ਜੁਗਤ ਨਾਲ ਰੱਖਣਾ; ਜੁਟਾਉਣਾ, ਪਹੁੰਚਾਉਣਾ; ਤਿਆਰ ਕਰਨਾ; ਪੇਸ਼ ਕਰਨਾ, ਪ੍ਰਸਤੁਤ ਕਰਨਾ, ਪ੍ਰਦਾਨ ਕਰਨਾ, ਉਪਸਥਿਤ ਕਰਨਾ, ਦੇਣਾ

furniture /'ਫ਼ਅ:ਨਿਚਅ*/ *n* ਫ਼ਰਨੀਚਰ, ਸਜਾਵਟ ਸਾਮਗਰੀ, (ਕੁਰਸੀਆਂ ਮੇਜ਼ ਆਦਿ) ਘਰ ਦੇ ਅੰਦਰ ਦਾ ਸਮਾਨ; ਘੋੜੇ ਆਦਿ ਦਾ ਸਾਜ਼

furor /'ਫ਼ਯੂਰੋ*/ *n* ਜੋਸ਼, ਖਲਬਲੀ, ਉਤੇਜਨਾ

furore /ਫ਼ਯੂ'ਰੋਰਿ, 'ਫ਼ਯੁਅਰੋ*/ *n* ਹਲਚਲ, ਹੰਗਾਮਾ, ਕੁਹਰਾਮ

furrier /'ਫ਼ਅੱਰਿਅ*/ *n* ਖੱਲਾਂ ਦਾ ਵਪਾਰੀ, ਖੱਲਾਂ ਸਾਫ਼ ਕਰਨ ਵਾਲਾ

furrow /'ਫ਼ਅੱਰਅਉ/ *n* ਸਿਆੜ; ਪਹੀਏ ਦੀ ਲੀਹ, ਨਾਲੀ, ਲੀਕ, ਡੂੰਘੀ ਝਰੀ; ਪਹਾੜਾਂ ਵਿੱਚ ਖੁੱਲ੍ਹਾ ਹਿੱਸਾ; ਪਾਣੀ ਉੱਤੇ ਜਹਾਜ਼ ਦੀ ਲੀਹ *vt* ਓਰਾ ਕੱਢਣਾ, ਸਿਆੜ ਕੱਢਣਾ, ਲੀਕ ਪਾਉਣਾ, ਲੀਹ ਪਾਉਣਾ, ਝਰੀਆਂ ਪਾਉਣਾ, ਲੀਹ ਪਾ ਝਰੀਦਾਰ ਬਣਾਉਣਾ

furry /'ਫ਼ਅਰਿ/ *a* ਸਮੂਰਦਾਰ, ਮੁਲਾਇਮ

further /'ਫ਼ਅ:ਦਅ*/ *vt* (ਕਿਸੇ ਵਿਸ਼ੇ, ਅੰਦੋਲਨ ਆਦਿ ਨੂੰ) ਅੱਗੇ ਵਧਾਉਣਾ; ਉਤਸ਼ਾਹਿਤ ਕਰਨਾ, ਉੱਨਤ ਕਰਨਾ *a* ਅਗਲਾ *adv* ਅਗੇਰੇ, ਦੂਰ, ਹੋਰ ਦੂਰ, ਇਸ ਤੋਂ ਅੱਗੇ, ਹੋਰ ਅੱਗੇ, ਇਸ ਤੋਂ ਪਰੇ, ਹੋਰ ਭੀ, ਇਸ ਤੋਂ ਬਿਨਾਂ

furtherance /'ਫ਼ਅ:ਦਅਰਅਨਸ/ *n* ਉੱਨਤੀ, ਵਾਧਾ

furthest /'ਫ਼ਅ:ਦਿਸਟ/ *a* ਸਭ ਤੋਂ ਦੂਰ ਦਾ, ਪਰੇ ਤੋਂ ਪਰੇ ਵਾਲਾ *adv* ਦੂਰ ਤੋਂ ਦੂਰ, ਸਭ ਤੋਂ ਅੱਗੇ, ਵੱਧ ਫ਼ਾਸਲੇ ਉੱਤੇ

furtive /'ਫ਼ਅ:ਟਿਵ੍/ *a* ਲੁਕ-ਛੁਪ ਕੇ ਕੀਤਾ,

ਚੋਰੀ-ਚੋਰੀ ਕੀਤਾ, ਲੁਕਵਾਂ; ਚੋਰੀ ਦਾ, ਚੁਰਾਇਆ ਹੋਇਆ

furtivenees /'ਫ਼ਅ:ਟਿਵ੍ਨਅਸ/ *n* ਚੋਰੀ, ਛਲ, ਮਕਰ, ਧੋਖਾ

fury /'ਫ਼ਯੁਅਰਿ/ *n* ਭਿਅੰਕਰ ਕ੍ਰੋਧ; ਪ੍ਰਬਲਤਾ, ਭਿਅੰਕਰਤਾ, ਭੀਸ਼ਣਤਾ; ਚੰਡੀ, ਲੜਾਕੀ ਇਸਤਰੀ; ਯੁੱਧ ਦੀ ਉਗਰਤਾ ਅਤੇ ਪ੍ਰਚੰਡਤਾ

furze /ਫ਼ਅ:ਜ਼/ *n* ਇੱਕ ਕੰਡੇਦਾਰ ਝਾੜੀ

furzy /'ਫ਼ਅ:ਜ਼ਿ/ *a* ਝਾੜ ਬਰੂਟੇ ਨਾਲ ਸੰਬੰਧਿਤ, ਕੰਡੇਦਾਰ ਝਾੜੀਆਂ ਸੰਬੰਧੀ

fuscous /'ਫ਼ਅੱਸਕਅਸ/ *a* ਕਾਲਾ, ਮਿਟਿਆਲਾ, ਕਾਲਾ-ਸਿਆਹ; ਉਦਾਸ ਰੰਗ ਦਾ

fuse /ਫ਼ਯੂਜ਼/ *n* ਪਟਾਕਾ ਜਾਂ ਵਿਸਫੋਟਕ ਪਦਾਰਥ ਨਾਲ ਲੱਗੀ ਡੋਰੀ, ਪਲੀਤਾ, ਫਿਊਜ਼, ਬੱਤੀ, ਨਲਕੀ *v* ਗਾਲਣਾ, ਪਿਘਲਾਉਣਾ; ਇੱਕ ਰੂਪ ਹੋਣਾ ਜਾਂ ਕਰਨਾ, ਮਿਲਨਾ ਜਾਂ ਮਿਲਾਉਣਾ; ਪਲੀਤਾ ਦਾਗਣਾ, ਵਿਸਫੋਟਕ ਪਦਾਰਥ ਭਰਨਾ ਜਾਂ ਰੱਖਣਾ

fusee /ਫ਼ਯੂ'ਜ਼ੀ/ *n* ਸਿਗਰਟ ਲਾਉਣ ਵਾਲੀ ਮੋਟੇ ਸਿਰੇ ਵਾਲੀ ਤੀਲੀ; ਘੜੀ ਦੀ ਘਿਰਨੀ, ਚਰਖੀ ਜਾਂ ਪਹੀਆ ਜਿਸ ਉੱਤੇ ਬਾਲ ਕਮਾਣੀ ਕੱਸੀ ਹੁੰਦੀ ਹੈ; ਘੋੜੇ ਦੇ ਗਿੱਟੇ ਦੀ ਹੱਡੀ ਜਾਂ ਗਿਲ੍ਹਟੀ

fuselage /'ਫ਼ਯੂਜ਼ਅਲਾਯ਼/ *n* ਹਵਾਈ ਜਹਾਜ਼ ਦਾ ਢਾਂਚਾ

fusel oil /'ਫ਼ਯੂਜ਼(ਅ)ਲ ਔਇਲ/ *n* ਸ਼ਰਾਬ ਕੱਢਣ ਸਮੇਂ ਕਈ ਪ੍ਰਕਾਰ ਦੀਆਂ ਅਲਕੋਹਲਾਂ ਦਾ ਮਿਸ਼ਰਨ

fusibility /,ਫ਼ਯੂਜ਼ਅ'ਬਿਲਅਟਿ/ *n* ਪਿਘਲਨ ਜਾਂ ਪਿਘਲਾਣ ਦਾ ਗੁਣ, ਗਾਲਨ ਦੀ ਸ਼ਕਤੀ, ਦ੍ਰਵਸ਼ੀਲਤਾ, ਵਿਲੀਨਯੋਗਤਾ

fusible /'ਫ਼ਯੂਜ਼ਅਬਲ/ *a* ਪਿਘਲਨਯੋਗ, ਦ੍ਰਵਸ਼ੀਲ, ਗਲਨਯੋਗ, ਵਿਲੀਨ ਹੋਣ ਯੋਗ

fusil /'ਫ਼ਯੂਜ਼ਿਲ/ *n* ਪੁਰਾਣੇ ਢੰਗ ਦੀ ਹੌਲੀ ਤੋੜੇਦਾਰ ਬੰਦੂਕ

fusilier /,ਫ਼ਯੂਜ਼ਅ'ਲਿਅ*/ *n* ਪੁਰਾਣੇ ਢੰਗ ਦੀਆਂ ਹੌਲੀਆਂ ਤੋੜੇਦਾਰ ਬੰਦੂਕਾਂ ਵਾਲੀ ਪਲਟਨ ਜਾਂ ਇਹਨਾਂ ਬੰਦੂਕਾਂ ਵਾਲੇ ਸਿਪਾਹੀ

fusillade /,ਫ਼ਯੂਜ਼ਅ'ਲੇਇਡ/ *n* ਅਗਨੀ ਅਸਤਰਾਂ ਦੁਆਰਾ ਹੱਤਿਆ ਕਾਂਡ; ਤੋਪਾਂ ਦੀ ਬੁਛਾੜ *vt* ਤੋਪਾਂ ਦੇ ਗੋਲਿਆਂ ਦੀ ਬੁਛਾੜ ਕਰਨਾ

fusion /'ਫ਼ਯੂਯ਼ਨ/ *n* ਮਿਸ਼ਰਨ; ਇਕਰੂਪਤਾ; ਤਰਲ ਪਦਾਰਥਾਂ ਦਾ ਮੇਲ; (ਭਾਸ਼ਾ) ਸੰਸ਼ਲੇਸ਼ਣ

fuss /ਫ਼ਅੱਸ/ *n* ਹਲਚਲ, ਖਲਬਲੀ *v* ਗੜਬੜ ਕਰਨਾ, ਹਲਚਲ ਮਚਾਉਣਾ, ਹੱਲਾ-ਗੁੱਲਾ ਕਰਨਾ, ਖਲਬਲੀ ਮਚਾਉਣਾ

fussiness /'ਫ਼ਅੱਸਿਨਅਸ/ *n* ਖਲਬਲੀ, ਗੜਬੜ

fussy /'ਫ਼ਅੱਸਿ/ *a* ਹਲਚਲ ਜਾਂ ਖਲਬਲੀ ਕਰਨ ਵਾਲਾ, ਰੌਲਾ ਪਾਉਣ ਵਾਲਾ; ਹੰਗਾਮਾ ਮਚਾਉਣ ਵਾਲਾ, ਗੜਬੜ ਕਰਨ ਵਾਲਾ

fust /ਫ਼ਅੱਸਟ/ *n* ਬਦਬੋ, ਦੁਰਗੰਧ, ਬਾਸੀ ਹਵਾੜ; ਸਤੰਭ ਦਾ ਪ੍ਰਮੁੱਖ ਹਿੱਸਾ

fustian /'ਫ਼ਅੱਸਟਿਅਨ/ *n* ਅਡੰਬਰਪੂਰਨ ਲੇਖ, ਸ਼ਬਦ ਅਡੰਬਰ, ਸ਼ਬਦ ਜਾਲ; ਤੇਜ਼ ਗੂੜ੍ਹੇ ਰੰਗ ਵਿੱਚ ਰੰਗੇ ਧਾਗੇ ਜਾਂ ਸੂਤ ਦਾ ਕੱਪੜਾ *a* ਅਡੰਬਰਪੂਰਨ, ਸ਼ਬਦ ਜਾਲ ਯੁਕਤ; ਨਗਨ; ਨਿਰਾਰਥਕ, ਤੁੱਛ, ਬੇਕਾਰ; ਮੋਟੇ ਕੱਪੜੇ ਦਾ ਬਣਿਆ

fustic /'ਫ਼ਅੱਸਟਿਕ/ *n* ਪੀਲਾ ਰੰਗ ਦੇਣ ਵਾਲੀ ਲੱਕੜ; ਇਸ ਲੱਕੜੀ ਵਿੱਚੋਂ ਨਿਕਲਿਆ ਰੰਗ

fustigate /'ਫ਼ਅੱਸਟਿਗੇਇਟ/ *vt* ਸੋਟੇ ਮਾਰਨਾ, ਸੋਟੀਆਂ ਵਰ੍ਹਾਉਣਾ, ਡਾਂਗ ਵਾਹੁਣਾ, ਡੰਡਿਆਂ ਨਾਲ ਕੁੱਟਣਾ; ਸਖ਼ਤ ਆਲੋਚਨਾ ਕਰਨਾ

fustigation /,ਫ਼ਅੱਸਟਿ'ਗੇਇਸ਼ਨ/ *n* ਡੰਡਿਆਂ ਦੀ ਵਰਤੋਂ (ਕੁੱਟਣ ਲਈ)

fusty /'ਫ਼ਅੱਸਟਿ/ *a* ਬੁੱਸੀ ਹੋਈ ਵਸਤੂ ਦੀ ਦੁਰਗੰਧ ਦੇਣ ਵਾਲਾ, ਦੁਰਗੰਧਿਤ, ਉੱਲੀ ਵਾਲਾ; (ਕਮਰਾ) ਚਾਰੇ ਪਾਸਿਆਂ ਤੋਂ ਬੰਦ, ਪੁਰਾਣਾ

futile /'ਫ਼ਯੂਟਾਇਲ/ *a* ਵਿਅਰਥ, ਨਿਰਾਰਥਕ, ਤੁੱਛ, ਬੇਕਾਰ, ਬੇਲੋੜਾ, ਪ੍ਰਭਾਵਹੀਣ

futility /ਫ਼ਯੂ'ਟਿਲਅਟਿ/ *n* ਵਿਅਰਥਤਾ,

ਨਿਰਰਥਕਤਾ, ਤੁੱਛਤਾ, ਅਕਾਰਥਕਤਾ, ਅਸਾਰਤਾ

future /'**ਫ਼ਯੂਚਅ***/ *n* ਭਵਿੱਖ, ਉੱਤਰਕਾਲ (ਵਿਆ) ਭਵਿੱਖ ਕਾਲ; ਭਵਿੱਖ ਵਿੱਚ ਹੋਣ ਵਾਲੀ ਘਟਨਾ; ਭਵਿੱਖ ਦੀ ਵਸਤੂ *a* ਅਗਾਮੀ, ਅਗਲਾ, ਆਉਣ ਵਾਲਾ

futurism /'**ਫ਼ਯੂਚਅਰਿਜ਼ਅਮ**/ *n* ਭਵਿੱਖਵਾਦ, *1920* ਵਿਆਂ ਅਤੇ *30* ਵਿਆਂ ਵਿੱਚ ਇਟਲੀ ਦੇ ਸਾਹਿਤ ਅਤੇ ਕਲਾ ਖੇਤਰ ਵਿੱਚ ਇੱਕ ਲਹਿਰ

futurist /'**ਫ਼ਯੂਚਅਰਿਸਟ**/ *n* ਭਵਿੱਖਵਾਦੀ; ਇਹ ਮੰਨਣ ਵਾਲਾ ਵਿਅਕਤੀ ਕਿ ਭਵਿੱਖ ਵਿੱਚ ਓਹੀ ਹੋਵੇਗਾ ਜੋ ਬਾਈਬਲ ਵਿੱਚ ਲਿਖਿਆ ਹੈ

futurity /**ਫ਼ਯੂ'ਟਯੁਅਰਅਟਿ**/ *n* ਭਵਿੱਖਕਾਲ, ਉੱਤਰ ਕਾਲ, ਅਗਾਮੀ ਸਮਾਂ; ਪਰਲੋਕ ਜੀਵਨ, ਮਿਰਤੂ ਤੋਂ ਮਗਰੋਂ ਦਾ ਸਮਾਂ

fuzz /**ਫ਼ਅੱਜ਼**/ *n* ਲੂੰਈ, ਨਰਮ ਅਤੇ ਘੁੰਘਰਾਲੇ ਵਾਲ; ਪਤਲਾ ਉੱਡ ਜਾਣ ਵਾਲਾ ਪਦਾਰਥ

fuzzy /'**ਫ਼ਅੱਜ਼ਿ**/ *n* ਲੂੰਈਦਾਰ; ਅਸਪਸ਼ਟ, ਧੁੰਦਲਾ, ਮੈਲਾ, ਧੱਬੇਦਾਰ, ਗੰਦਾ

fuzzy logic *n* (ਕੰਪਿ) ਤਰਕ ਵਿਧੀ ਦੀ ਇੱਕ ਕਿਸਮ ਜੋ ਕੰਪਿਊਟਰ ਤੋਂ ਮਨੁੱਖੀ ਦਿਮਾਗ਼ ਵਰਗਾ ਵਿਵਹਾਰ ਕਰਾਉਣ ਲਈ ਵਰਤੀ ਜਾਂਦੀ ਹੈ

F-word /'**ਐਫ਼,ਵਅ:ਡ**/ *n* ਸ਼ਬਦ **fuck** ਦਾ ਸੰਖਿਪਤ ਰੂਪ

FYI *abbr* **for your information** ਦਾ ਸੰਖਿਪਤ ਰੂਪ

fyke /**ਫ਼ਾਇਕ**/ *n* ਮੱਛੀਆਂ ਫੜਨ ਵਾਲਾ ਜਾਲ

fylfot /'**ਫ਼ਿਲਫ਼ਅਟ**/ *n* ਸਵਾਸਤਿਕਾ

fyrd /**ਫ਼ਅ:ਡ**/ *n* ਸੈਨਾ ਬਲ, ਸੈਨਾ ਸ਼ਕਤੀ

fytte /**ਫ਼ਿਟ**/ *n* ਕਵਿਤਾ ਦਾ ਇੱਕ ਅੰਸ਼, ਛੋਟਾ ਅਧਿਆਇ, ਲਘੂ ਸਰਗ; ਇਟਲੀ ਦੇ ਸਾਹਿਤ ਅਤੇ ਕਲਾ ਖੇਤਰ ਵਿੱਚ ਇੱਕ ਲਹਿਰ

G

G, g /**ਜੀ**/ *n* ਅੰਗਰੇਜ਼ੀ ਵਰਨਮਾਲਾ ਦਾ ਸੱਤਵਾਂ ਅੱਖਰ; (ਸੰਗੀ) ਸਰਗਮ ਦੀ ਪੰਜਵੀਂ ਸੁਰ

gab /**ਗੈਬ**/ *n* (ਬੋਲ) ਬਕਵਾਸ, ਬਕ-ਬਕ, ਗੱਪ-ਸ਼ੱਪ

gabble /**'ਗੈਬਲ**/ *v* ਬਕਣਾ, ਬਕ-ਬਕ ਕਰਨਾ, ਬੁੜਬੁੜਾਉਣਾ, ਗਰਬਲ-ਗਰਬਲ ਕਰਨਾ *n* ਬਕਵਾਸ, ਬੜਬੜਾਹਟ, ਬਕ-ਬਕ, ਬੜ-ਬੜ, ਟਰ-ਟਰ

gabelle /**ਗੈ'ਬੈੱਲ**/ *n* ਕਰ, ਟੈਕਸ, ਮਸੂਲ

gaberdine /**ˌਗੈਬਅ'ਡੀਨ**/ *n* ਵਧੀਆ ਮੋਟਾ ਅਤੇ ਖੁਰਦਰਾ ਕੱਪੜਾ; ਢਿੱਲਾ ਅਤੇ ਲੰਮਾ ਚੋਲਾ

gaberlunzie /**ˌਗੈਬਅ'ਲਅੱ:ਨਜ਼ਿ**/ *n* ਰਮਤਾ ਸਾਧੂ

gable /**'ਗੇਇਬਲ**/ *n* ਢਾਲਵੀਂ ਛੱਤ ਦੀ ਤਿਕੋਨੀ ਕੰਧ

gaby /**'ਗੇਇਬਿ**/ *a* ਮੂਰਖ, ਬੁੱਧੂ, ਬੇਵਕੂਫ਼ *n* ਅਹਿਮਕ (ਬੰਦਾ)

gad /**ਗੈਡ**/ *vt* ਭਟਕਣਾ, ਅਵਾਰਾ ਫਿਰਨਾ, ਟੱਕਰਾਂ ਮਾਰਦੇ ਫਿਰਨਾ; ਬੇਢੰਗਾ ਫੈਲਰਨਾ *n* ਕੁੰਡੀ, ਕਾਂਟਾ

gadabout /**'ਗੈਡਅਬਾਉਟ**/ *a* ਅਵਾਰਾਗਰਦ, ਘੁਮੱਕੜ

gadfly /**'ਗੈਡਫ਼ਲਾਇ**/ *n* ਗਊ ਮੱਖੀ, ਔਖਿਆਂ ਕਰਨ ਵਾਲਾ (ਬੰਦਾ)

gadget /**'ਗੈਜਿਟ**/ *n* (ਘਰੇਲੂ) ਯੰਤਰ; ਜੁਗਤ, ਉਪਾਅ

Gaelic /**'ਗੈਲਿਕ, 'ਗੇਇਲਿਕ**/ *n* ਸਕਾਟਲੈਂਡ ਅਤੇ ਆਇਰਲੈਂਡ ਵਿੱਚ ਬੋਲੀ ਜਾਂਦੀ ਕੈਲਟ ਪਰਿਵਾਰ ਦੀ ਇੱਕ ਭਾਸ਼ਾ

gaff /**ਗੈਫ਼**/ *n* ਮੱਛੀ ਮਾਰਨ ਵਾਲਾ ਬਰਛਾ, ਕੁੰਡੀਦਾਰ ਮੋਟੀ ਲੱਠ; ਮੇਲਾ, ਮਨੋਰੰਜਨ ਵਾਲੀ ਥਾਂ *vt* ਬਰਛੇ ਜਾਂ ਕੁੰਡੀ ਨਾਲ ਮੱਛੀ ਫੜਨਾ, ਫਾਹੁਣਾ ਜਾਂ ਮਾਰਨਾ; ਭੇਤ ਖੋਲ੍ਹਣਾ

gaffe /**ਗੈਫ਼**/ *n* ਵੱਡੀ ਭੁੱਲ

gaffer /**'ਗੈਫ਼ਅ***/ *n* ਚੌਧਰੀ, ਸਰਦਾਰ, ਆਗੂ, ਮੁਖੀਆ *a* ਬਿਰਧ ਪੁਰਸ਼, ਬੁੱਢਾ

gag /**ਗੈਗ**/ *n* ਮੂੰਹ ਵਿੱਚ ਤੁੰਨਿਆ ਕੱਪੜਾ, ਬੁੱਜਾ; ਰੋਕ; ਬਹਿਸਬੰਦੀ; ਮਖੌਲ, ਹਾਸਾ ਮਜ਼ਾਕ; ਘੁੱਟ ਦੇਣਾ, ਮੂੰਹ ਬੰਦ ਕਰਨਾ, ਚੁੱਪ ਕਰਾਉਣਾ *v* (ਅਪ) ਧੋਖਾ ਦੇਣਾ, ਝੂਠ ਬੋਲਣਾ, ਪਖੰਡ ਰਚਣਾ, ਠੱਠੇ ਦਾ ਮਾਹੌਲ ਬੰਨ੍ਹਣਾ

gaga /**'ਗਾਗਾ**/ *a* ਮੂਰਖ, ਉਜੱਡ, ਬੇਵਕੂਫ਼

gage /**ਗੇਇਜ**/ *n* ਗਹਿਣੇ ਰੱਖੀ ਚੀਜ਼, ਜ਼ਮਾਨਤ ਵੱਜੋਂ ਰੱਖੀ ਚੀਜ਼; ਪ੍ਰਤਿੱਗਿਆ; ਲਲਕਾਰ, ਬੀੜਾ, ਯੁੱਧ ਦੀ ਚੁਣੌਤੀ *vt* ਗਹਿਣੇ ਧਰਨਾ, ਗਿਰਵੀ ਰੱਖਣਾ

gaiety /**'ਗੇਇਅਟਿ**/ *n* ਜਸ਼ਨ, ਧੂਮ-ਧਾਮ ਦਾ ਅਵਸਰ, ਰੰਗਰਲੀ, ਅਨੰਦ, ਕਲੋਲ, ਦਿਲਲਗੀ; ਚਮਕ-ਦਮਕ, ਸ਼ਿੰਗਾਰ, ਸਜ-ਧਜ

gaily /**'ਗੇਇਲਿ**/ *adv* ਸੁੰਦਰ ਢੰਗ ਨਾਲ, ਆਕਰਸ਼ਿਤ ਰੂਪ ਵਿੱਚ, ਸ਼ੋਖ਼ੀ ਨਾਲ, ਖ਼ੁਸ਼ੀ ਨਾਲ

gain /**ਗੇਇਨ**/ *v* ਲਾਭ ਹੋਣਾ ਜਾਂ ਲੈਣਾ, ਵਾਧਾ ਕਰਨਾ ਜਾਂ ਹੋਣਾ; ਵਧਣਾ, ਚੜ੍ਹ ਜਾਣਾ, ਖੱਟਣਾ, ਕਮਾਉਣਾ, ਜਿੱਤਣਾ; ਆਪਣੇ ਵੱਲ ਕਰ ਲੈਣਾ *n* ਲਾਭ, ਵਾਧਾ, ਮੁਨਾਫ਼ਾ, ਤਰੱਕੀ

gainful /**'ਗੇਇਨਫ਼ਲ**/ *a* ਲਾਭਵੰਦ, ਲਾਹੇਵੰਦਾ, ਨਫ਼ੇਵਾਲਾ, ਲਾਭਦਾਇਕ, ਲਾਭਪੂਰਨ

gainings /**'ਗੇਇਨਿਙਜ਼**/ *n* (ਬਹੁ) ਪ੍ਰਾਪਤੀਆਂ, ਸਫਲਤਾਵਾਂ, ਉਪਲਬਧੀਆਂ

gainly /**'ਗੇਇਨਲਿ**/ *a* ਰਮਣੀਕ, ਸੁੰਦਰ, ਮਨੋਹਰ, ਦਰਸ਼ਨੀ

gainsay /**ˌਗੇਇਨ'ਸੇਇ**/ *vt* ਖੰਡਨ ਕਰਨਾ, ਉਲਟ ਬੋਲਣਾ, ਵਿਰੋਧ ਕਰਨਾ, ਇਨਕਾਰ ਕਰਨਾ, ਮੁਖ਼ਾਲਫ਼ਤ ਕਰਨਾ, ਰੱਦਣਾ, ਗੱਲ ਕੱਟਣਾ

gait /**ਗੇਇਟ**/ *n* ਤੋਰ, ਚਾਲ, ਚਾਲ-ਢਾਲ, ਚੱਲਣ ਦਾ ਅੰਦਾਜ਼, ਗਤੀ

gaiter /**'ਗੇਇਟਅ***/ *n* ਵੱਡਾ ਬੂਟ

gal /ਗੈਲ/ *n* **gallon** ਦਾ ਸੰਖਿਪਤ ਰੂਪ, ਵੇਖੋ **gallon**

gala /'ਗਾਲਅ/ *n* ਪੁਰਬ, ਤਿਉਹਾਰ, ਉਤਸਵ, ਜਸ਼ਨ, ਸਮਾਰੋਹ

galantine /'ਗੈਲਅਨਟੀਨ/ *n* ਗੋਲ ਮਾਸ; ਪਸ਼ੂ ਪੰਛੀ ਆਦਿ ਦਾ ਬਿਨਾਂ ਹੱਡੀਆ ਤੋਂ ਮਸਾਲੇਦਾਰ ਠੰਢਾ ਮਾਸ

galaxy /'ਗੈਲਅਕਸਿ/ *n* ਤਾਰਾਮੰਡਲ, ਅਕਾਸ਼ ਗੰਗਾ, ਕਹਿਕਸ਼ਾਂ; ਨੌਂ ਰਤਨ, ਰਤਨ ਮੰਡਲ; ਸੋਹਣਿਆਂ ਦੀ ਮੰਡਲੀ; ਇੰਦਰ ਦਾ ਅਖਾੜਾ

gale /ਗੇਇਲ/ *n* ਝੱਖੜ, ਬਹੁਤ ਤੇਜ਼ ਹਵਾ; (ਕਾਵਿ ਵਿੱਚ) ਸਮੀਰ, ਸੀਤਲ ਪੌਣ; ਕਿਰਾਏ/ਹਾਲੇ/ਮਾਮਲੇ ਜਾਂ ਲਗਾਨ ਦੀ ਮਿਆਦੀ ਕਿਸ਼ਤ

gall[1] /ਗੋਲ/ *n* ਪਿੱਤਾ; ਕਿੜ, ਕੀਨਾ; ਬਹੁਤ ਕੌੜੀ ਚੀਜ਼; ਤਲਖ਼ੀ, ਕੁੜੱਤਣ

gall[2] *n* ਛਾਲਾ, ਫਫੋਲਾ; ਮਾਨਸਿਕ ਦੁੱਖ ਜਾਂ ਉਸ ਦਾ ਕਾਰਨ; ਛਿੱਦਰ, ਘਾਹ

gall[3] *n* ਰਗੜ, ਲਾਗਾ *v* ਰਗੜ ਨਾਲ ਛਿੱਲਿਆ ਜਾਣਾ, ਜ਼ਖ਼ਮ ਹੋਣਾ, ਰਗੜ ਲੱਗਣਾ; ਛਿੱਲਣਾ; ਤੰਗ ਕਰਨਾ, ਹੈਰਾਨ ਕਰਨਾ, ਸਤਾਉਣਾ, ਦਿੱਕ ਕਰਨਾ, ਖੁਆਰ ਕਰਨਾ, ਜ਼ਲੀਲ ਕਰਨਾ, ਪਰੇਸ਼ਾਨ ਕਰਨਾ

gallant /'ਗੈਲਅਨਟ/ *a* ਸ਼ੁਕੀਨ, ਦਰਸ਼ਨੀ, ਖੁਸ਼ਲਿਬਾਸ, ਸ਼ਾਨਦਾਰ, ਨਫ਼ੀਸ; ਬਾਂਕਾ, ਸੂਰਮਾ, ਬੀਰ, ਜਾਨਬਾਜ਼ *n* ਜਵਾਨ ਮਰਦ, ਵੀਰ; ਪ੍ਰੇਮੀ, ਆਸ਼ਕ ਮਿਜਾਜ਼, ਹੁਸਨਪ੍ਰਸਤ, ਰਸੀਆ

gallantry /'ਗੈਲਅਨਟਰਿ/ *n* ਬਹਾਦਰੀ, ਵੀਰਤਾ, ਸੂਰਮਗਤੀ; ਦਿਖਾਵਾ, ਸ਼ਾਨ, ਚੋਹਲਬਾਜ਼ੀ, ਸ਼ੁਕੀਨੀ

gall bladder /'ਗੋਲ,ਬਲੈਡਅ*/ *n* ਪਿੱਤ-ਕੋਸ਼, ਪਿੱਤਾ

gallery /'ਗੈਲਅਰਿ/ *n* ਗੈਲਰੀ, ਛੱਜਾ, ਬਰਾਂਡਾ, ਦਲਾਨ, ਬਰਾਮਦਾ; ਲੰਮਾ ਤੰਗ ਰਸਤਾ; ਲੰਮਾ ਤੰਗ ਕਮਰਾ; ਚਿੱਤਰਸ਼ਾਲਾ, ਚਿੱਤਰ ਪ੍ਰਦਰਸ਼ਨੀ ਦਾ ਕਮਰਾ, ਰੰਗ-ਮਹਿਲ, (ਥੀਏਟਰ) ਗੈਲਰੀ, ਸਿਨਮੇ ਵਿੱਚ ਬੈਠਣ ਦੀ ਉਚੇਰੀ ਥਾਂ; ਗੈਲਰੀ ਵਿੱਚ ਬੈਠਣ ਵਾਲੇ ਲੋਕ; ਸੰਸਦ ਵਿੱਚ ਦਰਸ਼ਕਾਂ ਦੇ ਬੈਠਣ ਦੀ ਥਾਂ; ਕਿਸੇ ਕਮਰੇ ਜਾਂ ਗਿਰਜੇ ਦੇ ਅੰਦਰ ਦਾ ਛੱਜਾ ਜੋ ਅਖ਼ਬਾਰਾਂ ਦੇ ਰਿਪੋਰਟਰਾਂ ਆਦਿ ਲਈ ਨਿਸ਼ਚਿਤ ਹੁੰਦਾ ਹੈ

galley /'ਗੈਲਿ/ *n* (ਆਮ ਤੌਰ 'ਤੇ ਇਤਿਹਾਸਿਕ) ਇੱਕ ਕਿਸਮ ਦਾ ਬਾਦਬਾਨੀ ਜਹਾਜ਼, (ਪੁਰਾਤਨ ਯੂਨਾਨੀ ਜਾਂ ਰੋਮਨ) ਜੰਗੀ ਜਹਾਜ਼; (ਪਰਾ) ਇੱਕ ਡੈੱਕ ਵਾਲਾ ਜਹਾਜ਼ ਜਿਸ ਨੂੰ ਗੁਲਾਮ ਕੈਦੀ ਆਦਿ ਚਲਾਉਂਦੇ ਸਨ; ਜਹਾਜ਼ ਦਾ ਰਸੋਈ ਘਰ, ਬਾਵਰਚੀਖ਼ਾਨਾ; ਛਾਪੇਖ਼ਾਨੇ ਵਿੱਚ ਲੰਮੀ ਟਰੇਅ, ਗੇਲੀ

galley proof *n* ਗੇਲੀ-ਪਰੂਫ਼

galligaskins /,ਗੈਲਿ'ਗੈਸਕਿਨਜ਼/ *n* (ਬਹੁ) (ਹਾਸ-ਰਸ ਵਿੱਚ) ਢਿੱਲਾ ਪਜਾਮਾ, ਪਤਲੂਨ, ਬਿਰਜਸ; ਕੱਪੜੇ ਜਾਂ ਚਮੜੇ ਦੀ ਲੱਤ

galling /'ਗੋਲਿਙ/ *a* ਪੀੜਾਦਾਇਕ, ਦੁੱਖਦਾਇਕ, ਕਸ਼ਟਦਾਇਕ, ਤੰਗ ਕਰਨ ਵਾਲਾ; ਮਰਮਭੇਦੀ

gallipot /'ਗੈਲਿਪੌਟ/ *n* ਮਰਤਬਾਨ ਜਾਂ ਚੀਨੀ ਮਿੱਟੀ ਦਾ ਛੋਟਾ ਰੰਗਦਾਰ ਭਾਂਡਾ ਜਿਸ ਵਿੱਚ ਮੱਲ੍ਹਮ ਆਦਿ ਰੱਖੀ ਜਾਂਦੀ ਹੈ

gallium /'ਗੈਲਿਅਮ/ *n* ਇੱਕ ਲਚੀਲੀ ਧਾਤ

gallivant /'ਗੈਲਿਵੈਂਟ/ *vt* ਅਵਾਰਾਗਰਦੀ ਕਰਨਾ, ਡਾਵਾਂਡੋਲ ਫਿਰਨਾ

gallon /'ਗੈਲਅਨ/ *n* ਗੈਲਨ, ਤਰਲ ਪਦਾਰਥ ਮਾਪਣ ਦੀ ਇੱਕ ਇਕਾਈ (4.5 ਲਿਟਰ)

galloon /ਗਅ'ਲੂਨ/ *n* ਫੀਤਾ, ਲੈਸ

gallop /'ਗੈਲਅਪ/ *n* ਸਰਪਟ, ਸਰਪਟ ਚੌਕੜੀ, ਵੇਗ ਦੀ ਦੌੜ, ਸਰਪਟ ਸਵਾਰੀ *v* ਸਰਪਟ ਦੌੜਨਾ ਜਾਂ ਦੁੜਾਉਣਾ, ਪੋਈਏ ਪਾਉਣਾ; ਬਹੁਤ ਛੇਤੀ ਚੱਲਣਾ

galloway /'ਗੈਲਅਵੇਇ/ *n* ਇੱਕ ਨਸਲ ਦਾ ਛੋਟਾ ਘੋੜਾ, ਟੱਟੂ, ਗੈਲੋਵੇ ਦੀ ਨਸਲ ਦਾ ਘੋੜਾ ਜਾਂ ਜਾਨਵਰ

gallows /'ਗੈਲਅਉਜ਼/ *n* (ਬਹੁ) ਫਾਂਸੀ ਦਾ ਤਖ਼ਤਾ, ਸੂਲੀ, ਫਾਂਸੀ ਦੀ ਸਜ਼ਾ; ਵਰਜ਼ਸ਼ ਦਾ ਤਖ਼ਤਾ; ਰਸੋਈ ਵਿੱਚ ਮਾਸ ਲਟਕਾਉਣ ਵਾਲੀ

ਲੱਕੜੀ

gallstone /'ਗੌਲਸਟਅਉਨ/ *n* ਪਿੱਤੇ ਦੀ ਪਥਰੀ

Gallup poll /'ਗੈਲਅਪ ਪਅਉਲ/ *n* (ਚੋਣ ਪੂਰਵ) ਮੱਤ ਅਨੁਮਾਨ

galoot /ਗਅ'ਲੂਟ/ *a* ਕਰੂਪ, ਬਦਸੂਰਤ, ਬੇਡੌਲ *n* ਬੇਢੰਗਾ ਆਦਮੀ; ਸਿਪਾਹੀ

galore /ਗਅ'ਲੋ*/ *n* ਅਧਿਕਤਾ, ਬਹੁਤਾਤ *adv* ਅਧਿਕਤਾ ਨਾਲ, ਬਹੁਤ ਮਾਤਰਾ ਵਿੱਚ

galosh /ਗਅ'ਲੌਸ਼/ *n* ਜੁੱਤੀਪੋਸ਼, ਜੁੱਤੀ ਉੱਪਰ ਚੜ੍ਹਾਇਆ ਚਮੜਾ ਜਾਂ ਰਬੜ; ਜੁੱਤੀ ਦੇ ਥੱਲੇ ਨੂੰ ਢੱਕਣ ਵਾਲਾ ਚਮੜਾ

galvanic /ਗੈਲ'ਵ੍ਹੈਨਿਕ/ *a* ਬਿਜਲੀ ਸ਼ਕਤੀ ਸੰਬੰਧੀ, ਰਸਾਇਣਿਕ ਪ੍ਰਕਿਰਿਆ ਨਾਲ ਉਪਜੀ ਬਿਜਲੀ ਬਾਰੇ, ਗੈਲਵਨੀ, ਬਿਜਲਈ; ਖਿੱਚ ਪਾਊ (ਮੁਸਕਰਾਹਟ)

galvanism /'ਗੈਲਵ੍ਅਨਿਜ਼ਅਮ/ *n* ਰਸਾਇਣਿਕ ਕਿਰਿਆ ਦੁਆਰਾ ਉਤਪੰਨ ਹੋਈ ਬਿਜਲੀ, ਬਿਜਲਈ ਇਲਾਜ, ਬਿਜਲੀ ਸ਼ਕਤੀ ਵਿਗਿਆਨ, ਰਸਾਇਣਿਕ ਬਿਜਲੀ ਤੱਤ

galvanization /ˌਗੈਲਵ੍ਅਨਾਇ'ਜ਼ੇਇਸ਼ਨ/ *n* ਮੁਲੰਮਾ, ਮੁਲੰਮਾਸਾਜ਼ੀ, ਕਲੀ ਕਰਨ ਦੀ ਕਿਰਿਆ ਜਾਂ ਭਾਵ

galvanize /'ਗੈਲਵ੍ਅਨਾਇਜ਼/ *vt* ਬਿਜਲੀ ਰਾਹੀਂ ਧਾਤ ਦਾ ਪਾਣੀ ਚੜ੍ਹਾਉਣਾ; ਜਿਸਤ ਦੀ ਕਲੀ ਕਰਨਾ, ਜਿਸਤ ਚੜ੍ਹਾਉਣਾ (ਬਿਨਾਂ ਬਿਜਲੀ ਦੀ ਵਰਤੋਂ ਦੇ); ਰਸਾਇਣਿਕ ਬਿਜਲੀ ਸ਼ਕਤੀ ਦੁਆਰਾ ਉਤੇਜਿਤ ਕਰਨਾ; ਉਭਾਰਨਾ ਜਾਂ ਜਾਨ ਭਰਨਾ

galvanometer /ˌਗੈਲਵ੍ਅ'ਨੌਮਿਟਅ*/ *n* ਬਿਜਲੀ ਦੀ ਸ਼ਕਤੀ ਮਾਪਣ ਵਾਲਾ ਯੰਤਰ, ਬਿਜਲੀ ਮਾਪਕ,

gambade, gambado /ਗੈਮ'ਬੇਇਡ, ਗੈਮ'ਬੇਇਡਅਉ/ *n* ਤਰੰਗ; ਘੋੜੇ ਦੀ ਛਲਾਂਗ, ਟਪੂਸੀ, ਉੱਛਲ ਕੁੱਦ

gambit /'ਗੈਮਬਿਟ/ *n* (ਸੰਕੇਤਕ) ਪ੍ਰਾਰੰਭਿਕ ਕਾਰਵਾਈ; ਸ਼ਤਰੰਜ ਵਿੱਚ ਪਿਆਦਾ ਗੁਆ ਕੇ ਵੱਡੇ ਮੋਹਰੇ ਉੱਤੇਂ ਹਮਲਾ ਕਰਨ ਦੀ ਚਾਲ; (ਸੰਕੇਤਕ) ਸੁੰਦਰ ਚਾਲ, ਹੁਸ਼ਿਆਰੀ ਭਰੀ ਚਾਲ

gamble /'ਗੈਮਬਲ/ *v* ਜੂਆ ਖੇਡਣਾ; ਸੰਕਟ ਦਾ ਸਾਮ੍ਹਣਾ ਕਰਨਾ, ਜੋਖ਼ਮ ਉਠਾਉਣਾ, ਜੋਖ਼ਮ ਵਿੱਚ ਪੈਣਾ *n* ਜੂਆਬਾਜ਼ੀ; ਜੋਖ਼ਮ ਦਾ ਕੰਮ

gambler /'ਗੈਮਬਲਅ*/ *n* ਜੁਆਰੀ, ਜੁਆਰੀਆ, ਸੱਟੇਬਾਜ਼

gambling /'ਗੈਮਬਲਿਙ/ *n* ਜੂਆ, ਜੂਏਬਾਜ਼ੀ

gambol /'ਗੈਮਬਲ/ *n* ਉੱਛਲ-ਕੁੱਦ, ਨੱਚਣ-ਕੁੱਦਣ, ਛਾਲ *vt* ਉੱਛਲਨਾ, ਕੁੱਦਣਾ, ਛਾਲ ਮਾਰਨਾ

game /ਗੇਇਮ/ *n* ਖੇਡ, ਬਾਜ਼ੀ; ਮਨ ਪਰਚਾਵਾ, ਦਿਲਲਗੀ; ਸ਼ਿਕਾਰ, ਸ਼ਿਕਾਰ ਕੀਤਾ ਜਾਨਵਰ ਜਾਂ ਪੰਛੀ, ਸ਼ਿਕਾਰ ਵਿੱਚ ਮਾਰੇ ਜਾਨਵਰ ਜਾਂ ਪੰਛੀ ਦਾ ਮਾਸ; ਖੇਡ ਦੀ ਬਾਜ਼ੀ; ਖੇਡ ਦੀ ਦਸ਼ਾ ਜਾਂ ਗਤੀ, ਖੇਡ ਵਿੱਚ ਪ੍ਰਾਪਤ ਕੀਤੀ ਜਿੱਤ; ਛਲ, ਕਪਟ, ਦਾਅ-ਪੇਚ *v* ਜੂਆ ਖੇਡਣਾ, ਜੂਏ ਵਿੱਚ ਹਰਾਉਣਾ, ਜੂਏ ਵਿੱਚ ਉਡਾਉਣਾ *a* ਸਾਹਸੀ, ਦਲੇਰ, ਲੜਾਕਾ, ਮਾਹਰ; ਲੰਗੜਾ, ਲੂਲ੍ਹਾ, ਟੁੰਡਾ

gamebag /'ਗੇਇਮਬੈਗ/ *n* ਸ਼ਿਕਾਰ ਲਈ ਥੈਲਾ

game ball *n* ਟੈਨਿਸ ਆਦਿ ਵਿੱਚ ਸਮਾਪਤੀ ਦੀ ਗੇਂਦ

gamesome /'ਗੇਇਮਸ(ਅ)ਮ/ *a* ਚੰਚਲ, ਫੁਰਤੀਲਾ (ਖਿਡਾਰੀ); ਖੇਡਾਂ ਦਾ ਸ਼ੁਕੀਨ, ਹਸਮੁਖ, ਵਿਨੋਦੀ

gamester /'ਗੇਇਮਸਟਅ*/ *n* ਸ਼ਿਕਾਰੀ; ਜੁਆਰੀ; ਖਿਡਾਰੀ

gamete /'ਗੈਮੀਟ/ *n* (ਜੀਵ) ਵੀਰਜ ਅਣੂ; ਯੁਗਮ

game theory *n* ਕਾਰੋਬਾਰ ਚਲਾਉਣ ਦੀ ਚਾਲ, ਢੰਗ-ਤਰੀਕਾ, ਲੜਾਈ ਕਰਨ ਦਾ ਪੈਂਤਰਾ, ਚਾਲ-ਬਾਜ਼ੀ

gamma /'ਗੈਮਅ/ *n* ਯੂਨਾਨੀ ਵਰਨਮਾਲਾ ਦਾ ਤੀਜਾ ਵਰਨ; ਤੀਜਾ ਦਰਜਾ; ਇੱਕ ਕਿਸਮ ਦਾ ਕੀੜਾ ਜਾਂ ਤਿਤਲੀ, ਗੇਮਾ ਕੀੜਾ

gamma rays *n* ਅਤਿਅੰਤ ਛੋਟੀਆਂ ਤਰੰਗਾਂ ਵਾਲੀਆਂ ਐਕਸ ਕਿਰਨਾਂ ਜਿਹੜੀਆਂ ਰੇਡੀਓ

ਐਕਟਿਵ ਪਦਾਰਥਾਂ ਵਿੱਚੋਂ ਨਿਕਲਦੀਆਂ ਹਨ, ਗਾਮਾ ਕਿਰਨਾਂ, ਐਕਸ ਕਿਰਨਾਂ

gammon[1] /'**ਗੈਮਅਨ**/ *n* ਸੂਰ ਦੀ ਪੁੱਠ ਅਤੇ ਰਾਨ ਦਾ ਮਾਸ; ਨਰਦ ਦੀ ਖੇਡ ਵਿੱਚ ਪੂਰਨ ਜਿੱਤ *v* ਸੂਰ ਦੀ ਪੁੱਠ ਅਤੇ ਰਾਨ ਨੂੰ ਲੂਣ ਲਾ ਕੇ ਸੁਕਾ ਕੇ ਤਿਆਰ ਕਰਨਾ; ਨਰਦ ਜਾਂ ਚੌਸਰ ਵਿੱਚ ਦੋ ਬਾਜ਼ੀਆਂ ਤੋਂ ਹਾਰਨਾ

gammon[2] *n* ਛਲ, ਧੋਖਾ *v* ਛਲਣਾ, ਧੋਖਾ ਦੇਣਾ, ਬਹਾਨਾ ਬਣਾਉਣਾ, ਮਕਰ ਕਰਨਾ

gammon and spinach ਧੋਖਾ, ਬਣਾਵਟ

gammy /'**ਗੈਮਿ**/ *a* (ਅਪ) ਲੰਗੜਾ, ਟੁੰਡਾ

gamut /'**ਗੈਮਅਟ**/ *n* ਸਰਗਮ, ਮੱਧਯੁਗੀ ਸਰਗਮ ਦੀ ਸਭ ਤੋਂ ਹੇਠਲੀ ਸੁਰ, (ਆਧੁਨਿਕ) ਸੰਪੂਰਨ ਸੁਰ; ਕੁੱਲ ਸੁਰਾਂ ਦਾ ਸਮੂਹ, ਧੁਨੀ ਜਾਂ ਸਾਜ਼ ਦਾ ਘੇਰਾ ਜਾਂ ਵਰਿਤ, (ਕਿਸੇ ਵਸਤੂ ਦਾ) ਖੇਤਰ

gander /'**ਗੈਨਡਅ***/ *n* (ਨਰ) ਹੰਸ; ਮੂਰਖ, ਬੁੱਧੂ

gang /**ਗੈਙ**/ *n* ਟੋਲੀ, ਮੰਡਲੀ, ਦਲ, ਝੁੰਡ, ਜੁੱਟ, ਜੁੰਡਲੀ

ganger /'**ਗੈਙਅ***/ *n* ਜਮਾਂਦਾਰ (ਮਜ਼ਦੂਰਾਂ, ਕੁਲੀਆਂ ਆਦਿ ਦਾ)

gangling /'**ਗੈਙਗਲਿਙ**/ *a* ਲੰਮਟੰਗਾ

ganglion /'**ਗੈਙਗਲਿਅਨ**/ *n* ਰੁਚੀ ਕੇਂਦਰ, ਕਾਰਜ ਕੇਂਦਰ, ਸ਼ਕਤੀ ਕੇਂਦਰ; ਨਾੜੀ ਕੇਂਦਰ, ਨਾੜੀ ਸੈੱਲਾਂ ਦਾ ਸਮੂਹ, ਗਿਲਟੀ, ਗੁੱਛੀ

gangrene /'**ਗੈਙਗਰੀਨ**/ *n* (ਸਰੀਰ ਦੇ ਕਿਸੇ ਭਾਗ ਦੇ) ਮਰ ਜਾਣ ਦਾ ਰੋਗ; ਆਤਮ ਗਿਲਾਨੀ

gangrenous /'**ਗੈਙਗਰਿਨਅਸ**/ *a* ਗਲਿਆ, ਗਲਿਆ ਸੜਿਆ, ਪਲਮ ਖਾਧਾ

gangster /'**ਗੈਙਸਟਅ***/ *n* ਫਸਾਦੀ ਅਤੇ ਬਦਮਾਸ਼ ਆਦਮੀ, ਫਸਾਦੀ ਜੁੰਡਲੀ ਦਾ ਮੈਂਬਰ

gangue /**ਗੈਙ**/ *n* ਕੱਚੀ ਧਾਤ ਵਾਲੀ ਮਿੱਟੀ, ਕੱਚੀ ਧਾਤ ਨਾਲ ਮਿਲਿਆ ਖਣਿਜੀ ਤਰਲ

gangway /'**ਗੈਙਵੇਇ**/ *n* ਜਹਾਜ਼ ਦੇ ਉੱਤੇ ਦਾ ਲਾਂਘਾ, ਜਹਾਜ਼ ਤੋਂ ਕਿਨਾਰੇ ਤੱਕ ਅੱਪੜਨ ਲਈ ਬਣਿਆ ਲਾਂਘਾ, ਪੁਲ **to bring to the gangway** ਬੰਨ੍ਹ ਕੇ ਕੁੱਟਣਾ

gannet /'**ਗੈਨਿਟ**/ *n* ਹੰਸ, ਇੱਕ ਸਮੁੰਦਰੀ ਪੰਛੀ

gaol /**ਜੇਇਲ**/ *n* ਜੇਲ੍ਹ, ਜੇਲ੍ਹਖ਼ਾਨਾ, ਕਾਰਾਵਾਸ, ਬੰਦੀਖ਼ਾਨਾ; ਕੈਦ, ਬੰਧਨ *vt* ਜੇਲ੍ਹ ਭੇਜਣਾ, ਕੈਦ ਕਰਨਾ, ਜੇਲ੍ਹ ਵਿੱਚ ਬੰਦ ਕਰਨਾ

gaolbird /'**ਜੇਇਲਬਅ:ਡ**/ *n* ਆਦੀ ਕੈਦੀ, ਪੁਰਾਣਾ ਬਦਮਾਸ਼, ਨਿੱਤ ਦਾ ਅਪਰਾਧੀ

gaoler /'**ਜੇਇਲਅ***/ *n* ਜੇਲ੍ਹ ਦਾ ਵੱਡਾ ਅਫ਼ਸਰ, ਦਰੋਗਾ, ਜੇਲ੍ਹਰ

gap /**ਗੈਪ**/ *n* ਅੰਤਰ, ਵਿੱਥ, ਫ਼ਰਕ (ਵਿਚਾਰ ਆਦਿ ਦਾ); ਛੇਕ, ਦਰਾੜ, ਸਮੇਂ ਦੀ ਵਿੱਥ ਜਾਂ ਵਕਤ ਦਾ ਅੰਤਰ; ਵਕਫ਼ਾ; ਦੱਰਾ, ਘਾਟੀ

gape /**ਗੇਇਪ**/ *vi* ਮੂੰਹ ਅੱਡ ਕੇ ਵੇਖਣਾ, ਉਬਾਸੀ ਲੈਣਾ, ਹੈਰਾਨੀ ਨਾਲ ਝਾਕਣਾ *n* ਮੂੰਹ ਦੀ ਚੁੜਾਈ, ਉਬਾਸੀ, ਖੁੱਲ੍ਹੀ ਹੋਈ ਚੁੰਝ; ਹੈਰਾਨੀ; ਛੇਕ, ਦਰਾੜ

garage /'**ਗੈਰਾਯ਼, 'ਗੈਰਾਜ, 'ਗੈਰਿਜ**/ *n* ਮੋਟਰ ਵਰਕਸ਼ਾਪ, ਮੋਟਰਖ਼ਾਨਾ; ਗਰਾਜ, ਗੈਰਿਜ

garb /**ਗਾਬ**/ *n* ਵੇਸ, ਪਹਿਰਾਵਾ, ਵਸਤਰ, ਪੁਸ਼ਾਕ

garbage /'**ਗਾਬਿਜ**/ *n* ਕੂੜਾ, ਗੰਦਗੀ, ਮੈਲ, ਮਲ, ਰੱਦੀ, ਗੰਦ-ਮੰਦ; ਅਸ਼ਲੀਲ ਲਿਖਤਾਂ, ਨਿਰਾਰਥਕ ਸਾਹਿਤ; ਖਾਣ ਲਈ ਗੰਦ–ਮੰਦ

garble /'**ਗਾਬ(ਅ)ਲ**/ *vt* ਸਭ ਤੋਂ ਚੰਗੀ ਚੀਜ਼ ਛਾਂਟ ਲੈਣਾ ਜਾਂ ਚੋਰੀ ਚੁੱਕ ਲੈਣਾ; ਛਾਣਨਾ, ਛਾਣ–ਬੀਣ ਕਰਨਾ; ਇੱਧਰੋਂ-ਉੱਧਰੋਂ ਆਪਣੇ ਮਤਲਬ ਦੀਆਂ ਚੀਜ਼ਾਂ ਚੁੱਕ ਲੈਣਾ; (ਦੋਸ਼ਪੂਰਨ) ਉਦਾਹਰਨ ਦੇਣਾ; ਵਿਗਾੜਨਾ

garden /'**ਗਾਡਨ**/ *n* ਫੁਲਵਾੜੀ, ਬਗੀਚਾ, ਗੁਲਸ਼ਨ, ਗੁਲਜ਼ਾਰ; (ਬਹੁ) ਮੌਜ-ਮੇਲੇ ਦਾ ਬਾਗ਼, ਰਾਜ ਮਾਰਗ *vt* ਬਾਗ਼ ਲਾਉਣਾ

gardener /'**ਗਾਡਨਅ***/ *n* ਬਾਗ਼ ਲਾਉਣ ਵਾਲਾ ਵਿਅਕਤੀ, ਮਾਲੀ, ਬਾਗ਼ਬਾਨ

gardenia /**ਗਾ'ਡੀਨਿਅ**/ *n* ਇੱਕ ਫੁੱਲਦਾਰ ਬੂਟਾ, ਗਾਰਡੀਨੀਆ

garden party *n* ਬਾਗ ਵਿੱਚ ਦਿੱਤੀ ਪਾਰਟੀ,

ਗਾਰਡਨ ਪਾਰਟੀ

gargle /**'ਗਾਗਲ**/ *v* ਕਿਸੇ ਤਰਲ ਪਦਾਰਥ ਨਾਲ ਕੁਰਲੀ ਕਰਨਾ, ਗਰਾਰੇ ਕਰਨਾ *n* ਗਰਾਰਾ, ਕੁਰਲਾ; ਗਰਾਰੇ ਕਰਨ ਵਾਲੀ ਦਵਾਈ ਜਾਂ ਪਾਣੀ

gargoyle /**'ਗਾਗੌਇਲ**/ *n* ਪਸ਼ੂ ਜਾਂ ਮਨੁੱਖ ਦੇ ਮੂੰਹ ਦੀ ਸ਼ਕਲ ਵਾਲਾ ਪਰਨਾਲਾ

garibaldi /**ˌਗੈਰਿ'ਬੋਲਡਿ**/ *n* ਇਸਤਰੀਆਂ ਜਾਂ ਬੱਚਿਆਂ ਦਾ ਬਲਾਊਜ਼, ਗੈਰੀਬਾਲਡੀ; ਕਿਸ਼ਮਿਸ਼ ਅਤੇ ਮੁਨੱਕੇ ਦਾ ਮਿਸ਼ਰਿਤ ਬਿਸਕੁਟ

garish /**'ਗੇਅਰਿਸ਼**/ *a* ਭੜਕੀਲਾ, ਅਤਿਅੰਤ ਚਮਕੀਲਾ, ਦਿਖਾਵੇ ਦਾ, ਨੁਮਾਇਸ਼ੀ

garland /**'ਗਾਲਅਨਡ**/ *n* ਮਾਲਾ, ਹਾਰ, ਗਜਰਾ, ਸਿਹਰਾ; ਜੈ ਮਾਲਾ, ਵਿਜੈ, ਇਨਾਮ; ਪੁਰਸਕਾਰ (ਜਿੱਤ ਆਦਿ ਲਈ); ਗੁਲਦਸਤਾ, ਪਦਵੀ ਦੀ ਮਾਲਾ *vt* ਮਾਲਾ ਜਾਂ ਹਾਰ ਨਾਲ ਸਜਾਉਣਾ, ਹਾਰ ਪਾਉਣਾ, ਗਲ ਵਿੱਚ ਗਜਰਾ ਪਾਉਣਾ

garlic /**'ਗਾਲਿਕ**/ *n* ਲਸਣ, ਥੋਮ

garment /**'ਗਾਮਅਨਟ**/ *n* ਵੇਸ, ਲਿਬਾਸ, ਪੁਸ਼ਾਕ, ਕੱਪੜੇ, ਵਸਤਰ, ਕਿਸੇ ਵਸਤੂ ਦਾ ਉਪੱਰਲਾ ਅਤੇ ਦਿਸਦਾ ਪਰਦਾ *v* ਕੱਪੜੇ ਪੁਆਉਣਾ, ਵੇਸ ਧਾਰਨਾ, ਪੁਸ਼ਾਕ ਪਹਿਨਣਾ, ਕਿਸੇ ਵਸਤੂ ਉੱਤੇ ਕੱਪੜੇ ਵਲ੍ਹੇਟਣਾ

garner /**'ਗਾਨਅ***/ *n* (ਕਣਕ ਦਾ) ਕੋਠਾ, ਸਟੋਰ, ਜ਼ਖ਼ੀਰਾ, ਗੁਦਾਮ *vt* ਇਕੱਤਰ ਕਰਨਾ, ਇਕੱਠਾ ਕਰਨਾ, ਸਟੋਰ ਕਰਨਾ, ਅਨਾਜ ਭਰਨਾ

garnet /**'ਗਾਨਿਟ**/ *n* ਲਾਲ ਜਵਾਹਰ, ਲਾਲ ਮਣੀ; ਰਕਤ ਮਣੀ, ਲਹੂ ਰੰਗਾ ਕੀਮਤੀ ਪੱਥਰ; ਯਾਕੂਤ

garnish /**'ਗਾਨਿਸ਼**/ *vt* ਸਜਾਉਣਾ (ਖਾਣਾ ਆਦਿ ਪਲੇਟਾਂ ਵਿੱਚ), ਖਾਣਾ ਲਾਉਣਾ; ਚਮਕਾਉਣਾ; (ਕਨੂੰ) ਕਿਸੇ ਬੰਦੇ ਨੂੰ ਨੋਟਿਸ ਦੇਣਾ, ਸੰਮਨ ਤਾਮੀਲ ਕਰਨਾ, ਰਕਮ ਦੀ ਕੁਰਕੀ ਦਾ ਨੋਟਿਸ ਦੇਣਾ *n* ਸ਼ਿੰਗਾਰ, ਸਜਾਵਟ, ਨਕਸ਼-ਨਿਗਾਰ

garniture /**'ਗਾਨਿਚਅ***/ *n* ਸਜਾਵਟ ਦੀਆਂ ਚੀਜ਼ਾਂ (ਖ਼ਾਸ ਕਰਕੇ ਖਾਣੇ ਦੀ ਪਲੇਟ ਵਿੱਚ); ਲਿਬਾਸ, ਪੁਸ਼ਾਕ, ਵਸਤਰ; ਫ਼ਰਨੀਚਰ, ਸਮਾਨ, ਅਸਬਾਬ

garret /**'ਗੈਰਅਟ**/ *n* ਅਟਾਰੀ, ਪੜਛੱਤੀ, ਸਭ ਤੋਂ ਉੱਪਰ ਦੀ ਮੰਜ਼ਲ ਦਾ ਕਮਰਾ

garrison /**'ਗੈਰਿਸਨ**/ *n* ਸ਼ਹਿਰ ਜਾਂ ਕਿਲ੍ਹੇ ਦੀ ਰੱਖਿਆ ਕਰਨ ਵਾਲੀ ਫ਼ੌਜ, ਰੱਖਿਆ ਸੈਨਾ *vt* ਰੁੱਖਿਆ ਲਈ ਸੈਨਿਕ ਰੱਖਣਾ, ਮੋਰਚਾਬੰਦੀ ਕਰਨਾ, ਕਿਲ੍ਹੇਬੰਦੀ ਕਰਨਾ, ਕਿਲ੍ਹੇ ਵਿੱਚ ਰੱਖਣਾ

garrotte /**ਗਅ'ਰੌਟ**/ *n* (ਗਲਾ ਘੁੱਟ ਕੇ ਮਾਰਨ ਵਾਲੀ) ਫਾਂਸੀ; ਖੁੱਲ੍ਹੇ ਰਸਤੇ ਦਾ ਡਾਕਾ ਜਿਸ ਵਿੱਚ ਮੁਸਾਫ਼ਰ ਨੂੰ ਗਲ ਘੁੱਟ ਕੇ ਮਾਰ ਦਿੱਤਾ ਜਾਏ, ਰਾਹਜ਼ਨੀ *vt* ਲੁੱਟਣ ਲਈ ਗਲ ਘੁੱਟਣਾ; ਗਲ ਘੁੱਟ ਕੇ ਮੌਤ ਦੀ ਸਜ਼ਾ ਦੇਣਾ, ਫਾਹੇ ਲਾਉਣਾ

garrulous /**'ਗੈਰਅਲਅਸ, -ਰਯੁਲ-**/ *a* ਗੱਪੀ, ਗਾਲੜੀ, ਗੱਲਾਂ ਵਾਲਾ, ਬਾਤੂਨੀ, ਗਪੌੜਸੰਖ, ਗਪੌੜੀ, ਚੂੰ-ਚੂੰ ਕਰਨ ਵਾਲਾ (ਪੰਛੀ), ਕਲ-ਕਲ ਧੁਨੀ ਵਾਲੀ (ਜਲ ਧਾਰਾ)

garter /**'ਗਾਟਅ***/ *n* ਲੱਤ 'ਤੇ ਪਾਉਣ ਵਾਲਾ (ਰਬੜ) ਬੈਂਡ

garth /**ਗਾਥ**/ *n* ਵਿਹੜਾ, ਹਾਤਾ, ਆਂਗਣ, ਛੋਟਾ ਘੇਰਾ; ਮੰਦਰ ਜਾਂ ਮੱਠ ਦੇ ਅੰਦਰ ਖੁੱਲ੍ਹਾ ਥਾਂ; ਬਗੀਚਾ

gas /**ਗੈਸ**/ *n* (ਬੋਲ) ਗੈਸ, ਪਟਰੋਲ, ਗੈਸੋਲੀਨ; ਗੈਸ ਵਰਗਾ ਤਰਲ *v* ਗੈਸ ਦੇਣਾ ਜਾਂ ਚੜ੍ਹਾਉਣਾ (ਕਮਰੇ, ਰੇਲ ਗੱਲ ਆਦਿ ਵਿੱਚ); ਜ਼ਹਿਰੀਲੀ ਜਾਂ ਵਿਹੁਲੀ ਗੈਸ ਛੱਡਣਾ (ਰਣ ਭੂਮੀ ਵਿੱਚ ਦੁਸ਼ਮਣ ਦੀ ਫ਼ੌਜ ਉੱਤੇ); ਗੈਸ ਨਾਲ ਵਿਹੁ ਚੜ੍ਹਨਾ; ਡੀਂਗਾਂ ਮਾਰਨਾ, ਸ਼ੇਖੀ ਮਾਰਨਾ, ਆਪਣੇ ਮੂੰਹ ਮੀਆਂ ਮਿੱਠੂ ਬਣਨਾ

gasconade /**ˌਗੈਸਕਅ'ਨੇਇਡ**/ *n* ਸ਼ੇਖੀ, ਡੀਂਗ *v* ਸ਼ੇਖੀ ਮਾਰਨਾ, ਡੀਂਗ ਮਾਰਨਾ

gaseous /**'ਗੈਸਿਅਸ, 'ਗੇਇਸਿਅਸ**/ *a* ਗੈਸ ਦਾ, ਗੈਸਦਾਰ; ਫੋਕਾ, ਤਤਹੀਣ

gas-fitter *n* ਘਰਾਂ ਵਿੱਚ ਗੈਸ ਦਾ ਪ੍ਰਬੰਧ ਕਰਨ ਵਾਲਾ ਵਪਾਰੀ ਜਾਂ ਕਾਰੀਗਰ

gash /**ਗੈਸ਼**/ *n* ਸੱਟ, ਤਕੜੀ ਚੋਟ, ਡੂੰਘਾ ਜ਼ਖ਼ਮ,

ਡੂੰਘਾ ਚੀਰਾ ਦੇਣ ਦੀ ਕਿਰਿਆ *v* ਡੂੰਘਾ ਜ਼ਖ਼ਮ ਕਰਨਾ, ਚੀਰਾ ਦੇਣਾ

gasket /'**ਗੈਸਕਿਟ**/ *n* ਹਵਾ ਜਾਂ ਪਾਣੀ ਆਦਿ ਰੋਕਣ ਲਈ ਰਬੜ ਜਾਂ ਚਮੜੇ ਦਾ ਛੱਲਾ

gasolene, gasoline /'**ਗੈਸਅਲੀਨ**/ *n* (ਅਮਰੀਕੀ) ਪਟਰੋਲ, ਪਟਰੋਲੀਅਮ ਤੋਂ ਪ੍ਰਾਪਤ ਤਰਲ ਵਸਤੂ

gasometer /**ਗੈ'ਸੌਮਿਟਅ***/ *n* (ਰਸਾ) ਗੈਸ ਮਾਪਕ

gasp /**ਗਾਸਪ**/ *vt* ਹਟਕੋਰਾ ਲੈਣਾ, ਹੌਂਕਣਾ *n* ਸਾਹ ਫੁੱਲਣ ਦਾ ਕਾਰਜ

gas station *n* ਪਟਰੋਲ ਪੰਪ, (ਵਾਹਨਾਂ) ਗੱਡੀਆਂ ਨੂੰ ਗੈਸ ਜਾਂ ਪਟਰੋਲ ਮੁਹੱਈਆ ਕਰਨ ਵਾਲਾ ਅੱਡਾ

gassy /'**ਗੈਸਿ**/ *a* ਗੈਸੀ, ਗੈਸ ਦਾ, ਗੈਸ ਵਾਂਗ, ਗੈਸ ਨਾਲ ਭਰਿਆ, ਫੁੱਲਿਆ; ਗਾਲੜੀ, ਗੱਪੀ, ਬਾਤੂਨੀ

gastric /'**ਗੈਸਟਰਿਕ**/ *a* ਪੇਟ ਦਾ, ਮਿਹਦੇ ਦਾ, ਢਿੱਡ ਸੰਬੰਧੀ, ਜਠਰੀ

gastritis /**ਗੈ'ਸਟਰਾਇਟਿਸ**/ *n* ਮਿਹਦੇ ਦੀ ਸੋਜ ਦੀ ਬਿਮਾਰੀ, ਜਠਰ ਸੋਜ, ਪੇਟ ਦੀ ਇੱਕ ਬਿਮਾਰੀ

gastronomy /**ਗੈ'ਸਟਰੌਨਅਮਿ**/ *n* ਚੰਗਾ ਖਾਣ-ਪੀਣ, ਖ਼ੁਸ਼ ਖ਼ੁਰਾਕੀ

gate /**ਗੇਇਟ**/ *n* ਫਾਟਕ, ਕਿਵਾੜ, ਕਪਾਟ, ਲਾਂਘਾ, ਬਰੂਹਾਂ, ਰਾਹ, ਰਸਤਾ; ਦੱਰਾ, ਘਾਟੀ, ਦੋ ਪਰਬਤਾਂ ਦੇ ਵਿਚਕਾਰ ਬਣਿਆ ਰਾਹ, ਅੰਦਰ ਆਉਣ ਜਾਂ ਬਾਹਰ ਜਾਣ ਦਾ ਪਥ; ਲੱਕੜ ਜਾਂ ਲੋਹੇ ਦਾ ਜੰਗਲਾ

gatecrash /'**ਗੇਇਟਕਰੈਸ਼**/ *v* ਬਿਨਾਂ ਸੱਦੇ ਪਾਰਟੀ 'ਤੇ ਜਾਣਾ, ਬਿਨ ਬੁਲਾਏ ਮਹਿਮਾਨ ਬਣਨਾ, ਆ ਘੁਸੜਨਾ

gateway /'**ਗੇਇਟਵੇਇ**/ *n* ਦੋ ਵੱਖ-ਵੱਖ ਪ੍ਰਕਾਰ ਦੀਆਂ ਸੂਚਨਾ ਪ੍ਰਨਾਲੀਆਂ ਵਿਚਕਾਰ ਸਵੈਚਾਲਿਤ ਢੰਗ ਨਾਲ ਸੰਪਰਕ ਪ੍ਰਦਾਨ ਕਰਨ ਵਾਲਾ ਪ੍ਰੋਗਰਾਮ

gather /'**ਗੈਦਅ***/ *v* ਧਨ ਜੋੜਨਾ, ਇਕੱਤਰ ਕਰਨਾ, ਜਮ੍ਹਾਂ ਕਰਨਾ, ਬਟੋਰਨਾ, ਪ੍ਰਾਪਤ ਕਰਨਾ; ਇਕੱਠੇ ਹੋਣਾ, ਸੰਗਠਿਤ ਹੋਣਾ, ਵਧਣਾ, ਅਧਿਕ ਹੋਣਾ; ਫ਼ਸਲ ਵੱਢਣਾ; ਤੋੜਨਾ; (ਖਿੰਡੀਆਂ ਚੀਜ਼ਾਂ ਨੂੰ ਧਰਤੀ ਤੋਂ) ਚੁੱਕਣਾ, ਸੰਭਰਨਾ, ਬੁਹਾਰੀ ਦੇਣਾ; (ਚੀਜ਼ ਜਾਂ ਬੰਦੇ ਨੂੰ) ਖਿੱਚ ਕੇ ਸਮੇਟਣਾ, ਸੁਕੇੜਨਾ; ਨਤੀਜਾ ਕੱਢਣਾ, ਸਮਝਣਾ, (ਵਸਤਰ ਆਦਿ) ਵਲ੍ਹੇਟਣਾ, ਸਮੇਟਣਾ; (ਫੋੜੇ ਦਾ) ਮੂੰਹ ਬਣਨਾ, ਉੱਭਰਨਾ; (ਲੀੜੇ ਵਿੱਚ) ਪਲੇਟ ਪਾਉਣਾ; ਅਰਾਮ ਕਰਨਾ, ਸਾਹ ਲੈਣਾ

gathering /'**ਗੈਦਅਰਿਙ**/ *n* (ਕਿਰਿਆਗਤ ਅਰਥਾਂ ਵਿੱਚ) ਸੰਗ੍ਰਹਿਣ, ਇਕੱਠਾ ਕਰਨ; ਜਲਸਾ, ਇਕੱਠ, ਸੰਘ, ਸਭਾ, ਮਜਲਿਸ; ਸੋਜ, ਜ਼ਖ਼ਮ ਦਾ ਉਭਾਰ, ਮਵਾਦ

Gatling /'**ਗੈਟਲਿਙ**/ *n* ਇੱਕ ਪ੍ਰਕਾਰ ਦੀ ਮਸ਼ੀਨਗੰਨ

GATT /**ਗੈਟ**/ *abbr* **General Agreement on Tariffs and Trade** ਦਾ ਸੰਖਿਪਤ ਰੂਪ, ਅੰਤਰ-ਰਾਸ਼ਟਰੀ ਵਪਾਰ ਨੂੰ ਪ੍ਰਫੁਲਿਤ ਕਰਨ ਵਾਲੀ ਇੱਕ ਸੰਸਥਾ ਦਾ ਨਾਮ

gaud /**ਗੋਡ**/ *n* (ਬਹੁ) ਭੜਕੀਲੇ ਕੱਪੜੇ, ਨੁਮਾਇਸ਼ੀ ਜ਼ੇਵਰ ਜਾਂ ਲਿਬਾਸ; ਭੜਕੀਲੀਆਂ ਚੀਜ਼ਾਂ; ਉਤਸਵ, ਸਮਾਰੋਹ, ਧੂਮ-ਧਾਮ; ਰੰਗ-ਰਲੀਆਂ, ਰੰਗ-ਤਮਾਸ਼ੇ

gaudy /'**ਗੋਡਿ**/ *n* ਧੂਮ-ਧਾਮ ਭਰੀ ਦਾਹਵਤ, ਖਾਣਾ *a* ਭੜਕੀਲਾ, ਨੁਮਾਇਸ਼ੀ (ਲਿਬਾਸ, ਸਜਾਵਟ, ਸ਼ੈਲੀ ਆਦਿ); ਦਿਖਾਉਟੀ, ਰੰਗ-ਬਰੰਗਾ

gauge /**ਗੇਇਜ**/ *n* ਮਾਪ, ਪੈਮਾਨਾ, ਸਮਰੱਥਾ, ਗੁੰਜਾਇਸ਼, ਮਿਕਦਾਰ; ਵਿਸਤਾਰ, ਰੇਲ ਦੀ ਪਟੜੀ ਦੀ ਚੁੜਾਈ ਜਾਂ ਵਿੱਥ; ਹਵਾ ਦੇ ਰੁਖ਼ ਅਨੁਸਾਰ ਬੇੜੇ ਦੀ ਸਥਿਤੀ (ਨੇਵੀ); ਮਾਪਕ ਯੰਤਰ (ਜਿਸ ਦੁਆਰਾ ਬਾਰਿਸ਼, ਹਵਾ, ਪਾਣੀ ਦੇ ਵਹਿਣ, ਜੁਆਰਭਾਟੇ ਆਦਿ ਨੂੰ ਮਾਪਿਆ ਜਾਂਦਾ ਹੈ); ਹਾਸ਼ੀਆ ਬਣਾ ਕੇ ਰੱਖਣ ਦੀ ਪੱਟੀ; ਤਰਖਾਣ ਦਾ ਸਮਾਨਾਂਤਰ ਲਕੀਰਾਂ ਖਿੱਚਣ ਵਾਲਾ ਯੰਤਰ, ਗੁਣੀਆ; ਕਸੌਟੀ, ਪਰਖ ਦਾ ਸਾਧਨ *vt* ਮਾਪਣਾ (ਤਰਲ ਪਦਾਰਥ ਦੀ ਡੂੰਘਾਈ, ਬਾਰਸ਼, ਹਵਾ ਆਦਿ ਦਾ ਭਾਰ); ਸਮਾਈ ਨਾਪਣਾ; ਗੁੰਜਾਇਸ਼ ਮਲੂਮ ਕਰਨਾ (ਪੀਪੇ ਆਦਿ ਦੀ); ਇਕਰੂਪ ਕਰਨਾ, ਇੱਕੋ ਜਿਹਾ ਕਰਨਾ;

ਅਨੁਮਾਨ ਲਾਉਣਾ; ਜਾਚਣਾ, ਅੰਦਾਜ਼ਾ ਕਰਨਾ

gault /ਗੌਲਟ/ *n* (ਭੂ) ਚੀਕਣੀ ਮਿੱਟੀ ਦੀ ਤਹਿ, ਕਾਲੀ ਮਿੱਟੀ ਦੀ ਪਰਤ

gaunt /ਗੌਨਟ/ *a* ਦੁਬਲਾ, ਪਤਲਾ, ਮਰੀਅਲ; ਬੰਜਰ, ਗ਼ੈਰਆਬਾਦ

gauntlet /'ਗੌਨਟਲਅਟ/ *n* ਲੋਹੇ ਦਾ ਦਸਤਾਨਾ; ਕ੍ਰਿਕਟ ਜਾਂ ਮੁੱਕੇਬਾਜ਼ੀ ਵਿੱਚ ਵਰਤਿਆ ਜਾਣ ਵਾਲਾ ਮੋਟਾ ਦਸਤਾਨਾ **fling (throw) down the gauntlet** ਮੁਕਾਬਲੇ ਲਈ ਲਲਕਾਰਨਾ, ਚੁਣੌਤੀ ਦੇਣਾ **pick (take) up the gauntlet** ਚੁਣੌਤੀ ਸਵੀਕਾਰ ਕਰਨਾ, ਮੈਦਾਨ ਵਿੱਚ ਆਉਣਾ, ਬੀੜਾ ਚੁੱਕਣਾ

gauze /ਗੋਜ਼/ *n* ਬਰੀਕ ਰੇਸ਼ਮੀ ਜਾਂ ਸੂਤੀ ਪਤਲਾ ਕੱਪੜਾ, ਤਾਰ ਦੀ ਜਾਲੀ

gauzy /ਗੋਜ਼ਿ/ *n* ਪਾਰਦਰਸ਼ੀ ਵਸਤੂ ਵਰਗਾ

gavel /'ਗੈਵ੍ਲ/ *n* ਨਿਲਾਮੀ ਵਿੱਚ ਬੋਲੀ ਕਰਨ ਵਾਲੇ ਅਧਿਕਾਰੀ ਜਾਂ ਸਭਾਪਤੀ ਦੀ ਹਥੌੜੀ ਜਾਂ ਡੰਡਾ

gavelkind /'ਗੈਵ੍(ਅ)ਲਕਾਇਨਡ/ *n* (ਕਨੂੰ) ਪੁੱਤਰ ਅਧਿਕਾਰ, ਉੱਤਰਾਧਿਕਾਰ, ਜਿਸ ਅਨੁਸਾਰ ਬਿਨਾਂ ਵਸੀਅਤ ਕੀਤੇ ਮਰਨ ਵਾਲੇ ਬੰਦੇ ਦੀ ਸੰਪੱਤੀ ਉਸਦੀ ਸੰਤਾਨ ਵਿੱਚ ਕਨੂੰਨਨ ਬਰਾਬਰ ਵੰਡੀ ਜਾਂਦੀ ਹੈ

gawk[1] /ਗੋਕ/ *n* ਮੂਰਖ, ਉਜੱਡ, ਖਬਤੀ

gawk[2] *vt* ਮੂੰਹ ਫਾੜ ਕੇ ਦੇਖਣਾ, ਮੂੰਹ ਟੱਡ ਕੇ ਦੇਖਣਾ, ਉੱਲੂ ਵਾਂਗ ਤੱਕਣਾ

gawkiness /'ਗੋਕਿਨਅਸ/ *n* ਬੇਤੁਕਾਪਣ, ਉਜੱਡਤਾ

gawky /'ਗੋਕਿ/ *a* ਬੇਸਮਝ, ਬੇਤੁਕਾ, ਬੇਹੂਦਾ, ਭੱਦਾ, ਮੂਰਖ

gay /ਗੇਇ/ *a* ਖ਼ੁਸ਼, ਹੱਸਮੁੱਖ; ਭੜਕੀਲਾ; ਲਾਪਰਵਾਹ; ਸਮਲਿੰਗੀ

gaze /ਗੇਇਜ਼/ *vi* ਘੂਰਨਾ, ਤਾੜਨਾ, ਟਿਕਟਿਕੀ ਲਾ ਕੇ ਵੇਖਣਾ, ਦ੍ਰਿਸ਼ਟੀ ਜਮਾਉਣਾ, ਧਿਆਨ ਨਾਲ ਵੇਖਣਾ *n* ਟਿਕਟਿਕੀ, ਤਾਕ

gazebo /ਗਅ'ਜ਼ੀਬਅਓ/ *n* ਬੁਰਜ, ਅਟਾਰੀ

gazette /ਗਅ'ਜ਼ੈਟ/ *n* ਰੋਜ਼ਨਾਮਾ, ਰਾਜ ਪੱਤਰ, ਘੋਸ਼ਣਾ ਪੱਤਰ, ਸੂਚਨਾ ਪੱਤਰ, ਸਮਾਚਾਰ ਪੱਤ੍ਰਿਕਾ, ਗਜ਼ਟ *vt* ਸਰਕਾਰੀ ਗਜ਼ਟ ਵਿੱਚ ਘੋਸ਼ਿਤ ਕਰਨਾ

gazetteer /ˌਗੈਜ਼ਅ'ਟਿਅ*/ *n* ਭੂਗੋਲਿਕ ਕੋਸ਼, ਸਥਾਨ ਬਿਰਤਾਂਤ, ਵਿਵਰਨਕਾ

GB /ˌਜੀ 'ਬੀ/ *abbr* **Great Britain** ਦਾ ਸੰਖਿਪਤ ਰੂਪ, ਬਰਤਾਨੀਆ

GCSE /ˌਜੀ ਸੀ ਐੱਸ 'ਈ/ *abbr* **General Certificate of Secondary Education** ਦਾ ਸੰਖਿਪਤ ਰੂਪ, ਲਗਭਗ ਸੋਲ੍ਹਾਂ ਸਾਲ ਦੇ ਵਿਦਿਆਰਥੀਆਂ ਦੀ ਇੱਕ ਬਰਤਾਨਵੀ ਪਰੀਖਿਆ

GDP /ˌਜੀ ਡੀ 'ਪੀ/ *abbr* **gross domestic product** ਦਾ ਸੰਖਿਪਤ ਰੂਪ, ਦੇਸ਼ ਵਿੱਚ ਤਿਆਰ ਕੀਤੇ ਸਮਾਨ ਅਤੇ ਸੇਵਾਵਾਂ ਦਾ ਮੁੱਲ ਨਿਰਧਾਰਨ

GDR /ˌਜੀ ਡੀ 'ਆ*/ *abbr* **German Democratic Republic** ਦਾ ਸੰਖਿਪਤ ਰੂਪ, ਜਰਮਨ ਲੋਕਰਾਜੀ ਗਣਤੰਤਰ

gear /ਗਿਅ*/ *n* ਉਹ ਪੁਰਜ਼ੇ ਜੋ ਪਹੀਆਂ ਨੂੰ ਮੋਟਰ ਨਾਲ ਮਿਲਾਉਂਦੇ ਹਨ; ਗੀਅਰ, ਗਰਾਰੀ, ਗਰਾਰੀ; (ਪਰਾ) ਸਮਾਨ, ਅਸਬਾਬ, ਵਸਤਰ, ਸਮਗਰੀ; ਬਰਤਨ, ਭਾਂਡਾ; ਪੁਰਜ਼ੇ, ਕਲ, ਔਜ਼ਾਰ; ਘੋੜਿਆਂ ਆਦਿ ਦਾ ਸਾਜ਼ ਸਮਾਨ; ਜਹਾਜ਼ ਦੀਆਂ ਰੱਸੀਆਂ ਆਦਿ *v* ਮਸ਼ੀਨ ਵਿੱਚ ਪੁਰਜ਼ੇ ਜੋੜਨਾ ਜਾਂ ਲਾਉਣਾ; ਮਸ਼ੀਨ ਨੂੰ ਚਾਲੂ ਹਾਲਤ ਵਿੱਚ ਲਿਆਉਣਾ; ਗਰਾਰੀਆਂ ਦਾ ਠੀਕ ਬੈਠਣਾ; ਸਾਜ਼ ਕੱਸਣਾ, ਸਾਜ਼ ਲਾਉਣਾ

geat /ਜੀਟ/ *n* ਸੱਚੇ ਦਾ ਛੇਕ

gecko /'ਗੈੱਕਅਓ/ *n* ਕਿਰਲੀ

geisha /'ਗੇਇਸ਼ਅ/ *n* ਜਪਾਨੀ ਗਣਿਕਾ, ਗੈਸ਼ਾ

gel /ਜੈੱਲ/ *n* ਜੈਲੀ ਵਰਗਾ ਇੱਕ ਲੇਸਦਾਰ ਪਦਾਰਥ, ਜੈੱਲ *vt* ਜੈੱਲ ਬਣਾਉਣਾ, ਸਲੇਸ਼ੀ ਘੋਲ ਤਿਆਰ ਕਰਨਾ

gelatin /'ਜੈੱਲਅਟਿਨ/, **gelatine** /'ਜੈੱਲਅਟੀਨ/ *n* ਸਲੇਸ਼, ਜਿਲੇਟਿਨ

geld /ਗੈੱਲਡ/ *vt* ਖੱਸੀ ਕਰਨਾ, ਅੰਡ ਕੋਸ਼ ਕੱਢ

ਦੇਣਾ, ਨਪੁੰਸਕ ਕਰਨਾ

gelid /'ਜੈੱਲਿਡ/ *a* ਠੰਢਾ ਸੀਤ, ਠੰਢਾ ਠਾਰ, ਬਰਫ਼ ਵਾਂਗ, ਅਤਿ ਠੰਢਾ

gem /ਜੈੱਮ/ *n* ਇੱਕ ਕੀਮਤੀ ਪੱਥਰ, ਹੀਰਾ, ਨਗ, ਨਗੀਨਾ, ਜਵਾਹਰ, ਰਤਨ, ਮਣੀ; ਬਹੁਤ ਹੀ ਸੁੰਦਰ ਵਸਤੂ; ਬਹੁਮੁੱਲੀ ਵਸਤੂ; ਛੋਟੀ ਕਲੀ *vt* ਹੀਰਿਆਂ ਨਾਲ ਜੜਨਾ; ਰਤਨਾਂ ਨਾਲ ਸਜਾਉਣਾ

geminate /'ਜੈੱਮਿਨੇਇਟ, -ਨਅਟ/ *vt* ਦੁੱਗਣਾ ਕਰਨਾ, ਦੁਹਰਾਉਣਾ *n* ਜੋੜਾ, ਜੁੱਟ, ਜੋਗ *a* ਜੋੜਿਆਂ ਵਿੱਚ ਸੰਯੁਕਤ, ਜੁੱਟਾਂ ਵਿੱਚ ਬੱਝਾ

gemination /,ਜੈੱਮਿ'ਨੇਇਸ਼ਨ/ *n* ਜੋੜਿਆਂ ਵਿੱਚ ਰੱਖਣ ਦੀ ਕਿਰਿਆ, ਯੁਗਮੀਕਰਨ; (ਭਾਸ਼ਾ) ਦੁੱਤੀਕਰਨ

Gemini /'ਜੈੱਮਿਨਾਇ, -ਨਿ/ *n* ਮਿਥੁਨ ਰਾਸ਼ੀ

gen /ਜੈੱਨ/ *n* ਗਿਆਨ, ਜਾਣਕਾਰੀ, ਸੂਚਨਾ, ਭੇਤ, ਸਮਾਚਾਰ

gendarme /'ਯ਼ੌਂਨਡਾਮ/ *(F) n* ਫਰਾਂਸੀਸੀ ਸੈਨਿਕ

gender /'ਜੈੱਨਡਅ*/ *n* (ਵਿਆ) ਲਿੰਗ

gene /ਜੀਨ/ *n* ਮਾਤਾ-ਪਿਤਾ ਤੋਂ ਔਲਾਦ ਨੂੰ ਮਿਲੇ ਜੀਵਾਣੂ

genealogical /,ਜੀਨਿਆ'ਲੌਜਿਕਲ/ *a* ਵੰਸ਼ ਬਾਰੇ, ਬੰਸਾਵਲੀ ਸੰਬੰਧੀ

genealogy /,ਜੀਨਿ'ਐਲਅਜਿ/ *n* ਬੰਸਾਵਲੀ, ਵੰਸ਼ ਕ੍ਰਮ, ਪੀੜ੍ਹੀ; ਬੰਸਾਵਲੀ ਦਾ ਸਿਲਸਿਲਾ, ਪੌਦਿਆਂ ਜਾਂ ਪ੍ਰਾਣੀਆਂ ਦਾ ਪੂਰਵ ਰੂਪ ਤੋਂ ਵਿਕਾਸ ਕ੍ਰਮ

general /'ਜੈੱਨਰਅਲ/ *a* ਆਮ, ਸਧਾਰਨ, ਵਿਆਪਕ, ਪ੍ਰਚਲਿਤ; ਸਮਾਜਿਕ, ਮਜਮੂਈ, ਸਮੂਹਿਕ; ਕਿਸੇ ਇੱਕ ਵਿਭਾਗ ਨਾਲ ਬੱਝਾ; ਅਨਿਸ਼ਚਿਤ *n* ਜਰਨੈਲ, ਫ਼ੌਜ ਦਾ ਵੱਡਾ ਅਫਸਰ; ਵੱਡੀ ਜਾਂ ਉੱਚੀ ਪਦਵੀ ਵਾਲਾ ਅਫਸਰ; ਆਮ ਅਸੂਲ, ਸਧਾਰਨ ਨਿਯਮ; ਸਿਪਾਹਸਲਾਰ

General Certificate of Secondary Education ਵੇਖੋ GCSE

generality /,ਜੈਨੱਆ'ਰੈਲਅਟਿ/ *n* ਸਧਾਰਨਤਾ, ਵਿਆਪਕਤਾ; ਅਸਪਸ਼ਟਤਾ; ਬਹੁਮਤ, ਮੁੱਖ ਰੂਪ, ਆਮ ਸਿਧਾਂਤ

generalization /,ਜੈਨੱਰਅਲਾਇ'ਜ਼ੇਇਸ਼ਨ/ *n* ਸਧਾਰਨੀਕਰਨ; ਸਧਾਰਨ ਅਨੁਮਾਨ, ਸਧਾਰਨ ਦਰਸ਼ਨ, ਸਧਾਰਨ ਸਿਧਾਂਤ (ਜੋ ਨਿਗਮਨ ਦੁਆਰਾ ਪ੍ਰਾਪਤ ਹੋਣ)

generalize /'ਜੈਨੱਰਅਲਾਇਜ਼/ *v* ਸਧਾਰਨੀਕਰਨ ਕਰਨਾ, ਸਧਾਰਨ ਭਾਵ ਪ੍ਰਦਾਨ ਕਰਨਾ, ਸਧਾਰਨ ਨੇਮ ਤੋਂ ਨਿਰਨਾ ਕੱਢਣਾ; ਆਮ ਵਰਤੋਂ ਵਿੱਚ ਲਿਆਉਣਾ; ਅਸਪਸ਼ਟ ਬੋਲਣਾ ਜਾਂ ਆਖਣਾ; (ਗਣਿ ਜਾਂ ਦਰਸ਼) ਵਿਆਪਕ ਬਣਾਉਣਾ, ਆਮ ਰੂਪ ਵਿੱਚ ਪ੍ਰਗਟਾਉਣਾ; (ਚਿੱਤਰਕਲਾ) ਸਧਾਰਨ ਵਰਗ ਦੀਆਂ ਵਿਸ਼ੇਸ਼ਤਾਵਾਂ ਦਾ ਚਿੱਤਰਨਾ

generalized /'ਜੈਨੱਰਅਲਾਇਜ਼ਡ/ *a* ਵਿਆਪਕ, ਸਧਾਰਨੀਕ੍ਰਿਤ

generally /'ਜੈਨੱਰਅਲਿ/ *adv* ਆਮ ਤੌਰ 'ਤੇ, ਸਧਾਰਨ ਤੌਰ 'ਤੇ; ਸਧਾਰਨ ਅਰਥਾਂ ਵਿੱਚ, ਸਰਸਰੀ ਤੌਰ 'ਤੇ, ਵਿਆਪਕ ਰੂਪ ਵਿੱਚ, ਬਹੁਤੀ ਵੇਰ, ਅਕਸਰ, ਵਿਸਤ੍ਰਿਤ ਰੂਪ ਵਿੱਚ

general strike *n* ਸਮੂਹ ਕਾਮਿਆਂ ਵਲੋਂ ਕੀਤੀ ਗਈ ਹੜਤਾਲ, ਆਮ ਮਜ਼ਦੂਰਾਂ ਵਲੋਂ ਕੰਮ ਬੰਦ ਕਰਨ ਦੀ ਕਾਰਵਾਈ

generate /'ਜੈਨੱਅਰੇਇਟ/ *vt* ਪੈਦਾ ਕਰਨਾ, ਉਤਪੰਨ ਕਰਨਾ, ਉਪਜਾਉਣਾ (ਜੀਵਾਂ, ਪੌਦੇ, ਤਾਪ; ਦਬਾਅ, ਪ੍ਰਕਾਸ਼, ਬਿਜਲੀ ਆਦਿ ਨੂੰ); (ਗਣਿ) ਧਰਾਤਲ ਬਿੰਦੂ ਜਾਂ ਰੇਖਾ ਬਣਾਉਣਾ

generating /'ਜੈਨੱਅਰੇਇਟਿਙ/ *n* ਉਤਪਾਦਕ, ਜਨਕ; ਜਣਨ

generation /,ਜੈਨੱਆ'ਰੇਇਸ਼ਨ/ *n* ਨਸਲ, ਪੌਦ, ਸੰਤਾਨ, ਵੰਸ਼; ਪੈਦਾਇਸ਼, ਉਤਪਾਦਨ, ਜਣਨ; ਪੁਸ਼ਤ, ਸਮਕਾਲੀ ਜਨ, ਇੱਕੋ ਹੀ ਯੁੱਗ ਜਾਂ ਕਾਲ ਦੇ ਪ੍ਰਾਣੀ, ਪੀੜ੍ਹੀ; ਕੁਦਰਤੀ ਜਾਂ ਬਣਾਉਟੀ ਢੰਗ ਦੁਆਰਾ ਉਤਪਾਦਨ, ਉਪਜ; (ਕੰਪਿ) ਕੰਪਿਉਟਰ ਦੇ ਵੱਖ-ਵੱਖ ਵਿਕਾਸ ਪੜਾਵਾਂ ਲਈ ਸ਼ਬਦ ਜਿਵੇਂ

ਪਹਿਲੀ ਪੀੜ੍ਹੀ, ਦੂਜੀ ਪੀੜ੍ਹੀ ਵਿੱਚ

generative /'ਜੈਨੱਅਰਅਟਿਵ੍/ *a* ਉਪਜਾਊ, ਜਣਨਸ਼ੀਲ, ਉਤਪਾਦਕ, ਉਤਪਾਦਨ ਜਾਂ ਜਣਨ ਸੰਬੰਧੀ

generator /'ਜੈਨੱਅਰੇਇਟਅ*/ *n* ਉਪਜਾਉਣ ਵਾਲਾ, ਉਤਪਾਦਨ ਕਰਨ ਵਾਲਾ, ਉਤਪਾਦਕ, ਜਨਮ ਦਾਤਾ; (ਵਾਸ਼ਪ, ਬਿਜਲੀ, ਗੈਸ ਆਦਿ ਦਾ) ਉਤਪਾਦਕ ਯੰਤਰ

generic /ਜਅ'ਨੈੱਰਿਕ/ *a* ਆਮ, ਮਧਾਰਨ; ਜਿਨਸੀ, ਵਰਗੀ, ਜਾਤੀਗਤ; ਵਿਆਪਕ, ਪੂਰੀ ਸ਼੍ਰੇਣੀ ਜਾਂ ਵਰਗ ਦੇ ਕਿਸੇ ਪ੍ਰਾਣੀ ਸੰਬੰਧੀ

generosity /,ਜੈਨੱਅ'ਰੌਸਅਟਿ/ *n* ਉਦਾਰਤਾ, ਸਖ਼ਾਵਤ, ਖੁੱਲ੍ਹਦਿਲੀ, ਦਾਨ-ਪੁੰਨ

generous /'ਜੈਨੱਅਰਅਸ/ *a* ਉਦਾਰ, ਸਖ਼ੀ, ਦਾਨੀ, ਖੁੱਲ੍ਹਦਿਲਾ (ਮਨੁੱਖ), ਦਾਨਸ਼ੀਲ; ਸ਼ਰੀਫ਼, ਚੰਗਾ; ਅਧਿਕਤਾ, ਪੂਰਨ, (ਖ਼ੁਰਾਕ, ਸ਼ਰਾਬ, ਰੰਗ) ਪੂਰਨ, ਸਮਰਿਧ, (ਭੂਮੀ) ਉਪਜਾਊ

genesis /'ਜੈਨੱਅਸਿਸ/ *n* ਜਣਨ, ਜਨਮ, ਅਰੰਭ, ਉਤਪਤੀ; ਮੂਲ ਰੂਪ, ਪ੍ਰਾਰੰਭਿਕ ਰੂਪ **Genesis** ਇੰਜੀਲ ਦਾ ਪਹਿਲਾ ਅਧਿਆਏ ਜਿਸ ਵਿੱਚ ਸ੍ਰਿਸ਼ਟੀ ਦੀ ਉਤਪਤੀ ਦਾ ਵਰਣਨ ਹੈ

genetic /ਜਅ'ਨੈੱਟਿਕ/ *a* ਜਣਨ ਬਾਰੇ, ਉਤਪਤੀ ਸੰਬੰਧੀ, ਆਨੁਵੰਸ਼ਿਕ

genetics /ਜਅ'ਨੈੱਟਿਕਸ/ *n* (ਬਹੁ) ਉਤਪਤੀ ਵਿਗਿਆਨ, ਜਣਨ ਵਿੱਦਿਆ

Geneva Convention /ਜਅ,ਨੀਵ੍ਅ ਕਅਨ'ਵੈੱਨਸ਼ਨ/ *n* ਜੰਗੀ ਕੈਦੀਆਂ ਨਾਲ ਵਾਰਤਾ ਕਰਨ ਬਾਰੇ ਅੰਤਰ ਰਾਸ਼ਟਰੀ ਸਮਝੌਤਾ

Genghis Khan /,ਗੈਙਗਿਸ 'ਕਾਨ, ,ਜੈਙ-/ *n* ਬਾਰ੍ਹਵੀਂ ਸਦੀ ਦੇ ਮੁਗ਼ੋਲ ਬਾਦਸ਼ਾਹ ਦਾ ਨਾਮ (ਜੋ ਬਹੁਤ ਜ਼ਾਲਮ ਸੀ), ਨਿਰਦਈ, ਜ਼ਾਲਮ, ਜਬਰੀ ਧਨ ਦੌਲਤ ਇਕੱਠੀ ਕਰਨ ਵਾਲਾ

genial /'ਜੀਨਿਅਲ/ *a* ਅਨੁਕੂਲ, ਸੁਖਾਵਾਂ (ਦੁਆਲਾ, ਪੌਣ ਪਾਣੀ ਆਦਿ); ਵਿਆਹ ਸੰਬੰਧੀ; ਉਪਜਾਊ, ਉਤਪਾਦਕ; ਮਿਲਾਪੜਾ, ਮਿਲਨਸਾਰ, ਪ੍ਰਸੰਨਚਿੱਤ, ਅਨੰਦਪੂਰਨ

geniality /,ਜੀਨਿ'ਐਲਅਟਿ/ *n* ਨਰੋਆਪਣ, ਰਮਣੀਕਤਾ, ਮਿਲਨਸਾਰੀ, ਜ਼ਿੰਦਾਦਿਲੀ, ਆਨੰਦਪੂਰਨਤਾ, ਪ੍ਰਸੰਨਚਿੱਤਤਾ, ਮਿੱਠਤ, ਹੁਲਾਸ

genie /'ਜੀਨਿ/ *n* ਜਿੰਨ, ਭੂਤ, ਪ੍ਰੇਤ

genital /'ਜੈੱਨਿਟਲ/ *a* ਉਤਪਤੀ ਸੰਬੰਧੀ, ਜਣਨ ਸੰਬੰਧੀ *n* ਜਣਨ ਇੰਦਰੀ

genitive /'ਜੈਨੱਅਟਿਵ੍/ *a* ਸੰਬੰਧਕੀ, ਸੰਬੰਧਸੂਚਕ; (ਵਿਆ) ਸੰਬੰਧ ਕਾਰਕੀ

genitive case *n* (ਵਿਆ) ਸੰਬੰਧ ਕਾਰਕ

genius /'ਜੀਨਿਅਸ/ *n* ਪ੍ਰਤਿਭਾ, ਕੁਦਰਤੀ ਯੋਗਤਾ, ਪ੍ਰਤਿਭਾਸ਼ੀਲ ਅਤੇ ਨਿਪੁੰਨ ਵਿਅਕਤੀ; ਪ੍ਰਕਿਰਤੀ, ਸੁਭਾਅ; ਕਲਾਧਾਰੀ ਪੁਰਸ਼; ਰੱਖਿਆ ਕਰਨ ਵਾਲਾ ਵਿਅਕਤੀ; ਕਿਸੇ ਜਾਤੀ ਜਾਂ ਯੁੱਗ ਦੇ ਪ੍ਰਚਲਿਤ ਵਿਚਾਰ; ਕਿਸੇ ਭਾਸ਼ਾ ਦੇ ਮੂਲ ਤੱਤ, ਕਿਸੇ ਕਨੂੰਨ ਦੀ ਪੱਧਤੀ

genocide /'ਜੈਨੱਅਸਾਇਡ/ *n* ਕੁਲ ਨਾਸ, ਨਸਲਕੁਸ਼ੀ

genome /'ਜੀਨਅਉਮ/ *n* ਕੋਸ਼ਿਕਾ ਵਿੱਚ ਜੀਵ-ਅਣੂਆਂ ਦਾ ਸਮੂਹ

genre /'ਯੌਨਰਅ/ *n* ਰੂਪਾਕਾਰ, ਕਿਸਮ, ਭੇਦ, ਸ਼ੈਲੀ, ਢੰਗ, ਅੰਦਾਜ਼

gens /ਜੈਨੱਜ਼/ *n* ਗੋਤ, ਗੋਤਰ, ਜਾਤ

gent /ਜੈਨੱਟ/ *n* ਸੱਜਣ ਪੁਰਸ਼, ਪਤਵੰਤਾ, ਬਣਿਆ ਠਣਿਆ ਸੱਜਣ (ਹਾਸੇ ਵਿੱਚ)

genteel /ਜੈਨੱ'ਟੀਲ/ *a* (ਆਮ ਤੌਰ 'ਤੇ ਵਿਅੰਗਪੂਰਨ) ਅਮੀਰੀ ਠਾਠ-ਬਾਠ ਵਾਲਾ, ਰਈਸੀ, ਅਮੀਰਾਨਾ, ਬਾਂਕਾ, ਸੁੰਦਰ, ਫੈਸ਼ਨੇਬਲ

genteelly /ਜੈਨੱ'ਟੀਲਲਿ/ *adv* ਠਾਠ-ਬਾਠ ਨਾਲ, ਅਮੀਰਾਂ ਵਾਂਗੂੰ

gentile /'ਜੈਨੱਟਾਇਲ/ *a* ਮੂਰਤੀ ਪੂਜ, ਗ਼ੈਰਈਸਾਈ; ਕਾਫ਼ਰ *n* ਗ਼ੈਰਯਹੂਦੀ ਵਿਅਕਤੀ

gentility /ਜੈਨੱ'ਟਿਲਅਟਿ/ *n* (ਵਿਅੰਗ ਨਾਲ) ਸ਼ਾਨ, ਅਮੀਰੀ, ਠਾਠ-ਬਾਠ; ਸ਼ਰਾਫ਼ਤ, ਸ਼ਿਸ਼ਟਾਚਾਰ, ਸਾਊਪੁਣਾ

gentle /'ਜੈਨੱਟਲ/ *a* ਭੱਦਰ, ਪਤਵੰਤਾ, ਕੁਲਵੰਤ, ਕੁਲੀਨ, ਖ਼ਾਨਦਾਨੀ; (ਪਰਾ) ਸਾਊ, ਅਸੀਲ; ਧੀਮਾ, ਨਰਮ, ਹਲੀਮ, ਹਲਕੀ (ਹਵਾ); ਹੌਲੀ ਅਸਰ ਕਰਨ ਵਾਲੀ (ਦਵਾਈ ਆਦਿ); ਸਰਲ (ਨੇਮ ਆਦਿ); ਦਇਆਵਾਨ, ਨਰਮ-ਦਿਲ, ਨੇਕ-ਦਿਲ, ਕੋਮਲ, ਕਿਰਪਾਲੂ

gentleman /'ਜੈਨੱਟਲਮਅਨ/ *n* ਸੱਜਣ, ਭੱਦਰ ਪੁਰਸ਼, ਭਲਾਮਾਣਸ, ਰਈਸ, ਸਰਦਾਰ; (ਪਰਾ) ਕਿਸੇ ਕਿੱਤੇ ਦਾ ਮੈਂਬਰ, (ਬਹੁ ਭਾਸ਼ਣ ਵਿੱਚ) ਸਾਹਿਬਾਨ; (ਕਨੂੰ) ਉਹ ਬੰਦਾ ਜਿਸ ਦਾ ਕੋਈ ਕਿੱਤਾ ਨਾ ਹੋਵੇ

gentlemanlike /'ਜੈਨੱਟਲਮਅਨਲਾਇਕ/ *a* ਸੱਭਿਆ, ਸ਼ਿਸ਼ਟ, ਵਿਨੀਤ, ਸਾਊਆਂ ਵਰਗਾ

gentlemanliness /'ਜੈਨੱਟਲਮਅਨਲਿਨਅਸ/ *n* ਸ਼ਿਸ਼ਟਤਾ, ਕੁਲੀਨਤਾ, ਸੱਜਣਤਾ, ਸ਼ਰਾਫ਼ਤ, ਰਈਸੀ

gentleness /'ਜੈਨੱਟਲਨਅਸ/ *n* ਨਰਮੀ, ਨਿਮਰਤਾ, ਕੋਮਲਤਾ, ਭੱਦਰਤਾ, ਸੂਖਮਤਾ

gently /'ਜੈਨੱਟਲਿ/ *adv* ਨਰਮੀ ਨਾਲ, ਹੌਲੇ ਜਿਹੇ, ਧੀਰੇ-ਧੀਰੇ

gentry /'ਜੈਨੱਟਰਿ/ *n* ਭੱਦਰ ਪੁਰਸ਼, ਭਲੇਮਾਣਸ, ਪਤਵੰਤੇ ਲੋਕ, ਖ਼ਾਨਦਾਨੀ ਪੁਰਸ਼

genuflect /'ਜੈਨੱਯੁਫ਼ਲੈੱਕਟ/ *vi* ਸਜਦਾ ਕਰਨਾ; ਗੋਡੇ ਟੇਕਣਾ

genuine /'ਜੈਨੱਯੁਇਨ/ *a* ਅਸਲੀ, ਖਰਾ, ਸੱਚਾ, ਸੱਚੀ-ਮੁੱਚੀ ਦਾ, ਮੌਲਿਕ; ਜਨਮ ਦਾ ਸ਼ੁੱਧ

genuineness /'ਜੈਨੱਯੁਇਨਨਅਸ/ *n* ਵਿਸ਼ੁੱਧਤਾ, ਸੱਚਾਪਣ, ਖਰਾਪਣ, ਸੁਭਾਵਿਕਤਾ

genus /'ਜੀਨਅਸ/ *n* ਸ਼੍ਰੇਣੀ, ਵਰਗ, ਜਾਤੀ, ਤਬਕਾ, ਜਿਨਸ, ਕਬੀਲਾ, ਕਿਸਮ, ਭੇਦ, ਪ੍ਰਕਾਰ; ਕ੍ਰਮ

geobiont /,ਜਿਅ'ਬਾਇਅਨਟ/ *n* (ਜੀਵ) ਭੂ-ਵਾਸੀ

geocentric /,ਜੀਅਉ'ਸੈਨੱਟਰਿਕ/ *a* ਧਰਤੀ ਦੇ ਕੇਂਦਰ ਦਾ, ਭੂ-ਕੇਂਦਰ ਸੰਬੰਧੀ, ਭੂ-ਕੇਂਦਰੀ

geodesy /ਜਿ'ਔਡਿਸਿ/ *n* ਭੂਮੀ-ਮਾਪ, ਧਰਤੀ-ਮਾਪ, ਜ਼ਮੀਨ ਨੂੰ ਮਿਣਨ ਦੀ ਕਿਰਿਆ

geographic, geographical /,ਜੀਅ'ਗਰੈਫ਼ਿਕ, ,ਜੀਅ'ਗਰੈਫ਼ਿਕਲ/ *a* ਭੂਗੋਲਿਕ

geography /ਜਿ'ਔਗਰਅਫ਼ਿ/ *n* ਭੂਗੋਲ, ਜੁਗਰਾਫ਼ੀਆ, ਭੂਮੀ-ਬਿਰਤਾਂਤ, ਭੂਗੋਲ-ਵਿੱਦਿਆ

geolatry /ਜਿ'ਔਲਅਟਰਿ/ *n* ਭੂਮੀ-ਪੂਜਾ, ਭੂਮੀ-ਪੂਜਨ

geological /,ਜੀਅ'ਲੌਜਿਕਲ/ *a* ਭੂ-ਵਿਗਿਆਨਿਕ, ਭੂ-ਗਰਭੀ

geologist /ਜਿ'ਔਲਅਜਿਸਟ/ *n* ਭੂ-ਵਿਗਿਆਨੀ

geology /ਜਿ'ਔਲਅਜਿ/ *n* ਭੂ-ਵਿਗਿਆਨ

geometric, geometrical /,ਜੀਅ'ਮੈਟਰਿਕ, ,ਜੀਅ'ਮੈਟਰਿਕਲ/ *a* ਜਿਆਮਿਤੀ, ਰੇਖਾ-ਗਣਿਤੀ

geometry /ਜਿ'ਔਮਅਟਰਿ/ *n* ਰੇਖਾ-ਗਣਿਤ, ਭੂਮਿਤੀ; ਰੇਖਕੀ (ਰੇਖਾ ਤੋਂ), ਜਿਉਮੈਟਰੀ, ਜਿਆਮਿਤੀ

geophysics /,ਜੀਅਉ'ਫ਼ਿਜ਼ਿਕਸ/ *n* ਭੂ-ਭੌਤਕੀ

geopolar /ਜਿਅ(ਉ)'ਪਅਉਲਅ*/ *a* ਭੂ-ਧਰੁਵੀ

geoponics /ਜੀਅ(ਉ)'ਪੌਨਿਕਸ/ *n* ਖੇਤੀ-ਵਿਗਿਆਨ, ਕ੍ਰਿਸ਼ੀ-ਵਿਗਿਆਨ

geriatrics /,ਜੈੱਰਿ'ਐਟਰਿਕਸ/ *n* ਬੁਢਾਪੇ ਦੇ ਰੋਗਾਂ ਨਾਲ ਸੰਬੰਧਿਤ ਚਕਿਤਸਾ, ਜਰਾ ਚਕਿਤਸਾ

germ /ਜਅ:ਮ/ *n* ਕਿਰਮ, ਕੀਟਾਣੂ, ਜੀਵਾਣੂ, ਰੋਗਾਣੂ, ਸੂਖਮ ਜੰਤੂ; ਮੁੱਢ, ਮੂਲ, ਬੀਜ, ਅੰਕੁਰ; ਮੂਲ ਸਿਧਾਂਤ, ਸ੍ਰੋਤ, ਮੂਲ ਦਸ਼ਾ *vi* (ਅਲੰਕਾਰਿਕ) ਉੱਗਣਾ, ਫੁੱਟਣਾ

German /'ਜਅ:ਮਅਨ/ *n* ਜਰਮਨ ਭਾਸ਼ਾ, ਜਰਮਨ ਵਸਨੀਕ ਆਦਿ

germane /ਜਅ:'ਮੇਇਨ/ *a* ਸੰਗਤ, ਸੰਬੰਧਿਤ

germicide /'ਜਅ:ਮਿਸਾਇਡ/ *a* ਕੀਟਾਣੂਨਾਸ਼ਕ *n* ਕਿਰਮਨਾਸ਼ਕ ਪਦਾਰਥ

germinal /'ਜਅ:ਮਿਨਲ/ *a* ਬੀਜ ਰੂਪ ਵਿੱਚ

germinant /'ਜਅ:ਮਿਨਅਨਟ/ *a* ਉਪਜਾਉਣ ਵਾਲਾ, ਉੱਗਣ ਵਾਲਾ; ਜੀਵਾਣੂ ਯੁਕਤ

germinate /'ਜਅ:ਮਿਨੇਇਟ/ *v* ਉਪਜਣਾ ਜਾਂ ਉਪਜਾਉਣਾ, ਉੱਗਣਾ ਜਾਂ ਉਗਾਉਣਾ, ਉਤਪੰਨ ਹੋਣਾ ਜਾਂ ਕਰਨਾ, ਨਿਕਲਨਾ ਜਾਂ ਪੈਦਾ ਕਰਨਾ, ਪੁੰਗਰਨਾ

germination /,ਜਅ:ਮਿ'ਨੇਇਸ਼ਨ/ *n* ਜਣਨ, ਪੁੰਗਰਨ, ਅੰਗੂਰਨ, ਉਦਭਵ, ਜੰਮਣ

germinator /'ਜਅ:ਮਿਨੇਇਟਅ*/ *n* ਬੀਜ ਉਤਪਾਦਕ, ਉਪਜਾਉਣ ਵਾਲਾ ਤੱਤ

gerontocracy /,ਜੈਰੱਅਨ'ਟੌਕਰਅਸਿ/ *n* ਬਿਰਧਾਂ ਦੀ ਸਰਕਾਰ, ਬੁੱਢਿਆਂ ਦਾ ਰਾਜ, ਬਿਰਧਾਂ ਦੀ ਸ਼ਾਸਨ ਸ਼੍ਰੇਣੀ

gerontology /,ਜੈੱਰੌਨ'ਟੌਲਅਜਿ/ *n* ਬੁੱਢੇ ਹੋਣ ਦੀ ਪਰਕਿਰਿਆ ਦਾ ਵਿਗਿਆਨ, ਜਰਾ ਵਿਗਿਆਨ

gerund /'ਜੈਰੱਅਨਡ/ *n* (ਵਿਆ) ਕਿਰਿਆਵਾਚੀ ਨਾਂਵ, ਅੰਗਰੇਜ਼ੀ ਕਿਰਿਆ ਵਿੱਚ ing ਜੋੜ ਕੇ ਬਣਾਇਆ ਗਿਆ ਨਾਂਵ

gerundive /ਜਅ'ਰਅੱਨਡਿਵ਼/ *a* ਕਿਰਿਆਵਾਚੀ ਨਾਂਵ ਵਰਗਾ

gest, geste /ਜੈੱਸਟ/ *n* ਸੰਕੇਤ, ਇਸ਼ਾਰਾ; ਵਿਹਾਰ, ਸਲੂਕ, ਆਚਰਨ; ਵੀਰ-ਗਾਥਾ, ਦਲੇਰਾਨਾ ਕਾਰਜ

gestation /ਜੈੱ'ਸਟੇਇਸ਼ਨ/ *n* ਗਰਭ-ਅਵਸਥਾ, ਗਰਭ-ਕਾਲ, ਗਰਭ, ਹਮਲ

gesticulate /ਜੈੱ'ਸਟਿਕਯੁਲੇਇਟ/ *v* ਇਸ਼ਾਰੇ ਕਰਨਾ, ਅੰਗਾਂ ਨੂੰ ਹਿਲਾ ਕੇ ਸੰਕੇਤ ਕਰਨਾ, ਅਭਿਨੈ ਕਰਨਾ, ਹਾਵ-ਭਾਵ ਵਿਅਕਤ ਕਰਨਾ

gesture /'ਜੈੱਸਚਅ*/ *n* ਹਾਵ-ਭਾਵ ਦਰਸਾਉਣ ਲਈ ਸਰੀਰ ਦੇ ਅੰਗਾਂ ਦੀ ਵਰਤੋਂ, ਸੰਕੇਤ, ਇਸ਼ਾਰਾ, ਸੈਨਤ, ਇੰਗਤ

get /ਗੈਟ/ *v* ਲੈਣਾ, ਪ੍ਰਾਪਤ ਕਰਨਾ, ਉਪਲਬਧ ਕਰਨਾ, ਕਮਾਉਣਾ, ਮਿਲਣਾ, ਵਸੂਲ ਕਰਨਾ, ਰੱਖਣਾ, ਮਾਲੂਮ ਕਰਨਾ, ਪਤਾ ਕਰਨਾ; ਸਮਾ ਜਾਣਾ (ਖ਼ਿਆਲ ਦਿਮਾਗ਼ ਵਿੱਚ), (ਰੰਗ) ਲੱਗ ਜਾਣਾ; (ਡਾਂਗਾਂ ਆਦਿ) ਖਾਣਾ, ਬਰਦਾਸ਼ਤ ਕਰਨਾ, ਸਹਿਣਾ, ਭੁਗਤਣਾ; ਪਕੜਨਾ, ਫਸਾਉਣਾ; ਚੱਕਰ ਵਿੱਚ ਪਾ ਦੇਣਾ, ਬੇਵੱਸ ਕਰ ਦੇਣਾ, (ਦਲੀਲ ਵਿੱਚ ਗਲਤੀ) ਪਕੜਨਾ; (ਦੈਨਿਕ) ਕੋਈ ਚੀਜ਼ ਖਾਣਾ, ਜਣਨਾ, ਬੱਚਾ ਦੇਣਾ; ਤਿਆਰ ਕਰਨਾ; ਪਹੁੰਚਣਾ; ਹੋ ਜਾਣਾ, ਹੋਣਾ

get along *v* ਨਿਰਵਾਹ ਕਰਨਾ

get on *v* ਪਹਿਨਣਾ; ਕੰਮ ਚਲਾਉਣਾ, ਗੁਜ਼ਾਰਾ ਕਰਨਾ, ਤਰੱਕੀ ਕਰਨਾ

get-together *n* ਗ਼ੈਰਰਸਮੀ ਮਿਲਣੀ, ਖਾਸ ਮੰਤਵ ਰਹਿਤ ਮਿਲਣੀ, ਉਚੇਚ ਰਹਿਤ ਮਿਲਣੀ

get-up *n* ਦਿੱਖ, ਚੜ੍ਹਤ

gewgaw /'ਗਯੂਗੋ/ *n* ਤੁੱਛ ਚੀਜ਼, ਘਟੀਆ ਵਸਤੂ, ਦਿਖਾਵਟੀ ਗਹਿਣੇ, ਚਮਕੀਲੇ ਖਿਡਾਉਣੇ

geyser /'ਗੀਜ਼ਅ*/ *n* ਗੀਜ਼ਰ, ਗਰਮ ਪਾਣੀ ਦਾ ਚਸ਼ਮਾ; ਗਰਮ ਪਾਣੀ ਦਾ ਹਮਾਮ

GH_z *n* **gigahertz** ਦਾ ਸੰਖਿਪਤ ਰੂਪ, ਵੇਖੋ **gigahertz**

ghastly /'ਗਾਸਟਲਿ/ *a* ਭਿਆਨਕ, ਡਰਾਉਣਾ, ਭੀਸ਼ਣ; ਬੁਰਾ, ਖ਼ਰਾਬ, ਭੈਮਾਨ

gherkin /'ਗਅ:ਕਿਨ/ *n* ਛੋਟਾ ਖੀਰਾ

ghetto /'ਗੈਟੱਅਉ/ *n* (ਇਤਿ) ਸ਼ਹਿਰ ਵਿਚਲੀ ਯਹੂਦੀਆਂ ਦੀ ਬਸਤੀ, ਝੁੱਗੀ, ਝੌਂਪੜੀ

ghost /ਗਅਉਸਟ/ *n* ਜਿੰਨ, ਪ੍ਰੇਤ, ਭੂਤ, ਰੂਹ, ਪ੍ਰਾਣ; ਵਹਿਮ, ਛਾਂ, ਪ੍ਰਤਿਛਾਇਆ, ਪਰਛਾਵਾਂ, ਛਾਇਆ; ਕਮਜ਼ੋਰ ਅਤੇ ਦੁਬਲਾ ਪਤਲਾ ਸਰੀਰ, ਪਿੰਜਰ; ਗੁਪਤ ਲੇਖਕ

ghostly /'ਗਅਉਸਟਲਿ/ *a* (ਪਰਾ) ਰੂਹਾਨੀ, ਆਤਮਿਕ, ਧਾਰਮਿਕ, ਮਜ਼ਹਬੀ, ਦੀਨੀ, ਗ਼ੈਰਸਰੀਰੀ, ਭੂਤ-ਪ੍ਰੇਤ ਸੰਬੰਧੀ; ਭੂਤ ਵਰਗਾ

ghostwriter /'ਗਉਸਟਰਾਇਟਅ*/ *n* ਅਜਿਹਾ ਲੇਖਕ ਜੋ ਕਿਸੇ ਦੂਜੇ ਲਈ ਲਿਖਦਾ ਹੈ

ghoul /ਗੂਲ/ *n* ਚੁੜੇਲ

giant /'**ਜਾਇਅਨਟ**/ *n* ਰਾਖ਼ਸ਼, ਦੈਂਤ, ਦੇਵ, ਦਾਨਵ *a* ਅਸਧਾਰਨ ਸ਼ਕਤੀ ਕੱਦ ਆਦਿ ਗੁਣਾਂ ਵਾਲਾ ਪ੍ਰਾਣੀ, ਜਾਨਵਰ ਜਾਂ ਰੁੱਖ; ਅਸਧਾਰਨ ਯੋਗਤਾ ਬਲ ਸਾਹਸ ਆਦਿ ਗੁਣਾਂ ਵਾਲਾ ਮਨੁੱਖ

giaour /'**ਜਾਉਅ***/ *n* ਕਾਫ਼ਰ, ਅਧਰਮੀ, ਨਾਸਤਿਕ

gibber /'**ਜਿਬਅ***/ *vi* ਬਾਂਦਰਾਂ ਵਾਂਗ ਕਿਲਕਿਲਾਉਣਾ, ਬੜਬੜਾਉਣਾ, ਜਲਦੀ-ਜਲਦੀ ਗੱਲ ਕਰਨਾ *n* ਉਹ ਅਵਾਜ਼ ਜਿਹੜੀ ਸਮਝ ਨਾ ਆਵੇ, ਬੜ-ਬੜ, ਗੱਪ-ਸ਼ੱਪ

gibberish /'**ਜਿਬਅਰਿਸ਼**/ *n* ਸਮਝ ਨਾ ਆਉਣ ਵਾਲੀ ਭਾਸ਼ਾ, ਬੜ-ਬੜ, ਨਿਰਾਰਥਕ ਧੁਨੀ *a* ਅਨਰਥਕ, ਨਿਰਾਰਥਕ

gibbet /'**ਜਿਬਿਟ**/ *n* ਸੂਲੀ, ਫਾਂਸੀ *vt* ਫਾਂਸੀ ਉੱਤੇ ਲਟਕਾਉਣਾ, ਫਾਂਸੀ ਦੇਣਾ

gibbon /'**ਗਿਬਅਨ**/ *n* ਲੰਮੇ ਹੱਥਾਂ ਵਾਲਾ ਇੱਕ ਬਾਂਦਰ, ਲੰਗੂਰ

gibbous /'**ਗਿਬਅਸ**/ *a* ਉਭੱਰਿਆ, ਕੁੱਬਾ, (ਚੰਦਰਮਾ ਜਾਂ ਗ੍ਰਹਿਆਂ ਸੰਬੰਧੀ) ਅੱਧੇ ਦਾਇਰੇ ਤੋਂ ਵਧੇਰੇ ਰੋਸ਼ਨ

gibe /**ਜਾਇਬ**/ *vi* ਟਿਚਕਰ ਕਰਨਾ, ਮਸ਼ਕਰੀ ਕਰਨਾ, ਤਾਹਨਾ ਮਾਰਨਾ, ਅਵਾਜ਼ਾ ਕੱਸਣਾ *n* ਟਿਚਕਰ, ਮਸ਼ਕਰੀ, ਤਾਹਨਾ

giber /**ਜਾਇਬਅ***/ *n* ਤਾਹਨਾ ਮਾਰਨ ਵਾਲਾ, ਟਿਚਕਰ ਕਰਨ ਵਾਲਾ

giddy /'**ਗਿਡਿ**/ *a* ਜਿਸ ਦਾ ਸਿਰ ਚਕਰਾਉਂਦਾ ਹੋਵੇ, ਚਕਰਿਤ; ਚਕਰਿਤਕਾਰੀ, ਬੇਖ਼ੁਦ, ਬੇਸੁਧ, ਹੋਛਾ *v* ਚਕਰਾਉਣਾ, ਘੇਰਨੀ ਪੈਣਾ, ਬੇਸੁਧ ਹੋਣਾ ਜਾਂ ਬੇਸੁਧ ਕਰਨਾ

gift /**ਗਿਫ਼ਟ**/ *n* ਬਖ਼ਸ਼ਸ਼, ਦਾਨ, ਦਾਤ, ਉਪਹਾਰ, ਤੋਹਫ਼ਾ, ਨਜ਼ਰਾਨਾ, ਸੁਗਾਤ, ਢੋਆ; (ਕਨੂੰ) ਦਾਨ, ਭੇਟ, ਦੇਣ, ਹਿਬਾ; ਵਰੋਸਾਇਆ ਗੁਣ, ਰੱਬੀ ਲਿਆਕਤ, ਕੁਦਰਤੀ ਕਮਾਲ *vt* ਦਾਨ ਦੇਣਾ, ਸੁਗਾਤ ਵੱਜੋਂ ਦੇਣਾ, ਵਰੋਸਾਉਣਾ

gifted /'**ਗਿਫ਼ਟਿਡ**/ *a* ਗੁਣੀ, ਗੁਣਵਾਨ, ਗੁਣਵੰਤ, ਵਰੋਸਾਇਆ

gig[1] /**ਗਿਗ**/ *n* ਟਾਂਗਾ, ਟਮਟਮ; ਹੌਲੀ ਬੇੜੀ, ਹਲਕੀ ਕਿਸ਼ਤੀ

gig[2] *n* ਮੱਛੀ ਦਾ ਸ਼ਿਕਾਰ ਖੇਡਣ ਵਾਲਾ ਭਾਲਾ ਜਾਂ ਨੇਜ਼ਾ

gigabyte /'**ਗਿਗਅਬਾਇਟ**/ *n* (ਕੰਪਿ) ਕੰਪਿਊਟਰ ਦੀ ਭੰਡਾਰਨ ਸਮੱਰਥਾ ਨੂੰ ਮਾਪਣ ਵਾਲੀ ਇਕਾਈ ਜੋ 2^{30} (1,073, 741, 824) ਬਾਈਟਸ ਦੇ ਬਰਾਬਰ ਹੁੰਦੀ ਹੈ

gigahertz /'**ਗਿਗਅਹਅ:ਟਸ**, '**ਜਿ**-/ *n* (ਕੰਪਿ) ਕੰਪਿਊਟਰ ਦੀ ਗਤੀ ਅਤੇ ਪ੍ਰਸਾਰ ਲਹਿਰਾਂ ਮਾਪਣ ਦੀ ਇਕਾਈ, *1,000,000,000* ਹਟਸ **(HERTZ)**

gigantic /**ਜਾਇ'ਗੈਨਟਿਕ**/ *a* ਬਹੁਤ ਵੱਡਾ, ਦਿਓ ਕੱਦ, ਸ਼ਾਨਦਾਰ, ਬਹੁਤ ਭਾਰੀ, ਅਸਧਾਰਨ ਤੌਰ 'ਤੇ ਵਿਸ਼ਾਲ, ਵਿਰਾਟ

giggle /'**ਗਿਗਲ**/ *vt* ਬਦਤਮੀਜ਼ੀ ਨਾਲ ਹੱਸਣਾ, ਦੰਦ ਕੱਢਣਾ, ਖੀ-ਖੀ ਕਰਨਾ, ਹਿਚ-ਹਿਚ ਕਰਨਾ *n* ਬਦਤਮੀਜ਼ੀ ਵਾਲਾ ਹਾਸਾ, ਹਿਚ-ਹਿਚ, ਅਸ਼ਿਸ਼ਟ ਹਾਸਾ

gig-lamps *n* ਚਸ਼ਮਾ, ਐਨਕ

gigolo /'**ਯ਼ਿਗਅਲਅਉ**, '**ਜਿ**-/ *n* ਭਾੜੇ ਉੱਤੇ ਲਿਆ ਮਰਦਾਨਾ ਸਾਥੀ (ਨਾਚ ਵਿੱਚ), ਭਾੜੇ ਦਾ ਯਾਰ

gild /**ਗਿਲਡ**/ *vt* ਸੋਨੇ ਦੀ ਝਾਲ ਚੜ੍ਹਾਉਣਾ, ਸੋਨੇ ਦਾ ਪੱਤਰਾ ਮੜ੍ਹਨਾ, ਮੁਲੰਮਾ ਕਰਨਾ; ਪੈਸਿਆਂ ਨਾਲ ਐਬ ਕੱਜਣਾ; ਅਲੰਕ੍ਰਿਤ ਸ਼ੈਲੀ ਵਿੱਚ ਆਖਣਾ, ਸ਼ਬਦ ਅਡੰਬਰ ਕਰਨਾ, ਸ਼ਬਦਾਂ ਨਾਲ ਸਜਾਵਟ ਕਰਨਾ *n* ਇੱਕ ਕਿੱਤੇ ਦੇ ਲੋਕਾਂ ਦੀ ਜਮਾਤ

gill[1] /**ਗਿਲ**/ *n* (ਬਹੁ) (ਮੱਛੀ ਦਾ) ਗਲਫੜਾ

gill[2] *n* ਤੰਗ ਪਹਾੜੀ, ਵਾਦੀ ਜਾਂ ਦੱਰਾ; ਤੰਗ ਪਹਾੜੀ ਦਾ ਚਸ਼ਮਾ; ਘਣੇ ਦਰਖ਼ਤਾਂ ਨਾਲ ਢਕੀ ਘਾਟੀ

gillyflower /'**ਜਿਲਿ,ਫ਼ਲਾਉਅ***/ *n* ਇੱਕ ਖ਼ੁਸ਼ਬੂਦਾਰ ਫੁੱਲ

gilt[1] /**ਗਿਲਟ**/ *n* ਮੁਲੰਮਾ, ਝਾਲ; ਓਪਰੀ ਸੁੰਦਰਤਾ

gilt² *n* ਸੂਰ ਦਾ ਮਾਦਾ ਬੱਚਾ

gimlet /'ਗਿਮਲਅਟ/ *n* ਵਰਮਾ, ਗਿਰਮਟ

gimmick /'ਗਿਮਿਕ/ *n* (ਅਪ) ਢਕੌਂਸਲਾ, ਢਕਵੰਜ

gin¹ /ਜਿਨ/ *n* ਵੜੇਵੇਂ ਕੱਢਣ ਵਾਲੀ ਮਸ਼ੀਨ, ਫੰਧਾ, ਜਾਲ, ਕੜਿੱਕੀ; ਵੇਲਣਾ, ਜਿਨ; ਭਾਰ ਚੁੱਕਣ ਵਾਲਾ ਵਿਸ਼ੇਸ਼ ਯੰਤਰ *vt* ਫੰਧੇ ਵਿੱਚ ਫਸਾਉਣਾ, ਜਾਲ ਵਿੱਚ ਪਕੜਨਾ; ਵੜੇਵੇਂ ਕੱਢਣਾ

gin² *n* ਇੱਕ ਕਿਸਮ ਦੀ ਸ਼ਰਾਬ, ਜਿਨ

ginger /'ਜਿਨਜਅ*/ *n* ਅਦਰਕ, ਸੁੰਢ; ਲਾਲੀ ਮਾਰਦਾ ਪੀਲਾ ਰੰਗ; ਜੋਸ਼, ਉਤਸ਼ਾਹ, ਉਤੇਜਨਾ *vt* ਅਦਰਕ ਦੀ ਚਾਸ਼ਣੀ ਦੇਣਾ; ਕਿਸੇ ਨੂੰ ਉਤੇਜਿਤ ਕਰਨਾ, ਉਭਾਰਨਾ, ਉਕਸਾਉਣਾ, ਉਤਸ਼ਾਹਿਤ ਕਰਨਾ; ਘੋੜੇ ਨੂੰ ਚਾਬਕ ਲਾਉਣਾ **dry ginger** ਸੁੰਢ **fresh ginger** ਅਦਰਕ

ginger group *n* (ਕਿਸੇ ਰਾਜਨੀਤਿਕ ਪਾਰਟੀ ਦਾ) ਗਰਮ ਧੜਾ

gingerly /'ਜਿਨਜਅਲਿ/ *adv* ਸੰਕੋਚ ਸਹਿਤ, ਬੜੀ ਸਾਵਧਾਨੀ ਨਾਲ, ਡਰਦੇ-ਡਰਦੇ; ਸੰਭਲ ਕੇ

gingivitis /ˌਜਿਨਜਿ'ਵ਼ਾਇਟਅਸ/ *n* ਮਸੂੜਿਆਂ ਦੇ ਸੁੱਜ ਜਾਣ ਅਤੇ ਦਰਦ ਕਰਨ ਦਾ ਇੱਕ ਰੋਗ, ਮਸੂੜਿਆਂ ਦਾ ਰੋਗ

ginnery /'ਜਿਨਅਰਿ/ *n* ਕਪਾਹ ਤੋਂ ਵੜੇਵੇਂ ਅਲੱਗ ਕਰਨ ਵਾਲਾ ਕਾਰਖ਼ਾਨਾ, ਰੂੰ ਦਾ ਕਾਰਖ਼ਾਨਾ

ginning /'ਜਿਨਿਙ/ *n* ਕਪਾਹ ਵੇਲਣ ਦਾ ਕੰਮ, ਕਪਾਹ ਵਿੱਚੋਂ ਵੇਲ ਕੇ ਵੜੇਵੇਂ ਅੱਡ ਕਰਨ ਦੀ ਕਿਰਿਆ

ginseng /'ਜਿਨਸੈਙ/ *n* ਦਵਾਈ ਵਜੋਂ ਵਰਤੀ ਜਾਣ ਵਾਲੀ ਇੱਕ ਬੂਟੀ, ਸੰਜੀਵਨੀ ਬੂਟੀ, ਜੀਨਸ਼ੀਂਹਾ

gipsy /'ਜਿਪਸਿ/ *n* ਟੱਪਰੀਵਾਸ, ਖ਼ਾਨਾਬਦੋਸ਼ ਜਾਤੀ, ਚੰਗੜ *a* ਸ਼ਰਾਰਤੀ, ਚੰਚਲ, ਨਖ਼ਰੇਲੋ

giraffe /ਜਅ'ਰਾਫ਼/ *n* ਜਿਰਾਫ (ਅਫ਼ਰੀਕਾ ਦਾ ਇੱਕ ਜੰਗਲੀ ਜਾਨਵਰ)

girandole /'ਜਿਰਅਨਡਅਉਲ/ *n* ਆਤਸ਼ਬਾਜ਼ੀ, ਚੱਕਰ, ਚਰਖੀ, ਚਰਖੀ ਚਲਾਉਣ ਦੀ ਕਿਰਿਆ; ਚੱਕਰ ਖਾਂਦਾ ਪਾਣੀ; ਝੁਮਕਾ, ਜੜਾਊ ਵਾਲੀ ਜਾਂ ਮੁਰਕੀ, ਮੋਮਬੱਤੀਆਂ ਦਾ ਝਾੜ

gird¹ /ਗਅ:ਡ/ *vi* ਮਜ਼ਾਕ ਕਰਨਾ, ਤਾਹਨਾ ਮਾਰਨਾ, ਵਿਅੰਗ ਕਸਣਾ *n* ਮਜ਼ਾਕ, ਤਾਹਨਾ, ਵਿਅੰਗ, ਹਾਸਾ-ਠੱਠਾ

gird² *vt* ਪੇਟੀ ਕੱਸਣਾ, ਕਮਰ ਕਸਾ ਕਰਨਾ, ਪੇਟੀ ਬੰਨ੍ਹਣਾ; ਪੇਟੀ ਜਾਂ ਕਮਰਬੰਦ ਵਿੱਚ ਤਲਵਾਰ ਬੰਨ੍ਹਣਾ; ਪੱਕਾ ਕਰਨਾ; ਘੇਰਨਾ, ਜਕੜਨਾ, ਘੇਰਾ ਪਾਉਣਾ

girder /'ਗਅ:ਡਅ*/ *n* ਲੋਹੇ ਜਾਂ ਫੌਲਾਦ ਦਾ ਗਾਡਰ, ਸ਼ਤੀਰ; ਛੱਤ ਜਾਂ ਪੁਲ ਦੀ ਡਾਟ

girdle /'ਗਅ:ਡਲ/ *n* ਦਰਖ਼ਤ ਦੀ ਛਿੱਲ ਲਾਹ ਕੇ ਬਣਾਇਆ ਘੇਰਾ, ਘੇਰਾ, ਪੇਟੀ, ਕਮਰਬੰਦ; *vt* ਪੇਟੀ ਬੰਨ੍ਹਣਾ; ਘੇਰੇ ਵਿੱਚ ਲੈਣਾ, ਘੇਰਨਾ

girl /ਗਅ:ਲ/ *n* ਲੜਕੀ, ਕੁੜੀ, ਕਾਕੀ, ਕੰਨਿਆ; ਨੌਕਰਾਣੀ

girlhood /'ਗਅ:ਲਹੁਡ/ *n* ਕੁੜੀਆਂ ਦੀ ਬਾਲ ਅਵਸਥਾ, ਕੰਨਿਆਪਣ, ਕੁਆਰਾਪਣ

girlie /'ਗਅ:ਲਿ/ *a* ਨਗਨ ਜਾਂ ਅਰਧ ਨਗਨ ਔਰਤਾਂ ਦੇ ਚਿਤਰਾਂ ਵਾਲਾ (ਰਿਸਾਲਾ ਆਦਿ); ਕੰਜਰੀ, ਵੇਸਵਾ

girlish /'ਗਅ:ਲਿਸ਼/ *a* ਕੰਨਿਆ ਵਰਗਾ, ਕੰਨਿਆਵਤ, ਸ਼ਰਮੀਲੀ, ਭੋਲੀ

girth /ਗਅ:ਥ/ *n* ਲਪੇਟ, ਘੇਰਾ; ਕਿਸੇ ਵਸਤੂ ਦੇ ਘੇਰੇ ਦਾ ਮਾਪ; ਘੋੜੇ ਦਾ ਤੰਗ *vt* ਘੇਰਨਾ; ਘੇਰਾ ਮਾਪਣਾ; ਤੰਗ ਕੱਸਣਾ

gist /ਜਿਸਟ/ *n* ਨਚੋੜ, ਭਾਵ, ਸਾਰ, ਸਾਰਾਂਸ਼

give /ਗਿਵ਼/ *v* ਦੇਣਾ, ਭੇਟਾ ਕਰਨਾ, ਵਿਆਹ ਵਿੱਚ ਦੇਣਾ, ਹਵਾਲੇ ਕਰਨਾ, ਪੇਸ਼ ਕਰਨਾ; ਪਿਲਾਉਣਾ (ਦਵਾਈ); ਪਹੁੰਚਾਉਣਾ (ਸੰਦੇਸ਼); ਦੇਣਾ (ਵਚਨ); ਚੁਕਾ ਦੇਣਾ, ਅਦਾ ਕਰਨਾ; ਖ਼ਰਚ ਕਰਨਾ; ਆਦਤ ਹੋਣਾ; ਮਾਰਨਾ (ਠੋਕਰ, ਨਾਹਰਾ); ਦੇਣਾ (ਹੁਕਮ); ਫ਼ੈਸਲਾ ਕਰਨਾ; ਵਧਾਉਣਾ, (ਸੁਲ੍ਹਾ ਸਫ਼ਾਈ ਲਈ ਹੱਥ) ਅੱਗੇ ਕਰਨਾ; ਸਪਸ਼ਟ ਕਰਨਾ, ਪ੍ਰਗਟ ਕਰਨਾ; ਐਕਟ ਕਰਨਾ; ਕਾਰਨ ਹੋਣਾ; ਮੁਕੱਰਰ ਕਰਨਾ, ਰੱਖਣਾ (ਨਾਂ); ਪੈਦਾ ਕਰਨਾ, ਜਨਮ ਦੇਣਾ, ਨਿਕਲਨਾ; ਢਿੱਲਾ ਪੈਣਾ, ਡਿੱਗ ਪੈਣਾ, ਬੈਠ ਜਾਣਾ

giveaway /'ਗਿਵ਼ਅਵੇਇ/ *v* ਭੇਦ ਖੋਲ੍ਹ ਦੇਣਾ;

ਪ੍ਦਾਨ ਕਰਨਾ; ਝੁਕ ਜਾਣਾ

given /'**ਗਿਵ੍ਨ**/ *a* ਦਿੱਤਾ, ਅਰਪਿਤ

giving /'**ਗਿਵ੍ਙ**/ *n* ਦਿੱਤੀ ਹੋਈ ਜਾਂ ਸਮਰਪਿਤ ਵਸਤ; ਅਰਪਣ, ਸਮਰਪਣ *a* ਦਾਤਾ, ਦੇਣ ਵਾਲਾ

gizmo /'**ਗਿਜ਼ਮਅਉ**/ *n* ਸੰਦ, ਸਾਜ਼ ਸਮਾਨ

gizzard /'**ਗਿਜ਼ਅਡ**/ *n* (ਕੁਝ ਮੱਛੀਆਂ, ਕੀੜਿਆਂ ਜਾਂ ਪੰਛੀਆ ਦਾ) ਪੋਟਾ

glacial /'**ਗਲੇਇਸ਼ਲ**, '**ਗਲੇਇਸਿਅਲ**/ *a* ਬਰਫ਼ਾਨੀ, ਬਰਫ਼ੀਲਾ

glacier /'**ਗਲੈਸਿਅ***/ *n* ਬਰਫ਼ ਦੀ ਚੱਟਾਨ, ਤੁਸ਼ਾਰ ਨਦੀ, ਯਖ ਨਦੀ, ਬਰਫ਼ਾਨੀ ਤੋਦਾ

glad /**ਗਲੈਡ**/ *a* ਖ਼ੁਸ਼, ਪ੍ਸੰਨ, ਅਨੰਦਿਤ, ਤੁਸ਼ਟ, ਮਗਨ, ਪ੍ਸੰਨਚਿੱਤ, ਸੁੰਦਰ, ਖੁਸਦਿਲ

gladden /'**ਗਲੈਡਨ**/ *vt* ਖ਼ੁਸ਼ ਕਰਨਾ, ਪ੍ਸੰਨ ਕਰਨਾ, ਸੰਤੁਸ਼ਟ ਕਰਨਾ

gladdening /'**ਗਲੈਡਨਿਙ**/ *a* ਅਨੰਦਾਇਕ, ਪ੍ਸੰਨਦਾਇਕ

glade /**ਗਲੇਇਡ**/ *n* ਵਣ ਮਾਰਗ, ਜੰਗਲ ਵਿੱਚ ਖੁੱਲ੍ਹਾ ਮੈਦਾਨ ਜਾਂ ਰਸਤਾ, ਜੰਗਲਾਂ ਦੇ ਰੁੱਖਾਂ ਵਿਚਕਾਰ ਰਸਤਾ

gladiator /'**ਗਲੈਡਿਏਇਟਅ***/ *n* ਮੱਲ, ਪਹਿਲਵਾਨ; ਤਲਵਾਰ ਜਾਂ ਹੋਰ ਸ਼ਸ਼ਤਰਾਂ ਨਾਲ ਯੁੱਧ ਕਰਨ ਲਈ ਸਿਖਾਇਆ ਗਿਆ ਆਦਮੀ, ਤੇਗਬਾਜ਼

gladiolus /ˌ**ਗਲੈਡਿ'ਅਉਲਅਸ**/ *n* ਸੋਹਣੇ ਫੁੱਲਾਂ ਵਾਲਾ ਇੱਕ ਬੂਟਾ, ਗਲੇਡੀਉਲਸ

gladsome /'**ਗਲੈਡਸ(ਅ)ਮ**/ *a* ਖ਼ੁਸ਼, ਪ੍ਸੰਨ, ਸੰਤੁਸ਼ਟ

glair /'**ਗਲੇਅ***/ *n* ਅੰਡੇ ਦੀ ਸਫ਼ੈਦੀ

glamorous /'**ਗਲੈਮਅਰਅਸ**/ *a* ਦਿਲ ਖਿੱਚਵਾਂ, ਠਾਠਦਾਰ, ਆਕਰਸ਼ਕ, ਮਨਮੋਹਣਾ, ਮੋਹਕ

glamour /'**ਗਲੈਮਅ***/ *n* ਠਾਠ, ਠਾਠ-ਬਾਠ, ਆਕਰਸ਼ਣ; ਜਾਦੂ *vt* ਮੋਹ ਲੈਣਾ, ਆਕਰਸ਼ਿਤ ਕਰਨਾ, ਜਾਦੂ ਕਰਨਾ

glance /**ਗਲਾਨਸ**/ *n* ਝਾਤ, ਤੱਕਣੀ, ਉੱਡਦੀ ਨਜ਼ਰ; ਕ੍ਰਿਕਟ ਦੀ ਖੇਡ ਵਿੱਚ ਬੱਲੇ ਦੇ ਕਿਨਾਰੇ ਨਾਲ ਮਾਰਿਆ ਟੁੱਲ; ਚਮਕ *vt* ਵੇਖਣਾ, ਨਜ਼ਰ ਮਾਰਨਾ, ਝਾਤ ਮਾਰਨਾ; ਚਮਕਣਾ, ਲਿਸ਼ਕਣਾ

gland /**ਗਲੈਨਡ**/ *n* ਗਿਲਟੀ, ਗਦੂਦ, ਗਲੈਂਡ, (ਮਾਸ) ਗੰਢੀ

glandiform /'**ਗਲੈਨਡਿਫ਼ੋਮ**/ *a* ਗਿਲਟੀ ਵਰਗਾ

glandular, glandulous /'**ਗਲੈਨਡਯੁਲਅ***, '**ਗਲੈਨਡਯੁਲਅਸ**/ *a* ਗਿਲਟੀਆਂ ਵਾਲਾ, ਗਿਲਟੀਦਾਰ, ਗਿਲਟੀ ਵਰਗਾ

glans /**ਗਲੈਨਜ਼**/ *n* ਮੁੰਡ, ਸੁਪਾਰੀ

glare /**ਗਲੇਅ***/ *vi* ਘੂਰੀ ਪਾ ਕੇ ਵੇਖਣਾ, ਅੱਖਾਂ ਗੱਡ ਕੇ ਜਾਂ ਡਰਾਉਣੀਆਂ ਅੱਖਾਂ ਨਾਲ ਤੱਕਣਾ; ਲਿਸ਼ਕਾਰਾ ਮਾਰਨਾ; ਪ੍ਤੱਖ ਹੋਣਾ; ਅੱਖਾਂ ਨੂੰ ਚੁਭਣਾ *n* ਤੇਜ਼ ਰੋਸ਼ਨੀ, ਚਮਕ, ਤਿੱਖਾ ਪ੍ਕਾਸ਼, ਅੱਖਾਂ ਚੁੰਧਿਆ ਦੇਣ ਵਾਲੀ ਰੋਸ਼ਨੀ; ਭੜਕੀਲਾਪਣ, ਜੋਤੀ, ਚਮਕਦੀ ਧੁੱਪ; ਅੱਖਾਂ ਦੀ ਘੂਰੀ, ਕਰੜੀ ਨਜ਼ਰ

glaring /'**ਗਲੇਅਰਿਙ**/ *a* ਪ੍ਤੱਖ, ਸਪਸ਼ਟ, ਚਮਕਦਾਰ, ਉੱਜਲ, ਪ੍ਕਾਸ਼ਮਾਨ, ਉੱਘੜਵਾਂ

glasnost /'**ਗਲਾਸਨੌਸਟ**/ *n* ਖੁੱਲ੍ਹਾਪਣ, ਉਦਾਰਤਾ

glass /**ਗਲਾਸ**/ *n* ਸ਼ੀਸ਼ਾ, ਕੱਚ; ਸ਼ੀਸ਼ੇ ਦਾ ਗਲਾਸ; ਸ਼ੀਸ਼ੇ ਦਾ ਸਜਾਵਟੀ ਸਮਾਨ, ਸ਼ੀਸ਼ੇ ਵਰਗੀਆਂ ਚੀਜ਼ਾਂ; (ਬਹੁ) ਐਨਕਾਂ; (ਮੂੰਹ ਵੇਖਣ ਵਾਲਾ) ਸ਼ੀਸ਼ਾ, ਆਈਨਾ, ਦਰਪਣ, ਆਰਸੀ; ਗਲਾਸ ਭਰ (ਪੀਣ ਵਾਲੀ ਵਸਤੂ); (ਸਮਾਂ ਦੱਸਣ ਵਾਲੀ) ਰੇਤ ਘੜੀ; ਪੌਦਿਆਂ ਲਈ ਸ਼ੀਸ਼ੇ ਦਾ ਢਾਂਚਾ; ਦੂਰਬੀਨ *vt* ਸ਼ੀਸ਼ਾ ਜੜਨਾ; ਪ੍ਤਿਬਿੰਬ ਸੁੱਟਣਾ; ਸ਼ੀਸ਼ੇ ਵਿੱਚ ਬੰਦ ਕਰਨਾ

glasshouse /'**ਗਲਾਸਹਾਉਸ**/ *n* ਸ਼ੀਸ਼ੇ ਦੀਆਂ ਕੰਧਾਂ ਅਤੇ ਛੱਤ ਵਾਲਾ ਮਕਾਨ (ਜਿਸ ਵਿੱਚ ਬੂਟੇ ਉਗਾਏ ਜਾਂਦੇ ਹਨ)

glaucoma /**ਗਲੋ'ਕਅਉਮਅ**/ *n* ਮੋਤੀਆ ਬਿੰਦ

glaze /**ਗਲੇਇਜ਼**/ *vt* ਸ਼ੀਸ਼ੇ ਜੜਨਾ, ਤਸਵੀਰ ਜਾਂ ਖਿੜਕੀ ਆਦਿ ਵਿੱਚ ਸ਼ੀਸ਼ਾ ਲਾਉਣਾ; ਲਿਸ਼ਕਾਉਣਾ, ਰਗੜ ਕੇ ਚਮਕਾਉਣਾ; ਕਿਸੇ ਚਮਕਦਾਰ ਚੀਜ਼ ਦਾ ਪਾਣੀ ਫੇਰਨਾ, ਪਾਲਿਸ਼ ਜਾਂ

ਰੋਗਨ ਕਰਨਾ; ਸ਼ੀਸ਼ੇ ਦਾ ਰੋਗਨ ਫੇਰਨਾ, (ਅੱਖ ਵਿੱਚ) ਜਾਲਾ ਪੈਣਾ; (ਅੱਖ) ਪਥਰਾ ਜਾਣਾ, ਤੇਜਹੀਣ ਹੋ ਜਾਣਾ *n* ਪਾਲਿਸ਼, ਰੋਗਨ, ਸ਼ੀਸ਼ੇ ਦਾ ਪਾਣੀ, ਕਿਸੇ ਚਮਕਦਾਰ ਚੀਜ਼ ਦਾ ਪਾਣੀ; ਚਿਕਨਾਈ; ਚਮਕ, ਲਿਸ਼ਕ; ਅੱਖ ਦਾ ਜਾਲਾ

glazed /ਗਲੇਇਜ਼ਡ/ *a* ਚਮਕੀਲਾ, ਚਮਕਦਾਰ; ਸ਼ੀਸ਼ੇਦਾਰ

glazier /'ਗਲੇਇਜ਼ਿਅ*/ *n* (ਤਸਵੀਰਾਂ ਖਿੜਕੀਆਂ ਵਗੈਰਾ 'ਤੇ) ਸ਼ੀਸ਼ਾ ਜੜਨ ਵਾਲਾ ਕਾਰੀਗਰ

gleam /ਗਲੀਮ/ *n* ਝਲਕ, ਕਿਸੇ ਗੁਣ ਆਦਿ ਦੀ ਝਲਕ; ਚਮਕ, ਲਿਸ਼ਕਾਰਾ, ਆਬ *vi* ਝਲਕ ਦੇਣਾ, ਲਿਸ਼ਕਾਰਾ ਮਾਰਨਾ

glean /ਗਲੀਨ/ *v* ਸਿੱਟੇ ਚੁਣਨਾ; ਸਿਲਾ ਚੁਗਣਾ; ਇਕੱਠਾ ਕਰਨਾ; (ਖ਼ਬਰਾਂ ਆਦਿ ਦੀ) ਭਾਲ ਕਰਨਾ

glee /ਗਲੀ/ *n* ਖ਼ੁਸ਼ੀ, ਅਨੰਦ, ਪ੍ਰਸੰਨਤਾ, ਰੰਗ-ਰਲੀਆਂ; ਦੋ ਤੋਂ ਵਧੇਰੇ ਗਾਉਣ ਵਾਲਿਆਂ ਦਾ ਗੀਤ

gleeful /'ਗਲੀਫ਼ਲ/ *a* ਖ਼ੁਸ਼, ਪ੍ਰਸੰਨ, ਅਨੰਦਿਤ

glen /ਗਲੈੱਨ/ *n* ਤੰਗ ਘਾਟੀ

glib /ਗਲਿਬ/ *a* (ਬੋਲੀ) ਰਵਾਂ; ਚਿਕਨੀ–ਚੋਪੜੀ (ਗੱਲ-ਬਾਤ); (ਚਾਲ) ਸੁਖਾਲੀ, ਚੰਚਲ

glide /ਗਲਾਇਡ/ *v* ਸਰਕਣਾ, ਤਿਲਕਣਾ; ਹੌਲੀ-ਹੌਲੀ ਖਿਸਕਣਾ, ਵਗਣਾ, ਹੌਲੀ ਲੰਘਣਾ, ਸਰਕ ਕੇ ਜਾਣਾ; ਚੁੱਪ-ਚਾਪ ਉੱਠ ਜਾਣਾ, ਦੱਬੇ ਪੈਰੀਂ ਤੁਰਨਾ; ਇੰਜਣ ਰਹਿਤ ਹਵਾਈ ਜਹਾਜ਼ ਦਾ ਉੱਡ ਜਾਣਾ; (ਸਮੇਂ ਦਾ) ਬੀਤਣਾ; ਅਣਗਹਿਲੀ ਵਿੱਚ ਲੰਘਣਾ; ਹੌਲੀ-ਹੌਲੀ ਬਦਲਨਾ; ਹੌਲੀ ਵਗਣਾ; ਗਉਂਦਿਆਂ ਸੁਰ ਜਾਂ ਤਰਜ਼ ਬਦਲਨਾ *n* (ਭਾਸ਼ਾ) ਇੱਕ ਧੁਨੀ ਦੇ ਉਚਾਰਨ ਦੇ ਵਿਚਕਾਰ ਦੀ ਧੁਨੀ ਜੋ ਇੰਨੀ ਛੋਟੀ ਹੁੰਦੀ ਹੈ ਕਿ ਭਾਸ਼ਾ ਵਿੱਚ ਗੌਲੀ ਨਹੀਂ ਜਾਂਦੀ

glider /'ਗਲਾਇਡਅ*/ *n* ਹਲਕਾ ਜਿਹਾ ਇੰਜਣ ਰਹਿਤ ਹਵਾਈ-ਜਹਾਜ਼

glimmer /'ਗਲਿਮਅ*/ *vi* ਝਿਲਮਿਲਾਉਣਾ, ਝਿਲਮਿਲ-ਝਿਲਮਿਲ ਕਰਨਾ, ਟਿਮਟਿਮਾਉਣਾ *n* ਝਿਲਮਿਲ, ਟਿਮਟਿਮਾਹਟ; ਝਲਕ; ਮੱਧਮ ਚਮਕ (ਆਸ ਆਦਿ ਦੀ)

glimpse /ਗਲਿਮਪਸ/ *n* ਝਲਕ, ਝਾਕੀ, ਝਾਤ, ਨਜ਼ਰ; ਛਿਣ *v* ਝਲਕ ਪਾਉਣਾ ਜਾਂ ਝਲਕ ਦੇਣਾ, ਝਾਤ ਪਾਉਣਾ, ਸਰਸਰੀ ਨਜ਼ਰ ਮਾਰਨਾ; (ਕਾਵਿ) ਪਹੁ ਫੁੱਟਣਾ, ਝਲਕ ਵਿਖਾਉਣਾ

glint /ਗਲਿਨਟ/ *n* ਚਮਕ, ਦਮਕ, ਡਲ੍ਹਕ, ਆਬ *v* ਚਮਕਣਾ, ਦਮਕਣਾ, ਡਲ੍ਹਕਣਾ; ਚਮਕਾਉਣਾ, ਦਮਕਾਉਣਾ

glisten /'ਗਲਿਸਨ/ *v* ਝਿਲਮਿਲਾਉਣਾ, ਜਗਮਗਾਉਣਾ; ਚਮਕਣਾ, ਦਮਕਣਾ, ਡਲ੍ਹਕਣਾ *n* ਝਿਲਮਿਲ, ਚਮਕ, ਦਮਕ, ਝਲਕ, ਡਲ੍ਹਕ

glister /'ਗਲਿਸਟਅ*/ *vi* ਚਮਕਣਾ, ਜਗਮਗਾਉਣਾ, ਲਿਸ਼ਕਣਾ *n* ਚਮਕ, ਲਿਸ਼ਕ, ਡਲ੍ਹਕ, ਝਲਕ, ਜਗਮਗਾਹਟ

glitter /'ਗਲਿਟਅ*/ *vi* ਲਿਸ਼ਕਣਾ, ਜ਼ੋਰ ਦੀ ਚਮਕ ਮਾਰਨਾ, ਜਗਮਗ-ਜਗਮਗ ਕਰਨਾ, ਡਲ੍ਹਕਦਾਰ ਹੋਣਾ *n* ਲਿਸ਼ਕ, ਚਮਕ, ਡਲ੍ਹਕ, ਜਗਮਗਾਹਟ

glitterati /,ਗਲਿਟਅ'ਰਾਟਿ/ *n* ਭੱਦਰ ਪੁਰਸ਼, ਸਫ਼ੈਦਪੋਸ਼, ਅਮੀਰ ਅਤੇ ਪ੍ਰਸਿੱਧ ਲੋਕ, ਮਹਾਨ ਲੋਕ

glitz /ਗਲਿਟਸ/ *n* ਤੜਕ-ਭੜਕ

gloaming /'ਗਲਅਉਮਿਙ/ *n* ਦਿਨ ਛਿਪਦੇ ਨਾਲ ਹੋਇਆ ਘੁਸਮੁਸਾ, ਧੁੰਦਲਕਾ

gloat /ਗਲਅਉਟ/ *vi* ਮੈਲੀਆਂ ਅੱਖਾਂ ਨਾਲ ਵੇਖਣਾ, ਲਲਚਾਈਆਂ ਨਜ਼ਰਾਂ ਨਾਲ ਵੇਖਣਾ; ਬਾਘੀਆਂ ਪਾਉਣਾ

global /'ਗਲਅਉਬਲ/ *a* ਵਿਸ਼ਵ-ਵਿਆਪੀ, ਸਰਬ-ਵਿਆਪੀ

globalization /,ਗਲਅਉਬਅਲਾਇ'ਜ਼ੇਇਸ਼ਨ/ *n* ਸਭਿਆਚਾਰ ਅਤੇ ਆਰਥਿਕਤਾ ਦੀ ਸੰਸਾਰ ਵਿੱਚ ਸਰਬ-ਵਿਆਪਕਤਾ, ਕਿਸੇ ਵਪਾਰਕ ਕੰਪਨੀ ਦਾ ਹਰ ਇੱਕ ਦੇਸ਼ ਵਿੱਚ ਆਪਣਾ ਅੱਡਾ ਜਮਾਉਣ ਦੀ ਕਿਰਿਆ, ਵਿਸ਼ਵੀਕਰਨ

global warming *n* ਧਰਤੀ ਦੁਆਲੇ ਕਾਰਬਨ

ਡਾਇਕਸਾਇਡ ਵਧਣ ਦੀ ਸਮੱਸਿਆ, ਗਰਮੀ ਦੇ ਵਧਣ ਦੀ ਚਿਤਾਵਨੀ, ਸੰਸਾਰਕ ਤਾਪ ਚਿਤਾਵਨੀ

globe /ਗਲਅਉਬ/ *n* ਧਰਤ-ਗੋਲਾ, ਭੂ-ਮੰਡਲ, ਧਰਤੀ, ਪ੍ਰਿਥਵੀ, ਗ੍ਰਹਿ, ਨਛੱਤਰ; ਗਲੋਬ; ਧਰਤੀ ਦਾ ਇੱਕ ਗੋਲੇ ਉੱਤੇ ਬਣਾਇਆ ਨਕਸ਼ਾ; ਕੋਈ ਗੋਲ ਚੀਜ਼, ਅੱਖ ਦਾ ਗੋਲ ਡੇਲਾ; ਸ਼ੀਸ਼ੇ ਦਾ ਗੋਲ ਭਾਂਡਾ *v* ਗੋਲ ਆਕਾਰ ਦਾ ਬਣਨਾ ਜਾਂ ਬਣਾਉਣਾ

globular /'ਗਲੌਬਯਅਲਅ*/ *a* ਗੋਲ, ਗੋਲਾਕਾਰ

globularity /ˌਗਲੌਬਯਅ'ਲੈਰਅਟਿ/ *n* ਗੁਲਾਈ

globule /'ਗਲੌਬਯੂਲ/ *n* ਕੋਈ ਛੋਟੀ ਗੋਲ ਵਸਤੂ, ਬਿੰਦੀ, ਗੋਲੀ, ਗੋਲ ਦਾਣਾ

gloom /ਗਲੂਮ/ *n* ਹਨੇਰਾ, ਧੁੰਦਲਾਪਣ, ਅਸਪਸ਼ਟਤਾ; ਉਦਾਸੀ, ਨਿਰਾਸ਼ਾ *v* ਧੁੰਦਲਾ ਕਰ ਦੇਣਾ, ਅਸਪਸ਼ਟ ਬਣਾ ਦੇਣਾ; ਉਦਾਸ ਜਾਂ ਨਿਰਾਸ਼ ਕਰ ਦੇਣਾ, ਉਦਾਸ ਹੋ ਜਾਣਾ

gloomy /'ਗਲੂਮਿ/ *a* ਉਦਾਸ, ਅਸੰਤੁਸ਼ਟ; ਉਦਾਸੀ ਲਿਆਉਣ ਵਾਲਾ; ਅੰਧਕਾਰਪੂਰਨ, ਗ਼ਮਗੀਨ

glorification /ˌਗਲੋਰਿਫ਼ਿ'ਕੇਇਸ਼ਨ/ *n* ਸ਼ੋਭਾ, ਪ੍ਰਸੰਸਾ, ਉਸਤਤੀ, ਗੁਣਗਾਣ, ਮਹਿਮਾ, ਜਸ, ਵਡਿਆਈ

glorify /'ਗਲੋਰਿਫ਼ਾਇ/ *vt* ਵਡਿਆਉਣਾ, ਮਹਿਮਾ ਦੱਸਣਾ, ਗੌਰਵ ਦਰਸਾਉਣਾ, ਗੁਣ ਗਾਉਣਾ, ਜਸ ਗਾਉਣਾ

glorious /'ਗਲੋਰਿਅਸ/ *a* ਸ਼ਾਨਦਾਰ; ਪ੍ਰਤਾਪੀ, ਤੇਜਸਵੀ, ਚਮਤਕਾਰੀ, ਸ੍ਰੇਸ਼ਠ, ਮਹਾਨ, ਮਹਿਮਾ ਵਾਲਾ

glory /'ਗਲੋਰਿ/ *n* ਵਡਿਆਈ, ਸ਼ਾਨ, ਮਹਿਮਾ, ਤੇਜ਼, ਪ੍ਰਤਾਪ, ਸ਼ੋਭਾ, ਗੌਰਵ; (ਕਿਸੇ ਮਹਾਂਪੁਰਖ ਦੇ ਸਿਰ ਦੇ ਦੁਆਲੇ ਮੰਨਿਆ ਜਾਣ ਵਾਲਾ) ਪ੍ਰਕਾਸ਼ ਚੱਕਰ, ਪ੍ਰਭਾ ਮੰਡਲ; ਕੋਈ ਮਾਣ ਵਾਲੀ ਵਸਤੂ ਜਾਂ ਗੁਣ; ਪ੍ਰਸਿੱਧੀ, ਮਸ਼ਹੂਰੀ, ਨਾਮਵਰੀ *vi* ਮਾਣ ਕਰਨਾ, ਗੌਰਵ ਕਰਨਾ

gloss[1] /ਗਲੌਸ/ *n* ਟਿੱਪਣੀ, ਵਿਆਖਿਆ, ਟੀਕਾ, ਸ਼ਬਦਾਂ ਦਾ ਕੋਸ਼; ਕਿਸੇ ਦੇ ਸ਼ਬਦਾਂ ਦੇ ਤੋੜ-ਮਰੋੜ ਕੇ ਕੱਢੇ ਹੋਏ ਅਰਥ *vt* ਹੇਠਾਂ ਜਾਂ ਪਾਸੇ 'ਤੇ ਟਿੱਪਣੀ ਲਿਖਣਾ, ਮੂਲ ਲਿਖਤ ਦੇ ਵਿੱਚ ਜਾਂ ਨਾਲ ਵਿਆਖਿਆ ਲਿਖਣਾ; ਤੋੜ-ਮਰੋੜ ਕੇ ਅਰਥ ਕਰਨਾ, ਹੋਰ ਦੇ ਹੋਰ ਅਰਥ ਕੱਢਣਾ

gloss[2] *n* ਲਿਸ਼ਕ, ਚਮਕ-ਦਮਕ, ਮੁਲੰਮਾ; ਧੋਖਾ, ਭਰਮਪਾਊ ਦ੍ਰਿਸ਼ *v* ਚਮਕਦਾਰ ਬਣਾਉਣਾ, ਲਿਸ਼ਕਾਉਣਾ, ਮੁਲੰਮਾ ਕਰਨਾ

glossarial /ਗਲੌਸ'ਏਅਰਿਅਲ/ *a* ਕੋਸ਼ਗਤ, ਕੋਸ਼ ਦਾ, ਕੋਸ਼ੀ

glossary /'ਗਲੌਸਅਰਿ/ *n* ਸ਼ਬਦਾਵਲੀ, ਪਰਿਭਾਸ਼ਕ ਸ਼ਬਦਾਵਲੀ, ਸ਼ਬਦਾਂ ਦੀ ਸੂਚੀ, ਸ਼ਬਦਾਂ ਦਾ ਟੀਕਾ, ਸ਼ਬਦ ਸੰਗ੍ਰਹਿ

glossographer *n* ਵਿਆਖਿਆਕਾਰ, ਟੀਕਾਕਾਰ, ਕੋਸ਼ਕਾਰ

glossy /'ਗਲੌਸਿ/ *a* ਲਿਸ਼ਕਿਆ-ਪੁਸ਼ਕਿਆ, ਚਮਕ-ਦਮਕ ਵਾਲਾ, ਪੋਚਾ-ਪਾਚੀ ਵਾਲਾ

glottal /'ਗਲੌਟਲ/ *a* ਕੰਠ ਦੁਆਰ ਜਾਂ ਘੰਡੀ ਦੇ ਮੂੰਹ ਦਾ, ਸਾਹ ਨਾਲੀ ਦੇ ਦੁਆਰ ਦਾ (ਧੁਨੀ) ਕੰਠੀ ਧੁਨੀ

glottis /'ਗਲੌਟਿਸ/ *n* ਘੰਡੀ ਦਾ ਮੂੰਹ, ਕੰਠਦੁਆਰ, ਸੰਘ ਵਿੱਚ ਸਾਹ ਨਾਲੀ ਦਾ ਉਤਲਾ ਸਿਰਾ ਜਾਂ ਮੂੰਹ

glove /ਗਲਅੱਵ੍/ *n* ਦਸਤਾਨਾ *vt* ਦਸਤਾਨਾ ਦੇਣਾ ਜਾਂ ਪਵਾਉਣਾ

glove fight *n* ਦਸਤਾਨੇ ਪਾ ਕੇ ਕੀਤੀ ਮੁੱਕੇਬਾਜ਼ੀ, ਬਾਕਸਿੰਗ

glow /ਗਲਅਉ/ *vi* ਚਮਕਣਾ, ਦਮਕਣਾ, ਭਖਣਾ, ਲਾਲ ਹੋਣਾ, ਪ੍ਰਜਵਲਿਤ ਹੋਣਾ; ਉਤਸੁਕ ਹੋਣਾ *n* ਚਮਕ, ਦਮਕ, ਲਾਲੀ; ਚਾਅ, ਜੋਸ਼, ਆਵੇਸ਼

glower /'ਗਲਾਉਅ*/ *vi* ਘੂਰਨਾ, ਡਾਂਟਣਾ, ਧਮਕਾਉਣਾ; ਅੱਖਾਂ ਕੱਢਣਾ, ਤਿਊੜੀਆਂ ਵੱਟਣਾ

glowing /'ਗਲਅਉਇਙ/ *a* ਪ੍ਰਦੀਪਤ, ਉੱਜਲ, ਸ਼ੋਖ

glow-worm *n* ਟਟਹਿਣਾ, ਜੁਗਨੂੰ, ਪਟਬੀਜਣਾ

glucose /'ਗਲੂਕਅਉਸ, -ਕਅਉਜ਼/ *n* ਅੰਗੂਰਾਂ ਦੀ ਖੰਡ, ਗੁਲੂਕੋਸ਼

glue /ਗਲੂ/ *n* ਸਰੇਸ਼, ਗੂੰਦ (ਚਿਪਕਾਉਣ ਵਾਲੀ), ਕੋਈ ਚਿਪਕਾਉਣ ਵਾਲੀ ਚੀਜ਼ *vt* ਸਰੇਸ਼ ਲਾ ਕੇ ਜੋੜਨਾ, ਗੂੰਦ ਨਾਲ ਚਿਪਕਾਉਣਾ ਜਾਂ ਜੋੜਨਾ; ਪੱਕੀ ਤਰ੍ਹਾਂ ਬੰਦ ਕਰਨਾ

glue-pot *n* ਗੂੰਦਦਾਨੀ; ਸਰੇਸ਼ ਪੰਘਰਾਉਣ ਵਾਲਾ ਭਾਂਡਾ

gluey /'ਗਲੂਇ/ *a* ਚਿਪਚਿਪਾ, ਚਿਪਕਾਉਣ ਵਾਲਾ

glum /ਗਲਅੱਮ/ *a* ਰੁੱਸਿਆ, ਨਾਖ਼ੁਸ਼, ਅਸੰਤੁਸ਼ਟ, ਘੁੰਨ-ਮਸੁੰਨ, ਘੁੱਟਿਆ-ਵੱਟਿਆ, ਨਿਰਾਸ, ਉਦਾਸ

glume /ਗਲੂਮ/ *n* ਦਾਣੇ ਜਾਂ ਫੁੱਲ ਦੇ ਦੁਆਲੇ ਦੀਆਂ ਪੱਤੀਆਂ

glut /ਗਲਅੱਟ੍/ *vt* ਬਹੁਤ ਜ਼ਿਆਦਾ ਖੁਆਉਣਾ, ਤੁੰਨਣਾ, ਤੂੜਨਾ, ਮੂੰਹ ਤੱਕ ਭਰ ਦੇਣਾ; ਮਾਲ ਨਾਲ ਬਜ਼ਾਰ ਭਰ ਦੇਣਾ; ਤੂੜ ਕੇ ਖਾਣਾ *n* ਬਹੁਲਤਾ, ਅਧਿਕਤਾ, ਬਹੁਤਾਤ

gluten /'ਗਲੂਟਨ/ *n* ਮਾਵਾ, ਲੇਸ, ਚਿਪਚਿਪਾਹਟ, ਆਟੇ ਦਾ ਲੇਸਦਾਰ ਹਿੱਸਾ; ਲੇਸਦਾਰ ਵਸਤੂ; ਪਸ਼ੂ ਦੀ ਲੇਸਦਾਰ ਰਾਲ

glutinosity /ˌਗਲੂਟਿ'ਨੌਸਅਟਿ/ *n* ਲੇਸ, ਲੇਸਲਾਪਣ, ਚਿਪਚਿਪਾਹਟ

glutinous /'ਗਲੂਟਅਨਅਸ/ *a* ਲੇਸਦਾਰ, ਚਿਪਚਿਪਾ, ਲੇਸਲਾ

glutton /'ਗਲਅੱਟਨ/ *n* ਪੇਟੂ, ਬਹੁਤਾ ਖਾਣ ਵਾਲਾ, ਖਾਊ; ਕੰਮ ਵਿੱਚ ਧੁਨ ਰੱਖਣ ਵਾਲਾ, ਸਿਰ ਸੜਿਆ ਕਾਮਾ

gluttonous /'ਗਲਅੱਟਅਨਅਸ/ *a* ਬਹੁਤ ਜ਼ਿਆਦਾ ਖਾਣ ਵਾਲਾ, ਪੇਟੂ, ਖਾਊ

gluttony /'ਗਲਅੱਟਅਨਿ/ *n* ਹਾਬੜਿਆ ਹੋਇਆ ਬੰਦਾ, ਪੇਟੂ; ਪੇਟੂਪੁਣਾ, ਹੜੱਪ ਜਾਣ ਦੀ ਕਿਰਿਆ

glycerine /'ਗਲਿਸਅਰੀਨ/ *n* ਇੱਕ ਰੰਗਹੀਣ ਚਿਪਚਿਪੀ ਮਿੱਠੀ ਤਰਲ ਦਵਾਈ, ਗਲਿਸਰੀਨ

GM /ˌਜੀ 'ਐੱਮ/ *abbr* **genetically modified** ਦਾ ਸੰਖਿਪਤ ਰੂਪ, ਸੰਸ਼ੋਧਿਤ ਉਤਪਤੀ

GMAT /'ਜੀਮੈਟ/ *abbr* **Graduate Management Admissions Test** ਦਾ ਸੰਖਿਪਤ ਰੂਪ, ਸੰਯੁਕਤ ਰਾਸ਼ਟਰ ਵਿੱਚ ਇੱਕ ਉੱਚ ਵਿੱਦਿਆ ਪ੍ਰਾਪਤੀ ਲਈ ਟੈਸਟ

GMT /ˌਜੀ ਐੱਮ 'ਟੀ/ *abbr* **Greenwich Mean Time** ਦਾ ਸੰਖਿਪਤ ਰੂਪ, ਬਰਤਾਨੀਆ ਵਿੱਚ ਗਰੀਨਵਿਚ ਸਥਾਨ ਦਾ ਨਿਸ਼ਚਿਤ ਸਮਾਂ

gnash /ਨੈਸ਼/ *v* ਦੰਦ ਪੀਹਣਾ, ਦੰਦ ਕਰੀਹਣਾ, ਕਚੀਚੀ ਵੱਟਣਾ

gnat /ਨੈਟ/ *n* ਪਿੱਸੂ, ਕੁਤੜੀ

gnaw /ਨੋ/ *v* ਟੁੱਕਣਾ, ਕੁਤਰਨਾ, ਚਬਦੇ ਰਹਿਣਾ; ਘੁਣ ਵਾਂਗ ਲੱਗਣਾ, ਦੁਖਾਉਣਾ, ਦੁੱਖ ਦੇਣਾ, ਹੌਲੀ-ਹੌਲੀ ਨਾਸ ਕਰਨਾ, ਨਸ਼ਟ ਕਰਨਾ

gnawing /'ਨੋਇਙ/ *a* ਚਿੰਤਿਤ ਕਰਨ ਵਾਲਾ, ਫ਼ਿਕਰ ਵਧਾਉਣ ਵਾਲਾ, ਦੁਖੀ ਕਰਨ ਵਾਲਾ

gnome /ਨਅਉਮ/ *n* ਜਨੂਰਾ, ਛੋਟਾ ਭੂਤ, ਬੌਣਾ ਪ੍ਰੇਤ

gnosis /'ਨਅਉਸਿਸ/ *n* ਬ੍ਰਹਮ-ਗਿਆਨ, ਰਹੱਸ ਗਿਆਨ, ਆਤਮਿਕ ਗਿਆਨ; ਈਸਾਈਆਂ ਦੇ ਇੱਕ ਫ਼ਿਰਕੇ ਦਾ ਸਿਧਾਂਤ

gnostic /'ਨੌਸਟਿਕ/ *a* ਗਿਆਨਾਤਮਿਕ, ਗਿਆਨ ਸੰਬੰਧੀ, ਆਤਮਿਕ ਗਿਆਨ ਵਾਲਾ, ਆਤਮ ਗਿਆਨੀ, ਅਧਿਆਤਮ ਗਿਆਨਵਾਨ; ਰਹੱਸਵਾਦੀ *n* ਪ੍ਰਾਚੀਨ ਗਿਆਨਵਾਦੀ ਈਸਾਈ ਜੋ ਅਧਿਆਤਮਿਕ ਗਿਆਨੀ ਹੋਣ ਦਾ ਦਾਅਵਾ ਕਰਦੇ ਸਨ

go /ਗਅਉ/ *vi* ਜਾਣਾ, ਤੁਰਨਾ, ਰਾਹੇ ਪੈਣਾ, ਸਫ਼ਰ ਕਰਨਾ, ਰਵਾਨਾ ਹੋਣਾ; (ਤੋਪ, ਬੰਦੂਕ ਆਦਿ ਦਾ) ਫ਼ਾਇਰ ਹੋਣਾ, ਚੱਲਣਾ; ਘੰਟੀ ਵੱਜਣਾ; (ਸੜਕ, ਰਾਹ ਜਾਂ ਰੇਲ ਦੀ ਲਾਈਨ ਦਾ) ਕਿਸੇ ਪਾਸੇ ਨੂੰ ਰੁਖ ਹੋਣਾ; ਕਿਸੇ ਰੇਖਾ ਆਦਿ ਦਾ ਕਿਸੇ ਦਿਸ਼ਾ ਵੱਲ ਸੰਕੇਤ ਕਰਨਾ; ਨਕਲ ਕਰਨਾ; (ਭੁੱਖਾ, ਨੰਗਾ) ਰਹਿਣਾ; (ਸਮੁੰਦਰ) ਲੰਘ ਜਾਣਾ; ਚਾਲੂ ਹੋਣਾ; ਜਾਰੀ ਹੋਣਾ; ਮਸ਼ਹੂਰ ਹੋਣਾ; (ਕਵਿਤਾ ਜਾਂ ਗਾਣੇ ਦਾ) ਲੈ ਦੇ ਅਨੁਕੂਲ ਹੋਣਾ, ਰਵਾਨੀ ਵਾਲਾ ਹੋਣਾ; (ਘਟਨਾਵਾਂ ਦਾ ਚੰਗਾ ਜਾਂ ਬੁਰਾ) ਨਤੀਜਾ ਨਿਕਲਨਾ; (ਜੀਵਨ ਚੰਗਾ ਜਾਂ ਮਾੜਾ) ਗੁਜ਼ਰਨਾ;

ਗੁਜ਼ਰਾਨ ਹੋਣਾ; (ਚੋਣ ਦਾ) ਪਰਿਣਾਮ ਨਿਕਲਨਾ; ਨਤੀਜਾ ਨਿਕਲਨਾ; ਟੁੱਟ ਜਾਣਾ; ਸਮਾਪਤ ਹੋਣਾ; ਮਰ ਜਾਣਾ; (ਦੰਡ ਆਦਿ ਤੋਂ) ਬਚ ਨਿਕਲਨਾ; (ਰੁਪਈਏ) ਖ਼ਰਚ ਹੋਣਾ; ਵੰਡਿਆ ਜਾਣਾ, ਵਿਭਾਜਿਤ ਹੋਣਾ; ਵਿਕਣਾ; ਕੁਝ ਕਰਨ ਲਈ ਅਗਾਂਹ ਵਧਣਾ; (ਕੋਈ ਗ਼ਲਤੀ ਆਦਿ) ਕਰ ਬੈਠਣਾ; ਛੇੜਨਾ (ਲੜਾਈ ਆਦਿ); ਅਰੰਭ ਕਰਨਾ; ਵਗ ਜਾਣਾ; ਡੁੱਬਣਾ, ਸਮਾ ਜਾਣਾ; ਹਿੱਸੇ ਆਉਣਾ, ਮਿਲ ਕੇ ਕਿਸੇ ਰਕਮ ਦੇ ਬਰਾਬਰ ਹੋਣਾ *n* ਤੋਰ-ਚਾਲ, ਢੰਗ; ਘਟਨਾ; ਉਤਸ਼ਾਹ, ਹਿੰਮਤ; ਕੁਝ ਕਰਨ ਦੀ ਇੱਛਾ; ਸ਼ਰਾਬ ਜਾਂ ਖਾਣੇ ਦਾ ਇੱਕ ਦੌਰ; (ਬੋਲ) ਵਾਰੀ; ਉਲਝਣ, ਔਖਿਆਈ

goad /ਗਅਉਡ/ *n* ਅੰਕੁਸ਼, ਕੁੰਡਾ; ਹੁੱਝ, ਚੋਭ *vt* ਹੁੱਝ ਮਾਰਨਾ, ਚੋਭ ਦੇਣਾ, ਜੋਸ਼ ਦਿਵਾਉਣਾ, ਤੇਜ਼ ਕਰਨਾ

go-ahead /'ਗਅਉਅਹੈੱਡ/ *n* ਕੋਈ ਕੰਮ ਬਿਨਾਂ ਝਿਜਕ ਕਰਨਾ, ਅੱਗੇ ਵਧਣ ਦਾ ਸੰਕੇਤ

goal /ਗਅਉਲ/ *n* ਟੀਚਾ, ਨਿਸ਼ਾਨਾ, ਉਦੇਸ਼; (ਫੁਟਬਾਲ, ਹਾਕੀ ਆਦਿ ਵਿੱਚ) ਬਾਜ਼ੀ, ਗੋਲ, (ਇਨ੍ਹਾਂ ਹੀ ਖੇਡਾਂ ਵਿੱਚ) ਖੇਡ ਵਿੱਚ ਦੋ ਖੰਭਿਆਂ ਦੇ ਵਿਚਾਲੇ ਵਾਲੀ ਥਾਂ; ਦੌੜ ਸਮਾਪਤ ਹੋਣ ਵਾਲੀ ਥਾਂ

goalkeeper /'ਗਅਉਲਕੀਪਅ*/ *n* (ਫੁਟਬਾਲ ਜਾਂ ਹਾਕੀ ਦੀ ਖੇਡ ਵਿੱਚ) ਗੋਲਚੀ, ਗੋਲੀ, ਗੋਲ ਰੱਖਿਅਕ, ਗੋਲ-ਕੀਪਰ

goat /ਗਅਉਟ/ *n* ਬੱਕਰੀ, ਬੱਕਰਾ; ਕਾਮੀ ਜਾਂ ਵਿਭਚਾਰੀ ਪ੍ਰਾਣੀ

goatee /ਗਉ'ਟੀ/ *n* ਬਕਰ ਦਾੜ੍ਹੀ

goatherd /'ਗਅਉਟਹਅ:ਡ/ *n* ਆਜੜੀ, ਅਯਾਲੀ, ਗਡਰੀਆ, ਬੱਕਰੀਆਂ ਚਾਰਨ ਵਾਲਾ

goatish /'ਗਅਉਟਿਸ਼/ *a* ਬੱਕਰੇ ਜਿਹਾ, ਬੱਕਰੇ ਵਰਗਾ; ਕਾਮੀ

goaty /'ਗੋਅਉਟਿ/ *a* ਦੁਰਾਚਾਰੀ

gobble /'ਗੌਬਲ/ *v* ਕਾਹਲੀ-ਕਾਹਲੀ ਖਾਣਾ, ਹਾਬੜਿਆਂ ਵਾਂਗ ਖਾਣਾ, ਵਲ-ਵਲ ਕੇ ਅੰਦਰ ਸੁੱਟੀ ਜਾਣਾ, ਹੜੱਪ ਕਰ ਜਾਣਾ; (ਤੁਰਕੀ ਕੁੱਕੜ ਜਾਂ ਫੀਲ ਮੁਰਗੇ ਦਾ) ਬਾਂਗ ਦੇਣਾ; ਗੁੱਸੇ ਵਿੱਚ ਕੜਕਣਾ

gobbler /'ਗੌਬਲਅ*/ *n* ਭੋਖੜੇ ਦਾ ਮਾਰਿਆ ਆਦਮੀ, ਖਾਊ ਸ਼ਖ਼ਸ, ਪੇਟੂ ਮਨੁੱਖ; ਤੁਰਕੀ ਕੁੱਕੜ, ਫੀਲ ਮੁਰਗਾ

go-between *n* ਵਿੱਚ-ਵਿਚਾਲਾ ਕਰਨ ਵਾਲਾ, ਵਿਚੋਲਾ, ਪੰਚ, ਦਲਾਲ

goblet /'ਗੌਬਲਅਟ/ *n* ਕਟੋਰਾ

goblin /'ਗੌਬਲਿਨ/ *n* ਭੂਤ, ਪ੍ਰੇਤ, ਜਿੰਨ, ਭੂਤਨਾ; ਪਿਸਾਚ

go-by /'ਗਅਉ,ਬਾਇ/ *v* ਲੰਘਣਾ (ਸਮੇਂ ਦਾ); ਦੇ ਅਨੁਸਾਰ ਵਿਚਾਰ ਜਾਂ ਵਿਹਾਰ ਕਰਨਾ, ਅਨੁਸਰਨ ਕਰਨਾ

go-cart /'ਗਅਉਕਾਟ/ *n* ਗਡੀਰਨਾ, ਰੇੜ੍ਹੀ

God /ਗੌਡ/ *n* ਭਗਵਾਨ, ਖ਼ੁਦਾ, ਰੱਬ

god /ਗੌਡ/ *n* ਦੇਵ, ਦੇਵਤਾ, ਮੂਰਤੀ, ਬੁੱਤ; ਕੋਈ ਜਾਨਵਰ ਆਦਿ ਜਿਸ ਨੂੰ ਪਵਿੱਤਰ ਸਮਝ ਕੇ ਉਸ ਦੀ ਪੂਜਾ ਕੀਤੀ ਜਾਵੇ; ਅਜਿਹਾ ਵਿਅਕਤੀ ਜਿਸ ਦਾ ਬਹੁਤ ਜ਼ਿਆਦਾ ਆਦਰ ਕੀਤਾ ਜਾਵੇ ਜਾਂ ਜਿਸ ਨੂੰ ਬਹੁਤ ਪਿਆਰ ਕੀਤਾ ਜਾਵੇ

godchild /'ਗੌਡਚਾਇਲਡ/ *n* ਧਰਮ ਪੁੱਤਰ ਜਾਂ ਧਰਮ ਧੀ

goddess /'ਗੌਡੈੱਸ, -ਡਅਸ/ *n* ਦੇਵੀ; ਪੂਜਣਯੋਗ ਇਸਤਰੀ; ਪ੍ਰੇਮਿਕਾ, ਮਸ਼ੂਕਾ

godfather /'ਗੌਡਫ਼ਾਦਅ*/ *n* ਧਰਮ ਪਿਤਾ; ਮੋਢੀ

god-fearing /'ਗੌਡ,ਫ਼ਿਅਰਿਙ/ *a* ਰਹਿਮਦਿਲ, ਖ਼ੁਦਾਤਰਸ; ਸੰਤ ਬਿਰਤੀ ਵਾਲਾ

godforsaken /'ਗੌਡਫ਼ਅਸੇਇਕਅਨ/ *a* ਰੱਬ ਮਾਰਿਆ, ਅਭਾਗਾ; ਗੁਣਹੀਣ

godhead /'ਗੌਡਹੈੱਡ/ *n* ਖ਼ੁਦਾਈ, ਦੇਵਤਵ, ਦੇਵਤਾਈ

godhood /'ਗੌਡਹੁਡ/ *n* ਦੇਵਤਵ

godless /'ਗੌਡਲਅਸ/ *a* ਜੋ ਪ੍ਰਮਾਤਮਾ ਦੀ ਹੋਂਦ ਨਹੀਂ ਮੰਨਦਾ; ਨਾਸਤਿਕ, ਮੁਨਕਰ, ਬੇਦੀਨ, ਨੀਚ, ਪਾਪੀ, ਦੁਸ਼ਟ

godlike /'ਗੌਡਲਾਇਕ/ *a* ਦੇਵਤਿਆਂ ਜਿਹਾ, ਦੇਵਰੂਪ, ਦੈਵੀ, ਰੱਬੀ

godly /'ਗੌਡਲਿ/ *a* ਪਵਿੱਤਰ, ਧਰਮਾਤਮਾ, ਧਰਮੀ

godmother /'ਗੌਡਮਅੱਦਅ*/ *n* ਧਰਮ-ਮਾਤਾ

godown /'ਗਅਉਡਾਉਨ/ *n* ਗੁਦਾਮ, ਮਾਲ ਗੁਦਾਮ, ਭੰਡਾਰ, ਮਾਲਖ਼ਾਨਾ

go dry *v* ਦੁੱਧੋਂ ਭੱਜ ਜਾਣਾ, (ਗਾਂ ਮੱਝ ਆਦਿ ਦਾ) ਦੁੱਧ ਦੇਣੋਂ ਹਟ ਜਾਣਾ

goer /'ਗਅਉਅ*/ *n* ਤੁਰਨ ਵਾਲਾ ਬੰਦਾ, ਚੱਲਣ ਵਾਲੀ ਚੀਜ਼

goggle /'ਗੌਗਲ/ *v* ਤਿਰਛੀ ਅੱਖ ਨਾਲ ਵੇਖਣਾ, ਘੂਰ ਕੇ ਵੇਖਣਾ, ਕਨੱਖੀਆਂ ਨਾਲ ਵੇਖਣਾ, ਡੇਲੇ ਘੁਮਾਉਣਾ *a* ਘੁੰਮਦਾ ਹੋਇਆ, ਫ਼ਿਰਦਾ ਹੋਇਆ, ਉੱਭਰਵਾਂ, ਉੱਗਲਵਾਂ

goggle-eyed /ˌਗੌਗ(ਅ)ਲ'ਆਇਡ/ *a* ਹੈਰਾਨੀ ਕਾਰਨ ਅੱਡੀਆਂ ਅੱਖਾਂ ਵਾਲਾ

goggles /'ਗੌਗਲਜ਼/ *n* ਐਨਕ, ਚਸ਼ਮਾ, ਧੁੱਪ ਐਨਕ

going /'ਗਅਉਇਙ/ *n* ਚਾਲ, ਗ਼ਮਨ, ਰਵਾਨਗੀ, ਪ੍ਰਸਥਾਨ; (ਤੁਰਨ ਫਿਰਨ ਲਈ ਜਾਂ ਘੋੜਸਵਾਰੀ ਲਈ) ਭੋਂ ਦੀ ਦਸ਼ਾ *a* ਚਾਲੂ, ਚਲੰਤ

goings-on *n* ਅਨੋਖੀਆਂ ਘਟਨਾਵਾਂ, ਕਾਰਵਾਈਆਂ

goitre /'ਗੌਇਟਅ*/ *n* ਗਲ ਦੀ ਬਿਮਾਰੀ, ਗਿੱਲ੍ਹੜ

goitred /'ਗੌਇਟਅਡ/ *n* ਗਿੱਲ੍ਹੜ ਦਾ ਰੋਗੀ

Golconda /ਗੌਲ'ਕੌਨਡਅ/ *n* (ਅਲੰਕਾਰ ਵੱਜੋਂ) ਧਨ ਦੀ ਖਾਣ; ਧਨ ਕੁਬੇਰ

gold /ਗਅਉਲਡ/ *n* ਸੋਨਾ, ਧਨ, ਮਾਲ, ਦੌਲਤ; ਸੋਨੇ ਦਾ ਸਿੱਕਾ, ਸੁਨਹਿਰੀ ਰੰਗ; ਸੋਨੇ ਦਾ ਪਾਣੀ ਜਾਂ ਝਾਲ, ਸੋਨੇ ਦਾ ਮੁਲੰਮਾ; ਬਹੁਮੁੱਲੀ ਵਸਤੂ, ਸੁੰਦਰ ਵਸਤੂ, ਸ਼ਾਨਦਾਰ ਚੀਜ਼ *a* ਸੋਨੇ ਦਾ, ਸੁਨਹਿਰੀ

golden /'ਗਅਉਲਡਅਨ/ *a* ਸੁਨਹਿਰੀ, ਸੋਨੇ ਦਾ, ਸੋਨੇ ਰੰਗਾ, ਸੋਨੇ ਵਰਗਾ; ਬਹੁਮੁੱਲਾ, ਅਮੋਲਿਕ, ਉੱਤਮ

golden age *n* (ਭੂਤ-ਕਾਲ ਵਿੱਚ) ਕਿਸੇ ਚੀਜ਼ ਦੀ ਅਤਿਅੰਤ ਪ੍ਰਸਿੱਧੀ ਦਾ ਸਮਾਂ, ਚੜ੍ਹਤ ਦਾ ਸਮਾਂ

gold leaf *n* ਸੋਨੇ ਦਾ ਵਰਕ

gold mean *n* ਵਿਚਲਾ ਰਾਹ, ਮੱਧ ਮਾਰਗ, ਔਸਤ ਦਰਜਾ; ਦਰਮਿਆਨੀ ਰੁਚੀ, ਔਸਤ ਨੂੰ ਅਪਣਾਉਣ ਦਾ ਸਿਧਾਂਤ

goldsmith /'ਗਅਉਲਡਸਮਿਥ/ *n* ਸੁਨਿਆਰਾ

gold standard *n* ਸੋਨੇ ਦੀ ਕੀਮਤ ਨਾਲ ਨਿਰਧਾਰਿਤ ਦੇਸ਼ ਦੀ ਸਿੱਕੇ ਦੀ ਕੀਮਤ

gold wedding *n* ਵਿਆਹ ਦੀ ਪੰਜਾਹਵੀਂ ਵਰ੍ਹੇ-ਗੰਢ

golf /ਗੌਲਫ਼/ *n* ਇੱਕ ਖੇਡ, ਗੌਲਫ

golf club *n* ਗੌਲਫ਼ ਖੇਡਣ ਵਾਲੀ ਖੂੰਡੀ; ਗੌਲਫ ਦੇ ਖਿਡਾਰੀਆਂ ਦੀ ਸੰਸਥਾ

golfer /'ਗੌਲਫ਼ਅ*/ *n* ਗੌਲਫ ਦਾ ਖਿਡਾਰੀ

Goliath /ਗਅ'ਲਾਇਅਥ/ *n* ਜਿੰਨ, ਰਾਖਸ਼, ਦਿਉ, ਦੈਂਤ

golosh /ਗਅ'ਲੌਸ਼/ *n* ਵੇਖੋ **galosh**

gondola /'ਗੌਨਡਅਲਅ/ *n* ਵੀਨਸ ਵਿੱਚ ਚੱਲਣ ਵਾਲਾ ਸ਼ਿਕਾਰਾ

gong /ਗੌਙ/ *n* ਘੰਟਾ, ਘੜਿਆਲ, ਟੱਲ

gonna /'ਗੌਨਅ/ *n* ਬੋਲਚਾਲ ਵਿੱਚ **going to** ਦੀ ਥਾਂ ਵਰਤਿਆ ਜਾਂਦਾ ਸ਼ਬਦ, ਕਰਨ ਲੱਗਾ

gonorrhoea /ˌਗੌਨਅ'ਰਿਅ/ *n* ਸੁਜ਼ਾਕ

good /ਗੁਡ/ *a* ਚੰਗਾ, ਅੱਛਾ; ਨੇਕ, ਸਦਾਚਾਰੀ, ਭਲਾ; ਸੋਹਣਾ, ਸੁੰਦਰ; ਠੀਕ, ਸ਼ੁੱਧ; ਹੁਸ਼ਿਆਰ; ਉਚਿਤ, ਮੁਨਾਸਬ, ਯੋਗ, ਕਾਬਲ; ਗੁਣਾਕਾਰੀ, ਲਾਭਦਾਇਕ, (ਤੰਦਰੁਸਤੀ ਲਈ) ਫ਼ਾਇਦੇਮੰਦ; ਭੋਲਾ-ਭਾਲਾ, ਸਿੱਧਾ-ਸਾਦਾ; ਦਿਆਲੂ, ਦਇਆਵਾਨ; ਨਿਸ਼ਚਿਤ; ਕਾਫ਼ੀ, ਬਥੇਰਾ *n* ਉਪਕਾਰ, ਭਲਾਈ, ਨੇਕੀ; ਪੁੰਨ, ਧਰਮ; ਸੁਵਿਧਾ; ਚੋਜ; ਲਾਭ, ਲਾਹਾ; ਚੰਗਾ ਸੁਭਾਅ, ਭਲਮਾਣਸੀ; ਨੇਕ ਮਨੁੱਖ; (ਬਹੁ) ਮਾਲ ਅਸਬਾਬ, ਸਮਾਨ, ਵਪਾਰ ਦੀ ਜਿਨਸ ਜਾਂ ਮਾਲ

good afternoon *n* ਬਾਅਦ ਦੁਪਹਿਰ ਦਾ ਸਲਾਮ, ਦੁਪਹਿਰ ਤੋਂ ਮਗਰੋਂ ਦੀ ਸ਼ੁਭ ਇੱਛਾ

goodbye /ˌਗੁਡ'ਬਾਇ/ *n* ਵਿਦਾ ਹੋਣ ਜਾਂ ਵਿਛੜਨ ਵੇਲੇ ਦੀ ਸ਼ੁਭ ਕਾਮਨਾ, ਸ਼ੁਭ ਵਿਦਾਇਗੀ, ਰੱਬ

ਰਾਖਾ

good day *n* ਮਿਲਨ ਜਾਂ ਵਿਛੜਨ ਸਮੇਂ ਦੀ ਸ਼ੁਭ ਕਾਮਨਾ, ਸ਼ੁਭ ਵਿਦਾਇਗੀ, ਰੱਬ ਰਾਖਾ

good evening *n* ਸ਼ੁਭ ਆਥਣ, ਸ਼ੁਭ ਸੰਧਿਆ, ਆਥਣ ਦੀ ਸ਼ੁਭ ਇੱਛਾ, ਸ਼ਾਮ ਨੂੰ ਆਖੀ ਸ਼ੁਭ ਕਾਮਨਾ

good-for-nothing *a* ਨਿਕੰਮਾ, ਵਿਅਰਥ

Good Friday *n* ਗੁੱਡ ਫ਼ਰਾਈਡੇ, ਈਸਾ ਨੂੰ ਸੂਲੀ ਉੱਤੇ ਚੜ੍ਹਾਏ ਜਾਣ ਦੀ ਯਾਦ ਵਿੱਚ ਮਨਾਇਆ ਜਾਂਦਾ ਤਿਉਹਾਰ, ਈਸਟਰ ਤੋਂ ਪਹਿਲਾ ਸ਼ੁਕਰਵਾਰ

good-humour /ˌ**ਗੁਡ'ਹਯੂਮਅ***/ *n* ਖ਼ੁਸ਼ ਮਿਜ਼ਾਜੀ, ਹਸਮੁਖ ਸੁਭਾਅ, ਸਦਾ ਬਹਾਰ

good-looking /ˌ**ਗੁਡ'ਲੁਕਿਙ**/ *a* ਸੋਹਣਾ, ਸੁਨੱਖਾ, ਦਰਸ਼ਨੀ

goodly /'**ਗੁਡਲਿ**/ *a* ਸੋਹਣਾ, ਸੁੰਦਰ; ਸ੍ਰੇਸ਼ਠ, ਉੱਤਮ, ਮਹਾਨ; ਚੋਖਾ, ਕਾਫੀ

good morning /**ਗੁਡ'ਮੋਨਿਙ**/ *n* ਸ਼ੁਭ ਸਵੇਰ, ਸ਼ੁਭ ਪ੍ਰਭਾਤ, ਸਵੇਰੇ ਆਖੀ ਸ਼ੁਭ ਇੱਛਾ

good-natured /ˌ**ਗੁਡ'ਨੇਇਚਅਡ**/ *a* ਚੰਗੇ ਸੁਭਾਅ ਵਾਲਾ, ਨੇਕ, ਸੁਸ਼ੀਲ, ਭਲਾ

goodness /'**ਗੁਡਨਅਸ**/ *n* ਨੇਕੀ, ਚੰਗਿਆਈ, ਭਲਾਈ, ਸਦਗੁਣ, ਉਦਾਰਤਾ, ਕਿਰਪਾਲਤਾ, ਦਿਆਲਤਾ, ਸ੍ਰੇਸ਼ਠਤਾ; ਸਾਰ, ਤੱਤ

goodnight /ˌ**ਗੁਡ'ਨਾਇਟ**/ *n* ਰਾਤ ਨੂੰ ਵਿਛੜਨ ਸਮੇਂ ਦੀ ਸ਼ੁਭ ਕਾਮਨਾ, ਸ਼ੁਭ ਰਾਤਰੀ, ਸ਼ੱਬਾ ਖ਼ੈਰ

goods /**ਗੁਡਜ਼**/ *n* ਚੀਜ਼ਾਂ, ਵਸਤਾਂ, ਸਮੱਗਰੀ

goods train /'**ਗੁਡਜ਼ ਟਰੇਇਨ**/ *n* ਸਮਾਨ ਢੋਣ ਵਾਲੀ ਰੇਲ ਗੱਡੀ, ਮਾਲ ਗੱਡੀ

goodwill /ˌ**ਗੁਡ'ਵਿਲ**/ *n* ਸ਼ੁਭ ਇੱਛਾ, ਸਦਭਾਵਨਾ, ਅਨੁਕੂਲਤਾ, ਹਾਰਦਿਕਤਾ, ਉਤਸ਼ਾਹ; (ਵਪਾਰਿਕ) ਸਾਖ, ਜਸ, ਕੀਰਤੀ

goody /'**ਗੁਡਿ**/ *n* ਇੱਕ ਮਿਠਿਆਈ; (ਪਰਾ) ਬੇਬੇ, ਬੁੱਢੀ

goody-goody /'**ਗੁਡਿˌਗੁਡਿ**/ *a* ਭਲਾਈ ਕਰਨ ਦਾ ਵਿਖਾਵਾ ਕਰਨ ਵਾਲਾ, ਬਣਾਵਟੀ ਰੂਪ ਵਿੱਚ ਭਲਾ ਚਾਹੁਣ ਵਾਲਾ

goof /**ਗੂਫ਼**/ *n* (ਅਪ) ਉਜੱਡ ਬੰਦਾ; ਮੂਰਖਤਾ ਵਾਲੀ ਭੁੱਲ

go off ਨੱਠ ਜਾਣਾ, ਚਲੇ ਜਾਣਾ, ਨਿਕਲ ਜਾਣਾ, ਬੰਦੂਕ ਆਦਿ ਦਾ ਚੱਲਣਾ, ਫਾਇਰ ਹੋਣਾ; ਗੁੰਮ ਹੋ ਜਾਣਾ, ਬੇਸੁਧ ਹੋਣਾ; ਮਰਨਾ, ਚਲਾਣਾ ਕਰ ਜਾਣਾ

goose /**ਗੂਸ**/ *n* ਹੰਸ, ਹੰਸਣੀ; ਸਿੱਧੜ, ਮੂਰਖ, ਬੁੱਧੂ; ਦਰਜੀ ਦਾ ਕੱਪੜੇ ਇਸਤਰੀ ਕਰਨ ਵਾਲਾ ਲੋਹਾ, ਪ੍ਰੈਸ

gooseberry /'**ਗੁਜ਼ਬਅਰਿ**/ *n* ਇੱਕ ਅੰਗੂਰ ਦੀ ਸ਼ਕਲ ਦਾ ਫਲ, ਇਸ ਫਲ ਦੀ ਸ਼ਰਾਬ

goose-step /'**ਗੂਸˌਸਟੈਪ**/ *n* ਫ਼ੌਜੀ ਮਾਰਚ ਵਾਲੀ ਚਾਲ

GOP /ˌ**ਜੀ ਅਉ 'ਪੀ** / *abbr* **Grand Old Party** ਦਾ ਸੰਖਿਪਤ ਰੂਪ, ਸੰਯੁਕਤ ਰਾਜ ਵਿੱਚ ਇੱਕ ਰਾਜਨੀਤਿਕ ਪਾਰਟੀ ਦਾ ਨਾਮ

Gordian /'**ਗੋਡਿਅਨ**/ *a* **Gordius** ਦੇ ਨਾਮ ਪਿੱਛੇ ਦਿੱਤੀ ਹੋਈ ਗੰਢ ਜੋ ਸਿਕੰਦਰ ਨੇ ਤਲਵਾਰ ਨਾਲ ਕੱਟ ਦਿੱਤੀ ਸੀ; ਮੁਸ਼ਕਲ, ਕਠਨ

Gordian knot /ˌ**ਗੋਡਿਅਨ 'ਨੌਟ**/ *n* ਜਟਿਲ ਸਮੱਸਿਆ

gore[1] /**ਗੋ***/ *n* ਲਹੂ, ਖ਼ੂਨ, ਜੰਮਿਆ ਲਹੂ

gore[2] *n* ਛਤਰੀ, ਗ਼ੁਬਾਰੇ ਜਾਂ ਗੁੰਬਦ ਦੀ ਤਿਕੋਨ

gore[3] *vt* ਸਿੰਗ ਮਾਰਨਾ ਜਾਂ ਚੋਭਣਾ, ਸਿੰਗ ਨਾਲ ਵਿੰਨ੍ਹ ਦੇਣਾ, ਖੋਭਣਾ, ਚੋਭਣਾ

gorge /**ਗੋਜ**/ *n* ਖੁੱਡ, ਡੂੰਘੀ ਘਾਟੀ, ਪਹਾੜਾਂ ਵਿੱਚੋਂ ਦੀ ਤੰਗ ਰਸਤਾ; ਮੱਛੀ ਦੀ ਖ਼ੁਰਾਕ; ਕਿਲ੍ਹੇ ਦਾ ਪਿਛਲਾ ਦਰਵਾਜ਼ਾ, ਬੁਰਜ ਦਾ ਰਸਤਾ; ਸੰਘ, ਸੰਘ ਵਿੱਚੋਂ ਹੇਠਾਂ ਗਈ ਖ਼ੁਰਾਕ; ਬਹੁਤ ਜ਼ਿਆਦਾ ਭੋਜਨ *v* ਭੋਜਨ ਖੁਆ ਕੇ ਮੂੰਹ ਤੱਕ ਭਰ ਦੇਣਾ, ਗਲ ਤੱਕ ਭਰ ਦੇਣਾ; ਤੂੜਨਾ, ਬਹੁਤ ਖਾਣਾ, ਤੂੜ ਕੇ ਖਾਣਾ, ਆਫਰਨਾ

gorgeous /'**ਗੋਜਅਸ**/ *a* ਸ਼ਾਨਦਾਰ, ਭੜਕੀਲਾ; ਉੱਜਲ, ਸਜਿਆ, ਫਬਿਆ, ਅਲੰਕ੍ਰਿਤ, ਚਮਕਦਾਰ, ਲਿਸ਼ਕਦਾ, ਸਜ-ਧਜ ਵਾਲਾ, ਛੱਬਪੂਰਨ, ਛਬੀਲਾ

gorget /'ਗੋਜਿਟ/ *n* ਪੰਛੀਆਂ ਦੇ ਗਲ ਦੁਆਲੇ ਰੰਗ ਦਾ ਘੇਰਾ, ਗਾਨੀ, ਹਾਰ, ਮਾਲਾ, ਕੰਠਾ; ਸੰਜੋ ਦਾ ਗਲ ਦੁਆਲੇ ਦਾ ਹਿੱਸਾ; ਈਸਾਈ ਸਾਧਣੀਆਂ ਦਾ ਮੂੰਹ ਕੱਜਣ ਵਾਲਾ ਪਰਦਾ, ਘੁੰਡ

gorgon /'ਗੋਗਅਨ/ *n* ਆਪਣੀ ਨਜ਼ਰ ਨਾਲ ਜਿਊਂਦੇ ਬੰਦੇ ਨੂੰ ਸੈਲ ਪੱਥਰ ਵਿੱਚ ਬਦਲ ਦੇਣ ਵਾਲੀ ਯੂਨਾਨੀ ਚੁੜੇਲ; ਬਦਸੂਰਤ ਇਸਤਰੀ

gorilla /ਗਅ'ਰਿਲਅ/ *n* ਬਣਮਾਣਸ; ਵਹਿਸ਼ੀ ਬੰਦਾ

gormandize /'ਗੋਮਅਨਡਾਇਜ਼/ *v* ਹਾਬੜਿਆਂ ਵਾਂਗ ਖਾਣਾ, ਤੁੰਨਣਾ

gory /'ਗੋਰਿ/ *a* ਲਹੂ-ਲੁਹਾਣ, ਲਹੂ ਨਾਲ ਭਿੱਜਿਆ, ਖ਼ੂਨ ਨਾਲ ਲੱਥ-ਪੱਥ

gosh /ਗੌਸ਼/ *int* (ਅਚੰਭਾ ਜਾਂ ਹੈਰਾਨੀ) ਸਹੁੰ ਰੱਬ ਦੀ, ਕਸਮ ਖ਼ੁਦਾ ਦੀ

gospel /'ਗੌਸਪਲ/ *n* ਈਸਾਈਆਂ ਦਾ ਧਰਮ ਗ੍ਰੰਥ, ਇੰਜੀਲ, ਬਾਈਬਲ; ਈਸਾ ਦੁਆਰਾ ਪ੍ਰਚਾਰਿਤ ਧਰਮ ਸਿਧਾਂਤ, ਪ੍ਰੋਟੈਂਟ ਮੱਤ ਦੇ ਸਿਧਾਂਤ; ਹਜ਼ਰਤ ਈਸਾ ਦੇ ਜੀਵਨ ਉੱਤੇ ਉਹਨਾਂ ਦੇ ਚੌਹਾਂ ਨਿਕਟ ਸ਼ਰਧਾਲੂਆਂ ਦੁਆਰਾ ਲਿਖੀਆਂ ਪੁਸਤਕਾਂ ਵਿੱਚੋਂ ਕੋਈ ਇੱਕ, ਇਹਨਾਂ ਪੁਸਤਕਾਂ ਵਿੱਚੋਂ ਧਾਰਮਿਕ ਸਭਾਵਾਂ ਵਿੱਚ ਪੜ੍ਹਿਆ ਜਾਣ ਵਾਲਾ ਕੋਈ ਹਿੱਸਾ, ਈਸਾ ਦੁਆਰਾ ਪ੍ਰਗਟ ਕੀਤਾ ਸ਼ੁਭ ਸਮਾਚਾਰ; ਮੱਤ, ਈਮਾਨ, ਧਰਮ ਸਿਧਾਂਤ; ਅਜਿਹੀ ਗੱਲ ਜਿਸ ਵਿੱਚ ਸੰਦੇਹ ਕਰਨ ਦੀ ਗੁੰਜਾਇਸ਼ ਨਾ ਹੋਵੇ

gossamer /'ਗੌਸਅਮਅ*/ *n* ਮੱਕੜੀ ਦਾ ਜਾਲਾ, ਮਹੀਨ ਜਾਲੀ; ਛਾਂਈਂ-ਮਾਂਈਂ

gossip /'ਗੌਸਿਪ/ *n* ਗੱਪ, ਗੱਪ-ਸ਼ੱਪ, ਵਾਧੂ ਗੱਲ; (ਪਰਾ) ਗੂੜ੍ਹਾ ਮਿੱਤਰ; ਗੱਪੀ, ਗਾਲੜੀ *v* ਗੱਪਾਂ ਮਾਰਨਾ, ਵਿਹਲੀਆਂ ਗੱਲਾਂ ਕਰਨਾ

gossipy /'ਗੌਸਿਪਿ/ *a* ਗੱਪੀ, ਗਾਲੜੀ

Gothic /'ਗੌਥਿਕ/ *a* ਗਾਥ ਜਾਤੀ ਬਾਰੇ, ਗਾਥ ਜਾਤੀ ਦਾ; ਅਸੱਭਿਆ, ਗੰਵਾਰ *n* ਗਾਥ ਜਾਤੀ ਦੀ ਬੋਲੀ; ਗਾਥ ਜਾਤੀ ਦੇ ਨਮੂਨੇ ਉੱਤੇ ਇਮਾਰਤ ਉਸਾਰੀ, ਨੋਕਦਾਰ ਡਾਟਾਂ ਵਾਲੀ ਇਮਾਰਤ, ਪੁਰਾਣਾ ਅੰਗਰੇਜ਼ੀ ਇਮਾਰਤੀ ਉਸਾਰੀ ਢੰਗ; (ਟਾਈਪ) ਪੁਰਾਣਾ, ਜਰਮਨ

gotta /'ਗੌਟਅ/ *n* ਇੱਕ ਅਪ੍ਰਮਾਣਿਕ ਸ਼ਬਦ, ਸ਼ਬਦ ਜਿਸ ਨੂੰ ਠੀਕ ਨਹੀਂ ਮੰਨਿਆ ਜਾਂਦਾ **have got a** ਦੇ ਅਰਥ ਦਾ ਸੂਚਕ ਸ਼ਬਦ

gotten /ਗੌਟ(ਅ)ਨ/ *v* **get** ਦਾ ਭੂਤ-ਕਿਰਦੰਤ ਰੂਪ

gouge /ਗਾਉਜ/ *vt* ਛੈਣੀ ਨਾਲ ਪਾੜਨਾ, ਨਹੁੰਦਰਾ ਖੋਭਣੀਆਂ, ਛੇਕ ਕਰਨਾ *n* (ਫ਼ਰਸ਼ ਉੱਤੇ ਕੀਤੀ) ਤੰਗ ਡੂੰਘੀ ਗਲੀ, ਲੱਕੜ ਉੱਤੇ ਲੱਗੇ ਟੱਕਾਂ ਦੇ ਨਿਸ਼ਾਨ

gourd /ਗੁਅਡ, ਗੋਡ/ *n* ਕੱਦੂ, ਤੂੰਬਾ; ਤੂੰਬੇ ਆਦਿ ਦਾ ਬਣਾਇਆ ਭਾਂਡਾ; ਕੱਦੂ ਤੂੰਬੇ ਆਦਿ ਦੀ ਵੇਲ

gourmand /'ਗੁਅਮਅਨਡ/ *n* ਪੇਟੂ, ਚਟੋਰਾ

gourmet /'ਗੁਅਮੇਇ/ *n* ਭੋਜਨ ਅਤੇ ਸ਼ਰਾਬ ਦਾ ਪਾਰਖੂ, ਭੋਜਨ ਰਸੀਆ

gout /ਗਾਉਟ/ *n* ਜੋੜਾਂ ਵਿੱਚ ਪੀੜ ਅਤੇ ਸੋਜ ਦਾ ਰੋਗ, ਗਠੀਆ; ਛਿੱਟ, ਛਿੱਟਾ, ਤੁਪਕਾ; ਦਾਗ਼, ਧੱਬਾ

gouty /'ਗਾਉਟਿ/ *a* ਗਠੀਏ ਦਾ (ਰੋਗੀ), ਗਠੀਏ ਵਾਲਾ

govern /'ਗਅੱਵ੍ਨ/ *v* ਪ੍ਰਬੰਧ ਕਰਨਾ, ਇੰਤਜ਼ਾਮ ਕਰਨਾ; ਰਾਜ ਪ੍ਰਬੰਧ ਕਰਨਾ, ਰਾਜ ਕਰਨਾ; (ਕਿਲ੍ਹੇ ਜਾਂ ਸ਼ਹਿਰ ਦੀ ਸੈਨਾ ਦਾ) ਕਮਾਂਡਰ ਹੋਣਾ; ਕਾਬੂ ਰੱਖਣਾ, ਵੱਸ ਵਿੱਚ ਰੱਖਣਾ; ਕਨੂੰਨ ਹੋਣਾ, ਕਨੂੰਨ ਆਦਿ ਦਾ ਮੁੱਲ ਹੋਣਾ; ਝਗੜੇ ਜਾਂ ਮੁਕੱਦਮੇ ਵਿੱਚ ਸਹਾਇਕ ਹੋਣਾ; (ਵਿਆ) ਕਿਸੇ ਦੂਸਰੇ ਸ਼ਬਦ ਦੇ ਰੂਪ ਨੂੰ ਬਦਲਨ ਦੀ ਸਮਰੱਥਾ ਹੋਣਾ

governed /'ਗਅੱਵ੍(ਅ)ਨਡ/ *a* ਸ਼ਾਸਤ, ਅਧੀਨ, ਨਿਅੰਤਰਿਤ

governess /'ਗਅੱਵ੍ਅਨਅਸ/ *n* ਸ਼ਾਸਨ ਜਾਂ ਪ੍ਰਬੰਧ ਕਰਨ ਵਾਲੀ ਇਸਤਰੀ, ਸ਼ਾਸਕਾ; ਅਧਿਆਪਕਾ, ਮਾਸਟਰਾਣੀ, ਉਸਤਾਨੀ; ਗਵਰਨਰ ਦੀ ਪਤਨੀ

government /'ਗਅੱਵ੍ਅਨਮਅਨਟ/ *n* ਸਰਕਾਰ, ਰਾਜ, ਹਕੂਮਤ, ਗੌਰਮਿੰਟ, ਸ਼ਾਸਨ;

ਸ਼ਾਸਨ ਪੱਧਤੀ; (ਵਿਆ) ਕਾਰਕ ਚਿੰਨ੍ਹ ਦਾ ਬਾਕੀ ਸ਼ਬਦਾਂ ਨਾਲ ਸੰਬੰਧ

governmental /ˌਗਅੱਵ੍ਹਨ'ਮੈਂਟਲ/ *a* ਸਰਕਾਰੀ, ਰਾਜ ਦਾ, ਸ਼ਾਸਨ ਸੰਬੰਧੀ, ਸ਼ਾਸਨੀ

governor /'ਗਅੱਵ੍ਹਅਨਅ*/ *n* ਗਵਰਨਰ, ਰਾਜਪਾਲ, ਪ੍ਰਦੇਸ਼ਪਾਲ, ਹਾਕਮ; ਕਿਸੇ ਸਕੂਲ ਜਾਂ ਕਾਲਜ ਦਾ ਉੱਚ ਅਧਿਕਾਰੀ ਜਿਸ ਦੇ ਜ਼ੁੰਮੇ ਸੰਸਥਾ ਦਾ ਪ੍ਰਬੰਧ ਹੋਵੇ; ਮਸ਼ੀਨ ਦਾ ਉਹ ਪੁਰਜ਼ਾ ਜਿਸ ਰਾਹੀਂ ਮਸ਼ੀਨ ਨੂੰ ਗੈਸ ਜਾਂ ਤੇਲ ਆਦਿ ਦੀ ਸਪਲਾਈ ਨਿਅੰਤਰਿਤ ਹੁੰਦੀ ਹੈ

govt *abbr* **government** ਦਾ ਸੰਖੇਪ ਰੂਪ, ਵੇਖੋ **government**

gowk /ਗਾਉਕ/ *n* (ਬੋਲ) ਮੂਰਖ ਆਦਮੀ, ਬੇਵਕੂਫ, ਉੱਲੂ-ਧਾਟਾ

gown /ਗਾਉਨ/ *n* ਚੋਲਾ, ਚੋਗਾ, ਖੁੱਲ੍ਹਾ ਤੇ ਲੰਮਾ ਕੁੜਤਾ; ਫਰਾਕ ਕੋਟ; ਵਕੀਲਾਂ ਦਾ ਕਾਲਾ ਚੋਲਾ, ਯੂਨੀਵਰਸਿਟੀ ਜਾਂ ਕਾਲਜ ਦੇ ਅਧਿਆਪਕ ਅਤੇ ਪਾਦਰੀ ਦਾ ਗਾਊਨ, ਕਨਵੋਕੇਸ਼ਨਾਂ ਉੱਤੇ ਡਿਗਰੀਆਂ ਲੈਣ ਵੇਲੇ ਪਾਇਆ ਜਾਣ ਵਾਲਾ ਕਾਲਾ ਚੋਗਾ *vt* ਚੋਲਾ ਪਾਉਣਾ

gownsman /'ਗਾਉਨਜ਼ਮਅਨ/ *n* ਅਜਿਹਾ ਅਹੁਦੇਦਾਰ ਜਿਸਨੂੰ ਕੰਮ ਜਾਂ ਫ਼ਰਜ਼ ਨਿਭਾਉਣ ਸਮੇਂ ਚੋਲਾ ਪਾਉਣਾ ਪੈਂਦਾ ਹੈ ਜਿਵੇਂ ਵਕੀਲ ਜਾਂ ਪਾਦਰੀ

GPA /ˌਜੀ ਪੀ 'ਏਇ/ *abbr* **Grade Point Average** ਦਾ ਸੰਖਿਪਤ ਰੂਪ, ਪਰੀਖਿਆ ਵਿੱਚ ਹਾਸਲ ਕੀਤਾ ਗਰੇਡ

GPS /ˌਜੀ ਪੀ 'ਐੱਸ/ *abbr* **global positioning system** ਦਾ ਸੰਖਿਪਤ ਰੂਪ, ਕਿਸੇ ਮਨੁੱਖ ਜਾਂ ਚੀਜ਼ ਦੀ ਧਰਤੀ ਉੱਤੇ ਖ਼ਾਸ ਸਥਿਤੀ 'ਤੇ ਹੋਣ ਦੀ ਸਹੀ ਜਾਣਕਾਰੀ ਦੇਣ ਦੀ ਇੱਕ ਵਿਧੀ

grab /ਗਰੈਬ/ *v* ਖੋਹਣਾ, ਲੁੱਟਣਾ, ਝਪਟ ਮਾਰਨਾ, ਝਪਟ ਕੇ ਫੜਨਾ, ਗਰਿਫ਼ਤਾਰ ਕਰਨਾ *n* ਖੋਹ, ਲੁੱਟ-ਖਸੁੱਟ ਜਾਂ ਝਪਟ; ਗਰਿਫ਼ਤ, ਦਸਤ ਦਰਾਜ਼ੀ

grabble /'ਗਰੈਬ(ਅ)ਲ/ *vi* (ਹਨੇਰੇ ਵਿਚ) ਹੱਥਾਂ ਨਾਲ ਟੋਹਣਾ, ਭਾਲਣਾ, ਟਟੋਲਣਾ

grace /ਗਰੇਇਸ/ *n* ਸੁੰਦਰਤਾ, ਛਬ, ਸ਼ੋਭਾ, ਅਦਾ, ਖ਼ੂਬੀ, ਹੁਸਨ, ਅੰਦਾਜ਼; ਮਿਹਰ ਦੀ ਨਜ਼ਰ; ਕਰਮ, ਬਖ਼ਸ਼ਿਸ਼, ਰੱਬੀ ਮਿਹਰ, ਖ਼ੁਦਾਈ ਕਰਮ; ਅਰਚਨਾ ਜਾਂ ਅਰਦਾਸ ਜੋ ਭੋਜਨ ਤੋਂ ਪਹਿਲਾ ਜਾਂ ਮਗਰੋਂ ਕਰਦੇ ਹਨ *vt* ਸਜਾਉਣਾ, ਸ਼ਿੰਗਾਰਨਾ; ਮਾਨ ਬਖਸ਼ਣਾ

graceful /'ਗਰੇਇਸਫ਼ਲ/ *a* ਸੁੰਦਰ, ਛਬੀਲਾ, ਹੁਸੀਨ, ਖ਼ੂਬਸੂਰਤ, ਦਿਲਰੁਬਾ

graceless /'ਗਰੇਇਸਲਅਸ/ *a* ਛਬੀਹੀਣ, ਕੋਝਾ, ਫੂਹੜ, ਗੁਣਹੀਣ

gracious /'ਗਰੇਇਸ਼ਅਸ/ *a* ਮਿਹਰਬਾਨ, ਦਿਆਲੂ, ਤੁੱਠਾ, ਕਿਰਪਾ ਨਿਧਾਨ, ਬਖਸ਼ਿੰਦ; ਸੁੰਦਰ; ਧਾਰਮਿਕ; ਖੁਸ਼ਗਵਾਰ, ਦਿਲਫ਼ਰੇਬ, ਵਧੀਆ

grad /ਗਰੈਡ/ *n* **graduate** ਦਾ ਸੰਖਿਪਤ ਰੂਪ, ਵਿਦਿਅਕ ਡਿਗਰੀ ਪ੍ਰਾਪਤੀ

gradate /ਗਰਅ'ਡੇਇਟ/ *v* ਦਰਜੇ ਅਨੁਸਾਰ ਤਰਤੀਬ ਦੇਣਾ, ਦਰਜੇਵਾਰ ਕਰਨਾ, ਸਿਲਸਿਲੇਵਾਰ ਬਣਾਉਣਾ

gradation /ਗਰਅ'ਡੇਇਸ਼ਨ/ *n* ਦਰਜਾਬੰਦੀ, ਗ੍ਰੇਡਬੰਦੀ, ਦਰਜੇ ਅਨੁਸਾਰ ਦਿੱਤੀ ਗਈ ਤਰਤੀਬ

gradational /ਗਰਅ'ਡੇਇਸ਼(ਅ)ਨ(ਅ)ਲ/ *a* ਦਰਜਾਬੰਦੀ ਸੰਬੰਧੀ, ਕ੍ਰਮਬੰਦੀ ਦਾ, ਗ੍ਰੇਡਬੰਦੀ ਨਾਲ ਸੰਬੰਧਿਤ

grade point average *n* (ਵਿਦਿਅਕ ਪ੍ਰਨਾਲੀ ਵਿੱਚ) ਵਿਦਿਆਰਥੀ ਦਾ ਅੰਕ ਪ੍ਰਾਪਤ ਕਰਨ ਦਾ ਦਰਜਾ, ਗ੍ਰੇਡ ਪ੍ਰਾਪਤੀ ਦਾ ਦਰਜਾ

gradient /'ਗਰੇਇਡਿਅਨਟ/ *n* ਢਲਾਨ ਦਾ ਮਾਪ; ਉਤਰਾਈ ਚੜ੍ਹਾਈ ਦੀ ਦਰ; ਇੱਕ ਤਲ ਤੋਂ ਦੂਜੇ ਉੱਤੇ ਜਾਂਦਿਆਂ ਤਾਪਕ੍ਰਮ ਦੇ ਵਾਧੇ ਘਾਟੇ ਦੀ ਦਰ

grading /'ਗਰੇਇਡਿਙ/ *n* ਦਰਜਾਬੰਦੀ, ਸ਼੍ਰੇਣੀਕਰਨ, ਕੋਟੀਕਰਨ, ਕੋਟੀਕ੍ਰਮ

gradual /'ਗਰੈਜੁਅਲ/ *n* ਗਿਰਜੇ ਵਿੱਚ ਗਾਏ ਜਾਣ ਵਾਲੇ ਵਿਸ਼ੇਸ਼ ਗੀਤ *a* ਦਰਜੇਵਾਰ, ਸਿਲਸਿਲੇ

ਵਾਰ, ਮਧਮ ਦਰ ’ਤੇ

gradually /'ਗਰੈਜੁਅਲਿ/ *adv* ਹੌਲੀ-ਹੌਲੀ, ਸਹਿਜੇ-ਸਹਿਜੇ

graduate /'ਗਰੈਜੁਅਟ/ *n* ਗ੍ਰੈਜੂਏਟ ਸਨਦਯਾਫ਼ਤਾ ਵਿਅਕਤੀ; ਡਾਕਟਰ ਦਾ ਮਿਣ ਕੇ ਦਵਾਈ ਪਿਆਉਣ ਵਾਲਾ ਗਲਾਸ /'ਗਰੈਜੁਏਇਟ/ *v* ਡਿਗਰੀ ਪ੍ਰਾਪਤ ਕਰਨਾ, ਸਨਦ ਲੈਣਾ, ਦਰਜੇ ਲਾਉਣਾ, ਅੰਕਣਾ, ਦਰਜੇਵਾਰ ਕਰਨਾ, ਹਿੱਸਿਆਂ ਵਿੱਚ ਵੰਡਣਾ; ਆਮਦਨੀ ਅਨੁਸਾਰ ਟੈਕਸ ਲਾਉਣਾ

graduation /ˌਗਰੈਜੂ'ਏਇਸ਼ਨ/ *n* ਡਿਗਰੀ ਪ੍ਰਾਪਤ ਕਰਨ ਦਾ ਕਾਰਜ, ਅੰਕਣ, ਦਰਜੇਬੰਦੀ

graft /ਗਰਾਫ਼ਟ/ *n* ਪਿਓਂਦ, ਕਲਮ; (ਰਾਜਨੀਤੀ ਵਿੱਚ) ਅਯੋਗ ਲਾਭ, ਵੱਢੀ, ਰਿਸ਼ਵਤ; (ਜਰਾਹੀ) ਇੱਕ ਥਾਂ ਤੋਂ ਕੱਟ ਕੇ ਦੂਜੇ ਥਾਂ ਲਾਉਣ ਦੀ ਕਿਰਿਆ *vt* ਪਿਓਂਦ ਚੜ੍ਹਾਉਣਾ, ਕਲਮ ਲਾਉਣਾ; ਇੱਕ ਜਾਨ ਕਰਨਾ; (ਰਾਜਨੀਤੀ ਵਿੱਚ) ਅਯੋਗ ਲਾਭ ਉਠਾਉਣਾ

grail /ਗਰੇਇਲ/ *n* (ਈਸਾਈ ਧਰਮ) ਪਵਿੱਤਰ ਪਿਆਲਾ, ਵੇਖੋ **Holy Grail**

grain /ਗਰੇਇਨ/ *n* ਬੀ, ਤੁਖਮ; ਦਾਣਾ, ਅਨਾਜ; ਟੁਕੜਾ, ਕਿਣਕਾ, ਜ਼ੱਰਾ; ਡੇਢ ਰੱਤੀ ਦਾ ਵਜ਼ਨ, ਬਹੁਤ ਥੋੜ੍ਹਾ ਭਾਰ; ਕਿਰਮਚੀ ਜਾਂ ਲਾਲ ਰੰਗ; ਲੱਕੜੀ ਦੀ ਧਾਰੀ; ਸੁਭਾਅ, ਤਬੀਅਤ; ਜੌਆਂ ਦੀ ਸ਼ਰਾਬ ਬਣਾਉਣ ਵੇਲੇ ਬਚਿਆ ਫੋਕਟ ਪਦਾਰਥ *v* ਦਾਣੇਦਾਰ ਬਣਾਉਣਾ; ਲਾਲ ਰੰਗ ਚਾੜ੍ਹਨਾ; ਖੱਲ ਦੇ ਵਾਲ ਉਤਾਰਨਾ

gram[1] /ਗਰੈਮ/ *n* ਛੋਲੇ; ਛੋਲਿਆਂ ਦਾ ਬੀਜ/ਦਾਣਾ

gram[2], **gramme** /ਗਰੈਮ/ *n* ਕਿਲੋਗ੍ਰਾਮ ਦਾ ਹਜ਼ਾਰਵਾਂ ਹਿੱਸਾ, ਗ੍ਰਾਮ

grammar /'ਗਰੈਮਅ*/ *n* (ਵਿਆ)ਵਿਆਕਰਨ; (ਵਿਆਕਰਨ ਦੀ) ਪੁਸਤਕ; ਕਿਸੇ ਲੇਖਕ ਜਾਂ ਬੁਲਾਰੇ ਦਾ ਖ਼ਾਸ ਵਿਆਕਰਨਿਕ ਢੰਗ; ਵਿਆਕਰਨ ਦੇ ਸਿਧਾਂਤਾਂ ਦਾ ਪ੍ਰਯੋਗ

grammarian /ਗਰਅ'ਮੇਅਰਿਅਨ/ *n* ਵਿਆਕਰਨ ਸ਼ਾਸਤਰੀ, ਵਿਆਕਰਨ ਆਚਾਰੀਆ, ਵਿਆਕਰਨ ਵੇਤਾ, ਵਿਆਕਰਨ ਦਾ ਮਾਹਰ

grammar school *n* ਪ੍ਰਾਥਮਿਕ ਸਕੂਲ

grammatical /ਗਰਅ'ਮੈਟਿਕਲ/ *a* ਵਿਆਕਰਨਿਕ

gramophone /'ਗਰੈਮਅਫ਼ਅਉਨ/ *n* ਤਵਿਆਂ ਵਾਲਾ ਵਾਜਾ, ਗ੍ਰਾਮੋਫੋਨ

granary /'ਗਰੈਨਅਰਿ/ *n* ਅਨਾਜ ਭੰਡਾਰ, ਅਨਾਜ ਦਾ ਕੋਠਾ, ਅਨਾਜ ਦਾ ਗੁਦਾਮ, ਭੜੋਲਾ, ਬੁਖ਼ਾਰੀ

grand /ਗਰੈਂਡ/ *a* ਉੱਚਾ, ਵੱਡਾ, ਸ਼ਾਨਦਾਰ; ਅਸਲੀ; (ਸੰਗੀ) ਕਾਮਲ, ਪੂਰੇ ਸਾਜ਼ ਵਾਲਾ, ਠਾਠ-ਬਾਠ ਵਾਲਾ; ਉੱਚੇ ਵਿਚਾਰਾਂ ਜਾਂ ਖ਼ਿਆਲਾਂ ਵਾਲਾ; ਅਤਿ ਚੰਗਾ; ਤੀਜੀ ਪੁਸ਼ਤ ਵਿੱਚ (ਉੱਪਰ ਵੱਲ ਜਾਂ ਹੇਠਾਂ ਵੱਲ)

grandad /'ਗਰੈਨਡੈਡ/ *n* ਦਾਦੇ ਵਾਸਤੇ ਪਿਆਰ ਨਾਲ ਆਖਿਆ ਸ਼ਬਦ

grandchild /'ਗਰੈਨਚਾਇਲਡ/ *n* ਪੋਤਰਾ, ਦੋਹਤਰਾ, ਪੋਤਰੀ, ਦੋਹਤਰੀ

granddaughter /'ਗਰੈਨਡੋਟਅ*/ *n* ਪੋਤਰੀ, ਦੋਹਤਰੀ

grandeur /'ਗਰੈਨਜਅ*, -ਨਡਯਅ*/ *n* ਵਡਿਆਈ, ਸ਼ੋਭਾ, ਸ਼ਾਨ, ਚੜ੍ਹਤ, ਚੜ੍ਹਤਲ; ਮਹਾਨਤਾ, ਮਹਿਮਾ, ਤੇਜ, ਪ੍ਰਤਾਪ, ਪ੍ਰਤਿਸ਼ਠਾ; ਗੌਰਵ, ਜਾਹੋ-ਜਲਾਲ; ਰੋਹਬ, ਦਬਦਬਾ; ਮਾਣ, ਆਣ, ਵਕਾਰ

grandiloquence /ਗਰੈਨ'ਡਿਲਅਕਵਅਨਸ/ *n* ਸ਼ਬਦ ਅਡੰਬਰਤਾ

grandiloquent /ਗਰੈਨ'ਡਿਲਅਕਵਅਨਟ/ *a* ਵਾਕ ਅਡੰਬਰਪੂਰਨ, ਜੋ ਸੌਖੀ ਅਤੇ ਸਧਾਰਨ ਗੱਲ ਆਖਣ ਲਈ ਵੱਡੇ-ਵੱਡੇ ਅਤੇ ਔਖੇ ਸ਼ਬਦਾਂ ਜਾਂ ਮਿਸ਼ਰਿਤ ਵਾਕਾਂ ਦੀ ਵਰਤੋਂ ਕਰੇ, (ਰਚਨਾ) ਜਿਸ ਵਿੱਚ ਵਾਕ ਅਡੰਬਰ ਹੋਵੇ

grandiose /'ਗਰੈਨਡਿਅਉਸ/ *a* ਧੂਮ-ਧਾਮ ਵਾਲਾ, ਠਾਠ-ਬਾਠ ਵਾਲਾ, ਸ਼ਾਨਦਾਰ

grandma /'ਗਰੈਨਮਾ/ *n* ਦਾਦੀ, ਨਾਨੀ

grandmother /'ਗਰੈਨਮਅੱਦਅ*/ *n* ਦਾਦੀ,

ਨਾਨੀ

grandpa /'ਗਰੈਨਪਾ/ *n* ਦਾਦਾ, ਨਾਨਾ

grandparent /'ਗਰੈਨਪੇਅਰਅਨਟ/ *n* ਦਾਦਾ–ਦਾਦੀ, ਨਾਨਾ–ਨਾਨੀ

grand slam *n* ਵੱਡੀ ਜਿੱਤ

grandstand /ਗਰੈਨਸਟੈਨਡ/ *n* ਖੇਡਾਂ ਦੇਖਣ ਲਈ ਬੈਠਣ ਦਾ ਮੁੱਖ ਮੰਚ

grand total *n* ਸਮੁੱਚੀ ਗਿਣਤੀ, ਵੱਖ-ਵੱਖ ਕੀਤੇ ਜੋੜਾਂ ਦਾ ਜੋੜਫਲ, ਪੂਰੀ ਦੀ ਪੂਰੀ ਮਾਤਰਾ, ਕੁੱਲ ਜੋੜ

granite /'ਗਰੈਨਿਟ/ *n* ਇੱਕ ਸਖ਼ਤ ਦਾਣੇਦਾਰ ਪੱਥਰ; ਠੋਸ ਵਸਤੂ, ਸਖਤ ਚੀਜ਼

granny /'ਗਰੈਨਿ/ *n* (ਮੋਹ ਨਾਲ) ਦਾਦੀ ਜਾਂ ਨਾਨੀ; ਬਿਰਧ ਸੁਆਣੀ

grant /ਗਰਾਨਟ/ *vt* ਮਨਜ਼ੂਰ ਕਹਨਾ, ਕਬੂਲ ਕਰਨਾ, ਮੰਨ ਲੈਣਾ, ਫ਼ਰਜ਼ ਕਰਨਾ; ਅਦਾ ਕਰਨਾ, ਬਖਸ਼ਣਾ *n* ਗਰਾਂਟ, ਮਨਜ਼ੂਰੀ, ਸਰਕਾਰੀ ਸਹਾਇਤਾ; ਅਨੁਦਾਨ, ਦਾਤ

grant-in-aid *n* ਵਿੱਦਿਆ ਪ੍ਰਾਪਤੀ ਜਾਂ ਵਿਦਿਅਕ ਖੋਜ ਲਈ ਸਰਕਾਰ ਵਲੋਂ ਦਿੱਤੀ ਜਾਂਦੀ ਧਨ ਰਾਸ਼ੀ

granular /'ਗਰੈਨਯਅਲਅ*/ *a* ਦਾਣੇਦਾਰ

granule /'ਗਰੈਨਯੂਲ/ *n* ਕੁੱਕਰਾ; ਕਿਣਕਾ, ਕਣੀ ਛੋਟਾ ਦਾਣਾ

grape /ਗਰੇਇਪ/ *n* ਅੰਗੂਰ, ਦਾਖ

grapeshot /'ਗਰੇਇਪਸ਼ੌਟ/ *n* ਤੋਪ ਆਦਿ ਦਾ ਛੱਰਾ

grapevine /'ਗਰੇਇਪਵ੍ਾਇਨ/ *n* ਅੰਗੂਰੀ ਸ਼ਰਾਬ; ਅਣ-ਅਧਿਕਾਰਿਤ ਜਾਣਕਾਰੀ, ਅਫ਼ਵਾਹ

graph /ਗਰੈਫ, ਗਰਾਫ/ *n* ਰੇਖਾ, ਖ਼ਾਕਾ; ਚਿੱਤਰ; ਇੱਕ ਯੰਤਰ ਜਿਸ ਨਾਲ ਕਿਸੇ ਲਿਖਤ ਆਦਿ ਦੀਆਂ ਨਕਲਾਂ ਜਾਂ ਪਰਤਾਂ ਬਣਾਈਆਂ ਜਾਂਦੀਆਂ ਹਨ, ਨਕਲਗੀਰ *vt* ਨਕਲਗੀਰ ਨਾਲ ਛਾਪਣਾ

grapheme /'ਗਰੈਫ਼ੀਮ/ *n* ਲਿਪਾਂਕ

graphic /'ਗਰੈਫ਼ਿਕ/ *a* ਲਿਖਤ ਸੰਬੰਧੀ, ਨਕਸ਼ੇ ਦਾ, ਚਿੱਤਰਕਾਰੀ ਤੇ ਬੁੱਤ-ਤਰਾਸ਼ੀ ਸੰਬੰਧੀ; ਵਿਸਤ੍ਰਿਤ, ਵਿਆਖਿਆ ਸਹਿਤ; ਹੂ-ਬਹੂ

graphical user interface ਵੇਖੋ GUI

graphic equalizer *n* ਬਿਜਲਾਣੂ ਉਪਕਰਨ ਜਾਂ ਕੰਪਿਊਟਰ ਪ੍ਰੋਗਰਾਮ (ਜਿਸ ਨਾਲ ਧੁਨੀ ਗਤੀ ਦੀ ਮਾਤਰਾ ਉੱਤੇ ਨਿਯੰਤਰਨ ਰੱਖਿਆ ਜਾਂਦਾ ਹੈ)

graphite /'ਗਰੈਫ਼ਾਇਟ/ *n* ਇੱਕ ਪਦਾਰਥ; ਪੈਨਸਿਲ ਦਾ ਸੁਰਮਾ ਜਾਂ ਸਿੱਕਾ

graphology /ਗਰੈ'ਫ਼ੌਲਅਜਿ/ *n* ਲਿਖ਼ਤ ਵੇਖ ਕੇ ਲੇਖਕ ਦਾ ਸੁਭਾਅ ਜਾਣਨ ਦੀ ਵਿੱਦਿਆ, ਹੱਥ ਲਿਖਤ ਵਿਗਿਆਨ

grapnel /'ਗਰੈਪਨ(ਅ)ਲ/ *n* ਦੁਸ਼ਮਣ ਦਾ ਜਹਾਜ਼ ਫਸਾਉਣ ਲਈ ਕੁੰਡਾ; ਛੋਟਾ ਲੰਗਰ

grapple /'ਗਰੈਪਲ/ *n* ਕੁੰਡਾ, ਕਮੰਦ; ਮੁੱਠ-ਭੇੜ, ਹੱਥੋ-ਪਾਈ *v* ਫੜਾਉਣਾ, ਫੜਨਾ, ਉਲਝਾਉਣਾ, ਉਲਝਣਾ, ਗੁੱਥਮ-ਗੁੱਥਾ ਹੋਣਾ, ਹੱਥੋ–ਪਾਈ ਹੋਣਾ

grasp /ਗਰਾਸਪ/ *v* ਫੜਨ ਦੀ ਕੋਸ਼ਿਸ਼ ਕਰਨਾ, ਝਪਟ ਮਾਰਨਾ, (ਕਿਸੇ ਚੀਜ਼ ਉੱਤੇ) ਭੁੱਖਿਆਂ (ਹਿਰਸੀਆਂ) ਵਾਂਗ ਟੁੱਟ ਪੈਣਾ; ਘੁੱਟ ਕੇ ਫੜਨਾ; ਸਮਝ ਲੈਣਾ; ਕਾਬੂ ਕਰ ਲੈਣਾ *n* ਕਾਬੂ, ਕਬਜ਼ਾ, ਪਕੜ, ਗਰਿਫ਼ਤ; ਦੀਰਘ ਦ੍ਰਿਸ਼ਟੀ•

grasping /'ਗਰਾਸਪਿਙ/ *a* ਪਕੜਨ ਵਾਲਾ, ਹਿਰਸੀ, ਲਾਲਚੀ, ਲੋਭੀ

grass /ਗਰਾਸ/ *n* ਘਾਹ; ਚਾਰਾ, ਚਰਾਂਦ, ਚਰਾਗਾਹ; ਘਾਹ ਦਾ ਖਿੱਤਾ *vt* ਡੇਗਣਾ, ਮੱਛੀ ਨੂੰ ਕਿਨਾਰੇ ਉੱਤੇ ਖਿੱਚਣਾ, ਪੰਛੀਆਂ ਨੂੰ ਗੋਲੀ ਮਾਰ ਕੇ ਡੇਗਣਾ

grasshopper /'ਗਰਾਸਹੌਪਅ*/ *n* ਘਾਹ ਦਾ ਟਿੱਡਾ

grass roots /ˌਗਰਾਸ'ਰੂਟਸ/ *n* ਜਨ ਸਧਾਰਨ; ਆਧਾਰ, ਬੁਨਿਆਦ

grassy /'ਗਰਾਸਿ/ *a* ਹਰਾ–ਭਰਾ, ਘਾਹ ਵਾਲਾ

grate /ਗਰੇਇਟ/ *n* ਅੰਗੀਠੀ, ਅੰਗੀਠੀ ਦੀ ਜਾਲੀ *v* ਕੱਦੂਕਸ਼ ਕਰਨਾ, ਘਿਸਰਨਾ, ਘਿਸਾਉਣਾ; ਦੰਦ ਪੀਹਣਾ, ਦੰਦ ਕਰੀਚਣਾ; ਕੁਰੱਖ਼ਤ ਹੋਣਾ, ਚਿੜਚਿੜਾ ਹੋਣਾ

grateful /'ਗਰੇਇਟਫ਼ਲ/ *a* ਸਵੀਕਾਰ ਕਰਨ

ਯੋਗ; ਸੁਹਾਵਣਾ, ਮਨਪਸੰਦ; ਧੰਨਵਾਦੀ, ਇਹਸਾਨਮੰਦ, ਕ੍ਰਿਤੱਗ, ਕ੍ਰਿਤਾਰਥ, ਸ਼ੁਕਰਗੁਜ਼ਾਰ, ਆਭਾਰੀ, ਸ਼ਾਕਰ

gratefulness /'**ਗਰੇਇਟਫਲਨਅਸ**/ *n* ਕ੍ਰਿਤੱਗਤਾ, ਇਹਸਾਨਮੰਦੀ, ਆਭਾਰ

gratification /ˌ**ਗਰੈਟਿਫ਼ਿ'ਕੇਇਸ਼ਨ**/ *n* ਇੱਛਾ ਪੂਰਤੀ, ਰੀਝਪੂਰਤੀ; ਖ਼ੁਸ਼ੀ, ਪ੍ਰਸੰਨਤਾ, ਤ੍ਰਿਪਤੀ, ਤੁਸ਼ਟੀ; ਵੱਢੀ, ਰਿਸ਼ਵਤ

gratify /'**ਗਰੈਟਿਫ਼ਾਇ**/ *vt* ਰੀਝ ਪੂਰੀ ਕਰਨਾ, ਖ਼ੁਸ਼ ਕਰਨਾ; ਬਦਲਾ ਦੇਣਾ, ਫ਼ੀਸ ਦੇਣਾ, ਦਿਲਜੋਈ ਕਰਨਾ; ਮੁੱਠੀ ਗਰਮ ਕਰਨਾ, ਵੱਢੀ ਦੇਣਾ

grating /'**ਗਰੇਇਟਿਙ**/ *n* ਰਗੜ; ਦੰਦ ਕਰੀਚ; ਜਾਲੀ, ਅੰਗੀਠੀ ਦੀ ਜਾਲੀ, ਝਾਰਨੀ, ਸੀਖਾਂ

gratis /'**ਗਰੈਟਿਸ**, '**ਗਰੇਇਟਿਸ**/ *a* ਇਨਾਮ ਵਿੱਚ ਦਿੱਤਾ, ਪੁਰਸਕਾਰ ਵੱਜੋਂ ਦਿੱਤਾ *adv* ਬਿਨਾਂ ਮੁੱਲ ਤੋਂ, ਮੁਫ਼ਤ, ਐਵੇਂ

gratitude /'**ਗਰੈਟਿਟਯੂਡ**/ *n* ਸ਼ੁਕਰੀਆ, ਧੰਨਵਾਦ, ਸ਼ੁਕਰ, ਇਹਸਾਨ, ਕਿਰਪਾ, ਕ੍ਰਿਤੱਗਤਾ, ਇਹਸਾਨਮੰਦੀ

gratuitous /**ਗਰਅ'ਟਯੂਇਟਅਸ**/ *a* ਬਿਨਾਂ ਮੁੱਲ ਤੋਂ, ਮੁਫ਼ਤ ਦਾ, ਅਣਕਮਾਇਆ, ਐਵੇਂ ਹੀ; ਅਕਾਰਨ, ਨਿਰਉਦੇਸ਼, ਵਿਅਰਥ, ਫੋਕਟ, ਬੇਲੋੜਾ; ਬਿਨਾਂ ਅਧਿਕਾਰ

gratuity /**ਗਰਅ'ਟਯੂਅਟਿ**/ *n* ਧਨ ਦਾਨ; ਗ੍ਰੈਚੁਟੀ; ਮਜ਼ਦੂਰੀ, ਤਨਖ਼ਾਹ

gratulatory /'**ਗਰੈਟਯੁਲਅਟ(ਅ)ਰਿ**/ *a* ਵਧਾਈ ਦਾ, ਮੁਬਾਰਕਬਾਦੀ

grave[1] /**ਗਰੇਇਵ਼**/ *n* ਕਬਰ, ਸਮਾਧ, ਮੜ੍ਹੀ, ਗੋਰ; ਕਬਰ ਦਾ ਪੱਥਰ, ਕਬਰ ਦੇ ਉੱਪਰਲਾ ਸਮਾਰਕ ਚਿੰਨ੍ਹ; ਆਲੂ ਆਦਿ ਦੱਬਣ ਵਾਲਾ ਟੋਆ; ਸੁੰਨਸਾਨ ਥਾਂ; ਮੌਤ, ਮਿਰਤੂ, ਅੰਤ, ਨਾਸ਼

grave[2] *v* ਦੱਬਣਾ, ਦਫ਼ਨਾਉਣਾ; ਤਰਾਸ਼ਣਾ, ਰੂਪ ਬਣਾਉਣਾ, ਨੱਕਾਸ਼ੀ ਕਰਨਾ, ਉੱਕਰਨਾ; ਜੰਮ ਜਾਣਾ, ਬੈਠ ਜਾਣਾ, ਟਿਕ ਜਾਣਾ

grave[3] *vt* ਜਹਾਜ਼ ਨੂੰ ਬੰਦਰਗਾਹ ਵਿੱਚ ਲਿਆ ਕੇ ਉਸ ਦੇ ਥੱਲੇ ਨੂੰ ਸਾਫ਼ ਕਰਕੇ ਕੋਲਤਾਰ (ਲੁੱਕ) ਲਿੱਪਣਾ

grave[4] *a* ਗੰਭੀਰ, ਭਾਰੀ; ਮਹਾਨ; ਜ਼ਰੂਰੀ; ਧੀਰਜਵਾਨ; ਸੰਗੀਨ, ਘੋਰ, ਭਿਆਨਕ, ਡਰਾਉਣਾ, ਦਹਿਸ਼ਤ ਪੈਦਾ ਕਰਨ ਵਾਲਾ; ਸਖ਼ਤ; ਸੰਜੀਦਾ, ਗੰਭੀਰਤਾ ਸਹਿਤ, ਵਿਚਾਰਯੋਗ

grave clothes /'**ਗਰੇਇਵ਼ਕਲਅਉਦਜ਼**/ *n* ਕਫ਼ਨ, ਖੱਫ਼ਣ

gravel /'**ਗਰੈਵ਼ਲ**/ *n* ਬਜਰੀ, ਕੰਕਰ, ਰੋੜੀ, ਕੰਕਰੀਟ, ਰੇਤ ਕੰਕਰ, ਖਾਣਾਂ ਦੀ ਪੁਟਾਈ ਨਾਲ ਸੰਬੰਧਿਤ ਰੇਤ ਕੰਕਰ ਦੀ ਪਰਤ ਜਾਂ ਤਹਿ; ਪੱਥਰੀ ਦਾ ਰੋਗ *vt* ਰੋੜੀ ਬਜਰੀ ਜਾਂ ਕੰਕਰੀਟ ਪਾਉਣਾ, ਬਜਰੀ ਵਿਛਾਉਣਾ; ਘਬਰਾ ਦੇਣਾ, ਬੰਦ ਕਰਨਾ, ਚੱਕਰ ਵਿੱਚ ਪਾਉਣਾ, ਮੱਤ ਮਾਰਨਾ, ਘਬਰਾਉਣਾ

gravestone /'**ਗਰੇਇਵ਼ਸਟਅਉਨ**/ *n* ਕਬਰ ਉੱਤੇ ਨਾਂ ਆਦਿ ਵਾਲਾ ਪੱਥਰ, ਕੁਤਬਾ

graveyard /'**ਗਰੇਇਵ਼ਯਾਡ**/ *n* ਕਬਰਾਂ ਵਾਲੀ ਥਾਂ, ਕਬਰਸਤਾਨ

gravid /'**ਗਰੈਵ਼ਿਡ**/ *a* ਗੱਭਣ, ਹਾਮਲਾ, ਗਰਭਵਤੀ

gravitate /'**ਗਰੈਵ਼ਿਟੇਇਟ**/ *v* ਆਕਰਸ਼ਣ ਕੇਂਦਰ ਵੱਲ ਖਿੱਚਣਾ, ਥੱਲੇ ਜਾਣਾ ਜਾਂ ਡੁੱਬਣਾ, ਆਕਰਸ਼ਿਤ ਹੋਣਾ, ਥੱਲੇ ਵੱਲ ਝੁਕਣਾ, ਕਿਸੇ ਪ੍ਰਭਾਵ ਕੇਂਦਰ ਵੱਲ ਬਹੁਤ ਜ਼ਿਆਦਾ ਖਿੱਚੇ ਜਾਣਾ

gravitation /ˌ**ਗਰੈਵ਼ਿ'ਟੇਇਸ਼ਨ**/ *n* ਗੁਰੂਤਾ ਖਿੱਚ, ਕੇਂਦਰੀ ਖਿੱਚ, ਕਸ਼ਿਸ਼, ਆਕਰਸ਼ਣ ਸ਼ਕਤੀ

gravitational /ˌ**ਗਰੈਵ਼ਿ'ਟੇਇਸ਼ਅਨਲ**/ *a* ਗੁਰੂਤਾ ਖਿੱਚ ਸੰਬੰਧੀ; ਕੇਂਦਰੀ ਖਿੱਚ ਵਾਲਾ, ਆਕਰਸ਼ਕ, ਕਸ਼ਿਸ਼ ਭਰਿਆ

gravity /'**ਗਰੈਵ਼ਅਟਿ**/ *n* ਆਕਰਸ਼ਣ ਸ਼ਕਤੀ, ਭੂਮੀ ਦੀ ਖਿੱਚ, ਗੁਰੂਤਾ; ਕਿਸੇ ਵਸਤੂ ਦਾ ਦੂਜੀ ਵਸਤੂ ਵੱਲ ਆਕਰਸ਼ਣ ਵੇਗ; ਭਾਰ, ਭਾਰਾਪਣ, ਵਜ਼ਨ, ਬੋਝ; ਗੰਭੀਰ ਆਚਰਨ, ਗੰਭੀਰਤਾ; ਮਹੱਤਵ, ਅਹਿਮੀਅਤ; ਸੰਜੀਦਗੀ

gravy /'**ਗਰੇਇਵ਼ਿ**/ *n* ਸ਼ੋਰਬਾ, ਤਰੀ, ਯਖਨੀ;

ਅਚਾਨਕ ਮਿਲਿਆ ਧਨ, ਵੱਢੀ

gray /ਗਰੇਇ/ *n* ਵੇਖੋ **grey**

graze /ਗਰੇਇਜ਼/ *n* ਸਪਰਸ਼, ਛੋਹ *v* ਛਿੱਲਣਾ, ਛਿੱਲਿਆ ਜਾਣਾ; ਜਾਂਦਿਆਂ-ਜਾਂਦਿਆਂ ਨਾਲ ਛੋਹ ਜਾਣਾ, ਖੁਰਕ-ਮਹਿਸੂਸ ਕਰਨਾ; ਪਸ਼ੂਆਂ ਨੂੰ ਚਾਰਨਾ

grazing /'ਗਰੇਇਜ਼ਿਙ/ *n* ਚਰਾਈ, ਚਰਾਗਾਹ, ਚਰਾਂਦ

grease /ਗਰੀਸ/ *n* ਚਰਬੀ; ਚਿਕਨਾਈ; ਚੀਕਣਾ ਪਦਾਰਥ, ਗਰੀਸ; ਘੋੜੇ ਦੇ ਪੈਰਾਂ ਦਾ ਇੱਕ ਰੋਗ *vt* ਚਰਬੀ ਲਾਉਣਾ, ਚੀਕਣਾ ਕਰਨਾ, ਗਰੀਸ ਲਾਉਣਾ

great /ਗਰੇਇਟ/ *a* (ਚੀਜ਼ ਜਾਂ ਵਿਅਕਤੀ) ਉੱਤਮ, ਮਹਾਨ, ਗੰਭੀਰ, ਅਸਧਾਰਨ, ਬਹੁਤ ਜ਼ਿਆਦਾ; ਉੱਜਲ, ਮਹੱਤਵਪੂਰਨ, ਯੋਗ, ਪ੍ਰਸਿੱਧ, ਤੇਜਵਾਨ, ਸ਼ਾਨਦਾਰ; ਭਾਰਾ; ਪ੍ਰਮੁੱਖ; ਨਿਪੁੰਨ

Great Bear /ˌਗਰੇਇਟ 'ਬੇਅ*/ *n* ਸਪਤਰਿਸ਼ੀ ਨਛੱਤਰ

Great Britain *n* ਬਰਤਾਨੀਆ, ਇੱਕ ਦੇਸ਼ ਦਾ ਨਾਮ

greatness /ਗਰੇਇਟਨਅਸ/ *n* ਮਹਾਨਤਾ, ਗੁਰੂਤਾ, ਗੌਰਵਤਾ, ਵਡਿਆਈ, ਵਡੱਪਣ

Great War *n* *1914* ਤੋਂ *1918* ਦਾ ਮਹਾਨ ਯੁੱਧ, ਸੰਸਾਰ ਯੁੱਧ

greave /ਗਰੀਵ੍/ *n* (ਰਣਭੂਮੀ ਵਿੱਚ ਯੋਧਿਆਂ ਦੇ ਪਹਿਨਣ ਵਾਲੀ) ਸੰਜੋ ਦਾ ਇੱਕ ਭਾਗ, ਕਵਚ ਖੰਡ

greaves /ਗਰੀਵ੍ਜ਼/ *n* (ਬਹੁ) ਛਿੱਛੜੇ, ਤਲਛਟ, ਮਾਸ ਦਾ ਤੰਤੂਆਂ ਸਣੇ ਪਰ ਚਰਬੀ ਰਹਿਤ ਭਾਗ, ਮੱਛੀਆਂ ਦੀ ਖ਼ੁਰਾਕ

grebe /ਗਰੀਬ/ *n* ਮੁਰਗਾਬੀ

Grecian /'ਗਰੀਸ਼ਨ/ *n* ਯੂਨਾਨ ਦਾ ਵਿਦਵਾਨ *a* ਯੂਨਾਨੀ, ਯੂਨਾਨ ਦੇਸ ਦਾ

greed /ਗਰੀਡ/ *n* ਲੋਭ, ਲਾਲਚ, ਹਿਰਸ, ਲਬ, ਤਮ੍ਹਾਂ

greedy /'ਗਰੀਡਿ/ *n* ਲੋਭੀ, ਲਾਲਚੀ, ਹਿਰਸੀ; ਪੇਟੂ, ਭੁੱਖਾ

Greek /ਗਰੀਕ/ *n* ਯੂਨਾਨ ਦਾ ਵਾਸੀ; ਯੂਨਾਨੀ ਭਾਸ਼ਾ; ਸਮਝੋਂ ਬਾਹਰ ਭਾਸ਼ਾ; ਯੂਨਾਨੀ ਗਿਰਜੇ (ਧਰਮ) ਨੂੰ ਮੰਨਣ ਵਾਲਾ ਪ੍ਰਾਣੀ *a* ਧੋਖੇਬਾਜ਼, ਚਾਲਬਾਜ਼, ਜਾਲ੍ਹਸਾਜ਼, ਠੱਗ, ਮੱਕਾਰ; ਯੂਨਾਨੀ ਭਾਸ਼ਾ ਸੰਬੰਧੀ, ਯੂਨਾਨੀ, ਯੂਨਾਨ ਸੰਬੰਧੀ

green /ਗਰੀਨ/ *n* ਹਰੇ ਰੰਗ ਦੀ ਵਸਤੂ; ਹਰਾ ਰੰਗ; ਮੁਲਾਇਮ ਕੱਚੀ ਵਸਤੂ; ਸਾਗ ਸਬਜ਼ੀ; ਜਿਊਂਦੀ ਚੀਜ਼; ਈਰਖਾਲੂ; ਘਾਹ ਦਾ ਮੈਦਾਨ; ਜੋਬਨ; ਉਤਪਾਦਨ ਸ਼ਕਤੀ, ਸੰਤਾਨ ਉਤਪਾਦਨ ਸ਼ਕਤੀ *a* ਹਰਿਆ-ਭਰਿਆ, ਹਰਿਆਵਲਾ, ਹਰਾ, ਸਾਵਾ, ਸਬਜ਼, ਜ਼ੈਤੂਨੀ; ਕੱਚਾ; ਵਿਕਸਿਤ ਹੁੰਦਾ ਹੋਇਆ, ਨਰਮ, ਮੁਲਾਇਮ; ਅਨੁਭਵਹੀਣ, ਅਨਾੜੀ; ਜਿਉਂਦਾ-ਜਾਗਦਾ; ਤਾਜ਼ਾ (ਜ਼ਖ਼ਮ ਲਈ) *v* ਹਰਾ ਹੋਣਾ, ਹਰਾ ਕਰਨਾ; ਹਰੇ ਰੰਗ ਵਿੱਚ ਰੰਗਣਾ; ਹਾਸੇ -ਹਾਸੇ ਵਿੱਚ ਧੋਖਾ ਦੇਣਾ, ਠੱਗਣਾ, ਲੁੱਟਣਾ, (ਮੱਲ) ਮਾਰ ਲੈਣਾ

greenery /'ਗਰੀਨਅਰਿ/ *n* ਹਰਿਆਲੀ, ਬਨਸਪਤੀ, ਹਰਿਆਵਲ, ਸਬਜ਼ੀ, ਤਰਕਾਰੀ

green eye *n* ਈਰਖਾ, ਸਾੜਾ

green fingers *n* (ਬੋਲ) ਬਾਗ਼ਵਾਨੀ ਦੀ ਮੁਹਾਰਤ

greengrocer /'ਗਰੀਨਗਰਅਉਸਅ*/ *n* ਸਬਜ਼ੀ ਵੇਚਣ ਵਾਲਾ

greenhorn /'ਗਰੀਨਹੋਨ/ *n* ਅਨਾੜੀ, ਅੱਲ੍ਹੜ

greenhouse /'ਗਰੀਨਹਾਉਸ/ *n* ਪੌਦਿਆਂ ਲਈ ਕੱਚ ਦਾ ਘਰੌਂਦਾ, ਕੋਮਲ ਪੌਦੇ ਉਗਾਉਣ ਵਾਸਤੇ ਕੱਚ ਦਾ ਘਰ

greenhouse effect *n* ਵਧਦੀ ਕਾਰਬਨਡਾਈ-ਆਕਸਾਈਡ ਕਾਰਨ ਧਰਤੀ ਦੇ ਵਾਤਾਵਰਨ ਦੇ ਗਰਮ ਹੋਣ ਦਾ ਭਾਵ

greenhouse gas *n* ਬੂਟਿਆਂ ਲਈ ਸ਼ੀਸ਼ੇ ਦੇ ਘਰ ਬਣਨ ਲਈ ਕੋਈ ਗੈਸ, ਕਾਰਬਨ ਡਾਇਕਸਾਈਡ ਗੈਸ

green room /'ਗਰੀਨ ਰੁਮ/ *n* ਸ਼ਿੰਗਾਰ ਕਮਰਾ

green tea *n* ਹਰੀ ਚਾਹ

Greenwich Mean Time /ˌਗਰੈਂਨਿਚ'ਮੀਨ ਟਾਇਮ/ *n* ਬਰਤਾਨੀਆ ਦਾ ਪ੍ਰਮਾਣਿਤ ਸਮਾਂ

greenwood /'ਗਰੀਨਵੁਡ/ *n* ਬਸੰਤ ਰੁੱਤ ਵਿੱਚ ਜੰਗਲ ਦੀ ਹਰਿਆਲੀ, ਹਰਿਆ-ਭਰਿਆ ਜੰਗਲ

greet /ਗਰੀਟ/ *vt* ਸੁਆਗਤ ਕਰਨਾ; ਜੈ-ਜੈ ਕਾਰ ਕਰਨਾ; ਸ਼ਾਬਾਸ਼ ਦੇਣਾ; ਦ੍ਰਿਸ਼ਟੀਗੋਚਰ ਹੋਣਾ, ਮਿਲਨਾ; ਆਦਾਬ ਕਰਨਾ, ਪ੍ਰਣਾਮ ਕਰਨਾ, ਨਮਸਕਾਰ ਕਰਨਾ, ਸਲਾਮ ਕਰਨਾ; (ਸਕਾਟਲੈਂਡ) ਰੋਣਾ, ਰੁਦਨ ਕਰਨਾ

greeting /'ਗਰੀਟਿਙ/ *n* ਨਮਸਕਾਰ, ਪ੍ਰਣਾਮ, ਸੁਆਗਤ, ਜੈ-ਜੈ ਕਾਰ, ਖ਼ੁਸ਼ੀ ਦੇ ਨਗਮੇ, ਹਰਸ਼ ਧੁਨੀ

gregarious /ਗਰਿ'ਗੇਅਰਿਅਸ/ *a* (ਜੀਵ) ਵੱਗਚਾਰੀ; ਸੰਗਤ ਪ੍ਰੇਮੀ, ਸਮੂਹ ਨਾਲ ਰਹਿਣ ਵਾਲਾ; ਸਮੂਹ ਦਾ; (ਬਨ) ਗੁੱਛਿਆਂ (ਵਿੱਚ ਉੱਗਣ) ਵਾਲਾ

gregariousness /ਗਰਿ'ਗੇਅਰਿਅਸਨਅਸ/ *n* ਸੰਗਤ ਪ੍ਰੇਮ, ਮਿਲਨਸਾਰਤਾ

grenade /ਗਰਅ'ਨੇਇਡ/ *n* ਬਰੂਦ ਦਾ ਹੱਥ ਗੋਲਾ; ਅੱਗ ਬੁਝਾਉਣ ਵਾਲਾ (ਰਸਾਇਣਿਕ ਪਦਾਰਥ ਵਾਲਾ) ਕੱਚ ਦਾ ਬੰਬ

grenadier /ˌਗਰੈਨੱਅ'ਡਿਅ*/ *n* ਹੱਥ ਗੋਲੇ ਸੁੱਟਣ ਵਾਲਾ ਸੈਨਿਕ; ਉੱਤਰੀ ਅਮਰੀਕਾ ਦਾ ਇੱਕ ਪੰਛੀ

grey /ਗਰੇਇ/ *v* ਸਲੇਟੀ ਕਰਨਾ ਜਾਂ ਹੋਣਾ (ਛਾਇਆ ਚਿੱਤਰ); ਕੱਚ ਦੀ ਸਤ੍ਹਾ ਨੂੰ ਧੁੰਦਲਾਉਣਾ; ਮਿਟਿਆਲਾ, ਭੂਰਾ, ਸਲੇਟੀ, ਸੁਆਹ ਰੰਗਾ, ਕਾਲੇ ਤੇ ਚਿੱਟੇ ਦੇ ਵਿਚਕਾਰਲੇ ਰੰਗ ਦਾ; ਉਦਾਸ; ਬੁੱਢਾ ਹੁੰਦਾ ਹੋਇਆ; ਚੰਡਿਆ, ਸਿਆਣਾ, ਪੁਰਾਣੇ ਜ਼ਮਾਨੇ ਦਾ

greyhound /'ਗਰੇਇਹਾਉਨਡ/ *n* ਸ਼ਿਕਾਰੀ ਕੁੱਤਾ

grey market *n* (ਕੰਪਨੀ ਦੀ ਆਗਿਆ ਤੋਂ ਬਿਨਾਂ) ਕੰਪਨੀ ਦਾ ਮਾਲ ਹੋਰ ਦੇਸ਼ਾਂ ਵਿੱਚ ਵੇਚਣ ਦਾ ਧੰਦਾ

grey matter *n* ਦਿਮਾਗ਼

greyness /ਗਰੇਇਨਅਸ/ *n* ਭੂਰਾਪਣ, ਧੁੰਦਲਾਪਣ

grid /ਗਰਿਡ/ *n* ਤਾਰਾਂ ਜਾਂ ਰਸਤਿਆਂ ਦਾ ਜਾਲ, ਬਿਜਲੀ ਦੀਆਂ ਤਾਰਾਂ ਦਾ ਜਾਲ, (ਕੋਈ ਸਥਾਨ ਲੱਭਣ ਲਈ) ਸੈਨਿਕਾਂ ਦਾ ਨੰਬਰੀ ਨਕਸ਼ਾ

gride /ਗਰਾਇਡ/ *n* ਕੱਟਣ ਜਾਂ ਖੁਰਚਣ ਵੇਲੇ ਪੈਦਾ ਹੋਣ ਵਾਲੀ ਖਰ੍ਹਵੀ ਅਵਾਜ਼ *vt* ਛਿੱਲਣਾ, ਕੱਟਣਾ, ਵਿੰਨ੍ਹਣਾ, ਸੱਲ ਕਰਨਾ; ਖੁਰਦਰੀ ਤੇ ਕਠੋਰ ਅਵਾਜ਼ ਦਾ ਪੈਦਾ ਹੋਣਾ

gridiron /'ਗਰਿਡਾਇਅਨ/ *n* ਮਾਸ ਭੁੰਨਣ ਵਾਲੀ ਝਾਰਨੀਦਾਰ ਅੰਗੀਠੀ, ਸੀਖਦਾਰ ਚੁੱਲ੍ਹਾ; ਮੋਟਰ ਜਾਂ ਗੱਡੀ ਵਿੱਚ ਸਮਾਨ ਰੱਖਣ ਵਾਲਾ ਪਿੰਜਰਾ; ਜਹਾਜ਼ ਦਾ ਮੋੜ; ਰੰਗ-ਮੰਚ ਦਾ ਲੱਕੜ ਦਾ ਢਾਂਚਾ ਜਿਸ ਨਾਲ ਪਰਦੇ ਸੁੱਟੇ ਜਾਂਦੇ ਹਨ; ਫੁਟਬਾਲ ਦਾ ਮੈਦਾਨ; ਮੁਰੰਮਤ ਲਈ ਜਹਾਜ਼ ਨੂੰ ਕਾਬੂ ਕਰਨ ਵਾਲਾ ਢਾਂਚਾ ਜਾਂ ਜੰਗਲਾ

gridlock /'ਗਰਿਡਲੌਕ/ *n* (ਲੋਕਾਂ ਦੀ) ਆਪਸੀ ਰਾਇ ਨਾ ਮਿਲਨ ਕਾਰਨ ਕਾਰਵਾਈ ਵਿੱਚ ਰੁਕਾਵਟ, ਭੀੜ ਕਰਨ ਆਵਾਜਾਈ ਠੱਪ ਹੋਣ ਦੀ ਦਸ਼ਾ

grief /ਗਰੀਫ਼/ *n* ਸੋਗ, ਗ਼ਮ, ਸ਼ੋਕ, ਅਫ਼ਸੋਸ, ਦੁੱਖ, ਮਾਨਸਿਕ ਕਲੇਸ਼

grievance /'ਗਰੀਵ੍ਅਨਸ/ *n* ਸ਼ਿਕਾਇਤ, ਗਿਲ੍ਹਾ, ਉਲਾਂਭਾ; ਔਕੜ, ਤੰਗੀ, ਔਖਿਆਈ, ਬਿਪਤਾ; ਦੁੱਖ ਦਾ ਕਾਰਨ

grieve /ਗਰੀਵ੍/ *v* ਦੁੱਖ ਦੇਣਾ ਜਾਂ ਦੁਖੀ ਹੋਣਾ, ਦਿਲ ਦੁਖਾਉਣਾ ਜਾਂ ਦੁਖਣਾ, ਸੋਗ ਪਾਉਣਾ ਜਾਂ ਪੈਣਾ

grievous /'ਗਰੀਵ੍ਅਸ/ *a* ਦੁਖਦਾਇਕ, ਤਕਲੀਫ਼ਦੇਹ; ਸਖ਼ਤ, ਘੋਰ, ਹੱਦ ਦਰਜੇ ਦਾ; ਹਾਨੀਕਾਰਕ, ਦੁਸ਼ਟ; ਡਾਢਾ, ਭਾਰੀ, ਵੱਡਾ, ਅਤਿ ਖ਼ਰਾਬ

griffin /'ਗਰਿਫ਼ਿਨ/ *n* ਸ਼ੇਰ ਵਰਗੇ ਧੜ ਅਤੇ ਉਕਾਬ ਵਰਗੇ ਸਿਰ ਅਤੇ ਖੰਭਾਂ ਵਾਲਾ ਕਲਪਿਤ ਜਾਨਵਰ; ਇੱਕ ਤਰ੍ਹਾਂ ਦਾ ਗਿੱਧ

grill /ਗਰਿਲ/ *n* ਭੁੰਨਿਆ ਮਾਸ ਜਾਂ ਕਬਾਬ; ਮਾਸ ਭੁੰਨਣ ਲਈ ਸੀਖਦਾਰ ਚੁੱਲ੍ਹਾ; ਉਹ ਢਾਂਚਾ ਜਿਸ

ਵਿੱਚ ਮੱਛੀ ਦੇ ਆਂਡਿਆਂ ਵਿੱਚੋਂ ਬੱਚੇ ਕੱਢੇ ਜਾਂਦੇ ਹਨ *v* ਭੁੰਨਣਾ, ਕਬਾਬ ਕਰਨਾ; ਕਰੜੀ ਪੁੱਛ-ਗਿੱਛ ਕਰਨਾ

grim /ਗਰਿਮ/ *a* ਨਿਰਦਈ, ਸਖ਼ਤ, ਕਰੜਾ, ਕਠੋਰ; ਡਰਾਉਣਾ, ਭਿਆਨਕ, ਦੁਖੀ, ਕਰੂਪ; ਘਿਰਨਾਜਨਕ; ਘੋਰ (ਮੌਤ ਦੇ ਸੰਬੰਧ ਵਿੱਚ)

grimace /ਗਰਿ'ਮੇਇਸ, 'ਗਰਿਮਅਸ/ *n* ਮੂੰਹ ਦਾ ਬਣਾਉਟੀ ਅੰਦਾਜ਼, ਖੇਖਣ *vi* ਦੰਦੀਆਂ ਚਿੜ੍ਹਾਉਣਾ, ਮੂੰਹ ਬਣਾਉਣਾ

grime /ਗਰਾਇਮ/ *n* ਮੈਲ, ਕਾਲਖ *vt* ਮੈਲਾ ਕਰਨਾ, ਗੰਦਾ ਕਰਨਾ, ਕਾਲਾ ਕਰਨਾ

grimy /'ਗਰਾਇਮਿ/ *a* ਮੈਲਾ, ਗੰਦਾ, ਕਾਲਖ਼ ਨਾਲ ਭਰਿਆ

grin /ਗਰਿਨ/ *vi* ਦੁਖ ਜਾਂ ਵਿਅੰਗ ਨਾਲ ਦੰਦ ਕੱਢਣਾ, ਖਿਸਿਆਉਣਾ; ਖੁਸ਼ੀ ਜਾਂ ਸ਼ਰਮਿੰਦਗੀ ਵਿੱਚ ਖੁੱਲ੍ਹ ਕੇ ਮੁਸਕਾਉਣਾ *n* ਸ਼ਰਮਿੰਦਗੀ ਭਰਿਆ ਹਾਸਾ, ਖਿਸਿਆਣੀ ਹਾਸੀ, ਬਦਤਮੀਜ਼ੀ ਭਰਿਆ ਹਾਸਾ

grind /ਗਰਾਇਨਡ/ *v* ਪੀਹਣਾ, ਚੱਬਣਾ, ਪਿਹਾਉਣਾ, ਸਾਣ ਚੜ੍ਹਾਉਣਾ; ਜ਼ੁਲਮ ਕਰਨਾ, ਸਤਾਉਣਾ; ਤਿੱਖਾ ਕਰਨਾ, ਤੇਜ਼ ਕਰਨਾ; ਸਾਰੰਗੀ ਦੀ ਕਿਸਮ ਦੇ ਸੰਗੀਤਕ ਯੰਤਰ ਨਾਲ ਸੰਗੀਤ ਪੈਦਾ ਕਰਨਾ; (ਨਾਚ ਵਿੱਚ) ਢਾਕਾਂ ਮਟਕਾਉਣਾ; ਬੜੀ ਮਿਹਨਤ ਨਾਲ ਪੜ੍ਹਨਾ ਜਾਂ ਪੜ੍ਹਾਉਣਾ; ਘੋਟਾ ਲਾਉਣਾ ਜਾਂ ਲਵਾਉਣਾ *n* ਇੱਕ ਕਿਸਮ ਦਾ ਪੱਥਰ; ਸਾਣ; ਘਾਲਣਾ; ਮੁਸ਼ਕਿਲ ਤੇ ਰੁੱਖਾ ਕੰਮ; (ਕੈਂਬਰਿਜ ਵਿੱਚ) ਪੱਤਣ, ਘਾਟ; ਸ਼ਿਕਾਰੀਆਂ ਦੀ ਇੱਕ ਘੋੜਦੌੜ; (ਸਕਾਟਲੈਂਡ ਵਿੱਚ) ਕਸਰਤ ਲਈ ਚਹਿਲ ਕਦਮੀ, ਸੈਰ

grinder /'ਗਰਾਇਨਡਅ*/ *n* ਪੀਹਣ ਵਾਲਾ; ਸਾਣ ਚਾੜ੍ਹਨ ਵਾਲਾ ਬੰਦਾ; ਚੱਕੀ ਦਾ ਉਪੱਰ ਵਾਲਾ ਪਾਟ ਜਾਂ ਪੁੜ; ਪੀਹਣ ਦੀ ਮਸ਼ੀਨ, ਦਾੜ੍ਹ

grindstone /'ਗਰਾਇਨਡਸਟਅਉਨ/ *n* ਸਾਣ, ਸਾਣ ਲਾਉਣ ਦਾ ਪੱਥਰ; ਪੁੜ

grip /ਗਰਿਪ/ *n* ਪੰਜਾ, ਕਾਬੂ, ਪਕੜ, ਕਬਜ਼ਾ; ਮੁਹਾਰਤ, ਅਧਿਕਾਰ; ਦਸਤਾ, ਹੱਥਾ, ਮੁੱਠਾ *v* ਮਜ਼ਬੂਤੀ ਨਾਲ ਪਕੜਨਾ, ਡੂੰਘੀ ਪਕੜ ਰੱਖਣਾ, ਮੁੱਠੀ ਵਿੱਚ ਲੈਣਾ, ਜਕੜ ਕੇ ਫੜਨਾ; ਧਿਆਨ ਕੇਂਦਰਿਤ ਕਰਨਾ

gripe /ਗਰਾਇਪ/ *vt* ਕਸ ਕੇ ਫੜਨਾ, ਪੱਕਾ ਜਕੜਨਾ, ਦਬੋਚਣਾ; ਅੱਤਿਆਚਾਰ ਕਰਨਾ, ਤਕਲੀਫ਼ ਦੇਣਾ; ਕਸ਼ਟ ਦੇਣਾ; ਦਬਾਉਣਾ, ਮਰੋੜਨਾ; (ਪੇਟ ਵਿੱਚ) ਵੱਟ ਪਾਉਣਾ ਜਾਂ ਪੈਣਾ, ਮਰੋੜ ਪੈਣਾ; ਹਨੇਰੀ ਵਿੱਚ ਜਹਾਜ਼ਾਂ ਦੀਆਂ ਰੱਸੀਆਂ ਦੁਆਰਾ ਰੱਖਿਆ ਕਰਨਾ; ਅਧਿਕਾਰ, ਪਕੜ; ਜਕੜ; (ਬਹੁ) ਪੇਟ ਦਾ ਸੂਲ ਜਾਂ ਦਰਦ; ਕਿਸੇ ਯੰਤਰ ਦਾ ਹੈਂਡਲ; ਮੁੱਠਾ, ਦਸਤਾ; ਜਹਾਜ਼ਾਂ ਨੂੰ ਸਥਾਨ 'ਤੇ ਸਥਿਰ ਰੱਖਣ ਲਈ ਰੱਸੀਆਂ ਦਾ ਬੰਨ੍ਹਣ

griper /'ਗਰਾਇਪਅ*/ *n* ਅੱਤਿਆਚਾਰੀ, ਦਬਾਉਣ ਵਾਲਾ, ਕਸ਼ਟਦਾਤਾ

grippe /ਗਰਿਪ/ *(F)* *n* ਫਲੂ, ਜ਼ੁਕਾਮ

grisly /'ਗਰਿਜ਼ਲਿ/ *a* ਭਿਆਨਕ, ਡਰਾਉਣਾ

grist /ਗਰਿਸਟ/ *n* ਪਿਹਾਈ; ਪੀਹਣ

gristle /'ਗਰਿਸਲ/ *n* ਨਰਮ ਹੱਡੀ, ਭੁਰਭੁਰੀ ਹੱਡੀ; ਰੀੜ੍ਹਦਾਰ ਜੀਵਾਂ ਦੇ ਕੁਝ ਚਿੱਟੇ ਰੰਗ ਦੇ ਕਠੋਰ ਲਚਕੀਲੇ ਮਾਸ ਤੰਤੂ ਰਗਾਂ ਜਾਂ ਨਸਾਂ

grit /ਗਰਿਟ/ *n* ਕਿਰਕ, ਕਣ, ਰੇਤ ਦੇ ਬਰੀਕ ਅਣੂ; ਰੋੜੀ, ਕੰਕਰੀ, ਮੋਟਾ ਰੇਤਲਾ ਪੱਥਰ; (ਬੋਲ) ਹਿੰਮਤ *v* ਕਰੀਚਣਾ, ਕਰੀੜਨਾ, ਦੰਦ ਪੀਹਣਾ

grits /ਗਰਿਟਸ/ *n* (ਬਹੁ) ਕੱਟੀ ਹੋਈ ਜਾਂ ਛਿੱਲ ਕੇ ਲਾਹੀ ਹੋਈ ਪਰ ਬਿਨਾਂ ਪੀਸੀ ਜਈ; ਜੌਆਂ ਦਾ ਮੋਟਾ ਆਟਾ, ਜੌਆਂ ਦਾ ਦਲੀਆ

gritty /'ਗਰਿਟਿ/ *a* ਕਿਰਕਿਰਾ, ਕੰਕਰੀਲਾ, ਕੰਕਰੀਦਾਰ; ਹਿੰਮਤੀ, ਸਾਹਸੀ, ਦ੍ਰਿੜ੍ਹ

grizzly /'ਗਰਿਜ਼ਲਿ/ *a* ਭੂਰਾ, ਖਾਕੀ, ਮਿਟਿਆਲਾ, ਭੂਸਲਾ *n* ਭੂਰਾ ਰਿੱਛ

grizzly bear /ˌਗਰਿਜ਼ਲਿ 'ਬੇਅ*/ *n* ਉੱਤਰੀ ਅਮਰੀਕਾ ਦਾ ਭੂਰਾ ਰਿੱਛ

groan /ਗਰਅਉਨ/ *v* ਕਰਾਹੁਣਾ, ਕਰਾਹ-ਕਰਾਹ ਕੇ ਆਖਣਾ; (ਕਿਸੇ ਚੀਜ਼ ਲਈ) ਤੜਫਣਾ, ਤਾਂਘਣਾ, ਲਾਲਸਾ ਕਰਨਾ; ਹੌਕਾ ਲੈਣਾ, ਆਹ ਭਰਨਾ,

ਅੱਤਿਆਚਾਰ ਨਾਲ ਦੱਬੇ ਜਾਣਾ; ਦਿਲ ਉੱਤੇ ਸੱਟ ਲੱਗਣਾ, ਅੰਦਰੋਂ ਦੁੱਖ ਹੋਣਾ *n* ਕਰਾਹ, ਭੁੱਬ, ਚੀਸ; ਲਾਲਸਾ, ਤੜਪ; ਹੌਕਾ, ਆਹ

groats /ਗਰਅਉਟਸ/ *n* (ਬਹੁ) ਜੌਆਂ ਦਾ ਦਲੀਆ

grocer /'ਗਰਅਉਸਅ*/ *n* ਪੰਸਾਰੀ, ਕਰਿਆਨੇ ਵਾਲਾ, ਪਰਚੂਨੀਆ, ਹੱਟਵਾਣੀਆ

grocery /'ਗਰਅਉਸਅਰਿ/ *n* ਪੰਸਾਰੀ ਦੀ ਦੁਕਾਨ, ਕਰਿਆਨੇ ਦੀ ਹੱਟੀ, ਪੰਸਾਰੀ ਦੀ ਹੱਟੀ ਦਾ ਸੌਦਾ, ਕਰਿਆਨੇ ਦਾ ਸਮਾਨ

grog /ਗਰੌਂਗ/ *n* ਪਾਣੀ ਮਿਲੀ ਸ਼ਰਾਬ; ਪੀਣ ਪਿਲਾਉਣ ਦੀ ਮਹਿਫ਼ਲ *v* ਪਾਣੀ ਮਿਲੀ ਸ਼ਰਾਬ ਪੀਣਾ

groggy /'ਗਰੌਗਿ/ *a* ਸ਼ਰਾਬੀ, ਮਸਤ, ਮਤਵਾਲਾ, ਮਦਹੋਸ਼, ਨਸ਼ਈ; (ਘੋੜਾ) ਕਮਜ਼ੋਰ, ਡਗਮਗਾਉਣ ਵਾਲਾ, ਕੰਬਣ ਵਾਲਾ, ਅਗਲੀਆਂ ਟੰਗਾਂ ਤੋਂ ਅਸਥਿਰ

groin /ਗਰੌਇਨ/ *n* ਚੱਡੇ

groom /ਗਰੂਮ/ *n* ਲਾੜਾ, ਦੁਲਹਾ; ਵਰ; ਸ਼ਾਹੀ ਮਹੱਲਾਂ ਦਾ ਇੱਕ ਅਫ਼ਸਰ, ਦਰੋਗਾ; ਘੋੜੇ ਦਾ ਸਈਸ *vt* (ਘੋੜੇ ਨੂੰ) ਖਰਖਰਾਉਣਾ, ਖਰਖਰਾ ਫੇਰਨਾ, ਦਾਣਾ ਘਾਹ ਪਾਉਣਾ, ਦੇਖ–ਭਾਲ ਕਰਨਾ, ਸਈਸੀ ਕਰਨਾ

groomsman /'ਗਰੂਮਜ਼ਮਅਨ/ *n* ਸਰਬਾਲ੍ਹਾ, ਲਾੜੇ ਦਾ ਸਹਾਇਕ, ਲਾੜੇ ਦੇ ਨਾਲ ਰਹਿਣ ਵਾਲਾ

groove /ਗਰੂਵ਼/ *n* (ਉਸਾਰੀ ਵਿੱਚ) ਝਰੀ, ਨਾਲੀ, ਗਲੀ *vt* ਝਰੀ ਬਣਾਉਣਾ, ਨਾਲੀ ਬਣਾਉਣਾ, ਗਲੀ ਕੱਢਣਾ

grope /ਗਰਅਉਪ/ *vi* ਟੋਲਣਾ, ਟੋਹਣਾ, ਭਾਲਣਾ, ਟਟੋਲਣਾ; (ਕਿਸੇ ਵਸਤੂ ਨੂੰ) ਅੰਨ੍ਹਿਆਂ ਵਾਂਗ ਭਾਲਣਾ, ਟਟੋਲ ਕੇ ਲੱਭਣਾ

gross /ਗਰਅਉਸ/ *n* ਗੁਰਸ, ਬਾਰਾਂ ਦਰਜਨ *a* ਸੰਪੂਰਨ, ਭਰਿਆ; ਵਾਧੂ, ਵਾਫ਼ਰ; ਮੋਟਾ, ਫੁੱਲਿਆ, (ਗਲਤੀ ਆਦਿ) ਸਖ਼ਤ, ਵੱਡਾ, ਭਾਰਾ; ਸਮੁੱਚਾ, ਕੁੱਲ, ਸਾਰਾ, ਸਮਸਤ; ਮੋਟਾ, ਭੱਦਾ, ਗੰਵਾਰ, ਅਸ਼ਲੀਲ, ਅਸ਼ਿਸ਼ਟ, ਗਲੀਜ਼; ਮੈਲਾ, ਗੰਦਾ, ਖ਼ਰਾਬ (ਖਾਣਾ); ਸੁਸਤ

gross domestic product *n* ਵੇਖੋ **GDP**

grotesque /ਗਰਅਉ'ਟੈਸੱਕ/ *n* ਇੱਕ ਪ੍ਰਕਾਰ ਦੀ ਨੱਕਾਸ਼ੀ ਜਾਂ ਪੱਥਰ ਤਰਾਸ਼ੀ ਜਿਸ ਵਿੱਚ ਮਨੁੱਖ ਤੇ ਪਸ਼ੂ ਦੀਆਂ ਅਜੀਬ ਤਸਵੀਰਾਂ ਤੇ ਫੁੱਲ ਪੱਤੀਆਂ ਮਿਲੀਆਂ–ਜੁਲੀਆਂ ਹੁੰਦੀਆਂ ਹਨ *a* ਵਿਲੱਖਣ, ਅਦਭੁਤ; ਵਿਗੜਿਆ ਰੂਪ, ਕੁਢੰਗਾ, ਅੱਧਾ ਤਿੱਤਰ ਅੱਧਾ ਬਟੇਰ, ਬੇਤੁਕਾ, ਬੇਮੇਲ, ਭੱਦਾ, ਵਿਕਰਿਤ

grotto /'ਗਰੌਟਅਉ/ *n* ਸੁੰਦਰ ਗੁਫਾ ਜਾਂ ਗਾਰ, ਸੁੰਦਰ ਦ੍ਰਿਸ਼ਾਂ ਵਾਲੀ ਕੰਦਰ

grouch /ਗਰਾਉਚ/ *n* ਚਿੜਚਿੜਾ ਬੰਦਾ *v* ਖਿਝਣਾ, ਅਸੰਤੋਸ਼ ਪ੍ਰਗਟ ਕਰਨਾ

ground /ਗਰਾਉਨਡ/ *n* ਭੋਂ, ਜ਼ਮੀਨ, ਧਰਤੀ, ਧਰਾਤਲ, ਤਲ; ਨੀਂਹ, ਆਧਾਰ, ਸਬੱਬ; ਕਿਸੇ ਖ਼ਾਸ ਚੀਜ਼ ਦਾ ਮੈਦਾਨ; ਸਮੁੰਦਰ ਦਾ ਤਲ; ਜਾਇਦਾਦ; ਉਹ ਤਲ ਜਿਸ ਉੱਪਰ ਰੇਖਾ ਬਣਾਈ ਗਈ ਹੋਵੇ; (ਕ੍ਰਿਕਟ) ਪੇਸ਼ਾਵਰ ਖਿਲਾੜੀ *v* ਨੀਂਹ ਰੱਖਣਾ; ਨੀਂਹ ਪੱਕੀ ਕਰਨਾ; (ਜਹਾਜ਼ ਦਾ) ਥੱਲੇ ਉੱਤਰਨਾ; (ਬਿਜਲੀ) ਜ਼ਮੀਨ ਨਾਲ ਸੰਚਾਲਕ ਦੇ ਰੂਪ ਵਿੱਚ ਜੋੜਨਾ

ground bait *n* ਮੱਛੀ ਨੂੰ ਆਕਰਸ਼ਿਤ ਕਰਨ ਲਈ ਹੇਠਾਂ ਸੁੱਟਿਆ ਤਾਮਾ

groundbreaking /'ਗਰਾਉਨਡਬਰੇਇਕਿਙ/ *a* ਮਾਅਰਕੇ ਦੀ (ਖੋਜ), ਅਤਿ ਉੱਤਮ

ground floor *n* ਜ਼ਮੀਨੀ ਮੰਜ਼ਲ

grounding /'ਗਰਾਉਨਡਿਙ/ *n* ਮੁਢਲੀ ਸਿੱਖਿਆ, ਬੁਨਿਆਦੀ ਤਾਲੀਮ, ਮੁਢਲੇ ਸਿਧਾਂਤਾਂ ਜਾਂ ਅਸੂਲਾਂ ਦੀ ਸਿੱਖਿਆ; (ਸਿਧਾਂਤ ਜਾਂ ਸੰਸਥਾ ਦੀ) ਸਥਾਪਨਾ; (ਹਵਾਈ) ਜਹਾਜ਼ ਦਾ ਧਰਤੀ 'ਤੇ ਉਤਾਰਾ; ਸਮੁੰਦਰੀ ਜਹਾਜ਼ ਦੀ ਤਟ ਉੱਤੇ ਪਹੁੰਚ

groundless /'ਗਰਾਉਨਡਲਅਸ/ *a* ਨਿਰਮੂਲ, ਨਿਰਾਧਾਰ, ਅਕਾਰਨ, ਬੇਬੁਨਿਆਦ, ਬੇਸਬੱਬ, ਤਰਕਹੀਣ, ਰੰਗਹੀਣ ਜਾਂ ਸੁਰਹੀਣ

groundling /'ਗਰਾਉਨਡਲਿਙ/ *n* ਘਟੀਆ ਰੁਚੀ ਦਾ ਦਰਸ਼ਕ ਪਾਠਕ ਜਾਂ ਤਮਾਸ਼ਬੀਨ; ਜ਼ਮੀਨ

ਨਾਲ ਨੀਵੇਂ ਲੱਗੇ ਰਹਿਣ ਵੇਲੇ ਪੌਦੇ ਜਾਂ ਵੇਲਾਂ; ਪਾਣੀ ਦੇ ਥੱਲੇ ਲੱਗੀ ਰਹਿਣ ਵਾਲੀ ਇੱਕ ਭਾਂਤ ਦੀ ਮੱਛੀ

groundnut /'ਗਰਾਉਨਡਨਅੱਟ/ *n* ਮੂੰਗਫਲੀ

groundsman /'ਗਰਾਉਨਡਜ਼ਮਅਨ/ *n* ਕ੍ਰਿਕਟ ਆਦਿ ਖੇਡਾਂ ਦੇ ਮੈਦਾਨ ਦੀ ਦੇਖ–ਭਾਲ ਕਰਨ ਵਾਲਾ ਬੰਦਾ

groundwater /'ਗਰਾਉਨਡਵੋਟਅ*/ *n* ਜ਼ਮੀਨ ਦੇ ਵਿਚਲਾ ਪਾਣੀ, ਧਰਤੀ ਵਿੱਚੋਂ ਕੱਢਿਆਂ ਜਾਣ ਵਾਲਾ ਜਲ

groundwork /'ਗਰਾਉਨਡਵਅ:ਕ/ *n* ਮੂਲ ਆਧਾਰ, ਨੀਂਹ; ਮੁੱਖ ਅੰਸ਼

ground zero *n* ਪ੍ਰਮਾਣੂ ਬੰਬ ਦੇ ਫਟਣ ਦਾ ਸਥਾਨ, ਕਿਸੇ ਕਾਰਵਾਈ ਦੀ ਸੁਰੂਆਤ ਦੀ ਸਥਿਤੀ

group /ਗਰੂਪ/ *n* ਸਮੂਹ, ਝੁੰਡ, ਮੰਡਲੀ, ਟੋਲੀ, ਢਾਣੀ, ਸੰਸਥਾ, ਜਮਾਤ; (ਕੋਮਲ ਕਲਾ) ਦੋ ਜਾਂ ਦੋ ਤੋਂ ਵਧੀਕ ਸ਼ਕਲਾਂ ਜਾਂ ਪਦਾਰਥਾਂ ਦਾ ਇੱਕ ਸੰਪੂਰਨ ਡਿਜ਼ਾਇਨ; ਵਿਗਿਆਨਿਕ ਵਰਗੀਕਰਨ ਵਿੱਚ ਵਰਗ ਦੇ ਬਾਹਰ ਦਾ ਸ਼ਬਦ ਸਮੂਹ *v* ਇਕੱਤਰ ਕਰਨਾ ਜਾਂ ਹੋਣਾ, ਜਮ੍ਹਾਂ ਕਰਨਾ ਜਾਂ ਹੋਣਾ, ਵਰਗੀਕਰਨ ਕਰਨਾ; ਸ਼ਕਲਾਂ ਜਾਂ ਰੰਗ ਆਦਿ ਨੂੰ ਕ੍ਰਮ ਅਨੁਸਾਰ ਪ੍ਰਗਟ ਕਰਨਾ

group captain *n* ਵਾਯੂ ਸੈਨਾ ਦਾ ਇੱਕ ਪਦ ਅਧਿਕਾਰੀ, ਗਰੁੱਪ ਕਪਤਾਨ

grouping /'ਗਰੂਪਿਙ/ *n* ਵਰਗੀਕਰਨ, ਸਮੂਹਣ, ਸਮੂਹੀਕਰਨ, ਵਰਗਵੰਡ

grouse /ਗਰਾਉਸ/ *vi* ਸ਼ਿਕਾਇਤ ਜਾਂ ਗਿਲ੍ਹਾ ਕਰਨਾ *n* ਸ਼ਿਕਾਇਤ, ਅਸੰਤੋਸ਼, ਗਿਲ੍ਹਾ; ਬਰਤਾਨੀਆ ਅਤੇ ਆਇਰਲੈਂਡ ਵਿੱਚ ਮਿਲਨ ਵਾਲਾ ਇੱਕ ਪ੍ਰਕਾਰ ਦਾ ਲਾਲ ਰੰਗ ਦਾ ਸ਼ਿਕਾਰੀ ਪੰਛੀ; (ਪ੍ਰਚਲਿਤ) ਜੰਗਲੀ ਤਿੱਤਰ, ਭਟਿੱਟਰ

grove /ਗਰਅਓਵ੍/ *n* ਦਰਖ਼ਤਾਂ ਦਾ ਸਮੂਹ, ਬੇਲਾ, ਕੁੰਜ, ਉਪਵਣ, (ਰੁੱਖਾਂ ਦੀ) ਝਿੜੀ

grovel /'ਗਰੌਵ੍ਲ/ *vi* ਰੀਂਗਣਾ, ਗੋਡੇ ਟੇਕਣਾ, ਗਿੜਗਿੜਾਉਣਾ

grow /ਗਰਅਓ/ *v* ਉੱਗਣਾ, ਪੈਦਾ ਹੋਣਾ, ਫੁੱਟਣਾ; ਉਪਜਾਉਣਾ, ਪੈਦਾ ਕਰਨਾ; ਫੁੱਟਣਾ (ਦਾੜ੍ਹੀ ਆਦਿ); (ਸ਼ਕਤੀ, ਅੰਸ਼, ਆਕਾਰ, ਉਚਾਈ ਆਦਿ) ਵਧਣਾ; ਉਤਪੰਨ ਕਰਨਾ, ਪੈਦਾ ਹੋਣਾ, ਉੱਠਣਾ; ਜੀਵਿਤ ਪੌਦਿਆਂ ਵਾਂਗ ਵਿਕਸਿਤ ਹੋਣਾ; ਫੈਲਣਾ, ਵੱਡਾ ਹੋਣਾ; (ਰੀਤੀ, ਪ੍ਰਥਾ ਆਦਿ ਦਾ) ਪ੍ਰਚਲਿਤ ਹੋਣਾ; ਉੱਨਤ ਹੋਣਾ; ਪੂਰੇ ਆਕਾਰ ਦਾ ਹੋ ਜਾਣਾ; ਕਾਸ਼ਤ ਕਰਨਾ, ਉਗਾਉਣਾ; (ਘਾਹ ਆਦਿ ਨਾਲ) ਛਿਪ ਜਾਣਾ, ਕੱਜਣਾ

grower /'ਗਰਅਓਅ*/ *n* ਕਿਸਾਨ, ਕਾਸ਼ਤਕਾਰ, ਉਗਾਉਣ ਵਾਲਾ, ਉਤਪੰਨ ਕਰਨ ਵਾਲਾ

growing /'ਗਰਅਓਇਙ/ *a* ਵੱਧਦਾ ਹੋਇਆ, ਵਿਕਾਸਸ਼ੀਲ

growl /ਗਰਾਉਲ/ *n* ਬੁੜਬੁੜਾਹਟ, ਗੜਗੜਾਹਟ; ਗਿਲ੍ਹਾ, ਸ਼ਿਕਾਇਤ; ਗੁੱਸੇ ਨਾਲ ਬੁੜਬੁੜ ਕਰਨ ਦੀ ਕਿਰਿਆ *v* ਗਰਜਣਾ; ਬੁੜ-ਬੁੜ ਕਰਨਾ; ਸ਼ਿਕਾਇਤ ਕਰਨਾ, ਗਿਲ੍ਹਾ ਕਰਨਾ

growler /'ਗਰਾਉਲਅ*/ *n* ਗਰਜਣ ਵਾਲਾ (ਬੰਦਾ ਜਾਂ ਪਸ਼ੂ ਆਦਿ) ਮੱਛੀ ਦੀ ਇੱਕ ਵਿਸ਼ੇਸ਼ ਜਾਤੀ; ਚੁਪਹੀਆ ਗੱਡੀ; ਸਮੁੰਦਰ ਵਿੱਚ ਬਰਫ਼ ਦਾ ਛੋਟਾ ਜਿਹਾ ਤਰਦਾ ਤੋਦਾ

growth /ਗਰਅਓਥ/ *n* ਜਨਮ, ਉਤਪਤੀ; ਤਰੱਕੀ, ਵਿਕਾਸ, ਵਾਧਾ, ਵ੍ਰਿਧੀ

grub /ਗਰਅੱਬ/ *v* ਉਖਾੜਨਾ; (ਜੜਾਂ ਆਦਿ ਭੂਮੀ ਤੋਂ) ਬਾਹਰ ਕੱਢਣਾ; ਭਾਲਨਾ, ਛਾਣਬੀਣ ਕਰਨਾ, ਖੋਜਣਾ; ਮਿਹਨਤ ਕਰਨਾ, ਭਾਲ ਕੇ ਬਾਹਰ ਕੱਢਣਾ; ਠੇਕੇ 'ਤੇ ਖਾਣਾ ਦੇਣਾ, ਖਾਣਾ ਖੁਆਉਣਾ *n* (ਤਿਤਲੀ ਆਦਿ ਕੀੜਿਆਂ ਦੀ) ਪਹਿਲੀ ਸ਼ਕਲ; ਆਂਡੇ ਤੋਂ ਨਿੱਕਲਿਆ ਕੀੜਾ, ਸੁੰਡੀ; ਕਿਰਾਏ ਦਾ ਘੋੜਾ ਜਾਂ ਟੱਟੂ; ਕਿਰਾਏ ਦਾ ਲੇਖਕ; (ਪ੍ਰਚਲਿਤ) ਭੋਜਨ, ਦਾਣਾ; ਮਜ਼ਦੂਰ; ਊਲ-ਜਲੂਲ ਬੰਦਾ; (ਕ੍ਰਿਕਟ ਵਿੱਚ) ਜ਼ਮੀਨ ਨਾਲ ਲਗਦੀ ਹੋਈ ਸੁੱਟੀ ਗਈ ਗੇਂਦ

grubby /'ਗਰਅੱਬਿ/ *a* ਕੀੜਿਆਂ ਨਾਲ ਭਰਿਆ, ਕੀੜਾ ਲੱਗਿਆ, ਕਿਰਮੀ, ਕੀੜਿਆਂ ਦਾ; ਮੈਲਾ, ਗੰਦਾ; ਭ੍ਰਿਸ਼ਟ; ਊਲ-ਜਲੂਲ

grudge /ਗਰਅੱਜ/ *vt* (ਕੋਈ ਚੀਜ਼ ਦੇਣ ਤੋਂ) ਸੰਕੋਚ ਕਰਨਾ, ਸੰਗਣਾ, ਖਾਰ ਖਾਣਾ, ਖੁਣਸ ਖਾਣਾ *n* ਸੰਕੋਚ; ਰੜਕ, ਖਾਰ, ਝਗੜਾ, ਲਾਗ, ਵੈਰ-ਭਾਵ

gruel /'ਗਰੂਅਲ/ *n* ਦਲੀਆ, ਲੱਪੀ; ਦੰਡ, ਸਜ਼ਾ *vt* ਦੰਡ ਦੇਣਾ, ਕਠੋਰ ਵਰਤਾਅ ਕਰਨਾ, ਲੱਕ ਤੋੜ ਦੇਣਾ

gruelling /'ਗਰੂਅਲਿਙ/ *n* ਕਠੋਰ ਵਰਤਾਅ, ਕਠਨ ਦੰਡ; ਲੱਕ ਭੰਨਵੀਂ ਹਾਰ

gruesome /'ਗਰੂਸਅਮ/ *a* ਭਿਆਨਕ, ਘੋਰ, ਭੀਸ਼ਣ, ਡਰਾਉਣਾ; ਘਿਰਨਾਜਨਕ, ਬਹੁਤ ਬੁਰਾ

gruff /ਗਰਅੱਫ਼/ *a* ਰੁੱਖਾ, ਕੋਰਾ, ਕੁਰੱਖ਼ਤ, ਕਰੜਾ, ਖਰ੍ਹਵਾ, ਖਹੁਰਾ, ਕਠੋਰ; ਰੁੱਖੇ ਸੁਭਾ ਵਾਲਾ, ਅੱਖੜ, ਉਜੱਡ, ਚਿੜਚਿੜਾ

grumble /'ਗਰਅੱਮਬਲ/ *n* ਬੁੜਬੁੜ, ਚਿੜਚਿੜ; ਗਿਲ੍ਹਾ, ਸ਼ਿਕਾਇਤ *v* ਬੁੜਬੁੜਾਉਣਾ; ਚਿੜਚਿੜਾਉਣਾ, ਚਿੜਨਾ; ਸ਼ਿਕਾਇਤ ਗਿਲ੍ਹਾ ਜਾਂ ਸ਼ਿਕਵਾ ਕਰਨਾ

grumbler /'ਗਰਅੱਮਬਲਅ*/ *n* ਸ਼ਿਕਾਇਤ ਗਿਲ੍ਹਾ ਜਾਂ ਦੁੱਖ ਪ੍ਰਗਟ ਕਰਨ ਵਾਲਾ; ਬੁੜਬੁੜਾਉਣ ਵਾਲਾ

grumpish, grumpy /'ਗਰਅੱਮਪਿਸ਼, 'ਗਰਅੱਮਪਿ/ *a* ਰੁੱਖਾ, ਖਰ੍ਹਵਾ, ਚਿੜਚਿੜਾ, ਖਰ੍ਹਵੇ ਮਿਜ਼ਾਜ ਵਾਲਾ, ਰੁੱਖੇ ਸੁਭਾਅ ਵਾਲਾ

grunt /ਗਰਅੱਨਟ/ *n* (ਸੂਰ ਦੀ) ਘੁਰ-ਘੁਰ, ਧੀਮੀ ਅਤੇ ਤਿੱਖੀ ਅਵਾਜ਼, ਬੁੜਬੁੜ; ਬੁੜਬੁੜ ਕਰਕੇ ਬੇਸਬਰੀ ਦਾ ਪ੍ਰਗਟਾਵਾ ਕਰਨ ਵਾਲਾ ਬੰਦਾ *vi* (ਸੂਰ ਦਾ) ਘੁਰ-ਘੁਰ ਕਰਨਾ; ਬੁੜਬੁੜਾਉਣਾ, ਨਰਾਜ਼ਗੀ ਪ੍ਰਗਟ ਕਰਨਾ

grunter /'ਗਰਅੱਨਟਅ*/ *n* ਸੂਰ; ਬੁੜਬੁੜਾਉਣ ਵਾਲਾ ਜਾਂ ਘੁਰ-ਘੁਰ ਕਰਨ ਵਾਲਾ ਜੀਵ

guano /'ਗਵਾਨਅਉ/ *n* ਸਾਗਰੀ ਪੰਛੀਆਂ ਦੀ ਬਿੱਠ ਜਿਹੜੀ ਖਾਦ ਵੱਜੋਂ ਵਰਤੀ ਜਾਂਦੀ ਹੈ; ਬਣਾਉਟੀ ਖਾਦ, ਮੱਛੀ ਦੀ ਖਾਦ *vt* ਖਾਦ ਆਦਿ ਨਾਲ ਉਪਜਾਊ ਬਣਾਉਣਾ

guarantee /,ਗੈਰਅਨ'ਟੀ/ *n* ਜ਼ਾਮਨ, ਜ਼ੁੰਮੇਵਾਰ; ਜ਼ਮਾਨਤ, ਗਰੰਟੀ; ਉਹ ਵਸਤੂ ਜਿਸ ਦੀ ਜ਼ਮਾਨਤ ਦਿੱਤੀ ਜਾਵੇ; ਜ਼ਮਾਨਤ ਦੇਣ ਵਾਲਾ ਬੰਦਾ *vt* ਜ਼ਾਮਨ ਹੋਣਾ, ਜ਼ੁੰਮੇਵਾਰੀ ਲੈਣਾ, ਗਰੰਟੀ ਦੇਣਾ; ਤਸਦੀਕ ਕਰਨਾ, ਬੀਮਾ ਕਰਨਾ

guarantor /,ਗੈਰਅਨ'ਟੋ*/ *n* ਜ਼ਾਮਨ, ਜ਼ੁੰਮੇਵਾਰ, ਗਰੰਟੀ ਦੇਣ ਵਾਲਾ

guaranty /'ਗੈਰ(ਅ)ਨਟਿ/ *n* ਜ਼ਮਾਨਤ, ਜ਼ਮਾਨਤਨਾਮਾ, ਜ਼ਾਮਨੀ, ਜ਼ੁੰਮਾ

guard /ਗਾਡ/ *n* ਚੌਕੀਦਾਰ, ਪਹਿਰੇਦਾਰ, ਸੰਤਰੀ, ਗਾਰਡ; ਰੋਕ, ਰੁਕਾਵਟ, ਕਟਹਿਰਾ; ਰੇਲ ਦਾ ਗਾਰਡ; ਰੱਖਿਅਕ, ਰੱਖਿਆ ਦਲ, ਸੈਨਾ, ਗਾਰਦ; ਰੱਖਿਆ ਸਾਧਨ, ਸਾਵਧਾਨੀ, ਚੌਕਸੀ, ਖ਼ਬਰਦਾਰੀ, ਪਹਿਰੇਦਾਰੀ, (ਤਲਵਾਰ ਵਾਹੁਣ ਜਾਂ ਮੁੱਕੇਬਾਜ਼ੀ ਵਿੱਚ) ਸਵੈਰੱਖਿਆ; ਪੈਂਤੜਾ *v* ਪਹਿਰਾ ਦੇਣਾ, ਚੌਕੀਦਾਰੀ ਕਰਨਾ, ਰਖਵਾਲੀ ਕਰਨਾ, ਧਿਆਨ ਰੱਖਣਾ, ਨਿਗਰਾਨੀ ਰੱਖਣਾ, ਸਾਵਧਾਨੀ ਵਰਤਣਾ; (ਤਲਵਾਰ, ਮੁੱਕੇਬਾਜ਼ੀ) ਪੈਂਤੜਾ ਲੈਣਾ; ਪੈਂਤੜਾ ਬਦਲਨਾ, (ਸ਼ਤਰੰਜ) ਮੋਹਰਾ ਬਚਾਉਣਾ, ਨਰਦ ਬਚਾਉਣਾ; (ਬੋਲ) ਸੰਭਲ ਕੇ ਬੋਲਣਾ; ਵੱਸ ਵਿੱਚ ਰਹਿਣਾ, ਸੋਚ ਸਮਝ ਨਾਲ ਗੱਲ ਕਰਨਾ

guarded /'ਗਾਡਿਡ/ *a* ਸੁਰੱਖਿਅਤ, ਸਚੇਤ, ਸਾਵਧਾਨ, ਚੁਕੰਨਾ

guardian /'ਗਾਡਿਅਨ/ *n* ਰੱਖਿਅਕ, ਰਾਖਾ, ਰਖ਼ਵਾਲਾ; (ਕਨੂੰ) ਵਾਲੀ, ਸਰਬਰਾਹ, ਸਰਪ੍ਰਸਤ, ਗਾਰਡੀਅਨ

guardianship /'ਗਾਡਿਅਨਸ਼ਿਪ/ *n* ਰਾਖੀ, ਰਖਵਾਲੀ, ਸਰਪ੍ਰਸਤੀ

guava /'ਗਵਾਵ੍ਹਅ/ *n* ਅਮਰੂਦ (ਫਲ ਜਾਂ ਦਰਖ਼ਤ)

gubernatorial /,ਗੂਬਅਨਅ'ਟੋਰਿਅਲ/ *a* (ਅਮਰੀਕਾ ਵਿੱਚ) ਸੂਬਾਈ ਰਾਜਪਾਲ ਦੇ ਕਿੱਤੇ ਨਾਲ ਸੰਬੰਧਿਤ, ਗਵਰਨਰੀ, ਸ਼ਾਸਕੀ, ਸਰਕਾਰੀ

guerdon /'ਗਅ:ਡ(ਅ)ਨ/ *n* (ਕਾਵਿਕ) ਇਨਾਮ, ਪੁਰਸਕਾਰ; ਹਰਜਾਨਾ, ਮੁਆਵਜ਼ਾ, ਤਾਵਾਨ, ਬਦਲਾ

Guernsey /'ਗਅ:ਨਜ਼ਿ/ *n* ਗਾਂ ਦੀ ਇੱਕ ਨਸਲ

guerrilla war /ਗਅ'ਰਿਲਾ 'ਵੋ*/ *n* ਕੂਟਯੁੱਧ,

ਅਨਿਮਤ ਯੁੱਧ, ਛਾਪਾਮਾਰ ਯੁੱਧ, ਲੁਕ-ਛਿਪ ਕੇ ਕੀਤਾ ਯੁੱਧ

guess /**ਗੈੱਸ**/ *v* ਅਨੁਮਾਨ ਲਾਉਣਾ, ਅੰਦਾਜ਼ਾ ਲਾਉਣਾ, ਅਟਕਲ ਲਾਉਣਾ, ਅੱਟਾ-ਸੱਟਾ ਲਾਉਣਾ; ਰਾਏ ਕਾਇਮ ਕਰਨਾ, ਖ਼ਿਆਲ ਕਰਨਾ; ਭਾਂਪਣਾ, ਤਾੜ ਜਾਣਾ, ਕਿਸੇ ਸੰਬੰਧੀ ਆਪਣਾ ਸਹੀ ਮੱਤ ਪ੍ਰਗਟ ਕਰਨਾ *n* ਅਨੁਮਾਨ, ਅੰਦਾਜ਼ਾ, ਅੱਟਾ-ਸੱਟਾ; ਖ਼ਿਆਲ

guesswork /'**ਗੈੱਸਵਅ:ਕ**/ *n* ਅਟਕਲਪੱਚੂ ਗੱਲ, ਅਨੁਮਾਨ ਉੱਤੇ ਆਧਾਰਿਤ ਕਾਰਵਾਈ

guest /**ਗੈੱਸਟ**/ *n* ਪ੍ਰਾਹੁਣਾ, ਪ੍ਰਾਹੁਣਾ-ਧ੍ਰਾਹੁਣਾ (ਮੌਖਿਕ), ਮਹਿਮਾਨ, ਅਤਿਥੀ; ਹੋਟਲ ਜਾਂ ਬੋਰਡਿੰਗ ਹਾਊਸ ਵਿੱਚ ਰਹਿਣ ਵਾਲਾ ਆਦਮੀ; ਦੂਜੇ 'ਤੇ ਨਿਰਭਰ ਕਰਨ ਵਾਲਾ ਵਿਅਕਤੀ, ਦੂਜੇ ਦੇ ਸਹਾਰੇ ਜਿਊਣ ਵਾਲਾ ਪਸ਼ੂ ਜਾਂ ਪੌਦਾ

guest house /'**ਗੈੱਸਟ ਹਾਉਸ**/ *n* ਨਿਵਾਸ ਸਥਾਨ, ਮਹਿਮਾਨਖ਼ਾਨਾ

guffaw /**ਗਅ'ਫ਼ੋ**/ *n* ਖਿੜਖਿੜਾਹਟ, ਕਹਿਕਹਾ, ਠਹਾਕਾ, ਠਾਹ-ਠਾਹ ਕਰਕੇ ਹੱਸਣ ਦੀ ਕਿਰਿਆ; ਖਿੜਖਿੜਾਉਣਾ, ਕਹਿਕਹਾ ਮਾਰਨਾ, ਠਹਾਕਾ ਮਾਰ ਕੇ ਹੱਸਣਾ, ਠਾਹ-ਠਾਹ ਕਰਕੇ ਹੱਸਣਾ

GUI /**ਜੀ ਯੂ 'ਆਇ, 'ਗੂਇ**/ abbr (ਕੰਪਿ) **Graphical Use Interface** ਦਾ ਸੰਖੇਪ ਰੂਪ, ਅਜਿਹੀ ਕੰਪਿਊਟਰ ਪ੍ਰਨਾਲੀ ਜਿਸ ਵਿੱਚ ਪਰਦੇ 'ਤੇ ਪੇਸ਼ ਬਦਲਾਂ ਵਿੱਚੋਂ ਚੋਣ ਕਰਕੇ ਆਦੇਸ਼ ਦਿੱਤੇ ਜਾਂਦੇ ਹਨ

guidance /'**ਗਾਇਡਨਸ**/ *n* ਅਗਵਾਈ, ਅਗਵਾਨੀ, ਰਾਹ ਦਿਖਾਈ, ਮਾਰਗ ਦਰਸ਼ਨ, ਨਿਰਦੇਸ਼ਨ, ਦਿਸ਼ਾ-ਨਿਰਦੇਸ਼, ਰਾਹਨੁਮਾਈ, ਰਾਹਬਰੀ; ਇੰਤਜ਼ਾਮ, ਦੇਖ-ਰੇਖ, ਪ੍ਰਬੰਧ

guide /**ਗਾਇਡ**/ *n* ਆਗੂ, ਪੱਥ ਪ੍ਰਦਰਸ਼ਕ, ਰਾਹਬਰ, ਗਾਈਡ; ਗੁਰੂ ਪੀਰ, ਮੁਰਸ਼ਦ, ਹਾਦੀ; (ਫ਼ੌਜ) ਰਸਤਾ ਲੱਭਣ ਵਾਲਾ ਦਸਤਾ ਜਾਂ ਟੁਕੜੀ, (ਜਲ ਸੈਨਾ) ਰਾਹਬਰ ਜਹਾਜ਼; ਰਾਹਨੁਮਾ; ਉਹ ਪੁਸਤਕ ਜੋ ਕਿਸੇ ਮਾਮਲੇ ਵਿੱਚ ਰਾਹਨੁਮਾਈ ਕਰੇ ਜਾਂ ਸੂਚਨਾ ਦੇਵੇ; (ਯੰਤਰ) ਉਹ ਡੰਡੀ ਜਾਂ ਸੂਈ ਜੋ ਮਾਪਕ ਯੰਤਰ ਆਦਿ ਵਸਤੂਆਂ ਦੀ ਗਤੀਵਿਧੀ ਦਰਸਾਵੇ *vt* ਅਗਵਾਈ ਕਰਨਾ, ਰਾਹਬਰੀ ਕਰਨਾ, ਰਾਹ ਦੱਸਣਾ; (ਰਾਜ ਦੇ ਮਸਲਿਆਂ ਦਾ) ਪ੍ਰਬੰਧ ਕਰਨਾ; (ਕੰਮ, ਨਿਰਨੇ ਆਦਿ ਦਾ) ਆਧਾਰ ਹੋਣਾ

guidebook /'**ਗਾਇਡਬੁਕ**/ *n* ਕਿਸੇ ਵਿਸ਼ੇ ਦੇ ਪ੍ਰਾਰੰਭਿਕ ਤੱਤਾਂ ਦੀ ਪੁਸਤਕ, ਸੂਚਨਾ ਪੁਸਤਕ

guideline /'**ਗਾਇਡਲਾਇਨ**/ *n* ਸੇਧ

guild /**ਗਿਲਡ**/ *n* ਇੱਕੋ ਕਿੱਤੇ ਦੇ ਲੋਕਾਂ ਦੀ ਬਰਾਦਰੀ, ਸੰਘ

guildhall /'**ਗਿਲਡਹੋਲ**/ *n* ਨਗਰ ਭਵਨ, ਟਾਊਨ ਹਾਲ, ਉਹ ਭਵਨ ਜਿੱਥੇ ਇੱਕੋ ਕਿੱਤੇ ਦੇ ਲੋਕਾਂ ਦੀ ਸਭਾ ਹੁੰਦੀ ਹੈ

guile /**ਗਾਇਲ**/ *n* ਧੋਖਾ, ਛਲ, ਫ਼ਰੇਬ, ਚਲਾਕੀ, ਮੱਕਾਰੀ

guileful /'**ਗਾਇਲਫ਼ੁਲ**/ *a* ਕਪਟੀ, ਮੱਕਾਰ, ਦਗਾਬਾਜ਼

guileless /'**ਗਾਇਲਲਅਸ**/ *a* ਭੋਲਾ-ਭਾਲਾ, ਨਿਰਛਲ, ਸਿੱਧੜ, ਸਰਲ

guillotine /'**ਗਿਲਅਟੀਨ**/ *n* ਮੌਤ ਦੀ ਸਜ਼ਾ ਦਾ ਇੱਕ ਯੰਤਰ, ਸਿਰ ਕੱਟ ਟੋਕਾ; (ਡਾਕਟਰੀ) ਚੀਰਫਾੜ ਨਾਲ ਸੰਬੰਧਿਤ ਇੱਕ ਯੰਤਰ; ਕਾਗਜ਼ ਕੱਟਣ ਦੀ ਮਸ਼ੀਨ; (ਪਾਰਲੀਮੈਂਟ) ਬਹਿਸ ਦੀ ਸਮਾਪਤੀ, ਵਾਦ-ਵਿਵਾਦ ਦਾ ਅੰਤ *vt* ਗਿਲੋਟੀਨ ਨਾਲ ਸਿਰ ਕੱਟਣਾ; ਵਾਦ-ਵਿਵਾਦ ਸਮਾਪਤ ਕਰਨਾ

guilt /**ਗਿਲਟ**/ *n* ਅਪਰਾਧ, ਕਸੂਰ, ਗੁਨਾਹ, ਖ਼ਤਾ, ਤਕਸੀਰ, ਜੁਰਮ

guiltless /**ਗਿਲਟਲਅਸ**/ *a* ਬੇਖ਼ਤਾ, ਬੇਕਸੂਰ, ਬੇਗੁਨਾਹ, ਨਿਰਅਪਰਾਧ, ਮਾਸੂਮ

guilty /'**ਗਿਲਟਿ**/ *a* ਪਾਪੀ, ਅਪਰਾਧੀ, ਮੁਜਰਮ, ਖ਼ਤਾਵਾਰ, ਗੁਨਾਹਗਾਰ, ਕਸੂਰਵਾਰ; ਮੁਜਰਮਾਨਾ

guinea /'**ਗਿਨਿ**/ *n* (ਇਤਿ) ਇੱਕ ਸੋਨੇ ਦਾ ਸਿੱਕਾ, ਅਸ਼ਰਫੀ

guineafowl /'**ਗਿਨਿਫ਼ਾਊਲ**/ *n* ਤਿੱਤਰ ਵਰਗਾ ਇੱਕ ਪੰਛੀ

guinea pig /'**ਗਿਨਿ ਪਿਗ**/ *n* ਚੂਹੇ ਵਰਗਾ

ਇੱਕ ਜੀਵ; ਬਲੀ ਦਾ ਬੱਕਰਾ

guise /ਗਾਇਜ਼/ *n* (ਪਰਾ) ਲਿਬਾਸ, ਪੁਸ਼ਾਕ, ਭੇਸ, ਵੇਸ; ਬਾਹਰੀ ਰੂਪ, ਬਾਹਰੀ ਦਸ਼ਾ, ਬਹਾਨਾ; ਪਰਦਾ; ਬਣਾਉਟੀ ਰੂਪ, ਸਾਂਗ

guitar /ਗਿ'ਟਾ*/ *n* ਇੱਕ ਕਿਸਮ ਦੀ ਸਿਤਾਰ ਜਿਸ ਵਿੱਚ ਛੇ ਤਾਰਾਂ ਹੁੰਦੀਆਂ ਹਨ, ਛੇ ਤਾਰਾ, ਗਿਟਾਰ *vt* ਛੇ ਤਾਰਾ ਵਜਾਉਣਾ, ਗਿਟਾਰ ਵਜਾਉਣਾ

gulf /ਗਅੱਲਫ/ *n* ਖਾੜੀ, ਖ਼ਲੀਜ; ਡੂੰਘੀ ਖੱਡ; ਪਾੜਾ; ਭੰਵਰ; ਗਰਦਾਬ; ਉਪ ਸਾਗਰ, ਪਾਰ ਨਾ ਕੀਤੇ ਜਾ ਸਕਣ ਵਾਲਾ ਅੰਤਰ ਜਾਂ ਦੂਰੀ *vt* ਘੇਰ ਲੈਣਾ, ਨਿਗਲਨਾ

Gulf Stream *n* ਮੈਕਸੀਕੋ ਦੀ ਖਾੜੀ ਤੋਂ ਉਠੱਣ ਵਾਲੀ ਗਰਮ ਰੌ

gull[1] /ਗਅੱਲ/ *n* ਇੱਕ ਕਿਸਮ ਦੀ ਛੋਟੀ ਬਤਕ, ਜਲ ਮੁਰਗੀ

gull[2] *n* ਲੋਲ੍ਹਾ, ਲੋਲ੍ਹੜ, ਭੁੱਲੜ, ਮੂਰਖ; ਧੋਖਾ ਖਾਣ ਵਾਲਾ, ਅੱਲ੍ਹੜ *vt* ਧੋਖਾ ਦੇਣਾ, ਛਲਨਾ, ਮੂਰਖ ਬਣਾਉਣਾ, ਭਰਮਾ ਲੈਣਾ

gullet /'ਗਅੱਲਿਟ/ *n* ਸੰਘ, ਕੰਠ, ਗਲ, ਭੋਜਨ ਨਾਲੀ, ਅੰਨ ਨਾਲੀ; ਤੰਗ ਰਸਤਾ

gullibility /ˌਗਅੱਲਅ'ਬਿਲਅਟਿ/ *n* ਬੁੱਧੂਪਣ, ਅੱਲ੍ਹੜਪਣ

gullible /'ਗਅੱਲਅਬਲ/ *a* ਧੋਖਾ ਖਾ ਜਾਣ ਵਾਲਾ, ਭੋਲਾ

gully /'ਗਅੱਲਿ/ *n* ਖੱਡ; ਨਾਲੀ

gulp /ਗਅੱਲਪ/ *v* ਨਿਗਲਨਾ, ਹੜੱਪ ਕਰ ਜਾਣਾ, ਡੀਕ ਲਾਉਣਾ; ਮੁਸ਼ਕਲ ਨਾਲ ਨਿਗਲਨਾ, ਤਕਲੀਫ਼ ਨਾਲ ਗਲੇ ਤੋਂ ਹੇਠਾਂ ਲਾਹੁਣਾ; ਦਮ ਘੁੱਟਣਾ *n* ਨਿਗਲਨ ਦਾ ਕਾਰਜ, ਡੀਕ, ਸੜ੍ਹਾਕਾ; ਨਿਗਲਨ ਦਾ ਯਤਨ

gum[1] /ਗਅੱਮ/ *n* ਮਸੂੜਾ

gum[2] *n* ਗੂੰਦ, ਚੀੜ੍ਹ, ਸਰੇਸ਼; (ਅੱਖਾਂ ਦੀ) ਗਿੱਡ; ਚਿਊਇੰਗ ਗਮ; ਫਲਦਾਰ ਦਰਖ਼ਤਾਂ ਵਿੱਚੋਂ ਨਿਕਲਨ ਵਾਲੀ ਲੇਸ *v* ਗੂੰਦ ਦਾ (ਦਰਖ਼ਤ ਆਦਿ ਵਿੱਚੋਂ) ਨਿਕਲਨਾ; ਚੋਣਾ; ਚਿਪਕਾਉਣਾ, ਚੇਪਣਾ, ਜੋੜਨਾ; ਗੂੰਦ ਨਾਲ ਪੱਕਾ ਕਰਨਾ

gumboil /'ਗਅੱਮਬੌਇਲ/ *n* ਮਸੂੜੇ ਦਾ ਫੋੜਾ

gumboot /'ਗਅੱਮਬੂਟ/ *n* ਰਬੜ ਦੇ ਵੱਡੇ ਬੂਟ

gummy /'ਗਅੱਮਿ/ *a* ਲੇਸਲਾ, ਚਿਪਚਿਪਾ, ਗੂੰਦ ਵਾਲਾ, ਗੂੰਦ ਪੈਦਾ ਕਰਨ ਵਾਲਾ; ਸੁੱਜਿਆ, ਫੁੱਲਿਆ

gumption /'ਗਅੱਮਪਸ਼ਨ/ *n* ਵਿਵੇਕ, ਚੇਤਨਾ, ਸੂਝ-ਬੂਝ; ਜੁਗਤ

gun /ਗਅੱਨ/ *n* ਬੰਦੂਕ; ਤੋਪ

gunboat /'ਗਅੱਨਬਅਉਟ/ *n* ਭਾਰੀ ਤੋਪਾਂ ਵਾਲਾ ਛੋਟਾ ਜੰਗੀ ਜਹਾਜ਼

gunboat diplomacy *n* ਦੂਜੇ ਦੇਸ਼ ਤੋਂ ਸ਼ਕਤੀ ਜਾਂ ਧੱਕੇ ਨਾਲ ਆਪਣੀਆਂ ਸ਼ਰਤਾਂ ਮਨਵਾਉਣ ਦੀ ਵਿਧੀ, ਧੱਕੇ ਦੀ ਰਾਜਨੀਤੀ, ਕੁਟਲ ਨੀਤੀ

gung-ho /ˌਗਅੱਙ 'ਹਅਉ / *a* ਜੁਸ਼ੀਲਾ, ਵਲਵਲੇ ਭਰਭੂਰ, ਵਲਵਲੇ ਨਾਲ ਜੰਗ ਵਿੱਚ ਕੁੱਦ ਪੈਣ ਵਾਲਾ

gunman /'ਗਅੱਨਮਅਨ/ *n* ਸ਼ਸਤਰਧਾਰੀ ਡਾਕੂ, ਬੰਦੂਕਚੀ; ਅਰਦਲੀ, ਅੰਗਪਾਲ

gunmetal /'ਗਅੱਨਮੈਟੱਲ/ *n* ਤਾਂਬੇ ਅਤੇ ਕਲੀ ਜਾਂ ਜਿਸਤ ਦੇ ਮਿਸ਼ਰਨ ਨਾਲ ਬਣੀ ਹੋਈ ਧਾਤ

gunned /ਗਅੱਨਡ/ *a* ਤੋਪਦਾਰ, ਬੰਦੂਕਦਾਰ

gunner /'ਗਅੱਨਅ*/ *n* ਬੰਦੂਕਚੀ, ਤੋਪਚੀ, ਗੋਲਾਅੰਦਾਜ਼, ਤੋਪਖ਼ਾਨੇ ਦਾ ਅਫ਼ਸਰ; (ਸਮੁੰਦਰੀ) ਜਹਾਜ਼ ਦੇ ਸ਼ਸਤਰਖ਼ਾਨੇ ਦਾ ਅਫ਼ਸਰ; ਬੰਦੂਕ ਨਾਲ ਸ਼ਿਕਾਰ ਖੇਡਣ ਵਾਲਾ

gunnery /'ਗਅੱਨਅਰਿ/ *n* ਬੰਦੂਕ ਚਲਾਉਣ ਦੀ ਕਿਰਿਆ, ਗੋਲਾ ਅੰਦਾਜ਼ੀ, ਤੋਪਚੀ ਦੀ ਕਲਾ; ਤੋਪਸਾਜ਼ੀ

gunny /'ਗਅੱਨਿ/ *n* ਟਾਟ ਦਾ ਥੈਲਾ, ਬੋਰਾ, ਬੋਰੀ, ਗੂਣ

gunpowder /'ਗਅੱਨਪਾਉਡਅ*/ *n* ਬਰੂਦ, ਦਾਰੂ ਸਿੱਕਾ; ਹਰੀ ਚਾਹ ਦੀ ਪੱਤੀ

gun-room /'ਗਅੱਨਰੂਮ/ *n* ਲੜਾਈ ਦੇ ਜਹਾਜ਼ ਵਿੱਚ ਛੋਟੇ ਅਫ਼ਸਰਾਂ ਦੇ ਬੈਠਣ ਲਈ ਕਮਰਾ

gunshot /'ਗਅੱਨਸ਼ੌਟ/ *n* ਛੱਰਾ, ਤੋਪ ਜਾਂ ਬੰਦੂਕ ਦੀ ਮਾਰ ਜਾਂ ਸੀਮਾ

gunsmith /'ਗਅੱਨਸਮਿਥ/ *n* ਬੰਦੂਕਸਾਜ਼, ਬੰਦੂਕਾਂ ਬਣਾਉਣ ਜਾਂ ਬੰਦੂਕਾਂ ਦੀ ਮੁਰੰਮਤ ਕਰਨ ਵਾਲਾ

gurgitation /,ਗਅ:ਜਿ'ਟੇਇਸ਼ਨ/ *n* ਉਬਾਲੀ, ਗੁੜ-ਗੁੜ (ਦੀ ਧੁਨੀ), ਬੁਲਬੁਲੇ ਉੱਠਣ ਦੀ ਕਿਰਿਆ ਜਾਂ ਧੁਨੀ

gurgle /'ਗਅ:ਗਲ/ *n* ਗਰਾਰੇ, ਗੁੜ-ਗੁੜ ਕਰਨ ਦਾ ਅਮਲ *v* ਗੁੜਗੁੜਾਉਣਾ, ਗੁੜ-ਗੁੜ ਕਰਨਾ

gush /ਗਅੱਸ਼/ *n* ਉਮਾਹ, ਜੋਸ਼, ਭਾਵ ਵੇਗ *v* ਉਛੱਲਨਾ, ਫੁੱਟ ਨਿਕਲਨਾ, ਉਛਾਲਨਾ, ਫੁਹਾਰਾ ਬਣਾਉਣਾ; ਪ੍ਰਵਾਹ ਚਲਾ ਦੇਣਾ; ਅਸਲੀ ਜਾਂ ਬਣਾਉਟੀ ਜੋਸ਼ ਨਾਲ ਤਕਰੀਰ ਕਰਨਾ ਜਾਂ ਕੰਮ ਕਰਨਾ; ਤੂਫ਼ਾਨ ਵਾਂਗ ਉੱਠਣਾ; ਉੱਬਲਨਾ

gusher /'ਗਅੱਸ਼ਅ*/ *n* ਧਾਰਾ ਪ੍ਰਵਾਹਿਕ, (ਅਜਿਹਾ) ਤੇਲ ਦਾ ਖੂਹ ਜੋ ਪੰਪ ਨਾਲ ਖਿੱਚਣ ਤੋਂ ਬਿਨਾਂ ਹੀ ਆਪਣੇ ਆਪ ਤੇਲ ਉੱਪਰ ਸੁੱਟਦਾ ਹੈ

gusset /'ਗਅੱਸਿਟ/ *n* ਕੱਪੜੇ ਵਿੱਚ ਪਾਈ ਤਰੀਜ਼, ਕਲੀਆਂ

gust[1] /ਗਅੱਸਟ/ *n* (ਹਵਾ, ਧੂੰ) ਜ਼ੋਰ ਦਾ ਝੌਂਕਾ, ਝੱਖੜ, ਬੁੱਲਾ, (ਬਾਰਸ਼) ਜ਼ੋਰ ਦੀਆਂ ਛਿੱਟਾਂ; (ਅੱਗ) ਜ਼ੋਰ ਦਾ ਲਪਕਾ ਜਾਂ ਲਾਟ; (ਭਾਵ ਦਾ) ਪ੍ਰਬਲ ਆਵੇਗ, ਜੋਸ਼, ਉਮੰਗ; (ਸਧਾਰਨ) ਜੋਸ਼, ਜ਼ੋਰ, ਝਪਟ

gust[2] *n* (ਪੁਰਾਤਨ ਤੇ ਕਾਵਿਕ) ਸੁੰਦਰਤਾ ਬੋਧ; ਰਸਿਕਤਾ; ਲੱਜ਼ਤ; ਪਸੰਦ, ਰੁਚੀ; ਸੁਗੰਧ

gustation /ਗਅੱ'ਸਟੇਇਸ਼ਨ/ *n* ਸੁਆਦ ਲੈਣ ਜਾਂ ਰਸ ਲੈਣ ਦੀ ਕਿਰਿਆ; ਚੱਖਣ, ਚਖਾਈ, ਜ਼ਾਇਕਾ

gustatory /ਗਅੱ'ਸਟੇਇਟ(ਅ)ਰਿ/ *a* ਸੁਆਦਲਾ, ਸੁਆਦੀ, ਜ਼ਾਇਕੇਦਾਰ

gusto /'ਗਅੱਸਟਅਉ/ *n* ਅਸਧਾਰਨ ਮਜ਼ਾ ਤੇ ਖੁਸ਼ਬੋ, ਸੁਆਦ ਤੇ ਸੁਗੰਧ; ਜੋਸ਼; ਸ਼ੌਕ, ਰੀਝ, ਖ਼ਾਹਿਸ਼

gusty /'ਗਅੱਸਟਿ/ *a* ਜੁਸ਼ੀਲਾ, ਜੋਸ਼ ਭਰਿਆ, ਜ਼ੋਰ ਦਾ, ਜੋਸ਼ ਦਾ

gut /ਗਅੱਟ/ *n* ਆਂਦਰਾਂ, ਅੰਤੜੀਆਂ; ਕਿਸੇ ਵਸਤੂ ਦੇ ਅੰਦਰ ਦਾ ਪਦਾਰਥ; ਮਿਹਦੇ ਦੀ ਨਾਲੀ, (ਬਹੁ) ਮਿਹਦਾ; ਤੰਦਾਂ; ਤੰਗ ਰਸਤਾ, ਗਲੀ, ਖਾਈ; ਨਦੀ ਦਾ ਮੋੜ; ਪਾਣੀ ਦੀ ਤੰਗ ਨਾਲੀ; ਜਾਨ, ਹਿੰਮਤ, ਹੀਆ; ਆਂਦਰਾਂ ਕੱਢ ਕੇ ਸਾਫ਼ ਕਰਨਾ (ਮੱਛੀ); ਲਾਲਚ ਨਾਲ ਖਾਣਾ, ਹੜੱਪਣਾ; (ਪੁਸਤਕ ਆਦਿ ਦਾ) ਸਾਰ ਭਾਵ ਜਾਂ ਤੱਤ ਕੱਢ ਲੈਣਾ; (ਸਮਾਨ) ਲੁੱਟ ਲੈ ਜਾਣਾ; ਨਸ਼ਟ ਕਰ ਦੇਣਾ

gutter /'ਗਅੱਟਅ*/ *n* ਪਰਨਾਲਾ, ਪਾੜਛਾ, ਵਹਿਣੀ; ਗੰਦੀ ਨਾਲੀ *vt* ਨਾਲੀ ਬਣਾਉਣਾ, ਪਾਣੀ ਦੀ ਵਹਿਣੀ ਬਣਾਉਣਾ; ਧਾਰ ਦੇ ਰੂਪ ਵਿੱਚ ਵਹਿਣਾ; ਮੋਮਬੱਤੀ ਦਾ ਘਰਾਲ ਛੱਡਣਾ

guttersnipe /'ਗਅੱਟਅਸਨਾਇਪ/ *n* ਅਵਾਰਾ ਛੋਕਰਾ

guttural /'ਗਅੱਟਅਰਅਲ/ *a* ਕੰਠੀ, ਗਲ ਸੰਬੰਧੀ; ਕੰਠ ਵਿੱਚੋਂ ਉਤਪੰਨ ਹੋਣ ਵਾਲੀ *n* (ਭਾਸ਼ਾ) ਕੰਠੀ ਧੁਨੀ ਜਾਂ ਅੱਖਰ ਜਿਵੇਂ ਕ, ਖ, ਗ ਆਦਿ

guy[1] /ਗਾਇ/ *n* ਜਹਾਜ਼ ਦਾ ਰੱਸਾ, ਕਰੇਨ ਵਿੱਚ ਭਾਰ ਨੂੰ ਸਥਿਰ ਰੱਖਣ ਵਾਲੀ ਜ਼ੰਜੀਰ *vt* ਜ਼ੰਜੀਰ ਨੂੰ ਰੱਸੀ ਨਾਲ ਸਥਿਰ ਰੱਖਣਾ

guy[2] *n* ਹਊਆ; ਗਾਈ ਫਾਕਸ ਦਾ ਗੁੱਡਾ ਜੋ ਪੰਜ ਨਵੰਬਰ ਨੂੰ ਸਾੜਿਆ ਜਾਂਦਾ ਹੈ; ਬੰਦਾ, ਜਣਾ, ਸਾਥੀ; ਖਿਸਕਣ ਦੀ ਕਿਰਿਆ *v* ਠੱਠਾ ਕਰਨਾ, ਮਜ਼ਾਕ ਉਡਾਉਣਾ; ਖਿਸਕ ਜਾਣਾ, ਰਫ਼ੂ-ਚੱਕਰ ਹੋਣਾ; ਮੂਰਤ ਬਣਾਉਣਾ, ਪੁਤਲਾ ਬਣਾਉਣਾ

guzzle /'ਗਅੱਜ਼ਲ/ *n* ਬਹੁਤਾ ਖਾਣ ਦਾ ਕਾਰਜ *v* ਲੋਭ ਨਾਲ ਰੋਟੀ ਖਾਣਾ; (ਧਨ, ਪੈਸਾ ਆਦਿ) ਖਾਣ-ਪੀਣ ਵਿੱਚ ਉਡਾ ਦੇਣਾ, ਖਾ ਪੀ ਕੇ ਬਰਾਬਰ ਕਰ ਦੇਣਾ, ਨਿਗਲਨਾ, ਨਿਘਾਰਨਾ, ਹੜੱਪ ਕਰਨਾ

guzzler /'ਗਅੱਜ਼ਲਅ*/ *n* ਉਜਾੜੂ, ਰੁਪਈਆ ਉਡਾਉਣ ਵਾਲਾ, ਫ਼ਜ਼ੂਲ ਖ਼ਰਚ; ਬਹੁਤ ਖਾਣ-ਪੀਣ ਵਾਲਾ, ਪੇਟੂ

gybe /ਜਾਇਬ/ *v* (ਬਾਦਬਾਨ ਜਾਂ ਪਾਲ ਫੁਲਾਉਣ ਵਾਲੀ ਰੱਸੀ ਨਾਲ ਸੰਬੰਧਿਤ) ਦੂਜੇ ਪਾਸੇ ਝੂਲਣਾ

ਜਾਂ ਡੋਲਣਾ, ਝੁਲਾਉਣਾ ਜਾਂ ਡੁਲਾਉਣਾ, (ਸਾਮ੍ਹਣੇ ਤੋਂ ਹਵਾ ਪੈਣ ਵੇਲੇ ਬੇੜੀ/ਜਹਾਜ਼ ਆਦਿ ਦਾ ਪਾਲ ਦੂਜੇ ਪਾਸੇ ਘੁਮਾ ਕੇ) ਰਸਤਾ ਬਦਲਨਾ

gymkhana /ਜਿਮ'ਕਾਨਅ/ *n* ਖੇਡ ਘਰ, ਜਿਮਖ਼ਾਨਾ, ਕਸਰਤ ਘਰ

gymnasium /ਜਿਮ'ਨੇਇਜ਼ਿਅਮ/ *n* ਕਸਰਤ ਘਰ, ਜਿਮਨਾਸਟਿਕ ਘਰ, ਜਿਮਨੇਜ਼ੀਅਮ, ਅਖਾੜਾ; (ਜਰਮਨੀ) ਹਾਈ ਸਕੂਲ

gymnast /'ਜਿਮਨੈਸਟ/ *n* ਕਸਰਤੀ, ਜਿਮਨਾਸਟਿਕ ਦਾ ਮਾਹਰ, ਜਿਮਨਾਸਟਿਕ ਖਿਡਾਰੀ, ਵਰਜ਼ਸ਼ ਦਾ ਮਾਹਰ

gymnastic /ˌਜਿਮ'ਨੈਸਟਿਕ/ *a* ਕਸਰਤ ਸੰਬੰਧੀ, ਵਰਜ਼ਿਸ਼ ਦਾ, ਕਸਰਤੀ; ਕਸਰਤ, ਮਸ਼ਕ; (ਬਹੁ) ਕਸਰਤ ਦਾ ਢੰਗ, ਜਿਮਨਾਸਟਿਕ

gynaecology /ˌਗਾਇਨਅ'ਕੌਲਅਜਿ/ *n* ਨਾਰੀ ਰੋਗ ਵਿਗਿਆਨ

gypsum /'ਜਿਪਸਅਮ/ *n* ਖੜੀਆ ਮਿੱਟੀ, ਉਹ ਖਣਿਜ ਪਦਾਰਥ ਜਿਸ ਤੋਂ ਪਲਾਸਟਰ ਆਫ਼ ਪੈਰਿਸ ਬਣਦਾ ਹੈ, ਜਿਪਸਮ, ਸਿਲਖੜੀ; ਖੜੀਆ ਮਿੱਟੀ ਦੀ ਖਾਦ

gypsy /'ਜਿਪਸਿ/ *n* ਵੇਖੋ **gipsy**

gyrate /ਜਾਇ'ਰੇਇਟ/ *vi* ਧੁਰੇ ਦੁਆਲੇ ਘੁੰਮਣਾ, ਚੱਕਰ ਕੱਢਣਾ *a* ਪੇਚਦਾਰ, ਚੱਕਰਦਾਰ; (ਬਨ) ਛੱਲਿਆਂ ਜਾਂ ਕੁੰਡਲੀਆਂ ਵਾਲਾ

gyration /ਜਾਇ'ਰੇਇਸ਼ਨ/ *n* ਭੌਂ, ਚੱਕਰ, ਘੁਮਾਣੀ, ਗੇੜਾ

gyratory /'ਜਾਇਰਅਟ(ਅ)ਰਿ/ *a* ਘੁੰਮਣ ਵਾਲਾ, ਚੱਕਰ ਖਾਣ ਵਾਲਾ, ਚੱਕਰ ਕੱਢਣ ਨਾਲ ਸੰਬੰਧਿਤ

gyre /'ਜਾਇਅ*/ *n* ਚੱਕਰ, ਘੁਮਾਣੀ, ਘਿਰਨੀ *vt* ਚੱਕਰ ਕੱਢਣਾ

gyro /'ਜਾਇਰਅਉ/ *n* ਧੁਰੇ ਉੱਤੇ ਘੁੰਮਣ ਵਾਲਾ ਲਾਟੂ ਜਾਂ ਯੰਤਰ, ਦਿਸ਼ਾਸੂਚਕ

gyrograph /'ਜਾਇਰਅਗਰਾਫ਼/ ਘੁੰਮਣ ਮਾਪ-ਯੰਤਰ

gyroscope, gyrostat /ਜਾਇਰਅਸਕਅਉਪ, 'ਜਾਇਰਅਸਟੈਟ/ *n* ਧੁਰੇ ਉੱਤੇ ਘੁੰਮਣ ਵਾਲਾ ਲਾਟੂ ਜਾਂ ਯੰਤਰ, ਦਿਸ਼ਾਸੂਚਕ

gyve /ਜਾਇਵ੍/ *n* (ਕਾਵਿਕ) ਬੰਨ੍ਹਣ, ਰੋਕ, ਰੁਕਾਵਟ, ਬਾਧਾ; ਹੱਥਕੜੀ, ਬੇੜੀ, ਜ਼ੰਜੀਰ *vt* ਰੁਕਾਵਟ ਪਾਉਣਾ, ਮੁਸ਼ਕਾਂ ਕੱਸਣਾ

H

H,h /ਏਇਚ/ *n* ਅੰਗਰੇਜ਼ੀ ਵਰਨਮਾਲਾ ਦਾ ਅੱਠਵਾਂ ਅੱਖਰ

ha /ਹਾ/ *int* ਓਹ, ਓਹੋ, ਹਾਏ

habeas corpus /ˌਹੇਇਬਿਅਸ 'ਕੋਪਅਸ/ *n* (ਕਨੂੰ)– ਗਰਿਫ਼ਤਾਰ ਦੋਸ਼ੀ ਦੀ ਗਰਿਫ਼ਤਾਰੀ ਦੀ ਜਾਂਚ ਕਰਨ ਲਈ ਦੋਸ਼ੀ ਨੂੰ ਅਦਾਲਤ ਦੇ ਸਾਮ੍ਹਣੇ ਪੇਸ਼ ਕਰਨ ਦਾ ਲਿਖਤੀ ਆਦੇਸ਼, ਦੋਸ਼ੀ ਦੀ ਜਿਸਮਾਨੀ ਪੇਸ਼ੀ

haberdasher /'ਹੈਬਅਡੈਸ਼ਅ*/ *n* ਮਨਿਆਰ, ਬਸਾਤੀ, ਚੂੜੀਆਂ ਕੰਘੀ–ਪੱਟੀ ਵਗੈਰਾ ਵੇਚਣ ਵਾਲਾ

haberdashery /ˌਹੈਬਅ'ਡੈਸ਼ਅਰਿ/ *n* ਬਸਾਤੀ ਦਾ ਮਾਲ, ਮਨਿਆਰੀ

habergeon /'ਹੈਬਅਜ(ਅ)ਨ/ *n* ਗਲ ਤੋਂ ਹਿੱਕ ਤੱਕ ਦੀ ਸੰਜੋ, ਧੌਣ ਤੋਂ ਸੀਨੇ ਤੱਕ ਪਾਉਣ ਵਾਲਾ ਲੋਹੇ ਦੀਆਂ ਤਾਰਾਂ ਦਾ ਜਾਲੀਦਾਰ ਕਵਚ

habiliment /ਹਅ'ਬਿਲਿਮਅਨਟ/ *n* ਬਾਣਾ, ਪਹਿਰਾਵਾ, ਪੁਸ਼ਾਕ, ਵੇਸ, ਲਿਬਾਸ ; ਸੰਦ, ਸਾਜ਼; (ਬਹੁ) ਕਿਸੇ ਵਿਸ਼ੇਸ਼ ਅਵਸਰ ਉੱਤੇ ਪਹਿਨੀ ਜਾਣ ਵਾਲੀ ਪੁਸ਼ਾਕ ਵਰਦੀ ਜਾਂ ਲਿਬਾਸ

habit /'ਹੈਬਿਟ/ *n* ਆਦਤ, ਵਾਦੀ, ਗੇਝ, ਸੁਭਾਅ, ਵਿਹਾਰ, ਚਾਲ–ਢਾਲ, ਢੰਗ; ਸਰੀਰਿਕ ਬਣਤਰ, ਕਾਠੀ; ਵੇਸ, ਵਰਦੀ, ਬਾਣਾ, ਪਹਿਰਾਵਾ *vt* (ਕੱਪੜੇ) ਪੁਆਉਣਾ; ਰਹਿਣਾ, ਵਸੇਬਾ ਕਰਨਾ, ਵਸਾਉਣਾ

habitability /ˌਹੈਬਿਟਆ'ਬਿਲਿਟਿ/ *n* ਵੱਸਣਯੋਗਤਾ, ਨਿਵਾਸਯੋਗਤਾ, ਰਿਹਾਇਸ਼ਯੋਗਤਾ

habitable /'ਹੈਬਿਟਅਲ/ a ਵਸੋਂ ਅਨੁਕੂਲ, ਰਹਿਣਯੋਗ, ਵਸੇਬੇਯੋਗ,

habitat /'ਹੈਬਿਟੈਟ/ *n* ਕਿਸੇ ਪੌਦੇ ਜਾਂ ਜਾਨਵਰ ਦਾ ਅਸਲੀ ਜਾਂ ਕੁਦਰਤੀ ਨਿਵਾਸ-ਸਥਾਨ, ਘਰ, ਦੇਸ਼, ਵਤਨ

habitation /ˌਹੈਬਿ'ਟੇਇਸ਼ਨ/ *n* ਵਸੇਬਾ, ਵਾਸਾ, ਰਹਿਤਲ; ਘਰ, ਮਕਾਨ, ਨਿਵਾਸ-ਸਥਾਨ

habitual /ਹਅ'ਬਿਚੁਅਲ/ a ਪ੍ਰਚਲਿਤ, ਸੁਭਾਵਿਕ, ਵਿਹਾਰਿਕ; ਅਭਿਆਸੀ, ਆਦੀ; ਲਗਾਤਾਰ, ਸਦਾ ਲਈ; ਪੁਰਾਣਾ, ਪੁਰਾਤਨ; ਆਮ, ਮਾਮੂਲੀ, ਸਧਾਰਨ

habituate /ਹਅ'ਬਿਚੁਏਇਟ/ vt ਵਾਦੀ ਪਾਉਣਾ, ਗਿਝਾਉਣਾ, ਆਦਤ ਬਣਾਉਣਾ, ਸਿਖਾਉਣਾ

habituation /ਹਅˌਬਿਚੁ'ਏਇਸ਼ਨ/ n ਵਾਦੀ, ਗੇਝ, ਆਦਤ

habitude /'ਹੈਬਿਚੂਡ/ *n* ਸਰੀਰਿਕ ਜਾਂ ਮਾਨਸਿਕ ਬਣਤਰ; ਵਾਦੀ, ਆਦਤ, ਗੇਝ; ਰਿਵਾਜ, ਰੀਤ, ਦਸਤੂਰ; ਸੁਭਾਅ, ਰੁਚੀ, ਬਿਰਤੀ, ਰੌਂਅ

hack[1]/ਹੈਕ/ *n* ਖਾਣ ਪੁੱਟਣ ਵਾਲਿਆਂ ਦਾ ਇੱਕ ਸੰਦ; ਗੈਂਤੀ; ਵਾਰ, ਕਰੜੀ ਸੱਟ, ਡੂੰਘਾ ਜ਼ਖ਼ਮ *v* ਟੋਟੇ–ਟੋਟੇ ਕਰਨਾ, ਵੱਢਣਾ, ਨਿੱਕਾ–ਨਿੱਕਾ ਕਰਕੇ ਕੱਟਣਾ, ਡੂੰਘਾ ਜ਼ਖ਼ਮ ਕਰਨਾ, ਕਰੜੀ ਸੱਟ ਮਾਰਨਾ; ਫੁਟਬਾਲ ਖੇਡਦਿਆਂ ਵਿਰੋਧੀ ਦੀ ਪਿੰਨੀ ਉੱਤੇ ਸੱਟ ਮਾਰਨਾ; ਖਊਂ–ਖਊਂ ਕਰਨਾ, ਹੌਲੀ–ਹੌਲੀ ਖੰਘਣਾ

hack[2] n ਭਾੜੇ ਦਾ ਟੱਟੂ, ਠੇਕੇ ਜਾਂ ਕਿਰਾਏ ਦਾ ਗੱਡਾ; ਮਰੀਅਲ ਘੋੜਾ, ਮਾੜੀ ਟੈਰ; ਸਧਾਰਨ ਨੌਕਰ, ਕੰਮੀ vt ਕਿਰਾਏ ਉੱਤੇ ਦੇਣਾ, ਭਾੜੇ ਤੇ ਵਾਹੁਣਾ; ਆਮ ਕਰ ਦੇਣਾ, ਸਰਵਜਨਕ ਬਣਾਉਣਾ

hacker /'ਹੈਕਅ*/ n (ਕੰਪਿ) ਕੰਪਿਊਟਰ ਪ੍ਰਨਾਲੀ ਨੂੰ ਇੰਟਰਨੈੱਟ ਰਾਹੀਂ ਸੰਨ੍ਹ ਲਗਾ ਕੇ ਨੁਕਸਾਨ ਪਹੁੰਚਾਉਣ ਵਾਲਾ ਵਿਅਕਤੀ

hackle /'ਹੈਕਲ/ n ਸਣ ਸਣੁਕੜੇ ਆਦਿ ਨੂੰ ਸਾਫ਼ ਕਰਨ ਵਾਲੀ ਕੰਘੀ; ਕੁੱਕੜ ਜਾਂ ਹੋਰ ਪੰਛੀ ਦੀ ਧੌਣ ਉਤਲੇ ਵਾਲ vt ਸਣ ਸਾਫ਼ ਕਰਨਾ; ਚੀਰਨਾ, ਪਾੜਨਾ, ਟੋਟੇ–ਟੋਟੇ ਕਰਨਾ, ਨਿੱਕਾ–ਨਿੱਕਾ ਕਰ ਦੇਣਾ

hackler/'ਹੈਕਲਅ*/ *n* ਸਣ ਸਾਫ਼ ਕਰਨ ਵਾਲਾ ਸੰਦ

hackney/'ਹੈਕਨਿ/ n ਟੱਟੂ, ਭਾੜੇ ਦਾ ਟੱਟੂ; ਕਾਮਾ, ਮਜ਼ਦੂਰ, ਸਧਾਰਨ ਟਹਿਲੂਆ; ਭਾੜੇ ਦਾ ਲਿਖਾਰੀ vt ਭਾੜੇ ਕਿਰਾਏ ਉੱਤੇ ਦੇਣਾ, ਸਧਾਰਨ ਜਾਂ ਆਮ ਕਰ ਦੇਣਾ

hackney-coach, hackney carriage /'ਹੈਕਨਿ ਕਅਉਚ, 'ਹੈਕਨਿ ਕੈਰਿਜ/ *n* ਭਾੜੇ ਦੀ ਗੱਡੀ

hackneyed /'ਹੈਕਨਿਡ/ a ਸਿਥਲ ਜਾਂ ਮੰਦ, ਸਧਾਰਨ; ਭਾੜੇ ਦਾ, ਬਜ਼ਾਰੀ, ਚਾਲੂ; ਘਸਿਆ-ਪਿਟਿਆ

Hades /'ਹੇਇਡੀਜ਼/ *n* ਪਤਾਲ; ਪ੍ਰੇਤਲੋਕ, ਯਮਲੋਕ

haecceity/ਹੈਕ'ਸੀਇਟਿ/ *n* (ਦਰਸ਼) ਸੱਤਾ, ਅਸਤਿੱਤਵ, ਹੋਂਦ, ਵਿਅਕਤਿਤਵ

haemal /'ਹੀਮਲ/ a ਰੱਤਾ, ਲਹੂ ਦਾ, ਖ਼ੂਨ ਸੰਬੰਧੀ

haematic/ਹੀ'ਮੈਟਿਕ/ a ਲਹੂ ਦਾ, ਰੱਤ ਦਾ, ਖ਼ੂਨ ਦਾ, ਖ਼ੂਨ ਬਾਰੇ, ਖ਼ੂਨੀ, ਰੱਤਾ, ਰਕਤਮਈ

Haematology /,ਹੀਮਅ'ਟੌਲਅਜਿ/ *n* ਲਹੂ ਵਿਗਿਆਨ, ਰਕਤ ਵਿਗਿਆਨ, ਖ਼ੂਨ ਦੀਆਂ ਬਿਮਾਰੀਆਂ ਦਾ ਗਿਆਨ

haemoglobin /,ਹੀਮਅ'ਗਲਅਉਬਿਨ/ *n* ਰਕਤਾਣੂ, ਹੀਮੋਗਲੋਬਿਨ

haemophilia/,ਹੀਮਅ'ਫ਼ਿਲਿਅ/ *n* ਜ਼ਿਆਦਾ ਖ਼ੂਨ ਵਹਿ ਜਾਣ ਦੀ ਕਿਰਿਆ

haemorrhage /'ਹੈੱਮਅਰਿਜ/ *n* ਲਹੂ ਨਾੜੀ ਵਿੱਚੋਂ ਲਹੂ ਵਗਣ ਦਾ ਰੋਗ, ਰਕਤ ਪ੍ਰਵਾਹ

haemorrhoids /'ਹੈੱਮਅਰੌਇਡਜ਼/ *n* ਖ਼ੂਨੀ ਬਵਾਸੀਰ, ਬਵਾਸੀਰ ਦਾ ਮਹੁਕਾ

haffet /'ਹੈਫ਼ਿਟ/ *n* ਕਨਪਟੀ, ਕਨਪਟੀ ਦਾ ਵਲ

haft /ਹਾਫ਼ਟ/ *n* (ਤਲਵਾਰ, ਚਾਕੂ ਆਦਿ ਦੀ) ਮੁੱਠ, ਦਸਤਾ ਜਾਂ ਕਬਜ਼ਾ *vt* (ਤਲਵਾਰ, ਚਾਕੂ ਆਦਿ ਦੀ) ਮੁੱਠ ਦਸਤਾ ਜਾਂ ਕਬਜ਼ਾ ਲਾਉਣਾ

hag /ਹੈਗ/ *n* ਬੁੱਢੜੀ, ਕਰੂਪ ਬੁੱਢੀ ਔਰਤ, ਖੁੱਧੜ, ਚੁੜੇਲ, ਡੈਣ, ਭੂਤਨੀ

haggard¹/'ਹੈਗਅਡ/ a ਕਮਜ਼ੋਰ; ਮੰਦੇ ਹਾਲ, ਥੱਕਿਆ-ਹਾਰਿਆ; ਮੂੰਹ-ਲੱਥਾ, ਹਾਲੋਂਬੇਹਾਲ ਹੋਇਆ

haggard² *n* ਜੰਗਲੀ ਬਾਜ਼, ਅਣਸਿਧਾਇਆ ਬਾਜ਼

haggle /'ਹੈਗਲ/ *vi* ਮੁੱਲ ਘੱਟ ਕਰਾਉਣ ਲਈ ਝੇੜਾ ਕਰਨਾ, ਸੌਦਾਬਾਜ਼ੀ ਕਰਨਾ, ਝਗੜਨਾ *n* ਝਗੜਾ-ਝੇੜਾ, ਬਖੇੜਾ

haggler /'ਹੈਗਲਅ*/ *n* ਸੌਦੇ ਵਿੱਚ ਬਖੇੜਾ ਜਾਂ ਝੇੜਾ ਕਰਨ ਵਾਲਾ ਆਦਮੀ

hagiarchy, hegiocracy/'ਹੈੱਗਿਆਕਿ ,ਹੈੱਗਿ'ਔਕਰਅਸਿ/ *n* ਸੰਤਾਂ ਭਗਤਾਂ ਦਾ ਰਾਜ, ਸੰਤ ਰਾਜ

hagiography /'ਹੈੱਗਿ'ਔਗਰਅਫ਼ਿ/ *n* ਯਹੂਦੀਆਂ ਦੀ ਸੰਤ ਗਾਥਾ, ਸੰਤਾਂ ਦੀਆਂ ਜੀਵਨੀਆਂ ਦਾ ਸੰਗ੍ਰਹਿ, ਸੰਤ ਗਾਥਾ, ਸੰਤ ਜੀਵਨੀ, ਸੰਤਚਰਿਤ

ha-ha/ਹਾ'ਹਾ/ *int* ਹਾ-ਹਾ (ਹਾਸਾ ਸੂਚਕ)

hail¹ /ਹੇਇਲ/ *n* ਗੜੇ; ਵਾਛੜ, ਗਾਲ੍ਹਾਂ ਜਾਂ ਸਵਾਲਾਂ ਆਦਿ ਦੀ ਵਾਛੜ *v* ਗੜੇ ਪੈਣਾ; ਵਾਛੜ ਪੈਣਾ, ਸਵਾਲਾਂ ਆਦਿ ਦੀ ਵਾਛੜ ਕਰਨਾ

hail² *v* ਸੁਆਗਤ ਕਰਨਾ, ਜੀ ਆਇਆਂ ਆਖਣਾ, ਪ੍ਰਣਾਮ ਕਰਨਾ; ਸ਼ਾਬਾਸ਼ ਦੇਣਾ, ਬੱਲੇ-ਬੱਲੇ ਕਹਿਣਾ, ਜੈ-ਜੈ ਕਾਰ ਕਰਨਾ *n* ਜੀ ਆਇਆਂ, ਜੈ-ਜੈ ਕਾਰ; ਨਮਸਕਾਰ *int* ਸ਼ਾਬਾਸ਼ ! ਧੰਨ-ਧੰਨ ! ਬੱਲੇ-ਬੱਲੇ !

hailstorm /'ਹੇਇਲਸਟੋਮ/ *n* ਗੜਿਆਂ ਵਾਲਾ ਤੁਫ਼ਾਨ

hair /ਹੇਅ*/ *n* ਵਾਲ, ਕੇਸ, ਰੋਮ; ਜੱਤ, ਲੂੰ, ਉੱਨ, ਪਸ਼ਮ; ਵਾਲ ਜਿੰਨੀ ਸ਼ੈ, ਬਹੁਤ ਥੋੜ੍ਹੀ ਚੀਜ਼

hairbreadth /'ਹੇਅਬਰੈੱਡਥ/ *n* ਵਾਲ ਭਰ, ਰਵਾਲ 'ਕੁ, ਜ਼ਰਾ ਜਿੰਨਾ; ਬਹੁਤ ਥੋੜ੍ਹਾ ਫਰਕ, ਬਿਲਕੁਲ ਮਾਮੂਲੀ ਫ਼ਾਸਲਾ

hairdo /'ਹੇਅਡੂ/ *n* (ਬੋਲ) ਕੰਘੀ-ਪੱਟੀ

hairless /'ਹੇਅਲਅਸ/ *a* ਗੰਜਾ, ਰੋਡਾ, ਘੋਨਾ; ਕੇਸਹੀਣ, ਵਾਲ ਰਹਿਤ

hair-raising /'ਹੇਅ,ਰੇਇਜ਼ਿਙ/ *a* ਲੂੰ ਕੰਡੇ ਖੜ੍ਹੇ

ਕਰਨ ਵਾਲਾ, ਰੋਮਾਂਚਕਾਰੀ

hair-splitting /'ਹੇਅ,ਸਪਲਿਟਿਙ/ *n* ਬੜਾ ਸੂਖਮ, ਬਹੁਤ ਬਰੀਕਬੀਨੀ

hair-trigger *n* ਬੰਦੂਕ ਦਾ ਅਜਿਹਾ ਘੋੜਾ ਜਿਸ ਨੂੰ ਥੋੜ੍ਹਾ ਜਿਹਾ ਦੱਬਣ ਨਾਲ ਹੀ ਫਾਇਰ ਹੋ ਜਾਵੇ

hairy /'ਹੇਅਰਿ/ *a* ਵਾਲਦਾਰ, ਜੱਤਲ

hairy-heeled *a* ਨੀਚ ਵੰਸ਼ ਦਾ, ਮਾੜੀ ਕੁਲ ਦਾ; ਦੁਰਵਿਹਾਰ ਵਾਲਾ, ਬੁਰੇ ਤੌਰ-ਤਰੀਕੇ ਵਾਲਾ

halation /ਹਅ'ਲੇਇਸ਼ਨ/ *n* (ਛਾਇਆ ਚਿੱਤਰ ਵਿੱਚ) ਪ੍ਰਕਾਸ਼ ਦਾ ਫੈਲਾਅ

halberd /'ਹੈਲਬਅ:ਡ/ *n* ਬਰਛੇਦਾਰ ਟਕੂਆ, ਸਫ਼ਾਜੰਗੀ ਨੇਜ਼ਾ

halcyon /'ਹੈੱਲਸਿਅਨ/ *n* ਆਸਟਰੇਲੀਆ ਦਾ ਮੱਛੀਆਂ ਖਾਣ ਵਾਲਾ ਇੱਕ ਪੰਛੀ; ਇੱਕ ਮਿਥਿਹਾਸਿਕ ਪੰਛੀ ਜਿਸ ਬਾਰੇ ਪ੍ਰਸਿੱਧ ਹੈ ਕਿ ਉਹ ਸਿਆਲ ਵਿੱਚ ਜਾਦੂ ਨਾਲ ਸਮੁੰਦਰ ਨੂੰ ਸ਼ਾਂਤ ਕਰ ਦਿੰਦਾ ਹੈ ਅਤੇ ਫਿਰ ਸਮੁੰਦਰ ਉੱਤੇ ਤਰਦੇ ਆਲ੍ਹਣੇ ਵਿੱਚ ਅੰਡੇ ਦੇ ਕੇ ਬੱਚੇ ਕੱਢਦਾ ਹੈ *a* ਸ਼ਾਂਤ, ਚੁੱਪ-ਚਾਪ, ਟਿਕਿਆ

hale /ਹੇਇਲ/ *a* ਤੰਦਰੁਸਤ, ਨਿਰੋਗ, ਤਕੜਾ, ਰਿਸ਼ਟ-ਪੁਸ਼ਟ, ਮੋਟਾ–ਤਾਜ਼ਾ *v* ਖਿੱਚਣਾ, ਧੂਹਣਾ, ਬਦੋਬਦੀ ਘਸੀਟਣਾ **hale and hearty** ਰਾਜ਼ੀ–ਬਾਜ਼ੀ, ਨਿਰੋਗ; ਤੰਦਰੁਸਤ, ਤਕੜਾ

haleness /ਹੇਇਲਨਅਸ/ *n* ਨਿਰੋਗਤਾ, ਰਿਸ਼ਟ– ਪੁਸ਼ਟਤਾ, ਤੰਦਰੁਸਤੀ, ਹੱਟਾ--ਕੱਟਾਪਣ

half /ਹਾਫ਼/ *n* ਅੱਧ, ਅੱਧਾ ਹਿੱਸਾ **about half** *n* ਅੱਧਾ 'ਕੁ, ਅੱਧਾ–ਪਚੱਧਾ, ਲਗਭਗ ਅੱਧਾ **half and half** *a* ਅੱਧੋ–ਅੱਧ, ਅੱਧਾ–ਅੱਧਾ, ਬਰਾਬਰ–ਬਰਾਬਰ, ਇੱਕੋ ਜਿਹਾ

halfback /'ਹਾਫ਼ਬੈਕ/ *n* ਹਾਕੀ ਫੁਟਬਾਲ ਆਦਿ ਵਿੱਚ ਅਗਲੀ ਪੰਗਤੀ ਤੋਂ ਪਿਛਲਾ (ਵਿਚਾਲੇ ਦਾ) ਖਿਡਾਰੀ

half-baked /,ਹਾਫ਼'ਬੇਇਕਟ/ *a* ਅੱਧ ਪੱਕਾ, ਕੱਚਾ–ਪਿੱਲਾ

half-breed *n* ਵੱਖ-ਵੱਖ ਜਾਤੀ ਦੇ ਮਾਂ ਅਤੇ ਬਾਪ ਤੋਂ ਪੈਦਾ ਹੋਇਆ ਬੱਚਾ, ਦੋਗਲਾ

half-brother, half-sister *n* ਮਤਰੇਇਆ ਭਰਾ ਜਾਂ ਮਤਰੇਈ ਭੈਣ

half-caste /'ਹਾਫ਼ਕਾਸਟ/ *n* ਬੰਦਾ ਜਿਸ ਦੇ ਮਾਪੇ ਦੋ ਵੱਖ–ਵੱਖ ਜਾਤੀਆਂ ਦੇ ਹੋਣ, ਦੁਜਾਤੀ, ਦੋਗਲਾ ਬੰਦਾ

half-hearted /,ਹਾਫ਼'ਹਾਟਿਡ/ *a* ਬੇਦਿਲਾ, ਉਤਸ਼ਾਹਹੀਣ

half-mast /,ਹਾਫ਼'ਮਾਸਟ/ *n* ਅੱਧਾ ਝੁਕਿਆ ਝੰਡਾ, ਸੋਗ ਵਜੋਂ ਝੰਡੇ ਦਾ ਝੁਕਾਅ

half measures *n* ਸਮਝੌਤੇ ਦੀ ਨੀਤੀ ਲੈ ਦੇ ਕੇ ਸਮਝੌਤਾ ਕਰਨ ਦੀ ਵਿਧੀ

half-moon /,ਹਾਫ਼'ਮੂਨ/ *n* ਸੱਤਵੀਂ–ਅੱਠਵੀਂ ਤਿੱਥ ਦੀ ਰਾਤ ਦਾ ਚੰਨ; ਚੰਨ ਦੀ ਅੱਧੀ ਟਿੱਕੀ, ਅਰਧ ਚੰਦਰ, ਅੱਧੇ ਗੋਲੇ ਦੀ ਸ਼ਕਲ ਦਾ ਚੰਨ

half pants *n* ਨਿੱਕਰ, ਕੱਛਾ, ਕਛਹਿਰਾ

halfway /ਹਾਫ਼'ਵੇਅ/ *adv* ਅੱਧ ਵਿਚਕਾਰ, ਅੱਧੋ ਅੱਧ, ਅਧਵਾਟੇ, ਸਮੇਂ ਦੇ ਵਿਚਕਾਰ

half-witted /,ਹਾਫ਼'ਵਿਟਿਡ/ *a* ਮੂਰਖ, ਵਲੱਲਾ, ਬੁੱਧੂ, ਭੌਂਦੂ, ਸ਼ੁਦਾਈ

hall /ਹੋਲ/ *n* ਵੱਡਾ ਕਮਰਾ, ਹਾਲ; ਜ਼ਿਮੀਂਦਾਰ ਜਾਂ ਜਗੀਰਦਾਰ ਦਾ ਮਕਾਨ; ਵੱਡਾ ਮਕਾਨ, ਦੀਵਾਨਖ਼ਾਨਾ, ਮਹੱਲ, (ਯੂਨੀਵਰਸਿਟੀ) ਜਿਸ ਦਾ ਪ੍ਰਬੰਧ ਸਿੱਧਾ ਅਧਿਅਕਸ਼ ਦੇ ਹੱਥ ਵਿੱਚ ਹੋਵੇ; ਵਿਦਿਆਰਥੀਆਂ ਲਈ ਬਣੀ ਹੋਈ ਇਮਾਰਤ; ਖਾਣ–ਪੀਣ ਵਾਲਾ ਕਮਰਾ; ਸਭਾ ਭਵਨ; ਘਰ ਦੇ ਅੰਦਰ ਜਾਣ ਵਾਲਾ ਰਾਹ

hallmark /'ਹੋਲਮਾਕ/ *n* ਪ੍ਰਮਾਣਿਕਤਾ ਦਾ ਚਿੰਨ੍ਹ; ਸੋਨੇ–ਚਾਂਦੀ ਦੀ ਸ਼ੁੱਧਤਾ ਦੇ ਪ੍ਰਮਾਣ ਰੂਪ ਲਾਇਆ ਗਿਆ ਠੱਪਾ

hallo /ਹਅ'ਲਅਉ/ *int* ਸੰਬੋਧਨ ਕਰਨ ਲਈ ਜਾਂ ਹੈਰਾਨੀ ਪ੍ਰਗਟ ਕਰਨ ਲਈ ਬੋਲਿਆ ਜਾਣ ਵਾਲਾ ਸ਼ਬਦ, ਹੇ, ਜੀ, ਓ, ਹੋ

halloa /ਹਅ'ਲਅਉ/ *int* ਵੇਖੋ **hallo**

Hall of fame *n* ਹੋ ਚੁਕੇ ਪ੍ਰਸਿੱਧ ਵਿਅਕਤੀਆਂ ਦੀ ਯਾਦ ਵਿੱਚ ਸਜਿਆ ਹਾਲ ਕਮਰਾ, ਅਜਾਇਬ ਘਰ

halloo /**ਹੈ'ਲੂ**/ *v* ਹਾਕ ਮਾਰਨਾ, ਬੁਲਾਉਣਾ, ਪੁਕਾਰਨਾ; ਹਲਾ-ਹਲਾ ਕਰਨਾ, ਲਲਕਾਰਨਾ; ਵਾਵੇਲਾ ਮਚਾਣਾ, ਸ਼ੋਰ ਪਾਉਣਾ

hallow[1] /**'ਹੈਲਅਉ**/ *n* ਸੰਤ, ਸਾਧੂ, ਮਹਾਤਮਾ *v* ਪੂਜਣਾ, ਪ੍ਰਤਿਸ਼ਠਾ ਕਰਨਾ; ਪਵਿੱਤਰ ਕਰਨਾ, ਪੁਨੀਤ ਬਣਾਉਣਾ

hallow[2] *v* ਉਤੇਜਿਤ ਕਰਨਾ, ਲਲਕਾਰ ਕੇ ਉਤਸ਼ਾਹ ਵਧਾਉਣਾ; ਲਲਕਾਰਦੇ ਹੋਏ ਪਿੱਛਾ ਕਰਨਾ, (ਕੁੱਤੇ ਆਦਿ ਨੂੰ) ਹਲਾ–ਹਲਾ ਕਰਨਾ

hallowed /**'ਹੈਲਅਉਡ**/ *a* ਪਵਿੱਤਰ, ਪੁਨੀਤ, ਮਹਾਨ

Halloween /**ˌਹੈਲਅਉ'ਈਨ**/ *n* (ਅਮਰੀਕਾ, ਕਨੇਡਾ, ਬਰਤਾਨੀਆ ਵਿੱਚ) 31 ਅਕਤੂਬਰ ਨੂੰ ਬੱਚਿਆਂ ਦੁਆਰਾ ਮਨਾਇਆ ਜਾਂਦਾ ਤਿਉਹਾਰ ਇਸ ਦਿਨ ਬਾਰੇ ਪੁਰਾਣੀ ਮਨੌਤ ਸੀ ਕਿ ਇਸ ਦਿਨ ਰੂਹਾਂ ਕਬਰਾਂ ਨੂੰ ਵਾਪਸ ਆਉਂਦੀਆਂ ਹਨ

hallucinate /**ਹਅ'ਲੂਸਿਨੇਇਟ**/ *vt* ਚਿੱਤ ਵਿੱਚ ਗ਼ਲਤ ਵਿਚਾਰ ਬੈਠਣਾ, ਉਲਟੇ ਰਾਹ ਪੈਣਾ; ਭ੍ਰਾਂਤੀ ਜਾਂ ਛਾਇਆ ਪੈਣਾ

hallucination /**ਹਅˌਲੂਸਿ'ਨੇਇਸ਼ਨ**/ *n* ਅੱਖਾਂ ਦਾ ਧੋਖਾ, ਨਜ਼ਰ ਦਾ ਧੋਖਾ, ਵਹਿਮ, ਵਹਿਮ ਵਾਲੇ ਵਿਚਾਰ, ਮਨੋਭ੍ਰਾਂਤੀ

hallux /**'ਹੈਲਅਕਸ**/ *n* (ਮਨੁੱਖ ਦਾ) ਪੈਰ ਦਾ ਅੰਗੂਠਾ

halm /**ਹਾਮ**/ *n* ਵੇਖੋ **haulm**

halo /**'ਹੇਇਲਅਉ**/ *n* ਪ੍ਰਭਾ ਮੰਡਲ, ਪ੍ਰਕਾਸ਼ ਕੁੰਡਲ, ਪਰਵਾਰ, ਹਾਲਾ; ਮਹਾਪੁਰਖਾਂ ਦੇ ਸਿਰ ਜਾਂ ਚਿਹਰੇ ਦੇ ਦੁਆਲੇ ਮੰਨਿਆ ਜਾਂਦਾ ਰੋਸ਼ਨੀ ਦਾ ਚੱਕਰ *vt* ਚਾਨਣ ਦਾ ਘੇਰਾ ਪਾਉਣਾ; ਵਡਿਆਈ ਦੇਣਾ, ਜਸ ਕਰਨਾ

halt /**ਹੋਲਟ**/ *n* ਡੇਰਾ, ਪੜਾਅ, ਮੁਕਾਮ, ਮੰਜ਼ਲ; ਰੋਕ, ਠਹਿਰਾਅ, ਥੋੜ੍ਹੇ ਚਿਰ ਲਈ ਕੰਮ ਤੋਂ ਜਾਂ ਪੈਂਡੇ ਤੋਂ ਰੁਕਣ ਦੀ ਕਿਰਿਆ *v* ਰੁਕਣਾ, ਅਟਕਣਾ, ਠਹਿਰਨਾ, ਠਹਿਰਾਉਣਾ; ਅਰਾਮ ਕਰਨਾ; ਕੰਮ ਬੰਦ ਕਰਨਾ, ਪੜਾਅ ਕਰਨਾ; ਲੰਗੜਾਉਣਾ, ਲੰਗ ਮਾਰਨਾ; ਝਿਜਕਣਾ; ਦੁਬਿਧਾ ਵਿੱਚ ਪੈਣਾ *a* ਲੰਗਾਅ ਕੇ ਤੁਰਨ ਵਾਲਾ

halter /**'ਹੋਲਟਅ***/ *n* (ਪਸ਼ੂਆਂ ਦਾ) ਰੱਸਾ; ਜਬਾੜ੍ਹੀ, ਨਕੌੜਾ; ਫਾਂਸੀ ਦਾ ਰੱਸਾ *vt* ਗਲ ਵਿੱਚ ਰੱਸਾ ਪਾਉਣਾ, ਰੱਸੇ ਨਾਲ ਬੰਨ੍ਹਣਾ; ਫਾਂਸੀ ਦੇਣਾ

halting /**'ਹੋਲਟਿਙ**/ *n* ਲੰਗੜਾਪਣ; ਵਿਰਾਮ, ਠਹਿਰਾਅ *a* ਲੰਗੜਾ ਕੇ ਚੱਲਣ ਵਾਲਾ; ਰੁਕ–ਰੁਕ ਕੇ ਬੋਲਣ ਵਾਲਾ, ਥਥਲਾਉਣਾ ਵਾਲਾ

haltingly /**'ਹੋਲਟਿਙਲਿ**/ *adv* ਰੁਕ-ਰੁਕ ਕੇ

halve /**ਹਾਵ਼**/ *vt* ਅੱਧੋ- ਅੱਧ ਕਰਨਾ, ਦੋ ਹਿੱਸਿਆਂ ਵਿੱਚ ਇੱਕੋ ਜਿਹਾ ਵੰਡਣਾ, ਘਟਾਅ ਕੇ ਅੱਧਾ ਕਰ ਦੇਣਾ; ਅੱਧ ਦਾ ਹਿੱਸੇਦਾਰ ਹੋਣਾ, ਬਰਾਬਰ ਦਾ ਸਾਂਝੀਵਾਲ ਹੋਣਾ

halyard, halliard /**'ਹੈਲਯਅਡ, ਹੈਲਿਅਡ ਹੈਲਯਅਡ**/ *n* ਡੋਰੀ, ਰੱਸਾ, ਬਾਦਬਾਨੀ ਰੱਸੀ

ham /**ਹੈਮ**/ *n* ਪੱਟ ਦਾ ਮਾਸ, ਪੁੱਠ; ਲੂਣ ਲਾ ਕੇ ਸੁਕਾਇਆ ਸੂਰ ਦੇ ਪੱਟ ਦਾ ਮਾਸ; ਗੋਡੇ ਦਾ ਝੁਕਾਅ; ਅਨਾੜੀ ਅਤੇ ਨਾਤਜ਼ਰਬੇਕਾਰ ਜਾਂ ਅੱਲ੍ਹੜ ਪਾਤਰ

hamadryad /**ˌਹੈਮਅ'ਡਰਾਇਅਡ**/ *n* ਵਣਦੇਵੀ (ਜੋ ਕਿਸੇ ਰੁੱਖ ਦੇ ਨਾਲ ਜੰਮਦੀ ਅਤੇ ਉਸੇ ਰੁੱਖ ਦੇ ਨਾਲ ਮਰਦੀ ਹੈ); ਜ਼ਹਿਰੀਲਾ ਸੱਪ, ਨਾਗ

hamartiology /**ਹਅˌਮਾਟਿ'ਔਲਅਜਿ**/ *n* ਪਾਪ ਦੂਰ ਕਰਨ ਵਾਲਾ ਸਿਧਾਂਤ, ਪਾਪ ਸਿਧਾਂਤ, ਪਾਪਵਾਦ

hamburger /**'ਹੈਮਬਅ:ਗਅ***/ *n* ਇੱਕ ਖਾਧ ਪਦਾਰਥ ਜੋ ਸਬਜ਼ੀ ਪਨੀਰ ਜਾਂ ਮਾਸ ਦੇ ਕੀਮੇਂ ਆਦਿ ਨੂੰ ਡਬਲਰੋਟੀਆਂ ਵਿਚਾਲੇ ਰੱਖ ਕੇ ਤਿਆਰ ਕੀਤਾ ਜਾਂਦਾ ਹੈ, ਹੰਬਰਗਰ

hamburgh /**'ਹੈਮਬਅ:ਗ**/ *n* ਕਾਲਾ ਅੰਗੂਰ, ਅੰਗੂਰ ਦੀ ਇੱਕ ਕਿਸਮ; ਇੱਕ ਵਿਸ਼ੇਸ਼ ਨਸਲ ਦਾ ਕੁੱਕੜ; ਗਾਂ ਦੇ ਮਾਸ ਦਾ ਕੀਮਾ

hamlet /**'ਹੈਮਲਅਟ**/ *n* ਛੋਟਾ ਪਿੰਡ, ਪਿੰਡੋਰੀ

hammer /**'ਹੈਮਅ***/ *n* ਹਥੌੜਾ; ਮੂੰਗਲੀ; (ਖੇਡਾਂ ਵਿੱਚ) ਲੋਹੇ ਜਾਂ ਕਿਸੇ ਹੋਰ ਧਾਤ ਦਾ ਗੋਲਾ ਜੋ ਸੰਗਲੀ ਨਾਲ ਘੁਮਾ ਕੇ ਸੁੱਟਿਆ ਜਾਂਦਾ ਹੈ; ਬੰਦੂਕ

ਜਾਂ ਪਸਤੌਲ ਦਾ ਫਾਇਰ ਕਰਨ ਲਈ ਗੋਲੀ ਦੇ ਪੇਂਦੇ ਵਿੱਚ ਵਜਦਾ ਸੂਆ; ਨਿਲਾਮੀ ਵੇਲੇ ਘੜਿਆਲ ਉੱਤੇ ਮਾਰੀ ਜਾਣ ਵਾਲੀ ਮੂੰਗਲੀ ਜਾਂ ਹਥੌੜੀ *v* ਮਾਰਨਾ, ਚੰਡਣਾ; ਠੋਕਣਾ, ਗੋਡਣਾ; ਖੇਡ ਜਾਂ ਲੜਾਈ ਵਿੱਚ ਬੁਰੀ ਤਰਾਂ ਹਰਾਉਣਾ; ਕਿਸੇ ਕੰਮ ਵਿੱਚ ਸਖ਼ਤ ਮਿਹਨਤ ਕਰਨਾ **hammer and tongs** *adv* ਪੂਰੇ ਜ਼ੋਰ ਨਾਲ, ਸਾਰਾ ਤਾਣ ਲਾ ਕੇ

hammer and sickle *n* ਕਿਸਾਨਾਂ ਮਜ਼ਦੂਰਾਂ ਦੀ ਜੱਥੇਬੰਦੀ ਦਾ ਪ੍ਰਤੀਕ ਚਿੰਨ੍ਹ, ਕਮਿਊਨਿਸਟ ਪਾਰਟੀ ਦਾ ਚਿੰਨ੍ਹ, ਹਥੌੜਾ ਦਾਤੀ

hammer-cloth /'ਹੈਮਅਕਲੌਥ/ *n* ਡਰਾਈਵਰ ਜਾਂ ਕੋਚਵਾਨ ਦੀ ਗੱਦੀ ਦਾ ਕੱਪੜਾ

hammock /'ਹੈਮਅਕ/ *n* ਝੂਲਣਾ, ਪੰਘੂੜਾ, ਖਟੋਲਾ, ਝੂਲਣ ਵਾਲਾ ਡੋਲਾ, ਕੱਪੜਾ ਜਾਂ ਜਾਲ ਜਿਸ ਦੇ ਸਿਰੇ ਉੱਚੇ ਕਰਕੇ ਬੱਧੇ ਹੋਣ ਅਤੇ ਪੰਘੂੜੇ ਦੀ ਥਾਂ ਵਰਤਿਆ ਜਾਵੇ

hamper[1]/'ਹੈਮਪਅ*/ *n* ਟੋਕਰੀ ਆਦਿ ਜਿਸ ਵਿੱਚ ਖਾਣ-ਪੀਣ ਦੀਆਂ ਵਸਤੂਆਂ ਰੱਖੀਆਂ ਜਾਂਦੀਆਂ ਹਨ; ਅਜਿਹੀ ਪਟਾਰੀ ਜਿਸ ਵਿੱਚ ਖਾਣ-ਪੀਣ ਵਾਲੀ ਕੋਈ ਸੁਗਾਤ ਰੱਖ ਕੇ ਦਿੱਤੀ ਜਾਂਦੀ ਹੈ, ਛਾਬਾ, ਡਾਲੀ

hamper[2] *n* ਰੁਕਾਵਟ, ਰੋਕ, ਪ੍ਰਤਿਬੰਧ vt ਰਾਹ ਵਿੱਚ ਕੋਈ ਚੀਜ਼ ਰੱਖ ਕੇ ਰਾਹ ਰੋਕ ਦੇਣਾ; ਰੁਕਾਵਟ ਪਾਉਣਾ, ਅੜਿੱਕਾ ਡਾਹੁਣਾ, ਰੋਕਣਾ; ਉਲਝਣ ਪਾਉਣਾ

hamper[3] *n* ਜਹਾਜ਼ ਦਾ ਜ਼ਰੂਰੀ ਭਾਰਾ ਸਮਾਨ

hamshackle/'ਹੈਮਸ਼ੈਕਲ/ *vt* (ਘੋੜੇ ਅਦਿ ਨੂੰ) ਢੰਗਣਾ, ਜੂੜ ਪਾਉਣਾ

hamstring /'ਹੈਮਸਟਰਿਙ/ *n* ਖੁੱਚ ਦੀ ਨਾੜ *vt* ਖੁੱਚ ਦੀ ਨਾੜ ਕੱਟ ਦੇਣਾ, ਲੂਲ੍ਹਾ ਬਣਾ ਦੇਣਾ, ਨਕਾਰਾ ਬਣਾ ਦੇਣਾ

hand /ਹੈਨਡ/ *n* ਹੱਥ, ਕਰ, ਦਸਤ; ਪਸ਼ੂਆ ਦਾ ਅਗਲਾ ਪੈਰ; ਲਿਖਤ, ਲਿਖਾਈ, ਦਸਤਖ਼ਤ; (ਘੜੀ ਦੀ) ਸੂਈ; ਪ੍ਰਭਾਵ, ਸੱਤਾ, ਅਧਿਕਾਰ; ਪਾਸਾ, ਦਿਸ਼ਾ; ਸਹਾਰਾ, ਸਹਾਇਤਾ; (ਬਹੁ) ਕਰਮਚਾਰੀ, ਕਾਮੇ; (ਘੋੜੇ ਦੀ) ਉਚਾਈ ਨਾਪਣ ਵਾਲੀ ਇਕਾਈ; ਤਾਲੀਆਂ ਦੀ ਅਵਾਜ਼, ਤਾੜੀ; ਵਿਆਹ ਦਾ ਇਕਰਾਰ; ਤਾਸ਼ ਵਿੱਚ ਖਿਡਾਰੀ ਨੂੰ ਵੰਡੇ ਗਏ ਪੱਤੇ *vt* ਚੜ੍ਹਨ ਉੱਤਰਨ ਵਿੱਚ ਸਹਾਇਤਾ ਕਰਨਾ, ਹੱਥ ਦੇਣਾ, ਸੌਂਪਣਾ, ਦੇ ਦੇਣਾ; ਵਿਰਾਸਤ ਦੇ ਰੂਪ ਵਿੱਚ ਦੇ ਦੇਣਾ; ਬਖ਼ਸ਼ ਦੇਣਾ; ਜਹਾਜ਼ ਦੇ ਪੱਲੇ ਵਲ੍ਹੇਟਣਾ **hand and foot** *adv* ਪੂਰੀ ਤਰ੍ਹਾਂ, ਪੱਕਾ ਕਰਕੇ (ਬੰਨ੍ਹਣਾ) **hand and glove** *n* ਗੂੜ੍ਹੀ ਦੋਸਤੀ **hand in hand** *n* ਇੱਕ ਦੂਜੇ ਦਾ ਹੱਥ ਫੜੀ, ਹੱਥ ਵਿੱਚ ਹੱਥ ਪਾਈ **hand over hand** *n* ਇੱਕ ਹੱਥ ਤੋਂ ਅੱਗੇ ਜਾਂ ਉੱਤੇ ਦੂਜਾ ਰੱਖ ਕੇ (ਜਿਵੇਂ ਰੱਸਾ ਚੜ੍ਹਦਿਆਂ) ਕਿਸੇ ਦਾ ਪਿੱਛਾ ਕਰਦਿਆਂ ਤੇਜ਼ੀ ਨਾਲ ਨੇੜੇ ਪੁੱਜਣਾ **hand to hand** *n* ਹੱਥੋ-ਹੱਥੀ, ਹੱਥੋ-ਹੱਥ, ਆਮ੍ਹੋ- ਸਾਮ੍ਹਣੇ **hand to mouth** ਮਸਾਂ ਹੀ ਗੁਜ਼ਾਰਾ ਚਲਣ ਦਾ ਭਾਵ

hand-barrow *n* ਠੇਲ੍ਹਾ, ਰੇੜ੍ਹੀ, ਹੱਥ ਗੱਡੀ; ਸਟਰੇਚਰ

handbill /'ਹੈਨਡਬਿਲ/ *n* ਦੁਵਰਕੀ, ਇਸ਼ਤਿਹਾਰ, ਪਰਚਾ, ਦੁਪੱਤਰੀ

handbook /'ਹੈਨਡਬੁਕ/ *n* ਛੋਟੀ ਜਿਹੀ ਕਿਤਾਬ, ਕਿਤਾਬੜੀ

handcuff /'ਹੈਨਡਕਅੱਫ/ *n* ਹੱਥਕੜੀ *v* ਹੱਥਕੜੀ ਲਾਉਣਾ

hand-free *a* ਬਿਨਾਂ ਹੱਥ ਲਾਇਆ (ਟੈਲੀਫ਼ੋਨ ਕਰਨਾ) ਹੱਥ ਹਿਲਾਉਣ ਬਗ਼ੈਰ (ਕੁਝ ਕਰਨਾ)

handful /'ਹੈਨਡਫੁਲ/ *a* ਬੁੱਕ ਭਰ, ਲਪਕੁ, ਰੁੱਗ ਭਰ, ਮੁੱਠ ਭਰ; ਬਹੁਤ ਥੋੜ੍ਹੇ *n* ਔਖਾ ਕੰਮ; ਦੁੱਖ ਦੇਣ ਵਾਲਾ ਮਨੁੱਖ

handicap /'ਹੈਨਡਿਕੈਪ/ *n* ਅੜਚਨ, ਅਸੁਵਿਧਾ; ਮੰਦ ਬੁੱਧਤਾ; ਅਪੰਗਤਾ; ਕਮਜ਼ੋਰੀ; ਮੁਕਾਬਲੇ ਵਿੱਚ ਕੁਝ ਪਾਤਰਾਂ ਉੱਤੇ ਲਾਈ ਗਈ ਪਾਬੰਦੀ ਜਾਂ ਸ਼ਰਤ; ਮੁਕਾਬਲਾ, ਪ੍ਰਤਿਯੋਗਤਾ *vt* ਪਾਬੰਦੀ ਲਾਉਣਾ, ਕੋਈ ਰੁਕਾਵਟ ਜਾਂ ਪ੍ਰਤਿਬੰਧ ਲਾਉਣਾ

handicraft /'ਹੈਨਡਿਕਰਾਫਟ/ *n* ਦਸਤਕਾਰੀ,

ਹੱਥ ਕਿਰਤ, ਹੱਥ-ਸ਼ਿਲਪ, ਕਾਰੀਗਰੀ; ਦਸਤਕਾਰੀ ਦਾ ਕੰਮ ਜਾਂ ਪੇਸ਼ਾ, ਹੁਨਰ, ਸ਼ਿਲਪ-ਵਿੱਦਿਆ

handiwork /'**ਹੈਨਡਿਵਅ:ਕ**/ *n* ਦਸਤਕਾਰੀ, ਹੱਥ- ਸ਼ਿਲਪ, ਹੱਥ ਦਾ ਧੰਦਾ

handkerchief /'**ਹੈਙਕਅਚਿਫ, -ਚੀਫ**/ *n* ਰੁਮਾਲ

handle /'**ਹੈਨਡਲ**/ *n* ਹੱਥਾ, ਦਸਤਾ, ਮੁੱਠਾ, ਕਬਜ਼ਾ; ਅਜਿਹੀ ਘਟਨਾ ਜਿਸ ਦਾ ਲਾਭ ਉਠਾਇਆ ਜਾ ਸਕੇ *v* ਹੱਥ ਲਾਉਣਾ, ਹੱਥ ਪਾਉਣਾ, ਛੁਹਣਾ; ਸੰਭਾਲਨਾ, ਪ੍ਰਬੰਧ ਕਰਨਾ ਜਾਂ ਚਲਾਉਣਾ, (ਕੰਮ ਜਾਂ ਮਨੁੱਖਾਂ ਨੂੰ) ਵੱਸ ਵਿੱਚ ਰੱਖਣਾ; ਸਲੂਕ ਕਰਨਾ, ਵਰਤਾਰਾ ਕਰਨਾ; ਕਿਸੇ ਵਿਸ਼ੇ ਉੱਤੇ ਬੋਲਣਾ, ਲਿਖਣਾ ਜਾਂ ਬਹਿਸ ਕਰਨਾ; (ਕਿਸੇ ਜਿਨਸ ਦਾ) ਵਪਾਰ ਕਰਨਾ

handmade /,**ਹੈਨਡ'ਮੇਇਡ**/ *a* ਹੱਥਾਂ ਨਾਲ ਬਣਾਇਆ ਹੋਇਆ, ਮਸ਼ੀਨ ਦੀ ਵਰਤੋਂ ਬਿਨਾ ਬਣਾਇਆ ਹੋਇਆ

handmaid, handmaiden /'**ਹੈਨਡਮੇਇਡ, 'ਹੈਨਡਮੇਇਡਨ**/ *n* ਨੌਕਰਾਣੀ, ਗੋਲੀ

handout /'**ਹੈਨਡਆਉਟ**/ *n* ਲੋਕ ਭਲਾਈ ਬਾਰੇ ਮੁਫ਼ਤ ਵੰਡਿਆ ਜਾਣ ਵਾਲਾ ਜਾਦਕਾਰੀ ਪੱਤਰ, ਦਾਨ, ਖ਼ੈਰਾਤ, ਭਿੱਖਿਆ

hands-down *adv* ਬਿਨਾਂ ਵਧੇਰੇ ਕੋਸ਼ਿਸ਼ ਦੇ (ਦੌੜ ਜਿੱਤਣਾ)

handsel /'**ਹੈਨ(ਡ)ਸ(ਅ)ਲ**/ *n* ਨਵੇਂ ਸਾਲ ਦੀ ਸੁਗਾਤ, ਮਹੂਰਤ ਦੀ ਸੁਗਾਤ; ਮੁਬਾਰਕ, ਵਧਾਈ; ਬਿਆਨਾ, ਬੋਹਣੀ *vt* ਨਵੇਂ ਸਾਲ ਦੀ ਸੁਗਾਤ ਦੇਣਾ; ਬੋਹਣੀ ਕਰਨਾ; ਸਭ ਤੋਂ ਪਹਿਲਾਂ ਅਜਮਾਉਣਾ; ਆਦਰਸ਼ ਹੋਣਾ, ਨਮੂਨਾ ਬਣਨਾ

handshake /'**ਹੈਨਡਸ਼ੇਇਕ** / *n* ਹੱਥ ਮਿਲਾਉਣ, ਦਸਤ ਪੰਜਾ

hands-off *v* ਹੱਥ ਨਾ ਲਾਓ, ਦੂਰ ਰਹੋ, ਖ਼ਿਆਲ ਛੱਡ ਦੇਵੋ

handsome /'**ਹੈਨਸਅਮ**/ *a* ਸੋਹਣਾ, ਸੁਨੱਖਾ, ਸ਼ਕਲਵੰਦ, ਰੂਪਵਾਨ, ਸੁੰਦਰ, ਖ਼ੂਬਸੂਰਤ; ਦਿਆਲੂ, ਚੰਗਾ, ਉਦਾਰ; ਚੋਖਾ, ਕਾਫ਼ੀ

handsomeness /'**ਹੈਨਸਅਮਨਅਸ**/ *n* ਸੁੰਦਰਤਾ, ਖ਼ਬਸੂਰਤੀ, ਮਨੋਹਰਤਾ, ਉਦਾਰਤਾ

hands-up /'**ਹੈਨਡਜ਼ਅੱਪ**/ *v* ਵਿਰੋਧੀ ਜਾਂ ਸ਼ਤਰੂ ਨੂੰ ਹਥਿਆਰ ਸੁੱਟਣ ਜਾਂ ਹੱਥ ਖੜ੍ਹੇ ਕਰਨ ਦਾ ਹੁਕਮ

handwriting /'**ਹੈਨਡਰਾਇਟਿਙ**/ *n* ਲਿਖਤ, ਹੱਥ ਦੀ ਲਿਖਾਈ; ਲਿਖਣ ਦਾ ਢੰਗ

handy /'**ਹੈਨਡਿ**/ *a* ਮੌਜੂਦ, ਉਪਸਥਿਤ; ਤਿਆਰ; ਨੇੜੇ ਪਿਆ, ਲਾਗੇ ਦਾ; ਸੁਗਮ; ਨਿਪੁੰਨ, ਚਤਰ

hang /**ਹੈਙ**/ *n* ਲਮਕਣ ਜਾਂ ਲਟਕਣ, ਢਾਲ, ਝੁਕਾਅ, ਲਮਕਾਅ, ਲਟਕਾਅ; ਸਮਝ, ਗ੍ਰਹਿਣ ਕਰਨ ਦਾ ਭਾਵ *vt* ਟੰਗਣਾ, ਲਮਕਾਉਣਾ; ਤਸਵੀਰ ਕੰਧ ਨਾਲ ਟੰਗਣਾ; ਸੁਕਾਉਣ ਲਈ ਮਾਸ ਟੰਗਣਾ; ਫਾਹੇ ਲਾਉਣਾ; ਉਲਝਣਾ; ਬੂਹੇ ਦੇ ਤਖ਼ਤਿਆਂ ਦਾ ਕਬਜ਼ਿਆਂ ਆਦਿ ਨਾਲ ਝੂਲਣਾ; (ਸ਼ਰਮ ਆਦਿ ਨਾਲ) ਸਿਰ ਝੁਕਾਅ ਲੈਣਾ; ਲਮਕਣਾ, ਪਲਮਣਾ; ਝੁਕਣਾ; ਨਿਰਨਾ ਨਾ ਹੋਣਾ; ਫ਼ੈਸਲਾ ਨਾ ਹੋ ਸਕਣਾ; ਲਮਕਦੇ ਰਹਿਣਾ, ਕਿਸੇ ਬੰਨੇ ਨਾ ਲੱਗਣਾ; ਤਸਵੀਰ ਆਦਿ ਟੰਗ ਕੇ ਸਜਾਉਣਾ

hangar /'**ਹੈਙਅ***/ *n* ਹਵਾਈ ਜਹਾਜ਼ ਲਈ ਛੱਤਿਆ ਗਰਾਜ, ਵਿਮਾਨਗ੍ਰਹਿ

hangdog /'**ਹੈਙਡੌਗ**/ *n* ਨੀਚ, ਕਮੀਨਾ, ਹੋਛਾ, ਪਤਿਤ ਵਿਅਕਤੀ

hanger /'**ਹੈਙਅ***/ *n* ਟੰਗਣਾ, ਛਿੱਕਾ, ਕਿੱਲੀ, ਹੈਂਗਰ; ਫਾਂਸੀ ਉੱਤੇ ਚੜ੍ਹਾਉਣ ਵਾਲਾ ਜੱਲਾਦ; ਪਹਾੜ ਦੀ ਢਲਾਣ ਉੱਤੇ ਦਾ ਜੰਗਲਾ; ਕੋਈ ਲਟਕਦੀ ਹੋਈ ਵਸਤੂ ਜਾਂ ਲਟਕਦਾ ਵਿਅਕਤੀ; ਲਿਖਤ ਵਿੱਚ ਦੋਹਰੇ ਮੋੜ ਵਾਲੀ ਲਕੀਰ (˜); ਕਟਾਰ, ਛੋਟੀ ਤਲਵਾਰ

hangings /'**ਹੈਙਿਙਜ਼**/ *n* (ਬਹੁ) ਕੰਧਾਂ ਨਾਲ ਲਮਕਾਉਣ ਵਾਲੇ ਪਰਦੇ

hangman /'**ਹੈਙਮਅਨ**/ *n* ਫਾਹੇ ਲਾਉਣ ਵਾਲਾ ਕਰਿੰਦਾ, ਜੱਲਾਦ

hangnail /'**ਹੈਙਨੇਇਲ**/ *n* (ਨਹੁੰ ਦੀ) ਛਿਲਤਰ

hangover /'**ਹੈਙਅਉਵ਼ਅ***/ (ਅਪ) ਸ਼ਰਾਬ ਦੀ

ਤੋਟ, ਤੋੜ, ਭਾਨ

hang-up *n* ਉਲਝਣ, ਅੜੌਣੀ *v* ਉਲਝਣ ਵਿੱਚ ਫਸਣਾ, ਸਮੱਸਿਆ ਗ੍ਰਸਤ ਹੋਣਾ

hank/**ਹੈਙਕ**/ *n* (ਸੂਤ ਦੀ) ਅੱਟੀ, ਛੱਲੀ, ਲੱਛਾ

hanker /**'ਹੈਙਕਅ***/ *vi* ਇੱਛਾ ਕਰਨਾ, ਖ਼ਾਹਸ਼ ਹੋਣਾ; (ਕਿਸੇ ਵਸਤੂ ਦੀ) ਤੀਬਰ ਇੱਛਾ ਰੱਖਣਾ, ਬੇਚੈਨੀ ਹੋਣਾ

hankering /**'ਹੈਙਕਰਿਙ**/ *n* ਤੀਬਰ ਇੱਛਾ, ਚਾਹਨਾ, ਲਾਲਸਾ

hanky /**'ਹੈਙਕਿ**/ *n* **handkerchief** ਦਾ ਸੰਖੇਪ, ਰੁਮਾਲ

hanky-panky /ˌ**ਹੈਙਕਿ 'ਪੈਙਕਿ**/ *n* ਚਾਲਬਾਜ਼ੀ, ਦਾਅ ਪੇਚ; ਛੇੜਖਾਨੀ

Hansard /**'ਹੈਨਸਾਡ**/ *n* ਬਰਤਾਨਵੀ ਸੰਸਦ ਦੀ ਸਰਕਾਰੀ ਰਿਪੋਰਟ

hansom /**'ਹੈਨਸਅਮ**/ *n* ਦੋਪਹੀਆ ਗੱਡੀ, ਬੱਘੀ

hap/**ਹੈਪ**/ *n* ਸੰਜੋਗ, ਢੋ *vi* ਅਵਸਰ ਹੋਣਾ, ਅਚਾਨਕ ਹੋ ਜਾਣਾ, ਇਤਫ਼ਾਕੀਆ ਹੋਣਾ, ਢੋ ਢੁਕਣਾ

haphazard /**ਹੈਪ'ਹੈਜ਼ਅਡ**/ *n* ਸੰਜੋਗ, ਇਤਫ਼ਾਕ *a* ਸੰਜੋਗੀ, ਇਤਫ਼ਾਕੀਆ, ਕੁਦਰਤੀ; ਬੇਨਿਯਮਾ, ਅਟਕਲਪੱਚੂ *adv* ਅਵਿਵਸਥਿਤ, ਊਲਜਲੂਲ

hapless /**'ਹੈਪਲਅਸ**/ a ਬਦਕਿਸਮਤ, ਬਦਨਸੀਬ, ਬੇਭਾਗਾ

happen /**'ਹੈਪਅਨ**/ vi ਹੋਣਾ, ਵਾਪਰਨਾ, ਘਟਣਾ, ਪੇਸ਼ ਆਉਣਾ, ਸਾਮ੍ਹਣੇ ਆਉਣਾ, ਵਰਤਣਾ; ਸੰਜੋਗੀ ਹੋ ਜਾਣਾ, ਇਤਫ਼ਾਕੀਆ ਵਾਪਰਨਾ; ਗੁਜ਼ਰਨਾ, ਬੀਤਣਾ; ਆ ਪੈਣਾ; ਪ੍ਰਾਪਤ ਹੋਣਾ

happened /**'ਹੈਪ(ਅ)ਨਡ**/ a ਬੀਤਿਆ, ਵਾਪਰਿਆ

happening /**'ਹੈਪਅਨਿਙ**/ *n* ਘਟਨਾ, ਵਾਰਦਾਤ

happiness /**'ਹੈਪਿਨਅਸ**/ *n* ਖ਼ੁਸ਼ੀ, ਪ੍ਰਸੰਨਤਾ, ਸੁਖ, ਅਨੰਦ, ਚੈਨ, ਖ਼ੁਸ਼ਹਾਲੀ, ਸੁਭਾਗ

happy /**'ਹੈਪਿ**/ a ਖ਼ੁਸ਼, ਪ੍ਰਸੰਨ, ਅਨੰਦ; ਸੁਖੀ, ਰਾਜ਼ੀ–ਬਾਜ਼ੀ; ਸੰਤੁਸ਼ਟ; ਸੁਭਾਗਾ, ਕਰਮਾਂ ਵਾਲਾ; ਯੋਗ; ਸ਼ੁਭ, ਚੰਗਾ, ਖ਼ੁਸ਼ੀ ਭਰਿਆ

happygolucky *a* ਬੇਪਰਵਾਹ, ਮਸਤ–ਮਲੰਗ, ਨਿਸ਼ਚਿੰਤ

happy hour *n* ਸ਼ਾਮ ਦਾ ਉਹ ਸਮਾਂ ਜਦੋਂ ਠੇਕਿਆਂ ਉੱਤੇ ਸ਼ਰਾਬ ਦੇ ਰੇਟ ਕੁਝ ਘਟ ਜਾਂਦੇ ਹਨ

hara-kiri /ˌ**ਹੈਰਅ 'ਕਿਰਿ**/ *n* ਆਤਮਘਾਤ ਕਰਨ ਦੀ ਜਪਾਨੀ ਪਰੰਪਰਾ; ਆਤਮਘਾਤ

harangue /**ਹਅ'ਰੈਙ**/ *n* ਲੰਮਾ–ਚੌੜਾ ਭਾਸ਼ਣ *vt* ਧੜੱਲੇਦਾਰ ਲੈਕਚਰ ਦੇਣਾ

harass /**'ਹੈਰਅਸ, ਹਅ'ਰੈਸ**/ *vt* ਤੰਗ ਕਰਨਾ, ਜ਼ਿੱਚ ਕਰਨਾ, ਸਤਾਉਣਾ; ਦੁੱਖ ਦੇਣਾ, ਕਸ਼ਟ ਦੇਣਾ, ਨੱਕ ਵਿੱਚ ਦਮ ਕਰ ਦੇਣਾ

harassment /**'ਹੈਰਅਸਮਅਨਟ**/ *n* ਪਰੇਸ਼ਾਨੀ, ਕਲੇਸ਼, ਤਕਲੀਫ਼

harbinger /**'ਹਾਬਿਨਜਅ***/ *n* ਹਰਕਾਰਾ, ਸੰਦੇਸ਼ਵਾਹਕ, ਅਗੇਤੀ ਸੂਚਨਾ ਦੇਣ ਵਾਲਾ; ਦੁਆਰਪਾਲ; ਸੈਨਾ ਦੇ ਪ੍ਰਬੰਧ ਜਾਂ ਰਿਹਾਇਸ਼ ਆਦਿ ਲਈ ਅਗਾਊਂ ਭੇਜਿਆ ਆਦਮੀ

harbour /**'ਹਾਬਅ***/ *n* ਸਮੁੰਦਰ ਦੇ ਕੰਢੇ ਜਹਾਜ਼ਾਂ ਦੇ ਠਹਿਰਨ ਵਾਲੀ ਥਾਂ, ਬੰਦਰਗਾਹ, ਗੋਦੀ; ਆਸਰਾ; ਸਹਾਰਾ, ਸ਼ਰਨ, ਪਨਾਹ *vt* ਆਸਰਾ ਦੇਣਾ, ਪਨਾਹ ਦੇਣਾ; ਥਾਂ ਦੇਣਾ; ਜਹਾਜ਼ ਨੂੰ ਬੰਦਰਗਾਹ ਵਿੱਚ ਖਲ੍ਹਾਰਨਾ; ਬੰਦਰਗਾਹ ਵਿੱਚ ਰੁਕਣਾ, ਲੰਗਰ ਸੁੱਟਣਾ; ਰਹਿਣਾ, ਵੱਸਣਾ, ਟਿਕਣਾ

harbourage /**'ਹਾਬ(ਅ)ਰਿਜ**/ *n* ਪਨਾਹ ਲੈਣ ਵਾਲੀ ਥਾਂ, ਪਨਾਹ, ਸ਼ਰਨ, ਆਸਰਾ

hard /**ਹਾਡ**/ a ਕਰੜਾ, ਸਖ਼ਤ, ਪੱਕਾ, ਠੋਸ, ਪੀਡਾ; ਔਖਾ, ਕਠਨ, ਮੁਸ਼ਕਲ; ਨਿਰਦਈ, ਸਖ਼ਤ ਦਿਲ; ਨਿੱਗਰ; ਕਾਠਾ ਜਾਂ ਕਰੜਾ (ਗੰਨਾ); ਬੰਜਰ; ਦੁੱਖ ਭਰਿਆ; ਕੰਜੂਸ; ਦੁਖਦਾਈ, ਕਲੇਸ਼ਕਾਰੀ; (ਪਾਣੀ) ਭਾਰਾ; (ਪੀਣ ਵਾਲੀ ਵਸਤੂ) ਨਸ਼ੀਲੀ, ਨਸ਼ੇ ਵਾਲੀ *adv* ਜ਼ੋਰ ਨਾਲ, ਪੂਰਾ ਤਾਣ ਲਾ ਕੇ *n* ਜ਼ਹਾਜ਼ ਤੋਂ ਉਤਰਨ ਵਾਲੀ ਥਾਂ (ਕਿਨਾਰਾ ਜਾਂ ਬੰਦਰਗਾਹ)

hardbitten /ˌ**ਹਾਡ'ਬਿਟਨ**/ *a* ਹਠੀਲਾ, ਘੁਲਾਟੀਆ

hardboard /'ਹਾਡਬੋਡ/ *n* ਲੱਕੜੀ ਦਾ ਫੱਟਾ

hard copy *n* (ਕੰਪਿ) ਕਾਗਜ ਉੱਤੇ ਪ੍ਰਾਪਤ ਕੀਤੀ ਕੰਪਿਊਟਰ ਦਸਤਾਵੇਜ਼ ਦੀ ਛਾਪ

hardcover /'ਹਾਡਕਅੱਵ੍ਅ*/ *n* (ਪੁਸਤਕ ਦੀ) ਸਖ਼ਤ ਜਿਲਦ, ਪੱਕੀ ਜਿਲਦ

hard disk *n* (ਕੰਪਿ) ਕੰਪਿਊਟਰ ਵਿੱਚ ਸੂਚਨਾਵਾਂ ਅਤੇ ਪ੍ਰੋਗਰਾਮਾਂ ਦੇ ਸਥਾਈ ਭੰਡਾਰਨ ਲਈ ਉਪਕਰਨ

hard disk drive *n* (ਕੰਪਿ) ਕੰਪਿਊਟਰ ਦਾ ਇੱਕ ਹਿੱਸਾ ਜਿਸ ਉੱਤੇ ਤੱਥ ਸੂਚਨਾਵਾਂ ਦਸਤਾਵੇਜ਼ ਅਤੇ ਪ੍ਰੋਗਰਾਮ ਆਦਿ ਭੰਡਾਰ ਕੀਤੇ ਹੁੰਦੇ ਹਨ

hard-earned /ˌਹਾਡ'ਅ:ਨਡ/ *a* ਸਖ਼ਤ ਮਿਹਨਤ ਨਾਲ ਕੀਤੀ (ਕਮਾਈ), ਦਸਾਂ ਨਹੁੰਆਂ ਦੀ (ਕਿਰਤ), ਖ਼ੂਨ ਪਸੀਨੇ ਦੀ (ਕਮਾਈ)

harden /'ਹਾਡਨ/ *v* ਸਖ਼ਤ ਕਰਨਾ ਜਾਂ ਹੋਣਾ, ਕਠੋਰ ਕਰਨਾ, ਦ੍ਰਿੜ੍ਹ ਕਰਨਾ, ਪੱਕਾ ਕਰਨਾ

hardened /'ਹਾਡ(ਅ)ਨਡ/ *a* ਦ੍ਰਿੜ੍ਹ, ਪੱਕਾ, ਕਠੋਰ, ਸਖ਼ਤ

hard-faced *a* ਦੂਜਿਆਂ ਨਾਲ ਹਮਦਰਦੀ ਨਾ ਰੱਖਣ ਵਾਲਾ, ਸਦਭਾਵਨਾ ਰਹਿਤ, ਕਲੇਸ਼ਮਈ

hard-favoured *a* ਬਦਸੂਰਤ, ਕਰੂਪ

hard-headed /ˌਹਾਡ'ਹੈੱਡਿਡ/ *a* ਜਿਸ ਉੱਤੇ ਭਾਵਕਤਾ ਦਾ ਅਸਰ ਨਾ ਪਵੇ, ਅਭਾਵੁਕ; ਕਿਰਿਆਸ਼ੀਲ, ਮਿਹਨਤੀ

hard-hearted /ˌਹਾਡ'ਹਾਟਿਡ/ *a* ਸਖ਼ਤ ਦਿਲ, ਬੇਰਹਿਮ

hard-hitting /ˌਹਾਡ'ਹਿਟਿਙ/ *a* ਖਰੀਆਂ-ਖਰੀਆਂ ਸੁਣਾਉਣ ਵਾਲਾ, ਮੂੰਹ ਜ਼ੋਰ

hard labour *n* ਮੁਸ਼ੱਕਤ, ਸਖ਼ਤ ਮਿਹਨਤ

hardliness /'ਹਾਡਲਿਨਅਸ/ *n* ਬਦਕਿਸਮਤੀ

hardly /'ਹਾਡਲਿ/ *adv* ਮਸਾਂ, ਮਸਾਂ ਜਿਹੇ, ਮੁਸ਼ਕਲ ਨਾਲ, ਸ਼ਾਇਦ ਹੀ

hardness /ਹਾਡਨਅਸ/ *n* ਕਠੋਰਤਾ, ਕਰੜਾਈ, ਕਠਨਾਈ

hard-nosed /ˌਹਾਡ'ਨਅਉਜ਼ਡ/ *a* ਜਿਸ ਉੱਤੇ ਜਜ਼ਬਾਤ ਜਾਂ ਹਮਦਰਦੀ ਦਾ ਕੋਈ ਅਸਰ ਨਾ ਹੋਵੇ, ਬੇਰਹਿਮ

hard of hearing *a* ਜਿਸਨੂੰ ਉੱਚਾ ਸੁਣਦਾ ਹੋਵੇ, ਬੋਲਾ

hard-pressed /ˌਹਾਡ'ਪਰੈੱਸਟ/ *a* ਕੰਮ ਦੇ ਬੋਝ ਥੱਲੇ ਦਬਿਆ ਹੋਇਆ, (ਗੁਜ਼ਾਰਾ ਚਲਾਉਣ ਲਈ) ਵਧੇਰੇ ਕੰਮ ਕਰਨ ਵਾਲਾ, ਥੋੜ੍ਹੇ ਸਮੇਂ ਵਿੱਚ ਬਹੁਤਾ ਕੰਮ ਮੁਕਾਉਣ ਵਾਲਾ

hard set *a* ਜਕੜਿਆ, ਕਸ ਕੇ ਬੱਧਾ; ਭੁੱਖਾ

hardship /'ਹਾਡਸ਼ਿਪ/ *n* ਤੰਗੀ, ਔਖਿਆਈ; ਮੁਸੀਬਤ, ਬਿਪਤਾ; ਕਸ਼ਟ

hard times *n* ਔਖੇ ਦਿਨ, ਬੇਰੁਜ਼ਗਾਰੀ ਦਾ ਸਮਾਂ, ਤੰਗੀ ਦੇ ਦਿਨ

hard up /ˌਹਾਡ'ਅੱਪ/ *n* (ਪੈਸੇ ਦੀ) ਤੰਗੀ, ਔਖ

hardware /'ਹਾਡਵੇਅ*/ *n* ਧਾਤ ਦਾ ਸਮਾਨ; ਹਥਿਆਰ (ਕੰਪਿ) ਕੰਪਿਊਟਰ ਦੀ ਮਸ਼ੀਨਰੀ, ਕੰਪਿਊਟਰ ਦੇ ਪਦਾਰਥਕ ਹਿੱਸੇ

hard water *n* ਭਾਰਾ ਪਾਣੀ

hard-working /ˌਹਾਡ'ਵਅ:ਕਿਙ/ *a* ਮਿਹਨਤੀ, ਕਿਰਿਆਸ਼ੀਲ, ਹਿੰਮਤੀ

hardy /'ਹਾਡਿ/ *a* ਕਰੜਾ, ਸਖ਼ਤ, ਤਕੜਾ, ਮਜ਼ਬੂਤ, ਸਖ਼ਤੀ ਝੱਲਣ ਯੋਗ; ਸਾਹਸੀ, ਹਿੰਮਤੀ, ਦਲੇਰ, ਨਿਡਰ, ਸੂਰਬੀਰ; ਹਰ ਰੁੱਤ ਵਿੱਚ ਹਰਾ ਰਹਿਣ ਵਾਲਾ (ਬੂਟਾ)

hare /ਹੇਅ*/ *n* ਸਹਿਆ, ਖ਼ਰਗੋਸ਼

hare and hounds *n* ਇੱਕ ਖੇਡ ਜਿਸ ਵਿੱਚ ਇੱਕ ਪਾਸੇ ਦੇ ਖਿਡਾਰੀ ਖੇਤ ਜਾਂ ਜੰਗਲ ਆਦਿ ਵਿੱਚ ਕਾਗਜ਼ ਦੀਆਂ ਪਰਚੀਆਂ ਖਿਲਾਰਦੇ ਜਾਂਦੇ ਹਨ ਅਤੇ ਦੂਜੀ ਟੋਲੀ ਉਹਨਾਂ ਨੂੰ ਇਕੱਤਰ ਕਰਦੀ ਹੈ

harebell /'ਹੇਅਬੈੱਲ/ *n* ਟੱਲੀ ਵਰਗੇ ਨੀਲੇ ਫੁੱਲਾਂ ਵਾਲਾ ਸਦਾਬਹਾਰ ਬੂਟਾ

hare-brained /'ਹੇਅਬਰੇਇਨਡ/ *a* ਮੂਰਖ, ਬੁੱਧੂ

harem /'ਹਾਰੀਮ, -ਰਅਮ/ *n* ਜ਼ਨਾਨਖ਼ਾਨਾ, ਹਰਮ

haricot /'ਹੈਰਿਕਅਉ/ *n* ਸਬਜ਼ੀ ਪਾ ਕੇ ਰਿੱਧਾ ਭੇਡ ਦਾ ਮਸਾਲੇਦਾਰ ਮਾਸ

hark /ਹਾਕ/ *vi* ਸੁਣੋ, ਧਿਆਨ ਦਿਓ, (ਕੁੱਤਿਆਂ

ਨੂੰ ਸ਼ਿਕਾਰ ਪਿੱਛੇ ਲਾਉਣ ਲਈ ਵਰਤਿਆ ਜਾਂਦਾ ਸ਼ਬਦ) *n* ਹੁਲਾ–ਹੁਲਾ

harlot /'ਹਾਲਅਟ/ *n* ਵੇਸਵਾ, ਕੰਜਰੀ, ਕੋਠੇ ਵਾਲੀ

harm /ਹਾਮ/ *n* ਹਾਨੀ, ਨੁਕਸਾਨ *vt* ਨੁਕਸਾਨ ਕਰਨਾ, ਹਾਨੀ ਪਹੁੰਚਾਉਣਾ; ਕਸ਼ਟ ਦੇਣਾ, ਦੁਖੀ ਕਰਨਾ

harmful /'ਹਾਮਫ਼ਲ/ *a* ਹਾਨੀਕਾਰਕ, ਨੁਕਸਾਨਦੇਹ; ਦੁਖਦਾਈ

harmless /'ਹਾਮਲਅਸ/ *a* ਜੋ ਕਿਸੇ ਦਾ ਕੁਝ ਨਾ ਵਿਗਾੜੇ, ਬੇਐਬ, ਨਿਰਦੋਸ਼, ਜੋ ਦੁੱਖ ਨਾ ਦੇਵੇ

harmonic /ਹਾ'ਮੋਨਿਕ/ *a* ਸੁਰਮੇਲ ਵਾਲਾ, ਸਮਸਵਰ; ਇਕਸੁਰ, ਇਕਤਾਲ, ਸੰਗਤ

harmonica /ਹਾ'ਮੋਨਿਕਅ/ *n* ਮੂੰਹ ਨਾਲ ਵਜਾਉਣ ਵਾਲਾ ਇੱਕ ਵਾਜਾ

harmonious /ਹਾ'ਮਅਉਨਿਅਸ/ *a* ਮਿਲਵਾਂ, ਇਕਸਾਰਤਾ ਵਾਲਾ, ਇਕਸੁਰ, ਇਕਤਾਲ; ਸੁਰੀਲਾ, ਮਿੱਠੀ ਸੁਰ ਵਾਲਾ

harmonist /'ਹਾਮਅਨਿਸਟ/ *n* ਸੰਗੀਤ ਵਿੱਦਿਆ ਦਾ ਗਿਆਤਾ, ਸੰਗੀਤਕਾਰ, ਰਾਗ ਰਾਗਣੀਆਂ ਆਦਿ ਬਾਰੇ ਪੂਰੀ ਜਾਣਕਾਰੀ ਰੱਖਣ ਵਾਲਾ; ਸਮਾਨ ਬਿਰਤਾਂਤ ਦਾ ਤੁਲਨਾਕਾਰ, ਇਕਸੁਰਤਾ ਲਿਆਉਣ ਵਾਲਾ

harmonium /ਹਾ'ਮਅਉਨਿਅਮ/ *n* ਸੰਗੀਤ ਦਾ ਇੱਕ ਸਾਜ਼, ਸੁਰਵਾਜਾ, ਹਾਰਮੋਨੀਅਮ

harmonize /'ਹਾਮਅਨਾਇਜ਼/ *v* ਇਕਸੁਰ ਕਰਨਾ, ਇਕਸਾਰਤਾ ਲਿਆਉਣਾ ਜਾਂ ਹੋਣਾ; ਸੰਗਤ ਕਰਨਾ ਜਾਂ ਹੋਣਾ; ਸੁਰਾਂ ਮਿਲਾਉਣਾ ਜਾਂ ਮਿਲਨਾ

harmony /'ਹਾਮਅਨਿ/ *n* ਇਕਸੁਰਤਾ, ਇਕਸਾਰਤਾ, ਸੁਰਮੇਲ, ਸੰਗਤੀ; ਸਮਤਾਲ; ਮਿੱਠੀ ਸੁਰ ਜਾਂ ਅਵਾਜ਼

harness /'ਹਾਨਿਸ/ *n* ਟਾਂਗੇ ਬੱਘੀ ਆਦਿ ਦੇ ਘੋੜੇ ਦਾ ਸਾਜ, ਸਿਪਾਹੀ ਜਾਂ ਉਸ ਦੇ ਘੋੜੇ ਦੀ ਸੰਜੋਅ; ਕਿਸੇ ਧੰਦੇ ਦਾ ਸੰਦ ਵਲੇਵਾ; (ਤਾਣੀ ਦਾ) ਕਰਘਾ *vt* ਸਾਜ ਪਾਉਣਾ, ਜੋੜਨਾ

harp /ਹਾਪ/ *n* (ਸਿਤਾਰ ਵਰਗਾ) ਵਾਜਾ, ਦਿਲਰੁਬਾ *v* ਇਹ ਸਾਜ਼ ਵਜਾਉਣਾ; ਇੱਕੋ ਗੱਲ ਨੂੰ ਵਾਰ–ਵਾਰ ਦੁਹਰਾਉਣਾ, ਇੱਕੋ ਗੱਲ ਉੱਤੇ ਜ਼ੋਰ ਦੇਣਾ, ਸਿਰ ਡਾਹੀ ਜਾਣਾ

harper /'ਹਾਪਅ*/ *n* ਹਾਪ ਵਾਦਕ

harpoon /ਹਾ'ਪੂਨ/ *n* (ਵ੍ਹੇਲ ਮੱਛੀ ਦੇ ਸ਼ਿਕਾਰ ਲਈ) ਭਾਲਾ

harpy /'ਹਾਪਿ/ *n* (ਯੂਨਾਨੀ ਅਤੇ ਲਾਤੀਨੀ ਦੇਵ ਗਾਥਾ ਵਿੱਚ) ਇੱਕ ਭਿਆਨਕ ਦੈਂਤ ਜਿਸ ਦਾ ਚਿਹਰਾ ਅਤੇ ਸਰੀਰ ਸੁੰਦਰ ਇਸਤਰੀ ਵਰਗਾ ਸੀ; ਖੂੰਖਾਰ, ਭਿਆਨਕ ਮਨੁੱਖ

harrier /'ਹੈਰਿਅ*/ *n* ਸਹੇ ਦਾ ਸ਼ਿਕਾਰ ਖੇਡਣ ਵਾਲਾ ਕੁੱਤਾ; ਸ਼ਿਕਾਰੀਆਂ ਅਤੇ ਕੁੱਤਿਆਂ ਦਾ ਟੋਲਾ; ਇੱਕ ਸ਼ਿਕਾਰੀ ਪੰਛੀ; ਜ਼ਾਲਮ, ਦੁਸ਼ਟ, ਲੁਟੇਰਾ, ਉਜਾੜਨ ਵਾਲਾ ਵਿਅਕਤੀ

harrow /'ਹੈਰਅਉ/ *n* ਜ਼ਮੀਨ ਵਾਹੁਣ ਵਾਲਾ ਇੱਕ ਕਿਸਾਨੀ ਸੰਦ, ਤਵੀਆਂ, ਹੈਰੋ *vt* ਜ਼ਮੀਨ ਵਾਹੁਣਾ, ਜ਼ਮੀਨ ਪੁੱਟਣਾ; ਦੁੱਖ ਦੇਣਾ, ਕਸ਼ਟ ਪਹੁੰਚਾਉਣਾ

harrowing /'ਹੈਰਅਉਇਙ/ *a* ਦੁਖੀ ਕਰਨ ਵਾਲਾ, ਕਸ਼ਟਮਈ, ਘਬਰਾਹਟ ਪੈਦਾ ਕਰਨ ਵਾਲਾ

harry /'ਹੈਰਿ/ *vt* ਉਜਾੜਨਾ, ਤਬਾਹ ਕਰਨਾ, ਵੈਰਾਨ ਕਰਨਾ, ਲੁੱਟਮਾਰ ਮਚਾਉਣਾ; ਤੰਗ ਕਰਨਾ, ਦੁੱਖ ਦੇਣਾ, ਦਿੱਕ ਕਰਨਾ

harsh /ਹਾਸ਼/ *a* ਰੁੱਖਾ, ਸਖ਼ਤ, ਖਰ੍ਹਵਾ, ਕਰੱਖ਼ਤ, ਕਰੜਾ, ਨਾਪਸੰਦ, ਨਾਗਵਾਰ, ਅਰੁਚੀਕਰ; ਨਿਰਦਈ, ਬੇਰਹਿਮ, ਸਖ਼ਤ ਦਿਲ

hart /ਹਾਟ/ *n* ਰੱਤਾ ਹਿਰਨ, ਲਾਲ ਹਿਰਨ

hartshorn /'ਹਾਟਸਹੋਨ/ *n* ਰੱਤੇ ਹਿਰਨ ਦੇ ਸਿੰਗਾਂ ਵਿੱਚੋਂ ਪ੍ਰਾਪਤ ਕੀਤਾ ਜਾਣ ਵਾਲਾ ਇੱਕ ਪਦਾਰਥ ਜਿਸ ਵਿੱਚੋਂ ਅਮੋਨੀਆ ਕੱਢਿਆ ਜਾਂਦਾ ਸੀ

harum-scarum /ˌਹੇਅਰਅਮ 'ਸਕੇਅਰਅਮ/ *a* ਉਤਾਵਲੇ ਸੁਭਾਅ ਵਾਲਾ, ਅੰਨ੍ਹੇਵਾਹ ਪੈਣ ਵਾਲਾ; ਲੱਗਾ ਰਹਿਣ ਵਾਲਾ

harvest /'ਹਾਵ੍ਰਿਸਟ/ *n* ਪੱਕੀ ਹੋਈ ਫ਼ਸਲ,

ਉਪਜ, ਝਾੜ, ਫ਼ਸਲ; ਫ਼ਸਲ ਵੱਢਣ ਦਾ ਸਮਾਂ, ਫ਼ਸਲ ਵਿੱਚੋਂ ਪ੍ਰਾਪਤ ਉਪਜ; ਕਿਸੇ ਕੀਤੇ ਕੰਮ ਦਾ ਨਤੀਜਾ ਜਾਂ ਫਲ *vt* ਫ਼ਸਲ ਕੱਟਣਾ, ਵਾਢੀ ਕਰਨਾ, ਫ਼ਸਲ ਇਕੱਠੀ ਕਰਨਾ

harvester /'ਹਾਵ੍ਰਿਸਟਅ*/ *n* ਵਾਢੀ ਕਰਨ ਵਾਲਾ, ਫ਼ਸਲ ਸਾਂਭਣ ਵਾਲਾ, ਲਾਵਾ; ਵਾਢੀ ਕਰਨ ਵਾਲੀ ਮਸ਼ੀਨ ਜਾਂ ਸੰਦ

harvest home /ˌਹਾਵ੍ਰਿਸਟ 'ਹਅਉਮ/ *n* ਵਾਢੀਆਂ ਖ਼ਤਮ ਹੋਣ ਤੇ ਮਨਾਇਆ ਜਾਣ ਵਾਲਾ ਇੱਕ ਤਿਓਹਾਰ, ਵਾਢੀ ਦੀ ਸਮਾਪਤੀ

has-been /'ਹੈਜ਼ ਬੀਨ/ *n* (ਬੋਲ) ਪੁਰਾਣਾ ਬੰਦਾ, ਕਹਿੰਦਾ ਕਹਾਉਂਦਾ ਰਿਹਾ ਬੰਦਾ; ਪੁਰਾਣੀ ਘਟਨਾ; ਬੀਤਿਆ ਸਮਾਂ

hash/ਹੈਸ਼/ *n* ਨਿੱਕਾ-ਨਿੱਕਾ ਕਰਕੇ ਰਿੱਧਾ ਹੋਇਆ ਮਾਸ; ਕੀਮਾ, ਮਿਲਾਵਟ, ਮਿਸ਼ਰਨ, ਰਲਾ-ਮਿਲਾ; ਨਵੇਂ ਰੂਪ ਵਿੱਚ ਪੇਸ਼ ਕੀਤੀ ਗਈ ਪੁਰਾਣੀ ਚੀਜ਼ *vt* ਕੀਮਾ ਕਰਨਾ; ਨਿੱਕਾ-ਨਿੱਕਾ ਕਰਨਾ, ਬੋਟੀਆਂ ਕਰਨਾ, ਛੋਟੇ-ਛੋਟੇ ਟੁਕੜੇ ਕਰਨਾ

hashish /'ਹੈਸ਼ੀਸ਼, ਹੈ'ਸ਼ੀਸ਼/ *n* ਗਾਂਜਾ, ਹਸ਼ੀਸ਼

haslet /'ਹੇਇਜ਼ਿਲਿਟ/ *n* (ਸੂਰ ਦਾ) ਭੁੰਨਣ ਲਈ ਮਾਸ ਦਾ ਟੁਕੜਾ, ਕਬਾਬ ਟੁਕੜਾ ਜੋ ਆਮ ਕਰਕੇ ਠੰਢਾ ਕਰਕੇ ਖਾਧਾ ਜਾਂਦਾ

hasn't /'ਹੈਜ਼ਨਟ/ *v* ਸਹਾਇਕ ਕਿਰਿਆ **has not** ਦਾ ਸੰਖਿਪਤ ਰੂਪ, ਕੋਲ ਨਾ ਹੋਣਾ, ਅਧਿਕਾਰ ਵਿਚ ਨਾ ਹੋਣਾ

hasp /ਹਾਸਪ/ *n* ਦਰਵਾਜ਼ੇ ਦੇ ਕੁੰਡੇ ਦਾ ਸੰਗਲੀ ਜਾਂ ਅਰਲ ਵਾਲਾ ਭਾਗ, ਤੱਕਲਾ; (ਸੂਤ ਦੀ) ਛੱਲੀ *vt* ਕੁੰਡੀ ਮਾਰਨਾ, ਕੁੰਡਾ ਲਾਉਣਾ

hassle /'ਹੈਸਲ/ *n* ਅਕਾ ਦੇਣ ਵਾਲੀ ਸਥਿਤੀ, ਤੰਗ ਕਰ ਮਾਰਨ ਦੀ ਦਸ਼ਾ *v* ਤੰਗ ਕਰਨਾ, ਅਕਾਉਣਾ, ਚੱਕਰ ਵਿੱਚ ਪਾਉਣਾ

hassock /'ਹੈਸਅਕ/ *n* ਮੂੜ੍ਹਾ

haste /ਹੇਇਸਟ/ *n* ਕਾਹਲ, ਛੇਤੀ, ਉਤਾਵਲ, ਜਲਦੀ, ਤੇਜ਼ੀ vt ਕਾਹਲ ਕਰਨਾ, ਉਤਾਵਲ ਕਰਨਾ, (ਕੋਈ ਕੰਮ) ਤੇਜ਼ੀ ਨਾਲ ਕਰਨਾ

hasten /'ਹੇਇਸਨ/ *v* ਕਾਹਲ ਕਰਨਾ ਜਾਂ ਕਰਾਉਣਾ, ਛੇਤੀ ਕਰਨਾ ਜਾਂ ਕਰਾਉਣਾ; ਕਾਹਲਾ ਤੁਰਨਾ; (ਕੰਮ ਦੀ) ਚਾਲ ਤੇਜ਼ ਕਰ ਦੇਣਾ

hasty /'ਹੇਇਸਟਿ/ a ਕਾਹਲਾ, ਉਤਾਵਲਾ, ਤੇਜ਼, ਤਿੱਖਾ; ਕ੍ਰੋਧੀ, ਚਿੜਚਿੜਾ, ਉਜੱਡ

hasty pudding *n* ਆਟੇ ਦੁੱਧ ਜਾਂ ਪਾਣੀ ਦੀ ਬਣਾਈ ਹੋਈ ਇੱਕ ਮਿੱਠੀ ਖ਼ੁਰਾਕ, ਲਾਪਸੀ

hat /ਹੈਟ/ *n* ਟੋਪ, ਟੋਪੀ, ਹੈਟ, ਅੰਗਰੇਜ਼ੀ ਟੋਪ (ਮਰਦਾਵਾਂ ਜਾਂ ਜ਼ਨਾਨਾ)

hatch /ਹੈਚ/ *n* ਉਤਲੀ ਛੱਤ ਤੋਂ ਹੇਠਲੀ ਛੱਤ ਨੂੰ ਜਾਣ ਲਈ ਛੱਤ ਵਿੱਚ ਰੱਖਿਆ ਗਿਆ ਮੋਘਾ; ਬਾਰੀ ਦੀ ਤਖ਼ਤੀ, ਬਾਰੀ; ਨਦੀ ਆਦਿ ਦੇ ਬੰਨ੍ਹ ਦਾ ਦਰਵਾਜ਼ਾ ਜਾਂ ਮੋਰਾ; ਆਂਡੇ ਵਿੱਚੋਂ ਬੱਚਾ ਕੱਢਣ ਦੀ ਕਿਰਿਆ *v* ਆਂਡੇ ਵਿੱਚੋਂ ਬੱਚਾ ਨਿਕਲਨਾ; ਜੰਮਣਾ, ਪੈਦਾ ਕਰਨਾ; ਕੋਈ ਵਿਓਂਤ ਘੜਨਾ; ਕਿਸੇ ਸਾਜ਼ਸ਼ ਦਾ ਮੁੱਢ ਬੰਨ੍ਹਣਾ

hatchery /'ਹੈਚਅਰਿ/ *n* ਆਂਡਿਆਂ ਵਿੱਚੋਂ ਬੱਚੇ ਕੱਢਣ ਵਾਲੀ ਜਗ੍ਹਾ, ਹੈਚਰੀ

hatchet /'ਹੈਚਿਟ/ *n* ਕੁਹਾੜੀ, ਗੰਡਾਸਾ, ਟਕੂਆ

hatchment /'ਹੈਚਮਅਨਟ/ *n* ਸ਼ਹੀਦ ਦੀ ਯਾਦਗਾਰੀ ਤਖ਼ਤੀ; ਹਥਿਆਰਾਂ ਦੇ ਚਿਨ੍ਹਾਂ ਜਾਂ ਹੋਰ ਵਿਸ਼ੇਸ਼ ਚਿੰਨ੍ਹਾਂ ਨਾਲ ਉੱਕਰੀ ਹੋਈ ਅਜਿਹੀ ਢਾਲ

hate /ਹੇਇਟ/ *n* ਘਿਰਨਾ, ਨਫ਼ਰਤ, ਤਿਰਸਕਾਰ *vt* ਘਿਰਨਾ ਕਰਨਾ, ਨਫ਼ਰਤ ਕਰਨਾ

hateful /'ਹੇਇਟਫ਼ਲ/ *a* ਘਿਰਨਾਯੋਗ, ਘਿਰਨਾਜਨਕ, ਦਵੈਖਮਈ

hatred /'ਹੇਇਟਰਿਡ/ *n* ਘਿਰਨਾ, ਨਫ਼ਰਤ, ਦਵੈਖ, ਵੈਰ

hat-trick *n* (ਕ੍ਰਿਕਟ ਵਿੱਚ) ਲਗਾਤਾਰ ਤਿੰਨ ਵਿਕਟਾਂ ਲੈਣ ਦਾ ਭਾਵ, (ਫੁਟਬਾਲ, ਹਾਕੀ ਵਿੱਚ) ਇੱਕੋ ਖਿਡਾਰੀ ਦੁਆਰਾ ਹੇਠ ਉੱਤੇ ਤਿੰਨ ਗੋਲ ਕਰਨ ਦਾ ਭਾਵ, ਮਾਰ੍ਹਕੇ ਦੀ ਜਿੱਤ

haughty /'ਹੋਟਿ/ *a* ਘਮੰਡੀ, ਅਭਿਮਾਨੀ, ਹੰਕਾਰੀ, ਹੈਂਕੜ ਵਾਲਾ, ਹੰਕਾਰ ਭਰਿਆ, ਦਬਦਬੇ ਵਾਲਾ

haul /ਹੋਲ/ *v* ਖਿੱਚਣਾ, ਧੂਹਣਾ, ਘਸੀਟਣਾ; ਜਹਾਜ਼ ਦਾ ਰਾਹ ਬਦਲਨਾ *n* ਖਿੱਚ, ਘਸੀਟ; ਲੱਭਤ

haulage /'ਹੋਲਿਜ/ *n* ਖਿਚਾਈ; ਢੁਹਾਈ (ਦਾ ਭਾੜਾ); ਘਸੀਟ

haulier /'ਹੋਲਿਅ*/ *n* ਖਿੱਚ ਕੇ ਲੈ ਜਾਣ ਵਾਲਾ ਵਿਅਕਤੀ; ਕਿਰਾਏ ਉੱਤੇ ਭਾਰ ਢੋਣ ਵਾਲਾ ਵਿਅਕਤੀ, ਪਾਂਡੀ, ਪੱਲੇਦਾਰ

haulm /ਹੋਮ/ *n* ਡੰਡਲ; ਛੰਨ ਛੱਪਰ ਆਦਿ ਬਣਾਉਣ ਵਾਲਾ ਘਾਹ ਨਾੜ ਆਦਿ

haunch /ਹੋਨਚ/ *n* ਪੁੱਠਾ, ਕੁਲ੍ਹਾ, ਚਿੱਤੜ; ਹਿਰਨ ਆਦਿ ਦੇ ਪੁੱਠ ਦਾ ਮਾਸ (ਖਾਧੇ ਜਾਣ ਵਾਲਾ); ਡਾਟ ਦਾ ਵਿਚਕਾਰਲਾ ਹਿੱਸਾ, ਖੰਭੇ ਦਾ ਵਿਚਕਾਰਲਾ ਭਾਗ

haunt /ਹੋਨਟ/ *v* ਘੜੀ-ਮੁੜੀ ਆਉਣਾ, ਆਉਣ ਜਾਣ ਰੱਖਣਾ; (ਕਿਸੇ ਵਿਚਾਰ ਦਾ) ਘੜੀ-ਮੁੜੀ ਮਨ ਵਿੱਚ ਆਉਣਾ; ਅੱਡਾ ਬਣਾ ਲੈਣਾ *n* ਭੂਤਵਾਸ, ਭੂਤ ਘਰ, ਭੂਤਾਂ ਦਾ ਅੱਡਾ

haute couture /ˌਅਉਟ ਕੁ'ਟਯੁਅ*/ *n* ਸਭ ਤੋਂ ਉੱਤਮ ਸ਼ਿੰਗਾਰ

have[1] /ਹਅਵ਼, ਅਵ਼/ v *aux* ਕੋਲ ਹੋਣਾ, ਅਧਿਕਾਰ ਵਿੱਚ ਹੋਣਾ; ਲੈਣਾ, ਫੜਨਾ; (ਕੁਝ ਕਰਨ ਲਈ) ਮਜਬੂਰ ਹੋਣਾ, ਕਰਨਾ ਪੈਣਾ; ਅਨੁਭਵ ਕਰਨਾ, ਹੋਣਾ (ਸੁਖ, ਦੁੱਖ, ਪੀੜ ਆਦਿ ਦਾ); ਜਾਣਨਾ; ਗਿਆਨ ਵਿੱਚ ਰੱਖਣਾ, ਚੇਤੇ ਰੱਖਣਾ; ਪ੍ਰਾਪਤ ਕਰਨਾ (ਖ਼ਬਰ ਆਦਿ); ਖਾਣਾ ਜਾਂ ਪੀਣਾ; ਕਰਨਾ (ਸ਼ੱਕ, ਵਿਸ਼ਵਾਸ ਆਦਿ); ਪ੍ਰਗਟ ਕਰਨਾ, ਕਹਿਣਾ, ਦੱਸਣਾ *a* ਰੱਜੇ-ਪੁੱਜੇ, ਅਮੀਰ, ਧਨਵਾਨ

have[2] *n* ਛਲ, ਕਪਟ, ਧੋਖਾ

haven /'ਹੇਇਵ਼ਨ/ *n* ਪਨਾਹਗਾਹ, ਸ਼ਰਨ ਸਥਾਨ, ਬੰਦਰਗਾਹ

have-not /'ਹੈਵ਼ਨੌਟ/ (ਬੋਲ) ਨਿਰਧਨ, ਗਰੀਬ

haversack /'ਹੈਵ਼ਅਸੈਕ/ *n* ਵੱਡਾ ਫ਼ੌਜੀ ਝੋਲਾ ਜੋ ਪਿੱਠ ਉੱਤੇ ਬੰਨ੍ਹਿਆ ਜਾਂਦਾ ਹੈ, ਫੌਜੀਆਂ ਦਾ ਪਿੱਠੂ, ਝੋਲਾ

having /'ਹੈਵ਼ਿਙ/ *n* ਧਨ ਸੰਪਤੀ, ਜਾਇਦਾਦ, ਸਮਗਰੀ, ਸਮਾਨ, ਮਾਲ, ਅਸਬਾਬ; ਅਧਿਕਾਰ, ਵੱਸ

havoc /'ਹੈਵ਼ਅਕ/ *n* ਤਬਾਹੀ, ਬਰਬਾਦੀ, ਉਜਾੜਾ, ਵਿਨਾਸ਼, ਸਰਬਨਾਸ਼, ਪਰਲੋ

hawk /ਹੋਕ/ *n* ਸ਼ਿਕਰਾ; ਜਾਬਰ, ਅਤਿਆਚਾਰੀ, ਡਾਕੂ, ਲੁਟੇਰਾ *vt* ਸ਼ਿਕਰੇ ਨਾਲ ਸ਼ਿਕਾਰ ਖੇਡਣਾ; ਫੇਰੀ ਤੇ ਜਾ ਕੇ ਮਾਲ ਵੇਚਣਾ; ਹਾਕਾਂ ਮਾਰ-ਮਾਰ ਕੇ ਵੇਚਣਾ; ਖੰਘ ਕੇ ਗਲ ਸਾਫ਼ ਕਰਨਾ; ਬਲ਼ਗਮ ਕੱਢਣਾ

hawker /'ਹੋਕਅ*/ *n* ਫੇਰੀ ਵਾਲਾ, ਡੱਗੀ ਵਾਲਾ; ਬਾਜ਼ ਪਾਲਣ ਜਾਂ ਰੱਖਣ ਵਾਲਾ

hawk-eyed /'ਹੋਕਆਇਡ/ *a* ਧਿਆਨ ਨਾਲ ਦ੍ਰਿਸ਼ਟੀਗੋਚਰ ਕਰਨ ਵਾਲਾ, ਤੇਜ਼ ਨਜ਼ਰ, ਬਾਜ਼ ਨਜ਼ਰ

hawkish /'ਹੋਕਿਸ਼/ *a* ਬਾਜ਼ ਵਰਗਾ, ਸ਼ਿਕਰੇ ਵਰਗਾ; ਰਾਜਨੀਤਿਕ ਸਮੱਸਿਆ ਨੂੰ ਗੱਲ-ਬਾਤ ਰਾਹੀਂ ਹੱਲ ਕਰਨ ਦੀ ਥਾਂ ਸੈਨਾ ਰਾਹੀਂ ਹੱਲ ਪਸੰਦ ਕਰਨ ਵਾਲਾ

hawser /'ਹੋਜ਼ਅ*/ *n* (ਨੌ) ਸੰਗਲ, ਤਾਰਾਂ ਦਾ ਰੱਸਾ; ਮੋਟੀ ਤਾਰ, ਜਹਾਜ਼ੀ ਰੱਸਾ

hawthorn /'ਹੋਥੋਨ/ *n* ਇੱਕ ਕੰਡਿਆਲੀ ਬੂਟੀ

hay/ਹੇਇ/ *n* ਸੁਕਾਇਆ ਹੋਇਆ ਘਾਹ, ਸੁੱਕੇ ਪੱਠਿਆਂ ਵਜੋਂ ਵਰਤਣ ਲਈ ਸੁਕਾਈ ਹੋਈ ਚਰੀ ਜਾਂ ਬਾਜਰੇ ਆਦਿ ਦੇ ਟਾਂਡੇ, ਸੁੱਕਾ ਘਾਹ

haybox /'ਹੇਇਬੌਕਸ/ *n* ਸੁੱਕੇ ਘਾਹ ਆਦਿ ਦਾ ਭਰਿਆ ਬਕਸਾ (ਜਿਸ ਵਿੱਚ ਅੱਧ ਪੱਕੇ ਭੋਜਨ ਵਾਲਾ ਭਾਂਡਾ ਰੱਖ ਦਿੱਤਾ ਜਾਂਦਾ ਹੈ ਤਾਂ ਜੋ ਉਹ ਘਾਹ ਦੇ ਨਿੱਘ ਨਾਲ ਪੱਕ ਜਾਵੇ)

haycock /'ਹੇਇਕੌਕ/ *n* ਸੁੱਕੇ ਘਾਹ ਜਾਂ ਟਾਂਡਿਆਂ ਦਾ ਢੇਰ, ਮੁਹਾਰਾ, ਛਉਰ

hay fever *n* ਇੱਕ ਤਾਪ ਜੋ ਢਿੱਡ ਵਿੱਚ ਮਿੱਟੀ-ਘੱਟਾ ਜਾਣ ਕਰ ਕੇ ਹੁੰਦਾ ਹੈ, ਪਰਾਗ ਤਾਪ

haystack /'ਹੇਇਸਟੈਕ/ *n* ਸੁੱਕੇ ਘਾਹ ਦਾ ਢੇਰ, ਮੁਹਾਰਾ, ਛਉਰ

haywire /'ਹੇਇਵਾਇਅ*/ *n* ਉਲਝਣ, ਉਲਝੀ ਤਾਣੀ, ਸਮੱਸਿਆ

hazard /'ਹੈਜ਼ਅਡ/ *n* ਸੰਕਟ, ਜੋਖੋਂ, ਖ਼ਤਰਾ; ਸਬੱਬ, ਇਤਫ਼ਾਕ, ਦੇਵਨੇਤ ਘਟਨਾ, ਮੌਕਾ; ਪਾਸ਼ੇ ਦੀ ਇੱਕ ਖੇਡ, ਜੂਆ; (ਟੈਨਿਸ) ਜਿੱਤਣ ਮਗਰੋਂ ਖੇਡ ਦਾ ਅਰੰਭ *vt* ਖ਼ਤਰੇ ਵਿੱਚ ਪਾ ਦੇਣਾ, ਸੰਕਟ ਵਿੱਚ ਫਸਾਉਣਾ, ਦਿਲ ਤਕੜਾ ਕਰ ਕੇ ਆਖਣਾ

hazardous /'ਹੈਜ਼ਅਡਅਸ/ *a* ਖ਼ਤਰੇ ਵਾਲਾ, ਸੰਕਟਮਈ, ਜੋਖੋਂ ਵਾਲਾ ਬਿਪਤਾਪੂਰਨ, ਖ਼ਤਰਨਾਕ; ਸੰਜੋਗੀ, ਇਤਫ਼ਾਕੀਆ, ਤਕਦੀਰੀ; ਜੂਏ ਵਰਗਾ

haze /ਹੇਇਜ਼/ *n* ਧੁੰਦ, ਧੁੰਧਲਾਪਣ; ਪਰੇਸ਼ਾਨੀ, ਨਿਰਾਸਤਾ *vt* ਧੁੰਦਲਾ ਕਰਨਾ; ਤੰਗ ਕਰਨਾ, ਦਿੱਕ ਕਰਨਾ, ਬਹੁਤ ਜ਼ਿਆਦਾ ਕੰਮ ਵਿੱਚ ਦੱਬ ਦੇਣਾ

hazel /'ਹੇਇਜ਼ਲ/ *n* ਇੱਕ ਕਿਸਮ ਦੀ ਝਾੜੀ ਜਿਸਨੂੰ ਖਾਣਯੋਗ ਗਿਰੀਦਾਰ ਫ਼ਲ ਲਗਦਾ ਹੈ

hazy /'ਹੇਇਜ਼ਿ/ a ਧੁੰਦਲਾ, ਅਸਪਸ਼ਟ, ਸ਼ੱਕ ਵਾਲਾ; ਕੁਝ ਨਸ਼ੇ ਵਿੱਚ, ਥੋੜ੍ਹਾ ਜਿਹਾ ਸ਼ਰਾਬੀ

HCF /ˌਏਇਚ ਸੀ 'ਐਫ਼/ *abbr* **highest common factor** ਦਾ ਸੰਖਿਪਤ ਰੂਪ, ਮਹੱਤਮ ਸਮਾਪ ਵਰਤਕ

HDTV /ˌਏਇਚ ਡੀ ਟੀ 'ਵੀ/ *abbr* **high definition television** ਦਾ ਸੰਖਿਪਤ ਰੂਪ, ਟੈਲੀਵੀਜ਼ਨ ਸਕਰੀਨ ਉੱਤੇ ਸਾਫ਼ ਤਸਵੀਰ ਪੇਸ਼ ਕਰਨ ਦੀ ਇੱਕ ਤਕਨੀਕ

he /ਹੀ, ਈ, ਇ/ *pron* (ਪੁਲਿੰਗ) ਉਹ, ਉਸ ਨੇ; ਪਸ਼ੂਆਂ ਦਾ ਪੁਲਿੰਗ (ਜਿਵੇਂ **he goat**=ਬੱਕਰਾ)

head /ਹੈਡ/ *n* ਸਿਰ, ਸੀਸ, ਖੋਪਰੀ; ਬੁੱਧੀ; ਰੁਚੀ, ਮਨ ਦਾ ਝੁਕਾਅ; (ਸਿੱਕੇ ਉੱਤੇ ਬਣਿਆ) ਚਿਹਰਾ; ਸਿਰਾ ਜਾਂ ਅਗਲਾ ਹਿੱਸਾ (ਨਹੁੰ, ਹਥਿਆਰ ਆਦਿ); ਉਤਲਾ ਸਿਰ; (ਫੋੜੇ ਦਾ) ਮੂੰਹ; ਦਰਿਆ ਤੇ ਝੀਲ ਦੇ ਮਿਲਨ ਵਾਲੀ ਥਾਂ, ਚਸ਼ਮਾ, (ਝਰਨਾ) ਫੁੱਟਣ ਵਾਲੀ ਥਾਂ; (ਸੈਨਾ, ਜਲੂਸ ਆਦਿ ਦਾ) ਅਗਲਾ ਸਿਰਾ; ਰਾਸ, ਭੌਂ ਦਾ ਸਮੁੰਦਰ ਵਿਚਲਾ ਹਿੱਸਾ; ਸਰਦਾਰ, ਮੁਖੀਆ, ਪ੍ਰਧਾਨ, ਮੁੱਖ ਅਧਿਕਾਰੀ; ਸਿਰਲੇਖ; ਮਦ, ਸ਼੍ਰੇਣੀ; (ਮਨੁੱਖਾਂ ਜਾਂ ਪਸ਼ੂਆਂ ਦੀ) ਗਿਣਤੀ ਨਾਲ ਵਰਤਿਆ ਜਾਣ ਵਾਲਾ ਸ਼ਬਦ ਜਿਵੇਂ every head of cattle; ਵਿਅਕਤੀ, ਜਣਾ (per head); ਪੌਦੇ ਦਾ ਸਿਰਾ; ਸ਼ਰਾਬ ਦੀ ਝੱਗ, ਦੁੱਧ ਦੀ ਮਲਾਈ; ਨਾਜ਼ੁਕ ਮੌਕਾ, ਸੰਕਟ ਦੀ ਘੜੀ; ਸਮੁੰਦਰੀ ਜਹਾਜ਼ ਦਾ ਅਗਲਾ ਸਿਰਾ; ਹਲ ਦਾ ਫਾਲਾ *v* ਨੋਕ ਕੱਢਣਾ, ਸਿਰਾ ਬਣਾਉਣਾ, (ਹਥਿਆਰ, ਸੰਦ ਦਾ) ਮੂੰਹ ਬਣਾਉਣਾ; ਛਾਂਗਣਾ, ਲਾਪਰਨਾ; ਟਾਹਣੀਆਂ ਦਾ ਉਤਲਾ ਹਿੱਸਾ ਵੱਢਣਾ; ਸਿਰੇ ਤੇ ਹੋਣਾ, ਅੱਗੇ ਹੋਣਾ; ਸਿਰਲੇਖ ਹੋਣਾ; ਉੱਨਤੀ ਕਰਨਾ; ਉਤਾਂਹ ਚੜ੍ਹਨਾ; ਸਿਖ਼ਰ ਤੇ ਪੁੱਜਣਾ; ਨਾਜ਼ੁਕ ਹਾਲਤ ਹੋ ਜਾਣਾ; ਕਿਸੇ ਜਾਤੀ ਜਾਂ ਸ਼੍ਰੇਣੀ ਦਾ ਮੁਖੀਆ ਜਾਂ ਪ੍ਰਧਾਨ ਹੋਣਾ; ਅਗਵਾਈ ਕਰਨਾ, ਰਾਹ ਵਿਖਾਉਣਾ; ਬਾਜੀ ਮਾਰ ਲੈਣਾ, ਵਿਸ਼ੇਸ਼ਤਾ ਪ੍ਰਾਪਤ ਕਰਨਾ; ਮੁਕਾਬਲਾ ਕਰਨਾ, ਵਿਰੋਧ ਕਰਨਾ, ਰੋਕਣਾ

headache /'ਹੈੱਡੇਇਕ/ *n* ਸਿਰ ਪੀੜ; ਸਿਰਦਰਦੀ, ਔਖੀ ਸਮੱਸਿਆ

headboard /'ਹੈੱਡਬੋਡ/ *n* ਪਲੰਘ ਦੀ ਸਰਾਹਣੇ ਵੱਲ ਢੋ ਲਾਉਣ ਵਾਲੀ ਫੱਟੀ

headcount /'ਹੈੱਡਕਾਉਨਟ/ *n* ਕੰਮ ਉੱਤੇ ਲੱਗੇ ਬੰਦਿਆਂ ਦੀ ਗਿਣਤੀ, ਅਮਲੇ ਦੀ ਸੰਖਿਆ

headdress /'ਹੈੱਡਰੈੱਸ/ *n* ਸਿਰ ਦਾ ਪਹਿਰਾਵਾ, ਪੱਗ, ਚੁੰਨੀ, ਦੁਪੱਟਾ ਟੋਪੀ

header /'ਹੈਡਅ*/ *n* ਸਿਰ ਪਰਨੇ ਚੁੱਭੀ; ਸੇਰੂ; ਕੰਧ ਦੇ ਅੱਗੇ ਸਮਕੋਣ ਬਣਾਉਣ ਵਾਲਾ ਪੱਥਰ ਜਾਂ ਇੱਟ; ਢੱਕਣ ਲਾਉਣ ਵਾਲਾ ਵਿਅਕਤੀ

headgear /'ਹੈੱਡਗਿਅ*/ *n* ਸਿਰ ਉੱਤੇ ਪਹਿਨਣ ਵਾਲੀ ਕੋਈ ਚੀਜ਼, ਟੋਪੀ, ਪਗੜੀ, ਚੁੰਨੀ

heading /'ਹੈੱਡਿਙ/ *n* ਸਿਰਲੇਖ, ਸੁਰਖੀ, ਸ਼ੀਰਸ਼ਕ, ਉਨਵਾਨ

headland /'ਹੈੱਡਲਅਨਡ, -ਲੈਨਡ/ *n* ਅੰਤਰੀਪ

headless /'ਹੈੱਡਲਅਸ/ *a* ਸਿਰ ਰਹਿਤ, ਬੇਸਿਰਾ, (ਸਰੀਰ) ਜਿਸ ਦਾ ਸਿਰ ਕੱਟਿਆ ਗਿਆ ਹੋਵੇ; ਬੇਅਕਲ, ਬੁੱਧੂ, ਨਾ ਸਮਝ

headlight /'ਹੈੱਡਲਾਇਟ/ *n* (ਕਾਰ ਗੱਡੀ ਵਗੈਰਾ ਦੀ) ਅਗਲੀ ਤੇਜ਼ ਬੱਤੀ, ਅਗਲੀ ਬੱਤੀ ਦੀ ਰੋਸ਼ਨੀ

headline /'ਹੈੱਡਲਾਇਨ/ *n* ਸੁਰਖੀ

headlong /'ਹੈੱਡਲੌਙ/ *n* ਸਿਰ ਭਾਰ, ਸਿਰ ਪਰਨੇ

headman /'ਹੈੱਡਮੈਨ, -ਮਅਨ/ *n* ਮੁਖੀਆ, ਲੰਬੜਦਾਰ

headmaster /ˌਹੈੱਡ'ਮਾਸਟਅ*/ *n* ਮੁੱਖ ਅਧਿਆਪਕ

head-on /ˌਹੈੱਡ'ਔਨ/ *a* ਆਮ੍ਹੋ ਸਾਮ੍ਹਣੇ ਦਾ, ਸਿਰਾਂ ਦਾ (ਆਪਸੀ ਭੇੜ), ਸਿੱਧੀ (ਟੱਕਰ)

head over heels *adv* ਮੂਧੇ ਮੂੰਹ

headquarters /ˌਹੈੱਡ'ਕਵੋਟਅਜ਼/ *n* ਹੈੱਡਕੁਆਰਟਰ, ਮੁੱਖ ਦਫ਼ਤਰ ਸਦਰ, ਸਦਰ ਮੁਕਾਮ, ਪ੍ਰਧਾਨ ਕਾਰਜਸ਼ਾਲਾ, ਆਮ ਰਿਹਾਇਸ਼ੀ ਟਿਕਾਣਾ

headship /'ਹੈੱਡਸ਼ਿਪ/ *n* ਸਰਦਾਰੀ, ਮੁਖੀ ਦਾ ਪਦ

headstall /'ਹੈੱਡਸਟੋਲ/ *n* ਲਗਾਮ ਦਾ ਘੋੜੇ ਦੇ ਸਿਰ ਦੁਆਲੇ ਦਾ ਹਿੱਸਾ

head start *n* ਕੰਮ ਵਿੱਚ ਮੋਹਰੀ ਬੰਦਾ, ਕੰਮ ਸ਼ੁਰੂ ਕਰਨ ਵਾਲਾ ਵਿਅਕਤੀ, ਆਗੂ, ਅੱਗੇ ਲੱਗਣ ਵਾਲਾ ਬੰਦਾ

headstrong /'ਹੈੱਡਸਟਰੌਙ/ *n* ਆਪਣੀ ਮਨਮਰਜ਼ੀ ਚਲਾਉਣ ਵਾਲਾ, ਮੂੰਹਜ਼ੋਰ, ਆਪਹੁਦਰਾ

headway /'ਹੈੱਡਵੇਇ/ *n* ਪ੍ਰਗਤੀ, ਵਾਧਾ

headword /'ਹੈੱਡਵਅ:ਡ/ n (ਕੋਸ਼ ਦੇ ਇੰਦਰਾਜ ਦਾ) ਮੁੱਖ ਸ਼ਬਦ, ਇੰਦਰਾਜ; ਸਿਰਲੇਖ, ਸੁਰਖੀ

heady /'ਹੈੱਡਿ/ a ਪ੍ਰਚੰਡ, ਪ੍ਰਬਲ, ਵੇਗਵਾਨ; (ਸ਼ਰਾਬ) ਸਿਰ ਨੂੰ ਚੜ੍ਹਨ ਵਾਲਾ

heal /ਹੀਲ/ *v* ਤੰਦਰੁਸਤ ਹੋਣਾ ਜਾਂ ਕਰਨਾ, ਰਾਜ਼ੀ ਹੋਣਾ ਜਾਂ ਕਰਨਾ, ਜ਼ਖ਼ਮ ਭਰਨਾ, ਜ਼ਖ਼ਮ ਤੇ ਅੰਗੂਰ ਆਉਣਾ; ਦਿਲ ਦਾ ਦੁੱਖ ਦੂਰ ਕਰਨਾ

heal-all /'ਹੀਲਓਲ/ *n* ਸਭ ਰੋਗਾਂ ਦੀ ਦਵਾ, ਅਕਸੀਰ, ਅਚੁੱਕ ਦਵਾ; ਇੱਕ ਪੌਦਾ

health /ਹੈੱਲਥ/ *n* ਸਿਹਤ, ਤੰਦਰੁਸਤੀ, ਸਵਾਸਥ, ਅਰੋਗਤਾ; ਕਿਸੇ ਦੇ ਆਦਰ ਵਿੱਚ ਪੀਤਾ ਜਾਣ ਵਾਲਾ ਜਾਮ

healthful /'ਹੈੱਲਥਫ਼ਲ/ *a* ਤੰਦਰੁਸਤ, ਸਵਸਥ, ਨਿਰੋਗ; ਤੰਦਰੁਸਤੀ ਦੇਣ ਵਾਲਾ, ਸਿਹਤਬਖ਼ਸ਼, ਅਰੋਗਤਾ ਦੇਣ ਵਾਲਾ

health visitor *n* ਲੋਕਾਂ ਦੇ ਘਰੀਂ ਜਾ ਕੇ ਸਿਹਤ ਸੰਬੰਧੀ ਮਸ਼ਵਰਾ ਦੇਣ ਵਾਲੀ ਨਰਸ; ਸਿਹਤ ਦਾ ਮੁਆਇਨਾ ਕਰਨ ਵਾਲਾ ਕਰਮਚਾਰੀ

healthy /'ਹੈੱਲਥਿ/ *a* ਸਿਹਤਮੰਦ, ਨਿਰੋਗ, ਸਵਸਥ, ਅਰੋਗਤਾ ਦੇਣ ਵਾਲਾ, ਤੰਦਰੁਸਤੀ ਦੇਣ ਵਾਲਾ, ਚੰਗੇ ਸਵਾਸਥ ਵਾਲਾ

heap/ਹੀਪ/ *n* ਢੇਰ, ਸਮੂਹ, ਜ਼ਖੀਰਾ, ਧੜ, ਬੋਹਲ; ਬਹੁਤ ਜ਼ਿਆਦਾ ਵਸਤ *vt* ਢੇਰ ਲਾਉਣਾ, ਇਕੱਤਰ ਕਰਨਾ, ਜਮ੍ਹਾਂ ਕਰਨਾ; ਇੱਕ ਦੇ ਉੱਤੇ ਦੂਜੀ ਵਸਤੂ ਰੱਖੀ ਜਾਣਾ, ਬੀੜਨਾ; ਗੱਡੇ ਆਦਿ ਉੱਤੇ ਲੱਦਣਾ; (ਗਾਲ੍ਹਾਂ ਆਦਿ) ਵਾਛੜ ਕਰਨਾ

hear /ਹਿਅ*/ *v* ਸੁਣਨਾ; ਕੰਨ ਲਾਉਣਾ, ਧਿਆਨ ਨਾਲ ਸੁਣਨਾ; (ਕਿਸੇ ਨੂੰ ਆਪਣੇ ਵਿਚਾਰ ਪ੍ਰਗਟ ਕਰਨ ਦਾ) ਅਵਸਰ ਦੇਣਾ, (ਮੁਕੱਦਮੇ ਦੀ) ਸੁਣਵਾਈ ਕਰਨਾ; (ਪ੍ਰਾਰਥਨਾ) ਸਵੀਕਾਰ ਕਰਨਾ; ਖ਼ਬਰ ਮਿਲਨੀ, ਪਤਾ ਲੱਗਣਾ;

hearing /'ਹਿਅਰਿਙ/ *n* ਸੁਣਵਾਈ; ਪੇਸ਼ੀ

hearken /'ਹਾਕਅਨ/ *vi* ਗਹੁ ਨਾਲ ਸੁਣਨਾ, ਕੰਨ ਦੇਣਾ, ਧਿਆਨ ਨਾਲ ਸੁਣਨਾ

hearsay /'ਹਿਅਸੇਇ/*n* ਅਫ਼ਵਾਹ, ਕਨਸੋ, ਸੁਣੀ ਸੁਣਾਈ ਗੱਲ

hearse /ਹਅ:ਸ/ *n* ਗੱਡੀ ਜਿਸ ਉੱਤੇ ਰੱਖ ਕੇ ਲਾਸ਼ ਕਬਰਸਤਾਨ ਨੂੰ ਲਿਜਾਈ ਜਾਂਦੀ ਹੈ, ਬਬਾਣ

heart /ਹਾਟ/ *n* ਦਿਲ, ਹਿਰਦਾ; ਹਿੰਮਤ, ਹੌਸਲਾ, ਦਲੇਰੀ, ਸਾਹਸ; ਵਿਚਾਲਾ, ਗੱਭਾ, ਵਿਚਾਲੇ ਦਾ ਹਿੱਸਾ; (ਤਾਸ਼) ਪਾਨ (ਦਾ ਰੰਗ); ਦਿਆਲਤਾ, ਉਦਾਰਤਾ, ਰਹਿਮ; ਉਤਸ਼ਾਹ, ਜੋਸ਼; ਉਪਜਾਊਪਣ; ਤੱਤ, ਸਾਰ, ਨਚੋੜ

heartache /'ਹਾਟੇਇਕ/ *n* ਸੀਨੇ ਦਾ ਦਰਦ

heart and soul *a* ਜੋਸ਼ ਨਾਲ, ਉਤਸ਼ਾਹ ਨਾਲ, ਤਨੋਂ-ਮਨੋਂ

heart-beat /'ਹਾਟਬੀਟ/ *n* ਦਿਲ ਦੀ ਧੜਕਣ; ਜਜ਼ਬਾ

heartbreaking /'ਹਾਟ,ਬਰੇਇਕਿਙ/ *a* ਬਹੁਤ ਦੁੱਖ ਵਾਲਾ, ਦਿਲਤੋੜ

heartburning /'ਹਾਟਬਅ:ਨਿਙ/ *n* ਸਾੜਾ, ਈਰਖਾ

hearten /'ਹਾਟਨ/ *v* ਉਤਸ਼ਾਹਿਤ ਕਰਨਾ, ਢਾਰਸ ਦੇਣਾ, ਦਿਲ ਵਧਾਉਣਾ, ਸ਼ਬਾਸ਼ ਦੇਣਾ

heartfelt /'ਹਾਟਫ਼ੈੱਲਟ/ *a* ਸੱਚੇ ਦਿਲੋਂ, ਹਾਰਦਿਕ

hearth /ਹਾਥ/ *n* ਚੁੱਲ੍ਹਾ, ਅੰਗੀਠੀ, ਅੱਗ ਬਾਲਣ ਵਾਲੀ ਥਾਂ; ਘਰ

heartily /'ਹਾਟਿਲਿ/ *adv* ਖ਼ੁਸ਼ੀ-ਖ਼ੁਸ਼ੀ, ਸੱਚੇ ਦਿਲੋਂ; ਜੀ ਖੋਲ੍ਹ ਕੇ, ਰੱਜ ਕੇ

heartless /'ਹਾਟਲਅਸ/ *a* ਬੇਰਹਿਮ, ਨਿਰਦਈ, ਬੇਦਰਦ, ਪੱਥਰ-ਦਿਲ, ਕਠੋਰ-ਚਿੱਤ

heart of hearts adv ਦਿਲ ਦੀ ਡੂੰਘਾਈ ਵਿੱਚੋਂ, ਸੱਚੇ ਦਿਲ ਨਾਲ

heart of oak *n* ਬਹਾਦਰ ਮਨੁੱਖ, ਸੂਰਮਾ

heart-rending /'ਹਾਟ,ਰੈੱਨਡਿਙ/ *n* ਦਿਲ ਚੀਰਵਾਂ, ਅਤਿ ਦੁਖਦਾਈ, ਹਿਰਦੇਵੇਧਕ

heart-searching /'ਹਾਟ,ਸਅ:ਚਿਙ/ *n* ਕਿਸੇ ਦੀਆਂ ਅੰਦਰੂਨੀ ਭਾਵਨਾਵਾਂ ਦਾ ਨਿਰੀਖਣ, ਸੋਚਣ ਵਿਧੀ ਦੀ ਖੋਜ, ਮਨੋਵਿਗਿਆਨਿਕ ਵਿਸ਼ਲੇਸ਼ਣ

heart-throb /'ਹਾਟਥਰੌਬ/ *n* ਦਿਲ ਦੀ ਧੜਕਣ

hearty /'ਹਾਟਿ/ *a* ਖ਼ੁਸ਼ਦਿਲ, ਮਿਲਨਸਾਰ, ਹਸਮੁੱਖ, ਪ੍ਰਸੰਨਚਿੱਤ; ਦਿਲੀ, ਹਾਰਦਿਕ; ਸੱਚਾ, ਵਾਸਤਵਿਕ; ਹੱਟਾ-ਕੱਟਾ, ਤਕੜਾ; ਰੱਜਵਾਂ (ਭੋਜਨ)

heat /ਹੀਟ/ *n* ਗਰਮੀ, ਤਾਅ, ਤਪਸ਼; ਵੱਟ, ਗਰਮੀ ਦੀ ਰੁੱਤ, ਹੁਨ੍ਹਾਲ; ਸਰੀਰ ਦੀ ਗਰਮੀ ਜਾਂ ਭਖਾਅ; ਸੁਆਦ ਦੀ ਤੇਜ਼ੀ; ਪਹਿਲੀ ਚੇਸ਼ਟਾ, ਪਹਿਲਾ ਯਤਨ; ਜੋਸ਼, ਉਤੇਜਨਾ, ਕ੍ਰੋਧ, ਰੋਸ, ਪ੍ਰਚੰਡਤਾ, ਵੇਗ, ਮਸਤੀ, ਕਾਮ ਦਾ ਵੇਗ, ਹੇਹਾ (ਕਾਮ ਚੇਸ਼ਟਾ) *vt* ਤਪਾਉਣਾ, ਤੱਤਾ ਕਰਨਾ, ਭਖਾਉਣਾ, ਕੋਸਾ ਕਰਨਾ, ਸੇਕਣਾ, ਤਪਣਾ, ਭਖਣਾ, ਜੋਸ਼ ਦਿਵਾਉਣਾ, ਉਤੇਜਿਤ ਕਰਨਾ, ਉਕਸਾਉਣਾ, ਭੜਕਾਉਣਾ, ਗੁੱਸੇ ਵਿੱਚ ਆਉਣਾ, ਤਾਅ ਵਿੱਚ ਆਉਣਾ

heated /'ਹੀਟਿਡ/ *a* ਤਪਤ, ਗਰਮ ਕੀਤਾ; ਉਤੇਜਿਤ

heater /'ਹੀਟਅ*/ *n* ਬਿਜਲੀ ਦੀ ਅੰਗੀਠੀ, ਤਾਪਕ, ਹੀਟਰ

heath /ਹੀਥ/ *n* ਅਜਿਹਾ ਮੈਦਾਨ ਜਿਸ ਵਿੱਚ ਨਿੱਕੇ-ਨਿੱਕੇ ਸੰਘਣੇ ਰੁੱਖ ਉੱਗੇ ਹੋਣ, ਝਾੜੀਆਂ ਵਾਲੀ ਬੀੜ

heathen /'ਹੀਦਨ/ *n* ਅਧਰਮੀ, ਕਾਫ਼ਰ

heather /'ਹੈਦੱਅ*/ *n* ਬਰਤਾਨਵੀ ਟਾਪੂਆਂ ਦੇ ਰੱਕੜਾਂ ਵਿੱਚ ਮਿਲਦੀ ਬੈਂਗਣੀ ਭਾਹ ਮਾਰਦੇ ਗੁਲਾਬੀ ਰੰਗ ਦੇ ਫੁੱਲਾਂ ਵਾਲੀ ਝਾੜੀ

heatproof /'ਹੀਟਪਰੂਫ਼/ *a* ਜਿਸ ਚੀਜ਼ ਉੱਤੇ ਗਰਮੀ ਦਾ ਪ੍ਰਭਾਵ ਨਾ ਹੋਵੇ, ਗਰਮੀ ਨਾਲ ਖ਼ਰਾਬ ਨਾ ਹੋਣ ਵਾਲਾ

heat spot *n* ਗਰਮੀ ਨਾਲ ਸਰੀਰ ਦੀ ਖੱਲ ਉੱਤੇ ਪਏ ਦਾਗ਼; ਚਿੱਤੀ, ਗਰਮੀ ਨਾਲ ਪਿਆ ਚਟਾਕ

heatstroke /'ਹੀਟਸਟਰਅਉਕ/ *n* ਉੱਚ ਦਰਜੇ ਦੇ ਸੇਕ ਦਾ ਲੱਗਿਆ ਝਟਕਾ

heatwave /'ਹੀਟਵੇਇਵ਼/ *n* ਗਰਮੀ ਦੀ ਲਹਿਰ, ਗਰਮੀ ਦਾ ਦੌਰ ਜਾਂ ਮੌਸਮ

heave /ਹੀਵ਼/ *n* ਲੰਮਾ ਸਾਹ, ਹੌਕਾ; ਉਠਾਅ, ਚੜ੍ਹਾਅ, ਉਭਾਰ; ਸਮੁੰਦਰ ਦੀਆਂ ਲਹਿਰਾਂ ਦਾ ਚੜ੍ਹਾਅ *v* ਹੌਕਾ ਭਰਨਾ, ਠੰਢਾ ਸਾਹ ਲੈਣਾ, ਲੰਮੇ ਸਾਹ ਲੈਣਾ, ਹਫਣਾ; ਉਤਾਂਹ ਚੁੱਕਣਾ; ਖਿੱਚਣਾ, ਰੱਸੇ ਨਾਲ ਖਿੱਚਣਾ; ਉੱਭਰਨਾ

heaven /'ਹੈਵ੍ਹੱਨ/ *n* ਅੰਬਰ, ਅਕਾਸ਼, ਅਸਮਾਨ; ਵਾਯੂ-ਮੰਡਲ; ਸਵਰਗ, ਬਹਿਸ਼ਤ, ਜੰਨਤ, ਦੇਵ-ਲੋਕ; ਈਸ਼ਵਰ, ਖ਼ੁਦਾ, ਪਰਮਾਨੰਦ; ਸੱਤਾਂ ਅਸਮਾਨਾਂ ਵਿੱਚੋਂ ਇੱਕ

heavenly /'ਹੈੱਵ੍ਹਨਲਿ/ *a* ਦੈਵੀ, ਸੁਰਗੀ;

ਅਕਾਸ਼ੀ, ਗਗਨੀ, ਅਸਮਾਨੀ; ਪਰਮ, ਉੱਤਮ, ਪਵਿੱਤਰ, ਚੰਗਾ, ਵਧੀਆ

heaviness /'ਹੈੱਵਿ਼ਨਅਸ/ *n* ਭਾਰ, ਗਰੂਤਾ; ਪ੍ਰਚੰਡਤਾ, ਨਿਰਾਸ਼ਾ; ਭਾਰਾਪਣ

heavy /'ਹੈੱਵਿ਼/ *a* ਭਾਰਾ, ਬੋਝਲ, ਵਜ਼ਨੀ; ਮਹਾਨ, ਵੱਡਾ; ਭਰਪੂਰ; ਲੱਦਿਆ, ਭਰਿਆ; ਤੇਜ਼ੀ ਨਾਲ ਡਿੱਗਣ ਵਾਲਾ; ਪ੍ਰਚੰਡ; ਧੁੰਦਲਾ; ਵਿਰੂਪ, ਭੱਦਾ, ਬੁੱਧੂ; ਮੰਦ ਬੁੱਧੀ ਵਾਲਾ; ਜੜ੍ਹ, ਸੁਸਤ; ਫਿੱਕਾ, ਮਲੀਨ; ਗੰਭੀਰ, ਉਦਾਸ; ਅੱਤਿਆਚਾਰੀ; ਘੋਰ, ਸ਼ੋਕਮਈ, ਵਿਸ਼ਾਦਪੂਰਨ; ਨਿਰਾਸ਼

heavy-duty /ˌਹੈੱਵਿ਼'ਡਯੂਟਿ/ *a* ਹੰਢਣਸਾਰ, ਮਜ਼ਬੂਤ

heavy-handed /ˌਹੈੱਵਿ਼'ਹੈਨਡਿਡ/ *a* ਧੱਕਾ ਕਰਨ ਵਾਲਾ, ਲੋਕਾਂ ਦੀਆਂ ਭਾਵਨਾਵਾਂ ਨੂੰ ਕੁਚਲ ਦੇਣ ਵਾਲਾ, ਸ਼ਕਤੀ ਨਾਲ ਦਬਾਉਣ ਵਾਲਾ, ਅੱਤਿਆਚਾਰੀ, ਨਿਰਦਈ

heavy industry *n* ਵੱਡੀਆਂ ਮਸ਼ੀਨਾਂ ਵਾਲਾ ਕਾਰਖ਼ਾਨਾ, ਉਹ ਕਾਰਖ਼ਾਨਾ ਜਿੱਥੇ ਵੱਡੀ ਗਿਣਤੀ ਵਿੱਚ ਲੋਕ ਕੰਮ ਕਰਦੇ ਹੋਣ

heavy water *n* ਭਾਰਾ ਪਾਣੀ

heavyweight /'ਹੈੱਵਿ਼ਵੇਇਟ/ *n* ਔਸਤ ਨਾਲੋਂ ਭਾਰਾ (ਮੁੱਕੇਬਾਜ)

hebdomad /'ਹੈੱਬਡਅਮੈਡ/ *n* ਸੱਤ ਦਿਨਾਂ ਦਾ ਵਕਫ਼ਾ, ਹਫ਼ਤਾ

hebdomadal /ਹੈੱਬ'ਡੌਮਅਡ(ਅ)ਲ/ *a* ਸੱਤਾਂ ਦਿਨਾਂ ਮਗਰੋਂ ਹੋਣ ਜਾਂ ਵਾਪਰਨ ਵਾਲਾ, ਹਫ਼ਤੇਵਾਰ, ਸਪਤਾਹਿਕ

Hebe /'ਹੀਬਿ/ *n* (ਮਿਥ) ਜ਼ੀਅਸ ਅਤੇ ਹੀਰਾ ਦੀ ਪੁੱਤਰੀ ਜੋ ਦੇਵਤਾਵਾਂ ਨੂੰ ਸ਼ਰਾਬ ਵੰਡਦੀ ਸੀ; ਨਵਯੁਵਕਾਂ ਦੀ ਦੇਵੀ, ਜੋਬਨ ਦੀ ਦੇਵੀ

Hebrew /'ਹੀਬਰੂ/ *n* ਇਸਰਾਈਲੀ, ਯਹੂਦੀ, ਇਬਰਾਨੀ; ਹਿਬਰੀ ਭਾਸ਼ਾ, ਹਿਬਰਿਊ

hecatomb /'ਹੈੱਕਅਟੂਮ/ *n* ਇੱਕੋ ਵੇਲੇ ਸੌ ਪਸ਼ੂਆਂ ਭਾਵ ਬਲਦਾਂ ਦੀ ਬਲੀ (ਯੂਨਾਨੀ ਕਥਾ); ਮਹਾਨ ਧਾਰਮਿਕ ਕੁਰਬਾਨੀ; ਜਨ ਸੰਹਾਰ

heckle /'ਹੈੱਕਲ/ *n* ਲੋਹੇ ਦੀ ਕੰਘੀ ਜਿਸ ਨਾਲ ਸਣ ਸਾਫ਼ ਕਰਦੇ ਹਨ; ਸਾਫ਼ ਕਰਨ ਜਾਂ ਤੁੰਬਣ ਦੀ ਕਿਰਿਆ *vt* ਤੁੰਬਣਾ; ਪ੍ਰਸ਼ਨਾਂ ਦੀ ਵਾਛੜ ਕਰ ਦੇਣਾ

hectare /'ਹੈੱਕਟੇਅ*/ *n* 2.471 ਏਕੜ ਦੇ ਬਰਾਬਰ ਖੇਤਰ, ਹੈਕਟਰ

hectic /'ਹੈੱਕਟਿਕ/ *n* ਖਈ ਰੋਗ, ਦਿੱਕ ਦਾ ਰੋਗ *a* ਦਿੱਕ ਦਾ (ਮਰੀਜ਼); ਅੰਗਿਆਰਾਂ ਵਾਂਗ ਲਾਲ ਸੁਰਖ, ਬਿਮਾਰੀ ਨਾਲ ਲਾਲ; ਦਿੱਕ ਦਾ (ਬੁਖ਼ਾਰ); ਲਗਾਤਾਰ ਉਤੇਜਿਤ, ਕ੍ਰੋਧਿਤ; ਸਰਗਰਮ

hectograph /'ਹੈੱਕਟਅ(ਉ)ਗਰਾਫ਼/ *n* ਸੌ ਪਰਤਾਂ ਜਾਂ ਨਕਲਾਂ ਛਾਪ ਦੇਣ ਵਾਲਾ ਯੰਤਰ, ਹੈਕਟੋਗ੍ਰਾਫ

hectolitre /'ਹੈੱਕਟਅਲੀਟਅ*/ *n* ਤਰਲ ਪਦਾਰਥ ਨਾਪਣ ਦਾ ਇੱਕ ਪੈਮਾਨਾ, ਸੌ ਲਿਟਰ, ਹੈਕਟੋਲਿਟਰ

hectometre /'ਹੈੱਕਟਅ(ਉ)ˌਮੀਟਅ*/ *n* ਫਾਸਲਾ ਨਾਪਣ ਦੀ ਇਕਾਈ, ਸੌ ਮੀਟਰ, ਹੈਕਟੋਮੀਟਰ

hector /'ਹੈੱਕਟਅ*/ *n* ਸ਼ੇਖੀਬਾਜ਼; ਤੀਸਮਾਰ ਖਾਂ; ਧੌਂਸਬਾਜ਼ *v* ਸ਼ੇਖੀ ਮਾਰਨਾ; ਧਮਕੀ ਦੇਣਾ, ਘੁਰਕ ਕੇ ਪੈਣਾ, ਧੌਂਸ ਜਮਾਉਣਾ

hedge /ਹੈੱਜ/ *n* ਘੇਰਾ, ਵਾੜ, ਹਾਤਾ; ਵਿਘਨ, ਰੁਕਾਵਟ, ਬਾਧਾ; (ਸੱਟਾਬਾਜ਼ੀ) ਹਾਨੀ ਤੋਂ ਬਚਣ ਦਾ ਉਪਰਾਲਾ; ਲੋਕਾਂ ਦੀ ਸਫ ਜਾਂ ਚੀਜ਼ਾਂ ਦੀ ਕਤਾਰ *v* ਝਾੜੀਆਂ ਨਾਲ ਘੇਰਨਾ; ਵਾੜ ਕਰਨਾ, ਹਾਤਾ ਵਲਣਾ; ਮਗਜ਼ੀ ਲਾਉਣਾ, ਝਾਲਰ ਲਾਉਣਾ, ਹਾਸ਼ੀਆ ਲਾਉਣਾ, ਵਾੜ ਦੀ ਕਾਂਟ-ਛਾਂਟ ਕਰਨਾ

hedgehog /ਹੈੱਜਹੌਗ/ *n* ਉਹ ਆਦਮੀ ਜਿਸ ਨਾਲ ਨਿਭਣੀ ਔਖੀ ਹੋਵੇ, ਨੀਚ ਪੁਰਸ਼, ਸੇਹ, ਕੰਡੇਰਨਾ, ਕੰਡਿਆਲਾ; ਸੁਰੱਖਿਅਤ ਸਥਾਨ

hedonic /ਹੀ'ਡੌਨਿਕ/ *a* ਭੋਗ ਵਿਲਾਸੀ, ਅਨੰਦਵਾਦੀ; ਅਨੰਦ ਦੇ ਵਿਸ਼ੇ ਸੰਬੰਧੀ

hedonism /'ਹੀਡਅਨਿਜ਼ਅਮ/ *n* ਇਹ ਵਿਸ਼ਵਾਸ ਕਿ ਮਨੁੱਖ ਦੀ ਜ਼ਿੰਦਗੀ ਦਾ ਉਦੇਸ਼ ਬੱਸ ਸੁੱਖ ਮਾਨਣਾ ਹੈ, ਅਨੰਦਵਾਦ, ਸੁਖਵਾਦ

hedonist /'ਹੀਡਅਨਿਸਟ/ *n* ਅਨੰਦਵਾਦੀ, ਸੁਖਵਾਦੀ, ਭੋਗ ਵਿਲਾਸੀ

hedonistic /ˌਹੀਡ(ਅ)ਨ'ਇਸਟਿਕ/ *a* ਅਨੰਦਵਾਦੀ, ਮੌਜੀ

heebie-jeebies/ˌਹੀਬਿ 'ਜੀਬਿਜ਼/ *n* (ਬਹੁ) (ਅਪ) ਘਬਰਾਹਟ, ਬੇਚੈਨੀ

heed /ਹੀਡ/ *n* ਸਾਵਧਾਨੀ, ਚੌਕਸੀ, ਧਿਆਨ *vt* ਸਾਵਧਾਨੀ ਰੱਖਣਾ, ਚੌਕਸੀ ਕਰਨਾ, ਪਰਵਾਹ ਕਰਨਾ, ਧਿਆਨ ਕਰਨਾ

heedful /'ਹੀਡਫ਼ਲ/ *a* ਸੁਚੇਤ, ਸਾਵਧਾਨ, ਚੌਕਸ, ਹੁਸ਼ਿਆਰ

heedless /'ਹੀਡਲਅਸ/ *a* ਅਚੇਤ, ਅਸਾਵਧਾਨ, ਅਵਿਚਾਰਸ਼ੀਲ, ਲਾਪਰਵਾਹ

hee-haw /'ਹੀ ਹੋ/ *n* ਖੋਤੇ ਦਾ ਹੀਂਗਣਾ; ਉੱਚਾ ਹਾਸਾ

heel /ਹੀਲ/ *n* ਅੱਡੀ; ਪਸ਼ੂ ਦਾ ਖੁਰ; ਜੁੱਤੀ ਜਾਂ ਬੂਟ ਦੀ ਅੱਡੀ, ਅੱਡੀ ਦੇ ਆਕਾਰ ਦੀ ਵਸਤੂ; ਵੀਣਾ ਦੀ ਮੁੱਠ; ਜਹਾਜ਼ ਦੀ ਇੱਕ ਪਾਸੇ ਦੀ ਝੋਲ, ਝੁਕਾਅ; (ਅਪ) ਕਮੀਨਾ ਆਦਮੀ *vt* ਧਰਤੀ ਤੇ ਅੱਡੀ ਲਾਉਣਾ (ਨਾਚ ਵਿੱਚ); ਅੱਡੀ ਲਾਉਣਾ (ਜੁੱਤੀ ਜਾਂ ਬੂਟ ਦੀ); ਪਿੱਛੇ-ਪਿੱਛੇ ਲੱਗੇ ਫਿਰਨਾ; ਫੁਟਬਾਲ ਨੂੰ ਅੱਡੀ ਨਾਲ ਸੁੱਟਣਾ; ਜਹਾਜ਼ ਨੂੰ ਇੱਕ ਪਾਸੇ ਝੁਕਾਉਣਾ; (ਗੌਲਫ਼) ਬੱਲੇ ਦੇ ਦਸਤੇ ਨਾਲ ਗੇਂਦ ਨੂੰ ਮਾਰਨਾ

heel-ball /'ਹੀਲਬੋਲ/ *n* ਬੂਟਾਂ ਦੀ ਕਾਲੀ ਪਾਲਸ਼

heel tap *n* ਅੱਡੀ ਦੇ ਚਮੜੇ ਦੀ ਮੁਟਾਈ

heeltap /ਹੀਲ'ਟੈਪ/ *n* ਜਾਮ ਪੀਣ ਮਗਰੋਂ ਗਲਾਸ ਵਿੱਚ ਬਚੀ ਸ਼ਰਾਬ ਦੀ ਲਾਗ

hefty /'ਹੈੱਫ਼ਟਿ/ a ਰਿਸ਼ਟ-ਪੁਸ਼ਟ, ਹੱਟਾ-ਕੱਟਾ, ਮੋਟਾ-ਤਾਜ਼ਾ, ਵੱਡੀ ਮਾਤਰਾ ਵਿੱਚ

hegemonic /ˌਹੈਜਿ'ਮੌਨਿਕ, ˌਹੈਗਿ-/ *a* ਪ੍ਰਧਾਨ, ਪ੍ਰਮੁੱਖ, ਸਰਬ-ਉੱਚ, ਪਰਮ

hegemony /ਹਿ'ਜੈਮੱਅਨਿ, ਹਿ'ਗੈ-/ *n* ਪ੍ਰਧਾਨਤਾ, ਸਰਦਾਰੀ, ਚੌਧਰ

heifer /'ਹੈੱਫ਼ਅ*/ *n* ਵਹਿੜ, ਵੱਛੀ, ਵਹਿੜਕੀ, ਅਣਸੂਈ ਗਾਂ

height /ਹਾਇਟ/ *n* ਉਚਾਈ, ਬੁਲੰਦੀ; ਕੱਦ, ਲੰਬਾਈ; ਸਮੁੰਦਰ ਤਲ ਤੋਂ ਉਚਾਈ; ਓਜ, ਪ੍ਰਤਿਸ਼ਠਾ, ਚੜ੍ਹਦੀ ਕਲਾ, ਸਭ ਤੋਂ ਉੱਚਾ ਦਰਜਾ, ਇੰਤਹਾ; ਕਿਲਾ, ਕੋਟ; ਚੋਟੀ, ਟਿੱਲਾ, ਸਿਖਰ

heighten /'ਹਾਇਟਨ/ *v* ਉੱਚਾ ਕਰਨਾ, ਉਭਾਰਨਾ, ਉੱਚਾ ਉਠਾਉਣਾ, ਚੜ੍ਹਾਉਣਾ; ਅੱਤਕਥਨੀ ਕਰਨਾ, ਵਧਾਅ ਚੜ੍ਹਾਅ ਕੇ ਆਖਣਾ, ਉੱਚਾ ਹੋਣਾ; ਤੀਬਰ ਕਰਨਾ

heinous /'ਹੇਇਨਅਸ/ a ਘਿਰਨਾਯੋਗ, ਘਿਰਨਤ, ਅਤਿ ਘੋਰ; ਦੁਸ਼ਟਤਾ ਭਰਪੂਰ

heinously /'ਹੇਇਨਅਸਲਿ/ *adv* ਘਿਰਨਾ ਨਾਲ, ਵਹਿਸ਼ੀਆਨਾ ਢੰਗ ਨਾਲ

heir /ਏਅ*/ *n* ਵਾਰਸ, ਉਤਰਾਧਿਕਾਰੀ, ਜਾਨਸ਼ੀਨ, ਵਾਲੀ-ਵਾਰਸ, ਹੱਕਦਾਰ, ਭਾਗੀ

heir apparent *n* ਪੱਕਾ ਵਾਰਸ, ਯੁਵਰਾਜ, ਵਲੀਅਹਿਦ, ਟਿੱਕਾ

heirdom /ਏਅਡਅਮ/ *n* ਉਤਰਾਧਿਕਾਰਤਾ

heirless /ਏਅਲਅਸ/ *a* ਲਾਵਾਰਸ

heirloom /'ਏਅਲੂਮ/ *n* ਜੱਦੀ ਜਾਇਦਾਦ, ਵਿਰਸਾ

heist /ਹਾਇਸਟ/ *n* ਕੀਮਤੀ ਵਸਤ ਦੀ ਕੀਤੀ ਚੋਰੀ *vt* ਚੋਰੀ ਕਰਨਾ

helicopter /'ਹੈੱਲਿਕੌਪਟਅ*/ *n* ਹੈਲੀਕਾਪਟਰ

heliograph /'ਹੀਲਿਅਗਰਾਫ਼/ *n* ਸੂਰਜ ਦੇ ਪ੍ਰਕਾਸ਼ ਨਾਲ ਉਭਾਰੇ ਜਾਣ ਵਾਲੇ ਨਕਸ਼, ਸੂਰਜ ਚਿੱਤਰ, ਸੂਰਜੀ ਨਕਸ਼

heliolater /ˌਹੀਲਿ'ਔਲਅਟਅ*/ *n* ਸੂਰਜ ਉਪਾਸ਼ਕ, ਸੂਰਜਭਗਤ

heliometer /ˌਹੀਲਿ'ਔਮਿਟਅ*/ *n* ਗ੍ਰਹਿ ਚਾਪਮਾਨ, ਸੂਰਜ ਮਾਨ

heliotropism /ˌਹੀਲਿ'ਔਟਰਅਪਿਜ਼ਅਮ/ *n* ਸੂਰਜ ਮੁੱਖਤਾ, ਪ੍ਰਕਾਸ਼ ਆਵਰਤਿਤਵ

helipad /'ਹੈੱਲਿਪੈਡ/ *n* ਹੈਲੀਕਾਪਟਰ ਦੇ ਚੜ੍ਹਨ

ਉਤੱਰਨ ਦਾ ਅੱਡਾ

helium /'ਹੀਲਿਅਮ/ *n* ਇਕ ਗੰਧਹੀਣ ਹਲਕੀ ਗੈਸ, ਹੀਲੀਅਮ

helix /'ਹੀਲਿਕਸ/ *n* ਘੜੀ ਦੀ ਕਮਾਨੀ ਵਰਗੀ ਜਾਂ ਡਾਟ ਪੁੱਟਣ ਵਾਲੇ ਯੰਤਰ ਵਰਗੀ ਵਲਦਾਰ ਅਥਵਾ ਪੇਚਦਾਰ ਚੀਜ਼; ਕੰਨ ਦੀ ਕਰੂੰਬਲ ਜਾਂ ਬਾਹਰਲਾ ਭਾਗ; ਘੋਗੇ ਦੀ ਭਾਂਤ ਦੇ ਵਲਦਾਰ ਕੀੜੇ

hell /ਹੈੱਲ/ *n* ਨਰਕ, ਦੋਜ਼ਖ, ਜਹੰਨਮ; ਪਤਾਲ, ਯਮਲੋਕ, ਜਮਪੁਰੀ, ਪ੍ਰੇਤ ਲੋਕ; ਰਸਾਤਲ, ਕਾਰਾਗਾਰ; ਦੁੱਖਾਂ ਕਸ਼ਟਾਂ ਦਾ ਘਰ, ਗੁਨਾਹਾਂ ਦਾ ਘਰ; ਜੂਆਖਾਨਾ, ਜੂਏ ਦਾ ਅੱਡਾ

hell-bent /ˌਹੈੱਲ'ਬੈਂਟ/ *a* (ਨਤੀਜੇ ਦੀ ਪਰਵਾਹ ਕੀਤੇ ਘਿਨਾਂ ਕੰਮ ਉੱਤੇ) ਤੁਲਿਆ ਹੋਇਆ

Hellenic /ਹੈੱ'ਲੀਨਿਕ, -'ਲੈੱਨਿਕ/ *a* ਯੂਨਾਨੀ ਲੋਕਾਂ ਸੰਬੰਧੀ, ਯੂਨਾਨੀ, ਯੂਨਾਨੀ ਭਾਸ਼ਾ ਬਾਰੇ

Hellenism /'ਹੈੱਲਿਨਿਜ਼ਅਮ/ *n* ਯੂਨਾਨੀ ਸੰਸਕ੍ਰਿਤੀ; ਯੂਨਾਨੀ ਰਾਸ਼ਟਰੀਅਤਾ; ਯੂਨਾਨੀ ਵਾਕ ਪੱਧਤੀ ਜਾਂ ਮੁਹਾਵਰਾ, ਯੂਨਾਨੀ ਸ਼ੈਲੀ, ਯੂਨਾਨੀਆਂ ਦੀ ਨਕਲ, ਯੂਨਾਨੀਅਤ

hellish /'ਹੈੱਲਿਸ਼/ *a* ਨਰਕੀ, ਨਰਕ ਯੋਗ, ਨਰਕ ਭਰਿਆ, ਨਰਕ ਵਰਗਾ, ਦੁਸ਼ਟ, ਨੀਚ

hello/ਹਅ'ਲਅਉ/ *int* ਵੇਖੋ **hallo**

helm /ਹੈੱਲਮ/ *n* ਪਹਾੜ ਉੱਤੇ ਤੂਫਾਨੀ ਬੱਦਲ; ਪਤਵਾਰ; ਸ਼ਾਸਨ, ਅਗਵਾਈ, ਪਥ ਪ੍ਰਦਰਸ਼ਨ, ਮਾਰਗ ਨਿਰਦੇਸ਼ਨ; ਉਹ ਥਾਂ ਜਿਸ ਵਿੱਚ ਪਤਵਾਰ ਮੋੜਿਆ ਜਾਂ ਫੇਰਿਆ ਜਾਂਦਾ ਹੈ *vt* ਮਾਰਗ ਨਿਰਦੇਸ਼ਨ ਕਰਨਾ, ਚਲਾਉਣਾ

helmet /'ਹੈੱਲਮਿਟ/ *n* ਲੋਹੇ ਦੀ ਟੋਪੀ; ਧੁੱਪ ਨੂੰ ਰੋਕਣ ਵਾਲੀ ਛੱਜੇਦਾਰ ਟੋਪੀ; ਅਰਕ ਖਿੱਚਣ ਵਾਲੇ ਭਬਕੇ ਦਾ ਟੋਪਦਾਰ ਢੱਕਣ; ਕਰੜੇ ਖੋਲ ਵਾਲਾ ਘੋਗਾ; ਕੁਝ ਫੁੱਲਾਂ ਦਾ ਉਪਰਲਾ ਡਾਟਦਾਰ ਭਾਗ

helminth /'ਹੈੱਲਮਿਨਥ/ *n* ਕਿਰਮ, ਕੀੜਾ; ਆਂਦਰਾਂ ਦਾ ਕੀੜਾ

helmsman /'ਹੈੱਲਮਜ਼ਮਅਨ/ *n* ਬੇੜੀ ਦੇ ਚੱਪੂ ਚਲਾਉਣ ਵਾਲਾ, ਮਲਾਹ, ਖੇਵਟ

help /ਹੈੱਲਪ/ *n* ਸਹਾਇਤਾ, ਮਦਦ, ਸਹਾਰਾ; ਸੇਵਕ, ਘਰੇਲੂ ਨੌਕਰ; ਬਚਾਅ ਦੀ ਸੂਰਤ; ਖਾਣ ਵਿੱਚ ਸਹਾਇਤਾ *vt* ਸਹਾਇਤਾ ਕਰਨਾ, ਸਹਾਇਕ ਹੋਣਾ, ਸਹਾਰਾ ਦੇਣਾ, ਹਿਮਾਇਤ ਕਰਨਾ, ਹੱਥ ਵਟਾਉਣਾ; ਖਾਣਾ ਚੁੱਕ ਕੇ ਦੂਜੇ ਨੂੰ ਪੇਸ਼ ਕਰਨਾ

helpful /'ਹੈੱਲਪਫ਼ਲ/ *a* ਸਹਾਇਕ, ਲਾਭਦਾਇਕ

helping /'ਹੈੱਲਪਿਙ/ *n* ਸਹਾਇਤਾ ਕਰਨ ਦੀ ਕਿਰਿਆ *a* ਸਹਾਇਕ

helpless /'ਹੈੱਲਪਲਅਸ/ *n* ਨਿਆਸਰਾ, ਨਿਤਾਣਾ, ਵਿਚਾਰਾ, ਬੇਸਹਾਰਾ, ਮਜਬੂਰ

helplessness /ਹੈੱਲਪਲਅਸਨਅਸ/ *n* ਬੇਵਸੀ, ਲਾਚਾਰੀ, ਨਿਤਾਣਾਪਣ, ਮਜਬੂਰੀ

helpmate /'ਹੈੱਲਪਮੇਇਟ/*a* ਸਹਾਰਾ ਦੇਣ ਵਾਲਾ, ਸਹਾਇਕ, ਹਮਦਮ

helter-skelter /ˌਹੈੱਲਟਅ 'ਸਕੈੱਲਟਅ*/ *adv* ਖਲਬਲੀ ਪਾਉਂਦਿਆਂ, ਘਬਰਾ ਕੇ, ਗੜਬੜ ਵਿੱਚ, ਭੱਜੋ–ਨੱਠੀ ਵਿੱਚ; ਡਿਗਦਿਆਂ-ਢਹਿੰਦਿਆਂ

helve /ਹੈੱਲਵ੍/ *n* ਦਸਤਾ, ਮੁੱਠਾ

hem /ਹੈੱਮ/ *n* ਪੱਲਾ, ਝਾਲਰ, ਗੋਟ, ਕੋਰ, ਸੰਜਾਫ਼ ਮਗਜ਼ੀ, ਲੇੜ੍ਹ, ਲੇੜ੍ਹਿਆ ਹੋਇਆ ਪੱਲਾ *int* ਹੈਂ!, ਹੂੰ! *vt* ਝਾਲਰ ਲਾਉਣਾ, ਗੋਟ ਬੰਨ੍ਹਣਾ, ਕੋਰ ਲਾਉਣਾ, ਸੰਜਾਫ਼ ਸਿਊਂਣਾ, ਲੇੜ੍ਹਨਾ

hemisphere /'ਹੈੱਮਿਸਫ਼ਿਅ*/ *n* ਅਰਧਗੋਲਾ, ਗੋਲਾਰਧ

hemistich /'ਹੈੱਮਿਸਟਿਕ/ *n* ਸਲੋਕ ਦੀ ਤੁਕ ਦਾ ਅੱਧ, ਸ਼ੇਅਰ ਦਾ ਅੱਧ, ਮਿਸਰਾ

hemlock /'ਹੈੱਮਲੌਕ/ *n* ਧਤੂਰੇ ਦੀ ਵਿਹੁ, ਧਤੂਰੇ ਦੀ ਜ਼ਹਿਰ ਦਾ ਨਸ਼ਾ, ਧਤੂਰੇ ਤੋਂ ਤਿਆਰ ਕੀਤੀ ਗਈ ਦਵਾਈ

hemp /ਹੈੱਮਪ/ *n* ਸਣ, ਪੱਟ, ਸੂਤਲੀ, ਸੇਬਾ; ਫਾਂਸੀ ਦਾ ਫੰਧਾ; ਭੰਗ, ਗਾਂਜਾ, ਸੁੱਖਾ

hen /ਹੈੱਨ/ *n* ਕੁਕੜੀ, ਮੁਰਗੀ; ਮਾਦਾ ਪੰਛੀ; ਕਾਇਰ ਵਿਅਕਤੀ, ਡਰਪੋਕ ਵਿਅਕਤੀ

henbane /ਹੈੱਨਬੇਇਨ/ *n* ਇੱਕ ਜ਼ਹਿਰੀਲਾ ਪੌਦਾ

hence /ਹੈੱਨਸ/ *adv* ਇਸ ਲਈ; ਏਥੋਂ, ਇਸ ਥਾਂ ਤੋਂ, ਹੁਣ ਤੋਂ; ਇਸ ਤੋਂ ਇਹ ਸਿੱਟਾ ਨਿਕਲਦਾ ਹੈ ਕਿ

henceforth, henceforward /,ਹੈੱਨਸ'ਫੋਥ, ,ਹੈੱਨਸ'ਫ਼ੋਵਅਡ/*adv* ਮੁੜ, ਹੁਣ ਤੋਂ, ਇਸ ਤੋਂ ਮਗਰੋਂ

henchman /'ਹੈਨੱਚਮਅਨ/ *n* ਮੁੱਖ ਸੇਵਕ, ਦਾਸ; ਰਾਜਨੀਤੀ ਦੇ ਖੇਤਰ ਵਿੱਚ ਸਹਾਇਕ; ਥਾਈਲੈਂਡ ਦੇ ਰਈਸ ਜਾਂ ਸਰਕਾਰ ਦਾ ਦਰੋਗਾ; ਪਿੱਠੂ, ਚਮਚਾ

hencoop /'ਹੈਨੱਕੂਪ/ *n* ਕੁਕੜੀਆਂ ਦਾ ਖੁੱਡਾ

hen-harrier *n* ਇਕ ਸ਼ਿਕਾਰੀ ਪੰਛੀ, ਨੀਲਾ ਬਾਜ਼

henna /'ਹੈਨੱਅ/ *n* ਮਹਿੰਦੀ, ਹਿਨਾ

hennery /'ਹੈਨੱ(ਅ)ਰਿ/*n* ਮੁਰਗ਼ੀਖ਼ਾਨਾ, ਪੋਲਟਰੀ, ਪੋਲਟਰੀ ਫ਼ਾਰਮ

henny /'ਹੈੱਨਿ/ *n* ਮੁਰਗ਼ੀ, ਕੁਕੜੀ *a* ਮੁਰਗ਼ੀ ਵਰਗਾ

henotheism /'ਹੈਨੱਅਊ,ਥੀਇਜ਼ਅਮ/ *n* ਇੱਕ ਅਵਤਾਰਵਾਦ, ਇੱਕ ਦੇਵਵਾਦ

hen party *n* (ਬੋਲ) ਔਰਤਾਂ ਦੀ ਪਾਰਟੀ

henpecked /'ਹੈਨੱਪੈੱਕਟ/*a* ਰੰਨ-ਮੁਰੀਦ, ਜਨ-ਮੁਰੀਦ, ਜੋਰੂ ਦਾ ਗ਼ੁਲਾਮ

hepatitis /,ਹੈੱਪਅ'ਟਾਇਟਿਸ/ *n* ਜਿਗਰ ਦੀ ਸੋਜ

heptachord /'ਹੈੱਪਟਅਕੋਡ/ *n* ਸੱਤਾਂ ਤਾਰਾਂ ਵਾਲੀ ਵੀਣਾ, ਸੱਤਤਾਰਾ, ਸੱਤਤੰਤਰੀ

heptad /'ਹੈੱਪਟੈਡ/ *n* ਸੱਤਾਂ ਦਾ ਸਮੂਹ, ਸਪਤਕ

heptagon /'ਹੈੱਪਟਅਗਅਨ/ *n* ਸੱਤਭੁਜ, ਸੱਤਭੁਜਾ ਖੇਤ ਜਾਂ ਸ਼ਕਲ

heptagonal /ਹੈੱਪ'ਟੈਗਅਨਲ/ *a* ਸੱਤਭੁਜੀ ਆਕਾਰ ਦਾ

heptathlon /ਹੈੱਪ'ਟੈਥਲਅਨ/ *n* ਮੈਦਾਨ ਵਿੱਚ ਖੇਡੀ ਜਾਣ ਵਾਲੀ ਕੁੜੀਆਂ ਦੀ ਇੱਕ ਖੇਡ (ਜਿਸ ਵਿੱਚ ਸੱਤ ਪ੍ਰਕਾਰ ਦੀਆਂ ਗੇਮਾਂ ਵਿੱਚ ਭਾਗ ਲੈਣਾ ਹੁੰਦਾ ਹੈ)

her /ਹਅ*, ਹਅ:*, ਅ:*, ਅ*/ *pron* ਉਹ (ਇਸਤਰੀ ਲਿੰਗ); ਉਸ (ਇਸਤਰੀ ਲਿੰਗ) ਨੂੰ, ਉਸ (ਇਸਤਰੀ ਲਿੰਗ) ਦਾ

herald /'ਹੈੱਰਅਲਡ/ *n* ਦੂਤ, ਸੰਦੇਸ਼ਵਾਹਕ, ਹਰਕਾਰਾ; ਮੁਨਾਦੀ; ਬਾਦਸ਼ਾਹ ਜਾਂ ਰਾਜ ਦਾ ਹਰਕਾਰਾ *vt* ਪੂਰਵ-ਸੂਚਨਾ ਦੇਣਾ, ਆਉਣ ਦਾ ਸੰਦੇਸ਼ ਦੇਣਾ, ਐਲਾਨ ਕਰਨਾ

heraldic /ਹੈੱ'ਰੈਲਡਿਕ/ *a* ਰਾਜਦੂਤ ਸੰਬੰਧੀ; ਕੁਲ ਚਿੰਨ੍ਹ ਸੰਬੰਧੀ

heraldry /'ਹੈੱਰਅਲਡਰਿ/ *n* ਬੰਸਾਵਲੀ ਵਿੱਦਿਆ

herb /ਹਅ:ਬ/ *n* ਬੂਟੀ, ਔਸ਼ਧੀ, ਜੜੀ-ਬੂਟੀ, ਨਰਮ ਪੱਤਿਆਂ ਵਾਲਾ ਪੌਦਾ

herbaceous /ਹਅ:'ਬੇਇਸ਼ਅਸ/ a ਜੜੀ-ਬੂਟੀ ਸੰਬੰਧੀ

herbage /'ਹਅ:ਬਿਜ/ *n* ਘਾਹ ਪੱਤੇ, ਘਾਹ ਫੂਸ

herbal /'ਹਅ:ਬਲ/ *n* ਜੜੀ-ਬੂਟੀਆਂ ਦੇ ਗਿਆਨ ਬਾਰੇ ਪੁਸਤਕ *a* ਜੜੀ-ਬੂਟੀਆਂ ਦਾ ਬਣਿਆ

herbalist /'ਹਅ:ਬਅਲਿਸਟ/ *n* ਬਨਸਪਤੀ ਵਿਗਿਆਨੀ

herbarium /ਹਅ:'ਬੇਅਰਿਅਮ/ *n* ਬਨਸਪਤੀ ਸੰਗ੍ਰਹਿਸ਼ਾਲਾ

herbicide /'ਹਅ:ਬਿਸਾਇਡ/ *n* ਜੜੀ-ਬੂਟੀ ਮਾਰਨ ਵਾਲੀ ਦਵਾਈ, ਨਦੀਨਨਾਸ਼ਕ

herbivore /'ਹਅ:ਬਿਵ੍ਹੋ*/ *n* ਕੇਵਲ ਪੌਦੇ ਖਾਣ ਵਾਲੇ ਜੀਵ

herbivorous /ਹਅ:'ਬਿਵ੍ਹਅਰਅਸ/ *a* ਸਾਗ ਜਾਂ ਜੜੀ-ਬੂਟੀਆਂ ਉੱਤੇ ਨਿਰਭਰ, ਸ਼ਾਕਾਹਾਰੀ, ਬਨਸਪਤੀ ਜੀਵੀ

herbless /'ਹਅ:ਬਲਅਸ/ *a* ਜੜੀ-ਬੂਟੀ ਤੋਂ ਬਿਨਾਂ, ਸਾਗਰਹਿਤ

herborization /'ਹਅ:ਬਅਰਾਇਜ਼ੇਇਸ਼ਨ/ *n* ਜੜੀ-ਬੂਟੀਆਂ ਇਕੱਤਰ ਕਰਨ ਦੀ ਵਿੱਦਿਆ

herborize /'ਹਅਬਅਰਾਇਜ਼/ *vt* ਜੜੀ-ਬੂਟੀਆਂ ਇਕੱਤਰ ਕਰਨਾ

herby /ਹਅ:ਬਿ/ *a* ਜੜੀ-ਬੂਟੀਆਂ ਨਾਲ

ਪਰਿਪੂਰਨ, ਸਾਗ ਸਰੂਪ, ਸਾਗ ਪ੍ਰਕਿਰਤੀ ਵਾਲਾ, ਬਨਸਪਤੀ ਸੁਭਾਅ ਵਾਲਾ, ਸਾਗਮਈ

Herculean /ˌਹਅ:ਕਯੁ'ਲੀਅਨ/ *a* ਯੂਨਾਨੀ ਸੂਰਮੇ ਹਰਕੂਲੀਜ਼ ਵਰਗਾ; ਹਰਕੂਲੀਜ਼ ਦੇ ਕਾਰਨਾਮਿਆਂ ਵਾਂਗ (ਔਖਾ), ਅਤਿ ਮੁਸ਼ਕਲ, ਕਠਨ

Hercules /'ਹਅ:ਕਯੁਲੀਜ਼/ *n* ਯੂਨਾਨੀ ਸੂਰਮਾ ਜਿਸ ਦੀ ਵੀਰਤਾ ਦੇ ਕਾਰਨਾਮੇ ਅਤਿ ਪ੍ਰਸਿੱਧ ਹਨ, ਹਰਕੂਲੀਜ਼; ਬਲਵਾਨ ਪੁਰਖ, ਬਹਾਦਰ ਆਦਮੀ

herd /ਹਅ:ਡ/ *n* ਦਲ (ਪਸ਼ੂਆਂ ਦਾ) ਚੌਣਾ, ਵੱਗ, ਇੱਜੜ, ਡਾਰ ਜਾਂ ਝੁੰਡ, ਪਾਲ, ਭੀੜ (ਜਨਸਮੂਹ); ਗੋਪਾਲ, ਵਾਗੀ, ਛੇੜੂ, ਪਾਲੀ, ਗਵਾਲਾ, ਆਜੜੀ, ਪਸ਼ੂ ਪਾਲਕ *vt* ਪਸ਼ੂਆਂ ਦੀ ਪਾਲਨਾ ਕਰਨਾ, ਪਸ਼ੂ ਚਾਰਨਾ; ਸਮੂਹ ਵਿੱਚ ਚੱਲਣਾ, ਇੱਜੜ ਵਿੱਚ ਸ਼ਾਮਲ ਹੋਣਾ

herd instinct *n* ਸਮੂਹ ਪ੍ਰਵਿਰਤੀ

herdsman /'ਹਅ:ਡਜ਼ਮਅਨ/ *n* ਆਜੜੀ, ਚਰਵਾਹਾ, ਗਵਾਲਾ, ਪਾਲੀ

here /ਹਿਅ*/ *n* ਇਸ ਥਾਂ, ਇਹ ਜਗ੍ਹਾ *adv* ਇਸ ਲੋਕ ਵਿੱਚ, ਇੱਥੇ, ਇਸ ਵਿਸ਼ੇ ਵਿੱਚ; ਇੱਧਰ; (ਲਿਖ਼ਤ ਜਾਂ ਭਾਸ਼ਣ ਵਿੱਚ) ਇਸ ਥਾਂ ਉੱਤੇ, ਇਸ ਮੌਕੇ ਉੱਤੇ **here and there** *adv* ਥਾਂ–ਥਾਂ, ਇੱਥੇ–ਉੱਥੇ, ਇੱਧਰ–ਉੱਧਰ

hereabout /ˌਹਿਅਰਅ'ਬਾਉਟ/ *adv* ਇੱਥੇ ਕਿਧਰੇ, ਇੱਧਰ–ਉੱਧਰ, ਨੇੜੇ ਹੀ

hereafter /ˌਹਿਅਰ'ਆਫ਼ਟਅ*/ *adv* ਇਸ ਤੋਂ ਬਾਅਦ, ਇਸ ਤੋਂ ਅੱਗੇ; ਮੌਤ ਤੋਂ ਬਾਅਦ

hereby /ˌਹਿਅ'ਬਾਇ/ *adv* ਇੰਜ ਕਰਕੇ

hereditability /ਹਿˌਰੈੱਡਿਟਅ'ਬਿਲਅਟਿ/ *n* ਉਤਰਾਧਿਕਾਰ ਵਿੱਚ ਪ੍ਰਾਪਤ ਕਰਨ ਦੀ ਯੋਗਤਾ, ਵਿਰਾਸਤਯੋਗਤਾ

hereditable /ਹਿ'ਰੈੱਡਿਟਅਬਲ/ *a* ਉਤਰਾਧਿਕਾਰ ਵਿੱਚ ਪ੍ਰਾਪਤ, ਵਿਰਸੇਯੋਗ

hereditament /ˌਹੈੱਰਿ'ਡਿਟਅਮਅਨਟ/ *n* ਵਿਰਸੇ ਵਿੱਚ ਮਿਲੀ ਸੰਪੱਤੀ, ਪਿਤਰੀ ਧਨ, ਜੱਦੀ-ਜਾਇਦਾਦ, ਵਿਰਾਸਤ

hereditarian /ਹਿˌਰੈੱਡਿ'ਟੇਅਰਿਅਨ/ *n* ਪਿਤਾਪੁਰਖੀ, ਵੰਸ਼ ਪਰੰਪਰਾ ਦਾ ਅਨੁਯਾਈ, ਵੰਸ਼ ਪਰੰਪਰਾਵਾਦੀ

hereditary /ਹਅ'ਰੈੱਡਿਟਰਿ/ *a* ਜੱਦੀ, ਪੁਸ਼ਤੀ; ਵੰਸ਼ ਦਾ, ਵੰਸ਼ਗਤ, ਕੁਲ ਦਾ; ਪਿਤਰੀ, ਪਿਤਰਕ, ਮੌਰੂਸੀ; ਪੁਸ਼ਤ ਦਾ (ਰੋਗ ਆਦਿ); ਪਿਓ-ਦਾਦੇ ਦਾ (ਧਰਮ ਆਦਿ)

hereditism /ਹਿ'ਰੈੱਡਿਟਿਜ਼ਅਮ/ *n* ਵੰਸ਼ ਪਰੰਪਰਾਵਾਦ

heredity /ਹਅ'ਰੈੱਡਅਟਿ/ *n* ਵਿਰਾਸਤ, ਵਿਰਸਾ, ਵਿਰਸੇ ਵਿੱਚ ਮਿਲੇ ਗੁਣ, ਪਿਤਰਕ ਗੁਣ, ਵੰਸ਼ ਪਰੰਪਰਾ

here goes *int* ਵਾਹ–ਵਾਹ ! ਬੱਲੇ–ਬੱਲੇ ! ਏਹ ਵੇਖ ! ਵੇਖਿਆ ਈ !

herein /ˌਹਿਅਰ'ਇਨ/ *adv* ਇਸ ਥਾਂ (ਇਸ ਪੁਸਤਕ ਵਿੱਚ)

hereinafter /ˌਹਿਅਰਇਨ'ਆਫ਼ਟਅ*/ *adv* ਇਸ ਵਾਸਤੇ, ਇਸ ਗੱਲ ਵਿੱਚ

hereof /ˌਹਿਅਰ'ਔਵ੍/ *adv* ਇਸ ਦਾ

heresy /'ਹੈਰੱਅਸਿ/ *n* ਕੁਫ਼ਰ, ਨਾਸਤਿਕਤਾ, ਪਖੰਡ

heretic /'ਹੈਰੱਅਟਿਕ/ *a* ਕੁਫ਼ਰ, ਨਾਸਤਿਕ, ਧਰਮ ਵਿਰੋਧੀ

heretical /ਹਅ'ਰੈੱਟਿਕਲ/ *a* ਧਰਮ ਵਿਰੋਧੀ

hereto /ˌਹਿਅ'ਟੂ/ *adv* ਇਸ ਵਾਸਤੇ, ਇਸ ਗੱਲ ਵਿੱਚ

heretofore /ˌਹਿਅਟੂ'ਫ਼ੋ*/ *adv* ਇਸ ਤੋਂ ਪਹਿਲਾਂ

hereupon /ˌਹਿਅਰਅ'ਪੌਨ/ *adv* ਇਸ ਤੋਂ ਮਗਰੋਂ, ਇਸ ਲਈ

herewith /ˌਹਿਅ'ਵਿਦ, -ਵਿਥ/ *adv* ਇਸ ਦੇ ਨਾਲ, ਇਸ ਨਾਲ ਨੱਥੀ

heriot /'ਹੈੱਰਿਅਟ/ *n* ਡੰਨ, ਦੰਡ, ਜਰਮਾਨਾ

herisson /'ਹੈੱਰਿਸਨ/ *n* ਲੋਹੇ ਦਾ ਜੰਗਲਾ

heritable /'ਹੈੱਰਿਟਅਬਲ/ *a* ਜੱਦੀ, ਮੌਰੂਸੀ, ਪੁਸ਼ਤੀ, ਖ਼ਾਨਦਾਨੀ, ਪਿਤਰੀ, ਵਿਰਾਸਤ ਦਾ (ਹੱਕਦਾਰ)

heritage /'ਹੈੱਰਿਟਿਜ/ *n* ਵਿਰਸੇ ਵਿੱਚ ਪ੍ਰਾਪਤ ਸੰਪੱਤੀ ਦਾ ਭਾਗ, ਪਿਤਰੀ ਧਨ, ਪਿਤਰਕ ਪੂੰਜੀ, ਵਿਰਾਸਤ, ਮੀਰਾਸ, ਵਿਰਸਾ; ਪ੍ਰਾਚੀਨ ਯਹੂਦੀ ਗਿਰਜਾਘਰ; ਉਤਰਾਧਿਕਾਰ

heritor /'ਹੈੱਰਿਟਅ/ *n* ਉਤਰਾਧਿਕਾਰੀ, ਵਾਰਿਸ

Her Majesty /ਹਅ:'ਮੈਜਅਸਟਿ/ *n* ਮਹਾਰਾਣੀ

hermaphrodite/ਹਅ:'ਮੈਫ਼ਰਅਡਾਇਟ/ *n* ਹੀਜੜਾ, ਖੁਸਰਾ; ਉਹ ਪੌਦਾ ਜਿਸ ਦੇ ਇੱਕੋ ਫੁੱਲ ਵਿੱਚ ਪਰਾਗ ਕੇਸਰ ਅਤੇ ਗਰਭ ਕੇਸਰ ਹੋਣ *a* ਵਿਰੋਧੀ ਗੁਣਾਂ ਵਾਲਾ (ਵਿਅਕਤੀ ਜਾਂ ਵਸਤੂ)

hermeneutic /,ਹਅ:ਮਅ'ਨਯੂਟਿਕ/ *a* ਵਿਆਖਿਆਤਮਿਕ, ਟੀਕੇ ਜਾਂ ਭਾਸ਼ ਸੰਬੰਧੀ, ਟੀਕਾ ਸਹਿਤ

hermeneutical /,ਹਅ:ਮਅ'ਨਯੂਟਿਕ(ਅ)ਲ/ *a* ਭਾਸ਼ ਸੰਬੰਧੀ, ਵਿਖਿਆਤਮਿਕ, ਟੀਕੇ ਸੰਬੰਧੀ, ਅਰਥ ਸੰਬੰਧੀ

Hermes /'ਹਅ:ਮੀਜ਼/ *n* (ਯੂਨਾਨੀ ਮਿਥ) ਬੁੱਧ ਗ੍ਰਹਿ; ਦੇਵਦੂਤ, ਦੇਵਤਿਆਂ ਦਾ ਏਲਚੀ

hermetic /ਹਅ:'ਮੈਟਿਕ/ *a* ਹਵਾਬੰਧ, ਰਸਾਇਣਿਕ

hermit /'ਹਅ:ਮਿਟ/ *n* ਸਨਿਆਸੀ, ਤਿਆਗੀ, ਬਨਵਾਸੀ, ਤਪਸਵੀ, ਇਕਾਂਤਵਾਸੀ, ਗੋਸ਼ਾਨਸ਼ੀਨ

hermitage /'ਹਅ:ਮਿਟਿਜ/ *n* ਆਸ਼ਰਮ, ਕੁਟੀਆ, ਮੱਠ, ਹੁਜਰਾ, ਖ਼ਾਨਗਾਹ, ਇਕਾਂਤਵਾਸ, ਗੋਸ਼ਾਨਸ਼ੀਨੀ

hernia /'ਹਅ:ਨਿਅ/ *n* (ਨਿਦਾ) ਹਰਨੀਆ

hero /'ਹਿਅਰਅਉ/ *n* (ਪੁਰਾਤਨ ਯੂਨਾਨੀ ਇਤਿਹਾਸ) ਪਰਮ ਮਨੁੱਖ, ਦੇਵਤਿਆਂ ਵਰਗਾ ਮਨੁੱਖ; ਵੀਰ, ਯੋਧਾ, ਸੂਰਬੀਰ, ਬਹਾਦਰ, ਨਾਇਕ, ਗਾਜ਼ੀ, ਮੁਜਾਹਦ, ਸੂਰਾ, ਸੂਰਮਾ; ਰਾਸ਼ਟਰ ਯੋਧਾ, ਮਹਾਂਬੀਰ, ਉੱਚੇ ਹੌਂਸਲੇ ਅਤੇ ਹਿੰਮਤ ਵਾਲਾ ਆਦਮੀ, ਨੇਕ ਗੁਣਾਂ ਅਤੇ ਕਾਰਨਾਮਿਆਂ ਕਰਕੇ ਪ੍ਰਸਿੱਧ ਵਿਅਕਤੀ, ਕਿੱਸਾ ਕਹਾਣੀ ਜਾਂ ਫ਼ਿਲਮ ਦਾ ਨਾਇਕ

heroic /ਹਅ'ਰਅਉਇਕ/ *n* ਵੀਰ ਕਾਵਿ ਵਿੱਚ ਪ੍ਰਯੁਕਤ ਛੰਦ; (ਬਹੁ) ਓਜਸਵੀ ਭਾਸ਼ਾ ਜਾਂ ਵਿਚਾਰ *a* ਵੀਰਤਾਪੂਰਨ; (ਕਾਵਿ) ਵੀਰ, ਵੀਰ ਰਸ ਪ੍ਰਧਾਨ; (ਭਾਸ਼ਾ) ਓਜਮਈ, ਪ੍ਰਭਾਵਪੂਰਨ; (ਵਿਅਕਤੀ) ਬਹਾਦਰ, ਵੀਰ, ਤੇਜਸਵੀ **heroic the age** ਵੀਰ ਯੁੱਗ

heroic verse *n* ਵਾਰ ਕਾਵਿ, ਵੀਰ-ਕਾਵਿ

heroine /'ਹੈੱਰਅਉਇਨ/ *n* ਨਾਇਕਾ

heroism /'ਹੈੱਰਅਉਇਜ਼ਅਮ/ *n* ਸੂਰਬੀਰਤਾ

heron, hern /'ਹੈੱਰਅਨ, ਹਅ:ਨ/ *n* ਬਗਲੇ ਵਰਗਾ ਇੱਕ ਪੰਛੀ

herpes /'ਹਅ:ਪੀਜ਼/ *n* (ਚਿਕਿ) ਪਕਲੂਤ; ਚਮੜੀ ਰੋਗ

herring /'ਹੈੱਰਿਙ/ *n* ਇੱਕ ਤਰ੍ਹਾਂ ਦੀ ਨਿੱਕੀ ਜਿਹੀ ਚਾਂਦੀ ਰੰਗੀ ਮੱਛੀ ਜੋ ਖਾਣ ਲਈ ਡੱਬੇ ਬੰਦ ਕੀਤੀ ਜਾਂਦੀ ਹੈ

herringbone /'ਹੈੱਰਿਙਬਅਉਨ/ *n* ਮੱਛੀ ਕੰਡਾ; ਮੱਛੀ ਕੰਗਰੋੜ ਦੇ ਨਮੂਨੇ ਦੀ ਕਢਾਈ

herself /ਹਅ:'ਸੈੱਲਫ਼/ *pron* (ਵਿਆ) ਇਸਤਰੀ ਲਈ ਵਰਤਿਆ ਜਾਣ ਵਾਲਾ ਨਿੱਜ ਵਾਚਕ ਪੜਨਾਂਵ, ਇਸਤਰੀ ਲਿੰਗ, ਨਿੱਜਵਾਚਕ ਪੜਨਾਂਵ; ਵਾਕ ਦੇ ਮਾਦਾ ਵਿਸ਼ੇ ਜਾਂ ਕਰਮ ਉੱਤੇ ਦਬਾਅ ਦੇਣ ਲਈ ਵਰਤਿਆ ਜਾਣ ਵਾਲਾ ਪੜਨਾਂਵ

hertz /ਹਅ:ਟਸ/ *n* ਧੁਨੀ ਲਹਿਰਾਂ ਦੀ ਵਾਰਵਾਰਤਾ ਮਾਪਣ ਵਾਲੀ ਘੜੀ

hesitance, hesitancy /'ਹੈੱਜ਼ਿਟਅਨਸ, 'ਹੈੱਜ਼ਿਟਅਨਸਿ/ *n* ਦੁਬਿਧਾ, ਸੰਕੋਚ, ਝਾਕਾ, ਸ਼ਸ਼ੋਪੰਜ

hesitant /'ਹੈੱਜ਼ਿਟਅਨਟ/ *a* ਝਿਜਕਦਾ, ਦੁਚਿੱਤਾ

hesitate /'ਹੈੱਜ਼ਿਟੇਇਟ/ *vt* ਝਿਜਕਣਾ, ਹਿਚਕਚਾਉਣਾ, ਸ਼ਸ਼ੋਪੰਜ ਵਿੱਚ ਪੈਣਾ, ਦੁਬਿਧਾ ਵਿੱਚ ਪੈਣਾ, ਸੰਕੋਚ ਕਰਨਾ, ਵਿਕਲਪ ਕਰਨਾ, ਦੁਚਿੱਤੀ ਵਿੱਚ ਪੈਣਾ

hesitation /ˌਹੈੱਜ਼ਿ'ਟੇਇਸ਼ਨ/ *n* ਝਿਜਕ, ਦੁਬਿਧਾ, ਸੰਕੋਚ, ਵਿਕਲਪ, ਦੁਚਿੱਤੀ, ਦੋ ਦਲੀਲੀ, ਦੋ ਦਿਲੀ

hesperus/'ਹੈੱਸਪ(ਅ)ਰਅਸ/ *n* ਸੰਧਿਆ ਦਾ ਤਾਰਾ, ਸ਼ੁੱਕਰ

heterodox/'ਹੈਟੱਅਰਅਉਡੌਕਸ/ *n* ਭਿੰਨ ਮੱਤ *a* ਭਿੰਨ ਮਤੀਆ, ਮਨਮਤੀਆ

heterogeneous/ˌਹੈਟੱਅਰਅ'ਜੀਨਿਅਸ/ *a* ਵਿਸ਼ਮ, ਭਿੰਨ, ਪ੍ਰਜਿਨਸੀ, ਵਿਜਾਤੀ, ਭਿੰਨ ਜਾਤੀ

heterosexual /ˌਹੈਟੱਅਰਅ'ਸੈਕੱਸ਼ੁਅਲ/ *n* ਉਹ ਵਿਅਕਤੀ ਜੋ ਕਾਮ ਭੋਗਤਾ ਲਈ ਵਿਰੋਧੀ ਲਿੰਗ ਵਾਲੇ ਵਿਅਕਤੀਆਂ ਵੱਲ ਖਿੱਚਿਆ ਜਾਂਦਾ ਹੋਵੇ, ਕਾਮ ਗ੍ਰਸਤ ਵਿਅਕਤੀ

hew /ਹਯੂ/ *v* ਕਲਮ ਕਰਨਾ, ਉਡਾ ਦੇਣਾ; ਤਰਾਸ਼ਣਾ, ਚੀਰਨਾ, ਕੱਟਣਾ, ਕਾਂਟ-ਛਾਂਟ ਕਰਨਾ

hexad /'ਹੈੱਕਸੈਡ/ *n* ਛੇ ਦਾ ਅੰਕ, ਛੇ ਦਾ ਸਮੂਹ

hexadecimal /ˌਹੈੱਕਸਅ'ਡੈੱਸਿਮਲ/ *a* (ਕੰਪਿ) ਅੰਕੜੇ ਅੰਕਿਤ ਕਰਨ ਲਈ 0 ਤੋਂ 9 ਅੰਕਾਂ ਅਤੇ A ਤੋਂ F ਅੱਖਰਾਂ ਉੱਤੇ ਆਧਾਰਿਤ ਪ੍ਰਨਾਲੀ, ਛੇ-ਦਸ਼ਮਲਵ ਪ੍ਰਨਾਲੀ

hexadecimal number system ਵੇਖੋ **hexadecimal**

hexagon /'ਹੈੱਕਸਅਗਅਨ/ *n* ਛੇ ਭੁਜ

hexagram /'ਹੈੱਕਸਅਗਰੈਮ/ *n* ਛੇ ਭੁਜੀ ਸ਼ਕਲ, ਦੋ ਤਿਕੋਨਾ ਦੇ ਜੋੜ ਤੋਂ ਬਣੀ ਤਾਰੇ ਵਰਗੀ ਛੇ ਭੁਜੀ ਸ਼ਕਲ

hexameter /'ਹੈੱਕ'ਸੈਮਿਟਅ/ *n* (ਕਾਵਿ) ਛੇ ਪਦੀ (ਛੰਦ)

hey /ਹੇਇ/ *int* ਹੇ !, ਓਹੋ !, ਹਾ-ਹਾ !, ਆਹਾ !

heyday /'ਹੇਇਡੇਇ/ *n* ਜੋਬਨ ਅਵਸਥਾ, ਪੂਰਨ ਵਿਕਸਤ ਅਵਸਥਾ, ਜੋਬਨ

hi /ਹਾਇ/ *int* ਓਹ !, ਹੇ !, ਹੈਲੋ !

hiatus /ਹਾਇ'ਏਇਟਅਸ/ *n* ਭੇਦ, ਅੰਤਰ; ਵਿਰਾਮ; ਛੇਦ, ਦਰਾੜ

hibernate /'ਹਾਇਬਅਨੇਇਟ/ *vi* ਠੰਢ ਦੀ ਰੁੱਤ ਨਿੱਘੀ ਥਾਂ ਉੱਤੇ ਗੁਜ਼ਾਰਨਾ, ਨਿਸ਼ਕਿਰਿਆ ਜਾਂ ਨਿੱਸਲ ਹੋ ਕੇ ਬੈਠਣਾ, ਸਿਥਲ ਹੋ ਕੇ ਪਏ ਰਹਿਣਾ, ਮਚਲ ਮਾਰ ਕੇ ਬੈਠਣਾ

hibiscus /ਹਿ'ਬਿਸਕਅਸ/ *n* ਇੱਕ ਫੁੱਲਦਾਰ ਬੂਟਾ

hiccup /'ਹਿਕਅੱਪ/ *n* ਹਿਚਕੀ *v* ਹਿਚਕੀ ਲੈ ਲੈ ਕੇ ਕੋਈ ਗੱਲ ਕਰਨਾ

hickory /'ਹਿਕਅਰਿ/ *n* ਅਖਰੋਟ ਵਰਗਾ ਇੱਕ ਰੁੱਖ

hide /ਹਾਇਡ/ *n* ਪਸ਼ੂਆਂ ਦਾ ਚੰਮ, ਖੱਲ, ਚਮੜਾ, ਮਨੁੱਖਾਂ ਦੀ ਚਮੜੀ, ਓਹਲਾ *v* ਚਾਂਟੇ ਮਾਰਨਾ, ਬੈਂਤ ਮਾਰਨਾ; ਲੁਕਾਉਣਾ ਜਾਂ ਲੁਕਣਾ; ਕਿਸੇ ਵਸਤੂ ਨੂੰ ਭੁੱਲ ਕੇ ਇੱਕ ਥਾਂ ਤੋਂ ਦੂਜੀ ਥਾ ਰੱਖ ਦੇਣਾ; ਗੱਲ ਨੂੰ ਗੁਪਤ ਰੱਖਣਾ

hide-and-seek /ˌਹਾਇਡ ਨ 'ਸੀਕ/ *n* (ਬੱਚਿਆਂ ਦੀ) ਲੁਕਣ ਅਤੇ ਲੱਭਣ ਦੀ ਇੱਕ ਖੇਡ, ਛਪਣ ਛੋਤ, ਲੁਕਣਮੀਟੀ

hideous /'ਹਿਡਿਅਸ/ *a* ਭਿਆਨਕ, ਘਿਣਾਉਣਾ, ਘੋਰ

hideout /'ਹਾਇਡਆਉਟ/ *n* (ਬੋਲ) ਲੁਕਣ ਦੀ ਥਾਂ

hierarch /'ਹਾਇਅਰਾਕ/ *n* ਪਰੋਹਤ, ਗੁਰੂਵਰ, ਧਰਮਪਤੀ, ਮਹਾਆਚਾਰੀਆ; ਪ੍ਰਧਾਨ ਪਾਦਰੀ, ਵੱਡਾ ਪਾਦਰੀ, ਇਮਾਮ

hierarchy/'ਹਾਇਅਰਾਕਿ/ *n* ਦੇਵ ਸ਼੍ਰੇਣੀ, ਮਹੰਤੀ, ਮਹੰਤਸ਼ਾਹੀ; ਦਰਜਾਬੰਦੀ

hieroglyph /'ਹਾਇਅਰਅਗਲਿਫ਼/ *n* ਗੂੜ੍ਹ ਅੱਖਰ, ਚਿੱਤਰ ਅੱਖਰ, ਰਹੱਸਮਈ ਚਿੰਨ੍ਹ, ਚਿੱਤਰਲੇਖ; ਨਾ ਸਮਝ ਆਉਣ ਵਾਲੀ ਲਿਖਤ

hierophant /'ਹਾਇਅਰਅ(ਉ)ਫ਼ੈਨਟ/ *n* ਧਰਮ ਆਚਾਰੀਆ, ਪਰੋਹਤ, ਦੀਖਿਆ ਗੁਰੂ; ਧਾਰਮਿਕ ਰਹੱਸਾਂ ਦੀ ਵਿਆਖਿਆ ਕਰਨ ਵਾਲਾ

hi-fi /'ਹਾਇ ਫ਼ਾਇ/ *n* ਅਵਾਜ਼ ਦੀ ਉੱਤਮ ਤਦਰੂਪਤਾ ਵਾਲਾ ਉਪਕਰਨ

higgle /'ਹਿਗਲ/ *vi* ਮੁੱਲ ਤੈਅ ਕਰਨਾ, ਭਾਅ ਕਰਨਾ; ਖਹਿਬੜਨਾ

high /ਹਾਇ/ *a* ਉਚਾ, ਉਨੱਤ, ਉੱਚ, ਬੁਲੰਦ, ਉੱਤੇ, ਉੱਤਮ, ਉਤਕ੍ਰਿਸ਼ਟ, ਸ੍ਰੇਸ਼ਟ, ਮਹਾਨ; ਭਾਰੀ, ਤੀਬਰ, ਪ੍ਰਬਲ; ਅਤਿ ਅਧਿਕ, ਅਧਿਕ; ਅਤਿ ਪ੍ਰਾਚੀਨ, ਦੂਰਤਮ, ਦ੍ਰਿੜ, ਪੱਕਾ, ਪ੍ਰਧਾਨ, ਪ੍ਰਮੁੱਖ

high beams *n* ਕਾਰ ਦੀ ਸੜਕ ਉੱਤੇ ਦੂਰ ਤੱਕ ਜਾਣ ਵਾਲੀ ਤੇਜ਼ ਰੋਸ਼ਨੀ, ਰੋਸ਼ਨੀ ਜਿਸਦਾ ਝੁਕਾਅ ਨੇੜੇ ਧਰਤੀ ਵੱਲ ਨਾ ਹੋਵੇ

high-born /ˌਹਾਇ'ਬੋਨ/ *a* ਕੁਲੀਨ, ਸੁਜਾਤ

highbrow /'ਹਾਇਬਰਾਉ/ *a* ਗੰਭੀਰ ਕਲਾਤਮਿਕ ਜਾਂ ਸਭਿਅਕ ਵਿਚਾਰਾਂ ਨਾਲ ਸੰਬੰਧਿਤ, ਉੱਚ ਪੱਧਰੀ

high caste *n* ਉੱਚੀ ਜਾਤ

high command *n* ਦੇਸ਼ ਦੀ ਫੌਜ ਦੇ ਉੱਚ ਅਧਿਕਾਰੀ, ਹਾਈ ਕਮਾਨ

high commission *n* ਦੂਤਾਵਾਸ ਦਾ ਸਟਾਫ਼ ਅਤੇ ਅਧਿਕਾਰੀ, ਸਿਫਾਰਤ ਖ਼ਾਨਾ ਅਤੇ ਇਸ ਦੇ ਕਾਰਿੰਦੇ, ਹਾਈ ਕਮਿਸ਼ਨ

high court *n* ਉੱਚ ਅਦਾਲਤ, ਹਾਈ ਕੋਰਟ

high-definition *a* ਸਾਫ਼ ਅਤੇ ਸਪਸ਼ਟ ਤਸਵੀਰ ਦੇਣ ਵਾਲਾ (ਟੈਲੀਵੀਜ਼ਨ)

higher education *n* ਡਿਗਰੀ ਪੱਧਰ ਦੀ ਸਿੱਖਿਆ, ਕਾਲਜਾਂ ਜਾਂ ਯੂਨੀਵਰਸਿਟੀਆਂ ਦੀ ਸਿੱਖਿਆ, ਉਚੇਰੀ ਸਿੱਖਿਆ

highest common factor *n* ਮਹੱਤਮ ਸਮਾਪ ਵਰਤਕ

high fidelity *n* ਅਵਾਜ਼ ਦੀ ਵਧੀਆ ਤਦਰੂਪਤਾ, ਰਿਕਾਰਡ ਕੀਤੇ ਸੰਗੀਤ ਨੂੰ ਸੁਣਾਉਣ ਵਾਲੀ ਮਸ਼ੀਨ

high-flown /ˌਹਾਇ'ਫ਼ਲਅਉਨ/ *a* ਅਡੰਬਰਪੂਰਨ

high-flying /'ਹਾਇਫ਼ਲਾਇਇਙ/ *a* ਬੁਲੰਦ ਸੋਚ ਰਖਣ ਵਾਲਾ, ਵੱਡੀ ਸਮਰੱਥਾ ਵਾਲਾ; ਬਹੁਤ ਕੁਝ ਚਾਹੁਣ ਵਾਲਾ; ਲਾਲਸੀ

high-handed /ˌਹਾਇ'ਹੈਨਡਿਡ/ *a* ਤਾਨਾਸ਼ਾਹੀ-ਪੂਰਨ, ਸੱਤਾ ਦੀ ਬੇਨਿਆਈ ਵਰਤੋਂ ਵਾਲਾ

high-handedness /ˌਹਾਇ'ਹੈਨਡਿਡਨਅਸ/ *n* ਧਾਂਦਲੀ, ਆਪਹੁਦਰਾਪਣ, ਉਦੰਡਤਾ

highlands /'ਹਾਇਲਅਨਡਜ਼/ *n* (ਬਹੁ) ਸਕਾਟਲੈਂਡ ਦਾ ਪਹਾੜੀ ਇਲਾਕਾ

high level language *n* (ਕੰਪਿ) ਕੰਪਿਊਟਰ ਭਾਸ਼ਾਵਾਂ ਦੀ ਇੱਕ ਕਿਸਮ ਜੋ ਮਨੁੱਖੀ ਭਾਸ਼ਾ ਨਾਲ ਮੇਲ ਖਾਂਦੀ ਹੈ

high life *n* ਅਮੀਰਾਨਾ ਜ਼ਿੰਦਗੀ, ਠਾਠ-ਬਾਠ ਵਾਲਾ ਜੀਵਨ, ਸ਼ਾਹੀ ਜੀਵਨ

highlight /'ਹਾਇਲਾਇਟ/ *v* ਉਜਾਗਰ ਕਰਨਾ, ਪ੍ਰਗਟਾਉਣਾ, ਵਿਸ਼ੇਸ਼ਤਾ ਜ਼ਾਹਰ ਕਰਨਾ *n* ਵਿਸ਼ੇਸ਼ਤਾ, ਖਾਸੀਅਤ

highness /'ਹਾਇਨਅਸ/ *n* ਰਾਜ ਘਰਾਣੇ ਦੇ ਕਿਸੇ ਵਿਅਕਤੀ ਲਈ ਮਾਣ ਵਜੋਂ ਵਰਤਿਆ ਜਾਣ ਵਾਲਾ ਸ਼ਬਦ

high-profile /ˌਹਾਇ'ਪਰਅਉਫ਼ਾਇਲ/ *a* (ਲੋਕਾਂ ਦਾ) ਧਿਆਨ ਖਿੱਚਿਆ ਜਾਣ ਦਾ ਭਾਵ, ਲੋਕਾਂ ਤੋਂ ਮਿਲਿਆ ਹੁੰਗਾਰਾ

high-resolution *a* ਟੈਲੀਵੀਜ਼ਨ ਕੰਪਿਊਟਰ ਵਗੈਰਾ ਦੀ ਸਕਰੀਨ ਦੀ ਚਿੱਤਰ ਜਾਂ ਖਾਕੇ ਨੂੰ ਸਾਫ਼ ਤੇ ਸਪਸ਼ਟ ਦਰਸਾਉਣ ਦੀ ਸ਼ਕਤੀ ਵਾਲਾ

high school *n* ਸਕੂਲ ਪੱਧਰ ਦੀ ਉੱਚੀਆਂ ਕਲਾਸਾਂ ਵਾਲਾ ਸਕੂਲ, ਉੱਚ ਵਿਦਿਆਲਾ, ਹਾਈ ਸਕੂਲ

high-speed /ˌਹਾਇ 'ਸਪੀਡ/ *a* ਤੇਜ਼ ਰਫ਼ਤਾਰ ਵਾਲਾ, ਤੇਜ਼ ਕੰਮ ਕਰਨ ਵਾਲਾ

high street /'ਹਾਇ ਸਟਰੀਟ/ *n* (ਸ਼ਹਿਰ ਦੀ) ਮੁੱਖ ਸੜਕ, (ਵਪਾਰਕ, ਬੈਂਕ ਆਦਿ ਅਦਾਰੇ ਵਾਲੀ) ਪ੍ਰਸਿੱਧ ਸੜਕ

highten /'ਹਾਇਟ(ਅ)ਨ/ *vt* ਉਨੱਤ ਕਰਨਾ, ਉੱਚਾ ਕਰਨਾ, ਤੀਬਰ ਕਰਨਾ, ਵਧਾਉਣਾ

highway /'ਹਾਇਵੇਇ/ *n* ਸ਼ਾਹ ਰਾਹ

highwayman /'ਹਾਇਵੇਇਮਅਨ/ *n* ਵੱਟ ਮਾਰ

hijacker /'ਹਾਇਜੈਕਅ/ *n* ਅਪਹਰਨ ਕਰਤਾ

hijacking /'ਹਾਇਜੈਕਿੰਙ/ *n* (ਜਹਾਜ ਬੱਸ ਆਦਿ ਦਾ) ਅਪਹਰਨ; ਠੱਗੀ

hike /ਹਾਇਕ/ *n* ਪੈਦਲ ਸੈਰ; ਲੰਮੀ ਪਦ ਯਾਤਰਾ *v* ਲੰਮੀ ਪਦ ਯਾਤਰਾ ਕਰਨਾ, ਤੇਜ਼ ਚੱਲਣਾ

hilarious /ਹਿ'ਲੇਅਰਿਅਸ/ *a* ਪ੍ਰਫੁੱਲਤ, ਪ੍ਰਸੰਨ, ਉੱਲਾਸਮਈ, ਅਨੰਦਪੂਰਨ, ਮਗਨ, ਖੁਸ਼

hilariousness /ਹਿ'ਲੇਅਰਿਅਸਨਅਸ/ *n* ਪ੍ਰਫੁੱਲਤਾ; ਪ੍ਰਸੰਨਤਾ, ਉੱਲਾਸ, ਅਨੰਦ, ਮਗਨਤਾ, ਖੁਸ਼ੀ

hill /ਹਿਲ / *n* ਪਹਾੜੀ, ਟਿੱਲਾ, ਟਿੱਬਾ; ਢਿਗ, ਤੋਦਾ

hillock /'ਹਿਲਅਕ/ *n* ਪਹਾੜੀ, ਛੋਟੀ ਪਹਾੜੀ, ਟਿੱਬਾ, ਟਿੱਲਾ

hilly billy /'ਹਿਲਿਬਿਲਿ/ *n* (ਅਪ) ਬੇਅਕਲ, ਉਜੱਡ; ਇੱਕ ਲੋਕ-ਗੀਤ

hilt /ਹਿਲਟ/ *n* ਤਲਵਾਰ ਦਾ ਦਸਤਾ ਜਾਂ ਹੱਥਾ; ਛੁਰੀ ਦਾ ਦਸਤਾ *vt* ਖੜਗ ਜਾਂ ਛੁਰੀ ਦਾ ਦਸਤਾ ਲਾਉਣਾ, ਮੁੱਠ ਲਾਉਣਾ, ਹੱਥਾ ਲਾਉਣਾ

him /ਹਿਮ/ *pron* (ਵਿਆ) ਉਸ ਨੂੰ

himself /ਹਿਮ'ਸੈੱਲਫ਼/ *pron* (ਵਿਆ) ਖ਼ੁਦ, ਆਪਣੇ ਆਪ, ਆਪ ਹੀ

hind /ਹਾਇਨਡ/ *n* ਹਰਨੀ, ਮ੍ਰਨ, ਮਿਰਗਣੀ; ਖੇਤੀ ਕਰਨ ਵਾਲਾ ਨੌਕਰ, ਸੀਰੀ, ਕਾਰਿੰਦਾ; ਪਿਛਲੇ ਪਾਸੇ ਦਾ, ਪਿੱਠ ਪਿਛਲਾ

hinder /'ਹਿਨਡਅ*/ *vt* ਰੋਕਣਾ, ਵਿਘਨ ਪਾਉਣਾ, ਅੜਚਨ ਪਾਉਣਾ, ਅਟਕਾਉਣਾ, ਪ੍ਰਤਿਬੰਧ ਲਾਉਣਾ *a* ਪਿਛਲਾ, ਪਿੱਛੇ ਦਾ

hindrance /'ਹਿਨਡਰਅਨਸ/ *n* ਅੜਚਨ, ਰੁਕਾਵਟ, ਰੋਕ, ਵਿਘਨ, ਨਿਸ਼ੇਧ, ਪ੍ਰਤਿਬੰਧ

hindsight /'ਹਾਇਨਡਸਾਇਟ/ *n* ਘਟਨਾ ਵਾਪਰਨ ਤੋਂ ਬਾਅਦ ਦੀ ਜਾਣਕਾਰੀ, ਪਿੱਛੋਂ ਦੀ ਸੋਝੀ

hinge /ਹਿਨਜ/ *n* ਚੂਲ, ਕਬਜ਼ਾ, ਜੋੜ; ਕੋਰ; ਕੇਂਦਰ; ਮੂਲ, ਜੜ੍ਹ; ਸਿਧਾਂਤ *v* ਚੂਲ ਜਾਂ ਕਬਜ਼ੇ ਉੱਤੇ ਰੱਖਣਾ ਜਾਂ ਰਹਿਣਾ; (ਸਿਧਾਂਤ ਆਦਿ ਉੱਤੇ) ਨਿਰਭਰ ਕਰਨਾ, ਖਲੋਣਾ, ਟਿਕਣਾ ਜਾਂ ਟਿਕਾਉਣਾ

hint /ਹਿਨਟ/ *n* ਸੰਕੇਤ, ਸੂਚਨਾ, ਸੁਝਾਅ, ਭਿਣਕ, ਇਸ਼ਾਰਾ *v* ਸੰਕੇਤ ਜਾਂ ਸੂਚਨਾ ਦੇਣਾ, ਸੁਝਾਅ ਦੇਣਾ, ਕੰਨੀਂ ਭਿਣਕ ਪੈਣਾ ਜਾਂ ਪਾਉਣਾ, ਇਸ਼ਾਰਾ ਕਰਨਾ ਜਾਂ ਹੋਣਾ

hinterland /'ਹਿਨਟਅਲੈਂਡ/ *n* ਸਮੁੰਦਰ ਦੇ ਤਟ ਤੋਂ ਦੂਰ ਦਾ ਇਲਾਕਾ ਜਾਂ ਦੇਸ਼, ਅੰਤਰ ਦੇਸ਼, ਸਮੁੰਦਰ ਦੇ ਕਿਨਾਰੇ ਤੋਂ ਦੂਰ ਦੀ ਭੂਮੀ

hip /ਹਿਪ/ *n* ਕੂੱਲਾ, ਚੂਲਾ, ਪੇਂਦਾ ਜਾਂ ਥੱਲਾ; ਢਹਿੰਦੀ ਕਲਾ; ਸ਼ਾਬਾਸ਼ ਦੇਣਾ, ਹਿੱਪ-ਹਿੱਪ ਹੁੱਰਾ ਕਰਨਾ, ਉਤਸ਼ਾਹ ਦੇਣਾ, ਜੈ-ਜੈ ਕਾਰ ਕਰਨਾ

hip hop /'ਹਿਪ ਹੌਪ/ *n* ਅਫਰੀਕਨਾ ਦੇ ਨਾਚ ਅਤੇ ਸੰਗੀਤ ਦੀ ਇੱਕ ਕਿਸਮ

hip joint *n* ਪੁੜੇ ਦਾ ਜੋੜ, (ਪੱਟ ਤੋਂ ਉੱਪਰ) ਲੱਤ ਦਾ ਧੜ ਨਾਲ ਜੋੜ ਵਾਲਾ ਸਥਾਨ, ਚੂਕਣਾ **smite hip and thigh** *n* ਬੇਦਰਦੀ ਨਾਲ ਕੁੱਟਣਾ, ਖ਼ੂਬ ਠੋਕਣਾ, ਕਚੂਮਰ ਕੱਢ ਦੇਣਾ; ਉਦਾਸ ਕਰ ਦੇਣਾ

hippo /'ਹਿਪਅਉ/ *n* ਵੇਖੋ **hippopotamus**

hippocampus /ˌਹਿਪਅ'ਕੈਮਪਅਸ/ *n* (ਮਿਥ) ਸਮੁੰਦਰੀ ਦਾਨਵ ਜਿਸ ਦਾ ਸਿਰ ਅਤੇ ਅੱਗਾ ਘੋੜੇ ਵਰਗਾ ਅਤੇ ਪੂਛ ਮੱਛੀ ਦੀ ਹੁੰਦੀ ਹੈ

hippocras /'ਹਿਪਅਕਰੈਸ/ *n* ਮਸਾਲੇਦਾਰ ਸ਼ਰਾਬ

hippogriph, hippogryph/'ਹਿਪਅਗਰਿਫ਼/ *n* ਇੱਕ ਕਲਪਿਤ ਜਾਂ ਅਖਾਉਤੀ ਪਸ਼ੂ ਜਿਸ ਦਾ ਸਿਰ ਉਕਾਬ ਦਾ ਤੇ ਬਾਕੀ ਸਰੀਰ ਘੋੜੇ ਦਾ ਮੰਨਿਆ ਜਾਂਦਾ ਹੈ, ਉਕਾਬ ਘੋੜਾ

hippopotamus /ˌਹਿਪਅ'ਪੌਟਅਮਅਸ/ *n* ਦਰਿਆਈ ਘੋੜਾ

hippy /'ਹਿਪਿ/ *n* ਪੱਛਮੀ ਦੇਸ਼ਾਂ ਵਿੱਚ ਆਮ ਲੋਕਾਂ ਦੇ ਜੀਵਨ ਮਾਰਗ ਉੱਤੇ ਨਾ ਚੱਲਣ ਵਾਲੇ ਲੋਕ, ਹਿੱਪੀ

hire /'ਹਾਇਅ*/ *n* ਭਾੜਾ, ਕਿਰਾਇਆ; ਮਿਹਨਤਾਨਾ, ਮਜ਼ਦੂਰੀ, ਸੇਵਾਫਲ, ਕਿਰਤਫਲ; ਇਨਾਮ, ਪੁਰਸਕਾਰ *vt* ਮਜ਼ਦੂਰੀ ਉੱਤੇ ਰੱਖਣਾ, ਕਿਰਾਏ ਉੱਤੇ ਲੈਣਾ, ਮਿਹਨਤਾਨਾ ਦੇ ਕੇ ਲਾਉਣਾ

hirsute /'ਹਅ:ਸਯੂਟ/ *a* ਜੱਤਲ; ਖਿੰਡਿਆ-ਪੁੰਡਿਆ, ਬੇਤਰਤੀਬਾ

his /ਹਿਜ਼, ਇਜ਼/ *pron* ਉਸਦਾ, ਉਸਦੀ, ਉਸਦੇ, ਉਸਦੀਆਂ

hispanic /ਹਿ'ਸਪੈਨਿਕ/ *a* ਸਪੇਨ ਦਾ, ਸਪੇਨ ਨਾਲ ਸੰਬੰਧਿਤ *n* ਸਪੇਨੀ ਭਾਸ਼ਾ ਬੋਲਣ ਵਾਲੇ ਲੋਕ

hiss /ਹਿਸ/ *n* ਫੁੰਕਾਰਾ, ਛਣਕਾਰ, (ਵਿਸ਼ੇਸ਼ ਅਸਵੀਕ੍ਰਿਤੀ ਦਾ ਚਿੰਨ੍ਹ) ਹਿੱਛ *vi* ਫੁੰਕਾਰਾ ਮਾਰਨਾ, ਛਣਕਾਰ ਪੈਣਾ, (ਕ੍ਰੋਧ ਵਿੱਚ ਆ ਕੇ) ਦੰਦ ਪੀਹਣਾ

histology /ਹਿ'ਸਟੌਲਅਜਿ/ *n* ਤੰਤੂ ਵਿਗਿਆਨ

histopathology /ˌਹਿਸਟਅਉਪਅ'ਥੌਲਅਜਿ/ *n* ਰੋਗੀ ਥਾਂ ਉੱਤੇ ਕੋਸ਼ਾਣੂਆਂ ਦੇ ਪਰਿਵਰਤਨ ਦਾ ਨਿਰੀਖਣ, ਕੋਸ਼ਕਾ ਵਿਗਿਆਨ

historian /ਹਿ'ਸਟੋਰਿਅਨ/ *n* ਇਤਿਹਾਸਕਾਰ, ਇਤਿਹਾਸ ਵਿਗਿਆਨੀ, ਤਾਰੀਖ਼ਦਾਨ

historic /ਹਿ'ਸਟੌਰਿਕ/ *a* ਇਤਿਹਾਸਿਕ, ਇਤਿਹਾਸ ਪ੍ਰਸਿੱਧ, ਤਾਰੀਖ਼ੀ ਵਿਸ਼ੇਸ਼ਤਾ ਰੱਖਣ ਵਾਲਾ, ਮਹੱਤਵਪੂਰਨ, ਇਤਿਹਾਸ ਅਨੁਸਾਰ

historical /ਹਿ'ਸਟੌਰਿਕਲ/ *a* ਇਤਿਹਾਸਿਕ, ਇਤਿਹਾਸ ਸੰਬੰਧੀ, ਤਾਰੀਖ਼ੀ

historicity /ˌਹਿਸਟੌਰ'ਇਸਅਟਿ/ *n* ਇਤਿਹਾਸਿਕਤਾ; ਇਤਿਹਾਸਿਕ ਹੋਣ ਦਾ ਗੁਣ ਜਾਂ ਕਿਰਿਆ, ਪ੍ਰਮਾਣਿਕਤਾ

history /'ਹਿਸਟਰਿ/ *n* ਇਤਿਹਾਸ, ਤਾਰੀਖ਼; ਬਿਰਤਾਂਤ, ਵੇਰਵਾ, ਕਹਾਣੀ; ਇਤਿਹਾਸਿਕ ਨਾਟਕ

histrion /'ਹਿਸਟਰਿਅਨ/ *n* ਨਾਟਕ ਦਾ ਪਾਤਰ, ਨਟ, ਪਾਤਰ, ਭੰਡ, ਨਕਲੀਆ, ਸੁਆਂਗੀ, ਅਭਿਨੇਤਾ, ਐਕਟਰ, ਕਿਰਦਾਰ

histrionic /ˌਹਿਸਟਰਿ'ਔਨਿਕ/ *a* ਨਾਟਕੀ, ਬਣਾਉਟੀ, ਦਿਖਾਵੇ ਦਾ; ਅਦਾਕਾਰ ਬਾਰੇ

histrionicism, histrionism /ˌਹਿਸਟਰਿ'ਔਨਿਸਿਜ਼ਅਮ, 'ਹਿਸਟਰਿਅਨਿਜ਼ਅਮ/ *a* ਨਾਟਕੀਪਣ, ਨਟਬਾਜ਼ੀ, ਨਾਟਕੀਅਤਾ; ਪਖੰਡ, ਦੰਭ, ਵਿਖਾਵਾ

hit /ਹਿਟ/ *n* ਚੋਟ, ਮਾਰ, ਵਾਰ, ਘਾਅ, ਘਾਤ, ਜਰਬ; ਸਫਲ ਕੋਸ਼ਿਸ਼, ਭਾਗ, ਸੰਜੋਗ, ਖ਼ੁਸ਼ਕਿਸਮਤੀ *v* ਜੜਨਾ (ਚਪੇੜ ਆਦਿ), ਚੋਟ ਲਾਉਣਾ, ਮਾਰਨਾ, ਵਾਰ ਕਰਨਾ, ਜਰਬ ਪਹੁੰਚਾਉਣਾ; ਟੱਕਰ ਖਾਣਾ, ਭਿੜਨਾ; ਪ੍ਰਭਾਵਿਤ ਕਰਨਾ; ਸਦਮਾ ਪਹੁੰਚਾਉਣਾ, ਕਮਰ ਤੋੜਨਾ **hit below the belt** ਮਰਿਆਦਾ ਭੰਗ ਕਰਨਾ, ਕੋਝਾ ਵਾਰ ਕਰਨਾ

hit-and-run /ˌਹਿਟ(ਅ)ਨ'ਰਐਨ/ *a* ਮਾਰੋ ਅਤੇ ਦੌੜ ਜਾਓ ਵਾਲੀ (ਦੁਰਘਟਨਾ), ਅਚਾਨਕ ਹਮਲਾ ਕਰੋ ਅਤੇ ਵਿਰੋਧੀਆਂ ਨੂੰ ਭਜਾਓ ਵਾਲੀ (ਵਿਧੀ)

hitch /ਹਿਚ/ *n* ਧੱਕਾ, ਝਟਕਾ; ਗੰਢ, ਫੰਧਾ; ਵਿਘਨ, ਅੜਿੱਕਾ, ਅੜਚਨ, ਬਾਧਾ, ਸੰਕੋਚ, ਹਿਚਕ, ਵਿਰਾਮ, ਰੁਕਾਵਟ *v* ਧੱਕਾ ਲੱਗਣਾ ਜਾਂ ਦੇਣਾ, ਝਟਕਾ ਦੇ ਕੇ ਹਿਲਾਉਣਾ, ਝਟਕੇ ਨਾਲ ਹਿੱਲਣਾ, ਖਿਸਕਾਉਣਾ, ਗੰਢ ਪਾਉਣਾ ਜਾਂ ਗੰਢਾਂ ਦੇ ਕੇ ਬੰਨ੍ਹਣਾ; ਖਿੱਚ-ਧੂਹ ਕੇ (ਕਹਾਣੀ ਵਿੱਚ) ਲਿਆਉਣਾ; ਅਟਕਣਾ, ਟੰਗੇ ਜਾਣਾ, (ਖੂੰਟੀ ਜਾਂ ਕਿੱਲੀ ਉਤੇ) ਟੰਗਣਾ

hitchhike /'ਹਿਚਹਾਇਕ/ *v* ਮੋਟਰਾਂ ਦੀ ਲਿਫ਼ਟ ਮੰਗ ਕੇ ਕੀਤੀ ਗਈ ਯਾਤਰਾ

hithe /'ਹਾਇਦ/ *n* ਦਰਿਆ ਦਾ ਪੱਤਣ, ਘਾਟ, ਛੋਟੀ ਬੰਦਰਗਾਹ

hither /'ਹਿਦਅ/ *adv* ਨੇੜੇ, ਹੋਰ ਨੇੜੇ, ਇੱਧਰ, ਇਸ ਪਾਸੇ, ਇਸ ਥਾਂ, ਇੱਥੇ; ਇੱਧਰ ਦਾ, ਇਸ ਪਾਸੇ ਦਾ

hither ard thither *adv* ਇੱਧਰ-ਉੱਧਰ

hitherto /ˌਹਿਦਅ'ਟੂ/ *adv* ਹੁਣ ਤੋੜੀ, ਹੁਣ ਤੀਂ, ਹੁਣ ਤਾਈਂ, ਹੁਣ ਤੱਕ

hit man /'ਹਿਟ ਮੈਨ/ *n* (ਪੈਸੇ ਲੈ ਕੇ) ਕਿਸੇ ਦਾ ਵੀ ਕ਼ਤਲ ਕਰਨ ਵਾਲਾ ਬੰਦਾ, ਭਾੜੇ ਦਾ ਕਾਤਲ

hit upon *v* ਸੁੱਝਣਾ

HIV /ˌਏਇਚ ਆਇ 'ਵ੍ਹੀ/ *abbr* **human immunodeficiency virus** ਦਾ ਸੰਖਿਪਤ ਰੂਪ, ਵਿਸ਼ਾਣੂ ਜੋ ਏਡਜ਼ ਬਿਮਾਰੀ ਪੈਦਾ ਕਰਦੇ ਹਨ

hive /ਹਾਇਵ੍/ *n* ਸ਼ਹਿਦ ਦੀਆਂ ਮੱਖੀਆਂ ਦਾ ਛੱਤਾ, ਮਖਿਆਲ; ਭੀੜ *v* ਸ਼ਹਿਦ ਦੀਆਂ ਮੱਖੀਆਂ ਪਾਲਣਾ; ਇੱਕਠ ਕਰਨਾ ਜਾਂ ਹੋਣਾ; ਨਾਲ-ਨਾਲ ਮਿਲ ਕੇ ਰਹਿਣਾ

hiver /'ਹਾਇਵ੍ਅ*/ *n* ਸ਼ਹਿਦ ਦੀਆਂ ਮੱਖੀਆਂ ਪਾਲਣ ਵਾਲਾ

hives /ਹਾਇਵ੍ਜ਼/ *n* (ਬਹੁ) ਛਪਾਕੀ

HM *abbr* **Her/His Majesty** ਦਾ ਸੰਖਿਪਤ ਰੂਪ, ਰਾਜਾ ਜਾਂ ਰਾਣੀ ਲਈ ਸਤਿਕਾਰ ਪੂਰਬਕ ਸ਼ਬਦ

ho /ਹਅਉ/ *int* (ਹੈਰਾਨੀ, ਵਡਿਆਈ, ਸਫਲਤਾ, ਘਿਰਨਾ ਵਾਸਤੇ) ਹੋ!, ਓਹੋ!, ਵਾਹ-ਵਾਹ!, ਖੂਬ!, ਸ਼ਾਬਾਸ਼!, ਵਾਹ!

hoar /ਹੋ*/ *n* ਦਾੜ੍ਹੀ ਅਤੇ ਕੇਸਾਂ ਦੇ ਚਿੱਟੇ ਜਾਂ ਭੂਰੇ ਹੋ ਜਾਣ ਦਾ ਅਮਲ, ਧੌਲਾਪਣ, ਬਿਰਧ ਜਿਸ ਦੇ ਧੌਲੇ ਆ ਚੁੱਕੇ ਹੋਣ *a* ਧੌਲ-ਦਾੜ੍ਹੀਆ, ਧੌਲੇ ਸਿਰ ਵਾਲਾ

hoard /ਹੋਡ/ *n* ਖ਼ਜਾਨਾ, ਨਿਧੀ, ਭੰਡਾਰ, ਪੁੰਜ, ਜ਼ਖ਼ੀਰਾ *v* ਖ਼ਜਾਨਾ ਜੋੜਨਾ; ਯਾਦ ਕਰਨਾ, ਹਿਰਦੇ ਵਿੱਚ ਲਿਖ ਲੈਣਾ, ਦਿਲ ਵਿੱਚ ਰੱਖਣਾ

hoarding /'ਹੋਡਿਙ/ *n* ਦੱਬੀ ਹੋਈ ਮਾਇਆ, ਗੁਪਤ ਸੰਗ੍ਰਹਿ, ਜਮ੍ਹਾਖ਼ੋਰੀ

hoar frost /'ਹੋ ਫ਼ਰੌਸਟ/ *n* ਤਰੇਲ, ਕੋਹਰਾ

hoariness /'ਹੋਰਿਨਿਸ/ *n* ਬਜ਼ੁਰਗੀ, ਬੁਢਾਪਾ; ਸਫ਼ੈਦੀ, ਧੌਲਾਪਣ

hoarse/ਹੋਸ/ *a* ਬੈਠਿਆ (ਗਲਾ), ਘੱਗੀ (ਅਵਾਜ਼), ਬੇਸੁਰੀ (ਅਵਾਜ਼); ਭਰਿਆ-ਭਰਿਆ (ਗਲਾ), ਭਰੜਾਉਂਦੀ (ਅਵਾਜ਼), ਕਰਖ਼ਤ (ਬੋਲ)

hoarsen /'ਹੋਸ(ਅ)ਨ/ *v* (ਗਲ ਜਾਂ ਅਵਾਜ਼ ਦਾ) ਬੈਠਣਾ, ਘਗਿਆਉਣਾ, ਭਰੜਾਉਣਾ, ਪਾਟਣਾ

hoarseness /ਹੋਸਨਅਸ/ *n* ਘੱਗਾਪਣ

hoary /'ਹੋਰਿ/ *a* ਚਿੱਟਾ, ਧੌਲਾ; ਸ਼ਰਧਾਯੋਗ, ਪੂਜਨੀਕ; ਬਿਰਧ, ਬਜ਼ੁਰਗ; ਪ੍ਰਾਚੀਨ

hoax /ਹਅਉਕਸ/ *vt* ਝਾਂਸਾ ਦੇਣਾ, ਬੁੱਧੂ ਬਣਾਉਣਾ *n* ਝਾਂਸਾ

hoaxer /ਹਅਉਕਸਅ*/ *n* ਛਲੀਆ, ਚਕਮੇਬਾਜ਼

hob[1] /ਹੌਬ/ *n* ਪੇਂਡੂਆਂ ਦਾ ਇਕ ਨਾਮ

hob[2] ਅੰਗੀਠੀ ਦਾ ਵਧਵਾਂ ਕਿਨਾਰਾ; ਸਲੈਜ ਗੱਡੀ ਦਾ ਕਿੱਲ **hob to play** ਖਲਬਲੀ ਮਚਾਉਣਾ, ਗੜਬੜ ਪਾਉਣਾ

hobble /'ਹੌਬਲ/ *n* ਪੈਂਖੜ; ਲੰਗੜਾਪਣ; ਹਕਲਾਹਟ *v* ਘੋੜੇ ਨੂੰ ਪੈਂਖੜ ਪਾਉਣਾ, ਬੰਨ੍ਹਣਾ, ਲੰਗੜਾਉਣਾ, ਅਟਕ-ਅਟਕ ਕੇ ਬੋਲਣਾ, ਹਕਲਾਉਣਾ

hobbledehoy /ˌਹੌਬਲਡਿ'ਹੌਇ/ *n* ਅੱਲ੍ਹੜ, ਛੋਕਰਾ, ਅੱਲ੍ਹੜ ਜਵਾਨੀ

hobbledehoyhood /ਹੌਬਲਡਿ'ਹੌਇਹੁਡ/ *n* ਅੱਲ੍ਹੜਪਣ, ਛੋਕਰਾਪਣ

hobbler /'ਹੌਬਲਅ*/ *n* ਬੰਨ੍ਹਣ ਵਾਲੀ ਚੀਜ਼; ਲੰਗੜਾ

hobble skirt *n* ਪੈਰਾਂ ਤੱਕ ਤੰਗ ਘੱਗਰਾ (ਜਿਸ ਨਾਲ ਤੁਰਨ ਵਿੱਚ ਰੁਕਾਵਟ ਪਵੇ)

hobby[1] /'ਹੌਬਿ/ *n* ਸ਼ੌਕੀਆ ਕੰਮ, ਸ਼ੁਗਲ;

hobby[2] ਲਗੜ, ਸ਼ਿਕਰਾ, ਬਿਗ੍ਹੀ

hobby horse /'ਹੌਬਿ ਹੋਸ/ *n* ਬੱਚਿਆਂ ਦਾ ਲੱਕੜ ਦਾ ਘੋੜਾ, ਝੂਟੇ ਝੂਟਣ ਵਾਲਾ ਘੋੜਾ (ਜਾਂ ਚੰਡੋਲ), ਚੱਕਰ ਚੂੰਡੇ ਦਾ ਘੋੜਾ

hobgoblin /ਹੌਬ'ਗੌਬਲਿਨ, 'ਹੌਬਗੌਬਲਿਨ/ *n* ਹਊਆ, ਭੂਤਨਾ, ਸ਼ਰਾਰਤੀ ਬੱਚਾ

hobnail /'ਹੌਬਨੇਇਲ/ *n* ਟੋਪੀਦਾਰ ਕਿੱਲ ਜਾਂ ਖੁਰੀ, ਟੋਪੀਦਾਰ ਕੋਕਾ

hobnob /'ਹੌਬਨੌਬ/ *vi* ਹਮਪਿਆਲਾ ਜਾਂ ਹਮਨਿਵਾਲਾ ਹੋਣਾ, ਇੱਕਠੇ ਸ਼ਰਾਬ ਪੀਣਾ; ਘਿਓ-ਖਿਚੜੀ ਹੋਣਾ

hobo /'ਹਅਉਬਅਉ/ *n* ਫਿਰਤੂ ਮਜ਼ਦੂਰ, ਦਿਹਾੜੀਦਾਰ ਮਜ਼ਦੂਰ

Hobson's choice /ˌਹੌਬਸਨਜ਼ 'ਚੌਇਸ/ *n* ਤੁਰੰਤ ਕੀਤੀ ਚੋਣ, ਚੁਣ ਲੈਣ ਦਾ ਦੋ ਟੁੱਕ ਫ਼ੈਸਲਾ

hock[1] /ਹੌਕ/ *n* ਅੰਗੂਰੀ ਸ਼ਰਾਬ

hock[2] ਗੋਡੇ ਦਾ ਪਿਛਲਾ ਪਾਸਾ

hock[3] *vt* ਗਹਿਣੇ ਰੱਖਣਾ, ਗਿਰਵੀ ਰੱਖਣਾ, ਰਹਿਣ ਕਰਨਾ

hockey /'ਹੌਕਿ/ *n* ਹਾਕੀ (ਸਟਿਕ), ਹਾਕੀ ਦੀ ਖੇਡ

Hocktide /'ਹੌਕਟਾਇਡ/ *n* (ਈਸਾਈ ਧਰਮ) ਈਸਟਰ ਤੋਂ ਪਿਛੋਂ ਵਾਲਾ ਸੋਮਵਾਰ ਜਾਂ ਮੰਗਲਵਾਰ ਦਾ ਪੁਰਬ

hocum /'ਹਅਉਕਅਮ/ *n* ਵਿਅਰਥ ਸ਼ੈ, ਨਿਰਾਰਥਕ ਵਸਤੂ, ਬੇਕਾਰ ਚੀਜ਼, ਕੂੜ ਗੁੱਦੜ, ਕੂੜਾ

hocus-pocus/ˌਹਅਉਕਅਸ 'ਪਅਉਕਅਸ/ *n* ਛਲ, ਧੋਖਾ, ਚਕਮਾ, ਛੂਹ-ਮੰਤਰ, ਇੰਦਰਜਾਲ, ਬਾਜ਼ੀਗਰੀ *vt* ਛਲਨਾ, ਚਕਮਾ ਦੇਣਾ

hod /ਹੌਡ/ *n* ਗਾਰਾ ਜਾਂ ਚੂੰਨਾ ਢੋਣ ਵਾਲੀ ਕੜਾਹੀ ਜਾਂ ਤਸਲਾ, ਤਗਾਰੀ, ਟੋਕਰਾ, ਟੋਕਰੀ

hodden /'ਹੌਡਨ/ *n* ਮੋਟਾ ਊਨੀ ਕੱਪੜਾ

hodgepodge /'ਹੌਜਪੌਜ/ *n* ਵੇਖੋ **hotchpotch**

hodiernal /ˌਹਅਉਡਿ'ਅ:ਨਲ/ *a* ਵਰਤਮਾਨ ਕਾਲ ਦਾ, ਮੌਜੂਦਾ, ਆਧੁਨਿਕ

hodman /'ਹੌਡਮਅਨ/ *n* ਟੋਕਰੀ ਢੋਣ ਵਾਲਾ ਮਜ਼ਦੂਰ; ਭਾੜੇ ਦਾ ਲੇਖਕ

hoe /ਹਅਉ/ *n* ਫਹੁੜਾ, ਕੁਦਾਲੀ, ਖੁਰਪਾ, ਬੇਲਚਾ *vt* ਖੁਰਪੇ ਨਾਲ ਗੋਡਣਾ, ਗੋਡੀ ਕਰਨਾ

hog /ਹੌਗ/ *n* ਲੇਲਾ, (ਖੱਸੀ)ਸੂਰ; ਮਲੀਨ ਪੁਰਸ਼, ਗੰਦਾ ਆਦਮੀ *v* ਘੋੜੇ ਦੇ ਵਾਲ ਲਾਹੁਣਾ

hog cote *n* ਸੂਰਵਾੜਾ

hoggerel /'ਹੌਗ(ਅ)ਰ(ਅ)ਲ/ *n* ਇੱਕ ਸਾਲ ਦਾ ਮੇਮਣਾ

hoggery /'ਹੌਗ(ਅ)ਰਿ/ *n* ਸੂਰਾਂ ਦਾ ਇੱਜੜ ਜਾਂ ਵਾੜਾ, ਸੂਰਾਂ ਦਾ ਫ਼ਾਰਮ

hogget /'ਹੌਗਿਟ/ *n* ਲੇਲਾ, ਲੇਲੀ, ਇੱਕ ਸਾਲ ਦੀ ਭੇਡ

hoggish /'ਹੌਗਿਸ਼/ *a* ਸੂਰ ਵਾਂਗ ਗੰਦਾ ਜਾਂ ਭੱਦਾ

hoggishness /'ਹੌਗਿਸ਼ਨਿਸ/ *n* ਗੰਦਗੀ, ਭੱਦਾਪਣ

hog herd *n* ਸੂਰਾਂ ਦਾ ਇੱਜੜ

hog in armour *n* ਕੋਝਾ ਜਾਂ ਭੱਦਾ ਆਦਮੀ

hogshead /'ਹੌਗਜ਼ਹੈੱਡ/ *n* ਵੱਡਾ ਕੁੱਪਾ

hogwash /'ਹੌਗਵੌਸ਼/ *n* ਰਸੋਈ ਦਾ ਧੋਣ

hoick /ਹੌਇਕ/ *v* ਹਵਾਈ ਜਹਾਜ਼ ਨੂੰ ਉਲਟਾ ਕਰਨਾ, ਉਲਟਾ ਹੋ ਜਾਣਾ, ਇਕਦਮ ਉਚਾ ਲੈ ਜਾਣਾ

hoicks /ਹੌਇਕਸ/ *int* ਹਲਾ ਹਲਾ! ਹੋਏ ਹੋਏ!

hoist /ਹੌਇਸਟ/ *n* ਹੇਠਾਂ ਤੋਂ ਉੱਪਰ ਵੱਲ ਲੈ ਜਾਣ ਵਾਲਾ ਮਸ਼ੀਨੀ ਸਾਧਨ, ਉਠਾਅ, ਚੜ੍ਹਾਅ, ਲਿਫਟ, *vt* (ਝੰਡੇ ਆਦਿ ਦਾ) ਲਹਿਰਾਉਣਾ, ਖੜ੍ਹਾ ਕਰਨਾ, ਉਠਾਉਣਾ, ਚੜ੍ਹਾਉਣਾ, ਉੱਪਰ ਨੂੰ ਚੁੱਕਣਾ

hokey-pokey /ˌਹਅਉਕਿ'ਪਅਉਕਿ/ *n* ਠੱਗੀ, ਛਲ ਕਪਟ; ਸਸਤੀ ਕੁਲਫ਼ੀ

hold /ਹਅਉਲਡ/ *n* ਬੰਨ੍ਹਣ, ਪਕੜ; ਕਬਜ਼ਾ, ਅਧਿਕਾਰ, ਪ੍ਰਭਾਵ; ਕਿਲ੍ਹਾ, ਗੜ੍ਹ, ਗੜ੍ਹੀ; ਜਹਾਜ਼ ਦੇ ਹੇਠਾਂ ਮਾਲ ਅਸਬਾਬ ਰੱਖਣ ਲਈ ਥਾਂ *v* ਫੜਨਾ, (ਆਪਣੇ ਆਪ ਨੂੰ) ਖ਼ਾਸ ਹਾਲਤ ਵਿੱਚ ਰੱਖਣਾ; ਅੱਡ ਰੱਖਣਾ; ਮਾਲਕ ਹੋਣਾ, ਰੁਝਾਈ ਰੱਖਣਾ, ਰੋਕੀ ਰੱਖਣਾ, (ਤਿਉਹਾਰ ਜਾਂ ਜਸ਼ਨ) ਮਨਾਉਣਾ; (ਜ਼ਬਾਨ) ਸੰਭਾਲਨਾ, (ਖ਼ਿਆਲ ਜਾਂ ਵਿਸ਼ਵਾਸ) ਰੱਖਣਾ, (ਇੱਜ਼ਤ ਜਾਂ ਨਫ਼ਰਤ ਨਾਲ) ਦੇਖਣਾ

holdall /'ਹਅਉਲਡਓਲ/ *n* ਕੱਪੜੇ ਜਾਂ ਚਮੜੇ ਦਾ ਅਟੈਚੀ ਨੁਮਾ ਥੈਲਾ, ਵੱਡਾ ਬੈਗ

hold back /'ਹਅਉਲ(ਡ)ਬੈਕ/ *n* ਵਿਘਨ, ਰੁਕਾਵਟ

holder /'ਹਅਉਲਡਅ*/ *n* ਧਾਰਨ ਕਰਨ ਵਾਲਾ, ਧਾਰਕ; ਅਧਿਕਾਰੀ, ਫੜਨ ਵਾਲਾ, ਅਸਾਮੀ, ਅਸਥਾਈ ਪਦਅਧਿਕਾਰੀ; ਹੋਲਡਰ, ਡੰਕ

holding /'ਹਅਉਲਡਿਙ/ *n* ਅਧਿਕਰਨ, ਧਾਰਨ; ਮਾਲਕੀ, ਖਾਤਾ, ਪੱਟੀ, ਖੇਤਰ, ਜੋਤ; ਅਧਿਕ੍ਰਿਤ ਪੂੰਜੀ ਜਾਂ ਸਟਾਕ

hold on ਪ੍ਰਭਾਵ, ਅਸਰ

hold together ਗੰਢਣਾ, ਸੰਗਠਿਤ ਕਰਨਾ

hold up[1] /'ਹਅਉਲਡ ਅੱਪ/ ਸਹਾਰਾ ਦੇਣਾ, ਥੰਮ੍ਹਣਾ

hold-up[2] ਰੁਕਾਵਟ, ਅਟਕਾਅ; ਡਾਕੂਆਂ ਵੱਲੋਂ ਰਾਹ ਘੇਰਨਾ, ਰਾਹਮਾਰੀ

hold water (ਕਸੌਟੀ ਉੱਤੇ) ਖਰਾ ਉੱਤਰਨਾ

hold with ਸਵੀਕਾਰ ਕਰਨਾ

hole /ਹਅਉਲ/ *n* ਖੇਡ ਵਿੱਚ ਗੇਂਦ ਜਾਂ ਗੋਲੀ ਸੁੱਟਣ ਦਾ ਸਥਾਨ, ਛੇਕ, ਸੁਰਾਖ਼, ਮੋਰੀ, ਟੋਆ, ਖੁੱਡ; ਕੁੱਲੀ, ਝੌਂਪੜੀ; ਖਿਡਾਰੀਆਂ ਦੇ ਪ੍ਰਾਪਤ ਅੰਕ (ਪੁਆਇੰਟ); ਬਿਖਮ ਸਥਿਤੀ, ਤੰਗ ਅਤੇ ਹਨੇਰਾ ਮਕਾਨ *vt* ਟੋਆ ਪੁੱਟਣਾ; ਛੇਕ ਕਰਨਾ; ਖੁੱਤੀ ਵਿੱਚ ਗੇਂਦ ਜਾਂ ਗੋਲੀ ਪਾਉਣਾ; ਸੁਰੰਗ ਬਣਾਉਣਾ

holiday /'ਹੌਲਅਡੇਇ/ *n* ਛੁੱਟੀ ਦਾ ਦਿਨ; ਤਿਉਹਾਰ

holier-than-thou /ˌਹਅਉਲਿਅ ਦਅਨ 'ਦਾਓ/ *a* ਆਪਣੇ ਆਪ ਨੂੰ ਸਭ ਤੋਂ ਉੱਤਮ ਸਮਝਣ ਵਾਲ਼ਾ, ਆਪਣੇ ਆਪ ਨੂੰ ਸਰਬ-ਸ੍ਰੇਸ਼ਠ ਮੰਨਣ ਵਾਲ਼ਾ

holiness /'ਹਅਉਲਿਨਅਸ/ *n* ਸੁੱਚਮ, ਪਵਿੱਤਰਤਾ, ਪਾਵਨਤਾ, ਪੁਨੀਤਤਾ; ਧਾਰਮਿਕਤਾ; ਪੋਪ ਜਾਂ ਹੋਰ ਧਾਰਮਿਕ ਮਹਾਂਪੁਰਸ਼ ਲਈ ਆਦਰਸੂਚਕ ਸੰਬੋਧਨ, ਹਜ਼ਰਤ

holistic /ਹਅਉ'ਲਿਸਟਿਕ/ *a* ਸਮੁੱਚਾ (ਰੂਪ)

holla, hollo, holloa /'ਹੌਲਅ, 'ਹੌਲਅਉ, 'ਹੌਲਅਉ/ *v* ਸੱਦਣਾ, ਪੁਕਾਰਨਾ; ਲਲਕਾਰਨਾ; ਸ਼ੋਰ ਜਾਂ ਰੌਲਾ ਪਾਉਣਾ; ਸ਼ਿਕਾਰੀ ਕੁੱਤਿਆਂ ਨੂੰ ਸੱਦਣਾ; ਹੈਂ ਜੀ!, ਜੀ!, ਹੋ!, ਅਜੀ!, ਹੈਲੋ

hollow /'ਹੌਲਅਉ/ *n* ਖੱਡ, ਘਾਟੀ; ਖਾਤਾ, ਖ਼ਾਲਾ *a* ਖੋਖਲਾ, ਪੋਲਾ, ਸੁੰਨ; ਭੁੱਖਾ, ਭੁੱਖੇ ਢਿੱਡ; (ਧੁਨੀ) ਮੰਦ, ਹੌਲੀ, ਮੱਧਮ, ਨਿਰਾਰਥਕ; ਥੋਥਾ, ਕਪਟੀ, ਛਲੀਆ, ਝੂਠਾ, ਬਣਾਉਟੀ *adv* ਪੂਰੇ ਤੌਰ 'ਤੇ

holloway /'ਹੌਲਅਵੇਇ/ *n* ਔਰਤਾਂ ਦੀ ਹਵਾਲਾਤ

hollowness /'ਹੌਲਅਉਨਅਸ/ *n* ਥੋਥਾਪਣ, ਖੋਖਲਾਪਣ, ਸੁੰਨਾਪਣ

holly /'ਹੌਲਿ/ *n* ਇੱਕ ਕੰਡੇਦਾਰ ਝਾੜੀ

hollyhock /'ਹੌਲਿਹੌਕ/ *n* ਇੱਕ ਫੁਲਦਾਰ ਬੂਟਾ, ਗੁਲ ਖੈਰਾ

holm /ਹਅਉਮ/ *n* ਟਾਪੂ, ਕਛਾਰ; ਸਦਾਬਹਾਰ ਬਲੂਤ

holocaust /'ਹੌਲਅਕੋਸਟ/ *n* ਕਤਲਾਮ, ਹੱਤਿਆ ਕਾਂਡ, ਘੱਲੂਘਾਰਾ, ਸਰਬਨਾਸ, ਤਬਾਹੀ

holocryptic /ˌਹੌਲਅ'ਕਰਿਪਟਿਕ/ *a* ਬਹੁਤ ਗੂੜ੍ਹ, ਗੁਪਤ, ਭੇਤ ਭਰਿਆ, ਰਹੱਸਮਈ, ਰਹੱਸਾਤਮਿਕ

hologram /'ਹੌਲਅਗਰੈਮ/ *n* ਕਿਸੇ ਚੀਜ਼ ਦੀ ਤਸਵੀਰ ਜਿਸ ਵਿੱਚ ਚੀਜ਼ ਦੀ ਲੰਬਾਈ ਚੁੜਾਈ ਅਤੇ ਉਚਾਈ ਤਿੰਨੇ ਦਿਸ਼ਾਵਾਂ ਦਿਸਦੀਆਂ ਹੋਣ

holograph /'ਹੌਲਅਗਰਾਫ਼/ *a* ਆਪਣੇ ਹੱਥੀਂ ਲਿਖਿਆ ਪੱਤਰ, ਆਪਣੀ ਲਿਖਤ, ਸਵੈਲਿਖਤ ਪੱਤਰ, ਉਹ ਲਿਖਤ ਜਿਸ ਨੂੰ ਲਿਖ ਕੇ ਹੇਠਾਂ ਸਹੀ ਪਾਈ ਗਈ ਹੋਵੇ

holographic /ˌਹੌਲਅ'ਗਰੈਫ਼ਿਕ/ *a* ਆਪਣੇ ਦਸਤਖ਼ਤ ਬਾਰੇ, ਆਪਣੀ ਹੱਥ-ਲਿਖਤ ਸੰਬੰਧੀ

holophrasis /ˌਹੌਲਅ'ਫ਼ਰੇਇਸਿਸ/ *n* (ਭਾਸ਼ਾ) ਇੱਕ ਸ਼ਬਦੀ ਵਾਕ (ਜਿਵੇਂ go ਜਾਂ run)

holster /'ਹਅਉਲਸਟਅ*/ *n* ਪਸਤੌਲ ਦਾ ਚਮੜੇ ਜਾਂ ਕੱਪੜੇ ਦਾ ਖੋਲ, ਪਸਤੌਲਦਾਨ, ਪਸਤੌਲ ਦਾ ਖ਼ਾਨਾ

holt /'ਹਅਉਲਟ/ *n* ਵਣ, ਜੰਗਲ, ਝਿੜੀ, ਸੰਘਣੀਆਂ ਝਾੜੀਆਂ, ਜੰਗਲ ਵਾਲੀ ਪਹਾੜੀ

holy /'ਹਅਉਲਿ/ *a* ਪਾਵਨ, ਪਵਿੱਤਰ, ਪੁਨੀਤ, ਪਾਕ; ਦੈਵੀ, ਧਰਮਾਤਮਾ, ਮਹਾਤਮਾ, ਪ੍ਰਹੇਜ਼ਗਾਰ; ਪਵਿੱਤਰ ਸਥਾਨ

holy-city /ˌਹਅਉਲਿˈਸਿਟਿ/ *n* ਪਵਿੱਤਰ ਸ਼ਹਿਰ

Holy Ghost /ˌਹਅਉਲਿ ˈਗਅਉਸਟ/ *n* (ਈਸਾਈ ਧਰਮ) ਪਵਿੱਤਰ ਆਤਮਾ

Holly Grail /ˌਹਅਉਲਿ ˈਗਰੇਇਲ/ *n* ਪਵਿੱਤਰ ਪਿਆਲਾ (ਜਿਸ ਵਿੱਚ ਸੂਲੀ ਉੱਤੇ ਚੜ੍ਹੇ ਈਸਾ ਦਾ ਖ਼ੂਨ ਸਾਂਭਿਆ ਗਿਆ)

Holly Spirit *n* ਆਤਮਾ ਦੇ ਰੂਪ ਵਿੱਚ ਰੱਬ

homage /ˈਹੌਮਿਜ/ *n* ਸਨਮਾਨ; ਸ਼ਰਧਾਂਜਲੀ

home /ਹਅਉਮ/ *n* ਘਰ, ਗ੍ਰਿਹਿ, ਰਿਹਾਇਸ਼, ਨਿਵਾਸ; ਸੁਦੇਸ਼, ਮਾਤਭੂਮੀ, ਪਿੱਤਰ ਭੂਮੀ; ਅਨਾਥ ਆਸ਼ਰਮ; ਨਿਰਬਲਾਂ ਦਾ ਆਸਰਾ; (ਖੇਡਾਂ ਵਿੱਚ) ਗੋਲ *a* ਘਰੇਲੂ, ਘਰ ਵਿੱਚ ਆਇਆ; ਦੇਸੀ, ਸੁਦੇਸੀ *v* ਘਰ ਮੁੜਨਾ, ਘਰ ਭੇਜਣਾ, ਵਾਸ ਕਰਨਾ, ਘਰ ਬਣਾ ਦੇਣਾ *adv* ਘਰ ਵੱਲ, ਘਰ ਵਾਲੇ ਪਾਸੇ

home cinema *n* (ਵੱਡੀ ਸਕਰੀਨ ਉੱਤੇ) ਘਰ ਵਿੱਚ ਵਿਡੀਓ ਜਾਂ ਦੂਰਦਰਸ਼ਨ ਯੰਤਰ ਰਾਹੀਂ ਸਿਨਮਾ ਦੇਖਣ ਦੀ ਵਿਧੀ

homecoming /ˈਹਅਉਮਕਅੱਮਿਙ/ *n* (ਬਾਹਰ ਗਏ ਬੰਦੇ ਦੀ) ਆਪਣੇ ਘਰ ਵਾਪਸੀ, ਦੇਸ਼ ਵਾਪਸੀ, ਪੁਰਾਣੇ ਵਿਦਿਆਰਥੀਆਂ ਦੀ ਆਪਣੇ ਸਕੂਲ ਕਾਲਜ ਜਾਂ ਯੂਨੀਵਰਸਿਟੀ ਵਿੱਚ ਸਲਾਨਾ ਮਿਲਨੀ, ਭਾਈਚਾਰਕ ਇਕੱਠ

homegirl /ˈਹਅਉਮਗਅ:ਲ/ *n* ਆਪਣੇ ਹੀ ਸ਼ਹਿਰ ਦੀ ਮਿੱਤਰ ਕੁੜੀ, ਜੁੰਡਲੀ ਦਾ ਸਾਥੀ, ਮਿੱਤਰ ਮੰਡਲੀ ਦਾ ਮੈਂਬਰ

homeland /ˈਹਅਉਮਲੈਂਨਡ/ *n* ਮਾਤਭੂਮੀ

homeless /ˈਹਅਉਮਲਅਸ/ *a* ਬੇਘਰਾ, ਨਿਘਰਾ, ਨਿਰਆਸਰਾ, ਗ੍ਰਿਹਿਹੀਣ, ਅਨਾਥ

homelike /ˈਹਅਉਮਲਾਇਕ/ *a* ਘਰੇਲੂ, ਘਰ ਵਾਂਗ, ਜਾਣਿਆ-ਪਛਾਣਿਆ, ਪ੍ਰੀਚਿਤ, ਸਰਲ

homeliness /ˈਹਅਉਮਲਿਨਅਸ/ *n* ਉਜੱਡਤਾ ਅਸੱਭਿਅਤਾ, ਅਸ਼ਿਸ਼ਟਤਾ; ਸਰਲਤਾ, ਸਾਦਗੀ, ਸਿੱਧਾਪਣ, ਘਰੇਲੂਪਣ

homely /ˈਹਅਉਮਲਿ/ *a* ਘਰੇਲੂ, ਸਧਾਰਨ, ਪੁਰਾਤਨ, ਸਰਲ, ਸਿੱਧਾ-ਸਾਦਾ

homeopath /ˈਹਅਉਮਿਅਪੈਥ, ˈਹੌਮਿ-/ *n* ਹੋਮਿਓਪੈਥੀ ਦੇ ਇਲਾਜ ਦਾ ਚਿਕਿਤਸਕ, ਹੋਮਿਓਪੈਥ

homeopathy /ˌਹਅਉਮਿˈਔਪਅਥਿ, ˌਹੌਮਿ-/ *n* ਵੇਖੋ **homoeopathy**

home page *n* (ਕੰਪਿ) ਕਿਸੇ ਸੰਸਥਾ ਜਾਂ ਸੰਗਠਨ ਆਦਿ ਦਾ ਇੰਟਰਨੈੱਟ ਉੱਤੇ ਮੁੱਖ ਪੰਨਾ; ਇੰਟਰਨੈੱਟ ਨਾਲ ਜੁੜਨ ਉੱਤੇ ਕੰਪਿਊਟਰ ਪਰਦੇ ਉੱਤੇ ਸਭ ਤੋਂ ਪਹਿਲਾਂ ਆਉਣ ਵਾਲਾ ਵਰਤੋਂਕਾਰ ਵੱਲੋਂ ਚੁਣਿਆ ਪੰਨਾ

homer /ˈਹਅਉਮਅ*/ *n* ਘਰਾਂ ਵਿੱਚ ਰਹਿਣ ਵਾਲਾ ਕਬੂਤਰ

homesick /ˈਹਅਉਮਸਿਕ/ *a* ਪਰਿਵਾਰ ਦੇ ਜੀਆਂ ਨੂੰ ਨਾ ਮਿਲਨ ਕਾਰਨ ਉਦਾਸ, ਆਪਣੇ ਘਰ (ਪਰਿਵਾਰ ਕੋਲ) ਜਾਣ ਦੀ ਤੀਬਰ ਤਾਂਘ, ਘਰ ਦੇ ਵਿਛੋੜੇ ਦਾ ਦੁੱਖ

homespun /ˈਹਅਉਮਸਪਅੱਨ/ *n* ਘਰ ਦਾ ਬੁਣਿਆ (ਕੱਪੜਾ); ਸਾਦਾਮੁਰਾਦਾ

homestead /ˈਹਅਉਮਸਟੈੱਡ/ *n* ਨਿਵਾਸ ਸਥਾਨ; ਵੱਸਣ ਲਈ ਮਿਲੀ ਜ਼ਮੀਨ, ਖੇਤ ਵਿੱਚ ਬਣਾਇਆ ਘਰ

home theater *n* ਵੇਖੋ **home cinema**

homeward /ˈਹਅਉਮਵਅਡ/ *a* ਘਰ ਜਾਣ ਵਾਲਾ, ਘਰ ਵੱਲ; ਦੇਸ਼ ਵੱਲ

homework /ˈਹਅਉਮਵਅ:ਕ/ *n* ਬੱਚਿਆਂ ਨੂੰ ਸਕੂਲ ਤੋਂ ਘਰ ਕਰਨ ਲਈ ਮਿਲਿਆ ਪੜ੍ਹਾਈ ਲਿਖਾਈ ਦਾ ਕੰਮ, ਕੋਈ ਜਾਣਕਾਰੀ ਇਕੱਤਰ ਕਰਨ ਲਈ ਕੀਤੀ ਨਿੱਜੀ ਖੋਜ, ਕਿਸੇ ਪਰੀਖਿਆ ਦੀ ਕੀਤੀ ਤਿਆਰੀ ਦਾ ਕਾਰਜ

homicide /ˈਹੌਮਿਸਾਇਡ/ *n* ਮਾਨਵ ਹੱਤਿਆ; ਹੱਤਿਆਰਾ, ਖ਼ੂਨੀ

homilist /ˈਹੌਮਿਲਿਸਟ/ *n* ਪ੍ਰਚਾਰਕ, ਧਰਮ ਉਪਦੇਸ਼ਕ

homily /ˈਹੌਮਅਲਿ/ *n* ਉਪਦੇਸ਼, ਧਰਮ ਵਾਕ,

ਧਰਮ ਉਪਦੇਸ਼; ਫੋਕੇ ਉਪਦੇਸ਼, ਰੁੱਖੀ ਵਾਰਤਾਲਾਪ

homing /'ਹਅਉਮਿਙ/ *a* (ਕਬੂਤਰ) ਘਰ ਨੂੰ ਪਰਤਣ ਵਾਲਾ

hominid /'ਹੌਮਿਨਿਡ/ *n* ਹੋਮੀਨਿਡੀ ਜਾਤੀ ਦਾ ਜੀਵ

hominoid /'ਹੌਮਿਨੌਇਡ/ *n* ਨਰ ਪਸ਼ੂ

hominy /'ਹੌਮਿਨਿ/ *n* ਮੱਕੀ ਦਾ ਦਲੀਆ, ਦਲੀਆ

homo /'ਹੌਮਅਉ, 'ਹਅਉਮਅਉ/ *n* ਮਾਨਵ ਪੁਰਸ਼

homocarpous /ˌਹੌਮਅ'ਕਾਪਅਸ/ *a* ਇੱਕੋ ਜਿਹੇ ਫਲਾਂ ਵਾਲਾ, ਸਮਫਲ

homocentric /ˌਹੌਮਅ'ਸੈਂਟਰਿਕ/ *a* ਸਮਕੇਂਦਰੀ

homochromous /ˌਹੌਮਅਉ'ਕਰੌਮਅਸ/ *a* ਇੱਕ ਹੀ ਰੰਗ ਦਾ

homoeopathy /ਹਅਉਮਿ'ਔਪਅਥਿ/ *n* ਹੋਮਿਓਪੈਥੀ, ਸਮਚਿਕਿਤਸਾ

homo erectus /ˌਹੌਮਅਉ ਇ'ਰੈਕੱਟਅਸ, ˌਹਅਉਮਅਉ-/ *n* ਮਾਨਵ ਦੀ ਉਹ ਅਵਸਥਾ ਜਦੋਂ ਉਹ ਅਜੇ ਦੋ ਪੈਰਾਂ ਉੱਤੇ ਤੁਰਨਾ ਸਿੱਖ ਰਿਹਾ ਸੀ

homogeneous /ˌਹੌਮਅ'ਜੀਨਿਅਸ/ *a* ਇੱਕ ਜਿਨਸੀ, ਇੱਕੋ ਕਿਸਮ ਦਾ, ਸਜਾਤੀ, ਇਕਸਾਰ, ਇੱਕ ਰੰਗ, ਸਮਰੂਪ, ਹਮਜਿਨਸ

homogeneousness, homogeneity /ˌਹੌਮਅ'ਜੀਨਿਅਸਨਅਸ, ˌਹੌਮਅਜਅ'ਨੀਅਟਿ/ *n* ਸਜਾਤੀਅਤਾ, ਸਮਰੂਪਤਾ, ਸਮ ਅੰਗਤਾ

homogenous /ਹਅ'ਮੌਜਿਨਅਸ/ *a* ਬਰਾਬਰ, ਸਮਾਨ, ਸਮ ਅੰਗ, ਸਦ੍ਰਿਸ਼, ਇੱਕ ਰੂਪ

homograph /'ਹੌਮਅਗਰਾਫ਼/ *n* (ਭਾਸ਼ਾ) ਉਹ ਸ਼ਬਦ ਜਿਸਦਾ ਰੂਪ ਇੱਕ ਹੋਵੇ ਪਰ ਉਚਾਰਨ ਅਤੇ ਅਰਥ ਵੱਖ-ਵੱਖ ਹੋਣ

homologate /ਹਅ'ਮੌਲਅਗੇਇਟ/ *vt* ਸਵੀਕਾਰ ਕਰਨਾ, ਮੰਨ ਲੈਣਾ, ਇਕਰਾਰ ਕਰਨਾ; ਸਮਰਥਨ ਕਰਨਾ, ਪੁਸ਼ਟੀ ਕਰਨਾ, ਤਸਦੀਕ ਕਰਨਾ

homologation /ਹਅˌਮੌਲਅ'ਗੇਇਸ਼ਨ/ *n* ਸਵੀਕ੍ਰਿਤੀ, ਇਕਰਾਰ; ਸਮਰਥਨ, ਪੁਸ਼ਟੀ, ਤਸਦੀਕ

homologize /ਹਅ'ਮੌਲਅਜਾਇਜ਼/ *v* ਇੱਕੋ ਤਰ੍ਹਾਂ ਦਾ ਹੋਣਾ ਜਾਂ ਕਰਨਾ, ਸਮਾਨ ਧਰਮ ਕਰਨਾ ਜਾਂ ਹੋਣਾ; ਸੰਬੰਧ ਹੋਣਾ ਜਾਂ ਕਰਨਾ

homologous /ਹਅ'ਮੌਲਅਗਅਸ/ *a* ਸਜਾਤੀ, ਅਨੁਰੂਪ, ਸਮਾਨ ਧਰਮੀ, ਇੱਕੋ ਜਿਹਾ ਸੰਬੰਧ ਜਾਂ ਰਿਸ਼ਤਾ ਰੱਖਣ ਵਾਲਾ, ਦੇ ਅਨੁਸਾਰ, ਮੁਤਾਬਕ, ਮੁਕਾਬਲੇ ਦਾ, ਜੋੜ ਦਾ, ਬਰਾਬਰ ਦਾ

homologue/'ਹੌਮਅਲੌਗ/ *n* ਸਮਾਨ, ਵਸਤੂ, ਮੁਕਾਬਲੇ ਦੀ ਵਸਤੂ

homonym /'ਹੌਮਅਨਿਮ/ *n* (ਭਾਸ਼ਾ) ਇੱਕੋ ਜਿਹੇ ਰੂਪ ਜਾਂ ਧੁਨੀ ਵਾਲੇ ਪਰ ਭਿੰਨ-ਭਿੰਨ ਅਰਥਾਂ ਵਾਲੇ ਸ਼ਬਦ, ਸਮਨਾਮ

homonymic, homonymous /ਹੌਮਅ'ਨਿਮਿਕ, ਹਅ'ਮੌਨਿਮਅਸ/ *n* ਸਮਰੂਪਕ ਜਾਂ ਸਮਧਨੀ

homonymy /ਹਅ'ਮੌਨਿਮਿ/ *n* ਸਮਨਾਮ ਪ੍ਰਬੰਧ

homophone /'ਹੌਮਅਫ਼ਅਉਨ/ *n* ਸਮਧੁਨੀ

homophonous /ਹਅ'ਮੌਫ਼ਅਨਅਸ/ *a* (ਭਾਸ਼ਾ) ਵੱਖ-ਵੱਖ ਸ਼ਬਦ-ਜੋੜਾਂ ਵਾਲੇ (ਦੋ ਸ਼ਬਦ) ਜਿਨ੍ਹਾਂ ਦਾ ਉਚਾਰਨ ਇੱਕ ਹੋਵੇ

homo sapiens /ˌਹੌਮਅਉ 'ਸੈਪਿਐਨੱਜ਼, ˌਹਅਉਮ-/ *n* ਮਾਨਵਜਾਤੀ

homosexual /ˌਹਅਉਮਅ'ਸੈਕੱਸ਼ੁਅਲ, ˌਹੌਮ-/ *a* ਸਮਲਿੰਗ ਕਾਮੀ, ਸਮਲਿੰਗੀ, ਭੋਗੀ ਵਿਅਕਤੀ

homosexuality /ˌਹਅਉਮਅˌਸੈਕੱਸ਼ੁ'ਐਲਅਟਿ, ˌਹੌਮ-/ *n* ਸਮਲਿੰਗ ਕਾਮੁਕਤਾ

homuncule, homuncle/ਹੋ'ਮਅੱਙਕਯੂਲ, ਹਅ'ਮਅੱਙਕਲ/ *n* ਬੌਣਾ, ਨਾਟਾ, ਠਿੰਗਣਾ, ਗਿਠਮੁਠੀਆ, ਗੀਂਢਾ

hone /ਹਅਉਨ/ *n* ਇੱਕ ਵਿਸ਼ੇਸ਼ ਪੱਥਰ, ਸਾਣ *vt* ਲਾਉਣਾ, ਧਾਰ ਬਣਾਉਣਾ, ਤੇਜ਼ ਕਰਨਾ

honest /'ਔਨਿਸਟ/ *a* ਸੱਚਾ, ਇਮਾਨਦਾਰ,

ਖਰਾ, ਨੇਕਨੀਅਤ, ਦਿਆਨਤਦਾਰ, ਸ਼ੁੱਧ ਆਤਮਾ; ਹੱਕ-ਹਲਾਲ ਦਾ, ਖ਼ਾਲਸ, ਸ਼ੁੱਧ, ਨਿਰਮਲ; (ਪਰਾ) ਸੁੱਚੇ ਆਚਰਨ ਵਾਲਾ, ਪਤੀਬਰਤਾ (ਇਸਤਰੀ)

honesty /'ਔਨਿਅਸਟਿ/ *n* ਸੱਚਾਈ, ਇਮਾਨਦਾਰੀ, ਨੇਕਨੀਤੀ, ਦਿਆਨਤਦਾਰੀ, ਖਰਾਪਣ, ਸਚਿਆਰਤਾ

honey /'ਹਅੱਨਿ/ *n* ਮਾਖਿਓਂ, ਮਧੂ, ਸ਼ਹਿਦ, ਮਿਠਾਸ; ਮਹਿਬੂਬਾ, ਪਿਆਰੀ

honeybee /'ਹਅੱਨਿਬੀ/ *n* ਸ਼ਹਿਦ ਦੀ ਮੱਖੀ, ਮਧੂ ਮੱਖੀ, ਮਖਿਆਰੀ

honeycomb /'ਹਅੱਨਿਕਅਉਮ/ *n* ਸ਼ਹਿਦ ਦਾ ਛੱਤਾ, ਖੱਗਾ

honeydew /'ਹਅੱਨਿਡਯੂ/ *n* ਬੂਟਿਆਂ ਤੋਂ ਨਿਕਲਿਆ ਸ਼ਹਿਦ; ਮਿੱਠਾ ਤਮਾਕੂ, ਖੰਡ ਮਿਲਿਆ ਤਮਾਕੂ

honeyed /'ਹਅੱਨਿਡ/ *a* ਸ਼ਹਿਦ ਵਾਲਾ; ਮਧੂਮਈ

honeymoon /'ਹਅੱਨਿਮੂਨ/ *n* ਵਿਆਹ ਤੋਂ ਪਿੱਛੋਂ ਮਨਾਇਆ ਜਾਣ ਵਾਲਾ ਸੁਹਾਗ ਸਮਾਂ, ਹਨੀਮੂਨ

hong /ਹੌਙ/ *n* (ਚੀਨ ਜਾਂ ਜਪਾਨ ਦਾ) ਵਿਦੇਸ਼ੀ ਵਪਾਰਿਕ ਕੇਂਦਰ

honk /ਹੌਙਕ/ *n* ਜੰਗਲੀ ਬਤਕ ਦੀ ਅਵਾਜ਼; ਹਾਰਨ ਦੀ ਧੁਨੀ, ਭੌਂਪੂ ਦੀ ਅਵਾਜ਼ *v* ਭੌਂ-ਭੌਂ ਕਰਨਾ, ਭੌਂਪੂ ਵਜਾਉਣਾ, ਹਾਰਨ ਵਜਾਉਣਾ

honorarium /ˌਔਨਅ'ਰੇਅਰਿਅਮ/ *n* ਮਾਨ ਭੱਤਾ, ਉਹ ਰਕਮ ਜੋ ਸੇਵਾ ਦੇ ਬਦਲੇ ਵਿੱਚ ਦਿੱਤੀ ਜਾਵੇ, ਕਾਰਜ ਸ਼ੁਲਕ, ਸੇਵਾ ਫਲ, ਕਿਰਤ ਫਲ

honorary /'ਔਨਅਰਅਰਿ/ *a* ਸਨਮਾਨਸੂਚਕ, ਮਾਨ ਅਰਥ, ਬਿਨਾਂ ਤਨਖਾਹ ਦੇ, ਮਾਨ ਸੇਵੀ, ਸਨਮਾਨੀ (ਪਦਵੀ ਜਾਂ ਖ਼ਿਤਾਬ)

honorific /ˌਔਨਅ'ਰਿਫ਼ਿਕ/ *a* ਸਨਮਾਨਸੂਚਕ, ਸਤਿਕਾਰਸੂਚਕ

honoris causa /ਔˌਨੋਰਿਸ 'ਕਾਉਜ਼ਾ/ *(L) adv phr* ਸਨਮਾਨ ਵਜੋਂ

honour /'ਔਨਅ*/ *n* ਮਾਣ, ਆਦਰ, ਇੱਜਤ ਸਤਿਕਾਰ, ਸ਼ਾਨ, ਵਡਿਆਈ, ਬਜ਼ੁਰਗੀ, ਕੀਰਤੀ, ਗੌਰਵ, ਨੇਕਨਾਮੀ, ਸ਼ੁਹਰਤ, ਸ਼ਾਖ, ਸ਼ਰਾਫਤ, ਚੰਗਿਆਈ, ਉਦਾਰਤਾ, (ਇਸਤਰੀ) ਪਵਿੱਤਰਤਾ, ਹਜ਼ੂਰ, ਜਨਾਬ, ਸਤਿਕਾਰ ਵਜੋਂ ਸੰਬੋਧਨ, ਮਾਨਵਰ, (ਬਹੁ) (ਯੂਨਿਵਰਸਿਟੀ) ਆਨਰ, ਵਿਸ਼ਿਸ਼ਟਤਾ, ਗੌਰਵ ਪੱਤਰ, ਆਨਰਜ਼ ਦੀ ਡਿਗਰੀ, (ਗੌਲਫ) ਬਾਜ਼ੀ, ਅੰਤਮ ਗੇਂਦ ਜਿੱਤਣ ਦੇ ਕਾਰਨ ਸਾਰਿਆਂ ਤੋਂ ਪਹਿਲਾਂ ਠੋਕਰ ਮਾਰਨ ਦਾ ਅਧਿਕਾਰ, (ਤਾਸ਼ ਵਿੱਚ) ਤੁਰਪ ਦਾ ਯੱਕਾ, ਬਾਦਸ਼ਾਹ, ਬੇਗਮ, ਗੁਲਾਮ (ਬਰਿਜ ਵਿੱਚ ਦਹਿਲਾ ਵੀ) *vt* ਇੱਜ਼ਤ ਕਰਨਾ, ਸਤਿਕਾਰ ਕਰਨਾ, ਇੱਜ਼ਤ ਬਖ਼ਸ਼ਣਾ, ਵਡਿਆਉਣਾ, (ਤਜਾਰਤ) ਹੁੰਡੀ ਸਵੀਕਾਰ ਕਰਨਾ; ਸਮੇਂ ਸਿਰ ਦੇਣਾ; ਕਰਜ਼ਾ ਚੁਕਾਉਣਾ

honourable /'ਔਨਅਰਅਬਲ/ *a* ਮਾਣਯੋਗ, ਪੂਜ, ਆਦਰਯੋਗ, (ਪਦਵੀ ਆਦਿ ਦਾ) ਉੱਚਾ, ਵੱਡਾ, ਪਤਵੰਤਾ, (ਵਰਤਾ, ਕੰਮ ਆਦਿ) ਸ਼ਰੀਫ਼ਾਨਾ, ਸੱਭਿਆ, ਸ਼ਿਸ਼ਟ, ਖਰਾ, ਦਿਆਨਤਦਾਰ, ਸਚਿਆਰ, ਸਾਖ਼ ਵਾਲਾ, ਪੂਜਨੀਕ, ਆਨਰੇਬਲ (ਖ਼ਿਤਾਬ), ਮਹਾਮਾਨਵਰ

honourableness /'ਔਨਅਰਅਬਲਨਅਸ/ *n* ਮਾਨਤਾ, ਸਨਮਾਨਤਾ; ਪੂਜਣਯੋਗਤਾ, ਸ਼ਿਸ਼ਟਤਾ, ਸੱਭਿਅਤਾ, ਸਚਾਈ, ਸਾਖ਼, ਇਮਾਨਦਾਰੀ

hooch /ਹੂਚ/ *n* ਤਾੜੀ ਸ਼ਰਾਬ, ਠੱਰਾ, ਰੂੜੀ ਮਾਰਕਾ ਸ਼ਰਾਬ

hood /ਹੁਡ/ *n* ਹੁੱਡ, ਕਨਟੋਪ; (ਬਾਜ਼ ਲਈ) ਚਮੜੇ ਦੀ ਟੋਪੀ, (ਗੱਡੀ ਦਾ) ਟੱਪ; (ਸੱਪ ਦਾ) ਫੰਨ *v* ਹੁੱਡ ਨਾਲ ਢਕਣਾ, ਕੱਜਣਾ, ਲੁਕਾਉਣਾ, ਗਾਊਨ ਉੱਤੇ ਪੱਟੀ ਚੜ੍ਹਾਉਣਾ, ਟੋਪੀ ਪਾਉਣਾ

hoodlum /'ਹੂਡਲਅਮ/ *n* ਗੁੰਡਾ, ਲਫੰਗਾ, ਬਦਮਾਸ਼

hoodoo /'ਹੂਡੂ/ *n* ਮਾੜੇ ਭਾਗ, ਦੁਰਭਾਗ, ਖੋਟੀ ਕਿਸਮਤ, ਬਦਕਿਸਮਤੀ

hoodwink /'ਹੁਡਵਿਙਕ/ *vt* ਧੋਖਾ ਦੇਣਾ, ਛਲਣਾ, (ਪਰਾ) ਅੱਖਾਂ ਤੇ ਪੱਟੀ ਬੰਨ੍ਹਣਾ

hoof /ਹੂਫ਼/ *n* ਖੁਰ, ਟਾਪ, ਸੁਮ, ਪੌੜ, ਠੋਕਰ, (ਹਾਸੇ ਵਜੋਂ) ਮਨੁੱਖ ਦੇ ਪੈਰ *v* ਖੁਰ ਮਾਰਨਾ, ਟਾਪ ਮਾਰਨਾ; ਠੋਕਰ ਮਾਰਨਾ, ਠੁੱਡੇ ਮਾਰਨਾ, ਪੈਦਲ ਚੱਲਣਾ

hoof-and-mouth disease *n* ਪਸ਼ੂਆਂ ਦੀ ਮੂੰਹਖੁਰ ਦੀ ਬਿਮਾਰੀ

hoofed /ਹੂਫ਼ਟ/ *a* ਸੁੰਮ ਵਾਲਾ, ਖੁਰਦਾਰ

hook /ਹੁਕ/ *n* ਹੁੱਕ, ਕਾਂਟਾ, ਅੰਕੁਸ਼, ਕੁੰਡਾ, ਫੰਧਾ, ਮੋੜ, ਘੁੰਡੀ; ਦਾਤੀ, ਦਾਤਰੀ, (ਕ੍ਰਿਕਟ ਆਦਿ ਵਿੱਚ) ਚੋਟ, ਹਿੱਟ, (ਮੁੱਕੇਬਾਜ਼ੀ) ਕੂਹਣੀ ਜਾਂ ਅਰਕ ਮੋੜ ਕੇ ਕੀਤੀ ਗਈ ਹਲਕੀ ਚੋਟ *v* ਹੁੱਕ ਉੱਤੇ ਲਟਕਾ ਦੇਣਾ, ਕੁੰਡੀ ਨਾਲ ਫੜਨਾ, ਫਸਾਉਣਾ (ਖ਼ਾਸ ਕਰਕੇ ਇਸਤਰੀ ਦਾ ਮਰਦ ਨੂੰ ਸ਼ਾਦੀ ਲਈ); (ਗੌਲਫ ਦੀ ਖੇਡ ਵਿੱਚ) ਖੱਬੇ ਪਾਸੇ ਵਿੰਗਾ ਹੋ ਕੇ ਹੱਥ ਮਾਰਨਾ, (ਕ੍ਰਿਕਟ) ਸੀਮਾ ਦੇ ਬਾਹਰ ਗੇਂਦ ਸੁੱਟਣਾ, ਮੋੜਨਾ, ਝੁਕਾਉਣਾ, ਵਿੰਗਾ ਕਰਨਾ, ਮੁੜਨਾ, ਝੁਕਣਾ **by hook or by crook** *adv* ਕਿਵੇਂ ਨਾ ਕਿਵੇਂ, ਕਿਸੇ ਨਾ ਕਿਸੇ ਤਰ੍ਹਾਂ, ਯੋਗ ਅਯੋਗ ਢੰਗ ਨਾਲ **hook line and sinker** *adv* ਪੂਰੇ ਤੌਰ 'ਤੇ

hook and eye *n* ਕਮੀਜ਼ ਦੀ ਹੁੱਕ

hooked /ਹੁਕਟ/ *a* ਟੇਢਾ, ਹੁੱਕਦਾਰ, ਕੁੰਡੀਦਾਰ

hookedness /ਹੁਕਟਨਅਸ/ *n* ਟੇਢ, ਹੁੱਕਦਾਰ ਹੋਣ ਦਾ ਗੁਣ

hook in, up *v* ਉਲਝਾਉਣਾ, ਫਾਹੁਣਾ

hook on *v* ਸਹਾਰਾ ਦੇਣਾ

hook-up /'ਹੁਕਅੱਪ/ *n* (ਵਿਸ਼ੇਸ਼, ਪ੍ਰਸਾਰਨ ਲਈ) ਹੁੱਕ ਨਾਲ ਜੋੜਨਾ

hookworm /'ਹੁਕਵਅ:ਮ/ *n* ਪੇਟ ਦਾ ਕੀੜਾ

hooligan /'ਹੂਲਿਗਅਨ/ *n* ਗੁੰਡਾ, ਬਦਮਾਸ਼

hooliganism /'ਹੂਲਿਗਅਨਿਜ਼ਅਮ/ *n* ਗੁੰਡਾਪਣ, ਗੁੰਡਪੁਣਾ, ਬਦਮਾਸ਼ੀ

hooling-cough *n* ਕਾਲੀ ਖੰਘ, ਕੁੱਤਾ ਖੰਘ

hoop /ਹੂਪ/ *n* ਪਹੀਆਂ ਆਦਿ ਨੂੰ ਜਕੜਨ ਲਈ ਗੋਲ ਲੋਹੇ ਜਾਂ ਲੱਕੜੀ ਦਾ ਚੱਕਰ, ਹਾਲ, ਕੜਾ, ਬੱਚਿਆਂ ਦੇ ਰੇੜ੍ਹਨ ਵਾਲੇ ਲੱਕੜੀ ਜਾਂ ਲੋਹੇ ਦੇ ਵੱਡੇ ਚੱਕਰ; (ਜ਼ਨਾਨਾ ਲਿਬਾਸ) ਲਚਕੀਲੀ ਪੇਟੀ; (ਕ੍ਰਿਕਟ) ਲੋਹੇ ਦਾ ਬੱਲਾ, (ਸਰਕਸ ਵਿੱਚ) ਇੱਕ ਘੇਰਾ, ਮੁੰਦਰੀ, ਛਾਪ, ਅੰਗੂਠੀ *vt* ਲੋਹੇ ਦੀ ਪੱਤਰੀ ਨਾਲ ਜਕੜਨਾ, (ਕਾਲੀ ਖਾਂਸੀ ਵਿੱਚ) ਖਊਂ-ਖਊਂ, ਠਊਂ-ਠਊਂ ਕਰਨਾ

hoopla /'ਹੂਪਲਾ/ *n* ਅਜਿਹੀ ਖੇਡ ਜੋ ਆਮ ਲੋਕਾਂ ਨੂੰ ਖੇਡਣ ਲਈ ਆਕਰਸ਼ਿਤ ਕਰੇ

hoopoe /'ਹੂਪੂ, -ਪਅਉ/ *n* ਚਕੀਰਾਹਾ, ਰੰਗ-ਬਿਰੰਗੇ ਪਰਾਂ ਅਤੇ ਸਿਰ ਉੱਤੇ ਕਲਗੀ ਵਾਲਾ ਇੱਕ ਪੰਛੀ

hoot /ਹੂਟ/ *n* (ਤਿਰਸਕਾਰ ਵੱਜੋਂ) ਹੂ-ਹੂ, ਲੂ-ਲੂ, ਬੂ-ਬੂ, ਓਏ-ਓਏ, ਭੂੰ-ਭੂੰ; ਉੱਲੂ ਬੋਲੀ ਜਾਂ ਸ਼ਬਦ *v* ਓਏ-ਓਏ ਕਰਨਾ, ਭੂੰ-ਭੂੰ ਕਰਨਾ, ਹੂ-ਹੂ ਕਰਨਾ, ਛੀ-ਛੀ ਕਰਨਾ, ਧਿੱਕਾਰਨਾ, (ਉੱਲੂ ਦਾ) ਬੋਲਣਾ; ਸੀਟੀ ਮਾਰਨਾ, ਚੀਕਣਾ, ਚਿੱਲਾਉਣਾ, ਸ਼ੋਰ ਪਾਉਣਾ

hoots /ਹੂਟਸ/ *int* ਘੁੱਗੂ; ਭੂੰ-ਭੂੰ; ਤੋਬਾ-ਤੋਬਾ !, ਰਾਮ-ਰਾਮੋ ! ਹੇ ਰਾਮ !

hoove /ਹੂਵ੍/ *n* ਢਿੱਡ ਫੁੱਲ ਜਾਣ ਦਾ ਰੋਗ, ਅਫਾਰਾ

hop[1] /ਹੌਪ/ *n* (ਬੀਅਰ ਬਣਾਉਣ ਲਈ ਪ੍ਰਯੁਕਤ) ਹਾਪ (ਇੱਕ ਪ੍ਰਕਾਰ ਦਾ ਪੌਦਾ); ਹਾਪ ਦੇ ਫੁੱਲ *v* ਹਾਪ ਦੇ ਫੁੱਲ ਨੂੰ ਇਕੱਤਰ ਕਰਨਾ; ਹਾਪ ਬੀਜਣਾ

hop[2] *n* ਉੱਛਲ-ਕੁੱਦ, ਟੱਪਾ, ਉਛਾਲ, ਫੁਦਕਣ, *v* ਕੁੱਦਣਾ, ਉੱਛਲਨਾ (ਇੱਕ ਪੈਰ ਉੱਤੇ), ਫੁਦਕਣਾ, ਛਾਲ ਮਾਰਨਾ; ਉਲੰਘਣਾ, ਟੱਪਣਾ (ਖੱਡ ਅਦਿ) **hopo my thumb** *n* ਗਿਠਮੁਠੀਆ

hope /ਹਅਉਪ/ *n* ਉਮੀਦ, ਅਨੁਮਾਨ, ਭਰੋਸਾ, ਆਸ, ਆਸਰਾ; ਉਮੀਦ ਦੀ ਗੁੰਜਾਇਸ਼, ਸੰਭਾਵਨਾ, ਵਿਸ਼ਵਾਸ, ਸਹਾਰਾ, ਉਮੀਦ ਦਾ ਕੇਂਦਰ *v* ਉਮੀਦ ਕਰਨਾ, ਆਸ ਕਰਨਾ ਜਾਂ ਲਾਉਣਾ, ਚਾਹੁਣਾ, ਭਰੋਸਾ ਕਰਨਾ

hopeful /'ਹਅਉਪਫ਼ਲ/ *a* ਆਸਵੰਦ, ਆਸ਼ਾਜਨਕ, ਪੁਰਉਮੀਦ; ਨੌਨਿਹਾਲ, ਹੋਣਹਾਰ

hopefulness /'ਹਅਉਪਫ਼ਲਨਅਸ/ *n* ਆਸ਼ਾਪੂਰਨਤਾ, ਆਸਵੰਦੀ

hopeless /'ਹਅਉਪਲਅਸ/ *a* ਨਿਰਾਸ਼, ਨਾਉਮੀਦ, ਮਾਯੂਸ, ਨਿਰਾਸ਼ਾਜਨਕ; ਨਿਕੰਮਾ, ਬੇਕਾਰ

hopelessness /'ਹਅਉਪਲਅਸਨਅਸ/ *n* ਨਿਰਾਸ਼ਪੂਰਨਤਾ, ਨਾਉਮੀਦੀ

hoplite /'ਹੌਪਲਾਇਟ/ *n* ਹਥਿਆਰਬੰਦ ਯੂਨਾਨੀ ਸੈਨਿਕ

hopper /'ਹੌਪਅ*/ *n* ਕੁੱਦਣ ਵਾਲਾ ਟਿੱਡਾ, ਪਤੰਗਾ; ਫੁਦਕਣ ਵਾਲਾ ਕੀਟ; ਆਟੇ ਦੀ ਚੱਕੀ ਦਾ ਟੋਪਾ

hoppet /'ਹੌਪਿਟ/ *n* ਛੋਟੀ ਟੋਕਰੀ

hopple /'ਹੌਪਲ/ *n* ਪੈਂਖੜ *v* ਢੰਗਾ, ਘੋੜੇ ਦੇ ਅਗਲੇ ਅਤੇ ਪਿਛਲੇ ਪੈਰ ਨੂੰ ਪਾਇਆ ਰੱਸਾ *v* ਪੈਂਖੜ ਪਾਉਣਾ, ਢੰਗਾ ਪਾਉਣਾ

hopscotch /'ਹੌਪਸਕੌਚ/ *n* ਬੱਚਿਆਂ ਦੀ ਇੱਕ ਖੇਡ, ਅੱਡੀ-ਟੱਪਾ, ਸ਼ਟਾਪੂ

horal /'ਹੋਰਲ/ *a* ਘੰਟੇ ਨਾਲ ਸੰਬੰਧਿਤ

horde /ਹੋਡ/ *n* ਜਥਾ, ਦਲ, ਲਸ਼ਕਰ, ਝੁੰਡ, ਹੇੜ੍ਹ, ਧਾੜ, ਵਹੀਰ

horehound, hoarhound /'ਹੋਹਾਉਨਡ/ *n* ਇੱਕ ਕੌੜੀ ਬੂਟੀ ਜਿਸ ਦਾ ਅਰਕ ਖੰਘ ਲਈ ਲਾਭਦਾਇਕ ਹੁੰਦਾ ਹੈ

horizon /ਹਅ'ਰਾਇਜ਼ਨ/ *n* ਦੁਮੇਲ ਜਿੱਥੇ ਜ਼ਮੀਨ ਅਤੇ ਅਸਮਾਨ ਮਿਲਦੇ ਦਿਸਦੇ ਹਨ; ਦਿਸਹੱਦਾ, ਦਿਗਮੰਡਲ, (ਲਾਖਣਕ)ਅਨੁਭਵ, ਰੁਚੀ ਆਦਿ ਦੀ ਸੀਮਾ, ਮਾਨਸਿਕ ਗਿਆਨ

horizontal /,ਹੌਰਿ'ਜ਼ੌਨਟਲ/ *a* ਦਿਸਹੱਦੇ ਦਾ, ਦਿਗਮੰਡਲੀ *n* ਸਮਤਲ ਪਈ ਰੇਖਾ, ਲੇਟਵੀਂ ਰੇਖਾ

hormone /'ਹੋਮਅਉਨ/ *n* ਸਰੀਰ ਦੇ ਅੰਦਰਲਾ ਅਜਿਹਾ ਰਸ ਜੋ ਲਹੂ ਵਿੱਚ ਮਿਲ ਕੇ ਸਰੀਰ ਦੇ ਅੰਗਾਂ ਨੂੰ ਉਤੇਜਿਤ ਕਰਦਾ ਹੈ, ਉਤੇਜਕ ਰਸ, ਹਾਰਮੋਨ

horn /ਹੋਨ/ *n* ਸਿੰਗ; ਨਰਸਿੰਘਾ, ਸਿੰਗੀ, ਸਿੰਗ ਦੀ ਬਣੀ ਹੋਈ ਵਸਤੂ; ਸਮਰਿਧੀ ਦਾ ਪ੍ਰਤੀਕ, ਉੱਲੂ ਦੀ ਕਲਗੀ; ਹਾਰਨ, ਭੋਂਪੂ; ਸ਼ਰਾਬ ਪੀਣ ਜਾਂ ਬਰੂਦ ਰੱਖਣ ਦਾ ਸਿੰਗ; ਦਰਿਆ ਜਾਂ ਖਾੜੀ ਦਾ ਵਧਿਆ ਹਿੱਸਾ *vt* ਸਿੰਗ ਲਾਉਣਾ; (ਵਿਸ਼ੇਸ਼ ਕਰਕੇ ਭੂਤ-ਕ੍ਰਿਦੰਤ ਵਿੱਚ) ਸਿੰਗ ਮਾਰਨਾ, ਸਿੰਗ ਚਲਾਉਣਾ; ਸਿੰਗੀ ਵਜਾਉਣਾ; ਦਖ਼ਲ ਦੇਣਾ; ਰੋਕਣਾ, ਜੱਕੜ ਮਾਰਨਾ **to draw or pull in one's horns** ਪਿੱਛੇ ਹਟਣਾ, ਠੰਢਾ ਪੈਣਾ **to take the bull by the horns** ਔਖ ਦਾ ਅੱਗੇ ਵੱਧ ਕੇ ਟਾਕਰਾ ਕਰਨਾ

hornbill /'ਹੋਨਬਿਲ/ *n* ਇੱਕ ਲੰਬੀ ਚੁੰਝ ਵਾਲਾ ਪੰਛੀ

hornbook /'ਹੋਨਬੁਕ/ *n* ਵਰਨਮਾਲਾ ਵਾਲਾ ਕਾਇਦਾ, ਬਾਲਬੋਧ

horned /ਹੋਨਡ/ *a* ਸਿੰਗਦਾਰ

hornet /'ਹੋਨਿਟ/ *n* ਭੂੰਡ, ਭਰਿੰਡ, ਡੇਹਮੂ **to bring hornet's nest about one's ears** ਭਰਿੰਡਾਂ ਦੀ ਖੱਖਰ ਗਲ ਪੁਆਉਣਾ, ਦੁਸ਼ਮਣਾਂ ਨੂੰ ਉਕਸਾਉਣਾ

horn in *v* ਵਿਘਨ ਪਾਉਣਾ, ਰੋਕਣਾ, ਦਖ਼ਲ-ਅੰਦਾਜ਼ੀ ਕਰਨਾ

horn mad *a* ਪੂਰਾ ਪਾਗਲ

hornpipe /'ਹੋਨਪਾਇਪ/ *n* ਸਿੰਗ ਵਰਗੀ ਸ਼ਹਿਨਾਈ; ਧਮਾਲ (ਔਰਤਾਂ ਦਾ ਲੋਕ ਨਾਚ)

horographer /ਹੌ'ਰੌਗਰਅਫ਼ਅ*/ *n* ਘੜੀਸਾਜ਼

horography /ਹੌ'ਰੌਗਰਅਫ਼ਿ/ *n* ਘੜੀਸਾਜ਼ੀ

horologe /'ਹੌਰਅਲੌਜ/ *n* ਟਾਈਮ ਪੀਸ, ਘੜੀ, ਧੁੱਪ ਘੜੀ

horologer, horologist /,ਹੌ'ਰੌਲਅਜਅ*, ,ਹੌ'ਰੌਲਅਜਿਸਟ / *n* ਘੜੀਸਾਜ਼

horology /ਹੌ'ਰੌਲਅਜਿ/ *n* ਘੜੀਸਾਜ਼ੀ

horoscope /'ਹੌਰਅਸਕਅਉਪ/ *n* (ਵਿਸ਼ੇਸ਼ ਸਮੇਂ ਉੱਪਰ) ਤਾਰਿਆਂ ਦੀ ਹਾਲਤ ਦਾ ਨਿਰੀਖਣ, ਨਖੱਤਰ ਨਿਰੀਖਣ; ਟੇਵਾ, ਜਨਮ-ਪੱਤਰੀ, ਜਨਮ-ਕੁੰਡਲੀ

horoscopy /ਹੌ'ਰੌਸਕਅਪਿ/ *n* ਜੋਤਸ਼, ਜੋਤਸ਼ ਵਿੱਦਿਆ

horrendous /ਹੌ'ਰੈਂਨੰਡਅਸ/ *a* ਅਤਿ ਸਨਸਨੀਖੇਜ਼, ਬਹੁਤ ਜ਼ਿਆਦਾ ਸਦਮਾਜਨਕ

horrent /'ਹੌਰਅਨਟ/ *a* ਲੂੰ-ਕੰਡੇ ਖੜ੍ਹੇ ਕਰਨ ਵਾਲਾ ਭਿਆਨਕ, ਰੋਮਾਂਚਕਾਰੀ

horrible /'ਹੌਰਅਬਲ/ *a* ਘੋਰ, ਪ੍ਰਚੰਡ; ਭਿਆਨਕ, ਡਰਾਉਣਾ, ਵਿਕਰਾਲ, ਭਿਅੰਕਰ; (ਪ੍ਰਚਲਿਤ) ਬਹੁਤ ਬੁਰਾ, ਬਦਸੂਰਤ, ਦੁਖਦਾਈ

horribleness /'ਹੌਰਅਬਲਨਅਸ/ *n* ਪ੍ਰਚੰਡਤਾ, ਭਿਆਨਕਤਾ, ਵਿਕਰਾਲਤਾ, ਭਿਅੰਕਰਤਾ

horrid /'ਹੌਰਿਡ/ *a* ਭਿਅੰਕਰ, ਵਿਕਰਾਲ, ਡਰਾਉਣਾ; ਕਠੋਰ

horridness /'ਹੌਰਿਡਨਅਸ/ *n* ਭਿਅੰਕਰਤਾ, ਵਿਕਰਾਲਤਾ; ਕਠੋਰਤਾ

horrific /ਹਅ'ਰਿਫ਼ਿਕ/ *a* ਭਿਅੰਕਰ, ਭਿਆਨਕ, ਡਰਾਉਣਾ

horrified /'ਹੌਰਿਫ਼ਾਇਡ/ *a* ਭੈ-ਭੀਤ, ਖ਼ੌਫ਼ਨਾਕ

horrify /'ਹੌਰਿਫ਼ਾਇ/ *vt* ਡਰਾ ਦੇਣਾ, ਭੈ-ਭੀਤ ਕਰਨਾ, ਦਿਲ ਕੰਬਾਉਣਾ

horrisonant /ਹੌ'ਰਿਸਅਨਅਨਟ/ *a* ਭਿਆਨਕ ਅਵਾਜ਼ ਵਾਲਾ

horror /'ਹੌਰਅ*/ *n* ਭੈ, ਖ਼ੌਫ਼, ਡਰ; ਘਿਰਨਾ, ਕੁਰਹਿਤ, ਨਫ਼ਰਤ; ਭੈਦਾਇਕ ਚੀਜ਼, ਦਹਿਸ਼ਤੀ ਵਸਤੂ

horse /ਹੋਸ/ *n* ਘੋੜਾ; (ਬਹੁ) ਰਸਾਲਾ, ਘੋੜ ਸਵਾਰ ਫ਼ੌਜ *vt* ਘੋੜੇ ਉੱਤੇ ਚੜ੍ਹਨਾ, ਪਿੱਠ ਉੱਤੇ ਚੜ੍ਹਨਾ **to eat like a horse** ਬਹੁਤ ਖਾਣਾ **to grin through a horse collar** ਅਸ਼ਲੀਲ ਅਤੇ ਭੱਦਾ ਮਖੌਲ ਕਰਨਾ **to look a gift horse in the mouth** ਪੁੰਨ ਦੀ ਵੱਛੀ ਦੇ ਦੰਦ ਗਿਣਨਾ

horse artillery *n* (ਫ਼ੌਜ) ਰਸਾਲਾ

horsebox /'ਹੋਸਬੌਕਸ/ *n* ਘੋੜਾ-ਗੱਡੀ

horse-breaker *n* ਘੋੜਾ ਸਿਧਾਉਣ ਵਾਲਾ ਵਿਅਕਤੀ, ਸਾਈਸ

horse chestnut /ਹੋਸ 'ਚੈਸੱਨਅੱਟ/ *n* ਅਖਰੋਟ ਜਾਤੀ ਦਾ ਨੋਕਦਾਰ ਫੁੱਲ ਗੁੱਛਿਆਂ ਵਾਲਾ ਸਜਾਵਟੀ ਰੁਖ ਜਿਸਦਾ ਫਲ ਵੇਖਣ ਨੂੰ ਸੁਆਦੀ ਫਲਾਂ ਵਰਗਾ ਪਰ ਖਾਣ ਨੂੰ ਕੌੜਾ ਹੁੰਦਾ ਹੈ

horse-cloth *n* ਘੋੜੇ ਦੀ ਕਾਠੀ ਦਾ ਕੱਪੜਾ

horse-coper /'ਹੋਸ,ਕਅਉਪਅ*/ *n* ਘੋੜੇ ਦਾ ਵਪਾਰੀ

horsefly /'ਹੋਸਫ਼ਲਾਇ/ *n* ਘੋੜਾ-ਮੱਖੀ, ਕੁੱਤਾ-ਮੱਖੀ

horselaugh /'ਹੋਸਲਾਫ਼/ *n* ਬਹੁਤ ਉੱਚਾ ਉੱਚਾ ਹਾਸਾ

horse-leech /'ਹੋਸਲੀਚ/ *n* ਵੱਡੀ ਜੋਕ; ਬਹੁਤ ਲਾਲਚੀ ਆਦਮੀ

horseman /'ਹੋਸਮਅਨ/ *n* ਘੋੜਸਵਾਰ, ਸਵਾਰ

horsemanship /'ਹੋਸਮਅਨਸ਼ਿਪ/ *n* ਘੋੜਸਵਾਰੀ, ਸ਼ਾਹਸਵਾਰੀ

horse-marines /'ਹੋਸਮਅਰੀਨਜ਼/ *n* ਕਲਪਿਤ ਸਮੁੰਦਰੀ ਘੋੜਸਵਾਰ ਫ਼ੌਜ, ਅਣਹੋਈ ਵਸਤੂ

horseplay /'ਹੋਸਪਲੇਇ/ *n* ਖਰਮਸਤੀ, ਊਧਮ, ਰੌਲੇ-ਰੱਪੇ ਵਾਲੀ ਖੇਡ

horsepower /'ਹੋਸਪਾਉਅ*/ *n* ਸ਼ਕਤੀ ਦਾ ਮਾਪ, ਉਹ ਮਸ਼ੀਨ ਜਿਹੜੀ ਘੋੜਿਆਂ ਨਾਲ ਚਲਾਈ ਜਾਵੇ ਅਤੇ ਉਸ ਤੋਂ ਦੂਜੀਆਂ ਮਸ਼ੀਨਾਂ ਚੱਲਣ; ਐਨੀ ਤਾਕਤ ਜਿਸ ਨਾਲ 550 ਪੌਂਡ ਭਾਰ ਇੱਕ ਸਕਿੰਟ ਵਿੱਚ ਇੱਕ ਫੁੱਟ ਚੁੱਕਿਆ ਜਾ ਸਕੇ

horseshoe /'ਹੋਸਸ਼ੂ, 'ਹੋਸ਼ਸ਼ੂ/ *n* ਨਾਲ੍ਹ, ਘੋੜੇ ਦੀ ਨਾਲ੍ਹ, ਘੋੜੇ ਦੇ ਖੁਰ ਵਰਗੀ ਵਸਤੂ

horse-trading /'ਹੋਸ,ਟੇਰੇਇਡਿਙ/ *n* ਸੂਝ ਨਾਲ ਕੀਤੀ ਗਈ ਸੌਦੇ-ਬਾਜ਼ੀ

horsy /'ਹੋਸਿ/ *a* ਘੋੜੇ ਵਰਗਾ, ਘੋੜੇ ਨਾਲ ਸੰਬੰਧਿਤ

horticulture /'ਹੋਟਿਕਅੱਲਚਅ*/ *n*

ਬਾਗ਼ਬਾਨੀ, ਬਾਗ਼ਬਾਨੀ ਵਿਗਿਆਨ

horticulturist /ˌਹੌਟਿ'ਕਅੱਲਚਅਰਿਸਟ/ *n* ਬਾਗ਼ਬਾਨੀ ਦਾ ਮਾਹਰ, ਬਾਗ਼ਬਾਨੀ ਵਿਗਿਆਨੀ

hose /ਹਅਉਜ਼/ *n* ਲੰਮੀਆਂ ਜਰਾਬਾਂ, ਮੌਜੇ; (ਪਾਣੀ ਦੇਣ ਲਈ) ਰਬੜ ਆਦਿ ਦੀ ਨਾਲੀ *vt* (ਕਿਸੇ ਨੂੰ) ਲੰਮੀਆਂ ਜਰਾਬਾਂ ਪਹਿਨਾਉਣਾ; ਨਾਲੀ ਨਾਲ ਪਾਣੀ ਦੇਣਾ (ਪੌਦਿਆਂ ਨੂੰ)

hosier /'ਹਅਉਜ਼ਿਅ*/ *n* ਜਰਾਬਾਂ ਬੁਨੈਣਾਂ ਆਦਿ ਵੇਚਣ ਵਾਲਾ, ਹੌਜ਼ਰੀ ਦਾ ਵਪਾਰੀ

hosiery /'ਹਅਉਜ਼ਿਅਰਿ/ *n* ਜਰਾਬਾਂ ਬੁਨੈਣਾਂ ਆਦਿ ਦੀ ਦੁਕਾਨ ਜਾਂ ਇਹਨਾਂ ਦਾ ਕਾਰਖ਼ਾਨਾ, ਹੌਜ਼ਰੀ

hospice /'ਹੌਸਪਿਸ/ *n* ਅਨਾਥ ਆਸ਼ਰਮ

hospitable /ਹੌ'ਸਪਿਟਅਬਲ, 'ਹੌਸਪਿਟਅਬਲ/ *a* ਮਹਿਮਾਨਨਿਵਾਜ਼, ਖ਼ਾਤਰਦਾਰ; (ਮਾਹੌਲ ਆਦਿ) ਸੁਖਾਵਾਂ

hospitableness /ਹੌ'ਸਪਿਟਅਬਲਨਅਸ, 'ਹੌਸਪਿਟਅਬਲਨਅਸ/ *n* ਮਹਿਮਾਨਨਿਵਾਜ਼ੀ, ਖ਼ਾਤਰਦਾਰੀ

hospital /'ਹੌਸਪਿਟਲ/ *n* ਹਸਪਤਾਲ, ਸ਼ਫ਼ਾਖ਼ਾਨਾ; ਖ਼ਰੈਤੀ ਸਕੂਲ ਆਦਿ, ਲੋਕ ਭਲਾਈ ਦੀ ਥਾਂ; (ਇਤ) ਮਹਿਮਾਨਖ਼ਾਨਾ

hospitalism /'ਹੌਸਪਿਟਲਿਜ਼ਮ/ *n* ਚਿਕਿਤਸਾ ਪ੍ਰਬੰਧ, ਹਸਪਤਾਲੀ ਪ੍ਰਬੰਧ

hospitality /ˌਹੌਸਪਿ'ਟੈਲਅਟਿ/ *n* ਪਰਾਹੁਣਾਚਾਰੀ, ਮਹਿਮਾਨਨਿਵਾਜ਼ੀ, ਖ਼ਾਤਰਦਾਰੀ

hospitalization /ˌਹੌਸਪਿਟਅਲਾਇ'ਜ਼ੇਇਸ਼ਨ/ *n* ਚਿਕਿਤਸਾ ਲਈ ਹਸਪਤਾਲ ਵਿੱਚ ਕੀਤੀ ਭਰਤੀ ਜਾਂ ਦਾਖ਼ਲਾ

hospitalize /'ਹੌਸਪਿਟਅਲਾਇਜ਼/ *vt* ਚਿਕਿਤਸਾ ਲਈ ਹਸਪਤਾਲ ਵਿੱਚ ਭਰਤੀ ਕਰਨਾ, ਦਾਖ਼ਲ ਕਰਨਾ

host[1] /ਹਅਉਸਟ/ *n* ਮੇਜ਼ਬਾਨ, ਜਜ਼ਮਾਨ; ਸਰਾਂ ਦਾ ਮਾਲਕ; ਰੱਬੀ ਭੋਜ ਦੀ ਰੋਟੀ; ਜਮਾਤ, ਭੀੜ, ਇਕੱਠ, (ਪਰਾ) ਫ਼ੌਜ, ਲਸ਼ਕਰ, ਦਲ, ਪ੍ਰੋਗਰਾਮ ਚਲਾਉਣ ਜਾਂ ਇੰਟਰਨੈੱਟ ਸੇਵਾਵਾਂ ਪ੍ਰਾਪਤ ਕਰਨ ਲਈ ਵਰਤਿਆ ਜਾ ਰਿਹਾ ਕੰਪਿਊਟਰ

hostage /'ਹੌਸਟਿਜ/ *n* ਬੰਦੀ, ਯਰਗਮਾਲ; ਉਹ ਵਿਅਕਤੀ ਜੋ ਜ਼ਮਾਨਤ ਵਜੋਂ ਦੁਸ਼ਮਣ ਦੇ ਹਵਾਲੇ ਕੀਤਾ ਜਾਵੇ

hostel /'ਹੌਸਟਲ/ *n* ਵਿਦਿਆਰਥੀਆਂ ਦੀ ਰਿਹਾਇਸ਼ੀ ਥਾਂ, ਛਾਤਰਾਵਾਸ, ਹੋਸਟਲ; (ਪਰਾ) ਸਰਾਂ, ਧਰਮਸ਼ਾਲਾ

hosteller /'ਹੌਸਟ(ਅ)ਲਅ*/ *n* ਹੋਟਲ ਦਾ ਮੈਨੇਜਰ; ਹੋਸਟਲ ਵਿੱਚ ਰਹਿਣ ਵਾਲਾ

hostess /'ਹਅਉਸਟਅਸ, -ਟੈੱਸ/ *n* ਮੇਜ਼ਬਾਨ ਔਰਤ; ਏਅਰ ਹੋਸਟੈਸ

hostile /'ਹੌਸਟਾਇਲ/ *a* ਵਿਰੋਧੀ, ਪ੍ਰਤਿਕੂਲ, ਉਲਟ; ਵੈਰ ਭਰਿਆ, ਵੈਰਪੂਰਨ, ਦੁਸ਼ਮਣੀ ਵਾਲਾ

hostility /ਹੌ'ਸਟਿਲਅਟਿ/ *n* ਵਿਰੋਧ, ਵੈਰ, ਵੈਰ ਭਾਵ, ਦੁਸ਼ਮਣੀ, ਲੜਾਈ ਝਗੜਾ

hot /ਹੌਟ/ *a* ਗਰਮ, ਤਪਿਆ ਹੋਇਆ, ਤੱਤਾ; ਕੌੜਾ, ਕਰਾਰਾ, (ਸੁਆਦ ਵਿੱਚ) ਤੇਜ਼, ਤੀਖਣ, ਚਟਪਟਾ; ਪ੍ਰਚੰਡ, ਤੀਬਰ; ਅੱਗ ਨਾਲ ਭਰਿਆ ਹੋਇਆ, ਗੁਸੈਲਾ, ਭਰਿਆ-ਪੀਤਾ; ਜੋਸ਼ ਵਿੱਚ; ਉਤੇਜਿਤ; (ਖ਼ਬਰਾਂ ਆਦਿ) ਤਾਜ਼ਾ, ਗਰਮਾ-ਗਰਮ, ਨਵੀਆਂ; (ਮੁਕਾਬਲੇ ਵਿੱਚ) ਜਿਸ ਦੀ ਜਿੱਤ ਦੀ ਸਭ ਤੋਂ ਅਧਿਕ ਸੰਭਾਵਨਾ ਹੋਵੇ; (ਸੰਗੀਤ, ਨਾਚ ਆਦਿ) ਤਾਲਬੱਧ, ਅਤਿ ਉੱਤਮ

hot air *n* (ਅਪ) ਘਮੰਡ ਵਾਲੀ ਗੱਲਬਾਤ, ਸ਼ੇਖ਼ੀ

hotbed /'ਹੌਟਬੈੱਡ/ *n* ਬੀਜ ਬੀਜਣ ਲਈ ਖਾਦ ਨਾਲ ਢੱਕੀ ਕਿਆਰੀ, ਬੁਰਾਈਆਂ ਦਾ ਅੱਡਾ

hot-blooded /ˌਹੌਟ'ਬਲਅੱਡਿਡ/ *a* ਤੇਜ਼ ਤਬੀਅਤ ਵਾਲਾ, ਗਰਮ ਸੁਭਾਅ ਵਾਲਾ, ਛੇਤੀ ਭੜਕ ਜਾਣ ਵਾਲਾ, ਕ੍ਰੋਧਿਤ ਹੋ ਜਾਣ ਵਾਲਾ

hot-brained, hot-headed /'ਹੌਟਬਰੇਇਨਡ, ˌਹੌਟ'ਹੈੱਡਿਡ/ *a* ਗਰਮ ਮਿਜ਼ਾਜ, ਕ੍ਰੋਧੀ

Hotchkiss /'ਹੌਚਕਿਸ/ *n* ਇੱਕ ਕਿਸਮ ਦੀ ਮਸ਼ੀਨਗੰਨ

hotchpotch, hotchpot /'ਹੌਚਪੌਚ, 'ਹੌਚਪੌਟ/

n (ਸਬਜ਼ੀ, ਮਾਸ ਆਦਿ ਦਾ ਮਿਲਿਆ) ਮਿਲਗੋਭਾ, ਖਿਚੜੀ; ਮਿਸ਼ਰਨ, ਮਿਲਾਵਟ; (ਜਾਇਦਾਦ ਆਦਿ ਵਿੱਚ) ਹੇਰਾਫੇਰੀ, ਗੋਲਮਾਲ

hot dog /'ਹੌਟ ਡੌਗ/ *n* ਚਟਨੀ ਆਦਿ ਪਾ ਕੇ ਬ੍ਰੈੱਡ ਦਾ ਬਣਾਇਆ ਰੋਲ

hotel /ਹਅਉ'ਟੈੱਲ/ *n* ਵੱਡੀ ਸਰਾਂ ਜਾਂ ਮੁਸਾਫ਼ਰਖ਼ਾਨਾ, ਹੋਟਲ

hothead /'ਹੌਟਹੈੱਡ/ *n* ਸਿੱਟੇ ਤੋਂ ਬੇਫ਼ਿਕਰ ਤੁਰੰਤ ਕਦਮ ਉਠਾਉਣ ਵਾਲਾ ਵਿਅਕਤੀ, ਕਾਹਲਾ ਵਿਅਕਤੀ

hotline /'ਹੌਟਲਾਇਨ/ *n* ਸੰਕਟਕਾਲੀ ਸੰਚਾਰ ਸਾਧਨ

hotness /ਹੌਟਨਅਸ/ *n* ਗਰਮੀ, ਤਾਪ, ਤੀਖਣਤਾ; ਕ੍ਰੋਧ, ਪ੍ਰਚੰਡਤਾ

hot pants *n* ਛੋਟੀ ਅਤੇ ਤੰਗ ਪਜਾਮੀ

hot potato *n* ਅਜਿਹੀ ਸਮੱਸਿਆ ਜਿਸ ਨੂੰ ਨਜਿੱਠਣਾ ਕਠਨ ਹੋਵੇ

hot seat *n* ਮਹੱਤਵਪੂਰਨ ਅਤੇ ਕਠਨ ਕੰਮ ਦੀ ਜ਼ੁੰਮੇਵਾਰੀ ਵਾਲਾ ਵਿਅਕਤੀ

hot spot *n* (ਰਾਜਨੀਤਿਕ ਮਸਲਿਆਂ ਕਾਰਨ) ਲੜਨ-ਭਿੜਨ ਵਾਲੀ ਥਾਂ, ਸਰਗਰਮੀ ਜਾਂ ਜਸ਼ਨ ਦਾ ਸਥਾਨ; ਅੱਗ ਦੇ ਸੇਕ ਨਾਲ ਜਾਂ ਧੁੱਪ ਨਾਲ ਤਪਿਆ ਹੋਇਆ ਥਾਂ

hotspur /'ਹੌਟਪਅ*/ *a* ਉਤਾਵਲਾ, ਕਾਹਲਾ

hot stuff *n* ਅਤਿ ਕਾਮੀ ਮਨੁੱਖ ਜਾਂ ਔਰਤ, ਕਾਮ ਉਤੇਜਿਤ ਕਰਨ ਵਾਲੀ ਫਿਲਮ; ਕਿਸੇ ਕੰਮ ਵਿੱਚ ਪੂਰਨ ਮਾਹਰ ਬੰਦਾ, ਕ੍ਰੋਧਿਤ ਜਾਂ ਨਰਾਜ਼ ਕਰਨ ਵਾਲੇ ਸਖ਼ਤ ਸ਼ਬਦ

hot water *n* ਮੁਸੀਬਤ, ਬਿਪਤਾ

hough, hock /ਹੌਫ਼, ਹੌਕ/ *n* ਪਸ਼ੂ ਦੀ ਖੁੱਚ *v* (ਪਸ਼ੂ ਨੂੰ) ਖੁੱਚ ਵੱਢ ਕੇ ਲੰਗੜਾ ਕਰ ਦੇਣਾ

hound /ਹਾਉਨਡ/ *n* ਸ਼ਿਕਾਰੀ ਕੁੱਤਾ; ਨੀਚ ਆਦਮੀ, ਕਮੀਨਾ ਆਦਮੀ, (ਖ਼ਰਗੋਸ਼ ਅਤੇ ਕੁੱਤਿਆਂ ਦੀ ਦੌੜ ਦੀ ਖੇਡ ਵਿੱਚ) ਬੋ ਜਾਂ ਗੰਧ ਪਿੱਛੇ ਦੌੜਨ ਵਾਲਾ ਖਿਡਾਰੀ *vt* ਕੁੱਤਿਆਂ ਨੂੰ ਲੈ ਕੇ ਸ਼ਿਕਾਰ ਖੇਡਣਾ, ਸ਼ਿਸ਼ਕਾਰਨਾ, (ਕੁੱਤੇ ਨੂੰ ਸ਼ਿਕਾਰ ਦੇ ਪਿੱਛੇ) ਛੱਡਣਾ; (ਅਲੰਕਾਰਕ) ਕਿਸੇ ਵਿਅਕਤੀ ਨੂੰ ਹੋਰ ਵਿਅਕਤੀ ਦੇ ਪਿੱਛੇ ਲਾਉਣਾ; ਉਕਸਾਉਣਾ, ਉਤੇਜਿਤ ਕਰਨਾ (ਕਿਸੇ ਕੰਮ ਲਈ)

hour /'ਆਉਅ*/ *n* ਸੱਠ ਮਿੰਟ ਦਾ ਸਮਾਂ, ਘੰਟਾ; ਥੋੜ੍ਹਾ ਸਮਾਂ, ਘੜੀ ਭਰ ਸਮਾਂ; (ਬਹੁ) ਨਿੱਤ ਦੇ ਕੰਮ ਲਈ ਨਿਯਤ ਸਮਾਂ, ਮੁਕੱਰਰ ਵਕਤ; ਵਕਤ (ਘੜੀ ਵਿੱਚ) **at the eleventh hour** ਆਖ਼ਰੀ ਵਕਤ ਉੱਤੇ, ਅੰਤਿਮ ਸਮੇਂ ਉੱਤੇ, ਅਖ਼ੀਰ ਉੱਤੇ **bad or late hours** ਕੁਵੇਲਾ (ਸੌਣ ਜਾਂ ਉੱਠਣ ਦਾ ਵਕਤ) **small hours** ਅੰਮ੍ਰਿਤ ਵੇਲਾ **the question of the hour** ਮੌਜੂਦਾ ਮਸਲਾ, ਹਥਲੀ ਸਮੱਸਿਆ

hour hand *n* ਘੰਟੇ ਵਾਲੀ ਸੂਈ

house /ਹਾਉਸ/ *n* ਮਕਾਨ, ਘਰ, ਨਿਵਾਸ ਸਥਾਨ, ਧਾਮ; ਖ਼ਾਨਦਾਨ, ਘਰਾਣਾ, ਵੰਸ਼, ਕੁਲ, ਕੁਟੰਬ; (ਥੀਏਟਰ ਵਿੱਚ) ਤਮਾਸ਼ਬੀਨ; ਵਪਾਰਕ ਕਾਰਖ਼ਾਨਾ, ਕੋਠੀ ਜਾਂ ਮੰਡਲ; ਧਰਮਸ਼ਾਲਾ, ਸਰਾਂ, ਮੁਸਾਫ਼ਰਖਾਨਾ; ਸਭਾ, ਸਦਨ; ਗੁਦਾਮ *v* ਸ਼ਰਨ ਦੇਣਾ, ਥਾਂ ਦੇਣਾ, ਠਹਿਰਾਉਣਾ, ਉਤਾਰਨਾ; ਗੁਦਾਮ ਵਿੱਚ ਰੱਖਣਾ; ਸ਼ਰਨ ਲੈਣਾ, ਪਨਾਹ ਲੈਣਾ, ਰਹਿਣਾ, ਠਹਿਰਨਾ, ਟਿਕਣਾ, ਉੱਤਰਨਾ **keep open house** ਆਏ-ਗਏ ਦੀ ਸੇਵਾ ਕਰਨਾ

house cat *n* ਪਾਲਤੂ ਬਿੱਲੀ

housefly /'ਹਾਉਸਫ਼ਲਾਇ/ *n* ਪਸ਼ੂਆਂ ਨੂੰ ਤੰਗ ਕਰਨ ਵਾਲੀ ਵੱਡੇ ਆਕਾਰ ਦੀ ਮੱਖੀ

houseful /'ਹਾਉਸਫ਼ੁਲ/ *n* ਘਰ ਭਰ, ਪਰਿਵਾਰ ਦੇ ਮੈਂਬਰ

household /'ਹਾਉਸਹਅਉਲਡ/ *n* ਘਰ-ਬਾਰ, ਕੁਟੰਬ, ਗ੍ਰਿਸਤੀ (ਮਨੁੱਖ)

householder /'ਹਾਉਸਹਅਉਲਡਅ*/ *a* ਘਰ-ਬਾਰ ਵਾਲਾ, ਕੁਟੰਬ ਵਾਲਾ, ਗ੍ਰਿਸਤੀ (ਮਨੁੱਖ)

house husband *n* ਘਰ ਵਿੱਚ ਰੋਟੀ ਟੁੱਕ ਕਰਨ ਵਾਲਾ ਅਤੇ ਬੱਚੇ ਸਾਂਭਣ ਵਾਲਾ ਪਤੀ, ਬਾਹਰੋਂ ਕਮਾਈ ਕਰਕੇ ਨਾ ਲਿਆਉਣ ਵਾਲਾ ਪਤੀ, ਗ੍ਰਹਿਣੀ ਦਾ ਕਾਰਜ ਕਰਨ ਵਾਲਾ ਪਤੀ

housekeeper /'ਹਾਉਸਕੀਪਅ*/ *n* ਗ੍ਰਹਿਣੀ,

ਸੁਆਣੀ; ਘਰ ਦਾ ਪ੍ਰਬੰਧ ਕਰਨ ਵਾਲਾ ਵਿਅਕਤੀ ਨਿਗਰਾਨ

houseless /'ਹਾਉਸਲਅਸ/ *a* ਬੇਘਰਾ, ਨਿਘਰਾ

housemaid /'ਹਾਉਸਮੇਇਡ/ *n* ਨੌਕਰਾਣੀ

house of cards *n* ਤਾਸ਼ ਦੇ ਪੱਤਿਆਂ ਦਾ ਘਰ, ਹਵਾਈ ਕਿਲ੍ਹਾ, ਅਣਹੋਣੀ ਯੋਜਨਾ, ਕਾਮਯਾਬ ਨਾ ਹੋ ਸਕਣ ਵਾਲੀ ਸੰਸਥਾ

house of God *n* ਰੱਬ ਦਾ ਘਰ, ਗਿਰਜਾ, ਮੰਦਰ, ਮਸੀਤ, ਗੁਰਦੁਆਰਾ

house of ill fame *n* ਵੇਸਵਾ ਦਾ ਕੋਠਾ, ਰੰਡੀ ਬਜ਼ਾਰ, ਚਕਲਾ

house-surgeon *n* ਹਸਪਤਾਲ ਵਿੱਚ ਰਹਿਣ ਵਾਲਾ ਡਾਕਟਰ, ਹਾਊਸ ਸਰਜਨ

house-warming /'ਹਾਉਸ,ਵੋਮਿਙ/ *n* ਚੱਠ

housewife /'ਹਾਉਸਵਾਇਫ਼/ *n* ਗ੍ਰਹਿਣੀ, ਸੁਆਣੀ

housing /'ਹਾਉਜ਼ਿਙ/ *n* ਸ਼ਰਨ, ਥਾਂ, ਘਰ, ਬਸੇਰਾ, ਮਕਾਨ (ਦੇਣਾ); ਸਜਾਵਟ, ਘਰ ਦਾ ਸਮਾਨ

housing benefit *n* (ਬਰਤਾਨੀਆ ਵਿੱਚ) ਘੱਟ ਆਮਦਨ ਵਾਲੇ ਲੋਕਾਂ ਨੂੰ ਮਕਾਨ ਕਿਰਾਏ ਵਜੋਂ ਦਿੱਤੀ ਸਰਕਾਰੀ ਸਹਾਇਤਾ

hovel /'ਹੌਵ੍ਲ/ *n* ਛੱਪਰੀ, ਕੁੱਲੀ, ਟੱਪਰੀ, ਟੁੱਟੀ-ਫੁੱਟੀ ਗੰਦੀ ਝੁੱਗੀ, ਢਾਰਾ, ਕੁਟੀਆ, ਛੱਪਰ, ਆਸਰਾ, ਸਾਇਬਾਨ

hover /'ਹੌਵ੍ਅ*/ *n* ਮੰਡਲਾਉਣ; ਦੁਬਿਧਾ, ਅਨਿਸ਼ਚਾ *vt* ਚੱਕਰ ਕੱਟਣਾ; ਦੁਬਿਧਾ ਵਿੱਚ ਪੈਣਾ, ਰੁਕਣਾ

hovercraft /'ਹੌਵ੍ਅਕਰਾਫ਼ਟ/ *n* ਪਾਣੀ ਦੀ ਸਤ੍ਹਾ ਜਾਂ ਜ਼ਮੀਨ ਦੇ ਨਜ਼ਦੀਕ ਉੱਡ ਸਕਣ ਵਾਲਾ ਜਹਾਜ਼, ਹੋਵਰਕਰਾਫਟ

how /ਹਾਉ/ *adv* ਕਿਸ ਤਰ੍ਹਾਂ, ਕਿਵੇਂ, ਕਿਸ ਕਾਰਨ, ਕਿੱਦਾਂ, ਕਿੰਜ *a* ਕਿਤਨਾ, ਕਿਹੋ ਜਿਹਾ, ਕਿੰਨਾ ਕੁ *n* ਤਰੀਕਾ, ਕਾਰਜ-ਵਿਧੀ

however /ਹਾਉ'ਐਵ੍ਅ*/ *adv* ਪਰ ਕੁਝ ਵੀ ਹੋਵੇ, ਹਰ ਹਾਲਤ ਵਿੱਚ; ਐਪਰ, ਫਿਰ ਵੀ; ਕਿੰਨਾ ਹੀ

howitzer /'ਹਾਉਇਟਸਅ*/ *n* ਲੰਮੀ ਮਾਰ ਵਾਲੀ ਤੋਪ, ਹੋਵਿਟਜ਼ਰ

howl /ਹਾਉਲ/ *n* (ਕੁੱਤੇ, ਭੇੜੀਏ ਆਦਿ ਦੀ) ਹਵਾਂਕ, ਚਾਂਗਰ, ਚੀਕ, ਆਹ ਦਾ ਨਾਹਰਾ; ਹਾਸੇ-ਠੱਠੇ ਦੀ ਅਵਾਜ਼ *vt* (ਜਾਨਵਰਾਂ ਦਾ) ਹਵਾਂਕਣਾ, ਚਾਂਗਰਨਾ, ਭੌਂਕਣਾ; (ਆਦਮੀਆਂ ਦਾ) ਦਰਦ ਨਾਲ ਚੀਕਣਾ, ਚਿੱਲਾ ਕੇ ਰੋਣਾ, ਵਾਵੇਲਾ ਕਰਨਾ; ਹਾਸੇ-ਠੱਠੇ ਵਜੋਂ ਜਾਂ ਮਜ਼ਾਕ ਉਡਾਉਣ ਲਈ ਚੀਕਣਾ

howler /'ਹਾਉਲਅ*/ *n* ਚਿੱਲਾਉਣ ਵਾਲਾ ਵਿਅਕਤੀ; ਬੱਜਰ ਗਲਤੀ

howlet /'ਹਾਉਲਿਟ/ *n* ਉੱਲੂ, ਉੱਲਾ ਦਾ ਬੱਚਾ

howling /'ਹਾਉਲਿਙ/ *a* ਚੀਕ-ਚਿਹਾੜੇ ਵਾਲਾ, ਸ਼ੋਰ ਸ਼ਰਾਬੇ ਵਾਲਾ

howsoever /,ਹਾਉਸਅਉ'ਐਵ੍ਅ*/ *adv* ਜਿਵੇਂ–ਕਿਵੇਂ, ਜਿਉਂ–ਤਿਉਂ, ਜਿਹਾ–ਕਿਹਾ; ਕਿਵੇਂ ਨਾ ਕਿਵੇਂ, ਕਿਸੇ ਤਰ੍ਹਾਂ ਵੀ, ਕਿਸੇ ਨਾ ਕਿਸੇ ਤਰ੍ਹਾਂ, ਜਿਵੇਂ ਵੀ, ਚਾਹੇ ਜਿੰਨਾ

hoy[1] /ਹੌਇ/ *int* ਧਿਆਨ ਖਿੱਚਣ ਲਈ ਸ਼ਬਦ, ਓਇ, ਵੂਏ!, ਹੋ!, ਹੋ ਹੋ!

hoy[2] *n* ਛੋਟਾ ਜਹਾਜ਼, ਛੋਟਾ ਬਾਦਬਾਨੀ ਜਹਾਜ਼

hoyden, hoiden /'ਹੌਇਡਨ/ *n* ਚੰਚਲ ਕੁੜੀ, ਛਿੰਦੀ, ਡਾਰੀ

hoydenhood, hoidenism /'ਹੌਇਡਨਹੁਡ, 'ਹੌਇਡਨਇਜ਼ਅਮ/ *n* ਚੰਚਲਤਾ, ਛਿੰਦਾਪੁਣਾ

h.p. /,ਏਇਚ 'ਪੀ/ *abbr.* ਵੇਖੋ **horse power**

hr *abbr.* **hour** ਦਾ ਸੰਖੇਪ ਰੂਪ, ਵੇਖੋ **hour**

HTML /,ਏਇਚ ਟੀ ਐਮੱ 'ਐੱਲ/ *abbr* **Hypertext Mark-up Language** ਦਾ ਸੰਖੇਪ ਰੂਪ, ਵੈੱਬ ਪੰਨਿਆਂ ਵਾਸਤੇ ਲਿਖਤ ਵਿੱਚ ਨਿਸ਼ਾਨਦੇਹੀ ਕਰਨ ਲਈ ਪ੍ਰਨਾਲੀ ਤਾਂ ਕਿ ਤਸਵੀਰਾਂ ਆਦਿ ਪ੍ਰਾਪਤ ਕੀਤੀਆਂ ਜਾ ਸਕਣਾ

HTTP /,ਏਇਚ ਟੀ ਟੀ 'ਪੀ/ *abbr* **Hypertext Transfer Protocol** ਦਾ

ਸੰਖੇਪ ਰੂਪ, ਇੰਟਰਨੈੱਟ ਉੱਤੇ ਅੰਕੜਿਆਂ ਦੇ ਅਦਾਨ-ਪ੍ਰਦਾਨ ਲਈ ਨੇਮ-ਪ੍ਰਨਾਲੀ

hub /**ਹਅੱਬ**/ *n* (ਪਹੀਏ ਦੀ) ਨਾਭ, ਧੁਰਾ, ਵਿਚਕਾਰ ਦਾ ਹਿੱਸਾ; ਕੇਂਦਰ, ਪ੍ਰਮੁੱਖ ਵਿਸ਼ਾ

hubble-bubble /**'ਹਅੱਬਲਬਅੱਬਲ**/ *n* ਹੁੱਕਾ, ਗੁੜਗੁੜੀ; ਹੁੱਕੇ ਦੀ ਗੁੜਗੁੜ, ਅਸਪੱਸ਼ਟ ਗੱਲਬਾਤ

hubbub /**'ਹਅੱਬਅੱਬ**/ *n* ਖਲਬਲੀ, ਦੰਗਾ, ਕ੍ਰਾਂਤੀ, ਵਿਦ੍ਰੋਹ; ਗੜਬੜ, ਸ਼ੋਰ–ਸ਼ਰਾਬਾ, ਰੌਲਾ–ਰੱਪਾ, ਰੌਲਾ–ਗੌਲਾ

hubby /**'ਹਅੱਬਿ**/ *n* **husband** ਦਾ ਬੋਲਚਾਲੀ ਰੂਪ, ਪਤੀ, ਘਰ ਵਾਲਾ, ਕੰਤ, ਖ਼ਾਵੰਦ, ਖ਼ਸਮ; ਗੱਭਰੂ

hubris /**'ਹਯੂਬਰਿਸ**/ *n* ਹੰਕਾਰ, ਗਰਬ ਗੁਮਾਨ

hubristic /**ਹਯੂ'ਬਰਿਸਟਿਕ**/ *a* ਹੰਕਾਰੀ, ਘਮੰਡੀ

huckaback /**'ਹਅੱਕਅਬੈਕ**/ *n* ਤੌਲੀਏ ਦਾ ਕੱਪੜਾ

huckle /**'ਹਅੱਕਲ**/ *n* ਪੁੱਠਾ, ਕੁੱਲਾ, ਪੁੜਾ

huckleberry /**'ਹਅੱਕਲਬਅਰਿ**/ *n* ਉੱਤਰੀ ਅਮਰੀਕਾ ਦੀ ਇੱਕ ਝਾੜੀ

huckle-bone /**'ਹਅੱਕ(ਅ)ਲਬਅਉਨ**/ *n* ਪੁੱਠੇ ਦੀ ਹੱਡੀ

huckster /**'ਹਅੱਕਸਟਅ***/ *n* ਫੇਰੀ ਵਾਲਾ, ਵਣਜਾਰਾ, ਡੱਗੀ ਵਾਲਾ; ਭਾੜੇ ਦਾ ਟੱਟੂ *vt* ਮਿਲਾਵਟ ਕਰਨਾ; ਨਿੱਕਾ ਮੋਟਾ ਕੰਮ ਕਰਨਾ; ਮੁੱਲ ਕਰਨਾ, ਸੌਦਾ ਕਰਨਾ

huddle /**'ਹਅੱਡਲ**/ *n* (ਲੋਕਾਂ ਦਾ) ਉੱਗੜ–ਦੁੱਗੜ ਇਕੱਠ; ਭੀੜ–ਭੜੱਕਾ, ਗੜਬੜ, ਘੜਮੱਸ *vt* ਉਘੜ-ਦੁਘੜਾ; ਢੇਰ ਲਾ ਦੇਣਾ; (ਵਸਤੂਆਂ ਆਦਿ ਨੂੰ) ਘਬਰਾਹਟ ਨਾਲ ਛੇਤੀ–ਛੇਤੀ ਸਮੇਟਣਾ, ਬੇਤਰਤੀਬੀ ਨਾਲ ਇਕੱਤਰ ਕਰਨਾ; (ਕਿਸੇ ਵਸਤੂ ਵਿੱਚ) ਘੁਸੇੜ ਦੇਣਾ, ਠੋਸ ਦੇਣਾ, ਭਰ ਦੇਣਾ; ਗੁੱਛਮ-ਗੁੱਛਾ ਹੋਣਾ, ਹੱਥ-ਪੈਰ ਸਮੇਟ ਲੈਣਾ

hue[1]/**ਹਯੂ**/ *n* ਰੰਗ, ਭਾਹ, ਛਬ, ਆਭਾ, ਰੰਗਤ

hue[2] *n* ਸ਼ੋਰ, ਰੌਲਾ-ਰੱਪਾ, ਰੌਲਾ–ਗੌਲਾ, ਚਿੱਲਾਹਟ, ਕੋਲਾਹਲ **hue and cry** ਦੁਹਾਈ, ਰੌਲਾ–ਗੌਲਾ, ਹਾਲ-ਪਾਹਰਿਆ, ਚੀਕ-ਚਿਹਾੜਾ

hueless /**'ਹਯੂਲਅਸ**/ *a* ਰੰਗਹੀਣ

huer /**'ਹਯੂਅ***/ *n* ਸਮੁੰਦਰ ਦੇ ਕਿਨਾਰੇ ਦਾ ਪਹਿਰੇਦਾਰ

huff /**ਹਅੱਫ਼**/ *n* ਰੋਹ, ਗੁੱਸਾ, ਤਾਅ; (ਡਰਾਫਟ ਖੇਡ) ਮੋਹਰਾ ਚੁਕਾਈ *vt* ਸ਼ੇਖੀ ਮਾਰਨਾ; ਤੈਸ਼ ਵਿੱਚ ਆਉਣਾ, ਗੁੱਸੇ ਵਿੱਚ ਹੋਣਾ

huffer /**'ਹਅੱਫ਼ਅ**/ *n* ਦੋਸ਼ੀ ਜਾਂ ਦੰਭੀ ਮਨੁੱਖ

huffing /**ਹਅੱਫ਼ਿਙ**/ *n* ਕ੍ਰੋਧ, ਗੁੱਸਾ

huffish /**'ਹਅੱਫ਼ਿਸ਼**/ *a* ਕ੍ਰੋਧੀ, ਗੁੱਸੇਖੋਰ

huffishness /**'ਹਅੱਫ਼ਿਸ਼ਨਅਸ**/ *n* ਕ੍ਰੋਧ, ਖਿਝ, ਚਿੜ੍ਹ

hug /**ਹਅੱਗ**/ *n* ਜੱਫੀ, ਪਕੜ *vt* ਗਲ ਲਾਉਣਾ, ਕਲਾਵੇ ਵਿੱਚ ਲੈਣਾ, ਜੱਫੀ ਪਾਉਣਾ; (ਰਿੱਛ ਦਾ ਆਦਮੀ ਨੂੰ ਫੜ ਕੇ) ਅਗਲੀਆਂ ਲੱਤਾਂ ਵਿੱਚ ਦਬਾਉਣਾ; (ਮੁਤਅੱਸਬੀ ਵਿਚਾਰਾਂ ਆਦਿ ਉੱਤੇ) ਡਟਿਆ ਰਹਿਣਾ, ਸਖ਼ਤੀ ਨਾਲ ਕਾਇਮ ਰਹਿਣਾ; ਆਪਣੇ ਮੂੰਹ ਮੀਆਂ ਮਿੱਠੂ ਬਣਨਾ, ਸਵੈਪ੍ਰਸ਼ੰਸਾ ਕਰਨਾ, ਆਤਮ ਸ਼ਲਾਘਾ ਕਰਨਾ; (ਜਹਾਜ਼ ਜਾਂ ਬੇੜੀ ਦੇ) ਕਿਨਾਰੇ ਦੇ ਨੇੜੇ–ਨੇੜੇ ਰਹਿਣਾ

huge /**ਹਯੂਜ**/ *a* ਬਹੁਤ ਵੱਡਾ, ਮਹਾਨ, ਵਿਸ਼ਾਲ, ਵਿਰਾਟ, ਭਾਰੀ

hugely /**'ਹਯੂਜਲਿ**/ *adv* ਵਿਸ਼ਾਲ ਰੂਪ ਵਿੱਚ

hugeness /**ਹਯੂਜਨਅਸ**/ *n* ਮਹਾਨਤਾ, ਵਿਸ਼ਾਲਤਾ, ਭਾਰੀਪਣ

hugeous /**'ਹਯੂਜਅਸ**/ *a* (ਵਿਅੰਗ ਨਾਲ) ਵਿਸ਼ਾਲ, ਵਿਰਾਟ

hugeousness /**'ਹਯੂਜਅਸਨਅਸ**/ *n* ਵਿਸ਼ਾਲਤਾ, ਵਿਰਾਟਤਾ

hugger-mugger /**'ਹਅੱਗਅ, ਮਅੱਗਅ***/ *n* ਭੇਦ, ਲੁਕਾਅ, ਬੇਤਰਤੀਬਾਪਣ, ਘੁਸਰ–ਮੁਸਰ, ਖ਼ੁਫ਼ੀਆ; ਘੜਮੱਸ; ਗੜਬੜ *a* ਲੁਕਿਆ

ਹੋਇਆ, ਗੁਪਤ *adv* ਲੁਕਵੇਂ ਢੰਗ ਨਾਲ *v* ਲੁਕਾਉਣਾ, ਛੁਪਾਉਣਾ, (ਮਾਮਲੇ ਨੂੰ) ਦੱਬ ਦੇਣਾ, ਲੁਕਾ ਲੈਣਾ; (ਕੋਈ ਕੰਮ) ਗੁਪਤ ਰੂਪ ਵਿੱਚ ਵਿਗੜ ਜਾਣਾ, ਗੜਬੜ ਹੋ ਜਾਣਾ

hulk /ਹਅੱਲਕ/ *n* ਪੁਰਾਣੇ ਜਾਂ ਬੇਕਾਰ ਜਹਾਜ਼ ਦਾ ਖੋਖਾ (ਜੋ ਸਟੋਰ ਜਾਂ ਗੁਦਾਮ ਆਦਿ ਲਈ ਵਰਤਿਆ ਜਾਵੇ); ਭਾਰੀ ਚੀਜ਼

hulking /'ਹਅੱਲਕਿਙ/ *a* ਭਾਰਾ, ਕੁਢੱਬਾ, ਕਰੂਪ, ਭੱਦਾ

hull /ਹਅੱਲ/ *n* ਛਿਲਕਾ, ਛਿੱਲੜ, ਫੋਕੜ; ਖੋਖਾ, ਖ਼ੋਲ; ਜਹਾਜ਼ ਦਾ ਢਾਂਚਾ, ਧੜ *vt* ਛਿੱਲਣਾ, ਛਿਲਕਾ ਲਾਹੁਣਾ; ਪਰਦਾ ਲਾਹੁਣਾ, ਪਰੇ ਕਰਨਾ, ਹਟਾਉਣਾ; (ਤਾਰਪੀਡੋ ਦੁਆਰਾ) ਗੋਲੀ ਮਾਰਨਾ, ਚੋਟ ਪਹੁੰਚਾਉਣਾ, ਘਾਤ ਕਰਨਾ, ਗੋਲਾਬਾਰੀ ਕਰਨਾ

hullabaloo /,ਹਅੱਲਅਬਅ'ਲੂ/ *n* ਖਰੂਦ, ਹੁਲੜ, ਰੌਲਾ-ਗੋਲਾ

huller /'ਹਅੱਲਅ*/ *n* (ਮਟਰ ਆਦਿ ਦੇ) ਦਾਣੇ ਕੱਢਣ ਵਾਲੀ ਮਸ਼ੀਨ

hullo /ਹਅ'ਲਅਉ/ *int* (ਧਿਆਨ ਖਿੱਚਣ ਲਈ ਜਾਂ ਹੈਰਾਨੀ ਪ੍ਰਗਟ ਕਰਨ ਲਈ) ਹੈਂ !, ਅਰੇ ! ਅੱਛਾ !, (ਟੈਲੀਫ਼ੂਨ ਤੇ) ਹੈਲੋ !, ਕੌਣ ! ਕੀ ਹੈ !

hum /ਹਅੱਮ/ *n* ਭਿਣਕ, ਭਿਣ-ਭਿਣ, ਭੀਂ-ਭੀਂ, ਭਿਣਭਿਣਾਹਟ, ਘੂੰ-ਘੂੰ; ਹੈਰਾਨੀ ਦੀ ਅਵਾਜ਼ (ਬੋਲ-ਚਾਲ ਵਿੱਚ) ਧੋਖਾ, ਝਾਂਸਾ; ਹੂੰਗਰ *vt* (ਸ਼ਹਿਦ ਦੀਆਂ ਮੱਖੀਆਂ ਦਾ) ਭਿਣਭਿਣਾਉਣਾ; (ਚਰਖੇ ਦਾ) ਘੂੰ-ਘੂੰ ਕਰਨਾ; (ਹੈਰਾਨੀ ਜਾਂ ਹਿਚਕਚਾਹਟ ਵਿੱਚ) ਈਂ-ਈਂ ਕਰਨਾ; ਗਲ ਸਾਫ਼ ਕਰਨਾ, ਖੰਘਾਰਨਾ; ਗੁਣਗੁਣਾਉਣਾ, ਬੁੱਲ੍ਹ ਬੰਦ ਕਰਕੇ ਗਾਉਣਾ; (ਬੋਲ) ਰੌਣਕ ਹੋਣਾ, ਚਹਿਲ-ਪਹਿਲ ਹੋਣਾ

human /'ਹਯੂਮਅਨ/ *n* ਮਨੁੱਖ, ਮਾਨਵ, ਇਨਸਾਨ *a* ਮਨੁੱਖੀ, ਇਨਸਾਨੀ, ਮਾਨਵੀ, ਮਨੁੱਖੀ ਗੁਣਾਂ ਸੰਬੰਧੀ

human being *n* ਮਾਨਵ, ਇਨਸਾਨ

humane /ਹਯੂ'ਮੇਇਨ/ *a* ਦਿਆਲੂ, ਮਾਨਵ ਹਿਤੈਸ਼ੀ; ਹਮਦਰਦ, ਮਿੱਤਰਤਾਭਾਵ ਵਾਲਾ, ਤਰਸਵਾਨ, ਨਰਮ ਦਿਲ; ਮਾਨਵ ਵਿੱਦਿਆ ਸਿਖਾਉਣ ਵਾਲਾ

humaneness /ਹਯੂ'ਮੇਇਨਨਅਸ/ *n* ਮਾਨਵਤਾ; ਦਿਆਲਤਾ, ਕਿਰਪਾਲਤਾ, ਸੁੰਦਰਤਾ

humanify /,ਹਯੂ'ਮੈਨਿਫ਼ਾਇ/ *vt* ਮਾਨਵੀ ਬਣਾਉਣਾ

humanism /'ਹਯੂਮਅਨਿਜ਼ਅਮ/ *n* ਮਾਨਵਤਾ, ਮਿੱਤਰਤਾਭਾਵ, ਇਨਸਾਨੀ ਦੋਸਤੀ; ਮਾਨਵਵਾਦ; ਮਾਨਵ ਵਿੱਦਿਆ

humanist /'ਹਯੂਮਅਨਿਸਟ/ *n* ਮਾਨਵਵਾਦੀ ਸਿਧਾਂਤਕਾਰ

humanistic /,ਹਯੂਮਅ'ਨਿਸਟਿਕ/ *a* ਮਾਨਵਵਾਦੀ

humanitarian /ਹਯੂ,ਮੈਨਿ'ਟੇਅਰਿਅਨ/ *n* ਮਨੁੱਖਤਾਵਾਦੀ, ਜਨ ਹਿਤੈਸ਼ੀ, ਖ਼ਲਕ ਦੋਸਤ *a* ਜਨ ਸੇਵੀ, ਲੋਕ ਉਪਕਾਰੀ

humanitarianism /ਹਯੂ,ਮੈਨਿ'ਟੇਅਰਿਅਨਿਜ਼ਅਮ/ *n* ਮਾਨਵਹਿਤਵਾਦ, ਪਰਉਪਕਾਰਵਾਦ, ਜਨ ਸੇਵਾਵਾਦ

humanity /ਹਯੂ'ਮੈਨਅਟਿ/ *n* ਕਿਰਪਾਲੂ ਮਨੁੱਖੀ ਪ੍ਰਕਿਰਤੀ; ਮਨੁੱਖਤਾ, ਆਦਮਜਾਤ, ਮਾਨਵਤਾ, ਮਨੁੱਖਜਾਤੀ; ਹਮਦਰਦੀ, ਦਰਦਵੰਦੀ, ਦਿਆਲਤਾ, (ਬਹੁ) ਮਨੁੱਖੀ ਗੁਣ

humanization /,ਹਯੂਮਅਨਾਇ'ਜ਼ੇਇਸ਼ਨ/ *n* ਮਨੁੱਖੀਕਰਨ, ਮਾਨਵੀਕਰਨ

humanize /'ਹਯੂਮਅਨਾਇਜ਼/ *v* ਮਨੁੱਖੀ ਰੂਪ ਦੇਣਾ, ਮਨੁੱਖਤਾ ਸਿਖਾਉਣਾ, ਇਨਸਾਨੀ ਸਿਫ਼ਤਾਂ ਵਾਲਾ ਬਣਾਉਣਾ, ਨਰਮ ਦਿਲ ਬਣਾਉਣਾ ਜਾਂ ਬਣਨਾ, ਕਿਰਪਾਲੂ ਹੋਣਾ ਜਾਂ ਬਣਨਾ, ਤਰਸਵਾਨ ਬਣਾਉਣਾ ਜਾਂ ਬਣਨਾ

humankind /,ਹਯੂਮਅਨ'ਕਾਇਨਡ/ *n* ਮਾਨਵ ਜਾਤੀ

humanness /'ਹਯੂਮਅਨਨਅਸ/ *n* ਇਨਸਾਨੀਅਤ, ਮਾਨਵਤਾ, ਮਨੁੱਖਤਾ

human right *n* ਸਰਕਾਰ ਵਲੋਂ ਪਰਜਾ ਨੂੰ ਮਿਲਨ ਵਾਲਾ ਸੰਜੀਦਗੀ ਦਾ ਵਰਤਾਅ, ਇਨਸਾਨ ਨੂੰ

ਇਨਸਾਨ ਸਮਝਿਆ ਜਾਣ ਦਾ ਹੱਕ, ਮਾਨਵੀ ਅਧਿਕਾਰ, ਇਨਸਾਨੀ ਅਧਿਕਾਰ

humble /'ਹਅੱਮਬਲ/ *a* ਨਿਮਾਣਾ, ਨਿਰਮਾਣ, ਮਸਕੀਨ, ਨਾਚੀਜ਼, ਘਮੰਡ ਰਹਿਤ, ਨਿਰਹੰਕਾਰ; ਤੁੱਛ, ਨੀਚ, ਸਧਾਰਨ, ਮਾਮੂਲੀ *vt* ਮਾਣ ਤੋੜਨਾ, ਹੀਣ ਕਰਨਾ, ਨੀਵਾਂ ਕਰਨਾ, ਨਿਵਾਉਣਾ, ਕਾਬੂ ਵਿੱਚ ਕਰਨਾ

humble-bee /'ਹਅੱਮਬ(ਅ)ਲਬੀ/ *n* ਭੌਰਾ

humbleness /'ਹਅੱਮਬਲਨਅਸ/ *n* ਤੁੱਛਤਾ, ਨੀਚਤਾ, ਸਧਾਰਨਤਾ, ਮਾਮੂਲੀਪਣ; ਨਿਮਰਤਾ

humbug /'ਹਅੱਮਬਅੱਗ/ *n* ਦੰਭ, ਪਖੰਡ, ਧੋਖਾ, ਠੱਗੀ; ਬਕਵਾਸ, ਊਟ-ਪਟਾਂਗ, ਊਲ-ਜਲੂਲ *vt* ਧੋਖਾ ਦੇਣਾ, ਠੱਗਣਾ; ਛਲਨਾ

humbuggery /ਹਅੱਮ'ਬਅੱਗਰਿ/ *n* ਛਲ, ਕਪਟ

humdrum /'ਹਅੱਮਡਰਅੱਮ/ *n* ਨੀਰਸਤਾ, ਫਿੱਕਾਪਣ; ਤੁੱਛ ਵਿਅਕਤੀ *a* ਨੀਰਸ, ਫਿੱਕਾ, ਬੇਸੁਆਦਾ; ਸਧਾਰਨ, ਉਕਤਾ ਦੇਣ ਵਾਲਾ

humectant /ਹਯੂ'ਮੈਕਟਅਨਟ/ *a* (ਕੋਈ ਪਦਾਰਥ ਕਿਸੇ ਖਾਣੇ ਆਦਿ ਨੂੰ) ਨਰਮ ਭਾਵ ਤਰ ਬਣਾ ਦੇਣ ਵਾਲਾ

humid /'ਹਯੂਮਿਡ/ *a* ਗਿੱਲਾ, ਤਰ, ਨਮਦਾਰ, ਸਿੱਲ੍ਹਾ

humidifier /ਹਯੂ'ਮਿਡਿਫ਼ਾਇਅ*/ *n* (ਕਮਰੇ ਵਿੱਚੋਂ) ਨਮੀ ਘਟਾਉਣ ਵਾਲੀ ਮਸ਼ੀਨ

humidify /ਹਯੂ'ਮਿਡਿਫ਼ਾਇ/ *vt* ਗਿੱਲ ਕਰਨਾ, ਭਿਓਂਣਾ

humidity /ਹਯੂ'ਮਿਡਅਟਿ/ *n* ਗਿੱਲ, ਨਮੀ, ਸਿੱਲ੍ਹ

humiliate /ਹਯੂ'ਮਿਲਿਏਇਟ/ *vt* ਮਾਣ ਤੋੜਨਾ, ਨੀਵਾਂ ਦਿਖਾਉਣਾ, ਬੇਇੱਜ਼ਤ ਕਰਨਾ, ਜ਼ਲੀਲ ਕਰਨਾ, ਦਬਾਉਣਾ, ਦਮਨ ਕਰਨਾ

humiliating /ਹਯੂ'ਮਿਲਿਏਇਟਿਙ/ *a* ਬੇਇੱਜ਼ਤੀ ਭਰਿਆ, ਹੋਛਾ, ਤੁੱਛ, ਅਪਮਾਨਜਨਕ

humiliation /ਹਯੂ,ਮਿਲਿ'ਏਇਸ਼ਨ/ *n* ਬੇਇੱਜ਼ਤੀ, ਅਪਮਾਨ, ਤਿਰਸਕਾਰ

humility /ਹਯੂ'ਮਿਲਅਟਿ/ *n* ਨਿਮਰਤਾ, ਅਧੀਨਗੀ, ਨਿਰਮਾਣਤਾ, ਦੀਨਤਾ

humming /'ਹਅੱਮਿਙ/ *a* ਭਿਣ-ਭਿਣ ਕਰਨ ਵਾਲਾ, ਗੂੰਜਣ ਵਾਲਾ, ਭਿਣਭਿਣਾਉਣ ਵਾਲਾ

hummingbird /'ਹਅੱਮਿਙਬਅ:ਡ/ *n* ਭਿਣ-ਭਿਣ ਕਰਨ ਵਾਲਾ ਪੰਛੀ, ਗੂੰਜਣਾ ਪੰਛੀ

hummock /'ਹਅੱਮਅਕ/ *n* ਮਿੱਟੀ ਦਾ ਢੇਰ, ਟਿੱਬਾ, ਟਿੱਲਾ

humorist /'ਹਯੂਮਅਰਿਸਟ/ *n* ਰਸਕ, ਹਸਾਉਣਾ, ਹਸੰਦੜਾ, ਚੁਕਟਲੇਬਾਜ਼, ਮੌਜੀ

humoristic /,ਹਯੂਮ(ਅ)ਰ'ਇਸਟਿਕ/ *a* ਹਾਸ-ਰਸ ਭਰਿਆ, ਵਿਨੋਦਪੂਰਨ

humorous /'ਹਯੂਮਅਰਅਸ/ *a* ਹਾਸੇ ਭਰਿਆ, ਹਾਸ-ਰਸ ਭਰਪੂਰ, ਵਿਨੋਦਮਈ, ਮਸਖਰਾ, ਮਜ਼ਾਕੀਆ

humorousness /'ਹਯੂਮਅਰਅਸਨਅਸ/ *n* ਵਿਨੋਦਪੂਰਨਤਾ, ਰਸਕਤਾ, ਹਸਮੁਖਤਾ

humour, humor /'ਹਯੂਮਅ*/ *n* ਹਾਸ-ਰਸ; ਵਿਲਾਸ, ਵਿਨੋਦ, ਮੌਜ, ਲਹਿਰ, ਮਜ਼ਾਕ; ਸੁਭਾਅ, ਮਿਜਾਜ਼, ਬਿਰਤੀ, ਰੁਚੀ, ਝੁਕਾਅ, ਪ੍ਰਵਿਰਤੀ; (ਚਿਕਿ) ਸਰੀਰ ਦਾ ਤਰਲ, ਮਾਦਾ

hump /ਹਅੱਮਪ/ *n* ਕੁੱਬ; (ਊਠ ਦੀ) ਕੁਹਾਣ, (ਬਲਦ ਦੀ) ਬੰਨ੍ਹ, ਗੁੰਬਦ *vt* ਕੁੱਬਾ ਕਰਨਾ; ਕਸ਼ਟ ਦੇਣਾ, ਚਿੜਾਉਣਾ; (ਆਸਟਰੇਲੀਆ) ਮੋਢੇ ਉੱਤੇ ਰੱਖਣਾ, ਚੁੱਕਣਾ

humpbacked /'ਹਅੱਮਪਬੈਕਟ/ *a* ਕੁੱਬ, ਕੁੱਬਚੂ

humpty-dumpty /,ਹਅੱਮ(ਪ)ਟਿ'ਡਅੱਮ(ਪ)ਟਿ/ *n* ਗੋਲ-ਮਟੋਲ ਵਿਅਕਤੀ, (ਬੱਚਿਆਂ ਦਾ ਗੀਤ) ਈਚੋ-ਮੀਚੋ

hunch /ਹਅੱਨਚ/ *n* ਕੁੱਬ, ਉਭਾਰ

hunchback /'ਹਅੱਨਚਬੈਕ/ *a* ਕੁੱਬਾ

hundred /'ਹਅੱਨਡਰਅਡ/ *a* ਸੌ *n* ਸੈਂਕੜਾ, ਬਹੁਤ ਵੱਡੀ ਸੰਖਿਆ

hundredfold /'ਹਅੱਨਡਰਅਡਫ਼ਅਉਲਡ/ *a* ਸੌ ਗੁਣਾ

hundredth /'ਹਅੱਨਡਰਅਡਥ, -ਅਟਥ/ *a* ਸੌਵਾਂ

hundredweight /'ਹਅੱਨਡਰਅਡਵੇਇਟ/ *n* 112 ਪੌਂਡ (50.8 ਕਿਲੋ) ਦਾ ਤੋਲ

hung /ਹਅੱਙ/ *v* hang ਦਾ ਭੂਤ-ਕਾਲ ਅਤੇ ਭੂਤ-ਕ੍ਰਿਦੰਤ

hunger /'ਹਅੱਙਗਅ*/ *n* ਭੁੱਖ, ਭੋਖੜਾ, ਹਾਬੜੀ; ਤੀਬਰ ਇੱਛਾ, ਅਭਿਲਾਸ਼ਾ, ਪ੍ਰਬਲ ਲਾਲਸਾ *v* ਭੁੱਖਾ ਹੋਣਾ, ਭੁੱਖ ਲੱਗਣਾ ਜਾਂ ਹੋਣਾ, ਹਾਬੜਨਾ; ਖ਼ਾਹਸ਼ ਹੋਣਾ, ਇੱਛਾ ਹੋਣਾ, ਲਲਚਾਉਣਾ, ਚਾਹੁਣਾ; ਭੁੱਖੇ ਮਰਨਾ, ਫਾਕੇ ਕਰਾਉਣਾ

hunger strike *n* ਮੰਗਾਂ ਮਨਵਾਵਉਣ ਲਈ ਅਣਮਿਥੇ ਸਮੇਂ ਦਾ ਵਰਤ, ਭੁੱਖ ਹੜਤਾਲ

hungriness /'ਹਅੱਙਗਰਿਨਅਸ/ *n* ਭੁੱਖਾਪਣ

hungry /'ਹਅੱਙਗਰਿ/ *a* ਭੁੱਖਾ, ਭੁੱਖਾ-ਭਾਣਾ; ਭੁੱਖੜ, ਲਾਲਸਾਵਾਨ

hunk /ਹਅੱਙਕ/ *n* ਵੱਡਾ ਹਿੱਸਾ, ਵੱਡਾ ਟੁਕੜਾ

hunks /ਹਅੱਙਕਸ/ *n* ਕੰਜੂਸ, ਸੂਮ, ਮੱਖੀ ਚੂਸ (ਵਿਅਕਤੀ)

hunt /ਹਅੱਨਟ/ *n* ਸ਼ਿਕਾਰ, ਤਲਾਸ਼, ਖੋਜ, ਪਿੱਛਾ, ਭਾਲ, ਸ਼ਿਕਾਰ ਦਾ ਇਲਾਕਾ, ਸ਼ਿਕਾਰੀ ਟੋਲੀ (ਕੁੱਤਿਆਂ ਸਹਿਤ) *v* ਟੋਲਣਾ, ਢੂੰਡਣਾ, ਖੋਜ ਕਰਨਾ; ਸ਼ਿਕਾਰ ਦੀ ਢੂੰਡ ਵਿੱਚ ਇਲਾਕਾ ਛਾਣਨਾ; ਸ਼ਿਕਾਰ ਕਰਨਾ; ਹਿੱਕ ਕੇ ਬਾਹਰ ਕੱਢਣਾ, ਭਜਾ ਦੇਣਾ

hunt down *v* ਜਾ ਫੜਨਾ

hunter /'ਹਅੱਨਟਅ*/ *n* ਸ਼ਿਕਾਰੀ; ਸ਼ਿਕਾਰੀ ਕੁੱਤਾ, ਸ਼ਿਕਾਰ ਖੇਡਣ ਲਈ ਵਰਤੋਂ ਵਿੱਚ ਆਉਣ ਵਾਲਾ ਘੋੜਾ

hunting /'ਹਅੱਨਟਿਙ/ *n* ਸ਼ਿਕਾਰ

hunt out *v* ਖੋਜ ਲੈਣਾ

hunt up *v* ਲੱਭ ਲੈਣਾ

hurdies /'ਹਅ:ਡਿਜ਼/ *n* ਪੁੱਠਾ, ਕੁੱਲਾ

hurdle /'ਹਅ:ਡਲ/ *n* ਰੋਕ, ਰੁਕਾਵਟ, ਅੜਿੱਕਾ, ਬਾਧਾ, ਅੜੀ; ਵਿਸ਼ੇਸ਼ ਢਾਂਚਾ; ਜੰਗਲਾ; ਬਾਗੀਆਂ ਨੂੰ ਫਾਹੇ ਲਾਉਣ ਵਾਲਾ ਸ਼ਿਕੰਜਾ

hurdy-gurdy /'ਹਅ:ਡਿ ਗਅ:ਡਿ/ *n* ਪਿਆਨੋ ਜਾਂ ਸਾਰੰਗੀ

hurl /ਹਅ:ਲ/ *n* ਸੋਟ, ਉਛਾਲ *vt* ਜ਼ੋਰ ਨਾਲ ਸੁੱਟਣਾ, (ਪੱਥਰ ਆਦਿ) ਵਗਾਹ ਕੇ ਸੁੱਟਣਾ; ਧੱਕਣਾ, ਡੇਗ ਦੇਣਾ, (ਅਲੰਕਾਰਕ) ਵਾਛੜ ਕਰਨਾ (ਲਾਹਨਤਾਂ ਆਦਿ ਦੀ)

hurly-burly /'ਹਅ:ਲਿ ਬਅ:ਲਿ/ *n* ਹੰਗਾਮਾ, ਖਲਬਲੀ, ਹੁਲ੍ਹੜ

hurrah, hurra /ਹਅ'ਰਾ/ *int* (ਪ੍ਰਸੰਸਾ ਅਤੇ ਖੁਸ਼ੀ ਦੇ ਪ੍ਰਗਟਾਅ ਵਜੋਂ) ਆਹਾ!, ਵਾਹ–ਵਾਹ!, ਅਸ਼ਕ!, ਵਾਹਵਾ *v* ਜੈਕਾਰਾ, ਹਰਸ਼ ਨਾਦ

hurricane /'ਹਅੱਰਿਕਅਨ/ *n* ਤੁਫ਼ਾਨ, ਝੱਖੜ, ਹਰੀਕੇਨ

hurricane lamp *n* ਲਾਲਟੈਣ

hurried /'ਹਅੱਰਿਡ/ *a* ਤੁਰਤ ਕੀਤਾ ਗਿਆ; ਉਤਾਵਲਾ

hurriedness /'ਹਅੱਰਿਡਨਅਸ/ *n* ਸ਼ੀਘਰਤਾ, ਜਲਦਬਾਜ਼ੀ, ਫੁਰਤੀ, ਉਤਾਵਲਾਪਣ

hurry /'ਹਅੱਰਿ/ *n* ਜਲਦੀ, ਛੇਤੀ, ਕਾਹਲ; ਜਲਦਬਾਜ਼ੀ, ਉਤਾਵਲ, ਬੇਚੈਨੀ *vt* (ਬਹੁਤੀ ਛੇਤੀ ਨਾਲ) ਲੈ ਜਾਣਾ, ਭਜਾ ਕੇ ਲੈ ਜਾਣਾ, ਛੇਤੀ ਜਾਂ ਕਾਹਲ ਕਰਨਾ

hurry-scurry /,ਹਅੱਰਿ'ਸਕਅੱਰਿ/ *n* ਖਲਬਲੀ *adv* ਖਲਬਲੀ ਨਾਲ

hurst /ਹਅ:ਸਟ/ *n* ਟਿੱਲਾ, ਟਿੱਬਾ, ਪਹਾੜੀ; ਜੰਗਲ

hurt /ਹਅ:ਟ/ *n* ਸੱਟ, ਫੇਟ, ਜਰਬ, ਚੋਟ, ਘਾਅ, ਜ਼ਖ਼ਮ; ਸਦਮਾ, ਨੁਕਸਾਨ, ਹਰਜ *v* ਜ਼ਖ਼ਮੀ ਕਰਨਾ; ਦੁੱਖ ਪਹੁੰਚਾਉਣਾ, ਦਰਦ ਹੋਣਾ, ਨੁਕਸਾਨ ਕਰਨਾ; ਬਦਸਲੂਕੀ ਕਰਨਾ, ਬੁਰਾ ਵਿਹਾਰ ਕਰਨਾ, (ਜਜ਼ਬਾਤ ਨੂੰ) ਠੇਸ ਪਹੁੰਚਾਉਣਾ, ਦੁੱਖ ਦੇਣਾ

hurtle /'ਹਅ:ਟਲ/ *v* ਭਿੜਨਾ; ਰਿੜ੍ਹਨਾ, ਰੇੜ੍ਹਨਾ; ਧੜੰਮ ਕਰਕੇ ਡਿਗਣਾ

husband /'ਹਅੱਜ਼ਬਅਨਡ/ *n* ਪਤੀ, ਘਰ ਵਾਲਾ, ਖ਼ਾਵੰਦ, ਕੰਤ, ਸੁਆਮੀ; ਕਿਰਸਾਣ, ਖੇਤੀ

ਕਰਨ ਵਾਲਾ ਕਾਮਾ *vt* (ਕਾਵਿਕ ਵਰਤੋਂ ਵਿੱਚ) ਵਿਆਹ ਕਰਨਾ; ਸੰਜਮ ਨਾਲ ਪ੍ਰਬੰਧ ਕਰਨਾ; ਖੇਤੀਬਾੜੀ ਕਰਨਾ, ਕਾਸ਼ਤਕਾਰੀ ਕਰਨਾ, ਕਿਸਾਨੀ ਕਰਨਾ

husbandry /'ਹਅੱਜ਼ਬਅਨਡਰਿ/ *n* ਕਿਸਾਨੀ, ਵਾਹੀ ਖੇਤੀ, ਖੇਤੀ, ਕਾਸ਼ਤਕਾਰੀ, ਕਾਸ਼ਤ; ਘਰੇਲੂ ਪ੍ਰਬੰਧ, ਸੰਜਮਪੂਰਨ ਪ੍ਰਬੰਧ, ਸੰਭਾਲਦਾਰੀ

hush /ਹਅੱਸ਼/ *n* ਚੁੱਪ ਚਾਂ, ਸ਼ਾਂਤੀ, ਖ਼ਮੋਸ਼ੀ *v* ਚੁੱਪ ਕਰਾਉਣਾ ਜਾਂ ਹੋਣਾ, ਦੜ ਵੱਟਣਾ, ਸ਼ਾਂਤ ਕਰਨਾ ਜਾਂ ਹੋਣਾ *int* ਚੁੱਪ !, ਖ਼ਮੋਸ਼ !

hushaby /'ਹਅੱਸ਼ਅਬਾਇ/ *int* ਚੁੱਪ ਚੁੱਪ! ਸੌਂ ਜਾ ਸੌਂ ਜਾ

hushed /ਹਅੱਸ਼ਟ/ *a* ਸ਼ਾਂਤਮਈ, ਚੁੱਪ-ਚਪੀਤਾ

hush money *n* (ਚੁੱਪ ਕਰਾਉਣ ਹਿੱਤ ਦਿੱਤੀ) ਵੱਢੀ

husk[1] /ਹਅੱਸਕ/ *n* ਛਿਲਕਾ, ਫੱਕ, ਸੂਹੜੀ ਛਿੱਲੜ, ਭੋ; ਸੁੱਕਾ ਘਾਹ *vt* ਛਿਲਕਾ ਲਾਹੁਣਾ, ਛੱਟਣਾ, ਛੜਨਾ, ਛਿੱਲਣਾ, ਸਾਫ਼ ਕਰਨਾ

husk[2] *n* ਪਸ਼ੂਆਂ ਨੂੰ ਹੁੰਦਾ ਇੱਕ ਤਰ੍ਹਾਂ ਦਾ ਖੰਘ ਰੋਗ

husked /ਹਅੱਸਕਟ/ *a* ਛਿਲਕੇਦਾਰ

huskiness /ਹਅਸਕਿਨਅਸ/ *n* ਫਿੱਕਾ, ਰੁੱਖਾਪਣ, ਨੀਰਸਤਾ

husky /'ਹਅੱਸਕਿ/ *a* ਬੈਠੇ ਗਲੇ ਵਾਲਾ; ਘੱਗਾ, ਹੱਟਾ-ਕੱਟਾ

hussy /'ਹਅੱਸਿ/ *n* ਛਨਾਲ, ਅੱਥਰੀ ਕੁੜੀ

hustings /'ਹਅੱਸਟਿਙਜ਼/ *n* ਚੋਣ ਦੀ ਕਾਰਵਾਈ ਨਿਰਵਾਚਨ ਕਾਰਵਾਈ; ਲੰਡਨ ਦੀ ਵੱਡੀ ਕਚਹਿਰੀ

hustle /'ਹਅੱਸਲ/ *n* ਧੱਕਮ-ਧੱਕਾ, ਟੱਕਰ; ਜਲਦੀ, ਤੀਬਰਤਾ *v* ਜ਼ੋਰ ਨਾਲ ਧੱਕਾ ਮਾਰਨਾ, ਧੱਕਮ-ਧੱਕਾ ਹੋਣਾ, ਧੱਕਣਾ, ਲੈ ਜਾਣਾ, ਜ਼ਬਰਦਸਤੀ ਕੋਈ ਕੰਮ ਕਰਾਉਣਾ, ਧੱਕਾ ਖਾਣਾ, ਟਕਰਾਉਣਾ, ਧੂਹਣਾ; ਜਲਦੀ ਕਰਨਾ

hut /ਹਅੱਟ/ *n* ਝੁੱਗੀ, ਝੌਂਪੜੀ, ਟੱਪਰੀ, ਛੱਪਰੀ, ਕੁੱਲੀ; (ਸੈਨਾ) ਪੜਾਅ, ਅਸਥਾਈ ਟਿਕਾਣਾ, ਬੈਰਕ *v* ਝੁੱਗੀ ਵਿੱਚ ਰਹਿਣਾ ਜਾਂ ਰੱਖਣਾ; ਸੈਨਾ ਦਾ ਪੜਾਅ ਕਰਾਉਣਾ

hutch /ਹਅੱਚ/ *n* (ਖ਼ਰਗੋਸ਼ ਆਦਿ ਲਈ) ਖੁੱਡਾ, ਬਕਸਾ, ਪਿੰਜਰਾ; ਕੋਲਾ ਗੱਡੀ, ਠੇਲ੍ਹਾ

hutment /'ਹਅੱਟਮਅਨਟ/ *n* ਫ਼ੌਜਾਂ ਲਈ ਲੱਕੜੀ ਦਾ ਮਕਾਨ, ਬੈਰਕ, ਡੇਰਾ

hyacinth /'ਹਾਇਅਸਿਨਥ/ *n* ਇੱਕ ਬੈਂਗਣੀ ਫੁੱਲਾਂ ਵਾਲਾ ਪੌਦਾ; ਇੱਕ ਤਰ੍ਹਾਂ ਦਾ ਰਤਨ

hyaena, hyena /ਹਾਇ'ਈਨਅ/ *n* ਬਘਿਆੜ ਵਰਗਾ ਇੱਕ ਮਾਸਖੋਰਾ ਜੰਗਲੀ ਪਸ਼ੂ; ਲੱਕੜਬੱਗਾ, (ਅਲੰਕਾਰਕ) ਜ਼ਾਲਮ, ਬੇਰਹਿਮ, ਨਿਰਦਈ ਮਨੁੱਖ, ਲੁਟੇਰਾ ਆਦਮੀ; ਤਸਮਾਨੀਆ ਦਾ ਚੀਤਾ

hyaline /'ਹਾਇਅਲਿਨ/ *n* (ਕਾਵਿ) ਸ਼ਾਂਤ ਸਮੁੰਦਰ ਸਾਫ਼ ਅਕਾਸ਼ ਆਦਿ *a* ਸ਼ੀਸ਼ੇ ਵਾਂਗ, ਪਾਰ-ਦਰਸ਼ੀ, ਸ਼ੀਸ਼ੇ ਸੰਬੰਧੀ

hybrid /'ਹਾਇਬਰਿਡ/ *n* ਦੋਗਲਾਪਣ, ਦੋ ਨਸਲਾਪਣ, ਪਿਓਂਦ *a* ਮਿਲਗੋਭਾ, ਦੋਗਲਾ, ਦੋ ਨਸਲਾ (ਜਾਨਵਰ ਜਾਂ ਪੌਦਾ), ਦੋਗਲਾ (ਆਦਮੀ); ਪਿਓਂਦ ਪੌਦਾ; (ਉਹ ਵਸਤੂ ਜਾਂ ਸ਼ਬਦ) ਜੋ ਬੇਮੇਲ ਅੰਸ਼ਾਂ ਤੋਂ ਬਣੇ ਹੋਣ

hybridism, hybridity /'ਹਾਇਬਰਿਡਿਜ਼ਅਮ, ਹਾਇ'ਬਰਿਡਅਟਿ/ *n* ਦੋਗਲਾਪਣ

hybridization /ˌਹਾਇਬਰਿਡਾਇ'ਜ਼ੇਇਸ਼ਨ/ *n* ਦੋਗਲਾ ਬਣਾਉਣ, ਨਸਲਕਸ਼ੀ

hybridize /'ਹਾਇਬਰਿਡਾਇਜ਼/ *vt* ਦੋ ਨਸਲਾਂ ਜਾਂ ਦੋਗਲਾ ਬਣਾਉਣਾ

hydra /'ਹਾਇਡਰਅ/ *n* (ਯੂਨਾਨੀ ਮਿਥ) ਸ਼ੇਸ਼ਨਾਗ, ਬਹੁਫਣੀ ਸੱਪ; (ਅਲੰਕਾਰਕ) ਅਜਿਹੀ ਵਸਤੂ ਜਿਸ ਨੂੰ ਖ਼ਤਮ ਨਾ ਕੀਤਾ ਜਾ ਸਕੇ; ਪਾਣੀ ਵਿੱਚ ਰਹਿਣ ਵਾਲਾ ਸੱਪ

hydrant /'ਹਾਇਡਰਅਨਟ/ *n* ਪਾਣੀ ਦਾ ਨਲਕਾ, ਨਲ, ਟੂਟੀ

hydraulic /ਹਾਇ'ਡਰੋਲਿਕ, -'ਡਰੌਲਿਕ/ *n* ਜਲ ਸ਼ਕਤੀ ਨਾਲ ਚੱਲਣ ਵਾਲੀ ਮਸ਼ੀਨ *a* ਪਾਣੀ

ਵਿੱਚ ਪਏ ਰਹਿਣ ਨਾਲ ਸਖ਼ਤ ਹੋਣ ਵਾਲਾ (ਜਿਵੇਂ ਸੀਮਿੰਟ); ਜਲ ਸ਼ਕਤੀ ਨਾਲ ਚੱਲਣ ਵਾਲੀ, ਜਲ ਪ੍ਰੇਰਿਤ; ਨਲ ਦੇ ਜਲ ਨਾਲ ਸਬੰਧਿਤ; ਪਾਣੀ ਦੇ ਦਬਾਅ ਨਾਲ ਸਬੰਧਿਤ

hydraulics /ਹਾਇ'ਡਰੋਲਿਕਸ, -'ਡਰੌਲਿਕਸ/ *n* ਤਰਲ ਪ੍ਰਵਾਹ ਵਿਗਿਆਨ, ਦ੍ਰਵ ਗਤੀ ਵਿਗਿਆਨ

hydric /'ਹਾਇਡਰਿਕ/ *a* ਹਾਈਡਰੋਜਨ ਸੰਬੰਧੀ

hydro /'ਹਾਇਡਰਅਉ/ *pref* ਪਾਣੀ ਸੰਬੰਧੀ ਬਿਮਾਰੀਆਂ ਦੇ ਨਾਵਾਂ ਦਾ ਹਿੱਸਾ, ਪਾਣੀ ਦਾ, ਹਾਈਡਰੋਜਨ ਨਾਲ ਮਿਸ਼ਰਨ

hydrocarbon /ˌਹਾਇਡਰਅ'ਕਾਬਅਨ/ *n* ਹਾਈਡਰੋਜਨ ਅਤੇ ਕਾਰਬਨ ਦਾ ਮਿਸ਼ਰਨ

hydrocele /'ਹਾਇਡਰਅ(ਉ)ਸੀਲ/ *n* ਜਲ ਚੁੰਬਕ

hydrocephalus /ˌਹਾਇਡਰਅ(ਉ)'ਸੈਫ਼(ਅ)ਲਅਸ/ *n* ਦਿਮਾਗ ਵਿੱਚ ਪਾਣੀ ਭਰ ਜਾਣ ਦਾ ਰੋਗ

hydrochlorofluorocarbon /ˌਹਾਇਡਰਅਉਕਲੌਰਅਉ'ਫ਼ਲੁਅਰਅਕਾਬਅਨ/ *n* ਇੱਕ ਪ੍ਰਕਾਰ ਦੀ ਗੈਸ

hydroelectric /ˌਹਾਇਡਰਅਉਇ'ਲੈਕੱਟਰਿਕ/ *a* ਪਣ ਬਿਜਲੀ ਦਾ

hydroelectricity /ˌਹਾਇਡਰਅਉਇˌਲੈੱਕ'ਟਰਿਸਅਟਿ/ *n* ਪਣ ਬਿਜਲੀ

hydrofluorocarbon /ˌਹਾਇਡਰਅਉ'ਫ਼ਲੁਅਰਅਉਕਾਬਅਨ/ *n* ਇੱਕ ਪ੍ਰਕਾਰ ਦੀ ਗੈਸ

hydrogen /ˌਹਾਇਡਰਅਜਅਨ/ *n* ਹਾਈਡਰੋਜਨ ਗੈਸ

hydrology /ਹਾਇ'ਡਰੌਲਅਜਿ/ *n* ਜਲ ਵਿਗਿਆਨ

hydrolysis /ਹਾਇ'ਡਰੌਲਿਸਿਸ/ *n* ਜਲ ਵਿਸ਼ਲੇਸ਼ਣ

hydromania /ˌਹਾਇਡਰਅਉ'ਮੇਇਨਿਅ/ *n* ਜਲ ਤ੍ਰਿਸ਼ਨਾ

hydropathy /ਹਾਇ'ਡਰੌਪਅਥਿ/ *n* ਜਲ ਚਿਕਿਤਸਾ

hydrophobia /ˌਹਾਇਡਰਅ'ਫ਼ਅਉਬਿਅ/ *n* ਜਲ ਤਰਾਸ, ਹਲਕ, ਹਲਕਾ, ਕੁੱਤੇ ਦੇ ਕੱਟਣ ਦਾ ਜਨੂੰਨ, ਪਾਣੀ ਤੋਂ ਡਰ

hydrostatic /ˌਹਾਇਡਰ(ਉ)'ਸਟੈਟਿਕ/ *n* ਤਰਲ ਸਥਿਤੀ ਵਿਗਿਆਨ, ਤਰਲ ਸਥਿਤੀ, (ਬਹੁ) ਤਰਲ ਪਦਾਰਥਾਂ ਦੀ ਸਥਿਰਤਾ ਦੀ ਵਿੱਦਿਆ *a* ਦ੍ਰਵ ਸਥਿਤੀ ਵਿਗਿਆਨ ਸੰਬੰਧੀ, ਤਰਲ ਸਥਿਤੀ ਦਾ, ਤਰਲ ਪਦਾਰਥਾਂ ਦੀ ਸਥਿਰਤਾ ਸੰਬੰਧੀ

hyena /ਹਾਇ'ਈਨਅ/ *n* ਇੱਕ ਮਾਸਖੋਰਾ ਜਾਨਵਰ, ਲੱਕੜ ਬੱਗਾ

hygeia /ਹਾਇ'ਜੀਅ/ *n* ਸਿਹਤ ਦੀ ਦੇਵੀ, ਅਰੋਗਤਾ ਦੀ ਦੇਵੀ

hygiene /'ਹਾਇਜੀਨ/ *n* ਸਿਹਤ ਵਿਗਿਆਨ, ਅਰੋਗ ਵਿਗਿਆਨ; ਸਰੀਰ ਰੱਖਿਆ ਨੇਮ

hygienic /ਹਾਇ'ਜੀਨਿਕ/ *a* ਅਰੋਗਤਾ ਬਾਰੇ, ਸਿਹਤ ਸੰਬੰਧੀ, ਅਰੋਗਤਾ ਦਾਇਕ ਸਰੀਰ ਰਖਿਆ ਬਾਰੇ

hygrometer /ਹਾਇ'ਗਰੌਮਿਟਅ*/ *n* ਨਮੀਮਾਪਕ ਯੰਤਰ

hylicist /'ਹਾਇਲਿਸਿਸਟ/ *n* ਭੌਤਿਕਵਾਦੀ

hylism /'ਹਾਇਲਿਜ਼ਅਮ/ *n* ਭੌਤਿਕਵਾਦ

hymen /'ਹਾਇਮਅਨ/ *n* ਕੁਆਰ ਪਰਦਾ

hymeneal /ˌਹਾਇਮੈੱ'ਨੀਅਲ/ *a* ਸ਼ਾਦੀ ਦਾ, ਸ਼ਾਦੀ ਸੰਬੰਧੀ, ਵਿਵਾਹਿਕ

hymenopterous /ˌਹਾਇਮਅ'ਨੌਪਟਅਰਅਸ/ *a* (ਜੀਵ) ਕੀਟ ਜਾਤੀ ਸੰਬੰਧੀ

hymn /ਹਿਮ/ *n* ਪੂਜਾ ਦੇ ਗੀਤ, ਭਜਨ, ਸ਼ਬਦ *vt* ਭਜਨ ਕਰਨਾ; ਸ਼ਬਦ ਗਾਉਣਾ

hymnist /'ਹਿਮਨਿਸਟ/ *n* ਭਜਨ ਗਾਉਣ ਵਾਲਾ ਆਦਮੀ

hype /ਹਾਇਪ/ *n* (ਕਿਸੇ ਚੀਜ਼ ਦੀ ਉੱਤਮਤਾ ਬਾਰੇ) ਟੈਲੀਵੀਜ਼ਨ ਜਾਂ ਰੇਡੀਓ ਉੱਤੇ ਕੀਤਾ ਪ੍ਰਚਾਰ, ਚੀਜ਼ ਦੇ ਗੁਣਾ ਦਾ ਕੀਤਾ ਵਰਣਨ

hyper /'ਹਾਇਪਅ*/ *a* ਭਾਵਕ, ਘਰਬਰਾਅ ਜਾਣ ਵਾਲਾ, ਉਤੇਜਿਤ

hyperactive /ˌਹਾਇਪਅਰ'ਐਕਟਿਵ੍/ *a* (ਬੱਚਾ) ਚੰਚਲ, ਚਪਲ ਟਿਕ ਨਾ ਸਕਣ ਵਾਲਾ, ਚੁਸਤ-ਚਲਾਕ

hyperbola /ਹਾਇ'ਪਅ:ਬਅਲਅ/ *n* (ਰੇਖਾ) ਹਾਈਪਰਬੋਲਾ

hyperbole /ਹਾਇ'ਪਅ:ਬਅਲਿ/ *n* ਅੱਤਕਥਨੀ, ਮੁਬਾਲਗਾ

hyperbolical /ˌਹਾਇਪਅ'ਬੌਲਿਕਲ/ *a* ਅੱਤਕਥਨੀਪੂਰਨ

hyperborean /ˌਹਾਇਪਅ'ਬੋਰੀਅਨ/ *n* ਉੱਤਰ ਦੇਸ਼ ਨਿਵਾਸੀ *a* ਉੱਤਰ ਵਾਲੇ ਪਾਸੇ ਦਾ, ਉੱਤਰੀ

hypercorrection /ˌਹਾਇਪਅਕਅ'ਰੈੱਕਸ਼ਨ/ *n* (ਭਾਸ਼ਾ) ਗ਼ਲਤ ਸ਼ਬਦ ਦੀ ਵਰਤੋਂ (ਜਿਵੇਂ me ਦੀ ਥਾਂ i ਦੀ ਵਰਤੋਂ)

hypercritical /ˌਹਾਇਪਅ'ਕਰਿਟਿਕਲ/ *a* ਮਾਮੂਲੀ ਅਤੇ ਨਿੱਕੀਆਂ–ਨਿੱਕੀਆਂ ਖਾਮੀਆਂ ਦੀ ਨੁਕਤਾਚੀਨੀ ਕਰਨ ਵਾਲਾ, ਅਤਿ ਆਲੋਚਨਾਤਮਿਕ, ਖੋਚਰੀ, ਨਘੋਚੀ, ਖੁਣਸੀ, ਘੁੰਤਰੀ

hyperinflation /ˌਹਾਇਪਅਰਇਨ'ਫ਼ਲੇਇਸ਼ਨ/ *n* ਮੁਦਰਾ ਦਾ ਫੈਲਾਅ ਅਤਿਅਧਿਕ ਹੋਣ ਦੀ ਸਥਿਤੀ, ਆਰਥਿਕਤਾ ਉੱਤੇ ਪ੍ਰਭਾਵ ਪਾਉਣ ਵਾਲਾ ਮੁਦਰਾ ਦਾ ਫੈਲਾਅ

hyperlink /'ਹਾਇਪਅਲਿਙਕ/ *n* (ਕੰਪਿ) ਕੰਪਿਊਟਰ ਵਿਚਲੇ ਬਿਜਲਈ ਦਸਤਾਵੇਜ਼ ਵਿੱਚ ਦੂਜੇ ਦਸਤਾਵੇਜ਼ ਨਾਲ ਜੋੜਨ ਵਾਲੀ ਥਾਂ

hypertension /ˌਹਾਇਪਅ'ਟੈੱਨਸ਼ਨ/ *n* ਲਹੂ ਦਾ ਤੇਜ਼ ਦਬਾਅ; ਅਤਿ ਤਣਾਅ

hypertext /'ਹਾਇਪਅਟੈੱਕਸਟ/ *n* (ਕੰਪਿ) ਕੰਪਿਊਟਰ ਵਿੱਚ ਅਜਿਹੀ ਲਿਖਤ ਜਿਸ ਵਿੱਚ ਦੂਜੀ ਲਿਖਤ ਜਾਂ ਦਸਤਾਵੇਜ਼ ਵਿੱਚ ਜਾਣ ਲਈ ਜੋੜ ਦਿੱਤੇ ਹੁੰਦੇ ਹਨ

Hypertext Mark-up Language ਵੇਖੋ **HTML**

Hypertext Transfer Protocol ਵੇਖੋ **HTTP**

hypertrophy /ਹਾਇ'ਪਅ:ਟਰਅਫ਼ਿ/ *n* (ਅੰਗ ਦਾ) ਅਤਿਵਿਸਤਾਰ, ਅਤਿਵ੍ਰਿਧੀ

hyphen /'ਹਾਇਫ਼ਨ/ *n* ਸਮਾਸ ਚਿੰਨ੍ਹ, ਜੋੜਨੀ, ਹਾਈਫਨ (-) *vt* ਸਮਾਸ ਚਿੰਨ੍ਹ ਲਾਉਣਾ,ਹਾਈਫਨ ਲਾਉਣਾ, ਸ਼ਬਦਾਂ ਨੂੰ ਹਾਈਫਨ ਰਾਹੀਂ ਜੋੜਨਾ

hypnosis /ਹਿਪ'ਨਅਉਸਿਸ/ *n* ਬਣਾਉਟੀ ਢੰਗ ਨਾਲ ਪੈਦਾ ਕੀਤੀ ਹੋਈ ਨੀਂਦ ਦੀ ਅਵਸਥਾ, ਯੋਗ ਨਿੰਦਰਾ, ਸੰਮੋਹਨ

hypnotic /ਹਿਪ'ਨੌਟਿਕ/ *n* ਨੀਂਦਜਨਕ ਵਸਤੂ ਜਾਂ ਵਿਅਕਤੀ *a* ਨੀਂਦਜਨਕ

hypnotize /'ਹਿਪਨਅਟਾਇਜ਼/ *vt* ਨੀਂਦ ਜਾਂ ਸਮਾਧੀ ਵਿੱਚ ਲੈ ਜਾਣਾ

hypo /'ਹਾਇਪਅਉ/ *n* (ਫ਼ੋਟੋਗ੍ਰਾਫ਼ੀ)ਸੋਡੇ ਦਾ ਹਾਈਪੋ ਸਲਫਾਈਡ

hypocaust /'ਹਾਇਪਅ(ਉ)ਕੌਸਟ/ *n* (ਪੁਰਾਤਨ ਰੂਮ ਦਾ) ਤਹਿਖ਼ਾਨਾ ਜਿਸ ਵਿੱਚ ਮਕਾਨ ਅਤੇ ਇਸ਼ਨਾਨ ਘਰ ਆਦਿ ਗਰਮ ਕਰਨ ਲਈ ਤਪਸ਼ ਇਕੱਤਰ ਕੀਤੀ ਜਾਂਦੀ ਸੀ

hypochondria /ˌਹਾਇਪਅ'ਕੌਨਡਰਿਅ/ *n* ਭਰਮ ਰੋਗ, ਸਿਹਤ ਚਿੰਤਾ ਰੋਗ

hypocrisy /ਹਿ'ਪੌਕਰਅਸਿ/ *n* ਕਪਟ-ਵਿੱਦਿਆ, ਪਖੰਡ, ਛਲ, ਦੰਭ

hypocrite /'ਹਿਪਅਕਰਿਟ/ *n* (ਵਿਅਕਤੀ) ਕਪਟੀ, ਪਖੰਡੀ, ਛਲੀਆ, ਦੰਭੀ, ਮੋਮੋਠਗਣਾ, ਦੁਬਾਜਰਾ, ਮੱਕਾਰ

hypodermic /ˌਹਾਇਪਅ'ਡਅ:ਮਿਕ/ *n* (ਖਲੜੀ ਦੇ) ਅੰਦਰਲਾ, ਅੰਤਰ ਰੁਚੀ

hypodynamic /ˌਹਾਇਪਅ(ਉ)ਡਾਇ'ਨੈਮਿਕ/ *a* ਅਸਮਰਥ, ਦੁਰਬਲ

hyponym /'ਹਾਇਪਅਨਿਮ/ *n* (ਭਾਸ਼ਾ) ਜਾਤੀ ਜਾਂ ਸਮੂਹ ਨੂੰ ਪ੍ਰਗਟਾਉਣ ਵਾਲਾ ਸ਼ਬਦ (ਜਿਵੇਂ dog and cat ਆਮ ਜਾਨਵਰਾਂ ਬਾਰੇ ਜ਼ਾਹਰ ਕਰਦੇ ਹਨ)

hypostasis **/ਹਾਇ'ਪੌਸਟਅਸਿਸ/** *n* ਸਾਰ ਵਸਤੂ, ਤੱਤ, ਵਿਅਕਤਿੱਤਵ

hypotaxis **/ˌਹਾਇਪਅਉ'ਟੈਕਸਿਸ/** *n* (ਵਿਆ) ਅਧੀਨ ਉਪਵਾਕ ਦੀ ਵਰਤੋਂ, ਵਾਕ ਵਿੱਚ ਵਰਤਿਆ ਛੋਟਾ ਵਾਕ

hypotenuse **/ਹਾਇ'ਪੌਟਅਨਯੂਜ਼/** *n* (ਰੇਖਾ) ਕਰਨ

hypothecate **/ਹਾਇ'ਪੌਥਿਕੇਇਟ/** *vt* ਰਹਿਨ ਕਰਨਾ, ਗਿਰਵੀ ਧਰਨਾ

hypothecation **/ਹਾਇˌਪੌਥਿ'ਕੇਇਸ਼ਨ/** *n* ਗਿਰਵੀ ਰੱਖਣ, ਗਿਰਵੀ

hypothesis **/ਹਾਇ'ਪੌਥਅਸਿਸ/** *n* ਮਿਥੀ ਸਥਾਪਨਾ, ਫ਼ਰਜ਼ੀ ਮਨੌਤ, ਅਨੁਮਾਨ, ਕਲਪਨਾ; ਬੇਦਲੀਲ ਦਾਅਵਾ, ਨਿਰਾਧਾਰ ਅਨੁਮਾਨ, ਕਲਪਿਤ ਵਿਚਾਰ, ਪਰਿਕਲਪਨਾ

hypothetical **/ˌਹਾਇਪਅ'ਥੈੱਟਿਕਲ/** *a* ਮਨੋਕਲਪਿਤ ਵਿਚਾਰਾਂ ਉੱਤੇ ਆਧਾਰਿਤ, ਉਹ ਖ਼ਿਆਲ ਜੋ ਸਚਾਈ ਜਾਂ ਅਸਲੀਅਤ ਉੱਤੇ ਪੂਰੇ ਨਾ ਉਤਰਦੇ ਹੋਣ

hypothyroidism **/ˌਹਾਇਪਅਉ'ਥਾਇਰੌਇਡਿਜ਼ਅਮ/** *n* ਗਲ ਦੀ ਗ੍ਰੰਥੀ ਦੀ ਘੱਟ ਕਾਰਜਸ਼ੀਲਤਾ, ਸਰੀਰਕ ਅਤੇ ਮਾਨਸਿਕ ਵ੍ਰਿਧੀ ਵਿੱਚ ਰੁਕਾਵਟ ਦੀ ਇੱਕ ਬਿਮਾਰੀ

hy-spy, I spy **/ˌਹਾਇ'ਸਪਾਇ, ਆਇ'ਸਪਾਇ/** *n* ਲੁੱਕਣ-ਮੀਟੀ ਕਿਸਮ ਦੀ ਖੇਡ

hyssop **/'ਹਿਸਅਪ/** *n* ਇੱਕ ਛੋਟਾ ਸੁਗੰਧੀ ਵਾਲਾ ਪੌਦਾ; (ਅੰਜੀਲ) ਉਹ ਪੌਦਾ ਜਿਸ ਦੀਆਂ ਸ਼ਾਖ਼ਾਵਾਂ ਧਾਰਮਿਕ ਰਸਮਾਂ ਵਿੱਚ ਕੰਮ ਆਉਂਦੀਆਂ ਹਨ ਅਤੇ ਜਿਸ ਦੇ ਫੁੱਲਾਂ ਦਾ ਗੁੱਛਾ ਪਾਪਾਂ ਤੋਂ ਮੁਕਤ ਕਰਨ ਵਾਲਾ ਸਮਝਿਆ ਜਾਂਦਾ ਹੈ

hysteria **/ਹਿ'ਸਟਿਅਰਿਅ/** *n* (ਵਿਸ਼ੇਸ਼ ਕਰਕੇ ਇਸਤਰੀਆਂ ਦਾ ਰੋਗ) ਹਿਸਟੀਰੀਆ, ਝੱਲ, ਪਾਗਲਪਣ, ਉਨਮਾਦ

hysterics **/ਹਿ'ਸਟੈੱਰਿਕਸ/** *n* (ਬਹੁ) ਹਿਸਟੀਰੀਆ ਦੇ ਦੌਰੇ; (ਅਪ) ਹਾਸੇ ਦਾ ਦੌਰਾ

hysteroid **/'ਹਿਸਟਅਰੌਇਡ/** *a* ਹਿਸਟੀਰੀਆ ਵਰਗਾ

I

I, i[1] **/ਆਇ/** *n* ਅੰਗਰੇਜ਼ੀ ਵਰਨਮਾਲਾ ਦਾ ਨੌਵਾਂ ਅੱਖਰ

I[2] *pron* ਮੈਂ, ਹਉਂ, ਆਪਾ, ਹਉਮੈਂ

iambic /ਆਇ'ਐਮਬਿਕ/ *a* ਲਘੂ ਗੁਰੂ ਮਾਤਰਕ (ਛੰਦ) *n* ਲਘੂ ਗੁਰੂ ਚਰਣ

iambus /ਆਇ'ਐਮਬਅਸ/ *n* (ਅੰਗਰੇਜ਼ੀ ਛੰਦ ਸ਼ਾਸਤਰ) ਲਘੂ ਗੁਰੂ ਚਰਣ ਵਾਲੀ ਕਵਿਤਾ

ibex /'ਆਇਬੈੱਕਸ/ *n* ਐਲਪਸੀ ਜੰਗਲੀ ਪਹਾੜੀ ਬੱਕਰਾ, ਐਲਪਸੀ ਥਾਰ

ibidem, ibid /'ਇਬਿਡੈੱਮ, 'ਇਬਿਡ/ *(L) adv* ਓਹੀ, ਉਕਤ, ਉਸੇ (ਪੁਸਤਕ, ਅਧਿਆਇ ਜਾਂ ਪੈਰ੍ਹੇ) ਵਿੱਚ

ibis /'ਆਇਬਿਸ/ *n* ਸਾਰਸ ਵਰਗਾ ਇੱਕ ਪੰਛੀ

icarian /ਇ'ਕੇਅਰਿਅਨ/ *a* ਇਕਾਰਸ ਸੰਬੰਧੀ, ਵੱਡਾ ਹਿੰਮਤੀ, ਮਹਾਂ ਸਾਹਸੀ, ਬਹੁਤ ਵੱਡੇ ਉਦੇਸ਼ ਜਾਂ ਆਦਰਸ਼ ਵਾਲਾ

ice /ਆਇਸ/ *n* ਬਰਫ਼, ਹਿਮ; (ਬਹੁ) ਕੁਲਫ਼ੀ, ਆਈਸਕ੍ਰੀਮ *vt* ਬਰਫ਼ ਵਾਂਗ ਜਮਾਉਣਾ, ਬਰਫ਼ ਵਿੱਚ ਲਾ ਕੇ ਠੰਢਾ ਕਰਨਾ, ਬਰਫ਼ ਨਾਲ ਢਕਣਾ; (ਕੇਕ ਆਦਿ ਉੱਤੇ ਬਰਫ਼ਈ ਤਹਿ ਜਮਾਉਣਾ)

ice-age *n* ਹਿਮ ਯੁਗ

iceberg /'ਆਇਸਬਅ:ਗ/ *n* ਬਰਫ਼ ਦਾ ਤੋਦਾ, ਹਿਮ ਪਰਬਤ; ਭਾਵਹੀਣ ਮਨੁੱਖ

icebreaker /'ਆਇਸਬਰੇਇਕਅ*/ *n* ਬਰਫ਼ ਤੋੜਨ ਵਾਲਾ ਵੱਡਾ ਸਮੁੰਦਰੀ ਜਹਾਜ਼; ਪਹਿਲੀ ਮੁਲਾਕਾਤ ਵੇਲੇ ਘਬਰਾਹਟ ਦੀ ਭਾਵਨਾ ਨੂੰ ਦੂਰ ਕਰਨ ਵਾਲੀ ਕਾਰਵਾਈ ਜਾਂ ਸ਼ਬਦ (ਜਿਵੇਂ ਚੁਟਕਲਾ ਆਦਿ)

ice cream *n* ਦੁੱਧ ਤੋਂ ਬਣਿਆ ਜੰਮਿਆ ਖਾਧ ਪਦਾਰਥ, ਆਈਸਕ੍ਰੀਮ

ice cube *n* ਪੇਅ ਪਦਾਰਥ ਨੂੰ ਠੰਢਾ ਕਰਨ ਲਈ ਬਰਫ਼ ਦਾ (ਆਮ ਤੌਰ 'ਤੇ ਵਰਗਾਕਾਰ) ਛੋਟਾ ਟੁਕੜਾ

ice-floe /'ਆਇਸਫ਼ਲਅਉ/ *n* ਬਰਫ਼ ਦੀ ਤੈਰਦੀ ਤਹਿ

iceness /ਆਇਸਨਅਸ/ *n* ਸੀਤਲਤਾ, ਉਦਾਸੀਨਤਾ, ਨੀਰਸਤਾ

icepudding /ਆਇਸ'ਪੁਡਿਙ/ *n* ਆਈਸ ਪੁਡਿੰਗ, ਬਰਫ਼ੀ

ice-run *n* ਬਰਫ਼ ਦੀ ਸੜਕ

ice-wool *n* ਚਮਕੀਲੀ ਉੱਨ

ichneumon /ਇਕ'ਨਯੂਮਅਨ/ *n* ਨਿਓਲੇ ਵਰਗਾ ਇੱਕ ਜੀਵ

ichnology /ਇਕ'ਨੌਲਅਜਿ/ *n* ਪਥਰਾਈ ਪੈੜ ਸੰਬੰਧੀ ਵਿਗਿਆਨ, ਪਦ-ਚਿੰਨ੍ਹ ਸ਼ਾਸਤਰ

ichor /'ਆਇਕੋ*/ *n* ਦੇਵ ਰੱਤ; ਜ਼ਖ਼ਮ ਵਿੱਚੋਂ ਸਿੰਮਣ ਵਾਲਾ ਪਾਣੀ

ichorous /'ਆਇਕੋਰਅਸ/ *a* ਮਵਾਦ ਭਰਿਆ, ਪੀਕ ਨਾਲ ਭਰਿਆ ਹੋਇਆ, ਰਾਧ ਲਹੂ ਨਾਲ ਭਰਿਆ ਹੋਇਆ

ichthyographer /,ਇਕਥਿ'ਔਗਰਅਫ਼ਅ*/ *n* ਮੱਛ ਵਿਗਿਆਨੀ, ਮੱਛੀਆਂ ਬਾਰੇ ਲਿਖਣ ਵਾਲਾ

ichthyography, ichthyology /,ਇਕਥਿ'ਔਗਰਅਫ਼ਿ, ,ਇਕਥਿ'ਔਲਅਜਿ/ *n* ਮੱਛ ਵਿਵਰਨ, ਮੱਛ ਵਿਗਿਆਨ

ichthyophagous /,ਇਕਥਿ'ਔਫ਼ਅਗਅਸ/ *a* ਮੱਛੀਆਂ ਖਾਣ ਵਾਲਾ, ਮੱਛਾਹਾਰੀ

icicle /'ਆਇਸਿਕਲ/ *n* ਬਰਫ਼ ਦੀ ਲਟਕੀ ਹੋਈ ਨੁਕੀਲੀ ਚਟਾਨ, ਬਰਫ਼ ਦੀ ਕਲਮ

icing /'ਆਇਸਿਙ/ *n* ਬਰਫ਼ ਜੰਮਣ ਦੀ ਦਸ਼ਾ, ਬਰਫ਼ ਦੀ ਤਹਿ

ickle /'ਇਕਲ/ *a* ਥੋੜ੍ਹਾ, ਅਲਪ, ਤੁੱਛ, ਛੋਟਾ

icon /'ਆਇਕੌਨ/ *n* ਬੁੱਤ, ਮੂਰਤੀ, ਚਿੱਤਰ; (ਕੰਪਿ) ਕਿਸੇ ਦਸਤਾਵੇਜ਼ ਜਾਂ ਪ੍ਰੋਗਰਾਮ ਆਦਿ ਲਈ ਕੰਪਿਊਟਰ ਪਰਦੇ 'ਤੇ ਬਣਿਆ ਚਿੰਨ੍ਹ ਜਾਂ ਤਸਵੀਰ

iconoclasm /ਆਇ'ਕੌਨਅ(ਉ),ਕਲੈਜ਼(ਅ)ਮ/ *n* ਬੁੱਤ-ਭੰਜਨ, ਮੂਰਤੀ-ਖੰਡਨ, ਬੁੱਤਸ਼ਿਕਨੀ

iconoclast /ਆਇ'ਕੌਨਅਕਲੈਸਟ/ *n* ਮੂਰਤੀ

ਤੋੜਨ ਵਾਲਾ, ਬੁੱਤ-ਤੋੜ, ਬੁੱਤਸ਼ਿਕਨ

iconography /ˌਆਇਕਅਨੌਂਗਰਅਫ਼ਿ/ *n* ਮੂਰਤੀ-ਕਲਾ; ਮੂਰਤੀਆਂ ਰਾਹੀਂ ਪੇਸ਼ਕਾਰੀ

iconolater /ਆਇਕਅ'ਨੌਲਅਟਅ*/ *n* ਮੂਰਤੀ-ਪੂਜ, ਬੁੱਤ ਪੂਜ

iconolatry /ਆਇਕਅ'ਨੌਲਅਟਰਿ/ *n* ਮੂਰਤੀ-ਪੂਜਾ, ਬੁੱਤ ਪੂਜਾ

iconomachy /ˌਆਇਕਅ'ਨੌਮਅਕਿ/ *n* ਮੂਰਤੀ-ਪੂਜਾ ਵਿਰੋਧ

ictus /'ਇਕਟਅਸ/ *n* (ਛੰਦ) ਬਲਾਘਾਤ, ਪਦ ਬਲਾਘਾਤ

ICU /ˌਆਇ ਸੀ 'ਯੂ/ *abbr* **intensive care unit** ਦਾ ਸੰਖਿਪਤ ਰੂਪ, ਹਸਪਤਾਲ ਵਿੱਚ ਮਰੀਜ਼ ਨੂੰ ਹਰ ਸਮੇਂ ਡਾਕਟਰ ਦੀ ਨਜ਼ਰਸਾਨੀ ਵਿੱਚ ਰੱਖਣ ਦਾ ਸਥਾਨ

icy /'ਆਇਸਿ/ *a* ਬਰਫ਼ ਵਾਲਾ, ਬਰਫ਼ ਵਰਗਾ, ਠੰਢਾ-ਠਾਰ, ਬਰਫ਼ ਵਾਂਗ ਠੰਢਾ, ਠੰਢਾ-ਸੀਤ; ਗ਼ੈਰ ਦੋਸਤਾਨਾ

id / ਇਡ/ *n* ਜੀਵਾਣੂ ਦੀ ਇਕਾਈ; ਮੂਲ ਪ੍ਰਵਿਰਤੀ ਦਾ ਆਵੇਗ, (ਮਨੋ) ਕਾਮਨਾ ਅੰਸ਼, ਮੂਲ ਬਿਰਤੀਆਂ ਦਾ ਪ੍ਰਗਟਾਅ

i'd /ਆਇਡ/ I had ਅਤੇ **I would** ਦਾ ਸੰਖੇਪ ਰੂਪ

idea /ਆਇ'ਡਿਅ/ *n* ਵਿਚਾਰ, ਖ਼ਿਆਲ, ਆਸ਼ਾ, ਭਾਵ; ਮਾਨਸਿਕ ਰੂਪ-ਰੇਖਾ, ਢਾਂਚਾ, ਨਕਸ਼ਾ; ਯੋਜਨਾ, ਤਜਵੀਜ਼, ਯੁਕਤੀ; ਵਿਚਾਰ ਸ਼ੈਲੀ, ਖ਼ਿਆਲਾਂ ਦੀ ਤਰਜ਼, ਕਲਪਨਾ, ਸੰਕਲਪ, ਭਾਵਨਾ; ਉਦਾਹਰਨ, ਨਮੂਨਾ, ਮਿਸਾਲ

ideal /ਆਇ'ਡੀਅਲ/ *a* ਆਦਰਸ਼, ਨਮੂਨੇ ਦਾ, ਪ੍ਰਮਾਣਿਕ, ਖ਼ਿਆਲੀ, ਆਦਰਸ਼ ਵਿਚਾਰ, ਕਲਪਿਤ ਕਲਪਨਾਮਈ *n* ਆਦਰਸ਼ ਨਮੂਨਾ, ਮਨੋਰਥ, ਨਿਸ਼ਾਨਾ, ਲਕਸ਼

idealess /ਆਇ'ਡੀਅਲਅਸ/ *a* ਨਿਰਵਿਚਾਰ, ਭਾਵਹੀਣ, ਆਸ਼ਾਹੀਣ, ਕਲਪਨਾ ਰਹਿਤ, ਯੋਜਨਾ ਰਹਿਤ

idealism /ਆਇ'ਡੀਅਲਿਜ਼ਅਮ/ *n* ਦਿਸਦੇ ਸੰਸਾਰ ਨੂੰ ਕੇਵਲ ਭਰਮ ਸਮਝਣ ਵਾਲਾ ਸਿਧਾਂਤ, ਆਦਰਸ਼ਵਾਦ, ਕਲਪਨਾਵਾਦ; ਮਾਇਆਵਾਦ

idealist /ਆਇ'ਡਿਅਲਿਸਟ/ *n* ਵਿਚਾਰਵਾਦੀ, ਆਦਰਸ਼ਵਾਦੀ, ਕਲਪਨਾਵਾਦੀ

idealistic /ˌਆਇਡਿਅ'ਲਿਸਟਿਕ/ *a* ਆਦਰਸ਼ਵਾਦੀ, ਭਾਵਾਤਮਿਕ, ਅਧਿਆਤਮਿਕ

idealization /ਆਇˌਡੀਅਲਾਇ'ਜ਼ੇਇਸ਼ਨ/ *n* ਆਦਰਸ਼ੀਕਰਨ

idealize /ਆਇ'ਡੀਅਲਾਇਜ਼/ *v* ਆਦਰਸ਼ ਰੂਪ ਦੇਣਾ, ਕਲਪਨਾ ਦੁਆਰਾ ਵਧਾਅ-ਚੜ੍ਹਾਅ ਕੇ ਦੱਸਣਾ

ideate /'ਆਇਡਿਏਇਟ/ *v* ਵਿਚਾਰ ਕਰਨਾ, ਚਿੰਤਨ ਕਰਨਾ, ਕਲਪਨਾ ਕਰਨਾ

idem /'ਇਡੈੱਮ/ *adv* ਓਹੀ (ਜਿਸ ਦਾ ਹਵਾਲਾ ਪਹਿਲਾਂ ਦਿੱਤਾ ਗਿਆ ਹੈ), ਉੱਪਰ ਕਥਿਤ (ਲੇਖਕ, ਪੁਸਤਕ ਵਗੈਰਾ)

identic /ਆਇ'ਡੈਂਨੰਟਿਕ/ *a* ਠੀਕ ਉਹੋ ਜਿਹਾ, ਸਗਵਾਂ, ਸਮਾਨ, ਸਮਸਵਰ, ਅਜਿਹਾ ਹੀ, ਉਸੇ ਵਰਗਾ, ਇਕਸਮ, ਤਦਰੂਪ, (ਰੇਖਾ) ਸਰਬੰਗ ਸਮ

identical /ਆਇ'ਡੈਂਨੰਟਿਕਲ/ *a* ਸਮਾਨ, ਇਕਸਮ, ਅਭਿੰਨ, ਉਹੋ ਜਿਹਾ, ਓਹੀ, ਇਕਰੂਪ, ਸਮਰੂਪ

identification /ਆਇˌਡੈੱਨੰਟਿਫ਼ਿ'ਕੇਇਸ਼ਨ/ *n* ਪਛਾਣ, ਸ਼ਨਾਖ਼ਤ, ਅਭੇਦਤਾ, ਤਦਰੂਪਤਾ, ਸਮਾਨਤਾ, ਇਕਰੂਪਤਾ

identify /ਆਇ'ਡੈੱਨੰਟਿਫ਼ਾਇ/ *vt* ਪਛਾਣਨਾ, ਸ਼ਨਾਖ਼ਤ ਕਰਨਾ; ਸਮਾਨ ਸਮਝਣਾ, ਇਕਰੂਪ ਮੰਨਣਾ; ਇਕਮਿਕ ਕਰਨਾ, ਅਭੇਦ ਕਰਨਾ

identity /ਆਇˌਡੈੱਨੰਟਅਟਿ/ *n* ਪਛਾਣ; ਅਭੇਦਤਾ, ਇਕਾਤਮਿਕਤਾ, ਤਦਰੂਪਤਾ, ਇਕਰੂਪਤਾ, ਸਮਾਨਤਾ ਬਰਾਬਰੀ, ਸਮਤਾ, ਸਰਬੰਗ ਸਮਤਾ; ਹਸਤੀ, ਹੋਂਦ; ਨਿਜਤਵ, ਸ਼ਖ਼ਸੀਅਤ

identity card *n* ਵਿਅਕਤੀ ਦੇ ਨਾਂ ਤਸਵੀਰ ਆਦਿ ਵਾਲਾ ਕਾਰਡ ਜੋ ਉਸ ਦੀ ਪਛਾਣ ਦੱਸਦਾ

ਹੈ, ਪਛਾਣ ਪੱਤਰ, ਪਹਿਚਾਣ ਪੱਤਰ

ideograph, ideogram **/'ਆਇਡਿਅਗਰਾਫ਼, 'ਆਇਡਿਅਗਰੈਮ/** *n* ਅਜਿਹੀ ਲਿਪੀ ਜਿਸ ਦੇ ਚਿੰਨ੍ਹ ਕਿਸੇ ਵਸਤੂ ਨਾਲ ਸੰਬੰਧਿਤ ਭਾਵ ਜਾਂ ਵਿਚਾਰ ਨੂੰ ਅੰਕਿਤ ਕਰਨ, ਭਾਵ ਲਿਪੀ, ਵਿਚਾਰ ਲਿਪੀ, ਭਾਵ ਚਿੱਤਰ

ideography **/ˌਆਇਡਿ'ਔਗਰਅਫ਼ਿ/** *n* ਭਾਵ ਚਿਤਰਨ, ਭਾਵ ਲੇਖਨ

ideologist **/ˌਆਇਡਿ'ਔਲਅਜਿਸਟ/** *n* ਵਿਚਾਰਸ਼ਾਸਤਰੀ, ਵਿਚਾਰਵੇਤਾ, ਸਿਧਾਂਤਕਾਰ

ideologue **/'ਆਇਡਿਅਲੌਗ, 'ਇਡਿਅ-/** *n* ਦੇਖੋ **ideologist**

ideology **/ˌਆਇਡਿ'ਔਲਅਜਿ/** *n* ਭਾਵ ਵਿਗਿਆਨ, ਵਿਚਾਰਾਂ ਦੀ ਵਿੱਦਿਆ, ਵਿਚਾਰਧਾਰਾ, ਵਿਚਾਰ ਪੱਧਤੀ, ਚਿੰਤਨ ਸ਼ੈਲੀ, ਭਾਵ ਪ੍ਰਨਾਲੀ; ਕਲਪਨਾ; ਸਿਧਾਂਤ ਸਮੂਹ

ides **/ਆਇਡਜ਼/** *n* ਮਾਰਚ ਮਈ ਜੁਲਾਈ ਅਤੇ ਅਕਤੂਬਰ ਦਾ ਪੰਦਰਵਾਂ ਦਿਨ ਅਤੇ ਹੋਰ ਮਹੀਨਿਆਂ ਦਾ ਤੇਰ੍ਹਵਾਂ ਦਿਨ

id est **/ˌਇਡ 'ਐਸੱਟ/** *(L) conj* (ਸੰਖੇਪ ਰੂਪ **i.e.**) ਅਰਥਾਤ, ਮਤਲਬ ਇਹ ਕਿ, ਯਾਨੀ

idiocy **/'ਇਡਿਅਸਿ/** *n* ਮੂਰਖਤਾ, ਮੂੜ੍ਹਤਾ, ਜੜ੍ਹਤਾ, ਪਾਗਲਪਣ, ਬੁੱਧੂਪਣ

idiolect **/'ਇਡਿਅਲੈੱਕਟ/** *n* (ਭਾਸ਼ਾ) ਵਿਅਕਤੀ ਦੀ ਭਾਸ਼ਾ ਸ਼ੈਲੀ, ਵਿਅਕਤੀ ਭਾਸ਼ਾ

idiom **/'ਇਡਿਅਮ/** *n* ਮੁਹਾਵਰਾ; ਭਾਸ਼ਾ, ਬੋਲੀ; ਬੋਲ-ਚਾਲ, ਬੋਲੀ ਦਾ ਪ੍ਰਚਲਿਤ ਰੂਪ, ਭਾਸ਼ਾ ਦੀ ਕੋਈ ਵਿਸ਼ੇਸ਼ਤਾ

idiomatic **/ˌਇਡਿਅ'ਮੈਟਿਕ/** *a* ਮੁਹਾਵਰੇਦਾਰ, ਠੇਠ; ਬੋਲਚਾਲ ਸੰਬੰਧੀ, ਸੁਦੇਸ਼ੀ

idiosyncrasy **/ˌਇਡਿਅ'ਸਿਙਕਰਅਸਿ/** *n* ਵਿਲੱਖਣ ਸੁਭਾਅ, ਸੁਭਾਅ ਦੀ ਕੋਈ ਵਿਸ਼ੇਸ਼ਤਾ, ਤਬੀਅਤ ਦਾ ਖ਼ਾਸਾ, ਮਾਨਸਿਕ ਬਣਤਰ; ਖ਼ਬਤ, ਵਹਿਮ; ਦ੍ਰਿਸ਼ਟੀਕੋਣ; ਸ਼ੈਲੀ ਦੀ ਵਿਲੱਖਣਤਾ

idiot **/'ਇਡਿਅਟ/** *a* ਮੂਰਖ, ਮੂੜ੍ਹ, ਅਹਿਮਕ, ਬੁੱਧੂ, ਬੂਝੜ

idiotic **/ˌਇਡਿ'ਔਟਿਕ/** *a* ਮੂਰਖਤਾ ਭਰਿਆ, ਅਹਿਮਕਾਨਾ

idle **/'ਆਇਡਲ/** *a* ਵਿਹਲਾ, ਬੇਕਾਰ, ਨਿਕੰਮਾ; ਨਕਾਰਾ, ਆਲਸੀ, ਸੁਸਤ; ਨਿਰਾਰਥਕ, ਨਿਰਾਧਾਰ, ਸਾਰਹੀਣ, ਬੇਕਾਰ, ਬੇਅਰਥ, ਫ਼ਜ਼ੂਲ, ਪ੍ਰਭਾਵਹੀਣ *vi* ਨਿਰਮੂਲ ਹੋਣਾ, ਨਿਰਾਰਥਕ ਹੋਣਾ; ਵਿਹਲੇ ਹੋਣਾ, ਬੇਕਾਰ ਹੋਣਾ, ਨਿਕੰਮੇ ਰਹਿਣਾ, ਆਲਸ ਕਰਨਾ; (ਇੰਜਣ ਦਾ) ਐਵੇਂ ਚੱਲਣਾ, ਬੇਕਾਰ ਘੁੰਮਣਾ

idol **/'ਆਇਡਲ/** *n* ਬੁੱਤ, ਮੂਰਤੀ, ਪ੍ਰਤਿਮਾ; ਇਸ਼ਟ, ਦੇਵ ਜਿਸ ਦੀ ਪੂਜਾ ਕੀਤੀ ਜਾਵੇ; ਅਤਿ ਪਿਆਰੀ ਵਸਤੂ ਜਾਂ ਵਿਅਕਤੀ; ਸਨਮਾਨਿਤ ਵਿਅਕਤੀ

idolater **/ਆਇ'ਡੌਲਅਟਅ*/** *n* ਮੂਰਤੀ-ਪੂਜਾ ਕਰਨ ਵਾਲਾ, ਬੁੱਤ-ਪੂਜ, ਮੂਰਤੀ ਉਪਾਸ਼ਕ

idolatry **/ਆਇ'ਡੌਲਅਟਰਿ/** *n* ਬੁੱਤ-ਪੂਜਾ, ਮੂਰਤੀ ਪੂਜਾ

idolize **/'ਆਇਡਅਲਾਇਜ਼/** *vt* ਦੇਵਤਾ ਬਣਾ ਦੇਣਾ ਜਾਂ ਮੰਨਣਾ, ਦੇਵ ਪਦਵੀ ਦੇਣਾ; ਦੇਵਤੇ ਵਾਂਗ ਸਤਿਕਾਰਨਾ, ਦੇਵ ਵਤ ਪੂਜਣਾ; ਬੜਾ ਆਦਰ ਦੇਣਾ; ਗੂੜ੍ਹਾ ਪਿਆਰ ਕਰਨਾ, ਪੂਜਣਾ; ਮੂਰਤੀ ਪੂਜਾ ਕਰਨਾ

idyll **/'ਇਡਿਲ/** *n* ਪੇਂਡੂ ਗੀਤ, ਦਿਹਾਤੀ ਕਾਵਿ, (ਪੇਂਡੂ ਜੀਵਨ ਸੰਬੰਧੀ) ਲੋਕ-ਗੀਤ; ਪੇਂਡੂ ਜੀਵਨ ਦਾ ਕੋਈ ਵਿਵਰਨ; ਵਰਨਾਤਮਿਕ ਗੀਤ

idyllic **/ਇ'ਡਿਲਿਕ/** *a* ਪੇਂਡੂ ਜੀਵਨ ਦੇ ਗੀਤ ਜਾਂ ਵਿਵਰਨ ਸੰਬੰਧੀ

idyllist **/'ਇਡਿਲਿਸਟ/** *n* ਪੇਂਡੂ ਗੀਤ ਲੇਖਕ

i.e. **/ˌਆਇ 'ਈ/** *conj abbr* ਦੇਖੋ **id est**

IELTS **/'ਆਇਐੱਲਟਸ/** *abbr* **International English Language Testing System** ਦਾ ਸੰਖਿਪਤ ਰੂਪ, ਕੈਂਬਰਿਜ ਯੂਨੀਵਰਸਿਟੀ ਵੱਲੋਂ ਅੰਗਰੇਜ਼ੀ ਭਾਸ਼ਾ ਦਾ ਇੱਕ ਟੈਸਟ

if /ਇਫ਼/ *n* ਸ਼ਰਤ; ਪਾਬੰਦੀ *conj* ਜੇ, ਜੇਕਰ, ਅਗਰ

iff /ਇਫ਼/ *conj* ਗਣਿਤ ਵਿੱਚ ਵਰਤਿਆ ਜਾਣ ਵਾਲਾ ਸ਼ਬਦ ਜਿਸ ਦਾ ਮਤਲਬ **if and only if** ਹੁੰਦਾ ਹੈ, ਬੱਸ ਜੇ ਹੋਵੇ ਤਾਂ

iffy /'ਇਫ਼ਿ/ *a* ਜੋ ਸ਼ੁੱਧ ਰੂਪ ਵਿੱਚ ਨਾ ਹੋਵੇ, ਖਰਾਬ; ਪੱਕਾ ਨਹੀਂ, ਅਨਿਸ਼ਚਿਤ

igloo /'ਇਗਲੂ/*n* ਇਸਕੀਮੂਆਂ ਦੀ ਗੁੰਬਦਨੁਮਾ ਝੌਂਪੜੀ, ਹਿਮ ਕੋਠੜੀ

igneous /'ਇਗਨਿਅਸ/ *a* ਆਤਸ਼ੀ, ਅੱਗ ਦਾ, ਅੱਗ ਵਾਲਾ, ਅਗਨੀਮਈ, ਅਗਨੀਯੁਕਤ, ਜੁਆਲਾਮੁਖੀ ਪਰਬਤ ਦੀ ਕਿਰਿਆ ਨਾਲ ਬਣਿਆ

ignite /ਇਗ'ਨਾਇਟ/ *v* ਅੱਗ ਲਾਉਣਾ ਜਾਂ ਲੱਗਣਾ, ਬਾਲਨਾ ਜਾਂ ਬਲਨਾ, ਚੁਆਤੀ ਲਾਉਣਾ, ਬਲ ਉੱਠਣਾ, ਭਖਾਉਣਾ, ਭਖਣਾ; (ਰਸਾ) ਇੰਨਾ ਗਰਮ ਕਰਨਾ ਕਿ ਰਸਾਇਣਿਕ ਪਰਿਵਰਤਨ ਹੋ ਜਾਏ

ignition /ਇਗ'ਨਿਸ਼ਨ/ *n* ਇੰਜਣ ਸ਼ੁਰੂ ਕਰਨ ਲਈ ਚਿੰਗਿਆੜੀ ਦੇਣ ਵਾਲਾ ਪੁਰਜਾ; ਸੜਨ, ਬਲਨ, ਜਲਨ, ਭਖਣ

ignoble /ਇਗ'ਨਅਉਬਲ/*a* ਨੀਚ ਜਾਤ ਵਾਲਾ, ਹੀਣੀ ਜਾਤ ਦਾ; ਕਮੀਨਾ, ਹੀਣਾ, ਨੀਚ, ਹੋਛਾ; ਨਾਪਾਕ

ignominious /ˌਇਗਨਅ'ਮਿਨਿਅਸ/*a* ਬੇਪਤੀ ਵਾਲਾ, ਬਦਨਾਮ, ਕਲੰਕੀ, ਨਮੋਸ਼ੀ ਭਰਿਆ

ignominy /'ਇਗਨਅਮਿਨਿ/ *n* ਬੇਪਤੀ, ਬੇਇੱਜ਼ਤੀ, ਅਪਜਸ, ਕੁਸ਼ੋਭਾ, ਨਮੋਸ਼ੀ, ਕਲੰਕ, ਬਦਨਾਮੀ

ignoramus /ˌਇਗਨਅ'ਰੇਇਮਅਸ/*n* ਮੂੜ੍ਹ, ਜਾਹਲ, ਗੰਵਾਰ, ਉਜੱਡ ਬੰਦਾ

ignorance /'ਇਗਨਅਰਅਨਸ/*a* ਅਗਿਆਨ, ਬੇਸਮਝੀ, ਨਾਦਾਨੀ

ignorant /'ਇਗਨਅਰਅਨਟ/*a* ਅਗਿਆਨੀ, ਅਣਜਾਣ, ਬੇਸਮਝ, ਨਾਦਾਨ, ਅਬੋਧ, ਮੂਰਖ, ਮੂੜ੍ਹ

ignore /ਇਗ'ਨੋ*/*vt* ਉਪੇਖਿਆ ਕਰਨਾ, ਅਵਹੇਲਣਾ ਕਰਨਾ, ਅੱਖੋਂ ਓਹਲੇ ਕਰਨਾ, ਅਣਡਿੱਠ ਕਰਨਾ, ਨਜ਼ਰ-ਅੰਦਾਜ਼ ਕਰਨਾ; ਅਵੱਗਿਆ ਕਰਨਾ, ਨਾ ਮੰਨਣਾ

ikon /'ਆਇਕੌਨ/*n* ਵੇਖੋ **icon**

iliac /'ਇਲਿਐਕ/ *a* ਕੁਲ੍ਹੇ ਦਾ, ਪੇਡੂ ਦਾ

ilk /ਇਲਕ/ *a* (ਸਕਾਟ)ਉਹੀ (ਬੰਦਾ), ਉਸੇ ਵਰਗਾ, ਉਹੋ ਜਿਹਾ

ill /ਇਲ/ *a* ਬਿਮਾਰ, ਰੋਗੀ, ਅਸੁਅਸਥ; ਬੁਰਾ, ਮੰਦਾ, ਭੈੜਾ; ਗ਼ਲਤ; ਹਾਨੀਕਾਰਕ, ਨਾਮੁਆਫ਼ਕ, ਅਸ਼ੁਭ; ਦੁਖਦਾਈ; ਮੁਸ਼ਕਲ; ਦੋਸ਼ਮਈ, ਕੋਝਾ; ਅਸੰਗਤ, ਅਨਉਚਿਤ *n* ਹਾਨੀ, ਦੁਰਭਾਗ, ਬੁਰਾਈ, ਭੈੜ, ਖ਼ਰਾਬੀ, ਦੋਸ਼; ਬਿਪਤਾ; ਆਫ਼ਤ; ਵਿਕਾਰ, ਵਿਗਾੜ *adv* ਕੋਝੇ ਢੰਗ ਨਾਲ, ਭੈੜੇ ਤਰੀਕੇ ਨਾਲ, ਬੁਰੀ ਤਰ੍ਹਾਂ, ਅਧੂਰੇ ਰੂਪ ਵਿੱਚ

ill-advised /'ਇਲਅਡ'ਵ਼ਾਇਜ਼ਡ/ *a* ਮਾੜੀ ਸਲਾਹ, ਮੁਸ਼ਕਲ ਪੈਦਾ ਕਰਨ ਵਾਲਾ

illation /ਇ'ਲੇਇਸ਼ਨ/ *n* ਪਰਿਣਾਮ, ਸਿੱਟਾ, ਨਤੀਜਾ; ਨਿਗਮਨ; ਅਨੁਮਾਨ

illative /ਇ'ਲੇਇਟਿਵ਼/*a* (ਵਿਆ) ਪਰਿਣਾਮਵਾਚਕ; ਅਨੁਮਾਨੀ

ill-bred /ˌਇਲ'ਬਰੈੱਡ/ *a* ਕੁਚੱਜਾ, ਭੈੜਾ, ਬਦਤਮੀਜ਼

ill-conceived *a* ਗ਼ਲਤ ਸੋਚਿਆ, ਗ਼ਲਤ ਯੋਜਨਾਬੱਧ ਕੀਤਾ, ਗ਼ਲਤ ਤਿਆਰ ਕੀਤਾ

ill-conditioned /'ਇਲਕਅਨ'ਡਿਸ਼(ਅ)ਨਡ/ *a* ਭੈੜੇ ਸੁਭਾਅ ਵਾਲਾ, ਬਦਮਿਜ਼ਾਜ, ਅਵੈੜਾ

illegal /ਇ'ਲੀਗਲ/ *a* ਗ਼ੈਰਕਨੂੰਨੀ, ਕਨੂੰਨ ਵਿਰੁੱਧ, ਅਵੈਧ, ਨਾਜਾਇਜ਼

illegality /ˌਇਲਿ'ਗੈਲਅਟਿ/ *n* ਅਵੈਧਤਾ, ਕਨੂੰਨ ਦਾ ਵਿਰੋਧ

illegibility /ਇˌਲੈੱਜਿ'ਬਿਲਅਟਿ/ *n* (ਪੜ੍ਹਨ ਵਿੱਚ) ਅਸਪਸ਼ਟਤਾ

illegible /ਇ'ਲੈੱਜਅਬਲ/ *a* ਅਸਪਸ਼ਟ, ਜਿਹੜਾ ਚੰਗੀ ਤਰ੍ਹਾਂ ਪੜ੍ਹਿਆ ਨਾ ਜਾ ਸਕੇ, ਕੋਝੀ ਜਾਂ ਕੁਵੱਲੀ (ਲਿਖਤ)

illegitimacy /ˌਇਲਅ'ਜਿਟਅਮਅਸਿ/ *n* ਅਯੋਗਤਾ, ਅਨਉੱਚਿਤਤਾ; ਹਰਾਮੀਪਣ

illegitimate /ˌਇਲਅ'ਜਿਟਅਮਅਟ/ *a* ਅਯੋਗ, ਨਾਮੁਨਾਸਬ, ਨਾਹੱਕੀ, ਗ਼ੈਰਕਨੂੰਨੀ, ਅਵੈਧ, ਹਰਾਮੀ, ਅਸ਼ੁੱਧ, ਖੋਟਾ; ਅਸਧਾਰਨ

ill-equipped /ˌਇਲਇ'ਕਵਿਪਟ/ *a* ਯੋਗ ਉਪਕਰਨ ਜਾਂ ਹੁਨਰ ਤੋਂ ਖ਼ਾਲੀ, ਮੁਹਾਰਤ ਤੋਂ ਖ਼ਾਲੀ, ਅਯੋਗ

ill-favoured /ˌਇਲ'ਫ਼ੇਇਵ੍ਅਡ/ *a* ਕੋਝਾ, ਬਦਸ਼ਕਲ

ill-gotten /ˌਇਲ'ਗੌਟ(ਅ)ਨ/ *a* ਅਨਉੱਚਿਤ ਢੰਗ ਨਾਲ ਪ੍ਰਾਪਤ ਕੀਤਾ, ਹਰਾਮ ਦੀ (ਕਮਾਈ)

ill health /ˌਇਲ 'ਹੈੱਲਥ/ *n* ਸਰੀਰ ਜਾਂ ਦਿਮਾਗ਼ ਦੀ ਮਾੜੀ ਹਾਲਤ, ਬਿਮਾਰੀ, ਮਾਂਦਾਪਨ

ill humour /ˌਇਲ 'ਹਯੂਮਅ*/ *n* ਭੈੜਾ ਸੁਭਾਅ, ਵੱਢੂ-ਖਾਊਂ ਕਰਨ ਵਾਲਾ ਸੁਭਾਅ, ਚਿੜਚਿੜਾਪਣ

illiberal /ਇ'ਲਿਬਅਰਅਲ/ *a* ਤੰਗਦਿਲ, ਸੰਕੀਰਨ, ਥੋੜ੍ਹਦਿਲਾ; ਗੰਵਾਰ, ਅਸ਼ਿਸ਼ਟ, ਉਜੱਡ; ਹੋਛਾ; ਕੰਜੂਸ, ਸੂਮ

illiberality /ਇˌਲਿਬਅ'ਰੈਲਅਟਿ/ *n* ਥੋੜ੍ਹਦਿਲੀ, ਤੰਗਦਿਲੀ; ਹੋਛਾਪਣ; ਕੰਜੂਸੀ, ਸੂਮਪੁਣਾ

illicit /ਇ'ਲਿਸਿਟ/ *a* ਵਰਜਿਤ, ਗ਼ੈਰਕਨੂੰਨੀ, ਅਯੋਗ, ਅਨਉਚਿਤ, ਨਾਮੁਨਾਸਬ, ਨਾਜਾਇਜ਼

illimitable / ਇ'ਲਿਮਿਟਅਬਲ/ *a* ਅਨੰਤ, ਬੇਹੱਦ, ਅਸੀਮ, ਅਸੀਮਤ, ਅਮਿੱਤ

ill-informed *a* ਗ਼ਲਤ ਜਾਣਕਾਰੀ ਵਾਲਾ, ਘੱਟ ਜਾਣਕਾਰੀ ਵਾਲਾ

illiteracy /ਇ'ਲਿਟ(ਅ)ਰਅਸਿ/ *n* ਅਨਪੜ੍ਹਤਾ, ਨਿਰੱਖਰਤਾ

illiterate /ਇ'ਲਿਟਅਰਅਟ/ *a* ਅਨਪੜ੍ਹ, ਅਸਿੱਖਿਅਤ, ਉਜੱਡ, ਮੂੜ੍ਹ

ill-natured /ˌਇਲ'ਨੇਇਚਅਡ/ *a* ਭੈੜੇ ਸੁਭਾਅ ਵਾਲਾ, ਚਿੜਚਿੜਾ, ਅਵੈੜਾ, ਬਦਮਿਜ਼ਾਜ਼, ਅੜ੍ਹਬ

illness /'ਇਲਨਅਸ/ *n* ਬਿਮਾਰੀ, ਰੋਗ, ਅਸਵਸਥਤਾ; ਬੁਰਾਈ, ਐਬ, ਦੋਸ਼

illocution /ˌਇਲਅ'ਕਯੂਸ਼ਨ/ *n* ਅਨੁਚਿਤ ਭਾਸ਼ਣਸ਼ੈਲੀ, ਨਾਮੁਆਫ਼ਕ ਵਾਕ ਸ਼ੈਲੀ, ਅਯੋਗ ਅੰਦਾਜ਼ੇ ਤਕਰੀਰ

illogical /ਇ'ਲੌਜਿਕਲ/ *a* ਤਰਕਹੀਣ, ਨਿਆਂਵਿਰੁੱਧ, ਅਸੰਗਤ, ਅਢੁਕਵਾਂ

ill-omened /ˌਇਲ'ਅਉਮੈੱਨਡ/ *a* ਕੁਸ਼ਗਨਾ, ਬਦਸ਼ਗਨਾ, ਕੁਲੱਛਣਾ, ਨਹਿਸ਼

ill-prepared *a* ਜੋ ਤਿਆਰ ਨਾ ਹੋਵੇ, ਜਿਸਨੇ ਉਮੀਦ ਨਾ ਰੱਖੀ ਹੋਵੇ; ਮਾੜੀ ਯੋਜਨਾਬੰਦੀ ਵਾਲਾ, ਮਾੜੀ ਤਿਆਰੀ ਵਾਲਾ

ill-starred /ˌਇਲ'ਸਟਾਡ/ *a* ਅਭਾਗਾ, ਮੰਦਭਾਗਾ, ਬਦਕਿਸਮਤ

ill-tempered /ˌਇਲ'ਟੈਂੱਮਪਅਡ/ *a* ਅਵੈੜਾ, ਅੜਬ, ਕ੍ਰੋਧੀ, ਭੈੜੇ ਸੁਭਾਅ ਵਾਲ਼ਾ

illth /ਇਲਥ/ *n* ਦੁਰਦਸ਼ਾ, ਬੁਰਾ ਹਾਲ

ill-timed /ˌਇਲ'ਟਾਇਮਡ/ *a* ਕੁਵੇਲੇ ਦਾ, ਬੇਮੌਕੇ ਦਾ, ਅਨਉੱਚਿਤ ਅਵਸਰ ਉੱਤੇ ਕੀਤਾ

ill-treat, ill-use /ˌਇਲ'ਟਰੀਟ, ਇਲ'ਯੂਜ਼/ *v* ਦੁਰਵਿਹਾਰ ਕਰਨਾ, ਬਦਸਲੂਕੀ ਕਰਨਾ, ਮੰਦਾ ਵਰਤਾਰਾ ਕਰਨਾ

ill-treatment /ˌਇਲ'ਟਰੀਟਮਅਨਟ/ *n* ਬਦਸਲੂਕੀ, ਦੁਰਵਿਹਾਰ, ਦੁਰਵਰਤੋਂ, ਦੁਰਉਪਯੋਗ, ਕੁਵਰਤੋਂ

illude /ਇ'ਲਯੂਡ/ *vt* ਧੋਖਾ ਦੇਣਾ, ਕਪਟ ਕਰਨਾ, ਝਾਂਸਾ ਦੇਣਾ, ਚਾਲਬਾਜ਼ੀ ਕਰਨਾ

illume /ਇ'ਲਯੂਮ/ *vt* ਜਗਾਉਣਾ, ਬਾਲਨਾ, ਪ੍ਰਕਾਸ਼ਮਾਨ ਕਰਨਾ, ਚਾਨਣ ਕਰਨਾ, ਰੁਸ਼ਨਾਉਣਾ, ਚਮਕਾਉਣਾ

illuminant /ਇ'ਲੂਮਿਨਅਨਟ/ *a* ਚਾਨਣ ਪਾਉਣ ਵਾਲਾ, ਪ੍ਰਕਾਸ਼ਕ, ਚਮਕਾਉਣ ਜਾਂ ਸਜਾਉਣ ਵਾਲਾ

illuminate /ਇ'ਲੂਮਿਨੇਇਟ/ *vt* ਚਾਨਣ ਕਰਨਾ, ਰੋਸ਼ਨ ਕਰਨਾ, ਪ੍ਰਕਾਸ਼ਮਾਨ ਕਰਨਾ, ਰੁਸ਼ਨਾਉਣਾ, ਚਮਕਾਉਣਾ; ਰੋਸ਼ਨੀ ਨਾਲ ਸਜਾਵਟ

ਕਰਨਾ; ਅਧਿਆਤਮਿਕ ਜਾਂ ਬੌਧਿਕ ਚਾਨਣ ਪਾਉਣਾ, ਕਿਸੇ ਵਿਸ਼ੇ 'ਤੇ ਚਾਨਣ ਪਾਉਣਾ; ਰਾਏ ਜ਼ਾਹਰ ਕਰਨਾ; ਲਿਖਤ ਦੇ ਪੰਨੇ ਜਾਂ ਹਾਸ਼ੀਏ ਨੂੰ ਚਮਕਦਾਰ ਵੇਲਾਂ ਆਦਿ ਨਾਲ ਸਜਾਉਣਾ

illumination /ਇ,ਲੂਮਿ'ਨੇਇਸ਼ਨ/ *n* ਚਾਨਣ, ਪ੍ਰਕਾਸ਼, ਰੋਸ਼ਨੀ, ਰੋਸ਼ਨੀ ਨਾਲ ਕੀਤੀ ਸਜਾਵਟ, ਵੇਲ ਆਦਿ ਨਾਲ ਲਿਖਤ ਵਿੱਚ ਸਜਾਵਟ

illuminator /ਇ'ਲੂਮਿਨੇਇਟਅ*/ *n* ਚਾਨਣ ਕਰਨ ਵਾਲਾ, ਪ੍ਰਕਾਸ਼ਕਾਰੀ, ਰੋਸ਼ਨੀ ਨਾਲ ਸਜਾਉਣ ਵਾਲਾ

illumine /ਇ'ਲੂਮਿਨ/ *vt* ਗਿਆਨ ਦੇਣਾ, ਸੋਝੀ ਕਰਾਉਣਾ; ਚਾਨਣ ਕਰਨਾ, ਰੋਸ਼ਨੀ ਕਰਨਾ, ਪ੍ਰਕਾਸ਼ਮਾਨ ਕਰਨਾ

illusion /ਇ'ਲੂਯ਼ਨ/ *n* ਭਰਮ, ਵਹਿਮ, ਭੁਲਾਵਾ; ਛਲ; ਮਾਇਆ, ਇੰਦਰ ਜਾਲ, ਭੁਲੇਖਾ

illusionism /ਇ'ਲੂਯ਼(ਅ)ਨਿਜ਼ਅਮ/ *n* ਦਿਸਦੇ ਸੰਸਾਰ ਦੀ ਵਾਸਤਵਿਕਤਾ ਵਿੱਚ ਅਵਿਸ਼ਵਾਸ, ਸੰਸਾਰ ਨੂੰ ਕੇਵਲ ਮਾਇਆ ਦਾ ਭਰਮ ਸਮਝਣ ਦਾ ਸਿਧਾਂਤ, ਭਰਮਵਾਦ

illusionist /ਇ'ਲੂਯ਼ਅਨਿਸਟ/ *n* ਸੰਸਾਰ ਦੀ ਹੋਂਦ ਵਿੱਚ ਵਿਸ਼ਵਾਸ ਨਾ ਕਰਨ ਵਾਲਾ, ਮਾਇਆਵਾਦੀ, ਭਰਮਵਾਦੀ

illusive /ਇ'ਲੂਸਿਵ਼/ *a* (ਸਿੱਖਿਆ) ਭਰਮਾਤਮਿਕ, ਭੁਲਾਵਾ, ਛਲਰੂਪ, ਛਲਵਾਂ, ਮਾਇਆ ਰੂਪ

illusory /ਇ'ਲੂਸਅਰਿ/ *a* ਭਰਮ ਪਾਉਣ ਵਾਲਾ, ਭੁਲਾਵਾ ਦੇਣ ਵਾਲਾ, ਭਰਮ ਉਪਜਾਊ; ਮਾਇਆਮਈ, ਛਲਰੂਪ

illustrate /'ਇਲਅਸਟਰੇਇਟ/ *vt* ਸਪਸ਼ਟ ਕਰਨਾ, ਉਦਾਹਰਨ ਦੇ ਕੇ ਸਮਝਾਉਣਾ, ਚਿੱਤਰਾਂ ਨਾਲ ਸਮਝਾਉਣਾ; ਵਿਆਖਿਆ ਕਰਨਾ; ਵਿਆਖਿਆ ਲਈ ਚਿੱਤਰ ਬਣਾਉਣਾ

illustrated /'ਇਲਅਸਟਰੇਇਟਿਡ/ *a* ਉਦਾਹਰਨ ਸਹਿਤ, ਉਦਾਹਰਨਯੁਕਤ, ਸਚਿੱਤਰ

illustration /,ਇਲਅ'ਸਟਰੇਇਸ਼ਨ/ *n* ਵਿਆਖਿਆ, ਸਪਸ਼ਟੀਕਰਨ; ਉਦਾਹਰਨ, ਮਿਸਾਲ, ਦ੍ਰਿਸ਼ਟਾਂਤ; ਚਿੱਤਰ, ਤਸਵੀਰ

illustrative /'ਇਲਅਸਟਰਅਟਿਵ਼/ *a* ਚਿੱਤਰਮਈ; ਉਦਾਹਰਨਯੁਕਤ, ਦ੍ਰਿਸ਼ਟਾਂਤਯੁਕਤ, ਵਿਆਖਿਆ ਵਾਲਾ

illustrious /ਇ'ਲਅੱਸਟਰਿਅਸ/ *a* ਪ੍ਰਸਿੱਧ, ਮਸ਼ਹੂਰ, ਉੱਘਾ, ਮੰਨਿਆ-ਪ੍ਰਮੰਨਿਆ, ਨਾਮੀ, ਨੇਕਨਾਮ, ਕੀਰਤੀਵਾਨ, ਜਸਵੰਤ

illustriousness /ਇ'ਲਅੱਸਟਰਿਅਸਨਅਸ/ *n* ਕੀਰਤੀ, ਪ੍ਰਸਿੱਧੀ, ਜਸ, ਗੌਰਵ

ill will *n* ਮੰਦ ਭਾਵਨਾ, ਦਵੈਸ਼, ਮਾੜਾ ਇਰਾਦਾ

ILO /,ਆਇ ਐੱਲ 'ਅਉ/ *abbr* **international labour organization** ਦਾ ਸੰਖਿਪਤ ਰੂਪ, ਸੰਯੁਕਤ ਰਾਸ਼ਟਰ ਸੰਘ ਦੀ ਇੱਕ ਸੰਸਥਾ

I'm /ਆਇਮ/ I am ਦਾ ਸੰਖੇਪ ਰੂਪ

image /'ਇਮਿਜ/ *n* ਸ਼ਕਲ, ਆਕਾਰ, ਰੂਪ, ਚਿੱਤਰ, ਤਸਵੀਰ; ਮੂਰਤੀ, ਪ੍ਰਤਿਮਾ, ਬੁੱਤ; ਪਰਛਾਵਾਂ, ਪ੍ਰਤਿਬਿੰਬ, ਬਿੰਬ, ਆਦਰਸ਼, ਨਮੂਨਾ; ਨਕਲ, ਹੂ-ਬਹੂ ਉਤਾਰਾ, ਸੂਰਤ ਉਪਮਾ, ਰੂਪਕ; ਤਸੱਵਰ, ਖ਼ਿਆਲ, ਖ਼ਿਆਲੀ ਤਸਵੀਰ *vt* ਚਿੱਤਰ ਬਣਾਉਣਾ, ਮੂਰਤੀ ਬਣਾਉਣਾ; ਮੂਰਤੀਮਾਨ ਕਰਨਾ, ਕੋਈ ਰੂਪ ਦੇਣਾ; ਪਰਛਾਵਾਂ ਪਾਉਣਾ; ਕਲਪਨਾ ਕਰਨਾ, ਖ਼ਿਆਲ ਬੰਨ੍ਹਣਾ; ਆਦਰਸ਼ ਜਾਂ ਨਮੂਨਾ ਹੋਣਾ

imagery /'ਇਮਿਜਅਰਿ/ *n* ਅਲੰਕਾਰ, ਅਲੰਕਾਰਮਈ ਚਿੱਤਰਨ ਜਾਂ ਨਿਰੂਪਣ, ਬਿੰਬਾਵਲੀ, ਬਿੰਬ ਵਿਧਾਨ; ਬੁੱਤਕਾਰੀ, ਮੂਰਤੀ ਨਿਰਮਾਣ; ਮੂਰਤੀ, ਬੁੱਤ; ਕਲਪਨਾ, ਵਿਚਾਰ ਸ਼ਕਤੀ

imaginary /ਇ'ਮੈਜਿਨਅਰਿ/ *a* ਖ਼ਿਆਲੀ, ਕਲਪਿਤ, ਕਿਆਸੀ, ਕਾਲਪਨਿਕ, ਮਨਘੜਤ

imagination /ਇ,ਮੈਜਿ'ਨੇਇਸ਼ਨ/ *n* ਕਲਪਨਾ, ਭਾਵਨਾ, ਸੰਕਲਪ, ਕਲਪਨਾ ਸ਼ਕਤੀ, ਨਿਰੂਪਣ ਸ਼ਕਤੀ, ਤਸੱਵਰ

imaginative /ਇ'ਮੈਜਿਨਅਟਿਵ਼/ *a* ਕਲਪਨਾਮਈ, ਕਲਪਿਤ, ਭਾਵਨਾਪੂਰਨ, ਭਾਵਨਾਮਈ, ਉਸਾਰੂ ਖ਼ਿਆਲ ਵਾਲਾ, ਕਲਪਨਾਸ਼ੀਲ

imagine /**ਇ'ਮੈਜਿਨ**/ *vt* ਕਲਪਨਾ ਕਰਨਾ, ਖ਼ਿਆਲ ਬੰਨ੍ਹਣਾ, ਸੋਚਣਾ; ਅਨੁਮਾਨ ਲਾਉਣਾ, ਖ਼ਿਆਲ ਉਡਾਰੀ ਲਾਉਣਾ; ਮੰਨਣਾ, ਮਿਥਣਾ, ਫ਼ਰਜ਼ ਕਰਨਾ, ਰਾਏ ਹੋਣਾ, ਖ਼ਿਆਲ ਹੋਣਾ

imagism /**'ਇਮਿਜਿਜ਼ਅਮ**/ *n* ਬਿੰਬਵਾਦ, ਚਿੱਤਰਨ-ਵਾਦ, ਯਥਾਰਥ ਚਿੱਤਰਨਵਾਦ

IMAX /**'ਆਇਮੈਕਸ**/ *n* ਤਕਨੀਕ ਜਿਸ ਨਾਲ ਫ਼ਿਲਮਾਂ ਬਹੁਤ ਹੀ ਵੱਡੇ ਪਰਦੇ 'ਤੇ ਵਿਖਾਈਆਂ ਜਾ ਸਕਦੀਆਂ ਹਨ; ਇਸ ਤਕਨੀਕ ਨੂੰ ਵਰਤਣ ਵਾਲੀ ਫ਼ਿਲਮ ਮੰਚ ਜਾਂ ਸਿਨਮਾ

imbecile /**'ਇਮਬਅਸੀਲ**/ *a* ਮੰਦਬੁੱਧ; (ਪਰਾ) ਨਿਰਬਲ, ਮਾੜਾ

imbecility /**,ਇਮਬਅ'ਸਿਲਅਟਿ**/ *n* ਮੰਦਬੁੱਧੀ

imbed /**ਇਮ'ਬੈਡ**/ *vt* ਬੀੜਨਾ, ਜੜਨਾ

imbibe /**ਇਮ'ਬਾਇਬ**/ *vt* ਗ੍ਰਹਿਣ ਕਰਨਾ, ਲੈ ਲੈਣਾ; ਮਨ ਵਿੱਚ ਧਾਰਨ ਕਰਨਾ, ਦਿਲ ਵਿੱਚ ਵਸਾਉਣਾ, ਆਪਣੇ ਅੰਦਰ ਰਚਾ ਲੈਣਾ, ਪੀਣਾ; ਚੂਸਣਾ; ਜਜ਼ਬ ਕਰ ਲੈਣਾ; ਸਾਹ ਲੈਣਾ

imbibition /**,ਇਮਬਿ'ਬਿਸ਼ਨ**/ *n* ਗ੍ਰਹਿਣ, ਚੂਸਣ, ਸਾਹ ਲੈਣ (ਦੀ ਕਿਰਿਆ)

imbricate /**'ਇਮਬਰਿਕੇਇਟ**/ *v* ਢੇਰ ਲਾਉਣਾ, ਖਪਰੈਲ ਵਾਂਗ ਸਜਾਉਣਾ ਜਾਂ ਸਜਣਾ, ਚਿਣਨਾ, ਬੀੜਨਾ

imbroglio /**ਇਮ'ਬਰਅਉਲਿਅਉ**/ *n* ਝਮੇਲਾ, ਝੰਜਟ, ਉਲਝਣ, ਔਕੜ, ਭੈੜੀ ਅਵਸਥਾ

imbrue /**ਇਮ'ਬਰੂ**/ *vt* ਲਬੇੜਨਾ, ਭਿਓਂਣਾ, (ਹੱਥ ਜਾਂ ਤਲਵਾਰ) ਲਹੂ ਨਾਲ ਰੰਗਣਾ

imbue /**ਇਮ'ਬਯੂ**/ *vt* ਭਿਓਂ ਦੇਣਾ, ਤਰ ਕਰਨਾ; ਰੰਗਣਾ, ਪ੍ਰਭਾਵਿਤ ਕਰਨਾ, ਉਤੇਜਿਤ ਕਰਨਾ; ਵਿਕਾਰਾਂ ਦਾ ਮਨ ਵਿੱਚ ਰਸਣਾ ਜਾਂ ਰਚਣਾ

imburse /**ਇਮ'ਬਅ:ਸ**/ *vt* ਬਟੂਏ ਵਿੱਚ ਰੱਖਣਾ; ਜਮ੍ਹਾਂ ਕਰਨਾ; ਅਦਾ ਕਰਨਾ, ਖ਼ਰਚ ਕਰਨਾ, ਚੁਕਾਉਣਾ, ਚੁਕਤਾ ਕਰ ਦੇਣਾ

IMF /**,ਆਇ ਐੱਮ 'ਐੱਫ਼**/ *n* abbr **International Monetary Fund** ਦਾ ਸੰਖਿਪਤ ਰੂਪ, ਸੰਯੁਕਤ ਰਾਸ਼ਟਰ ਸੰਘ ਦੀ ਇੱਕ ਸੰਸਥਾ

imitate /**'ਇਮਿਟੇਇਟ**/ *vt* ਨਕਲ ਕਰਨਾ, ਸਾਂਗ ਲਾਉਣਾ, ਅਨੁਕਰਨ ਕਰਨਾ; ਪੈਰਵੀ ਕਰਨਾ, ਅਨੁਸਰਨ ਕਰਨਾ, ਕਦਮਾਂ 'ਤੇ ਚੱਲਣਾ, ਨਕਲ ਉਤਾਰਨਾ, ਸਾਂਗ ਲਾਹੁਣਾ

imitation /**,ਇਮਿ'ਟੇਇਸ਼ਨ**/ *n* ਨਕਲ, ਸਾਂਗ, ਅਨੁਕਰਨ; ਪੈਰਵੀ, ਅਨੁਸਰਨ, ਰੀਸ; ਬਣਾਉਟੀ ਵਸਤ, ਨਕਲ (ਲਿਖਤ ਜਾਂ ਮਸੌਦੇ ਦੀ), ਪ੍ਰਤਿਲਿਪੀ

imitative /**'ਇਮਿਟਅਟਿਵ਼**/ *a* ਨਕਲੀ (ਜੋ ਮੌਲਿਕ ਨਹੀਂ), ਅਨੁਕਰਨੀ, ਅਨੁਕਰਨਾਤਮਿਕ, ਬਣਾਉਟੀ; ਨਕਲੀਆ

imitator /**'ਇਮਿਟੇਇਟਅ***/ *n* ਨਕਲੀਆ, ਅਨੁਗਾਮੀ, ਅਨੁਸਾਰੀ

immaculacy /**ਇ'ਮੈਕਯੁਲਅਸਿ**/ *n* ਪਵਿੱਤਰਤਾ, ਸ਼ੁੱਧੀ, ਨਿਰਮਲਤਾ, ਨਿਰਕਲੰਕਤਾ, ਨਿਰਦੋਸ਼ਤਾ

immaculate /**ਇ'ਮੈਕਯਅਲਅਟ**/ *a* ਪਵਿੱਤਰ, ਨਿਰਮਲ, ਸ਼ੁੱਧ, ਪੁਨੀਤ, ਨਿਹਕਲੰਕ, ਬੇਦਾਗ਼, ਨਿਰਦੋਸ਼, ਬੇਐਬ, ਪਾਕ

immanation /**,ਇਮਅ'ਨੇਇਸ਼ਨ**/ *n* ਬਾਹਰ ਨਿਕਲਨ ਦਾ ਭਾਵ, ਨਿਰਗਮ, ਨਿਰਗਮਨ

immanence, immanency /**'ਇਮਅਨਅਨਸ, 'ਇਮਅਨਅਨਸਿ**/ *n* (ਪਰਮਾਤਮਾ ਦੀ) ਸਰਬ-ਵਿਆਪਕਤਾ

immanent /**'ਇਮਅਨਅਨਟ**/ *a* ਸਰਬਵਿਆਪੀ, ਸਰਬਅੰਤਰਜਾਮੀ; ਅੰਦਰ ਵਸਦਾ, ਅੰਤਰਭੂਤ

immaterial /**,ਇਮਅ'ਟਿਅਰਿਅਲ**/ *a* ਅਸਰੀਰੀ, ਅਮੂਰਤ, ਜਿਸਦਾ ਕੋਈ ਸਰੀਰ ਨਾ ਹੋਏ; ਤੁੱਛ, ਨਿਗੂਣਾ, ਸਾਰਹੀਣ, ਮਹੱਤਤਾਹੀਣ, ਗ਼ੈਰਜ਼ਰੂਰੀ, ਮਾਮੂਲੀ, ਅਣਆਵੱਸ਼ਕ

immaterialize /**,ਇਮਅ'ਟਿਅਰਿ(ਅ)ਲਾਇਜ਼**/ *vt* ਅਮੂਰਤ ਕਰਨਾ, ਅਸਥੂਲ ਕਰਨਾ, ਤੁੱਛ ਬਣਾਉਣਾ, ਨਿਗੂਣਾ ਕਰਨਾ

immature /**,ਇਮਅ'ਟਯੁਅ***/ *a* ਕੱਚਾ, ਅਣਪੱਕਾ, ਅਪੂਰਨ, ਅਧੂਰਾ, ਅਪ੍ਰੌੜ੍ਹਤਾ

immaturity /**ਇਮਅ'ਟਯੁਅਰਅਟਿ**/ *n*

ਕਚਿਆਈ, ਅਪੂਰਨਤਾ, ਅਪ੍ਰੌੜ੍ਹਤਾ

immeasurable /ਇ'ਮੈਯ਼ਅਰਅਬਲ/ *a* ਜੋ ਤੋਲਿਆ ਜਾਂ ਮਿਣਿਆ ਨਾ ਜਾ ਸਕੇ, ਅਮਿਣਵਾਂ, ਅਮਿੱਤ, ਬੇਹੱਦ, ਬੇਅੰਤ, ਅਪਾਰ, ਅਨੰਤ, ਅਥਾਹ

immediate /ਇ'ਮੀਡਿਅਟ/ *a* ਤਤਕਾਲੀ, ਉਸ ਵੇਲੇ ਦਾ, ਫੌਰੀ, ਤਤਕਾਲਿਕ, ਤੁਰਤ, ਤੁਰੰਤ; ਨਾਲ ਲਗਦਾ, ਨਜ਼ਦੀਕੀ, ਨਿਕਟਤਮ; ਅਪਰੋਖ, ਸਿੱਧਾ

immediately /ਇ'ਮੀਡਿਅਟਲਿ/ *adv* ਤਤਕਾਲ, ਤੁਰਤ ਹੀ, ਤੁਰੰਤ, ਝੱਟ-ਪਟ, ਉਸੇ ਵੇਲੇ, ਫੌਰਨ

immemorial /ˌਇਮਅ'ਮੋਰਿਅਲ/ *a* ਯਾਦਦਾਸ਼ਤ ਤੋਂ ਦੂਰ ਦਾ, ਸਿਮਰਤੀ ਤੋਂ ਬਾਹਰ ਦਾ, ਬਹੁਤ ਪੁਰਾਣਾ, ਕਦੀਮੀ, ਅਤਿ ਪ੍ਰਾਚੀਨ

immense /ਇ'ਮੈਨੱਸ/ *a* ਬੇਹੱਦ, ਅਪਾਰ, ਅਸੀਮ, ਅਮਿੱਤ; ਬਹੁਤ ਵੱਡਾ, ਵਿਸ਼ਾਲ, ਮਹਾਨ, ਅਤਿ ਉੱਤਮ, ਬੜਾ ਚੰਗਾ

immensity /ਇ'ਮੈਨੱਸਅਟਿ/ *n* ਅਸੀਮਤਾ, ਅਮਿੱਤਤਾ, ਅਪਾਰਤਾ; ਵਿਸ਼ਾਲਤਾ, ਮਹਾਨਤਾ; ਉੱਤਮਤਾ

immensurability /ਇਮˌਮੈਨੱਸ਼ੁਰਆ'ਬਿਲਅਟਿ/ *n* ਅਸੀਮਤਾ, ਵਿਸ਼ਾਲਤਾ, ਵਾਧਾ, ਉਤਕ੍ਰਿਸ਼ਟਤਾ

immerse /ਇ'ਮਅ:ਸ/ *vt* ਡੋਬਣਾ, ਜਲ ਪ੍ਰਵਾਹ ਕਰਨਾ, ਗੋਤਾ ਦੇਣਾ, ਡੋਬਾ ਦੇਣਾ; ਦੱਬਣਾ, ਦਫ਼ਨ ਕਰਨਾ; ਲੀਨ ਕਰਨਾ (ਵਿਚਾਰ, ਫ਼ਿਕਰ ਆਦਿ ਵਿੱਚ), ਮਗਨ ਕਰਨਾ

immersion /ਇ'ਮਅ:ਸ਼ਨ/ *n* ਜਲ ਪ੍ਰਵਾਹ; ਡੋਬਾ, ਗੋਤਾ; ਦੀਖਿਆ ਇਸ਼ਨਾਨ; ਮਗਨਤਾ, ਲੀਨਤਾ

immethodical /ˌਇਮਿ'ਥੌਡਿਕਲ/ *a* ਬੇਢੱਬਾ, ਬੇਢੰਗਾ, ਬੇਤਰਤੀਬਾ

immigrant /'ਇਮਿਗਰਅਨਟ/ *a* ਆਵਾਸੀ *n* ਕਿਸੇ ਦੂਜੇ ਦੇਸ਼ ਵਿੱਚੋਂ ਆ ਕੇ ਵਸਿਆ ਵਿਅਕਤੀ

immigrate /'ਇਮਿਗਰੇਇਟ/ *v* ਆ ਵਸਣਾ, ਕਿਸੇ ਹੋਰ ਦੇਸ਼ ਵਿੱਚੋਂ ਆ ਕੇ ਦੇਸ਼ ਵਿੱਚ ਰਿਹਾਇਸ਼ ਕਰਨਾ

immigration /ˌਇਮਿ'ਗਰੇਇਸ਼ਨ/ *n* ਕਿਸੇ ਦੂਜੇ ਦੇਸ਼ ਵਿੱਚੋਂ ਆ ਕੇ ਵਸ ਜਾਣ ਦੀ ਕਿਰਿਆ, ਆਵਾਸ

imminence, imminency / 'ਇਮਿਨਅਨਸ, 'ਇਮਿਨਅਨਸਿ/ *n* ਨੇੜ, ਨਿਕਟਤਾ, ਸਮੀਪਤਾ, (ਨਿਕਟ ਭਵਿੱਖ ਵਿੱਚ ਵਾਪਰਨ ਦੀ) ਅਟੱਲਤਾ

imminent /'ਇਮਿਨਅਨਟ/ *a* ਛੇਤੀ ਆਉਣ ਵਾਲਾ ਜਾਂ ਹੋਣ ਵਾਲਾ, ਅਟੱਲ, ਸਿਰ 'ਤੇ ਆਈ (ਬਿਪਤਾ, ਬਲਾ, ਔਕੜ ਆਦਿ)

immitigable /ਇ'ਮਿਟਿਗਅਬਲ/ *a* ਜਿਸ ਨੂੰ ਸ਼ਾਂਤ ਜਾਂ ਮੱਠਾ ਨਾ ਕੀਤਾ ਜਾ ਸਕੇ, ਨਾ ਘਟਣਯੋਗ

immobile /ਇ'ਮਅਉਬਾਇਲ/ *a* ਅਚੱਲ, ਅਹਿੱਲ, ਸਥਿਰ, ਨਿਸ਼ਚਲ

immobility /ˌਇਮਅ'ਬਿਲਅਟਿ/ *n* ਅਚੱਲਤਾ, ਸਥਿਰਤਾ, ਨਿਸ਼ਚੱਲਤਾ

immobilize /ਇ'ਮਅਉਬਅਲਾਇਜ਼/ *vt* ਅਚੱਲ ਕਰਨਾ, ਸਥਿਰ ਕਰਨਾ, ਬੇਹਰਕਤ ਕਰਨਾ; (ਸਿੱਕੇ ਨੂੰ) ਬੰਦ ਕਰਨਾ

immoderate /ਇ'ਮੌਡਅਰਅਟ/ *a* ਹੱਦੋਂ ਬਾਹਰਾ, ਬਹੁਤ ਜ਼ਿਆਦਾ, ਅਸੰਜਮੀ

immodest /ਇ'ਮੌਡਿਸਟ/ *a* ਨਿਲੱਜ, ਬੇਸ਼ਰਮ, ਢੀਠ, ਅਸ਼ਿਸ਼ਟ, ਅਸ਼ਲੀਲ, ਗੰਦਾ, ਬਦਤਮੀਜ਼

immodesty /ਇ'ਮੌਡਅਸਟਿ/ *n* ਨਿਰੱਲਜਤਾ, ਬੇਸ਼ਰਮੀ, ਢੀਠਪੁਣਾ, ਅਸ਼ਲੀਲਤਾ, ਬਦਤਮੀਜ਼ੀ

immolate /'ਇਮਅਲੇਇਟ/ *vt* ਬਲੀ ਦੇਣਾ, ਕੁਰਬਾਨੀ ਦੇਣਾ, ਆਹੂਤੀ ਦੇਣਾ; (ਉਪਹਾਰ ਵਜੋਂ) ਅਰਪਿਤ ਕਰਨਾ, ਭੇਟਾ ਕਰਨਾ

immolation /ˌਇਮਅ'ਲੇਇਸ਼ਨ/ *n* ਬਲੀ, ਕੁਰਬਾਨੀ; ਭੇਟਾ

immoral /ਇ'ਮੌਰਅਲ/ *a* ਭ੍ਰਿਸ਼ਟਾਚਾਰੀ, ਦੁਰਵਿਹਾਰੀ, ਭ੍ਰਿਸ਼ਟ, ਅਨੈਤਿਕ; ਕੁਕਰਮੀ, ਬਦਕਾਰ, ਦੁਰਾਚਾਰੀ, ਬਦਚਲਨ, ਆਚਾਰਹੀਣ, ਵਿਭਚਾਰੀ

immorality /ˌਇਮਅ'ਰੈਲਅਟਿ/ *n* ਬਦਚਲਨੀ, ਬਦੀ, ਭ੍ਰਿਸ਼ਟਤਾ, ਦੁਰਾਚਾਰ, ਆਚਾਰਹੀਣਤਾ, ਅਨੈਤਿਕਤਾ

immortal /ਇ'ਮੋਟਲ/ *a* ਅਮਰ, ਅਵਿਨਾਸ਼ੀ, ਅਕਾਲ, ਦੈਵੀ, ਅਨੰਤ, ਸਦੀਵੀ, ਚਿਰਕਾਲੀ *n* ਦੇਵਤਾ, ਮਸ਼ਹੂਰੀ ਵਾਲਾ (ਪੁਰਸ਼)

immortality /ਇਮੋ'ਟੈਲਅਟਿ/ *n* ਅਮਰਤਵ, ਅਵਿਨਾਸ਼ਤਾ, ਸਦੀਵਤਾ; ਦੇਵਤਾਪਣ

immortalize /ਇ'ਮੋਟਅਲਾਇਜ਼/ *vt* ਅਮਰ ਕਰ ਦੇਣਾ, ਸਦੀਵੀ ਬਣਾ ਦੇਣਾ; ਬੇਮਿਸਾਲ ਸ਼ੁਹਰਤ ਬਖ਼ਸ਼ਣਾ, ਸਦਾ ਲਈ ਪ੍ਰਸਿੱਧ ਕਰ ਦੇਣਾ; ਅਵਿਨਾਸ਼ੀ ਬਣਾ ਦੇਣਾ, ਸਥਾਈ ਕਰ ਦੇਣਾ

immortelle /,ਇਮੋ'ਟੈੱਲ/ *n* ਸਦਾਬਹਾਰ ਫੁੱਲ

immovability /ਇ,ਮੂਵ਼ਅ'ਬਿਲਅਟਿ/ *n* ਅਚੱਲਤਾ, ਅਹਿੱਲਤਾ, ਗਤੀਹੀਣਤਾ, ਸਥਿਰਤਾ, ਦ੍ਰਿੜ੍ਹਤਾ, ਭਾਵਹੀਣਤਾ, ਅਪਰਿਵਰਤਨਸ਼ੀਲਤਾ

immovable /ਇ'ਮੂਵ਼ਅਬਲ/ *a* ਅਹਿੱਲ, ਅਚੱਲ, ਗਤੀਹੀਣ, ਸਥਾਈ, ਅਟੱਲ, ਨਿਹਚਲ, (ਜਾਇਦਾਦ) ਸਥਿਰ; ਭਾਵਨਾਹੀਣ, ਭਾਵੁਕਤਾ ਰਹਿਤ; ਦ੍ਰਿੜ੍ਹ, ਅਡੋਲ, ਅਪਰਿਵਰਤਨਸ਼ੀਲ

immune /ਇ'ਮਯੂਨ/ *a* ਛੂਤ ਆਦਿ ਦੇ ਪ੍ਰਭਾਵ ਤੋਂ ਬਚਿਆ ਹੋਇਆ, ਮੁਕਤ, ਸੁਰੱਖਿਅਤ

immune system *n* ਰੋਗ ਆਦਿ ਤੋਂ ਬਚਾਉਣ ਵਾਲੀ ਸਰੀਰਕ ਪ੍ਰਨਾਲੀ, ਰੋਗ ਪ੍ਰਤਿਰੋਧੀ, ਪ੍ਰਨਾਲੀ

immunity /ਇ'ਮਯੂਨਅਟਿ/ *n* ਬਚਾਅ, ਸੁਰੱਖਿਆ; ਛੁਟਕਾਰਾ, ਸੁਤੰਤਰਤਾ, ਮੁਕਤੀ, ਛੋਟ

immunize /'ਇਮਯੁਨਾਇਜ਼/ *vt* (ਰੋਗ ਆਦਿ ਤੋਂ) ਸੁਰੱਖਿਅਤ ਕਰਨਾ, ਬਚਾਅ ਕਰ ਦੇਣਾ, ਛੁਟਕਾਰਾ ਕਰਾਉਣਾ

immunodeficiency /ਇ,ਮਯੂਨਅਉ ਡਿ'ਫ਼ਿਸ਼ਨਸਿ/ *n* ਸਰੀਰਕ ਅਵਸਥਾ ਜਿਸ ਵਿੱਚ ਸਰੀਰ ਰੋਗ ਨਾਲ ਲੜਨ ਦੀ ਸਮਰਥਾ ਗਵਾ ਬਹਿੰਦਾ ਹੈ, ਰੋਗ ਪ੍ਰਤਿਰੋਧਤਾ ਘਾਟ

immure /ਇ'ਮਯੁਅ*/ *vt* ਕੈਦ ਕਰਨਾ, ਬੰਦ ਕਰਨਾ, ਘੇਰੀ ਰੱਖਣਾ; ਆਪਣੇ ਆਪ ਨੂੰ ਕੈਦ ਵਿੱਚ ਪਾ ਲੈਣਾ

immutability /ਇ,ਮਯੂਟਆ'ਬਿਲਅਟਿ/ *n* ਅਟੱਲਤਾ, ਸਥਿਰਤਾ, ਅਪਰਿਵਰਤਨਸ਼ੀਲਤਾ; ਨਿਰਵਿਕਾਰਤਾ

immutable /ਇ'ਮਯੂਟਅਬਲ/ *a* ਨਾ ਬਦਲਨ ਵਾਲਾ, ਅਟੱਲ, ਅਪਰਿਵਰਤਨਸ਼ੀਲ; ਸਥਿਰ, ਨਿਸ਼ਚੱਲ, ਨਿਰਵਿਕਾਰ

imp[1] /ਇਮਪ/ *n* ਜਿਨੂਰਾ, ਛੋਟਾ ਭੂਤ; ਸ਼ਰਾਰਤੀ ਬੱਚਾ, ਮੁੰਡਾ, ਛੋਕਰਾ

imp[2] *vt* ਵਧਾਉਣਾ, ਵਿਸਤਾਰ ਕਰਨਾ, ਫੈਲਾਉਣਾ, ਜੋੜਨਾ, ਵਾਧਾ ਕਰਨਾ

impacable /ਇਮ'ਪੈਕਅਬਲ/ *a* ਸ਼ਾਂਤ ਨਾ ਕਰਨਯੋਗ

impact /'ਇਮਪੈਕਟ/ *n* ਟੱਕਰ, ਧੱਕਾ, ਸੱਟ, ਆਘਾਤ, ਭੇਟ; ਅਸਰ, ਪ੍ਰਭਾਵ /,ਇਮ'ਪੈਕਟ/ *vt* ਟੱਕਰ ਮਾਰਨਾ ਜਾਂ ਮਰਵਾ ਦੇਣਾ, ਪ੍ਰਭਾਵ ਪਾਉਣਾ, ਅਸਰ ਪਾਉਣਾ

impaction /ਇਮ'ਪੈਕਸ਼ਨ/ *n* ਜਥੇਬੰਦੀ, ਸੰਗਠਨ, ਸੰਘਰਸ਼ਣ, ਦ੍ਰਿੜ੍ਹੀਕਰਨ, ਦਬਾਅ, ਕਸਾਅ

impact printer *n* ਅਜਿਹਾ ਛਾਪਕ (ਪ੍ਰਿੰਟਰ) ਜਿਸਦਾ ਛਾਪਣ ਵਾਲਾ ਪੁਰਜ਼ਾ ਕਾਗਜ਼ ਨੂੰ ਛੂਹ ਕੇ ਛਾਪਦਾ ਹੈ

impair /ਇਮ'ਪੇਅ*/ *vt* ਵਿਗਾੜਨਾ, ਖ਼ਰਾਬ ਕਰਨਾ, ਵਿਕਾਰ ਪਾਉਣਾ, ਤੋੜ-ਮਰੋੜ ਦੇਣਾ; ਕਮਜ਼ੋਰ ਕਰਨਾ, ਨਿਰਬਲ ਕਰਨਾ

impaired /ਇਮ'ਪੇਅਡ/ *a* ਅਸਮਰਥ

impairment /ਇਮ'ਪੇਅਮਅਨਟ/ *n* ਵਿਗਾੜ, ਵਿਕਾਰ, ਖ਼ਰਾਬੀ, ਤੋੜ-ਮਰੋੜ, ਨੁਕਸਾਨ, ਹਾਨੀ

impala /ਇਮ'ਪਾਲਅ/ *n* ਅਫ਼ਰੀਕਨ ਨੀਲ ਗਾਂ

impale /ਇਮ'ਪੇਇਲ/ *vt* ਸਲੀਬ 'ਤੇ ਟੰਗਣਾ, ਸੂਲੀ ਚਾੜ੍ਹਨਾ, ਚੀਰ ਸੁੱਟਣਾ; ਘੇਰਨਾ, ਵਲਣਾ

impalement /ਇਮ'ਪੇਇਲਮਅਨਟ/ *n* ਸੂਲੀ ਚਾੜ੍ਹਨ ਦੀ ਸਜ਼ਾ; ਜੰਗਲਾ, ਵਾੜਾ

impalpability /ਇਮ,ਪੈਲਪਆ'ਬਿਲਅਟਿ/ *n* ਦੁਰਬੋਧਤਾ; ਅਸਪਰਸ਼ਤਾ

impalpable /ਇਮ'ਪੈਲਪਅਬਲ/ *a* ਜਿਸ ਨੂੰ ਛੋਹਿਆ ਨਾ ਜਾ ਸਕੇ, ਅਨੁਭਵ ਤੋਂ ਪਰੇ ਦਾ,

ਅਗੋਚਰ, ਜੋ ਜਾਣਿਆ ਜਾਂ ਬੁੱਝਿਆ ਨਾ ਜਾ ਸਕੇ; ਅਤਿ ਸੂਖ਼ਮ

impanel /ਇਮ'ਪੈਨਲ/ *vi* ਸੂਚੀ (ਲਿਸਟ) ਵਿੱਚ ਦਾਖ਼ਲ ਕਰਨਾ, ਸੂਚੀ ਵਿੱਚ ਲਿਖ ਲੈਣਾ

impark /ਇਮ'ਪਾਕ/ *vt* ਪਾਰਕ ਬਣਾਉਣ ਲਈ ਭੋਂ ਨੂੰ ਵਲਗਣ ਵਿੱਚ ਲੈ ਆਉਣਾ; ਪਾਰਕ ਬਣਾਉਣਾ, ਪਾਰਕ ਦੀ ਵਲਗਣ ਕਰਨਾ

imparl /ਇਮ'ਪਾਲ/ *v* ਗੱਲਬਾਤ ਕਰਨਾ, ਵਾਰਤਾਲਾਪ ਕਰਨਾ, ਵਿਚਾਰ-ਵਟਾਂਦਰਾ ਕਰਨਾ

imparlance /ਇਮ'ਪਾਲਅਨਸ/ *a* ਸਮਝੌਤਾ, ਸੰਧੀ ਕਰਨ ਦਾ ਮੌਕਾ, ਸਮਝੌਤੇ ਦੀ ਮੁਹਲਤ

impart /ਇਮ'ਪਾਟ/ *vt* ਦੇਣਾ, ਬਖ਼ਸ਼ਣਾ, ਪ੍ਰਦਾਨ ਕਰਨਾ, (ਸਮਾਚਾਰ ਆਦਿ) ਦੇਣਾ, ਪ੍ਰਕਾਸ਼ਿਤ ਕਰਨਾ, ਪਹੁੰਚਾਉਣਾ

impartial /ਇਮ'ਪਾਸ਼ਲ/ *a* ਜਿਹੜਾ ਕਿਸੇ ਦੀ ਤਰਫ਼ਦਾਰੀ ਨਾ ਕਰੇ, ਨਿਰਪੱਖ, ਬੇਲਾਗ; ਨਿਆਂਕਾਰੀ, ਇਨਸਾਫ਼ ਪਸੰਦ, ਧੜੇਬਾਜ਼ੀ ਤੋਂ ਉੱਪਰ, ਸਮਦਰਸ਼ੀ

impartiality /ˌਇਮˌਪਾਸ਼ਿ'ਐਲਅਟਿ/*n* ਨਿਰਪੱਖਤਾ, ਸਮਦਰਸ਼ਤਾ

impassability /ਇਮˌਪਾਸਅ'ਬਿਲਅਟਿ/ *n* ਦੁਰਗਮਤਾ, ਅਗੰਮਤਾ

impassable /ਇਮ'ਪਾਸਅਬਲ/ *a* ਜਿਸ ਵਿੱਚੋਂ ਲੰਘਿਆ ਨਾ ਜਾ ਸਕੇ, ਦੁਰਗਮ, ਅਗਮ

impasse /'ਐਮਪੈਸ/ *n* ਬੰਦ ਗਲੀ; ਉਲਝਣ, ਔਕੜ, ਘੋਰ ਸੰਕਟ, ਪੀਡੀ ਗੁੰਝਲ

impassibility /ਇਮˌਪੈਸਅ'ਬਿਲਅਟਿ/ *n* ਜੜ੍ਹਤਾ, ਅਚੇਤਨਤਾ, ਸੁੱਖ-ਦੁੱਖ ਦੇ ਪ੍ਰਭਾਵ ਤੋਂ ਪਰ੍ਹੇ ਦੀ ਦਸ਼ਾ, ਭਾਵਹੀਣਤਾ, ਬੇਹਿਸੀ

impassible /ਇਮ'ਪਾਸਅਬਲ/ *a* ਚੇਤਨਾਹੀਣ, ਜੜ੍ਹ; ਸੁੱਖ-ਦੁੱਖ ਰਹਿਤ

impassionate /ਇਮ'ਪੈਸ਼ਨਅਟ/ *a* ਆਤੁਰ, ਆਵੇਸ਼ਪੂਰਨ, ਜੋਸ਼ ਨਾਲ ਭਰਿਆ ਹੋਇਆ, ਉਤੇਜਿਤ ਹੋਇਆ

impassioned /ਇਮ'ਪੈਸ਼ਨਡ/ *a* ਜੁਸ਼ੀਲਾ, ਭੜਕਿਆ ਹੋਇਆ, ਆਵੇਗਪੂਰਨ, ਆਵੇਸ਼ਪੂਰਨ, ਅਤਿ ਉਤੇਜਿਤ

impassive /ਇਮ'ਪੈਸਿਵ਼/ *a* ਭਾਵਹੀਣ, ਭਾਵਨਾ ਰਹਿਤ, ਨਿਰਵੇਗ, ਜਜ਼ਬਾਤ ਤੋਂ ਸੱਖਣਾ; ਸ਼ਾਂਤ, ਸਥਿਰ, ਅਡੋਲ, ਸੁੱਖ-ਦੁੱਖ ਦੇ ਪ੍ਰਭਾਵ ਤੋਂ ਪਰ੍ਹੇ, ਬੇਹਿੱਸ

impassivity /ˌਇਮਪੈ'ਸਿਵ਼ਅਟਿ/ *n* ਭਾਵਹੀਣਤਾ, ਨਿਰਵੇਗਤਾ; ਸਥਿਰਤਾ, ਅਡੋਲਤਾ, ਸੁੱਖ-ਦੁੱਖ ਤੋਂ ਪਰ੍ਹੇ ਦੀ ਅਵਸਥਾ

impaste /ਇਮ'ਪੇਇਸਟ/ *vt* ਗੂੜ੍ਹੇ ਰੰਗ ਨਾਲ ਚਿੱਤਰ ਬਣਾਉਣਾ ਜਾਂ ਚਿੱਤਰਿਤ ਕਰਨਾ; ਲੇਵੀ ਬਣਾਉਣਾ, ਲੇਵੀ ਨਾਲ ਚਿਪਕਾਉਣਾ

impatience /ਇਮ'ਪੇਇਸ਼ਨਸ/ *n* ਬੇਸਬਰੀ, ਬੇਤਾਬੀ, ਬੇਚੈਨੀ, ਕਾਹਲ, ਉਤਾਵਲਾਪਣ, ਵਿਆਕੁਲਤਾ, ਉਤਸੁਕਤਾ

impatient /ਇਮ'ਪੇਇਸ਼ਨਟ/ *a* ਬੇਸਬਰ, ਕਾਹਲਾ, ਬੇਚੈਨ, ਬੇਤਾਬ, ਉਤਾਵਲਾ, ਅਸ਼ਾਂਤ, ਵਿਆਕੁਲ

impavid /ਇਮ'ਪੈਵ਼ਿਡ/ *a* ਨਿਡਰ, ਭੈ-ਰਹਿਤ, ਨਿਰਭੈ

impawn /ਇਮ'ਪੋਨ/ *vt* ਗਹਿਣੇ ਪਾਉਣਾ, ਗਿਰਵੀ ਕਰਨਾ, ਰਹਿਨ ਰੱਖਣਾ; ਵਚਨ ਦੇਣਾ

impeach /ਇਮ'ਪੀਚ/ *vt* ਦੋਸ਼ ਲਾਉਣਾ, ਨੁਕਤਾਚੀਨੀ ਕਰਨਾ, ਅਪਰਾਧੀ ਸਿੱਧ ਕਰਨਾ, ਕਿਸੇ ਅਦਾਲਤ ਦੇ ਰੁ-ਬਰੂ ਦੇਸ਼ ਧ੍ਰੋਹ ਆਦਿ ਦਾ ਕਰੜਾ ਦੋਸ਼ ਲਾਉਣਾ, ਸੰਸਦ ਵਿੱਚ ਕਿਸੇ ਉੱਚ ਅਧਿਕਾਰੀ ਦੇ ਅਪਰਾਧ ਵਰਨਣ ਕਰਨਾ, ਮਹਾਂਦੋਸ਼ ਲਾਉਣਾ

impeachment /ਇਮ'ਪੀਚਮਅਨਟ/ *n* ਮਹਾਂਦੋਸ਼; ਕਿਸੇ ਅਦਾਲਤ ਦੇ ਸਾਮ੍ਹਣੇ ਜਾਂ ਸੰਸਦ ਵਿੱਚ ਵੱਡੇ ਅਧਿਕਾਰੀ ਦੇ ਆਚਰਨ ਬਾਰੇ ਵਾਦ-ਵਿਵਾਦ

impeccability /ਇਮ'ਪੈੱਕਅ'ਬਿਲਅਟਿ/ *n* ਪਾਪਹੀਣਤਾ, ਨਿਰਦੋਸ਼ਤਾ, ਮਾਸੂਮੀਅਤ

impeccable /ਇਮ'ਪੈੱਕਅਬਲ/ *a* ਬੇਐਬ, ਨਿਸ਼ਪਾਪ, ਨਿਰਦੋਸ਼, ਪਾਪ ਮੁਕਤ, ਬੇਗੁਨਾਹ,

ਮਾਸੂਮ

impecuniosity /ˌਇਮਪਿˌਕਯੂਨਿˌਔਸਅਟਿ/ *n* ਗ਼ਰੀਬੀ, ਕੰਗਾਲੀ, ਨਿਰਧਨਤਾ

impecunious /ˌਇਮਪਿ'ਕਯੂਨਿਅਸ/ *a* ਨਿਰਧਨ, ਗਰੀਬ, ਕੰਗਾਲ

impedance /ਇਮ'ਪੀਡਨਸ/ *n* ਅੜਿੱਕਾ, ਰੁਕਾਵਟ, ਰੋਕ

impede /ਇਮ'ਪੀਡ/ *vt* ਰੁਕਾਵਟ ਪਾਉਣਾ, ਅੜਿੱਕਾ ਡਾਹੁਣਾ, ਵਿਘਨ ਪਾਉਣਾ, ਅੜਚਨ ਪਾਉਣਾ

impedient /ਇਮ'ਪੀਡਿਅਨਟ/ *a* ਰੁਕਾਵਟੀ, ਵਿਘਨ ਪਾਊ, ਅਟਕਾਊ

impediment / ਇਮ'ਪੈੱਡਿਮਅਨਟ/ *n* ਵਿਘਨ, ਰੁਕਾਵਟ, ਰੋਕ

impel /ਇਮ'ਪੈੱਲ/ *vt* ਉਕਸਾਉਣਾ, ਜ਼ੋਰ ਪਾਉਣਾ, (ਕੁਝ ਕਰਨ ਲਈ) ਮਜਬੂਰ ਕਰਨਾ; ਉਤੇਜਿਤ ਕਰਨਾ, ਉਤਸ਼ਾਹਿਤ ਕਰਨਾ; ਚਲਾਉਣਾ, ਰੇੜ੍ਹਨਾ, ਧੱਕਣਾ, ਅਗਾਂਹ ਵਧਾਉਣਾ

impellent /ਇਮ'ਪੈੱਲਅਨਟ/ *a* ਉਕਸਾਉਣ ਵਾਲਾ, ਪ੍ਰੇਰਕ, ਉਤੇਜਕ, ਉਤਸ਼ਾਹਕ, ਧੱਕਣ ਵਾਲਾ, ਚਲਾਉਣ ਵਾਲਾ, ਪ੍ਰੇਰਕ ਸ਼ਕਤੀ

impen /ਇਮ'ਪੈੱਨ/ *vt* ਵਾੜੇ ਵਿੱਚ ਬੰਦ ਕਰਨਾ, ਵਾੜ ਲਾਉਣਾ, ਘੇਰਨਾ

impend /ਇਮ'ਪੈੱਨਡ/ *vt* ਲਟਕਣਾ, ਝੂਲਣਾ, (ਖ਼ਤਰੇ ਦਾ) ਸਿਰ 'ਤੇ ਲਟਕਣਾ, ਮੰਡਰਾਉਣਾ, ਨੇੜੇ ਹੋਣਾ

impendence /ਇਮ'ਪੈੱਨਡ(ਅ)ਨਸ/ *n* ਲਟਕਣ ਲਮਕਣ ਪਲਮਣ ਆਦਿ ਦੀ ਕਿਰਿਆ; ਨਿਕਟਤਾ, ਨੇੜ

impendent /ਇਮ'ਪੈੱਨਡ(ਅ)ਨਟ/ *a* ਆਉਣ ਵਾਲਾ, ਸਿਰ 'ਤੇ ਢੁੱਕਾ, ਨੇੜੇ ਪੁੱਜਾ; ਲਮਕਦਾ, ਝੂਲਦਾ; (ਖ਼ਤਰਾ ਭੈ ਆਦਿ) ਸਿਰ 'ਤੇ ਮੰਡਰਾਉਂਦਾ

impending /ਇਮ'ਪੈੱਨਡਿਙ/ *a* ਨੇੜੇ ਦਾ, ਨਿਕਟਵਰਤੀ (ਖ਼ਤਰਾ)

impenetrable /ਇਮ'ਪੈੱਨਿਟਰਅਬਲ/ *a* ਜਿਸ ਵਿੱਚ ਛੇਕ ਨਾ ਕੀਤਾ ਜਾ ਸਕੇ, ਅਛੇਦ, ਜਿਸ ਨੂੰ ਵਿੰਨ੍ਹਿਆ ਨਾ ਜਾ ਸਕੇ, ਜਿਸ ਵਿੱਚੋਂ ਦੀ ਲੰਘਿਆ ਨਾ ਜਾ ਸਕੇ; ਕਰੜਾ, ਠੋਸ; ਅਥਾਹ, ਅਸਗਾਹ, ਅਪਾਰ, ਵਿਚਾਰਾਂ ਤੋਂ ਪਰੇ, ਬੁੱਧੀ ਦੀ ਪਹੁੰਚ ਤੋਂ ਬਾਹਰਾ, ਗੂੜ੍ਹ

impenetrate /ਇਮ'ਪੈੱਨਿਟਰੇਇਟ/ *vt* ਦਾਖ਼ਲ ਕਰਨਾ, ਪ੍ਰਵੇਸ਼ ਕਰਨਾ, ਧੁਰ ਤਾਈਂ ਜਾਣਾ, ਡੂੰਘਾ ਧਸਣਾ, ਘੁਸ ਜਾਣਾ

impenitent /ਇਮ'ਪੈੱਨਿਟਅਨਟ/ *a* ਅਪਸ਼ਚਾਤਾਪੀ, ਕਠੋਰ, ਢੀਠ, ਪਾਪੀ

imperative /ਇਮ'ਪੈੱਰਅਟਿਵ/ *a* (ਵਿਆ) ਆਗਿਆਵਾਚਕ, ਆਗਿਆਬੋਧਕ, ਆਦੇਸ਼ਾਤਮਿਕ, ਹੁਕਮੀ; ਬਹੁਤ ਜ਼ਰੂਰੀ, ਅਤਿ ਆਵੱਸ਼ਕ; ਜ਼ਰੂਰੀ *n* ਆਦੇਸ਼

imperceptible /ˌਇਮਪਅ'ਸੈਪੱਟਅਬਲ/ *a* ਅਪ੍ਰਤੱਖ, ਸੂਖਮ, ਅਗੰਮ, ਅਗੋਚਰ, ਪਹੁੰਚ ਤੋਂ ਪਰੇ ਦਾ, ਜਿਸ ਤੱਕ ਇੰਦਰੀਆਂ ਦੀ ਪਹੁੰਚ ਨਾ ਹੋਵੇ, ਬਰੀਕ, ਮਹੀਨ

imperfect /ਇਮ'ਪਅ:ਫ਼ਿਕਟ/ *a* ਅਧੂਰਾ, ਅਪੂਰਨ, ਨਾਮੁਕੰਮਲ; ਕਸਰਵੰਦਾ, ਨਾਕਸ, ਦੋਸ਼ਪੂਰਨ *n* (ਵਿਆ) ਅਪੂਰਨ ਕਾਲ

imperfection /ˌਇਮਪਅ'ਫ਼ੈੱਕਸ਼ਨ/ *n* ਅਪੂਰਨਤਾ; ਅਸਮਾਪਤੀ; ਕਸਰ, ਦੋਸ਼, ਨੁਕਸ, ਤਰੁਟੀ

imperial /ਇਮ'ਪਿਅਰਿਅਲ/ *a* ਸ਼ਾਹੀ, ਰਾਜਸੀ, ਸ਼ਹਿਨਸ਼ਾਹੀ, ਸਾਮਰਾਜੀ, ਸਾਮਰਾਜ ਸੰਬੰਧੀ; ਪ੍ਰਮੁੱਖ, ਸਰਬ ਪ੍ਰਧਾਨ; ਪ੍ਰਭਾਵਸ਼ਾਲੀ, ਪ੍ਰਤਾਪਵਾਨ, ਮਹਾਨ, ਸ਼ਾਨਦਾਰ, ਸ਼ਾਹਾਨਾ; ਕਾਗਜ਼ 22×32 ਇੰਚ ਸਾਇਜ਼; ਠੋਡੀ ਦੇ ਉਤਲੇ ਪਾਸੇ ਬੁੱਲ੍ਹ ਤੋਂ ਹੇਠਾਂ ਉਗੇ ਵਾਲ

imperialism /ਇਮ'ਪਿਅਰਿਅਲਿਜ਼ਅਮ/ *n* ਸਾਮਰਾਜਵਾਦ, ਸ਼ਹਿਨਸ਼ਾਹੀਅਤ, ਸਾਮਰਾਜੀ ਸ਼ਾਸਨ

imperialist /ਇਮ'ਪਿਅਰਿਅਲਿਸਟ/ *n* ਸਾਮਰਾਜਵਾਦੀ, ਸਾਮਰਾਜਵਾਦ ਦਾ ਪੱਖੀ, ਸਮਰਾਟ (ਸ਼ਹਿਨਸ਼ਾਹ ਦਾ) ਸਮਰਥਕ

imperialistic /ਇਮ'ਪਿਅਰਿਅ'ਲਿਸਟਿਕ/ *a* ਸਾਮਰਾਜਵਾਦੀ, ਸਾਮਰਾਜ ਸੰਬੰਧੀ, ਸ਼ਾਹੀ

imperil /ਇਮ'ਪੈਰ(ਅ)ਲ/ *vt* ਖ਼ਤਰੇ ਵਿੱਚ ਪਾਉਣਾ, ਜ਼ੋਖਮ ਵਿੱਚ ਪਾਉਣਾ

imperious /ਇਮ'ਪਿਅਰਿਅਸ/ *a* ਹੁਕਮੀ, ਰੋਹਬਦਾਰ, ਹਾਕਮਾਨਾ, ਦਾਬੇ ਵਾਲਾ, ਹੈਂਕੜਬਾਜ਼ੀ ਵਾਲਾ; ਬਹੁਤ ਜ਼ਰੂਰੀ, ਆਵੱਸ਼ਕ

imperishable /ਇਮ'ਪੈਰਿਸ਼ਅਬਲ/ *a* ਜੋ ਕਦੇ ਨਸ਼ਟ ਨਾ ਹੋਵੇ, ਅਮਰ, ਅਵਿਨਾਸ਼ੀ, ਅਖੇ, ਅਮਿਟ

impermeable /ਇਮ'ਪਅ:ਮਿਅਬਲ/ *a* ਜਿਸ ਵਿੱਚੋਂ ਦੀ ਲੰਘਿਆ ਜਾਂ ਕੁਝ ਲੰਘਾਇਆ ਨਾ ਜਾ ਸਕੇ, ਅਛੇਦ

impersonal /ਇਮ'ਪਅ:ਸਅਨਲ/ *a* ਅਵਿਅਕਤੀਗਤ, ਅਨਿੱਜੀ, ਗ਼ੈਰਸ਼ਖ਼ਸੀ; (ਵਿਆ) ਭਾਵਵਾਚਕ

impersonal pronoun *n* (ਵਿਆ) ਵਿਅਕਤੀ ਵਸਤੂ ਜਾਂ ਵਾਕ ਦੇ ਦੂਜੇ ਹਿੱਸੇ ਦਾ ਸੰਕੇਤ ਨਾ ਦੇਣ ਵਾਲਾ ਪੜਨਾਂਵ, ਅੰਗਰੇਜ਼ੀ ਦਾ ਪੜਨਾਂਵ **it**, ਅਪੁਰਖਵਾਚੀ ਪੜਨਾਂਵ

impersonal verb (ਵਿਆ) ਭਾਵਵਾਚੀ ਕਿਰਿਆ

impersonate /ਇਮ'ਪਅ:ਸਅਨੇਇਟ/ *vt* ਕਿਸੇ ਦੂਜੇ ਦਾ ਰੂਪ ਧਾਰਨਾ, ਪਰਰੂਪਣ ਕਰਨਾ; ਭੇਸ ਬਦਲਨਾ, ਕਿਸੇ ਹੋਰ ਦਾ ਰੋਲ ਅਦਾ ਕਰਨਾ

impersonation /ਇਮ,ਪਅ:ਸਅ'ਨੇਇਸ਼ਨ/ *n* ਪਰਰੂਪਣ, ਮਾਨਵੀਕਰਨ, ਭੇਸ ਵਟਾਉਣ

impersonator /ਇਮ'ਪਅ:ਸਅਨੇਇਟਅ*/ *n* ਬਹੁਰੂਪੀਆ

impersonify /,ਇਮਪਅ'ਸੋਂਨਿਫ਼ਾਇ/ *vt* ਮਾਨਵੀਕਰਨ ਕਰਨਾ, ਮੂਰਤੀਕਰਨ ਕਰਨਾ, ਹੋਰ ਰੂਪ ਧਾਰਨ ਕਰਨਾ

impertinence /ਇਮ'ਪਅ:ਟਿਨਅਨਸ/ *n* ਬੇਅਦਬੀ, ਗੁਸਤਾਖ਼ੀ, ਅਸ਼ਿਸ਼ਟਤਾ

impertinent /ਇਮ'ਪਅ:ਟਿਨਅਨਟ/ *a* ਗੁਸਤਾਖ਼, ਬੇਅਦਬ

imperturbability /,ਇਮਪਅ,ਟਅ:ਬਅ'ਬਿਲਅਟਿ/ *n* ਸ਼ਾਂਤ ਚਿੱਤਤਾ, ਸਥਿਰਤਾ, ਵਿਚਾਰਹੀਣਤਾ, ਅਡੋਲਤਾ, ਉਤੇਜਨਾਹੀਣਤਾ

imperturbable /,ਇਮਪਅ'ਟਅ:ਬਅਬਲ/ *a* ਜੋ ਅਧੀਰ ਜਾਂ ਉਤੇਜਿਤ ਨਾ ਹੋਵੇ, ਸ਼ਾਂਤ, ਸਥਿਰ, ਉਤੇਜਨਾਹੀਣ, ਅਡੋਲ

impervious / ਇਮ'ਪਅ:ਵ੍ਰਿਅਸ/ *a* ਅਪੋਹ, ਅਪ੍ਰਵੇਸ਼ੀ, ਪ੍ਰਭਾਵ ਅਤੀਤ

impetigo /,ਇਮਪਿ'ਟਾਇਗਅਉ/ *n* ਫੋੜੇ ਫਿਣਸੀਆਂ ਦੀ ਬਿਮਾਰੀ

impetuous /ਇਮ'ਪੈਚੁੱਅਸ/ *a* ਵੇਗਵਾਨ, ਜੁਸ਼ੀਲਾ, ਬਹੁਤ ਤੇਜ਼, ਪ੍ਰਚੰਡ

impetuousness /ਇਮ'ਪੈਚੁੱਅਸਨਅਸ/ *n* ਵੇਗਸ਼ੀਲਤਾ, ਪ੍ਰਚੰਡਤਾ, ਤੇਜ਼ੀ, ਉਗਰਤਾ, ਤੀਬਰਤਾ, ਤੀਖਣਤਾ

impetus /'ਇਮਪਿਟਅਸ/ *n* ਜ਼ੋਰ, ਵੇਗ, ਗਤੀ ਸ਼ਕਤੀ, ਚਾਲ ਦਾ ਜ਼ੋਰ, ਤੇਜ਼ੀ; ਪ੍ਰੇਰਨਾ, ਪ੍ਰੇਰਕ ਸ਼ਕਤੀ

impi /'ਇਮਪਿ/ *n* (ਦੱਖਣ ਅਫਰੀਕੀ) ਕਾਫ਼ਰ ਯੋਧਿਆਂ ਦੀ ਇੱਕ ਟੁਕੜੀ, ਲੜਾਕਾ ਦਸਤਾ

impiety /ਇਮ'ਪਾਇਅਟਿ/ *n* ਅਪਵਿੱਤਰਤਾ, ਅਸ਼ਰਧਾ, ਭਗਤੀਹੀਣਤਾ, ਅਧਾਰਮਿਕਤਾ, ਬੇਦੀਨੀ, ਨਾਸਤਿਕਤਾ

impinge /ਇਮ'ਪਿਨਜ/ *v* ਧੱਕਾ ਵੱਜਣਾ, ਟੱਕਰ ਵੱਜਣਾ, ਭਿੜ ਪੈਣਾ, ਧੱਕਾ ਦੇਣਾ, ਟੱਕਰ ਮਾਰਨਾ; ਪ੍ਰਭਾਵ ਪਾਉਣਾ

impingement /ਇਮ'ਪਿਨਜਮਅਨਟ/ *n* ਧੱਕਾ, ਟੱਕਰ; ਪ੍ਰਭਾਵ

impious /'ਇਮਪਿਅਸ, ਇਮ'ਪਾਇਅਸ/ *a* ਅਧਰਮੀ, ਸ਼ਰਧਾਹੀਣ, ਨਾਸਤਿਕ, ਬੇਦੀਨ; ਅਪਵਿੱਤਰ, ਭ੍ਰਿਸ਼ਟ

impish /'ਇਮਪਿਸ਼/ *a* ਭੂਤਨੇ ਜਿਹਾ, ਸ਼ਰਾਰਤੀ, ਸ਼ੈਤਾਨ

implacability /ਇਮ,ਪਲੈਕਅ'ਬਿਲਅਟਿ/ *n* ਕਰੜਾਈ, ਸਖ਼ਤੀ, ਨਿਰਦਇਤਾ, ਦਿਲ ਦੀ ਕਠੋਰਤਾ

implacable /ਇਮ'ਪਲੈਕਅਬਲ/ *a* ਸਖ਼ਤ, ਕਰੜਾ; ਸਖ਼ਤ ਦਿਲ, ਕਠੋਰ ਹਿਰਦੇ ਵਾਲਾ, ਨਿਰਦਈ

implant /ਇਮ'ਪਲਾਨਟ/ *vt* ਗੱਡਣਾ; ਬੀਜਣਾ, (ਬੂਟਾ) ਲਾਉਣਾ; ਦਿਲ ਵਿੱਚ ਬਠਾਉਣਾ; ਧਾਰ ਲੈਣਾ, ਗ੍ਰਹਿਣ ਕਰਾ ਦੇਣਾ

implantation /ˌਇਮਪਲਾਨ'ਟੇਇਸ਼ਨ/ *n* (ਪੌਦੇ ਦੀ) ਗਡਾਈ, ਬਿਜਾਈ, ਲਵਾਈ

implausibility /ਇਮˌਪਲੋਜ਼ਅ'ਬਿਲਅਟਿ/ *n* ਨਾ ਮੰਨਣ-ਯੋਗਤਾ, ਅਵਿਸ਼ਵਾਸਯੋਗਤਾ

implausible /ਇਮ'ਪਲੋਜ਼ਅਬਲ/ *a* ਨਾ ਮੰਨਿਆ ਜਾਣ ਵਾਲਾ, ਨਾ ਵਿਸ਼ਵਾਸਯੋਗ, ਜੋ ਵਿਸ਼ਵਾਸਯੋਗ ਨਾ ਹੋਵੇ, ਅਣਪ੍ਰਮਾਣਿਤ

implement /'ਇਮਪਲਿਮਅਨਟ/ *n* ਸੰਦ, ਹਥਿਆਰ, ਯੰਤਰ; ਸਾਧਨ, ਵਲੇਵਾ, ਵਸਤੂ, ਉਪਕਰਨ, (ਬਹੁ) ਵਸਤ ਵਲੇਵਾ, ਸਾਜ਼-ਸਮਾਨ, ਸਮਗਰੀ / **'ਇਮਪਲਿਮੈਂਟ/** *vt* ਪੂਰਾ ਕਰਨਾ; ਨਿਭਾਉਣਾ, ਲਾਗੂ ਕਰਨਾ, ਪਾਲਣਾ ਕਰਨਾ; ਅਮਲ ਵਿੱਚ ਲਿਆਉਣਾ, (ਉੱਤੇ) ਅਮਲ ਕਰਨਾ, ਭਰਨਾ; ਪੁਰ ਕਰਨਾ

implementation /ˌਇਮਪਲਿਮੈਨੱ'ਟੇਇਸ਼ਨ/ *n* ਕਾਰਜ ਰੂਪ ਦੇਣ ਦੀ ਕਿਰਿਆ, ਪਾਲਣ, ਅਮਲ

implicate /'ਇਮਪਲਿਕੇਇਟ/ *vt* ਫਸਾਉਣਾ, ਉਲਝਾਉਣਾ, ਫਸਾ ਲੈਣਾ; ਤਾਤਪਰਜ ਕੱਢਣਾ, ਭਾਵ ਅਰਥ ਹੋਣਾ, ਸ਼ਾਮਲ ਕਰਨਾ

implication /ˌਇਮਪਲਿ'ਕੇਇਸ਼ਨ/ *n* ਉਲਝਣ, ਅੜਿੱਕਾ, ਅੜਚਨ; ਆਸ਼ਾ, ਭਾਵ ਅਰਥ, ਸੰਕੇਤ, ਅਰਥ ਸੰਭਾਵਨਾ

implicature /'ਇਮਪਲਿਕਅਚਅ*/ *n* ਪਰੋਖ ਰੂਪ ਵਿੱਚ ਕਹੀ ਗਈ ਗੱਲ, ਅਸਿੱਧਾ ਕਥਨ, ਪਰੋਖ ਰੂਪ ਵਿੱਚ ਪ੍ਰਗਟ ਅਰਥ

implicit /ਇਮ'ਪਲਿਸਿਟ/ *a* ਲੁਪਤ, ਨਿਹਤ; ਸੰਕੇਤਤ; ਨਿਸ਼ਚਿਤ, ਪੂਰਾ-ਪੂਰਾ, ਨਿਰਵਿਵਾਦ

implied /ਇਮ'ਪਲਾਇਡ/ *a* ਅਰਥਯੁਕਤ, ਸੰਕੇਤਤ; ਨਿਹਤ, ਅੰਤਰਨਿਹਤ, ਅਵਿਅਕਤ, ਅਸਪਸ਼ਟ

implode /ਇਮ'ਪਲਅਉਡ/ *vi* ਅੰਤਰ ਵਿਸਫੋਟ ਹੋਣਾ, ਉਚਾਰਨ ਵਿੱਚ ਵਿਸਫੋਟ ਹੋਣਾ

imploration /ˌਇਮਪਲਅ'ਰੇਇਸ਼ਨ/ *n* ਪ੍ਰਾਰਥਨਾ, ਜਾਚਨਾ, ਬੇਨਤੀ, ਤਰਲਾ, ਮਿੰਨਤ

implore /ਇਮ'ਪਲੋ*/ *vt* ਬੇਨਤੀ ਕਰਨਾ, ਮਿੰਨਤ ਕਰਨਾ, ਹਾੜੇ ਕੱਢਣਾ, ਤਰਲਾ ਕਰਨਾ; ਤਰਲਾ ਪਾ ਕੇ ਮੰਗਣਾ, ਜਾਚਨਾ ਕਰਨਾ

implosion /ਇਮ'ਪਲਅਉਯ਼ਨ/ *n* ਅੰਤਰ ਵਿਸਫੋਟ

imply /ਇਮ'ਪਲਾਇ/ *vt* ਅਰਥ ਹੋਣਾ, ਭਾਵ ਹੋਣਾ, ਤਾਤਪਰਜ ਨਿਕਲਨਾ; ਸੰਕੇਤ ਕਰਨਾ, ਇਸ਼ਾਰਾ ਕਰਨਾ; ਅਸਪਸ਼ਟ ਹੋਣਾ

impolicy /ਇਮ'ਪੌਲਅਸਿ/ *n* ਕੁਨੀਤੀ, ਹੀਣ ਨੀਤੀ, ਹੋਛਾ ਵਿਹਾਰ; ਅਨਉਚਿਤ ਵਰਤਾਵਾ

impolite /ˌਇਮਪਅ'ਲਾਇਟ/ *a* ਅਸੱਭਿਆ, ਅਸਾਊ, ਅਸ਼ਿਸ਼ਟ, ਬਦਤਮੀਜ਼, ਰੁੱਖਾ, ਉਜੱਡ, ਗੰਵਾਰ

impoliteness /ˌਇਮਪਅ'ਲਾਇਟਨਅਸ/ *n* ਅਸੱਭਿਅਤਾ, ਅਸ਼ਿਸ਼ਟਤਾ, ਗੰਵਾਰਪੁਣਾ, ਉਜੱਡਪੁਣਾ

imponderable/ ਇਮ'ਪੌਨਡਅਰਅਬਲ/ *a* ਬਹੁਤ ਹੌਲਾ, ਹਲਕਾ, ਸੂਖਮ *n* ਸੂਖਮ ਵਸਤੂ, ਬਹੁਤ ਹੌਲੀ ਚੀਜ਼

imporous/ ਇਮ'ਪੋਰਅਸ/ *a* ਛੇਦਹੀਣ, ਦ੍ਰਿੜ੍ਹ, ਠੋਸ

import /ਇਮ'ਪੋਟ/ *vt* ਬਾਹਰ ਦੇ ਦੇਸ਼ ਵਿੱਚੋਂ ਲਿਆਉਣਾ, ਦਰਾਮਦ ਕਰਨਾ, ਆਯਾਤ ਕਰਨਾ; ਅਰਥ ਦੇਣਾ; ਸੰਕੇਤ ਕਰਨਾ, ਦੱਸਣਾ; ਮਹੱਤਤਾ ਵਾਲਾ ਹੋਣਾ /**'ਇਮਪੋਟ/** *n* ਬਾਹਰੋਂ ਆਉਂਦਾ ਮਾਲ, ਆਯਾਤ, ਦਰਾਮਦ; ਅਰਥ, ਭਾਵ; ਮਹੱਤਤਾ

importable /ਇਮ'ਪੋਟਅਬਲ/ *a* ਆਯਾਤ ਕਰਨ ਯੋਗ

importance/ ਇਮ'ਪੋਟਨਸ/ *n* ਮਹੱਤਤਾ, ਮਹੱਤਵ, ਕਦਰ, ਕੀਮਤ, ਮਹਾਨਤਾ, ਗੌਰਵ,

ਪ੍ਰਤਿਸ਼ਠਾ, ਸਨਮਾਨ

important /ਇਮ'ਪੌਟਨਟ/ *a* ਜ਼ਰੂਰੀ, ਮਹੱਤਵਪੂਰਨ, ਆਵੱਸ਼ਕ; ਸਨਮਾਨਿਤ, ਸ਼ਾਨ ਦਿਖਾਉਣ ਵਾਲਾ

importation /ˌਇਮਪੋ'ਟੇਇਸ਼ਨ/ *n* ਆਯਾਤ, ਦਰਾਮਦ

imported /ਇਮ'ਪੋਟਿਡ/ *a* ਆਯਾਤ ਕੀਤਾ, ਦਰਾਮਦ ਕੀਤਾ, ਬਾਹਰੋਂ ਆਇਆ ਜਾਂ ਮੰਗਾਇਆ

importunate /ਇਮ'ਪੋਚਅਨਅਟ/ *a* ਜ਼ਿੱਦੀ, ਹਠੀ, ਅੜੀਅਲ, ਚੰਬੜ ਜਾਣ ਵਾਲਾ; ਬੜਾ ਜ਼ਰੂਰੀ, ਅਤਿ ਆਵੱਸ਼ਕ

importune /ˌਇਮਪੋ'ਟਯੂਨ/ *vt* ਜ਼ਿੱਦ ਕਰਨਾ, ਹਠ ਕਰਨਾ, ਅੜੀ ਕਰਨਾ, ਪਿੱਛੇ ਪੈ ਜਾਣਾ

importunity /ˌਇਮਪੋ'ਟਯੂਨਅਟਿ/ *n* ਜ਼ਿੱਦ, ਹਠ, ਅੜੀ, ਅਤਿ ਜਾਚਨਾ

impose /ਇਮ'ਪਅਉਜ਼/ *v* ਸਥਾਪਿਤ ਕਰਨਾ, ਉੱਪਰ ਰੱਖਣਾ; ਸਿਰ ਮੜ੍ਹਨਾ, ਥੱਪਣਾ (ਦੋਸ਼ ਆਦਿ); ਠੋਸਣਾ (ਜ਼ੁੰਮੇਵਾਰੀ); ਲਾਉਣਾ (ਟੈਕਸ ਆਦਿ); ਦਬਾਅ ਪਾਉਣਾ; ਠੱਗਣਾ, ਧੋਖਾ ਦੇਣਾ

imposing /ਇਮ'ਪਅਉਜ਼ਿਙ/ *a* ਪ੍ਰਭਾਵਸ਼ਾਲੀ, ਧੜੱਲੇਦਾਰ, ਰੋਹਬਦਾਰ , ਵੱਡੇ ਆਕਾਰ ਦਾ, ਦਬਦਬੇ ਵਾਲਾ *n* ਠੱਗ, ਧੋਖੇਬਾਜ਼

imposition /ˌਇਮਪਅ'ਜ਼ਿਸ਼ਨ/ *n* ਜ਼ੁੰਮੇਵਾਰੀ ਦਾ ਭਾਰ; ਟੈਕਸ, ਕਰ, ਲਗਾਨ; ਡੰਨ, ਦੰਡ; ਧੋਖਾ, ਕਪਟ, ਛਲ

impossibility /ਇਮˌਪੌਸਅ'ਬਿਲਅਟਿ/ *n* ਅਸੰਭਵਤਾ, ਅਸੰਭਾਵਨਾ, ਅਣਹੋਣੀ, ਕਠਨਤਾ

impossible /ਇਮ'ਪੌਸਅਬਲ/ *a* ਅਸੰਭਵ, ਅਸਾਧ, ਅਣਹੋਣਾ, ਕਠਨ, ਮੁਸ਼ਕਲ

impost /'ਇਮਪਅਉਸਟ/ *n* ਕਰ, ਟੈਕਸ, ਲਗਾਨ, ਮਸੂਲ; (ਘੋੜਦੌੜ ਵਿੱਚ) ਵਾਧੂ ਭਾਰ

impostor, imposter /ਇਮ'ਪੌਸਟਅ*/ *n* ਪਖੰਡੀ, ਕਪਟੀ, ਠੱਗ, ਧੋਖੇਬਾਜ਼, ਛਲੀਆ, ਬਗਲਾ-ਭਗਤ

impotence, impotency /'ਇਮਪਅਟਅਨਸ, 'ਇਮਪਅਟਅਨਸਿ/ *n* ਨਾਮਰਦੀ, ਨਪੁੰਸਕਤਾ; ਕਮਜ਼ੋਰੀ; ਬੇਵਸੀ, ਲਾਚਾਰੀ, ਮਜਬੂਰੀ

impotent /'ਇਮਪਅਟਅਨਟ/ *a* ਨਾਮਰਦ, ਨਪੁੰਸਕ; ਕਮਜ਼ੋਰ, ਨਿਤਾਣਾ, ਹੀਣਾ, ਦੁਰਬਲ; ਬੇਵੱਸ, ਲਾਚਾਰ, ਮਜਬੂਰ

impound /ਇਮ'ਪਾਉਨਡ/ *vt* (ਕਨੂੰਨੀ ਢੰਗ ਨਾਲ) ਕਬਜ਼ੇ ਵਿੱਚ ਲੈ ਲੈਣਾ, (ਸਹਕਾਰੀ ਤੌਰ 'ਤੇ) ਜ਼ਬਤ ਕਰਨਾ, (ਪਸ਼ੂਆਂ ਨੂੰ) ਕਾਂਜੀ ਹਾਊਸ ਵਿੱਚ ਬੰਦ ਕਰ ਦੇਣਾ

impoverish /ਇਮ'ਪੌਵ੍ਅਰਿਸ਼/ *vt* ਕੰਗਾਲ ਕਰ ਦੇਣਾ, ਨਿਰਧਨ ਕਰ ਦੇਣਾ; ਬਲਹੀਣ ਕਰ ਦੇਣਾ; ਸਾਧਨਹੀਣ ਕਰ ਦੇਣਾ

impoverished /ਇਮ'ਪੌਵ੍ਅਰਿਸ਼ਟ/ *a* ਅਤਿ ਗ਼ਰੀਬ; ਮਾੜੀ ਗੁਣਵੱਤਾ ਵਾਲਾ

impoverishment /ਇਮ'ਪੌਵ੍ਅਰਿਸ਼ਮਅਨਟ/ *n* ਗ਼ਰੀਬੀ, ਕੰਗਾਲੀ, ਨਿਰਧਨਤਾ; ਬਲਹੀਣਤਾ, ਸ਼ਕਤੀਹੀਣਤਾ

impracticability /ਇਮˌਪਰੈਕਟਿਕਅ'ਬਿਲਅਟਿ/ *n* ਗ਼ੈਰ ਅਮਲੀਪਣ, ਅਵਿਹਾਰਿਕਤਾ; ਅਸਾਧਤਾ

impracticable /ਇਮ'ਪਰੈਕਟਿਕਅਬਲ/ *a* ਅਮਲ ਵਿੱਚ ਨਾ ਆਉਣ ਵਾਲਾ, ਅਵਿਹਾਰਿਕ, ਗ਼ੈਰਅਮਲੀ, ਨਾਕਾਬਲੇ ਅਮਲ; ਲਾਇਲਾਜ, ਅਸਾਧ, ਔਖਾ, ਦੁਸ਼ਵਾਰ

impractical /ਇਮ'ਪਰੈਕਟਿਕਲ/ *a* ਜੋ ਅਮਲ ਵਿੱਚ ਨਾ ਲਿਆਂਦਾ ਜਾ ਸਕੇ, ਅਵਿਵਹਾਰਿਕ, ਅਵਾਸਤਵਿਕ

imprecate /'ਇਮਪਰਿਕੇਇਟ/ *vt* ਬਦਅਸੀਸ ਦੇਣਾ, ਬਦਦੁਆ ਦੇਣਾ, ਫਿਟਕਾਰਨਾ, ਲਾਹਨਤ ਪਾਉਣਾ, ਕੋਸਣਾ

imprecision /ˌਇਮਪਰਿ'ਸਿਯ਼ਨ/ *n* ਅਸਪਸ਼ਟਤਾ, ਅਨਿਸ਼ਚਿਤਤਾ

impregnability /ਇਮˌਪਰੈੱਗਨਅ 'ਬਿਲਅਟਿ/ *n* ਮਜ਼ਬੂਤੀ, ਪਕਿਆਈ, ਅਜਿੱਤਤਾ, ਅਛੇਦਤਾ

impregnable /ਇਮ'ਪਰੈੱਗਨਅਬਲ/ *a*

ਅਜਿੱਤ, ਅਛੇਦ, ਪੱਕਾ, ਮਜ਼ਬੂਤ

impregnate /'ਇਮਪਰੈੱਗਨੇਇਟ/ *v* ਗਰਭ ਕਰਨਾ, ਗਰਭਵਤੀ ਹੋਣਾ; ਭਰ ਦੇਣਾ, ਸੰਚਾਰ ਕਰਨਾ; (ਭਾਵ, ਗੁਣ ਆਦਿ) ਕੁੱਟ-ਕੁੱਟ ਕੇ ਭਰ ਦੇਣਾ, ਦਿਲ ਵਿੱਚ ਬਠਾ ਦੇਣਾ *a* ਗਰਭਵਤੀ, ਗੱਭਣ

impresario /ˌਇਮਪਰਅ'ਸਾਰਿਅਉ/ *n* ਪ੍ਰਬੰਧਕ, ਸੰਚਾਲਕ, (ਨਾਚ-ਗਾਣ ਮੰਡਲੀ ਦਾ) ਪ੍ਰਬੰਧਕ

impress[1] /ਇਮ'ਪਰੈੱਸ/ *v* ਮੋਹਰ ਲਾਉਣਾ, ਠੱਪਾ ਲਾਉਣਾ, ਅੰਕਿਤ ਕਰਨਾ, ਨਿਸ਼ਾਨ ਲਾਉਣਾ, ਪ੍ਰਭਾਵਿਤ ਕਰਨਾ; ਮਨ ਵਿੱਚ ਬਠਾ ਦੇਣਾ *n* ਠੱਪਾ, ਛਾਪ, ਮੋਹਰ, ਸਿੱਕਾ, ਚਿੰਨ੍ਹ, ਵਿਸ਼ੇਸ਼ਤਾ, ਲੱਛਣ

impress[2] *vt* ਜਬਰੀ ਭਰਤੀ ਕਰਨਾ; ਜ਼ਬਤ ਕਰਨਾ; ਦਲੀਲ ਦੇ ਰੂਪ ਵਿੱਚ ਵਰਤਣਾ

impressed /ਇਮ'ਪਰੈੱਸਟ/ *a* ਅੰਕਿਤ, ਚਿੰਨ੍ਹਤ, ਮੁਦਰਤ, ਛਪਿਆ, ਪ੍ਰਭਾਵਿਤ

impressible /ਇਮ'ਪਰੈੱਸਅਬਲ/ *a* ਪ੍ਰਭਾਵਸ਼ੀਲ

impression /ਇਮ'ਪਰੈੱਸ਼ਨ/ *n* ਠੱਪਾ, ਛਾਪ, ਮੋਹਰ, ਚਿੰਨ੍ਹ, ਨਿਸ਼ਾਨ; (ਕਿਤਾਬ ਦੀਆਂ) ਇੱਕੋ ਵਾਰ ਛਪੀਆਂ ਕਾਪੀਆਂ, ਸੰਸਕਰਨ; ਪ੍ਰਭਾਵ, ਅਸਰ; ਖ਼ਿਆਲ, ਵਿਚਾਰ, ਮੱਤ, ਰਾਏ

impressionable /ਇਮ'ਪਰੈੱਸ਼ਅਨਅਬਲ/ *n* ਸੰਵੇਦਨਸ਼ੀਲ, ਪ੍ਰਭਾਵਸ਼ੀਲ, ਛੇਤੀ ਪ੍ਰਭਾਵਿਤ ਹੋਣ ਵਾਲਾ, ਅਸਾਨੀ ਨਾਲ ਅਸਰ ਕਬੂਲਣ ਵਾਲਾ

impressionism /ਇਮ'ਪਰੈੱਸ਼ਅਨਿਜ਼ਅਮ/ *n* ਚਿੱਤਰਕਾਰੀ ਜਾਂ ਸਾਹਿਤਕਾਰੀ ਦੀ ਇੱਕ ਵਿਸ਼ੇਸ਼ ਸ਼ੈਲੀ, ਪ੍ਰਭਾਵਵਾਦ

impressionist /ਇਮ'ਪਰੈੱਸ਼ਅਨਿਸਟ/ *n* ਪ੍ਰਭਾਵਵਾਦੀ

impressive /ਇਮ'ਪਰੈੱਸਿਵ੍/ *a* ਦਿਲ ਨੂੰ ਖਿੱਚ ਪਾਉਣ ਵਾਲਾ, ਪ੍ਰਭਾਵਸ਼ਾਲੀ, ਅਸਰ ਪਾਉਣ ਵਾਲਾ

impressment /ਇਮ'ਪਰੈੱਸਮਅਨਟ/ *n* ਜ਼ਬਰਦਸਤੀ ਜ਼ਬਤੀ, ਜਬਰੀ ਭਰਤੀ

imprest /'ਇਮਪਰੈੱਸਟ/ *n* (ਸਰਕਾਰੀ ਕਾਰਜਾਂ ਲਈ) ਪੇਸ਼ਗੀ ਤਨਖ਼ਾਹ

imprimis /ਇਮ'ਪਰਾਇਮਿਸ/ *(L) adv* ਸਭ ਤੋਂ ਪਹਿਲਾਂ, ਪ੍ਰਥਮ

imprint /ਇਮ'ਪਰਿਨਟ/ *vt* ਠੱਪਾ ਲਾਉਣਾ, ਮੋਹਰ ਲਾਉਣਾ, ਠੋਕਣਾ, ਨਿਸ਼ਾਨ ਲਾਉਣਾ (ਵਿਚਾਰ ਆਦਿ) ਮਨ ਵਿੱਚ ਬਠਾ ਦੇਣਾ, ਦਿਲ ਵਿੱਚ ਉੱਕਰ ਦੇਣਾ /'ਇਮਪਰਿਨਟ/ *n* ਠੱਪਾ, ਛਾਪਾ, ਮੋਹਰ, ਚਿੰਨ੍ਹ; ਪੁਸਤਕ ਉੱਤੇ ਪ੍ਰਕਾਸ਼ਕ ਅਤੇ ਮੁਦਰਕ ਦਾ ਵੇਰਵਾ

imprison /ਇਮ'ਪਰਿਜ਼ਨ/ *vt* ਕੈਦ ਕਰਨਾ, ਜੇਲ੍ਹ ਵਿੱਚ ਸੁੱਟਣਾ, ਘੇਰ ਲੈਣਾ, ਬੰਦ ਕਰਨਾ

imprisonment /ਇਮ'ਪਰਿਜ਼ਨਮਅਨਟ/ *n* ਕੈਦ, ਬੰਦੀ, ਜੇਲ੍ਹ, ਜੇਲ੍ਹਖ਼ਾਨਾ, ਬੰਦੀਖ਼ਾਨਾ

improbability /ਇਮˌਪਰੌਬਅ'ਬਿਲਅਟਿ/ *n* ਅਸੰਭਾਵਨਾ, ਅਸੰਭਾਵਿਕਤਾ

improbable /ਇਮ'ਪਰੌਬਅਬਲ/ *a* ਅਸੰਭਾਵੀ

improbity /ਇਮ'ਪਰਅਉਬਅਟਿ/ *n* ਦੁਸ਼ਟਤਾ, ਬਦਮਾਸ਼ੀ, ਬੇਈਮਾਨੀ, ਸ਼ਰਾਰਤ; ਧੋਖਾ, ਕਪਟ, ਛਲ

impromptu /ਇਮ'ਪਰੌਮਪਟਯੂ/ *a* ਤਤਕਾਲੀ, ਬਿਨਾਂ ਤਿਆਰੀ ਵਾਲਾ *adv* ਤਤਕਾਲ; ਬਿਨਾਂ ਤਿਆਰੀਓਂ, ਤਦਵਕਤੀ *n* ਬਿਨਾਂ ਤਿਆਰੀ ਤੋਂ ਉਚਾਰੀ ਗਈ ਰਚਨਾ ਜਾਂ ਕਵਿਤਾ, ਤਤਕਾਲਕ ਪੇਸ਼ਕਾਰੀ

improper /ਇਮ'ਪਰੌਪਅ*/ *a* ਨਾਵਾਜਬ, ਅਯੋਗ, ਅਨਉਚਿਤ, ਗ਼ਲਤ, ਅਸ਼ੁੱਧ, ਅਸ਼ਲੀਲ, ਅਸ਼ਿਸ਼ਟ, ਕੋਝਾ, ਕੁਵੱਲਾ

impropriate /ਇਮ'ਪਰਅਉਪਰਿਏਇਟ/ *vt* ਗਿਰਜੇ ਦੀ ਜਾਇਦਾਦ ਕਿਸੇ ਦੂਜੇ ਦੇ ਨਾਂ ਲਾਉਣਾ; ਗਬਨ ਕਰਨਾ

impropriation /ਇਮˌਪਰਅਉਪਰਿ'ਏਇਸ਼ਨ/ *n* ਗਿਰਜੇ ਦੀ ਜਾਇਦਾਦ ਦੀ ਨਾਂ ਲਵਾਈ

impropriety /ˌਇਮਪਰਅ'ਪਰਾਇਅਟਿ/ *n* ਅਨਉਚਿਤਤਾ, ਅਯੋਗਤਾ, ਬੇਹੂਦਗੀ, ਅਸ਼ਿਸ਼ਟਤਾ;

ਗ਼ਲਤੀ, ਭੁੱਲ

improvable /ਇਮ'ਪਰੂਵ਼ਅਬਲ/ *a* ਜਿਸ ਵਿਚ ਹੋਰ ਉੱਨਤੀ ਹੋ ਸਕੇ, ਸੁਧਰਨਯੋਗ; ਖੇਤੀਯੋਗ

improve /ਇਮ'ਪਰੂਵ਼/ *v* ਸੁਧਾਰਨਾ, ਸੁਧਰਨਾ; ਉੱਨਤੀ ਕਰਾਉਣਾ ਜਾਂ ਕਰਨਾ, ਠੀਕ ਕਰਨਾ ਜਾਂ ਹੋਣਾ; ਫ਼ਾਇਦਾ ਹੋਣਾ, ਸੌਰਨਾ; ਵਧਣਾ-ਫੁੱਲਣਾ

improved /ਇਮ'ਪਰੂਵ਼ਡ/ *a* ਸੰਸੋਧਿਤ, ਉੱਨਤ, ਉਤਕ੍ਰਿਸ਼ਟ, ਸੁਧਰਿਆ

improvement /ਇਮ'ਪਰੂਵ਼ਮਅਨਟ/ *n* ਸੁਧਾਰ, ਉੱਨਤੀ, ਬੇਹਤਰੀ

improver /ਇਮ'ਪਰੂਵ਼ਅ*/ *n* ਸੁਧਾਰਕ, ਉੱਨਤੀ ਕਰਨ ਵਾਲਾ, ਸੰਵਾਰਨ ਵਾਲਾ; ਰੰਗਰੂਟ

improvidence /ਇਮ'ਪਰੌਵਿ਼ਡਅਨਸ/ *n* ਅਸਾਵਧਾਨੀ, ਲਾਪਰਵਾਹੀ; ਨਾ ਦੂਰਅੰਦੇਸ਼ੀ; ਫ਼ਜ਼ੂਲਖ਼ਰਚੀ, ਅਸੰਜਮ

improvident /ਇਮ'ਪਰੌਵਿ਼ਡਅਨਟ/ *a* ਲਾਪਰਵਾਹ, ਅਸਾਵਧਾਨ; ਫ਼ਜ਼ੂਲਖ਼ਰਚ, ਅਸੰਜਮੀ

improving /ਇਮ'ਪਰੂਵਿ਼ਙ/ *a* ਵਿਕਾਸਮਾਨ, ਵਰਧਮਾਨ, ਅੱਛਾ ਹੋਣਾ ਜਾਂ ਹੋਣ ਵਾਲਾ, ਸੁਧਰ ਰਿਹਾ

improvisation /ˌਇਮਪਰਅਵ਼ਾਇ'ਜ਼ੇਇਸ਼ਨ/ *n* ਓਹੜ-ਪੋਹੜ, ਤਦਵਕਤੀ ਗੱਲ, ਡੰਗ ਟਪਾਊ ਪ੍ਰਬੰਧ, ਕੰਮ ਚਲਾਊ ਵਿਓਂਤ

improvise /'ਇਮਪਰਅਵ਼ਾਇਜ਼/ *vt* ਤਤਕਾਲੀ ਰਚਨਾ ਕਰਨਾ, ਬਿਨਾਂ ਤਿਆਰੀ ਕਵਿਤਾ ਬੋਲਣਾ ਜਾਂ ਲੈਕਚਰ ਦੇਣਾ, ਤਦਵਕਤੀ ਗੱਲ ਕਰਨਾ; ਡੰਗ ਸਾਰਨਾ, ਓਹੜ-ਪੋਹੜ ਕਰਨਾ, ਗੰਢ-ਤੁਪ ਕਰਨਾ

imprudence /ਇਮ'ਪਰੂਡਨਸ/ *n* ਅਸਾਵਧਾਨੀ, ਅਵਿਵੇਕ, ਬੇਸਮਝੀ

imprudent /ਇਮ'ਪਰੂਡਨਟ/ *a* ਬੇਸਮਝ, ਅਸਾਵਧਾਨ, ਅਵਿਵੇਕ

impuberty /ਇਮ'ਪਯੂਬਅਟਿ/ *n* ਕਚਿਆਈ, ਅਪ੍ਰੌੜ੍ਹਤਾ

impubescent /ˌਇਮਪਯੂ'ਬੈਸੱਨਟ/ *a* ਕੱਚਾ, ਅਪ੍ਰੌੜ੍ਹ, ਨਾਬਾਲਗ

impudence /'ਇਮਪਯਅਡਅਨਸ/ *n* ਬੇਅਦਬੀ, ਗੁਸਤਾਖ਼ੀ, ਬੇਹਯਾਈ, ਢੀਠਤਾ, ਨਿਲੱਜਤਾ

impudent /'ਇਮਪਯਅਡਅਨਟ/ *n* ਗੁਸਤਾਖ਼, ਬੇਅਦਬ, ਢੀਠ, ਨਿਲੱਜ, ਬੇਹਯਾ

impugn /ਇਮ'ਪਯੂਨ/ *vt* ਇਤਰਾਜ਼ ਕਰਨਾ; ਖੰਡਨ ਕਰਨਾ, ਦਲੀਲਬਾਜ਼ੀ ਰਾਹੀਂ ਹਮਲਾ ਕਰਨਾ; ਖ਼ਿਲਾਫ਼ ਬੋਲਣਾ, ਖੰਡਨ ਕਰਨਾ

impugnable /ਇਮ'ਪਯੂਨਅਬਲ/ *a* ਖੰਡਨਯੋਗ, ਕਾਬਲੇ ਇਤਰਾਜ਼

impugnment /ਇਮ'ਪਯੂਨਮਅਨਟ/ *n* ਖੰਡਨ ਵਿਰੋਧ, ਪ੍ਰਤਿਵਾਦ, ਆਪੱਤੀ

impulse / 'ਇਮਪਅੱਲਸ/ *n* ਮਨੋਵੇਗ, ਤਰੰਗ, ਅੰਤਰ ਪ੍ਰੇਰਨਾ, ਆਵੇਗ, ਮਾਨਸਿਕ ਪ੍ਰੇਰਨਾ, ਧੱਕਾ, ਟੱਕਰ; ਗਤੀ, ਚਾਲ

impulsion /ਇਮ'ਪਅੱਲਸ਼ਨ/ *n* ਮਾਨਸਿਕ ਪ੍ਰੇਰਨਾ, ਉਕਸਾਹਟ

impulsive /ਇਮ'ਪਅੱਲਸਿਵ਼/ *a* ਮਨੋਵੇਗੀ, ਵੇਗਵਾਨ, ਤਰੰਗੀ; ਉਕਸਾਊ

impunity /ਇਮ'ਪਯੂਨਅਟਿ/ *n* ਸਜ਼ਾ ਤੋਂ ਛੋਟ, ਦੰਡ, ਮੁਕਤੀ, ਮਾਫ਼ੀ

impure /ਇਮ'ਪਯੁਅ*/ *a* ਅਪਵਿੱਤਰ, ਮੈਲਾ, ਗੰਦਾ, ਮਿਲਾਵਟੀ; ਅਸ਼ੁੱਧ, ਖੋਟ ਵਾਲਾ, ਭਿੱਟਿਆ, ਨਾਪਾਕ; ਨਿੰਦਾਯੋਗ, ਬੁਰਾ

impurity /ਇਮ'ਪਯੁਅਰਅਟਿ/ *n* ਅਪਵਿੱਤਰਤਾ, ਮੈਲਾਪਣ, ਗੰਦਗੀ, ਮਿਲਾਵਟ, ਖੋਟ, ਅਸ਼ੁੱਧਤਾ

imputation /ˌਇਮਪਯੁ'ਟੇਇਸ਼ਨ/ *n* ਊਜ, ਆਰੋਪ, ਤੁਹਮਤ, ਇਲਜ਼ਾਮ, ਦੂਸ਼ਣ

impute /ਇਮ'ਪਯੂਟ/ *vt* ਜ਼ੁੰਮੇ ਲਾਉਣਾ, ਸਿਰ ਮੜ੍ਹਨਾ, ਤੁਹਮਤ ਲਾਉਣਾ, ਕਿਸੇ ਨੂੰ ਦੂਜੇ ਦੇ ਪੁੰਨ-ਪਾਪ ਦਾ ਭਾਗੀ ਠਹਿਰਾਉਣਾ, ਆਰੋਪਣਾ

in /ਇਨ/ *prep* ਵਿੱਚ, ਅੰਦਰ, ਉੱਤੇ *adv* ਅੰਦਰਵਾਰ, ਅੰਦਰ ਨੂੰ, ਅੰਦਰ ਵੱਲ *a* ਅੰਦਰਲਾ *n* ਸਰਕਾਰੀ ਕਾਰ-ਵਿਹਾਰ ਚਲਾ ਰਹੀ ਰਾਜਨੀਤਿਕ ਪਾਰਟੀ, ਸ਼ਾਸਕ ਦਲ

inability /ˌਇਨਅ'ਬਿਲਅਟਿ/ *n* ਅਸਮਰਥਾ, ਅਯੋਗਤਾ, ਨਾਲਾਇਕੀ; ਨਿਰਬਲਤਾ, ਬੇਵੱਸੀ, ਲਾਚਾਰੀ, ਮਜਬੂਰੀ

in absentia /ˌਇਨ ਐਬ'ਸੈੱਨਸ਼ਿਅ/ *(L) adv* ਗ਼ੈਰ ਹਾਜ਼ਰੀ ਵਿੱਚ

inabstinence /ਇ'ਨੈਬਸਟਿਨਅਨਸ/ *n* ਭੋਗ ਵਿਲਾਸ

inaccessibility /ˌਇਨਐਕˌਸੈੱਸਅ'ਬਿਲਅਟਿ/ *n* ਦੁਰਲੱਭਤਾ, ਦੁਰਗਮਤਾ

inaccessible /ˌਇਨਐਕ'ਸੈੱਸਅਬਲ/ *a* ਪਹੁੰਚ ਤੋਂ ਪਰੇ, ਦੁਰਗਮ, ਅਗਮ, ਦੁਰਲੱਭ

inaccuracy /ਇਨ'ਐਕਯਅਰਅਸਿ/ *n* ਅਸ਼ੁੱਧੀ, ਅਯਥਾਰਥ; ਤਰੁਟੀ, ਦੋਸ਼, ਨੁਕਸ

inaccurate /ਇਨ'ਐਕਯਅਰਅਟ/ *a* ਅਸ਼ੁੱਧ, ਗ਼ਲਤ, ਅਯਥਾਰਥ; ਦੋਸ਼ਪੂਰਨ, ਨੁਕਸ ਵਾਲਾ

inaction /ਇਨ'ਐਕਸ਼ਨ/ *n* ਆਲਸ, ਸੁਸਤੀ, ਦਲਿੱਦਰ; ਕੁਝ ਨਾ ਕਰਨ ਦੀ ਦਸ਼ਾ

inactive /ਇਨ'ਐਕਟਿਵ਼/ *a* ਸੁਸਤ, ਬੇਹਿੰਮਤ, ਆਲਸੀ, ਵਿਹਲੜ, ਦਲਿੱਦਰੀ, ਨਿਕੰਮਾ, ਬੇਕਾਰ

inactivity /ˌਇਨਐਕ'ਟਿਵ਼ਅਟਿ/ *n* ਆਲਸ, ਸੁਸਤੀ; ਬੇਕਾਰੀ, ਕਿਰਿਆਹੀਣਤਾ

inadaptability /ˌਇਨਅਡੈਪਟਅ'ਬਿਲਅਟਿ/ *n* ਸਮੇਂ ਜਾਂ ਅਵਸਰ ਅਨੁਸਾਰ ਢਲ ਸਕਣ ਦੀ ਅਸਮਰਥਾ, ਅਣਅਨੁਕੂਲਣਯੋਗਤਾ

inadequacy /ਇਨ'ਐਡਿਕਵਅਸਿ/ *n* ਥੁੜ੍ਹ, ਘਾਟ, ਅਲਪਤਾ, ਅਪੂਰਨਤਾ

inadequate /ਇਨ'ਐਡਿਕਵਅਟ/ *a* ਲੋੜ ਤੋਂ ਘੱਟ, ਨਾਕਾਫ਼ੀ; ਥੋੜ੍ਹਾ, ਅਧੂਰਾ, ਅਪੂਰਨ; ਅਯੋਗ, ਅਸਮਰਥ

inadmissibility /ˌਇਨਅਡਮਿਸਅ'ਬਿਲਅਟਿ/ *n* ਅਪ੍ਰਵਾਨਤਾ, ਨਾ ਮੰਨਣਯੋਗਤਾ, ਅਸਵੀਕਾਰਤਾ, ਅਪ੍ਰਵੇਸ਼ਤਾ

inadmissible /ˌਇਨਅਡ'ਮਿਸਅਬਲ/ *a* ਨਾ ਮੰਨਣਯੋਗ, ਅਪ੍ਰਵੇਸ਼ੀ

inadvertence, inadvertency /ˌਇਨਅਡ'ਵ਼ਅ:ਟ(ਅ)ਨਸ, ˌਇਨਅਡ'ਵ਼ਅ:ਟ(ਅ)ਨਸਿ/ *n* ਬੇਧਿਆਨੀ, ਅਣਭੋਲਤਾ, ਅਚੇਤਤਾ, ਅਸਾਵਧਾਨੀ

inadvertent /ˌਇਨਅਡ'ਵ਼ਅ:ਟ(ਅ)ਨਟ/ *a* ਅਚੇਤ, ਅਣਭੋਲ

inadvertently /ˌਇਨਅਡ'ਵ਼ਅ:ਟਅਨਟਲਿ/ *adv* ਬੇਧਿਆਨੀ ਨਾਲ, ਅਚੇਤ ਮਨ ਨਾਲ, ਅਣਭੋਲ ਹੀ

in aeternum /ਇਨ'ਐਟਅਨਅਮ/ *(L) adv* ਸਦਾ, ਸਦੈਵ, ਹਮੇਸ਼ਾ

inaffable /ਇਨ'ਐਫ਼ਅਬਲ/ *a* ਨਾ ਮਿਲਨਸਾਰ

inalienable /ਇਨ'ਏਇਲਿਅਨਅਬਲ/ *a* ਜੋ ਖੋਹਿਆ ਨਾ ਜਾ ਸਕੇ, ਵੱਖ ਨਾ ਕੀਤਾ ਜਾ ਸਕਣ ਵਾਲਾ

in alis loco /ਇਨ ˌਐਲਿਸ 'ਲਅਉ਼ਕਅਓ/ *(L) adv* ਕਿਸੇ ਦੂਜੇ ਥਾਂ 'ਤੇ, ਦੂਜੀ ਥਾਂ

inamorato /ਇਨˌਐਮਅ'ਰਾਟਅਉ਼/ *n* ਪ੍ਰੇਮੀ, ਆਸ਼ਕ

inane /ਇ'ਨੇਇਨ/ *a* ਸੱਖਣਾ; ਸਾਰਹੀਣ, ਮੂੜ੍ਹ, ਮੱਤਹੀਣ, ਬੇਅਕਲ *n* ਸੱਖਣਾਪਣ

inanimate /ਇਨ'ਐਨਿਮਅਟ/ *a* ਬੇਜਾਨ, ਅਜੀਵ, ਨਿਰਜੀਵ, ਪ੍ਰਾਣਹੀਣ, ਅਚੇਤਨ, ਜੜ੍ਹ, ਮੁਰਦਾ-ਦਿਲ; ਸੁਸਤ, ਸਿਥਲ

inanimation /ਇਨˌਐਨਿ'ਮੇਇਸ਼ਨ/ *n* ਪ੍ਰਾਣਹੀਣਤਾ, ਨਿਰਜੀਵਤਾ, ਜੜ੍ਹਤਾ, ਅਚੇਤਨਤਾ

inanition /ˌਇਨਅ'ਨਿਸ਼ਨ/ *n* ਸੱਖਣਾਪਣ, ਮੰਦਤਾ, ਖੁਰਨ (ਵਿਸ਼ੇਸ਼ ਕਰਕੇ ਖ਼ੁਰਾਕ ਦੀ ਅਣਹੋਂਦ ਕਾਰਨ)

inanity /ਇ'ਨੈਨਅਟਿ/ *n* ਸੱਖਣਾਪਨ, ਸਾਰਹੀਣਤਾ

inapplicable /ˌਇਨਅ'ਪਲਿਕਅਬਲ, ਇਨ'ਐਪਲਿਕਅਬਲ/ *a* ਅਢੁਕਵਾਂ, ਲਾਗੂ ਨਾ ਹੋਣ ਯੋਗ, ਅਨਉਚਿਤ, ਨਾਵਾਜਬ

inapposite /ਇਨ'ਐਪਅਜ਼ਿਟ/ *a* ਬੇਮੇਲ, ਅਸੰਗਤ, ਵਿਰੁੱਧ, ਵਿਪਰੀਤ, ਅਢੁਕਵਾਂ, ਕੁਥਾਵਾਂ

inappreciable /ˌਇਨਅ'ਪਰੀਸ਼ਅਬਲ/ *a* ਅਪ੍ਰਸ਼ੰਸਾ ਯੋਗ, ਨਗੂਣਾ, ਤੁੱਛ; ਸੂਝ ਤੋਂ ਪਰੇ ਦਾ, ਅਗਮ, ਅਵਿਵੇਕੀ, ਅਗੋਚਰੀ

inappreciation /ˌਇਨਅਪਰੀਸ਼ਿ'ਏਇਸ਼ਨ/ *a* ਨਾਕਦਰੀ, ਬੇਕਦਰੀ, ਉਪੇਖਿਆ, ਅਨਾਦਰ, ਪ੍ਰਸ਼ੰਸਾ ਦੀ ਅਣਹੋਂਦ

inappreciative /ˌਇਨਅਪ'ਰੀਸ਼ਅਟਿਵ਼/ *a* ਬੇਕਦਰੀ ਵਾਲਾ, ਅਨਾਦਰਾਤਮਿਕ, ਉਪੇਖਿਆਤਮਿਕ, ਸ਼ਰਧਾਹੀਣ

inapprehensible / ਇਨˌਐਪਰਿ'ਹੈੱਨਸਿਬਲ/ *a* ਅਬੋਧ

inappropriate /ˌਇਨਅ'ਪਰਅਉਪਰਿਅਟ/ *a* ਅਢੁਕਵਾਂ, ਅਨਉਚਿਤ, ਬੇਮੇਲ, ਅਸੰਗਤ, ਬੇਮੌਕਾ, ਅਣਜੋੜ

inapt /ਇਨ'ਐਪਟ/ *a* ਅਯੋਗ, ਨਾਲਾਇਕ, ਅਵੱਲਾ, ਨਾਮੁਨਾਸਬ

inaptitude /ˌਇਨ'ਐਪਟਿਟਯੂਡ/ *n* ਅਯੋਗਤਾ, ਨਾਲਾਇਕੀ

inarable /ਇਨ'ਐਰਅਬਲ/ *a* ਜੋ ਜ਼ਮੀਨ ਵਾਹੀ ਨਾ ਜਾ ਸਕੇ, ਰੱਕੜ

inarch /ਇਨ'ਆਚ/ *vt* ਪਿਓਂਦ ਲਾਉਣਾ, ਕਲਮ ਲਾਉਣਾ

inarticulate /ˌਇਨਆ'ਟਿਕਯਅਲਅਟ/ *a* (ਬੋਲੀ) ਅਸਪਸ਼ਟ, ਨਿਰਾਰਥਕ; ਅਬੋਲ, ਅਨਉਚਰਿਤ; ਹਕਲਾ, ਗੂੰਗਾ, ਜੋ ਸਾਫ਼-ਸਾਫ਼ ਬੋਲਣ ਦੇ ਸਮਰੱਥ ਨਾ ਹੋਵੇ

inarticulation /ˌਇਨਆਟਿਕਯਅ'ਲੇਇਸ਼ਨ/ *n* ਅਸਪਸ਼ਟਤਾ, ਨਿਰਅਰਥਕਤਾ, ਗੂੰਗਾਪਣ

inartificial /ਇਨˌਆਟਿ'ਫ਼ਿਸ਼ਲ/ *a* ਕਲਾ ਦੇ ਪੱਖ ਤੋਂ ਅਢੁਕਵਾਂ; ਸਰਲ, ਸਾਦਾ, ਉਚੇਚ ਰਹਿਤ, ਜਿਸ ਵਿੱਚ ਬਣਾਉਟੀਪਣ ਨਾ ਹੋਵੇ, ਕਲਾਰਹਿਤ, ਕੁਦਰਤੀ, ਸੁਭਾਵਿਕ

inartistic /ˌਇਨਆ'ਟਿਸਟਿਕ/ *a* ਕਲਾਹੀਣ, ਕਲਾ ਦੀ ਸੂਝ ਤੋਂ ਬਿਨਾਂ

inasmuch /ˌਇਨਅਜ਼'ਮਅੱਚ/ *adv* ਜਿਥੋਂ ਤੱਕ ਕਿ

inasmuch as /ˌਇਨਅਜ਼'ਮਅੱਚ ਅਜ਼/ *adv* ਕਿਉਂਕਿ, ਇਸ ਨਾਲ, ਇਸ ਤਰ੍ਹਾਂ, ਇਸ ਕਾਰਨ ਕਰਕੇ, ਜਿੱਥੋਂ ਤੱਕ

inattention /ˌਇਨਅ'ਟੈੱਨਸ਼ਨ/ *n* ਬੇਧਿਆਨੀ, ਲਾਪਰਵਾਹੀ, ਅਣਗਹਿਲੀ, ਘੇਸਲ, ਉਪੇਖਿਆ, ਬੇਰੁਖ਼ੀ, ਨਿਰਾਦਰ

inattentive /ˌਇਨਅ'ਟੈੱਨਟਿਵ਼/ *a* ਅਵੇਸਲਾ, ਬੇਧਿਆਨਾ, ਅਣਭੋਲ, ਘੇਸਲਾ, ਮਚਲਾ, ਲਾਪਰਵਾਹ

inaudible /ਇਨ'ਓਡਅਬਲ/ *a* ਜੋ ਸੁਣਿਆ ਨਾ ਜਾ ਸਕੇ, ਬੜੀ ਮੱਧਮ (ਅਵਾਜ਼)

inaugural /ਇ'ਨੋਗਯਅਰਅਲ/ *a* ਉਦਘਾਟਨੀ, ਉਦਘਾਟਨਕਾਰੀ

inaugural function *n* ਉਦਘਾਟਨ ਸਮਾਰੋਹ

inaugural speech *n* ਉਦਘਾਟਨੀ ਭਾਸ਼ਣ

inaugurate /ਇ'ਨੋਗਯਅਰੇਇਟ/ *vt* ਉਦਘਾਟਨ ਕਰਨਾ, ਮਹੂਰਤ ਕਰਨਾ; ਚੱਠ ਕਰਨਾ, ਅਰੰਭ ਕਰਨਾ, ਸਜ-ਸਜਾਅ ਨਾਲ ਅਰੰਭ ਕਰਨਾ

inauguration /ਇˌਨੋਗਯਅ'ਰੇਇਸ਼ਨ/ *n* ਉਦਘਾਟਨ, ਮਹੂਰਤ, ਚੱਠ; ਅਰੰਭ, ਅਹੁਦੇ ਉੱਤੇ ਸਥਾਪਨ (ਦਾ ਕਾਰਜ)

inauspicious /ˌਇਨੋ'ਸਪਿਸ਼ਅਸ/ *a* ਅਸ਼ੁਭ, ਕੁਸ਼ਗਨਾ, ਨਹਿਸ਼, ਦੁਰਭਾਗਸੂਚਕ

inbeing /'ਇਨਬੀਇਙ/ *n* ਸਹਿਜਤਾ, ਸੁਭਾਵਿਕਤਾ

inborn, inbred /ˌਇਨ'ਬੋਨ, ˌਇਨ'ਬਰੈੱਡ/ *a* ਜਮਾਂਦਰੂ, ਜਨਮ ਤੋਂ ਹੀ, ਸੁਭਾਵਿਕ, ਕੁਦਰਤੀ, ਅੰਤਰਜਾਤ, ਜਨਮਜਾਤ, ਸਹਿਜ

inbound /'ਇਨਬਾਉਨਡ/ *a* ਆਉਣ ਵਾਲੀ (ਹਵਾਈ ਜਹਾਜ਼ ਦੀ ਉਡਾਣ), ਸਟੇਸ਼ਨ 'ਤੇ ਆਉਣ ਵਾਲੀ (ਗੱਡੀ)

inbox /'ਇਨਬੌਕਸ/ *n* (ਕੰਪਿ) ਕੰਪਿਊਟਰ ਵਿੱਚ ਨਵੇਂ ਸੰਦੇਸ਼ ਦਰਸਾਉਣ ਵਾਲਾ ਸਥਾਨ, ਨਵਪੱਤਰ ਬਕਸਾ

inbreak /'ਇਨਬਰੇਇਕ/ *n* ਵਿਸਫੋਟ, ਧਮਾਕਾ

inbuilt /'ਇਨਬਿਲਟ/ *a* (ਖਿਡੌਣੇ ਦੇ) ਵਿੱਚ ਬਣੀ ਹੋਈ (ਮਸ਼ੀਨਰੀ), ਸਰੀਰ ਦੇ ਅੰਦਰ ਬਣੇ ਤੰਤੂ (ਜਿਨ੍ਹਾਂ ਨਾਲ ਸਰੀਰ ਲੰਬਾ ਹੁੰਦਾ ਹੈ)

Inc /ਇਙਕ/ *abbr* **incorporated** ਦਾ ਸੰਖਿਪਤ ਰੂਪ, ਕਨੂੰਨੀ ਹੈਸੀਅਤ ਨਾਲ ਸਥਾਪਿਤ

(ਕੰਪਨੀ), ਨਿਗਮਿਤ, ਸਮਿਲਿਤ

incalculable /ਇਨ'ਕੈਲਕਯਅਲਅਬਲ/ *a* ਅਣਗਿਣਤ, ਬੇਹਿਸਾਬਾ, ਬੇਅੰਤ, ਅਨੰਤ, ਬੇਸ਼ੁਮਾਰ; ਅਨਿਸ਼ਚਿਤ, ਅਸਥਿਰ, ਅਸਥਾਈ, ਡਾਵਾਂ-ਡੋਲ

in camera /,ਇਨ 'ਕੈਮਅਰਅ/ *(L) a* ਗੁਪਤ

incandesce /,ਇਨਕੈਨ'ਡੈੱਸ/ *v* ਦਗਣਾ, ਤਪਣਾ, ਬਲਨਾ, ਚਮਕਣਾ; ਤਪਾਉਣਾ, ਚਮਕਾਉਣਾ

incandescence /,ਇਨਕੈਨ'ਡੈੱਸਨਸ/ *a* ਦਗਦਗਾਹਟ, ਲਾਲੀ, ਚਮਕ, ਰੌਸ਼ਨੀ

incandescent /,ਇਨਕੈਨ'ਡੈੱਸਨਟ/ *a* ਦਗਦਾ, ਤਪਦਾ, ਭਖਦਾ, ਚਮਕਦਾ; (ਬਿਜਲੀ ਜਾਂ ਗੈਸ ਦਾ ਚਾਨਣ) ਜੋ ਤਾਰ ਬਲਨ ਨਾਲ ਪੈਦਾ ਹੋਵੇ

incantation /,ਇਨਕੈਨ'ਟੇਇਸ਼ਨ/ *n* ਮੰਤਰ, ਜਾਦੂ-ਟੂਣਾ

incapability /ਇਨ,ਕੇਇਪਅ'ਬਿਲਅਟਿ/ *n* ਅਸਮਰਥਾ, ਅਯੋਗਤਾ, ਨਾਲਾਇਕੀ; ਨਿਰਬਲਤਾ, ਸ਼ਕਤੀਹੀਣਤਾ

incapable /ਇਨ'ਕੇਇਪਅਬਲ/ *a* ਅਸਮਰਥ, ਅਯੋਗ, ਨਾਲਾਇਕ, ਨਾਕਾਬਲ; ਨਿਰਬਲ, ਸ਼ਕਤੀਹੀਣ

incapacious /,ਇਨਕਅ'ਪੇਇਸ਼ਅਸ/ *a* ਸੰਕੁਚਿਤ, ਸੰਕੀਰਨ, ਤੰਗ, ਛੋਟਾ

incapacitate /,ਇਨਕਅ'ਪੈਸਿਟੇਇਟ/ *vt* ਅਸਮਰਥ ਕਰਨਾ, ਅਯੋਗ ਬਣਾਉਣਾ, ਨਕਾਰਾ ਕਰ ਦੇਣਾ, ਕੰਮ ਦਾ ਨਾ ਰਹਿਣ ਦੇਣਾ

incapacity /,ਇਨਕਅ'ਪੈਸਅਟਿ/ *n* ਅਸਮਰਥਾ, ਅਯੋਗਤਾ, ਨਾਲਾਇਕੀ; ਅਪਾਤਰਤਾ, ਅਧਿਕਾਰਹੀਣਤਾ

in capite /,ਇਨ 'ਕੈਪਿਟੀ/ *(L)adv* ਮੁੱਖ ਤੌਰ 'ਤੇ

incarcerate /ਇਨ'ਕਾਸਅਰੇਇਟ/ *vt* ਕੈਦ ਕਰਨਾ, ਜੇਲ੍ਹ ਵਿੱਚ ਸੁਟਣਾ, ਬੰਦੀ ਬਣਾਉਣਾ

incarceration /ਇਨ,ਕਾਸਅ'ਰੇਇਸ਼ਨ/ *n* ਕੈਦ, ਜੇਲ੍ਹ, ਕੈਦਖ਼ਾਨਾ

incarnate /'ਇਨਕਾਨੇਇਟ/ *v* ਅਵਤਾਰ ਧਾਰਨਾ, ਜਨਮ ਲੈਣਾ; ਸਾਕਾਰ ਰੂਪ ਵਿੱਚ ਰੱਖਣਾ, ਵਿਹਾਰਿਕ ਰੂਪ ਦੇਣਾ /ਇਨ'ਕਾਨਅਟ/ *a* ਦੇਹਧਾਰੀ, ਸਰੀਰਧਾਰੀ, ਸਾਕਾਰ, ਸਾਖਿਆਤ, ਮੂਰਤੀਮਾਨ

incarnation /,ਇਨਕਾ'ਨੇਇਸ਼ਨ/ *n* ਅਵਤਾਰ ਧਾਰਨ ਦੀ ਕਿਰਿਆ ਜਾਂ ਭਾਵ, ਜਨਮ ਲੈਣ ਦੀ ਕਿਰਿਆ, ਅਵਤਾਰ, ਦੇਹਧਾਰੀ ਹੋਣ ਦੀ ਦਸ਼ਾ

incattenate /ਇਨ'ਕੈਟਅਨੇਇਟ/ *vt* ਜ਼ੰਜੀਰਾਂ ਵਿੱਚ ਕੱਸਣਾ, ਬੇੜੀ ਪਾਉਣਾ, ਸੰਗਲਾਂ ਵਿੱਚ ਬੰਨ੍ਹਣਾ

incautious /ਇਨ'ਕੋਸ਼ਅਸ/ *a* ਅਸਾਵਧਾਨ, ਅਚੇਤ, ਲਾਪਰਵਾਹ

incendiary /ਇਨ'ਸੈਨੱਡਿਅਰਿ/ *a* ਅੱਗ ਲਾਊ, ਸਾੜੂ, ਵਿਸਫੋਟਕ; ਉਤੇਜਕ, ਭੜਕਾਊ, ਚੁਆਤੀ ਲਾਉਣ ਵਾਲਾ, ਲੜਾਈ-ਝਗੜਾ ਭੜਕਾਉਣ ਵਾਲਾ ਬੰਦਾ

incense[1] /ਇਨ'ਸੈੱਨਸ/ *vt* ਗੁੱਸਾ ਚੜ੍ਹਾਉਣਾ, ਕ੍ਰੋਧ ਚੜ੍ਹਾਉਣਾ; ਉਤੇਜਿਤ ਕਰਨਾ, ਭੜਕਾਉਣਾ, ਚਿੜ੍ਹਾਉਣਾ

incense[2] /'ਇਨਸੈੱਨਸ/ *n* ਧੂਪ, ਧੂਪ ਜਾਂ ਗੁੱਗਲ ਆਦਿ ਸੁਗੰਧਿਤ ਧੂੰਆ *vt* ਧੂਪ ਦੇਣਾ, ਸੁਗੰਧੀ ਧੁਖਾਉਣਾ, ਮਹਿਕਾਉਣਾ, ਧੂਣੀ ਦੇਣਾ

incensory /'ਇਨਸੈੱਨਸਅਰਿ/ *n* ਧੂਪ ਵਾਲਾ ਭਾਂਡਾ, ਧੂਪਦਾਨੀ

incentive /ਇਨ'ਸੈਨੱਟਿਵ੍/*n* ਉਤਸ਼ਾਹ, ਹੱਲਾਸ਼ੇਰੀ, ਪ੍ਰੇਰਨਾ, ਉਤੇਜਨਾ, ਉਕਸਾਹਟ; ਕਾਰਨ, ਚੁੱਕ, ਨਮਿਤ *a* ਉਕਸਾਉਣ ਵਾਲਾ, ਪ੍ਰੇਰਕ, ਉਤੇਜਕ

incept /ਇਨ'ਸੈਪੱਟ/ *v* ਗ੍ਰਹਿਣ ਕਰਨਾ, ਚੂਸ ਲੈਣਾ, ਸੁਕਾਉਣਾ; (ਪਹਿਲਾਂ ਕੈਂਬਰਿਜ ਵਿੱਚ) ਮਾਸਟਰ ਜਾਂ ਡਾਕਟਰ ਦੀ ਡਿਗਰੀ ਪ੍ਰਾਪਤ ਕਰਨਾ

inception /ਇਨ'ਸੈਪੱਸ਼ਨ/ *n* ਮੁੱਢ, ਅਰੰਭ, ਸ਼ੁਰੂ

inceptive /ਇਨ'ਸੈਪੱਟਿਵ੍/ *a* ਮੁੱਢਲਾ, ਅਰੰਭਿਕ, ਸ਼ੁਰੂ ਦਾ, ਅਰੰਭਸੂਚਕ

incertain /ਇਨ'ਸਅ:ਟਨ/ *a* ਅਨਿਸ਼ਚਿਤ, ਸੰਦੇਹ ਯੁਕਤ, ਸੰਦਿਗਧ

incertitude /ਇਨ'ਸਅ:ਟਿਟਯੂਡ/ *n* ਅਨਿਸ਼ਚਿਤਾ, ਸ਼ੰਕਾ, ਸੰਦੇਹ

incessant /ਇਨ'ਸੈੱਸਨਟ/ *a* ਅਟੁੱਟ, ਇਕਤਾਰ, ਲਗਾਤਾਰ, ਨਿਰੰਤਰ

incest /'ਇਨਸੈੱਸਟ/ *n* ਵਰਜਿਤ ਭੋਗ, ਗੋਤਰ–ਗਮਨ, ਨਜ਼ਦੀਕੀ ਰਿਸ਼ਤੇਦਾਰਾਂ ਵਿੱਚ ਜਿਨਸੀ ਸੰਬੰਧ

inch /ਇਨਚ/ *n* ਗਜ਼ ਦਾ ਛੱਤੀਵਾਂ ਭਾਗ, ਇੰਚ, ਥੋੜ੍ਹੀ ਮਾਤਰਾ; (ਬਹੁ) ਕੱਦ *v* ਹੌਲੀ–ਹੌਲੀ ਖਿਸਕਣਾ, ਥੋੜ੍ਹਾ–ਥੋੜ੍ਹਾ ਕਰਕੇ ਅੱਗੇ ਵਧਣਾ

inchoate /ਇਨ'ਕਅਉਅਟ, 'ਇਨਕਅਉਏਇਟ/ *vt* ਅਰੰਭ ਕਰਨਾ, ਸ਼ੁਰੂ ਕਰਨਾ, ਮੁੱਢ ਬੰਨ੍ਹਣਾ, ਰਿਵਾਜ ਪਾਉਣਾ *a* ਹੁਣੇ–ਹੁਣੇ ਅਰੰਭਿਆ

inchoative /ਇਨ'ਕਅਉਅਟਿਵ੍/ *a* ਅਰੰਭਿਕ, ਸ਼ੁਰੂ ਦਾ, ਮੁਢਲਾ; (ਵਿਆ) ਅਰੰਭਵਾਚਕ

incidence /'ਇਨਸਿਡਅਨਸ/ *n* ਪ੍ਰਭਾਵ ਸੀਮਾ, ਪ੍ਰਭਾਵ ਖੇਤਰ; ਘਟਨਾ, ਸਥਿਤੀ, ਵਰਤਾਰਾ, ਮਾਜਰਾ, ਹਾਦਸਾ, ਵਾਕਿਆ; ਉਹ ਥਾਂ ਜਾਂ ਬਿੰਦੂ ਜਿੱਥੇ ਚਾਨਣ ਦੀਆਂ ਰਿਸ਼ਮਾਂ ਇੱਕ ਮਾਧਿਅਮ ਵਿੱਚੋਂ ਦੂਜੇ ਵਿੱਚ ਦਾਖ਼ਲ ਹੋਣ; ਆਪਤਨ

incident /'ਇਨਸਿਡਅਨਟ/ *n* ਘਟਨਾ, ਵਾਕਿਆ, ਬਿਰਤਾਂਤ, ਮਾਜਰਾ; ਨਾਟਕ ਜਾਂ ਕਹਾਣੀ ਦੀ ਘਟਨਾ; ਪ੍ਰਸੰਗ; (ਕਨੂੰ) ਜਾਇਦਾਦ ਨਾਲ ਸੰਬੰਧਿਤ ਅਧਿਕਾਰ **a** ਡਿੱਗਣ ਵਾਲਾ, ਉੱਤੇ ਆ ਪੈਣ ਵਾਲਾ

incidental /ˌਇਨਸਿ'ਡੈਨੱਟਲ/ *a* ਇਤਫ਼ਾਕੀਆ, ਅਚਨਚੇਤ

incidentally /ˌਇਨਸਿ'ਡੈਨੱਟਲਿ/ *adv* ਇਤਫ਼ਾਕੀਆ ਤੌਰ 'ਤੇ, ਅਚਨਚੇਤੀ, ਸੰਜੋਗੀ, ਇਤਫ਼ਾਕ ਨਾਲ, ਪ੍ਰਸੰਗਕ

incinerate /ਇਨ'ਸਿਨਅਰੇਇਟ/ *vt* ਭਸਮ ਭੂਤ ਕਰ ਦੇਣਾ, ਰਾਖ਼ ਬਣਾ ਦੇਣਾ, ਸਾੜ ਕੇ ਸੁਆਹ ਕਰ ਦੇਣਾ

incineration /ਇਨˌਸਿਨਅ'ਰੇਇਸ਼ਨ/ *n* ਕੁਸ਼ਤਾ ਜਾਂ ਭਸਮ ਬਣਾਉਣ ਦੀ ਕਿਰਿਆ, ਭਸਮੀਕਰਨ, ਸਾੜ ਕੇ ਸੁਆਹ ਕਰ ਦੇਣ ਦੀ ਕਿਰਿਆ

incinerator /ਇਨ'ਸਿਨਅਰੇਇਟਅ*/ *n* ਭਸਮ ਭੂਤ ਕਰ ਦੇਣ ਵਾਲੀ ਭੱਠੀ, ਸਾੜ ਕੇ ਸੁਆਹ ਕਰ ਦੇਣ ਵਾਲਾ ਚੁੱਲ੍ਹਾ ਜਾਂ ਯੰਤਰ, ਦਾਹਕ ਭੱਠੀ

incipience, incipiency /ਇਨ'ਸਿਪਿਅਨਸ, ਇਨ'ਸਿਪਿਅਨਸਿ/ *n* ਅਰੰਭ, ਸ਼ੁਰੂ, ਮੁੱਢ

incipient /ਇਨ'ਸਿਪਿਅਨਟ/ *a* ਮੁੱਢਲਾ, ਅਰੰਭਿਕ

incise /ਇਨ'ਸਾਇਜ਼/ *vt* ਛੇਦਣਾ, ਚੀਰਨਾ, ਕੱਟਣਾ, ਤਰਾਸ਼ਣਾ, ਵੇਲ–ਬੂਟੇ ਉੱਕਰਨਾ, ਖੁਣਨਾ, ਨੱਕਾਸ਼ੀ ਕਰਨਾ

incision /ਇਨ'ਸਿਯ਼ਨ/ *n* ਛੇਦ, ਚੀਰਾ, ਕਾਟ, ਉਕਰਾਈ, ਖੁਣਾਈ, ਨੱਕਾਸ਼ੀ

incisive /ਇਨ'ਸਾਇਸਿਵ੍/ *a* ਸਮਝਦਾਰ, ਬੁੱਧੀਵਾਨ, ਤੀਖਣ (ਬੁੱਧੀ); ਤਿੱਖਾ, ਬਰੀਕ, ਤੇਜ਼, ਕੱਟ ਦੇਣ ਵਾਲਾ, ਚੀਰਨ ਵਾਲਾ, ਸੂਏ ਸੰਬੰਧੀ

incite /ਇਨ'ਸਾਇਟ/ *vt* ਭੜਕਾਉਣਾ, ਉਕਸਾਉਣਾ, ਉਭਾਰਨਾ, ਉਤੇਜਿਤ ਕਰਨਾ, ਵਰਗਲਾਉਣਾ

incitement, incitation / ਇਨ'ਸਾਇਟਮਅਨਟ, ਇਨ'ਸਾਇਟੇਇਸ਼ਨ/ *n* ਉਕਸਾਹਟ, ਉਭਾਰ, ਉਤੇਜਨਾ, ਭੜਕਾਹਟ

incivility /ˌਇਨਸਅ'ਵਿ਼ਲਅਟਿ/ *n* ਭੱਦਾ ਵਿਵਹਾਰ, ਅਸੱਭਿਆ ਵਿਵਹਾਰ, ਖ਼ੁਸ਼ਕ ਵਿਵਹਾਰ, ਕੋਝਾ ਵਿਵਹਾਰ

incl *abbr* (ਵਿਗਿਆਪਨ ਆਦਿ ਵਿੱਚ) **including** ਅਤੇ **included** ਦਾ ਸੰਖੇਪ

inclemency /ਇਨ'ਕਲੈੱਮਅਨਸਿ/ *n* ਕਠੋਰਤਾ, ਤੀਖਣਤਾ, ਸ਼ਿੱਦਤ, ਪ੍ਰਚੰਡਤਾ

inclement /ਇਨ'ਕਲੈੱਮਅਨਟ/ *a* (ਰੁੱਤ ਜਾਂ ਜਲਵਾਯੂ ਦੀ) ਪ੍ਰਚੰਡਤਾ, ਸਖ਼ਤੀ, ਕਠੋਰਤਾ; ਹਨੇਰੀ ਵਾਲੀ, ਤੂਫ਼ਾਨ ਵਾਲੀ

inclination /ˌਇਨਕਲਿ'ਨੇਇਸ਼ਨ/ *n* ਰੌਂ, ਢਾਲ, ਝੁਕਾਅ, ਰੁਝਾਨ, ਪ੍ਰਵਿਰਤੀ, ਰੁਚੀ, ਇੱਛਾ,

ਸਨੇਹਸ਼ੀਲਤਾ, ਪਿਆਰ, ਸ਼ੌਕ

incline /ਇਨ'ਕਲਾਇਨ/ *v* ਰੌਂ ਹੋਣਾ, ਝੁਕਾਉਣਾ, ਝੁਕਣਾ, ਕੇਂਦਰਿਤ ਹੋਣਾ, ਇੱਛਾ ਰੱਖਣਾ; ਮੁੜਨਾ, ਮੋੜਨਾ

inclined /ਇਨ'ਕਲਾਇਨਡ/ *a* ਝੁਕਿਆ, ਢਾਲਵਾਂ

include /ਇਨ'ਕਲੂਡ/ *vt* ਸ਼ਾਮਲ ਕਰਨਾ, ਜੋੜਨਾ, ਸੰਮਿਲਤ ਕਰਨਾ, ਮਿਲਾਉਣਾ, ਘੇਰਨਾ; ਦਾਖ਼ਲ ਕਰਨਾ; (ਵਿੱਚ) ਗਿਣਨਾ, ਦਰਜ ਕਰਨਾ, ਵਲ੍ਹੇਟਣਾ

included /ਇਨ'ਕਲੂਡਿਡ/ *a* ਅੰਤਰਗਤ, ਅੰਤਰਭੂਤ, ਸੰਮਿਲਤ

inclusion /ਇਨ'ਕਲੂਯ਼ਨ/ *n* ਸੰਮਿਲਨ, ਦਾਖ਼ਲਾ

inclusive /ਇਨ'ਕਲੂਸਿਵ੍/ *a* ਸਹਿਤ, ਸੰਮਿਲਿਤ, ਸ਼ਾਮਲ

inclusiveness /ਇਨ'ਕਲੂਸਿਵ੍ਨਅਸ/ *n* ਅੰਤਰ ਭਾਵ, ਸਮਾਵੇਸ਼ਨ, ਸ਼ਮੂਲੀਅਤ

incognito /,ਇਨਕੌਗ'ਨੀਟਅਉ/ *a* ਬਹੁਰੂਪੀਆ; ਗੁਮਨਾਮ, ਅਗਿਆਤ *adv* ਲੁਕ ਕੇ

incognizable /ਇਨ'ਕੌਗਨਿਜ਼ਅਬਲ/ *a* ਅਬੋਧ, ਅਗੋਚਰ, ਅਗੰਮ

incoherence /,ਇਨਕਅਉ'ਹਿਅਰਅਨਸ/ *n* (ਗੱਲ ਕਰਨ ਵਿੱਚ) ਅਜੋੜਤਾ, ਅਸੰਗਤੀ, ਅਸਬੰਧਿਤਾ, ਬੇਮੇਲਤਾ

incoherent /,ਇਨਕਅਉ'ਹਿਅਰਅਨਟ/ *a* (ਗੱਲਬਾਤ) ਅਸੰਗਤ, ਅਜੋੜ, ਅਰਥਹੀਣ, ਉਘੜ-ਦੁਘੜਾ, ਬੇਮੇਲ

incohesive /,ਇਨਕਅ(ਉ)'ਹੀਸਿਵ੍/ *a* ਅਸੰਗਤ, ਅਸੰਬੰਧਿਤ, ਬੇਮੇਲ

incombustible /,ਇਨਕਅਮ'ਬਅੱਸਟਅਬਲ/ *a* ਜਿਸ ਨੂੰ ਅੱਗ ਨਾ ਸਾੜ ਸਕੇ, ਨਾ ਸੜਨ ਵਾਲਾ

income /'ਇਨਕਅੱਮ, -ਕਅਮ/ *n* ਆਮਦਨੀ, ਕਮਾਈ, ਆਮਦ ਲਾਭ, ਨਫ਼ਾ, ਹਾਸਲ

income tax *n* ਆਮਦਨ ਦਾ ਸਰਕਾਰ ਨੂੰ ਦਿੱਤਾ ਜਾਣ ਵਾਲਾ ਹਿੱਸਾ, ਆਮਦਨ ਕਰ, ਆਮਦਨ ਟੈਕਸ

incoming /'ਇਨਕਅੱਮਿਙ/ *n* ਆਗਮਨ, ਆਮਦ, ਪ੍ਰਵੇਸ਼, ਆਮਦਨੀ, ਮਾਲੀਆ *a* ਅਗਾਮੀ, ਆਉਣ ਵਾਲਾ

incommensurability /,ਇਨਕਅ,ਮੈਂਨਸ਼(ਅ)ਰਅ'ਬਿਲਿਟਿ/ *n* ਅਤੁੱਲਤਾ, ਅਸਮਾਨਤਾ

incommensurable /,ਇਨਕਅ'ਮੈਂਨਸ਼ਅਰਅਬਲ/ *a* ਜਿਸ ਦੇ ਕੋਈ ਚੀਜ਼ ਪਾਸੰਗ ਭੀ ਨਾ ਹੋਵੇ, ਅਤੁੱਲ, ਅਸਮਾਨ ਅਨੁਪਾਤੀ, ਅਢੁਕਵਾਂ

incommensurate /,ਇਨਕਅ'ਮੈਂਨਸ਼ਅਰਅਟ/ *a* ਅਤੁੱਲ, ਅਸਮਾਨ, ਘੱਟ

incommode /,ਇਨਕਅ'ਮਅਉਡ/ *v* ਦਿੱਕਤ ਦੇਣਾ, ਸਮੱਸਿਆ ਪੈਦਾ ਕਰਨਾ, ਮੁਸ਼ਕਲ ਵਿੱਚ ਪਾਉਣਾ

incommunicability /,ਇਨਕਅਮਯੂਨਿਕਅ'ਬਿਲਅਟਿ/ *n* ਅਕਥਤਾ, ਅਕਥਨੀਅਤਾ, ਸੰਚਾਰ ਅਯੋਗਤਾ

incommunicable /,ਇਨਕਅ'ਮਯੂਨਿਕਅਬਲ/ *a* ਅਕੱਥ, ਅਕਥਨੀ, ਅਵਰਣਨੀ

incommunicado /,ਇਨਕਅ,ਮਯੂਨਿ'ਕਾਡਅਉ/ *a* (ਸਵੈਇੱਛਾ ਜਾਂ ਇਜਾਜ਼ਤ ਨਾ ਹੋਣ ਕਰਕੇ) ਚੁੱਪ, ਨਿਰਸੰਵਾਦ

incommutable /,ਇਨਕਅ'ਮਯੂਟਅਬਲ/ *a* ਅਪਰਿਵਰਤਨਸ਼ੀਲ, ਅਬਦਲ

incompact /,ਇਨਕਅਮ'ਪੈਕਟ/ *a* ਜੋ ਠੋਸ ਨਾ ਹੋਵੇ, ਢਿੱਲਾ, ਅਣਗੁੰਦਵਾਂ, ਪਤਲਾ,

incomparable /ਇਨ'ਕੌਮਪਰਅਬਲ/ *a* ਅਤੁੱਲ, ਅਨੁਪਮ, ਅਦੁੱਤੀ, ਅਨੋਖਾ, ਬੇਜੋੜ, ਲਾਜਵਾਬ, ਬੇਨਜ਼ੀਰ, ਲਾਸਾਨੀ

incompatibility /,ਇਨਕਅਮ,ਪੈਟਅ'ਬਿਲਅਟਿ/ *n* ਅਢੁਕਵਾਂਪਣ, ਅਸੰਗਤੀ

incompatible /,ਇਨਕਅਮ'ਪੈਟਅਬਲ/ *a* ਵਿਰੁੱਧ, ਅਸੰਗਤ, ਅਢੁਕਵਾਂ, ਬੇਮੇਲ

incompetence, incompetency /ਇਨ'ਕੌਮਪਿਟਅਨਸ, ਇਨ'ਕੌਮਪਿਟਅਨਸਿ/

n ਅਸਮਰਥਤਾ, ਅਯੋਗਤਾ, ਨਾਲਾਇਕੀ

incompetent /ਇਨ'ਕੌਮਪਿਟਅਨਟ/ *a* ਅਸਮਰਥ, ਅਯੋਗ, ਨਾਲਾਇਕ, ਨਾਕਾਬਲ

incomplete /ˌਇਨਕਅਮ'ਪਲੀਟ/ *a* ਅਧੂਰਾ, ਅਪੂਰਨ, ਨਾਮੁਕੰਮਲ

incompletely /ˌਇਨਕਅਮ'ਪਲੀਟਲਿ/ *adv* ਅਧੂਰੇ ਤੌਰ 'ਤੇ

incompleteness /ˌਇਨਕਅਮ'ਪਲੀਟਨਅਸ/ *n* ਅਧੂਰਾਪਣ, ਅਪੂਰਤਾ

incompliance /ˌਇਨਕਅਮ'ਪਲਾਇਅਨਸ/ *n* ਅਵੱਗਿਆ, ਅਸਵੀਕ੍ਰਿਤੀ

incomprehensibility, incomprehensiveness /ਇਨˌਕੌਮਪਰਿˌਹੈਨੱਸਅ'ਬਿਲਅਟਿ, ਇਨˌਕੌਮਪਰਿ'ਹੈਨੱਸਿਵ੍ਨਅਸ/ *n* ਦੁਰਬੋਧਤਾ, ਗੂੜ੍ਹਤਾ; ਅਪਾਰਤਾ

incomprehensible /ਇਨˌਕੌਮਪਰਿ'ਹੈਨੱਸਅਬਲ/ *a* ਅਬੋਧ, ਅਗਮ, ਦੁਰਬੋਧ, ਗੂੜ੍ਹ; ਅਨੰਤ, ਅਸੀਮ, ਅਪਾਰ

incomprehension /ਇਨˌਕੌਮਪਰਿ'ਹੈਨੱਸ਼ਨ/ *n* ਅਗਿਆਨ, ਨਾਸਮਝੀ, ਅਬੋਧਤਾ, ਗੂੜ੍ਹਤਾ; ਅਸੀਮਤਾ, ਅਪਾਰਤਾ

incomprehensive /ਇਨˌਕੌਮਪਰਿ'ਹੈਨੱਸਿਵ੍/ *a* ਸੰਕੀਰਨ, ਸੀਮਿਤ, ਤੰਗ; ਅਬੋਧ

incomputable /ˌਇਨਕਅਮ'ਪਯੂਟਅਬਲ/ *a* ਅਣਗਿਣਤ, ਅਸੰਖ, ਅਤਿ ਅਧਿਕ, ਬੇਹਿਸਾਬ

inconceivable /ˌਇਨਕਅਨ'ਸੀਵ੍ਅਬਲ/ *a* ਅਚਿੰਤਨੀ, ਅਕਲਪਨੀ, ਸਮਝ ਤੋਂ ਪਰੇ

inconclusive /ˌਇਨਕਅਨ'ਕਲੂਸਿਵ੍/ *a* (ਦਲੀਲ, ਵਾਦ-ਵਿਵਾਦ, ਫ਼ੈਸਲਾ ਜਾਂ ਕਾਰਜ) ਅਨਿਸ਼ਚਿਤ, ਫ਼ੈਸਲਾ ਰਹਿਤ, ਅਸਪਸ਼ਟ

inconclusiveness /ˌਇਨਕਅਨ'ਕਲੂਸਿਵ੍ਨਅਸ/ *n* ਅਨਿਸ਼ਚਿਤਤਾ, ਅਨਿਸ਼ਚਾ, ਸੰਦੇਹਸ਼ੀਲਤਾ, ਸੰਦਿਗਧਤਾ

incondite /ਇਨ'ਕੌਨਡਿਟ/ *a* ਭੱਦੀ ਤਰ੍ਹਾਂ ਲਿਖਿਆ, ਭੱਦਾ, ਅਣਘੜ

incongruity /ˌਇਨਕੌਂਨ'ਗਰੂਅਟਿ/ *n* ਅਸੰਗਤੀ, ਵਿਰੋਧ, ਬਿਖਮਤਾ, ਭੱਦਾਪਣ, ਬੇਤੁਕਾਪਣ, ਬੇਢੰਗਾ

incongruous /ਇਨ'ਕੋਙਗਰੁਅਸ/ *a* ਅਸੰਬੰਧਿਤ, ਅਸੰਗਤ, ਬੇਮੇਲ; ਵਿਰੁੱਧ, ਵਿਰੋਧੀ, ਬਿਖਮ, ਭੱਦਾ, ਬੇਢੰਗਾ, ਬੇਡੌਲ; ਬੇਤੁਕਾ, ਬੇਮੌਕਾ, ਨਾਮੁਨਾਸਬ

inconsecutive /ˌਇਨਕਅਨ'ਸੈੱਕਯੁਟਿਵ੍/ *a* ਬੇਤਰਤੀਬਾ, ਕ੍ਰਮਹੀਣ, ਅੱਡਰਾ, ਵੱਖਰਾ, ਅਲੱਗ

inconsecutiveness /ˌਇਨਕਅਨ'ਸੈੱਕਯੁਟਿਵ੍ਨਅਸ/ *n* ਅੱਡਰਾਪਣ, ਵਖਰੇਵਾਂ, ਅਲਹਿਦਗੀ, ਅਸੰਬੰਧਿਤਾ, ਕ੍ਰਮਹੀਣਤਾ, ਤੁੱਛਤਾ

inconsequent /ਇਨ'ਕੌਨਸਿਕਵਅਨਟ/ *a* ਬੇਲੋੜਾ; ਅਪ੍ਰਸੰਗਕ, ਅਸੰਗਤ, ਬੇਸਿਰ ਪੈਰ; ਤੁੱਛ, ਮਾਮੂਲੀ

inconsequential /ਇਨˌਕੌਨਸਿ'ਕਵੈਨੱਸ਼ਲ/ *a* ਅਸੰਗਤ, ਤੁੱਛ

inconsiderable /ˌਇਨਕਅਨ'ਸਿਡਰਅਬਲ/ *a* ਨਿਗੂਣਾ, ਤੁੱਛ, ਛੋਟਾ; ਅਦਨਾ, ਮਾਮੂਲੀ, ਨਾਚੀਜ਼, ਥੋੜ੍ਹਾ

inconsiderate /ˌਇਨਕਅਨ'ਸਿਡਅਰਅਟ/ *a* ਅਵਿਵੇਕੀ, ਬੁੱਧੀਹੀਣ, ਵਿਚਾਰ ਰਹਿਤ; ਭਾਵਨਾਹੀਣ, ਬੇਪਰਵਾਹ; ਬੇਲਿਹਾਜ਼ਾ, ਕੋਰਾ

inconsiderateness, inconsideration /ˌਇਨਕਅਨ'ਸਿਡਅਰਅਟਨਅਸ, ˌਇਨਕਅਨˌਸਿਡਅ'ਰੇਇਸ਼ਨ/ *n* ਅਵਿਵੇਕੀਪੁਣਾ, ਬੁੱਧੀਹੀਣਤਾ; ਬੇਪਰਵਾਹੀ, ਬੇਲਿਹਾਜ਼ੀ, ਬੇਫ਼ਿਕਰੀ

inconsistence, inconsistency /ˌਇਨਕਅਨ'ਸਿਸਟਅਨਸ, ˌਇਨਕਅਨ'ਸਿਸਟਅਨਸਿ/ *n* ਸਵੈਵਿਰੋਧ; ਵਿਪਰੀਤਤਾ, ਅਸੰਗਤਾ, ਅਪ੍ਰਸੰਗਕਤਾ; ਬੇਅਸੂਲਾਪਣ

inconsistent /ˌਇਨਕਅਨ'ਸਿਸਟਅਨਟ/ *a* ਵਿਪਰੀਤ; ਬੇਮੇਲ, ਅਜੋੜ, ਅਸੰਗਤ, ਬੇਅਸੂਲ; ਆਤਮ ਵਿਰੋਧੀ, ਪ੍ਰਤਿਕੂਲ

inconsolable /ˌਇਨਕਅਨ'ਸਅਉਲਅਬਲ/

a ਜਿਸ ਨੂੰ ਧੀਰਜ ਨਾ ਆਵੇ, ਗ਼ਮਗੀਨ, ਉਦਾਸ

inconsonance /**ਇਨ'ਕੌਨਸਅਨਅਨਸ**/ *n* ਬੇਸੁਰਾਪਣ, ਅਸੰਗਤੀ

inconsonant /**ਇਨ'ਕੌਨਸਅਨ(ਅ)ਨਟ**/ *a* ਅਸੰਗਤ, ਬੇਸੁਰਾ, ਬੇਤਾਲਾ

inconspicuous /**,ਇਨਕਅਨ'ਸਪਿਕਯੁਅਸ**/ *a* ਅਪ੍ਰਤੱਖ, ਅਸਪਸ਼ਟ, ਅਪ੍ਰਗਟ, ਗੁਪਤ, ਅਪ੍ਰਸਿੱਧ; ਹਲਕੇ ਰੰਗ ਦਾ, ਪੀਲਾ ਜਾਂ ਹਰਾ (ਫੁੱਲ)

inconspicuousness /**,ਇਨਕਅਨ'ਸਪਿਕਯੁਅਸਨਅਸ**/ *n* ਅਪ੍ਰਤੱਖਤਾ, ਅਸਪਸ਼ਟਤਾ, ਅਪ੍ਰਗਟਾਅ; ਪੀਲਾਪਣ, ਹਰਾਪਣ

inconstant /**ਇਨ'ਕੌਨਸਟਅਨਟ**/ *a* ਚੰਚਲ, ਅਸਥਿਰ, ਮਨਚਲਾ; ਬੇਵਫ਼ਾ; ਪਰਿਵਰਤਨਸ਼ੀਲ; ਬੇਕਾਇਦਾ, ਬੇਅਸੂਲਾ

incontestable /**,ਇਨਕਅਨ'ਟੈੱਸਟਅਬਲ**/ *a* ਜਿਸ ਵਾਸਤੇ ਦਲੀਲ ਦੀ ਲੋੜ ਨਾ ਹੋਵੇ, ਜਿਸ ਨੂੰ ਰੱਦ ਨਾ ਕੀਤਾ ਜਾ ਸਕੇ, ਨਿਰਵਿਵਾਦ, ਲਾਕਲਾਮ, ਅਕੱਟ

incontinence /**ਇਨ'ਕੌਨਟਿਨਅਨਸ**/ *n* ਅਸੰਜਮ, ਬੇਮੁਹਾਰੀ ਕਾਮੁਕਤਾ

incontinent /**ਇਨ'ਕੌਨਟਿਨਅਨਟ**/ *a* ਵਿਭਚਾਰੀ, ਅਸੰਜਮੀ, ਬੇਮੁਹਾਰਾ, ਕਾਮੀ

incontrovertible /**,ਇਨਕੌਨਟਰਅ'ਵ਼ਅ:ਟਅਬਲ**/ *a* ਅਕੱਟ, ਅਖੰਡਨੀ; ਨਿਰਵਿਵਾਦ

inconvenience /**,ਇਨਕਅਨ'ਵ਼ੀਨਿਅਨਸ**/ *n* ਔਖਿਆਈ, ਤਕਲੀਫ਼, ਖੇਚਲ, ਦਿੱਕਤ, ਕਸ਼ਟ, ਜ਼ਹਿਮਤ, ਅਸੁਵਿਧਾ *vt* ਦਿੱਕਤ ਦੇਣਾ, ਕਸ਼ਟ ਦੇਣਾ, ਕਲੇਸ਼ ਪਹੁੰਚਾਉਣਾ, ਖੇਚਲ ਜਾਂ ਤਕਲੀਫ਼ ਦੇਣਾ

inconvenient /**,ਇਨਕਅਨ'ਵ਼ੀਨਿਅਨਟ**/ *n* ਤਕਲੀਫ਼ਦੇਹ, ਬੇਮੌਕਾ, ਬੇਜਾ, ਨਾਮੁਨਾਸਬ, ਨਾਮੁਆਫ਼ਕ, ਅਣਉਪਯੋਗੀ, ਅਸੁਵਿਧਾਪੂਰਨ

inconvertible /**,ਇਨਕਅਨ'ਵ਼ਅ:ਟਅਬਲ**/ *a* ਅਬਦਲ, ਅਪਰਿਵਰਤਨੀ

incoordination /**,ਇਨਕਅਉਓਡਿ'ਨੇਇਸ਼ਨ**/ *n* ਤਾਲਮੇਲਹੀਣਤਾ, ਅਸਮਾਨਤਾ, ਵਿਖਮਤਾ

incorporate /**ਇਨ'ਕੋਪਅਰੇਇਟ**/ *v* ਇਕੱਠਾ ਕਰਨਾ, ਇੱਕਜਾਨ ਕਰਨਾ, ਸੰਮਿਲਿਤ ਕਰਨਾ, ਸੰਯੁਕਤ ਹੋਣਾ, ਸੰਯੁਕਤ ਕਰਨਾ, ਇਕੱਤਰ ਕਰਨਾ, ਜੁਟਾ ਦੇਣਾ, ਮਿਲਾਉਣਾ, ਸ਼ਾਮਲ ਕਰਨਾ ਜਾਂ ਹੋਣਾ, ਨਿਗਮਤ ਕਰਨਾ

incorporated /**ਇਨ'ਕੋਪਅਰੇਇਟਿਡ**/ *a* ਸੰਮਿਲਿਤ, ਸੰਸਥਾਪਿਤ, ਨਿਗਮਤ

incorporation /**ਇਨ,ਕੋਪਅ'ਰੇਇਸ਼ਨ**/ *n* ਸੰਜੋਗ, ਸੰਸਥਾਪਣ, ਨਿਗਮਨ, ਸੰਮਿਲਨ

incorporeal /**,ਇਨਕੋ'ਪੋਰਿਅਲ**/ *a* ਨਿਰਾਕਾਰ, ਅਸਰੀਰਿਕ, ਅਗੋਚਰ; ਅਧਿਆਤਮਿਕ; ਅਵਾਸਤਵਿਕ, ਅਭੌਤਿਕ, ਗ਼ੈਰਮਾਦੀ

incorrect /**,ਇਨਕਅ'ਰੈਕੱਟ**/ *a* ਗ਼ਲਤ, ਅਸ਼ੁੱਧ, ਝੂਠ, ਅਯੋਗ, ਤਰੁਟੀਪੂਰਨ, ਦੋਸ਼ਮਈ, ਅਨੁਉਚਿਤ, ਅਨਉਪਯੁਕਤ

incorrigibility /**ਇਨ,ਕੌਰਿਜਿ'ਬਿਲਅਟਿ**/ *n* ਅਸਾਧਤਾ, ਅਮੋੜਤਾ

incorrigible /**ਇਨ'ਕੌਰਿਜਅਬਲ**/ *a* ਅਸਾਧ, ਲਾਇਲਾਜ

incorrupt /**,ਇਨਕਅ'ਰਅੱਪਟ**/ *a* ਜੋ ਰਿਸ਼ਵਤਖ਼ੋਰ ਨਾ ਹੋਵੇ, ਅਭ੍ਰਿਸ਼ਟ, ਨਿਹਕਲੰਕ; ਪਵਿੱਤਰ, ਸ਼ੁੱਧ, ਖ਼ਾਲਸ

incorruptibility /**,ਇਨਕਅ,ਰਅੱਪਟਅ'ਬਿਲਅਟਿ**/ *n* ਸ਼ੁੱਧਤਾ, ਨਿਹਕਲੰਕਿਤਾ; ਪਵਿੱਤਰਤਾ

incorruptible /**,ਇਨਕਅ'ਰਅੱਪਟਅਬਲ**/ *a* ਪਵਿੱਤਰ, ਖਰਾ, ਨਿਹਕਲੰਕ, ਅਦੂਸ਼ਿਤ; ਅਵਿਨਾਸ਼ੀ, ਅਨੰਤ, ਸਨਾਤਨ

incorruption /**,ਇਨਕਅ'ਰਅੱਪਸ਼ਨ**/ *n* ਸ਼ੁੱਧਤਾ, ਅਭ੍ਰਿਸ਼ਟਤਾ; ਨਿਹਕਲੰਕਿਤਾ; ਅਨੰਤਤਾ

increase /**ਇਨ'ਕਰੀਸ**/ *v* ਅਧਿਕ ਹੋਣਾ, ਵਧਣਾ, ਵਧਾਉਣਾ, ਉੱਨਤ ਹੋਣਾ, ਉੱਨਤ ਕਰਨਾ; ਵੰਸ਼ ਵਧਣਾ ਜਾਂ ਵਧਾਉਣਾ /**'ਇਙਕਰੀਸ**/ *n* ਅਧਿਕਤਾ, ਵਾਧਾ, ਉੱਨਤੀ, ਤਰੱਕੀ

increased /ਇਨ'ਕਰੀਸਟ/ *a* ਵਧਿਆ

increasing /ਇਨ'ਕਰੀਸਿਙ/ *a* ਵਧਣ ਵਾਲਾ, ਵਰਧਮਾਨ

incredible /ਇਨ'ਕਰੈਡੱਅਬਲ/ *a* ਨਾ ਮੰਨਣਯੋਗ, ਅਸੰਭਾਵੀ

incredulity /ˌਇਨਕਰਿ'ਡਯੂਲਅਟਿ/ *n* ਨਾ ਮੰਨਣਯੋਗਤਾ, ਅਸੰਭਾਵਤਾ, ਬੇਭਰੋਸਗੀ, ਸੰਦੇਹਪੂਰਨਤਾ

increment /'ਇਙਕਰਅਮਅਨਟ/ *n* ਵਿਸਤਾਰ, ਵਾਧਾ, ਵ੍ਰਿਧੀ, ਵ੍ਰਿਧੀ ਮਾਤਰਾ, ਲਾਭ, ਨਫ਼ਾ, ਮੁਨਾਫ਼ਾ, ਫ਼ਾਇਦਾ, ਤਰੱਕੀ **annual increment** ਸਲਾਨਾ ਤਰੱਕੀ, ਵਾਰਸ਼ਿਕ ਵ੍ਰਿਧੀ

increscent /ਇਨ'ਕਰੈਸੱਨਟ/ *a* ਵਧਣ ਵਾਲਾ, ਵਧਣਸ਼ੀਲ

incriminate /ਇਨ'ਕਰਿਮਿਨੇਇਟ/ *vt* ਦੋਸ਼ ਲਾਉਣਾ, ਦੋਸ਼ੀ ਠਹਿਰਾਉਣਾ, ਇਲਜ਼ਾਮ ਲਾ ਦੇਣਾ

incrust /ਇਨ'ਕਰਅੱਸਟ/ *vt* ਲੇਪ ਚੜ੍ਹਾਉਣਾ, ਪੱਕੀ ਪਰਤ ਪਾਉਣਾ

incrustation /ˌਇਨਕਰਅੱ'ਸਟੇਇਸ਼ਨ/ *n* ਪਰਤ; ਸੀਮਿੰਟ ਜਾਂ ਮਰਮਰੀ ਪੱਥਰ ਦੀ ਲੇਪ, ਆਵਰਨ; ਸੁਭਾਅ ਵਿੱਚ ਦ੍ਰਿੜ੍ਹਤਾ

incubate /'ਇਙਕਯੁਬੇਇਟ/ *v* ਆਂਡਿਆਂ ਉੱਤੇ ਬੈਠਣਾ, ਆਂਡੇ ਸਿਹਣਾ, ਆਂਡਿਆਂ ਵਿੱਚੋਂ ਬੱਚੇ ਕੱਢਣਾ

incubation /ˌਇਙਕਯੁ'ਬੇਇਸ਼ਨ/ *n* ਆਂਡੇ ਸਿਹਣ ਦੀ ਕਿਰਿਆ, ਆਂਡਿਆਂ ਵਿੱਚੋਂ ਬੱਚੇ ਕੱਢਣ ਦਾ ਕਾਰਜ

incubator /'ਇਙਕਯੁਬੇਇਟਅ*/ *n* ਬਣਾਉਟੀ ਨਿੱਘ ਦੇ ਕੇ ਆਂਡਿਆਂ ਵਿੱਚੋਂ ਬੱਚੇ ਕੱਢਣ ਵਾਲੀ ਮਸ਼ੀਨ, ਇਨਕਿਊਬੇਟਰ

incubus /'ਇਙਕਯੁਬਅਸ/ *n* ਡਰਾਉਣਾ ਸੁਪਨਾ, ਭਿਆਨਕ ਸੁਪਨਾ; ਭੈੜੀ ਰੂਹ ਜੋ ਸੁਪਨੇ ਵਿੱਚ ਆ ਕੇ ਸਤਾਵੇ, ਬਲਾਅ, ਹਊਆ

inculcate /'ਇਨਕਅੱਲਕੇਇਟ/ *vt* ਗ੍ਰਹਿਣ ਕਰਾਉਣਾ, ਜ਼ਿਹਨ ਵਿੱਚ ਬਠਾਉਣਾ, ਮੁੜ-ਮੁੜ ਸਮਝਾਉਣਾ, ਤਾਕੀਦ ਕਰਨਾ, ਦਿਲ ਜਾਂ ਦਿਮਾਗ਼ ਵਿੱਚ ਉੱਕਰ ਦੇਣਾ

inculpable /ਇਨ'ਕਅੱਲਪਅਬਲ/ *a* ਨਿਰਦੋਸ਼, ਬੇਗੁਨਾਹ, ਬੇਦੋਸ਼ਾ

inculpate /'ਇਨਕਅੱਲਪੇਇਟ/ *vt* ਦੋਸ਼ ਥੱਪਣਾ, ਇਲਜ਼ਾਮ ਲਾਉਣਾ, ਅਪਰਾਧ ਵਿੱਚ ਫੜ ਲੈਣਾ

incumbency /ਇਨ'ਕਅੱਮਬਅਨਸਿ/ *n* ਅਹੁਦੇ 'ਤੇ ਰਹਿਣ ਦੀ ਮਿਆਦ, ਅਹੁਦਾ, ਪਦ, ਕਾਰਜ-ਕਾਲ; ਫ਼ਰਜ਼

incumbent /ਇਨ'ਕਅੱਮਬਅਨਟ/ *a* ਜਿਸ ਨੇ ਸਹਾਰਾ ਲਿਆ ਹੋਵੇ, ਨਿਰਭਰ; ਉਚਿਤ, ਅਤਿ ਆਵੱਸ਼ਕ, ਬਹੁਤ ਜ਼ਰੂਰੀ *n* ਉਹ ਵਿਅਕਤੀ ਜਿਸ ਨੇ ਪਦ ਗ੍ਰਹਿਣ ਕੀਤਾ ਹੋਵੇ, ਅਹੁਦੇਦਾਰ, ਪਦਧਾਰੀ

incunabula /ˌਇਨਕਯੁ'ਨੈਬਯੁਲਅ/ *(L) n* (ਬਹੁ) ਪ੍ਰਾਰੰਭਕ ਯੁੱਗ ਦੀ ਅਵਸਥਾ; *1501* ਈ. ਤੋਂ ਪਹਿਲਾਂ ਦੀਆਂ ਛਪੀਆਂ ਪੁਸਤਕਾਂ

incur /ਇਨ'ਕਅ:*/ *vt* ਗ੍ਰਸਤ ਹੋਣਾ, ਆਪਣੇ ਉੱਤੇ ਲੈਣਾ; ਉਠਾਉਣਾ, (ਘਾਟੇ ਜਾਂ ਖ਼ਰਚ ਆਦਿ ਵਿੱਚ) ਆਪਣੇ ਆਪ ਨੂੰ ਪਾਉਣਾ

incurable /ਇਨ'ਕਯੁਅਰਅਬਲ/ *a* ਬਿਮਾਰੀ ਜਿਸ ਦਾ ਇਲਾਜ ਨਾ ਹੋ ਸਕੇ, ਅਸਾਧ, ਲਾਇਲਾਜ, ਲਾ ਦਵਾ

incursion /ਇਨ'ਕਅ:ਸ਼ਨ/ *n* ਛਾਪਾਮਾਰੀ, ਧਾਵਾ, ਚੜ੍ਹਾਈ

incurve /ਇਨ'ਕਅ:ਵ੍/ *n* ਅੰਦਰ ਵੱਲ ਦਾ ਝੁਕਾਅ ਜਾਂ ਮੋੜ, ਅੰਤਰਵਕਰਤਾ *vt* ਅੰਦਰ ਵੱਲ ਮੋੜਨਾ, ਝੁਕਾਉਣਾ, ਨਿਵਾਉਣਾ

indagate /'ਇਨਡਅਗੇਇਟ/ *vt* ਲੱਭਣਾ, ਖੋਜਣਾ, ਪਤਾ ਲਾਉਣਾ

indebted /ਇਨ'ਡੈੱਟਿਡ/ *a* ਕਰਜ਼ਈ, ਰਿਣੀ, ਦੇਣਦਾਰ; ਧੰਨਵਾਦੀ, ਕਿਰਤੱਗ, ਇਹਸਾਨਮੰਦ

indebtedness /ਇਨ'ਡੈੱਟਿਡਨਅਸ/ *n* ਰਿਣਗ੍ਰਸਤਤਾ, ਕਰਜ਼ਦਾਰੀ; ਕਰਿਤੱਗਤਾ, ਇਹਸਾਨਮੰਦੀ

indecency /ਇਨ'ਡੀਸਨਸਿ/ *n* ਗੰਵਾਰੂਪਣ,

ਅਸ਼ਿਸ਼ਟਤਾ, ਅਭੱਦਰਤਾ; ਅਸ਼ਲੀਲਤਾ; ਅਣਉਚਿਤਤਾ; ਅਣ-ਉਪਯੋਗਤਾ

indecent /ਇਨ'ਡੀਸਨਟ/ *a* ਗੰਵਾਰ, ਅਸ਼ਿਸ਼ਟ, ਅਭੱਦਰ; ਅਸ਼ਲੀਲ, ਬਦਤਮੀਜ਼; ਅਨਉਚਿਤ

indecision/ˌਇਨਡਿ'ਸਿਯ਼ਨ/ *n* ਅਨਿਰਨਾ, ਦੁਬਿਧਾ, ਹਿਚਕਿਚਾਹਟ, ਦੁਚਿੱਤੀ

indecisive /ˌਇਨਡਿ'ਸਾਇਸਿਵ਼/ *a* ਦੁਚਿੱਤੀ ਵਾਲਾ, ਅਨਿਰਨਾਤਮਿਕ, ਸੰਦਿਗਧ, ਅਨਿਸ਼ਚਿਤ, ਡਾਵਾਂ-ਡੋਲ, ਅਸਥਿਰ

indecorous /ਇਨ'ਡੈੱਕਅਰਅਸ/ *a* ਬੇਹੂਦਾ, ਅਨਉਚਿਤ, ਅਸ਼ਿਸ਼ਟ, ਕੁਚੱਜਾ, ਗੰਵਾਰ, ਅਸ਼ਲੀਲ

indeed /ਇਨ'ਡੀਡ/ *adv int* ਸੱਚਮੁੱਚ, ਯਕੀਨੀ ਤੌਰ 'ਤੇ, ਦਰਅਸਲ, ਜ਼ਰੂਰ, ਨਿਰਸੰਦੇਹ, ਬੇਸ਼ੱਕ, ਠੀਕ, ਹੋਰ ਕੀ, ਹਾਂ ਜੀ; (ਵਿਅੰਗ, ਘਿਰਨਾ, ਅਵਿਸ਼ਵਾਸ ਆਦਿ ਲਈ) ਵਾਹ !, ਜੀ ਹਾਂ !, ਹੋਰ ਕੀ !, ਹੋਵੇ ਨਾ ਤਾਂ !

indefatigability, indefatigableness /ˌਇਨਡਿˌਫ਼ੈਟਿਗਆ'ਬਿਲਅਟਿ ˌਇਨਡਿ'ਫ਼ੈਟਿਗਅਬਲਨਅਸ/ *n* ਅਣਥੱਕਪੁਣਾ, ਅਣਥੱਕਤਾ

indefatigable /ˌਇਨਡਿ'ਫ਼ੈਟਿਗਅਬਲ/ *a* ਨਾ ਥੱਕਣ ਵਾਲਾ, ਅਣਥੱਕ, ਅਸਿਥਲ

indefeasibility /ˌਇਨਡਿˌਫ਼ੀਜ਼ਅ'ਬਿਲਅਟਿ/ *n* ਅਜਿੱਤਤਾ; ਸਥਿਰਤਾ, ਪਕਿਆਈ

indefeasible /ˌਇਨਡਿ'ਫ਼ੀਜ਼ਅਬਲ/ *a* ਅਜੈ, ਅਜਿੱਤ; ਅਕੱਟ, ਪੱਕਾ, ਸਥਿਰ

indefinite/ ਇਨ'ਡੈੱਫ਼ਿਨਅਟ/ *a* ਅਸਪਸ਼ਟ; ਅਨਿਸ਼ਚਿਤ; ਸੰਦੇਹਪੂਰਨ

indefinite article *n* (ਵਿਆ) ਅਨਿਸ਼ਚੇਵਾਚਕ ਉਪਪਦ, ਅੰਗਰੇਜ਼ੀ ਭਾਸ਼ਾ ਵਿੱਚ ਸ਼ਬਦ *a* ਅਤੇ *an*

indefinitely /ਇਨ'ਡੈੱਫ਼ਿਨਅਟਲਿ/ *adv* ਅਨਿਸ਼ਚਿਤ ਤੌਰ 'ਤੇ, ਅਣਮਿੱਥੇ ਤੌਰ 'ਤੇ

indefiniteness, indefinitude /ਇਨ'ਡੈੱਫ਼ਿਨਅਟਨਅਸ, ਇਨਡਿ'ਫ਼ਿਨਿਟਯੂਡ/ *n* ਅਸਪਸ਼ਟਤਾ, ਸੰਦਿਗਧਤਾ, ਅਸੀਮਤਾ

indefinite pronoun *n* ਅਨਿਸ਼ਚੇਵਾਚਕ ਪੜਨਾਂਵ (ਜਿਵੇਂ ਸ਼ਬਦ 'ਕੋਈ')

indelibility /ਇਨˌਡੈੱਲਅ'ਬਿਲਅਟਿ/ *n* ਪਕਿਆਈ, ਅਮਿੱਟਤਾ

indelible /ਇਨ'ਡੈੱਲਅਬਲ/ *a* ਨਾ ਮਿਟਣ ਵਾਲੀ (ਸਿਆਹੀ), ਅਮਿੱਟ, ਪੱਕਾ, ਸਥਾਈ

indelicacy /ਇਨ'ਡੈੱਲਿਕਅਸਿ/ *n* ਗੰਵਾਰਪਣ, ਰੁੱਖਾਪਣ, ਫੂਹੜਪਣ, ਭੱਦਾਪਣ, ਨਿਰਲੱਜਤਾ; ਅਨਾੜੀਪਣ

indemnity /ਇਨ'ਡੈੱਮਨਅਟਿ/ *n* ਜ਼ਮਾਨਤ, ਹਰਜਾ ਜਾਂ ਤਾਵਾਨ, ਹਰਜਾਨਾ, ਹਾਨੀਪੂਰਤੀ

indent /'ਇਨਡੈੱਨਟ/ *n* ਚਿੱਬ, ਡੂੰਘ; ਟੱਕ, ਦੰਦਾ; ਮੰਗ ਪੱਤਰ, ਸਮਾਨ ਜਾਂ ਮਾਲ ਮੰਗਵਾਉਣ ਲਈ ਵਿਦੇਸ਼ੀ ਆਗਿਆ ਪੱਤਰ /ਇਨ'ਡੈੱਨਟ/ *v* ਮੰਗ ਪੱਤਰ ਰਾਹੀਂ ਮਾਲ ਮੰਗਵਾਉਣ ਦੀ ਆਗਿਆ ਦੇਣਾ; ਦੰਦੇ ਕੱਢਣਾ, ਨਿਸ਼ਾਨ ਲਾਉਣਾ, ਠੱਪਾ ਲਾਉਣਾ; (ਨਵਾਂ ਪੈਰਾ) ਹਾਸ਼ੀਏ ਤੋਂ ਦੂਰ ਸ਼ੁਰੂ ਕਰਨਾ

indenture /ਇਨ'ਡੈੱਨਚਅ*/ *n* ਦੰਦਾ, ਟੱਕ; ਵਸਤੂ ਸੂਚੀ; ਇਕਰਾਰਨਾਮਾ; (ਸਮੁੰਦਰੀ ਤਟ ਉੱਤੇ) ਡੂੰਘੀਆਂ ਦਰਾੜਾਂ; ਦਾਣੇਦਾਰ ਰੇਖਾ *vt* ਇਕਰਾਰਨਾਮੇ ਦਾ ਪਾਬੰਦ ਹੋਣਾ; ਨੌਕਰੀ ਦੇ ਪੂਰਾ ਹੋਣ 'ਤੇ ਪ੍ਰਤਿੱਗਿਆ ਪੱਤਰ ਵਾਪਸ ਲੈ ਲੈਣਾ

independence /ˌਇਨਡਿ'ਪੈੱਨਡਅਨਸ/ *n* ਸੁਤੰਤਰਤਾ, ਸਵੈਅਧੀਨਤਾ, ਅਜ਼ਾਦੀ; ਆਤਮਨਿਰਭਰਤਾ

independent /ˌਇਨਡਿ'ਪੈੱਨਡਅਨਟ/ *a* ਸੁਤੰਤਰ, ਅਜ਼ਾਦ, ਸਵੈਧੀਨ, ਨਿਰਪੇਖ *n* ਸੁਤੰਤਰ ਰਾਜਨੀਤਿਕ ਵਿਅਕਤੀ

indescribability /ˌਇਨਡਿˌਸਕਰਾਇਬਅ'ਬਿਲਅਟਿ/ *n* ਅਕੱਥਤਾ

indescribable /ˌਇਨਡਿ'ਸਕਰਾਇਬਅਬਲ/ *a* ਅਕਹਿ, ਅਕੱਥ

indestructibility /ˌਇਨਡਿˌਸਟਰਅੱਕਟਅ'ਬਿਲਅਟਿ/ *n* ਅਮਰਤਾ, ਅਵਿਨਾਸ਼ਤਾ, ਸਦੀਵਤਾ

indestructible /ˌਇਨਡਿ'ਸਟਰਅੱਕਟਅਬਲ/

a ਅਮਰ, ਅਵਿਨਾਸ਼ੀ, ਲਾਜ਼ਵਾਲ, ਗ਼ੈਰਫ਼ਾਨੀ

indeterminate /ˌਇਨਡਿ'ਟਅ:ਮਿਨਅਟ/ *a* ਅਗਿਆਤ, ਅਸਪਸ਼ਟ, ਸੰਦਿਗਧ

indetermination /ˌਇਨਡਿˌਟਅ:ਮਿ'ਨੇਇਸ਼ਨ/ *n* ਅਗਿਆਨ, ਅਸਪਸ਼ਟਤਾ, ਨਿਰਧਾਰਨ ਅਯੋਗਤਾ; ਕਚਿਆਈ; ਬੇਦਿਲੀ

index /'ਇਨਡੈੱਕਸ/ *n* ਅੰਗੂਠੇ ਦੇ ਨਾਲ ਦੀ ਉਂਗਲ, ਤਰਜਨੀ; ਸੂਚਕ ਨਿਸ਼ਾਨ, ਚਿੰਨ੍ਹ; ਘੜੀ ਆਦਿ ਦੀ ਸੂਈ; ਰਾਹ ਦੱਸਣ ਲਈ ਹੱਥ ਦਾ ਨਿਸ਼ਾਨ; ਪੁਸਤਕ ਦੀ ਵਿਸ਼ੇ-ਸੂਚੀ, ਕ੍ਰਮ-ਸੂਚੀ, ਅਨੁਕ੍ਰਮਣਿਕਾ; (ਗਣਿ) ਘਾਤ ਅੰਕ *vt* ਪੁਸਤਕ ਵਿੱਚ ਅਨੁਕ੍ਰਮਣਿਕਾ ਲਾਉਣਾ

index card *n* (ਲਾਇਬ੍ਰੇਰੀ ਪੁਸਤਕਾਂ ਦਾ) ਸੂਚੀ ਕਾਰਡ, ਕਿਸੇ ਸਮੱਗਰੀ ਦੀਆਂ ਵਸਤਾਂ ਦੀ ਜਾਣਕਾਰੀ ਦਾ ਕਾਰਡ

index finger *n* ਅੰਗੂਠੇ ਦੇ ਨਾਲ ਦੀ ਉਂਗਲੀ, ਤਰਜਨੀ

indian /'ਇਨਡਿਅਨ/ *n* ਭਾਰਤੀ, ਹਿੰਦੂਸਤਾਨੀ

indicate /'ਇਨਡਿਕੇਇਟ/ *vt* ਸੁਝਾਉਣਾ, ਪ੍ਰਸਤਾਵਿਤ ਕਰਨਾ, ਸੰਖਿਪਤਾ ਨਾਲ ਆਖਣਾ, ਥੋੜ੍ਹਾ ਦੱਸਣਾ; ਪ੍ਰਤੀਕ ਹੋਣਾ, ਚਿੰਨ੍ਹ ਸਰੂਪ ਹੋਣਾ; ਸੰਕੇਤ ਕਰਨਾ, ਇਸ਼ਾਰਾ ਕਰਨਾ; ਘੋਸ਼ਣਾ ਕਰਨਾ, ਦੱਸਣਾ, ਜਤਾਉਣਾ, ਪ੍ਰਗਟ ਕਰਨਾ

indicated /'ਇਨਡਿਕੇਇਟਿਡ/ *a* ਸੂਚਿਤ, ਸੰਕੇਤਤ, ਨਿਰਦਿਸ਼ਟ

indication /ˌਇਨਡਿ'ਕੇਇਸ਼ਨ/ *n* ਚਿੰਨ੍ਹ, ਲੱਛਣ, ਪ੍ਰਦਰਸ਼ਕ-ਸੰਕੇਤ, ਇਸ਼ਾਰਾ, ਅਲਾਮਤ

indicative /ਇਨ'ਡਿਕਅਟਿਵ/ *a* (ਵਿਆ) ਨਿਸ਼ਚੇਵਾਚਕ; ਬੋਧਿਕ, ਸੁਝਾਊ, ਲਖਾਇਕ, ਸੂਚਕ, ਸੰਕੇਤਕ, ਸਵੀਕਾਰਸੂਚਕ *n* ਨਿਸ਼ਚੇਅਰਥ, ਸੁਆਰਥ, ਲੱਛਣ

indicator /'ਇਨਡਿਕੇਇਟਅ*/ *n* ਸੂਚਕ, ਬੋਧਿਕ, ਨਿਰਦੇਸ਼ਕ, (ਯੰਤਰ ਦੀ) ਸੂਈ

indict /ਇਨ'ਡਾਇਟ/ *vt* ਦੋਸ਼ ਲਾਉਣਾ, ਅਪਰਾਧੀ ਠਹਿਰਾਉਣਾ

indictable /ਇਨ'ਡਾਇਟਅਬਲ/ *a* ਦੋਸ਼ ਲਾਉਣ ਯੋਗ, ਅਪਰਾਧੀ ਠਹਿਰਾਉਣ ਯੋਗ

indictment /ਇਨ'ਡਾਇਟਮਅਨਟ/ *n* ਦੋਸ਼ ਆਰੋਪਣ, ਆਰੋਪਣ ਵਿਧੀ, ਕਨੂੰਨੀ ਦਾਅਵਾ

indifference /ਇਨ'ਡਿਫ਼ਰਅਨਸ/ *n* ਬੇਪਰਵਾਹੀ, ਅਣਗਹਿਲੀ, ਬੇਵਾਸਤਾ, ਉਦਾਸੀਨਤਾ; ਤੁੱਛਤਾ, ਮਹੱਤਵਹੀਣਤਾ

indifferent /ਇਨ'ਡਿਫ਼ਰਅਨਟ/ *a* ਉਦਾਸੀਨ, ਵਿਰਕਤ, ਬੇਲਾਗ, ਬੇਪਰਵਾਹ, ਅਲਗਰਜ਼; ਵਿਚਕਾਰਲਾ ਮੇਲ (ਨਾ ਚੰਗਾ ਨਾ ਮੰਦਾ); ਤੁੱਛ, ਮਹੱਤਵਹੀਣ

indigene /'ਇਨਡਿਜੀਨ/ *n* ਸੁਦੇਸ਼ੀ ਵਿਅਕਤੀ ਜਾਂ ਵਸਤੂ

indigenous /ਇਨ'ਡਿਜਅਨਅਸ/ *a* ਆਪਣੇ ਦੇਸ਼ ਵਿੱਚ ਪੈਦਾ ਹੋਈ (ਵਸਤੂ), ਸੁਦੇਸ਼ੀ, ਦੇਸੀ, ਮੂਲਵਾਸੀ

indigent /'ਇਨਡਿਜਅਨਟ/ *a* ਕੰਗਾਲ, ਗ਼ਰੀਬ, ਮੁਥਾਜ, ਨਿਰਧਨ

indigestion /ˌਇਨਡਿ'ਜੈੱਸਚਅਨ/ *n* ਬਦਹਜ਼ਮੀ, ਅਜੀਰਨਤਾ

indignant /ਇਨ'ਡਿਗਨਅਨਟ/ *a* ਨਰਾਜ਼, ਗੁੱਸੇ, ਖ਼ਫ਼ਾ, ਰੁੱਸਿਆ

indignation /ˌਇਨਡਿਗ'ਨੇਇਸ਼ਨ/ *n* (ਅਧਰਮ ਅਤੇ ਦੁਰਾਚਾਰ ਤੋਂ ਉਤਪੰਨ) ਰੋਸਾ, ਨਰਾਜ਼ਗੀ, ਗੁੱਸਾ

indignity /ਇਨ'ਡਿਗਨਅਟਿ/ *n* ਹੇਠੀ, ਨਿਰਾਦਰ, ਅਪਮਾਨ, ਹੱਤਕ, ਤਿਰਸਕਾਰ, ਧਿੱਕਾਰ; ਅਸ਼ਿਸ਼ਟ ਆਚਰਨ, ਅਯੋਗ ਵਿਹਾਰ

indigo /'ਇਨਡਿਗਅਊ/ *n* ਨੀਲ, ਲਾਜਵਰ

indigotic /ˌਇਨਡਿ'ਗੌਟਿਕ/ *a* ਨੀਲਾ

indirect /ˌਇਨਡਅ'ਰੈੱਕਟ, -ਡਾਇ'ਰੈ-/ *a* ਟੇਢਾ, ਵਿੰਗਾ, ਅਸਿੱਧਾ, ਫੇਰਵਾਂ, ਵਕਰ, ਚੱਕਰਦਾਰ, ਟੇਢਾ-ਮੇਢਾ; ਅਪ੍ਰਤੱਖ, ਪਰੋਖ, ਅਪ੍ਰਗਟ; ਅਪ੍ਰਧਾਨ

indirect speech *n* (ਵਿਆ) ਅਪਰੋਕਤੀ, ਪਰੋਖ ਕਥਨ

indiscipline /ਇਨ'ਡਿਸਿਪਲਿਨ/ *n* ਬੇਜ਼ਬਤੀ, ਅਸੰਜਮ; ਅਨੁਸ਼ਾਸਨਹੀਣਤਾ, ਅਰਾਜਕਤਾ

indiscreet /ˌਇਨਡਿ'ਸਕਰੀਟ/ *a* ਅਸਾਵਧਾਨ, ਸੂਝ ਰਹਿਤ

indiscretion /ˌਇਨਡਿ'ਸਕਰੈਸ਼ਨ/ *n* ਚਿੰਤਨਹੀਣਤਾ; ਬੇਸਮਝੀ, ਨਾਦਾਨੀ, ਅਵਿਵੇਕ; ਸਮਾਜਿਕ ਨੀਤੀ ਦਾ ਉਲੰਘਣ

indiscriminate /ˌਇਨਡਿ'ਸਕਰਿਮਿਨਅਟ/ *a* ਨਿਰਪਛਾਣ; ਵਿਵੇਕਹੀਣ; ਅੰਧਾਧੁੰਦ, ਬੇਤਹਾਸ਼ਾ; ਗੱਡ-ਮੱਡ, ਰਲਿਆ-ਮਿਲਿਆ

indiscriminateness /ˌਇਨਡਿ'ਸਕਰਿਮਿਨਅਟਨਅਸ/ *n* ਨਿਰਪਛਾਣਤਾ, ਵਿਵੇਕਹੀਣਤਾ; ਬੇਨਿਯਮੀ

indispensability /ˌਇਨਡਿˌਸਪੈਂਨਸਅ'ਬਿਲਅਟਿ/ *n* ਆਵੱਸ਼ਕਤਾ, ਜ਼ਰੂਰਤ

indispensable /ˌਇਨਡਿ'ਸਪੈਂਨਸਅਬਲ/ *a* ਲਾਜ਼ਮੀ, ਜ਼ਰੂਰੀ, ਆਵੱਸ਼ਕ

indispose /ਇਨਡਿ'ਸਪਅਉਜ਼/ *vt* ਢਿੱਲਾ ਕਰਨਾ; ਅਯੋਗ ਕਰਨਾ; ਬੇਮੁੱਖ ਕਰਨਾ, ਵਿਰਕਤ ਬਣਾਉਣਾ, ਅਰੁਚੀ ਪੈਦਾ ਕਰਨਾ

indisposed /ˌਇਨਡਿ'ਸਪਅਉਜ਼ਡ/ *a* ਢਿੱਲਾ, ਬਿਮਾਰ, ਅਸਵਸਥ

indisposition /ˌਇਨਡਿਸਪਅ'ਜ਼ਿਸ਼ਨ/ *n* ਢਿੱਲ, ਕਸਰ, ਨਾਸਾਜ਼ਗੀ; ਬੇਦਿਲੀ, ਅਰੁਚੀ

indisputability /ˌਇਨਡਿਸਪਯੂਟਅ'ਬਿਲਅਟਿ/ *n* ਨਿਰਵਿਵਾਦਤਾ, ਨਿਸ਼ਚਿਤਤਾ

indisputable /ˌਇਨਡਿ'ਸਪਯੂਟਅਬਲ/ *a* ਨਿਰਵਿਵਾਦ, ਨਿਸ਼ਚਿਤ, ਸਿੱਧ

indistinct /ˌਇਨਡਿ'ਸਟਿਙਕਟ/ *a* ਅਸਪਸ਼ਟ, ਧੁੰਦਲਾ

indite /ਇਨ'ਡਾਇਟ/ *vt* (ਕਵਿਤਾ, ਭਾਸ਼ਣ) ਲਿਖਣਾ, ਰਚਨਾ ਕਰਨਾ, ਲਿਪੀਬੱਧ ਕਰਨਾ, ਲੇਖਬੱਧ ਕਰਨਾ

inditement /ਇਨ'ਡਾਇਟਮਅਨਟ/ *n* ਰਚਨਾ, ਲਿਖਤ, ਤਖ਼ਲੀਕ

individual /ˌਇਨਡਿ'ਵਿਜੁਅਲ/ *n* ਵਿਅਕਤੀ, ਜਣਾ, ਜੀਅ, ਇੱਕ ਆਦਮੀ, ਜਨ *a* ਵਿਅਕਤਿਕ, ਜ਼ਾਤੀ, ਸ਼ਖ਼ਸੀ; ਇਕੱਲਾ, ਨਿੱਜੀ; ਵਿਸ਼ੇਸ, ਖ਼ਾਸ; ਵਿਅਕਤੀਗਤ

individualism /ˌਇਨਡਿ'ਵਿਜੁਅਲਿਜ਼ਅਮ/ *n* ਵਿਅਕਤੀਵਾਦ, ਅਹੰਵਾਦ, ਨਿੱਜਵਾਦ, ਨਿੱਜਤਵਵਾਦ; ਸੁਵਾਰਥ

individualist /ˌਇਨਡਿ'ਵਿਜੁਅਲਿਸਟ/ *n* ਵਿਅਕਤੀਵਾਦੀ, ਅਹੰਵਾਦੀ, ਨਿੱਜਵਾਦੀ, ਨਿੱਜਤਵਵਾਦੀ

individuality /ˌਇਨਡਿˌਵਿਜੁ'ਐਲਅਟਿ/ *n* ਆਪਾ, ਸ਼ਖ਼ਸੀਅਤ, ਜ਼ਾਤ

indivisibility, indivisibleness /ˌਇਨਡਿˌਵਿਜ਼ਅ'ਬਿਲਅਟਿ, ˌਇਨਡਿ'ਵਿਜ਼ਅਬਲਨਅਸ/ *n* ਅਵੰਡਤਾ, ਅਖੰਡਤਾ

indivisible /ˌਇਨਡਿ'ਵਿਜ਼ਅਬਲ/ *a n* ਅਵੰਡ, ਅਖੰਡ, ਅਭੇਦੀ; ਅਤਿ ਸੂਖਮ (ਕਣ)

indoctrinate /ਇਨ'ਡੌਕਟਰਿਨੇਇਟ/ *vt* ਕਿਸੇ ਵਿਸ਼ੇਸ਼ ਵਿਚਾਰਧਾਰਾ ਦੀ ਸਿੱਖਿਆ ਦੇਣਾ, ਸਿਖਾਉਣਾ, ਸਿੱਖਿਆ ਦੇਣਾ, ਉਪਦੇਸ਼ ਦੇਣਾ

indoctrination /ਇਨˌਡੌਕਟਰਿ'ਨੇਇਸ਼ਨ/ *n* ਸਿੱਖਿਆ, ਉਪਦੇਸ਼; ਮੱਤ

Indo-European /ˌਇਨਡਅ(ਉ)ˌਯੁਅਰਅ'ਪੀਅਨ/ *a n* ਭਾਰਤ-ਯੂਰਪੀ (ਭਾਸ਼ਾਵਾਂ)

indolence /'ਇਨਡਅਲਅਨਸ/ *n* ਆਲਸ, ਸੁਸਤੀ, ਵਿਮੁੱਖਤਾ

indolent /'ਇਨਡਅਲਅਨਟ/ *a* ਆਲਸੀ, ਸੁਸਤ, ਜਿੱਲ੍ਹਾ; ਦਰਦ ਰਹਿਤ, ਪੀੜਾ ਰਹਿਤ

Indologist /ਇਨ'ਡੌਲਅਜਿਸਟ/ *n* ਭਾਰਤ ਸੰਬੰਧੀ ਗਿਆਨਵੇਤਾ, ਭਾਰਤ-ਵਿਗਿਆਨੀ

indology /ਇਨ'ਡੌਲਅਜਿ/ *n* ਭਾਰਤ-ਵਿਗਿਆਨ

indomitable /ਇਨ'ਡੌਮਿਟਅਬਲ/ *a* ਅਜਿੱਤ, ਹਠੀ, ਅਮੋੜ, ਜ਼ਿੱਦੀ, ਬੇਕਾਬੂ, ਹਠੀਲਾ

indoor /'**ਇਨਡੋ***/ *a* ਘਰ ਦੇ ਅੰਦਰ ਹੋਣ ਵਾਲਾ, ਅੰਤਰਵਾਸੀ, ਅੰਦਰਲਾ, ਭੀਤਰੀ; ਹਸਪਤਾਲ ਵਿੱਚ ਦਾਖ਼ਲ ਹੋਇਆ (ਰੋਗੀ); ਛੱਤ ਥੱਲੇ (ਖੇਡਾਂ)

indorsation, indorsement, endorsement /ˌ**ਇਨਡੋ'ਸੇਇਸ਼ਨ, ਇਨ'ਡੋਸਮਅਨਟ**/ *n* ਅਨੁਮੋਦਨ, ਪਿੱਠਾਂਕਣ, ਹੁੰਡੀ ਵਿਕਰੀ

indraught /'**ਇਨਡਰਾਫ਼ਟ**/ *n* ਅੰਤਰਧਾਰਾ, ਅੰਤਰਪ੍ਰਵਾਹ

indubious /**ਇਨ'ਡਯੂਬਯਅਸ**/ *a* ਨਿਸ਼ਚਿਤ, ਯਕੀਨੀ

indubitable /**ਇਨ'ਡਯੂਬਿਟਅਬਲ**/ *a* ਠੀਕ, ਨਿਰਸੰਦੇਹ, ਯਕੀਨੀ, ਸੁਨਿਸ਼ਚਿਤ, ਸ਼ੰਕਾ ਰਹਿਤ

induce /**ਇਨ'ਡਯੂਸ**/ *vt* ਪ੍ਰੇਰਨਾ, ਲੁਭਾ ਲੈਣਾ, ਫੁਸਲਾ ਦੇਣਾ; ਮੰਨਣਾ; ਲਿਆਉਣਾ, ਪੈਦਾ ਕਰਨਾ; ਕਾਰਨ ਬਣਨਾ; ਸਿੱਟਾ ਕੱਢਣਾ; ਅਨੁਮਾਨ ਲਾਉਣਾ; (ਬਿਜਲੀ) ਪ੍ਰੇਰਨਾ ਦੁਆਰਾ ਤਰੰਗ ਉਤਪੰਨ ਕਰਨਾ

inducement /**ਇਨ'ਡਯੂਸਮਅਨਟ**/ *n* ਲੋਭ, ਉਤਸ਼ਾਹ, ਆਕਰਸ਼ਣ, ਪ੍ਰੇਰਨਾ

induct /**ਇਨ'ਡਅੱਕਟ**/ *vt* ਅਧਿਕਾਰ ਦੇਣਾ; ਕਬਜ਼ਾ ਦੇਣਾ; ਮੈਂਬਰ ਬਣਾਉਣਾ, ਭਰਤੀ ਕਰਨਾ, ਪ੍ਰਵੇਸ਼ ਕਰਾਉਣਾ, ਪ੍ਰਾਰੰਭ ਕਰਨਾ

induction /**ਇਨ'ਡਅੱਕਸ਼ਨ**/ *n* ਪ੍ਰਵੇਸ਼, ਭੂਮਿਕਾ, ਪ੍ਰਸਤਾਵਨਾ; (ਨਿਆਂ) ਆਗਮਨ, (ਖ਼ਾਸ ਤੋਂ ਆਮ) ਸਿੱਟੇ ਕੱਢਣ ਦਾ ਸਿਧਾਂਤ; ਅਨੁਮਾਨ, ਵਿਆਪਕਤਾ; ਇੱਕ ਪਿੰਡ ਤੋਂ ਦੂਜੇ ਨੂੰ ਬਿਜਲੀ ਜਾਂ ਚੁੰਬਕਤਾ ਪਹੁੰਚਾਉਣ ਦਾ ਕਾਰਜ, (ਬਿਜਲੀ) ਪ੍ਰੇਰਨਾ, (ਚੁੰਬਕੀ) ਪ੍ਰੇਰਨਾ

inductive /**ਇਨ'ਡਅੱਕਟਿਵ਼**/ *a* ਆਗਮਨਾਤਮਿਕ, ਅਨੁਮਾਨਾਤਮਿਕ, (ਬਿਜਲਈ ਜਾਂ ਚੁੰਬਕੀ) ਪ੍ਰੇਰਨਾ ਵਾਲਾ

indulge /**ਇਨ'ਡਅੱਲਜ**/ *v* ਤ੍ਰਿਪਤ ਕਰਨਾ ਜਾਂ ਹੋਣਾ, ਚਾਅ-ਲਾਡ ਪੂਰੇ ਕਰਨਾ, ਪ੍ਰਸੰਨ ਕਰਨਾ, ਖ਼ੁਸ਼ ਕਰਨਾ; ਸਲਾਹ ਦੇਣਾ; ਅਨੰਦ ਦੇਣਾ; ਭੋਗਣਾ; ਸ਼ੌਕ ਵਧਣਾ

indulgence /**ਇਨ'ਡਅੱਲਜਅਨਸ**/ *n* ਮਜ਼ਾ, ਆਤਮ ਤ੍ਰਿਪਤੀ, ਆਤਮ ਸੰਤੋਸ਼, ਅਤਿਭੋਗ, ਅਤਿਸੇਵਨ; ਕਿਰਪਾ, ਮਿਹਰਬਾਨੀ

indulgent /**ਇਨ'ਡਅੱਲਜਅਨਟ**/ *a* ਦਿਆਲੂ, ਕਿਰਪਾਲੂ, ਦਇਆਵਾਨ, ਮਿਹਰਬਾਨ; ਆਦੀ, ਸ਼ੁਕੀਨ; ਆਸਕਤ, ਲਿਪਤ

indurate /'**ਇਨਡਯੁਅਰੇਇਟ**/ *v* ਨਿਰਦਈ ਹੋਣਾ ਜਾਂ ਕਰਨਾ, ਕਰੜਾ ਕਰਨਾ, ਦਿਲ ਪੱਥਰ ਕਰਨਾ ਜਾਂ ਹੋਣਾ; ਦ੍ਰਿੜ੍ਹ ਹੋਣਾ, ਪੱਕਾ ਹੋਣਾ

industrial /**ਇਨ'ਡਅੱਸਟਰਿਅਲ**/ *a* ਉੱਦਮੀ (ਆਦਮੀ), ਉੱਦਮ ਸੰਬੰਧੀ, ਉਦਯੋਗਿਕ, ਸਨਅਤੀ

industrialism /**ਇਨ'ਡਅੱਸਟਰਿਅਲਿਜ਼ਅਮ**/ *n* ਉਦਯੋਗਵਾਦ, ਸਨਅਤਵਾਦ

industrialisation /**ਇਨˌਡਅੱਸਟਰਿਅਲਾਇ'ਜ਼ੇਇਸ਼ਨ**/ *n* ਉਦਯੋਗੀਕਰਨ, ਸਨਅਤੀਕਰਨ

industrialist /**ਇਨ'ਡਅੱਸਟਰਿਅਲਿਸਟ**/ *n* ਕਾਰਖ਼ਾਨੇਦਾਰ, ਉਦਯੋਗਪਤੀ, ਸਨਅਤਕਾਰ, ਉਦਯੋਗ ਵਿਸ਼ੇਸ਼ੱਗ

industrialize /**ਇਨ'ਡਅੱਸਟਰਿਅਲਾਇਜ਼**/ *vt* ਉਦਯੋਗੀਕਰਨ ਕਰਨਾ

industrious /**ਇਨ'ਡਅੱਸਟਰਿਅਸ**/ *a* ਮਿਹਨਤੀ, ਉਦਯੋਗੀ, ਉੱਦਮੀ

industry /'**ਇਨਡਅਸਟਰਿ**/ *n* ਮਿਹਨਤ, ਤਨਦੇਹੀ, ਕਰਮਸ਼ੀਲਤਾ, ਉੱਦਮ, ਕਰਮ ਨਿਸ਼ਠਾ; ਉਦਯੋਗ, ਸਨਅਤ, ਦਸਤਕਾਰੀ

indwell /ˌ**ਇਨ'ਡਵੈੱਲ**/ *v* ਰਹਿਣਾ, ਨਿਵਾਸ ਕਰਨਾ; ਘੁਸਣਾ, ਅਧਿਕਾਰ ਜਮਾਉਣਾ; ਸਥਾਈ ਰੂਪ ਵਿੱਚ ਹਾਜ਼ਰ ਰਹਿਣਾ, ਮਨ ਵਿੱਚ ਵੱਸਣਾ ਜਾਂ ਵਸਾਉਣਾ

indwelling /ˌ**ਇਨ'ਡਵੈੱਲਿਙ**/ *n* ਨਿਵਾਸ, ਵਾਸਾ, ਰਿਹਾਇਸ਼, ਅੰਤਰਵਾਸ, ਸਮਾਈ, ਰਮਣ, ਪ੍ਰਵੇਸ਼ *a* ਨਿਵਾਸੀ, ਵਾਸੀ, ਅੰਤਰਵਾਸੀ, ਸਮਾਇਆ, ਰਮਿਆ, ਪ੍ਰਵਿਸ਼ਟ

inebriant /**ਇ'ਨੀਬਰਿਅਨਟ**/ *a* ਨਸ਼ਿਆਉਣ ਵਾਲਾ (ਪਦਾਰਥ), ਉਤੇਜਕ (ਪਦਾਰਥ), ਨਸ਼ੀਲੀ

(ਚੀਜ਼)

inebriate /ਇ'ਨੀਬਰਿਏਇਟ/ *vt* ਨਸ਼ਿਆਉਣਾ, ਨਸ਼ਾ ਚਾੜ੍ਹਨਾ, ਮਸਤ ਕਰਨਾ, ਖੀਵਾ ਕਰਨਾ, ਮਤਵਾਲਾ ਬਣ ਦੇਣਾ *a* ਨਸ਼ਈ, ਮਸਤ, ਮਤਵਾਲਾ, ਨਸ਼ੇ ਵਿੱਚ ਚੂਰ; ਪਿਆਕ, ਸ਼ਰਾਬੀ (ਆਦਮੀ)

inebriation, inebriety / ਇ,ਨੀਬਰਿ'ਏਇਸ਼ਨ, ,ਇਨੀ'ਬਰਾਇਅਟਿ/ *n* ਨਸ਼ਾ, ਮਦਮਸਤੀ, ਮਤਵਾਲਾਪਣ, ਖ਼ੁਮਾਰ, ਉਨਮਾਦ

inedible /ਇਨ'ਐਡਅਬਲ/ *a* (ਮਾੜੀ ਹਾਲਤ ਜਾਂ ਜ਼ਹਿਰੀਲਾ ਹੋਣ ਕਰਕੇ) ਨਾ ਖਾਣਯੋਗ

ineffable /ਇਨ'ਐਫ਼ਅਬਲ/ *a* ਪ੍ਰਸ਼ੰਸਾ ਤੋਂ ਬਾਹਰ, ਅਕੱਥ, ਅਕਹਿ

ineffaceable /,ਇਨਇ'ਫ਼ੇਇਸਅਬਲ/ *a* ਅਮਿੱਟ, ਅਮੇਟ, ਪੱਕਾ

ineffective /,ਇਨਇ'ਫ਼ੈਕੱਟਿਵ਼/ *a* ਪ੍ਰਭਾਵਹੀਣ, ਬੇਅਸਰ, ਨਿਕੰਮਾ, ਵਿਅਰਥ

ineffectiveness /,ਇਨਇ'ਫ਼ੈਕੱਟਿਵ਼ਨਅਸ/ *n* ਅਪ੍ਰਭਾਵਤਾ, ਨਿਸਫਲਤਾ; ਵਿਅਰਥਤਾ, ਅਯੋਗਤਾ

inefficient /,ਇਨਇ'ਫ਼ਿਸ਼ਨਟ/ *a* ਅਯੋਗ, ਅਕੁਸ਼ਲ, ਨਾਲਾਇਕ, ਨਿਸਫਲ, ਨਿਰਾਰਥਕ

inelastic /,ਇਨਇ'ਲੈਸਟਿਕ/ *a* ਲਚਕਹੀਣ, ਬੇਚਲਕ, ਕਠੋਰ; ਹਠੀ, ਅੜੀਅਲ

inelasticity /,ਇਨਇਲੈਸ'ਟਿਸਅਟਿ/ *n* ਲਚਕਹੀਣਤਾ, ਲੋਚਹੀਣਤਾ; ਮੁੱਲ ਨਿਰਪੇਖਤਾ, ਦ੍ਰਿੜ੍ਹਤਾ, ਹਠ

inelegant /ਇਨ'ਐੱਲਿਗਅਨਟ/ *a* ਅਸ਼ੋਭਨੀਕ, ਭੱਦਾ, ਕੁਚੱਜਾ, ਗੰਵਾਰ

ineligible /ਇਨ'ਐੱਲਿਜਅਬਲ/ *a* ਸ਼ਰਤਾਂ ਜਾਂ ਯੋਗਤਾਵਾਂ ਪੂਰੀਆਂ ਨਾ ਕਰਨ ਵਾਲਾ, ਅਯੋਗ

ineluctable /,ਇਨਇ'ਲਅੱਕਟਅਬਲ/ *a* ਜ਼ਰੂਰੀ, ਲਾਜ਼ਮੀ, ਆਵੱਸ਼ਕ

inept /ਇ'ਨੈਪੱਟ/ *a* ਅਢੁਕਵਾਂ, ਬੇਤੁਕਾ; ਬੇਥਵਾ, ਕੁਥਾਈਂ; ਅਸੰਗਤ

ineptitude /ਇ'ਨੈਪੱਟਿਟਯੂਡ/ *n* ਗੁਣ ਰਹਿਤ, ਬੇਤੁਕਾਪਣ, ਮੂਰਖਤਾ

inequality /,ਇਨਇ'ਕਵੌਲਅਟਿ/ *n* ਨਾਬਰਾਬਰੀ, ਅਸਮਾਨਤਾ, ਅਸਮਤਾ; ਕਮੀ-ਪੇਸ਼ੀ, ਵਾਧਾ-ਘਾਟਾ; ਊਚ-ਨੀਚ

inequitable /ਇਨ'ਐਕੱਵਿਟਅਬਲ/ *a* ਅਨਿਆਂ ਪੂਰਨ, ਪੱਖਪਾਤੀ, ਅਨਉਚਿਤ, ਬੇਇਨਸਾਫ਼ੀ ਵਾਲਾ

inert /ਇ'ਨਅ:ਟ/ *a* ਅਹਿਲ, ਜੜ੍ਹ, ਗਤੀਹੀਣ, ਢਿੱਲਾ

inertia /ਇ'ਨਅ:ਸ਼ਅ/ *n* (ਭੌਂ) ਜੜ੍ਹਤਾ, ਸਥਿਰਤਾ, ਨਿਸ਼ਚਿਤਤਾ, ਸਿਥਲਤਾ, ਗਤੀਹੀਣਤਾ

inescapable / ,ਇਨਇ'ਸਕੇਇਪਅਬਲ/ *a* ਟਾਲਿਆ ਨਾ ਜਾ ਸਕਣ ਵਾਲਾ, ਲਾਜ਼ਮੀ, ਅਤਿ ਆਵੱਸ਼ਕ

in esse /ਇਨ 'ਐੱਸਿ/ *(L) adv* ਅਸਲ ਵਿੱਚ, ਵਾਸਤਵ ਵਿੱਚ

inessential /,ਇਨਇ'ਸੈਨੱਸ਼ਲ/ *a* ਗ਼ੈਰਜ਼ਰੂਰੀ, ਬੇਲੋੜਾ, ਅਣਆਵੱਸ਼ਕ, ਬੇਕਾਰ

inestimable /ਇਨ'ਐੱਸਟਿਮਅਬਲ/ *a* ਅਪਾਰ, ਅਗਾਧ

inevident /ਇਨ'ਐੱਵਿਡਅਨਟ/ *a* ਅਸਪਸ਼ਟ; ਅਪ੍ਰਗਟ

inevitable /ਇਨ'ਐੱਵਿਟਅਬਲ/ *a* ਅਟੱਲ, ਅਮਿਟ, ਲਾਜ਼ਮੀ, ਪ੍ਰਕਿਰਤਿਕ, ਪ੍ਰਮਾਣਿਕ

inexact /,ਇਨਇਗ'ਜ਼ੈਕਟ/ *a* ਅਯਥਾਰਥਕ, ਅਸ਼ੁੱਧ, ਅਨਿਸ਼ਚਿਤ, ਗ਼ਲਤ

inexcusable /,ਇਨਇਕ'ਸਕਯੂਜ਼ਅਬਲ/ *a* ਨਾ ਬਖ਼ਸ਼ਣਯੋਗ, ਬੱਜਰ (ਪਾਪ ਜਾਂ ਦੋਸ਼)

inexhaustibility /,ਇਨਇਗ,ਜ਼ੋਸਟਅ'ਬਿਲਅਟਿ/ *n* ਅਖੁੱਟਤਾ; ਅਨੰਤਤਾ, ਬੇਅੰਤਤਾ

inexhaustible /,ਇਨਇਗ'ਜ਼ੋਸਟਅਬਲ/ *a* ਅਨੰਤ, ਅਖੈ, ਅਪਾਰ, ਬੇਅੰਤ, ਬੇਹੱਦ, ਅਸੀਮ

inexhaustive /,ਇਨਇਗ'ਜ਼ੋਸਟਿਵ਼/ *a* ਅਵਿਆਪਕ; ਅਸੀਮ, ਅਪਾਰ, ਅਨੰਤ, ਬੇਹੱਦ

inexorable /ਇਨ'ਐੱਕਸਅਰਅਬਲ/ *a* ਜੋ ਰੋਕਿਆ ਜਾਂ ਬਦਲਿਆ ਨਾ ਜਾ ਸਕੇ, ਅਰੋਕ, ਅਪਰਿਵਰਤਨਸ਼ੀਲ

inexpedient /,ਇਨਇਕ'ਸਪੀਡਿਅਨਟ/ *a* ਅਨਉਚਿਤ, ਅਢੁਕਵਾਂ

inexpensive /,ਇਨਇਕ'ਸਪੈਨੱਸਿਵ੍/ *a* ਜਿਸ 'ਤੇ ਜ਼ਿਆਦਾ ਖ਼ਰਚ ਨਾ ਹੋਵੇ, ਸਸਤਾ

inexperience /,ਇਨਇਕ'ਸਪਿਅਰਿਅਨਸ/ *n* ਨਾਤਜਰਬੇਕਾਰੀ, ਅਨਾੜੀਪਣ, ਅਨੁਭਵਹੀਣਤਾ

inexperienced /,ਇਨਇਕ'ਸਪਿਅਰਿਅਨਸਟ/ *a* ਅਨਾੜੀ, ਅਨੁਭਵਹੀਣ, ਨਾਤਜਰਬੇਕਾਰ

inexplicable /,ਇਨਇਕ'ਸਪਲਿਕਅਬਲ/ *a* ਜੋ ਵਿਆਖਿਆ ਯੋਗ ਨਾ ਹੋਵੇ, ਅਸਪਸ਼ਟ

inexpressible /,ਇਨਇਕ'ਸਪਰੈਸੱਅਬਲ/ *a* ਅਕੱਥ, ਅਕਹਿ

inexpugnable /,ਇਨਇਕ'ਸਪਅੱਗਨਅਬਲ/ *a* ਅਜਿੱਤ, ਅਭੇਦ, ਨਾ ਕੱਢਿਆ ਜਾ ਸਕਣ ਵਾਲਾ

in extenso /ਇਨ ਇਕ'ਸਟੈਨੱਸਅਉ/ *(L)* *adv* ਪੂਰੀ ਤਰ੍ਹਾਂ ਨਾਲ, ਪੂਰਨ ਰੂਪ ਵਿੱਚ, ਵੇਰਵੇ ਸਹਿਤ

inextinguishable /,ਇਨਇਕ'ਸਟਿਙਗਵਿਸ਼ਅਬਲ/ *a* ਜੋ ਬੁਝਾਈ ਨਾ ਜਾ ਸਕੇ, ਅਬੁੱਝ

in extremis /,ਇਨ ਇਕ'ਸਟਰੀਮਿਸ/ *(L)* *adv* ਮੌਤ ਦੇ ਨੇੜੇ, ਮਰਨ ਕਿਨਾਰੇ

inextricable /,ਇਨਇਕ'ਸਟਰਿਕਅਬਲ, ਇਨ'ਐੱਕਸਟਰਿਕਅਬਲ/*a* ਅਟੁੱਟ; ਪੇਚੀਦਾ, ਜਟਿਲ

infallible /ਇਨ'ਫ਼ੈਲਅਬਲ/ *a* ਜੋ ਕਦੀ ਗ਼ਲਤੀ ਨਾ ਕਰੇ, ਹਮੇਸ਼ਾ ਠੀਕ ਰਹਿਣ ਵਾਲਾ; ਦ੍ਰਿੜ੍ਹ, ਪੱਕਾ, ਯਕੀਨੀ

infamous /'ਇਨਫ਼ਅਮਅਸ/ *a* ਬਦਨਾਮ; ਕੁਪੱਤਾ; ਕਲੰਕਿਤ, ਘਿਣਾਉਣਾ

infamy /'ਇਨਫ਼ਅਮਿ/ *n* ਕੁਪੱਤ; ਬਦਨਾਮੀ, ਭੰਡੀ, ਖ਼ੁਆਰੀ, ਬੱਦੂਪੁਣਾ

infancy /'ਇਨਫ਼ਅਨਸਿ/ *n* ਵਿਕਾਸ ਦੀ ਅਰੰਭਿਕ ਅਵਸਥਾ; ਬਾਲਪਣ, ਬਚਪਨ; ਨਾਬਾਲਗੀ

infant /'ਇਨਫ਼ਅਨਟ/ *n* ਬਾਲ, ਬਾਲਕ, ਬੱਚਾ, ਨਿਆਣਾ, ਮਾਸੂਮ, ਨਿੱਕਾ, ਨਿੱਕੜਾ, ਨਾਬਾਲਗ

infanticidal /ਇਨ,ਫ਼ੈਨਟਿ'ਸਾਇਡਲ/ *a* ਬਾਲ ਹੱਤਿਆ ਸੰਬੰਧੀ

infanticide /ਇਨ'ਫ਼ੈਨਟਿਸਾਇਡ/ *n* ਬਾਲ ਹੱਤਿਆ, ਸ਼ਿਸ਼ੂ ਹੱਤਿਆ,

infanta /ਇਨ'ਫ਼ੈਨਟਅ/ *a* (ਇਤਿ) ਸਪੇਨ ਦੀ ਰਾਜਕੁਮਾਰੀ

infante /ਇਨ'ਫ਼ੈਨਟਿ/ *n* (ਇਤਿ) ਸਪੇਨ ਦਾ ਰਾਜਕੁਮਾਰ

infantry /'ਇਨਫ਼ਅਨਟਰਿ/ *n* ਪਿਆਦਾ ਫ਼ੌਜ, ਪੈਦਲ ਸੈਨਾ, ਥਲ ਸੈਨਾ

infatuate /ਇਨ'ਫ਼ੈਟਯੁਏਇਟ/ *vt* ਮੋਹਣਾ, ਮੋਹਿਤ ਕਰਨਾ, ਮੁਗਧ ਕਰਨਾ, ਦੀਵਾਨਾ ਬਣਾ ਦੇਣਾ, ਸ਼ੁਦਾਈ ਕਰ ਦੇਣਾ, ਪਿਆਰ ਵਿੱਚ ਪਾਗਲ ਕਰ ਦੇਣਾ, ਮੱਤ ਮਾਰ ਦੇਣਾ, ਬੁੱਧੂ ਬਣਾਉਣਾ

infatuated /ਇਨ'ਫ਼ੈਚੁਏਇਟਿਡ/ *a* ਪਿਆਰ ਵਿੱਚ ਸ਼ੁਦਾਈ, ਦੀਵਾਨਾ, ਮੁਗਧ

infatuation /ਇਨ,ਫ਼ੈਚੁ'ਏਇਸ਼ਨ/ *n* ਮੋਹ, ਦੀਵਾਨਾਪਣ, ਪ੍ਰੇਮ, ਲਗਨਤਾ, ਮੁਗਧਤਾ, ਝੱਲ, ਸ਼ੁਦਾ

infect /ਇਨ'ਫ਼ੈੱਕਟ/ *vt* (ਹਵਾ ਆਦਿ ਨੂੰ) ਗੰਦਾ ਕਰਨਾ, ਦੂਸ਼ਿਤ ਕਰਨਾ, ਛੂਤ ਲਾਉਣਾ, ਛੂਤ ਨਾਲ (ਰੋਗ) ਹੋ ਜਾਣਾ; ਦਿਲ ਨੂੰ (ਕੋਈ ਗੱਲ) ਲਾ ਲੈਣਾ; (ਖ਼ਿਆਲ ਦਾ) ਸੰਚਾਰਨਾ

infection /ਇਨ'ਫ਼ੈੱਕਸ਼ਨ/ *a* ਲਾਗ, ਲੇਸ; ਬੁਰਾ ਅਸਰ, ਵਿਗਾੜ, ਸੰਚਾਰ, ਛੂਤ

infectious /ਇਨ'ਫ਼ੈੱਕਸ਼ਅਸ/ *a* ਛੂਤ ਦਾ, ਫੈਲਣ ਵਾਲਾ, ਸੰਕਰਾਮਕ (ਰੋਗ), ਰੋਗ ਸੰਚਾਰੀ

infelicitous /,ਇਨਫ਼ਿ'ਲਿਸਿਟਅਸ/ *a* ਅਪਸ਼ਗਨਾ, ਦੁੱਖਦਾਈ, ਨਾਮੁਬਾਰਕ; ਅਢੁਕਵਾਂ

infelicity /,ਇਨਫ਼ਿ'ਲਿਸਅਟਿ/ *n* ਦੁੱਖ, ਅਪ੍ਰਸੰਨਤਾ, ਬਿਪਤਾ, ਦੁਰਭਾਗ; ਅਯੋਗਤਾ

infer /ਇਨ'ਫ਼ਅ:*/ *vt* ਅਨੁਮਾਨ ਲਾਉਣਾ,

ਦਲੀਲ ਦੇਣਾ, ਸਿੱਟੇ ਜਾਂ ਨਤੀਜੇ ਉੱਤੇ ਅੱਪੜਨਾ; ਅਰਥ ਦੇਣਾ, ਸੂਚਿਤ ਕਰਨਾ, ਬੁੱਝਣਾ

inferable /ਇਨ'ਫ਼ਅ:ਰਅਬਲ/ *a* ਅਨੁਮਾਨ ਲਾਉਣ ਯੋਗ, ਅਰਥ ਦੇਣ ਯੋਗ, ਸੂਚਿਤ ਕਰਨ ਯੋਗ

inference /'ਇਨਫ਼ਅਰਅਨਸ/ *n* ਅਨੁਮਾਨ, ਨਿਰਨਾ, ਪਰਿਣਾਮ; ਨਿਰਣੀਤ ਵਿਸ਼ਾ

inferior /ਇਨ'ਫ਼ਿਅਰਿਅ*/ *n* ਮਾਤਹਿਤ; ਨੀਵੀਂ ਸ਼੍ਰੇਣੀ ਦਾ ਵਿਅਕਤੀ *a* ਤੁੱਛ, ਛੋਟਾ, ਨੀਵਾਂ, ਅਸ਼੍ਰੇਸ਼ਠ, ਘਟੀਆ; ਹੇਠਲਾ, ਨਿਚਲਾ

inferiority /ਇਨ,ਫ਼ਿਅਰਿ'ਔਰਅਟਿ/ *n* ਹੀਣਤਾ, ਤੁੱਛਤਾ, ਛੋਟਾਪਣ, ਨੀਵਾਂਪਣ, ਅਸ਼੍ਰੇਸ਼ਠਤਾ, ਘਟੀਆਪਣ

inferiority complex *n* ਹੀਣਤਾ ਭਾਵ, ਹੀਣ ਭਾਵਨਾ, ਆਤਮ–ਹੀਣਤਾ

infernal /ਇਨ'ਫ਼ਅ:ਨਲ/ *a* ਨਰਕੀ, ਦੋਜ਼ਖ਼ੀ, ਜਹੰਨਮੀ, ਨਰਕ ਸੰਬੰਧੀ, ਨਰਕ ਯੋਗ

inferno /ਇਨ'ਫ਼ਅ:ਨਅਉ/ *n* ਦੋਜ਼ਖ਼ ਦੀ ਅੱਗ, ਭਿਆਨਕ ਅੱਗ

infest /ਇਨ'ਫ਼ੈੱਸਟ/ *vt* ਭਰਮਾਰ ਹੋਣਾ (ਕੀੜਿਆਂ, ਡਾਕੂਆਂ ਆਦਿ ਦੀ), ਮੰਡਲਾਉਣਾ, ਭਰੇ ਹੋਣਾ; ਤੰਗ ਕਰਨਾ, ਪੀੜਿਤ ਕਰਨਾ, ਸਤਾਉਣਾ

infibulate /ਇਨ'ਫ਼ਿਬਯੁਲੇਇਟ/ *vt* ਕੱਸਣਾ, ਬੰਨ੍ਹਣਾ, ਜਕੜਨਾ

infidel /'ਇਨਫ਼ਿਡਅਲ/ *n* ਨਾਸਤਿਕ, ਕਾਫ਼ਰ *a* ਅਣਈਸ਼ਵਰਵਾਦੀ, ਧਰਮ ਨਿੰਦਕ, ਈਸਾਈ ਧਰਮ ਦਾ ਵਿਰੋਧੀ

infidelity /,ਇਨਫ਼ਿ'ਡੈੱਲਅਟਿ/ *n* ਵਿਸ਼ਵਾਸਘਾਤ, ਧਰਮ ਧ੍ਰੋਹ; ਨਾਸਤਿਕਤਾ, ਸ਼ਰਧਾਹੀਣਤਾ

infield /'ਇਨਫ਼ੀਲਡ/ *n* ਕ੍ਰਿਕਟ ਦੇ ਮੈਦਾਨ ਵਿੱਚ ਵਿਕਟਾਂ ਨੇੜੇ ਦੀ ਥਾਂ

infighting /'ਇਨਫ਼ਾਇਟਿਙ/ *n* ਪਾਰਟੀ ਦੇ ਕਾਰਕੁਨਾਂ ਦਾ ਆਪਸੀ ਵਾਦ–ਵਿਵਾਦ, ਅੰਦਰੂਨੀ ਖਹਿਬੜਬਾਜ਼ੀ

infiltrate /'ਇਨਫ਼ਿਲਟਰੇਇਟ/ *v* ਅੰਦਰ ਘੁਸਣਾ, ਘੁਸਪੈਠ ਕਰਨਾ; ਪੁਣਨਾ

infiltrator /'ਇਨਫ਼ਿਲਟਰੇਇਟਅ*/ *n* ਚੋਰੀ ਛਿੱਪੇ ਆ ਘੁਸਣ ਵਾਲਾ ਵਿਅਕਤੀ, ਘੁਸਪੈਠੀਆ

infiltration /,ਇਨਫ਼ਿਲ'ਟਰੇਇਸ਼ਨ/ *n* ਚੋਰੀ -ਛਿੱਪੇ ਘੁਸਣ ਦੀ ਕਿਰਿਆ, ਘੁਸਪੈਠ

infinite /'ਇਨਫ਼ਿਨਅਟ/ *a* ਅਸੀਮ, ਅਨੰਤ, ਅਪਾਰ, ਬੇਹੱਦ, ਅਣਗਿਣਤ; (ਵਿਆ) ਜਿਸ ਵਿੱਚ ਪੁਰਸ਼ ਜਾਂ ਵਚਨ ਨਾ ਹੋਵੇ, ਅਨਿਯਤ

infinitesimal /,ਇਨਫ਼ਿਨਿ'ਟੈੱਸਿਮਲ/ *n* ਅਤਿ ਅਲਪ ਮਾਤਰਾ *a* ਅਤਿ ਸੂਖਮ, ਅਤਿ ਅਲਪ, ਬਹੁਤ ਘੱਟ

infinitive /ਇਨ'ਫ਼ਿਨਅਟਿਵ਼/ *n* (ਵਿਆ) ਅਕਾਲਕ ਕਿਰਿਆ, ਕਿਰਿਆ ਦਾ ਸਧਾਰਨ ਰੂਪ

infinitude, infinity /ਇਨ'ਫ਼ਿਨਿਟਯੂਡ, ਇਨ'ਫ਼ਿਨਅਟਿ/ *n* ਬੇਅੰਤਤਾ, ਅਨੰਤਤਾ, ਅਪਾਰਤਾ; ਅਸੀਮ ਸੰਖਿਆ; ਅਪਾਰ ਸੀਮਾ

infirm /ਇਨ'ਫ਼ਅ:ਮ/ *a* ਨਿਰਬਲ, ਦੁਰਬਲ, ਕਮਜ਼ੋਰ, ਨਿਤਾਣਾ, ਖੀਣ, ਜੀਰਨ, ਸਿਥਲ; ਅਦ੍ਰਿੜ੍ਹ

infirmity /ਇਨ'ਫ਼ਅ:ਮਅਟਿ/ *n* ਨਿਰਬਲਤਾ, ਦੁਰਬਲਤਾ, ਕਮਜ਼ੋਰੀ, ਨਿਤਾਣਾਪਣ, ਖੀਣਤਾ

infix /'ਇਨਫ਼ਿਕਸ/ *n* (ਭਾਸ਼ਾ) ਮਧੇਤਰ *v* (ਭਾਸ਼ਾ) ਮਧੇਤਰ ਲਗਾਉਣਾ; ਵਿੱਚ ਜੜਨਾ, ਟਿਕਾਉਣਾ

inflame /ਇਨ'ਫ਼ਲੇਇਮ/ *v* ਅੱਗ ਲਾਉਣਾ; ਉਤੇਜਿਤ ਕਰਨਾ, ਭੜਕਾਉਣਾ, ਉਭਾਰਨਾ; ਤੇਜ਼ ਕਰਨਾ, ਬਹੁਤ ਵਧਾ ਦੇਣਾ; ਸੜਨਾ, ਬਲਨਾ, ਜਲਨਾ, ਅੱਗ ਲੱਗਣਾ, ਭੜਕ ਉੱਠਣਾ

inflamed /ਇਨ'ਫ਼ਲੇਇਮਡ/ *a* ਭੜਕਾਊ, ਕ੍ਰੋਧਿਤ, ਗੁੱਸੇ ਨਾਲ ਸੜਿਆ ਬਲਿਆ, ਸੜਦਾ ਹੋਇਆ

inflammable /ਇਨ'ਫ਼ਲੈਮਅਬਲ/ *a* ਜਲਨਸ਼ੀਲ, ਭੜਕ ਉੱਠਣਯੋਗ, ਕ੍ਰੋਧ ਭੜਕਾਉਣ ਵਾਲਾ

inflammation /,ਇਨਫ਼ਲਅ'ਮੇਇਸ਼ਨ/ *n* ਦਾਹ, ਤਾਪ, ਜਲਨ, ਸੋਜ਼ਸ਼

inflammatory /ਇਨ'ਫ਼ਲੈਮਅਟਰਿ/ *a* ਅੱਗ ਲਾਊ, ਭੜਕਾਊ; ਸੋਜ਼ਸ਼ਕਾਰੀ

inflate /ਇਨ'ਫ਼ਲੇਇਟ/ *vt* ਮੁਦਰਾ ਦਾ ਪ੍ਰਸਾਰ ਕਰਨਾ; ਬਣਾਉਟੀ ਢੰਗ ਨਾਲ ਮੁੱਲ ਵਿੱਚ ਵਾਧਾ ਕਰਨਾ; ਫੂਕ ਦੇਣਾ, ਫੁਲਾਉਣਾ, ਹਵਾ ਭਰਨਾ; ਹੰਕਾਰੀ ਬਣਾ ਦੇਣਾ

inflated /ਇਨ'ਫ਼ਲੇਇਟਿਡ/ *a* ਫੂਕ ਵਿੱਚ ਆਇਆ ਹੋਇਆ, ਅਭਿਮਾਨੀ, ਆਪਣੇ ਆਪ ਨੂੰ ਨਾਢੂ ਖ਼ਾਂ ਸਮਝਣ ਵਾਲਾ

inflation /ਇਨ'ਫ਼ਲੇਇਸ਼ਨ/ *n* ਫੈਲਾਅ, ਮੁਦਰਾ ਫੈਲਾਅ

inflationary /ਇਨ'ਫ਼ਲੇਇਸ਼ਅਨਰਿ/ *a* ਕੀਮਤਾਂ ਵਧਾਉਣ ਵਾਲਾ, ਮੁਦਰਾਸਫ਼ਿਤੀਜਨਕ

inflect /ਇਨ'ਫ਼ਲੈੱਕਟ/ *vt* ਲਿਫਾਉਣਾ, ਅੰਦਰ ਨੂੰ ਮੋੜਨਾ ਜਾਂ ਝੁਕਾਉਣਾ; (ਸੰਗੀ) ਤੀਬਰ ਕਰਨਾ, ਸੁਰ ਨੂੰ ਉੱਚਾ ਕਰਨਾ; ਚੜ੍ਹਾਉਣਾ; (ਵਿਆ) ਸ਼ਬਦ ਦਾ ਰੂਪ ਬਦਲਾਉਣਾ, ਰੂਪ ਸਾਧਨਾ ਕਰਨਾ

inflection, inflexion/ ਇਨ'ਫ਼ਲੈੱਕਸ਼ਨ/ *n* (ਵਿਆ) ਵਿਭਕਤੀ; (ਸੰਗੀ) ਸੁਰ ਦਾ ਉਤਾਰ-ਚੜ੍ਹਾਅ

inflexible /ਇਨ'ਫ਼ਲੈੱਕਸਅਬਲ/ *a* ਲਚਕਹੀਣ, ਬੇਲਚਕ, ਆਕੜਿਆ, ਤੜਿੰਗ, ਕਰੜਾ, ਕਠੋਰ, ਦ੍ਰਿੜ੍ਹ

inflexional /ਇਨ'ਫ਼ਲੈੱਕਸ਼ਨਲ/ *a* (ਭਾਸ਼ਾ) ਵਿਕਾਰੀ

inflict /ਇਨ'ਫ਼ਲਿਕਟ/ *vt* (ਸੱਟ) ਮਾਰਨਾ; (ਕਸ਼ਟ) ਦੇਣਾ; ਦੰਡ ਦੇਣਾ

infliction /ਇਨ'ਫ਼ਲਿਕਸ਼ਨ/ *n* ਦੰਡ; ਕਸ਼ਟ, ਪੀੜਾ

inflorescence /ˌਇਨਫ਼ਲਅ'ਰੈੱਸਨਸ/ *n* ਪੁਸ਼ਪ ਰਚਨਾ, ਫੁੱਲ ਗੁੱਛਾ; ਫੁਲਾਰਾ

inflow /'ਇਨਫ਼ਲਅਓ/ *n* ਅੰਦਰ ਨੂੰ ਵਹਿਣ ਦਾ ਅਮਲ, ਅੰਤਰ ਪ੍ਰਵਾਹ, ਅੰਦਰਲਾ ਵਹਾਅ

influence /'ਇਨਫ਼ਲੁਅਨਸ/ *n* ਪ੍ਰਭਾਵ, ਅਸਰ, ਰਸੂਖ਼, ਨੈਤਿਕ ਸ਼ਕਤੀ; ਪ੍ਰਭਾਵ ਪਾਉਣ ਵਾਲਾ ਵਿਅਕਤੀ ਜਾਂ ਵਸਤੂ *vt* ਪ੍ਰਭਾਵਿਤ ਕਰਨਾ, ਅਸਰ ਪਾਉਣਾ

influential /ˌਇਨਫ਼ਲੁ'ਐਨੱਸ਼ਲ/ *a* ਪ੍ਰਭਾਵਸ਼ਾਲੀ, ਪ੍ਰਭਾਵ ਪੂਰਨ, ਅਸਰ ਰਸੂਖ਼ ਵਾਲਾ, ਪ੍ਰਬਲ, ਪ੍ਰਭਾਵੀ

influenza /ˌਇਨਫ਼ਲੁ'ਐਨੱਜ਼ਅ/ *n* ਨਜ਼ਲਾ, ਫਲੂ, ਸਰਦੀ ਜ਼ੁਕਾਮ ਨਾਲ ਤਾਪ, ਇਨਫਲੂਐਨਜ਼ਾ

influx /'ਇਨਫ਼ਲਅੱਕਸ/ *n* ਅੰਦਰ ਨੂੰ ਵਹਿਣ, ਅੰਤਰ ਪ੍ਰਵਾਹ, ਅੰਤਹ ਆਗਮ

inform /ਇਨ'ਫ਼ੋਮ/ *v* ਪਤਾ ਦੇਣਾ, ਖ਼ਬਰ ਦੇਣਾ, ਦੱਸ ਪਾਉਣਾ, ਸੂਹ ਦੇਣਾ, ਸੂਚਿਤ ਕਰਨਾ; ਦੋਸ਼ ਲਾਉਣਾ, ਇਲਜ਼ਾਮ ਲਾਉਣਾ; ਪ੍ਰੇਰਿਤ ਕਰਨਾ; ਜਾਨ ਪਾ ਦੇਣਾ

informal /ਇਨ'ਫ਼ੋਮਲ/ *a* ਗ਼ੈਰਰਸਮੀ, ਅਣਉਪਚਾਰਕ, ਸਾਦਾ, ਉਚੇਚ ਰਹਿਤ, ਨੇਮ ਵਿਰੁੱਧ, ਬੇਕਾਇਦਾ

informant /ਇਨ'ਫ਼ੋਮਅਨਟ/ *a* ਖ਼ਬਰ ਦੇਣ ਵਾਲਾ, ਮੁਖ਼ਬਰ, ਸੂਚਕ, ਸੰਦੇਸ਼ਵਾਹਕ

in forma pauperis /ਇਨ ˌਫ਼ੋਮਅ 'ਪੋਪਅਰਿਸ/ *(L) adv* ਨਿਰਧਨ ਮਨੁੱਖ ਵਾਂਗ

information /ˌਇਨਫ਼ਅ'ਮੇਇਸ਼ਨ/ *n* (ਕਨੂੰ) ਆਰੋਪ, ਰਪਟ, ਸ਼ਿਕਾਇਤ, ਵਾਦ ਵਾਰਤਾ, ਸੂਚਨਾ, ਇਤਲਾਹ; ਸਮਾਚਾਰ, ਖ਼ਬਰ, ਜਾਣਕਾਰੀ; (ਕੰਪਿ) ਕੱਚੇ ਅਤੇ ਅਵਿਵਸਥਿਤ ਅੰਕੜਿਆਂ ਤੋਂ ਪ੍ਰਕਿਰਿਆ ਉਪਰੰਤ ਪ੍ਰਾਪਤ ਹੋਣ ਵਾਲੇ ਨਤੀਜੇ

information technology *n* ਸੂਚਨਾ ਤਕਨਾਲੋਜੀ, ਵੇਖੋ IT

informative /ਇਨ'ਫ਼ੋਮਅਟਿਵ੍/ *a* ਸੂਚਨਾਪੂਰਨ, ਬਿਰਤਾਂਤਮਿਕ; ਜਾਣਕਾਰੀ ਭਰਪੂਰ, ਸਿੱਖਿਆ ਦੇਣ ਵਾਲਾ, ਲਾਭਕਾਰੀ

infra /'ਇਨਫ਼ਰਅ/ *(L) adv* ਅੱਗੇ, ਥੱਲੇ, ਹੇਠਾਂ

infraction /ਇਨ'ਫ਼ਰੈਕਸ਼ਨ/ *n* ਉਲੰਘਣਾ, ਨਿਯਮ ਦੀ ਉਲੰਘਣਾ

infringe /ਇਨ'ਫ਼ਰਿਨਜ/ *n* ਉਲੰਘਣਾ *vt* ਉਲੰਘਣਾ ਕਰਨਾ, ਭੰਗ ਕਰਨਾ, ਤੋੜਨਾ

infringement /ਇਨ'ਫ਼ਰਿਨਜਮਅਨਟ/ *n* ਉਲੰਘਣਾ, ਭੰਗ

infuriate /ਇਨ'ਫ਼ਯੁਅਰਿਏਇਟ/ *v* ਕ੍ਰੋਧ ਦਿਵਾਉਣਾ, ਗੁੱਸਾ ਚੜ੍ਹਾਉਣਾ

infuriation /ਇਨ,ਫ਼ਯੁਅਰਿ'ਏਇਸ਼ਨ/ *n* ਕ੍ਰੋਧ, ਤੈਸ਼, ਝੁੰਜਲਾਹਟ

infuse /ਇਨ'ਫ਼ਯੂਜ਼/ *n* ਪਾਉਣਾ, ਉਲੱਦਣਾ, ਭਰਨਾ; ਰੂਹ ਭਰ ਦੇਣਾ, ਜਾਨ ਪਾ ਦੇਣਾ, ਦਿਲ ਵਿੱਚ ਬੈਠਾ ਦੇਣਾ, ਪ੍ਰੇਰਨਾ ਦੇਣਾ; ਭਿਓਂ ਦੇਣਾ, ਭਿੱਜਣਾ, ਤਰ ਹੋਣਾ

infusion /ਇਨ'ਫ਼ਯੂਯ਼ਨ/ *n* ਸੰਚਾਰਨ; ਕਾੜ੍ਹਾ, ਘੋਲ, ਨਚੋੜ

ingathering /ਇਨ'ਗੈਦ(ਅ)ਰਿਙ/ *n* ਇਕੱਤਰਤਾ; ਸੰਗ੍ਰਹਿ, ਸਮੂਹ, ਢੇਰ (ਕੱਟੀ ਹੋਈ ਫ਼ਸਲ ਦਾ)

ingeminate /ਇਨ'ਜੈੱਮਿਨੇਇਟ/ *vt* ਦੂਹਰਾ ਕਰਨਾ; ਓਹੀ ਕੰਮ ਫੇਰ ਕਰਨਾ, ਦੁਹਰਾਉਣਾ; ਵਾਰੋ-ਵਾਰ ਕਰਨਾ; ਮੁੜ ਓਹੀ ਆਖਣਾ

ingemination /ਇਨ,ਜੈੱਮਿ'ਨੇਇਸ਼ਨ/ *n* ਦੂਹਰ; ਦੁਹਰਾਈ; ਮੁੜ ਆਖੀ ਗੱਲ

ingenious /ਇਨ'ਜੀਨਿਅਸ/ *a* ਚਤਰ, ਕਾਰੀਗਰ, ਢੰਗੀ, ਜੁਗਤੀ

ingeniousness /ਇਨ'ਜੀਨਿਅਸਨਅਸ/ *n* ਚਤਰਤਾ, ਕਾਰੀਗਰੀ, ਪ੍ਰਵੀਣਤਾ; ਪ੍ਰਤਿਭਾ, ਹੁਸ਼ਿਆਰੀ

ingenue /'ਐਨਯ਼ੇਇਨਯੂ/ *(F) n* ਭੋਲੀ-ਭਾਲੀ ਕੁੜੀ, ਸਿੱਧੀ-ਸਾਦੀ ਕੁੜੀ

ingenuity /,ਇਨਜਅ'ਨਯੂਅਟਿ/ *n* ਪ੍ਰਵੀਣਤਾ, ਸੂਖਮ, ਬੁੱਧਤਾ; ਜੁਗਤ

ingenuous /ਇਨ'ਜੈਨੱਯੁਅਸ/ *a* ਉਦਾਰ, ਨਿਸ਼ਕਪਟ, ਅਬੋਧ, ਨਿਰਛਲ, ਸਰਲ, ਸਿੱਧਾ, ਭੋਲਾ; ਸਪਸ਼ਟ (ਵਕਤਾ), ਖਰਾ, ਮੂੰਹਫਟ; ਕੁਲੀਨ

ingest /ਇਨ'ਜੈਸੱਟ/ *vt* ਢਿੱਡ ਭਰ ਲੈਣਾ

ingle /'ਇਙਗਲ/ *n* ਚੁੱਲ੍ਹੇ ਦੀ ਅੱਗ; ਅਗਨੀ ਕੁੰਡ, ਅੱਗ ਵਾਲੀ ਥਾਂ, ਅੰਗੀਠੀ, ਚੁੱਲ੍ਹਾ

inglorious /ਇਨ'ਗਲੋਰਿਅਸ/ *a* ਲੱਜਾਜਨਕ, ਅਪਜਸਵੀ, ਸ਼ਰਮਨਾਕ; ਗੂੜ੍ਹ, ਅਪ੍ਰਗਟ, ਅਸਪਸ਼ਟ

ingot /'ਇਙਗਅਟ/ *n* ਢਾਲੀ ਹੋਈ ਧਾਤ ਦੀ ਡਲੀ, ਇੱਟ

ingrain /ਇਨ'ਗਰੇਇਨ/ *a* ਪੱਕੀ ਤਰ੍ਹਾਂ ਰੰਗਿਆ, ਜੋ ਉਤਾਰਨਾ ਸੌਖਾ ਨਾ ਹੋਵੇ

ingrate /ਇਨ'ਗਰੇਇਟ/ *a n* ਨਾਸ਼ੁਕਰਾ (ਵਿਅਕਤੀ)

ingratiate /ਇਨ'ਗਰੇਇਸ਼ਿਏਇਟ/ *vt* ਕਿਰਪਾ ਪਾਤਰ ਬਣਨਾ, ਹੱਥਾਂ ਉੱਤੇ ਚੁੱਕ ਲੈਣਾ, (ਕਿਸੇ ਦੇ) ਢਿੱਡ ਵਿੱਚ ਵੜ ਜਾਣਾ, ਦਿਲ ਵਿੱਚ ਘਰ ਕਰ ਲੈਣਾ

ingratitude /ਇਨ'ਗਰੈਟਿਟਯੂਡ/*n* ਕਿਰਤਘਣਤਾ, ਨਾਸ਼ੁਕਰਗੁਜ਼ਾਰੀ

ingredient /ਇਨ'ਗਰੀਡਿਅਨਟ/ *n* ਅੰਗ, ਅੰਸ਼; ਮੂਲ ਸਮਗਰੀ, ਸੰਘਟਕ ਅੰਸ਼

ingress /'ਇਨਗਰੈੱਸ/ *n* ਘੁਸਪੈਠ, ਅੰਤਰ ਪ੍ਰਵੇਸ਼, ਪ੍ਰਵੇਸ਼ ਅਧਿਕਾਰ

ingression /'ਇਨਗਰੈਸ਼ੱਅਨ/ *n* ਅੰਤਰ ਪ੍ਰਵੇਸ਼, ਪ੍ਰਵੇਸ਼ ਦੁਆਰ

ingrowing /'ਇਨਗਰਅਉਇਙ/ *a* ਅੰਦਰ ਨੂੰ ਵਧਣ ਵਾਲਾ, ਮਾਸ ਦੇ ਅੰਦਰ ਵਧਣ ਵਾਲਾ; ਘੁਸਣ ਵਾਲਾ

ingurgitate /ਇਨ'ਗਅ:ਜਿਟੇਇਟ/ *vt* ਗੱਟ-ਗੱਟ ਚਾੜ੍ਹ ਜਾਣਾ, ਨਿਗਲਨਾ

inhabit /ਇਨ'ਹੈਬਿਟ/ *vt* ਵੱਸਣਾ, ਰਹਿਣਾ, ਵਾਸ ਕਰਨਾ; ਅਧਿਕਾਰ ਕਰਨਾ

inhabitant, inhabitor /ਇਨ'ਹੈਬਿਟਅਨਟ, ਇਨ'ਹੈਬਿਟਅ*/ *n* ਨਿਵਾਸੀ, ਬਾਸ਼ਿੰਦਾ, ਰਹਿਣ ਵਾਲਾ

inhalant /ਇਨ'ਹੇਇਲਅਨਟ/ *n* ਸਾਹ ਨਾਲ ਅੰਦਰ ਖਿੱਚਣ ਵਾਲੀ ਦਵਾਈ

inhale /ਇਨ'ਹੇਇਲ/ *v* ਸਾਹ ਅੰਦਰ ਖਿੱਚਣਾ,

ਸਾਹ ਲੈਣਾ; ਕਸ਼ ਖਿੱਚਣਾ (ਸਿਗਰਟ ਜਾਂ ਹੁੱਕੇ ਦਾ), ਦਮ ਲਾਉਣਾ, ਸੂਟਾ ਲਾਉਣਾ

inhaler /ਇਨ'ਹੇਇਲਅ*/ *n* ਸਾਹ ਯੰਤਰ, ਸਾਹ ਖਿੱਚਣ ਵਾਲਾ ਯੰਤਰ

inharmonic /ˌਇਨਹਾ'ਮਅਉਨਿਕ/ *a* ਬੇਸੁਰਾ, ਅਸੰਗਤ, ਅਣਮੇਲ

inharmony /ਇਨ'ਹਾਮਅਨਿ/ *n* ਬੇਸੁਰਾਪਣ, ਅਸੰਗਤੀ

inhere /ਇਨ'ਹਿਅ*/ *vt* ਹਾਜ਼ਰ ਰਹਿਣਾ, ਅੰਦਰ ਰਹਿਣਾ, ਮੌਜੂਦ ਹੋਣਾ

inherence /ਇਨ'ਹਿਅਰਅਨਸ/ *n* ਹਾਜ਼ਰੀ, ਮੌਜੂਦਗੀ

inherent /ਇਨ'ਹਿਅਰਅਨਟ, -'ਹੈਰੱ-/ *a* ਨਿਹਤ, ਅੰਤਰਨਿਹਤ, ਅੰਤਰਜਾਤ, ਸਹਿਜ, ਜਨਮਜਾਤ, ਸੁਭਾਵਿਕ, ਸਾਰਭੂਤ, ਅੰਤਰ ਵਿਆਪੀ

inherit /ਇਨ'ਹੈਰਿੱਟ/ *vt* ਵਿਰਸੇ ਵਿੱਚ ਮਿਲਨਾ; ਉੱਤਰਾਧਿਕਾਰ ਵਿੱਚ ਪ੍ਰਾਪਤ ਕਰਨਾ

inheritance /ਇਨ'ਹੈਰਿਟਅਨਸ/ *n* ਉੱਤਰਾਧਿਕਾਰ; ਵਿਰਸਾ; ਵਿਰਾਸਤ, ਮੌਰੂਸੀ, ਪ੍ਰਾਪਤੀ

inhibit /ਇਨ'ਹਿਬਿਟ/ *vt* ਰੁਕਾਵਟ ਪਾਉਣਾ, ਵਿਘਨ ਪਾਉਣਾ, ਰੋਕਣਾ, ਨਿਖੇਧੀ ਕਰਨਾ, ਮਨ੍ਹਾਂ ਕਰਨਾ, ਵਰਜਣਾ

inhibited /ਇਨ'ਹਿਬਿਟਿਡ/ *a* ਭਾਵਨਾਵਾਂ ਵਿਚਾਰ ਆਦਿ ਨੂੰ ਖੁਲ੍ਹ ਕੇ ਪ੍ਰਗਟ ਨਾ ਕਰ ਸਕਣ ਵਾਲਾ, ਸ਼ਰਮਾਕਲ, ਦੱਬੂ

inhibition /ˌਇਨਹਿ'ਬਿਸ਼ਨ, ਇਨਿ'ਬਿਸ਼ਨ/ *n* ਨਿਰੋਧ, ਨਿਰੋਧਣ (ਕਨੂੰ) ਨਿਰੋਧ ਲੇਖ; ਰੋਕ, ਮਨਾਹੀ

in hoc statu /ਇਨ ਹੌਕ 'ਸਟੈਟਅਉ/ *(L) adv* ਇਸ ਦਸ਼ਾ ਵਿੱਚ

inhospitable /ˌਇਨਹੌ'ਸਪਿਟਅਬਲ/ *a* ਰੁੱਖਾ, ਖੁਸ਼ਕ, ਨਾ ਰਹਿਣ ਯੋਗ

inhuman /ਇਨ'ਹਯੂਮਅਨ/ *a* ਅਮਾਨਵੀ, ਅਣਮਨੁੱਖੀ, ਗ਼ੈਰਇਨਸਾਨੀ, ਵਹਿਸ਼ੀ

inhumane /ˌਇਨਹਯੂ'ਮੇਇਨ/ *a* ਨਿਰਦਈ, ਕਠੋਰ

inhume /ਇਨ'ਹਯੂਮ/ *vt* ਗੱਡਣਾ, ਦੱਬ ਦੇਣਾ

inimical /ਇ'ਨਿਮਿਕਲ/ *a* ਨੁਕਸਾਨਦੇਹ; ਪ੍ਰਤਿਕੂਲ, ਦੋਖੀ, ਵਿਪੱਖੀ, ਵਿਰੋਧੀ

inimitable /ਇ'ਨਿਮਿਟਅਬਲ/ *a* ਬੇਮਿਸਾਲ, ਅਨੁਪਮ, ਲਾਸਾਨੀ, ਅਦੁੱਤੀ

iniquitous /ਇ'ਨਿਕਵਿਟਅਸ/ *a* ਨਿਆਂ ਰਹਿਤ, ਅਧਾਰਮਿਕ, ਦੁਸ਼ਟ, ਦੁਰਾਚਾਰੀ, ਅਨਿਆਈ

iniquity /ਇ'ਨਿਕਵਅਟਿ/ *n* ਅਧਰਮ, ਘੋਰ ਅਨਿਆਂ, ਅਧਾਰਮਿਕਤਾ, ਦੁਸ਼ਟਤਾ, ਦੁਰਾਚਾਰ

initial /ਇ'ਨਿਸ਼ਲ/ *n* ਛੋਟੇ ਦਸਤਖ਼ਤ, ਨਾਉਂ ਦੇ ਪਹਿਲੇ ਅੱਖਰ *vt* ਦਸਤਖ਼ਤ ਕਰਨਾ; ਹਸਤਾਖ਼ਰ ਕਰਨਾ, ਛੋਟੇ ਹਸਤਾਖਰ ਕਰਨਾ; ਨਾਉਂ ਦੇ ਪਹਿਲੇ ਅੱਖਰ ਪਾਉਣਾ *a* ਮੁਢਲਾ, ਆਦਿ, ਪ੍ਰਥਮ, ਪ੍ਰਾਰੰਭਿਕ

initialize /ਇ'ਨਿਸ਼ਅਲਾਇਜ਼/ *v* (ਕੰਪਿ) ਕੰਪਿਊਟਰ ਪ੍ਰੋਗਰਾਮ ਜਾਂ ਪ੍ਰਨਾਲੀ ਨੂੰ ਵਰਤੋਂ ਲਈ ਤਿਆਰ ਕਰਨਾ

initiate /ਇ'ਨਿਸ਼ਿਅਟ *n* ਦੀਖਿਅਤ ਵਿਅਕਤੀ /ਇ'ਨਿਸ਼ਿਏਇਟ/ *vt* ਦੀਖਿਆ ਦੇਣਾ; ਅਰੰਭ ਕਰਨਾ; ਚਾਲੂ ਕਰਨਾ; ਸਿਰਜਣ ਕਰਨਾ; ਨਿਰਮਾਣ ਕਰਨਾ, (ਕਾਰਜ ਵਿੱਚ) ਪ੍ਰਵੇਸ਼ ਕਰਨਾ *a* ਦੀਖਿਅਤ

initiation /ਇˌਨਿਸ਼ਿ'ਏਇਸ਼ਨ/ *n* ਅਰੰਭ, ਸ੍ਰੀਗਣੇਸ਼, ਦੀਖਿਆ, ਪ੍ਰਵੇਸ਼

initiative /ਇ'ਨਿਸ਼ਿਅਟਿਵ਼/ *n* ਪਹਿਲ, ਅਰੰਭ; ਪਹਿਲਾ ਕਦਮ *a* ਅਰੰਭਿਕ, ਪ੍ਰਾਰੰਭਿਕ

initio /ਇ'ਨਿਸ਼ਿਅਉ/ *(L) adv* ਸ਼ੁਰੂ ਵਿੱਚ

inject /ਇਨ'ਜੈਕੱਟ/ *vt* ਟੀਕਾ ਲਾਉਣਾ, ਸੂਆ ਲਾਉਣਾ, ਇੰਜੈਕਸ਼ਨ ਦੇਣਾ; ਭਰਨਾ, ਪਾਉਣਾ

injection /ਇਨ'ਜੈੱਕਸ਼ਨ/ *n* ਟੀਕਾ, ਸੂਆ; ਇੰਜੈਕਸ਼ਨ; ਭਰਨ ਦੀ ਕਿਰਿਆ

injudicious /ˌਇਨਜੂ'ਡਿਸ਼ਅਸ/ *a* ਵਿਵੇਕਹੀਣ, ਚਿੰਤਨਹੀਣ

injunction /ਇਨ'ਜਅੱਙਕਸ਼ਨ/ *n* ਹੁਕਮ, ਆਗਿਆ, ਆਦੇਸ਼, ਹਿਦਾਇਤ; (ਕਨੂੰ) ਮਨਾਹੀ ਦਾ ਹੁਕਮ

injure /'ਇਨਜਅ*/ *vt* ਹਰਜ ਪਹੁੰਚਾਉਣਾ, ਨੁਕਸਾਨ ਕਰਨਾ, ਘਾਇਲ ਕਰਨਾ, ਸੱਟ ਫੇਟ ਮਾਰਨਾ, ਚੋਟ ਲਾਉਣਾ; ਦੁੱਖ ਦੇਣਾ, ਅੱਤਿਆਚਾਰ ਕਰਨਾ; ਵਿਗਾੜ ਦੇਣਾ

injurious /ਇਨ'ਜੁਅਰਿਅਸ/ *a* ਅੱਤਿਆਚਾਰਪੂਰਨ, ਅਪਮਾਨਜਨਕ; ਘਾਤਕ, ਦੁੱਖਦਾਇਕ, ਹਿੰਸਕ, ਨੁਕਸਾਨਦੇਹ

injury /'ਇਨਜਅਰਿ/ *n* ਅਨਿਆਂ, ਅੱਤਿਆਚਾਰ; ਹਾਨੀ, ਦੁੱਖ, ਚੋਟ, ਪੀੜ

injustice /ਇਨ'ਜਅੱਸਟਿਸ/ *n* ਅਨਿਆਂ, ਬੇਇਨਸਾਫ਼ੀ; ਦੋਸ਼, ਅਧਰਮੀ ਕਾਰਜ

ink /'ਇਙਕ/ *n* ਸਿਆਹੀ, ਮੱਸ *vt* ਸਿਆਹੀ ਫੇਰਨਾ, ਸਿਆਹੀ ਲਾਉਣਾ

inkjet printer /'ਇਙਕਜੈਟ ਪਰਿਨਟਅ*/ *n* ਸਿਆਹੀ ਦੀ ਫੁਹਾਰ ਮਾਰ ਕੇ ਛਾਪਣ ਵਾਲਾ ਛਾਪਕ (ਪ੍ਰਿੰਟਰ)

inky /'ਇਙਕਿ/ *a* ਸਿਆਹੀ ਵਰਗਾ; ਕਾਲਾ

inkling /'ਇਙਕਲਿਙ/ *n* ਸੰਕੇਤ, ਝਲਕ, ਇਸ਼ਾਰਾ, ਭਿਣਕ, ਸੂਹ, ਕਨਸੋ, ਅਭਾਸ

ink-pad *n* ਡੱਬੀ ਜਿਸ ਵਿੱਚ ਸਿਆਹੀ ਨਾਲ ਲਿਬੜਿਆ ਨਰਮ ਮੋਟਾ ਕੱਪੜਾ ਆਦਿ ਲੱਗਾ ਹੁੰਦਾ ਹੈ, ਸਿਆਹੀ ਗੱਦੀ, ਸਿਆਹੀ ਡੱਬੀ

inlace /ਇਨ'ਲੇਇਸ/ *vt* ਫ਼ੀਤਾ ਬੰਨ੍ਹਣਾ, ਫ਼ੀਤੇ ਨਾਲ ਕੱਸਣਾ

inlaid /ˌਇਨ'ਲੇਇਡ/ *a* ਜੜਿਆ, ਜੜਾਊ

inland /'ਇਨਲਅਨਡ, 'ਇਨਲੈਨਡ/ *n* ਦੇਸ਼ ਦਾ ਅੰਦਰਲਾ ਭਾਗ *a* ਸਮੁੰਦਰੀ ਕਿਨਾਰੇ ਤੋਂ ਦੂਰ; ਦੇਸ਼ ਦੇ ਅੰਦਰਲਾ, ਦੇਸ਼ ਦੇ ਅੰਦਰਲੇ ਭਾਗ ਵਿੱਚ ਹੋਣ ਵਾਲਾ/'ਇਨਲੈਨਡ, ਇਨ'ਲੈਨਡ/ *adv* ਦੇਸ਼ ਦੇ ਅੰਦਰ ਵੱਲ, ਅੰਦਰੇ-ਅੰਦਰ

in-laws /'ਇਨਲੋਜ਼/ *n pl* ਸਹੁਰੇ, ਸਹੁਰਾ ਘਰ, ਸਸੁਰਾਲ ਵਾਲੇ

inlay /'ਇਨਲੇਇ/ *n* ਜੜਾਊ ਕੰਮ, ਜੜਾਈ, ਮੜ੍ਹਾਈ, ਮੀਨਾਕਾਰੀ, ਜੜਤਕਾਰੀ /ˌਇਨ'ਲੇਇ/ *vt* ਜੜਨਾ, ਮੜ੍ਹਨਾ, ਮੀਨਾਕਾਰੀ ਕਰਨਾ, ਖਚਤ ਕਰਨਾ; ਖਚਤ ਕਰਕੇ ਸਜਾਉਣਾ; (ਪੰਨਾ ਕੱਟ ਕੇ ਉਸ ਦੇ ਅੰਦਰ ਚਿੱਤਰ ਜਾਂ ਕਿਸੇ ਦੂਜੇ ਪੰਨੇ ਦਾ) ਟੁਕੜਾ ਲਾਉਣਾ

inlet /'ਇਨਲੈੱਟ/ *n* ਪ੍ਰਵੇਸ਼ਿਕਾ, ਪ੍ਰਵੇਸ਼, ਪ੍ਰਵੇਸ਼ ਦੁਆਰ; ਸੰਕੀਰਨ ਖਾੜੀ; ਖਚਤ ਵਸਤੂ, ਜੜੀ ਹੋਈ ਚੀਜ਼ *vt* ਅੰਦਰ ਲਿਆਉਣਾ

inly /'ਇਨਲਿ/ *adv* ਵਿਚਕਾਰ, ਮੱਧ ਵਿੱਚ, ਵਿਚਾਲੇ, ਸੰਘਣੇ ਰੂਪ ਵਿੱਚ, ਅਪਣੱਤ ਨਾਲ, ਗਾੜ੍ਹੀ ਹਾਲਤ ਵਿੱਚ

inmate /'ਇਨਮੇਇਟ/ *n* ਵਾਸੀ, ਵਸਨੀਕ, ਮਹਿਵਾਸੀ, ਪਰਿਵਾਰ ਜਾਂ ਘਰ ਦਾ ਮੈਂਬਰ

in medias res /ਇਨ ˌਮੀਡਿਐਸ 'ਰੇਇਜ਼/ *(L)* *adv* ਹੋਰ ਪਦਾਰਥਾਂ ਵਿੱਚ

in memoriam /ਇਨ ਮਅ'ਮੋਰਿਅਮ/ *(L)* *adv* ਯਾਦ ਵਿੱਚ

inmost /'ਇਨਮਅਉਸਟ/ *a* ਧੁਰ ਅੰਦਰਲਾ, ਅਤਿ ਅੰਤਰਭੂਤ; ਦਿਲੀ, ਹਾਰਦਿਕ

inn /ਇਨ/ *n* ਸਰਾਂ, ਧਰਮਸ਼ਾਲਾ

innate /ਇ'ਨੇਇਟ/ *a* ਅੰਤਰੀਵ; ਜਮਾਂਦਰੂ, ਅੰਦਰਲਾ, ਸਹਿਜ, ਜਨਮ ਜਾਤ, ਸੁਭਾਵਿਕ, ਪ੍ਰਕਿਰਤਿਕ, ਪੈਦਾਇਸ਼ੀ

inner /'ਇਨਅ*/ *a* ਅੰਦਰਲਾ, ਅੰਦਰੂਨੀ, ਆਂਤਰਿਕ, ਭੀਤਰੀ, ਗਹਿਰਾ

inner circle *n* ਸੰਗਠਨ ਵਿੱਚ ਬਹੁਤ ਹੀ ਜ਼ਿਆਦਾ ਤਾਕਤ ਰੱਖਣ ਵਾਲਾ ਜਾਂ ਇਸ ਦਾ ਨਿਯੰਤਰਨ ਕਰਨ ਵਾਲਾ ਥੋੜ੍ਹੇ ਵਿਅਕਤੀਆਂ ਦੀ ਟੋਲੀ, ਕੋਟਰੀ

inner city /ˌਇਨਅ'ਸਿਟਿ/ *n* ਵੱਡੇ ਸ਼ਹਿਰ ਦੇ ਕੇਂਦਰ ਨੇੜਲਾ ਹਿੱਸਾ ਜਿੱਥੇ ਅਕਸਰ ਸਮਾਜਿਕ ਸਮੱਸਿਆਵਾਂ ਉਭਰਦੀਆਂ ਹਨ

innings /'ਇਨਿਙਜ਼/ *n* (ਕ੍ਰਿਕਟ ਆਦਿ ਵਿੱਚ) ਪਾਲ, ਪਿੱਤ, ਮਿੱਤ, ਵਾਰੀ; ਸ਼ਾਸਨ ਕਾਲ

innocence /'ਇਨਅਸਨਸ/ *n* ਸਰਲਤਾ,

ਮਾਸੂਮੀਅਤ, ਨਿਰਦੋਸ਼ਤਾ, ਅਗਿਆਨ, ਭੋਲਾਪਣ

innocent /'ਇਨਅਸਨਟ/ *a* ਅਣਜਾਣ, ਭੋਲਾ, ਸਰਲਚਿੱਤ, ਸਿੱਧਾ, ਮੂੜ੍ਹ, ਮੂਰਖ; ਬੁੱਧੂ ਆਦਮੀ

innocuous /ਇ'ਨੌਕਯੁਅਸ/ *a* ਨੁਕਸਾਨ ਨਾ ਪਹੁੰਚਾਉਣ ਵਾਲਾ

innovate /'ਇਨਅਵ਼ੇਇਟ/ *vt* ਕਾਢ ਕੱਢਣਾ, ਨਵੀਂ ਰੀਤ ਚਲਾਉਣਾ, ਪਰਿਵਰਤਨ ਲਿਆਉਣਾ

innovation /ˌਇਨਅ'ਵ਼ੇਇਸ਼ਨ/ *n* ਕਾਢ, ਘਾੜਤ, ਨਵੀਂ ਰੀਤ

innovative /'ਇਨਅਵ਼ੇਇਟਿਵ਼, 'ਇਨਅਵ਼ਅਟਿਵ਼/ *a* ਨਵੀਨਤਾਕਾਰੀ

in nubibus /ਇਨ 'ਨਯੂਬਿਬਅਸ/ *(L) adv* ਬੱਦਲਾਂ ਵਿੱਚ

in nuce /ਇਨ 'ਨੂਕੇਇ/ *(L) adv* ਸੰਖੇਪ ਵਿੱਚ

innuendo /ˌਇਨਯੂ'ਐਨੱਡਅਉ/ *n* ਵਕਰੋਕਤੀ, ਗੁੱਝੀ ਚੋਟ, ਵਿਅੰਗ ਭਰਿਆ ਭਾਸ਼ਣ *vt* ਵਿਅੰਗ ਕਰਨਾ, ਵਿਅੰਗ ਭਰਿਆ ਭਾਸ਼ਣ ਦੇਣਾ

innumerable /ਇ'ਨਯੂਮਅਰਅਬਲ/ *a* ਅਣਗਿਣਤ, ਅਸੰਖ, ਬੇਹਿਸਾਬ, ਬੇਸ਼ੁਮਾਰ

innumerate /ਇ'ਨਯੂਮਅਰਅਟ/ *a* ਗਿਣਤੀ ਨਾ ਕਰ ਸਕਣ ਵਾਲਾ, ਮਾਮੂਲੀ ਜਮ੍ਹਾ, ਤਫਰੀਕ ਨਾ ਕਰ ਸਕਣ ਵਾਲਾ

innutrition /ˌਇਨਯੂ'ਟਰਿਸ਼ਨ/ *n* ਪੌਸ਼ਟਿਕ ਤੱਤਾਂ ਦੀ ਥੁੜ੍ਹ

inoculate /ਇ'ਨੌਕਯੁਲੇਇਟ/ *vt* ਟੀਕਾ ਲਾਉਣਾ, ਸੂਆ ਲਾਉਣਾ, ਲੋਦਾ ਲਾਉਣਾ, ਵਿੰਨ੍ਹਣਾ; ਕਲਮ ਕਰਨਾ, ਪਿਓਂਦ ਲਾਉਣਾ

inoculation /ਇˌਨੌਕਯੁ'ਲੇਇਸ਼ਨ/ *n* ਟੀਕਾ, ਲੋਦਾ; ਕਲਮ, ਪਿਓਂਦ

inodorous /ਇਨ'ਅਉਡਅਰਅਸ/ *a* ਗੰਧਹੀਣ, ਨਿਰਗੰਧ

inoperative /ਇਨ'ਔਪਅਰਅਟਿਵ਼/ *a* ਅਪ੍ਰਚਲਿਤ, ਨਾਚੱਲਣਹਾਰ, ਬੇਕਾਰ

inopportune /ਇਨ'ਔਪਅਟਯੂਨ/ *n* ਬੇਮੌਕਾ, ਬੇਮੌਸਮੀ, ਅਕਾਲਕ

inordinate /ਇਨ'ਓਡਿਨਅਟ/ *a* ਅਤਿ ਅਧਿਕ, ਬੇਹੱਦ, ਹੱਦੋਂ ਵੱਧ

inorganic /ˌਇਨੋ'ਗੈਨਿਕ/ *a* ਨਿਰਜੀਵ, ਜੜ੍ਹ, (ਰਸਾ) ਅਕਾਰਬਨੀ

inornate /ਇਨ'ਓਨੇਇਟ/ *a* ਭੈੜਾ, ਭੱਦਾ, ਅਣਅੰਲਕ੍ਰਿਤ

inosculate /ਇਨ'ਔਸਕਯੁਲੇਇਟ/ *v* ਜੁੜਨਾ, ਮਿਲਨਾ, ਜੋੜ ਮਿਲਾਉਣਾ; ਮੂੰਹ-ਮੱਥੇ ਲੱਗਣਾ ਜਾਂ ਲਾਉਣਾ; ਰਗਾਂ ਰੇਸ਼ਿਆਂ ਦਾ ਸੰਘਣਾ ਹੋ ਜਾਣਾ; ਸੰਘਣਾ ਕਰਨਾ

inosculation /ਇਨˌਔਸਕਯੁ'ਲੇਇਸ਼ਨ/ *n* ਜੋੜ, ਮੇਲ, ਮਿਲਾਪ, ਯੋਗ

in pace /ਇਨ 'ਪੇਇਸੀ/ *(L) adv* ਸ਼ਾਂਤੀ ਵਿੱਚ

in pari causa /ਇਨ ˌਪਾਰਿ 'ਕੌਜ਼ਅ/ *(L) adv* ਸਮਾਨ ਦਸ਼ਾ ਵਿੱਚ, ਸਮਾਨ ਹਾਲਤ ਵਿੱਚ

in pari materia /ਇਨ ˌਪਾਰਿ ਮਅ'ਟੇਅਰਿਅ/ *(L) adv* ਸਮਾਨ ਵਿਸ਼ੇ ਵਿੱਚ

inpatient /'ਇਨਪੇਇਸ਼ਨਟ/ *n* ਹਸਪਤਾਲ ਵਿੱਚ ਦਾਖ਼ਲ ਮਰੀਜ਼

in petto /ਇਨ 'ਪੈੱਟਅਉ/ *(It) adv* ਦਿਲ ਵਿੱਚ, ਹਿਰਦੇ ਵਿੱਚ

in posse /ਇਨ 'ਪੌਸਿ/ *(L) adv* ਸੰਭਵ ਤੌਰ 'ਤੇ

in praesenti /ਇਨ 'ਪਰੈਜ਼ੈੱਨਟਿ/ *(L) adv* ਹੁਣੇ ਹੀ, ਇਸ ਸਮੇਂ

in propria persona /ਇਨ ˌਪਰਅਉਪਰਿਅ ਪਅ'ਸਅਉਨਅ/ *(L) adv* ਖ਼ੁਦ, ਸਾਖਿਆਤ

in puris naturalibus /ਇਨ ˌਪਅਯੁਰਿਸ ਨੈਟਯੁ'ਰਾਲਿਬਅਸ/ *(L) a* ਬਿਲਕੁਲ ਨੰਗਾ

input[1] /'ਇਨਪੁਟ/ *a* ਨਿਵੇਸ਼ ਕੀਤਾ, ਅੰਤਰਗਾਮੀ *n* ਨਿਵੇਸ਼, ਆਦਾਨ

input[2] *n* (ਕੰਪਿ) ਕੰਪਿਊਟਰ ਵਿੱਚ ਪਾਏ ਜਾਣ ਵਾਲੇ ਤੱਥ ਅਤੇ ਦਿੱਤੇ ਜਾਣ ਵਾਲੇ ਆਦੇਸ਼

input units (ਕੰਪਿ) ਕੰਪਿਊਟਰ ਨੂੰ ਅੰਕੜੇ ਅਤੇ ਹਿਦਾਇਤਾਂ ਦੇਣ ਲਈ ਵਰਤੀਆਂ ਜਾਣ ਵਾਲੀਆਂ

ਇਕਾਈਆਂ (ਜਿਵੇਂ ਕੀ-ਬੋਰਡ, ਮਾਊਸ, ਸਕੈਨਰ ਆਦਿ), ਆਗਤ ਇਕਾਈਆਂ

inquest /'ਇਙਕਵੈੱਸਟ/ *n* ਖੋਜ, ਦੇਖ-ਭਾਲ, ਜਾਂਚ, ਪੜਤਾਲ, ਤਹਿਕੀਕਾਤ; ਤਫ਼ਤੀਸ਼ (ਮੌਤ ਆਦਿ ਦੀ)

inquietude /ਇਨ'ਕਵਾਇਅਟਯੂਡ/ *n* ਮਨੋ ਸੰਤਾਪ, ਅਸ਼ਾਂਤੀ, ਉਦਵੇਗ, ਬੇਚੈਨੀ

inquire, enquire /ਇਨ'ਕਵਾਇਅ*/ *n* ਖੋਜਣਾ, ਖੋਜ ਕਰਨਾ, ਪੁੱਛ-ਗਿੱਛ ਕਰਨਾ; ਪ੍ਰਸ਼ਨ ਕਰਨਾ, ਸਵਾਲ ਕਰਨਾ, ਜਾਂਚ ਕਰਨਾ; ਪਤਾ ਲਾਉਣਾ, ਤਹਿਕੀਕਾਤ ਕਰਨਾ

inquiry /ਇਨ'ਕਵਾਇਅਰਿ/ *n* ਖੋਜ, ਪੁੱਛ-ਗਿੱਛ, ਪਤਾ, ਜਾਂਚ, ਤਹਿਕੀਕਾਤ

inquisition /,ਇਨਕਵਿ'ਜ਼ਿਸ਼ਨ/ *n* ਖੋਜ, ਪੁੱਛ, ਜਾਂਚ, ਤਹਿਕੀਕਾਤ

inquisitive /ਇਨ'ਕਵਿਜ਼ਅਟਿਵ੍/ *a* ਭਾਲ ਕਰਨ ਵਾਲਾ, ਜਾਣਨ ਲਈ ਉਤਸੁਕ, ਜਿਗਿਆਸੂ, ਘੋਖੀ, ਖੋਜੀ,

inquisitor /ਇਨ'ਕਵਿਜ਼ਿਟਅ*/ *n* ਖੋਜ-ਅਧਿਕਾਰੀ

in re /ਇਨ 'ਰੀ/ *(L) adv* ਸੰਬੰਧ ਵਿਚ, ਵਿਸ਼ੇ ਵਿੱਚ

inroad /'ਇਨਰਅਉਡ/ *n* ਸਫ਼ਲਤਾ; ਚੜ੍ਹਾਈ, ਧਾਵਾ, ਹੱਲਾ

inrush /'ਇਨਰਅੱਸ਼/ *n* ਭੀੜ-ਭੜੱਕਾ, ਧੱਕਮ-ਧੱਕਾ

INS /,ਆਇ ਐੱਨ 'ਐੱਸ/ *abbr* **Indian Naval Services** ਦਾ ਸੰਖੇਪ, ਭਾਰਤੀ ਸਮੁੰਦਰੀ ਸੇਵਾਵਾਂ

insalivate /ਇਨ'ਸੈਲਿਵ੍ਏਇਟ/ *vt* ਬੁਰਕੀ (ਭੋਜਨ) ਨੂੰ ਰਾਲਾਂ ਨਾਲ ਤਰ ਕਰਨਾ, ਬੁਰਕੀ ਨੂੰ ਸੁਆਦ ਲੈ-ਲੈ ਖਾਣਾ

insalubrious /,ਇਨਸਅ'ਲੂਬਰਿਅਸ/ *a* (ਜਲਵਾਯੂ ਜਾਂ ਥਾਂ) ਸਿਹਤ ਲਈ ਹਾਨੀਕਾਰਕ, ਗ਼ੈਰਸਿਹਤਮੰਦ

insane /ਇਨ'ਸੇਇਨ/ *a* ਪਾਗਲ, ਦੀਵਾਨਾ; ਬੇਵਕੂਫ਼, ਮੂੜ੍ਹ, ਬੇਸਮਝ

insanitation /ਇਨ,ਸੈਨਿ'ਟੇਇਸ਼ਨ/ *n* ਅਸਵੱਛਤਾ, ਗੰਦਗੀ

insanitary /ਇਨ'ਸੈਨਅਟਰਿ/ *a* ਗੰਦਗੀ ਭਰਿਆ, ਅਸਵਸਥਕਾਰੀ

insanity /ਇਨ'ਸੈਨਅਟਿ/ *n* ਮਨੋਰੋਗ, ਪਾਗਲਪਣ, ਦੀਵਾਨਗੀ; ਬੇਵਕੂਫ਼ੀ, ਬੁੱਧੀਹੀਣਤਾ, ਅਗਿਆਨ, ਮੂੜ੍ਹਤਾ, ਬੇਸਮਝੀ

insatiable /ਇਨ'ਸੇਇਸ਼ਅਬਲ/ *a* ਅਤ੍ਰਿਪਤ, ਨਾ ਬੁਝਣ ਵਾਲੀ (ਭੁੱਖ), ਹਵਸ ਗ੍ਰਸਤ, ਤਮ੍ਹਾ ਵਿੱਚ ਲੀਨ

insatiability, insatiableness /ਇਨ,ਸੇਇਸ਼ਅ'ਬਿਲਅਟਿ, ਇਨ'ਸੇਇਸ਼ਅਬਲਨਅਸ/ *n* ਅਤ੍ਰਿਪਤੀ, ਅਸੰਤੋਖ, ਹਵਸ, ਹਿਰਸ

insatiate /ਇਨ'ਸੇਇਸ਼ਿਅਟਿ/ *a* ਅਸੰਤੁਸ਼ਟ, ਅਤ੍ਰਿਪਤ

insatiety /ਇਨਸਅ'ਟਾਇਇਟਿ/ *n* ਅਤ੍ਰਿਪਤ ਅਸੰਤੋਖਤਾ

inscribe /ਇਨ'ਸਕਰਾਇਬ/ *vt* ਉਕਰਨਾ, ਲਿਖਣਾ, ਅੰਕਿਤ ਕਰਨਾ; ਕਰਜ਼ੇ ਦਾ ਕੁਝ ਹਿੱਸਾ ਚੁਕਾਉਣਾ; (ਰੇਖਾ) ਅੰਦਰ ਵਾਰ ਕੋਈ ਚਿੱਤਰ ਬਣਾਉਣਾ

inscription /ਇਨ'ਸਕਰਿਪਸ਼ਨ/ *n* ਸਿੱਕਿਆਂ ਦੀ ਲਿਖਤ, ਸ਼ਿਲਾਲੇਖ, ਮੁਦਹਾ ਲੇਖ; ਅੰਸ਼ ਰੂਪ ਵਿੱਚ ਰਿਣ ਦੀ ਦੇਣ

inscrutable /ਇਨ'ਸਕਰੂਟਅਬਲ/ *a* ਅਭੇਦ, ਅਗਮ, ਅਬੋਧ

insect /'ਇਨਸੈਕਟ/ *n* ਕੀੜਾ, ਪਤੰਗਾ, ਮਕੌੜਾ, ਕੀਟ; ਤੁੱਛ ਆਦਮੀ ਜਾਂ ਜੀਵ

insecticide /ਇਨ'ਸੈਕਟਿਸਾਇਡ/ *n* ਕੀਟ-ਨਾਸ਼ਕ ਦਵਾਈ; ਕੀਟਨਾਸ਼ਕ *a* ਕੀੜੇ ਮਾਰ

insectivorous /,ਇਨਸੈੱਕ'ਟਿਵ੍ਅਰਅਸ/ *n* ਕੀੜੇ ਖੋਰ, ਕੀਟ ਭਖੀ

insecure /,ਇਨਸਿ'ਕਯੁਅ*/ *a* ਅਸੁਰੱਖਿਅਤ,

ਸ਼ੰਕੇ ਭਰਿਆ, ਅਦ੍ਰਿੜ੍ਹ, ਕੱਚਾ, ਪੋਲਾ

insecurity /ˌਇਨਸਿ'ਕਯੁਅਰਅਟਿ/ *n* ਅਸੁਰੱਖਿਅਤਾ, ਭੈ, ਸ਼ੰਕਾ

inseminate /ਇਨ'ਸੈੱਮਿਨੇਇਟ/ *vt* ਵੀਰਜ ਸੇਚਨ ਕਰਨਾ, ਵੀਰਜ ਦਾਖ਼ਲ ਕਰਨਾ, ਗਰਭਤ ਕਰਨਾ; ਬੀ ਪਾਉਣਾ

insemination /ਇਨˌਸੈੱਮਿ'ਨੇਇਸ਼ਨ/ *n* ਵੀਰਜ ਸੇਚਨ, (ਵਿਗਿਆਨਿਕ ਢੰਗਾਂ ਨਾਲ ਵੀਰਜ ਪਾ ਕੇ) ਗਰਭ ਕਰਨ ਦੀ ਕਿਰਿਆ

insensate /ਇਨ'ਸੈੱਨਸੇਇਟ/ *a* ਅਸੰਵੇਦਨਸ਼ੀਲ, ਕਠੋਰ, ਕਰੂਰ; ਬੇਸੂਝ, ਮੂੜ੍ਹ

insensibility /ਇਨˌਸੈੱਨਸਅ'ਬਿਲਅਟਿ/ *n* ਅਸੰਵੇਦਨਸ਼ੀਲਤਾ, ਸੰਵੇਗਹੀਣਤਾ, ਭਾਵਹੀਣਤਾ, ਉਦਾਸੀਨਤਾ, ਅਚੇਤਨਤਾ

insensible /ਇਨ'ਸੈੱਨਸਅਬਲ/ *a* ਅਤਿ ਸੂਖਮ; ਅਚੇਤਨ, ਚੇਸ਼ਟਾਹੀਣ, ਜੜ੍ਹ, ਚੇਤਨਾ ਰਹਿਤ; ਅਣਭਿੱਜ, ਨਿਰਾਰਥਕ, ਅਸੰਵੇਦਨਸ਼ੀਲ

insensitive /ਇਨ'ਸੈੱਨਸਅਟਿਵ/ *a* ਅਸੰਵੇਦਨਸ਼ੀਲ, ਸੰਵੇਦਨਾ ਰਹਿਤ, ਭਾਵਹੀਣ, ਅਨੁਭੂਤੀਹੀਣ; ਢੀਠ

insensuous /ਇਨ'ਸੈੱਨਸਯੁਅਸ/ *a* ਅਕਾਮੁਕ, ਅਵਿਲਾਸੀ

insentient /ਇਨ'ਸੈੱਨਸ਼ਨਟ/ *a* ਜੜ, ਅਚੇਤ, ਨਿਰਜੀਵ, ਬੇਜਾਨ

inseparable /ਇਨ'ਸੈੱਪਰਅਬਲ/ *a* ਅਨਿੱਖੜਵਾਂ, ਅਤੁੱਟ, ਅਟੁੱਟ, ਇੱਕ ਜਾਨ *n* ਉਕਤ ਗੁਣਾਂ ਵਾਲਾ ਵਿਅਕਤੀ ਜਾਂ ਵਸਤੂ

insert /ਇਨ'ਸਅ:ਟ/ *vt* ਸਮਿਲਿਤ ਕਰਨਾ, ਜੋੜਨਾ; ਦਰਜ ਕਰਨਾ; ਬੈਠਾ ਦੇਣਾ, ਜਮਾ ਦੇਣਾ, ਘੁਸੇੜਨਾ, ਫਿੱਟ ਕਰਨਾ

inset /'ਇਨਸੈੱਟ/ *n* (ਕਿਤਾਬ ਜਾਂ ਅਖ਼ਬਾਰ ਵਿੱਚ ਦਿੱਤੀ) ਡੱਬੀ, ਅੰਤਰ ਚਿੱਤਰ; ਕੱਪੜੇ ਵਿੱਚ ਲਾਇਆ ਫ਼ੀਤਾ ਜਾਂ ਪੱਟੀ

inshore /'ਇਨਸ਼ੋ*/ *a* ਭੂਮੀ-ਸੰਬੰਧੀ; ਕਿਨਾਰੇ ਦੇ ਨੇੜੇ ਦਾ, ਤਟੀ, ਤਟਵਰਤੀ

inside /ˌਇਨ'ਸਾਇਡ/ *n* ਅੰਦਰ *a* ਅੰਦਰਲਾ, ਅੰਦਰੂਨੀ; ਆਂਤਰਿਕ *adv* ਅੰਦਰ ਵੱਲ

insidious /ਇਨ'ਸਿਡਿਅਸ/ *a* ਕਪਟੀ, ਘਾਤ ਲਾ ਕੇ ਕੀਤਾ, ਵਿਸ਼ਵਾਸਘਾਤੀ

insight /'ਇਨਸਾਇਟ/ *n* ਸੂਝ, ਨੀਝ, ਸੁਰਤੀ, ਸੁਰਤ, ਅੰਤਰਦ੍ਰਿਸ਼ਟੀ

insignia /ਇਨ'ਸਿਗਨਿਅ/ *n* (ਬਹੁ) ਅਧਿਕਾਰ ਚਿੰਨ੍ਹ, ਨਿਸ਼ਾਨ, ਬਿੱਲਾ, ਤਮਗਾ

insignificant /ˌਇਨਸਿਗ'ਨਿਫ਼ਿਕਅਨਟ/ *a* ਤੁੱਛ, ਹੇਚ, ਨੀਚ, ਛੋਟਾ, ਥੋੜ੍ਹਾ, ਮਹੱਤਵਹੀਣ; ਘਿਰਣਾਯੋਗ, ਨਿਰਾਰਥਕ, ਵਿਅਰਥ, ਬੇਕਾਰ

insincere /ˌਇਨਸਿਨ'ਸਿਅ*/ *a* ਕਪਟੀ, ਛਲੀ, ਝੂਠਾ; ਖੋਟਾ, ਬੇਵਫ਼ਾ, ਨਿਸ਼ਠਾਹੀਣ

insinuate /ਇਨ'ਸਿਨਯੁਏਇਟ/ *vt* ਘਰ ਕਰ ਲੈਣਾ; ਘੁਸੜ ਜਾਣਾ; ਕਟਾਖਸ਼ ਕਰਨਾ, ਵਿਅੰਗ ਨਾਲ ਆਖਣਾ, ਵਕਰੋਕਤੀ ਦੁਆਰਾ ਸੂਚਿਤ ਕਰਨਾ

insinuation /ਇਨˌਸਿਨਯੁ'ਏਇਸ਼ਨ/ *n* ਕਟਾਖ, ਗੁੱਝਾ ਇਸ਼ਾਰਾ, ਵਕਰੋਕਤੀ

insipid /ਇਨ'ਸਿਪਿਡ/ *a* ਫਿੱਕਾ, ਰੁੱਖਾ, ਨੀਰਸ, ਬੇਰਸ; ਜੜ੍ਹ, ਅਸਾਰ

insist /ਇਨ'ਸਿਸਟ/ *v* ਹਠ ਕਰਨਾ, ਰਿਹਾੜ ਕਰਨਾ, ਜ਼ਿੱਦ ਕਰਨਾ, ਅੜ ਜਾਣਾ; ਜ਼ੋਰ ਪਾਉਣਾ

insistence /ਇਨ'ਸਿਸਟਅਨਸ/ *n* ਹਠ, ਜ਼ਿੱਦ, ਅਨੁਰੋਧ; ਬਲ, ਜ਼ੋਰ

in situ /ˌਇਨ 'ਸਿਟਯੂ, ਇਨ 'ਸਾਇਟਯੂ/ *adv* ਸਹੀ ਟਿਕਾਣੇ ਉੱਤੇ, ਅਸਲੀ ਥਾਂ ਉੱਤੇ

insolation /ˌਇਨਸਅ(ਉ)'ਲੇਇਸ਼ਨ/ *n* ਧੁੱਪ ਲਵਾਈ

insolence /'ਇਨਸਅਲਅਨਸ/ *n* ਢੀਠਤਾ, ਗੁਸਤਾਖ਼ੀ, ਨਿਰਲੱਜਤਾ, ਬੇਅਦਬੀ, ਅਪਮਾਨ

insolent /'ਇਨਸਅਲਅਨਟ/ *a* ਢੀਠ, ਗੁਸਤਾਖ਼, ਨਿਲੱਜ

insoluble /ਇਨ'ਸੌਲਯਅਬਲ/ *a* ਗੁੰਝਲਦਾਰ; ਜਟਿਲ, ਪੇਚੀਦਾ; ਅਘੁਲਣਸ਼ੀਲ

insolvency /ਇਨ'ਸੌਲਵ਼ਅਨਸਿ/ *n* ਦਿਵਾਲਾ, ਦਿਵਾਲੀਆਪਣ

insolvent /ਇਨ'ਸੌਲਵ੍ਅਨਟ/ *n* ਦਿਵਾਲੀਆ

insomnia /ਇਨ'ਸੌਮਨਿਅ/ *n* ਨੀਂਦ ਨਾ ਆਉਣ ਦਾ ਰੋਗ, ਅਨੀਂਦਰਾ ਰੋਗ

insomuch /ˌਇਨਸਅ(ਉ)'ਮਅੱਚ/ *adv* ਇੱਥੋਂ ਤੱਕ ਕਿ

inspan /ਇਨ'ਸਪੈਨ/ *v* ਬਲਦਾਂ ਨੂੰ ਜੋੜਨਾ

inspect /ਇਨ'ਸਪੈੱਕਟ/ *vt* ਜਾਂਚਣਾ; ਛਾਣਬੀਨ ਕਰਨਾ; ਨਿਰੀਖਣ ਕਰਨਾ, ਮੁਆਇਨਾ ਕਰਨਾ, ਦੇਖ-ਭਾਲ ਕਰਨਾ

inspection /ਇਨ'ਸਪੈੱਕਸ਼ਨ/ *n* ਜਾਂਚ, ਛਾਣਬੀਨ, ਨਿਰੀਖਣ, ਮੁਆਇਨਾ

inspector /ਇਨ'ਸਪੈੱਕਟਅ*/ *n* ਨਿਰੀਖਕ

inspectorate /ਇਨ'ਸਪੈੱਕਟਅਰਅਟ/ *n* ਇਨਸਪੈਕਟਰ ਦਾ ਕਾਰਜ ਸਥਾਨ, ਇਨਸਪੈਕਟਰ ਦਾ ਦਫਤਰ ਅਤੇ ਅਮਲਾ, ਇਨਸਪੈਕਟਰ ਮੰਡਲੀ

inspiration /ˌਇਨਸਪਅ'ਰੇਇਸ਼ਨ/ *n* ਸਾਹ ਖਿੱਚਣ ਦੀ ਕਿਰਿਆ; ਪ੍ਰੇਰਨਾ, ਉਤੇਜਨਾ, ਪ੍ਰੋਤਸਾਹਨ, ਆਵੇਸ਼

inspire /ਇਨ'ਸਪਾਇਅ*/ *vt* ਸਾਹ (ਅੰਦਰ ਨੂੰ) ਲੈਣਾ; ਰੂਹ ਫੂਕ ਦੇਣਾ, ਉਤਸ਼ਾਹਿਤ ਕਰਨਾ, ਪ੍ਰੇਰਨਾ ਦੇਣਾ, ਉਤੇਜਿਤ ਕਰਨਾ

inspirit /ਇਨ'ਸਪਿਰਿਟ/ *vt* ਰੂਹ ਫੂਕਣਾ; ਜਾਨ ਪਾਉਣਾ, ਉਤਸ਼ਾਹਿਤ ਕਰਨਾ, ਉਤੇਜਿਤ ਕਰਨਾ, ਜੋਸ਼ ਦਿਵਾਉਣਾ

inspissate /ਇਨ'ਸਪਿਸੇਇਟ/ *vt* ਗਾੜ੍ਹਾ ਕਰਨਾ, ਜਮਾਉਣਾ

instability /ˌਇਨਸਟਅ'ਬਿਲਅਟਿ/ *n* ਅਸਥਿਰਤਾ, ਅਨਿੱਤਤਾ, ਛਿਣਭੰਗਰਤਾ, ਅਸਥਾਈਤਵ

install /ਇਨ'ਸਟੋਲ/ *vt* ਥਾਪਣਾ, ਸਥਾਪਿਤ ਕਰਨਾ, ਪ੍ਰਕਾਸ਼ ਕਰਨਾ, ਵਿਧੀ ਅਨੁਸਾਰ ਲਾਉਣਾ, ਗੱਦੀ ਉੱਤੇ ਬਿਠਾਉਣਾ; ਜਮਾਉਣਾ, ਗੱਡਣਾ, (ਮਸ਼ੀਨ) ਲਾਉਣਾ; ਕੰਪਿਊਟਰ ਵਿੱਚ ਕਿਸੇ ਸਾਫਟਵੇਅਰ/ਪ੍ਰੋਗਰਾਮ ਦੇ ਭਰਨ ਦਾ ਕਾਰਜ

installation /ˌਇਨਸਟਅ'ਲੇਇਸ਼ਨ/ *n* ਨਿਵੇਸ਼, ਅਭਿਸ਼ੇਕ, ਨਿਰੋਪਣ, ਸਥਾਪਨਾ, ਜੜਾਈ, ਲਗਾਈ

instalment /ਇਨ'ਸਟੋਲਮਅਨਟ/ *n* ਕਿਸ਼ਤ, ਕਿਸ਼ਤਬੰਦੀ

instance /'ਇਨਸਟਅਨਸ/ *n* ਮਿਸਾਲ, ਦ੍ਰਿਸ਼ਟਾਂਤ, ਉਦਾਹਰਨ, ਪ੍ਰਮਾਣ; ਹਾਲਤ, ਸੂਰਤ, ਅਵਸਥਾ, ਦਸ਼ਾ, (ਕਨੂੰ) ਮੁਕੱਦਮਾ, ਵਿਧੀ, ਕਿਰਿਆ, ਹੁਕਮ, ਫ਼ਰਮਾਇਸ਼, ਅਨੁਰੋਧ *vt* ਦ੍ਰਿਸ਼ਟਾਂਤ ਵੱਜੋਂ ਪੇਸ਼ ਕਰਨਾ, ਪ੍ਰਮਾਣ ਦੇਣਾ, ਉਲੇਖ ਕਰਨਾ

instant /'ਇਨਸਟਅਨਟ/ *a* ਤਤਕਾਲੀ; ਝਟ-ਪਟੀ, ਇੱਕ ਦਮੀ, ਅਤਿ ਜ਼ਰੂਰੀ; ਇਸ ਮਹੀਨੇ ਦੀ; ਚੱਲਦੇ ਮਹੀਨੇ ਦੀ *n* ਪਲ, ਦਮ, ਵਰਤਮਾਨ, ਤੁਰੰਤ, ਤਤਕਾਲਕ

instantaneous /ˌਇਨਸਟਅਨ'ਟੇਇਨਿਅਸ/ *a* ਤਤਕਾਲੀ, ਝਟਪਟੀ

instantly /'ਇਨਸਟਅਨਟਲਿ/ *adv* ਤਤਕਾਲ, ਉਸੇ ਵੇਲੇ, ਤੁਰੰਤ, ਝੱਟ-ਪੱਟ, ਪਲੋਪਲੀ

in status quo /ਇਨ ˌਸਟੇਇਟਅਸ 'ਕਵਅਉ/ *(L) adv* ਪਹਿਲੀ ਅਵਸਥਾ ਵਿੱਚ

instead /ਇਨ'ਸਟੈਡ/ *adv* ਬਜਾਏ, ਦੀ ਥਾਂ 'ਤੇ, ਇਸ ਦੇ ਬਦਲੇ, ਇਸ ਦੀ ਥਾਂ, ਇਸ ਦੇ ਵੱਟੇ

instep /'ਇਨਸਟੈੱਪ/ *n* (ਮਨੁੱਖ ਦੇ) ਪੈਰਾਂ ਦਾ ਉੱਪਰਲਾ ਹਿੱਸਾ; ਛੱਪਰ; (ਅੰਗੂਠੇ ਤੋਂ ਲੈ ਕੇ ਗਿੱਟੇ ਤੱਕ) ਜੁੱਤੀ ਦਾ ਉਹ ਹਿੱਸਾ ਜੋ ਇਸ ਨੂੰ ਢੱਕ ਲਵੇ, ਇਸੇ ਸ਼ਕਲ ਦੀ ਕੋਈ ਵਸਤੂ

instigate /'ਇਨਸਟਿਗੇਇਟ/ *vt* ਉਕਸਾਉਣਾ, ਉਭਾਰਨਾ, ਸ਼ਹਿ ਦੇਣਾ; ਚੁੱਕਣਾ; ਭੜਕਾਉਣਾ, ਉਤੇਜਿਤ ਕਰਨਾ; (ਫ਼ਸਾਦ, ਬਗ਼ਾਵਤ ਆਦਿ) ਫੁਸਲਾ ਕੇ ਕਰਾਉਣਾ

instigation /ˌਇਨਸਟਿ'ਗੇਇਸ਼ਨ/ *n* ਉਕਸਾਹਟ, ਉਤਸ਼ਾਹ, ਚੁੱਕ, ਉਭਾਰ

instigator /'ਇਨਸਟਿਗੇਇਟਅ*/ *n* ਉਕਸਾਉਣ ਵਾਲਾ, ਭੜਕਾਊ, ਚੁੱਕ ਦੇਣ ਵਾਲਾ

instil(l) /ਇਨ'ਸਟਿਲ/ *vt* ਟਪਕਾਉਣਾ, ਬੂੰਦ-

ਬੂੰਦ ਕਰ ਕੇ ਪਾਉਣਾ, ਦਿਲ ਵਿੱਚ ਬਿਠਾਉਣਾ, ਦ੍ਰਿੜ੍ਹ ਕਰਾਉਣਾ, ਪੱਕਾ ਕਰਾਉਣਾ; ਚਿੱਤ ਵਿੱਚ ਸਮਾਉਣਾ

instil(l)ment, instillation /ਇਨ'ਸਟਿਲਮਅਨਟ, ˌਇਨਸਟਿ'ਲੇਇਸ਼ਨ/ *n* ਟਪਕਾਉਣ, ਚਿੱਤ ਵਿੱਚ ਸਮਾਉਣ, ਦ੍ਰਿੜ੍ਹ ਕਰਾਉਣ

instinct /'ਇਨਸਟਿਙਕਟ/ *n* ਕੁਦਰਤੀ ਸੂਝ, ਮੂਲ ਪ੍ਰਵਿਰਤੀ, ਫ਼ਿਤਰਤ, ਸੁਭਾਵਿਕ ਰੁਚੀ, ਅੰਤਰ ਪ੍ਰੇਰਨਾ, ਸਹਿਜ ਪ੍ਰੇਰਨਾ, ਸਹਿਜ ਗਿਆਨ, ਅਨੁਭਵਤਾ *a* ਭਰਪੂਰ, ਪੂਰਨ, ਭਰਿਆ

instinctive /ਇਨ'ਸਟਿਙਕਟਿਵ਼/ *a* ਕੁਦਰਤੀ, ਮੂਲ, ਪਰਿਵਰਤਕ; ਸਹਿਜ, ਅੰਤਰ ਪ੍ਰੇਰਨਾ ਸੰਬੰਧੀ

institute /'ਇਨਸਟਿਟਯੂਟ/ *n* ਵਿਦਿਆਲਾ, ਅਜਿਹੇ ਵਿਦਿਆਲੇ ਦਾ ਭਵਨ ਜਾਂ ਦਫ਼ਤਰ, ਸਭਾ, ਸੰਸਥਾ; ਰੀਤੀ; ਰੀਤੀ ਸੰਗ੍ਰਹਿ, ਵਿਧੀ ਸਾਰ, ਕਨੂੰਨ ਦੇ ਅਸੂਲਾਂ ਦਾ ਇਕਤ੍ਰਿਤ ਸੰਗ੍ਰਹਿ *vt* ਨੀਂਹ ਰੱਖਣਾ; ਸਥਾਪਨਾ, ਕਾਇਮ ਕਰਨਾ, (ਪੜਤਾਲ ਆਦਿ) ਸ਼ੁਰੂ ਕਰਾਉਣਾ, ਅਰੰਭ ਕਰਾਉਣਾ, (ਪਾਦਰੀ ਆਦਿ) ਨਿਯੁਕਤ ਕਰਨਾ, ਮੁਕੱਰਰ ਕਰਨਾ

institution /ˌਇਨਸਟਿ'ਟਯੂਸ਼ਨ/ *n* ਸੰਸਥਾ, ਆਸ਼ਰਮ; (ਪਾਦਰੀ ਆਦਿ ਦੀ) ਨਿਯੁਕਤੀ; ਸਥਾਪਨਾ, ਰੀਤੀ, ਦਸਤੂਰ, ਰਿਵਾਜ; ਜਾਣੀ-ਪਛਾਣੀ ਵਸਤੂ ਜਾਂ ਵਿਅਕਤੀ; ਸੰਸਥਾ ਭਵਨ, ਅਦਾਰੇ ਦੀ ਇਮਾਰਤ

institutional /ˌਇਨਸਟਿ'ਟਯੂਸ਼ਅਨਲ/ *a* ਸੰਸਥਾਗਤ, ਸੰਸਥਾਨਿਕ, ਸੰਸਥਾਤਮਿਕ

instruct /ਇਨ'ਸਟਰਅੱਕਟ/ *vt* ਸਿਖਾਉਣਾ, ਪੜ੍ਹਾਉਣਾ; ਦੱਸਣਾ, (ਵਕੀਲ ਜਾਂ ਸੇਵਕ ਨੂੰ) ਜ਼ਰੂਰੀ ਗੱਲਾਂ ਸਮਝਾਉਣਾ; ਹਿਦਾਇਤ ਦੇਣਾ, ਉਪਦੇਸ਼ ਕਰਨਾ, ਹੁਕਮ ਦੇਣਾ, ਨਿਰਦੇਸ਼ ਕਰਨਾ

instruction /ਇਨ'ਸਟਰਅੱਕਸ਼ਨ/ *n* ਸਿੱਖਿਆ, ਪੜ੍ਹਾਈ, ਵਿਦਿਆਦਾਨ; ਸੂਚਨਾ, ਇਤਲਾਹ, (ਵਕੀਲ ਆਦਿ ਨੂੰ) ਹਿਦਾਇਤਾਂ; ਉਪਦੇਸ਼, ਹੁਕਮ, ਨਿਰਦੇਸ਼; (ਕੰਪਿ) ਕੰਪਿਊਟਰ ਦੀ ਪ੍ਰੋਗਰਾਮ ਭਾਸ਼ਾ ਵਿਚਲੇ ਕਥਨ, ਹਿਦਾਇਤਾਂ

instructive /ਇਨ'ਸਟਰਅੱਕਟਿਵ਼/ *a* ਸਿੱਖਿਆਦਾਇਕ

instructor /ਇਨ'ਸਟਰਅੱਕਟਅ*/ *n* ਸਿੱਖਿਅਕ, ਗੁਰੂ, ਅਧਿਆਪਕ, ਸਿਖਿਆ ਦੇਣ ਵਾਲਾ, ਨਿਰਦੇਸ਼ਕ

instrument /'ਇਨਸਟਰਅਮਅਨਟ/ *n* ਹਥਿਆਰ, ਸੰਦ, ਔਜ਼ਾਰ; ਹੱਥਠੋਕਾ, ਉਹ ਵਿਅਕਤੀ ਜਿਸ ਤੋਂ ਦੂਜਾ ਜਿਵੇਂ ਚਾਹੇ ਕੰਮ ਕਰਵਾ ਲਵੇ, ਕਠਪੁਤਲੀ; (ਸੰਗੀ) ਵਾਜਾ, ਸਾਜ਼; (ਵਿਗਿਆਨ ਵਿੱਚ ਵਰਤਿਆ ਜਾਣ ਵਾਲਾ) ਯੰਤਰ; (ਕਨੂੰ) ਲਿਖ਼ਤ ਜਾਂ ਕਾਗਜ਼, ਇਖ਼ਤਿਆਰ ਪੱਤਰ, ਦਸਤਾਵੇਜ਼

instrumental /ˌਇਨਸਟਰਅ'ਮੈਂਟਲ/ *a* ਸਹਾਇਕ, ਵਸੀਲਾ ਬਣਨ ਵਾਲਾ; (ਸੰਗੀ) ਸਾਜ਼ ਦਾ; ਸੰਗੀਤ ਦਾ; ਯੰਤਰ ਸੰਬੰਧੀ

instrumental case *n* (ਵਿਆ) ਕਰਨ ਕਾਰਕ

instrumentalist /ˌਇਨਸਟਰਅ'ਮੈਂਟਅਲਿਸਟ/ *n* ਕਿਸੇ ਸਾਜ਼ ਨੂੰ ਵਜਾਉਣ ਵਾਲਾ ਜਾਂ ਉਸ ਸਾਜ਼ ਦਾ ਮਾਹਰ, ਸਾਜ਼ਵਾਦਕ

insuavity /ਇਨ'ਸਵਾਵ਼ਅਟਿ/ *n* ਰੁੱਖਾਪਣ, ਕਠੋਰਤਾ

insubordinate /ˌਇਨਸਅ'ਬੋਡਿਨਅਟ/ *a* ਬਾਗ਼ੀ, ਆਕੀ, ਨਾਬਰ, ਅਵੱਗਿਆਕਾਰੀ

insubordination /ˌਇਨਸਅˌਬੋਡਿ'ਨੇਇਸ਼ਨ/ *n* ਨਾਬਰੀ, ਅਵੱਗਿਆ, ਆਗਿਆ ਭੰਗ, ਬਗ਼ਾਵਤ, ਆਕੀਪੁਣਾ, ਨਾਫ਼ਰਮਾਨੀ

insufferable /ਇਨ'ਸਅੱਫ਼ਰਅਬਲ/ *a* ਅਸਹਿ, ਦੁੱਭਰ, ਘਮੰਡੀ

insufficiency /ˌਇਨਸਅ'ਫ਼ਿਸ਼ਅਨਸਿ/ *n* ਘਾਟਾ, ਕਸਰ, ਅਲਪਤਾ, ਕਮੀ, ਨਿਊਨਤਾ

insufficient /ˌਇਨਸਅ'ਫ਼ਿਸ਼ਨਟ/ *a* ਥੋੜ੍ਹਾ, ਘੱਟ, ਕਸਰਵੰਦਾ, ਨਾਕਾਫ਼ੀ, ਅਲਪ

insular /'ਇਨਸਯਅਲਅ*/ *a* ਦੀਪ ਨਿਵਾਸੀ, ਦੀਪ ਸੰਬੰਧੀ; ਸੰਕੀਰਨ, ਤੰਗ ਨਜ਼ਰ

insulate /'ਇਨਸਯੁਲੇਇਟ/ *vt* (ਵਿਅਕਤੀ,

ਵਸਤੂ ਆਦਿ ਤੋਂ) ਵੱਖਰਾ ਰੱਖਣਾ, ਅਲੱਗ ਕਰਨਾ, ਜੁਦਾ ਕਰਨਾ, (ਤਪਸ਼ ਅਤੇ ਬਿਜਲੀ) ਸੰਪਰਕ ਤੋੜਨਾ, ਅਲੱਗ-ਥਲੱਗ ਕਰਨਾ

insulation /ˌ**ਇਨਸਯੁ'ਲੇਇਸ਼ਨ**/ *n* ਤਾਪ ਰੋਕਣ, ਅਲੱਗ-ਥਲੱਗਪੁਣਾ

insulator /'**ਇਨਸਯੁਲੇਇਟਅ***/ *n* ਤਾਪ ਰੋਧਕ, ਇਨਸੂਲੇਟਰ

insulin /'**ਇਨਸਯਅਲਿਨ**/ *n* ਸ਼ੱਕਰ ਰੋਗ ਦੀ ਰੋਕਥਾਮ ਦੀ ਇੱਕ ਦਵਾਈ, ਇਨਸੋਲੀਨ

insult /'**ਇਨਸਅੱਲਟ**/ *n* ਹੇਠੀ, ਹੱਤਕ, ਨਿਰਾਦਰੀ, ਅਪਮਾਨ, ਨਿਰਾਦਰੀ ਭਾਰੀ ਗੱਲ-ਬਾਤ /**ਇਨ'ਸਅੱਲਟ**/ *vt* ਹੇਠੀ ਕਰਨਾ, ਹੱਤਕ ਕਰਨਾ; ਤਿਰਸਕਾਰ ਕਰਨਾ, ਅਪਮਾਨ ਕਰਨਾ

insulting /**ਇਨ'ਸਅੱਲਟਿਙ**/ *a* ਅਪਮਾਨਜਨਕ, ਅਨਾਦਰਜਨਕ, ਬੇਇੱਜ਼ਤੀ ਵਾਲਾ, ਹੱਤਕ ਭਰਿਆ

insuperable /**ਇਨ'ਸੂਪਅਰਅਬਲ**/ *a* ਦੁਰਗਮ, ਅਲੰਘ

insurance /**ਇਨ'ਸ਼ੁਅਰਅਨਸ, -'ਸ਼ੋਰ-**/ *n* ਬੀਮਾ; ਬੀਮੇ ਦੀ ਰਕਮ

insurance policy *n* ਬੀਮਾ ਪਾਲਸੀ, ਬੀਮਾ ਪੱਤਰ

insure /**ਇਨ'ਸ਼ੁਅ*, -'ਸ਼ੋ***/ *vt* ਬੀਮਾ ਕਰਨਾ ਜਾਂ ਕਰਾਉਣਾ, ਬੀਮੇ ਰਾਹੀਂ ਜਾਇਦਾਦ ਆਦਿ ਸੁਰੱਖਿਅਤ ਕਰਾਉਣਾ

insurgence, insurgency /**ਇਨ'ਸਅ:ਜਅਨਸ, ਇਨ'ਸਅ:ਜਅਨਸਿ**/ *n* ਬਗ਼ਾਵਤ, ਵਿਦ੍ਰੋਹ

insurgent /**ਇਨ'ਸਅ:ਜਅਨਟ**/ *a* ਆਕੀ, ਬਾਗ਼ੀ, ਵਿਦ੍ਰੋਹੀ; (ਸਮੁੰਦਰ ਆਦਿ) ਸੈਲਾਬੀ, ਅੱਗੇ ਵੱਧਦਾ, ਉਭੱਰਦਾ *n* ਬਾਗ਼ੀ ਆਦਮੀ, ਵਿਦ੍ਰੋਹੀ ਵਿਅਕਤੀ

insurmountable /ˌ**ਇਨਸਅ'ਮਾਉਨਟਅਬਲ**/ *a* ਅਜਿੱਤ, ਬੇਕਾਬੂ, ਅਲੰਘ, ਅਟੱਪ

insurrection /ˌ**ਇਨਸਅ'ਰੈਕਸ਼ਨ**/ *n* ਬਗ਼ਾਵਤ, ਵਿਦ੍ਰੋਹ, ਸਾਜ਼ਸ਼, ਬਗ਼ਾਵਤ ਦੀ ਲਹਿਰ

insusceptibility /ˌ**ਇਨਸਅˌਸੈਪਟਅ'ਬਿਲਅਟਿ**/ *n* ਪ੍ਰਭਾਵ ਗ੍ਰਹਿਣ ਕਰਨ ਦੀ ਅਯੋਗਤਾ

insusceptible /ˌ**ਇਨਸਅ'ਸੈਪੱਟਅਬਲ**/ *a* ਪ੍ਰਭਾਵ ਅਤੀਤ, ਅਭਿਜਤਾ

intact /**ਇਨ'ਟੈਕਟ**/ *a* ਜਿਸ ਨੂੰ ਹੱਥ ਨਾ ਲਾਇਆ ਹੋਵੇ, ਅਛੋਹ; ਸਬੂਤਾ, ਸਾਲਮ, ਜਿਉਂ ਦਾ ਤਿਉਂ, ਪੂਰਨ, ਠੀਕ

intagliated /**ਇਨ'ਟੈਲਿਏਇਟਿਡ**/ *a* (ਤਲ ਉੱਤੇ) ਉੱਕਰਿਆ, ਖੁਦਾਈ ਕੀਤਾ

intaglio /**ਇਨ'ਟੈਲਿਅਉ**/ *n* ਉੱਕਰੇਵਾਂ, ਖੁਦਾਈ, ਨੱਕਾਸ਼ੀ, ਚਿੱਤਰਕਾਰੀ, ਨਗੀਨਾ, ਉੱਕਰਿਆ ਹੀਰਾ

intake /'**ਇਨਟੇਇਕ**/ *n* (ਖਾਣਾਂ ਵਿੱਚ) ਹਵਾ ਪਹੁੰਚਾਉਣ ਦਾ ਰਸਤਾ; ਵਟਕ; ਅੰਦਰ ਆਉਣ ਵਾਲਾ ਵਿਅਕਤੀ ਜਾਂ ਵਸਤੂ; ਕਾਸ਼ਤ ਕਰਨਯੋਗ ਭੂਮੀ; ਅੰਤਰ ਗ੍ਰਹਿਣ

intangible /**ਇਨ'ਟੈਨਜਅਬਲ**/ *a* ਅਛੋਹ, ਸਪਰਸ਼ਹੀਣ; ਅਬੋਧ, ਸੂਖਮ

integer /'**ਇਨਟਿਜਅ***/ *n* ਪੂਰਨ ਅੰਕ, ਪੂਰਨ ਸੰਖਿਆ; ਅਖੰਡ ਵਸਤੂ, ਸਾਲਮ ਵਸਤੂ; ਪੂਰੀ ਰਕਮ, ਸੰਪੂਰਨ ਰਾਸ਼ੀ

integral /'**ਇਨਟਿਗਰਅਲ, ਇਨ'ਟੈੱਗਰਅਲ**/ *a* ਪੂਰਨ ਅੰਕ ਦਾ, ਅਖੰਡ ਵਸਤੂ ਦਾ, ਪੂਰਾ (ਹਿੱਸਾ); ਕੁੱਲ, ਸਮੁੱਚਾ; ਪੂਰਕ, ਪੂਰਾ ਕਰਨ ਲਈ ਜ਼ਰੂਰੀ; (ਗਣਿ) ਪੂਰਕ, ਅਨੁਕੂਲਕ

integrant /'**ਇਨਟਿਗਰਅਨਟ**/ *a* ਸਮੂਹ ਦਾ ਇੱਕ ਭਾਗ, ਸੰਘਟਕ

integrate /'**ਇਨਟਿਗਰੇਇਟ**/ *vt* ਪੂਰਾ ਕਰਨਾ, ਏਕੀਕਰਨ ਕਰਨਾ, ਹਿੱਸਿਆਂ ਨੂੰ ਮਿਲਾ ਕੇ ਸਾਲਮ ਰੂਪ ਬਣਾਉਣਾ; (ਗਣਿ) ਤਾਪ ਕੱਢਣਾ; ਸਮੁੱਚਾ

integrated circuit *n* ਵੇਖੋ **IC**

integration /ˌ**ਇਨਟਿ'ਗਰੇਇਸ਼ਨ**/ *n* ਮਿਲਾਪ, ਏਕਤਾ, ਮੇਲ, ਏਕੀਕਰਨ, ਅਨੁਕੂਲਣ

integrator /'**ਇਨਟਿਗਰੇਇਟਅ***/ *n* ਔਸਤ ਕੱਢਣ ਵਾਲਾ ਜਾਂ ਜੋੜ ਕੱਢਣ ਵਾਲਾ ਯੰਤਰ

integrity /ਇਨ'ਟੈੱਗਰਅਟਿ/ *n* ਪੂਰਨਤਾ; ਅਖੰਡਤਾ; ਨੇਕ-ਨੀਤੀ, ਇਮਾਨਦਾਰੀ, ਦਿਆਨਤਦਾਰੀ

integument /ਇਨ'ਟੈੱਗਯੁਮਅਨਟ/ *n* ਖੱਲ, ਚਮੜੀ, ਜਿਲਦ, ਛਿੱਲ, ਝਿੱਲੀ, ਪਰਦਾ

integumentary /ਇਨ,ਟੈੱਗਯੁ'ਮੈਂਟਅਰਿ/ *a* ਖੱਲ ਆਦਿ ਸੰਬੰਧੀ

intellect /'ਇਨਟਅਲੈੱਕਟ/ *n* ਸਮਝ, ਸੂਝ, ਬੁੱਧੀ; ਬੁੱਧੀਮਾਨ, ਸਿਆਣਾ ਪੁਰਸ਼

intellectual /,ਇਨਟਅ'ਲੈੱਕਚੁਅਲ/ *a* ਬੌਧਿਕ, ਅਕਲੀ *n* ਬੁੱਧੀਮਾਨ, ਬੁੱਧੀਜੀਵੀ

intellectualism /,ਇਨਟਅ'ਲੈੱਕਚੁਅਲਿਜ਼ਅਮ/ *n* ਬੁੱਧੀਵਾਦ

intellectualist /,ਇਨਟਅ'ਲੈੱਕਚੁਅਲਿਸਟ/ *n* ਬੁੱਧੀਵਾਦੀ

intelligence /ਇਨ'ਟੈੱਲਿਜਅਨਸ/ *n* ਅਕਲ, ਸਮਝ, ਬੁੱਧੀ, ਗਿਆਨ, ਸੁਘੜਤਾ, ਸੂਝ; ਗੁਪਤ ਸੂਚਨਾ, ਸੂਹ

intelligence quotient *n* ਡਾਕਟਰੀ ਟੈਸਟ ਦੁਆਰਾ ਨਿਰਧਾਰਿਤ ਕਿਸੇ ਮਨੁੱਖ ਦੀ ਕੁਝ ਸੋਚਣ ਅਤੇ ਸਮਝਣ ਦੀ ਸ਼ਕਤੀ ਦੀ ਮਾਤਰਾ

intelligent /ਇਨ'ਟੈੱਲਿਜਅਨਟ/ *a* ਸੁਘੜ, ਸੂਝਵਾਨ, ਸਮਝਦਾਰ, ਅਕਲਮੰਦ

intelligentsia /ਇਨ,ਟੈੱਲਿ'ਜੈਂਟਸਿਅ/ *n* ਬੁੱਧੀਜੀਵੀ, ਪੜ੍ਹੇ-ਲਿਖੇ ਲੋਕ

intelligibility /ਇਨ,ਟੈੱਲਿਜਅ'ਬਿਲਅਟਿ/ *n* ਸੁਗਮਤਾ, ਸੁਬੋਧਤਾ

intelligible /ਇਨ'ਟੈੱਲਿਜਅਬਲ/ *a* ਸੁਗਮ, ਸੁਬੋਧ, ਸਪਸ਼ਟ, ਸਮਝ ਵਿੱਚ ਆਉਣ ਵਾਲਾ

intemperance /ਇਨ'ਟੈੱਮਪਅਰਅਨਸ/ *n* ਬਦਪਰਹੇਜ਼ੀ, ਅਸੰਜਮ, ਵਿਸ਼ੇ-ਵਿਕਾਰ, ਸ਼ਰਾਬਖ਼ੋਰੀ

intemperate /ਇਨ'ਟੈੱਮਪਅਰਅਟ/ *a* (ਵਿਅਕਤੀ, ਆਦਤਾਂ) ਅਸੰਜਮੀ, ਬੇਰੋਕ, ਹੱਦੋਂ ਵੱਧ ਵਿਕਾਰੀ, ਵਿਸ਼ਈ; ਸ਼ਰਾਬੀ, ਨਸ਼ੇਬਾਜ਼

intend /ਇਨ'ਟੈਂਡ/ *vt* ਚਾਹੁਣਾ, ਚਿਤਵਣਾ, ਮਨ ਬਣਾਉਣਾ, (ਕਿਸੇ ਕੰਮ ਲਈ) ਚੁਣਨਾ, ਠਾਣ ਲੈਣਾ; ਸੰਕਲਪ ਕਰਨਾ, ਇਰਾਦਾ ਕਰਨਾ; (ਕਿਸੇ ਵਸਤੂ ਦਾ) ਕਿਸੇ ਲਈ ਹੋਣਾ, ਨਿਯਤ ਹੋਣਾ, ਮਤਲਬ ਹੋਣਾ, ਮਤਲਬ ਰੱਖਣਾ, ਅਰਥ ਲਾਉਣਾ; ਭਾਵ ਹੋਣਾ

intendant /ਇਨ'ਟੈਂਡਅਨਟ/ *n* ਪ੍ਰਬੰਧਕ

intended /ਇਨ'ਟੈਂਡਿਡ/ *a* ਚਿਤਵਿਆ, ਠਾਣਿਆ, ਸੰਕਲਪ ਕੀਤਾ, ਨਿਯਤ ਕੀਤਾ

intense /ਇਨ'ਟੈਂਸ/ *a* ਡੂੰਘਾ, ਘੋਰ, ਤੀਬਰ, ਬਹੁਤ ਜ਼ਿਆਦਾ, ਤੇਜ਼ ਕੜਾਕੇ ਦੀ, ਤੀਖਣ, ਜ਼ੋਰਦਾਰ, ਪ੍ਰਬਲ, ਡੂੰਘੇ ਭਾਵਾਂ ਵਾਲਾ, ਭਾਵਮਈ

intensification /ਇਨ,ਟੈਂਸਿਫ਼ਿ'ਕੇਇਸ਼ਨ/ *n* ਤੀਬਰੀਕਰਨ, ਡੂੰਘਾ ਕਰਨ, ਗੂੜ੍ਹਾ ਕਰਨ; ਭਾਵਨਾਮਈ ਹੋਣ ਜਾਂ ਕਰਨ ਦੀ ਪ੍ਰਕਿਰਿਆ

intensifier /ਇਨ'ਟੈਂਸਿਫ਼ਾਇਅ*/ *n* ਵਿਸ਼ੇਸ਼ਣ ਜਾਂ ਕਿਰਿਆ ਵਿਸ਼ੇਸ਼ਣ ਜੋ ਵਿਸ਼ੇਸ਼ਣ ਦੇ ਅਰਥ ਨੂੰ ਹੋਰ ਚਮਕਾਵੇ

intensify /ਇਨ'ਟੈਂਸਿਫ਼ਾਇ/ *v* ਡੂੰਘਾ ਕਰਨਾ ਜਾਂ ਹੋਣਾ, ਵਧਾਉਣਾ ਜਾਂ ਵਧਣਾ; ਭਾਵਕ ਹੋਣਾ ਜਾਂ ਕਰਨਾ

intensity /ਇਨ'ਟੈਂਸਅਟਿ/ *n* ਤੀਬਰਤਾ, ਗੰਭੀਰਤਾ, ਡੂੰਘਾਈ, ਪ੍ਰਚੰਡਤਾ, ਪ੍ਰਬਲਤਾ; ਭਾਵਕਤਾ, ਉਤੇਜਨਾ

intensive /ਇਨ'ਟੈਂਸਿਵ਼/ *a* ਤੀਬਰ, ਪ੍ਰਚੰਡ, ਡੂੰਘਾ, ਸੰਘਣੀ (ਖੇਤੀ); ਵਿਸਤ੍ਰਿਤ

intent /ਇਨ'ਟੈਂਟ/ *n* ਇਰਾਦਾ, ਉਦੇਸ਼, ਨੀਤ, ਆਸ਼ਾ, ਸੰਕਲਪ, ਮੁਰਾਦ, ਮਤਲਬ, ਮਨਸ਼ਾ, ਇੱਛਿਆ *a* ਲੱਗਿਆ, ਤੁਲਿਆ, ਜੁਟਿਆ, ਤਤਪਰ, ਇਕਾਗਰ; (ਧਿਆਨ, ਦ੍ਰਿਸ਼ਟੀ ਆਦਿ) ਉਤਸੁਕਤਾਪੂਰਨ, ਪੁਰਜੋਸ਼

intention /ਇਨ'ਟੈਂਸ਼ਨ/ *n* ਨੀਤ, ਇਰਾਦਾ, ਉਦੇਸ਼, ਮਰਜ਼ੀ, ਇੱਛਿਆ, (ਤਰਕ) ਧਾਰਨਾ

intentional /ਇਨ'ਟੈਂਸ਼ਅਨਲ/ *a* ਜਾਣ-ਬੁੱਝ ਕੇ, ਨੀਤ ਨਾਲ, ਮਿਥ ਕੇ ਕੀਤਾ

inter[1] /ਇਨ'ਟਅ:*/ *vt* ਗੱਡਣਾ, ਦੱਬਣਾ, ਕਬਰ, ਜ਼ਮੀਨ ਆਦਿ ਵਿੱਚ ਦਫ਼ਨਾਉਣਾ

inter[2] /'ਇਨਟਅ:*/ *prep* ਵਿੱਚ, ਦਰਮਿਆਨ, ਅੰਤਰ, ਪਰਸਪਰ

inter[3] *pref* ਅੰਤਰ, ਵਿਚਕਾਰ

interact /ˌਇਨਟਅਰ'ਐਕਟ/ *v* ਪਰਸਪਰ ਪ੍ਰਭਾਵ ਪਾਉਣਾ, ਇੱਕ-ਦੂਜੇ ਉੱਤੇ ਅਸਰ ਕਰਨਾ

interaction /ˌਇਨਟਅਰ'ਐਕਸ਼ਨ/ *n* ਪਰਸਪਰ ਪ੍ਰਭਾਵ

interactive /ˌਇਨਟਅਰ'ਐਕਟਿਵ਼/ *a* ਪਰਸਪਰ ਪ੍ਰਭਾਵਸ਼ੀਲ

inter alia /ਇਨਟਅਰ 'ਏਇਲਿਅ/ *adv (L)* ਹੋਰ ਗੱਲਾਂ ਨਾਲ

interblend /ਇਨਟਅ'ਬਲੈਂਡ/ *v* ਆਪਸ ਵਿੱਚ ਮਿਲਨਾ ਜਾਂ ਮਿਲਾਉਣਾ; ਘੁਲ-ਮਿਲ ਜਾਣਾ; ਮਿਲ ਕੇ ਇੱਕ ਹੋ ਜਾਣਾ

interbreed /ˌਇਨਟਅ'ਬਰੀਡ/ *v* ਦੋਗਲੇ ਜਾਂ ਦੋ ਨਸਲੇ ਬੱਚੇ ਪੈਦਾ ਕਰਨਾ

inter-caste *a* ਅੰਤਰਜਾਤੀ

intercede /ˌਇਨਟਅ'ਸੀਡ/ *vt* ਵਿੱਚ ਪੈਣਾ; ਵਿਚੋਲਾ ਬਣਨਾ, ਝਗੜਾ ਨਿਪਟਾਉਣਾ, ਦਖ਼ਲ ਦੇਣਾ

intercept /ˌਇਨਟਅ'ਸੈਪਟ/ *vt* ਵਿਚਕਾਰ ਰੋਕਣਾ; ਰਾਹ ਵਿੱਚ ਰੋਕਣਾ, ਰਸਤੇ ਵਿੱਚ ਫੜਨਾ, (ਰੌਸ਼ਨੀ ਆਦਿ) ਰੋਕਣਾ; ਦੋ ਲਕੀਰਾਂ ਜਾਂ ਬਿੰਦੂਆਂ ਵਿਚਕਾਰ ਦਾਖ਼ਲ ਕਰਨਾ ਜਾਂ ਉਨ੍ਹਾਂ ਨੂੰ ਕੱਟਣਾ

interception /ˌਇਨਟਅ'ਸੈਪਸ਼ਨ/ *n* ਰੋਕ

interceptive /ˌਇਨਟਅ'ਸੈਪਟਿਵ਼/ *a* ਰਾਹ ਵਿੱਚ ਰੋਕਣ ਵਾਲਾ, ਰੁਕਾਵਟ ਪਾਉਣ ਵਾਲਾ

interceptor /ˌਇਨਟਅ'ਸੈਪਟਅ*/ *n* ਰਸਤੇ ਵਿੱਚ ਰੋਕਣ ਵਾਲਾ; ਵਿਘਨ ਵਾਲਾ; ਵਿਘਨਕਾਰਕ; ਪਕੜਨ ਵਾਲਾ (ਜਹਾਜ਼)

intercession /ˌਇਨਟਅ'ਸੈਸ਼ਨ/ *n* ਵਿਚੋਲਗੀ, ਸਾਲਸੀ, ਵਕਾਲਤ

intercessor /ਇਨਟਅ'ਸੈਸਅ*/ *n* ਪੰਚ, ਸਾਲਸ, ਵਿਚੋਲਾ

intercessorial /ਇਨਟਅˌਸੈੱ'ਸੋਰਿਅਲ/ *a* ਸਾਲਸੀ ਸੰਬੰਧੀ, ਪੰਚ ਦਾ, ਪੰਚ ਸੰਬੰਧੀ

interchange /ˌਇਨਟਅ'ਚੇਇਨਜ/ *v* ਅਦਲਾ-ਬਦਲੀ ਕਰਨਾ, ਦੋ ਚੀਜ਼ਾਂ ਨੂੰ ਇੱਕ-ਦੂਜੇ ਦੀ ਥਾਂ ਰੱਖਣਾ, ਦੋ ਚੀਜ਼ਾਂ ਨੂੰ ਵਾਰੀ-ਵਾਰੀ ਰੱਖਣਾ; ਵਟਾਂਦਰਾ, ਅਦਲ-ਬਦਲ

interchangeable /ˌਇਨਟਅ'ਚੇਇਨਜਅਬਲ/ *a* ਬਦਲਨਯੋਗ

intercom /'ਇਨਟਅਕੌਮ/ *n* ਦਫ਼ਤਰ ਜਾਂ ਸੰਸਥਾ ਦੇ ਅੰਦਰ ਆਪਸੀ ਗੱਲ-ਬਾਤ ਲਈ ਟੈਲੀਫ਼ੋਨ ਸੰਚਾਰ ਵਿਵਸਥਾ

intercommunicate /ˌਇਨਟਅਕਅ'ਮਯੂਨਿਕੇਇਟ/ *vt* ਆਪਸੀ ਆਵਾਜਾਈ ਕਰਨਾ, ਦੋਹਾਂ ਵਿਚਕਾਰ ਰਸਤਾ ਹੋਣਾ; ਪਰਸਪਰ ਮੇਲ-ਜੋਲ ਰੱਖਣਾ

intercommunication /ˌਇਨਟਅਕਅˌਮਯੂਨਿ'ਕੇਇਸ਼ਨ/ *n* ਆਵਾਜਾਈ, ਅੰਤਰ ਸੰਚਾਰ, ਪਰਸਪਰ ਮੇਲ-ਜੋਲ

intercommunion /ˌਇਨਟਅਕਅ'ਮਯੂਨਿਅਨ/ *n* ਆਪਸੀ ਸੰਬੰਧ; ਮੇਲ-ਜੋਲ

intercommunity /ˌਇਨਟਅਕਅ'ਮਯੂਨਅਟਿ/ *n* ਭਿੰਨ-ਭਿੰਨ ਜਾਤੀਆਂ ਵਿੱਚ ਸਾਂਝ, ਅੰਤਰ-ਜਾਤੀ ਸਾਂਝ, ਭਿਆਲੀ

intercontinental /ˌਇਨਟਅˌਕੌਨਟਿ'ਨੈਂਟਲ/ *a* ਮਹਾਂਦੀਪਾਂ ਜਾਂ ਮਹਾਂਦੇਸ਼ਾਂ ਵਿਚਕਾਰ (ਆਵਾਜਾਈ, ਵਪਾਰ, ਹਵਾਈ ਉਡਾਨ ਵਗੈਰਾ)

intercourse /'ਇਨਟਅਕੋਸ/ *n* ਮੇਲ-ਜੋਲ, ਵਰਤੋਂ ਵਿਹਾਰ; ਬੋਲ-ਚਾਲ; (ਮਨੁੱਖ ਦੀ ਪਰਮਾਤਮਾ ਨਾਲ) ਲੀਨਤਾ, ਲਿਵ, ਲਿਵਲੀਨਤਾ; ਸੰਭੋਗ, ਮੈਥੁਨ

interdepend /ˌਇਨਟਅਡਿ'ਪੈਂਡ/ *vt* ਅੰਤਰ ਸੰਬੰਧਿਤ ਹੋਣਾ, ਪਰਸਪਰ ਨਿਰਭਰ ਹੋਣਾ, ਇੱਕ-ਦੂਜੇ ਉੱਤੇ ਨਿਰਭਰ ਹੋਣਾ, ਇੱਕ-ਦੂਜੇ ਨਾਲ ਬੱਝੇ ਹੋਣਾ

interdependence /ˌਇਨਟਅਡਿ'ਪੈਂਡਅਨਸ/ *n* ਅੰਤਰ ਸੰਬੰਧ, ਪਰਸਪਰ ਨਿਰਭਰਤਾ, ਇੱਕ-ਦੂਜੇ ਦਾ ਆਸਰਾ, ਇੱਕ-ਦੂਜੇ ਨਾਲ ਬੰਧਨ

interdependent /ˌਇਨਟਅਡਿ'ਪੈਨੱਡਅਨਟ/ *a* ਇੱਕ-ਦੂਜੇ ਉੱਤੇ ਨਿਰਭਰ, ਪਰਸਪਰ ਆਸ਼ਰਿਤ, ਅੰਤਰ ਸੰਬੰਧਿਤ

interdict /ˌਇਨਟਅ'ਡਿਕਟ/ *vt* ਵਰਜਣਾ, ਰੋਕਣਾ, ਮਨ੍ਹਾਂ ਕਰਨਾ; ਕਿਸੇ ਥਾਂ ਜਾਂ ਮਨੁੱਖ ਨੂੰ ਧਾਰਮਿਕ ਉਤਸਵ ਮਨਾਉਣ ਦੇ ਹੱਕ ਤੋਂ ਵਰਜਣਾ /'ਇਨਟਅਡਿਕਟ/ *n* ਰੋਕ, ਮਨਾਹੀ

interdiction /ˌਇਨਟਅ'ਡਿਕਸ਼ਨ/ *n* ਰੋਕ, ਮਨਾਹੀ, ਰੋਕ ਦਾ ਹੁਕਮ

interdictory /ˌਇਨਟਅ'ਡਿਕਟਅਰਿ/ *a* ਰੋਕਣ ਵਾਲਾ, ਮਨ੍ਹਾਂ ਕਰਨ ਵਾਲਾ

interdine /ˌਇਨਟਅ'ਡਾਇਨ/ *vi* ਰਲ ਕੇ ਖਾਣਾ, ਸਾਂਝਾ ਲੰਗਰ ਕਰਨਾ

interdisciplinary /ˌਇਨਟਅ'ਡਿਸਅਪਲਿਨਅਰਿ/ *a* ਜਿਸ ਵਿੱਚ ਗਿਆਨ ਦੇ ਵਿਭਿੰਨ ਖੇਤਰ ਸ਼ਾਮਲ ਹੋਣ, ਅੰਤਰਅਨੁਸ਼ਾਸਨੀ

interest /'ਇਨਟਰਅਸਟ, -ਟਰੈਸੱਟ/ *n* (ਕਨੂੰ) ਹੱਕ, ਅਧਿਕਾਰ, (ਕਾਰੋਬਾਰ ਵਿੱਚ) ਹਿੱਸਾ, ਸੰਬੰਧ, ਤਲਾਈ, ਲਾਭ, ਫ਼ਾਇਦਾ, ਹਿੱਤ; (ਮਨੁੱਖ ਜਾਂ ਜਾਤੀ ਦਾ) ਸੁਆਰਥ, ਮਕਸਦ, ਸਰੋਕਾਰ, ਦਿਲਚਸਪੀ, ਰੁਚੀ, ਸ਼ੌਕ; ਸੂਦ, ਵਿਆਜ *vt* ਦਿਲਚਸਪੀ ਪੈਦਾ ਕਰਨਾ; ਪ੍ਰੇਰਨਾ ਦੇਣਾ, ਉਤਸੁਕਤਾ ਪੈਦਾ ਕਰਨਾ, ਧਿਆਨ ਦਿਵਾਉਣਾ

interesting /'ਇਨਟਰਅਸਟਿਙ, -ਟਰੈਸੱਟਿਙ/ *a* ਦਿਲਚਸਪ, ਰੋਚਕ, ਮਨੋਰੰਜਕ, ਸੁਆਦੀ

interfaith /'ਇਨਟਅਫ਼ੇਇਥ/ *a* ਵੱਖ-ਵੱਖ ਧਰਮਾਂ ਵਿਚਕਾਰ ਜਾਂ ਵੱਖ-ਵੱਖ ਧਰਮਾਂ ਦੇ ਲੋਕਾਂ ਨਾਲ ਸੰਬੰਧਿਤ, ਅੰਤਰਧਰਮੀ, ਅੰਤਰਵਿਸ਼ਵਾਸੀ

interfere /ˌਇਨਟਅ'ਫ਼ਿਅ*/ *vt* ਦਖ਼ਲ ਦੇਣਾ; ਵਿਘਨ ਪਾਉਣਾ, ਰੁਕਾਵਟ ਪਾਉਣਾ

interference /ˌਇਨਟਅ'ਫ਼ਿਅਰਅਨਸ/ *n* ਦਖ਼ਲ, ਵਿਘਨ, ਰੋਕ-ਟੋਕ

interflow /ˌਇਨਟਅ'ਫ਼ਲਅਉ/ *n* ਅੰਦਰਲਾ ਪ੍ਰਵਾਹ *vi* ਅੰਦਰ ਵਗਣਾ ਜਾਂ ਵਹਿਣਾ

interfluent /ˌਇਨਟਅ'ਫ਼ਲੂਅਨਟ/ *a* ਇੱਕ-ਦੂਜੇ ਵਿਚਕਾਰ ਵਗਣ ਵਾਲਾ, ਅੰਤਰ ਪ੍ਰਵਾਹੀ, ਪਰਸਪਰ ਸੰਯੋਗੀ

interfuse /ˌਇਨਟਅ'ਫ਼ਯੂਜ਼/ *v* ਇੱਕ-ਦੂਜੇ ਵਿੱਚ ਮਿਲਨਾ ਜਾਂ ਮਿਲਾਉਣਾ

interfusion /ˌਇਨਟਅ'ਫ਼ਯੂਯ਼ਨ/ *n* ਪਰਸਪਰ ਸੰਯੋਗ

interim /'ਇਨਟਅਰਿਮ/ *n* ਵਿਚਕਾਰਲਾ ਸਮਾਂ, ਆਰਜ਼ੀ ਸਮਾਂ *a* ਵਿਚਕਾਰਲਾ, ਅੰਤਰਿਮ ਮੱਧਕਾਲੀਨ, ਅੰਤਰ ਕਾਲੀਨ, ਆਰਜ਼ੀ *adv* ਇਸ ਸਮੇਂ ਵਿੱਚ, ਇਤਨੇ ਵਿੱਚ, ਇਸ ਵਿਚਕਾਰ

interior /ਇਨ'ਟਿਅਰਿਅ*/ *a* ਅੰਦਰੂਨੀ, ਅੰਦਰ ਦਾ, ਅੰਦਰਲਾ, ਆਪਣੇ ਦੇਸ਼ ਦਾ, ਘਰੇਲੂ; ਮਾਨਸਿਕ, ਆਂਤਰਿਕ *n* ਅੰਦਰਲਾ ਭਾਗ, ਦੇਸ਼ ਦਾ ਅੰਦਰਲਾ ਭਾਗ, ਹਿਰਦਾ, ਅੰਤਹਕਰਨ, ਹੀਆ, ਆਤਮਾ; ਅੰਦਰਲੀ ਸਜਾਵਟ

interjacent /ˌਇਨਟਅ'ਜੇਇਸਅਨਟ/ *a* ਵਿਚਕਾਰਲਾ; ਵਿਚਲਾ, ਦਰਮਿਆਨਾ

interject /ˌਇਨਟਅ'ਜੈੱਕਟ/ *vt* ਟੋਕ ਦੇਣਾ, ਵਿੱਚੋਂ ਬੋਲ ਪੈਣਾ, ਗੱਲ ਟੁੱਕਣਾ; ਘੁਮੇੜ ਦੇਣਾ; ਬਰੈਕਟਾਂ ਵਿੱਚ ਲਿਖਣਾ

interjection /ˌਇਨਟਅ'ਜੈੱਕਸ਼ਨ/ *n* (ਵਿਆ) ਹੈਰਾਨੀ ਅਫ਼ਸੋਸ ਆਦਿ ਦਾ ਸੂਚਕ ਸ਼ਬਦ, ਵਿਸਮਕ

interlace /ˌਇਨਟਅ'ਲੇਇਸ/ *v* ਗੁੰਦਣਾ, ਬੁਣਨਾ, ਗੁੰਦਿਆ ਜਾਣਾ, ਬੁਣਿਆ ਜਾਣਾ, ਮਿਲ ਜਾਣਾ

interlacement /ˌਇਨਟਅ'ਲੇਇਸਮਅਨਟ/ *n* ਗੁੰਦਾਈ; ਬੁਣਾਈ; ਮਿਸ਼ਰਨ, ਜੋੜ-ਮੇਲ

interlanguage /'ਇਨਟਅਲੈਂਨਗਵਿਜ/ *n* ਭਾਸ਼ਾ ਸਿੱਖਣ ਵਾਲੇ ਦਾ ਮੁਢਲਾ ਭਾਸ਼ਾ ਰੂਪ ਜਿਸ ਵਿੱਚ ਮਾਤ ਭਾਸ਼ਾ ਦੇ ਅੰਸ਼ ਵੀ ਸ਼ਾਮਲ ਹੁੰਦੇ ਹਨ, ਮੱਧ ਭਾਸ਼ਾ

interlard /ˌਇਨਟਅ'ਲਾਡ/ *vt* (ਲੇਖ, ਲੈਕਚਰ ਆਦਿ ਵਿੱਚ) ਵਿਦੇਸ਼ੀ ਸ਼ਬਦ ਮਿਲਾਉਣਾ

interleave /ˌਇਨਟਅ'ਲੀਵ਼/ *vt* ਪੁਸਤਕ ਦੇ

ਪੰਨਿਆਂ ਵਿਚਕਾਰ ਸਾਦਾ ਪੰਨੇ ਜੜਨਾ, ਵਿੱਚ ਪੱਤਰਾ ਲਾਉਣਾ

interline /ˌਇਨਟਅ'ਲਾਇਨ/ *vt* ਸਤਰਾਂ ਵਿਚਕਾਰ ਲਿਖਣਾ

interlinear /ˌਇਨਟਅ'ਲਿਨਿਅ*/ *a* ਸਤਰਾਂ ਵਿਚਕਾਰ ਲਿਖਿਆ

interlock /ˌਇਨਟਅ'ਲੌਕ/ *v* ਇੱਕ-ਦੂਜੇ ਵਿੱਚ ਫਸਣਾ ਜਾਂ ਫਸਾਉਣਾ, ਕਰੰਗੜੀ ਵਾਲੀ ਸਿਲਾਈ ਕਰਨਾ, ਅੜਾਉਣਾ, ਫਸਾ ਕੇ ਜੋੜਨਾ, ਗੱਠਣਾ

interlocution /ˌਇਨਟਅਲਅ(ਉ)'ਕਯੂਸ਼ਨ/ *n* ਗੱਲ-ਬਾਤ, ਵਾਰਤਾਲਾਪ

interlocutor /ˌਇਨਟਅ'ਲੌਕਯਅਟਅ*/ *n* ਗੱਲ-ਬਾਤ ਕਰਨ ਵਾਲਾ, ਪ੍ਰਸ਼ਨ ਉੱਤਰ ਵਿੱਚ ਤਕਰੀਰ ਕਰਨ ਵਾਲਾ, ਵਾਰਤਾਲਾਪ ਵਿੱਚ ਹਿੱਸਾ ਲੈਣ ਵਾਲਾ; ਗੋਸ਼ਟੀ ਦਾ ਸੰਚਾਲਕ

interlocutory /ˌਇਨਟਅ'ਲੌਕਯੁਟ(ਅ)ਰਿ/ *a* ਗੱਲ-ਬਾਤ ਸੰਬੰਧੀ, ਵਾਰਤਾਲਾਪ ਸੰਬੰਧੀ

interlope /ˌਇਨਟਅ'ਲਅਉਪ/ *vi* ਟੰਗ ਅੜਾਉਣਾ, ਦਖ਼ਲ ਦੇਣਾ

interloper /'ਇਨਟਅਲਅਉਪਅ*/ *n* ਬਿਨਾਂ ਹੱਕ ਦਖ਼ਲ ਦੇਣ ਵਾਲਾ, ਅਣਪ੍ਰਮਾਣਿਤ

interlude /'ਇਨਟਅਲੂਡ/ *n* ਮਧਿਆਂਤਰ ਨਾਟ; ਮਧਿਆਂਤਰ, ਵਕਫ਼ਾ, ਵਿਚਲਾ ਸਮਾਂ

intermarriage /ˌਇਨਟਅ'ਮੈਰਿਜ/ *n* ਅੰਤਰਜਾਤੀ ਵਿਆਹ

intermarry /ˌਇਨਟਅ'ਮੈਰਿ/ *vt* ਅੰਤਰਜਾਤੀ ਵਿਆਹ ਕਰਨਾ

intermeddle /ˌਇਨਟਅ'ਮੈਡੱਲ/ *vt* ਮੱਲੋ-ਮੱਲੀ ਦਖ਼ਲ ਦੇਣਾ

intermediary /ˌਇਨਟਅ'ਮੀਡਿਅਰਿ/ *a* ਵਿਚਕਾਰਲਾ, ਵਿਚਲਾ, ਮਝਲਾ, ਗਭਲਾ *n* ਵਿਚੋਲਾ, ਸਾਲਸ

intermediate /ˌਇਨਟਅ'ਮੀਡਿਅਟ/ *a* ਵਿਚਕਾਰਲਾ, ਵਿਚਲਾ *vt* ਵਿੱਚ ਪੈਣਾ, ਵਿੱਚ ਵਿਚਾਉ ਕਰਨਾ

intermediation /ˌਇਨਟਅˌਮੀਡਿ'ਏਇਸ਼ਨ/ *n* ਵਿਚੋਲਗੀ, ਸਾਲਸੀ

interment /ਇਨ'ਟਅ:ਮਅਨਟ/ *n* ਦਫ਼ਨ, ਦਫ਼ਨਾਉਣ ਦੀ ਕਿਰਿਆ

interminable /ਇਨ'ਟਅ:ਮਿਨਅਬਲ/ *a* ਅਮੁੱਕ, ਬੇਓੜਕ, ਅਟੁੱਟ, ਬੇਹੱਦ

intermingle /ˌਇਨਟਅ'ਮਿਙਗਲ/ *v* ਰਲਾ-ਮਿਲਾ ਦੇਣਾ; ਰਲ-ਮਿਲ ਜਾਣਾ, ਗੱਡ-ਮੱਡ ਹੋ ਜਾਣਾ, ਆਪਸ ਵਿੱਚ ਮਿਲ ਜਾਣਾ

intermission /ˌਇਨਟਅ'ਮਿਸ਼ਨ/ *n* ਵਕਫ਼ਾ, ਛੁੱਟੀ, ਠਹਿਰਾਅ

intermit /ˌਇਨਟਅ'ਮਿਟ/ *v* ਥੋੜ੍ਹੀ ਦੇਰ ਲਈ ਰੋਕਣਾ, ਠਹਿਰਾਉਣਾ, ਮੁਲਤਵੀ ਕਰਨਾ, ਮੌਕੂਫ਼ ਰੱਖਣਾ

intermittence, intermittency /ˌਇਨਟਅ'ਮਿਟ(ਅ)ਨਸ, ˌਇਨਟਅ'ਮਿਟ(ਅ)ਨਸਿ/ *n* ਵਕਫ਼ਾ, ਵਿਰਾਮ, ਠਹਿਰਾਅ

intermittent /ˌਇਨਟਅ'ਮਿਟਅਨਟ/ *a* ਵਾਰੀ ਦਾ (ਤਾਪ), (ਬਿਮਾਰੀ) ਜੋ ਰੁਕ-ਰੁਕ ਕੇ ਹੋਵੇ, ਵਿਰਾਮਸ਼ੀਲ

intermix /ˌਇਨਟਅ'ਮਿਕਸ/ *v* ਰਲਾ-ਮਿਲਾ ਦੇਣਾ, ਰਲ-ਮਿਲ ਜਾਣਾ, ਆਪਸ ਵਿੱਚ ਮਿਲਨਾ, ਗੱਡ-ਮੱਡ ਹੋ ਜਾਣਾ

intern /ਇਨ'ਟਅ:ਨ/ *vt* ਨਜ਼ਰਬੰਦ ਕਰਨਾ, ਨਿਗਰਾਨੀ ਹੇਠ ਰੱਖਣਾ, ਕਿਸੇ ਸੀਮਾ ਤੋਂ ਬਾਹਰ ਜਾਣ ਦੀ ਆਗਿਆ ਨਾ ਦੇਣਾ /'ਇਨਟਅ:ਨ/ *n* ਸਿਖਲਾਈ ਅਧੀਨ, ਇੰਟਰਨ

internal /ਇਨ'ਟਅ:ਨਲ/ *a* ਅੰਦਰਲਾ, ਵਿਚਲਾ, ਭੀਤਰੀ, ਆਂਤਰਿਕ; ਦੇਸ਼ ਦੇ ਅੰਦਰ ਦਾ, ਮੁਲਕੀ, ਘਰੋਗੀ; ਅਧਿਆਤਮਿਕ

internality /ਇਨˌਟਅ'ਨੈਲਿਟਿ/ *n* ਆਂਤਰਿਕਤਾ, ਅੰਤਰੀਵਤਾ, ਅੰਤਾਕਰਨ

internalize /ਇਨ'ਟਅ:ਨਅਲਾਇਜ਼/ *v* ਮਹਿਸੂਸ ਕਰਨਾ, ਅਨੁਭਵ ਕਰਨਾ, ਕਿਸੇ ਅੰਦਾਜ਼ ਨਾਲ ਸੋਚਣਾ ਅਤੇ ਵਰਤ ਵਰਤਾ ਕਰਨਾ

international /ˌਇਨਟਅ'ਨੈਸ਼ਨਅਲ/ *a* ਅੰਤਰਰਾਸ਼ਟਰੀ, ਕੌਮਾਂਤਰੀ; ਮਜ਼ਦੂਰਾਂ ਦੀ ਅੰਤਰਰਾਸ਼ਟਰੀ ਜਮਾਤ ਦਾ; ਅੰਤਰਰਾਸ਼ਟਰੀ ਮੁਕਾਬਲਿਆਂ ਵਿੱਚ ਭਾਗ ਲੈਣ ਵਾਲਾ *n* ਅੰਤਰਰਾਸ਼ਟਰੀ ਮੁਕਾਬਲਾ

internationale /ˌਇਨਟਅਨੈਸ਼ਅ'ਨਾਲ/ *n* (ਸਾਮਵਾਦੀਆਂ ਦਾ) ਅੰਤਰਰਾਸ਼ਟਰੀ ਗੀਤ

internationalism /ˌਇਨਟਅ'ਨੈਸ਼ਨਅਲਿਜ਼ਅਮ/ *n* ਅੰਤਰਰਾਸ਼ਟਰਵਾਦ, ਅੰਤਰਰਾਸ਼ਟਰੀ ਏਕਤਾ

internationalist /ˌਇਨਟਅ'ਨੈਸ਼ਨਅਲਿਸਟ/ *n* ਅੰਤਰਰਾਸ਼ਟਰਤਾਵਾਦੀ, ਅੰਤਰਰਾਸ਼ਟਰੀ ਏਕਤਾ ਦਾ ਹਿਮਾਇਤੀ

International Phonetic Alphabet *n* ਅੱਖਰਾਂ ਦੀ ਪ੍ਰਨਾਲੀ ਜਿਸ ਵਿੱਚ ਕਿਸੇ ਵੀ ਭਾਸ਼ਾ ਦੇ ਉਚਾਰਨ ਜਾਂ ਧੁਨੀਆਂ ਨੂੰ ਅੰਕਿਤ ਕੀਤਾ ਜਾ ਸਕਦਾ ਹੈ, ਅੰਤਰਰਾਸ਼ਟਰੀ ਧੁਨੀ ਲਿਪੀ

internecine /ˌਇਨਟਅ'ਨੀਸਾਇਨ/ *a* ਪਰਸਪਰ ਵਿਨਾਸ਼ਕਾਰੀ

internee /ˌਇਨਟਅ:'ਨੀ/ *n* ਨਜ਼ਰਬੰਦ

Internet /'ਇਨਟਅਨੈੱਟ/ *n* (ਕੰਪਿ) ਕੰਪਿਊਟਰਾਂ ਦਾ ਇੱਕ ਵਿਸ਼ਵਵਿਆਪੀ ਤਾਣਾ-ਬਾਣਾ ਜਿਸ ਦੀ ਮਦਦ ਨਾਲ ਪੂਰੀ ਦੁਨੀਆਂ ਵਿਚਲੇ ਕੰਪਿਊਟਰਾਂ ਨਾਲ ਜੁੜ ਕੇ ਸੂਚਨਾਵਾਂ ਦਾ ਅਦਾਨ-ਪ੍ਰਦਾਨ ਕਰਵਾਇਆ ਜਾ ਸਕਦਾ ਹੈ

internet explorer ਮਾਇਕ੍ਰੋਸਾਫਟ ਕੰਪਨੀ ਵਲੋਂ ਤਿਆਰ ਕੀਤਾ ਇੰਟਰਨੈੱਟ ਨਾਲ ਜੋੜਨ ਵਾਲਾ ਇੱਕ ਮਹੱਤਵਪੂਰਨ ਪ੍ਰੋਗਰਾਮ

Internet Service Provider ਵੇਖੋ **ISP**

internment /ਇਨ'ਟਅ:ਨਮਅਨਟ/ *n* ਨਜ਼ਰਬੰਦੀ

internode /'ਇਨਟਅਨਅਉਡ/ *n* ਗੰਢ; ਦੋ ਗੰਢਾਂ ਵਿਚਕਾਰ ਫ਼ਾਸਲਾ, ਪੋਰੀ

inter nos /'ਇਨਟਅ ˌਨਅਉਸ/ *(L) adv* ਆਪਸੀ, ਆਪਸ ਵਿੱਚ

internship /'ਇਨਟਅ:ਨਸ਼ਿਪ/ *n* ਕਿਸੇ ਵਿਦਿਆਰਥੀ ਜਾਂ ਡਿਗਰੀ ਪ੍ਰਾਪਤ ਵਿਦਿਆਰਥੀ ਦਾ ਆਪਣੇ ਕਿੱਤੇ ਦੀ ਅਸਲੀ ਸਿਖਲਾਈ ਲੈਣ ਦਾ ਸਮਾਂ

internuncio /ˌਇਨਟਅ'ਨਅੱਨਸ਼ਿਉ/ *n* ਪੋਪ ਦਾ ਦੂਤ

interoceanic /'ਇਨਟਅˌਅਉਸ਼ਿ'ਐਨਿਕ/ *a* ਦੋ ਮਹਾਂਸਾਗਰਾਂ ਦੇ ਵਿਚਕਾਰ ਵਾਲਾ

interorbital /ˌਇਨਟਅ'ਓਬਿਟਲ/ *a* ਅੰਤਰ ਗ੍ਰਹਿ ਪੱਥੀ

interosculate /ˌਇਨਟਅ'ਔਸਕਯੁਲੇਇਟ/ *vi* ਪਰਸਪਰ ਮਿਸ਼ਰਿਤ ਹੋਣਾ, ਮਿਲਨਾ-ਜੁਲਨਾ; ਅੰਤਰਯੋਜਤ ਹੋਣਾ

interpage /ˌਇਨਟਅ'ਪੇਇਜ/ *vt* ਵਿਚਕਾਰ ਸਫ਼ਾ ਜੋੜਨਾ

interpellant /ˌਇਨਟਅ'ਪੈੱਲਅਨਟ/ *a* ਵਾਧਕ, ਰੋਕੂ, ਅਵਰੋਧੀ

interpellate /ਇਨ'ਟਅ:ਪੈੱਲੇਇਟ/ *vt* (ਦੈਨਿਕ ਕਾਰਵਾਈ ਵਿੱਚ ਵਿਘਨ ਪਾ ਕੇ) ਸਵਾਲ ਕਰਨਾ, ਵੇਰਵਾ ਪੁੱਛਣਾ

interpellation /ਇਨˌਟਅ:ਪੈੱਲੇਇਸ਼ਨ/ *n* ਸਵਾਲ, (ਕੌਂਸਲ ਵਿੱਚ) ਵੇਰਵੇ ਦੀ ਮੰਗ

interpenetrate /ˌਇਨਟਅ'ਪੈੱਨਿਟਰੇਇਟ/ *v* ਅੰਤਰਭੇਦ ਕਰਨਾ, ਚੰਗੀ ਤਰ੍ਹਾਂ ਇੱਕ-ਦੂਜੇ ਵਿੱਚ ਧਸ ਜਾਣਾ, ਘੁੱਲ-ਮਿਲ ਜਾਣਾ

interpersonal /ˌਇਨਟਅ'ਪਅ:ਸਅਨਲ/ *a* ਲੋਕਾਂ ਦੇ ਆਪਸੀ ਰਿਸ਼ਤਿਆਂ ਨਾਲ ਸੰਬੰਧਿਤ

interplanetary /ˌਇਨਟਅ'ਪਲੈਨਿਟਰਿ/ *a* ਅੰਤਰਗ੍ਰਹੀ

interplay /'ਇਨਟਅਪਲੇਇ/ *n* ਪਰਸਪਰ ਕਿਰਿਆ ਜਾਂ ਪ੍ਰਭਾਵ

interpol /'ਇਨਟਅਪੋਲ/ *n* ਅੰਤਰਰਾਸ਼ਟਰੀ ਪੁਲਿਸ ਸੰਗਠਨ, ਇੰਟਰਪੋਲ

interpolar /ˌਇਨਟਅ'ਪਅਉਲਅ*/ *a* ਅੰਤਰਧਰੁਵੀ

interpolate /ਇਨ'ਟਅ:ਪਅਲੇਇਟ/ *vt* (ਕਿਤਾਬ ਜਾਂ ਲਿਖਤ ਵਿੱਚ) ਰਲਾਉਣਾ, ਵਧਾਉਣਾ, (ਬਦਨੀਤੀ ਨਾਲ) ਵਾਧਾ ਕਰਨਾ

interpolation /ਇਨ,ਟਅ:ਪਅ'ਲੇਇਸ਼ਨ/ *n* ਲਿਖਤ ਵਿੱਚ ਰਲਾ, ਰਲਾ, ਵਾਧਾ, ਵਿਗਾੜ

interpolator /ਇਨ'ਟਅ:ਪਅਉਲੇਇਟਅ*/ *n* (ਕਿਸੇ ਪੁਸਤਕ ਦੇ ਮੂਲ ਪਾਠ ਵਿੱਚ) ਰਲਾ ਕਰਨ ਵਾਲਾ, ਰਲਾ ਪਾਉਣ ਵਾਲਾ

interpose /,ਇਨਟਅ:'ਪਅਉਜ਼/ *v* ਵਿੱਚ ਲਿਆ ਧਰਨਾ; ਮੁਦਾਖ਼ਲਤ ਕਰਨਾ, ਜੜ ਦੇਣਾ (ਉਜ਼ਰ, ਇਤਰਾਜ਼ ਆਦਿ); ਵਿੱਚ ਪੈਣਾ, ਵਿੱਚ ਵਿਚਾਉ ਕਰਨਾ; ਟੰਗ ਅੜਾਉਣਾ, ਵਿੱਚੋਂ ਗੱਲ ਟੋਕ ਕੇ ਬੋਲਣਾ, ਗੱਲ ਟੁੱਕਣਾ

interposition /ਇਨ,ਟਅ:ਪਅ'ਜ਼ਿਸ਼ਨ/ *n* ਮੁਦਾਖ਼ਲਤ, ਟੋਕ, ਦਖ਼ਲ ਅੰਦਾਜ਼ੀ, ਵਿਘਨ, ਰੁਕਾਵਟ

interpret /ਇਨ'ਟਅ:ਪਰਿਟ/ *v* ਵਿਆਖਿਆ ਕਰਨਾ, ਅਰਥ ਕੱਢਣਾ; ਅਨੁਵਾਦ ਕਰਨਾ, ਤਰਜੁਮਾ ਕਰਨਾ

interpretation /ਇਨ,ਟਅ:ਪਰਿ'ਟੇਇਸ਼ਨ/ *n* ਭਾਵ ਅਰਥ; ਵਿਆਖਿਆ; ਅਨੁਵਾਦ, ਤਰਜੁਮਾ

interpreter /ਇਨ'ਟਅ:ਪਰਿਟਅ*/ *n* ਟੀਕਾਕਾਰ; ਦੋ ਭਾਸ਼ੀਆ

interprovincial /,ਇਨਟਅਪਰਅ'ਵਿਨਸ਼ਲ/ *a* ਅੰਤਰਪ੍ਰਾਂਤੀ

interracial /,ਇਨਟਅ'ਰੇਇਸ਼ਲ/ *a* ਅੰਤਰਜਾਤੀ

interred /ਇਨ'ਟਅ:ਡ/ *a* ਧਰਤੀ ਵਿੱਚ ਗੱਡਿਆ

interregnum /,ਇਨਟਅ'ਰੈੱਗਨਅਮ/ *n* ਰਾਜ ਦੇ ਤਖ਼ਤ ਦੇ ਖ਼ਾਲੀ ਰਹਿਣ ਦਾ ਸਮਾਂ (ਖ਼ਾਸ ਕਰਕੇ ਇੱਕ ਰਾਜੇ ਦੀ ਮੌਤ ਅਤੇ ਦੂਜੇ ਦੇ ਤਖ਼ਤ ਉੱਤੇ ਬੈਠਣ ਦਾ ਵਿਚਕਾਰਲਾ ਸਮਾਂ), ਰਾਜ ਅੰਤਰਾਲ, ਅੰਤਰ ਰਾਜਕੀ ਸਮਾਂ; ਵਕਫ਼ਾ, ਦਰਮਿਆਨੀ ਮੁੱਦਤ, ਵਿਚਲਾ ਸਮਾਂ

interrelated /,ਇਨਟਅਰਿ'ਲੇਇਟਿਡ/ *a* ਪਰਸਪਰ ਸੰਬੰਧਿਤ

interrelation /,ਇਨਟਅਰਿ'ਲੇਇਸ਼ਨ/ *n* ਆਪਸੀ ਮੇਲ, ਪਰਸਪਰ ਸੰਬੰਧ

interrogate /ਇਨ'ਟੈੱਰਅਗੇਇਟ/ *vt* ਸਵਾਲ ਕਰਨਾ, ਪੁੱਛਣਾ, ਪੁੱਛ-ਗਿੱਛ ਕਰਨਾ, ਤਫ਼ਤੀਸ਼ ਕਰਨਾ

interrogation /ਇਨ,ਟੈੱਰਅ'ਗੇਇਸ਼ਨ/ *n* ਸਵਾਲ, ਪੁੱਛ, ਪੱਛ-ਗਿੱਛ, ਪੁੱਛ-ਪੜਤਾਲ

interrogative /,ਇਨਟਅ'ਰੌਗਅਟਿਵ੍/ *a* ਸਵਾਲੀਆ, ਪ੍ਰਸ਼ਨਵਾਚੀ *n* ਕੀ ਕੌਣ ਆਦਿ ਪੜਨਾਂਵ

interrogator /ਇਨ'ਟੈੱਰਅਉਗੇਇਟਅ*/ *n* ਸਵਾਲ ਕਰਨ ਵਾਲਾ, ਪੁੱਛ-ਗਿੱਛ ਕਰਨ ਵਾਲਾ

interrogatory /,ਇਨਟਅ'ਰੌਗਅਟਰਿ/ *a* ਪ੍ਰਸ਼ਨਵਾਚੀ *n* ਪੁੱਛ, ਸਵਾਲ

interrupt /,ਇਨਟਅ'ਰਅੱਪਟ/ *vt* ਰੋਕਣਾ; ਰੋੜਾ ਅਟਕਾਉਣਾ, ਵਿਘਨ ਪਾਉਣਾ, ਖ਼ਲਲ ਪਾਉਣਾ; ਗੱਲ ਟੁੱਕਣਾ

interruption /,ਇਨਟਅ'ਰੱਅਪਸ਼ਨ/ *n* ਖ਼ਲਲ, ਰੁਕਾਵਟ, ਵਿਘਨ; ਟੋਕ

interscind /,ਇਨਟਅ'ਸਿਨਡ/ *vt* ਕੱਟਣਾ

inter se /ਇਨਟਅ 'ਸੇਇ/ *adv* ਆਪੋ ਵਿੱਚ

intersect /,ਇਨਟਅ'ਸੈੱਕਟ/ *v* ਕੱਟਣਾ, ਕੱਟ ਕੇ ਲੰਘਣਾ, ਵਿੱਚੋ ਲੰਘਣਾ; (ਰੇਖਾ) ਇੱਕ-ਦੂਜੇ ਨੂੰ ਕੱਟਣਾ

intersection /,ਇਨਟਅ'ਸੈੱਕਸ਼ਨ/ *n* ਲਾਂਘਾ; ਚੀਰ, (ਰਾਖਾ) ਕਾਟ

intersegmental /,ਇਨਟਅਸੈੱਗ'ਮੈਂਟਲ/ *a* ਅੰਤਰਖੰਡੀ

intersex /'ਇਨਟਅਸੈੱਕਸ/ *n* ਅੰਤਰਲਿੰਗੀ ਜੀਵ

intersexual /,ਇਨਟਅ'ਸੈੱਕਸੁਅਲ/ *a* ਅੰਤਰਲਿੰਗੀ ਜੀਵ ਸੰਬੰਧੀ

intersperse /,ਇਨਟਅ'ਸਪਅ:ਸ/ *vt* ਖਿਲਾਰਨਾ, ਖਿੰਡਾਉਣਾ, ਵਿਕੀਰਨ ਕਰਨਾ; ਰੰਗ-ਬਰੰਗਾ ਕਰਨਾ, ਚਿਤਰ-ਮਿਤਰਾ ਕਰਨਾ

interspersion /ˌਇਨਟਅ'ਸਪਅ:ਸ਼ਨ/ *n* ਖਿਲਾਰ, ਵਿਕੀਰਨ, ਰੰਗ-ਬਰੰਗਾਪਣ

interstice /ਇਨ'ਟਅ:ਸਟਿਸ/ *n* ਤਰੇੜ, ਦਰਾੜ, ਫੋਟ; ਖ਼ਾਲੀ ਥਾਂ, ਪਾਟ

interstitial /ˌਇਨਟਅ'ਸਟਿਸ਼ਲ/ *a* ਦਰਾੜ ਵਾਲਾ, ਵਿਚਕਾਰ ਟਿਕਿਆ, ਖ਼ਾਲੀ ਥਾਂ ਦਾ

interterritorial /ਇਨਟਅˌਟੈਰੱਅ'ਟੋਰਿਅਲ/ *a* ਅੰਤਰਪ੍ਰਦੇਸ਼ਕ, ਅੰਤਰਰਾਜੀ, ਖ਼ੇਤਰੀ

intertribal /ˌਇਨਟਅ'ਟਰਾਇਬਲ/ *a* ਅੰਤਰ-ਕਬਾਇਲੀ, ਅੰਤਰਜਾਤੀ

intertropical /ˌਇਨਟਅ'ਟਰੌਪਿਕਲ/ *a* ਅੰਤਰ-ਤਪਤ ਖੰਡ ਸੰਬੰਧੀ

intertwine /ˌਇਨਟਅ'ਟਵਾਇਨ/ *v* ਗੁੰਦਣਾ, ਵੱਟਣਾ, ਵਲ੍ਹੇਟਣਾ, ਉਲਝਾਉਣਾ

intertwist /ˌਇਨਟਅ'ਟਵਿਸਟ/ *vt* ਇੱਕ-ਦੂਜੇ ਨਾਲ ਮਿਲਾ ਕੇ ਵੱਟਣਾ, ਮਰੋੜਨਾ, ਗੁੰਦਣਾ

interval /'ਇਨਟਅਵ਼ਲ/ *n* ਵਕਫ਼ਾ; ਮਧਿਅੰਤਰ, ਵਿਚਲਾ ਸਮਾਂ; ਖ਼ਾਲੀ ਥਾਂ, (ਸੰਗੀ) ਧੁਨੀ ਅੰਤਰ; ਫ਼ਰਕ, ਵਿੱਥ

intervene /ˌਇਨਟਅ'ਵ਼ੀਨ/ *vt* ਵਿੱਚ ਪੈਣਾ; (ਇਸ) ਸਮੇਂ ਵਿਚਕਾਰ ਹੋਣਾ; ਦਖ਼ਲ ਦੇਣਾ, ਵਿਘਨ ਪਾਉਣਾ; (ਦੋ ਵਸਤੂਆਂ ਵਿਚਕਾਰ) ਹੋਣਾ

intervening /ˌਇਨਟਅ'ਵ਼ੀਨਿਙ/ *a* ਦਖ਼ਲ ਦੇਣ ਵਾਲਾ, ਮੱਧਵਰਤੀ, ਅੰਤਰਵਰਤੀ

intervention /ˌਇਨਟਅ'ਵ਼ੈੱਨਸ਼ਨ/ *n* ਦਖ਼ਲ, ਵਿਘਨ, ਰੁਕਾਵਟ

interview /'ਇਨਟਅਵ਼ਯੂ/ *n* ਮੁਲਾਕਾਤ, ਭੇਟ; ਇੰਟਰਵਿਊ *vt* ਮੁਲਾਕਾਤ ਕਰਨਾ, ਭੇਟ ਕਰਨਾ; ਇੰਟਰਵਿਊ ਕਰਨਾ

interviewee /ˌਇਨਟਅਵ਼ਯੂ'ਈ/ *n* ਇੰਟਰਵਿਊ ਦੇਣ ਵਾਲਾ, ਮੁਲਾਕਾਤੀ,

interviewer /'ਇਨਟਅਵ਼ਯੂਅ*/ *n* ਮੁਲਾਕਾਤ ਕਰਨ ਵਾਲਾ, ਇੰਟਰਵਿਊ ਲੈਣ ਵਾਲਾ

intervocalic /ˌਇਨਟਅਵ਼ਅ(ਉ)'ਕੈਲਿਕ/ *a* (ਭਾਸ਼ਾ) ਦੋ ਸਵਰਾਂ ਵਿਚਕਾਰ ਟਿਕਿਆ, ਸਵਰ ਅੰਤਰੀ

intervolve /ˌਇਨਟਅ'ਵ਼ੌਲਵ਼/ *vt* ਪਰਸਪਰ ਲਪੇਟਣਾ

interweave /ˌਇਨਟਅ'ਵੀਵ਼/ *vt* ਮਿਲਾ ਦੇਣਾ, ਮਿਸ਼ਰਿਤ ਕਰਨਾ, ਜੋੜਨਾ; ਪਰਸਪਰ ਬੁਣਨਾ, ਪਰਸਪਰ ਉਣਨਾ

intestate /ਇਨ'ਟੈੱਸਟੇਇਟ/ *a* ਬਿਨਾਂ ਵਸੀਅਤ ਕੀਤੇ ਮਰਿਆ (ਵਿਅਕਤੀ), ਬੇਵਸੀਅਤੀ (ਜਾਇਦਾਦ)

intestinal /ਇਨ'ਟੈੱਸਟਿਨਲ/ *a* ਆਂਦਰਾਂ ਸਬੰਧੀ

intestine /ਇਨ'ਟੈੱਸਟਿਨ/ *a* ਭੀਤਰੀ, ਅੰਦਰਲਾ; ਘਰੇਲੂ, ਘਰੋਗੀ *n* ਆਂਦਰਾਂ, ਅੰਤੜੀਆਂ

intimacy /'ਇਨਟਿਮਅਸਿ/ *n* ਨੇੜ, ਨਿਕਟਤਾ, ਮਿੱਤਰਤਾ, ਆਸ਼ਨਾਈ, ਅਪਣੱਤ, ਯਾਰਾਨਾ; ਸਹਿਜਤਾ

intimate /'ਇਨਟਿਮਅਟ/ *a* ਨੇੜੇ ਦਾ (ਸੰਬੰਧੀ); ਗੂੜ੍ਹਾ (ਮਿੱਤਰ), ਜਿਗਰੀ, ਨਿਕਟ, ਦਿਲੀ; ਨਿਝੱਕ, ਖੁੱਲ੍ਹਾ, ਮਹਿਰਮ, ਸਹਿਜ; ਅਧਿਆਤਮਿਕ *n* ਦਿਲੀ ਦੋਸਤ, ਲੰਗੋਟੀਆ ਯਾਰ; ਇਤਲਾਹ, ਗਿਆਤ, ਸੂਹ /'ਇਨਟਿਮੇਇਟ/ *vt* ਪਤਾ ਦੇਣਾ, ਸੂਚਿਤ ਕਰਨਾ, ਖ਼ਬਰ ਦੇਣਾ, ਜਾਣੂ ਕਰਨਾ, ਗਿਆਤ ਕਰਨਾ, ਇਤਲਾਹ ਦੇਣਾ; ਹੁਸ਼ਿਆਰ ਕਰਨਾ, ਸਚੇਤ ਕਰਨਾ, ਇਸ਼ਾਰਾ ਦੇਣਾ; ਸੂਹ ਦੇਣਾ

intimation /ˌਇਨਟਿ'ਮੇਇਸ਼ਨ/ *n* ਸੰਦੇਸ਼, ਪਤਾ, ਖ਼ਬਰ, ਇਤਲਾਹ, ਸੂਚਨਾ, ਇਸ਼ਾਰਾ, ਸੂਹ

intimidate /ਇਨ'ਟਿਮਿਡੇਇਟ/ *vt* ਡਰਾਉਣਾ, ਧਮਕਾਉਣਾ, ਭੈ-ਭੀਤ ਕਰਨਾ, ਦਬਕਾਉਣਾ, ਦਬੱਲਣਾ

intimidation /ਇਨˌਟਿਮਿ'ਡੇਇਸ਼ਨ/ *n* ਡਰ, ਧਮਕੀ, ਭੈ, ਡਾਂਟ-ਡਪਟ

intimidator /ਇਨ'ਟਿਮਿਡੇਇਟਅ*/ *n* ਡਰਾਉਣ ਵਾਲਾ, ਧਮਕਾਉਣ ਵਾਲਾ, ਭੈ-ਭੀਤ ਕਰਨ ਵਾਲਾ

intimity /ਇਨ'ਟਿਮਅਟਿ/ *n* ਇਕਾਂਤਵਾਸ,

ਗੋਸ਼ਾਨਸ਼ੀਨੀ, ਇਕੱਲਾਪਣ

into /'ਇਨਟੁ/ *prep* ਅੰਦਰ, ਵਿੱਚ, ਭੀਤਰ; ਜ਼ਰਬ, ਗੁਣਨ, ਗੁਣਾ (ਜਿਵੇਂ 3 × 3 = 9)

intolerable /ਇਨ'ਟੌਲਅਰਅਬਲ/ *a* ਬਰਦਾਸ਼ਤ ਤੋਂ ਬਾਹਰ, ਅਸਹਿ, ਬੇਹੱਦ

intolerance /ਇਨ'ਟੌਲਅਰਅਨਸ/ *a* ਤੰਗ-ਦਿਲੀ, ਅਸਹਿਣਸ਼ੀਲਤਾ, ਕੱਟੜਪੁਣਾ

intolerant /ਇਨ'ਟੌਲਅਰਅਨਟ/ *a* ਅਸਹਿਣਸ਼ੀਲ, ਤੰਗ-ਦਿਲ, ਕੱਟੜ

intonate /'ਇਨਟਅ(ਉ)ਨੇਇਟ/ *vt* ਸੁਰ ਉਤਪੰਨ ਕਰਨਾ; ਸੰਗੀਤਕ ਸ਼ਬਦਾਂ ਨੂੰ ਅਲਾਪਣਾ; ਰਹਾ ਨਾਲ ਪੜ੍ਹਨਾ

intonation /ˌਇਨਟਅ(ਉ)'ਨੇਇਸ਼ਨ/ *n* ਰਹਾ; ਅਲਾਪ, ਸੁਰ ਲਹਿਰ

intone /ਇਨ'ਟਅਉਨ/ *vt* ਸੰਗੀਤਮਈ ਸੁਰ ਵਿੱਚ ਪ੍ਰਾਰਥਨਾ ਕਰਨਾ; ਅਲਾਪ ਕਰਨਾ, ਵਿਸ਼ੇਸ਼ ਸੁਰ ਵਿੱਚ ਗੀਤ ਗਾਉਣਾ ਜਾਂ ਰਾਗ ਅਲਾਪਣਾ

in toto /ˌਇਨ 'ਟਅਉਟਅਉ/ *(L) adv* ਪੂਰਨ ਰੂਪ ਵਿੱਚ

intoxicant /ਇਨ'ਟੌਕਸਿਕਅਨਟ/ *a* ਨਸ਼ੀਲਾ *n* ਨਸ਼ੀਲੀ ਵਸਤੂ, ਮਾਦਕ ਪਦਾਰਥ

intoxicate /ਇਨ'ਟੌਕਸਿਕੇਇਟ/ *vt* ਖ਼ੁਮਾਰੀ ਚਾੜ੍ਹਨਾ, ਮਦਹੋਸ਼ ਕਰਨਾ, ਨਸ਼ਿਆਉਣਾ; ਜੋਸ਼ ਦਿਵਾ ਕੇ ਆਪੇ ਤੋਂ ਬਾਹਰ ਕਰ ਦੇਣਾ

intoxication /ਇਨˌਟੌਕਸਿ'ਕੇਇਸ਼ਨ/ *n* ਨਸ਼ਾ, ਮਸਤੀ, ਖ਼ੁਮਾਰ, ਖ਼ੁਮਾਰੀ; ਮਦਹੋਸ਼ੀ, ਬੇਖ਼ੁਦੀ

intractability /ਇਨˌਟਰੈਕਟਅ'ਬਿਲਅਟਿ/ *n* ਢੀਠਤਾ, ਅੱਖੜਪੁਣਾ, ਅੜਬਪੁਣਾ, ਮੂੰਹ-ਜ਼ੋਰੀ; ਜਟਿਲਤਾ, ਪੇਚੀਦਗੀ, ਦੁਰਗਮਤਾ

intractable /ਇਨ'ਟਰੈਕਟਅਬਲ/ *a* ਢੀਠ, ਅੱਖੜ, ਮੂੰਹ-ਜ਼ੋਰ, ਬੇਲਗਾਮ; (ਰੋਗ) ਅਸਾਧ

intramural /ˌਇਨਟਰਅ'ਮਯੂਅਰਅਲ/ *a* ਚਾਰ ਦੀਵਾਰੀ ਦੇ ਅੰਦਰ, ਕਾਰਜ ਖੇਤਰ ਅੰਦਰ

intranet /'ਇਨਟਰਅਨੈਟ/ *n* (ਕੰਪਿ) ਕਿਸੇ ਇੱਕ ਸੰਸਥਾ ਦੇ ਵਿਅਕਤੀਆਂ ਵਿਚਕਾਰ ਫੈਲਿਆ ਕੰਪਿਊਟਰੀ ਤਾਣਾ-ਬਾਣਾ

intranquillity /ˌਇਨਟਰੈਙ'ਕਵਿਲਿਟਿ/ *n* ਬੇਚੈਨੀ, ਅਸ਼ਾਂਤੀ

intransigency /ਇਨ'ਟਰੈਨਸਿਜ(ਅ)ਨਸਿ/ *n* (ਰਾਜ) ਹਠ, ਕੱਟੜਤਾ

intransigent /ਇਨ'ਟਰੈਨਸਿਜਅਨਟ/ *a* (ਰਾਜ) ਹਠੀ, ਕੱਟੜ, ਦ੍ਰਿੜ੍ਹ, ਅਵੈੜਾ, ਨਾ ਮੰਨਣ ਵਾਲਾ *n* ਹਠੀ ਜਾਂ ਕੱਟੜ ਆਦਮੀ

intransitive /ਇਨ'ਟਰੈਨਸਅਟਿਵ਼/ *a* ਅਕਰਮਕ *n* (ਵਿਆ) ਅਕਰਮਕ ਕਿਰਿਆ

intransmissible /ˌਇਨਟਰੈਨਜ਼'ਮਿਸਅਬਲ/ *a* ਜੋ ਪਹੁੰਚਾਇਆ ਜਾਂ ਭੇਜਿਆ ਨਾ ਜਾ ਸਕੇ

intransmutable /ˌਇਨਟਰੈਨਜ਼'ਮਯੂਟਅਬਲ/ *a* ਅਬਦਲ, ਨਾ ਬਦਲਨਯੋਗ

intrant /'ਇਨਟਰਅਨਟ/ *n* (ਵਿਦਿਆਲੇ ਵਿੱਚ) ਦਾਖ਼ਲ ਹੋਣ ਵਾਲਾ, ਪ੍ਰਵੇਸ਼ ਕਰਨ ਵਾਲਾ

intravenous /ˌਇਨਟਰਅ'ਵ਼ੀਨਅਸ/ *a* ਅੰਤਰਨਸੀ

intra vires /ˌਇਨਟਰਅ 'ਵ਼ਾਇਰੀਜ਼/ *(L) adv* ਅਧਿਕਾਰਗਤ, ਅਧਿਕਾਰ ਅਨੁਕੂਲ, ਵਸੀਕਾਰ ਦੇ ਅੰਦਰ

intrench /ਇਨ'ਟਰੈਂਚ/ *vt* ਵੇਖੋ **entrench**

intrenchant /ਇਨ'ਟਰੈਂਚਅਨਟ/ *a* ਨਾ ਕੱਟਣ ਯੋਗ, ਅਕੱਟ

intrepid /ਇਨ'ਟਰੈਪਿਡ/ *a* ਨਿਡਰ, ਬਹਾਦਰ, ਦਲੇਰ, ਨਿਧੜਕ, ਨਿਰਭੈ, ਸਾਹਸੀ

intrepidity /ˌਇਨਟਰਅ'ਪਿਡਅਟਿ/ *n* ਨਿਡਰਤਾ, ਬਹਾਦਰੀ, ਦਲੇਰੀ, ਨਿਧੜਕਤਾ, ਨਿਰਭੈਤਾ, ਸਾਹਸ

intricacy /'ਇਨਟਰਿਕਅਸਿ/ *n* ਗੁੰਝਲ, ਪੇਚੀਦਗੀ, ਮੁਸ਼ਕਲ, ਅਸਪਸ਼ਟਤਾ, ਜਟਿਲਤਾ, ਵਿਖਮਤਾ, ਦੁਰਬੋਧਤਾ, ਗੂੜ੍ਹਤਾ

intricate /'ਇਨਟਰਿਕਅਟ/ *a* ਗੁੰਝਲਦਾਰ, ਵਲਾਵਾਂ, ਮੁਸ਼ਕਲ, ਪੇਚੀਦਾ; ਅਸਪਸ਼ਟ

intrigant /ਇਨ'ਟਰੀਗਅਨਟ/ *n* ਸਾਜ਼ਸ਼ ਕਰਨ

ਵਾਲਾ, ਸਾਜ਼ਸ਼ੀ, ਕਪਟੀ

intrigue /ਇਨ'ਟਰੀਗ/ *n* ਆਸ਼ਨਾਈ, ਗੁਪਤ ਪ੍ਰੇਮ; ਸਾਜ਼ਸ਼, ਛੜਯੰਤਰ, ਗੋਂਦ *v* ਲੁਕਵਾਂ ਸੰਬੰਧ ਪੈਦਾ ਕਰਨਾ, ਵਿਭਚਾਰ ਕਰਨਾ, ਆਸ਼ਨਾਈ ਰੱਖਣਾ; ਗੰਢ-ਸੰਢ ਕਰਨਾ, ਸਾਜ਼ਸ਼ ਕਰਨਾ; ਉਤਸੁਕਤਾ ਉਤਪੰਨ ਕਰਨਾ, ਭਰਮ ਪੈਦਾ ਕਰਨਾ

intrinsic /ਇਨ'ਟਰਿਨਸਿਕ/ *a* ਅੰਤਰੀਵ, ਭੀਤਰੀ; ਸੁਭਾਵਿਕ, ਨਿਜੀ (ਗੁਣ ਆਦਿ)

introduce /ˌਇਨਟਰਅ'ਡਯੂਸ/ *vt* ਜਾਣ-ਪਛਾਣ ਦੇਣਾ ਜਾਂ ਕਰਾਉਣਾ, ਪਰਿਚੇ ਦੇਣਾ ਜਾਂ ਕਰਾਉਣਾ; ਉਪਸਥਿਤ ਕਰਨਾ, ਵਾੜਨਾ, ਦਾਖ਼ਲ ਕਰਨਾ; ਪੇਸ਼ ਕਰਨਾ, ਪ੍ਰਸਤੁਤ ਕਰਨਾ; ਮੁਲਾਕਾਤ ਕਰਾਉਣਾ, ਸ਼ੁਰੂ ਕਰਨਾ, ਅਰੰਭ ਕਰਨਾ, ਪ੍ਰਵੇਸ਼ ਕਰਨਾ; ਪ੍ਰਚਲਿਤ ਕਰਨਾ, ਪੇਸ਼ ਕਰਨਾ (ਬਿਲ); ਭੂਮਿਕਾ ਬੰਨ੍ਹਣਾ, ਪ੍ਰਸਤਾਵਨਾ ਲਿਖਣਾ

introduction /ˌਇਨਟਰਅ'ਡਅੱਕਸ਼ਨ/ *n* ਜਾਣ-ਪਛਾਣ; ਅਸਥਾਪਨ; ਅਰੰਭ, ਪ੍ਰਚਲਨ; ਭੂਮਿਕਾ, ਮੁੱਖ ਬੰਧ

introductory /ˌਇਨਟਰਅ'ਡਅੱਕਟਅਰਿ/ *a* ਜਾਣ-ਪਛਾਣ ਦੇ ਤੌਰ 'ਤੇ, ਪ੍ਰਵੇਸ਼ ਸਾਧਕ; ਪ੍ਰਾਰੰਭਕ; ਅਰੰਭਿਕ, ਭੂਮਿਕਾ ਸਵਰੂਪ

introflexed /ˌਇਨਟਰਅ'ਫ਼ਲੈੱਕਸਟ/ *a* ਅੰਦਰਲੇ ਪਾਸੇ ਝੁਕਿਆ, ਅੰਤਰਵਕਰਿਤ

introflexion /ˌਇਨਟਰਅ'ਫ਼ਲੈੱਕਸ਼ਨ/ *n* ਅੰਦਰ ਵੱਲ ਝੁਕਾਅ, ਅੰਤਰਵਕਰਿਤੀ

introgression /ˌਇਨਟਰਅ'ਗਰੈੱਸ਼ਨ/ *n* ਅੰਦਰੂਨੀ ਗਤੀ, ਅੰਦਰ ਆਉਣਾ ਜਾਂ ਜਾਣਾ, ਅੰਤਰਆਗਮਨ

intromit /ˌਇਨਟਰਅ(ਉ)'ਮਿਟ/ *vt* ਘੁਸੇੜਨਾ, ਵਾੜਨਾ, ਵਿੱਚ ਪਾਉਣਾ, ਸੰਮਿਲਿਤ ਕਰਨਾ, ਅੰਦਰ ਆਉਣ ਦੇਣਾ, ਲੈਣਾ, ਸਵੀਕਾਰ ਕਰਨਾ, ਪ੍ਰਵਾਨ ਕਰਨਾ

introspect /ˌਇਨਟਰਅ(ਉ)'ਸਪੈੱਕਟ/ *vt* ਚਿੰਤਨ ਕਰਨਾ, ਅੰਤਰ ਧਿਆਨ ਕਰਨਾ, ਆਤਮ ਚੀਨਣਾ, ਅੰਤਰ ਧਿਆਨ ਹੋਣਾ, ਅੰਤਰਦ੍ਰਿਸ਼ਟੀ ਕਰਨਾ

introspection /ˌਇਨਟਰਅ'ਸਪੈੱਕਸ਼ਨ/ *n* ਆਤਮ ਚੀਨਣ, ਅੰਤਰਧਿਆਨ, ਅੰਤਰਦ੍ਰਿਸ਼ਟੀ

introspective /ˌਇਨਟਰਅ'ਸਪੈੱਕਟਿਵ਼/ *a* ਚਿੰਤਨਾਤਮਿਕ, ਅੰਤਰਧਿਆਨਾਤਮਿਕ, ਅੰਤਰਦ੍ਰਿਸ਼ਟੀ ਸੰਬੰਧੀ

introversive /ˌਇਨਟਰਅ(ਉ)'ਵ਼ਅ:ਸਿਵ਼/ *a* ਚਿੱਤ ਨੂੰ ਅੰਦਰ ਵੱਲ ਟਿਕਾਉਣ ਵਾਲਾ, ਅੰਤਰਮੁਖੀ

introvert /ˌਇਨਟਰਅ'ਵ਼ਅ:ਟ, 'ਇਨਟਰਅ(ਉ)ਵ਼ਅ:ਟ/ *vt* ਮਨ ਨੂੰ ਅੰਦਰ ਮੋੜਨਾ, ਅੰਤਰਮੁਖੀ ਹੋਣਾ, ਬਿਰਤੀ ਅੰਦਰ ਟਿਕਾਉਣਾ *n* ਅੰਤਰਮੁਖ ਵਿਅਕਤੀ

intrude /ਇਨ'ਟਰੂਡ/ *v* ਘੁਸੜਨਾ, ਘੁਸੇੜਨਾ, ਬਿਨਾਂ ਆਗਿਆ ਪ੍ਰਵੇਸ਼ ਕਰਨਾ, ਬਿਨ ਬੁਲਾਏ ਘੁਸ ਆਉਣਾ; ਦਖ਼ਲ ਦੇਣਾ; ਠੋਸਣਾ, ਮੜ੍ਹਨਾ

intrusion /ਇਨ'ਟਰੂਯ਼ਨ/ *n* ਬਿਨਾਂ ਆਗਿਆ ਪ੍ਰਵੇਸ਼; ਅਯੋਗ ਦਖ਼ਲ, ਵਿਘਨ

intrusive /ਇਨ'ਟਰੂਸਿਵ਼/ *a* ਅਯੋਗ ਦਖ਼ਲ ਦੇਣ ਵਾਲਾ, ਦੂਜਿਆਂ ਦੀ ਗੱਲ ਵਿੱਚ ਟੰਗ ਅੜਾਉਣ ਵਾਲਾ

intrust /ਇਨ'ਟਰਅੱਸਟ/ *vt* ਸੌਂਪਣਾ, ਹਵਾਲੇ ਕਰਨਾ

intuition /ˌਇਨਟਯੁ'ਇਸ਼ਨ/ *n* ਫੁਰਨਾ, ਅਨੁਭਵ, ਅੰਤਰਪ੍ਰੇਰਨਾ; ਅਨੁਭਵੀ ਗਿਆਨ, ਅੰਤਰਦ੍ਰਿਸ਼ਟੀ; ਸਹਿਜ ਗਿਆਨ, ਸਹਿਜ ਬੋਧ

intuitional /ˌਇਨਟਯੁ'ਇਸ਼(ਅ)ਨ(ਅ)ਲ/ *a* ਅਨੁਭਵੀ; ਅੰਤਰਗਿਆਨਾਤਮਿਕ; ਸਹਿਜ ਬੋਧਾਤਮਿਕ

intuitive /ਇਨ'ਟਯੂਇਟਿਵ਼/ *a* ਅਨੁਭਵੀ; ਅੰਤਰ ਦ੍ਰਿਸ਼ਟੀਗਤ; ਅੰਤਰਗਿਆਨ ਦੁਆਰਾ ਸਾਖਿਅਤ

intumescence /ˌਇਨਟਯੁ'ਮੈੱਸੰਨਸ/ *n* ਸੋਜ, ਸੋਜ਼ਸ਼, ਗਿਲਟੀ

intumescent /ˌਇਨਟਯੂ'ਮੈੱਸੰਨਟ/ *a* ਸੁੱਜਿਆ, ਫੁੱਲਿਆ

intussusception /ˌਇਨਟਅਸਅ'ਸੈਪੱਸ਼ਨ/ *n* ਨਾੜ ਚੜ੍ਹ ਜਾਣਾ, ਨਾੜ ਪੈਣਾ

intwine /ਇਨ'ਟਵਾਇਨ/ *v* ਲਿਪਟਾਉਣਾ; ਲਪੇਟਣਾ, ਉਲਝਣਾ, ਗੁੰਦਣਾ, ਵੱਟਣਾ

inundate /'ਇਨਅੱਨਡੇਇਟ/ *vt* ਜਲ-ਥਲ ਕਰ ਦੇਣਾ, ਹੜ੍ਹ ਵਗਾ ਦੇਣਾ, (ਅਲੰਕਾਰਕ) ਭਰਮਾਰ ਕਰਨਾ, ਲਹਿਰ- ਬਹਿਰ ਕਰਨਾ

inundation /ˌਇਨਅੱਨ'ਡੇਇਸ਼ਨ/ *n* ਹੜ੍ਹ, ਸੈਲਾਬ; ਭਰਮਾਰ

inurbane /ˌਇਨਅ:'ਬੇਇਨ/ *a* ਉਜੱਡ, ਗੰਵਾਰੂ, ਅਸੱਭਿਅਕ

inurbanity /ˌਇਨਅ:'ਬੈਨਅਟਿ/ *n* ਉਜੱਡਪੁਣਾ, ਗੰਵਾਰਪਣ, ਅਸੱਭਿਅਤਾ

inure, enure /ਇ'ਨਯੁਅ*/ *v* ਹਿਲਾ ਲੈਣਾ, ਆਦੀ ਬਣਾ ਲੈਣਾ, ਗਿਝਾ ਲੈਣਾ; ਕਨੂੰਨ ਵਰਤੋਂ ਵਿੱਚ ਆਉਣਾ, ਕੰਮ ਆਉਣਾ

inured /ਇ'ਨਯੁਅਡ/ *a* ਆਦੀ, ਗਿੱਝਿਆ

inurement /ਇ'ਨਯੁਅਮਅਨਟ/ *n* ਆਦਤ, ਵਾਦੀ, ਗੇਝ, ਭੁਸ

inutile /ਇ'ਨਯੁਟਾਇਲ/ *a* ਨਿਕੰਮਾ, ਨਕਾਰਾ, ਬੇਕਾਰ, ਅਕਾਰਥ, ਵਿਅਰਥ, ਬਿਰਥਾ, ਫੋਕਟ, ਅਕਾਜ, ਨਿਸ਼ਫਲ, ਫ਼ਜ਼ੂਲ, ਬੇਫਾਇਦਾ

inutility /ˌਇਨਯੁ'ਟਿਲਅਟਿ/ *n* ਨਿਕੰਮਾਪਣ, ਨਕਾਰਾਪਣ, ਵਿਅਰਥਤਾ, ਨਿਸ਼ਫਤਾ

invade /ਇਨ'ਵ਼ੇਇਡ/ *vt* ਹੱਲਾ ਕਰਨਾ, ਚੜ੍ਹਾਈ ਕਰਨਾ, ਚੜ੍ਹ ਆਉਣਾ, ਧਾਵਾ ਕਰਨਾ; ਦਖ਼ਲ ਦੇਣਾ, ਘੁਸਣਾ, ਵਿਘਨ ਪਾਉਣਾ

invader /ਇਨ'ਵ਼ੇਇਡਅ*/ *n* ਹੱਲਾ ਕਰਨ ਵਾਲਾ, ਚੜ੍ਹਾਈ ਕਰਨ ਵਾਲਾ, ਹਮਲਾਵਰ

invaginate /ਇਨ'ਵ਼ੈਜਿਨੇਇਟ/ *vt* ਉਲਟ ਦੇਣਾ, ਅੰਦਰ ਵੱਲ ਪਲਟਣਾ; ਮਿਆਨ ਵਿੱਚ ਰੱਖਣਾ; ਗ਼ਿਲਾਫ ਚੜ੍ਹਾਉਣਾ

invalid[1] /ਇਨ'ਵ਼ੈਲਿਡ/ *a* ਨਕਾਰਾ, ਅਪਾਹਜ, ਦੁਰਬਲ, ਰੋਗੀ, ਅਸਮਰੱਥ /'ਇਨਵ਼ਅਲਿਡ, -ਲੀਡ/ *n* ਬਲਹੀਣ ਮਨੁੱਖ /'ਇਨਵ਼ਅਲਿਡ, -ਲੀਡ/ *v* ਨਕਾਰਾ ਕਰ ਦੇਣਾ

invalid[2] /ਇਨ'ਵ਼ੈਲਿਡ/ *a* (ਕਾਰਵਾਈ) ਅਯੋਗ, ਅਪ੍ਰਮਾਣਿਕ

invalidate /ਇਨ'ਵ਼ੈਲਿਡੇਇਟ/ *vt* ਅਯੋਗ ਕਰਾਰ ਦੇਣਾ, ਅਸਮਰੱਥ ਕਰਨਾ, ਰੱਦ ਕਰਨਾ

invalidation /ਇਨˌਵ਼ੈਲਿ'ਡੇਇਸ਼ਨ/ *n* ਅਪ੍ਰਮਾਣੀਕਰਨ

invalidity /ˌਇਨਵ਼ਅ'ਲਿਡਅਟਿ/ *n* ਬੇਨੇਮੀ; ਅਪ੍ਰਮਾਣਿਕਤਾ; (ਲੰਮੀ ਬਿਮਾਰੀ ਕਾਰਨ) ਨਕਾਰਾਪਣ

invaluable /ਇਨ'ਵ਼ੈਲਯੁਅਬਲ/ *a* ਅਮੋਲਕ, ਬਹੁਮੁੱਲੀ, ਅਣਮੋਲ, ਅਮੋਲ

invariability /ਇਨˌਵ਼ੇਅਰਿਆ'ਬਿਲਅਟਿ/ *n* ਅਡੋਲਤਾ, ਪਕਿਆਈ, ਸਥਿਰਤਾ, ਇਕਸਾਰਤਾ, ਅਚੱਲਤਾ, ਅਪਰਿਵਰਤਨਸ਼ੀਲਤਾ

invariable /ਇਨ'ਵ਼ੇਅਰਿਅਬਲ/ *a* ਅਡੋਲ, ਪੱਕਾ, ਸਥਿਰ, ਅਚੱਲ, ਇਕਸਾਰ; (ਗਣਿ) ਅਟੱਲ, ਸਥਿਰ (ਅੰਕ), ਦ੍ਰਿੜ੍ਹ, ਸਥਾਈ, ਅਪਰਿਵਰਤਨੀ

invariant /ਇਨ'ਵ਼ੇਅਰਿਅਨਟ/ *a* ਸਥਿਰ, ਅਡੋਲ, ਪੱਕਾ, ਇਕਸਾਰ; ਅਟੱਲ, ਅਚੱਲ

invasion /ਇਨ'ਵ਼ੇਇਯ਼ਨ/ *n* ਹੱਲਾ, ਆਕਰਮਣ, ਚੜ੍ਹਾਈ, ਧਾਵਾ; ਵਿਘਨ, ਦਖ਼ਲ

invective /ਇਨ'ਵ਼ੈੱਕਟਿਵ਼/ *n* ਫਿਟਕਾਰ; ਸਿੱਠ; ਗਾਲੀ-ਗਲੋਚ, ਡਾਂਟ, ਝਾੜ, ਗਾਲਾਂ; ਨਿੰਦਿਆ ਦੇ ਵਚਨ *a* ਨਿੰਦਕ, ਅਪਵਾਦਕ

inveigh /ਇਨ'ਵ਼ੇਇ/ *vi* ਝਿੜਕ ਕੇ ਬੋਲਣਾ, ਫਿਟਕਾਰਨਾ, ਬੁਰਾ-ਭਲਾ ਕਹਿਣਾ

inveigle /ਇਨ'ਵ਼ੇਇਗਲ/ *vt* ਫਸਾ ਲੈਣਾ; ਵਰਗਲਾ ਲੈਣਾ, ਫੁਸਲਾਉਣਾ, ਅੱਡੇ ਚਾੜ੍ਹਨਾ, ਪੱਟੀ ਪੜ੍ਹਾਉਣਾ

invendible /ਇਨ'ਵ਼ੈੱਨਡਅਬਲ/ *a* ਅਣਵਿਕਾਊ

invent /ਇਨ'ਵ਼ੈੱਨਟ/ *vt* ਕਾਢ ਕੱਢਣਾ, ਵਿਓਂਤਣਾ, ਈਜਾਦ ਕਰਨਾ, ਅਵਿਸ਼ਕਾਰ ਕਰਨਾ; ਘੜ ਲੈਣਾ, ਬਣਾ ਲੈਣਾ, ਕਲਪਨਾ ਕਰਨਾ, (ਝੂਠੀ ਕਹਾਣੀ ਆਦਿ) ਘੜਨਾ

invention /ਇਨ'ਵੈੱਨਸ਼ਨ/ *n* ਕਾਢ, ਵਿਓਂਤ, ਈਜਾਦ, ਅਵਿਸ਼ਕਾਰ; ਘਾੜਤ, ਬਣਾਵਟ; ਮਨਘੜਤ ਕਹਾਣੀ, ਕਾਲਪਨਿਕ ਕਥਾ

inventive /ਇਨ'ਵੈੱਨਟਿਵ/ *a* ਉਪਜਾਊ, ਕਲਪਨਾਤਮਿਕ

inventory /ਇਨਵ੍ਅਨਟਰਿ/ *n* ਸੂਚੀ, ਫ਼ਹਰਿਸਤ, ਵਸਤੂ ਸੂਚੀ; ਸੂਚੀ ਵਿੱਚ ਲਿਖੀ ਸਮਗਰੀ *vt* ਸਮਾਨ ਦੀ ਸੂਚੀ ਬਣਾਉਣਾ, ਫ਼ਹਰਿਸਤ ਵਿੱਚ ਚਾੜ੍ਹਨਾ

inveracity /,ਇਨਵ੍ਅ'ਰੈਸਅਟਿ/ *n* ਝੂਠ, ਅਸੱਤ

inverse /,ਇਨ'ਵ੍ਅ:ਸ/ *a* ਉਲਟਾ, ਪੁੱਠਾ, ਮੂਧਾ

inversion /ਇਨ'ਵ੍ਅ:ਸ਼ਨ/ *n* ਉਲਟਾ, ਉਲਟ-ਪੁਲਟ; (ਸੰਗੀ) ਸੁਰ ਪਲਟਾ; (ਸ਼ਬਦਾਂ ਦੀ) ਉਲਟੀ ਤਰਤੀਬ

inversive /ਇਨ'ਵ੍ਅ:ਸਿਵ੍/ *a* ਉਲਟ-ਪੁਲਟ ਕਰਨ ਵਾਲਾ

invert /ਇਨ'ਵ੍ਅ:ਟ/ *vt* ਉਲਟਣਾ, ਪਲਟਣਾ, ਪੁੱਠਾ ਕਰ ਦੇਣਾ, ਮੂਧਾ ਕਰਨਾ, ਸਿਲਸਿਲਾ ਤੋੜਨਾ; ਕ੍ਰਮ ਭੰਗ ਕਰਨਾ; (ਸੰਗੀ) ਸੁਰਾਂ ਨੂੰ ਪਲਟਾਉਣਾ

invertebrate /ਇਨ'ਵ੍ਅ:ਟਿਬਅਟ/ *n* ਰੀੜ੍ਹਹੀਣ ਜੀਵ; ਬੇਜਾਨ ਜਾਂ ਕਾਇਰ ਵਿਅਕਤੀ

invertible /ਇਨ'ਵ੍ਅ:ਟਿਬ(ਅ)ਲ/ *a* ਜੋ ਉਲਟਾਇਆ ਜਾ ਸਕੇ

invest /ਇਨ'ਵੈੱਸਟ/ *v* ਰਕਮ ਲਾਉਣਾ, ਧਨ ਲਾਉਣਾ, ਘੇਰਨਾ, ਘੇਰਾ ਘੱਤਣਾ; ਪੁਸ਼ਾਕ ਪੁਆਉਣਾ, ਕੱਪੜੇ ਪੁਆਉਣਾ; ਸਜਾਉਣਾ; ਬਿੱਲਾ ਲਾਉਣਾ; ਸਿਰੋਪਾ ਦੇਣਾ; ਬਖ਼ਸ਼ਣਾ

investigate /ਇਨ'ਵੈੱਸਟਿਗੇਇਟ/ *vi* ਖੋਜ ਕਰਨਾ, ਛਾਣ-ਬੀਨ ਕਰਨਾ, ਪਤਾ ਲਾਉਣਾ, ਜਾਂਚ-ਪੜਤਾਲ ਕਰਨਾ, ਪੁੱਛ-ਗਿੱਛ ਕਰਨਾ

investigation /ਇਨ,ਵੈੱਸਟਿ'ਗੇਇਸ਼ਨ/ *n* ਖੋਜ, ਛਾਣ-ਬੀਨ, ਜਾਂਚ-ਪੜਤਾਲ, ਪੁੱਛ-ਗਿੱਛ, ਤਹਿਕੀਕਾਤ, ਤਫ਼ਤੀਸ਼

investigator /ਇਨ'ਵੈੱਸਟਿਗੇਇਟਅ*/ *n* ਖੋਜਕਾਰ, ਤਫ਼ਤੀਸ਼ਕਾਰ

investiture /ਇਨ'ਵੈੱਸਟਿਚਅ*/ *n* ਪਦ ਸਥਾਪਨ, ਮਾਣ ਪ੍ਰਦਾਨ

investment /ਇਨ'ਵੈੱਸਟਮਅਨਟ/ *n* ਨਿਵੇਸ਼, ਲਾਗਤ, ਲਾਈ ਰਕਮ; ਪੁਸ਼ਾਕ, ਲਿਬਾਸ; ਘੇਰਾ

inveteracy /ਇਨ'ਵੈੱਟ(ਅ)ਰਅਸਿ/ *n* ਕੱਟੜਤਾ, ਪਕਿਆਈ, ਡੂੰਘਾਈ; ਘਾਤਕਤਾ; ਚਿਰਕਾਲਤਾ

invexed /ਇਨ'ਵੈੱਕਸਟ/ *a* ਡਾਟਦਾਰ, ਗੁਲਾਈਦਾਰ, ਮਹਿਰਾਬਦਾਰ

inviable /ਇਨ'ਵਾਇਅਬਲ/ *a* ਨਾ ਜਿਊਣ ਯੋਗ

invidious /ਇਨ'ਵਿਡਿਅਸ/ *a* ਅਨਿਆਈਂ, ਵਿਤਕਰੇ ਵਾਲੀ; ਦੁੱਖਜਨਕ, ਈਰਖਾਲੂ, ਖੁਣਸੀ

invigilate /ਇਨ'ਵਿਜਿਲੇਇਟ/ *vt* (ਇਮਤਿਹਾਨ ਦੇਣ ਵਾਲਿਆਂ ਦੀ) ਨਿਗਰਾਨੀ ਕਰਨਾ

invigilation /ਇਨ,ਵਿਜਿ'ਲੇਇਸ਼ਨ/ *n* ਨਿਗਰਾਨੀ, ਨਿਰੀਖਣ, ਦੇਖ-ਭਾਲ

invigilator /ਇਨ'ਵਿਜਿਲੇਇਟਅ*/ *n* ਨਿਗਰਾਨ, ਨਿਰੀਖਕ

invigorate /ਇਨ'ਵਿਗਅਰੇਇਟ/ *vt* ਸ਼ਕਤੀ ਭਰਨਾ, ਜਾਨ ਪਾਉਣਾ, ਉਤੇਜਿਤ ਕਰਨਾ, ਸ਼ਕਤੀ ਦੇਣਾ, ਤੇਜ ਵਿੱਚ ਵਾਧਾ ਕਰਨਾ

invigorative /ਇਨ'ਵਿਗਅਰਅਟਿਵ੍/ *a* ਸ਼ਕਤੀਸ਼ਾਲੀ, ਬਲਦਾਇਕ, ਉਤੇਜਕ

invigorator /ਇਨ'ਵਿਗਅਰੇਇਟਅ*/ *n* (ਵਿਅਕਤੀ ਜਾਂ ਚੀਜ਼) ਸ਼ਕਤੀ ਭਰਨ ਵਾਲਾ, ਸ਼ਕਤੀਦਾਤਾ, ਜਾਨ ਪਾਉਣ ਵਾਲਾ, ਉਤੇਜਕ

invincibility, invincibleness /ਇਨ,ਵਿਨਸ ਅ'ਬਿਲਅਟਿ, ਇਨ,ਵਿਨਸਅਬਲਨਅਸ/ *n* ਅਜਿੱਤਤਾ

invincible /ਇਨ'ਵਿਨਸਅਬਲ/ *a* ਅਜਿੱਤ, ਅਜੈ

inviolability, inviolableness /ਇਨ,ਵ੍ਾਇਅਲਅ'ਬਿਲਅਟਿ, ਇਨ 'ਵ੍ਾਇਅਲਅਬਲਨਅਸ/ *n* ਅਖੰਡਤਾ, ਅਟੁੱਟਤਾ, ਪਕਿਆਈ

inviolable /ਇਨ'ਵ੍ਹਾਇਅਲਅਬਲ/ *a* ਅਖੰਡ, ਅਟੁੱਟ, ਪੱਕਾ (ਇਕਰਾਰ, ਸਹੁੰ)

inviolableness *n* ਵੇਖੋ **inviolability**

inviolate /ਇਨ'ਵ੍ਹਾਇਅਲਅਟ/ *a* ਸੁਰੱਖਿਅਤ; ਅਖੰਡ, ਸਾਬਤ, ਸਬੂਤ; ਪਵਿੱਤਰ

invisibility /ਇਨ,ਵਿ੍ਜ਼ਅ'ਖਿਲਅਟਿ/ *n* ਅਦ੍ਰਿਸ਼ਤਾ, ਅਦ੍ਰਿਸ਼ਟਤਾ, ਲੋਪਤਾ

invisible /ਇਨ'ਵਿ੍ਜ਼ਅਬਲ/ *a* ਅਦਿੱਖ, ਅਡਿੱਠ; ਅਦਿਸਵੀਂ, ਲੋਪ, ਅੱਖੋਂ ਓਹਲੇ; ਨਿਰਾਕਾਰ

invitation /,ਇਨਵਿ੍'ਟੇਇਸ਼ਨ/ *n* ਸੱਦਾ, ਬੁਲਾਵਾ, ਨਿਓਂਦਾ, ਦਾਹਵਤ, ਨਿਮੰਤਰਨ

invite /ਇਨ'ਵ੍ਹਾਇਟ/ *vt* ਸੱਦਣਾ, ਦਾਹਵਤ ਦੇਣਾ, ਬੁਲਾਉਣਾ, ਨਿਓਂਦਾ ਦੇਣਾ; ਆਕਰਸ਼ਿਤ ਕਰਨਾ, ਖਿੱਚਣਾ, ਲੁਭਾਉਣਾ; (ਰਾਏ) ਮੰਗਣਾ, ਮੰਗਵਾਉਣਾ, ਪ੍ਰਾਰਥਨਾ ਕਰਨਾ, ਬੇਨਤੀ ਕਰਨਾ

invitee /,ਇਨਵ੍ਹਾਇ'ਟੀ/ *n* ਨਿਮੰਤਰਿਤ ਵਿਅਕਤੀ

inviter /ਇਨ'ਵ੍ਹਾਇਟਅ*/ *n* ਸੱਦਾ ਦੇਣ ਵਾਲਾ, ਨਿਮੰਤਰਨ ਦੇਣ ਵਾਲਾ

invocation /,ਇਨਵ੍ਹਅ'ਕੇਇਸ਼ਨ/ *n* ਅਰਦਾਸ, ਪ੍ਰਾਰਥਨਾ, ਮੰਗਲਾਚਰਨ, ਮੰਗਲ, ਦੇਵ ਉਸਤਤੀ

invoice /'ਇਨਵ੍ਹੋਇਸ/ *n* ਬੀਚਕ, ਚਲਾਨ *vt* (ਮਾਲ ਦਾ) ਬੀਚਕ ਬਣਾਉਣਾ, ਚਲਾਨ ਤਿਆਰ ਕਰਨਾ

invoke /ਇਨ'ਵ੍ਹਅਉਕ/ *vt* ਅਰਜ਼ ਕਰਨਾ, ਵਾਸਤਾ ਪਾਉਣਾ, ਜਾਚਨਾ ਕਰਨਾ, ਅਰਦਾਸ ਕਰਨਾ, ਬੇਨਤੀ ਕਰਨਾ (ਸਹਾਇਤਾ ਆਦਿ ਲਈ); (ਮੰਤਰਾਂ ਰਾਹੀਂ ਆਤਮਾ ਦਾ) ਆਵਾਹਨ ਕਰਨਾ, ਬੁਲਾਉਣਾ, (ਪਰਮਾਤਮਾ ਦੀ) ਸਹੁੰ ਖਾਣਾ

involuntarily /ਇਨ'ਵ੍ਹੌਲਅਨਟਰਅਲਿ/ *adv* ਅਣਇੱਛਿਤ ਰੂਪ ਵਿੱਚ, ਬਿਨਾਂ ਮਰਜ਼ੀ ਦੇ

involuntary /ਇਨ'ਵ੍ਹੌਲਅਨਟਰਿ/ *a* ਮਜਬੂਰਨ, ਅਣਇੱਛਤ

involute /'ਇਨਵ੍ਹਅਲੂਟ/ *a* ਪੇਚੀਦਾ, ਗੁੰਝਲਦਾਰ, ਲਪੇਟ੍ਹਵਾਂ; (ਰੇਖਾ) ਚੱਕਰਦਾਰ, ਕੁੰਡਲੀਦਾਰ

involution /,ਇਨਵ੍ਹਅ'ਲੂਸ਼ਨ/ *n* ਕੁੰਡਲ; ਉਲਝਣ, ਚੱਕਰ, ਪੇਚ, ਲਪੇਟ

involve /ਇਨ'ਵ੍ਹੌਲਵ੍ਹ/ *vt* ਉਲਝਾਉਣਾ; ਫਸਾਉਣਾ, ਲਪੇਟ ਵਿਚ ਲੈਣਾ, ਅੜੁੰਬਣਾ; ਅੰਦਰ ਵੱਲ ਚੱਕਰ ਦੇਣਾ; ਅਰਥ ਦੇਣਾ; ਸੰਕੇਤ ਲੈਣਾ, ਗਲੇ ਪਾ ਲੈਣਾ (ਕੋਈ ਮੁਸੀਬਤ ਆਦਿ)

involvement /ਇਨ'ਵ੍ਹੌਲਵ੍ਹਮਅਨਟ/ *n* ਲਪੇਟ, ਉਲਝਣ; ਸਮੱਸਿਆ

invulnerability /ਇਨ,ਵ੍ਹਅੱਲਨਅਰਅ'ਬਿਲਅਟਿ/ *n* ਸੁਰੱਖਿਅਤਾ, ਅਖੰਡਤਾ, ਅਭੰਜਤਾ, ਅਜਿੱਤਤਾ

invulnerable /ਇਨ'ਵ੍ਹਅੱਲਨਅਰਅਬਲ/ *a* ਸੁਰੱਖਿਅਤ, ਅਖੰਡ, ਅਜਿੱਤ

inward /'ਇੰਨਵਅਡ/ *a* ਅੰਦਰਲਾ, ਆਂਤਰਿਕ, ਅੰਤਰੀਵ, ਅਧਿਆਤਮਿਕ, ਮਾਨਸਿਕ; ਅਗਾਮੀ, ਆਉਣ ਵਾਲਾ

inwardly /'ਇਨਵਅਡਲਿ/ *adv* ਅੰਦਰੋ-ਅੰਦਰ, ਅੰਦਰੋਂ, ਦਿਲ ਵਿੱਚ

inwards /'ਇਨਵਅਡਜ਼/ *adv* ਅੰਦਰਵਾਰ, ਅੰਦਰ ਵੰਨੇ, ਅੰਦਰ ਵੱਲ, ਆਤਮਾ ਵਿੱਚ, ਮਨ ਵਿੱਚ

inweave, enweave /ਇਨ'ਵੀਵ੍ਹ/ *vt* ਆਪਸ ਵਿੱਚ ਗੁੰਦਣਾ

inwit /'ਇਨਵਿਟ/ *n* ਆਤਮਾ, ਅੰਤਹਕਰਨ

inwrap /ਇਨ'ਰੈਪ/ *vt* ਲਪੇਟਣਾ; ਢਕਣਾ

inwrought /'ਇਨਰੋਟ/ *a* ਜੜਾਊ; ਵੇਲ-ਬੂਟਿਆਂ ਵਾਲਾ, ਜ਼ਰੀ ਦਾ ਕੰਮ ਕੀਤਾ ਹੋਇਆ

iodine /'ਆਇਅਡੀਨ/ *n* ਇੱਕ ਰਸਾਇਣਿਕ ਪਦਾਰਥ, ਆਇਓਡੀਨ

ion /'ਆਇਅਨ, -ਔਨ/ *n* (ਭੌ, ਰਸਾ) ਬਿਜਲੀ ਦਾ ਅਣੂ, ਅਯਨ

ionosphere /ਆਇ'ਔਨਅਸਫ਼ਿਅ*/ *n* ਧਰਤੀ ਦੀ ਸਤ੍ਹਾ ਤੋਂ ਉੱਪਰ ਵੱਲ 80 ਤੋਂ 1000 ਕਿਲੋਮੀਟਰ ਦੀ ਥਾਂ

iota /ਆਇ'ਅਓਟਅ/ *n* ਯੂਨਾਨੀ ਲਿਪੀ ਦਾ ਇੱਕ ਅੱਖਰ; ਕਣ, ਭੋਰਾ, ਕਣ ਮਾਤਰ, ਬਹੁਤ ਥੋੜ੍ਹੀ ਮਿਕਦਾਰ

IOU /ˌਆਈ ਅਓ 'ਯੂ/ *n* **(I owe you)** ਮੈਂ ਤੁਹਾਡਾ ਦੇਣਦਾਰ, ਦਸਤੀ ਪਰਨੋਟ, ਉਧਾਰ ਦੀ ਰਸੀਦ

IPA /ˌਆਈ ਪੀ 'ਏਇ/ *abbr* ਵੇਖੋ **International Phonetic Alphabet**

IP address /ˌਆਈ 'ਪੀ ਅਡਰੈੱਸ/ *n* (ਕੰਪਿ) ਇੰਟਰਨੈੱਟ ਨਾਲ ਜੁੜੇ ਕੰਪਿਊਟਰ ਦਾ ਅੰਕਾਂ 'ਤੇ ਆਧਾਰਿਤ ਪਤਾ, ਇੰਟਰਨੈੱਟ ਸੰਖਿਆ ਪਤਾ

ipso facto /ˌਇਪਸਅਓ 'ਫ਼ੈਕਟਅਓ/ *(L) adv* ਆਪਣੇ ਆਪ, ਤਦ ਅਨੁਸਾਰ

IQ /ˌਆਇ 'ਕਯੂ/ *n* ਵੇਖੋ **intelligence quotient**

irade /ਇ'ਰਾਡਿ/ *n* ਇਰਾਦਾ, ਤੁਰਕੀ ਦੇ ਸੁਲਤਾਨ ਦਾ ਲਿਖਤੀ ਹੁਕਮ

irascibility /ਇˌਰੈਸਅ'ਬਿਲਅਟਿ/ *n* ਕ੍ਰੋਧ, ਚਿੜਚਿੜਾਪਣ, ਗੁੱਸਾ, ਚੰਡਤਾ

irascible /ਇ'ਰੈਸਅਬਲ/ *a* ਕ੍ਰੋਧੀ, ਚਿੜਚਿੜਾ, ਗ਼ੁਸੈਲ, ਤਾਮਸੀ

irate /ਆਇ'ਰੇਇਟ/ *a* ਕ੍ਰੋਧ ਨਾਲ ਭਰਿਆ, ਕ੍ਰੋਧਵਾਨ, ਗ਼ੁੱਸੇ

ire /'ਆਇਅ*/ *n* (ਕਾਵਿਕ) ਗ਼ੁੱਸਾ, ਕ੍ਰੋਧ, ਰੋਹ, ਕਰੋਪ

ireful /'ਆਇਅਫ਼ਲ/ *a* ਗ਼ੁਸੈਲਾ, ਕ੍ਰੋਧੀ, ਰੋਹਾਕਾ, ਕ੍ਰੋਧਵਾਨ

irene /ਆਇ'ਰੀਨਿ/ *n* (ਯੂਨਾਨੀ) ਸ਼ਾਂਤੀ ਦੀ ਦੇਵੀ

iridescent /ˌਇਰਿਇ'ਡੈੱਸਨਟ/ *a* ਝਿਲਮਿਲਾਉਂਦਾ, ਰੰਗ-ਬਰੰਗਾ

iris /'ਆਇਰਿਸ/ *n* ਇੱਕ ਫੁੱਲਦਾਰ ਬੂਟਾ; (ਅੱਖ ਦੀ) ਪੁਤਲੀ ਦੇ ਉਦਾਲੇ ਦਾ ਪੜਦਾ, ਆਈਰਿਸ

irish /'ਆਇਰਿਸ਼/ *a* ਆਇਰਲੈਂਡੀ; ਆਇਰੀ *n* ਆਇਰੀ ਬੋਲੀ

irk /ਅ:ਕ/ *vt* (ਪਰਾ) ਤੰਗ ਕਰਨਾ, ਉਕਤਾ ਦੇਣਾ

irksome /'ਅ:ਕਸਅਮ/ *a* ਤੰਗ ਕਰਨ ਵਾਲਾ, ਉਕਤਾਊ, ਅਕਾਊ

iron /'ਆਇਅਨ/ *n* ਲੋਹਾ; ਕਰੜਾਈ; ਲੋਹੇ ਦਾ ਯੰਤਰ ਜਾਂ ਔਜ਼ਾਰ; ਇਸਤਰੀ (ਕੱਪੜੇ ਪ੍ਰੈੱਸ ਕਰਨ ਲਈ); (ਬਹੁ) ਹੱਥਕੜੀ, ਬੇੜੀ, ਜ਼ੰਜੀਰ; ਲੋਹੇ ਦੀ ਸੀਖ; (ਗੌਲਫ ਦੀ ਖੇਡ ਵਿੱਚ) ਬੱਲਾ ਜਿਸ ਦਾ ਸਿਰਾ ਲੋਹੇ ਦਾ ਹੁੰਦਾ ਹੈ *a* ਪੱਕੇ ਇਰਾਦੇ ਵਾਲਾ; ਸਖ਼ਤ, ਮਜ਼ਬੂਤ; ਬੇਦਰਦ *vt* ਲੋਹੇ ਨਾਲ ਮੜ੍ਹਨਾ; ਕੱਪੜੇ ਇਸਤਰੀ ਕਰਨਾ; ਹੱਥਕੜੀ ਲਾਉਣਾ

Iron Curtain *n* ਕੇਂਦਰੀ ਅਤੇ ਪੂਰਬੀ ਯੂਰਪ ਦੇ ਸਮਾਜਵਾਦੀ ਦੇਸਾਂ ਅਤੇ ਪੱਛਮੀ ਯੂਰਪੀ ਦੇਸਾਂ ਵਿਚਲੀ ਸਰਹੱਦ ਲਈ ਵਰਤਿਆ ਜਾਂਦਾ ਨਾਂ

ironical /ਆਇ'ਰੌਨਿਕਲ/ *a* ਵਿਅੰਗਮਈ, ਕਾਟਵਾਂ

ironmonger /'ਆਇਅਨਮਅੱਙਗਅ*/ *n* ਲੋਹੇ ਦਾ ਵਪਾਰੀ

irony /'ਆਇਰਅਨਿ/ *n* ਵਿਅੰਗ, ਤਨਜ਼; ਭਾਸ਼ਾ ਦੀ ਵਿਅੰਗਮਈ ਵਰਤੋਂ; ਰੱਬੀ ਜ਼ੁਲਮ, ਕਿਸਮਤ ਦਾ ਖੇਲ *a* ਲੋਹੇ ਦਾ; ਲੋਹੇ ਵਾਂਗੂ, ਲੋਹੇ ਵਰਗਾ

irradiant /ਇ'ਰੇਇਡਿਅਨਟ/ *a* ਚਮਕੀਲਾ, ਲਿਸ਼ਕਵਾਂ

irradiate /ਇ'ਰੇਇਡਿਏਇਟ/ *vt* ਚਮਕਾਉਣਾ, ਉਜਲਾ ਕਰਨਾ, ਚਾਨਣ ਸੁੱਟਣਾ; (ਮੂੰਹ ਨੂੰ) ਖ਼ੁਸ਼ੀ ਨਾਲ ਚਮਕਾਉਣਾ; (ਵਿਸ਼ੇ ਉੱਤੇ) ਪ੍ਰਕਾਸ਼ ਪਾਉਣਾ, ਖੋਲ੍ਹ ਕੇ ਦੱਸਣਾ, ਵਜ਼ਾਹਤ ਕਰਨਾ, ਪ੍ਰਗਟਾਉਣਾ

irrational /ਇ'ਰੈਸ਼ਅਨਲ/ *a* ਅਨਉਚਿਤ, ਅਤਾਰਕਿਕ, ਗ਼ੈਰਵਾਜਬ, ਅਵਿਵੇਕੀ; ਬੇਥਵ੍ਹਾ, ਨਾਮਾਕੂਲ; ਤਰਕਹੀਣ; (ਗਣਿ) ਅਕਰਨੀ

irrationality /ਇˌਰੈਸ਼ਅ'ਨੈਲਅਟਿ/ *n* ਅਨਉਚਿਤਤਾ, ਨਾਮਾਲੂਕੀਅਤ, ਤਰਕਹੀਣਤਾ; ਬੇਹੂਦਗੀ

irrational number *n* (ਗਣਿ) ਅਜਿਹੀ ਸੰਖਿਆ ਜਿਸ ਦਾ ਪ੍ਰਗਟਾਅ ਦੋ ਪੂਰਨ ਸੰਖਿਆਵਾਂ ਦੇ ਅਨੁਪਾਤ ਵੱਜੋਂ ਨਹੀਂ ਕੀਤਾ ਜਾ ਸਕਦਾ

irreconcilable /ਇ'ਰੈੱਕਅਨਸਾਇਲਅਬਲ, ਇˌਰੈੱਕਅਨ'ਸਾਇਲਅਬਲ/ *a* ਬਿਲਕੁਲ ਵਿਰੋਧੀ

irrecoverable /ˌਇਰਇ'ਕਅੱਵ਼ਅਰਅਬਲ/ *a* ਹੱਥ ਨਾ ਆਉਣ ਵਾਲਾ; ਨਾ ਉਗਰਾਹੁਣਯੋਗ; ਗਿਆ ਬੀਤਿਆ, ਅਸਾਧ

irredeemable /ˌਇਰਇ'ਡੀਮਅਬਲ/ *a* ਨਾਸੁਧਰਨਯੋਗ, ਨਿਰਾਸ਼ਾਜਨਕ, ਗਿਆ ਗੁਜ਼ਰਿਆ; ਗ਼ੈਰ ਮਿਆਦੀ (ਨੋਟ ਆਦਿ ਜਿਸ ਦੇ ਬਦਲੇ ਵਿੱਚ ਸਰਕਾਰ ਮੁਦਰਾ ਦੇਣ ਦੀ ਜ਼ੁੰਮੇਵਾਰੀ ਨਹੀਂ ਲੈਂਦੀ)

irreducible /ˌਇਰਇ'ਡਯੂਸਅਬਲ/ *a* ਅਖੰਡਨੀ, ਅਕੱਟ, ਅਪਰਿਵਰਤਨੀ; ਘੱਟ ਤੋਂ ਘੱਟ

irreflective /ˌਇਰਇ'ਫ਼ਲੈੱਕਟਿਵ਼/ *a* ਅਚਿੰਤਨੀ, ਅਚਿੰਤ, ਅਵਿਚਾਰਾਤਮਿਕ; ਅਪ੍ਰਤਿਬਿੰਬਸ਼ੀਲ

irreformable /ˌਇਰਇ'ਫ਼ੋਮਅਬਲ/ *a* ਨਾ ਸੁਧਰਨਯੋਗ

irrefragable /ਇ'ਰੈੱਫ਼ਰੈਗਅਬਲ/ *a* ਅਖੰਡਨੀ, ਅਕੱਟ, ਨਿਰਵਿਵਾਦ

irrefrangible /ˌਇਰਇ'ਫ਼ਰੈਨਜਅਬਲ/ *a* ਜਿਸ ਦੀ ਖ਼ਿਲਾਫ਼ਵਰਜ਼ੀ ਨਾ ਕੀਤੀ ਜਾ ਸਕੇ, ਜਿਸ ਨੂੰ ਮੋੜਿਆ ਨਾ ਜਾ ਸਕੇ, ਜਿਸ ਦੀ ਉਲੰਘਣਾ ਨਾ ਕੀਤੀ ਜਾ ਸਕੇ

irrefutable /ˌਇਰਇ'ਫ਼ਯੂਟਅਬਲ/ *a* ਅਖੰਡਨੀ, ਅਕੱਟ, ਜਿਸ ਨੂੰ ਝੁਠਲਾਇਆ ਨਾ ਜਾ ਸਕੇ

irregular /ਇ'ਰੈੱਗਯਲਅ*/ *n* (ਬਹੁ) ਅਸੰਗਤ, ਬੇਡੌਲ; ਬਿਖਮ; ਬੇਕਾਇਦਾ, ਬੇਨਿਯਮ, ਬੇਢੰਗਾ, ਕਮੂਤਾ, ਅਸਧਾਰਨ, ਨਾਹਮਵਾਰ *a* ਬੇਕਾਇਦਾ (ਫ਼ੌਜ); ਬੇਕਾਇਦਾ ਫ਼ੌਜੀ ਦਸਤੇ

irregularity /ਇˌਰੈੱਗਯਅ'ਲੈਰਅਟਿ/ *n* ਬੇਕਾਇਦਗੀ

irrelative /ਇ'ਰੈੱਲਅਟਿਵ਼/ *a* ਅਸੰਬੰਧਿਤ, ਅਸੰਗਤ

irrelevance /ਇ'ਰੈੱਲਅਵ਼ਅਨਸ/ *n* ਅਸੰਗਤੀ, ਅਸੰਬੰਧਿਤਾ, ਅਪ੍ਰਸੰਗਕਤਾ, ਅਯਥਾਰਥਤਾ, ਅਣ-ਆਵੱਸ਼ਕਤਾ

irrelevant /ਇ'ਰੈੱਲਅਵ਼ਅਨਟ/ *a* ਅਸੰਬੰਧਿਤ, ਅਸੰਗਤ, ਬੇਜੋੜ, ਬੇਤੁਕਾ, ਗ਼ੈਰਮੁਨਾਸਬ, ਬੇਮੌਕਾ

irreligion /ˌਇਰਇ'ਲਿਜ(ਅ)ਨ/ *n* ਬੇਦੀਨੀ, ਨਾਸਤਿਕਤਾ

irreligious /ˌਇਰਇ'ਲਿਜਅਸ/ *a* ਅਧਰਮੀ, ਵਿਧਰਮੀ, ਨਾਸਤਿਕ, ਬੇਦੀਨ

irremediable /ˌਇਰਇ'ਮੀਡਿਅਬਲ/ *a* ਬੇਇਲਾਜ, ਲਾਇਲਾਜ, ਲਾ ਦਵਾ, ਨਿਰਉਪਾਅ, ਅਸਾਧ

irremissible /ˌਇਰਇ'ਮਿਸਅਬਲ/ *a* ਖਿਮਾ ਨਾ ਕੀਤਾ ਜਾਣ ਵਾਲਾ; ਜ਼ਰੂਰੀ, ਆਵੱਸ਼ਕ

irremovability /ˌਇਰਇˌਮੂਵ਼ਅ'ਬਿਲਅਟਿ/ *n* ਸਥਿਰਤਾ, ਅਟੱਲਤਾ, ਅਚੱਲਤਾ, ਸਥਾਈਪਣ

irremovable /ˌਇਰਇ'ਮੂਵ਼ਅਬਲ/ *a* ਜੋ ਹਟਾਇਆ ਜਾਂ ਵੱਖਰਾ ਨਾ ਕੀਤਾ ਜਾ ਸਕੇ; ਸਥਿਰ, ਅਟੱਲ, ਅਚੱਲ

irreparable /ਇ'ਰੈੱਪਅਰਅਬਲ/ *a* (ਜ਼ਖ਼ਮ, ਹਾਨੀ ਆਦਿ) ਜਿਸ ਦੀ ਪੂਰਤੀ ਨਾ ਕੀਤੀ ਜਾ ਸਕੇ, ਜਿਸ ਦੀ ਕਮੀ ਨੂੰ ਪੂਰਾ ਨਾ ਕੀਤਾ ਜਾ ਸਕੇ, ਅਸਾਧ

irreplaceable /ˌਇਰਇ'ਪਲੇਇਸਅਬਲ/ *a* ਜਿਸ ਦੀ ਥਾਂ ਨਾ ਲਈ ਜਾ ਸਕੇ

irreprehensible /ˌਇਰੈੱਪਰਿ'ਹੈਂਨਸਿਬ(ਅ)ਲ/ *a* ਨਿਰਦੋਸ਼, ਕਲੰਕ ਰਹਿਤ

irrepressible /ˌਇਰਇ'ਪਰੈੱਸਅਬਲ/ *a* ਨਾ ਦਬਣ ਵਾਲਾ, ਨਾ ਰੁਕਣ ਵਾਲਾ, ਮੂੰਹ-ਜ਼ੋਰ, ਅੱਖੜ

irreproachability /ˌਇਰਇˌਪਰਅਉਚਅ'ਬਿਲਅਟਿ/ *n* ਪਵਿੱਤਰਤਾ, ਨਿਰਦੋਸ਼ਤਾ, ਨਿਸ਼ਕਲੰਕਿਤਾ

irreproachable /ˌਇਰਇ'ਪਰਅਉਚਅਬਲ/ *a* ਨਿਰਦੋਸ਼, ਬੇਦਾਗ਼, ਕਲੰਕ ਰਹਿਤ; ਨਿਸ਼ਕਲੰਕ, ਪਵਿੱਤਰ

irreprovable /ˌਇਰਇ'ਪਰੂਵ਼ਅਬਲ/ *a* ਨਿਰਦੋਸ਼, ਕਲੰਕ ਰਹਿਤ

irresistibility /ˌਇਰਇˌਜ਼ਿਸਟਅ'ਬਿਲਅਟਿ/ *n* ਅਰੋਕਤਾ

irresistible /ˌਇਰਇ'ਜ਼ਿਸਟਅਬਲ/ *a* ਅਰੁਕ, ਨਾ ਰੋਕਣਯੋਗ; ਦਿਲ ਖਿੱਚਵਾਂ

irresoluble /ਇ'ਰੈਜ਼ੋਲਯੁਬਲ/ *a* ਅਘੁਲਣਸ਼ੀਲ

irresolute /ਇ'ਰੈਜ਼ਅਲੂਟ/ *a* ਬੇਹਿੰਮਤਾ, ਬੇਦਿਲਾ, ਹੌਸਲਾਹੀਣ; ਡਾਵਾਂ-ਡੋਲ, ਅਸਥਿਰ

irresolution /ਇˌਰੈਜ਼ਅ'ਲੂਸ਼ਨ/ *n* ਬੇਦਿਲੀ, ਬੇਹਿੰਮਤੀ, ਦੁਚਿੱਤੀ, ਦੁਵਿਧਾ, ਜਕੋ-ਤਕੀ, ਡਗਮਗ, ਚਪਲਤਾ, ਅਧੀਰਤਾ, ਅਸਥਿਰਤਾ, ਕੱਚ-ਪੱਕ, ਇਰਾਦੇ ਦੀ ਕਚਿਆਈ

irrespective /ˌਇਰਇ'ਸਪੈੱਕਟਿਵ਼/ *a* ਬਿਨਾਂ ਪਰਵਾਹ ਦੇ, ਬਿਨਾਂ ਲਿਹਾਜ਼

irrespirable /ਇ'ਰੈੱਸਪਿਰਅਬਲ/ *a* ਸਾਹ ਨਾ ਲੈਣ ਯੋਗ

irresponsibility /ˌਇਰਇˌਸਪੌਨਸਅ'ਬਿਲਅਟਿ/ *n* ਗ਼ੈਰਜ਼ੁੰਮੇਵਾਰੀ

irresponsible /ˌਇਰਇ'ਸਪੌਨਸਅਬਲ/ *a* ਗ਼ੈਰਜ਼ੁੰਮੇਵਾਰ, ਲਾਪਰਵਾਹ

irretention /ˌਇਰਇ'ਟੈਨੱਸ਼ਨ/ *n* ਰੋਕ ਰੱਖਣ ਦੀ ਅਸਮਰਥਾ

irretrievable /ˌਇਰਇ'ਟਰੀਵ਼ਅਬਲ/ *a* ਜੋ ਮੁੜ ਕੇ ਨਾ ਲੱਭੇ, ਜੋ ਕਦੇ ਪੂਰਿਆ ਨਾ ਜਾ ਸਕੇ

irreverence /ਇ'ਰੈਵ਼ੱਅਰਅਨਸ/ *n* ਅਪਮਾਨ, ਬੇਅਦਬੀ, ਨਿਰਾਦਰ, ਸ਼ਰਧਾਹੀਣਤਾ

irreverent /ਇ'ਰੈਵ਼ੱਅਰਅਨਟ/ *a* ਸ਼ਰਧਾਹੀਣ, ਬੇਅਰਥ

irreversible /ˌਇਰਇ'ਵ਼ਅ:ਸਅਬਲ/ *a* ਜੋ ਬਦਲਿਆ ਨਾ ਜਾ ਸਕੇ, ਅਟੱਲ, ਅਬਦਲ

irrevocable /ਇ'ਰੈਵ਼ੱਅਕਅਬਲ/ *a* ਅਖੰਡ, ਅਟੱਲ

irrigate /'ਇਰਇਗੇਇਟ/ *vt* ਸਿੰਜਣਾ, ਆਬਪਾਸ਼ੀ ਕਰਨਾ, ਪਾਣੀ ਦੇਣਾ; ਜ਼ਖ਼ਮ ਨੂੰ ਧੋਣਾ (ਘੁਲੀ ਦਵਾਈ ਪਾ ਕੇ)

irrigation /ˌਇਰਇ'ਗੇਇਸ਼ਨ/ *n* ਸਿੰਜਾਈ, ਸਿੰਜਣ, ਆਬਪਾਸ਼ੀ

irrision /ਇ'ਰਿਯ਼ਨ/ *n* ਮਜ਼ਾਕ, ਠੱਠਾ, ਹਾਸਾ, ਖਿੱਲੀ

irritable /'ਇਰਇਟਅਬਲ/ *a* ਚਿੜਚਿੜਾ, ਤਨੁਕ ਮਿਜ਼ਾਜ, ਉਤੇਜਨਾਸ਼ੀਲ

irritant /'ਇਰਇਟਅਨਟ/ *a* ਝੁੰਜਲਾਹਟਕਾਰੀ; ਉਤੇਜਕ *n* ਜਲਣ ਪੈਦਾ ਕਰਨਾ ਵਾਲਾ (ਪਦਾਰਥ)

irritate /'ਇਰਇਟੇਇਟ/ *vt* ਗ਼ੁੱਸਾ ਦਿਵਾਉਣਾ, ਖਿਝਾਉਣਾ; ਚਿੜਾਉਣਾ, ਤੰਗ ਕਰਨਾ, ਉਤੇਜਿਤ ਕਰਨਾ; ਜਲਣ ਪੈਦਾ ਕਰਨਾ, ਜਲੂਨ ਕਰਨਾ

irritation /ˌਇਰਇ'ਟੇਇਸ਼ਨ/ *n* ਉਤੇਜਨਾ, ਜਲਣ, ਚਿੜਚਿੜਾਹਟ, ਖਿਝ

irrupt /ਇ'ਰਅੱਪਟ/ *vi* ਅਚਾਨਕ ਅਤੇ ਵੇਗ ਨਾਲ ਪ੍ਰਵੇਸ਼ ਕਰਨਾ ਜਾਂ ਪ੍ਰਗਟ ਹੋਣਾ

irruption /ਇ'ਰਅੱਪਸ਼ਨ/ *n* ਅਚਾਨਕ ਅਤੇ ਵੇਗ ਨਾਲ ਪ੍ਰਵੇਸ਼ ਕਰਨ ਜਾਂ ਪ੍ਰਗਟ ਹੋਣ ਦਾ ਅਮਲ

is /ਇਜ਼/ *v* ਹੈ

isabella, isabel /ˌਇਜ਼ਅ'ਬੈੱਲਅ, 'ਇਜ਼ਅਬੈੱਲ/ *a* ਕੱਚਾ ਪੀਲਾ *n* ਕੱਚਾ ਪੀਲਾ ਰੰਗ

isagogic, isagogical /ˌਆਇਸਅ'ਗੌਜਿਕ, ˌਆਇਸਅ'ਗੌਜਿਕਲ/ *a* ਪ੍ਰਾਰੰਭਿਕ, ਭੂਮਿਕਾ ਸਰੂਪ

isanthous / ਆਇ'ਸੈਨਥਅਸ/ *a* ਸਦਾ ਬਹਾਰ

ISBN /ˌਆਇ ਐਸ ਬੀ 'ਐਨੱ/ *n* **International Standard Book Number** ਦਾ ਸੰਖੇਪ, ਪੁਸਤਕ ਅੰਦਰ ਲਿਖੀ ਸੰਖਿਆ ਜੋ ਪੁਸਤਕ ਅਤੇ ਇਸਦੇ ਪ੍ਰਕਾਸ਼ਕ ਦੀ ਪਛਾਣ ਲਈ ਵਰਤੀ ਜਾਂਦੀ ਹੈ

isenergic /ˌਆਇਸਿ'ਨੈਰੱਜਿਕ/ *a* ਬਰਾਬਰ ਸ਼ਕਤੀ ਵਾਲਾ

island /'ਆਇਲਅਨਡ/ *n* ਟਾਪੂ, ਦੀਪ, ਜਜ਼ੀਰਾ; ਜਹਾਜ਼ ਦਾ ਉੱਪਰਲਾ ਢਾਂਚਾ, ਇਕਾਂਤ ਥਾਂ, ਅੱਡਰੀ ਥਾਂ

islander /'ਆਇਲਅਨਡਅ*/ *n* ਟਾਪੂ ਨਿਵਾਸੀ; ਇਕਾਂਤਵਾਸੀ

isle /ਆਇਲ/ *n* ਟਾਪੂ, ਦੀਪ

islet /'ਆਇਲਅਟ/ *n* ਛੋਟਾ ਟਾਪੂ, ਅੱਡਰਾ ਇਲਾਕਾ ਜਾਂ ਭੂਮੀ

ism /'ਇਜ਼ਅਮ/ *n* ਵਾਦ, ਸਿਧਾਂਤ, ਮੱਤ

ISO /ˌਆਇ ਐੱਸ 'ਅਉ/ *abbr* **International Organization for Standardization** ਦਾ ਸੰਖੇਪ

isobar /'ਆਇਸਅਬਾ*/ *n* ਸਮ ਦਬਾ ਰੇਖਾ

isochronous /ਆਇ'ਸੌਕਰਅਨਅਸ/ *a* ਬਰਾਬਰ ਚਾਲ ਨਾਲ ਝੂਲਣ ਵਾਲਾ, ਸਮਚਾਲੀ, ਸਮਾਨ ਵਕਫ਼ਿਆਂ ਵਾਲਾ

isochrous /ਆਇ'ਸੌਕਰਅਸ/ *a* ਸਮਰੰਗਾ

isodynamic /ˌਆਇਸਅ(ਉ)ਡਾਇ'ਨੈਮਿਕ/ *a* ਸਮਗਤੀ ਵਾਲਾ

isogloss /'ਆਇਸਅਉਗਲੌਸ/ *n* (ਭਾਸ਼ਾ) ਸਮਵਿਕਾਰ ਰੇਖਾ

isogon /'ਆਇਸਅਉਗਅਨ/ *n* ਸਮਕੋਣ ਖੇਤਰ

isolate /'ਆਇਸਅਲੇਇਟ/ *vt* ਦੂਜਿਆਂ ਤੋਂ ਵੱਖ ਕਰਨਾ, ਵਿਤਰੇਕ ਕਰਨਾ; ਵੱਖਰਾ ਕਰਨਾ, ਨਵੇਕਲਾ ਰੱਖਣਾ; ਨਿਖੇੜਨਾ, ਅਲੱਗ ਕਰਨਾ, ਜੁਦਾ ਕਰਨਾ

isolating /ˌਆਇਸਅਲੇਇਟਿਙ/ *a* ਨਿਖੇੜਨ ਵਾਲਾ, ਅੱਡ ਕਰਨ ਵਾਲਾ

isolation /ˌਆਇਸਅ'ਲੇਇਸ਼ਨ/ *n* ਅੱਡਰਾਪਣ, ਵੱਖਰਤਾ, ਵਖਰੇਵਾਂ

isotope /'ਆਇਸਅਟਅਉਪ/ *n* ਰਸਾਇਣਕ ਤੱਤ ਦੇ ਦੋ ਜਾਂ ਦੋ ਤੋਂ ਵੱਧ ਰੂਪਾਂ ਵਿੱਚੋਂ ਇੱਕ ਜਿਨ੍ਹਾਂ ਦੇ ਧਨਕਣਾਂ **(Protons)** ਦੀ ਸੰਖਿਆ ਬਰਾਬਰ ਹੁੰਦੀ ਹੈ ਪਰ ਅਬਿਜਲਕਣਾਂ **(Neutrons)** ਦੀ ਸੰਖਿਆ ਬਰਾਬਰ ਨਹੀਂ ਹੁੰਦੀ

issue /'ਇਸ਼ੂ, 'ਇਸਯੂ/ *n* ਨਿਕਾਸ, ਸਿੱਟਾ, ਨਤੀਜਾ; ਅੰਤ; ਸੰਤਾਨ, ਔਲਾਦ; ਅੰਕ, ਪਰਚਾ (ਅਖ਼ਬਾਰ ਦਾ); ਵਾਦ ਦਾ ਵਿਸ਼ਾ; (ਨਦੀ ਦਾ) ਮੂੰਹ *v* ਨਿਕਲਨਾ, ਪੈਦਾ ਹੋਣਾ, ਫੁੱਟਣਾ, ਛਪ ਜਾਣਾ, ਪ੍ਰਕਾਸ਼ਿਤ ਹੋਣਾ, ਨਤੀਜਾ ਨਿਕਲਨਾ; ਜਾਰੀ ਕਰਨਾ, ਕੱਢਣਾ, ਪ੍ਰਕਾਸ਼ਿਤ ਕਰਨਾ, ਛਾਪਣਾ; ਖ਼ਰਚ ਲਈ ਦੇਣਾ; ਪੈਦਾ ਹੋਣਾ, ਉੱਗਣਾ, (ਫ਼ੌਜ ਵਿੱਚ ਸਿਪਾਹੀ ਨੂੰ ਵਰਦੀ ਆਦਿ) ਦੇਣਾ

issueless /'ਇਸ਼ੂਲਅਸ, 'ਇਸਯੂਲਅਸ/ *n* ਨਿਰਸੰਤਾਨ; ਬੇਨਿਕਾਸ

isthmus /'ਇਸਮਅਸ/ *n* ਧਰਤੀ ਦਾ ਉਹ ਛੋਟਾ ਹਿੱਸਾ ਜੋ ਦੋ ਵੱਡੇ ਹਿੱਸਿਆਂ ਨੂੰ ਮਿਲਾਵੇ, ਥਲ ਜੋੜ

IT /ˌਆਇ 'ਟੀ/ *abbr* **Information Technology** ਦਾ ਸੰਖੇਪ ਰੂਪ, ਸੂਚਨਾਵਾਂ ਦੇ ਸੰਚਾਰ ਪ੍ਰਚਾਰ ਅਤੇ ਪ੍ਰਸਾਰ ਲਈ ਤਕਨੀਕ,' ਸੂਚਨਾ ਤਕਨਾਲੋਜੀ

it /ਇਟ/ *pron* ਇਹ, ਉਹ, ਉਸ

italian /ਇ'ਟੈਲਿਅਨ/ *a* ਇਟਲੀ ਦਾ, ਇਤਾਲਵੀ *n* ਇਟਲੀ ਦਾ ਵਾਸੀ

italic /ਇ'ਟੈਲਿਕ/ *a* ਪ੍ਰਾਚੀਨ ਇਟਲੀ ਸੰਬੰਧੀ *n* (ਬਹੁ) ਟੇਢਾ ਟਾਇਪ, ਸਲਾਮੀ ਅੱਖਰ

italicize /ਇ'ਟੈਲਿਸਾਇਜ਼/ *vt* ਟੇਢੇ ਅੱਖਰਾਂ ਵਿੱਚ ਛਾਪਣਾ, ਸਲਾਮੀ ਅੱਖਰ ਲਾਉਣਾ

itch /ਇਚ/ *n* ਖਾਜ, ਖੁਜਲੀ, ਖ਼ਾਰਸ਼, ਖੁਰਕ, ਜਲੂਣ; ਤੀਬਰ ਇੱਛਾ *vt* ਖਾਜ ਹੋਣਾ, ਜਲੂਣ ਹੋਣਾ ਜਾਂ ਉੱਠਣਾ, ਖੁਰਕਣਾ; ਤੀਬਰ ਇੱਛਾ ਹੋਣਾ

item /'ਆਇਟਅਮ/ *n* ਮੱਦ, ਨਗ; (ਅਖ਼ਬਾਰ ਆਦਿ ਵਿੱਚ) ਸਮਾਚਾਰ, ਖ਼ਬਰ, ਮਜ਼ਮੂਨ, (ਹਿਸਾਬ-ਕਿਤਾਬ ਵਿੱਚ) ਵਿਸ਼ੇ ਜਾਂ ਮੱਦ ਦਾ ਉਲੇਖ *adv* ਉਸੇ ਤਰ੍ਹਾਂ, ਉਸੇ ਵਾਂਗ

iterance, iterancy, iteration /'ਇਟਅਰਅਨਸ, 'ਇਟਅਰਅਨਸਿ, ˌਇਟਅ'ਰੇਇਸ਼ਨ/ *n* ਦੁਹਰਾਅ, ਰਟ, ਪੁਨਰ ਕਥਨ, ਪੁਨਰ ਉਕਤੀ

iterate /'ਇਟਅਰੇਇਟ/ *vt* ਦੁਹਰਾਉਣਾ, ਮੁੜ-ਮੁੜ ਆਖਣਾ, ਵਾਰ-ਵਾਰ ਕਹਿਣਾ, ਰਟਣਾ

iterative /'ਇਟਅਰਅਟਿਵ਼/ *a* ਵਾਰ-ਵਾਰ ਕਿਹਾ, ਦੁਹਰਾਉਣ ਵਾਲਾ

ithuriel's spear /ਇˌਥਯੁਅਰਿਅਲਜ਼ 'ਸਪਿਅ*/ *n* ਖੋਟੇ ਖਰ੍ਹੇ ਦੀ ਕਸਵੱਟੀ, ਸਚਾਈ ਦੀ ਅਚੁੱਕ ਪਰੀਖਿਆ

itineracy, itinerancy /ਆਇ'ਟਿਨਅਰਅਸਿ, ਆਇ'ਟਿਨਅਰਅਨਸਿ/ *n* ਖ਼ਾਨਾਬਦੋਸ਼ੀ, ਭ੍ਰਮਣਸ਼ੀਲਤਾ, ਸੈਲਾਨੀਪਣ

itinerant /ਆਇ'ਟਿਨਅਰਅਨਟ/ *a* ਫਿਰਤੂ,

ਸਫ਼ਰੀ, (ਜੱਜ) ਦੌਰੇ 'ਤੇ

itinerary /ਆਇ'ਟਿਨਅਰਅਰਿ/ *n* ਸਫ਼ਰ ਦਾ ਰਾਹ, ਰਸਤਾ, ਸਫ਼ਰ ਦਾ ਹਾਲ, ਸਫ਼ਰਨਾਮਾ, ਗਾਈਡ ਬੁੱਕ, ਰਾਹ ਦੱਸਣ ਵਾਲੀ ਪੁਸਤਕ *a* ਸਫ਼ਰ ਸੰਬੰਧੀ, ਰਸਤੇ ਦਾ

itself /ਇਟ'ਸੈੱਲਫ਼/ *pron* ਵਿਅਕਤੀ ਤੋਂ ਇਲਾਵਾ (ਜੀਵ, ਵਸਤੂ) ਲਈ ਵਰਤਿਆ ਜਾਣ ਵਾਲਾ ਨਿੱਜਵਾਚੀ ਪੜਨਾਂਵ, ਅਪੁਰਖਵਾਚੀ, ਨਿੱਜਵਾਚੀ ਪੜਨਾਂਵ, ਆਪਣੇ ਆਪ, ਆਪ

IUD /ˌਆਇ ਯੂ 'ਡੀ/ *n abbr* **intrauterine device** ਦਾ ਸੰਖੇਪ, ਧਾਤ ਦਾ ਉਪਕਰਨ ਜੋ ਬੱਚੇਦਾਨੀ ਵਿੱਚ ਗਰਭ ਰੋਕਣ ਲਈ ਰੱਖਿਆ ਜਾਂਦਾ ਹੈ, ਅੰਦਰੀਵੀ ਗਰਭਰੋਧੀ ਉਪਕਰਨ

ivied /'ਆਇਵ੍ਡਿ/ *a* ਜਿਸ ਉੱਤੇ ਇਸ਼ਕ ਪੇਚੇ ਦੀ ਵੇਲ ਚੜ੍ਹੀ ਹੋਵੇ

ivory /'ਆਇਵ੍ਅਰਿ/ *n* ਹਾਥੀ ਦੰਦ, ਦੰਦ ਖੰਡ; (ਬਹੁ) ਹਾਥੀ ਦੰਦ ਦੀਆਂ ਵਸਤੂਆਂ; ਚਿੱਟਾ ਰੰਗ; ਦੰਦ, ਪਾਸਾ, ਪਿਆਨੋ ਦੀਆਂ ਖੁੰਟੀਆਂ ਜਾਂ ਪਰਦੇ; ਬਿਲਿਅਰਡ ਦੀ ਗੇਂਦ

ivory tower *n* ਖ਼ਿਆਲੀ ਮਹਿਲ, ਇਕਾਂਤ

ivy /'ਆਇਵ੍ਇ/ *a* ਇਸ਼ਕ ਪੇਚੇ ਦੀ ਵੇਲ

J

J, j /ਜੇਇ/ *n* ਅੰਗਰੇਜ਼ੀ ਵਰਨਮਾਲਾ ਦਾ ਦਸਵਾਂ ਅੱਖਰ

jaal-goat /'ਜੇਇਅਲਗਅਉਟ/ *n* ਜੰਗਲੀ ਬੱਕਰਾ

jab /ਜੈਬ/ *vt* ਖੋਭਣਾ, ਚੋਭਣਾ, ਕਿਸੇ ਨੋਕਦਾਰ ਚੀਜ਼ ਦੀ ਚੋਭ ਨਾਲ ਜ਼ਖ਼ਮ ਕਰਨਾ, ਵਿੰਨ੍ਹਣਾ, ਜ਼ਖ਼ਮੀ ਕਰਨਾ, ਸੰਗੀਨ ਖੋਭਣਾ *n* ਚੋਭ, ਜ਼ਖ਼ਮ, ਫੱਟ; ਅਚਾਨਕ ਵਾਰ

jabber /'ਜੈਬਅ*/ *v* ਬੁੜਬੁੜਾਉਣਾ; ਕਾਹਲੀ-ਕਾਹਲੀ ਅਤੇ ਅਸਪਸ਼ਟ ਬੋਲਣਾ; ਬਕ-ਬਕ ਕਰਨਾ; ਚੀਕਾਂ ਕੂਕਾਂ ਮਾਰਨਾ *n* ਬਕਵਾਸ, ਬਕੜਵਾਹ; ਅਸਪਸ਼ਟ ਗੱਲ

jabberer /'ਜੈਬ(ਅ)ਰਅ*/ *n* ਬੁੜਬੁੜ ਕਰਨ ਵਾਲਾ ਵਿਅਕਤੀ; ਬਕਵਾਸ ਕਰਨ ਵਾਲਾ ਆਦਮੀ, ਕਾਹਲੀ-ਕਾਹਲੀ ਬੋਲਣ ਵਾਲਾ ਮਨੁੱਖ

jabbering /'ਜੈਬ(ਅ)ਰਿਙ/ *n* ਬਕਵਾਸ, ਬਕ-ਬਕ, ਬੁੜਬੁੜ, ਬਕੜਵਾਹ, ਗਿਟਮਿਟ, ਚੂੰ-ਚਾਂ

jabot /'ਯ਼ੈਬਅਉ/ *n* ਅੰਗੀ ਜਾਂ ਕਮੀਜ਼ ਦੀ ਝਾਲਰ

jacana /ਜਅ'ਕਾਨਅ/ *n* ਇੱਕ ਝਿੱਲੀਦਾਰ ਪੈਰਾਂ ਵਾਲਾ ਜਲ-ਪੰਛੀ

jacinth /'ਜੈਸਿਨਥ/ *n* ਲਾਲ ਜਾਂ ਪੀਲੇ ਰੰਗ ਦਾ ਹੀਰਾ; ਰਤਨ, ਮਣੀ; ਗੂੜ੍ਹਾ ਸੰਤਰੀ ਰੰਗ

jack[1] /ਜੈਕ/ *n* ਛੋਟਾ ਮੋਟਾ ਕੰਮ ਕਰਨ ਵਾਲਾ; ਮਜ਼ਦੂਰ, ਕਾਮਾ, (ਤਾਸ਼ ਵਿੱਚ) ਗੋਲਾ; ਸਧਾਰਨ ਮਨੁੱਖ, ਐਰਾ-ਗੈਰਾ ਮੂਰਖ ਵਿਅਕਤੀ **before you could say Jack Robinson** ਅਚਾਨਕ, ਅਚਨਚੇਤ **jack a dandy** *n* ਬਣਿਆ-ਠਣਿਆ ਆਦਮੀ, ਛੈਲ-ਛਬੀਲਾ

jack[2] *n* ਭਾਰੀ ਚੀਜ਼ ਨੂੰ ਉਤਾਂਹ ਚੁੱਕਣ ਵਾਲਾ ਯੰਤਰ, ਜੈੱਕ *vt* ਮੋਟਰ ਦਾ ਜੈੱਕ ਲਾਉਣਾ

jack[3] *n* ਮੱਛੀ ਦੀ ਇੱਕ ਨਸਲ; ਖਿਡਾਰੀਆਂ ਦੇ ਨਿਸ਼ਾਨਾ ਲਗਾਉਣ ਦਾ ਅਭਿਆਸ ਕਰਨ ਵਾਲੀ ਗੇਂਦ

jack[4] *n* ਜਹਾਜ਼ ਦਾ ਝੰਡਾ; ਸ਼ਰਾਬ ਦਾ ਭਾਂਡਾ, ਕੁੱਪਾ

jackal /'ਜੈਕਲ/ *n* ਗਿੱਦੜ *vt* ਚਮਚਾਗੀਰੀ ਕਰਨਾ

jackanapes /'ਜੈਕਅਨੇਇਪਸ/ *n* (ਵਿਅਕਤੀ) ਢੀਠ, ਗੁਸਤਾਖ਼, ਅਵੈੜਾ; ਬਣ ਠਣ ਕੇ ਰਹਿਣ ਵਾਲਾ

jackaroo /,ਜੈਕਅ'ਰੂ/ *n* ਨਾਤਜਰਬੇਕਾਰ ਜਾਂ ਅਸਿਖਿਅਤ ਆਦਮੀ, ਸਿਖਾਂਦਰੂ, ਨਵਾਂ-ਨਵਾਂ ਸਿੱਖਿਆ ਮਨੁੱਖ; ਨਵਾਂ ਬਣਿਆ ਮਿੱਤਰ, ਨਵਾਂ ਸਾਥੀ

jackass /'ਜੈਕੈਸ/ *n* ਮੂਰਖ, ਬੁੱਧੂ; ਦੰਭੀ, ਪਖੰਡੀ, ਢੌਂਗੀ, ਅਡੰਬਰੀ

jacket /'ਜੈਕਿਟ/ *n* ਕੁੜਤੀ, ਫਤੂਹੀ, ਜੈਕਟ; ਪਸ਼ੂ ਦਾ ਚੰਮ, ਪੋਸਤੀਨ; ਗਿਲਾਫ਼ **cover with jacket** ਉਛਾੜ ਚੜ੍ਹਾਉਣਾ (ਸਾਰੰਗੀ ਆਦਿ ਉੱਤੇ), ਢਕਣਾ, ਕੱਪੜਾ ਪਾਉਣਾ **dust his jacket** ਉਸ ਨੂੰ ਕੁੱਟੋ ਜਾਂ ਖੁੰਬ ਠੱਪੋ

jackfruit /'ਜੈਕਫ਼ਰੂਟ/ *n* ਗਰਮ ਵਾਯੂਮੰਡਲ ਵਾਲੇ ਇਲਾਕੇ ਦਾ ਇੱਕ ਵੱਡਾ ਫਲ; ਇਹ ਫਲ ਦੇਣ ਵਾਲਾ ਰੁੱਖ

jack in office *n* ਹੈਂਕੜਬਾਜ਼ ਅਫ਼ਸਰ, ਪਾਟੇ ਖਾਂ

jack-in-the-box *n* ਉਹ ਡੱਬਾ ਜਿਸ ਨੂੰ ਖੋਲ੍ਹੀਏ ਤਾਂ ਇੱਕ ਖਿਡੌਣਾ ਬਾਹਰ ਆ ਨਿਕਲੇ, ਸਪ੍ਰਿੰਗਦਾਰ ਖਿਡੌਣਾ

jackknife /'ਜੈਕਨਾਇਫ਼/ *n* ਬੰਦ ਹੋ ਜਾਣ ਵਾਲਾ ਵੱਡਾ ਚਾਕੂ

jack of all trades *n* ਹਰਫਨਮੌਲਾ

jack-o'-lantern /,ਜੈਕ ਅ 'ਲੈਨਟਅਨ/ *n* ਮਾਇਆਜਾਲ, ਭੂਤ ਜਾਲ, ਇੰਦਰ ਜਾਲ

jackpot /'ਜੈਕਪੌਟ/ *n* ਕਿਸੇ ਮੌਕੇ ਆਧਾਰਿਤ ਖੇਡ ਵਿੱਚ ਵੱਡੀ ਰਾਸ਼ੀ ਵਾਲਾ ਸਭ ਤੋਂ ਵੱਡਾ ਇਨਾਮ, ਜੈਕਪਾਟ

jack pudding *n* ਮਸਖ਼ਰਾ, ਵਿਦੂਸ਼ਕ

jackstraw /'ਜੈਕਸਟਰੋ/ *n* ਗੋਬਰ ਗਣੇਸ਼, ਨਿਕੰਮਾ ਮੋਟਾ ਅਤੇ ਸੁਸਤ ਕਰਮਚਾਰੀ

Jack-Tar /**ˌਜੈਕ 'ਟਾ***/ *n* ਮਲਾਹ, ਜਹਾਜ਼ ਦਾ ਸਧਾਰਨ ਕਰਮਚਾਰੀ

jack-up /**'ਜੈਕਅੱਪ**/ *n* ਛੱਡਣਾ, ਤਿਆਗਣਾ

jacob /**'ਜੇਇਕਅਬ**/ *n* ਚਿੱਟੇ ਜਾਂ ਨੀਲੇ ਫੁੱਲਾਂ ਵਾਲਾ ਪੌਦਾ; ਬੇੜੀ ਵਿੱਚ ਰੱਸੀ ਦੀ ਬਣੀ ਪੌੜੀ

Jacobean /**ˌਜੈਕਅ'ਬੀਅਨ**/ *n* ਇੰਗਲੈਂਡ ਦੇ ਬਾਦਸ਼ਾਹ ਜੇਮਜ਼ ਪਹਿਲੇ ਦੇ ਕਾਲ ਦਾ; ਕਾਲਾ; ਸੇਂਟ ਜੇਮਜ਼ ਦਾ

jacobin[1] /**'ਜੈਕਅ(ਉ)ਬਿਨ**/ *n* ਵਿਦ੍ਰੋਹੀ, ਅਤਿ ਮੌਲਿਕਤਾਵਾਦੀ, ਪੱਕਾ ਸੁਧਾਰਵਾਦੀ

jacobin[2] *n* ਉਹ ਕਬੂਤਰ ਜਿਸ ਦੀ ਗਰਦਨ ਉੱਤੇ ਲੰਮੇ-ਲੰਮੇ ਵਾਲ ਹੋਣ

jacobinic, jacobinical /**ˌਜੈਕਅ'ਬਿਨਿਕ, ˌਜੈਕਅ'ਬਿਨਿਕਲ**/ *a* ਵਿਦ੍ਰੋਹੀ, ਅੱਤਵਾਦ ਸੰਬੰਧੀ, ਸੁਧਾਰਵਾਦੀ

jacobinism /**'ਜੈਕਅ(ਉ)ਖਿਨਿਜ਼ਅਮ**/ *n* ਵਿਦ੍ਰੋਹਵਾਦ, ਸੁਧਾਰਵਾਦ

jaconet /**'ਜੈਕਅਨੈਟ**/ *n* (ਜਿਲਦ ਬੰਨ੍ਹਣ ਸਮੇਂ ਵਰਤਿਆ ਜਾਂਦਾ) ਮੋਟਾ ਕੱਪੜਾ

jacquerie /**'ਯ਼ਾਕਰੇਇ**/ *n* ਕਿਸਾਨ ਵਿਦ੍ਰੋਹ

jactation /**ਜੈਕ'ਟੇਇਸ਼ਨ**/ *n* ਅਸ਼ਾਂਤੀ, ਬੇਚੈਨੀ (ਰੋਗ ਕਾਰਨ)

jactitation /**ˌਜੈਕਟਿ'ਟੇਇਸ਼ਨ**/ *n* ਤਰਲੋਮੱਛੀ, ਤੜਪ, ਤਿਲਮਿਲਾਹਟ; ਝਟਕਾ,ਤਣਾਅ, ਖਿਚਾਅ

jacure /**'ਜੈਕਯੁਅ***/ *n* ਛੋਟਾ ਸਮੁੰਦਰੀ ਜਹਾਜ਼

jade[1] /**ਜੇਇਡ**/ *n* ਹੁੱਸਿਆ ਅਤੇ ਮਰੀਅਲ ਘੋੜਾ, ਮਾੜਾ ਟੱਟੂ; (ਗਾਲ ਜਾਂ ਬਦਖੋਹੀ ਦੇ ਰੂਪ ਵਿੱਚ) ਕੰਜਰੀ, ਵੇਸਵਾ, ਕਮਜ਼ਾਤ *v* ਥੱਕਣਾ, ਥਕਾਉਣਾ; ਘਸਣਾ, ਰਗੜਨਾ

jade[2] *n* ਹਰਾ ਨੀਲਾ ਜਾਂ ਚਿੱਟਾ ਕੀਮਤੀ ਪੱਥਰ

jaded /**'ਜੇਇਡਿਡ**/ *a* ਹੁੱਸਿਆ, ਥੱਕਿਆ, ਮਾਂਦਾ ਪਿਆ

jadeite /**'ਜੇਇਡਾਇਟ**/ *n* ਹਰਾ ਹੀਰਾ, ਹਰੀ ਮਣੀ

jadish /**'ਜੇਇਡਿਸ਼**/ *a* ਦੁਸ਼ਟ, ਬੁਰਾ, ਦੁਰਾਚਾਰੀ; ਹੀਰੇ ਵਰਗਾ, ਹਰੇ ਰੰਗ ਦਾ

jaeger /**'ਜੇਇਗਅ***/ *n* ਵੱਖ ਵੱਖ ਅਕਾਰ ਦੇ ਅਖਰਾਂ ਵਿੱਚ ਛਪਾਈਆਂ ਕੁਝ ਪੰਗਤੀਆਂ ਦੀ ਸੂਚੀ ਜੋ ਨਜ਼ਰ ਟੈਸਟ ਕਰਨ ਲਈ ਪੜ੍ਹਾਈ ਜਾਂਦੀ ਹੈ

jaffa /**'ਜੈਫਅ**/ *n* ਇਕ ਪ੍ਰਕਾਰ ਦਾ ਸੰਤਰਾ

jag[1] /**ਜੈਗ**/ *n* ਚਟਾਨ ਦੀ ਦੰਦੀ, ਨੁੱਕਰ, ਤਿੱਖਾ ਸਿਰਾ, ਦੰਦਾ *vt* ਦੰਦੇ ਪਾਉਣਾ; ਨੋਕਦਾਰ ਬਣਾਉਣਾ

jag[2] *n* (ਬੋਲ) ਸ਼ਰਾਬੀ ਮੰਡਲੀ, ਪੀਣ ਵਾਲਿਆਂ ਦੀ ਮਹਿਫ਼ਲ; ਸ਼ਰਾਬ ਦਾ ਦੌਰ

jagged /**'ਜੈਗਿਡ**/ *a* ਦੰਦੇਦਾਰ

jaggedness /**'ਜੈਗਿਡਨਅਸ**/ *n* ਪੁਰਦਰਾਪਣ

jagger /**'ਜੈਗਅ***/ *n* ਦੰਦੇਦਾਰ ਸ਼ਕਲ ਵਿੱਚ ਕੱਟਣ ਵਾਲਾ ਸੰਦ

jaggery /**'ਜੈਗਅਰਿ**/ *n* ਗੁੜ

jaggy /**'ਜੈਗਿ**/ *a* ਨੋਕਦਾਰ, ਨੁਕੀਲਾ, ਦੰਦੇਦਾਰ

jaguar /**'ਜੈਗਯੁਅ***/ *n* ਚਿੱਤਕਬਰਾ ਜੰਗਲੀ ਬਿੱਲਾ, ਬਿੱਲੀ ਦੀ ਜਾਤੀ ਦਾ ਇੱਕ ਜਾਨਵਰ

Jah /**ਜਾ**/ *n* (ਪੂਰਾ ਸ਼ਬਦ **Jehovah**) ਪਰਮਾਤਮਾ, ਰੱਬ (ਯਹੂਦੀ ਮੱਤ ਦਾ ਸ਼ਬਦ)

jail /**ਜੇਇਲ**/ *n* ਜੇਲ੍ਹ, ਬੰਦੀਖ਼ਾਨਾ, ਕੈਦਖ਼ਾਨਾ *vt* ਬੰਦੀ ਬਣਾਉਣਾ, ਜੇਲ੍ਹ ਵਿੱਚ ਦੇਣਾ, ਕੈਦ ਕਰਨਾ

jailer /**'ਜੇਇਲਅ***/ *n* ਜੇਲ੍ਹ ਦਾ ਦਰੋਗਾ, ਜੇਲ੍ਹਰ,

Jainism /**'ਜੇਇਨਿਜ਼ਅਮ**/ *n* ਜੈਨ ਮਤ

jakes /**'ਜੇਇਕਸ**/ *a* ਸਹਿਯੋਗੀ, ਸਹਿਕਾਰੀ

jalap /**'ਜੈਲਅਪ**/ *n* ਇੱਕ ਵੇਲ ਜਿਸ ਤੋਂ ਜੁਲਾਬ ਦੀ ਦਵਾਈ ਤਿਆਰ ਕੀਤੀ ਜਾਂਦੀ ਹੈ

jalopy /**ਜਅ'ਲੌਪਿ**/ *n* ਟੁੱਟੀ–ਭੱਜੀ ਮੋਟਰ, ਖਟਾਰਾ

jalousie /**'ਯ਼ੈਲੁਜ਼ਿ**/ *n* ਖਿੜਕੀ ਦਾ ਪਰਦਾ, ਝਿਲਮਿਲ

jam /**ਜੈਮ**/ *v* (ਮਸ਼ੀਨ ਦੇ ਕਿਸੇ ਪੁਰਜ਼ੇ ਦਾ) ਜਾਮ ਹੋ ਜਾਣਾ; (ਰਸਤਾ) ਬੰਦ ਹੋ ਜਾਣਾ ਜਾਂ ਕਰ ਦੇਣਾ (ਭੀੜ ਆਦਿ ਦੇ ਕਾਰਨ); ਰਾਹ ਰੋਕਣਾ, ਰੁਕਾਵਟ ਪਾਉਣਾ, ਬੰਦ ਕਰਨਾ; ਜੰਮ ਕੇ ਬੈਠ ਜਾਣਾ; ਦੱਬ ਕੇ ਸਤ ਜਾਂ ਰਸ ਕਢਣਾ, ਦਬਣਾ, ਨਚੋੜਨਾ; ਫੇਹ ਕੇ ਇੱਕ ਕਰਨਾ, ਪੀਹਣਾ *n* ਕਠਿਨਾਈ, ਔਕੜ, ਜੰਜਾਲ, ਰੁਕਾਵਟ, ਰੋਕ; ਦਬਾਅ; ਭੀੜ; ਮੁਰੱਬਾ,

ਜੈਮ **real jam** ਚੰਗੀ ਪਰਾਹੁਣਚਾਰੀ, ਸੁੰਦਰ ਭੋਜਨ, ਵਧੀਆ ਦਾਹਵਤ

jamb /ਜੈਮ/ *n* ਬੂਹੇ ਜਾਂ ਬਾਰੀ ਦਾ ਇੱਕ ਪਾਸਾ; ਚੁੱਲ੍ਹੇ ਦਾ ਪੜਾਵਾ

jamboree /,ਜੈਮਬਅ'ਰੀ/ *n* ਮੌਜ-ਮੇਲੇ ਲਈ ਇਕੱਤਰਤਾ; ਸਮਾਰੋਹ, ਸਕਾਊਟ ਸੰਮੇਲਨ

jamming /ਜੈਮਿਙ/ *n* ਰੋਕ, ਰੁਕਾਵਟ

jammy /'ਜੈਮਿ/ *a* ਚੀਕਣਾ, ਚਿਪਚਿਪਾ; ਮੁਰੱਬੇਦਾਰ, ਮੁਰੱਬੇ ਨਾਲ ਲਿਬੜਿਆ

jam-packed *a* ਖਚਾਖਚ ਭਰਿਆ

jampan /'ਜਾਮਪਾਨ/ *n* ਡੋਲੀ, ਪਾਲਕੀ

jane /ਜੇਇਨ/ *n* ਔਰਤ, ਇਸਤਰੀ

janet /'ਜੈਨਿਟ/ *n* ਖਚਰੀ ਔਰਤ

jangle /'ਜੈਙਗਲ/ *n* ਝੁਣਕਾਰ, ਠਣਕਾਰ; ਤਕਰਾਰ, ਝਗੜਾ, ਫ਼ਸਾਦ *v* ਬੇਸੁਰੀ ਅਵਾਜ਼ ਕੱਢਣਾ, ਕੁਰਖ਼ਤ ਅਵਾਜ਼ ਵਿੱਚ ਬੋਲਣਾ; ਝੁਣਕਾਰ ਵਾਲੀ ਅਵਾਜ਼ ਪੈਦਾ ਕਰਨਾ, ਘੰਟੀ ਦਾ ਟਣ-ਟਣ ਕਰਨਾ; ਝਗੜਨਾ, ਤਕਰਾਰ ਕਰਨਾ

jangler /'ਜੈਙਗਲਅ*/ *n* ਹੁੱਜਤੀ, ਝਗੜਾਲੂ, ਲੜਾਕਾ, ਫ਼ਸਾਦੀ ਆਦਮੀ

jangling /'ਜੈਙਗਲਿਙ/ *n* ਝੱਖ, ਝਗੜਾ, ਬਖੇੜਾ, ਲੜਾਈ, ਬਹਿਸ

janitor /'ਜੈਨਿਟਅ*/ *n* ਦਰਬਾਨ, ਡਿਊਢੀਦਾਰ, ਪਹਿਰੇਦਾਰ; ਰਾਖਾ, ਰਖਵਾਲਾ

janizary, janissary /'ਜੈਨਿਜ਼ਅਰਿ, 'ਜੈਨਿਸਅਰਿ/ *n* ਅੱਤਿਆਚਾਰ, ਜ਼ੁਲਮ

jannock /'ਜੈਨਅਕ/ *a* ਸੱਚਾ, ਈਮਾਨਦਾਰ; ਖ਼ਾਲਸ, ਸ਼ੁੱਧ, ਨਿਰਮਲ

January /'ਜੈਨਯੁਅਰਿ/ *n* ਈਸਵੀ ਸਾਲ ਦਾ ਪਹਿਲਾ ਮਹੀਨਾ, ਜਨਵਰੀ

Jap /ਜੈਪ/ *n* ਜਪਾਨ ਨਿਵਾਸੀ, ਜਪਾਨੀ ਬਾਸ਼ਿੰਦਾ *a* ਜਪਾਨੀ, ਜਪਾਨ ਦਾ

japan /ਜਅ'ਪੈਨ/ *n* ਇੱਕ ਪ੍ਰਕਾਰ ਦਾ ਰੋਗਨ; ਲਾਖ ਦਾ ਕੰਮ; ਜਪਾਨੀ ਨਮੂਨੇ ਦਾ ਕੰਮ *vt* ਜਪਾਨੀ ਰੋਗਨ ਲਾਉਣਾ, ਜਪਾਨੀ ਵਿਧੀ ਨਾਲ ਕਰੜਾ ਅਤੇ ਚਮਕਦਾਰ ਰੋਗਨ ਚੜ੍ਹਾਉਣਾ

Japan /ਜਅ'ਪੈਨ/ *n* ਜਪਾਨ ਦਾ ਸਾਮਰਾਜ, ਜਪਾਨ

japan-earth *n* ਕੱਥਾ

Japanese /,ਜੈਪਅ'ਨੀਜ਼/ *n* ਜਪਾਨੀ ਬੋਲੀ, ਜਪਾਨ ਦਾ ਵਸਨੀਕ *a* ਜਪਾਨੀ (ਕੋਈ ਵਸਤੂ)

jape /ਜੇਇਪ/ *vi* ਮਖੌਲ ਕਰਨਾ, ਦਿਲਲਗੀ ਕਰਨਾ, ਠੱਠਾ ਕਰਨਾ *n* ਹਾਸਾ, ਮਖੌਲ

japery /'ਜੇਇਪ(ਅ)ਰਿ/ *n* ਹਾਸਾ, ਠੱਠਾ, ਮਖੌਲ, ਮਜ਼ਾਕ, ਵਿਅੰਗ, ਵਿਨੋਦ

Japhetic /ਜੇਇ'ਫ਼ੈੱਟਿੱਕ/ *a* (ਅਪ) ਭਾਰਤ ਯੂਰਪੀ

japonic /ਜਅ'ਪੌਨਿਕ/ *a* ਜਪਾਨੀ, ਜਪਾਨ ਦਾ, ਜਪਾਨ ਸੰਬੰਧੀ

japonica /ਜਅ'ਪੌਨਿਕਅ/ *n* ਸੁੰਦਰ ਫੁੱਲਾਂ ਅਤੇ ਫਲੀਆਂ ਵਾਲੇ (ਕਈ) ਜਪਾਨੀ ਬੂਟੇ

japonize /'ਜੈਪਅਨਾਇਜ਼/ *vt* ਜਪਾਨੀ ਬਣਾਉਣਾ

jar[1] /ਜਾ*/ *v* ਝਗੜਾ ਕਰਨਾ, ਤਕਰਾਰ ਕਰਨਾ, ਸਹਿਮਤ ਨਾ ਹੋਣਾ, ਬਹਿਸ ਵਿੱਚ ਪੈਣਾ; (ਕਿਸੇ ਅੰਗ ਵਿੱਚ) ਝਰਨਾਟ ਉੱਠਣਾ, ਥਰਕਣਾ, ਕੰਬਣਾ; ਗੂੰਜ ਪੈਣਾ, ਝਣਕਾਰ ਪੈਣਾ; ਕੁਰਖ਼ਤ ਅਵਾਜ਼ ਕੱਢਣਾ, ਕੰਨ ਖਾਣਾ *n* ਲੜਾਈ, ਝਗੜਾ, ਤਕਰਾਰ; ਵਿਰੋਧ, ਬੇਮੇਲ, ਅਸੰਗਤੀ; ਝਰਨਾਹਟ, ਕਾਂਬਾ; ਕੁਰਖ਼ਤ ਅਵਾਜ਼

jar[2] *n* ਸ਼ੀਸ਼ੇ, ਮਰਤਬਾਨ, ਘੜਾ, ਕੁੱਜਾ, ਮੱਘਾ, ਗੜਵਾ, ਮਿੱਟੀ ਜਾਂ ਪੱਥਰ ਦਾ ਭਾਂਡਾ, ਜ਼ਾਰ

jarful /'ਜਾਫ਼ੁਲ/ *n* ਤੌੜਾਭਰ, ਘੜਾਭਰ, ਗਾਗਰਭਰ

jargon /'ਜਾਗਅਨ/ *n* ਸਮਝ ਵਿੱਚ ਨਾ ਆਉਣ ਵਾਲੀ ਬੋਲੀ, ਗਿਟਮਿਟ; ਵਰਗ ਵਿਸ਼ੇਸ਼ ਦੀ ਬੋਲੀ

jargonelle /,ਜਾਗਅ'ਨੈੱਲ/ *n* ਇੱਕ ਪ੍ਰਕਾਰ ਦੀ ਨਾਸ਼ਪਾਤੀ

jargonize /'ਜਾਗ(ਅ)ਨਾਇਜ਼/ *v* ਅੱਖੜ ਬੋਲਣਾ, ਅਸ਼ਲੀਲ ਗੱਲਾਂ ਕਰਨਾ, ਬੇਤੁਕੀਆਂ ਗੱਲਾਂ ਕਰਨਾ

jarl /ਯਾਲ/ *n* ਮੁਖੀਆ, ਨੇਤਾ, ਆਗੂ, ਲੀਡਰ,

ਸਰਦਾਰ, ਸਿਰਕੱਢ ਆਦਮੀ

jarvey /'ਜਾਵ੍ਹਿ/ *n* ਗੱਡੀ ਹਿੱਕਣ ਵਾਲਾ, ਗੱਡੀਵਾਨ, ਕੋਚਵਾਨ,

jasmine /'ਜੈਜ਼ਮਿਨ/ *n* ਚੰਬੇਲੀ, ਮੋਤੀਆ

jasper /'ਜੈਸਪਅ*/ *n* ਲਾਲ ਖੱਟੇ ਜਾਂ ਬਦਾਮੀ ਰੰਗ ਦਾ ਇੱਕ ਹੀਰਾ

jaspery /'ਜੈਸਪਅਰਿ/ *a* ਲਾਲ ਵਰਗਾ, ਹੀਰੇ ਵਰਗਾ

jaundice /'ਜੋਨਡਿਸ/ *n* ਯਰਕਾਨ, ਪੀਲੀਆ; ਈਰਖਾ, ਸਾੜਾ; ਨਜ਼ਰ ਦਾ ਨੁਕਸ *v* ਯਰਕਾਨ ਦਾ ਰੋਗੀ ਹੋਣਾ; (ਕਿਸੇ ਦੇ ਮਨ ਵਿੱਚ) ਈਰਖਾ ਭਰ ਦੇਣਾ

jaunt /ਜੋਨਟ/ *n* ਸੈਰ ਸਪਾਟਾ *v* ਸੈਰ ਕਰਨਾ

jauntiness /'ਜੋਨਟਿਨਅਸ/ *n* ਜ਼ਿੰਦਾ-ਦਿਲੀ, ਬਾਂਕਾਪਣ, ਟਹੁਰ, ਲਟਬੌਰਾਪਣ

jaunty /'ਜੋਨਟਿ/ *n* ਜਹਾਜ਼ੀ ਪੁਲਿਸ ਦਾ ਪ੍ਰਧਾਨ *a* ਖ਼ੁਸ਼ਦਿਲ, ਹਸਮੁਖ, ਖਿੜਿਆ ਰਹਿਣ ਵਾਲਾ; ਜ਼ਿੰਦਾ-ਦਿਲ, ਟਹੁਰੀ

jaup /ਜੋਪ/ *vt* ਹਿਲੋਰੇ ਦੇਣਾ; ਹੂਟੇ ਦੇਣਾ, ਹਿਲਾਉਣਾ

Java /'ਜਾਵ੍ਹਅ/ *n* (ਕੰਪਿ) (ਵਿਸ਼ੇਸ਼ ਤੌਰ 'ਤੇ) ਇੰਟਰਨੈੱਟ ਆਧਾਰਿਤ ਪ੍ਰੋਗਰਾਮ ਬਣਾਉਣ ਲਈ ਵਰਤੀ ਜਾਣ ਵਾਲੀ ਇੱਕ ਕੰਪਿਊਟਰ ਭਾਸ਼ਾ, ਜਾਵਾ

javelin /'ਜੈਵ੍ਹਲਿਨ/ *n* ਬਰਛਾ, ਬੱਲਮ, ਨੇਜ਼ਾ

jaw /ਜੋ/ *n* ਹੜਬ, ਬਾਚੀ, ਜਬਾੜ੍ਹਾ; ਤਕਰਾਰ, ਝਗੜਾ *v* ਝਗੜਨਾ, ਤਕਰਾਰ ਕਰਨਾ; ਵਾਧੂ ਗੱਲਾਂ ਮਾਰਨਾ, ਲਗਾਤਾਰ ਬੋਲਦੇ ਜਾਣਾ; ਵਿਖਿਆਨ ਦੇਣਾ

jawbone /'ਜੋਬਅਉਨ/ *n* ਜਬਾੜ੍ਹੇ ਦੀ ਹੱਡੀ, ਹੜਬ

jawed /'ਜੋਡ/ *a* ਜਬਾੜ੍ਹੇ ਵਾਲਾ

jaw-fallen *a* ਉਦਾਸ

jawy /ਜੋਇ/ *a* ਜਬਾੜ੍ਹੇ ਦਾ

jay /ਜੇਇ/ *n* ਨੀਲਕੰਠ *a* ਗਾਲੜੀ, ਗੱਪੀ, ਖੱਪੀ; ਮੂਰਖ, ਸਿੱਧੜ

jazz /ਜੈਜ਼/ *n* ਇੱਕ ਪ੍ਰਕਾਰ ਦਾ ਨ੍ਰਿਤ ਅਤੇ ਸੰਗੀਤ; ਹੁੱਲੜ, ਸ਼ੋਰ-ਸ਼ਰਾਬਾ

JCB /ˌਜੇਇ ਸੀ 'ਬੀ/ *abbr* ਮਿੱਟੀ ਪੁੱਟ ਕੇ ਸੁੱਟਣ ਵਾਲੀ ਇੱਕ ਤਾਕਤਵਰ ਮਸ਼ੀਨ, ਜੇ.ਸੀ.ਬੀ.

jealous /'ਜੈਲੱਅਸ/ *a* ਈਰਖਾਲੂ, ਦਵੈਖੀ; ਜਿਸ ਵਿੱਚ ਦੂਜਿਆਂ ਦੇ ਧਰਮ ਸੰਬੰਧੀ ਸਹਿਣਸ਼ੀਲਤਾ ਨਾ ਹੋਵੇ, ਕੱਟੜ; ਕਿਸੇ ਦਾ ਵਿਸਾਹ ਨਾ ਕਰਨ ਵਾਲਾ; ਸ਼ੱਕੀ; (ਆਪਣੇ ਅਧਿਕਾਰਾਂ ਸੰਬੰਧੀ) ਸਾਵਧਾਨ, ਖ਼ਬਰਦਾਰ

jealousy /'ਜੈਲੱਅਸਿ/ *a* ਈਰਖਾ, ਸਾੜ੍ਹਾ, ਦਵੈਖ

jeans /ਜੀਨਜ਼/ *n* ਮੋਟਾ ਸੂਤੀ ਕੱਪੜਾ, ਜੀਨ; (ਬਹੁ) ਜੀਨ ਦੀ ਬਣੀ ਪਤਲੂਨ

jeep /ਜੀਪ/ *n* ਜੀਪ

jeer /ਜਿਅ*/ *v* ਮਖੌਲ ਉਡਾਉਣਾ, ਮਸ਼ਕਰੀ ਕਰਨਾ; ਤਾਹਨਾ ਮਾਰਨਾ, ਬੋਲੀ ਮਾਰਨਾ *n* ਹਾਸਾ, ਮਸ਼ਕਰੀ; ਤਾਹਨਾ, ਬੋਲੀ

jeerer /'ਜਿਅਰਅ*/ *n* ਮਖੌਲੀਆ ਆਦਮੀ, ਮਜ਼ਾਕ ਕਰਨ ਵਾਲਾ ਮਨੁੱਖ; ਬੋਲੀ ਮਾਰਨ ਵਾਲਾ, ਤਾਹਨਾ ਦੇਣ ਵਾਲਾ (ਆਦਮੀ)

Jehovah /ਜਿ'ਹਅਉਵ੍ਹਅ/ *n* ਯਹੂਦੀ ਮੱਤ ਵਿੱਚ ਪਰਮਾਤਮਾ ਦਾ ਨਾਮ

Jehovah's Witness *n* ਸੰਸਥਾਗਤ ਧਰਮ ਤੋਂ ਵੱਖਰੀ ਸੰਪਰਦਾ ਦਾ ਮੈਂਬਰ ਜੋ ਰਾਜ ਦੇ ਆਦੇਸ਼ਾਂ ਨਾਲੋਂ ਸੰਪਰਦਾ ਦੇ ਆਦੇਸ਼ਾਂ ਨੂੰ ਪਹਿਲ ਦੇਂਦਾ ਹੈ

Jehovistic /ˌਜਿਹਅ'ਵ੍ਹਿਸਟਿਕ/ *a* ਯਹੂਦੀਆਂ ਦੀ ਜੇਹੋਵਾ ਮਤ ਦਾ

Jehu /'ਜੀਹਯੂ/ *n* ਇਜ਼ਰਾਈਲ ਦੇ ਇੱਕ ਪੁਰਾਤਨ ਬਾਦਸ਼ਾਹ ਦਾ ਨਾਮ, ਜੇਹੂ, ਸੰਚਾਲਕ, ਚਾਲਕ, ਹਿੱਕਣ ਵਾਲਾ ਆਦਮੀ, ਤੇਜ਼ ਚਲਾਉਣ ਵਾਲਾ ਡਰਾਈਵਰ

jejune /ਜਿ'ਜੂਨ/ *a* ਬੰਜਰ, ਅਣਉਪਜਾਊ; ਰਸਹੀਣ, ਖ਼ੁਸ਼ਕ, ਰੁੱਖਾ; ਥੋੜ੍ਹਾ, ਭੋਰਾ 'ਕੁ, ਨਾਕਾਫ਼ੀ

jejuneness /ਜਿ'ਜੂਨਨਅਸ/ *n* ਰਸਹੀਣਤਾ, ਖ਼ੁਸ਼ਕੀ, ਰੁੱਖਾਪਣ, ਨੀਰਸਤਾ, ਫਿੱਕਾਪਣ

jellify /'ਜੈੱਲਿਫ਼ਾਇ/ *v* ਲੇਸਦਾਰ ਬਣਾਉਣਾ

jelly /'ਜੈੱਲਿ/ *n* ਇੱਕ ਲੇਸਵੀਂ ਮਿੱਠੀ ਚਟਣੀ, ਮੁਰੱਬਾ *v* ਜੈਲੀ ਵਰਗਾ ਬਣਾਉਣਾ, ਲੇਸਦਾਰ ਬਣਨਾ ਜਾਂ ਬਣਾਉਣਾ

jelly bean *n* ਅੰਦਰੋਂ ਪੋਲੀ ਅਤੇ ਬਾਹਰੋਂ ਕੁਝ ਸਖ਼ਤ ਸੁਆਦਲੀ ਗੋਲੀ, ਕੈਂਡੀ

jellyfish /'ਜੈੱਲਿਫ਼ਿਸ਼/ *n* ਮੱਛੀ ਦੀ ਇੱਕ ਕਿਸਮ

jemmy /'ਜੈੱਮਿ/ *n* ਸੰਨ੍ਹ ਲਾਉਣ ਵਾਲਾ ਕੰਧਾਲਾ, ਸੱਬਲ

jennet /'ਜੈਨਿੱਟ/ *n* ਛੋਟਾ ਘੋੜਾ, ਟੱਟੂ

jenny /'ਜੈੱਨਿ/ *n* ਭਾਰੀ ਚੀਜ਼ ਚੁੱਕਣ ਵਾਲਾ ਯੰਤਰ, ਕਰੇਨ; ਗਧੀ, ਖੋਤੀ **spinning-jenny** (ਮਸ਼ੀਨੀ) ਚਰਖੀ, ਚਰਖਾ

jeofail /'ਜੈੱਫ਼ੇਇਲ/ *vt* ਕਨੂੰਨੀ ਬਹਿਸ ਵਿੱਚ ਉਖੱੜ ਜਾਣਾ

jeopard, jeopardize /'ਜੈਪੱਅਡ, 'ਜੈਪੱਅਡਾਇਜ਼/ *vt* ਖ਼ਤਰੇ ਵਿੱਚ ਪਾਉਣਾ, ਬਿਪਤਾ ਵਿੱਚ ਫ਼ਸਾਉਣਾ

jeopardous /'ਜੈਪੱਅਡਅਸ/ *a* ਸੰਕਟ ਭਰਿਆ, ਸੰਕਟਮਈ, ਖ਼ਤਰਨਾਕ

jeopardy /'ਜੈੱਪਅਡਿ/ *n* ਸੰਕਟ, ਖ਼ਤਰਾ, ਭੈਅ

jequirity /ਜਅ'ਕਵਿਰਅਟਿ/ *n* ਇੱਕ ਕਿਸਮ ਦੀ ਲਾਲ ਬੀਜਾਂ ਵਾਲੀ ਵੇਲ, ਰੱਤੀ

jerboa /ਜਅ:'ਬਅਉਅ/ *n* ਸਹੇ ਦੀ ਕਿਸਮ ਦਾ ਇੱਕ ਟੱਪਣ-ਨੱਚਣ ਵਾਲਾ ਅਫ਼ਰੀਕੀ ਜਾਨਵਰ

jereed /ਜਅ'ਰੀਡ/ *n* ਬਰਛਾ, ਭੱਲਾ, ਭਾਲਾ

jeremiad /,ਜੈੱਰਿ'ਮਾਇਐਡ/ *n* ਦੁੱਖ ਭਰੀ ਫ਼ਰਿਆਦ, ਵਿਰਲਾਪ, ਕੀਰਨਾ

jerk /ਜਅ:ਕ/ *n* ਧੱਕਾ, ਝਟਕਾ, ਮੋਚ, ਖਿੱਚ, ਤਣਾਅ, (ਬਹੁ) ਕਿਸੇ ਅੰਗ ਵਿੱਚ ਫਰਕਣ ਜਾਂ ਕਾਂਬਾ *v* ਝਟਕਾ ਦੇਣਾ ਜਾਂ ਲੱਗਣਾ; ਝਟਕੇ ਨਾਲ ਖਿੱਚਣਾ ਜਾਂ ਮਰੋੜਨਾ

jerker /'ਜਅ:ਕਅ*/ *n* ਸਿੰਗਾਂ ਵਾਲੀ ਇੱਕ ਮੱਛੀ

jerkin /'ਜਅ:ਕਿਨ/ *n* ਚਮੜੇ ਦੀ ਕੁੜਤੀ, ਮਰਦਾਵੀਂ ਜਾਕਟ, ਜਰਕਿਨ

jerkiness /'ਜਅ:ਕਿਨਅਸ/ *n* ਝਟਕਾ, ਧੱਕਾ, ਹੁਝਕਾ

jerky /'ਜਅ:ਕਿ/ *a* ਝਟਕਾ ਦੇਣ ਵਾਲਾ, ਧੱਕਾ ਦੇਣ ਵਾਲਾ

jerry /'ਜੈੱਰਿ/ *n* ਘਟੀਆ ਅਤੇ ਰੱਦੀ ਵਸਤ ਵਲੇਵਾਂ; ਟੁੱਟੀਆਂ-ਫੁੱਟੀਆਂ ਚੀਜ਼ਾਂ ਨਾਲ ਬਣਾਇਆ ਘਰ; ਪਿਸ਼ਾਬ ਵਾਲਾ ਭਾਂਡਾ

Jerry *n* ਜਰਮਨ ਸਿਪਾਹੀ, ਜਰਮਨ ਦੇ ਲੋਕ

jerry-builder /'ਜੈੱਰਿ,ਬਿਲਡਅ*/ *n* ਤੁੱਛ ਵਸਤੂਆਂ ਵਰਤ ਕੇ ਮਕਾਨ ਬਣਾਉਣ ਵਾਲਾ

jerry-shop *n* ਸਸਤੀ ਸ਼ਰਾਬ ਦਾ ਠੇਕਾ

jersey /'ਜਅ:ਜ਼ਿ/ *n* ਪੂਰੀਆਂ ਬਾਹਵਾਂ ਵਾਲਾ ਸਵੈਟਰ, ਜਰਸੀ; ਇਸਤਰੀਆਂ ਦੀ ਤੰਗ ਚੋਲੀ ਜਾਂ ਅੰਗੀ; ਗਰਮ ਬਨੈਣ

jess /ਜੈੱਸ/ *n* (ਪੱਟ ਜਾਂ ਚੰਮ ਦਾ) ਫੁੰਮ੍ਹਣ; ਫ਼ੀਤਾ, ਤਸਮਾ, ਪੇਟੀ, ਪੱਟੀ, ਵੱਧਰੀ *vt* ਫ਼ੀਤਾ ਕੱਸਣਾ, ਤਸਮਾ ਬੰਨ੍ਹਣਾ

jessamine /'ਜੈੱਸਅਮਿਨ/ *n* ਵੇਖੋ jasmine

jesse /'ਜੈੱਸਿ/ *n* ਕਈ ਸ਼ਾਖਾਵਾਂ ਵਾਲੀ ਟਾਹਣੀ ਵਾਂਗ ਬਣਿਆ ਢਾਂਚਾ ਜਿਸ ਉਤੇ ਕਈ ਮੋਮਬਤੀਆਂ ਟਿਕਾਈਆਂ ਜਾ ਸਕਦੀਆਂ ਹੋਣ

jest /ਜੈੱਸਟ/ *n* ਹਾਸਾ, ਠੱਠਾ, ਮਸ਼ਕਰੀ, ਮਖੌਲ, ਛੇੜ-ਛਾੜ, ਹਾਸੋ-ਹੀਣੀ ਗੱਲ *v* ਮਸ਼ਕਰੀ ਕਰਨਾ, ਹਾਸਾ-ਠੱਠਾ ਕਰਨਾ, ਛੇੜ-ਛਾੜ ਕਰਨਾ, ਦਿਲਲਗੀ ਕਰਨਾ

jest-book /'ਜੈੱਸਟਬੁਕ/ *n* ਚੁਟਕਲਿਆਂ ਦੀ ਕਿਤਾਬ

jester /ਜੈੱਸਟਅ*/ *n* ਮਖੌਲੀਆ, ਦਿਲਲਗੀਬਾਜ਼; ਭੰਡ, ਵਿਦੂਸ਼ਕ

jestful /ਜੈੱਸਟਫ਼ੁਲ/ *a* ਠੱਠੇ ਦਾ, ਮਜ਼ਾਕੀਆ, ਮਖੌਲੀਆ, ਹਸੰਦੜਾ, ਮਸ਼ਕਰੀ ਭਰਿਆ

Jesuit /'ਜੈਜ਼ਯੁਇਟ/ *n* ਇੱਕ ਈਸਾਈ ਸੰਸਥਾ ਦਾ ਮੈਂਬਰ

jesuitism /'ਜੈਜ਼ੱਯੁਇਟਿਜ਼ਅਮ/ *n* ਠੱਗੀ, ਛਲ, ਕਪਟ, ਧੋਖੇਬਾਜ਼ੀ, ਮੱਕਾਰੀ

jet /ਜੈਟੱ/ *n* ਕਾਲਾ ਪੱਥਰ; ਤਤੀਰੀ; ਭੂਕਣੀ, ਤੇਜ਼ ਧਾਰ (ਜਿਵੇਂ ਫ਼ੁਹਾਰੇ ਦੀ); ਨਲਕੀ, ਟੂਟੀ, ਫ਼ੁਹਾਰਾ; ਜੈੱਟ ਜਹਾਜ਼ *v* ਤਤੀਰੀ ਛੁੱਟਣਾ, ਤੇਜ਼ ਧਾਰ ਵਿੱਚ ਨਿਕਲਨਾ ਜਾਂ ਕੱਢਣਾ; ਫ਼ੁਹਾਰਾ ਵਗਣਾ ਜਾਂ ਵਗਾਉਣਾ;

ਜ਼ੋਰ ਦੀ ਭਾਫ਼ ਛੱਡਣਾ *a* ਗੂੜ੍ਹੇ ਰੰਗ ਦਾ

jet black *a* ਕਾਲਾ-ਸਿਆਹ

jet engine *n* ਗੈਸਾਂ ਨੂੰ ਪਿੱਛੇ ਧੱਕ ਕੇ ਜਹਾਜ਼ ਨੂੰ ਚਲਾਉਣ ਵਾਲਾ ਇੰਜਨ, ਜੈਟ ਇੰਜਨ

jet lag *n* ਹਵਾਈ ਜਹਾਜ਼ ਵਿੱਚ ਲੰਮੇ ਸਫ਼ਰ ਤੋਂ ਬਾਅਦ ਥੱਕੇ ਅਤੇ ਬੌਂਦਲੇ ਜਿਹੇ ਹੋਣ ਦਾ ਅਨੁਭਵ (ਵਿਸ਼ੇਸ਼ ਤੌਰ 'ਤੇ ਜਦੋਂ ਸਫ਼ਰ ਅਰੰਭ ਕਰਨ ਅਤੇ ਖ਼ਤਮ ਕਰਨ ਦੀਆਂ ਥਾਵਾਂ ਵਿਚਕਾਰ ਸਮੇਂ ਦਾ ਬਹੁਤ ਅੰਤਰ ਹੋਵੇ)

jetliner/' ਜੈਟੱਲਾਇਨਅ*/*n* ਜੈਟੱ ਇੰਜਨ ਨਾਲ ਚੱਲਣ ਵਾਲਾ ਵੱਡਾ ਮੁਸਾਫ਼ਰ ਹਵਾਈ ਜਹਾਜ਼

jetsam /'ਜੈਟੱਸਅਮ/ *n* ਜਹਾਜ਼ ਨੂੰ ਹੌਲਾ ਕਰਨ ਲਈ ਉਸ ਵਿੱਚੋਂ ਕੱਢ ਕੇ ਸੁੱਟਿਆ ਮਾਲ (ਵਿਸ਼ੇਸ਼ ਕਰਕੇ ਉਹ ਵਸਤੂਆਂ ਜੋ ਤਰਦੀਆਂ ਕੰਢੇ ਤੇ ਆ ਲੱਗਣ)

jet-setter *n* ਬਹੁਤ ਜ਼ਿਆਦਾ ਸਫ਼ਰ ਕਰਨ ਵਾਲਾ ਤੜਕ-ਭੜਕ ਵਾਲਾ ਵਿਅਕਤੀ

jet stream *n* ਧਰਤੀ ਤੋਂ ਬਹੁਤ ਉੱਚੀ ਵੱਗਣ ਵਾਲੀ ਪੌਣ ਧਾਰਾ ਜੋ ਮੌਸਮ ਉੱਤੇ ਬਹੁਤ ਅਸਰ ਪਾਉਂਦੀ ਹੈ; ਹਵਾਈ ਜਹਾਜ਼ ਦੇ ਇੰਜਣ ਚੋਂ ਨਿਕਲਨ ਵਾਲੀਆਂ ਗੈਸਾਂ ਦੀ ਧਾਰਾ

jettiness /'ਜੈੱਟਿਨਅਸ/ *n* ਕਲੱਤਣ, ਕਾਲਾਪਣ, ਕਾਲਾ ਰੰਗ, ਸ਼ਾਮ ਰੰਗ

jettison /'ਜੈੱਟਿਸਨ/ *n* ਜਹਾਜ਼ ਨੂੰ ਹੌਲਾ ਕਰਨ ਦੀ ਕਿਰਿਆ *vt* ਜਹਾਜ਼ ਨੂੰ ਹੌਲਾ ਕਰਨਾ; ਮੁਸੀਬਤ ਗਲੋਂ ਲਾਹੁਣਾ; (ਤਾਸ਼) ਬੇਲੋੜਾ ਪੱਤਾ ਸੁੱਟਣਾ

jetty¹ /'ਜੈੱਟਿ/ *a* ਗੂੜ੍ਹੇ ਕਾਲੇ ਰੰਗ ਦਾ, ਕਾਲਾ-ਸ਼ਾਹ

jetty² *n* ਜਹਾਜ਼ ਤੋਂ ਮਾਲ ਲਾਹੁਣ ਵਾਲਾ ਘਾਟ, ਪੱਕਾ ਘਾਟ, ਜੈਟੀ; ਬੰਦਰਗਾਹ ਦੀ ਰੱਖਿਆ ਲਈ ਬਣਾਇਆ ਗਿਆ ਬੰਨ੍ਹ

Jew /ਜੂ/ *n* ਯਹੂਦੀ; (ਬੋਲ) ਸੂਦਖੋਰ, ਬਹੁਤ ਕਰੜਾ ਵਿਆਜ ਲਾਉਣ ਵਾਲਾ; ਲੈਣ-ਦੇਣ ਦੇ ਮਾਮਲੇ ਵਿੱਚ ਅੱਤ ਦਾ ਸਖ਼ਤ ਦਿਲ

jewel /'ਜੂਅਲ/ *n* ਹੀਰਾ, ਨਗ, ਮਣੀ, ਰਤਨ, ਲਾਲ; ਬਹੁਮੁੱਲੀ ਵਸਤੂ; ਜੜਾਊ ਗਹਿਣਾ; ਸਨਮਾਨਿਤ ਵਿਅਕਤੀ *vt* ਹੀਰਿਆਂ ਨਾਲ ਸਜਾਉਣਾ, ਮਣੀਆਂ ਨੂੰ ਭੂਸ਼ਤ ਕਰਨਾ, ਰਤਨਾਂ ਨਾਲ ਅਲੰਕ੍ਰਿਤ ਕਰਨਾ, ਜੜਾਊ ਬਣਾਉਣਾ

jeweller, jeweler /'ਜੂਅਲਅ*/ *n* ਰਤਨਾਂ ਦਾ ਵਪਾਰੀ, ਹੀਰਿਆਂ ਦਾ ਸੁਦਾਗਰ, ਜੌਹਰੀ, ਸਰਾਫ਼,

jewellery, jewelry /'ਜੂਅਲਰਿ/ *n* ਟੂਮਾਂ, ਜ਼ੇਵਰ, ਗਹਿਣੇ, ਆਭੂਸ਼ਣ; ਜੜਾਊ ਹੀਰੇ, ਜੜਾਊ ਮਣੀਆਂ, ਜੜਾਊ ਟੂਮਾਂ; ਰਤਨਾਂ ਦਾ ਵਪਾਰ, ਲਾਲਾਂ ਦਾ ਵਣਜ, ਹੀਰਿਆਂ ਦਾ ਕਿੱਤਾ

Jewish /'ਜੂਇਸ਼/ *a* ਯਹੂਦੀਆਂ ਦਾ, ਯਹੂਦੀਆਂ ਬਾਰੇ, ਯਹੂਦੀ ਨਸਲ ਦਾ

Jewry /'ਜੁਅਰਿ/ *n* ਯਹੂਦੀ ਜਾਤੀ, ਯਹੂਦੀ ਲੋਕ; ਯਹੂਦੀ ਮਹੱਲਾ, ਯਹੂਦੀ ਟੋਲਾ

jezebel /'ਜੈਜ਼ਅਬੈੱਲ/ *n* ਬਦਚਲਨ ਔਰਤ, ਰੰਡੀ

jib¹ /ਜਿਬ/ *n* ਭਾਰ ਚੁੱਕਣ ਵਾਲੀ ਮਸ਼ੀਨ (ਕਰੇਨ) ਦੀ ਬਾਂਹ; ਜਹਾਜ਼ ਦਾ ਸਭ ਤੋਂ ਅਗਲਾ ਤਿਕੋਣਾ ਭਾਗ *v* ਜਹਾਜ਼ ਦੇ ਪੱਲੇ (ਬਾਦਬਾਨ) ਦਾ ਇੱਕ ਰੁਖ਼ ਤੋਂ ਦੂਜੇ ਰੁਖ਼ ਨੂੰ ਬਦਲਨ ਜਾਂ ਬਦਲਿਆ ਜਾਣਾ

jib² *vi* ਘੋੜੇ ਦਾ ਅੜੀ ਕਰਨਾ; ਕਿਸੇ ਕੰਮ ਵਿੱਚ ਅੱਗੇ ਚੱਲਣ ਤੋਂ ਇਨਕਾਰ ਕਰਨਾ

jibber /'ਜਿਬਅ*/ *n* ਅੜੀਅਲ ਘੋੜਾ

jibe /ਜਾਇਬ/ *n* ਤਾਹਨਾ, ਬੋਲੀ, ਵਿਅੰਗ *vt* ਤਾਹਨਾ ਮਾਰਨਾ, ਬੋਲੀ ਮਾਰਨਾ, ਵਿਅੰਗ ਕਰਨਾ; ਹਾਸਾ ਉਡਾਉਣਾ, ਮਸ਼ਕਰੀ ਕਰਨਾ

jiff, jiffy /'ਜਿਫ਼, 'ਜਿਫ਼ਿ/ *n* ਬਹੁਤ ਥੋੜ੍ਹਾ ਸਮਾਂ, ਪਲ, ਛਿਣ

jig /ਜਿਗ/ *n* ਇੱਕ ਪ੍ਰਕਾਰ ਦਾ ਸੁੰਦਰ ਨਾਚ, ਜੁਸ਼ੀਲਾ ਨਾਚ

jigger /'ਜਿਗਅ*/ *n* ਜਿਗ ਨਾਚ ਨੱਚਣ ਵਾਲਾ ਨਚਾਰ; ਧਾਤਾਂ ਛਾਣਨ ਵਾਲਾ ਨਿਹਾਰੀਆ, ਧਾਤਾਂ ਛਾਣਨ ਵਾਲੀ ਛਾਣਨੀ

jiggery-pockery /ˌਜਿਗਅਰਿ 'ਪਅਉਕਅਰਿ/ *n* (ਬੋਲ) ਠੱਗੀ, ਛਲ, ਕਪਟ

jiggle /'ਜਿਗਲ/ *n* (ਹੌਲੀ-ਹੌਲੀ ਦਿੱਤਾ) ਧੱਕਾ, ਝਟਕਾ *vt* ਹੌਲੀ-ਹੌਲੀ ਝੁਲਾਉਣਾ, ਹੌਲੀ-ਹੌਲੀ ਧੱਕਣਾ

jigsaw /'ਜਿਗਸੋ/ *n* ਖਿਡੌਣੇ ਬਣਾਉਣ ਵਾਲੀ ਆਰੀਦਾਰ ਮਸ਼ੀਨ, ਛੋਟਾ ਆਰਾ

jill /ਜਿਲ/ *n* ਮੁਟਿਆਰ, ਕੁੜੀ

jillet /'ਜਿਲਿਟ/ *n* ਛਿਨਾਲ ਔਰਤ; ਅਵਾਰਾ ਕੁੜੀ

jill-flirt *n* ਭੈੜੇ ਚਰਿੱਤਰ ਵਾਲੀ ਕੁੜੀ, ਛਿਨਾਲ

jilt /ਜਿਲਟ/ *n* ਬੇਵਫ਼ਾਈ *vt* ਬੇਵਫ਼ਾਈ ਕਰਨਾ, ਪਿਆਰ ਨਾ ਨਿਭਾਉਣਾ

jimmy /'ਜਿਮਿ/ *n* ਅਸ਼ਰਫੀ, ਪੌਂਡ

jimp /ਜਿਮਪ/ *a* ਸੁਘੜ; ਸਾਫ਼-ਸੁਥਰਾ, ਸਵੱਛ, ਪਾਵਨ; ਹੌਲਾ; ਖ਼ੂਬਸੂਰਤ, ਸੁੰਦਰ

jingle /'ਜਿਙਗਲ/ *n* ਇੱਕੋ ਧੁਨੀ ਵਾਲੇ ਸ਼ਬਦਾਂ ਦੀ ਪੁਨਰ ਆਵ੍ਰਿਤੀ, ਅਨੁਪ੍ਰਾਸ ਵਾਲੀ ਕਵਿਤਾ ਜਾਂ ਛੰਦ , ਅਨੁਪ੍ਰਾਸ, ਝੁਣਕਾਰ, ਟੁਣਕਾਰ, ਛਣਕਾਰ *v* ਝਣ-ਝਣ ਕਰਨਾ; ਟੁਣਕਣਾ

jingo /'ਜਿਙਗਅਉ/ *n* ਲੜਾਈ-ਝਗੜੇ ਦੀ ਨੀਤੀ ਨੂੰ ਅਪਣਾਉਣ ਵਾਲਾ ਬੰਦਾ, ਜੰਗਬਾਜ਼, ਪੱਕਾ ਦੇਸ਼-ਭਗਤ

jingoism /'ਜਿਙਗਅਉ ਇਜ਼ਅਮ/ *n* ਲੜਾਈ-ਝਗੜੇ ਦੀ ਨੀਤੀ, ਜੰਗਬਾਜ਼ੀ, ਯੁੱਧ-ਮਚਾਊ ਨੀਤੀ; ਧੱਕੇਸ਼ਾਹੀ, ਸੀਨਾਜ਼ੋਰੀ

jingoist /'ਜਿਙਗਅਉ ਇਸਟ/ *a* ਦੰਭੀ, ਸ਼ੇਖੀਬਾਜ਼, ਧੋਖੇਬਾਜ਼

jink /ਜਿਙਕ/ *n* ਟਾਲ-ਮਟੋਲ *v* ਟਾਲਣਾ, ਟਲਣਾ, ਖਿਸਕਣਾ, ਖਿਸਕਾਉਣਾ

jinricksha, jinrikisha /ˌਜਿਨ'ਰਿਕਸ਼ਅ/ *n* ਛੋਟੀ ਦੋ ਪਹੀਆਂ ਵਾਲੀ ਗੱਡੀ ਜਿਸ ਨੂੰ ਆਦਮੀ ਖਿੱਚਦਾ ਹੈ, ਜਪਾਨੀ ਰਿਕਸ਼ਾ

jinx /ਜਿਙਕਸ/ *n* ਕੋਈ ਵਸਤੂ ਜਾਂ ਵਿਅਕਤੀ ਜਿਸ ਨਾਲ ਮਾੜੀ ਕਿਸਮਤ ਆਉਣ ਦਾ ਵਿਸ਼ਵਾਸ਼ ਕੀਤਾ ਜਾਂਦਾ ਹੈ, ਟੂਣਾ, ਨਹਿਸ਼

jitney /'ਜਿਟਨਿ/ *n* ਥੋੜ੍ਹੇ ਭਾੜੇ ਉੱਤੇ ਮੁਸਾਫ਼ਰਾਂ ਨੂੰ ਲੈ ਜਾਣ ਵਾਲੀ ਮੋਟਰ, ਸਸਤੀ ਬੱਸ

jitter /'ਜਿਟਅ*/ *vi* ਘਬਰਾਉਣਾ

jitters /'ਜਿਟਅਜ਼/ *n* ਘਬਰਾਹਟ, ਬੇਚੈਨੀ

jittery /'ਜਿਟਅਰਿ/ *a* ਭੈਅ-ਭੀਤ, ਘਾਬਰਿਆ

jive /ਜਾਇਵ੍/ *n* ਜਾਜ਼ ਦਾ ਇੱਕ ਸੰਗੀਤ

jo /ਜਅਉ/ *n* ਪ੍ਰੇਮਿਕਾ, ਪ੍ਰੀਤਮਾ, ਪਿਆਰੀ ਔਰਤ

job[1] /ਜੌਬ/ *n* ਆਸਾਮੀ, ਨੌਕਰੀ; ਕੰਮ, ਰੁਜ਼ਗਾਰ, ਧੰਦਾ, ਪੇਸ਼ਾ; ਛੋਟਾ-ਮੋਟਾ ਕੰਮ; ਕਿਰਤ, ਮਜ਼ਦੂਰੀ, ਫ਼ਰਜ਼, ਜ਼ੁੰਮੇ ਲੱਗਾ ਕੰਮ *v* ਦਲਾਲ ਦੇ ਰੂਪ ਵਿੱਚ ਮਾਲ ਖ਼ਰੀਦਣਾ ਅਤੇ ਵੇਚਣਾ; ਸਰਕਾਰੀ ਚੀਜ਼ ਦੀ ਨਿੱਜੀ ਲਾਭ ਲਈ ਵਰਤੋਂ ਕਰਨਾ; ਕਿਸੇ ਵਿਸ਼ੇਸ਼ ਕੰਮ ਲਈ ਘੋੜਾ ਜਾਂ ਗੱਡੀ ਕਿਰਾਏ ਉੱਤੇ ਲੈਣਾ ਜਾਂ ਦੇਣਾ; ਕੋਈ ਧੰਦਾ ਕਰਨਾ, ਮਜ਼ਦੂਰੀ ਕਰਨਾ, ਚਾਕਰੀ ਕਰਨਾ

job[2] *n* ਚੁਭਣਾ, ਖੁਭਣਾ; (ਘੋੜੇ ਨੂੰ ਲਗਾਮ ਦਾ) ਤੁਣਕਾ ਮਾਰਨਾ; ਮਾਮੂਲੀ ਜ਼ਖ਼ਮ ਕਰਨਾ *n* ਮਾਮੂਲੀ ਜ਼ਖ਼ਮ, ਚੋਭ, ਖੋਭ

jobation /ਜਅਉ'ਬੇਇਸ਼ਨ/ *n* ਕਰੜੀ ਝਾੜ, ਸਖ਼ਤ ਡਾਂਟ, ਫਿਟਕਾਰ

jobber /'ਜੌਬਅ*/ *n* ਦਲਾਲ, ਆੜ੍ਹਤੀਆ

jobbernowl /'ਜੌਬਅਨਅਉਲ/ *n* (ਬੋਲ) ਭੌਂਦੂ, ਬੁੱਧੂ, ਉੱਲੂ, ਕਾਠ ਦਾ ਉੱਲੂ

jobbery /'ਜੌਬ(ਅ)ਰਿ/ *n* ਦਲਾਲੀ, ਆੜ੍ਹਤ; ਹੀਣਾ ਕੰਮ; ਬੇਈਮਾਨੀ, ਵੱਢੀਖੋਰੀ; ਸੁਆਰਥ; ਆਪਣਾ ਢਿੱਡ ਭਰਨ ਵਾਲਾ ਕੰਮ

job-hunt *v* ਨੌਕਰੀ ਜਾਂ ਰੁਜ਼ਗਾਰ ਦੀ ਭਾਲ

jobmaster /'ਜੌਬˌਮਾਸਟਅ*/ *n* ਕਿਰਾਏ ਉੱਤੇ ਘੋੜਾ ਜਾਂ ਗੱਡੀ ਦੇਣ ਵਾਲਾ ਵਿਅਕਤੀ, ਠੇਕੇਦਾਰ

jockey /'ਜੌਕਿ/ *n* ਘੋੜਦੌੜਾਂ ਵਿੱਚ ਪੇਸ਼ਾਵਰ ਸਵਾਰ, ਜੌਕੀ; ਮੁੰਡਾ, ਗੱਭਰੂ; ਠੱਗ, ਧੋਖੇਬਾਜ਼ *v* ਧੋਖਾ ਦੇਣਾ, ਠੱਗਣਾ; ਠੱਗੇ ਜਾਣਾ; ਫ਼ਰੇਬ ਨਾਲ ਕਿਸੇ ਨੂੰ ਬਾਹਰ ਕੱਢਣਾ ਜਾਂ ਅੰਦਰ ਲਿਆਉਣਾ

jockeydom /'ਜੌਕਿਡਅਮ/ *n* ਛੋਕਰਿਆਂ ਦੀ ਜੁੰਡਲੀ, ਮੁੰਡੀਰ੍ਹ

jockeyism /'ਜੌਕਿਇਜ਼ਅਮ/ *n* ਘੋੜਸਵਾਰੀ ਦਾ ਅਭਿਆਸ

jocko /'ਜੌਕਅਉ/ *n* ਬਾਂਦਰ ਦੀ ਨਸਲ ਦਾ ਇੱਕ ਜਾਨਵਰ, ਬਣਮਾਣਸ

jocose, /ਜਅ'ਕਅਉਸ/ *a* ਮਖੌਲੀਆ, ਠੱਠੇਬਾਜ਼, ਹੱਸਮੁਖ, ਦਿਲਲਗੀਬਾਜ਼; ਹਸਾਉਣਾ, ਹਾਸੇ ਵਾਲਾ, ਵਿਨੋਦਮਈ

jocosity /ਜਅਉ'ਕੌਸਅਟਿ/ *n* ਹਾਸਾ, ਮਖੌਲ, ਦਿਲਲਗੀ, ਠੱਠੇਬਾਜ਼ੀ

jocular /'ਜੌਕਯਅਲਅ*/ *a* ਵੇਖੋ **jocose**

jocularity /ˌਜੌਕਯਅ'ਲੈਰਅਟਿ/ *n* ਵੇਖੋ **jocosity**

jocund /'ਜੌਕਅਨਡ, 'ਜਅਉਕ-/ *a* ਹੱਸਮੁਖ, ਜ਼ਿੰਦਾ-ਦਿਲ, ਪ੍ਰਸੰਨ ਚਿੱਤ, ਮੌਜੀ, ਰੰਗੀਲਾ

jocundity /ਜੌਕ'ਅੱਨਡਅਟਿ, ਜਅਉ'ਕਅੱਨ-/ *n* ਜ਼ਿੰਦਾ-ਦਿਲੀ, ਰੰਗੀਲਾਪਣ, ਖੇੜਾ, ਪ੍ਰਸੰਨਤਾ, ਖ਼ੁਸ਼-ਮਿਜ਼ਾਜੀ

joey /'ਜਅਉਇ/ *n* ਕੰਗਾਰੂ ਦਾ ਬੱਚਾ; ਕਿਸੇ ਜਾਨਵਰ ਦਾ ਬੱਚਾ

jog /ਜੌਗ/ *v* ਉੱਤੇ ਥੱਲੇ ਪੂਰਾ ਪੈਰ ਚੁਕ ਕੇ ਤੁਰਨਾ, ਜੌਗਿੰਗ ਕਰਨਾ; ਔਖਾ ਤੁਰਨਾ, ਪੈਰ ਧੂਹ ਕੇ ਚੱਲਣਾ, ਡਿਗਦੇ-ਢਹਿੰਦੇ ਤੁਰਨਾ, ਯਾਦ ਆਉਣਾ ਜਾਂ ਕਰਾਉਣਾ; ਚੇਤਾ ਆਉਣਾ ਜਾਂ ਕਰਾਉਣਾ; ਅਰਕ ਮਾਰਨਾ; ਠੁੰਗਾ ਮਾਰਨਾ, ਝੰਜੋੜਨਾ, ਹਲੂਣਨਾ; ਚਲੇ ਜਾਣਾ, ਤੁਰ ਪੈਣਾ *n* ਸੁਸਤ ਚਾਲ, ਮੱਠੀ ਚਾਲ; ਹੁਝਕਾ, ਹਲੂਣਾ, ਧੱਕਾ, ਠੁੰਗਾ

joggle[1] /'ਜੌਗਲ/ *v* ਝੰਜੋੜਨਾ, ਹਲੂਣਨਾ, ਧੱਕੇ ਨਾਲ ਹਿਲਾਉਣਾ ਜਾਂ ਹਿੱਲਣਾ *n* ਹਲੂਣਾ, ਝੰਜੋੜਾ, ਧੱਕਾ

joggle[2] *n* ਦੋ ਪੱਥਰਾਂ ਜਾਂ ਲੱਕੜੀਆਂ ਦਾ ਜੋੜ; ਦੰਦਾਨਾ; ਜੋੜਨ ਵਾਲੀ ਪੱਚਰ *vt* ਦੋ ਪੱਥਰਾਂ ਜਾਂ ਲੱਕੜੀਆਂ ਨੂੰ ਜੋੜਨਾ

jogtrot /'ਜੌਗਟਰੌਟ/ *n* ਮੱਠੀ ਦੌੜ, ਹੌਲੀ ਦੌੜ

John /ਜੌਨ/ *n* ਅੰਗਰੇਜ਼ਾਂ ਦਾ ਪੁਰਸ਼ਵਾਚੀ ਨਾਮ

John Bull /ਜੌਨ 'ਬੁਲ/ *n* ਅੰਗਰੇਜ਼, ਅੰਗਰੇਜ਼ ਕੌਮ

John Chinaman *n* ਪੱਕਾ ਚੀਨੀ

John Doe *n* (ਕਨੂੰ) ਫ਼ਰਜ਼ੀ ਆਦਮੀ ਦਾ ਨਾਂ

Johnny /'ਜੌਨਿ/ *n* ਜਣਾ, ਯਾਰ, ਬੇਲੀ, ਸਾਥੀ, ਮਿੱਤਰ; ਬਾਂਕਾ

Johnny Raw *n* ਅਨਾੜੀ, ਨਵਾਂ ਸਿੱਖਿਅਕ, ਸਿਖਾਂਦਰੂ

join /ਜੌਇਨ/ *v* ਜੋੜਨਾ ਜਾਂ ਜੁੜਨਾ, ਲਾਉਣਾ ਜਾਂ ਲੱਗਣਾ; ਮਿਲਨਾ, ਇਕੱਠੇ ਹੋਣਾ, ਸਾਂਝ ਪਾਉਣਾ, ਭਿਆਲੀ ਕਰਨਾ, ਹਿੱਸਾ ਪਾਉਣਾ; ਕਲੱਬ ਜਾਂ ਸੰਸਥਾ ਆਦਿ ਦਾ ਮੈਂਬਰ ਬਣਨਾ; (ਫ਼ੌਜੀ ਨੌਕਰੀ ਵਿੱਚ) ਡਿਊਟੀ ਉੱਤੇ ਹਾਜ਼ਰ ਹੋਣਾ; ਦੋ ਬਿੰਦੂਆਂ ਨੂੰ ਸਿੱਧੀ ਰੇਖਾ ਨਾਲ ਮਿਲਾਉਣਾ *n* ਮਿਲਨ ਵਾਲੀ ਥਾਂ, ਜੋੜ ਰੇਖਾ, ਸੰਗਮ, ਜੋੜ ਬਿੰਦੂ

join battle *v* ਯੁੱਧ ਸ਼ੁਰੂ ਕਰਨਾ

joiner /'ਜੌਇਨਅ*/ *n* ਜੋੜਨ ਵਾਲਾ; ਛੋਟਾ-ਮੋਟਾ ਕੰਮ ਕਰਨ ਵਾਲਾ ਤਰਖਾਣ; ਠੋਕ-ਠੁਕਾਈ ਦਾ ਕੰਮ ਕਰਨ ਵਾਲਾ ਕਾਰੀਗਰ

joinery /'ਜੌਇਨਅਰਿ/ *n* ਠੋਕ-ਠੁਕਾਈ ਦਾ ਕੰਮ; ਸਧਾਰਨ ਤਰਖਾਣਾ ਕੰਮ

join hands *v* ਸਹਾਇਤਾ ਕਰਨਾ, ਹੱਥ ਮਿਲਾਉਣਾ, ਦੋਵੇਂ ਹੱਥ ਇਕੱਠੇ ਕਰਨਾ

joining /ਜੌਇਨਿਙ/ *n* ਜੋੜ, ਗੰਢ-ਸੰਢ

joining time *n* ਕਾਰਜ ਗ੍ਰਹਿਣ ਕਾਲ

joint /ਜੌਇਨਟ/ *n* ਜੋੜ, ਗੰਢ, ਟਾਂਕਾ, ਹੱਡੀਆਂ ਦਾ ਜੋੜ ਮਿਲਨ ਵਾਲੀ ਥਾਂ; ਜੋੜ ਬਿੰਦੂ, ਚੂਲ; ਕਬਜ਼ਾ; ਉਂਗਲੀ ਦੀ ਗੰਢ; ਰੁੱਖ ਦੀ ਗੰਢ, (ਅਪ) ਮਿਲਨ ਜਾਂ ਮੌਜ-ਮੇਲੇ ਦੀ ਥਾਂ; ਅਫ਼ੀਮ ਦਾ ਨਾਜਾਇਜ਼ ਅੱਡਾ; ਸ਼ਰਾਬ ਦਾ ਠੇਕਾ *a* ਸਾਂਝਾ, ਇਕੱਠਾ, ਮਿਲਵਾਂ, ਭਿਆਲੀ ਵਾਲਾ *vt* ਜੋੜ ਬਿਠਾਉਣਾ, ਟਾਂਕਾ ਲਾਉਣਾ, ਚੂਲ ਲਾਉਣਾ; ਕੰਧ ਵਿਚਾਲੇ ਜੋੜਾਂ ਨੂੰ ਗਾਰੇ ਨਾਲ ਭਰਨਾ, ਟੀਪ ਕਰਨਾ; ਜੋੜਨ ਲਈ ਲੱਕੜੀ ਦਾ ਸਿਰਾ ਰੰਦਣਾ, ਸਰੀਰ ਜਾਂ ਅੰਗ ਦੇ ਟੋਟੇ ਕਰਨਾ

Joint Chiefs of Staff *n* ਸੈਨਾਵਾਂ ਦੇ ਮੁਖੀ ਜੋ ਰਾਸ਼ਟਰਪਤੀ ਨੂੰ ਸੈਨਿਕ ਮਾਮਲਿਆਂ ਬਾਰੇ ਸਲਾਹ ਦਿੰਦੇ ਹਨ

joint family *n* ਸਾਂਝਾ ਪਰਿਵਾਰ

jointress /'ਜੌਇਨਟਰਿਸ/ *n* ਉਹ ਔਰਤ ਜਿਸ ਦੇ ਨਾਮ ਪਤੀ ਨੇ ਕੋਈ ਜਾਇਦਾਦ ਲਵਾਈ ਹੋਵੇ, ਉੱਤਰਾਧਿਕਾਰਨੀ ਪਤਨੀ

joint-secretary *n* ਸੰਯੁਕਤ ਸਕੱਤਰ

joint-stock /,ਜੌਇਨਟ'ਸਟੌਕ/ *n* ਸਾਂਝੀ ਪੂੰਜੀ, ਸਾਂਝਾ ਧਨ

joint-stock company *n* ਅਜਿਹੀ ਕੰਪਨੀ ਜਿਸ ਉੱਤੇ ਸਾਰੇ ਹਿੱਸੇਦਾਰਾਂ (ਸ਼ੇਅਰ ਧਾਰੀਆਂ) ਦੀ ਮਾਲਕੀ ਹੁੰਦੀ ਹੈ

jointure /'ਜੌਇਨਚਅ*/ *n* ਪਤੀ ਵੱਲੋਂ ਪਤਨੀ ਦੇ ਨਾਮ ਲਵਾਈ ਹੋਈ ਜਾਇਦਾਦ; ਵਿਧਵਾ ਧਨ, ਵਿਧਵਾ ਇਸਤਰੀ ਦੇ ਨਾਮ ਲੱਗੀ ਜਾਇਦਾਦ *vt* ਔਰਤ ਦੇ ਨਾਂ ਜਾਇਦਾਦ ਦੀ ਵਸੀਅਤ ਕਰਨਾ

join up *v* ਭਰਤੀ ਹੋਣਾ

joist /ਜੌਇਸਟ/ *n* ਛੱਤ ਦੀ ਕੜੀ, ਬਾਲਾ, ਸ਼ਤੀਰ, ਤੋੜਾ; ਲੱਕੜੀ ਦੇ ਫ਼ਰਸ਼ ਵਿੱਚ ਇੱਕ ਕੰਧ ਤੋਂ ਦੂਜੀ ਕੰਧ ਤੱਕ ਲੱਗੀ ਬੱਲੀ ਜਿਸ ਉੱਤੇ ਤਖ਼ਤੇ ਜੜੇ ਜਾਂਦੇ ਹਨ

joisted /ਜੌਇਸਟਿਡ/ *a* ਕੜੀਦਾਰ, ਸ਼ਤੀਰ ਵਾਲਾ

joke /ਜਅਉਕ/ *n* ਮਖੌਲ, ਮਸ਼ਕਰੀ, ਹਾਸਾ-ਠੱਠਾ; ਚੁਟਕਲਾ, ਲਤੀਫਾ; ਹਸਾਉਣੀ ਗੱਲ, ਹਾਸੇ ਵਾਲੀ ਵਾਰਦਾਤ ਜਾਂ ਘਟਨਾ; ਸਰਲ ਕੰਮ, ਹਲਕਾ ਕੰਮ *v* ਮਖੌਲ ਕਰਨਾ, ਦਿਲਲਗੀ ਕਰਨਾ, ਮਸ਼ਕਰੀ ਕਰਨਾ; ਦਿਲ-ਪਰਚਾਵਾ ਕਰਨਾ

jokelet /'ਜਅਉਕਲਿਟ/ *n* ਘਟੀਆ ਮਸ਼ਕਰੀ

joker /'ਜਅਉਕਅ*/ *n* ਮਖੌਲੀਆ, ਹਸਾਊ, ਦਿਲਲਗੀਬਾਜ਼; ਭੰਡ, ਵਿਦੂਸ਼ਕ; ਤਾਸ਼ ਦਾ ਵਾਧੂ ਪੱਤਾ, ਜੋਕਰ

jokey /'ਜਅਉਕਿ/ *a* ਮਜ਼ਾਕੀਆ, ਮਖੌਲੀਆ ਜਾਂ ਮਖੌਲ ਭਰਿਆ, ਖਿੱਲੀ ਭਰਪੂਰ, ਹਾਸਪੂਰਨ

jollification /,ਜੌਲਿਫ਼ਿ'ਕੇਇਸ਼ਨ/ *n* ਰੰਗ-ਰਲੀਆਂ, ਮੌਜ-ਮੇਲਾ, ਚਾਅ-ਮਲ੍ਹਾਰ

jollify /'ਜੌਲਿਫ਼ਾਇ/ *v* ਖ਼ੁਸ਼ੀਆਂ ਮਨਾਉਣਾ, ਰੰਗ-ਰਲੀਆਂ ਮਨਾਉਣਾ, ਖ਼ੁਸ਼ ਹੋਣਾ ਜਾਂ ਕਰਨਾ, ਮਸਤ ਹੋਣਾ ਜਾਂ ਕਰਨਾ

jolly /'ਜੌਲਿ/ *a* ਰੰਗੀਲਾ, ਰੌਣਕੀ, ਮੌਜੀ; ਕੁਝ ਨਸ਼ੇ ਵਿੱਚ; ਪ੍ਰਸੰਨ, ਖ਼ੁਸ਼, ਅਨੰਦ ਵਿੱਚ; ਜ਼ਿੰਦਾ-ਦਿਲ *n* (ਅਪ) ਬਰਤਾਨਵੀ ਸ਼ਾਹੀ ਸਮੁੰਦਰੀ ਫ਼ੌਜ *adv* ਬਹੁਤ, ਵੱਡਾ; ਕਾਫ਼ੀ

jolt /ਜਅਉਲਟ/ *v* ਹੁਝਕਾ ਮਾਰਨਾ, ਹਲੂਣਨਾ, ਝੰਜੋੜਨਾ; ਹੁਝਕਾ ਜਾਂ ਧੱਕਾ ਵੱਜਣਾ *n* ਹੁਝਕਾ, ਹਲੂਣਾ, ਧੱਕਾ

jolty /'ਜਅਉਲਟਿ/ *a* ਹੁਝਕੇ ਮਾਰਨ ਵਾਲਾ, ਡਿਕੋ-ਡੋਲਿਆਂ ਨਾਲ ਚੱਲਣ ਵਾਲਾ

Jonathan /'ਜੌਨਅਥ(ਅ)ਨ/ *n* ਅਮਰੀਕੀ ਸੰਘ ਦਾ ਆਦਰਸ਼ ਨਿਵਾਸੀ, ਅਸਲੀ ਅਮਰੀਕਨ

jonquil /'ਜੌਙਕਵਿਲ/ *n* ਨਰਗਸ ਵਰਗਾ ਇੱਕ ਫੁੱਲ; ਹਲਕਾ ਪੀਲਾ ਰੰਗ

jordan /'ਜੌਡਨ/ *n* (ਅਪ) ਮਲ ਵਾਲਾ ਭਾਂਡਾ, ਪਿਸ਼ਾਬਦਾਨ, ਟੱਟੀ ਵਾਲਾ ਭਾਂਡਾ

jorum /'ਜੋਰਅਮ/ *n* ਵੱਡਾ ਪਿਆਲਾ, ਠੂਠਾ; ਸ਼ਰਾਬ ਦਾ ਪਿਆਲਾ; ਪਿਆਲਾ ਭਰ ਸ਼ਰਾਬ

josh /ਜੌਸ਼/ *vt* ਮਖੌਲ ਉਡਾਉਣਾ, ਹਾਸਾ ਉਡਾਉਣਾ, ਮਸ਼ਕਰੀਆਂ ਕਰਨਾ

joskin /'ਜੌਸਕਿਨ/ *n* (ਅਪ) ਉਜੱਡ ਆਦਮੀ, ਮੂਰਖ, ਬੁੱਧੂ

joss /ਜੌਸ/ *n* ਚੀਨ ਦੀ ਦੇਵ ਮੂਰਤੀ

josser /'ਜੌਸਅ*/ *n* ਮੂਰਖ ਆਦਮੀ, ਮੂੜ੍ਹ ਮਨੁੱਖ; ਛੋਹਰ, ਛੋਕਰਾ

joss-house *n* ਚੀਨੀ ਮੰਦਰ

joss stick /'ਜੌਸਟਿਕ/ *n* ਅਗਰਬੱਤੀ, ਧੂਫ

jostle /'ਜੌਸਲ/ *v* ਹੁਝਕਾ ਵੱਜਣਾ ਜਾਂ ਮਾਰਨਾ, ਹਲੂਣਨਾ ਜਾਂ ਹਲੂਣਾ ਵੱਜਣਾ, ਧੱਕੋ-ਧੱਕੀ ਹੋਣਾ, ਝਟਕਾ ਮਾਰਨਾ *n* ਹੁਝਕਾ, ਹਲੂਣਾ, ਧੱਕਾ, ਝਟਕਾ

jot /ਜੌਟ/ *n* ਕਿਣਕਾ, ਭੋਰਾ *a* ਰਤੀ 'ਕੁ, ਰਤਾ 'ਕੁ *v* ਸੰਖੇਪ ਵਿੱਚ ਲਿਖਣਾ, ਕਾਹਲੀ-ਕਾਹਲੀ ਲਿਖਣਾ, ਥੋੜ੍ਹਾ ਜਿਹਾ ਲਿਖਣਾ

jotting /'ਜੌਟਿਙ/ *n* ਯਾਦ ਪੱਤਰ; ਟਿੱਪਣੀ

joule /ਜੂਲ/ *n* (ਭੌਤਿਕ) ਊਰਜਾ ਜਾਂ ਕੰਮ ਦੀ ਇੱਕ ਇਕਾਈ

jounce /ਜਾਊਨਸ/ *vt* ਧੱਕਣਾ, ਧਕਾਉਣਾ, ਧੱਕਾ ਦੇਣਾ, ਝੰਜੋੜਨਾ *n* ਧੱਕਾ, ਝੰਜੋੜਾ

journal /'ਜਅ:ਨਲ/ *n* ਰਸਾਲਾ, ਪੱਤਰ, ਅਖ਼ਬਾਰ ਰੋਜ਼ਨਾਮਚਾ, ਲਾਗ ਬੁੱਕ, ਰੋਜ਼ਾਨਾ ਘਟਨਾਵਾਂ ਦਾ ਵਿਵਰਨ; ਜਹਾਜ਼ ਦਾ ਰੋਜ਼ਨਾਮਚਾ

journalese /,ਜਅ:ਨਅ'ਲੀਜ਼/ *n* ਅਖ਼ਬਾਰੀ ਮੁਹਾਵਰਾ, ਸਮਾਚਾਰ ਪੱਤਰ ਸ਼ੈਲੀ

journalism /'ਜਅ:ਨਅਲਿਜ਼ਅਮ/ *n* ਪੱਤਰਕਾਰੀ, ਅਖ਼ਬਾਰ ਨਵੀਸੀ, ਪੱਤਰਕਾਰਤਾ

journalist /'ਜਅ:ਨਅਲਿਸਟ/ *n* ਪੱਤਰਕਾਰ, ਅਖ਼ਬਾਰ ਨਵੀਸ

journalistic /,ਜਅ:ਨਅ'ਲਿਸਟਿਕ/ *a* ਪੱਤਰਕਾਰੀ ਬਾਰੇ, ਅਖ਼ਬਾਰਾਂ ਸੰਬੰਧੀ

journalize /'ਜਅ:ਨ(ਅ)ਲਾਇਜ਼/ *v* ਰੋਜ਼ਨਾਮਚਾ ਲਿਖਣਾ

journey /'ਜਅ:ਨਿ/ *n* ਪੈਂਡਾ, ਸਫ਼ਰ, ਯਾਤਰਾ, ਸੈਰ *vt* ਪੈਂਡਾ ਕਰਨਾ ਜਾਂ ਮਾਰਨਾ, ਸਫ਼ਰ ਕਰਨਾ, ਯਾਤਰਾ ਕਰਨਾ

journeyer /'ਜਅ:ਨਿਅ*/ *n* ਪਾਂਧੀ, ਰਾਹੀ, ਯਾਤਰੀ, ਮੁਸਾਫ਼ਰ

journeyman /'ਜਅ:ਨਿਮਅਨ/ *n* ਦੂਜਿਆਂ ਲਈ ਕੰਮ ਕਰਨ ਵਾਲਾ ਮਿਸਤਰੀ, ਸਿਖਾਂਦਰੂ, ਕਾਰੀਗਰ, ਦਿਹਾੜੀਦਾਰ ਕਾਰੀਗਰ

journo /'ਜਅ:ਨਅਉ/ *n* (ਬੋਲ) ਪੱਤਰਕਾਰ

joust, just /ਜਾਉਸਟ, ਜਅੱਸਟ/ *n* ਨੇਜ਼ੇਬਾਜ਼ੀ *vi* ਨੇਜ਼ੇਬਾਜ਼ੀ ਕਰਨਾ, ਨੇਜ਼ੇਬਾਜ਼ੀ ਦੇ ਮੁਕਾਬਲੇ ਵਿੱਚ ਭਾਗ ਲੈਣਾ

Jove /ਜਅਉਵ਼/ *n* ਰੋਮ ਦਾ ਮੁੱਖ ਦੇਵਤਾ; ਜੋਵ, ਜੂਪੀਟਰ, ਬ੍ਰਹਿਸਪਤ ਗ੍ਰਹਿ

jovial /'ਜਅਉਵ਼ਿਅਲ/ *a* ਹਸਮੁੱਖ, ਖ਼ੁਸ਼ਦਿਲ, ਜ਼ਿੰਦਾ-ਦਿਲ, ਮੌਜੀ, ਪ੍ਰਸੰਨ ਚਿੱਤ; ਅਨੰਦਮਈ, ਮੌਜ-ਮੇਲੇ ਵਾਲਾ

joviality /,ਜਅਉਵ਼ਿ'ਐਲਅਟਿ/ *n* ਹਸਮੁਖਤਾ, ਜ਼ਿੰਦਾ-ਦਿਲੀ, ਖ਼ੁਸ਼ਦਿਲੀ, ਪ੍ਰਸੰਨਤਾ

jowl /ਜਾਉਲ/ *n* ਬਾਚੀ, ਹੜਬ, ਜਬਾੜ੍ਹਾ; ਗੱਲ੍ਹ; ਬਾਚੀ ਦੀ ਹੱਡੀ; ਪੰਛੀਆਂ ਦਾ ਪੋਟਾ

joy /ਜੌਇ/ *n* ਖ਼ੁਸ਼ੀ, ਹੁਲਾਸ, ਪ੍ਰਸੰਨਤਾ; ਅਨੰਦਦਾਇਕ ਵਸਤੂ, ਖ਼ੁਸ਼ੀ ਦੇਣ ਵਾਲੀ ਚੀਜ਼ *v* ਖ਼ੁਸ਼ ਹੋਣਾ ਜਾਂ ਕਰਨਾ

joyance /'ਜੌਇਅਨਸ/ *n* ਉਤਸਵ, ਅਨੰਦ, ਮੌਜ-ਮੇਲਾ

joyful /'ਜੌਇਫ਼ਲ/ *a* ਖ਼ੁਸ਼, ਪ੍ਰਸੰਨ, ਅਨੰਦਿਤ

joyfulness /'ਜੌਇਫ਼ਲਨਅਸ/ *n* ਪ੍ਰਸੰਨਤਾ, ਅਨੰਦ, ਖ਼ੁਸ਼ੀ, ਮੌਜ

joyless /'ਜੌਇਲਅਸ/ *a* ਅਨੰਦ ਰਹਿਤ, ਉਦਾਸ, ਦੁਖੀ

joylessness /'ਜੌਇਲਅਸਨਅਸ/ *n* ਉਦਾਸੀ, ਅਪ੍ਰਸੰਨਤਾ, ਖਿੰਨਤਾ, ਦੁੱਖ

joyous /'ਜੌਇਅਸ/ *a* ਅਨੰਦਮਈ, ਖ਼ੁਸ਼ੀ ਭਰਿਆ; ਖ਼ੁਸ਼, ਅਨੰਦ, ਪ੍ਰਸੰਨ

joyride /'ਜੌਇਰਾਇਡ/ *n* (ਅਪ) ਕਾਰ ਚੋਰੀ ਕਰਕੇ ਮਸਤੀ ਲਈ ਭਜਾਈ ਫ਼ਿਰਨ ਦਾ ਕਾਰਜ

joystick /'ਜੌਇਸਟਿਕ/ *n* (ਕੰਪਿ) ਕੰਪਿਊਟਰ ਦੀਆਂ ਖੇਡਾਂ ਆਦਿ ਖੇਡਣ ਲਈ ਵਰਤਿਆ ਜਾਣ ਵਾਲਾ ਦਸਤੀ ਯੰਤਰ

JPEG /'ਜੇਪੈੱਗ/ *abbr* **Joint Photographic Experts Group** ਦਾ ਸੰਖੇਪ; ਤਸਵੀਰਾਂ ਵਾਲੀਆਂ ਮਿਸਲਾਂ ਦਾ ਅਕਾਰ ਘੱਟ ਕਰਨ ਦੀ ਤਕਨੀਕ; ਇਸ ਤਕਨੀਕ ਨੂੰ ਵਰਤ ਕੇ ਬਣਾਈ ਗਈ ਤਸਵੀਰ

juba /'ਜੂਬਅ/ *n* ਕੇਸਰ

jubate /'ਜੂਬਅਟ/ *a* ਕੇਸਰੀ

jubilance, jubilation /'ਜੂਬਿਲਅਨਸ, ,ਜੂਬਿ'ਲੇਇਸ਼ਨ/ *n* ਖ਼ੁਸ਼ੀ, ਮੌਜ-ਮੇਲਾ, ਰੰਗ-ਰਲੀਆਂ

jubilant /'ਜੂਬਿਲਅਨਟ/ *a* ਹਸੂੰ-ਹਸੂੰ ਕਰਦਾ, ਖ਼ੁਸ਼, ਪ੍ਰਸੰਨ

jubilate /'ਜੂਬਿਲੇਇਟ/ *vi* ਖ਼ੁਸ਼ੀ ਮਨਾਉਣਾ, ਖਿੜੇ ਮੱਥੇ ਹੋਣਾ, ਅਨੰਦਿਤ ਹੋਣਾ

jubilation /ˌਜੂਬਿ'ਲੇਇਸ਼ਨ/ *n* ਵੇਖੋ **jubilance**

jubilee /'**ਜੂਬਿਲੀ**/ *n* ਖ਼ੁਸ਼ੀ ਦਾ ਜਸ਼ਨ, ਅਨੰਦ ਉਤਸਵ, ਜਯੰਤੀ; ਯਹੂਦੀਆਂ ਦਾ ਇੱਕ ਉਤਸਵ ਜੋ ਪੰਜਾਹੀਂ ਵਰ੍ਹੀਂ ਮਨਾਇਆ ਜਾਂਦਾ ਹੈ; ਪੰਜਾਹਵੀਂ ਵਰ੍ਹੇ ਗੰਢ, ਜੁਬਲੀ, ਵਿਸ਼ੇਸ਼ ਵਰ੍ਹੇ ਗੰਢ

Judaic /**ਜੂ'ਡੇਇਇਕ**/ *a* ਯਹੂਦੀਆਂ ਸੰਬੰਧੀ, ਯਹੂਦੀ

Judaism /'**ਜੂਡੇਇਇਜ਼ਅਮ**/ *n* ਯਹੂਦੀ ਮਤ, ਯਹੂਦੀਵਾਦ, ਯਹੂਦੀਅਤ, ਯਹੂਦੀ ਧਰਮ

Judaist /'**ਜੂਡੇਇਇਸਟ**/ *n* ਯਹੂਦੀ

Judaization /ˌ**ਜੂਡੇਇਆਇ'ਜ਼ੇਇਸ਼ਨ**/ *n* ਯਹੂਦੀ ਬਣਾਉਣ ਦੀ ਕਿਰਿਆ, ਯਹੂਦੀਕਰਨ

Judas /'**ਜੂਡਅਸ**/ *n* ਈਸਾ ਦਾ ਵਿਸ਼ਵਾਸਘਾਤੀ ਚੇਲਾ

judge /**ਜਅੱਜ**/ *n* ਜੱਜ, ਮੁਨਸਫ, ਨਿਆਂ ਅਧਿਕਾਰੀ; ਪਾਰਖੂ, ਗੁਣ ਦੋਸ਼ ਜਾਂਚਣ ਵਾਲਾ; ਪੰਚ, ਨਿਰਨਾਇਕ *v* ਫ਼ੈਸਲਾ ਕਰਨਾ, ਨਿਰਨਾ ਕਰਨਾ; (ਕਿਸੇ ਬਾਰੇ) ਅਨੁਮਾਨ ਲਾਉਣਾ, ਪਰਖ ਕਰਨਾ; ਰਾਏ ਬਣਾਉਣਾ; ਮੁਕੱਦਮਾ ਸੁਣਨਾ; ਜੱਜ ਦੇ ਰੂਪ ਵਿੱਚ ਕੰਮ ਕਰਨਾ

judgematic, judgematical /**ਜਅੱਜ'ਮੈਟਿਕ, ਜਅੱਜ'ਮੈਟਿਕ(ਅ)ਲ**/ *a* ਸਿਆਣਾ, ਸਮਝਦਾਰ, ਚਤਰ, ਚਲਾਕ, ਵਿਵੇਕਸ਼ੀਲ, ਵਿਵੇਕੀ, ਦਲੀਲਬਾਜ਼

judgement, judgment /'**ਜਅੱਜਮਅਨਟ**/ *n* ਫ਼ੈਸਲਾ, ਨਿਰਨਾ; ਰਾਏ; ਖ਼ਿਆਲ, ਵਿਚਾਰ; ਵਿਚਾਰ ਸ਼ਕਤੀ, ਸੂਝ, ਸਮਝ, ਵਿਵੇਕ

judgeship /'**ਜਅੱਜਸ਼ਿਪ**/ *n* ਜੱਜ ਦੀ ਪਦਵੀ, ਅਧਿਅਕਸ਼ਤਾ; ਜੱਜ ਦੀ ਸੇਵਾ ਦੀ ਮਿਆਦ

judicable /'**ਜੂਡਿਕਅਬਲ**/ *a* ਨਿਆਂਯੋਗ, ਫ਼ੈਸਲੇ ਯੋਗ, ਨਿਰਨੇਯੋਗ, ਵਿਚਾਰਯੋਗ

judicate /'**ਜੂਡਿਕੇਇਟ**/ *v* ਇਨਸਾਫ ਕਰਨਾ, ਨਿਆਂ ਕਰਨਾ, ਵਿਵੇਚਨ ਕਰਨਾ, ਮੁਨਸਫੀ ਕਰਨਾ

judication /ˌ**ਜੂਡਿ'ਕੇਇਸ਼ਨ**/ *n* ਇਨਸਾਫ਼, ਨਿਆਂ, ਨਿਰਨਾ, ਵਿਵੇਚਨ, ਮੁਨਸਫੀ

judicative /'**ਜੂਡਿਕਅਟਿਵ੍**/ *a* ਇਨਸਾਫ਼ ਕਰਨ ਵਾਲਾ, ਨਿਆਂ ਕਰਨ ਵਾਲਾ, ਫ਼ੈਸਲਾ ਕਰਨ ਯੋਗ; ਵਿਵੇਕੀ, ਦਲੀਲਬਾਜ਼

judicator /'**ਜੂਡਿਕੇਇਟਅ***/ *n* ਨਿਰਨਾ ਕਰਨ ਵਾਲਾ ਵਿਅਕਤੀ; ਵਿਵੇਚਕ, ਜੱਜ, ਨਿਰਨਾਇਕ, ਵਿਵੇਚਨਾ ਕਰਨ ਵਾਲਾ ਵਿਅਕਤੀ

judicatory /'**ਜੂਡਿਕਅਟ(ਅ)ਰਿ**/ *n* ਕਚਹਿਰੀ, ਨਿਆਂਸ਼ਾਲਾ, ਅਦਾਲਤ *a* ਕਚਹਿਰੀ ਦਾ, ਨਿਆਂਸ਼ਾਲੀ, ਅਦਾਲਤੀ

judicature /'**ਜੂਡਿਕਅਚਅ***/ *n* ਨਿਆਂ ਵਿਵਸਥਾ, ਇਨਸਾਫ਼ ਦਾ ਪ੍ਰਬੰਧ, ਨਿਆਂਪਾਲਕਾ; ਅਦਾਲਤ, ਕਚਹਿਰੀ; ਜੱਜ ਸ਼੍ਰੇਣੀ; ਮੁਨਸਫ ਦੇ ਅਹੁਦੇ ਦੀ ਅਵਧੀ

judicial /**ਜੂ'ਡਿਸ਼ਲ**/ *a* ਅਦਾਲਤੀ, ਕਚਹਿਰੀ ਬਾਰੇ, ਨਿਆਂ ਸੰਬੰਧੀ; ਨਿਰਪੱਖ, ਨਿਆਂਪੂਰਨ; ਵਿਚਾਰਪੂਰਨ; ਵਿਚਾਰਾਤਮਿਕ; ਮੁਨਸਫ ਦਾ, ਅਦਾਲਤ ਵੱਲੋਂ ਕੀਤਾ ਗਿਆ; ਈਸ਼ਵਰੀ ਨਿਆਂ ਦੇ ਰੂਪ ਵਿੱਚ ਮਿਲਿਆ (ਦੰਡ)

judicial separation *n* ਪਤੀ ਤੇ ਪਤਨੀ ਦੀ ਕਨੂੰਨ ਅਨੁਸਾਰ ਅਲਹਿਦਗੀ

judiciary /**ਜੂ'ਡਿਸ਼ਅਰਿ**/ *n* ਨਿਆਂਪਾਲਕਾ, ਨਿਆਂ ਵਿਵਸਥਾ; ਨਿਆਂ ਵਿਭਾਗ; ਅਦਾਲਤੀ ਅਮਲਾ

judicious /**ਜੂ'ਡਿਸ਼ਅਸ**/ *a* ਸੂਝਵਾਨ, ਬੁੱਧੀਵਾਨ, ਸਮਝਦਾਰ; ਸਾਵਧਾਨ, ਚਤਰ, ਦੂਰਦਰਸ਼ੀ, ਵਿਵੇਕਪੂਰਨ; ਉਚਿਤ, ਮੁਨਾਸਬ, ਢੁੱਕਵਾਂ, ਨਿਆਂਯੁਕਤ

judiciousness /**ਜੂ'ਡਿਸ਼ਅਸਨਅਸ**/ *n* ਸੂਝਸ਼ੀਲਤਾ, ਸਮਝਦਾਰੀ; ਚਤਰਤਾ, ਦੂਰਦਰਸ਼ਤਾ, ਵਿਵੇਕਸ਼ੀਲਤਾ; ਉਚਿਤਤਾ; ਮੁਨਸਫ਼ੀ

judo /'**ਜੂਡਅਉ**/ *n* ਇੱਕ ਖੇਡ (ਜੂਡੋ)

jug /**ਜਅੱਗ**/ *n* ਜੱਗ, ਗੰਗਾ ਸਾਗਰ, (ਅਪ) ਕੈਦਖ਼ਾਨਾ, ਜੇਲ੍ਹ *v* ਤਾਂਬੀਏ ਵਿੱਚ ਰਿੰਨ੍ਹਣਾ ਜਾਂ ਉਬਾਲਨਾ; ਚਹਿਕਣਾ, ਚੀਂ-ਚੀਂ ਕਰਨਾ, ਚਹਿਚਹਾਉਣਾ, ਚੂਕਣਾ

jugal /'ਜੂਗਲ/ *a* ਗੱਲ੍ਹ ਦਾ, ਜਬਾੜ੍ਹੇ ਦਾ

jugate /'ਜੂਗਅਟ/ *a* ਜੁੜਿਆ ਹੋਇਆ, ਜੜੁੱਤ, ਸੰਯੁਕਤ; ਜੁੜਵਾਂ

juggins /'ਜਅੱਗਿਨਜ਼/ *n* (ਅਪ) ਮੂਰਖ, ਬੁੱਧੂ, ਉਜੱਡ

juggle /'ਜਅੱਗਲ/ *v* ਹੱਥ ਫੇਰੀ ਕਰਨਾ, ਚਲਾਕੀ ਕਰਨਾ; ਧੋਖਾ ਕਰਨਾ, ਛਲ ਕਰਨਾ *n* ਹੱਥ ਫੇਰੀ, ਚਲਾਕੀ; ਬਾਜ਼ੀਗਰੀ, ਜਾਦੂਗਰੀ, ਮਦਾਰੀ ਦਾ ਖੇਲ

juggler /'ਜਅੱਗਲਅ*/ *n* ਮਦਾਰੀ; ਜਾਦੂਗਰ; ਧੋਖੇਬਾਜ਼

jugglery /'ਜਅੱਗਲ(ਅ)ਰਿ/ *n* ਹੱਥ ਫੇਰੀ, ਚਲਾਕੀ; ਜਾਦੂਗਰੀ

jugglery of words *n* ਸ਼ਬਦ ਚਤਰਤਾ, ਸ਼ਬਦ-ਜਾਲ, ਸ਼ਬਦਾਂ ਦਾ ਜਾਦੂ

juggling /'ਜਅੱਗਲਿਙ/ *n* ਹੱਥ ਫੇਰੀ, ਹੱਥ ਦੀ ਸਫ਼ਾਈ, ਚਾਲਬਾਜ਼ੀ, ਜਾਦੂਗਰੀ; ਧੋਖਾ, ਮੱਕਾਰੀ, ਮਾਇਆ, ਛਲਾਵਾ, ਛਲ, ਕਪਟ

jugular /'ਜਅੱਗਯਅਲਅ*/ *a* ਗਲ ਦਾ, ਘੰਡੀ ਦਾ; ਗਲ ਦੀ ਨਾੜ ਦਾ, ਧੌਣ ਜਾਂ ਗਲ ਨਾਲ ਸੰਬੰਧਿਤ

jugulate /'ਜਅੱਗਯੁਲੇਇਟ/ *vt* ਸੰਘੀ ਘੁੱਟਣਾ, ਗਲ ਘੁੱਟਣਾ, ਗਲ ਵੱਢਣਾ; ਕਿਸੇ ਬਿਮਾਰੀ ਨੂੰ ਜੜ੍ਹੋਂ ਪੁੱਟਣਾ

juice /ਜੂਸ/ *n* ਰਸ, ਜੂਸ; ਨਚੋੜ, ਸਾਰ

juicer/'ਜੂਸਅ*/ *n* ਫਲਾਂ ਦਾ ਰਸ ਕੱਢਣ ਲਈ ਬਿਜਲੀ ਨਾਲ ਚੱਲਣ ਵਾਲਾ ਯੰਤਰ, ਫਲਾਂ 'ਚੋ ਨਿਚੋੜ ਕੇ ਰਸ ਕੱਢਣ ਲਈ ਰਸੋਈ ਦਾ ਇੱਕ ਯੰਤਰ

juiceless /ਜੂਸਲਅਸ/ *a* ਸਤਹੀਣ, ਨੀਰਸ, ਬੇਰਸ, ਸੁੱਕਾ, ਸਾਰਹੀਣ, ਤੱਤਹੀਣ, ਅਰਕ ਰਹਿਤ

juiciness /'ਜੂਸਿਨਅਸ/ *n* ਰਸਿਕਤਾ, ਤਾਤਵਿਕਤਾ, ਰਸਦਾਇਕਤਾ, ਰੋਚਕਤਾ, ਮਨੋਰੰਜਨਾਤਮਿਕਤਾ

juicy /'ਜੂਸਿ/ *a* ਰਸਦਾਰ, ਰਸਦਾਇਕ; ਰੋਚਕ, ਮਨੋਰੰਜਕ; (ਗੱਲ) ਚੋਂਦੀ-ਚੋਂਦੀ; ਲਸ-ਲਸ ਕਰਦਾ, ਸੋਹਣਾ; (ਰੁੱਤ) ਠੰਢੀ, ਵਰਖਾ ਵਾਲੀ

juju /'ਜੂਜੂ/ *n* ਤਵੀਤ; ਮੂਰਤੀ, ਪ੍ਰਤਿਮਾ; ਜਾਦੂ, ਟੂਣਾ

jujube /'ਜੂਜੂਬ/ *n* ਉਨਾਬ; ਬੇਰੀ; ਚੂਸਣ ਵਾਲੀ ਗੋਲੀ

jukebox /'ਜੂਕਬੌਕਸ/ *n* ਅਹਾਤੇ ਆਦਿ ਵਿੱਚ ਰੱਖੀ ਮਸ਼ੀਨ ਜੋ ਸਿੱਕਾ ਪਾਉਣ 'ਤੇ ਸੰਗੀਤ ਵਜਾਉਂਦੀ ਹੈ

julep /'ਜੂਲੈਪ/ *n* ਮਿੱਠੀ ਸ਼ਰਾਬ; ਮਸਾਲੇਦਾਰ ਸ਼ਰਾਬ; ਦਵਾਈ ਵਾਂਗ ਵਰਤੀ ਜਾਣ ਵਾਲੀ ਸ਼ਰਾਬ

Julian calendar /,ਜੂਲਿਅਨ 'ਕੈਲਿਨਡਅ*/ *n* ਸਾਲ ਦੇ ਮਹੀਨੇ ਅਤੇ ਦਿਨਾਂ ਨੂੰ ਤਰਤੀਬ ਦੇਣ ਦੀ ਜੂਲੀਅਸ ਸੀਜ਼ਰ ਵੱਲੋਂ ਪ੍ਰਚੱਲਤ ਕੀਤੀ ਗਈ ਪ੍ਰਨਾਲੀ ਜੋ ਪੱਛਮੀ ਦੇਸ਼ਾਂ ਵਿੱਚ ਜਾਰਜੀਅਨ ਕਲੰਡਰ ਦੇ ਪ੍ਰਚੱਲਤ ਹੋਣ ਤੋਂ ਪਹਿਲਾਂ ਵਰਤੀ ਜਾਂਦੀ ਸੀ

July /ਜੁ'ਲਾਇ/ *n* ਈਸਵੀ ਸਾਲ ਦਾ ਸੱਤਵਾਂ ਮਹੀਨਾ, ਜੁਲਾਈ

jumbal /'ਜਅੱਮਬਲ/ *n* ਖੰਡ ਦੀ ਟਿੱਕੀ; ਮਿੱਠੀ ਟਿੱਕੀ; ਨਾਨ ਖਤਾਈ

jumble /'ਜਅੱਮਬਲ/ *n* ਖਲਤ-ਮਲਤ, ਰਲਗੱਡ *v* ਇੱਧਰ-ਉੱਧਰ ਸੁੱਟ ਦੇਣਾ; ਘੜਮੱਸ ਪਾਉਣਾ

jumble sale *n* ਦਾਨ ਵਿੱਚ ਰਾਸ਼ੀ ਦੇਣ ਦੇ ਉਦੇਸ਼ ਨਾਲ ਪੁਰਾਣੇ ਕੱਪੜਿਆਂ ਆਦਿ ਦੀ ਵਿਕਰੀ

jumbly /'ਜਅੱਮਬਲਿ/ *a* ਰਲਗੱਡ, ਖਿਚੜੀ-ਮਿਚੜੀ, ਮਿਲਗੋਭਾ, ਰਲਿਆ-ਮਿਲਿਆ, ਮਿਲਿਆ-ਜੁਲਿਆ, ਫੁਟਕਲ

jumbo /'ਜਅੱਮਬਅਉ/ *n* ਵੱਡ ਆਕਾਰੀ ਚੀਜ਼; ਵੱਡਾ ਹਵਾਈ ਜਹਾਜ਼; ਬੜਾ ਮੋਟਾ ਅਤੇ ਭੱਦਾ ਬੰਦਾ ਜਾਂ ਪਸ਼ੂ, ਕੋਈ ਅਜਿਹੀ ਬੇਡੌਲ ਕੋਝੀ ਵਸਤੂ

jump /ਜਅੱਮਪ/ *v* ਛਾਲ ਮਾਰਨਾ, ਟੱਪਣਾ, ਛੜੱਪਾ ਮਾਰਨਾ, ਕੁੱਦਣਾ, ਭੁੜਕਣਾ, ਟਪੂਸੀ ਮਾਰਨਾ; ਉਲੰਘਣਾ; (ਮੁੱਲ) ਅਚਾਨਕ ਵਧ ਜਾਣਾ; ਸਹਿਮਤ ਹੋਣਾ; ਅਨੁਕੂਲ ਹੋਣਾ; (ਰੇਲ ਗੱਡੀ ਦਾ) ਪਟੜੀ ਤੋਂ ਉੱਤਰ ਜਾਣਾ; ਝਪਟਾ ਮਾਰਨਾ; (ਕਿਸੇ ਦੁਆਰਾ ਛੱਡੀ ਹੋਈ ਵਸਤੂ ਉੱਤੇ) ਝੱਟ ਕਬਜ਼ਾ ਕਰ ਲੈਣਾ;

ਵਰਮੇ ਨਾਲ ਛੇਕ ਕਰਨਾ; ਸਰਸਰੀ ਨਜ਼ਰ ਨਾਲ ਵੇਖਣਾ; ਉਲੰਘਣਾ; ਅਚਾਨਕ ਕਿਸੇ ਨਿਰਨੇ ਉੱਤੇ ਪੁੱਜਣਾ *n* ਛਾਲ, ਛੜੱਪਾ, ਟਪੂਸੀ; ਅਚਾਨਕ ਪਿਆ ਫ਼ਰਕ; (ਕੀਮਤਾਂ ਦਾ) ਝੱਟ-ਪੱਟ ਵਾਧਾ **jump out of one's skin** *v* ਚੌਂਕਣਾ

jumper /'ਜਅੱਮਪਅ*/ *n* ਛਾਲ ਮਾਰਨ ਵਾਲਾ, ਟੱਪਣ ਜਾਂ ਕੁੱਦਣ ਵਾਲਾ; ਵੱਡਾ ਵਰਮਾ, ਸੱਬਲ; ਜਹਾਜ਼ ਦੇ ਮਸਤੂਲਾਂ ਨੂੰ ਮਜ਼ਬੂਤ ਰੱਖਣ ਲਈ ਬੰਨ੍ਹਿਆ ਗਿਆ ਰੱਸਾ; ਟਿੱਡੇ ਆਦਿ ਟਪੂਸੀਆਂ ਮਾਰਨ ਵਾਲੇ ਜੰਤੂ

jump in *v* ਗੱਡੀ ਵਿੱਚ ਕਾਹਲੀ ਨਾਲ ਚੜ੍ਹਨਾ

jumpiness /ਜਅੱਮਪਿਨਅਸ/ *n* ਘਬਰਾਹਟ; ਟਪੂਸੀ, ਛਾਲ, ਹੰਭਲਾ, ਹੁਭਕੀ, ਉਛਾਲਾ, ਚੜ੍ਹਾਅ

jumping /ਜਅੱਮਪਿਙ/ *n* ਹੁਭਕੀ, ਟਪੂਸੀ, ਛਾਲ, ਹੰਭਲਾ *a* ਛਾਲ ਮਾਰਨ ਵਾਲਾ, ਹੁਭਕਦਾ

jump-start /'ਜਅੱਮਪਸਟਾਟ/ *v* ਕਾਰ ਦੀ ਬੈਟਰੀ ਨੂੰ ਦੂਜੀ ਕਾਰ ਦੀ ਬੈਟਰੀ ਨਾਲ ਤਾਰਾਂ ਨਾਲ ਜੋੜ ਕੇ ਚਾਲੂ ਕਰਨਾ; ਕਿਸੇ ਅਰੰਭਕ ਪ੍ਰਕਿਰਿਆ ਵਿੱਚ ਵੱਡੀ ਊਰਜਾ ਲਾ ਕੇ ਤਿੱਖਾ ਕਰਨਾ

jumpsuit /'ਜਅੱਮਪਸੂਟ/ *n* (ਵਿਸ਼ੇਸ਼ ਤੌਰ 'ਤੇ ਔਰਤਾਂ ਦਾ) ਵਸਤਰ ਜਿਸ ਵਿੱਚ ਕੁਰਤਾ/ਫਤੂਹੀ ਅਤੇ ਪਮਾਜਾ/ਪਤਲੂਣ ਇਕੱਠੇ ਸੀਤੇ ਹੁੰਦੇ ਹਨ

jump upon *vt* ਧਮਕਾਉਣਾ, ਡਾਂਟਣਾ, ਧੌਂਸ ਦੇਣਾ; ਟੁੱਟ ਕੇ ਪੈਣਾ

jumpy /'ਜਅੱਮਪਿ/ *a* ਛਾਲਾਂ ਮਾਰਨ ਵਾਲਾ, ਟਪੂਸੀਆਂ ਮਾਰਨ ਵਾਲਾ, ਕੁਦੱਕੜ, ਕੁੱਦਣ ਵਾਲਾ, ਟੱਪਣ ਜਾਂ ਉਲੰਘਣ ਵਾਲਾ

junction /'ਜਅੱਙਕਸ਼ਨ/ *n* ਦੁਮੇਲ, ਸੰਗਮ, ਜੰਕਸ਼ਨ; ਸੰਧੀ, ਜੋੜ

juncture /'ਜਅੱਙਕਚਅ*/ *n* ਅਵਸਰ, ਮੌਕਾ; ਜੋੜ, ਸਿਊਣ **at this juncture** ਇਸ ਪਰਿਸਥਿਤੀ ਵਿੱਚ

June /ਜੂਨ/ *n* ਈਸਵੀ ਸਾਲ ਦਾ ਛੇਵਾਂ ਮਹੀਨਾ, ਜੂਨ

jungle /'ਜਅੱਙਗਲ/ *n* ਜੰਗਲ, ਵਣ; ਘੜਮੱਸ

jungled, jungly /'ਜਅੱਙਗ(ਅ)ਲਡ, 'ਜਅੱਙਗਲਿ/ *a* ਜਾਂਗਲੀ, ਵਣਮਈ

junior /'ਜੂਨਿਅ*/ *a* ਜੂਨੀਅਰ (ਕਰਮਚਾਰੀ), ਛੋਟਾ, ਨਿੱਕਾ, ਨੀਵੀਂ ਸ਼੍ਰੇਣੀ ਜਾਂ ਪਦਵੀ ਦਾ (ਵਿਅਕਤੀ)

juniority /ˌਜੂਨਿ'ਔਰਅਟਿ/ *n* ਨੌਕਰੀ ਵਿੱਚ ਨੀਵੀਂ ਪਦਵੀ ਜਾਂ ਦਰਜਾ

juniper /'ਜੂਨਿਪਅ*/ *n* ਇੱਕ ਸਦਾ ਬਹਾਰ ਬੂਟਾ

junk[1] /ਜਅੱਙਕ/ *n* ਪੁਰਾਣਾ ਮਾਲ, ਕਬਾੜ, ਰਹਿੰਦ-ਖੂੰਹਦ, ਟੁੱਟੇ-ਭੱਜੇ ਸਮਾਨ ਦਾ ਢੇਰ; ਟੋਟਾ, ਟੁਕੜਾ; ਲੂਣ ਲਾਇਆ ਮਾਸ; ਪੁਰਾਣਾ ਰੱਸਾ ਜੋ ਵੱਢ ਕੇ ਜਹਾਜ਼ ਦੇ ਛੇਕਾਂ ਵਿੱਚ ਭਰਿਆ ਜਾਂਦਾ ਹੈ *vt* ਟੁਕੜੇ-ਟੁਕੜੇ ਕਰਨਾ

junk[2] *n* ਪੱਧਰੇ ਥੱਲੇ ਵਾਲਾ ਜਹਾਜ਼ (ਆਮ ਤੌਰ 'ਤੇ ਚੀਨੀ ਸਮੁੰਦਰ ਵਿੱਚ ਚੱਲਣ ਵਾਲਾ)

junket /'ਜਅੱਙਕਿਟ/ *n* ਨਿਓਂਦਾ, ਦਾਹਵਤ, ਭੋਜ *vt* ਨਿਓਂਦਾ ਦੇਣਾ, ਦਾਹਵਤ ਦੇਣਾ

junketing /'ਜਅੱਙਕਿਟਿਙ/ *n* ਦਾਹਵਤ

junk food *n* ਫਟਾਫਟ ਅਤੇ ਅਸਾਨੀ ਨਾਲ ਤਿਆਰ ਕੀਤਾ ਜਾਣ ਵਾਲਾ ਖਾਣਾ ਪਰ ਜੋ ਸਿਹਤ ਲਈ ਮਾੜਾ ਮੰਨਿਆ ਜਾਂਦਾ ਹੈ

junk mail *n* ਵਰਤੋਂਕਾਰ ਦੀ ਮੰਗ ਤੋਂ ਬਿਨਾਂ ਭੇਜੀ ਜਾਣ ਵਾਲੀ ਵਿਗਿਆਪਨ ਸਮੱਗਰੀ

junkman /ਜਅੱਙਕਮਅਨ/ *n* ਕਬਾੜੀਆ; ਗੁੱਡੀ ਜਾਂ ਗੁੱਡਾ (ਲੀਰਾਂ ਦਾ)

junkyard /'ਜਅੱਙਕਯਾਡ/ *n* ਸਥਾਨ ਜਿੱਥੇ ਪੁਰਾਣੀਆਂ ਕਾਰਾਂ ਮਸ਼ੀਨਾਂ ਇਕੱਠੀਆਂ ਕੀਤੀਆਂ ਹੁੰਦੀਆਂ ਹਨ ਤਾਂ ਕਿ ਉਹਨਾਂ ਦੇ ਪੁਰਜੇ ਜਾਂ ਉਹਨਾਂ ਦੀ ਧਾਤ ਮੁੜ ਵਰਤੋਂ ਲਈ ਵੇਚੀ ਜਾ ਸਕੇ

Juno /'ਜੂਨਅਉ/ *n* ਜੁਪੀਟਰ ਦੀ ਪਤਨੀ; ਜੂਨੋ, ਪਰੀ, ਸੁੰਦਰੀ; ਤੀਜਾ ਨਛੱਤਰ

junta /'ਜਅੱਨਟਅ/ *n* ਹਾਕਮ ਜੁੰਡੀ, ਢਾਣੀ; ਸਪੇਨ ਜਾਂ ਇਟਲੀ ਦੀ ਵਿਚਾਰਕ ਸਭਾ ਜਾਂ ਰਾਜ ਸਭਾ

junto /'ਜਅੱਨਟਅਉ/ *n* ਦਲ, ਟੋਲਾ, ਮੰਡਲੀ

(ਰਾਜਨੀਤੀ), ਜੁੰਡੀ, ਜੁੰਡਲੀ

jupe /ਜੂਪ/ *(F) n* ਚੋਲੀ, ਲਹਿੰਗਾ, ਪੇਟੀਕੋਟ, ਸਾੜ੍ਹੀ ਦੇ ਹੇਠਾਂ ਵਾਲੀ ਘੱਗਰੀ

jupiter /'ਜੂਪਿਟਅ*/ *n* (ਰੋਮਨ) ਦੇਵਰਾਜ; ਜੂਪੀਟਰ; ਬ੍ਰਹਿਸਪਤੀ ਨਛੱਤਰ; ਇੰਦਰ ਦੇਵਤਾ

jupon /'ਜੂਪੌਨ/ *n* ਵੇਖੋ **jupe**

jurassic /ਜੁ'ਰੈਸਿਕ/ *a* ਕੋਈ 21 ਕਰੋੜ ਤੋਂ 15 ਕਰੋੜ ਸਾਲ ਦੇ ਵਿਚਕਾਰ ਪਹਿਲਾਂ ਦੇ ਸਮੇਂ ਨਾਲ ਸੰਬੰਧਿਤ ਜਦੋਂ ਦੈਂਤ ਆਕਾਰ ਜੀਵ (ਡੈਨਾਸੋਰ) ਧਰਤੀ ਉੱਤੇ ਵਿਚਰੇ; ਇਸ ਸਮੇਂ ਬਣੀਆਂ ਚਟਾਨਾਂ ਸੰਬੰਧੀ

juridical /ਜੁਅ'ਰਿਡਿਕਲ/ *a* ਅਦਾਲਤੀ, ਕਨੂੰਨੀ, ਨਿਆਂ ਵਿਧਾਨ ਸੰਬੰਧੀ, ਅਦਾਲਤੀ ਕਾਰਵਾਈ ਬਾਰੇ

jurisconsult /ˌਜੁਅਰਿਸਕਅਨ'ਸਅੱਲਟ/ *n* ਕਨੂੰਨ ਦਾ ਮਾਹਰ, ਨਿਆਂ ਵਿਧਾਨ ਵਿੱਚ ਨਿਪੁੰਨ, ਵਕੀਲ

jurisdiction /ˌਜੁਅਰਿਸ'ਡਿਕਸ਼ਨ/ *n* ਅਮਲਦਾਰੀ, ਅਧਿਕਾਰ ਖੇਤਰ, ਨਿਆਂ ਅਧਿਕਾਰ, ਨਿਆਂ ਵਿਵਸਥਾ

jurisdictional /ˌਜੁਅਰਿਸ'ਡਿਕਸ਼(ਅ)ਨ(ਅ)ਲ/ *a* ਅਮਲਦਾਰੀ ਦਾ, ਅਧਿਕਾਰ ਖੇਤਰੀ, ਅਧਿਕਾਰ ਖੇਤਰ ਦਾ

jurisprudence /ˌਜੁਅਰਿਸ'ਪਰੂਡਨਸ/ *n* ਨਿਆਂ ਸ਼ਾਸਤਰ, ਧਰਮ ਸ਼ਾਸਤਰ; ਨਿਆਂ ਪ੍ਰਵੀਣਤਾ, ਕਨੂੰਨਦਾਨੀ

jurisprudent /ˌਜੁਅਰਿਸ'ਪਰੂਡਅਨਟ/ *n* ਨਿਆਂ ਸ਼ਾਸਤਰੀ, ਕਨੂੰਨ ਦਾ ਮਾਹਰ, ਕਨੂੰਨਦਾਨ

jurisprudential /ˌਜੁਅਰਿਸਪਰੁ'ਡੈਨੱਸ਼(ਅ)ਲ/ *a* ਨਿਆਂ ਸ਼ਾਸਤਰ ਬਾਰੇ

jurist /'ਜੁਅਰਿਸਟ/ *n* ਕਨੂੰਨਦਾਰ; ਕਨੂੰਨੀ ਪੁਸਤਕਾਂ ਦਾ ਲੇਖਕ; ਵਕੀਲ, ਨਿਆਂ ਨਿਪੁੰਨ, ਵਿਧਾਨਕਾਰ, ਵਿਧੀਵੇਤਾ

juristic, juristical /ˌਜੁ'ਰਿਸਟਿਕ, ˌਜੁ'ਰਿਸਟਿਕ(ਅ)ਲ/ *a* ਨਿਆਂ ਸ਼ਾਸਤਰ ਸੰਬੰਧੀ; ਕਨੂੰਨੀ, ਨਿਆਂ ਨਿਪੁੰਨਤਾ ਬਾਰੇ

juror /'ਜੁਅਰਅ*/ *n* ਪੰਚ, ਨਿਆਂਕਾਰ, ਜਿਊਰੀ ਦਾ ਮੈਂਬਰ; ਕਸਮ ਖਾਣ ਵਾਲਾ, ਸੁਗੰਧ ਚੁੱਕਣ ਵਾਲਾ

jury /'ਜੁਅਰਿ/ *n* ਅਦਾਲਤੀ ਪੰਚਾਇਤ, ਜਿਊਰੀ; ਇਨਾਮੀ ਮੁਕਾਬਲੇ ਦੇ ਜੱਜਾਂ ਦਾ ਸਮੂਹ **grand jury** ਵੱਡੀ ਪੰਚਾਇਤ ਜਾਂ ਨਿਆਂ ਸਭਾ **special jury** ਵਿਸ਼ੇਸ਼ ਨਿਆਂ ਸਭਾ

juryman /'ਜੁਅਰਿਮਅਨ/ *n* ਨਿਆਂ ਸਭਾ ਦਾ ਮੈਂਬਰ, ਪੰਚ

jussive /ਜਅੱਸਿਵ/ *a* (ਵਿਆ) ਆਦੇਸ਼ਸੂਚਕ, ਆਗਿਆਬੋਧਕ

just[1] /ਜਅੱਸਟ/ *a* ਠੀਕ, ਵਾਜਬ, ਮੁਨਾਸਬ, ਉਚਿਤ; ਨਿਆਂਪੂਰਨ, ਨਿਆਂਕਾਰੀ, ਅਦਲੀ, ਨਿਰਪੱਖ, ਸੱਚਾ, ਨਿਸ਼ਕਪਟ, ਈਮਾਨਦਾਰ, ਪੱਕਾ, ਢੁਕਵਾਂ, ਯੋਗ, ਪੂਰਾ-ਪੂਰਾ

just[2] *adv* ਉਸੇ ਵੇਲੇ, ਠੀਕ ਓਦੋਂ; ਹੁਣੇ-ਹੁਣੇ, ਹੁਣੇ ਹੀ; ਜਿਉਂ ਹੀ; ਸਿਰਫ਼, ਕੇਵਲ, ਮੁਸ਼ਕਲ ਨਾਲ

justice /'ਜਅੱਸਟਿਸ/ *n* ਨਿਆਂ, ਇਨਸਾਫ਼, ਅਦਲ, ਅਦਾਲਤੀ ਕਾਰਵਾਈ; ਨਿਆਂ ਸੰਗਤੀ, ਨਿਰਪੱਖਤਾ; ਸਦਾਚਾਰ; ਜੱਜ, ਮੁਨਸਫ, ਨਿਆਂ ਅਧੀਸ਼, ਮੈਜਿਸਟਰੇਟ **do justice to** ਨਿਆਂ ਕਰਨਾ

justiceship /'ਜਅੱਸਟਿਸਸ਼ਿਪ/ *n* ਨਿਆਂ ਅਧਿਕਾਰ, ਨਿਆਂਅਧੀਸ਼ ਦਾ ਪਦ, ਜੱਜ ਦਾ ਅਹੁਦਾ

justiciable /ਜਅੱ'ਸਟਿਸ਼ਅਬਲ/ *a* ਅਧਿਕਾਰ ਅਧੀਨ; ਮਾਤਹਿਤ; ਨਿਆਂਯੋਗ, ਨਿਰਨੇਯੋਗ

justiciar /ਜਅੱ'ਸਟਿਸ਼ਿਅ*/ *n* ਨਿਆਂਅਧੀਸ਼, ਨਾਰਮਨ ਬਾਦਸ਼ਾਹਾਂ ਦਾ ਰਾਜਨੀਤੀ ਅਤੇ ਨਿਆਂ ਦਾ ਸਭ ਤੋਂ ਉੱਚਾ ਅਹੁਦਾ, ਪ੍ਰਧਾਨ ਨਿਆਂਕਾਰ

justiciary /ਜਅੱ'ਸਟਿਸ਼ਅਰਿ/ *n* ਨਿਆਂ ਪ੍ਰਬੰਧ; ਪ੍ਰਧਾਨ ਨਿਆਂਕਾਰ *a* ਪ੍ਰਧਾਨ ਨਿਆਂਕਾਰ ਬਾਰੇ

justifiability, justifiableness /ˌਜਅੱਸਟਿਫ਼ਾਇਆ'ਬਿਲਿਟਿ, 'ਜਅੱਸਟਿਫ਼ਾਇਅਬ(ਅ)ਲਨਅਸ/ *n* ਨਿਆਂ ਸਿੱਧੀ, ਨਿਆਂ ਸਮਰਥਨ, ਨਿਆਂ ਸੰਗਤੀ

justifiable /'ਜਅੱਸਟਿਫ਼ਾਇਅਬਲ, ˌਜਅੱਸਟਿ'ਫ਼ਾਇਅਬਲ/ *a* ਉਚਿਤ, ਨਿਆਂ ਵਾਲਾ, ਠੀਕ

justification /ˌਜਅੱਸਟਿਫ਼ਿ'ਕੇਇਸ਼ਨ/ *n* ਉਚਿਤਤਾ, ਸਫ਼ਾਈ, ਸਮਰਥਨ, ਪ੍ਰਮਾਣਿਕਤਾ; ਦੋਸ਼ ਮਾਫ਼ੀ

justified /'ਜਅੱਸਟਿਫ਼ਾਇਡ/ *a* ਉਚਿਤ, ਯੋਗ

justify /'ਜਅੱਸਟਿਫ਼ਾਇ/ *vt* ਠੀਕ ਸਿੱਧ ਕਰਨਾ, ਉਚਿਤ ਠਹਿਰਾਉਣਾ, ਹੱਕ ਵਿੱਚ ਦਲੀਲਾਂ ਦੇਣਾ, ਸਚਾਈ ਦਾ ਪ੍ਰਮਾਣ ਦੇਣਾ; ਸਫ਼ਾਈ ਦੇਣਾ; ਸਮਰਥਨ ਕਰਨਾ; ਨਿਆਂ ਸੰਗਤ ਸਿੱਧ ਕਰਨਾ ਜਾਂ ਮੰਨਣਾ; (ਹੱਕਦਾਰੀ ਸਾਬਤ ਕਰਨ ਲਈ) ਮਸਾਲਾ ਪੇਸ਼ ਕਰਨਾ

just now *adv* ਹੁਣੇ, ਤੁਰੰਤ

jut /ਜਅੱਟ/ *vi* ਉਭੱਰਨਾ, ਅੱਗੇ ਵਧਿਆ ਹੋਣਾ, ਬਾਹਰ ਨਿਕਲੇ ਹੋਣਾ *n* ਉਭਾਰ, ਵਧਾਅ, ਵਾਧਾ, ਬਾਹਰ ਵਧਿਆ ਹਿੱਸਾ; ਨੋਕ

jute /ਜੂਟ/ *n* ਸਣ, ਸਨੁਕੜਾ, ਪਟਸਨ

juvenescence /ˌਜੂਵ਼ਅ'ਨੈੱਸ(ਅ)ਨਸ/ *n* ਜਵਾਨੀ ਦਾ ਉਭਾਰ, ਚੜ੍ਹਦੀ ਜਵਾਨੀ

juvenescent /ˌਜੂਵ਼ਅ'ਨੈੱਸਨਟ/ *a* ਚੜ੍ਹਦੀ ਜਵਾਨੀ ਵਾਲਾ, ਮਸਫੁੱਟ (ਗੱਭਰੂ)

juvenile /'ਜੂਵ਼ਅਨਾਇਲ/ *a* ਨੌਜਵਾਨ, ਗਭਰੇਟ ਬਾਲ ਅਵਸਥਾ ਦਾ, ਬਚਗਾਨਾ *n* ਬਾਲਕ, ਅਲ੍ਹੜ ਮੁੰਡਾ

juvenile de linquent *n* ਨਬਾਲਗ ਅਪਰਾਧੀ

juvenileness /'ਜੂਵ਼ਅਨਾਇਲਨਅਸ/ *n* ਅੱਲੜ੍ਹਪੁਣਾ; ਚੜ੍ਹਦੀ ਜਵਾਨੀ, ਬਾਲਪਣ

juvenilia /ˌਜੂਵ਼ਅ'ਨਿਲਿਅ/ *n* ਕਿਸੇ ਲੇਖਕ ਦੀਆਂ ਭਰ ਜਵਾਨੀ ਦੀਆਂ ਕਿਰਤਾਂ

juvenility /ˌਜੂਵ਼ਅ'ਨਿਲਅਟਿ/ *n* ਵੇਖੋ **juvenileness**

juxtapose /ˌਜਅੱਕਸਟਅ'ਪਅਉਜ਼/ *vt* ਨਾਲ-ਨਾਲ ਰੱਖਣਾ, ਕੋਲ-ਕੋਲ ਰੱਖਣਾ

juxtaposition /ˌਜਅੱਕਸਟਅਪਅ'ਜ਼ਿਸ਼ਨ/ *n* ਨਿਕਟਤਾ, ਸਮੀਪਤਾ

juzail /'ਜਯੁਜ਼ੇਇਲ/ *n* ਅਫ਼ਗਾਨ ਲੋਕਾਂ ਦੁਆਰਾ ਵਰਤੀ ਜਾਣ ਵਾਲੀ ਬੰਦੂਕ, ਜੁਜ਼ੇਲ

K

K, k /ਕੇਇ/ *n* ਅੰਗਰੇਜ਼ੀ ਵਰਨਮਾਲਾ ਦਾ ਗਿਆਰ੍ਹਵਾਂ ਅੱਖਰ

Kaffir /'ਕੈਫ਼ਅ*/ *n* ਦੱਖਣੀ ਅਫਰੀਕਾ ਦੇ ਇੱਕ ਕਬੀਲੇ ਦਾ ਮੈਂਬਰ

kago /'ਕਾਗਅਉ/ *n* ਡੋਲੀ, ਪਾਲਕੀ

kail, kale /ਕੇਇਲ/ *n* ਇੱਕ ਪ੍ਰਕਾਰ ਦੀ ਬੰਦ ਗੋਭੀ

kaiser /'ਕਾਇਜ਼ਅ*/ *n* ਜਰਮਨ ਸਮਰਾਟ; ਸ਼ਹਿਨਸ਼ਾਹ

kaiserism /'ਕਾਇਜ਼ਅਇਜ਼ਅਮ/ *n* ਬਾਦਸ਼ਾਹਤ, ਸ਼ਹਿਨਸ਼ਾਹੀ; ਕੈਸਰਵਾਦ

kakistoracy /ˌਕੈਕਿਸ'ਟੌਕਰਅਸਿ/ *n* ਹਨੇਰਗਰਦੀ, ਅੰਨ੍ਹਾ ਰਾਜ, ਹਨੇਰ ਰਾਜ

kaleidoscope /ਕਅ'ਲਾਇਡਅਸਕਅਉਪ/ *n* ਇੱਕ ਯੰਤਰ ਜਿਸ ਵਿੱਚ ਰੰਗ-ਬਰੰਗੇ ਦ੍ਰਿਸ਼ ਵੇਖੇ ਜਾਂਦੇ ਹਨ, ਗੁਲਬੀਨ, ਕੈਲੀਡੋਸਕੋਪ; ਛਿਣ-ਛਿਣ ਬਦਲਦੇ ਚਮਕੀਲੇ ਦ੍ਰਿਸ਼ ਦਾ ਸਮੂਹ

kaleidoscopic, kaleidoscopical /ਕਅˌਲਾਇਡਅ'ਸਕੌਪਿਕ, ਕਅˌਲਾਇਡਅ'ਸਕੌਪਿਕਲ/ *a* ਨਿਰੰਤਰ ਪਰਿਵਰਤਨਸ਼ੀਲ, ਰੰਗ-ਬਰੰਗਾ

kali /'ਕੈਲਿ/ *n* ਸੱਜੀ, ਖਾਰ, ਸੋਡਾ

kalinite /'ਕੈਲਿਨਾਇਟ/ *n* ਫਟਕੜੀ

kam /ਕੈਮ/ *a* ਟੇਢਾ, ਮੁੜਵਾਂ, ਵਕਰ; ਵਿਰੁੱਧ, ਵਿਪਰੀਤ, ਉਲਟਾ, ਮੁਖ਼ਾਲਫ

kame /ਕੇਇਮ/ *n* ਪਹਾੜੀ, ਚਟਾਨ

kamptulicon /ਕੈਮ(ਪ)'ਟਯੂਲਿਕੌਨ/ *n* ਰਬੜ ਵਾਲਾ ਫਰਸ਼ੀ ਕੱਪੜਾ

kangaroo /ˌਕੈਙਗਅ'ਰੂ/ *n* ਆਸਟਰੇਲੀਆ ਦਾ ਇੱਕ ਜਾਨਵਰ, ਕੰਗਾਰੂ

kangaroo court *n* ਅਜਿਹੀ ਗ਼ੈਰਕਾਨੂੰਨੀ ਕਚਹਿਰੀ ਜਿਥੇ ਨਿਰਦੋਸ਼ਿਆਂ ਨੂੰ ਸਜ਼ਾ ਦਿੱਤੀ ਜਾਂਦੀ ਹੈ

kaolin /'ਕੇਇਅਲਿਨ/ *n* ਚੀਨੀ ਮਿੱਟੀ, ਚੀਕਨੀ ਚਿੱਟੀ ਮਿੱਟੀ

kaolinize /'ਕੇਇਅਲਿਨਾਇਜ਼/ *vt* ਚੀਨੀ ਮਿੱਟੀ ਫੇਰਨਾ, ਚੀਨੀ ਮਿੱਟੀ ਜਾਂ ਚੀਕਨੀ ਮਿੱਟੀ ਦਾ ਲੇਪ ਕਰਨਾ

kaput /ਕਅ'ਪੁਟ/ *a* (ਅਪ) ਨਕਾਰਾ, ਵਿਗੜਿਆ; ਨਸ਼ਟ, ਤਬਾਹ

karate /ਕਅ'ਰਾਟਿ/ *n* ਕਰਾਟੇ

karaoke /ˌਕੈਰਿ'ਅਉਕਿ/ *n* ਮਨ-ਪਰਚਾਵੇ ਦਾ ਇੱਕ ਸਾਧਨ (ਜਿਸ ਵਿੱਚ ਇੱਕ ਮਸ਼ੀਨ ਪ੍ਰਸਿੱਧ ਗੀਤਾਂ ਦਾ ਸੰਗੀਤ ਸੁਣਾਉਂਦੀ ਹੈ)

karat /'ਕੈਰਅਟ/ *n* ਦੇਖੋ **carat**

kar(r)oo /ਕਅ'ਰੂ/ *n* ਪਠਾਰ

kartel /'ਕਾਟਅਲ/ *n* ਗੱਡੇ ਦਾ ਪੱਟ, ਯੱਕੇ ਵਾਲੇ ਦਾ ਵੰਝ ਉੱਤੇ ਬੈਠਣ ਲਈ ਲਾਇਆ ਫੱਟਾ

katabolism /ਕਅ'ਟੈਬਅਲਿਜ਼ਅਮ/ *n* (ਜੀਵ) ਢਾਹੂ ਕਿਰਿਆ

katydid /'ਕੇਇਟਿਡਿਡ/ *n* ਹਰੇ ਰੰਗ ਦਾ 'ਢੀਂ...ਢੀਂ ਕਰਨ ਵਾਲਾ ਇੱਕ ਵੱਡਾ ਕੀਟ, ਖਿੰਡਾ, ਟਿੱਡਾ

kauri /'ਕਾਉਰਿ/ *n* ਨਿਊਜ਼ੀਲੈਂਡ ਦਾ ਚੀੜ੍ਹ ਵਰਗਾ ਇੱਕ ਰੁੱਖ

kavass /ਕਾ'ਵ਼ਾਸ/ *n* ਤੁਰਕੀ ਸਿਪਾਹੀ

kbps *abbr* **Kilobits per second** ਦਾ ਸੰਖੇਪ ਰੂਪ

kea /'ਕੀਅ/ *n* ਨਿਊਜ਼ੀਲੈਂਡ ਦਾ ਪਹਾੜੀ ਤੋਤਾ

keck /ਕੈੱਕ/ *vi* ਉਲਟੀ ਕਰਨਾ, ਕੈ ਕਰਨਾ, ਉੱਥਤ ਲੈਣਾ; ਕੈ ਕਰਨ ਵਰਗੀ ਅਵਾਜ਼ ਕੱਢਣਾ *n* ਕੈ, ਉਲਟੀ

keckle /'ਕੈੱਕਲ/ *v* ਦਿਲ ਵਿੱਚ ਹੱਸਣਾ; ਬੇੜੀ ਜਾਂ ਕਿਸ਼ਤੀ ਦੀ ਰੱਸੀ ਖਿੱਚਣਾ

kedge /ਕੈੱਜ/ *v* ਜਹਾਜ਼ ਦਾ ਰੁਖ਼ ਬਦਲਨਾ, ਜਹਾਜ਼ ਘੁਮਾਉਣਾ; ਜਹਾਜ਼ ਦਾ ਰੁਖ਼ ਬਦਲਨ ਵਾਲਾ ਛੋਟਾ ਲੰਗਰ

kedgeree /'ਕੈਜੱਅਰਿ/ *n* ਚੌਲ ਦਾਲ ਮੱਛੀ ਆਂਡੇ ਆਦਿ ਮਿਲਾ ਕੇ ਬਣਾਇਆ ਜਾਣ ਵਾਲਾ ਇੱਕ ਅੰਗਰੇਜ਼ੀ ਖਾਣਾ, ਖਿਚੜੀ

keek /ਕੀਕ/ *vt* ਚੋਰ ਅੱਖਾਂ ਨਾਲ ਝਾਕਣਾ, ਅੱਖਾਂ ਚੁਰਾ ਕੇ ਵੇਖਣਾ

keel[1] /ਕੀਲ/ *n* ਜਹਾਜ਼ ਦਾ ਛਤਰ ਜਿਸ ਉੱਤੇ ਜਹਾਜ਼ ਦਾ ਢਾਂਚਾ ਉਸਾਰਿਆ ਜਾਂਦਾ ਹੈ

keel[2] *n* ਲਾਲ ਰੰਗ, ਗੇਰੂ *v* ਲਾਲ ਰੰਗ ਲਾਉਣਾ, ਗੇਰੂ ਫੇਰਨਾ

keelless /ਕੀਲਲਅਸ/ *a* (ਕੋਈ ਭਾਂਡਾ) ਬਿਨਾਂ ਥੱਲੇ ਤੋਂ, ਨਿਰਅਧਾਰ, ਥੱਲਾ ਰਹਿਤ

keel over *v* ਮੂਧਾ ਕਰ ਦੇਣਾ, ਮੂਧਾ ਹੋ ਜਾਣਾ

keen[1] /ਕੀਨ/ *n* (ਆਇਰਲੈਂਡ ਵਿੱਚ) ਵਿਰਲਾਪ, ਵੈਣ, ਕੀਰਨਾ, ਅਲਾਹੁਣੀ *vt* ਕੀਰਨੇ ਪਾਉਣਾ, ਵਿਰਲਾਪ ਕਰਨਾ

keen[2] *a* ਚਾਹਵਾਨ, ਅਭਿਲਾਸ਼ੀ, ਇੱਛਕ; ਭਾਵਕ; ਤਿੱਖੀ ਬੁੱਧੀਵਾਲਾ; (ਨਜ਼ਰ) ਤੇਜ਼; (ਮੁਕਾਬਲਾ, ਲੜਾਈ) ਸਖ਼ਤ, ਜ਼ੋਰਦਾਰ; (ਹਥਿਆਰਾਂ ਦੀ ਧਾਰ) ਤੇਜ਼; (ਅਵਾਜ਼, ਰੌਸ਼ਨੀ) ਸਾਫ਼, (ਪੀੜ) ਸਖ਼ਤ, ਬਹੁਤ ਜ਼ਿਆਦਾ; (ਇੱਛਾ) ਤੀਬਰ, ਭਾਰੀ; (ਠੰਢ) ਸਖ਼ਤ, ਚੀਰਵੀਂ

keenness /ਕੀਨਨਅਸ/ *n* ਉਤਸੁਕਤਾ, ਸ਼ੌਕ, ਉਤਕੰਠਾ, ਚਿੰਤਾ, ਬੇਚੈਨੀ; ਤੀਖਣਤਾ, ਤੇਜ਼ੀ; ਸੂਖਮ ਬੁੱਧੀ

keep /ਕੀਪ/ *v* ਰੱਖਣਾ ਜਾਂ ਰਹਿਣਾ; ਧਿਆਨ ਰੱਖਣਾ, ਖ਼ਿਆਲ ਰੱਖਣਾ; ਪਾਲਣਾ-ਪੋਸਣਾ; ਇਕਰਾਰ ਨਿਭਾਉਣਾ; ਲਿਹਾਜ਼ ਕਰਨਾ; ਰੱਖਿਆ ਕਰਨਾ; ਜ਼ੁੰਮੇ ਲੈਣਾ, ਹੱਥ ਵਿੱਚ ਲੈਣਾ; ਚੰਗੀ ਹਾਲਤ ਵਿੱਚ ਰੱਖਣਾ; ਚਲਾਉਣਾ; ਹਿਸਾਬ-ਕਿਤਾਬ ਰੱਖਣਾ; (ਕਿਸੇ ਇਸਤਰੀ ਨੂੰ) ਰਖੇਲ ਰੱਖਣਾ; ਪਾਬੰਦੀ ਲਾਉਣਾ; ਰੋਕਣਾ, ਗੁਪਤ ਰੱਖਣਾ; ਛੁਪਾਉਣਾ; ਪਿੱਛੇ ਪਏ ਰਹਿਣਾ; ਡਟੇ ਰਹਿਣਾ *n* ਕਿਲ੍ਹਾ, ਗੜ੍ਹ, ਗੜ੍ਹੀ; ਰਖੇਲ, ਧਰੇਲ; ਨਿਰਬਾਹ, ਗੁਜ਼ਰਾਨ, ਗੁਜ਼ਾਰਾ; ਪਾਲਣ-ਪੋਸਣ **keep body & soul together** ਜਿਉਂਦਾ ਰਹਿਣਾ **keep one's feet** *v* ਸੰਭਲ ਕੇ ਪੈਰ ਧਰਨਾ

keep away *vt* ਨੇੜੇ ਨਾ ਢੁੱਕਣ ਦੇਣਾ

keep back *vt* ਛੁਪਾਉਣਾ, ਗੁਪਤ ਰੱਖਣਾ; ਦੂਰ ਰਹਿਣਾ; ਬਚਾਉਣਾ

keep cool *vi* ਸ਼ਾਂਤ ਰਹਿਣਾ

keep down *vt* ਦਬਾਉਣਾ

keeper /'ਕੀਪਅ*/ *n* ਰਖਵਾਲਾ, ਨਿਗਰਾਨ; (ਸ਼ਿਕਾਰਗਾਹ ਦਾ) ਰਖਵਾਲਾ, (ਪਾਗਲ ਦੀ) ਦੇਖ-ਭਾਲ ਕਰਨ ਵਾਲਾ; ਚਾਲਕ; ਵਿਆਹ ਦੀ ਛਾਪ ਦੇ ਨਾਲ ਪਾਇਆ ਛੱਲਾ ਜੋ ਛਾਪ ਨੂੰ ਡਿੱਗਣ ਤੋਂ ਬਚਾਉਂਦਾ ਹੈ

keepership /'ਕੀਪਅਸ਼ਿਪ/ *n* ਰੱਖਿਆ, ਰੱਖਿਆ ਅਧਿਕਾਰ ਜਾਂ ਪਦਵੀ

keep from *v* (ਤੋਂ) ਦੂਰ ਰਹਿਣਾ

keep in *vt* ਵੱਸ ਵਿੱਚ ਰੱਖਣਾ

keep on *n* ਚਲਦਾ ਰੱਖਣਾ

keepsake /'ਕੀਪਸੇਇਕ/ *n* ਨਿਸ਼ਾਨੀ, ਯਾਦਗਾਰ, ਤੋਹਫ਼ਾ

keg /ਕੈੱਗ/ *n* ਪੀਪਾ (ਦਸ ਗੈਲਨ ਤੋਂ ਘੱਟ ਦਾ), ਛੋਟਾ ਢੋਲ

kell /ਕੈੱਲ/ *n* ਮੱਕੜੀ ਦਾ ਜਾਲਾ

kelp /ਕੈੱਲਪ/ *n* ਇੱਕ ਪ੍ਰਕਾਰ ਦਾ ਸਮੁੰਦਰੀ ਘਾਹ, ਇਸ ਨੂੰ ਸਾੜ ਕੇ ਬਣਾਈ ਗਈ ਸੱਜੀ ਜਾਂ ਖਾਰ

kelpie, kelpy /'ਕੈੱਲਪਿ/ *n* ਸਮੁੰਦਰੀ ਜਾਂ ਦਰਿਆਈ ਭੂਤ, ਘੋੜੇ ਦੀ ਸ਼ਕਲ ਵਾਲਾ ਦਰਿਆਈ ਜਾਂ ਸਮੁੰਦਰੀ ਭੂਤਨਾ

kelson, keelson /'ਕੈੱਲਸਨ, 'ਕੀਲਸ(ਅ)ਨ/ *n* ਜੁੜਵੀਂਆਂ ਸ਼ਤੀਰੀਆਂ ਜਿਹੜੀਆਂ ਜਹਾਜ਼ ਦੇ ਫ਼ਰਸ਼ ਨੂੰ ਥੱਲੇ ਉੱਤੇ ਟਿਕਾਈ ਰੱਖਦੀਆਂ ਹਨ

kelt /ਕੈੱਲਟ/ *n* ਸਮੁੰਦਰੀ ਟਰਾਉਟ

kelvin /'ਕੈੱਲਵ੍ਰਿਨ/ *n* ਤਾਪਮਾਨ ਮਾਪਣ ਦੀ ਮਾਤਰਾ (ਇੱਕ ਡਿਗਰੀ ਕੈਲਵਿਨ ਇੱਕ ਡਿਗਰੀ ਸੈਲਸੀਅਸ ਬਰਾਬਰ ਹੁੰਦੀ ਹੈ)

kemp /ਕੈੱਮਪ/ *n* ਘਟੀਆ ਉੱਨ

kempy /ਕੈੱਮਪਿ/ *a* ਘਟੀਆ ਉੱਨ ਦਾ

ken /ਕੈਨੱ/ *vt* ਵੇਖ ਕੇ ਪਛਾਣਨਾ; ਬੁੱਝਣਾ, ਸਮਝਣਾ, ਜਾਣ ਲੈਣਾ *n* ਨਿਗ੍ਹਾ ਦੀ ਹੱਦ, ਦ੍ਰਿਸ਼ਟੀ ਸੀਮਾ; ਸੂਝ, ਗਿਆਨ ਖੇਤਰ

kennel[1] /'ਕੈਨੱਲ/ *n* ਕੁੱਤਿਆਂ ਦਾ ਨਿਵਾਸ; ਕੁੱਤੇਖ਼ਾਨਾ, ਘਟੀਆ ਮਕਾਨ, ਝੁੱਗੀ *v* ਝੁੱਗੀ ਜਾਂ ਘਟੀਆ ਮਕਾਨ ਵਿੱਚ ਰਹਿਣਾ ਜਾਂ ਰੱਖਣਾ; ਕੁੱਤੇਖ਼ਾਨੇ ਵਿੱਚ ਰੱਖਣਾ

kennel[2] *n* ਪਰਨਾਲਾ, ਪਾਣੀ ਦੀ ਮੋਰੀ

kenning /'ਕੈੱਨਿਙ/ *n* ਨਿਗਾਹ, ਦ੍ਰਿਸ਼ਟੀ; ਜਾਣਕਾਰੀ, ਗਿਆਨ, ਪਛਾਣ, ਜਾਣ-ਪਛਾਣ

keratinize /'ਕੈਰਅਟਿਨਾਇਜ਼/ *vt* ਵਾਲਾਂ ਸਿੰਗਾਂ ਖੰਭਾਂ ਆਦਿ ਦੇ ਨਿਰਮਾਣ ਲਈ ਲੋੜੀਂਦਾ ਤੱਤ ਬਣਨਾ

keratose /'ਕੈਰੱਅਟਅਉਸ/ *a* ਸਿੰਗਾਂ ਦੇ ਮਾਦੇ ਦਾ

kerb /ਕਅ:ਬ/ *n* ਪਟੜੀ ਦੇ ਕਿਨਾਰੇ ਦਾ ਪੱਥਰ; ਸੱਟਾ ਬਜ਼ਾਰ

kerchief /'ਕਅ:ਚਿਫ਼/ *n* ਰੁਮਾਲ

kerf /ਕਅ:ਫ਼/ *n* ਕਟਾਅ, ਚੀਰ, ਕਾਟ, ਪਾਟ

kermes /'ਕਅ:ਮਿਜ਼/ *n* ਲਾਖ ਦਾ ਕੀੜਾ; ਕਿਰਮਚੀ ਜਾਂ ਲਾਲ ਰੰਗ, ਹਿਰਮਚੀ

kern /ਕਅ:ਨ/ *n* ਪੇਂਡੂ ਕਿਸਾਨ

kernel /'ਕਅ:ਨਲ/ *n* ਗਿਰੀ, ਮਗਜ਼, ਬੀ, ਗਿਟਕ, ਸਾਰ, ਮੂਲ, ਤੱਤ; ਕੇਂਦਰ, ਕੇਂਦਰ ਬਿੰਦੂ, ਗੱਭਾ; ਅੰਦਰ, ਹਿਰਦਾ

kernelled /'ਕਅ:ਨਅਲਡ/ *a* ਗਿਰੀ ਵਾਲਾ, ਮਗਜ਼ ਵਾਲਾ, ਗਿਟਕ ਵਾਲਾ, ਗੁੱਦੇਦਾਰ

kerosene /'ਕੈਰੱਅਸੀਨ/ *n* ਮਿੱਟੀ ਦਾ ਤੇਲ

kersey /'ਕਅ:ਜ਼ਿ/ *n* ਪੱਟੂ; ਮੋਟਾ ਊਨੀ ਕੱਪੜਾ

kerseymere /'ਕਅ:ਜ਼ਿਮਿਅ*/ *n* ਬਰੀਕ ਊਨੀ ਕੱਪੜਾ, ਪਸ਼ਮੀਨਾ; ਕਸ਼ਮੀਰਾ

ketchup /'ਕੈਚੱਅਪ/ *n* ਟਮਾਟਰਾਂ ਆਦਿ ਦੀ ਚਟਣੀ, ਸੌਸ

kettle /'ਕੈਟੱਲ/ *n* ਦੇਗਚੀ, ਪਤੀਲੀ, ਕੇਤਲੀ, ਚਾਹਦਾਨੀ

kettledrum /'ਕੈਟੱਲਡਰਅੱਮ/ *n* ਧੌਂਸਾ, ਨਗਾਰਾ, ਦਮਾਮਾ

kevel /'ਕੈਵੱਲ/ *n* ਜਹਾਜ਼ ਦੀਆਂ ਰੱਸੀਆਂ ਬੰਨ੍ਹਣ ਵਾਲਾ ਕੁੰਡਾ

key /ਕੀ/ *n* ਕੁੰਜੀ, ਚਾਬੀ; ਟੀਕਾ; ਹੱਲ; ਵਸੀਲਾ, ਰਾਹ, ਸਾਧਨ; ਪੋਪ ਦੇ ਅਧਿਕਾਰ; ਸਮੁੰਦਰੀ ਚੌਕੀ; (ਸੰਗੀ) ਸੁਰ; ਰੈਂਚ, ਚਾਬੀ; ਵਿਚਾਰ, ਵਿਧੀ, ਕਹਿਣ ਦਾ ਢੰਗ; ਘੜੀ ਦੀ ਚਾਬੀ *a* ਮੁੱਖ, ਮਹੱਤਵਪੂਰਨ, ਮੂਲ, ਕੇਂਦਰੀ *vt* ਕਿੱਲ ਠੋਕਣਾ, ਜੋੜਨਾ, ਪੱਚਰ ਲਾਉਣਾ; ਸੁਰ ਠੀਕ ਕਰਨਾ; ਉਤਸ਼ਾਹ ਵਧਾਉਣਾ, ਉਭਾਰਨਾ **master key** ਉਹ ਕੁੰਜੀ ਜਿਸ ਨਾਲ ਸਭ ਜੰਦਰੇ ਖੁੱਲ੍ਹ ਜਾਣ

keyboard /'ਕੀਬੋਡ/ *n* (ਕੰਪਿ) ਕੰਪਿਊਟਰ ਵਿੱਚ ਜਾਣਕਾਰੀ ਪਾਉਣ ਜਾਂ ਆਦੇਸ਼ ਦੇਣ ਲਈ ਇੱਕ ਯੰਤਰ ਜਿਸ ਉੱਤੇ ਅਖਰਾਂ ਚਿਨ੍ਹਾਂ ਅੰਕਾਂ ਆਦਿ ਦੇ ਬਟਨ ਲੱਗੇ ਹੁੰਦੇ ਹਨ, ਕੀ ਬੋਰਡ; (ਵਾਜੇ ਦਾ) ਸੁਰ ਪੱਟੀ

keyless /'ਕੀਲਅਸ/ *a* ਸਾਧਨਹੀਣ

keynote /'ਕੀਨਅਉਟ/ *n* ਮੁੱਖ ਸੁਰ, ਮੂਲ ਸੁਰ, ਤਾਨ; ਬੁਨਿਆਦੀ ਖ਼ਿਆਲ, ਮੂਲ ਭਾਵ, ਕੇਂਦਰੀ ਭਾਵ

keystone /'ਕੀਸਟਅਉਨ/ *n* ਡਾਟ ਦਾ ਵਿਚਕਾਰਲਾ ਪੱਥਰ; ਬੁਨਿਆਦੀ ਅਸੂਲ, ਮੂਲ ਸਿਧਾਂਤ

kibble /'ਕਿਬਲ/ *n* ਡੋਲ, ਬਾਲਟੀ *vt* ਪੀਹਣਾ, ਕੁਚਲਨਾ

kibbutz /ਕਿ'ਬੁਟਸ/ *n* ਇਸਰਾਇਲੀਆਂ ਦਾ ਸਮੂਹਿਕ ਖੇਤੀ ਕੇਂਦਰ

kibe /ਕਾਇਬ/ *n* ਬਿਆਈ **to tread on person's kibe** ਮਾਨਸਿਕ ਕਸ਼ਟ ਦੇਣਾ

kibosh /'ਕਾਇਬੌਸ਼/ *n* ਵਾਧੂ ਗੱਲ, ਫਜ਼ੂਲ ਬਕਵਾਸ, ਗੱਪ, ਝੱਖ, ਨਿਰਾਰਥਕ ਗੱਲ

kick /ਕਿਕ/ *v* ਲੱਤ ਮਾਰਨਾ, ਠੁੱਡਾ ਮਾਰਨਾ, ਦੁਲੱਤਾ ਮਾਰਨਾ, ਪਛੰਡਾ ਮਾਰਨਾ; (ਬੰਦੂਕ ਦਾ) ਧੱਕਾ ਮਾਰਨਾ; ਛੜੀਆਂ ਮਾਰਨਾ; (ਫੁਟਬਾਲ ਨੂੰ) ਕਿੱਕ

ਮਾਰਨਾ; ਅਸੰਤੋਸ਼ ਪ੍ਰਗਟ ਕਰਨਾ; ਧੱਕੇ ਮਾਰ ਕੇ ਕੱਢਣਾ *n* ਠੁੱਡਾ, ਦੁਲੱਤਾ, ਪਰਛੰਡਾ, ਛੜ; (ਬੰਦੂਕ ਦਾ) ਧੱਕਾ, (ਫੁਟਬਾਲ ਵਿੱਚ) ਕਿੱਕ; ਵਿਰੋਧ ਸ਼ਕਤੀ, ਹੌਸਲਾ

kick against *v* ਵਿਰੋਧ ਕਰਨਾ

kickback /'**ਕਿਕਬੈਕ**/ *n* (ਅਪ) ਵੱਢੀ

kicker /'**ਕਿੱਕਅ***/ *n* ਦੁਲੱਤੇ ਮਾਰਨ ਵਾਲਾ (ਘੋੜਾ); ਛੜੀਆਂ ਮਾਰਨ ਵਾਲਾ (ਮਨੁੱਖ); ਵਿਰੋਧੀ, ਖੰਡਨ ਕਰਨ ਵਾਲਾ (ਵਿਅਕਤੀ)

kickshaw /'**ਕਿਕਸ਼ੋ**/ *n* ਚੰਗਾ ਭੋਜਨ, ਸੁਆਦਲਾ ਖਾਣਾ; ਨਿਗੂਣੀ ਚੀਜ਼, ਤੁੱਛ ਵਸਤੂ, ਖਿਡੌਣਾ

kick-start *v* ਮੋਟਰਸਾਈਕਲ ਨੂੰ ਪੈਰ ਦੀ ਕਿੱਕ ਨਾਲ ਸਟਾਰਟ ਕਰਨਾ; ਕਿਸੇ ਕਾਰਵਾਈ ਨੂੰ ਜਲਦੀ ਸ਼ੁਰੂ ਕਰਨ ਲਈ ਸਹਾਇਤਾ ਕਰਨਾ *n* ਕਿੱਕ ਮਾਰਨ ਨਾਲ ਚੱਲਣ ਵਾਲਾ ਵਾਹਨ ਆਦਿ (ਜਿਵੇਂ ਮੋਟਰ ਸਾਈਕਲ)

kick-up /'**ਕਿਕਅੱਪ**/ *v* ਉਡਾ ਦੇਣਾ

kid[1] /**ਕਿਡ**/ *n* ਬੱਕਰੀ ਦਾ ਬੱਚਾ, ਮੇਮਣਾ, (ਅਪ) ਬੱਚਾ, ਨਿਆਣਾ; ਮੇਮਣੇ ਦੀ ਨਰਮ ਖੱਲ *v* ਜੰਮਣਾ, ਪੈਦਾ ਕਰਨਾ, ਸੂਣਾ (ਬੱਕਰੀ ਦਾ), ਬੱਚਾ ਦੇਣਾ

kid[2] *n* ਕਪਟ, ਛਲ *vt* ਧੋਖਾ ਦੇਣਾ, ਕਪਟ ਕਰਨਾ

kiddy /'**ਕਿਡਿ**/ *n* ਨਿੱਕਾ ਨਿਆਣਾ, ਛੋਟਾ ਬੱਚਾ

kidling /'**ਕਿਡਲਿਙ**/ *n* ਪਠੋਰਾ, ਮੇਮਣਾ

kidnap /'**ਕਿਡਨੈਪ**/ *vt* ਕੱਢ ਕੇ ਲੈ ਜਾਣਾ, ਉਧਾਲਨਾ, ਅਪਹਰਨ ਕਰਨਾ, ਅਗਵਾ ਕਰਨਾ

kidnapper /'**ਕਿਡਨੈਪਅ***/ *n* ਜ਼ਬਰਦਸਤੀ ਚੁੱਕ ਲੈ ਜਾਣ ਵਾਲਾ, ਅਪਹਰਨ ਕਰਤਾ

kidney /'**ਕਿਡਨਿ**/ *n* ਗੁਰਦਾ; ਸੁਭਾਅ, ਤਬੀਅਤ

kidney bean *n* ਲੋਬੀਆ

kief /**ਕੀਫ਼**/ *n* ਅਮਲ, ਨਸ਼, ਮਸਤੀ; ਭੰਗ, ਗਾਂਜਾ ਆਦਿ ਕੋਈ ਨਸ਼ਾ

kilderkin /'**ਕਿਲਡਅਕਿਨ**/ *n* ਸ਼ਰਾਬ ਦਾ ਪੀਪਾ

kill /**ਕਿਲ**/ *v* ਮਾਰ ਦੇਣਾ, ਕਤਲ ਕਰਨਾ, ਸ਼ਿਕਾਰ ਕਰਨਾ, ਝਟਕਾਉਣਾ, ਹਲਾਲ ਕਰਨਾ; (ਬੂਟੇ ਨੂੰ) ਸੁਕਾ ਦੇਣਾ, ਜੜ੍ਹੋਂ ਪੁੱਟ ਦੇਣਾ; (ਰੋਗ, ਜ਼ਹਿਰ ਆਦਿ ਦੀ) ਸ਼ਕਤੀ ਨਸ਼ਟ ਕਰਨਾ; (ਸਿਫ਼ਤ ਕਰਕੇ ਜਾਂ ਖ਼ਾਤਰ ਕਰਕੇ) ਅਕਾ ਦੇਣਾ; ਸ਼ੋਖ਼ ਰੰਗ ਨੂੰ ਵਿਰੋਧੀ ਰੰਗ ਨਾਲ) ਮੱਧਮ ਕਰਨਾ; (ਟੈਨਿਸ ਵਿੱਚ) ਗੇਂਦ ਇੰਨੀ ਜ਼ੋਰ ਨਾਲ ਸੁੱਟਣੀ ਤਾਂ ਜੋ ਮੋੜੀ ਨਾ ਜਾ ਸਕੇ; (ਫੁਟਬਾਲ ਨੂੰ) ਥਾਂ 'ਤੇ ਰੋਕ ਲੈਣਾ; (ਸੰਸਦ ਵਿੱਚ) ਕਿਸੇ ਬਿੱਲ ਨੂੰ ਰੱਦ ਕਰ ਦੇਣਾ *n* ਕਤਲ, ਹੱਤਿਆ, ਖ਼ੂਨ; ਸ਼ਿਕਾਰ ਵਿੱਚ ਮਾਰਿਆ ਜਾਨਵਰ

killer /'**ਕਿਲਅ***/ *n* ਹਤਿਆਰਾ, ਖ਼ੂਨੀ, ਕਾਤਲ, ਘਾਤਕ

killing /'**ਕਿਲਿਙ**/ *n* ਕਤਲ, ਹੱਤਿਆ, ਖ਼ੂਨ ਖ਼ਰਾਬਾ *a* ਕਾਤਲਾਨਾ, ਖ਼ੂਨੀ, ਘਾਤਕ

killjoy /'**ਕਿਲਜੌਇ**/ *n* ਰੰਗ ਵਿੱਚ ਭੰਗ ਪਾਉਣ ਵਾਲਾ ਵਿਅਕਤੀ, ਮਨਹੂਸ ਆਦਮੀ

kiln /**ਕਿਲਨ**/ *n* ਭੱਠਾ, ਆਵਾ, ਆਵੀ

kilobyte /'**ਕਿਲਅਬਾਇਟ**/ *n* ਵੇਖੋ **KB**

kilogram, kilogramme /'**ਕਿਲਅਗਰੈਮ**/ *n* ਇੱਕ ਹਜ਼ਾਰ ਗ੍ਰਾਮ ਦਾ ਵਜ਼ਨ, ਕਿਲੋਗ੍ਰਾਮ

kilometre /'**ਕਿਲਅਮੀਟਅ***/ *n* ਇੱਕ ਹਜ਼ਾਰ ਮੀਟਰ ਦਾ ਫ਼ਾਸਲਾ, ਕਿਲੋਮੀਟਰ

kilowatt /'**ਕਿਲਅਵੌਟ**/ *n* ਬਿਜਲੀ ਸ਼ਕਤੀ ਨਾਪਣ ਦੀ ਇਕਾਈ, ਕਿਲੋਵਾਟ, ਇੱਕ ਹਜ਼ਾਰ ਵਾਟ

kilt /**ਕਿਲਟ**/ *n* ਸਕਾਟਲੈਂਡ ਦੇ ਪਹਾੜੀ ਖੇਤਰ ਦੀ ਘੱਗਰੇ ਵਰਗੀ ਪੁਸ਼ਾਕ *vt* (ਕੱਪੜਾ) ਚੁਣਨਾ, ਇਕੱਠਾ ਕਰਨਾ; (ਪੱਲਾ) ਸਰੀਰ ਨਾਲ ਵਲ੍ਹੇਟ ਲੈਣਾ

kilted /'**ਕਿਲਟਿਡ**/ *a* ਜਿਸ ਵਿੱਚ ਚੋਣਾਂ ਪਾਈਆਂ ਹੋਣ, ਵਲ੍ਹੇਟਿਆ ਹੋਇਆ

kimmer /'**ਕਿਮਅ***/ *n* ਗੁਆਂਢਣ; ਧਰਮ ਮਾਤਾ

kimono /**ਕਿ'ਮਅਉਨਅਉ**/ *n* ਲੰਮਾ ਤੇ ਢਿੱਲਾ ਜਪਾਨੀ ਪਹਿਰਾਵਾ

kin /**ਕਿਨ**/ *n* ਸਾਕ-ਸੰਬੰਧੀ, ਗੋਤ ਭਾਈ; ਇੱਕੋ ਜਾਤ ਦੇ, ਸਮਜਾਤੀ; ਇੱਕੋ ਜਿਹੇ ਸੁਭਾਅ ਵਾਲੇ, ਇੱਕੋ ਜਿਹਾ ਗੁਣਾਂ ਵਾਲੇ

kinaesthesia /ˌ**ਕਾਇਨਿਸ'ਥੀਜ਼ਿਅ**/ *n*

ਇਹਸਾਸ

kinaesthesis /ˌਕਾਇਇਨਿਸ'ਥੀਸਿਸ/ *n* ਚੇਤਨਤਾ, ਇਹਸਾਸ

kinaesthetic /ˌਕਾਇਇਨਿਸ'ਥੈੱਟਿਕ/ *a* ਸੰਵੇਦਨਾਤਮਿਕ, ਇਹਸਾਸ ਭਰਿਆ

kinchin /'ਕਿਨਚਿਨ/ *n* ਨਿਆਣਾ, ਬੱਚਾ, ਬਾਲਕ

kind /ਕਾਇਨਡ/ *n* ਕਿਸਮ, ਪ੍ਰਕਾਰ, ਵੰਨਗੀ, ਭਾਂਤ; ਨਸਲ, ਜਾਤ; ਗੁਣ, ਲੱਛਣ; ਆਚਰਨ, ਰੀਤ, ਪ੍ਰਨਾਲੀ; ਸੁਭਾਅ, ਤਬੀਅਤ, ਸੁਭਾਵਿਕ ਢੰਗ *a* ਕਿਰਪਾਲੂ, ਦਿਆਲੂ, ਮਿਹਰਬਾਨ, ਰਹਿਮਦਿਲ; ਪਿਆਰਾ, ਪ੍ਰੇਮੀ; ਮਿੱਠੇ ਸੁਭਾਅ ਵਾਲਾ **in kind** ਉਪਜ ਜਾਂ ਮਾਲ ਦੇ ਰੂਪ ਵਿੱਚ, ਵਸਤੂ ਦੇ ਰੂਪ ਵਿੱਚ, ਜਿਨਸ ਦੇ ਰੂਪ ਵਿੱਚ

kindergarten /'ਕਿਨਡਅਗਾਟਨ/ *n* ਖੇਡਾਂ ਤੇ ਖਿਡਾਉਣਿਆਂ ਰਾਹੀਂ ਬੱਚਿਆਂ ਨੂੰ ਸਿੱਖਿਆ ਦੇਣ ਵਾਲਾ ਸਕੂਲ, ਬਾਲਵਾੜੀ, ਕਿੰਡਰਗਾਰਟਨ

kindergartenism /'ਕਿਨਡਅਗਾਟਨਿਜ਼ਅਮ/ *n* ਕਿੰਡਰਗਾਰਟਨ ਸਿੱਖਿਆ ਵਿਧੀ

kind-hearted /ˌਕਾਇਨਡ'ਹਾਟਿਡ/ *a* ਕੋਮਲ ਚਿੱਤ, ਨਰਮ ਦਿਲ

kindle /'ਕਿਨਡਲ/ *v* ਬਾਲਨਾ, ਮਘਾਉਣਾ; ਚਮਕਾਉਣਾ; ਉਤਸ਼ਾਹਿਤ ਕਰਨਾ, ਉਤੇਜਿਤ ਕਰਨਾ; ਭਖਾਉਣਾ, ਭੜਕਾਉਣਾ, ਭੜਕ ਉੱਠਣਾ, ਬਲ ਉੱਠਣਾ; ਜੋਸ਼ ਵਿੱਚ ਆਉਣਾ, ਰੋਹ ਚੜ੍ਹ ਜਾਣਾ

kindler /'ਕਿਨਡਲਅ*/ *n* ਭੜਕਾਉਣ ਵਾਲਾ ਪਦਾਰਥ

kindliness /'ਕਾਇਨਡਲਿਨਅਸ/ *n* ਉਦਾਰਤਾ, ਕਿਰਪਾਲਤਾ, ਦਿਆਲਤਾ, ਮਿਹਰਬਾਨੀ, ਰਹਿਮਦਿਲੀ, ਕੋਮਲਚਿੱਤਤਾ, ਸੁਸ਼ੀਲਤਾ

kindling /'ਕਿਨਡਲਿਙ/ *n* ਨਿੱਕੀਆਂ-ਨਿੱਕੀਆਂ ਲੱਕੜੀਆਂ ਜਿਨ੍ਹਾਂ ਨਾਲ ਅੱਗ ਬਾਲੀ ਜਾਂਦੀ ਹੈ

kindly /'ਕਾਇਨਡਲਿ/ *a* ਦਿਆਲੂ, ਕਿਰਪਾਲੂ, ਦਇਆਵਾਨ; ਨਰਮ, ਕੋਮਲ; ਮਿਹਰਬਾਨ, (ਜਲਵਾਯੂ) ਸੁਖਾਵਾਂ, ਸੁਹਾਉਣਾ; (ਪਰਾ) ਦੇਸ਼ ਦਾ, ਦੇਸੀ

kindred /'ਕਿਨਡਰਅਡ/ *n* ਖ਼ੂਨ ਦਾ ਰਿਸ਼ਤਾ, ਸਾਕ, ਗੋਤ ਸੰਬੰਧ, ਰਿਸ਼ਤਾ, ਸੰਬੰਧ; ਬਰਾਦਰੀ, ਭਾਈਚਾਰਾ; ਸਕੇ-ਸੋਧਰੇ, ਰਿਸ਼ਤੇਦਾਰ, ਭਰਾ ਭਾਈ, ਕੋੜਮਾ, ਜਾਤ ਭਰਾ; ਸੁਭਾਅ ਦੀ ਸਾਂਝ; ਗੁਣਾਂ ਦੀ ਸਮਾਨਤਾ *a* ਇੱਕੋ ਜਾਤ ਦੇ, ਸਗੋਤੀ; ਸੰਮਿਲਤ, ਮਿਲਵਾਂ, ਨਾਲ ਦਾ, ਨਾਲ ਲੱਗਵਾਂ; ਵਰਗਾ, ਸਮਾਨ, ਜਿਹਾ, ਓਹੋ ਜਿਹਾ

kine /ਕਾਇਨ/ *n* (ਪਰਾ) **cow** ਦਾ ਬਹੁਵਚਨ, ਗਊਆਂ

kine house *n* ਕਾਂਜੀ ਹਾਊਸ

kinema /'ਕਿਨਿਮਅ/ *n* ਸਿਨਮਾ (**cinema** ਦਾ ਮੂਲ ਰੂਪ)

kinematic /ˌਕਿਨਿ'ਮੈਟਿਕ/ *a* ਗਤੀ ਸੰਬੰਧੀ, ਗਤੀਆਤਮਿਕ

kinematics /ˌਕਿਨਿ'ਮੈਟਿਕਸ/ *n* ਗਤੀ ਵਿਗਿਆਨ, ਚਾਲ ਵਿੱਦਿਆ

kinetic /ਕਿ'ਨੈੱਟਿਕ/ *a* ਗਤੀਆਤਮਿਕ, ਗਤੀ ਸੰਬੰਧੀ

kinetics /ਕਿ'ਨੈੱਟਿਕਸ/ *n* ਗਤੀ ਵਿਗਿਆਨ

king /ਕਿਙ/ *n* ਬਾਦਸ਼ਾਹ, ਭੂਪ, ਨਰੇਸ਼, ਰਾਜਾ; (ਸ਼ਤਰੰਜ) ਇੱਕ ਮੋਹਰਾ ਜਿਸ ਨੂੰ 'ਬਾਦਸ਼ਾਹ' ਆਖਿਆ ਜਾਂਦਾ ਹੈ; ਵੱਡਾ ਵਪਾਰੀ *vi* ਰਾਜ ਕਰਨਾ, ਰਾਜਾ ਬਣਾਉਣਾ

king-crab *n* ਵੱਡਾ ਕੇਕੜਾ

kingcraft /'ਕਿਙਕਰਾਫ਼ਟ/ *n* ਰਾਜਨੀਤੀ, ਸ਼ਾਸਨ ਪ੍ਰਵੀਣਤਾ

kingdom /'ਕਿਙਡਅਮ/ *n* ਬਾਦਸ਼ਾਹੀ, ਬਾਦਸ਼ਾਹਤ, ਸਲਤਨਤ, ਰਾਜ; ਰਾਜਧਾਨੀ; ਪਰਮਾਤਮਾ ਦਾ ਅਧਿਆਤਮਿਕ ਰਾਜ, ਰੱਬੀ ਬਾਦਸ਼ਾਹੀ, ਸੰਸਾਰ, ਦੁਨੀਆ

kingfisher /'ਕਿਙਫ਼ਿਸ਼ਅ*/ *n* ਬਿਰ੍ਹੀ ਜਾਂ ਬਿਰਹੀ, ਸ਼ਿਕਾਰੀ ਪੰਛੀ

kinghood /'ਕਿਙਹੁਡ/ *n* ਬਾਦਸ਼ਾਹੀ, ਰਾਜ ਪਦ, ਰਾਜ

kingless /'ਕਿਙਲਅਸ/ *a* ਬਾਦਸ਼ਾਹ ਤੋਂ ਬਿਨਾਂ,

ਰਾਜਾਹੀਣ

kinglet, kingling /'ਕਿਙਲਿਟ, 'ਕਿਙਲਿਙ/ *n* ਰਜਵਾੜਾ

kingliness /'ਕਿਙਲਿਨਅਸ/ *n* ਠਾਠ-ਬਾਠ, ਰਾਜ ਮਰਯਾਦਾ, ਰਾਜ ਗੌਰਵ

kingpin /'ਕਿਙਪਿਨ/ *n* ਵੱਡਾ ਕਿੱਲ, ਮੁੱਖ ਧੁਰਾ

king's English *n* ਸ਼ੁੱਧ ਅੰਗਰੇਜ਼ੀ ਬੋਲਣ ਜਾਂ ਲਿਖਣ ਦੀ ਕਿਰਿਆ, ਪ੍ਰਮਾਣਿਕ ਅੰਗਰੇਜ਼ੀ

kingship /'ਕਿਙਸ਼ਿਪ/ *n* ਬਾਦਸ਼ਾਹੀ, ਰਾਜ; ਰਾਜ ਪਦ, ਰਾਜ ਅਧਿਕਾਰ

king-size /'ਕਿਙਸਾਇਜ਼/ *a* ਬਹੁਤ ਵੱਡਾ, ਆਮ ਨਾਲੋਂ ਵੱਡਾ

kingwood /'ਕਿਙਵੁਡ/ *n* ਸਾਗਵਾਨ ਦੀ ਲੱਕੜ

kinic /'ਕਾਇਨਿਕ/ *a* ਕੁਨੀਨ ਦਾ, ਸਿੰਕੋਨੇ ਦੀ ਛਿੱਲ ਵਰਗਾ; ਕੌੜਾ

kink /ਕਿਙਕ/ *n* (ਰੱਸੀ ਜਾਂ ਜ਼ੰਜੀਰੀ ਦੀ) ਉਲਝਣ, ਗੰਢ, ਵੱਟ, ਵਲ, ਭਾਨ; ਭਰਮ, ਵਹਿਮ, ਦਿਮਾਗੀ ਖ਼ਬਤ *v* ਗੰਢ ਜਾਂ ਉਲਝਣ ਪਾਉਣਾ ਜਾਂ ਪੈਣਾ, ਵੱਟ ਜਾਂ ਭਾਨ ਪਾਉਣਾ ਜਾਂ ਪੈਣਾ

kinkle /'ਕਿਙਕ(ਅ)ਲ/ *n* ਛੋਟਾ ਵਲ, ਛੋਟਾ ਭੰਨ, ਛੋਟਾ ਪੇਚ

kinky /'ਕਿਙਕਿ/ *a* ਵਲਦਾਰ, ਪੇਚੀਦਾ; ਵਹਿਮੀ

kinless /'ਕਿਨਲਅਸ/ *a* ਪਰਿਵਾਰ ਰਹਿਤ, ਪਰਿਵਾਰਹੀਣ, ਕਲੱਮ-ਕੱਲਾ, ਬੇਯਾਰ, ਬੇਰਿਸ਼ਤੇਦਾਰ

kinsfolk /'ਕਿਨਜ਼ਫ਼ਅਉਕ/ *n* ਸਕੇ-ਸੋਧਰੇ, ਸਾਕ-ਸੰਬੰਧੀ, ਰਿਸ਼ਤੇਦਾਰ, ਕੋੜਮਾ, ਬਰਾਦਰੀ, ਭਾਈਚਾਰਾ

kinship /'ਕਿਨਸ਼ਿਪ/ *n* ਖ਼ੂਨ ਦਾ ਰਿਸ਼ਤਾ, ਸਾਕ, ਸਾਕਾਦਾਰੀ, ਰਿਸ਼ਤੇਦਾਰੀ; ਗੁਣਾਂ ਦੀ ਸਮਾਨਤਾ, ਲੱਛਣਾਂ ਦੀ ਸਾਂਝ

kinsman /'ਕਿਨਜ਼ਮਅਨ/ *n* ਰਿਸ਼ਤੇਦਾਰ, ਗੋਤੀ, ਨਿਕਟ ਸੰਬੰਧੀ, ਸਗੋਤਰ, ਨਾਤੇਦਾਰ

kiosk /'ਕੀਔਸਕ/ *n* ਖੁੱਲ੍ਹਾ ਤੰਬੂ, ਖੋਖਾ

kip /ਕਿਪ/ *n* ਛੋਟੇ ਪਸ਼ੂ ਦੀ ਖਲੜੀ, ਮੇਮਣੇ ਦੀ ਖੱਲ, ਨਰਮ ਚਮੜਾ; ਟਿਕਾਣਾ, ਆਸਰਾ, ਮਕਾਨ; ਬਿਸਤਰਾ

kirk /ਕਅ:ਕ/ *n* ਗਿਰਜਾ, ਚਰਚ; ਧਾਰਮਿਕ ਸੰਘ

Kirk-session /ਕਅ:ਕਸੈੱਸ਼ਅਨ/ *n* ਗਿਰਜੇ ਦੀ ਪ੍ਰਬੰਧਕ ਕਮੇਟੀ

kirk yard *n* ਕਬਰਸਤਾਨ, ਚਰਚ ਦੇ ਵਲਗਣ ਵਿਚਲੀਆਂ ਕਬਰਾਂ

kirtle /'ਕਅ:ਟਲ/ *n* ਮਰਦਾਨਾ ਚੋਗਾ, ਖੁੱਲ੍ਹਾ ਕੋਟ

kirtled /'ਕਅ:ਟ(ਅ)ਲਡ/ *a* ਘੇਰੇਦਾਰ, ਘੱਗਰੇਦਾਰ

kiss /ਕਿਸ/ *n* ਚੁੰਮਣ, ਚੁੰਮੀ, ਬੁਗੀ; ਵਿਸ਼ੇਸ਼ ਪ੍ਰਕਾਰ ਦੀ ਰਸਦਾਰ ਮਿਠਿਆਈ ਰਸਗੁੱਲਾ ਆਦਿ *vt* ਚੁੰਮਣਾ, ਚੁੰਮੀ ਲੈਣਾ, ਪਿਆਰ ਕਰਨਾ **kiss the dust** ਮਾਰਿਆ ਜਾਣਾ, ਮਿੰਨਤਾਂ ਤਰਲੇ ਕਰਨਾ

kissable /'ਕਿਸਅਬਲ/ *a* ਚੁੰਮਣ ਯੋਗ

kiss-curl *n* ਜ਼ੁਲਫ਼

kissing /ਕਿਸਿਙ/ *n* ਚੁੰਮਣ, ਚੁੰਮੀ, ਚੁੰਮਾ-ਚੱਟੀ

kit /ਕਿਟ/ *n* ਵਸਤ-ਵਲੇਵਾਂ, ਸਾਜ਼-ਸਮਾਨ; ਮਿਸਤਰੀ ਦਾ ਸੰਦ-ਸੰਦੇੜਾ; ਫ਼ੌਜੀਆਂ ਦੀ ਕਿੱਟ; ਹਥਿਆਰਾਂ ਨੂੰ ਛੱਡ ਕੇ ਸਿਪਾਹੀ ਦਾ ਸਾਰਾ ਸਮਾਨ, ਵਰਦੀ ਬਿਸਤਰਾ ਪੇਟੀ, ਝੋਲਾ ਆਦਿ, ਸਫ਼ਰੀ ਸਮਾਨ; ਕਾਰੀਗਰ ਦੇ ਸੰਦ *v* ਸਜਣਾ, ਸਜਾਉਣਾ; ਤਿਆਰੀ ਕਰਨਾ, ਤਿਆਰ ਕਰਨਾ, ਵਸਤ-ਵਲੇਵਾਂ ਤਿਆਰ ਕਰਨਾ

kit² *n* **kitten** ਦਾ ਛੋਟਾ ਰੂਪ, ਬਲੂੰਗੜਾ

kit³ *n* ਛੋਟੀ ਸਾਰੰਗੀ

kitbag /'ਕਿਟਬੈਗ/ *n* ਸਿਪਾਹੀ ਦਾ ਜਾਂ ਯਾਤਰੀ ਦਾ ਸਮਾਨ ਵਾਲਾ ਝੋਲਾ

kit-cat /'ਕਿਟਕੈਟ/ *n* ਗੁੱਲੀ-ਡੰਡਾ

kitchen /'ਕਿਚਿਨ/ *n* ਖਾਣਾ ਪਕਾਉਣ ਵਾਲੀ ਥਾਂ, ਰਸੋਈ, ਲੰਗਰ

kitchener /'ਕਿਚਿਨਅ*/ *n* ਉੱਚਾ ਚੁੱਲ੍ਹਾ ਜਿਸ ਉੱਤੇ ਕਈ ਪਤੀਲੇ ਰੱਖਣ ਲਈ ਅੱਡ-ਅੱਡ ਥਾਂ ਬਣੀ ਹੁੰਦੀ ਹੈ; ਈਸਾਈ ਮਠ ਦੇ ਲੰਗਰ ਦਾ ਇੰਚਾਰਜ

kitchenette /ˌਕਿਚਿ'ਨੈੱਟ/ *n* ਛੋਟੀ ਰਸੋਈ

kitchen garden *n* ਘਰੋਗੀ ਬਗੀਚਾ

kitchen-stuff *n* ਖਾਣਾ ਪਕਾਉਣ ਵਾਲੀ ਥਾਂ, ਰਸੋਈ, ਲੰਗਰ

kitchenware /'ਕਿਚਿਨਵੇਅ*/ *n* ਰਸੋਈ ਵਿੱਚ ਵਰਤੋਂ ਵਾਲੇ ਭਾਂਡੇ, (ਦੁਕਾਨ ਦੇ ਸ਼ੋ-ਕੇਸ ਵਿੱਚ ਦਿਖਾਏ ਜਾਂਦੇ) ਕੜਾਹੀਆਂ ਪਤੀਲੇ ਵਗੈਰਾ

kite /ਕਾਇਟ/ *n* ਇੱਲ; ਲੋਭੀ ਮਨੁੱਖ; ਪਤੰਗ, ਗੁੱਡੀ; ਹਵਾਈ ਜਹਾਜ਼; ਉਧਾਰ ਹੁੰਡੀ; (ਬਹੁ) ਜਹਾਜ਼ ਦਾ ਸਭ ਤੋਂ ਉੱਚਾ ਪੱਲੂ; ਇੱਲ੍ਹ ਵਾਂਗ ਉੱਡਣਾ

kite balloon *n* ਗ਼ੁਬਾਰਾ

kite-flying *n* ਪਤੰਗਬਾਜ਼ੀ, ਛੁਰਲੀ

kith /ਕਿਥ/ *n* ਸਕੇ-ਸੰਬੰਧੀ, ਸੱਜਣ-ਮਿੱਤਰ, ਰਿਸ਼ਤੇਦਾਰ, ਭਾਈਬੰਦ

kitten /'ਕਿਟਨ/ *n* ਬਲੂੰਗੜਾ; ਚੰਚਲ ਕੁੜੀ, ਨਖ਼ਰੇਬਾਜ਼ ਕੁੜੀ *vi* ਬਿੱਲੀ ਦਾ ਸੂਣਾ, ਬਲੂੰਗੜੇ ਦੇਣਾ, ਬੱਚੇ ਦੇਣਾ

kittenish /'ਕਿਟਨਿਸ਼/ *a* ਚੰਚਲ, ਚੁਲਬੁਲੀ, ਸ਼ੋਖ਼, ਨਖਰੇਲੋ

kittiwake /'ਕਿਟਿਵੇਇਕ/ *n* ਜਲ ਪੰਛੀ ਦੀ ਇੱਕ ਨਸਲ

kittle /'ਕਿਟਲ/ *a* ਅਵੈੜਾ

kitty /'ਕਿਟਿ/ *n* (ਬਿੱਲੀ ਜਾਂ ਬੱਚੇ ਆਦਿ ਨੂੰ) ਪਿਆਰ ਨਾਲ ਬੁਲਾਉਣ ਲਈ ਸੰਬੋਧਨ; ਸਾਂਝਾ ਫੰਡ

kiwi /'ਕੀਵੀ/ *n* ਇੱਕ ਪੰਛੀ

kiwi fruit *n* ਨਿਊਜ਼ੀਲੈਂਡ ਵਿੱਚ ਹੋਣ ਵਾਲੇ ਫ਼ਲ ਦੀ ਇੱਕ ਕਿਸਮ

klaxon /'ਕਲੈਕਸਨ/ *n* ਮੋਟਰ ਦਾ ਹਾਰਨ

kleptomania /ˌਕਲੈਪੱਟਅ'ਮੇਇਨਿਅ/ *n* ਚੋਰੀ ਦੀ ਆਦਤ, ਚੋਰੀ ਦਾ ਭੁਸ

kleptomaniac /ˌਕਲੈਪੱਟਅ'ਮੇਇਨਿਐਕ/ *n* ਜਿਸ ਨੂੰ ਚੋਰੀ ਕਰਨ ਦਾ ਜਨੂਨ ਹੋਵੇ

klick /ਕਲਿਕ/ *vt* ਟਿਕ-ਟਿਕ ਕਰਨਾ

kloof /ਕਲੂਫ/ *n* ਘਾਟੀ, ਦੂਣ, ਖੱਡ

km *abbr* ਵੇਖੋ **kilometre**

knack /ਨੈਕ/ *n* ਜਾਚ, ਵੱਲ, ਸੁਭਾਵਿਕ ਸੂਝ, ਕੁਦਰਤੀ ਗੁਣ; ਵਿਉਂਤ, ਜੁਗਤ; ਮੁਹਾਰਤ, ਉਸਤਾਦੀ, ਸਫ਼ਾਈ, ਚੱਜ

knacker /'ਨੈਕਅ*/ *n* ਪੁਰਾਣੇ ਮਕਾਨ ਜਾਂ ਜਹਾਜ਼ ਆਦਿ ਖਰੀਦਣ ਵਾਲਾ ਵਿਅਕਤੀ, ਕਬਾੜੀ, ਬੁੱਢੇ ਘੋੜੇ ਖ਼ਰੀਦ ਕੇ ਮਾਰਨ ਵਾਲਾ

knackery /'ਨੈਕ(ਅ)ਰਿ/ *n* ਬੁੱਚੜਖ਼ਾਨਾ

knacky /'ਨੈਕਿ/ *a* ਕਿਸੇ ਕੰਮ ਲਈ ਸੁਭਾਵਿਕ ਸੂਝ ਰੱਖਣ ਵਾਲਾ; ਜਾਚ ਵਾਲਾ, ਸੁਚੱਜਾ, ਨਵੀਆਂ ਵਿਉਂਤਾਂ ਸੋਚਣ ਵਾਲਾ

knag /ਨੈਗ/ *n* ਲੱਕੜੀ ਦੀ ਗੰਢ; ਟਾਹਣੀ ਦਾ ਮੁੱਢ

knagginess /ਨੈਗਿਨਅਸ/ *n* ਗੰਢਦਾਰ ਹੋਣ ਦਾ ਗੁਣ

knaggy /ਨੈਗਿ/ *a* ਗੰਢਦਾਰ, ਗੰਢ ਵਾਲਾ, ਗਠੀਲਾ; ਉਜੱਡ, ਰੁੱਖਾ, ਅੱਖੜ

knap /ਨੈਪ/ *n* ਟਿੱਲਾ, ਉਭਾਰ *vt* ਹਥੌੜੇ ਨਾਲ ਪੱਥਰ ਭੰਨਣਾ

knapper /'ਨੈਪਅ*/ *a* ਪੱਥਰ ਭੰਨਣ ਵਾਲਾ, ਰੋੜੀ ਕੁੱਟਣ ਵਾਲਾ

knapsack /'ਨੈਪਸੈਕ/ *n* ਸਿਪਾਹੀਆਂ ਜਾਂ ਮੁਸਾਫ਼ਰਾਂ ਦਾ ਵੱਡਾ ਝੋਲਾ ਜੋ ਪਿੱਠ ਉੱਤੇ ਬੰਨ੍ਹ ਲਿਆ ਜਾਂਦਾ ਹੈ; (ਫ਼ੌਜੀ) ਪਿੱਠੂ

knar /ਨਾ*/ *n* ਲੱਕੜ ਦੀ ਗੰਢ

knarl /ਨਾਲ/ *n* ਗੰਢ, ਗੰਢੀ, ਪੋਥੀ (ਲਸਣ ਦੀ)

knarled /ਨਾਲਡ/ *a* ਗੰਢਦਾਰ

knaur /ਨਾ*/ *n* ਗੰਢ, ਗੰਢੀ, ਪੋਥੀ (ਲਸਣ ਦੀ)

knave /ਨੇਇਵ਼/ *n* ਲੁੱਚਾ, ਬਦਮਾਸ਼, ਲਫੰਗਾ; ਠੱਗ, ਬੇਈਮਾਨ; (ਤਾਸ਼) ਗੋਲਾ, ਗੁਲਾਮ; ਮੁੰਡੂ, ਨੌਕਰ

knavery /'ਨੇਇਵ਼(ਅ)ਰਿ/ *n* ਲੁੱਚਪੁਣਾ, ਬਦਮਾਸ਼ੀ

knavish /'ਨੇਇਵ਼ਿਸ਼/ *a* ਬਦਮਾਸ਼, ਲੁੱਚਾ; ਠੱਗ, ਧੋਖੇਬਾਜ਼, ਫ਼ਰੇਬੀ

knavishness /'ਨੇਇਵ਼ਿਸ਼ਨਅਸ/ *n* ਵੇਖੋ **knavery**

knead /ਨੀਡ/ *vt* ਗੁੰਨ੍ਹਣਾ, ਗੋਣਾ (ਆਟਾ, ਮਿੱਟੀ ਆਦਿ); ਆਟਾ ਗੁੰਨ੍ਹ ਕੇ ਰੋਟੀ ਬਣਾਉਣਾ, ਮਿੱਟੀ ਗੋ ਕੇ ਭਾਂਡਾ ਬਣਾਉਣਾ; ਮਿਲਾਉਣਾ, ਰਲਾਉਣਾ, ਇੱਕ ਜਾਨ ਕਰ ਦੇਣਾ; ਮਾਲਸ਼ ਕਰਨਾ, ਮਲਨਾ

kneadable /'ਨੀਡਅਬਲ/ *a* ਗੁੰਨ੍ਹਣਯੋਗ; ਪੱਥਣਯੋਗ

kneader /'ਨੀਡਅ*/ *n* ਗੁੰਨ੍ਹਣ ਜਾਂ ਪੱਥਣ ਵਾਲਾ ਆਦਮੀ, ਪਥੇਰਾ

kneading /ਨੀਡਿਙ/ *n* ਗੁੰਨ੍ਹਣ, ਮਲਨ ਦਾ ਕੰਮ, ਮਾਲਸ਼ ਦਾ ਕੰਮ, ਪੱਥਣ ਦਾ ਅਮਲ

knee /ਨੀ/ *n* ਗੋਡਾ; (ਪਜਾਮੇ, ਪੈਂਟ ਆਦਿ ਦਾ) ਗੋਡੇ ਉਤਲਾ ਹਿੱਸਾ; ਗੋਡੇ ਦੀ ਸ਼ਕਲ; ਲੋਹੇ ਜਾਂ ਲੱਕੜੀ ਦਾ ਟੇਢਾ ਟੁਕੜਾ *vt* ਗੋਡਾ ਛੁਹਾਉਣਾ

kneecap /'ਨੀਕੈਪ/ *n* ਗੋਡੇ ਦੀ ਚੱਪਣੀ, ਗੋਡੇ ਦੀ ਰੱਖਿਆ ਕਰਨ ਵਾਲੀ ਪੱਟੀ

knee-jerk /'ਨੀਜਅ:ਕ/ *n* ਗੋਡੇ ਨੂੰ ਲੱਗਿਆ ਝਟਕਾ; ਬਿਨਾਂ ਸੋਚੇ ਸਮਝੇ

kneel /ਨੀਲ/ *vi* ਗੋਡਿਆਂ ਪਰਨੇ ਹੋਣਾ, ਗੋਡਿਆਂ ਪਰਨੇ ਹੋ ਕੇ ਸਤਿਕਾਰ ਜਾਂ ਤਾਬੇਦਾਰੀ ਪ੍ਰਗਟ ਕਰਨਾ, ਨਿਵਣਾ, ਝੁਕਣਾ

knee-tribute *n* ਗੋਡਿਆਂ ਪਰਨੇ ਹੋ ਕੇ ਕੀਤਾ ਸਲਾਮ, ਗੋਡੇ ਟੇਕਣ

knell /ਨੈੱਲ/ *n* ਮਾਤਮੀ ਘੰਟੀ, ਮੌਤ ਦੀ ਨਿਸ਼ਾਨੀ *vt* ਮਾਤਮ ਦੀ ਘੰਟੀ ਵਜਾਉਣਾ; ਸ਼ੋਕ ਦੀ ਘੰਟੀ ਵਜਾਉਣਾ

knelt /ਨੈੱਲਟ/ *v* **kneel** ਦਾ ਭੂਤ-ਕਾਲੀ ਰੂਪ

knickerbocker /'ਨਿਕਅਬੌਕਅ*/ *n* (ਬਹੁ) ਢਿੱਲੀ ਜਿਹੀ ਨਿੱਕਰ; ਮੂਲ ਰੂਪ ਵਿਚ ਡੱਚ ਤੇ ਫਿਰ ਨਿਊ ਨੀਦਰਲੈਂਡ ਤੋਂ ਗਿਆ ਨਿਊਯਾਰਕ ਦਾ ਵਾਸੀ

knickers /'ਨਿਕਅਜ਼/ *n pl* **knickerbocker** ਦਾ ਛੋਟਾ ਰੂਪ, ਨਿੱਕਰ; ਔਰਤਾਂ ਦਾ ਕੱਛਾ ਜਾਂ ਕਛਹਿਰਾ

knick-knack, nick-nack /'ਨਿਕ ਨੈਕ/ *n* ਨਿਕਸੁੱਕ, ਲਟਰਮ-ਪਟਰਮ; ਖਾਣੇ ਕੱਪੜੇ ਫ਼ਰਨੀਚਰ ਆਦਿ ਦੀਆਂ ਨਿੱਕੀਆਂ ਮੋਟੀਆਂ ਵਸਤੂਆਂ, ਖਿਡੌਣਾ, ਪੁਸ਼ਾਕ; ਸ਼ੁੱਧ ਪਦਾਰਥ

knick-knackish /'ਨਿਕਨੈਕਿਸ਼/ *a* ਟੀਪ-ਟਾਪ ਵਾਲਾ

knife /ਨਾਇਫ਼/ *n* ਚਾਕੂ, ਕਰਦ, ਛੁਰੀ, ਮਸ਼ੀਨ ਦੀ ਛੁਰੀ *vt* ਚਾਕੂ ਮਾਰਨਾ, ਛੁਰਾ ਮਾਰਨਾ, ਛੁਰੀ ਨਾਲ ਵੱਢਣਾ; ਚੀਰ ਫਾੜ ਕਰਨਾ, ਜ਼ਖ਼ਮ ਜਾਂ ਫੋੜੇ ਆਦਿ ਨੂੰ ਚੀਰਨਾ

knife-grinder *n* ਪੱਥਰੀ ਜਿਸ ਉੱਤੇ ਚਾਕੂ ਛੁਰੀਆਂ ਤਿੱਖੀਆਂ ਕਰਦੇ ਹਨ, ਮ·ਣ **war to the knife** ਘੋਰ-ਯੁੱਧ, ਘਮਸਾਨ ਦੀ ਲੜਾਈ

knight /ਨਾਇਟ/ *n* ਨਾਇਕ, ਹਥਿਆਰਬੰਦ ਸੂਰਮਾ; ਸੁਆਣੀ ਦਾ ਅੰਗਪਾਲ; ਬਹਾਦਰ ਸਿਪਾਹੀ ਜਾਂ ਸੈਨਿਕ, ਘੋੜ ਸਿਪਾਹੀ, ਨਾਈਟ, ਸਰਦਾਰ, ਫ਼ੌਜੀ ਸਰਦਾਰ; ਵੱਡੇ ਘਰਾਣੇ ਦੇ ਕਿਸੇ ਪਤਵੰਤੇ ਨੂੰ ਦਿੱਤਾ ਗਿਆ ਫੌਜੀ ਪਦ; (ਇੰਗਲੈਂਡ ਵਿੱਚ) ਪਾਰਲੀਮੈਂਟ ਵਿੱਚ ਕਿਸੇ ਹਲਕੇ ਦਾ ਪ੍ਰਤਿਨਿਧ; ਕੌਮੀ ਸੇਵਾ ਲਈ ਦਿੱਤਾ ਗਿਆ ਸਨਮਾਨ ਵਾਲਾ ਪਦ *vt* ਨਾਟੀਟ ਜਾਂ ਸਰਦਾਰ ਬਣਾਉਣਾ, ਨਾਈਟ ਥਾਪਣਾ

knightage /ਨਾਇਟਿਜ/ *n* ਸਾਮੰਤ ਵਰਗ, ਨਾਈਟਾਂ ਦੀ ਸੂਚੀ, ਸ਼ਾਹੀ ਸਰਦਾਰਾਂ ਦਾ ਵੇਰਵਾ

knight-errant /ˌਨਾਇਟ'ਐਰੱ(ਅ)ਨਟ/ *n* (ਮੱਧਕਾਲੀਨ) ਹੌਸਲੇ ਵਾਲਾ ਯੋਧਾ, ਸਾਹਸੀ ਯੋਧਾ

knightless /ਨਾਇਟਲਅਸ/ *n* ਸਾਮੰਤਸ਼ਾਹੀ, ਸਰਦਾਰੀ; ਸੂਰਬੀਰਤਾ

knightlike, knightly /'ਨਾਇਟਲਾਇਕ 'ਨਾਇਟਲਿ/ *a* ਬੀਰਤਾਪੂਰਨ, ਸਾਮੰਤ ਵਰਗ ਦਾ

knit /ਨਿਟ/ *v* ਉਣਨਾ, ਬੁਣਨਾ; ਮੱਥੇ ਉੱਤੇ ਵੱਟ ਪਾਉਣਾ; (ਵਿਆਹ ਆਦਿ ਰਾਹੀਂ) ਜੋੜਨਾ ਜਾਂ ਮੇਲਨਾ, ਸਾਕਾਦਾਰੀ ਵਿੱਚ ਜੁੜਨਾ

knitting /'ਨਿਟਿਙ/ *n* ਬੁਣਤੀ, ਬੁਣਾਈ; ਜੋੜ ਮੇਲ

knitting needle *n* ਬੁਣਨ ਵਾਲੀ ਸਲਾਈ

knittle /'ਨਿਟ(ਅ)ਲ/ *n* ਤਣੀ, ਸੁੱਬੀ, ਸੂਤਲੀ

knitwear /'ਨਿਟਵੇਅ*/ *n* ਬੁਣੇ ਕੱਪੜੇ

knives /'ਨਾਇਵਿਜ਼/ *n* **knife** ਦਾ ਬਹੁਵਚਨ

knob /ਨੌਬ/ *n* ਲਾਟੂ, ਮੁੱਠਾ, ਡੂਡਣਾ; ਦਸਤਾ, ਹੱਥੀ; ਕੋਲੇ ਦਾ ਡਲਾ; ਗੁੜ ਦੀ ਰੋੜੀ

knobble /'ਨੌਬ(ਅ)ਲ/ *n* ਛੋਟੀ ਮੁੱਠ, ਛੋਟਾ ਲਾਟੂਦਾਰ ਸੰਮ, ਛੋਟੀ ਗੰਢ

knobby /'ਨੌਬਿ/ *a* ਗੰਢਦਾਰ, ਲਾਟੂਦਾਰ, ਸੰਮ ਵਾਲਾ, ਮੁੱਠ ਵਾਲਾ

knock /ਨੌਕ/ *v* ਖੜਕਾਉਣਾ, ਖੜਾਕ ਕਰਨਾ, ਦਸਤਕ ਦੇਣਾ, ਕੁੰਡੀ ਖੜਕਾਉਣਾ, ਠੱਕ-ਠੱਕ ਕਰਨਾ; ਸੱਟ ਮਾਰਨਾ; ਹਥੌੜੇ ਆਦਿ ਨਾਲ ਠੋਕਣਾ; ਹੈਰਾਨ ਕਰ ਦੇਣਾ *n* ਖੜਕਾਰ, ਦਸਤਕ; ਡਾਂਗ ਆਦਿ ਦੀ ਸੱਟ; ਕ੍ਰਿਕਟ ਆਦਿ ਦੀ ਪਾਰੀ (ਵਾਰੀ ਜਾਂ ਬਾਜ਼ੀ)

knockabout /'ਨੌਕਅਬਾਉਟ/ *v* ਅਵਾਰਾ ਫਿਰਨਾ

knock-down /'ਨੌਕਡਾਉਨ/ *a* ਕਰਾਰੀ (ਸੱਟ) *n* ਚਿੱਤ ਹੋਣ ਦਾ ਭਾਵ; ਨਿਲਾਮੀ ਵਿੱਚ ਰਾਖਵੀਂ ਕੀਮਤ

knocking /ਨੌਕਿਙ/ *n* ਦਰਵਾਜ਼ੇ ਉੱਤੇ ਹੋਈ ਠੱਕ-ਠੱਕ *a* ਧੱਕਾ ਦੇਣ ਵਾਲਾ, ਪਛਾੜਨ ਵਾਲਾ

knock-kneed /ˌਨੌਕ'ਨੀਡ/ *a* ਗੋਡਲ, ਬੇਢਬਾ

knockoff /'ਨੌਕਔਫ/ *v* ਕੰਮ ਛੱਡ ਬੈਠਣਾ

knockout /'ਨੌਕਆਉਟ/ *n* ਪਛਾੜਨਾ

knock-up /'ਨੌਕਅੱਪ/ *n* (ਟੈਨਿਸ ਦੀ ਖੇਡ ਖੇਡਣ ਤੋਂ ਪਹਿਲਾਂ) ਚੁਸਤੀ ਫੜਨ ਲਈ ਖੇਡੀ ਥੋੜ੍ਹੀ ਖੇਡ, ਸਰੀਰ ਨੂੰ ਉਤੇਜਿਤ ਕਰਨ ਦੀ ਕਿਰਿਆ

knoll /ਨਅਉਲ/ *n* ਛੋਟੀ ਪਹਾੜੀ, ਟਿੱਬੀ *v* ਟੁਣਕਾਉਣਾ, ਟਣਟਣਾਉਣਾ, ਵਜਾਉਣਾ, ਟੱਲੀ ਵਜਾ ਕੇ ਵਕਤ ਦੱਸਣਾ

knop /ਨੌਪ/ *n* ਮੁੱਠਾ, ਹੱਥੀ, ਲਾਟੂ; ਕਲੀ (ਫੁੱਲ ਦੀ), ਅੱਧ ਖਿੜਿਆ ਫੁੱਲ

knot[1] /ਨੌਟ/ *n* ਗੱਠ, ਗੰਢ, (ਧਾਗੇ ਦੀ) ਜੂੜਾ, ਚੂੰਡਾ; ਘੁੰਡੀ, ਮਰੋੜੀ; ਸਮੁੰਦਰੀ ਮੀਲ (6080 ਫੁੱਟ); ਝਮੇਲਾ, ਕਠਨਾਈ, ਔਕੜ *v* ਗੰਢ ਦੇਣਾ, ਜੂੜਾ ਕਰਨਾ, ਘੁੰਡੀ ਪਾਉਣਾ, ਮਰੋੜੀ ਦੇਣਾ

knot[2] *n* ਹਰੜ, ਹਰੀੜ

knotgrass /'ਨੌਟਗਰਾਸ/ *n* ਫਸਵੀਂਆਂ ਡੰਡੀਆਂ ਤੇ ਗੁਲਾਬੀ ਫੁੱਲਾਂ ਵਾਲੀ ਇੱਕ ਬੂਟੀ

knotless /'ਨੌਟਲਅਸ/ *a* ਗੰਢ ਰਹਿਤ

knotted /ਨੌਟਿਡ/ *a* ਗੰਢਦਾਰ, ਗੂੜ੍ਹ, ਵਿਖਮ, ਪੇਚਦਾਰ, ਪੇਚੀਦਾ

knottiness /'ਨੌਟਿਨਅਸ/ *n* ਜਟਿਲਤਾ, ਗੁੰਝਲਪੂਰਨਤਾ

knotty /'ਨੌਟਿ/ *a* ਗੁੰਝਲਦਾਰ, ਔਖਾ, ਟੇਢਾ (ਮਸਾਲਾ, ਸਵਾਲ ਆਦਿ); ਗੰਢਦਾਰ

knotwork /'ਨੌਟਵਅ:ਕ/ *n* ਵਿਸ਼ੇਸ਼ ਪ੍ਰਕਾਰ ਦੀ ਸੁੰਦਰ ਕਢਾਈ (ਕੱਪੜੇ ਉੱਤੇ)

knout /ਨਾਉਟ/ *n* ਚਾਬਕ, ਕੋਰੜਾ *vt* ਕੋਰੜੇ ਮਾਰਨਾ, ਚਾਬਕ ਮਾਰਨਾ

know /ਨਅਉ/ *v* ਜਾਣਨਾ, ਪਛਾਣਨਾ, ਸਮਝਣਾ, ਵਾਕਫ਼ੀਅਤ ਹੋਣਾ, ਜਾਣੂ ਹੋਣਾ, ਗਿਆਨ ਹੋਣਾ, ਸੂਝ ਜਾਂ ਸੋਝੀ ਹੋਣਾ **in the know** ਜਾਣੂ, ਵਾਕਿਫ਼

knowability, knowableness /ˌਨਅਉਅ'ਬਿਲਿਟਿ, 'ਨਅਉਅਬਲਨਅਸ/ *n* ਗਿਆਨਆਤਮਿਕਤਾ, ਗਿਆਨਯੋਗਤਾ

knowable /'ਨਅਉਅਬਲ/ *a* ਗਿਆਨਆਤਮਿਕ, ਗਿਆਨਯੋਗ

know-how /'ਨਅਉਹਾਉ/ *n* ਜਾਣਕਾਰੀ, ਥਹੁ-ਪਤਾ, ਕਾਰੀਗਰੀ

knowing /'ਨਅਉਇਙ/ *a* ਵਾਕਫ਼, ਜਾਣਕਾਰ, ਜਾਣੂ; ਚਤਰ, ਹੁਸ਼ਿਆਰ, ਸਿਆਣਾ, ਸੂਝਵਾਨ; ਚੁਸਤ, ਫਸਵੇਂ ਢੰਗ ਦਾ (ਕੱਪੜਾ ਆਦਿ)

knowingly /'ਨਅਉਇਙਲਿ/ *adv* ਜਾਣ ਬੁੱਝ ਕੇ, ਵਿਸ਼ੇਸ਼ ਇਰਾਦੇ ਨਾਲ

knowingness /'ਨਅਉਇਙਨਅਸ/ *n* ਚੌਕਸੀ, ਚਤਰਾਈ, ਜਾਣਕਾਰੀ, ਸਮਝਦਾਰੀ, ਸਿਆਣਪ, ਹੁਸ਼ਿਆਰੀ

knowledge /'ਨੌਲਿਜ/ *n* ਗਿਆਨ, ਸੂਝ, ਸੋਝੀ, ਬੋਧ, ਵਿੱਦਿਆ, ਜਾਣਕਾਰੀ, ਪਤਾ, ਵਾਕਫ਼ੀ; ਪਛਾਣ, ਪਰਿਚੈ; ਆਮ ਸੂਝ-ਬੂਝ, ਅਨੁਭਵ; ਸਮਾਚਾਰ **a little knowledge is a dangerous**

thing ਨੀਮ ਹਕੀਮ ਖ਼ਤਰਾ ਜਾਨ

knowledgeable /'ਨੌਲਿਜਅਬਲ/ *a* ਜਾਣਕਾਰ, ਸੂਝਵਾਨ, ਬੁੱਧੀਮਾਨ; ਸਚੇਤ, ਚੇਤਨ

known /ਨਅਉਨ/ *a* ਮਸ਼ਹੂਰ, ਪ੍ਰਸਿੱਧ, ਉੱਘਾ; ਜਾਣਿਆ ਪਛਾਣਿਆ, ਮਲੂਮ, ਗਿਆਤ

knubble, nubble /'ਨਅੱਬਲ/ *vt* ਧੱਕਾ ਦੇਣਾ, ਮੁੱਕਾ ਮਾਰਨਾ

knuckle /'ਨਅੱਕਲ/ *n* ਉਂਗਲ ਦੀ ਗੰਢ, ਜੋੜ, ਪੋਰੀ; (ਪਸ਼ੂਆਂ ਦੇ) ਗੋਡੇ ਦੀ ਤੇ ਗਿੱਟੇ ਦੀ ਹੱਡੀ; ਮਾਸ ਤੇ ਹੱਡੀਆਂ ਸਮੇਤ ਅੱਡੀ ਤੋਂ ਪੱਟ ਤੱਕ ਦੇ ਮਾਸ ਦਾ ਹਿੱਸਾ *v* ਉਂਗਲਾਂ ਦੀਆਂ ਗੰਢਾਂ ਨਾਲ ਮਾਰਨਾ ਜਾਂ ਠਕੋਰਨਾ

knur(r) /ਨਅ:*/ *n* ਰੁੱਖ ਦੇ ਤਣੇ ਦੀ ਗੰਢ; ਜੰਮ ਕੇ ਕਰੜਾ ਹੋਇਆ ਕੋਈ ਪਦਾਰਥ, (ਉੱਤਰੀ ਇੰਗਲੈਂਡ) ਲੱਕੜ ਦੀ ਗੇਂਦ

knur(r)l /ਨਅ:ਲ/ *n* ਗੰਢ, ਗੰਢੀ

koala /ਕਅਉ'ਆਲਅ/ *n* ਆਸਟਰੇਲੀਆ ਦੇ ਇੱਕ ਜੀਵ ਦਾ ਨਾਮ

kobold /'ਕੌਬਅਉਲਡ/ *n* ਸ਼ਰਾਰਤੀ, ਪ੍ਰੇਤ

kodak /'ਕਅਉਡੈਕ/ *n* ਕੋਡਕ" ਨਾਮ ਦਾ ਕੈਮਰਾ *vt* ਕੋਦਕ ਕੈਮਰੇ ਨਾਲ ਫੋਟੋ ਖਿੱਚਣਾ; ਝਟਪਟ ਫੜਨਾ ਜਾਂ ਗ੍ਰਹਿਣ ਕਰਨਾ; ਸਪਸ਼ਟ ਵਰਣਨ ਕਰਨਾ

kohl /ਕਅਉਲ/ *n* ਕੱਜਲ, ਸੁਰਮਾ, ਅੰਜਨ

kohlrabi /ˌਕਅਉਲ'ਰਾਬਿ/ *n* ਗੰਢ ਗੋਭੀ

kolinsky /ਕਅ'ਲਿਨਸਕਿ/ *n* ਮਿੰਕ (ਜਾਨਵਰ) ਦੀ ਫਰ ਜਾਂ ਸਮੂਰ; ਰੋਮ, ਵਾਲ, ਰੌਂਗਟਾ

koniscope /'ਕੌਨਿਸਕਅਉਪ/ *n* ਧੂੜ ਮਾਪਣ ਦਾ ਯੰਤਰ

kopje /'ਕੌਪਿ/ *n* ਛੋਟੀ ਪਹਾੜੀ, ਟਿੱਲਾ

kotow /ˌਕਾਉ'ਟਾਉ/ *n* ਮੱਥਾ ਟੇਕਣ ਦੀ ਰੀਤ, ਮੱਥੇ ਨਾਲ ਭੋਂ ਨੂੰ ਛੂਹਣ ਦਾ ਕਾਰਜ *vi* ਮੱਥਾ ਟੇਕਣਾ (ਚੀਨੀ ਪ੍ਰਥਾ); (ਕਿਸੇ ਦਾ) ਪਿੱਠੂ ਬਣਨਾ

kowtow /ˌਕਾਉ'ਟਾਉ/ *v* ਉੱਚ ਅਧਿਕਾਰੀ ਦਾ ਬਹੁਤ ਹੀ ਸਤਿਕਾਰ ਕਰਨਾ, ਉੱਚ ਅਧਿਕਾਰੀ ਦੇ ਹੁਕਮ ਦੀ ਪਾਲਣਾ ਕਰਨ ਦੀ ਇੱਛਾ ਹੋਣਾ

kraal /ਕਰਾਲ/ *n* ਡੰਗਰਾਂ ਦਾ ਵਾੜਾ; ਦੱਖਣੀ ਅਫਰੀਕਾ ਦਾ ਵਾੜਦਾਰ ਪਿੰਡ

kraft /ਕਰਾਫ਼ਟ/ *n* ਮੋਟਾ ਤੇ ਕਰੜਾ ਕਾਗ਼ਜ਼

Kremlin /'ਕਰੈਮੱਲਿਨ/ *n* (ਰੂਸ) ਜਾਰ ਦਾ ਰਾਜ ਭਵਨ; ਕਰੈਮਲਿਨ ਸ਼ਹਿਰ; ਕਿਲ੍ਹਾ, ਗੜ੍ਹੀ

kriegspiel /'ਕਰੀਗਸਪੀਲ/ *n* ਨਕਸ਼ੇ ਉੱਤੇ ਲੱਕੜ ਦੇ ਮੋਹਰਿਆਂ ਨੂੰ ਫ਼ੌਜਾਂ ਦੀ ਥਾਂ ਰੱਖ ਕੇ ਜੰਗੀ ਚਾਲਾਂ ਦਾ ਅਭਿਆਸ, ਜੰਗੀ ਸਤਰੰਜ

Kromesky /ਕਰਅ'ਮੈਸੱਕਿ/ *n* ਮੁਰਗੇ ਦੇ ਕਬਾਬ ਦੀਆਂ ਸੀਖਾਂ

kudos /'ਕਯੂਡੌਸ/ *n* (ਅਪ) ਸ਼ਾਬਾਸ਼

Ku Klux klan /ˌਕੂ ਕਲਅੱਕਸ 'ਕਲੈਨ/ *n* ਅਮਰੀਕੀ ਸੰਘ ਦੀਆਂ ਦੱਖਣੀ ਰਿਆਸਤਾਂ ਵਿੱਚ ਨੀਗਰੋ ਵਿਰੋਧੀਆਂ ਵੱਲੋਂ ਬਣਾਈ ਗਈ ਇੱਕ ਗੁਪਤ ਸੰਸਥਾ, ਕੂ ਕਲੱਕਸ ਕਲੈਨ

kukri /'ਕੁਕਰਿ/ *n* ਗੋਰਖਿਆਂ ਦੀ ਇੱਕ ਛੋਟੀ ਤਲਵਾਰ, ਖੁਖਰੀ

kulak /'ਕੂਲੈਕ/ *n* (ਰੂਸ) ਧਨੀ ਜਾਂ ਖ਼ੁਸ਼ਹਾਲ ਕਿਸਾਨ

kupfernickel /'ਕੂਪਫ਼ਅਨਿਕਲ/ *n* ਗਿਲ੍ਹਟ ਧਾਤ

kurtic /'ਕਅ:ਟਿਕ/ *a* ਕੁੱਬਾ, ਕੁਧਜ

kurtosis /ਕਅ'ਟਅਉਸਿਸ/ *n* ਕੁੱਬ

kvass /ਕਵ਼ਾਸ/ *n* ਰੂਸੀ ਬੀਅਰ

kymograph /'ਕਾਇਮਅ(ਉ)ਗਰਾਫ਼/ *n* ਅਵਾਜ਼ ਦੀਆਂ ਲਹਿਰਾਂ ਗਤੀ ਦਬਾਅ ਆਦਿ ਮਾਪਣ ਵਾਲਾ ਯੰਤਰ, ਕਾਇਮੋਗ੍ਰਾਫ

kymoscope /'ਕਾਇਮਅ(ਉ)ਸਕਅਉਪ/ *n* ਲਹੂ ਦੀ ਗਤੀ ਮਾਪਣ ਦਾ ਯੰਤਰ, ਲਹੂ ਪ੍ਰਵਾਹ ਮਾਪਕ

kyphosis /ਕਾਇ'ਫ਼ਅਉਸਿਸ/ *n* ਕੁੱਬ, ਕੁੱਬਾਪਣ

kyphotic /ਕਾਇ'ਫ਼ੌਟਿਕ/ *a* ਕੁੱਬਾ

kyriologic /'ਕਿਰਿਅ(ਉ)'ਲੌਜਿਕ/ *a* ਚਿੱਤਰ ਲਿਪੀ ਵਾਲਾ, ਚਿੱਤਰ ਲਿਪੀ ਬਾਰੇ

L

L,l /ਐੱਲ/ *n* ਅੰਗਰੇਜ਼ੀ ਵਰਨਮਾਲਾ ਦਾ ਬਾਰ੍ਹਵਾਂ ਅੱਖਰ; (ਰੋਮਨ) ਗਿਣਤੀ ਵਿੱਚ 50 ਦਾ ਅੰਕ

la /ਲਾ/ *n* (ਸੰਗੀ) ਸਰਗਮ ਦੀ ਛੇਵੀਂ ਸੁਰ, ਧਾ; /*int*/ ਲਓ ਵੇਖੋ, ਦੇਖ ਤਾਂ

laager /'ਲਾਗਅ*/ *n* ਪੜਾਅ *v* ਡੇਰਾ ਲਾਉਣਾ, ਪੜਾਅ ਕਰਨਾ

lab /ਲੈਬ/ *abbr* **laboratory** ਦਾ ਸੰਖੇਪ ਰੂਪ

labarum /'ਲੈਬਅਰਅਮ/ *n* ਝੰਡਾ, ਨਿਸ਼ਾਨ

labefaction /ˌਲੈਬਿ'ਫੈਕਸ਼ਨ/ *n* ਕਮਜ਼ੋਰੀ, ਗਿਰਾਵਟ, ਪਤਨ

label /'ਲੇਇਬਲ/ *n* ਲੇਬਲ, ਚਿਟ, ਚੇਪੀ, ਫੱਟੀ ਚਿਪਕਣ ਵਾਲਾ ਟਿਕਟ; (ਕਿਸੇ ਦਲ, ਗਰੁੱਪ, ਜੁੱਟ ਆਦਿ ਦਾ) ਨਾਂ *vt* ਲੇਬਲ ਚਿਪਕਾਉਣਾ, ਚੇਪੀ ਲਗਾਉਣਾ; ਨਾਂ ਦੇਣਾ

labelled /'ਲੇਇਬ(ਅ)ਲਡ/ *a* ਅੰਕਿਤ, ਚਿਨ੍ਹਤ, ਲੇਬਲ ਲੱਗਾ

labial /'ਲੇਇਬਿਅਲ/ *a* ਬੁੱਲ੍ਹਾਂ ਦਾ, ਹੋਠਾਂ ਸੰਬੰਧੀ *n* (ਆਰਗਨ ਵਾਜੇ ਦੀ) ਹੋਠਾਂ ਵਰਗੀ ਨਲੀ; ਹੋਠੀ (ਅੱਖਰ); ਹੋਠੀ ਧੁਨੀ; ਪਵਰਗ (ਪ, ਫ, ਬ, ਭ, ਮ)

labialization /ˌਲੇਇਬਿ(ਅ)ਲਾਇ'ਜ਼ੇਇਸ਼ਨ/ *n* ਹੋਂਠ ਉਚਾਰਨ, ਹੋਂਠ ਸਪਰਸ਼ ਦੁਆਰਾ ਉਚਾਰਨ

labile /'ਲੇਇਬਾਇਲ/ *a* ਪਰਿਵਰਤਨਸ਼ੀਲ

labiodental /ˌਲੇਇਬਿਅਉ'ਡੈਂਟਲ/ *a* (ਧੁਨੀ) ਦੰਤ ਹੋਠੀ, ਦੰਦਾਂ ਅਤੇ ਹੋਠਾਂ ਨਾਲ ਉਚਾਰ (ਭਾਸ਼ਾ)

laboratorial /ˌਲੈਬ(ਅ)ਰਅ'ਟੋਰਿਅਲ/ *a* ਪ੍ਰਯੋਗਸ਼ਾਲਾ ਦਾ, ਪ੍ਰਯੋਗਸ਼ਾਲੀ

laboratory /ਲਅ'ਬੌਰਅਟਰਿ/ *n* ਪ੍ਰਯੋਗਸ਼ਾਲਾ, ਰਸਾਇਣਸ਼ਾਲਾ; ਲੇਬਾਰਟਰੀ

laborious /ਲਅ'ਬੋਰਿਅਸ/ *a* ਮਿਹਨਤੀ; ਮੁਸ਼ਕਲ, ਕਠਨ; (ਸ਼ੈਲੀ) ਉਚੇਚ ਭਰੀ, ਦੁਰਬੋਧ

laboriousness /ਲਅ'ਬੋਰਿਅਸਨਅਸ/ *n* ਮਿਹਨਤ, ਮੁਸ਼ਕਲ ਭਰਪੂਰਤਾ, ਕਠਨਤਾ, ਕਠੋਰਤਾ

labour /'ਲੇਇਬਅ*/ *n* ਮਿਹਨਤ; ਮਜ਼ਦੂਰੀ, ਕਿਰਤ; ਮਜ਼ਦੂਰ, ਕੁਲੀ; ਮਜ਼ਦੂਰ ਜਮਾਤ, ਕਿਰਤੀ ਸ਼੍ਰੇਣੀ, ਮਜ਼ਦੂਰਾਂ ਦਾ ਸੰਘ, ਲੇਬਰ; ਪ੍ਰਸੂਤ ਪੀੜਾਂ; ਮੁਸ਼ਕਲ ਕੰਮ; ਕਸ਼ਟ, ਕਲੇਸ਼ *vt* ਮਿਹਨਤ ਕਰਨਾ; ਮਜ਼ਦੂਰੀ ਕਰਨਾ; ਕਸ਼ਟ ਸਹਿਣਾ; (ਜਹਾਜ਼ ਦਾ) ਡਗਮਗਾਉਣਾ; ਜੋਤਣਾ; ਵਿਸਤਾਰ ਸਹਿਤ ਵਰਣਨ ਕਰਨਾ; ਵਿਅੰਮ ਦੀਆਂ ਪੀੜਾਂ ਸਹਿਣਾ **forced labour** ਵਗਾਰ **labour of love** ਨਿਸ਼ਕਾਮ ਸੇਵਾ ਦਾ ਕੰਮ

Labour Day *n* ਮਜ਼ਦੂਰ ਦਿਵਸ

laboured /'ਲੇਇਬਅਡ/ *a* ਨਕਲੀ, ਗ਼ੈਰ-ਕੁਦਰਤੀ, ਉਚੇਚ ਭਰਿਆ, ਅਸੁਭਾਵਿਕ; ਥੱਕਿਆ

labourer /'ਲੇਇਬਅਰਅ*/ *n* ਕਿਰਤੀ, ਮਜ਼ਦੂਰ, ਕਾਮਾ, ਕੁਲੀ

labouring /'ਲੇਇਬਅਰਿਙ/ *a* ਮਜ਼ਦੂਰੀ ਕਰਨ ਵਾਲਾ

labouring class *n* ਕਾਮਾ ਸ਼੍ਰੇਣੀ, ਮਜ਼ਦੂਰ ਵਰਗ

labour-intensive *a* ਜਿਸ ਨੂੰ ਕਰਨ ਲਈ ਬਹੁਤ ਵਿਅਕਤੀਆਂ ਦੀ ਲੋੜ ਹੋਵੇ

Labourism /'ਲੇਇਬਅਰਿਜ਼ਅਮ/ *n* ਕਿਰਤ ਸੰਗਠਨਵਾਦ

labourite /'ਲੇਇਬ(ਅ)ਰਾਇਟ/ *n* ਮਜ਼ਦੂਰ ਦਲ ਦਾ ਮੈਂਬਰ

Labrador /'ਲੈਬਰਅਡੋ*/ *n* ਇੱਕ ਪ੍ਰਕਾਰ ਦਾ ਸ਼ਿਕਾਰੀ ਕੁੱਤਾ, ਲੇਬਰਾਡਾਰ

labrose /'ਲੇਇਬਰਅਉਸ/ *a* ਬੁੱਲ੍ਹੜ, ਮੋਟੇ ਬੁੱਲਾਂ ਵਾਲਾ

labrum /'ਲੇਇਬਰਅਮ/ *n* ਬੁੱਲ, ਹੋਂਠ

labyrinth /'ਲੈਬਅਰਿਨਥ/ *n* ਭੁੱਲ–ਭੁਲੱਈਆ, ਚੱਕਰ, ਗੋਰਖਧੰਦਾ, ਪੇਚੀਦਗੀ, ਉਲਝਿਆ ਮਾਮਲਾ, ਉਲਝਣ

labyrinthine /ˌਲੈਬਅ'ਰਿਨਥਾਇਨ/ *a* ਪੇਚੀਦਾ,

ਜਟਲ, ਚੱਕਰਦਾਰ, ਪੇਚਦਾਰ ਉਲਝਵਾਂ

lac, lakh /ਲੈਕ/ *n* ਲੱਖ

lace/ਲੇਇਸ/ *n* ਫ਼ੀਤਾ, ਲੇਸ; ਝਾਲਰ, ਕਿੰਗਰੀ; ਕਿਨਾਰੀ *vt* ਫ਼ੀਤਾ ਜਾਂ ਕਿਨਾਰੀ ਲਾਉਣਾ; ਤਸਮੇ ਨਾਲ ਕੱਸਣਾ (ਬੂਟ ਆਦਿ ਨੂੰ); ਕਮਰ ਨੂੰ ਕੱਸ ਕੇ ਬੰਨ੍ਹਣਾ; ਚਾਬਕ ਨਾਲ ਮਾਰਨਾ, ਕੋੜੇ ਲਗਾਉਣਾ; ਸ਼ਰਾਬ ਆਦਿ ਮਿਲਾ ਕੇ ਤੇਜ਼ ਕਰਨਾ

laceman /'ਲੇਇਸਮਨ/ *a* ਗੋਟੇ ਵਾਲਾ, ਲੇਸ ਵੇਚਣ ਵਾਲਾ, ਲੇਸ ਬੁਣਨ ਵਾਲਾ

lacerate /'ਲੈਸਅਰੇਇਟ/ *vt* (ਵਿਸ਼ੇਸ਼ ਕਰਕੇ ਮਾਸ ਆਦਿ ਨੂੰ) ਚੀਰਨਾ, ਪਾੜਨਾ; (ਦਿਲ ਨੂੰ) ਪਾਸ਼–ਪਾਸ਼ ਕਰਨਾ, ਦੁਖਾਉਣਾ, (ਕਲੇਜਾ) ਛਲਣੀ ਕਰਨਾ, ਵਲੂੰਧਰਨਾ; (ਜਜ਼ਬਾਤ ਨੂੰ) ਦੁੱਖ ਪਹੁੰਚਾਉਣਾ, ਪੀੜਿਤ ਕਰਨਾ *a* ਵੱਢਿਆ–ਟੁੱਕਿਆ, ਪਾਟਿਆ–ਝੀਟਿਆ; ਦੁਖੀ

laceration /ˌਲੈਸਅ'ਰੇਇਸ਼ਨ/ *n* ਚੀਰ–ਫਾੜ; ਦੁੱਖ, ਕਲੇਸ਼; ਵੇਦਨਾ

Lacerta /ਲਅ'ਸਅ:ਟਅ/ *n* ਕਿਰਲੀ ਪਰਜਾਤੀ

lacet /ਲਅ'ਸੈਟੱ/ *n* ਫ਼ੀਤੇ ਜਾਂ ਲੇਸ ਬੁਣਨ ਦਾ ਕੰਮ; ਫ਼ੀਤਾ, ਕਿਨਾਰੀ

lacewing /'ਲੇਇਸਵਿਙ/ *n* ਫ਼ੀਤਿਆਂ ਵਰਗੇ ਖੰਭਾਂ ਵਾਲਾ ਕੀਟ

laches /'ਲੈਚਿਜ਼/ *n* (ਕਨੂੰ) ਹੁਕਮ ਅਦੂਲੀ, ਗ਼ਫ਼ਲਤ; ਲਾਪਰਵਾਹੀ, ਅਵੇਸਲਾਪਣ, ਢਿੱਲ

lachrymal /'ਲੈਕਰਿਮ(ਅ)ਲ/ *a* ਹੰਝੂਆਂ ਦੀ, ਹੰਝੂਆਂ ਸੰਬੰਧੀ

lachrymary /'ਲੈਕਰਿਮਅਰਿ/ *a* ਹੰਝੂਆਂ ਵਾਲਾ, ਅੱਥਰੂਆਂ ਭਰਿਆ

lachrymatory /'ਲੈਕਰਿਮਅਟ(ਅ)ਰਿ/ *n* ਹੰਝੂਆਂ ਨੂੰ ਸਾਂਭਣ ਵਾਲੀ ਸ਼ੀਸ਼ੀ *a* ਹੰਝੂਆਂ ਦੀ; ਹੰਝੂ ਲਿਆਉਣ ਵਾਲੀ

lachrymatory bomb *n* ਅੱਥਰੂ ਗੈਸ ਦਾ ਗੋਲਾ

lachrymose /'ਲੈਕਰਿਮਅਉਸ/ *a* ਜਲਦੀ ਹੀ ਰੋ ਪੈਣ ਵਾਲਾ, ਰੋਣਹਾਕਾ, ਹੰਝੂਆਂ ਭਰਿਆ

lacing /'ਲੇਇਸਿਙ/ *n* ਫ਼ੀਤਾ ਬੰਨ੍ਹਣ ਦੀ ਕਿਰਿਆ; ਲੇਸ, ਕਿਨਾਰੀ, ਡੋਰੀ, ਲੇਸ ਦਾ ਕੱਪੜਾ

lack /ਲੈਕ/ *n* ਅਣਹੋਂਦ; ਘਾਟਾ, ਕਮੀ, ਘਾਟ, ਥੁੜ, ਅਭਾਵ, ਤਰੁਟੀ; ਮੁਥਾਜੀ *v* ਘਾਟਾ ਹੋਣਾ, ਥੁੜ ਹੋਣਾ; ਮੁਥਾਜੀ ਹੋਣੀ

lackadaisical /ˌਲੈਕਅ'ਡੇਇਜ਼ਿਕਲ/ *a* ਨਿਸਤੇਜ, ਬੇਜਾਨ; ਨਿਰਉਤਸ਼ਾਹ

lacker, lacquer /'ਲੈਕਅ*/ *n* (ਲਾਖ ਦਾ) ਰੋਗਨ ਜੋ ਲੱਕੜੀ ਆਦਿ ਉੱਤੇ ਲਾਇਆ ਜਾਂਦਾ ਹੈ *vt* ਰੋਗਨ ਕਰਨਾ; ਵਾਰਨਿਸ਼ ਕਰਨਾ, ਪਾਲਸ਼ ਕਰਨਾ

lackey, lacquey /'ਲੈਕਿ/ *n* ਝੋਲੀ ਚੁੱਕ, ਜੁੱਤੀ ਚੱਟ, ਪਿਛਲੱਗ *vt* ਟਹਿਲ ਕਰਨਾ, ਝੋਲੀ ਚੁੱਕਣਾ, ਚਾਪਲੂਸੀ ਕਰਨਾ

lacking /'ਲੈਕਿਙ/ *a* ਰਹਿਤ, ਹੀਣ, ਘਾਟ ਵਾਲਾ, ਕਮੀ ਵਾਲਾ

lacklustre /'ਲੈਕਲਅੱਸਟਅ*/ *a* ਪ੍ਰਭਾਵਹੀਣ, ਬੇਜਾਨ

lackly /'ਲੈਕਿਲ/ *adv* ਨਿਰਉਤਸ਼ਾਹ ਨਾਲ, ਢਿਲੜਪੁਣੇ ਨਾਲ

laconic, laconical /ਲਅ'ਕੌਨਿਕ, ਲਅ'ਕੌਨਿਕਲ/ *a* ਦੋ ਹਰਫ਼ੀ, ਸੰਖੇਪ, ਸੂਤਰਬੱਧ, ਨਾਪਿਆ–ਤੋਲਿਆ; ਸੂਤਰਬੱਧ ਸ਼ੈਲੀ ਵਾਲਾ

laconicism /ਲਅ'ਕੌਨਿਮਿਜ਼ਅਮ/ *n* ਸੂਤਰ ਸ਼ੈਲੀ, ਸੰਖਿਪਤ ਕਥਨ, ਸੰਖੇਪ ਗੱਲ

laconism /'ਲੈਕਅਨਿਜ਼ਅਮ/ *n* ਅਰਥ ਭਰਪੂਰ ਉਕਤੀ, ਅਰਥ ਭਰਿਆ ਵਚਨ ਜਾਂ ਕਥਨ

lactate /ਲੈਕ'ਟੇਇਟ/ *v* (ਬੱਚੇ ਨੂੰ ਪਿਲਾਉਣ ਲਈ) ਦੁੱਧ ਚੋਣਾ, ਦੁੱਧ ਰਿਸਣਾ

lactation /ਲੈਕ'ਟੇਇਸ਼ਨ/ *n* ਦੁੱਧ ਪਿਲਾਉਣਾ, ਦੁੱਧ ਚੁੰਘਾਉਣਾ, ਦੁੱਧ ਆਉਣਾ ਜਾਂ ਲਹਿਣਾ

lacteal /'ਲੈਕਟਿਅਲ/ *a* ਦੁੱਧ ਦਾ *n* (ਬਹੁ) ਦੁੱਧ ਰਸ ਵਾਲੀਆਂ ਨਾੜੀਆਂ

lacteous /'ਲੈਕਟਿਅਸ/ *a* ਦੋਧਲ, ਦੁੱਧ ਵਾਲੀ, ਦੁਧੀਆ ਰੰਗ ਦੀ, ਖੀਰੀ

lactic /'ਲੈਕਟਿਕ/ *a* ਦੁੱਧ ਦਾ, ਦੂਧੀਆ

lactiferous /**ਲੈਕ'ਟਿਫ(ਅ)ਰਅਸ**/ *a* ਦੁੱਧ ਵਾਲਾ, ਖੀਰੀ

lactometer /**ਲੈਕ'ਟੌਮਿਟਅ***/ *n* ਦੁੱਧ ਅੰਸ਼ ਮਾਪਣ ਦਾ ਯੰਤਰ, ਲੈਕਟੋਮੀਟਰ

lactose /**'ਲੈਕਟਅਉਸ, -ਟਅਉਜ਼**/ *n* ਦੁੱਧ ਦੀ ਮਿਠਾਸ, ਦੁੱਧ ਦੀ ਖੰਡ, ਲੈਕਟੋਸ

lacuna /**ਲਅ'ਕਯੂਨਅ**/ *n* (ਪੁਰਾਤਨ ਲਿਖਤਾਂ ਵਿੱਚ ਪਾਠ ਲੋਪ; ਵਿਰਲ, ਖਲਾਅ, ਘਾਪਾ, ਛੇਟ, ਛਿਦਰ; ਹੱਡੀ ਦਾ ਖੋੜ)

lacunal /**ਲਅ'ਕਯੂਨਅ**/ *a* ਪੋਲਾ, ਥੋਥਾ

lacustral /**ਲਅ'ਕਅੱਸਟਰਅਲ**/ *a* ਝੀਲ ਦਾ, ਤਲਾਅ ਦਾ, ਸਰੋਵਰ ਦਾ

lacy /**'ਲੇਇਸਿ**/ *a* ਝਾਲਰਦਾਰ, ਲੇਸਦਾਰ, ਫ਼ੀਤੇਦਾਰ

lad /**ਲੈਡ**/ *n* ਬਾਲਕ, ਲੜਕਾ, ਨੱਢਾ, ਛੋਕਰਾ, ਬਾਲ; ਜਣਾ, ਸ਼ਖ਼ਸ

ladder /**'ਲੈਡਅ***/ *n* ਪੌੜੀ; ਜੁਰਾਬਾਂ ਵਿੱਚੋਂ ਨਿਕਲਿਆ ਧਾਗਾ ਜਾਂ ਤਾਰ; ਵਸੀਲਾ (ਤਰੱਕੀ ਦਾ) *vt* ਬੁਣਤੀ ਦੇ ਕੁੰਡੇ ਵਧਾਉਣਾ; ਚੜ੍ਹਤ ਹੋਣਾ

laddie /**'ਲੈਡਿ**/ *n* ਬੱਚੂ

lade /**ਲੇਇਡ**/ *vt* ਲੱਦਣਾ, ਜਹਾਜ਼ ਉੱਤੇ ਮਾਲ ਚੜ੍ਹਾਉਣਾ, ਮਾਲ ਭਰਨਾ

laden /**'ਲੇਇਡਨ**/ *a* ਲੱਦਿਆ ਹੋਇਆ, ਲਾਦੂ

lading /**'ਲੇਇਡਿਙ**/ *n* ਸਮਾਨ, ਮਾਲ-ਅਸਬਾਬ, ਬੋਝ, ਮਾਲ, ਲੱਦਾ

ladle /**'ਲੇਇਡਲ**/ *n* ਕੜਛੀ, ਵੱਡਾ ਚਮਚਾ *vt* ਕੜਛੀ ਨਾਲ ਕੱਢਣਾ

lady /**'ਲੇਇਡਿ**/ *n* ਇਸਤਰੀ, ਮਹਿਲਾ; ਨਾਰੀ, ਬੀਬੀ; ਪ੍ਰੇਮਿਕਾ; ਰਾਣੀ; ਮਲਕਜ਼ਾਦੀ, ਬੇਗਮ; ਘਰਵਾਲੀ, ਪਤਨੀ, ਵਹੁਟੀ

ladybird /**'ਲੇਇਡਿਬਅ:ਡ**/ *n* ਬੀਰ ਵਹੁਟੀ

lady doctor *n* ਲੇਡੀ ਡਾਕਟਰ, ਡਾਕਟਰਨੀ

ladyfinger /**'ਲੇਇਡਿਫ਼ਿਙਗਅ***/ *n* ਭਿੰਡੀ

ladyhood /**'ਲੇਇਡਿਹੁਡ**/ *n* ਤੀਵੀਂਪੁਣਾ, ਸੁਆਣੀਪਣ, ਨਾਰੀਤਵ; ਇਸਤਰੀਤਵ

ladyism /**'ਲੇਇਡਿਇਜ਼ਅਮ**/ *n* ਔਰਤਾਂ ਵਰਗਾ ਵਿਹਾਰ

ladykiller /**'ਲੇਇਡਿਕਿਲਅ***/ *n* ਕਾਨ੍ਹ; ਰਾਂਝਾ, ਇਸਤਰੀਆਂ ਦਾ ਦਿਲ ਮੋਹਣ ਵਾਲਾ

ladylike /**'ਲੇਇਡਿਲਾਇਕ**/ *a* ਰਾਣੀਆਂ ਵਰਗੀ, ਸੱਭਿਆ; ਕੋਮਲ, ਸੋਹਲ, ਨਾਜ਼ਕ; ਨਰਮ

ladylove /**'ਲੇਇਡਿਲਅੱਵ**/ *n* ਪ੍ਰੀਤਮਾ, ਮਸ਼ੂਕਾ, ਪ੍ਰੇਮਿਕਾ

lag[1] /**ਲੈਗ**/ *v* ਮੱਠੀ ਚਾਲ ਚੱਲਣਾ, ਹੌਲੀ–ਹੌਲੀ ਚੱਲਣਾ, ਪਿਛੇ ਰਹਿ ਜਾਣਾ, ਪਛੜਨਾ *n* ਢਿੱਲ, ਪੱਛੜੇਵਾਂ

lag[2] *vt* ਪਕੜਨਾ; ਗਰਿਫ਼ਤਾਰ ਕਰਨਾ, ਕੇਵਲ ਕੈਦ ਦੀ ਸਜ਼ਾ ਦੇਣਾ *n* ਮੁਜਰਮ; ਸਜ਼ਾ ਯਾਫਤਾ, ਦੋਸ਼ੀ, ਅਪਰਾਧੀ

lagan /**'ਲੈਗਅਨ**/ *n* ਸਮੁੰਦਰ ਵਿੱਚ ਡੁੱਬੇ ਜਹਾਜ਼ ਦਾ ਮਾਲ

lager /**'ਲਾਗਅ***/ *n* ਹਲਕੇ ਪੀਲੇ ਰੰਗ ਦੀ ਬੀਅਰ (ਸ਼ਰਾਬ); ਇਸ ਬੀਅਰ ਦਾ ਇੱਕ ਗਲਾਸ ਬੋਤਲ ਆਦਿ

lager (beer) /**'ਲਾਗਅ* (ਬਿਅ*)**/ *n* ਇੱਕ ਪ੍ਰਕਾਰ ਦੀ ਬੀਅਰ

lager lout *n* ਬਹੁਤ ਸ਼ਰਾਬ ਪੀ ਕੇ ਰੌਲਾ-ਰੱਪਾ ਕਰਨ ਵਾਲਾ ਨੌਜਵਾਨ

laggard /**'ਲੈਗਅਡ**/ *n* ਉਹ ਵਿਅਕਤੀ ਜਾਂ ਵਸਤੂ ਜੋ ਪਿੱਛੇ ਰਹਿ ਜਾਵੇ, ਪਛੜਿਆ ਬੰਦਾ *a* ਢਿੱਲਾ, ਮੱਠਾ, ਸੁਸਤ, ਢਿੱਲੜ, ਅਵੇਸਲਾ

lagging /**ਲੈਗਿਙ**/ *a* ਪਛੜਨ ਵਾਲਾ, ਮੰਦਗਾਮੀ, ਢਿੱਲਾ, ਪਛੜਿਆ

lagoon, lagune /**ਲਅ'ਗੂਨ**/ *n* ਤਟਵਰਤੀ ਝੀਲ, ਖਾਰੀ ਝੀਲ, ਮੂੰਗਿਆ ਦੀਆਂ ਚਟਾਨਾਂ ਨਾਲ ਘਿਰੀ ਸਮੁੰਦਰ ਤਟੀ ਝੀਲ, ਕੁੱਛ, ਲੈਗੂਨ

laic /**'ਲੇਇਇਕ**/ *a* ਸੰਸਾਰਿਕ, ਦੁਨੀਆਦਾਰ, ਲੌਕਿਕ, ਕਬੀਲਦਾਰ

laicize /**'ਲੇਇਇਸਾਇਜ਼**/ *vt* ਸੰਸਾਰਿਕ ਬਣਾਉਣਾ, ਦੁਨੀਆਦਾਰ ਬਣਾਉਣਾ; (ਸਕੂਲ

ਆਦਿ ਦਾ ਪ੍ਰਬੰਧ) ਗ੍ਰਿਸਤੀਆਂ ਉੱਤੇ ਛੱਡਣਾ

laid /ਲੇਇਡ/ *v* lay ਦਾ ਭੂਤ-ਕਾਲ ਅਤੇ ਭੂਤ-ਕ੍ਰਿਦੰਤ

laid-back /ˌਲੇਇਡ'ਬੈਕ/ *a* ਸੁਸਤ, ਢਿੱਲਾ, ਲਾਪਰਵਾਹ, ਚਿੰਤਾਹੀਣ

lain /ਲੇਇਨ/ *v* **lie** ਦਾ ਭੂਤ-ਕ੍ਰਿਦੰਤ

lair /ਲੇਅ*/ *n* ਜੰਗਲੀ ਜਾਨਵਰਾਂ ਦੇ ਰਹਿਣ ਦੀ ਥਾਂ, ਗੁਫਾ, ਖੁੱਡ, ਘੁਰਨਾ, (ਡੰਗਰਾਂ ਦਾ) ਵਾੜਾ

lairage /'ਲੇਅਰਿਜ/*n* ਗੁਫਾ, ਵਾੜਾ, ਘੁਰਨਾ

laissez-faire /ˌਲੈੱਸੇਇ 'ਫ਼ੇਅ/ *(F) n* ਖੁੱਲ੍ਹੇ ਵਪਾਰ ਦੀ ਨੀਤੀ

laity /'ਲੇਇਅਟਿ/ *n* ਜਗਿਆਸੂ, ਗ੍ਰਿਸਤੀ, ਸੰਸਾਰੀ, ਦੁਨੀਆਦਾਰ; ਜਨ ਸਧਾਰਨ

lake /ਲੇਇਕ/ *n* ਝੀਲ, ਸਰੋਵਰ, ਸਰ, ਵੱਡਾ ਤਲਾਅ; ਗੂੜ੍ਹਾ ਲਾਲ ਰੰਗ, ਕਿਰਮਚੀ ਰੰਗ

lallation /ਲੈ'ਲੇਇਸ਼ਨ/ *n* ਤੋਤਲਾ ਉਚਾਰਨ, ਥਥਲਾ ਉਚਾਰਨ, 'ਰ' ਨੂੰ 'ਲ' ਵਾਂਗ ਉਚਾਰਨਾ 'ਸੁਰਮਾ' ਨੂੰ 'ਸੁਲਮਾ' ਕਹਿਣਾ

lam /ਲੈਮ/ *v* ਬੈਂਤ ਆਦਿ ਨਾਲ ਮਾਰਨਾ, ਫਾਂਟਾ ਚਾੜ੍ਹਨਾ, ਮੁਰੰਮਤ ਕਰਨਾ

lama /'ਲਾਮਅ/ *n* ਤਿੱਬਤੀ ਬੋਧੀ ਗੁਰੂ, ਲਾਮਾ

lamb /ਲੈਮ/ *n* ਮੇਮਣਾ; ਲੇਲਾ, ਭਡੂਰਾ, ਦੁੰਬਾ, ਮੇਮਣੇ ਦਾ ਮਾਸ; ਮਸੀਹ ਦੇ ਇੱਜੜ ਦਾ ਮੇਮਣਾ, ਗਿਰਜੇ ਦਾ ਨਵਾਂ ਮੈਂਬਰ; ਭੋਲਾ ਜਾਂ ਮਸਕੀਨ ਵਿਅਕਤੀ, ਗਊ ਆਦਮੀ *vt* ਮੇਮਣਾ ਪੈਦਾ ਕਰਨਾ, ਬੱਚਾ ਦੇਣਾ; ਭੇਡ ਦੇ ਸੂਣ ਸਮੇਂ ਉਸ ਦੀ ਦੇਖ-ਭਾਲ ਕਰਨਾ

lambaste /ਲੈਮ'ਬੇਇਸਟ/ *vt* ਕਰੜੀ ਆਲੋਚਨਾ ਕਰਨਾ, ਖੱਲ ਲਾਹੁਣਾ

lambency /'ਲੈਮਬਅਨਸਿ/ *n* (ਰੋਸ਼ਨੀ ਜਾਂ ਅੱਗ ਦੀ) ਝਿਲਮਿਲਾਹਟ, ਝਿਲਮਿਲ

lambent /'ਲੈਮਬਅਨਟ/ *a* ਝਿਲਮਿਲਾਉਂਦਾ, ਤਰਲਤਾਪੂਰਨ, ਨੀਮ ਤੇਜ; ਟਿਮਟਿਮ ਕਰਦੀ; (ਅੱਖਾਂ) ਨੀਮ ਚਮਕੀਲੀਆਂ; (ਅਸਮਾਨ) ਨਿੰਬਲ

lambhood /'ਲੈਮਹੁਡ/ *n* ਮੇਮਣਾਪਣ

lambkin /'ਲੈਮਕਿਨ/ *n* ਛੋਟਾ ਮੇਮਣਾ; ਨਿਕਚੂ, ਬੱਚੂ

lamblike /'ਲੈਮਲਾਇਕ/ *a* ਭੋਲਾ, ਮਾਸੂਮ, ਬੇਜ਼ਬਾਨ, ਸਰਲ, ਗਊ(ਆਦਮੀ)

lame /ਲੇਇਮ/ *a* ਲੰਗਾ; (ਦਲੀਲ ਜਾਂ ਇਤਰਾਜ਼) ਝੂਠੀ, ਅਪੂਰਨ, ਅਸੰਤੋਖਜਨਕ; (ਬਿਆਨ) ਬੋਦਾ, ਗ਼ੈਰਤਸਲੀਬਖ਼ਸ਼; (ਛੰਦ) ਗਤੀਹੀਣ, ਰਵਾਨੀ ਤੋਂ ਬਿਨਾ *vt* ਲੰਗੜਾ ਕਰ ਦੇਣਾ; ਨਕਾਰਾ ਕਰ ਦੇਣਾ, ਵਿਗਾੜ ਦੇਣਾ

lame duck *n* ਨਕਾਰਾ ਮਨੁੱਖ ਜਾਂ ਸੰਸਥਾ (ਜਿਸ ਨੂੰ ਸਹਾਇਤਾ ਦੀ ਲੋੜ ਹੋਵੇ), ਦੇਣਦਾਰ, ਰਾਜਨੀਤਿਕ ਨੇਤਾ ਜਿਸ ਦੀ ਪਦਵੀ ਖ਼ਤਮ ਹੋਣ ਵਾਲੀ ਹੋਵੇ

lameness /ਲੇਇਮਨਅਸ/ *n* ਲੰਗੜਾਹਟ, ਲੰਗੜਾਪਣ, ਅਸੰਤੁਸ਼ਟਤਾ

lament /ਲਅ'ਮੈਨੱਟ/ *n* ਵਿਰਲਾਪ, ਰੁਦਨ, ਰੋਣ-ਧੋਣ, ਕੀਰਨਾ, ਵੈਣ, ਰੋਣਾ, ਰੋਣਾ *v* ਧੋਣਾ, ਕੁਰਲਾਉਣਾ, ਕੀਰਨੇ ਪਾਉਣਾ, ਵੈਣ ਪਾਉਣਾ, ਰੁਦਨ ਕਰਨਾ

lamentable /'ਲੈਮਅਨਟਅਬਲ/ *a* ਵਿਰਲਾਪ ਯੋਗ

lamentation /ˌਲੈਮਅਨ'ਟੇਇਸ਼ਨ/ *n* ਵਿਰਲਾਪ, ਕੀਰਨੇ, ਹਾਹਾਕਾਰ, ਵੈਣ, ਮਾਤਮ, ਰੋਣ-ਪਿੱਟਣ, ਕੁਰਲਾਹਟ, ਅਲਾਹੁਣੀ

lametta /ਲੇਇ'ਮੈਟੱਅ/ *n* ਸੋਨੇ ਜਾਂ ਚਾਂਦੀ ਦਾ ਪੱਤਰ; ਤਾਰ, ਤੰਦ

lamia /'ਲੇਇਮਿਅ/ *n* (ਯੂਨਾਨੀ ਮਿਥ) ਕਲਜੋਗਣ

lamina /'ਲੈਮਿਨਅ/ *n* ਪਤਲੀ ਤਹਿ, ਪੇਪੜੀ; ਪਤਲੀ ਪਰਤ; ਵਰਕ; ਛਿਲਕਾ; ਝਿੱਲੀ

laminar /'ਲੈਮਿਨਅ*/ *a* ਤਹਿਦਾਰ, ਝਿੱਲੀਦਾਰ, ਪੇਪੜੀਦਾਰ, ਪਰਤਾਂ ਵਾਲਾ, ਛਿਲਕੇਦਾਰ

laminate /'ਲੈਮਿਨਅਟ/ *v* ਪਤਲੀ ਪਰਤ ਬਣਾਉਣਾ ਜਾਂ ਜੰਮਣਾ; ਵਰਕ ਉਤਾਰਨਾ; ਪੱਤਰੇ ਜੜਨਾ; ਤਹਿ ਜਮਾ ਕੇ ਤਿਆਰ ਕਰਨਾ *a* ਪਰਤਦਾਰ,

ਤਹਿਦਾਰ, ਪੱਤਰੀਦਾਰ

laminated /'ਲੈਮਿਨੇਇਟਿਡ/ *a* ਪੱਤਰਿਆਂ ਦੀ ਤਹਿ ਜਮਾਈ ਹੋਈ, ਤਹਿਦਾਰ, ਪਰਤਦਾਰ, (ਕਿਸੇ ਦਸਤਾਵੇਜ਼ ਦੀ ਹਿਫਾਜ਼ਤ ਲਈ) ਉੱਪਰ ਚੜ੍ਹਾਈ ਪਲਾਸਟਿਕ ਦੀ ਪਰਤ

laminitis /,ਲੈਮਿ'ਨਾਇਟਿਸ/ *n* (ਪਸ਼ੂਆਂ ਦੇ) ਖੁਰਾਂ ਦੀ ਸੋਜ਼ਸ਼

lamish /'ਲੇਇਮਿਸ਼/ *a* ਲੰਗੜਿਆਂ ਵਰਗਾ

lammergeyer /'ਲੈਮਅਗਾਇਅ*/ *n* ਯੂਰਪ ਦੀ ਵੱਡੀ ਗਿਰਝ

lamp /ਲੈਮਪ/ *n* ਲੈਂਪ, ਦੀਵਾ, ਦੀਪਕ, ਦੀਪਸ (ਅਲੰਕਾਰਕ) ਸੂਰਜ, ਚੰਨ, ਤਾਰਾ; (ਆਤਮਿਕ ਜਾਂ ਬੌਧਿਕ) ਪ੍ਰਕਾਸ਼, ਆਸ਼ਾ, ਜੋਤੀ

lampblack /'ਲੈਮਪਬਲੈਕ/ *n* ਕਜੱਲ, ਮੱਸ

lampion /'ਲੈਮਪਿਅਨ/ *n* ਰੰਗੀਨ ਸ਼ੀਸ਼ੇ ਦਾ ਲੈਂਪ

lampless /'ਲੈਮਪਲਅਸ/ *a* ਹਨੇਰਾ, ਦੀਵੇਹੀਣ, ਪ੍ਰਕਾਸ਼ਹੀਣ, ਚਾਨਣ ਰਹਿਤ

lampoon /ਲੈਮ'ਪੂਨ/ *n* ਸਿੱਠ, ਭੰਡਣੀ, ਵਿਅੰਗ ਰਚਨਾ, ਨਿੰਦਾ ਲੇਖ *vt* ਵਿਅੰਗ ਰਚਨਾ ਕਰਨਾ, ਨਿੰਦਾ ਲੇਖ ਲਿਖਣਾ, ਨਿੰਦਿਆ ਕਰਨਾ, ਸਿੱਠ ਜੋੜਨਾ, ਭੰਡਣਾ

lampooner, lampoonist /ਲੈਮ'ਪੂਨਅ*, ਲੈਮ'ਪੂਨਿਸਟ/ *n* ਸਿੱਠ ਲੇਖਕ, ਭੰਡੀ ਭਰੀਆਂ ਰਚਨਾਵਾਂ ਕਰਨ ਵਾਲਾ, ਹਾਸ ਰਸ ਦਾ ਲੇਖਕ; ਨਿੰਦਕ, ਭੰਡ, ਵਿਦੂਸ਼ਕ

lamprey /'ਲੈਮਪਰਿ/ *n* ਤੰਬੂ ਮੱਛੀ, ਇੱਕ ਕਿਸਮ ਦੀ ਮੱਛੀ

LAN /ਲੈਨ/ *n* (ਕੰਪਿ) ਇੱਕ ਛੋਟੇ ਭੂਗੋਲਿਕ ਖੇਤਰ ਵਿੱਚ ਰੱਖੇ ਕੰਪਿਊਟਰਾਂ ਦਾ ਆਪਸ ਵਿੱਚ ਜੁੜਿਆ ਤਾਣਾ-ਬਾਣਾ

lanary /'ਲੈਨਅਰਿ/ *n* ਉੱਨ ਦਾ ਗੁਦਾਮ, ਉੱਨ ਦਾ ਭੰਡਾਰ

lance /ਲਾਨਸ/ *n* ਨੇਜ਼ਾ, ਬਰਛਾ, ਭਾਲਾ; (ਬਹੁ) ਨੇਜ਼ੇਬਾਜ਼ ਸਿਪਾਹੀ *vt* ਨੇਜ਼ਾ ਮਾਰਨਾ ਜਾਂ ਚਲਾਉਣਾ; ਚੀਰਾ ਦੇਣਾ, ਚੀਰਨਾ

lance corporal *n* ਲੈਂਸ ਨਾਇਕ, ਫੌਜ ਦਾ ਛੋਟਾ ਅਹੁਦੇਦਾਰ

lancer /'ਲਾਨਸਅ*/ *n* ਨੇਜ਼ਾ ਬਰਦਾਰ, ਬਰਛੈਲ, ਨੇਜ਼ਾਬਾਜ਼, (ਬਹੁ) ਇੱਕ ਪ੍ਰਕਾਰ ਦਾ ਨਾਚ

lancet /'ਲਾਨਸਿਟ/ *n* ਨਸ਼ਤਰ, ਪੱਛਣੀ, ਇੱਕ ਦੋ ਧਾਰਾ ਯੰਤਰ

lancinate /'ਲਾਨਸਿਨੇਇਟ/ *vt* ਪੱਛਣਾ, ਨਸ਼ਤਰ ਲਾਉਣਾ, ਪੱਛ ਲਾਉਣਾ

lancinating /'ਲਾਨਸਿਨੇਇਟਿਙ/ *a* ਤੀਬਰ, ਤੇਜ਼

land /ਲੈਨਡ/ *n* ਧਰਤੀ, ਜ਼ਮੀਨ, ਭੋਂ, ਭੂਮੀ, ਖੁਸ਼ਕੀ, ਬਲ; ਦੇਸ਼, ਮੁਲਕ; ਰਿਆਸਤ; ਜਾਇਦਾਦ, ਜਗੀਰ; ਇਲਾਕਾ; ਬੰਦੂਕ ਦੀ ਕੋਠੀ *v* ਕਿਨਾਰੇ ਤੇ ਉੱਤਾਰਨਾ ਜਾਂ ਉੱਤਰਨਾ, ਜਹਾਜ਼ ਆਦਿ ਤੋਂ ਉਤਾਰਨਾ ਜਾਂ ਉੱਤਰਨਾ; (ਕਿਸੇ ਸਥਿਤੀ ਵਿੱਚ) ਫਸਾਉਣਾ, (ਮੁੱਕਾ ਆਦਿ) ਮਾਰਨਾ, ਮੱਛੀ ਮਾਰ ਕੇ ਜਾਂ ਪਕੜ ਕੇ ਕਿਨਾਰੇ ਲਿਆਉਣਾ

landau /'ਲੈਨਡੋ, -ਡਾਉ/ *n* ਲੈਂਡੋ ਗੱਡੀ, ਬੱਘੀ, ਚਾਰ ਘੋੜਿਆਂ ਵਾਲੀ ਬੱਘੀ

landbank /'ਲੈਨਡਬੈਙਕ/ *n* ਜਿਮੀਂਦਾਰਾ ਬੈਂਕ

landed /'ਲੈਨਡਿਡ/ *a* ਧਰਤੀ ਦਾ, ਭੂਮੀ ਦਾ, ਭੂਮੀ ਸੰਬੰਧੀ

landed property *n* ਭੂ-ਸੰਪੱਤੀ; ਅਹੱਲ ਸੰਪੱਤੀ

lander /'ਲੈਨਡਅ*/ *n* ਖਾਣਾਂ ਵਿੱਚ ਕੰਮ ਕਰਨ ਵਾਲਾ ਕਾਮਾ

landfill /'ਲੈਨਡਫ਼ਿਲ/ *n* ਧਰਤੀ ਵਿੱਚ ਦੱਬਿਆ ਜਾਣ ਵਾਲਾ ਗੰਦ-ਮੰਦ ਜਾਂ ਰੱਦੀ ਸਮਾਨ, ਗੰਦ-ਮੰਦ ਜਾਂ ਰੱਦੀ ਮਾਲ ਦੱਬਣ ਦੀ ਜਗ੍ਹਾ

landgrave /'ਲੈਨ(ਡ)ਗਰੇਇਵ੍/ *n* (ਇਤ) ਜਰਮਨ ਜਗੀਰਦਾਰ

landgraviate /,ਲੈਨਡ'ਗਰੇਇਵ੍ਇਅਟ/ *n* ਜਗੀਰ

landholder /'ਲੈਨਡਹਅਉਲਡਅ*/ *n* ਜ਼ਿਮੀਂਦਾਰ, ਪੱਟੇਦਾਰ

landing /'ਲੈਨਡਿਙ/ *n* ਧਰਤੀ ਉੱਤੇ ਉਤਾਰਾ

(ਹਵਾਈ ਜਹਾਜ਼ ਜਾਂ ਪੰਛੀ ਆਦਿ ਦਾ, ਸਮੁੰਦਰੀ ਜਹਾਜ਼ ਦੇ ਯਾਤਰੀਆਂ ਦਾ); ਥੜ੍ਹਾ, ਪਲੇਟਫਾਰਮ

landlady /'ਲੈਨਡਲੇਇਡਿ/ *n* ਮਾਲਕਣ, ਉਹ ਇਸਤਰੀ ਜੋ ਸਰਾਂ, ਮਕਾਨ ਆਦਿ ਦੀ ਮਾਲਕ ਹੋਵੇ

landless /'ਲੈਨਡਲਅਸ/*a* ਭੂਮੀਹੀਣ, ਬੇਜਮੀਨ

landlocked /'ਲੈਨਡਲੌਕਟ/*a* ਲਗਭਗ ਜਾਂ ਪੂਰੀ ਤਰ੍ਹਾਂ ਜ਼ਮੀਨ ਨਾਲ ਘਿਰਿਆ (ਦੇਸ ਆਦਿ)

landlord /'ਲੈਨਡਲੋਡ/ *n* ਮਕਾਨ ਮਾਲਕ, ਜਿਮੀਂਦਾਰ, ਭੂਮੀਆ; ਤਅੱਲਕੇਦਾਰ, ਵਿਸਵੇਦਾਰ

landlubber /'ਲੈਨਡਲਅੱਬਅ*/ *n* ਗੰਵਾਰ ਮਨੁੱਖ

landmark /'ਲੈਨਡਮਾਕ/ *n* ਮਾਰਗ ਦਰਸ਼ਨ ਚਿੰਨ੍ਹ, ਯਾਦਗਾਰੀ ਘਟਨਾ ਮੀਲ ਪੱਥਰ, ਕੋਈ ਕਾਢ ਜਾਂ ਮਾਅਰਕੇ ਦੀ ਚੀਜ਼ ਤਿਆਰ ਕਰਨ ਦਾ ਸਮਾਂ

landocracy /ਲੈਨ'ਡੌਕਰਅਸਿ/ *n* ਜ਼ਿਮੀਂਦਾਰ ਵਰਗ

land reform *n* (ਹਰ ਇੱਕ ਚੀਜ਼ ਦੀ ਉਤਪਤੀ ਲਈ) ਜ਼ਮੀਨ ਦੀ ਠੀਕ ਤਰ੍ਹਾਂ ਕੀਤੀ ਵੰਡ, ਉਤਪਤੀ ਲਈ ਜ਼ਮੀਨ ਵਿੱਚ ਕੀਤਾ ਸੁਧਾਰ

landward(s) /'ਲੈਨਡਵਅਡ(ਜ਼)/ *a* ਥਲੀ, ਥਲ ਦਾ *adv* ਥਲ ਵੱਲ, ਖੁਸ਼ਕੀ ਵੱਲ

lane /ਲੇਇਨ/ *n* ਗਲੀ, ਕੂਚਾ, ਬੀਹੀ, ਤੰਗ ਰਸਤਾ

language /'ਲੈਙਗਵਿਜ/ *n* ਬੋਲੀ, ਜ਼ਬਾਨ, ਭਾਸ਼ਾ, ਸ਼ਬਦ ਤੇ ਉਨ੍ਹਾਂ ਦੀ ਵਰਤੋਂ, ਪ੍ਰਗਟਾ ਦੀ ਵਿਧੀ, ਬੋਲਣ ਦਾ ਢੰਗ, ਬੋਲਣ ਸ਼ਕਤੀ; ਕਿਸੇ ਵਿਸ਼ੇਸ਼ ਤਬਕੇ ਦੀ ਬੋਲੀ, ਮੁਹਾਵਰਾ; ਸਾਹਿਤਿਕ ਸ਼ੈਲੀ; ਸ਼ਬਦ ਯੋਜਨਾ, ਬਚਨ, ਵਾਕ, ਪਦਾਵਲੀ **national language** ਰਾਸ਼ਟਰ ਭਾਸ਼ਾ **regional language** ਪ੍ਰਦੇਸ਼ਿਕ

langue /ਲਾਙਗ/ *n* (ਭਾਸ਼ਾ) ਵਿਅਕਤੀਗਤ ਉਚਾਰ-ਸ਼ੈਲੀ ਦੇ ਟਾਕਰੇ ਕਿਸੇ ਭਾਸ਼ਾ ਸਮੂਹ ਦੀ ਸਾਂਝੀ ਭਾਸ਼ਾ (ਪ੍ਰਨਾਲੀ)

languid /'ਲੈਙਗਵਿਡ/ *a* ਨਿਢਾਲ, ਬੇਜਾਨ, ਸੁਸਤ, ਮੰਦ, ਨਿਸਤੇਜ, ਮੁਰਦਾ ਦਿਲ, ਬੇਹਿੰਮਤ, ਫਿੱਕਾ, ਬੇ–ਰੌਣਕ; ਮੱਠਾ, ਸੁਸਤ, ਸਿਥਲ; ਕਮਜ਼ੋਰ, ਮਰੀਅਲ ਨਿਰਬਲ

languidness /'ਲੈਙਗਵਿਡਨਅਸ/ *n* ਸੁਸਤੀ, ਨਿਸਤੇਜਤਾ, ਨਿਰਜੀਵਤਾ, ਮੁਰਦਾਦਿਲੀ, ਬੇਹਿੰਮਤੀ, ਫਿੱਕ, ਸਿਥਲਤਾ, ਕਮਜ਼ੋਰੀ, ਨਿਰਬਲਤਾ, ਸਾਹ ਸਤਹੀਣਤਾ

languish /'ਲੈਙਗਵਿਸ਼/ *vt* ਨਿਢਾਲ ਹੋਣਾ, ਮੁਰਝਾਉਣਾ, ਜ਼ੋਰ ਘਟਣਾ, ਝਉਂ ਜਾਣਾ, ਝੂਰਨਾ, ਵਿੱਚੋਂ-ਵਿੱਚ ਘੁਲਨਾ, ਹਸਰਤ ਭਰੀਆਂ ਅੱਖਾਂ ਨਾਲ ਵੇਖਣਾ

languishment /'ਲੈਙਗਵਿਸ਼ਮਅਨਟ/ *n* ਮੁਰਝਾਹਟ, ਕਮਜ਼ੋਰੀ, ਹਸਰਤ ਭਰੀ ਨਜ਼ਰ

languor /'ਲੈਙਗਅ*/ *n* ਕਮਜ਼ੋਰੀ; ਨਿਰਬਲਤਾ, ਸੁਸਤੀ, ਢਿੱਲਾਪਣ, ਥਕੇਵਾਂ; ਬੇਦਿਲੀ

languorous /'ਲੈਙਗਅਰਅਸ/*a* ਨਿਢਾਲ; ਬੇਹਿੰਮਤ; ਬੇਰੌਣਕ, ਸੁਸਤ; ਕਮਜ਼ੋਰ

laniary /'ਲੈਨਿਅਰਿ/ *n* ਸੂਏ ਦੰਦ, ਕੱਟ ਕੇ ਖਾਣ ਵਿੱਚ ਸਹਾਈ ਤਿੱਖੇ ਦੰਦ *a* ਕੱਟਣ ਵਾਲਾ, ਤਿੱਖਾ

La Nina /ਲਾ 'ਨੀਨਯਅ/ *n* ਕੇਂਦਰੀ ਅਤੇ ਪੂਰਬੀ ਸ਼ਾਂਤ ਮਹਾਂਸਾਗਰ ਵਿੱਚ ਪਾਣੀ ਦਾ ਠੰਡਾ ਹੋਣਾ (ਜਿਸ ਨਾਲ ਦੁਨੀਆਂ ਦੇ ਕਈ ਹਿੱਸਿਆਂ ਦੇ ਮੌਸਮ ’ਤੇ ਡੂੰਘਾ ਅਸਰ ਪੈਂਦਾ ਹੈ)

lank /ਲੈਙਕ/ *a* ਲੰਬੂ, ਸੁਕੜੂ, ਪਤਲਾ–ਪਤੰਗ; ਲੰਮਾ ਨਰਮ (ਘਾਹ), ਸਿੱਧੇ ਨਰਮ (ਵਾਲ)

lanky /'ਲੈਙਕਿ/ *a* ਦੁਬਲਾ-ਪਤਲਾ ਤੇ ਲੰਮ-ਸਲੰਮਾ, ਸੁਕੜੂ ਤੇ ਲੰਮਾ; ਲੰਮਾ ਪਤਲਾ

lanner /'ਲੈਨਅ*/ *n* ਬਾਜ਼

lanneret /'ਲੈਨਅਰਿਟ/ *n* ਮਾਦਾ ਬਾਜ਼

lanolin /'ਲੈਨਅਲਿਨ/ *n* ਭੇਡ ਦੀ ਉੱਨ ’ਚੋਂ ਕੱਢਿਆ ਜਾਣ ਵਾਲਾ ਤੇਲ

lantern /'ਲੈਨਟਅਨ/ *n* ਲਾਲਟੈਣ, ਬੱਤੀ, ਲੈਂਪ, ਫਾਨੂਸ; ਕਮਰੇ ਦੀ ਛੱਤ ਜਾਂ ਗੁੰਬਦ ਦਾ ਰੋਸ਼ਨਦਾਨ, ਟਟੈਹਣੇ ਦੇ ਸਰੀਰ ਦਾ ਚਮਕਣ ਵਾਲਾ ਭਾਗ

Laodicean /ˌਲੇਇਅ(ਉ)ਡਿ'ਸੀਅਨ/ *n*

ਨਿਰਉਤਸ਼ਾਹ, ਉਦਾਸੀਨ, ਨਿਰਲੇਪ *a* ਅਟੰਕ (ਵਿਅਕਤੀ)

lap[1] /ਲੈਪ/ *v* ਝੋਲੀ ਪਾਉਣਾ; ਪਲਟਣਾ, ਤਹਿ ਉੱਤੇ ਤਹਿ ਬੰਨ੍ਹਣਾ (ਕੱਪੜਿਆਂ ਨੂੰ); ਗੋਦੀ ਵਿੱਚ ਲੈਣਾ; (ਕਿਸੇ ਵਸਤੂ ਨੂੰ) ਇਸ ਤਰ੍ਹਾਂ ਕੱਜਣਾ ਕਿ ਕੁਝ ਹਿੱਸਾ ਬਾਹਰ ਨਿਕਲਿਆ ਰਹੇ; ਘੇਰ ਲੈਣਾ; ਗ੍ਰਸਣਾ *n* ਝੋਲੀ, ਪੱਲਾ, ਕਿਨਾਰਾ, ਗੋਦੀ; (ਕੱਪੜੇ ਦਾ) ਪੱਲੂ; ਦਾਮਨ

lap[2] *n* ਚਰਖੀ ਦੇ ਦੁਆਲੇ ਰੇਸ਼ਮੀ ਧਾਗੇ ਦਾ ਇੱਕ ਚੱਕਰ, ਦੌੜ ਦੇ ਮੈਦਾਨ ਦਾ ਇੱਕ ਚੱਕਰ *v* (ਘੋੜ-ਦੌੜ ਵਿੱਚ) ਇੱਕ ਜਾਂ ਅਨੇਕ ਚੱਕਰ ਅੱਗੇ ਨਿਕਲ ਜਾਣਾ; (ਕੁੱਤਿਆਂ ਵਾਂਗ) ਲਪ–ਲਪ ਕਰ ਕੇ ਪੀਣਾ; ਚੱਕਰ ਉੱਤੇ ਹੀਰੇ ਜਾਂ ਧਾਤੂ ਨੂੰ ਚਮਕਾਉਣਾ

laparoscopy /ˌਲੈਪਅ'ਰੌਸਕਅਪਿ/ *n* ਸਰੀਰ ਦੇ ਅੰਦਰਲੇ ਭਾਗ ਦੀ ਡਾਕਟਰੀ ਪਰਖ ਕਰਨ ਦਾ ਕਾਰਜ

lapdog /'ਲੈਪਡੌਗ/ *n* ਬਹੁਤ ਛੋਟੀ ਨਸਲ ਦਾ ਕੁੱਤਾ, ਕਿਸੇ ਮਨੁੱਖ ਜ਼ਾਂ ਮਨੁੱਖਾਂ ਦੇ ਪੂਰਨ ਅਧੀਨ ਕੋਈ ਆਦਮੀ

lapel /ਲਅ'ਪੈੱਲ/ *n* ਕੋਟ ਦੇ ਕਾਲਰ ਦਾ ਮੋੜ, ਲੈਪੇਲ

lapelled /ਲਅ'ਪੈੱਲਡ/ *a* (ਕੋਟ) ਮੋੜਦਾਰ

lapidary /'ਲੈਪਿਡਅਰਿ/ *a* (ਕੀਮਤੀ ਜਾਂ ਸਜਾਵਟੀ) ਪੱਥਰਾਂ ਸੰਬੰਧੀ *n* ਹੀਰਿਆਂ ਨੂੰ ਤਰਾਸ਼ਣ ਤੇ ਜਲਾ ਦੇਣ ਵਾਲਾ, ਜੌਹਰੀ

lapidate /'ਲੈਪਿਡੇਇਟ/ *vt* ਢੀਂਡਣਾ, ਰੋੜਾ ਮਾਰ ਕੇ ਜਾਨੋਂ ਮਾਰਨਾ

lapidify/'ਲੈਪਿਡਿਫ਼ਾਇ/ *vt* ਪੱਥਰ ਬਣਾ ਦੇਣਾ, ਸਖ਼ਤ ਬਣਾਉਣਾ

lapidose /'ਲੈਪਿਡਅਉਸ/ *a* ਪੱਥਰੀਲਾ

lapis lazuli /ˌਲੈਪਿਸ 'ਲੈਜ਼ਯੁਲਿ/ *n* ਲਾਜਵਰਦ; ਗੂੜ੍ਹਾ ਨੀਲਾ ਰੰਗ, ਲਾਜਵਰਦੀ ਰੰਗ

lappet /'ਲੈਪਿਟ/ *n* ਪੱਲਾ, ਦਾਮਨ (ਕੱਪੜੇ ਦਾ); ਲੋਥੜਾ (ਮਾਸ ਦਾ); ਇਸਤਰੀਆਂ ਦੀ ਟੋਪੀ ਦਾ ਫ਼ੀਤਾ; ਕੋਟ ਦੇ ਸਾਮ੍ਹਣੇ ਦਾ ਮੁੜਿਆ ਹਿੱਸਾ

lapsable /'ਲੈਪਸਅਬਲ/ *a* ਪਤਨ ਹੋਣ, ਯੋਗ ਜਿਸ ਬਾਰੇ ਭੁੱਲ ਜਾਵੇ; ਅਵਰਤੋਂ ਯੋਗ, ਬੀਤਿਆ

lapse /ਲੈਪਸ/ *n* ਉਕਾਈ ਭੁੱਲ, ਅਣਗਹਿਲੀ; (ਆਚਰਨ ਦੀ) ਗਿਰਾਵਟ; ਵਿਸ਼ਵਾਸਘਾਤ; ਉਤਾਰ; ਦੁਰ ਵਰਤੋਂ; ਮੱਠਾ ਵੇਗ (ਪਾਣੀ ਦਾ); ਸਮੇਂ ਦਾ ਲੰਘਣਾ, ਵਕਫ਼ਾ; ਹਾਲਤ, ਸਿਲਸਿਲਾ, ਕ੍ਰਮ, ਗਤੀ *v* ਘਟਣਾ; ਲਹਿਣਾ; ਪਹਿਲੀ ਹਾਲਤ ਵਿੱਚ ਆ ਜਾਂਦਾ, ਖ਼ਰਾਬ ਹੋ ਜਾਂਦਾ; (ਹੱਕ) ਨਾ ਰਹਿਣਾ; ਬੀਤਣਾ; (ਮਿਆਦ) ਪੁੱਗਣਾ, ਹੌਲੀ–ਹੌਲੀ ਵਗਣਾ, ਉੱਤਰਨਾ, ਘਟਣਾ, ਸਮੇਂ ਦਾ ਲੰਘਣਾ

lapsed /ਲੈਪਸਟ/ *a* ਪਤਿਤ, ਭ੍ਰਿਸ਼ਟ; ਸਮਾਪਤ, ਬੀਤਿਆ, ਪੁੱਗਿਆ

laptop /'ਲੈਪਟੌਪ/ *n* (ਕੰਪਿ) ਬੈਟਰੀ ਨਾਲ ਚੱਲ ਸਕਣ ਵਾਲਾ ਛੋਟਾ ਕੰਪਿਊਟਰ ਜੋ ਅਸਾਨੀ ਨਾਲ ਇਧਰ-ਉਧਰ ਲਜਾਇਆ ਜਾ ਸਕਦਾ ਹੈ

lapwing /'ਲੈਪਵਿਙ/ *n* ਟਟੀਹਰੀ

larboard /'ਲਾਬੋਡ/ *n* ਜਹਾਜ਼ ਦਾ ਖੱਬਾ ਪਾਸਾ *a* ਜਹਾਜ਼ ਦੇ ਖੱਬੇ ਪਾਸੇ ਨਾਲ ਸੰਬੰਧਿਤ

larcener, larcenist /'ਲਾਸਨਅ*, 'ਲਾਸਨਿਸਟ/ *n* ਚੋਰ, ਉਠਾਈਗੀਰ

larceny /'ਲਾਸਅਨਿ/ *n* (ਕਨੂੰ) ਚੋਰੀ

lard /ਲਾਡ/ *n* ਸੂਰ ਦੀ ਪਿਘਲੀ ਹੋਈ ਚਰਬੀ; *vt* (ਮਾਸ ਆਦਿ ਪਕਾਉਣ ਲਈ) ਸੂਰ ਦਾ ਲੂਣਾ ਮਾਸ ਮਿਲਾਉਣਾ, ਸੂਰ ਦੀ ਚਰਬੀ ਨਾਲ ਭਰਨਾ; (ਲਿਖਤ ਜਾਂ ਭਾਸ਼ਣ ਨੂੰ) ਸਜਾਉਣਾ, ਲੱਛੇਦਾਰ ਬਣਾਉਣਾ

larder /'ਲਾਡਅ*/ *n* (ਮਾਸ ਆਦਿ ਰੱਖਣ ਲਈ) ਜਾਲੀ

larderer /'ਲਾਡ(ਅ)ਰਅ*/ *n* ਭੋਜਨ ਭੰਡਾਰ ਦਾ ਪ੍ਰਬੰਧਕ

lardy /'ਲਾਡਿ/ *a* ਸੂਰ ਦੀ ਚਰਬੀ ਨਾਲ ਭਰਿਆ

lardy-dardy /ˌਲਾਡਿ'ਡਾਡਿ/ *a* ਦੰਭੀ, ਅਡੰਬਰੀ, ਬਣਾਉਟੀ; ਟਹੂਰੀ, ਸ਼ੂਕਾ, ਫੁਕਰਾ, ਛੈਲ, ਨਖ਼ਰੇ ਸੜਿਆ

lares /'ਲੇਅਰੀਜ਼/ *n* ਗ੍ਰਹਿ

large /**ਲਾਜ**/ *a* (ਆਕਾਰ, ਮਾਤਰਾ ਆਦਿ ਵਿੱਚ) ਵੱਡਾ, ਖੁੱਲ੍ਹਾ; ਮੋਕਲਾ *vt* ਵਿਸਤਾਰਪੂਰਵਕ, ਵਿਆਪਕ ਰੂਪ ਨਾਲ **at large** ਸੁਤੰਤਰ, ਅਜ਼ਾਦ; (ਬਿਆਨ ਆਦਿ) ਵੇਰਵੇ ਸਹਿਤ; ਬਹੁਤਗਿਣਤੀ; ਚੰਗੇ ਵਿਹਾਰ ਵਾਲਾ **in large** ਵੱਡੇ ਪੈਮਾਨੇ 'ਤੇ

largely /**'ਲਾਜਲਿ**/ *a* ਆਮ ਕਰਕੇ, ਜ਼ਿਆਦਾਤਰ

largeness /**ਲਾਜਨਅਸ**/ *n* ਵਿਸਤਾਰ; ਬਹੁਲਤਾ, ਬਹੁਤਾਤ, ਵਿਆਪਕਤਾ, ਵਿਸ਼ਾਲਤਾ

largess(e) /**ਲਾ'ਜੈੱਸ**/ *n* ਭੇਂਟ, ਬਖ਼ਸ਼ੀਸ਼, ਇਨਾਮ, ਉਪਹਾਰ

lark[1] /**ਲਾਕ**/ *n* ਭੂਰੇ ਮਿਟਿਆਲੇ ਰੰਗ ਦੇ ਪੰਛੀਆਂ ਦੀਆਂ ਕਿਸਮਾਂ ਜਿਨ੍ਹਾਂ ਦੇ ਪੈਰਾਂ ਦੀਆਂ ਪਿਛਲੀਆਂ ਉਂਗਲਾਂ ਵੱਡੀਆਂ ਹੁੰਦੀਆਂ ਹਨ, ਚੰਡੋਲ, ਗਾਉਣ ਵਾਲੀ ਇੱਕ ਚਿੜੀ

lark[2] *n* ਹਾਸਾ, ਦਿਲਲਗੀ, ਚੋਹਲ; ਮਜ਼ੇ ਦੀ ਗੱਲ, ਦਿਲਚਸਪ ਘਟਨਾ *vt* ਚੋਹਲ ਕਰਨਾ, ਖੇਡਣਾ-ਕੁੱਦਣਾ

larkiness /**'ਲਾਕਿਨਅਸ**/ *n* ਹਾਸਾ-ਮਜ਼ਾਕ, ਠੱਠਾ-ਮਖੌਲ

larkspur /**'ਲਾਕਸਪਅ:***/ *n* ਇੱਕ ਫੁੱਲਦਾਰ ਬੂਟਾ

larrikin /**'ਲੈਰਿਕਿਨ**/ *a* ਲੁੱਚਾ, ਬਦਮਾਸ਼, ਸ਼ੋਹਦਾ, ਗੁੰਡਾ (ਨੌਜਵਾਨ), ਦੰਗੇਬਾਜ਼, ਫ਼ਸਾਦੀ

larrup /**'ਲੈਰਅਪ**/ *vt* ਬੈਂਤਾ ਮਾਰਨਾਂ; ਬੈਂਤ ਨਾਲ ਕੁੱਟਣਾ

larum /**'ਲੈਰਅਮ**/ *n* ਅਲਾਰਮ; ਖ਼ਤਰੇ ਦੀ ਘੰਟੀ, ਖ਼ਤਰੇ ਦੀ ਸੂਚਨਾ

larva /**'ਲਾਵ੍ਅ**/ *n* ਭਿੰਡ, ਇੱਲ, ਸੁੰਡੀ, ਕੀੜੇ ਦੀ ਆਂਡੇ ਤੋਂ ਅਗਲੀ ਅਵਸਥਾ, ਲਾਰਵਾ

larval /**'ਲਾਵ੍ਲ**/ *a* ਭਿੰਡੀ, ਭਿੰਡ ਸੰਬੰਧੀ

larval statge *n* ਭਿੰਡ ਅਵਸਥਾ

larvicide /**'ਲਾਵ੍ਇਸਾਇਡ**/ *n* ਭਿੰਡਮਾਰ ਦਵਾਈ, ਆਂਡੇਮਾਰ ਦਵਾਈ, ਲਾਰਵਾਨਾਸ਼ੀ

laryngeal /**ਲਅ'ਰਿਨਜਿਅਲ**/ *a* ਸਾਹ ਦੀ ਨਾਲੀ ਦੇ ਉੱਪਰਲੇ ਭਾਗ ਨਾਲ ਸੰਬੰਧਿਤ

laryngitis /**,ਲੈਰਿਨ'ਜਾਇਟਿਸ**/ *n* ਕੰਠ ਨਾਲੀ ਦੀ ਸੋਜ

laryngoscope /**ਲਅ'ਰਿਙਗਅਸਕਅਉਪ**/ *n* ਕੰਠਨੀ ਨੂੰ ਦੇਖਣ ਲਈ ਯੰਤਰ, ਕੰਠ ਦਰਸ਼ੀ

laryngotomy /**,ਲੈਰਿਙ'ਗੌਟਅਮਿ**/ *n* ਕੰਠ ਦੀ ਚੀਰਫਾੜ

larynx /**'ਲੈਰਿਙਕਸ**/ *n* ਗਲ, ਘੰਡੀ, ਕੰਠ ਪਟਾਰੀ

lascivious /**ਲਅ'ਸਿਵ੍ਇਅਸ**/ *a* ਕਾਮੀ, ਭੋਗੀ; ਕਾਮ ਉਤੇਜਿਕ, ਕਾਮ ਵਧਾਊ

lasciviousness /**ਲਅ'ਸਿਵ੍ਇਅਸਨਅਸ**/ *n* ਭੋਗ, ਕਾਮਕਤਾ, ਕਾਮ ਦੀ ਪ੍ਰਬਲਤਾ

laser Printer *n* ਲੇਜ਼ਰ ਤਕਨਾਲੌਜੀ ਦਾ ਇਸਤੇਮਾਲ ਕਰਕੇ ਤੇਜ਼ ਗਤੀ ਅਤੇ ਉੱਤਮ ਛਪਾਈ ਵਾਲਾ ਛਾਪਕ (ਪ੍ਰਿੰਟਰ)

lash /**ਲੈਸ਼**/ *v* ਚਾਬਕ ਜਾਂ ਕੋਰੜੇ ਮਾਰਨੇ; ਟੁੱਟ ਪੈਣਾ, ਝਪਟਣਾ; ਜ਼ੋਰ ਨਾਲ ਹਮਲਾ ਕਰਨਾ; ਦੁਲੱਤੀ ਮਾਰਨਾ; ਉਬੱਲ ਪੈਣਾ; ਟਕਰਾਉਣਾ (ਲਹਿਰਾਂ ਆਦਿ ਦਾ); ਪਰਛੰਡਣਾ; ਵਰ੍ਹਨਾ, ਝਿੜਕਣਾ; ਕੋਰੜੇ ਮਾਰ ਕੇ ਮਜਬੂਰ ਕਰਨਾ, ਕਿਸੇ ਨੂੰ ਬੰਨ੍ਹਣਾ (ਡੋਰੀ ਆਦਿ ਨਾਲ), ਨੂੜਨਾ, ਜਕੜਨਾ *n* ਚਾਬਕ, ਕੋਰੜਾ; ਚਾਬਕ ਦੀ ਮਾਰ ਜਾਂ ਚੋਟ ਉਕਸਾਉਣ ਵਾਲੀ ਵਸਤੂ; ਪਲਕ (ਅੱਖਾਂ ਦੀ)

lasher /**ਲੈਸ਼ਅ***/ *n* ਕੋਰੜੇ ਮਾਰਨ ਵਾਲਾ; ਨਦੀ ਦਾ ਬੰਧ; ਬੰਧ ਦੇ ਥੱਲੇ ਦਾ ਡੂੰਘਾ ਹਿੱਸਾ; ਪਾਣੀ ਜੋ ਬੰਧ ਦੇ ਉੱਪਰੋਂ ਲੰਘਦਾ ਹੈ

lashing /**'ਲੈਸ਼ਿਙ**/ *n* ਕੋਰੜੇ ਦੀ ਮਾਰ; ਬੰਧਨ, ਰੱਸੀਆਂ

lash out *v* ਊਧਮ ਮਚਾਉਣਾ

lass, lassie /**ਲੈਸ, 'ਲੈਸਿ**/ *n* ਮੁਟਿਆਰ, ਜਵਾਨ ਕੁੜੀ, ਪ੍ਰੇਮਿਕਾ, ਪਿਆਰੀ, ਪ੍ਰੀਤਮਾ

lassitude /**'ਲੈਸਿਟਯੂਡ**/ *n* ਸੁਸਤੀ, ਥਕਾਵਟ ਸ਼ਕਤੀਹੀਣਤਾ, ਥਕੇਵਾਂ, ਅਰੁਚੀ, ਬੇਦਿਲੀ

lasso /**ਲੈ'ਸੂ, 'ਲੈਸਅਉ**/ *n* (ਜਾਨਵਰ ਫੜਨ

ਦਾ) ਫੰਧਾ, ਕਮੰਦ *vt* ਜਾਨਵਰਾਂ ਨੂੰ ਕਮੰਦ ਨਾਲ ਫੜਨਾ

last[1] **/ਲਾਸਟ/** *n* (ਮੋਚੀ ਦਾ) ਕਲਬੂਤ, ਲੱਕੜ ਦਾ ਕਾਲਬ

last[2] *a* ਅੰਤਿਮ, ਅਖੀਰਲਾ, ਛੇਕੜਲਾ, ਕਿਆਮਤ ਦੇ ਦਿਨ ਦਾ ਪਿਛਲਾ (ਹਫ਼ਤਾ, ਮਹੀਨਾ ਆਦਿ); ਨਵਾਂ, ਤਾਜ਼ਾ (ਬੱਚਾ ਆਦਿ); ਪਿਛਲਾ ਖ਼ਤ; ਘਟੀਆ, ਸਭ ਤੋਂ ਨੀਵੇਂ ਦਰਜੇ ਦਾ; ਅਢੁਕਵਾਂ; ਇੱਕ ਟੁੱਕ ਫੈਸਲੇ ਵਾਲਾ, ਉੱਕਾ; ਉਕਤ *n* ਅੰਤਿਮ ਸਾਹ, ਆਖਰੀ ਸੁਆਸ; ਆਖਰੀ ਜ਼ਿਕਰ *adv* ਸਭ ਤੋਂ ਪਿੱਛੋਂ, ਅਖ਼ੀਰ ਵਿੱਚ; ਆਖਰੀ ਵਾਰ, ਓੜਕ, ਛੇਕੜ ਅੰਤ ਨੂੰ **at last** ਅਖ਼ੀਰ, ਆਖ਼ਰਕਾਰ **till the last** ਅੰਤ ਪਰਿਅੰਤ

last[3] *vt* ਕਾਇਮ ਰਹਿਣਾ, ਟਿਕਣਾ, ਠਹਿਰਣਾ, ਹੰਢਣਾ, ਜਿਊਂਦੇ ਰਹਿਣਾ; ਚੱਲਣਾ; ਕਾਫ਼ੀ ਹੋਣਾ

lastage /'ਲਾਸਟਿਜ/ *a* ਹੰਢਣਸਾਰ, ਮਜ਼ਬੂਤ, ਸਥਾਈ, ਸਥਿਰ, ਪੱਕਾ, ਪਾਏਦਾਰ *n* ਇੱਕ ਪ੍ਰਕਾਰ ਦਾ ਮਜ਼ਬੂਤ ਕੱਪੜਾ

last day *n* ਕਿਆਮਤ, ਹਸ਼ਰ ਦਾ ਦਿਨ

last-ditch /ˌਲਾਸ(ਟ)'ਡਿਚ/ *a* ਆਖ਼ਰੀ (ਯਤਨ), ਅੰਤਿਮ (ਕਾਰਵਾਈ), ਫ਼ੈਸਲਾਕੁਨ (ਕਾਰਜ)

lasting /'ਲਾਸਟਿਙ/ *a* ਹੰਢਣਸਾਰ, ਮਜ਼ਬੂਤ, ਸਥਾਈ, ਸਥਿਰ, ਪੱਕਾ, ਪਾਏਦਾਰ *n* ਇੱਕ ਪ੍ਰਕਾਰ ਦਾ ਮਜ਼ਬੂਤ ਕੱਪੜਾ

lastingness /'ਲਾਸਟਿਙਨਅਸ/ *n* ਪਾਏਦਾਰੀ, ਸਥਿਰਤਾ, ਮਜ਼ਬੂਤੀ, ਪਕਿਆਈ

lastly /'ਲਾਸਟਲਿ/ *adv* ਅੰਤ ਵਿੱਚ, ਅੰਤ ਨੂੰ, ਅੰਤ 'ਤੇ, ਅਖੀਰ ਵਿੱਚ

last rites *n* ਵਿਅਕਤੀ ਦਾ ਦਮ ਨਿਕਲਨ ਵੇਲੇ ਕੀਤਾ ਜਾਣ ਵਾਲਾ ਧਾਰਮਿਕ ਰੀਤੀ-ਰਿਵਾਜ

Last Supper /ˌਲਾਸਟ 'ਸਅੱਪਅ*/ *n* ਈਸਾ ਦੁਆਰਾ ਸੂਲੀ ਚੜ੍ਹਨ ਤੋਂ ਪਹਿਲਾਂ ਆਪਣੇ ਸਾਥੀਆਂ ਨਾਲ ਕੀਤਾ ਭੋਜਨ

latch /ਲੈਚ/ *n* (ਦਰਵਾਜ਼ਾ ਬੰਦ ਕਰਨ ਦਾ) ਹੋੜਾ, ਛਪਕਾ *vt* ਹੋੜਾ ਦੇਣਾ

latchkey /'ਲੈਚਕੀ/ *n* ਬਾਹਰਲੇ ਦਰਵਾਜ਼ੇ ਦੀ ਕੁੰਜੀ, ਮੁੱਖ ਦਰਵਾਜ਼ੇ ਦੀ ਚਾਬੀ

latchkey child *n* ਮਾਪਿਆਂ ਦੇ ਨੌਕਰੀ ਆਦਿ 'ਤੇ ਹੋਣ ਕਰਕੇ ਸਕੂਲੋਂ ਆਉਣ ਤੋਂ ਬਾਅਦ ਘਰ ਵਿੱਚ ਇਕੱਲਾ ਰਹਿਣ ਵਾਲਾ ਬੱਚਾ

late[1] **/ਲੇਇਟ/** *a* ਪਛੜਿਆ, ਪਿਛੇਤਾ, ਦੇਰ ਨਾਲ ਫਲਨ ਜਾਂ ਫੁੱਲਣ ਵਾਲਾ, ਕੁਵੇਲੇ ਦਾ, ਪੁਰਾਣੇ ਜਮਾਨੇ ਦਾ, ਕਦੀਮ; ਸੁਰਗੀ, ਮਰਹੂਮ; ਹੁਣਦਾ; ਨਵਾਂ, ਜਦੀਦ

late[2] *adv* ਦੇਰ ਕਰਕੇ, ਬੇਵਕਤ, ਕਵੇਲੇ, ਚਿਰੋਕਾ, ਬਹੁਤ ਦਿਨਾਂ ਪਿੱਛੋਂ, ਅੱਗੇ ਚੱਲ ਕੇ; ਬਹੁਤ ਰਾਤ ਗਈ ਤੱਕ, ਥੋੜ੍ਹੇ ਦਿਨ ਹੋਏ; ਪਹਿਲਾਂ (ਪਰ ਹੁਣ ਨਹੀਂ); (ਵਧਣ-ਫੁੱਲਣ) ਆਖ਼ਰੀ ਸਮੇਂ ਵਿੱਚ, ਆਖ਼ਰੀ ਜ਼ਮਾਨੇ ਵਿੱਚ; ਬਹੁਤ ਦੇਰੀ ਨਾਲ, ਅਵੇਰੇ **of late years** ਕੁਝ ਸਾਲਾਂ ਤੋਂ

lately /'ਲੇਇਟਲਿ/ *adv* ਪਿੱਛੇ ਜਿਹੇ, ਹੁਣੇ-ਹੁਣੇ, ਕੁਝ ਦਿਨ ਪਹਿਲਾਂ

laten /'ਲੇਇਟ(ਅ)ਨ/ *v* ਚਿਰ ਲਾਉਣਾ, ਦੇਰ ਕਰਨਾ

latency /'ਲੇਇਟਅਨਸਿ/ *n* ਲੁਪਤ ਅਵਸਥਾ, ਨਿਹਿਤ; ਅਵਸਥਾ

lateness /'ਲੇਇਟਨਅਸ/ *n* ਦੇਰ, ਦੇਰੀ; ਨਵਾਂਪਣ, ਨਵੀਨਤਾ

latent /'ਲੇਇਟਨਟ/ *a* ਛੁਪਿਆ, ਗੁਪਤ, ਨਿਹਿਤ; ਦਬਿਆ, ਸੁਲਗਦ; ਭੀਤਰੀ

later /'ਲੇਇਟਅ*/ *a* ਮਗਰੋਂ ਦਾ, ਉੱਤਰਕਾਲੀਨ

lateral /'ਲੈਟਅਰਅਲ/ *a* ਪਾਸਿਆਂ ਦਾ, ਲਾਂਭ ਦਾ, ਟੇਢਾ *n* ਸਲਾਮੀਦਾਰ ਪਾਸਿਆਂ ਦਾ ਹਿੱਸਾ; (ਭਾਸ਼ਾ) ਲਕਾਰ ਧੁਨੀਦਾਰ

laterally /'ਲੈਟਅਰਅਲਿ/ *adv* ਟੇਢਾ, ਆਡਾ, ਤਿਰਛਾ

latest /'ਲੇਇਟਿਸਟ/ *n* ਨਵੀਨ, ਅਜੋਕਾ, ਆਧੁਨਿਕਤਮ; ਅੰਤਿਮ

latex /'ਲੇਇਟੈੱਕਸ/ *n* ਬਨਸਪਤੀ ਦੁੱਧ, ਬੂਟਿਆਂ ਦਾ ਦੁੱਧ, ਕੱਚੀ ਰਬੜ

lath /ਲਾਥ/ *n* ਲੱਕੜ ਦੀ ਪਤਲੀ ਫੱਟੀ, ਪੱਟੀ *vt*

ਲੱਕੜ ਦੀ ਫੱਟੀ ਨੂੰ ਪੱਟੀ ਨਾਲ ਬੰਨ੍ਹਣਾ

lathe /ਲੇਇਦ/ *n* ਖਰਾਦ

lather /'ਲਾਦਅ*/ *n* ਝੱਗ (ਸਾਬਣ ਦੀ), ਝੱਗਦਾਰ ਪਸੀਨਾ (ਘੋੜੇ ਦਾ) *vt* ਝੱਗ ਲਿਆਉਣਾ ਜਾਂ ਆਉਣਾ, (ਸਾਬਣ ਦੀ) ਝੱਗ ਉੱਠਣਾ, ਮਾਰਨਾ, ਖੁੰਭ ਠੱਪਣਾ, ਛਲਕਣਾ, ਮੁਰੰਮਤ ਕਰਨਾ

lathy /'ਲਾਥਿ/ *a* ਦੁਬਲਾ-ਪਤਲਾ, ਕਮਜ਼ੋਰ

Latin /'ਲੈਟਿਨ/ *n* ਲਾਤੀਨੀ ਭਾਸ਼ਾ; ਪੁਰਾਤਨ ਇਟਲੀ ਵਾਸੀ *a* ਰੋਮ ਦਾ, ਰੋਮਨ ਕੈਥੋਲਿਕ ਚਰਚ ਸੰਬੰਧੀ, ਰੋਮਾਂਸ ਭਾਸ਼ੀ; ਰੋਮ ਪ੍ਰਥਾ ਅਨੁਸਾਰੀ

Latin America *n* ਅਮਰੀਕਾ ਦਾ ਉਹ ਭਾਗ ਜਿਥੇ ਸਪੇਨੀ ਜਾਂ ਪੁਰਤਗਾਲੀ ਮੁੱਖ ਭਾਸ਼ਾ ਵਜੋਂ ਬੋਲੀ ਜਾਂਦੀ ਹੈ

latinate /'ਲੈਟਿਨੇਇਟ/ *a* ਲਾਤੀਨੀ ਭਾਸ਼ਾ ਦਾ, ਲਾਤੀਨੀ ਭਾਸ਼ਾ ਨਾਲ ਸੰਬੰਧਿਤ; ਲਾਤੀਨੀ ਚਰਿਤਰ ਵਾਲਾ

latino /ਲੈ'ਟੀਨਅਉ/ *n* ਉਹ ਅਮਰੀਕਾ ਵਾਸੀ ਜੋ ਲੈਟਿਨ ਅਮਰੀਕਾ ਵਿੱਚ ਰਹਿੰਦਾ ਹੋਵੇ ਜਾਂ ਲੈਟਿਨ-ਅਮਰੀਕਾ ਤੋਂ ਆ ਕੇ ਕਿਸੇ ਹੋਰ ਖੇਤਰ ਵਿੱਚ ਵਸਿਆ ਹੋਵੇ

latipennate /ˌਲੈਟਿ'ਪੈਨੱਅਟ/ *a* ਚੌੜੇ ਖੰਭਾਂ ਵਾਲਾ

latirostral /ˌਲੈਟਿ'ਰੌਸਟਰਲ/ *a* ਚੌੜੀ ਚੁੰਝ ਵਾਲਾ

latitant /'ਲੈਟਿਟਅਨਟ/ *a* ਗੁਪਤ, ਲੁਪਤ, ਛਿਪਿਆ ਹੋਇਆ; ਲੁਕਿਆ ਹੋਇਆ

latitude /'ਲੈਟਿਟਯੂਡ/ *n* ਵਿਥਕਾਰ, ਅਕਸ਼ਾਂਸ਼; ਚੁੜਾਈ, ਫੈਲਾਉ, ਵਿਸਤਾਰ ਖੇਤਰ; ਪੂਰਾ ਦਾਇਰਾ; ਅਜ਼ਾਦ ਖ਼ਿਆਲੀ ਵਿਚਾਰ, ਸੁਤੰਤਰਤਾ (ਧਾਰਮਿਕ ਮਾਮਲਿਆਂ ਵਿੱਚ); (ਬਹੁ) ਦੇਸ਼, ਖਿੱਤ, ਭੂਮੀ ਦੇ ਭਾਗ; ਖੁੱਲ੍ਹ ਰਿਆਇਤ, ਸਮਾਈ, ਢਿੱਲ

latitudinarian /ˌਲੈਟਿˌਟਯੂਡਿ'ਨੇਅਰਿਅਨ/ *a* (ਧਰਮ ਵਿੱਚ) ਉਦਾਰ ਚਿੱਤ; ਉਦਾਰ ਚਿੱਤ ਵਿਅਕਤੀ

latitudinous /ˌਲੈਟਿ'ਟਯੂਡਿਨਅਸ/ *a* ਵਿਸਤ੍ਰਿਤ; ਉਦਾਰ, ਖੁੱਲ੍ਹੇ-ਡੁਲ੍ਹੇ ਸੁਭਾਅ ਵਾਲਾ

latria /ਲਅ'ਟਰਾਇਅ/ *n* ਈਸ਼ਵਰ ਉਪਾਸ਼ਨਾ

latrine /ਲਅ'ਟਰੀਨ/ *n* ਟੱਟੀ, ਗ਼ੁਸਲਖ਼ਾਨਾ

latten /'ਲੈਟਅਨ/ *n* ਪਿੱਤਲ ਦੀ ਚਾਦਰ *a* ਪਿੱਤਲ ਦਾ ਬਣਿਆ

latter /'ਲੈਟਅ*/ *a* ਦੂਜਾ; ਪਿਛਲਾ, ਬਾਅਦ ਦਾ, ਪਿਛਲੇਰਾ, ਮਗਰਲਾ, ਉਕਤ, ਉੱਪਰ ਵਰਣਨ ਕੀਤਾ; ਆਧੁਨਿਕ

latter-day /'ਲੈਟਅਡੇਇ/ *a* ਬੀਤ ਚੁੱਕੇ ਸਮੇਂ ਦਾ, ਆਧੁਨਿਕ ਜਾਂ ਅਜੋਕਾ (ਬੀਤ ਚੁੱਕੀ ਘਟਨਾ ਦਾ ਰੂਪ)

latterly /'ਲੈਟਅਲਿ/ *adv* ਅਖ਼ੀਰ ਵਿੱਚ, ਅੰਤ ਵਿੱਚ, ਸਭ ਤੋਂ ਪਿੱਛੋਂ ਦਾ; ਆਧੁਨਿਕ ਸਮੇਂ ਦਾ

lattice /'ਲੈਟਿਸ/ *n* (ਲੱਕੜ ਦੀਆਂ ਫੱਟੀਆ ਆਦਿ ਦੀ) ਜਾਲੀ

latticed /'ਲੈਟਿਸਟ/ *n* ਜਾਲੀਦਾਰ

lattice window *n* ਜਾਲੀਦਾਰ ਬਾਰੀ, ਖਿੜਕਾ

laud /ਲੋਡ/ *n* ਸ਼ਲਾਘਾ, ਸਲਾਹੁਤਾ, ਪ੍ਰਸੰਸਾ (ਬਹੁ), (ਗਿਰਜੇ ਵਿੱਚ) ਭਜਨ ਦਾ ਸਮਾਂ; ਭਜਨ, ਪ੍ਰਾਰਥਨਾ; ਸ਼ਲਾਘਾ ਕਰਨਾ, ਸਲਾਹੁਣਾ, ਪ੍ਰਸੰਸਾ ਕਰਨਾ, ਗੁਣ ਗਾਉਣਾ

laudability, laudableness /ˌਲੋਡਅ'ਬਿਲਿਟਿ, 'ਲੋਡਅਬਲਨਅਸ/ *n* ਸਲਾਹੁਣ ਯੋਗਤਾ, ਵਡਿਆਉਣ ਯੋਗਤਾ, ਸ਼ਲਾਘਾ ਯੋਗਤਾ

laudable /'ਲੋਡਅਬਲ/ *a* ਸ਼ਲਾਘਾਯੋਗ; ਚੰਗਾ; ਠੀਕ

laudanum /'ਲੋਡਅਨਅਮ/ *n* ਅਫ਼ੀਮ ਦਾ ਸਤ

laudator /ਲੋ'ਡੇਇਟਅ*/ *n* ਪ੍ਰਸੰਸਕ

laudatory /'ਲੋਡਅਟਅਰਿ/ *a* ਪ੍ਰਸੰਸਕੀ; ਸ਼ਲਾਘਾਮਈ

laugh /ਲਾਫ਼/ *v* ਹੱਸਣਾ; (ਪਾਣੀ ਦਾ) ਲਹਿਰਾਉਣਾ; (ਖੇਤ ਦਾ) ਲਹਿਲਹਾਉਣਾ; (ਦ੍ਰਿਸ਼ ਦਾ) ਜਗਮਗਾਉਣਾ; (ਕਿਸੇ ਉੱਤੇ) ਹੱਸਣਾ, ਦਿਲਲਗੀ ਕਰਨਾ, ਤਾਹਨਾ ਮਾਰਨਾ; ਹੱਸ ਕੇ,

ਕਹਿਣਾ, (ਮਖੌਲ ਕਰ ਕੇ ਕਿਸੇ ਦੀ) ਆਦਤ ਛੁਡਾਉਣਾ ਜਾਂ ਰਾਏ ਬਦਲਨਾ *n* ਹਾਸਾ ਹੱਸਣ ਦਾ ਢੰਗ

laughable /'ਲਾਫ਼ਅਬਲ/ *a* ਹਾਸੋਹੀਣੀ; ਹਾਸੇ ਵਾਲੀ

laugh at *v* ਮਜ਼ਾਕ ਉਡਾਉਣਾ

laugh down *v* ਹੱਸ ਕੇ ਚੁੱਪ ਕਰਾਉਣਾ

laughing /'ਲਾਫ਼ਿਙ/ *n* ਹਾਸਾ

laughing gas *n* ਨਾਈਟਰਸ ਆਕਸਾਈਡ

laughingstock /'ਲਾਫ਼ਿਙਸਟੌਕ/ *n* ਹਾਸੇ ਦਾ ਨਿਸ਼ਾਨਾ, ਮੌਜੂ, ਹਾਸੇ ਦਾ ਪਾਤਰ

laugh off *v* ਹੱਸ ਕੇ ਟਾਲਣਾ

laughsome /'ਲਾਫ਼ਸ(ਅ)ਮ/ *a* ਹਸਾਉਣ ਵਾਲਾ

laughter /'ਲਾਫ਼ਟਅ*/ *n* ਹਾਸਾ, ਖਿੱਲੀ, ਖਿੜਖਿੜ, ਮੁਸਕਾਨ

launch /ਲੋਂਚ/ *v* (ਜਹਾਜ਼) ਠੇਲ੍ਹਣਾ, ਵਹਾਉਣਾ; (ਧਮਕੀ) ਦੇਣਾ; (ਡਿਗਰੀ) ਜਾਰੀ ਕਰਨੀ; (ਮੁਹਿੰਮ 'ਤੇ) ਭੇਜਣਾ; (ਮਨਸੂਬਾ) ਸ਼ੁਰੂ ਕਰਨਾ, ਡਾਂਟ ਫਿਟਕਾਰ ਕਰਨਾ; ਲਾਪਰਵਾਹੀ ਨਾਲ ਖਰਚ ਕਰਨਾ, ਖ਼ੂਬ ਖ਼ਰਚ ਕਰਨਾ *n* ਠੇਲ੍ਹ, ਠੇਲ੍ਹਣ; (ਜਹਾਜ਼ ਦੀ) ਉਤਰਾਈ, ਜਲ ਅਵਤਰਨ, ਸੈਲਾਨੀ ਕਿਸ਼ਤੀ, ਸੈਰ-ਸਪਾਟੇ ਦੀ ਲਾਂਚ ਬੋਟ; ਲੜਾਈ ਦੀ ਵੱਡੀ ਕਿਸ਼ਤੀ

launch pad /'ਲੋਂਚਪੈਡ/ *n* ਅੰਤ੍ਰਿਕਸ਼ ਵਿੱਚ ਜਾਣ ਲਈ ਰਾਕਟ ਛੱਡਣ ਦੀ ਥਾਂ

launder /'ਲੋਂਡਅ*/ *v* ਕੱਪੜੇ ਧੋਣਾ; ਇਸਤਰੀ ਕਰਨਾ; ਕਾਲੇ ਧਨ ਨੂੰ ਜਾਇਜ਼ ਬਣਾਉਣਾ

launderer /'ਲੋਂਡਅਰਅ*/ *n* ਧੋਬੀ

launderette /ਲੋਂਨ'ਡਰੈੱਟ/ *n* ਆਮ ਲੋਕਾਂ ਦੇ ਮਸ਼ੀਨ ਦੁਆਰਾ ਕੱਪੜੇ ਧੋਣ ਅਤੇ ਸੁਕਾਉਣ ਦੀ ਥਾਂ, ਧੋਬੀਖ਼ਾਨਾ, ਲਾਂਡਰੀ

laundress /'ਲੋਂਡਰਿਸ/ *n* ਧੋਬਣ

laundry /'ਲੋਂਡਰਿ/ *n* ਧੋਬੀ ਦੀ ਦੁਕਾਨ, ਧੋਬੀਖ਼ਾਨਾ, ਲਾਂਡਰੀ

laura /'ਲੌਰਅ/ *n* ਕੁਟੀਆ, ਝੁੱਗੀ, ਆਸ਼ਰਮ

laurasia /ਲੌ'ਰੇਇਸ਼ਅ, -ਯ਼ਅ/ *n* (ਭੂਗੋ) ਲੱਖਾਂ ਸਾਲ ਪਹਿਲਾਂ ਦਾ ਉਤਰ ਅਰਧਗੋਲੇ ਦਾ ਭੂ-ਖੇਤਰ, ਆਧੁਨਿਕ ਉਤਰੀ ਅਮਰੀਕਾ ਗਰੀਨਲੈਂਡ ਯੂਰਪ ਵਗੈਰਾ ਦਾ ਭੂਮੀ ਖੇਤਰ

laureate /'ਲੌਰਿਅਟ/ *a* ਸਨਮਾਨਿਤ (ਵਿਅਕਤੀ), ਅਤਿ ਪ੍ਰਸਿੱਧ (ਕਵੀ) *n* ਸਨਮਾਨਿਤ ਵਿਦਵਾਨ, ਮਹਾਨ ਕਵੀ **poet laureate** ਰਾਜ--ਕਵੀ; ਮਹਾਂਕਵੀ

laureation /,ਲੌਰਿ'ਏਇਸ਼ਨ/ *n* ਡਿਗਰੀ ਜਾਂ ਪਦਵੀ ਦੇਣ ਦਾ ਕੰਮ (ਯੂਨੀਵਰਸਿਟੀਆਂ ਵਿੱਚ)

laurel /'ਲੌਰਅਲ/ *n* ਲਾਰਲ, ਚਮਕੀਲੀਆਂ ਪੱਤੀਆਂ ਵਾਲੀ ਸਦਾਬਹਾਰ ਝਾੜੀ; ਪੁਸ਼ਪ ਮੁਕਟ, ਜੈ-ਮਾਲਾ; ਬਹੁਪ੍ਰਸਿੱਧੀ *vt* ਲਾਰਲ ਦਾ ਮੁਕਟ ਕਿਸੇ ਦੇ ਸਿਰ ਉੱਤੇ ਰੱਖਣਾ **to reap or to win laurel** ਜੇਤੂ ਹੋਣਾ, ਨਾਮ ਖੱਟਣਾ

laurelled /'ਲੌਰ(ਅ)ਲਡ/ *a* ਸਨਮਾਨਿਆ ਹੋਇਆ, ਸਨਮਾਨਿਤ, ਪ੍ਰਤਿਸ਼ਠਿਤ

laurustinus /,ਲੌਰਅ'ਸਟਾਇਨਅਸ/ *n* ਇੱਕ ਸਦਾਬਹਾਰ ਫੁੱਲਦਾਰ ਪੌਦਾ

lava /'ਲਾਵ਼ਅ/ *n* ਪਿਘਲਿਆ ਮਾਦਾ ਜੋ ਜੁਆਲਾਮੁਖੀ (ਪਹਾੜ) ਤੋਂ ਬਾਹਰ ਵਗਦਾ ਹੈ, ਲਾਵਾ, ਜੁਆਲਾਮੁਖੀ ਦਾ ਉਬਾਲ; ਜੰਮਿਆ ਲਾਵਾ; (ਬਹੁ) ਲਾਵੇ ਦੀ ਤਹਿ

lavage /'ਲੈਵਿਜ, ਲੈ'ਵ਼ਾਯ਼/ *n* ਢਿੱਡ ਦੀ ਸਫ਼ਾਈ, ਸ਼ੁੱਧਤਾ

lavation /ਲਅ'ਵ਼ੇਇਸ਼ਨ/ *n* ਪੰਜ-ਇਸ਼ਨਾਨਾ, ਮੂੰਹ-ਹੱਥ ਧੋਣ, ਸਫ਼ਾਈ

lavatory /'ਲੈਵ਼ਅਟਰਿ/ *n* ਟੱਟੀ, ਗ਼ੁਸਲਖ਼ਾਨਾ

lave /ਲੇਇਵ਼/ *vt* (ਕਾਵਿਮਈ) ਧੋਣਾ, ਨ੍ਹਾਉਣਾ; (ਜਲ ਦੇ ਪ੍ਰਵਾਹ ਦਾ ਤਟ ਨਾਲ) ਟਕਰਾਉਣਾ, ਛੂਹਣਾ, ਵਗਣਾ

lavement /'ਲੇਇਵ਼ਮ(ਅ)ਨਟ/ *n* ਅਨੀਮਾ, ਪਿਚਕਾਰੀ

lavender /'ਲੈਵ਼ਅਨਡਅ*/ *n* ਇੱਕ ਖ਼ੂਬਸੂਰਤ ਝਾੜੀ, ਅਤਰ; ਲਵਿੰਡਰ ਦੇ ਫੁੱਲ ਅਤੇ ਸ਼ਾਖ਼ਾ;

ਹਲਕਾ ਲਾਲ ਰੰਗ *vt* ਲਵਿੰਡਰ ਨਾਲ ਕੱਪੜੇ ਸੁਗੰਧਿਤ ਕਰਨਾ

lavender water *n* ਲਵਿੰਡਰ ਦਾ ਅਰਕ

laver /'ਲੇਇਵ੍ਅ*/ *n* (ਖਾਣ ਦੇ ਕੰਮ ਆਉਣ ਵਾਲੀ) ਸਮੁੰਦਰੀ ਬਨਸਪਤੀ; (ਬਾਈ) ਯਹੂਦੀ ਪਰੋਹਤਾਂ ਦੇ ਨ੍ਹਾਉਣ ਵਾਲਾ ਪਿੱਤਲ ਦਾ ਭਾਂਡਾ; (ਪਰਾ) ਚਿਲਮਚੀ, ਧੋਣ ਦਾ ਬਰਤਨ

laverock /'ਲੈਵ੍ਅਰਅਕ/ *n* ਚੰਡੋਲ, ਇੱਕ ਪੰਛੀ

lavish /'ਲੈਵਿ਼ਸ਼/ *a* ਬਹੁਤ ਜ਼ਿਆਦਾ, ਲੋੜ ਤੋਂ ਵੱਧ; ਸ਼ਾਹ ਖ਼ਰਚ, ਫਜ਼ੂਲ ਖ਼ਰਚ; ਦਿਲ ਖੋਲ੍ਹ ਕੇ ਦੇਣ ਵਾਲਾ, ਵਾਫਰ, ਬੇਅੰਦਾਜ਼ਾ, ਬਹੁਤ *vt* ਪਾਣੀ ਵਾਂਗ ਰੋੜ੍ਹਨਾ, ਬਹੁਤਾ ਖ਼ਰਚ ਕਰਨਾ

lavishment, lavishness /'ਲੈਵਿਸ਼ਮਅਨਟ, 'ਲੈਵਿਸ਼ਨਅਸ/ *n* ਸ਼ਾਹ ਖ਼ਰਚੀ, ਬਹੁਤਾਤ

law /ਲੋ/ *n* ਕਨੂੰਨ, ਵਿਧਾਨ, ਵਿਧੀ; ਜ਼ਾਰੀ ਕੀਤੇ ਹੋਏ ਨਿਯਮਾਂ ਦਾ ਸਮੂਹ; ਸਿਧਾਂਤ; ਕਾਇਦਾ, ਜ਼ਾਬਤਾ, ਕਨੂੰਨ ਦੀ ਪਾਬੰਦੀ ਜਾਂ ਅਸਰ; ਕਨੂੰਨੀ ਪੇਸ਼ਾ, ਵਕਾਲਤ; ਅਦਾਲਤੀ ਚਾਰਾਜੋਈ, ਮੁਕੱਦਮੇਬਾਜ਼ੀ; ਖੇਡਾਂ ਦੇ ਕਾਇਦੇ; ਧਰਮ, ਵਿਹਾਰ, ਆਚਾਰ, ਵਿਧੀ ਸ਼ਾਖਾ **to go to law** ਦਾਅਵਾ ਕਰਨਾ, ਮੁਕੱਦਮਾ ਕਰਨਾ **to take the law in one's own hand** ਕਨੂੰਨ ਨੂੰ ਆਪਣੇ ਹੱਥ ਵਿੱਚ ਲੈਣਾ, ਕਨੂੰਨ ਦੀ ਪਰਵਾਹ ਨਾ ਕਰਨਾ

law-abiding /'ਲੋਅ,ਬਾਇਡਿਙ/ *a* ਕਨੂੰਨ ਪਾਲਕ

law and order *n* ਅਮਨ-ਕਨੂੰਨ

lawbreaker /'ਲੋਬਰੇਇਕਅ*/ *n* ਕਨੂੰਨ ਦੀ ਉਲੰਘਣਾ ਕਰਨ ਵਾਲਾ ਬੰਦਾ, ਅਵੈਧ ਕਾਰਵਾਈ ਕਰਨ ਵਾਲਾ ਮਨੁੱਖ, ਉੱਧੜਧੁੰਮੀ ਮਚਾਉਣ ਵਾਲਾ ਵਿਅਕਤੀ

law court *n* ਕਚਹਿਰੀ

lawful /'ਲੋਫਲ/ *a* ਕਨੂੰਨੀ, ਵਿਧੀਪੂਰਨ, ਵਿਧੀ ਅਨੁਸਾਰ, ਵੈਧ; ਉਚਿਤ, ਠੀਕ

lawfulness /'ਲੋਫਲਨਅਸ/ *n* ਵਿਧੀਪੂਰਨਤਾ, ਵੈਧਤਾ

lawless /'ਲੋਲਅਸ/ *a* ਗ਼ੈਰਕਨੂੰਨੀ, ਵਿਧੀਹੀਣ, ਅਵੈਧ, ਨਿਆਂ ਵਿਰੁੱਧ, ਅਵਿਵਸਥਿਤ, ਨਿਰੰਕੁਸ਼, ਬੇਰੋਕ, ਬੇਲਗਾਮ

lawlessness /'ਲੋਲਅਸਨਅਸ/ *n* ਵਿਧੀਹੀਣਤਾ, ਅਵੈਧਤਾ, ਨਿਆਂ ਵਿਰੁੱਧਤਾ, ਅਰਾਜਕਤਾ, ਨਿਰੰਕੁਸ਼ਤਾ, ਅਵਿਵਸਥਾ

lawmaker /'ਲੋਮੇਇਕਅ*/ *n* ਕਨੂੰਨ ਦੀ ਸਿਰਜਨਾ ਕਰਨ ਵਾਲਾ, ਵਿਧਾਨਕਾਰ, ਵਿਧਾਇਕ

lawn /ਲੋਨ/ *n* ਇੱਕ ਕਿਸਮ ਦੀ ਬਰੀਕ ਮਲਮਲ; ਖ਼ਾਸਾ ਮਲਮਲ; (ਪਰਾ) ਜੰਗਲ ਦੇ ਵਿਚਕਾਰ ਖੁੱਲ੍ਹਾ ਮੈਦਾਨ; ਚਰਾਗਾਹ; ਲਾਨ, ਘਾਹ ਵਾਲਾ ਵਿਹੜਾ

lawnmower /'ਲੋਨਮਅਉਅ*/ *n* ਘਾਹ ਕੱਟਣ ਦੀ ਮਸ਼ੀਨ

law officer *n* ਸਰਕਾਰੀ ਵਕੀਲ

lawsuit /'ਲੋਸੂਟ/ *n* ਮੁਕੱਦਮਾ, ਦਾਅਵਾ

lawyer /'ਲੋਯਅ*/ *n* ਵਕੀਲ, ਕਨੂੰਨਦਾਰ, ਕਨੂੰਨ ਦਾ ਮਾਹਰ

lax /ਲੈਕਸ/ *a* ਢਿੱਲਾ, ਘੌਲੀ, ਕੋਮਲ, ਨਰਮ, ਲਚਕੀਲਾ, ਅਸਪਸ਼ਟ, ਧੁੰਦਲਾ; ਆਚਰਨਹੀਣ, ਲਾਪਰਵਾਹ; ਸੁਖ–ਰਹਿਣਾ

laxation /ਲੈਕ'ਸੇਇਸ਼ਨ/ *n* ਢਿੱਲ, ਸਿਥਲਤਾ

laxative /'ਲੈਕਸਅਟਿਵ੍/ *a* ਜੁਲਾਬੀ *n* ਜੁਲਾਬ

laxity /'ਲੈਕਸਅਟਿ/ *n* ਢਿੱਲ; ਨਰਮੀ; ਅਸਪਸ਼ਟਤਾ; ਆਚਰਨਹੀਣਤਾ, ਲਾਪਰਵਾਹੀ

lay[1] /ਲੇਇ/ *n* ਗੀਤ, ਨਗਮਾ; (ਪੰਛੀਆਂ ਦੀ) ਚਹਿਚਹਾਟ

lay[2] *a* ਸੰਸਾਰੀ, ਗ੍ਰਿਸਤੀ; ਪਾਦਰੀ ਵਰਗ ਨਾਲ ਅਸੰਬੰਧਿਤ

lay[3] *v* ਰੱਖਣਾ, ਧਰਨਾ; ਲਿਟਾ ਦੇਣਾ; ਲੀਮਾ ਪਾ ਦੇਣਾ, ਜਮ੍ਹਾ ਕਰਨਾ; ਦਾਅ ਤੇ ਲਾਉਣਾ; ਪੇਸ਼ ਕਰਨਾ; (ਟੈਕਸ) ਲਾਉਣਾ; (ਆਂਡੇ) ਦੇਣਾ

lay bare *n* ਨੰਗਾ ਕਰਨਾ

lay-by /'ਲੇਇਬਾਇ/ *n* ਸੜਕ ਦੇ ਨਾਲ ਲੱਗਵਾਂ ਵਿਸ਼ੇਸ਼ ਸਥਾਨ ਜਿਥੇ ਕੁਝ ਸਮੇਂ ਲਈ ਵਾਹਨ ਰੁਕ ਸਕਦੇ ਹਨ, ਕੁਝ ਪੈਸੇ ਪੇਸ਼ਗੀ ਵਜੋਂ ਦੇਣ ਦੀ ਰੀਤ *v* ਛੱਡਣਾ ਤਜਣਾ, ਜਮ੍ਹਾ ਕਰਨਾ

lay-down *n* ਹਥਿਆਰ ਸੁੱਟਣੇ, ਨਿਯਮ ਨਿਰਧਾਰਿਤ ਕਰਨਾ

layer /'ਲੇਇਅ*, 'ਲੇਅ*/ *n* ਤਹਿ, ਪਰਤ; ਜੜ੍ਹ ਪਕੜਨ ਲਈ ਧਰਤੀ ਵਿੱਚ ਦਬੀ ਦਰਖ਼ਤ ਦੀ ਸ਼ਾਖ, ਦਾਬ; ਫ਼ਸਲ ਦਾ ਢਹਿ ਜਾਣਾ; ਦਾਬ ਲਾਉਣਾ

layette /ਲੇਇ'ਐਟ/ *n* (ਨਵਜੰਮੇ ਬੱਚੇ ਦੇ) ਵਸਤਰ, ਪੋਤੜੇ

lay figure /ਲੇਇ'ਫ਼ਿਗਅ*/ *n* (ਮਾਡਲ ਵਜੋਂ) ਕਾਠ ਦਾ ਮਨੁੱਖ; ਮਿੱਟੀ ਦਾ ਮਾਧੋ

layman /'ਲੇਇਮਅਨ/ *n* ਸਧਾਰਨ ਵਿਅਕਤੀ

lay-off /'ਲੇਇ ਔਫ/ *v* ਛਾਂਟੀ ਕਰਨਾ *n* ਛਾਂਟੀ

layout /'ਲੇਇਆਉਟ/ *n* ਖ਼ਾਕਾ, ਰੂਪ-ਰੇਖਾ

layperson /'ਲੇਇਪਅ:ਸਨ/ *n* ਆਮ ਬੰਦਾ (ਜਿਸਨੂੰ ਕਿਸੇ ਮਸਲੇ ਦਾ ਪੂਰਨ ਗਿਆਨ ਨਾ ਹੋਵੇ), ਸਧਾਰਨ ਵਿਅਕਤੀ

lay waste *v* ਨਸ਼ਟ ਕਰਨਾ

laywoman /'ਲੇਇਵੁਮਅਨ/ *n* ਉਹ ਔਰਤ ਜੋ ਚਰਚ ਦੀ ਮੈਂਬਰ ਹੋਵੇ ਪਰ ਪਾਦਰੀ ਵਰਗ ਵਿੱਚ ਸ਼ਾਮਲ ਨਾ ਹੋਵੇ

lazar /'ਲੈਜ਼ਅ*/ *n* ਕੋੜ੍ਹ ਦਾ ਰੋਗੀ, ਕੋੜ੍ਹੀ, ਕੁਸ਼ਟੀ; (ਪਰਾ) ਗ਼ਰੀਬ ਤੇ ਬਿਮਾਰ ਆਦਮੀ

lazaret, lazaretto /,ਲੈਜ਼ਅ'ਰੈਟ, ,ਲੈਜ਼ਅ'ਰੈਟਅਉ/ *n* ਕੋੜ੍ਹੀਆਂ ਦਾ ਹਸਪਤਾਲ

lazarus /'ਲੈਜ਼ਅਰਅਸ/ *n* ਉਹ ਵਿਅਕਤੀ ਜੋ ਕਾਫੀ ਦੇਰ ਨਾਕਾਮਯਾਬ ਰਹਿਣ ਪਿੱਛੋਂ ਸਫਲਤਾ ਗ੍ਰਹਿਣ ਕਰ ਲਵੇ; ਕੋਹੜੀ, ਪਿੰਗਲਾ

laze /ਲੇਇਜ਼/ *vi* ਆਲਸ ਕਰਨਾ; ਸੁਸਤ ਹੋਣਾ *n* ਸੁਸਤੀ, ਆਲਸ; ਸੁਸਤੀ ਵਿੱਚ ਬਿਤਾਇਆ ਸਮਾਂ

laziness /'ਲੇਇਜ਼ਿਨਅਸ/ *n* ਆਲਸ, ਸੁਸਤੀ, ਦਲਿੱਦਰ, ਨੇਸਤੀ, ਘੌਲ

lazulite /'ਲੈਜ਼ਯੁਲਾਇਟ/ *n* ਲਾਜਵਰਦ, ਇੱਕ ਕੀਮਤੀ ਪੱਥਰ

lazurite /'ਲੈਜ਼ਯੁਰਾਇਟ/ *n* ਨੀਲਮ

lazy /'ਲੇਇਜ਼ਿ/ *a* ਸੁਸਤ, ਆਲਸੀ, ਢਿੱਲਾ; ਕੰਮਚੋਰ *v* ਸੁਸਤੀ ਕਰਨਾ, ਆਲਸ ਵਿੱਚ ਸਮਾਂ ਬਿਤਾਉਣਾ

lazzarone /,ਲੈਜ਼ਅ'ਰਅਉਨਿ/ *n* ਅਛੂਤ; ਭਿਖਾਰੀ

lb *n* ਲਾਤੀਨੀ ਸ਼ਬਦ **libra** ਦਾ ਸੰਖਿਪਤ ਰੂਪ, ਇੱਕ ਪੌਂਡ ਵਜ਼ਨ, ਲਗਭਗ 454 ਗ੍ਰਾਮ ਭਾਰ

lbw /,ਐੱਲ ਬੀ 'ਡਅੱਬਲਯੂ/ *n* **leg before wicket** ਦਾ ਸੰਖਿਪਤ ਰੂਪ, ਵਿਕਟ ਅੱਗੇ ਲੱਤ ਹੋਣ ਦਾ ਫਾਊਲ

LCD[1] /,ਐੱਲ ਸੀ 'ਡੀ/ *abbr* **liquid cyrstal display** ਦਾ ਸੰਖੇਪ, ਬਿਜਲੀ ਯੰਤਰ ਦੁਆਰਾ ਕੋਈ ਜਾਣਕਾਰੀ ਦੇਣ ਦੀ ਵਿਧੀ

LCD[2] *abbr* **lowest common denominator** ਦਾ ਸੰਖਿਪਤ ਰੂਪ, ਬਿਜਲੀ ਯੰਤਰ ਦੁਆਰਾ ਕੋਈ ਜਾਣਕਾਰੀ ਦੇਣ ਦੀ ਇੱਕ ਵਿਧੀ

lea /ਲੀ/ *n* (ਕਾਵਿਕ) ਚਰਾਗਾਹ, ਖੁੱਲ੍ਹਾ ਮੈਦਾਨ; ਪੂੰਝਾ; ਅੱਟੀ (ਸੂਤਰ ਜਾਂ ਧਾਗੇ ਦਾ ਮਾਪ)

leach /ਲੀਚ/ *vt* ਟਪਕਾਉਣਾ, ਚੁਆਉਣਾ; ਤਰਲ ਨੂੰ ਪੁਣ-ਛਾਣ ਕੇ ਸਾਫ਼ ਕਰਨਾ

lead[1] /ਲੈਡ/ *v* ਸਿੱਕੇ ਦਾ ਚੌਖਟਾ ਜੜਨਾ; (ਸਿੱਕੇ ਦੀ ਪੱਤੀ ਨਾਲ) ਪੰਗਤੀਆਂ ਵਿੱਚ ਫ਼ਰਕ ਰੱਖਣਾ; (ਬੰਦੂਕ ਦੀ ਨਾਲੀ ਵਿੱਚ) ਸਿੱਕਾ ਜੰਮ ਜਾਣਾ *n* ਸਿੱਕਾ; ਪਣਸਾਲ; ਸੰਧੂਰ; (ਬਹੁ) ਸਿੱਕੇ ਦੇ ਚੌਖਟੇ; (ਛਾਪੇ ਦਾ) ਲੇਡ, ਸਿੱਕੇ ਦੀ ਪੱਤੀ, ਸਿੱਕਾ, ਇੱਕ ਧਾਤ

lead[2] /ਲੀਡ/ *n* ਅਗਵਾਈ, ਮਿਸਾਲ; ਤਾਸ਼ ਵਿੱਚ ਪਹਿਲਾ ਪੱਤਾ ਸੁੱਟਣ ਦਾ ਹੱਕ *v* ਅਗਵਾਈ ਕਰਨਾ, ਸਮਝਾਉਣਾ; (ਜਿੰਦਗੀ) ਬਿਤਾਉਣਾ, ਗੁਜ਼ਾਰਨਾ; ਅਰੰਭ ਕਰਨਾ, ਅੱਗੇ ਹੋਣਾ, ਦੌੜ ਵਿੱਚ ਅੱਗੇ ਹੋਣਾ, ਨਮੂਨਾ ਵਿਖਾ ਕੇ ਸਮਝਾਉਣਾ; (ਤਾਸ਼) ਪਹਿਲਾਂ ਖੇਡਣਾ; ਆਗੂ ਹੋਣਾ, ਲੀਡਰ ਹੋਣਾ

lead astray *v* ਬਹਿਕਾਉਣਾ, ਗੁਮਰਾਹ ਕਰਨਾ

leaden /'ਲੈਡਨ/ *n* ਸਿੱਕੇ ਵਰਗਾ, ਸਿੱਕੇ ਜਿਹਾ; ਭਾਰੀ, ਬੋਝਲ

leader /'ਲੀਡਅ*/ *n* ਆਗੂ, ਨੇਤਾ, ਮੁਖੀਆ, ਮੋਹਰੀ, ਸਰਦਾਰ, ਲੀਡਰ; ਸਰਕਾਰੀ ਅਧਿਕਾਰੀ;

ਮੁਕੱਦਮੇ ਦੀ ਕਾਰਵਾਈ ਅਰੰਭ ਕਰਨ ਵਾਲਾ ਵਕੀਲ; ਚਾਰ ਘੋੜਿਆਂ ਵਾਲੀ ਗੱਡੀ ਦਾ ਅਗਲਾ ਘੋੜਾ; ਨਸ; (ਅਖ਼ਬਾਰ ਦਾ) ਮੁੱਖ ਲੇਖ; ਸੰਪਾਦਕੀ ਲੇਖ, (ਛਪਾਈ) ਬਿੰਦੂ ਜਾਂ ਡਾਟ ਭਰੀ ਕਤਾਰ, ਲੀਡਰ **leader of the house** ਸਦਨ ਦਾ ਨੇਤਾ **leader of the opposition** ਵਿਰੋਧੀ ਦਲ ਦਾ ਨੇਤਾ

leaderette /ˌਲੀਡ(ਅ)ਰ'ਐਟੱ/ *n* (ਅਖ਼ਬਾਰ ਦਾ) ਛੋਟਾ ਸੰਪਾਦਕੀ ਲੇਖ, ਸੰਪਾਦਕੀ ਟਿੱਪਣੀ

leaderless /'ਲੀਡਅਲਅਸ/ *a* ਬੇਮੁਹਾਰਾ, ਆਗੂ ਰਹਿਤ

leadership /'ਲੀਡਅਸ਼ਿਪ/ *n* ਅਗਵਾਈ, ਅਗਵਾਨੀ, ਲੀਡਰੀ

leading /'ਲੀਡਿਙ/ *a* ਵੱਡਾ, ਪ੍ਰਧਾਨ, ਮੁੱਖ, ਉੱਤਮ, ਉੱਘਾ, ਮੋਹਰੀ

leading article *n* ਸੰਪਾਦਕੀ ਲੇਖ

leading edge *n* ਕਾਰੋਬਾਰ ਵਿੱਚ ਉੱਤਮ ਸਥਾਨ, ਮਹੱਤਵਪੂਰਨ ਦਰਜਾ, ਉੱਚਾ ਸਤਰ

leading light *n* ਆਗੂ, ਪਥ ਪ੍ਰਦਰਸ਼ਕ, ਚਾਨਣ ਮੁਨਾਰਾ, ਰਾਹਨੁਮਾ

lead the way *v* ਅਗਵਾਈ ਕਰਨਾ

leaf /ਲੀਫ਼/ *n* ਪੱਤਰਾ, ਪੱਤਾ; ਪੰਖੜੀ, ਪੱਤਰ (ਰੁੱਖ ਦਾ); (ਚਾਹ ਦੀ) ਪੱਤੀ; (ਕਿਤਾਬ ਦਾ) ਵਰਕਾ; (ਚਾਂਦੀ, ਸੋਨੇ ਦਾ) ਵਰਕ; (ਦਰਵਾਜੇ ਦਾ) ਪੱਲਾ; (ਮੇਜ਼ ਆਦਿ ਦਾ) ਲਟਕਦਾ ਤਖ਼ਤਾ; (ਬੰਦੂਕ ਦੀ ਮੱਖੀ ਦੀ) ਲਟਕਣ; ਚੱਕਰ ਜਾਂ ਪਹੀਏ ਦੇ ਦੰਦ

leafage /'ਲੀਫ਼ਿਜ/ *n* ਪਤਰਾਲ, ਪੱਤਿਆਂ ਦਾ ਸਮੂਹ, ਪੱਤੇ ਨਿਕਲਨ ਦਾ ਸਮਾਂ (ਰੁੱਖ ਦੇ)

leafless /'ਲੀਫ਼ਲਅਸ/ *n* ਨਿਪੱਤਰਾ, ਰੁੰਡ-ਮਰੁੰਡ

leaflessness /'ਲੀਫ਼ਲਅਸਨਅਸ/ *n* ਪੱਤਰਹੀਣਤਾ

leaflet /'ਲੀਫ਼ਲਅਟ/ *n* ਛੋਟਾ ਪੱਤਾ, ਪੱਤੀ; ਨਵੀਂ ਪੱਤੀ; ਦੁਪੱਤਰੀ, ਚੁੱਪਤਰੀ, ਦਸਤੀ ਇਸ਼ਤਿਹਾਰ

leaf-stalk *n* ਪੱਤੇ ਦੀ ਡੰਡੀ

leafy /'ਲੀਫ਼ਿ/ *n* ਪੱਤਿਆਂ ਵਾਲਾ, ਪਤਰਾਲੀ

league[1] /ਲੀਗ/ *n* ਤਿੰਨ ਮੀਲ ਦੀ ਦੂਰੀ, ਲੰਬਾਈ ਦਾ ਨਾਪ

league[2] *n* ਮੇਲ, ਸੰਗਠਨ, ਏਕਤਾ; ਸੰਘ, ਦਲ, ਲੀਗ *v* ਮਿਲਾਉਣਾ;, ਮਿਲਨਾ, ਇੱਕ ਹੋਣਾ, ਗਠਜੋੜ ਕਰਨਾ

League of Nations *n* ਰਾਸ਼ਟਰ-ਸੰਘ

leaguer /'ਲੀਗਅ*/ *n* ਲੀਗ ਦਾ ਮੈਂਬਰ

leak /ਲੀਕ/ *n* ਛੇਕ, ਸੁਰਾਖ਼, ਦਰਾੜ (ਜਿਸ ਵਿੱਚੋਂ ਪਾਣੀ ਆਦਿ ਟਪਕੇ) *v* ਰਿਸਣਾ, ਟਪਕਣਾ, ਚੋਣਾ, (ਭੇਤ) ਪਤਾ ਲੱਗ ਜਾਣਾ; ਨਿੱਕਲ ਜਾਣਾ, ਭੇਤ ਖੋਲ੍ਹਣਾ

leakage /'ਲੀਕਿਜ/ *n* ਚੋਆ, ਖੋਰ, ਰਸਾ, ਟਪਕਾ

leaky /'ਲੀਕਿ/ *a* ਚੋਂਦਾ, ਕਮਜ਼ੋਰ ਮਸਾਨਿਆਂ ਵਾਲਾ, ਭੇਤ ਨਾ ਰੱਖਣ ਵਾਲਾ

leal /ਲੀਲ/ *a* ਵਫ਼ਾਦਾਰ, ਦਿਆਨਤਦਾਰ, ਇਮਾਨਦਾਰ **land of the leal** ਦੇਵ ਲੋਕ, ਸੁਰਗ

lean[1] /ਲੀਨ/ *a* ਦੁਬਲਾ, ਪਤਲਾ, ਲਿੱਸਾ, ਸੁਕੜੂ ਦੁਰਬਲ, ਕਮਜ਼ੋਰ, ਮਾੜੂਆ; ਬੰਜਰ, (ਫ਼ਸਲ) ਹੌਲੀ; (ਲਾਭ) ਥੋੜ੍ਹਾ; (ਮਾਸ) ਚਰਬੀ ਰਹਿਤ

lean[2] *vi* (ਕਿਸੇ ਵਸਤੂ ਦਾ) ਸਹਾਰਾ ਲੈਣਾ; ਢੋਹ ਲਾਉਣਾ *v* ਟੇਕ ਲੈਣਾ, ਟਿਕਿਆ ਹੋਣਾ, ਭਰੋਸਾ ਕਰਨਾ; ਝੁਕਣਾ; ਝੁਕਾਉਣਾ; ਇੱਕ ਪਾਸੇ ਝੁਕ ਕੇ ਖੜ੍ਹਾ ਹੋਣਾ; ਝੁਕਾ ਹੋਣਾ, ਰੁਚੀ ਹੋਣਾ; ਤਰਫਦਾਰੀ ਕਰਨਾ, ਹਿਮਾਇਤ ਕਰਨਾ, ਹਾਮੀ ਹੋਣਾ *n* ਝੁਕਾਅ, ਢਲਾਣ

leaning /'ਲੀਨਿਙ/ *n* ਝੁਕਾਅ, ਪ੍ਰਵਿਰਤੀ

leap /ਲੀਪ/ *v* ਕੁੱਦਣਾ, ਛਾਲ ਮਾਰਨਾ, ਉਛਲਨਾ, ਚੁੰਗੀ ਜਾਂ ਚੌਂਕੜੀ ਭਰਨਾ; ਟੱਪਣਾ, ਪਲਾਂਘਣਾ, ਉਲਾਂਘਣਾ *n* ਛਲਾਂਗ; ਚੁੰਗ, ਚੌਂਕੜੀ, ਟਪੂਸੀ, ਉਲਾਂਘ, ਪਲਾਂਘ **by leaps and bounds** ਅਤਿ ਸ਼ੀਘਰਤਾ ਨਾਲ, (ਤਰੱਕੀ) ਦਿਨ ਦੂਣੀ ਰਾਤ ਚੌਗੁਣੀ, ਝਟਪਟ

leapfrog /'ਲੀਪਫ਼ਰੌਗ/ *n* ਘੋੜੀ ਟੱਪੀ, ਅੱਡੀ ਟੱਪਾ

leap year *n* ਲੀਪ ਦਾ ਸਾਲ, 366 ਦਿਨਾਂ leap ਦਾ ਸਾਲ (ਲੀਪ ਸਾਲ ਵਿਚ ਫਰਵਰੀ ਦਾ ਮਹੀਨਾ 29 ਦਿਨਾਂ ਦਾ ਹੁੰਦਾ ਹੈ)

learn /ਲਅ:ਨ/ *v* ਸਿੱਖਿਆ ਲੈਣਾ; ਗਿਆਨ ਪ੍ਰਾਪਤ ਕਰਨਾ, ਜਾਣਨਾ, ਸਿੱਖਣਾ, ਪੜ੍ਹਨਾ; ਯਾਦ ਕਰਨਾ; ਗਿਆਨ ਹੋਣਾ, ਖ਼ਬਰ ਹੋਣਾ, ਸੂਚਨਾ ਹੋਣਾ, ਪਤਾ ਲੱਗਣਾ

learnable /'ਲਅ:ਨਅਬਲ/ *a* ਸਿੱਖਣਯੋਗ

learned /'ਲਅ:ਨਿਡ/ *a* ਵਿਦਵਾਨ, ਆਲਮ, ਗਿਆਨੀ

learner /'ਲਅ:ਨਅ*/ *n* ਵਿਦਿਆਰਥੀ; ਸਿਖਾਂਦਰੂ, ਚੇਲਾ

learning /'ਲਅ:ਨਿਙ/ *n* ਗਿਆਨ, ਵਿੱਦਿਆ, ਇਲਮ, ਸਿੱਖਿਆ, ਪੜ੍ਹਾਈ

lease[1] /ਲੀਸ/ *n* ਪਟਾ, ਠੇਕਾ, ਚਕੋਤਾ *vt* ਪੱਟੇ ਤੇ ਦੇਣਾ, ਠੇਕੇ 'ਤੇ ਦੇਣਾ, ਚਕੋਤਾ ਦੇਣਾ

lease[2] *n* ਤਾਣਾ-ਬਾਣਾ

leasehold /'ਲੀਸਹਅਉਲਡ/ *n* ਪਟੇਦਾਰ, ਠੇਕਾ; ਪਟੇ 'ਤੇ ਲਈ ਜ਼ਮੀਨ

leaseholder /'ਲੀਸਹਅਉਲਡਅ*/ *n* ਪੱਟੇਦਾਰ, ਠੇਕੇਦਾਰ

leash /ਲੀਸ਼/ *n* (ਕੁੱਤੇ ਦੀ) ਸੰਗਲੀ, ਰੱਸੀ; ਤਿਕੜੀ (ਤਿੰਨ ਕੁੱਤਿਆਂ ਆਦਿ ਦਾ ਸਮੂਹ) *vt* ਰੱਸੀ ਨਾਲ ਬੰਨ੍ਹਣਾ, ਜ਼ੰਜੀਰ ਨਾਲ ਬੰਨ੍ਹਣਾ

leasing /'ਲੀਜ਼ਿਙ/ *n* (ਪੁਰਾ) ਮਿਥਿਆ ਕਥਨ: ਝੂਠ, ਕੁਸੱਤ

least /ਲੀਸਟ/ *a* ਘੱਟ ਤੋਂ ਘੱਟ, ਛੋਟੇ ਤੋਂ ਛੋਟਾ, ਸਭ ਤੋਂ ਛੋਟਾ ਜਾਂ ਥੋੜ੍ਹਾ, ਅਲਪ ਪਰਿਮਾਣ **atleast** ਘੱਟੋ-ਘੱਟ, ਹੋਰ ਨਹੀਂ ਤਾਂ **least at the** ਘੱਟ ਤੋਂ ਘੱਟ **in the least** ਜਰਾ ਵੀ, ਥੋੜ੍ਹਾ ਵੀ, ਕੁਝ ਵੀ, ਉੱਕਾ

leat /ਲੀਟ/ *n* (ਪਣ ਚੱਕੀ ਚਲਾਉਣ ਲਈ) ਪਾਣੀ ਦਾ ਵਹਾਅ, ਪਣ ਚੱਕੀ ਤੱਕ ਜਾਣ ਵਾਲੀ ਨਹਿਰ

leather /'ਲੈਦੱਅ*/ *n* ਚਮੜਾ, ਚੰਮ; ਧੌੜੀ; ਪੱਕਾ ਚਮੜਾ, ਚਮੜੇ ਦਾ ਸਮਾਨ; ਪਾਲਿਸ਼ ਕੀਤਾ ਜਾਣ ਵਾਲਾ ਚਮੜਾ, (ਅਪ) ਕ੍ਰਿਕਟ ਗੇਂਦ ਜਾਂ ਫੁਟਬਾਲ *vt* (ਬਹੁ) ਚਮੜਾ ਚੜ੍ਹਾਉਣਾ, ਤੜ੍ਹੀ ਚਾੜ੍ਹਨਾ; (ਚੰਮੜੇ ਦਾ ਬੈੱਲਟ ਨਾਲ) ਮਾਰਨਾ

leatherette /,ਲੈਦੱਅ'ਰੈਟੱ/ *n* ਬਣਾਉਟੀ ਚਮੜਾ, ਚਮੜੇ ਵਾਂਗ ਲੱਗਣ ਵਾਲਾ ਕੱਪੜਾ ਜਾਂ ਕਾਗ਼ਜ਼

leathering /'ਲੈਦੱਅਰਿਙ/ *n* ਮਾਰ, ਮੁਰੰਮਤ, ਮਾਰ-ਕੁਟਾਈ, ਠੁਕਾਈ, ਕੁੱਟ, ਕੋਰੜਿਆਂ ਦੀ ਮਾਰ

leathern /'ਲੈਦੱ(ਅ)ਨ/ *a* ਚੰਮ ਦੀ, ਚਮੜੇ ਦੀ; ਚਮੜੇ ਵਰਗਾ

leathery /'ਲੈਦੱਅਰਿ/ *a* (ਖ਼ਾਸ ਕਰਕੇ ਸੰਬੰਧੀ) ਚੰਮਹਾਰ, ਚਮੜੇ ਵਰਗਾ, ਸਖ਼ਤ, ਕਰੜਾ

leave /ਲੀਵ੍/ *n* ਆਗਿਆ; ਅਨੁਮਤੀ; ਇਜਾਜ਼ਤ ਛੁੱਟੀ, ਵਿਦਾਈ *v* ਛੱਡ ਦੇਣਾ, ਰਹਿਣ ਦੇਣਾ, ਸੌਂਪਣਾ, ਹਵਾਲੇ ਕਰਨਾ, ਕਿਸੇ ਦੀ ਮਰਜ਼ੀ 'ਤੇ ਛੱਡਣਾ; ਕੋਈ ਕੰਮ ਕਰਨ ਦੇਣਾ, ਦਖ਼ਲ ਦੇਣ ਤੋਂ ਪਰਹੇਜ਼ ਕਰਨਾ; (ਸੁਨੇਹਾ, ਸੂਚਨਾ, ਵਸਤੂ) ਲੈਣਾ ਜਾਣਾ; (ਕਿਸੇ ਥਾਂ ਤੋਂ) ਜਾਣਾ, ਰਵਾਨਾ ਹੋਣਾ **leave-taking** *n* ਵਿਦਾ, ਵਿਦਾਇਗੀ **to take leave** ਵਿਦਾ ਹੋਣਾ

leaved /ਲੀਵ੍ਡ/ *a* ਪੱਤੀਦਾਰ

leaven /'ਲੈਵੱ੍ਨ/ *n* ਖ਼ਮੀਰ; ਖ਼ਮੀਰ ਬਣਾਉਣ ਵਾਲਾ ਪਦਾਰਥ; ਜਾਗ, ਲਾਗ *vt* ਖ਼ਮੀਰ ਬਣਾਉਣਾ, ਖ਼ਮੀਰ ਕਰਨਾ, ਲਾਗ ਲਾਉਣਾ, (ਪਰਿਵਰਤਨਕਾਰੀ ਤੱਤਾਂ ਦੇ ਮਿਸ਼ਰਨ ਦੁਆਰਾ) ਬਦਲਨਾ, ਰੂਪਾਂਤਰ ਕਰਨਾ

leavening /'ਲੈਵੱ੍ਨਿਙ/ *n* ਖ਼ਮੀਰ

leavenous /'ਲੈਵੱ੍(ਅ)ਨਅਸ/ *n* ਖ਼ਮੀਰਦਾਰ

leave out *v* ਭੁੱਲ ਜਾਣਾ

leaves /ਲੀਵ੍ਜ਼/ *n* **leaf** ਦਾ ਬਹੁਵਚਨ

leavings /'ਲੀਵ੍ਙਿਜ਼/ *n* (ਬਹੁ) ਰਹਿੰਦ-ਖੂੰਹਦ, ਜੂਠ, ਰੱਦੀ, ਕੂੜਾ-ਕਰਕਟ

lecher /'ਲੈਚੱਅ*/ *n* ਲੱਚਰ, ਕਾਮੀ, ਭੋਗੀ,

ਵਿਭਚਾਰੀ, ਲੁੱਚਾ

lecherous /**'ਲੈਚੱਅਰਅਸ**/ *a* ਕਾਮੀ, ਲੰਪਟ, ਲੁੱਚਾ

lecherousness /**'ਲੈਚੱਅਰਅਸਨਅਸ**/ *n* ਕਾਮੁਕਤਾ, ਕਾਮ-ਵਾਸ਼ਨਾ, ਲੁੱਚਪੁਣਾ

lechery /**'ਲੈਚੱ(ਅ)ਰਿ**/ *n* ਵਿਭਚਾਰ, ਲੁੱਚਪੁਣਾ

lectern /**'ਲੈਕੱਟਅਨ**/ *n* ਗਿਰਜਾ ਘਰ ਦਾ ਪਾਠ ਮੰਚ, ਗਿਰਜੇ ਵਿੱਚ ਭਾਸ਼ਨ ਦੇਣ ਵਾਲਾ ਡੈੱਸਕ

lection /**'ਲੈਕੱਸ਼ਨ**/ *n* ਪਾਠ, ਪੜ੍ਹਾਈ

lectionary /**'ਲੈਕੱਸ਼(ਅ)ਨ(ਅ)ਰਿ**/ *n* ਪ੍ਰਾਰਥਨਾ ਪੁਸਤਕ, ਭਜਨ-ਮਾਲਾ, ਉਸਤਤੀ ਸੰਗ੍ਰਿਹ

lector /**'ਲੈਕੱਟੋ***/ *n* ਪਾਦਰੀ

lecture /**'ਲੈਕੱਚਅ***/ *n* ਭਾਸ਼ਣ, ਲੈਕਚਰ, ਵਿਖਿਆਨ; ਡਾਂਟ, ਝਾੜ-ਝਪਟ *v* ਲੈਕਚਰ ਦੇਣਾ, ਤਕਰੀਰ ਕਰਨਾ; ਵਿੱਦਿਆ ਦੇਣਾ, ਜ਼ੁਬਾਨੀ ਸਬਕ ਦੇਣਾ, ਡਾਂਟਣਾ, ਝਾੜ-ਝਪਟ ਕਰਨਾ

lecturer /**'ਲੈਕੱਚਅਰਅ***/ *n* ਵਕਤਾ, ਵਿਖਿਆਨੀ, ਲੈਕਚਰਾਰ

lectureship /**'ਲੈਕੱਚਅਸ਼ਿਪ**/ *n* ਲੈਕਚਰਾਰ ਪਦ, ਲੈਕਚਰਾਰੀ

lecythus /**'ਲੈੱਸਿਥਅਸ**/ *n* (ਪ੍ਰਾਚੀਨ ਯੂਨਾਨ ਵਿੱਚ) ਤੇਲ ਰੱਖਣ ਦਾ ਕੁੱਪਾ; ਸ਼ਰਾਬ ਰੱਖਣ ਵਾਲਾ ਘੜਾ

LED /**ˌਐੱਲ ਈ 'ਡੀ**/ *abbr* **light emitting diode** ਦਾ ਸੰਖਿਪਤ ਰੂਪ, ਬਿਜਲਾਣੂ ਉਪਕਰਨ ਵਿੱਚ ਰੋਸ਼ਨੀ ਦੇਣ ਵਾਲਾ ਪੁਰਜ਼ਾ

ledge /**ਲੈਜੱ**/ *n* ਦੀਵਾਰਾਂ ਆਦਿ ਦੇ ਬਾਹਰ ਨਿਕਲਿਆ ਤਖ਼ਤਾ ਜਾਂ ਪੱਥਰ, ਕਿੰਗਰਾ; ਪਹਾੜੀ ਜਾਂ ਚੱਟਾਨ ਦੇ ਪਾਸੇ ਦਾ ਬਾਹਰ ਨਿਕਲਿਆ ਤਖ਼ਤਾ ਜਾਂ ਪੱਥਰ, ਕਿੰਗਰਾ; ਪਹਾੜੀ ਜਾਂ ਚੱਟਾਨ ਦੇ ਪਾਸੇ ਦਾ ਬਾਹਰ ਨਿਕਲਿਆ ਹਿੱਸਾ; ਛੱਜਾ, ਧਾਤ ਪਰਤ

ledged, ledgy /**ਲੈਜੱਡ, 'ਲੈੱਜਿ**/ *a* ਕੋਰਦਾਰ ਫੱਟ(ਸਮਾਂਤਰ ਫੱਟੀ) ਵਾਲਾ

ledger /**'ਲੈਜੱਅ***/ *n* ਵਹੀ-ਖਾਤਾ, ਖਾਤਾ; (ਮਕਾਨ ਉਸਾਰਨ ਵਿੱਚ) ਪੈੜ ਦਾ ਫੱਟਾ

ledger line *n* (ਕਵਿਤਾ) ਬੰਦ ਦੇ ਉੱਪਰ ਜਾਂ ਹੇਠਾਂ ਵਾਹੀ ਲਕੀਰ

lee /**ਲੀ**/ *n* ਓਹਲਾ, ਆੜ, ਓਟ, (ਹਵਾ ਤੋਂ ਬਚਾਅ ਵਾਲਾ ਪਾਸਾ)

leech[1]/**ਲੀਚ**/ *n* (ਪਰਾ) ਹਕੀਮ, ਤਬੀਬ; ਜੋਕ; ਲਹੂ ਚੂਸਣ ਵਾਲਾ (ਮਨੁੱਖ), ਲਹੂ ਚੂਸ, ਰੱਤ ਪੀਣਾ ਜੀਵ; ਮੁਨਾਫ਼ੇਖੋਰ ਬਾਦਵਾਨ ਦਾ ਢਲਵਾਂ ਜਾਂ ਲੰਮੇ ਦਾਅ ਵਾਲਾ ਪਾਸਾ

leechee /**ਲੀ'ਚੀ**/ *n* ਲੀਚੀ

leek /**ਲੀਕ**/ *n* ਪਿਆਜ਼ ਵਰਗੀ ਇੱਕ ਗੰਢਦਾਰ ਬਨਸਪਤੀ **eat the leek** ਅਪਮਾਨ ਸਹਿਣਾ

leer /**ਲਿਅ***/ *n* ਬੁਰੀ ਨਜ਼ਰ, ਭੁੱਖੀ ਨਜ਼ਰ *v* ਬੁਰੀ ਨਜ਼ਰ ਨਾਲ ਵੇਖਣਾ

leery /**'ਲਿਅਰਿ**/ *a* ਚਲਾਕ, ਚੌਕਸ, ਚੁਕੰਨਾ

lees /**ਲੀਜ਼**/ *n* (ਬਹੁ) ਫੋਗ, ਰਹਿੰਦ-ਖੂੰਹਦ; ਮੈਲ, ਤਲਛਟ, ਤਲਿਹਾਰਾ, ਲਾਹਣ

leeward /**'ਲੀਵਅਡ**/ *adv* ਓਹਲੇ ਵੱਲ, ਓਟ ਵਾਲੇ ਪਾਸੇ

leeway /**'ਲੀਵੇਇ**/ *n* ਖੁੱਲ੍ਹ ਦਾ ਸਮਾਂ, ਗੁੰਜਾਇਸ਼

left[1] /**ਲੈਫ਼ੱਟ**/ *v* **leave** ਦਾ ਭੂਤ-ਕਾਲ ਅਤੇ ਭੂਤ-ਕ੍ਰਿਦੰਤ

left[2] *a* ਖੱਬਾ *adv* ਖੱਬੇ ਪਾਸੇ ਦਾ *n* ਉਲਟਾ ਹੱਥ; ਖੱਬੇ ਪੱਖੀ ਸੰਪਰਦਾ; ਵਾਮ ਮਾਰਗੀ ਵਰਗ, ਖੱਬੇ ਪੱਖੀ ਰਾਜਨੀਤੀ

left-hand drive *a* ਉਹ ਵਾਹਨ ਜਿਸਦਾ ਸਟੇਅਰਿੰਗ ਖੱਬੇ ਪਾਸੇ ਹੋਵੇ

left-handed /**ˌਲੈਫ਼ੱਟ'ਹੈਨਡਿਡ**/ *a* ਖਬਚੂ, ਖੱਬੂ; ਭੱਦਾ, ਬੇਤੁਕਾ, ਬੇਡੌਲ; ਦੁਬਾਜਰਾ, ਦੋ ਰੁੱਖਾ; (ਵਿਆਹ) ਜਿਸ ਵਿੱਚ ਪਤੀ ਉੱਚੀ ਕੁਲ ਜਾਂ ਅਮੀਰ ਘਰਾਣੇ ਦਾ ਹੋਵੇ ਅਤੇ ਵਹੁਟੀ ਨੀਵੀਂ ਕੁਲ ਦੀ ਹੋਵੇ

left-hander /**ˌਲੈਫ਼ੱਟ'ਹੈਨਡਅ***/ *n* ਖੱਬੇ ਹੱਥ ਨਾਲ ਕੰਮ ਕਰਨ ਦਾ ਆਦੀ ਵਿਅਕਤੀ, ਖੱਬਚੂ ਆਦਮੀ

leftist /**'ਲੈਫ਼ੱਟਿਸਟ**/ *n* ਵਾਮਪੰਥੀ, ਖੱਬੇ ਪੱਖੀ

leftover /**'ਲੈਫ਼ੱਟਅਉਵ੍ਅ**/ *n* ਬਚੀ-ਖੁਚੀ ਖਾਧ

ਖੁਰਾਕ, ਪਿਛਲੇ ਜ਼ਮਾਨੇ ਤੋਂ ਚਲੀ ਆ ਰਹੀ ਕੋਈ ਰੀਤ ਜਾਂ ਰਿਵਾਜ

leftward /'ਲੈਫ਼ੱਟਵਅਡ/ *adv* ਖੱਬੇ ਹੱਥ, ਖੱਬੇ ਪਾਸੇ

leftwards /'ਲੈਫ਼ੱਟਵਅਡਜ਼/ *adv* ਖੱਬੇ ਪਾਸੇ

left wing /ਲੈਫ਼ੱਟ 'ਵਿਙ/ *n* ਰਾਜਨੀਤੀ ਵਿੱਚ ਉਹ ਗਰੁੱਪ ਜੋ ਅਗਾਂਹ ਵਧੂ ਸਮਾਜਕ ਤਬਦੀਲੀ ਲਿਆਉਣਾ ਚਾਹੁੰਦਾ ਹੋਵੇ

lefty /'ਲੈਫ਼ੱਟਿ/ *n* ਸਮਾਜਵਾਦੀ ਲੋਕਤੰਤਰੀ ਖਿਆਲਾਂ ਦਾ ਵਿਅਕਤੀ; ਖਬਚੂ ਬੰਦਾ

leg /ਲੈੱਗ/ *n* ਲੱਤ, ਟੰਗ, ਜੰਘ, ਚਰਨ; (ਮਾਸ ਦਾ) ਛੌਡਾ; ਇੱਕ ਲੱਤ ਪਿੱਛੇ ਕਰਕੇ ਕੀਤੀ ਸਲਾਮੀ; ਧੋਖੇਬਾਜ਼, ਦਗ਼ਾਬਾਜ਼; (ਕ੍ਰਿਕਟ) ਲੈੱਗ; ਬਣਾਉਟੀ ਲੱਤ, (ਪਜਾਮੇ ਦੀ) ਲੱਤ; (ਤਿਕੋਣ ਦੀ) ਬਾਹੀ; (ਮੰਜੇ, ਕੁਰਸੀ ਆਦਿ ਦਾ) ਪਾਵਾ **to pull one's leg** ਲੱਤ ਖਿੱਚਣਾ **to shake a leg** ਨੱਚਣਾ

legacy /'ਲੈੱਗਅਸਿ/ *n* ਵਿਰਸਾ, ਸੰਪਤੀ

legacy-duty *n* ਵਿਰਸੇ ਦੀ ਸੰਪਤੀ ਉੱਤੇ ਲੱਗਾ ਟੈਕਸ, ਸੰਪਤੀ ਕਰ

legal /'ਲੀਗਲ/ *a* ਕਨੂੰਨੀ, ਨਿਯਮਤ; ਉਚਿਤ, ਜਾਇਜ਼, ਵਿਧੀ ਮੂਲਕ

legalese /,ਲੀਗਅ'ਲੀਜ਼/ *n* ਕਨੂੰਨ ਦੇ ਦਸਤਾਵੇਜ਼ਾਂ ਵਿੱਚ ਵਰਤੀ ਜਾਂਦੀ ਖਾਸ ਭਾਸ਼ਾ (ਜਿਸ ਨੂੰ ਆਮ ਬੰਦਾ ਨਹੀਂ ਸਮਝ ਸਕਦਾ)

legalism /'ਲੀਗਲਿਜ਼ਅਮ/ *n* ਕਨੂੰਨ ਦੀ ਪਾਬੰਦੀ; (ਧਰਮ ਸ਼ਾਸਤਰ ਵਿੱਚ) ਵਿਧਾਨ ਦੀ ਨਿਯਮਤਾ

legalist /'ਲੀਗਲਿਸਟ/ *n* ਕਨੂੰਨਦਾਨ, ਕਨੂੰਨੀ ਪੰਡਤ; ਅਮਲਾਂ ਰਾਹੀਂ ਨਿਬੇੜੇ ਵਿੱਚ ਵਿਸ਼ਵਾਸ ਰੱਖਣ ਵਾਲਾ, ਧਾਰਮਿਕ ਸਿਧਾਂਤਾਂ ਨੂੰ ਮੰਨਣ ਵਾਲਾ ਵਿਅਕਤੀ

legality /ਲੀ'ਗੈਲਅਟਿ/ *n* ਕਨੂੰਨੀ ਹੈਸੀਅਤ, ਨਿਯਮਤਾ

legalize /'ਲੀਗਅਲਾਇਜ਼/ *vt* ਜਾਇਜ਼ ਠਹਿਰਾਉਣਾ, ਪ੍ਰਮਾਣਿਤ ਕਰਨਾ, ਕਨੂੰਨੀ ਰੂਪ ਦੇਣਾ

legally /'ਲੀਗਲਿ/ *adv* ਵਿਧੀਪੂਰਵਕ ਕਨੂੰਨ ਦੀ ਦ੍ਰਿਸ਼ਟੀ ਵਿੱਚ

legate /'ਲੈੱਗਅਟ/ *n* ਨੁਮਾਇੰਦਾ, ਪ੍ਰਤਿਨਿਧ, ਏਲਚੀ *vt* ਵਸੀਅਤ ਕਰਨਾ

legatee /,ਲੈੱਗਅ'ਟੀ/ *n* ਵਸੀਅਤ ਪ੍ਰਾਪਤ ਕਰਨ ਵਾਲਾ, ਉੱਤਰਾਧਿਕਾਰੀ

legation /ਲਿ'ਗੇਇਸ਼ਨ/ *n* ਉਪਰਾਜਦੂਤ ਅਤੇ ਉਸ ਦਾ ਅਮਲਾ; ਦੂਤਾਵਾਸ, ਦੂਤ ਘਰ; ਨੁਮਾਇੰਦਗੀ, ਉਪ ਰਾਜਦੂਤ ਦਾ ਪਦ ਜਾਂ ਅਹੁਦਾ

legend /'ਲੈੱਜਅਨਡ/ *n* ਲੋਕ-ਕਥਾ, ਦੰਦ-ਕਥਾ, ਪੁਰਾਣਿਕ-ਕਥਾ, ਰਵਾਇਤ, ਕਿੱਸਾ-ਕਹਾਣੀ, ਦੇਵ-ਕਹਾਣੀ; ਸਿੱਕੇ ਉੱਤੇ ਉਕਰੀ ਹੋਈ ਤਸਵੀਰ ਜਾਂ ਸ਼ਬਦ; ਸੰਕੇਤ ਵਾਕ

legendary /'ਲੈੱਜਅਨਡਰਿ/ *a* ਪੁਰਾਣਿਕ, ਪ੍ਰਸਿੱਧ; ਕਾਲਪਨਿਕ, ਮਿਥਿਆ, ਪੁਰਾਣ, ਪੁਰਾਣਾਂ ਦਾ ਕਥਾ ਸੰਗ੍ਰਹਿ

leger /'ਲੈੱਜਅ*/ *n* (ਕੋਲਾ) ਘੱਟ ਤੋਲਣ ਵਾਲਾ; ਲੈਜਰ

legerdemain /'ਲੈੱਜਅਡਅਮੇਇਨ/ *n* ਚਾਲਬਾਜ਼ੀ, ਬਾਜ਼ੀਗਰੀ, ਹੱਥ ਦੀ ਸਫ਼ਾਈ; ਵਾਕ ਛਲ

legginess /'ਲੈੱਗਿਨਅਸ/ *n* ਲਮਟੰਗਾਪਣ, ਲਮਢੀਂਗ

leggings /'ਲੈੱਗਿਙਜ਼/ *n* (ਬਹੁ)ਲੰਮੀਆਂ ਜੁਰਾਬਾਂ

leg-guard *n* ਪੈਡ ਜੋ ਕ੍ਰਿਕਟ ਆਦਿ ਵਿੱਚ ਲੱਤਾਂ ਦੇ ਬਚਾਅ ਲਈ ਬੰਨ੍ਹਿਆਂ ਜਾਂਦਾ ਹੈ

leggy /'ਲੈੱਗਿ/ *a* ਲਮਟੰਗਾ

leghorn /ਲੈੱ'ਗੌਨ/ *n* ਕੁਕੜੀਆਂ ਦੀ ਇੱਕ ਕਿਸਮ

legibility /,ਲੈੱਜਅ'ਬਿਲਅਟਿ/ *n* ਸਪਸ਼ਟਤਾ (ਲਿਖਣ ਦੀ), ਪੜ੍ਹਨਯੋਗਤਾ

legible /'ਲੈੱਜਅਬਲ/ *a* ਸਪਸ਼ਟ, ਪੜ੍ਹਿਆ ਜਾ ਸਕਣ ਵਾਲਾ

legible hand *n* ਖੁਸ਼ਖਤ, ਸੁਲੇਖ, ਸੁੰਦਰ

ਲਿਖਾਈ

legion /'ਲੀਜਅਨ/ *n* ਲਸ਼ਕਰ, ਖ਼ੂਹਣੀ, ਸੈਨਾ ਦਲ, ਵੱਡੀ ਫ਼ੌਜ; ਬਹੁਤ ਗਿਣਤੀ

legislate /'ਲੈੱਜਿਸਲੇਇਟ/ *vi* ਕਨੂੰਨ ਬਣਾਉਣਾ, ਵਿਧਾਨ ਬਣਾਉਣਾ, ਨੇਮ ਬਣਾਉਣਾ

legislation /ˌਲੈੱਜਿਸ'ਲੇਇਸ਼ਨ/ *n* ਵਿਧੀ ਨਿਰਮਾਣ, ਵਿਧਾਨਕਾਰੀ, ਵਿਧੀ ਵਿਵਸਥਾ, ਕਨੂੰਨ ਨਿਰਮਾਣ, ਵਿਧਾਨ

legislative /'ਲੈੱਜਿਸਲਅਟਿਵ੍/ *a* ਨਿਯਮ ਸੰਬੰਧੀ, ਨਿਯਮ ਅਨੁਸਾਰ ਕੀਤਾ ਗਿਆ, ਵਿਧਾਨਕ

legislator /'ਲੈੱਜਿਸਲੇਇਟਅ*/ *n* ਵਿਧੀਕਰਤਾ, ਵਿਵਸਥਾਪਕ, ਵਿਧਾਇਕ, ਵਿਧਾਨਕਾਰ, ਵਿਧਾਨ ਸਭਾ ਦਾ ਮੈਂਬਰ

legislature /'ਲੈੱਜਿਸਲੇਇਚਅ*/ *n* ਵਿਧਾਨ ਸਭਾ, ਵਿਧਾਨ ਮੰਡਲ

legist /'ਲੀਜਿਸਟ/ *n* ਕਨੂੰਨ ਵਿਗਿਆਨੀ, ਕਨੂੰਨ ਸ਼ਾਸਤਰੀ, ਵਿਧੀਵੇਤਾ

legitimacy /ਲਿ'ਜਿਟਿਮਅਸਿ/ *n* ਯੋਗਤਾ, ਉਚਿਤਤਾ; ਵਿਧੀ ਅਨੁਕੂਲਤਾ; ਸਚਾਈ, ਖਰਾਪਣ

legitimate /ਲਿ'ਜਿਟਿਮਅਟ/ *a* ਨਿਯਮਕ, ਵਿਧੀ ਅਨੁਕੂਲ, ਯੋਗ, ਉਚਿਤ, ਕਨੂੰਨੀ; ਜਾਇਜ਼ (ਔਲਾਦ); ਯਥਾਰਥ, ਸੱਚਾ, ਅਸਲੀ, (ਹੱਕ ਦੇ ਆਧਾਰ 'ਤੇ); ਜੱਦੀ, ਪਰੰਪਰਾਗਤ (ਉਪਾਧੀ, ਖ਼ਿਤਾਬ) /ਲਿ'ਜਿਟਿਮੇਇਟ/ *vt* ਵਿਧੀ ਅਨੁਕੂਲ ਸਿੱਧ ਕਰਨਾ

legitimize /ਲਿ'ਜਿਟਅਮਾਇਜ਼/ *vt* ਵਿਧੀ ਅਨੁਕੂਲ ਕਰਨਾ, ਪ੍ਰਮਾਣਿਤ ਕਰਨਾ

legless /'ਲੈੱਗਲਅਸ/ *a* ਲੰਗਾ, ਲੰਗੜਾ

legroom /'ਲੈੱਗਰੂਮ, -ਰੁਮ/ *n* ਲੱਤਾਂ ਪਸਾਰਨ ਲਈ ਥਾਂ

legume /'ਲੈੱਗਯੂਮ, ਲਿ'ਗਯੂਮ/ *n* ਫਲੀਦਾਰ ਜਾਤੀ ਦੇ ਪੌਦੇ

legumen /ਲਿ'ਗਯੂਮਅਨ/ *n* ਵੇਖੋ **legume**

leguminous /ਲਿ'ਗਯੂਮਿਨਅਸ/ *a* ਫਲੀਦਾਰ

lei /'ਲੇਇ/ *n* ਫੁੱਲਾਂ ਦਾ ਹਾਰ

leiotrichous /ਲਾਇ'ਔਟਰਿਕਅਸ/ *a* ਚਿਕਨੇ ਵਾਲਾਂ ਵਾਲਾ

leister /'ਲੀਸਟਅ*/ *n* ਇੱਕ ਪ੍ਰਕਾਰ ਦਾ ਲੰਮਾ ਬਰਛਾ, ਨੇਜ਼ਾ

leisurable /'ਲੈੱਯ਼ਅਰਅਬਲ/ *a* ਵਿਹਲ ਭਰਿਆ, ਫ਼ੁਰਸਤ ਭਰਪੂਰ, ਸਹਿਜਪੂਰਨ

leisure /'ਲੈੱਯ਼ਅ*/ *n* ਵਿਸ਼ਰਾਮ, ਵਿਹਲ, ਫ਼ੁਰਸਤ, ਛੁੱਟੀ; ਖ਼ਾਲੀ ਸਮਾਂ

leisured /'ਲੈੱਯ਼ਅਡ/ *a* ਵਿਹਲਾ, ਖ਼ਾਲੀ, ਫ਼ੁਰਸਤ ਵਾਲਾ

leisurely /'ਲੈੱਯ਼ਅਲਿ/ *a* ਹੌਲੀ, ਮੰਦ, ਫ਼ੁਰਸਤ ਦਾ, ਸੋਚਿਆ-ਸਮਝਿਆ; ਹੌਲੀ-ਹੌਲੀ, ਸਾਵਧਾਨੀ ਨਾਲ

leisure suit *n* (ਸੰਨ 1970 ਦੇ ਲਗਭਗ ਪ੍ਰਚਲਿਤ) ਇੱਕੋ ਕੱਪੜੇ ਦਾ ਬਣਿਆ ਕਮੀਜ਼ ਪਜਾਮਾ

leitmotif /'ਲਾਇਟਮਅਉਟੀਫ਼/ *n* (ਸੰਗੀ) ਕੇਂਦਰੀ ਭਾਵ

leman /'ਲੈੱਮਅਨ/ *n* (ਪਰਾ) ਪ੍ਰੇਮੀ, ਯਾਰ; ਪ੍ਰੇਮਿਕਾ, ਮਹਿਬੂਬ

lemma /'ਲੈੱਮਅ/ *n* (ਭਾਸ਼ਾ) ਅਕਾਲਕ ਕਿਰਿਆ, ਕਿਰਿਆ ਦਾ ਸਧਾਰਨ ਰੂਪ; ਉਪਸਿਧਾਂਤ, ਸ਼ਬਦ ਕੋਸ਼ ਦੇ ਇੰਦਰਾਜ ਦਾ ਮੁੱਖ ਸ਼ਬਦ

lemming /'ਲੈੱਮਿਙ/ *n* ਉੱਤਰੀ ਧਰੁਵ ਦਾ ਇੱਕ ਚੂਹੇ ਵਰਗਾ ਜੀਵ

lemon /'ਲੈੱਮਅਨ/ *n* ਨਿੰਬੂ; ਨਿੰਬੂ ਦਾ ਬੂਟਾ; ਹਲਕਾ ਪੀਲਾ (ਰੰਗ)

lemonade /ˌਲੈੱਮਅ'ਨੇਇਡ/ *n* ਨਿੰਬੂ ਦਾ ਸ਼ਰਬਤ, ਸ਼ਕੰਜਵੀ, ਨਿੰਬੂ ਪਾਣੀ

lemon drop *n* ਨਿੰਬੂ ਦੇ ਸੁਆਦ ਵਾਲੀ ਚੂਸਣ ਵਾਲੀ ਗੋਲੀ

lemon-squeezer *n* ਨਿੰਬੂ-ਨਿਚੋੜ

lemony /'ਲੈੱਮਅਨਿ/ *a* ਨਿੰਬੂ ਦੇ ਰਸ ਦਾ, ਹਲਕਾ ਪੀਲਾ; ਨਿੰਬੂ ਸੰਬੰਧੀ

lemur /'ਲੀਮਅ*/ *n* ਲੰਗੂਰ

lemures /'ਲੈਮੱਯੂਰੀਜ਼/ *n* (ਬਹੁ) ਭੂਤ, ਪ੍ਰੇਤ

lend /ਲੈਂਡ/ *vt* ਉਧਾਰ ਦੇਣਾ; ਦਾਨ ਕਰਨਾ; ਦੇਣਾ; ਕਿਰਾਏ ਤੇ ਦੇਣਾ

lendable /'ਲੈਂਡਅਬਲ/ *a* ਉਧਾਰ ਦੇਣ ਯੋਗ

lend a hand *n* ਹੱਥ ਵਟਾਉਣਾ

lend an ear *n* ਸੁਣਨਾ, ਕੰਨ ਧਰਨਾ

lender /'ਲੈਂਡਅ*/ *n* ਸ਼ਾਹੂਕਾਰ, ਮਹਾਜਨ, ਰਿਣਦਾਤਾ

lending /'ਲੈਂਡਿਙ/ *n* ਉਧਾਰ ਦੇਣ ਦਾ ਕਿੱਤਾ, ਕਿਰਾਏ ਉੱਤੇ ਜਾਂ ਕਰਜ਼ ਦੇਣ ਦਾ ਕਾਰਜ, ਰਿਣ ਦਾਨ; ਉਧਾਰ ਦਾਤਾ

lending rate *n* ਉਧਾਰੇ ਲਏ ਪੈਸੇ ਦੀ ਵਿਆਜ ਦਰ

length /ਲੈਙਥ/ *n* ਲੰਬਾਈ, ਵਿਸਤਾਰ, ਫੈਲਾਅ, ਦੇਰ, ਅਰਸਾ; ਦੂਰੀ, ਅੰਤਿਮ ਸੀਮਾ, (ਛੰਦ ਸ਼ਾਸਤਰ) ਸੁਰਾਂ ਜਾਂ ਅੱਖਰਾਂ ਦੀ ਮਾਤਰਾ; (ਕ੍ਰਿਕਟ) ਗੇਂਦ ਦੇ ਟੱਪਾ ਖਾਣ ਦੀ ਦੂਰੀ **at an arm's length** ਪਰੇ, ਦੂਰ **at length** ਵਿਸਤਾਰਪੂਰਵਕ

lengthen /'ਲੈਙਥਅਨ/ *v* ਲੰਮਾ ਕਰਨਾ, ਵਧਾਉਣਾ, ਵਧਣਾ, ਫੈਲਾਉਣਾ, ਫੈਲਣਾ, (ਖੁੱਲ੍ਹ) ਟੇਰਨਾ

lengthways /'ਲੈਙਥਵੇਇਜ਼/ *a* ਲੰਮੇ ਦਾਅ

lengthwise /'ਲੈਙਥਵਾਇਜ਼/ *adv* ਲੰਮੇ ਦਾਅ

lengthy /'ਲੈਙਥਿ/ *a* ਲੰਮਾ, ਦੀਰਘ, ਉਕਤਾ ਦੇਣ ਵਾਲਾ (ਭਾਸ਼ਣ)

lenience, leniency /'ਲੀਨਿਅਨਸ, 'ਲੀਨਿਅਨਸਿ/ *n* ਨਰਮੀ, ਕੋਮਲਤਾ, ਹਲੀਮੀ, ਦਇਆ, ਉਦਾਰਤਾ, ਦਿਆਲਤਾ

lenient /'ਲੀਨਿਅਨਟ/ *a* ਨਰਮ, ਦਿਆਲੂ, ਉਦਾਰ

lenify /'ਲੀਨਿਫ਼ਾਇ/ *vt* ਮੱਠਾ ਕਰਨਾ, ਖੁਸ਼ ਕਰਨਾ, ਸ਼ਾਂਤ ਕਰਨਾ, ਪ੍ਰਸੰਨ ਕਰਨਾ, ਦੁੱਖ ਦੂਰ ਕਰਨਾ

Leninism /'ਲੈਨਿਨਿਜ਼ਅਮ/ *n* ਲੈਨਿਨ ਦਾ ਸਿੱਧਾਂਤ, ਲੈਨਿਨਵਾਦ

lenitive /'ਲੈਨਿਟਿਵ੍/ *a* ਸ਼ਾਂਤੀ ਦੇਣ ਵਾਲੀ, ਕਲੇਸ਼ ਕੱਟਣ ਵਾਲੀ *n* ਸ਼ਾਂਤ ਕਰਨ ਵਾਲੀ ਦਵਾਈ ਆਦਿ

lenity /'ਲੈਨਿਟਿ/ *n* ਦਇਆ, ਖਿਮਾ, ਕਿਰਪਾ, ਕਿਰਪਾਲਤਾ, ਉਦਾਰਤਾ, ਨਰਮੀ

leno /'ਲੀਨਅਉ/ *n* (ਖਿੜਕੀ ਦਾ ਪਰਦਾ ਬਣਾਉਣ ਲਈ) ਸੂਤੀ ਜਾਲੀ

lens /ਲੈਨਜ਼/ *n* (ਦੂਰਬੀਨ ਜਾਂ ਐਨਕ ਦਾ) ਸ਼ੀਸ਼ਾ, ਅੱਖ ਦਾ ਪਰਦਾ

lensless /ਲੈਨਜ਼ਲਅਸ/ *a* ਲੈਨਜ਼ ਜਾਂ ਕੱਚ ਰਹਿਤ

lensman /'ਲੈਨਜ਼ਮਅਨ/ *n* ਕਿੱਤੇ ਵਜੋਂ ਫੋਟੋ-ਗ੍ਰਾਫਰ, ਧੰਦੇ ਵਜੋਂ ਫੋਟੋਆਂ ਖਿੱਚਣ ਵਾਲਾ ਵਿਅਕਤੀ

lent[1] /ਲੈਨਟ/ *vt* **lend** ਦਾ ਭੂਤ-ਕਾਲ ਅਤੇ ਭੂਤ-ਕ੍ਰਿਦੰਤ

lent[2] *n* (ਈਸਾਈਆਂ ਵਿੱਚ, ਈਸਟਰ ਤੋਂ ਪਹਿਲਾਂ ਦਾ) ਚਲੀਹਾ, ਚਾਲੀ, ਦਿਨਾਂ ਦਾ ਵਰਤ

lentando /ਲੈਨ'ਟੈਨਡਅਉ/ *adv* (ਸੰਗੀ) ਰੁਕ-ਰੁਕ ਕੇ

lentic /'ਲੈਨਟਿਕ/ *a* ਸਥਿਰ ਜਲਜੀਵੀ, ਖੜ੍ਹੇ ਜਲ ਸੰਬੰਧੀ

lentil /'ਲੈਨਟਲ/ *n* ਮਸਰਾਂ ਦੀ ਦਾਲ, ਮਸਰਾਂ ਦਾ ਪੌਦਾ

lentitude /'ਲੈਨਟਿਟਯੂਡ/ *n* ਸੁਸਤੀ, ਆਲਸ, ਨਿਰਉਤਸ਼ਾਹ

lento /'ਲੈਨਟਅਉ/ *adv* (ਸੰਗੀ) ਧੀਮੇ ਸੁਰ ਵਿੱਚ

Leo /'ਲੀਅਉ/ *n* ਸਿੰਘ ਰਾਸ਼ੀ

leopard /'ਲੈਪਅਡ/ *n* ਚਿੱਤਰਾ, ਚੀਤਾ

leper /'ਲੈਪਅ*/ *n* ਕੋੜ੍ਹੀ, ਕੋੜ੍ਹ ਦਾ ਰੋਗੀ, ਕੁਸ਼ਟੀ, ਕੁਸ਼ਟ ਰੋਗੀ

lepid /'ਲੈਪਿਡ/ *a* ਮਨੋਹਰ, ਮਨਮੋਹਕ, ਮਨਮੋਹਨਾ

leporine /'ਲੈਪਅਰਾਇਨ/ *a* ਸਹੇ ਦੀ ਜਾਤੀ ਦਾ

lepra /'ਲੈਪੱਰਅ/ *n* ਕੋੜ੍ਹ, ਕੁਸ਼ਟ

leprologist /ਲੈ'ਪਰੌਲਅਜਿਸਟ/ *n* ਕੋੜ੍ਹ ਦਾ ਇਲਾਜ ਕਰਨ ਵਾਲਾ ਡਾਕਟਰ

leproma /ਲੈ'ਪਰਅਉਮਅ/ *n* ਕੋੜ੍ਹ ਦਾ ਫੋੜਾ

leprosy /'ਲੈਪੱਰਅਸਿ/ *n* ਕੋੜ੍ਹ; ਇਖਲਾਕੀ ਗਿਰਾਵਟ, ਨੈਤਿਕ ਰੋਗ

leprous /'ਲੈਪੱਰਅਸ/ *a* ਕੋੜ੍ਹੀ, ਕੋੜ੍ਹ ਦੀ ਬਿਮਾਰੀ ਵਾਲਾ

leptorrhine /'ਲੈਪੱਟਅਰਾਇਨ/ *a* ਤਿੱਖੇ ਨੱਕ ਵਾਲਾ, ਪਤਲੇ ਨੱਕ ਵਾਲਾ

lesbian /'ਲੈਜ਼ੱਬਿਅਨ/ *n* ਸਮਲਿੰਗੀ ਭੋਗ ਕਰਨ ਵਾਲੀ ਇਸਤਰੀ

lesbianism /'ਲੈਜ਼ੱਬਿਅਨਿਜ਼ਅਮ/ *n* ਇਸਤਰੀ ਦੀ ਇਸਤਰੀ ਕਾਮੁਕਤਾ, ਇਸਤਰੀ ਸਮਲਿੰਗੀ ਭੋਗ

lese-majesty /,ਲੀਜ਼ 'ਮੈਜਅਸਟਿ/ *n* ਰਾਜਧ੍ਰੋਹ, ਬਗਾਵਤ

lesion /'ਲੀਯ਼ਨ/ *n* ਸਰੀਰ ਦੇ ਅੰਗਾਂ ਵਿੱਚ ਕੋਈ ਵਿਕਾਰ ਜਾਂ ਗੜਬੜ; ਨੁਕਸਾਨ, ਹਾਨੀ; ਸੱਟ, ਘਾਉ

lesional /'ਲੀਯ਼ਅਨਅਲ/ *a* ਹਾਨੀਜਨਕ, ਨੁਕਸਾਨਦੇਹ, ਵਿਕਾਰਸ਼ੀਲ

less /ਲੈੱਸ/ *a* ਘੱਟ, ਥੋੜ੍ਹਾ, ਊਣਾ; ਖੇਤਰਫਲ ਵਿੱਚ ਛੁਟੇਰਾ, ਨੀਵੇਂ ਅਹੁਦੇ ਵਾਲਾ; ਛੋਟੇ ਪਦ ਵਾਲਾ *n* ਘੱਟ ਵਸਤੂ, ਥੋੜ੍ਹੀ ਮਿਣਤੀ, ਘੱਟ ਗਿਣਤੀ *prep* ਘਟਾਅ ਕੇ, ਕੱਢ ਕੇ, ਬਿਨਾਂ

lessee /ਲੈ'ਸੀ/ *n* ਪੱਟੇ ਤੇ ਜਾਂ ਕਿਰਾਏ ਤੇ ਲੈਣ ਵਾਲਾ ਆਦਮੀ, ਪੱਟੇਦਾਰ, ਕਿਰਾਇਦਾਰ

lessen /'ਲੈੱਸਨ/ *v* ਘਟਣਾ, ਘਟਾਉਣਾ, ਹੌਲਾ ਹੋਣਾ ਜਾਂ ਕਰਨਾ, ਥੋੜ੍ਹਾ ਹੋਣਾ ਜਾਂ ਕਰਨਾ

lesser /'ਲੈੱਸਅ*/ *a* (ਕਿਸੇ ਦੂਜੇ ਦੇ ਮੁਕਾਬਲੇ ਵਿੱਚ) ਘੱਟ, ਥੋੜ੍ਹਾ, ਹੌਲਾ; ਛੁਟੇਰਾ; ਹੋਰ ਘੱਟ, ਹੋਰ ਥੋੜ੍ਹਾ

lesson /'ਲੈੱਸਨ/ *n* ਪਾਠ, ਸਬਕ, ਪੜ੍ਹਾਈ, ਸਿੱਖਿਆ, ਉਪਦੇਸ਼; ਸਿੱਖਿਆ ਜਾਂ ਪੜ੍ਹਾਈ ਦਾ ਸਮਾਂ; (ਬਹੁ) ਵਿਧੀ ਅਨੁਸਾਰ ਸਿਖਲਾਈ; ਅਨੁਸਰਨ ਕਰਨ ਯੋਗ ਨਮੂਨਾ; ਸਖ਼ਤ ਦੰਡ; ਬਾਈਬਲ ਵਿੱਚ ਸਵੇਰੇ ਸ਼ਾਮ ਪੜ੍ਹੀ ਜਾਣ ਵਾਲੀ ਪ੍ਰਾਰਥਨਾ *vt* ਸਿਖਾਉਣਾ, ਪੜ੍ਹਾਉਣਾ; ਝਿੜਕਣਾ, ਫਿਟਕਾਰਨਾ

lest /ਲੈੱਸਟ/ *conj* ਮਤਾਂ, ਮਤੇ, ਇਉਂ ਨਾ ਹੋਵੇ ਕਿ

let[1] /ਲੈੱਟ/ *vt* ਰੁਕਾਵਟ ਪਾਉਣਾ, ਅੜਿੱਕਾ ਡਾਹੁਣਾ, ਰੋਕਣਾ; (ਖੇਡ ਵਿੱਚ) ਗੇਂਦ ਜਾਂ ਖਿਡਾਰੀ ਨੂੰ ਰੋਕਣਾ *n* ਰੁਕਾਵਟ, ਅੜਿੱਕਾ, ਰੋਕ

let[2] *v* ਨਿਕਲਨ ਦੇਣਾ, ਜਾਣ ਦੇਣਾ; ਵਗਣ ਦੇਣਾ, ਹੋਣ ਦੇਣਾ; ਕਿਰਾਏ ਉੱਤੇ ਦੇਣਾ; ਕਹਨ ਦੇਣਾ, ਆਗਿਆ ਦੇਣਾ; ਛੱਡਣਾ

let alone *v* ਦਖ਼ਲ ਨਾ ਦੇਣਾ

letch /ਲੈੱਚ/ *n* ਇੱਛਾ, ਅਕਾਂਖਿਆ, ਅਭਿਲਾਸ਼ਾ

let-down /'ਲੈੱਟਡਾਉਨ/ *n* ਨੀਵਾਂ ਕਰਨਾ, ਨਿਰਾਸ ਕਰਨਾ

lethal /'ਲੀਥਲ/ *a* ਘਾਤਕ, ਮਾਰੂ, ਜਾਨਲੇਵਾ (ਹਥਿਆਰ ਆਦਿ)

lethargic /ਲਅ'ਥਾਜਿਕ/ *a* ਸੁਸਤ, ਆਲਸੀ, ਕੰਮਚੋਰ; ਮੱਠਾ, ਸਾਹ ਸਤਹੀਣ

lethargy /'ਲੈੱਥਅਜਿ/ *n* ਆਲਸ, ਸੁਸਤੀ, ਕੰਮਚੋਰੀ; ਨਿਰਜੀਵਤਾ, ਸਾਹ ਸਤਹੀਣਤਾ

Lethe /'ਲੀਥਿ/ *n* (ਯੂਨਾਨੀ ਮਿਥ) ਪਤਾਲ ਲੋਕ ਦੀ ਇੱਕ ਨਦੀ ਜਿਸ ਦਾ ਪਾਣੀ ਸਾਰੀਆਂ ਬੀਤੀਆਂ ਗੱਲਾਂ ਭੁਲਾ ਦਿੰਦਾ ਹੈ

let into *v* ਟੁੱਟ ਕੇ ਪੈਣਾ

let loose *v* ਖੁੱਲ੍ਹਾ ਛੱਡਣਾ, ਬੇਮੁਰਾਹਾ ਛੱਡ ਦੇਣਾ

let-off /'ਲੈੱਟਔਫ਼/ *v* ਰਿਹਾਅ ਕਰਨਾ, ਛੱਡਣਾ

let on *v* ਮੁਖ਼ਬਰੀ ਕਰਨਾ, ਭੇਦ ਦੱਸਣਾ

let slip *v* ਭੁੱਲਣਾ

letter /'ਲੈੱਟਅ*/ *n* ਚਿੱਠੀ, ਪੱਤਰ, ਖ਼ਤ; (ਬਹੁ) ਸਰਕਾਰੀ ਜਾਂ ਕਨੂੰਨੀ ਪੱਤਰ; ਅੱਖਰ, ਵਰਨ, ਹਰਫ਼; (ਛਾਪੇ ਵਿੱਚ) ਟਾਈਪ; (ਪੁਸਤਕ ਦੀ ਜਿਲਦ ਉੱਤੇ) ਉੱਕਰੇ ਹੋਏ ਅੱਖਰ; (ਬਹੁ)

ਵਿੱਦਿਆ, ਸਾਹਿਤ, ਗਿਆਨ; ਕਿਸੇ ਬਿਆਨ ਦੇ ਹੂ-ਬਹੂ ਸ਼ਬਦ *vt* (ਕਿਤਾਬ ਦੀ ਜਿਲਦ ਉੱਤੇ) ਅੱਖਰ ਉੱਕਰਨਾ, ਠੱਪਾ ਲਾਉਣਾ; ਅੱਖਰਾਂ ਅਨੁਸਾਰ ਵਰਗ ਵੰਡ ਕਰਨਾ

letter bomb *n* ਚਿੱਠੀ ਵਿੱਚ ਭੇਜਿਆ ਗਿਆ ਛੋਟਾ ਬੰਬ (ਜੋ ਚਿੱਠੀ ਖੋਲ੍ਹਣ ਸਮੇਂ ਚੱਲ ਜਾਂਦਾ ਹੈ)

letter box *n* ਚਿੱਠੀ ਪਾਉਣ ਵਾਲਾ ਢੋਲ, ਲੈਟਰ ਬਕਸ

lettered /'**ਲੈਟੱਅਡ**/ *a* ਵਿਦਵਾਨ, ਗਿਆਨੀ, ਪੰਡਤ, ਪੜ੍ਹਿਆ-ਲਿਖਿਆ; ਜਿਸ ਉੱਤੇ ਅੱਖਰ ਉੱਕਰੇ ਹੋਣ

letterhead /'**ਲੈਟੱਅਹੈੱਡ**/ *n* ਚਿੱਠੀ ਦੇ ਉੱਪਰ ਛਪਿਆ ਚਿੱਠੀ ਲਿਖਣ ਵਾਲੇ ਦਾ ਸਿਰਨਾਵਾਂ, ਚਿੱਠੀ ਲਿਖਣ ਵਾਲੇ ਦੇ ਸਿਨਾਵੇਂ ਵਾਲਾ ਕਾਗਜ਼

lettering /'**ਲੈਟੱਅਰਿਙ**/ *n* ਅੱਖਰ ਲੇਖਣ, ਨਾਮਾਂਕਣ, ਅੱਖਰਾਂ ਦੀ ਬਣਾਵਟ

letterless /'**ਲੈਟੱਅਲਅਸ**/ *a* ਨਿਰੱਖਰ, ਅਨਪੜ੍ਹ

letter-perfect /ˌ**ਲੈਟੱਅ'ਪਅ:ਫ਼ਿਕਟ**/ *a* (ਥੀਏਟਰ) ਆਪਣਾ ਪਾਰਟ ਪੂਰੀ ਤਰ੍ਹਾਂ ਜਾਣਨ ਵਾਲਾ

letters-patent *n* ਸ਼ਾਹੀ ਸਨਦ, ਅਧਿਕਾਰ ਪੱਤਰ

lettuce /'**ਲੈੱਟਿਸ**/ *n* ਇੱਕ ਵੱਡੇ ਪੱਤਿਆਂ ਵਾਲਾ ਪੌਦਾ ਜਿਸ ਦੇ ਪੱਤੇ ਕੱਚੇ ਖਾਧੇ ਜਾਂਦੇ ਹਨ (ਵਿਸ਼ੇਸ਼ ਰੂਪ ਵਿੱਚ ਸਲਾਦ ਦੇ ਤੌਰ 'ਤੇ), ਪਾਲਕ

let-up /'**ਲੈੱਟਅੱਪ**/ *v* ਮੱਧਮ ਪੈਣਾ; ਨਰਮ ਹੋਣਾ, ਘਟਣਾ

leucocyte /'**ਲੂਕਅਸਾਇਟ**/ *n* ਲਹੂ ਦਾ ਸਫ਼ੈਦ ਕੀਟਾਣੂ

leucoma /**ਲੂ'ਕਅਉਮਅ**/ *n* ਅੱਖ ਦਾ ਜਾਲਾ, ਫੋਲਾ

leukaemia /**ਲੂ'ਕੀਮਿਅ**/ *n* ਲਹੂ ਦਾ ਕੈਂਸਰ

levant[1] /**ਲਿ'ਵੈਨਟ**/ *vt* ਭੱਜ ਜਾਣਾ, ਨੱਠ ਜਾਣਾ, ਨਿਕਲ ਜਾਣਾ; ਸ਼ਰਤ ਜਾਂ ਕਰਜ਼ ਚੁਕਾਏ ਬਿਨਾਂ ਕਿਧਰੇ ਖਿਸਕ ਜਾਣਾ

levant[2] *n* ਰੋਮ ਸਾਗਰ ਦੇ ਪੂਰਬ ਵੱਲ ਦੇ ਇਲਾਕੇ

levee[1] /'**ਲੈੱਵਿ**/ *n* ਸ਼ਾਹੀ ਦਰਬਾਰ, ਰਾਜ-ਸਭਾ; ਰਾਜ-ਸਮਾਰੋਹ, ਦਰਸ਼ਕ ਸਮੂਹ; ਮਰਦਾਨਾ ਦਰਬਾਰ; ਮੁਲਾਕਾਤ ਕਰਨ ਵਾਲਿਆਂ ਦਾ ਇਕੱਠ

levee[2] *n* ਹੜ੍ਹ ਤੋਂ ਬਚਾਅ ਕਰਨ ਲਈ ਦਰਿਆ ਜਾਂ ਨਾਲੇ ਦੇ ਨਾਲ ਬਣਾਇਆ ਗਿਆ ਬੰਨ੍ਹ, ਧੁੱਸੀ ਬੰਨ੍ਹ

level /'**ਲੈਵ੍ਵਲ**/ *n* ਪੱਧਰੀ ਭੌਂ, ਪੱਧਰਾ ਖੇਤਰ, ਗੁਣੀਆਂ, ਪੱਧਰ ਵੇਖਣ ਵਾਲਾ ਇੱਕ ਸੰਦ; ਸਤਰ, ਦਰਜਾ; ਮਿਆਰ (ਬੌਧਿਕ, ਸਮਾਜਿਕ ਜਾਂ ਨੈਤਿਕ); ਬਰਾਬਰੀ, ਸਮਤਾ *a* ਸੰਤੁਲਿਤ, ਸਾਵਾਂ *v* ਸੁਵਾਹਰਾ ਕਰਨਾ; ਫ਼ਰਕ ਮਿਟਾ ਕੇ ਬਰਾਬਰ ਕਰਨਾ; ਮਰਯਾਦਾ ਅਨੁਕੂਲ ਕਰਨਾ; ਮਿੱਟੀ ਵਿੱਚ ਮਿਲਾ ਦੇਣਾ, ਮਲੀਆਮੇਟ ਕਰ ਦੇਣਾ, ਘਟਾਅ ਵਧਾਅ ਕੇ ਮੁਨਾਸਬ ਦਰਜੇ ਉੱਤੇ ਲਿਆਉਣਾ; ਤਾਹਨਾ ਮਾਰਨਾ, ਦੋਸ਼ ਲਾਉਣਾ **to do one's level best** *n* ਪੂਰਾ ਯਤਨ ਕਰਨਾ; ਟਿੱਲ ਲਾਉਣਾ

level crossing *n* ਰੇਲ ਪੱਟੜੀ ਦੇ ਉੱਤੋਂ ਦੀ ਸੜਕ (ਦਾ ਲਾਂਘਾ), ਪੱਧਰਾ ਲਾਂਘਾ, ਰੇਲਵੇ ਫਾਟਕ

level-headed /ˌ**ਲੈਵੱ(ਅ)ਲ'ਹੈੱਡਿਡ**/ *a* ਟਿਕਵੇਂ ਸੁਭਾਅ ਵਾਲਾ ਸ਼ਾਂਤਮਈ ਦਸ਼ਾ ਵਿੱਚ ਰਹਿਣ ਵਾਲਾ, ਠਰ੍ਹੰਮੇ ਵਾਲਾ

levelled /ˌ**ਲੈਵੱ(ਅ)ਲਡ**/ *a* ਪੱਧਰਾ ਜਾਂ ਸਮਤਲ

leveller /'**ਲੈਵੱਅਲਅ**/ *n* ਸਮਤਾਵਾਦੀ, ਊਚ-ਨੀਚ ਦੇ ਅੰਤਰ ਨੂੰ ਮਿਟਾਉਣ ਦਾ ਚਾਹਵਾਨ; (ਵਿਅਕਤੀ) ਪੱਧਰਾ ਕਰਨ ਵਾਲਾ; ਸਵਾਹਰਾ ਕਰਨ ਵਾਲਾ; ਸਾਵਾਂ ਕਰਨ ਵਾਲਾ, ਕਰਾਹ, ਸੁਹਾਗਾ

levelling /'**ਲੈਵੱ(ਅ)ਲਿਙ**/ *n* ਪੱਧਰਾ ਕਰਨ ਦਾ ਕੰਮ *a* ਪੱਧਰਾ ਕਰਨ ਵਾਲਾ

levelness /'**ਲੈਵੱਲਨਅਸ**/ *n* ਪੱਧਰ, ਬਰਾਬਰੀ, ਇਕਸਾਰਤਾ

lever /'**ਲੀਵ੍ਅ***/ *n* ਤੁਲ; ਲੀਵਰ (ਬੰਦੂਕ ਆਦਿ ਦਾ) ਤੋੜਾ *vt* ਤੁਲ ਦੇਣਾ, ਲੀਵਰ ਲਾਉਣਾ ਜਾਂ

ਦੱਬਣਾ; ਤੋੜਾ ਦੱਬਣਾ

Leverage /'ਲੀਵ੍ਅਰਿਜ/ *n* ਤੁਲ; ਤੁਲ ਦੀ ਸ਼ਕਤੀ

leveret /'ਲੈਵ੍ਅਰਅਟ/ *n* ਸਹੋਟਾ, ਸਹੇ ਦਾ ਬੱਚਾ

leviathan /ਲਅ'ਵ੍ਾਇਅਥਅਨ/ *n* ਵੱਡਾ ਸਮੁੰਦਰੀ ਜਹਾਜ਼, ਸ਼ਾਨਦਾਰ ਜਹਾਜ਼; ਵੱਡ ਆਕਾਰੀ ਵਸਤੂ; ਮਹਾਨ ਸ਼ਕਤੀ, ਸ਼ਾਖ ਜਾਂ ਬੁੱਧੀ ਵਾਲਾ ਮਨੁੱਖ; ਧਨਾਢ ਮਨੁੱਖ

levigate /'ਲੈਵ੍ਿਗੇਇਟ/ *vt* ਘੁਟਣਾ, ਪੀਹਣਾ

levigated /'ਲੈਵ੍ਿਗੇਇਟਿਡ/ *a* ਘੁਟਿਆ, ਪੀਠਿਆ, ਪੀਸਿਆ

levigation /,ਲੈਵ੍ਿ'ਗੇਇਸ਼ਨ/ *n* ਘੁਟਾਈ, ਪਿਹਾਈ, ਘੋਟਣ, ਪੀਹਣ

levin /'ਲੈਵ੍ਿਨ/ *n* ਬਿਜਲੀ ਦੀ ਚਮਕ

levitate /'ਲੈਵ੍ਿਟੇਇਟ/ *v* (ਰੁਹਾਨੀ ਸ਼ਕਤੀ ਦੁਆਰਾ) ਹਵਾ ਵਿੱਚ ਉੱਡਣਾ

levitation /,ਲੈਵ੍ਿ'ਟੇਇਸ਼ਨ/ *n* (ਰੁਹਾਨੀ ਸ਼ਕਤੀ ਦੁਆਰਾ) ਹਵਾ ਵਿੱਚ ਉਡਾਣ

levity /'ਲੈਵ੍ਅਟਿ/ *n* ਹੋਲਾਪਣ, ਹੋਛਾਪਣ

levy /'ਲੈਵ੍ਿ/ *n* ਲਗਾਨ, ਮਹਿਸੂਲ, ਮਾਮਲਾ; ਚੰਦਾ, ਉਗਰਾਹੀ; ਲੜਾਈ ਲਈ ਫ਼ੌਜੀ ਭਰਤੀ; ਲਗਾਨ ਦੀ ਮਾਤਰਾ ਜਾਂ ਦਰ; ਰੰਗਰੂਟਾਂ ਦੀ ਟੋਲੀ *vt* ਵਸੂਲ ਕਰਨਾ; ਉਗਰਾਹੁਣਾ; (ਕਰ ਆਦਿ) ਲਾਉਣਾ; ਫ਼ੌਜੀ ਭਰਤੀ ਕਰਨਾ, ਜੰਗ ਲਈ ਸਾਜ਼ੋ-ਸਮਾਨ ਅਤੇ ਸਿਪਾਹੀ ਤਿਆਰ ਕਰਨਾ, ਯੁੱਧ ਛੇੜਨਾ ਜਾਂ ਅਰੰਭ ਕਰਨਾ

lewd /ਲੂਡ, ਲਯੂਡ/ *a* ਹੋਛਾ; ਬਦਮਾਸ਼, ਵਿਸ਼ਈ, ਕਾਮੀ

lewdness /ਲੂਡਨਅਸ, ਲਯੂਡਨਅਸ/ *n* ਲੁੱਚਪੁਣਾ, ਬਦਕਾਰੀ, ਕਾਮੁਕਤਾ

lewis /'ਲੂਇਸ/ *n* ਭਾਰੀ ਚਟਾਨ ਚੁੱਕਣ ਵਾਲਾ ਇੱਕ ਔਜ਼ਾਰ

lexical /'ਲੈਕਸਿਕਲ/ *n* ਕੋਸ਼ੀ, ਕੋਸ਼ਗਤ

lexicographer /,ਲੈਕਸਿ'ਕੌਗਰਅਫ਼ਅ*/ *n* ਕੋਸ਼ਕਾਰ, ਡਿਕਸ਼ਨਰੀ ਬਣਾਉਣ ਵਾਲਾ ਵਿਦਵਾਨ

lexicography /,ਲੈਕਸਿ'ਕੌਗਰਅਫ਼ਿ/ *n* ਕੋਸ਼ਕਾਰੀ

lexicology /,ਲੈਕਸਿ'ਕੌਲਅਜਿ/ *n* ਸ਼ਬਦਾਂ ਦੇ ਅਰਥ ਰੂਪ ਅਤੇ ਵਰਤੋਂ ਦਾ ਗਿਆਨ, ਸ਼ਬਦ-ਵਿਗਿਆਨ, ਕੋਸ਼ ਵਿਗਿਆਨ

lexicon /'ਲੈਕਸਿਕਅਨ/ *n* ਕੋਸ਼, ਡਿਕਸ਼ਨਰੀ; ਸ਼ਬਦ ਭੰਡਾਰ, ਸ਼ਬਦਾਵਲੀ

lexigraphy /ਲੈਕ'ਸਿਗਰਅਫ਼ਿ/ *n* ਸ਼ਬਦ ਲਿਪੀ, ਸ਼ਬਦਾਂ ਦਾ ਰੂਪ

lexis /'ਲੈਕਸਿਸ/ *n* ਕਿਸੇ ਭਾਸ਼ਾ ਦੀ ਪੂਰਨ ਸ਼ਬਦਾਵਲੀ, ਭਾਸ਼ਾ ਦੇ ਸ਼ਬਦ ਵਾਕਾਂਸ਼ ਉਕਤੀਆਂ ਆਦਿ ਦਾ ਸਮੂਹ

ley /ਲੇਇ/ *n* ਘਾਹ ਦਾ ਮੈਦਾਨ

liability, liableness /,ਲਾਇਅ'ਬਿਲਅਟਿ, 'ਲਾਇਅਬਲਨਅਸ/ *n* ਜ਼ੁੰਮੇਵਾਰੀ, ਉਤਰਦਾਇਤਵ; ਦੇਣਦਾਰੀ; ਭਾਗ, ਉਹ ਵਸਤੂ ਜਾਂ ਵਿਅਕਤੀ ਜਿਸ ਦੀ ਜ਼ੁੰਮੇਵਾਰੀ ਚੁੱਕੀ ਜਾਵੇ; (ਬਹੁ) ਰਿਣ, ਕਰਜ਼, ਉਧਾਰ, ਸਿਰ ਪਈ ਰਕਮ

liable /'ਲਾਇਅਬਲ/ *a* ਦੇਣਦਾਰ, ਜ਼ੁੰਮੇਵਾਰ, ਕਨੂੰਨੀ ਰੂਪ ਵਿੱਚ ਉਤਰਦਾਈ, ਜਿਸ ਨੇ ਕਰ ਜਾਂ ਤਾਵਾਨ ਦੇਣਾ ਹੋਵੇ; (ਕੋਈ ਕੰਮ ਕਰਨ ਲਈ) ਬੇਵੱਸ; ਯੋਗ, ਯੋਗਤਾ ਰੱਖਣ ਵਾਲਾ; ਜ਼ਰੂਰੀ, ਆਵੱਸ਼ਕ

Liaise /ਲਿ'ਏਇਜ਼/ *vt* ਤਾਲ-ਮੇਲ ਕਰਨਾ, ਅਹਿਦਨਾਮਾ ਕਰਨਾ

liaison /ਲਿ'ਏਇਜ਼ਨ/ *n* ਨਾਜਾਇਜ਼ ਸੰਬੰਧ, ਯਾਰੀ, ਆਸ਼ਨਾਈ; (ਫ਼ੌਜੀ) ਸੰਪਰਕ, ਤਾਲ-ਮੇਲ, ਦੋਹਾਂ ਧਿਰਾਂ ਵਿਚਾਲੇ ਸੰਬੰਧ

liaison officer *n* ਤਾਲ-ਮੇਲ ਅਫ਼ਸਰ, ਸੰਪਰਕ ਅਧਿਕਾਰੀ

liar /'ਲਾਇਅ*/ *n* ਝੂਠਾ, ਝੂਠ ਬੋਲਣ ਵਾਲਾ ਵਿਅਕਤੀ

lib /ਲਿਬ/ *n* **Liberation** ਦਾ ਸੰਖੇਪ; **women's lib** ਨਾਰੀ ਮੁਕਤੀ

libation /ਲਾਇ'ਬੇਇਸ਼ਨ/ *n* ਦੇਵਤੇ ਨੂੰ ਚੜ੍ਹਾਈ

ਗਈ ਸ਼ਰਾਬ, ਅਰਘ; ਸ਼ਰਾਬ ਦਾ ਘੁੱਟ

libel /'ਲਾਇਬਲ/ *n* ਅਪਮਾਨਜਨਕ ਲਿਖਤ, ਹੱਤਕ ਭਰਿਆ ਬਿਆਨ, ਲਿਖਤੀ ਨਿੰਦਾ *vt* ਅਪਮਾਨ ਕਰਨਾ, ਹੱਤਕ ਕਰਨਾ, ਬਦਨਾਮੀ ਕਰਨਾ, ਬੁਰੀ ਨੀਤ ਨਾਲ ਝੂਠਾ ਇਲਜ਼ਾਮ ਲਾਉਣਾ; ਅਪਮਾਨਜਨਕ ਬਿਆਨ ਛਾਪਣਾ ਜਾਂ ਛਪਾਉਣਾ, ਮਾਣ-ਹਾਨੀ ਕਰਨਾ

libellous /'ਲਾਇਬਅਲਅਸ/ *a* ਅਪਮਾਨਜਨਕ, ਹੱਤਕ ਭਰਿਆ, ਨਿੰਦਾਵਾਚੀ, ਬਦਨਾਮੀ ਵਾਲਾ

liberal /'ਲਿਬਅਰਅਲ/ *a* ਖੁੱਲ੍ਹਦਿਲਾ, ਵੱਡੇ ਦਿਲ ਵਾਲਾ, ਅਜ਼ਾਦ ਖ਼ਿਆਲ, ਉਦਾਰਚਿੱਤ; ਸਖੀ, ਦਾਨੀ; ਧਾਰਮਿਕ ਕੱਟੜਤਾ ਤੋਂ ਬਾਹਰ; ਰੱਜਵਾਂ, ਬੜਾ, ਜ਼ਿਆਦਾ, ਚੋਖਾ, ਖੁੱਲ੍ਹਾ, ਸੰਘਣਾ, ਇੰਗਲਿਸਤਾਨ ਦੀ ਲਿਬਰਲ ਪਾਰਟੀ ਦਾ (ਮੈਂਬਰ), (ਰਾਜਨੀਤੀ) ਨਰਮ ਧੜੇ ਦਾ

liberal arts *n* ਆਮ ਵਾਕਫੀਅਤ ਦੇਣ ਅਤੇ ਸੋਚਣ ਦੀ ਸ਼ਕਤੀ ਵਧਾਉਣ ਵਾਲੀਆਂ ਰਚਨਾਵਾਂ, ਉਦਾਰ ਕਲਾਵਾਂ

liberalism /'ਲਿਬਅਰਅਲਿਜ਼ਅਮ/ *n* ਖੁੱਲ੍ਹ ਖ਼ਿਆਲੀ, ਨਰਮ ਵਿਚਾਰ, ਉਦਾਰ ਨੀਤੀ, ਉਦਾਰਵਾਦ

liberalist /'ਲਿਬਅਰਅਲਿਸਟ/ *n* ਉਦਾਰਵਾਦੀ

liberality /ˌਲਿਬਅ'ਰੈਲਅਟਿ/ *n* ਖੁੱਲ੍ਹਦਿਲੀ, ਅਜ਼ਾਦ ਖ਼ਿਆਲੀ, ਉਦਾਰਤਾ; ਦਾਨ, ਸਖਾਵਤ, ਬਖ਼ਸ਼ਿਸ਼

liberalize /'ਲਿਬਰਅਲਾਇਜ਼/ *vt* ਨਰਮ ਕਰਨਾ, ਢਿੱਲਾ ਕਰਨਾ, ਉਦਾਰ ਬਣਾਉਣਾ

liberate /'ਲਿਬਅਰੇਇਟ/ *vt* ਅਜ਼ਾਦ ਕਰਨਾ, ਸੁਤੰਤਰ ਕਰਨਾ, ਮੁਕਤ ਕਰਨਾ; ਰਿਹਾਅ ਕਰਨਾ, ਛੁਟਕਾਰਾ ਦੇਣਾ; ਕੈਦ ਤੋਂ ਛੱਡਣਾ; ਖੁੱਲ੍ਹ ਦੇਣਾ

liberated /'ਲਿਬਅਰੇਇਟਿਡ/ *a* ਰਿਹਾਅ, ਮੁਕਤ, ਅਜ਼ਾਦ

liberation /ˌਲਿਬਅ'ਰੇਇਸ਼ਨ/ *n* ਅਜ਼ਾਦੀ, ਸੁਤੰਤਰਤਾ, ਛੁਟਕਾਰਾ, ਰਿਹਾਈ, ਖਲਾਸੀ, ਮੁਕਤੀ, ਨਿਸਤਾਰਾ

liberationalism, liberationism /ˌਲਿਬਅ'ਰੇਇਸ਼ਅਨਲਿਜ਼ਅਮ, ˌਲਿਬਅ'ਰੇਇਸ਼ਅਨਿਜ਼ਅਮ/ *n* ਮੁਕਤੀਵਾਦ, ਚਰਚ ਦੇ ਰਾਜਕੀ ਅਧਿਕਾਰ ਵਿਰੋਧੀ ਮੱਤ; ਸੁਤੰਤਰਤਾਵਾਦ

liberation theology *n* ਮੁਕਤੀ ਧਰਮ ਸ਼ਾਸਤਰ, ਮੁਕਤੀ ਪ੍ਰਾਪਤੀ ਬਾਰੇ ਗਿਆਨ; ਲਾਤੀਨੀ-ਅਮਰੀਕਾ ਵਾਸੀਆਂ ਵਿੱਚ ਇਸਾਈਅਤ ਦੀ ਜਾਗ੍ਰਿਤੀ

liberator /'ਲਿਬਅਰੇਇਟਅ*/ *n* ਛੁਟਕਾਰਾ ਦੇਣ ਵਾਲਾ, ਮੁਕਤੀਦਾਤਾ, ਰਿਹਾਅ ਕਰਨ ਵਾਲਾ, ਸੁਤੰਤਰਤਾ ਦੇਣ ਵਾਲਾ ਜਾਂ ਦਿਵਾਉਣ ਵਾਲਾ, ਬੰਦੀਛੋੜ

liberee /ˌਲਿਬਅ'ਰੀ/ *n* ਰਿਹਾਅ ਹੋ ਚੁੱਕਾ ਵਿਅਕਤੀ, ਸੁਤੰਤਰ ਵਿਅਕਤੀ

libertarian /ˌਲਿਬਅ'ਟੇਅਰਿਅਨ/ *n* ਮਨਮਰਜ਼ੀ ਦੀ ਸੁਤੰਤਰਤਾ ਦਾ ਹਾਮੀ, ਸੁਤੰਤਰਤਾ ਚਾਹੁਣ ਵਾਲਾ ਵਿਅਕਤੀ, ਮਨਮਰਜ਼ੀ ਕਰਨ ਵਾਲਾ ਵਿਅਕਤੀ

libertine /'ਲਿਬਅਟੀਨ/ *a* ਲਫੰਗਾ, ਲੁੱਚਾ, ਅਵਾਰਾ *n* (ਧਰਮ ਵੱਲੋਂ) ਸੁਤੰਤਰ ਵਿਅਕਤੀ

libertinism /'ਲਿਬਅਟਿਨਿਜ਼ਅਮ/ *n* ਲੁੱਚਪੁਣਾ; ਅਜ਼ਾਦ ਖ਼ਿਆਲੀ, ਵਿਚਾਰਾਂ ਦੀ ਸੁਤੰਤਰਤਾ

liberty /'ਲਿਬਅਟਿ/ *n* ਖਲਾਸੀ, ਬੰਦ ਖਲਾਸੀ, ਛੁਟਕਾਰਾ, ਦਾਮਤਾ ਤੋਂ ਮੁਕਤੀ ਆਜ਼ਾਦੀ, ਸਵੈਧਨੀਤਾ, ਸੁੰਤਤਰਤਾ

libidinous /ਲਿ'ਬਿਡਿਨਅਸ/ *a* ਕਾਮੁਕ, ਕਾਮਸ਼ੀਲ; ਕਾਮੀ, ਵਿਲਾਸੀ, ਵਿਭਚਾਰੀ, ਲੰਪਟ, ਲੁੱਚਾ, ਬਦਕਾਰ, ਵਿਸ਼ਈ

libidinousness /ਲਿ'ਬਿਡਿਨਅਸਨਅਸ/ *n* ਵਿਭਚਾਰ, ਕਾਮ ਉਤੇਜਨਾ, ਕਾਮ ਵਾਸ਼ਨਾ

libido /ਲਿ'ਬੀਡਅਉ, 'ਲਿਬਿਡਅਉ/ *n* (ਮਨੋ) ਕਾਮ ਸ਼ਕਤੀ, ਕਾਮ ਤ੍ਰਿਪਤੀ, ਕਾਮ ਵਾਸ਼ਨਾ, ਕਾਮ ਉਤੇਜਨਾ

libra /'ਲੀਬਰਅ/ *n* ਤੁਲਾ ਰਾਸ਼ੀ

librarian /ਲਾ'ਇ'ਬਰੇਅਰਿਅਨ/ *n* ਲਾਇਬ੍ਰੇਰੀਅਨ, ਪੁਸਤਕਾਲੇ ਦਾ ਅਧਿਕਾਰੀ

library /'ਲਾਇਬਰਅਰਿ, 'ਲਾਇਬਰਿ/ *n* ਪੁਸਤਕਾਲਾ, ਕਿਤਾਬ ਘਰ, ਲਾਇਬ੍ਰੇਰੀ; (ਪ੍ਰਕਾਸ਼ਕ ਦੁਆਰਾ ਮੁਦਰਿਤ) ਗ੍ਰੰਥ ਮਾਲਾ, ਅਧਿਐਨ ਕਮਰਾ

Library of Congress *n* ਅਮਰੀਕੀ ਰਾਸ਼ਟਰੀ ਪੁਸਤਕਾਲਾ

libretto /ਲਿ'ਬਰੈਟੱਅਉ/ *n* ਓਪੇਰਾ ਪਾਠ, ਕਾਵਿ-ਕਥਾ, ਓਪੇਰਾ ਸੰਬੰਧੀ ਪੁਸਤਕ ਜਾਂ ਸ਼ਬਦ-ਸਮੂਹ

lice /ਲਾਇਸ/ *n* **louse** ਦਾ ਬਹੁਵਚਨ

licence, license /'ਲਾਇਸਨਸ/ *n* ਲਸੰਸ, ਆਗਿਆ, ਅਨੁਮਤੀ; ਆਗਿਆ-ਪੱਤਰ, ਪ੍ਰਮਾਣ-ਪੱਤਰ, ਸਨਦ; ਅਵਹੇਲਨਾ, ਅਵਾਰਗੀ, ਅਯੋਗ ਖੁੱਲ੍ਹ, ਬੇਨਿਯਮੀ, ਅਸੰਜਮ, ਨਿਯਮ ਉਲੰਘਣ, ਛੋਟ *vt* ਲਾਸੰਸ ਦੇਣਾ, ਆਗਿਆ ਦੇਣਾ, ਖੁੱਲ੍ਹ ਦੇਣਾ

licensee /ˌਲਾਇਸਅਨ'ਸੀ/ *n* ਲਾਸੰਸਦਾਰ

licentiate /ਲਾਇ'ਸੈਨੱਸ਼ਿਅਟ/ *n* ਸਨਦ ਪ੍ਰਾਪਤ ਮਨੁੱਖ, (ਗਿਰਜੇ ਦਾ) ਪ੍ਰਮਾਣ ਪੱਤਰ ਧਾਰੀ; ਪ੍ਰਮਾਣਿਤ ਵਿਅਕਤੀ

licentious /ਲਾਇ'ਸੈਨੱਸ਼ਅਸ/ *a* ਬੇਮੁਹਾਰਾ, ਆਪਹੁਦਰਾ; ਕਾਮੀ, ਵਿਸ਼ਈ, ਲੁੱਚਾ; ਦੁਰਾਚਾਰੀ, ਭੋਗੀ, ਅਸੰਜਮੀ

licentiousness /ਲਾਇ'ਸੈਨੱਸ਼ਅਸਨਅਸ/ *n* ਬੇਮੁਹਾਰਾਪਣ, ਆਪਹੁਦਰਾਪਣ; ਕਾਮ-ਵਾਸ਼ਨਾ, ਬਦਕਾਰੀ; ਵਿਭਚਾਰੀ, ਦੁਰਾਚਾਰ, ਭੋਗ-ਵਿਲਾਸ

lich, lych, lyke /ˌਲਿਚ, ਲਿਚ, ਲਾਇਕ/ *n* (ਅਪ) ਲੋਥ ਮਿਰਤਕ ਸਰੀਰ, ਲਾਸ਼

lichen /'ਲਾਇਕਅਨ, 'ਲਿਚਅਨ/ *n* ਕਾਈ; ਸਿੱਲ੍ਹ ਕਾਰਨ ਹੋਣ ਵਾਲੀ ਹਰਿਆਈ

lichgate /'ਲਿਚਗੇਇਟ/ *n* ਗਿਰਜਾ ਘਰ ਦਾ ਦਲਾਨ, ਬਰਸਾਤੀ ਜਾਂ ਡਿਓੜ੍ਹੀ

licit /'ਲਿਸਿਟ/ *a* ਕਨੂੰਨੀ ਵਿਧਾਨ ਅਨੁਸਾਰ

licitness /'ਲਿਸਿਟਨਅਸ/ *n* ਕਨੂੰਨ, ਵਿਧਾਨ

lick /ਲਿਕ/ *vt* ਚੱਟਣਾ; ਸੱਟ ਮਾਰਨਾ, ਕੁੱਟਣਾ, ਠੋਕਣਾ *n* ਚੱਟਣ; ਮਾਰ-ਕੁਟਾਈ; ਮੁਰੰਮਤ; ਗਤੀ, ਚਾਲ, ਕਦਮ **lick one's lips** *n* ਮੂੰਹ ਵਿੱਚ ਪਾਣੀ ਭਰ ਆਉਣਾ **lick one's shoes** *n* ਝੋਲੀ ਚੁੱਕਣਾ, ਚਾਪਲੂਸੀ ਕਰਨਾ, ਜੁੱਤੀ ਚੱਟਣਾ

lickerish, liquorish /'ਲਿਕਅਰਿਸ਼/ *a* ਮਿੱਠਾ, ਸੁਆਦੀ, ਚਟੋਰਾ, ਜੀਭ ਦਾ ਰਸੀਆ; ਸੁਆਦਾਂ ਪਿੱਛੇ ਭੱਜਣ ਵਾਲਾ; ਲੋਭੀ, ਖਾਊ-ਪੀਊ, ਲਾਲਚੀ; ਕਾਮੀ, ਲੰਪਟ, ਚਰਿੱਤਰਹੀਣ

lickerishness/'ਲਿਕਅਰਿਸ਼ਨਅਸ/ *n* ਮਿਠਾਸ, ਸੁਆਦ, ਸਰਸਤਾ; ਲੋਭ; ਕਾਮੁਕਤਾ, ਲੰਪਟਤਾ, ਚਰਿੱਤਰਹੀਣਤਾ

licking /'ਲਿਕਿਙ/ *n* ਮਾਰ-ਕੁਟਾਈ, ਹਾਰ; ਦੰਡ; ਚੱਟਣ, ਚਟਾਈ

licorice /'ਲਿਕਅਰਿਸ਼, -ਰਿਸ/ *n* ਵੇਖੋ **liquorice**

lid /ਲਿਡ/ *n* ਢੱਕਣ, ਚੱਪਣ, ਚੱਪਣੀ; ਛੱਪਰ, (ਅੱਖਾਂ ਦੀ) ਪਲਕ, ਪਪੋਟਾ

lidded /'ਲਿਡਿਡ/ *a* ਢੱਕਣਦਾਰ

lidding /ਲਿਡਿਙ/ *n* ਢੱਕਣ (ਦੀ ਕਿਰਿਆ)

lidless /'ਲਿਡਲਅਸ/ *n* ਨੰਗਾ, ਖਿਨਾਂ ਢੱਕਣ ਤੋਂ, ਜਿਸ ਦਾ ਢੱਕਣ ਲਥਾ ਹੋਵੇ

lido /'ਲੀਡਅਉ/ *n* ਇਸ਼ਨਾਨ ਘਾਟ (ਸਰੋਵਰ ਜਾਂ ਦਰਿਆ ਦਾ)

lie /ਲਾਇ/ *n* ਝੂਠ, ਮਿਥਿਆ ਕਥਨ, ਝੂਠੀ ਗੱਲ; ਛਲ, ਭਰਮ, ਝੂਠਾ ਵਿਸ਼ਵਾਸ, ਭ੍ਰਾਂਤੀ *v* ਝੂਠ ਬੋਲਣਾ; ਝੂਠ ਬੋਲ ਕੇ ਕੁਝ ਪ੍ਰਾਪਤ ਕਰਨਾ ਜਾਂ ਗੁਆਉਣਾ; ਠੱਗਣਾ; ਲੇਟਣਾ, ਪੈਣਾ, ਪਏ ਹੋਣਾ; ਹਮਬਿਸਤਰ ਹੋਣਾ

lie detector *n* ਇੱਕ ਉਪਕਰਨ ਜੋ ਝੂਠ ਜਾਂ ਸੱਚ ਬੋਲਣ ਦਾ ਸੁਰਾਗ ਦਿੰਦਾ ਹੈ

lie-down *v* ਥੋੜਾ ਅਰਾਮ ਕਰਨਾ, ਲੱਕ ਸਿੱਧਾ ਕਰਨਾ, ਜਰਾ 'ਕੁ ਲੇਟਣਾ *n* ਥੋੜਾ ਜਿਹਾ ਅਰਾਮ

lief /ਲੀਫ਼/ *adv* ਇੱਛਾਪੂਰਵਕ, ਪ੍ਰਸੰਨਤਾ ਨਾਲ, ਖੁਸ਼ੀ ਨਾਲ

liege /ਲੀਜ/ *a* ਭੂ-ਸੁਆਮੀ, (ਸੈਨਿਕ ਸੇਵਾ ਦੇ ਬਦਲੇ ਭੂਮੀ ਦੇਣ ਵਾਲਾ); ਭਗਤ, ਸੁਆਮੀ

ਭਗਤ, ਸੇਵਕ, ਦਾਸ

liegedom /'ਲੀਜਡਅਮ/ *n* ਪ੍ਰਭੂਤਾ; ਭਗਤੀ, ਸਿੱਖੀ ਸੇਵਕੀ, ਦਾਸਤਾ, ਅਧੀਨਤਾ

liegeless /'ਲੀਜਲਅਸ/ *a* ਅਜ਼ਾਦ, ਸਵੈਧੀਨ, ਸੁਤੰਤਰ

lie-in /,ਲਾਇ'ਇਨ/ *v* ਸਵੇਰੇ ਦੇਰ ਨਾਲ ਜਾਗਣਾ; ਸੂਤਕ ਵਿੱਚ ਹੋਣਾ, ਛਿਲਾ ਕੱਟਣਾ

lie in wait *v* ਘਾਤ ਲਾ ਕੇ ਬੈਠਣਾ **lie up** *v* ਵਿਸ਼ਰਾਮ ਕਰਨਾ **white lie** ਸਰਾਸਰ ਝੂਠ

lien /'ਲੀਅਨ/ *n* ਕਿਸੇ ਵਿਅਕਤੀ ਦੀ ਜਾਇਦਾਦ ਆਦਿ ਉੱਤੇ ਪੂਰਨ ਅਧਿਕਾਰ ਜਿੰਨੀ ਦੇਰ ਉਹ ਵਿਅਕਤੀ ਆਪਣਾ ਕਰਜ ਆਦਿ ਵਾਪਸ ਨਹੀਂ ਕਰਦਾ; ਆਪਣੀ ਪਹਿਲਾਂ ਮਿਲੀ ਨੌਕਰੀ ਆਦਿ ਉੱਤੇ ਰੱਖਿਆ ਅਧਿਕਾਰ

lieu /ਲੂ/ *n* ਬਦਲ, ਥਾਂ **in lieu of** ਥਾਂ, ਬਦਲ ਵਿੱਚ

lieutenant /ਲੈਫ਼'ਟੈਨੱਅਨਟ/ *n* ਲੈਫਟੀਨੈਂਟ, ਨਾਇਬ, ਲਫਟੈਣ; ਪ੍ਰਤਿਨਿਧੀ, ਉਪ

Lieutenant-Governor *n* ਉਪ ਰਾਜਪਾਲ

life /ਲਾਇਫ਼/ *n* ਜਿੰਦ, ਜਾਨ, ਪ੍ਰਾਣ, ਆਯੂ, ਜੀਵਨਕਾਲ, ਉਮਰ; ਦਮ, ਸਜੀਵਤਾ, ਜ਼ਿੰਦਾ-ਦਿਲੀ; ਜੀਵ, ਪ੍ਰਾਣ ਸ਼ਕਤੀ, ਜ਼ਿੰਦਗੀ, ਜੀਵਨ, ਹਯਾਤੀ, ਆਰਬਲਾ, ਆਰਜਾ; ਸਜੀਵ ਰੂਪ, ਪ੍ਰਾਣਮਈ ਆਕਾਰ, ਜਿਊਂਦਾ-ਜਾਗਦਾ ਸਰੀਰ, (ਨਵਾਂ) ਜਨਮ, ਜੀਵਨ ਪ੍ਰਨਾਲੀ, ਜੀਵਨ ਪੱਧਤੀ, ਜੀਵਨੀ, ਜੀਵਨ ਚਰਿੱਤਰ; ਸੰਸਾਰਕ ਤੇ ਵਿਹਾਰਕ ਅਨੰਦ, (ਧਰਮ ਸ਼ਾਸਤਰ) ਮੁਕਤੀ, ਮੋਖ, ਛੁਟਕਾਰਾ; ਪੁਨਰ ਜਨਮ **come to life** ਜਿਊਂਦਾ ਹੋਣਾ

life-and-death /,ਲਾਇਫ਼ਅਨ'ਡੈਥ/ *a* ਅਖੀਰਲੇ ਸਾਹਾਂ ਉੱਤੇ *n* ਮੌਤ ਤੋਂ ਬਚਣ ਦਾ ਉਪਾਅ, ਜੀਵਨ ਮੌਤ ਦਾ ਘੋਲ਼

lifebelt /'ਲਾਇਫ਼ਬੈਲੱਟ/ *n* ਡੁੱਬਣ ਤੋਂ ਬਚਾਉਣ ਵਾਲੀ ਪੇਟੀ

lifeblood /'ਲਾਇਫ਼ਬਲਅੱਡ/ *n* ਜੀਵਨ ਰੱਖਿਅਕ ਖ਼ੂਨ, ਜਿੰਦ-ਜਾਨ

lifeboat /'ਲਾਇਫ਼ਬਅਉਟ/ *n* ਤੂਫ਼ਾਨ 'ਚੋਂ ਕੱਢ ਕੇ ਲਿਆਉਣ ਅਤੇ ਜਾਨ ਬਚਾਉਣ ਵਾਲੀ ਬੇੜੀ

lifebuoy /'ਲਾਇਫ਼ਬੌਇ/ *n* ਡੁੱਬਣ ਤੋਂ ਬਚਾਉਣ ਵਾਲਾ ਢੋਲ

life cycle *n* ਉਤਪਤੀ ਦਾ ਗੇੜ (ਜਿਵੇਂ ਅੰਡੇ ਤੋਂ ਬੋਟ ਤੇ ਬੋਟ ਤੋਂ ਪੰਛੀ) ਉਤਪੱਤੀ ਅਤੇ ਵਾਧੇ ਦਾ ਚੱਕਰ

life expectancy *n* ਕਿਸੇ ਚੀਜ਼ ਦੀ ਹੰਢਣ ਸਾਰਤਾ ਦਾ ਸਮਾਂ ਮਨੁੱਖ ਦਾ ਸੰਭਵ ਜੀਵਨ ਕਾਲ, ਕਿਸੇ ਚੀਜ਼ ਦੀ ਕੰਮ ਦੇਣ ਦੀ ਮਿਆਦ

lifeful /'ਲਾਇਫ਼ਫ਼ੁਲ/ *a* ਜਿਊਂਦਾ-ਜਾਗਦਾ, ਬਲਵਾਨ, ਬਲਸ਼ਾਲੀ, ਸਜੀਵ, ਉਤਸ਼ਾਹਪੂਰਨ

lifeless /'ਲਾਇਫ਼ਲਅਸ/ *a* ਨਿਰਜਿੰਦ, ਨਿਸ਼ਪ੍ਰਾਣ, ਨਿਰਜੀਵ, ਮੁਰਦਾ; ਬੇਜਾਨ ਸੱਤਾਹੀਣ, ਸਾਹ-ਸਤਹੀਣ

lifelike /'ਲਾਇਫ਼ਲਾਇਕ/ *a* ਜਿਊਂਦੀ-ਜਾਗਦੀ, ਜਿੰਦਾ, ਪ੍ਰਾਣਵਾਨ, ਯਥਾਤੱਥ; ਜਿਉਂ ਦੀ ਤਿਉਂ, ਹੂ-ਬਹੂ ਜੀਵਨ ਵਾਂਗ

lifeline /'ਲਾਇਫ਼ਲਾਇਨ/ *n* (ਡੁੱਬਣ ਤੋਂ ਬਚਣ ਲਈ) ਰੱਖਿਆ ਰੱਸਾ, ਉਹ ਚੀਜ਼ ਜਿਸ ਦੇ ਸਹਾਰੇ ਜ਼ਿੰਦਗੀ ਨਿਰਭਰ ਕਰਦੀ ਹੋਵੇ

lifelong /'ਲਾਇਫ਼ਲੌਙ/ *a* ਜੀਵਨ ਭਰ ਦਾ

lifer /'ਲਾਇਫ਼ਅ*/ *n* ਉਮਰ-ਕੈਦੀ

life raft *n* ਡੁੱਬ ਰਹੇ ਜਹਾਜ਼ ਵਿੱਚੋਂ ਬੰਦਿਆਂ ਨੂੰ ਬਚਾਉਣ ਵਾਲੀ ਕਿਸ਼ਤੀ

life sciences *n* ਮਨੁੱਖ, ਜੀਵ ਅਤੇ ਬਨਸਪਤੀ ਬਾਰੇ ਵਿਗਿਆਨ

life sentence *n* ਉਮਰ-ਕੈਦ

life-size /'ਲਾਇਫ਼ਸਾਇਜ਼/ *a* ਮਨੁੱਖ ਜਾਂ ਚੀਜ਼ ਦੇ ਅਸਲ ਆਕਾਰ ਦੇ ਬਰਾਬਰ

lifespan /'ਲਾਇਫ਼ਸਪੈਨ/ *n* ਜੀਵਨ ਅਵਧੀ, ਜ਼ਿੰਦਗੀ ਦੀ ਮਿਆਦ

life-spring *n* ਜੀਵਨ ਸੋਮਾ

lifestyle /'ਲਾਇਫ਼ਸਟਾਇਲ/ *n* ਜੀਵਨ ਦਾ

ਢੰਗ, ਰਹਿਣੀ-ਬਹਿਣੀ, ਵਰਤੋਂ-ਵਿਹਾਰ, ਰਹਿਤਲ, ਜੀਵਨ-ਸ਼ੈਲੀ

life-threatening *a* ਮੌਤ ਦੇ ਖ਼ਤਰੇ ਵਾਲਾ, ਭੈਦਾਇਕ, ਜੋ ਘਾਤਕ ਹੋਵੇ, ਮਾਰ ਦੇਣ ਵਾਲਾ

lifetime /'ਲਾਇਫ਼ਟਾਇਮ/ *n* ਜ਼ਿੰਦਾ ਰਹਿਣ ਦਾ ਸਮਾਂ, ਕਿਸੇ ਚੀਜ਼ ਦੇ ਹੰਢਣ ਦੀ ਮਿਆਦ, ਜੀਵਨ ਕਾਲ, ਉਮਰ

life vest *n* (ਡੁੱਬਣ ਤੋਂ ਬਚਣ ਲਈ) ਬਚਾਅ ਪੇਟੀ

lift /ਲਿਫ਼ਟ/ *n* ਉਠਾਅ, ਉੱਥਾਪਨ; ਬੂਟ ਦੀ ਅੱਡੀ ਵਿੱਚ ਚਮੜੇ ਦੀ ਤਹਿ; ਚੜ੍ਹਾਅ, ਚੁੱਕ, ਉਠਾਣ; ਧਰਤੀ ਦਾ ਉਭਾਰ, ਟਿੱਬਾ ਜਾਂ ਟਿੱਲਾ; ਅਕਾਸ਼, ਸੁਹਗ; ਹੇਠਾਂ ਤੋਂ ਉੱਤੇ ਲੈ ਜਾਣ ਜਾਂ ਉੱਤੋਂ ਹੇਠਾਂ ਲੈ ਆਉਣ ਵਾਲਾ ਇੱਕ ਯੰਤਰ; ਲਿਫ਼ਟ *vt* ਉਠਾਉਣਾ, ਉੱਥਾਪਨ ਕਰਨਾ, ਉਭਾਰਨਾ, ਉੱਚਾ ਕਰਨਾ; (ਪਸ਼ੂ ਆਦਿ ਦੀ) ਚੋਰੀ ਕਰਨਾ; ਉਤਾਰ ਦੇਣਾ, ਲਾਹ ਦੇਣਾ, ਚੁੱਕ ਦੇਣਾ (ਪਰਦਾ ਆਦਿ); ਉਖੇੜਨਾ; (ਜਹਾਜ਼ ਦਾ ਲਹਿਰਾਂ ਨਾਲ) ਉੱਚਾ ਉੱਠਣਾ; ਉੱਭਰਨਾ; ਬੱਦਲਾਂ ਦਾ ਚੁੱਕੇ ਜਾਣਾ, ਪਾਟ ਜਾਣਾ; ਹਟ ਜਾਣਾ; ਫ਼ਰਸ਼ ਦਾ ਫੁੱਲਣਾ, ਉੱਭਰਨਾ

liftable /ਲਿਫ਼ਟਅਬਲ/ *a* ਚੁੱਕਣਯੋਗ, ਚੁੱਕੇ ਜਾਣ ਯੋਗ

lift-off /'ਲਿਫ਼ਟਔਫ਼/ *n* ਹਵਾਈ ਜਹਾਜ਼ ਦਾ ਉਡਾਣ ਭਰਨ ਦਾ ਅਰੰਭ, ਧਰਤੀ ਤੋਂ ਉੱਪਰ ਉੱਠਣ ਦੀ ਕਾਰਵਾਈ

ligament /'ਲਿਗਅਮਅਨਟ/ *n* ਯੋਜਕ ਤੰਤੂ

ligamental /ˌਲਿਗਅ'ਮ(ਅ)ਨਟਲ/ *a* ਪੱਟੀ ਵਾਲਾ ਜਾਂ ਪੱਟੀ ਸੰਬੰਧੀ; ਨਸਾਂ ਦਾ, ਪੱਠਿਆਂ ਦਾ

ligan /'ਲਾਇਗਅਨ/ *n* ਸਮੁੰਦਰ ਵਿੱਚ ਡੁੱਬੀਆਂ ਚੀਜ਼ਾਂ

ligate /ਲਿ'ਗੇਇਟ/ *vt* (ਖ਼ੂਨ ਬੰਦ ਕਰਨ ਲਈ) ਪੱਟੀ ਬੰਨ੍ਹਣਾਂ

ligation /ਲਿ'ਗੇਇਸ਼ਨ/ *n* ਪੱਟੀ

ligature /'ਲਿਗਅਚਅ*/ *n* ਗੰਢ, ਸੰਯੋਜਕ ਵਸਤੂ; (ਵਿਸ਼ੇਸ਼ ਕਰਕੇ ਨਾੜੀ ਬੰਨ੍ਹਣ ਲਈ) ਪੱਟੀ; (ਛਾਪਾ) ਜੁੜਵਾਂ ਅੱਖਰ

ligger /'ਲਿਗਅ*/ *n* ਫੱਟਾ; ਫਾਂਸੀ ਦਾ ਤਖ਼ਤਾ; ਚੱਕੀ ਦਾ ਹੇਠਲਾ ਪੁੜ; ਵਿਛਾਉਣੇ ਦੀ ਚਾਦਰ

light[1] /ਲਾਇਟ/ *n* ਲੋਅ, ਚਾਨਣ, ਪ੍ਰਕਾਸ਼, ਜੋਤ, ਰੋਸ਼ਨੀ; ਉਜਾਲਾ; ਅਨੁਕੂਲ ਦ੍ਰਿਸ਼ਟੀ, ਅਨੁਕੂਲ ਪੱਖ; ਦ੍ਰਿਸ਼ਟੀ; ਮੋਮਬੱਤੀ, ਲੈਂਪ, ਦੀਵਾ, ਚਿਰਾਗ; ਚਾਨਣ ਦਾ ਖੰਭਾ, ਗਿਆਨ ਦਾ ਸੂਰਜ, ਵਿਦਵਤਾ ਦਾ ਪ੍ਰਕਾਸ਼, ਗਿਆਨ ਬੋਧ; ਝਰੋਖਾ, ਰੋਸ਼ਨਦਾਨ; ਚਿੱਤਰ ਦਾ ਪ੍ਰਕਾਸ਼ਮਈ ਭਾਗ; ਚੰਗਿਆੜੀ *v* ਪ੍ਰਕਾਸ਼ਿਤ ਕਰਨਾ, ਜਗਾਉਣਾ, ਬਾਲਨਾ, ਰੋਸ਼ਨ ਕਰਨਾ, ਚਾਨਣ ਕਰਨਾ; ਅੱਖਾਂ ਦਾ ਚਮਕ ਉੱਠਣਾ, ਚਮਕਣਾ, ਦਿਖਾਉਣਾ, ਰਾਹ ਦੱਸਣਾ **bring to light** ਪ੍ਰਕਾਸ਼ਿਤ ਕਰਨਾ, ਪ੍ਰਗਟ ਕਰਨਾ **come to light** ਪ੍ਰਕਾਸ਼ਿਤ ਹੋਣਾ; ਪ੍ਰਗਟ ਹੋਣਾ

light[2] *a* ਹੌਲਾ, ਹਲਕਾ, ਸੁਬਕ, ਮੰਦ; ਲਘੂ; ਫਿੱਕਾ; ਪਤਲਾ; (ਸ਼ਰਾਬ ਆਦਿ) ਹੌਲੀ, ਹਲਕੀ; ਮਹੱਤਵਹੀਣ; ਤੁੱਛ, ਨਿਗੂਣਾ; ਗੰਭੀਰਤਾ ਰਹਿਤ; ਕਾਮੀ, ਚਰਿੱਤਰਹੀਣ, ਫੁਰਤੀਲਾ; ਚਪਲ, ਚੁਸਤ, ਅਸਥਿਰ; ਸੌਖਾ, ਅਸਾਨ, ਸਹਿਜ; ਪ੍ਰਸੰਨ, ਭ੍ਰਾਂਤੀ ਵਿੱਚ, ਬਹਿਕਿਆ ਹੋਇਆ *adv* ਹੌਲੀ ਤਰ੍ਹਾਂ, ਹੌਲੀ ਜਿਹਾ

lighted /'ਲਾਇਟਿਡ/ *a* ਬਲਦਾ, ਪ੍ਰਕਾਸ਼ਮਾਨ

lighten /'ਲਾਇਟਨ/ *v* ਚਾਨਣ ਹੋਣਾ ਜਾਂ ਕਰਨਾ, ਪ੍ਰਕਾਸ਼ਿਤ ਕਰਨਾ ਜਾਂ ਹੋਣਾ; ਰੋਸ਼ਨੀ ਪਾਉਣਾ; ਚਮਕਾਉਣਾ; ਹੌਲਾ ਕਰਨਾ ਜਾਂ ਹੋਣਾ, ਧੀਰਜ ਦੇਣਾ, ਜੀ ਹੌਲਾ ਕਰਨਾ; ਘਟਾਉਣਾ, ਘਟਣਾ

lighter /'ਲਾਇਟਅ*/ *n* ਦੀਵਾ; ਹੌਲੀ ਕਿਸ਼ਤੀ, ਮਾਲਬੋਟ, ਅੱਗ, ਲਾਈਟਰ *vt* ਲਾਈਟਰ ਕਿਸ਼ਤੀ ਵਿੱਚ ਮਾਲ ਰੱਖ ਕੇ ਲੈ ਜਾਣਾ

light-fingered /ˌਲਾਇਟ'ਫ਼ਿਙਗਅਡ/ *a* ਹੱਥ ਫੇਰੀ ਕਰਨ ਵਾਲਾ

light-footed *a* ਤੇਜ਼ ਰਫ਼ਤਾਰ, ਫ਼ੁਰਤੀ ਨਾਲ ਚੱਲਣ ਵਾਲਾ, ਕਾਹਲੀ-ਕਾਹਲੀ ਜਾਣ ਵਾਲਾ

light gun *n* ਵੇਖੋ **light pen**

light-hearted /ˌਲਾਇਟ'ਹਾਟਿਡ/ *a* ਮੌਜੀ,

ਚੰਚਲ, ਗ਼ੈਰਸੰਜੀਦਾ

lighthouse /'**ਲਾਇਟਹਾਉਸ**/ *n* ਚਾਨਣ ਮੁਨਾਰਾ

light industry *n* ਨਿੱਕੀਆਂ ਨਿੱਕੀਆਂ ਚੀਜ਼ਾਂ ਦਾ ਉਤਪਾਦਨ ਕਰਨ ਵਾਲਾ ਉਦਯੋਗ, ਛੋਟੇ ਦਰਜੇ ਦਾ ਕਾਰਖ਼ਾਨਾ

lightly /'**ਲਾਇਟਲਿ**/ *adv* ਪੋਲਾ ਜਿਹਾ, ਮਾਮੂਲੀ ਜਿਹਾ, ਹੌਲੀ ਜਿਹੀ, ਮਲਕੜੇ ਜਿਹੇ, ਬਿਨਾਂ ਉਚੇਚ ਤੋਂ, ਸਰਸਰੀ ਤੌਰ ਉੱਤੇ, ਹਲਕੇ-ਫੁਲਕੇ ਭਾਵ ਵਿੱਚ

lightning /'**ਲਾਇਟਨਿਙ**/ *n* ਬਿਜਲੀ ਦੀ ਲਿਸ਼ਕ, ਲਿਸ਼ਕੋਰ, ਚਮਕ; ਅਸਮਾਨੀ ਬਿਜਲੀ

lightning strike *n* ਕਾਮਿਆਂ ਦੀ ਅਚਾਨਕ ਹੀ ਕੀਤੀ ਗਈ ਹੜਤਾਲ, ਬਿਨਾਂ ਜਾਣਕਾਰੀ ਦਿੱਤਿਆਂ ਕੀਤੀ ਹੜਤਾਲ; ਅਸਮਾਨੀ ਬਿਜਲੀ ਗਿਰਨ ਦੀ ਅਵਸਥਾ

lights /**ਲਾਇਟਸ**/ *n* ਭੇਡ ਜਾਂ ਸੂਰ ਆਦਿ ਦੇ ਫੇਫੜੇ

lightsome /'**ਲਾਇਟਸਅਮ**/ *a* ਸੁੰਦਰ; ਹੌਲਾ, ਹੌਲਾ ਫੁੱਲ; ਮੌਜੀ, ਖ਼ੁਸ਼ਦਿਲ, ਪ੍ਰਸੰਨ; ਫੁਰਤੀਲਾ, ਛੋਹਲਾ, ਚਮਕੀਲਾ, ਉਜੱਲਾ, ਪ੍ਰਦੀਪਿਤ

lightsomeness /'**ਲਾਇਟਸਅਮਨਅਸ**/ *a* ਸੁੰਦਰਤਾ, ਪ੍ਰਸੰਨਤਾ; ਫੁਰਤੀਲਾਪਣ

lightweight /'**ਲਾਇਟਵੇਇਟ**/ *a* ਥੋੜ੍ਹੇ ਭਾਰ ਵਾਲਾ, ਆਮ ਤੋਂ ਘੱਟ ਭਾਰ ਵਾਲਾ, ਜਿਸਦੀ ਕਦਰ ਘੱਟ ਹੋਵੇ *n* ਸਧਾਰਨ ਬੰਦਾ, ਥੋੜ੍ਹੇ ਮਹੱਤਵ ਵਾਲਾ ਵਿਅਕਤੀ

light year /'**ਲਾਇਟ ਯਿਅ***/ *n* (ਖਗੋਲ ਵਿਗਿਆਨ) ਇੱਕ ਸਾਲ ਵਿੱਚ ਰੋਸ਼ਨੀ ਦੇ ਸਫਰ ਕਰਨ ਦਾ ਫਾਸਲਾ, 9.4607×10^{12} ਕਿਲੋਮੀਟਰ ਦਾ ਫਾਸਲਾ, ਪ੍ਰਕਾਸ਼ ਵਰ੍ਹਾ

ligneous /'**ਲਿਗਨਿਅਸ**/ *a* ਲੱਕੜ ਦਾ, ਕਾਠਾ, ਕਾਠ ਦਾ ਬਣਿਆ

lignite /'**ਲਿਗਨਾਇਟ**/ *n* ਭੂਰੇ ਰੰਗ ਦਾ ਕੋਲਾ

ligule/'**ਲਿਗਯੂਲ**/ *n* ਜੀਭ; ਘਾਹ ਦੀ ਪੱਤੀ ਦਾ ਚੌੜਾ ਹਿੱਸਾ

like /**ਲਾਇਕ**/ *n* ਰੁਚੀ, ਪਸੰਦ, ਚਾਹ *v* ਚੰਗਾ ਲੱਗਣਾ, ਭਾ ਜਾਣਾ, ਪਸੰਦ ਹੋਣਾ ਜਾਂ ਕਰਨਾ; ਚਾਹੁਣਾ, ਰੀਝਣਾ ਜਾਂ ਰੀਝਾਉਣਾ, ਅਨੁਕੂਲ ਹੋਣਾ ਜਾਂ ਕਰਨਾ *conj* ਸਮਾਨ, ਤੁੱਲ, ਅਨੁਸਾਰ, ਅਨੁਰੂਪ, ਬਰਾਬਰ, ਵਰਗਾ *adv* ਸੰਭਵ ਤੌਰ ਉੱਤੇ ਉਸੇ ਪ੍ਰਨਾਲੀ ਅਨੁਸਾਰ; ਉਸੇ ਢੰਗ ਨਾਲ, ਜਿਵੇਂ, ਜਿਹੋ-ਜਿਹਾ

likeable, likable /'**ਲਾਇਕਅਬਲ**/ *a* ਪਸੰਦੀਦਾ, ਪਸੰਦ ਕਰਨ ਯੋਗ

likelihood /'**ਲਾਇਕਲਿਹੁਡ**/ *n* ਸੰਭਾਵਨਾ, ਸੰਭਵਤਾ

likely /'**ਲਾਇਕਲਿ**/ *a* ਸੰਭਵ, ਯੋਗ, ਉਪਯੋਗੀ; ਤੁੱਲ, ਹੋਣਹਾਰ

like-minded /ˌ**ਲਾਇਕ'ਮਾਇਨਡਿਡ**/ *a* ਇੱਕੋ ਜਿਹੀ ਸੋਚਣੀ ਵਾਲੇ, ਇੱਕੋ ਜਿਹੇ ਵਿਚਾਰਾਂ ਵਾਲੇ, ਹਮ ਖਿਆਲ

liken /'**ਲਾਇਕਅਨ**/ *vt* ਉਪਮਾ ਦੇਣਾ, ਤੁਲਨਾ ਦੇਣਾ, ਕਿਸੇ ਚੀਜ਼ ਨੂੰ ਦੂਜੀ ਵਰਗਾ ਦੱਸਣਾ, ਮਿਲਾਉਣਾ, ਮੇਲ ਕਰਨਾ

likeness /'**ਲਾਇਕਨਅਸ**/ *n* ਸਮਾਨਤਾ, ਇਕਰੂਪਤਾ, ਸਮਰੂਪਤਾ, ਅਨੁਰੂਪਤਾ, ਉਪਮਾ; ਪ੍ਰਤਿਰੂਪ, ਪ੍ਰਤਿਲਿਪੀ, ਪ੍ਰਤਿਕ੍ਰਿਤ, ਪ੍ਰਤਿਮਾ, ਮੁਹਾਂਦਰਾ

likewise /'**ਲਾਇਕਵਾਇਜ਼**/ *adv* ਉਸੇ ਤਰ੍ਹਾਂ; ਉਸੇ ਪ੍ਰਕਾਰ *conj* ਇਸ ਤੋਂ ਬਿਨਾਂ ਹੋਰ ਵੀ

liking /'**ਲਾਇਕਿਙ**/ *n* ਰੁਚੀ ਅਨੁਸਾਰ ਕੋਈ ਚੀਜ਼; ਪਸੰਦ ਦੀ ਵਸਤੂ; ਰੁਚੀ, ਪਸੰਦ; ਰੀਝ, ਇੱਛਾ; ਪ੍ਰੀਤ, ਤੁਸ਼ਟੀ, ਅਨੁਰਾਗ, ਸ਼ੌਕ

lilac /'**ਲਾਇਲਅਕ**/ *n* ਇੱਕ ਪ੍ਰਕਾਰ ਦਾ ਕਾਸ਼ਨੀ ਫੁੱਲਾਂ ਵਾਲਾ ਪੌਦਾ; ਕਾਸ਼ਨੀ ਰੰਗ

liliaceous /ˌ**ਲਿਲਿ'ਏਇਸ਼ਅਸ**/ *a* ਕੁਮੁਦਿਨੀ ਵਰਗਾ, ਲਿੱਲੀ ਵਰਗਾ

lilied /'**ਲਿਲਿਡ**/ *a* ਲਿੱਲੀ ਦੇ ਫੁੱਲ ਵਾਂਗ

lilliputian /ˌ**ਲਿਲਿ'ਪਯੂਸ਼ਨ**/ *a* ਬੌਣਾ, ਨਾਟਾ, ਠਿਗਣਾ *n* (ਕਲਪਿਤ ਪ੍ਰਦੇਸ਼) ਲਿਲੀਪੁਟ ਦਾ

ਵਸਨੀਕ, ਵਾਮਨ ਦੇਸ਼

lilt /ਲਿਲਟ/ *n* ਤਾਲਬੱਧ ਤੇ ਲੈਅ ਭਰਪੂਰ ਗੀਤ, ਮਸਤੀ ਭਰਪੂਰ ਗੌਣ *v* ਮਸਤੀ ਅਤੇ ਤਾਲ ਵਿੱਚ ਗਾਉਣਾ

lily /'ਲਿਲਿ/ *n* ਦੁੱਧ ਵਰਗੀ ਚਿੱਟੀ ਚੀਜ਼; ਲਿੱਲੀ, ਕੁਮੁਦਿਨੀ, ਨਲਿਨੀ; ਬਹੁਤ ਚਿੱਟੀ ਵਸਤੂ; ਅਤਿ ਸ਼ੁੱਧ ਵਿਅਕਤੀ; ਸਫ਼ੈਦ, ਦੁਧੀਆ ਪਦਾਰਥ

lily-handed *a* ਕੋਮਲ ਅੰਗੀ

lily-livered /'ਲਿਲਿ ਲਿਵ੍ਅਡ/ *a* ਡਰਪੋਕ, ਕਾਇਰ, ਡਰਾਕਲ

lily-white /'ਲਿਲਿਵਾਇਟ/ *a* ਲਿੱਲੀ ਵਰਗਾ ਚਿੱਟਾ; ਦੁੱਧ ਚਿੱਟਾ; ਸ਼ੁੱਧ

limb /ਲਿਮ/ *n* ਅੰਗ, ਹੱਥ ਪੈਰ, ਸ਼ਹਾਹਤੀ ਮੁੰਡਾ; ਵਾਕ ਖੰਡ; ਕੋਣ, ਕਿਨਾਰਾ; ਕੋਣ ਮਾਪਕ ਯੰਤਰ; ਫੁੱਲ ਦੀ ਪੱਤੀ ਦਾ ਫੈਲਿਆ ਭਾਗ *vt* ਹੱਥ ਪੈਰ ਕੱਟਣਾ, ਅੰਗ, ਛੇਦਨ ਕਰਨਾ **limb of the law** *n* ਵਕੀਲ, ਸਿਪਾਹੀ

limbec /'ਲਿਮਬੈਕ/ *n* ਭਬਕਾ

limber /'ਲਿਮਬਅ*/ *n* ਗੱਡੇ ਜਾਂ ਗੱਡੀ ਦਾ ਜੂਲਾ *vt* ਜੋੜਨਾ ਜਾਂ ਮਿਲਾਉਣਾ *a* ਲਚਕਦਾਰ, ਨਰਮ

limbless /'ਲਿਮਲਅਸ/ *a* ਅਪਾਹਜ, ਅੰਗਹੀਣ, ਲੂਲ੍ਹਾ

limbo /'ਲਿਮਬਅਉ/ *n* ਨਰਕ, ਨਰਕ ਨੇੜੇ ਦਾ ਪ੍ਰਦੇਸ਼; ਜੇਲ੍ਹ, ਕੈਦ; ਭੁੱਲਣ ਦੀ ਦਸ਼ਾ; ਕਬਾੜਖ਼ਾਨਾ

lime /ਲਾਇਮ/ *n* ਚੂਨਾ, ਕਲੀ, ਸਫ਼ੈਦੀ, ਚੂਨੇ ਦਾ ਪੱਥਰ; ਲਾਸਾ; ਤੂਤ ਵਰਗਾ ਇੱਕ ਬਿਰਛ *v* ਕਲੀ ਫੇਰਨਾ, ਕਲੀ ਕਰਨਾ; (ਖੱਲਾਂ ਨੂੰ) ਚੂਨੇ ਦੇ ਪਾਣੀ ਵਿੱਚ ਭਿਓਂਣਾ; ਫਾਹੁਣਾ, ਲਾਸਾ ਲਾਉਣਾ, ਜੋੜਨਾ, ਚਿਪਕਾਉਣਾ **quick lime** *n* ਅਣਬੁਝਿਆ ਚੂਨਾ **slacked lime** *n* ਬੁਝਿਆ ਚੂਨਾ

lime-juice *n* ਨਿੰਬੂ ਦਾ ਰਸ

limekiln /'ਲਾਇਮਕਿਲਨ/ *n* ਚੂਨਾ ਭੱਠੀ, ਕਲੀ ਦੀ ਭੱਠੀ

limelight /'ਲਾਇਮਲਾਇਟ/ *n* ਪ੍ਰਸਿੱਧੀ; ਮਸ਼ਹੂਰੀ; ਤੇਜ਼ ਰੌਸ਼ਨੀ

lime pit *n* ਤਗਾਰ, ਚੂਨੇ ਦਾ ਕੁੰਡ ਜਿਸ ਵਿੱਚ ਖੱਲਾਂ ਨੂੰ ਭਿਓਂਦੇ ਹਨ

limerick /'ਲਿਮਅਰਿਕ/ *n* ਤੁਕਬੰਦੀ, ਸਿੱਠਣੀ; ਸਿੱਠ

limestone /'ਲਾਇਮਸਟਅਉਨ/ *n* ਚੂਨੇ ਦਾ ਪੱਥਰ

limey /'ਲਾਇਮਿ/ *n* (ਅਪ) ਜਹਾਜ਼ੀ

limicolous /ਲਾਇ'ਮਿਕਅਲਅਸ/ *a* ਚਿੱਕੜ ਵਿੱਚ ਰਹਿਣ ਵਾਲਾ, ਚਿੱਕੜਜੀਵੀ

limit /'ਲਿਮਿਟ/ *n* ਹੱਦ, ਸੀਮਾ, ਅਉਧ, ਅਵਧੀ; ਸੀਮਾ ਰੇਖਾ, ਪ੍ਰਤਿਬੰਧ, ਰੋਕ *vt* ਸੀਮਿਤ ਕਰਨਾ, ਹੱਦਬੰਦੀ ਕਰਨਾ, ਸੀਮਾਬੱਧ ਕਰਨਾ; ਪ੍ਰਤਿਬੰਧ ਲਾਉਣਾ, ਰੋਕਣਾ, ਪਾਬੰਦ ਕਰਨਾ, ਹੱਦ ਬੰਨ੍ਹਣੀ

limitation /ˌਲਿਮਿ'ਟੇਇਸ਼ਨ/ *n* ਹੱਦਬੰਦੀ; ਅਯੋਗਤਾ; ਰੁਕਾਵਟ, ਕੈਦ, ਰੋਕ, ਪਾਬੰਦੀ, ਸੀਮਾ ਨਿਰਧਾਰਨ

limited /'ਲਿਮਿਟਿਡ/ *a* ਸੀਮਿਤ, ਪਾਬੰਦ; ਸੰਕੀਰਨ, ਤੰਗ

limiting /'ਲਿਮਿਟਿਙ/ *a* ਸੀਮਾਕਾਰੀ, ਸੀਮਾਂਤ; ਚਰਮ

limitless /'ਲਿਮਿਟਲਅਸ/ *a* ਬੇਹੱਦ, ਅਮਿਤ, ਅਨੰਤ, ਅਮਿਣਵਾਂ, ਅਤੋਲਵਾਂ, ਅਸੀਮ

limn /ਲਿਮ/ *vt* ਤਸਵੀਰ ਖਿੱਚਣਾ, ਚਿੱਤਰਨਾ, ਅੰਕਿਤ ਕਰਨਾ, ਵਰਣਨ ਕਰਨਾ, ਚਿਤਰਨ ਕਰਨਾ, ਕਿਸੇ ਘਟਨਾ ਦਾ ਸ਼ਬਦਾਂ ਰਾਹੀਂ ਨਕਸ਼ਾ ਦੇਣਾ

limner /'ਲਿਮਨਅ*/ *n* ਮੁਸੱਵਰ, ਚਿੱਤਰਕਾਰ, ਬਿਆਨ ਕਰਨ ਵਾਲਾ, ਨਕਸ਼ਾ ਖਿੱਚਣ ਵਾਲਾ

limous /'ਲਾਇਮਅਸ/ *a* ਚਿੱਕੜ ਵਾਲਾ, ਦਲਦਲੀ

limousine /'ਲਿਮਅਜ਼ੀਨ, ˌਲਿਮਅ'ਜ਼ੀਨ/ *n* ਲਿੱਮੂਸਿਨ, ਇੱਕ ਵੱਡੀ ਅਤੇ ਬਹੁਮੁੱਲੀ ਮੋਟਰਕਾਰ

limp /ਲਿਮਪ/ *n* ਲੰਗੜਾਹਟ, ਲੰਗ *v* ਲੰਗੜਾਉਣਾ,

ਲੰਗ ਮਾਰਨਾ, ਵਿਚਕੂੰ ਚੱਲਣਾ; (ਛੰਦ ਸ਼ਾਸਤਰ) ਗਤੀ ਭੰਗ ਹੋਣਾ; (ਜਹਾਜ਼ ਦਾ) ਹੌਲੀ-ਹੌਲੀ ਚੱਲਣਾ, ਔਖਾ ਹੋ ਕੇ ਤੁਰਨਾ *a* (ਜਿਲਦਬੰਦੀ) ਲਚਕੀਲੀ, ਢਿੱਲੀ, ਨਰਮ; ਨਰਮ ਜਿਲਦ ਵਾਲਾ; ਸਿਥਲ, ਨਿਰਬਲ

limper /'ਲਿਮਪਅ*/ *n* ਲੰਗਾ, ਲੰਗੜਾ ਕੇ ਤੁਰਨ ਵਾਲਾ

limpet /'ਲਿਮਪਿਟ/ *n* (ਚਟਾਨਾਂ ਨਾਲ ਚਿਪਕ ਜਾਣ ਵਾਲਾ) ਘੋਗਾ; ਆਪਣੇ ਥਾਂ ਜਾਂ ਪਦ ਉੱਤੇ ਚਿਪਕਿਆ ਰਹਿਣ ਵਾਲਾ ਵਿਅਕਤੀ, ਚਮਚਿੱਚੜ

limpid /'ਲਿਮਪਿਡ/ *a* ਨਿਰਮਲ, ਸਵੱਛ, ਸਪਸ਼ਟ, ਨਿੱਤਰਿਆ, ਸਾਫ਼

limpidity /ਲਿਮ'ਪਿਡਿਟਿ/ *n* ਸਵੱਛਤਾ, ਨਿਰਮਲਤਾ, ਸਪਸ਼ਟਤਾ, ਸਫ਼ਾਈ

limping /ਲਿਮਪਿਙ/ *n* ਲੰਗੜਾਹਟ; ਲੰਗ

limpness /ਲਿਮਪਨਅਸ/ *n* ਲੰਗੜਾਹਟ, ਨਿਰਬਲਤਾ

lin /ਲਿਨ/ *n* ਅਲਸੀ

linament /'ਲਿਨਅਮਅਨਟ/ *n* ਜ਼ਖ਼ਮ ਉੱਤੇ ਬੰਨ੍ਹਣ ਵਾਲੀ ਪੱਟੀ

linchet /'ਲਿਨਚਿਟ/ *n* ਅਣਵਾਹੀ ਭੌਂ

linchpin /'ਲਿਨਚਪਿਨ/ *n* ਧੁਰੇ ਦਾ ਕਾਬਲਾ; ਮਹੱਤਵਪੂਰਨ ਵਿਅਕਤੀ, ਧੁਰਾ

linctus /'ਲਿਙਕਟਅਸ/ *n* ਚੱਟਣ ਵਾਲੀ ਦਵਾਈ

line /ਲਾਇਨ/ *n* ਪੰਗਤ, ਪੰਗਤੀ, ਕਤਾਰ, ਲਾਈਨ; ਮਾਲਾ, ਸ਼੍ਰੇਣੀ, ਸਿਲਸਿਲਾ; ਦਿਸ਼ਾ; ਪਾਸਾ; ਸੂਤ, ਡੋਰ, ਧਾਗਾ, ਰੱਸੀ; ਸਣ ਦਾ ਵਧੀਆ ਲੰਮਾ ਧਾਗਾ **dividing line** ਸਰਹੱਦ **to come into line** ਅਨੁਕੂਲ ਹੋਣ **toe the line** (ਕਿਸੇ ਦੀ) ਨੀਤੀ ਅਪਣਾਉਣਾ, ਪਿੱਠੂ ਬਣਨਾ

lineage, linage /'ਲਿਨਿਇਜ, 'ਲਾਇਨਿਜ/ *n* ਪੰਗਤੀ ਬੰਧਨ, ਪੰਗਤੀਕਰਨ; ਵੰਸ਼, ਵੰਸ਼ ਪਰੰਪਰਾ, ਕੁਲ, ਨਸਲ; ਜੱਦ

lineal /'ਲਿਨਿਅਲ/ *a* ਪਿੱਤਰੀ, ਵੰਸ਼ ਦਾ, ਪਰੰਪਰਾਗਤ, ਕੁਲ ਦਾ, ਨਸਲ ਦਾ, ਖ਼ਾਨਦਾਨੀ, ਜੱਦੀ

lineality /ˌਲਿਨਿ'ਐਲਿਟਿ/ *n* ਕੁੱਲ, ਜਾਤ, ਗੋਤ, ਪਿੱਤਰ, ਵੰਸ਼, ਪਰੰਪਰਾ

lineament /'ਲਿਨਿਅਮਅਨਟ/ *n* ਲਕੀਰ, ਰੇਖਾ; ਵਿਸ਼ੇਸ਼ ਆਕ੍ਰਿਤੀ ਜਾਂ ਵਿਸ਼ੇਸ਼ਤਾ, ਮੁਹਾਂਦਰਾ, ਚਿੰਨ੍ਹ ਚੱਕਰ, ਚਿਹਰਾ-ਮੋਹਰਾ, ਨੈਣ-ਨਕਸ਼, ਸ਼ਕਲ-ਸੂਰਤ, ਮੜੰਗਾ

linear /'ਲਿਨਿਅ*/ *a* ਲਕੀਰਬੱਧ, ਰੇਖਾਬੱਧ, ਰੇਖੀ, ਲੰਮੇ ਰੁੱਖ ਦਾ

linearity /ˌਲਿਨਿ'ਐਰਅਟਿ/ *n* ਰੇਖਾ-ਅੰਕਣ

lined /ਲਾਇਨਡ/ *a* ਪੰਗਤੀ ਬਣਾ ਕੇ ਬੈਠੇ ਹੋਏ, ਪੰਗਤਬੱਧ, ਪੱਕਾ

linen /'ਲਿਨਿਨ/ *n* ਕੱਪੜੇ ਦੀ ਇੱਕ ਕਿਸਮ, ਲਿਨਨ, ਲੇਲ੍ਹਣ, ਕੂਲਾ ਸੂਤੀ ਕੱਪੜਾ; ਉਛਾੜ, ਚਾਦਰਾਂ ਆਦਿ ਕੱਪੜੇ

liner /'ਲਾਇਨਅ*/ *n* (ਸਵਾਰੀ ਜਹਾਜ਼ਾਂ ਦੀ ਮਾਲਾ ਵਿੱਚੋਂ ਇੱਕ) ਜਹਾਜ਼, ਲਾਈਨਰ; ਰੇਖਾਕਾਰ

linesman /'ਲਾਇਨਜ਼ਮਅਨ/ *n* (ਫੁੱਟਬਾਲ ਹਾਕੀ ਵਗੈਰਾ ਖੇਡਾਂ ਵਿੱਚ) ਰੈਫਰੀ ਦਾ ਸਹਾਇਕ ਵਿਅਕਤੀ, ਉਹ ਵਿਅਕਤੀ ਜੋ ਦੱਸੇ ਕਿ ਗੇਂਦ ਲਾਈਨ ਤੋਂ ਬਾਹਰ ਗਈ ਹੈ

linger /'ਲਿਙਗਅ*/ *v* ਲਟਕਾਉਣਾ, ਲਮਕਣਾ, ਪਛਤਾਉਣਾ, ਚਿਰ ਲਾਉਣਾ; ਢਿੱਲ ਕਰਨਾ, ਠਹਿਰਨਾ, ਰੁਕ ਜਾਣਾ, ਸੰਕਲਪ-ਵਿਕਲਪ ਕਰਨਾ, ਵਿਚਾਰ ਕੇ ਗੱਲਬਾਤ ਕਰਨਾ; ਗਲ ਪਿਆ ਢੋਲ ਵਜਾਉਣਾ, ਧੂ-ਘਸੀਟ ਕਰਨੀ, ਜਿਵੇਂ ਹੋਵੇ ਨਿਭਾਉਣਾ; (ਪੀੜ ਜਾਂ ਬਿਮਾਰੀ ਦਾ) ਵਧਣਾ, ਫੈਲਣਾ, ਫੁੱਟਣਾ

lingerie /'ਲੈਨਯ਼ਅਰਿ/ *n* ਤੀਵੀਆਂ ਦੇ ਅੰਦਰ ਪਾਉਣ ਵਾਲੇ ਵਸਤਰ

lingering /'ਲਿਙਗਅਰਿਙ/ *n* ਦੀਰਘਕਾਲ, ਚਿਰ, ਦੇਰ *a* ਦੀਰਘਕਾਲੀਨ, ਚਿਰਕਾਲੀਨ

linget /'ਲਿਙਗਿਟ/ *n* ਡਲਾ, ਰੋੜਾ

lingo /'ਲਿਙਗਅਉ/ *n* ਪਰਾਈ ਬੋਲੀ, ਵਿਦੇਸ਼ੀ

ਬੋਲੀ, ਵਿਸ਼ਾ ਵਿਸ਼ੇਸ਼ ਸ਼ਬਦਾਵਲੀ, ਵਰਗ ਭਾਸ਼ਾ

lingua franca /ˌਲਿਙਗਵਅ 'ਫ਼ਰੈਙਕਅ/ *n* ਸੰਪਰਕ ਭਾਸ਼ਾ; ਭਾਸ਼ਾ ਮਿਸ਼ਰਨ, ਕਈ ਦੇਸ਼ਾਂ ਦੀ ਭਾਸ਼ਾ ਦਾ ਮਿਸ਼ਰਨ

lingual /'ਲਿਙਗਵਅਲ/ *a* ਜੀਭੀ, ਜੀਭ ਸੰਬੰਧੀ; ਮੂਰਧਨ; ਮੂਰਧ ਸਥਾਨੀ (ਧੁਨੀ); ਭਾਸ਼ਣ ਜਾਂ ਭਾਸ਼ਾ ਸੰਬੰਧੀ, ਭਾਸ਼ੀ

lingualize /'ਲਿਙਗਵਅਲਾਇਜ਼/ *vt* ਮੂਰਧਨੀ ਉਚਾਰਨ ਕਰਨਾ

linguist /'ਲਿਙਗਵਿਸਟ/ *a* ਭਾਸ਼ਾ ਵਿਗਿਆਨੀ

linguistic /ਲਿਙ'ਗਵਿਸਟਿਕ/ *a* (ਭਾਸ਼ਾ) ਭਾਸ਼ਾ-ਵਿਗਿਆਨਿਕ, ਭਾਸ਼ਾ ਨਾਲ ਸੰਬੰਧਿਤ, ਭਾਸ਼ਾ ਵਿਗਿਆਨ ਨਾਲ ਸਬੰਧਤ

linguistics /ਲਿਙ'ਗਵਿਸਟਿਕਸ/ *n* ਭਾਸ਼ਾ ਵਿਗਿਆਨ

liniment /'ਲਿਨਅਮਅਨਟ/ *n* ਮਾਲਸ਼ ਜਾਂ ਲੇਪ ਕਰਨ ਵਾਲੀ ਦਵਾਈ

lining /'ਲਾਇਨਿਙ/ *n* ਪੰਗਤੀ ਬੰਧਨ; ਅਸਤਰ, ਅੰਦਰਸ, ਅੰਦਰਲੀ ਤਹਿ

link /ਲਿਙਕ/ *n* ਲੜੀ; ਕੜੀ, ਜੋੜ; ਸੰਯੋਗੀ ਭਾਗ, ਸੰਬੰਧ ਜੋੜਨ ਵਾਲੀ ਵਸਤੂ ਜਾਂ ਵਿਅਕਤੀ; ਮਸ਼ਾਲ *v* ਜੋੜਨਾ, ਸ਼੍ਰੇਣੀਬੱਧ ਕਰਨਾ, ਗੰਢਣਾ, ਤਰੁੱਪਣਾਂ; ਸੰਯੁਕਤ ਕਰਨਾ, ਹੱਥਾਂ ਵਿੱਚ ਲੈ ਕੇ ਹੱਥ ਘੁੱਟਣਾ, ਹੱਥਾਂ ਵਿੱਚ ਹੱਥ ਦੇਣਾ, ਸੰਬੰਧ ਜੋੜਨਾ

linkage /'ਲਿਙਕਿਜ/ *n* ਕੜੀ, ਸ਼ਰਿੰਖਲਾ

link boy *n* ਮਸ਼ਾਲਚੀ ਮੁੰਡਾ

linked /ਲਿਙਕਟ/ *a* ਜੁੜਿਆ, ਸੰਯੁਕਤ, ਸੰਬੰਧ

linking verb *n* (ਵਿਆ) ਵਾਕ ਵਿੱਚ ਅਜਿਹੀ ਕਿਰਿਆ (ਜਿਵੇਂ be ਜਾਂ become ਵਗੈਰਾ) ਜੋ ਕਰਤਾ ਤੇ ਵਿਸ਼ੇਸ਼ਣ ਦਾ ਸੰਬੰਧ ਦੱਸੇ ਅਤੇ ਉਸ ਵਾਕ ਵਿੱਚ ਕਰਮ ਦੀ ਅਣਹੋਂਦ ਹੋਵੇ

linn /ਲਿਨ/ *n* ਝਰਨਾ; ਡੂੰਘੀ ਖੱਡ

linnet /'ਲਿਨਿਟ/ *n* ਭੂਰੇ ਰੰਗ ਦਾ ਗਾਇਕ ਪੰਛੀ, ਲਿਨਟ

linoleum /ਲਿ'ਨਅਉਲਿਅਮ/ *n* ਲਿਨੋਲੀਅਮ, ਫਰਸ਼ ਤੇ ਵਿਛਾਇਆ ਜਾਣ ਵਾਲਾ ਮੋਮੀ ਕੱਪੜਾ

linotype /'ਲਾਇਨਅਉ ਟਾਇਪ/ *n* ਲਾਈਨੋਟਾਈਪ, ਪੰਗਤੀ ਛਾਪਾ, ਪਾਲਛਾਪ

linseed /'ਲਿਨਸੀਡ/ *n* ਅਲਸੀ

linseed cake *n* ਅਲਸੀ ਦੀ ਖਲ

linsey-woolsey /ˌਲਿਨਜ਼ਿ'ਵੁਲਜ਼ਿ/ *n* ਮੋਟੀ ਉੱਨ ਤੇ ਸੂਤ ਦਾ ਕੱਪੜਾ *a* ਥੋਥਾ; ਰਲਿਆ-ਮਿਲਿਆ; ਮਿਲਿਆ-ਜੁਲਿਆ; ਘਾਲਾ-ਮਾਲਾ, ਰੌਲਾ-ਘਚੋਲਾ

linstock /'ਲਿਨਸਟੌਕ/ *n* ਜੁਆਲਾ, ਮਸ਼ਾਲ, ਤੋਪ ਦਾ ਪਲੀਤਾ

lint /ਲਿਨਟ/ *n* ਰੂੰ ਦੀ ਬੱਤੀ, ਗਾਚ, ਲਿਨਨ ਜਾਂ ਲਿਲ੍ਹਣ ਦੀ ਨਰਮ ਪੱਟੀ

lintel /'ਲਿਨਟਲ/ *n* ਲਿੰਟਲ, ਲੈਂਟਰ; ਚੌਖਟ, ਸਰਦਲ; ਦੇਹਲੀ, ਦਰਵਾਜੇ ਦੀ ਚੁਗਾਠ

liny /'ਲਾਇਨਿ/ *a* ਝੁਰੜੀਆਂ ਵਾਲਾ, ਲਕੀਰਦਾਰ

lion /'ਲਾਇਅਨ/ *n* ਸ਼ੇਰ, ਬੱਬਰ ਸ਼ੇਰ, ਸ਼ੀਂਹ, ਕੇਸਰ, ਸਿੰਘ, ਸਾਰਦੂਲ; ਅਤਿ ਨਿਡਰ ਤੇ ਸੂਰਬੀਰ ਪੁਰਸ਼

lionesque /ˌਲਾਇਆ'ਨੈੱਸਕ/ *a* ਸ਼ੇਰ ਵਰਗਾ (ਬਹਾਦਰ ਜਾਂ ਸ਼ਕਤੀਸ਼ਾਲੀ)

lioness /'ਲਾਇਅਨੈੱਸ/ *n* ਸ਼ੇਰਨੀ, ਸ਼ੀਹਣੀ

lip /ਲਿਪ/ *n* ਬੁੱਲ੍ਹ; ਬੁੱਲ੍ਹੀ, ਹੋਂਠ; ਬੇਅਦਬੀ, ਅਸ਼ਿਸ਼ਟਤਾ; ਭਾਂਡੇ ਜਾਂ ਜ਼ਖ਼ਮ ਆਦਿ ਦਾ ਕਿਨਾਰਾ; ਜ਼ਬਾਨੀ, ਅਵਾਸਤਵਿਕ *vt* ਬੁੱਲ੍ਹਾਂ ਨਾਲ ਲਾਉਣਾ; ਚੁੰਮਣ ਲੈਣਾ, ਚੁੰਮਣਾ, ਪਿਆਰ ਕਰਨਾ, ਪਾਣੀ ਦਾ ਕਿਨਾਰੇ ਨੂੰ ਛੂਹਣਾ; ਹੌਲੀ-ਹੌਲੀ ਬੋਲਣਾ, ਘੁਸਰ-ਮੁਸਰ ਕਰਨਾ; ਮਿਣਮਿਣਾਉਣਾ

lipoma /ਲਿ'ਪਅਉਮਅ/ *n* ਗਿਲਟੀ, ਰਸੌਲੀ

lippy /'ਲਿਪਿ/ *a* ਬੁੱਲ੍ਹੜ

lip service *n* ਮੂੰਹ ਰੱਖਣੀ

lipstick /'ਲਿਪਸਟਿਕ/ *n* ਲਿਪਸਟਿਕ, ਸੁਰਖੀ

lip-worship *n* ਭੇਖੀ ਪੂਜਾ

liquate /ਲਿਕ'ਵੇਇਟ/ *vt* ਪੱਘਰਾਉਣਾ, ਗਾਲਨਾ

liquation /ਲਿ'ਕਵੇਇਸ਼ਨ/ *n* ਪੱਘਰਾਅ, ਦ੍ਰਵੀਕਰਨ

liquefy /'ਲਿਕਵਿਫ਼ਾਇ/ *v* ਪੱਘਰਾਉਣਾ, ਪੱਘਰਨਾ, ਤਰਲ ਬਣਾਉਣਾ, ਦ੍ਰਵ ਬਣਾਉਣਾ, ਪਿਘਲਾਉਣਾ, ਪਿਘਲਨਾ, ਗਲਨਾ, ਗਲਾਉਣਾ

liquescent /ਲਿ'ਕਵੈੱਸ(ਅ)ਨਟ/ *a* ਪੱਘਰਨਸ਼ੀਲ, ਪੱਘਰਨਯੋਗ, ਦ੍ਰਵਣਸ਼ੀਲ, ਪਿਘਲਦਾ, ਪਿਘਲਨ ਵਾਲਾ

liqueur /ਲਿ'ਕਯੁਅ*/ *n* ਮਿੱਠੀ ਤੇਜ਼ ਸ਼ਰਾਬ

liquid /'ਲਿਕਵਿਡ/ *n* ਦ੍ਰਵ, ਰਸ, ਤਰਲ, ਦ੍ਰਵ ਰੂਪ *a* ਪਾਣੀ ਵਰਗਾ, ਪਤਲਾ; ਪਾਰਦਰਸ਼ੀ, ਚਮਕੀਲਾ

liquidate /'ਲਿਕਵਿਡੇਇਟ/ *v* ਰਿਣ ਚੁਕਾਉਣਾ, ਕਰਜ਼ਾ ਲਾਹੁਣਾ, ਹਿਸਾਬ ਸਾਫ਼ ਕਰਨਾ, (ਕੰਪਨੀ ਆਦਿ ਦਾ), ਦਿਵਾਲਾ ਨਿਕਲਨਾ, ਅਦਾ ਕਰਨਾ; ਮਾਰ ਮੁਕਾਉਣਾ, ਸਫ਼ਾਇਆ ਕਰਨਾ

liquidated /'ਲਿਕਵਿਡੇਇਟਿਡ/ *a* ਸਮਾਪਤ, ਨਿਰਧਾਰਿਤ, ਨਿਰਣੀਤ, ਮੁਕਤ

liquidation /ˌਲਿਕਵਿ'ਡੇਇਸ਼ਨ/ *n* ਭੁਗਤਾਨ, ਚੁਕੌਤੀ; ਕਾਰੋਬਾਰ ਬੰਦ ਕਰਨ ਦਾ ਕਾਰਜ; ਦਿਵਾਲਾ, ਸਫ਼ਾਇਆ

liquidity, liquidness /ਲਿ'ਕਵਿਡਅਟਿ, 'ਲਿਕਵਿਡਨਅਸ/ *n* ਤਰਲਤਾ; ਬੈਂਕ ਨਕਦੀ

liquidize /'ਲਿਕਵਿਡਾਇਜ਼/ *vt* ਪਿਘਲਾਉਣਾ, ਤਰਲ ਬਣਾਉਣਾ

liquor /'ਲਿਕਅ*/ *n* ਸ਼ਰਾਬ, ਮਦਰਾ, ਸੁਰਾ, ਮਦ; (ਜਿਸ ਵਿੱਚ ਖਾਣਾ ਪਕਾਇਆ ਹੋਵੇ ਉਹ) ਪਾਣੀ, ਅਰਕ ਆਦਿ; (ਔਸ਼ਧੀ) ਰਸ, ਘੋਲ *v* ਸ਼ਰਾਬ ਪੀਣਾ, ਮਦਪਾਨ ਕਰਨਾ; ਜੁੱਤੀ ਨੂੰ ਕਿਸੇ ਪਾਲਿਸ਼ ਨਾਲ ਚਮਕਾਉਣਾ, ਤੇਲ ਦੇਣਾ

liquorice, licorice /'ਲਿਕਅਰਿਸ਼, -ਰਿਸ/ *n* ਮਲੱਠੀ

liquorish /'ਲਿਕਅਰਿਸ਼/ *a* ਵੇਖੋ **lickerish**

lira /'ਲਿਅਰਅ/ *n* ਇਟਲੀ ਅਤੇ ਤੁਰਕੀ ਦਾ ਇੱਕ ਸਿੱਕਾ

lisp /ਲਿਸਪ/ *n* ਤੋਤਲਾਪਣ, ਤੁਤਲਾਹਟ *v* ਤੁਤਲਾਉਣਾ, ਤੁਤਲਾ ਕੇ ਬੋਲਣਾ, ਤੋਤਲੀਆਂ ਗੱਲਾਂ ਕਰਨਾ

lissom /'ਲਿਸਅਮ/ *a* ਲਚਕੀਲਾ, ਲਚਕਦਾਰ, ਨਰਮ; ਫੁਰਤੀਲਾ

lissomness /'ਲਿਸਅਮਨਅਸ/ *n* ਲਚਕ, ਲਚਕੀਲਾਪਣ, ਨਰਮਾਈ, ਫੁਰਤੀਲਾਪਣ

list¹ /ਲਿਸਟ/ *n* ਸੂਚੀ-ਪੱਤਰ, ਸੂਚੀ, ਲਿਸਟ; ਕੰਨੀ, ਕੋਰ, ਕਿਨਾਰੀ *vt* ਕੰਨੀ ਲਾਉਣਾ, ਕਿਨਾਰੀ ਬਣਾਉਣਾ; ਸੂਚੀ ਬਣਾਉਣਾ, ਸੈਨਾ ਵਿੱਚ ਭਰਤੀ ਕਰਨਾ ਜਾਂ ਹੋਣਾ; ਇੱਛਾ ਕਰਨਾ, ਚਾਹੁਣਾ, ਪਸੰਦ ਕਰਨਾ

list² *vi* (ਜਹਾਜ਼ ਆਦਿ ਦਾ) ਉੱਲਰਨਾ, ਝੁਕਣਾ

listed /ਲਿਸਟਿਡ/ *a* ਸੂਚੀਬੱਧ

listen /'ਲਿਸਨ/ *n* ਧਿਆਨ ਨਾਲ ਸੁਣਨਾ, ਸਰਵਣ ਕਰਨਾ, ਹੁੰਗਾਰਾ ਭਰਨਾ, ਕੰਨ ਲਾ ਕੇ ਸੁਣਨਾ

listener /'ਲਿਸਅਨਅ*/ *n* ਸਰੋਤਾ, ਸੁਣਨ ਵਾਲਾ

Listing /'ਲਿਸਟਿਙ/ *n* ਸੂਚੀਕਰਨ

listless /'ਲਿਸਟਲਅਸ/ *a* ਢਿੱਲਾ, ਨਿਸਤੇਜ, ਉਦਾਸੀਨ

listlessness /'ਲਿਸ(ਟ)ਲਅਸਨਅਸ/ *n* ਢਿੱਲ, ਨਿਸਤੇਜਤਾ

list price *n* ਚੀਜ਼ਾਂ ਦੀ ਵਿਕਰੀ ਦਰ ਦੀ ਸੂਚੀ

litany /'ਲਿਟਅਨਿ/ *n* ਕੀਰਤਨ, ਪ੍ਰਾਰਥਨਾ ਗੀਤ, ਹਰਿਗੁਣ ਗਾਇਨ, ਰਾਮ ਭਜਨ

litchi /ˌਲਾਇ'ਚੀ, 'ਲਾਇਚੀ/ *n* ਲੀਚੀ ਫਲ

literacy /'ਲਿਟਅਰਅਸਿ/ *n* ਸਾਖਰਤਾ, ਅੱਖਰ ਗਿਆਨ

literal /'ਲਿਟਅਰਅਲ/ *a* ਸ਼ਾਬਦਿਕ, ਅੱਖਰੀ, ਅੱਖਰਬੱਧ; ਨੀਰਸ, ਖ਼ੁਸ਼ਕ, ਤੱਥਵਾਦੀ

literalism /'ਲਿਟਅਰਅਲਿਜ਼ਅਮ/ *n* ਸ਼ਬਦਪ੍ਰਸਤੀ, ਸ਼ਾਬਦਿਕ ਅਨੁਸਰਨ

literary /'ਲਿਟਅਰਅਰਿ/ *n* ਸਾਹਿਤਕ; (ਸ਼ਬਦ ਜਾਂ ਮੁਹਾਵਰਾ) ਲੇਖਕਾਂ ਦੁਆਰਾ ਪ੍ਰਯੁਕਤ;

ਸ਼ਾਸਤਰੀ

literary work *n* ਸਾਹਿਤ ਰਚਨਾ

literate /'ਲਿਟਅਰਅਟ/ *a* ਪੜ੍ਹਿਆ–ਲਿਖਿਆ; (ਵਿਸ਼ਵ-ਵਿਦਿਆਲੇ ਦੀ ਉਪਾਧੀ ਤੋਂ ਬਿਨਾਂ) ਪਾਦਰੀ ਬਣਨ ਵਾਲਾ

literati /ˌਲਿਟਅ'ਰਾਟਿ/ *n* (ਬਹੁ) ਵਿਦਵਾਨ, ਸਾਹਿਤਕਾਰ

literature /'ਲਿਟਰਅਚਅ*/ *n* ਸਾਹਿਤ, ਅਦਬ; ਸਾਹਿਤ ਖੇਤਰ; ਵਿਸ਼ੇਸ਼ ਵਿਸ਼ੇ ਦੀਆਂ ਪੁਸਤਕਾਂ; ਛਪੀ ਹੋਈ ਪੁਸਤਕ

lith /ਲਿਥ/ *n* ਜੋੜ, ਸੰਧੀ, ਹਿੱਸਾ, ਅੰਗ, ਭਾਗ; ਫਾਂਕ, ਫਾਕੜ

lithe /ਲਾਇਦ/ *a* ਕੂਲਾ, ਲਚਕੀਲਾ, ਨਰਮ; ਛੋਹਲਾ, ਫੁਰਤੀਲਾ

lithograph /'ਲਿਥਅਗਰਾਫ਼/ *n* ਪੱਥਰ ਦਾ ਛਾਪਾ *vt* ਪੱਥਰ ਦੇ ਛਾਪੇ ਨਾਲ ਛਪਾਈ ਕਰਨਾ

lithography /ਲਿ'ਥੌਗਰਅਫ਼ਿ/ *n* ਸ਼ਿਲਾ ਲੇਖਣ ਵਿੱਦਿਆ, ਪੱਥਰ ਦਾ ਛਾਪਾ, ਲਿਥੋਗ੍ਰਾਫੀ

lithosphere /'ਲਿਥਅਸਫ਼ਿਅ*/ *n* ਧਰਤੀ ਦੀ ਉੱਪਰਲੀ ਪਰਤ, ਧਰਤੀ ਦੀ ਉੱਪਰ ਵਾਲੀ ਮਿੱਟੀ ਦੀ ਤਹਿ

lithotomy /ਲਿ'ਥੌਟਅਮਿ/ *n* ਮਸਾਨੇ ਦੀ ਚੀਰ–ਫਾੜ (ਪੱਥਰੀ ਕੱਢਣ ਲਈ)

lithy /'ਲਿਦਿ/ *a* ਲਚਕੀਲਾ; ਨਰਮ

litigant /'ਲਿਟਿਗਅਨਟ/ *a* ਮੁਕੱਦਮੇਬਾਜ਼

litigate /'ਲਿਟਿਗੇਇਟ/ *v* ਮੁਕੱਦਮਾ ਲੜਨਾ, ਵਾਦਵਿਵਾਦ ਕਰਨਾ, ਦਾਅਵਾ ਕਰਨਾ (ਕਨੂੰਨੀ ਪਹਿਲੂ ਉੱਤੇ) ਵਾਦਵਿਵਾਦ ਕਰਨਾ, ਝਗੜਾ ਕਰਨਾ, ਬਹਿਸਣਾ

litigation /ˌਲਿਟਿ'ਗੇਇਸ਼ਨ/ *n* ਮੁਕੱਦਮਾ, ਦਾਅਵਾ, ਮੁਕੱਦਮੇਬਾਜ਼ੀ

litigious /ਲਿ'ਟਿਜਅਸ/ *a* ਵਾਦਗ੍ਰਸਤ; ਮੁਕੱਦਮੇਬਾਜ਼; ਵਿਵਾਦ ਸੰਬੰਧੀ, ਮੁਕੱਦਮੇ ਸੰਬੰਧੀ; ਝਗੜਾਲੂ, ਲੜਾਕਾ

litigiousness /ਲਿ'ਟਿਜਅਸਨਅਸ/ *n* ਝਗੜਾ, ਮੁਕੱਦਮੇਬਾਜ਼ੀ ਦਾ ਚਸਕਾ, ਲੜਾਕਾਪਣ

litmus /'ਲਿਟਮਅਸ/ *n* ਲਿਟਮਸ, ਇੱਕ ਪ੍ਰਕਾਰ ਦਾ ਨੀਲਾ ਬਨਸਪਤੀ ਰੰਗ

litmus paper *n* ਲਿਟਮਸੀ ਕਾਗਜ਼

litre /'ਲੀਟਅ*/ *n* ਲਿਟਰ, ਤਰਲ ਪਦਾਰਥਾਂ ਦੇ ਨਾਪ ਦੀ ਇਕਾਈ

litter /'ਲਿਟਅ*/ *v* ਪਰਾਲੀ ਵਿਛਾਉਣਾ, ਘਾਹ ਵਿਛਾਉਣਾ; ਉੱਘੜ–ਦੁੱਘੜ ਸੁੱਟ ਦੇਣਾ; ਫੈਲਰਨਾ; ਜਣਨਾ, ਬੱਚੇ ਦੇਣਾ, ਵਿਆਉਣਾ *n* ਗੁੱਦੇਦਾਰ ਸਵਾਰੀ, ਡੋਲੀ, ਪਾਲਕੀ; ਪਸ਼ੂਆਂ ਦੇ ਹੇਠਾਂ ਵਿਛਾਈ ਪਰਾਲੀ; (ਖਿਲਰਿਆ) ਕੂੜਾ, ਗੋਹਾ, ਲਿੱਦ ਆਦਿ; ਉਤਸ਼ਾਹਹੀਣਤਾ; ਗੜਬੜ; (ਕੁਕੜੀਆਂ ਆਦਿ ਦੀ) ਝੋਲੀ

litterateur /ˌਲਿਟਅਰਾ'ਟਅ:*/ *(F) n* ਸਾਹਿਤਕਾਰ, ਅਦੀਬ, ਲੇਖਕ; ਅਲੋਚਕ, ਪਾਰਖੂ

litter lout (ਅਪ) ਸਰਵਜਨਕ ਥਾਂ 'ਤੇ ਗੰਦ ਪਾਉਣ ਵਾਲਾ

littery /'ਲਿਟਅਰਿ/ *a* ਕੂੜੇ ਨਾਲ ਭਰਿਆ

little /'ਲਿਟਲ/ *a* ਛੋਟਾ, ਨਿੱਕਾ, ਨੰਨ੍ਹਾ, ਲਘੂ, ਅਲਪ, ਥੋੜ੍ਹਾ, ਕੁਝ, ਘੱਟ, ਕਮ; ਅਲਪਕਾਲਕ, ਛਿਣ-ਭੰਗਰ; ਠਿੰਗਣਾ, ਬੌਣਾ, ਵਾਮਨ, ਨਾਟਾ; ਕੋਮਲਤਾਪੂਰਨ, ਬੱਚਿਆਂ ਵਰਗਾ; ਅਨੰਦਮਈ; ਸਧਾਰਨ, ਹਕੀਰ, ਮਹੱਤਵਹੀਣ; ਸੀਮਤ, ਬਹੁਤ ਥੋੜ੍ਹਾ, ਨਾਂਮਾਤਰ,

little finger *n* ਮਨੁੱਖੀ ਹਥ ਦੀ ਸਭ ਤੋਂ ਛੋਟੀ ਉਂਗਲ, ਚੀਚੀ

littleness /'ਲਿਟਲਨਅਸ/ *n* ਛੁਟਿਆਈ, ਛੋਟਾਪਣ, ਨਿੱਕਾਪਣ, ਕਮੀ, ਲਘੂਤਾ; ਦੀਨਤਾ, ਤੁੱਛਤਾ, ਸੰਖੇਪਤਾ, ਸਧਾਰਨਤਾ

little worth *a* ਬੇਕਾਰ, ਨਿਕੰਮਾ, ਵਿਅਰਥ

littoral /'ਲਿਟਅਰਅਲ/ *n* ਬੇਲਾ, ਤਟ, ਕਿਨਾਰਾ, ਸਮੁੰਦਰ ਜਾਂ ਦਰਿਆ ਦੇ ਨਾਲ ਲੱਗਵੀਂ ਭੂਮੀ, ਬੇਲਾ ਪਰਦੇਸ਼ *a* ਤਟੀ, ਤਟ ਦਾ

liturgy /'ਲਿਟਅਜਿ/ *n* (ਗਿਰਜੇ ਦਾ) ਪ੍ਰਾਰਥਨਾ ਸਥਾਨ; ਸਾਂਝੀ ਪੂਜਾ; ਸਧਾਰਨ ਭਜਨਾਂ ਜਾਂ ਪ੍ਰਾਰਥਨਾ

ਵਾਲੀ ਪੁਸਤਕ, ਗੁਟਕਾ

live /ਲਿਵ੍/ *v* ਜਿਊਂਦੇ ਹੋਣਾ, ਜਿਊਂਣਾ, (ਕਿਸੇ ਚੀਜ਼ ਉੱਤੇ) ਨਿਰਬਾਹ ਕਰਨਾ; ਕਾਇਮ ਰਹਿਣਾ; ਵਿਹਾਰ ਕਰਨਾ; ਵਿਲਾਸਮਈ ਜੀਵਨ ਜਿਊਂਣਾ; (ਚੀਜ਼ਾਂ ਦਾ) ਬਾਕੀ ਬਚਣਾ, ਬਚ ਰਹਿਣਾ; ਨਿਵਾਸ ਕਰਨਾ; ਵੱਸਣਾ, ਰਹਿਣਾ **/ਲਾਇਵ੍/** *a* ਸੰਜੀਵ, ਜੀਵਿਤ, ਜਿੰਦਾ; ਸਿੱਧਾ (ਪ੍ਰਸਾਰਨ); ਵਾਸਤਵਿਕ, ਸਮੁੱਚਾ ਜਿਊਂਦਾ-ਜਾਗਦਾ, ਤਕੜਾ, ਸ਼ਕਤੀਸ਼ਾਲੀ; (ਗੋਲਾ) ਜੋ ਹਾਲੀ ਦਾਗਿਆ ਨਾ ਹੋਵੇ; (ਦੀਆਸਲਾਈ) ਜੋ ਹਾਲੇ ਜਲੀ ਨਾ ਹੋਵੇ; (ਤਾਰ) ਬਿਜਲੀ ਦੇ ਕਰੰਟ ਵਾਲੀ (ਪਹੀਆ) ਗਤੀ ਪ੍ਰੇਰਕ, ਗਤੀਸ਼ੀਲ **live and let live** ਜੀਓ ਤੇ ਜੀਣ ਦਿਓ **to live on air** ਪੌਣ ਆਹਾਰੀ ਹੋਣਾ

liveable /'ਲਿਵ੍ਅਬਲ/ *a* (ਘਰ ਜਾਂ ਪੌਣ ਪਾਣੀ) ਨਿਵਾਸਯੋਗ, ਵੱਸਣਯੋਗ; (ਜੀਵਨ) ਜਿਊਂਣ ਜਾਂ ਬਿਤਾਉਣਯੋਗ ਨਿਰਬਾਹ ਕਰਨ ਯੋਗ, ਵਸੇਬੇਯੋਗ

liveableness /'ਲਿਵ੍ਅਬਲਨਅਸ/ *n* ਵਸਣਯੋਗਤਾ

lived /ਲਿਵ੍ਡ/ *a* ਜੀਵਿਤ, ਜੀਵਨਯੁਕਤ

live-in /'ਲਿਵ੍ ਇਨ/ *a* ਕੰਮ ਕਰਨ ਵਾਲੇ ਥਾਂ ਤੇ ਹੀ ਰਹਿਣ ਵਾਲਾ, ਧਗੜਾ, ਰਖੇਲ

livelihood /'ਲਾਇਵ੍ਲਿਹੁਡ/ *n* ਰੋਜ਼ੀ, ਰੋਟੀ, ਰੁਜ਼ਗਾਰ, ਨਿਰਬਾਹ, ਰਿਜ਼ਕ, ਗੁਜ਼ਰਾਨ, ਜੀਵਿਕਾ, ਜੀਵਨ ਸਾਧਨ; ਜੀਵਨ ਨਿਰਬਾਹ

livelong /'ਲਿਵ੍ਲੌਙ/ *a* (ਕਾਵਿ) ਸਾਰਾ (ਦਿਨ)

lively /'ਲਾਇਵ੍ਲਿ/ *a* ਜਿਊਂਦਾ-ਜਾਗਦਾ, ਹੂ-ਬਹੂ, ਵਾਸਤਵਿਕ, ਯਥਾਰਥਿਕ; ਸਜੀਵ, ਪ੍ਰਾਣਮਈ; ਫੁਰਤੀਲਾ, ਉਤਸ਼ਾਹ ਵਾਲਾ, ਸ਼ਕਤੀਸ਼ਾਲੀ; ਪ੍ਰੇਰਕ; (ਰੰਗ) ਚਮਕੀਲਾ; ਖ਼ੁਸ਼ ਰਹਿਣ ਵਾਲਾ, ਪ੍ਰਸੰਨਚਿੱਤ, ਪ੍ਰਫੁੱਲਤ, ਅਨੰਦਮਈ; (ਕਿਸ਼ਤੀ) ਹੌਲੀ

liven /'ਲਾਇਵ੍ਨ/ *v* (ਬੋਲ) ਮਘਣਾ, ਮਘਾਉਣਾ

liver /'ਲਿਵ੍ਅ*/ *n* ਜਿਗਰ, ਕਾਲਜਾ, ਕਲੇਜੀ; ਗਾੜ੍ਹਾ ਬਦਾਮੀ ਰੰਗ; (ਪਰਾ) ਮਿਜ਼ਾਜ, ਤਬੀਅਤ ਵਿਸ਼ੇਸ਼ ਢੰਗ ਨਾਲ ਰਹਿਣ ਵਾਲਾ ਵਿਅਕਤੀ, ਵਾਸੀ, ਵਸਨੀਕ

liverish /'ਲਿਵ੍(ਅ)ਰਿਸ਼/ *a* ਕਲੇਜੀ ਰੰਗਾ

livery /'ਲਿਵ੍ਅਰਿ/ *n* (ਨੌਕਰਾਂ ਦੀ) ਵਰਦੀ ਤੇ ਖ਼ੁਰਾਕ; (ਘੋੜਿਆਂ ਦੇ ਚਾਰੇ ਆਦਿ) ਭੱਤਾ, ਦਾਣਾ, ਘਾਹ; ਨਗਰ ਸੰਸਥਾ ਦੀ ਮੈਂਬਰੀ; (ਕਨੂੰ) ਦਖ਼ਲਨਾਮਾ *a* ਜਿਗਰ ਦਾ, ਜਿਗਰੀ; ਚੀਕਨਾ, ਸੁਸਤ, ਚਿੜਚਿੜਾ

livestock /'ਲਾਇਵ੍ਸਟੌਕ/ *n* ਪਸ਼ੂ ਧਨ

livid /'ਲਿਵ੍ਡਿ/ *a* ਸੁਰਮਈ, ਕਾਲਾ ਨੀਲਾ, ਸ਼ਾਮ ਰੰਗਾ, ਸੱਟ ਨਾਲ ਨੀਲਾ (ਹੋਇਆ); ਕ੍ਰੋਧ ਨਾਲ ਲੋਹਾ-ਲਾਖਾ; ਪੀਲਾਭੂਕ

living /'ਲਿਵ੍ਙਿ/ *n* ਵਾਸ, ਰੋਜ਼ੀ, ਨਿਰਬਾਹ, ਰੁਜ਼ਗਾਰ, ਰੋਟੀ *a* ਸਮਕਾਲੀ, ਵਿਦਮਾਨ; ਯਥਾ ਤੱਥ; ਪ੍ਰਾਣਮਈ, ਪ੍ਰਾਣਧਾਰੀ, ਸਜੀਵ, ਜੀਵਿਤ, ਜਿਊਂਦਾ, (ਸ਼ੀਸ਼ਾ) ਹੂ-ਬਹੂ ਜਿਊਂਦਾ-ਜਾਗਦਾ, ਅਸਲ ਵਰਗਾ

living death *n* ਬਹੁਤ ਹੀ ਤਰਸਯੋਗ ਜੀਵਨ, ਦੁੱਖਾਂ ਕਸ਼ਟਾਂ ਭੁੱਖਮਰੀ ਆਦਿ ਵਾਲਾ ਜੀਵਨ

livingness /'ਲਿਵ੍ਙਿਨਅਸ/ *n* ਸਜੀਵਤਾ; ਸਮਕਾਲੀਨਤਾ

living room /'ਲਿਵ੍ਙਿਰੁਮ/ *n* ਬੈਠਣ ਉਠੱਣ ਵਾਲਾ ਕਮਰਾ, ਬੈਠਕ

lizard /'ਲਿਜ਼ਅਡ/ *n* ਛਿਪਕਲੀ, ਕਿਰਲੀ

llama /'ਲਾਮਅ/ *n* ਦੱਖਣ ਅਮਰੀਕੀ ਊਠ, ਲਾਮਾ

lo /ਲਅਉ/ *int* ਵੇਖੋ !, ਉਹ ਵੇਖੋ !, ਕੀ ਦੇਖਦੇ ਹਾਂ ਕਿ !

load /ਲਅਉਡ/ *n* ਦਬਾਅ, ਦਾਬਾ, ਭਾਰ, ਬੋਝ, ਮਾਲ ਅਸਬਾਬ, ਲੱਦ, ਖੇਪ; ਬਿਜਲੀ ਦੀ ਮਾਤਰਾ; (ਜ਼ੁੰਮੇਵਾਰੀ ਜਾਂ ਚਿੰਤਾ ਦਾ) ਭਾਰ; ਅਧਿਕਤਾ, ਬਹੁਤਾਤ, ਬਹੁਲਤਾ *v* ਲੱਦਣਾ, ਲੱਦੇ ਜਾਣਾ; ਭਾਰ ਚੁੱਕਣਾ, ਭਾਰਾ ਕਰਨਾ, ਦਬਾਉਣਾ; ਸਿੱਕਾ ਭਰਨਾ, ਸਿੱਕੇ ਨਾਲ ਭਾਰਾ ਕਰਨਾ; ਚੜ੍ਹਾਉਣਾ; ਭਾਰ ਨਾਲ ਝੁਕ ਜਾਣਾ; ਭਰਮਾਰ ਕਰ ਦੇਣਾ, ਮਾਲਾ-ਮਾਲ ਕਰ ਦੇਣਾ; ਬੰਦੂਕ ਆਦਿ ਵਿੱਚ ਗੋਲੀ ਭਰਨਾ; ਅਤਿ ਅਧਿਕ ਮਾਲ ਖ਼ਰੀਦ ਲੈਣਾ, ਅੰਨ੍ਹੇਵਾਹ ਕਿਸੇ

ਕੰਪਨੀ ਦੇ ਹਿੱਸੇ ਖ਼ਰੀਦ ਲੈਣਾ

loaded /'**ਲਅਉਡਿਡ**/ *a* ਭਾਰਾ, ਭਰਿਆ (ਪਸਤੌਲ ਆਦਿ), ਲੱਦਿਆ

loading /'**ਲਅਉਡਿਙ**/ *a* ਲੱਦਣ ਵਾਲਾ, ਭਰਨ ਵਾਲਾ *n* ਭਾਰ, ਬੋਝ; ਲਦਾਈ, ਭਰਾਈ

loadstar /'**ਲਅਉਡਸਟਾ***/ *n* ਵੇਖੋ **lodestar**

loadstone /'**ਲਅਉਡਸਅਉਨ**/ *n* ਚੁੰਬਕ, ਲੋਹਮਣੀ, ਮਿਕਨਾਤੀਸ

loaf /**ਲਅਉਫ਼**/ *n* ਨਾਨ, ਰੋਟੀ, ਡਬਲਰੋਟੀ; ਡਾਵਾਂ-ਡੋਲਤਾ; ਅਵਾਰਾਗਰਦੀ, ਮਟਰਗਸ਼ਤ *vi* ਸਮਾਂ ਵਿਹਲਾ ਗੁਆਉਣਾ, ਅਵਾਰਾਗਰਦੀ ਕਰਨਾ

loafer /'**ਲਅਉਫ਼ਅ***/ *n* ਅਵਾਰਾਗਰਦ, ਬਦਮਾਸ਼

loam /**ਲਅਉਮ**/ *n* ਗੁੰਨ੍ਹੀ ਹੋਈ ਚੀਕਨੀ ਮਿੱਟੀ, ਗਾਰਾ; ਮੈਰਾ ਜ਼ਮੀਨ

loan /**ਲਅਉਨ**/ *n* ਰਿਣ, ਉਧਾਰ, ਤਕਾਵੀ, ਕਰਜ਼ *vt* ਰਿਣ ਦੇਣਾ, ਉਧਾਰ ਦੇਣਾ **public loan** ਰਾਜ ਰਿਣ, ਸਰਕਾਰੀ ਕਰਜ਼ਾ

loanee /**ਲਅਉ'ਨੀ**/ *n* ਕਰਜ਼ਦਾਰ, ਉਧਾਰ ਲੈਣ ਵਾਲਾ ਵਿਅਕਤੀ

loaner /**ਲਅਉਨਅ***/ *n* ਸ਼ਾਹੂਕਾਰ, ਰਿਣਦਾਤਾ

loan translation *n* ਸ਼ਾਬਦਿਕ ਅਨੁਵਾਦ, ਲਫ਼ਜ ਬਲਫ਼ਜ ਅਨੁਵਾਦ

loanword /'**ਲਅਉਨਵਅ:ਡ**/ *n* ਦੂਜੀ ਭਾਸ਼ਾ ਵਿੱਚੋਂ ਹੁਦਾਰਾ ਲਿਆ ਸ਼ਬਦ

loath, loth /**ਲਅਉਥ**/ *a* ਵਿਮੁੱਖ, ਵਿਰਕਤ, ਅਣਉਤਸ਼ੁਕ, ਅਣਇੱਛਕ

loathe /**ਲਅਉਦ**/ *vt* ਘਿਰਨਾ ਕਰਨਾ; ਨਫ਼ਰਤ ਕਰਨਾ, ਪਸੰਦ ਨਾ ਕਰਨਾ

loathing /'**ਲਅਉਦਿਙ**/ *n* ਘਿਰਨਾ, ਨਫ਼ਰਤ

loathsome /'**ਲਅਉਦਸਅਮ**/ *a* ਘਿਰਨਿਤ, ਨਫ਼ਰਤ ਭਰਿਆ

loaves /**ਲਅਉਵਜ਼**/ *n* **loaf** ਦਾ ਬਹੁਵਚਨ ਰੂਪ, ਰੋਟੀਆਂ

lob /**ਲੌਬ**/ *n* ਮੋਟਾ ਅਤੇ ਬੇਡੌਲ ਮਨੁੱਖ; (ਕ੍ਰਿਕਟ) ਹੌਲੀ ਅਤੇ ਨੀਵੀਂ ਸੁੱਟੀ ਗੇਂਦ; (ਟੈਨਿਸ) ਉੱਚੀ ਮਾਰੀ ਗੇਂਦ *v* ਸੁਸਤ ਤੁਰਨਾ; ਭੱਦੇ ਢੰਗ ਨਾਲ ਦੌੜਨਾ; ਹੌਲੀ ਗੇਂਦ ਸੁੱਟਣਾ; ਡੋਲਣਾ; ਹੌਲੀ ਜਿਹੇ ਉੱਪਰ ਸੁੱਟਣਾ

lobby /'**ਲੌਬਿ**/ *n* ਦਲਾਨ, ਡਿਉਢੀ; ਸਭਾ ਮੰਡਲ, ਸਦੱਸ ਗੈਲਰੀ, ਲਾਬੀ; ਪ੍ਰਭਾਵ ਮੰਡਲ; ਵੋਟਾਂ ਪਾਉਣ ਵਾਲਾ ਛੋਟਾ ਕਮਰਾ, ਮੁਲਾਕਾਤੀ ਕਮਰਾ *v* ਲਾਬੀ ਵਿੱਚ ਬੈਠ ਕੇ ਮੈਂਬਰਾਂ ਨੂੰ ਪ੍ਰਭਾਵਿਤ ਕਰਨਾ, ਵੋਟ ਮੰਗਣਾ, ਗੈਲਰੀ ਵਿੱਚ ਆਉਣਾ ਜਾਣਾ ।

lobcock /'**ਲੌਬਕੌਕ**/ *a* ਉਜੱਡ, ਬੁੱਧੂ, ਗੰਵਾਰ (ਆਦਮੀ)

lobe /**ਲਅਉਬ**/ *n* ਖੰਨ; ਕੰਨ ਦੀ ਲੌਲ; ਵਧਿਆ ਮਾਸ

lobster /'**ਲੌਬਸਟਅ***/ *n* ਝੀਂਗਾ ਮੱਛੀ; ਪੱਕਿਆ ਪਕਾਇਆ ਝੀਂਗਾ ਗੋਸ਼ਤ; (ਵਿਅੰਗ) ਅੰਗਰੇਜ਼ ਸਿਪਾਹੀ, ਲੌਬਸਟਰ

lobster-eyed *a* ਆਂਡਲ, ਮੋਟੀਆਂ-ਮੋਟੀਆਂ ਅੱਖਾਂ ਵਾਲਾ

local /'**ਲਅਉਕਲ**/ *a* ਸਥਾਨਕ, ਮੁਕਾਮੀ

local area network *n* ਵੇਖੋ **LAN**

local authority *n* (ਬਰਤਾਨੀਆ ਵਿੱਚ) ਕਿਸੇ ਖਾਸ ਖੇਤਰ ਨਾਲ ਸੰਬੰਧਿਤ ਸਰਕਾਰ, ਸਥਾਨਕ ਰਾਜ ਪ੍ਰਬੰਧ

locale /**ਲਅਉ'ਕਾਲ**/ *n* ਘਟਨਾ ਸਥਲ, ਸਥਾਨ, ਮੌਕਾ, ਵਕੂਏ ਦੀ ਥਾਂ

local government *n* ਸਥਾਨਕ ਰਾਜ ਪ੍ਰਬੰਧ, ਖ਼ਾਸ ਖੇਤਰ ਦੇ ਪ੍ਰਬੰਧ ਲਈ ਨਿਯੁਕਤ ਸੰਸਥਾ

localism /'**ਲਅਉਕਅਲਿਜ਼ਅਮ**/ *n* ਸਥਾਨਕਵਾਦ, ਪ੍ਰਦੇਸ਼ਕਤਾ, ਦੇਸੀ ਸ਼ੈਲੀ, ਸੰਕੀਰਨ ਦੇਸ਼-ਭਗਤੀ

locality /**ਲਅਉ'ਕੈਲਅਟਿ**/ *n* ਸਥਾਨ, ਸਥਿਤੀ, ਪ੍ਰਦੇਸ਼, ਮੌਕਾ, ਇਲਾਕਾ

localization /ˌ**ਲਅਉਕਅਲਾਇ'ਜ਼ੇਇਸ਼ਨ**/ *n* ਸਥਾਨੀਕਰਨ

localize /'ਲਅਉਕਅਲਾਇਜ਼/ *vt* ਸਥਾਨਕ ਬਣਾਉਣਾ, ਇੱਕ ਦੇਸ਼ ਦਾ ਬਣਾਉਣਾ, ਵਿਸ਼ੇਸ਼ ਹੱਦ ਜਾਂ ਥਾਂ ਵਿੱਚ ਸੀਮਿਤ ਕਰਨਾ, ਜ਼ਿਲ੍ਹਿਆਂ ਨਾਲ ਸੰਬੰਧਿਤ ਕਰਨਾ; (ਰਾਜ) ਅਕੇਂਦਰੀਭੂਤ ਕਰਨਾ; (ਧਿਆਨ) ਕੇਂਦਰਿਤ ਕਰਨਾ

localized /'ਲਅਉਕਅਲਾਇਜ਼ਡ/ *a* ਖਾਸ ਖੇਤਰ ਨਾਲ ਸੰਬੰਧਿਤ, ਖੇਤਰੀ, ਸਥਾਨਿਕ

local time *n* ਸਥਾਨਕ ਸਮਾਂ, ਲੋਕਲ ਟਾਈਮ

locate /ਲਅਉ'ਕੇਇਟ/ *vt* ਪਤਾ ਕੱਢਣਾ, ਸੂਹ ਲਾਉਣੀ, ਸਥਾਨ ਦੱਸਣਾ, ਜਮਾਉਣਾ, ਬਿਠਾਉਣਾ, ਰੱਖਣਾ, ਇੱਕ ਥਾਂ ਉੱਤੇ ਸਥਾਪਿਤ ਹੋਣਾ ਜਾਂ ਕਰਨਾ

location /ਲਅਉ'ਕੇਇਸ਼ਨ/ *n* ਨਿਰਧਾਰਿਤ ਸਥਾਨ, ਮੁਕਾਮ, ਮੌਕਾ

locative /'ਲੌਕਅਟਿਵ਼/ *n* (ਵਿਆ) ਅਧਿਕਰਨ ਕਾਰਕ, ਸੱਤਵੀਂ ਵਿਭਕਤੀ *a* ਸਥਾਨ ਨਿਰਦੇਸ਼ਕ

loc. cit. /,ਲੌਕ 'ਸਿਟ/ *adv* **loco citato** ਦਾ ਸੰਖਿਪਤ ਰੂਪ, ਵਰਵਿਤ ਟੂਕ ਦੇ ਹਵਾਲੇ ਵਿੱਚ

lock /ਲੌਕ/ *n* ਲਿਟ, ਕੇਸਾਂ ਦਾ ਗੁੱਛਾ, ਜ਼ੁਲਫ਼, ਰੂੰ ਦਾ ਫੰਬਾ, ਉੱਨ ਦਾ ਲੱਛਾ; ਤਾਲਾ, ਜੰਦਰਾ; ਬੰਦੂਕ ਦਾ ਘੋੜਾ, ਖੂਹ ਜਾਂ ਪਹੀਏ ਦਾ ਕੁੱਤਾ, ਨਹਿਰ ਦਾ ਗੇਟ *v* ਤਾਲਾ ਲਾਉਣਾ, ਜੰਦਰਾ ਮਾਰਨਾ; ਬੰਦ ਕਰਨਾ, ਘੇਰਨਾ, ਜੰਦਰਿਆਂ ਦੇ ਅੰਦਰ ਰੱਖਣਾ; (ਹੜਤਾਲੀ ਮਜ਼ਦੂਰਾਂ ਨੂੰ ਕੰਮ ਤੋਂ ਰੋਕਣ ਲਈ) ਤਾਲਾਬੰਦੀ ਕਰਨੀ; ਕੱਸ ਦੇਣਾ, ਜਕੜ ਲੈਣਾ; ਗੁੰਨ੍ਹਣਾ, ਫਾਹੁਣਾ, ਉਲਝਾਉਣਾ, ਵਲ੍ਹੇਟਣਾ; ਪਾਣੀ ਦੇ ਰਾਹੀਂ ਜਾਣਾ **under lock and key** ਜੰਦਰੇ ਅੰਦਰ, ਤਾਲਾ ਲਾ ਕੇ

locker /'ਲੌਕਅ*/ *n* ਤਾਲੇਦਾਰ ਅਲਮਾਰੀ, (ਬੈਂਕ ਦਾ) ਲਾਕਰ; ਕੋਠਾ, ਰਸਦ ਦਾ ਕੋਠਾ ਜਾਂ ਸੰਦੂਕ

locker room *n* ਤਾਲਾ ਬੰਦ ਦਰਾਜ਼ਾਂ ਵਾਲਾ ਕਮਰਾ (ਬੈਂਕ ਆਦਿ ਵਿੱਚ)

locket /'ਲੌਕਿਟ/ *n* ਲੋਹੇ ਦੀ ਪੱਟੀ; ਸੋਨੇ ਜਾਂ ਚਾਂਦੀ ਦਾ ਕੁੰਡਾ, ਢੋਲਣ; ਲਾਕਟ, ਇੱਕ ਪ੍ਰਕਾਰ ਦਾ ਹਾਰ

lock-in /'ਲੌਕ ਇਨ/ *n* ਅੰਦਰ ਬੰਦ ਕਰਨ ਦੀ ਕਿਰਿਆ, (ਸ਼ਰਾਬੀਆਂ ਦਾ ਸ਼ਰਾਬ ਪੀਣ ਲਈ ਨਿਸ਼ਚਿਤ ਸਮੇਂ ਤੋਂ ਪਿੱਛੋਂ) ਸ਼ਰਾਬਖਾਨੇ ਜਾਂ ਕਲੱਬ ਦੇ ਅੰਦਰ ਬੰਦ ਹੋਣ ਦੀ ਸਥਿਤੀ

lockout /'ਲੌਕਆਉਟ/ *n* ਕਿਸੇ ਕਾਰਖਾਨੇ ਜਾਂ ਸੰਸਥਾ ਦੀ ਤਾਲਾਬੰਦੀ

lock-up /'ਲੌਕ ਅੱਪ/ *n* ਹਵਾਲਾਤ, ਫਸਿਆ ਸਰਮਾਇਆ

loco citato /,ਲਅਉਕਅਉ'ਸਿਟਾਟਅਉ/ *(L) adv* ਉਲਿਖਤ, ਪਹਿਲਾਂ ਹੀ ਟੂਕ ਵਜੋਂ ਵਰਤਿਆ

locomotion /,ਲਅਉਕਅ'ਮਅਉਸ਼ਨ/ *n* ਗਮਨ, ਚੱਲਣ, ਗਤੀਸ਼ੀਲਤਾ, ਹਰਕਤ; ਯਾਤਰਾ, ਯਾਤਰਾ ਪੱਧਤੀ

locomotive /,ਲਅਉਕਅ'ਮਅਉਟਿਵ਼/ *n* ਰੇਲ ਇੰਜਣ, ਲੋਕੋਮੋਟਿਵ *a* ਚੱਲਣਸ਼ੀਲ, ਚੱਲਦਾ, ਗਤੀਸ਼ੀਲ, ਗਤੀ ਉਤਪਾਦਕ

locus /'ਲਅਉਕਅਸ/ *n* ਮੌਕਾ; ਟਿਕਾਣਾ; ਠੀਕ ਥਾਂ, ਸਥਾਨ; (ਗਣਿ) ਪੱਥ, ਬਿੰਦੂ ਪੱਥ

locus classicus /,ਲਅਉਕਅਸ 'ਕਲੈਸਿਕਅਸ/ *(L) n* ਕਿਸੇ ਵਿਸ਼ੇ ਦੀ ਪ੍ਰਮਾਣਿਕ ਲਿਖਤ

locus standi /ਲੌਕਅਸ 'ਸਟੈਨਡੀ/ *(L) n* ਦਖ਼ਲ-ਅੰਦਾਜ਼ੀ ਜਾਂ ਪੱਖ ਪੇਸ਼ ਕਰਨ ਦਾ ਅਧਿਕਾਰ

locust /'ਲਅਉਕਅਸਟ/ *n* ਟਿੱਡੀ, ਟਿੱਡੀ ਦਲ, ਵਿਨਾਸ਼ਕ ਵਿਅਕਤੀ; ਇੱਕ ਦਰਖ਼ਤ ਦੇ ਫਲ ਦਾ ਨਾਂ

locust-pod *n* ਤੇਜ ਪੱਤਰ ਦੀ ਫਲੀ

locust-swarm *n* ਟਿੱਡੀ ਦਲ

locution /ਲਅ'ਕਯੂਸ਼ਨ/ *n* ਭਾਸ਼ਣ ਸ਼ੈਲੀ, ਮੁਹਾਵਰਾ, ਅੰਦਾਜ਼ੇ ਤਕਰੀਰ, ਤਰਜ਼ੇ ਗੁਫ਼ਤਗੂ

lode /ਲਅਉਡ/ *n* ਸੇਮਨਾਲੀ, ਨਾਲੀ, ਖਾਣਾਂ ਵਿੱਚ ਕੱਚੀ ਧਾਤ ਦੀ ਪਰਤ

lodestar /'ਲਅਉਡਸਟਾ*/ *n* ਧਰੂ ਤਾਰਾ, ਪੱਥ ਪ੍ਰਦਰਸ਼ਕ

lodge /ਲੌਜ/ *n* ਰਿਹਾਇਸ਼, ਵਾਸ, ਛੋਟਾ ਮਕਾਨ; ਉਸਤਵ ਸਥਾਨ; (ਕੈਂਬਰਿਜ) ਕਾਲਜ ਦੇ ਅਧਿਅਕਸ਼ ਦਾ ਨਿਵਾਸ ਸਥਾਨ; ਤੰਬੂ, ਖ਼ੇਮਾ *v* ਰਿਹਾਇਸ਼ ਦੇਣਾ, ਰੱਖਣਾ, ਵਸਾਉਣਾ, ਨਿਵਾਸ

ਦੇਣਾ, ਟਿਕਾਉਣਾ, ਠਹਿਰਾਉਣਾ; ਵੱਸਣਾ, ਬਸੇਰਾ ਕਰਨਾ, ਰਾਤ ਕੱਟਣਾ; ਸੌਂਪਣਾ, ਸਪੁਰਦ ਕਰਨਾ; (ਕਚਹਿਰੀ) ਪੇਸ਼ ਕਰਨਾ, ਦਾਅਵਾ ਦਾਇਰ ਕਰਨਾ; ਅਧਿਕਾਰ ਸੌਂਪਣਾ; (ਹਵਾ ਦਾ ਫ਼ਸਲ ਨੂੰ) ਡੇਗ ਦੇਣਾ; ਸਥਿਰ ਕਰਨਾ, ਜਮਾਉਣਾ, ਬਠਾਉਣਾ, ਸਥਿਰ ਹੋਣਾ, ਜੰਮਣਾ, ਬੈਠਣਾ

lodger /'ਲੌਜਅ*/ *n* ਕਿਰਾਏ ਉੱਤੇ ਰਹਿਣ ਵਾਲਾ

lodging /'ਲੌਜਿਙ/ *n* ਰਿਹਾਇਸ਼, ਨਿਵਾਸ ਸਥਾਨ, ਆਵਾਸ

loft /ਲੌਫ਼ਟ/ *n* ਮੰਮਟੀ, ਅਟਾਰੀ, ਅਸਤਬਲ ਦੀ ਪੜਛੱਤੀ, ਕਬੂਤਰਖ਼ਾਨਾ; ਕਬੂਤਰਾਂ ਦੀ ਡਾਰ, ਗਿਰਜੇ ਦੀ ਗੈਲਰੀ; (ਗਾਫ਼ ਦੇ ਡੰਡੇ ਦਾ) ਸਿਰਾ, ਉਛਾਲ *vt* (ਗਾਫ਼) ਗੇਂਦ ਨੂੰ ਉੱਚਾ ਸੁੱਟਣਾ; ਕਬੂਤਰਾਂ ਨੂੰ ਕਬੂਤਰਖ਼ਾਨੇ ਵਿੱਚ ਰੱਖਣਾ

lofty /'ਲੌਫ਼ਟਿ/ *a* ਉੱਚਾ, ਉੱਤਮ, ਸ੍ਰੇਸ਼ਠ, ਬੁਲੰਦ

log /ਲੌਗ/ *n* ਲੱਕੜ ਦਾ ਕੁੰਦਾ, ਖੁੰਢ, ਗੇਲੀ, ਗੱਟਾ; (ਜਹਾਜ਼ ਦਾ) ਗਤੀਮਾਪਕ ਯੰਤਰ; (ਜਹਾਜ਼ ਦੇ ਯਾਤਰੀਆਂ ਦਾ) ਗਤੀ ਲੇਖ; ਰੋਜ਼ਨਾਮਚਾ *vt* ਕੁੰਦੇ ਜਾਂ ਗੇਲੀਆਂ ਬਣਾਉਣਾ; (ਜਹਾਜ਼ ਦੀ ਡਾਇਰੀ ਵਿੱਚ) ਦਰਜ਼ ਕਰਨਾ; (ਜਹਾਜ਼ ਦਾ) ਮੰਜ਼ਲ ਤਹਿ ਕਰਨਾ, ਜੁਰਮਾਨਾ ਕਰਨਾ, ਦੰਡ ਦੇਣਾ

logarithm /'ਲੌਗਅਰਿਦਅਮ/ *n* (ਸੰਖੇਪ log) (ਹਿਸਾਬ) ਲਾਗ, ਲਾਗਰਿਥਮ, ਲਘੂਗਣਕ, ਘਾਤ ਜਿਵੇਂ ਦੋ ਦੀ ਤਿੰਨ ਘਾਤ–2^3, ਕੋਈ ਸੰਖਿਆ ਲੱਭਣ ਲਈ ਘਾਤ ਦੀ ਵਰਤੋਂ

logbook /'ਲੌਗਬੁਕ/ *n* ਰੋਜ਼ਨਾਮਚਾ, ਯਾਤਰੂ ਦੀ ਡਾਇਰੀ

log cabin *n* ਲੱਕੜ ਦਾ ਸਧਾਰਨ ਮਕਾਨ

logger /'ਲੌਗਅ*/ *n* ਲੱਕੜਹਾਰਾ, ਲੱਕੜਾਂ ਕੱਟਣ ਵਾਲਾ ਵਿਅਕਤੀ

loggerhead /'ਲੌਗਅਹੈਡ/ *n* ਮੂੜ੍ਹ ਵਿਅਕਤੀ, ਉੱਲੂ; ਲੁੱਕ ਨੂੰ ਪਿਘਲਾਉਣ ਲਈ ਲੋਹੇ ਦਾ ਯੰਤਰ; ਕਿਸ਼ਤੀ ਦੇ ਪਿਛਲੇ ਭਾਗ ਵਾਲਾ ਖੰਭਾ, ਥੰਮ੍ਹ; ਵੱਡੇ ਸਿਰ ਵਾਲਾ ਕੱਛੂ **at loggerheads** ਲੜੇ ਹੋਏ

loggerheaded /'ਲੌਗਅਹੈਡਿਡ/ *a* ਮੂਰਖ, ਮੂੜ੍ਹ, ਮੋਟੀ ਅਕਲ ਵਾਲਾ

loggia /'ਲਅਉਜਅ, 'ਲੌਜਿਅ/ *n* ਬਰਾਂਡਾ, ਬਰਾਮਦਾ

logic /'ਲੌਜਿਕ/ *n* ਤਰਕ ਸ਼ਾਸਤਰ, ਨਿਆਇ ਸ਼ਾਸਤਰ, ਤਰਕ, ਮੰਤਕ, ਦਲੀਲ

logical /'ਲੌਜਿਕਲ/ *a* ਤਾਰਕਕ, ਤਰਕ ਸ਼ਾਸਤਰ ਸੰਬੰਧੀ; ਤਰਕ ਪੂਰਨ, ਨਿਆਂਪੂਰਵਕ, ਯੁਕਤੀ ਯੁਕਤ; ਤਰਕਸਿੱਧ

logical positivism *n* ਕੇਵਲ ਉਸੇ ਹਸਤੀ ਦੀ ਹੋਂਦ ਦੀ ਸਵੀਕ੍ਰਿਤੀ ਜਿਸਦੀ ਹੋਂਦ ਦਾ ਪ੍ਰਮਾਣ ਹੋਵੇ, ਇਹ ਵਿਸ਼ਵਾਸ ਕਿ ਸਮੱਸਿਆਵਾਂ ਦਾ ਹੱਲ ਦਲੀਲ ਰਾਹੀਂ ਹੀ ਹੋ ਸਕਦਾ ਹੈ, ਤਾਰਕਿਕ ਪ੍ਰਮਾਣਵਾਦ

logician /ਲਅ'ਜਿਸ਼ਨ/ *n* ਤਰਕ ਸ਼ਾਸਤਰੀ, ਨਿਆਇ ਸ਼ਾਸਤਰੀ

login /'ਲੌਗਿਨ/ *n* (ਕੰਪਿ) ਕੰਪਿਊਟਰ ਚਾਲੂ ਕਰਨ ਦਾ ਅਮਲ (ਆਮ ਤੌਰ 'ਤੇ ਨਾਂ ਅਤੇ ਇਕ ਸ਼ਬਦ ਲਿਖ ਕੇ); ਕੰਪਿਊਟਰ ਪ੍ਰਨਾਲੀ ਨੂੰ ਵਰਤਣ ਲਈ ਵਰਤਿਆ ਜਾਣ ਵਾਲਾ ਨਾਂ

logistics /ਲਅ'ਜਿਸਟਿਕਸ/ *n* (ਬਹੁ) ਸੈਨਿਕ ਯੋਜਨਾਬੰਦੀ

logjam /'ਲੌਗਜੈਮ/ *n* ਨਦੀ ਵਿੱਚ ਲੱਕੜਾਂ ਦੇ ਅੜਿਕੇ ਨਾਲ ਪਾਣੀ ਦੇ ਵਹਾ ਨੂੰ ਪਈ ਰੁਕਾਵਟ, ਕਿਸੇ ਕਾਰਨ ਵਿੱਚ ਪਿਆ ਅਚਾਨਕ ਅੜਿਕਾ, ਅਜਿਹਾ ਸਮਾਂ ਜਦੋਂ ਕੰਮ ਚਲਾਉਣਾ ਔਖਾ ਹੋਵੇ

logo /'ਲਅਉਗਅਉ/ *n* ਕਿਸੇ ਕੰਪਨੀ ਜਾਂ ਸੰਸਥਾ ਦਾ ਵਿਸ਼ੇਸ਼ ਚਿੰਨ, ਲੋਗੋ

logogram /'ਲੌਗਅਗਰੈਮ/ *n* ਸ਼ਬਦ ਚਿੰਨ, ਸ਼ਬਦ-ਸੰਕੇਤ

logomachy /ਲਅ'ਗੌਮਅਕਿ/ *n* ਜਾਭਾਂ ਦਾ ਭੇੜ, ਲਫ਼ਜ਼ੀ ਬਹਿਸ, ਸ਼ਬਦ ਵਿਵਾਦ

logomania /,ਲੌਗਅਉ'ਮੇਇਨਿਅ/ *n* ਬੋਲਣ ਦਾ ਸ਼ੁਦਾ, ਬੋਲਣ ਦੀ ਵਾਦੀ

logon /'ਲੌਗੌਨ/ *n* ਵੇਖੋ **login**

logopathia /,ਲੌਗਅਉ'ਪੈਥਿਅ/ *n* ਭਾਸ਼ਾ ਦੋਸ਼, ਭਾਸ਼ਾ ਵਿਕਾਰ

logos /'ਲੌਂਗੌਸ/ *n* ਸ਼ਬਦ; ਸ਼ਬਦ ਬ੍ਰਹਮ

logout /'ਲੌਂਗਆਉਟ/ *n* (ਕੰਪਿ) ਕੰਪਿਊਟਰ ਨੂੰ ਵਰਤਣ ਤੋਂ ਬਾਅਦ ਬੰਦ ਕਰਨ ਦਾ ਅਮਲ

loin /ਲੌਇਨ/ *n* ਕੁੱਲ੍ਹਾ, ਕਮਰ, ਪੁੱਠਾ, ਪੁੱਠ, ਪੁੱਠ ਜਾਂ ਪੁੱਠੇ ਦਾ ਮਾਸ **sprung from one's loin cloth** ਸੰਤਾਨ, ਔਲਾਦ

loincloth /'ਲੌਇਨਕਲੌਥ/ *n* ਧੋਤੀ; ਲੰਗੋਟ, ਜਾਂਘੀਆ

loiter /'ਲੌਇਟਅ*/ *vi* ਮਟਰ ਗਸ਼ਤ ਕਰਨਾ, ਟਹਿਲਣਾ, ਵਿਅਰਥ ਸਮਾਂ ਨਸ਼ਟ ਕਰਨਾ, ਮਾਰੇ-ਮਾਰੇ ਫਿਰਨਾ **loiter over one's work** ਜੀਅ ਚੁਰਾਉਣਾ, ਕੰਮ ਚੋਰ ਹੋਣਾ

loll /ਲੌਲ/ *v* (ਜੀਭ) ਬਾਹਰ ਲਮਕਉਣਾ ਜਾਂ ਲਮਕਣਾ; ਸੁਸਤ ਹੋ ਕੇ ਪਏ ਰਹਿਣਾ; ਲੱਤਾ ਪਸਾਰ ਕੇ ਪੈਣਾ

lollipop /'ਲੌਲਿਪੌਪ/ *n* (ਬਹੁ) ਖੰਡ ਦਾ ਚੂਪਾ, ਲਾਲੀਪਾਪ

lolly /'ਲੌਲਿ/ *n* ਵੇਖੋ **lollipop**

lone /ਲਅਉਨ/ *a* ਕੁਆਰੀ ਜਾਂ ਵਿਧਵਾ; ਇਕੱਲਾ, ਨਿਆਸਰਾ, ਬੇਆਸਰਾ; ਸੁੰਨਾ, ਉਜਾੜ; ਉਦਾਸ; ਉਦਾਸੀ ਪੈਦਾ ਕਰਨ ਵਾਲਾ

loneliness /'ਲਅਉਨਲਿਨਅਸ/ *n* ਇਕੱਲ, ਸੁੰਨਾਪਣ, ਵੈਰਾਨੀ, ਉਜਾੜ, ਤਨਹਾਈ, ਇਕਲਾਪਾ, ਉਦਰੇਵਾਂ

lonely /'ਲਅਉਨਲਿ/ *a* ਵੇਖੋ **lone**

lonely hearts *a* (ਅਖ਼ਬਾਰ ਦਾ ਕਾਲਮ) ਜਿਸ ਵਿੱਚ ਨਵਾਂ ਪ੍ਰੇਮੀ/ਪ੍ਰੇਮਣ ਜਾਂ ਮਿੱਤਰ ਲੱਭਣ ਲਈ ਵਿਗਿਆਪਨ ਦਿੱਤਾ ਜਾਂਦਾ ਹੋਵੇ

lone-parent family *n* ਉਹ ਪਰਿਵਾਰ ਜਿਸ ਵਿੱਚ ਮਾਂ ਤੇ ਬਾਪ ਵਿੱਚੋਂ ਇੱਕ ਮਰ ਚੁਕਿਆ ਹੋਵੇ

lonesome /'ਲਅਉਨਸਅਮ/ *a* ਬਿਨਾਂ ਕਿਸੇ ਸਾਥ ਤੋਂ, ਇਕੱਲਾ, ਕੱਲਮਕੱਲਾ, ਉਦਾਸ; ਜਿੱਥੇ ਵਾਸਾ ਨਾ ਹੋਵੇ, ਸੁੰਨਸਾਨ, ਉਜਾੜ

long /ਲੌਙ/ *n* ਲੰਮਾ ਸਮਾਂ; ਦੀਰਘ ਕਾਲ, ਲੰਮੀ ਅਵਧੀ; ਵਿਸਤਾਰ, ਵੇਰਵਾ; ਦੀਰਘ ਸਵਰ; ਲੰਮੀ ਛੁੱਟੀ *vi* ਬਹੁਤ ਚਾਹੁਣਾ, ਲਾਲਸਾ ਹੋਣਾ; ਤਾਂਘਣਾ, ਸਧਰਾਉਣਾ, ਰੀਝਣਾ, ਲੋਚਣਾ *a* ਲੰਮਾ, ਦੂਰ ਦਾ, ਦੁਰਾਡਾ; ਦੀਰਘ; ਵਿਸਤ੍ਰਿਤ; ਉਕਤਾ ਦੇਣ ਵਾਲਾ; ਪ੍ਰਾਚੀਨ, ਅਤੀਤ ਕਾਲੀਨ; ਚਿਰਕਾਲੀ *adv* ਲੰਮੇ ਸਮੇਂ ਤੋਂ, ਚਿਰ ਤੋਂ, ਦੀਰਘ ਕਾਲ ਤੋਂ, **in the long run** ਅਖ਼ੀਰ ਨੂੰ, ਆਖ਼ਰਕਾਰ

long-awaited *a* ਲੰਮੇ ਸਮੇਂ ਤੋਂ ਉਡੀਕਿਆ ਜਾ ਰਿਹਾ, ਆਸ ਵਿੱਚ

long cloth *n* ਲੱਠਾ

longe /ਲਅੱਨਜ/ *n v* ਵੇਖੋ **lunge**

long-eared *a* ਮੂਰਖ; ਗਧਾ; ਲਮਕੰਨਾ

longevity /ਲੌਨ'ਜੈਵ੍ਹਅਟਿ/ *n* ਚਿਰੰਜੀਵਤਾ, ਦੀਰਘ ਆਯੂ

long finger *n* ਵਿਚਕਾਰਲੀ ਉਂਗਲੀ

long haul /,ਲੌਙ'ਹੋਲ/ *n* ਸਖ਼ਤ ਮਿਹਨਤ ਅਤੇ ਦ੍ਰਿੜ੍ਹਤਾਮਈ ਕਾਰਜ, ਜੂਝ ਕੇ ਕਰਨ ਵਾਲਾ ਕੰਮ

longing /'ਲੌਙਿਙ/ *n* ਉਤਸੁਕਤਾ, ਤਾਂਘ, ਅਕਾਂਖਿਆ *a* ਉਤਸੁਕ ਅਭਿਲਾਸ਼ੀ, ਅਕਾਂਖੀ

longish /'ਲੌਙਿਸ਼/ *a* ਕਾਫ਼ੀ ਲੰਬਾ, ਕਾਫ਼ੀ ਸਮੇ ਦਾ

longitude /'ਲੌਙਗਿਟਯੂਡ, 'ਲੌਨਜਿ-/ *n* ਤੂਲ, ਲੰਮਾਈ; (ਭੂਗੋ) ਰੇਖਾਂਸ਼, ਲੰਬਕਾਰ, (ਗਣਿ, ਭੂਗੋ) ਖਗੋਲੀ ਰੇਖਾਂਸ਼

longitudinal /,ਲੌਙਗਿ'ਟਯੂਡਿਨਲ, 'ਲੌਨਜਿ-/ *a* ਲੰਮਾ, ਲੰਮਾਈ ਸੰਬੰਧੀ; ਰੇਖਾਂਸ਼ੀ

long-range /,ਲੌਙ'ਰੇਇਨਜ/ *a* ਦੂਰ ਤਕ ਮਾਰ ਕਰਨ ਵਾਲੀ (ਬੰਦੂਕ ਆਦਿ), ਲੰਮਾਂ (ਫ਼ਾਸਲਾ); ਲੰਮੇ ਸਮੇਂ ਦਾ (ਕਾਰਜ)

long-standing /ਲੌਙ'ਸਟੈਨਡਿਙ/ *a* ਚਿਰਕਾਲੀ, ਚਿਰੋਕਣਾ, ਪੁਰਾਣਾ

long-term *a* ਲੰਮਾ ਸਮਾਂ ਚੱਲਣ ਵਾਲ਼ਾ, ਲੰਮੇ ਸਮੇਂ ਲਈ (ਯੋਜਨਾ), ਲੰਮੇ ਸਮੇਂ ਵਿੱਚ ਹੱਲ ਹੋਣ ਵਾਲਾ (ਮਸਲਾ)

long wave *n* *1000* ਮੀਟਰ ਤੋਂ ਵੱਧ ਲੰਬਾਈ ਵਾਲੀ ਰੇਡੀਓ ਤਰੰਗ, ਦੀਰਘ ਤਰੰਗ, ਲਾਂਗ ਵੇਵ

long weekend *n* ਹਫਤੇ ਦੇ ਅੰਤਲੇ ਦਿਨ ਵਿੱਚ ਤਿੰਨ ਜਾਂ ਚਾਰ ਦਿਨ ਦੀ ਛੁੱਟੀ

long-winded /ˌਲੌਂਙ'ਵਿਨਡਿਡ/ *a* ਲੰਮੇ ਦਮ ਵਾਲਾ; ਅਕਾਊ

loo /ਲੂ/ *n* ਤਾਸ਼ ਦੀ ਖੇਡ (ਜਿਸ ਵਿੱਚ ਹਾਰ ਜਾਣ ਵਾਲਾ ਪੈਸੇ ਭਰਦਾ ਹੈ) *vt* ਦੰਡ ਵਸੂਲ ਕਰਨਾ

looby /'ਲੂਬਿ/ *n* ਫੂਹੜ ਅਤੇ ਉਜੱਡ ਆਦਮੀ

loof /ਲੂਫ/ *n* ਹਥੇਲੀ

look /ਲੁਕ/ *n* ਆਭਾ, ਛੱਬ, ਰੂਪ, ਸੂਰਤ, ਅੰਦਾਜ਼, ਚਿਹਰਾ-ਮੁਹਰਾ, ਨੈਣ-ਨਕਸ਼, ਦਿੱਖ; ਦਰਸ਼ਨ, ਨਿਗ੍ਹਾ, ਅੱਖ *v* ਤੱਕਣਾ, ਦਰਸ਼ਨ ਕਰਨਾ, ਤਾੜਨਾ, ਵੇਖਣਾ; ਨਿਰੀਖਣ ਕਰਨਾ, ਪਰੀਖਿਆ ਕਰਨਾ, ਸੋਚਣਾ, ਵਿਚਾਰਨਾ; ਖੋਜਣਾ, ਭਾਲਣਾ, ਜਾਂਚਣਾ, ਪੜਤਾਲਣਾ; ਪੁੱਛ–ਗਿੱਛ ਕਰਨਾ, ਮਾਲੂਮ ਕਰਨਾ

look about *v* ਖ਼ਬਰਦਾਰ ਹੋਣਾ

look after *v* ਦੇਖ-ਭਾਲ ਕਰਨਾ

lookalike /'ਲੁਕਅਲਾਇਕ/ *n* ਮਿਲਦਾ-ਜੁਲਦਾ ਮੜੰਗਾ, ਮਿਲਦੀ-ਜੁਲਦੀ ਸ਼ਕਲ

look down(up) on *v* ਨਫ਼ਰਤ ਕਰਨਾ

looking /ਲੁਕਿਙ/ *n* ਦ੍ਰਿਸ਼ਟੀ, ਦਰਸ਼ਨ

look into *v* ਨਿਰੀਖਣ ਕਰਨਾ

look on *v* ਤਮਾਸ਼ਾ ਵੇਖਣਾ

lookout /'ਲੁਕਆਉਟ/ *n* ਰਾਖੀ ਕਰਨ ਲਈ ਮਚਾਨ, ਬੁਰਜ; ਰਾਖੀ, ਪਹਿਰੇਦਾਰੀ; ਪਹਿਰੇਦਾਰ, ਰਾਖਾ

look sharp *v* ਕਰੜਾ ਪਹਿਰਾ ਦੇਣਾ

look through *v* ਘੋਖਣਾ, ਚੰਗੀ ਤਰ੍ਹਾਂ ਪੜਤਾਲਣਾ

look to *v* ਵੱਲ ਧਿਆਨ ਦੇਣਾ

look up to *v* ਸਨਮਾਨ ਕਰਨਾ, ਮੂੰਹ ਤੱਕਣਾ

loom /ਲੂਮ/ *n* ਲੂਮ; ਕਰਘਾ, ਖੱਡੀ, ਕੱਪੜਾ ਬੁਣਨ ਦੀ ਮਸ਼ੀਨ, ਜੁਲਾਹੇ ਦਾ ਰੱਛ, ਡੰਡੇ ਦਾ ਉਹ ਹਿੱਸਾ ਜੋ ਕਿਸ਼ਤੀ ਦੇ ਅੰਦਰ ਹੁੰਦਾ ਹੈ, ਮੁੱਠਾ, ਮੁੱਠ, ਹੱਥਾ; ਸਮੁੰਦਰ ਵਿੱਚੋਂ ਧਰਤੀ ਜਾਂ ਕਿਨਾਰੇ ਦਾ ਅਸਪਸ਼ਟ ਦਰਸ਼ਨ *vi* ਝੌਲਾ ਪੈਣਾ, ਅਸਪਸ਼ਟ ਜਾਂ ਵਡੇਰਾ ਦਿਸਣਾ

loon /ਲੂਨ/ *n* ਸਨਕੀ; ਲਫੰਗਾ; ਛੋਕਰਾ; ਮੁਰਗਾਬੀ, ਲੂਨ

loonie /'ਲੂਨਿ/ *n* ਇੱਕ ਡਾਲਰ ਦਾ ਕਨੇਡੀਅਨ ਸਿੱਕਾ

loony /'ਲੂਨਿ/ *a* ਪਾਗਲ, ਮਜਨੂੰ, ਦੀਵਾਨਾ, ਸੁਦਾਈ

loony bin *n* ਪਾਗਲਖ਼ਾਨਾ

loop /ਲੂਪ/ *n* (ਰੱਸੇ, ਡੋਰੀ ਆਦਿ ਦਾ) ਵਲ; ਘੁੰਡੀ; (ਮੁੱਠੇ ਦਾ ਕੰਮ ਦੇਣ ਵਾਲਾ) ਚੱਕਰ, ਧਾਤ ਦੀ ਅੰਗੂਠੀ; (ਸਕੇਟਿੰਗ) ਸਕੇਟ ਦੀ ਨੋਕ ਨਾਲ ਬਣਾਇਆ ਘੇਰਾ (ਰੇਲ ਜਾਂ ਤਾਰ ਦਾ) ਚੱਕਰ, ਛੋਟੀ ਰੇਲਵੇ ਲਾਈਨ ਜੋ ਵੱਡੀ ਵਿੱਚੋਂ ਨਿਕਲ ਕੇ ਫੇਰ ਉਸ ਵਿੱਚ ਆ ਮਿਲਦੀ ਹੈ; ਲੂਪ, ਗਰਭ ਨਿਰੋਧਕ ਛੱਲਾ *v* ਫੰਧਾ ਪਾਉਣਾ; ਕੀੜੇ ਦਾ ਕੁੰਡਲੀ ਮਾਰਨਾ; ਚੱਕਰ ਵਿੱਚ ਫਸਣਾ ਜਾਂ ਫਸਾਉਣਾ

loophole /'ਲੂਪਹਅਉਲ/ *n* ਮਘੋਰਾ, ਝਰੋਖਾ, ਛਿਦਰ, ਰੰਧਰ; ਬਚਾਅ ਦਾ ਰਾਹ, ਚੋਰ ਰਸਤਾ *v* ਦੀਵਾਰ ਵਿੱਚ ਛੇਕ ਕਰਨਾ, ਮੋਘਾ ਕਰਨਾ, ਝਰੋਖਾ ਬਣਾਉਣਾ

loopy /'ਲੂਪਿ/ *a* ਸਨਕੀ, ਝੱਖ ਮਾਰਨ ਵਾਲਾ

loose /ਲੂਸ/ *n* ਸੁਤੰਤਰ, ਪ੍ਰਗਟਾਅ *vt* ਸੁਤੰਤਰ ਕਰਨਾ, ਛੱਡਣਾ, ਖੋਲ੍ਹਣਾ; ਢਿੱਲਾ ਕਰਨਾ, ਉਤਾਰਨਾ; (ਬੰਦੂਕ ਦੀ ਗੋਲੀ ਜਾਂ ਤੀਰ ਆਦਿ) ਚਲਾਉਣਾ, ਛੱਡਣਾ, ਦਾਗਣਾ *a* ਬੰਧਨ ਮੁਕਤ, ਖੁੱਲ੍ਹਾ ਹੋਇਆ, ਸੁਤੰਤਰ, ਬੇਰੋਕ; ਅਸਥਿਰ, ਅਦ੍ਰਿੜ੍ਹ, ਢਿੱਲਾ, ਅਸਪਸ਼ਟ; (ਅਨੁਵਾਦ) ਖੁੱਲ੍ਹਾ; ਢਿੱਲੇ ਆਚਰਨ ਵਾਲਾ, ਵਿਭਚਾਰੀ, ਦੁਰਾਚਾਰੀ, ਅਸ਼ਲੀਲ, ਅਵਾਰਾ

loose cannon *n* ਅਜਿਹਾ ਵਿਅਕਤੀ ਜੋ ਅਕਸਰ ਅਣਕਿਆਸਿਆ ਦੁਰਾਚਾਰੀ ਵਾਲਾ ਵਿਵਹਾਰ ਕਰਦਾ ਹੈ

loose end *n* (ਕਹਾਣੀ ਨਾਟਕ ਵਗੈਰਾ ਦਾ) ਕੋਈ ਨਿਰਨਾ ਨਾ ਦੇ ਸਕਣ ਦੀ ਸਥਿਤੀ, ਅਣ ਨਜਿੱਠੀ ਗੱਲ, ਲਟਕਣ ਦੀ ਅਵਸਥਾ

loose-fitting *a* ਸੀਤੇ ਕੱਪੜੇ ਦਾ ਢਿੱਲਾ ਮੇਚਾ, ਨਾਪ ਤੋਂ ਵੱਧ ਖੁੱਲ੍ਹਾ (ਪਹਿਰਾਵਾ)

loosely /'ਲੂਸਲਿ/ *adv* ਢਿੱਲੇ ਰੂਪ ਵਿਚ ਢਿੱਲਾ ਜਿਹਾ, ਸਥਿਰਤਾ ਰਹਿਤ

loosen /'ਲੂਸਨ/ *v* ਸੁਤੰਤਰ ਕਰਨਾ, ਮੁਕਤ ਕਰਨਾ, ਢਿੱਲਾ ਕਰਨਾ, ਛੱਡਣਾ, ਰਿਹਾਅ ਹੋਣਾ ਜਾਂ ਕਰਨਾ, ਦਸਤ ਲਾਉਣਾ ਜਾਂ ਲੱਗਣਾ; ਜਾਬਤਾ ਢਿੱਲਾ ਕਰ ਦੇਣਾ

looseness /ਲੂਸਨਅਸ/ *n* ਢਿੱਲ, ਸਿਥਲਤਾ, ਢਿੱਲਾਪਣ; ਵਿਭਚਾਰ, ਦੁਰਾਚਾਰ; ਮਰੋੜ, ਦਸਤ, ਪੇਚਸ਼

loot /ਲੂਟ/ *n* ਲੁੱਟ, ਲੁੱਟ ਦਾ ਮਾਲ; ਰਿਸ਼ਵਤ, ਹਰਾਮ ਦਾ ਮਾਲ *v* ਲੁੱਟਣਾ, ਲੁੱਟ-ਮਾਰ ਕਰਨਾ

lop /ਲੌਪ/ *n* ਕਟਾਈ, ਕਾਂਟ–ਛਾਂਟ; ਲਟਕਦੇ ਕੰਨਾਂ ਵਾਲਾ ਸਹਿਆ; (ਪਾਣੀ ਦੀ) ਲਹਿਰੀਏਦਾਰ ਧਾਰਾ ਜਾਂ ਪ੍ਰਵਾਹ *v* ਕੁੱਟਣਾ, ਕੁਤਰਨਾ, ਛਾਂਟਣਾ, ਛਾਂਗਣਾ, ਲਾਪਰਨਾ; ਛਿੰਨ–ਛਿੰਨ ਕਰ ਦੇਣਾ; ਕੱਟ ਦੇਣਾ; ਕੰਨ ਢਿੱਲੇ ਸੁੱਟਣਾ, ਬੇਢੰਗਾ ਬੈਠਣਾ ਜਾਂ ਖਲੋਣਾ; ਵਿਹਲੇ ਫਿਰਨਾ, ਅਵਾਰਾਗਰਦੀ ਕਰਨਾ; ਪਾਣੀ ਦਾ ਲਹਿਰੀਏਦਾਰ ਰੂਪ ਵਿੱਚ ਵਗਣਾ, ਜਲ ਤਰੰਗ ਬਣਨਾ

lope /ਲਅਉਪ/ *n* (ਜਾਨਵਰਾਂ ਦੀਆਂ) ਛਾਲਾਂ *vi* ਛਾਲਾਂ ਮਾਰਨਾ, ਕੁੱਦਣਾ

lop-eared /ˌਲੌਪ'ਇਅਡ/ *a* ਲਟਕਦੇ ਕੰਨਾਂ ਵਾਲਾ

loppy /'ਲੌਪਿ/ *a* ਲਟਕੇ ਕੰਨਾਂ ਵਾਲਾ

lopsided /ˌਲੌਪ'ਸਾਇਡਿਡ/ *a* ਉਲਾਰ, ਅਸਾਵਾਂ, ਇੱਕ ਪਾਸੇ ਨੂੰ ਭਾਰੀ

loquacious /ਲਅ'ਕਵੇਇਸ਼ਅਸ/ *a* ਗੱਪੀ, ਬਾਤੂਨੀ, ਗਾਲੜੀ, ਗਲਾਧੜ; ਕਲਕਲ ਦੀ ਅਵਾਜ਼ ਵਾਲਾ; (ਪੰਛੀ) ਚਹਿਚਹਾਉਣ ਵਾਲਾ, ਬੋਲਦਾ

loquaciousness /ਲਅ'ਕਵੇਇਸ਼ਅਸਨਅਸ/ *n* ਗੱਲ, ਗਾਲੜੀਪਣ

lord /ਲੋਡ/ *n* ਈਸ਼ਵਰ, ਪ੍ਰਭੂ; ਸੁਆਮੀ, ਮਾਲਕ, ਸਾਹਿਬ, ਸਰਦਾਰ; ਵੱਡਾ ਵਪਾਰੀ; ਸਾਮੰਤ, ਨਵਾਬ, ਜਗੀਰਦਾਰ, ਲਾਟ; ਅਮੀਰ, ਰਈਸ; ਨੇਤਾ; ਪਤੀ, ਨਾਥ; (ਜੋ) ਪ੍ਰਬਲ ਨਖੱਤਰ *v* ਪ੍ਰਭੁਤਵ ਜਮਾਉਣਾ, ਸ਼ਾਸਨ ਕਰਨਾ, ਹੁਕਮ ਚਲਾਉਣਾ; ਲਾਰਡ ਦੀ ਉਪਾਧੀ ਦੇਣਾ, ਲਾਰਡ ਬਣਾਉਣਾ

Lord Chancellor *n* ਬਰਤਾਨੀਆਂ ਦੀ ਪਾਰਲੀਮੈਂਟ ਵਿੱਚ ਹਾਊਸ ਆਫ ਲਾਰਡਜ਼ ਦਾ ਮੈਂਬਰ, ਇੰਗਲੈਂਡ ਵਿੱਚ ਉਚੇਰੇ ਰਾਜਸੀ ਕਮਿਸ਼ਨ ਦਾ ਮੁਖੀ

lordly /'ਲੋਡਲਿ/ *a* ਅਭਿਮਾਨੀ, ਘਮੰਡੀ; ਗੌਰਵਮਈ, ਤੇਜੱਸਵੀ

lordship /'ਲੋਡਸ਼ਿਪ/ *n* ਪ੍ਰਭੁਤਵ, ਸਰਦਾਰੀ, ਸਾਹਿਬਪੁਣਾ, ਸੁਆਮੀਤਵ; ਰਾਜ, ਜਗੀਰ

lore /ਲੋ*/ *n* ਨੇਮ, ਸਿਧਾਂਤ; ਗਿਆਨ, ਵਿਦਵਤਾ; ਕਥਾ ਕਹਾਣੀਆਂ; ਪੰਛੀਆਂ ਦੀਆਂ ਅੱਖਾਂ ਅਤੇ ਚੁੰਝ ਦੇ ਵਿਚਕਾਰਲੀ ਥਾਂ

lorgnette /ਲੋ'ਨਯੈਟੱ/ *n* ਲੰਮੀ ਕਮਾਣੀ ਵਾਲਾ ਚਸ਼ਮਾ, ਛੋਟੀ ਦੂਰਬੀਨ ਜੋ ਥੀਏਟਰਾਂ ਵਿੱਚ ਲਾਈ ਜਾਂਦੀ ਹੈ ।

lorn /ਲੋਨ/ *a* ਉਜਾੜ, ਵੈਰਾਨ, ਇਕੱਲਾ, ਅਨਾਥ, ਲਾਚਾਰ, ਵਿਚਾਰਾ, ਬੇਸਹਾਰਾ

lorry /'ਲੌਰਿ/ *n* ਠੇਲ੍ਹਾ, ਟਰੱਕ; ਮੋਟਰ ਲਾਰੀ, ਛਕੜਾ, ਲਾਰੀ; ਮਾਲ ਗੱਡੀ ਦਾ ਡੱਬਾ

lose /ਲੂਜ਼/ *v* ਗੁਆਉਣਾ, ਵਾਂਝਿਆ ਹੋਣਾ; ਨਸ਼ਟ ਹੋ ਜਾਣਾ, ਲੁਪਤ ਹੋਣਾ, ਮਿਟਣਾ; ਮਰ ਜਾਣਾ; ਹਾਨੀ ਉਠਾਉਣਾ, ਸਮਾਂ ਗੁਆਉਣਾ, ਅਵਸਰ ਗੁਆ ਲੈਣਾ; ਹਾਰਨਾ; ਬਹਿਕਣਾ, ਭੁੱਲਣਾ, ਭਟਕਣਾ **lose one's temper** ਕ੍ਰੋਧ ਵਿੱਚ ਆਉਣਾ; ਗੁੱਸੇ ਹੋਣਾ

loss /ਲੌਸ/ *n* ਖਸਾਰਾ, ਘਾਟਾ, ਟੋਟਾ, ਨੁਕਸਾਨ, ਹਾਨੀ, ਕਮੀ; (ਵਿਕਅਤੀ, ਵਸਤੂ, ਧਨ ਦਾ) ਨਾਸ

loss-making *a* ਘਾਟੇ ਦਾ(ਕਾਰੋਬਾਰ), ਨੁਕਸਾਨ ਵਾਲਾ (ਕਿੱਤਾ)

lost /ਲੌਸਟ/ *v* **lose** ਦਾ ਭੂਤ-ਕਾਲ ਅਤੇ ਭੂਤ-ਕ੍ਰਿਦੰਤ *a* ਗੁੰਮਸ਼ੁਦਾ, ਗੁਆਚਿਆ ਹੋਇਆ, ਨੁਕਸਾਨਿਆ ਗਿਆ, ਭੁੱਲਿਆ ਹੋਇਆ, (ਲੜਾਈ

ਵਿੱਚ) ਹਾਰਿਆ ਹੋਇਆ

lost cause *n* ਉਹ ਕਾਰਜ ਜਾਂ ਚੀਜ਼ ਜਿਸਦੀ ਸਫਲਤਾ ਸੰਭਵ ਨਾ ਹੋਵੇ

lot /ਲੌਟ/ *n* ਤਕਦੀਰ, ਨਸੀਬ, ਲੇਖ, ਭਾਗ, ਕਿਸਮਤ; ਦਸ਼ਾ, ਹਾਲਤ; ਵੰਡੀ, ਫਾਲ, ਗੁਣਾ, ਹਿੱਸਾ; ਪ੍ਰਕਾਰ, ਕਿਸਮ; ਚੋਣ; (ਕਿਸੇ ਆਦਮੀ ਦੀ) ਜ਼ਮੀਨ, ਥਾਂ, ਭੂਮੀ; ਥੋਕ ਮਾਲ, ਢੇਰ, ਨਿਲਾਮੀ ਲਈ ਢੇਰੀ; ਗੁੱਟ, ਟੁਕੜੀ *vt* ਵੰਡਣਾ, ਵੰਡ ਪਾਉਣਾ

loth /ਲਅਉਥ/ *a* ਵੇਖੋ **loath**

lotion /'ਲਅਉਸ਼ਨ/ *n* ਜ਼ਖ਼ਮ ਸਾਫ਼ ਕਰਨ ਦੀ ਦਵਾਈ, ਚਮੜੀ ਦੇ ਰੋਗ ਦੀ ਦਵਾਈ, ਲੋਸ਼ਨ; ਰੰਗ ਸਾਫ਼ ਕਰਨ ਦੀ ਦਵਾਈ

lotta /'ਲੌਟਅ/ *n* **lot of** ਦਾ ਬੋਲ-ਚਾਲ ਦਾ ਰੂਪ *a* ਕਾਫੀ ਸਾਰਾ, ਬਹੁਤ

lottery /'ਲੌਟਅਰਿ/ *n* ਲਾਟਰੀ; ਕਿਸਮਤ ਦੀ ਗੱਲ, ਭਾਗਾਂ ਦੀ ਖੇਡ, ਜੂਆ

lotto /'ਲੌਟਅਉ/ *n* ਲਾਟੋ, ਜੂਏ ਦੀ ਇੱਕ ਖੇਡ, ਤਾਸ਼ ਦੀ ਇੱਕ ਖੇਡ

lotus /'ਲਅਉਟਅਸ/ *n* ਕੰਵਲ, ਪਦਮ, ਪੰਕਜ; (ਮਿਸਰ ਅਤੇ ਏਸ਼ੀਆ ਵਿੱਚ ਹੋਣ ਵਾਲੇ ਬੂਟੇ) ਕੁਮੁਦਿਨੀ, ਨਲਿਨੀ

lotus-eater /'ਲਅਉਟਅਸ,ਈਟਅ*/ *n* ਅਤਿ ਸੁਸਤ ਆਦਮੀ, ਮਲੰਗ, ਮੌਜੀ

loud /ਲਾਉਡ/ *a* ਉਚਾ, ਭਾਰਾ, ਜ਼ੋਰਦਾਰ; ਭੜਕੀਲਾ, ਨੁਮਾਇਸ਼ੀ, ਦਰਸ਼ਨੀ *adv* ਜ਼ੋਰ ਨਾਲ, ਉੱਚੀ ਬੋਲ ਕੇ, ਉੱਚੀ ਅਵਾਜ਼ ਵਿੱਚ

loudhailer /,ਲਾਉਡ'ਹੇਇਲਅ*/ *n* ਵੇਖੋ **loudspeaker**

loudmouth /'ਲਾਉਡਮਾਉਥ/ *n* ਭੌਂਕਾ, ਬੜਬੋਲਾ

loudness /ਲਾਉਡਨਅਸ/ *n* ਉੱਚੀ ਅਵਾਜ਼, ਜ਼ੋਰ-ਸ਼ੋਰ

loudspeaker /,ਲਾਉਡ'ਸਪੀਕਅ*/ *n* ਲਾਊਡ ਸਪੀਕਰ, ਧੂਤੂ, ਭੌਂਪੂ

lough /ਲੌਕ/ *n* (ਆਇਰਿਸ਼) ਝੀਲ

lounge /ਲਾਉਨਜ/ *v* ਮਟਕ-ਮਟਕ ਕੇ ਤੁਰਨਾ, ਟਹਿਲਣਾ, ਅਵਾਰਾਗਰਦੀ ਕਰਨਾ; ਆਲਸ ਵਿੱਚ ਸਮਾਂ ਗੁਆਉਣਾ, ਸੁਸਤਾਉਣਾ *n* ਮਟਕ ਚਾਲ, ਮਟਰਗਸ਼ਤ; ਸੋਫ਼ਾ, ਕਊਚ, ਅਰਾਮ ਕੁਰਸੀ; ਸੈਰਗਾਹ; ਡਿਓੜ੍ਹੀ, ਬੈਠਕ

lounge suit *n* (ਖਾਸ ਮੌਕਿਆਂ ਤੇ ਪਾਉਣ ਵਾਲਾ) ਮਰਦਾਵਾਂ ਸੂਟ

loup /ਲਾਉਪ/ *vi* ਨੱਚਣਾ, ਨੱਚਣਾ-ਟੱਪਣਾ

lour, lower /'ਲਾਉਅ*/ *vi* ਮੱਥੇ ਉੱਤੇ ਤਿਊੜੀ ਚੜ੍ਹਾਉਣਾ, ਮੱਥੇ ਵੱਟ ਪਾਉਣਾ, ਘੂਰਕ ਕੇ ਪੈਣਾ, ਗੁੱਸੇ ਹੋਣਾ, ਨੱਕ ਭੌਂ ਚੜ੍ਹਾਉਣਾ; (ਬੱਦਲ, ਅੰਬਰ ਜਾਂ ਤੁਫ਼ਾਨ ਦਾ) ਖ਼ੌਫ਼ਨਾਕ ਹੋ ਜਾਣਾ *n* ਤਿਊੜੀ, ਵੱਟ, ਕਰੜੇ ਤੇਵਰ; (ਅਕਾਸ਼) ਕਲੱਤਣ, ਸੰਘਣਤਾ

louse /ਲਾਉਸ/ *n* ਜੂੰ

lousy /'ਲਾਉਜ਼ਿ/ *a* ਜੂੰਆਂ ਖਾਧਾ; (ਅਪ) ਭੈੜਾ, ਘਟੀਆ

lout /ਲਾਉਟ/ *n* ਪੇਂਡੂ; ਗੰਵਾਰ, ਉਜੱਡ, ਅਨਾੜੀ ਆਦਮੀ *v* ਨਿਮਰ ਹੋਣਾ, ਆਦਰ ਨਾਲ ਝੁਕਣਾ, ਸਲਾਮ ਕਰਨਾ

louvre /'ਲੂਵ੍ਅ*/ *n* ਚਿਮਨੀ, ਰੋਸ਼ਨਦਾਨ

lovable /'ਲਅੱਵ੍ਅਬਲ/ *a* ਪਿਆਰਾ, ਖੁਸ਼ ਅਦਾ, ਲੁਭਾਉਣਾ

love /ਲਅੱਵ੍/ *n* ਪਿਆਰ, ਪ੍ਰੇਮ, ਮੁਹੱਬਤ, ਇਸ਼ਕ, ਚਾਹਤ, ਉਲਫ਼ਤ, ਪ੍ਰੀਤ, ਸਨੇਹ, ਚਾਹ; ਕਾਮਵਾਸ਼ਨਾ; ਪ੍ਰੇਮ ਭਾਵ, ਸ਼ਿੰਗਾਰ; ਪ੍ਰੇਮ ਦਾ ਦੇਵਤਾ, ਕਾਮਦੇਵ; ਪ੍ਰੇਮ ਪਾਤਰ, ਸੁੰਦਰ ਵਸਤੂ; (ਖੇਡ) ਸਿਫ਼ਰ; (ਬੋਲ) ਮੇਰੀ ਪਿਆਰੀ, ਮੇਰੀ ਜਾਨ, ਮੇਰੇ ਪਿਆਰੇ, ਜਾਨੀ *v* ਮੁਹੱਬਤ ਕਰਨਾ; ਇਸ਼ਕ ਕਰਨਾ, ਪਿਆਰ ਪਾਉਣਾ; ਪ੍ਰਸੰਸਾ ਕਰਨਾ, ਪ੍ਰਸੰਨ ਹੋਣਾ, ਪ੍ਰਵਿਰਤੀਸ਼ੀਲ ਹੋਣਾ, ਝੁਕਾਅ ਹੋਣਾ **labour of love** ਪਰਸੁਆਰਥ ਦਾ ਕੰਮ, ਸੇਵਾ ਭਾਵ ਵਾਲਾ ਕੰਮ, ਪ੍ਰੇਮ ਸੇਵਾ

love affair *n* ਆਸ਼ਕੀ

love apple *n* ਟਮਾਟਰ

lovebird /'ਲਅੱਵ੍ਹਬਅ:ਡ/ *n* ਤੋਤੇ ਵਰਗਾ ਇੱਕ ਅਫ਼ਰੀਕੀ ਪੰਛੀ

love bite /'ਲਅੱਵ੍ਹਬਾਇਟ/ *n* ਜ਼ੋਰ ਨਾਲ ਚੁੰਮੀ ਲੈਣ ਨਾਲ ਪਿਆ ਦਾਗ

love child /'ਲਅੱਵ੍ਹਚਾਇਲਡ/ *n* ਹਰਾਮੀ ਬੱਚਾ

loved /ਲੱਅਵ੍ਹਡ/ *a* ਪਿਆਰਾ, ਪਰੀਆ

love feast *n* ਪ੍ਰੀਤੀ-ਭੋਜ

love letter *n* ਪ੍ਰੇਮ-ਪੱਤਰ

lovelorn /'ਲਅੱਵ੍ਹਲੋਨ/ *a* ਵਿਯੋਗੀ

lovely /'ਲਅੱਵ੍ਹਲਿ/ *a* ਪਿਆਰਾ, ਲਲਿਤ, ਰਮਣੀਕ, ਮੁਗਧਕਾਰੀ; ਸ਼ੋਭਨੀਕ, ਸੁੰਦਰ, ਮਨੋਹਰ, ਅਨੰਦਮਈ; ਦਿਲਚਸਪ, ਖ਼ੂਬਸੂਰਤ, ਹਸੀਨ, ਦਿਲਕਸ਼

lover /'ਲਅੱਵ੍ਹਅ*/ *n* ਪ੍ਰੇਮੀ, ਅਨੁਰਾਗੀ, ਚਾਹੁਣ ਵਾਲਾ, ਆਸ਼ਕ, ਆਸ਼ਨਾ, ਯਾਰ (ਔਰਤ ਦਾ); ਸ਼ੁਕੀਨ, ਸ਼ੁਦਾਈ, ਪੁਜਾਰੀ

lovesick /'ਲਅੱਵ੍ਹਸਿਕ/ *a* ਇਸ਼ਕ ਦਾ ਰੋਗੀ, ਪ੍ਰੇਮ ਰੋਗੀ, ਪਿਆਰ ਦਾ ਭੁੱਖਾ

loving /'ਲਅੱਵ੍ਹਿਙ/ *a* ਪਿਆਰਾ, ਨਿੱਘਾ, ਸਨੇਹੀ ਅਨੁਰਾਗੀ; ਪ੍ਰੇਮਮਈ, ਪ੍ਰੇਮਪੂਰਨ

low /ਲਅਉ/ *n* ਰੰਭਣ ਦੀ ਕਿਰਿਆ, ਬਲਦ ਜਾਂ ਗਾਂ ਦੇ ਅਰੜਾਉਣ ਦੀ ਅਵਾਜ਼; ਨਿਮਰ ਵਿਅਕਤੀ; ਨੀਵੀਂ ਥਾਂ *vi* ਰੰਭਣਾ, ਅਰੜਾਉਣਾ *a* ਨੀਵਾਂ, ਹੇਠਲਾ, ਛੋਟਾ; ਨੀਚ, ਹੋਛਾ; ਅਸ਼ਲੀਲ, ਕਮੀਨਾ, ਭੱਦਾ; ਰੁੱਖਾ, ਨਿਸਤੇਜ, ਦਲਿਤ; (ਸਵਰ) ਕੋਮਲ, ਮੱਧਮ, ਧੀਮਾ, ਹਲਕਾ *adv* ਹੇਠਾਂ, ਥੱਲੇ, ਧੀਰੇ-ਧੀਰੇ, ਹੌਲੀ-ਹੌਲੀ, ਧੀਮੇ ਸੁਰ ਨਾਲ, ਹੁਣੇ, ਹਾਲ ਵਿੱਚ ਹੀ, ਨੇੜੇ ਦੇ ਸਮੇਂ ਵਿੱਚ ਹੀ

low-caste *n* ਨੀਵੀਂ ਜਾਤ

Low Church *n* (ਨਿੱਜੀ ਵਿਸ਼ਵਾਸ ਅਤੇ ਪੂਜਾ ਕਰਨ ਦੀ ਥਾਂ ਰਸਮਾਂ ਰਿਵਾਜਾਂ ਤੋਂ ਵਰਜਿਤ ਕਰਨ ਵਾਲੀ) ਇਸਾਈ ਧਰਮ ਦੀ ਇੱਕ ਸੰਸਥਾ

low-class *a* ਨੀਵੀਂ ਜਾਤੀ, ਪਛੜੀ ਸ਼੍ਰੇਣੀ, ਗ਼ਰੀਬ ਵਰਗ, ਘਟੀਆ ਕਿਸਮ ਦੀ (ਚੀਜ਼)

low-cut *a* (ਛਾਤੀ ਦਾ ਕੁਝ ਹਿੱਸਾ (ਦਿਖਾਉਣ ਲਈ) ਗਲਮੇ ਦੀ ਡੂੰਘੀ ਕਟਾਈ ਵਾਲਾ (ਕਮੀਜ਼)

low-end *a* (ਸਮਾਨਤਾ ਵਾਲੀਆਂ ਚੀਜ਼ਾਂ ਵਿਚੋਂ) ਸਭ ਤੋਂ ਘੱਟ ਕੀਮਤ ਵਾਲੀ

lower /'ਲਅਉਅ*/ *v* ਉਤਾਰਨਾ, ਝੁਕਾਉਣਾ, ਨੀਵਾਂ ਕਰਨਾ; (ਕਿਸ਼ਤੀ ਨੂੰ) ਦਰਿਆ ਜਾਂ ਸਮੁੰਦਰ ਵਿੱਚ ਉਤਾਰਨਾ; ਲੰਬਾਈ ਘਟਾਉਣਾ, ਉਚਾਈ ਘਟਾਉਣਾ; (ਮੁੱਲ ਆਦਿ ਦਾ) ਘਟਣਾ, ਡਿਗਣਾ, ਹੇਠਾਂ ਆਉਣਾ; (ਵੇਗ ਜਾਂ ਲੈਅ ਦਾ) ਘੱਟ ਹੋਣਾ; ਤੰਦਰੁਸਤ ਨਾ ਰਹਿਣਾ, ਸਿਹਤ ਦਾ ਖ਼ਰਾਬ ਹੋ ਜਾਣਾ; ਕ੍ਰੋਧ ਵਿੱਚ ਆਉਣਾ, ਤਿਊੜੀ ਚੜ੍ਹਾਉਣਾ *a* ਹੇਠਲਾ, ਹੋਰ ਹੇਠਾਂ ਦਾ

lower case /ˌਲਾਉਅ'ਕੇਇਸ/ *n* (ਲਿਖਤ ਜਾਂ ਛਪਾਈ ਵਿੱਚ ਵਰਤੇ) ਛੋਟੇ ਅੱਖਰ

lower classes *n* ਘੱਟ ਪੈਸੇ ਅਤੇ ਤਾਕਤ ਵਾਲੇ ਸਮਾਜਕ ਰੁਤਬੇ ਵਿੱਚ ਨੀਵੇਂ ਸਮਝੇ ਜਾਣ ਵਾਲੇ ਲੋਕ

lowest common multiple *n* (ਗਣਿ) ਲਘੁੱਤਮ ਸਮਾਪ ਵਰਤਕ

low-key /ˌਲਅਉ'ਕੀ/ *a* ਮੰਦ, ਧੀਮਾ

lowly /'ਲਅਉਲਿ/ *a* ਵਿਨੈਸ਼ੀਲ, ਸੁਸ਼ੀਲ, ਨਿਮਰ, ਨਿਰਅਭਿਮਾਨ, ਹੰਕਾਰ ਰਹਿਤ, ਦੀਨ, ਨਿਮਾਣਾ, ਆਜਿਜ਼, ਨਿਆਜ਼ਮੰਦ, ਮਸਕੀਨ, ਸਾਦਾ ਮਿਜ਼ਾਜ

low-lying /ˌਲਅਉ'ਲਾਇਇਙ/ *a* ਨੀਵਾਂ

low-profile *a* ਬੇਧਿਆਨਾ, ਅਣਗੌਲਿਆ

loyal /'ਲੌਇਅਲ/ *a* ਵਫ਼ਾਦਾਰ, ਸਾਦਿਕ, ਨਮਕ ਹਲਾਲ; ਦੇਸ਼-ਭਗਤ, ਰਾਜ-ਭਗਤ, ਅਨੁਰਾਗੀ; ਸਿਦਕਵਾਨ

loyalty /'ਲੌਇਅਲਟਿ/ *n* ਨਮਕ ਹਲਾਲੀ, ਵਫ਼ਾਦਾਰੀ, ਭਗਤੀ, ਨਿਸ਼ਚਾ, ਰਾਜ ਭਗਤੀ, ਅਨੁਰਾਗ, ਸੁਆਮੀ ਭਗਤੀ

lozenge /'ਲੌਜ਼ਿਨਜ/ *n* ਸਮਚਤਰਭੁਜ ਆਕਾਰ; ਖਿੜਕੀ ਜਾਂ ਬਾਰੀ ਦਾ ਵਿਸ਼ਮਕੋਣ ਸਮਚਤਰਭੁਜ ਆਕਾਰ ਦਾ ਸ਼ੀਸ਼ਾ; (ਦਵਾਈ ਦੀ) ਮਿੱਠੀ ਟਿੱਕੀ

LP /ˌਐਲ 'ਪੀ/ *n* **long playing record**

ਦਾ ਸੰਖਿਪਤ ਰੂਪ, ਲੰਮੇ ਸਮੇਂ ਦੀ ਖੇਡ

LPG /ˌ**ਐੱਲ ਪੀ 'ਜੀ**/ *abbr* **liquefied petroleum gas** ਦਾ ਸੰਖਿਪਤ ਰੂਪ, ਸਲੰਡਰਾਂ ਵਿੱਚ ਭਰੀ ਹੋਈ ਗੈਸ

L-Plate /'**ਐੱਲਪਲੇਇਟ**/ *n* ਕਾਰ ਚਲਾਉਣੀ ਸਿੱਖਣ ਸਮੇਂ ਕਾਰ ਉੱਤੇ ਲਾਈ 'L' ਲਿਖੀ ਪੱਟੀ

LSD /ˌ**ਐੱਲ ਐੱਸ 'ਡੀ**/ *n* ਇੱਕ ਅਵੈਧ ਦਵਾਈ ਜਿਸ ਨਾਲ ਗ਼ੈਰਮੌਜੂਦ ਚੀਜ਼ਾਂ ਦਿਸਦੀਆਂ ਅਤੇ ਸੁਣਦੀਆਂ ਹਨ

Lt *abbr* **lieutenant** ਦਾ ਸੰਖਿਪਤ ਰੂਪ, ਵੇਖੋ **lieutenant**

Ltd *abbr* **limited** ਦਾ ਸੰਖਿਪਤ ਰੂਪ, ਵੇਖੋ **limited**

lubber /'**ਲਅੱਬਅ***/ *n* ਮੂੜ੍ਹ, ਮੂਰਖ ਆਦਮੀ, ਗੋਬਰ-ਗਣੇਸ਼, ਬੁੱਧੂ, ਗੰਵਾਰ; ਅਨਾੜੀ ਮਲਾਹ

lubricant /'**ਲੂਬਰਿਕਅਨਟ**/ *n* ਸਨੇਹਕ; ਚੋਪੜ ਗਰੀਸ ਵਾਂਗ, ਚਿਕਨਾਈ

lubricate /'**ਲੂਬਰਿਕੇਇਟ**/ *vt* ਤੇਲ ਦੇਣਾ, ਚੋਪੜਨਾ, ਵਾਂਗਣਾ; (ਮਸ਼ੀਨ ਦੀ) ਰਗੜ ਦੂਰ ਕਰਨਾ; ਮੁਸ਼ਕਲਾਂ ਨੂੰ ਸੌਖਿਆਂ ਪਾਰ ਕਰ ਲੈਣਾ

lubricity /**ਲੂ'ਬਰਿਸਿਟਿ**/ *n* ਥਿੰਧਿਆਈ, ਚੋਪੜ, ਥਿੰਦਾਪਣ, ਚਿਕਨਾਹਟ, ਚਿਕਨਾਈ, ਤਿਲ੍ਹਕਣ; ਕਾਮੁਕਤਾ, ਕਾਮਾਤੁਰਤਾ, ਲੰਪਟਤਾ; ਹੀਲਾਸਾਜ਼ੀ, ਲੱਚਰਪੁਣਾ; ਚਾਪਲੂਸੀ, ਖ਼ੁਸ਼ਾਮਦ

lucent /'**ਲੂਸ(ਅ)ਨਟ**/ *a* ਚਮਕਦਾਰ, ਸਵੱਛ, ਨਿਰਮਲ, ਉੱਜਲ

lucerne /**ਲੂ'ਸਅ:ਨ**/ *n* ਇੱਕ ਚਾਰਾ, ਲੂਸਣ

lucid /'**ਲੂਸਿਡ**/ *a* ਪ੍ਰਕਾਸ਼ਮਈ, ਉੱਜਲ, ਸਵੱਛ, ਨਿਰਮਲ, ਨਿੱਖਰਿਆ, ਸਾਫ਼, ਚਮਕੀਲਾ, ਕੂਲਾ ਅਤੇ ਚਮਕੀਲਾ (ਤਲ); (ਸਾਹਿਤ) ਸਪਸ਼ਟ; ਸੁਬੋਧ; ਪ੍ਰਸੰਨਚਿੱਤ

lucidity /**ਲੂ'ਸਿਡਅਟਿ**/ *n* ਸਵੱਛਤਾ, ਉੱਜਲਤਾ, ਸਪਸ਼ਟਤਾ, ਸਫ਼ਾਈ, ਚਮਕ, ਕਾਂਤੀ, ਸ਼ੋਭਾ

lucidly /'**ਲੂਸਿਡਲਿ**/ *adv* ਸਪਸ਼ਟ ਰੂਪ ਵਿੱਚ

Lucifer /'**ਲੂਸਿਫ਼ਅ***/ *n* ਸਵੇਰ ਜਾਂ ਪ੍ਰਭਾਤ ਦਾ ਤਾਰਾ, ਜ਼ੋਹਰਾ, ਸ਼ੁੱਕਰ; ਦੀਆ ਸਲਾਈ; ਸ਼ੈਤਾਨ

luck /**ਲਅੱਕ**/ *n* ਭਾਗ, ਲੇਖ, ਕਿਸਮਤ, ਤਕਦੀਰ, ਲਿਖਤਕਾਰ, ਨਸੀਬ; ਸੁਭਾਗ, ਖ਼ੁਸ਼ਕਿਸਮਤ ਵਿਧੀ

lucky /'**ਲਅੱਕਿ**/ *a* ਚੰਗਿਆਂ ਭਾਗਾਂ ਵਾਲਾ, ਖ਼ੁਸ਼ਕਿਸਮਤ, ਸੁਭਾਗਵਾਨ, ਧੰਨ, ਭਾਗਸ਼ਾਲੀ; ਸ਼ੁੱਧ, ਠੀਕ; ਤੀਰ-ਤੁੱਕੇ ਦਾ; ਸ਼ੁੱਭ, ਨੇਕ, ਮੰਗਲ, ਸੁਲੱਖਣਾ; ਪਲਾਇਣ

lucrative /'**ਲੂਕਰਅਟਿਵ੍**/ *a* ਲਾਹੇਵੰਦਾ

lucre /'**ਲੂਕਅ***/ *n* ਆਮਦਨੀ, ਲਾਭ; ਪੈਸਾ, ਮਾਲੋ ਜ਼ਰ, ਧਨ-ਦੌਲਤ

lucubration /ˌ**ਲੂਕਯਅ'ਬਰੇਇਸ਼ਨ**/ *n* ਰਾਤ ਦੀ ਪੜ੍ਹਾਈ, ਰਾਤ ਦਾ ਅਭਿਆਸ, ਦੀਵਾ ਜਗਾ ਕੇ ਪੜ੍ਹਨ ਦਾ ਕਾਰਜ; ਵਿਦਵਤਾਪੂਰਨ ਸਾਹਿਤ ਰਚਨਾ

luculent /'**ਲੂਕਯੁਲ(ਅ)ਨਟ**/ *a* ਪਾਰਦਰਸ਼ਕ, ਸਾਫ਼, ਨਿਰਮਲ, ਸਵੱਛ; ਮੈਲ ਰਹਿਤ; ਯਕੀਨੀ; ਸਪਸ਼ਟ

ludicrous /'**ਲੂਡਿਕਰਅਸ**/ *a* ਹਾਸੋਹੀਣਾ, ਪਰਿਹਾਸਜਨਕ, ਉਪਹਾਸਜਨਕ; ਅਸੰਗਤ, ਅਜੀਬ, ਭੱਦਾ

ludo /'**ਲੂਡਅਉ**/ *n* ਇੱਕ ਤਰ੍ਹਾਂ ਦੀ ਖੇਡ

lug /**ਲਅੱਗ**/ *n* (ਮੱਛੀ ਫੜਨ ਲਈ ਕੁੰਡੀ ਵਿੱਚ ਟੰਗਣ ਵਾਲਾ) ਇੱਕ ਵੱਡਾ ਸਮੁੰਦਰੀ ਕੀੜਾ; ਲੋਹੇ ਦੇ ਸਾਂਚੇ ਆਦਿ ਦਾ ਦਸਤਾ *v* ਜ਼ੋਰ ਨਾਲ ਖਿੱਚਣਾ, ਧੂਹਣਾ, ਘਸੀਟਣਾ, ਢੋਣਾ; ਤਾਣਨਾ; ਲੈ ਜਾਣ ਦਾ ਉਪਰਾਲਾ ਕਰਨਾ; (ਗੱਲ ਜਾਂ ਵਿਸ਼ੇ ਨੂੰ) ਖਿੱਚ-ਧੂਹ ਕੇ ਲੈ ਆਉਣਾ

luggage /'**ਲਅੱਗਿਜ**/ *n* ਸਫ਼ਰੀ ਸਮਾਨ, ਅਸਬਾਬ, ਬੋਰੀਆ-ਬਿਸਤਰਾ, ਗੰਢੜੀ, ਪੋਟਲੀ, ਲਕਾ-ਤੁਕਾ, ਯਾਤਰਾ ਸਮਗਰੀ

lugger /'**ਲਅੱਗਅ***/ *n* ਇੱਕ ਛੋਟਾ ਜਹਾਜ਼ ਜਿਸ ਦੇ ਅੱਗੇ ਪਿੱਛੇ ਚੌਰਸ ਬਾਦਬਾਨ ਲੱਗੇ ਹੁੰਦੇ ਹਨ, ਲਗਰ

lugubrious /**ਲਅ'ਗੂਬਰਿਅਸ**/ *a* ਸੋਗੀ, ਦੁਖਮਈ, ਸ਼ੋਕਾਤਮਕ, ਸੋਗਵਾਨ, ਗ਼ਮਗੀਨ,

ਰੰਜੀਦਾ, ਉਦਾਸ, ਗ਼ਮਨਾਕ

lugubriousness /ਲੂ'ਗੂਬਰਿਅਸਨਅਸ/ *n* ਸ਼ੋਕਾਤਮਿਕਤਾ, ਸੋਗ ਭਰਪੂਰਤਾ, ਗ਼ਮਗੀਨੀ, ਰੰਜ, ਉਦਾਸੀ

lukewarm /ˌਲੂਕ'ਵੋਮ/ *a* ਕੋਸਾ, ਨਿੱਘਾ; ਨੀਮ ਗਰਮ; ਨਿਰਉਤਸ਼ਾਹ, ਉਤਸ਼ਾਹਹੀਣ; ਉਦਾਸੀਨ

lukewarmness /ˌਲੂਕ'ਵੋਮਨਅਸ/ *n* ਕੋਸਾਪਣ, ਨਿੱਘ, ਨੀਮ ਗਰਮੀ; ਨਿਰਉਤਸ਼ਾਹ

lull /ਲਅੱਲ/ *v* ਲੋਰੀ ਦੇ ਕੇ ਸੁਆਉਣਾ, ਥਥੋਕਣਾ; ਚੁੱਪ ਕਰਾਉਣਾ; ਝੂਠੀ ਤਸੱਲੀ ਦੇਣਾ; (ਤੂਫ਼ਾਨ ਆਦਿ ਦਾ) ਠੰਢਾ ਜਾਂ ਮੱਠਾ ਕਰਨਾ, ਮੱਧਮ ਹੋਣਾ; (ਧੋਖਾ ਦੇ ਕੇ ਸ਼ੱਕ) ਦੂਰ ਕਰਨਾ *n* ਸ਼ਾਂਤੀ, ਠੰਢ, ਟਿਕਾਅ, ਉਤਾਰ

lullaby /'ਲਅੱਲਅਬਾਇ/ *n* ਲੋਰੀ *vt* ਲੋਰੀ ਦੇ ਕੇ ਸੁਆਉਣਾ

lumbago /ਲਅੱਮ'ਬੇਇਗਅਓ/ *n* ਰੀਹ, ਕਮਰ ਦਰਦ, ਲੱਕ-ਪੀੜ

lumbar[1] /'ਲਅੱਮਬਅ*/ *n* ਕਮਰ *a* ਕਮਰ ਦਾ

lumber[2] *n* ਭਾਰ, ਬੋਝ, ਨਿਰਾਰਥਕ ਪਦਾਰਥ; ਕਾਠ–ਕਬਾੜ, ਨਿਕੰਮੀ ਚੀਜ਼, ਅੱਲਮ–ਗੱਲਮ, ਫ਼ਾਲਤੂ ਚਰਬੀ; ਅਣਘੜ ਇਮਾਰਤੀ ਲੱਕੜੀ, ਗੇਲੀ *v* ਰਾਹ ਰੋਕਣਾ, ਮਾਰਗ ਛੇਕਣਾ, ਥਾਂ ਘੇਰਨਾ, (ਕਬਾੜਖ਼ਾਨੇ ਵਾਂਗ) ਢੇਰ ਲਾਉਣਾ; ਜੰਗਲੀ ਲੱਕੜੀ ਕੱਟਣਾ ਜਾਂ ਤਿਆਰ ਕਰਨਾ; ਫੁੱਸਕ-ਫੁੱਸਕ ਤੁਰਨਾ, ਭੱਦੀ ਤੋਰ ਤੁਰਨਾ

lumberer /'ਲਅੱਮਬ(ਅ)ਰਅ*/ *n* ਲੱਕੜੀ ਕੱਟਣ ਵਾਲਾ

lumberer room *n* ਕਬਾੜਖ਼ਾਨਾ

lumberjack /'ਲਅੱਮਬਅਜੈਕ/ *n* (ਅਮਰੀਕਾ ਜਾਂ ਕਨੇਡਾ ਵਿੱਚ) ਲੱਕੜਹਾਰਾ, ਲੱਕੜੀਆਂ ਕੱਟਣ ਅਤੇ ਢੋਣ ਵਾਲਾ ਮਨੁੱਖ

lumiere /'ਲੂਮਿਏਅ*/ *n* ਰੰਗੀਨ ਚਿੱਤਰਕਾਰੀ ਦੀ ਇੱਕ ਵਿਧੀ

luminance /'ਲੂਮਿਨਅਨਸ/ *n* ਕਿਸੇ ਖ਼ਾਸ ਖੇਤਰ ਤੋਂ ਕਿਸੇ ਦਿਸ਼ਾ ਵਿੱਚ ਪਾਈ ਗਈ ਰੋਸ਼ਨੀ, ਦੀਪਤੀ

luminary /'ਲੂਮਿਨਅਰਿ/ *n* ਨਛੱਤਰ, ਪ੍ਰਕਾਸ਼ ਗ੍ਰਹਿ (ਖ਼ਾਸ ਤੌਰ 'ਤੇ ਚੰਦ ਜਾਂ ਸੂਰਜ); ਤੇਜਸਵੀ ਵਿਅਕਤੀ; ਨਾਮਵਰ ਹਸਤੀ

luminescence /ˌਲੂਮਿ'ਨੈਸੱਨਸ/ *n* ਕਿਸੇ ਚੀਜ਼ ਵਿੱਚ ਰੋਸ਼ਨੀ ਪੈਦਾ ਕਰਨ ਦੀ ਯੋਗਤਾ

luminism /'ਲੂਮਿਨਿਜ਼ਅਮ/ *n* ਪ੍ਰਕਾਸ਼ ਚਿੱਤਰਨ

luminous /'ਲੂਮਿਨਅਸ/ *a* ਨੂਰਾਨੀ, ਤੇਜਮਈ, ਚਮਕੀਲਾ, ਚਮਕਦਾਰ, ਪ੍ਰਕਾਸ਼ਵਾਨ; ਦੀਪਤ, ਉੱਜਲ

luminousness /'ਲੂਮਿਨਅਸਨਅਸ/ *n* ਤੇਜ, ਚਮਕ, ਪ੍ਰਕਾਸ਼

lump /ਲਅੱਮਪ/ *n* ਇੱਕ ਕੰਡੇਦਾਰ ਸੁਰਮਈ ਮੱਛੀ; ਘਣ, ਡਲਾ, ਭੇਲਾ, ਭੇਲੀ, ਪਿੰਡ, ਢੇਲਾ; ਪੇੜਾ (ਆਟਾ), ਪਿੰਨਾ (ਮੱਖਣ), ਪਿੰਨੀ; ਅਧਿਕਤਾ; ਗੰਢ, ਗਿਲ੍ਹਟੀ, ਮਿੱਟੀ ਦਾ ਮਾਧੋ, ਗੋਬਰ-ਗਣੇਸ਼, ਭੱਦਾ ਪੁਰਸ਼ *v* ਇਕੱਤਰ ਕਰਨਾ, ਢੇਰ ਲਾਉਣਾ, ਢੇਰ ਹੋਣਾ; ਸਮਾਨ ਸਮਝਣਾ, ਬਰਾਬਰ ਸਮਝਣਾ; ਸਾਰਾ ਧਨ ਲਾ ਦੇਣਾ, ਗਮੋੜੇ ਜਾਂ ਗੰਢਾਂ ਬਣਨਾ, ਗਿਲ੍ਹਟੀਆਂ ਬਣਨਾ; ਬੇਢੰਗੀ ਤੋਰ ਤੁਰਨਾ

lumpen /'ਲਅੱਮਪਅਨ/ *a* ਭੱਦਾ, ਬੁੱਧੂ, ਝੱਲਾ, ਅਨਾੜੀ, ਕੋਝਾ

lumpish /'ਲਅੱਮਪਿਸ਼/ *a* ਭੱਦਾ, ਮੋਟਾ, ਭਾਰਾ, ਸਥੂਲ; ਮੋਟੀ ਮੱਤ ਵਾਲਾ, ਜੜ੍ਹ ਬੁੱਧੀ ਵਾਲਾ, ਸੁਸਤ; ਮੂਰਖ, ਭੌਂਦੂ

lumpishness /'ਲਅੱਮਪਿਸ਼ਨਅਸ/ *n* ਭਾਰੀਪਣ, ਭੱਦਾਪਣ; ਸਿਥਲਤਾ, ਸੁਸਤੀ, ਸਥੂਲਤਾ, ਜੜ੍ਹਤਾ

lump sum *n* ਇੱਕਮੁਸ਼ਤ ਅਦਾਇਗੀ, ਇਕੱਠੀ ਰਕਮ

lumpy /'ਲਅੱਮਪਿ/ *a* ਗਿਲ੍ਹਟੀਦਾਰ, ਗਮੋੜੀਦਾਰ, ਗੰਢਲ, ਡਲੇਦਾਰ, ਡਲਿਆਂ ਨਾਲ ਭਰਿਆ; ਲਹਿਰਦਾਰ (ਪਾਣੀ); ਸਥੂਲ, ਭੱਦਾ, ਭਾਰਾ

lunacy /'ਲੂਨਅਸਿ/ *n* ਪਾਗਲਪਣ, ਉਨਮਾਦ;

ਸ਼ੁਦਾਅ, ਸ਼ੁਦਾਈਪਣ, ਝੱਲ, ਝੱਲਾਪਣ; (ਕਨੂੰ) ਮਾਨਸਿਕ ਵਿਕਾਰ ਜਾਂ ਖ਼ਬਤ; ਵੱਡੀ ਬੇਵਕੂਫ਼ੀ, ਹਿਮਾਕਤ

lunar /'**ਲੂਨਅ***/ *n* ਚੰਦ ਦੀ ਦੂਰੀ; ਅੱਧੇ ਚੰਦ ਵਰਗੀ ਹੱਡੀ; ਫਿੱਕਾ,ਹਲਕਾ, ਮੱਧਮ, ਕਲਾਈ ਦੀ ਹੱਡੀ *v* ਚੰਦ ਦਾ

lunar day *n* ਚੰਦਰਮਾ ਅਨੁਸਾਰ ਦਿਨ, ਚੰਦਰਮਾ ਦੇ ਧਰਤੀ ਦੁਆਲੇ ਚੱਕਰ ਲਾਉਣ ਦਾ ਸਮਾਂ, ਤਕਰੀਬਨ 23 ਘੰਟੇ 50 ਮਿੰਟ ਦਾ ਸਮਾਂ

lunar month *n* ਚੰਦਰਮਾ ਅਨੁਸਾਰ ਮਹੀਨਾ, ਏਕਮ ਦੇ ਚੰਦ ਤੋਂ ਅਗਲੇ ਏਕਮ ਦੇ ਚੰਦ ਤੱਕ ਦਾ ਸਮਾਂ, ਤਕਰੀਬਨ 29½ ਦਿਨ ਦਾ ਸਮਾਂ

lunar year *n* ਚੰਦਰਮਾ ਅਨੁਸਾਰ ਬਾਰਾਂ ਮਹੀਨਿਆ ਦਾ ਸਮਾਂ, ਤਕਰੀਬਨ 354 ਦਿਨ ਦਾ ਸਮਾਂ

lunate /'**ਲੂਨੇਇਟ**/ *a* ਅੱਧੇ ਚੰਦ ਵਰਗੀ, ਅੱਧੇ ਚੰਦ ਵਰਗਾ ਆਕਾਰ

lunatic /'**ਲੂਨਅਟਿਕ**/ *a* ਪਾਗਲ, ਦੀਵਾਨਾ, ਬਾਵਲਾ, ਖ਼ਬਤੀ

lunatic asylum *n* ਪਾਗਲਖ਼ਾਨਾ

lunation /**ਲੂ'ਨੇਇਸ਼ਅਨ**/ *n* ਚੰਦ ਮਹੀਨਾ

lunch, luncheon /**ਲਅੱਨਚ**,'**ਲਅੱਨਚਅਨ**/ *n* ਦੁਪਹਿਰ ਦਾ ਖਾਣਾ; ਲੰਚ *v* ਦੁਪਿਹਰ ਦੀ ਰੋਟੀ ਖਾਣਾ, ਭੋਜਨ ਖਾਣਾ; ਭੋਜਨ ਦੇਣਾ, ਲੰਚ ਦੇਣਾ

lunette /**ਲੂ'ਨੈਟੱ**/ *n* (ਗੁੰਬਦ ਜਾਂ ਛੱਤ ਦਾ) ਅੱਧੇ ਚੰਦ ਵਰਗਾ ਆਕਾਰ; ਛੱਤ ਦਾ ਮੋਘਾ, ਡਾਟ ਵਾਲਾ ਰੋਸ਼ਨਦਾਨ; ਐਨਕ ਦਾ ਉੱਭਰਿਆ ਸ਼ੀਸ਼ਾ; ਗਿਲੋਟੀਨ ਉੱਤੇ ਗਰਦਨ ਰੱਖਣ ਵਾਲਾ ਛੇਕ ਜਾਂ ਖ਼ਾਲੀ ਥਾਂ

lung /**ਲਅੱਙ**/ *n* ਫੇਫੜਾ, ਫਿੱਫਰਾ

lunge, longe /**ਲਅੱਨਜ**/ *n* ਤਲਵਾਰ ਦੀ ਹੁੱਝ, ਪਟੇਬਾਜ਼ੀ ਦਾ ਹੱਥ; ਇਕਦਮ ਦਾ ਹੱਲਾ ਜਾਂ ਝਪੱਟ, ਝਪਟ *v* ਤਲਵਾਰ ਖਿੱਚਣਾ, (ਮੁੱਕੇਬਾਜ਼ੀ ਵਿੱਚ) ਮੋਢੇ ਤੋਂ ਫੜ ਕੇ ਧੱਕਾ ਦੇਣਾ, ਮੋਢੇ ਨਾਲ ਮੋਢਾ ਮਾਰਨਾ; (ਘੋੜੇ ਦਾ) ਦੁਲੱਤਾ ਮਾਰਨਾ; (ਤਲਵਾਰ ਜਾਂ ਡੰਗਾ) ਜ਼ੋਰ-ਜ਼ੋਰ ਨਾਲ ਮਾਰਨਾ; ਹੱਲਾ ਜਾਂ ਧਾਵਾ ਬੋਲਣਾ; ਝਪਟਣਾ, ਟੁੱਟ ਕੇ ਪੈ ਜਾਣਾ

lupine /'**ਲੂਪਾਇਨ**/ *a* ਬਘਿਆੜ ਦਾ, ਬਘਿਆੜ ਸੰਬੰਧੀ, ਬਘਿਆੜ ਵਰਗਾ

lupus /'**ਲੂਪਅਸ**/ *n* ਲੂਪਸ, ਚੰਮ ਰੋਗ

lurch /**ਲਅ:ਚ**/ *n* ਬਿਪਤਾ, ਸੰਕਟ, ਮੁਸੀਬਤ, ਝੋਲ, ਝਟਕਾ; ਘਾਤ; ਜ਼ਖ਼ਮ; ਉਲਾਰ **leave in the lurch** ਮੁਸੀਬਤ ਵਿੱਚ ਛੱਡ ਜਾਣਾ

lurcher /'**ਲਅ:ਚਅ***/ *n* ਚੋਰ, ਉਚੱਕਾ, ਠੱਗ; ਜਸੂਸ, ਮੁਖ਼ਬਰ; ਇੱਕ ਦੋਗਲਾ ਕੁੱਤਾ

lure /**ਲੁਅ*, ਲਯੁਅ***/ *n* ਚੰਮ ਦੀ ਚਿੜੀ (ਜੋ ਵਿਖਾ ਕੇ ਸ਼ਿਕਰਾ ਫੜਦੇ ਹਨ); ਭਿੱਤੀ, ਚੋਗਾ, ਝਾਂਸਾ; ਆਕਰਸ਼ਣ, ਲੁਭਾਉਣ, ਫੁਸਲਾਹਟ *vt* (ਚੰਮ ਦਾ ਕੋਈ ਪੰਛੀ ਦਿਖਾ ਕੇ)ਬਾਜ਼ ਜਾਂ ਸ਼ਿਕਰੇ ਨੂੰ ਫੜਨਾ; ਕਿਸੇ ਵਿਅਕਤੀ ਜਾਂ ਪਸ਼ੂ ਨੂੰ ਆਕਰਸ਼ਿਤ ਕਰਨਾ, ਲੋਭ ਵਿੱਚ ਪਾਉਣਾ, ਫੁਸਲਾਉਣਾ, ਝਾਂਸਾ ਦੇਣਾ, ਚਕਮਾ ਦੇਣਾ

lurid /'**ਲੁਅਰਿਡ, 'ਲਯੁਅ-**/ *a* (ਬਨ) ਭੂਸਲੇ ਰੰਗ ਦਾ; (ਰੰਗ) ਭੜਕੀਲਾ, ਸ਼ੋਖ਼; (ਅਕਾਸ਼ ਆਦਿ) ਹਨੇਰਾ, ਭਿਆਨਕ, ਡਰਾਉਣਾ, ਤੁਫ਼ਾਨੀ

luridness /'**ਲੁਅਰਿਡਨਅਸ, 'ਲਯੁਅ-**/ *n* ਡਰਾਉਣਾਪਣ, ਭਿਆਨਕਤਾ, ਧੁੰਦਲਾਪਣ

lurk /**ਲਅ:ਕ**/ *vi* ਲੁਕਣਾ, ਛਿਪਣਾ, ਤਾਕ ਲਾਉਣੀ, ਘਾਤ ਵਿੱਚ ਬੈਠਣਾ

lurry /'**ਲਅੱਰਿ**/ *n* ਭੀੜ–ਭਾੜ

lurve /**ਲਅ:ਵ੍**/ *n* ਸ਼ਬਦ love ਦਾ ਵਿਗੜਿਆ ਰੂਪ, ਵੇਖੋ love

luscious /'**ਲਅੱਸ਼ਅਸ**/ *a* ਸੁਆਦੀ, ਮਧੁਰ, ਮਜ਼ੇਦਾਰ; ਵਾਸ਼ਨਾਮਈ; ਇਤਨਾ ਮਿੱਠਾ ਕਿ ਚਿੱਤ ਜਾਂ ਮੂੰਹ ਮੋੜ ਦੇਵੇ, (ਭਾਸ਼ਾ)ਲੱਛੇਦਾਰ; (ਬੋਲ ਜਾਂ ਲਿਖਤ) ਹੱਦ ਤੋਂ ਵੱਧ ਰੰਗੀਨ ਜਿਸ ਵਿੱਚ ਕਲਪਨਾ ਤੇ ਵਿਚਾਰ ਦੀ ਉੱਚ ਝਲਕ ਹੋਵੇ

lusciousness /'**ਲਅੱਸ਼ਅਸਨਅਸ**/ *n* ਸੁਆਦ, ਮਧੁਰਤਾ, ਮਜ਼ਾ

lush /**ਲਅੱਸ਼**/ *a* ਸਰਸਬਜ਼, ਹਰਿਆ-ਭਰਿਆ

lusk /**ਲਅੱਸਕ**/ *a* ਆਲਸੀ, ਸੁਸਤ

lust /ਲਅੱਸਟ/ *n* ਸ਼ਹਿਵਤ, ਕਾਮ ਵਾਸਨਾ; ਚੇਸ਼ਟਾ, ਹਵਸ *vt* ਆਵੇਗਪੂਰਨ ਕਾਮਨਾ ਕਰਨੀ, ਹਾਬੜਨਾ, ਹਵਸ ਕਰਨੀ

lustful /'ਲਅੱਸਟਫ਼ਲ/ *a* ਲਾਲਸੀ, ਹਾਬੜਿਆ

lustfulness /'ਲਅੱਸਟਫ਼ਲਨਅਸ/ *n* ਕਾਮੁਕਤਾ, ਕਾਮ ਆਤੁਰਤਾ, ਲਾਲਸਾ

lustration /ਲਅੱਸ'ਟਰੇਇਸ਼ਨ/ *n* ਸ਼ੁੱਧੀਕਰਨ ਪਾਵਨੀਕਰਨ

lustre /'ਲਅੱਸਟਅ*/ *n* ਚਮਕ; ਤੇਜ਼ ਰੋਸ਼ਨੀ, ਆਭਾ; ਆਬ; ਤੇਜ; ਸ਼ੋਭਾ, ਮਹਿਮਾ, ਤਜੱਲੀ; ਰੌਣਕ; ਸ਼ਾਨੋ-ਸ਼ੌਕਤ; ਝਾੜ ਫ਼ਾਨੂਸ; ਚਮਕੀਲੀ ਉਨ *vt* ਕੱਪੜੇ ਜਾਂ ਭਾਂਡੇ ਨੂੰ ਸਾਫ਼ ਕਰਕੇ ਚਮਕਾਉਣਾ

lusty /'ਲਅੱਸਟਿ/ *a* ਰਿਸ਼ਟ-ਪੁਸ਼ਟ, ਤਕੜਾ

lutanist /'ਲੂਟ(ਅ)ਨਿਸਟ/ *n* ਵੀਣਾ ਵਜਾਉਣ ਵਾਲਾ, ਵੀਣਾਵਾਦਕ

lute /ਲੂਟ/ *n* ਵੀਣਾ

lutein /'ਲੂਟਿਇਨ/ *n* ਜ਼ਰਦੀ, ਆਂਡੇ ਦਾ ਪੀਲਾ ਭਾਗ, ਪਿੱਤ

luv /ਲਅੱਵ੍/ *n* ਸ਼ਬਦ **love** ਦੇ ਖ਼ਾਸ ਰੂਪ ਵਰਤੇ ਜਾਂਦੇ ਸ਼ਬਦ-ਜੋੜ, ਵੇਖੋ **love**

lux /ਲਅੱਕਸ/ *n* ਜੋਤ, ਜੋਤੀ, ਪ੍ਰਕਾਸ਼ ਦੀ ਇਕਾਈ

luxate /'ਲਅੱਕਸੇਇਟ/ *vt* ਹੱਡੀ ਉਤਾਰਨਾ, ਜੋੜ ਹਿਲਾ ਦੇਣਾ

luxuriance /ਲਅੱਗ'ਯੁਅਰਿਅਨਸ/ *n* ਅਧਿਕਤਾ, ਬਹੁਤਾਤ, ਬਹੁਲਤਾ, ਸਮਰਿਧੀ

luxuriant /ਲਅੱਗ'ਯੁਅਰਿਅਨਟ/ *a* ਅਤਿਅੰਤ, ਅਤਿ ਅਧਿਕ; ਅਤਿ ਸਮਰਿਧ; ਹਰਿਆ-ਭਰਿਆ; (ਸਾਹਿਤ ਜਾਂ ਕਲਾ) ਅਲੰਕ੍ਰਿਤ, ਸਜਾਵਟੀ, ਰੰਗੀਨ

luxuriate /ਲਅੱਗ'ਯੁਅਰਿਏਇਟ/ *vi* ਭੋਗ-ਵਿਲਾਸ ਕਰਨਾ, ਅਨੰਦ ਮਨਾਉਣਾ, ਸੁਖ ਭੋਗਣਾ, ਮੌਜ ਉਡਾਉਣੀ, ਮਜ਼ੇ ਲੈਣੇ

luxurious /ਲਅੱਗ'ਯੁਅਰਿਅਸ/ *a* ਵਿਲਾਸੀ, ਸੁਖਭੋਗੀ, ਭਰਪੂਰ, ਭਰਵਾਂ; ਵਿਲਾਸਮਈ, ਅਤਿ ਸੁਖਾਵਾਂ, ਅਨੰਦਪੂਰਨ

luxuriousness /ਲਅੱਗ'ਯੁਅਰਿਅਸਨਅਸ/ *n* ਵਿਲਾਸ, ਸੁਖ ਭੋਗ; ਅਨੰਦਪੂਰਨਤਾ, ਭਰਪੂਰਤਾ

luxury /'ਲਅੱਕਸ਼ਅਰਿ/ *n* ਅੱਯਾਸ਼ੀ; ਰੰਗ ਰਾਸ; ਵਿਲਾਸ, ਸੁਆਦ, ਸੁਖ, ਸੁਖ ਸਾਧਨ, ਵਿਲਾਸ

LW *abbr* **long wave** ਦਾ ਸੰਖਿਪਤ ਰੂਪ, ਵੇਖੋ **long wave**

lyceum /ਲਾਇ'ਸਿਅਮ/ *n* ਸਾਹਿਤਿਕ ਸੰਸਥਾ, ਵਿਦਿਆਲਾ

lych /ਲਿਚ/ *n* ਵੇਖੋ **lich**

lye /ਲਾਇ/ *n* ਸੱਜੀ ਵਾਲਾ ਪਾਣੀ, ਮੈਲ ਕੱਟ ਵਸਤੂ

lying /'ਲਾਇਇਙ/ *n* ਲੇਟਣ, ਲੇਟਣ ਦੀ ਥਾਂ *a* ਨਿਰਾਧਾਰ, ਝੂਠਾ; ਲੇਟਿਆ, ਪਿਆ

lying-in *n* ਵੇਖੋ **lie in**

lyke /ਲਇਕ/ *n* ਵੇਖੋ **lich**

lyke wake /'ਲਾਇਕ ਵੇਇਕ/ *n* (ਰਾਤ ਵੇਲੇ) ਲਾਸ਼ ਦੀ ਨਿਗਰਾਨੀ

lymph /ਲਿਮਫ਼/ *n* ਸਾਫ਼ ਪਾਣੀ, ਸ਼ੁੱਧ ਜਲ; ਰਸ; ਬਿਨਾਂ ਰੰਗ ਦਾ ਦ੍ਰਵ, ਜ਼ਖ਼ਮ 'ਚੋਂ ਰਿਸਣ ਵਾਲਾ ਪਾਣੀ; (ਟੀਕਾ) ਚੀਚਕ ਦਾ ਰਸ, ਟੀਕੇ ਦੀ ਦਵਾਈ

lymphad /'ਲਿਮਫ਼ੈਡ/ *n* (ਸਕਾਟਲੈਂਡ) ਛੋਟਾ ਜਹਾਜ਼, ਕਿਸ਼ਤੀ, ਨੌਕਾ

lymphocyte /'ਲਿਮਫ਼ਅਸਾਇਟ/ *n* ਤਿੱਲੀ ਦੀ ਸੋਜ਼ਸ਼

lyncean /ਲਿਨ'ਸੀਅਨ/ *a* ਤੇਜ਼ ਨਜ਼ਰ ਵਾਲਾ

lynch /ਲਿਨਚ/ *n* ਅੱਤਿਆਚਾਰ (ਕਰਨਾ) *vt* ਤੁਰੰਤ ਨਿਆਂ ਕਰਨਾ; (ਲਿੰਚ ਵਿਧੀ ਨਾਲ) ਪ੍ਰਾਣ ਦੰਡ ਦੇਣਾ

lynchpin /'ਲਿਨਚਪਿਨ/ *n* ਵੇਖੋ **linchpin**

lynx /ਲਿਙਕਸ/ *n* ਲਿੰਕਸ, ਵਣ ਬਲਾ, ਕਾਲੇ ਕੰਨਾਂ ਵਾਲਾ ਬਾਘੜਬਿੱਲਾ

lynx-eyed *a* ਤੇਜ਼ ਨਿਗ੍ਹਾ ਵਾਲਾ

lyrate /'ਲਾਇਅਰਿਟ/ *n* ਵੀਣਾ ਵਰਗਾ ਸਾਜ

lyre /'ਲਾਇਅ*/ *n* ਰਬਾਬ, ਸਾਰੰਗੀ, ਵੀਣਾ

lyrebird /'ਲਾਇਅਬਅ:ਡ/ *n* ਆਸਟਰੇਲੀਆ ਦਾ ਇੱਕ ਪੰਛੀ

lyric /'ਲਿਰਿਕ/ *n* ਸਰੋਦੀ ਕਾਵਿ, ਲਿਰਿਕ *a* ਵੀਣਾ ਦਾ, ਵੈਣਕ, ਵੀਣਾ ਸੰਬੰਧੀ, ਗੀਤਾਤਮਿਕ, ਗੀਤਮਈ; ਰਚਨਹਾਰ ਦੇ ਅੰਤਰਿਕ ਭਾਵਾਂ ਨੂੰ ਅਭਿਵਿਅਕਤ ਕਰਨ ਵਾਲੀ

lyrical /'ਲਿਰਿਕਲ/ *a* ਸਰੋਦੀ

lyricism /'ਲਿਰਿਸਿਜ਼ਅਮ/ *n* ਗੀਤਾਤਮਿਕਤਾ, ਸਰੋਦੀਪੁਣਾ

lyricist /'ਲਿਰਿਸਿਸਟ/ *n* ਗੀਤਕਾਰ

lyrist /'ਲਿਰਿਸਟ/ *n* ਵੀਣਾਵਾਦਕ, ਗੀਤਕਾਰ

lysol /'ਲਾਇਸੌਲ/ *n* ਲਾਈਸੌਲ, ਇੱਕ ਕੀਟਾਣੂ ਨਾਸ਼ਕ ਦਵਾਈ

M

M, m /ਐੱਮ/ *n* ਅੰਗਰੇਜ਼ੀ ਵਰਨਮਾਲਾ ਦਾ ਤੇਰ੍ਹਵਾਂ ਅੱਖਰ; ਰੋਮਨ ਗਿਣਤੀ ਦਾ ਇੱਕ ਹਜ਼ਾਰ ਦਾ ਅੰਕ

M.A. /ˌਐੱਮ 'ਏਇ/ *abbr* **Master of Arts** ਦਾ ਸੰਖੇਪ ਰੂਪ, ਐੱਮ.ਏ. ਦੀ ਡਿਗਰੀ

ma /ਮਾ/ *n* ਮਾਂ, ਮਾਤਾ, ਅੰਮੀ, ਮੰਮੀ

ma'am /ਮੈਮ/ *n* **Madam** ਦਾ ਸੰਖੇਪ ਰੂਪ, ਮੇਮ ਸਾਹਿਬਾ

mab /ਮੈਬ/ *n* ਪਰੀਆਂ ਦੀ ਰਾਣੀ

mac[1]/ਮੈਕ/ *n* ਭਿੱਜਣ ਤੋਂ ਬਚਾਉਣ ਵਾਲਾ ਕੋਟ, ਬਰਸਾਤੀ ਕੋਟ

mac[2] *n* ਜਿਸ ਵਿਅਕਤੀ ਦੇ ਨਾਂ ਦਾ ਪਤਾ ਨਾ ਹੋਵੇ ਉਸ ਨੂੰ ਬੁਲਾਉਣ ਲਈ ਸੰਬੋਧਨ

macabre /ਮਅ'ਕਾਬਰਅ/ *a* ਭਿਆਨਕ, ਡਰਾਉਣਾ, ਵਿਕਰਾਲ **danse macabre** *(F)* ਤਾਂਡਵ ਨਾਚ

macadam /ਮਅ'ਕੈਡਅਮ/ *a* ਬਜਰੀ ਰੋੜੀ ਦੀ ਸੜਕ, ਪੱਕੀ ਸੜਕ

macadamite /ਮਅ'ਕੈਡਅਮਾਇਟ/ *n* ਰੋੜੀ, ਬਜਰੀ

macadamization /ਮਅˌਕੈਡਅਮਾਇ'ਜ਼ੇਇਸ਼ਨ/ *n* (ਸੜਕ ਆਦਿ) ਪੱਕੀ ਕਰਨ ਦੀ ਕਿਰਿਆ

macadamize /ਮਅ'ਕੈਡਅਮਾਇਜ਼/ *vt* ਰੋੜੀ ਵਿਛਾਉਣਾ, (ਸੜਕ ਆਦਿ) ਪੱਕੀ ਬਣਾਉਣੀ

macaque /ਮਅ'ਕੈਕ, -'ਕਾਕ/ *n* ਬਾਂਦਰ, ਲੰਗੂਰ, ਬਾਂਦਰ ਦੀ ਕਿਸਮ ਦਾ ਜੀਵ

macarize /'ਮੈਕਅਰਾਇਜ਼/ *vt* ਖੁਸ਼ ਕਰਨਾ, ਪ੍ਰਸੰਨ ਕਰਨਾ; ਵਧਾਈ ਦੇਣਾ

macaroni /ˌਮੈਕਅ'ਰਅਉਨਿ/ *n* ਇੱਕ ਪ੍ਰਕਾਰ ਦੀਆਂ ਨਲੀਦਾਰ ਸੇਵੀਆਂ *a* (ਇਤਿ) ਬਾਂਕਾ

macaronic /ˌਮੈਕਅ'ਰਅਉਨਿਕ/ *a* (ਅਨੇਕ ਭਾਸ਼ਾਵਾਂ ਦੇ ਮਿਸ਼ਰਨ ਕਾਰਨ) ਮਿਲਗੋਭਾ ਹੋਈ; ਵਿਅੰਗਮਈ (ਕਵਿਤਾ) *n* (ਬਹੁ) ਬੋਲੀਆਂ ਦਾ ਮਿਸ਼ਰਨ, ਰਲਗੱਡ, ਬੋਲੀਆਂ ਦੀ ਖਿਚੜੀ; ਇੱਕ ਹਾਸ-ਰਸੀ ਕਵਿਤਾ

macaroon /ˌਮੈਕਅ'ਰੂਨ/ *n* ਬਦਾਮਾਂ ਵਾਲੇ ਬਿਸਕੁਟ, ਮੈਕਰੂਨ

macaw /ਮਅ'ਕੋ/ *n* ਇੱਕ ਕਿਸਮ ਦਾ ਤੋਤਾ; ਇੱਕ ਪ੍ਰਕਾਰ ਦਾ ਖਜੂਰੀ ਦਰਖ਼ਤ

mace /ਮੇਇਸ/ *n* (ਇਤਿ) ਗੁਰਜ, ਗਦਾ; ਅਧਿਕਾਰ ਦਾ ਸੂਚਕ ਡੰਡਾ, (ਇੱਕ ਪ੍ਰਕਾਰ ਦਾ) ਖੇਡ ਦਾ ਡੰਡਾ; ਜੈਫਲ ਦੀ ਛਿੱਲ, ਜਵਿਤਰੀ

maceable /ਮੇਇਸਅਬਲ/ *n* ਮਸਾਲੇਦਾਰ ਸ਼ਰਾਬ

mace-bearer *n* ਚੋਬਦਾਰ

macedoine /ˌਮੈਸਿ'ਡਵਾਨ/ *n* (ਜੈਲੀ ਜਾਂ ਫਿਰਨੀ ਵਿੱਚ) ਪਕਾਇਆ ਜਾਣ ਵਾਲਾ ਫਲ

macer /'ਮੇਇਸਅ*/ *n* ਜੱਜ ਦਾ ਅਰਦਲੀ, ਚੋਬਦਾਰ

macerate /'ਮੈਸਅਰੇਇਟ/ *v* ਪਾਣੀ ਆਦਿ ਪਾ ਕੇ ਨਰਮ ਕਰਨਾ ਜਾਂ ਨਰਮ ਹੋਣਾ; ਵਰਤ ਜਾਂ ਫਾਕੇ ਕਟ ਕੇ ਸੁੱਕਣਾ

maceration /ˌਮੈਸਅ'ਰੇਇਸ਼ਨ/ *n* ਨਰਮ ਕਰਨ, ਪਤਲਾ ਕਰਨ ਜਾਂ ਹੋਣ ਦੀ ਕਿਰਿਆ

Machiavelli /ˌਮੈਕਿਅ'ਵੈੱਲਿ/ *n* ਮੈਕਿਆਵਲੀ, ਇੱਕ ਉੱਘਾ ਇਤਾਲਵੀ ਸਿਆਸਤਦਾਨ; ਸਾਜ਼ਸ਼ੀ, ਚਾਲਬਾਜ਼, ਕੂਟਨੀਤੀਵਾਨ, ਮੌਕਾਪ੍ਰਸਤ

machiavellian /ˌਮੈਕਿਅ'ਵੈੱਲਿਅਨ/ *n* ਚੁਫੇਰਗੜ੍ਹੀਆ, ਚਾਲਬਾਜ਼, ਤਿਕੜਮਬਾਜ਼

machiavellism /ˌਮੈਕਿਅ'ਵੈੱਲਿਜ਼ਅਮ/ *n* ਕੂਟਨੀਤੀ, ਮੌਕਾਪ੍ਰਸਤੀ, ਪਖੰਡ, ਤਿਕੜਮਬਾਜ਼ੀ

machicolate /ਮਅ'ਚਿਕਅ(ਉ)ਲੇਇਟ/ *vt* (ਫ਼ਸੀਲ ਵਿੱਚ) ਮੋਰਚਾ ਬਣਾਉਣਾ, ਮਘੋਰਾ ਬਣਾਉਣਾ

machicolated /ਮਅ'ਚਿਕਅ(ਉ)ਲੇਇਟਿਡ/ *a* ਮੋਰਚੇਦਾਰ

machicolation /ਮਅˌਚਿਕਅ(ਉ)'ਲੇਇਸ਼ਨ/ *n* ਮੋਰਚਾ, ਮੋਰਚਾਬੰਦੀ

machinal /'ਮੈਕਿਨਲ/ *a* ਮਸ਼ੀਨ ਸੰਬੰਧੀ, ਕਲ ਸੰਬੰਧੀ

machinate /'ਮੈਸ਼ਿਨੇਇਟ/ *vt* ਕਪਟ ਪ੍ਰਬੰਧ ਕਰਨਾ, ਸਾਜ਼ਸ਼ ਕਰਨੀ

machination /ˌਮੈਸ਼ਿ'ਨੇਇਸ਼ਨ/ *n* ਕਪਟ ਪ੍ਰਬੰਧ, ਕੂਟ ਪ੍ਰਬੰਧ, ਸਾਜ਼ਸ਼, ਚਾਲ, ਹੱਥਕੰਡਾ

machinator /'ਮੈਸ਼ਿਨੇਇਟਅ*/ *n* ਕੂਟ ਪ੍ਰਬੰਧਕ, ਛਲੀਆ, ਕਪਟੀ, ਚਾਲਬਾਜ਼ (ਵਿਅਕਤੀ)

machine /ਮਅ'ਸ਼ੀਨ/ *n* ਮਸ਼ੀਨ, ਕਲ, ਯੰਤਰ, ਪੁਰਜ਼ਾ, ਸਾਧਨ; ਮਸ਼ੀਨ ਵਾਂਗ ਤੇਜ਼ ਅਤੇ ਲਗਾਤਾਰ ਕੰਮ ਕਰਨ ਵਾਲਾ ਮਨੁੱਖ; ਰਾਜਨੀਤਿਕ ਇੰਤਜ਼ਾਮ *vt* ਮਸ਼ੀਨ ਰਾਹੀਂ ਕੰਮ ਲੈਣਾ, ਮਸ਼ੀਨ ਚਲਾਉਣਾ

machine age *n* ਮਸ਼ੀਨਾਂ ਤੋਂ ਕੰਮ ਲੈਣ ਦਾ ਯੁੱਗ, ਮਸ਼ੀਨੀ ਯੁੱਗ

machine boy *n* ਮਸ਼ੀਨ ਚਲਾਉਣ ਵਾਲਾ ਮੁੰਡਾ

machine code *n* (ਕੰਪਿ) ਕੰਪਿਊਟਰ ਲਈ ਆਦੇਸ਼ ਲਿਖਣ ਲਈ ਅੰਕਾਂ ਉੱਤੇ ਅਧਾਰਤ ਸੰਕੇਤ ਪ੍ਰਨਾਲੀ

machine cut *a* ਮਸ਼ੀਨ ਨਾਲ ਕੱਟਿਆ

machine finished *a* ਮਸ਼ੀਨ ਨਾਲ ਤਿਆਰ ਕੀਤਾ ਗਿਆ

machine gun /ਮਅ'ਸ਼ੀਨਗਅੱਨ/ *n* ਉਹ ਬੰਦੂਕ ਜੋ ਮਸ਼ੀਨ ਨਾਲ ਚਲਦੀ ਹੈ, ਮਸ਼ੀਨਗੰਨ

machine instructor *n* ਮਸ਼ੀਨ ਦੀ ਸਿਖਲਾਈ ਦੇਣ ਵਾਲਾ ਬੰਦਾ

machine language *n* (ਕੰਪਿ) ਅਜਿਹੀ ਭਾਸ਼ਾ ਜੋ ਕੰਪਿਊਟਰ ਕਿਸੇ ਅਨੁਵਾਦਕ ਪ੍ਰੋਗਰਾਮ ਦੀ ਸਹਾਇਤਾ ਤੋਂ ਬਿਨਾਂ ਸਿੱਧੇ ਤੌਰ 'ਤੇ ਸਮਝਦਾ ਹੈ

machine parts *n* ਮਸ਼ੀਨ ਦੇ ਪੁਰਜ਼ੇ

machiner /ਮਅ'ਸ਼ੀਨਅ*/ *n* ਮਸ਼ੀਨ ਚਾਲਕ, ਮਸ਼ੀਨ ਮਿਸਤਰੀ, ਕਾਰੀਗਰ

machine room *n* ਮਸ਼ੀਨ ਵਾਲਾ ਕਮਰਾ

machinery /ਮਅ'ਸ਼ੀਨਅਰਿ/ *n* ਮਸ਼ੀਨਾਂ, ਯੰਤਰਾਂ ਦਾ ਸਮੂਹ; ਕਲ ਪੁਰਜ਼ੇ, ਮਸ਼ੀਨਰੀ: ਯੰਤਰਾਂ ਦਾ ਕਾਰਜ, ਕਲ ਦੀ ਬਣਾਵਟ; ਚਮਤਕਾਰੀ ਸਾਧਨ, ਅਲੌਕਿਕ ਵਿਅਕਤੀ ਜਾਂ ਘਟਨਾ

machine translation *n* (ਕੰਪਿ) ਕੰਪਿਊਟਰ ਰਾਹੀਂ ਭਾਸ਼ਾ ਅਨੁਵਾਦ, ਮਸ਼ੀਨੀ ਅਨੁਵਾਦ

machine work *n* ਮਸ਼ੀਨ ਦਾ ਕੰਮ

machinist /ਮਅ'ਸ਼ੀਨਿਸਟ/ *n* ਮਸ਼ੀਨ ਚਲਾਉਣ ਵਾਲਾ ਕਾਰੀਗਰ, ਮਿਸਤਰੀ, ਮਸ਼ੀਨਸਾਜ਼, ਮਸ਼ੀਨ ਚਾਲਕ,

machismo /ਮਅ'ਚਿਜ਼ਮਅਉ/ *n* ਧੱਕੜਸ਼ਾਹੀ ਵਰਤਾਅ, ਹੁੱਲੜਬਾਜ਼ੀ, ਧੱਕਾ ਧੋੜਾ

macho /'ਮੈਚਅਉ/ *a* (ਅਪ) ਢੱਠਾ; ਮਰਦ ਹੋਣ ਦਾ ਹੰਕਾਰੀ

mackerel /'ਮੈਕਰਅਲ/ *n* ਇੱਕ ਤਰ੍ਹਾਂ ਦੀ ਮੱਛੀ

mackeral-sky *n* ਤਿੱਤਰ-ਖੰਭੇ ਬੱਦਲਾਂ ਨਾਲ ਢਕਿਆ ਅਕਾਸ਼

mackintosh /'ਮੈਕਿਨਟੌਸ਼/ *n* ਮੋਮਜਾਮੇ ਦਾ ਕੱਪੜਾ; ਬਰਸਾਤੀ, ਓਵਰਕੋਟ, ਮੈਕਿਨਟੋਸ਼

mackle /'ਮੈਕਲ/ *n* ਧੱਬਾ, ਦਾਗ਼, ਸੁਕੜੇਵਾਂ

macle /'ਮੈਕਲ/ *n* ਜੁੜਵਾਂ ਬਲੌਰ, ਖਣਿਜ-ਧੱਬਾ

macled /'ਮੈਕਲਡ/ *a* ਜੁੜਵੇਂ ਬਲੌਰ ਸਹਿਤ, ਖਣਿਜ-ਧੱਬੇ ਵਾਲਾ

maconochie /ਮਅ'ਕੌਨਅਕਿ/ *n* (ਫ਼ੌਜੀਆਂ ਦੇ ਖਾਣ ਲਈ) ਡੱਬਿਆਂ ਵਿੱਚ ਬੰਦ ਮਾਸ ਜਾਂ ਤਰਕਾਰੀ

macrame /ਮਅ'ਕਰਾਮਿ/ *n* (ਵੱਟੇ ਹੋਏ ਧਾਗੇ ਜਾਂ ਰੱਸੀ ਨਾਲ ਗੰਢ ਦੇ ਕੇ ਬਣਾਈ ਹੋਈ) ਝਾਲਰ, ਕਿਨਾਰਾ, ਹਾਸ਼ੀਆ

macro /'ਮੈਕਰਅਉ/ *a* ਮਹਾਨ, ਵਿਸ਼ਾਲ, ਦੀਰਘ

macrobiosis /ˌਮੈਕਰਅਉਬਾਇ'ਔਸਿਸ/ *n* ਲੰਮੀ ਉਮਰ, ਦੀਰਘ ਆਯੂ ਜਾਂ ਜੀਵਨ

macrobiotic /ˌਮੈਕਰਅਉਬਾਇ'ਔਟਿਕ/ *a* ਉਮਰ ਲੰਮੀ ਕਰਨ ਵਾਲਾ, ਆਯੂ ਵਰਧਕ

macrocosm /'ਮੈਕਰਅਉਕੌਜ਼ਅਮ/ *n* ਬ੍ਰਹਿਮੰਡ

macroeconomics /ˌਮੈਕਰਅਉˌਈਕਅ'ਨੌਮਿਕਸ/ *n* ਸਮਸ਼ਟੀ ਅਰਥ ਸ਼ਾਸਤਰ

macrology /ਮੈ'ਕਰੌਲਅਜਿ/ *n* ਸ਼ਬਦ ਭਾਵ ਵਿਸਤਾਰ, ਵਾਧੂ ਬਕਵਾਸ

macrometer /ਮੈ'ਕਰੌਮਿਟਅ*/ *n* ਦੂਰਵਰਤੀ ਪਦਾਰਥਾਂ ਨੂੰ ਮਾਪਣ ਦਾ ਯੰਤਰ, ਦੂਰੀ ਮਾਪਕ ਯੰਤਰ

macron /'ਮੈਕਰੌਨ/ *n* ਦੀਰਘ ਸਵਰ ਚਿੰਨ੍ਹ

macropterous/ਮੈ'ਕਰੌਪਟਅਰਅਸ/ *a* ਲੰਮੇ ਖੰਭਾਂ ਵਾਲਾ

macrurous /ਮਅ'ਕਰੂਰਅਸ/ *a* ਲੰਮੀ ਪੂਛ ਵਾਲਾ

mactation /ਮੈਕ'ਟੇਇਸ਼ਨ/ *n* ਬਲੀਦਾਨ, ਬਲੀ

macula /'ਮੈਕਯੁਲਅ/ *n* ਧੱਬਾ, ਦਾਗ਼, ਚਟਾਕ, ਸੂਰਜ ਦਾ ਕਾਲਾ ਦਾਗ਼

macular /'ਮੈਕਯੁਲਅ*/ *a* ਧੱਬੇਦਾਰ, ਦਾਗ਼ਦਾਰ

maculate /'ਮੈਕਯੁਲੇਇਟ/ *vt* ਧੱਬਾ ਲਾਉਣਾ, ਦਾਗ਼ ਲਾਉਣਾ

maculation /,ਮੈਕਯੁ'ਲੇਇਸ਼ਨ/ *n* ਧੱਬਾ, ਚਟਾਕ, ਦਾਗ਼

maculatus /'ਮੈਕਯੁਲਅਟਅਸ/ *a* ਅੰਕਿਤ, ਚਿਤ੍ਰਿਤ

macule /'ਮੈਕਯੂਲ/ *n* ਧੱਬਾ, ਦਾਗ਼, ਛਪਾਈ ਦੀ ਗੜਬੜ

maculose /'ਮੈਕਯੁਲਅਉਸ/ *a* ਦਾਗ਼ਦਾਰ, ਧੱਬੇਦਾਰ

mad /ਮੈਡ/ *a* ਪਾਗਲ, ਝੱਲਾ, ਸ਼ੁਦਾਈ, ਦੀਵਾਨਾ, ਕਮਲਾ, ਬਾਉਲਾ, ਪਾਗਲਾਂ ਵਰਗਾ, ਖ਼ਬਤੀ, (ਗੁੱਸੇ ਨਾਲ) ਅੱਗ ਬਗੋਲਾ; ਹਲਕਿਆ (ਕੁੱਤਾ) *vt* ਪਾਗਲ ਬਣਾਉਣਾ ਜਾਂ ਹੋਣਾ, ਮੂਰਖ ਹੋਣਾ ਜਾਂ ਕਰਨਾ

madam /'ਮੈਡਅਮ/ *n* ਸ੍ਰੀਮਤੀ, ਬੇਗ਼ਮ, ਮੇਮ ਸਾਹਿਬਾ

madarosis /ਮੈਡਅ'ਰਅਉਸਿਸ/ *n* ਵਾਲਝੜ੍ਹ, ਪਲਕਾਂ ਦਾ ਡਿਗਾਅ

madcap /'ਮੈਡਕੈਪ/ *a* ਮਸਤਾਨਾ, ਸਿਰ ਫਿਰਿਆ, ਭਾਵੁਕ

mad cow disease *n* ਗਊਆਂ ਦੀ ਸਿਰ ਨੂੰ ਲੱਗਣ ਵਾਲੀ ਘਾਤਕ ਬਿਮਾਰੀ

madden /'ਮੈਡਨ/ *v* ਝੱਲਾ ਕਰ ਦੇਣਾ, ਸ਼ੁਦਾਈ ਬਣਾ ਦੇਣਾ; ਝੱਲਾ ਹੋਣਾ, ਸ਼ੁਦਾਈ ਹੋਣਾ

madder /'ਮੈਡਅ*/ *n* ਮਜੀਠ, ਮਜੀਠੀ ਰੰਗ

madding /'ਮੈਡਿਙ/ *a* ਕ੍ਰੋਧਿਤ, ਅਤਿਅੰਤ ਗੁੱਸੇ ਵਿੱਚ

made /ਮੇਇਡ/ *v* **make** ਦਾ ਭੂਤ-ਕ੍ਰਿਦੰਤ

madefaction /,ਮੈਡਿ'ਫ਼ੈਕਸ਼ਨ/ *n* ਤਰਲ ਕਰਨ ਦੀ ਕਿਰਿਆ *vi* ਭਿਓਂਣਾ, ਤਰ ਕਰਨਾ, ਗਿੱਲਾ ਕਰਨਾ

madefy /'ਮੈਡਿਫ਼ਾਇ/ *vt* ਭਿਓਂਣਾ, ਤਰ ਕਰਨਾ, ਗਿੱਲਾ ਕਰਨਾ

madeleine /'ਮੈਡਲੇਇਨ/ *n* ਛੋਟੇ ਕੇਕ ਦੀ ਇੱਕ ਕਿਸਮ

made to measure *a* ਵਿਅਕਤੀ ਜਾਂ ਖਿੜਕੀ ਆਦਿ ਲਈ ਪੂਰਾ ਆਉਣ ਵਾਲਾ ਵਿਸ਼ੇਸ਼ ਤੌਰ 'ਤੇ ਤਿਆਰ ਕਪੜਾ

madhouse /'ਮੈਡਹਾਉਸ/ *n* ਪਾਗਲਖ਼ਾਨਾ, ਮਾਨਸਿਕ ਰੋਗੀਆਂ ਲਈ ਹਸਪਤਾਲ; ਸ਼ੋਰ ਸ਼ਰਾਬੇ ਵਾਲੀ ਥਾਂ

madia /'ਮੇਇਡਿਅ/ *n* ਸੂਰਜਮੁਖੀ ਦੀ ਕਿਸਮ ਦਾ ਪੌਦਾ

madia oil *n* ਸੂਰਜੀਮੁਖੀ ਦੇ ਫੁੱਲਾਂ ਦਾ ਤੇਲ

madid /'ਮੈਡਿਡ/ *a* ਗਿੱਲਾ, ਭਿੱਜਿਆ, ਨਮੀ ਵਾਲਾ

madly /'ਮੈਡਲਿ/ *adv* ਪਾਗਲਾਂ ਵਾਂਗ, ਸ਼ੁਦਾਈਆਂ ਵਰਗਾ

madman /'ਮੈਡਮਅਨ/ *n* ਪਾਗਲ ਆਦਮੀ, ਸ਼ੁਦਾਈ, ਕਮਲਾ

madness /'ਮੈਡਨਅਸ/ *n* ਪਾਗਲਪਣ, ਸ਼ੁਦਾਅ, ਝੱਲ, ਕਮਲ, ਖ਼ਬਤ, ਹਲਕ, ਮੂਰਖਤਾ

Madonna /ਮਅ'ਡੌਨਅ/ *n* ਕੰਵਾਰੀ ਮਰਿਅਮ

madrigal /'ਮੈਡਰਿਗਲ/ *n* 16ਵੀਂ ਸਦੀ ਵਿੱਚ

ਪ੍ਰਚਲਿਤ ਸਾਜ਼ਾਂ ਤੋਂ ਬਿਨਾਂ ਕਈ ਗਾਇਕਾਂ ਵੱਲੋਂ ਗਾਇਆ ਜਾਣ ਵਾਲਾ ਗੀਤ, ਸੰਖਿਪਤ ਪ੍ਰੇਮਗੀਤ

maduro /ਮਅ'ਡੂਰਅਉ/ *a (Sp)* ਪੱਕੇ (ਕਾਲੇ) ਰੰਗ ਦੀ ਸਿਗਾਰ

maelstrom /'ਮੇਇਲਸਟਰੌਮ/ *n* ਨਾਰਵੇ ਦੇ ਪੱਛਮੀ ਤਟ ਤੇ ਝੱਖੜ ਜਾਂ ਤੂਫ਼ਾਨ, ਘੁੰਮਣ-ਘੇਰ, ਭੰਵਰ

maestro /'ਮਾਇਸਟਰਅਉ/ *n* ਸੰਗੀਤ-ਸ਼ਾਸਤਰੀ, ਸੰਗੀਤ-ਆਚਾਰੀਆ

maffick /'ਮੈਫ਼ਿਕ/ *vt* ਧੂਮ-ਧਾਮ ਨਾਲ ਖ਼ੁਸ਼ੀ ਮਨਾਉਣਾ, ਰੰਗਰਲੀਆਂ ਮਨਾਉਣੀਆਂ

mafia /'ਮੈਫ਼ਿਅ/ *n* ਮਾਫ਼ੀਆ, ਨਾਜਾਇਜ਼ ਧੰਦਾ ਕਰਨ ਵਾਲਿਆਂ ਦਾ ਗਰੋਹ

mafioso /ˌਮੈਫ਼ਿ'ਅਉਸਅਉ/ *n* ਨਾਜਾਇਜ਼ ਧੰਦਾ ਕਰਨ ਵਾਲੇ ਗਰੋਹ ਦਾ ਮੈਂਬਰ, ਕਨੂੰਨ ਵਿਰੋਧੀ ਕਾਰਵਾਈ ਕਰਨ ਵਾਲੇ ਧੜੇ ਦਾ ਸਦੱਸ

mag /ਮੈਗ/ *n* ਬਕਵਾਸ *v* ਬਕਵਾਸ ਕਰਨਾ, ਗੱਪ ਮਾਰਨਾ, ਬੁੜਬੁੜ ਕਰਨਾ

magazine /ˌਮੈਗਅ'ਜ਼ੀਨ/ *n* ਮੈਗਜ਼ੀਨ, ਰਸਾਲਾ, ਪਰਚਾ, ਪਤ੍ਰਿਕਾ; ਸਟੋਰ, ਭੰਡਾਰ, ਖਜ਼ਾਨਾ, ਗੁਦਾਮ, ਅਸਲਾਖ਼ਾਨਾ, ਸ਼ਸਤਰ ਘਰ, ਬਰੂਦਖ਼ਾਨਾ

mage /ਮੇਇਜ/ *n* (ਪਰਾ) ਜਾਦੂਗਰ, ਬਾਜ਼ੀਗਰ; ਵਿਦਵਾਨ, ਪੰਡਤ

maggot /'ਮੈਗਅਟ/ *n* ਕਿਰਮ, ਕੀੜਾ **maggot in one's head** ਖ਼ਬਤ, ਤਰੰਗ, ਝੱਸ, ਸਨਕ

magi /'ਮੇਇਜਾਇ/ *n* ਮਜੂਸੀ, ਪੁਰਾਤਨ ਈਰਾਨੀ ਪੁਜਾਰੀ, ਅਗਨੀ ਪੂਜ

magic /'ਮੈਜਿਕ/ *n* ਜਾਦੂ; ਜਾਦੂਗਰੀ, ਟੂਣਾ, ਮੰਤਰ ਦਾ ਪ੍ਰਭਾਵ **black magic** ਕਾਲਾ ਜਾਦੂ

magical /'ਮੈਜਿਕਲ/ *a* ਜਾਦੂ ਦਾ

magician /ਮਅ'ਜਿਸ਼ਨ/ *n* ਜਾਦੂਗਰ, ਟੂਣੇਹਾਰ, ਬਾਜ਼ੀਗਰ

magic lantern *n* ਮਾਇਆ ਦੀਪ, ਜਾਦੂ ਦੀ ਲਾਲਟੈਣ; ਚਿੱਤਰਾਂ ਨੂੰ ਵੱਡਾ ਕਰਕੇ ਵਿਖਾਉਣ ਵਾਲਾ ਯੰਤਰ

magic realism *n* ਅਜਿਹਾ ਰਚਨਾਕਾਰ ਜਿਸ ਦੀ ਲਿਖਤ ਵਿੱਚ ਵਾਸਤਵਿਕ ਘਟਨਾਵਾਂ ਵਿੱਚ ਕਲਪਿਤ ਨਜ਼ਾਰੇ ਵੀ ਮਿਲੇ ਹੋਣ; ਜਾਦੂਈ ਯਥਾਰਥਵਾਦ

magic wand *n* ਜਾਦੂ ਦਾ ਡੰਡਾ, ਝੁਰਲੂ

magirology /ˌਮੈਜਿ'ਰੌਲਅਜਿ/ *n* ਰਸੋਈ ਵਿੱਦਿਆ, ਰਸੋਈ ਸ਼ਾਸਤਰ

magisterial /ˌਮੈਜਿ'ਸਟਿਅਰਿਅਲ/ *a* ਮਜਿਸਟਰੇਟ ਸੰਬੰਧੀ; ਮਜਿਸਟਰੇਟ ਦਾ, ਮਜਿਸਟਰੇਟ ਦੇ ਅਧੀਨ; ਹਾਕਮਾਨਾ, ਅਫ਼ਸਰਾਨਾ

magistracy /'ਮੈਜਿਸਟਰਅਸਿ/ *n* ਦੰਡ ਅਧਿਕਾਰ, ਦੰਡ ਅਧਿਕਾਰੀ ਵਰਗ, ਮਜਿਸਟਰੇਟ ਲੋਕ

magistrate /'ਮੈਜਿਸਟਰੇਇਟ/ *n* ਮਜਿਸਟਰੇਟ, ਦੰਡ ਅਧਿਕਾਰੀ

magma /'ਮੈਗਮਅ/ *n* ਧਰਤੀ ਦੀ ਠੋਸ ਸਤ੍ਹਾ ਦੇ ਹੇਠਾਂ ਉਬੱਲਦਾ ਤਰਲ ਮਾਦਾ

magmatic /ਮੈਗ'ਮੈਟਿਕ/ *a* ਚਿਪਚਿਪਾ, ਲੇਸਦਾਰ

Magna Carta /ˌਮੈਗਨਅ 'ਕਾਟਅ/ *n* (ਸੰਨ 1512 ਈ. ਵਿੱਚ ਇੰਗਲੈਂਡ ਦੇ ਬਾਦਸ਼ਾਹ ਰਾਹੀਂ ਪ੍ਰਦਾਨ ਕੀਤਾ) ਲੋਕਾਂ ਲਈ ਮਹਾਨ ਕਨੂੰਨੀ ਅਤੇ ਰਾਜਨੀਤਿਕ ਅਧਿਕਾਰ-ਪੱਤਰ

magnanimity /ˌਮੈਗਨਅ'ਨਿਮਅਟਿ/ *n* ਉਦਾਰਤਾ, ਖੁੱਲ੍ਹਦਿਲੀ

magnanimous /ਮੈਗ'ਨੈਨਿਮਅਸ/ *a* ਉਦਾਰਚਿੱਤ, ਸਖੀ, ਖੁੱਲ੍ਹਦਿਲਾ, ਜਿਗਰੇ ਵਾਲਾ, ਉਦਾਰ ਆਤਮਾ

magnate /'ਮੈਗਨੇਇਟ/ *n* ਧਨਾਢ, ਰਈਸ, ਧਨੀ; ਪ੍ਰਸਿੱਧ ਵਿਅਕਤੀ

magnesia /ਮੈਗ'ਨੀਯ਼ਅ/ *n* ਮੈਗਨੀਸ਼ੀਅਮ, ਮੈਗਨੀਸ਼ੀਅਮ ਦਾ ਆਕਸਾਈਡ, ਮੈਗਨੀਸ਼ੀਅਮ ਦਾ ਇੱਕ ਯੋਜਕ ਜੋ ਦਵਾਈ ਦੇ ਰੂਪ ਵਿੱਚ ਵਰਤਿਆ ਜਾਂਦਾ ਹੈ

magnesian /ਮੈਗ'ਨੀਯ਼(ਅ)ਨ/ *a* ਮੈਗਨੀਸ਼ੀਆ ਦਾ

magnesium /ਮੈਗ'ਨੀਜ਼ਿਅਮ/ *n* ਮੈਗਨੀਸ਼ੀਅਮ, ਇੱਕ ਧਾਤਵੀ ਰਸਾਇਣਿਕ ਤੱਤ

magnet /'ਮੈਗਨਅਟ/ *n* ਚੁੰਬਕ, ਮਿਕਨਾਤੀਸ; (ਅਲੰਕਾਰਕ) ਆਕਰਸ਼ਕ ਵਸਤੂ

magnetic /ਮੈਗ'ਨੈੱਟਿਕ/ *a* ਚੁੰਬਕੀ, ਮਿਕਨਾਤੀਸੀ; ਖਿੱਚਵਾਂ, ਚੁੰਬਕੀ ਵਿੱਦਿਆ ਦਾ; ਚੁੰਬਕੀ ਸ਼ਕਤੀ ਸੰਬੰਧੀ, ਅਤਿਅੰਤ ਆਕਰਸ਼ਕ, ਆਕਰਸ਼ਣਸ਼ੀਲ

magnetic activity *n* ਚੁੰਬਕੀ ਕਿਰਿਆ

magnetic character *n* ਆਕਰਸ਼ਕ ਚਰਿੱਤਰ

magnetic effect *n* ਚੁੰਬਕੀ ਪ੍ਰਭਾਵ

magnetic field *n* ਚੁੰਬਕੀ ਪ੍ਰਭਾਵ ਖੇਤਰ

magnetics /ਮੈਗ'ਨੈੱਟਿਕਸ/ *n* ਚੁੰਬਕ ਵਿੱਦਿਆ, ਚੁੰਬਕ ਵਿਗਿਆਨ

magnetic storm *n* ਧਰਤੀ ਜਾਂ ਹੋਰ ਗ੍ਰਹਿ ਦੇ ਚੁੰਬਕੀ ਖੇਤਰ ਵਿੱਚ ਹਿਲਜੁਲ ਦੀ ਸਥਿਤੀ

magnetic strip *n* ਅੰਕੜਿਆਂ ਦਾ ਭੰਡਾਰ ਕਰਨ ਲਈ ਅਲਾਸਟਿਕ ਦੇ ਫ਼ੀਤੇ ਅਤੇ ਚੁੰਬਕੀ ਪਦਾਰਥ ਦੇ ਲੇਪ ਨਾਲ ਬਣਾਇਆ ਉਪਕਰਨ

magnetic tape *n* ਚੁੰਬਕੀ ਟੇਪ, (ਅਵਾਜ਼ ਭਰਨ ਲਈ) ਇੱਕ ਕਿਸਮ ਦੀ ਪਲਾਸਟਿਕ ਟੇਪ

magnetism /'ਮੈਗਨਅਟਿਜ਼ਅਮ/ *n* ਚੁੰਬਕੀ ਸ਼ਕਤੀ, ਚੁੰਬਕਤਾ, ਆਕਰਸ਼ਣ, ਖਿੱਚ, ਚੁੰਬਕ ਵਿਗਿਆਨ

magnetist /'ਮੈਗਨਿਟਿਸਟ/ *n* ਚੁੰਬਕੀ ਵਿਗਿਆਨੀ

magnetite /'ਮੈਗਨਿਟਾਇਟ/ *n* ਚੁੰਬਕੀ ਲੋਹ ਖਣਿਜ

magnetization /ˌਮੈਗਨਿਟਾਇ'ਜ਼ੇਇਸ਼ਨ/ *n* ਚੁੰਬਕੀਕਰਨ, ਆਕਰਸ਼ਿਤ ਕਰਨ ਦੀ ਕਿਰਿਆ

magnetize /'ਮੈਗਨਅਟਾਇਜ਼/ *v* ਚੁੰਬਕੀ ਸ਼ਕਤੀ ਦੇਣਾ, ਆਕਰਸ਼ਣ ਸ਼ਕਤੀ ਦੇਣਾ

magnetized /'ਮੈਗਨਅਟਾਇਜ਼ਡ/ *a* ਚੁੰਬਕ ਯੁਕਤ, ਚੁੰਬਕੀ ਸ਼ਕਤੀ ਵਾਲਾ

magnetizer /'ਮੈਗਨਅਟਾਇਜ਼ਅ*/ *a* ਚੁੰਬਕੀ ਸ਼ਕਤੀ ਦੇਣ ਵਾਲਾ

magneto /ਮੈਗ'ਨੀਟਅਉ/ *n* ਚੁੰਬਕੀ ਸ਼ਕਤੀ ਦੇਣ ਵਾਲਾ ਯੰਤਰ

magneto electricity *n* ਚੁੰਬਕੀ ਬਿਜਲੀ

magnetograph /ਮੈਗ'ਨੀਟਅਉਗਰਾਫ਼/ *n* ਚੁੰਬਕ ਲੇਖੀ ਯੰਤਰ

magnetometer /ਮੈਗਨਿ'ਟੌਮਿਟਅ*/ *n* ਚੁੰਬਕ ਮਾਪਕ ਯੰਤਰ

magnetophone /ਮੈਗ'ਨੀਟਅਉਫ਼ਅਉਨ/ *n* ਚੁੰਬਕੀ ਅਭਿਲੇਖੀ ਫ਼ੋਨ

magnetotherapy /ਮੈਗ'ਨੀਟਅਉਥੈਰੱਅਪਿ/ *n* ਚੁੰਬਕੀ ਚਿਕਿਤਸਾ

magnifiable /'ਮੈਗਨਿਫ਼ਾਇਅਬਲ/ *a* ਵਧਾਉਣ ਯੋਗ, ਵਿਸਤ੍ਰਿਤ ਕਰਨ ਯੋਗ

magnific /ਮੈਗ'ਨਿਫ਼ਿਕ/ *a* ਪ੍ਰਭਾਵਸ਼ਾਲੀ, ਸੁੰਦਰ, ਪ੍ਰਭਾਵ ਪਾਉਣ ਵਾਲਾ

magnifical /ਮੈਗ'ਨਿਫ਼ਿਕ(ਅ)ਲ/ *a* ਪ੍ਰਤਿਭਾਸ਼ਾਲੀ; ਵਿਸ਼ਾਲ, ਸ਼ਾਨਦਾਰ, ਠਾਠ-ਬਾਠ ਵਾਲਾ, ਚਮਕ-ਦਮਕ ਵਾਲਾ

magnification /ˌਮੈਗਨਿਫ਼ਿ'ਕੇਇਸ਼ਨ/ *n* ਵਿਸ਼ਾਲੀਕਰਨ, ਵਿਸਤਰੀਕਰਨ, ਵਧਾਉਣ ਦੀ ਕਿਰਿਆ

magnificence /ਮੈਗ'ਨਿਫ਼ਿਸਨਸ/ *n* ਸ਼ਾਨ, ਸੱਜ-ਧੱਜ, ਠਾਠ-ਬਾਠ

magnificent /ਮੈਗ'ਨਿਫ਼ਿਸਨਟ/ *a* ਸ਼ਾਨਦਾਰ, ਸੱਜ-ਧੱਜ ਵਾਲਾ, ਸ਼ਾਹੀ, ਆਲੀਸ਼ਾਨ, ਬਹੁਮੁੱਲਾ

magnifico /ਮੈਗ'ਨਿਫ਼ਿਕਅਉ/ *n* ਵੱਡਾ ਆਦਮੀ, ਰਈਸ

magnified /'ਮੈਗਨਿਫ਼ਾਇਡ/ *a* ਵਿਸਤ੍ਰਿਤ, ਵਿਸ਼ਾਲ

magnifier /'ਮੈਗਨਿਫ਼ਾਇਅ*/ *a* ਵਿਸ਼ਾਲਕ, ਵਿਸਤਾਰਕ, ਵੱਡਾ ਕਰਨ ਵਾਲਾ *n* ਵੱਡਦਰਸ਼ੀ ਸ਼ੀਸ਼ਾ

magnify /'ਮੈਗਨਿਫ਼ਾਇ/ *vt* ਵਡਿਆਉਣਾ, ਵਧਾਉਣਾ, ਵੱਡਾ ਕਰਨਾ; ਵਧਾ ਕੇ ਦੱਸਣਾ, ਮਹਿਮਾ ਕਰਨੀ, ਕਿਸੇ ਵਸਤੂ ਦੇ ਬਾਹਰੀ ਕੱਦ-ਕਾਠ ਨੂੰ ਯੰਤਰਾਂ ਰਾਹੀਂ ਵਧਾਉਣਾ

magnifying /'ਮੈਗਨਿਫ਼ਾਇਇਙ/ *a* ਵਡਦਰਸ਼ੀ, ਆਕਾਰ ਨੂੰ ਵੱਡਾ ਦਰਸਾਉਣ ਵਾਲਾ

magnifying glass *n* ਵਡਦਰਸ਼ੀ ਸ਼ੀਸ਼ਾ

magniloquence /ਮੈਗ'ਨਿਲਅ(ਉ)ਕਵਅਨਸ/ *n* ਅਲੰਕ੍ਰਿਤ ਭਾਸ਼ਾ ਜਾਂ ਸ਼ੈਲੀ ਦਾ ਸ਼ੌਕ, ਸ਼ਬਦ, ਅਡੰਬਰ; ਸ਼ੇਖੀ

magniloquent /ਮੈਗ'ਨਿਲਅ(ਉ)ਕਵਅਨਟ/ *a* ਅਲੰਕ੍ਰਿਤ ਸ਼ਬਦਾਵਲੀ ਦਾ ਸ਼ੁਕੀਨ, ਬੜਬੋਲਾ, ਸ਼ਬਦ-ਅਡੰਬਰੀ, ਸ਼ੇਖ਼ੀਖ਼ੋਰਾ

magnitude /'ਮੈਗਨਿਟਯੂਡ/ *n* ਆਕਾਰ, ਕੱਦ; ਮਾਤਰਾ; ਵਡੱਪਣ, ਮਹੱਤਤਾ, ਮਹੱਤਵ; ਸਿਤਾਰਿਆਂ ਦੀ ਦਿਸਦੀ ਰੌਸ਼ਨੀ ਦਾ ਦਰਜਾ **of the first magnitude** ਪਰਮ ਮਹੱਤਵਪੂਰਨ

magnolia /ਮੈਗ'ਨਅਉਲਿਅ/ *n* ਚੰਬੇ ਦਾ ਬੂਟਾ

magnum /'ਮੈਗਨਅਮ/ *n* ਅੱਧੇ ਗੈਲਨ ਦੀ ਬੋਤਲ, ਵੱਡੀ ਬੋਤਲ

magnum bonum /ˌਮੈਗਨਅਮ 'ਬਅਉਨਅਮ/ *n* ਇੱਕ ਪ੍ਰਕਾਰ ਦਾ ਫਲ (ਸਬਜ਼ੀ ਬਣਾਉਣ ਲਈ)

magot /'ਮੈਗਅਟ/ *n* ਲੰਗੂਰ, ਯੂਰਪੀ ਬਾਂਦਰ

magpie /'ਮੈਗਪਾਇ/ *n* ਲਾਲੜੀ; ਗੁਟਾਰ; ਬਾਤੂਨੀ, ਗਾਲੜੀ; ਚਾਂਦਮਾਰੀ ਦਾ ਘੇਰਾ, ਰਾਈਫਲ ਦਾ ਨਿਸ਼ਾਨਾ ਜੋ ਉਸ ਘੇਰੇ ਵਿੱਚ ਲੱਗੇ

magus /'ਮੇਇਗਅਸ/ *n* ਜਾਦੂਗਰ; ਸਿਆਣਾ

Magyar /'ਮੈਗਯਾ*/ *n* ਮਗਯਾਰ (ਹੰਗਰੀ ਦੇ ਵਾਸੀ ਜੋ ਤਾਤਾਰੀ ਨਸਲ ਤੋਂ ਹਨ)

mahogany /ਮਅ'ਹੌਗਅਨਿ/ *n* ਫਰਨੀਚਰ ਬਣਾਉਣ ਲਈ ਲੱਕੜੀ ਦੀ ਇੱਕ ਕਿਸਮ

mahout /ਮਅ'ਹਾਉਟ/ *n* ਹਾਥੀ ਦੀ ਦੇਖ-ਭਾਲ ਕਰਨ ਵਾਲਾ ਵਿਅਕਤੀ, ਹਾਥੀ ਤੋਂ ਕੰਮ ਲੈਣ ਵਾਲਾ ਕਾਮਾ, ਮਹਾਵਤ

maid /ਮੇਇਡ/ *n* ਕੰਨਿਆ, ਕੁਆਰੀ ਲੜਕੀ, ਮੁਟਿਆਰ, ਅਣਵਿਆਹੀ ਇਸਤਰੀ; ਨੌਕਰਾਣੀ, ਦਾਸੀ, ਗੋਲੀ

maiden /'ਮੇਇਡਨ/ *n* ਕੰਨਿਆ, ਕੁਆਰੀ ਲੜਕੀ; (ਕ੍ਰਿਕਟ) ਖਾਲੀ ਓਵਰ (over); (ਘੋੜਾ) ਜਿਸ ਨੇ ਦੌੜ ਵਿੱਚ ਕਦੇ ਇਨਾਮ ਨਾ ਜਿੱਤਿਆ ਹੋਵੇ; ਅਜਿਹੇ ਘੋੜੇ ਦੀ ਦੌੜ; ਨਾਤਜਰਬੇਕਾਰ; ਨਵਾਂ, ਪਲੇਠਾ, ਪਹਿਲਾ, ਪ੍ਰਥਮ (ਯਾਤਰਾ, ਤਕਰੀਰ ਆਦਿ)

maidenhead /'ਮੇਇਡਨਹੈੱਡ/ *n* ਕੁਆਰਾਪਣ, ਕੁਆਰ ਪਰਦਾ

maidenhood /'ਮੇਇਡ(ਅ)ਨਹੁਡ/ *n* ਕੁਆਰਾਪਣ, ਅਛੂਤਾਪਣ

maidenish, maidenlike /'ਮੇਇਡ(ਅ)ਨਿਸ਼, 'ਮੇਇਡ(ਅ)ਨ'ਲਾਇਕ/ *a* ਕੁਆਰੀਆਂ ਕੁੜੀਆਂ ਵਾਂਗ

maiden name *n* ਇਸਤਰੀ ਦਾ ਵਿਆਹ ਤੋਂ ਪਹਿਲਾਂ ਦਾ ਨਾਂ, ਪੇਕਾ ਘਰ ਦਾ ਨਾਂ

maiden speech *n* ਪਹਿਲੀ ਤਕਰੀਰ, ਪ੍ਰਥਮ ਭਾਸ਼ਣ

maiden voyage *n* ਪਹਿਲੀ ਯਾਤਰਾ

maidservant /'ਮੇਇਡਸਅ:ਵ੍ਅਨਟ/ *n* ਨੌਕਰਾਣੀ, ਦਾਸੀ, ਗੋਲੀ

maieutic /ਮੇਇ'ਯੂਟਿਕ/ *a* (ਦਰਸ਼ਨ) ਵਿਚਾਰ ਉਤਪਾਦਕ

mail[1] /ਮੇਇਲ/ *n* ਕਵਚ, ਸੰਜੋਅ *vt* ਕਵਚ ਪਹਿਨਣਾ, ਸੰਜੋਅ ਪਹਿਨਣੀ

mail[2] *n* ਡਾਕ, ਡਾਕ ਦਾ ਥੈਲਾ; ਡਾਕ-ਗੱਡੀ *vt* ਡਾਕ ਵਿੱਚ ਪਾਉਣਾ (ਖ਼ਤ)

mailable /'ਮੇਇਲਅਬਲ/ *a* ਡਾਕ ਰਾਹੀਂ ਭੇਜਣ

ਯੋਗ

mailing list *n* ਪਤਿਆਂ ਦੀ ਸੂਚੀ

Mailmerge /'ਮੇਇਲਮਅ:ਜ/ *n* (ਕੰਪਿ) ਚਿੱਠੀਆਂ ਉੱਤੇ ਆਪਣੇ ਆਪ ਪਤੇ ਪਾ ਦੇਣ ਵਾਲਾ ਕੰਪਿਊਟਰ ਪ੍ਰੋਗਰਾਮ

mail order /ˌਮੇਇਲ 'ਓਡਅ*/ *n* ਡਾਕ ਰਾਹੀਂ ਵਸਤੂਆਂ ਵੇਚਣ ਖਰੀਦਣ ਦੀ ਵਿਧੀ

maim /ਮੇਇਮ/ *vt* ਅੰਗ-ਭੰਗ ਕਰਨਾ, ਕੱਟਣਾ, ਲੂਲ੍ਹਾ ਜਾਂ ਟੂੰਡਾ ਕਰ ਦੇਣਾ, ਨਿਕੰਮਾ ਕਰਨਾ, ਬੇਕਾਰ ਕਰਨਾ

main¹ /ਮੇਇਨ/ *a* ਪਰਮ, ਉੱਤਮ, ਪ੍ਰਮੁੱਖ, ਮੁੱਖ, ਅਸਲੀ, ਪ੍ਰਧਾਨ, ਵੱਡਾ; ਖ਼ਾਸ, ਵਿਸ਼ੇਸ਼, ਸਾਰਿਆਂ ਤੋਂ ਵੱਧ ਮਹੱਤਤਾ ਵਾਲਾ

main² *n* ਬਲ, ਜ਼ੋਰ, ਸ਼ਕਤੀ; ਖੁੱਲ੍ਹਾ ਸਮੁੰਦਰ; ਵੱਡੀ ਨਾਲੀ, ਬਦਰਊ; ਕੁੱਕੜਾਂ ਦੀ ਲੜਾਈ; ਪੰਜ ਤੋਂ ਨੌਂ ਤੱਕ ਕੋਈ ਹਿੰਦਸਾ ਜੋ ਪਾਸਾ ਸੁੱਟਣ ਵਾਲਾ ਸੁੱਟਣ ਤੋਂ ਪਹਿਲਾਂ ਮੰਗਦਾ ਹੈ

mainframe computer *n* (ਕੰਪਿ) ਵੱਡੀ ਸਮਰੱਥਾ ਵਾਲਾ ਕੰਪਿਊਟਰ ਜਿਸਦੀ ਵਰਤੋਂ ਵੱਡੀਆਂ-ਵੱਡੀਆਂ ਕੰਪਨੀਆਂ ਜਾਂ ਸੰਸਥਾਵਾਂ ਆਦਿ ਕਰਦੀਆਂ ਹਨ

mainland /'ਮੇਇਨਲੈਨਡ/ *n* ਮਹਾਂਦੀਪ

mainly /'ਮੇਇਨਲਿ/ *adv* ਮੁੱਖ ਤੌਰ 'ਤੇ, ਬਹੁਤ ਕਰਕੇ, ਪ੍ਰਮੁੱਖ ਰੂਪ ਵਿੱਚ

mainmast /'ਮੇਇਨਮਾਸਟ/ *n* ਜਹਾਜ਼ ਦਾ ਪ੍ਰਧਾਨ ਥੰਮ੍ਹ

mainsail /'ਮੇਇਨਸੇਇਲ, 'ਮੇਇਨਸਲ/ *n* ਸਭ ਤੋਂ ਵੱਡਾ ਬਾਦਬਾਨ

mainspring /'ਮੇਇਨਸਪਰਿਙ/ *n* ਘੜੀ ਦੀ ਵੱਡੀ ਕਮਾਨੀ, ਮੁੱਖ ਪ੍ਰੇਰਨਾ ਸ੍ਰੋਤ

mainstay /'ਮੇਇਨਸਟੇਇ/ *n* ਮੁੱਖ ਆਸਰਾ, ਸਹਾਰੇ ਦੀ ਵੱਡੀ ਰੱਸੀ

mainstream /'ਮੇਇਨਸਟਰੀਮ/ *n* ਮੁੱਖ ਧਾਰਾ

main street¹ *n* ਸ਼ਹਿਰ ਦੀ ਮੁੱਖ ਸੜਕ ਜਿਸ ਉੱਤੇ ਜ਼ਿਆਦਾਤਰ ਦੁਕਾਨਾਂ ਪਈਆਂ ਹੁੰਦੀਆਂ ਹਨ, ਸਦਰ ਬਜ਼ਾਰ

main street² *n* ਅਮਰੀਕੀ ਮੱਧ ਵਰਗ

maintain /ਮੇਇਨ'ਟੇਇਨ/ *vt* ਕਾਇਮ ਰੱਖਣਾ, ਕਰਦੇ ਰਹਿਣਾ, ਸੰਭਾਲੀ ਰੱਖਣਾ, ਕਬਜ਼ੇ ਵਿੱਚ ਰੱਖਣਾ; ਖਰਚ ਚਲਾਉਣਾ, ਨਿਰਬਾਹ ਕਰਨਾ; ਪਾਲਣਾ ਕਰਨਾ, ਰੱਖਿਆ ਕਰਨਾ; ਪ੍ਰੋੜ੍ਹਤਾ ਕਰਨਾ, ਹਿਮਾਇਤ ਕਰਨਾ; ਸਹਾਰਾ ਦੇਣਾ; ਦਾਅਵੇ ਨਾਲ ਕਹਿਣਾ

maintenance /'ਮੇਇਨਟਅਨਅਨਸ/ *n* ਦੇਖ-ਭਾਲ; ਰੱਖਿਆ; ਪਾਲਣ-ਪੋਸ਼ਣ, ਸਹਾਰਾ, ਨਿਰਬਾਹ; ਜ਼ਿੰਦਗੀ ਦੀਆ ਲੋੜਾਂ, ਉਪਜੀਵਕਾ

main-yard /'ਮੇਇਨਯਾਡ/ *n* ਚਬੂਤਰਾ (ਮੁੱਖ ਮਸਤੂਲ ਦੇ ਹੇਠਾਂ ਦਾ)

maize /ਮੇਇਜ਼/ *n* ਮਕੱਈ

majestic /ਮਅ'ਜੈਸੱਟਿਕ/ *a* ਸ਼ਾਹੀ, ਸ਼ਾਹਾਨਾ, ਗੌਰਵਸ਼ਾਲੀ, ਸ਼ਾਨਦਾਰ, ਆਲੀਸ਼ਾਨ, ਤੇਜੱਸਵੀ

majesty /'ਮੈਜਅਸਟਿ/ *n* ਸ਼ਾਨ, ਸ਼ੋਭਾ, ਦਬਦਬਾ, ਵਕਾਰ, ਰਾਜ ਪ੍ਰਤਾਪ; ਮਹਾਂਬਲੀ

major /'ਮੇਇਜਅ*/ *n* ਪ੍ਰਧਾਨ, ਮੁੱਖ ਵਿਅਕਤੀ, ਸ੍ਰੇਸ਼ਠ ਜਾਂ ਵੱਡਾ ਆਦਮੀ; ਬਜ਼ੁਰਗ; ਬਾਲਗ, ਸਿਆਣਾ; (ਸਕੂਲ ਵਿੱਚ) ਇੱਕ ਨਾਂ ਦੇ ਲੜਕਿਆਂ ਵਿੱਚੋਂ ਵੱਡਾ ਲੜਕਾ; ਮੇਜਰ (ਫ਼ੌਜੀ ਅਫਸਰ) *a* ਗੰਭੀਰ, ਖਤਰਨਾਕ (ਓਪਰੇਸ਼ਨ)

major general /ਮੇਇਜਅ 'ਜੈਨੱਰ(ਅ)ਲ/ *n* ਫੌਜ ਦਾ ਇੱਕ ਪਦ, ਮੇਜਰ ਜਨਰਲ

majority /ਮਅ'ਜੌਰਅਟਿ/ *n* ਬਹੁ-ਸੰਮਤੀ, ਬਹੁ-ਮਤ; ਮੇਜਰੀ, ਮੇਜਰ ਦੀ ਪਦਵੀ **attain majority** ਬਾਲਗ ਹੋਣਾ

majority rule *n* ਬਹੁਮਤ ਵਾਲੇ ਸਮੂਹ ਵੱਲੋਂ ਰਾਜ ਕਰਨ ਵਾਲੀ ਪ੍ਰਨਾਲੀ, ਬਹੁਮਤ ਰਾਜ ਪ੍ਰਨਾਲੀ

majorship /'ਮੇਇਜਅਸ਼ਿਪ/ *n* ਮੇਜਰ ਦੀ ਪਦਵੀ, ਪ੍ਰਮੁੱਖਤਾ, ਵਡੱਪਣ

majuscular /**ਮਅ'ਜਅੱਸਕਯੁਲਅ***/ *a* ਵੱਡੇ ਅੱਖਰਾਂ ਨਾਲ ਸੰਬੰਧਿਤ, ਵੱਡੇ ਅੱਖਰਾਂ ਵਾਲਾ

majuscule /**'ਮੈਜਅਸਕਯੂਲ**/ *n* ਅੰਗਰੇਜ਼ੀ ਦਾ ਵੱਡਾ ਅੱਖਰ *a* ਵੱਡੇ ਅੱਖਰਾਂ ਨਾਲ ਲਿਖਿਆ; ਵੱਡਾ

make[1] /**ਮੇਇਕ**/ *v* ਬਣਾਉਣਾ, ਪੈਦਾ ਕਰਨਾ, ਰਚਣਾ; ਤਿਆਰ ਕਰਨਾ (ਚਾਹ ਆਦਿ); ਵਿਛਾਉਣਾ (ਬਿਸਤਰਾ ਆਦਿ); ਕਰਨਾ, ਅਮਲ ਵਿੱਚ ਲਿਆਉਣਾ; ਕਾਇਮ ਕਰਨਾ, ਬਣਾਉਣਾ (ਕਨੂੰਨ, ਨੇਮ ਆਦਿ); ਪੂਰਾ ਕਰਨਾ (ਕੋਰਮ, ਗਿਣਤੀ ਆਦਿ); ਕਰਨਾ (ਸ਼ੱਕ ਆਦਿ), ਬਣ ਜਾਣਾ, ਹੋ ਜਾਣਾ; ਕਰਵਾਉਣਾ; ਕੰਮ ਦੇਣਾ; ਸਪਸ਼ਟ ਹੋਣਾ; ਨਜ਼ਰ ਪੈਣਾ; ਪ੍ਰਾਪਤ ਕਰਨਾ; (ਕਿਸੇ ਪਾਸੇ ਵੱਲ) ਜਾਣਾ, ਮੂੰਹ ਕਰਨਾ, ਸਫ਼ਰ ਕਰਨਾ; ਝੂਠੀ-ਮੂਠੀ ਜਾਹਰ ਕਰਨਾ; ਖ਼ਿਆਲ ਕਰਨਾ, ਅੰਦਾਜ਼ਾ ਲਾਉਣਾ; (ਲੜਾਈ) ਛੇੜਨਾ; (ਸਫ਼ਰ, ਕੋਸ਼ਿਸ਼ ਆਦਿ) ਕਰਨਾ

make[2] *n* ਆਕਾਰ, ਆਕ੍ਰਿਤੀ, ਰੂਪ, ਰਚਨਾ, ਕ੍ਰਿਤੀ, ਸੁਭਾਵਿਕ ਬਣਤਰ, ਘਾੜਤ; ਸੁਭਾਅ, ਚਰਿੱਤਰ

make-believe /**'ਮੇਇਕਬਿ,ਲੀਵ੍**/ *a* ਝੂਠ-ਮੂਠ ਦਾ, ਜਾਅਲੀ, ਨਕਲੀ

make good *v* ਘਾਟਾ ਪੂਰਾ ਕਰਨਾ

makeover /**'ਮੇਇਕਅਉਵ੍ਅ***/ *n* ਕਿਸੇ ਵਿਅਕਤੀ ਜਾਂ ਸਥਾਨ ਦੀ ਦਿੱਖ ਵਿੱਚ ਸੁਧਾਰ ਲਿਆਉਣ ਦੀ ਕਾਰਵਾਈ, ਪਹਿਲਾਂ ਦਿੱਤੇ ਪ੍ਰਭਾਵ ਵਿੱਚ ਲਿਆਂਦਾ ਸੁਧਾਰ

maker /**'ਮੇਇਕਅ***/ *n* ਕਰਤਾ; ਪਾਲਕ; ਰਚਣ ਵਾਲਾ, ਬਣਾਉਣ ਵਾਲਾ, ਨਿਰਮਾਤਾ

makeshift /**'ਮੇਇਕਸ਼ਿਫ਼ਟ**/ *a* ਕੰਮ–ਟਪਾਊ, ਆਰਜ਼ੀ

make-up /**'ਮੇਇਕਅੱਪ**/ *n* ਬਣਤਰ; ਭੇਸ, ਸ਼ਿੰਗਾਰ ਸਮੱਗਰੀ; ਮਨਘੜਤ ਕਿੱਸਾ *v* ਇਕੱਤਰ ਕਰਨਾ (ਪੈਸੇ ਆਦਿ); ਤਰਤੀਬ ਦੇਣਾ, ਹਿੱਸਿਆਂ ਨੂੰ ਮਿਲਾ ਕੇ ਕੁਲ ਰੂਪ ਬਣਾਉਣਾ

makeweight /**'ਮੇਇਕਵੇਇਟ**/ *n* ਪਾਸਕੂ, ਧੜਾ; ਭਰਤੀ ਦੀ ਦਲੀਲ ਜਾਂ ਗੱਲਬਾਤ, ਫਾਲਤੂ ਚੀਜ਼ ਜਾਂ ਆਦਮੀ

making /**'ਮੇਇਕਿਙ**/ *n* ਰਚਨਾ, ਬਣਾਵਟ; ਆਮਦਨੀ, ਲਾਭ; (ਬਹੁ) ਜ਼ਰੂਰੀ ਗੁਣ

malachite /**'ਮੈਲਅਕਾਇਟ**/ *n* ਮਲਾਸ਼ਾਈਟ, ਇੱਕ ਹਰੇ ਰੰਗ ਦਾ ਖਣਿਜ ਪਦਾਰਥ ਜੋ ਤਾਂਬੇ ਦੇ ਕਾਰਬੋਨੇਟ ਨਾਲ ਮਿਲ ਕੇ ਬਣਦਾ ਹੈ

maladjusted /**,ਮੈਲਅ'ਜਅੱਸਟਿਡ**/ *a* ਖਰ੍ਹਵੇ ਸੁਭਾਅ ਵਾਲਾ (ਬੱਚਾ), ਮਿਲ ਕੇ ਨਾ ਚੱਲਣ ਵਾਲਾ, ਪੁੱਠੇ ਸਿੱਧੇ ਕੰਮ ਕਰਨ ਵਾਲਾ (ਬੱਚਾ)

maladjustment /**,ਮੈਲਅ'ਜਅੱਸਟਮਅਨਟ**/ *n* ਅਣਜੋੜ, ਬੇਤਰਤੀਬੀ, ਕੁਵਿਵਸਥਾ, ਭੈੜਾ ਪ੍ਰਬੰਧ

maladministration /**,ਮੈਲਅਡ,ਮਿਨਿ'ਸਟਰੇਇਸ਼ਨ**/ *n* ਬਦਅਮਨੀ, ਬਦਇੰਤਜ਼ਾਮੀ, ਭੈੜਾ ਰਾਜ ਪ੍ਰਬੰਧ, ਕੁਸ਼ਾਸ਼ਨ

maladroit /**,ਮੈਲਅ'ਡਰੌਇਟ**/ *a* ਬਦਤਮੀਜ਼, ਅਨਾੜੀ; ਭੱਦਾ

maladroitness /**,ਮੈਲਅ'ਡਰੌਇਟਨਅਸ**/ *n* ਭੱਦਾਪਣ; ਅਨਾੜੀਪਣ; ਬੇਢੰਗਾਪਣ

malady /**'ਮੈਲਅਡਿ**/ *n* ਵਿਕਾਰ, ਰੋਗ, ਬਿਮਾਰੀ; ਰੋਗ ਦੀ ਵਿਗੜੀ ਦਸ਼ਾ

mala fide /**,ਮੇਇਲਅ 'ਫ਼ਾਇਡਿ**/ *a* ਬਦਨੀਤੀ ਵਾਲਾ *adv* ਖੋਟੀ ਭਾਵਨਾ ਨਾਲ

malagasy /**,ਮੈਲਅ'ਗੈਸਿ**/ *n* ਮਡਗਾਸਕਰ ਬੋਲੀ, ਮਡਗਾਸਕਰ ਦਾ ਵਾਸੀ

malaise /**ਮਅ'ਲੇਇਜ਼**/ *n* ਬੇਚੈਨੀ, ਸਰੀਰਿਕ ਕਸ਼ਟ (ਬਿਨਾਂ ਕਿਸੇ ਵਿਸ਼ੇਸ਼ ਬਿਮਾਰੀ ਦੇ), ਖ਼ਰਾਬੀ, ਵਿਗਾੜ

malapert /**'ਮੈਲਅਪਅ:ਟ**/ *a* (ਪਰਾ) ਬਦਤਮੀਜ਼, ਗੁਸਤਾਖ਼, ਢੀਠ, ਬੇਅਦਬ, ਨਿਰਲੱਜ, ਅਸ਼ਿਸ਼ਟ

malapertness /**'ਮੈਲਅਪਅ:ਟਨਅਸ**/ *n* ਬਦਤਮੀਜ਼ੀ, ਗੁਸਤਾਖੀ, ਬੇਅਦਬੀ

malapropian /**,ਮੈਲਅ'ਪਰੌਪਿਅਨ**/ *a* ਬੇਤੁਕਾ, ਹਾਸੋਹੀਣਾ *n* ਹਾਸਰਸੀ ਬੋਲ

malapropism /'ਮੈਲਅਪਰੋਪਿਜ਼ਅਮ/ *n* ਸ਼ਬਦਾਂ ਦੀ ਗ਼ਲਤ ਅਤੇ ਹਾਸੋਹੀਣੀ ਵਰਤੋਂ

malapropos /ˌਮੈਲˌਐਪਰਅ'ਪਅਉ/ *adv* ਬੇਮੌਕਾ, ਬੇਵਕਤ *a* ਬੇਮੌਕਾ ਵਾਪਰਿਆ, ਅਸੰਗਤ, ਬੇਮੇਲ

malar /'ਮੇਇਲਅ*/ *a* ਗੱਲ੍ਹ ਦੀ ਹੱਡੀ ਸੰਬੰਧੀ, ਗੱਲ੍ਹ ਦੀ ਹੱਡੀ ਵਾਲਾ

malar bone *n* ਗੱਲ੍ਹ ਦੀ ਹੱਡੀ

malaria /ਮਅ'ਲੇਅਰਿਅ/ *n* ਮਲੇਰੀਆ, ਮੌਸਮੀ ਬੁਖ਼ਾਰ, ਕਾਂਬੇ ਦਾ ਤਾਪ; ਗੰਦੀ ਹਵਾ, ਹਵਾੜ

malarial, malarian, malarious /ਮਅ'ਲੇਅਰਿਅਲ, ਮਅ'ਲੇਅਰਿਅਨ, ਮਅ'ਲੇਅਰਿਅਸ/ *a* ਮਲੇਰੀਏ ਸੰਬੰਧੀ

malarian, malarious ਵੇਖੋ **malarial**

malariologist /ਮਅˌਲੇਅਰਿ'ਔਲਅਜਿਸਟ/ *n* ਮਲੇਰੀਆ ਵਿਗਿਆਨੀ

malariology /ਮਅˌਲੇਅਰਿ'ਔਲਅਜਿ/ *n* ਮਲੇਰੀਆ ਵਿਗਿਆਨ

malassimilation /ˌਮੈਲਅਸਿਮਿ'ਲੇਇਸ਼ਨ/ *n* ਅਪੂਰਨ ਭੋਜਨ, ਅਪੂਰਨ ਖ਼ੁਰਾਕ; ਅਪਚ

Malayalam /ˌਮਅੱਲਅ'ਯਾਲਅਮ, ˌਮਾਲਅ-/*n* ਮਲਿਆਲਮ ਭਾਸ਼ਾ *a* ਕੇਰਲੀ, ਮਾਲਾਬਾਰੀ

malayan /ਮਅ'ਲੇਇਅਨ/ *a* ਮਲਾਇਆ ਦਾ, ਮਲਾਇਆ ਸੰਬੰਧੀ *n* ਮਲਾਇਆ ਵਾਸੀ

malconduct /ਮੈਲ'ਕੌਨਡਅੱਕਟ/ *n* ਦੁਰਵਿਵਹਾਰ, ਬੁਰੀ ਵਰਤੋਂ

malconformation /ˌਮੈਲਕੌਨਫ਼ਅ'ਮੇਇਸ਼ਨ/ *n* ਮੰਦ ਪ੍ਰਗਟਾਅ, ਬੇਤੁਕਾਪਣ

malcontent /'ਮੈਲਕਅਨਟੈਨੱਟ/ *a* ਅਸੰਤੁਸ਼ਟ (ਵਿਅਕਤੀ), ਆਕੀ, ਬਾਗ਼ੀ, ਵਿਦ੍ਰੋਹੀ, ਕ੍ਰਾਂਤੀਕਾਰੀ ਵਿਅਕਤੀ

maldistribution /ˌਮੈਲਡਿਸਟਰਿ'ਬਯੂਸ਼ਨ/ *n* ਕਾਣੀ ਵੰਡ, ਅਸਾਵੀਂ ਵੰਡ, ਅਸਮਾਨ ਵੰਡ

male /ਮੇਇਲ/ *n* ਨਰ, ਪੁਰਸ਼, ਪੁਲਿੰਗ, ਨਰ ਜਾਤੀ *a* ਮਰਦਾਵਾਂ

male chauvinism *n* ਕੁੱਝ ਮਨੁੱਖਾਂ ਦਾ ਵਿਸ਼ਵਾਸ ਕਿ ਪੁਰਸ਼ ਹਰ ਪੱਖੋਂ ਇਸਤਰੀ ਤੋਂ ਉੱਪਰ ਹੈ, ਇਸਤਰੀ ਤੋਂ ਆਦਮੀ ਦੀ ਸਰਬ-ਉੱਚਤਾ ਦਾ ਸਿੱਧਾਂਤ, ਮਰਦ-ਪਰਧਾਨਗੀ

maledicent /ˌਮੈਲਿ'ਡਾਇਸਨਟ/ *a* ਸਰਾਪ ਦੇਣ ਵਾਲਾ, ਸਰਾਪ ਯੁਕਤ

maledict /'ਮੈਲਿਡਿਕਟ/ *vt* ਸਰਾਪ ਦੇਣਾ, ਸਰਾਪਣਾ *a* ਸਰਾਪਿਆ ਹੋਇਆ

malediction /ˌਮੈਲਿ'ਡਿਕਸ਼ਨ/ *n* ਸਰਾਪ, ਬਦਦੁਆ, ਬਦਅਸੀਸ

maledictory /ˌਮੈਲਿ'ਡਿਕਟ(ਅ)ਰਿ/ *a* ਸਰਾਪ ਵਾਲਾ, ਬਦਅਸੀਸ ਭਰਿਆ

malefaction /ˌਮੈਲਿ'ਫ਼ੈਕਸ਼ਨ/ *n* ਅਪਰਾਧ, ਬੁਰਾਈ, ਕੁਕਰਮ

malefactor /'ਮੈਲਿਫ਼ੈਕਟਅ*/ *n* ਅਪਰਾਧੀ, ਮੁਜਰਮ, ਬਦਮਾਸ਼, ਬਦਕਾਰ, ਕੁਕਰਮੀ

malefic /ਮਅ'ਲੈੱਫ਼ਿਕ/ *a* (ਜਾਦੂਗਰੀ) ਨਾਸ਼ਕਾਰੀ, ਹਾਨੀਕਾਰਕ

maleficence /ˌਮਅ'ਲੈੱਫ਼ਿਸਨਸ/ *n* ਕੁਕਰਮ, ਬਦਮਾਸ਼ੀ

maleficent /ˌਮਅ'ਲੈੱਫ਼ਿਸਨਟ/ *a* ਦੁਖਦਾਈ; ਪਾਪੀ; ਦੋਸ਼ੀ, ਅਪਰਾਧੀ, ਅਪਰਾਧ ਨਾਲ ਭਰਿਆ

malevolence /ਮਅ'ਲੈਵ੍ਹੱਅਲਅਨਸ/ *n* ਮੰਦਭਾਵਨਾ, ਦੁਰਇੱਛਾ; ਵੈਰ, ਧ੍ਰੋਹ, ਦੋਖ

malevolent /ਮਅ'ਲੈਵ੍ਹੱਅਲਅਨਟ/ *a* ਮੰਦਇੱਛਤ, ਦੁਰਭਾਵਨਾਪੂਰਨ; ਦੁਰਆਤਮਾ, ਵੈਰੀ, ਧ੍ਰੋਹੀ, ਦੋਖੀ

malfeasance /ਮੈਲ'ਫ਼ੀਜ਼ਨਸ/ *n* (ਕਨੂੰ) (ਸਰਕਾਰੀ ਕਰਮਚਾਰੀਆਂ ਦਾ) ਦੁਰਾਚਾਰ, ਭ੍ਰਿਸ਼ਟਾਚਾਰ, ਅਹੁਦੇ ਦੀ ਦੁਰਵਰਤੋਂ

malfeasant /ਮੈਲ'ਫ਼ੀਜ਼ਨਟ/ *a* ਦੁਰਾਚਾਰੀ, ਭ੍ਰਿਸ਼ਟਾਚਾਰੀ (ਵਿਅਕਤੀ)

malformation /ˌਮੈਲਫ਼ੋ'ਮੇਇਸ਼ਨ/ *n* ਨੁਕਸਦਾਰ ਘਾੜਤ, ਦੋਸ਼ਪੂਰਨ ਰਚਨਾ

malformed /ˌਮੈਲ'ਫ਼ੋਮਡ/ *a* ਨੁਕਸਦਾਰ

malice /'ਮੈਲਿਸ/ *n* ਵੈਰ, ਈਰਖਾ, ਦਵੈਖ, ਦੋਖ, ਖਾਰ, ਖ਼ੁਣਸ, ਖੋਰ, ਮੰਦ ਭਾਵਨਾ, ਬਦਨੀਤੀ **bear malice** ਦਵੈਖ ਰੱਖਣਾ, ਈਰਖਾ ਕਰਨੀ

malicious /ਮਅ'ਲਿਸ਼ਅਸ/ *a* ਵੈਰੀ, ਦੋਖੀ, ਖ਼ੁਣਸੀ; ਬਦਨੀਤੀ ਦਾ; ਪਾਪ ਆਤਮਾ ਵਾਲਾ

maliciousness /ਮਅ'ਲਿਸ਼ਅਸਨਅਸ/ *n* ਖ਼ੁਣਸ, ਦੋਖ, ਵੈਰ

malign /ਮਅ'ਲਾਇਨ/ *vt* ਨਿੰਦਾ ਕਰਨਾ, ਬੁਰਾਈ ਕਰਨਾ, ਬਦਨਾਮ ਕਰਨਾ, ਊਜ ਲਾਉਣਾ *a* ਅਸ਼ੁੱਭ, ਘਾਤਕ, ਮਾਰੂ

malignance, malignancy /ਮਅ'ਲਿਗਨਅਨਸ, ਮਅ'ਲਿਗਨਅਨਸਿ/ *n* (ਰੋਗ ਦੀ) ਘਾਤਕਤਾ, ਪ੍ਰਚੰਡਤਾ; ਦਵੈਖ, ਈਰਖਾ; ਕਪਟ

malignant /ਮਅ'ਲਿਗਨਅਨਟ/ *a* (ਰੋਗ) ਘਾਤਕ; ਦੁਸ਼ਟ, ਤੀਬਰ; ਮੰਦਭਾਵਨਾ ਸੂਚਕ; ਵੈਰਪੂਰਨ, ਦੋਖੀ, ਹਾਨੀਕਾਰਕ

maligner /ਮਅ'ਲਾਇਨਅ*/ *n* ਘਿਰਣਾ ਕਰਨ ਵਾਲਾ, ਈਰਖਾ ਕਰਨ ਵਾਲਾ

malignity /ਮਅ'ਲਿਗਨਅਟਿ/ *n* ਦੁਸ਼ਟਤਾ; ਈਰਖਾ, ਦਵੈਖ, ਵੈਰ, ਮੰਦ ਭਾਵਨਾ

malinger /ਮਅ'ਲਿਙਗਅ*/ *vt* (ਛੁੱਟੀ ਲਈ) ਬਿਮਾਰੀ ਦਾ ਬਹਾਨਾ ਕਰਨਾ, ਬਿਮਾਰੀ ਨੂੰ ਲਮਕਾਉਣਾ

malingerer /ਮਅ'ਲਿਙਗ(ਅ)ਰਅ*/ *n* ਬਹਾਨੇਖੋਰ, ਕੰਮਚੋਰ, ਮਕਰਾ

malism /'ਮੈਲਿਜ਼ਅਮ/ *n* 'ਸੰਸਾਰ ਵਿੱਚ ਨੇਕੀ ਨਾਲੋਂ ਬੁਰਾਈ ਅਧਿਕ ਹੈ' ਦਾ ਸਿਧਾਂਤ, ਸ੍ਰਿਸ਼ਟੀਵਾਦ

malison /'ਮੈਲਿਜ਼ਨ/ *n* ਸਰਾਪ, ਦੁਰਅਸੀਸ, ਬਦਅਸੀਸ

mall /ਮੋਲ, ਮੈਲ/ *n* ਠੰਢੀ ਸੜਕ, ਜਨਪਥ, ਛਾਂਦਾਰ ਮਾਰਗ

mallard /'ਮੈਲਾਡ/ *n* ਜੰਗਲੀ ਬਤਕ; ਜੰਗਲੀ ਬਤਕ ਦਾ ਮਾਸ

malleability /ˌਮੈਲਿਅ'ਬਿਲਅਟਿ/ *n* (ਧਾਤ ਦੀ) ਲਚਕ, ਨਰਮਾਈ, ਢਲਨਯੋਗਤਾ

malleable /'ਮੈਲਿਅਬਲ/ *a* (ਧਾਤ) ਜਿਸ ਨੂੰ ਹਥੌੜੇ ਨਾਲ ਕੁੱਟ ਕੇ ਵਧਾਇਆ ਜਾ ਸਕੇ, ਕੁੱਟੇ ਜਾਣ ਯੋਗ, ਨਰਮ

malleate /'ਮੈਲਿਏਇਟ/ *vt* (ਧਾਤ) ਕੁੱਟਣਾ, ਹਥੌੜੇ ਨਾਲ ਕੁੱਟ ਕੇ ਪਤਲਾ ਕਰਨਾ

malleation /ˌਮੈਲਿ'ਏਇਸ਼ਨ/ *n* (ਧਾਤ) ਹਥੌੜੇ ਨਾਲ ਕੁੱਟ ਕੇ ਪਤਲਾ ਕਰਨ ਦਾ ਕਾਰਜ

malleiform /'ਮੈਲੀਇਫ਼ੋਮ/ *a* ਹਥੌੜੇ ਦੇ ਆਕਾਰ ਦਾ

mallenders /'ਮੈਲਅਨਡਅਜ਼/ *n* ਘੋੜੇ ਦੀ ਲੱਤ ਦੀ ਦੱਦ ਜਾਂ ਖਾਜ, ਧੱਧਰ

mallet /'ਮੈਲਿਟ/ *n* ਮੁੰਗਲੀ, ਡੰਮ੍ਹਣੀ, ਪੋਲੋ ਖੂੰਡੀ

malleus /'ਮੈਲਿਅਸ/ *(L)* *n* ਕੰਨ ਦੀ ਇੱਕ ਹੱਡੀ

mallow /'ਮੈਲਅਉ/ *n* ਗੁਲ ਖਤਮੀ, ਇੱਕ ਜੰਗਲੀ ਪੌਦਾ

malm /ਮਾਮ/ *n* ਖੜੀਆ ਮਿੱਟੀ ਦੀ ਚੱਟਾਨ

malmsey /'ਮਾਮਜ਼ਿ/ *n* (ਯੂਨਾਨ, ਸਪੇਨ, ਆਦਿ ਦੀ) ਅੰਗੂਰੀ ਸ਼ਰਾਬ

malnutrition /ˌਮੈਲਨਯੂ'ਟਰਿਸ਼ਨ/ *n* ਅਪੂਰਨ ਖ਼ੁਰਾਕ, ਅਸੰਤੁਲਿਤ ਭੋਜਨ

malodorous /ˌਮੈਲ'ਅਉਡਅਰਅਸ/ *a* ਬਦਬੋਦਾਰ, ਦੁਰਗੰਧਪੂਰਨ

malodour /ਮੈਲ'ਅਉਡਅ*/ *n* ਬਦਬੋ, ਦੁਰਗੰਧ

malpractice /ˌਮੈਲ'ਪਰੈਕਟਿਸ/ *n* ਬਦਚਲਣੀ, ਕੁਕਰਮ, ਦੁਰਾਚਾਰ; ਭ੍ਰਿਸ਼ਟਾਚਾਰ (ਡਾਕਟਰ ਦੀ) ਇਲਾਜ ਵਿੱਚ ਬਦਦਿਆਨਤਦਾਰੀ, ਬੇਪਰਵਾਹੀ, ਗ਼ਫ਼ਲਤ

malpractitioner /ਮੈਲ'ਪਰੈਕਟਿਸ਼ਨਅ*/ *n* ਬਦਚਲਨ, ਭ੍ਰਿਸ਼ਟਾਚਾਰੀ, ਕੁਕਰਮੀ, ਬੇਈਮਾਨ, ਦੁਰਾਚਾਰੀ

malpresentation /ਮੈਲ,ਪਰੈਜ਼ੇਅਨ'ਟੇਇਸ਼ਨ/ *n* ਗਲਤ ਰੂਪ ਵਿੱਚ ਪੇਸ਼ ਕਰਨ ਦੀ ਕਿਰਿਆ

malt /ਮੌਲਟ/ *n* ਸ਼ਰਾਬ ਬਣਾਉਣ ਲਈ ਤਿਆਰ ਕੀਤਾ ਪਦਾਰਥ, ਰਾਹੜਾ, ਮਾਲਟ

Malta fever /'ਮੌਲਟਅ ਫ਼ੀਵ੍ਅ*/ *n* ਭੂ-ਮੱਧ ਸਮੁੰਦਰੀ ਤਾਪ, ਮਾਲਟਾ ਬੁਖ਼ਾਰ

malted milk *n* ਸੱਤੂਆਂ ਅਤੇ ਸੁੱਕੇ ਦੁੱਧ ਤੋਂ ਤਿਆਰ ਆਮ ਤੌਰ 'ਤੇ ਮਿੱਠਾ ਪੀਣ ਵਾਲਾ ਪਦਾਰਥ

maltha /'ਮੈਲਥਅ/ *n* ਇੱਕ ਪ੍ਰਕਾਰ ਦਾ ਸੀਮਿੰਟ

Malthusian /ਮੈਲ'ਥਯੂਜ਼ਿਅਨ/ *a* ਅਰਥ ਵਿਗਿਆਨੀ ਮਾਲਥਸ ਦੇ ਸਿੱਧਾਂਤ ਨਾਲ ਸੰਬੰਧਿਤ, ਮਾਲਥਸ ਨਾਲ ਸੰਬੰਧਿਤ

malt liquor *n* ਜੌਂਆਂ ਦੀ ਸ਼ਰਾਬ

maltose /'ਮੌਲਟਅਉਜ਼, -ਟਅਉਸ/ *n* (ਰਸਾਇਣਿਕ ਕਿਰਿਆ ਨਾਲ ਨਿਕਲੀ) ਚੀਨੀ, ਸ਼ੱਕਰ, ਖੰਡ, ਮਾਲਟੋਜ਼, ਨਸ਼ਾਸਤੇ ਤੋਂ ਬਣਾਈ ਹੋਈ ਖੰਡ

maltreat /ˌਮੈਲ'ਟਰੀਟ/ *vt* ਬੁਰਾ ਸਲੂਕ ਕਰਨਾ, ਬੁਰਾ ਵਰਤਾਅ ਕਰਨਾ, ਦੁਰਵਿਵਹਾਰ ਕਰਨਾ, ਬਦਸਲੂਕੀ ਕਰਨਾ, ਦੁਰਵਰਤੋਂ ਕਰਨਾ

maltreatment /ˌਮੈਲ'ਟਰੀਟਮਅਨਟ/ *n* ਦੁਰਾਚਾਰ, ਦੁਰਵਿਵਹਾਰ, ਬਦਸਲੂਕੀ

malversation /ˌਮੈਲਵ੍ਅ:'ਸੇਇਸ਼ਨ/ *n* ਦੁਰਵਿਵਹਾਰ, ਦੁਰਾਚਾਰ, ਭ੍ਰਿਸ਼ਟਾਚਾਰ, (ਧਨ ਆਦਿ ਦਾ) ਗਬਨ

malvoisie /'ਮੈਲਵੌਇਜ਼ਿ/ *n* ਇੱਕ ਪ੍ਰਕਾਰ ਦੇ ਅੰਗੂਰ; ਮਿੱਠੀ ਸ਼ਰਾਬ

mam /ਮੈਮ/ *n* ਬੇਬੇ, ਮਾਂ, ਮਾਤਾ

mamma /'ਮੈਮਅ, ਮਅ'ਮਾ/ *n* ਅੰਮੀ, ਅੰਬੜੀ, ਮਾਂ ਜੀ, ਬੀ ਜੀ, ਬੀਬੀ ਜੀ

mammal /'ਮੈਮਲ/ *n* ਥਣਧਾਰੀ ਪ੍ਰਾਣੀ, ਦੁੱਧ ਪਿਲਾਉਣ ਵਾਲੇ ਜੀਵ

mammalia /ਮੈ'ਮੇਇਲਿਅ/ *n pl* ਥਣਦਾਰ ਪਸ਼ੂ, ਦੁੱਧ ਚੁੰਘਾਉਣ ਵਾਲੇ ਜਾਨਵਰ

mammalian /ਮੈ'ਮੇਇਲਿਅਨ/ *a* ਦੁੱਧ ਚੁੰਘਾਉਣ ਵਾਲੇ ਜੀਵਾਂ ਸੰਬੰਧੀ

mammary /'ਮੈਮਅਰਿ/ *a* ਥਣਾਂ ਨਾਲ ਸੰਬੰਧਿਤ

mammogram /'ਮੈਮਅਗਰੈਮ/ *n* ਕੈਂਸਰ ਲਈ ਐਕਸ–ਰੇ ਨਾਲ ਥਣਾਂ ਦਾ ਨਿਰੀਖਣ

mammography /ਮੈ'ਮੌਗਰਅਫ਼ਿ/ *n* ਨਾਸੂਰ ਦੀ ਪਰਖ ਲਈ ਛਾਤੀ ਦਾ ਐਕਸ–ਰੇ

Mammon /'ਮੈਮਅਨ/ *n* ਧਨ ਦੇਵਤਾ, ਕੁਬੇਰ; ਮਾਇਆ, ਦੌਲਤ, ਨਾਜਾਇਜ਼ ਢੰਗ ਦੁਆਰਾ ਪ੍ਰਾਪਤ ਕੀਤਾ ਧਨ

mammoth /'ਮੈਮਅਥ/ *a* ਵਿਸ਼ਾਲ, ਬਹੁਤ ਵੱਡਾ, ਮਹਾਨ *n* ਵਿਸ਼ਾਲਕਾਇਆ, ਮਹਾਨ ਦੰਤੀ

mammy /'ਮੈਮਿ/ *n* ਮਾਂ, ਮੰਮੀ, ਅੰਬੜੀ; ਆਯਾ, ਖਿਡਾਵੀ

man[1] /ਮੈਨ/ *n* ਪੁਰਸ਼, ਆਦਮੀ, ਨਰ, ਇਨਸਾਨ, ਮਾਨਵ, ਮਨੁੱਖ ਜਾਤੀ; (ਇਤਿ) ਪਰਜਾ, ਦਾਸ, ਸੇਵਕ, ਨੌਕਰ; ਕਾਰੀਗਰ; (ਬਹੁ) ਸੈਨਿਕ, ਜਵਾਨ, (ਸ਼ਤਰੰਜ ਵਿੱਚ) ਪਿਆਦਾ; (ਚੌਸਰ ਜਾਂ ਚੌਪੜ ਵਿੱਚ) ਗੀਟੇ, ਗੋਟ; ਪਤੀ, ਖਾਵੰਦ **the inner man** *n* ਅੰਤਹਕਰਨ

man[2] *vt* ਸੁਰੱਖਿਆ ਲਈ ਆਦਮੀ ਦੇਣਾ, ਨੌਕਰੀ ਲਈ ਆਦਮੀ ਰੱਖਣਾ; (ਜਲ ਸੈਨਾ) ਮਲਾਹ ਆਦਿ ਰੱਖਣਾ; ਥਾਂ ਪੂਰਤੀ ਕਰਨਾ; ਹਿੰਮਤ ਰੱਖਣਾ, ਹੌਸਲਾ ਵਧਾਉਣਾ, ਦਿਲ ਮਜ਼ਬੂਤ ਕਰਨਾ

mana /'ਮਾਨਅ/ *n* (ਕੁਦਰਤ ਦੀ) ਦੈਵੀ ਸ਼ਕਤੀ, ਈਸ਼ਵਰੀ ਬਲ; ਜਾਦੂ ਦੀ ਤਾਕਤ

manacle /'ਮੈਨਅਕਲ/ *n* ਹੱਥਕੜੀ, ਬੇੜੀ, ਜ਼ੰਜੀਰ, ਸੰਗਲ; ਰੁਕਾਵਟ *vt* ਹੱਥਕੜੀ ਪਹਿਨਾਉਣਾ, ਬੇੜੀ ਨਾਲ ਜਕੜਨਾ, ਜ਼ੰਜੀਰ ਨਾਲ ਕੱਸਣਾ

manage[1] /'ਮੈਨਿਜ/ *n* (ਘੋੜਿਆਂ ਦੀ) ਸਿਖਲਾਈ, ਚਾਲ ਸਿਖਲਾਈ, ਸਿਖਾਈ ਹੋਈ ਚੰਗੀ ਚਾਲ; ਘੋੜਸਵਾਰੀ ਸਿਖਾਉਣ ਦਾ ਸਕੂਲ

manage[2] *v* ਪ੍ਰਬੰਧ ਕਰਨਾ, ਬੰਦੋਬਸਤ ਕਰਨਾ, ਇੰਤਜ਼ਾਮ ਕਰਨਾ, ਦੇਖ-ਭਾਲ ਕਰਨਾ, ਸੰਭਾਲਨਾ; ਪਕੜਨਾ, ਚਲਾਉਣਾ, ਯਤਨ ਕਰਨਾ; (ਖ਼ੁਸ਼ਾਮਦ

ਜਾਂ ਚਾਪਲੂਸੀ ਰਾਹੀ) ਕਾਰਜ ਸਿੱਧ ਕਰਨਾ, ਆਪਣਾ ਕੰਮ ਕੱਢਣਾ; ਉਦੇਸ਼ ਵਿੱਚ ਸਫਲਤਾ ਪ੍ਰਾਪਤ ਕਰਨਾ; ਲੜਨਾ; ਮੁਕਾਬਲਾ ਕਰਨਾ

manageable /'**ਮੈਨਿਜਅਬਲ**/ *a* ਪ੍ਰਬੰਧ ਕਰਨ ਯੋਗ; ਵੱਸ ਵਿੱਚ ਰੱਖਣ ਯੋਗ

management /'**ਮੈਨਿਜਮਅਨਟ**/ *n* ਪ੍ਰਬੰਧ, ਇੰਤਜ਼ਾਮ, ਬੰਦੋਬਸਤ, ਉਪਾਅ, ਜੁਗਤੀ; ਛਲ, ਕਪਟ; ਚਾਲਨ, ਸ਼ਾਸਨ

manager /'**ਮੈਨਿਜਅ***/ *n* ਚਾਲਕ, ਸੰਚਾਲਕ, ਪ੍ਰਬੰਧਕ, ਮੈਨੇਜਰ, ਕਾਰਿੰਦਾ; (ਸੰਸਦ ਦੇ) ਦੋਹਾਂ ਸਦਨਾਂ ਦੀ ਇਕੱਠੀ ਸਭਾ ਦਾ ਮੈਂਬਰ; (ਕਨੂੰ) ਮੁਖ਼ਤਿਆਰ, ਸਰਬਰਾਹ, ਕਾਰਜ ਸੰਪਾਦਕ

managerial /ˌ**ਮੈਨਅ'ਜਿਅਰਿਅਲ**/ *a* ਪ੍ਰਬੰਧਕੀ, ਪ੍ਰਬੰਧ ਸੰਬੰਧੀ

managership /'**ਮੈਨਿਜਅਸ਼ਿਪ**/ *n* ਪ੍ਰਬੰਧਕਤਾ, ਮੈਨੇਜਰ ਦਾ ਅਹੁਦਾ

managing /'**ਮੈਨਿਜਿਙ**/ *n* ਇੰਤਜ਼ਾਮ, ਪ੍ਰਬੰਧ *a* ਪ੍ਰਬੰਧਕ, ਚਾਲਕ

managing body *n* ਪ੍ਰਬੰਧਕੀ ਸੰਸਥਾ

managing committee *n* ਪ੍ਰਬੰਧਕੀ ਕਮੇਟੀ

managing director *n* ਪ੍ਰਬੰਧ-ਨਿਰਦੇਸ਼ਕ

managing partner *n* ਪ੍ਰਬੰਧਕ-ਭਾਈਵਾਲ

manakin /'**ਮੈਨਅਕਿਨ**/ *n* ਇੱਕ ਅਮਰੀਕਨ ਚਿੜੀ **man at arms** *n* ਸਿਪਾਹੀ, ਹਥਿਆਰਬੰਦ ਸੈਨਿਕ; ਯੋਧਾ, ਸੈਨਿਕ

manche /**ਮਾਨਸ਼**/ *n* ਬਾਂਹ, ਆਸਤੀਨ

manchet /'**ਮੈਨਚਿਟ**/ *n* ਵਧੀਆ ਡਬਲ ਰੋਟੀ

mandamus /**ਮੈਨ'ਡੇਇਮਅਸ**/ *n* ਹੁਕਮਨਾਮਾ, ਫ਼ਰਮਾਨ, (ਉੱਚੀ ਅਦਾਲਤ ਵੱਲੋਂ ਨੀਵੀਂ ਨੂੰ) ਆਦੇਸ਼

mandarin[1] /'**ਮੈਨਡਅਰਿਨ**/ *n* ਚੀਨੀ ਅਧਿਕਾਰੀ; ਚੀਨੀ ਭਾਸ਼ਾ; ਵੱਡਾ ਅਫ਼ਸਰ; ਚੀਨੀ ਵੇਸ ਵਾਲਾ ਗੁੱਡਾ

mandarin[2], **mandarine** *n* ਇੱਕ ਪ੍ਰਕਾਰ ਦੀ ਨਾਰੰਗੀ; ਇੱਕ ਪ੍ਰਕਾਰ ਦੀ ਸ਼ਰਾਬ; (ਤਾਰਕੋਲ ਤੋਂ ਨਿਕਲਨ ਵਾਲਾ) ਨਾਰੰਗੀ ਰੰਗ

mandatary /'**ਮੈਨਡਅਟ(ਅ)ਰਿ**/ *n* (ਕਨੂੰ) ਅਧਿਦੇਸ਼ਕ; ਅਧਿਕ੍ਰਿਤ ਵਿਅਕਤੀ

mandate[1] /'**ਮੈਨਡੇਇਟ**/ *n* ਫ਼ਰਮਾਨ, ਸਰਕਾਰੀ ਆਦੇਸ਼, ਅਧਿਆਦੇਸ਼, (ਰਾਸ਼ਟਰ ਸੰਘ ਵੱਲੋਂ) ਗੁਲਾਮ ਦੇਸ਼ਾਂ ਉੱਪਰ ਹਕੂਮਤ ਕਰਨ ਦਾ ਅਧਿਕਾਰ; ਆਗਿਆ-ਪੱਤਰ

mandate[2] /'**ਮੈਨਡੇਇਟ**, ˌ**ਮੈਨ'ਡੇਇਟ**/ *vt* (ਨਿਯੁਕਤ ਕੀਤੇ ਗਏ ਵਿਅਕਤੀ ਨੂੰ ਰਾਜ ਆਦਿ) ਸੌਂਪਣਾ, ਸਮਰਪਣ ਕਰਨਾ

mandated /'**ਮੈਨਡੇਇਟਿਡ**/ *a* ਆਰਜ਼ੀ ਤੌਰ 'ਤੇ ਕਿਸੇ ਹੋਰ ਦੇਸ਼ ਦੀ ਹਕੂਮਤ ਅਧੀਨ ਕੀਤਾ ਹੋਇਆ ਪ੍ਰਦੇਸ਼

mandatory /'**ਮੈਨਡਅਟਅਰਿ**/ *a* ਅਧਿਦੇਸ਼ਾਤਮਿਕ, ਅਧਿਦੇਸ਼ੀ, ਲਾਜ਼ਮੀ, ਆਵਸ਼ਕ; ਵੇਖੋ **mandatary**

mendible /'**ਮੈਨਡਿਬਲ**/ *n* (ਥਣਧਾਰੀ ਜੀਵਾਂ ਅਤੇ ਮੱਛੀਆਂ ਦਾ) ਜਬਾੜਾ

mandibular /**ਮਨ'ਡਿਬਯੁਲਅ***/ *a* ਜਬਾੜੇ ਵਾਲਾ, ਜਬਾੜੇ ਦਾ

mandola, mandora /'**ਮੈਨਡਅਉਲਅ**, '**ਮੈਨਡੋਰਅ**/ *n* ਇੱਕ ਪ੍ਰਕਾਰ ਦੀ ਵੀਣਾ, ਸਾਰੰਗੀ,

mandolin /'**ਮੈਨਡਅਲਿਨ**, ˌ**ਮੈਨਡਅ'ਲਿਨ**/ *n* ਧਾਤ ਦੀਆਂ ਤੰਦਾਂ ਵਾਲਾ ਇੱਕ ਸੰਗੀਤ ਸਾਜ਼

mandrel, mandril /'**ਮੈਨਡਰਅਲ**/ *n* ਖਰਾਦ ਦਾ ਧੁਰਾ; (ਖਾਣ ਪੁੱਟਣ ਵਾਲੀ)ਕੁਦਾਲੀ

mandrill /'**ਮੈਨਡਰਿਲ**/ *n* ਵਣ ਮਾਣਸ, ਇੱਕ ਕਿਸਮ ਦਾ ਵੱਡਾ ਲੰਗੂਰ

manducate /'**ਮੈਨਡਯੁਕੇਇਟ**/ *vt* ਚਬਾਉਣਾ (ਖਾਣਾ), ਚਿੱਥਣਾ

manducation /ˌ**ਮੈਨਡਯੁ'ਕੇਇਸ਼ਨ**/ *n* ਖਾਣ ਦੀ ਕਿਰਿਆ, ਚਬਾਉਣ ਦੀ ਕਿਰਿਆ

manducatory /'**ਮੈਨਡਯੁਕਅਟ(ਅ)ਰਿ**/ *a* ਚਬਾਉਣ ਵਾਲਾ, ਖਾਣ ਵਾਲਾ

mane /**ਮੇਇਨ**/ *n* ਅਯਾਲ, (ਘੋੜੇ ਆਦਿ ਦੇ) ਗਰਦਨ ਜਾਂ ਧੌਣ ਦੇ ਵਾਲ, ਵਾਗਾਂ

maned /ਮੇਇਨਡ/ *a* ਅਯਾਲਦਾਰ, ਕੇਸ ਯੁਕਤ

manege /ਮੈ'ਨੇਇਯ਼/ *n* ਘੋੜਸਵਾਰੀ ਦਾ ਸਕੂਲ; ਘੋੜਸਵਾਰੀ; ਸਿਧਾਏ ਹੋਏ ਘੋੜੇ ਦੀ ਚਾਲ

manes /ਮੇਇਨਜ਼/ *n* (ਬਹੁ) ਪਿੱਤਰ, ਪਿੱਤਰ ਦੇਵ, ਸੁਰਗੀ ਪੂਰਵਜਾਂ ਦੀਆਂ ਪਵਿੱਤਰ ਆਤਮਾਵਾਂ

manful /'ਮੈਨਫ਼ੁਲ/ *a* ਬਹਾਦਰ, ਸੂਰਬੀਰ, ਦਲੇਰ, ਸਾਹਸੀ, ਅਟਲ, ਦ੍ਰਿੜ੍ਹ, ਇਰਾਦੇ ਦਾ ਪੱਕਾ

manfulness /'ਮੈਨਫ਼ੁਲਨਅਸ/ *n* ਮਰਦਾਨਗੀ, ਸੂਰਬੀਰਤਾ, ਬਹਾਦਰੀ, ਦਲੇਰੀ; ਦ੍ਰਿੜ੍ਹਤਾ

manganese /'ਮੈਙਗਅਨੀਜ਼/ *n* ਮੈਂਗਨੀਜ਼, ਸਫਟਕ ਲੋਹਾ

mange /ਮੇਇਨਜ/ *n* ਖੁਰਕ, ਖ਼ਾਰਸ਼, ਖੁਜਲੀ, ਚਮੜੀ ਦਾ ਇੱਕ ਰੋਗ (ਖਾਸ ਕਰ ਕੇ ਜਾਨਵਰਾਂ ਵਿੱਚ), ਚਮੜੀ ਦੀ ਰੋਗੀ ਦਸ਼ਾ

mangel /'ਮੈਨਗਲ/ *n* ਇੱਕ ਵੱਡੇ ਆਕਾਰ ਦਾ ਚੁਕੰਦਰ

manger /'ਮੇਇਨਜਅ*/ *n* ਖੁਰਲੀ, ਖੁਰਲ **dog in the manger policy** ਨਾ ਖਾਵਾਂਗੇ ਨਾ ਖਾਣ ਦਿਆਂਗੇ ਵਾਲੀ ਨੀਤੀ, ਨਾਂ ਖੇਡਾਂਗੇ ਨਾ ਖੇਡਣ ਦਿਆਂਗੇ

mangle /'ਮੈਙਗਲ/ *n* ਕੱਪੜਿਆਂ ਨੂੰ ਪ੍ਰੈੱਸ ਕਰਨ ਦੀ ਮਸ਼ੀਨ, ਪ੍ਰੈੱਸ *vt* ਪ੍ਰੈੱਸ ਕਰਨਾ, ਟੋਟੇ-ਟੋਟੇ ਕਰਨਾ, ਪੜਛੇ ਲਾਹੁਣਾ, ਵੱਢ-ਟੁੱਕ ਕੇ ਵਿਗਾੜ ਦੇਣਾ; (ਲੇਖ ਆਦਿ ਦੀ) ਸ਼ਕਲ ਵਿਗਾੜ ਦੇਣਾ; ਕੁਝ ਦਾ ਕੁਝ ਬਣਾ ਦੇਣਾ, ਰੂਪੋਂ ਕੁਰੂਪ ਕਰ ਦੇਣਾ

mangled /'ਮੈਙਗਲਡ/ *a* ਪ੍ਰੈੱਸ ਕੀਤਾ ਹੋਇਆ; ਟੁਕੜੇ-ਟੁਕੜੇ, ਛਿੰਨ-ਭਿੰਨ, ਰੂਪੋਂ ਕੁਰੂਪ

mangler /'ਮੈਙਗਲਅ*/ *n* ਮੈਂਗਲ ਨਾਲ ਕੱਪੜੇ ਪ੍ਰੈੱਸ ਕਰਨ ਵਾਲਾ

mango /'ਮੈਙਗਅਉ/ *n* ਅੰਬ, ਗਰਮੀ ਦੀ ਰੁੱਤ ਦਾ ਇੱਕ ਫਲ

mangonel /'ਮੈਙਗਅਨਲ/ *n* (ਇਤਿ) ਪੱਥਰ ਸੁੱਟਣ ਵਾਲਾ ਫੌਜੀ ਇੰਜਣ

mangrove /'ਮੈਙਗਰਅਉਵ਼/ *n* ਊਸ਼ਣ ਕਟਿਬੰਧ ਦਾ ਇੱਕ ਰੁੱਖ

manhandle /'ਮੈਨਹੈਨਡਲ/ *vt* ਹੱਥੋਪਾਈ ਕਰਨਾ; (ਕੰਮ ਕਰਨ ਲਈ) ਸਰੀਰਿਕ ਬਲ ਦੀ ਵਰਤੋਂ ਕਰਨਾ

manhole /'ਮੈਨਹਅਉਲ/ *n* ਸੜਕ ਦੇ ਸੀਵਰਿਜ ਦਾ ਮੋਘਾ ਜਾਂ ਮਘੋਰਾ

manhood /'ਮੈਨਹੁਡ/ *n* ਮਾਨਵਤਾ, ਮਨੁੱਖਤਾ; ਮਰਦਉਪੁਣਾ, ਮਰਦਾਨਗੀ; ਸਾਹਸ, ਹਿੰਮਤ

man-hour *n* ਇੱਕ ਘੰਟੇ ਵਿੱਚ ਕੀਤਾ ਇੱਕ ਕਿਰਤੀ ਦਾ ਕੰਮ

manhunt /'ਮੈਨਹਅੱਨਟ/ *n* ਭਗੌੜੇ ਕੈਦੀ ਜਾਂ ਦੋਸ਼ੀ ਦੀ ਢੂੰਡ ਭਾਲ ਅਤੇ ਪਕੜ ਪਕੜਾਈ

mania /'ਮੇਇਨਿਅ/ *n* ਖਬਤ, ਸ਼ੁਦਾਅ, ਮਨਕ

maniac /'ਮੇਇਨਿਐਕ/ *a* ਖ਼ਬਤੀ, ਸ਼ੁਦਾਈ, ਸਨਕੀ, ਦੀਵਾਨਾ, ਸਿਰੜੀ *n* ਪਾਗਲ ਆਦਮੀ

manic /'ਮੈਨਿਕ/ *a* ਉਨਮੱਤ, ਸਨਕੀ, ਖਪਤੀ, ਚੇਸ਼ਟਾਵਾਨ, ਲਾਲਸਾਮਈ

manicure /'ਮੈਨਿਕਯੁਅ*/ *n* ਹੱਥਾਂ ਅਤੇ ਨਹੁੰਆਂ ਦੀ ਸਫ਼ਾਈ ਆਦਿ, ਨਹੁੰ ਕੱਟਣ ਦੀ ਕਿਰਿਆ *vt* ਹੱਥਾਂ ਅਤੇ ਨਹੁੰਆਂ ਦੀ ਸਫ਼ਾਈ ਕਰਨਾ, ਨਹੁੰ ਕੱਟਣੇ

manifest /'ਮੈਨਿਫ਼ੈਸੱਟ/ *n* (ਜਹਾਜ਼ ਦੇ ਮਾਲ ਦਾ) ਬੀਜਕ *v* ਪ੍ਰਗਟਾਉਣਾ, ਪ੍ਰਤੱਖ ਕਰਨਾ, ਉਘਾੜਨਾ; ਸਿੱਧ ਕਰਨਾ, ਸਾਖਿਆਤ ਕਰਨਾ, ਅਭਿਵਿਅਕਤ ਕਰਨਾ; (ਰਾਜਨੀਤਿਕ ਦਲਾਂ ਆਦਿ ਦਾ) ਜਨਮੱਤ ਦਾ ਪ੍ਰਦਰਸ਼ਨ ਕਰਨਾ *a* ਪ੍ਰਤੱਖ, ਪ੍ਰਗਟ, ਉੱਘਾ, ਵਿੱਦਮਾਨ, ਉਜਾਗਰ, ਜਾਹਰ, ਹਾਜ਼ਰ ਨਾਜ਼ਰ

manifestation /,ਮੈਨਿਫ਼ੈੱ'ਸਟੇਇਸ਼ਨ/ *n* ਅਭਿਵਿਅੰਜਨ, ਪ੍ਰਕਾਸ਼, ਜ਼ਹੂਰ

manifestative /,ਮੈਨਿ'ਫ਼ੈਸੱਟਅਟਿਵ਼/ *a* ਪ੍ਰਗਟ, ਪ੍ਰਕਾਸ਼ਮਾਨ, ਪ੍ਰਦਰਸ਼ਨੀਯੋਗ

manifested /'ਮੈਨਿਫ਼ੈਸੱਟਿਡ/ *a* ਸਪਸ਼ਟ, ਪ੍ਰਗਟ

manifester /'ਮੈਨਿਫ਼ੈਸੱਟਅ*/ *n* ਪ੍ਰਕਾਸ਼ਕ, ਪ੍ਰਦਰਸ਼ਨੀ ਕਰਨ ਵਾਲਾ

manifestly /'ਮੈਨਿਫ਼ੈੱਸਟਲਿ/ *adv* ਪ੍ਰਗਟ ਤੌਰ ’ਤੇ, ਖੁਲ੍ਹਮ-ਖੁੱਲ੍ਹਾ

manifestness /'ਮੈਨਿਫ਼ੈੱਸਟਨਅਸ/ *n* ਸਪਸ਼ਟਤਾ, ਪ੍ਰਕਾਸ਼ਣ, ਸਪਸ਼ਟੀਕਰਨ

manifesto /ˌਮੈਨਿ'ਫ਼ੈੱਸਟਅਉ/ *n* ਮਨੋਰਥ-ਪੱਤਰ, ਘੋਸ਼ਣਾ-ਪੱਤਰ, ਐਲਾਨਨਾਮਾ, ਮੈਨੀਫੈਸਟੋ, ਪ੍ਰਗਟਾਵਾ

manifold /'ਮੈਨਿਫ਼ਅਉਲਡ/ *vt* ਬਹੁਗੁਣਾ ਕਰਨਾ, ਬਹੁਵਿਧੀ ਬਣਾਉਣਾ, ਅਨੇਕ ਅਤੇ ਬਹੁਭਾਂਤੀ ਬਣਾਉਣਾ *a* ਬਹੁਭਾਂਤੀ, ਬਹੁਵਿਧ, ਨਾਨਾ ਵਿਧ, ਵੰਨ-ਸੁਵੰਨਾ, ਤਰ੍ਹਾਂ-ਤਰ੍ਹਾਂ ਦਾ, ਅਨੇਕ ਤਰ੍ਹਾਂ ਦਾ

manikin /'ਮੈਨਿਕਿਨ/ *n* ਬੌਣਾ, ਠਿੰਗਣਾ; ਮਨੁੱਖੀ ਸਰੀਰ ਦਾ ਢਾਂਚਾ, ਪਿੰਜਰ

manila /ਮਅ'ਨਿਲਅ/ *n* ਮਨੀਲਾ ਦੀ ਬਣੀ ਹੋਈ ਚੁਰਟ; ਸਣ ਦੀ ਰੱਸੀ; ਸਣ ਦਾ ਕਾਗਜ਼

maniple /'ਮੈਨਿਪਲ/ *n* ਫ਼ੌਜੀ ਦਸਤਾ

manipular /ਮਅ'ਨਿਪਯੁਲਅ*/ *a* ਹੱਥ ਦੇ ਕੰਮ ਸੰਬੰਧੀ

manipulate /ਮਅ'ਨਿਪਯੁਲੇਇਟ/ *vt* ਹੱਥਾਂ ਨਾਲ ਚਲਾਉਣਾ ਜਾਂ ਵਰਤਣਾ; ਕੰਮ ਲੈਣਾ ਜਾਂ ਕੰਮ ਵਿੱਚ ਲਿਆਉਣਾ; ਆਪਣੇ ਹਿੱਤਾਂ ਅਨੁਕੂਲ ਸੇਧ ਦੇਣਾ, ਆਪਣੇ ਹਿੱਤ ਵਿੱਚ ਵਰਤਣਾ; ਛਲ ਖੇਡਣਾ, ਜੋੜ-ਤੋੜ ਕਰਨਾ

manipulation /ਮਅˌਨਿਪਯੁ'ਲੇਇਸ਼ਨ/ *n* ਹੱਥ ਫੇਰੀ, ਜੁਗਤ, ਜੋੜ-ਤੋੜ; ਪੱਤੇਬਾਜ਼ੀ, ਹੁਸ਼ਿਆਰੀ

manipulative /ਮਅ'ਨਿਪਯਅਲਅਟਿਵ਼/ *a* ਛਲ ਭਰਿਆ

manipulator /ਮਅ'ਨਿਪਯੁਲੇਇਟਅ*/ *n* ਪੱਤੇਬਾਜ਼, ਸੁਆਰਥ ਸਾਧਕ, ਛਲੀਆ, ਸਾਜ਼-ਬਾਜ਼ ਕਰਨ ਵਾਲਾ

manitou /'ਮੈਨਿਟੂ/ *n* ਭੂਤ-ਪ੍ਰੇਤ, ਅਲੌਕਿਕ ਸ਼ਕਤੀਸ਼ਾਲੀ ਵਸਤੂਆਂ

mankind /ਮੈਨ'ਕਾਇਨਡ/ *n* ਮਾਨਵ ਜਾਤੀ, ਪੁਰਸ਼, ਮਨੁੱਖ, ਮਾਨਵ

manless /'ਮੈਨਲਅਸ/ *a* ਮਨੁੱਖ ਤੋਂ ਬਿਨਾਂ (ਥਾਂ ਜਾਂ ਔਰਤ ਆਦਿ), ਉਜਾੜ, ਸੁੰਨਾ; ਨਿਰਜਨ

manlike /'ਮੈਨਲਾਇਕ/ *n* ਮਾਨਵ ਰੂਪ *a* ਇਨਸਾਨੀ; ਮਰਦਾਨਗੀ ਭਰਿਆ

manliness /'ਮੈਨਲਿਨਅਸ/ *n* ਵੀਰਤਾ, ਬਹਾਦਰੀ, ਸੂਰਮਗਤੀ, ਸਾਹਸ; ਮਾਨਵਤਾ

manly /'ਮੈਨਲਿ/ *a* ਬਹਾਦਰੀ ਭਰਿਆ, ਸਾਹਸੀ; ਮਾਨਵਗੁਣ ਸੰਪੰਨ

manna /'ਮੈਨਅ/ *n* (ਯਹੂਦੀਆਂ ਦਾ) ਧਾਰਮਿਕ ਭੋਜ; ਪੌਦਿਆਂ ਤੋਂ ਕੱਢਿਆ ਸਤ

manned /ਮੈਨਡ/ *a* (ਅਧਿਕ੍ਰਿਤ ਵਿਅਕਤੀਆਂ ਦੁਆਰਾ) ਸੁਰੱਖਿਅਤ

mannequin /'ਮੈਨਿਕਿਨ/ *n* ਸੀਤੇ ਕੱਪੜੇ ਦੀ ਨੁਮਾਇਸ਼ ਲਈ ਦੁਕਾਨਦਾਰ ਵੱਲੋਂ ਵਰਤਿਆ ਜਾਂਦਾ ਪੁਤਲਾ; ਔਰਤ ਜਿਸਦਾ ਕੰਮ ਗਾਹਕਾਂ ਨੂੰ ਕੱਪੜੇ ਪਾ ਕੇ ਵਿਖਾਉਣਾ ਹੁੰਦਾ ਹੈ

manner /'ਮੈਨਅ*/ *n* ਵਿਧੀ, ਢੱਬ, ਡੌਲ, ਤਰਜ਼, ਤੌਰ, ਤਰੀਕਾ; ਆਚਾਰ, ਸ਼ਿਸ਼ਟਾਚਾਰ, ਵਿਹਾਰ; (ਬਹੁ) ਚੱਜ, ਰੀਤ, ਢੰਗ, ਰੀਤੀ, ਰਸਮ, ਚਾਲ-ਢਾਲ, ਦਸਤੂਰ, ਵਰਤਾਰਾ

mannered /'ਮੈਨਅਡ/ *a* ਸੁਸ਼ੀਲ, ਭੱਦਰ, ਵਿਨੀਤ

mannerism /'ਮੈਨਅਰਿਜ਼ਅਮ/ *n* ਸ਼ਿਸ਼ਟਤਾ, ਆਚਾਰ, ਆਚਰਨ, ਵਿਵਹਾਰ; ਸਾਹਿਤ ਜਾਂ ਕਲਾ ਦੀ ਸ਼ਿਸ਼ਟ ਸ਼ੈਲੀ; ਤਕੀਆ ਕਲਾਮ, ਬੋਲ-ਚਾਲ ਦੀ ਅਚੇਤ ਸ਼ੈਲੀ

mannerless /'ਮੈਨਅਲਅਸ/ *n* ਕੁਚੱਜਾ, ਅਸ਼ਿਸ਼ਟ, ਦੁਰਾਚਾਰੀ

mannerliness /'ਮੈਨ(ਅ)ਲਿਨਅਸ/ *n* ਸੁਚੱਜ, ਸੁਸ਼ੀਲਤਾ, ਸ਼ਿਸ਼ਟਾਚਾਰ

mannerly /'ਮੈਨ(ਅ)ਲਿ/ *a* ਸੁਚੱਜਾ, ਆਚਾਰਵਾਨ, ਸ਼ਿਸ਼ਟ, ਭੱਦਰ, ਸੁਸ਼ੀਲ

mannish /'ਮੈਨਿਸ਼/ *a* ਪੁਰਸ਼ ਜਾਤੀ ਦਾ, ਆਦਮੀ

ਦਾ; ਮਨੁੱਖ ਸਮਾਨ, ਪੁਰਸ਼ ਵਰਗਾ

manoeuvrability /ਮਅ,ਨੂਵ੍ਰਅ'ਬਿਲਅਟਿ/ *n* ਯੁੱਧ ਅਭਿਆਸ ਵਿੱਚ ਨਿਪੁੰਨਤਾ

manoeuvre /ਮਅ'ਨੂਵ੍ਅ*/ *n* ਪੈਂਤੜੇਬਾਜ਼ੀ, ਚਲਾਕੀ, ਜੁਗਤੀ, ਦਾਅ, ਚਾਲ, ਉਪਾਅ, ਜੋੜ-ਤੋੜ; ਸਥਿਤੀ ਪਰਿਵਰਤਨ; ਯੁੱਧ ਅਭਿਆਸ *v* ਯੁੱਧ ਅਭਿਆਸ ਕਰਨਾ; ਦਾਅ ਲਾਉਣਾ; (ਵਿਅਕਤੀ, ਵਸਤੂ ਨੂੰ) ਚਤੁਰਤਾ ਨਾਲ ਬਚਾ ਕੇ ਲੈ ਜਾਣਾ, ਸਥਿਤੀ ਪਰਿਵਰਤਨ ਕਰਨਾ

manoeuvrer /ਮਅ'ਨੂਵ੍(ਅ)ਰਅ*/ *n* ਯੁੱਧ ਅਭਿਆਸੀ; ਚਲਾਕ, ਜੁਗਤੀ, ਢੰਗੀ

man of letters *n* ਲੇਖਕ; ਸਾਹਿਤ ਆਲੋਚਕ

manor /'ਮੈਨਅ*/ *n* ਜਗੀਰ, ਮਿਲਖ, ਤਅੱਲੁਕਾ, ਜ਼ਿਮੀਂਦਾਰੀ

manorial /ਮਅ'ਨੋਰਿਅਲ/ *a* ਜਗੀਰ ਸੰਬੰਧੀ, ਜ਼ਿਮੀਂਦਾਰ ਸੰਬੰਧੀ

manpower /'ਮੈਨਪਾਉਅ*/ *n* ਮਨੁੱਖੀ ਸ਼ਕਤੀ

mansard /'ਮੈਨਸਾਡ/ *n* ਦੋਵੇਂ ਪਾਸੇ ਢਲਾਨ ਵਾਲੀ ਛੱਤ, ਢਾਲਦਾਰ ਛੱਤ

mansion /'ਮੈਨਸ਼ਨ/ *n* ਹਵੇਲੀ, ਮਹਿਲ, ਕੋਠੀ, ਭਵਨ, (ਬਹੁ) ਕਈ ਮੰਜ਼ਲਾ ਮਕਾਨ

manslaughter /'ਮੈਨਸਲੋਟਅ*/ *n* ਗ਼ੈਰਕਾਨੂੰਨੀ ਤੌਰ 'ਤੇ ਆਦਮੀ ਨੂੰ ਕਤਲ ਕਰਨ ਦਾ ਦੋਸ਼, ਆਦਮੀ ਦਾ ਕਤਲ

mansuetude /'ਮੈਨਸਵਿਟਯੂਡ/ *n* ਨਿਮਰਤਾ; ਅਧੀਨਗੀ, ਮਸਕੀਨੀ

manta /'ਮੈਨਟਅ/ *n* ਕੰਬਲ; ਢਿੱਲਾ ਚੋਗਾ; ਘੋੜੇ ਦਾ ਸਾਜ਼, ਝੁੱਲ

mantel /'ਮੈਨਟਲ/ *n* ਕਾਰਨਸ, ਅੰਗੀਠੀ

mantelet /'ਮੈਨਟਲਿਟ/ *n* ਚੋਗਾ, ਇੱਕ ਤਰ੍ਹਾਂ ਦਾ ਛੋਟਾ ਲਬਾਦਾ

mantelpiece /'ਮੈਨਟਲਪੀਸ/ *n* ਅੰਗੀਠੀ, ਕਾਰਨਸ

mantelshelf /'ਮੈਨਟ(ਅ)ਲਸ਼ੈੱਲਫ/ *n* ਅੰਗੀਠੀ ਦੇ ਉੱਪਰ ਦੀ ਅਲਮਾਰੀ

mantic /'ਮੈਨਟਿਕ/ *a* ਅਧਿਆਤਮਿਕ

mantilla /ਮੈਨ'ਟਿਲਅ/ *n* ਦੁਪੱਟਾ, ਚੁੰਨੀ

mantis /'ਮੈਨਟਿਸ/ *n* (ਘਰ ਆਦਿ ਦਾ) ਟਿੱਡਾ

mantissa /ਮੈਨ'ਟਿਸਅ/ *n* ਦਸ਼ਮ, ਇਸ਼ਾਰੀਆ, ਅਪੂਰਨ ਅੰਸ਼

mantle /'ਮੈਨਟਲ/ *n* ਇਸਤਰੀਆਂ ਦਾ ਬਿਨਾਂ ਬਾਹਵਾਂ ਦੇ ਚੋਗਾ; ਲਬਾਦਾ, ਦੁੱਪਟਾ, ਨਕਾਬ; ਜਾਲੀ, ਕੱਜਣ; ਗੈਸ ਦੇ ਲੈਂਪ ਦੀ ਜਾਲੀ ਵਰਗੀ ਟੋਪੀ, ਜਾਲੀ ਟੋਪੀ, ਗੈਸ ਦਾ ਮੈਂਟਲ *v* ਚੋਗਾ ਜਾਂ ਲਬਾਦਾ ਪਾਉਣਾ, ਚੋਗੇ ਨਾਲ ਢੱਕ ਲੈਣਾ, ਛੁਪਾ ਲੈਣਾ, ਪਰਦਾ ਪਾਉਣਾ; (ਪਾਣੀ ਉੱਤੇ) ਮੈਲ ਜੰਮਣਾ, (ਟੋਭੇ ਵਿੱਚ) ਪਾਣੀ ਉੱਤੇ ਬੂਰ ਜਾਂ ਸਾਵਲ ਚੜ੍ਹ ਆਉਣਾ, (ਸ਼ਰਮ ਨਾਲ ਮੂੰਹ ਉੱਤੇ) ਲਾਲੀ ਦੌੜ ਜਾਣਾ

mantua /'ਮੈਨਟਯੁਅ/ *n* ਗਾਊਨ; ਇਸਤਰੀਆਂ ਦਾ ਕੱਪੜਿਆਂ ਦੇ ਉੱਤੇ ਪਾਉਣ ਵਾਲਾ ਢਿੱਲਾ ਚੋਗਾ; ਲਹਿੰਗਾ

manual /'ਮੈਨਯੁਅਲ/ *n* ਹੱਥਲਿਖਤ ਪੁਸਤਕਾਂ; ਕਿਤਾਬੜੀ, ਗੁਟਕਾ, ਨੇਮਾਵਲੀ, ਮੈਨੂਅਲ; ਉਂਗਲੀਆਂ ਨਾਲ ਵਜਾਉਣ ਵਾਲਾ ਆਰਗਨ ਵਾਜਾ *a* ਦਸਤੀ, ਹੱਥਾਂ ਸੰਬੰਧੀ, ਹੱਥ ਦਾ, ਸਰੀਰਿਕ; ਹੱਥਾਂ ਨਾਲ ਚੱਲਣ ਵਾਲਾ (ਇੰਜਣ)

manual art *n* ਹਸਤ ਕਲਾ

manual exercise *n* ਸਰੀਰਿਕ ਕਸਰਤ

manual instruction *n* ਸਰੀਰਿਕ ਸਿਖਲਾਈ

manual labour *n* ਸਰੀਰਿਕ ਕਿਰਤ

manual process *n* ਸਰੀਰਿਕ ਪ੍ਰਕਿਰਿਆ

manual work *n* ਹੱਥ ਦਾ ਕੰਮ

manufactory /,ਮੈਨਯੁ'ਫ਼ੈਕਟ(ਅ)ਰਿ/ *n* ਕਾਰਖਾਨਾ, ਸ਼ਿਲਪਗ੍ਰਹਿ, ਸ਼ਿਲਪਸ਼ਾਲਾ, ਨਿਰਮਾਣਸ਼ਾਲਾ

manufactural /,ਮੈਨਯੁ'ਫ਼ੈਕਚਰਅਲ/ *a* ਉਤਪਾਦਨ ਸੰਬੰਧੀ, ਨਿਰਮਾਣ ਸੰਬੰਧੀ

manufacture /,ਮੈਨਯੁ'ਫ਼ੈਕਚਅ*/ *n*

ਕਾਰੀਗਰੀ, ਸ਼ਿਲਪਕਾਰੀ, ਸਾਖਤ, ਬਣਤ, ਕਾਢ, ਨਿਰਮਾਣ; (ਵਸਤੂਆਂ ਦਾ ਵੱਡੀ ਪੱਧਰ ਉੱਤੇ) ਉਤਪਾਦਨ; ਬਣਾਈਆਂ ਗਈਆਂ ਵਸਤੂਆਂ *vt* ਨਿਰਮਿਤ ਚੀਜ਼ਾਂ ਬਣਾਉਣਾ, ਘੜਨਾ, ਨਿਰਮਾਣ ਕਰਨਾ; (ਕਹਾਣੀ ਆਦਿ) ਘੜ ਲੈਣਾ, ਰਚਣਾ, ਬਣਾਉਣਾ

manufactured /**,ਮੈਨਯੁ'ਫ਼ੈਕਚਅਡ**/ *a* ਰਚਿਆ ਗਿਆ, ਬਣਾਇਆ ਗਿਆ, ਨਿਰਮਿਤ, ਬਣਾਉਟੀ

manufacturer /**,ਮੈਨਯੁ'ਫ਼ੈਕਚਅਰਅ***/ *n* ਉਤਪਾਦਕ, ਨਿਰਮਾਤਾ, ਕਾਰਖ਼ਾਨੇਦਾਰ; ਕਾਰੀਗਰ, ਸ਼ਿਲਪਕਾਰ

manufacturing /**,ਮੈਨਯੁ'ਫ਼ੈਕਚਅਰਿਙ**/ *a* ਉਤਪਾਦਕ, ਨਿਰਮਾਤਾ, ਨਿਰਮਾਣ ਕਰਨ ਵਾਲਾ, ਨਿਰਮਾਣਕਾਰੀ *n* ਨਿਰਮਾਣ

manufacturing account *n* ਉਤਪਾਦਨ ਲੇਖਾ

manufacturing chemist *n* ਉਤਪਾਦਨ ਰਸਾਇਣੀ

manufacturing establishment *n* ਨਿਰਮਾਣ ਸੰਸਥਾ

manufacturing goods *n* ਉਤਪਾਦਨ ਜਿਨਸ

manufacturing process *n* ਉਤਪਾਦਨ ਪ੍ਰਕਿਰਿਆ

manufacturing value *n* ਉਤਪਾਦਨ ਮੁੱਲ

manufacturing wages *n* ਉਤਪਾਦਨ ਭੱਤਾ

manumission /**,ਮੈਨਯੁ'ਮਿਸ਼ਨ**/ *n* ਮੁਕਤੀ, ਛੁਟਕਾਰਾ, ਗੁਲਾਮੀ ਤੋਂ ਰਿਹਾਈ, ਬੰਧਨ ਤੋਂ ਮੁਕਤੀ

manumit /**,ਮੈਨਯੁ'ਮਿਟ**/ *vt* (ਗੁਲਾਮ) ਰਿਹਾਅ ਕਰਨਾ, ਛੱਡ ਦੇਣਾ, ਅਜ਼ਾਦ ਕਰਨਾ, ਸੁਤੰਤਰ ਕਰਨਾ

manumotive /**,ਮੈਨਯੁ'ਮਅਉਟਿਵ**/ *a* ਹੱਥਾਂ ਨਾਲ ਚੱਲਣ ਵਾਲੀ

manure /**ਮਅ'ਨਯੁਅ***/ *n* ਰੂੜੀ, ਰੇਹ, ਖਾਦ *vt* ਰੂੜੀ ਪਾਉਣਾ, ਖਾਦ ਪਾਉਣਾ

manuscript /**'ਮੈਨਯੁਸਕਰਿਪਟ**/ *n* ਹੱਥ ਲਿਖਤ (ਪੁਸਤਕ ਆਦਿ); ਮਸੌਦਾ, ਦਸਤਾਵੇਜ਼, ਹੱਥ ਲਿਖਤ ਖਰੜਾ, ਸੈਂਚੀ *a* ਲਿਖਤੀ, ਕਲਮੀ, ਦਸਤੀ

manward /**'ਮੈਨਵਅਡ**/ *adv* ਮਨੁੱਖ ਸੰਬੰਧੀ, ਮਨੁੱਖੀ, ਮਾਨਵੀ, ਮਨੁੱਖ ਪ੍ਰਤਿ

Manx /**ਮੈਙਕਸ**/ *n* ਮਾਨ ਦੀਪ ਦਾ ਨਿਵਾਸੀ; ਮਾਨ ਦੀਪੀ (ਭਾਸ਼ਾ)

many /**'ਮੈਨਿ**/ *a* ਬਹੁਤ, ਬਹੁਤੇ, ਅਨੇਕ, ਕਈ; ਬਹੁਤ ਗਿਣਤੀ, ਅਧਿਕ **a good many** ਅਧਿਕ ਸੰਖਿਆ ਵਿੱਚ **a great many** *a* ਬਹੁਤ ਸਾਰੇ, ਅਨੇਕ **as many** *a* ਜਿੰਨੇ, ਉਨੇ, ਜਿਤਨੇ, ਉਤਨੇ **a how many** ਕਿੰਨੇ, ਕਿਤਨੇ **many-sided** *a* ਬਹੁਪੱਖੀ

Maoism /**'ਮਾਉਇਜ਼ਅਮ**/ *n* ਕਮਿਊਨਿਸਟ ਲੀਡਰ ਮਾਓ-ਜੇ-ਤੁੰਗ ਦਾ ਫਲਸਫਾ ਜਾਂ ਸਿੱਧਾਂਤ, ਮਾਓਵਾਦ

Maori /**'ਮਾਉਰਿ**/ *n* ਨਿਊਜ਼ੀਲੈਂਡ ਦੇ ਆਦਿਵਾਸੀ ਜਾਂ ਉਹਨਾਂ ਦੀ ਭਾਸ਼ਾ, ਮਾਉਰੀ

map /**ਮੈਪ**/ *n* ਨਕਸ਼ਾ, ਮਾਨ-ਚਿੱਤਰ, ਨਕਸ਼ਾ ਵਾਹੁਣਾ, ਚਿੱਤਰ ਖਿੱਚਣਾ **off the map** ਮਹੱਤਵਹੀਣ, ਭੁੱਲਿਆ ਹੋਇਆ **on the map** ਮਹੱਤਵਪੂਰਨ

maple /**'ਮੇਇਪਲ**/ *n* ਇੱਕ ਰੁੱਖ

maple leaf *n* ਕੈਨੇਡਾ ਦਾ ਰਾਸ਼ਟਰੀ ਚਿੰਨ੍ਹ; ਮੇਪਲ ਦਾ ਪੱਤਾ

map out *n* ਉਲੀਕਣਾ, ਵਿਓਂਤਣਾ, ਯੋਜਨਾ ਬਣਾਉਣਾ

mapper /**ਮੈਪਅ***/ *n* ਨਕਸ਼ਾ-ਨਵੀਸ; ਮਹਾਨ ਚਿੱਤਰਕਾਰ

mar /**ਮਾ***/ *vt* ਵਿਗਾੜਨਾ, ਖ਼ਰਾਬ ਕਰਨਾ, ਉਜਾੜਨਾ, ਨੁਕਸਾਨ ਪਹੁੰਚਾਉਣਾ

marasmus /**ਮਅ'ਰੈਜ਼ਮਅਸ**/ *n* ਸੁੱਕਾ ਜਾਂ ਕਮਜ਼ੋਰ ਸਰੀਰ

marathon /**'ਮੈਰਅਥਅਨ**/ *n* (26 ਮੀਲਾਂ ਦੀ)

ਲੰਮੀ ਦੌੜ; ਲੰਮੇ ਦਮ ਵਾਲਾ ਕੰਮ

maraud /**ਮਅ'ਰੋਡ**/ *v* ਲੁੱਟ-ਮਾਰ ਕਰਨਾ, ਠੱਗੀ ਮਾਰਨਾ, ਚੋਰੀ ਕਰਨਾ, ਲੁੱਟਣਾ, ਡਾਕਾ ਮਾਰਨਾ

marauder /**ਮਅ'ਰੋਡਅ***/ *n* ਚੋਰ, ਡਾਕੂ, ਲੁਟੇਰਾ

marauding /**ਮਅ'ਰੋਡਿਙ**/ *n* ਲੁੱਟ-ਮਾਰ, ਡਕੈਤੀ, ਠੱਗੀ

marble /**'ਮਾਬਲ**/ *n* ਸੰਗਮਰਮਰ, ਮਰਮਰ; ਮੂਰਤੀ ਸੰਗ੍ਰਹਿ, (ਬਹੁ) ਬੰਟਾ, ਗੋਲੀ, ਗੀਟੜਾ; ਅਬਰੀ *vt* ਅਬਰੀ ਬਣਾਉਣਾ, (ਕਾਗਜ਼, ਪੁਸਤਕ ਆਦਿ ਦੇ ਕਿਨਾਰੇ ਨੂੰ, ਸਾਬਣ ਆਦਿ ਨਾਲ) ਰੰਗਣਾ (ਜਿਸ ਨਾਲ ਸੰਗਮਰਮਰ ਵਰਗਾ ਚਿੱਤਰ-ਮਿੱਤਰਾ ਵਿਖਾਈ ਦੇਵੇ), ਅਬਰੀ ਕਰਨਾ

marbled /**'ਮਾਬਲਡ**/ *a* ਸੰਗਮਰਮਰ ਦੀ ਤਰ੍ਹਾਂ, ਅਬਰੀਦਾਰ

marbler /**'ਮਾਬਲਅ***/ *n* ਸੰਗਮਰਮਰ ਵਾਂਗ ਰੇਖਾਂਕਿਤ ਕਰਨ ਵਾਲਾ ਚਿੱਤਰਕਾਰ; ਅਬਰੀਕਾਰ

marbly /**'ਮਾਬਲਿ**/ *a* ਮਰਮਰੀ, ਅਬਰੀਦਾਰ

marc /**ਮਾਕ**/ *n* (ਫਲਾਂ ਦਾ) ਫੋਗ, ਤਲਛਟ, ਰਹਿੰਦ-ਖੂੰਹਦ, ਬਚਿਆ-ਖੁਚਿਆ ਭਾਗ

marcel /**ਮਾ'ਸੈੱਲ**/ *n* ਵਾਲਾਂ ਦਾ ਬਣਾਉਟੀ ਕੁੰਡਲ

marceline /**'ਮਾਸਅਲਿਨ**/ *n* ਰੇਸ਼ਮੀ ਕੱਪੜਾ

marcescence /**ਮਾ'ਸੈੱਸ(ਅ)ਨਸ**/ *n* (ਬੂਟਿਆਂ ਦੀ) ਕੁਮਲਾਹਟ, ਮੁਰਝਾਹਟ

marcescent /**ਮਾ'ਸੈੱਸਨਟ**/ *a* (ਪੌਦਾ) ਖੜ੍ਹੇ-ਖੜ੍ਹੇ ਮੁਰਝਾਉਣ ਵਾਲਾ

marcescible /**ਮਾ'ਸੈੱਸਅਬਲ**/ *a* ਮੁਰਝਾਉਣ ਵਾਲਾ

March /**ਮਾਚ**/ *n* ਈਸਵੀ ਸੰਨ ਦਾ ਤੀਜਾ ਮਹੀਨਾ, ਮਾਰਚ

march[1] /**ਮਾਚ**/ *n* (ਇਤਿ) ਸੀਮਾ, ਸਰਹੱਦ, ਦੋ ਦੇਸ਼ਾਂ ਵਿਚਕਾਰ ਸਰਹੱਦ *v* ਮਾਰਚ, ਰਵਾਨਗੀ, ਕੂਚ, ਸੈਨਿਕ ਕੂਚ, ਸੈਨਿਕਾਂ ਦੁਆਰਾ ਇੱਕ ਦਿਨ ਵਿੱਚ ਤੈ ਕਰਨ ਵਾਲੀ ਦੂਰੀ, ਪੜਾਅ, ਪੈਂਡਾ; (ਸੰਗੀਤ) ਕੂਚ ਦਾ ਸੰਗੀਤ

march[2] *v* ਹੌਲੀ-ਹੌਲੀ ਚੱਲਣਾ ਜਾਂ ਵਧਣਾ; (ਰੀਤੀ, ਰਸਮ ਆਦਿ ਦਾ) ਤਰੱਕੀ ਕਰਨਾ; ਚਲਾਉਂਦੇ ਜਾਣਾ, ਵਧਾਉਂਦੇ ਜਾਣਾ

marching band *n* ਤੁਰਦੇ-ਤੁਰਦੇ ਸੰਗੀਤ ਵਜਾਉਣ ਵਾਲਾ ਸੰਗੀਤਕਾਰਾਂ ਦਾ ਝੁੰਡ

marchpane, marzipan /**'ਮਾਚਪੇਇਨ 'ਮਾਜ਼ਿਪੈਨ**/ *n* ਬਦਾਮ ਦਾ ਕੇਕ

march past *n* ਸਲਾਮੀ ਦਿੰਦੇ ਹੋਏ ਲੰਘਣ ਦੀ ਕਿਰਿਆ, ਮਾਰਚ ਪਾਸਟ

marcid /**ਮਾਸਿਡ**/ *a* ਸੁੱਕਾ, ਦੁਬਲਾ, ਮੁਰਝਾਇਆ

marconi /**ਮਾ'ਕਅਉਨਿ**/ *n* (ਮਾਰਕੋਨੀ ਤਰੀਕੇ ਨਾਲ) ਵਾਇਰਲੈੱਸ ਦਾ ਸੰਦੇਸ਼ *v* ਵਾਇਰਲੈੱਸ ਰਾਹੀਂ ਸੰਦੇਸ਼ ਭੇਜਣਾ ਜਾਂ ਲੈਣਾ

marconigram /**ਮਾ'ਕਅਉਨਿਗਰੈਮ**/ *n* ਵਾਇਰਲੈੱਸ ਦੇ ਸਮਾਚਾਰ ਭੇਜਣ ਵਾਲਾ ਯੰਤਰ, ਬੇਤਾਰ ਸੰਦੇਸ਼

mare /**ਮੇਅ***/ *n* ਘੋੜੀ

mare's-nest /**'ਮੇਅਜ਼ਨੈੱਸਟ**/ *n* ਅਪ੍ਰਾਪਤ ਵਸਤੂ, ਛਲਾਵਾ

margarine /**,ਮਾਜਅ'ਰੀਨ**/ *n* ਬਣਾਉਟੀ ਮੱਖਣ, ਮਾਰਗਰੀਨ, ਮੱਖਣ ਵਰਗੀ ਚਰਬੀ

margin /**'ਮਾਜਿਨ**/ *n* ਹਾਸ਼ੀਆ, ਕਿਨਾਰੀ, ਕੰਨੀ, ਕੋਰ, ਕੰਢਾ, ਕਿਨਾਰਾ; ਗੁੰਜਾਇਸ਼; ਵਾਧੂ ਰਕਮ (ਜੋ ਨੁਕਸਾਨ ਪੂਰਾ ਕਰਨ ਲਈ ਦਲਾਲ ਪਾਸ ਜਮ੍ਹਾਂ ਕਰਾ ਦਿੱਤੀ ਜਾਵੇ); ਕਿਤਾਬ ਦਾ ਹਾਸ਼ੀਆ *vt* ਹਾਸ਼ੀਆ ਰੱਖਣਾ, ਹਾਸ਼ੀਆ ਮਾਰਨਾ; ਦਲਾਲ ਪਾਸ ਵਾਧੂ ਰਕਮ ਜਮ੍ਹਾਂ ਕਰਾਉਣਾ

marginal /**'ਮਾਜਿਨਲ**/ *n* ਕੰਨੀ ਦਾ, ਹਾਸ਼ੀਏ ਦਾ, ਹਾਸ਼ੀਏ ਵਿੱਚ ਲਿਖਿਆ ਹੋਇਆ, ਮਾਮੂਲੀ

marginalia /**,ਮਾਜਿ'ਨੇਇਲਿਅ**/ *n* (ਬਹੁ) ਹਾਸ਼ੀਏ ਵਿੱਚ ਲਿਖੀ ਟਿੱਪਣੀ, ਕੰਨੀ ਲੇਖ

marginalism /**'ਮਾਜਿਨਅਲਿਜ਼ਅਮ**/ *n* ਸੀਮਾਂਤਵਾਦ

marginalize /**'ਮਾਜਿਨਅਲਾਇਜ਼**/ *v* ਘੱਟ ਤੋਂ

ਘੱਟ ਪੁੱਛ-ਗਿੱਛ ਵਾਲਾ ਬਣਾ ਦੇਣਾ, ਕਦਰ ਘਟਾ ਦੇਣੀ, ਗੁੱਠੇ ਲਾਉਣਾ

marginal note *n* ਹਾਸ਼ੀਏ ਦੀ ਟਿੱਪਣੀ

marginated /'ਮਾਜਿਨੇਇਟਿਡ/ *a* ਕਿਨਾਰੇਦਾਰ, ਹਾਸ਼ੀਏਦਾਰ

margin of error *n* ਗ਼ਲਤੀ ਹੋਣ ਦੀ ਮਾਤਰਾ, ਪੂਰੀ ਤਰ੍ਹਾਂ ਦਰੁਸਤ ਹੋਣ ਦੀ ਅਸੰਭਾਵਨਾ

margrave /'ਮਾਗਰੇਇਵ੍/ *n* (ਇਤਿ) ਸਰਹੱਦੀ ਪ੍ਰਾਂਤ ਦਾ ਰਾਜਪਾਲ; ਪੁਰਾਣਾ ਖ਼ਿਤਾਬ ਜਾਂ ਉਪਾਧੀ, ਮਾਰਗਰੇਵ

marigold /'ਮੈਰਿਗਅਉਲਡ/ *n* (ਪੌਦਾ ਜਾਂ ਫੁੱਲ) ਗੇਂਦਾ, ਗੁੱਟਾ

marinade /,ਮੈਰਿ'ਨੇਇਡ/ *n* (ਇੱਕ ਕਿਸਮ ਦਾ) ਮੁਰੱਬਾ

marinate /'ਮੈਰਿਨੇਇਟ/ *vt* ਲੂਣ ਲਾਉਣਾ, ਅਚਾਰ ਪਾਉਣਾ

marine /ਮਅ'ਰੀਨ/ *n* ਵਪਾਰੀ ਜਹਾਜ਼; ਜਹਾਜ਼ੀ ਬੇੜਾ *a* ਜਹਾਜ਼ੀ; ਬਹਿਰੀ, ਸਮੁੰਦਰੀ

mariner /'ਮੈਰਿਨਅ*/ *n* ਮਲਾਹ, ਜਹਾਜ਼ਰਾਨ

marinorama /ਮਅ,ਰੀਨਅ'ਰਾਮਅ/ *n* ਸਮੁੰਦਰੀ ਦ੍ਰਿਸ਼

marionette /,ਮੈਰਿਅ'ਨੈੱਟ/ *n* ਕਠਪੁਤਲੀ, ਪੁਤਲੀ

marish /'ਮੈਰਿਸ਼/ *n* (ਕਾਵਿ) ਦਲਦਲ, ਚਿੱਕੜ *a* ਦਲਦਲੀ

marital /'ਮੈਰਿਟਲ/ *a* ਵਿਵਾਹਕ, ਵਿਆਹ ਸੰਬੰਧੀ, ਵਿਵਾਹਿਤ

marital status *n* ਵਿਆਹਿਆ ਜਾਂ ਅਣਵਿਆਹਿਆ ਹੋਣ ਬਾਰੇ ਸਥਿਤੀ

maritime /'ਮੈਰਿਟਾਇਮ/ *a* ਸਮੁੰਦਰੀ, ਸਾਗਰੀ, ਸਮੁੰਦਰ ਤਟੀ; ਸਾਗਰ ਸੰਬੰਧੀ

maritime shipping *n* ਸਮੁੰਦਰੀ ਢੋਆ-ਢੁਆਈ

marjoram /'ਮਾਜਅਰਅਮ/ *n* ਮਰੂਆ, ਇੱਕ ਖ਼ੁਸ਼ਬੂਦਾਰ ਬੂਟਾ

mark /ਮਾਕ/ *n* ਨਿਸ਼ਾਨ; ਨਾਂ; ਚਿੰਨ੍ਹ, ਮੋਹਰ, ਸੀਲ, ਤਮਗਾ, ਪੱਟਾ; ਅੰਗੂਠੇ ਦੀ ਨਿਸ਼ਾਨੀ; ਲਿਖਤ ਚਿੰਨ੍ਹ; ਅੰਕ, ਨੰਬਰ, ਸੀਮਾ ਸਥਿਤੀ ਸੂਚਕ ਲਕੀਰ ਆਦਿ; ਬਿੰਦੂ; ਕਲੰਕ, ਦਾਗ਼, ਧੱਬਾ, ਲਾਸ; ਟੀਚਾ, ਨਿਸ਼ਾਨਾ *vt* ਨਿਸ਼ਾਨ ਲਾਉਣਾ; ਨਾਂ ਲਿਖਣਾ; ਮੋਹਰ ਲਾਉਣਾ, ਚਿੰਨ੍ਹ ਲਾਉਣਾ; (ਖੇਡ ਵਿੱਚ) ਜਿੱਤ ਦੇ ਅੰਕ ਚੜ੍ਹਾਉਣਾ; (ਅਰੁਚੀ ਜਾਂ ਅਪ੍ਰਸੰਨਤਾ) ਪ੍ਰਗਟ ਕਰਨਾ; ਨੋਟ ਕਰਨਾ, ਵੇਖਣਾ, ਧਿਆਨ ਕਰਨਾ; (ਫੁਟਬਾਲ) ਵਿਰੋਧੀ ਖਿਡਾਰੀ ਦੇ ਨਾਲ ਲੱਗੇ ਰਹਿਣਾ; ਅਲੱਗ ਕਰਨਾ, ਸਥਿਤੀ ਸੂਚਕ ਲਕੀਰ ਵਾਹੁਣਾ **good marks man may miss** ਸ਼ਾਹਸਵਾਰ ਵੀ ਡਿੱਗ ਸਕਦਾ ਹੈ

marked /ਮਾਕਟ/ *a* ਵਿਸ਼ੇਸ਼, ਵਸ਼ਿਸ਼ਟ; ਅੰਕਿਤ; ਸਪਸ਼ਟ

markedly /'ਮਾਕਿਡਲਿ/ *adv* ਉੱਘੇ ਤੌਰ 'ਤੇ

marker /'ਮਾਕਅ*/ *n* ਨਿਸ਼ਾਨ ਲਗਾਉਣ ਵਾਲਾ, ਅੰਕਕ; ਮੁਨੀਮ, ਗਿਣਤੀ ਕਰਨ ਵਾਲਾ; (ਬੰਬਾਰੀ ਕਰਨ ਵਿੱਚ ਸਹਾਇਕ) ਪ੍ਰਕਾਸ਼, ਰੌਸ਼ਨੀ

market /'ਮਾਕਿਟ/ *n* ਬਜ਼ਾਰ, ਮੰਡੀ, ਮਾਰਕਿਟ; ਪਸ਼ੂ-ਮੇਲਾ, ਲੈਣ-ਦੇਣ, ਬਜ਼ਾਰ ਦਾ ਭਾਅ, ਦਰ, ਭਾਅ; ਵਸਤੂਆਂ ਦੀ ਮੰਗ; ਸਟਾਕ ਐਕਸਚੇਂਜ *v* ਖ਼ਰੀਦੋ-ਫ਼ਰੋਖ਼ਤ ਕਰਨਾ, ਬਜ਼ਾਰ ਵਿੱਚ ਚੀਜ਼ਾਂ ਵੇਚਣਾ ਖ਼ਰੀਦਣਾ

marketable /'ਮਾਕਿਟਅਬਲ/ *a* ਖ਼ਰੀਦਣਯੋਗ, ਵੇਚਣਯੋਗ, ਵਿਕਾਊ

marketeer /,ਮਾਕਿ'ਟਿਅ*/ *n* ਖਾਸ ਵਿਧੀ ਨਾਲ ਖ਼ਰੀਦੋ–ਫ਼ਰੋਖ਼ਤ ਦਾ ਵਪਾਰੀ

marketing /'ਮਾਕਿਟਿਙ/ *n* ਲੈਣ-ਦੇਣ, ਖ਼ਰੀਦੋ-ਫ਼ਰੋਖ਼ਤ, ਵਪਾਰ

market price *n* ਕਿਸੇ ਚੀਜ਼ ਦੀ ਉਹ ਕੀਮਤ ਜੋ ਇੱਕ ਵਿਸ਼ੇਸ਼ ਸਮੇਂ ਉੱਤੇ ਅਦਾ ਕਰਨ ਲਈ ਖ਼ਰੀਦਕਾਰ ਤਿਆਰ ਹੋਣ

marking /'ਮਾਕਿਙ/ *n* ਨਿਸ਼ਾਨ; ਰੰਗਣ, ਅੰਕਣ

marksman /'ਮਾਕਸਮਅਨ/ *n* ਨਿਸ਼ਾਨੇਬਾਜ਼,

ਨਿਸ਼ਾਨਚੀ ਬੰਦਾ

marksmanship /'ਮਾਕਸਮਅਨਸ਼ਿਪ/ *n* ਨਿਸ਼ਾਨੇਬਾਜ਼ੀ

Mark Tapley /ˌਮਾਕ 'ਟੈਪਲਿ/ *n* ਸਦਾ ਪ੍ਰਸੰਨ ਰਹਿਣ ਵਾਲਾ ਵਿਅਕਤੀ

marl /ਮਾਲ/ *n* ਚੂਨੇ ਵਾਲੀ ਮਿੱਟੀ; ਰਸਾਇਣਿਕ ਮਿੱਟੀ, ਚਿਕਨੀ ਮਿੱਟੀ *vt* ਖਾਦ ਪਾਉਣਾ

marline /'ਮਾਲਿਨ/ *n* ਛੋਟੀ ਡੋਰੀ ਜਾਂ ਰੱਸੀ

marly /'ਮਾਲਿ/ *a* ਚਿਕਨੀ ਮਿੱਟੀ ਦਾ

marmalade /'ਮਾਮਅਲੇਇਡ/ *n* ਫਲਾਂ ਦਾ ਮੁਰੱਬਾ

marmarize /'ਮਾਮਅਰਾਇਜ਼/ *vt* (ਚੂਨੇ ਦੇ ਪੱਥਰ ਨੂੰ) ਸੰਗਮਰਮਰ ਵਿੱਚ ਬਦਲਨਾ

marmarosis /ˌਮਾਮਅ'ਰਅਉਸਿਸ/ *n* (ਚੂਨੇ ਦੇ ਪੱਥਰ ਦੀ) ਸੰਗਮਰਮਰ ਵਿੱਚ ਬਦਲੀ

marmite /'ਮਾਮਾਇਟ/ *n* ਖ਼ਮੀਰ ਦਾ ਸਤ; ਹਾਂਡੀ, ਕੁੰਨੀ, ਤੌੜੀ; ਹਾਂਡੀ ਦੇ ਆਕਾਰ ਦਾ ਬੰਬ ਗੋਲਾ

marmolite /'ਮਾਮਅਲਾਇਟ/ *n* ਇੱਕ ਧਾਰੀਦਾਰ ਪੱਥਰ

marmoraceous /ˌਮਾਮਅ'ਰੇਇਸ਼ਅਸ/ *a* ਸੰਗਮਰਮਰ ਵਰਗਾ

marmorated /'ਮਾਮਅਰੇਇਟਿਡ/ *a* ਸੰਗਮਰਮਰ ਦਾ, ਸੰਗਮਰਮਰ ਵਾਲਾ

marmoreal /ਮਾ'ਮੋਰਿਅਲ/ *a* ਸੰਗਮਰਮਰ ਵਰਗਾ, ਸੰਗਮਰਮਰੀ, ਸੰਗਮਰਮਰ ਦਾ

marmot /'ਮਾਮਅਟ/ *n* ਪਹਾੜੀ ਚੂਹਾ; (ਇਸ਼ਨਾਨ ਵੇਲੇ ਪਾਉਣ ਵਾਲੀ) ਟੋਪੀ

marocain /'ਮੈਰਅਕੇਇਨ/ *n* ਸਿਊਂਤਾ ਕੱਪੜਾ; ਇੱਕ ਕਿਸਮ ਦਾ ਕੱਪੜਾ, ਮੇਰਕੀਨ

maroon[1] /ਮਅ'ਰੂਨ/ *n* ਪਟਾਕਾ, ਆਤਸ਼ਬਾਜ਼ੀ *a* ਉਨਾਬੀ ਰੰਗ, ਗੂੜ੍ਹਾ ਲਾਲ ਰੰਗ

maroon[2] *v* (ਸਜ਼ਾ ਦੇ ਤੌਰ 'ਤੇ) ਨਿਰਜਨ ਥਾਂ ਉੱਤੇ ਛੱਡ ਦੇਣਾ, ਕਾਲੇ ਪਾਣੀ ਭੇਜਣਾ, ਉਜਾੜ ਟਾਪੂ ਉੱਤੇ ਛੱਡ ਆਉਣਾ; ਹੋਰਾਂ ਨਾਲੋਂ ਕੱਟਿਆ ਜਾਣਾ; ਕੁਝ ਦਿਨ ਮੌਜ ਮੇਲੇ ਲਈ ਕਿਸੇ ਥਾਂ ਚਲੇ ਜਾਣਾ

marooning /ਮਅ'ਰੂਨਿਙ/ *n* ਇਕੱਲਾ ਛੱਡਣ ਦੀ ਕਿਰਿਆ

maroque /'ਮਾਰਅਉਕ/ *n* (ਦੁਸ਼ਮਣ ਦੇ ਜਹਾਜ਼ਾਂ ਨੂੰ ਪਕੜਨ ਲਈ) ਆਗਿਆ ਪੱਤਰ, ਆਗਿਆ ਪੱਤਰ ਪ੍ਰਾਪਤ ਜਹਾਜ਼

marque /ਮਾਕ/ *n* (ਪ੍ਰਸਿੱਧ ਕੰਪਨੀ ਵੱਲੋਂ ਉਤਪਾਦਿਤ) ਮਾਰ੍ਹਕੇ ਦੀ ਚੀਜ਼; ਮਹਿੰਗੀ ਅਤੇ ਫੈਸ਼ਨ ਵਾਲੀ ਕਾਰ

marquee /ਮਾ'ਕੀ/ *n* ਵੱਡਾ ਤੰਬੂ, ਸ਼ਾਮਿਆਨਾ

marquess, marquis /'ਮਾਕਵਿਸ/ *n* ਸਰਦਾਰ, ਰਾਣਾਂ, ਉਮਰਾਉ, ਮਾਰਕੋਇਸ, ਡਿਊਕ ਤੋਂ ਛੋਟੀ ਅਤੇ ਅਰਲ ਤੋਂ ਵੱਡੀ ਉਪਾਧੀ

marquetry, marqueterie /'ਮਾਕਿਟਰਿ/ *n* ਮੀਨਾਕਾਰੀ, ਜੜਾਊ ਕੰਮ, ਜੜਤ ਦਾ ਕੰਮ

marquois /'ਮਾਕਵੌਇਜ਼/ *n* ਸਮਾਨਾਂਤਰ ਲਕੀਰਾਂ ਖਿੱਚਣ ਦਾ ਯੰਤਰ

marram /'ਮੈਰਅਮ/ *n* ਸਾਗਰ ਦੇ ਤਟ ਦਾ ਘਾਹ

marriage /'ਮੈਰਿਜ/ *n* ਵਿਆਹ, ਸ਼ਾਦੀ, ਨਿਕਾਹ; ਲਾਵਾਂ, ਫੇਰੇ; (ਅਲੰਕਾਰਕ) ਏਕਤਾ, ਸੰਜੋਗ, ਇਤਫ਼ਾਕ; ਤਾਸ਼ ਵਿੱਚ ਇੱਕੋ ਹੀ ਰੰਗ ਦੇ ਬਾਦਸ਼ਾਹ ਅਤੇ ਬੇਗਮ **give in marriage** ਕੰਨਿਆਂ ਦਾਨ ਦੇਣਾ **take in marriage** ਪਰਨਾਉਣਾ, ਵਿਆਹ ਲਿਆਉਣਾ

marriageable /'ਮੈਰਿਜਅਬਲ/ *a* ਵਿਆਹੁਣਯੋਗ, ਵਰਯੋਗ

marriage bureau *n* ਵਿਆਹ ਲਈ ਸਾਥੀ ਦੀ ਭਾਲ ਵਿੱਚ ਵਿਅਕਤੀਆਂ ਨੂੰ ਮਿਲਾਉਣ ਵਾਲਾ ਸੰਗਠਨ

marriage of convenience *n* ਆਪਸੀ ਪ੍ਰੇਮ ਭਾਵਨਾ ਤੋਂ ਰਹਿਤ ਵਿਆਹ, ਆਰਥਿਕ ਕਾਰਨ ਕਰਕੇ ਕੀਤਾ ਵਿਆਹ, ਕਿਸੇ ਦਬਾਅ ਜਾਂ ਪ੍ਰਭਾਵ ਅਧੀਨ ਕੀਤਾ ਵਿਆਹ, ਸੁਆਰਥੀ ਸੰਬੰਧ

marriage procession *n* ਬਰਾਤ, ਜੰਞ, ਜਨੇਤ

married /'ਮੈਰਿਡ/ *a* ਸ਼ਾਦੀਸ਼ੁਦਾ, ਵਿਆਹੁਤਾ, ਵਿਆਹਿਆ ਹੋਇਆ

married couple *n* ਜੋੜੀ, ਦੰਪਤੀ

marrier /'ਮੈਰਿਅ*/ *n* ਵਿਆਹ ਕਰਨ ਵਾਲਾ ਵਿਅਕਤੀ

marrow[1] /'ਮੈਰਅਉ/ *n* ਮਿੱਝ; ਗੁੱਦਾ, ਗਰੀ, ਮਗਜ਼; ਸਤ, ਤੱਤ, ਸਾਰ, ਨਿਚੋੜ

marrow[2] *n* (ਉਪ) ਇੱਕੋ ਹੀ ਸ਼ਕਲ ਦੇ ਸੰਗੀ, ਸਾਥੀ; ਜੋੜੀ, ਦੰਪਤੀ

marrow[3] *n* ਇੱਕ ਸਬਜ਼ੀ, ਪੇਠਾ

marrowbone /'ਮੈਰਅਉਬਅਉਨ/ *n* ਸੰਖੀ, ਗੁੱਦੇ ਵਾਲੀ ਨਲੀ

marrowy /'ਮੈਰਅਉਇ/ *a* ਗੁੱਦੇ ਵਾਲਾ, ਗਰੀਦਾਰ; ਭਾਵਪੂਰਤ

marry /'ਮੈਰਿ/ *v* ਵਿਆਹ ਕਰਨਾ, ਸ਼ਾਦੀ ਕਰਨਾ, ਹੱਥ ਪੀਲੇ ਕਰਨਾ, ਵਰ ਲੈਣਾ; (ਅਲੰਕਾਰਕ) ਅਧਿਕ ਪਿਆਰ ਕਰਨਾ, ਡੂੰਘੇ ਸੰਬੰਧ ਜੋੜਨਾ; ਗੰਢ ਚਿਤਰਾਵਾ ਕਰਨਾ, (ਨੌ ਸੈਨਾ) ਰੱਸੀ ਦੇ ਦੋਹਾਂ ਸਿਰਿਆਂ ਨੂੰ ਬੰਨ੍ਹਣਾ; ਇੱਕ ਕਰਨਾ, ਮਿਲਾਉਣਾ

Mars /ਮਾਜ਼/ *n* ਮੰਗਲ (ਤਾਰਾ); ਯੁੱਧ ਦਾ ਦੇਵਤਾ

marsh /ਮਾਸ਼/ *n* ਖੋਭਾ, ਖੁਭਣ, ਜਿਲ੍ਹਣ, ਦਲਦਲ, ਦਲਦਲੀ ਜ਼ਮੀਨ

marshal /'ਮਾਸ਼ਲ/ *n* ਸੈਨਾਪਤੀ, ਮਾਰਸ਼ਲ *vt* ਇਕੱਤਰ ਕਰਨਾ, ਇਕੱਠਾ ਕਰਨਾ; ਸਜਾਉਣਾ, ਕ੍ਰਮਵਾਰ ਰੱਖਣਾ, ਰੌ ਸਿਰ ਕਰਨਾ; ਅੱਗੇ ਚੱਲਣਾ

marshalcy /'ਮਾਸ਼(ਅ)ਲਸਿ/ *n* ਮਾਰਸ਼ਲ ਦਾ ਅਹੁਦਾ ਜਾਂ ਦਫ਼ਤਰ

marshalship /'ਮਾਸ਼(ਅ)ਲਸ਼ਿਪ/ *n* ਮਾਰਸ਼ਲ ਦਾ ਅਹੁਦਾ, ਸੈਨਾਪਤੀ ਦੀ ਪਦਵੀ

marshiness /'ਮਾਸ਼ਿਨਅਸ/ *n* ਦਲਦਲੀ ਸਥਿਤੀ

marshland /'ਮਾਸ਼ਲੈਨਡ/ *n* ਨਰਮ ਅਤੇ ਦਲਦਲੀ ਜ਼ਮੀਨ

marshmallow /ˌਮਾਸ਼'ਮੈਲਅਉ/ *n* ਖਤਮੀ (ਇੱਕ ਬੂਟੀ); ਚਿਪਚਿਪੀ ਮਿਠਾਈ

marshy /'ਮਾਸ਼ਿ/ *a* ਦਲਦਲੀ, ਖੋਭੇ ਵਾਲਾ, ਜਿਲ੍ਹਣ ਭਰਿਆ

marsupial /ਮਾ'ਸੂਪਿਅਲ/ *a* ਥੈਲੀ ਵਾਲੇ *n* ਥੈਲੀਦਾਰ ਜੀਵ

marsupium /ਮਾ'ਸੂਪਿਅਮ/ *n* (ਕੰਗਾਰੂ ਆਦਿ ਦੀ) ਥੈਲੀ

mart /ਮਾਟ/ *n* ਮੰਡੀ, ਬਜ਼ਾਰ, ਵਪਾਰ ਕੇਂਦਰ; ਨਿਲਾਮੀ ਦੇ ਕੇਂਦਰ

Martello /ਮਾ'ਟੈੱਲਅਉ/ *n* ਸਾਗਰ ਤਟ ਦੀ ਸੁਰੱਖਿਆ ਲਈ ਗੋਲ ਕਿਲ੍ਹਾ

marten /'ਮਾਟਿਨ/ *n* ਨਿਓਲੇ ਵਰਗਾ ਇੱਕ ਜੰਤੂ

martial /'ਮਾਸ਼ਲ/ *a* ਜੰਗੀ, ਫ਼ੌਜੀ, ਸੈਨਿਕ, ਲੜਾਕੂ; ਮੰਗਲ ਗ੍ਰਹਿ ਦਾ

martial art *n* ਯੁੱਧ ਕਲਾ, ਜੂਡੋ ਦੀ ਖੇਡ, ਕਰਾਟੇ ਖੇਡਣ ਦੀ ਕਲਾ

martialize /'ਮਾਸ਼(ਅ)ਲਾਇਜ਼/ *vt* ਜੁਝਾਰੂ ਬਣਾਉਣਾ, ਸੈਨਾ ਨੂੰ ਸੁਸੱਜਿਤ ਕਰਨਾ, ਫ਼ੌਜ ਤਿਆਰ ਕਰਨਾ, ਯੁੱਧ ਦੇ ਯੋਗ ਬਣਾਉਣਾ

martial law *n* ਫ਼ੌਜੀ ਕਨੂੰਨ, ਮਾਰਸ਼ਲ ਲਾਅ

Martian /'ਮਾਸ਼ਨ/ *n* ਮੰਗਲ ਗ੍ਰਹਿ ਦਾ ਨਿਵਾਸੀ

martin /'ਮਾਟਿਨ/ *n* ਅਬਾਬੀਲ, ਇੱਕ ਪੰਛੀ

martinet /ˌਮਾਟਿ'ਨੈੱਟ/ *n* ਕਠੋਰ ਸੋਧਕ, ਸਖ਼ਤ ਜ਼ਬਤ ਵਾਲਾ, ਕਰੜਾ ਅਨੁਸ਼ਾਸਕ

martingale /'ਮਾਟਿਙਗੇਇਲ/ *n* (ਘੋੜੇ ਦੇ ਸਾਜ਼ ਦਾ) ਪੇਸ਼ਬੰਦ, ਜ਼ੋਰਬੰਦ; (ਨੇਵੀ) ਜਹਾਜ਼ ਦੇ ਮਸਤੂਲ ਨੂੰ ਬੰਨ੍ਹਣ ਦੀ ਰੱਸੀ; ਜੂਏ ਦੀ ਇੱਕ ਖੇਡ

martlet /'ਮਾਟਲਿਟ/ *n* ਵੇਖੋ **martin**

martyr /'ਮਾਟਅ*/ *n* ਸ਼ਹੀਦ *vt* ਧਰਮ ਲਈ ਪ੍ਰਾਣ ਦੇਣਾ, ਸ਼ਹੀਦ ਕਰਨਾ; ਤਸੀਹੇ ਦੇਣਾ, ਕਸ਼ਟ ਦੇਣਾ

martyrdom /'ਮਾਟਅਡਅਮ/ *n* ਸ਼ਹੀਦੀ, ਸ਼ਹਾਦਤ, ਕੁਰਬਾਨੀ

martyrology /ˌਮਾਟਅ'ਰੌਲਅਜਿ/ *n* ਸ਼ਹੀਦਾਂ

ਦਾ ਇਤਿਹਾਸ, ਸ਼ਹਾਦਤਨਾਮਾ

marvel /'ਮਾਵ੍ਲ/ *n* ਕਮਾਲ, ਅਜੂਬਾ, ਅਦਭੁਤ ਅਵਸਥਾ, ਹੈਰਾਨਕੁੰਨ ਚੀਜ਼, ਅਸਚਰਜ, ਅਚੰਭਾ *vt* ਹੈਰਾਨ ਹੋਣਾ, ਅਚੰਭੇ ਵਿੱਚ ਪੈਣਾ, ਵਿਸਮਤ ਹੋਣਾ

marvellous /'ਮਾਵ੍ਅਲਅਸ/ *a* ਅਜੀਬ, ਅਸਚਰਜ, ਅਦਭੁਤ, ਅਨੋਖਾ, ਅਨੂਠਾ

marvellousness /'ਮਾਵ੍(ਅ)ਲਅਸਨਅਸ/ *n* ਅਦਭੁਤਤਾ, ਅਲੌਕਿਕਤਾ, ਵਿਚਿਤਰਤਾ, ਅਨੋਖਾਪਣ, ਅਸਚਰਜਤਾ

Marxian /'ਮਾਕਸਿਅਨ/ *a* ਮਾਰਕਸ ਦਾ, ਮਾਰਕਸ ਸੰਬੰਧੀ, ਮਾਰਕਸੀ *n* ਮਾਰਕਸ ਦਾ ਸਮਾਜਵਾਦੀ ਸਿੱਧਾਂਤ

Marxism /'ਮਾਕਸਿਜ਼ਅਮ/ *n* ਕਾਰਲ ਮਾਰਕਸ ਦਾ ਰਾਜਨੀਤਿਕ ਅਤੇ ਇਤਿਹਾਸਿਕ ਸਿਧਾਂਤ, ਮਾਰਕਸਵਾਦ

marzipan /'ਮਾਜ਼ਿਪੈਨ, ˌਮਾਜ਼ਿ'ਪੈਨ/ *n* ਵੇਖੋ **marchpane**

mascara /ਮੈ'ਸਕਾਰਅ/ *n* ਪਲਕਾਂ ਨੂੰ ਗੂੜ੍ਹੇ ਰੰਗ ਦੀਆਂ ਅਤੇ ਮੋਟਾ ਵਿਖਾਉਣ ਲਈ ਪਲਕਾਂ ਉੱਤੇ ਲਾਇਆ ਜਾਣ ਵਾਲਾ ਪਦਾਰਥ, ਮਸਕਾਰਾ

mascot /'ਮੈਸਕਅਟ/ *n* ਉਹ ਵਸਤੂ ਜਿਸ ਦਾ ਰੱਖਣਾ ਚੰਗਾ ਸ਼ਗਨ ਗਿਣਿਆ ਜਾਵੇ, (ਚਿੰਨ੍ਹ ਵਜੋਂ) ਬਰਕਤ ਵਾਲੀ ਵਸਤੂ

masculine /'ਮੈਸਕਯਅਲਿਨ/ *a* ਮਰਦਾਵਾਂ, ਆਦਮੀ ਜਿਹਾ, ਆਦਮੀ ਦੇ ਗੁਣਾਂ ਵਾਲਾ; ਤਕੜਾ, ਬਲਵਾਨ; ਆਦਮੀ ਦੇ ਸੁਭਾਅ ਵਾਲੀ (ਇਸਤਰੀ) *n* (ਵਿਆ) ਪੁਲਿੰਗ

masculine gender *n* ਪੁਲਿੰਗ

masculinity /ˌਮੈਸਕਯੁ'ਲਿਨਅਟਿ/ *n* ਮਰਦਊਪੁਣਾ, ਮਰਦਾਨਗੀ, ਪੁਰਸ਼ਤਾ

mash /ਮੈਸ਼/ *n* ਕਚੂਮਰ, ਭੜਥਾ; (ਸ਼ਰਾਬ ਬਣਾਉਣ ਲਈ) ਜੌਂ ਅਤੇ ਗਰਮ ਪਾਣੀ ਦਾ ਘੋਲ; ਘੋੜੇ ਦਾ ਦਾਣਾ ਜਾਂ ਉੱਬਲਿਆ ਦਲੀਆ; ਮਹਿਬੂਬ, ਮਸ਼ੂਕ *vt* ਫਿਹਣਾ, ਕਚੂਮਰ ਕੱਢਣਾ; ਜੌਂ ਅਤੇ ਗਰਮ ਪਾਣੀ ਦਾ ਘੋਲ ਬਣਾਉਣਾ; (ਆਲੂ ਬਤਾਊਂ ਆਦਿ ਦਾ) ਭੜਥਾ ਬਣਾਉਣਾ

masher /'ਮੈਸ਼ਅ*/ *n* ਰੰਗੀਲਾ, ਰਸੀਆ, ਛੈਲ-ਛਬੀਲਾ, ਛੈਲਾ, ਕਾਹਨ, ਬਾਂਕਾ, ਚਿੱਤ-ਚੋਰ (ਇਸਤਰੀ ਦਾ)

mask /ਮਾਸਕ/ *n* ਪਰਦਾ, ਨਕਾਬ, ਬੁਰਕਾ, ਕੱਜਣ; (ਅਲੰਕਾਰਕ) ਸਾਂਗ, ਮਖੌਟਾ, ਬਣਾਉਟੀ ਚਿਹਰਾ; ਚਿਹਰੇ ਦਾ ਢਾਂਚਾ; ਬਹੁਰੂਪੀਆ; ਨਕਾਬਪੋਸ਼ *vt* ਪਰਦਾ ਪਾਉਣਾ, ਕੱਜਣਾ, ਲੁਕਾਉਣਾ, ਬੁਰਕਾ ਪਾਉਣਾ; ਮਖੌਟਾ ਲਾਉਣਾ

masked /ਮਾਸਕਟ/ *a* ਗੁਪਤ, ਭੇਖੀ; ਨਕਾਬਪੋਸ਼

masker /'ਮਾਸਕਅ*/ *n* ਬਹੁਰੂਪੀਆ, ਨਕਾਬਪੋਸ਼

masochism /'ਮੈਸਅਕਿਜ਼ਅਮ/ *n* (ਸੰਭੋਗ ਵਿੱਚ) ਸਵੈ ਪੀੜ ਮਾਨਣ ਦੀ ਪ੍ਰਵਿਰਤੀ

mason /'ਮੇਇਸਨ/ *n* ਰਾਜ, ਚਿਣਾਈਗਰ, ਸੰਗ ਤਰਾਸ਼; ਫਰੀਮੇਸਨ ਸਭਾ ਦਾ ਮੈਂਬਰ

Masonic /ਮਅ'ਸੌਨਿਕ/ *a* ਫਰੀਮੇਸਨੀ ਸਭਾ ਨਾਲ ਸੰਬੰਧਿਤ

masonry /'ਮੇਇਸਅਨਰਿ/ *n* ਰਾਜਗੀਰੀ, ਰਾਜ ਦਾ ਕੰਮ, ਚਿਣਾਈਗਿਰੀ, ਇੱਟ ਜਾਂ ਪੱਥਰ ਦਾ ਕੰਮ, ਪੱਥਰ ਉਸਾਰੀ

masque /ਮਾਸਕ/ *n* ਮੂਕ ਰਾਸਲੀਲਾ

masquer /'ਮਾਸਕਅ*/ *n* ਕਠਪੁਤਲੀ ਨਚਾਉਣ ਵਾਲਾ ਕਲਾਕਾਰ

masquerade /ˌਮੈਸਕਅ'ਰੇਇਡ/ *n* ਮਖੌਟੀ ਨਾਚ; ਦਿਖਾਵਾ, ਭੇਖ

masquerader /ˌਮੈਸਕਅ'ਰੇਇਡਅ*/ *n* ਬਹੁਰੂਪੀਆ, ਨਕਾਬਪੋਸ਼, ਭੇਖੀ

mass /ਮੈਸ/ *n* ਪੂਜਾ ਦਾ ਉਤਸਵ (ਰੋਮਨ ਕੈਥੋਲਿਕ), ਪੂਜਾ ਸਮਾਰੋਹ; ਢੇਰ, ਪੁੰਜ, ਸਮੂਹ; ਇਕੱਠ, ਵਹੀਰ; ਗੁੱਛਾ; (ਭੌ) ਮਾਤਰਾ; ਬਹੁਤੀ ਗਿਣਤੀ, ਜਨਤਾ, ਭੀੜ; ਦੂਰ ਤੱਕ ਫੈਲਿਆ ਸਿਲਸਿਲਾ (ਚਾਨਣ ਆਦਿ ਦਾ), ਚਾਦਰ (ਚਾਨਣ ਦੀ) *vt* ਇਕੱਠੇ ਹੋਣਾ;

ਇਕੱਠਾ ਕਰਨਾ, ਢੇਰ ਲਾਉਣਾ ਜਾਂ ਲੱਗਣਾ

massacre /'ਮੈਸਅਕਅ*/ *n* ਖ਼ੂਨ-ਖ਼ਰਾਬਾ, ਕਤਲੇਆਮ, ਘਾਣ, ਹੱਤਿਆ, ਤਬਾਹੀ, ਕਤਲ *vt* ਖ਼ੂਨ-ਖ਼ਰਾਬਾ ਕਰਨਾ, ਕਤਲੇਆਮ ਕਰਨਾ, ਹੱਤਿਆ ਕਰਨਾ

massage /'ਮੈਸਾਯ਼/ *n* ਮਾਲਸ਼ (ਸਰੀਰ ਦੀ) *vt* ਮਾਲਸ਼ ਕਰਨਾ, ਹੱਥ ਪੈਰ ਦਬਾਉਣਾ

masseur, masseuse /ਮੈ'ਸਅ:*, ਮੈ'ਸਅ:ਜ਼/ *n* ਮਾਲਸ਼ੀਆ, (ਸਰੀਰ ਦੀ) ਮਾਲਸ਼ ਕਰਨ ਵਾਲਾ, ਮਾਲਸ਼ਣ

massif /ਮੈ'ਸੀਫ਼/ *n* ਉੱਚੇ ਪਹਾੜਾਂ ਦਾ ਜੁੜਿਆ ਸਿਲਸਿਲਾ

massive /'ਮੈਸਿਵ੍/ *a* ਵੱਡਾ, ਭਾਰਾ, ਵਜ਼ਨੀ, ਠੋਸ, ਸਥੂਲ; ਸ਼ਾਨਦਾਰ; ਵਿਸ਼ਾਲ (ਗ੍ਰੰਥ)

massiveness /'ਮੈਸਿਵ੍ਨਅਸ/ *n* ਸਥੂਲਤਾ, ਵਿਸ਼ਾਲਤਾ

mass noun *n* (ਵਿਆ) ਅਜਿਹਾ ਨਾਂਵ ਜਿਸ ਦਾ ਬਹੁਵਚਨ ਨਹੀਂ ਬਣਦਾ ਪਰ ਕਿਸੇ ਚੀਜ਼ ਦੀਆਂ ਵੱਖ–ਵੱਖ ਕਿਸਮਾਂ ਦੀ ਗੱਲ ਕਰਦਿਆਂ ਇਸ ਦੇ ਬਹੁਵਚਨ ਰੂਪ ਦੀ ਵਰਤੋਂ ਹੋ ਸਕਦੀ ਹੈ

massy /'ਮੈਸਿ/ *a* ਠੋਸ; ਵੱਡਆਕਾਰੀ; ਭਾਰੀ, ਵਜ਼ਨੀ

mast /ਮਾਸਟ/ *n* ਬੱਲੀ, ਸ਼ਤੀਰ, ਮਸਤੂਲ, ਕੋਈ ਵੀ ਵੱਡਾ ਬਾਂਸ; (ਬੱਲੀ, ਬਾਂਸ ਆਦਿ ਬੰਨ੍ਹਣ ਲਈ) ਰੱਸੀ ਜਾਂ ਜ਼ੰਜੀਰ; ਬਲੂਤ ਆਦਿ ਦਰਖ਼ਤਾਂ ਦਾ ਫਲ

mastaba /'ਮੈਸਟਅਬਅ/ *n* ਪ੍ਰਾਚੀਨ ਮਿਸਰੀ ਮਕਬਰਾ

mastalgia /ਮੈ'ਸਟੈਲਜਅ/ *n* ਛਾਤੀ ਦਾ ਦਰਦ

mastectomy /ਮੈ'ਸਟੈਕੱਟਅਮਿ/ *n* ਔਰਤ ਦਾ ਥਣ ਕੱਢ ਦੇਣ ਲਈ ਡਾਕਟਰੀ ਆਪਰੇਸ਼ਨ

master[1] /'ਮਾਸਟਅ*/ *n* ਮਾਲਕ, ਕਾਬਜ਼, ਆਕਾ, ਵਾਲੀ, ਸੁਆਮੀ; ਵਪਾਰਕ ਜਹਾਜ਼ ਦਾ ਕਪਤਾਨ; ਹਾਕਮ; ਉਸਤਾਦ, ਸਿੱਖਿਅਕ, ਮਾਸਟਰ; ਕਲਾਕਾਰ; ਕਲਾਕਾਰ ਵੱਲੋਂ ਬਣਾਈ ਤਸਵੀਰ; ਫ਼ਲਸਫ਼ੇ ਆਦਿ ਦਾ ਉਸਤਾਦ; ਕਾਰੀਗਰ (ਖ਼ਾਸ ਕਰਕੇ ਜਿਸ ਦਾ ਆਪਣਾ ਕਾਰਖ਼ਾਨਾ ਹੋਵੇ)

master[2] *vt* ਜਿੱਤ ਲੈਣਾ, ਕਾਬੂ ਕਰਨਾ, ਅਧੀਨ ਕਰਨਾ, ਹਰਾ ਦੇਣਾ; ਹੁਕਮ ਚਲਾਉਣਾ, ਹਕੂਮਤ ਕਰਨੀ; ਵਿਸ਼ੇਸ਼ਗ ਬਣਨਾ, ਮੁਹਾਰਤ ਪ੍ਰਾਪਤ ਕਰਨਾ, ਚੰਗੀ ਤਰ੍ਹਾਂ ਸਿੱਖ ਲੈਣਾ

master key *n* ਅਜਿਹੀ ਕੁੰਜੀ ਜਿਸ ਨਾਲ ਬਹੁਤ ਸਾਰੇ ਜਿੰਦਰੇ ਖੁੱਲ੍ਹ ਸਕਣ

masterly /'ਮਾਸਟਅਲਿ/ *a* ਨਿਪੁੰਨ, ਪ੍ਰਵੀਣ, ਕਮਾਲ ਦਾ, ਅਦੁੱਤੀ, ਅਤਿ ਉੱਤਮ

mastermind /'ਮਾਸਟਅਮਾਇਨਡ/ *n* ਮੁੱਖ ਸੰਚਾਲਕ, ਮਨਸੂਬਾ ਤਿਆਰ ਕਰਨ ਵਾਲਾ ਵਿਅਕਤੀ, ਮੁੱਖ ਸੰਚਾਲਕ, ਮੁੱਖ ਨਿਰਦੇਸ਼ਕ *v* ਮਨਸੂਬਾ ਤਿਆਰ ਕਰਨਾ, ਵਿਓਂਤਬੰਦੀ ਕਰਨਾ

masterpiece /'ਮਾਸਟਅਪੀਸ/ *n* ਸ਼ਾਹਕਾਰ

master plan *n* ਵਿਸਤ੍ਰਿਤ ਯੋਜਨਾ, ਵਿਸ਼ਾਲ ਮਨਸੂਬਾਦਾਰੀ

master's degree *n* ਐੱਮ.ਏ. ਜਾਂ ਐੱਮ.ਐੱਸਸੀ. ਦੀ ਡਿਗਰੀ

masterstroke /'ਮਾਸਟਅਸਟਰਅਉਕ/ *n* (ਕਿਸੇ ਖੇਡ ਆਦਿ ਵਿੱਚ) ਮਾਅਰਕੇ ਦੀ ਚਾਲ, ਗ਼ਜ਼ਬ ਦੀ ਕਾਰਵਾਈ

mastery /'ਮਾਸਟਅਰਿ/ *n* ਮੁਹਾਰਤ; ਹਕੂਮਤ; ਫ਼ਰਮਾਨ; ਕਾਰੀਗਰੀ; ਕਮਾਲ; ਪ੍ਰਭੁਤਾ, ਅਧਿਕਾਰ, ਕਾਬੂ, ਕਬਜ਼ਾ, ਫ਼ਤਹਿ

masthead /'ਮਾਸਟਹੈੱਡ/ *n* ਸਮੁੰਦਰੀ ਜਹਾਜ ਦੇ ਮਸਤੂਲ ਦੀ ਟੀਸੀ

masticate /'ਮੈਸਟਿਕੇਇਟ/ *vt* ਪੀਹ ਕੇ ਜਾਂ ਰਗੜ ਕੇ ਮਲੀਦਾ ਬਣਾਉਣਾ, (ਖ਼ੁਰਾਕ ਨੂੰ ਦੰਦਾਂ ਨਾਲ) ਚਿੱਥਣਾ, ਚੱਬਣਾ, ਚਬੋਲਣਾ

mastication /ˌਮੈਸਟਿ'ਕੇਇਸ਼ਨ/ *n* ਚਬਾਉਣ ਜਾਂ ਕੁਚਲਣ ਦੀ ਕਿਰਿਆ

masticator /'ਮੈਸਟਿਕੇਇਟਅ*/ *n* ਚਬਾਉਣ ਵਾਲਾ (ਆਦਮੀ ਜਾਂ ਜਾਨਵਰ)

masticatory /'ਮੈਸਟਿਕਅਟ(ਅ)ਰਿ/ *a* ਚਬਾਏ ਜਾਣ ਯੋਗ, ਕੁਚਲਣ ਯੋਗ

mastiff /'ਮੈਸਟਿਫ਼/ *n* ਇੱਕ ਵੱਡਾ ਕੁੱਤਾ ਜਿਸ ਦੇ ਕੰਨ ਅਤੇ ਬੁੱਲ੍ਹ ਲਮਕੇ ਹੋਏ ਹੁੰਦੇ ਹਨ

mastless /'ਮਾਸਟਲਅਸ/ *a* ਮਸਤੂਲ ਰਹਿਤ

masturbate /'ਮੈਸਟਅਬੇਇਟ/ *vt* ਮੁੱਠ ਮਾਰਨਾ, ਹੱਥਰਸੀ ਕਰਨਾ, ਹਸਤ ਮੈਥੁਨ ਕਰਨਾ

masturbation /ˌਮੈਸਟਅ'ਬੇਇਸ਼ਨ/ *n* ਮੁੱਠਬਾਜ਼ੀ, ਹੱਥਰਸੀ, ਹਸਤ ਮੈਥੁਨ

masturbator /'ਮੈਸਟਅਬੇਇਟਅ*/ *n* ਹੱਥਰਸੀਆ, ਮੁੱਠਬਾਜ਼

mat[1], matt /ਮੈਟ/ *a* ਮੱਧਮ, ਮੈਲਾ (ਰੰਗ, ਤਲ) *vt* ਮੈਲਾ ਕਰਨਾ, ਚਮਕ ਮਾਰਨਾ

mat[2] *n* ਚਟਾਈ, ਟਾਟ, ਸਫ਼ *v* ਸਫ਼ ਵਿਛਾਉਣਾ, ਫੂਹੜੀ ਪਾਉਣਾ; ਜਟਾਂ ਬਣਾ ਦੇਣਾ, ਲਿਟਾਂ ਬਣਾ ਦੇਣਾ; ਉਲਝ ਜਾਣਾ, ਫਸ ਜਾਣਾ, ਜਟਾ-ਜੂਟ ਹੋਣਾ

matador /'ਮੈਟਅਡੋ*/ *n* ਸਾਨ੍ਹ ਮੱਲ, ਸਾਨ੍ਹ ਨਾਲ ਲੜਨ ਵਾਲਾ ਪਹਿਲਵਾਨ; ਤਾਸ਼ ਦਾ ਵੱਡਾ ਪੱਤਾ

match[1] /ਮੈਚ/ *n* ਮਾਚਸ, ਅੱਗ ਬਾਲਨ ਵਾਲੀ ਤੀਲੀ; ਪਲੀਤਾ, ਤੋੜਾ

match[2] *n* ਮੈਚ, ਖੇਡ, ਟਾਕਰਾ; ਜੋੜ, ਤੁੱਲ, ਸਮਾਨ, ਟਾਕਰੇ ਦਾ, ਜੋੜ ਦਾ, ਮੁਕਾਬਲੇ ਦਾ ਵਿਅਕਤੀ; ਸਾਕ, ਨਾਤਾ, ਵਿਆਹ ਸੰਬੰਧ; ਵਰ (ਲਾੜਾ ਜਾਂ ਲਾੜੀ), ਜੋੜਾ *v* ਵਾਰੇ ਆਉਣਾ, ਬਰਾਬਰ ਹੋਣਾ, ਜੋੜ ਦਾ ਹੋਣਾ, ਮੇਲ ਮਿਲਾਉਣਾ; ਟੱਕਰਨਾ, ਭਿੜਨਾ, ਮਿਲਾਉਣਾ; ਟਾਕਰੇ ਵਿੱਚ ਲਿਆਉਣਾ, ਟਕਰਾਉਣਾ, ਲੜਾਉਣਾ, ਭਿੜਾਉਣਾ; ਵਿਆਹ ਕਰਾਉਣਾ, ਵਿਆਹੁਣਾ, ਸ਼ਾਦੀ ਕਰਨਾ

matchable /'ਮੈਚਅਬਲ/ *a* ਸਮਾਨ, ਤੁਲਨਾ ਯੋਗ, ਬਰਾਬਰ, ਮਿਲਾਉਣ ਯੋਗ, ਵਰ ਯੋਗ

match box /'ਮੈਚਬੌਕਸ/ *n* ਤੀਲੀਆਂ ਦੀ ਡੱਬੀ

matchet /'ਮੈਚਿਟ/ *n* ਦਾਤ, ਛੁਰਾ, ਵੱਡਾ ਚਾਕੂ

matching /'ਮੈਚਿਙ/ *a* ਸੁਮੇਲ, ਤੁੱਲ, ਢੁੱਕਵਾਂ

matchless /'ਮੈਚਲਅਸ/ *a* ਅਨੂਪਮ, ਅਤੁੱਲ, ਅਦੁੱਤੀ, ਅਨੋਖਾ

matchlessness /'ਮੈਚਲਅਸਨਅਸ/ *n* ਅਨੂਪਮਤਾ, ਅਨਅਨੁਰੂਪਤਾ, ਅਤੁਲਨੀਅਤਾ

matchlock /'ਮੈਚਲੌਕ/ *n* ਤੋੜੇਦਾਰ(ਬੰਦੂਕ)

matchmaker /'ਮੈਚਮੇਇਕਅ*/ *n* ਦੋ ਵਿਅਕਤੀਆਂ ਵਿਚਕਾਰ ਵਿਆਹ ਦਾ ਸੰਬੰਧ ਬਣਾਉਣ ਲਈ ਵਿਚੋਲਗੀ ਕਰਨ ਵਾਲਾ ਵਿਅਕਤੀ, ਵਿਚੋਲਾ

match point *n* (ਵਿਸ਼ੇਸ਼ ਤੌਰ 'ਤੇ ਟੈਨਿਸ ਦੀ ਖੇਡ ਵਿੱਚ) ਉਹ ਅੰਕ ਜਿਸ ਦੇ ਜਿੱਤਣ ਨਾਲ ਖਿਡਾਰੀ ਖੇਡ (ਮੈਚ) ਵੀ ਜਿੱਤ ਜਾਂਦਾ ਹੈ

mate /ਮੇਇਟ/ *n* ਮਿੱਤਰ, ਸਖਾ, ਸਖੀ, ਯਾਰ, ਦੋਸਤ, ਸਹੇਲੀ, ਸੰਗੀ, ਸਾਥੀ, ਹਾਣੀ, ਜੀਵਨ ਸਾਥੀ; ਜਮਾਦਾਰ; ਮੁਖੀਆ, ਜਹਾਜ਼ ਦਾ ਮੇਟ *vt* ਜੋੜੇ ਦਾ ਮਿਲਨਾ, ਜੋੜੇ ਦਾ ਮਿਲਾਉਣਾ, ਗੰਢ ਚਿਤਰਾਵਾ ਕਰਨਾ, ਸਾਥੀ ਬਣਾਉਣਾ, ਸੰਗ ਕਰਨਾ; ਬਰਾਬਰ ਦਾ ਹੋਣਾ; ਸ਼ਾਦੀ ਕਰਨਾ, ਵਿਆਹ ਹੋਣਾ

mateless /'ਮੇਇਟਲਅਸ/ *a* ਸੰਗਹੀਣ, ਇਕੱਲਾ

matelot /'ਮੈਟਲਅਉ/ *n* ਨਾਵਕ, ਮਲਾਹ

mater /'ਮੇਇਟਅ*/ *n* ਮਾਂ, ਮਾਤਾ, ਅੰਮਾ

material /ਮਅ'ਟਿਅਰਿਅਲ/ *a* ਸਥੂਲ, ਪਦਾਰਥਕ, ਭੌਤਿਕ; ਸੰਸਾਰਕ, ਦੁਨਿਆਵੀ, ਮਾਇਕ; ਮਾਦੀ, ਦ੍ਰਵੀ, ਸਰੀਰਿਕ; ਜ਼ਰੂਰੀ, ਲੋੜੀਂਦੀ, ਮਹਾਨ, ਆਵਸ਼ਕ, ਮੁੱਖ, ਪ੍ਰਧਾਨ *n* ਸਮੱਗਰੀ, ਸਮਾਨ, ਸਾਧਨ; ਵਸਤੂ, ਮਾਲ; ਤਰਲ ਪਦਾਰਥ ਦੇ ਤੱਤ; ਭੌਤਿਕ ਤਰਲ

materialism /ਮਅ'ਟਿਅਰਿਅਲਿਜ਼ਅਮ/ *n* ਪਦਾਰਥਵਾਦ, ਮਾਦਾਪ੍ਰਸਤੀ; ਅਨਾਤਮਵਾਦ; ਭੌਤਿਕਤਾ

materialist /ਮਅ'ਟਿਅਰਿਅਲਿਸਟ/ *n* ਭੌਤਿਕਵਾਦੀ, ਪਦਾਰਥਵਾਦੀ, ਅਨਾਤਮਵਾਦੀ, ਜੜ੍ਹਵਾਦੀ

materialistic /ਮਅ'ਟਿਅਰਿਅਲਿਸਟਿਕ/ *a*

ਭੌਤਿਕਵਾਦੀ, ਪਦਾਰਥਵਾਦੀ

materiality /ਮਅ,ਟਿਅਰਿ'ਐਲਿਟਿ/ *n* ਭੌਤਿਕਤਾ, ਪਦਾਰਥਕਤਾ

materialization /ਮਅ,ਟਿਅਰਿਅਲਾਇ'ਜ਼ੇਇਸ਼ਨ/ *n* ਭੌਤਿਕੀਕਰਨ, ਭੌਤਿਕ ਬਣਾਉਣ ਦੀ ਕਿਰਿਆ, ਪ੍ਰਤੱਖੀਕਰਨ

materialize /ਮਅ'ਟਿਅਰਿਅਲਾਇਜ਼/ *v* ਸਾਕਾਰ ਕਰਨਾ, ਭੌਤਿਕ ਰੂਪ ਪ੍ਰਦਾਨ ਕਰਨਾ; ਸਾਖਿਆਤ ਹੋਣਾ ਜਾਂ ਕਰਨਾ, ਪ੍ਰਗਟ ਹੋਣਾ, ਪ੍ਰਤੱਖ ਕਰਨਾ ਜਾਂ ਹੋਣਾ, ਸੱਚ ਹੋਣਾ, ਠੀਕ ਸਿੱਧ ਹੋਣਾ, ਅਮਲੀ ਰੂਪ ਦੇਣਾ

maternal /ਮਅ'ਟਅ:ਨਲ/ *a* ਮਾਂ ਦਾ, ਮਾਤਰੀ, ਨਾਨਕਾ, ਮਾਂ ਦੇ ਰਿਸ਼ਤੇ ਦਾ

maternal grand father *n* ਨਾਨਾ

maternal uncle *n* ਮਾਮਾ; ਮਾਸੜ

maternity /ਮਅ'ਟਅ:ਨਅਟਿ/ *n* ਜਣੇਪਾ; ਪ੍ਰਸੂਤ

maternity home *n* ਪ੍ਰਸੂਤ ਘਰ, ਜਣੇਪਾ ਸਥਾਨ

maternity leave *n* ਪ੍ਰਸੂਤਾ ਛੁੱਟੀ, ਜਣੇਪਾ ਛੁੱਟੀ

maternity nurse *n* ਦਾਈ, ਨਰਸ

math /ਮੈਥ/ *n* (ਬੋਲ) ਗਣਿਤ, ਹਿਸਾਬ

mathematical /,ਮੈਥਅ'ਮੈਟਿਕਲ/ *a* ਗਣਿਤਕ, ਗਣਿਤ ਸ਼ਾਸਤਰੀ, ਹਿਸਾਬੀ, ਗਣਿਤੀ; ਸਥਿਰ; ਅਚਲ; ਅਤਿ ਸ਼ੁੱਧ, ਨਿਸ਼ਚਿਤ

mathematically /,ਮੈਥਅ'ਮੈਟਿਕਲਿ/ *adv* ਗਣਿਤ ਅਨੁਸਾਰ, ਗਣਿਤ ਸ਼ਾਸਤਰ ਦੀ ਦ੍ਰਿਸ਼ਟੀ ਤੋਂ, ਹਿਸਾਬ ਦੇ ਨੁਕਤੇ ਤੋਂ

mathematician /,ਮੈਥਅਮਅ'ਟਿਸ਼ਨ/ *n* ਗਣਿਤ ਸ਼ਾਸਤਰੀ, ਹਿਸਾਬਦਾਨ

mathematics /,ਮੈਥਅ'ਮੈਟਿਕਸ/ *n* ਹਿਸਾਬ, ਗਣਿਤ ਸ਼ਾਸਤਰ, ਗਣਿਤ, ਗਣਨਾ

mathesis /ਮਅ'ਥੀਸਿਸ/ *n* ਚਿੱਤ ਇਕਾਗਰਤਾ (ਗਣਿਤ ਲਈ)

matin /'ਮੈਟਿਨ/ *n* ਸਰਘੀ ਵੇਲਾ, ਸਾਝਰਾ, ਪਹੁ-ਫੁਟਾਲਾ, ਅੰਮ੍ਰਿਤ ਵੇਲਾ; (ਇੰਗਲੈਂਡ ਦੇ ਗਿਰਜਿਆਂ ਵਿੱਚ) ਸਵੇਰ ਦੀ ਪ੍ਰਾਰਥਨਾ; (ਸਵੇਰ ਦਾ) ਚਿੜੀਆਂ ਦਾ ਸੰਗੀਤ *a* ਸਵੇਰ ਦਾ

matinal /'ਮੈਟਿਨ(ਅ)ਲ/ *a* ਪ੍ਰਾਤਾਕਾਲੀਨ; ਪ੍ਰਾਤਾਕਾਲੀਨ ਪ੍ਰਾਰਥਨਾ ਸੰਬੰਧੀ

matinee /'ਮੈਟਿਨੇਇ/ *n* ਲੌਢੇ ਵੇਲੇ ਦਾ ਤਮਾਸ਼ਾ (ਸਿਨਮੇ ਜਾਂ ਥਿਏਟਰ ਦਾ)

matinee idol *n* ਇਸਤਰੀਆਂ ਦਾ ਹਰਮਨ ਪਿਆਰਾ ਕਲਾਕਾਰ

mating /'ਮੇਇਟਿਙ/ *n* ਪਸ਼ੂਆਂ ਵਿਚਕਾਰ ਲਿੰਗ ਸੰਬੰਧ

matriarch /'ਮੇਇਟਰਿਆਕ/ *n* ਰਾਜ ਮਾਤਾ, ਪ੍ਰਧਾਨ ਇਸਤਰੀ

matriarchal /,ਮੇਇਟਰਿ'ਆਕਲ/ *a* ਮਾਤਾ ਪ੍ਰਧਾਨ (ਸਮਾਜ)

matriarchy /'ਮੇਇਟਰਿਆਕਿ/ *n* ਮਾਤਰੀ ਰਾਜ, ਇਸਤਰੀ ਪ੍ਰਧਾਨ ਸਮਾਜ

matric /ਮਅ'ਟਰਿਕ/ *n* ਵੇਖੋ **matriculation**

matricidal /,ਮੈਟਰਿ'ਸਾਇਡਲ/ *a* ਮਾਂ ਘਾਤਕ, ਮਾਂ ਹੱਤਿਆ ਸੰਬੰਧੀ

matricide /'ਮੈਟਰਿਸਾਇਡ/ *n* ਮਾਤ ਹੱਤਿਆ, ਮਾਤਰ ਘਾਤ, ਮਾਂ ਦਾ ਕਤਲ

matriculate /ਮਅ'ਟਰਿਕਯੁਲੇਇਟ/ *n* ਮੈਟ੍ਰਿਕ ਪਾਸ ਵਿਦਿਆਰਥੀ, ਮੈਟ੍ਰਿਕ ਪਾਸ

matriculation /ਮਅ,ਟਰਿਕਯੁ'ਲੇਇਸ਼ਨ/ *n* ਮੈਟ੍ਰਿਕੁਲੇਸ਼ਨ, ਮੈਟ੍ਰਿਕ ਦੀ ਪਰੀਖਿਆ, ਦਸਵੀਂ ਦੀ ਪਰੀਖਿਆ

matrilineal /,ਮੈਟਰਿ'ਲਿਨਿਅਲ/ *a* ਮਾਤਾ-ਵੰਸ਼ੀ, ਮਾਂ ਦੀ ਕੁਲ ਵੱਲੋਂ

matrimonial /,ਮੈਟਰਿ'ਮਅਉਨਿਅਲ/ *n* ਵਿਆਹ ਸੰਬੰਧੀ ਇਸ਼ਤਿਹਾਰ *a* ਵਿਵਾਹਕ, ਵਿਆਹ ਸੰਬੰਧੀ

matrimony /'ਮੈਟਰਿਮਅਨਿ/ *n* ਵਿਆਹ, ਸ਼ਾਦੀ; ਤਾਸ਼ ਦੀ ਇੱਕ ਖੇਡ

matrix /'ਮੇਇਟਰਿਕਸ/ *n* ਸਾਰਨੀ; ਕੁੱਖ,

ਬੱਚੇਦਾਨੀ, ਧਰਨ; (ਛਾਪੇ ਦਾ) ਸੱਚਾ, ਕਾਲਬ; ਖਣਿਜ ਪਦਾਰਥ

matron /'ਮੇਇਟਰਅਨ/ *n* ਵਿਆਹੁਤਾ ਨਾਰੀ; ਮਾਈ; ਮਾਤਾ; ਪ੍ਰਧਾਨ ਪ੍ਰਚਾਰਕਾ; ਦਾਈ, ਦਵਾਈਖਾਨੇ ਦੀ ਨਿਗਰਾਨ; ਸਕੂਲ ਦੀ ਪ੍ਰਬੰਧਕ, ਮੈਟਰਨ

matronage /'ਮੇਇਟਰਅਨਿਜ/ *n* ਗ੍ਰਹਿਣੀ ਪਦ, ਦਾਈਪੁਣਾ

matronal /'ਮੇਇਟਰ(ਅ)ਨ(ਅ)ਲ/ *a* ਵਿਆਹੁਤਾ ਇਸਤਰੀ ਸੰਬੰਧੀ, ਪ੍ਰਚਾਰਕਾ ਸੰਬੰਧੀ, ਪ੍ਰਬੰਧਕਾ ਮੰਬੰਧੀ

matt /ਮੈਟ/ *a* ਰੰਗ ਸਤਹ ਜਾਂ ਤਸਵੀਰ ਜੋ ਚਮਕਦਾਰ ਨਾ ਹੋਵੇ

matted /'ਮੈਟਿਡ/ *a* (ਵਾਲ ਆਦਿ) ਘੱਟੇ ਜਾਂ ਸਲ੍ਹਾਬੇ ਨਾਲ ਭਾਰੇ ਹੋਏ ਹੋਏ

matter /'ਮੈਟਅ*/ *n* ਪਦਾਰਥ, ਮਾਦਾ, ਤੱਤ, ਵਿਸ਼ਾ, ਵਿਸ਼ਾ ਵਸਤੂ, ਗੱਲ, ਵਿਚਾਰ ਸਮਗਰੀ; ਸਾਰ, ਪੁਸਤਕ ਸਾਰ; ਅਵਸਰ; ਪਸ, ਪੀਕ; (ਭੌ) ਵਸਤੂ; ਪਰਕਰਨ, ਮਾਮਲਾ, ਕੰਮ; ਸਾਧਨ, ਕਾਰਨ, ਮਹੱਤਵ *vt* ਜ਼ਰੂਰੀ ਹੋਣਾ, ਮਹੱਤਵ ਰੱਖਣਾ; ਪੀਕ ਵਗਣਾ

matterful /'ਮੈਟਅਫ਼ੁਲ/ *a* ਪਦਾਰਥ ਯੁਕਤ, ਵਿਸ਼ੇ ਯੁਕਤ

matter-of-fact /ˌਮੈਟਅਰਅਵ਼'ਫ਼ੈਕਟ/ *n* ਤੁਰੰਤ ਪਹਿਲਾਂ ਕਹੀ ਕਿਸੇ ਗੱਲ ਨਾਲ ਕੁਝ ਹੋਰ ਕਥਨ ਜੋੜਨ ਲਈ ਵਰਤਿਆ ਜਾਣ ਵਾਲਾ ਮੁਹਾਵਰਾ

matting /'ਮੈਟਿਙ/ *n* ਚਟਾਈ ਵਛਾਉਣ ਦੀ ਕਿਰਿਆ; ਚਟਾਈ ਬਣਾਉਣ ਦਾ ਕੰਮ

mattock /'ਮੈਟਅਕ/ *n* ਬਸੋਹਲਾ, ਵਹੋਲਾ, ਗੈਂਤੀ; ਕੁਦਾਲ, ਕਹੀ

mattress /'ਮੈਟਰਅਸ/ *n* ਤੂਹੜੀ, ਗੱਦਾ

maturate /'ਮੈਚ(ਅ)ਰੇਇਟ/ *vt* ਫੋੜੇ ਆਦਿ ਦਾ ਪੱਕਣਾ

maturation /ˌਮੈਚੁ'ਰੇਇਸ਼ਨ/ *n* ਪਕਿਆਈ, ਪਰਿਪੱਕਤਾ; ਪ੍ਰੋੜ੍ਹਤਾ, ਸਿਆਣਪ; (ਫੋੜੇ ਦਾ) ਪਾਕਾ

maturative /ਮਅ'ਚੁਅਰਅਟਿਵ਼/ *a* (ਫੋੜੇ ਆਦਿ ਨੂੰ) ਪਕਾਉਣ ਨਾਲ ਸੰਬੰਧਿਤ, ਪਕਾਉਣ ਵਾਲੀ (ਦਵਾਈ)

mature /ਮਅ'ਚੁਅ*, -'ਟਯੁਅ*/ *a* ਪੱਕਾ, ਰਸਿਆ, ਭਰਵਾਂ *n* ਗੱਭਰੂ, ਗਭਰੇਟ, ਬਾਲਗ, ਪ੍ਰੋੜ੍ਹ, ਪੁੱਗੀ ਹੋਈ, ਸੰਪੂਰਨ *v* ਪੂਰਾ ਪਕਾਉਣਾ ਜਾਂ ਪੱਕਣਾ; ਰਸਾਉਣਾ, ਰਸਣਾ, ਮੁਸ਼ਕਣਾ; ਗੱਭਰੂ ਹੋਣਾ, ਬਾਲਗ ਜਾਂ ਮੁਟਿਆਰ ਹੋਣਾ, ਪੁੱਗਣਾ, (ਹੁੰਡੀ ਦੀ) ਮਿਤੀ ਪੁੱਗਣਾ

matureness /ਮਅ'ਚੁਅਨਅਸ, -'ਟਯੁਅ-/ *n* ਪਕਿਆਈ, ਪ੍ਰੋੜ੍ਹਤਾ, ਪੱਕੀ ਉਮਰ, ਸਿਆਣੀ ਉਮਰ, ਪਰਿਪੱਕਤਾ; ਪੁੱਗਣ; ਨਤੀਜਾ

maturity /ਮਅ'ਚੁਅਰਅਟਿ, -'ਟਯੁਅ-/ *n* ਵੇਖੋ **matureness**

matutinal /ˌਮੈਟਯੂ'ਟਾਇਨਲ/ *a* ਅੰਮ੍ਰਿਤ ਵੇਲੇ ਦਾ, ਸਰਘੀ ਵੇਲੇ ਦਾ, ਸਵੇਰ ਦਾ, ਫ਼ਜਰ ਦਾ

maud /ਮੋਡ/ *n* ਧਾਰੀਦਾਰ ਊਨੀ ਜਾਮਾ,ਇੱਕ ਤਰ੍ਹਾਂ ਦਾ ਸਫ਼ਰੀ ਕੰਬਲ, ਭੂਰਾ

maudlin /'ਮੋਡਲਿਨ/ *a* ਮਦਹੋਸ਼, ਮਦਮਸਤ, ਭਾਵਕ; ਰੋਣੀ ਸੂਰਤ, ਰੋਂਦੂ

maugre /'ਮੋਗਅ*/ *prep* ਅਜਿਹਾ ਹੋਣ ਤੇ, ਇਸ ਦੇ ਇਲਾਵਾ, ਇਸ ਦੇ ਬਾਵਜੂਦ

maul /ਮੋਲ/ *n* ਵੱਡਾ ਹਥੌੜਾ; ਮੂੰਗਲੀ *vt* ਗ਼ਲਤ ਵਰਤੋਂ ਕਰਨਾ, ਅੰਗ ਭੰਗ ਕਰਨਾ, ਖ਼ਰਾਬ ਕਰਨਾ, ਕੁੱਟਣਾ; ਠੋਕਣਾ

maulstik, mahlstick /'ਮੋਲਸਟਿਕ/ *n* ਹੱਥ ਦੇ ਸਹਾਰੇ ਲਈ ਸੋਟੀ (ਚਿੱਤਰਕਾਰੀ ਸਮੇਂ)

maund /ਮੋਨਡ/ *n* ਮਣ, ਚਾਲੀ ਸੇਰ ਦਾ ਵਜ਼ਨ

maunder /'ਮੋਨਡਅ*/ *vt* ਲਾਪਰਵਾਹੀ ਨਾਲ ਕੰਮ ਕਰਨਾ ਜਾਂ ਘੁੰਮਣਾ, ਲਾਪਰਵਾਹੀ ਨਾਲ ਗੁਣਰ੍ਹ ਨਾਉਣਾ

mausolean /ਮੋਸਅ'ਲਿਅਨ/ *a* ਸਮਾਧ ਸੰਬੰਧੀ ਮਕਬਰੇ ਦਾ

mausoleum /ˌਮੋਸਅ'ਲੀਅਮ/ *n* ਦੇਹਰਾ, ਸਮਾਧ, ਮਕਬਰਾ, ਰੋਜ਼ਾ

mauvais sujet /ˌਮੌਵ੍ਹਇ 'ਸੁਯੇਇ/ *(F) n* ਨਿਕੰਮਾ ਆਦਮੀ

mauve /ਮਅਓਵ੍/ *n* ਫਿੱਕਾ ਊਦਾ ਰੰਗ, ਕਾਸ਼ਨੀ ਰੰਗ, ਚਮਕਦਾਰ ਵੈਂਗਣੀ ਰੰਗ

maverick /'ਮੈਵ੍ਅਰਿਕ/ *n* ਅਣਦਾਗਿਆ ਵੱਛਾ, ਬੇਮੁਹਾਰਾ ਵਿਅਕਤੀ *vt* ਬੇਮੁਹਾਰੇ ਫਿਰਨਾ

mavourneen /ਮਅ'ਵੂਅਨੀਨ/ *int* ਪ੍ਰੀਤਮਾਂ, ਪਿਆਰੇ, ਮੇਰੀ ਜਾਨ

maw /ਮੋ/ *n* ਮਿਹਦਾ, ਪੇਟ, ਉਦਰ, ਜਠਰ; (ਪੰਛੀਆਂ ਦੀ) ਪੋਟ; (ਜੁਗਾਲੀ ਕਰਨ ਵਾਲੇ ਪਸ਼ੂਆਂ ਦੇ) ਚਾਰ ਮਿਹਦਿਆਂ ਵਿੱਚੋਂ ਅਖ਼ੀਰੀ ਮਿਹਦਾ

mawkish /'ਮੋਕਿਸ਼/ *a* ਫਿੱਕਾ, ਬਿਨਾਂ ਰਸ ਤੋਂ, ਨੀਰਸ; ਉਪਭਾਵਕ

mawkishness /'ਮੋਕਿਸ਼ਨਅਸ/ *n* ਫਿੱਕਾਪਣ, ਬੇਰਸੀ, ਨੀਰਸਤਾ

mawseed /'ਮੋਸੀਡ/ *n* ਖਸਖਸ ਦਾ ਦਾਣਾ, ਖਸਖਸ

maxi /'ਮੈਕਸਿ/ *n* ਗਿੱਟਿਆਂ ਤੱਕ ਲੰਬਾ ਚੋਲਾ

maxillary /ਮੈਕ'ਸਿਲਅਰਿ/ *a* ਜਬਾੜੇ ਦਾ

maxim /'ਮੈਕਸਿਮ/ *n* ਪ੍ਰਸਿੱਧ ਲੋਕੋਕਤੀ; ਕਹਾਵਤ, ਅਖੌਤ, ਨੀਤੀ ਵਚਨ, ਤੱਤ; ਸੂਤਰ, ਸਿੱਧਾਂਤ, ਨੇਮ; ਇੱਕ ਨਾਲੀ ਵਾਲੀ ਮਸ਼ੀਨ ਗਨ

maximal /'ਮੈਕਸਿਮਲ/ *a* ਅਧਿਕਤਮ

maximalist /'ਮੈਕਸਿਮ(ਅ)ਲਿਸਟ/ *n* ਸਿਧਾਂਤਵਾਦੀ, ਕੱਟੜ, ਜ਼ਿੱਦੀ ਬੰਦਾ

maximization /ˌਮੈਕਸਿਮਾਇ'ਜ਼ੇਇਸ਼ਨ/ *n* ਅਧਿਕ ਬਣਾਉਣ ਦੀ ਕਿਰਿਆ, ਅਧਿਕੀਕਰਨ

maximize /'ਮੈਕਸਿਮਾਇਜ਼/ *n* ਅਧਿਕਤਮ ਬਣਾਉਣਾ

maximum /'ਮੈਕਸਿਮਅਮ/ *a* ਵੱਧ ਤੋਂ ਵੱਧ, ਅਧਿਕਤਮ

maximus /'ਮੈਕਸਿਮਅਸ/ *a* (ਪਾਠਸ਼ਾਲਾ ਵਿੱਚ) ਇੱਕੋ ਨਾਂ ਵਾਲੇ ਵਿਦਿਆਰਥੀਆਂ ਵਿੱਚੋਂ ਸਭ ਤੋਂ ਵੱਡਾ

may[1] /ਮੇਇ/ *v* ਸੰਭਵ ਹੋਣਾ, ਆਗਿਆ ਹੋਣਾ, ਕਰ ਸਕਣਾ (ਇੱਛਾ ਜਾਂ ਪ੍ਰਾਰਥਨਾ ਲਈ ਵਰਤੀਂਦਾ ਹੈ), ਕੁਮਾਰੀ, ਕੁਆਰੀ, ਬਾਲਾ

May[2] *n* ਮਈ, ਈਸਵੀ ਸੰਨ ਦਾ ਪੰਜਵਾਂ ਮਹੀਨਾ; ਬਹਾਰ, ਨਵ ਜੋਬਨ, ਭਰ ਜਵਾਨੀ

maybe /'ਮੇਇਬਿ/ *adv* ਹੋਊ; ਸੰਭਵ ਹੈ, ਖ਼ਬਰੇ, ਸ਼ਾਇਦ, ਖੌਰੇ

May Day *n* ਪਹਿਲੀ ਮਈ ਦਾ ਦਿਨ, ਮਈ ਦਿਵਸ, ਕਿਰਤੀ ਦਿਵਸ

mayhem /'ਮੇਇਹੈੱਮ/ *n* ਹੰਗਾਮਾ, ਖਲਬਲੀ; ਅਪਾਹਜ ਬਣਾਉਣ ਦਾ ਜੁਰਮ

mayonnaise /ˌਮੇਇਅ'ਨੇਇਜ਼/ *n* ਸਲਾਦ ਵਗੈਰਾ ਉੱਤੇ ਪਾਉਣ ਲਈ ਆਂਡੇ ਤੇਲ ਅਤੇ ਸਿਰਕੇ ਤੋਂ ਬਣੀ ਚਟਨੀ

mayor /ਮੇਅ*/ *n* ਮੇਅਰ, ਨਗਰ ਨਾਇਕ, ਨਗਰ ਪਤੀ

mayoralty /'ਮੇਅਰਅਲਟਿ/ *n* ਨਗਰ ਨਾਇਕ ਦੀ ਪਦਵੀ

mayoress /ਮੇਅ'ਰੈੱਸ/ *n* ਮੇਅਰ ਦੀ ਵਹੁਟੀ

mazarine /ˌਮੈਜ਼ਅ'ਰੀਨ/ *n* ਗੂੜ੍ਹਾ ਨੀਲਾ ਰੰਗ, ਲਾਜਵਰਦੀ ਰੰਗ *a* ਗੂੜ੍ਹਾ ਨੀਲਾ, ਲਾਜਵਰਦੀ

maze /ਮੇਇਜ਼/ *n* ਭੁੱਲ-ਭਲੱਈਆ, ਭੰਵਰਜਾਲ, ਜੰਜਾਲ, ਉਲਝਣ, ਗੁੰਝਲ, ਗੋਰਖ-ਧੰਦਾ; ਵਿਆਕੁਲ ਜਨ ਸਮੂਹ; ਕੁਟਲਤਾ *vt* ਬੁੰਦਲਾਉਣਾ, ਚਕਰਾਉਣਾ, ਹੈਰਾਨ ਕਰਨਾ, ਭਟਕਣਾ

mazer /'ਮੇਇਜ਼ਅ*/ *n* ਚਾਂਦੀ ਮੜ੍ਹਿਆ ਲੱਕੜੀ ਦਾ ਪਿਆਲਾ

maziness /'ਮੇਇਜ਼ਿਨਅਸ/ *n* ਕੁਟਿਲਤਾ, ਘਬਰਾਹਟ

mazurka /ਮਅ'ਜ਼ਅ:ਕਅ/ *n* ਪੋਲੈਂਡ ਦਾ ਨਾਚ

mazy /'ਮੇਇਜ਼ਿ/ *a* ਗੁੰਝਲਦਾਰ, ਵਲੇਵੇਂਦਾਰ, ਕੁਟਿਲ, ਜਟਿਲ; ਘਬਰਾਉਣ ਵਾਲਾ

MBA /ˌਐੱਮ ਬੀ 'ਏਇ/ *abbr* ਵਪਾਰਕ ਪ੍ਰਬੰਧ ਵਿੱਚ ਯੂਨੀਵਰਸਿਟੀ ਪੱਧਰ ਦੀ ਉਪਾਧੀ, ਮਾਸਟਰ ਆਫ਼ ਬਿਜ਼ਨਸ ਅਡਮਿਨੀਸਟੇਰਸ਼ਨ

MByte /ਐੱਮਬਾਇਟ/ *n* (ਕੰਪਿ) ਕੰਪਿਊਟਰ ਦੀ ਯਾਦਦਾਸ਼ਤ ਨੂੰ ਮਾਪਣ ਦੀ ਇੱਕ ਵੱਡੀ ਇਕਾਈ ਜੋ *1000* ਕਿਲੋਬਾਈਟ ਦੇ ਬਰਾਬਰ ਹੁੰਦੀ ਹੈ, ਮੈਗਾਬਾਈਟ

McCarthyism /ਮਅ'ਕਾਥਿਇਜ਼ਅਮ/ *n* (*1950*ਵਿਆਂ ਵਿੱਚ ਅਮਰੀਕਾ ਵਿੱਚ) ਕਮਿਊਨਿਸਟਾਂ ਨੂੰ ਨੌਕਰੀਆਂ ਵਿੱਚੋਂ ਕੱਢਣ ਦੀ ਨੀਤੀ, ਮੈਕਾਰਥੀਵਾਦ

MD /ˌਐੱਮ 'ਡੀ/ *n abbr* ਡਾਕਟਰ ਆਫ਼ ਮੈਡੀਸਿਨ ਦੀ ਉਪਾਧੀ ਦਾ ਸੰਖੇਪ ਨਾਂ; ਪ੍ਰਬੰਧ ਨਿਰਦੇਸ਼ਕ (ਮੈਨੇਜਿੰਗ ਡਾਇਰੈਕਟਰ) ਲਈ ਸੰਖੇਪ

me /ਮਿ, ਮੀ/ *pron* ਮੈਨੂੰ; (ਆਮ ਵਰਤੋਂ) ਮੈਂ, (ਪੁਰਾਤਨ) ਆਪਣੇ ਆਪ ਨੂੰ

mead /ਮੀਡ/ *n* ਸ਼ਹਿਦ ਦੀ ਬਣੀ ਸ਼ਰਾਬ

meadow /'ਮੈਡਅਉ/ *n* ਜੂਹ, ਬੇਲਾ, ਚਰਾਗਾਹ, ਸਬਜ਼ਾਜ਼ਾਰ; ਤਰਾਈ; ਉਪਜਾਊ ਜ਼ਮੀਨ

meagre /'ਮੀਗਅ*/ *a* ਥੋੜ੍ਹਾ, ਘੱਟ, ਪਤਲਾ, ਲਿੱਸਾ; (ਲਿਖਤ, ਵਿਚਾਰ) ਅਧੂਰਾ, ਅਪੂਰਨ, ਊਣਾ

meagreness /'ਮੀਗਅਨਅਸ/ *n* ਥੁੜ, ਘਾਟ, ਪਤਲਾਪਣ, ਅਪੂਰਨਤਾ, ਊਣ

meal /ਮੀਲ/ *n* ਮੈਦਾ, ਆਟਾ, ਸੱਤੂ; ਖਾਣਾ, ਭੋਜਨ, ਆਹਾਰ; ਖਾਣੇ ਦੀ ਵਾਰੀ ਜਾਂ ਸਮਾਂ; ਗਾਂ ਜਾਂ ਮੱਝ ਦਾ ਇੱਕ ਵੇਲੇ ਦਾ ਦੁੱਧ *vt* ਰੋਟੀ ਖਾਣਾ, ਭੋਜਨ ਕਰਨਾ

mealie /'ਮੀਲਿ/ *a* (ਦੱਖਣੀ ਅਫ਼ਰੀਕਾ ਵਿੱਚ, ਆਮ ਤੌਰ 'ਤੇ ਬਹੁਵਚਨ) ਮੱਕੀ, ਮੱਕਈ

mealiness /'ਮੀਲਿਨਅਸ/ *n* ਭੁਰਭੁਰਾਪਣ

mealy /'ਮੀਲਿ/ *a* ਆਟੇ ਦਾ, ਮੈਦੇਹਾਰ; ਕੋਮਲ, ਨਰਮ; (ਉੱਬਲੇ ਹੋਏ ਆਲੂ) ਸੁੱਕੇ ਅਤੇ ਭੁਰਭੁਰੇ, (ਘੋੜਾ) ਡੱਬ-ਖੜੱਬਾ; ਪੀਲਾ

mealy-mouthed /ˌਮੀਲਿ'ਮਾਉਦਡ/ *a* ਮੀਸਣਾ; ਮਿੱਠਬੋਲੜਾ, ਚਰਬ ਜ਼ਬਾਨ

mean[1] /ਮੀਨ/ *n* (ਗਣਿ) ਮੱਧਮਾਨ, ਔਸਤ, ਮੱਧਵਰਤੀ; ਸਾਧਨ, ਉਪਾਅ

mean[2] *a* ਘਟੀਆ, ਨੀਵੇਂ ਦਰਜੇ ਦਾ, ਹੋਛਾ; ਮਾਮੂਲੀ, ਅਤਿ ਸਧਾਰਨ; ਨੀਚ, ਕਮਜ਼ਾਤ, ਕਮੀਨਾ; ਤੰਗ ਖ਼ਿਆਲ; ਸੂਮ, ਕੰਜੂਸ; ਖ਼ਰਾਬ (ਮੌਸਮ)

mean[3] *v* ਉਦੇਸ਼ ਰੱਖਣਾ, ਅਰਥ ਹੋਣਾ, ਭਾਵ ਹੋਣਾ; ਚਾਹੁਣਾ, ਅਰਥ ਕਰਨਾ; ਸੂਚਿਤ ਕਰਨਾ, ਪ੍ਰਗਟ ਕਰਨਾ

meander /ਮਿ'ਐਨਡਅ*/ *n* (ਬਹੁ) ਫੇਰ, ਚੱਕਰ, ਭੁੱਲ-ਭੁਲੱਈਆ; ਵਿੰਗ–ਵਲਾਵੇਂ ਵਾਲਾ ਰਾਹ; ਚੱਕਰਦਾਰ ਯਾਤਰਾ; ਪੇਚ, ਮੋੜ; ਕੁਟਲਤਾ *v* ਚੱਕਰ ਖਾਣਾ, ਅਵਾਰਾਗਰਦੀ ਕਰਨਾ, ਫਿਰਦੇ-ਫਿਰਾਂਦੇ ਰਹਿਣਾ; (ਪਾਣੀ ਦਾ) ਚੱਕਰ ਖਾਂਦੇ ਹੋਏ ਵਗਣਾ

meandered /ਮੀ'ਐਨਡਅਡ/ *a* ਭੁੱਲ-ਭੁਲੱਈਆ ਵਾਲਾ, ਮੋੜਦਾਰ, ਵਿੰਗ-ਤੜਿੰਗਾ

meaning /'ਮੀਨਿਙ/ *n* ਅਰਥ, ਭਾਵ, ਆਸ਼ਾ, ਮਤਲਬ, ਇਸ਼ਾਰਾ, ਪ੍ਰਯੋਜਨ, ਤਾਤਪਰਜ, ਮੁੱਦਾ, ਮੁਰਾਦ, ਸੂਚਕ

meaningful /'ਮੀਨਿਙਫ਼ਲ/ *a* ਅਰਥਪੂਰਨ

meaningless /'ਮੀਨਿਙਲਅਸ/ *a* ਨਿਰਾਰਥਕ, ਅਰਥਹੀਣ

meanness /ਮੀਨਨਅਸ/ *n* ਨੀਚਤਾ, ਹੋਛਾਪਣ, ਕਮੀਨਾਪਣ

means /ਮੀਨਜ਼/ *n* ਕੋਈ ਸਾਧਨ/ਕੋਈ ਵਸਤੂ/ ਪ੍ਰਕਿਰਿਆ ਜਾਂ ਪ੍ਰਨਾਲੀ ਜਿਸ ਰਾਹੀਂ ਸਿੱਟਾ ਪ੍ਰਾਪਤ ਕੀਤਾ ਜਾਂਦਾ ਹੈ

meantime /'ਮੀਨਟਾਇਮ/ *adv* ਇੱਚਰ, ਇੰਨੇ ਵਿੱਚ

meanwhile /'ਮੀਨਵਾਇਲ/ *adv* ਇਸ ਸਮੇਂ ਵਿੱਚ, ਇੰਨੇ ਨੂੰ

measles /'ਮੀਜ਼ਲਜ਼/ *n* ਖ਼ਸਰਾ, ਧਰੱਸ, ਧੱਸਲ; ਛੋਟੀ ਚੇਚਕ, ਦੇਵੀ, ਛੋਟੀ ਸ਼ੀਤਲਾ; ਫਫੋਲੇ

measly /'ਮੀਜ਼ਲਿ/ *a* ਖ਼ਸਰੇ ਸੰਬੰਧੀ, ਖਸਰੇ ਵਾਲਾ, ਨਿਕੰਮਾ

measurable /'ਮੈਯ਼ੱਅਰਅਬਲ/ *a* ਮਾਪਣ ਯੋਗ, ਨਾਪਣ ਯੋਗ; ਅਨੁਮਾਨ ਯੋਗ

measurable importance *n* ਭੌਤਿਕ ਮਹੱਤਤਾ

measure[1] /'ਮੈਯ਼ੱਅ*/ *n* ਮਾਪ, ਨਾਪ, ਪੈਮਾਨਾ, ਤੋਲ; ਮਾਤਰਾ; (ਦ੍ਰਵ ਆਦਿ ਦਾ) ਮਾਪਣ ਵਾਲਾ ਕੁੱਪਾ; ਮਾਪਕ; ਫ਼ੀਤਾ; ਉਪਾਅ, ਕੰਮ; ਮਾਪਣ ਦਾ ਢੰਗ, ਅਨੁਮਾਨ,ਅੰਦਾਜ਼ਾ; ਨਿਯਤ ਭਾਗ, ਸੀਮਾ; (ਸੰਗੀ) ਲੈ, ਤਾਲ, ਗਤੀ; ਛੰਦ; ਗੀਤ ਖੰਡਕ ਲਕੀਰ; (ਪ੍ਰਾਚੀਨ) ਨਾਚ, ਅਨੁਰੂਪ ਕੰਮ; ਨੇਮ ਸੰਬੰਧੀ ਸ਼ਾਸਨ ਪੱਤਰ; ਕਾਰਵਾਈ; ਪ੍ਰਸਤਾਵ; ਆਕਾਰ

measure[2] *vt* ਮਾਪਣਾ, ਨਾਪਣਾ, ਪੈਮਾਇਸ਼ ਕਰਨਾ, ਤੋਲਣਾ, (ਕੱਪੜਿਆਂ ਲਈ) ਨਾਪ ਲੈਣਾ, ਮੇਚਾ ਲੈਣਾ; (ਵਿਅਕਤੀ ਦਾ) ਅਨੁਮਾਨ ਲਾਉਣਾ, ਉੱਪਰ ਤੋਂ ਹੇਠਾਂ ਤੱਕ ਦੇਖਣਾ; ਨਿਸ਼ਾਨ ਲਾਉਣਾ; ਅਜ਼ਮਾਉਣਾ; ਰਸਤਾ ਨਾਪਣਾ, ਕੱਛਣਾ, (ਆਪਣੀ ਸ਼ਕਤੀ ਦਾ) ਅਨੁਮਾਨ ਲਾਉਣਾ

measured /'ਮੈਯ਼ੱਅਡ/ *a* ਮਾਪਿਆ ਤੋਲਿਆ; ਸੰਤੁਲਿਤ

measureless /'ਮੈਯ਼ੱਅਲਅਸ/ *a* ਅਸੀਮ, ਅਤੋਲ, ਅਮਿਤ, ਅਨੰਤ

measurement /'ਮੈਯ਼ੱਅਮਅਨਟ/ *n* ਪੈਮਾਇਸ਼, ਨਾਪ, ਮਾਪ, ਅਨੁਮਾਨ

measurer /'ਮੈਯ਼(ਅ)ਰਅ*/ *n* ਮਾਪਣ ਵਾਲਾ, ਮਾਪਕ; ਤੋਲਣ ਵਾਲਾ ਭਾਂਡਾ

measuring /'ਮੈਯ਼ੱਅਰਿਙ/ *a* ਮਾਪਕ, ਮਾਪੀ

meat /ਮੀਟ/ *n* ਮਾਸ, ਗੋਸ਼ਤ, (ਮਾਸ ਦਾ) ਖਾਣਾ; ਭੋਜਨ, ਆਹਾਰ

meatiness /ਮੀਟਿਨਅਸ/ *n* ਮਾਸ ਪੂਰਨਤਾ, ਮਾਸਲਤਾ

meatless /'ਮੀਟਲਅਸ/ *a* ਨਿਰਮਾਸ, ਮਾਸ ਰਹਿਤ

meaty /'ਮੀਟਿ/ *a* ਮਾਸਲ, ਮਾਸਪੂਰਨ, ਮਾਸ ਯੁਕਤ; (ਅਲੰਕਾਰਕ) ਸਤਦਾਰ, ਸਾਰਪੂਰਨ; ਮਾਸ ਦਾ, ਮਾਸ ਵਰਗਾ

Mecca /'ਮੈੱਕਅ/ *n* ਸਾਊਦੀ ਅਰਬ ਦਾ ਇੱਕ ਸ਼ਹਿਰ ਜਿੱਥੇ ਪੈਗੰਬਰ ਮੁਹੰਮਦ ਪੈਦਾ ਹੋਏ ਸਨ ਅਤੇ ਜੋ ਇਸਲਾਮ ਵਿੱਚ ਸਭ ਤੋਂ ਪਵਿੱਤਰ ਥਾਂ ਹੈ; ਕੋਈ ਥਾਂ ਜਿੱਥੇ ਬਹੁਤ ਲੋਕ ਜਾਣਾ ਚਾਹੁੰਦੇ ਹੋਣ

meccano /ਮਿ'ਕਾਨਅਉ/ *n* ਬੱਚਿਆਂ ਦੀ ਇੱਕ ਯੰਤਰਿਕ ਖੇਡ, ਮਕੈਨੋ

mechanic /ਮਅ'ਕੈਨਿਕ/ *n* ਕਾਰੀਗਰ, ਮਿਸਤਰੀ, ਮਸ਼ੀਨਸਾਜ਼; ਮਕੈਨਿਕ, ਮਸ਼ੀਨ ਸ਼ਾਸਤਰ

mechanical /ਮਅ'ਕੈਨਿਕਲ/ *a* ਮਕੈਨਿਕੀ, ਮਸ਼ੀਨੀ, ਯੰਤਰਿਕ ਵਿਗਿਆਨ ਸੰਬੰਧੀ; ਕਠਪੁਤਲੀ ਵਰਗਾ

mechanically /ਮਅ'ਕੈਨਿਕਲਿ/ *adv* ਯੰਤਰਵਰਤ, ਮਸ਼ੀਨ ਵਾਂਗ

mechanician /ਮੈੱਕਅ'ਨਿਸ਼ਅਨ/ *n* ਮਸ਼ੀਨ ਬਣਾਉਣ ਵਿੱਚ ਹੁਸ਼ਿਆਰ ਮਿਸਤਰੀ, ਯੰਤਰ ਨਿਰਮਾਣ ਵਿੱਚ ਪ੍ਰਵੀਨ ਕਾਰੀਗਰ

mechanism /'ਮੈੱਕਅਨਿਜ਼ਅਮ/ *n* ਯੰਤਰ ਵਿਧੀ, ਬਣਤਰ, ਪੁਰਜ਼ੇ; ਰਚਨਾ; ਸੰਗੀਤ ਕਲਾ ਪ੍ਰਵੀਣਤਾ

mechanist /'ਮੈੱਕਅਨਿਸਟ/ *n* ਕਾਰੀਗਰ, ਮਸ਼ੀਨ ਬਣਾਉਣ ਵਾਲਾ; ਯੰਤਰ ਵਿਗਿਆਨੀ; ਮਸ਼ੀਨ ਵਾਂਗ ਵਿਆਖਿਆ ਕਰਨ ਵਾਲਾ ਵਿਅਕਤੀ; (ਦਰਸ਼ਨ) ਯੰਤਰ ਵਿਵਸਥਾਵਾਦੀ

mechanistic /ˌਮੈੱਕਅ'ਨਿਸਟਿਕ/ *a* ਯੰਤਰਿਕ

mechanization /ˌਮੈੱਕਅਨਾਇ'ਜ਼ੇਇਸ਼ਨ/ *n* ਮਸ਼ੀਨੀਕਰਨ, ਯੰਤਰੀਕਰਨ

mechanize /'ਮੈੱਕਅਨਾਇਜ਼/ *vt* ਮਸ਼ੀਨ ਵਾਂਗ ਬਣਾਉਣਾ, ਯੰਤਰ ਪ੍ਰਯੋਗ ਕਰਨਾ

mechanized /'ਮੈੱਕਅਨਾਇਜ਼ਡ/ *a* ਯੰਤਰਕ੍ਰਿਤ, ਯੰਤਰ ਚਾਲਤ

mechanotherapy /ˌਮੈੱਕਅਨਅ(ਉ)'ਥੈਰੱਅਪਿ/ *n* ਯੰਤਰ ਚਿਕਿਤਸਾ

meconic acid /ਮਿ'ਕੌਨਿਕ 'ਐਸਿਡ/ *a* ਅਫ਼ੀਮ ਦੇ ਤਿਜ਼ਾਬ ਸੰਬੰਧੀ, ਅਫ਼ੀਮ ਦੇ ਤਿਜ਼ਾਬ ਵਾਲਾ

meconin /'ਮੀਕਅਨਿਨ/ *n* ਅਫ਼ੀਮ ਦਾ ਸਤ

Med[1] /ਮੈਡ/ *n* ਭੂ-ਮੱਧ ਸਾਗਰ

med[2] /ਮੈਡ/ *a* ਡਾਕਟਰੀ ਖੇਤਰ ਨਾਲ ਸੰਬੰਧਿਤ

medal /'ਮੈੱਡਲ/ *n* ਮੈਡਲ, ਤਮਗਾ; ਗਾਲ਼੍ਹ ਦੀ ਖੇਡ

medalet /'ਮੈੱਡ(ਅ)ਲਿਟ/ *n* ਛੋਟਾ ਤਮਗਾ

medalled /'ਮੈੱਡ(ਅ)ਲਡ/ *a* ਤਮਗਾਧਾਰੀ, ਤਮਗਾ ਪ੍ਰਾਪਤ ਕਰਨ ਵਾਲਾ

medallion /ਮਅ'ਡੈਲਿਅਨ/ *n* ਵੱਡਾ ਮੈਡਲ, ਵੱਡਾ ਤਮਗਾ; ਵੱਡਾ ਗੋਲਾਕਾਰ ਚਿੱਤਰ

medallist /'ਮੈੱਡਅਲਿਸਟ/ *n* ਮੈਡਲ ਪ੍ਰਾਪਤ ਵਿਅਕਤੀ; ਤਮਗਾ ਬਣਾਉਣ ਵਾਲਾ

meddle /'ਮੈੱਡਲ/ *vt* ਦਖ਼ਲ ਦੇਣਾ, ਟੰਗ ਅੜਾਉਣਾ

meddler /'ਮੈੱਡਲਅ*/ *n* ਦਖ਼ਲ ਦੇਣ ਵਾਲਾ; ਟੰਗ ਅੜਾਉਣ ਵਾਲਾ

meddlesome /'ਮੈੱਡਲਸਅਮ/ *a* ਦਖ਼ਲ ਦੇਣ ਦਾ ਆਦੀ, ਵਿਘਨਕਾਰੀ

meddlesomeness /'ਮੈੱਡਲਸਅਮਨਅਸ/ *n* ਵਿਘਨ ਪਾਉਣ ਦੀ ਆਦਤ

meddling /'ਮੈੱਡਲਿਙ/ *a* ਵਿਘਨਕਾਰਕ

media /'ਮੀਡਿਅ/ *n* **medium** ਦਾ ਬਹੁਵਚਨ, ਸੰਚਾਰ ਸਾਧਨ

mediaeval /ˌਮੈੱਡਿ'ਈਵ੍ਲ/ *a* ਮੱਧਕਾਲ (1000-1450 ਈਸਵੀ ਦੇ ਲਗਭਗ) ਨਾਲ ਸੰਬੰਧਿਤ, ਮੱਧਕਾਲੀ, ਮੱਧਕਾਲ ਦਾ

medial /'ਮੀਡਿਅਲ/ *a* ਮੱਧਵਰਤੀ, ਵਿਚਕਾਰਲਾ, ਦਰਮਿਆਨਾ, ਔਸਤ ਦਰਜ਼ੇ ਦਾ

median /'ਮੀਡਿਅਨ/ *a* ਮੱਧਵਰਤੀ, ਦਰਮਿਆਨੀ *n* ਮਧਿਅੰਤਰ ਰੇਖਾ

mediant /'ਮੀਡਿਅਨਟ/ *n* (ਸੰਗੀ) ਤੀਜੀ ਸੁਰ

media studies *n* ਪੱਤਰਕਾਰੀ ਰੇਡੀਓ ਟੈਲੀਵੀਜ਼ਨ ਆਦਿ ਦੇ ਅਧਿਐਨ ਦਾ ਵਿਸ਼ਾ, ਸੰਚਾਰ ਸਾਧਨ ਦਾ ਵਿਸ਼ਾ, ਸੰਚਾਰ ਸਾਧਨ ਦਾ ਅਧਿਐਨ

mediate /'ਮੀਡਿਏਇਟ/ *a* ਮੱਧ ਵਰਤੀ, ਮਧਿਅਸਥ *v* ਮੱਧ ਸਥਿਤ ਵਿੱਚ ਪੈਣਾ, ਸਮਝੌਤਾ ਕਰਾਉਣਾ, ਵਸੀਲਾ ਬਣਨਾ, ਮਧਿਅਸਥ ਬਣਨਾ

mediately /'ਮੀਡਿਅਟਲਿ/ *adv* ਮਧਿਅਸਥ ਰਾਹੀਂ, ਵਿਚੋਲੇ ਰਾਹੀਂ, ਸਾਲਸ ਰਾਹੀਂ

mediation /ˌਮੀਡਿ'ਏਇਸ਼ਨ/ *n* ਮਧਿਅਸਥਤਾ, ਸਾਲਸੀ, ਵਿਚੋਲਗੀ

mediator /'ਮੀਡਿਏਇਟਅ*/ *n* ਮਧਿਅਸਥ, ਵਿਚੋਲਾ, ਸਾਲਸ

mediatorial /ˌਮੀਡਿਅ'ਟੋਰਿਅਲ/ *a* ਮਧਿਅਸਥ ਸੰਬੰਧੀ, ਵਿਚੋਲੇ ਸੰਬੰਧੀ, ਸਾਲ਼ਸ ਸੰਬੰਧੀ

mediatorship /'ਮੀਡਿਏਇਟਅਸ਼ਿਪ/ *n* ਵਿਚੋਲੇ ਦਾ ਅਧਿਕਾਰ, ਮਧਿਅਸਥ ਅਧਿਕਾਰ

medic /'ਮੈੱਡਿਕ/ *n* ਚਿਕਿਤਸਾ ਸ਼ਾਸਤਰ ਦਾ ਵਿਦਿਆਰਥੀ *a* ਚਿਕਿਤਸਾ ਸੰਬੰਧੀ

medicable /'ਮੈੱਡਿਕਅਬਲ/ *a* ਜਿਸ ਨੂੰ ਸਾਧਿਆ ਜਾ ਸਕਦਾ ਹੋਵੇ; ਜਿਸ ਦਾ ਇਲਾਜ ਕੀਤਾ ਜਾ ਸਕੇ

medical /'ਮੈੱਡਿਕਲ/ *a* ਚਿਕਿਤਸਕੀ, ਡਾਕਟਰੀ; ਚਿਕਿਤਸਾ ਸੰਬੰਧੀ *n* ਆਯੁਰਵੈਦ ਦਾ ਵਿਦਿਆਰਥੀ

medical man *n* ਚਿਕਿਤਸਕ, ਵੈਦ, ਹਕੀਮ, ਡਾਕਟਰ

medicament /ਮਅ'ਡਿਕਅਮਨਟ/ *n* ਦਵਾ ਦਾਰੂ, ਦਾਰੂ ਦਰਮਲ, ਮਲ੍ਹਮ ਲੇਪ

medicamental /ˌਮੈੱਡਿਕਅ'ਮੈਂਟਅਲ/ *a* ਦਵਾ ਦਾਰੂ ਸੰਬੰਧੀ

Medicare /'ਮੈੱਡਿਕੇਅ*/ *n* ਬਜ਼ੁਰਗਾਂ ਦੇ ਚਕਿਸਤਕ ਪ੍ਰਬੰਧ ਕਰਨ ਵਾਲੀ ਸੰਸਥਾ, ਆਮ ਲੋਕਾਂ ਦੀਆਂ ਬਿਮਾਰੀਆਂ ਦਾ ਰੋਕਥਾਮ ਪ੍ਰਬੰਧ

medicaster /'ਮੈੱਡਿਕਾਸਟਅ*/ *n* ਅਨਾੜੀ ਹਕੀਮ, ਨੀਮ ਹਕੀਮ; ਪਖੰਡੀ ਡਾਕਟਰ

medicate /'ਮੈੱਡਿਕੇਇਟ/ *vt* ਦਵਾ ਦੇਣਾ, ਦਵਾ

ਦਾਰੂ ਕਰਨਾ, ਇਲਾਜ ਕਰਨਾ

medication /ˌ**ਮੈੱਡਿ'ਕੇਇਸ਼ਨ**/ *n* ਦਵਾਈ ਦੀ ਵਰਤੋਂ, ਔਸ਼ਧੀ ਪ੍ਰਯੋਗ

medicative /'**ਮੈੱਡਿਕਅਟਿਵ਼**/ *a* ਦਵਾ ਸੰਬੰਧੀ; ਇਲਾਜ ਬਾਰੇ, ਇਲਾਜੀ

medicinal /**ਮਅ'ਡਿਸਿਨਲ**/ *a* ਵੈਦਿਕ; ਦਵਾ ਸੰਬੰਧੀ; ਰੋਗ ਨਾਸ਼ਕ; ਸਿਹਤ ਦੇਣ ਵਾਲਾ

medicine /'**ਮੈੱਡਸਨ, -ਡਿਸਨ**/ *n* ਚਿਕਿਤਸਾ; ਦਵਾ, ਦਾਰੂ, ਔਸ਼ਧੀ, (ਆਦਿ ਵਾਸੀਆਂ ਵਿੱਚ) ਮੰਤਰ, ਜਾਦੂ, ਟੂਣਾ *vt* ਦਵਾਈ ਦੇਣਾ, ਔਸ਼ਧੀ ਦੇਣਾ

medico /'**ਮੈੱਡਿਕਉ**/ *n* ਵੈਦ, ਚਿਕਿਤਸਕ, ਹਕੀਮ, ਡਾਕਟਰ

medieval, mediaeval /ˌ**ਮੈੱਡਿ'ਈਵ਼ਲ**/ *a* ਮੱਧ ਕਾਲੀਨ, ਮੱਧ ਯੁਗੀ, ਮੱਧ ਕਾਲ ਦਾ; ਔਸਤ ਦਰਜੇ ਦਾ

medievalism /ˌ**ਮੈੱਡਿ'ਈਵ਼ਲਿਜ਼ਅਮ**/ *n* ਮੱਧਕਾਲੀਨਤਾ, ਮੱਧਕਾਲੀਨ ਸਿਧਾਂਤ, ਮੱਧਕਾਲੀਨ ਰੀਤਾਂ

medievalist /ˌ**ਮੈੱਡਿ'ਈਵ਼ਲਿਸਟ**/ *n* ਮੱਧਕਾਲੀਨਵਾਦੀ, ਮੱਧਯੁਗੀ ਸਾਹਿਤ ਜਾਂ ਇਤਿਹਾਸ ਦਾ ਵਿਦਵਾਨ

mediocre /ˌ**ਮੀਡਿ'ਅਉਕਅ***/ *a* (ਵਿਅਕਤੀ) ਸਧਾਰਨ, ਵਿਚਕਾਰਲਾ, ਮਾਮੂਲੀ, ਔਸਤ ਦਰਜੇ ਦਾ, ਦਰਮਿਆਨਾ ਜਿਹਾ

mediocrity /ˌ**ਮੀਡਿ'ਔਕਰਅਟਿ**/ *n* ਵਿਚਲਾ ਮੇਲ, ਮਾਮੂਲੀ ਆਦਮੀ ਜਾਂ ਵਸਤੂ; ਔਸਤ ਦਰਜੇ ਦੀ ਚੀਜ਼, ਸਧਾਰਨ ਅਵਸਥਾ, ਸਧਾਰਨਤਾ

meditate /'**ਮੈੱਡਿਟੇਇਟ**/ *v* ਲਿਵਲੀਨ ਹੋਣਾ, ਧਿਆਨ ਲਾਉਣਾ, ਮਗਨ ਹੋਣਾ, ਵਿਚਾਰਨਾ, ਇਕਾਗਰ ਚਿੱਤ ਹੋਣਾ, ਸਮਾਧੀ ਲਾਉਣਾ, ਤਾੜੀ ਲਾਉਣਾ, ਬਿਰਤੀ ਜੋੜਨਾ

meditated /'**ਮੈੱਡਿਟੇਇਟਿਡ**/ *a* ਚਿੰਤਿਤ, ਨਿਰਧਾਰਿਤ

meditation /ˌ**ਮੈੱਡਿ'ਟੇਇਸ਼ਨ**/ *n* ਧਿਆਨ, ਮਨਨ, ਚਿੰਤਨ, ਮਗਨਤਾ, ਇਕਾਗਰਤਾ, ਸਮਾਧੀ, ਅਰਾਧਨਾ, ਸਿਮਰਨ

meditative /'**ਮੈੱਡਿਟਅਟਿਵ਼**/ *a* ਧਿਆਨਸ਼ੀਲ, ਮਨਨਸ਼ੀਲ, ਚਿੰਤਨਸ਼ੀਲ, ਵਿਚਾਰ ਮਗਨ, ਕਲਪਨਾਸ਼ੀਲ

meditativeness /'**ਮੈੱਡਿਟਅਟਿਵ਼ਨਅਸ**/ *n* ਮਗਨਸ਼ੀਲਤਾ, ਚਿੰਤਨਸ਼ੀਲਤਾ, ਧਿਆਨਸ਼ੀਲਤਾ, ਵਿਚਾਰ ਮਗਨਤਾ, ਲਿਵਲੀਨਤਾ

meditator /'**ਮੈੱਡਿਟੇਇਟਅ***/ *n* ਧਿਆਨੀ, ਮਨਨ ਕਰਤਾ, ਚਿੰਤਕ, ਮਗਨ ਰਹਿਣ ਵਾਲਾ ਆਦਮੀ

Mediterranean /ˌ**ਮੈੱਡਿਟਅ'ਰੇਇਨਿਅਨ**/ *n* ਭੂ-ਮੱਧ ਸਾਗਰ, ਰੂਮ ਸਾਗਰ; ਭੂ-ਮੱਧ *a* ਭੂ-ਮੱਧ ਸਾਗਰੀ

medium /'**ਮੀਡਿਅਮ**/ *n* ਮਾਧਿਅਮ; ਵਿਚਲਾ ਮੇਲ, ਵਿਚਲਾ ਦਰਜਾ, ਵਿਚਲੀ ਚੀਜ਼; ਮਾਰਫ਼ਤ, ਸਾਧਨ, ਵਸੀਲਾ; ਮਾਰਗ, ਰਸਤਾ; ਰੰਗ ਮਿਲਾਉਣ ਦਾ ਤਰਲ ਸਾਧਨ (ਜਿਵੇਂ ਤੇਲ ਜਾਂ ਪਾਣੀ) *a* ਮਝਲਾ, ਵਿਚਕਾਰਲਾ, ਦਰਮਿਆਨਾ, ਨਾ ਵੱਡਾ ਨਾ ਛੋਟਾ, ਵਿਚਲਾ

mediumism /'**ਮੀਡਿਅਮਿਜ਼ਅਮ**/ *n* ਮੱਧਮ ਸਥਿਤੀ; ਅਧਿਆਤਮਿਕ ਉੱਨਤੀ ਦਾ ਸਾਧਨ; ਰੂਹਾਂ ਬੁਲਾਉਣ ਦਾ ਕਾਰਜ

medium wave *n* ਰੇਡੀਓ ਦੀ ਮੀਡੀਅਮ ਵੇਵ

medlar /'**ਮੈੱਡਲਅ***/ *n* ਸੇਬ ਵਰਗਾ ਇੱਕ ਬਿਰਛ ਅਤੇ ਉਸ ਦਾ ਫ਼ਲ

medley /'**ਮੈੱਡਲਿ**/ *n* ਮਿਸ਼ਰਨ, ਮਿਲਾਵਟ, ਘੜਮੱਸ, ਖਿਚੜੀ, ਰਲਗੱਡ, ਮਿਲਗੋਭਾ, ਸਮੂਹ *a* ਮਿਸ਼ਰਿਤ, ਮਿਲਿਆ *vt* ਮਿਸ਼ਰਿਤ ਕਰਨਾ, ਮਿਲਾਉਣਾ

Medoc /'**ਮੇਇਡੌਕ**/ *n* ਇੱਕ ਫ਼ਰਾਂਸੀਸੀ ਸ਼ਰਾਬ, ਮਾਦੋਕ

meed /**ਮੀਡ**/ *n* (ਕਾਵਿ) ਇਨਾਮ; ਪੁਰਸਕਾਰ, (ਪ੍ਰਸੰਸਾ ਆਦਿ ਦਾ) ਮੁੱਖ ਭਾਗ, ਵਿਸ਼ੇਸ਼ ਅੰਗ;

ਵਿਸ਼ਿਸ਼ਟਤਾ

meek /ਮੀਕ/ *a* ਨਿਰਮਾਣ, ਮਸਕੀਨ, ਨਿਮਾਣਾ, ਦੀਨ, ਸ਼ਾਂਤ, ਬੇਜ਼ਬਾਨ, ਚੁੱਪ-ਚਾਪ ਦੁੱਖ ਸਹਿਣ ਵਾਲਾ

meeken /'ਮੀਕ(ਅ)ਨ/ *v* ਨਿਰਹੰਕਾਰ ਕਰਨਾ ਜਾਂ ਹੋਣਾ; ਸਹਿਣਸ਼ੀਲ ਬਣਾਉਣਾ ਜਾਂ ਹੋਣਾ

meekly /ਮੀਕਲਿ/ *adv* ਨਿਮਰਤਾ ਪੂਰਵਕ, ਚੁੱਪ-ਚਾਪ

meet /ਮੀਟ/ *n* ਇਕੱਤਰਤਾ, ਜੋੜ-ਮੇਲ, ਮੇਲ, ਇਕੱਠ; ਮੀਟਿੰਗ; (ਖੇਡਾਂ ਦਾ) ਮੁਕਾਬਲਾ *a* ਉਚਿਤ, ਯੋਗ, ਠੀਕ, ਉਪਯੁਕਤ, ਮੁਨਾਸਬ, ਜਚਦਾ, ਸ਼ੋਭਦਾ, ਬਣਦਾ-ਫੱਬਦਾ, ਢੁੱਕਦਾ *v* ਮਿਲਨਾ, ਮੇਲ ਹੋਣਾ; ਜਾਣ-ਪਛਾਣ ਕਰਨਾ; ਇਕੱਤਰ ਕਰਨਾ; ਪ੍ਰਾਪਤ ਕਰਨਾ, ਗ੍ਰਹਿਣ ਕਰਨਾ, ਅਚਾਨਕ ਮਿਲ ਜਾਣਾ; ਮੁੱਠਭੇੜ ਹੋਣਾ, ਟੱਕਰਨਾ; ਅਨੁਕੂਲ ਕਰਨਾ, ਸਦ੍ਰਿਸ਼ ਕਰਨਾ, ਅਨੁਰੂਪ ਹੋਣਾ; ਸੰਤੁਸ਼ਟ ਕਰਨਾ; ਪ੍ਰਾਪਤ ਕਰਨਾ, ਪੂਰਾ ਪੈਣਾ; ਪੂਰਾ ਕਰ ਦੇਣਾ, ਅਦਾ ਕਰਨਾ, ਚੁਕਾ ਦੇਣਾ; ਬਰਦਾਸ਼ਤ ਕਰਨਾ, ਪੂਰਾ ਕਰਨਾ (ਖ਼ਰਚ); ਆਮ੍ਹੋ-ਸਾਮ੍ਹਣੇ ਆਉਣਾ; ਇਕੱਠੇ ਰਹਿਣਾ

meeting /'ਮੀਟਿਙ/ *n* ਸਮਾਗਮ, ਜਲਸਾ, ਸਭਾ, ਸੰਮੇਲਨ, ਗੋਸ਼ਠੀ, ਮੀਟਿੰਗ, ਇਕੱਠ; ਮੇਲ, ਮਿਲਨੀ, ਮਿਲਾਵਾ, ਸੰਗਮ, ਮਿਲਾਪ, ਸੰਜੋਗ

mega /'ਮੈਗੱਅ/ *a* ਮਹਾਂ, ਵਿਸ਼ਾਲ, ਵੱਡਾ

megabit /'ਮੈਗੱਅਬਿਟ/ *n* (ਕੰਪਿ) ਕੰਪਿਊਟਰ ਪ੍ਰਨਾਲੀ ਵਿੱਚ ਜਾਣਕਾਰੀ ਦਾ ਮਾਪ ਜੋ *10,00,000* ਬਿਟਾਂ (bits) ਦੇ ਬਰਾਬਰ ਹੁੰਦਾ ਹੈ

megabyte /'ਮੈਗੱਅਬਾਇਟ/ *n* (ਕੰਪਿ) ਵੇਖੋ M byte

megacephalous / ˌਮੈਗੱਅਸਿ'ਫ਼ੈਲਅਸ/ *a* ਵੱਡੇ ਸਿਰ ਵਾਲਾ, ਵੱਡ ਸਿਰਾ

megaflop /'ਮੈਗੱਅਫ਼ਲੌਪ/ *n* (ਕੰਪਿ) ਕੰਪਿਊਟਰ ਦੀ ਗਤੀ ਦਾ ਇੱਕ ਮਾਪ ਜੋ ਪ੍ਰਤਿ ਸਕਿੰਟ ਦਸ ਲੱਖ ਕਾਰਵਾਈਆਂ ਦੇ ਬਰਾਬਰ ਹੈ

megahertz /'ਮੈਗੱਅਹਅ:ਟਸ/ *n* (ਕੰਪਿ) ਰੇਡਿਓ ਤਰੰਗਾਂ ਅਤੇ ਕੰਪਿਊਟਰ ਦੀ ਗਤੀ ਦਾ ਇੱਕ ਮਾਪ, ਦਸ ਲੱਖ ਹਰਟਜ਼ (hertz)

megalith /'ਮੈਗੱਅਲਿਥ/ *n* ਵੱਡਾ ਪੱਥਰ

megalithic /ˌਮੈਗੱਅ'ਲਿਥਿਕ/ *a* ਵੱਡੇ ਪੱਥਰਾਂ ਦਾ ਬਣਿਆ

megalomania /ˌਮੈਗੱਅਲਅ'ਮੇਇਨਿਅ/ *n* ਆਤਮ ਵਡਿਆਈ ਦਾ ਖ਼ਬਤ, ਅਹੰਕਾਰ, ਮਹੱਤਵ, ਉਨਮਾਦ, ਵਡਿਆਈ ਜਾਂ ਵੱਡੇ ਕੰਮਾਂ ਦੀ ਲਾਲਸਾ

megalomaniac /ˌਮੈਗੱਅਲਅ'ਮੇਇਨਿਐਕ/ *n* ਆਤਮ ਵਡਿਆਈ ਵਿੱਚ ਫੁੱਲਿਆ ਮਨੁੱਖ, ਅਹੰਕਾਰ ਵਿੱਚ ਆਇਆ ਵਿਅਕਤੀ

megalosaurus /ˌਮੈਗੱਅਲਅ'ਸੋਰਅਸ/ *n* ਇੱਕ ਪ੍ਰਕਾਰ ਦੀ ਵੱਡੀ ਮਾਸ ਖਾਣ ਵਾਲੀ ਮੱਛੀ

megaphone /'ਮੈਗੱਅਫ਼ਅਉਨ/ *n* ਲਾਊਡ ਸਪੀਕਰ, ਅਵਾਜ਼ ਵਧਾਊ ਯੰਤਰ, ਧੂਤੂ *vt* ਲਾਊਡ ਸਪੀਕਰ ਦੀ ਵਰਤੋਂ ਕਰਨਾ

megapode /'ਮੈਗੱਅਪਉਡ/ *n* ਲੰਮੇ ਪੈਰਾਂ ਵਾਲਾ ਪੰਛੀ

megastar /'ਮੈਗੱਅਸਟਾ*/ *n* ਪ੍ਰਸਿੱਧ ਗਾਇਕ, ਮਸ਼ਹੂਰ ਕਲਾਕਾਰ, ਮਹਾਨ ਮਨੋਰੰਜਨ ਕਰਤਾ

megastore /'ਮੈਗੱਅਸਟੋ*/ *n* ਬਹੁਤ ਵੱਡੀ ਦੁਕਾਨ, ਵਿਸ਼ਾਲ ਭੰਡਾਰ, ਕਈ ਕਿਸਮ ਦੀਆਂ ਵਸਤੂਆਂ ਵੇਚਣ ਵਾਲੀ ਵੱਡੀ ਦੁਕਾਨ

megaton /'ਮੈਗੱਅਟਅੱਨ/ *n* ਦਸ ਲਖ ਟਨ ਦਾ ਬੋਝ

megawatt /'ਮੈਗੱਅਵੌਟ/ *n* ਬਿਜਲੀ ਨਾਪਣ ਦੀ ਇਕਾਈ, ਦਸ ਲੱਖ ਵਾਟ ਬਿਜਲੀ

megrim /'ਮੀਗਰਿਮ/ *n* ਸਨਕ, ਤਰੰਗ, ਵਹਿਣ; ਅੱਧੇ ਸਿਰ ਦਾ ਦਰਦ; ਘੋੜਿਆਂ ਨੂੰ ਰਕਤ ਚਾਪ ਦਾ ਰੋਗ; (ਬਹੁ) ਜੀਅ ਦਾ ਡੋਬ, ਉਦਾਸੀ; ਨਿਰਾਸਤਾ; ਢਹਿੰਦੀ ਕਲਾ; ਇੱਕ ਕਿਸਮ ਦੀ ਚਪਟੀ ਮੱਛੀ, ਮੈਗਰਿਮ

meiosis /ਮਾਇ'ਅਉਸਿਸ/ *n* (ਜੀਵ) ਅਰਧ ਸੂਤਰੀ ਵਿਭਾਜਨ

mekometer /ਮਿ'ਕੋਮਿਟਅ*/ *n* ਦੂਰੀ ਮਾਪਕ ਯੰਤਰ, ਮੇਕੋਮੀਟਰ

melancholia /ˌਮੈਲਅਨ'ਕਅਉਲਿਅ/ *n* ਵਿਸ਼ਾਦ ਰੋਗ, ਖਿੰਨਤਾ ਦਾ ਮਾਨਸਿਕ ਰੋਗ, ਝੋਰੇ ਦਾ ਰੋਗ

melancholic /ˌਮੈੱਲਅਨ'ਕੌਲਿਕ/ *a* ਉਦਾਸ, ਵਿਸ਼ਾਦੀ, ਦਿਲਗੀਰ

melancholy /'ਮੈੱਲਅਨਕਅਲਿ, -ਕੌਲਿ/ *n* ਵਿਸ਼ਾਦ, ਚਿੰਤਾ, ਉਦਾਸੀ, ਦਿਲਗੀਰੀ

melange /ਮੇਇ'ਲਾਨਯ਼/ *n* ਮਿਸ਼ਰਨ, ਗਡ-ਮਡ, ਮਿਲਗੋਭਾ

melanic /ਮਿ'ਲੈਨਿਕ/ *a* ਕਾਲਾ, ਗਾੜ੍ਹਾ ਕਾਲਾ

melanin /'ਮੈੱਲਅਨਿਨ/ *n* ਚਮੜੀ ਵਿੱਚ ਕਾਲੇ ਰੰਗ ਦਾ ਮਾਦਾ, ਵਾਲਾਂ ਆਦਿ ਦਾ ਗੂੜ੍ਹਾ ਕਾਲਾ ਰੰਗ

melanism /'ਮੈੱਲਅਨਿਜ਼ਅਮ/ *n* ਚਮੜੀ ਜਾਂ ਵਾਲਾਂ ਦਾ ਕਾਲਾਪਣ, ਕਾਲਖ

melanous /'ਮੈੱਲਅਨਅਸ/ *a* ਕਾਲੇ ਚਿਹਰੇ ਵਾਲਾ

meld /ਮੈੱਲਡ/ *vt* ਐਲਾਨ ਕਰਨਾ, ਸਪਸ਼ਟ ਕਰਨਾ, ਪ੍ਰਗਟ ਕਰਨਾ, ਜ਼ਾਹਰ ਕਰਨਾ, ਖੋਲ੍ਹ ਦੇਣਾ

melee /'ਮੈਲੇਇ/ *(F) n* ਮੁੱਠਭੇੜ, ਝਪਟ; ਲੜਾਈ, ਸੰਗਰਾਮ, ਝਗੜਾ, ਦੰਗਾ; ਪੁਰਜ਼ੋਰ ਬਹਿਸ

melic /'ਮੈੱਲਿਕ/ *a* ਗਾਇਆ ਜਾ ਸਕਣ ਵਾਲਾ, ਸਰੋਦੀ

melinite /'ਮੈੱਲਿਨਾਇਟ/ *n* ਇੱਕ ਵਿਸਫੋਟਕ ਪਦਾਰਥ

meliorant /'ਮੀਲਿਅਰਅਨਟ/ *a* ਸੁਧਾਰਕ, ਉੱਧਾਰਕ

meliorate /'ਮੀਲਿਅਰੇਇਟ/ *v* ਸੁਧਾਰਨਾ, ਸੰਵਾਰਨਾ, ਚੰਗਾ ਬਣਾਉਣਾ ਜਾਂ ਹੋਣਾ, ਸੁਧਰਨਾ, ਉਨੱਤੀ ਕਰਨਾ

melioration /ˌਮੀਲਿਅ'ਰੇਇਸ਼ਨ/ *n* ਸੁਧਾਰ, ਉਨੱਤੀ, ਚੰਗਿਆਈ

meliorator /'ਮੀਲਿਅਰੇਇਟਅ*/ *n* ਸੁਧਾਰਕ

meliorism /'ਮੀਲਿਅਰਿਜ਼ਅਮ/ *n* ਸੁਧਾਰਵਾਦ, ਇਹ ਸਿਧਾਂਤ ਕਿ ਮਨੁੱਖੀ ਯਤਨਾਂ ਨਾਲ ਸੰਸਾਰ ਸੁਧਾਰਿਆ ਜਾ ਸਕਦਾ ਹੈ

meliorist /'ਮੀਲਿਅਰਿਸਟ/ *n* ਸੁਧਾਰਵਾਦੀ

meliphagous /ਮਿ'ਲਿਫ਼ਅਗਅਸ/ *a* ਸ਼ਹਿਦ ਉੱਤੇ ਜਿਊਂਦਾ ਰਹਿਣ ਵਾਲਾ, ਮਧੂਜੀਵੀ

melliferous /ਮਿ'ਲਿਫ਼ਅਰਅਸ/ *a* ਸ਼ਹਿਦ ਉਤਪੰਨ ਕਰਨ ਵਾਲਾ

mellification /ˌਮੈੱਲਿਫ਼ਿ'ਕੇਇਸ਼ਨ/ *n* ਸ਼ਹਿਦ ਬਣਾਉਣ ਦੀ ਕਿਰਿਆ

mellifluence /ਮਿ'ਲਿਫ਼ਲੁਅਨਸ/ *n* ਮਧੁਰਤਾ, ਮਿਠਾਸ, ਮਿੱਠਾਪਣ; ਮਿੱਠਾ ਬੋਲ, ਮਧੁਰ ਭਾਸ਼ਣ

mellifluent /ਮਿ'ਲਿਫ਼ਲੁਅਨਟ/ *a* ਮਧੁਰ, ਮਿੱਠਾ, ਸ਼ੀਰੀਂ; ਮਧੁਰਭਾਸ਼ੀ, ਮਿੱਠਬੋਲਾ

mellivorous /ਮਿ'ਲਿਵ਼ਅਰਅਸ/ *a* ਸ਼ਹਿਦ ਪੀਣ ਵਾਲਾ

mellow /'ਮੈੱਲਅਉ/ *a* ਰਸੀਲਾ, ਨਰਮ, ਰਸਿਆ (ਫਲ), ਮਿੱਠਾ, ਪੱਕਿਆ ਹੋਇਆ; ਕੂਲੀ, ਮੱਧਮ, ਧੀਮੀ, ਨਰਮ (ਅਵਾਜ਼); ਪੱਕੀ, ਪੂਰੇ ਉਠਾ ਪਿੱਛੋਂ ਕੱਢੀ (ਸ਼ਰਾਬ); ਉਪਜਾਊ, ਚਿਕਨੀ ਮਿੱਟੀ ਵਾਲੀ (ਧਰਤੀ), ਠੰਡੀ, ਨਰਮ (ਤਬੀਅਤ); ਮਿਲਾਪੜਾ, ਖ਼ੁਸ਼ ਮਿਜ਼ਾਜ, ਮਸਰੂਰ *v* ਕੋਮਲ ਬਣਾਉਣਾ ਜਾਂ ਹੋਣਾ; ਪ੍ਰਸੰਨ ਕਰਨਾ ਜਾਂ ਹੋਣਾ; ਪੱਕਣਾ; ਰਸਣਾ, ਰੰਗ ਫੜਨਾ (ਫਲ ਦਾ)

mellowness /'ਮੈੱਲਅਉਨਅਸ/ *n* ਕੋਮਲਤਾ, ਰਸੀਲਾਪਣ, ਮਤਵਾਲਾਪਣ

mellowy /'ਮੈੱਲਅਉਇ/ *a* ਕੋਮਲ, ਰਸੀਲਾ, ਮਧੁਰ; ਪੱਕਿਆ

melodic /ਮਅ'ਲੌਡਿਕ/ *a* ਮਧੁਰ, ਮਿੱਠਾ, ਸੁਰੀਲਾ

melodious /ਮਅ'ਲਅਉਡਿਅਸ/ *a* ਸੁਰੀਲਾ,

ਮਧੁਰ ਸੰਗੀਤਮਈ; ਰਸੀਲਾ, ਮਿੱਠਾ

melodiousness **/ਮਅ'ਲਅਉਡਿਅਸਨਅਸ/** *n* ਮਿਠਾਸ, ਸੰਗੀਤਕਤਾ, ਸੁਰੀਲਾਪਣ, ਰਸੀਲਾਪਣ

melodist **/'ਮੈੱਲਅਡਿਸਟ/** *n* ਗਾਇਕ, ਗਵੱਈਆ; ਗੀਤਕਾਰ; ਸੰਗੀਤਕਾਰ; ਗੀਤਾਂ ਦੀ ਸਵਰ ਯੋਜਨਾ ਕਰਨ ਵਾਲਾ

melodize **/'ਮੈੱਲਅਡਾਇਜ਼/** *v* ਗੀਤ ਰਚਣਾ; ਮਧੁਰ ਬਣਾਉਣਾ; ਸੁਰੀਲਾ ਬਣਾਉਣਾ

melodrama **/'ਮੈੱਲਅਡਰਾਮਅ/** *n* ਅਤਿ ਭਾਵੁਕਤਾ ਭਰਪੂਰ ਨਾਟਕ, ਸਨਸਨੀ ਭਰਿਆ ਨਾਟਕ; ਭਾਵੁਕਤਾਪੂਰਨ ਭਾਸ਼ਾ ਜਾਂ ਵਿਹਾਰ; (ਪਰਾ) ਸੰਗੀਤਮਈ ਨਾਟਕ, ਮੈਲੋਡਰਾਮਾ

melodramatic **/ˌਮੈੱਲਅਡਰਅ'ਮੈਟਿਕ/** *a* ਭਾਵੁਕਤਾਪੂਰਨ, ਜਜ਼ਬਾਤੀ, ਉਤੇਜਨਾਪੂਰਨ ਗੀਤ ਨਾਟਕ ਸੰਬੰਧੀ

melodramatist **/ˌਮੈੱਲਅ(ਉ)'ਡਰੈਮਅਟਿਸਟ/** *n* ਉਤੇਜਨਾਪੂਰਨ ਸੁਖਾਂਤ ਨਾਟਕ ਦਾ ਰਚਨਹਾਰ

melodramatize **/ˌਮੈੱਲਅ(ਉ)'ਡਰੈਮਅਟਾਇਜ਼/** *vt* ਸੰਗੀਤਮਈ ਨਾਟਕ ਤਿਆਰ ਕਰਨਾ, ਜਜ਼ਬਾਤੀ ਬਣਾਉਣਾ

melody **/'ਮੈੱਲਅਡਿ/** *n* ਧੁਨ; ਸੁਰੀਲਾ ਗੀਤ; ਤਰਾਨਾ

melon **/'ਮੈੱਲਅਨ/** *n* ਖੱਖੜੀ, ਫੁੱਟ, ਖ਼ਰਬੂਜ਼ਾ

melt **/ਮੈੱਲਟ/** *n* ਪਿਘਲੀ ਧਾਤ *v* ਪਿਘਲਨਾ, ਪੰਘਰਨਾ; ਘੁਲਨਾ; (ਬੱਦਲਾਂ ਦਾ) ਵੱਸ ਪੈਣਾ; (ਵਿਅਕਤੀ, ਦਿਲ ਜਾਂ ਭਾਵਨਾਵਾਂ ਦਾ) ਕੋਮਲ ਹੋਣਾ; ਦ੍ਰਵ ਜਾਣਾ, ਪਸੀਜਣਾ, ਢਲਨਾ; ਰੋਣ ਲੱਗਣਾ; (ਧੁਨੀ ਦਾ) ਕੋਮਲ ਹੋਣਾ; ਰੂਪ ਦਾ ਬਦਲ ਜਾਣਾ, ਅਪ੍ਰਤੱਖ ਰੂਪ ਵਿੱਚ ਬਦਲ ਜਾਣਾ, ਉੱਡ ਜਾਣਾ, ਪਿਘਲਾਉਣਾ **melt into tears** *vt* ਫਿਸ ਪੈਣਾ, ਰੋ ਪੈਣਾ

melt away *v* ਘੁਲਣਾ, ਪਿਘਲ ਜਾਣਾ

meltdown **/'ਮੈੱਲਟਡਾਉਨ/** *n* ਖ਼ਤਰਨਾਕ ਘਟਨਾ, ਤਬਾਹੀ ਮਚਾਉਣ ਵਾਲੀ ਵਾਰਦਾਤ, ਢਹਿ-ਢੇਰੀ ਕਰ ਦੇਣ ਵਾਲੀ ਘਟਨਾ; (ਆਰਥਿਕ) ਮੰਦੀ

melter **/'ਮੈੱਲਟਅ*/** *n* ਪਿਘਲਾਉਣ ਵਾਲਾ, ਪੰਘਾਰਨ ਵਾਲਾ, ਗਾਲਨ ਵਾਲਾ (ਵਿਅਕਤੀ)

melting **/'ਮੈੱਲਟਿਙ/** *n* ਦ੍ਰਵਣ, ਗਲਨ, ਪਿਘਲਨ, ਪਿਘਲਾਉਣ *a* ਦ੍ਰਵਣਸ਼ੀਲ, ਪਿਘਲਣ ਵਾਲਾ

melting point *n* ਦ੍ਰਵ ਅੰਕ, ਪਿਘਲਨ ਅੰਕ

melting pot *n* ਕੁਠਾਲੀ

member **/'ਮੈੱਮਬਅ*/** *n* ਮੈਂਬਰ, ਸਦੱਸ, ਸਭਾ ਸਦੱਸ; ਭਾਗ, ਅੰਸ਼, ਅੰਗ (ਖ਼ਾਸ ਕਰਕੇ ਹੱਥ ਪੈਰ); ਰਾਜਨੀਤਿਕ ਦਲ ਦੀ ਉਪ ਸ਼ਾਖਾ; ਵਾਕੰਸ਼; ਪਦ, ਸੰਖਿਆ, ਰਾਸ਼ੀ

membership **/'ਮੈੱਮਬਅਸ਼ਿਪ/** *n* ਮੈਂਬਰੀ, ਸਦੱਸਤਾ

membrane **/'ਮੈੱਮਬਰੇਇਨ/** *n* ਝਿੱਲੀ, ਪਰਦਾ (ਲਪੇਟਿਆ); ਲਿਖਾਈ ਵਾਲਾ ਚਮੜਾ

membranous **/'ਮੈੱਮਬਰਅਨਅਸ/** *a* ਝਿੱਲੀਦਾਰ

memento **/ਮਅ'ਮੈੱਨਟਅਉ/** *n* ਯਾਦਗਾਰ, ਨਿਸ਼ਾਨੀ, ਸਮਾਰਕ

memo **/'ਮੈੱਮਅਉ/** *n* ਯਾਦ ਪੱਤਰ, ਸਿਮਰਤੀ ਪੱਤਰ, ਮੈਮੋਰੈਂਡਮ, ਮੀਮੋ; ਯਾਦਗਾਰ, ਸਮਾਰਕ

memoir **/'ਮੈੱਮਵਾ*/** *n* ਬਿਰਤਾਂਤ, ਵਿਵਰਨ; ਯਾਦਦਾਸ਼ਤ, ਸੰਸਮਰਨ; ਨਿਜੀ ਗਿਆਨ, ਨਿਜੀ ਜਾਣ-ਪਛਾਣ; ਸਵੈ-ਜੀਵਨੀ; ਜੀਵਨ ਬਿਰਤਾਂਤ; ਗੰਭੀਰ ਵਿਦਵਤਾਪੂਰਨ ਲੇਖ

memoirist **/'ਮੈੱਮਵਾਰਿਸਟ/** *n* ਰਿਪੋਰਟ ਦੇਣ ਵਾਲਾ, ਵਿਵਰਨ ਕਰਤਾ; ਜੀਵਨੀ ਲੇਖਕ

memorabilia **/ˌਮੈੱਮਅਰਅ'ਬਿਲਿਅ/** *(F) n* ਯਾਦ ਰੱਖਣ ਯੋਗ ਗੱਲਾਂ

memorable **/'ਮੈੱਮਅਰਅਬਲ/** *a* ਯਾਦਗਾਰੀ, ਨਾਮਵਰ, ਪ੍ਰਸਿੱਧ, ਮਸ਼ਹੂਰ

memorandum **/ˌਮੈੱਮਅ'ਰੈਨਡਅਮ/** *n* ਯਾਦਦਾਸ਼ਤ, ਸਿਮਰਤੀ ਪੱਤਰ; (ਕਨੂੰ) ਦਸਤਾਵੇਜ਼; ਯਾਦ ਪੱਤਰ, ਮੈਮੋਰੈਂਡਮ

memorative /'ਮੈਮੱਅਰਅਟਿਵ਼/ *n* ਸਿਮਰਤੀ ਸੰਬੰਧੀ, ਸਮਰਨ ਸ਼ਕਤੀ ਸਹਾਇਕ

memorial /ਮਅ'ਮੋਰਿਅਲ/ *n* ਯਾਦਗਾਰ, ਸਿਮਰਤੀ ਚਿੰਨ੍ਹ, ਸਮਾਰਕ; (ਬਹੁ) ਯਾਦਗਾਰੀ ਲੇਖ, (ਇਤਿ) ਇਤਿਹਾਸਿਕ ਲੇਖ; (ਰਾਜਨੀਤਿਕ ਮਾਮਲਿਆਂ ਵਿੱਚ) ਅਣਉਪਚਾਰਕ ਪੱਤਰ, ਰਾਜਕੀ ਪੱਤਰ; ਅਰਜ਼ਦਾਸ਼ਤ, ਮੇਜਰਨਾਮਾ; ਮੈਮੋਰੀਅਲ *a* ਯਾਦਗਾਰ ਸੰਬੰਧੀ

memorialist /ਮਅ'ਮੋਰਿਅਲਿਸਟ/ *n* ਸਮਰਨ ਲੇਖਕ, ਯਾਦਗਾਰੀ ਲੇਖ ਲਿਖਣ ਵਾਲਾ ਲੇਖਕ, ਸਰਕਾਰੀ ਪੱਤਰ ਲਿਖਣ ਵਾਲਾ, ਪ੍ਰਾਰਥੀ

memorialize /ਮਅ'ਮੋਰਿਅਲਾਇਜ਼/ *vt* ਯਾਦਗਾਰੀ ਦਿਵਸ ਮਨਾਉਣਾ; ਸਮਾਰਕ ਬਣਵਾਉਣਾ; ਬਿਨੈ ਪੱਤਰ ਰਾਹੀਂ ਪ੍ਰਾਰਥਨਾ ਕਰਨਾ

memoriam /ਮਅ'ਮੋਰਿਅਮ/ *adv* ਦੀ ਯਾਦ ਵਿੱਚ (ਯਾਦਗਾਰੀ ਸਥਾਨ)

memorize /'ਮੈੱਮਅਰਾਇਜ਼/ *vt* ਯਾਦ ਕਰਨਾ, ਚੇਤੇ ਕਰਨਾ

memory /'ਮੈੱਮਅਰਿ/ *n* ਚੇਤਾ, ਯਾਦ, ਯਾਦਦਾਸ਼ਤ, ਸਿਮਰਤੀ; (ਕਿਸੇ ਮਰੇ ਵਿਅਕਤੀ ਸੰਬੰਧੀ) ਯਾਦ; (ਕੰਪਿ) ਕੰਪਿਊਟਰ ਵਿੱਚ ਸੰਚਿਤ ਸੂਚਨਾ, ਕੰਪਿਊਟਰ ਦਾ ਅੰਕੜਿਆਂ ਅਤੇ ਸੂਚਨਾਵਾਂ ਦਾ ਭੰਡਾਰਨ ਕਰਨ ਵਾਲਾ ਹਿੱਸਾ

men /ਮੈੱਨ/ *n* **man** ਦਾ ਬਹੁਵਚਨ, ਮਨੁੱਖ ਜਾਤੀ

menace /'ਮੈੱਨਅਸ/ *n* ਧਮਕੀ, ਡਰਾਵਾ, ਖ਼ਤਰਾ *vt* ਧਮਕਾਉਣਾ, ਡਰਾਉਣਾ, ਖ਼ਤਰੇ ਵਿੱਚ ਪਾਉਣਾ

menacer /'ਮੈੱਨਅਸਅ*/ *n* ਭੈ-ਭੀਤ ਕਰਨ ਵਾਲਾ, ਡਰਾਉਣ ਵਾਲਾ, ਧਮਕਾਉਣ ਵਾਲਾ (ਵਿਅਕਤੀ)

menacing /'ਮੈਨਅਸਿਙ/ *a* ਡਰਾਉਣਾ, ਭੈ-ਭੀਤ, ਖ਼ਤਰੇ ਵਾਲਾ, ਧਮਕੀ ਭਰਭੂਰ

mend /ਮੈੱਂਡ/ *v* ਸੁਧਾਰਨਾ ਜਾਂ ਸੁਧਰਨਾ, ਠੀਕ ਕਰਨਾ ਜਾਂ ਹੋਣਾ, ਸੋਧ ਕਰਨਾ, ਸੰਵਾਰਨਾ ਜਾਂ ਸੰਵਰਨਾ, ਮੁਰੰਮਤ ਕਰਨਾ; ਗੰਢਣਾ-ਤਰੁਪਣਾ; ਤੰਦਰੁਸਤ ਹੋਣਾ ਜਾਂ ਕਰਨਾ; (ਕਲਮ ਆਦਿ) ਘੜਨਾ; ਤੋਪਾ ਲਾ ਕੇ ਮੁਰੰਮਤ ਕਰਨਾ ਜਾਂ ਰਫ਼ੂ ਕਰਨਾ *n* ਮੁਰੰਮਤ

mendable /ਮੈੱਨਡਅਬਲ/ *a* ਸੋਧਣ ਯੋਗ, ਮੁਰੰਮਤ ਲਾਇਕ

mendacious /ਮੈੱਨ'ਡੇਇਸ਼ਅਸ/ *a* ਝੂਠਾ, ਮਿਥਿਆਵਾਦੀ

mendacity /ਮੈੱਨ'ਡੈਸਅਟਿ/ *n* ਝੂਠ, ਕੂੜ

mender /'ਮੈੱਨਡਅ*/ *n* ਸੁਧਾਰਕ, ਸੋਧਕ; ਮੁਰੰਮਤ ਕਰਨ ਵਾਲਾ ਕਾਰੀਗਰ; ਮੋਚੀ (ਜੁੱਤੀਆਂ ਗੰਢਣ ਵਾਲਾ)

mendicancy /'ਮੈੱਨਡਿਕਅਨਸਿ/ *n* ਭਿਖਾਰੀਪਣ, ਫ਼ਕੀਰੀ

mendicant /'ਮੈੱਨਡਿਕਅਨਟ/ *n* ਮੰਗਤਾ, ਫ਼ਕੀਰ, ਜਾਚਕ

mending /ਮੈੱਨਡਿਙ/ *n* ਸੁਧਾਰ, ਉੱਧਾਰ, ਮੁਰੰਮਤ

menfolk /'ਮੈੱਨਫ਼ਅਉਕ/ *n* ਕਿਸੇ ਕਬੀਲੇ ਦੀ ਨਰ ਅਬਾਦੀ, ਕਿਸੇ ਪਰਿਵਾਰ ਦੀ ਨਰ ਸੰਖਿਆ, ਨਰ ਅਬਾਦੀ

menial /'ਮੀਨਿਅਲ/ *n* ਕੰਮੀ, ਕਮੀਣ, ਲਾਗੀ, ਘਰੇਲੂ ਨੌਕਰ, ਸੇਵਕ, ਦਾਸ; ਲਾਗੀ-ਚੋਗੀ, ਨੌਕਰ-ਚਾਕਰ *a* ਹੀਣਾ, ਨੀਵਾਂ, ਨੀਚ; ਨੌਕਰਾਂ ਵਰਗਾ, ਕੰਮੀਆਂ ਵਰਗਾ; ਘਰੇਲੂ

meningitis /ਮੈੱਨਿਨ'ਜਾਇਟਿਸ/ *n* ਗਰਦਨ ਤੋੜ ਬੁਖ਼ਾਰ; ਦਿਮਾਗ਼ ਦੇ ਨੇੜੇ ਸੋਜ ਹੋ ਜਾਣ ਦਾ ਰੋਗ

menology /ਮਿ'ਨੌਲਅਜਿ/ *n* (ਯੂਨਾਨੀ ਗਿਰਜਾ ਘਰਾਂ ਵਿੱਚ) ਉਤਸਵ ਸੂਚੀ

menopause /'ਮੈੱਨਅਪੋਜ਼/ *n* ਔਰਤਾਂ ਦੀ ਮਾਹਵਾਰੀ ਸਦਾ ਲਈ ਬੰਦ ਹੋ ਜਾਣੀ

mensal /'ਮੈੱਨਸਲ/ *a* ਮਾਸਿਕ, ਮਾਹਵਾਰੀ; ਭੋਜਨ ਸੰਬੰਧੀ, ਭੋਜਨ ਵਿੱਚ ਵਰਤਿਆ

menses /'ਮੈੱਨਸੀਜ਼/ *n* ਮਾਹਵਾਰੀ, ਸਿਰਨ੍ਹਾਉਣੀ, ਮਾਸਿਕ ਧਰਮ

menstrual /'ਮੈੱਨਸਟਰੁਅਲ/ *a* ਮਾਹਵਾਰੀ ਦੇ ਦਿਨਾਂ ਬਾਰੇ, ਮਾਹਵਾਰੀ ਸੰਬੰਧੀ; ਮਾਸਿਕ

menstruate /'ਮੈਂਨੱਸਟਰੁਏਇਟ/ *vt* ਔਰਤਾਂ ਦੀ ਮਾਹਵਾਰੀ ਆਉਣਾ

menstruation /ˌਮੈਨੱਸਟਰੁ'ਏਇਸ਼ਨ/ *n* ਮਾਹਵਾਰੀ, ਸਿਰਨ੍ਹਾਉਣੀ, ਮਾਸਿਕ ਧਰਮ

menstruous /'ਮੈਂਨਸਟਰੁਅਸ/ *a* ਮਾਹਵਾਰੀ ਸੰਬੰਧੀ, ਮਾਸਿਕ ਧਰਮ ਬਾਰੇ

mensuration /ˌਮੈਂਨਸਯੁਅ'ਰੇਇਸ਼ਨ/ *n* ਜ਼ਮੀਨ ਦੀ ਪੈਮਾਇਸ਼, ਮਾਪ

mental /'ਮੈਂਨੱਟਲ/ *a* ਦਿਮਾਗ਼ੀ, ਮਾਨਸਿਕ

mental age *n* ਖ਼ਾਸ ਉਮਰ ਮੁਤਾਬਕ ਦਿਮਾਗ਼ੀ ਸ਼ਕਤੀ, ਮਾਨਸਿਕ ਉਮਰ

mentalism/'ਮੈਂਨੱਟ(ਅ)ਲਿਜ਼ਅਮ/ *n* ਮਨੋਵਾਦ, ਮਾਨਸਿਕ ਪ੍ਰਵਿਰਤੀ

mentality/ਮੈਂਨੱ'ਟੈਲਅਟਿ/ *n* ਸੁਭਾਅ, ਖ਼ਸਲਤ, ਮਿਜ਼ਾਜ; ਮਾਨਸਿਕ ਅਵਸਥਾ, ਮਨੋਬਿਰਤੀ

mentation /ਮੈਂਨੱ'ਟੇਇਸ਼ਨ / *n* ਮਾਨਸਿਕ ਕਾਰਜ, ਮਾਨਸਿਕ ਅਵਸਥਾ

menthol /'ਮੈਂਨੱਥੌਲ /*n* ਪੂਦਨੇ ਦਾ ਸਤ, ਮੈਂਥੌਲ

menticulture /ˌਮੈਂਨੱਟਿ'ਕਅੱਲਚਅ* / *n* ਮਨੋਵਿਕਾਸ, ਮਨ ਦੀ ਸਾਧਨਾ

mention /'ਮੈਂਨੱਸ਼ਨ / *vt* ਜ਼ਿਕਰ ਕਰਨਾ, ਉਲੇਖ ਕਰਨਾ, ਨਾਂ ਲੈਣਾ, ਕਹਿਣਾ *n* ਜ਼ਿਕਰ, ਉਲੇਖ, ਨਿਰਦੇਸ਼, ਚਰਚਾ, ਕਥਨ, ਵਰਣਨ

mentionable /'ਮੈਂਨੱਸ਼ਨਅਬਲ/ *a* ਉਲੇਖ ਕਰਨ ਯੋਗ, ਚਰਚਾ ਕਰਨ ਯੋਗ, ਜ਼ਿਕਰ ਕਰਨ ਦੇ ਲਾਇਕ, ਹਵਾਲੇ ਯੋਗ

mentioned /'ਮੈਂਨੱਸ਼(ਅ)ਨਡ/ *a* ਕਥਿਤ, ਨਿਰਦਿਸ਼ਟ, ਨਿਰਦੇਸ਼ਤ, ਉਲਿਖਤ, ਵਰਨਿਤ

mentor /'ਮੈਂਨੱਟੋ*/ *n* ਵਿਸ਼ਵਾਸ ਯੋਗ, ਸਲਾਹਕਾਰ; ਪੀਰ, ਮੁਰਸ਼ਦ, ਸਿਖਿਅਕ

menu /'ਮੈਂਨੱਯੂ/ *n* ਭੋਜਨ ਸੂਚੀ, ਮੀਨੂ

mephitic /ਮੈਂ'ਫ਼ਿਟਿਕ / *a* ਜ਼ਹਿਰੀਲਾ, ਵਿਸ਼ੈਲਾ; ਬਦਬੋਦਾਰ, ਦੁਰਗੰਧ ਵਾਲਾ, ਸੜ੍ਹਾਂਦ ਵਾਲਾ; ਹਾਨੀਕਾਰਕ; ਜਾਨ–ਲੇਵਾ

mephitis /ਮੈਂ'ਫ਼ਾਇਟਿਸ / *n* ਜ਼ਹਿਰੀਲੀ ਬਦਬੋ, ਵਿਸ਼ੈਲੀ ਦੁਰਗੰਧ; ਬਦਬੋ, ਦੁਰਗੰਧ, ਸੜ੍ਹਾਂਦ

mercantile /'ਮਅ:ਕਅਨਟਾਇਲ / *a* ਵਪਾਰਿਕ, ਤਜਾਰਤੀ, ਵਣਜੀ

mercenary /'ਮਅ:ਸਅਨਅਰਿ/ *a* ਸੁਆਰਥੀ *n* ਭਾੜੇ ਦਾ ਟੱਟੂ, ਭਾੜੇ ਦਾ ਸਿਪਾਹੀ

mercer /'ਮਅ:ਸਅ*/ *n* ਕੱਪੜਿਆਂ ਦਾ ਵਪਾਰੀ, ਬਜਾਜ

mercery /'ਮਅ:ਸ(ਅ)ਰਿ/ *n* ਕੱਪੜਿਆਂ ਦਾ ਵਪਾਰ

merchandise /'ਮਅ:ਚਅਨਡਾਇਸ, -ਡਾਇਜ਼/ *n* ਵਪਾਰਿਕ ਮਾਲ, ਤਜਾਰਤੀ ਸਮਾਨ, ਵੱਖਰ, ਸੌਦਾ

merchant /'ਮਅ:ਚਅਨਟ/ *n* ਵਪਾਰੀ, ਸੌਦਾਗਰ, ਵਣਜਾਰਾ

merchantable /'ਮਅ:ਚਅਨਟਅਬਲ/ *a* ਵਿਕਾਊ

merchant navy *n* ਦੇਸ਼ ਦੇ ਤਜਾਰਤੀ ਸਮੁੰਦਰੀ ਜਹਾਜ਼ ਅਤੇ ਇਸਦਾ ਅਮਲਾ, ਸਮੁੰਦਰੀ ਵਪਾਰ ਕਰਨ ਵਾਲਾ ਅਮਲਾ ਅਤੇ ਜਹਾਜ਼

merchantry /'ਮਅ:ਚਅਨਟਰਿ/ *n* ਵਪਾਰ, ਵਣਜ, ਸੌਦਾਗਰੀ

merciful /'ਮਅ:ਸਿਫ਼ਲ/ *a* ਦਿਆਲੂ, ਦਇਆਵਾਨ, ਕਿਰਪਾਲੂ, ਮਿਹਰਬਾਨ

merciless /'ਮਅ:ਸਿਲਅਸ/ *a* ਬੇਰਹਿਮ, ਬੇਤਰਸ, ਨਿਰਦਈ, ਨਿਸ਼ਠੁਰ, ਬੇਦਰਦ, ਕਠੋਰ, ਬੇਕਿਰਕ, ਪੱਥਰ–ਦਿਲ

mercurial /ਮਅ:'ਕਯੁਅਰਿਅਲ/ *a* ਪਾਰਾ ਮਿਲਿਆ; ਪਾਰੇ ਸੰਬੰਧੀ; ਚੰਚਲ; ਅਸਥਿਰ; ਫੁਰਤੀਲਾ, ਚਲਾਕ, ਛੋਹਲਾ, ਚੁਸਤ, ਕਾਹਲਾ

mercury /'ਮਅ:ਕਯਅਰਿ / *n* ਪਾਰਾ, ਚੰਚਲਤਾ, ਚੁਸਤੀ, ਫੁਰਤੀ

Mercury *n* ਬੁੱਧ ਗ੍ਰਹਿ, ਰੋਮ ਦਾ ਇੱਕ ਦੇਵਤਾ, ਮਰਕਰੀ

mercy /'ਮਅ:ਸਿ/ *n* ਦਇਆ, ਮਿਹਰ, ਰਹਿਮ, ਕਿਰਪਾ, ਦਿਆਲਤਾ, ਤਰਸ, ਕਰੁਣਾ

mere[1] /ਮਿਅ*/ *n* (ਕਾਵਿ, ਪਰਾ) ਤਲਾਅ, ਝੀਲ, ਛੰਭ, ਛੱਪੜ, ਟੋਭਾ

mere[2] *n* ਹੱਦ, ਸੀਮਾ, ਘੇਰਾ *vt* ਸੀਮਾਬੱਧ ਕਰਨਾ, ਹੱਦਬੰਦੀ ਕਰਨਾ

mere[3] *a* ਸਿਰਫ਼, ਕੇਵਲ, ਨਿਰਾ, ਨਿਰਾਪੁਰਾ, ਉੱਕਾ

merely /'ਮਿਅਲਿ/ *a* ਸਿਰਫ਼, ਕੇਵਲ, ਨਿਰਾ

meretricious /ˌਮੈਰੱਅ'ਟਰਿਸ਼ਅਸ/ *a* ਵੇਸਵਾ ਦਾ, ਵੇਸਵਾ ਸੰਬੰਧੀ, ਸ਼ੋਖ, ਭੜਕੀਲਾ; ਝੂਠੀ ਸ਼ਾਨ ਵਾਲ਼ਾ; (ਲਿਖਤ) ਬੜੀ ਟੀਪ–ਟਾਪ ਵਾਲੀ, ਸੰਵਾਰੀ ਸ਼ਿੰਗਾਰੀ ਹੋਈ

meretriciousness /ˌਮੈਰਅ'ਟਰਿਸ਼ਅਸਨਅਸ/ *n* ਵੇਸਵਾ ਬਿਰਤੀ; ਬਣਾਉਟੀ ਸ਼ੋਭਾ, ਵਿਖਾਵਾ

merganser /ਮਅ:ਗੈਨਸਅ/ *n* (ਗੋਤਾ ਮਾਰਨ ਵਾਲੀ) ਬਤਕ

merge /ਮਅ:ਜ/ *v* ਇੱਕ ਵਸਤੂ ਦਾ ਦੂਜੀ ਵਸਤੂ ਵਿੱਚ ਮਿਲ ਜਾਣਾ ਜਾਂ ਮਿਲਾ ਦੇਣਾ, ਵਿਲੀਨ ਹੋਣਾ ਜਾਂ ਕਰਨਾ, ਅਭੇਦ ਕਰਨਾ ਜਾਂ ਹੋਣਾ, ਸ਼ਾਮਲ ਹੋਣਾ ਜਾਂ ਕਰਨਾ, ਸਮਾ ਜਾਣਾ

merged /ਮਅ:ਜਡ/ *a* ਵਿਲੀਨ, ਸਮਾਵਿਸ਼ਟ

merger /'ਮਅ:ਜਅ*/ *n* ਮੇਲ, ਵਿਲੀਨਤਾ, ਸਮਾਈ

mericarp /'ਮੈਰਿਕਾਪ/ *n* ਬੀਜ ਦਾ ਉਹ ਭਾਗ ਜਿੱਥੋਂ ਉਸਦੇ ਦੋ ਹਿੱਸੇ ਹੋ ਜਾਂਦੇ ਹਨ

meridian /ਮਅ'ਰਿਡਿਅਨ/ *n* ਦੁਪਹਿਰ, ਦੁਪਹਿਰ ਦੀ ਰੇਖਾ, ਸਿਖਰ ਰੇਖਾ, ਦੁਪਹਿਰ ਵੇਲੇ ਸੂਰਜ ਦੀ ਸਥਿਤੀ, ਨਖੱਤਰਾਂ ਦੀ ਸਭ ਤੋਂ ਉੱਚੀ ਸਥਿਤੀ; ਦੁਨੀਆਂ ਦੇ ਨਕਸ਼ੇ ਉੱਤੇ ਉਤਰੀ ਧਰੁਵ ਤੋਂ ਦੱਖਣੀ ਧਰੁਵ ਤੱਕ ਖਿੱਚੀਆਂ ਰੇਖਾਵਾਂ ਵਿੱਚੋਂ ਇੱਕ; ਉੱਨਤੀ, ਚੜ੍ਹਦੀ ਕਲਾ; ਉੱਨਤੀ ਦਾ ਸਿਖਰ, ਕਮਾਲ ਦੀ ਟੀਸੀ

meridional /ਮਅ'ਰਿਡਿਅਨਲ/ *a* ਦੁਪਹਿਰ ਦੀ ਰੇਖਾ ਸੰਬੰਧੀ, ਸਿਖਰ ਰੇਖਾ ਬਾਰੇ; ਦੱਖਣੀ ਦੇਸ਼ ਦਾ, ਦੱਖਣੀ, ਦੱਖਣੀ ਯੂਰਪ ਦਾ

meringue /ਮਅ'ਰੈਙ/ *n* ਇੱਕ ਪ੍ਰਕਾਰ ਦੀ ਮਿਠਿਆਈ

merino /ਮਅ'ਰੀਨਅਉ / *n* ਮਰੀਨੋ ਦਾ ਕੱਪੜਾ, ਮਹੀਨ ਊਨੀ ਕੱਪੜਾ ਜਾਂ ਤੰਤੂ

merit /'ਮੈੱਰਿਟ/ *n* ਯੋਗਤਾ, ਕਾਬਲੀਅਤ, ਪ੍ਰਵੀਣਤਾ, ਗੁਣ, ਚੰਗਿਆਈ; ਖ਼ੂਬੀ, ਸਿਫ਼ਤ; ਸ੍ਰੇਸ਼ਟਤਾ, ਉੱਤਮਤਾ; (ਬਹੁ) ਗੁਣ-ਦੋਸ਼, ਚੰਗਿਆਈ–ਬੁਰਿਆਈ

merited /'ਮੈੱਰਿਟਿਡ/ *a* ਉਚਿਤ, ਯੋਗ

meritocracy /ˌਮੈੱਰਿ'ਟੌਕਰਅਸਿ/ *n* ਯੋਗ ਵਿਅਕਤੀਆਂ ਦਾ ਸ਼ਾਸਨ, ਯੋਗਤਾਤੰਤਰੀ ਸਮਾਜ, ਅਜਿਹਾ ਸਮਾਜ ਜਿੱਥੇ ਯੋਗਤਾ ਦੀ ਕਦਰ ਹੋਵੇ, ਯੋਗਤਾਤੰਤਰ

meritorious /ˌਮੈੱਰਿ'ਟੋਰਿਅਸ/ *a* ਗੁਣਵਾਨ, ਗੁਣੀ, ਕਾਬਲ; ਪ੍ਰਸੰਸਾਯੋਗ, ਸ਼ਲਾਘਾਯੋਗ, ਸਲਾਹੁਣਯੋਗ, ਨੇਕ, ਭਲਾ

meritoriousness /ˌਮੈੱਰਿ'ਟੋਰਿਅਸਨਅਸ/ *n* ਯੋਗਤਾ, ਭਲਾਈ, ਨੇਕੀ

merk / 'ਮਅ:ਕ/ *n* ਸਕਾਟਲੈਂਡ ਦਾ ਇੱਕ ਚਾਂਦੀ ਦਾ ਸਿੱਕਾ

mermaid / 'ਮਅ:ਮੇਇਡ/ *n* ਇੱਕ ਮਿਥਹਾਸਿਕ ਜੀਵ ਜਿਸ ਦਾ ਹੇਠਲਾ ਭਾਗ ਮੱਛੀ ਦਾ ਅਤੇ ਉਤਲਾ ਇਸਤਰੀ ਦਾ ਹੁੰਦਾ ਹੈ, ਜਲਪਰੀ, ਸਮੁੰਦਰੀ ਦੇਵੀ; ਮੱਛ ਨਾਰੀ

merman / 'ਮਅ:ਮੈਨ / *n* ਜਲ ਮਾਣਸ, ਮੱਛ ਮਨੁੱਖ

merrily / 'ਮੈੱਰਅਲਿ / *adv* ਖ਼ੁਸ਼ੀ ਨਾਲ, ਪ੍ਰਸੰਨਤਾ ਨਾਲ, ਖਿੜੇ-ਮੱਥੇ, ਜ਼ਿੰਦਾ-ਦਿਲੀ ਨਾਲ

merriment / 'ਮੈੱਰਿਮਅਨਟ / *n* ਹਾਸ–ਵਿਲਾਸ,

ਖੇਡ ਤਮਾਸ਼ਾ, ਹਾਸਾ ਮਸ਼ਕਰੀ, ਖੁਸ਼ੀ, ਅਨੰਦ, ਹੁਲਾਸ, ਚੋਹਲ–ਮੋਹਲ, ਮੌਜ-ਮੇਲਾ

merry /'ਮੈੱਰਿ/ *a* ਖੁਸ਼, ਪ੍ਰਸੰਨ, ਖਿੜਿਆ-ਫੁੱਲਿਆ; ਰੰਗੀਲਾ, ਹਸਮੁਖ, ਮੌਜੀ, ਰੌਣਕੀ; ਨਸ਼ੇ ਵਿੱਚ ਗੁੱਟ

merry-go-round /'ਮੈੱਰਿਗਅ(ਉ)ˌਰਾਉਨਡ/ *n* ਝੂਲਾ, ਚਕਰਚੂੰਡਾ, ਚੰਡੋਲ, ਘੁੰਮਣ-ਘੇਰੀ

merrymaking /'ਮੈੱਰਿਮੇਇਕਿਙ/ *n* ਰੰਗ–ਰਲੀਆਂ, ਮੌਜ–ਮੇਲਾ

mersion /'ਮਅ:ਸ਼ਅਨ/ *n* ਡੁਬਕੀ, ਗੋਤਾ, ਬੁੜ੍ਹਕੀ

mesa /'ਮੇਇਸਅ/ *n* ਪਠਾਰ, ਪੱਬੀ

mesalliance /ਮੇਇ'ਜ਼ੈਲਿਅਨਸ/ *(F) n* ਅਣਮੇਲ ਵਿਆਹ, ਅਣਜੋੜ ਵਿਆਹ; ਘੱਟ ਹੈਸੀਅਤ ਵਾਲੇ ਵਿਅਕਤੀ ਨਾਲ ਵਿਆਹ

mescal /'ਮੈੱਸਕੈਲ, ਮੈੱ'ਸਕੈਲ/ *n* ਇੱਕ ਪ੍ਰਕਾਰ ਦੇ ਪੌਦੇ ਦਾ ਬੀਜ ਜਾਂ ਰਸ

mesh /ਮੈੱਸ਼/ *n* ਜਾਲ ਦਾ ਘੁਰਾ; ਜਾਲ, ਫਾਹੀ; (ਬਹੁ) ਜਾਲੀਦਾਰ ਬਣਤਰ *vt* ਫਸਾਉਣਾ, ਫਾਹੁਣਾ; ਜਾਲ ਵਿੱਚ ਫਸਾਉਣਾ

meshy /'ਮੈੱਸ਼ਿ/ *a* ਜਾਲੀਦਾਰ, ਜਾਲ ਵਰਗਾ

mesial /'ਮੀਜ਼ਿਅਲ/*a* ਮਧਿਅਸਥ, ਵਿਚਕਾਰਲਾ

mesmeric /ਮੈੱਜ਼'ਮੈੱਰਿਕ/ *a* ਵੱਸ ਕਰਨ ਦੀ ਵਿੱਦਿਆ ਬਾਰੇ, ਸੰਮੋਹਕ, ਮੈਸਮਰਿਜ਼ਮ ਸੰਬੰਧੀ

mesmerism /'ਮੈੱਜ਼ਮਅਰਿਜ਼ਅਮ/ *n* ਵਸੀਕਰਨ ਵਿੱਦਿਆ, ਸੰਮੋਹਨ, ਸੰਬੰਧੀ

mesmerist /'ਮੈੱਜ਼ਮਅਰਿਸਟ/ *a* ਵਸ ਕਰਨ ਵਾਲਾ, ਬੇਸੁੱਧ ਕਰਨ ਵਾਲਾ, ਮੈਸਮਰਿਜ਼ਮ ਕਰਨ ਵਾਲਾ, ਸੰਮੋਹਕ

mesmerize /'ਮੈੱਜ਼ਮਅਰਾਇਜ਼/ *vt* ਬੇਹੋਸ਼ ਕਰਨਾ, ਬੇਸੁੱਧ ਕਰਨਾ, ਮੂਰਛਤ ਕਰਨਾ, ਮੈਸਮਰਿਜ਼ਮ ਨਾਲ ਪ੍ਰਭਾਵਿਤ ਕਰਨਾ

mesnality /ਮੀ'ਨੈਲਿਟਿ/ *n* ਛੋਟੀ ਜਗੀਰਦਾਰੀ, ਪੱਟੇਦਾਰੀ

mesne /ਮੀਨ/ *a* ਦਰਮਿਆਨਾ, ਵਿਚਕਾਰਲਾ, ਮੱਧਵਰਤੀ

mesne lord *n* ਪੱਟੇਦਾਰ

mesne profit *n* ਵਿਚਲੇ ਲਾਭ

mess /ਮੈੱਸ/ *n* ਮਿਲਗੋਭਾ, ਮਿਸ਼ਰਨ, ਰਲਾ-ਮਿਲਾ; ਗੜਬੜ; ਰੋਲਾਘਚੋਲਾ; ਪੁਆੜਾ, ਝੰਜਟ, ਬਖੇੜਾ; (ਫੌਜੀ) ਲੰਗਰ; ਸਾਂਝਾ ਲੰਗਰ *vt* ਰਲਾ–ਮਿਲਾ ਦੇਣਾ; ਗੜਬੜ ਪਾ ਦੇਣਾ; ਲੰਗਰ ਵਿੱਚ ਖਾਣਾ, ਇਕੱਠੇ ਖਾਣਾ, ਭੋਜਨ ਖਾਣਾ

message /'ਮੈੱਸਿਜ/ *n* ਸਨੇਹਾ, ਸੰਦੇਸ਼ ਬਿਰਤਾਂਤ, ਵਾਰਤਾ, ਖ਼ਬਰ, ਸਮਾਚਾਰ (ਅਖ਼ਬਾਰੀ); ਆਤਮ ਸੰਦੇਸ਼, ਪੈਗੰਬਰ ਦੇ ਰਾਹੀਂ ਭੇਜਿਆ ਰੱਬੀ ਸਨੇਹਾ, ਇਲਹਾਮ

messenger /'ਮੈੱਸਿਨਜਅ*/ *n* ਸਨੇਹਾ ਲਿਆਉਣ ਜਾਂ ਲੈ ਜਾਣ ਵਾਲਾ, ਕਾਸਦ, ਹਰਕਾਰਾ, ਦੂਤ, ਸੰਦੇਸ਼ਵਾਹਕ

Messiah /ਮਅ'ਸਾਇਅ/ *n* ਹਜ਼ਰਤ ਈਸਾ, ਈਸਾ ਮਸੀਹ; ਮਸੀਹਾ, ਮੁਕਤੀ-ਦਾਤਾ

Messianic /ˌਮੈੱਸਿ'ਐਨਿਕ/ *a* ਮਸੀਹੀ, ਈਸਵੀ, ਈਸਾ ਸੰਬੰਧੀ

messiness /ਮੈੱਸਿਨਅਸ/ *n* ਰੋਲ-ਘਚੋਲਾ

messmate /ਮੈੱਸ'ਮੇਇਟ/ *n* ਲੰਗਰ ਦਾ ਸਾਥੀ, ਇੱਕੋ ਲੰਗਰ ਵਿੱਚ ਖਾਣ ਵਾਲੇ

messrs /'ਮੈੱਸਅਜ਼/ *n* **mister (Mr.)** ਦਾ ਬਹੁਵਚਨ, ਸਰਵ ਸ੍ਰੀ

messuage /ਮੈੱਸਵਿਜ/ *n* ਘਰ ਦੀ ਬਗੀਚੀ, ਬਗੀਚੇ ਵਾਲੀ ਕੋਠੀ

messy /'ਮੈੱਸਿ/ *a* ਗੜਬੜੀ ਵਾਲਾ, ਗੰਦਾ

metabasis /ਮਅ'ਟੈਬਅਸਿਸ/ *n* ਅਵਸਥਾ ਪਰਿਵਰਤਨ; ਰੋਗ ਪਰਿਵਰਤਨ; ਸਥਿਤੀ ਵਿੱਚ ਅੰਤਰ

metabolic /ˌਮੈੱਟਅ'ਬੌਲਿਕ/*a* ਆਹਾਰ ਪਾਚਕ

metabolism /ਮਆ'ਟੈਬਅਲਿਜ਼ਅਮ/ *n* (ਜੀਵ) ਉਸਾਰੂ ਕਿਰਿਆ, ਜੀਵਾਂ ਵਿੱਚ ਖ਼ੁਰਾਕ ਅਤੇ ਪਦਾਰਥਾਂ ਨੂੰ ਊਰਜਾ ਵਿੱਚ ਬਦਲਨ ਦੀ ਪ੍ਰਕਿਰਿਆ

metacarpus /ˌਮੈਟੱਅ'ਕਾਪਅਸ/ *n* ਹਥੇਲੀ, ਹਥੇਲੀ ਦੀਆਂ ਹੱਡੀਆਂ

metachrosis /ਮੈਟੱਅ'ਕਰਅਉਸਿਸ/ *n* ਰੰਗ ਪਰਿਵਰਤਨ, ਵਰਨ ਪਰਿਵਤਨ

metage /'ਮੀਟਿਜ/ *n* ਕੋਲਾ ਆਦਿ ਮਾਪਣ ਦਾ ਪ੍ਰਮਾਣਿਕ ਮਾਪ, ਕੋਲਾ ਤੋਲਣ ਦਾ ਭਾੜਾ; ਕੋਲੇ ਉੱਤੇ ਲੱਗਾ ਚੁੰਗੀ ਕਰ

metal /'ਮੈਟੱਲ/ *n* ਧਾਤ; ਸੜਕ ਬਣਾਉਣ ਵਾਲੀ ਖਜਰੀ ਜਾਂ ਰੋੜੀ; (ਖਪ) ਰੇਲ ਦੀ ਪਟੜੀ; (ਸੈਨਾ) ਟੈਂਕ ਆਦਿ ਗੱਡੀਆਂ *vt* ਧਾਤ ਲਾਉਣਾ, ਧਾਤ ਨਾਲ ਮੜ੍ਹਨਾ; ਪੱਕੀ ਸੜਕ ਬਣਾਉਣਾ; ਰੋੜੀ ਕੰਕਰ ਲਾ ਕੇ ਸੜਕ ਦੀ ਮੁਰੰਮਤ ਕਰਨਾ, ਸੜਕ ਉੱਤੇ ਰੋੜੀ ਪਾਉਣਾ

metalanguage /'ਮੈਟੱਅਲੈਙਗਵਿਜ/ *n* (ਬੋਲਣ ਸਮੇਂ ਵਰਤੋਂ ਕੀਤੇ ਜਾਣ ਵਾਲੇ) ਸ਼ਬਦ ਜਾਂ ਵਾਕਾਂਸ਼, ਭਾਸ਼ਾ ਰੂਪਾਂਤਰਨ, ਪਰਭਾਸ਼ਾਈ ਗਿਆਨ

metalinguistic /ਮੈਟੱਅਲਿਙ'ਗਵਿਸਟਿਕ/ *a* ਪਰਾਭਾਸ਼ਾਈ ਗਿਆਨ ਬਾਰੇ

metallic /ਮਆ'ਟੈਲਿਕ/ *a* ਧਾਤਵੀ, ਧਾਤ ਦਾ, ਧਾਤ ਨਾਲ ਬਣਿਆ; (ਸੜਕ) ਪੱਕੀ; ਧਾਤ ਵਰਗਾ

metallist /'ਮੈਟੱ(ਅ)ਲਿਸਟ/ *n* ਧਾਤ ਦਾ ਕੰਮ ਕਰਨ ਵਾਲਾ, ਧਾਤਕਾਰ

metalloid /'ਮੈਟੱਲੌਇਡ/ *n* ਉਪਧਾਤ, ਹੋਰ ਤੱਤਾਂ ਦੇ ਮਿਸ਼ਰਨ ਵਾਲੀ ਧਾਤ

metallurgist /ਮਆ'ਟੈਲਅਜਿਸਟ/ *n* ਧਾਤ ਵਿਗਿਆਨੀ

metallurgy /ਮਆ'ਟੈਲਅਜਿ/ *n* ਧਾਤ ਵਿੱਦਿਆ, ਧਾਤ ਨੂੰ ਸਾਧਣ ਜਾਂ ਸ਼ੁੱਧ ਕਰਨ ਦੀ ਵਿੱਦਿਆ; ਧਾਤ ਦਾ ਕੰਮ; ਖਾਣ ਦੀ ਮਿੱਟੀ ਵਿੱਚੋਂ ਧਾਤ ਕੱਢਣ ਦਾ ਹੁਨਰ, ਧਾਤ ਕਰਮ

metamorphic /ਮੈਟੱਅ'ਮੋਫ਼ਿਕ/ *a* ਰੂਪ ਬਦਲਨ ਵਾਲਾ, ਪਰਿਵਰਤਨਸ਼ੀਲ, ਰੂਪਾਂਤਰਿਕ; (ਉਹ ਚੱਟਾਨ) ਜਿਸ ਦਾ ਰੂਪ ਪ੍ਰਾਕ੍ਰਿਤਿਕ ਪ੍ਰਭਾਵਾਂ ਕਰਕੇ ਬਦਲਿਆ ਹੋਵੇ

metamorphism /ˌਮੈਟੱਅ'ਮੋਫ਼ਿਜ਼ਅਮ / *n* ਕਾਇਆਕਲਪ, ਰੂਪਾਂਤਰਨ, ਰੂਪ ਬਦਲ

metamorphose /ˌਮੈਟੱਅ'ਮੋਫ਼ਅਉਜ਼/ *vt* ਰੂਪ ਬਦਲਨਾ, ਕਾਇਆ ਪਲਟ ਦੇਣਾ, ਰੂਪਾਂਤਰਨ ਕਰਨਾ

metamorphosis /ˌਮੈਟੱਅ'ਮੋਫ਼ਅਸਿਸ/ *n* ਆਕਾਰ, ਪਰਿਵਰਤਨ, ਰੂਪਾਂਤਰਨ, ਰੂਪ ਭੇਦ, ਰੂਪਵਿਕਾਰ, ਰੂਪਾਂਤਰ

metaphaze /'ਮੈਟੱਅ'ਫ਼ੇਇਜ਼/ *n* ਵਿਚਲੀ ਅਵਸਥਾ, ਮੱਧਰੂਪ

metaphor /'ਮੈਟੱਅਫ਼ਅ*, -ਫ਼ੋ*/ *n* (ਕਾਵਿ) ਰੂਪਕ, ਰੂਪਕ ਅਲੰਕਾਰ; ਲੱਖਣਾ

metaphorical /ˌਮੈਟੱਅ'ਫ਼ੌਰਿਕਲ/ *a* (ਕਾਵਿ) ਰੂਪਕੀ, ਰੂਪਕ ਦਾ, ਰੂਪਕ ਵਾਲਾ, ਅਲੰਕਾਰਿਕ

metaphorist /'ਮੈਟੱਅਫ਼ਅਰਿਸਟ/ *n* (ਕਾਵਿ) ਅਲੰਕਾਰਵਾਦੀ, ਰੂਪਕ ਦੀ ਵਰਤੋਂ ਕਰਨ ਵਾਲਾ

metaphrase /'ਮੈਟੱਅ'ਫ਼ਰੇਇਜ਼/ *n* (ਭਾਸ਼ਾ) ਸ਼ਬਦ ਅਨੁਵਾਦ *vt* ਲਫ਼ਜੀ ਤਰਜਮਾ ਕਰਨਾ; ਸ਼ਬਦ ਅਨੁਵਾਦ ਕਰਨਾ

metaphrast /'ਮੈਟੱਅਫ਼ਰੈਸਟ/ *n* (ਭਾਸ਼ਾ) ਸ਼ਬਦ ਅਨੁਵਾਦਕ ਰੂਪਾਂਤਰਕਾਰ

metaphysical /ˌਮੈਟੱਅ'ਫ਼ਿਜ਼ਿਕਲ/ *a* ਅਧਿਆਤਮਿਕ, ਪਰਾਭੌਤਿਕ ਕਾਲਪਨਿਕ, ਅਮੂਰਤ, ਸੂਖਮ, ਤਾਤਵਿਕ, ਪਾਰਲੌਕਿਕ

metaphysician /ˌਮੈਟੱਅਫ਼ਿ'ਜ਼ਿਸ਼ਨ/ *n* ਅਧਿਆਤਮਵਾਦੀ, ਤੱਤ ਵਿਗਿਆਨੀ

metaphysics /ˌਮੈਟੱਅ'ਫ਼ਿਜ਼ਿਕਸ/ *n* ਅਧਿਆਮਵਾਦ ਪਰਾਭੌਤਿਕ ਗਿਆਨ, ਅਮੂਰਤ ਵਿਸ਼ੇ ਦਾ ਵਿਆਨ, ਗੂੜ੍ਹ ਵਿਚਾਰ, ਨਿਰੇ ਸਿੱਧਾਂਤਾਂ ਦੀ ਚਰਚਾ

metathesis /ਮੈ'ਟੈਥਅਸਿਸ/ *n* (ਭਾਸ਼ਾ) ਸ਼ਬਦ ਵਿੱਚ ਧੁਨੀਆਂ ਦੀ ਆਪਸ ਵਿੱਚ ਥਾਂ ਬਦਲੀ (ਜਿਵੇਂ ਚਾਕੂ ਤੋਂ ਕਾਚੂ); ਸਥਾਨਅੰਤਰਨ; (ਰਸਾ) ਅਣੂ ਬਦਲੀ

metathetical/,ਮੈਟਅ'ਥੈਟਿਕਲ/ *a* (ਭਾਸ਼ਾ) ਧੁਨੀ ਬਦਲੀ ਸੰਬੰਧੀ; ਥਾਂ ਬਦਲੀ ਸੰਬੰਧੀ; ਅਣੂ ਬਦਲੀ ਸੰਬੰਧੀ

metayage /'ਮੈਟਅਯਾਜ਼/ *n* ਲਗਾਨ ਦੇ ਰੂਪ ਵਿੱਚ ਪੈਦਾਵਾਰ ਦਾ ਹਿੱਸਾ, ਵਟਾਈ

mete /ਮੀਟ/ *vt* ਹਿੱਸਾ ਵੰਡਣਾ; ਸਜ਼ਾ ਜਾਂ ਇਨਾਮ ਦੇਣਾ; ਨਾਪਣਾ; (ਕਾਵਿ) ਮਾਪਣਾ, ਪੈਮਾਇਸ਼ ਕਰਨਾ *n* ਮਾਪ, ਪੈਮਾਨਾ, ਸੀਮਾ (ਕਨੂੰ)

metempiric /,ਮੈਟੈਮ'ਪਿਰਿਕ/ *a* ਅਨੁਭਵ ਤੋਂ ਪਰੇ, ਅਨੁਭਵ ਅਤੀਤ

metempiricism /ਮੈਟੈਮ'ਪਿਰਿਸਿਜ਼ਅਮ/ *n* ਅਨੁਭਵ ਤੋਂ ਪਰੇ ਦਾ ਗਿਆਨ

metempsychosis /,ਮੈਟੈਮਸਾਇ'ਕਅਉਸਿਸ/ *n* ਆਵਾਗਮਨ, ਚੋਲਾ ਬਦਲਨ, ਪੁਨਰ-ਜਨਮ

meteor /'ਮੀਟਿਅ*, -ਟਿਓ*/ *n* ਟੁੱਟਦਾ ਤਾਰਾ, ਕੇਤੂ

meteoric/,ਮੀਟਿ'ਔਰਿਕ/ *a* ਟੁਟਦੇ ਤਾਰੇ ਦੀ ਤਰ੍ਹਾਂ; ਬਹੁਤ ਜਲਦੀ, ਤੁਰਤ-ਫੁਰਤ, ਤੇਜ਼, ਚਮਕੀਲਾ

meteorite/'ਮੀਟਿਅਰਾਇਟ/ *n* ਧਰਤੀ ਉੱਤੇ ਪੁਲਾੜ ਵਿੱਚੋਂ ਡਿੱਗੀ ਚਟਾਨ, ਜ਼ਮੀਨ ਉੱਤੇ ਡਿੱਗਿਆ ਤਾਰਾ

meteorograph /ਮੀਟਿ'ਔਰਅਗਰਾਫ਼/ *n* ਵਾਯੂ ਮੰਡਲੀ ਤਬਦੀਲੀਆਂ ਅੰਕਣ ਵਾਲਾ ਯੰਤਰ

meteorologic, meteorological /,ਮੀਟਿਅਰਅ'ਲੌਜਿਕ, ,ਮੀਟਿਅਰਅ'ਲੌਜਿਕਲ/ *a* ਮੌਸਮ ਵਿਗਿਆਨ ਸੰਬੰਧੀ

meteorologist /,ਮੀਟਿਅ'ਰੌਲਅਜਿਸਟ/ *n* ਮੌਸਮ ਵਿਗਿਆਨੀ

meteorology /,ਮੀਟਿਅ'ਰੌਲਅਜਿ/ *n* ਵਾਯੂ-ਮੰਡਲ ਵਿਗਿਆਨ, ਮੌਸਮ ਵਿਗਿਆਨ

meter /'ਮੀਟਅ*/ *n* ਨਾਪਕ, ਮਾਪਕ, ਨਾਪਣ ਵਾਲਾ ਪਾਤਰ; ਮੀਟਰ; ਇੱਕ ਮਾਪ

methane /'ਮੀਥੇਇਨ/ *n* (ਰਸਾ) ਇੱਕ ਜਲਨਸ਼ੀਲ ਗੈਸ, ਮੀਥੇਨ

method /'ਮੈਥਅਡ/ *n* ਤਰੀਕਾ, ਢੰਗ, ਵਿਧੀ, ਚੱਜ, ਵਿਓਂਤ, ਢੱਬ; ਪ੍ਰਨਾਲੀ, ਕ੍ਰਮ, ਤਰਤੀਬ; ਵਿਚਾਰਾਂ ਵਿੱਚ ਤਰਤੀਬ ਅਤੇ ਤਾਲ-ਮੇਲ, ਵਿਚਾਰ ਕ੍ਰਮ; ਸੁਚੱਜਾ ਢੰਗ, ਢੁਕਵੀਂ ਤਰਤੀਬ, ਵਿਵਸਥਾ, ਬਾਕਾਇਦਗੀ

methodical /ਮਅ'ਥੌਡਿਕਲ/ *a* ਠੀਕ ਢੰਗ ਵਾਲਾ, ਵਿਧੀ ਅਨੁਸਾਰ, ਵਿਧੀਬੱਧ, ਵਿਵਸਥਿਤ, ਕ੍ਰਮ ਅਨੁਸਾਰ, ਫੱਬਵਾਂ, ਢੁਕਵਾਂ

methodics/ਮਿ'ਥੌਡਿਕਸ/ *n* ਤਰਕ-ਸ਼ਾਸਤਰ

methodist /'ਮੈਥਅਡਿਸਟ/ *n* ਦ੍ਰਿੜ੍ਹ ਧਾਰਮਿਕ ਵਿਚਾਰਾਂ ਵਾਲਾ ਵਿਅਕਤੀ, ਕੱਟੜ; ਈਸਾਈਆਂ ਦੀ ਵਿਸ਼ੇਸ਼ ਸੰਪਰਦਾਇ ਦਾ ਮੈਂਬਰ

methodology /,ਮੈਥਅ'ਡੌਲਅਜਿ/ *n* ਵਿਧੀ-ਵਿਗਿਆਨ, ਕਾਰਜ-ਵਿਧੀ, ਵਿਧੀ-ਸ਼ਾਸਤਰ

methyl /'ਮੈਥਿਲ, 'ਮੀਥਾਇਲ/ *n* ਕਾਰਬਨ ਤੇ ਹਾਈਡਰੋਜਨ ਦਾ ਯੋਗਕ, ਮਿਥਾਇਲ

methylate /'ਮੈਥਿਲੇਇਟ/ *vt* ਮਿਥਾਇਲ ਮਿਲਾਉਣਾ (ਸ਼ਰਾਬ ਦੇ ਸਤ ਵਿੱਚ ਤਾਂ ਜੋ ਉਹ ਪੀਣ ਯੋਗ ਨਾ ਰਹੇ)

metic /'ਮੈਟਿਕ/ *n* ਵਿਦੇਸ਼ੀ (ਜੋ ਕੁਝ ਸਮੇਂ ਤੋਂ ਕਿਸੇ ਦੇਸ਼ ਵਿੱਚ ਰਹਿ ਰਿਹਾ ਹੋਵੇ)

meticulous /ਮਅ'ਟਿਕਯਅਲਅਸ/ *a* ਅਤਿ ਸਾਵਧਾਨ, ਸੌਂਘਾ, ਬਰੀਕਬੀਨ, ਨਿੱਕੀਆਂ-ਨਿੱਕੀਆਂ ਗੱਲਾਂ ਵਿੱਚ ਵੀ ਸਾਵਧਾਨੀ ਵਰਤਣ ਵਾਲਾ

meticulousness /ਮਅ'ਟਿਕਯਅਲਅਸਨਅਸ/ *n* ਅਤਿ ਸਾਵਧਾਨੀ ਦਾ ਭਾਵ

metonymy/ਮਅ'ਟੌਨਅਮਿ/ *n* (ਭਾਸ਼ਾ)

ਅਰਥ–ਆਦੇਸ਼

metope /'ਮੈੱਟਅਉਪ/ *n* ਪ੍ਰਤਿਸਥਾਪਨ, (ਕੰਧ ਵਿੱਚ ਬਣਿਆ) ਸ਼ਤੀਰ ਰੱਖਣ ਦਾ ਘੁਰਾ

metoposcopist /,ਮੈੱਟਅ'ਪੌਸਕਅਪਿਸਟ/ *n* ਚਿਹਰੇ ਤੋਂ ਸੁਭਾਅ ਦਾ ਅਨੁਮਾਨ ਲਾਉਣ ਵਾਲਾ ਵਿਅਕਤੀ

metoposcopy /,ਮੈੱਟਅ'ਪੌਸਕਅਪਿ/ *n* ਆਚਰਨ ਜਾਣਨ ਦਾ ਇੰਗਤ ਵਿਗਿਆਨ

metre /'ਮੀਟਅ*/ *n* 100 ਸੈਂਟੀਮੀਟਰ ਦੀ ਲੰਬਾਈ ਦਾ ਨਾਪ, ਮੀਟਰ; ਕਵਿਤਾ ਦੀ ਬਹਿਰ, ਛੰਦ

metric /'ਮੈੱਟਰਿਕ/ *a* ਮੀਟਰ ਸੰਬੰਧੀ; ਦਸ ਅੰਸ਼ੀ, ਦਸ਼ਮਿਕ

metrical /'ਮੈੱਟਰਿਕਲ/ *a* ਛੰਦ ਸੰਬੰਧੀ

metric system *n* ਨਾਪ ਤੋਲ ਨਕਦੀ ਆਦਿ ਦੀ ਦਸ ਅੰਸ਼ੀ (ਦਾਸ਼ਮਿਕ) ਪ੍ਰਨਾਲੀ

metric ton *n* ਇੱਕ ਹਜ਼ਾਰ ਕਿਲੋਗ੍ਰਾਮ ਵਜ਼ਨ, ਮੀਟਰਿਕ ਟਨ

metro /'ਮੈੱਟਰਅਉ/ *n* ਵੱਡਾ ਅਤੇ ਪ੍ਰਮੁੱਖ ਸ਼ਹਿਰ; ਧਰਤੀ ਦੇ ਵਿੱਚ-ਵਿੱਚ ਗੱਡੀ ਚੱਲਣ ਦਾ ਪ੍ਰਬੰਧ

metrological /,ਮੈੱਟਰਅ'ਲੌਜਿਕਲ/ *a* ਨਾਪ–ਤੋਲ ਵਿੱਦਿਆ ਸੰਬੰਧੀ

metrologist /ਮੈ'ਟਰੌਲਅਜਿਸਟ/ *n* ਨਾਪ–ਤੋਲ ਵਿੱਦਿਆ ਦਾ ਮਾਹਰ, ਨਾਪ–ਤੋਲ ਵਿਗਿਆਨੀ

metrology/ਮਅ'ਟਰੌਲਅਜਿ/ *n* ਨਾਪ–ਤੋਲ ਆਦਿ ਦੀ ਪ੍ਰਨਾਲੀ; ਨਾਪ–ਤੋਲ ਵਿੱਦਿਆ, ਨਾਪ–ਤੋਲ ਵਿਗਿਆਨ

metronome /'ਮੈੱਟਰਅਨਅਉਮ/ *n* ਸੰਗੀਤ ਦੇ ਤਾਲ ਨੂੰ ਨਾਪਣ ਵਾਲਾ ਯੰਤਰ, ਤਾਲ ਨਾਪਕ

metropolis /ਮਅ'ਟਰੌਪਅਲਿਸ/ *n* ਮਹਾਂਨਗਰ; ਮੁੱਖ ਸ਼ਹਿਰ, ਰਾਜਧਾਨੀ; ਕਾਰਜ ਕੇਂਦਰ

metropolitan /,ਮੈੱਟਰਅ'ਪੌਲਿਟਅਨ/ *a* ਮੁੱਖ ਨਗਰ ਦਾ, ਰਾਜਧਾਨੀ ਦਾ, ਰਾਜਧਾਨੀ ਬਾਰੇ; ਜਨਮ–ਭੂਮੀ ਦਾ, ਮਾਤ–ਭੂਮੀ ਸੰਬੰਧੀ

mettle /'ਮੈੱਟਲ/ *n* ਹਿੰਮਤ, ਜੇਰਾ, ਜਿਗਰਾ; ਸੁਭਾਅ, ਤਬੀਅਤ

mettled, mettlesome /'ਮੈੱਟਲਡ, 'ਮੈੱਟਲਸਅਮ/ *a* ਹਿੰਮਤੀ, ਹੌਸਲੇ ਵਾਲਾ, ਸਾਹਸੀ, ਵੱਡੇ ਜਿਗਰੇ ਵਾਲਾ

meuse /ਮਯੂਜ਼/ *n* ਨਿਕਲਨ ਦਾ ਰਸਤਾ (ਝਾੜੀਆਂ ਵਿੱਚੋਂ), ਨਿਕਾਸ

mew /ਮਯੂ/ *n* ਬਾਜ਼ ਦਾ ਪਿੰਜਰਾ; ਭਾੜੇ ਵਾਲੇ ਘੋੜਿਆਂ ਦਾ ਤਬੇਲਾ; ਸਮੁੰਦਰੀ ਪੰਛੀ, ਮੁਰਗਾਬੀ *vt* ਬਾਜ਼ ਨੂੰ ਪਿੰਜਰੇ ਵਿੱਚ ਪਾਉਣਾ; ਕੈਦ ਕਰਨਾ, ਬੰਦ ਕਰਨਾ; ਸਕੂਲ ਜਾਂ ਦਫਤਰ ਵਿੱਚ ਬੰਦ ਕਰਨਾ; ਬੰਧਨ ਪਾਉਣਾ, ਫਾਹੀ ਪਾਉਣਾ

mew[2] *n* ਬਿੱਲੀ ਦੀ ਮਿਆਉਂ–ਮਿਆਉਂ ਦੀ ਅਵਾਜ਼

mewl /ਮਯੂਲ/ *v* ਮਿਆਉਂ–ਮਿਆਉਂ ਕਰਨਾ; ਬਿੱਲੀ ਦੀ ਅਵਾਜ਼ ਵਰਗੀ ਅਵਾਜ਼ ਕੱਢਣਾ

mezzanine /'ਮੈਜ਼ਅਨੀਨ, 'ਮੈੱਟਸਅ-/ *n* ਵਿਚਕਾਰਲੀ ਮੰਜਿਲ

mezzo /'ਮੈੱਟਸਅਉ/ *n* ਮੱਧ ਦਾ, ਵਿਚਕਾਰਲਾ

mezzotint /'ਮੈੱਟਸਅਉਟਿਨਟ/ *n* ਤਾਂਬੇ ਉੱਤੇ ਉਕਰਾਈ; ਮੱਧਮ ਰੰਗ ਦੀ ਉੱਕਰੀ ਹੋਈ ਤਸਵੀਰ; ਤਸਵੀਰਾਂ ਉੱਕਰਨ ਦੀ ਵਿਸ਼ੇਸ਼ ਵਿਧੀ *vt* ਮੱਧਮ ਰੰਗ ਦੀ ਨੱਕਾਸ਼ੀ ਕਰਨਾ

miasma /ਮਿ'ਐਜ਼ਮਅ, ਮਾਇ'ਐ-/ *n* ਸੇਮ ਜਾਂ ਦਲਦਲ ਵਾਲੇ ਇਲਾਕੇ ਵਿੱਚੋਂ ਆਉਣ ਵਾਲੀ ਸਿੱਲ੍ਹੀ ਅਤੇ ਹਾਨੀਕਾਰਕ ਹਵਾ; ਸੜ੍ਹਾਂਦ ਵਾਲੀ ਵਸਤੂ, ਗਲੀ–ਸੜੀ ਚੀਜ਼, ਸੜ੍ਹਾਂਦ ਵਾਲੀ ਹਵਾ; ਦੂਸ਼ਿਤ ਪ੍ਰਭਾਵ

miasmal /ਮਿ'ਐਜ਼ਮ(ਅ)ਲ/ *a* ਬਦਬੋਦਾਰ, ਗੰਦਾ, ਕੀਟਾਣੂ ਭਰਪੂਰ, ਦੂਸ਼ਿਤ

mica /'ਮਾਇਕਅ/ *n* ਅਬਰਕ

micaceous /ਮਾਇ'ਕੇਇਸ਼ਅਸ/ *a* ਅਬਰਕੀ, ਅਬਰਕ ਵਾਲਾ ਜਾਂ ਵਰਗਾ; ਚਮਕਦਾਰ

Micawber /ਮਿ'ਕੋਬਅ*/ *n* ਸ਼ੇਖ-ਚਿੱਲੀ, ਖ਼ਿਆਲੀ ਪੁਲਾਅ ਪਕਾਉਣ ਵਾਲਾ

mice /ਮਾਇਸ/ *n* **mouse** ਦਾ ਬਹੁਵਚਨ, ਚੂਹੇ

miche /ਮਿਚ/ *vt* ਗੁਪਤ ਰੱਖਣਾ, ਛੁਪਾਉਣਾ, ਲੁਕਾਉਣਾ; ਸ਼ਰਮਿੰਦਾ ਹੋਣਾ; ਅਵਾਰਾਗਰਦੀ ਕਰਨਾ

micher /'ਮਿਚਅ*/ *n* ਗੁਪਤ ਰਹਿਣ ਵਾਲਾ (ਚੋਰ) ਵਿਅਕਤੀ; ਅਵਾਰਾ; ਸ਼ਰਮਿੰਦਾ

mickle /'ਮਿਕਲ/ *n* ਵੱਡੀ ਮਾਤਰਾ, ਭਾਰੀ ਸੰਖਿਆ *a* ਬਹੁਤ, ਜ਼ਿਆਦਾ; ਵੱਡਾ, ਵਿਸ਼ਾਲ

micracoustic /ˌਮਾਇਕਰਅ'ਕੂਸਟਿਕ/ *n* ਸੂਖਮ ਅਵਾਜ਼ ਸੁਣਨ ਵਿੱਚ ਸਹਾਈ ਹੋਣ ਵਾਲਾ ਯੰਤਰ *a* ਧੁਨੀ ਵਰਧਕ

micro /'ਮਾਇਕਰਅਉ/ *a* ਸੂਖਮ, ਮਾਇਕਰੋ, ਦਸ ਲੱਖਵਾਂ ਭਾਗ

microbe /'ਮਾਇਕਰਅਉਬ/ *n* ਬਹੁਤ ਹੀ ਛੋਟੇ ਆਕਾਰ ਵਾਲੇ ਜੀਵ, ਅਣੂ ਜੀਵ, ਜੀਵਾਣੂ

microbial /ˌਮਾਇ'ਕਰਅਉਬਿਅਲ/ *a* ਜੀਵਾਣੂ ਸੰਬੰਧੀ

microbicide /ਮਾਇ'ਕਰੋਬਿਸਾਇਡ/ *n* ਜੀਵਾਣੂ -ਨਾਸ਼ਕ, ਕਿਰਮ-ਨਾਸ਼ਕ

microbiological /ˌਮਾਇਕਰਅਉˌਬਾਇਆ'ਲੌਜਿਕਲ/ *n* ਅਣੂ ਵਿਗਿਆਨ, ਸੂਖਮ ਜੀਵ ਵਿਗਿਆਨ

microbiology /ˌਮਾਇਕਰਅਉਬਾਇ'ਔਲਅਜਿ/ *n* ਅਣੂ ਵਿਗਿਆਨ, ਸੂਖਮ ਜੀਵ ਵਿਗਿਆਨ

microcephalic /ˌਮਾਇਕਰਅ(ਉ)ਸਿ'ਫੈਲਿਕ/ *a* ਬਹੁਤ ਛੋਟਾ (ਸਿਰ), ਛੋਟੇ ਸਿਰ ਵਾਲਾ

microchip /'ਮਾਇਕਰਅਉਚਿਪ/ *n* ਅਤਿ ਬਰੀਕ ਜਿਹਾ ਅਰਧਚਾਲਕ ਧਾਤ ਦਾ ਟੁਕੜਾ

microcomputer /'ਮਾਇਕਰਅਉਕਅਮਪਯੂਟਅ/ *n* (ਕੰਪਿ) ਇੱਕ ਸਮੇਂ ਉੱਤੇ ਕੇਵਲ ਇਕ ਵਰਤੋਂਕਾਰ ਵੱਲੋਂ ਵਰਤੋਂ ਵਾਲਾ ਕੰਪਿਊਟਰ (ਜਿਵੇਂ ਘਰੇਲੂ ਕੰਪਿਊਟਰ)

microcosm /'ਮਾਇਕਰਅਉਕੌਜ਼ਅਮ/ *n* ਲਘੂ ਜਗਤ; ਛੋਟਾ ਸੰਸਾਰ; ਸੂਖਮ ਰੂਪ, ਛੋਟਾ ਨਮੂਨਾ

microcosmic /'ਮਾਇਕਰਅਉ'ਕੌਜ਼ਮਿਕ/ *a* ਲਘੂ ਜਗਤ ਸੰਬੰਧੀ

microcosmography /'ਮਾਇਕਰਅਉਕੌਜ਼ਮੌਗਰਅਫ਼ਿ/ *n* ਸ੍ਰਿਸ਼ਟੀ ਵਿਗਿਆਨ

microfilm /'ਮਾਇਕਰਅਉਫ਼ਿਲਮ/ *n* ਬਹੁਤ ਸੂਖਮ ਆਕਾਰ ਦੇ ਅੱਖਰਾਂ ਦੀ ਲਿਖਤ ਵਾਲੀ ਫ਼ਿਲਮ

microgram /'ਮਾਇਕਰਅਉਗਰੈਮ/ *n* ਇੱਕ ਗ੍ਰਾਮ ਦਾ ਦਸ ਲੱਖਵਾਂ ਹਿੱਸਾ

micrology /ਮਾਇ'ਕਰੌਲਅਜਿ/ *n* ਸੂਖਮ ਪਦਾਰਥ ਵਿਗਿਆਨ

micrometer /ਮਾਇ'ਕਰੌਮਿਟਅ*/ *n* ਸੂਖਮ ਵਸਤੂਆਂ ਦਾ ਮਾਪ, ਸੂਖਮ ਮਾਪੀ, ਇੱਕ ਮੀਟਰ ਦਾ ਦਸ ਲੱਖਵਾਂ ਭਾਗ

micron /'ਮਾਇਕਰੌਨ/ *n* ਇੱਕ ਮੀਟਰ ਦਾ ਦਸ ਲੱਖਵਾਂ ਭਾਗ

microorganism /ˌਮਾਇਕਰਅਉ'ਓਗ(ਅ)-ਨਿਜ਼ਅਮ/ *n* ਬਹੁਤ ਬਰੀਕ ਜੀਵ (ਜੋ ਕੇਵਲ ਖੁਰਦਬੀਨ ਨਾਲ ਦੇਖਿਆ ਜਾ ਸਕੇ)

microphone /'ਮਾਇਕਰਅਫ਼ਅਉਨ/ *n* ਮਾਈਕ੍ਰੋਫੋਨ; ਧੁਨੀ ਵਿਸਤਾਰਿਕ ਯੰਤਰ, ਅਵਾਜ਼ ਦਾ ਪ੍ਰਸਾਰਨ ਕਰਨ ਵਾਲਾ ਯੰਤਰ

microprocessor /ˌਮਾਇਕਰਅਉ'ਪਰਅਉਸੈੱਅ*/ *n* (ਕੰਪਿ) ਕੰਪਿਊਟਰ ਦਾ ਦਿਮਾਗੀ ਹਿੱਸਾ ਜੋ ਸਾਰੀਆਂ ਤਾਰਕਿਕ ਅਤੇ ਗਣਿਤਕ ਆਦਿ ਗਤੀਵਿਧੀਆਂ ਕਰਦਾ ਹੈ

microscope /'ਮਾਇਕਰਅਸਕਅਉਪ/ *n* ਖੁਰਦਬੀਨ, ਸੂਖਮ ਦਰਸ਼ਕ ਯੰਤਰ, ਅਣੂਦਰਸ਼ਕ

ਯੰਤਰ, ਸੂਖਮ-ਦਰਸ਼ੀ

microscopic /ˌਮਾਇਕਰਅ'ਸਕੌਂਪਿਕ/ *a* ਖੁਰਦਬੀਨ ਦਾ, ਖੁਰਦਬੀਨੀ, ਸੂਖਮ, ਸੂਖਮ-ਦਰਸ਼ੀ

microscopical /ˌਮਾਇਕਰਅ'ਸਕੌਂਪਿਕ(ਅ)ਲ/ *a* ਖੁਰਦਬੀਨੀ, ਸੂਖਮ-ਦਰਸ਼ਕ ਯੰਤਰ ਸੰਬੰਧੀ, ਅਤਿ ਸੂਖਮ

microscopist /ਮਾਇ'ਕਰੋਸਕਅਪਿਸਟ/ *n* ਸੂਖਮ ਦਰਸ਼ਕ ਯੰਤਰ ਦੀ ਵਰਤੋਂ ਕਰਨ ਵਾਲਾ ਵਿਅਕਤੀ

microsurgery /'ਮਾਇਕਰਅਉਸਅ:ਜਅਰਿ / *n* ਅਤਿ ਸੂਖਮ ਔਜ਼ਾਰਾਂ ਅਤੇ ਖੁਰਦਬੀਨ ਨਾਲ ਕੀਤੀ ਸਰਜਰੀ/ਚੀਰ-ਫਾੜ

microwave /'ਮਾਇਕਰਅਵੇਇਵ੍/ *n* ਸੂਖਮ ਲਹਿਰ, (ਹਵਾ ਦੀ) ਸੂਖਮ ਤਰੰਗ

microwave oven *n* ਉਹ ਬਿਜਲਈ ਚੁੱਲ੍ਹਾ ਜੋ ਗਰਮਾਇਸ਼ ਦੀ ਥਾਂ ਤਰੰਗਾਂ ਨਾਲ ਖਾਣਾ ਆਦਿ ਬੜੀ ਤੇਜ਼ੀ ਨਾਲ ਪਕਾਉਂਦਾ ਹੈ

microzoa /ˌਮਾਇਕਰਅ'ਜ਼ਅਉਅ/ *n* ਸੂਖਮ ਕੀਟਾਣੂ

micturate /'ਮਿਕਟਯੁਰੇਇਟ/ *vt* ਪਿਸ਼ਾਬ ਕਰਨਾ, ਮੂਤਣਾ

micturition /ˌਮਿਕਟਯੁ'ਰਿਸ਼ਨ/ *n* ਬਹੁਤ ਵਾਰੀ ਪਿਸ਼ਬ ਦਾ ਆਉਣਾ, ਬਹੁਮੂਤਰ ਇੱਛਾ

mid /ਮਿਡ/ *a* ਦਰਮਿਆਨਾ, ਮੜਲਾ, ਨੀਮ *prep* ਮੱਧ ਦਾ, ਮੱਧਵਰਤੀ, ਵਿਚਕਾਰ ਦਾ

Midas touch /'ਮਾਇਡਅਸ ਟਅੱਚ/ *n* (ਯੂਨਾਨੀ ਮਿਥਿਹਾਸ) ਬਾਦਸ਼ਾਹ ਮਾਇਡਅਸ ਦੀ ਛੋਹ (ਜਿਸ ਨਾਲ ਹਰ ਚੀਜ਼ ਸੋਨਾ ਬਣ ਜਾਂਦੀ ਸੀ), ਕਿਸੇ ਕਾਰਜ ਵਿੱਚ ਮਾਇਕ ਕਮੀ ਨਾ ਆਉਣ ਦੇਣ ਦੀ ਯੋਗਤਾ

mid-day /ˌਮਿਡ'ਡੇਇ/ *n* ਦੁਪਹਿਰ

midden /'ਮਿਡਨ/ *n* ਗੋਹੇ ਦਾ ਢੇਰ, ਕੂੜੇ ਦਾ ਢੇਰ

middle /'ਮਿਡਲ/ *n* ਮੱਧ; ਅੱਧ; ਮੱਧਮ ਸੁਰ; ਕਮਰ *a* ਮੱਧਵਰਤੀ, ਵਿਚਕਾਰਲਾ, ਦਰਮਿਆਨਾ, ਮਰਕਜ਼ੀ, ਔਸਤ ਦਰਜੇ ਦਾ *vt* ਫੁਟਬਾਲ ਨੂੰ ਗਰਾਊਂਡ ਦੇ ਵਿਚਕਾਰ ਸੁੱਟਣਾ; ਮੱਧ ਸਥਾਪਿਤ ਕਰਨਾ, ਵਿਚਕਾਰ ਰੱਖਣਾ

Middle Ages /ਮਿਡਲ 'ਏਇਜਿਜ਼/ *n* **(then)** ਮੱਧਯੁਗ, ਮੱਧਕਾਲ

middleman /'ਮਿਡਲਮੈਨ/ *n* ਦਲਾਲ, ਵਿਚੋਲਾ, ਆੜ੍ਹਤੀ

middling /'ਮਿਡਲਿਙ/ *adv* ਸਧਾਰਨ ਤੌਰ 'ਤੇ; ਕੁਝ-ਕੁਝ; ਮੱਧ ਸ਼੍ਰੇਣੀ ਦਾ, ਔਸਤ ਗੁਣਾਂ ਵਾਲਾ, ਸਧਾਰਨ

midfield /'ਮਿਡਫੀਲਡ, ˌਮਿਡ'ਫੀਲਡ/ *n* ਖੇਡ ਮੈਦਾਨ ਦਾ ਵਿਚਕਾਰ ਵਾਲਾ ਭਾਗ, ਵਿਚਕਾਰ ਖੇਡਣ ਵਾਲੇ ਖਿਡਾਰੀ

midge /ਮਿਜ/ *n* ਪਿੱਸੂ, ਕੁਤੜੀ

midget /'ਮਿਜਿਟ/ *n* ਬੌਣਾ, ਗਿਠਮੁਠੀਆ, ਬਹੁਤ ਛੋਟੀ ਤਸਵੀਰ ਜਾਂ ਚੀਜ਼

midinette /ˌਮਿਡਿ'ਨੈਟੱ/ *(F)* *n* ਦੁਕਾਨ ਉੱਤੇ ਕੰਮ ਕਰਨ ਵਾਲੀ ਕੁੜੀ

midland /'ਮਿਡਲਅਨਡ/ *n* ਮੱਧ ਦੇਸ਼, ਦੇਸ਼ ਦਾ ਮੱਧ ਦਾ ਭਾਗ, ਮਾਝਾ *a* ਅੰਦਰੂਨੀ ਇਲਾਕੇ ਸੰਬੰਧੀ; ਮੱਧ ਦੇਸੀ, ਭੀਤਰੀ

midlife /ਮਿਡ'ਲਾਇਫ/ *n* ਜ਼ਿੰਦਗੀ ਦਾ ਉਹ ਸਮਾਂ ਜਦੋਂ ਜਵਾਨੀ ਲੰਘ ਗਈ ਹੋਵੇ ਅਤੇ ਬੁਢਾਪਾ ਆਇਆ ਨਾ ਹੋਵੇ, ਅਧਖੜ ਉਮਰ, ਅਧੇੜ ਉਮਰ

midmost, middlemost /'ਮਿਡਮਅਉਸਟ, 'ਮਿਡਲਮਅਉਸਟ/ *a* ਸਭ ਤੋਂ ਵਿਚਕਾਰਲਾ; ਬਿਲਕੁਲ ਮੱਧ ਦਾ

midnight /'ਮਿਡਨਾਇਟ/ *n* ਅੱਧੀ ਰਾਤ, ਅੱਧੀ ਰਾਤ ਵਰਗਾ ਹਨੇਰਾ, ਅੰਧਕਾਰ, ਘੁੱਪ ਹਨੇਰਾ

midriff /'ਮਿਡਰਿਫ਼/ *n* ਪੇਟ ਦਾ ਪਰਦਾ, ਛਾਤੀ ਅਤੇ ਪੇਟ ਵਿਚਕਾਰਲਾ ਭਾਗ; ਪਰਦਾ; ਚੀਰ

midst /ਮਿਡਸਟ/ *n* ਮੱਧ (ਵਿੱਚ), ਵਿਚਕਾਰ, ਦਰਮਿਆਨ

midstream /ˌਮਿਡ'ਸਟਰੀਮ/ *n* ਮੰਝਧਾਰ

midsummer /ˌਮਿਡ'ਸਅੱਮਅ*/ *n* 21 ਜੂਨ ਦੇ ਲਗਭਗ, ਗਰਮੀ ਦੇ ਮੌਸਮ ਦਾ ਮੱਧ

midway /ˌਮਿਡ'ਵੇਇ/ *a* ਮੱਧ ਮਾਰਗ, ਵਿਚਕਾਰਲਾ ਰਸਤਾ

midweek /ˌਮਿਡ'ਵੀਕ/ *n* ਹਫ਼ਤੇ ਦਾ ਮੱਧ, ਬੁੱਧਵਾਰ

midwife /'ਮਿਡਵਾਇਫ਼/ *n* ਦਾਈ

midwinter /ˌਮਿਡ'ਵਿਨਟਅ*/ *n* ਸਰਦੀਆਂ ਦਾ ਮੱਧ

mien /ਮੀਨ/ *n* ਰੂਪ, ਚਿਹਰਾ-ਮੋਹਰਾ, ਅੰਦਾਜ਼, ਰੰਗ-ਢੰਗ, ਚਾਲ-ਢਾਲ

miff /ਮਿਫ/ *n* (ਬੋਲ) ਕ੍ਰੋਧ ਭਾਵਨਾ, ਗੁੱਸਾ, ਰੋਹ *v* ਕ੍ਰੋਧਤ ਕਰਨਾ ਜਾਂ ਹੋਣਾ, ਰੋਹ ਚੜ੍ਹਨਾ ਜਾਂ ਚੜ੍ਹਾਉਣਾ

miffed /ਮਿਫਟ/ *a* ਕ੍ਰੋਧੀ, ਗੁਸੈਲ

might /ਮਾਇਟ/ *n* ਬਲ, ਸ਼ਕਤੀ, ਜ਼ੋਰ, ਤਾਣ, ਤਾਕਤ; may ਦਾ ਭੂਤ-ਕਾਲ

mighty /'ਮਾਇਟਿ/ *a* ਜ਼ੋਰਾਵਰ, ਜ਼ਬਰਦਸਤ, ਪ੍ਰਬਲ, ਬਲਵਾਨ, ਸ਼ਕਤੀਮਾਨ, ਬਲੀ, ਸਮਰੱਥ; ਮੁੱਖ, ਮਹਾਨ *adv* ਅਤਿਅੰਤ, ਬਹੁਤ ਜ਼ਿਆਦਾ

mignon /'ਮੀਨਯੋਂਨ/ *(F) a* ਸੁੰਦਰ; ਛੋਟਾ ਅਤੇ ਨਾਜ਼ਕ, ਸੋਹਲ

mignonette /ˌਮਿਨਯਅ'ਨੈਟ/ *n* ਸੁਗੰਧੀ ਭਰਪੂਰ ਫੁੱਲਾਂ ਦਾ ਇੱਕ ਪੌਦਾ; ਇੱਕ ਪ੍ਰਕਾਰ ਦੀ ਲੇਸ

migraine /'ਮੀਗਰੇਇਨ, 'ਮਾਇਗ-/ *n* ਅੱਧੇ ਸਿਰ ਦੀ ਪੀੜ

migrant /'ਮਾਇਗਰਅਨਟ/ *n* ਮੌਸਮੀ ਪੰਛੀ (ਚਿੜੀਆਂ, ਮੱਛੀਆਂ ਆਦਿ), ਰੁੱਤ ਬਦਲਨ ਨਾਲ ਆਉਣ ਵਾਲਾ ਪੰਛੀ; ਪਰਵਾਸੀ ਵਿਅਕਤੀ *a* ਪਰਵਾਸੀ

migrate /ਮਾਇ'ਗਰੇਇਟ/ *vi* ਪਰਵਾਸ ਕਰਨਾ, ਥਾਂ ਬਦਲਨਾ; (ਪੰਛੀਆਂ, ਮੱਛੀਆਂ ਆਦਿ ਦਾ) ਮੌਸਮ ਜਾਂ ਰੁੱਤ ਦੇ ਬਦਲਨ ਨਾਲ ਇੱਕ ਥਾਂ ਤੋਂ ਦੂਜੀ ਥਾਂ ਤੁਰ ਜਾਣਾ, ਹਿਜਰਤ ਕਰਨਾ

migration /ਮਾਇ'ਗਰੇਇਸ਼ਨ/ *n* ਪਰਵਾਸ, ਹਿਜਰਤ

migratory /'ਮਾਇਗਰਅਟਰਿ, ਮਾਇ'ਗਰੇ ਇਟਅਰਿ/ *a* ਪਰਵਾਸੀ

mikado /ਮਿ'ਕਾਡਅਉ/ *n* ਜਪਾਨ ਦਾ ਸਮਰਾਟ

mike[1] /ਮਾਇਕ/ *n* ਅਵਾਰਾਗਰਦੀ *v* ਆਲਸੀ ਹੋਣਾ, ਕੰਮ ਤੋਂ ਜੀ ਚੁਰਾਉਣਾ

mike[2] *n* ਧੁਨੀ ਵਿਸਤਾਰਕ ਯੰਤਰ, ਮਾਈਕ

miker /ਮਾਇਕਅ*/ *n* ਆਲਸੀ, ਕਮਜ਼ੋਰ

milage /'ਮਾਇਲਿਜ/ *n* ਮੀਲਾਂ ਦੀ ਸੰਖਿਆ; ਮੀਲ-ਭੱਤਾ

milch /ਮਿਲਚ/ *a* ਦੁੱਧ ਦੇਣ ਵਾਲੀ ਲਵੇਰੀ, ਦੁਧੈਲ; ਲਾਭ ਸ੍ਰੋਤ, ਲਾਭ ਦਾ ਸਾਧਨ *n* ਦਾਨੀ ਵਿਅਕਤੀ; ਅਸਾਮੀ (ਜਿਸ ਤੋਂ ਸੌਖਿਆਂ ਪੈਸੇ ਮਾਰੇ ਜਾ ਸਕਣ)

mild /ਮਾਇਲਡ/ *a* ਸ਼ਾਂਤ, ਦਿਆਲੂ, ਹਲੀਮ, ਹਲਕਾ, ਨਰਮ, ਮੋਮਦਿਲ; (ਮੌਸਮ) ਸ਼ਾਂਤ; (ਦਵਾ) ਹਲਕੀ, ਧੀਮੀ; (ਭੋਜਨ, ਸ਼ਰਾਬ ਆਦਿ) ਮਿੱਠਾ, ਹਲਕਾ; ਦੁਰਬਲ, ਕਮਜ਼ੋਰ

milden /'ਮਾਇਲਡ(ਅ)ਨ/ *v* ਸ਼ਾਂਤ ਕਰਨਾ ਜਾਂ ਹੋਣਾ, ਦਿਆਲੂ ਕਰਨਾ ਜਾਂ ਹੋਣਾ

mildew /'ਮਿਲਡਯੂ/ *n* ਉੱਲੀ, ਫਫੂੰਦੀ *v* ਉੱਲੀ ਲੱਗਣਾ ਜਾਂ ਲਾਉਣਾ

mildness /ਮਾਇਲਡਨਅਸ/ *n* ਸ਼ਾਂਤੀ, ਦਿਆਲਤਾ, ਕਿਰਪਾਲਤਾ, ਕੋਮਲਤਾ, ਨਰਮੀ, ਮਧੁਰਤਾ, ਦੁਰਬਲਤਾ, ਕਮਜ਼ੋਰੀ

mile /ਮਾਇਲ/ *n* ਮੀਲ, 1760 ਗਜ਼ ਦੀ ਵਿਥ; ਇੱਕ ਮੀਲ ਦੀ ਦੌੜ

mileage /'ਮਾਇਲਿਜ/ *n* ਮੀਲਾਂ ਦੀ ਸੰਖਿਆ, ਮੀਲ--ਭੱਤਾ

milestone /'ਮਾਇਲਸਟਅਉਨ/ *n* ਮੀਲ-ਪੱਥਰ, ਮਾਰਗ-ਸ਼ਿਲਾ, ਮੀਲ ਦਾ ਖੰਭਾ ਜਾਂ ਬੁਰਜੀ; ਮਹੱਤਵਪੂਰਨ ਘਟਨਾ

milfoil /'ਮਿਲਫ਼ੌਇਲ/ *n* ਇੱਕ ਸਦਾਬਹਾਰ ਪੌਦਾ, ਸਹਸਰਪਣੀ

milieu /ਮੀ'ਲਯਅ:/ *n* ਸਮਾਜਿਕ ਵਾਤਾਵਰਨ, ਮਾਹੌਲ

militant /'ਮਿਲਿਟਅਨਟ/ *a* ਲੜਾਕਾ, ਯੋਧਾ, ਖਾੜਕੂ, ਜੁਝਾਰੂ, ਮੁਜਾਹਿਦ, ਜੰਗਜੂ

militarism /'ਮਿਲਿਟਅਰਿਜ਼ਅਮ/ *n* ਜੰਗਪਸੰਦੀ, ਲੜਾਕਾਪਣ, ਸੈਨਿਕ ਸ਼ਾਸਨ

militarize /'ਮਿਲਿਟਅਰਾਇਜ਼/ *v* ਸੈਨਕੀਕਰਨ ਕਰਨਾ, ਫ਼ੌਜੀ ਪ੍ਰਬੰਧ ਅਧੀਨ ਲਿਆਉਣਾ, ਫ਼ੌਜੀ ਹਕੂਮਤ ਲਿਆਉਣਾ

military /'ਮਿਲਅਟਰਿ/ *n* ਸੈਨਾ, ਫ਼ੌਜ, ਲਸ਼ਕਰ, ਸੈਨਿਕ ਵਰਗ *a* ਜੰਗੀ, ਫ਼ੌਜੀ, ਸਿਪਾਹੀਆਨਾ

militate /'ਮਿਲਿਟੇਇਟ/ *vi* ਯੁੱਧ ਕਰਨਾ, ਜੰਗ ਕਰਨਾ; ਲੜਨਾ, ਵਿਰੋਧ ਕਰਨਾ; ਪ੍ਰਭਾਵ ਪਾਉਣਾ (ਆਮ ਤੌਰ 'ਤੇ ਵਿਰੋਧੀ ਘਟਨਾਵਾਂ ਦਾ); (ਗਵਾਹੀ ਦਾ) ਪ੍ਰਤਿਕੂਲ ਹੋਣਾ, ਵਿਰੁੱਧ ਹੋਣਾ, ਵਿਰੋਧ ਕਰਨਾ

militia /ਮਅ'ਲਿਸ਼ਅ/ *n* ਨਾਗਰਿਕ ਸੈਨਾ, ਦੇਸ਼ ਰੱਖਿਅਕ ਸੈਨਾ, ਰਾਸ਼ਟਰੀ ਸੈਨਾ, ਰਜ਼ਾਕਾਰ ਫ਼ੌਜ

milk /ਮਿਲਕ/ *n* ਦੁੱਧ, ਸ਼ੀਰ; ਪੌਦਿਆਂ ਜਾਂ ਦਰਖਤਾਂ ਦਾ ਦੁੱਧ, ਬਦਾਮ ਆਦਿ ਦਾ ਸ਼ੀਰਾ *vt* ਦੁੱਧ ਚੋਣਾ, ਧਾਰ ਕੱਢਣਾ; (ਸੱਪ ਆਦਿ ਦਾ) ਜ਼ਹਿਰ ਕੱਢਣਾ

milkmaid /'ਮਿਲਕਮੇਇਡ/ *n* ਦੁੱਧ ਵੇਚਣ ਦਾ ਕੰਮ ਕਰਨ ਵਾਲੀ ਤੀਵੀਂ, ਗਵਾਲਣ, ਦੋਧਣ

milkman /'ਮਿਲਕਮਅਨ/ *n* ਦੁੱਧ ਵੇਚਣ ਦਾ ਕੰਮ ਕਰਨ ਵਾਲਾ ਬੰਦਾ, ਗਵਾਲਾ, ਦੋਧੀ

milk pudding *n* ਦੁੱਧ ਤੋਂ ਤਿਆਰ ਕੀਤਾ ਕੋਈ ਮਿੱਠਾ ਖਾਧ ਪਦਾਰਥ, ਖੀਰ

milksop /'ਮਿਲਕਸੌਂਪ/ *n* ਫੋਸੜ, ਬੇਹਿੰਮਤਾ

milky /'ਮਿਲਕਿ/ *a* ਦੁਧੀਆ

mill /ਮਿਲ/ *n* ਚੱਕੀ, (ਆਟਾ ਆਦਿ) ਪੀਹਣ ਵਾਲੀ ਮਸ਼ੀਨ, ਕਾਰਖ਼ਾਨਾ, ਮਿਲ; ਡਾਲਰ ਦਾ ਇੱਕ ਹਜ਼ਾਰਵਾਂ ਭਾਗ *vt* ਪੀਹਣਾ, ਦਲਨਾ; ਮਲੀਦਾ ਕਰਨਾ; ਨਿਰਮਾਣ ਕਰਨਾ, ਉਤਪੰਨ ਕਰਨਾ; (ਸਿੱਕੇ ਦੇ ਕਿਨਾਰੇ ਉੱਤੇ) ਚਿੰਨ੍ਹ ਲਾਉਣਾ; ਘੋਲ ਬਣਾਉਣਾ; ਭੌਣਾ

millennium /ਮਿ'ਲੈੱਨਿਅਮ/ *n* ਹਜ਼ਾਰ ਵਰ੍ਹੇ ਦਾ ਸਮਾਂ; (ਈਸਾ-ਮਸੀਹ ਦੇ ਜਨਮ ਤੋਂ) ਹਜ਼ਾਰ ਸਾਲ ਦਾ ਸਮਾਂ; ਸਤਯੁੱਗ, ਸਵਰਨ-ਯੁੱਗ

millepede /'ਮਿਲਿਪੀਡ/ *n* ਕੰਨ-ਖਜੂਰਾ *a* ਹਜ਼ਾਰ ਪੈਰਾਂ ਵਾਲਾ

miller /'ਮਿਲਅ*/ *n* ਚੱਕੀ ਦਾ ਮਾਲਕ, ਪਣ ਚੱਕੀ ਵਾਲਾ ਵਿਅਕਤੀ; ਬਦਾਮੀ ਰੰਗ ਦਾ ਇੱਕ ਕੀੜਾ; ਚਿੱਟੇ ਖੰਭਾਂ ਵਾਲਾ ਇੱਕ ਪਤੰਗਾ

millerite /'ਮਿਲਅਰਾਇਟ/ *n* ਮੁਲੰਮਾ

millesimal /ਮਿ'ਲੈੱਸਿਮ(ਅ)ਲ/ *n* ਹਜ਼ਾਰਵਾਂ ਹਿੱਸਾ *a* ਹਜ਼ਾਰਵੇਂ ਹਿੱਸੇ ਨਾਲ ਬਣਿਆ ਹੋਇਆ

millet /'ਮਿਲਿਟ/ *n* ਬਾਜਰਾ ਜੌਂ ਮੱਕੀ ਆਦਿ, ਮੋਟਾ ਅਨਾਜ

milli /'ਮਿਲਿ/ *n* ਹਜ਼ਾਰਵਾਂ ਭਾਗ (ਜਿਵੇਂ ਕਿ ਮੀਟਰਕ ਪ੍ਰਨਾਲੀ ਵਿੱਚ)

milliard /,ਮਿਲਿ'ਆਡ/ *n* ਇੱਕ ਅਰਬ ਦੀ ਸੰਖਿਆ

milligram /'ਮਿਲਿਗਰੈਮ/ *n* ਗ੍ਰਾਮ ਦਾ ਹਜ਼ਰਾਵਾਂ ਭਾਗ

millilitre /'ਮਿਲਿਲੀਟਅ*/ *n* ਲਿਟਰ ਦਾ ਹਜ਼ਾਰਵਾਂ ਭਾਗ

millimetre /'ਮਿਲਿਮੀਟਅ*/ *n* ਮਿਲੀਮੀਟਰ, ਨਾਪ ਦੀ ਇੱਕ ਇਕਾਈ, ਮੀਟਰ ਦਾ ਹਜ਼ਾਰਵਾਂ ਭਾਗ

milliner /'ਮਿਲਿਨਅ*/ *n* ਜ਼ਨਾਨਾ ਟੋਪੀਸਾਜ਼

million /'ਮਿਲਯਅਨ/ *n* ਦਸ ਲੱਖ, ਦਸ ਲੱਖ ਪੌਂਡ, **the million** ਬਹੁਤ ਵੱਡੀ ਸੰਖਿਆ

millionaire /ˌਮਿਲਯਅ'ਨੇਅ*/*n* ਲੱਖਪਤੀ, ਕਰੋੜਪਤੀ, ਧਨਵਾਨ

millisecond /'ਮਿਲਿਸੈੱਕਅਨਡ/ *n* ਸਮੇਂ ਦੀ ਇੱਕ ਇਕਾਈ, ਇੱਕ ਸਕਿੰਟ ਦਾ ਹਜ਼ਾਰਵਾਂ ਭਾਗ, ਮਿਲੀਸਕਿੰਟ

millpond /'ਮਿਲਪੌਂਨਡ/ *n* ਚੱਕੀ ਚਲਾਉਣ ਲਈ ਬਣਾਇਆ ਤਲਾਅ

millstone /'ਮਿਲਸਟਅਉਨ/ *n* ਚੱਕੀ ਜਾਂ ਖ਼ਰਾਸ ਦੇ ਪੱਥਰ, ਪੁੜ

milometer /ਮਾਇ'ਲੌਮਿਟਅ*/ *n* ਮੀਲ ਮਾਪਕ

milt /ਮਿਲਟ/ *n* ਤਿੱਲੀ; ਨਰ ਮੱਛੀ ਦਾ ਵੀਰਜ *vi* ਮਾਦਾ ਮੱਛੀ ਨੂੰ ਗੱਭਣ ਕਰਨਾ

milter /'ਮਿਲਟਅ*/ *n* ਨਰ ਮੱਛੀ (ਆਂਡੇ ਦੇਣ ਦੀ ਰੁੱਤ ਵਿੱਚ)

mime /ਮਾਇਮ/ *n* (ਪੁਰਾਤਨ ਯੂਨਾਨ ਅਤੇ ਰੂਮ) ਭੰਡਾਂ ਜਾਂ ਭੱਟਾਂ ਦੀ ਸਾਂਗ ਜਾਂ ਨਕਲ; ਨਕਲੀਏ, ਨੱਕਾਲ, ਭੰਡ *v* ਸਾਂਗ ਲਾਉਣਾ

mimesis /ਮਿ'ਮੀਸਿਸ/ *n* ਨਕਲ, ਸਾਂਗ

mimetic /ਮਿ'ਮੈੱਟਿਕ/ *a* ਸਾਂਗੀ, ਨਕਲਚੀ; ਨਕਲ ਦਾ, ਸਾਂਗ ਦਾ

mimic /'ਮਿਮਿਕ/ *n* ਬਹੁਰੂਪੀਆ, ਨਕਲੀਆ, ਭੰਡ, ਸਾਂਗੀ *a* ਨਕਲ ਕਰਨ ਯੋਗ; ਨਕਲੀ, ਮਜ਼ਾਕੀਆ *vt* ਨਕਲ ਉਤਾਰਨਾ

mimicry /'ਮਿਮਿਕਰਿ/ *n* ਸਾਂਗ, ਨਕਲ, ਅਨੁਕਰਨ, ਅਨੁਕਾਰ, ਅਨੁਕਾਰਿਤਾ

mimosa /ਮਿ'ਮਅਉਜ਼ਅ, -'ਮਅਉਸਅ/ *n* ਲਾਜਵੰਤੀ, ਛੂਈ-ਮੂਈ, ਛੂਈ-ਮੂਈ ਵਰਗਾ ਕੋਈ ਵੀ ਹੋਰ ਪੌਦਾ

mina /'ਮਾਇਨਅ/ *n* ਮੁਦਰਾ ਅਤੇ ਤੋਲ ਦੀ ਇੱਕ ਪ੍ਰਾਚੀਨ ਇਕਾਈ; ਮੈਨਾ, ਇੱਕ ਭਾਰਤੀ ਪੰਛੀ

minar /'ਮਿਨਾ*/ *n* ਮਿਨਾਰ, ਲਾਠ, ਬੁਰਜ ਚਾਨਣ-ਮੁਨਾਰਾ

minaret /ˌਮਿਨਅ'ਰੈੱਟ/ *n* ਛੋਟਾ ਮਿਨਾਰ, ਬੁਰਜ, ਚਾਨਣ-ਮੁਨਾਰਾ

minatory /'ਮਿਨਅਟਅਰਿ/ *a* ਡਰਾਉਣਾ, ਭਿਆਨਕ, ਭੈਦਾਇਕ

minauderie /ਮਿ'ਨੌਂਡਅਰਿ/ *n* ਪ੍ਰੇਮ ਪ੍ਰਦਰਸ਼ਨ, ਪਿਆਰ ਦਾ ਪ੍ਰਗਟਾਵਾ

mince /ਮਿਨਸ/ *n* (ਮਾਸ ਦਾ) ਕੀਮਾ *vt* (ਮਾਸ ਦਾ) ਕੀਮਾ ਬਣਾਉਣਾ, ਟੁਕੜੇ-ਟੁਕੜੇ ਕਰਨਾ; (ਵਾਰਤਾਲਾਪ ਵਿੱਚ) ਮਿੱਠੇ ਸ਼ਬਦ ਬੋਲਣਾ; ਚੱਬ ਕੇ ਗੱਲ ਕਰਨਾ; ਨਖ਼ਰੇ ਨਾਲ ਗੱਲ ਕਰਨਾ; ਮਟਕ ਕੇ ਤੁਰਨਾ

mincemeat /'ਮਿਨਸਮੀਟ/ *n* ਕੀਮਾ, ਸਮੋਸੇ ਵਿੱਚ ਭਰਿਆ ਕੀਮਾ ਅਤੇ ਗਿਰੀ ਮੇਵੇ

mind /ਮਾਇਨਡ/ *n* ਮਨ, ਚਿੱਤ; ਮਨਸ਼ਾ; ਮੱਤ, ਸਮਝ, ਬੁੱਧੀ, ਚੇਤਾ, ਯਾਦਦਾਸ਼ਤ; ਖ਼ਿਆਲ, ਰੁਚੀ; ਵਿਚਾਰਧਾਰਾ, ਹਿਰਦਾ, ਜੀਅ, ਦਿਲ; ਅੰਤਹਕਰਨ; ਆਤਮਾ; ਸੰਕਲਪ, ਕਲਪਨਾ, ਮਾਨਸਕਿ ਸ਼ਕਤੀ *vt* ਯਾਦ ਕਰਨਾ, ਚੇਤੇ ਰੱਖਣਾ; ਚਿੰਤਾ ਕਰਨਾ, ਧਿਆਨ ਵਿੱਚ ਰੱਖਣਾ, ਸਾਵਧਾਨ ਰਹਿਣਾ, ਖ਼ਬਰਦਾਰ ਰਹਿਣਾ, ਸੁਚੇਤ ਰਹਿਣਾ, ਮਹਿਸੂਸ ਕਰਨਾ **to be in two minds** ਦੁਬਿਧਾ ਵਿੱਚ ਪੈਣਾ, ਦੁਚਿੱਤੀ ਵਿੱਚ ਪੈਣਾ **to make up one's mind** ਫ਼ੈਸਲਾ ਕਰਨਾ, ਦ੍ਰਿੜ੍ਹਤਾ ਧਾਰਨ ਕਰਨਾ, ਨਿਸ਼ਚਾ ਕਰਨਾ, ਪੱਕਾ ਇਰਾਦਾ ਬਣਾਉਣਾ

mind-blowing /'ਮਾਇਨ(ਡ)ˌਬਲਅਉਇਙ/ *a* ਦਿਲ ਨੂੰ ਖਿੱਚ ਪਾਉਣ ਵਾਲਾ, ਵਚਿੱਤਰ,

ਉਕਸਾਉਣ ਵਾਲਾ, ਪ੍ਰਭਾਵਸ਼ਾਲੀ

mind-boggling /'ਮਾਇਨ(ਡ),ਬੌਂਗਲਿਙ/ *a* ਅਚੰਭਿਤ, ਹੈਰਾਨਕੁਨ, ਅਸਚਰਜ

minder /'ਮਾਇਨਡਅ*/ *n* ਨਿਗਰਾਨ

mindful /'ਮਾਇਨਡਫ਼ਲ/ *a* ਹੁਸ਼ਿਆਰ, ਸਾਵਧਾਨ, ਖ਼ਬਰਦਾਰ, ਚੌਕਸ, ਚੁਕੰਨਾ

mindfulness /'ਮਾਇਨਡਫ਼ਲਨਅਸ/ *n* ਹੁਸ਼ਿਆਰੀ, ਸਾਵਧਾਨੀ, ਚੌਕਸੀ, ਚੁਕੰਨਾਪਣ

mindless /'ਮਾਇਨਡਲਅਸ/ *a* ਮੂੜ੍ਹ, ਮੂਰਖ, ਬੇਵਕੂਫ਼, ਬੁੱਧੀਹੀਣ

mindset /'ਮਾਇਨਡਸੈੱਟ/ *n* ਮਨ ਦੀ ਧਾਰਨਾ, ਪੱਕਾ ਵਿਚਾਰ, ਕੁਝ ਕਰਨ ਦੀ ਅਮਿੱਟ ਵਿਚਾਰਧਾਰਾ

mine /ਮਾਇਨ/ *pron* ਮੇਰਾ *n* ਮੇਰਾ ਭਾਗ, ਮੇਰਾ ਹਿੱਸਾ; ਖਾਣ; ਸੁਰੰਗ; ਖ਼ਜ਼ਾਨਾ, ਭੰਡਾਰ; ਵਿਸਫੋਟ *v* ਧਰਤੀ ਵਿੱਚ ਸੁਰੰਗ ਪੁੱਟਣਾ; ਹੇਠਾਂ ਤੋਂ ਜਾਂ ਥੱਲਿਓਂ ਜੜ੍ਹ ਕੁਤਰਨਾ; ਖਾਣ ਪੁੱਟਣਾ, ਖਾਣਾਂ ਵਿੱਚੋਂ ਧਾਤ ਆਦਿ ਕੱਢਣਾ

miner /'ਮਾਇਨਅ*/ *n* ਖਾਣਾਂ ਵਿੱਚ ਕੰਮ ਕਰਨ ਵਾਲਾ, ਖਾਣ ਮਜਦੂਰ; ਸੁਰੰਗਾਂ ਲਾਉਣ ਵਾਲਾ ਸੈਨਿਕ ਜਾਂ ਸਿਪਾਹੀ

mineral /'ਮਿਨਅਰਅਲ/ *a* ਖਾਣਾਂ ਦੀ (ਧਾਤ), ਧਾਤ ਸੰਬੰਧੀ *n* ਖਾਣਾਂ ਤੋਂ ਪ੍ਰਾਪਤ ਖਣਿਜ, ਬਣਾਉਟੀ ਖਣਿਜ ਜਲ, ਧਾਤ

mineralogy /,ਮਿਨਅ'ਰੈਲਅਜਿ/ *n* ਖਣਿਜ ਵਿਗਿਆਨ, ਧਾਤ ਵਿੱਦਿਆ; ਧਾਤੂ ਪਰੀਖਣ ਸ਼ਾਸਤਰ

mineral oil *n* ਕੱਚੇ ਪਟਰੋਲ ਤੋਂ ਪ੍ਰਾਪਤ ਪਦਾਰਥ, ਪਟਰੋਲ

mineral water *n* ਚਸ਼ਮੇ ਦਾ ਪਾਣੀ ਜਿਸ ਵਿਚ ਖਣਿਜ ਪਦਾਰਥ ਹੋਵੇ, ਖਣਿਜ ਜਲ

Minerva /ਮਿ'ਨਅ:ਵ੍ਅ/ *n* ਰੋਮ ਦੀ ਵਿੱਦਿਆ ਦੇਵੀ, ਸਰਸਵਤੀ

minesweeper/'ਮਾਇਨਸਵੀਪਅ*/ *n* ਬਾਰੂਦੀ ਸੁਰੰਗਾਂ ਹਟਾਉਣ ਵਾਲਾ ਜਹਾਜ਼

minever, miniver /'ਮਿਨਿਵ੍ਅ*/ *n* ਇੱਕ ਪ੍ਰਕਾਰ ਦੀ ਫਰ

mingle /'ਮਿਙਗਲ/ *v* ਘੁਲਮਿਲ ਜਾਣਾ, ਮਿਲਾਉਣਾ, ਮੇਲ ਕਰਨਾ, ਮਿਲਨਾ, ਮਿਸ਼ਰਿਤ ਕਰਨਾ

mingled /'ਮਿਙਗਲਡ/ *a* ਮਿਸ਼ਰਿਤ, ਮਿਲਿਆ ਹੋਇਆ

mingler /'ਮਿਙਗਲਅ*/ *n* ਮਿਲਾਉਣ ਵਾਲਾ, ਮਿਲਾਵਟ ਕਰਨ ਵਾਲਾ

mingy /'ਮਿਨਜਿ/ *n* ਸ਼ੂਮ, ਕੰਜੂਸ

miniate /'ਮਿਨਿਏਇਟ/ *vt* ਸੰਧੂਰ ਨਾਲ ਰੰਗਣਾ

miniature /'ਮਿਨਅਚਅ*/ *n* ਲਘੂ ਚਿੱਤਰ, ਲਘੂਕ੍ਰਿਤ ਚਿੱਤਰ *a* ਬੌਣਾ, ਛੋਟਾ, ਸੂਖਮ *vt* ਸੂਖਮ ਚਿੱਤਰ ਬਣਾਉਣਾ

miniaturist /'ਮਿਨਿਚਅਰਿਸਟ/ *n* ਲਘੂ ਚਿੱਤਰਕਾਰ

minicomputer /'ਮਿਨਿਕਅਮਪਯੂਟਅ*/ (ਕੰਪਿ) ਵਿਚਕਾਰਲੀ ਸਮਰੱਥਾ ਵਾਲਾ ਕੰਪਿਊਟਰ

minify /'ਮਿਨਿਫ਼ਾਇ/ *vt* ਛੋਟਾ ਕਰਨਾ, ਨੀਵਾਂ ਪਾਉਣਾ

minikin /'ਮਿਨਿਕਿਨ/ *n* ਨਿੱਕੀ ਜਿਹੀ ਪਿਆਰੀ ਵਸਤੂ, ਲੜਿੱਕੀ *a* ਬਣਾਉਟੀ, ਦਿਖਾਵੇ ਵਾਲੀ

minim /'ਮਿਨਿਮ/ *n* ਤੁਪਕਾ, ਇੱਕ ਡਰਾਮ ਦਾ ਸੱਠਵਾਂ ਹਿੱਸਾ; ਅਰਧ ਸਵਰ; ਇੱਕ ਤਰ੍ਹਾਂ ਦਾ ਰਾਗ; ਕਲਮ ਦੀ ਘਸੀਟ; ਛੋਟਾ ਜੀਵ; ਬੌਣਾ ਆਦਮੀ

minimal /'ਮਿਨਿਮਅਲ/*a* ਅਲਪਤਮ, ਨਿਊਨਤਮ, ਘੱਟ ਤੋਂ ਘੱਟ

minimal pair *n* (ਭਾਸ਼ਾ) ਕੇਵਲ ਇੱਕੋ ਵਖਰੇਵੇਂ ਵਾਲੇ ਸ਼ਬਦਾਂ ਧੁਨੀਆਂ ਆਦਿ ਦਾ ਜੋੜਾ

minimization /,ਮਿਨਿਮਾਇ'ਜ਼ੇਇਸ਼ਨ/ *n* ਅਲਪੀਕਰਨ, ਛੋਟਾਕਰਨ

minimize /'ਮਿਨਿਮਾਇਜ਼/ *vt* ਘਟਾਉਣਾ, ਅਲਪੀਕਰਨ ਕਰਨਾ, ਘੱਟੋ-ਘੱਟ ਅਨੁਮਾਨ ਕਰਨਾ

minimum /'ਮਿਨਿਮਅਮ/ *a* ਨਿਊਨਤਮ; ਲਘੂਤਮ, ਅਲਪਤਮ *n* ਅਤਿ ਘੱਟ ਮਾਤਰਾ, ਅਤਿ ਅਲਪ ਪਰਿਮਾਣ

minimus /'ਮਿਨਿਮਅਸ/ *a* ਖੋਣਾ, ਠਿੱਗਣਾ, ਮਧਰਾ, ਛੋਟਾ, ਇੱਕ ਹੀ ਨਾਮ ਦੇ ਵਿਦਿਆਰਥੀਆਂ ਵਿੱਚੋਂ ਸਭ ਤੋਂ ਛੋਟਾ

mining /'ਮਾਇਨਿਙ/ *n* ਖਾਣ ਦੀ ਖੁਦਾਈ, ਸੁਰੰਗ ਦੀ ਪੁਟਾਈ

minion /'ਮਿਨਿਅਨ/ *n* ਮੂੰਹ ਲੱਗ ਬੱਚਾ; ਛਿੰਦਾ; ਲਾਡਲਾ; (ਛਾਪਾਖ਼ਾਨਾ) ਅੱਖਰਾਂ ਦਾ ਇੱਕ ਆਕਾਰ; ਚਮਚਾ, ਪਿੱਠੂ

minish /'ਮਿਨਿਸ਼/*v* ਘੱਟ ਕਰਨਾ ਜਾਂ ਹੋਣਾ

miniskirt /'ਮਿਨਿਸਕਅ:ਟ/ *n* ਉੱਚੀ ਫ਼ਰਾਕ, ਛੋਟੀ ਫ਼ਰਾਕ

minister /'ਮਿਨਿਸਟਅ*/ *n* ਵਜ਼ੀਰ, ਮੰਤਰੀ, ਮਨਿਸਟਰ, ਦੀਵਾਨ; ਸਫ਼ੀਰ, ਰਾਜਦੂਤ; ਪੁਰੋਹਤ, ਪਾਦਰੀ, ਆਚਾਰੀਆ, ਪਾਂਧਾ *v* ਵਿਅਕਤੀ ਕਾਰਜ ਆਦਿ ਦੀ (ਸੇਵਾ) ਕਰਨਾ, ਸਹਾਇਤਾ ਕਰਨਾ ਪ੍ਰਬੰਧ ਕਰਨਾ

ministerial /,ਮਿਨਿ'ਸਟਿਅਰਿਅਲ/ *a* ਵਜ਼ੀਰ ਦਾ, ਵਜ਼ਾਰਤੀ, ਰਾਜਕੀ, ਸਰਕਾਰੀ ਪੱਖ ਦਾ; ਕਨੂੰਨ ਦੇ ਕਾਰਜ ਨਾਲ ਸੰਬੰਧਿਤ; ਸੇਵਾ ਸੰਬੰਧੀ; ਪਾਦਰੀ ਦਾ, ਪਾਦਰੀ ਸੰਬੰਧੀ

ministerial establishment *n* ਦਫ਼ਤਰੀ ਅਮਲਾ

Minister of State *n* ਰਾਜ ਮੰਤਰੀ

ministrant /'ਮਿਨਿਸਟਰਅਨਟ/ *a* ਸੇਵਕ; ਸਹਾਇਕ

ministration /,ਮਿਨਿ'ਸਟਰੇਇਸ਼ਨ/ *n* ਦੇਖ-ਭਾਲ, ਖ਼ਿਦਮਤ, ਸੇਵਾ; ਪੂਜਾ ਕਰਵਾਉਣ

ministry /'ਮਿਨਿਸਟਰਿ/ *n* ਹਕੂਮਤ, ਰਾਜ, ਸ਼ਾਸਨ; ਵਜ਼ਾਰਤ, ਮੰਤਰਾਲਾ; ਮੰਤਰੀ-ਮੰਡਲ, ਮੰਤਰੀ-ਪਰਿਸ਼ਦ, ਮੰਤਰੀਗਣ; ਮੰਤਰੀਤਵ; ਪੁਰੋਹਤਪਣ, ਪਾਧਾਪਣ

miniver /'ਮਿਨਿਵ੍ਅ*/ *n* ਵੇਖੋ **minever**

mink /ਮਿਙਕ/ *n* ਨਿਓਲੇ (ਊਦ ਬਿਲਾਵ) ਸ਼੍ਰੇਣੀ ਦਾ ਇੱਕ ਜੰਤੂ; ਊਦ ਬਿਲਾਵ ਆਦਿ ਦੇ ਰੋਮ ਜਾਂ ਵਾਲ; ਨਿਓਲੇ ਦੀ ਸਮੂਰ

minnow /'ਮਿਨਅਉ/ *n* ਇੱਕ ਛੋਟੀ ਮੱਛੀ, ਮੀਨਕਾ ***triton among the minnows*** ਅੰਨ੍ਹਿਆਂ ਵਿੱਚ ਕਾਣਾ ਰਾਜਾ

minor /'ਮਾਇਨਅ*/ *n* ਬਾਲ, ਨਾਬਾਲਗ; ਛੋਟਾ, ਲਘੂ; ਘੱਟ ਦਰਜੇ ਦਾ, ਘਟੀਆ

minority /ਮਾਇ'ਨੌਰਅਟਿ/ *n* ਲੜਕਪਣ, ਨਾਬਾਲਗੀ, ਬਾਲਪਣ, ਬਾਲ ਅਵਸਥਾ; ਅਲਪ ਸੰਖਿਆ, ਘੱਟ ਗਿਣਤੀ ਦੀ ਜਮਾਤ, ਅਲਪ ਸੰਖਿਅਕ ਵਰਗ, ਅਲਪਮਤ ਪੱਖ

minority government *n* ਵਿਰੋਧੀ ਮੈਂਬਰਾਂ ਨਾਲੋਂ ਘੱਟ ਮੈਂਬਰਾਂ ਦੀ ਪਾਰਟੀ ਦੀ ਸਰਕਾਰ

Minotaur /'ਮਾਇਨਅਟੋ*, 'ਮਿਨ-/ *n* ਨਰ ਬਿਰਛ, ਬਿਰਛ ਅਸੁਰ, (ਯੂਨਾਨੀ ਦੇਵ ਮਾਲਾ) ਇੱਕ ਕਾਲਪਨਿਕ ਬਲਦ ਸਿਰਾ ਦੈਂਤ

minster /'ਮਿਨਸਟਅ*/ *n* ਖ਼ਾਨਗਾਹ, ਮੱਠ, ਆਸ਼ਰਮ, ਵੱਡਾ ਗਿਰਜਾ, ਉਹ ਗਿਰਜਾ ਜੋ ਕਿਸੇ ਖ਼ਾਨਗਾਹ ਜਾਂ ਮੱਠ ਵਿੱਚ ਬਣਾਇਆ ਗਿਆ ਹੋਵੇ

minstrel /'ਮਿਨਸਟਰਅਲ/ *n* ਭੱਟ, ਗਵੱਈਆ, ਕੀਰਤਨੀਆ, ਗਾਇਕ

minstrelsy /'ਮਿਨਸਟਰ(ਅ)ਲਸਿ/ *n* ਭੱਟ ਕਲਾ, ਸੰਗੀਤ, ਰਾਗ; ਗਾਥਾ

mint /ਮਿਨਟ/ *n* ਟਕਸਾਲ; ਕੋਸ਼, ਖ਼ਜ਼ਾਨਾ; ਖਾਣ; ਪੁਦੀਨਾ *vt* ਟਕਸਾਲਣਾ, ਢਾਲਨਾ, ਸਿੱਕੇ ਬਣਾਉਣਾ, ਠੱਪਾ ਲਾਉਣਾ; ਸਿੱਕੇ ਦੇ ਅੱਖਰਾਂ ਸ਼ਬਦਾਂ ਆਦਿ ਦੀ ਕਾਢ ਕੱਢਣਾ

mintage /ਮਿਨਟਿਜ/ *n* ਸਿੱਕਾ ਢਲਾਈ, ਠੱਪਾ ਲੁਆਈ; ਸਿੱਕਾ-ਘਾੜਤ, ਢਲਿਆ ਹੋਇਆ ਸਿੱਕਾ

minter /'ਮਿਨਟਅ*/ *n* ਸਿੱਕਾ ਢਾਲਨ ਵਾਲਾ ਟਕਸਾਲੀਆ

mint sauce *n* ਪੁਦੀਨੇ ਦੀ ਚਟਣੀ

minuet /,ਮਿਨਯੁ'ਐਟ/ *n* ਇੱਕ ਪ੍ਰਕਾਰ ਦਾ ਸੁੰਦਰ

ਮੱਧਮ ਨਾਚ; ਮੱਧਮ ਸੰਗੀਤ

minus /'ਮਾਇਨਅਸ/ *a* ਬਿਨਾਂ *n* ਮਨਫ਼ੀ, ਬਾਕੀ, ਨਫ਼ੀ, ਘਟਾਅ ਦਾ ਨਿਸ਼ਾਨ, ਘਾਟਾ

minuscule /'ਮਿਨਅਸਕਯੂਲ/ *n* ਅੰਗਰੇਜ਼ੀ ਵਰਨਮਾਲਾ ਦੇ ਛੋਟੇ ਅੱਖਰ *a* ਛੋਟਾ

minute[1] /'ਮਿਨਿਟ/ *n* ਮਿੰਟ, ਘੰਟੇ ਦਾ ਸੱਠਵਾਂ ਹਿੱਸਾ; ਛਿਣ, ਪਲ; (ਕੋਣ ਵਿੱਚ) ਅੰਸ਼ ਦਾ ਸੱਠਵਾਂ ਭਾਗ; ਸਧਾਰਨ ਲੇਖ, ਕਾਰਵਾਈ, (ਬਹੁ) ਕਾਰਜ ਵੇਰਵਾ (ਕਿਸੇ ਸਭਾ ਆਦਿ ਦਾ) *vt* ਸੰਖੇਪ ਵੇਰਵਾ ਲਿਖਣਾ; ਮਸੌਦਾ ਤਿਆਰ ਕਰਨਾ; ਸਬੂਤ ਤਿਆਰ ਕਰਨਾ, ਠੀਕ ਸਮੇਂ ਦਾ ਪਤਾ ਲਾਉਣਾ; ਲਿਖ ਲੈਣਾ, ਨੋਟ ਕਰਨਾ

minute[2] /ਮਾਇ'ਨਯੂਟ/ *a* ਅਤਿ ਅਲਪ, ਸੂਖਮ, ਅਤਿ ਲਘੂ, ਬਹੁਤ ਛੋਟਾ, ਮਹੀਨ, ਬਰੀਕ; ਤੁੱਛ, ਸਧਾਰਨ, ਮਾਮੂਲੀ; ਸੂਖਮ ਦਰਸ਼ੀ, (ਜਾਂਚ ਪੜਤਾਲ) ਵੇਰਵੇਦਾਰ

minutely /ਮਾਇ'ਨਯੂਟਲਿ/ *a* ਛਿਣ-ਛਿਣ ਦਾ, ਮਿੰਟ-ਮਿੰਟ ਦਾ; ਸੰਪੂਰਨ, ਵਿਸਤਾਰ ਸਹਿਤ; ਸੂਖਮਤਾਪੂਰਵਕ

minuteness /ਮਾਇ'ਨਯੂਟਨਅਸ/ *n* ਅਤਿ ਅਲਪਤਾ, ਸੂਖਮਤਾ, ਬਰੀਕੀ; ਤੁੱਛਤਾ, ਸਧਾਰਨਤਾ; ਵੇਰਵਾ

minuter /'ਮਿਨਿਟਅ*/ *n* ਮਿੰਟ-ਮਿੰਟ ਦਾ ਹਿਸਾਬ ਰੱਖਣ ਵਾਲਾ

minutiae /ਮਾਇ'ਨਯੂਸ਼ਿਈ/ *n* (ਬਹੁ) ਸੂਖਮ ਵੇਰਵਾ; ਬੇਲੋੜਾ ਵਿਸਤਾਰ

minx /ਮਿਙਕਸ/ *n* ਸ਼ੋਖ ਅੱਖਾਂ ਵਾਲੀ ਕੁੜੀ, ਚੰਚਲ ਕੁੜੀ

Miocene /'ਮਾਇਅ(ਉ)ਸੀਨ/ *n* ਅਲਪ ਨੂਤਨ ਯੁੱਗ

miosis /ਮਾਇ'ਅਉਸਿਸ/ *n* ਅੱਖ ਦੀ ਪੁਤਲੀ ਦਾ ਸੁਕੜੇਵਾਂ

miracle /'ਮਿਰਅਕਲ/ *n* ਕਰਾਮਾਤ, ਕ੍ਰਿਸ਼ਮਾ, ਕਮਾਲ, ਚਮਤਕਾਰ, ਅਲੌਕਿਕ ਘਟਨਾ

miraculous /ਮਿ'ਰੈਕਯਅਲਅਸ/ *a* ਦਿੱਬ, ਦੈਵੀ, ਕਰਾਮਾਤੀ, ਚਮਤਕਾਰੀ; ਅਲੌਕਿਕ, ਅਦਭੁਤ, ਅਸਚਰਜਜਨਕ

mirador /ˌਮਿਰਅ'ਡੋ*/ *n* ਘੰਟਾ-ਘਰ; ਬੁਰਜ; ਚਬੂਤਰਾ

mirage /'ਮਿਰਾਯ਼, ਮਿ'ਰਾਯ਼/ *n* ਮਿਰਗ ਤ੍ਰਿਸ਼ਨਾ, ਮਰੀਚਕਾ, ਮਿਰਗ ਜਾਲ, ਨਜ਼ਰ ਦਾ ਧੋਖਾ

mire /'ਮਾਇਅ*/ *n* ਚਿੱਕੜ, ਦਲਦਲ, ਖੋਭਾ *vt* ਚਿੱਕੜ ਵਿੱਚ ਫਸਣਾ, ਦਲਦਲ ਵਿੱਚ ਖੁਭਣਾ; ਗੰਦਾ ਕਰਨਾ, ਮੈਲਾ ਕਰਨਾ

mirific /ਮਿ'ਰਿਫ਼ਿਕ/ *a* ਅਸਚਰਜਜਨਕ, ਵਿਚਿੱਤਰ

mirk /ਮਅ:ਕ/ *n* ਅੰਧਕਾਰ, ਹਨੇਰਾ, ਧੁੰਦਕਾਰ, ਧੁੰਦਲਾ, ਅੰਧਕਾਰ ਪੂਰਨ

mirror /'ਮਿਰਅ*/ *n* ਸ਼ੀਸ਼ਾ, ਅਕਸ ਜਾਂ ਨਕਸ਼ਾ ਆਈਨਾ, ਦਰਪਣ, ਆਦਰਸ਼ ਪ੍ਰਤਿਮਾ *v* ਹੂ-ਬਹੂ ਪ੍ਰਤਿਬਿੰਬਤ ਹੋਣਾ, ਪ੍ਰਤਿਬਿੰਬਤ ਕਰਨਾ, ਅਕਸ ਦਿਖਾਉਣਾ

mirth /ਮਅ:ਥ/ *n* ਖੁਸ਼ੀ, ਦਿਲਲਗੀ, ਹਾਸਾ, ਅਨੰਦ, ਹੁਲਾਸ

mirthful /'ਮਅ:ਥਫ਼ੁਲ/ *a* ਪ੍ਰਸੰਨ, ਖੁਸ਼, ਰੰਗੀਲਾ, ਮੌਜੀ

mirthless /'ਮਅ:ਥਲਅਸ/ *a* ਉਦਾਸ, ਅਪ੍ਰਸੰਨ

miry /'ਮਾਇਰਿ/ *a* ਚਿੱਕੜ ਭਰਿਆ, ਲਿੱਬੜਿਆ; ਜ਼ਲੀਲ, ਨੀਚ, ਗੰਦਾ

misadventure /ˌਮਿਸਅਡ'ਵੈਂਚਅ*/ *n* ਆਫ਼ਤ, ਮੁਸੀਬਤ; ਬਦਕਿਸਮਤੀ, ਦੁਰਭਾਗ

misalliance /ˌਮਿਸਅ'ਲਾਇਅਨਸ/ *n* ਕੁਸੰਗ, ਅਣਮੇਲ, ਕੁਜੋੜ, ਅਣਜੋੜ, ਅਣਜੋੜ ਵਿਆਹ

misanthrope /'ਮਿਸਅਨਥਰਅਉਪ/ *n* ਮਾਨਵ ਵਿਰੋਧੀ, ਮਾਨਵ ਜਾਤੀ ਨਾਲ ਘਿਰਨਾ ਕਰਨ ਵਾਲਾ ਆਦਮੀ, ਸਮਾਜ ਧ੍ਰੋਹੀ; ਵਿਰਾਗੀ

misanthropic /ˌਮਿਸਅਨ'ਥਰੋਪਿਕ/ *a* ਮਨੁਖੀ ਨਸਲ ਨਾਲ ਘਿਰਨਾ ਕਰਨ ਵਾਲਾ, ਮਾਨਵ ਹਿਤਾਂ

ਵਿਰੁੱਧ ਚੱਲਣ ਵਾਲਾ

misapply /ˌਮਿਸਅ'ਪਲਾਇ/ *vt* ਦੁਰਉਪਯੋਗ ਕਰਨਾ, ਮਿਥਿਆ ਪ੍ਰਯੋਗ ਕਰਨਾ, ਅਯੋਗ ਵਰਤੋਂ ਕਰਨਾ; (ਰਕਮ) ਨਾਜਾਇਜ਼ ਖ਼ਰਚ ਕਰਨਾ

misapprehend /ˌਮਿਸਐਪਰਿ'ਹੈਂਡ/*vt* ਉਲਟਾ ਜਾਂ ਗਲਤ ਸਮਝਣਾ

misapprehension /ˌਮਿਸਐਪਰਿ'ਹੈੱਨਸ਼ਨ/ *n* ਮਿਥਿਆ ਬੋਧ, ਭਰਮ, ਮਿਥਿਆ ਗ੍ਰਹਿਣ, ਭੁਲੇਖਾ, ਗ਼ਲਤ-ਫ਼ਹਿਮੀ

misappropriate/ˌਮਿਸਅ'ਪਰਅਉਪਰਿਏਇਟ/ *vt* (ਪਰਾਏ ਧਨ ਦਾ) ਗ਼ਬਨ ਕਰਨਾ, ਅਯੋਗ ਵਰਤੋਂ ਕਰਨਾ, ਖੁਰਦ-ਬੁਰਦ ਕਰਨਾ, ਨਾਜਾਇਜ਼ ਖ਼ਰਚ ਕਰਨਾ

misappropriation /ˌਮਿਸਅˌਪਰਅਉਪਰਿ'ਏਇਸ਼ਨ/ *n* ਕੁਵਰਤੋਂ, ਘਾਲਾਮਾਲਾ, ਦੁਰਉਪਯੋਗ, (ਰੁਪਈਏ ਦਾ) ਗ਼ਬਨ

misarrange /ˌਮਿਸਅ'ਰੇਇਨਜ/ *vt* ਬੇਤਰਤੀਬੀ ਨਾਲ ਰੱਖਣਾ, ਬਿਨਾਂ ਕ੍ਰਮ ਦੇ ਰੱਖਣਾ, ਬਿਨਾਂ ਸਿਲਸਿਲੇ ਦੇ ਰੱਖਣਾ

misbecome /ˌਮਿਸਬਿ'ਕਅੱਮ/ *vt* ਅਯੋਗ ਹੋਣਾ, ਅਣਉਪਯੋਗੀ ਹੋਣਾ, ਸ਼ੋਭਾ ਨਾ ਦੇਣਾ, ਸ਼ਾਨ ਦੇ ਖ਼ਿਲਾਫ਼ ਹੋਣਾ

misbecoming /ˌਮਿਸਬਿ'ਕਅੱਮਿਙ/ *a* ਅਸ਼ੋਭਨੀਕ, ਅਯੋਗ, ਅਣਉਪਯੋਗੀ

misbegotten /ˌਮਿਸਬਿ'ਗੌਟਨ/ *a* ਹਰਾਮਜ਼ਾਦਾ, ਬਦਜ਼ਾਤ, ਹਰਾਮੀ

misbehave /ˌਮਿਸਬਿ'ਹੇਇਵ੍/ *vt* ਦੁਰਵਿਵਹਾਰ ਕਰਨਾ, ਬੁਰਾ ਵਰਤਾਅ ਕਰਨਾ

misbehaved /ˌਮਿਸਬਿ'ਹੇਇਵ੍ਡ/ *a* ਅਸੱਭਿਆ, ਬਦਚਲਣ, ਬਦਤਮੀਜ਼

misbehaviour /ˌਮਿਸਬਿ'ਹੇਇਵ੍ਯਅ*/ *n* ਦੁਰਵਿਵਹਾਰ, ਦੁਰਾਚਾਰ, ਬਦਤਮੀਜ਼ੀ, ਕੁਚਾਲ

misbelief /ˌਮਿਸਬਿ'ਲੀਫ਼/ *n* ਗ਼ਲਤ ਧਾਰਨਾ; ਦੁਰਵਿਸ਼ਵਾਸ; ਗ਼ਲਤ ਰਾਏ

misbelieve /ˌਮਿਸਬਿ'ਲੀਵ੍/ *vt* ਝੂਠਾ ਵਿਸ਼ਵਾਸ ਕਰਨਾ

misbeseem /ˌਮਿਸਬਿ'ਸੀਮ/ *vt* ਚੰਗਾ ਨਾ ਲੱਗਣਾ, ਬੁਰਾ ਲੱਗਣਾ

misbeseeming /ˌਮਿਸਬਿ'ਸੀਮਿਙ/ *a* ਬੁਰਾ ਲੱਗਣ ਵਾਲਾ, ਸੁਖਾਵਾਂ ਨਾ ਦਿਸਣ ਵਾਲਾ

misbirth /'ਮਿਸਬਅ:ਥ/ *n* ਗਰਭਪਾਤ

misborn /ˌਮਿਸ'ਬੋਨ/ *a* ਪੂਰਾ ਵਿਕਸਤ ਹੋਣ ਤੋਂ ਪਹਿਲਾਂ ਹੀ ਬੱਚੇ ਦਾ ਜਨਮ, ਗਰਭਪਾਤਕ

miscalculate /ˌਮਿਸ'ਕੈਲਕਯੁਲੇਇਟ/ *v* ਗਲਤ ਹਿਸਾਬ ਲਾਉਣਾ, ਝੂਠਾ ਅਨੁਮਾਨ ਲਾਉਣਾ

miscalculation /ˌਮਿਸਕੈਲਕਯੁ'ਲੇਇਸ਼ਨ/ *n* ਗ਼ਲਤ ਹਿਸਾਬ, ਝੂਠਾ ਅਨੁਮਾਨ, ਭੁੱਲ-ਚੁੱਕ

miscall /ˌਮਿਸ'ਕੋਲ/ *vt* ਗ਼ਲਤ ਜਾਂ ਪੁੱਠਾ ਨਾਂ ਧਰਨਾ, ਗ਼ਲਤ ਨਾਂ ਨਾਲ ਬੁਲਾਉਣਾ; (ਬੋਲ) ਗਾਲ੍ਹਾਂ ਦੇਣਾ; ਬੁਰਾ-ਭਲਾ ਆਖਣਾ

miscarriage /ˌਮਿਸ'ਕੈਰਿਜ, ˌਮਿਸ'ਕ-/ *n* ਗਰਭਪਾਤ, ਤੂਣ ਦੀ ਕਿਰਿਆ, ਅਸਫ਼ਲਤਾ (ਮਨਸੂਬੇ ਜਾਂ ਸੁਝਾਅ ਦੀ); ਚਿੱਠੀ ਦੀ (ਭਟਕਣ), ਪਤੇ ਤੇ ਨਾ ਪਹੁੰਚਣ

miscarry /ˌਮਿਸ'ਕੈਰਿ/ *vi* ਗਰਭ ਡਿੱਗਣਾ, ਤੂਣਾ; ਨਿਸਫ਼ਲ ਹੋਣਾ (ਆਦਮੀ ਦਾ, ਕੰਮ ਦਾ); (ਚਿੱਠੀ ਦਾ) ਭਟਕ ਜਾਣਾ, ਪੂਰਾ ਨਾ ਹੋਣਾ (ਕੰਮ, ਯੋਜਨਾ ਆਦਿ)

miscast /ˌਮਿਸ'ਕਾਸਟ/ *n* ਗ਼ਲਤ ਢਲਾਈ

miscasting /ˌਮਿਸ'ਕਾਸਟਿਙ/ *n* ਗ਼ਲਤ ਲੇਖਾ ਕਰਨ ਦਾ ਕੰਮ

miscegenate /ਮਿ'ਸਿਜਿਨੇਇਟ/ *v* ਅੰਤਰ ਜਾਤੀ ਵਿਆਹ ਕਰਨਾ ਜਾਂ ਹੋਣਾ

miscegenation /ˌਮਿਸਿਜਅ'ਨੇਇਸ਼ਨ/ *n* ਦੋਗਲੀ ਜਾਤੀ, ਜਾਤੀ ਮੇਲ; ਗੋਰੀਆਂ ਤੇ ਕਾਲੀਆਂ ਨਸਲਾਂ ਦੇ ਆਪਸ ਵਿੱਚ ਵਿਆਹ

miscellanea /ˌਮਿਸ(ਅ)ਲਾ'ਏਇਨਿਅ/ *n* ਭਿੰਨ-ਭਿੰਨ ਸਾਹਿਤਕ ਵਿਸ਼ਿਆਂ ਜਾਂ ਲੇਖਾਂ ਦਾ ਸੰਗ੍ਰਹਿ

miscellaneous /ˌਮਿਸਅ'ਲੇਇਨਿਅਸ/ *a* ਫੁਟਕਲ, ਭਿੰਨ ਜਾਤੀ, ਅਨੇਕ, ਵਿਭਿੰਨ, ਵਿਵਿਧ (ਵਿਅਕਤੀ), ਭਿੰਨ-ਭਿੰਨ ਪ੍ਰਕਾਰ ਦੇ

miscellany /ਮਿ'ਸੈੱਲਅਨਿ/ *n* ਨਿੱਕੀਆਂ ਮੋਟੀਆਂ ਚੀਜ਼ਾਂ ਦਾ ਸੰਗ੍ਰਹਿ, ਨਿੱਕ-ਸੁੱਕ, ਫੁਟਕਲ ਚੀਜ਼ਾਂ

mischance /ˌਮਿਸ'ਚਾਨਸ/ *n* ਬਦਕਿਸਮਤੀ, ਬਦਬਖ਼ਤੀ, ਦੁਰਭਾਗ; ਆਫ਼ਤ, ਬਲਾਅ

mischarge /ˌਮਿਸ'ਚਾਜ/ *n* ਝੂਠਾ ਦੋਸ਼

mischief /'ਮਿਸਚਿਫ਼/ *n* ਉਪੱਦਰ, ਖ਼ਰਾਬੀ, ਛੇੜਖਾਨੀ, ਇਲਤ, ਸ਼ਰਾਰਤ

mischievous /'ਮਿਸਚਿਵ਼ਅਸ/ *a* ਉਪੱਦਰੀ; ਬੁਰਾ, ਖ਼ਰਾਬ; ਇੱਲਤੀ, ਸ਼ਰਾਰਤੀ (ਵਿਅਕਤੀ, ਵਿਵਹਾਰ), ਕੁਪੱਤਾ

miscibility /ˌਮਿਸਅ'ਬਿਲਅਟਿ/ *n* ਘੁਲਨਸ਼ੀਲਤਾ

miscible /'ਮਿਸਅਬਲ/ *a* ਘੁਲਨਸ਼ੀਲ, ਮਿਲਾਉਣ ਯੋਗ

miscite /ਮਿਸ'ਸਾਇਟ/ *vt* ਗ਼ਲਤ ਉਦਾਹਰਨ ਦੇਣਾ, ਗ਼ਲਤ ਹਵਾਲਾ ਦੇਣਾ

misclaim /ਮਿਸ'ਕਲੇਇਮ/ *n* ਝੂਠਾ ਦਾਅਵਾ, ਗ਼ਲਤ ਅਧਿਕਾਰ

miscolour /ਮਿਸ'ਕਅੱਲਅ*/ *vt* ਦੂਸ਼ਿਤ ਕਰਨਾ, ਬਦਨਾਮ ਕਰਨਾ, ਗ਼ਲਤ ਵਿਆਖਿਆ ਕਰਨਾ

miscomprehend /ˌਮਿਸਕੌਮਪਰਿ'ਹੈਂਨਡ/ *vt* ਗ਼ਲਤ ਸਮਝਣਾ, ਉਲਟ ਭਾਵ ਕੱਢਣਾ

miscompute /ˌਮਿਸਕਅਮ'ਪਯੂਟ/ *vt* ਗ਼ਲਤ ਗਿਣਤੀ ਕਰਨਾ

misconceive /ˌਮਿਸਕਅਨ'ਸੀਵ਼/ *v* ਗ਼ਲਤ ਸਮਝਣਾ, ਉਲਟ ਸਮਝਣਾ, ਮਿਥਿਆ ਧਾਰਨ ਕਰਨਾ, ਗ਼ਲਤ ਤਸੱਵਰ ਕਾਇਮ ਕਰਨਾ, ਗੱਲ ਦਾ ਗ਼ਲਤ ਮਤਲਬ ਲੈਣਾ, ਗ਼ਲਤ ਰਾਏ ਕਾਇਮ ਕਰਨਾ

misconceived /ˌਮਿਸਕਅਨ'ਸੀਵ਼ਡ/ *a* ਠੀਕ ਤਰ੍ਹਾਂ ਯੋਜਨਾਬੱਧ ਨਾ ਕੀਤਾ ਹੋਇਆ, ਬਿਨਾ ਸੋਚੇ ਸਮਝੇ ਕੀਤਾ ਹੋਇਆ, ਗਲਤ ਤਸੱਵਰ ਕੀਤਾ ਗਿਆ

misconception /ˌਮਿਸਕਅਨ'ਸੈੱਪਸ਼ਨ/ *n* ਗ਼ਲਤ-ਫ਼ਹਿਮੀ, ਭਰਾਂਤੀ, ਗ਼ਲਤ ਅਨੁਮਾਨ, ਗ਼ਲਤ ਧਾਰਨਾ

misconduct /ˌਮਿਸ'ਕੌਨਡਅੱਕਟ/ *n* ਕੁਕਰਮ, ਦੁਰਾਚਾਰ; ਬਦਸਲੂਕੀ; ਅਯੋਗ ਵਰਤਾਅ; ਕੁਚਾਲ; ਬਦਇੰਤਜ਼ਾਮੀ /ˌਮਿਸਕਅਨ'ਡਅੱਕਟ/ *vt* ਭੈੜਾ ਪ੍ਰਬੰਧ ਕਰਨਾ

misconjecture /ˌਮਿਸਕਅਨ'ਜੈੱਕਚਅ*/ *n* ਗ਼ਲਤ ਦਲੀਲ, ਝੂਠਾ ਅਨੁਮਾਨ, ਝੂਠਾ ਵਿਚਾਰ

misconstruction /ˌਮਿਸਕਅਨ'ਸਟਰਅੱਕਸ਼ਨ/ *n* ਦੋਸ਼ਪੂਰਨ ਉਸਾਰੀ, ਗ਼ਲਤ ਬਣਤਰ; ਗ਼ਲਤ ਅਰਥ; ਗ਼ਲਤ ਵਿਸ਼ਵਾਸ

misconstrue /ˌਮਿਸਕਅਨ'ਸਟਰੂ/ *vt* ਅਰਥ ਦਾ ਅਨਰਥ ਕਰਨਾ, ਅਰਥ ਠੀਕ ਨਾ ਲਾਉਣਾ; (ਵਿਅਕਤੀ ਨੂੰ) ਗ਼ਲਤ ਸਮਝਣਾ

miscorrect /ˌਮਿਸਕਅ'ਰੈੱਕਟ/ *vt* ਗ਼ਲਤ ਸ਼ਬਦਾਂ ਨੂੰ ਠੀਕ ਦੱਸਣਾ

miscounsel /ˌਮਿਸ'ਕਉਨਸਲ/ *vt* ਗ਼ਲਤ ਸਲਾਹ ਦੇਣਾ

miscount /ˌਮਿਸ'ਕਾਉਨਟ/ *n* ਅਸ਼ੁੱਧ ਗਿਣਤੀ, ਗ਼ਲਤ ਗਿਣਤੀ, ਗ਼ਲਤ ਸ਼ੁਮਾਰੀ *vt* ਅਸ਼ੁੱਧ ਕਰਨਾ ਜਾਂ ਹੋਣਾ, ਗ਼ਲਤ ਸ਼ੁਮਾਰੀ ਕਰਨਾ (ਰਾਵਾਂ ਆਦਿ ਦੀ)

miscreant /'ਮਿਸਕਰਿਅਨਟ/ *n* ਸ਼ਰਾਰਤੀ; ਬਦਮਾਸ਼, ਗੁੰਡਾ; ਬਦਜ਼ਾਤ *a* ਬਾਗੀ, ਆਕੀ

miscreate /ˌਮਿਸਕਰਿ'ਏਇਟ/ *a* ਵਿਰੂਪ, ਵਿਕਰਿਤ, ਢਾਹੂ ਬਿਰਤੀ ਵਾਲਾ, ਤੋੜ-ਭੰਨ ਕਰਨ ਵਾਲਾ

miscreation /ˌਮਿਸਕਰਿ'ਏਇਸ਼ਨ/ *n* ਬੇਡੌਲ ਵਸਤੂ

misdate /ˌਮਿਸ'ਡੇਇਟ/ *vt* ਗ਼ਲਤ ਤਾਰੀਖ

ਲਿਖਣਾ ਜਾਂ ਦੇਣਾ

misdeal /ˌਮਿਸ'ਡੀਲ/ *v* (ਤਾਸ਼ ਦੇ ਪੱਤੇ) ਵੰਡਣ ਵਿੱਚ ਗ਼ਲਤੀ ਕਰਨਾ *n* ਗ਼ਲਤ ਵੰਡ, ਗ਼ਲਤ ਤਕਸੀਮ, ਤਾਸ਼ ਵੰਡਣ ਵਿੱਚ ਗ਼ਲਤੀ

misdeed /ˌਮਿਸ'ਡੀਡ/ *n* ਕੁਕਰਮ, ਕਰਤੂਤ, ਕਾਰਾ, ਪਾਪ, ਦੁਰਾਚਾਰ, ਬੁਰਾ ਕੰਮ, ਬਦਕਾਰੀ

misdeem /ˌਮਿਸ'ਡੀਮ/ *v* ਗ਼ਲਤ ਅਨੁਮਾਨ ਲਾਉਣਾ

misdemean /ˌਮਿਸਡਿ'ਮੀਨ/ *vi* ਦੁਰਵਿਵਹਾਰ ਕਰਨਾ, ਬੁਰਾ ਵਰਤਾਅ ਕਰਨਾ, ਗ਼ਲਤ ਰਾਹ 'ਤੇ ਚੱਲਣਾ

misdemeanant /ˌਮਿਸਡਿ'ਮੀਨਅਨਟ/ *n* ਭੈੜੇ ਚਾਲ ਚਲਣ ਵਾਲਾ ਵਿਅਕਤੀ, ਦੁਰਾਚਾਰੀ

misdemeanour /ˌਮਿਸਡਿ'ਮੀਨਅ*/ *n* ਬਦਤਮੀਜ਼ੀ, ਜੁਰਮ, ਅਪਰਾਧ

misdespatch /ˌਮਿਸਡਿ'ਸਪੈਚ/ *n* ਗ਼ਲਤ ਭਿਜਵਾਈ

misdirect /ˌਮਿਸਡਅ'ਰੈੱਕਟ, -ਡਾਇ'ਰੈੱਕਟ/ *vt* ਗ਼ਲਤ ਰਾਹ ਦੱਸਣਾ, ਕੁਰਾਹੇ ਪਾਉਣਾ; ਚੁੱਕਣਾ, ਬਹਿਕਾਉਣਾ, ਗ਼ਲਤ ਪਾਸੇ ਵਾਰ ਕਰਨਾ

misdo /ˌਮਿਸ'ਡੂ/ *vt* ਅਪਰਾਧ ਕਰਨਾ, ਬੁਰਾ ਕੰਮ ਕਰਨਾ, ਕੁਕਰਮ ਕਰਨਾ

misdoer /ˌਮਿਸ'ਡੂਅ*/ *n* ਦੋਸ਼ੀ, ਕੁਕਰਮੀ

misdoing /ਮਿਸ'ਡੂਇਙ/ *n* ਕਰਤੂਤ, ਕਾਰਾ, ਦੁਰਾਚਾਰ, ਕੁਚਾਲ

misdoubt /ˌਮਿਸ'ਡਾਉਟ/ *vt* ਸ਼ੰਕਾ ਕਰਨਾ, ਸੰਦੇਹ ਕਰਨਾ, (ਕਿਸੇ ਗੱਲ ਦੀ ਸੱਚਾਈ ਬਾਰੇ) ਵਿਸ਼ਵਾਸ ਨਾ ਕਰਨਾ, (ਕਿਸੇ ਦੇ ਸੰਬੰਧ ਵਿੱਚ) ਸ਼ੰਕਾ ਕਰਨਾ

mise /ਮੀਜ਼/ *n* (ਇਤਿ) ਸਮਝੌਤਾ, ਸੰਧੀ; ਨਵੇਂ ਰਾਜੇ ਦਾ ਨਜ਼ਰਾਨਾ; ਖ਼ਰਚ; ਜੂਏ ਦਾ ਇੱਕ ਦਾਅ

miseducate /ˌਮਿਸ'ਐਜੁੱਕੇਇਟ/ *vt* ਭੈੜੀ ਸਿੱਖਿਆ ਦੇਣਾ, ਗ਼ਲਤ ਸਿੱਖਿਆ ਦੇਣਾ

misemploy /ਮਿਸਿਮ'ਪਲੌਂਇ/ *vt* ਗ਼ਲਤ ਵਰਤੋਂ ਕਰਨਾ

misemployment /ਮਿਸਿਮ'ਪਲੌਂਇਮਅਨਟ/ *n* ਅਸ਼ੁੱਧ ਪ੍ਰਯੋਗ, ਕੁਵਰਤੋਂ

misentry /ˌਮਿਸ'ਐੱਨਟਰਿ/ *n* ਗ਼ਲਤ ਅੰਦਰਾਜ਼, ਗ਼ਲਤ ਪ੍ਰਵੇਸ਼

miser/'ਮਾਇਜ਼ਅ*/ *n* ਚੀਪੜ, ਸੂਮ, ਕੰਜੂਸ, ਕਿਰਸੀ, ਮੱਖੀਚੂਸ

miserable /'ਮਿਜ਼ਰਅਬਲ/ *a* ਦੁਖੀ, ਪੀੜਿਤ, ਦਰਦਮੰਦ; ਮੰਦਭਾਗਾ, ਅਭਾਗਾ, ਨਿਰਧਨ; ਕਮੀਨਾ, ਜ਼ਲੀਲ

miserliness /'ਮਾਇਜ਼(ਅ)ਲਿਨਅਸ/ *n* ਕੰਜੂਸੀ, ਸੂਮਪੁਣਾ, ਕਿਰਸ, ਲੋਭ, ਲਾਲਚ

misery /'ਮਿਜ਼ਅਰਿ/ *n* ਸੰਤਾਪ, ਵੇਦਨਾ, ਦੁੱਖ, ਦੀਨਤਾ, ਦੁਰਦਸ਼ਾ, ਪਰੇਸ਼ਾਨੀ, ਦੁਰਗਤੀ; ਕਲੇਸ਼, ਕਸ਼ਟ, ਮੁਸੀਬਤ, ਆਫ਼ਤ, ਬਦਕਿਸਮਤੀ; (ਤਾਸ਼ ਦੀ ਖੇਡ ਵਿੱਚ) ਚਾਲ ਬੰਦ ਕਰਨ ਦਾ ਐਲਾਨ

misesteem /ˌਮਿਸਿ'ਸਟੀਮ/ *n* ਅਪਮਾਨ, ਬੇਇੱਜ਼ਤੀ, ਅਨਾਦਰ *vt* ਅਪਮਾਨ ਕਰਨਾ

misfeasance / ਮਿਸ'ਫ਼ੀਜ਼(ਅ)ਨਸ/ *n* (ਕਨੂੰ) ਅਧਿਕਾਰਾਂ ਦੀ ਅਯੋਗ ਵਰਤੋਂ; ਕੁਕਰਮ

misfeature /ˌਮਿਸ'ਫ਼ੀਚਅ*/ *n* ਕਰੂਪਤਾ, ਬੇਡੌਲਤਾ, ਵਿਕਾਰ, ਭੱਦਾਪਣ

misfire /ˌਮਿਸ'ਫ਼ਾਇਅ*/ *vi* ਬੰਦੂਕ ਦਾ ਨਾ ਚੱਲਣਾ, ਨਿਸ਼ਾਨਾ ਉੱਕ ਜਾਣਾ, ਇੰਜਣ ਦਾ ਨਾ ਚੱਲਣਾ, ਠੁੱਸ ਹੋ ਜਾਣਾ; ਰੁਕਣਾ *n* (ਬੰਦੂਕ ਜਾਂ ਇੰਜਣ ਦੇ) ਨਾ ਚੱਲਣ ਦੀ ਸਥਿਤੀ

misfit /'ਮਿਸਫ਼ਿਟ/ *n* ਉਹ ਕੱਪੜਾ ਜੋ ਠੀਕ ਮੇਚ ਨਾ ਆਵੇ; ਕਸੂਤਾ ਆਦਮੀ, ਅਜੋੜ ਜਾਂ ਅਢੁੱਕਵਾਂ ਵਿਅਕਤੀ ਜਾਂ ਵਸਤਰ

misform /ਮਿਸ'ਫ਼ੋਮ/ *vt* ਵਿਗਾੜਨਾ, ਵਿੰਗਾ-ਟੇਢਾ ਕਰਨਾ, ਬਦਸ਼ਕਲ ਬਣਾਉਣਾ, ਵਿਕਰਿਤ ਕਰਨਾ

misformation /ਮਿਸਫ਼ੋ'ਮੇਇਸ਼ਨ/ *n* ਕਰੂਪਤਾ, ਬਦਸ਼ਕਲੀ

misfortune /,ਮਿਸ'ਫ਼ੋਚੂਨ/ *n* ਬਦਕਿਸਮਤੀ, ਬਦਨਸੀਬੀ, ਮੰਦਭਾਗ; ਸ਼ਾਮਤ, ਮੁਸੀਬਤ, ਦੁਰਗਤੀ

misgive /ਮਿਸ'ਗਿਵ੍/ *vt* ਸੰਦੇਹ ਕਰਨਾ, ਮੱਥਾ ਠਣਕਣਾ, (ਮਨ ਵਿੱਚ) ਖ਼ਤਰਾ ਜਾਂ ਸ਼ੱਕ ਪੈਦਾ ਹੋਣਾ

misgiving /,ਮਿਸ'ਗਿਵ੍ਙ/ *n* ਸੰਦੇਹ, ਸ਼ੰਕਾ

misgotten /ਮਿਸ'ਗੌਟਨ/ *a* ਧੋਖੇ ਨਾਲ ਪ੍ਰਾਪਤ ਕੀਤਾ, ਬੇਈਮਾਨੀ ਨਾਲ ਕਮਾਇਆ

misgovern /,ਮਿਸ'ਗਅੱਵ੍ਨ/ *vt* ਬੁਰਾ ਪ੍ਰਬੰਧ ਕਰਨਾ, ਕੁਸ਼ਾਸ਼ਨ ਕਰਨਾ, ਅਨਿਆਂ ਪੂਰਵਕ ਰਾਜ ਕਰਨਾ

misgovernment /,ਮਿਸ'ਗਅੱਵ੍ਅਨਮਅਨਟ/ *n* ਕੁਸ਼ਾਸ਼ਨ, ਅਨਿਆਈ ਰਾਜ

misgrowth / ਮਿਸ'ਗਰਅਉਥ/ *n* ਅਸੁਭਾਵਕ ਵਾਧਾ

misguide /,ਮਿਸ'ਗਾਇਡ/ *vt* ਬਹਿਕਾਉਣਾ, ਕੁਰਾਹੇ ਪਾਉਣਾ, ਗੁਮਰਾਹ ਕਰਨਾ

misguided /,ਮਿਸ'ਗਾਇਡਿਡ/ *a* ਬਹਿਕਾਇਆ ਗਿਆ, ਕੁਰਾਹੇ ਪਿਆ ਹੋਇਆ, ਗੁਮਰਾਹ

mishandle /,ਮਿਸ'ਹੈਨਡਲ/ *vt* ਦੁਰਉਪਯੋਗ ਕਰਨਾ, ਗ਼ਲਤ ਢੰਗ ਨਾਲ ਵਰਤਣਾ; (ਕੰਮ) ਬੁਰੀ ਤਰ੍ਹਾਂ ਕਰਨਾ; ਬੁਰਾ ਸਲੂਕ ਕਰਨਾ

mishap /'ਮਿਸਹੈਪ/ *n* ਹਾਦਸਾ, ਦੁਰਘਟਨਾ; ਬਿਪਤਾ, ਆਪੱਤੀ, ਮੁਸੀਬਤ, ਆਫ਼ਤ, ਉਪੱਦਰ

mishappen /,ਮਿਸ'ਹੈਪ(ਅ)ਨ/ *vt* ਦੁਰਘਟਨਾ ਹੋਣਾ, ਬੁਰਾ ਕੰਮ ਹੋਣਾ

mishear /,ਮਿਸ'ਹਿਅ*/ *vt* ਠੀਕ ਤਰ੍ਹਾਂ ਨਾਲ ਨਾ ਸੁਣਨਾ

mishit /,ਮਿਸ'ਹਿਟ/ *vt* ਨਿਸ਼ਾਨਾ ਉੱਕ ਜਾਣਾ

mishmash /'ਮਿਸ਼ਮੈਸ਼/ *n* ਖਿਚੜੀ; ਘਾਲਾ–ਮਾਲਾ, ਗਡ–ਮਡ

misinfer /,ਮਿਸਇਨ'ਫ਼ਅ*/ *vt* ਗ਼ਲਤ ਅਨੁਮਾਨ ਲਾਉਣਾ

misinform /,ਮਿਸਇਨ'ਫ਼ੋਮ/ *vt* ਗ਼ਲਤ ਖ਼ਬਰ ਦੇਣਾ, ਝੂਠਾ ਸਮਾਚਾਰ ਦੱਸਣਾ; ਗ਼ਲਤ ਰਸਤੇ ਵੱਲ ਲੈ ਜਾਣਾ; ਧੋਖਾ ਦੇਣਾ, ਬਹਿਕਾਉਣਾ, ਗ਼ਲਤ-ਫ਼ਹਿਮੀ ਵਿੱਚ ਪਾਉਣਾ

misinformation /,ਮਿਸਇਨਫ਼ਅ'ਮੇਇਸ਼ਨ/ *n* ਗ਼ਲਤ ਸਮਾਚਾਰ, ਗ਼ਲਤ ਖ਼ਬਰ, ਗ਼ਲਤ-ਫ਼ਹਿਮੀ

misinstruct /ਮਿਸਿਨ'ਸਟਰਅੱਕਟ/ *vt* ਗ਼ਲਤ ਹਿਦਾਇਤ ਦੇਣਾ

misinterpret /,ਮਿਸਿਨ'ਟਅ:ਪਰਿਟ/ *vt* ਝੂਠਾ ਅਰਥ ਲਾਉਣਾ, ਗ਼ਲਤ ਅਰਥ ਕੱਢਣਾ, ਗ਼ਲਤ ਸਿੱਟਾ ਕੱਢਣਾ

misinterpretation /,ਮਿਸਿਨਟਅ:ਪਰਿ'ਟੇਇਸ਼ਨ/ *n* ਮਿਥਿਆ ਅਰਥ, ਅਨਰਥ, ਗ਼ਲਤ ਨਤੀਜਾ, ਗ਼ਲਤ ਵਿਆਖਿਆ

misjoin /ਮਿਸ'ਜੌਇਨ/ *vt* ਗ਼ਲਤ ਢੰਗ ਨਾਲ ਜੋੜਨਾ

misjudge /,ਮਿਸ'ਜਅੱਜ/ *v* ਗ਼ਲਤ ਨਿਰਨਾ ਦੇਣਾ, ਗ਼ਲਤ ਧਾਰਨਾ ਬਣਾਉਣਾ, (ਕਿਸੇ ਦੇ ਸੁਭਾਅ ਦਾ) ਗ਼ਲਤ ਅੰਦਾਜ਼ਾ ਲਾਉਣਾ

misjudgement /,ਮਿਸ'ਜਅੱਜਮਨਟ/ *n* ਗ਼ਲਤ ਫ਼ੈਸਲਾ, ਗ਼ਲਤ ਅੰਦਾਜ਼ਾ

misknow /,ਮਿਸ'ਨਅਉ/ *vt* ਗ਼ਲਤ ਜਾਣਨਾ, ਗ਼ਲਤ ਸਮਝਣਾ

mislay /,ਮਿਸ'ਲੇਇ/ *vt* (ਕਿਸੇ ਚੀਜ਼ ਨੂੰ) ਗੁਆਉਣਾ, ਇੱਧਰ–ਉੱਧਰ ਰੱਖ ਬੈਠਣਾ; ਚੀਜ਼ ਨੂੰ ਇੱਕ ਥਾਂ 'ਤੇ ਰੱਖ ਕੇ ਭੁੱਲ ਜਾਣਾ

mislead /,ਮਿਸ'ਲੀਡ/ *vt* ਧੋਖਾ ਦੇਣਾ, ਗੁਮਰਾਹ ਕਰਨਾ, ਕੁਰਾਹੇ ਪਾਉਣਾ, ਟਪਲਾ ਲਾਉਣਾ, ਗ਼ਲਤ- ਫ਼ਹਿਮੀ ਵਿੱਚ ਪਾਉਣਾ

misleading /,ਮਿਸ'ਲੀਡਿਙ/ *a* ਭੁਲੇਖਾ ਪਾਊ, ਟਪਲਾ ਲਾਊ

mislike /,ਮਿਸ'ਲਾਇਕ/ *n* ਨਾਪਸੰਦੀ, ਘਿਰਨਾ

vt ਨਾਪਸੰਦ ਕਰਨਾ, ਘਿਰਨਾ ਕਰਨਾ

mislippen /,ਮਿਸ'ਲਿਪ(ਅ)ਨ/ *vt* ਵਿਸ਼ਵਾਸ ਨਾ ਕਰਨਾ, ਧੋਖਾ ਦੇਣਾ, ਛਲਣਾ

mismanage /,ਮਿਸ'ਮੈਨਿਜ/ *vt* ਬਦਇੰਤਜ਼ਾਮੀ ਕਰਨਾ, ਵਿਗਾੜਨਾ

mismanagement /,ਮਿਸ'ਮੈਨਿਜਮਅਨਟ/ *n* ਭੈੜਾ ਪ੍ਰਬੰਧ, ਬਦਇੰਤਜ਼ਾਮੀ

mismarry /,ਮਿਸ'ਮੈਰਿ/ *vt* ਅਣਜੋੜ ਵਿਆਹ ਕਰਨਾ

mismatch /'ਮਿਸਮੈਚ/ *vt* ਜੋੜੀ ਠੀਕ ਨਾ ਜੋੜਨਾ

misname /,ਮਿਸ'ਨੇਇਮ/ *vt* ਗ਼ਲਤ ਨਾਂ ਨਾਲ ਬੁਲਾਉਣਾ, ਉਲਟਾ ਨਾਂ ਰੱਖਣਾ

misnomer /,ਮਿਸ'ਨਅਉਮਅ*/ *n* ਕੁਨਾਂ, ਅਪਨਾਮ, ਗ਼ਲਤ ਨਾਂ; ਸ਼ਬਦ ਦਾ ਅਸ਼ੁੱਧ ਪ੍ਰਯੋਗ

misogamy /ਮਿ'ਸੌਗਅਮਿ/ *n* ਵਿਆਹ ਤੋਂ ਨਫ਼ਰਤ, ਵਿਆਹ ਦਵੈਖ

misogynist /ਮਿ'ਸੌਜਿਨਿਸਟ/ *n* ਇਸਤਰੀ ਜਾਤੀ ਨੂੰ ਘਿਰਨਾ ਕਰਨ ਵਾਲਾ ਮਨੁੱਖ, ਇਸਤਰੀ ਵਿਰੋਧੀ ਆਦਮੀ

misogyny /ਮਿ'ਸੌਜਿਨਿ/ *n* ਇਸਤਰੀ ਦਵੈਖ; ਇਸਤਰੀ ਜਾਤੀ ਤੋਂ ਘਿਰਨਾ

misologist /ਮਿ'ਸੌਲਅਜਿਸਟ/ *n* ਵਾਦ-ਵਿਵਾਦ ਤੋਂ ਦੂਰ ਰਹਿਣ ਵਾਲਾ, ਦਲੀਲਬਾਜ਼ੀ ਵਿੱਚ ਨਾ ਪੈਣ ਵਾਲਾ

misoneism /ਮਿ'ਸਅਨਿਇਜ਼ਅਮ/ *n* ਨਵੀਨਤਾ ਤੋਂ ਘਿਰਨਾ ਕਰਨ ਵਾਲਾ, ਪੁਰਾਤਨਤਾ ਦਾ ਪੁਜਾਰੀ, ਪਿਛਾਂਹ ਖਿੱਚੂ

misplace /,ਮਿਸ'ਪਲੇਇਸ/ *vt* ਗ਼ਲਤ ਥਾਂ 'ਤੇ ਰੱਖਣਾ, ਕੁਥਾਵੇਂ ਰੱਖਣਾ, ਗ਼ਲਤ ਹੱਥਾਂ ਵਿੱਚ ਦੇਣਾ; ਕੋਈ ਗੱਲ ਬੇਮੌਕਾ ਆਖਣਾ ਜਾਂ ਕਰਨਾ, ਵਿਸ਼ਵਾਸ ਕਰਨ ਵਿੱਚ ਗ਼ਲਤੀ ਕਰਨਾ

misplaced /,ਮਿਸ'ਪਲੇਇਸਟ/ *a* ਖੋਇਆ ਹੋਇਆ, ਗੁਆਚਿਆ, ਬੇਟਿਕਾਣੇ; ਭ੍ਰਿਸ਼ਟ

misplead /,ਮਿਸ'ਪਲੀਡ/ *vt* ਗ਼ਲਤ ਬਹਿਸ

mispolicy /,ਮਿਸ'ਪੌਲਅਸਿ/ *n* ਗ਼ਲਤ ਨੀਤੀ

misprint /'ਮਿਸਪਰਿਨਟ/ *n* ਛਪਾਈ ਦੀ ਭੁੱਲ /ਮਿਸ'ਪਰਿਨਟ/ *vt* ਅਸ਼ੁੱਧ ਛਾਪਣਾ, ਛਾਪਣ ਵਿੱਚ ਗ਼ਲਤੀ ਕਰਨਾ

misprisal /ਮਿਸ'ਪਰਾਇਜ਼ਲ/ *n* ਤ੍ਰਿਸਕਾਰ, ਘਿਰਨਾ

misprision /,ਮਿ'ਸਪਰਿਯ਼ਨ/ *n* (ਕਨੂੰ) ਅਨਉਚਿਤ ਛੋਟ; (ਸੀਮਿਤ ਅਰਥ ਵਿੱਚ) ਘੋਰ ਅਪਰਾਧ ਨੂੰ ਲੁਕਾਉਣ ਦੀ ਕਿਰਿਆ, ਨਾਜਾਇਜ਼ ਕੰਮ; ਘਿਰਨਾ; ਭੁੱਲ, ਗ਼ਲਤੀ, ਮੁੱਲ ਨੂੰ ਸਮਝਣ ਵਿੱਚ ਗ਼ਲਤੀ

misprize /,ਮਿਸ'ਪਰਾਇਜ/ *vt* ਤੁੱਛ ਸਮਝਣਾ, ਘੱਟ ਮੁੱਲ ਪਾਉਣਾ, ਬੇਕਦਰੀ ਕਰਨਾ

mispronounce /,ਮਿਸਪਰਅ'ਨਾਉਨਸ/ *vt* ਗ਼ਲਤ ਉਚਾਰਨ ਕਰਨਾ, ਅਸ਼ੁੱਧ ਉਚਾਰਨ ਕਰਨਾ

mispronunciation /,ਮਿਸਪਰਅਨਅੱਨਸਿ'ਏਇਸ਼ਨ/ *vt* ਅਸ਼ੁੱਧ ਉਚਾਰਨ, ਗ਼ਲਤ ਉਚਾਰਨ

misquote /,ਮਿਸ'ਕਵਅਉਟ/ *vt* ਅਸ਼ੁੱਧ ਹਵਾਲਾ ਦੇਣਾ, ਕਿਸੇ ਇਬਾਰਤ ਨੂੰ ਨਕਲ ਕਰਨ ਵਿੱਚ ਟਪਲਾ ਖਾਣਾ

misrate /,ਮਿਸ'ਰੇਇਟ/ *vt* ਗ਼ਲਤ ਭਾ ਲਾਉਣਾ

misread /,ਮਿਸ'ਰੀਡ/ *vt* ਗ਼ਲਤ ਪੜ੍ਹਨਾ, ਉਲਟਾ ਅਰਥ ਕੱਢਣਾ, (ਇਬਾਰਤ ਜਾਂ ਸ਼ਬਦ ਨੂੰ) ਅਸ਼ੁੱਧ ਪੜ੍ਹਨਾ

misreckon /ਮਿਸ'ਰੈੱਕ(ਅ)ਨ/ *vt* ਗ਼ਲਤ ਗਿਣਤੀ ਕਰਨਾ, ਗਿਣਤੀ ਵਿੱਚ ਭੁੱਲ ਕਰ ਜਾਣਾ

misrelate /,ਮਿਸਰਿ'ਲੇਇਟ/ *vt* ਹੋਰ ਦਾ ਹੋਰ ਹੀ ਵਰਣਨ ਕਰ ਦੇਣਾ

misremember /,ਮਿਸਰਿ'ਮੈਂਮਬਅ*/ *vt* ਯਾਦ ਕਰਨ ਵਿੱਚ ਭੁੱਲ ਕਰ ਜਾਣਾ

misreport /,ਮਿਸਰਿ'ਪੋਟ/ *vt* ਗ਼ਲਤ ਰਿਪੋਰਟ ਦੇਣਾ; ਗ਼ਲਤ ਬਿਆਨੀ ਕਰਨਾ *n* ਗ਼ਲਤ ਬਿਆਨੀ

misrepresent/,ਮਿਸ,ਰੈੱਪਰਿ'ਜ਼ੈਂਟ/ *vt* ਗ਼ਲਤ

ਪੇਸ਼ ਕਰਨਾ, ਗ਼ਲਤ ਬਿਆਨੀ ਕਰਨਾ, ਤੋੜ-ਮਰੋੜ ਕੇ ਦੱਸਣਾ; ਗ਼ਲਤ ਤਸਵੀਰ ਪੇਸ਼ ਕਰਨਾ, ਉਲਟਾ ਅਰਥ ਕੱਢਣਾ

misrepresentation /ˌਮਿਸ˴ਰੈਪਰਿਜ਼ੈਨ'ਟੇਇਸ਼ਨ/ *n* ਗ਼ਲਤ ਬਿਆਨੀ, ਮਿਥਿਆਵਾਦ, ਅਪਕਥਨ, ਝੂਠ

misrepute/ˌਮਿਸਰਿ'ਪਯੂਟ/ *vt* ਨਾਂ ਬਦਨਾਮ ਕਰਨਾ

misrule /ˌਮਿਸ'ਰੂਲ/ *n* ਹਕੂਮਤ ਜਾਂ ਸ਼ਾਸਨ ਦੀ ਖ਼ਰਾਬੀ, ਕੁਸ਼ਾਸਨ, ਅੰਧੇਰਗਰਦੀ, ਬਦਅਮਨੀ, ਬਦਇੰਤਜ਼ਾਮੀ

miss/ਮਿਸ / *v* ਅਸਫਲ ਹੋਣਾ, ਪ੍ਰਾਪਤ ਨਾ ਕਰਨਾ, ਨਿਸ਼ਾਨਾ ਚੁੱਕ ਜਾਣਾ, ਛੱਡ ਜਾਣਾ, (ਗੱਡੀ) ਨਿਕਲ ਜਾਣਾ, ਨਾ ਮਿਲਨਾ, ਅਵਸਰ ਹੱਥ ਨਾ ਆਉਣਾ; (ਆਲੋਚਨਾ) ਨਾ ਸਮਝਣਾ; ਸੁਣਨ ਵਿੱਚ ਅਸਫਲ ਹੋਣਾ; ਪੂਰਾ ਨਾ ਕਰ ਸਕਣਾ, ਭੁੱਲ ਜਾਣਾ, ਛੱਡ ਜਾਣਾ (ਪੜ੍ਹਦਿਆਂ ਜਾਂ ਲਿਖਦਿਆਂ ਕੋਈ ਸਤਰ); (ਇੰਜਣ ਦਾ) ਨਾ ਚੱਲਣਾ, ਰੁਕ ਜਾਣਾ; ਅਭਾਵ ਵੇਖਣਾ, ਗ਼ਲਤੀ ਕਰਨਾ *n* ਭਰਮ, ਭੁੱਲ, ਗ਼ਲਤੀ; ਕੁਆਰੀ, ਅਣਵਿਆਹੀ ਕੁੜੀ ਜਾਂ ਬੀਬੀ; ਆਧੁਨਿਕ ਯੁੱਗ ਦੀ ਲੜਕੀ, ਨਵੀਂ ਰੋਸ਼ਨੀ ਦੀ ਕੁੜੀ; ਨੌਜਵਾਨ ਇਸਤਰੀ

missay/ˌਮਿਸ'ਸੇਇ/ *vt* ਗ਼ਲਤ ਗੱਲ ਕਰਨਾ, ਫਜ਼ੂਲ ਬੋਲਣਾ, ਵਾਧੂ ਬੋਲਣਾ

misseeming/ˌਮਿਸ'ਸੀਮਿਙ/ *a* ਗ਼ਲਤ, ਅਨਉਚਿਤ

misshape/ˌਮਿਸ'ਸ਼ੇਇਪ/ *vt* ਕਰੂਪ ਕਰਨਾ, ਭੱਦਾ ਬਣਾਉਣਾ, ਬਦਸ਼ਕਲ ਬਣਾਉਣਾ

misshapen /ˌਮਿਸ'ਸ਼ੇਇਪਅਨ/ *a* ਕਰੂਪ, ਭੱਦਾ, ਬਦਸ਼ਕਲ

missile/'ਮਿਸਾਇਲ/ *n* ਮਿਸਾਇਲ, ਗੋਲਾ, (ਕਿਸੇ ਮਸ਼ੀਨ ਨਾਲ ਜਾਂ ਹੱਥ ਨਾਲ) ਸੁੱਟ ਕੇ ਚਲਾਉਣ ਵਾਲਾ ਹਥਿਆਰ, ਅਸਤਰ *a* ਯੰਤਰ ਦੁਆਰਾ ਚੱਲਣ ਵਾਲਾ, ਇੰਜਣ ਦੁਆਰਾ ਚੱਲਣ ਵਾਲਾ

missing /'ਮਿਸਿਙ/ *a* ਲੁਕਿਆ, ਲੁਪਤ; ਗੁੰਮ, ਗੁਆਚਿਆ, ਗਾਇਬ; ਭ੍ਰਿਸ਼ਟ, ਸਥਾਨ ਭ੍ਰਿਸ਼ਟ

mission/'ਮਿਸ਼ਨ/ *n* ਦੂਤ ਮੰਡਲ; ਪ੍ਰਚਾਰਕ ਮੰਡਲ, ਧਰਮ ਪ੍ਰਚਾਰਕ ਸੰਸਥਾ, ਧਰਮ ਪ੍ਰਚਾਰਕ ਮੰਡਲੀ, ਮਿਸ਼ਨ, ਧਰਮ ਪ੍ਰਚਾਰ, ਧਾਰਮਿਕ ਸੇਵਾ, ਧਰਮ ਪ੍ਰਚਾਰਕਾਂ ਦਾ ਕਾਰਜ ਖੇਤਰ; ਕਾਰਜ ਉਦੇਸ਼, ਜੀਵਨ ਉਦੇਸ਼; ਰਾਜਨੀਤਿਕ ਸੰਦੇਸ਼

missionary /'ਮਿਸ਼ਅਨਰਿ/ *a* ਮਿਸ਼ਨ ਦਾ *n* ਮਿਸ਼ਨਰੀ, ਪਾਦਰੀ, ਧਰਮ ਪ੍ਰਚਾਰਕ, ਉਪਦੇਸ਼ਕ

missionary position *n* ਸੰਭੋਗ ਦੀ ਮੁਦਰਾ ਜਿਸ ਵਿੱਚ ਮਰਦ ਅਤੇ ਔਰਤ ਆਮ੍ਹੋ-ਸਾਮ੍ਹਣੇ ਦੀ ਅਵਸਥਾ ਵਿੱਚ ਅਤੇ ਮਰਦ ਉੱਤੇ ਲੇਟਿਆ ਹੁੰਦਾ ਹੈ

missive /'ਮਿਸਿਵ਼/ *n* ਲਿਖਤੀ ਸੰਦੇਸ਼ ਪੱਤਰ, ਰਾਜ ਪੱਤਰ

misspell /ˌਮਿਸ'ਸਪੈੱਲ/ *vt* ਗ਼ਲਤ ਸ਼ਬਦ-ਜੋੜ ਕਰਨਾ

misspelling /ਮਿਸ'ਸਪੈੱਲਿਙ/ *n* ਗ਼ਲਤ ਸ਼ਬਦ ਜੋੜ

misspend/ˌਮਿਸ'ਸਪੈਂਡ/ *vt* ਗ਼ਲਤ ਖ਼ਰਚ ਕਰਨਾ, ਬੇਜਾ ਖਰਚਣਾ, ਅਯੋਗ ਜਾਂ ਫ਼ਜ਼ੂਲ ਖ਼ਰਚ ਕਰਨਾ

misstate/ˌਮਿਸ'ਸਟੇਇਟ/ *vt* ਝੂਠਾ ਬਿਆਨ ਦੇਣਾ, ਗ਼ਲਤ ਬਿਆਨੀ ਕਰਨਾ, ਗ਼ਲਤ ਗੱਲ ਕਹਿਣਾ, ਅਪਕਥਨ ਕਰਨਾ

misstatement /ਮਿਸ'ਸਟੇਇਟਮਅਨਟ/ *n* ਝੂਠਾ ਬਿਆਨ, ਅਪਕਥਨ, ਮਿਥਿਆ ਵਰਣਨ

misstep /ˌਮਿਸ'ਸਟੈੱਪ/ *n* ਗ਼ਲਤ ਚੁੱਕਿਆ ਕਦਮ, ਗ਼ਲਤ ਕੀਤੀ ਕਾਰਵਾਈ

missy /'ਮਿਸਿ/ *n* ਜਵਾਨ ਕੁੜੀ ਪ੍ਰਤੀ ਗੁੱਸੇ ਜਾਂ ਪਿਆਰ ਦਾ ਸੰਬੋਧਨੀ ਸ਼ਬਦ

mist /ਮਿਸਟ/ *n* ਧੁੰਦ, ਕੋਹਰਾ; ਅੱਖਾਂ ਦੇ ਸਾਮ੍ਹਣੇ ਦੀ ਧੁੰਦ (ਸਰੀਰ ਦੀ ਸ਼ਿਥਲਤਾ ਜਾਂ ਹੰਝੂ ਵਗਣ

ਨਾਲ) *vt* ਧੁੰਦਲਾਉਣਾ, ਧੁੰਦ ਪੈਣਾ, ਧੁੰਦਲਾ ਕਰਨਾ, ਅੱਖਾਂ ਸਾਮ੍ਹਣੇ ਧੁੰਦ ਛਾ ਜਾਣਾ

mistake /ਮਿ'ਸਟੇਇਕ/ *n* ਭੁੱਲ, ਗ਼ਲਤੀ, ਭਰਾਂਤੀ, ਅਸ਼ੁੱਧੀ, (ਵਿਚਾਰ ਜਾਂ ਕਾਰਜ ਵਿੱਚ) ਤਰੁਟੀ, ਦੋਸ਼, ਭੁਲੇਖਾ, ਟਪਲਾ, ਉਕਾਈ, ਖ਼ਤਾ *v* ਗ਼ਲਤੀ ਲੱਗਣਾ, ਭੁੱਲ ਹੋਣਾ ਜਾਂ ਕਰਨਾ, ਗ਼ਲਤ ਸਮਝਣਾ ਜਾਂ ਸਮਝਾਉਣਾ, ਭੁੱਲਣਾ, ਟਪਲਾ ਲੱਗਣਾ, ਉੱਕਣਾ, ਖ਼ਤਾ ਕਰਨਾ

mistaken /ਮਿ'ਸਟੇਇਕਅਨ/ *a* ਭਰਮਪੂਰਨ, ਅਸ਼ੁੱਧ, ਭਰਾਂਤ

misteach /,ਮਿਸ'ਟੀਚ/ *vt* ਗ਼ਲਤ ਸਿੱਖਿਆ ਦੇਣਾ, ਉਲਟੀ ਪੱਟੀ ਪੜ੍ਹਾਉਣਾ

mistell /,ਮਿਸ'ਟੈੱਲ/ *vt* ਗ਼ਲਤ ਗੱਲ ਦੱਸਣਾ, ਮਿਥਿਆ ਕਥਨ ਕਰਨਾ

mister /'ਮਿਸਟਅ*/ *n* ਜਨਾਬ, ਸ੍ਰੀਮਾਨ

misterm /,ਮਿਸ'ਟਅ:ਮ/ *vt* ਝੂਠਾ ਨਾਂ ਰੱਖਣਾ, ਉਲਟਾ ਨਾਂ ਲੈਣਾ

mistime /,ਮਿਸ'ਟਾਇਮ/ *vt* ਬੇਮੌਕਾ ਕੰਮ ਕਰਨਾ, ਬੇਮੌਕਾ ਬੋਲਣਾ, ਬੇਵਕਤ ਆਖਣਾ, ਵੇਲੇ ਦਾ ਕੰਮ ਕੁਵੇਲੇ ਕਰਨਾ; ਗ਼ਲਤ ਅੰਦਾਜ਼ਾ ਲਾਉਣਾ

mistletoe /'ਮਿਸਲਟਅਉ, 'ਮਿਜ਼ਲ-/ *n* ਇੱਕ ਕਿਸਮ ਦੀ ਵੇਲ

mistranslate /,ਮਿਸ'ਟਰੈਨਸਲੇਇਟ/ *vt* ਅਸ਼ੁੱਧ ਅਨੁਵਾਦ ਕਰਨਾ, ਗ਼ਲਤ ਤਰਜਮਾ ਕਰਨਾ

mistreat /,ਮਿਸ'ਟਰੀਟ/ *vt* ਬੁਰਾ ਵਰਤਾਅ ਕਰਨਾ, ਦੁਰਵਿਵਹਾਰ ਕਰਨਾ, ਬਦਸਲੂਕੀ ਕਰਨਾ

mistress /'ਮਿਸਟਰਅਸ/ *n* ਬੀਬੀ, ਸ੍ਰੀਮਤੀ, ਗ੍ਰਹਿਣੀ, ਗ੍ਰਹਿਸਤਣ, ਬੇਗਮ, ਘਰਵਾਲੀ, ਮਾਲਕਣ; ਉਸਤਾਦਨੀ, (ਕਿਸੇ ਵਿੱਦਿਆ ਦੀ) ਮਾਹਰ ਔਰਤ; ਪ੍ਰੇਮਿਕਾ, ਮਾਸ਼ੂਕਾ

mistressship /'ਮਿਸਟਰਿਸਸ਼ਿਪ/ *n* ਅਧਿਆਪਕਾ ਦਾ ਅਹੁਦਾ, ਗ੍ਰਹਿਣੀ ਦਾ ਅਹੁਦਾ

mistrial /,ਮਿਸ'ਟਰਾਇਅਲ/ *n* (ਮੁਕੱਦਮੇ ਦੀ) ਗ਼ਲਤ ਜਾਂਚ-ਪੜਤਾਲ; ਗ਼ਲਤ (ਮੁੱਕਦਮਾ)

mistrust /,ਮਿਸ'ਟਰਅੱਸਟ/ *vt* ਅਵਿਸ਼ਵਾਸ ਕਰਨਾ, ਇਤਬਾਰ ਨਾ ਕਰਨਾ, ਭਰੋਸਾ ਨਾ ਕਰਨਾ, ਪ੍ਰਤੀਤ ਨਾ ਕਰਨਾ *n* ਸ਼ੱਕ, ਸ਼ੰਕਾ, ਅਵਿਸ਼ਵਾਸ, ਬੇਭਰੋਸਗੀ, ਬੇਪ੍ਰਤੀਤੀ, ਬੇਇਤਬਾਰੀ, ਬਦਗੁਮਾਨੀ

mistrustful /,ਮਿਸ'ਟਰਅੱਸਟਫ਼ਲ/ *a* ਅਵਿਸ਼ਵਾਸੀ, ਸ਼ੱਕੀ, ਬਦਜ਼ਨ, ਬਦਗੁਮਾਨ

mistune /,ਮਿਸ'ਟਯੂਨ/ *vt* ਬੇਸੁਰਾ ਵਜਾਉਣਾ

mistura /ਮਿ'ਸਟਯੁਰਅ/ *n* ਮਿਲਾਵਟ, ਮਿਸ਼ਰਨ

misturn /,ਮਿਸ'ਟਅ:ਨ/ *vt* ਉਲਟਾਅ ਦੇਣਾ

mistutor /,ਮਿਸ'ਟਯੂਟਅ*/ *vt* ਬੁਰੀ ਸਿੱਖਿਆ ਦੇਣਾ

misty /'ਮਿਸਟਿ/ *a* ਮਿਟਿਆਲਾ, ਅੰਧਕਾਰਮਈ, ਧੁੰਦਲਾ; ਤ੍ਰੇਲ ਨਾਲ ਜਾਂ ਧੁੰਦ ਨਾਲ ਕੱਜਿਆ ਹੋਇਆ, ਅਸਪਸ਼ਟ, ਅਨਿਸ਼ਚਿਤ

misunderstand /,ਮਿਸਅੱਨਡਅ'ਸਟੈਨਡ/ *v* (ਵਿਅਕਤੀ ਜਾਂ ਕੰਮ ਨੂੰ) ਉਲਟਾ ਜਾਂ ਗ਼ਲਤ ਸਮਝਣਾ; ਅਸ਼ੁੱਧ ਸ਼ਬਦ ਅਰਥ ਕਰਨਾ, ਗ਼ਲਤ ਅਰਥ ਸਮਝਣਾ, ਕੁਝ ਦਾ ਕੁਝ ਹੋਰ ਸਮਝਣਾ

misunderstanding /,ਮਿਸਅੱਨਡਅ'ਸਟੈਨਡਿਙ/ *n* ਗ਼ਲਤ-ਫ਼ਹਿਮੀ, ਗ਼ਲਤ ਸੋਚ, ਭੁਲੇਖਾ, ਭਰਮ

misusage /ਮਿਸ'ਯੂਜ਼ਿਜ/ *n* ਅਸ਼ੁੱਧ ਪ੍ਰਯੋਗ, ਦੁਰਵਰਤੋਂ, ਕੁਵਰਤੋਂ, ਗ਼ਲਤ ਵਰਤੋਂ; ਬਦਸਲੂਕੀ, ਜ਼ਿਆਦਤੀ

misuse /,ਮਿਸ'ਯੂਜ਼/ *vt* ਅਸ਼ੁੱਧ ਪ੍ਰਯੋਗ ਕਰਨਾ, ਦੁਰਵਰਤੋਂ ਕਰਨਾ; ਅਯੋਗ ਵਰਤੋਂ ਕਰਨਾ /,ਮਿਸ'ਯੂਸ/ *n* ਗ਼ਲਤ ਇਸਤੇਮਾਲ, ਦੁਰਵਰਤੋਂ, ਕੁਵਰਤੋਂ; ਬਦਸਲੂਕੀ

misword /,ਮਿਸ'ਵਅ:ਡ/ *vt* ਅਸ਼ੁੱਧ ਸ਼ਬਦ ਦੀ ਵਰਤੋਂ ਕਰਨਾ, ਗ਼ਲਤ ਬੋਲ ਬੋਲਣਾ

misyoke /ਮਿਸ'ਯਅਉਕ/ *vt* ਅਜੋੜ ਵਿਆਹ ਕਰਨਾ

mitcheline /'ਮਿਚਅਲਾਇਨ/ *n* ਛੀਂਟ, ਚਿਕਨ, ਬੂਟੀਦਾਰ ਕੱਪੜਾ

mite /ਮਾਇਟ/ *n* ਅਣੂ, ਕਣ; ਅਲਪ ਮਾਤਰਾ; ਥੋੜ੍ਹੇ ਮੁੱਲ ਦਾ ਸਿੱਕਾ; ਛੋਟੀ ਵਸਤੂ, ਛੋਟਾ ਕੀਟ;

ਤਿਲ-ਫੁੱਲ, ਥੋੜ੍ਹਾ ਬਹੁਤ, ਰਤਾ 'ਕੁ (ਨਿਰਧਨ ਦਾ ਥੋੜ੍ਹਾ ਪਰ ਸ਼ਰਧਾ ਨਾਲ ਦਿੱਤਾ ਪੈਸਾ)

Mithraism /'ਮਿਥਰੇਇਇਜ਼ਅਮ/ *n* ਸੂਰਜ ਪੂਜਾ (ਪਾਰਸੀ ਧਰਮ)

mithridate /'ਮਿਥਰਿਡੇਇਟ/ *n* ਜ਼ਹਿਰ, ਮਹੁਰਾ, ਵਿਨਾਸ਼ਕ ਪਦਾਰਥ

mitigate /'ਮਿਟਿਗੇਇਟ/ *vt* ਘਟਾਉਣਾ, ਸ਼ਾਂਤ ਕਰਨਾ, ਠੰਡਾ ਕਰਨਾ, ਮਿਟਾਉਣਾ, ਹੌਲਾ ਕਰਨਾ, (ਕ੍ਰੋਧ, ਪੀੜਾ, ਦੁੱਖ, ਦੰਡ, ਗਰਮੀ, ਕਠੋਰਤਾ ਆਦਿ), ਸ਼ਿਦਤ ਨੂੰ ਘਟਾਉਣਾ, ਮੱਠਾ ਕਰਨਾ

mitraille /ਮਿ'ਟਰੇਇਲ/ *n* ਗੋਲੀ, ਛੱਰਾ

mitre /'ਮਾਇਟਅ*/ *n* ਬਿਸ਼ਪ ਜਾਂ ਪਾਦਰੀ ਦੀ ਉੱਚੀ ਟੋਪੀ 45° ਦਾ ਕੋਣ *vt* ਮੁਕਟ ਪਹਿਨਾਉਣਾ, ਪਾਦਰੀ ਦੀ ਟੋਪੀ ਪਹਿਨਾਉਣਾ; (ਲੱਕੜੀ ਆਦਿ ਨੂੰ) 45ਡਿਗਰੀ ਦੇ ਕੋਣ 'ਤੇ ਕੱਟਣਾ ਜਾਂ ਜੋੜਨਾ, ਗੁਣੀਏ ਨਾਲ ਜੋੜਨਾ ਜਾਂ ਮਿਲਾਉਣਾ

mitriform /'ਮਾਇਟਰਿਫ਼ੋਮ/ *a* ਪਾਦਰੀ ਦੇ ਮੁਕਟ ਆਕਾਰ ਦਾ

mitt, mitten /ਮਿਟ, 'ਮਿਟਨ/ *n* ਬਿਨਾਂ ਉਂਗਲਾਂ ਦੇ ਦਸਤਾਨਾ, ਬਾਕਸਿੰਗ ਜਾਂ ਮੁੱਕੇਬਾਜ਼ੀ ਦੇ ਖਿਡਾਰੀਆਂ ਦਾ ਦਸਤਾਨਾ; ਗੋਟਾ ਕਿਨਾਰੀ; ਵੇਲ ਬੂਟੇ ਵਾਲਾ ਦਸਤਾਨਾ (ਇਸਤਰੀਆਂ ਦਾ)

mix /ਮਿਕਸ/ *v* ਮਿਲਾਉਣਾ, ਮਿਲਨਾ, ਘੋਲਣਾ, ਰਲਾਉਣਾ, ਰਲਨਾ, ਮਿਸ਼ਰਨ ਕਰਨਾ, ਸੰਯੁਕਤ ਕਰਨਾ, ਇਕ ਜਾਨ ਕਰਨਾ, ਮਿਸ਼ਰਤ ਹੋਣਾ; ਮੇਲ-ਜੋਲ ਕਰਨਾ, ਖਲਤ-ਮਲਤ ਹੋਣਾ; ਸੰਗਤ ਕਰਨਾ

mixable /'ਮਿਕਸਅਬਲ/ *a* ਮਿਲਾਉਣਯੋਗ, ਮਿਲਣਯੋਗ, ਘੁਲਣਯੋਗ

mixed /ਮਿਕਸਟ/ *a* ਘੁਲਿਆ, ਮਿਲਿਆ, ਮਿਸ਼ਰਿਤ, ਸੰਯੁਕਤ, ਮਿਲਿਆ-ਜੁਲਿਆ, ਉਲਝਿਆ

mixed bag *n* ਭਾਂਤ-ਭਾਂਤ ਦੇ ਵਿਅਕਤੀਆਂ ਜਾਂ ਵਸਤੂਆਂ ਆਦਿ ਦਾ ਸਮੂਹ, ਭਾਂਤ-ਭਾਂਤ ਦੀ ਲੱਕੜੀ

mixed caste *n* ਮਿਸ਼ਰਿਤ ਜਾਤ, ਸ਼ੰਕਰ ਜਾਤ

mixed doubles *n* ਇੱਕ ਆਦਮੀ ਤੀਵੀਂ ਦੀ ਹੋਰ ਆਦਮੀ ਤੀਵੀਂ ਨਾਲ ਖੇਡੀ ਜਾਣ ਵਾਲੀ ਇੱਕ ਖੇਡ

mixed economy *n* ਮਿਲੀ-ਜੁਲੀ ਆਰਥਿਕਤਾ, ਦੇਸ਼ ਵਿੱਚ ਕੁਝ ਸਰਕਾਰੀ ਕੰਪਨੀਆਂ ਅਤੇ ਕੁਝ ਨਿੱਜੀ ਕੰਪਨੀਆਂ ਵਾਲੀ ਅਰਥ ਵਿਵਸਥਾ

mixed number *n* ਸਵਾਇਆ ਡੇਢਾ ਪੌਣੇ ਦੀ ਪੂਰੇ ਨੰਬਰ ਨਾਲ ਗਿਣਤੀ, ਪੂਰਾ ਨੰਬਰ ਤੇ ਨਾਲ ਅੰਸ਼ਕ ਨੰਬਰ ਜਿਵੇਂ 3½

mixen /'ਮਿਕਸ(ਅ)ਨ/ *n* ਕੂੜੇ ਦਾ ਢੇਰ, ਰੂੜੀ

mixer /'ਮਿਕਸਅ*/ *n* ਮਿਸ਼ਰਨ ਬਨਾਉਣ ਲਈ ਵਰਤੀ ਜਾਂਦੀ ਮਸ਼ੀਨ

mixture /'ਮਿਕਸਚਅ*/ *n* ਰਲਾਵਟ, ਮਿਲਾਵਟ, ਮਿੱਸ, ਮਿਸ਼ਰਿਤ ਘੋਲ; ਮਿਸ਼ਰਿਤ ਦ੍ਰਵ, ਮਿਕਸਚਰ

mix-up *n* ਘਾਲਾ-ਮਾਲਾ

mizzle /'ਮਿਜ਼ਲ/ *n* (ਪਾਣੀ ਦੀ) ਫ਼ੁਹਾਰ, ਨਿੱਕੀ-ਨਿੱਕੀ ਕਣੀ *vt* ਦੌੜ ਜਾਣਾ, ਨੱਸ ਜਾਣਾ, ਫ਼ਰਾਰ ਹੋ ਜਾਣਾ

MLA /,ਐੱਮ ਐੱਲ 'ਏਇ/ *abbr* **Member of the Legislative Assembly** ਦਾ ਸੰਖਿਪਤ ਰੂਪ, ਐਮ.ਐਲ.ਏ, ਵਿਧਾਨ ਸਭਾ ਦਾ ਮੈਂਬਰ

MMR /,ਐੱਮ ਐੱਮ 'ਆ*/ *abbr* **Measels, Mumps, Rubella** ਦਾ ਸੰਖੇਪ, ਇਹਨਾਂ ਰੋਗਾਂ ਤੋਂ ਬਚਾਅ ਲਈ ਦਵਾਈ

MMS /,ਐੱਮ ਐੱਮ 'ਐੱਸ/ *abbr* **Multimedia Messaging Service** ਦਾ ਸੰਖੇਪ, ਬੇਤਾਰ ਫ਼ੋਨ ਰਾਹੀਂ ਤਸਵੀਰਾਂ ਅਵਾਜ਼ਾਂ ਅਤੇ ਅੱਖਰਾਂ 'ਤੇ ਆਧਾਰਿਤ ਸੁਨੇਹੇ ਭੇਜਣ ਲਈ ਪ੍ਰਨਾਲੀ

mneme / ਨੀਮ/ *n* ਸਿਮਰਤੀ, ਮਨ

mnemonic /ਨਿ'ਮੌਨਿਕ/ *a* ਕੋਚੀ ਚੀਜ਼ ਯਾਦ ਕਰਾਉਣ ਵਾਲਾ ਸ਼ਬਦ ਵਾਕ ਕਵਿਤਾ

moan / ਮਅਉਨ/ *n* ਸਿਸਕੀ, ਸਿਸਕਣ, ਕਰਾਹ; ਵਿਰਲਾਪ, ਮਾਤਮ *v* ਮਾਤਮ ਕਰਨਾ, ਵਿਰਲਾਪ

ਕਰਨਾ, ਦੁੱਖ ਮਨਾਉਣਾ, (ਦੁਰਘਟਨਾ ਹੋਣ 'ਤੇ) ਅਫ਼ਸੋਸ ਕਰਨਾ; ਕਰਾਹੁਣਾ, ਆਹ ਭਰਨਾ, ਕੀਰਨੇ ਪਾਉਣਾ; ਸ਼ਿਕਾਇਤ ਕਰਨਾ ਜਾਂ ਹੋਣਾ

moanful/'ਮਅਉਨਫ਼ਲ/ *a* ਵਿਰਲਾਪਮਈ, ਸ਼ੋਕਯੁਕਤ, ਕਰਾਹੁਣ ਵਾਲਾ, ਸਿਸਕੀਆਂ ਭਰਿਆ

moat / ਮਅਉਟ/ *n* ਖੰਦਕ, ਖਾਤਾ, ਖਾਈ *vt* ਕਿਲ੍ਹੇ ਨੂੰ ਖੰਦਕ ਨਾਲ ਘੇਰਨਾ, (ਕਿਲ੍ਹੇ ਦੁਆਲੇ) ਖਾਈ ਜਾਂ ਖੰਦਕ ਪੁੱਟਣਾ

mob /ਮੌਬ/ *n* ਅਵਾਮ, ਜਨਤਾ, ਜਨ-ਸਮੂਹ, ਜਮਘਟਾ, ਭੀੜ, ਮਜਮਾ, ਧਾੜ, ਵਾਹਰ, ਭੀੜ-ਭਾੜ; ਨੀਚ ਲੋਕ *vt* ਭੀੜ ਹੋਣਾ ਜਾਂ ਕਰਨਾ, ਮਜਮਾ ਲੱਗਣਾ ਜਾਂ ਲਾਉਣਾ; ਭੀੜ ਕਰਕੇ ਸਤਾਉਣਾ, ਤੰਗ ਕਰਨਾ; ਭੀੜ ਦਾ ਟੁੱਟ ਕੇ ਪੈ ਜਾਣਾ, ਘੇਰ ਲੈਣਾ

mobbish / 'ਮੌਬਿਸ਼/ *a* ਝਗੜਾਲੂ, ਲੜਾਕਾ

mobby /'ਮੌਬਿ/ *n* ਫਲਾਂ ਦਾ ਰਸ, ਜੂਸ; ਸ਼ਕਰਕੰਦੀ ਦੀ ਸ਼ਰਾਬ

mobile /'ਮਅਉਬਾਇਲ/ *a* ਗਤੀਸ਼ੀਲ, ਚੱਲਣਸ਼ੀਲ, ਚਲੰਤ, ਚਲ (ਜੋ ਅਚਲ ਦੇ ਵਿਪਰੀਤ ਚਲੰਤ ਹੋਵੇ), ਚੰਚਲ, ਚਪਲ, ਚਲਦਾ-ਫਿਰਦਾ; ਗਤੀਸ਼ੀਲ ਦਸਤਾ

mobile library *n* ਚਲਦਾ-ਫਿਰਦਾ ਪੁਸਤਕਾਲਾ, ਸਵਾਰੀ 'ਤੇ ਸਥਿਤ ਪੁਸਤਕਾਲਾ

mobile phone *n* ਬੇਤਾਰ ਫ਼ੋਨ ਜੋ ਵਿਅਕਤੀ ਏਧਰ-ਓਧਰ ਲੈ ਜਾ ਸਕਦਾ ਹੈ ਅਤੇ ਵਰਤ ਸਕਦਾ ਹੈ, ਮੋਬਾਈਲ ਫ਼ੋਨ, ਮੋਬਾਈਲ

mobility /ਮਅਉ'ਬਿਲਅਟਿ/ *n* ਗਤੀਸ਼ੀਲਤਾ, ਚੱਲਣਸ਼ੀਲਤਾ, (ਮਨ ਦੀ) ਚੰਚਲਤਾ, ਚਪਲਤਾ

mobilization /ˌਮਅਉਬਿਲਾਇ'ਜ਼ੇਇਸ਼ਨ/ *n* (ਜੰਗੀ ਸੈਨਾ) ਸੰਚਾਲਨ; ਲਾਮਬੰਦੀ, ਗਤੀਸ਼ੀਲਤਾ, ਚੰਚਲਤਾ

mobilize /'ਮਅਉਬਿਲਾਇਜ਼/ *vt* ਸੰਚਾਲਿਤ ਕਰਨਾ, ਜੰਗੀ ਸੈਨਾ ਨੂੰ ਤਿਆਰ ਕਰਨਾ; ਲਾਮਬੰਦੀ ਕਰਨਾ; ਚਲਾਉਣਾ

mobsman / 'ਮੌਬਜ਼ਮਅਨ/ *n* ਹੁੱਲੜਬਾਜ਼

moccasin /'ਮੌਕਅਸਿਨ/ *n* ਹਿਰਨ ਦੇ ਚੰਮ ਦੀ ਨਰਮ ਜੁੱਤੀ

mocha /'ਮੌਕਅ/ *n* ਇੱਕ ਤਰ੍ਹਾਂ ਦਾ ਹੀਰਾ

mock / ਮੌਕ/ *n* ਮਸ਼ਕਰੀ, ਠੱਠਾ, ਹਾਸਾ, ਨਕਲ, *v* ਮਸ਼ਕਰੀ ਕਰਨਾ, ਮਖੌਲ ਉਡਾਉਣਾ, ਖਿੱਲੀ ਉਡਾਉਣਾ; (ਦੂਜਿਆਂ ਨੂੰ ਹਸਾਉਣ ਲਈ) ਨਕਲ ਉਤਾਰਨਾ, ਮੂੰਹ ਚਿੜਾਉਣਾ, ਖਿਝਾਉਣਾ; ਤੁੱਛ ਸਮਝਣਾ, ਘਿਰਨਾ ਕਰਨਾ *a* ਬਣਾਉਟੀ, ਝੂਠਾ, ਨਕਲੀ

mockery / 'ਮੌਕਅਰਿ/ *n* ਹਾਸਾ, ਮਜ਼ਾਕ; ਝੂਠਾ ਦਿਖਾਵਾ, ਨਕਲ

mockingbird /'ਮੌਕਿਙਬਅ:ਡ/ *n* ਅਮਰੀਕੀ ਮਹਾਂਦੀਪ ਦਾ ਇੱਕ ਚਿੱਟਾ-ਭੂਰਾ ਪੰਛੀ ਜੋ ਦੂਜੇ ਪੰਛੀਆਂ ਦੀਆਂ ਅਵਾਜ਼ਾਂ ਦੀ ਨਕਲ ਕਰ ਸਕਦਾ ਹੈ

MOD /ˌਐਮੱ ਅਉ 'ਡੀ/ *abbr* **Ministry of Defence** ਦਾ ਸੰਖੇਪ, ਰੱਖਿਆ ਮੰਤਰਾਲਾ

mod / ਮੌਡ/ *n* **model** ਦਾ ਸੰਖੇਪ

modal /'ਮਅਉਡਲ/ *a* ਦਿਖਾਵੇ ਦਾ; ਰੀਤੀ ਦਾ, ਰੀਤੀਆਤਮਿਕ; ਵਿਧੀਗਤ; (ਵਿਆ) ਬਿਰਤੀਵਾਚਕ

modality /ਮਅਉ'ਡੈਲਅਟਿ/ *n* ਕਿਸੇ ਚੀਜ਼ ਦੀ ਹੋਂਦ ਅਨੁਭਵ ਜਾਂ ਪ੍ਰਗਟਾਅ ਦਾ ਰੂਪ; ਬਿਰਤੀਵਾਚਕ ਸ਼ਬਦਾਂ ਰਾਹੀਂ ਪ੍ਰਗਟ ਅਰਥ

mode /ਮਅਉਡ/ *n* ਵਿਧੀ, ਪੱਧਤੀ, ਪ੍ਰਨਾਲੀ; ਤਰੀਕਾ, ਢੰਗ, ਤਰਜ਼, ਅੰਦਾਜ਼, ਤੌਰ; ਦਸਤੂਰ, ਫ਼ੈਸ਼ਨ; (ਸੰਗੀ) ਰਾਗਣੀ; (ਪੁਰਾਤਨ ਕਾਲ ਦੀ) ਤਰਜ਼, ਢੰਗ, ਸ਼ੈਲੀ

model /'ਮੌਡਲ/ *n* ਮਾਡਲ, ਪ੍ਰਤਿਮਾ; ਨਮੂਨਾ, ਆਦਰਸ਼; ਢਾਂਚਾ, ਖ਼ਾਕਾ ਬਣਾਉਣ ਦੀ ਸ਼ੈਲੀ; ਬੁੱਤ *vt* ਮਾਡਲ ਕੁੜੀ ਜਾਂ ਪੁਤਲੇ ਦੁਆਰਾ ਕੱਪੜਿਆਂ ਦੀ ਪ੍ਰਦਰਸ਼ਨੀ ਕਰਨਾ, (ਇਸਤਰੀ ਜਾਂ ਪੁਰਸ਼ ਕਲਾਕਾਰ ਦਾ) ਮਾਡਲ ਬਣਨਾ; ਮੋਮ ਜਾਂ ਮਿੱਟੀ ਦਾ

ਮਾਡਲ ਬਣਾਉਣਾ; ਤਰਤੀਬ ਦੇਣਾ; ਨਮੂਨੇ ਉੱਤੇ ਢਾਲਣਾ

modem /'ਮਅਉਡੈਮ/ *n* ਸੰਖੀ ਸੰਕੇਤਾਂ ਨੂੰ ਅੰਕੀ ਸੰਕੇਤਾਂ ਵਿੱਚ ਬਦਲਨ ਅਤੇ ਇਸਦੇ ਉਲਟ ਕਾਰਜ ਲਈ ਯੰਤਰ

modena /'ਮੌਡਿਨਅ/ *n* ਗੂੜ੍ਹਾ ਬੈਂਗਣੀ ਰੰਗ

moderate /'ਮੌਡਅਰਅਟ/ *a* ਉਦਾਰ ਵਿਚਾਰਾਂ ਵਾਲਾ, ਨਰਮ ਖਿਆਲੀਆ; ਸੰਜਮੀ, ਸੰਤੁਲਿਤ; ਸਧਾਰਨ, ਨਰਮ; ਔਸਤ ਦਰਜੇ ਦਾ; ਸੀਮਿਤ, ਨਿਯਮਿਤ /'ਮੌਡਅਰੇਇਟ/ *v* ਮੱਧਮ ਪੈਣਾ ਜਾਂ ਪਾਉਣਾ, ਹੌਲਾ ਪੈਣਾ ਜਾਂ ਪਾਉਣਾ

moderateness /'ਮੌਡਅਰਅਟਨਅਸ/ *n* ਨਰਮ ਖ਼ਿਆਲੀ; ਸੰਜਮਤਾ

moderation /,ਮੌਡਅ'ਰੇਇਸ਼ਨ/ *n* ਸੰਤੁਲਨ, ਨਿਯੰਤਰਨ; ਨਰਮੀ, ਸੰਜਮ; ਹਲਕਾਪਣ

moderatism /'ਮੌਡ(ਅ)ਰਅਟਿਜ਼ਅਮ/ *n* (ਧਰਮ ਜਾਂ ਰਾਜਨੀਤੀ ਵਿੱਚ) ਉਦਾਰ ਵਿਚਾਰਧਾਰਾ

moderator /'ਮੌਡਅਰੇਇਟਅ*/ *n* ਵਿਚੋਲਾ, ਮਧਿਅਸਥ, ਪੰਚ, ਸਾਲਸ; ਸੰਚਾਲਕ, ਪ੍ਰਬੰਧਕ; ਈਸਾਈ ਸਮਾਜ ਦਾ ਸਭਾਪਤੀ

modern /'ਮੌਡਨ/ *a* ਆਧੁਨਿਕ, ਅਜੋਕਾ, ਵਰਤਮਾਨ; ਨਵ, ਨਵੀਨ, ਨਵਾਂ, ਨਵੀਂ ਰੌਸ਼ਨੀ ਦਾ, ਨਵੇਂ ਫ਼ੈਸ਼ਨ ਦਾ *n* ਨਵਕਾਲੀਨ ਵਿਅਕਤੀ

modern dance *n* ਵੀਹਵੀਂ ਸਦੀ ਦੇ ਅਰੰਭ ਵਿਚ ਵਿਕਸਤ ਨਾਚ ਸ਼ੈਲੀ ਜੋ ਪਰੰਪਰਾਈ ਰੂਪ ਦੀਆਂ ਬੰਦਸ਼ਾਂ ਤੋਂ ਮੁਕਤ ਹੈ, ਆਧੁਨਿਕ ਨਾਚ

modern-day *a* ਵਰਤਮਾਨ ਨਾਲ ਸੰਬੰਧਿਤ, ਆਧੁਨਿਕ, ਅਜੋਕਾ

modern English *n* ਅੰਗਰੇਜ਼ੀ ਭਾਸ਼ਾ ਦਾ *1500* ਈਸਵੀ ਤੋਂ ਬਾਅਦ ਦਾ ਰੂਪ, ਆਧੁਨਿਕ ਅੰਗਰੇਜ਼ੀ

modernism /'ਮੌਡਅਨਿਜ਼ਅਮ/ *n* ਆਧੁਨਿਕਤਾ, ਨਵੀਨਤਾ, ਆਧੁਨਿਕ ਵਿਚਾਰ, ਨਵੇਂ ਵਿਚਾਰ

modernist /'ਮੌਡਅਨਿਸਟ/ *n* ਆਧੁਨਿਕਤਾਵਾਦੀ, ਨਵੀਨਤਾਵਾਦੀ

modernity /ਮਅ'ਡਅ:ਨਅਟਿ/ *n* ਆਧੁਨਿਕਤਾ, ਨਵੀਨਤਾ

modernization /,ਮੌਡਅਨਾਇ'ਜ਼ੇਇਸ਼ਨ/ *n* ਆਧੁਨਿਕੀਕਰਨ, ਨਵੀਨੀਕਰਨ

modernize /'ਮੌਡਅਨਾਇਜ਼/ *v* ਆਧੁਨਿਕ ਕਾਲ ਦੀਆਂ ਲੋੜਾਂ ਦੇ ਅਨੁਸਾਰ ਬਣਾਉਣਾ ਜਾਂ ਬਣਨਾ

modern language *n* ਵਰਤਮਾਨ ਸਮੇਂ ਵਿੱਚ ਵਰਤੀ ਜਾਣ ਵਾਲੀ ਭਾਸ਼ਾ, ਅਜੋਕੀ ਭਾਸ਼ਾ, ਆਧੁਨਿਕ ਭਾਸ਼ਾ

modernness /'ਮੌਡਨਨਅਸ/ *n* ਆਧੁਨਿਕਤਾ, ਨਵਾਂਪਣ, ਨਵੀਨਤਾ

modest /'ਮੌਡਿਸਟ/ *a* ਸ਼ਰਮਾਕਲ, ਸੰਗਾਊ, ਸੰਕੋਚਵਾਨ, ਲੱਜਾਵਾਨ; ਆਪਣੀ ਯੋਗਤਾ ਨੂੰ ਤੁੱਛ ਸਮਝਣ ਵਾਲਾ; ਸਧਾਰਨ, ਸਰਲ, ਸਾਦਾ; ਯੋਗ, ਉਚਿਤ, ਨਿਮਰ

modesty /'ਮੌਡਅਸਟਿ/ *n* ਲੱਜਾਸ਼ੀਲਤਾ, ਲੱਜਾ, ਸ਼ਰਮੀਲਾਪਣ, ਹਯਾ, ਸ਼ਰਮ; ਨਿਮਰਤਾਸ਼ੀਲਤਾ, ਸਾਦਾਪਣ

modicum /'ਮੌਡਿਕਅਮ/ *n* ਥੋੜ੍ਹੀ ਮਾਤਰਾ, ਥੋੜ੍ਹਾ ਹਿੱਸਾ, ਲੇਸ, ਅਲਪ ਅੰਸ਼, ਅਲਪ ਭਾਗ

modification /,ਮੌਡਿਫ਼ਿ'ਕੇਇਸ਼ਨ/ *n* ਪਰਿਵਰਤਨ, ਸੁਧਾਈ, ਤਰਮੀਮ, ਸੰਸ਼ੋਧਨ

modified /'ਮੌਡਿਫ਼ਾਇਡ/ *a* ਸੰਸ਼ੋਧਿਤ, ਸੋਧਿਆ

modifier /'ਮੌਡਿਫ਼ਾਇਅ*/ *n* (ਭਾਸ਼ਾ) ਵਿਸ਼ੇਸ਼ਕ

modify /'ਮੌਡਿਫ਼ਾਇ/ *vt* ਬਦਲਨਾ, ਤਰਮੀਮ ਕਰਨਾ, (ਭਾਸ਼ਾ)ਸਵਰ ਪਰਿਵਰਤਨ ਕਰਨਾ; ਸੁਧਾਰਨਾ, ਸੁਧਾਈ ਕਰਨਾ, ਠੀਕ ਕਰਨਾ; ਘਟਾਉਣਾ, ਨੀਵਾਂ ਕਰਨਾ, ਮੰਦ ਕਰਨਾ, ਨਰਮ ਕਰਨਾ; (ਵਿਆ) ਸ਼ਬਦ ਦੇ ਭਾਵ ਨੂੰ ਸਪਸ਼ਟ ਕਰਨਾ; ਸ਼ਿੱਦਤ ਘਟਾਉਣਾ

modish /'ਮਅਉਡਿਸ਼/ *a* ਰੀਤੀ ਅਨੁਸਾਰ; ਫ਼ੈਸ਼ਨਦਾਰ, ਵਜ਼੍ਹਾਦਾਰ, ਬਾਂਕਾ, ਸ਼ੂਕਾ

modular /'ਮੌਡਯਅਲਅ*/ *a* ਬਰਤਾਨਵੀ ਯੂਨੀਵਰਸਿਟੀ ਦੇ ਪੜ੍ਹਾਈ ਦੇ ਇੱਕ ਕੋਰਸ ਬਾਰੇ

ਜਿਸ ਵਿੱਚ ਕੁਝ ਨਿਰਧਾਰਿਤ ਵਿਸ਼ਿਆਂ ਵਿੱਚ ਵਿਦਿਆਰਥੀ ਨੇ ਚੋਣ ਕਰਨੀ ਹੁੰਦੀ ਹੈ, ਕੋਰਸ ਦੇ ਵੱਖ-ਵੱਖ ਪਹਿਲੂਆਂ ਤੋਂ ਪੜ੍ਹਾਈ ਸੰਬੰਧੀ

modulate /'ਮੌਡਯੁਲੇਇਟ/ *v* (ਸੰਗੀ) ਸੁਰ ਨੂੰ ਉੱਚਾ ਨੀਵਾਂ ਕਰਨਾ; ਸੁਰ ਨੂੰ ਠੀਕ ਕਰਨਾ, ਸਾਧਣਾ

modulation /ˌਮੌਡਯੁ'ਲੇਇਸ਼ਨ/ *n* ਸੁਰ ਦਾ ਲਹਿਰਾਅ, ਅਵਾਜ਼ ਦਾ ਉਤਰਾਅ-ਚੜ੍ਹਾਅ, ਸੁਰ ਪਰਿਵਰਤਨ

modulator /'ਮੌਡਯੁਲੇਇਟਅ*/ *n* ਸੁਰ ਪਰਿਵਰਤਨ ਕਰਨ ਵਾਲਾ ਯੰਤਰ; ਨਿਯੰਤਰਕ; ਸੰਚਾਲਕ; ਸਰਗਮ ਦਾ ਰੇਖਾ-ਚਿੱਤਰ

module /'ਮੌਡਯੂਲ/ *n* ਛੋਟੀ ਮਾਤਰਾ, ਲੰਮਾਈ ਦੇ ਅਨੁਪਾਤ ਨੂੰ ਪ੍ਰਗਟ ਕਰਨ ਵਾਲੀ ਇਕਾਈ, ਨਾਪਣ ਦੀ ਇਕਾਈ; (ਪੁਲਾੜ ਵਿਮਾਨ) ਮਾਡਿਊਲ

modulus /'ਮੌਡਯੁਲਅਸ/ *vt* ਗੁਣਾਂਕ, ਮਾਪਾਂਕ, ਗੁਣਕ

modus operandi /ˌਮਅਉਡਅਸ ˌਔਪਅ-'ਰੈਨਡੀ/ *n (L)* ਕਾਰਜ ਵਿਧੀ

modus vivendi /ˌਮਅਉਡਅਸ ਵ੍ਹਿ'ਵ੍ਹੈਂਨਡੀ/ *n* ਵੱਖ-ਵੱਖ ਸੁਭਾਅ/ਰੁਚੀ ਵਾਲੇ ਦੇਸ਼ਾਂ/ਲੋਕਾਂ ਨੂੰ ਇੱਕ ਦੂਜੇ ਨਾਲ ਮੇਲ-ਮਿਲਾਪ ਕਰਨ ਦੀ ਇੱਕ ਵਿਧੀ, ਆਰਜ਼ੀ ਸਮਝੌਤਾ, ਰਹਿਣ-ਸਹਿਣ ਦਾ ਢੰਗ

moider /'ਮੌਇਡਅ*/ *vt* ਗੜਬੜ ਪਾਉਣਾ, ਮਤ ਮਾਰ ਦੇਣਾ, ਘਬਰਾਅ ਦੇਣਾ; ਉਲਟ-ਪੁਲਟ ਗੱਲਾਂ ਕਰਨਾ

moiety /'ਮੌਇਇਟਿ/ *n* ਅੱਧਾ ਭਾਗ, ਅੱਧ

moil / ਮੌਇਲ/ *v* ਸਖ਼ਤ ਮਿਹਨਤ ਕਰਨਾ, ਕਠਿਨ ਘਾਲ ਘਾਲਣਾ; ਥਕਾਉਣਾ; ਗੰਦਾ ਕਰਨਾ, ਵਿਗਾੜਨਾ

moire /ਮਵਾ*/ *n* ਲਹਿਰੀਆ ਕੱਪੜਾ ਜਾਂ ਚਾਦਰ, ਅਬਰੀ *a* ਲਹਿਰੀਆ (ਰੇਸ਼ਮੀ ਕੱਪੜਾ), ਸਿਲਕੀ

moist /ਮੌਇਸਟ/ *a* ਭਿੱਜਿਆ ਹੋਇਆ, ਸਿੱਲ੍ਹਾ, ਨਮ, ਗਿੱਲਾ, ਤਰ; (ਮੌਸਮ ਆਦਿ) ਵਰਖਾ ਵਾਲਾ; ਰਸ ਤੇ ਪੀਕ ਵਾਲੀ (ਬਿਮਾਰੀ)

moisten / ਮੌਇਸਨ/ *v* ਭਿਓਂਣਾ, ਸਿੱਲ੍ਹਾ ਕਰਨਾ, ਨਮ ਦੇਣਾ, ਗਿੱਲਾ ਕਰਨਾ, ਤਰ ਕਰਨਾ; ਭਿੱਜਣਾ, ਗਿੱਲਾ ਹੋਣਾ, ਤਰ ਹੋਣਾ

moisture /ਮੌਇਸਚਅ*/ *n* ਨਮੀ, ਸਿੱਲ੍ਹ, ਗਿੱਲਾਪਣ

moisturizer /'ਮੌਇਸਚਅਰਾਇਜ਼ਅ*/ *n* ਸਰੀਰ ਦੀ ਚਮੜੀ ਦੀ ਖੁਸ਼ਕੀ ਦੂਰ ਕਰਨ ਵਾਲੀ ਕਰੀਮ

moke / ਮਅਉਕ/ *n* (ਅਪ) ਗਧਾ, ਖੋਤਾ, ਖ਼ਰ; ਟੱਟੂ

molar /'ਮਅਉਲਅ*/ *n* ਰੋਟੀ ਖਾਣ ਜਾਂ ਚਿੱਬਣ ਵਾਲਾ ਦੰਦ *a* ਰਾਸ਼ੀ ਦਾ; ਦਾੜ੍ਹ, ਸਮੂਹ ਦਾ; (ਪਸ਼ੂਆਂ ਦੇ) ਉਗਾਲੀ ਕਰਨ ਵਾਲੇ (ਦੰਦ)

molasses /ਮਅ'ਲੈਸਿਜ਼ / *n* ਸੀਰਾ

mole / ਮਅਉਲ/ *n* ਛਛੂੰਦਰ, ਚਕਚੂੰਧਰ, (ਬੋਲ) ਖ਼ੁਫ਼ੀਆ ਜਾਸੂਸ; ਬਣਾਉਟੀ ਬੰਦਰਗਾਹ; ਬੰਨ੍ਹ *vt* ਖੁੱਡ ਪੁੱਟਣਾ

molecular /ਮਅ'ਲੈੱਕਯਅਲਅ*/ *a* ਅਣਵਿਕ, ਅਣਵੀ

molecule /ਮੌਲਿਕਯੂਲ/ *n* (ਭੌ ਅਤੇ ਰਸਾ) ਅਣੂ, ਕਣ, ਕਿਣਕਾ, ਜ਼ੱਰਾ, ਰੇਜ਼ਾ, ਕਿਰਚ

molest /ਮਅ'ਲੈੱਸਟ/ *vt* ਔਖਾ ਕਰਨਾ, ਸਤਾਉਣਾ, ਛੇੜਨਾ, ਦਿੱਕ ਕਰਨਾ

molestation /ˌਮੌਲੈੱ'ਸਟੇਇਸ਼ਨ/ *n* ਔਖਿਆਈ, ਪ੍ਰੇਸ਼ਾਨੀ, ਛੇੜ-ਛਾੜ

mollification /ˌਮੌਲਿਫ਼ਿ'ਕੇਇਸ਼ਨ/ *n* ਸ਼ਾਂਤੀ, ਕੋਮਲਤਾ, ਨਰਮੀ, ਮੁਲਾਇਮਤਾ

mollify /'ਮੌਲਿਫ਼ਾਇ/ *vt* ਸ਼ਾਂਤ ਕਰਨਾ, ਪ੍ਰਸੰਨ ਕਰਨਾ; ਠੰਢਾ ਕਰਨਾ; ਕੋਮਲ ਕਰਨਾ, ਮੁਲਾਇਮ ਕਰਨਾ; ਸ਼ਿੱਦਤ ਘਟਾਅ ਦੇਣਾ

mollities /ਮੌ'ਲਿਸ਼ਿਈਜ਼/ *n* ਕੋਮਲਤਾ, ਮੁਲਾਇਮਤਾ; ਅਸੁਭਾਵਿਕ ਮਿਠਾਸ

mollitious / ਮੌ'ਲਿਸ਼ਅਸ/ *a* ਕੋਮਲ, ਮੁਲਾਇਮ,

ਨਾਜ਼ਕ, ਵਿਲਾਸੀ

mollusc /'ਮੌਲਅਸਕ/ *n* ਸਿੱਪ ਘੋਗਾ ਆਦਿ ਜੀਵ, ਮੌਲਸਕਾ ਸ਼੍ਰੇਣੀ ਦੇ ਜੀਵ, ਕੋਮਲ ਦੇਹ ਵਾਲੇ ਜੀਵ

molluscoid /ਮੌਲ'ਅੱਸਕੌਇਡ/ *a* ਘੋਗੇ ਵਰਗਾ (ਜੀਵ)

molly /'ਮੌਲਿ/ *n* ਨਪੁੰਸਕ, ਜ਼ਨਾਨੜਾ, ਹੀਜੜਾ *v* ਲਾਡ ਲਡਾਉਣਾ, ਲਾਡ ਪਿਆਰ ਨਾਲ ਪਾਲਣਾ

mollycoddle /'ਮੌਲਿਕੌਡਲ/ *n* ਨਪੁੰਸਕ, ਨਾਮਰਦ, ਜ਼ਨਾਨੜਾ

moloch /'ਮਅਉਲੌਕ/ *n* ਆਸਟਰੇਲੀਆ ਦੀ ਕੰਡਿਆਂ ਵਾਲੀ ਇੱਕ ਵਿਸ਼ੇਸ਼ ਗਿਰਗਿਟ; ਇੱਕ ਵਿਸ਼ੇਸ਼ ਦੇਵਤਾ ਜਿਸ ਦਾ ਬਾਈਬਲ ਵਿੱਚ ਜਿਕਰ ਆਉਂਦਾ ਹੈ

Molotov cocktail /ˌਮੌਲਾਟੌਫ਼'ਕੌਕਟੇਇਲ/ *n* ਬੋਤਲ ਬੰਬ

molten /'ਮਅਉਲਟਅਨ/ *n* ਤਰਲ, ਪਿਘਲਿਆ

molto /'ਮੌਲਟਅਉ/ *adv* ਬਹੁਤ, ਕਾਫ਼ੀ, ਅਧਿਕ, ਅਧਿਕਤਰ, ਜ਼ਿਆਦਾ

moment /'ਮਅਉਮਅਨਟ/ *n* ਛਿਣ, ਖਿਣ, ਝਟ, ਬਿੰਦ, ਨਿਮਖ, ਪਲ, ਦਮ, ਲਮਹਾ; ਮਹੱਤਤਾ, ਅਹਿਮੀਅਤ, ਆਵਸ਼ਕਤਾ

momental /ˌਮਅ'ਮੈਨੱਟ(ਅ)ਲ/ *a* ਛਿਣ ਭੰਗੁਰ, ਛਿਣ ਸੰਬੰਧੀ, ਪਲ ਭਰ

momentary /'ਮਅਉਮਅਨਟਰਿ/ *a* ਅਸਥਾਈ, ਛਿਣ ਭੰਗੁਰ, ਛਿਣ ਸਥਾਈ, ਦਮ ਭਰ ਦਾ

momentous /ਮਅ'ਮੈਨੱਟਅਸ/ *a* ਮਹੱਤਵਪੂਰਨ, ਆਵਸ਼ਕ

momentousness /ਮਅ'ਮੈਨੱਟਅਸਨਅਸ/ *n* ਮਹੱਤਵਪੂਰਨਤਾ, ਆਵੱਸ਼ਕਤਾ

momentum / ਮਅ'ਮੈਨੱਟਅਮ/ *n* (ਭੌ) ਗਤੀ ਮਾਤਰਾ, ਸੰਵੇਗ; ਲੈਅ

monachal /'ਮੌਨਅਕਲ/ *a* ਖ਼ਾਨਗਾਹ ਸੰਬੰਧੀ, ਮੱਠ ਸੰਬੰਧੀ

monachism /'ਮੌਨਅਕਿਜ਼ਅਮ/ *n* ਸੰਨਿਆਸ ਆਸ਼ਰਮ, ਸੰਸਾਰ ਤਿਆਗ, ਵਿਰਾਗ ਆਸ਼ਰਮ, ਮੱਠਵਾਸ

monad /'ਮੌਨੈਡ, 'ਮਅਉਨੈਡ/ *n* ਅਭੇਦ ਵਸਤੂ; ਇਕਾਈ, ਇੱਕ, (ਦਰਸ਼ਨ ਅਨੁਸਾਰ) ਚਿੱਤ ਅਣੂ, ਹੋਂਦ ਦੀ ਬੁਨਿਆਦੀ ਇਕਾਈ; ਪ੍ਰਾਣੀ ਵਰਗ ਦਾ ਮੂਲ ਜੀਵ; ਅਣੂ; ਸ਼ਕਤੀ ਕੇਂਦਰ; ਬ੍ਰਹਮ, ਆਤਮਾ, ਪਰਮਾਤਮਾ

monandry /ਮੌ'ਨੈਨਡਰਿ/ *n* ਇੱਕ ਵਿਆਹ, ਇੱਕ ਸਮੇਂ ਇੱਕ ਹੀ ਪਤੀ ਰੱਖਣ ਦਾ ਰਿਵਾਜ

monarch /'ਮੌਨਅਕ/ *n* ਸਮਰਾਟ, ਰਾਜਾ, ਸੁਲਤਾਨ, ਬਾਦਸ਼ਾਹ; ਇੱਕ ਪ੍ਰਕਾਰ ਦੀ ਲਾਲ ਤੇ ਕਾਲੀ ਤਿਤਲੀ

monarchism /'ਮੌਨਅਕਿਜ਼ਅਮ/*n* ਸਮਰਾਟਵਾਦ

monarchist /'ਮੌਨਅਕਿਸਟ/ *n* ਸਮਰਾਟਵਾਦੀ

monarchy /'ਮੌਨਅਕਿ/*n* ਰਾਜ, ਬਾਦਸ਼ਾਹ, ਇੱਕ ਰਾਜ ਤੰਤਰ, ਸ਼ਖ਼ਸੀ ਹਕੂਮਤ

monastery /'ਮੌਨਅਸਟਰਿ/ *n* ਈਸਾਈ ਮੱਠ, ਖ਼ਾਨਗਾਹ, ਆਸ਼ਰਮ; ਵਿਹਾਰ

monastic /ਮਅ'ਨੈਸਟਿਕ/ *a* ਮੱਠ ਸੰਬੰਧੀ, ਆਸ਼ਰਮ ਸੰਬੰਧੀ, ਸੰਨਿਆਸੀਆਂ ਦਾ, ਮੁਨੀ ਜੀਵਨ ਜਾਂ ਭਿਖਸ਼ੂ ਜੀਵਨ ਸੰਬੰਧੀ

monasticism /ਮਅ'ਨੈਸਟਿਸਿਜ਼ਅਮ/*n* ਵਿਰਕਤ ਜੀਵਨ, ਤਿਆਗੀ ਜੀਵਨ, ਮੱਠ ਵਾਸ, ਵਾਨਪ੍ਰਸਥ, ਸਨਿਆਸ, ਵਿਰਾਗ

monasticize /ਮਅ'ਨੈਸਟਿਸਾਇਜ਼/ *vt* ਮੱਠ ਬਣਾਉਣਾ, ਆਸ਼ਰਮ ਬਣਾਉਣਾ

mondaine /ਮੌਨ'ਡੈਨੱ/ *a* ਭੌਤਿਕ, ਸੰਸਾਰੀ, ਲੌਕਿਕ

Monday /'ਮਅੱਨਡੇਇ, -ਡਿ/ *n* ਸੋਮਵਾਰ, ਪੀਰ

monde / ਮੌਨਡ/ *(L) n* ਫ਼ੈਸ਼ਨ ਦੀ ਦੁਨੀਆਂ

mondial /'ਮੌਨਡਿਅਲ/ *a* ਵਿਸ਼ਵ-ਵਿਆਪੀ, ਸੰਸਾਰ ਸੰਬੰਧੀ

monetarism /'ਮਅੱਨਿਟਅਰਿਜ਼ਅਮ/ *n*

ਮੁਦਰੀਕਰਨ, ਦੇਸ਼ ਵਿਚ ਪ੍ਰਾਪਤ ਧਨ 'ਤੇ ਨਿਯੰਤਰਨ ਰੱਖਣ ਦੀ ਨੀਤੀ, ਵਿੱਤੀ ਨਿਯੰਤਰਨ

monetarist/'ਮਅੱਨਿਟਅਰਿਸਟ/ *n* ਸਿੱਕੇ ਦੇ ਫੈਲਾਅ 'ਤੇ ਨਿਯੰਤਰਨ ਦਾ ਸਮਰਥਕ, ਮੁਦਰਾ ਨਿਯੰਤਰਨਵਾਦੀ

monetary /'ਮਅੱਨਿਟਰਿ/ *a* ਮਾਲੀ, ਮੁਦਰਾ ਸੰਬੰਧੀ, ਵਿੱਤੀ, ਆਰਥਿਕ, ਧਨ ਸੰਬੰਧੀ

monetization /ˌਮਅੱਨਿਟਾਇ'ਜ਼ੇਇਸ਼ਨ/ *n* ਧਾਤ ਦਾ ਸਿੱਕਾ ਬਣਾਉਣ ਦੀ ਕਿਰਿਆ, ਮੁਦਰੀਕਰਨ

monetize /'ਮਅੱਨਿਟਾਇਜ਼/ *vt* ਧਾਤ ਦਾ ਸਿੱਕਾ ਬਣਾਉਣਾ, ਮੁਦਰੀਕਰਨ

money /'ਮਅੱਨਿ/ *n* ਧਨ, ਰੁਪਈਏ, ਪੈਸੇ, ਮੁਦਰਾ; ਵਿੱਤ, ਜਰ, ਸਿੱਕਾ, ਨੋਟ, ਪ੍ਰਚਲਿਤ ਮੁਦਰਾ, ਟਕਸਾਲ; ਧਨ ਰਾਸ਼ੀ, ਦੌਲਤ, ਸੰਪੱਤੀ, ਜਾਇਦਾਦ, ਪੂੰਜੀ, ਨਕਦੀ **money begets money** ਪੈਸੇ ਨੂੰ ਪੈਸਾ ਖਿੱਚਦਾ ਹੈ **money makes the mare go** ਦਾਮ ਬਣਾਏ ਕਾਮ

money bag *n* ਪੈਸਿਆਂ ਦਾ ਥੈਲਾ

moneybags /'ਮਅੱਨਿਬੈਗਜ਼/ *n* (ਬੋਲ) ਧਨੀ ਤੇ ਲਾਲਚੀ ਆਦਮੀ, ਕੁਬੇਰ

moneyed /'ਮਅੱਨਿਡ/ *a* ਧਨੀ, ਅਮੀਰ, ਮਾਲਦਾਰ, ਦੌਲਤਮੰਦ

moneyer /'ਮਅੱਨਿਅ*/ *n* ਟਕਸਾਲੀਆ

moneylender /'ਮਅੱਨਿਲੈਂਡਅ*/ *n* ਵਿਆਜ 'ਤੇ ਕਰਜ਼ਾ ਦੇਣ ਵਾਲਾ, ਸੂਦਖ਼ੋਰ

moneylending /'ਮਅੱਨਿ'ਲੈਂਡਿਙ/ *n* ਸ਼ਾਹੂਕਾਰਾ, ਮਹਾਜਨੀ

moneyless /'ਮਅੱਨਿਲਅਸ/ *a* ਨਿਰਧਨ, ਧਨਹੀਣ, ਗ਼ਰੀਬ, ਕੰਗਾਲ

money order *n* ਡਾਕਖ਼ਾਨੇ ਰਾਹੀਂ ਪੈਸੇ ਭੇਜਣ ਦੀ ਵਿਧੀ, ਮਨੀ ਆਰਡਰ

moneyspinner /'ਮਅੱਨਿˌਸਪਿਨਅ*/ (ਅਪ) *n* ਪੈਸਾ ਕਮਾਉਣ ਵਾਲੀ ਵਸਤੂ

money-supply *n* ਦੇਸ਼ ਵਿੱਚ ਕਿਸੇ ਵਿਸ਼ੇਸ਼ ਸਮੇਂ 'ਤੇ ਪੈਸੇ ਦੀ ਕੁੱਲ ਮਾਤਰਾ, ਧਨ ਭੰਡਾਰ

monger /'ਮਅੱਙਗਅ*/ *n* ਦੁਕਾਨਦਾਰ, ਵਪਾਰੀ

mongol /'ਮੌਙਗਅਲ/ *a n* ਮੰਗੋਲੀਆ ਦਾ ਵਾਸੀ

mongoose /'ਮੌਙਗੂਸ/ *n* ਨਿਓਲਾ

mongrel /'ਮਅੱਙਗਰਅਲ/ *n* ਦੋਗਲਾ ਕੁੱਤਾ; ਦੋ ਨਸਲਾ, (ਕੁੱਤਾ ਆਦਿ) *a* ਪਿਓਂਦੀ (ਪੌਦਾ)

monism /'ਮੌਨਿਜ਼ਅਮ, 'ਮਅਉਨਿ-/ *n* ਅਦਵੈਤਵਾਦ, ਬ੍ਰਹਮਵਾਦ

monist /'ਮੌਨਿਸਟ/ *n* ਅਦਵੈਤਵਾਦੀ, ਬ੍ਰਹਮਵਾਦੀ

monition /ਮਅ(ਉ)'ਨਿਸ਼ਨ/ *n* ਹਿਦਾਇਤ, ਚਿਤਾਵਨੀ, ਭੈ ਸੂਚਨਾ, ਸਿੱਖਿਆ, ਤੰਬੀਹ; ਸਰਕਾਰੀ ਜਾਂ ਕਨੂੰਨੀ ਹੁਕਮਨਾਮਾ, ਸੰਮਨ, ਤਲਬਨਾਮਾ

monitor /'ਮੌਨਿਟਅ*/ *n* ਮਾਨੀਟਰ (ਸਕੂਲ ਵਿੱਚ); ਉਪਦੇਸ਼ਕ, ਬੌਧਿਕ; ਖ਼ਤਰੇ ਦੀ ਖ਼ਬਰ ਦੇਣ ਵਾਲਾ ਵਿਅਕਤੀ; ਸਰਕਾਰੀ ਟੈਲੀਫ਼ੋਨ ਆਦਿ ਤੋਂ ਸੰਦੇਸ਼ ਦੀ ਵਰਤੋਂ ਦਾ ਨਿਰੀਖਕ; ਇੱਕ ਤਰ੍ਹਾਂ ਦੀ ਕਿਰਲੀ; ਜੰਗੀ ਜਹਾਜ਼; ਨਿਰੀਖਕ *v* ਨਿਰੀਖਕ ਵਜੋਂ ਕੰਮ ਕਰਨਾ; ਨਿਰੀਖਣ ਕਰਨਾ; ਟੈਲੀਫ਼ੋਨ ਦੀ ਜਾਂਚ ਕਰਨਾ; (ਕੰਪਿ) ਕੰਪਿਊਟਰ ਦਾ ਪਰਦੇ ਵਾਲਾ ਹਿੱਸਾ

monitory /'ਮੌਨਿਟ(ਅ)ਰਿ/ *n* ਪਾਦਰੀ ਦਾ ਉਪਦੇਸ਼ਾਤਮਿਕ ਪੱਤਰ *a* ਉਪਦੇਸ਼ਕ, ਚਿਤਾਵਨੀ ਦੇਣ ਵਾਲਾ

monk /ਮਅੱਙਕ/ *n* ਜੋਗੀ, ਸਾਧੂ, ਸੰਨਿਆਸੀ, ਮਠਵਾਸੀ, ਉਦਾਸੀ, ਫ਼ਕੀਰ, ਦਰਵੇਸ਼, ਵਿਰਾਗੀ, ਤਿਆਗੀ

monkdom /'ਮਅੱਙਕਡਅਮ/ *n* ਸਾਧਗੀਰੀ, ਦਰਵੇਸ਼ੀ, ਸੰਨਿਆਸੀ ਪਦ

monkery /'ਮਅੱਙਕਅਰੀ/ *n* ਜੋਗੀ, ਸਾਧੂ, ਸੰਨਿਆਸੀ; ਜੋਗੀ ਦੇ ਸਮਾਨ ਸਾਧਨਾ; ਆਸ਼ਰਮ ਜੀਵਨ

monkey /'ਮਅੱਙਕਿ/ *n* ਬਾਂਦਰ; ਸੁਰਾਹੀ, ਸੁਰਾ ਪਾਤਰ, ਸ਼ਰਾਬ ਵਾਲਾ ਭਾਂਡਾ *v* ਹਾਸਾ ਉਡਾਉਣਾ,

ਮੂਰਖ ਬਣਾਉਣਾ ਜਾਂ ਬਣਨਾ, ਨਕਲ ਲਾਉਣਾ

monkey business *n* (ਬੋਲ)ਚਲਾਕੀ ਦਾ ਧੰਦਾ

monkeyish **/'ਮਅੱਙਕਿਇਸ਼/** *a* ਚੰਚਲ, ਨਟਖਟ, ਬਾਂਦਰ ਦੇ ਸਮਾਨ

monkeyism **/'ਮਅੱਙਕਿਇਜ਼ਅਮ/** *n* ਚੰਚਲਤਾ; ਨਕਲ

monkey's wedding *n* ਮੀਂਹ ਪੈਂਦੇ ਧੁੱਪ ਨਿਕਲ ਆਉਣ ਦੇ ਸਮੇਂ ਲਈ ਵਰਤਿਆ ਜਾਣ ਵਾਲਾ ਪ੍ਰਗਟਾਅ, ਗਿੱਦੜ-ਗਿੱਦੜੀ ਦਾ ਵਿਆਹ

monkey wrench *n* ਸੰਨ੍ਹੀ ਜਿਸਦੀ ਚੁੜਾਈ ਵਧਾਈ ਘਟਾਈ ਜਾ ਸਕਦੀ ਹੈ

mono **/'ਮੌਨਅਉ/** *a* ਇੱਕ, ਇਕੱਲਾ

monoblepsia/ˌਮੌਨਅ(ਉ)'ਬਲੈੱਪਸਿਅ/ *n* ਇੱਕ ਅੱਖ ਬੰਦ ਕਰਕੇ ਵਧੇਰੇ ਦਿਖਾਈ ਦੇਣ ਦਾ ਰੋਗ, ਇਕਾਗਰਤਾ

monocardian **/ˌਮੌਨਅ'ਕਾਡਿਅਨ/** *n* ਦੋ ਜੁੜੇ ਹੋਏ ਜੀਵਾਂ ਵਿੱਚ ਇੱਕ ਹਿਰਦਾ, ਅਵੰਡ ਹਿਰਦਾ

monocarp **/'ਮੌਨਅਕਾਪ/** *n* ਉਹ ਪੌਦਾ ਜਿਸ ਨੂੰ ਇੱਕੋ ਵਾਰੀ ਫਲ ਲੱਗੇ; ਇੱਕ ਅੰਡਪ ਜੀਵ

monoceros **/ ਮਅ'ਨੌਸਅਰਅਸ/** *n* ਗੈਂਡਾ

monochord **/'ਮੌਨਅਕੋਡ/** *n* ਇੱਕ ਤੰਤੀ ਸਾਜ਼, ਇੱਕਤਾਰਾ, ਤੂੰਬਾ

monochromatism **/ਮੌਨਅ(ਉ)'ਕਰਅਉਮਅਟਿਜ਼ਅਮ/** *n* ਇੱਕ ਰੰਗੀ, ਪੂਰਨ ਰੰਗਅੰਧਤਾ

monochrome **/'ਮੌਨਅਕਰਅਉਮ/** *n* ਇੱਕ ਹੀ ਰੰਗ ਵਿੱਚ ਬਣਿਆ ਚਿੱਤਰ *a* ਇੱਕ ਰੰਗਾ

monochronic **/ˌਮੌਨਅ'ਕਰੌਨਿਕ/** *a* ਸਮਕਾਲੀਨ

monocle **/'ਮੌਨਅਕਲ/** *n* ਇੱਕ ਸ਼ੀਸ਼ੇ ਵਾਲੀ ਐਨਕ

monocotyledon **/ˌਮੌਨਅਉˌਕੌਟਿ'ਲੀਡਨ/** *n* ਇੱਕ ਬੀਜ ਪੱਤਰੀ ਪੌਦਾ

monocracy **/ਮਅ'ਨੌਕਰਅਸਿ/** *n* ਤਾਨਾਸ਼ਾਹੀ, ਇੱਕ ਵਿਅਕਤੀ ਦਾ ਰਾਜ, ਇੱਕ ਪੁਰਖੀ ਰਾਜ

monocrat **/'ਮੌਨਅਕਰੈਟ/** *n* ਤਾਨਾਸ਼ਾਹ

monocular **/ਮਅ'ਨੌਕਯੁਲਅ*/** *a* ਇੱਕ ਅੱਖ ਵਾਲਾ, ਇੱਕ ਨੇਤਰਾ

monocyte **/'ਮੌਨਅਸਾਇਟ/** *n* ਸਫ਼ੈਦ ਖ਼ੂਨ ਕੋਸ਼ਿਕਾ ਜੋ ਸਰੀਰ ਚੋਂ ਨੁਕਸਾਨਦੇਹ ਪਦਾਰਥ ਬਾਹਰ ਕੱਢਦੀ ਹੈ

monodic **/ਮਅ'ਨੌਡਿਕ/** *a* ਸੋਗ ਦੇ ਗੀਤ ਦਾ, ਵਿਰਲਾਪੀ, ਮਰਸੀਏ ਦਾ

monodist **/'ਮੌਨਅਡਿਸਟ/** *n* ਸੋਗ ਦਾ ਗੀਤ ਲਿਖਣ ਵਾਲਾ, ਮਰਸੀਏ ਦਾ ਰਚਨਹਾਰਾ, ਮਰਸੀਆਕਾਰ

monodrama **/'ਮੌਨਅਉਡਰਾਮਅ/** *n* ਇੱਕ ਪਾਤਰੀ ਨਾਟਕ

monody **/'ਮੌਨਅਡਿ/** *n* ਯੂਨਾਨ ਵਾਸੀਆਂ ਦੇ ਦੁਖਾਂਤ ਨਾਟਕ ਵਿੱਚ ਇੱਕ ਹੀ ਐਕਟਰ ਦੁਆਰਾ ਗਾਇਆ ਗੀਤ, ਸੋਗ ਦਾ ਗੀਤ, ਸ਼ੋਕ ਗੀਤ, ਮਰਸੀਆ

monogamous **/ਮਅ'ਨੌਗਅਮਅਸ/** *a* ਇੱਕ ਪਤਨੀਵਰਤ ਸੰਬੰਧੀ, ਇੱਕ ਪਤਨੀਕ, ਇੱਕ ਵਿਆਹ ਦੀ ਪ੍ਰਥਾ ਸੰਬੰਧੀ

monogamy **/ਮਅ'ਨੌਗਅਮਿ/** *n* ਇੱਕ ਪਤਨੀ ਵਿਆਹ, ਇੱਕ ਪਤਨੀ ਰੱਖਣ ਦੀ ਪ੍ਰਥਾ, ਇੱਕ ਪਤਨੀਤਵ

monogenism **/ਮੌ'ਨੌਜਿਨਿਜ਼ਅਮ/** *n* ਇੱਕ ਮੂਲਵਾਦ

monoglot **/'ਮੌਨਅਗਲੌਟ/** *n* ਇੱਕ ਭਾਸ਼ੀ; ਇੱਕ ਭਾਸ਼ਾ ਵਿੱਚ ਲਿਖਤ

monogram **/'ਮੌਨਅਗਰੈਮ/** *n* ਦੋ ਜਾਂ ਦੋ ਤੋਂ ਵਧੇਰੇ ਲਿਪਾਂਕਾਂ ਨਾਲ ਰਲ ਕੇ ਬਣਿਆ ਇੱਕ ਚਿੰਨ੍ਹ

monograph **/'ਮੌਨਅਗਰਾਫ਼/** *n* ਇੱਕੋ ਵਿਸ਼ੇ ਉੱਤੇ ਲਿਖਿਆ ਨਿਬੰਧ ਜਾਂ ਪ੍ਰਬੰਧ *vt* ਕਿਸੇ ਵਿਸ਼ੇ ਉੱਤੇ ਨਿਬੰਧ ਜਾਂ ਪ੍ਰਬੰਧ ਲਿਖਣਾ

monolatry **/ਮਅ'ਨੌਲਅਟਰਿ/** *n* ਇੱਕ ਇਸ਼ਟ

ਪੂਜਾ

monolingual /ˌਮੌਨਅ'ਲਿਙਗਵਅਲ/ *a* ਇੱਕ (ਭਾਸ਼ਾ) ਭਾਸ਼ੀ (ਕੋਸ਼); ਇੱਕੋ ਭਾਸ਼ਾ ਜਾਨਣ ਵਾਲਾ

monolith /'ਮੌਨਅਲਿਥ/ *n* ਕੇਵਲ ਇੱਕ ਪੱਥਰ ਦਾ ਥੰਮ੍ਹ ਜਾਂ ਯਾਦਗਾਰ

monologist /ਮੌ'ਨੌਲਅਜਿਸਟ/ *n* ਆਤਮ ਵਕਤਾ; ਆਪਣੇ ਆਪ ਨਾਲ ਗੱਲਾਂ ਕਰਨ ਵਾਲਾ ਵਿਅਕਤੀ

monologue /'ਮੌਨਅਲੌਗ/ *n* ਮਨ ਬਚਨੀ, ਇੱਕ ਧਿਰ ਦੀ ਗੱਲ, ਸਵੈਗਤ ਕਥਨ; ਇੱਕ ਪਾਤਰੀ ਨਾਟਕ ਜਾਂ ਰੂਪਕ; ਇੱਕਠ ਵਿੱਚ ਇੱਕ ਆਦਮੀ ਦਾ ਲੰਮਾ ਭਾਸ਼ਣ

monomania /ˌਮੌਨਅ'ਮੇਇਨਿਅ/ *n* ਇੱਕੋ ਗੱਲ ਦਾ ਖ਼ਬਤ, ਇੱਕੋ ਖ਼ਿਆਲ ਦੀ ਧੁਨ; ਇੱਕ ਮਾਨਸਿਕ ਵਿਕਾਰ

monometallism /ˌਮੌਨਅ(ਉ)'ਮੈਟੱਲਿਜ਼ਅਮ/ *n* ਇੱਕ ਧਾਤ ਪ੍ਰਨਾਲੀ, ਇੱਕ ਧਾਤਤਾ, ਮੁਦਰਾ ਵਿੱਚ ਕੇਵਲ ਇੱਕੋ ਧਾਤ ਦੀ ਵਰਤੋਂ

monometer /ਮਅ'ਨੌਮਿਟਅ*/ *n* ਇੱਕ ਪਦ ਛੰਦ ਸਿੱਖਿਆ

monometric /ਮੌ.ਨਅ(ਉ)'ਮੈਟੱਰਿਕ/ *a* ਇੱਕ ਛੰਦ ਵਾਲਾ; ਇੱਕ ਪਦ ਛੰਦ ਸਿੱਖਿਆ ਸੰਬੰਧੀ

monomorphous /ˌਮੌਨਅ'ਮੋਫ਼ਅਸ/ *a* ਇੱਕ ਰੂਪ, ਅਪਰਿਵਰਤਤ ਰੂਪ

monophagous /ਮਅ'ਨੌਫ਼ਅਗਅਸ/ *a* ਇੱਕ ਆਹਾਰੀ, ਇੱਕ ਭੋਜਨ ਖਾਣ ਵਾਲਾ

monophobia /ˌਮੌਨਅ(ਉ)'ਫ਼ਅਉਬਿਅ/ *n* ਇੱਕਲੇਪਣ ਦਾ ਡਰ

monopolism /ਮਅ'ਨੌਪਅਲਿਜ਼ਅਮ/ *n* ਏਕਾਧਿਕਾਰਵਾਦ

monopolize/ਮਅ'ਨੌਪਅਲਾਇਜ਼/ *vt* ਇਜਾਰੇਦਾਰੀ ਚਲਾਉਣਾ

monopoly / ਮਅ'ਨੌਪਅਲਿ/ *n* ਏਕਾਧਿਕਾਰ ਵਿੱਚ ਲਿਆਂਦੀ ਹੋਈ ਚੀਜ਼, ਇਜਾਰੇਦਾਰੀ

monopsony /ਮਅ'ਨੌਪਸਅਨਿ/ *n* (ਕਿਸੇ ਇੱਕ ਵਿਅਕਤੀ ਨੂੰ) ਖ਼ਰੀਦ ਦਾ ਸਮੁੱਚਾ ਅਧਿਕਾਰ ਜਾਂ ਖ਼ਰੀਦ ਦਾ ਏਕਾਧਿਕਾਰ

monorail /'ਮੌਨਅਉਰੇਇਲ/ *n* ਇੱਕ ਪਟੜੀ ਦੀ ਰੇਲ ਗੱਡੀ, ਇੱਕ ਪਟੜੀ

monostich /'ਮੌਨਅਸਟਿਕ/ *n* ਇੱਕ ਪਦੀ ਕਵਿਤਾ, ਇੱਕ ਤੁਕ ਦੀ ਕਵਿਤਾ

monostyle /'ਮੌਨਅਸਟਾਇਲ/ *a* ਇੱਕ ਤਰਜ਼ ਦਾ, ਇੱਕ ਢੰਗ ਦਾ, ਇੱਕ ਸ਼ੈਲੀ ਦਾ

monosyllabic /ˌਮੌਨਅਸਿ'ਲੈਬਿਕ/ *a* ਇੱਕ ਉਚਾਰਖੰਡੀ

monosyllabism /ਮੌਨਅ'ਸਿਲਅਬਿਜ਼ਅਮ/ *a* (ਭਾਸ਼ਾ) ਇੱਕ ਅੱਖਰੀ ਉਚਾਰਖੰਡ, ਇੱਕ ਅੱਖਰੀ ਵਰਤੋਂ

monosyllable /'ਮੌਨਅਸਿਲਅਬਲ/ *n* (ਭਾਸ਼ਾ)ਇੱਕੋ ਉਚਾਰਖੰਡ ਦਾ ਸ਼ਬਦ *a* ਇੱਕੋ ਉਚਾਰਖੰਡ ਵਾਲਾ

monotheism /'ਮੌਨਅਉਥਿਇਜ਼ਅਮ/ *n* ਇੱਕ ਈਸ਼ਵਰਵਾਦ, ਅਦਵੈਤਵਾਦ

monotheist /'ਮੌਨਅਉਥਿਇਸਟ/ *n* ਇੱਕ ਈਸ਼ਵਰਵਾਦੀ, ਅਦਵੈਤਵਾਦੀ

monotint /'ਮੌਨਅ(ਉ)ਟਿਨਟ/ *n* ਇੱਕ ਰੰਗ ਦੀ ਚਿੱਤਰਕਾਰੀ

monotone /'ਮੌਨਅਟਅਉਨ/ *n* ਇੱਕ ਤਾਨ, ਇੱਕਰੂਪਤਾ; ਇੱਕ ਸੁਰੀ ਅਵਾਜ਼, ਲਿਖਾਈ ਦੀ ਇਕਸਾਰਤਾ *v* ਇੱਕੋ ਸੁਰ ਵਿਚ ਜ਼ੋਰ-ਜ਼ੋਰ ਨਾਲ ਗਾਉਣਾ, ਇੱਕ ਤਾਨ ਬੋਲਣਾ ਜਾਂ ਦੁਹਰਾਉਣਾ

monotonous /ਮਅ'ਨੌਟਅਨਅਸ/ *a* ਇੱਕ ਲੈਅ ਵਾਲਾ, ਇੱਕ ਸੁਰ ਵਾਲਾ; ਇੱਕ ਰਸ, ਇੱਕ ਰੂਪ, ਨਿਰਸ; ਉਕਤਾ ਦੇਣ ਵਾਲਾ, ਅਕਾਊ

monotonousness, monotony /ਮਅ'ਨੌਟਅਨਅਸਨਅਸ, ਮਅ'ਨੌਟਅਨਿ/ *n* ਇਕਸਾਰਤਾ, ਇਕਸੁਰਤਾ, ਮੁੱਢ ਤੋਂ ਅੰਤ ਤੱਕ ਇੱਕੋ ਅੰਦਾਜ਼; ਨੀਰਸਤਾ, ਅਕੇਵਾਂ, ਉਕਤਾਹਟ

monotypic /ˌਮੌਨਅ'ਟਿਪਿਕ/ *a* ਇਕਰੂਪਕ, ਇੱਕ ਪ੍ਰਤਿਰੂਪੀ; ਇੱਕ ਪ੍ਰਮਾਣੂ ਵਾਲਾ; ਇੱਕ ਰੂਪ ਵਿੱਚ ਹੀ ਪ੍ਰਦਰਸ਼ਿਤ

monsieur /ਮਅ'ਸਯਅ*/ (F) *n* ਸ੍ਰੀ, ਸ੍ਰੀਮਾਨ, ਮਿਸਟਰ; ਫ਼ਰਾਂਸੀਸੀ, ਫ਼ਰਾਂਸ ਦਾ ਵਸਨੀਕ

monsoon /ˌਮੌਨ'ਸੂਨ/ *n* ਮੌਨਸੂਨ, ਮੌਸਮੀ ਹਵਾ; ਹਿੰਦ ਮਹਾਂ ਸਾਗਰ ਤੋਂ ਭਾਰਤ ਵਿੱਚ ਵਰਖਾ ਲਿਆਉਣ ਵਾਲੀ ਹਵਾ; ਵਰਖਾ ਰੁੱਤ, ਵਰਖਾ ਕਾਲ; ਵੱਖ-ਵੱਖ ਸਮੇਂ ਚੱਲਣ ਵਾਲੀਆਂ ਹਵਾਵਾਂ

monster /'ਮੌਨਸਟਅ*/ *n* ਰਾਖਸ਼, ਦਾਨਵ, ਦੁਰਆਤਮਾ; ਵਿਕਰਾਲ ਜੀਵ ਜਾਂ ਵਸਤੂ, ਅਦਭੁੱਤ ਚੀਜ਼ *a* ਅਤਿ ਵਿਸ਼ਾਲ, ਬਹੁਤ ਵੱਡਾ, ਅਦਭੁਤ, ਕਰੂਪ

monstrance /'ਮੌਨਸਟਰਅਨਸ/ *n* (ਗਿਰਜਾ ਘਰ ਵਿੱਚ) ਪਵਿੱਤਰ ਪ੍ਰਸ਼ਾਦ ਪਾਤਰ

monstrosity /ਮੌਨ'ਸਟਰੌਸਅਟਿ/ *n* ਦੈਂਤਪਣ, ਰਾਖਸ਼ਸਪਣ; ਵਿਰੂਪਤਾ, ਭਿਅੰਕਰਤਾ; ਅਜੂਬਾ; ਪਸ਼ੂਆਂ ਵਰਗੀ ਜਾਂ ਪਾਸ਼ਵਿਕ ਵਸਤੂ

monstrous /'ਮੌਨਸਟਰਅਸ/ *a* ਰਾਖਸ਼ੀ, ਬਹੁਤ ਵੱਡਾ, ਦਿਓ ਵਰਗਾ; ਅਨੋਖਾ, ਅਜੀਬ, ਵੀਭਤਸ, ਅਦਭੁਤ, ਡਰਾਉਣਾ, ਘੋਰ; ਹਰ ਤਰ੍ਹਾਂ ਅਯੋਗ, ਸਰਾਸਰ ਗ਼ਲਤ; ਭਾਰਾ, ਬਹੁਤ ਜ਼ਿਆਦਾ

montage /ˌਮੌਨ'ਟਾਯ਼, 'ਮੌਨਟਾਯ਼/ *n* ਵੱਖ-ਵੱਖ ਨਾਟਕੀ ਅੰਗਾਂ ਦੇ ਸੰਜੋਗ ਨਾਲ ਬਣੀ ਫ਼ਿਲਮ, ਮੋਨਤਾਜ

montane /'ਮੌਨਟੇਇਨ/ *a* ਪਰਬਤੀ, ਪਰਬਤ ਸੰਬੰਧੀ

Montessorian /ˌਮੌਨਟਿ'ਸੋਰਿਅਨ/ *a* ਮਾਂਟੇਸੋਰੀ ਸਿੱਖਿਆ ਪੱਧਤੀ ਵਿੱਚ ਵਿਸ਼ਵਾਸ ਰੱਖਣ ਵਾਲਾ; ਮਾਂਟੇਸੋਰੀ ਸਿੱਖਿਆ ਪੱਧਤੀ ਸੰਬੰਧੀ

Montessori system /ˌਮੌਨਟਿ'ਸੋਰਿ ਸਿਸਟਅਮ/ *n* (ਸਿੱਖਿਆ ਦੇਣ ਦੀ) ਮਾਂਟੇਸੋਰੀ ਵਿਧੀ, ਮਾਂਟੇਸੋਰੀ ਪ੍ਰਨਾਲੀ

month / ਮਅੱਨਥ/ *n* ਮਹੀਨਾ, ਮਾਹ, ਮਾਸ, ਤੀਹ ਜਾਂ ਇਕੱਤੀ ਦਿਨ ਦਾ ਸਮਾਂ

monthly /'ਮਅੱਨਥਲਿ/ *n* ਮਾਹਵਾਰੀ, ਮਾਸਿਕ ਧਰਮ; ਮਾਸਿਕ ਪੱਤਰ ਜਾਂ ਮਾਹਵਾਰੀ ਅਖ਼ਬਾਰ ਰਸਾਲਾ ਆਦਿ *a* ਮਾਸਿਕ, ਮਾਹਵਾਰ, ਮਹੀਨੇ ਵਿੱਚ ਇੱਕ ਵਾਰ ਆਉਣ ਵਾਲਾ ਜਾਂ ਹੋਣ ਵਾਲਾ; ਮਹੀਨੇ ਵਿੱਚ ਭੁਗਤਾਇਆ ਜਾਣ ਵਾਲਾ *adv* ਪ੍ਰਤਿ ਮਹੀਨਾ, ਮਹੀਨੇ ਵਾਰ

monticule /'ਮੌਨਟਿਕਯੂਲ/ *n* ਟਿੱਬਾ, ਟਿੱਲਾ, ਛੋਟੀ ਪਹਾੜੀ; (ਪਿੱਠ ਦਾ) ਉਭਾਰ

monture /'ਮੌਨਚਅ* / *n* ਮੜ੍ਹਾਈ (ਹੀਰੇ ਦੀ)

monument /'ਮੌਨਯੁਮਅਨਟ/ *n* ਪੁਰਾਤਨ ਇਮਾਰਤ, ਸਮਾਰਕ, ਸਮਾਰਕ ਚਿੰਨ੍ਹ

monumental /ˌਮੌਨਯੁ'ਮੈਂਟਲ/ *a* ਯਾਦਗਾਰੀ, ਸ਼ਾਨਦਾਰ; ਮਹਾਨ; ਭਾਰੀ; ਸਮਾਰਕੀ; ਅਸਚਰਜ ਕਰ ਦੇਣ ਵਾਲਾ

moo /ਮੂ/ *vi* (ਗਾਂ ਜਾਂ ਬਲਦ ਦਾ) ਰੰਭਣਾ, ਅੜਿੰਗਣਾ

mooch /ਮੂਚ/ *v* (ਉਪ) ਮੁੱਛਣਾ, ਚੁੱਕ ਲੈਣਾ, ਚੁਰਾਅ ਲੈਣਾ, ਉਡਾ ਦੇਣਾ; ਇੱਧਰ-ਉਧਰ ਐਵੇਂ ਫਿਰਨਾ, ਮਟਰ-ਗਸ਼ਤੀ ਕਰਨਾ

mood /ਮੂਡ/ *n* ਰੌਂ, ਮਿਜ਼ਾਜ, ਬਿਰਤੀ, ਮਨੋਦਸ਼ਾ, ਚਿੱਤ, ਜੀਅ, ਭਾਵ, ਭਾਵਕ ਦਸ਼ਾ; ਕ੍ਰੋਧ, ਰੋਸਾ, ਗੁੱਸਾ; ਲਟਕ; (ਵਿਆ) ਕਿਰਿਆ ਅਰਥ ਭੇਦ, ਕਿਰਿਆ ਦੇ ਰੂਪ

moody /'ਮੂਡਿ/ *a* ਦਿਲਗੀਰ, ਉਦਾਸ; ਰੁੱਸਿਆ ਹੋਇਆ; ਮਨ-ਮੌਜੀ, ਮਨਚਲਾ; ਗੁਸੈਲਾ, ਚਿੜਚਿੜਾ

moon /ਮੂਨ/ *n* ਚੰਨ, ਚੰਦ, ਚੰਦਰਮਾ, ਮਹਿਤਾਬ; (ਕਾਵਿ) ਮਹੀਨਾ *v* ਊਂਘਦੇ ਹੋਏ ਤੁਰਨਾ; ਗੁਆਚੇ-ਗੁਆਚੇ ਰਹਿਣਾ, ਵਿਅਰਥ ਸਮਾਂ ਗੁਵਾਉਣਾ **full moon** ਪੂਰਨਮਾਸ਼ੀ ਦਾ ਚੰਨ, ਪੂਰਾ ਚੰਨ

moonbeam /'ਮੂਨਬੀਮ/ *n* ਚੰਨ ਦੀਆਂ ਰਿਸ਼ਮਾਂ ਜਾਂ ਕਿਰਨਾਂ

mooncalf /'ਮੂਨਕਾਫ਼/ *n* ਜਮਾਂਦਰੂ ਮੂਰਖ

moon face *n* ਗੋਲ ਤੇ ਭਰਿਆ ਭਕੁੰਨਿਆ ਚਿਹਰਾ, ਚੰਦਰ ਮੁਖ

moonlet /'ਮੂਨਲਿਟ/ *n* ਛੋਟਾ ਚੰਦਰਮਾ

moonlight /'ਮੂਨਲਾਇਟ/ *n* ਚੰਦ ਦੀ ਚਾਨਣੀ, ਚੰਦਰਕਾ, ਚੰਦਰ ਪ੍ਰਭਾ, ਜਯੋਤਸਨਾ

moonlit /'ਮੂਨਲਿਟ/ *a* ਚਾਂਦਨੀ ਨਾਲ ਰੁਸ਼ਨਾਇਆ

moonshine /'ਮੂਨਸ਼ਾਇਨ/ *n* ਬਕਵਾਸ; ਦੇਸੀ ਸ਼ਰਾਬ, ਠੱਰਾ

moonshiner /'ਮੂਨਸ਼ਾਇਨਅ*/ *n* ਦੇਸੀ ਸ਼ਰਾਬ ਕੱਢਣ ਵਾਲਾ

moonstone /'ਮੂਨਸਟਅਉਨ/ *n* ਚੰਦਰਮਣੀ, ਚੰਦਰਕਾਂਤ ਮਣੀ

moonstruck /'ਮੂਨਸਟਰਅੱਕ/ *n* ਪਾਗਲ, ਦੀਵਾਨਾ

Moor /ਮੋ*, ਮੁਅ*/ *n* ਰਲੇ-ਮਿਲੇ ਬਰਬਰੀ ਤੇ ਅਰਬੀ ਨਸਲ ਦੇ ਮੁਸਲਮਾਨ, ਬਰਬਰ, ਮੂਰ

moor *n* ਬੀੜ, ਬੰਜਰ ਜ਼ਮੀਨ, ਸ਼ਿਕਾਰਗਾਹ

moorage /'ਮੁਅਰਿਜ/ *n* ਘਾਟ, ਪੱਤਣ; ਘਾਟ ਦੀ ਚੁੰਗੀ ਜਾਂ ਜ਼ਕਾਤ

moot / ਮੂਟ/ *n* (ਇਤਿ) ਸਭਾ, ਮਜਲਸ; (ਕਨੂੰਨ) ਵਕਾਲਤ ਦੀ ਜਮਾਤ ਦੇ ਵਿਦਿਆਰਥੀਆਂ ਦੇ ਅਭਿਆਸ ਲਈ ਕਿਸੇ ਖ਼ਿਆਲੀ ਮੁਕੱਦਮੇ ਉੱਤੇ ਜਿਰ੍ਹਾ; ਵਿਵਾਦ ਪੂਰਨ ਬਹਿਸ; ਤਲਬ *vt* ਜਿਰ੍ਹਾ ਕਰਨਾ, ਵਾਦ-ਵਿਵਾਦ ਕਰਨਾ, ਦਲੀਲ ਦੇਣਾ, ਝਗੜਨਾ *a* ਬੁਨਿਆਦੀ, ਵਿਵਾਦ ਅਧੀਨ, ਵਿਚਾਰਗੋਚਰਾ

moot court *n* ਕਨੂੰਨ ਦੇ ਵਿਦਿਆਰਥੀਆਂ ਦੀ ਸਿਖਿਆ ਲਈ ਬਣਾਉਟੀ ਕਚਹਿਰੀ, ਫ਼ਰਜ਼ੀ ਕਚਹਿਰੀ

mooting /ਮੂਟਿਙ/ *n* ਬਹਿਸ ਅਤੇ ਜਿਰ੍ਹਾ ਕਰਨ ਦੀ ਕਿਰਿਆ, ਵਿਵਾਦ

mop / ਮੌਪ/ *n* ਪੂੰਝਣ *vt* ਪੂੰਝਣਾ, ਸਾਫ਼ ਕਰਨਾ, ਬੁਹਾਰਨਾ; ਮੂੰਹ ਚੜ੍ਹਾਉਣਾ

mope /ਮਅਉਪ/ *n* ਉਦਾਸ ਆਦਮੀ *vt* ਦਿਲਗੀਰ ਹੋਣਾ, ਉਦਾਸ ਰਹਿਣਾ, ਗੁਆਚਿਆ-ਗੁਆਚਿਆ ਰਹਿਣਾ

moped /'ਮਅਉਪੈਡ/ *n* ਮੋਪਡ, ਇੰਜਣਦਾਰ ਸਾਈਕਲ, ਪੈਡਲ ਵਾਲਾ ਮੋਟਰ-ਸਾਈਕਲ

mopoke /'ਮਅਉਪਅਉਕ/ *n* ਆਸਟਰੇਲੀਆ ਦਾ ਉੱਲੂ

moppet /'ਮੌਪਿਟ/ *n* ਕੱਪੜੇ ਦੀ ਗੁੱਡੀ, ਪੁਤਲੀ

mopus /'ਮਅਉਪਅਸ/ *n* ਸ਼ੈਤਾਨ, ਖਰੂਦੀ, ਊਧਮ ਮਚਾਊ, ਤਰਥੱਲੀ ਲਿਆਉਣ ਵਾਲਾ; ਛੋਟਾ ਸਿੱਕਾ

moraine /ਮਅ'ਰੇਇਨ, ਮੌ'ਰੇਇਨ/ *n* ਪੱਥਰ ਦੇ ਨਿੱਕੇ-ਨਿੱਕੇ ਟੁਕੜੇ ਜਿਨ੍ਹਾਂ ਨੂੰ ਪਾਣੀ ਦਾ ਰੋੜ੍ਹ ਹੇਠ ਲੈ ਆਉਂਦਾ ਹੈ, ਗਲੇਸ਼ੀਅਰ ਨਾਲ ਆਇਆ ਕੂੜਾ-ਕਰਕਟ, ਮਲਬਾ

moral /'ਮੌਰਅਲ/ *n* ਨੈਤਿਕ ਕਹਾਵਤ, ਸਿੱਖਿਆ ਨੀਤੀ ਬਚਨ, ਉਪਦੇਸ਼, ਫਲ *a* ਅਖ਼ਲਾਕੀ, ਨੈਤਿਕ, ਆਚਾਰ ਸੰਬੰਧੀ, ਨੀਤੀ ਜਾਂ ਨਿਯਮਾਂ ਅਨੁਸਾਰ; ਸਦਾਚਾਰੀ, ਨੇਕ ਚਲਣ, ਨੇਕ ਸੀਰਤ

morale / ਮਅ'ਰਾਲ/ *n* (ਸੈਨਿਕ ਆਦਿ ਦਾ) ਹੌਸਲਾ, ਮਨੋਬਲ, ਧੀਰਜ

moral fibre *n* ਆਤਮ ਬਲ, ਨੈਤਿਕ ਬਲ, ਸਿਰੜ

moralist /'ਮੌਰਅਲਿਸਟ/ *n* ਨੀਤੀਵਾਦੀ, ਨੈਤਿਕਵਾਦੀ, ਸਦਾਚਾਰੀ

morality /ਮਅ'ਰੈਲਅਟਿ/ *n* ਆਚਾਰ, ਨੀਤੀ, ਨੈਤਿਕਤਾ, ਸਦਾਚਾਰ; ਨੀਤੀ ਵਿਗਿਆਨ; ਨੀਤੀ ਸ਼ਾਸਤਰ

moralize /'ਮੌਰਅਲਾਇਜ਼/ *vt* ਨੈਤਿਕ ਸੰਕੇਤ ਦੇਣਾ, ਵਾਅਜ਼ ਕਰਨਾ, ਨੈਤਿਕ ਉਪਦੇਸ਼ ਦੇਣਾ; (ਕਿਸੇ ਵਿਸ਼ੇ 'ਤੇ) ਅਖ਼ਲਾਕੀ ਪਹਿਲੂ ਤੋਂ ਗੌਰ ਕਰਨਾ; ਅਖ਼ਲਾਕੀ ਸਿੱਟਾ ਕੱਢਣਾ; ਸਬਕ ਲੈਣਾ

moral support *n* ਨੈਤਿਕ ਸਮਰਥਨ, ਅਖ਼ਲਾਕੀ ਹੱਲਾਸ਼ੇਰੀ, ਵਿਚਾਰਕ ਸਮਰਥਨ

moral victory *n* ਨੈਤਿਕ ਜਿੱਤ, ਸਿਧਾਂਤਕ ਜਿੱਤ

morass /ਮਅ'ਰੈਸ/ *n* ਦਲਦਲ, ਕੱਛ, ਚਿੱਕੜ, ਚਲ੍ਹਾ, ਖੋਭਾ, ਜਿੱਲਣ

morat /'ਮੋਰਅਟ/ *n* ਸ਼ਤੂਤ ਦੇ ਰਸ ਅਤੇ ਸ਼ਹਿਦ ਦਾ ਸ਼ਰਬਤ

moratorium /ˌਮੌਰਅ'ਟੋਰਿਅਮ/ *n* ਰਿਣ ਜਾਂ ਕਰਜ਼ਾ ਚੁਕਾਉਣ ਦੀ ਕਨੂੰਨੀ ਮੁਹਲਤ; ਰੋਕ, ਬੰਦਸ਼, ਬੰਦੀ

morbid /'ਮੋਬਿਡ/ *a* (ਚਿਕਿਤਸਾ) ਰੋਗੀ, ਰੋਗ ਗ੍ਰਹਿਸਤ; ਰੋਗ ਸੰਬੰਧੀ; ਰੋਗੀ ਵਿਚਾਰਾਂ ਵਾਲਾ

morbidity, morbidness /ਮੋ'ਬਿਡਅਟਿ 'ਮੋਬਿਡਨਅਸ/ *n* ਅਸਵਸਥਤਾ, ਵਿਗਾੜ, ਵਿਕਰਿਤੀ, ਰੋਗ ਗ੍ਰਸਤਤਾ

morbific /ਮੋ'ਬਿਫ਼ਿਕ/ *a* ਬਿਮਾਰੀ ਪੈਦਾ ਕਰਨ ਵਾਲਾ, ਰੋਗਕਾਰੀ, ਵਿਆਧੀਕਾਰ

morbose /'ਮੋਬਅਉਸ/ *a* ਰੋਗੀ, ਬਿਮਾਰ, ਅਸਵਸਥ

morbus /'ਮੋਬਅਸ/ *n* ਰੋਗ, ਬਿਮਾਰੀ, ਵਿਕਾਰ

morceau /ਮੋ'ਸਅਉ/ *n* ਲਘੂ ਸਾਹਿਤ ਰਚਨਾ

mordacious /ਮੋ'ਡੇਇਸ਼ਅਸ/ *a* ਚੁਭਵਾਂ, ਕਾਟਵਾਂ, ਤਿੱਖਾ

mordacity /ਮੋ'ਡੈਸਿਟਿ/ *n* ਚੁਭਵਾਂਪਣ, ਤੇਜ਼ੀ, ਚੋਭ, ਕਾਟ

mordant /'ਮੋਡਨਟ/ *a* (ਤਾਹਨਾ ਆਦਿ) ਤਿੱਖਾ, ਚੁਭਣ ਵਾਲਾ; ਤੀਬਰ; (ਤਿਜ਼ਾਬ) ਸਾੜਨ ਵਾਲਾ, ਖੈਕਾਰੀ; ਪਾਹ ਦੇਣ ਵਾਲਾ, ਸੋਧਕ, ਨਿਰਮਲ ਕਰਨ ਵਾਲਾ; ਰੰਗ ਨੂੰ ਪੱਕਾ ਕਰਨ ਵਾਲਾ

mordent /'ਮੋਡਅਨਟ/ *n* (ਸੰਗੀ) ਸੁਰ ਮਿਸ਼ਰਨ

more /ਮੋ*/ *n* ਅਧਿਕਤਾ, ਬਹੁਤ ਜ਼ਿਆਦਾ ਮਾਤਰਾ *a* ਹੋਰ ਜ਼ਿਆਦਾ, ਬਹੁਤ ਜ਼ਿਆਦਾ *adv* ਅਧਿਕ ਮਾਤਰਾ ਵਿੱਚ

morel /ਮਅ'ਰੈੱਲ/ *n* ਗੁੱਛੀ; ਇੱਕ ਖੁੰਬ

moreover /ਮੋਰ'ਅਉਵ੍ਅ*/ *adv* ਇਸ ਤੋਂ ਛੁੱਟ, ਇਸ ਦੇ ਅਤਿਰਿਕਤ, ਇਸ ਦੇ ਸਿਵਾਏ

mores /'ਮੋਰੇਇਜ਼/ *n* ਲੋਕਾਚਾਰ, ਰੀਤੀ-ਰਿਵਾਜ, ਭਾਈਚਾਰਕ ਸ਼ਿਸ਼ਟਾਚਾਰ ਦੇ ਮੂਲ ਤੱਤ

morganatic /ਮੋਗਅ'ਨੈਟਿਕ/ *a* ਅਸਮ ਵਰਗ (ਵਿਆਹ)

morgue / ਮੋਗ/ *n* ਹੰਕਾਰ, ਅਭਿਮਾਨ, ਘਮੰਡ, (ਪੱਤਰਕਾਰੀ) ਹਵਾਲਿਆਂ ਦਾ ਭੰਡਾਰ; ਮੁਰਦਾ ਘਰ

moribund /'ਮੌਰਿਬਅੱਨਡ/ *a* ਅੰਤਲੇ ਦਮਾਂ 'ਤੇ, ਅਖ਼ੀਰਲੇ ਸੁਆਸਾਂ 'ਤੇ, ਮਰਨ ਕਿਨਾਰੇ

morion /'ਮੌਰਿਅਨ / *n* ਬਿਨਾਂ ਛੱਜੇ ਦਾ ਟੋਪ, ਪ੍ਰਾਚੀਨ ਫ਼ੌਲਾਦੀ ਟੋਪੀ

mormo /'ਮੋਮਅਉ/ *n* ਝੂਠਾ ਡਰ, ਮਿਥਿਆ ਭੈ, ਹਊਆ

Mormon /'ਮੋਮਅਨ/ *n* ਮਾਰਮਨ ਸੰਪਰਦਾਇ ਦਾ ਪੈਰੋਕਾਰ

morn / ਮੋਨ/ *n* (ਕਾਵਿ) ਪ੍ਰਭਾਤ, ਊਸ਼ਾ, ਸਵੇਰ, ਸਰਘੀ ਵੇਲਾ, ਪਰਾਤਾਕਾਲ, ਅੰਮ੍ਰਿਤ ਵੇਲਾ

morning /'ਮੋਨਿਙ/ *n* ਸਵੇਰਾ, ਸਰਘੀ ਵੇਲਾ, ਪ੍ਰਭਾਤ, ਅੰਮ੍ਰਿਤ ਵੇਲਾ, ਪਹੁ-ਫੁਟਾਲਾ, ਫ਼ਜਰ, ਤੜਕਾ, ਊਸ਼ਾ ਕਾਲ

morning glory *n* ਇੱਕ ਫੁੱਲਦਾਰ ਵੇਲ; ਇਸ਼ਕ ਪੇਚਾ

morning prayer *n* ਪ੍ਰਭਾਤ ਪ੍ਰਾਰਥਨਾ, ਸਵੇਰ ਦੀ ਅਰਦਾਸ

morning star /ˌਮੋਨਿਙ 'ਸਟਾ*/ *n* ਪ੍ਰਭਾਤ ਤਾਰਾ, ਸ਼ੁੱਕਰ ਤਾਰਾ

moron /'ਮੋਰੌਨ/ *n* ਮੰਦ ਬੁੱਧੀ; ਮੂਰਖ ਆਦਮੀ

moronity /'ਮੋਰੌਨਅਟਿ/ *n* ਮੂਰਖਤਾ, ਕਮੀਨਾਪਣ, ਨੀਚਤਾ

morose /ਮਅ'ਰਅਉਸ/ *a* ਉਦਾਸ, ਉਦਾਸ ਚਿੱਤ; ਤਿੱਖਾ, ਚਿੜਚਿੜਾ; ਰੁੱਖੇ ਸੁਭਾਅ ਦਾ; ਅਸਮਾਜਿਕ, ਨਾਮਿਲਨਸਾਰ, ਬੁੱਧੂ

moroseness /ਮਅ'ਰਅਉਸਨਅਸ/ *n* ਉਦਾਸੀ; ਰੁੱਖਾਪਣ, ਚਿੜਚਿੜਾਪਣ, ਤਿੱਖਾਪਣ; ਅਸਮਾਜਿਕਤਾ, ਮੂਰਖਤਾ

morpheme /'ਮੋਫ਼ੀਮ/ *n* (ਭਾਸ਼ਾ) ਵਿਆਕਰਨ ਬਣਤਰ ਦੀ ਸਭ ਤੋਂ ਛੋਟੀ ਇਕਾਈ, ਰੂਪਗ੍ਰਾਮ, ਭਾਵੰਸ਼, ਰੂਪਾਂਸ਼, ਭਾਵਾਂਸ਼

Morpheus /'ਮੋਫ਼ਯੂਸ/ *n* ਸੁਪਨ ਦੇਵਤਾ

morphia /'ਮੋਫ਼ਯਅ/ *n* ਅਫ਼ੀਮ ਦਾ ਸਤ, ਮਾਰਫ਼ੀਆ, ਮਾਰਫ਼ੀਨ

morphine /'ਮੋਫ਼ੀਨ/ *n* ਅਫ਼ੀਮ ਤੋਂ ਤਿਆਰ ਕੀਤੀ ਦਰਦ ਦੀ ਤਾਕਤਵਰ ਦਵਾਈ

morphogenesis /ˌਮੋਫ਼ਅ'ਜੈਂਨਿਸਿਸ/ *n* ਰੂਪ ਵਿਕਾਸ

morphography /ਮੋ'ਫ਼ੋਂਗਰਅਫ਼ਿ/ *n* ਰੂਪ ਚਿੱਤਰਨ

morphology /ਮੋ'ਫ਼ੌਲਅਜਿ/ *n* (ਭਾਸ਼ਾ) ਰੂਪ ਵਿਗਿਆਨ; ਭਾਵ ਅੰਸ਼ ਵਿਓਂਤ; (ਜੀਵ) ਆਕ੍ਰਿਤੀ ਵਿਗਿਆਨ

morris dance /'ਮੌਰਿਸ ਡਾਨਸ/ *n* ਸਵਾਂਗਨਾਚ

Morrison shelter /'ਮੌਰਿਸਨ ˌਸ਼ੈੱਲਟਅ*/ *n* ਹਵਾਈ ਹਮਲੇ ਤੋਂ ਬਚਣ ਲਈ ਸਟੀਲ ਦੀ ਪੇਟੀ

morris tube /'ਮੌਰਿਸ ਟਯੂਬ/ *n* (ਛੋਟੇ ਬੋਰ ਵਾਲੀ ਬੰਦੂਕ ਦੀ) ਨਾਲੀ

morrow /'ਮੌਰਅਉ/ *n* ਭਲਕੇ, ਆਗਾਮੀ ਦਿਵਸ, ਕੱਲ, ਅਗਲਾ ਦਿਨ, ਸਵੇਰ

morse / ਮੋਸ/ *n* ਦਰਿਆਈ ਘੋੜਾ, ਵੱਡੇ ਦੰਦਾਂ ਵਾਲਾ ਵਿਸ਼ੇਸ਼ ਸਮੁੰਦਰੀ ਜੀਵ

Morse *a* ਤਾਰ ਸੰਕੇਤਾਂ ਨਾਲ ਸੰਬੰਧਿਤ *n* ਐਸ.ਐਫ.ਬੀ. ਮੋਰਸ ਦੀ ਤਾਰ ਸੰਕੇਤ ਵਿਧੀ; ਪਾਦਰੀ ਦੇ ਚੋਗੇ ਦਾ ਜੜਾਊ ਬਕਸੂਆ

Morse alphabet, Morse code *n* ਤਾਰ ਸੰਕੇਤਾਵਲੀ

morsel /'ਮੋਸਲ/ *n* ਗਰਾਹੀ, ਟੁੱਕ, ਟੁੱਕਰ, ਬੁਰਕੀ, ਲੁਕਮਾ, ਨਿਵਾਲਾ; ਟੁਕੜਾ, ਕਣ, ਜ਼ੱਰਾ, ਭੋਰਾ

mort / ਮੋਟ/ *n* (ਉਪ) ਬਹੁਤਾਤ, ਢੇਰ

mortal / 'ਮੋਟਲ/ *n* ਮਰਨਹਾਰ ਜੀਵ; ਮਨੁੱਖ, ਜਨ, ਪੁਰਸ਼ *a* ਨਾਸ਼ਵਾਨ, ਵਿਨਾਸ਼ੀ, ਨਾਸ਼ ਹੋਣ ਵਾਲਾ, ਮਰਨਹਾਰ; (ਦੁਸ਼ਮਣ) ਜਾਨੀ, ਜਾਨ ਲੇਵਾ, ਕਠੋਰ; (ਯੁੱਧ) ਘਮਸਾਣ ਦਾ, ਮਹਾਨ; (ਕਸ਼ਟ) ਤੀਬਰ, ਭਿਅੰਕਰ; (ਪਾਪ) ਵਿਕਰਾਲ, ਘੋਰ, ਭਾਰਾ

mortality /ਮੋ'ਟੈਲਅਟਿ/ *n* ਮਿਰਤੂਤਾ; ਮੌਤ ਦਰ, ਮਰਨਸ਼ੀਲਤਾ, ਅਨਿੱਤਤਾ, ਮਿਰਤੂ, ਨਾਸ਼, ਮੌਤ; ਮਿਰਤੂ ਸੰਖਿਆ

mortar /'ਮੋਟਅ*/ *n* ਉਖੱਲੀ, ਖਰਲ, ਕੂੰਡਾ; ਛੋਟੀ ਮਾਰਟਰ ਬੰਦੂਕ; ਆਤਸ਼ਬਾਜ਼ੀ ਦੇ ਗੋਲੇ ਚਲਾਉਣ ਵਾਲਾ ਯੰਤਰ; ਗਾਰਾ, ਚੂਨਾ, ਮਸਾਲਾ, ਗੱਚ *vt* ਛੋਟੀਆਂ ਤੋਪਾਂ ਨਾਲ ਹਮਲਾ ਕਰਨਾ, ਗੋਲਾਬਾਰੀ ਕਰਨਾ; ਗਾਰੇ ਨਾਲ ਜੋੜਨਾ, ਗਾਰੇ ਨਾਲ ਪਲਸਤਰ ਕਰਨਾ

mortgage /'ਮੋਗਿਜ/ *n* ਗਿਰਵੀ, ਗਹਿਣੇ, ਰਹਿਣ; ਗਿਰਵੀ ਨਾਮਾ, ਰਹਿਣ ਨਾਮਾ *vt* ਗਿਰਵੀ ਰੱਖਣਾ, ਗਹਿਣੇ ਰੱਖਣਾ; ਕਿਸੇ ਉਦੇਸ਼ ਦੀ ਪੂਰਤੀ ਵਾਸਤੇ ਪ੍ਰਤਿੱਗਿਆਬੱਧ ਹੋਣਾ, ਲਾ ਦੇਣਾ, ਬੀੜਾ ਚੁੱਕਣਾ

mortification /ˌਮੋਟਿਫ਼ਿ'ਕੇਇਸ਼ਨ/ *n* ਆਤਮ ਦਮਨ; ਸੰਜਮ, ਤਪੱਸਿਆ; ਅਪਮਾਨ, ਮਾਣ ਭੰਗ; ਕਲੇਸ਼

mortify /'ਮੋਟਿਫ਼ਾਇ/ *v* (ਸਰੀਰ ਜਾਂ ਭਾਵਾਂ ਨੂੰ) ਵੱਸ ਵਿੱਚ ਕਰਨਾ, ਇੰਦਰੀਆਂ ਦਾ ਦਮਨ ਕਰਨਾ, ਮਨ ਮਾਰਨਾ; ਹੰਕਾਰ ਤੋੜਨਾ; ਅਪਮਾਨ ਕਰਨਾ, ਭਾਵਾਂ ਨੂੰ ਠੇਸ ਪਹੁੰਚਾਉਣਾ; (ਮਾਸ) ਸੜਨਾ; ਕੁੜ੍ਹਨਾ; ਬਾਲਨਾ

mortise /'ਮੋਟਿਸ/ *n* ਚੂਲ, ਘਰ, ਖ਼ਾਨਾ (ਜਿਸ ਵਿੱਚ ਦੂਜੀ ਚੀਜ਼ ਫਿਟ ਆ ਜਾਵੇ) *vt* ਚੂਲ ਠੋਕਣਾ, ਚੂਲ ਬਠਾਉਣਾ, ਸਾਲਣਾ, ਜੋੜਨਾ

mortmain /'ਮੋਟਮੇਇਨ/ *n* (ਕਨੂੰ) ਧਾਰਮਿਕ ਸੰਸਥਾ ਦਾ ਜ਼ਮੀਨ 'ਤੇ ਸਦੀਵੀ ਕਬਜ਼ਾ, ਵਕਫ਼ ਦਾ ਕਬਜ਼ਾ

mortuary /'ਮੋਚਅਰਿ/ *n* ਮੁਰਦਘਾਟ, ਲਾਸ਼ ਘਰ, ਮੁਰਦਾਖ਼ਾਨਾ *a* ਮਿਰਤੂ ਦਾ, ਮੌਤ ਦਾ, ਸਮਾਧੀ ਸੰਬੰਧੀ

mortum /'ਮੋਟਅਮ/ *n* ਮਿਰਤੂ, ਮੌਤ, ਮਰਨ

mosaic / ਮਅਉ'ਜ਼ੇਇਇਕ/ *n* ਪੱਚੀਕਾਰੀ, ਮੋਜ਼ੈਕ *vt* ਪੱਚੀਕਾਰੀ ਕਰਨਾ *a* ਪੱਚੀਕਾਰੀ ਦਾ

Mosaism /ਮਅਉ'ਜ਼ੇਇਇਜ਼ਅਮ/ *n* ਮੂਸਾਈ ਧਰਮ

moschatel / ਮੌਸਕਅ'ਟੈੱਲ/ *n* ਇੱਕ ਖ਼ੁਸ਼ਬੂਦਾਰ ਬੂਟਾ

moschus /'ਮੌਸਕਅਸ/ *n* ਕਸਤੂਰੀ

moselle /ਮਅਉ'ਜ਼ੈੱਲ/ *n* ਇੱਕ ਪ੍ਰਕਾਰ ਦੀ ਸਫ਼ੈਦ ਸ਼ਰਾਬ

moslings /'ਮੌਜ਼ਲਿਙਜ਼/ *n* (ਮਰੇ ਹੋਏ ਪਸ਼ੂ ਦੀ) ਖੱਲ ਦੀ ਸਫ਼ਾਈ

mosque / ਮੌਸਕ/ *n* ਮਸਜਿਦ, ਮਸੀਤ

mosquito /ਮਅ'ਸਕੀਟਅਉ/ *n* ਮੱਛਰ

mosquito net *n* ਮੱਛਰਦਾਨੀ, ਮਛਹਿਰੀ

moss / ਮੌਸ / *n* ਚਿੱਕੜ, ਦਲਦਲ, ਚਲ੍ਹਾ, ਗਿੱਲੀ ਧਰਤੀ; ਕਾਈ *v* ਕਾਈ ਛਾ ਜਾਣਾ, ਕਾਈ ਉੱਗਣਾ

most /ਮਅਉਸਟ/ *a* ਸਭ ਤੋਂ ਜ਼ਿਆਦਾ, ਸਭ ਤੋਂ ਵੱਧ, ਵੱਧ ਤੋਂ ਵੱਧ, ਅਧਿਕ ਅੰਸ਼, ਉੱਤਮ, ਪਰਮ, ਅਤਿ ਅਧਿਕ, ਅਧਿਕਤਮ *adv* ਅਧਿਕ ਰੂਪ ਵਿੱਚ, ਸਭ ਤੋਂ ਵਧ ਕੇ

mostly /'ਮਅਉਸਟਲਿ/ *adv* ਆਮ ਤੌਰ 'ਤੇ, ਬਹੁਤੀ ਵਾਰੀਂ

mot / ਮੌਟ/ *n* ਚੁਟਕਲਾ, ਲਤੀਫ਼ਾ

mote / ਮਅਉਟ/ *n* ਧੂੜ, ਧੂੜ ਕਣ, ਅਣੂ, ਕਣ, ਰਵਾ, ਮਿੱਟੀ ਦਾ ਜ਼ੱਰਾ

motel /ਮਅਉ'ਟੈੱਲ/ *n* ਹੋਟਲ ਜਿੱਥੇ ਮੋਟਰਾਂ ਆਦਿ ਵਾਲੇ ਰਾਤ ਠਹਿਰ ਸਕਦੇ ਹਨ, ਮਾਟਲ

motet /ਮਅਉ'ਟੈੱਟ/ *n* ਸ਼ਬਦ, ਧਾਰਮਿਕ ਗੀਤ, ਭਜਨ

moth / ਮੌਥ/ *n* ਭੰਬਟ, ਪਤੰਗਾ, ਪਰਵਾਨਾ; ਕੱਪੜੇ ਨੂੰ ਲੱਗਣ ਵਾਲਾ ਕੀੜਾ; ਲੋਭੀ ਆਦਮੀ

mother /'ਮਅੱਦਅ*/ *n* ਮਾਂ, ਮਾਤਾ, ਅੰਮਾ, ਮਾਈ, ਜਣਨੀ; ਮੂਲ, ਜੜ੍ਹ; ਬਿਰਧ ਇਸਤਰੀ, ਬੁੱਢੀ ਮਾਈ, ਦਾਈ; ਧਾਰਮਿਕ ਸੰਘ ਦੀ ਪ੍ਰਧਾਨ ਇਸਤਰੀ; ਸਿਰਕੇ ਦਾ ਖਮੀਰ *vt* ਮਾਂ ਵਾਂਗ ਰੱਖਿਆ ਕਰਨਾ; ਗੋਦੀ ਲੈਣਾ, ਪਾਲਣਾ-ਪੋਸਣਾ; ਜਨਮ ਦੇਣਾ, ਜਣਨਾ, ਪੈਦਾ ਕਰਨਾ; ਸ਼ਰਨ ਵਿੱਚ ਲੈਣਾ

motherboard /'ਮਅੱਦਅਬੋਡ/ *n* (ਕੰਪਿ) ਕੰਪਿਊਟਰ ਦਾ ਉਹ ਹਿੱਸਾ ਜਿਸ ਉੱਤੇ ਵੱਖ ਵੱਖ ਕਾਰਜਾਂ ਲਈ ਚਿਪਾਂ ਜੜੀਆਂ ਹੁੰਦੀਆਂ ਹਨ ਅਤੇ ਵੱਖ-ਵੱਖ ਤਰ੍ਹਾਂ ਦੇ ਕਾਰਡਾਂ ਲਈ ਖਾਂਚੇ ਬਣੇ ਹੁੰਦੇ ਹਨ

mother church *n* ਮੁੱਖ ਗਿਰਜਾਘਰ

mother-earth *n* ਧਰਤੀ ਮਾਤਾ

mother figure *n* ਔਰਤ ਜਿਸ ਤੋਂ ਮਾਂ ਵਾਂਗ ਸਲਾਹ ਜਾਂ ਮਦਦ ਲਈ ਜਾਂਦੀ ਹੈ

motherhood /'ਮਅੱਦਅਹੁਡ/ *n* ਮਾਂ ਪੁਣਾ

mother-in-law /'ਮਅੱਦ(ਅ)ਰਇਨ,ਲੋ/ *n* ਸੱਸ

motherland /'ਮਅੱਦਅਲੈਨਡ/ *n* ਮਾਤ-ਭੂਮੀ

motherless /'ਮਅੱਦਅਲਅਸ/ *a* ਮਾਂ-ਮਹਿੱਟਰ, ਮਾਤਹੀਣ, ਅਨਾਥ

motherlike /'ਮਅੱਦਅਲਾਇਕ/ *a* ਮਾਤਾ ਵਾਂਗ, ਮਾਂ ਦੇ ਤੁੱਲ

motherly /'ਮਅੱਦਅਲਿ/ *a* ਮਾਂ ਵਰਗਾ, ਮਾਂ ਯੋਗ, ਮਾਤਾਵਤ, ਮਾਤਰਿਕ

mother-of-pearl /ਮਅੱਦ(ਅ)ਰਅਫ਼'ਪਅ:ਲ/ *n* ਸਿੱਪੀ

mother tongue *n* ਮਾਤ-ਭਾਸ਼ਾ, ਮਾਂ-ਬੋਲੀ, ਮਾਦਰੀ ਜ਼ਬਾਨ

mother wit *n* ਸਧਾਰਨ ਬੁੱਧੀ

motif /ਮਅਉ'ਟੀਫ਼/ *n* (ਚਿੱਤਰਕਾਰੀ ਜਾਂ ਕਿਸੇ ਹੋਰ ਕੋਮਲ ਕਲਾ ਵਿੱਚ) ਆਧਾਰੀ ਗੁਣ ਜਾਂ ਵਿਚਾਰ; ਬੂਟੀ; ਕੱਪੜੇ ਉੱਤੇ ਲਾਈ ਗਈ ਲੈਸ ਜਾਂ ਗੋਟੇ ਦੀ ਕਿਨਾਰੀ

motile /'ਮਅਉਟਾਇਲ/ *a* ਗਤੀਸ਼ੀਲ, ਚਲ, ਚਰ, ਸਚਲ

motility /ਮਅਉ'ਟਿਲਅਟਿ/ *n* ਗਤੀਸ਼ੀਲਤਾ

motion /'ਮਅਉਸ਼ਨ/ *n* ਗਤੀ, ਕਿਰਿਆ, ਚਲਣ, ਚਾਲ, ਹਰਕਤ; ਸੰਕੇਤ, ਇਸ਼ਾਰਾ; (ਕਨੂੰ)

ਦਰਖ਼ਾਸਤ ਜੋ ਮੁਦੱਈ ਜਾਂ ਮੁੱਦਾਅਲੈਹ ਕਚਹਿਰੀ ਵਿੱਚ ਦੇਵੇ; ਵਿਚਾਰ ਸਭਾ ਦਾ ਮਤਾ, ਪ੍ਰਸਤਾਵ; ਅੰਤੜੀਆਂ ਦਾ ਮਰੋੜਾ, ਢਿੱਡਪੀੜ, ਵੱਟ; ਮਲ ਤਿਆਗ; ਕੋਈ ਗਤੀਸ਼ੀਲ ਯੰਤਰ, ਚੱਲਣ ਵਾਲੀ ਮਸ਼ੀਨ *v* ਸੰਕੇਤ ਕਰਨਾ, ਇਸ਼ਾਰਾ ਕਰਨਾ; ਇਸ਼ਾਰੇ ਨਾਲ ਦੱਸਣਾ

motionless /'ਮਅਉਸ਼ਨਲਅਸ/ *a* ਨਿਸ਼ਚਲ, ਅਚਲ, ਗਤੀਹੀਣ, ਸਥਿਰ

motion picture *n* ਸਿਨਮੇ ਦੀ ਫ਼ਿਲਮ

motivate /'ਮਅਉਟਿਵ੍ਇਇਟ/ *v* ਉਤੇਜਿਤ ਕਰਨਾ, ਪ੍ਰੇਰਿਤ ਕਰਨਾ, ਉਕਸਾਉਣਾ, ਹੌਸਲਾ ਦੇਣਾ, ਉਤਸ਼ਾਹਿਤ ਕਰਨਾ

motivation /ˌਮਅਉਟਿ'ਵ੍ਇਇਸ਼ਨ/ *n* ਪ੍ਰੇਰਨਾ, ਪ੍ਰੋਤਸਾਹਨ; ਕਾਰਨ, ਪ੍ਰਯੋਜਨ

motive /'ਮਅਉਟਿਵ੍/ *n* ਪ੍ਰੇਰਨਾ, ਕਾਰਜ, ਕਾਰਨ, ਪ੍ਰਯੋਜਨ, ਉਦੇਸ਼, ਮਨੋਰਥ, ਅਰਥ, ਮਨਸ਼ਾ, ਗਰਜ਼, ਮਕਸਦ *a* ਪ੍ਰੇਰਕ, ਪ੍ਰਵਰਤਕ, ਚਾਲਕ, ਚਾਲ ਪੈਦਾ ਕਰਨ ਵਾਲਾ, ਗਤੀਆਤਮਿਕ, ਗਾਮੀ, ਗਮਨ ਸੰਬੰਧੀ, ਚੇਸ਼ਟਾ ਸੰਬੰਧੀ *vt* ਪ੍ਰੇਰਿਤ ਕਰਨਾ; ਕਾਰਨ ਹੋਣਾ

motiveless /'ਮਅਉਟਿਵ੍ਲਅਸ/ *a* ਨਿਰਉਦੇਸ਼, ਲਕਸ਼ਹੀਣ, ਬੇਮਕਸਦ

motivity /ਮਅਉ'ਟਿਵ੍ਅਟਿ/ *n* ਪ੍ਰੇਰਨਾ; ਚਾਲਕਤਾ ਜਾਂ ਚਾਲਕ ਸ਼ਕਤੀ

motley/'ਮੌਟਲਿ/ *n* ਗਡ-ਮਡ, ਮਿਸ਼ਰਨ; ਦਰਬਾਰੀ ਮਸਖ਼ਰੇ ਦਾ ਰੰਗ-ਬਰੰਗਾ ਪਹਿਰਾਵਾ *a* ਬਹੁ ਪ੍ਰਕਾਰ ਦਾ, ਵਿਵਿਧ, ਵਿਭਿੰਨ ਪ੍ਰਕਾਰ ਦਾ; ਰੰਗ-ਬਰੰਗਾ

motor/'ਮਅਉਟਅ*/ *n* ਚਾਲਕ ਨਾੜੀ, ਸਰੀਰ ਦੇ ਕਿਸੇ ਹਿੱਸੇ ਵਿੱਚ ਹਰਕਤ ਉਤਪੰਨ ਕਰਨ ਵਾਲੀ ਨਾੜੀ; ਗੱਡੀ, ਮੋਟਰ, ਜਹਾਜ਼ ਆਦਿ *v* ਮੋਟਰ ਜਾਂ ਕਾਰ ਵਿੱਚ ਲੈ ਜਾਣਾ *a* ਪ੍ਰੇਰਕ, ਸੰਚਾਲਕ, ਗਾਮੀ, ਚਾਲਕ, ਚਾਲ ਪੈਦਾ ਕਰਨ ਵਾਲਾ

motorbike /'ਮਅਉਟਅਬਾਇਕ/ *n* ਇੰਜਨ ਨਾਲ ਚੱਲਣ ਵਾਲਾ ਦੋ ਸਵਾਰੀਆਂ ਵਾਲਾ ਦੁਪਹੀਆ ਵਾਹਨ; ਇੱਕ ਛੋਟੇ ਇੰਜਨ ਵਾਲਾ ਸਾਈਕਲ

motorboat /'ਮਅਉਟਅਬਅਉਟ/ *n* ਇੰਜਣ ਵਾਲੀ ਤੇਜ਼ ਗਤੀ ਨਾਲ ਚੱਲਣ ਵਾਲੀ ਕਿਸ਼ਤੀ

motorcade /'ਮਅਉਟਅਕੇਇਡ/ *n* ਮੋਟਰਾਂ ਦਾ ਕਾਫ਼ਲਾ

motorist /'ਮਅਉਟਅਰਿਸਟ/ *n* ਕਾਰ ਚਲਾ ਰਿਹਾ ਵਿਅਕਤੀ

motor neuron *n* ਸੰਚਾਲਕ ਤੰਤੂ

motorway /'ਮਅਉਟਅਵੇਇ/ *n* ਬਹੁਤ ਚੌੜੀ ਸੜਕ ਜਿਸ 'ਤੇ ਸਵਾਰੀਆਂ ਬਹੁਤ ਤੇਜ਼ ਗਤੀ ਵਿਚ ਚੱਲ ਸਕਦੀਆਂ ਹਨ, ਜਰਨੈਲੀ ਸੜਕ

motory /'ਮਅਉਟਅਰਿ/ *a* ਗਮਨਸ਼ੀਲ, ਗਤੀਆਤਮਿਕ

mottle /'ਮੌਟਲ/ *n* ਰੰਗ-ਬਰੰਗੀਆਂ ਬਿੰਦੀਆਂ ਜਾਂ ਧੱਬੇ ਦਾਗ਼ (ਰੰਗ ਆਦਿ ਦੇ); ਪੰਜ ਰੰਗੀ ਉਨੋਂ, ਰੰਗ-ਬਰੰਗਾ ਊਨੀ ਧਾਗਾ *vt* ਚਿਤਰਮਿਤਰਾ ਜਾਂ ਰੰਗ-ਬਰੰਗਾ ਬਣਾਉਣਾ

motto /'ਮੌਟਅਉ/ *n* ਆਦਰਸ਼ ਵਾਕ, ਲੋਕੋਕਤੀ; ਮੁਦਰਾਲੇਖ; ਟੂਕ; ਨੀਤੀ ਮੰਤਰ, ਨੀਤੀ ਵਾਕ; ਕਿਸੇ ਅਧਿਆਇ ਜਾਂ ਪੁਸਤਕ ਦੇ ਸਿਰਲੇਖ ਵਜੋਂ ਦਿੱਤੀ ਟੂਕ; (ਸੰਗੀ) ਟੇਕ, ਵਾਕ ਖੰਡ

moucher /'ਮੂਚਅ*/ *n* ਅਵਾਰਾ, ਬਦਮਾਸ਼, ਲਫ਼ੰਗਾ, ਗੁੰਡਾ

moue /ਮੂ/ *n* (ਮੂੰਹ-ਬੁੱਲ੍ਹ ਕੱਢ ਕੇ ਪ੍ਰਗਟ ਕੀਤੀ) ਨਾਪਸੰਦੀ

mould /ਮਅਉਲਡ/ *n* ਵਾਹੀ ਜ਼ਮੀਨ ਦੀ ਉੱਪਰਲੀ ਮਿੱਟੀ; ਨਰਮ ਜਾਂ ਚੀਕਨੀ ਮਿੱਟੀ; ਸੱਚਾ (ਇੱਟਾਂ ਪੱਥਣ ਵਾਲਾ), ਕਾਲਬ (ਉਸਾਰੀ); ਨਮੂਨਾ ਤਰਾਸ਼; ਉੱਲੀ; ਕਾਠੀ ਜਾਂ ਸ਼ਕਲ; ਕੰਧ ਦੀ ਕਾਣਸ ਜਾਂ ਲੱਕੜ ਦੀਆਂ ਚੀਜ਼ਾਂ ਦੁਆਲੇ ਸਜਾਵਟ ਵਾਸਤੇ ਬਣਿਆ ਹਾਸ਼ੀਆ *vt* ਮਿੱਟੀ ਨਾਲ ਢਕਣਾ; ਢਾਲਣਾ, ਸੱਚੇ ਵਿੱਚ ਢਾਲਣਾ, ਨਮੂਨਾ ਬਣਾਉਣਾ; ਗੁੰਨ੍ਹਣਾ, ਮਿਲਾਉਣਾ; ਸੁਆਰਨਾ, ਮਾਡਲ ਬਣਾਉਣਾ;

ਡਬਲਰੋਟੀ ਬਣਾਉਣਾ

moulder /'ਮਅਉਲਡਅ*/ *n* ਕਾਲਬ ਜਾਂ ਸੱਚਾ ਬਣਾਉਣ ਵਾਲਾ ਕਾਰੀਗਰ, ਢਾਲਣ ਵਾਲਾ *vi* ਮਿੱਟੀ ਵਿੱਚ ਮਿਲ ਜਾਣਾ, ਗਲ ਕੇ ਮਿੱਟੀ ਹੋ ਜਾਣਾ, ਨਸ਼ਟ-ਭ੍ਰਿਸ਼ਟ ਹੋ ਜਾਣਾ, ਗਲ ਜਾਣਾ, ਬਰਬਾਦ ਹੋ ਜਾਣਾ

mouldy /'ਮਅਉਲਡਿ/ *n* (ਨੌ ਅਪ) ਤਾਰਪੀਡੋ, ਪਣਡੁੱਬੀ

moulin /'ਮੂਲਿਨ/ *n* (ਬਰਫ਼ਾਨੀ ਇਲਾਕੇ ਵਿੱਚ ਬਣਨ ਵਾਲੀ) ਦਰਾੜ

moulinage /'ਮੂਲਿਨਿਜ/ *n* ਰੇਸ਼ਮ ਦੀ ਕਤਾਈ

moult /ਮਅਉਲਟ/ *v* ਖੰਭਾਂ ਦਾ ਝੜਨਾ

mound /ਮਾਉਨਡ/ *n* ਮੋਰਚਾ; ਟਿੱਲਾ; ਮਿੱਟੀ ਦਾ ਡਲਾ ਜਾਂ ਢੇਲਾ; ਪਹਾੜੀ *vt* ਟਿੱਲਿਆਂ ਨਾਲ ਘੇਰਨਾ, ਢੇਰ ਲਾਉਣਾ; ਮੋਰਚਾਬੰਦੀ ਕਰਨਾ

mount /ਮਾਉਨਟ/ *v* ਚੜ੍ਹਨਾ; (ਘੋੜੇ 'ਤੇ) ਸਵਾਰ ਹੋਣਾ; (ਚਿਹਰੇ ਉੱਤੇ) ਲਾਲੀ ਡਲ੍ਹਕਣਾ; ਵਧਣਾ, ਸ਼ਿੱਦਤ ਹੋਣਾ; ਉੱਚਾ ਹੋਣਾ, ਵਧਣਾ; ਮਾਤਰਾ ਵਿੱਚ ਵਧਣਾ; ਚੜ੍ਹਾਉਣਾ, ਸਵਾਰੀ ਕਰਨਾ; ਘੋੜਾ ਦੇਣਾ; (ਤਸਵੀਰ ਨੂੰ) ਜੜਨਾ; ਕਿਸੇ ਚੀਜ਼ ਨੂੰ ਖ਼ੁਰਦਬੀਨ ਦੇ ਸ਼ੀਸ਼ੇ ਉੱਤੇ ਧਰਨਾ; (ਨਾਟਕ) ਪੇਸ਼ ਕਰਨਾ, ਸਟੇਜ 'ਤੇ ਲਿਆਉਣਾ; (ਪੁਸ਼ਾਕ ਦੀ) ਨੁਮਾਇਸ਼ ਕਰਨਾ *n* ਤਸਵੀਰ ਦਾ ਹਾਸ਼ੀਆ; ਸਵਾਰੀ ਦਾ ਘੋੜਾ; ਪਹਾੜ, ਪਰਬਤ, ਕੋਹ; ਹਥੇਲੀ ਉੱਤੇ ਮਾਸ ਦਾ ਉੱਭਰਿਆ ਭਾਗ; ਘੋੜਸਵਾਰੀ; ਤਸਵੀਰ ਦਾ ਫ੍ਰੇਮ, ਧਾਤ ਜਾਂ ਲੱਕੜ ਦਾ ਕੋਈ ਵੀ ਚੌਖਟਾ

mountain /'ਮਾਉਨਟਅਨ/ *n* ਪਰਬਤ, ਪਹਾੜ, ਕੋਹ

mountaineer /ˌਮਾਉਨਟਆ'ਨਿਅ*/ *n* ਪਹਾੜਾਂ ਉੱਤੇ ਚੜ੍ਹਨ ਵਾਲਾ, ਪਰਬਤ ਆਰੋਹੀ

mountaineering /ˌਮਾਉਨਟਆ'ਨਿਅਰਿਙ/ *n* ਪਹਾੜਾਂ ਉੱਤੇ ਚੜ੍ਹਨ ਦੀ ਸਿੱਖਿਆ, ਪਰਬਤ ਆਰੋਹਣ

mountainous /'ਮਾਉਨਟਅਨਅਸ/ *a* ਪਰਬਤੀ, ਪਹਾੜੀ; ਵਿਸ਼ਾਲ, ਮਹਾਨ, ਬਹੁਤ ਵੱਡਾ

mountebank /'ਮਾਉਨਟਿਬੈਙਕ/ *n* ਨੀਮ ਹਕੀਮ, ਫਿਰ ਤੁਰ ਕੇ ਦਵਾਈਆਂ ਵੇਚਣ ਵਾਲਾ, ਸਫ਼ਰੀ ਵੈਦ; ਮਜਮੇਬਾਜ਼

mounted /'ਮਾਉਨਟਿਡ/ *a* ਚੜ੍ਹਿਆ ਹੋਇਆ, ਸਵਾਰ

mourn /ਮੋਨ/ *v* ਸੋਗ ਮਨਾਉਣਾ, ਸੰਤਾਪ ਕਰਨਾ, ਮਾਤਮ ਕਰਨਾ, ਵਿਰਲਾਪ ਕਰਨਾ, ਦੁਖੀ ਹੋਣਾ, ਰੋਣਾ-ਪਿੱਟਣਾ

mourner /'ਮੋਨਅ*/ *n* ਸੋਗ ਮਨਾਉਣ ਵਾਲਾ, ਮਾਤਮ ਕਰਨ ਵਾਲਾ ਵਿਅਕਤੀ

mournful /'ਮੋਨਫ਼ਲ/ *a* ਮਾਤਮੀ, ਸੋਗੀ, ਸੋਗਵਾਨ

mourning /'ਮੋਨਿਙ/ *n* ਸ਼ੋਕ, ਸੋਗ, ਖੇਦ, ਦੁੱਖ, ਰੰਜ, ਗ਼ਮ, ਮਾਤਮ, ਵਿਰਲਾਪ, ਰੁਦਨ

mourning-coach *n* ਜਨਾਜ਼ੇ ਦੀ ਗੱਡੀ, ਮਾਤਮੀ ਗੱਡੀ

mouse /ਮਾਉਸ/ *n* ਚੂਹਾ, ਸ਼ਰਮਾਕਲ ਆਦਮੀ; ਇਕਾਂਤ ਚਾਹੁਣ ਵਾਲਾ ਆਦਮੀ; ਬੁਰੀ ਨਜ਼ਰ, ਭੈੜੀ ਨਜ਼ਰ *v* (ਬਿੱਲੀ ਜਾਂ ਸ਼ਿਕਰੇ ਦਾ) ਚੂਹੇ ਦਾ ਸ਼ਿਕਾਰ ਖੇਡਣਾ, ਚੂਹੇ ਫੜਨਾ; (ਕੰਪਿ) ਕੰਪਿਊਟਰ ਨੂੰ ਆਦੇਸ਼ ਦੇਣ ਲਈ ਇੱਕ ਗੋਲ ਜਿਹਾ ਯੰਤਰ ਜਿਸ ਉੱਤੇ ਹੱਥ ਰੱਖ ਕੇ ਅਤੇ ਉਂਗਲਾਂ ਨਾਲ ਬਟਨ ਦਬਾਅ ਕੇ ਕੰਮ ਲਿਆ ਜਾਂਦਾ ਹੈ

mouser /'ਮਾਉਸਅ*/ *n* ਚੂਹੇਮਾਰ; ਚੂਹੇ ਦਾ ਸ਼ਿਕਾਰ ਖੇਡਣ ਵਾਲੀ ਬਿੱਲੀ

mousetrap /'ਮਾਉਸਟਰੈਪ/ *n* ਚੂਹੇ ਫੜਨ ਵਾਲਾ ਪਿੰਜਰਾ, ਕੁੜਿੱਕੀ

mousmee /'ਮੂਸਮੇਇ/ *n* (ਜਪਾਨ ਵਿੱਚ) ਕੁਮਾਰੀ, ਕੁਆਰੀ ਕੰਨਿਆ

mousse /ਮੂਸ/ *n* ਇੱਕ ਤਰ੍ਹਾਂ ਦੀ ਬਰਫ਼ ਮਲਾਈ

mousseline /'ਮੂਸਲਿਨ/ *n* ਫ਼ਰਾਂਸੀਸੀ ਮਲਮਲ, ਇੱਕ ਪਤਲਾ ਕੱਪੜਾ

moustache /ਮਅ'ਸਟਾਸ਼/ *n* ਮੁੱਛ (ਆਦਮੀਆਂ ਜਾਂ ਪਸ਼ੂਆਂ ਦੀ)

mouth /**ਮਾਉਥ**/ *n* ਮੁੱਖ, ਚਿਹਰਾ, ਮੂੰਹ; ਬੋਰੀ ਜਾਂ ਬੋਤਲ ਦਾ ਮੂੰਹ; ਮੂੰਹ-ਜ਼ੋਰੀ, ਜ਼ਬਾਨ ਦਰਾਜ਼ੀ, ਗੁਸਤਾਖ਼ੀ; ਧੁਨੀ, ਅਵਾਜ਼; ਦਰਿਆ ਦਾ ਦਹਾਨਾ; ਛੇਦ, ਸੁਰਾਖ਼; ਪ੍ਰਮੁੱਖ ਵਕਤਾ *v* ਮੂੰਹ ਵਿੱਚ ਲੈ ਲੈਣਾ; ਮੂੰਹ ਨਾਲ ਲਾਉਣਾ; ਦੰਦੀਆਂ ਚਿੜਾਉਣਾ, ਮੂੰਹ ਬਣਾਉਣਾ; ਸਪਸ਼ਟ ਭਾਸ਼ਣ ਦੇਣਾ, ਇੱਕ-ਇੱਕ ਸ਼ਬਦ ਅੱਡ-ਅੱਡ ਆਖਣਾ; ਭਰੇ ਮੂੰਹ ਨਾਲ ਆਖਣਾ ਜਾਂ ਚੱਬ ਕੇ ਗੱਲ ਕਰਨਾ

mouthed /**ਮਾਉਥਡ**/ *a* ਮੂੰਹ ਵਾਲਾ, ਮੁਖਯੁਕਤ

mouthful /'**ਮਾਉਥਫ਼ੁਲ**/ *a* ਮੂੰਹ ਭਰ, ਗਰਾਹੀ, ਭਾਰਾ ਸ਼ਬਦ, ਮਹੱਤਵਪੂਰਨ ਗੱਲ

mouthing /'**ਮਾਉਦਿਙ**/ *n* ਪ੍ਰਭਾਵਿਤ ਭਾਸ਼ਣ

mouthpiece /'**ਮਾਉਥਪੀਸ**/ *n* ਗੱਲ ਕਰਨ ਸਮੇਂ ਟੈਲੀਫ਼ੋਨ ਦਾ ਮੂੰਹ ਕੋਲ ਆਉਣ ਵਾਲਾ ਭਾਗ; ਤਰਜਮਾਨ, ਬੁਲਾਰਾ, ਪ੍ਰਵਕਤਾ

mouthy /'**ਮਾਉਥਿ, -ਦਿ**/*a* ਨਿੰਦਾ ਕਰਨ ਵਾਲਾ, ਬਕਵਾਸੀ, ਬਦਜ਼ਬਾਨ; (ਸ਼ਬਦ) ਕਠਨ, ਮੁਸ਼ਕਲ, ਲੰਮਾ

moveability /**ਮੂਵ੍ਅਬਿਲਅਟਿ**/ *n* ਹਿੱਲਣ ਜਾਂ ਚੱਲਣ ਦੀ ਸਮਰਥਾ, ਗਮਨਸ਼ੀਲਤਾ

movable /'**ਮੂਵ੍ਅਬਲ**/ *n* ਚੱਲ ਸੰਪੱਤੀ; ਸਮਾਨ *a* ਚੱਲਣਸ਼ੀਲ, ਗ਼ਮਨਸ਼ੀਲ, ਚਲਾਇਮਾਨ

move /**ਮੂਵ੍**/ *v* ਚੱਲਣਾ, ਤੁਰਨਾ, ਹਰਕਤ ਕਰਨਾ, ਹਿੱਲਣਾ, ਕਾਰਵਾਈ ਕਰਨਾ; ਪ੍ਰਾਰਥਨਾ ਪੱਤਰ ਦੇਣਾ, ਅਰਜ਼ੀ ਦੇਣਾ; (ਸਰੀਰ ਦੇ ਅੰਗ ਨੂੰ) ਹਿਲਾਉਣਾ; ਸ਼ਤਰੰਜ ਦੀ ਚਾਲ ਚੱਲਣਾ; ਇੱਧਰ-ਉੱਧਰ ਜਾਣਾ; ਹਿਰਦੇ ਉੱਤੇ ਪ੍ਰਭਾਵ ਪਾਉਣਾ, ਦਿਲ 'ਤੇ ਅਸਰ ਕਰਨਾ; (ਹਾਸਾ, ਕ੍ਰੋਧ ਆਦਿ) ਉਭਾਰਨਾ, ਭੜਕਾਉਣਾ; ਪ੍ਰਸਤਾਵ ਪੇਸ਼ ਕਰਨਾ; (ਕਚਹਿਰੀ ਵਿੱਚ) ਅਰਜ਼ੀ ਦੇਣਾ; ਕਬਜ਼ ਦੂਰ ਕਰਨਾ; ਮਕਾਨ ਬਦਲਨਾ, ਥਾਂ ਬਦਲਨਾ; ਉੱਨਤੀ ਕਰਨਾ, ਅੱਗੇ ਵਧਣਾ; ਟੱਟੀ ਕਰਨਾ, ਹੱਗਣਾ

moved /**ਮੂਵ੍ਡ**/ *a* ਪ੍ਰੇਰਿਤ, ਚਲਤ, ਪ੍ਰਸਤੁਤ, ਪ੍ਰਸਤਾਵਿਤ, ਪ੍ਰਭਾਵਿਤ

movement /'**ਮੂਵ੍ਮਅਨਟ**/ *n* ਚਾਲ, ਤੋਰ, ਹਰਕਤ, ਗਤੀ; ਕਾਰਵਾਈ, ਅੰਦੋਲਨ, ਹਲਚਲ, ਹਿਲਜੁਲ; ਭਾਵਨਾ, ਮਨੋਵੇਗ, ਭਾਵ, ਮਾਨਸਿਕ ਕਿਰਿਆ; ਗਰਮਬਜ਼ਾਰੀ; (ਬਹੁ) ਗਤੀ, ਗਤੀ ਵਿਧੀ

movie /'**ਮੂਵਿ**/ *n* ਚਲਚਿੱਤਰ, ਫ਼ਿਲਮ, ਸਿਨਮਾ, ਸਿਨਮਾਕਾਰੀ, ਫ਼ਿਲਮਸਾਜ਼ੀ

moving /'**ਮੂਵ੍ਙਿ**/ *a* ਚਲਦਾ-ਫਿਰਦਾ, ਚਲੰਤ, ਗਤੀਮਾਨ, ਗਤੀਸ਼ੀਲ; ਕਰੁਣਾਮਈ, ਪ੍ਰਭਾਵਸ਼ਾਲੀ

mow /**ਮਅਉ**/ *n* ਘਾਹ ਜਾਂ ਦਾਣਿਆਂ ਦਾ ਬੋਹਲ; ਖਲਵਾੜਾ *vt* ਵਾਢੀ ਜਾਂ ਕਟਾਈ ਕਰਨਾ; ਮਸ਼ੀਨ ਨਾਲ ਘਾਹ ਵੱਢਣਾ; ਕੱਟ ਕੇ ਡੇਗਣਾ, ਨਸ਼ਟ ਕਰ ਦੇਣਾ, ਗਾਜਰ ਮੂਲੀ ਵਾਂਗ ਕੱਟ ਸੁੱਟਣਾ

mower /'**ਮਅਉਅ***/ *n* ਫ਼ਸਲ ਕੱਟਣ ਵਾਲਾ ਵਿਅਕਤੀ ਜਾਂ ਮਸ਼ੀਨ, ਵਾਢੀ ਕਰਨ ਵਾਲਾ ਵਿਅਕਤੀ ਜਾਂ ਮਸ਼ੀਨ, ਵਾਢਾ

moya /'**ਮੌਇਅ**/ *n* ਜੁਆਲਾਮੁਖੀ ਪਹਾੜ ਵਿੱਚੋਂ ਨਿਕਲਨ ਵਾਲਾ ਪਦਾਰਥ, ਲਾਵਾ

mozetta /**ਮਅਉ'ਜ਼ੈੱਟਅ**/ *n* ਪਾਦਰੀਆਂ ਦੀ ਵਿਸ਼ੇਸ਼ ਪ੍ਰਕਾਰ ਦੀ ਟੋਪੀ

mozzarella /**ˌਮੌਟਸਅ'ਰੈੱਲਅ**/ *n* ਇਟਲੀ ਦੇ ਪਨੀਰ ਦੀ ਇੱਕ ਵਿਸ਼ੇਸ਼ ਕਿਸਮ

MP /**ˌਐੱਮ 'ਪੀ**/ *abbr* **Member of Parliament** ਦਾ ਸੰਖਿਪਤ ਰੂਪ ਮੈਂਬਰ, ਮੈਂਬਰ ਪਾਰਲੀਮੈਂਟ

Mr /'**ਮਿਸਟਅ***/ *n* ਨਰ ਵਿਅਕਤੀਆਂ ਦੇ ਨਾਮ ਤੋਂ ਪਹਿਲਾਂ ਦਿੱਤਾ ਜਾਂਦਾ ਖ਼ਿਤਾਬ, ਸ੍ਰੀ, ਸ੍ਰੀਮਾਨ, ਜਨਾਬ, ਮਿਸਟਰ

MRI /**ˌਐੱਮ ਆਰ 'ਆਇ**/ *abbr* **magnetic resonance imaging** ਦਾ ਸੰਖਿਪਤ ਰੂਪ, ਐਮ ਆਰ ਆਈ, ਸਕੈਨਿੰਗ, ਸਰੀਰ ਦੀ ਅੰਦਰੂਨੀ ਜਾਂਚ-ਪੜਤਾਲ ਦੀ ਇੱਕ ਵਿਧੀ

Mrs /'**ਮਿਸਿਜ਼**/ *n* ਵਿਆਹੀਆਂ ਤੀਵੀਆਂ ਦੇ ਨਾਮ ਤੋਂ ਪਹਿਲਾਂ ਲਾਇਆ ਜਾਂਦਾ ਸ਼ਬਦ, ਸ੍ਰੀਮਤੀ

Ms /**ਮਿਜ਼, ਮਅਜ਼**/ *n* ਔਰਤਾਂ/ਕੁੜੀਆਂ ਦੇ ਨਾਮ

ਤੋਂ ਪਹਿਲਾਂ ਲਾਇਆ ਜਾਂਦਾ ਸ਼ਬਦ (ਜੋ ਆਪਣੇ ਬਾਰੇ ਵਿਆਹੀਆਂ ਜਾਂ ਕੰਵਾਰੀਆਂ ਦਾ ਹਵਾਲਾ ਦੇਣਾ ਨਹੀਂ ਚਾਹੁੰਦੀਆਂ), ਮਿਜ਼

Ms Access *n* (ਕੰਪਿ) ਅੰਕੜਾ ਪ੍ਰਬੰਧ ਲਈ ਵਰਤਿਆ ਜਾਣ ਵਾਲਾ ਮਾਈਕਰੋਸਾਫ਼ਟ ਆਫ਼ਿਸ ਪ੍ਰੋਗਰਾਮ ਦਾ ਇੱਕ ਭਾਗ

Ms Excel *n* (ਕੰਪਿ) ਮਾਈਕਰੋਸਾਫ਼ਟ ਆਫ਼ਿਸ ਪ੍ਰੋਗਰਾਮ ਦਾ ਹਿਸਾਬ-ਕਿਤਾਬ ਲਈ ਵਰਤਿਆ ਜਾਣ ਵਾਲਾ ਇੱਕ ਭਾਗ

Ms Office *n* (ਕੰਪਿ) ਕੰਪਿਊਟਰ ਤੋਂ ਲਏ ਜਾਣ ਵਾਲੇ ਆਮ ਕਾਰਜਾਂ (ਲਿਖਣਾ, ਹਿਸਾਬ-ਕਿਤਾਬ, ਪੇਸ਼ਕਾਰੀ ਆਦਿ) ਲਈ ਪ੍ਰੋਗਰਾਮਾਂ ਦੇ ਇੱਕ ਸੰਗ੍ਰਹਿ ਰੂਪੀ ਸਾਫ਼ਟਵੇਅਰ ਦਾ ਨਾਂ

Ms Power Point *n* (ਕੰਪਿ) ਸੈਮੀਨਾਰਾਂ ਵਿਚਾਰ ਗੋਸ਼ਟੀਆਂ ਸਭਾਵਾਂ ਆਦਿ ਵਿੱਚ ਪੇਸ਼ਕਾਰੀ ਕਰਨ ਲਈ ਸਮੱਗਰੀ ਤਿਆਰ ਕਰਨ ਲਈ ਇੱਕ ਕੰਪਿਊਟਰ ਪ੍ਰੋਗਰਾਮ

Ms Word *n* (ਕੰਪਿ) ਲਿਖਤ ਤਿਆਰ ਕਰਨ ਲਈ ਵਰਤੇ ਜਾਣ ਵਾਲੇ ਇੱਕ ਪ੍ਰੋਗਰਾਮ ਦਾ ਨਾਂ

much /**ਮਅੱਚ**/ *a* ਚੋਖਾ, ਢੇਰ ਸਾਰਾ, ਬਹੁਤਾ, ਬਾਹਲਾ, ਅਤਿਅੰਤ, ਬਹੁਤ, ਬਹੁਤ ਸਾਰਾ, ਬਹੁਤ ਜ਼ਿਆਦਾ; ਸ਼ਦੀਦ *adv* ਅਧਿਕ ਮਾਤਰਾ ਵਿੱਚ

muchness /'**ਮਅੱਚਨਅਸ**/ *n* ਬਹੁਲਤਾ, ਅਧਿਕਤਾ, ਬਹੁਤਾਤ

mucid /'**ਮਯੂਸਿਡ**/ *a* ਬੋ ਮਾਰਦਾ, ਸੜਿਆ; ਚਿਪਚਿਪਾ, ਲੇਸਦਾਰ

mucidity /'**ਮਯੂਸਿਡਿਟਿ**/ *n* ਦੁਰਗੰਧਤਾ, ਸੜਿਆਪਣ; ਲੇਸਲਾਪਣ, ਚਿਪਚਿਪਾਪਣ

mucilage /'**ਮਯੂਸਿਲਿਜ**/ *n* ਲੇਸਦਾਰ ਤੇ ਅਕੜਾ ਦੇਣ ਵਾਲੀ ਵਸਤੂ, ਗੂੰਦ, ਮਾਵਾ, ਪੌਦਿਆਂ ਤੋਂ ਪ੍ਰਾਪਤ ਹੋਣ ਵਾਲਾ ਲੇਸਦਾਰ ਪਦਾਰਥ; ਕਫ਼, ਲੁਆਬ, ਪੀਕ

muck /**ਮਅੱਕ**/ *n* ਰੇਹ, ਖਾਦ, ਮਲ, ਕੂੜਾ; ਗੋਹਾ; ਘਿਰਨਤ ਵਸਤੂ, ਗੰਦੀ ਚੀਜ਼, ਮੈਲਾ, ਗੰਦ, ਮੈਲਾਪਣ, ਗੰਦਗੀ *v* ਭ੍ਰਿਸ਼ਟ ਜਾਂ ਅਪਵਿੱਤਰ ਕਰਨਾ, ਗੰਦਾ ਕਰਨਾ, ਕੰਮ ਨੂੰ ਵਿਗਾੜ ਦੇਣਾ; ਇੱਧਰ-ਉੱਧਰ ਮਾਰਿਆ-ਮਾਰਿਆ ਫਿਰਨਾ, ਅਵਾਰਾ ਗਰਦੀ ਕਰਨਾ

mucky /'**ਮਅੱਕਿ**/ *a* ਭ੍ਰਿਸ਼ਟ, ਮਲੀਨ, ਅਪਵਿੱਤਰ, ਗੰਦਾ, ਮੈਲਾ-ਕੁਚੈਲਾ

mucous /'**ਮਯੂਕਅਸ**/ *a* ਚਿਪਚਿਪਾ, ਲੇਸਦਾਰ; ਕਫ਼ਦਾਰ

mucus /'**ਮਯੂਕਅਸ**/ *n* ਚਿਪਚਿਪਾ ਮਾਦਾ ਜੋ ਆਦਮੀ ਦੇ ਅੰਦਰੋਂ ਨਿਕਲਦਾ ਹੈ, ਬਲਗਮ, ਕਫ਼

mud /**ਮਅੱਡ**/ *n* ਚਿੱਕੜ, ਦਲਦਲ, ਭੱਦੀ ਗੱਲ, ਨਿਕੰਮੀ ਚੀਜ਼, ਗੰਦਗੀ

muddiness /'**ਮਅੱਡਿਨਅਸ**/ *n* ਗੰਧਲਾਪਣ, ਅਸਪਸ਼ਟਤਾ, ਧੁੰਦਲਾਪਣ; ਅਵਾਜ਼ ਦਾ ਭਾਰੀਪਣ

muddle /'**ਮਅੱਡਲ**/ *v* ਕੰਮ ਨੂੰ ਵਿਗਾੜ ਦੇਣਾ, ਖ਼ਰਾਬ ਕਰ ਦੇਣਾ, ਰਲਗੱਡ ਕਰ ਦੇਣਾ, ਸ਼ਰਾਬ ਪਿਲਾ ਕੇ ਬੇਹੋਸ਼ ਕਰ ਦੇਣਾ, ਨਸ਼ੇ ਨਾਲ ਚੂਰ ਕਰਨਾ *n* ਬੇਤਰਤੀਬੀ, ਬਦਇੰਤਜ਼ਾਮੀ, ਗੜਬੜ

muddled /'**ਮਅੱਡਲਡ**/ *a* ਘਾਬਹਿਆ ਹੋਇਆ, ਬੌਂਦਲਿਆ ਹੋਇਆ, ਮੱਤ-ਮਾਰੀ ਵਾਲਾ

muddlesome /'**ਮਅੱਡਲਸਅਮ**/ *a* ਕੰਮ ਵਿਗਾੜੂ, ਗੜਬੜ ਕਰਨ ਵਾਲਾ, ਵਿਆਕੁਲ ਕਰਨ ਵਾਲਾ

muddy /'**ਮਅੱਡਿ**/ *a* ਗੰਧਲਾ, ਚਿੱਕੜ ਭਰਿਆ; ਧੁੰਦਲਾ, ਮੈਲਾ, ਅਸਪਸ਼ਟ *vt* ਗੰਧਲਾ ਕਰਨਾ, ਲਬੇੜਨਾ; ਧੁੰਦਲਾ ਕਰਨਾ, ਅਸਪਸ਼ਟ ਕਰਨਾ

mudguard /'**ਮਅੱਡਗਾਡ**/ *a* ਪਹੀਏ ਦੀ ਛੱਤਣ, ਮਗਰਾਟ

mudslide /'**ਮਅੱਡਸਲਾਇਡ**/ *n* ਪਹਾੜੀ ਤੋਦੇ ਦੀ ਉੱਪਰੋਂ ਹੇਠਾਂ ਨੂੰ ਰਿੜ੍ਹਦੇ ਆਉਣ ਦੀ ਦਸ਼ਾ, ਚਟਾਨ ਦਾ ਗਿਰਨਾ

muezzin /**ਮੂ'ਐੱਜ਼ਿਨ, ਮਯੂ-**/ *n* ਬਾਂਗ ਦੇਣ ਵਾਲਾ; ਮੁੱਲਾਂ

muff /**ਮਅੱਫ**/ *n* ਇਸਤਰੀਆਂ ਦਾ ਗਰਮ ਦਸਤਾਨਾ;

ਮੱਫ; ਮੂਰਖ ਆਦਮੀ, ਅਨਾੜੀ ਆਦਮੀ; ਕ੍ਰਿਕਟ ਦੀ ਗੇਂਦ ਫੜਨ ਵਿੱਚ ਅਸਫਲਤਾ, ਕ੍ਰਿਕਟ ਦੀ ਗੇਂਦ ਫੜਨ ਤੋਂ ਉੱਕ ਜਾਣਾ

muffetee /ˌ**ਮਅੱਫ਼ਅ'ਟੀ**/ *n* ਗੁਲੂਬੰਦ; ਮਫ਼ਲਰ

muffin /'**ਮਅੱਫ਼ਿਨ**/ *n* ਕੁਲਚਾ; ਮਿੱਠੀ ਰੋਟੀ, ਮਫਿਨ

muffineer /ˌ**ਮਅੱਫ਼ਿ'ਨਿਅ***/ *n* ਲੂਣਦਾਨੀ, ਸ਼ਕਰਦਾਨੀ

muffish /'**ਮਅੱਫ਼ਿਸ਼**/ *a* ਮੂਰਖ, ਮੂੜ੍ਹ, ਬੁੱਧੂ, ਭੌਂਦਾ, ਬੇਵਕੂਫ਼, ਅਨਾੜੀ

muffle /'**ਮਅੱਫ਼ਲ**/ *n* ਉਂਗਲਾਂ ਤੋਂ ਬਿਨਾਂ ਦਸਤਾਨਾ; (ਕੋਈ ਚੀਜ਼ ਪਕਾਉਣ ਲਈ) ਭੱਠੀ ਦਾ ਖ਼ਾਨਾ *vt* ਗਲ ਢੱਕਣਾ (ਗਰਮ ਰੱਖਣ ਲਈ), ਗੁਲੂਬੰਦ ਪਾਉਣਾ; ਅਵਾਜ਼ ਘਟਾਉਣ ਲਈ ਘੰਟੀ ਜਾਂ ਢੋਲ ਉੱਤੇ ਕੱਪੜਾ ਵਲੇਟਣਾ; ਅਵਾਜ਼ ਦਬਾਉਣਾ, ਅਵਾਜ਼ ਘਟਾਉਣਾ

muffler /'**ਮਅੱਫ਼ਲਅ***/ *n* ਗੁਲੂਬੰਦ, ਮਫ਼ਲਰ; ਮੋਟਾ ਦਸਤਾਨਾ

mufti /'**ਮਅੱਫ਼ਟਿ**/ *n* ਫ਼ਤਵਾ ਦੇਣ ਵਾਲਾ; ਮੁਫ਼ਤੀ, ਕੰਮ ਤੋਂ ਛੁੱਟੀ ਕਰਨ ਮਗਰੋਂ ਪਾਏ ਜਾਣ ਵਾਲੇ ਸਧਾਰਨ ਕੱਪੜੇ, ਸਾਦੀ ਪੁਸ਼ਾਕ

mug /**ਮਅੱਗ**/ *n* ਮੂੜ੍ਹ ਆਦਮੀ, ਮੂਰਖ ਬੰਦਾ, ਰੱਟਾ ਲਾ ਕੇ ਯਾਦ ਕਰਨ ਵਾਲਾ ਵਿਦਿਆਰਥੀ; ਜਲ ਪਾਤਰ, ਲੋਟਾ, ਗੜਵਾ, ਮੱਗ; ਗੜਵੇ ਵਿੱਚ ਭਰਿਆ ਪਾਣੀ, ਠੰਡਾ ਸ਼ਰਬਤ *v* ਕਿਸੇ ਵਿਸ਼ੇ ਦਾ ਡੂੰਘਾ ਅਧਿਐਨ ਕਰਨਾ, ਬਹੁਤ ਪੜ੍ਹਨਾ, ਰਟ ਲੈਣਾ; ਘਰ ਤੋਂ ਬਾਹਰ ਲੁੱਟਣਾ

muggy /'**ਮਅੱਗਿ**/ *n* ਘੁਟਣ *a* ਗਲਾ ਘੋਟਣ ਵਾਲਾ, ਸਾਹ ਘੋਟੂ, ਹੁੱਸੜ ਵਾਲਾ

mugwump /'**ਮਅੱਗਵਅੱਮਪ**/ *n* ਆਗੂ, ਮੁਖੀਆ; ਪਾਰਟੀਬਾਜ਼ੀ ਤੋਂ ਦੂਰ ਰਹਿਣ ਵਾਲਾ ਆਦਮੀ, ਨਿਰਦਲੀਆ

mulatto /**ਮਯੁ'ਲੈਟਅਉ, ਮਅ'ਲੈ**-/ *n* ਯੂਰਪੀ ਤੇ ਹਬਸ਼ੀ ਨਸਲ ਦੀ ਔਲਾਦ, ਮਲੱਟੋ *a* ਪੱਕਾ ਭੂਰਾ, ਕਾਲਾ ਭੂਰਾ

mulberry /'**ਮਅੱਲਬਅਰਿ**/ *n* ਸ਼ਹਿਤੂਤ ਦਾ ਰੁੱਖ; ਸ਼ਹਿਤੂਤ ਦੀਆਂ ਤੂਤੀਆਂ

mulch /**ਮਅੱਲਚ**/ *n* ਪੌਦਿਆਂ ਦੀ ਰੱਖਿਆ ਲਈ ਘਾਹ ਪੱਤਿਆਂ ਦਾ ਆਸਰਾ *vt* ਘਾਹ ਪੱਤਿਆਂ ਦਾ ਆਸਰਾ ਦੇਣਾ

mulct /**ਮਅੱਲਕਟ**/ *vt* ਦੰਡ ਦੇਣਾ, ਡੰਨ ਲਾਉਣਾ, ਜੁਰਮਾਨਾ ਕਰਨਾ *n* ਦੰਡ, ਡੰਨ

mulctuary /'**ਮਅੱਲਕਟਯੁਅਰਿ**/ *a* ਦੰਡਯੁਕਤ, ਜੁਰਮਾਨੇ ਵਾਲਾ

mule /**ਮਯੂਲ**/ *n* ਸੂਤ ਕੱਤਣ ਦੀ ਇੱਕ ਮਸ਼ੀਨ; ਚਰਖਾ, ਖੱਚਰ, ਦੋਗਲਾ ਜਾਨਵਰ ਜਾਂ ਪੌਦਾ; ਅੜੀਅਲ ਟੱਟੂ; ਮੂਰਖ ਆਦਮੀ, ਮੂੜ੍ਹ ਵਿਅਕਤੀ, ਬੇਵਕੂਫ਼ ਬੰਦਾ; ਅੱਡੀ ਤੋਂ ਬਿਨਾਂ ਸਲੀਪਰ

muleteer /ˌ**ਮਯੂਲਅ'ਟਿਅ***/ *n* ਖੱਚਰ ਵਾਲਾ

muliebrity /ˌ**ਮਯੂਲਿ'ਐਬੱਅਰਅਟਿ**/ *n* ਇਸਤਰੀਪਣ, ਜ਼ਨਾਨਾਪਣ, ਇਸਤਰੀਤਵ, ਨਾਰੀਤਵ

mulish /'**ਮਯੂਲਿਸ਼**/ *a* ਖੱਚਰ ਵਰਗਾ, ਹਠੀ, ਜ਼ਿੱਦੀ, ਅੜੀਅਲ, ਮੂੜ੍ਹ, ਮੂੰਹ-ਜ਼ੋਰ

mulishness /'**ਮਯੂਲਿਸ਼ਨਅਸ**/ *n* ਮੂਰਖਤਾ, ਮੂੜ੍ਹਤਾ, ਬੇਵਕੂਫ਼ੀ, ਖੱਚਰਪੁਣਾ, ਅੜੀਅਲਪੁਣਾ

mull /**ਮਅੱਲ**/ *n* ਮਲਮਲ; ਰਲਗੱਡ, ਗੜਬੜ; ਸੁੰਘਣ ਵਾਲੀ ਸ਼ੀਸ਼ੀ ਜਾਂ ਡੱਬੀ *v* ਰਲਗੱਡ ਕਰਨਾ; ਗੰਭੀਰ ਵਿਚਾਰ ਕਰਨਾ, ਸੋਚਣਾ; ਸ਼ਰਾਬ ਵਿੱਚ ਖੰਡ ਮਸਾਲਾ ਆਂਡੇ ਦੀ ਜਰਦੀ ਮਿਲਾਉਣਾ; ਚਿੰਤਨ ਕਰਨਾ, ਵਿਚਾਰ ਕਰਨਾ, ਧਿਆਨ ਦੇਣਾ (ਕਿਸੇ ਵਿਸ਼ੇ ਜਾਂ ਵਸਤੂ ਵੱਲ)

mullein /'**ਮਅੱਲਿਨ**/ *n* ਇੱਕ ਪ੍ਰਕਾਰ ਦੀ ਜੜੀ-ਬੂਟੀ

mullet /'**ਮਅੱਲਿਟ**/ *n* ਮੱਛੀਆਂ ਦੀ ਇੱਕ ਕਿਸਮ

mulligatawny /ˌ**ਮਅੱਲਿਗਅ'ਟੋਨਿ**/ *n* ਕਰਾਰੀ ਤਰੀ ਜਾਂ ਸ਼ੋਰਬਾ

mulligrubs /'**ਮਅੱਲਿਗਰਅੱਬਜ਼**/ *n* ਉਦਾਸੀ,

ਗ਼ਮਗੀਨੀ; ਮਿਹਦੇ ਦਾ ਦਰਦ, ਢਿੱਡਪੀੜ

mullion /'ਮਅੱਲਿਅਨ/ *n* (ਬਾਰੀ ਜਾਂ ਖਿੜਕੀ ਦੀ) ਸਿੱਧੀ ਖਲੋਤੀ ਲੋਹੇ ਦੀ ਸਲਾਖ, ਖੜ੍ਹਾ ਡੰਡਾ

mullock /'ਮਅੱਲਅਕ/ *n* (ਆਸਟਰੇਲੀਆ) ਸੋਨੇ ਰਹਿਤ ਖਾਣ; ਕੂੜਾ-ਕਰਕਟ ਜੋ ਸੋਨਾ ਕੱਢਣ ਤੋਂ ਮਗਰੋਂ ਬਚਿਆ ਰਹੇ

multangular /ਮਅੱਲ'ਟੈਙਗਯੁਲਅ*/ *n* ਅਨੇਕ ਕੋਣਾਂ ਵਾਲਾ, ਬਹੁਕੋਣੀ

multi /'ਮਅੱਲਟਿ/ *a* ਅਨੇਕ, ਬਹੁਤ

multicellular /ˌਮਅੱਲਟਿ'ਸੈੱਲਯੁਲਅ*/ *a* ਬਹੁਕੋਸ਼ਕੀ, ਬਹੁਕੋਸ਼ੀ

multicolour /ˌਮਅੱਲਟਿ'ਕਅੱਲਅ*/ *n* ਬਹੁਰੰਗ, ਅਨੇਕ ਵਰਨ

multicoloured /ˌਮਅੱਲਟਿ'ਕਅੱਲਅਡ/ *a* ਅਨੇਕ ਰੰਗਾਂ ਵਾਲਾ, ਬਹੁਰੰਗੀ, ਰੰਗ-ਬਰੰਗਾ

multicultural /ˌਮਅੱਲਟਿ'ਕਅੱਲਚਅਰਅਲ/ *a* (ਵੱਖ-ਵੱਖ ਜਾਤਾਂ ਧਰਮਾਂ ਭਾਸ਼ਾਵਾਂ ਨਾਲ ਸੰਬੰਧਿਤ) ਸਾਂਸਕ੍ਰਿਤਿਕ, ਸਭਿਆਚਾਰਿਕ

multiculturalism /ˌਮਅੱਲਟਿ'ਕਅੱਲਚਅਰਅਲਿਜ਼ਅਮ/ *n* ਸਭ ਸਭਿਆਚਾਰਾਂ ਨੂੰ ਇੱਕੋ ਜਿਹੀ ਮਹੱਤਤਾ ਦੇਣ ਵਾਲੀ ਵਿਚਾਰਧਾਰਾ ਜਾਂ ਵਿਵਹਾਰ

multidisciplinary /ˌਮਅੱਲਟਿਡਿਸਿਆ'ਪਲਿਨਅਰਿ/ *a* ਜਿਸ ਵਿੱਚ ਕਈ ਭਿੰਨ ਵਿਸ਼ਾ-ਖੇਤਰ ਸ਼ਾਮਲ ਹੋਣ

multifaceted/ˌਮਅੱਲਟਿ'ਫ਼ੈਸਿਟਿਡ/ *a* ਵੱਖ-ਵੱਖ ਪਹਿਲੂਆਂ ਦਾ, ਵੱਖ-ਵੱਖ ਪੱਖਾਂ ਸੰਬੰਧੀ

multifarious /ˌਮਅੱਲਟਿ'ਫ਼ੇਅਰਿਅਸ/ *a* ਰੰਗ-ਬਰੰਗਾ, ਭਾਂਤ-ਭਾਂਤ ਦਾ, ਤਰ੍ਹਾਂ-ਤਰ੍ਹਾਂ ਦਾ, ਬਹੁਮੁਖੀ, ਬਹੁਰੂਪ, ਵਿਵਿਧ, ਵਿਭਿੰਨ, ਅਨੇਕ ਪ੍ਰਕਾਰ ਦਾ, ਕਈ ਤਰ੍ਹਾਂ ਦਾ

multifariousness /ˌਮਅੱਲਟਿ'ਫ਼ੇਅਰਿਅਸਨਅਸ/ *n* ਅਨੇਕਤਾ, ਵਿਵਿਧਤਾ, ਬਹੁਰੂਪਤਾ

multifold /'ਮਅੱਲਟਿਫ਼ਅਉਲਡ/ *a* ਕਈ ਗੁਣਾ, ਬਹੁਗੁਣਾ

multiform /'ਮਅੱਲਟਿਫ਼ੋਮ/ *a* ਨਾਨਾ ਪ੍ਰਕਾਰ, ਚਿੱਤਰ-ਵਚਿੱਤਰ, ਬਹੁਵਿਧੀ, ਬਹੁਰੂਪ, ਅਨੇਕ ਰੂਪ, ਅਨੇਕ ਆਕਾਰ

multilateral /ˌਮਅੱਲਟਿ'ਲੈਟਅਰਅਲ/ *a* ਬਹੁਧਿਰੀ, ਬਹੁਪੱਖੀ, ਬਹੁਦੇਸ਼ੀ

multilateralism /ˌਮਅੱਲਟਿ'ਲੈਟਅਰਅਲਿਜ਼ਅਮ/ *n* ਨਿਊਕਲੀ ਨਿਸ਼ਸਤਰੀਕਰਨ ਸੰਬੰਧੀ ਬਹੁਤ ਦੇਸ਼ਾਂ ਦੀ ਸੰਧੀ ਕਰਨ ਦੀ ਨੀਤੀ, ਬਹੁ-ਸੰਮਤੀਵਾਦ

multilineal /ˌਮਅੱਲਟਿ'ਲਿਨਿਅਲ/ *n* ਬਹੁਰੇਖੀ, ਅਨੇਕ ਰੇਖੀ

multilingual /ˌਮਅੱਲਟਿ'ਲਿਙਗਵਅਲ/ *a* ਦੋ ਤੋਂ ਵੱਧ ਭਾਸ਼ਾਵਾਂ ਸੰਬੰਧੀ, ਬਹੁ-ਭਾਸ਼ਾਈ

multimedia /ˌਮਅੱਲਟਿ'ਮੀਡਿਅ/ *a,n* ਅੱਖਰਾਂ ਤਸਵੀਰਾਂ ਰੇਖਾ-ਚਿੱਤਰਾਂ ਅਤੇ ਧੁਨੀਆਂ ਆਦਿ ਦੇ ਮੇਲ ਵਾਲਾ ਸੰਚਾਰ ਮਾਧਿਅਮ, ਬਹੁਮਾਧਿਅਮ

multimillionaire /ˌਮਅੱਲਟਿਮਿਲਯਅ'ਨੇਅ/ *n* ਕਰੋੜਪਤੀ, ਬਹੁਤ ਧਨਵਾਨ

multinational /ˌਮਅੱਲਟਿ'ਨੈਸ਼ਨਅਲ/ *a* ਬਹੁਰਾਸ਼ਟਰੀ (ਕੰਪਨੀ)

multinomial /ˌਮਅੱਲਟਿ'ਨਅਉਮਿਅਲ/ *n* ਬਹੁਪਦੀ ਵਿਅੰਜਕ *a* ਬਹੁਪਦੀ, ਬਹੁਨਾਮਕ

multipartite /ˌਮਅੱਲਟਿ'ਪਾਟਾਇਟ/ *a* ਅਨੇਕ ਭਾਗਾਂ ਵਿੱਚ ਵੰਡਿਆ, ਬਹੁਭਾਗੀ

multiplane /'ਮਅੱਲਟਿਪਲੇਇਨ/ *n* ਬਹੁਪੱਖੀ ਜਹਾਜ਼

multiple /'ਮਅੱਲਟਿਪਲ/ *n* ਗੁਣਜ *a* ਬਹੁਭਾਗੀ, ਕਿਸਮ-ਕਿਸਮ ਦਾ

multiple-choice /ˌਮਅੱਲਟਿਪਲ'ਚੋਇਸ/ *n* ਬਹੁਤਿਆਂ ਵਿੱਚੋਂ ਕੀਤੀ ਚੋਣ, ਪਸੰਦ ਕਰਨ ਦੇ ਜ਼ਿਆਦਾ ਮੌਕੇ, ਛਾਂਟ ਕਰਨ ਦੀ ਵਧੇਰੇ ਸਹੂਲਤ

multiple-personality disorder *n* ਇੱਕ ਨਿਵੇਕਲੀ ਸਥਿਤੀ ਜਿਸ ਵਿੱਚ ਕੋਈ ਵਿਅਕਤੀ

ਇੱਕ ਜਾਂ ਵਧੇਰੇ ਭਿੰਨ ਸ਼ਖ਼ਸੀਅਤਾਂ ਦਾ ਪ੍ਰਗਟਾਵਾ ਕਰਦਾ ਹੈ

multiple sclerosis *n* ਤੰਤੂ ਪ੍ਰਨਾਲੀ ਦਾ ਇੱਕ ਰੋਗ ਜੋ ਸਮੇਂ ਦੇ ਬੀਤਣ ਨਾਲ ਵਿਗੜਦਾ ਜਾਂਦਾ ਹੈ ਅਤੇ ਰੋਗੀ ਮਹਿਸੂਸ ਕਰਨ ਹਿੱਲਣ-ਜੁੱਲਣ ਅਤੇ ਬੋਲਣ ਦੀ ਸਮਰੱਥਾ ਗਵਾ ਬਹਿੰਦਾ ਹੈ

multiplex /'ਮਅੱਲਟਿਪਲੈੱਕਸ/ *a* ਬਹੁਭਾਗੀ, ਬਹੁਤੱਤੀ, ਬਹੁਰੂਪ, ਵਿਵਿਧ, ਵਿਭਿੰਨ

multiplicable /ˌਮਅੱਲਟਿ'ਪਲਿਕਅਬਲ/ *a* ਗੁਣਾ ਕਰਨ ਯੋਗ, ਗੁਣਨਯੋਗ

multiplicand /ˌਮਅੱਲਟਿਪਲਿ'ਕੈਨਡ/ *n* ਉਹ ਸੰਖਿਆ ਜਿਸ ਨੂੰ ਗੁਣਾ ਕੀਤਾ ਜਾਵੇ

multiplicate /ˌਮਅੱਲਟਿ'ਪਲਿਕਅਟ/ *a* ਇੱਕ ਤੋਂ ਵਧੇਰੇ, ਅਨੇਕ

multiplication /ˌਮਅੱਲਟਿਪਲਿ'ਕੇਇਸ਼ਨ/ *n* ਗੁਣਾ, ਗੁਣਨ, ਜ਼ਰਬ, ਗੁਣਨ ਕਿਰਿਆ

multiplication table *n* ਪਹਾੜਾ, ਪਹਾੜੇ

multiplicative /ˌਮਅੱਲਟਿ'ਪਲਿਕਅਟਿਵ਼/ *a* ਗੁਣਨਸ਼ੀਲ, ਗੁਣਾ ਕਰਨ ਵਾਲਾ (ਕੰਮ), ਗੁਣਕ

multiplicator /'ਮਅੱਲਟਿਪਲਿਕੇਇਟਅ*/ *n* ਗੁਣਕ

multiplicity /ˌਮਅੱਲਟਿ'ਪਲਿਸਅਟਿ/ *n* ਬਹੁਲਤਾ, ਵਿਵਿਧਤਾ, ਅਨੇਕਤਾ, ਅਧਿਕਤਾ, ਬਹੁਤਾਤ

multiplier /'ਮਅੱਲਟਿਪਲਾਇਅ*/ *n* ਗੁਣਾ ਕਰਨ ਵਾਲੀ ਸੰਖਿਆ; ਗੁਣਕ, ਪੌਦਿਆਂ ਦੀ ਪੌਦ ਵਧਾਉਣ ਵਾਲਾ; ਬਲਵਰਧਕ, ਬਲ ਵਿੱਚ ਵਾਧਾ ਕਰ ਦੇਣ ਵਾਲਾ ਯੰਤਰ

multiply /'ਮਅੱਲਟਿਪਲਾਇ/ *v* (ਗਣਿ) ਗੁਣਾ ਕਰਨਾ, ਜ਼ਰਬ ਦੇਣਾ; ਸੰਖਿਆ ਵਿੱਚ ਵਾਧਾ ਹੋਣਾ; ਨਸਲ ਵਧਣਾ; ਪੌਦਿਆਂ ਦੀ ਪੌਦ ਵਧਾਉਣਾ, ਪਸ਼ੂਆਂ ਦੀ ਨਸਲ ਵਧਾਉਣਾ

multipolar /ˌਮਅੱਲਟਿ'ਪਅਉਲਅ*/ *a* ਬਹੁਧਰੁਵੀ, ਅਨੇਕ ਧਰੁਵੀ

multipotent /ˌਮਅੱਲਟਿ'ਪਅਉਟਅਨਟ/ *a* ਬਹੁ ਸ਼ਕਤੀਵਾਨ, ਬਹੁਸਮਰਥ

multiprocessing /ˌਮਅੱਲਟਿ'ਪਰਅਉਸੈੱਸਿਙ/ *n* (ਕੰਪਿ) ਵੱਡੇ ਗੁੰਝਲਦਾਰ ਕਾਰਜ ਲਈ ਕਈ ਕਿਰਿਆਵਾਂ (ਪ੍ਰੋਸੈਸਰਾਂ) ਦੀ ਇੱਕਠੇ ਵਰਤੋਂ, ਬਹੁ ਕਿਰਿਆਵਨ

multi-purpose /ˌਮਅੱਲਟਿ'ਪਅ:ਪਅਸ/ *n* ਬਹੁ ਮੰਤਵ, ਬਹੁਪ੍ਰਯੋਜਨ *a* ਬਹੁਮਨੋਰਥੀ

multiracial /ˌਮਅੱਲਟਿ'ਰੇਇਸ਼ਲ/ *a* ਬਹੁਨਸਲੀ, ਬਹੁਜਾਤੀ

multitasking /ˌਮਅੱਲਟਿ'ਟਾਸਕਿਙ/ *n* (ਕੰਪਿ) ਅਜਿਹੀ ਸੰਚਾਲਨ ਪ੍ਰਨਾਲੀ ਜੋ ਇੱਕੋ ਕੰਪਿਊਟਰ ਤੋਂ ਇੱਕੋ ਵੇਲੇ ਕਈ ਕਾਰਜ ਕਰਵਾ ਸਕਦੀ ਹੈ (ਜਿਵੇਂ ਕੰਪਿਊਟਰ ਤੇ ਲਿਖਣ ਦੇ ਨਾਲ-ਨਾਲ ਸੰਗੀਤ ਸੁਣਨਾ)

multitude /'ਮਅੱਲਟਿਟਯੂਡ/ *n* ਅਧਿਕ ਗਿਣਤੀ, ਬਹੁਸੰਖਿਆ, ਬਹੁਲਤਾ; ਸਮਾਜ, ਇਕੱਠ, ਜਮਘਟਾ, ਭੀੜ-ਭੜੱਕਾ

multitudinism /ˌਮਅੱਲਟਿ'ਟਯੂਡਿਨਿਜ਼ਅਮ/ *n* ਜਨਹਿਤਵਾਦ, ਬਹੁਹਿਤਵਾਦ

multitudinist /ˌਮਅੱਲਟਿ'ਟਯੂਡਿਨਿਸਟ/ *n* ਜਨਹਿਤਵਾਦੀ, ਬਹੁਹਿਤਵਾਦੀ

multitudinous /ˌਮਅੱਲਟਿ'ਟਯੂਡਿਨਅਸ/ *a* ਬਹੁ-ਸੰਖਿਅਕ, ਅਸੰਖ, ਅਧਿਕ, ਕਈ ਗੁਣਾ, ਅਣਗਿਣਤ, ਬੇਸ਼ੁਮਾਰ

Multi-User System ਇੱਕੋਂ ਸਮੇਂ ਇੱਕ ਤੋਂ ਵੱਧ ਵਰਤੋਂਕਾਰਾਂ ਦੁਆਰਾ ਵਰਤੀ ਜਾਣ ਵਾਲੀ ਪ੍ਰਨਾਲੀ, ਬਹੁ-ਵਰਤੋਂਕਾਰ ਪ੍ਰਨਾਲੀ

multivagant /ਮਅੱਲ'ਟਿਵ਼ਅਗਅਨਟ/ *a* ਭੌਂਦੂ, ਘੁਮੱਕੜ, ਅਵਾਰਾ, ਫਿਰਤੂ

multiverbal /ˌਮਅੱਲਟਿ'ਵ਼ਅ:ਬਲ/ *a* ਅਨੇਕ ਸ਼ਬਦੀ, ਬਹੁਸ਼ਬਦੀ

multivious /ˌਮਅੱਲ'ਟਿਵ਼ਿਅਸ/ *a* ਬਹੁਤੇ ਰਾਹਾਂ ਤੋਂ ਆਉਣ ਵਾਲਾ, ਬਹੁਮਾਰਗ ਗਾਮੀ

multivocal /ˌਮਅੱਲ'ਟਿਵ੍ਅਕ(ਅ)ਲ/ *a* ਅਨੇਕਾਰਥਕ, ਸਲੇਸ਼ਾਰਥਕ

multocular /ˌਮਅੱਲ'ਟੌਕਯੁਲਅ/ *a* ਅਨੇਕ ਅੱਖਾਂ ਵਾਲਾ, ਬਹੁਨੇਤਰਾ

multure /'ਮਅੱਲਚਅ*/ *n* ਆਟੇ ਦੀ ਪਿਸਾਈ (ਪੈਸੇ ਜਾਂ ਆਟੇ ਦੇ ਰੂਪ ਵਿੱਚ)

mum /ਮਅੱਮ/ *n* ਇੱਕ ਤਰ੍ਹਾਂ ਦੀ ਸ਼ਰਾਬ *int* ਸ਼ਾਂਤ! ਚੁਪ ਰਹਿ! ਖ਼ਾਮੋਸ਼ *a* ਨਿਰਸ਼ਬਦ, ਖ਼ਾਮੋਸ਼, ਚੁੱਪ, ਸ਼ਾਂਤ *v* ਚੁੱਪ ਰਹਿਣਾ, ਚੁੱਪ ਕਰਕੇ (ਮੂਕ) ਐਕਟਿੰਗ ਕਰਨਾ, ਮੂਕ ਨਾਟਕ ਵਿੱਚ ਕੰਮ ਕਰਨਾ

mumble /'ਮਅੱਮਬਲ/ *n* ਬੁੜਬੁੜਾਹਟ, ਗੁਣਗੁਣਾਹਟ, ਅਸਪਸ਼ਟ ਵਚਨ, ਅਵਿਅਕਤ ਬਾਣੀ *v* ਅਸਪਸ਼ਟ ਬੋਲਣਾ, ਮੂੰਹ ਵਿੱਚ ਗੱਲਾਂ ਕਰਨਾ, ਗੁਣਗੁਣਾਉਣਾ, ਬੁੜਬੁੜਾਉਣਾ; ਮੂੰਹ ਬੰਦ ਕਰਕੇ ਰੋਟੀ ਖਾਣੀ, ਪਪੋਲਣਾ

mumbo jumbo /ˌਮਅੱਮਬਅਉ 'ਜਅੱਮਬਅਉ/ *n* ਅਫ਼ਰੀਕੀ ਕਬੀਲਿਆਂ ਦੁਆਰਾ ਪੂਜੀ ਜਾਣ ਵਾਲੀ ਇੱਕ ਮੂਰਤੀ; ਮੰਬੋ-ਜੰਬੋ, ਕੋਈ ਆਦਰਯੋਗ ਵਸਤੂ; ਨਿਰਾਰਥਕ ਭਾਸ਼ਾ ਜਾਂ ਬੋਲ, ਊਲ-ਜਲੂਲ

mumchance /'ਮਅੱਮਚਾਨਸ/ *n* ਮੂੜ੍ਹ, ਮੂਰਖ *a* ਚੁੱਪ, ਖ਼ਾਮੋਸ਼, ਬੁੱਤ ਬਣਿਆ (ਵਿਅਕਤੀ)

mumm /ਮਅੱਮ/ *vt* ਨਕਾਬ ਪਾਉਣਾ

mummer /'ਮਅੱਮਅ*/ *n* ਦੰਭੀ ਆਦਮੀ, ਭੰਡ, ਨਾਟਕ ਦਾ ਭੰਡ ਜਾਂ ਵਿਦੂਸ਼ਕ; ਮੂਕ ਨਾਟਕ ਦਾ ਐਕਟਰ

mummify /'ਮਅੱਮਿਫ਼ਾਇ/ *vt* ਲਾਸ਼ ਨੂੰ ਸੁਗੰਧਿਤ ਪਦਾਰਥ ਲਾ ਕੇ ਸੁਰੱਖਿਅਤ ਕਰਨਾ, ਮੁਰਦੇ ਨੂੰ ਮਸਾਲੇ ਲਾ ਕੇ ਸੰਭਾਲ ਰੱਖਣਾ; ਖ਼ੁਸ਼ਕ ਕਰਨਾ, ਸੁਕਾਉਣਾ

mummy /'ਮਅੱਮਿ/ *n* ਲਾਸ਼ ਜੋ ਮਸਾਲੇ ਲਾ ਕੇ ਸੁਰੱਖਿਅਤ ਰੱਖੀ ਜਾਵੇ, ਪੁਰਾਤਨ ਲਾਸ਼, ਸੁਰੱਖਿਅਤ ਮਿਰ੍ਤਕ ਸਰੀਰ, ਮੰਮੀ; ਗੂੜ੍ਹਾ ਭੂਰਾ ਰੰਗ

mump /ਮਅੱਮਪ/ *vi* ਸ਼ਾਂਤ ਰੂਪ ਧਾਰਨਾ, ਚੁੱਪ ਕਰਨਾ, ਚੁੱਪ-ਚਾਪ ਬੈਠਣਾ; ਮਨ ਵਿੱਚ ਕੁੜ੍ਹਨਾ, ਘੁੜਬੁੜਾਉਣਾ; ਚੱਬਣਾ; ਭਿੱਖਿਆ ਮੰਗਣਾ

mumpish /'ਮਅੱਮਪਿਸ਼/ *a* ਛੇਤੀ ਰੁੱਸ ਜਾਣ ਵਾਲਾ, ਤੁਨਕ ਮਿਜ਼ਾਜ

mumps /ਮਅੱਮਪਸ/*n* (ਬਹੁ) ਕਨੇਡੂ, ਕੰਨ ਪੇੜੇ, ਮੂੰਹ ਮੁਟਾਪਾ; ਰੋਸਾ

munch /ਮਅੱਨਚ/ *v* ਚੱਬਣਾ (ਦਾਣੇ); ਮੁਰੜ-ਮੁਰੜ ਚੱਬਣਾ, ਚਿੱਥਣਾ

mundane /ਮਅੱਨ'ਡੇਇਨ/ *a* ਦੁਨਿਆਵੀ, ਲੌਕਿਕ, ਸੰਸਾਰਿਕ; ਵਿਸ਼ਵ ਸੰਬੰਧੀ, ਸ੍ਰਿਸ਼ਟੀ ਸੰਬੰਧੀ

mundaneness /ਮਅੱਨ'ਡੇਇਨਨਅਸ/ *n* ਲੌਕਿਕਤਾ, ਸੰਸਾਰਿਕਤਾ

mundic /'ਮਅੱਨਡਿਕ/ *n* ਲੋਹੇ ਤੇ ਗੰਧਕ ਦਾ ਮਿਸ਼ਰਨ

mundificant /ਮਅੱਨ'ਡਿਫ਼ਿਕਅਨਟ/ *a* ਸ਼ੁੱਧੀਕਾਰਕ

mundification /ˌਮਅੱਨਡਿਫ਼ਿ'ਕੇਇਸ਼ਨ/ *n* ਸ਼ੁੱਧੀਕਰਨ

mundificative /ਮਅੱਨ'ਡਿਫ਼ਿਕਅਟਿਵ੍/ *a* ਵਿਸ਼ੁੱਧ, ਸੋਧਣਸ਼ੀਲ

mundify /'ਮਅੱਨਡਿਫ਼ਾਇ/ *vt* ਸ਼ੁੱਧ ਕਰਨਾ, ਸੋਧਣਾ

mundungus /ਮਅੱਨ'ਡਅੱਙਗਅਸ/ *n* ਬਦਬੂਦਾਰ ਤਮਾਕੂ

mungoose /'ਮਅੱਙਗੂਸ/ *n* ਨਿਓਲਾ

municipal /ਮਯੂ'ਨਿਸਿਪਲ/ *a* ਨਗਰਪਾਲਿਕਾ ਜਾਂ ਮਿਉਂਸਿਪਲ ਕਮੇਟੀ ਦੁਆਰਾ ਸੰਚਾਲਿਤ (ਸਕੂਲ ਆਦਿ); ਨਗਰਪਾਲਿਕਾ ਦੇ ਅਧੀਨ, ਨਗਰਪਾਲਿਕਾ ਨਾਲ ਸੰਬੰਧਿਤ; ਸ਼ਹਿਰੀ

municipalist /ਮਯੂ'ਨਿਸਿਪ(ਅ)ਲਿਸਟ/ *n* ਨਗਰਪਾਲਿਕਾਵਾਦੀ

municipality /ਮਯੂˌਨਿਸਿ'ਪੈਲਅਟਿ/ *n* ਨਗਰਪਾਲਿਕਾ, ਨਗਰ ਸਭਾ, ਮਿਉਂਸਿਪੈਲਿਟੀ

munificence /ਮਯੂ'ਨਿਫ਼ਿਸਨਸ/ *n* ਦਿਆਲਤਾ, ਉਦਾਰਤਾ, ਸਖ਼ਾਵਤ, ਖੁੱਲ੍ਹਦਿਲੀ

munificent /**ਮਯੂ'ਨਿਫ਼ਿਸਨਟ**/ *a* ਦਿਆਲੂ, ਸਖ਼ੀ, ਦਾਤਾ, ਦਾਨੀ

munifience /**ਮਯੂ'ਨਿਫ਼ਿਅਨਸ**/ *n* ਸੁਰੱਖਿਆ, ਮਜ਼ਬੂਤੀ, ਕਿਲ੍ਹੇਬੰਦੀ, ਗੜ੍ਹਬੰਦੀ

munify /**'ਮਯੂਨਿਫ਼ਾਇ**/ *vt* ਸੁਰੱਖਿਅਤ ਕਰਨਾ, ਮਜ਼ਬੂਤ ਕਰਨਾ, ਕਿਲ੍ਹਾਬੰਦੀ ਕਰਨਾ

muniment /**'ਮਯੂਨਿਮਅਨਟ**/ *n* ਅਧਿਕਾਰ ਪੱਤਰ; ਆੜ, ਮੋਰਚਾ, ਗੜ੍ਹੀ, ਬਚਾਅ

munition /**ਮਯੂ'ਨਿਸ਼ਨ**/ *n* ਅਸਲਾ, ਗੋਲਾ ਬਰੂਦ; ਯੁੱਧ ਸਮੱਗਰੀ, ਲੜਾਈ ਦਾ ਸਮਾਨ *vt* ਯੁੱਧ ਸਮੱਗਰੀ ਇਕੱਠੀ ਕਰਨਾ, ਗੋਲਾ-ਬਰੂਦ ਜਮ੍ਹਾਂ ਕਰਨਾ

mural /**'ਮਯੁਅਰਅਲ**/ *n* ਕੰਧ ਦੀ ਚਿੱਤਰਕਾਰੀ *a* ਕੰਧ ਦਾ, ਦੀਵਾਰੀ

murder /**'ਮਅ:ਡਅ**/ *n* ਖ਼ੂਨ, ਹੱਤਿਆ, ਘਾਤ, ਹਿੰਸਾ, ਕਤਲ *vt* ਖ਼ੂਨ ਕਰਨਾ, ਹੱਤਿਆ ਕਰਨਾ, ਕਤਲ ਕਰਨਾ, ਮਾਰ ਸੁੱਟਣਾ; ਕੰਮ ਦਾ ਸੱਤਿਆਨਾਸ ਕਰਨਾ; ਭਾਸ਼ਾ ਦੇ ਸਰੂਪ ਨੂੰ ਵਿਗਾੜ ਦੇਣਾ

murderer /**'ਮਅ:ਡਅਰਅ***/ *n* ਕਾਤਲ, ਖ਼ੂਨੀ, ਹੱਤਿਆਰਾ

murderous /**'ਮਅ:ਡਅਰਅਸ**/ *a* ਕਾਤਲਾਨਾ, ਖ਼ੂਨੀ, ਖ਼ੂੰਖ਼ਾਰ

mure /**ਮਯੁਅ***/ *vt* ਕੈਦ ਕਰਨਾ, ਕਾਰਾਵਾਸ ਵਿੱਚ ਬੰਦ ਰੱਖਣਾ

muricate /**'ਮਯੁਰਿਕੇਇਟ**/ *vt* ਉਕਸਾਉਣਾ, ਛੇੜਨਾ, ਉਤੇਜਿਤ ਕਰਨਾ

muriculate /**ਮਯੁ'ਰਿਕਯੁਲਅਟ**/ *a* ਛੋਟੇ-ਛੋਟੇ ਕੰਡਿਆਂ ਵਾਲਾ

murk /**ਮਅ:ਕ**/ *a* ਧੁੰਦਲਾ, ਹਨੇਰਾ

murkiness /**'ਮਅ:ਕਿਨਅਸ**/ *n* ਧੁੰਦਲਾਪਣ, ਹਨੇਰਾ

murky /**'ਮਅ:ਕਿ**/ *a* ਧੁੰਦਲਾ, ਹਨੇਰਾ; ਸ਼ੱਕੀ; ਤਮੋਮਈ, ਅੰਧਕਾਰਮਈ

murmur /**'ਮਅ:ਮਅ***/ *n* ਕਾਨਾਫੂਸੀ; ਮਰਮਰ ਧੁਨੀ, ਕਲਕਲ, ਭਿਣਭਿਣ, ਲਹਿਰਾਂ ਦੀ ਸ਼ਾਂ-ਸ਼ਾਂ, ਹਵਾ ਦੀ ਸਰ-ਸਰ *v* ਗੁਣਗੁਣਾਉਣਾ, ਭਿਣਭਿਣਾਉਣਾ, ਸ਼ਾਂ-ਸ਼ਾਂ ਕਰਨਾ, ਸਰਸਰਾਉਣਾ

murphy /**'ਮਅ:ਫ਼ਿ**/ *n* (ਅਪ) ਆਲੂ

Murphy's Law /**ˌਮਅ:ਫ਼ਿਜ਼ 'ਲੋ**/ *n* ਇਸ ਤੱਥ ਦਾ ਬਿਆਨ ਕਿ ਜੇ ਕੁਝ ਗ਼ਲਤ ਹੋ ਸਕਦਾ ਹੈ ਤਾਂ ਇਹ ਹੋਵੇਗਾ

murrain /**'ਮਅੱਰਿਨ**/ *n* ਪਸ਼ੂਆਂ ਦੀ ਮਹਾਂਮਾਰੀ, ਮਰੀ

muscadine /**'ਮਅੱਸਕਅਡਿਨ**/ *n* ਭਿੰਨੀ-ਭਿੰਨੀ ਖ਼ੁਸ਼ਬੋ ਵਾਲੇ ਵਧੀਆ ਤੇ ਵਿਸ਼ੇਸ਼ ਅੰਗੂਰ, ਕਸਤੂਰੀ ਦੀ ਸੁਗੰਧੀ ਵਾਲੇ ਅੰਗੂਰ; ਅੰਗੂਰੀ ਸ਼ਰਾਬ

muscardine /**'ਮਅੱਸਕਾਡਾਇਨ**/ *n* ਰੇਸ਼ਮ ਦੇ ਕੀੜੇ ਦੀ ਬਿਮਾਰੀ

muscle /**'ਮਅੱਸਲ**/ *n* ਪੱਠਾ; ਜ਼ੋਰ, ਬਾਹੂਬਲ

muscleman /**'ਮਅੱਸਲਮੈਨ**/ *n* ਹੱਟਾ-ਕੱਟਾ ਆਦਮੀ, ਤਾਕਤਵਰ ਮਨੁੱਖ

muscovado /**ˌਮਅੱਸਕਅ'ਵ੍ਹਾਡਅਉ**/ *n* ਸ਼ੱਕਰ

Muscovite /**'ਮਅੱਸਕਅਵ੍ਹਾਇਟ**/ *n* ਮਾਸਕੋ ਵਾਸੀ; (ਪਰਾ) ਰੂਸੀ; ਰੂਸ ਦੀ ਭਾਸ਼ਾ *a* ਰੂਸ ਸੰਬੰਧੀ

muscular /**'ਮਅੱਸਕਯਅਲਅ***/ *a* ਪੱਠਿਆਂ ਦਾ, ਪੱਠੇਦਾਰ; ਗਠੀਲਾ, ਗੰਢਿਆ, ਪੁਸ਼ਟ, ਪੱਕਾ

muscular dystrophy /**ˌਮਅੱਸਕਯਅਲਅ* 'ਡਿਸਟਰਅਫ਼ਿ**/ *n* ਪੱਠਿਆਂ ਦੀ ਬਿਮਾਰੀ, ਸਰੀਰ ਦੀ ਕੁਦਰਤੀ ਅਜਿਹੀ ਬਣਤਰ ਜਿਸ ਵਿੱਚ ਪੱਠੇ ਆਹਿਸਤਾ ਆਹਿਸਤਾ ਕਮਜ਼ੋਰ ਹੋਣ ਲੱਗ ਜਾਂਦੇ ਹਨ

muse /**ਮਯੂਜ਼**/ *n* (ਕਾਵਿ) ਕਵੀ, ਸ਼ਾਇਰ; ਕਵਿਤਾ ਦੀ ਦੇਵੀ, ਸਰਸਵਤੀ; ਕਾਵਿ ਪ੍ਰਤਿਭਾ; ਧਿਆਨ, ਖ਼ਿਆਲ *v* ਗੰਭੀਰ ਵਿਚਾਰ ਵਿੱਚ ਪੈਣਾ, ਮਨਨ ਕਰਨਾ, ਚਿੰਤਨ ਕਰਨਾ, ਧਿਆਨ ਲਾਉਣਾ; ਧਿਆਨ ਨਾਲ ਵੇਖਣਾ

museful /**'ਮਯੂਜ਼ਫ਼ੁਲ**/ *a* ਧਿਆਨ ਮਗਨ, ਚਿੰਤਕ

museless /**'ਮਯੂਜ਼ਲਅਸ**/ *a* ਵਿਚਾਰਹੀਣ,

ਅਭਾਵਕ

muser /'ਮਯੂਜ਼ਅ*/ *n* ਧਿਆਨ ਮਗਨ ਵਿਅਕਤੀ, ਗੰਭੀਰ ਵਿਚਾਰਾਂ ਵਾਲਾ ਮਨੁੱਖ, ਚਿੰਤਕ

museum /ਮਯੂ'ਜ਼ਿਅਮ/ *n* ਅਜਾਇਬ ਘਰ, ਅਜਾਇਬਖ਼ਾਨਾ

mush /ਮਅੱਸ਼/ *n* (ਉੱਤਰੀ ਅਮਰੀਕਾ ਦਾ) ਇੱਕ ਤਰ੍ਹਾਂ ਦਾ ਦਲੀਆ; ਮੁਲਾਇਮ ਗੁੱਦਾ; ਕੁੱਤਾ ਗੱਡੀ ਦਾ ਸਫ਼ਰ; ਬਰਫ਼ ਗੱਡੀ ਦਾ ਮਾਲਕ

mushed /ਮਅੱਸ਼ਟ/ *a* ਫੈਲਿਆ, ਛਤਰੀ ਰੂਪੀ

mushroom /'ਮਅੱਸ਼ਰੁਮ, -ਰੂਮ/ *n* ਖੁੰਬਾਂ *v* ਖੇਤ ਵਿੱਚੋਂ ਖੁੰਬਾਂ ਇਕੱਠੀਆਂ ਕਰਨੀਆਂ; ਖੁੰਬਾਂ ਵਾਂਗ ਉੱਗਣਾ

music /'ਮਯੂਜ਼ਿਕ/ *n* ਸੰਗੀਤ, ਸੁਰ, ਰਾਗ, ਸੰਗੀਤਕ ਧੁਨ, ਮੌਸਿਕੀ

musical /'ਮਯੂਜ਼ਿਕਲ/ *a* ਸੰਗੀਤਮਈ; ਮਧੁਰ, ਸਰੋਦੀ, ਸੁਰੀਲਾ

musicale /ˌਮਯੂਜ਼ਿ'ਕੈਲ/ *n* ਸੰਗੀਤ ਸਮਾਰੋਹ

music box *n* ਅਜਿਹਾ ਡੱਬਾ ਜਿਸ ਵਿੱਚ ਸੰਗੀਤ ਦਾ ਉਪਕਰਨ ਲੱਗਾ ਹੁੰਦਾ ਹੈ ਅਤੇ ਡੱਬਾ ਖੋਲ੍ਹਣ 'ਤੇ ਸੰਗੀਤ ਵੱਜਦਾ ਹੈ

musician /ਮਯੁ'ਜ਼ਿਸ਼ਨ/ *n* ਸੰਗੀਤ ਸ਼ਾਸਤਰੀ, ਸੰਗੀਤੱਗ, ਵਾਦਕ; ਗਾਇਕ, ਗਵੱਈਆ

musicologist /ˌਮਯੂਜ਼ਿ'ਕੌਲਅਜਿਸਟ/ *n* ਸੰਗੀਤ ਸ਼ਾਸਤਰੀ

musicology /ˌਮਯੂਜ਼ਿ'ਕੌਲਅਜਿ/ *n* ਸੰਗੀਤ ਸ਼ਾਸਤਰ, ਸੰਗੀਤ ਵਿਗਿਆਨ

musicomania /ˌਮਯੂਜ਼ਿਕਅਉ'ਮੇਇਨਿਅ/ *a* ਸੰਗੀਤ ਉਨਮਾਦ, ਸੰਗੀਤ ਦਾ ਸ਼ੁਦਾਅ

musing /'ਮਯੂਜ਼ਿਙ/ *n* ਅੰਤਰ ਧਿਆਨ, ਅੰਤਰ ਬਿਰਤੀ, ਅੰਤਰ ਮਗਨਤਾ

musk /ਮਅੱਸਕ/ *n* ਕਸਤੂਰੀ, ਮੁਸ਼ਕ; ਕਸਤੂਰੀ ਜਿਹੀ ਸੁਗੰਧ ਦੇਣ ਵਾਲਾ ਪੌਦਾ

musket /'ਮਅੱਸਕਿਟ/ *n* ਪੁਰਾਣੇ ਵੇਲੇ ਦੀ ਬੰਦੂਕ

musketeer /ˌਮਅੱਸਕਅ'ਟਿਅ*/ *n* ਬੰਦੂਕਾਂ ਲੈ ਕੇ ਚੱਲਣ ਵਾਲਾ ਸਿਪਾਹੀ, ਬੰਦੂਕਚੀ

musketry /'ਮਅੱਸਕਿਟਰਿ/ *n* ਬੰਦੂਕਾਂ; ਬੰਦੂਕਬਾਜ਼ੀ, ਚਾਂਦਮਾਰੀ; ਬੰਦੂਕਚੀਆਂ ਦਾ ਦਸਤਾ; ਅਸਲਾਖ਼ਾਨਾ

muskiness /ਮਅੱਸਕਿਨਅਸ/ *n* ਕਸਤੂਰੀ ਦੇ ਗੁਣ, ਸੁਗੰਧੀ, ਖ਼ੁਸ਼ਬੋ, ਵਾਸ਼ਨਾ, ਕਸਤੂਰੀ ਦੀ ਵਾਸ਼ਨਾ

musky /ਮਅੱਸਕਿ/ *a* ਕਸਤੂਰੀ ਦੀ ਵਾਸ਼ਨਾ ਵਾਲਾ, ਕਸਤੂਰੀ ਯੁਕਤ, ਸੁਗੰਧਿਤ, ਖ਼ੁਸ਼ਬੋਦਾਰ

Muslim /'ਮੁਜ਼ਲਿਮ, 'ਮਅੱਜ਼-, -ਲਅਮ/ *n* ਮੁਸਲਿਮ, ਮੁਸਲਮਾਨ

muslin /'ਮਅੱਜ਼ਲਿਨ/ *n* ਮਲਮਲ, ਪਤਲਾ ਕੱਪੜਾ

musquash /'ਮਅੱਸਕਵੌਸ਼/ *n* ਛਛੂੰਦਰ, ਛਛੂੰਦਰ ਦੀ ਸਮੂਰ ਜਾਂ ਖੱਲ

muss /ਮਅੱਸ/ *n* (ਬੋਲ) ਉਪੱਦਰ, ਖੋਹ-ਖਿੰਝ, ਹੱਥੋ-ਪਾਈ

mussel /'ਮਅੱਸਲ/ *n* ਸਿੱਪਦਾਰ ਮੱਛੀ

mussitation /ˌਮਅੱਸਿ'ਟੇਇਸ਼ਨ/ *n* ਬਿਨਾਂ ਅਵਾਜ਼ ਦੇ ਬੁੱਲ੍ਹ ਹਿਲਾਉਣ ਦੀ ਕਿਰਿਆ, ਬੜਬੜਾਹਟ

must /ਮਅੱਸਟ/ *n* ਕੱਚੀ ਸ਼ਰਾਬ; ਉੱਲੀ, ਫਫੂੰਦੀ ਜਾਂ ਭਕੜੀ *v* ਉੱਲੀ ਲੱਗਣਾ; ਚਾਹੀਦਾ ਹੈ *a* ਅਵੱਸ਼, ਲਾਜ਼ਮੀ, ਜ਼ਰੂਰੀ

mustard /'ਮਅੱਸਟਅਡ/ *n* ਰਾਈ, ਸਰ੍ਹੋਂ; ਸੁਆਦੀ ਚੀਜ਼, ਸੁਖਦਾਇਕ ਵਸਤੂ; ਰੋਚਕ ਵਿਅਕਤੀ, ਦਿਲਚਸਪ ਆਦਮੀ

mustard gas *n* ਇੱਕ ਜ਼ਹਿਰੀਲੀ ਗੈਸ

muster /'ਮਅੱਸਟਅ*/ *n* ਗਿਣਤੀ, ਹਾਜ਼ਰੀ, ਜੋੜ; ਨਿਰੀਖਣ ਜਾਂ ਮੁਆਇਨੇ ਲਈ ਹੋਇਆ ਇਕੱਠ; ਸਮਾਗਮ, ਸਮੂਹ, ਜਮਘਟ *v* ਗਿਣਤੀ ਕਰਨਾ, ਹਾਜ਼ਰੀ ਲੈਣਾ; ਜੋੜ ਕਰਨਾ, ਇਕੱਠ ਕਰਨਾ ਜਾਂ ਹੋਣਾ; ਸ਼ਕਤੀ ਇੱਕਠੀ ਕਰਨਾ, ਸਾਹਸ ਕਰਨਾ

mustiness /'ਮਅੱਸਟਿਨਅਸ/ *n* ਉੱਲੀ ਵਾਲੀ

ਅਵਸਥਾ, ਬੇਹਾਪਣ, ਪੁਰਾਣਾਪਣ

musty /'ਮਅੱਸਟਿ/ *a* ਉੱਲੀ ਵਾਲਾ; ਸਲ੍ਹਾਬਿਆ; (ਵਿਚਾਰ ਆਦਿ) ਬੁਸਿਆ ਹੋਇਆ; ਪੁਰਾਣਾ

mutability /ˌਮਯੂਟਅ'ਬਿਲਅਟਿ/ *n* ਚੰਚਲਤਾ, ਅਸਥਿਰਤਾ; ਪਰਿਵਰਤਨਸ਼ੀਲਤਾ, ਬਦਲੀ

mutable /'ਮਯੂਟਅਬਲ/ *a* ਚੰਚਲ, ਚਪਲ, ਅਸਥਿਰ; ਅਸਥਾਈ; ਪਰਿਵਰਤਨਸ਼ੀਲ, ਬਦਲਨਯੋਗ

mutation /ਮਯੂ'ਟੇਇਸ਼ਨ/ *a* ਅਦਲ-ਬਦਲ, ਤਬਦੀਲੀ, ਪਰਿਵਰਤਨ, ਵਿਕਾਰ; ਨਵੀਂ ਉਤਪਤੀ

mutatis mutandis /ਮਯੂˌਟਾਟਿਸ ਮਯੂ'ਟੈਨਡਿਸ, ਮੂ-/ *adv* ਲੋੜੀਂਦੀ ਮਾਮੂਲੀ ਬਦਲੀ ਨਾਲ

mutative /ਮਯੂ'ਟਅਟਿਵ਼/ *a* ਪਰਿਵਰਤਨਸ਼ੀਲ; ਪਰਿਵਰਤਨ ਸੰਬੰਧੀ

mutch /ਮਅਚੱ/ *n* (ਇਸਤਰੀਆਂ ਦੀ) ਇੱਕ ਪ੍ਰਕਾਰ ਦੀ ਟੋਪੀ

mute /ਮਯੂਟ/ *a* ਸਪਰਸ਼ੀ (ਵਿਅੰਜਨ); ਅਣ ਉਚਾਰਤ (ਥੋੜ੍ਹੇ ਚਿਰ ਲਈ) ਖ਼ਾਮੋਸ਼ ਜਾਂ ਗੂੰਗਾ; (ਪਸ਼ੂ ਜਾਂ ਵਿਅਕਤੀ) ਅਵਾਕ, ਮੂਕ, ਚੁੱਪ; ਮੌਨ, ਖ਼ਾਮੋਸ਼ *n* ਸਪਰਸ਼ ਵਿਅੰਜਨ, ਮੂਕ ਐਕਟਰ; ਮੌਨ, ਮੂਕ ਜਾਂ ਗੂੰਗਾ ਆਦਮੀ; ਭਾੜੇ ਦਾ ਮਾਤਮੀ, ਵਾਜਿਆਂ ਦੀ ਅਵਾਜ਼ ਨੂੰ ਘੱਟ ਕਰਨ ਵਾਲੀ ਗੱਦੀ ਵਿੱਠ *vt* ਵਾਜੇ ਦੀ ਧੁਨ ਨੂੰ ਮੱਧਮ ਕਰਨਾ, ਧੀਮਾ ਕਰਨਾ, ਦਬਾਉਣਾ; ਪੰਛੀ ਦਾ ਬਿੱਠ ਕਰਨਾ, ਚਿਰਕਣਾ

muteness /ਮਯੂਟਨਅਸ/ *n* ਧੁਨੀਹੀਣਤਾ, ਮੂਕ ਭਾਵ, ਖ਼ਾਮੋਸ਼ੀ, ਗੂੰਗਾਪਣ

muticous /'ਮਯੂਟਿਕਅਸ/ *a* ਖੁੰਢਾ

mutilate /'ਮਯੂਟਿਲੇਇਟ/ *vt* ਕੋਈ ਅੰਗ ਕੱਟ ਦੇਣਾ, ਹੱਥ ਪੈਰ ਕੱਟ ਦੇਣਾ, ਅੰਗ ਭੰਗ ਕਰਨਾ, ਪੁਸਤਕ ਦਾ ਕੋਈ ਹਿੱਸਾ ਕੱਟ ਦੇਣਾ, ਖੰਡਿਤ ਕਰਨਾ

mutilated /'ਮਯੂਟਿਲੇਇਟਡ/ *a* ਵਿਕਰਿਤ, ਭਿੰਨ-ਭਿੰਨ, ਖੰਡਿਤ, ਲੰਗੜਾ-ਲੂਲ੍ਹਾ, ਕੱਟਿਆ-ਵੱਢਿਆ

mutilation /ˌਮਯੂਟਿ'ਲੇਇਸ਼ਨ/ *n* ਕੱਟ-ਵੱਢ, ਨਿਸ਼ਕਾਰਜੀਕਰਨ

mutineer /ˌਮਯੂਟਅ'ਨਿਅ*/ *n* ਬਗ਼ਾਵਤ ਕਰਨ ਵਾਲਾ ਆਦਮੀ, ਗ਼ਦਰ ਪਾਰਟੀ ਦਾ ਮੈਂਬਰ, ਕ੍ਰਾਂਤੀਕਾਰ, ਵਿਦ੍ਰੋਹੀ

mutinous /'ਮਯੂਟਅਨਅਸ/ *a* ਵਿਦ੍ਰੋਹੀ, ਬਗਾਵਤੀ, ਗ਼ਦਰੀ, ਬਾਗ਼ੀ, ਫ਼ਸਾਦੀ; ਗ਼ੱਦਾਰ

mutinousness /'ਮਯੂਟਅਨਅਸਨਅਸ/ *n* ਵਿਦ੍ਰੋਹਸ਼ੀਲਤਾ, ਬਗਾਵਤ, ਗ਼ੱਦਾਰੀ

mutiny /'ਮਯੂਟਅਨਿ/ *n* (ਫ਼ੌਜੀ) ਗ਼ਦਰ, ਬਗ਼ਾਵਤ, ਕ੍ਰਾਂਤੀ, ਵਿਦ੍ਰੋਹ, ਸੈਨਾ ਵਿਦ੍ਰੋਹ *v* ਗ਼ਦਰ ਕਰਨਾ, ਬਗ਼ਾਵਤ ਕਰਨਾ, ਵਿਦ੍ਰੋਹ ਕਰਨਾ

mutism /'ਮਯੂਟਿਜ਼ਅਮ/ *n* ਚੁੱਪ, ਮੌਨ

mutt /ਮਅੱਟ/ *n* ਗਧਾ; ਬੇਵਕੂਫ਼, ਬੁੱਧੂ, ਬੇਅਕਲ

mutter /'ਮਅੱਟਅ*/ *n* ਅਸਪਸ਼ਟ ਉਚਾਰਨ, ਗੁਣਗੁਣਾਹਟ, ਉਹ ਅਸਪਸ਼ਟ ਸ਼ਬਦ ਜੋ ਬੁੜਬੁੜਾਹਟ ਸਮੇਂ ਨਿਕਲਨ *v* ਬੁੜਬੁੜਾਉਣਾ, ਮੂੰਹ ਵਿਚ ਬੋਲਣਾ, ਕਾਨਾਫੂਸੀ ਕਰਨਾ, ਘੁਸਰ-ਮੁਸਰ ਕਰਨਾ

muttering /'ਮਅੱਟਅਰਿਙ/*n* ਅਸਪਸ਼ਟ ਭਾਸ਼ਣ, ਅਵਿਅਕਤ ਉਚਾਰਨ, ਬੁੜਬੁੜ

mutton /'ਮਅੱਟਨ/ *n* ਭੇਡ ਜਾਂ ਬੱਕਰੀ ਦਾ ਮਾਸ; (ਮਜ਼ਾਕੀਆ) ਭੇਡ

mutual /'ਮਯੂਚੁਅਲ/ *a* ਪਰਸਪਰ, ਆਪਸੀ, ਬਾਹਮੀ, ਆਪਸ ਵਿੱਚ ਦਾ, ਇੱਕ ਦੂਜੇ ਦਾ; ਸਾਂਝਾ, ਸਮਿਲਿਤ

mutual fund *n* ਕਾਰੋਬਾਰ ਵਿੱਚ ਆਮ ਲੋਕਾਂ ਦਾ ਧਨ ਲਵਾਉਣ ਵਾਲੀ ਸੰਸਥਾ ਜਾਂ ਕੰਪਨੀ

mutualism /'ਮਯੂਚੁਅਲਿਜ਼ਅਮ/ *n* ਪਰਸਪਰਵਾਦ, ਪਰਸਪਰ ਭਾਵ

mutualist /'ਮਯੂਚੁਅਲਿਸਟ/ *n* ਪਰਸਪਰਵਾਦੀ

mutuality /ˌਮਯੂਚੁ'ਐਲਅਟਿ/ *n* ਪਰਸਪਰਤਾ

mutually /'ਮਯੂਚੁਅਲਿ/ *adv* ਆਪਸ ਵਿੱਚ, ਪਰਸਪਰ

muzhik /ਮੂ'ਜ਼ਿਕ/ *n* ਰੂਸੀ ਕਿਸਾਨ

muzziness /'ਮਅੱਜ਼ਿਨਅਸ/ *n* ਸੁਸਤੀ, ਆਲਸ, ਉਤਸ਼ਾਹਹੀਣਤਾ; ਨਸ਼ੇ ਕਾਰਨ ਮੂਰਖਤਾ

muzzle /'ਮਅੱਜ਼ਲ/ *n* ਪਸ਼ੂਆਂ ਦਾ ਮੂੰਹ, ਥੁਥਨੀ, ਥੁੱਨੀ; ਬੰਦੂਕ ਦੀ ਨਾਲੀ ਦਾ ਮੂੰਹ, ਮੋਰੀ; ਦਹਾਨਾ; ਪਸ਼ੂਆਂ ਦੀ ਛਿੱਕਲੀ *vt* ਛਿੱਕਲੀ ਚੜ੍ਹਾਉਣਾ, ਮੂੰਹ ਬੰਦ ਕਰਨਾ; ਜ਼ੁਬਾਨਬੰਦੀ ਕਰਨਾ, ਬੋਲਣ ਤੇ ਲਿਖਣ ਦੀ ਮਨਾਹੀ ਕਰਨਾ; (ਬਾਦਬਾਨ) ਵਲ੍ਹੇਟਣਾ

muzzy /'ਮਅੱਜ਼ਿ/ *a* (ਨਸ਼ੇ ਕਾਰਨ) ਮੱਤ ਮਾਰੀ ਵਾਲਾ, ਭੌਂਦੂ

my /ਮਾਇ/ *pron* ਮੇਰਾ, ਮੇਰੀ, ਮੇਰੇ

myalgia /ਮਾਇ'ਐਲਜਅ/ *n* ਪੱਠਿਆਂ ਦੀ ਪੀੜ

myalism /ਮਾਇਅਲਿਜ਼ਅਮ/ *n* (ਪੱਛਮੀ ਦੀਪ ਸਮੂਹ ਦਾ) ਇੱਕ ਜਾਦੂ-ਟੂਣਾ

mycetoma /ˌਮਾਇਸਿ'ਟਅਉਮਅ/ *n* ਪੈਰਾਂ ਜਾਂ ਹੱਥਾਂ ਦਾ ਇੱਕ ਚਮੜੀ ਰੋਗ, ਧੱਦਰ, ਦੱਦ

mycologist /ˌਮਾਇ'ਕੌਲਅਜਿਸਟ/ *n* ਫਫੂੰਦੀ ਵਿਗਿਆਨੀ

mycology /ਮਾਇ'ਕੌਲਅਜਿ/ *n* ਫਫੂੰਦੀ ਵਿਗਿਆਨ

myope /'ਮਾਇਅਉਪ/ *n* ਨਿਕਟ ਦ੍ਰਿਸ਼ਟੀ (ਵਿਅਕਤੀ)

myopia, myopy /ਮਾਇ'ਅਉਪਿਅ, 'ਮਾਇਅਉਪਿ/ *n* ਨਿਕਟ ਦ੍ਰਿਸ਼ਟੀ, ਅਲਪ ਦ੍ਰਿਸ਼ਟੀ

myriad /'ਮਿਰਿਅਡ/ *n* ਬਹੁਤ ਵੱਡੀ ਸੰਖਿਆ, ਅਣਗਿਣਤ, ਅਸੰਖ, ਬੇਸ਼ੁਮਾਰ

myriapod /'ਮਿਰਿਅਪੌਡ/ *n* ਕਈ ਪੈਰਾਂ ਵਾਲਾ ਜੀਵ, ਬਹੁਪੈਰਾ, ਕੰਨਖਜੂਰੇ ਵਰਗਾ

myrmidon /'ਮਅ:ਮਿਡਅਨ/ *n* ਬਦਮਾਸ਼, ਭਾੜੇ ਕੀਤਾ ਗੁੰਡਾ; ਕਮੀਨਾ ਨੌਕਰ

myrobalan /ਮਾਇ'ਰੌਬਅਲਅਨ/ *n* ਔਲਾ ਹਰੜ ਬਹੇੜਾ ਦਾ ਮਿਸ਼ਰਨ, ਤ੍ਰਿਫਲਾ

myrrh /ਮਅ:/ *n* ਰਸਗੰਧ, ਗੋਪਰਸ, ਸੁਗੰਧਿਤ ਰਸ, ਇੱਕ ਸੁਗੰਧਿਤ ਪੌਦਾ; ਸੁਗੰਧਿਤ ਗੂੰਦ

myrtle /'ਮਅ:ਟਲ/ *n* ਵਲੈਤੀ ਮਹਿੰਦੀ, ਚਿੱਟੇ ਫੁੱਲਾਂ ਵਾਲੀ ਸਦਾ ਬਹਾਰ ਹਿਨਾ

myself /ਮਾਇ'ਸੈੱਲਫ਼/ *pron* ਆਪਣੇ ਆਪ, ਖ਼ੁਦ, ਮੈਂ ਆਪਣੇ ਆਪ ਨੂੰ, ਮੈਂ ਖ਼ੁਦ

mysophobia /ਮਾਇਸਅ'ਫ਼ਅਉਬਿਅ/ *n* (ਮਨੋ) ਅਪਵਿੱਤਰਤਾ ਦਾ ਭੈ

mystagogic /ਮਿਸਟਅ'ਗੌਜਿਕ/ *a* ਰਹੱਸਵਾਦੀ

mystagogy /'ਮਿਸਟਅਗੌਜਿ/ *n* ਰਹੱਸਵਾਦ

mysterious /ਮਿ'ਸਟਿਅਰਿਅਸ/ *a* ਭੇਦ ਭਰਿਆ, ਭੇਦ ਯੁਕਤ, ਰਹੱਸਪੂਰਨ, ਰਹੱਸਮਈ, ਗੁੱਝਾ, ਦੁਰਬੋਧ, ਗੂੜ੍ਹ, ਗੁਪਤ, ਅਸਪਸ਼ਟ; ਪੁਰਅਸਰਾਰ, ਰਾਜ਼ ਪਸੰਦ (ਆਦਮੀ)

mysteriousness /ਮਿ'ਸਟਿਅਰਿਅਸਨਅਸ/ *n* ਅਸਪਸ਼ਟਤਾ, ਰਹੱਸਤਪੂਰਨਤਾ, ਗੂੜ੍ਹਤਾ, ਦੁਰਬੋਧਤਾ

mystery /'ਮਿਸਟਰਿ/ *n* ਰਹੱਸ, ਭੇਦ, ਰਾਜ਼, ਦੁਰਬੋਧਤਾ, ਅਸਪਸ਼ਟਤਾ, ਗੂੜ੍ਹਤਾ; ਰਹੱਸਮਈ ਕਿਰਿਆ, ਗੁਪਤ ਕਿਰਿਆ; ਸ਼ਿਲਪ ਵਿੱਦਿਆ; ਹਸਤ ਕਲਾ ਵਪਾਰ

mystic /'ਮਿਸਟਿਕ/ *a* ਰਹੱਸਮਈ, ਸੂਫ਼ੀਆਨਾ; ਰਹੱਸਾਤਮਿਕ; ਭੇਦ-ਭਰੀ, ਰਮਜ਼ ਭਰੀ; ਅਲੌਕਿਕ *n* ਰਹੱਸਵਾਦੀ

mystical /'ਮਿਸਟਿਕਲ/ *a* ਰਹੱਸਮਈ, ਰਹੱਸਾਤਮਿਕ, ਅਲੌਕਿਕ, ਭੇਤ ਭਰਿਆ, ਪ੍ਰਤੀਕਾਤਮਿਕ

mysticism /'ਮਿਸਟਿਸਿਜ਼ਅਮ/ *n* ਰਹੱਸਵਾਦ, ਅਧਿਆਤਮ ਵਿੱਦਿਆ, ਗੁਪਤ ਵਿੱਦਿਆ

mystify /'ਮਿਸਟਿਫ਼ਾਇ/ *vt* ਰਹੱਸਮਈ ਬਣਾ ਦੇਣਾ, ਗੂੜ੍ਹ ਕਰ ਦੇਣਾ, ਭੇਦਪੂਰਨ ਬਣਾਉਣਾ; ਵਿਸਮਿਤ ਕਰਨਾ, ਹੈਰਾਨ ਕਰ ਦੇਣਾ, ਚਕਰਿਤ ਕਰਨਾ

mystique /ਮਿ'ਸਟੀਕ/ *n* ਰਹੱਸ; ਰਹੱਸ ਚਰਿਤਰ

myth /ਮਿਥ/ *n* ਮਿੱਥ, ਮਿਥਿਆ, ਪੁਰਾਣ ਕਥਾ; ਕਲਪਿਤ ਗਲਪ ਕਥਾ; ਕਲਪਿਤ ਵਿਅਕਤੀ ਜਾਂ

ਵਸਤੂ, ਫ਼ਰਜ਼ੀ ਗੱਲ, ਢਕੌਂਸਲਾੜ

mythical /'ਮਿਥਿਕਲ/ *a* ਪੁਰਾਣ ਕਥਾ ਨਾਲ ਸੰਬੰਧਿਤ, ਮਿਥਕ, ਮਨਘੜਤ, ਗੱਪ ਵਰਗਾ, ਫ਼ਰਜ਼ੀ, ਖ਼ਿਆਲੀ

mythological /ˌਮਿਥਅ'ਲੌਜਿਕਲ/ *a* ਪੁਰਾਣ ਕਥਾਵਾਂ ਦੇ ਵਿਸ਼ੇ ਸੰਬੰਧੀ, ਮਿਥਿਹਾਸਿਕ, ਪੌਰਾਣਿਕ

mythology /ਮਿ'ਥੌਲਅਜਿ/ *n* ਮਿਥਿਹਾਸ, ਦੇਵ ਮਾਲਾ, ਪੁਰਾਣ; ਪੁਰਾਣ ਵਿੱਦਿਆ, ਪੁਰਾਣ ਕਥਾ ਸ਼ਾਸਤਰ

mythonomy /ਮਿ'ਥੌਨਅਮਿ/ *n* ਪੁਰਾਣ ਸ਼ਾਸਤਰ

mythus /'ਮਾਇਥਅਸ/*n* ਮਿਥ, ਪੁਰਾਣਿਕ ਕਥਾ

mytilliform /ਮਿ'ਟਿਲਿਫ਼ੋਮ/ *a* ਸ਼ਕਤੀਰੂਪ

N

N,n /ਐੱਨ/ *n* ਅੰਗਰੇਜ਼ੀ ਵਰਨਮਾਲਾ ਦਾ ਚੌਦ੍ਹਵਾਂ ਅੱਖਰ; (ਗਣਿ) ਅਨਿਸ਼ਚਿਤ ਸੰਖਿਆ

nab /ਨੈਬ/ *vt* ਫੜਨਾ, ਗਰਿਫ਼ਤਾਰ ਕਰਨਾ *n* ਪਹਾੜ ਦੀ ਸਿਖਰ, ਟੀਸੀ, ਚੋਟੀ; ਨਿਕਾਸ

nacarat /'ਨੈਕਅਰੈਟ/ *n* ਸੰਤਰੀ ਰੰਗ, ਜੋਗੀਆ ਰੰਗ, ਭਗਵਾ ਰੰਗ, ਭਗਵੇ ਰੰਗ ਦਾ ਕੱਪੜਾ

nacelle /ਨੈ'ਸੈੱਲ/ *n* ਹਵਾਈ ਜਹਾਜ਼ ਦੇ ਇੰਜਣ ਦਾ ਢੱਕਣ; ਉਡੱਣ-ਖਟੋਲੇ ਦੀ ਪਾਲਕੀ; ਹਵਾਈ ਜਹਾਜ਼ ਵਿੱਚ ਮੁਸਾਫ਼ਰਾਂ ਦੇ ਬੈਠਣ ਵਾਲੀ ਥਾਂ

nacre /'ਨੇਇਕਅ*/ *n* ਸਿੱਪੀ ਜਾਂ ਘੋਗਾ ਜਿਸ ਵਿੱਚੋਂ ਮੋਤੀ ਨਿਕਲਦਾ ਹੈ; ਖਾਣ ਦਾ ਉਪੱਰਲਾ ਚੌੜਾ ਹਿੱਸਾ

nacreous, nacrous /'ਨੇਇਕਰਿਅਸ, 'ਨੇਇਕਰਅਸ/ *a* ਘੋਗੇ ਦਾ, ਸਿੱਪ ਦਾ, ਘੋਗੇ ਜਾਂ ਸਿੱਪ ਵਰਗਾ

nadir /'ਨੇਇਡਿਅ*/ *n* ਨੀਵੇਂ ਤੋਂ ਨੀਵਾਂ ਬਿੰਦੂ (ਸਥਾਨ); ਪਤਾਲ, ਰਸਾਤਲ, ਗਿਰਾਵਟ ਦੀ ਹੇਠਲੀ ਤੋਂ ਹੇਠਲੀ ਹੱਦ

nag /ਨੈਗ/ *n* ਟੱਟੂ, ਛੋਟਾ ਘੋੜਾ *v* ਟੋਕਾ-ਟੋਕੀ ਕਰਦੇ ਰਹਿਣਾ, ਸਦਾ ਨੁਕਤਾਚੀਨੀ ਕਰਨਾ, ਪਿੱਛੇ ਪੈ ਜਾਣਾ, ਫਿੱਟ ਲਾਹਨਤ ਕਰਦੇ ਰਹਿਣਾ, ਝਾੜ-ਝਪਟ ਕਰਦਿਆਂ ਨੱਕ ਵਿੱਚ ਦਮ ਕਰ ਦੇਣਾ

nagging /'ਨੈਗਿਙ/ *a* ਅਰਾਮ ਨਾ ਆਉਣ ਵਾਲਾ (ਰੋਗ), ਦੁਖੀ ਕਰਨ ਵਾਲਾ, ਖਿਝਾਉਣ ਵਾਲਾ

naggy /'ਨੈਗਿ/ *a* ਲੜਾਕਾ, ਝਗੜਾਲੂ

naiad /'ਨਾਇਐਡ/ *n* ਜਲ-ਦੇਵੀ, ਜਲ-ਪਰੀ

naik /'ਨਾਇਕ/ *n* ਨੈਕ (ਫ਼ੌਜੀ ਪਦਵੀ)

nail /ਨੇਇਲ/ *n* ਨਹੁੰ, ਨਹੁੰਦਰ; (ਪਸ਼ੂਆਂ ਦਾ) ਪੰਜਾ; ਕਿੱਲ, ਮੇਖ, ਕੋਕਾ, ਬਰੰਜੀ; ਲੰਮਾਈ ਦਾ ਇੱਕ ਮਾਪ, 2¼ ਇੰਚ ਦਾ ਫ਼ਾਸਲਾ *vt* ਕਿੱਲ ਠੋਕਣਾ, ਕਿੱਲਾਂ ਨਾਲ ਜੜਨਾ; (ਕਿਸੇ ਦਾ ਧਿਆਨ) ਟਿਕਾਉਣਾ; ਕੱਸਣਾ, ਜੂੜਨਾ, ਫੜ ਲੈਣਾ, ਜਾਣ ਨਾ ਦੇਣਾ

nail-biting /'ਨੇਇਲਬਾਇਟਿਙ/ *a* ਭੜਕਾਊ (ਗੱਲ-ਬਾਤ) ਉਤਸ਼ਾਹਿਤ ਕਰਨ ਵਾਲਾ, (ਵਾਪਰਨ ਵਾਲੀ ਘਟਨਾ ਬਾਰੇ) ਚੱਕ-ਥੱਲ ਕਰਨ ਵਾਲਾ

nailed /ਨੇਇਲਡ/ *a* ਸਥਿਰ, ਸਥਾਪਿਤ, ਜੁੜਿਆ ਹੋਇਆ

nail-head *n* ਮੇਖ ਦੀ ਟੋਪੀ

nailless /'ਨੇਇਲਲਅਸ/ *a* ਨਹੁੰਹੀਣ

nail up *v* ਕਿੱਲ ਜਾਂ ਮੇਖ ਠੋਕਣਾ

naissant /'ਨੇਇਸਨਟ/ *a* ਵਧਣ ਵਾਲਾ, ਵਧਨਸ਼ੀਲ

naive /ਨਾਇ'ਈਵ਼/ *a* ਭੋਲਾ-ਭਾਲਾ, ਸਿੱਧਾ-ਸਾਦਾ, ਸਿੱਧੜ

naivety /ਨਾਇ'ਈਵ਼ਅਟਿ/ *n* ਭੋਲਾਪਣ, ਨਿਰਛਲਤਾ, ਸਰਲਤਾ, ਸਾਦਗੀ

naked /'ਨੇਇਕਿਡ/ *a* ਨੰਗਾ, ਅਣਕੱਜਿਆ, ਨਗਨ, ਬੇਪਰਦਾ; ਸਪਸ਼ਟ, ਸਾਫ਼-ਸਾਫ਼; ਸਾਦਾ, ਸ਼ਿੰਗਾਰ ਰਹਿਤ, ਬਿਨਾਂ ਸਜਾਵਟ; (ਕਮਰਾ) ਸੱਖਣਾ, ਖ਼ਾਲੀ, ਬਿਨਾਂ ਸਾਜ-ਸਮਾਨ; (ਬੱਤੀ) ਬਿਨਾਂ ਸ਼ੀਸ਼ੇ ਆਦਿ ਦੇ, ਖੁੱਲ੍ਹਾ; ਨਿਪੱਤਰਾ (ਰੁੱਖ); (ਚਟਾਨ) ਖੁੱਲ੍ਹੀ, ਬਿਨਾਂ ਓਹਲੇ ਦੇ; (ਫਲ) ਬੀਜ ਤੋਂ ਬਿਨਾਂ; ਬਿਨਾਂ ਵਾਲਾਂ ਦੇ, ਗੰਜਾ; ਬੇਹਥਿਆਰ; (ਠੇਕਾ, ਇਕਰਾਰ ਆਦਿ) ਬਿਨਾਂ ਕਿਸੇ ਲਾਭ ਦੇ, ਪੂਰੇ ਦਾ ਪੂਰਾ; ਸ਼ੁੱਧ, ਸਿਰਫ਼, ਬਿਨਾਂ ਵਿਆਖਿਆ, ਬਿਨਾਂ ਟੀਕਾ-ਟਿੱਪਣੀ

naked eye *n* ਨੰਗੀ ਅੱਖ

nakedness /'ਨੇਇਕਿਡਨਅਸ/ *n* ਨੰਗੇਜ਼, ਨੰਗਾਪਣ, ਨਗਨਤਾ, ਬੇਪਰਦਗੀ, ਬਸਤਰਹੀਣਤਾ

namby-pamby /ˌਨੈਮਬਿ 'ਪੈਮਬਿ/ *a* ਗੱਲਬਾਤ ਬੜੇ ਉਚੇਚ ਵਾਲੀ ਪਰ ਖ਼ੁਸ਼ਕ, ਫੋਸੜ *n* ਲਿਖਤ ਆਦਿ ਘੋਟਵੀਂ ਪਰ ਬੇਸੁਆਦ

name /ਨੇਇਮ/ *n* ਨਾਂ, ਨਾਮ; ਯਾਦਗਾਰ; ਉੱਘਾ ਮਨੁੱਖ, ਪ੍ਰਤਿਸ਼ਠਿਤ ਵਿਅਕਤੀ; ਪ੍ਰਸਿੱਧੀ, ਸ਼ੁਹਰਤ, ਨਾਮਣਾ; ਕੁਲ, ਵੰਸ਼; ਸਿਰਫ਼ ਨਾਂ ਦੀ ਹੋਂਦ, ਨਾਂ ਮਾਤਰ *vt* ਨਾਂ ਰੱਖਣਾ; ਨਾਂ ਲੈਣਾ, ਜ਼ਿਕਰ ਕਰਨਾ; ਚਰਚਾ ਕਰਨਾ, ਬੁਲਾਉਣਾ, ਨਾਂ ਲੈ ਕੇ ਅਵਾਜ਼

ਮਾਰਨਾ; ਨਾਮਜ਼ਦ ਕਰਨਾ, ਵਰਣਨ ਕਰਨਾ, ਬਿਆਨ ਕਰਨਾ, ਕੋਈ ਅਵੱਗਿਆ ਕਰਨ ਉੱਤੇ ਨਾਂ ਲੈ ਕੇ ਚਿਤਾਵਨੀ ਦੇਣਾ; ਉਦਾਹਰਨ ਰੂਪ ਪੇਸ਼ ਕਰਨਾ; ਯਾਦ ਕਰਨਾ **in one's name** ਕਿਸੇ ਦੇ ਨਾਂ, ਬਨਾਮ **to call names** ਗਾਲ੍ਹਾਂ ਕੱਢਣਾ

named /ਨੇਇਮਡ/ *a* ਪ੍ਰਸਿੱਧ, ਨਾਮੀ

nameless /'ਨੇਇਮਲਅਸ/ *a* ਅਪ੍ਰਸਿੱਧ; ਨਾਮਹੀਣ, ਬਿਨਾਂ ਨਾਮ; ਗੁਮਨਾਮ, ਅਗਿਆਤ, ਗੁਪਤ; ਅਕੱਥ, ਅਕਹਿ

namely /'ਨੇਇਮਲਿ/ *adv* ਅਰਥਾਤ, ਭਾਵ ਇਹ ਕਿ, ਜਿਸ ਦਾ ਨਾਮ ਹੈ..........

nameplate /'ਨੇਇਮਪਲੇਇਟ/ *n* ਨਾਂ ਦੀ ਫੱਟੀ

namesake /'ਨੇਇਮਸੇਇਕ/ *n* ਹਮਨਾਮ, ਇੱਕੋ ਨਾਂ ਵਾਲਾ

naming /ਨੇਇਮਿਙ/ *n* ਨਾਮਕਰਨ

nancy /'ਨੈਨਸਿ/ *a* ਜਨਾਨੜਾ *n* ਜਨਾਨੇ ਸੁਭਾਅ ਵਾਲਾ ਆਦਮੀ

nanism /'ਨੈਨਿਜ਼ਅਮ/ *n* ਬੌਣਾਪਣ

nanization /,ਨੈਨਿ'ਜ਼ੇਇਸ਼ਨ/ *n* (ਬਨ) ਬੌਣੇ ਬੂਟੇ ਤਿਆਰ ਕਰਨ ਦੀ ਕਿਰਿਆ

nankeen /ਨੈਙ'ਕੀਨ/ *n* ਇੱਕ ਸੂਤੀ ਕੱਪੜਾ; ਮਾਰਕੀਨ; (ਬਹੁ) ਇਸ ਕੱਪੜੇ ਦਾ ਬਣਾਇਆ ਪਜਾਮਾ; ਘਸਮੈਲਾ ਖੱਟਾ ਰੰਗ

nanny /'ਨੈਨਿ/ *n* ਦਾਈ, ਖਿਡਾਵੀ; (ਬਾਲ ਬੋਲੀ) ਬੱਕਰੀ

nano /'ਨੈਨਅਉ/ *pref a* (ਅਗੇਤਰ ਰੂਪ ਵਿੱਚ ਵਰਤੋਂ) ਇੱਕ ਅਰਬਵਾਂ ਭਾਗ, (ਬਰਤਾਨੀਆ ਵਿੱਚ) ਦਸ ਖਰਬਵਾਂ ਭਾਗ

nanosecond /'ਨੈਨਅਉਸੈਕੱਅਨਡ/ *n* ਇੱਕ ਸਕਿੰਟ ਦਾ ਦਸ ਕਰੋੜਵਾਂ ਭਾਗ, ਸਮੇਂ ਦੀ ਨਾਂਮਾਤਰ ਇਕਾਈ

nanotechnology /,ਨੈਨਅਉਟੈਕ'ਨੌਲਅਜਿ/ *n* ਅਤਿ ਸੂਖਮ ਤਕਨਾਲੋਜੀ ਦੀ ਇੱਕ ਇਕਾਈ

naos /'ਨੇਇਔਸ/ *n* ਮੰਦਰ ਦਾ ਅੰਦਰਲਾ ਹਿੱਸਾ, ਗਰਭ ਗ੍ਰਹਿ

nap[1] /ਨੈਪ/ *n* ਤਾਸ਼ ਦੀ ਇੱਕ ਖ਼ਾਸ ਖੇਡ; ਇੱਕ ਦਾਅ ਉੱਤੇ ਲੱਗੀ ਹੋਈ ਪੂਰੀ ਰਕਮ; ਬਾਜ਼ੀ, ਚਾਲ, ਵਧ ਕੇ ਬਾਜ਼ੀ ਲਾਉਣਾ, ਚੜ੍ਹ ਕੇ ਦਾਅ ਚੱਲਣਾ

nap[2] *n* ਕੱਪੜੇ ਦੀ ਬੁਰ ਜਾਂ ਲੂੰਈਂ, ਰੋਮ, ਮੁੱਛਾਂ ਦੀ ਕਾਲੋਂ ਮੱਸ

nap[3] *n* ਠੌਂਕਾ *vt* ਪਲ ਭਰ ਅੱਖ ਲਾਉਣਾ, ਠੌਂਕਾ ਲਾਉਣਾ

napalm /'ਨੇਇਪਾਮ/ *n* ਜਲਦੀ ਅੱਗ ਫੜਨ ਵਾਲਾ ਇੱਕ ਪਦਾਰਥ, ਬੰਬ ਵਿੱਚ ਵਰਤਿਆ ਜਾਣ ਵਾਲਾ ਪਦਾਰਥ, ਨਪਾਮ

nape /ਨੇਇਪ/ *n* ਧੌਣ ਦਾ ਪਿਛਲਾ ਪਾਸਾ, ਗਿੱਚੀ; ਕੁੜਤੇ ਦਾ ਗਲਮਾ

napery /'ਨੇਇਪਰਿ/ *n* (ਸਧਾਰਨ ਵਰਤੋਂ ਵਾਲਾ) ਮੇਜ਼-ਪੋਸ਼, ਚਾਦਰ; ਤੌਲੀਆ

naphtha /'ਨੈਫ਼ਥਅ/ *n* ਕੋਲੇ ਵਿੱਚੋਂ ਕੱਢਿਆ ਇੱਕ ਭੜਕ ਉੱਠਣ ਵਾਲਾ ਪਦਾਰਥ, ਨੈਪਥਾ

naphthalene, naphthaline/'ਨੈਫ਼ਥਅਲੀਨ/ *n* ਲੁੱਕ ਤੋਂ ਪ੍ਰਾਪਤ ਇੱਕ ਪਦਾਰਥ, ਨੈਪਥਲੀਨ

napkin /'ਨੈਪਕਿਨ/ *n* ਖਾਣਾ ਖਾਣ ਵੇਲੇ ਹੱਥ ਮੂੰਹ ਪੂੰਝਣ ਵਾਲਾ ਕੱਪੜਾ ਜਾਂ ਕਾਗਜ ਦਾ ਟੁਕੜਾ, ਰੁਮਾਲ, ਤੌਲੀਆ, ਅੰਗੋਛਾ

napless /'ਨੈਪਲਅਸ/ *n* ਬੁਰਰਹਿਤ

napoleon /ਨਅ'ਪਅਉਲਿਅਨ/ *n* ਫ਼ਰਾਂਸ ਦਾ ਸੋਨੇ ਦਾ ਸਿੱਕਾ; ਲੰਮੇ ਬੂਟ; ਤਾਸ਼ ਦੀ ਇੱਕ ਖੇਡ

napoo /ਨਾ'ਪੂ/ *int* (ਫ਼ੌਜੀ ਬੋਲ) ਖ਼ਤਮ! ਤਬਾਹ! ਲੁੱਟੇ ਗਏ!

nappy /'ਨੈਪਿ/ *n* ਪੋਤੜਾ, ਨਾਪੀ *a* ਬੁਰਦਾਰ

narceine /'ਨਾਸੀਨ/ *n* ਅਫ਼ੀਮ ਦਾ ਸਤ, ਨਾਰਸੀਨ

narcissism /'ਨਾਸਿਸਿਜ਼ਅਮ/ *n* ਆਤਮ-ਪੂਜਾ, ਆਤਮ-ਮੋਹ, ਆਤਮ-ਪ੍ਰੇਮ, ਨਾਰਸੀ-ਰੁਚੀ

narcissist /'ਨਾਸਿਸਿਸਟ/ *n* ਆਤਮ-ਪ੍ਰੇਮੀ

narcissus /ਨਾ'ਸਿਸਅਸ/ *n* ਨਰਗਸ ਦਾ ਫੁੱਲ

narcosis /ਨਾ'ਕਅਉਸਿਸ/ *n* ਬੇਹੋਸ਼ੀ, ਮੂਰਛਾ, ਨੀਂਦ ਦੀ ਹਾਲਤ

narcotic /ਨਾ'ਕੌਂਟਿਕ/ *a* ਨਸ਼ੀਲੀ, ਮੂਰਛਾਕਾਰ *n* ਨੀਂਦ ਲਿਆਉਣ ਵਾਲੀ ਦਵਾਈ, ਨਸ਼ੀਲੀ ਚੀਜ਼

narcotization /ˌਨਾਕਅਟਾਇ'ਜ਼ੇਇਸ਼ਨ/ *n* ਬੇਹੋਸ਼ੀ, ਬੇਸੁੱਧੀ, ਨਸ਼ੇ ਦੀ ਹਾਲਤ, ਸੁੰਨਤਾ

narcotize /ਨਾਕਅਟਾਇਜ਼/ *vt* ਬੇਹੋਸ਼ ਕਰਨਾ, ਬੇਸੁੱਧ ਕਰਨਾ, ਨਸ਼ਾ ਚੜ੍ਹਾ ਦੇਣਾ, ਸੁੰਨ ਕਰਨਾ

nard /ਨਾਡ/ *n* ਵਾਲ ਛੜ (ਇੱਕ ਖ਼ੁਸ਼ਬੋਦਾਰ ਬੂਟਾ); ਸੁਗੰਧੀ

nares /'ਨੇਅਰੀਜ਼/ *n* (ਬਹੁ) ਨਾਸਾਂ, ਨਥਨੇ

narghile /'ਨਾਗਿਲੇਇ/ *n* ਨਾਰੀਅਲ ਦੇ ਖੱਲੇ ਵਾਲੀ ਹੁੱਕੀ, ਹੁੱਕਾ

narial /'ਨੇਅਰਿਅਲ/ *a* ਨਾਸਾਂ ਦਾ, ਨੱਕ ਦਾ, ਨਾਸਲ

nark /ਨਾਕ/ *n* (ਅਪ) ਪੁਲਿਸ ਦਾ ਜਸੂਸ, ਸੂਹੀਆ, ਮੁਖ਼ਬਰ

narrate /ਨਅ'ਰੇਇਟ/ *vt* ਵਰਣਨ ਕਰਨਾ, ਬਿਆਨ ਕਰਨਾ, ਦੱਸਣਾ; (ਕਹਾਣੀ ਆਦਿ) ਲਿਖਣਾ, ਸੁਣਾਉਣਾ

narration /ਨਅ'ਰੇਇਸ਼ਨ, ਨੈ'ਰੇਇ-/ *n* ਵਰਣਨ, ਖ਼ਿਆਨ, ਕਥਨ, ਕਥਾ, ਕਹਾਣੀ, ਕਿੱਸਾ, ਹਾਲ; ਵਿਅਖਿਆ

narrative /'ਨੈਰਅਟਿਵ਼/ *n* ਬਿਰਤਾਂਤ, ਵਰਣਨ, ਕਥਾ ਕਹਾਣੀ, ਕਿੱਸਾ, ਵਰਨਾਤਮਿਕ ਲੇਖ ਜਾਂ ਰਚਨਾ *a* ਬਿਰਤਾਂਤਿਕ, ਵਰਨਾਤਮਿਕ, ਕਥਾਤਮਿਕ

narrator /ਨਅ'ਰੇਇਟਅ*/ *n* ਬਿਆਨ ਕਰਨ ਵਾਲਾ, ਸੁਣਾਉਣ ਵਾਲਾ, ਦੱਸਣ ਵਾਲਾ, ਕਥਾਵਾਚਕ

narrow /'ਨੈਰਅਉ/ *a* ਤੰਗ, ਭੀੜਾ, ਸੌੜਾ, ਸੀਮਿਤ, ਸੰਕੁਚਿਤ, ਛੋਟਾ; ਤੰਗਦਿਲ, ਤਅੱਸਬੀ, ਸੁਆਰਥੀ; ਤੰਗ ਨਜ਼ਰੀਆ *n* ਦਰਿਆ, ਘਾਟੀ ਆਦਿ ਦਾ ਤੰਗ ਹਿੱਸਾ; ਮੱਧਮ ਅਵਾਜ਼ *v* ਭੀੜਾ ਕਰਨਾ ਜਾਂ ਹੋਣਾ, ਭਚੀੜਨਾ, ਸੰਕੁਚਿਤ ਕਰਨਾ ਜਾਂ ਹੋਣਾ; ਸੰਖੇਪ ਕਰਨਾ; ਸੁਕੜਨਾ

narrowband /'ਨੈਰਅਉਬੈਨਡ/ *n* (ਰੇਡਿਓ ਸਿਗਨਲ ਦਾ) ਸੀਮਿਤ ਗਤੀ ਦਾ ਸਿਲਸਿਲਾ

narrow escape *v* ਵਾਲ-ਵਾਲ ਬਚਣਾ

narrow gauge *n* ਰੇਲ ਗੱਡੀ ਦੀ ਤੰਗ ਪੱਟੜੀ, ਛੋਟੀ ਲਾਈਨ, ਸਧਾਰਨ ਰੇਲ ਪਟੜੀ ਨਾਲੋਂ ਘੱਟ ਚੁੜਾਈ ਵਾਲੀ ਪਟੜੀ

narrowly /'ਨੈਰਅਉਲਿ/ *adv* ਮਸਾਂ ਹੀ, ਮੁਸ਼ਕਲ ਨਾਲ, ਔਖੇ ਹੋ ਕੇ; ਬਰੀਕੀ ਨਾਲ

narrow-minded /ˌਨੈਰਅਉ'ਮਾਇਨਡਿਡ/ *a* ਤੰਗਦਿਲ, ਤਅੱਸਬੀ, ਸੁਆਰਥੀ, ਹੋਛਾ

narrowness /'ਨੈਰਅਉਨਅਸ/ *n* ਸੌੜ, ਤੰਗੀ, ਸੰਕੋਚ, ਸੰਕੀਰਨਤਾ, ਭੀੜਾਪਣ, ਸੌੜਾਪਣ

NASA /'ਨੈਸਅ/ *abbr* **National Aeronautics and Space Administration** ਦਾ ਸੰਖਿਪਤ ਰੂਪ, ਅਮਰੀਕਾ ਸਰਕਾਰ ਦੀ ਇੱਕ ਸੰਸਥਾ ਜੋ ਪੁਲਾੜ ਦੀ ਖੋਜ ਅਤੇ ਯਾਤਰਾ ਦਾ ਪ੍ਰਬੰਧ ਕਰਦੀ ਹੈ

nasal /'ਨੇਇਜ਼ਲ/ *a* ਨੱਕ ਦਾ, ਨੱਕ ਜਾਂ ਨਾਸ ਸੰਬੰਧੀ, (ਧੁਨੀ) ਨਾਸਕੀ, ਅਨੁਨਾਸਿਕ *n* ਨੱਕ ਵਿੱਚ ਬੋਲੀ ਜਾਣ ਵਾਲੀ ਧੁਨੀ

nasalism, nasality /'ਨੇਇਜ਼ਲਿਜ਼ਅਮ, ਨੇਇ'ਜ਼ੈਲਿਟਿ/ *n* (ਧੁਨੀ) ਅਨੁਨਾਸਿਕਤਾ

nasalization /ˌਨੇਇਜ਼ਲਾਇ'ਜ਼ੇਇਸ਼ਨ/ *n* (ਧੁਨੀ) ਅਨੁਨਾਸਿਕਤਾ, ਨਾਸਕੀਕਰਨ

nasalize/'ਨੇਇਜ਼ਲਾਇਜ਼/ *v* (ਧੁਨੀ) ਅਨੁਨਾਸਕੀਕਰਨ ਕਰਨਾ, ਨੱਕ ਰਾਹੀਂ ਸਾਹ ਕੱਢ ਕੇ ਉਚਾਰਨ ਕਰਨਾ, ਨੱਕ ਵਿੱਚ ਬੋਲਣਾ

nascency /'ਨੈਸਅਨਸਿ/ *n* ਸੱਜਰਾਪਣ, ਮੁਢਲੀ ਅਵਸਥਾ, ਨਵਜਾਤ ਦਾ ਜੀਵਨ

nascent /'ਨੈਸਨਟ/ *a* ਨਵ ਜਨਮਿਆਂ, ਨਵਜਾਤ, ਬਣਦਾ ਹੋਇਆ, ਸੱਜਰਾ ਬਣਿਆ, ਨਿੱਸਰਦਾ, ਉੱਸਰਦਾ; ਵਿਕਾਸਸ਼ੀਲ, ਵਾਧੇ ਪਿਆ

NASDAQ /'ਨੈਜ਼ਡੈਕ/ *abbr* (ਕੰਪਿ) **National Association of Securities Dealers Automated Quotations** ਦਾ ਸੰਖੇਪ ਰੂਪ, (ਸੰਯੁਕਤ ਰਾਜ ਵਿੱਚ) ਸ਼ੇਅਰਾਂ ਦੀ ਤਾਜ਼ਾ ਤਰੀਨ ਕੀਮਤ ਦੱਸਣ ਦੀ ਕੰਪਿਊਟਰ ਦੀ

ਇੱਕ ਵਿਧੀ

nasicorn /'ਨੇਇਜ਼ਿਕੋਨ/ *a* ਜਿਸ ਦੇ ਨੱਕ ਉੱਤੇ ਸਿੰਗ ਹੋਵੇ, ਨੱਕਸਿੰਗਾ

nasology /ਨੇਇ'ਜ਼ੌਲਅਜਿ/ *n* ਨੱਕ ਵਿਗਿਆਨ

nastiness /'ਨਾਸਟਿਨਅਸ/ *n* ਘਿਣਾਉਣਾਪਣ, ਮਲੀਨਤਾ, ਮੈਲਾਪਣ

nasty /'ਨਾਸਟਿ/ *a* ਗੰਦਾ, ਭੈੜਾ, ਕੋਝਾ, ਘਿਰਨਾਯੋਗ; ਅਸ਼ੁੱਧ, ਅਸ਼ਲੀਲ, ਲੱਚਰ; ਹੋਛਾ; (ਰੁੱਤ ਜਾਂ ਮੌਸਮ) ਬੜਾ ਖ਼ਰਾਬ, ਮੀਂਹ ਹਨੇਰੀ ਵਾਲਾ; ਚੰਬੜ ਜਾਣ ਵਾਲਾ, ਪਿੱਛੇ ਪੈ ਜਾਣ ਵਾਲਾ, ਕੌੜੇ ਸੁਭਾਅ ਵਾਲਾ, ਅਵੈੜਾ, ਕਮੀਨਾ, ਪਾਜੀ

natal /'ਨੇਇਟਲ/ *a* ਪਰਸੂਤ ਸੰਬੰਧੀ; ਜਨਮ ਸੰਬੰਧੀ

natality /ਨਅ'ਟੈਲਿਟਿ/ *n* ਜਨਮ, ਪੈਦਾਇਸ਼, ਉਤਪਤੀ; ਬੱਚਿਆਂ ਦੀ ਪੈਦਾਇਸ਼ ਦੀ ਗਿਣਤੀ, ਜਨਮ ਦਰ

natant /'ਨੇਇਟਅਨਟ/ *a* ਤਾਰੂ, ਤਰਦਾ ਹੋਇਆ

natation /ਨਅ'ਟੇਇਸ਼ਨ/ *n* ਤਾਰੀ, ਤਰਨ ਦੀ ਕਿਰਿਆ, ਵਹਾਅ

natatorial, natatory /ˌਨੇਇਟਅ'ਟੋਰਿਅਲ, 'ਨੇਇਟਅਟਅਰਿ/ *a* ਤਰਦਾ ਹੋਇਆ, ਤਰਨ ਵਾਲਾ; ਤਰਨ ਸੰਬੰਧੀ

natch /ਨੈਚ/ *n* ਪੁੜਾ (ਬਲਦ ਜਾਂ ਮੱਝ ਦਾ)

nation /'ਨੇਇਸ਼ਨ/ *n* ਕੌਮ, ਰਾਸ਼ਟਰ, ਪਰਜਾ, ਦੇਸ਼ ਜਾਂ ਰਾਸ਼ਟਰ ਦੇ ਲੋਕ

national /'ਨੈਸ਼ਨਅਲ/ *a* ਰਾਸ਼ਟਰੀ, ਕੌਮੀ; ਰਾਸ਼ਟਰ ਸੰਬੰਧੀ; ਸਧਾਰਨ, ਆਮ *n* ਦੇਸ਼ ਦਾ ਵਸਨੀਕ, ਆਪਣੇ ਦੇਸ਼ ਦਾ ਵਾਸੀ, ਕੌਮ ਦਾ ਬੰਦਾ; ਨਾਗਰਿਕ, ਸ਼ਹਿਰੀ, ਵਸਨੀਕ

national anthem *n* ਰਾਸ਼ਟਰ-ਗੀਤ, ਰਾਸ਼ਟਰੀ ਗਾਨ, ਕੌਮੀ ਗੀਤ

nationalism /'ਨੈਸ਼ਨਅਲਿਜ਼ਅਮ/ *n* ਰਾਸ਼ਟਰਵਾਦ, ਕੌਮਪ੍ਰਸਤੀ, ਵਤਨਪ੍ਰਸਤੀ; ਆਪਣੇ ਦੇਸ਼ ਜਾਂ ਰਾਸ਼ਟਰ ਦੇ ਹਿੱਤਾਂ ਨੂੰ ਅਗੇਰੇ ਰੱਖਣ ਦੀ ਨੀਤੀ (ਵਿਸ਼ੇਸ਼ ਕਰਕੇ ਉਦਯੋਗਾਂ, ਧੰਦਿਆਂ ਆਦਿ ਦੇ ਸੰਬੰਧ ਵਿੱਚ)

nationalist /'ਨੈਸ਼ਨਅਲਿਸਟ/ *n* ਰਾਸ਼ਟਰਵਾਦੀ, ਕੌਮਪ੍ਰਸਤ, ਦੇਸ਼-ਭਗਤ

nationality /ˌਨੈਸ਼ਅ'ਨੈਲਅਟਿ/ *n* ਕੌਮੀਅਤ, ਰਾਸ਼ਟਰੀਅਤਾ; ਨਾਗਰਿਕਤਾ; ਰਾਸ਼ਟਰ; ਰਾਸ਼ਟਰੀ ਭਾਵਨਾ, ਕੌਮੀ ਜਜ਼ਬਾ; ਜਾਤੀਗਤ ਹੋਂਦ

nationalization /ˌਨੈਸ਼ਨਅਲਾਇ'ਜ਼ੇਇਸ਼ਨ/ *n* ਰਾਸ਼ਟਰੀਕਰਨ, ਕੌਮੀਕਰਨ

nationalize /'ਨੈਸ਼ਨਅਲਾਇਜ਼/ *vt* ਰਾਸ਼ਟਰੀਕਰਨ ਕਰਨਾ, ਰਾਸ਼ਟਰੀ ਜਾਂ ਕੌਮੀ ਬਣਾਉਣਾ; (ਪ੍ਰਦੇਸੀ ਨੂੰ) ਦੇਸ਼ ਦਾ ਨਾਗਰਿਕ ਬਣਾਉਣਾ; ਜਾਇਦਾਦ ਕੌਮੀ ਬਣਾਉਣਾ

nationalized /'ਨੈਸ਼ਨਅਲਾਇਜ਼ਡ/ *a* ਰਾਸ਼ਟਰੀਕ੍ਰਿਤ

nation state /ˌਨੇਇਸ਼ਨ 'ਸਟੇਇਟ/ *n* (ਦੇਸ਼ ਪ੍ਰੇਮੀਆਂ ਦੀ ਦੇਸ਼ ਵਿੱਚ ਬਣਾਈ) ਸੁਤੰਤਰ ਸਰਕਾਰ, ਕੌਮੀ ਰਾਜ, ਲੋਕਾਂ ਦੀ ਬਣਾਈ ਆਪਣੀ ਹਕੂਮਤ

nationwide /ˌਨੇਇਸ਼ਨ'ਵਾਇਡ/ *a* ਦੇਸ਼ ਵਿਆਪੀ, ਮੁਲਕ ਭਰ ਵਿੱਚ, ਸਾਰੇ ਰਾਜ ਵਿੱਚ

native /'ਨੇਇਟਿਵ੍/ *n* ਵਾਸੀ, ਵਸਨੀਕ ਦੇਸ਼ ਵਾਸੀ; ਦੇਸੀ ਮਨੁੱਖ ਪਸ਼ੂ ਜਾਂ ਪੌਦਾ; (ਅੰਗਰੇਜ਼ੀ ਰਾਜ ਵੇਲੇ) ਯੂਰਪੀ ਲੋਕਾਂ ਤੋਂ ਇਲਾਵਾ ਭਾਰਤ ਦਾ ਵਸਨੀਕ *a* ਕੁਦਰਤੀ, ਸੁਭਾਵਿਕ, ਜਮਾਂਦਰੂ, ਜੱਦੀ; ਅਸਲੀ, ਬਣਾਵਟ ਰਹਿਤ; ਸਾਦਾ, ਸਰਲ; ਮੌਲਿਕ; (ਧਾਤ) ਸ਼ੁੱਧ, ਖ਼ਾਲਸ, ਮਿਲਾਵਟ ਬਿਨਾਂ; ਜਮਾਂਦਰੂ ਵਾਸੀ; ਦੇਸੀ, ਆਪਣੇ ਦੇਸ਼ ਦਾ

native country *n* ਮਾਤ-ਭੂਮੀ, ਜਨਮ-ਭੂਮੀ

native prince *n* ਇਲਾਕਾਈ ਰਾਜ ਕੁਮਾਰ ਜਾਂ ਰਾਜਾ

nativity /ਨਅ'ਟਿਵ੍ਅਟਿ/ *n* ਹਜ਼ਰਤ-ਈਸਾ ਦੀ ਜਨਮ-ਪੱਤਰੀ, ਕੁੰਡਲੀ; **(the Nativity)** ਹਜ਼ਰਤ-ਈਸਾ ਮਾਤਾ ਮਰੀਅਮ ਜਾਂ ਯੂਹੰਨਾਂ ਦਾ ਜਨਮ-ਉਤਸਵ

natron /'ਨੇਇਟਰਅਨ/ *n* ਸੱਜੀ, ਖਾਰ

nattiness /'ਨੈਟਿਨਅਸ/ *n* ਪਵਿੱਤਰਤਾ, ਸਫ਼ਾਈ, ਸਵੱਛਤਾ; ਨਿਪੁੰਨਤਾ, ਕੁਸ਼ਲਤਾ, ਚਤਰਤਾ, ਹੁਸ਼ਿਆਰੀ, ਚਲਾਕੀ

natty /'ਨੈਟਿ/ *a* ਸਾਫ਼-ਸੁਥਰਾ, ਸਜਿਆ-ਸਜਾਇਆ, ਸਜਿਆ-ਧਜਿਆ, ਬਣਿਆ-ਠਣਿਆ; ਸੁਚੱਜਾ

natural /'ਨੈਚਰਅਲ/ *a* ਕੁਦਰਤੀ, ਸੁਭਾਵਿਕ, ਪ੍ਰਕਿਰਤਿਕ; ਸਧਾਰਨ, ਮੂਲ, ਅਸਲੀ; ਅਣਅਧਿਆਤਮਿਕ, ਭੌਤਿਕ, ਪਦਾਰਥਕ; ਬਣਾਵਟ ਤੋਂ ਰਹਿਤ, ਸਹਿਜ-ਸੁਭਾਅ ਹੋਇਆ; ਆਪਣੇ-ਆਪ ਉਪਜਿਆ ਜਾਂ ਉੱਗਿਆ; ਹਰਾਮੀ, ਜਮਾਂਦਰੂ ਸਿੱਧੜ, ਜਨਮ ਤੋਂ ਵਲੱਲਾ, ਜਮਾਂਦਰੂ ਲੋਲ੍ਹਾ; ਸੌਖਾ, ਸੁਭਾਅ ਨੂੰ ਸੁਖਾਉਂਦਾ

natural gas *n* ਧਰਤੀ ਵਿੱਚੋਂ ਮਿਲਨ ਵਾਲੀ ਗੈਸ

natural history *n* (ਕਿਸੇ ਥਾਂ ਦੇ) ਉੱਗਣ ਵਾਲੇ ਵੇਲ ਬੂਟੇ ਦਰਖਤਾਂ ਵਗੈਰਾ ਦਾ ਇਤਿਹਾਸ, ਜਾਨਵਰਾਂ ਪੰਛੀਆਂ ਵਗੈਰਾ ਦਾ ਇਤਿਹਾਸ, ਕੁਦਰਤੀ ਤੌਰ 'ਤੇ ਉਤਪੰਨ ਹੋਣ ਵਾਲੇ ਜੀਵਾਂ ਬਾਰੇ ਗਿਆਨ, ਪ੍ਰਕਿਰਤੀ ਵਿਗਿਆਨ

naturalism /'ਨੈਚਰਅਲਿਜ਼ਅਮ/ *n* ਪ੍ਰਕਿਰਤੀਵਾਦ; ਕੁਦਰਤੀ ਧਰਮ, ਪ੍ਰਕਿਰਤਿਕ ਜੀਵਨ ਦੇ ਸਿੱਧਾਂਤ; ਯਥਾਰਥਵਾਦੀ ਪੱਧਤੀ; ਅਜ਼ਾਦ ਖ਼ਿਆਲੀ, ਸਮਾਜਿਕ ਪਾਬੰਦੀਆਂ ਬਾਰੇ ਅਣਗਹਿਲੀ

naturalist /'ਨੈਚਰਅਲਿਸਟ/ *n* ਪ੍ਰਕਿਰਤੀਵਾਦੀ, ਸਹਿਜਵਾਦੀ; ਪਸ਼ੂਆਂ ਅਤੇ ਬਨਸਪਤੀ ਬਾਰੇ ਵਿਸ਼ੇਸ਼ ਗਿਆਨ ਰੱਖਣ ਵਾਲਾ; ਪਿੰਜਰੇ ਬੰਦ ਪੰਛੀ ਜਾਂ ਜਾਨਵਰ ਵੇਚਣ ਵਾਲਾ ਬੰਦਾ

naturalistic /,ਨੈਚਰਅ'ਲਿਸਟਿਕ/ *a* ਪ੍ਰਕਿਰਤਿਕ ਇਤਿਹਾਸ ਬਾਰੇ; ਪਸ਼ੂ ਜੀਵਨ ਸ਼ਾਮਤਰ ਬਾਰੇ; ਪ੍ਰਕਿਰਤੀਵਾਦੀ

naturalization /,ਨੈਚਰਅਲਾਇ'ਜ਼ੇਇਸ਼ਨ/ *n* ਦੇਸੀਕਰਨ, ਰਾਸ਼ਟਰੀਕਰਨ; ਨਾਗਰੀਕਰਨ

naturalize /'ਨੈਚਰਅਲਾਇਜ਼/ *vt* (ਕਿਸੇ ਵਿਦੇਸ਼ੀ ਨੂੰ) ਨਾਗਰਿਕਤਾ ਦਾ ਅਧਿਕਾਰ ਦੇਣਾ; (ਬੇਗਾਨੀ) ਰਸਮ ਰੀਤੀ ਆਦਿ ਨੂੰ ਅਪਣਾਉਣਾ; (ਦੂਸਰੇ ਦੇਸ਼ ਦੇ ਪਸ਼ੂ, ਪੰਛੀ, ਬਨਸਪਤੀ ਆਦਿ ਨੂੰ) ਆਪਣੇ ਦੇਸ਼ ਦੇ ਅਨੁਕੂਲ ਬਣਾਉਣਾ; ਕੁਦਰਤੀ ਬਣਾਉਣਾ; ਰਸਮ ਰੀਤੀ ਤੋਂ ਮੁਕਤ ਕਰਨਾ

natural language *n* ਹਾਵ-ਭਾਵ ਪ੍ਰਗਟਾਉਣ ਲਈ ਕੁਦਰਤੀ ਢੰਗ ਨਾਲ ਮਿਲੀ ਭਾਸ਼ਾ, ਜਾਨਵਰਾਂ ਪੰਛੀਆਂ ਦੀ ਸੰਕੇਤ ਭਾਸ਼ਾ, ਚਹਿਚਹਾਟ ਚੀਕਣ ਵਗੈਰਾ ਦੀ ਭਾਸ਼ਾ

natural language processing *n* (ਕੰਪਿ) ਕੰਪਿਊਟਰ ਰਾਹੀਂ ਭਾਸ਼ਾ ਸੰਬੰਧੀ ਪਰਕਿਰਿਆਵਾਂ (ਜਿਵੇਂ ਅਨੁਵਾਦ ਆਦਿ)

naturally /'ਨੈਚਰਅਲਿ/ *adv* ਕੁਦਰਤੀ ਤੌਰ 'ਤੇ, ਸੁਭਾਵਿਕ ਤੌਰ 'ਤੇ; ਹਾਂ, ਠੀਕ

naturalness /'ਨੈਚਰਅਲਨਅਸ/ *n* ਸੁਭਾਵਿਕਤਾ, ਸਹਿਜਤਾ, ਵਾਸਤਵਿਕਤਾ

natural number *n* ਗਿਣਤੀ ਦੇ ਅੰਕ, 1 2 3...9 ਤੱਕ ਅੰਕ

natural selection *n* ਕੁਦਰਤੀ ਬਨਸਪਤੀ ਦਾ ਆਪਣੇ ਆਪ ਵਧਣ ਫੁੱਲਣ ਅਤੇ ਨਵੇਂ ਬੂਟੇ ਪੈਦਾ ਕਰਨ ਦਾ ਢੰਗ, ਕੁਦਰਤੀ ਚੋਣ

nature /'ਨੇਇਚਅ*/ *n* ਕੁਦਰਤ, ਪ੍ਰਕਿਰਤੀ, ਸ੍ਰਿਸ਼ਟੀ; ਸੁਭਾਅ, ਤਬੀਅਤ, ਅਸਲਾ, ਖ਼ਸਲਤ; ਜਾਤੀ, ਵਰਗ, ਕਿਸਮ, ਪ੍ਰਕਾਰ, ਰੂਪ, ਭਾਵ, ਮਨੁੱਖੀ ਸੁਭਾਅ ਦਾ ਕੋਈ ਖ਼ਾਸ ਪੱਖ; ਹਾਜਤ; ਮੁਢਲੀ ਅਵਸਥਾ, ਅਸੱਭਿਆ ਅਵਸਥਾ; ਪਸ਼ੂਆਂ ਅਤੇ ਬਨਸਪਤੀ ਦਾ ਪ੍ਰਯੋਗਾਤਮਿਕ ਅਧਿਐਨ, ਰੀਤ, ਢੰਗ, ਰਸਤਾ, ਬਣਾਵਟ **by nature** ਸੁਭਾਅ ਵੱਲੋਂ **in a state of nature** ਨੰਗਾ

nature trail *n* (ਅਬਾਦੀ ਤੋਂ ਦੂਰ ਦਿਲਚਸਪ ਬੂਟਿਆਂ ਜਾਂ ਜਾਨਵਰਾਂ ਨੂੰ) ਦੇਖਣ ਜਾਣ ਲਈ ਰਾਹ, (ਇਲਾਕੇ ਦੇ ਖਾਸ ਜੀਵਾਂ) ਤੱਕ ਪਹੁੰਚਣ ਦਾ ਰਸਤਾ

naturing /'ਨੇਇਚਅਰਿਙ/ *a* ਰਚਨਾਤਮਿਕ, ਸਿਰਜਣਾਤਮਿਕ, ਉਤਪਾਦਕ

naturopathy /,ਨੇਇਚਅ'ਰੌਪਅਥਿ/ *n* ਕੁਦਰਤੀ ਇਲਾਜ, ਪ੍ਰਕਿਰਤਿਕ ਚਿਕਿਤਸਾ

naught /ਨੋਟ/ *n* ਅਣਹੋਂਦ; (ਅੰਕ) ਸਿਫ਼ਰ, ਜ਼ੀਰੋ

a ਨਗੂਣਾ, ਤੁੱਛ, ਨਿਕੰਮਾ, ਘਟੀਆ, ਹੀਣਾ **to come to naught** ਅਸਫਲ ਹੋਣਾ

naughtiness /'ਨੌਟਿਨਅਸ/ *n* ਢੀਠਤਾ, ਦੁਸ਼ਟਤਾ, ਉਪੱਦਰਸ਼ੀਲਤਾ, ਸ਼ਰਾਰਤ, ਅੜਬਾਈ, ਮੰਦੀ ਨੀਤ, ਪੁੱਠੀ ਬਿਰਤੀ

naughty /'ਨੌਟਿ/ *a* ਸ਼ਰਾਰਤੀ, ਨਟਖਟ (ਬੱਚਾ), ਜ਼ਿੱਦੀ, ਹਠੀ, ਢੀਠ, ਮਨਮਰਜ਼ੀ ਕਰਨ ਵਾਲਾ; ਬਦਮਾਸ਼, ਨਿਚੱਲਾ, ਅੜਬ, ਬਦਤਮੀਜ਼

nausea /'ਨੌਜ਼ਿਅ, 'ਨੌਸਿਅ/ *n* ਮਤਲੀ, ਕਚਿਆਣ; ਘਿਰਨਾ, ਅਰੁਚੀ

nauseant /'ਨੌਜ਼ਿਅਨਟ/ *n* (ਪਦਾਰਥ) ਜਿਸ ਨਾਲ ਕਚਿਆਣ ਆਵੇ *a* ਕਚਿਆਣ ਪੈਦਾ ਕਰਨ ਵਾਲਾ

nauseate /'ਨੌਜ਼ਿਏਇਟ, 'ਨੌਸਿ-/ *v* ਦਿਲ ਕੱਚਾ ਹੋਣਾ ਜਾਂ ਕਰਨਾ, ਕਚਿਆਣ ਹੋਣਾ, ਘਿਰਨਾ ਹੋਣਾ, ਨੱਕ ਚੜ੍ਹਾਉਣਾ

nauseous /'ਨੌਜ਼ਿਅਸ, 'ਨੌਸਿ-/ *a* ਕਚਿਆਣ ਲਿਆਉਣ ਵਾਲਾ, ਬਕਬਕਾ; ਦੁਰਗੰਧੀ ਵਾਲਾ, ਘਿਣਾਉਣਾ

nautch /ਨੌਚ/ *n* ਨਾਚ, ਨ੍ਰਿਤ

nautch girl *n* ਨਾਚੀ, ਨ੍ਰਿਤਕੀ

nautical /'ਨੌਟਿਕਲ/ *a* ਸਮੁੰਦਰੀ; ਜਹਾਜ਼ੀ, ਜਹਾਜ਼ ਸੰਬੰਧੀ, ਜਹਾਜ਼ਰਾਨੀ ਬਾਰੇ

nautical mile *n* ਸਮੁੰਦਰੀ ਰਸਤੇ ਦੀ ਨਾਪ ਦੀ ਇਕਾਈ, 1852 ਮੀਟਰ ਦਾ ਫਾਸਲਾ (ਸਮੁੰਦਰ ਵਿੱਚ), ਸਮੁੰਦਰੀ ਮੀਲ

naval /'ਨੇਇਵ੍ਲ/ *a* ਜਲ-ਸੈਨਾ ਸੰਬੰਧੀ, ਸਮੁੰਦਰੀ ਫ਼ੌਜ ਲਈ, ਜਹਾਜ਼ੀ

naval force *n* ਜਲ-ਸੈਨਾ, ਨੌ-ਸੈਨਾ, ਸਮੁੰਦਰੀ ਬੇੜਾ

navalism /'ਨੇਇਵ੍ਅਲਿਜ਼ਅਮ/ *n* ਨੌ-ਸੈਨਾਵਾਦ

nave[1] /ਨੇਇਵ੍/ *n* ਪਹੀਏ ਦੀ ਧੁਰੀ, ਨਾਭੀ

nave[2] *n* ਗਿਰਜੇ ਦਾ ਵਿਚਕਾਰਲਾ ਭਾਗ

navel /'ਨੇਇਵ੍ਲ/ *n* ਨਾਭੀ, ਨਾਭ; ਧੁੰਨੀ, ਧਰਨ; ਕੇਂਦਰ ਬਿੰਦੂ, ਵਿਚਕਾਰਲਾ ਭਾਗ, ਗੱਭ

navigable /'ਨੈਵ੍ਗਿਅਬਲ/ *a* (ਦਰਿਆ, ਸਾਗਰ ਆਦਿ) ਜਿਸ ਵਿੱਚ ਜਹਾਜ਼ ਚੱਲ ਸਕੇ, ਜਹਾਜ਼ਰਾਨੀ ਯੋਗ; (ਗੁਬਾਰਾ) ਉਡਾਇਆ ਜਾਣ ਯੋਗ

navigate /'ਨੈਵ੍ਗਿੇਇਟ/ *v* ਜਹਾਜ਼ ਚਲਾਉਣਾ, ਜਹਾਜ਼ ਵਿੱਚ ਸਫ਼ਰ ਕਰਨਾ, ਹਵਾਈ ਜਹਾਜ਼ ਚਲਾਉਣਾ

navigation /ˌਨੈਵ੍ਇ'ਗੇਇਸ਼ਨ/ *n* ਜਹਾਜ਼ਰਾਨੀ; ਸਮੁੰਦਰੀ ਆਵਾਜਾਈ; ਸਮੁੰਦਰੀ ਸਫ਼ਰ

navigator /'ਨੈਵ੍ਇਗੇਇਟਅ*/ *n* ਜਹਾਜ਼ ਚਲਾਉਣ ਵਾਲਾ; ਮਾਰਗ ਨਿਰਦੇਸ਼ਕ

navvy /'ਨੈਵ੍ਇ/ *n* ਪੁਟਾਈ ਕਰਨ ਵਾਲੇ ਮਜ਼ਦੂਰ, ਨਹਿਰਾਂ ਸੜਕਾਂ ਆਦਿ ਬਣਾਉਣ ਲਈ ਮਿੱਟੀ ਪੁੱਟਣ ਵਾਲੇ ਮਜ਼ਦੂਰ

navy /'ਨੇਇਵ੍ਇ/ *n* ਜੰਗੀ ਜਹਾਜ਼ਾਂ ਦਾ ਬੇੜਾ, ਜਲ -ਸੈਨਾ, ਨੌ-ਸੈਨਾ; ਬੇੜਾ

navy blue *a* ਗੂੜ੍ਹਾ ਨੀਲਾ (ਰੰਗ)

nay /ਨੇਇ/ *n* ਨਹੀਂ, ਇਨਕਾਰ *adv* ਇੰਜ ਨਹੀਂ, ਸਗੋਂ, ਕਿਉਂ ਨਹੀਂ, ਨਾ-ਨਾ, ਆਂ ਹਾਂ

nayword /'ਨੇਇਵਅਡ/ *n* ਅਖਾਉਤ

Nazarene /ˌਨੈਜ਼(ਅ)ਰ'ਈਨ/ *n* ਨਸਰਾਨੀ, ਨਾਸਰੀਆ ਦਾ ਵਸਨੀਕ; ਈਸਾਈ, ਮਸੀਹੀ; ਉਸ ਕੌਮ ਦਾ ਮਨੁੱਖ ਜੋ ਨਸਲ ਵਜੋਂ ਯਹੂਦੀ ਪਰ ਧਰਮ ਵਜੋਂ ਈਸਾਈ ਹੈ

Nazarite, Nazirite /'ਨੈਜ਼ਅਰਾਇਟ/ *n* ਯਹੂਦੀ ਸਾਧੂ

naze /ਨੇਇਜ਼/ *n* ਭੋਂ ਦਾ ਭਾਗ ਜੋ ਦੂਰ ਤੱਕ ਸਮੁੰਦਰ ਵਿੱਚ ਚਲਾ ਗਿਆ ਹੋਵੇ, ਅੰਤਰੀਪ

Nazi /'ਨਾਟਸਿ, 'ਨਾਜ਼ਿ/ *n* ਜਰਮਨ ਸੋਸ਼ਲਿਸਟ ਡੈਮੋਕਰੇਟਿਕ ਪਾਰਟੀ ਦਾ ਮੈਂਬਰ *a* ਨਾਜ਼ੀ

Neanderthal /ਨਿ'ਐਨਡਅਟਾਲ/ *a* ਪੁਰਾ-ਪੱਥਰ ਯੁਗੀ(ਮਨੁੱਖ), ਬੇਡੌਲ (ਆਦਮੀ) ਅਤਿ ਪ੍ਰਾਚੀਨ

neap /ਨੀਪ/ *n* ਛੋਟਾ ਜਵਾਰਭਾਟਾ *v* ਛੋਟਾ ਜਵਾਰਭਾਟਾ ਆਉਣਾ, ਭਾਟੇ ਕਰਕੇ ਜਹਾਜ਼ਾਂ ਦਾ

ਆਉਣ ਜਾਣ ਬੰਦ ਕਰਨਾ

neaped /ਨੀਪਡ/ *a* ਪੇਤਲਾ, ਘੱਟ ਡੂੰਘਾ

neap tide /'ਨੀਪ ਟਾਇਡ/ *n* ਭਾਟਾ, ਜਵਾਰਭਾਟੇ ਦਾ ਅੰਤ

near /ਨਿਅ*/ *adv* ਨੇੜੇ, ਲਾਗੇ, ਕੋਲ; ਲਗਭਗ, ਕਰੀਬ-ਕਰੀਬ *a* ਲਾਗਲਾ, ਨੇੜੇ ਦਾ, ਨੇੜਲਾ, ਨਜ਼ਦੀਕੀ; (ਰਸਤਾ) ਸਿੱਧਾ; ਸੰਜਮੀ; (ਗੱਡੇ ਦਾ ਪਹੀਆ ਜਾਂ ਜੋਗ ਦਾ ਬਲਦ, ਘੋੜਾ ਆਦਿ) ਖੱਬੇ ਪਾਸੇ ਵਾਲਾ, ਅੰਦਰਲਾ; ਪਿਆਰਾ, ਗੂੜ੍ਹਾ, ਨੇੜੇ ਦਾ (ਮਿੱਤਰ, ਸਾਕ ਆਦਿ) *v* ਨੇੜੇ ਆਉਣਾ, ਲਾਗੇ ਪੁੱਜਣਾ, ਕੋਲ ਪਹੁੰਚਣਾ

nearby /ˌਨਿਅ'ਬਾਇ/ *a* ਨੇੜਲਾ, ਕੋਲ ਵਾਲਾ ਨਜ਼ਦੀਕ *adv* ਨੇੜੇ, ਕੋਲ, ਸਾਥ ਹੀ

nearly /'ਨਿਅਲਿ/ *adv* ਲਗਭਗ, ਕਰੀਬ-ਕਰੀਬ, ਨੇੜੇ-ਨੇੜੇ

nearness /'ਨਿਅਨਅਸ/ *n* ਨੇੜ, ਨੇੜਤਾ, ਨਿਕਟਤਾ, ਸਮੀਪਤਾ; ਕੰਜੂਸੀ, ਕਿਰਸੀਪੁਣਾ

neat[1] /ਨੀਟ/ *n* ਗਾਂ ਜਾਂ ਬਲਦ, ਗੋਕਾ ਪਸ਼ੂ

neat[2] *a* ਸਾਫ਼, ਸਵੱਛ, ਸੁਥਰਾ, ਉਜੱਲ, ਸ਼ੁੱਧ, ਖ਼ਾਲਸ, ਸੋਹਣੀ ਵਿਓਂਤ ਨਾਲ ਸਜਾਇਆ ਜਾਂ ਰੱਖਿਆ ਹੋਇਆ; ਸੁੰਦਰ, ਸੁਡੌਲ; (ਭਾਸ਼ਾ, ਸ਼ੈਲੀ) ਸੰਖਿਪਤ, ਸਪਸ਼ਟ, ਸਰਲ, ਸੰਵਾਰਿਆ ਹੋਇਆ, ਪ੍ਰਵੀਣ, ਮਾਹਰ, ਚਤਰ

neath /ਨੀਥ/ *prep* ਥੱਲੇ, ਹੇਠਾਂ

neatherd /'ਨੀਟਹਅ:ਡ/ *n* ਡੰਗਰ ਚਾਰਨ ਵਾਲਾ, ਵਾਗੀ, ਗੁਆਲਾ

neatness /ਨੀਟਨਅਸ/ *n* ਸਵੱਛਤਾ, ਨਿਰਮਲਤਾ, ਸ਼ੁੱਧਤਾ

neb /ਨੈੱਬ/ *n* ਚੁੰਝ, ਨਾਸ, ਸਿਰਾ, ਨੋਕ

nebris /'ਨੈੱਬਰਿਸ/ *n* ਹਿਰਨ ਦੀ ਖੱਲ, ਮਿਰਗਸ਼ਾਲਾ, ਮਿਰਗਸ਼ਾਲ

nebula /'ਨੈੱਬਯਅਲਅ/ *n* (ਅੱਖ ਦਾ) ਫੋਲਾ; ਧੁੰਦ, ਅਕਾਸ਼ ਵਿੱਚ, ਦੂਰ ਦੇ ਤਾਰਾ ਮੰਡਲ ਜਾਂ ਗੈਸਾਂ ਕਰਕੇ ਬਣਿਆ ਚਮਕੀਲਾ ਦ੍ਰਿਸ਼, ਧੁੰਦ ਤਾਰਾ

nebular /'ਨੈੱਬਯਅਲਅ*/ *a* ਧੁੰਦ ਤਾਰੇ ਸੰਬੰਧੀ

nebulium /ਨੈੱ'ਬਯੂਲਿਅਮ/ *n* ਅਕਾਸ਼ੀ ਤੱਤ (ਜਿਸ ਬਾਰੇ ਕੇਵਲ ਇਹ ਪਤਾ ਹੈ ਕਿ ਧੁੰਦ ਤਾਰੇ ਵਿੱਚ ਹਰੀ ਲਕੀਰ ਇਸੇ ਦੇ ਕਾਰਨ ਬਣਦੀ ਹੈ)

nebulous /'ਨੈੱਬਯਅਲਅਸ/ *a* ਬੱਦਲਾਂ ਵਰਗਾ; ਧੁੰਦਲਾ, ਅਸਪਸ਼ਟ, ਮੈਲਾ, ਖੰਘਾਲਿਆ

necessarily /ˌਨੈੱਸਅ'ਸੈੱਰਅਲਿ, 'ਨੈੱਸਅਸਅਰਅਲਿ/ *adv* ਅਵੱਸ਼, ਜ਼ਰੂਰ ਹੀ

necessary /'ਨੈੱਸਅਸਅਰਿ/ *a* ਜ਼ਰੂਰੀ, ਲੁੜੀਂਦਾ, ਆਵਸ਼ਕ, ਨਾ ਟਲਨ ਵਾਲਾ, ਅਵੱਸ਼ ਹੋਣ ਵਾਲਾ, (ਬਹੁ) ਜੀਵਨ ਦੀਆਂ ਲੋੜਾਂ; ਲੁੜੀਂਦਾ ਸਾਜ-ਸਮਾਨ; ਜ਼ਰੂਰੀ ਰਕਮ; ਜੀਵਨ ਦੀਆਂ ਲੋੜਾਂ ਵਿੱਚੋਂ ਕੋਈ ਵਸਤੂ

necessitarian /ਨਿˌਸੈੱਸਿ'ਟੇਇਰਿਅਨ/ *n* ਕਿਸਮਤ ਵਿੱਚ ਵਿਸ਼ਵਾਸ ਰੱਖਣ ਵਾਲਾ, ਭਾਗਵਾਦੀ *a* ਭਾਗਵਾਦ ਸੰਬੰਧੀ, ਦੈਵਵਾਦ ਬਾਰੇ

necessitarianism /ਨਿˌਸੈੱਸਿ'ਟੇਇਰਿਅਨਿਜ਼ਅਮ/ *n* ਭਾਗਵਾਦ, ਦੈਵਵਾਦ

necessitate /ਨਅ'ਸੈੱਸਿਟੇਇਟ/ *vt* ਜ਼ਰੂਰੀ ਬਣਾ ਦੇਣਾ, ਆਵਸ਼ਕ ਪਰਿਣਾਮ ਹੋਣਾ; ਆਵਸ਼ਕ ਸ਼ਰਤ ਹੋਣਾ; ਮਜਬੂਰ ਕਰ ਦੇਣਾ, ਬੇਵਸ ਕਰ ਦੇਣਾ

necessitous /ਨਿ'ਸੈੱਸਿਟਅਸ/ *a* ਲੋੜਵੰਦ, ਮੁਥਾਜ, ਥੁੜਿਆ ਹੋਇਆ, ਗ਼ਰੀਬ, ਨਿਰਧਨ

necessity /ਨਅ'ਸੈੱਸਅਟਿ/ *n* (ਭੌਤਿਕ, ਨੈਤਿਕ-ਪ੍ਰਕਿਰਤਿਕ) ਲੋੜ, ਜ਼ਰੂਰਤ, ਆਵਸ਼ਕਤਾ; ਲੁੜੀਂਦੀ ਵਸਤੂ; ਰੁਕਾਵਟ; ਬੇਵਸੀ, ਲਾਚਾਰੀ, ਮਜਬੂਰੀ; ਜ਼ਰੂਰੀ ਸਾਧਨ; ਅਭਾਵ, ਘਾਟ

neck /ਨੈੱਕ/ *n* ਧੌਣ, ਗਲ, ਗਰਦਨ, (ਬੱਕਰੇ ਆਦਿ ਦੀ) ਧੌਣ ਦਾ ਮਾਸ; ਲੰਮਾ ਤੇ ਤੰਗ ਹਿੱਸਾ; (ਬੋਤਲ ਦਾ) ਗਲਾ; ਦੱਰਾ *vt* ਗਲ ਘੁੱਟਣਾ, ਗਲ ਮਰੋੜਨਾ; ਗਲ ਲਾਉਣਾ, ਗਲ ਲੱਗ ਕੇ ਮਿਲਨ ਦੇਣਾ

neck cloth *n* ਗਲ ਦੁਆਲੇ ਵਲ੍ਹੇਟਣ ਵਾਲਾ ਕੱਪੜਾ, ਗੁਲੂਬੰਦ, ਕਾਲਰ

necklace /'ਨੈੱਕਲਅਸ/ *n* ਗਲ ਪਾਉਣ ਵਾਲੀ

ਗਾਨੀ, ਹਾਰ, ਕੰਠਾ, ਕੰਠੀ, ਹਮੇਲ

necklet /'**ਨੈੱਕਲਿਟ**/ *n* ਗਲ ਪਾਉਣ ਵਾਲਾ ਗਹਿਣਾ, ਖੰਭਾਂ ਆਦਿ ਦਾ ਬਣਿਆ ਜ਼ਨਾਨਾ ਗੁਲੂਬੰਦ

neckline /'**ਨੈੱਕਲਾਇਨ**/ *n* ਕਮੀਜ਼ ਦਾ ਗਲਾ, ਗਲੇ ਦਾ ਘੇਰਾ

necktie /'**ਨੈੱਕਟਾਇ**/ *n* ਟਾਈ, ਨਕਟਾਈ

neckwear /'**ਨੈੱਕਵੇਅ***/ *n* ਗਲ ਦੁਆਲੇ ਪਹਿਨਣ ਵਾਲੀ ਟਾਈ ਜਾਂ ਕਾਲਰ ਆਦਿ

necrolatry /**ਨੈੱ'ਕਰੌਲਅਟਰਿ**/ *n* ਮਰੇ ਹੋਏ ਦੀ ਪੂਜਾ, ਮੁਰਦਾ -ਪ੍ਰਸਤੀ

necrology /**ਨੈੱ'ਕਰੌਲਅਜਿ**/ *n* ਮਿਰਤੂ ਵਿਗਿਆਨ

necromancer /'**ਨੈੱਕਰਅਉਮੈਨਸਅ***/ *n* ਭੂਤਾਂ ਨੂੰ ਵੱਸ ਕਰਕੇ ਉਹਨਾਂ ਤੋਂ ਕੰਮ ਲੈਣ ਵਾਲਾ, ਕਾਲਾ ਇਲਮ ਜਾਣਨ ਵਾਲਾ, ਜਾਦੂਗਰ

necromancy /'**ਨੈੱਕਰਅਉਮੈਨਸਿ**/ *n* ਕਾਲਾ ਇਲਮ, ਪ੍ਰੇਤ ਵਿੱਦਿਆ, ਭੂਤਾਂ-ਪ੍ਰੇਤਾਂ ਨੂੰ ਵੱਸ ਕਰਨ ਦੀ ਵਿੱਦਿਆ

necromantic /,**ਨੈੱਕਰਅ(ਉ)'ਮੈਨਟਿਕ**/ *a* ਜਾਦੂ ਬਾਰੇ, ਪ੍ਰੇਤ ਵਿੱਦਿਆ ਬਾਰੇ, ਕਾਲੇ ਇਲਮ ਸੰਬੰਧੀ

necrophagous /**ਨੈੱ'ਕਰੌਫਅਗਅਸ**/ *a* ਮੁਰਦੇ ਖਾਣਾ, ਮੁਰਦਾਰ ਖਾਣ ਵਾਲਾ, ਮੁਰਦਾਰ ਭੱਖਕ

necrophilism /,**ਨੈੱਕਰਅ(ਉ)'ਫ਼ਿਲਿਜ਼ਅਮ**/ *n* ਮੁਰਦਾਰ ਕਾਮੁਕਤਾ, ਮੁਰਦੇਬਾਜ਼ੀ, ਮੁਰਦੇ ਨਾਲ ਸੰਭੋਗ

necropolis /**ਨਅ'ਕਰੌਪਅਲਿਸ**/ *n* ਸਿਵੇ, ਮਰਘਟ, ਸ਼ਮਸ਼ਾਨ ਭੂਮੀ, ਕਬਰਸਤਾਨ

necrosis /**ਨੈੱ'ਕਰਅਉਸਿਸ**/ *n* ਹੱਡੀ ਦੇ ਕਿਸੇ ਹਿੱਸੇ ਜਾਂ ਪੱਠਿਆਂ ਦੇ ਗਲਨ ਜਾਂ ਮਰ ਜਾਣ ਦੀ ਕਿਰਿਆ, ਹੱਡਮਾਰੀ

necrotic /**ਨੈੱ'ਕਰੌਟਿਕ**/ *a* ਨਿਰਜੀਵ ਹੱਡੀਆਂ ਜਾਂ ਪੱਠਿਆਂ ਸੰਬੰਧੀ

nectar /'**ਨੈੱਕਟਅ***/ *n* ਅੰਮ੍ਰਿਤ, ਆਬੇ-ਹਯਾਤ; ਫੁੱਲਾਂ ਦਾ ਰਸ, ਸ਼ਹਿਦ

nectareal, nectarean /**ਨੈੱਕ'ਟੇਅਰਿਅਲ** / **ਨੈੱਕ'ਟੇਅਰਿਅਨ**/ *a* ਅੰਮ੍ਰਿਤ ਭਰਿਆ; ਸੁਆਦਲਾ, ਮਿੱਠਾ

nectarial /**ਨੈੱਕ'ਟੇਅਰਿ(ਅ)ਲ**/ *a* ਅੰਮ੍ਰਿਤਮਈ, ਮਿੱਠਾ

nectarine /'**ਨੈੱਕਟਅਰੀਨ**/ *a* ਆੜੂ ਵਰਗਾ ਇੱਕ ਮਿੱਠਾ ਫਲ; ਅੰਮ੍ਰਿਤ ਜਿਹਾ *n* ਅੰਮ੍ਰਿਤ

nectarous /'**ਨੈੱਕਟਅਰਅਸ**/ *a* ਅੰਮ੍ਰਿਤਮਈ; ਬੜਾ ਸੁਆਦਲਾ

neddy /'**ਨੈੱਡਿ**/ *n* (ਬੋਲ) ਖੱਚਰ, ਖੋਤਾ

nee /**ਨੇਇ**/ *a* ਪੇਕਿਆਂ ਦਾ (ਗੋਤ ਜਾਂ ਨਾਂ); ਕੁਆਰੀ ਹੁੰਦੀ ਦਾ (ਨਾਂ)

need /**ਨੀਡ**/ *n* ਲੋੜ, ਜ਼ਰੂਰਤ; ਥੁੜ, ਤੰਗੀ, ਮੁਥਾਜੀ, ਸੰਕਟ, ਕਸ਼ਟ, ਗ਼ਰੀਬੀ; ਇੱਛਾ, ਆਕਾਂਖਿਆ; ਮੰਗ; ਲੁੜੀਂਦੀ ਵਸਤੂ *v* ਲੋੜ ਹੋਣਾ ਜਾਂ ਪੈਣਾ, ਮੁਥਾਜ ਹੋਣਾ, ਥੁੜ ਹੋਣਾ **to have need of** ਚਾਹੁਣਾ

needful /'**ਨੀਡਫ਼ਲ**/ *a* ਜ਼ਰੂਰੀ, ਆਵਸ਼ਕ, ਲੋੜੀਂਦਾ; ਯੋਗ, ਉਚਿਤ, ਮੁਨਾਸਬ (ਕਾਰਵਾਈ); ਦੀਨ, ਦੁਖੀ, ਥੁੜਿਆ ਹੋਇਆ, ਗ਼ਰੀਬ

neediness /'**ਨੀਡਿਨਅਸ**/ *n* ਲੋੜ, ਜ਼ਰੂਰਤ; ਤੰਗੀ, ਗ਼ਰੀਬੀ

needle /'**ਨੀਡਲ**/ *n* ਸੂਈ, ਸੂਆ, ਸਲਾਈ, (ਡਾਕਟਰੀ) ਟੀਕਾ ਲਾਉਣ ਵਾਲੀ ਪਿਚਕਾਰੀ ਦੀ ਸੂਈ, ਕੰਪਾਸ ਦੀ ਸੂਈ; ਮੋਤੀਆ ਬਿੰਦ ਲਾਹੁਣ ਵਾਲੀ ਡਾਕਟਰੀ ਸੂਈ; ਉਕਰਾਈ ਕਰਨ ਵਾਲਾ ਨੋਕਦਾਰ ਸੰਦ, ਨੋਕਦਾਰ ਖੰਭਾ; ਨੁਕੀਲੀ ਚਟਾਨ, ਨੋਕਦਾਰ ਪੱਥਰ *v* ਨੋਕਦਾਰ ਪੱਥਰ ਬਣਾਉਣਾ; ਸਿਊਂਣਾ, ਚੋਭਣਾ; ਅੰਦਰ ਵੜ ਜਾਣਾ; ਚੀਰ-ਫਾੜ ਕਰਨਾ, ਛੇਕ ਕਰਨਾ

needle-bath *n* ਤਿੱਖੀਆਂ ਧਾਰਾਂ ਵਾਲੇ ਫ਼ੁਹਾਰੇ ਦਾ ਇਸ਼ਨਾਨ

needle-case *n* ਸੂਈਆਂ ਵਾਲੀ ਡੱਬੀ

needlecraft /'**ਨੀਡਲਕਰਾਫ਼ਟ**/ *n* ਕਸੀਦਾਕਾਰੀ,

ਕਢਾਈ ਦਾ ਕੰਮ, ਸਕੂਲ ਵਿੱਚ ਸਿਲਾਈ ਕਢਾਈ ਦੀ ਸਿੱਖਿਆ ਦਾ ਵਿਸ਼ਾ

needle fish *n* ਲੰਮੇ ਮੂੰਹ ਵਾਲੀ ਮੱਛੀ

needle gun *n* ਛੋਟੀ ਗੋਲੀ ਵਾਲੀ ਬੰਦੂਕ

needlepoint /'ਨੀਡਲਪੌਇਨਟ/ *n* ਸੂਈ ਦੀ ਨੋਕ

needle's eye *n* ਸੂਈ ਦਾ ਨੱਕਾ, ਬਹੁਤ ਤੰਗ ਰਾਹ

needless /'ਨੀਡਲਅਸ/ *a* ਵਿਅਰਥ, ਨਿਹਾਰਥਕ, ਬੇਲੋੜਾ, ਅਜਾਈਂ, ਐਵੇਂ, ਅਣਆਵਸ਼ਕ

needlewoman /'ਨੀਡਲਵੁਮਅਨ/ *n* ਸਿਲਾਈ -ਕਢਾਈ ਦਾ ਕੰਮ ਕਰਨ ਵਾਲੀ ਔਰਤ

needlework /'ਨੀਡਲਵਅ:ਕ/ *n* ਸੀਣਾ -ਪਰੋਣਾ, ਸਿਲਾਈ-ਕਢਾਈ ਦਾ ਕੰਮ, ਕਸੀਦਾ

needments /'ਨੀਡਮ(ਅ)ਨਟਸ/ *n* ਸਫ਼ਰ ਦਾ ਸਮਾਨ

needn't /'ਨੀਡਨਟ/ *n* **need not** ਦਾ ਸੰਖਿਪਤ ਰੂਪ, ਲੋੜ ਨਹੀਂ, ਜ਼ਰੂਰਤ ਦੀ ਅਣਹੋਂਦ

needs /ਨੀਡਜ਼/ *adv* ਅਵੱਸ਼, ਜ਼ਰੂਰੀ; ਮਜਬੂਰਨ, ਮਜ਼ਬੂਤੀ ਦੇ ਤੌਰ 'ਤੇ

needy /'ਨੀਡਿ/ *a* ਲੋੜਵੰਦ, ਥੁੜਿਆ ਹੋਇਆ; ਗ਼ਰੀਬ, ਮੁਥਾਜ

ne'er /ਨੇਅ*/ *adv* ਬਿਲਕੁਲ ਨਹੀਂ, ਕਦੇ ਨਹੀਂ, ਕਦਾਚਿਤ ਨਹੀਂ, ਵੇਖੋ **never**

neeze /ਨੀਜ਼/ *vi* (ਸਕਾਟ) ਛਿੱਕਣਾ, ਨਿੱਛਣਾ

nefandous /ਨਿ'ਫ਼ੈਨਡਅਸ/ *a* ਦੁਸ਼ਟ, ਘਿਰਨਾਯੋਗ

nefarious /ਨਿ'ਫ਼ੇਅਰਿਅਸ/ *a* ਬਦ, ਭੈੜਾ, ਬੁਰਾ

nefariousness /ਨਿ'ਫ਼ੇਅਰਿਅਸਨਅਸ/ *n* ਦੁਸ਼ਟਤਾ, ਘਿਣਾਉਣਾਪਣ

negate /ਨਿ'ਗੇਇਟ/ *vt* ਰੱਦਣਾ, ਮਿਟਾਉਣਾ, ਮੇਸਣਾ, ਨਿਸਫਲ ਕਰਨਾ, ਅਸਵੀਕਾਰ ਕਰਨਾ; ਖੰਡਨ ਕਰਨਾ, ਨਿਖੇਧੀ ਕਰਨਾ

negation /ਨਿ'ਗੇਇਸ਼ਨ/ *n* ਨਿਖੇਧ, ਨਕਾਰਾਤਮਿਕ ਕਥਨ, ਨਾ, ਇਨਕਾਰ, ਅਸਵੀਕਰਨ, ਨਾਮਨਜ਼ੂਰੀ, ਤਰਦੀਦ; ਅਣਹੋਂਦ

negationist /ਨਿ'ਗੇਇਸ਼(ਅ)ਨਿਸਟ/ *n* ਇਨਕਾਰੀ (ਵਿਅਕਤੀ), ਨਿਖੇਧਵਾਦੀ

negative /'ਨੈੱਗਅਟਿਵ/ *a* ਨਿਖੇਧੀਪੂਰਨ; ਇਨਕਾਰੀ; ਅਭਾਵਾਤਮਿਕ; (ਗਣਿ) ਨਫ਼ੀ ਜਾਂ ਰਿਣ ਵਾਲਾ, ਰਿਣਾਤਮਿਕ; (ਬਿਜਲੀ ਫ਼ੋਟੋ) ਨਫ਼ੀ ਵਾਲੀ, ਵਿਲੋਮ *n* ਇਨਕਾਰ, ਨਾ, ਅਸਵੀਕ੍ਰਿਤੀ; ਅਭਾਵ; ਨਿਖੇਧਾਤਮਿਕ ਗੁਣ; (ਗਣਿ) ਰਿਣ ਰਾਸ; (ਫ਼ੋਟੋ) ਉਲਟੀ ਛਾਪ, ਨੈਗੇਟਿਵ *vt* ਨਿਖੇਧ ਕਰਨਾ, ਰੋਕਣਾ, ਮਨ੍ਹਾਂ ਕਰਨਾ; ਵਿਰੋਧ ਕਰਨਾ, ਅਸਵੀਕਾਰ ਕਰਨਾ, ਨਾਮਨਜ਼ੂਰ ਕਰਨਾ; ਰੱਦ ਕਰਨਾ, ਖੰਡਨ ਕਰਨਾ, ਝੂਠਾ ਸਿੱਧ ਕਰਨਾ

negativeness /'ਨੈੱਗਅਟਿਵਨਅਸ/ *n* ਨਿਖੇਧੀ ਵਾਲੇ ਸ਼ਬਦ, ਨਿਖੇਧੀ, ਨਕਾਰਾਤਮਿਕਤਾ

negativism /'ਨੈੱਗਅਟਿਵਿਜ਼ਅਮ/ *n* ਨਿਖੇਧਵਾਦ; ਨਕਾਰਵਾਦ

negatory /'ਨੈੱਗਅਟਅਰਿ/ *a* ਨਿਖੇਧਾਤਮਿਕ, ਤਰਦੀਦੀ, ਨਾਂਹ ਵਾਲਾ, ਇਨਕਾਰ ਵਾਲਾ; ਰਿਣਾਤਮਿਕ

neglect /ਨਿ'ਗਲੈੱਕਟ/ *n* ਅਣਗਹਿਲੀ, ਉਪੇਖਿਆ, ਲਾਪਰਵਾਹੀ; ਭੁੱਲ, ਉਕਾਈ *vt* ਅਣਗਹਿਲੀ ਕਰਨਾ, ਉਕਾਈ ਕਰਨਾ, ਅਸਾਵਧਾਨੀ ਵਰਤਣਾ, ਧਿਆਨ ਨਾ ਦੇਣਾ; ਭੁੱਲ ਜਾਣਾ, ਉੱਕ ਜਾਣਾ; ਫ਼ਰਜ਼ ਨਾ ਪਛਾਣਨਾ ਫ਼ਰਜ਼ ਤੋਂ ਅਣਗਹਿਲੀ ਕਰਨਾ

neglectable /ਨਿ'ਗਲੈੱਕਟਅਬਲ/ *a* ਧਿਆਨ ਨਾ ਦੇਣਯੋਗ, ਛੱਡਣਯੋਗ, ਭੁੱਲਣਯੋਗ, ਵਿਸਾਰਨਯੋਗ

neglected /ਨਿ'ਗਲੈੱਕਟਿਡ/ *a* ਭੁੱਲਿਆ ਹੋਇਆ, ਵਿਸਰਿਆ, ਉਪੇਖਿਅਤ, ਅਣਗੌਲਿਆ

neglectful /ਨਿ'ਗਲੈੱਕਟਫ਼ਲ/ *a* ਲਾਪਰਵਾਹ, ਅਸਾਵਧਾਨ; ਆਲਸੀ, ਸੁਸਤ, ਢਿੱਲੜ; ਫ਼ਰਜ਼ ਵੱਲੋਂ ਬੇਮੁਖ

neglectfulness /ਨਿ'ਗਲੈੱਕਟਫ਼ੁਲਨਅਸ/ *n* ਕੁਤਾਹੀ, ਲਾਪਰਵਾਹੀ, ਅਸਾਵਧਾਨੀ, ਆਲਸ,

ਸੁਸਤੀ

negligee /'ਨੈਗਲਿਯ਼ੇਇ/ *n* ਸਾਦਾ ਪੁਸ਼ਾਕ, ਢਿੱਲਾ ਪਹਿਰਾਵਾ

negligence /'ਨੈਗਲਿਜਅਨਸ/ *n* ਲਾਪਰਵਾਹੀ, ਅਣਗਹਿਲੀ, ਕੁਤਾਹੀ, ਅਵੇਸਲਾਪਣ, ਅਸਾਵਧਾਨੀ, ਉਕਾਈ, ਭੁੱਲ, ਉਪੇਖਿਆ, ਗ਼ਫ਼ਲਤ; (ਸਾਹਿਤ ਅਤੇ ਕਲਾ ਵਿੱਚ) ਅਨਿਯਮਤਾ

negligent /'ਨੈੱਗਲਿਜਅਨਟ/ *a* ਲਾਪਰਵਾਹ, ਅਸਾਵਧਾਨ, ਆਲਸੀ, ਅਵੇਸਲਾ, ਬੇਖ਼ਬਰ, ਗ਼ਫ਼ਲਤ ਭਰਿਆ, ਉਪੇਖਿਆਕਾਰੀ

negligible /'ਨੈੱਗਲਿਜਅਬਲ/ *a* ਨਗੂਣਾ, ਤੁੱਛ, ਨਾਂ-ਮਾਤਰ; ਬਹੁਤ ਥੋੜ੍ਹਾ, ਜ਼ਰਾ 'ਕੁ

negotiability /ਨਿ,ਗਅਉਸ਼ਿਅ'ਬਿਲਅਟਿ/ *n* ਸਮਝੌਤੇ ਦੀ ਗੁੰਜਾਇਸ਼

negotiable /ਨਿ'ਗਅਉਸ਼ਿਅਬਲ/ *a* ਸਮਝੌਤੇਯੋਗ, ਜਿਸ ਬਾਰੇ ਗੱਲਬਾਤ ਕੀਤੀ ਜਾ ਸਕੇ, (ਹੁੰਡੀ) ਸਕਾਰਨ ਯੋਗ

negotiate /ਨਿ'ਗਅਉਸ਼ਿਏਇਟ/ *v* (ਸਮਝੌਤੇ ਲਈ) ਗੱਲਬਾਤ ਕਰਨਾ; (ਮਾਮਲੇ) ਨਜਿੱਠਣਾ; (ਕਾਰ ਵਿਹਾਰ ਦਾ) ਪ੍ਰਬੰਧ ਕਰਨਾ; ਵਪਾਰ ਕਰਨਾ, (ਹੁੰਡੀ) ਭਨਾਉਣਾ, ਸਕਾਰਨਾ; (ਰੁਕਾਵਟ, ਸੰਕਟ ਆਦਿ) ਪਾਰ ਕਰਨਾ, ਟੱਪਣਾ

negotiation /ਨਿ,ਗਅਉਸ਼ਿ'ਏਇਸ਼ਨ/ *n* ਗੱਲਬਾਤ, ਸਮਝੌਤਾ; ਕਾਰ-ਵਿਹਾਰ; ਸੌਦੇਬਾਜ਼ੀ; ਹੁੰਡੀ ਸਕਾਰਨ

negotiator /ਨਿ'ਗਅਉਸ਼ਿਏਇਟਅ*/ *n* ਵਿੱਚ ਪੈ ਕੇ ਗੱਲਬਾਤ ਕਰਾਉਣ ਵਾਲਾ, ਵਿਚੋਲਾ, ਦਲਾਲ

Negro /'ਨੀਗਰਅਉ/ *n* ਹਬਸ਼ੀ *a* ਹਬਸ਼ੀ ਜਾਤੀ ਦਾ, ਕਾਲਾ- ਸਿਆਹ, ਕਾਲੇ ਰੰਗ ਦਾ (ਆਦਮੀ ਜਾਂ ਪਸ਼ੂ)

Negroid /'ਨੀਗਰੌਇਡ/ *a* ਹਬਸ਼ੀ ਵਰਗਾ, ਹਬਸ਼ੀ ਜਿਹਾ *n* ਹਬਸ਼ੀ ਨਸਲ, ਹਬਸ਼ੀ

Negroism /'ਨੀਗਰਅਉਇਜ਼ਅਮ/ *n* ਹਬਸ਼ੀਵਾਦ

Negro-land *n* ਅਫ਼ਰੀਕਾ

Negro monkey *n* ਕਾਲਾ ਬਾਂਦਰ

Negrophil /'ਨੀਗਰਅਫ਼ਾਇਲ/ *n* ਹਬਸ਼ੀਆਂ ਦਾ ਪੱਖੀ (ਵਿਅਕਤੀ ਜਾਂ ਲੇਖਕ)

Negrophilism /ਨਿ'ਗਰੌਫ਼ਿਲਿਜ਼ਅਮ/ *n* ਹਬਸ਼ੀ ਮਿੱਤਰਤਾਵਾਦ, ਹਬਸ਼ੀ ਮਿੱਤਰਤਾ

Negrophobe /'ਨੀਗਰਅਫ਼ਅਉਬ/ *n* ਹਬਸ਼ੀਆਂ ਨੂੰ ਨਫ਼ਰਤ ਕਰਨ ਵਾਲਾ ਵਿਅਕਤੀ, ਹਬਸ਼ੀਆਂ ਤੋਂ ਡਰਨ ਵਾਲਾ ਬੰਦਾ

Negrophobia /,ਨੀਗਰਅ'ਫ਼ਅਉਬਿਅ/ *n* ਹਬਸ਼ੀ ਭੈ, ਹਬਸ਼ੀ ਡਰ

neigh /ਨੇਇ/ *vi* ਹਿਣਕਣਾ *n* ਹਿਣਕ (ਘੋੜੇ ਦੀ)

neighbour, neighbor /'ਨੇਇਬਅ*/ *n* ਗੁਆਂਢੀ, ਪੜੋਸੀ, ਹਮਸਾਇਆ, ਨਾਲ ਲੱਗਦਾ, ਲਾਗੇ ਦਾ, ਸਾਂਝੀ ਬੰਨ੍ਹੀ ਵਾਲਾ (ਵਿਅਕਤੀ) *v* ਗੁਆਂਢ ਵਿੱਚ ਹੋਣਾ, ਨਾਲ ਲੱਗਦੇ ਹੋਣਾ, ਕੋਲ ਹੋਣਾ

neighbourhood /'ਨੇਇਬਅਹੁਡ/ *n* ਗੁਆਂਢ, ਆਂਢ-ਗੁਆਂਢ, ਚੁਗਿਰਦਾ, ਚੁਫੇਰਾ, ਲਾਗ-ਚਾਗ ਦਾ ਇਲਾਕਾ

neighbouring /'ਨੇਇਬਅਰਿਙ/ *a* ਗੁਆਂਢ ਦਾ; ਲਾਗਲਾ, ਨਾਲ ਲੱਗਦਾ, ਸਾਂਝੀ ਬੰਨੀ ਵਾਲਾ

neighbourliness /'ਨੇਇਬ(ਅ)ਲਿਨਅਸ/ *n* ਨੇੜਤਾ, ਨਿਕਟਤਾ, ਗੁਆਂਢ

neighbourly /'ਨੇਇਬਅਲਿ/ *a* ਗੁਆਂਢੀਆਂ ਵਾਲਾ, ਭਾਈਚਾਰੇ ਵਾਲਾ, ਸੁਹਿਰਦਤਾ ਵਾਲਾ, ਮਿਲਨਸਾਰ, ਦੋਸਤਾਨਾ

neighing /ਨੇਇਇਙ/ *n* ਘੋੜੇ ਦੇ ਹਿਣਕਣ ਦੀ ਅਵਾਜ਼, ਹਿਣਹਿਣਾਹਟ

neither /'ਨਾਇਦਅ*, 'ਨੀਦਅ*/ *conj* ਨਾ ਹੀ *adv* ਬਿਲਕੁਲ ਨਹੀਂ, ਕਿਸੇ ਤਰ੍ਹਾਂ ਵੀ ਨਹੀਂ *a* ਇੱਕ ਵੀ ਨਹੀਂ; ਕੋਈ ਵੀ ਨਹੀਂ

nemesis /'ਨੈਮਅਸਿਸ/ *n* ਬਦਲੇ ਦੀ ਦੇਵੀ (ਯੂਨਾਨੀ ਦੇਵਮਾਲਾ ਅਨੁਸਾਰ); ਬਦਲਾ, ਕੁਕਰਮਾਂ ਦਾ ਦੰਡ

nemoral /'ਨੈਮਅਰਅਲ/ *a* ਖਲੜੀ ਦਾ, ਕੁੰਜ

ਬਾਰੇ; ਛਿਲਕੇ ਸੰਬੰਧੀ

nenuphar /'ਨੈਨੱਯੁਫ਼ਾ*/ *n* ਨੀਲੋਫਰ, ਨੀਲਕਮਲ

neo /'ਨੀਅਉ/ (ਸੰਯੁਕਤ ਰੂਪ ਵਿਚ ਆਉਣ ਵਾਲਾ) ਨਵ, ਨਵਾਂ, ਨਵੀਨ

neoclassical /ˌਨੀਅਉ'ਕਲੈਸਿਕਲ/ *a* ਯੂਨਾਨੀ ਜਾਂ ਰੋਮਨ ਕਲਾ ਭਵਨ ਨਿਰਮਾਣ ਸਾਹਿਤ ਸੰਗੀਤ ਆਦਿ ਨਾਲ ਸੰਬੰਧਿਤ, ਪੁਰਾਤਨ ਵਿਚਾਰਾਂ ਅਤੇ ਰੀਤੀਆਂ ਦਾ ਹਾਮੀ, ਨਵਕਲਾਸੀਕਲ

neocolonialism /ˌਨੀਅਉਕਆ'ਲਅਉਨਿਅਲਿਜ਼ਅਮ/ *n* ਤਕੜੇ ਮੁਲਕਾਂ ਦਾ ਕਮਜ਼ੋਰ ਮੁਲਕਾਂ ਉੱਤੇ ਪਾਇਆ ਰਾਜਨੀਤਿਕ ਜਾਂ ਆਰਥਿਕ ਦਬਾਅ, ਉਪਨਿਵੇਸ਼ਵਾਦ, ਨਵਬਸਤੀਵਾਦ

neocosmic /ˌਨੀਅ'ਕੋਜ਼ਮਿਕ/ *a* ਨਵ ਸ੍ਰਿਸ਼ਟੀ ਸੰਬੰਧੀ

neocracy /ਨੀ'ਔਕਰਅਸਿ/ *n* ਨਵੇਂ ਲੋਕਾਂ ਦਾ ਰਾਜ, ਨਵਤੰਤਰ

neogamist /ਨੀ'ਔਗਅਮਿਸਟ/ *n* ਨਵੀਂ ਵਹੁਟੀ, ਨਵੀਂ ਵਿਆਹੀ ਔਰਤ

neogene /ˌਨੀਅਉ'ਜੀਨ/ *a* ਨਵਜਾਤ

neo-Hellenism /ˌਨੀਅਉ'ਹੈੱਲਿਨਿਜ਼ਅਮ/ *n* ਨਵਯੂਨਾਨਵਾਦ

Neolithic /ˌਨੀਅ'ਲਿਥਿਕ/ *a* ਉੱਤਰ ਪੱਥਰ ਕਾਲੀਨ, ਨਵ ਪੱਥਰ ਕਾਲੀਨ

neologian /ˌਨੀਅ(ਉ)'ਲੋਜਿਅਨ/ *n* ਨਵਸਿਧਾਂਤਵਾਦੀ, ਨਵਮੱਤਵਾਦੀ

neologise /ਨੀ'ਔਲਅਜਾਇਜ਼/ *vt* ਨਵੇਂ ਸ਼ਬਦਾਂ ਦੀ ਵਰਤੋਂ ਕਰਨਾ; ਨਵੇਂ ਧਰਮ ਜਾਂ ਸਿਧਾਂਤਾਂ ਦਾ ਪ੍ਰਚਾਰ ਕਰਨਾ

neologism, neology /ਨੀ'ਔਲਅਜਿਜ਼ਅਮ, ਨੀ'ਔਲਅਜਿ/ *n* ਸ਼ਬਦ ਘਾੜਤ, ਨਵੇਂ ਸ਼ਬਦਾਂ ਦੀ ਰਚਨਾ, ਨਵੀਨਤਾਵਾਦ, ਨਵੇਂ ਸਿਧਾਂਤ; ਧਰਮ ਸਿਧਾਂਤਾਂ ਨੂੰ ਨਵੇਂ ਰੂਪ ਵਿੱਚ ਪੇਸ਼ ਕਰਨ

neologist /ਨੀ'ਔਲਅਜਿਸਟ/ *n* ਨਵੀਨਤਾਵਾਦੀ; ਬੁੱਧੀਵਾਦੀ; ਨਵੇਂ ਸਿਧਾਂਤਾਂ ਦਾ ਪੱਖੀ ਜਾਂ ਪ੍ਰਚਾਰਕ; ਨਵੇਂ ਸ਼ਬਦ ਘੜਨ ਵਾਲਾ

neon /'ਨੀਔਨ/ *n* ਨਿਅਨ ਗੈਸ, ਇੱਕ ਰਸਾਇਣਿਕ ਤੱਤ, ਨਿਅਨ ਬੱਤੀ

neonatal /ˌਨੀ:ਅਉ'ਨੇਇਟਲ/ *a* ਨਵ-ਜਾਤ ਸ਼ਿਸ਼ੂ ਬਾਰੇ, ਨਵੇਂ ਜੰਮੇ ਦੀ ਸੰਭਾਲ ਨਾਲ ਸੰਬੰਧਿਤ

neontology /ˌਨੀਔਨ'ਟੌਲਅਜਿ/ *n* ਨਵਜੀਵ ਵਿਗਿਆਨ

neophyte /'ਨੀਅਫ਼ਾਇਟ/ *n* ਨਵ ਦੀਖਿਅਤ

neoplasm /ਨੀਅਉˌਪਲੈਜ਼ਮ/ *n* ਰਸੌਲੀ

neo-Platonic /ˌਨੀਅ(ਉ)ਪਲਅ'ਟੌਨਿਕ/ *a* ਨਵ–ਅਫਲਾਤੂਨਵਾਦ ਸੰਬੰਧੀ

neo-Platonism /ˌਨੀਅਉ'ਪਲੇਇਟਅਨਿਜ਼ਅਮ/ *n* ਨਵ-ਅਫਲਾਤੂਨਵਾਦ, ਅਫਲਾਤੂਨ ਦੇ ਵਿਚਾਰਾਂ ਵਿੱਚ ਪੂਰਬੀ ਸਿਧਾਂਤਾਂ ਦਾ ਮਿਸ਼ਰਨ

neoterise /ਨੀ'ਔਟਅਰਾਇਜ਼/ *vt* ਆਧੁਨਿਕ ਬਣਾਉਣਾ, ਨਵਾਂ ਬਣਾਉਣਾ

neoterism /ˌਨੀ'ਔਟਅਰਿਜ਼ਅਮ/ *n* ਆਧੁਨਿਕਤਾ, ਨਵਸ਼ਬਦ ਪ੍ਰਯੋਗ

neotropical /ˌਨੀਅ(ਉ)'ਟਰੌਪਿਕਲ/ *a* ਦੱਖਣੀ ਅਮਰੀਕਾ ਦੇ ਤਪਤ ਖੰਡ ਦਾ, ਨਵ ਤਪਤ ਖੰਡੀ

nepenthe /ਨਿ'ਪੈਨੱਥਿ/ *n* (ਕਾਵਿ) ਗ਼ਮ ਦੂਰ ਕਰਨ ਵਾਲੀ ਇੱਕ (ਫ਼ਰਜ਼ੀ) ਬੂਟੀ, ਦੁਖ ਵਿਸਾਰਨੀ ਬੂਟੀ

nephew /'ਨੈਫ਼ਯੂ, 'ਨੈਵ੍ਯੂ/ *n* ਭਰਾ ਜਾਂ ਭੈਣ ਦਾ ਪੁੱਤ, ਭਤੀਜਾ, ਭਣੇਵਾਂ, ਭਾਣਜਾ

nephology /ਨਿ'ਫ਼ੌਲਅਜਿ/ *n* ਬੱਦਲਾਂ ਦਾ ਵਿਗਿਆਨ, ਮੇਘ ਵਿਗਿਆਨ

nephritic, nephritical /ਨਿ'ਫ਼ਰਿਟਿਕ, ਨਿ'ਫ਼ਰਿਟਿਕਲ/ *a* ਗੁਰਦੇ ਜਾਂ ਗੁਰਦਿਆਂ ਬਾਰੇ, ਗੁਰਦੇ ਦਾ

nephritis /ਨਿ'ਫ਼ਰਾਇਟਿਸ/ *n* ਗੁਰਦੇ ਦੀ ਸੋਜ਼ਸ਼

nepotism /'ਨੈਪੱਅਟਿਜ਼ਅਮ/ *n* ਆਪਣਿਆਂ ਦੀ ਲਿਹਾਜਦਾਰੀ, ਭਾਈ ਭਤੀਜਾਵਾਦ, ਕੁਨਬਾਪ੍ਰਸਤੀ

Neptune /'ਨੈਪੱਟਯੂਨ/ *n* ਸਾਗਰ ਦੇਵ, ਵਰੁਣ, ਸਮੁੰਦਰ, ਸੂਰਜ ਮੰਡਲ ਦਾ ਇੱਕ ਦੂਰ ਦਾ ਗ੍ਰਹਿ

nerd /ਨਅ:ਡ/ *n* ਜਭਲੀਆਂ ਮਾਰਨ ਵਾਲਾ ਵਿਅਕਤੀ, ਫੁਕਰਾ, ਸ਼ੂਕਾ, ਤੰਗ ਕਰ ਦੇਣ ਵਾਲਾ ਵਿਅਕਤੀ

Neried /'ਨਿਅਰਿਇਡ/ *n* ਜਲ-ਪਰੀ, ਅਪਸਰਾ

nervate /'ਨਅ:ਵ਼ੇਇਟ/ *a* ਰੇਸ਼ੇਦਾਰ, ਰਗਦਾਰ

nervation, nervature /ਨਅ:'ਵ਼ੇਇਸ਼ਨ, 'ਨਅ:ਵਅਚਅ*/ *n* ਰੇਸ਼ੇਦਾਰ ਹੋਣ ਦਾ ਗੁਣ

nerve /ਨਅ:ਵ਼/ *n* ਤੰਤੂ, ਨਸ, ਰਗ, ਹੀਆ, ਮਾਨਸਿਕ ਸ਼ਕਤੀ, ਬਲ, ਕਣ, (ਬਨ) ਪੱਤਿਆਂ ਦੀ ਰਗ (ਬਹੁ) ਬੇਚੈਨੀ, ਘਬਰਾਹਟ *v* ਹਿੰਮਤ ਬਨ੍ਹਾਉਣਾ, ਸਾਹਸ ਵਧਾਉਣਾ, ਕਸ਼ਟ ਸਹਾਰਨ ਲਈ ਤਿਆਰ ਕਰਨਾ **a fit of nerves** ਪਰੇਸ਼ਾਨੀ **to get on one's nerve** ਪਰੇਸ਼ਾਨ ਕਰਨਾ, ਨੱਕ ਵਿੱਚ ਦਮ ਕਰਨਾ **to strain every nerve** ਹਰ ਯਤਨ ਕਰਨਾ

nerve gas *n* ਸਰੀਰ ਦੇ ਤੰਤੂ ਪ੍ਰਬੰਧ ਨੂੰ ਨੁਕਸਾਉਣ ਪੁਚਾਉਣ ਵਾਲੀ ਗੈਸ, ਜ਼ਹਿਰੀਲੀ ਗੈਸ, ਸਰੀਰ ਦੀਆਂ ਨਾੜਾਂ ਵਿੱਚ ਜ਼ਹਿਰ ਫੈਲਾਉਣ ਵਾਲੀ ਗੈਸ

nerveless /ਨਅ:ਵ਼ਲਅਸ/ *a* ਮੱਠਾ, ਢਿੱਲਾ; ਨਿੱਘਰਿਆ, ਸਿਥਲ; ਤੇਜਹੀਣ; (ਵਰਣਨ ਵਿਧੀ) ਢਿੱਲੀ, ਨਿਰਜਿੰਦ

nerve-racking /'ਨਅ:ਵ਼ਰੈਕਿਙ/ *a* ਘਬਰਾ ਦੇਣ ਵਾਲਾ, ਬੌਂਦਲਾ ਦੇਣ ਵਾਲਾ, ਬੇਚੈਨ ਕਰ ਦੇਣ ਵਾਲਾ

nervous /'ਨਅ:ਵ਼ਅਸ/ *a* ਬੌਂਦਲਿਆ, ਬੇਚੈਨ, ਭਾਵੁਕ, ਘਬਰਾਇਆ ਹੋਇਆ, ਪਰੇਸ਼ਾਨ, ਛੇਤੀ, ਘਬਰਾ ਜਾਣ ਵਾਲਾ, ਬੌਂਦਲ ਜਾਣ ਵਾਲਾ, ਨਸਾਂ ਸੰਬੰਧੀ ਜਾਂ ਨਸਾਂ ਦਾ, ਤਕੜਾ, ਗਾਂਢਵਾਂ, ਭਰਵਾਂ; (ਵਰਣਨ ਵਿਧੀ) ਸੰਖੇਪ, ਜ਼ੋਰਦਾਰ, ਪ੍ਰਭਾਵਸ਼ਾਲੀ

nervousness /'ਨਅ:ਵ਼ਅਸਨਅਸ/ *n* ਬੇਚੈਨੀ, ਘਬਰਾਹਟ, ਪਰੇਸ਼ਾਨੀ

nervous system *n* ਨਸ ਪ੍ਰਬੰਧ

nervy /'ਨਅ:ਵ਼ਿ/ *a* ਘਬਰਾ ਜਾਣ ਵਾਲਾ; (ਕਾਵਿ) ਸਾਹਸੀ; ਤਕੜਾ, ਗੱਠਿਆ

nescience /'ਨੈੱਸਿਅਨਸ/ *n* ਬੇਸਮਝੀ, ਮੂਰਖਤਾ, ਮੂੜ੍ਹਤਾ, ਬੁੱਧੀਹੀਣਤਾ, ਗਿਆਨਹੀਣਤਾ, ਅਵਿੱਦਿਆ, ਨਾਸਮਝੀ; ਅਗਿਆਨਤਾ

nescient /'ਨੈੱਸਿਅੱਨਟ/ *a* ਬੁੱਧੀਹੀਣ, ਗਿਆਨਹੀਣ *n* ਬੇਖ਼ਬਰ ਵਿਅਕਤੀ

nesh /ਨੈਸ਼/ *a* ਕੋਮਲ

ness /ਨੈੱਸ/ *n* ਭੋਂ ਦਾ ਉਹ ਹਿੱਸਾ ਜੋ ਸਮੁੰਦਰ ਵਿੱਚ ਦੂਰ ਤੱਕ ਵਧਿਆ ਹੋਵੇ, ਅੰਤਰੀਪ, ਰਾਸ

nest /ਨੈੱਸਟ/ *n* ਆਲ੍ਹਣਾ, ਆਸ਼ਿਆਨਾ, ਸੁਖਾਵੀਂ ਥਾਂ, ਸੁਖਦਾਇਕ ਵਸੇਬਾ; ਘੁਰਨਾ, ਖੁੱਡਾ; ਰਹਿਣ-ਬਸੇਰਾ, ਚੋਰਾਂ ਉਚੱਕਿਆਂ ਦਾ ਘਰ, ਅੱਡਾ, ਡੇਰਾ; (ਕੀੜਿਆਂ ਦਾ) ਭੌਣ; (ਇੱਕੋ-ਜਿਹੀਆਂ ਵਸਤੂਆਂ ਦੀ) ਪਾਲ *v* ਆਲ੍ਹਣਾ ਪਾਉਣਾ, ਘਰ ਬਣਾਉਣਾ, ਘਰ ਵਿੱਚ ਰਹਿਣਾ, ਅੱਡੇ ਉੱਤੇ ਅਰਾਮ ਕਰਨਾ, ਆਲ੍ਹਣਾ ਲਾਹੁਣਾ, ਆਲ੍ਹਣੇ ਵਿੱਚ ਰਹਿਣਾ ਜਾਂ ਰੱਖਣਾ

nestle /'ਨੈੱਸਲ/ *v* ਰਹਿਣਾ, ਵਸਣਾ, ਟਿਕਾਣਾ ਬਣਾਉਣਾ, ਅਰਾਮ ਨਾਲ ਬੈਠਣਾ ਜਾਂ ਲੰਮੇ ਪੈਣਾ, ਨਿੱਸਲ ਹੋਣਾ, ਸ਼ਰਨ ਲੈਣਾ, ਪਾਲਣਾ

nestling /'ਨੈੱਸਟਲਿਙ/ *n* ਪੰਛੀ ਦਾ ਬੱਚਾ ਜੋ ਆਲ੍ਹਣੇ ਤੋਂ ਬਾਹਰ ਨਿਕਲਨ ਯੋਗ ਨਾ ਹੋਵੇ, ਬਹੁਤ ਛੋਟਾ ਬੋਟ, ਬੋਟ

Nestor /'ਨੈੱਸਟਅ*/ *n* ਬੁੱਧੀਮਾਨ ਬਜ਼ੁਰਗ, ਉਪਦੇਸ਼ਕ; ਕਿਸੇ ਵਰਗ ਵਿੱਚ ਮੁੱਖ ਵਿਦਵਾਨ

net[1] /ਨੈੱਟ/ *n* ਜਾਲ, ਜਾਲੀ; ਧੋਖਾ, ਭਰਮ, ਫਾਹੀ, ਫੰਧਾ; ਜਾਲੀ ਦਾ ਕੰਮ *v* ਛਿੱਕੇ ਜਾਂ ਜਾਲੀ ਵਿੱਚ ਰੱਖਣਾ, ਜਾਲ ਲਾਉਣਾ, ਜਾਲ ਵਿੱਚ ਫਸਾਉਣਾ, ਜਾਲ ਉਣਨਾ, ਜਾਲੀਦਾਰ ਬਣਾਉਣਾ

net[2] *a* ਮੂਲ, ਅਸਲ, ਉੱਕਾ, ਨਿਰੋਲ, ਖ਼ਾਲਸ, ਉੱਕਾ-ਪੁੱਕਾ, ਨਿਰਾ *vt* ਸ਼ੁੱਧ ਲਾਭ ਦੇ ਰੂਪ ਵਿੱਚ ਪ੍ਰਾਪਤ ਕਰਨਾ ਜਾਂ ਦੇਣਾ

net[3] *a* **Internet** ਦਾ ਸੰਖਿਪਤ ਰੂਪ, ਵੇਖੋ **internet**

nether /'ਨੈੱਦਅ*/ *a* ਪਤਾਲ ਦਾ; ਹੇਠਲਾ; ਨੀਵਾਂ

netizen /'**ਨੈੱਟਿਜ਼ਨ**/ *n* ਸੁਦਾਈਆਂ ਵਾਂਗ ਇੰਟਰਨੈੱਟ ਦੀ ਵਰਤੋਂ ਕਰਨ ਵਾਲਾ ਬੰਦਾ, ਲੋੜੋਂ ਵੱਧ ਇੰਟਰਨੈੱਟ ਦੀ ਵਰਤੋਂਕਾਰ

netting /'**ਨੈੱਟਿਙ**/ *n* ਜਾਲ, ਜਾਲੀ; ਜਾਲੀ ਦਾ ਕੰਮ; ਜਾਲ ਲਾਉਣ, ਜਾਲ ਉਣਨ, ਜਾਲ ਵਿੱਚ ਫਸਾਉਣ ਦਾ ਕੰਮ

nettle /'**ਨੈੱਟਲ**/ *n* ਛੂਹਣ ਤੇ ਸਰੀਰ ਵਿੱਚ ਸਖ਼ਤ ਜਲਨ ਪੈਦਾ ਕਰਨ ਵਾਲੀ ਇੱਕ ਬੂਟੀ, ਬਿੱਛੂ ਬੂਟੀ *vt* ਬਿੱਛੂ ਬੂਟੀ ਲੜਨਾ ਜਾਂ ਲੜਾਉਣਾ, ਡੰਗ ਮਾਰਨਾ, ਚੋਭਣਾ; ਖਿਝਾਉਣਾ, ਚਿੜਾਉਣਾ, ਗੁੱਸਾ ਚੜ੍ਹਾਉਣਾ

nettlerash /'**ਨੈੱਟਲਰੈਸ਼**/ *n* ਚਮੜੀ ਦੀ ਇੱਕ ਬਿਮਾਰੀ, ਛਪਾਕੀ, ਸੀਤ ਪਿੱਤ

network /'**ਨੈੱਟਵਅ:ਕ**/ *n* ਜਾਲੀ ਦਾ ਕੰਮ, ਜਾਲੀ; (ਰੇਲਾਂ ਸੜਕਾਂ ਪ੍ਰਸਾਰਨ ਆਦਿ ਦਾ) ਜਾਲ; ਜਾਲੀਦਾਰ ਲਕੀਰਾਂ, ਇੱਕ-ਦੂਜੇ ਨੂੰ ਕੱਟਦੀਆਂ ਤੇ ਖ਼ਾਨੇ ਬਣਾਉਂਦੀਆ ਲਕੀਰਾਂ, (ਕੰਪਿ) ਵੱਖ–ਵੱਖ ਕੰਪਿਊਟਰਾਂ ਅਤੇ ਕੰਪਿਊਟਰਾਂ ਦੇ ਆਗਤ/ਨਤੀਜਾ ਉਪਕਰਨਾਂ ਦਾ ਅਜਿਹਾ ਜਾਲ ਜਿਸ ਰਾਹੀਂ ਸੂਚਨਾਵਾਂ ਅਤੇ ਸ੍ਰੋਤਾਂ ਦੀ ਸਾਂਝ ਕੀਤੀ ਜਾ ਸਕਦੀ ਹੈ

networking /'**ਨੈੱਟਵਅ:ਕਿਙ**/ *n* (ਕੰਮ ਚਲਾਉਣ ਲਈ) ਹੋਰ ਲੋਕਾਂ ਨਾਲ ਬਣਾਇਆ ਰਾਬਤਾ, ਮੇਲ-ਜੋਲ, ਸਲਾਹ ਮਸ਼ਵਰਾ

neural /'**ਨਯੁਅਰਅਲ**/ *a* ਤੰਤੂ ਸੰਬੰਧੀ

neuralgia /**ਨਯੁਅ'ਰੈਲਜਅ**/ *n* ਤੰਤੂਆਂ ਦੀ ਪੀੜ ਦਾ ਦੌਰਾ, (ਖ਼ਾਸ ਕਰਕੇ ਸਿਰ ਅਤੇ ਚਿਹਰੇ ਵਿੱਚ)

neural network *n* (ਕੰਪਿ) ਮਨੁੱਖੀ ਦਿਮਾਗ਼ ਅਤੇ ਤੰਤੂ ਪ੍ਰਨਾਲੀ ਦੀ ਬਣਤਰ ਵਰਗੀ ਕੰਪਿਊਟਰ ਪ੍ਰਨਾਲੀ

neurasthenia /ˌ**ਨਯੁਅਰਅਸ'ਥੀਨਿਅ**/ *n* ਤੰਤੂਆਂ ਦੀ ਕਮਜ਼ੋਰੀ, ਮਨ ਦੀ ਅਸ਼ਾਂਤੀ

neurasthenic /ˌ**ਨਯੁਅਰਅਸ'ਥੈੱਨਿਕ**/ *a* ਤੰਤੂਆਂ ਦੀ ਸਿਥਲਤਾ ਬਾਰੇ

neuritis /ˌ**ਨਯੁਅ'ਰਾਇਟਿਸ**/ *n* ਨਸਾਂ ਦੀ ਸੋਜ਼ਸ਼

neurolinguistics /ˌ**ਨਯੁਅਰਅਉ ਲਿਙ-'ਗਵਿਸਟਿਕਸ**/ *n* (ਮਨੋ) ਮਾਨਵੀ ਦਿਮਾਗ਼ ਦੀ ਭਾਸ਼ਾ ਪ੍ਰਕਿਰਿਆ ਦੇ ਗਿਆਨ ਦੀ ਵਿਧੀ, ਦਿਮਾਗ਼ ਦਾ (ਭਾਸ਼ਾ ਸੰਬੰਧੀ) ਤੰਤੂ ਵਿਗਿਆਨ ਅਧਿਐਨ, ਨਸਤੰਤਰ ਭਾਸ਼ਾ ਵਿਗਿਆਨ

neurology /**ਨਯੁਅ'ਰੌਲਅਜਿ**/ *n* ਤੰਤਰ-ਵਿਗਿਆਨ, ਤੰਤੂ ਵਿਗਿਆਨ, ਚੇਤਾਵਿਗਿਆਨ

neuron /'**ਨਯੁਅਰੌਨ**/ *n* ਦਿਮਾਗ਼ ਦਾ ਉਹ ਤੰਤੂ ਜੋ ਸਰੀਰ ਦੇ ਬਾਕੀ ਅੰਗਾਂ ਨੂੰ ਕੁਝ ਜਾਣਕਾਰੀ ਦਿੰਦਾ ਰਹਿੰਦਾ ਹੈ

neuropathy /ˌ**ਨਯੁਅ'ਰੌਪਅਥਿ**/ *n* ਤੰਤੂ ਰੋਗ

neuro-psychic /ˌ**ਨਯੁਅਰਅਉ'ਸਾਇਕਿਕ**/ *a* (ਮਨੋ) ਤੰਤੂ ਮਾਨਸਿਕ ਕਿਰਿਆ ਸੰਬੰਧੀ

neuroscience /'**ਨਯੁਅਰਅਉਸਾਇਅਨਸ**/ *n* ਦਿਮਾਗ਼ ਦੀ ਬਣਾਵਟ ਤੇ ਕਾਰਜ ਅਤੇ ਨਸ ਪ੍ਰਬੰਧ ਵਿਗਿਆਨ, ਤੰਤੂ ਵਿਗਿਆਨ

neurosis /**ਨਯੁਅ'ਰਅਉਸਿਸ**/ *n* ਤੰਤੂ ਵਿਕਾਰ, ਨਾੜਾਂ ਵਿੱਚ ਵਿਗਾੜ; ਪਾਗਲਪਣ, ਸ਼ੁਦਾਅ; ਮਨੋਤਾਪ, ਮਾਨਸਿਕ ਬੇਚੈਨੀ

neurosurgery /'**ਨਯੁਅਰਅਉਸਅ:ਜਅਰਿ**/ *n* (ਦਿਮਾਗ਼ ਦੀਆਂ) ਨਾੜੀਆਂ ਦੀ ਡਾਕਟਰੀ ਚੀਰ ਫਾੜ, ਨਾੜੀਆਂ ਦਾ ਚੀਰ-ਫਾੜ ਦੁਆਰਾ ਇਲਾਜ

neurotic /**ਨਯੁਅ'ਰੌਟਿਕ**/ *a* ਮਾਨਸਿਕ ਵਿਕਾਰ ਦਾ ਰੋਗੀ, ਝੱਟ ਘਬਰਾ ਜਾਣ ਵਾਲਾ ਜਾਂ ਉਤੇਜਿਤ ਹੋ ਜਾਣ ਵਾਲਾ, ਅਸ਼ਾਂਤ ਚਿੱਤ

neuter /'**ਨਯੂਟਅ***/ *a* (ਵਿਆ) ਨਪੁੰਸਕ ਲਿੰਗ; ਨਿਰਪੱਖ, ਖੱਸੀ *n* ਬਾਂਝ ਕੀੜਾ, ਖੱਸੀ ਪਸ਼ੂ

neutral /'**ਨਯੂਟਰਅਲ**/ *a* ਨਿਰਪੱਖ, ਬੇਲਾਗ; ਅਨਿਸ਼ਚਿਤ; ਵੱਖਰਾ, ਇਕੱਲਵਾਂਝੇ ਖੜ੍ਹਾ ਜਾਂ ਪਿਆ; ਅਲਿੰਗ, ਜਿਸ ਵਿੱਚ ਨਰ ਮਾਦਾ ਦਾ ਫ਼ਰਕ ਨਾ ਹੋਵੇ; (ਰਸਾ) ਜੋ ਨਾ ਤੇਜ਼ਾਬੀ ਹੋਵੇ ਨਾ ਖਾਰਾ; (ਬਿਜਲੀ) ਨਾ ਧਨ (ਪਾਜ਼ੇਟਿਵ) ਹੋਵੇ ਨਾ ਰਿਣ (ਨੈਗੇਟਿਵ) *n* ਨਿਰਪੱਖ ਵਿਅਕਤੀ, ਨਿਰਪੱਖ ਦੇਸ਼, ਨਿਰਪੱਖ ਕੌਮ

neutrality /**ਨਯੂ'ਟਰੈਲਅਟਿ**/ *n* ਨਿਰਪੱਖਤਾ,

ਅਪੱਖਤਾ; ਉਦਾਸੀਨਤਾ; ਨਪੁੰਸਕਤਾ; ਅਸਥਿਰਤਾ

neutralization /ˌਨਯੂਟਰਅਲਾਇ'ਜ਼ੇਇਸ਼ਨ/ *n* ਨਿਰਾਕਰਨ, ਪ੍ਰਭਾਵਹੀਣਤਾ

neutralize /'ਨਯੂਟਰਅਲਾਇਜ਼/ *vt* ਸਾਵਾਂ ਕਰਨਾ, ਬਰਾਬਰ ਕਰਨਾ, ਪ੍ਰਭਾਵਹੀਣ ਕਰਨਾ, ਉਦਾਸੀਨ ਕਰਨਾ, ਨਿਰਪੱਖ ਬਣਾਉਣਾ, ਵਿਸ਼ੇਸ਼ਤਾ ਨਾਸ ਕਰਨਾ; ਕਿਰਿਆਹੀਣ ਬਣਾਉਣਾ

neutron /'ਨਯੂਟਰੌਨ/ *n* (ਬਿਜ) ਨਿਉਟਰਾਨ

neve /ਨੈੱਵ਼ੇਇ/ *n* ਦੂਰ ਤੱਕ ਫੈਲੀ ਕੱਚੀ ਬਰਫ਼

never /'ਨੈੱਵ਼ਅ*/ *adv* ਕਦੇ ਨਹੀਂ, ਉੱਕਾ ਹੀ ਨਹੀਂ, ਮੂਲੋਂ ਹੀ ਨਹੀਂ

nevermore /ˌਨੈੱਵ਼ਅ'ਮੋ*/*adv* ਫੇਰ ਕਦੇ ਨਹੀਂ, ਮੁੜ ਕੇ ਨਹੀਂ, ਬੱਸ ਫੇਰ ਨਹੀਂ

nevertheless/ˌਨੈੱਵ਼ਅਦਅ'ਲੈੱਸ/*adv* ਤਾਂ ਵੀ, ਫੇਰ ਵੀ; ਪਰ, ਪਰੰਤੂ

new /ਨਯੂ/ *a* ਨਵਾਂ, ਨਵੀਨ, ਆਧੁਨਿਕ, ਅਜੋਕਾ, ਸੱਜਰਾ; ਅਣਜਾਣ, ਓਭੜ, ਅਨੋਖਾ, ਅਣਡਿੱਠਾ, ਨਾਵਾਕਫ਼, ਓਪਰਾ; ਵਧੇਰੇ, ਦੂਜਾ; ਆਧੁਨਿਕ *adv* ਫਿਰ ਤੋਂ, ਨਵੇਂ ਸਿਰੇ ਤੋਂ, ਨਵੇਂ ਢੰਗ ਨਾਲ, ਹੁਣੇ ਜਿਹੇ ਹੀ

newcomer /'ਨਯੂਕਅੱਮਅ*/ *a* ਨਵਾਂ ਆਇਆ, ਕਿਸੇ ਸੰਸਥਾਂ ਵਿੱਚ ਨਵਾਂ ਦਾਖਲ ਹੋਇਆ

newfangled /ˌਨਯੂ'ਫ਼ੈਙਗਲਡ/ *a* ਨਵਨਿਰਮਤ, ਨਵੇਂ ਫੈਸ਼ਨ ਦਾ

newish /ਨਯੂਇਸ਼/ *a* ਨਵਾਂ-ਨਵਾਂ

newly /'ਨਯੂਲਿ/ *adv* ਨਵਾਂ-ਨਵਾਂ, ਹੁਣੇ-ਹੁਣੇ, ਥੋੜ੍ਹੇ ਚਿਰ ਤੋਂ; ਨਵੇਂ ਸਿਰਿਓਂ, ਨਵੇਂ ਢੰਗ ਨਾਲ

Newmarket /'ਨਯੂਮਾਕਿਟ/ *n* ਤੰਗ ਵੱਡਾ ਕੋਟ; ਤਾਸ਼ ਦੀ ਇੱਕ ਖੇਡ; ਕੈਂਬਰਿਜਸ਼ਾਇਰ ਦੇ ਇਲਾਕੇ ਦਾ ਇੱਕ ਕਸਬਾ ਜੋ ਘੋੜਦੌੜ ਲਈ ਪ੍ਰਸਿੱਧ ਹੈ

newness /ਨਯੂਨਅਸ/ *n* ਨਵੀਨਤਾ, ਨਵਾਂਪਣ; ਸੱਜਰਾਪਣ, ਅਜੋਕਾਪਣਾ, ਤਾਜ਼ਗੀ

news /ਨਯੂਜ਼/ *n* (ਬਹੁਵਚਨ ਪਰ ਆਮ ਤੌਰ 'ਤੇ ਇੱਕ ਵਚਨ ਵਾਂਗ ਵਰਤਿਆ ਜਾਂਦਾ ਹੈ) ਖ਼ਬਰ, ਸਮਾਚਾਰ; ਹਾਲਚਾਲ, ਉੱਘ-ਸੁੱਘ; ਖ਼ਬਰਾਂ; ਬਿਰਤਾਂਤ, ਵਾਰਤਾ

newsgroup /'ਨਯੂਜ਼ਗਰੂਪ/ *n* ਅਜਿਹੀ ਪ੍ਰਨਾਲੀ ਜਿਸ ਰਾਹੀਂ ਕਿਸੇ ਸਮੂਹ ਦੇ ਮੈਂਬਰ ਆਪਣੇ ਮੈਂਬਰਾਂ ਨਾਲ ਨੈੱਟ ਰਾਹੀਂ ਸਵਾਲ-ਜਵਾਬ ਕਰ ਸਕਦੇ ਹਨ

newsletter /'ਨਯੂਜ਼ਲੈੱਟਅ*/ *n* (ਸਾਰੇ ਮੈਂਬਰਾਂ ਨੂੰ ਭੇਜੀ ਜਾਣ ਵਾਲੀ) ਕਲੱਬ ਦੀਆਂ ਕਾਰਵਾਈਆਂ ਦੀ ਸੂਚਨਾ, ਕਿਸੇ ਸੰਸਥਾ ਵਲੋਂ ਸਮੇਂ–ਸਮੇਂ ਭੇਜੀ ਜਾਂਦੀ ਕਾਰਜ ਸੂਚਨਾ

newsmonger /'ਨਯੂਜ਼ਮਅੱਙਗਅ*/ *n* ਅਫ਼ਵਾਹਾਂ ਫੈਲਾਉਣ ਵਾਲਾ, ਝੂਠੀਆਂ-ਸੱਚੀਆਂ ਖ਼ਬਰਾਂ ਕੱਢਣ ਵਾਲਾ ਬੰਦਾ, ਸ਼ੋਸ਼ੇਬਾਜ

newspaper /'ਨਯੂਜ਼ਪੇਇਪਅ*/ *n* ਅਖ਼ਬਾਰ, ਸਮਾਚਾਰ ਪੱਤਰ; ਅਖ਼ਬਾਰੀ ਕਾਗਜ਼

newsreel /'ਨਯੂਜ਼ਰੀਲ/ *n* ਸਮਾਚਾਰ ਫਿਲਮ, ਸਿਨਮੇ ਵਿੱਚ ਪਹਿਲਾਂ ਦਿਖਾਈ ਗਈ ਫਿਲਮ ਦੀ ਸੰਖੇਪ ਜਾਣਕਾਰੀ

newt /ਨਯੂਟ/ *n* ਪਾਣੀ ਵਿੱਚ ਰਹਿਣ ਵਾਲੀ ਇੱਕ ਗੋਹ, ਗੋਹ ਜਾਂ ਕਿਰਲੀ ਦੀ ਨਸਲ ਦਾ ਇੱਕ ਜਾਨਵਰ

New Testament /ˌਨਯੂ'ਟੈੱਸਟਅਮਅਨਟ/ *n* ਨਵਾਂ ਅਹਿਦਨਾਮਾ (ਬਾਈਬਲ ਦਾ), ਨਿਊ ਟੈਸਟਾਮੈਂਟ

Newtonian /ਨਯੂ'ਟਅਉਨਿਅਨ/ *a* ਨਿਊਟਨ ਜਾਂ ਉਸ ਦੇ ਸਿਧਾਂਤਾਂ ਦਾ *n* ਨਿਊਟਨ ਦੇ ਸਿਧਾਂਤਾਂ ਦਾ ਪੱਖੀ, ਵਿਕਾਸਵਾਦੀ

new wave *n* ਨਵੀਂ ਲਹਿਰ, (ਕਲਾ ਸੰਗੀਤ ਆਦਿ ਵਿੱਚ) ਨਵੀਂ ਸ਼ੈਲੀ ਦੀ ਵਰਤੋਂ ਕਰਨ ਵਾਲੇ ਕਲਾਕਾਰ, ਨਵੀਂ ਵਿਚਾਰਧਾਰਾ ਪੇਸ਼ ਕਰਨ ਵਾਲੇ ਸਾਹਿਤਕਾਰ, ਨਵੀਨਤਾ ਲਿਆਉਣ ਦੀ ਕਾਰਵਾਈ

next /ਨੈੱਕਸਟ/ *a* ਅਗਲਾ, ਦੂਜਾ; ਨਾਲ ਦਾ, ਨਾਲ ਲਗਵਾਂ, ਕੋਲ ਵਾਲਾ, ਆਗਾਮੀ *adv* ਉਪਰੰਤ; ਠੀਕ ਉਸ ਦੇ ਪਿੱਛੇ; ਦੂਜੇ ਨੰਬਰ 'ਤੇ; ਕੋਲ, ਲਾਗੇ, ਨੇੜੇ, ਠੀਕ ਅੱਗੇ, ਠੀਕ ਪਿੱਛੇ *n* ਦੂਜਾ ਵਿਅਕਤੀ, ਸਭ ਤੋਂ ਨੇੜੇ ਵਾਲਾ ਵਿਅਕਤੀ; ਦੂਸਰਾ ਪਤੀ; ਦੂਸਰਾ ਬੱਚਾ; ਅਗਲਾ ਪੱਤਰ ਜਾਂ ਅੰਕ

nexus /'ਨੈੱਕਸਅਸ/ *n* ਸੰਬੰਧ, ਮੇਲ; ਗਠਜੋੜ

NGO /ˌਐੱਨ ਜੀ 'ਅਉ/ *abbr* **non governmental organization** ਦਾ ਸੰਖੇਪ ਰੂਪ, ਪਰ ਉਪਕਾਰ ਕਰਨ ਵਾਲੀ ਗ਼ੈਰਸਰਕਾਰੀ ਸੰਸਥਾ

nib /ਨਿਬ/ *n* ਨੋਕ; ਚੁੰਝ, ਜੀਭ, ਪੈੱਨ ਜਾਂ ਕਲਮ ਦੀ ਨੋਕ ਜਾਂ ਜੀਭ, ਨਿੱਬ *vt* ਕਲਮ ਘੜਨਾ; ਪੈੱਨ ਜਾਂ ਹੋਲਡਰ ਵਿੱਚ ਨਿੱਬ ਲਾਉਣਾ

nibble /'ਨਿਬਲ/ *v* ਕੁਤਰਨਾ, ਟੁੱਕਣਾ (ਦੰਦਾਂ ਨਾਲ); ਨਿੱਕੀ-ਨਿੱਕੀ ਬੁਰਕੀ ਕਰਕੇ ਖਾਣਾ, (ਘਾਹ-ਪੱਠੇ ਨੂੰ) ਮੂੰਹ ਮਾਰਨਾ, ਟੋਕਾ-ਟਾਕੀ ਕਰਦੇ ਰਹਿਣਾ *n* ਟੁੱਕਣ, ਛੋਟਾ-ਛੋਟਾ ਘਾਹ ਜਿਸ ਉੱਤੇ ਮੂੰਹ ਮਾਰਿਆ ਜਾ ਸਕੇ

nice /ਨਾਇਸ/ *a* ਸੁਹਜ-ਪਸੰਦ, ਸੁਚੱਜਾ, ਸੁਘੜ, ਚੰਗਾ, ਸੋਹਣਾ; ਪਿਆਰਾ; ਰਸੀਲਾ, ਸੁਆਦੀ; ਸੂਖਮ, ਬਰੀਕ; ਨੀਝ ਵਾਲਾ; ਕੋਮਲ, ਨਾਜ਼ਕ; ਭੋਲਾ; ਕੋਮਲ ਭਾਵੀ; ਗੂੜ੍ਹ; ਨਖ਼ਰੇਬਾਜ਼ *adv* ਚੰਗੀ ਤਰ੍ਹਾਂ, ਸੰਤੋਖਜਨਕ ਢੰਗ ਨਾਲ

nice-looking *a* ਸੋਹਣਾ, ਸੁਨੱਖਾ, ਖ਼ੂਬਸੂਰਤ

nicely /'ਨਾਇਸਲਿ/ *adv* ਸੁੰਦਰ ਢੰਗ ਨਾਲ, ਵਧੀਆ ਤਰੀਕੇ ਨਾਲ, ਸੁਚੱਲਤਾ ਪੂਰਬਕ, ਸੁਘੜਤਾ ਪੂਰਬਕ

niceness /ਨਾਇਸਨਅਸ/ *n* ਸੁਹਜ, ਸੁਹੱਪਣ, ਸੁੰਦਰਤਾ; ਬਰੀਕੀ, ਸੂਖਮਤਾ, ਉੱਤਮਤਾ, ਸੁਘੜਤਾ

niceties /'ਨਾਇਸਅਟਿਜ਼/ *n* ਬਹੁ ਸੁਆਦਲਾ ਭੋਜਨ; ਸੂਖਮ ਵਿਚਾਰ

nicety /'ਨਾਇਸਅਟਿ/ *n* ਖ਼ੂਬੀ, ਚੰਗਿਆਈ; ਸੂਖਮਤਾ, ਬਰੀਕੀ, ਕੋਮਲਤਾ; ਸੂਖਮ ਅੰਤਰ; ਘੁੰਤਰ; ਬਹੁਤ ਸੂਖਮ ਨੀਝ, ਹਦੋਂ ਵੱਧ ਸਾਵਧਾਨੀ ਅਤੇ ਸੰਭਾਲ

niche /ਨੀਸ਼, ਨਿਚ/ *n* ਆਲਾ, ਤਾਕ; ਟਿਕਾਣਾ, ਸਥਾਨ (ਵਿਸ਼ੇਸ਼ ਕਰਕੇ ਪ੍ਰਸਿੱਧੀ ਦੇ ਕਿਸੇ ਖੇਤਰ ਵਿੱਚ) *vt* ਆਲੇ ਵਿੱਚ ਰੱਖਣਾ; ਸੰਭਾਲ ਕੇ ਰੱਖਣਾ; ਖੂੰਜੇ ਵਿੱਚ ਬਹਿਣਾ

nick /ਨਿਕ/ *n* ਵਾਢਾ; ਦੰਦਾ; ਸ਼ੁਭ ਸਮਾਂ *vt* ਦੰਦੇਦਾਰ ਬਣਾਉਣਾ; ਦੰਦੇ ਕੱਢਣਾ, ਨਿਸ਼ਾਨ ਜਾਂ ਚਿੰਨ੍ਹ ਲਾਉਣਾ, ਘੋੜੇ ਦੀ ਪੂਛ ਦੀ ਜੜ੍ਹ ਵਿੱਚ ਚੀਰਾ ਦੇਣਾ, ਕੱਟਣਾ, ਟੋਟੇ-ਟੋਟੇ ਕਰਨਾ; ਸਮਝ ਜਾਣਾ, ਤਾੜ ਜਾਣਾ, (ਗੱਡੀ ਆਦਿ ਦਾ) ਠੀਕ ਸਮੇਂ ਪੁੱਜਣਾ; ਫੜ ਲੈਣਾ, ਗਰਿਫ਼ਤਾਰ ਕਰਨਾ, (ਜੂਏ ਵਿੱਚ) ਦਾਅ ਲਾਉਣਾ; (ਘੋੜਦੌੜ ਵਿੱਚ) ਪਾਸੇ ਵੱਲੋਂ ਦੀ ਨਿੱਕਲ ਜਾਣਾ, ਦੋਂਹ ਨਸਲਾਂ ਦਾ ਰਲ-ਮਿਲ ਜਾਣਾ

nickel /'ਨਿਕਲ/ *n* ਗਿਲਟ, ਨਿਕਲ, ਕਲੀ, ਮੁਲੰਮਾ, (ਅਮਰੀਕਾ) ਸੈਂਟ ਦਾ ਸਿੱਕਾ *vt* ਨਿਕਲ ਕਰਨਾ, ਨਿਕਲ ਚੜ੍ਹਾਉਣਾ, ਨਿਕਲ ਦੇ ਪੱਤਰੇ ਨਾਲ ਮੜ੍ਹਨਾ

nickelage /'ਨਿਕਲਿਜ/ *n* ਮੁਲੰਮਾ ਕਰਨ ਦੀ ਕਿਰਿਆ, ਮੁਲੰਮਾਸਾਜ਼ੀ

nicker /'ਨਿਕਅ*/ *n* ਗੰਢ-ਕੱਪ, ਜੇਬ-ਕਤਰਾ, ਉਚੱਕਾ *vi* ਹਿਣਕਣਾ, ਹਿਣਹਿਣਾਉਣਾ

nickname /'ਨਿਕਨੇਇਮ/ *n* ਅੱਲ, ਉਪਨਾਮ; ਛੇੜ, ਕੁਨਾਂ *vt* ਅੱਲ ਪਾਉਣਾ, ਨਾਂ ਪਾਉਣਾ

nicotine /'ਨਿਕਅਟੀਨ/ *n* ਤਮਾਕੂ ਦਾ ਸਤ, ਤਮਾਕੂ ਦਾ ਜ਼ਹਿਰੀਲਾ ਤੱਤ

nicotinism /'ਨਿਕਅਟੀਨਿਜ਼ਅਮ/ *n* (ਬਹੁਤ ਜ਼ਿਆਦਾ ਤਮਾਕੂ ਪੀਣ ਨਾਲ ਪੈਦਾ ਹੋਣ ਵਾਲਾ) ਨਿਕੋਟੀਨ ਰੋਗ, ਨਿਕੋਟੀਨ ਦੇ ਜ਼ਹਿਰ ਦਾ ਪ੍ਰਭਾਵ

nictate, nictitate /'ਨਿਕਟੇਇਟ, 'ਨਿਕਟਿਟੇਇਟ/ *vi* ਅੱਖ ਝਮਕਣਾ, ਝਿੰਮਣੀਆਂ ਹਿਲਾਉਣਾ; ਅੱਖ ਨਾਲ ਸੈਨਤ ਕਰਨਾ; ਅੱਖ ਮਾਰਨਾ

nicy /'ਨਾਇਸਿ/ *n* ਬੱਚਿਆਂ ਦੀ ਮਿਠਿਆਈ, ਚੂਸਾ

niddle-noddle /ˌਨਿਡਲ'ਨੌਡਲ/ *a* ਹਿਲਦੇ ਸਿਰ ਵਾਲਾ, ਡਿੱਕ-ਡੋਲੇ ਖਾਂਦਾ, ਕੰਬਦਾ, ਅਸਥਿਰ *v* ਡਿੱਕ-ਡੋਲੇ ਖੁਆਉਣਾ ਜਾਂ ਖਾਣਾ, ਕੰਬਾਉਣਾ ਜਾਂ ਕੰਬਣਾ

nidge /ਨਿਜ/ *vt* ਪੱਥਰ ਘੜਨਾ, ਸਿਲਾਂ ਤਰਾਸ਼ਣਾ

nidificate, nidify /'ਨਿਡਿਫ਼ਿਕੇਇਟ, 'ਨਿਡਿਫ਼ਾਇ/ *vt* ਆਲ੍ਹਣਾ ਬਣਾਉਣਾ, ਆਲ੍ਹਣਾ ਪਾਉਣਾ

nid-nod /ਨਿਡ'ਨੌਡ/ *v* ਸਿਰ ਹਿੱਲਣਾ ਜਾਂ ਹਿਲਾਉਣਾ

nidorous /'ਨਾਇਡਅਰਅਉਸ/ *a* (ਬਨ) ਬਦਬੋਦਾਰ, ਦੁਰਗੰਧਿਤ

nidus /'ਨਾਇਡਅਸ/ *n* ਆਲ੍ਹਣਾ; ਬੀਜ ਕੋਸ਼, ਬੀਜ ਬਣਨ ਵਾਲੀ ਥਾਂ, ਆਂਡੇਦਾਨੀ; ਰੋਗ ਦੇ ਜਰਮਾਂ ਦੇ ਪੈਦਾ ਹੋਣ ਵਾਲੀ ਥਾਂ, ਆਂਡਿਆਂ ਦੇ ਢੇਰ, ਦਾਣਿਆਂ ਦਾ ਗੁੱਛਾ; ਕੀਟਾਣੂਆਂ ਦਾ ਸਮੂਹ

niece /ਨੀਸ/ *n* ਭਤੀਜੀ, ਭਣੇਵੀਂ, ਭਾਣਜੀ

niffy /'ਨਿਫ਼ਿ/ *a* (ਅਪ) ਬਦਬੋਦਾਰ

nifnaff /ਨਿਫ਼'ਨੈਫ਼/ *n* ਨਿਗੂਣੀ ਅਤੇ ਤੁੱਛ ਵਸਤੂ, ਨਾਚੀਜ਼; ਬੌਣਾ, ਵਾਮਨ *vt* ਤਬਾਹ ਕਰਨਾ, ਨਸ਼ਟ ਕਰਨਾ, ਬਰਬਾਦ ਕਰਨਾ

nifty /'ਨਿਫ਼ਟਿ/ *a* ਚੁਸਤ, ਫੁਰਤੀਲਾ, ਟਹੁਰੀ, ਫ਼ੈਸ਼ਨਦਾਰ

niggard /'ਨਿਗਅਡ/ *a* ਸੂਮ, ਕੰਜੂਸ *n* ਘੱਟੋ-ਘੱਟ ਖਰਚ ਕਰਨ ਵਾਲਾ ਬੰਦਾ

niggardliness /'ਨਿਗਅਡਲਿਨਅਸ/ *n* ਕੰਜੂਸੀ

niggardly /'ਨਿਗਅਡਲਿ/ *a* ਸੂਮ, ਕੰਜੂਸ *adv* ਕੰਜੂਸੀ ਨਾਲ

nigger /'ਨਿਗਅ*/ *n* (ਨਿੰਦਾਵਾਚਕ) ਹਬਸ਼ੀ; ਕਾਲੇ ਰੰਗ ਦਾ ਆਦਮੀ; ਕਾਲੀ ਨਸਲ ਦਾ ਮਨੁੱਖ; ਕਾਲੀ ਤਿਤਲੀ, ਭੌਰ ਜਾਂ ਭੂੰਡ, ਕਾਲਾ ਗੋਗਲੂ *a* ਗੁਪਤ, ਲੁਕਿਆ ਹੋਇਆ

niggle /'ਨਿਗਲ/ *vi* ਨਿਗੂਣੀਆਂ ਗੱਲਾਂ ਵਿੱਚ ਸਮਾਂ ਗਵਾਉਣਾ, ਨਿੱਕੀ- ਨਿੱਕੀ ਗੱਲ ਉੱਤੇ ਜ਼ੋਰ ਦੇਣਾ

niggling /'ਨਿਗਲਿਙ/ *a* ਘਟੀਆ, ਨਿਗੂਣਾ, ਤੁੱਛ, ਨੀਚ; (ਹੱਥ ਲਿਖਤ) ਘਸੀਟਵੀਂ, ਜੋ ਪੜ੍ਹੀ ਨਾ ਜਾ ਸਕੇ

nigh /ਨਾਇ/ *adv* ਨੇੜੇ, ਲਾਗੇ, ਕੋਲ *a* ਲਾਗਲਾ, ਨੇੜੇ ਦਾ

night /ਨਾਇਟ/ *n* ਰਾਤ, ਹਨੇਰਾ *a* ਰਾਤ ਦਾ, ਰਾਤ ਵੇਲੇ ਦਾ

night and day *n* ਰਾਤ ਦਿਨੇ, ਨਿਸਦਿਨ

night-bird *n* ਉੱਲੂ, ਚੁਗਲ, ਚਮਗਿੱਦੜ

night-blindness *n* ਅੰਧਰਾਤਾ

nightfall /'ਨਾਇਟਫ਼ੋਲ/ *n* ਆਥਣ ਵੇਲਾ

nightingale /'ਨਾਇਟਿਙਗੇਇਲ/ *n* ਬੁਲਬੁਲ

nightjar /'ਨਾਇਟਜਾ*/ *n* ਬਿੱਲ-ਬਿਤੋਰੀ

nightly /'ਨਾਇਟਲਿ/ *a* ਰਾਤ ਦਾ *adv* ਹਰ ਰਾਤ, ਰਾਤੋ-ਰਾਤ

nightmare /'ਨਾਇਟਮੇਅ*/ *n* ਡਰਾਉਣਾ ਸੁਪਨਾ; ਮਾਨਸਿਕ ਭੈ; ਬਿਪਤਾ ਦੀ ਘੜੀ

nightshade /'ਨਾਇਟਸ਼ੇਇਡ/ *n* ਜ਼ਹਿਰੀਲੀ ਬੂਟੀ

night-soil *n* ਗੂੰਹ, ਪਖਾਨਾ, ਟੱਟੀ

night-walking *n* ਸੁਫਨੇ ਵਿੱਚ ਉੱਠ ਕੇ ਤੁਰ ਪੈਣ ਦੀ ਕਿਰਿਆ

nightwatch /'ਨਾਇਟਵੌਚ/ *n* ਚੌਕੀਦਾਰ; ਰਾਤ ਦਾ ਪਹਿਰਾ

nigrescent /ਨਿ'ਗਰੈੱਸਅਨਟ/ *a* ਕਾਲਾ ਜਿਹਾ, ਸਾਉਲਾ, ਪੱਕੇ ਰੰਗ ਦਾ

nigritude /'ਨਿਗਰਿਟਯੂਡ/ *n* ਕਾਲੋਂ, ਕਾਲਾਪਣ, ਸਾਉਲਾਪਣ, ਹਨੇਰਾ

nihil /'ਨਾਇਹਿਲ/ *n* ਸੁੰਨ, ਨਹੀਂਤਵ, ਅਣਹੋਂਦ, ਅਭਾਵ

nihilism /'ਨਾਇਇਲਿਜ਼ਅਮ/ *n* ਵਿਨਾਸ਼ਵਾਦ, (ਉਨੀਵੀਂ ਸਦੀ ਦੇ ਕ੍ਰਾਂਤੀਕਾਰੀ ਰੂਸੀਆਂ ਦਾ) ਸਰਬ ਖੰਡਨਵਾਦ, ਨਿਖੇਧਵਾਦ; ਹਰ ਪ੍ਰਕਾਰ ਦੇ ਧਾਰਮਿਕ ਜਾਂ ਸਦਾਚਾਰਿਕ ਸਿਧਾਂਤਾਂ ਦੀ ਨਿਖੇਧੀ ਵਾਲੀ ਨੀਤੀ

nihility /ਨਾਇ'ਹਿਲਿਟਿ/ *n* ਨਹੀਂਤਵ, ਨਾਂਹਤਵ, ਨਾਸ; ਤੁੱਛਤਾ

nil /ਨਿਲ/ *n* ਸਿਫ਼ਰ, ਜ਼ੀਰੋ, ਕੁਝ ਨਹੀਂ, ਨੱਨਾ

nimble /'ਨਿਮਬਲ/ *a* ਛੋਹਲਾ, ਫੁਰਤੀਲਾ, ਚੁਸਤ; ਹੁਸ਼ਿਆਰ

nimbleness /'ਨਿਮਬਲਨਅਸ/ *n* ਛੋਹਲਾਪਣ, ਫੁਰਤੀ, ਚੁਸਤੀ; ਨਿਪੁੰਨਤਾ, ਸੁਘੜਤਾ

nimbus /'ਨਿਮਬਅਸ/ *n* ਵਰ੍ਹਾਊ ਬੱਦਲ; ਪ੍ਰਭਾਮੰਡਲ

nimiety /ਨਿ'ਮਾਇਅਟਿ/ *n (rare)* ਅੱਤ,

ਬਹੁਲਤਾ, ਅਧਿਕਤਾ

Nimrod /'ਨਿਮਰੌਡ/ *n* ਸਿਰਕੱਢ ਸ਼ਿਕਾਰੀ ਜਾਂ ਖਿਡਾਰੀ

nincompoop /'ਨਿਙਕਅਮਪੂਪ/ *n* ਲੋਲ੍ਹਾ, ਬੁੱਧੂ, ਮੂਰਖ; ਗੋਬਰ ਗਣੇਸ਼

nine /ਨਾਇਨ/ *a* ਨੌਂ; ਨਾਇਆਂ *n* (ਤਾਸ਼ ਦਾ) ਨਹਿਲਾ; ਨੌਂ ਵਜੇ ਦਾ ਸਮਾਂ **nine day's wonder** ਚਹੁੰ ਦਿਨਾਂ ਦੀ ਚਾਨਣੀ

ninefold /'ਨਾਇਨਫ਼ਅਉਲਡ/ *a* ਨੌਂ ਗੁਣਾ

nineteen /ˌਨਾਇਨ'ਟੀਨ/ *a* ਉੱਨੀ; ਉੱਨੀ (ਦੀ ਸੰਖਿਆ) *n* ਉੱਨੀਆਂ ਵਰ੍ਹਿਆਂ ਦੀ ਉਮਰ

nineteenth /ˌਨਾਇਨ'ਟੀਨਥ/ *a* ਉਨ੍ਹੀਵਾਂ

ninety /'ਨਾਇਨਟਿ/ *a* ਨੱਬੇ *n* ਨੱਬੇ ਦੀ ਸੰਖਿਆ

ninja /'ਨਿਨਜਅ/ *n* (ਲੜਨ ਅਤੇ ਖਿਲਕ ਜਾਣ ਦੀ) ਪੁਰਾਤਨ ਜਪਾਨੀ ਨਿਪੁੰਨਤਾ ਵਾਲਾ ਬੰਦਾ

ninny /'ਨਿਨਿ/ *n* ਸਿੱਧੜ, ਭੌਂਦੂ, ਭੋਲਾ

ninth /ਨਾਇਨਥ/ *a* ਨੌਂਵਾਂ *n* ਨੌਂਵਾਂ ਹਿੱਸਾ

nip¹ /ਨਿਪ/ *v* ਚੂੰਢੀ ਵੱਢਣਾ; ਮਰੁੰਡਣਾ; ਖੋਹਣਾਂ; ਧਰੂਹਣਾ; (ਕਲੀ) ਤੋੜ ਲੈਣਾ; ਕਤਰਨਾ, ਛਾਂਟਣਾ; ਨਾਸ ਕਰਨਾ; ਤਾਹਨੇ ਮਾਰਨਾ; ਜਿੱਚ ਕਰਨਾ; (ਪਾਲੇ ਦਾ) ਠਾਰਨਾ, ਪੀੜ ਲਾ ਦੇਣਾ, ਚੁੱਪ ਕੀਤੇ ਲੈ ਜਾਣਾ; ਭੁੱਲ ਕੇ ਆ ਵੜਨਾ *n* ਚੂੰਢੀ; ਚੋਭ, ਤਾਹਨਾ, ਬੋਲੀ; ਠੰਢ, ਠੰਢ ਦਾ ਪ੍ਰਭਾਵ **to nip in the bud** (ਬਿਮਾਰੀ ਜਾਂ ਖ਼ਰਾਬੀ ਆਦਿ ਨੂੰ) ਜੰਮਦਿਆਂ ਹੀ ਕੁਚਲ ਦੇਣਾ

nip² *n* (ਸ਼ਰਾਬ ਆਦਿ) ਥੋੜ੍ਹੀ ਮਾਤਰਾ *v* ਪੀਣਾ, ਘੁੱਟ ਭਰਨਾ, ਨਿੱਕੇ-ਨਿੱਕੇ ਘੁੱਟਾਂ ਨਾਲ ਪੀਣਾ **nip and tuck** *a* ਬਰਾਬਰ-ਬਰਾਬਰ, ਸਾਵੇਂ-ਸਾਵੀਂ, ਨਾਲ-ਨਾਲ

nipa /'ਨੀਪਅ/ *n* ਤਾੜ, ਖਜੂਰ

nipper /'ਨਿਪਅ*/ *n* ਚੂੰਢੀ ਵੱਢਣ ਵਾਲਾ, ਕੁਤਰਨ ਵਾਲਾ, ਅਵਾਰਾ ਮੁੰਡਾ; ਛੋਕਰਾ; (ਬਹੁ) ਮੋਚਨਾ, ਚਿਮਟੀ, (ਬਹੁ) ਐਨਕ, ਨੱਕ ਉੱਤੇ ਟਿਕਣ ਵਾਲੀ ਐਨਕ, ਖੀਸਾਕੱਟ, ਜੇਬ ਕਤਰਾ, ਘੋੜੇ ਦੇ ਅਗਲੇ ਦੰਦ; ਕੱਛੂਕੁੰਮੇ ਦੀ ਨਸਲ ਦੇ ਜੀਵਾਂ ਦੇ ਮੂਹਰਲੇ ਪੰਜੇ

nipperkin /'ਨਿਪਅਕਿਨ/ *n* ਸ਼ਰਾਬ ਦਾ ਛੋਟਾ ਪਿਆਲਾ

nippiness /'ਨਿਪਿਨਅਸ/ *n* ਫ਼ੁਰਤੀ, ਚੁਸਤੀ

nipple /'ਨਿਪਲ/ *n* ਥਣ ਦੀ ਚੂਚੀ, ਡੋਡੀ, ਨਿਪਲ, (ਬੱਚੇ ਨੂੰ ਦੁੱਧ ਪਿਲਾਉਣ ਵਾਲੀ ਬੋਤਲ ਦੀ) ਚੂਪਣੀ; ਚੂਪਣੀ ਵਰਗੀ ਕੋਈ ਵਸਤੂ; ਘੁੰਡੀ; (ਪਹਾੜ ਉੱਤੇ) ਕੋਈ ਛੋਟਾ ਜਿਹਾ ਉਭਾਰ; ਟਿੱਬਾ, ਟਿੱਲਾ

nippy /'ਨਿਪਿ/ *a* (ਅਪ) ਚੁਸਤ, ਛੋਹਲਾ; ਠੰਢਾ

nirvana /ਨਿਅ'ਵ੍ਹਾਨਅ/ *n* ਨਿਰਵਾਣ, (ਬੁੱਧ ਧਰਮ ਵਿੱਚ) ਮਨ ਦੀਆਂ ਇੱਛਾਵਾਂ ਦੇ ਪੂਰਨ ਤਿਆਗ ਨਾਲ ਅਨੰਦ ਪ੍ਰਾਪਤੀ

nisus /'ਨਾਇਸਅਸ/ *n* ਪ੍ਰਵਿਰਤੀ ਯਤਨ, ਕੋਸ਼ਿਸ਼; ਸੰਘਰਸ਼

nit /ਨਿਟ/ *n* ਜੂੰ ਆਦਿ ਦੇ ਆਂਡੇ

nitid /'ਨਿਟਿਡ/ *a* ਲਿਸ਼ਕਵਾਂ, ਚਮਕਦਾਰ, ਚਿਲਕਵਾਂ, ਪ੍ਰਕਾਸ਼ਮਈ

nit-picking *n* ਨਿੱਕੀਆਂ ਗੱਲਾਂ ਵਿੱਚ ਅੰਤਰਬਾਜ਼ੀ, ਅਣਲੋੜੀਦੀਆਂ ਕਾਰਵਾਈਆਂ ਉੱਤੇ ਨੁਕਤਾਚੀਨੀ

nitrate /'ਨਾਇਟਰੇਇਟ/ *n* ਨਾਈਟਰੇਟ, ਨਾਈਟਰੋਜਨ ਅਤੇ ਆਕਸੀਜਨ ਦਾ ਮਿਸ਼ਰਨ *vt* ਕਿਸੇ ਧਾਤ ਜਾਂ ਅਧਾਤ ਉੱਤੇ ਸ਼ੋਰੇ ਦੇ ਤਿਜ਼ਾਬ ਦੀ ਕਿਰਿਆ ਦੁਆਰਾ ਨਾਈਟਰੇਟ ਲੂਣ ਬਣਨਾ

nitration /ਨਾਇ'ਟਰੇਇਸ਼ਨ/ *n* ਨਾਈਟਰੇਟੀਕਰਨ, ਨਾਈਟਰੇਟ ਬਣਨ ਦੀ ਕਿਰਿਆ

nitre /'ਨਾਇਟਅ*/ *n* ਸ਼ੋਰਾ, ਨਾਈਟਰ, ਪੋਟਾਸ਼ੀਅਮ ਨਾਈਟਰੇਟ

nitric /'ਨਾਇਟਰਿਕ/ *a* ਸ਼ੋਰੇ ਦਾ, ਨਾਈਟਰਿਕ

nitric acid /ˌਨਾਇਟਰਿਕ 'ਐਸਿਡ/ *n* ਸ਼ੋਰੇ ਦਾ ਤੇਜ਼ਾਬ

nitrogen /'ਨਾਇਟਰਅਜਅਨ/ *n* ਇੱਕ ਰੰਗਹੀਣ ਸੁਗੰਧਹੀਣ ਸੁਆਦਹੀਣ ਗੈਸ

nitrogenate /ˌਨਾਇ'ਟਰੌਜਅਨੇਇਟ/ *vt* (ਕਿਸੇ

ਪਦਾਰਥ ਨੂੰ) ਨਾਈਟਰੋਜਨ ਵਾਲਾ ਬਣਾਉਣਾ, ਨਾਈਟਰੋਜਨ ਯੁਕਤ ਕਰਨਾ

nitrogenous /ਨਾਇ'ਟਰੌਜਅਨਅਸ/ *a* ਨਾਈਟਰੋਜਨੀ

nitroglycerine /ˌਨਾਇਟਰਅਉ'ਗਲਿਸਅਰੀਨ, -ਰਿਨ/ *n* ਨਾਈਟਰੋਗਲੈਸਰੀਨ, ਸ਼ੋਰੇ ਦੇ ਤਿਜ਼ਾਬ, ਗੰਧਕ ਦੇ ਤਿਜ਼ਾਬ ਅਤੇ ਗਲੈਸਰੀਨ ਦਾ ਮਿਸ਼ਰਨ, ਯੌਗਿਕ

nitrous /'ਨਾਇਟਰਅਸ/ *a* ਸ਼ੋਰੇ ਦਾ, ਸ਼ੋਰੇ ਦੀ ਮਿਲਾਵਟ ਵਾਲਾ, ਨਾਈਟ੍ਰਸ

nitrous oxide /ˌਨਾਇਟਰਅਸ 'ਔਕਸਾਇਡ/ *n* (ਸਰੀਰ ਦੇ) ਕਿਸੇ ਹਿੱਸੇ ਨੂੰ ਸੁੰਨ ਕਰ ਦੇਣ ਵਾਲੀ ਗੈਸ

nitty-gritty /ˌਨਿਟਿ 'ਗਰਿਟਿ/ *n* (ਅਪ) ਅਸਲ ਮਾਮਲਾ

nitwit /'ਨਿਟਵਿਟ/ *n* ਸਿੱਧੜ, ਮੂਰਖ ਆਦਮੀ, ਬੁੱਧੂ ਮਨੁੱਖ, ਮੂੜ੍ਹ ਵਿਅਕਤੀ

nix /ਨਿਕਸ/ *n* ਸਮੁੰਦਰੀ ਭੂਤਨਾ, ਗਿਠ-ਮੁਠੀਆ; ਨਹੀਂ ਤਵ, ਅਣਹੋਂਦ *int* ਸਾਵਧਾਨ, ਹੁਸ਼ਿਆਰ

no /ਨਅਉ/ *a* ਨਹੀਂ, ਨਾ *adv* ਕੋਈ ਨਹੀਂ; ਉੱਕਾ ਨਹੀਂ, ਮੂਲੋਂ ਨਹੀਂ, ਨਾ ਹੋਣ ਬਰਾਬਰ, ਤੁੱਛ; ਸੰਭਵ ਨਹੀਂ, ਕੁਝ ਨਹੀਂ, ਫੇਰ ਨਹੀਂ *n* ਨਾਂਹ, ਨੰਨਾ, ਇਨਕਾਰ, ਅਸਵੀਕ੍ਰਿਤੀ, ਨਾਂਹ ਵਾਲਾ ਪੱਖ

Noachian, Noachic /ਨਅਉ'ਏਇਕਿਅਨ, ਨਅਉ'ਏਇਕਿਕ/ *a* ਹਜ਼ਰਤ ਨੂਹ ਦਾ; ਨੂਹ ਕਾਲ ਦਾ

Noah(a)/'ਨਅਉਅ/ *n* ਹਜ਼ਰਤ ਨੂਹ

nob /ਨੌਬ/ *n* ਸ੍ਰੇਸ਼ਠ ਵੰਸ਼ ਦਾ ਵਿਅਕਤੀ; ਉੱਚੇ ਖ਼ਾਨਦਾਨ ਜਾਂ ਉਚੇਰੀ ਸ਼੍ਰੇਣੀ ਦਾ ਮਨੁੱਖ; ਸਿਰ, ਖੋਪਰੀ; (ਤਾਸ਼ ਦੀ ਇੱਕ ਖੇਡ ਵਿੱਚ)ਤੁਰਪ ਦਾ ਗੋਲਾ *vt* (ਬਾਕਸਿੰਗ ਵਿੱਚ) ਸਿਰ ਉੱਤੇ ਵਾਰ ਕਰਨਾ

no-ball /ˌਨਅਉ'ਬੋਲ/ *n* (ਕ੍ਰਿਕਟ ਦੀ ਖੇਡ ਵਿੱਚ) ਠੀਕ ਢੰਗ ਨਾਲ ਨਾ ਸੁੱਟੀ ਗੇਂਦ, ਨਿਯਮ ਤੋਂ ਉਲਟ ਸੁੱਟੀ ਗੇਂਦ

nobble /'ਨੌਬਲ/ *vt* ਕਿਸੇ ਨੂੰ ਆਪਣੇ ਨਾਲ ਗੰਢ ਲੈਣਾ

nobby /'ਨੌਬਿ/ *a* ਰਈਸਾਂ ਵਰਗਾ, ਠਾਠ-ਬਾਠ ਵਾਲਾ, ਸ਼ਾਨਦਾਰ

no-being *n* ਨੇਸਤੀ, ਅਣਹੋਂਦ

Nobel Prize /ਨਅਉˌਬੈੱਲ 'ਪਰਾਇਜ਼/ *n* ਸਾਹਿਤ ਸਾਇੰਸ ਅਤੇ ਅਮਨ ਲਈ ਦਿੱਤਾ ਜਾਣ ਵਾਲਾ ਇੱਕ ਅੰਤਰਰਾਸ਼ਟਰੀ ਸਲਾਨਾ ਪੁਰਸਕਾਰ

nobiliary /ਨਅ(ਉ)'ਬਿਲਿਅਰਿ/ *a* ਕੁਲੀਨ ਮਹੱਤਤਾ ਵਾਲਾ; ਉੱਚੇ ਵੰਸ਼ ਦਾ, ਖ਼ਾਨਦਾਨੀ

nobility /ਨਅਉ'ਬਿਲਅਟਿ/ *n* ਕੁਲੀਨ ਵਰਗ, ਉਚੇਰੀ ਸ਼੍ਰੇਣੀ, ਕੁਲੀਨਤਾ, ਸਾਊਪੁਣਾ, ਵਡੱਤਣ

noble /'ਨਅਉਬਲ/ *a* ਕੁਲੀਨ, ਸ੍ਰੇਸ਼ਠ, ਖ਼ਾਨਦਾਨੀ; ਉਦਾਰ, ਸਖੀ, ਖੁੱਲ੍ਹਦਿਲਾ; ਸਾਊ, ਸ਼ਰੀਫ਼; ਪ੍ਰਭਾਵਸ਼ਾਲੀ, ਰੋਹਬਦਾਰ, ਦਬਦਬੇ ਵਾਲਾ; ਉੱਤਮ, ਵਧੀਆ *n* ਅਮੀਰ ਬੰਦਾ, ਸਰਦਾਰ

nobleman /'ਨਅਉਬਲਮਅਨ/ *n* ਅਮੀਰ, ਸਰਦਾਰ, ਦਰਬਾਰੀ

nobleness /'ਨਉਬਲਨਅਸ/ *n* ਕੁਲੀਨਤਾ, ਸ੍ਰੇਸ਼ਠਤਾ, ਸਾਊਪੁਣਾ, ਉਦਾਰਤਾ; ਅਮੀਰੀ

noblesse /ਨਅ(ਉ)'ਬਲੈੱਸ/ *(F)* *n* ਵੱਡੇ ਲੋਕ, ਖ਼ਾਨਦਾਨੀ ਬੰਦੇ, ਕੁਲੀਨ ਵਰਗ

noblesse oblige /ਨਅਉˌਬਲੈੱਸ ਅ'ਬਲੀਯ਼/ *n* ਜਿੰਨਾ ਵੱਡਾ ਰੁਤਬਾ ਓਡੀ ਵੱਡੀ ਜ਼ੁੰਮੇਵਾਰੀ, ਜਿੱਡਾ ਸਿਰ ਓਡੀ ਸਿਰ ਪੀੜ

nobody /'ਨਅਉਬਅਡਿ/ *n* ਕੋਈ ਨਹੀਂ, ਨਗੂਣਾ ਮਨੁੱਖ, ਤੁੱਛ ਵਿਅਕਤੀ

nocent /'ਨਅਉਸਨਟ/ *a* ਦੋਸ਼ੀ, ਅਪਰਾਧੀ; ਦੁੱਖਦਾਈ, ਕਸ਼ਟਮਈ, ਪੀੜਾਂ ਭਰਿਆ

nock /ਨੌਕ/ *n* ਤੀਰ ਦਾ ਨੁੱਗਾ, (ਤੰਦੀ ਉੱਤੇ ਟਿਕਾਉਣਾ ਲਈ) ਤੀਰ ਦਾ ਟੱਕ *vt* ਚਿੱਲਾ ਚੜ੍ਹਾਉਣਾ, ਕਮਾਨ ਉੱਤੇ ਤੀਰ ਕੱਸਣਾ

no-confidence /ਨਅਉ'ਕੌਨਫ਼ਿਡਅਨਸ/ *n* ਬੇਪ੍ਰਤੀਤੀ, ਬੇਵਸਾਹੀ, ਅਵਿਸ਼ਵਾਸ, ਅਪ੍ਰਤੀਤੀ

no-confidence motion *n* ਬੇਪ੍ਰਤੀਤੀ ਦਾ ਮਤਾ, ਅਵਿਸ਼ਵਾਸ ਪ੍ਰਸਤਾਵ

noctambulant /ਨੌਕ'ਟੈਮਬਯੁਲਅਨਟ/ *n*

(ਮਨੋ) ਨੀਂਦ ਵਿੱਚੋਂ ਉਠ ਕੇ ਤੁਰਨ ਵਾਲਾ ਆਦਮੀ, ਨਿਦਰਾਗਾਮੀ, ਨੀਂਦ ਵਿੱਚ ਘੁੰਮਣ-ਫਿਰਨ ਵਾਲਾ

nocturnal /ਨੌਂਕ'ਟਅ:ਨਲ/ *a* ਰਾਤ ਦਾ, ਰਾਤਕਾਲੀਨ; ਰਾਤ ਨੂੰ ਹੋਣ ਵਾਲਾ

nocturne /'ਨੌਂਕਟਅ:ਨ/ *n* ਸੁਪਨਮਈ ਸੰਗੀਤ ਰਚਨਾ; (ਸਿਨਮਾ) ਰਾਤਰੀ ਦ੍ਰਿਸ਼ ਦੀ ਚਿੱਤਰਕਾਰੀ

nocuous /'ਨੌਂਕਯੁਅਸ/ *a* ਮਾਰੂ, ਘਾਤਕ, ਦੁਖਦਾਈ, ਨੁਕਸਾਨਦੇਹ, ਪੀੜਕ

nocuousness /'ਨੌਂਕਯੁਅਸਨਅਸ/ *n* ਘਾਤਕਤਾ, ਕਸ਼ਟਦਾਇਕਤਾ

nod /ਨੌਂਡ/ *v* ਸਿਰ ਹਿਲਾਉਣਾ, ਸਿਰ ਨਾਲ ਸੈਨਤ ਕਰਨਾ; ਸਿਰ ਹਿਲਾ ਕੇ ਨਮਸਕਾਰ ਕਰਨਾ; ਸਵੀਕਾਰ ਕਰਨਾ; ਉਂਘਲਾਉਣਾ; (ਇਮਾਰਤ ਦਾ) ਢਾਲਵਾਂ ਹੋਣਾ, (ਖੰਭਾਂ ਦਾ) ਉੱਚਾ-ਨੀਵਾਂ ਹੋਣਾ *n* ਸਿਰ ਦਾ ਇਸ਼ਾਰਾ, ਸਿਰ ਦੀ ਸੈਨਤ; ਨੀਂਦ ਦਾ ਝੌਂਕਾ

nodal /'ਨਅਉਡਲ/ *a* ਗੰਢੀ ਦਾ; ਰੇਖਾ ਬਿੰਦੂ ਜਾਂ ਰੇਖਾ ਨਾਲ ਸੰਬੰਧ ਰੱਖਣ ਵਾਲਾ

nodding /'ਨੌਂਡਿਙ/ *n* ਸਿਰ ਹਿਲਾਉਣ, ਨਮਸਕਾਰ ਕਰਨ, ਸਿਰ ਨਿਵਾਉਣ

noddle /'ਨੌਂਡਲ/ *n* (ਬੋਲ) ਸਿਰ, ਖੋਪਰੀ, ਮੁੰਡੀ *vt* ਸਿਰ ਹਿਲਾਉਣਾ, ਸਿਰ ਮਾਰਨਾ ਜਾਂ ਝੁਕਾਉਣਾ

noddy /'ਨੌਂਡਿ/ *n* ਮੂਰਖ, ਸਿੱਧੜ, ਗਵਾਰ, ਬੁੱਧੂ

node /ਨਅਉਡ/ *n* ਰੁੱਖ ਦੀ ਗੰਢ (ਜਿੱਥੋਂ ਪੱਤੀਆਂ ਫੁੱਟਦੀਆਂ ਹਨ); ਘੁੰਡੀ; ਕਟਾਣ ਬਿੰਦੂ; ਕੰਬਵੀਂ ਵਸਤੂ ਦਾ ਟਿਕਾਅ ਬਿੰਦੂ; ਕੇਂਦਰੀ ਬਿੰਦੂ

nodose /ਨਅਉ'ਡਅਉਸ/ *a* ਗੰਢਾਂ ਵਾਲਾ, ਗੰਢਦਾਰ

nodosity /ਨਅ'ਡੌਂਸਅਟਿ/ *n* ਗੰਢ; (ਰੁੱਖ ਦੀ) ਅੱਖ ਫੁੱਟਣ ਵਾਲੀ ਥਾਂ; ਗਿਲਟੀ, ਉਠਾਅ

nodulation /ˌਨੌਂਡਯੁ'ਲੇਇਸ਼ਨ/ *n* ਗੰਢਦਾਰ ਜਾਂ ਗਿਲਟੀਦਾਰ ਹੋਣ ਦੀ ਅਵਸਥਾ

nodule /'ਨੌਂਡਯੂਲ/ *n* ਛੋਟੀ ਗੰਢ; ਬੂਟੇ ਦੀ ਛੋਟੀ ਗੰਢ

nodus /'ਨਅਉਡਅਸ/ *n* ਗੁੰਝਲ, ਔਕੜ, ਕਠਨਾਈ; ਔਕੜ ਵਾਲੀ ਥਾਂ, ਕਠਨਾਈ ਵਾਲਾ ਅਵਸਰ

noesis /ਨਅਉ'ਈਸਿਸ/ *n* ਬੌਧਿਕ ਚੇਸ਼ਟਾ

noetic /ਨਅਉ'ਈਟਿਕ/ *n* ਬੁੱਧੀ ਵਿਗਿਆਨ *a* ਬੌਧਿਕ, ਬੁੱਧੀ ਦਾ, ਬੁੱਧੀ ਦੇ ਬਾਰੇ, ਮਾਨਸਿਕ ਗਿਆਨ ਸੰਬੰਧੀ, ਅਮੂਰਤ

nog[1] /ਨੌਂਗ/ *n* ਤੇਜ਼ ਨਸ਼ੇ ਵਾਲੀ ਬੀਅਰ (ਜੌਂਆਂ ਦੀ ਸ਼ਰਾਬ)

nog[2] *n* ਲੱਕੜੀ ਦੀ ਕਿੱਲੀ ਜਾਂ ਕਿੱਲਾ; ਸਿੱਕੜ; ਰੁੱਖ ਦਾ ਖੁੰਢ; ਟੁੱਟੀ ਹੋਈ ਟਾਹਣੀ ਦਾ ਰੁੱਖ ਨਾਲ ਬਚਿਆ ਹਿੱਸਾ *vt* ਸਾਂਚੇ ਵਿੱਚ ਪਾ ਕੇ ਬਣਾਉਣਾ, ਲੱਕੜ ਦੇ ਇੱਕ ਚੌਖਟੇ ਵਿੱਚ ਪਾ ਕੇ ਢਾਲਣਾ

no-go /ˌਨਅਉ'ਗਅਉ/ *adv* ਅਸੰਭਵ, ਨਾਮੁਮਕਨ

nohow /'ਨਅਉਹਾਉ/ *adv* ਕਿਸੇ ਤਰ੍ਹਾਂ ਵੀ ਨਹੀਂ

noil /ਨੌਂਇਲ/ *n* ਉਨ੍ਹੱ ਦਾ ਗੋਲਾ

noise /ਨੌਂਇਜ਼/ *n* ਰੌਲਾ, ਸ਼ੋਰ, ਰੌਲਾ-ਗੌਲਾ, ਸ਼ੋਰ-ਸ਼ਰਾਬਾ; ਖਰ੍ਹਵੀ ਅਵਾਜ਼, ਰੁੱਖੀ ਅਵਾਜ਼; ਧੁੰਮ, ਚਰਚਾ *v* ਧੁਮਾ ਦੇਣਾ, ਮਸ਼ਹੂਰ ਕਰਨਾ, ਪ੍ਰਚਾਰ ਕਰਨਾ, ਐਲਾਨ ਕਰਨਾ, ਆਮ ਕਰ ਦੇਣਾ; ਸ਼ੋਰ ਕਰਨਾ, ਰੌਲਾ ਪਾਉਣਾ

noiseless /'ਨੌਂਇਜ਼ਲਅਸ/ *a* ਬੇਅਵਾਜ਼, ਮੂਕ, ਚੁੱਪ

noiselessness /ਨੌਂਇਜ਼ਲਅਸਨਅਸ/ *n* ਚੁੱਪ, ਖ਼ਮੋਸ਼ੀ

noisome /'ਨੌਂਇਸਅਮ/ *a* ਹਾਨੀਕਾਰਕ, ਸਿਹਤ ਲਈ ਮਾੜਾ; ਬਦਬੋਦਾਰ; ਘਿਣਾਉਣਾ; ਅਪਮਾਨਜਨਕ

noisy /'ਨੌਂਇਜ਼ਿ/ *a* ਰੌਲਾ ਪਾਊ, ਸ਼ੋਰ ਕਰਨ ਵਾਲਾ; ਹੁੱਲੜਬਾਜ਼, ਖਰੂਦੀ; ਰੌਲੇ-ਗੌਲੇ ਵਾਲਾ; ਸ਼ੋਰ-ਸ਼ਰਾਬੇ ਵਾਲਾ

noll /ਨੌਂਲ/ *n* (ਉਪ) ਖੋਪਰੀ, ਟੋਟਰੀ

nomad /'ਨਅਉਮੈਡ/ *n* ਟੱਪਰੀਵਾਸ, ਖ਼ਾਨਾ-ਬਦੋਸ਼

nomadic /ਨਅਉ'ਮੈਡਿਕ/ *a* ਟੱਪਰੀਵਾਸਾਂ ਵਾਲਾ, ਖ਼ਾਨਾ-ਬਦੋਸ਼ਾਂ ਵਾਂਗ ਜਾਂ ਵਰਗਾ

nomadism /'ਨਉਮੈਡਿਜ਼ਅਮ/ *n* ਫਿਰਤੂ ਜੀਵਨ,

ਟੱਪਰੀਵਾਸ, ਖ਼ਾਨਾ-ਬਦੋਸ਼ੀ

no-man's-land /'ਨਅਉਮੈਨਜ਼ਲੈਨਡ/ *n* (ਦੋ ਮੁਲਕਾਂ ਵਿਚਕਾਰ) ਲਾਵਾਰਸ ਭੂਮੀ, ਉਹ ਭੂਮੀ ਜਿਸ ਦਾ ਕੋਈ ਮਾਲਕ ਨਾ ਹੋਵੇ

nom de guerre /ˌਨੌਮ ਡਅ 'ਗੇਅ*/ *(F) n* ਉਪਨਾਮ, ਫ਼ਰਜ਼ੀ ਨਾਂ

nom de plume /ˌਨੌਮ ਡਅ 'ਪਲੂਮ/ *(F) n* ਲੇਖਕ ਦਾ ਉਪਨਾਮ, ਕਲਮੀ ਨਾਂ, ਤਖ਼ੱਲਸ

nome /ਨਅਉਮ/ *n* ਪਰਦੇਸ਼, ਇਲਾਕਾ, ਭੂ-ਖੰਡ, ਪ੍ਰਾਂਤ

nomenclator /'ਨਅਉਮਅਨਕਲੇਇਟਅ*/ *n* ਨਾਮਦਾਤਾ, ਵਿਗਿਆਨਿਕ ਵਰਗ ਵੰਡ ਵਿੱਚ ਨਾਮ ਦੇਣ ਵਾਲਾ; (ਪਰਾ ਰੋਮ) ਮਹਿਮਾਨਾਂ ਨੂੰ ਜਾਣੂ ਕਰਾਉਣ ਵਾਲਾ ਗੁਲਾਮ

nomenclature /ਨਅ'ਮੈਨੱਕਲਅਚਅ*/ *n* ਨਾਮ, ਪਰਿਭਾਸ਼ਿਕ ਸ਼ਬਦਾਵਲੀ; ਨਾਮਾਵਲੀ, ਨਾਮ ਸੂਚੀ, ਸੂਚੀ, ਲਿਸਟ; ਨਾਮਕਰਨ, ਨਾਮ ਰੱਖਣ ਦਾ ਸਿਧਾਂਤ, ਨਾਂ ਰੱਖਣ ਦੀ ਵਿਧੀ

nomic /'ਨਅਉਮਿਕ/ *a* ਪ੍ਰਚਲਿਤ, ਰਿਵਾਜੀ, ਰੀਤੀ ਅਨੁਸਾਰ

nominal /'ਨੌਮਿਨਲ/ *a* ਨਾਂ ਬਾਰੇ, ਨਾਮ ਸੰਬੰਧੀ, ਨਾਮ ਦਾ; ਨਾਂ ਵਰਗਾ, ਨਾਂ ਜਿਹਾ; ਨਾਂ ਨੂੰ, ਨਾਂ -ਮਾਤਰ, ਨਗੂਣਾ, ਮਾਮੂਲੀ; ਨਾਂ ਧਾਰੀ, ਨਾਂ ਯੁਕਤ, ਅਵਾਸਤਵਿਕ, ਫ਼ਰਜ਼ੀ; ਸ਼ਾਬਦਿਕ

nominalism /'ਨੌਮਿਨ(ਅ)ਲਿਜ਼ਅਮ/ *n* ਨਾਮ-ਮਾਤਰਵਾਦ (ਇਹ ਸਿਧਾਂਤ ਕਿ ਆਮ ਸ਼ਬਦ ਕੇਵਲ ਇੱਕ ਧੁਨੀ ਮਾਤਰ ਹੈ ਜਿਸ ਦੀ ਕੋਈ ਅਸਲੀਅਤ ਨਹੀਂ)

nominalist /'ਨੌਮਿਨ(ਅ)ਲਿਸਟ/ *n* ਨਾਮਵਾਦੀ, ਨਾਂ -ਮਾਤਰਵਾਦੀ

nominal rent *n* ਨਾਂ-ਮਾਤਰ ਭਾੜਾ ਜਾਂ ਲਗਾਨ

nominal roll *n* ਨਾਵਾਂ ਦੀ ਸੂਚੀ

nominate /'ਨੌਮਿਨੇਇਟ/ *vt* ਨਾਮਜ਼ਦ ਕਰਨਾ, ਮਨੋਨੀਤ ਕਰਨਾ, ਨਾਂ ਦੱਸਣਾ, ਨਾਂ ਲੈਣਾ; ਨਾਂ ਲੈ ਕੇ ਸੱਦਣਾ, ਨਿਯੁਕਤ ਕਰਨਾ

nominated /'ਨੌਮਿਨੇਇਟਿਡ/ *a* ਨਾਮਜ਼ਦ, ਨਿਯੁਕਤ

nomination /ˌਨੌਮਿ'ਨੇਇਸ਼ਨ/ *n* ਨਾਂ ਰੱਖਣ ਦਾ ਕਾਰਜ, ਨਾਮਜ਼ਦਗੀ; ਨਿਯੁਕਤੀ

nominative /'ਨੌਮਿਨਅਟਿਵ਼/ *a* (ਵਿਆ) ਕਰਤਾ *n* ਕਰਤਾ ਕਾਰਕ

nominator /'ਨੌਮਿਨੇਇਟਅ*/ *n* ਨਾਮਜ਼ਦ ਕਰਨ ਵਾਲਾ, ਮਨੋਨੀਤ ਜਾਂ ਨਿਯੁਕਤ ਕਰਨ ਵਾਲਾ

nominee /ˌਨੌਮਿ'ਨੀ/ *n* ਨਾਮਜ਼ਦ ਆਦਮੀ, ਮਨੋਨੀਤ ਵਿਅਕਤੀ, ਚੁਣਿਆ ਗਿਆ ਬੰਦਾ

nomology /ਨੌ'ਮੌਲਅਜਿ/ *n* ਨੇਮ ਵਿਗਿਆਨ, ਵਿਧੀ ਵਿਗਿਆਨ, ਨੇਮ ਸ਼ਾਸਤਰ, ਵਿਧੀ ਸ਼ਾਸਤਰ

non /ਨੌਨ/ *pref* ਸ਼ਬਦਾਂ ਨਾਲ ਲਾਇਆ ਜਾਣ ਵਾਲਾ ਅਗੇਤਰ (ਜੋ ਨਾ, ਅਣ-, ਅਨ-, ਅ-, ਨਿਰ-, ਬੇ-, ਗ਼ੈਰ- ਆਦਿ ਦੇ ਅਰਥਾਂ ਵਿੱਚ ਆਉਂਦਾ ਹੈ)

non-acceptance /ˌਨੌਨਅਕ'ਸੈਪੱਟਅਨਸ/ *n* ਨਾ- ਮਨਜ਼ੂਰੀ, ਅਸਵੀਕ੍ਰਿਤੀ

nonage /'ਨਅਉਨਿਜ/ *n* ਛੋਟੀ ਉਮਰ, ਨਾਬਾਲਗੀ, ਬਾਲਪਣ; ਅਪੂਰਨਤਾ

nonagenarian /ˌਨੌਨਅਜਅ'ਨੇਅਰਿਅਨ, ˌਨਅਉਨ-/ *a* *90* ਤੋਂ *100* ਸਾਲ ਦੇ ਵਿਚਾਲੇ ਦੀ ਉਮਰ ਦਾ *n* ਬੰਦਾ ਜਿਸਦੀ ਉਮਰ *90* ਤੋਂ *100* ਸਾਲ ਵਿਚਕਾਰ ਹੋਵੇ

non-aggression /ˌਨੌਨਅ'ਗਰੈਸ਼ੱਨ/ *n* ਹਮਲਾ ਨਾ ਕਰਨ ਦੀ ਕਿਰਿਆ, ਅਨਆਕਰਮਣ

nonagon /'ਨੌਨਅਗਅਨ/ *n* ਨੌਭੁਜ, ਨੌਕੋਨ

non-aligned /ˌਨੌਨ(ਅ)ਲ'ਆਇਨਡ/ *a* ਗੁਟ ਨਿਰਪੇਖ, ਗ਼ੈਰਜਾਨਬਦਾਰ

non-apparent /ˌਨੌਨਅ'ਪੈਰਅਨਟ/ *n* ਅਪ੍ਰਤੱਖ, ਪਰੋਖ

non-attendance /ˌਨੌਨਅ'ਟੈਨੱਡਅਨਸ/ *n* ਗ਼ੈਰਹਾਜ਼ਰੀ

non-being /ˌਨੌਨ'ਬੀਇਙ/ *n* ਅਣਹੋਂਦ, ਅਭਾਵ

non-biode gradable *a* ਅਜਿਹਾ ਰਸਾਇਣ ਜਾਂ ਤੱਤ ਜਿਸ ਦਾ ਵਾਤਾਵਰਨ ਲਈ ਮਾਰੂ ਪ੍ਰਭਾਵ

ਜੀਵਾਣਵਿਕ ਕਿਰਿਆ ਨਾਲ ਖ਼ਤਮ ਨਾ ਹੋ ਸਕੇ

nonce /ਨੌਂਨਸ/ *n* ਬੀਤ ਰਿਹਾ ਸਮਾਂ, ਵਰਤਮਾਨ ਕਾਲ

nonchalance /'ਨੌਂਨਸ਼ਅਲਅਨਸ/ *n* ਅਡੋਲਤਾ, ਉਦਾਸੀਨਤਾ

nonchalant /'ਨੌਂਨਸ਼ਅਲਅਨਟ/ *a* ਅਡੋਲ, ਉਦਾਸੀਨ; ਬੇਲਾਗ

non-collegiate /ˌਨੌਂਨਕਅ'ਲੀਜਿਅਟ/ *n* ਵਿਦਿਆਰਥੀ ਜੋ ਕਿਸੇ ਕਾਲਜ ਦਾ ਨਹੀਂ *a* (ਯੂਨੀਵਰਸਿਟੀ) ਜਿਸ ਦੇ ਅਧੀਨ ਕੋਈ ਕਾਲਜ ਨਹੀਂ

non-combatant /ˌਨੌਂਨ'ਕੌਮਬਅਟ(ਅ)ਨਟ/ *n* ਗ਼ੈਰ ਲੜਾਕਾ (ਫ਼ੌਜ ਦਾ) ਨੌਕਰ, ਯੁੱਧ ਵਿੱਚ ਹਿੱਸਾ ਨਾ ਲੈਣ ਵਾਲਾ ਨੌਕਰ

non-commissioned /ˌਨੌਂਨਕਅ'ਮਿਸ਼ਨਡ/ *a* (ਫ਼ੌਜ ਦੀ ਨੌਕਰੀ ਵਿੱਚ ਪਦਵੀ) ਬਿਨਾਂ ਸਨਦ ਤੋਂ, ਜਿਸ ਨੂੰ ਕਮਿਸ਼ਨ ਨਾ ਮਿਲਿਆ ਹੋਵੇ

non-committal /ˌਨੌਂਨਕਅ'ਮਿਟਲ/ *a* ਬੰਧਨ ਮੁਕਤ; ਪ੍ਰਤਿਬੱਧਤਾ ਰਹਿਤ

non-compliance /ˌਨੌਂਨਕਅਮ'ਪਲਾਇਅਨਸ/ *n* ਅਪਾਲਣਾ, ਨਾਤਾਮੀਲੀ

non-compos /ਨੌਂਨ'ਕੌਮਪੌਸ/ *(L) a* (ਕਨੂੰ) ਮੰਦਬੁੱਧ , ਅਵਿਕਸਤ ਦਿਮਾਗ਼ ਵਾਲਾ

non-conductor /'ਨੌਂਨਕਅਨˌਡਾਅੱਕਟਅ*/ *n* ਉਹ ਪਦਾਰਥ ਜਿਸ ਵਿੱਚ ਗਰਮੀ ਬਿਜਲੀ ਆਦਿ ਨਾ ਲੰਘ ਸਕਣ, ਅਸੰਵਾਹਕ, ਕੁਚਾਲਕ

nonconformist /ˌਨੌਂਨਕਅਨ'ਫ਼ੋਮਿਸਟ/ *n* ਪ੍ਰਚਲਿਤ ਵਿਸ਼ਵਾਸ ਦਾ ਵਿਰੋਧੀ, ਪ੍ਰੋਟੈੱਸਟੈਂਟ

non-conservative /ˌਨੌਂਨਕਅਨ'ਸਅ:ਵ਼ਅਟਿਵ਼/ *a* ਰੂੜ੍ਹੀ ਵਿਰੋਧੀ, ਪਿਛਾਖੜ ਵਿਰੋਧੀ

non-cooperation /'ਨੌਂਨਕਅਉˌਔਪਅ'ਰੇਇਸ਼ਨ/ *n* ਨਾਮਿਲਵਰਤਨ, ਨਾਫ਼ੁਰਮਾਨੀ

nondescript /'ਨੌਂਨਡਿਸਕਰਿਪਟ/ *n* ਮਿਲਗੋਭਾ *a* ਪਛਾਣ ਰਹਿਤ

none /ਨਅੱਨ/ *pron* ਕੋਈ ਨਹੀਂ, ਕੋਈ ਵੀ ਨਾ *a* ਨਹੀਂ, ਕੋਈ ਨਹੀਂ *adv* ਕੁਝ ਵੀ ਨਹੀਂ, ਮੂਲੋਂ ਨਹੀਂ, ਜ਼ਰਾ ਵੀ ਨਹੀਂ

non-ego /ਨੌਂਨ'ਈਗਅਉ/ *n* ਹੰਕਾਰ ਰਹਿਤਤਾ, ਅਨਾਤਮ, ਅਨਾਤਮਤਾ

nonentity /ਨੌਂ'ਨੈਂਟਅਟਿ/ *n* ਅਸਤਿਤਵਹੀਣਤਾ, ਅਭਾਵ, ਅਣਹੋਂਦ, ਅਸਤਿਤਵਹੀਣਤਾ; ਨਗੂਣਾ ਮਨੁੱਖ, ਨਾਚੀਜ਼, ਤੁੱਛ ਵਿਅਕਤੀ

non-essential /ˌਨੌਂਨਇ'ਸੈਂਨਸ਼ਲ/ *a* ਗ਼ੈਰਜ਼ਰੂਰੀ, ਅਨਆਵਸ਼ਕ

nonesuch /'ਨਅੱਨਸਅੱਚ/ *n* ਲਾਸਾਨੀ ਵਿਅਕਤੀ, ਬੇਜੋੜ ਵਸਤੂ, ਬੇਮਿਸਾਲ ਚੀਜ਼

nonetheless /ˌਨਅੱਨਦਅ'ਲੈੱਸ/ *adv* ਫਿਰ ਵੀ, ਤਾਂ ਵੀ

non-existent /ˌਨੌਂਨਇਗ'ਜ਼ਿਸਟ(ਅ)ਨਟ/ *a* ਹੋਂਦ ਰਹਿਤ, ਅਸਤਿਤਵਹੀਣ

non-ferrous /ˌਨੌਂਨ'ਫ਼ੈਰਅਸ/ *a* ਅਲੋਹੀ, ਗ਼ੈਰ -ਫੌਲਾਦੀ

non-finite *a* ਅਨਿਸ਼ਚਿਤ, ਸੀਮਾਰਹਿਤ; (ਵਿਆ) ਲਿੰਗ ਵਚਨ ਕਾਲ ਬਾਰੇ ਜਾਣਕਾਰੀ ਨਾ ਦੇਣ ਵਾਲੀ (ਕਿਰਿਆ ਜਿਵੇਂ **being, been**)

non-flammable /ˌਨੌਂਨ'ਫ਼ਲੈਮਅਬਲ/ *a* ਨਾ-ਬਲਨਸ਼ੀਲ, ਅਦਾਹੀ

nongazetted /ˌਨੌਂਨਗਅ'ਜ਼ੈੱਟਿਡ/ *a* ਅਣਗਜ਼ਟੀ, ਜੋ ਗਜ਼ਟ ਨਾ ਹੋਇਆ ਹੋਵੇ, ਸਰਕਾਰੀ ਤੌਰ 'ਤੇ ਅਣਐਲਾਨਿਆ

non-human /ˌਨੌਂਨ'ਹਯੂਮਅਨ/ *a* ਗ਼ੈਰਇਨਸਾਨੀ, ਅਣਮਨੁੱਖੀ, ਅਮਾਨਵੀ

non impact printer *n* ਕਾਗਜ਼ ਉੱਤੇ ਸਿਆਹੀ ਦਾ ਫੁਹਾਰਾ ਮਾਰ ਕੇ ਛਪਾਈ ਕਰਨ ਵਾਲਾ ਪ੍ਰਿੰਟਰ, ਅਛੋਹ ਛਾਪਕ

non-interference /ˌਨੌਂਨਇਨਟਅ'ਫ਼ਿਅਰਅਨਸ/ *n* ਗ਼ੈਰ ਦਖ਼ਲਅੰਦਾਜ਼ੀ

non-intervention /ˌਨੌਂਨਇਨਟਅ'ਵ਼ੈਨੱਸ਼ਨ/ *n* (ਰਾਜ) ਨਿਰਲੇਪਤਾ, ਨਿਰਬਾਧਤਾ, ਤਟਸਥਤਾ

non-joinder /ˌਨੌਨ'ਜੌਇਨਡਅ*/ *n* (ਕਨੂੰ) ਸਾਂਝੇ ਮੁਕੱਦਮੇ ਵਿੱਚ ਕਿਸੇ ਦੇ ਸਾਥ ਦਾ ਤਿਆਗ

non-juring /ˌਨੌਨ'ਜੁਅਰਿਙ/ *a* ਸਹੁੰ ਨਾ ਚੁੱਕਣ ਵਾਲਾ

non-living /ˌਨੌਨ'ਲਿਵ੍ਰਿਙ/ *a* ਜੜ੍ਹ, ਨਿਰਜੀਵ, ਨਿਰਜਿੰਦ, ਬੇਜਾਨ

non-logical /ˌਨੌਨ'ਲੌਜਿਕਲ/ *a* ਦਲੀਲ ਰਹਿਤ, ਤਰਕਹੀਣ, ਵਿਵੇਕ ਰਹਿਤ, ਯੁਕਤੀਹੀਣ

non-malignant *a* (ਫੋੜਾ ਵਗੈਰਾ) ਜੋ ਘਾਤਕ ਨਾ ਹੋਵੇ, ਮੰਦਭਾਵਨਾ ਰਹਿਤ, ਵੈਰ ਰਹਿਤ

non-natural /ˌਨੌਨ'ਨੈਚਅਰਲ/ *a* ਅਸੁਭਾਵਿਕ, ਗ਼ੈਰਕੁਦਰਤੀ, ਅਪ੍ਰਕਿਰਤਿਕ

non-negotiable *a* (ਹੁੰਡੀ) ਨਾ ਸਕਾਰਯੋਗ; ਸਮਝੌਤਾ ਨਾ ਹੋ ਸਕਣ ਯੋਗ

non-observance /ˌਨੌਨਅਬ'ਜ਼ਅ:ਵ੍ਅਨਸ/ *n* ਪਾਲਣਾ ਨਾ ਕਰਨ ਦੀ ਕਿਰਿਆ, ਉਲੰਘਣਾ

non-official /ˌਨੌਨਅ'ਫ਼ਿਸ਼ਲ/ *a* ਗ਼ੈਰਸਰਕਾਰੀ

nonpareil /ˌਨੌਨਪਅ'ਰੇਇਲ/ *a* ਬੇਮਿਸਾਲ, ਅਨੂਪਮ, ਅਦੁੱਤੀ *n* ਬੇਮਿਸਾਲ ਮਨੁੱਖ; (ਛਾਪਾ) ਟਾਈਪ ਦਾ ਆਕਾਰ; ਛਾਪੇ ਦਾ ਛੋਟਾ ਅੱਖਰ; ਸੇਬ, ਕਣਕ; ਪੰਛੀਆਂ ਦੀਆਂ ਕਿਸਮਾਂ

non-party /ˌਨੌਨ'ਪਾਟਿ/ *a* ਨਿਰਪੱਖ, ਨਿਰਦਲੀ

non-payment /ˌਨੌਨ'ਪੇਇਮਅਨਟ/ *n* ਰਿਣ ਜਾਂ ਕੀਮਤ ਆਦਿ ਨਾ ਚੁਕਾਉਣ ਦੀ ਕਿਰਿਆ, ਨਾ ਅਦਾਇਗੀ

non-person *n* ਗਰੀਬੜਾ ਜਿਹਾ ਬੰਦਾ, ਨਕਾਰਿਆ ਗਿਆ ਬੰਦਾ, ਉਹ ਬੰਦਾ ਜਿਸਦੀ ਪੁੱਛ-ਗਿੱਛ ਨਾ ਹੋਵੇ

nonplus /ˌਨੌਨ'ਪਲਅੱਸ/ *n* ਹੈਰਾਨੀ, ਪਰੇਸ਼ਾਨੀ; ਵਿਆਕੁਲਤਾ ਵਾਲੀ ਅਵਸਥਾ, ਡੌਰ-ਭੌਰ ਹਾਲਤ; ਸੰਕਟ ਵਾਲੀ ਅਵਸਥਾ, ਗੰਭੀਰ ਸਮੱਸਿਆ *v* ਹੈਰਾਨ ਕਰ ਦੇਣਾ, ਬੁੰਦਲਾ ਦੇਣਾ, ਡੌਰ-ਭੌਰ ਕਰ ਦੇਣਾ; ਵਿਆਕੁਲ ਕਰ ਦੇਣਾ

non-poisonous /ˌਨੌਨ'ਪੌਇਜ਼ਅਨਅਸ/ *a* ਜ਼ਹਿਰ ਤੋਂ ਬਿਨਾਂ, ਵਿਹੁਹੀਣ

non-productive /ˌਨੌਨਪਰਅ'ਡਅੱਕਟਿਵ੍/ *a* ਅਣਉਤਪਾਦੀ, ਉਤਪੰਨ ਨਾ ਕਰਨ ਵਾਲਾ

non-professional /ˌਨੌਨਪਰਅ'ਫ਼ੈਸ਼ਅਨਲ/ *a* ਗ਼ੈਰਪੇਸ਼ਾਵਰ; ਗ਼ੈਰ ਰੁਜ਼ਗਾਰ ਦਾ, ਅਵਿਵਸਾਇਕ

non-proficient /ˌਨੌਨਪਰਅ'ਫ਼ਿਸ਼ਨਟ/ *a* ਜੋ ਪ੍ਰਪੱਕ ਨਾ ਹੋਵੇ, ਅਸੁਘੜ, ਅਕੁਸ਼ਲ

non-proliferation /ˌਨੌਨਪਰਅˌਲਿਫ਼ਅ'ਰੇਇਸ਼ਨ/ *n* ਖ਼ਾਸ ਗਿਣਤੀ ਤੋਂ ਵੱਧ ਨਿਊਕਲਾਈ ਹਥਿਆਰ ਤਿਆਰ ਕਰਨ ਉੱਤੇ ਬੰਦਸ਼

non-recurring /ˌਨੌਨਰਿ'ਕਅ:ਰਿਙ/ *a* ਮੁੜ ਨਾ ਹੋਣ ਵਾਲਾ, ਅਣ ਆਵਰਤੀ

non-refundable /ˌਨੌਨਰਿ'ਫ਼ਅੱਨਡਅਬਲ/ *a* ਵਾਪਸ ਨਾ ਮਿਲ ਸਕਣ ਵਾਲਾ (ਧਨ), ਨਾ ਮੋੜਨ ਯੋਗ

non-resident /ˌਨੌਨ'ਰੈੱਜ਼ਿਡਅਨਟ/ *n* ਅਸਥਾਈ ਵਸਨੀਕ

non-scientific *n* ਅਵਿਗਿਆਨਿਕ, ਜੋ ਸ਼ਾਸਤਰ ਅਨੁਕੂਲ ਨਾ ਹੋਵੇ, ਅਯਥਾਰਥ, ਅਵਿਵਸਥਿਤ

nonsense /'ਨੌਨਸਨਸ/ *n* ਬੇਸੁਰੀ ਗੱਲ; ਬੇਮੌਕਾ ਕਥਨ, ਊਲ-ਜਲੂਲ; ਮੂਰਖਤਾ ਵਾਲਾ ਵਿਹਾਰ; ਬਕਵਾਸ, ਬੇਹੂਦਗੀ

nonsensical /ਨੌਨ'ਸੈਨੱਸਿਕਲ/ *a* ਅਰਥਹੀਣ, ਬੇਸੁਰਾ, ਬੇਤੁਕਾ, ਫ਼ਜ਼ੂਲ, ਵਾਹਿਆਤ; ਮੂਰਖਤਾ ਵਾਲਾ

non-skid /ˌਨੌਨ'ਸਕਿਡ/ *a* ਨਾ ਤਿਲਕਣ ਵਾਲਾ (ਪਹੀਆ, ਗੱਡਾ ਆਦਿ)

non-social /ˌਨੌਨ'ਸਅਉਸ਼ਲ/ *a* ਅਸਮਾਜਿਕ, ਨਾ ਮਿਲਵਰਤਣ ਵਾਲਾ

non-standard /ˌਨੌਨ'ਸਟੈਨਡਅਡ/ *a* ਪੱਧਰ ਤੋਂ ਨੀਵਾਂ ਜੋ ਮਿਆਰੀ ਨਾ ਹੋਵੇ, ਅਪ੍ਰਮਾਣਿਕ, ਨੀਵੇਂ ਦਰਜੇ ਦਾ

non-stick /ˌਨੌਨ'ਸਟਿਕ/ *a* ਥੱਲੇ ਭੋਜਨ ਨਾ ਲੱਗਣ ਵਾਲਾ (ਭਾਂਡਾ)

nonstop /ˌਨੌਨ'ਸਟੌਪ/ *a* ਲਗਾਤਾਰ, ਨਿਰੰਤਰ, (ਬੱਸ ਆਦਿ) ਰਸਤੇ ਵਿੱਚ ਨਾ ਰੁਕਣ ਵਾਲੀ, ਨਾਨ

ਸਟਾਪ

nonsuit /ਨੌਨ'ਸੂਟ/ *n* (ਕਨੂੰ) ਖ਼ਾਰਜ ਦਾਅਵਾ, ਮੁਕੱਦਮੇ ਦੀ ਖ਼ਾਰਜੀ *vt* ਮੁਕੱਦਮਾ ਖ਼ਾਰਜ ਕਰਨਾ

non-vegetarian /'ਨੌਨਵੈਜਿ'ਟੇਅਰਿਅਨ/ *a* ਮਾਸਾਹਾਰੀ, ਮੀਟ ਖਾਣ ਵਾਲਾ

non-violence /ˌਨੌਨ'ਵ੍ਹਾਇਅਲਅਨਸ/ *n* ਅਹਿੰਸਾ

non-violent /ˌਨੌਨ'ਵ੍ਹਾਇਅਲਅਨਟ/ *a* ਅਹਿੰਸਕ, ਅਹਿੰਸਾਤਮਿਕ

noodle /'ਨੂਡਲ/ *n* ਇੱਕ ਪ੍ਰਕਾਰ ਦੀਆਂ ਸੇਂਵੀਆਂ, ਨੂਡਲ, (ਬੰਦਾ) ਮੂਰਖ, ਲੋਲ੍ਹਾ, ਬੁੱਧੂ, ਉੱਲੂਬਾਟਾ, ਗੰਵਾਰ, ਅਨਾੜੀ

noodledom /'ਨੂਡਲਡਅਮ/ *n* ਮੂਰਖਤਾ, ਲੋਲ੍ਹਾਪਣ, ਬੁੱਧੀਹੀਣਤਾ, ਅਬੋਧਿਤਾ

nook /ਨੁਕ/ *n* ਨੁੱਕਰ, ਗੁੱਠ; ਆਲਾ, ਵੱਖਰੀ ਥਾਂ, ਰੌਲੇ-ਗੌਲੇ ਤੋਂ ਦੂਰ ਵਾਲੀ ਜਗ੍ਹਾ, ਇਕਾਂਤ ਖੂੰਜਾ; ਅਰਾਮ, ਛੁੱਟੀ, ਵਿਹਲ

noon /ਨੂਨ/ *n* ਦੁਪਹਿਰ, ਉੱਨਤੀ ਦੀ ਸਿਖਰ; ਵਿਚਕਾਰਲਾ ਭਾਗ

noonday /'ਨੂਨਡੇਇ/ *n* ਦੁਪਹਿਰ, ਅੱਧਾ ਦਿਨ, ਦਿਨ ਦਾ ਅੱਧ

no one /'ਨਅਉਵਅੱਨ/ *pron* ਕੋਈ ਭੀ ਨਹੀਂ, ਮੂਲੋਂ ਨਹੀਂ, ਜ਼ਰਾ ਭੀ ਨਹੀਂ

nooning /'ਨੂਨਿਙ/ *n* ਦੁਪਹਿਰ ਵੇਲੇ ਦਾ ਸੌਣਾ

noose /ਨੂਸ/ *n* ਫੰਧਾ, ਫਾਹੀ, ਕਮੰਦ; ਮੇਲ, ਜੋੜ; ਵਿਆਹ ਬੰਧਨ *vt* ਫਾਹੀ ਲਾਉਣਾ, ਫਾਹੀ ਵਿੱਚ ਫਸਾਉਣਾ, ਰੱਸੇ ਦਾ ਘੇਰਾ ਗਲ ਵਿੱਚ ਪਾ ਕੇ ਫੜ ਲੈਣਾ; ਰੱਸੇ ਦਾ ਘੇਰਾ ਜਾਂ ਗਲਾਵਾਂ ਬਣਾਉਣਾ; ਜਕੜਨਾ; ਕੈਦ ਕਰਨਾ

nor /ਨੋ*/ *adv* ਨਾ ਹੀ, ਹੋਰ ਨਹੀਂ, ਦੋਹਾਂ ਵਿੱਚੋਂ ਇੱਕ ਵੀ ਨਾ

Nordic /'ਨੋਡਿਕ/ *n* ਯੂਰਪ ਦੇ ਉੱਤਰੀ ਖੇਤਰ ਦੇ ਵਸਨੀਕ, ਸਕੰਡੇਨੇਵੀਆ ਵਿੱਚ ਰਹਿਣ ਵਾਲੀ ਇੱਕ ਜਾਤੀ

norm /ਨੋਮ/ *n* ਮਾਪ, ਪ੍ਰਤਿਮਾਨ, ਕਸਵੱਟੀ; ਆਦਰਸ਼, ਨਮੂਨਾ

normal /'ਨੋਮਲ/ *a* ਸਧਾਰਨ, ਆਮ, ਪ੍ਰਚਲਿਤ ਨਿਯਮਿਤ, ਪ੍ਰਮਾਣਿਕ, ਉਚਿਤ ਪੱਧਰ ਦਾ; ਸੁਭਾਵਿਕ, ਕੁਦਰਤੀ; (ਰੇਖਾ) ਲੰਬ ਰੂਪ, ਰਾਸ ਕੋਣੀ, ਖੜੇ ਦਾਅ *n* ਲੰਬ ਰੇਖਾ; ਸਧਾਰਨ ਸਥਿਤੀ, ਆਮ ਪੱਧਰ; (ਸਰੀਰ ਦਾ) ਆਮ ਤਾਪਮਾਨ; (ਮਨੋ) ਸੰਤੁਲਨ

normalcy /'ਨੋਮਲਸਿ/ *n* ਸਧਾਰਨਤਾ, ਸੁਭਾਵਿਕਤਾ

normality /ਨੋ'ਮੈਲਅਟਿ/ *n* ਨਿਯਮਿਤਤਾ; ਕੁਦਰਤੀ ਹਾਲਤ; ਆਦਰਸ਼ਰੂਪਤਾ; ਸਧਾਰਨਤਾ, ਸੁਭਾਵਿਕਤਾ

normalize /'ਨੋਮਅਲਾਇਜ਼/ *vt* ਇਕਸਾਰ ਕਰਨਾ; ਨਿਯਮਬੱਧ ਕਰਨਾ; ਨਮੂਨੇ ਦਾ ਬਣਾਉਣਾ; ਸੁਭਾਵਿਕ ਬਣਾਉਣਾ, ਸਧਾਰਨ ਹਾਲਤ ਵਿੱਚ ਲਿਆਉਣਾ

normally /'ਨੋਮਅਲਿ/ *adv* ਸਧਾਰਨ ਤੌਰ ’ਤੇ, ਆਮ ਤੌਰ ’ਤੇ, ਅਮੂਮਨ

normative /'ਨੋਮਅਟਿਵ੍ਹ/ *a* ਵਰਤੋਂ-ਵਿਹਾਰ ਦੇ ਢੰਗ ਤਰੀਕੇ ਬਾਰੇ, ਸਲੀਕੇ ਸੰਬੰਧੀ, ਆਚਰਨ ਬਾਰੇ

Norse /ਨੋਸ/ *a* ਨਾਰਵੇਈ, ਨਾਰਵੇ ਦਾ, ਨਾਰਵੇ ਸੰਬੰਧੀ *n* ਨਾਰਵੇ ਦੀ ਭਾਸ਼ਾ, ਨਾਰਵੇ ਦਾ ਵਸਨੀਕ

north /ਨੋਥ/ *n* ਉੱਤਰ, ਸ਼ਮਾਲ, (ਕਿਸੇ ਦੇਸ਼ ਦਾ) ਉੱਤਰੀ ਭਾਗ; ਉੱਤਰ ਵੱਲੋਂ ਆਉਣ ਵਾਲੀ ਹਵਾ *a* ਉੱਤਰੀ ਪਹਾੜਾਂ ਵੱਲ ਦਾ, ਉੱਤਰ ਵੱਲੋਂ ਆਇਆ; ਉੱਤਰ ਵਿੱਚ ਸਥਿਤ *adv* ਵੱਲ ਨੂੰ, ਉੱਤਰ ਵੱਲੋਂ

north-east /ˌਨੋਥ'ਈਸਟ/ *n* ਉੱਤਰ ਪੂਰਬ

north-easter /ˌਨੋਥ'ਈਸਟਅ*/ *n* ਉੱਤਰੀ ਪੂਰਬੀ ਹਵਾ

north-eastern /ˌਨੋਥ'ਈਸਟਅਨ/ *a* ਉੱਤਰੀ ਪੂਰਬੀ

north-eastwards /ˌਨੋਥ'ਈਸਟਵਅਡਜ਼/ *adv* ਉੱਤਰ ਪੂਰਬ ਵੱਲ ਜਾਂ ਵਿੱਚ

norther /'ਨੋਦਅ*/ *n* (ਅਮਰੀਕਾ ਵਿੱਚ) ਉੱਤਰ ਵੱਲੋਂ ਆਉਣ ਵਾਲੀ ਹਵਾ ਜਾਂ ਹਨੇਰੀ

northerly /'ਨੋਦਅਲਿ/ *adv* ਉੱਤਰ ਵੱਲ ਜਾਂ ਉੱਤਰ ਵੱਲੋਂ

northern /'ਨੋਦਅਨ/ *a* ਉੱਤਰੀ

northerner /'ਨੋਦਅਨਅ*/ *n* ਉੱਤਰੀ ਇਲਾਕੇ ਦਾ ਵਸਨੀਕ

north polar *n* ਉੱਤਰੀ ਧਰੂ ਦਾ

North Pole *n* ਉੱਤਰੀ ਧਰੂ

North star *n* ਧਰੂ-ਤਾਰਾ

northward /'ਨੋਥਵਅਡ/ *n* ਉੱਤਰ ਵਾਲਾ ਪਾਸਾ *adv* ਉੱਤਰ ਨੂੰ

northwards /'ਨੋਥਵਅਡਜ਼/ *adv* ਉੱਤਰ ਵੱਲ, ਉੱਤਰ (ਦਿਸ਼ਾ)

north-west /ˌਨੋਥ'ਵੈੱਸਟ/ *n* ਉੱਤਰ-ਪੱਛਮ

Norwegian /ਨੋ'ਵੀਜ(ਅ)ਨ/ *a* ਨਾਰਵੇ ਦਾ *n* ਨਾਰਵੇ ਦਾ ਵਸਨੀਕ; ਨਾਰਵੇ ਦੀ ਬੋਲੀ

nor'-wester /ਨੋ'ਵੈੱਸਟਅ*/ *n* ਉੱਤਰੀ-ਪੱਛਮੀ ਹਵਾ; ਤੇਜ਼ ਸ਼ਰਾਬ ਦਾ ਇੱਕ ਪਿਆਲਾ; ਮੋਮਜਾਮੇ ਦੀ ਟੋਪੀ

nose /ਨਅਉਜ਼/ *n* ਨੱਕ, ਨਾਸ; ਸੁੰਘਣ ਦੀ ਸ਼ਕਤੀ; ਸੁਗੰਧ, ਮਹਿਕ; (ਅਪ) ਸੂਹੀਆ, ਮੁਖ਼ਬਰ; (ਨਲਕੇ ਆਦਿ ਦੀ) ਟੂਟੀ, ਸਿਰਾ; ਜਹਾਜ਼ ਦਾ ਅਗਲਾ ਹਿੱਸਾ; (ਕਿਸੇ ਚੀਜ਼ ਦਾ) ਬਾਹਰ ਨੂੰ ਵਧਿਆ ਹਿੱਸਾ *v* ਸੁੰਘਣਾ, ਸੁੰਘ ਕੇ ਜਾਂਚਣਾ; ਨੱਕ ਨਾਲ ਰਗੜਨਾ; ਜ਼ੋਰ ਨਾਲ ਸਾਹ ਲੈਣਾ, ਸੂੰ-ਸੂੰ ਕਰਨਾ; ਨਾਸ ਮਾਰਨਾ; (ਕਿਸੇ ਦੇ ਕੰਮ ਵਿੱਚ) ਲੱਤ ਅੜਾਉਣਾ, ਖਾਹ-ਮਖਾਹ ਦਖ਼ਲ ਦੇਣਾ; ਖੋਜ ਕਰਨਾ, ਪਤਾ ਕਰਨਾ **to follow one's nose** ਨੱਕ ਦੀ ਸੇਧ ਜਾਣਾ **to pay through the nose** ਨੱਕ ਵਿੱਚ ਮਲਣਾ, ਕਸ਼ਟ ਨਾਲ ਹਿਸਾਬ ਦੇਣਾ, ਔਖਾ ਹੋ ਕੇ ਮੁੱਲ ਚੁਕਾਉਣਾ **to poke one's nose** ਦਖ਼ਲ ਦੇਣਾ **to turn one's nose at** ਨੱਕ ਚੜ੍ਹਾਉਣਾ

nosebag /'ਨਅਉਜ਼ਬੈਗ/ *n* ਦਾਣਾ ਖਾਣ ਲਈ ਘੋੜੇ ਦੇ ਮੂੰਹ ਨਾਲ ਬੱਧਾ ਦਾਣੇ ਵਾਲਾ ਥੈਲਾ, ਤੋਬਰਾ

nosebleed /'ਨਅਉਜ਼ਬਲੀਡ/ *n* ਨੱਕ ਵਿੱਚੋਂ ਖ਼ੂਨ ਵਗਣ ਦੀ ਕਿਰਿਆ, ਨਕਸੀਰ

nosedive /'ਨਅਉਜ਼ਡਾਇਵ੍/ *n* (ਹਵਾਈ ਜਹਾਜ਼) ਤਿੱਖੀ ਅਤੇ ਅਚਾਨਕ ਉਤਰਾਈ, ਟੁੱਭੀ

nosegay /'ਨਅਉਜ਼ਗੇਇ/ *n* ਫੁੱਲਾਂ ਦਾ ਗੁੱਛਾ, ਗੁਲਦਸਤਾ

noseless /'ਨਅਉਜ਼ਲਅਸ/ *a* ਨਕਟਾ, ਨੱਕਹੀਣ

nose ring /'ਨਅਉਜ਼ ਰਿਙ/ *n* ਨਕੇਲ, ਨੱਥ, ਬੁਲਾਕ, ਮਛਲੀ

nosing /'ਨਅਉਜ਼ਿਙ/ *n* ਪੌੜੀਆਂ ਦੀਆਂ ਸਾਮ੍ਹਣੇ ਵੱਲ ਦੀਆਂ ਗੁਲਾਈਦਾਰ ਨੁੱਕਰਾਂ ਜਾਂ ਇਹਨਾਂ ਉੱਤੇ ਚੜ੍ਹੀਆਂ ਧਾਤ ਦੀਆਂ ਪੱਤੀਆਂ

nosology /ਨਅਉ'ਜ਼ੌਲਅਜਿ/ *n* ਰੋਗਾਂ ਦੀ ਸ਼੍ਰੇਣੀ ਵੰਡ, ਰੋਗਾਂ ਦਾ ਵਰਗੀਕਰਨ, ਬਿਮਾਰਾਂ ਦੇ ਵਰਗੀਕਰਨ ਦੀ ਵਿੱਦਿਆ

nostalgia /ਨੌ'ਸਟੈਲਜਅ/ *n* ਹੇਰਵਾ, ਉਦਰੇਵਾਂ, ਘਰ ਦੀ ਯਾਦ

nostalgic /ਨੌ'ਸਟੈਲਜਿਕ/ *a* ਉਦਰੇਵੇਂ ਭਰੀ, ਘਰ ਦੀ ਯਾਦ ਵਾਲੀ

Nostradamus /ˌਨੌਸਟਰਅ'ਡੇਇਮਅਸ/ *n* ਹਰੜਪੋਪੋ, ਜੋਤਸ਼ੀ, ਭਵਿਖਵਕਤਾ

nostrill /'ਨੌਸਟਰਅਲ/ *n* ਨਾਸ

nostrum /'ਨੌਸਟਰਅਮ/ *n* ਨੀਮ ਹਕੀਮ ਦਾ ਨੁਸਖਾ; (ਰਾਜ) ਘੜਿਆ ਘੜਾਇਆ ਨੁਸਖਾ, ਗੁਰ

nosy /'ਨਅਉਜ਼ਿ/ *a* ਲੰਮੇ ਨੱਕ ਵਾਲਾ, ਵੱਡੇ ਨੱਕ ਵਾਲਾ; ਬਦਬੋਦਾਰ (ਅਨਾਜ ਜਾਂ ਪੱਠੇ) *n* ਖ਼ੁਸ਼ਬੋਦਾਰ ਚਾਹ; (ਬਦਬੋ ਦਾ) ਪ੍ਰਭਾਵ ਗ੍ਰਹਿਣ ਕਰਨ ਵਾਲਾ ਮਨੁੱਖ; ਸੁੰਧਕੀ, ਸੂਹੀਆ

not /ਨੌਟ/ *adv* ਨਹੀਂ, ਨਾ

nota bene /ˌਨਅਉਟਅ 'ਬੈੱਨੇਇ/ *(L) n* (ਸੰਖੇਪ ਰੂਪ NB), ਨਿਮਨ ਲਿਖਤ ਨੋਟ ਕਰੋ, ਹੇਠ ਲਿਖੇ ਵਲ ਧਿਆਨ ਦਿਓ

notabilia /ˌਨਅਉਟਅ'ਬਿਲਿਅ/ *n* (ਬਹੁ) ਖ਼ਾਸ ਗੱਲ, ਵਿਸ਼ੇਸ਼ ਕਥਨ, ਯਾਦ ਰੱਖਣ ਵਾਲੇ ਵਚਨ

notability /ˌਨਅਉਟਅ'ਬਿਲਅਟਿ/ *n* ਮੰਨਿਆ-ਪ੍ਰਮੰਨਿਆ ਬੰਦਾ, ਪਤਵੰਤਾ

notable /'ਨਅਉਟਅਬਲ/ *a* ਉੱਘਾ, ਪਤਵੰਤਾ, ਪ੍ਰਸਿੱਧ, ਮੰਨਿਆ ਪ੍ਰਮੰਨਿਆ; ਵਰਣਨਯੋਗ, ਦੱਸਣਯੋਗ, ਯਾਦ ਰੱਖਣ ਵਾਲਾ; ਉੱਤਮ, ਸ੍ਰੇਸ਼ਠ, ਵਿਸ਼ੇਸ਼; ਅਸਧਾਰਨ, ਅਦਭੁਤ; ਯੋਗਤਾ ਵਾਲਾ; ਸਮਰੱਥ *n* ਉੱਘਾ ਆਦਮੀ, ਮਸ਼ਹੂਰ ਹਸਤੀ, ਪ੍ਰਸਿੱਧ ਵਿਅਕਤੀ

notably /'ਨਅਉਟਅਬਲਿ/ *adv* ਖ਼ਾਸ ਤੌਰ 'ਤੇ

notary /'ਨਅਉਟਅਰਿ/ *n* ਦਸਤਾਵੇਜ਼ ਪ੍ਰਮਾਣ ਕਰਤਾ, ਨੋਟਰੀ

notation /ਨਅਉ'ਟੇਇਸ਼ਨ/ *n* ਅੰਕ ਲਿਪੀ; ਸੰਕੇਤ ਲਿਪੀ; ਸੰਖੇਪ ਲਿਖਤ

notational /ਨਅਉ'ਟੇਇਸ਼(ਅ)ਨਲ/ *a* ਚਿੰਨ੍ਹ ਅੰਕਣ ਸੰਬੰਧੀ; ਸੰਕੇਤ ਗਿਆਨ ਬਾਰੇ, ਇਸ਼ਾਰਾ ਵਿੱਦਿਆ ਸੰਬੰਧੀ

notch /ਨੌਚ/ *n* ਦੰਦਾ; ਖੰਘਾ; ਤੰਗ ਰਸਤਾ; ਛੇਕ *vt* ਟੱਕ, ਕਾਟ, ਕਤਰ; (ਕ੍ਰਿਕਟ ਵਿੱਚ) ਬਣਾਈ ਹੋਈ (ਦੌੜ); ਦੰਦੇਦਾਰ ਬਣਾਉਣਾ; ਛੇਕ ਕਰਨਾ; ਦਰਾੜ ਪਾਉਣਾ; ਕਾਤਰਾਂ ਕੱਟਣਾ, ਕੱਟਣਾ

notchy /'ਨੌਚਿ/ *a* ਦੰਦੇਦਾਰ, ਦੰਦਿਆਂ ਵਾਲਾ

note /ਨਅਉਟ/ *n* ਟਿੱਪਣੀ, ਨੋਟ; ਸੂਚਨਾ, ਚਿਤਾਵਨੀ, ਐਲਾਨ; (ਆਮ ਕਰਕੇ ਬਹੁ) ਟੀਕਾ, ਵਿਆਖਿਆ, ਕੁੰਜੀ, ਪੱਤਰ, ਰਾਜਸੀ ਚਿੱਠੀ ਪੱਤਰ; (ਰਾਗ ਦੀ) ਸੁਰ; (ਪਿਆਨੋ ਆਦਿ ਦਾ) ਪਰਦਾ; ਪਰਨੋਟ, ਹੁੰਡੀ; ਚਿੰਨ੍ਹ, ਅੰਕ, ਸੰਕੇਤਕ ਚਿੰਨ੍ਹ; ਸੰਕੇਤ, ਇਸ਼ਾਰਾ; ਕਲੰਕ, ਦਾਗ਼; ਨਾਮਣਾ, ਪ੍ਰਸਿੱਧੀ, ਮਹੱਤਤਾ *v* ਧਿਆਨ ਦੇਣਾ; ਧਿਆਨ ਵਿੱਚ ਰੱਖਣਾ; ਗਹੁ ਕਰਨਾ; ਨੋਟ ਕਰਨਾ, ਲਿਖ ਲੈਣਾ; ਟਿੱਪਣੀ ਕਰਨਾ, ਵਿਆਖਿਆ ਕਰਨਾ, ਟੀਕਾ ਕਰਨਾ; ਅੰਕਿਤ ਕਰਨਾ; ਚਿੰਨ੍ਹ ਲਾਉਣਾ

noted /'ਨਅਉਟਿਡ/ *a* ਪ੍ਰਸਿੱਧ, ਮਸ਼ਹੂਰ, ਉੱਘਾ, ਨਾਮੀ, ਨਾਮਵਰ; ਅੰਕਿਤ, ਲਿਖਿਆ ਹੋਇਆ

noteworthy /'ਨਅਉਟਵਅ:ਦਿ/ *a* ਧਿਆਨਯੋਗ, ਵਿਚਾਰਨਯੋਗ

not half *a* ਬਹੁਤ ਜ਼ਿਆਦਾ, ਵਧੇਰੇ

nothing /'ਨਅੱਥਿਙ/ *n* ਕੁਝ ਨਾ, ਕੋਈ ਚੀਜ਼ ਨਹੀਂ; ਕੱਖ ਨਹੀਂ; ਬਿਲਕੁਲ ਮਾਮੂਲੀ ਚੀਜ਼, ਮੂਲੋਂ ਨਗੂਣੀ ਵਸਤੂ; ਅਣਹੋਂਦ, ਅਭਾਵ; (ਗਣਿ) ਸਿਫ਼ਰ, ਜ਼ੀਰੋ; ਨਗੂਣੀ ਦਲੀਲ; ਤੁੱਛ ਵਿਅਕਤੀ; ਜੜ੍ਹਵਾਦ, ਨਾਸਤਿਕਤਾ; ਨਾਸਤਿਕ, ਬੇਦੀਨ *adv* ਅਸੰਭਵ; ਵਿਸ਼ਵਾਸ ਨਹੀਂ; ਮੂਲੋਂ ਨਹੀਂ, ਕਿਸੇ ਤਰ੍ਹਾਂ ਵੀ ਨਹੀਂ, ਕਦੇ ਵੀ ਨਹੀਂ

nothingness /'ਨਅੱਥਿਙਨਅਸ/ *n* ਅਣਹੋਂਦ, ਅਭਾਵ, ਸ਼ੂਨਤਾ; ਅਸਾਰਤਾ, ਅਯੋਗਤਾ, ਨਗੂਣਾਪਣ, ਤੁੱਛਤਾ; ਤੁੱਛ ਵਸਤੂ, ਨਗੂਣੀ ਗੱਲ; ਗੌਰਵਹੀਣਤਾ; ਨਿਰਾਰਥਕਤਾ

notice /'ਨਅਉਟਿਸ/ *n* ਚਿਤਾਵਨੀ; ਸੂਚਨਾ, ਨੋਟਿਸ; ਸੂਚਨਾ ਪੱਤਰ, ਖ਼ਬਰ, ਇਤਲਾਹ; ਐਲਾਨ; ਤਵੱਜੋ, ਧਿਆਨ; ਨਿਰਦੇਸ਼, ਹਿਦਾਇਤ; ਸਾਵਧਾਨੀ, ਜਾਣਕਾਰੀ, ਬੋਧ, (ਕਿਸੇ ਵਿਸ਼ੇ ਉੱਤੇ ਅਖ਼ਬਾਰ ਵਿੱਚ) ਆਲੋਚਨਾਤਮਿਕ ਲੇਖ; (ਪੁਸਤਕ ਆਦਿ ਉੱਤੇ) ਟਿੱਪਣੀ *v* ਧਿਆਨ ਦੇਣਾ, ਗਹੁ ਕਰਨਾ, ਵੇਖਣਾ; ਵਿਚਾਰਨਾ; ਸੂਚਨਾ ਦੇਣਾ, ਨੋਟਿਸ ਦੇਣਾ, ਟੀਕਾ ਟਿੱਪਣੀ ਕਰਨਾ; ਜ਼ਿਕਰ ਕਰਨਾ, ਗੱਲ-ਬਾਤ ਕਰਨਾ **to bring to notice** ਧਿਆਨ ਵਿੱਚ ਲਿਆਉਣਾ, ਧਿਆਨ ਗੋਚਰਾ ਕਰਨਾ **to come to notice** ਧਿਆਨ ਗੋਚਰਾ ਹੋਣਾ

noticeable /'ਨਅਉਟਿਸਅਬਲ/ *a* ਧਿਆਨ ਦੇਣ ਯੋਗ, ਵਿਚਾਰਨ ਯੋਗ, ਸਾਵਧਾਨੀ ਯੋਗ, ਸੂਚਨਾ ਦੇਣ ਯੋਗ

notification /,ਨਅਉਟਿਫ਼ਿ'ਕੇਇਸ਼ਨ/ *n* ਸੂਚਨਾ, ਐਲਾਨ, ਘੋਸ਼ਣਾ; ਸੂਚਨਾ ਪੱਤਰ, ਐਲਾਨਨਾਮਾ, ਘੋਸ਼ਣਾ ਪੱਤਰ

notified /'ਨਅਉਟਿਫ਼ਾਇਡ/ *a* ਸੂਚਿਤ, ਘੋਸ਼ਿਤ, ਐਲਾਨਸ਼ੁਦਾ

notify /'ਨਅਉਟਿਫ਼ਾਇ/ *vt* ਸੂਚਿਤ ਕਰਨਾ, ਖ਼ਬਰ ਦੇਣਾ; ਐਲਾਨ ਕਰਨਾ, ਹੋਕਾ ਦੇਣਾ; ਇਸ਼ਤਿਹਾਰ ਦੇ ਦੇਣਾ, ਵਿਗਿਆਪਨ ਦੇਣਾ; ਬਿਆਨ ਕਰਨਾ, ਵਰਣਨ ਕਰਨਾ

noting /'ਨਅਉਟਿਙ/ *n* ਟਿੱਪਣੀ, ਨੋਟ, ਲਿਖਤ

notion /'ਨਅਉਸ਼ਨ/ *n* ਖ਼ਿਆਲ, ਧਾਰਨਾ,

ਸੰਕਲਪ; ਆਸ਼ਾ, ਭਾਵ; ਭਾਵਨਾ, ਮਨੋਭਾਵ; ਮੱਤ, ਵਿਚਾਰ, ਰਾਏ; ਸਿਧਾਂਤ; ਯੋਗਤਾ, ਸ਼ਕਤੀ, ਹੀਆ; ਸੂਝ; ਸਸਤੀਆਂ ਵਸਤੂਆਂ

notional /'ਨਅਉਸ਼ਅਨਲ/ *a* ਖਿਆਲੀ; ਅਨੁਮਾਨਿਤ, ਕਲਪਿਤ, ਸਿਧਾਂਤਕ; ਮਨਮੌਜੀ, ਸ਼ੇਖ਼ੀਆਂ ਮਾਰਨ ਵਾਲਾ

notoriety /ˌਨਅਉਟਅ'ਰਾਇਅਟਿ/ *n* ਕੀਰਤੀ, ਪ੍ਰਸਿੱਧੀ; ਬਦਨਾਮੀ

notorious /ਨਅਉ'ਟੋਰਿਅਸ/ *a* ਬੜਾ ਬਦਨਾਮ, ਕਿਸੇ ਔਗੁਣ ਜਾਂ ਹੀਣਤਾ ਲਈ ਪ੍ਰਸਿੱਧ, ਭੈੜੇ ਲੱਛਣਾ ਵਾਲਾ, ਨਾਮੀ (ਭੈੜੇ ਅਰਥਾਂ ਵਿੱਚ)

notwithstanding /ˌਨੌਟਵਿਥ'ਸਟੈਨਡਿਙ, -ਵਿਦ-/ *prep* ਦੇ ਬਾਵਜੂਦ *adv* ਭਾਵੇਂ, ਤਾਂ ਵੀ, ਫੇਰ ਵੀ, ਹੁੰਦਿਆਂ ਹੋਇਆਂ, ਹੁੰਦਿਆਂ-ਸੁੰਦਿਆਂ

nought /ਨੌਟ/ *n* (ਕਾਵਿ ਪਰ) ਅਣਹੋਂਦ, ਅਭਾਵ, ਕੁਝ ਨਹੀਂ; (ਗਣਿ) ਸਿਫ਼ਰ, ਜ਼ੀਰੋ

noumenon /'ਨੂਮਅਨੌਨ/ *n* ਪ੍ਰਮਾਰਥ ਸੱਤ, ਅਗੰਮੀ ਵਸਤੂ; ਅਜਿਹੀ ਵਸਤੂ ਜਿਸ ਨੂੰ ਕੇਵਲ ਸੰਕਲਪ ਕਲਪਨਾ ਜਾਂ ਸੂਝ ਰਾਹੀਂ ਜਾਣਿਆ ਜਾ ਸਕੇ

noumenonal /'ਨੂਮਅਨੌਨਲ/ *a* ਤਾਤਵਿਕ, ਤੱਤਮਈ

noun /ਨਾਉਨ/ *n* (ਵਿਆ) ਨਾਂਵ, ਨਾਮ, ਸੰਗਿਆ

nounal /'ਨਾਉਨ(ਅ)ਲ/ *a* ਨਾਂਵ ਦਾ, ਨਾਂਵ ਸੰਬੰਧੀ

noun phrase *n* (ਵਿਆ) ਵਾਕ ਦਾ ਉਹ ਸ਼ਬਦ ਜਾਂ ਸ਼ਬਦ ਸਮੂਹ ਜੋ ਕਰਤਾ ਬਾਰੇ ਜਾਣਕਾਰੀ ਦੇਵੇ

nourish /'ਨਅੱਰਿਸ਼/ *vt* ਪਾਲਣਾ-ਪੋਸਣਾ; ਖ਼ੁਰਾਕ ਦੇਣਾ, ਦੁੱਧ ਚੁੰਘਾਉਣਾ; ਤਕੜਾ ਕਰਨਾ, ਸ਼ਕਤੀ ਦੇਣਾ, ਪ੍ਰਫੁੱਲਿਤ ਕਰਨਾ, ਵੱਡਾ ਕਰਨਾ; ਦਿਲ ਵਿੱਚ ਸੰਭਾਲਣਾ, ਗੰਢ ਪਾ ਲੈਣਾ

nourishing /'ਨਅੱਰਿਸ਼ਿਙ/ *a* ਤਾਕਤ ਵਾਲੀ (ਖ਼ੁਰਾਕ ਆਦਿ), ਪੁਸ਼ਟੀਕਰ, ਸ਼ਕਤੀਦਾਇਕ, ਬਲਵਰਧਕ

nourishment /'ਨਅੱਰਿਸ਼ਮਅਨਟ/ *n* ਖ਼ੁਰਾਕ, ਗਿਜ਼ਾ, ਭੋਜਨ, ਆਹਾਰ; ਪਾਲਣ-ਪੋਸਣ

nous /ਨਾਉਸ/ *n* (ਯੂਨਾਨੀ ਫਲਸਫੇ ਵਿੱਚ) ਚਿੱਤ, ਬੁੱਧ, ਗਿਆਨ; ਵਿਚਾਰ ਸ਼ਕਤੀ, ਤਰਕ ਸ਼ਕਤੀ; (ਬੋਲ) ਸੂਝ-ਬੂਝ, ਸਿਆਣਪ

nouveauriche /ˌਨੂਵ੍ਅਉ'ਰੀਸ਼/ *n* ਕਿਸੇ ਨੂੰ ਨਵੀਂ ਆਈ ਅਮੀਰੀ, ਨਵਾਂ ਰੱਜਿਆ ਬੰਦਾ, ਅਮੀਰੀ ਨੂੰ ਜ਼ਾਹਰ ਕਰਨ ਵਾਲਾ ਵਿਅਕਤੀ

nova /'ਨਅਉਵ੍ਅ/ *n* ਨਵਤਾਰਾ, ਨਵਾਂ ਚੜ੍ਹਨ ਵਾਲਾ ਨਛੱਤਰ ਜਾਂ ਤਾਰਾ

novate /ਨਅਉ'ਵ੍ਏਇਟ/ *vt* ਨਵਾਂ ਬਣਾਉਣਾ

novation /ਨਅਉ'ਵ੍ਏਇਸ਼ਨ/ *n* ਨਵਾਂ ਬਣਾਉਣ ਦੀ ਕਿਰਿਆ

novel /'ਨੌਵ੍ਲ/ *a* ਨਵਾਂ, ਨਵੀਨ; ਨਿਰਾਲਾ, ਅਨੋਖਾ, ਅਸਧਾਰਨ, ਅਦਭੁਤ, ਵਿਲੱਖਣ, ਅਸਚਰਜ *n* ਨਾਵਲ, ਉਪਨਿਆਸ, ਨਾਵਲ ਸਾਹਿਤ

novelette /ˌਨੌਵ੍ਅ'ਲੈਟ/ *n* ਛੋਟਾ ਨਾਵਲ, ਲਘੂ ਉਪਨਿਆਸ; (ਸੰਗੀ) ਪਿਆਨੋ 'ਤੇ ਵਜਾਈ ਜਾਣ ਵਾਲੀ ਇੱਕ ਮਿਸ਼ਰਿਤ ਧੁਨ

novelist /'ਨੌਵ੍ਅਲਿਸਟ/ *n* ਨਾਵਲਕਾਰ, ਉਪਨਿਆਸਕਾਰ

novella /ਨਅ'ਵੈੱਲਅ/ *n* ਲਘੂ ਨਾਵਲ, ਛੋਟੇ ਆਕਾਰ ਦਾ ਉਪਨਿਆਸ

novelty /'ਨੌਵ੍ਲਟਿ/ *n* ਅਨੋਖੀ ਵਸਤੂ, ਅਦਭੁਤ ਚੀਜ਼, ਘਟਨਾ ਜਾਂ ਗੱਲ ਆਦਿ; ਨਵੀਨਤਾ, ਨਵਾਂਪਣ

November /ਨਅਉ'ਵ੍ਏੱਮਬਅ*/ *n* ਈਸਾਈ ਸਾਲ ਦਾ ਗਿਆਰ੍ਹਵਾਂ ਮਹੀਨਾ, ਨਵੰਬਰ

novice /'ਨੌਵ੍ਸਿ/ *n* ਸਿਖਾਂਦਰੂ; ਨਵਾਂ ਚੇਲਾ; ਪਾਦਰੀ ਪਦ ਦਾ ਉਮੀਦਵਾਰ

now /ਨਾਉ/ *adv* ਹੁਣੇ-ਹੁਣੇ, ਅੱਜ–ਕੱਲ੍ਹ, ਇਹਨੀਂ ਦਿਨੀਂ; ਇਸ ਹਾਲਤ ਵਿੱਚ, ਹੁਣੇ ਜਿਹੇ; ਇਸ ਤੋਂ ਪਿੱਛੋਂ, ਮਗਰੋਂ *conj* ਕਿਉਂ ਜੋ *n* ਹੁਣ, ਵਰਤਮਾਨ ਕਾਲ

nowaday /'ਨਾਉਅਡੇਇ/ *a* ਅੱਜ ਕੱਲ੍ਹ ਦਾ, ਵਰਤਮਾਨ ਕਾਲ ਦਾ, ਇਸ ਸਮੇਂ ਦਾ, ਅਜੋਕਾ

nowadays /**'ਨਾਉਅਡੇਇਜ਼**/ *adv* ਅੱਜ-ਕੱਲ੍ਹ, ਇਸ ਸਮੇਂ ਵਿੱਚ, ਇਹਨੀਂ ਦਿਨੀਂ

noways /**'ਨਅਉਵੇਇਜ਼**/ *adv* ਕਿਸੇ ਤਰ੍ਹਾਂ ਵੀ ਨਹੀਂ, ਬਿਲਕੁਲ ਨਹੀਂ

nowhere /**'ਨਅਉਵੇਅ***/ *adv* ਕਿਧਰੇ ਨਹੀਂ, ਕਿਤੇ ਨਹੀਂ

nowise /**ਨਅਉ'ਵਾਇਜ਼**/ *adv* ਕਿਸੇ ਤਰ੍ਹਾਂ ਵੀ ਨਹੀਂ, ਕਿਸੇ ਮਾਤਰਾ ਵਿੱਚ ਨਹੀਂ, ਮੂਲੋਂ ਨਹੀਂ

nowt /**ਨਾਉਟ**/ *adv* ਬਿਲਕੁਲ ਨਹੀਂ

nowy /**'ਨਾਉਇ**/ *a* ਗੱਠਲ, ਗੰਢਦਾਰ

noxious /**'ਨੌਕਸ਼ਅਸ**/ *a* ਹਾਨੀਕਾਰਕ, ਨੁਕਸਾਨ ਪੁਚਾਊ; ਘਾਤਕ, ਸਿਹਤ ਲਈ ਬੁਰਾ; ਵਿਨਾਸ਼ਕਾਰੀ

noxiousness /**'ਨੌਕਸ਼ਅਸਨਅਸ**/ *n* ਹਾਨੀਕਾਰਕਤਾ; ਘਾਤਕਤਾ

nozzle /**'ਨੌਜ਼ਲ**/ *n* (ਨਲਕੇ ਆਦਿ ਦੀ) ਟੂਟੀ; ਮੂੰਹ, ਨੋਕ; ਨੋਕਦਾਰ ਨਲਕੀ ਜਾਂ ਨਾਲ, ਕਿਸੇ ਵਸਤੂ ਦਾ ਨੋਕਦਾਰ ਅਤੇ ਛੇਕ ਵਾਲਾ ਸਿਰਾ

NRI /**ˌਐੱਨ ਆਰ 'ਆਇ**/ *abbr* **Non-Resident Indian** ਦਾ ਸੰਖਿਪਤ ਰੂਪ, ਭਾਰਤ ਵਾਸੀ ਜੋ ਵਿਦੇਸ਼ਾਂ ਵਿੱਚ ਰਹਿੰਦਾ ਹੋਵੇ ਅਤੇ ਸੰਬੰਧ ਭਾਰਤ ਨਾਲ ਰੱਖਦਾ ਹੋਵੇ

nuance /**'ਨਯੂਆਨਸ**/ *n* ਸੂਖਮ ਅੰਤਰ, ਬਰੀਕ ਫ਼ਰਕ, (ਭਾਸ਼ਾ) ਸ਼ਬਦ ਦੇ ਅਰਥਾਂ ਦਾ ਸੂਖਮ ਅੰਤਰ, ਅਰਥਾਂ ਦੀ ਵੱਖਰੀ ਭਾਹ

nubbin /**'ਨਅੱਬਿਨ**/ *n* ਮਕੱਈ ਦੀ ਕੱਚੀ ਛੱਲੀ

nubile /**'ਨਯੂਬਾਇਲ**/ *a* (ਲੜਕੀ ਬਾਰੇ) ਵਰ ਯੋਗ, ਵਿਆਹੁਣਯੋਗ, ਮੁਟਿਆਰ

nubility /**ਨਯੂ'ਬਿਲਅਟਿ**/ *n* ਵਰ ਯੋਗਤਾ

nucivorous /**ਨਯੂ'ਸਿਵ੍ਅਰਅਸ**/ *a* ਗਿਰੀਦਾਰ ਫਲ ਖਾਣ ਵਾਲਾ

nuclear /**'ਨਯੂਕਲਿਅ***/ *a* ਕੇਂਦਰੀ; ਨਿਊਕਲੀ

nucleic acid /**ਨਯੂˌਕਲੀਇਕ 'ਐਸਿਡ, -ˌਕਲੇਇਇਕ**/ *n* ਨਿਊਕਲੀ ਐਸਿਡ, DNA ਅਤੇ RNA ਵਿੱਚੋਂ ਕੋਈ ਤਿਜ਼ਾਬ

nucleus /**'ਨਯੂਕਲਿਅਸ**/ *n* ਨਾਭ, ਧੁਰਾ, ਕੇਂਦਰ ਬਿੰਦੂ, ਕੇਂਦਰ ਜਿਸ ਦੇ ਦੁਆਲੇ ਹੋਰ ਵਸਤੂਆਂ ਇਕੱਠੀਆਂ ਹੁੰਦੀਆਂ ਹਨ; ਮੂਲ ਕੇਂਦਰ, ਬੀਜ, ਗਿਰੀ, ਬੀਜ ਦਾ ਅੰਦਰਲਾ ਹਿੱਸਾ, ਮਗਜ਼; (ਬਨ) ਅੰਕੁਰ, ਮੁੱਢ; (ਕਿਸੇ ਚੀਜ਼ ਦਾ) ਪਿੱਤਾ, ਮਗਜ਼; ਬੋਦੀ ਵਾਲੇ ਤਾਰੇ ਦਾ ਸਿਰ

nudation /**ਨਯੂ'ਡੇਇਸ਼ਨ**/ *n* ਨੰਗੇਜ, ਨੰਗ, ਨਗਨਤਾ, ਬੇਪਰਦਗੀ

nude /**ਨਯੂਡ**/ *a* ਨੰਗਾ, ਨਗਨ, ਅਣਕੱਜਿਆ, ਬੇਪਰਦਾ; ਬਿਨਾਂ ਸਜਾਵਟ; ਸਪਸ਼ਟ; ਖੁੱਲ੍ਹਾ *n* ਨੰਗੀ ਤਸਵੀਰ, ਨੰਗੀ ਮੂਰਤੀ, ਨਗਨ ਚਿੱਤਰ

nudeness /**ਨਯੂਡਨਅਸ**/ *n* ਨੰਗੇਜ਼, ਨਗਨਤਾ

nudge /**ਨਅੱਜ**/ *vt* ਅਰਕ ਮਾਰਨਾ, ਅਰਕ ਮਾਰ ਕੇ ਸੰਕੇਤ ਕਰਨਾ; ਧਿਆਨ ਆਕਰਸ਼ਿਤ ਕਰਨਾ *n* ਗੁੱਝੀ ਸੈਨਤ (ਅਰਕ ਮਾਰ ਕੇ)

nudism /**'ਨਯੂਡਿਜ਼ਅਮ**/ *n* ਨੰਗੇਜ਼ਵਾਦ, ਨਗਨਵਾਦ, ਨਗਨਤਾ; ਸਿਹਤ ਲਈ ਨੰਗੇ ਰਹਿਣ ਦਾ ਸਿਧਾਂਤ

nudist /**'ਨਯੂਡਿਸਟ**/ *n* ਨੰਗੇਜ਼ਵਾਦੀ, ਨਗਨਵਾਦੀ

nudity /**'ਨਯੂਡਅਟਿ**/ *n* ਵੇਖੋ **nudeness**

nugatory /**'ਨਯੂਗਅਟਅਰਿ**/ *a* ਤੁੱਛ, ਨਗੂਣਾ, ਮਾਮੂਲੀ, ਸਧਾਰਨ; ਨਿਕੰਮਾ, ਨਿਰਾਰਥਕ, ਵਿਅਰਥ, ਫ਼ਜ਼ੂਲ; ਪ੍ਰਭਾਵਹੀਣ; ਅਯੋਗ, ਨਾਕਾਬਲ, ਨਕਾਰਾ

nugget /**'ਨਅੱਗਿਟ**/ *n* ਸੋਨੇ ਦੀ ਡਲੀ

nuisance /**'ਨਯੂਸਨਸ**/ *n* ਪੁਆੜਾ, ਯੱਭ; ਦੁਖਦਾਈ ਵਸਤੂ, ਹਾਨੀਕਾਰਕ ਵਿਅਕਤੀ ਜਾਂ ਵਸਤੂ; ਇਤਰਾਜ਼ਯੋਗ ਚੀਜ਼ ਜਾਂ ਕਿਰਿਆ (ਕੰਮ); ਪਰੇਸ਼ਾਨ ਕਰਨ ਵਾਲਾ ਮਨੁੱਖ ਜਾਂ ਕੋਈ ਚੀਜ਼ ਆਦਿ

null /**ਨਅੱਲ**/ *a* ਮਨਸੂਖ, ਰੱਦ; ਨਾਜਾਇਜ਼, ਝੂਠਾ, ਗ਼ੈਰਕਨੂੰਨੀ; ਦੁਰਬਲ, ਅਸਮਰਥ, ਅਯੋਗ; ਵਿਅਰਥ, ਪ੍ਰਭਾਵਹੀਣ *n* (ਕਿਸੇ ਲਿਪੀ ਜਾਂ ਖਰੜੇ ਵਿੱਚ) ਨਿਰਾਰਥਕ ਅੱਖਰ

nullah /**'ਨਅੱਲਅ**/ *n* ਨਾਲ, ਨਾਲਾ, ਸੂਆ

null hypothesis *n* ਮਨੌਤ, ਅਨੁਮਾਨ, ਪਰਿਕਲਪਨਾ, ਮਿਥੀ ਗਈ ਗੱਲ

nullification /ˌਨਐੱਲਿਫ਼ਿ'ਕੇਇਸ਼ਨ/ *n* ਰੱਦਣ; ਮਨਸੂਖੀ

nullify /'ਨਐੱਲਿਫ਼ਾਇ/ *vt* ਨਿਸ਼ਫਲ ਕਰਨਾ, ਅਸਫਲ ਕਰਨਾ; ਰੱਦ ਕਰਨਾ, ਮਨਸੂਖ਼ ਕਰਨਾ, ਮਿਟਾ ਦੇਣਾ; ਸਿਫ਼ਰ ਕਰ ਦੇਣਾ

nullipara /ਨਐੱ'ਲਿਪਅਰਅ/ *n* ਬਾਂਝ ਔਰਤ

nullity /'ਨਐੱਲਅਟਿ/ *n* ਮਨਸੂਖ਼ੀ; ਤੁੱਛਤਾ, ਨਗੂਣਾਪਣ; ਅਭਾਵ, ਅਣਹੋਂਦ, ਸ਼ੂਨਤਾ; ਵਿਅਰਥਤਾ

numb /ਨਅੱਮ/ *a* ਸਿਥਲ, ਸੁੰਨ, ਔਂਥਿਆ ਹੋਇਆ; ਅਚੇਤਨ, ਬੇਹਿੱਸ, ਜੜ੍ਹ *vt* ਸੁੰਨ ਕਰਨਾ, ਚੇਤਨਾਹੀਣ ਕਰਨਾ, ਬੇਹਿੱਸ ਕਰਨਾ

number /'ਨਅੱਮਬਅ*/ *n* ਸੰਖਿਆ, ਗਿਣਤੀ; ਅੰਕ, ਹਿੰਦਸਾ; ਨੰਬਰ; ਕੁੱਲ ਜੋੜ; ਰਕਮ, ਰਾਸ; (ਅਖ਼ਬਾਰ ਦਾ)ਅੰਕ; ਨਗ; (ਵਿਆ) ਵਚਨ; ਮਨੁੱਖਾਂ ਦੀ ਗਿਣਤੀ, ਸਮੂਹ ਜਾਂ ਵਰਗ; (ਬਹੁ) ਕਾਵਿ ਰਚਨਾ, ਕਵਿਤਾ ਦੀਆਂ ਪੰਗਤੀਆਂ, ਸੰਗੀਤ ਦੀਆਂ ਸੁਰਾਂ ਦਾ ਸਮੂਹ *vt* ਗਿਣਨਾ, ਗਿਣਤੀ ਕਰਨਾ, ਗਿਣਤੀ ਵਿੱਚ ਆਉਣਾ; ਨੰਬਰ ਲਾਉਣਾ, ਸ਼ਾਮਲ ਕਰਨਾ

number crunching /'ਨਅੱਮਬਅ ਕਰਅੱਨਚਿਙ/ *n* ਗਿਣਤੀ ਦੀ ਇੱਕ ਵਿਧੀ, ਅੰਕੜਿਆਂ ਦਾ ਸੀਮਿਤ ਸੰਕਲਨ ਜਾਂ ਅਟਾ-ਸਟਾ

numbering /'ਨਅੱਮਬ(ਅ)ਰਿਙ/ *n* ਗਣਨ, ਗਣਨਾ, ਅੰਕਣ, ਕ੍ਰਮਾਂਕਣ

numberless /'ਨਅੱਮਬਅਲਅਸ/ *a* ਅਣਗਿਣਤ, ਬੇਸ਼ੁਮਾਰ, ਅਸੰਖ, ਗਿਣਨ ਤੋਂ ਬਾਹਰੇ; ਬਿਨਾਂ ਨੰਬਰ ਤੋਂ

number one *a* ਮੋਹਰੀ, ਸਭ ਤੋਂ ਸ੍ਰੇਸ਼ਠ, ਸਿਰ-ਕੱਢ *n* ਆਪਣਾ ਆਪ, ਆਪਾ

number system *n* ਕੁਝ ਸੀਮਿਤ ਅੰਕਾਂ 'ਤੇ ਆਧਾਰਿਤ ਪ੍ਰਨਾਲੀ, ਅੰਕ ਪ੍ਰਨਾਲੀ

numbness /'ਨਅੱਮਨਅਸ/ *n* ਸਿਥਲਤਾ, ਸੁੰਨ; ਅਚੇਤਨਾ, ਬੇਹਿੱਸੀ, ਜੜ੍ਹਤਾ

numerable /'ਨਯੂਮ(ਅ)ਰਅਬਲ/ *a* ਗਿਣਨਯੋਗ, ਗਿਣਤੀ ਕਰਨ ਯੋਗ

numeracy /'ਨਯੂਮਅਰਅਸਿ/ *n* ਗਿਣਤੀ, ਹਿਸਾਬ-ਕਿਤਾਬ ਦੀ ਮੁਹਾਰਤ, ਅੰਕੜਾ ਗਿਆਨ

numeral /'ਨਯੂਮਅਰਅਲ/ *a* ਗਿਣਤੀ ਦਾ, ਸੰਖਿਆਸੂਚਕ, ਸੰਖਿਆ ਸੰਬੰਧੀ, ਅੰਕ ਜਾਂ ਅੰਕਾਂ ਬਾਰੇ *n* ਅੰਕ, ਹਿੰਦਸਾ, ਅੰਕੜਾ, ਸੰਖਿਆ ਸ਼ਬਦ, ਗਿਣਤੀ ਬੋਧਿਕ ਸ਼ਬਦ

numerate /'ਨਯੂਮਅਰੇਇਟ/ *vt* ਗਿਣਨਾ, ਗਿਣਤੀ ਕਰਨਾ

numeration /ˌਨਯੂਮਅ'ਰੇਇਸ਼ਨ/ *n* ਗਿਣਨ ਰੀਤੀ, ਗਿਣਤੀ; ਗਿਣਨ ਦੀ ਕਿਰਿਆ; ਗਣਿਤ ਵਿੱਦਿਆ, ਗਣਿਤ

numerator /'ਨਯੂਮਅਰੇਇਟਅ*/ *n* ਗਿਣਨ ਵਾਲਾ, ਗਿਣਤੀ ਕਰਨ ਵਾਲਾ; ਨੰਬਰ ਲਾਉਣ ਵਾਲਾ; (ਗਣਿ) ਬਟੇ ਵਾਲੀ ਰਕਮ ਵਿੱਚ ਲਕੀਰ ਤੋਂ ਉਤਲੀ ਸੰਖਿਆ, ਅੰਸ਼

numerical /ਨਯੂ'ਮੈੱਰਿਕਲ/ *a* ਸੰਖਿਆਵਾਚੀ; ਗਿਣਤੀ ਵਾਲਾ, ਸੰਖਿਆਤਮਿਕ, ਅੰਕੀ, ਅੰਕਾਂ ਵਾਲਾ; ਅੰਕਾਂ ਸੰਬੰਧੀ, ਸੰਖਿਆ ਸੰਬੰਧੀ

numerology /ˌਨਯੂਮਅ'ਰੌਲਅਜਿ/ *n* ਅੰਕ ਵਿਗਿਆਨ; ਅੰਕ ਜੋਤਸ਼

numerosity /ˌਨਯੂਮਅ'ਰੌਸਅਟਿ/ *n* ਬਹੁਲਤਾ, ਅਧਿਕਤਾ, ਬਹੁਤਾਤ, ਅਕਸਰੀਅਤ

numerous /'ਨਯੂਮਅਰਅਸ/ *a* ਅਨੇਕ, ਵੱਡੀ ਗਿਣਤੀ ਵਿੱਚ; ਅਣਗਿਣਤ; ਵਿਸ਼ਾਲ, ਵੱਡਾ, ਭਾਰੀ ਗਿਣਤੀ ਵਾਲਾ

numerousness /'ਨਯੂਮ(ਅ)ਰਅਸਨਅਸ/ *n* ਬਹੁਲਤਾ, ਬਹੁਤਾਤ

numismatic /ˌਨਯੂਮਿਜ਼'ਮੈਟਿਕ/ *a* ਸਿੱਕਿਆਂ ਸੰਬੰਧੀ, ਸਿੱਕਿਆਂ ਦਾ

numismatics /ˌਨਯੂਮਿਜ਼'ਮੈਟਿਕਸ/ *n* ਸਿੱਕਿਆਂ ਦੀ ਸੰਭਾਲ, ਸਿੱਕਾ ਸ਼ਾਸਤਰ

numismatology /ਨਯੂˌਮਿਜ਼ਮਅ'ਟੌਲਅਜਿ/ *n* ਸਿੱਕਿਆਂ ਦੀ ਪਛਾਣ, ਸਿੱਕਿਆਂ ਬਾਰੇ ਜਾਣਕਾਰੀ, ਸਿੱਕਿਆਂ ਦੀ ਵਿੱਦਿਆ

nummary, nummulary /'ਨਅੱਮਅਰਿ, 'ਨਅੱਮਯੂਲਅਰਿ/ *a* ਸਿੱਕਿਆਂ ਦਾ, ਸਿੱਕਿਆਂ ਬਾਰੇ

nummet /'ਨਅੱਮਿਟ/ *n* (ਉਪ) ਦੁਪਹਿਰ ਦਾ ਭੋਜਨ, ਲੰਚ

nummulite /'ਨਅੱਮਯੁਲਾਇਟ/ *n* ਸਿੱਕੇ ਦੀ ਸ਼ਕਲ ਦਾ ਪਥਰਾਇਆ ਘੋਗਾ ਸਿੱਪੀ ਆਦਿ

numskull /'ਨਅੱਮਸਕਅੱਲ/ *n* ਮੂਰਖ, ਬੁੱਧੂ, ਲੋਲ੍ਹਾ, ਭੌਂਦੂ, ਬੁੱਧੀਹੀਣ, ਗੰਵਾਰ, ਉਜੱਡ

nun /ਨਅੱਨ/ *n* (ਈਸਾਈ) ਸੰਤਣੀ, ਜੋਗਣ, ਸਾਧਣੀ, ਨਨ; ਕਬੂਤਰ ਵਰਗਾ ਇੱਕ ਪੰਛੀ; ਇੱਕ ਪ੍ਰਕਾਰ ਦਾ ਪਤੰਗਾ

nuncio /'ਨਅੱਨਸਿਅਉ/ *n* ਪੋਪ ਦਾ ਪ੍ਰਤਿਨਿਧ, ਧਰਮ ਦੂਤ

nuncupate /'ਨਅੱਙਕਯੁਪੇਇਟ/ *vt* ਜ਼ਬਾਨੀ ਵਸੀਅਤ ਕਰਨਾ

nuncupation /ˌਨਅੱਙਕਯੁ'ਪੇਇਸ਼ਨ/ *n* ਜ਼ਬਾਨੀ ਵਸੀਅਤ, ਮੌਖਿਕ ਇੱਛਾ-ਪੱਤਰ

nundine /'ਨਅੱਨਡਾਇਨ/ *n* (ਪ੍ਰਾਚੀਨ ਰੋਮ) ਹਫ਼ਤੇਵਾਰੀ ਬਜ਼ਾਰ

nunnery /'ਨਅੱਨਅਰਿ/ *n* ਭਿਕਸ਼ਣੀਆਂ ਦਾ ਆਸ਼ਰਮ, ਮੱਠ, ਵਿਹਾਰ

nuphar /'ਨਯੂਫ਼ਾ*/ *n* ਨੀਲੋਫਰ

nuptial /'ਨਅੱਪਸ਼ਲ/ *a* ਵਿਆਹ ਸੰਬੰਧੀ, ਵਿਆਹ ਦਾ *n* ਵਿਆਹ, ਵਿਆਹ ਦੀ ਰਸਮ, ਵਿਆਹ ਉਤਸਵ

nurse /ਨਅ:ਸ/ *n* ਦਾਈ, ਖਿਡਾਵੀ, ਪਾਲਕਾ, ਰੋਗੀ ਦੀ ਸੇਵਕਾ, ਨਰਸ; (ਕਿਸੇ ਗੁਣ ਆਦਿ ਦੀ) ਪਾਲਣਾ ਕਰਨ ਵਾਲਾ ਦੇਸ਼ (ਆਦਿ); ਪਾਲਣ-ਪੋਸਣ, ਪਾਲਣਾ; (ਦੂਜੇ ਰੁੱਖਾਂ ਦੀ) ਰੱਖਿਆ ਕਰਨ ਵਾਲਾ ਰੁੱਖ *v* ਪਾਲਣਾ ਕਰਨਾ, ਪਾਲਣਾ-ਪੋਸਣਾ, ਦੁੱਧ ਚੁੰਘਾਉਣਾ; ਖਿਡਾਵੀ ਦਾ ਕੰਮ ਕਰਨਾ; ਰੋਗੀ ਦੀ ਸੇਵਾ ਕਰਨਾ; (ਕਲਾ, ਘਿਰਨਾ ਆਦਿ) ਉਤਸ਼ਾਹਿਤ ਕਰਨਾ; (ਗੁੱਸਾ) ਦਿਲ ਵਿੱਚ ਰੱਖਣਾ; (ਅੱਗ ਦੇ) ਲਾਗੇ ਬਹਿਣਾ; ਚੋਣ ਹਲਕੇ ਦੀ ਦੇਖ-ਭਾਲ ਕਰਨਾ

nurseling, nursling /'ਨਅ:ਸਲਿਙ/ *n* ਦੁੱਧ ਚੁੰਘਦਾ ਅੰਞਾਣਾ; ਖਿਡਾਵੀ ਦੇ ਹਵਾਲੇ ਕੀਤਾ ਬੱਚਾ

nursery /'ਨਅ:ਸਅਰਿ/ *n* ਬਾਲਵਾੜੀ, ਪਨੀਰੀ, ਪਨੀਰੀ ਦੀ ਕਿਆਰੀ ਜਾਂ ਖੇਤ; ਜ਼ਖ਼ੀਰਾ; ਮੱਛੀਆਂ ਪਾਲਣ ਵਾਲਾ ਤਲਾਅ; ਪਸ਼ੂਆਂ ਦੇ ਵਿਕਾਸ ਵਾਲੀ ਥਾਂ

nursery school *n* ਛੋਟੇ ਬੱਚਿਆਂ ਦਾ ਸਕੂਲ

nursing /'ਨਅ:ਸਿਙ/ *n* ਪਾਲਣ-ਪੋਸਣ; ਸੇਵਾ

nurture /'ਨਅ:ਚਅ*/ *n* ਪਾਲਣ-ਪੋਸਣ *vt* ਪਾਲਣਾ ਕਰਨਾ, ਖੁਆਉਣਾ-ਪਿਆਉਣਾ, ਉਤਸ਼ਾਹਿਤ ਕਰਨਾ; ਸਿੱਖਿਆ ਦੇਣਾ, ਪੜ੍ਹਾਉਣਾ-ਲਿਖਾਉਣਾ; ਯੋਗ ਬਣਾਉਣਾ, ਸਿੱਖਿਆ ਦੇ ਕੇ ਤਿਆਰ ਕਰਨਾ

nut /ਨਅੱਟ/ *n* ਗਿਰੀ ਵਾਲਾ ਫਲ, ਗਿਰੀ ਮੇਵਾ; (ਅਪ) ਵਿਖਾਵਾ ਕਰਨ ਵਾਲਾ ਜਾਂ ਬਣ-ਠਣ ਕੇ ਰਹਿਣ ਵਾਲਾ ਨੌਜਵਾਨ; ਸਿਰ; ਸਨਕੀ, ਪਾਗਲ; ਢਿਬਰੀ; (ਬਹੁ) ਕੋਲੇ ਦੇ ਨਿੱਕੇ-ਨਿੱਕੇ ਟੁਕੜੇ; ਮਾੜੂਆ ਵਿਅਕਤੀ *vt* ਗਿਰੀਦਾਰ ਫਲ ਇਕੱਠੇ ਕਰਨਾ; ਫਲ ਚੁਣਨਾ **hard nut to crack** ਔਖਾ ਸੁਆਲ; ਅੜਬ ਬੰਦਾ

nutation /ਨਯੂ'ਟੇਇਸ਼ਨ/ *n* ਸਿਰ ਦਾ ਝੁਕਾਉਣ ਜਾਂ ਸਿਰ ਝੁਕਣ; ਸਿਰ ਦਾ ਕੰਬਣ; ਪ੍ਰਿਥਵੀ ਦੇ ਧੁਰੇ ਦੀ ਝੋਲ ਜਾਂ ਹਰਕਤ; ਝੁਕਾਅ, ਉਲਾਰ; ਵਾਧੇ ਪਏ ਬੂਟੇ ਦੇ ਡੰਡਲ ਵਿੱਚ ਕੁੱਬ

nut-brown /ˌਨਅੱਟ'ਬਰਾਉਨ/ *a* ਬਦਾਮੀ ਰੰਗ ਦਾ, ਭੂਰੇ ਰੰਗ ਦਾ

nutcracker /'ਨਅੱਟਕਰੈਕਅ*/ *n* ਸਰੋਤਾ, ਕਰੜੇ ਗਿਰੀਦਾਰ ਫਲ ਭੰਨਣ ਵਾਲਾ ਇੱਕ ਸੰਦ

nut gall *n* ਇੱਕ ਫਲ

nuthouse /'ਨਅੱਟਹਾਉਸ/ *n* (ਬੋਲ) ਪਾਗਲਖ਼ਾਨਾ

nutmeg /'ਨਅੱਟਮੈਗ/ *n* ਜਾਫਲ, ਜੈਫਲ

nut-oil *n* ਗਿਰੀ ਦਾ ਤੇਲ

nutrient /'ਨਯੂਟਰਿਅਨਟ/ *a* ਪੌਸ਼ਟਿਕ, ਪੁਸ਼ਟੀਕਰ, ਤਾਕਤ ਵਾਲੀ (ਗਿਜ਼ਾ ਆਦਿ); ਅਜਿਹੀ

ਖ਼ੁਰਾਕ ਪਰੋਸਣ ਵਾਲਾ ਜਾਂ ਦੇਣ ਵਾਲਾ

nutriment /'ਨਯੂਟਰਿਮਅਨਟ/ *n* ਪੁਸ਼ਟ ਆਹਾਰ, ਤਾਕਤ ਵਾਲੀ ਗਿਜ਼ਾ; ਖ਼ੁਰਾਕ

nutrition /ਨਯੂ'ਟਰਿਸ਼ਨ/ *n* ਪਾਲਣ-ਪੋਸਣ; ਪੁਸ਼ਟ ਭੋਜਨ; ਗਿਜ਼ਾ ਦੀ ਤਾਕਤ, ਆਹਾਰ ਪੁਸ਼ਟੀ

nutritional /ਨਯੂ'ਟਰਿਸ਼ਅਨਲ/ *a* ਪਾਲਣ-ਪੋਸਣ ਬਾਰੇ

nutritious /ਨਯੂ'ਟਰਿਸ਼ਅਸ/ *a* ਪੁਸ਼ਟੀਕਰ, ਤਾਕਤ ਵਾਲਾ, ਬਲਵਰਧਕ, ਨਰੋਆ; ਖ਼ੁਰਾਕ ਵਾਂਗ ਬਲਵਰਧਕ

nutritiousness /ਨਯੂ'ਟਰਿਸ਼ਅਸਨਅਸ/ *n* ਪੁਸ਼ਟੀਕਰਨ, ਤਾਕਤ ਦੇਣ, ਬਲਵਰਧਨ, ਨਰੋਆ ਕਰਨ

nutritive /'ਨਯੂਟਰਅਟਿਵ੍/ *a* ਪੁਸ਼ਟ, ਪੁਸ਼ਟੀਕਰ, ਤਾਕਤ ਵਾਲਾ; ਆਹਾਰ ਸੰਬੰਧੀ, ਭੋਜਨ ਬਾਰੇ, ਪਾਲਣ-ਪੋਸਣ ਦੀ ਸਮੱਗਰੀ ਬਾਰੇ; ਭੋਜਨ ਵਾਂਗ ਲਾਭਦਾਇਕ *n* ਆਹਾਰ, ਭੋਜਨ, ਖ਼ੁਰਾਕ, ਗਿਜ਼ਾ

nuts /ਨਅੱਟਸ/ *a* ਖਬਤੀ, ਠਰਕੀ, ਸ਼ੁਦਾਈ ਝੱਲਾ, ਸਨਕੀ

nutshell /'ਨਅੱਟਸ਼ੈੱਲ/ *n* ਅਖਰੋਟ ਆਦਿ ਦਾ ਛਿਲਕਾ; ਸੰਖੇਪ ਖ਼ੁਲਾਸਾ

nutty /'ਨਅੱਟਿ/ *a* ਗਿਰੀਦਾਰ, ਸੁਆਦੀ, ਬੜਾ ਮਿੱਠਾ; ਮਹਿਕਵਾਂ, ਸੁਗੰਧਿਤ; ਰਸਦਾਰ; ਦਿਲ ਜਾਨ ਤੋਂ ਆਸ਼ਕ, ਗੂੜ੍ਹੇ ਪ੍ਰੇਮ ਵਿੱਚ ਲੱਟੂ ਹੋਇਆ

nux vomica /ˌਨਅੱਕਸ'ਵੌਮਿਕਅ/ *n* ਇੱਕ ਜ਼ਹਿਰੀਲੀ ਦਵਾਈ, ਕੁਚਲਾ

nuzzle /'ਨਅੱਜ਼ਲ/ *v* ਸੁੰਘਣਾ; ਸੁੰਘ ਕੇ ਪਤਾ ਕਰਨਾ, ਨੱਕ ਨਾਲ ਪੁੱਟਣਾ; ਨੱਕ ਨਾਲ ਘਸਾਉਣਾ ਜਾਂ ਰਗੜਨਾ; ਲੰਮਾ ਸਾਹ ਲੈਣਾ; ਅਰਾਮ ਨਾਲ ਲੇਟਣਾ ਜਾਂ ਬੈਠਣਾ

NY /ˌਐੱਨ'ਵਾਇ/ *abbr* **New York** ਦਾ ਸੰਖਿਪਤ ਰੂਪ, ਇੱਕ ਸ਼ਹਿਰ ਦਾ ਨਾਮ, ਇੱਕ ਦੇਸ਼ ਦਾ ਨਾਮ

nyctalopia /ˌਨਿਕਟਅ'ਲਅਉਪਿਅ/ *n* ਅੰਧਰਾਤਾ

nyctophobia /ˌਨਿਕਟਅ'ਫ਼ਅਉਬਿਅ/ *n* ਰਾਤ ਦਾ ਡਰ

nylon /'ਨਾਇਲੌਨ/ *n* ਕੱਪੜੇ ਦੀ ਇੱਕ ਕਿਸਮ, ਨਾਈਲੋਨ

nymph /ਨਿਮਫ਼/ *n* (ਸਮੁੰਦਰ, ਦਰਿਆ, ਪਹਾੜ, ਜੰਗਲ ਆਦਿ ਦੀ) ਪਰੀ, ਅਪੱਛਰਾਂ, ਹੂਰ; (ਕਾਵਿ) ਸੁੰਦਰ ਮੁਟਿਆਰ, ਸੁੰਦਰ ਕੰਨਿਆ, ਕੁਆਰੀ ਸੁੰਦਰੀ

nymphean /ਨਿਮ'ਫ਼ੀਅਨ/ *a* ਪਰੀ ਦਾ, ਪਰੀਆਂ ਵਰਗਾ, ਹੂਰ ਜਿਹਾ

nympholepsy /'ਨਿਮਫ਼ਅਲੈਪੱਸਿ/ *n* (ਅਸੰਭਵ ਇੱਛਾ ਦੀ ਅਪੂਰਤੀ ਦੇ ਕਾਰਨ ਉਪਜਿਆ) ਉਨਮਾਦ, ਦਿਮਾਗ਼ੀ ਵਿਗਾੜ

nympholept /'ਨਿਮਫ਼ਅਲੈਪੱਟ/ *n* (ਕਿਸੇ ਵਸਤੂ ਜਾਂ ਆਦਰਸ਼ ਦੀ ਲਾਲਸਾ ਵਿੱਚ) ਸ਼ੁਦਾਈ

nymphomania /ˌਨਿਮਫ਼ਅ'ਮੇਇਨਿਅ/ *n* (ਜ਼ਨਾਨਾ) ਕਾਮ ਅਨੁਮਾਦ

nymphomaniac /ˌਨਿਮਫ਼ਅ'ਮੇਇਨਿਐਕ/ *a* ਕਾਮ ਉਤੇਜਨਾ ਭਰਭੂਰ (ਜ਼ਨਾਨੀ)

O

O, o /**ਅਉ**/ *n* ਅੰਗਰੇਜ਼ੀ ਵਰਨਮਾਲਾ ਦਾ ਪੰਦਰ੍ਹਵਾਂ ਅੱਖਰ; 0 ਰੂਪੀ ਚਿੰਨ੍ਹ; ਚੱਕਰ, ਦਾਇਰਾ; ਸਿਫ਼ਰ

O, oh /**ਅਉ**/ *int* ਹੇ! ਉਹ! ਉਫ਼!

oaf /**ਅਉਫ਼**/ *n* (ਪਰਾ) ਭੂਤ ਪ੍ਰੇਤ ਦਾ ਬੱਚਾ; ਜਿਨੂਰਾ; ਕਿਸੇ ਸਰੀਰਿਕ ਜਾਂ ਦਿਮਾਗੀ ਹੀਣਤਾ ਵਾਲਾ ਬੱਚਾ, ਲੰਗਾ-ਲੂਲ੍ਹਾ ਬੱਚਾ; ਮੰਦ ਬੁੱਧੀ ਵਾਲਾ ਬੱਚਾ; ਬੁੱਧੂ, ਲੋਲ੍ਹਾ, ਮੂਰਖ, ਗੰਵਾਰ (ਆਦਮੀ)

oafish /**ਅਉਫ਼ਿਸ਼**/ *a* ਮੂਰਖ, ਉਜੱਡ

oak /**ਅਉਕ**/ *n* ਬਲੂਤ; ਬਲੂਤ ਦੀ ਲੱਕੜੀ; ਲੱਕੜੀ ਦਾ ਜਹਾਜ਼; ਬਲੂਤ ਦੇ ਪੱਤੇ

oak-apple /'**ਅਉਕ,ਐਪਲ**/ *n* ਸੇਬ ਦੀ ਇੱਕ ਕਿਸਮ

oakum /'**ਅਉਕਅਮ**/ *n* ਰੱਸੀ ਦੇ ਟੋਟੇ, (ਪੁਰਾਣੀ ਰੱਸੀ ਦੀ) ਸਣ (ਜਹਾਜ਼ ਦੀਆਂ ਦਰਜ਼ਾਂ ਭਰਨ ਲਈ)

oar /**ਓ***/ *n* ਚੱਪੂ, ਪਤਵਾਰ; ਮਲਾਹ, ਖੇਵਟ, ਮੁਹਾਣਾ *v* ਚੱਪੂ ਮਾਰਨਾ, ਚੱਪੂ ਚਲਾਉਣਾ, ਬੇੜੀ ਚਲਾਉਣਾ

oarless /'**ਓਅਲਅਸ**/ *a* ਬਿਨਾਂ ਚੱਪੂ ਤੋਂ, ਬੇਪਤਵਾਰ

oarsman /**ਓਜ਼ਮਅਨ**/ *n* ਮਲਾਹ

oasis /**ਅਉ'ਏਇਸਿਸ**/ *n* ਮਾਰੂਥਲ ਵਿੱਚ ਹਰਿਆਵਲ ਵਾਲੀ ਥਾਂ; ਨਖ਼ਲਿਸਤਾਨ

oast /'**ਅਉਸਟ**/ *n* ਭੱਠੀ

oat /**ਅਉਟ**/ *n* ਜਵੀ; ਜਵੀ ਦੀ ਪੀਪਣੀ ਜਿਸ ਨੂੰ ਅਲਗੋਜ਼ੇ ਵਾਂਗ ਵਜਾਇਆ ਜਾਂਦਾ ਹੈ

oatcake /'**ਅਉਟਕੇਇਕ**/ *n* ਜਵੀ ਦੀ ਰੋਟੀ, ਜਵੀ ਦਾ ਕੇਕ

oath /**ਅਉਥ**/ *n* ਸਹੁੰ, ਕਸਮ, ਸੁਗੰਦ, (ਅਦਾਲਤੀ) ਹਲਫ਼; ਸਰਾਪ, ਬਦਦੁਆ, ਦੁਰਾਸੀਸ

oatmeal /'**ਅਉਟਮੀਲ**/ *n* ਜਵੀ ਦਾ ਦਲੀਆ

obduracy /'**ਔਬਡਯਅਰਅਸਿ**/ *n* ਹਠ, ਜ਼ਿੱਦ; ਅੜੀ, ਕਠੋਰਤਾ, ਢੀਠਤਾ

obdurate /'**ਔਬਡਯਅਰਅਟ**/ *a* ਹਠੀ, ਅੜੀਅਲ, ਜ਼ਿੱਦੀ, ਕਠੋਰਚਿੱਤ, ਢੀਠ

obeah /'**ਅਉ,ਬਿਅ**/ *n* ਇੱਕ ਜਾਦੂ ਟੂਣਾ, ਤੰਤਰ

obedience /**ਅ'ਬੀਡਿਅਨਸ**/ *n* ਆਗਿਆ ਪਾਲਣ, ਆਗਿਆਕਾਰਤਾ, ਤਾਬੇਦਾਰੀ; ਪਾਲਣ, ਮਨੌਤ; (ਈਸਾਈ ਧਰਮ ਵਿੱਚ) ਅਧਿਕਾਰ ਖੇਤਰ

obedient /**ਅ'ਬੀਡਿਅਨਟ**/ *a* ਆਗਿਆਕਾਰ, ਆਗਿਆਕਾਰੀ, ਤਾਬੇਦਾਰ

obediently /**ਅ'ਬੀਡਿਅਨਟਲਿ**/ *adv* ਆਗਿਆ ਅਨੁਸਾਰ, ਆਦੇਸ਼ ਮੁਤਾਬਕ

obeisance /**ਅਉ'ਬੇਇਸਨਸ**/ *n* ਨਮਸਕਾਰ, ਪ੍ਰਣਾਮ; ਸ਼ਰਧਾਂਜਲੀ, ਸਨਮਾਨ; ਸਨਮਾਨ ਦਾ ਪ੍ਰਗਟਾਅ

obelion /**ਅ(ਉ)'ਬੀਲਿਅਨ**/ *n* ਸਿਖਰ, ਸਿਖਰ ਬਿੰਦੂ

obelisk /'**ਔਬਅਲਿਸਕ**/ *n* ਸ਼ੰਕੂਰੂਪੀ ਮਿਨਾਰ, ਤਿੱਖੀ ਨੋਕ ਵਾਲਾ ਖੰਭਾ, ਪੱਥਰ ਦਾ ਚੁਕੋਰ ਮੁਨਾਰਾ ਜਿਸ ਦੀ ਟੀਸੀ ਨੁਕੀਲੀ ਹੋਵੇ; ਪ੍ਰਾਚੀਨ ਲਿਖਤਾਂ ਵਿੱਚ ਸੰਦੇਹਜਨਕ ਸ਼ਬਦਾਂ ਉੱਤੇ ਲਾਇਆ ਗਿਆ ਚਿੰਨ੍ਹ (–) ਜਾਂ (÷), ਹਸ਼ੀਏ ਵਿੱਚ ਟਿੱਪਣੀ ਲਈ ਲਾਇਆ ਚਿੰਨ੍ਹ (,)

obelize /'**ਔਬਅਲਾਇਜ਼**/ *vi* ਕਿਸੇ ਸ਼ਬਦ ਨੂੰ ਸੰਦੇਹਜਨਕ ਦਰਸਾਉਣ ਲਈ ਕੋਈ ਚਿੰਨ੍ਹ ਲਾਉਣਾ

obelus /'**ਔਬਅਲਅਸ**/ *n* (ਬਹੁ) ਵੇਖੋ **obelisk**

obese /**ਅਉ'ਬੀਸ**/ *a* ਮੋਟੇ ਸਰੀਰ ਵਾਲਾ, ਮੋਟਾ, ਢਿੱਡਲ

obesity /**ਅਉ'ਬੀਸਅਟਿ**/ *n* ਸਰੀਰ ਦਾ ਭਾਰਾਪਣ, ਮੁਟਾਪਾ

obey /**ਅ'ਬੇਇ**/ *v* ਆਖੇ ਲੱਗਣਾ, ਕਿਹਾ ਮੰਨਣਾ, ਆਗਿਆ ਦਾ ਪਾਲਣ ਕਰਨਾ, ਹੁਕਮ ਮੰਨਣਾ, ਤਾਬੇਦਾਰੀ ਕਰਨਾ

obfuscate /'**ਔਬਫ਼ਅੱਸਕੇਇਟ**/ *vt* ਮੱਤ ਮਾਰ ਦੇਣਾ, ਘਬਰਾਹਟ ਪਾਉਣਾ; ਧੁੰਦਲਾ ਕਰ ਦੇਣਾ, ਅਸਪਸ਼ਟ ਕਰਨਾ

obfuscation /,**ਔਬਫ਼ਅੱਸ'ਕੇਇਸ਼ਨ**/ *n*

ਘਬਰਾਹਟ, ਹੈਰਾਨੀ, ਪਰੇਸ਼ਾਨੀ, ਵਿਚਾਰਾਂ ਦਾ ਧੁੰਦਲਾਪਣ

obit /**'ਔਬਿਟ**/ *n* ਮਿਰਤੂ ਸੂਚਨਾ

obituary /**ਅ'ਬਿਚੁਅਰਿ**/ *n* ਮੌਤ ਦੀ ਖ਼ਬਰ, ਅਖ਼ਬਾਰ ਵਿੱਚ ਮੌਤਾਂ ਦਾ ਵਿਵਰਨ; ਮਿਰਤੂ ਲੇਖ *a* ਮਿਰਤੂ ਸੂਚਕ, ਸੁਰਗਵਾਸੀ ਬਾਰੇ

object /**'ਔਬਜਿਕਟ**/ *n* ਵਸਤੂ, ਪਦਾਰਥ, ਚੀਜ਼, (ਮਖੌਲ ਦਾ) ਪਾਤਰ, ਮੌਜ਼ੂ; ਮੰਤਵ, ਮਨੋਰਥ, ਉਦੇਸ਼; ਪ੍ਰਯੋਜਨ, (ਫ਼ਿਲਾਸਫ਼ੀ) ਵਿਸ਼ਾ; ਬਾਹਰੀ ਅਰਥ, ਅਨਾਤਮ; (ਵਿਆ) ਕਰਮ /**ਅਬ'ਜੈਕੱਟ**/ *v* ਇਤਰਾਜ਼ ਕਰਨਾ, ਸ਼ੰਕਾ ਕਰਨਾ, ਉਜ਼ਰ ਕਰਨਾ, ਵਿਰੋਧ ਕਰਨਾ, ਨਾਪਸੰਦ ਕਰਨਾ

objectification /**ਅਬ,ਜੈੱਕਟਿਫ਼ਿ'ਕੇਇਸ਼ਨ**/ *n* ਵਸਤੂਕਰਨ, ਅੰਗੀਭੂਤਕਰਨ

objection /**ਅਬ'ਜੈੱਕਸ਼ਨ**/ *n* ਇਤਰਾਜ਼, ਸ਼ੰਕਾ, ਉਜ਼ਰ, ਵਿਰੋਧ, ਅਸਹਿਮਤੀ, ਹੁੱਜਤ, ਆਪੱਤੀ

objectionable /**ਅਬ'ਜੈੱਕਸ਼ਅਨਅਬਲ**/ *a* ਇਤਰਾਜ਼ਯੋਗ, ਆਪੱਤੀਜਨਕ; ਅਯੋਗ, ਅਣਉਚਿਤ, ਨਾਮੁਨਾਸਬ, ਸ਼ੰਕਾਜਨਕ

objective /**ਅਬ'ਜੈੱਕਟਿਵ੍**/ *a* ਬਾਹਰਮੁਖੀ, ਅਨਾਤਮ, ਬਾਹਰਲਾ, ਉਤਲਾ; ਵਾਸਤਵਿਕ, ਵਸਤੂਪੂਰਕ, (ਮਨੁੱਖ, ਤਸਵੀਰ, ਲਿਖਤ) ਯਥਾਰਥਿਕ, ਬਾਹਰੀ ਰੰਗਤ ਦੀ; (ਰੋਗ ਦੀ ਅਲਾਮਤ) ਅਸਲੀ *n* (ਵਿਆ) ਕਰਮ ਕਾਰਕ; (ਸੈਨਾ) ਟੀਚਾ (ਜਿੱਥੇ ਪੁੱਜਣਾ ਹੋਵੇ), ਉਦੇਸ਼, ਮੰਤਵ, ਮਨੋਰਥ

objectivism /**ਅਬ'ਜੈੱਕਟਿਵ੍ਜ਼ਅਮ**/ *n* ਯਥਾਰਥਵਾਦ, ਅਨਾਤਮਵਾਦ

objectivity /**,ਔਬਜੈੱਕ'ਟਿਵ੍ਅਟਿ**/ *n* ਵਾਸਤਵਿਕਤਾ; ਯਥਾਰਥਿਕਤਾ, ਬਾਹਰਮੁਖਤਾ

objector /**ਅਬ'ਜੈੱਕਟਅ***/ *n* ਸ਼ੰਕਾਕਾਰ, ਉਜ਼ਰਦਾਰ

objurgate /**'ਔਬਜਅਗੇਇਟ**/ *vt* ਫਿਟਕਾਰਨਾ, ਝਿੜਕਣਾ, ਫਿੱਟ-ਲਾਨ੍ਹਤ ਕਰਨਾ, ਬੁਰਾ-ਭਲਾ ਕਹਿਣਾ, ਤਾੜਨਾ, ਡਾਂਟਣਾ

objurgation /**,ਔਬਜਅ'ਗੇਇਸ਼ਨ**/ *n* ਫਿਟਕਾਰ, ਝਿੜਕ, ਡਾਂਟ, ਝਾੜ-ਝੰਬ, ਲਾਹਨਤ ਮੁਲਾਮਤ

oblate[1] /**'ਔਬਲੇਇਟ**/ *n* (ਧਰਮ ਕਰਮ ਲਈ) ਮਣਸਿਆ ਜਾਂ ਅਰਪਤ ਵਿਅਕਤੀ; ਸਾਧੂ, ਸੰਤ

oblate[2] *a* (ਰੇਖਾ) ਚਪਟੇ ਧਰੁਵ ਵਾਲੀ

obligate /**'ਔਬਲਿਗੇਇਟ**/ *vt* ਅਹਿਸਾਨ ਕਰਨਾ, ਅਹਿਸਾਨਮੰਦ ਬਣਾਉਣਾ; ਪਾਬੰਦ ਕਰਨਾ, (ਕਨੂੰਨੀ ਜਾਂ ਅਖ਼ਲਾਕੀ) ਬੰਦਸ਼ ਲਾ ਦੇਣਾ

obligation /**,ਔਬਲਿ'ਗੇਇਸ਼ਨ**/ *n* ਜ਼ੁੰਮੇਵਾਰੀ; ਭਾਰ, ਫ਼ਰਜ਼, ਕਨੂੰਨੀ ਜਾਂ ਅਖ਼ਲਾਕੀ ਬੰਦਸ਼; ਇਕਰਾਰਨਾਮਾ, ਪ੍ਰਤਿਗਿਆ ਪੱਤਰ; ਅਹਿਸਾਨ, ਉਪਕਾਰ

obligatory /**ਅ'ਬਲਿਗਅਟਰਿ**/ *a* ਜ਼ਰੂਰੀ, ਆਵੱਸ਼ਕ, (ਕਨੂੰ) ਲਾਗੂ; ਕਨੂੰਨੀ ਬੰਦਸ਼ ਵਾਲਾ, ਪੱਕਾ, ਅਟੱਲ

oblige /**ਅ'ਬਲਾਇਜ**/ *vt* ਉਪਕਾਰ ਕਰਨਾ, ਅਹਿਸਾਨ ਕਰਨਾ, ਧੰਨਵਾਦੀ ਬਣਾਉਣਾ; ਮਜਬੂਰ ਕਰਨਾ, (ਕੋਈ ਕੰਮ) ਬਦੋਬਦੀ ਕਰਾਉਣਾ; ਸੁਗੰਧ ਜਾਂ ਇਕਰਾਰਨਾਮੇ ਰਾਹੀਂ ਪਾਬੰਦ ਕਰਨਾ, ਬੰਦਸ਼ ਲਾਉਣਾ; (ਬੋਲ) ਦਿਲਪਰਚਾਵਾ ਕਰਨਾ; ਦਿਲ ਰੱਖਣਾ

obliged /**ਅ'ਬਲਾਇਜਡ**/ *a* ਮਜਬੂਰ, ਕਰਤੱਗ, ਆਭਾਰੀ

obliging /**ਅ'ਬਲਾਇਜਿਙ**/ *a* ਮਿੱਠੇ ਸੁਭਾਅ ਵਾਲਾ, ਮਿਲਾਪੜਾ, ਉਪਕਾਰੀ, ਨਿਮਰਤਾ ਵਾਲਾ, ਅਹਿਸਾਨ ਕਰਨ ਵਾਲਾ

oblique /**ਅ'ਬਲੀਕ**/ *a* ਟੇਢਾ, ਤਿਰਛਾ, ਆਡਾ, ਸਲਾਮੀਦਾਰ; (ਰੇਖਾ) ਸਮਕੋਣ ਤੋਂ ਬਿਨਾਂ ਕੋਈ ਹੋਰ ਕੋਣ ਬਣਾਉਂਦਾ ਹੋਇਆ; (ਵਿਆ) ਸੰਗਿਆ ਦੇ ਸਧਾਰਨ ਨਾਲੋਂ ਵੱਖਰਾ (ਰੂਪ); ਗੋਲ-ਮੋਲ, ਅਸਿੱਧਾ *vt* ਟੀਚੇ ਵੱਲ ਟੇਢੀ ਚਾਲ ਨਾਲ ਵਧਣਾ, ਕੁਟਿਲ ਨੀਤੀ ਨਾਲ ਅੱਗੇ ਵਧਣਾ

obliquity /**ਅ'ਬਲਿਕਵਅਟਿ**/ *n* ਟੇਢ, ਤਿਰਛਾਪਣ; (ਦਿਮਾਗੀ ਜਾਂ ਅਖ਼ਲਾਕੀ) ਵਿਕਾਰ

obliterate /**ਅ'ਬਲਿਟਅਰੇਇਟ**/ *vt* ਮਿਟਾ ਦੇਣਾ,

ਮੇਸਣਾ, ਖੁਰਾ-ਖੋਜ ਮਿਟਾ ਦੇਣਾ

oblivion /ਅ'ਬਲਿਵ਼ਿਅਨ/ *n* ਭੁਲਾਵਾਂ, ਵਿਸਰ ਭੋਲ, ਗੁਮਨਾਮੀ; ਉਪੇਖਿਆ, ਅਣਗਹਿਲੀ

oblivious /ਅ'ਬਲਿਵ਼ਿਅਸ/ *a* ਭੁਲੱਕੜ, ਅਚੇਤ, ਅਸਾਵਧਾਨ

obliviscence /ˌਅਉਬਲਿ'ਵ਼ਿਸਨਸ/ *n* ਵਿਸਿਮਰਤੀ

oblong /'ਔਬਲੌਙ/ *a* ਚੌਰਸ, ਚੁਕੋਰ; ਲੰਬੂਤਰਾ; (ਰੇਖਾ) ਆਇਤਾਕਾਰ *n* ਆਇਤ; ਸਾਂਵੀਆਂ ਅਤੇ ਸਮਾਨਾਂਤਰ ਬਾਹੀਆਂ ਵਾਲਾ ਆਕਾਰ

obloquy /'ਔਬਲਅਕਵਿ/ *n* ਬਦਨਾਮੀ, ਨਮੋਸ਼ੀ, ਭੰਡੀ

obnoxious /ਅਬ'ਨੌਕਸ਼ਅਸ/ *a* ਘਿਰਨਾਯੋਗ, ਨਿੰਦਣਯੋਗ, ਵਰਜਿਤ, ਇਤਰਾਜ਼ਯੋਗ, ਬੇਹੂਦਾ, ਕੋਝਾ; ਹਾਨੀਕਾਰਕ, ਬੁਰਾ

oboe /'ਅਉਬਅਉ/ *n* ਸ਼ਹਿਨਾਈ, ਨਫੀਰੀ

obscene /ਅਬ'ਸੀਨ/ *a* ਗੰਦਾ, ਅਸ਼ਲੀਲੀ, ਲੱਚਰ, ਫਾਹਸ਼

obscenity /ਅਬ'ਸੈਨੱਅਟਿ/ *n* ਅਸ਼ਲੀਲਤਾ, ਲੱਚਰਪੁਣਾ

obscurant /ਔਬ'ਸਕਯੁਅਰ(ਅ)ਨਟ/ *n* ਪਰੰਪਰਾ ਪੂਜ, ਅੰਧਵਿਸ਼ਵਾਸੀ, ਰੂੜ੍ਹੀਵਾਦੀ; ਨਿਆਂ ਅਤੇ ਪ੍ਰਗਤੀ ਦਾ ਵਿਰੋਧੀ

obscurantism /ˌਔਬਸਕਯੁ'ਰੈਨਟਿਜ਼ਅਮ/ *n* ਪਰੰਪਰਾਵਾਦ, ਰੂੜ੍ਹੀਵਾਦ

obscure /ਅਬ'ਸਕਯੁਅ*/ *a* ਧੁੰਦਲਾ, ਘਸਮੈਲਾ; ਹਨੇਰਾ; ਅਸਪਸ਼ਟ; ਤੇਜਹੀਣ; ਗੂੜ੍ਹ, ਦੁਰਬੋਧ, ਕਠਨ; ਗੁਪਤ, ਅਗਿਆਤ, ਗੁਮਨਾਮ *n* ਧੁੰਦਲਾਪਣ, ਅਸਪਸ਼ਟਤਾ *vt* ਅਸਪਸ਼ਟ ਬਣਾਉਣਾ, ਦੁਰਬੋਧ ਕਰਨਾ; ਤੇਜਹੀਣ ਕਰਨਾ; ਧੁੰਦਲਾ ਕਰ ਦੇਣਾ; ਪ੍ਰਸਿੱਧੀ ਘਟਾ ਦੇਣਾ; ਅੱਖਾਂ ਤੋਂ ਓਹਲੇ ਕਰ ਦੇਣਾ

obscurity /ਅਬ'ਸਕਯੁਅਰਅਟਿ/ *n* ਧੁੰਦਲਾਪਣ, ਹਨੇਰਾ; ਗੂੜ੍ਹਤਾ, ਦੁਰਬੋਧਤਾ; ਗੁਮਨਾਮੀ; ਅਪ੍ਰਸਿੱਧੀ; ਤੇਜਹੀਣਤਾ

obsecrate /'ਔਬਸਿਕਰੇਇਟ/ *vt* ਬੇਨਤੀ ਕਰਨਾ, ਪ੍ਰਾਰਥਨਾ ਕਰਨਾ, ਹਾੜੇ ਕੱਢਣਾ, ਮਿੰਨਤ ਕਰਨਾ

obsecration /ˌਔਬਸਿ'ਕਰੇਇਸ਼ਨ/ *n* ਬੇਨਤੀ, ਪ੍ਰਾਰਥਨਾ, ਅਰਦਾਸ, ਮਿੰਨਤ, ਤਰਲਾ; ਈਸਾਈ ਧਰਮ ਦੀ ਇੱਕ ਵਿਸ਼ੇਸ਼ ਪ੍ਰਾਰਥਨਾ

obsequies /'ਔਬਸਅਕਵਿਜ਼/ *n* ਅੰਤਮ-ਸੰਸਕਾਰ, ਦਾਹ-ਸੰਸਕਾਰ, ਕਿਰਿਆ-ਕਰਮ

obsequious /ਅਬ'ਸੀਕਵਿਅਸ/ *a* ਚਾਪਲੂਸੀ ਕਰਨ ਵਾਲਾ, ਖ਼ੁਸ਼ਾਮਦੀ; ਆਗਿਆਕਾਰੀ, ਨਿਮਰ

observance /ਅਬ'ਜ਼ਅ:ਵ਼ਅਨਸ/ *n* ਪਾਬੰਦੀ, ਪਾਲਣਾ (ਰੀਤੀ-ਰਿਵਾਜ, ਕਨੂੰਨ ਆਦਿ ਦੀ); ਮਨੌਤ; (ਪਰਾ) ਸਨਮਾਨ, ਆਦਰ; ਰਹਿਤ, ਕਰਮ-ਕਾਂਡ, ਧਾਰਮਿਕ ਰੀਤੀ

observant /ਅਬ'ਜ਼ਅ:ਵ਼ਅਨਟ/ *a* (ਰੀਤੀ-ਰਿਵਾਜ ਨੂੰ) ਮੰਨਣ ਵਾਲਾ; ਗਹੁ ਨਾਲ ਵੇਖਣ ਵਾਲਾ, ਨੀਝਵਾਨ, ਖ਼ਬਰਦਾਰ, ਨਿਰੀਖਕ; ਪਾਲਣਹਾਰ, ਪਾਲਕ (ਕਰਮ-ਕਾਂਡ, ਰੀਤਾਂ ਆਦਿ ਦਾ) *n* ਕੈਥੋਲਿਕ ਈਸਾਈ

observation /ˌਔਬਜ਼ਅ'ਵ਼ੇਇਸ਼ਨ/ *n* ਦੇਖਭਾਲ; ਨਿਰੀਖਣ, ਪੜਚੋਲ, ਟਿੱਪਣੀ, ਆਲੋਚਨਾ; ਵਿਚਾਰ, ਸੋਚ; ਰਾਏ, ਕਥਨ, ਉਕਤੀ; (ਸੈਨਾ) ਦੁਸ਼ਮਣ ਦੀ ਗਤੀ-ਵਿਧੀ ਦੀ ਦੇਖ-ਭਾਲ, ਆਪਣੇ ਮੋਰਚਿਆਂ ਜਾਂ ਕਿਲ੍ਹੇ ਆਦਿ ਦੀ ਨਿਗਰਾਨੀ; ਸੂਰਜ ਚੰਦ ਆਦਿ ਗ੍ਰਹਿਆਂ ਦਾ ਨਿਰੀਖਣ

observatory /ਅਬ'ਜ਼ਅ:ਵ਼ਅਟਰਿ/ *n* ਜੰਤਰ-ਮੰਤਰ, ਨੀਝਸ਼ਾਲਾ, ਨਿਰੀਖਣਸ਼ਾਲਾ

observe /ਅਬ'ਜ਼ਅ:ਵ਼/ *v* ਪਾਲਣਾ ਕਰਨਾ (ਨੇਮ, ਰੀਤੀ ਆਦਿ ਦੀ); (ਉਤਸਵ ਆਦਿ) ਮਨਾਉਣਾ; ਵੇਖਣਾ, ਨਿਰੀਖਣ ਕਰਨਾ, ਪੜਚੋਲ ਕਰਨਾ; ਧਿਆਨ ਦੇਣਾ, ਗਹੁ ਨਾਲ ਵੇਖਣਾ, ਨੀਝ ਲਾਉਣਾ; ਅਨੁਭਵ ਕਰਨਾ; ਜਾਣਕਾਰੀ ਪ੍ਰਾਪਤ ਕਰਨਾ; ਆਲੋਚਨਾ ਕਰਨਾ, ਟੀਕਾ-ਟਿੱਪਣੀ ਕਰਨਾ; ਕਹਿਣਾ, ਰਾਏ ਦੇਣਾ

observed /ਅਬ'ਜ਼ਅ:ਵ਼ਡ/ *a* ਨਿਰੀਖਅਤ,

ਦੇਖਿਆ, ਦ੍ਰਿਸ਼ਟ

observer /ਅਬ'ਜ਼ਅ:ਵ੍ਅ*/ *n* ਨਿਰੀਖਕ; ਆਲੋਚਕ; ਵੇਖਣ ਵਾਲਾ ਵਿਅਕਤੀ, ਦਰਸ਼ਕ; ਪਾਲਣਾ ਕਰਨ ਵਾਲਾ ਵਿਅਕਤੀ

obsess /ਅਬ'ਸੈੱਸ/ *vt* (ਵਹਿਮ, ਵਿਚਾਰ ਆਦਿ ਦਾ) ਮਨ ਉੱਤੇ ਦਬਾਅ ਪਾ ਲੈਣਾ, ਕਾਬੂ ਕਰ ਲੈਣਾ, (ਮਨ, ਧਿਆਨ, ਬੁੱਧੀ ਆਦਿ ਨੂੰ) ਦਬਾਅ ਲੈਣਾ

obsession /ਅਬ'ਸੈੱਸ਼ਨ/ *n* ਵਹਿਮ, ਖ਼ਬਤ, ਮਾਨਸਿਕ ਬੋਝ, ਮਨ ਉੱਤੇ ਪਿਆ ਦਬਾਅ; ਗੂੜ੍ਹੀ ਲਗਨ

obsessive /ਅਬ'ਸੈੱਸਿਵ੍/ *a* ਵਹਿਮੀ, ਮਾਨਸਿਕ ਬੋਝ ਵਾਲਾ, ਫਜ਼ੂਲ ਹੀ ਸੋਚੀ ਜਾਣ ਵਾਲਾ, ਖਬਤੀ

obsessive compulsive disorder *n* ਇੱਕ ਮਾਨਸਿਕ ਰੋਗ, ਮਨ ਵਿੱਚ ਘੁੰਮਦੇ ਖ਼ਾਸ ਖ਼ਿਆਲਾਂ ਦਾ ਬੋਝ, ਵਹਿਮ ਦਾ ਰੋਗ, ਇੱਕੋ ਗੱਲ ਬਾਰੇ ਸੋਚਣ ਦੀ ਖਬਤ ਦਾ ਰੋਗ

obsolesce /ˌਔਬਸਅ'ਲੈੱਸ/ *vi* ਪੁਰਾਣਾ ਪੈ ਜਾਣਾ, ਬੇਕਾਰ ਹੋ ਜਾਣਾ, ਵਰਤੋਂ ਵਿੱਚ ਨਾ ਰਹਿਣਾ, ਅਪ੍ਰਚਲਿਤ ਹੋਣਾ, ਵਿਅਰਥ ਹੋਣਾ

obsolescence /ˌਔਬਸਅ'ਲੈੱਸਨਸ/ *n* ਅਪ੍ਰਚਲਨ

obsolescent /ˌਔਬਸਅ'ਲੈੱਸਨਟ/ *a* ਅਪ੍ਰਚਲਿਤ ਹੋਣ ਵਾਲਾ, ਅਪ੍ਰਚਲਿਤ ਹੋ ਰਿਹਾ, ਲੁਪਤ ਹੋ ਰਿਹਾ; ਪੁਰਾਣਾ

obsolete /'ਔਬਸਅਲੀਟ/ *a* ਅਪ੍ਰਚਲਿਤ, ਅਵਿਹਾਰੀ, ਪੁਰਾਣਾ, ਲੁਪਤ, ਲੁਪਤ ਪ੍ਰਯੋਗ, (ਜੀਵ) ਅਵਿਕਸਿਤ

obstacle /'ਔਬਸਟਅਕਲ/ *n* ਰੁਕਾਵਟ, ਅੜਿੱਕਾ ਵਿਘਨ, ਰੋਕ, ਅੜਚਨ

obstacle race *n* ਅੜਿੱਕਾ-ਦੌੜ

obstetric, obstetrical /ਅਬ'ਸਟੈੱਟਰਿਕ, ਔਬ'ਸਟੈੱਟਰਿਕਲ/ *a* ਪ੍ਰਸੂਤ ਬਾਰੇ, ਜਣੇਪੇ ਬਾਰੇ

obstetrician/ˌਔਬਸਟਅ'ਟਰਿਸ਼ਨ/ *n* ਪ੍ਰਸੂਤਾ ਮਸਲਿਆਂ ਦੀ ਡਾਕਟਰ, ਬੱਚਾ ਜਣਨ ਦੀ ਗਿਆਨਵਾਨ ਡਾਕਟਰ; ਦਾਈ

obstetrics /ਅਬ'ਸਟੈੱਟਰਿਕਸ/ *n* ਪ੍ਰਸੂਤ ਵਿੱਦਿਆ, ਦਾਈਗੀਰੀ

obstinacy /'ਔਬਸਟਿਨਅਸਿ/ *n* ਢੀਠਤਾ, ਸਿਰੜ, ਜ਼ਿਦ, ਹਠ, ਚੀੜ੍ਹਾਪਣ, ਅੜੀ

obstinate /'ਔਬਸਟਿਨਅਟ/ *a* ਜ਼ਿੱਦੀ, ਢੀਠ, ਸਿਰੜੀ, ਹਠੀ, ਚੀੜ੍ਹਾ; ਕਠੋਰ, ਕਰੜਾ, ਦ੍ਰਿੜ੍ਹ; ਹਠਵਾਦੀ; ਵਿਦ੍ਰੋਹੀ

obstipation /ਔਬਸਟਿ'ਪੇਇਸ਼ਨ/ *n* ਜ਼ਿਆਦਾ ਕਬਜ਼

obstreperous /ਅਬ'ਸਟਰੈੱਪਅਰਅਸ/ *a* ਖਰੂਦੀ, ਲੜਾਕਾ, ਬੈੜਾ, ਕੱਬਾ, ਅੜਬ, ਹੂੜਮਤ, ਫ਼ਸਾਦੀ

obstriction /ਅਬ'ਸਟਰਿਕਸ਼ਨ/ *n* ਜ਼ੁੰਮੇਵਾਰੀ, ਆਭਾਰ

obstruct /ਅਬ'ਸਟਰਅੱਕਟ/ *v* ਰੋਕ ਪਾਉਣਾ, ਅੜਿੱਕਾ ਡਾਹੁਣਾ, ਰਾਹ ਰੋਕਣਾ, ਵਿਘਨ ਪਾਉਣਾ, ਗੜਬੜ ਕਰਨਾ; ਵਧਣੋਂ-ਫੁੱਲਣੋਂ ਰੋਕਣਾ, ਗਤੀਰੋਧ ਕਰਨਾ; (ਪਾਰਲੀਮੈਂਟ ਦੀ ਕਾਰਵਾਈ ਵਿੱਚ) ਰੁਕਾਵਟ ਪਾਉਣਾ

obstructed /ਅਬ'ਸਟਰਅੱਕਟਿਡ/ *a* ਰੋਕਿਆ ਹੋਇਆ

obstruction /ਅਬ'ਸਟਰਅੱਕਸ਼ਨ/ *n* ਰੋਕ, ਰੁਕਾਵਟ, ਗਤੀਰੋਧ, ਅੜਿੱਕਾ, ਅੜਚਨ, ਵਿਘਨ, ਅਟਕਾਅ

obstructive /ਅਬ'ਸਟਰਅੱਕਟਿਵ੍/ *a* ਵਿਘਨਕਾਰੀ, ਗਤੀਰੋਧਕ

obtain /ਅਬ'ਟੇਇਨ/ *v* ਲੈਣਾ, ਪ੍ਰਾਪਤ ਕਰਨਾ, ਲੱਭਣਾ, ਫੜਨਾ; ਚਾਲੂ ਹੋਣਾ, ਪ੍ਰਚਲਿਤ ਹੋਣਾ; ਸਥਾਪਿਤ ਹੋਣਾ, ਪ੍ਰਸਿੱਧ ਹੋਣਾ, ਮਿਲਨਾ

obtainable /ਅਬ'ਟੇਇਨਅਬਲ/ *a* ਸੁਲੱਭ, ਮਿਲਦਾ

obtaining /ਅਬ'ਟੇਇਨਿਙ/ *n* ਪ੍ਰਚਲਿਤ; ਪ੍ਰਾਪਤ

obtemper /ਅਬ'ਟੈੱਮਪਅ*/ *vt* ਅਧੀਨਤਾ ਸਵੀਕਾਰ ਕਰਨਾ, ਆਗਿਆ ਮੰਨਣਾ

obtemperate /ਅਬ'ਟੈੱਮਪਅਰੇਇਟ/ *a* ਆਗਿਆਕਾਰੀ, ਆਗਿਆ ਪਾਲਕ

obtension /**ਔਬ'ਟੈੱਨਸ਼ਨ**/ *n* ਪ੍ਰਾਪਤੀ, ਉਪਲਬਧੀ

obtest /**ਅਬ'ਟੈੱਸਟ**/ *vt* ਗਵਾਹ ਬਣਾਉਣਾ; ਅਸੰਤੋਖ ਪ੍ਰਗਟ ਕਰਨਾ, ਵਿਰੋਧ ਪ੍ਰਗਟ ਕਰਨਾ

obtrude /**ਅਬ'ਟਰੂਡ**/ *vt* ਦਖ਼ਲ ਦੇਣਾ, ਘੁਸਣਾ, ਗਲ ਮੜ੍ਹਨਾ, ਥੱਪਣਾ

obtrusion /**ਅਬ'ਟਰੂਯ਼ਨ**/ *n* ਨਾਜਾਇਜ਼ ਦਖ਼ਲ, ਠੋਸਣ

obtrusive /**ਅਬ'ਟਰੂਸਿਵ਼**/ *a* ਵਿਘਨ ਪਾਉਣ ਵਾਲਾ, ਅੜਿੱਕਾ ਪਾਉਣ ਵਾਲਾ, ਨਾਜਾਇਜ਼ ਦਖ਼ਲ ਦੇਣ ਵਾਲਾ

obtund /**ਅਬ'ਟਅੱਨਡ**/ *vt* ਸੁੰਨ ਬਣਾਉਣਾ, ਸ਼ਾਂਤ ਕਰਨਾ, ਸੁਲਾ ਦੇਣਾ

obturate /**'ਔਬਟਯੁਰੇਇਟ**/ *vt* ਮੁੰਦਣਾ, ਬੰਦ ਕਰਨਾ, ਮੋਹਰਬੰਦ ਕਰਨਾ, (ਛੇਕ, ਨਾਲੀ ਆਦਿ ਦਾ) ਮੂੰਹ ਬੰਦ ਕਰਨਾ

obturator /**'ਔਬਟਯੁਰੇਇਟਅ***/ *n* ਰੋਕ, ਖ਼ੁੰਜਾ, ਥੰਨ੍ਹ, ਅਵਰੋਧਕ

obtuse /**ਅਬ'ਟਯੂਸ**/ *a* ਮੰਦ, ਖੁੰਢਾ, ਮੂੜ੍ਹ; (ਪੱਤਾ) ਗੋਲ; (ਰੇਖਾ) ਸਮਕੋਣ ਤੋਂ ਵੱਡਾ (ਕੋਣ)

obtuse angle *n* ਨੱਬੇ ਦਰਜੇ ਤੋਂ ਵੱਡਾ ਕੋਣ, ਅਧਿਕ ਕੋਣ

obverse /**'ਔਬਵ਼ਅ:ਸ**/ *n* ਸਿੱਕੇ ਦਾ ਤਸਵੀਰ ਵਾਲਾ ਪਾਸਾ, ਮੁੱਖ, ਸਿੱਧਾ ਪਾਸਾ; ਉਤਲਾ ਬੰਨਾ *a* ਵਿਰੋਧੀ; ਦੂਜਾ, ਉਲਟਾ; ਉੱਤੋਂ ਚੌੜਾ ਹੇਠੋਂ ਤੰਗ

obvert /**ਔਬ'ਵ਼ਅ:ਟ**/ *vt* ਉਲਟਾ ਦੇਣਾ, ਮੂਧਾ ਕਰਨਾ; ਫੇਰ ਦੇਣਾ

obviate /**'ਔਬਵਿ਼ਏਇਟ**/ *vt* (ਲੋੜ ਆਦਿ) ਦੂਰ ਕਰਨਾ, ਨਿਵਾਰਨਾ, (ਕਠਨਾਈ, ਖ਼ਤਰੇ ਆਦਿ ਦਾ ਪ੍ਰਭਾਵ) ਦੂਰ ਕਰਨਾ; ਛੁਟਕਾਰਾ ਦਿਵਾਉਣਾ, ਖਹਿੜਾ ਛੁਡਾਉਣਾ

obvious /**'ਔਬਵਿ਼ਅਸ**/ *a* ਸਪਸ਼ਟ, ਜ਼ਾਹਰ, ਪ੍ਰਤੱਖ, ਪ੍ਰਗਟ

obviously/**'ਔਬਵਿ਼ਅਸਲਿ**/ *adv* ਸਪਸ਼ਟ ਤੌਰ 'ਤੇ, ਜ਼ਾਹਰਾ, ਪ੍ਰਗਟ ਰੂਪ ਵਿੱਚ

occasion /**ਅ'ਕੇਇਯ਼ਨ**/ *n* ਅਵਸਰ, ਮੌਕਾ, ਢੋ; ਸਮਾਂ, ਵੇਲਾ; ਕਾਰਨ, ਸਬੱਬ, ਪ੍ਰਯੋਜਨ, ਲੋੜ, ਆਵੱਸ਼ਕਤਾ, ਜ਼ਰੂਰਤ; (ਬਵ) ਕਾਰ-ਵਿਹਾਰ *v* ਕਾਰਨ ਬਣਨਾ, ਸਬੱਬ ਹੋਣਾ, ਪੈਦਾ ਕਰਨਾ; ਵਾਪਰਨਾ; ਵਾਹ ਪੈਣਾ, ਢੋ ਢੁੱਕਣਾ, ਮੌਕਾ ਬਣਨਾ

occasional /**ਅ'ਕੇਇਯ਼ਅਨਲ**/ *a* ਕਦੇ-ਕਦਾਈਂ ਹੋਣ ਵਾਲਾ, ਖ਼ਾਸ ਮੌਕੇ ਦਾ, ਵਿਸ਼ੇਸ਼ ਅਵਸਰ ਦਾ; ਅਨਿਯਮਤ

occasionally /**ਅ'ਕੇਇਯ਼ਨਅਲਿ**/ *adv* ਕਦੇ-ਕਦੇ, ਕਦੇ-ਕਦਾਈਂ, ਗਾਹੇ-ਬਗਾਹੇ, ਖ਼ਾਸ-ਖ਼ਾਸ ਮੌਕਿਆਂ 'ਤੇ; ਪ੍ਰਸੰਗਵਸ

Occident /**'ਔਕਸਿਡਅਨਟ**/ *n* (ਕਾਵਿ) ਪੱਛਮ, ਲਹਿੰਦਾ; ਪੱਛਮੀ ਦੇਸ਼ (ਯੂਰਪ, ਅਮਰੀਕਾ ਆਦਿ); ਪੱਛਮੀ ਸੱਭਿਅਤਾ **the Occident** ਯੂਰਪ, ਯੂਰਪ ਤੇ ਅਮਰੀਕਾ

Occidental /**,ਔਕਸਿ'ਡੈੱਨਟਲ**/ *a* ਪੱਛਮੀ, ਪੱਛਮੀ ਦੇਸ਼ਾਂ ਦਾ, ਯੂਰਪੀ, ਯੂਰਪ-ਅਮਰੀਕੀ; ਪੱਛਮੀ ਸੱਭਿਅਤਾ ਦਾ

occiput /**'ਔਕਸਿਪਅੱਟ**/ *n* ਸਿਰ ਦੀ ਖੋਪਰੀ ਦਾ ਪਿਛਲਾ ਹਿੱਸਾ

occlude /**ਅ'ਕਲੂਡ**/ *vt* (ਮੁਸਾਮ ਜਾਂ ਛੇਕ) ਬੰਦ ਕਰਨਾ, ਰੋਕਣਾ, ਬੰਦ ਕਰਨਾ, ਮੀਚਣਾ

occult /**ਅ'ਕਅੱਲਟ**/ *a* ਗੁਪਤ, ਗੁੱਝਾ, ਰਮਜ਼ ਭਰਿਆ; ਭੇਦ ਭਰਿਆ, ਰਹੱਸਮਈ; ਚਮਤਕਾਰਪੂਰਨ; ਗੂੜ੍ਹ *v* ਓਹਲੇ ਕਰ ਦੇਣਾ ਜਾਂ ਹੋ ਜਾਣਾ; (ਕਿਸੇ ਇੱਕ ਗ੍ਰਹਿ ਦਾ ਦੂਜੇ ਗ੍ਰਹਿ ਨੂੰ) ਗ੍ਰਸ ਲੈਣਾ; ਲੁਪਤ ਕਰ ਦੇਣਾ

occultism /**'ਔਕ(ਅ)ਲਟਿਜ਼ਅਮ**/ *n* ਰਹੱਸ ਵਿੱਦਿਆ, ਬ੍ਰਹਮਵਾਦ, ਤੰਤਰ ਕਿਰਿਆ

occupancy /**'ਔਕਯਅਪਅਨਸਿ**/ *n* ਕਬਜ਼ਾ, ਅਧਿਕਾਰ, ਦਖ਼ਲ, ਕਿਰਾਏਦਾਰੀ, ਪਟਾਦਾਰੀ; ਰਿਹਾਇਸ਼

occupant /**'ਔਕਯਅਪਅਨਟ**/ *n* ਕਿਸੇ ਥਾਂ ਉੱਤੇ ਅਧਿਕਾਰ ਰੱਖਣ ਵਾਲਾ; ਕਾਬਜ਼, ਨਿਵਾਸੀ, ਰਿਹਾਇਸ਼ ਕਰਨ ਵਾਲਾ; ਕਿਰਾਏਦਾਰ, ਪਟਾਦਾਰ

occupation /ˌ**ਔਕਯੁ'ਪੇਇਸ਼ਨ**/ *n* ਪੇਸ਼ਾ, ਧੰਦਾ, ਕਿਰਤ, ਕਾਰ-ਵਿਹਾਰ, ਆਹਰ, ਸ਼ੁਗਲ; ਕਬਜ਼ਦਾਰੀ, ਪਟਾਦਾਰੀ; ਅਧਿਕਾਰ, ਕਬਜ਼ਾ; ਦਖ਼ਲ

occupational /ˌ**ਔਕਯੁ'ਪੇਇਸ਼ਅਨਲ**/ *a* ਵਿਵਸਾਇਕ, ਪੇਸ਼ੇ ਸੰਬੰਧੀ, ਧੰਦੇ ਸੰਬੰਧੀ

occupational therapy *n* ਖ਼ਾਸ ਰੁਝੇਵੇਂ ਵਿੱਚ ਲਾ ਕੇ ਬਿਮਾਰੀ ਠੀਕ ਕਰਨ ਦੀ ਵਿਧੀ, ਵਿਵਸਾਇਕ ਚਿਕਿਤਸਾ

occupied /'**ਔਕਯੁਪਾਇਡ**/ *a* ਕਬਜ਼ਾ ਕੀਤਾ ਹੋਇਆ, ਮੱਲਿਆ ਹੋਇਆ, ਰੋਕਿਆ ਹੋਇਆ, ਭਰਿਆ ਹੋਇਆ, ਘਿਰਿਆ ਹੋਇਆ; ਅਵਰੁੱਧ, ਵਿਆਪਤ, ਅਧਿਕ੍ਰਿਤ; ਪ੍ਰਵਿਰਤ

occupier /'**ਔਕਯੁਪਾਇਅ***/ *n* ਕਬਜ਼ਦਾਰ, ਦਖ਼ਲਦਾਰ; ਪਟਾਦਾਰ, ਕਿਰਾਏਦਾਰ

occupy /'**ਔਕਯੁਪਾਇ**/ *vt* ਕਬਜ਼ਾ ਕਰਨਾ, ਅਧਿਕਾਰ ਵਿੱਚ ਲੈ ਲੈਣਾ, ਮੱਲਣਾ, ਸਾਂਭ ਲੈਣਾ; ਪਟਾਦਾਰ ਹੋਣਾ, ਕਿਰਾਏਦਾਰ ਹੋਣਾ; ਰਿਹਾਇਸ਼ ਰੱਖਣਾ, ਥਾਂ ਮੱਲਣਾ, (ਕਿਸੇ ਅਹੁਦੇ ਉੱਤੇ) ਲੱਗੇ ਹੋਣਾ; (ਕਿਸੇ ਦੇਸ਼ ਜਾਂ ਇਲਾਕੇ ਉੱਤੇ) ਫ਼ੌਜੀ ਕਬਜ਼ਾ ਕਰ ਲੈਣਾ; ਥਾਂ ਘੇਰਨਾ, ਭਰਨਾ; ਆਹਰੇ ਲਾਈ ਰੱਖਣਾ, ਰੁਝਾਈ ਰੱਖਣਾ

occur /**ਅ'ਕਅ:***/ *vi* ਵਾਪਰਨਾ, ਹੋਣਾ; ਪੇਸ਼ ਆਉਣਾ; ਉਤਪੰਨ ਹੋਣਾ; ਸੁੱਝਣਾ, ਫੁਰਨਾ, ਔੜਨਾ, ਚੇਤੇ ਆਉਣਾ

occurrence /**ਅ'ਕਅੱਰਅਨਸ**/ *n* ਘਟਨਾ, ਵਾਰਦਾਤ; ਉਤਪਤੀ, ਸੰਜੋਗ

ocean /'**ਅਉਸ਼ਨ**/ *n* ਸਮੁੰਦਰ, ਸਾਗਰ; ਮਹਾਂਸਾਗਰ; ਵਿਸਤਾਰ, ਪਾਰਾਵਾਰ

Oceania /ˌ**ਅਉਸਿ'ਆਨਿਅ**/ *n* ਸ਼ਾਂਤ ਮਹਾਂਸਾਗਰ ਅਤੇ ਨਾਲ ਲੱਗਦੇ ਟਾਪੂਆਂ ਦਾ ਖੇਤਰ

oceanic /ˌ**ਅਉਸ਼ਿ'ਐਨਿਕ**/ *a* ਸਮੁੰਦਰੀ, ਮਹਾਂਸਾਗਰੀ

oceanography /ˌ**ਅਉਸ਼ਅ'ਨੌਗਰਅਫ਼ਿ**/ *n* ਸਾਗਰ-ਵਿਗਿਆਨ

ochre /'**ਅਉਕਅ***/ *n* ਹਲਕੇ ਬਦਾਮੀ ਰੰਗ ਦੀ ਮਿੱਟੀ ਜਿਸ ਵਿੱਚ ਲੋਹਾ ਮਿਲਿਆ ਹੁੰਦਾ ਹੈ; ਹਲਕਾ ਬਦਾਮੀ ਰੰਗ, ਗੇਰੂਆ ਰੰਗ

ochreous, ochrous /'**ਅਉਕਰਿਅਸ**/ *a* ਹਲਕੇ ਬਦਾਮੀ ਰੰਗ ਦਾ, ਗੇਰੂਏ ਰੰਗ ਦਾ; ਗੇਰੂ ਰੰਗੀ ਮਿੱਟੀ ਦਾ

O'clock/**ਅ'ਕਲੌਕ**/ *adv* ਘੜੀ ਮੁਤਾਬਕ ਸਮਾਂ, ਦੇ ਵਕਤ 'ਤੇ, ਇੱਕ ਤੋਂ ਬਾਰਾ ਵਜੇ ਤੱਕ ਦਾ ਸਮਾਂ, ਵਜੇ

OCR *abbr* **optical character recognition** ਦਾ ਸੰਖੇਪ ਰੂਪ, ਇੱਕ ਅਜਿਹੀ ਪ੍ਰਣਾਲੀ ਜਿਸ ਰਾਹੀਂ ਲਿਖਤਾਂ/ਦਸਤਾਵੇਜ਼ਾਂ ਦੀ ਸਿੱਧੀ ਤਸਵੀਰ ਲੈ ਕੇ ਫਿਰ ਉਸ ਉੱਪਰ ਹੋਰ ਕਾਰਜ ਕੀਤਾ ਜਾ ਸਕਦਾ ਹੈ (ਜਿਵੇਂ ਕਿਸੇ ਛਪੇ ਪੰਨੇ ਦੀ ਤਸਵੀਰ ਲੈ ਕੇ ਫਿਰ ਪੰਨੇ ਵਿਚਲੀ ਲਿਖਤ ਨੂੰ ਬਦਲ ਲੈਣਾ)

octachord /'**ਔਕਟਅਕੋਡ**/ *n* ਅੱਠਤਾਰਾ *a* ਅੱਠ ਤਾਰਾਂ ਵਾਲਾ (ਵਾਜਾ), ਅੱਠ ਸੁਰਾਂ ਦਾ (ਕ੍ਰਮ)

octagon /'**ਔਕਟਅਗਅਨ**/ *n* ਅੱਠਕੋਣਾ ਆਕਾਰ, ਅੱਠਭੁਜੀ ਸ਼ਕਲ, ਅਸ਼ਟ ਫਲਕ

octagonal /**ਔਕ'ਟੈਗਅਨਲ**/ *a* ਅੱਠਕੋਣੀ, ਅੱਠਬਾਹੀ

octahedron /ˌ**ਔਕਟਅ'ਹੀਡਰ(ਅ)ਨ**/ *n* ਅੱਠ ਪੱਖੀ, ਅੱਠਮੁਖੀ ਸ਼ਕਲ; ਅੱਠ ਫਲਕੀ ਸ਼ਕਲ

octahedronal /ˌ**ਔਕਟਅ'ਹੀਡਰ(ਅ)ਨ(ਅ)ਲ**/ *a* ਅੱਠ ਮੁਖੀ

octan /'**ਔਕਟੈਨ**/ *n* ਅੱਠਵੇਂ ਦਿਨ ਆਉਣ ਵਾਲਾ ਬੁਖ਼ਾਰ, ਅਠਵਾਰਾ (ਬੁਖ਼ਾਰ)

octant /'**ਔਕਟਅਨਟ**/ *n* ਗੋਲ ਚੱਕਰ ਦੇ ਘੇਰੇ ਦਾ ਅੱਠਵਾਂ ਭਾਗ, (ਵਰਿਤ ਦੀ ਕਮਾਨੀ ਦਾ) ਅੱਠਵਾਂ ਹਿੱਸਾ; ਦਾਇਰੇ ਦੇ ਸਮਾਨ ਅੱਠਾਂ ਹਿੱਸਿਆਂ ਵਿੱਚੋਂ ਇੱਕ ਭਾਗ

octarchy /'**ਔਕਟਾਕਿ**/ *n* ਅੱਠ ਰਾਜਾਂ ਦਾ ਸਮੂਹ

octave /'**ਔਕਟਿਵ੍**/ *n* (ਕਵਿਤਾ ਬੰਦ) ਅੱਠ ਤੁਕਾ, ਅਸ਼ਟਪਦੀ; ਅੱਠਾਂ ਵਸਤੂਆਂ ਦਾ ਸਮੂਹ; ਕਿਸੇ ਧਾਰਮਿਕ ਉਤਸਵ ਵਾਲਾ ਅਠਵਾਰਾ, ਅਸ਼ਟਮੀ;

(ਸੰਗੀ) ਅਸ਼ਟਕ; ਸ਼ਰਾਬ ਦਾ 13½ ਗੈਲਨ ਦਾ ਪੀਪਾ

octavo /**ਔਕ'ਟੇਇਵ੍ਅਉ, -'ਟਾਵ੍-**/ *n* ਅਸ਼ਟਕ, ਅੱਠ ਪੱਤਰੀ, ਅਠਵਰਕ, ਕਾਗਜ਼ ਦਾ ਇੱਕ ਪ੍ਰਚਲਿਤ ਆਕਾਰ

octennial /**ਔਕ'ਟੈੱਨਿਅਲ**/ *a* ਅੱਠ ਸਾਲਾਂ ਮਗਰੋਂ ਹੋਣ ਵਾਲਾ, ਅੱਠ ਸਾਲਾ

octet /**ਔਕ'ਟੈੱਟ**/ *n* ਅਸ਼ਟ ਗਾਣ; ਅੱਠਾਂ ਤੁਕਾਂ ਦਾ ਸਮੂਹ

October /**ਔਕ'ਟਅਉਬਅ***/ *n* ਈਸਵੀ ਸਾਲ ਦਾ ਦਸਵਾਂ ਮਹੀਨਾ, ਅਕਤੂਬਰ

octogenarian /**ˌਔਕਟਅਜਅ'ਨੇਅਰਿਅਨ**/ *a* 80 ਸਾਲ ਤੋਂ 89 ਸਾਲ ਦੀ ਉਮਰ ਵਾਲਾ *n* 80 ਤੋਂ 89 ਸਾਲ ਦੀ ਉਮਰ ਦਾ ਮਨੁੱਖ

octonocular /**ˌਔਕਟਅ'ਨੌਕਯੁਲਅ***/ *a* ਅੱਠ ਅੱਖਾ, ਅੱਠ ਨੇਤਰਾ

octopod /**'ਔਕਟਅਪੌਡ**/ *n* ਅੱਠ ਪੈਰਾਂ ਵਾਲਾ ਜੀਵ

octopus /**'ਔਕਟਅਪਅਸ**/ *n* ਤੰਦੂਆ; ਵਿਸਤ੍ਰਿਤ ਪ੍ਰਭਾਵ ਵਾਲੀ ਹਾਨੀਕਾਰਕ ਸ਼ਕਤੀ

octosyllabic /**ˌਔਕਟਅਉਸਿ'ਲੈਬਿਕ**/ *a* ਅੱਠ ਮਾਤਰਿਕ *n* ਅੱਠ ਮਾਤਰੀ ਕਵਿਤਾ

octosyllable /**'ਔਕਟਅਉਸਿਲਅਬਲ**/ *n* ਅੱਠ ਅੱਖਰੀ (ਮਾਤਰੀ) ਤੁਕ ਜਾਂ ਕਵਿਤਾ

octroi /**'ਔਕਟਰਵਾ**/ *n* ਚੁੰਗੀ, ਮਸੂਲ; ਚੁੰਗੀ ਘਰ

ocular /**'ਔਕਯਅਲਅ***/ *a* ਅੱਖਾਂ ਦਾ, ਨਿਗ੍ਹਾ ਦਾ; ਅੱਖੀਂ ਡਿੱਠਾ

ocularist /**'ਔਕਯੁਲਅਰਿਸਟ**/ *n* ਨਕਲੀ ਅੱਖਾਂ ਬਣਾਉਣ ਵਾਲਾ

oculist /**'ਔਕਯਅਲਿਸਟ**/ *n* ਅੱਖਾਂ ਦਾ ਡਾਕਟਰ, ਅੱਖਾਂ ਦੇ ਰੋਗਾਂ ਦਾ ਮਾਹਰ

odd /**ਔਡ**/ *a* ਵਿਲੱਖਣ, ਅਨੋਖਾ, ਵਚਿੱਤਰ, ਅਸਧਾਰਨ; ਟਾਂਕ (ਜਿਸਤ ਦੇ ਵਿਰੋਧ ਵਿੱਚ), ਇਕੱਲਾ; ਬੇਮੇਲ, ਬੇਜੋੜ, ਬਿਖਮ; ਲਗਭਗ; ਅਨਿਸ਼ਚਿਤ; ਵਾਧੂ, ਵਧੇਰੇ, ਹੋਰ, ਫੁਟਕਲ; ਬਾਕੀ, ਸ਼ੇਸ਼ *n* ਗੋਲਫ ਦੀ ਖੇਡ ਵਿੱਚ ਰਿਆਇਤੀ ਨੰਬਰ ਜਿਹੜੇ ਕਮਜ਼ੋਰ ਖਿਡਾਰੀ ਨੂੰ ਮਿਲਦੇ ਹਨ

oddity /**'ਔਡਅਟਿ**/ *n* ਵਿਲੱਖਣਤਾ, ਅਨੋਖਾਪਣ, ਅਸਧਾਰਨਤਾ, ਕੁਢੱਬਾਪਣ, ਨਿਰਾਲਾਪਣ; ਅਸਚਰਜ ਘਟਨਾ; ਵਚਿੱਤਰ ਵਸਤੂ

oddly /**'ਔਡਲਿ**/ *adv* ਵਿਲੱਖਣਤਾ ਪੂਰਬਕ, ਅਨੋਖੇ ਢੰਗ ਨਾਲ

oddments /**'ਔਡਮਅਨਟਜ਼**/ *n* (ਬਹੁ) ਬਚੀਆਂ-ਖੁਚੀਆਂ ਚੀਜ਼ਾਂ, ਨਿੱਕ-ਸੁੱਕ, ਰਹਿੰਦ-ਖੂੰਹਦ

odds /**ਔਡਜ਼**/ *n* ਅਣਮੇਲ, ਫ਼ਰਕ, ਵਿਰੋਧ, ਅਸਮਾਨਤਾ; ਵੈਰ-ਵਿਰੋਧ, ਮੁਖ਼ਾਲਫ਼ਤ; ਇੱਛਾ ਅਨੁਸਾਰ ਨਤੀਜਾ ਹੋਣ ਦੀ ਸੰਭਾਵਨਾ; ਰਿਆਇਤ; (ਸ਼ਰਤ ਵਿੱਚ) ਦੋਹਾਂ ਧਿਰਾਂ ਵੱਲੋਂ ਲਾਏ ਗਏ ਦਾਅ ਦਾ ਆਪਸ ਵਿੱਚ ਅਨੁਪਾਤ; ਵੱਡੀ ਸੰਭਾਵਨਾ

odds and ends *n* ਸਧਾਰਨ ਜਿਹੀਆਂ ਵਸਤਾਂ, ਰਹਿੰਦ-ਖੂਹੰਦ, ਨਿੱਕ–ਸੁੱਕ

ode /**ਅਉਡ**/ *n* ਗੀਤ-ਕਾਵਿ, ਗੀਤ, ਕਾਵਿ

odeum /**ਅਉ'ਡਿਅਮ**/ *n* ਸੰਗੀਤ ਭਵਨ

odious /**'ਅਉਡਿਅਸ**/ *a* ਘਿਣਾਉਣਾ, ਨਫ਼ਰਤਯੋਗ, ਘਿਰਨਾ ਉਪਜਾਊ

odism /**'ਅਉਡਿਜ਼ਅਮ**/ *n* ਸ਼ਕਤੀਵਾਦ

odium/**'ਅਉਡਿਅਮ**/ *n* ਫਿਟਕਾਰ; ਨਮੋਸ਼ੀ

odontalgia /**ਔਡੌਨ'ਟੈਲਜਿਅ**/ *n* ਦੰਦ ਪੀੜ

odoriferous /**ˌਅਉਡਅ'ਰਿਫ਼ਅਰਅਸ**/ *a* ਖ਼ੁਸ਼ਬੋਦਾਰ, ਸੁਗੰਧੀ ਭਰਿਆ, ਮਹਿਕਦਾ ਹੋਇਆ

odorous /**'ਅਉਡਅਰਅਸ**/ *a* ਖ਼ੁਸ਼ਬੋਦਾਰ, ਮਹਿਕ ਵਾਲਾ, ਸੁਗੰਧਮਈ

odour /**'ਅਉਡਅ***/ *n* ਖ਼ੁਸ਼ਬੋ, ਮਹਿਕ, ਵਾਸ਼ਨਾ, ਸੁਗੰਧ; ਬਦਬੋ, ਦੁਰਗੰਧ, ਮੁਸ਼ਕ; ਨੇਕਨਾਮੀ; ਬਦਨਾਮੀ; ਪ੍ਰਸਿੱਧੀ, ਮਸ਼ਹੂਰੀ; ਰੰਗ, ਝਲਕ

odourless /**'ਅਉਡਅਲਅਸ**/ *a* ਗੰਧਹੀਣ, ਨਿਰਗੰਧ, ਬੇਮਹਿਕ

oecumenic, oecumenical /**ˌਈਕਯੂ'ਮੈੱਨਿਕ, ਈਕਯੂ'ਮੈੱਨਿਕਲ**/ *a* ਵਿਸ਼ਵ-ਵਿਆਪਕ, ਸਰਬ-ਸਧਾਰਨ, ਸਮੂਹ ਈਸਾਈ

ਜਗਤ ਸੰਬੰਧੀ; ਸਮੂਹ ਈਸਾਈ ਸੰਪਰਦਾਵਾਂ ਸੰਬੰਧੀ

oedema/ਇ'ਡੀਮਅ/ *n* ਜਲੋਧਰ ਰੋਗ, ਇੱਕ ਬਿਮਾਰੀ ਦਾ ਨਾਮ

Oedipus /'ਈਡਿਪਅਸ/ *n* ਬੁਝਾਰਤਾਂ ਬੁੱਝਣ ਵਾਲਾ

Oedipus complex /'ਈਡਿਪਅਸ ਕੌਮਪਲੈੱਕਸ/ *n* ਇੱਕ ਕਾਮੁਕ ਮਾਨਸਿਕ ਗੁੰਝਲ (ਜਿਸ ਅਨੁਸਾਰ ਪੁੱਤਰ ਮਾਂ ਵੱਲ ਅਤੇ ਧੀ ਪਿਤਾ ਵੱਲ ਖਿੱਚ ਮਹਿਸੂਸ ਕਰਦੀ ਹੈ), ਈਡਿਪਸ ਗੁੰਝਲ

oenology /ਈ'ਨੌਲਅਜਿ/ *n* ਮਦਰਾ ਵਿਗਿਆਨ

oenomania /ˌਈਨਅਉ'ਮੇਇਨਿਅ/ *n* ਸ਼ਰਾਬ ਦੀ ਟੋਟ

oesophagus /ਇ'ਸੌਫਅਗਅਸ/ *n* ਭੋਜਨ ਨਾਲੀ, ਖ਼ੁਰਾਕ ਵਾਲੀ ਨਾਲੀ

oestrum, oestrus /'ਈਸਟਰਅਮ, 'ਈਸਟਰਅਸ/ *n* (ਪਸ਼ੂਆਂ ਵਿੱਚ) ਕਾਮ ਇੱਛਾ, ਉਠਾ, ਵੇਗ; ਪ੍ਰਬਲ ਆਵੇਗ, ਉਤੇਜਨਾ; ਇੱਕ ਮੋਟਾ ਮੱਛਰ

oeuvre /'ਅ:ਵ੍ਰਅ/ *n* ਲੇਖਕ ਦੀਆਂ ਸਾਰੀਆਂ ਰਚਨਾਵਾਂ ਦੀ ਗ੍ਰੰਥਾਵਲੀ

of /ਅਵ੍, ਔਵ੍/ *prep* ਦਾ, ਦੇ, ਦੀ, ਦੀਆਂ, ਵਾਲਾ, ਬਾਰੇ, ਬਾਬਤ, ਸੰਬੰਧੀ; ਵਿੱਚ, ਵਿੱਚੋਂ, 'ਤੇ, ਉੱਤੇ

off /ਔਫ/ *adv* ਦੂਰ, ਪਰ੍ਹਾਂ, ਦੁਰੇਡੇ, ਵੱਖਰਾ, ਲਾਂਭੇ; ਲੋਪ, ਬੰਦ, ਅਪ੍ਰਾਪਤ, ਖ਼ਤਮ, ਮੌਕੂਫ; ਅਸੰਬੰਧਿਤ *a* ਸੰਪੂਰਨ, ਮੁਕੰਮਲ; ਪਰਲਾ, ਦੂਰ ਦਾ, ਸੱਜੇ ਹੱਥ ਦਾ; (ਸੰਭਾਵਨਾ) ਦੂਰ ਦੀ, ਮਾਮੂਲੀ *n* ਸਮਾਂ (ਵਿਹਲ ਦਾ); ਮੌਕਾ (ਥੋੜ੍ਹਾ ਕੁ) *v* (ਨਿਸ਼ਚਿਤ ਸਮੇਂ 'ਤੇ ਮਿਲਨ ਪਿੱਛੋਂ) ਮੁੱਕਰਨਾ ਜਾਂ ਬੇਮੁਖ ਹੋਣਾ, (ਸਮਝੌਤਾ, ਇਕਰਾਰਨਾਮਾ) ਛੱਡਣ ਜਾਂ ਰੱਦ ਕਰਨ ਦਾ ਐਲਾਨ ਕਰਨਾ

offal /'ਔਫਲ/ *n* ਰਹਿੰਦ-ਖੂੰਹਦ, ਗੰਦ-ਮੰਦ; ਓਝਰੀ, ਦਿਲ ਗੁਰਦੇ ਛਿਛੜੇ ਆਦਿ ਦਾ ਮਾਸ, ਸਸਤੀ ਅਤੇ ਘਟੀਆ ਮੱਛੀ; ਮੁਰਦਾਰ ਦਾ ਮਾਸ; ਬੂਰਾ, ਛਾਣ, ਫੋਗ

offbeat /ˌਔਫ'ਬੀਟ/ *a* ਵੱਖਰੀ ਕਿਸਮ ਦਾ, ਅਸਧਾਰਨ, ਨਿਆਰਾ

off-Broadway /ˌਔਫ'ਬਰੋਡਵੇਇ/ *a* ਨਿਊਯਾਰਕ ਦੀ ਬਰਾਡਵੇ ਨਾਮੀ ਸੜਕ ਤੋਂ ਹਟਕੇ, ਮੁੱਖ ਧੰਦਾ ਕੇਂਦਰ ਤੋਂ ਦੂਰ, ਜੋ ਵਪਾਰਕ ਅਦਾਰਿਆਂ ਤੋਂ ਦੂਰ ਹੋਵੇ

off-chance /'ਔਫਚਾਨਸ/ *n* ਨਾ ਹੋਣ ਯੋਗਤਾ, ਅਸੰਭਵਤਾ

off day *n* ਹਰ ਰੋਜ਼ ਦੇ ਕੰਮ ਤੋਂ ਛੁੱਟੀ ਦਾ ਦਿਨ

offence /ਅ'ਫ਼ੈਨੱਸ/ *n* ਦੋਸ਼, ਅਪਰਾਧ, ਕਸੂਰ, ਕੁਕਰਮ, ਵਾਰ, ਹੱਲਾ, ਵਧੀਕੀ

offend /ਅ'ਫ਼ੈਨੱਡ/ *v* ਨਰਾਜ਼ ਕਰਨਾ, ਗੁੱਸੇ ਕਰਨਾ; ਦਿਲ ਦੁਖਾਉਣਾ; ਅਪਰਾਧ ਕਰਨਾ, ਅੱਤਿਆਚਾਰ ਕਰਨਾ; ਉਲੰਘਣਾ ਕਰਨਾ, ਅਵੱਗਿਆ ਕਰਨਾ, (ਨਿਯਮ ਆਦਿ) ਭੰਗ ਕਰਨਾ

offender /ਅ'ਫ਼ੈਨੱਡਅ*/ *n* ਅਪਰਾਧੀ, ਕਸੂਰਵਾਰ, ਦੋਸ਼ੀ; ਅਵੱਗਿਆ ਕਰਨ ਵਾਲਾ, ਨਿਯਮ ਭੰਗ ਕਰਨ ਵਾਲਾ

offending /ਅ'ਫ਼ੈਨੱਡਿਙ/ *a* ਅੱਤਿਆਚਾਰੀ, ਅਪਰਾਧੀ, ਦੁੱਖ ਪਹੁੰਚਾਉਣ ਵਾਲਾ

offense/ਅ'ਫ਼ੈਨੱਸ/ *n* ਵੇਖੋ **offence**

offensive /ਅ'ਫ਼ੈਨੱਸਿਵ੍/ *a* ਘਿਰਨਾਜਨਕ; ਬਦਬੂਦਾਰ, ਦੁਰਗੰਧਕ; ਦੁੱਖਮਈ, ਕਸ਼ਟਕਾਰੀ; ਖਰ੍ਹਵਾ, ਅਪਮਾਨਜਨਕ; ਆਕਰਮਣਾਤਮਿਕ, ਵਧੀਕੀ ਭਰਿਆ, ਹਮਲੇ ਵਾਲਾ *n* ਆਕਰਮਣ, ਵਧੀਕੀ, ਚੜ੍ਹੋਖਤੀ, ਵਾਰ; ਅੰਦੋਲਨ, ਮੁਹਿੰਮ

offer /'ਔਫਅ*/ *v* ਪੇਸ਼ ਕਰਨਾ, ਦੇਣਾ, ਅੱਗੇ ਰੱਖਣਾ; ਭੇਟ ਕਰਨਾ, ਚੜ੍ਹਾਵਾ ਚਾੜ੍ਹਨਾ; ਅਰਪਣਾ, ਸੌਂਪ ਦੇਣਾ; ਵਿਆਹ ਲਈ ਪੇਸ਼ਕਸ਼ ਕਰਨਾ, (ਕੁਝ ਕਰਨ ਲਈ) ਰਜ਼ਾਮੰਦੀ ਦੇਣਾ; ਵਾਪਰਨਾ, ਹੋਣਾ, ਸਾਮ੍ਹਣੇ ਆਉਣਾ, ਜ਼ਾਹਰ ਹੋਣਾ *n* ਰਾਏ, ਪ੍ਰਸਤਾਵ, ਮਤਾ; ਰਜ਼ਾਮੰਦੀ; ਜਾਂਚਨਾ, ਪੇਸ਼ਕਸ਼, ਭੇਟ; (ਨਿਲਾਮੀ ਵਿੱਚ) ਬੋਲੀ

offertory /'ਔਫਅਟਰਿ/ *n* (ਈਸਾਈ ਧਰਮ) ਰੱਬੀ ਭੋਜ ਤੋਂ ਪਹਿਲਾਂ ਦਾ ਸੰਸਕਾਰ; ਦਾਨ ਦੀ ਉਗਰਾਹੀ

offhand /ˌਔਫ'ਹੈਨਡ/ *a* ਬਿਨਾਂ ਤਿਆਰੀ, ਵੇਲੇ

ਦੇ ਵੇਲੇ, ਉਸੇ ਵੇਲੇ ਤਿਆਰ ਕੀਤਾ, ਮੂੰਹ ਜ਼ਬਾਨੀ

office /**'ਔਫ਼ਿਸ**/ *n* ਦਫ਼ਤਰ, ਆਫ਼ਿਸ; ਪਦਵੀ, ਪਦ, ਅਹੁਦਾ; ਫ਼ਰਜ਼, ਕਰਤੱਵ; ਉਪਕਾਰ, ਦਇਆ; ਸਰਕਾਰੀ ਮਹਿਕਮਾ ਜਾਂ ਵਿਭਾਗ; (ਕਾਰਖ਼ਾਨੇ ਦੀ) ਸ਼ਾਖ ਜਾਂ ਬ੍ਰਾਂਚ; ਰਸੋਈਖ਼ਾਨਾ; (ਈਸਾਈ ਧਰਮ) ਨਿਸ਼ਚਿਤ ਪ੍ਰਾਰਥਨਾ ਜਾਂ ਉਪਾਸ਼ਨਾ; ਸਵੇਰੇ ਸ਼ਾਮ ਦੀ ਪ੍ਰਾਰਥਨਾ

office-bearer /**'ਔਫ਼ਿਸਬੇਅਰਅ***/ *n* ਅਹੁਦੇਦਾਰ, ਪਦ ਅਧਿਕਾਰੀ, ਕਰਮਚਾਰੀ; ਕਿਸੇ ਸਭਾ ਸੁਸਾਇਟੀ ਦਾ ਪ੍ਰਧਾਨ ਸਕੱਤਰ ਜਾਂ ਖ਼ਜ਼ਾਨਚੀ

officer /**'ਔਫ਼ਿਸਅ***/ *n* ਅਫ਼ਸਰ, ਅਹੁਦੇਦਾਰ, ਪਦ ਅਧਿਕਾਰੀ

official /**ਅ'ਫ਼ਿਸ਼ਲ**/ *a* ਸਰਕਾਰੀ; ਦਫ਼ਤਰੀ; ਕਨੂੰਨੀ; ਅਹੁਦੇ ਨਾਲ ਸੰਬੰਧਿਤ, ਅਧਿਕਾਰ ਬਾਰੇ, ਪਦ ਸੰਬੰਧੀ *n* ਅਹੁਦੇਦਾਰ, ਅਧਿਕਾਰੀ, ਸਰਕਾਰੀ ਮੁਲਾਜ਼ਮ, ਪਦ ਅਧਿਕਾਰੀ; ਕਿਸੇ ਦਫ਼ਤਰ ਦਾ ਅਧਿਕਾਰੀ

officialdom /**ਅ'ਫ਼ਿਸ਼ਲਡਅਮ**/ *n* ਅਫ਼ਸਰੀ; ਅਧਿਕਾਰੀ ਵਰਗ, ਅਫ਼ਸਰ ਲੋਕ

officialism /**ਅ'ਫ਼ਿਸ਼(ਅ)ਲਿਜ਼ਅਮ**/ *n* ਅਫ਼ਸਰੀ ਸ਼ਾਨ, ਅਫ਼ਸਰਸ਼ਾਹੀ

officially /**ਅ'ਫ਼ਿਸ਼ਅਲਿ**/ *adv* ਸਰਕਾਰੀ ਤੌਰ 'ਤੇ, ਦਫ਼ਤਰੀ ਤੌਰ 'ਤੇ, ਕਾਨੂੰਨੀ ਤੌਰ 'ਤੇ

officiant /**ਅ'ਫ਼ਿਸ਼ਿਅਨਟ**/ *n* ਧਾਰਮਿਕ ਰਸਮ ਨੂੰ ਨਿਭਾਉਣ ਵਾਲਾ

officiate /**ਅ'ਫ਼ਿਸ਼ਿਏਇਟ**/ *vi* ਕਾਇਮ ਮੁਕਾਮ ਹੋਣਾ, ਕਾਰਜਕਾਰੀ ਬਣਨਾ, ਕਿਸੇ ਦੀ ਥਾਂ ਕੰਮ ਕਰਨਾ; ਗਿਰਜੇ ਵਿੱਚ ਪ੍ਰਾਰਥਨਾ ਕਰਾਉਣਾ; ਧਾਰਮਿਕ ਰਸਮ ਨੂੰ ਨਿਭਾਉਣਾ

officinal /**,ਔਫ਼ਿ'ਸਾਇਨਲ**/ *a* ਚਿਕਿਤਸਾ ਲਈ ਬੂਟੀਆਂ ਜਾਂ ਰਸਾਇਣਿਕ ਪਦਾਰਥਾਂ ਦੇ ਪ੍ਰਯੋਗ ਸੰਬੰਧੀ; ਨਿਯਮਤ ਵਿਧੀ ਨਾਲ ਬਣਾਈਆਂ ਹੋਈਆਂ (ਦਵਾਈਆਂ); ਬਜ਼ਾਰੂ

officious /**ਅ'ਫ਼ਿਸ਼ਅਸ**/ *a* ਅਣਮੰਗੀਆਂ ਸੇਵਾਵਾਂ ਪੇਸ਼ ਕਰਨ ਜਾਂ ਜ਼ੁੰਮੇਵਾਰੀ ਚੁੱਕਣ ਵਾਲਾ, ਖੜਪੈਂਚ

offing /**'ਔਫ਼ਿਙ**/ *n* ਦ੍ਰਿਸ਼ਟੀਮਾਨ ਦੁਮੇਲ; ਕੰਢੇ ਤੋਂ ਦੂਰ ਤੋਂ ਦੂਰ ਤੱਕ ਦਿਸਦਾ ਸਾਗਰ ਖੰਡ **in the offing** ਸੰਭਾਵਿਤ ਘਟਨਾ

offish /**'ਔਫ਼ਿਸ਼**/ *a* ਇਕਾਂਤ ਪ੍ਰੇਮੀ; ਰੁੱਖੇ ਸੁਭਾਅ ਵਾਲਾ, ਮੇਲ-ਜੋਲ ਨਾ ਰੱਖਣ ਵਾਲਾ

offline /**,ਔਫ਼'ਲਾਇਨ**/ *a* (ਕੰਪਿ) ਕੰਪਿਊਟਰ ਜਾਂ ਇੰਟਰਨੈੱਟ ਨਾਲ ਸਿੱਧਾ ਨਾ ਜੁੜਿਆ ਹੋਇਆ ਜਾਂ ਸਿੱਧਾ ਨਾ ਨਿਯੰਤਰਿਤ

off-peak /**,ਔਫ਼'ਪੀਕ**/ *a* (ਸਮਾਂ) ਘੱਟ ਵਰਤੋਂ ਵਾਲਾ, ਸਧਾਰਨ ਸਥਿਤੀ ਵਾਲਾ

offprint /**'ਔਫ਼ਪਰਿਨਟ**/ *n* (ਲੇਖ ਦੀ) ਵੱਖ ਰੂਪ ਵਿੱਚ ਛਾਪੀ ਕਾਪੀ, ਆਫ਼ ਪ੍ਰਿੰਟ, ਫਾਲਤੂ ਕਾਪੀ

offscourings /**'ਔਫ਼,ਸਕਾਉਅਰਿਙਜ਼**/ *n* ਸਭ ਤੋਂ ਘਟੀਆ ਅੰਸ਼; ਗੰਦ-ਮੰਦ, ਰਹਿੰਦ-ਖੂੰਹਦ

off season /**'ਔਫ਼ਸੀਜ਼(ਅ)ਨ**/ *n* ਕਾਰੋਬਾਰ ਵਿੱਚ ਮੰਦੇ ਦਾ ਸਮਾਂ, ਵਿਕਰੀ ਦੇ ਘਟ ਜਾਣ ਦਾ ਸਮਾਂ

offset /**'ਔਫ਼ਸੈਟ**/ *n* ਕਲਮ (ਲਾਈ ਜਾਣ ਵਾਲੀ); ਆਫਸੈੱਟ ਛਪਾਈ; ਰਵਾਨਗੀ, ਪ੍ਰਸਥਾਨ; ਅਰੰਭ; ਨੁਕਸਾਨ ਪੂਰਾ ਕਰਨ ਲਈ ਦਿੱਤੀ ਗਈ ਰਕਮ ਜਾਂ ਵਸਤੂ, ਹਰਜਾਨਾ; ਕੰਧ ਦਾ ਸਲਾਮੀ ਛੱਜਾ; (ਗਣਿ) ਮੁੱਖ ਮਾਪ ਰੇਖਾ ਉੱਤੇ ਖਿੱਚਿਆ ਗਿਆ ਲੰਬ (ਖੜ੍ਹੀ ਰੇਖਾ); ਪਹਾੜ ਦਾ ਬਾਹਰ ਨੂੰ ਵਧਿਆ ਹੋਇਆ ਹਿੱਸਾ; ਨਾਲ (ਪਾਈਪ) ਦਾ ਜੋੜ; ਸੰਤਾਨ *v* ਘਾਟਾ ਪੂਰਾ ਕਰਨਾ; ਇਵਜ਼ ਚੁਕਾਉਣਾ; ਹਰਜਾਨਾ ਭਰਨਾ; ਸੰਤੁਲਿਤ ਕਰਨਾ, ਬਰਾਬਰ ਕਰਨਾ

offshoot /**'ਔਫ਼ਸ਼ੂਟ**/ *n* ਟਾਹਣੀ; ਅੱਖ (ਟਾਹਣੀ ਵਿੱਚੋਂ ਫੁੱਟੀ); ਗੌਣ ਵਸਤੂ, ਵਿਓਂਤਪਤ ਵਸਤੂ

offshore/**,ਔਫ਼'ਸ਼ੋ***/ *a* ਸਮੁੰਦਰ ਵਿੱਚ ਸਮੁੰਦਰ ਦੇ ਕੰਢੇ ਦੇ ਨੇੜੇ ਦਾ, ਤਟਵਰਤੀ ਕੰਢੇ ਲਾਗਲਾ

offside /**,ਔਫ਼'ਸਾਇਡ**/ *a* (ਫੁੱਟਬਾਲ ਦੀ ਖੇਡ ਵਿੱਚ) ਟਿਕਾਣੇ ਤੋਂ ਅੱਗੇ ਵਧਿਆ ਹੋਇਆ (ਖਿਡਾਰੀ)

offspring /**'ਔਫ਼ਸਪਰਿਙ**/ *n* ਸੰਤਾਨ, ਬਾਲ-ਬੱਚੇ, ਧੀਆਂ-ਪੁੱਤ; ਵੰਸ਼, ਪੀੜ੍ਹੀ; ਨਤੀਜਾ, ਪਰਿਣਾਮ

oft /**ਔਫ਼ਟ**/ *adv* ਕਈ ਵਾਰ, ਬਹੁਤ ਵੇਰੀ, ਬਹੁਤ

ਕਰਕੇ, ਬਹੁਤਾ

often /'ਔਫ਼ਨ, 'ਔਫ਼ਟਅਨ/ *a* ਬਹੁਤਾ *adv* ਬਹੁਤ ਕਰਕੇ, ਕਈ ਵਾਰ, ਥੋੜ੍ਹੀ-ਥੋੜ੍ਹੀ ਦੇਰ ਨਾਲ, ਅਕਸਰ

ogee /'ਅਉਜੀ/ *n* (ਰਾਜਗੀਰੀ ਵਿੱਚ) *S* ਦੀ ਸ਼ਕਲ ਦਾ ਮੋੜ; ਨੋਕਦਾਰ ਡਾਟ ਜਿਸ ਵਿੱਚ ਦੋ ਉਲਟੀਆਂ ਕਮਾਣੀਆਂ ਇੱਕ ਥਾਂ 'ਤੇ ਮਿਲਨ

ogival /ਅਉ'ਜਾਇਵ੍ਲ/ *a* ਨੋਕਦਾਰ ਡਾਟਾਂ ਵਾਲਾ

ogive /'ਅਉਜਾਇਵ੍/ *n* ਨੋਕਦਾਰ ਡਾਟ (ਗੋਥਿਕ **Gothic** ਪ੍ਰਨਾਲੀ ਦੀ)

ogle /'ਅਉਗਲ/ *v* ਅੱਖ ਮਾਰਨਾ, ਅੱਖ-ਮਟੱਕਾ ਕਰਨਾ, ਲਾਲਸਾ ਭਰੀਆਂ ਅੱਖਾਂ ਨਾਲ ਵੇਖਣਾ *n* ਲਲਚਾਈ ਨਜ਼ਰ; ਪਿਆਰ ਭਰੀ ਨਿਗ੍ਹਾ

Ogpu /'ਔਗਪੂ/ *n* ਸੋਵੀਅਤ ਰੂਸ ਦੀ ਪੁਲਿਸ

ogre /'ਅਉਗਅ*/ *n* ਆਦਮਖੋਰ ਦੇਵ, ਦੈਂਤ, ਰਾਖਸ਼

Oh /ਅਉ/ *int* (ਹੈਰਾਨੀ) ਓਹ ! ਓਹ, ਹੋ !

ohm /ਅਉਮ/ *n* ਬਿਜਲੀ ਰੋਕ ਦੀ ਇਕਾਈ

OHP /ˌਅਉ ਏਇਚ 'ਪੀ/ *abbr* **overhead projector** ਦਾ ਸੰਖੇਪ ਰੂਪ, ਲਿਖਤ ਜਾਂ ਤਸਵੀਰ ਦਾ ਕੰਧ ਜਾਂ ਪਰਦੇ 'ਤੇ ਬਿੰਬ ਬਣਾਉਣ ਵਾਲਾ ਉਪਕਰਨ

oil /ਔਇਲ/ *n* ਤੇਲ; ਰੋਗਨ; (ਅਧਿਕਤਰ ਬਹੁ ਵਿੱਚ) ਰੋਗਨੀ ਰੰਗ; ਮੋਮਜਾਮਾ, ਬਰਸਾਤੀ *v* ਤੇਲ ਲਾਉਣਾ, ਤੇਲ ਦੀ ਮਾਲਸ਼ ਕਰਨਾ; ਚੋਪੜਨਾ; ਤੇਲ ਦੇਣਾ (ਮਸ਼ੀਨ ਦੇ ਪੁਰਜ਼ਿਆਂ ਆਦਿ ਨੂੰ); (ਕਿਸੇ ਵਸਤੂ ਵਿੱਚ) ਤੇਲ ਪਾਉਣਾ **burn the midnight oil** ਬਹੁਤ ਰਾਤ ਤੱਕ ਪੜ੍ਹਨਾ-ਲਿਖਣਾ **pour oil on the waters** ਮਾਮਲੇ ਨੂੰ ਠੰਢਾ ਜਾਂ ਸ਼ਾਂਤ ਕਰਨਾ

oil and vinegar *n* ਅਸੰਗਤ ਵਸਤੂਆਂ ਦਾ ਮੇਲ ਜਿਵੇਂ ਅੱਗ ਅਤੇ ਪਾਣੀ ਦਾ ਮੇਲ

oilcake /'ਔਇਲਕੇਇਕ/ *n* ਖਲ

oilcloth /'ਔਇਲਕਲੌਥ/ *n* ਮੋਮਜਾਮਾ, ਰੋਗਨੀ ਕੱਪੜਾ

oil colour *n* ਤੇਲ ਰੰਗ

oilfield /'ਔਇਲਫ਼ੀਲਡ/ *n* ਤੇਲ ਖੇਤਰ

oilman /'ਔਇਲਮੈਨ/ *n* ਤੇਲ ਵੇਚਣ ਵਾਲਾ ਵਿਅਕਤੀ, ਤੇਲ ਕੱਢਣ ਜਾਂ ਬਣਾਉਣ ਵਾਲਾ ਵਿਅਕਤੀ, ਤੇਲੀ

oil painting *n* ਤੇਲ ਚਿੱਤਰ ਕਲਾ

oil rig /'ਔਇਲਰਿਗ/ *n* (ਧਰਤੀ ਜਾਂ ਸਮੁੰਦਰ ਥੱਲਿਓਂ) ਤੇਲ ਕੱਢਣ ਲਈ ਬਣਿਆ ਮਸ਼ੀਨੀ ਢਾਂਚਾ, ਮਸ਼ੀਨੀ ਪਲੇਟਫਾਰਮ

oilskin /'ਔਇਲਸਕਿਨ/ *n* ਮੋਮਜਾਮਾ; ਮੋਮਜਾਮੇ ਦੇ ਬਣਾਏ ਕੱਪੜੇ (ਪੁਸ਼ਾਕ)

oil tanker *n* ਤੇਲ ਢੋਣ ਵਾਲਾ ਜਹਾਜ਼ ਜਾਂ ਟਰੱਕ ਆਦਿ

oily /'ਔਇਲਿ/ *a* ਚਿਕਨਾ, ਤੇਲ ਯੁਕਤ, ਤੇਲ ਪੂਰਨ; ਅਸਥਿਰ; ਚਾਪਲੂਸ, ਖ਼ੁਸ਼ਾਮਦੀ

ointment /'ਔਇਨਟਮਅਨਟ/ *n* ਮੱਲ੍ਹਮ, ਲੇਪ

O K, okay /ਅਉ'ਕੇਇ/ *adv* ਸਭ ਠੀਕ ਹੈ, ਠੀਕ ਹੈ, ਸੁੱਖ-ਸਾਂਦ ਹੈ, ਸਭ ਅੱਛਾ *a* ਪ੍ਰਵਾਨ

okra/'ਅਉਕਰਅ, 'ਔਕਰਅ/ *n* ਭਿੰਡੀਆਂ ਵਰਗੀ ਇੱਕ ਸਬਜ਼ੀ

old /ਅਉਲਡ/ *a* ਬੁੱਢਾ, ਬਿਰਧ, ਸਿਆਣਾ, ਬਜ਼ੁਰਗ; ਪੁਰਾਣਾ, ਹੰਢਿਆ-ਵਰਤਿਆ, ਘਸਿਆ-ਬੁਸਿਆ; ਪੁਰਾਣੇ ਜ਼ਮਾਨੇ ਦਾ; ਮੁਢਲਾ, ਅਰੰਭਿਕ; ਅਨੁਭਵੀ, ਤਜਰਬਾਕਾਰ; ਚਿਰੋਕਾ ਮਸ਼ਹੂਰ; ਅਪ੍ਰਚਲਿਤ; ਗਿਆ-ਬੀਤਿਆ, ਖ਼ਤਮ ਹੋ ਚੁੱਕਾ

olden /'ਅਉਲਡਅਨ/ *a* ਪੁਰਾਤਨ, ਪ੍ਰਾਚੀਨ ਕਾਲ ਦਾ *v* ਪੁਰਾਣਾ ਕਰ ਦੇਣਾ ਜਾਂ ਹੋ ਜਾਣਾ, ਛਿੱਥਾ ਪਾ ਦੇਣਾ ਜਾਂ ਪੈ ਜਾਣਾ

old-fashioned /ˌਅਉਲ(ਡ) 'ਫ਼ੈਸ਼(ਅ)ਨਡ/ *n* ਅਪ੍ਰਚਲਿਤ, ਪੁਰਾਣੀ ਸ਼ੈਲੀ ਦਾ, ਪੁਰਾਣੇ ਢੰਗ ਦਾ; ਪੁਰਾਣਪੰਥੀ, ਦਕਿਆਨੂਸੀ

Old Glory *n* ਅਮਰੀਕਾ ਦੇ ਰਾਸ਼ਟਰੀ ਝੰਡੇ ਦਾ ਨਾਮ

old hand *n* ਤਜਰਬੇਕਾਰ ਆਦਮੀ, ਅਨੁਭਵੀ ਮਨੁੱਖ

Old Harry *n* ਸ਼ੈਤਾਨ, ਭੂਤਨਾ

oldie /'ਅਉਲਡਿ/ *n* ਘਸੀ ਪਿੱਟੀ ਚੀਜ਼; ਬੁੱਢਾ

old maid /ਅਉਲਡ'ਮੇਇਡ/ *n* ਬੁੱਢ ਕੁਆਰੀ

old man's beard *n* ਸਲ੍ਹਾਬੇ ਉੱਤੇ ਜੰਮੀ ਹਰਿਆਈ; ਇੱਕ ਛੋਟੇ ਪੱਤਿਆਂ ਵਾਲੀ ਵੇਲ, ਸਾਂਵਲ

oldness /'ਅਉਲਡਨਅਸ/ *n* ਬੁਢਾਪਾ, ਪ੍ਰਾਚੀਨਤਾ, ਪੁਰਾਤਨਤਾ; ਜੀਰਨਤਾ, ਜਰਜਰਤਾ

Old Nick *n* ਸ਼ੈਤਾਨ, ਭੂਤਨਾ

oldster /'ਅਉਲਡਸਟਅ*/ *n* ਪੱਕੀ ਉਮਰ ਦਾ ਵਿਅਕਤੀ, ਬੁੱਢਾ, ਬਜ਼ੁਰਗ

old stuff *n* ਪੁਰਾਣੀ ਖ਼ਬਰ, ਹੰਢੀ ਬੀਤੀ ਵਸਤੂ ਜਾਂ ਗੱਲ

Old Testament *n* ਈਸਾਈਆਂ ਦੀ ਧਰਮ ਪੁਸਤਕ ਬਾਈਬਲ ਦਾ ਪਹਿਲਾ ਹਿੱਸਾ ਜਿਸ ਵਿੱਚ ਈਸਾ ਦੇ ਜਨਮ ਤੋਂ ਪਹਿਲਾਂ ਯਹੂਦੀਆਂ ਦੇ ਇਤਿਹਾਸ ਅਤੇ ਵਿਸ਼ਵਾਸਾਂ ਆਦਿ ਬਾਰੇ ਦੱਸਿਆ ਗਿਆ ਹੈ

old thing *n* ਪੁਰਾਣੇ ਜਾਣੂ (ਵਾਕਫ਼ਕਾਰ) ਲਈ ਵਰਤਿਆ ਜਾਣ ਵਾਲਾ ਸੰਬੋਧਨੀ ਸ਼ਬਦ

old woman /ਅਉਲਡ'ਵੁਮਅਨ/ *n* ਬੁੱਢੀ ਔਰਤ, ਬਜ਼ੁਰਗ ਔਰਤ, ਕਿਸੇ ਵਿਅਕਤੀ ਦੀ ਮਾਂ ਜਾਂ ਪਤਨੀ; ਡਰਾਕਲ ਮਨੁੱਖ, ਬਿਨਾਂ ਕਾਰਨ ਨਿੱਕੀ ਜਿਹੀ ਗੱਲ ਤੋਂ ਘਬਰਾ ਜਾਣ ਵਾਲਾ ਜਾਂ ਪ੍ਰੇਸ਼ਾਨ ਰਹਿਣ ਵਾਲਾ ਵਿਅਕਤੀ, ਫਿਲਮਾਂ ਆਦਿ ਵਿਚ ਬਜ਼ੁਰਗ ਔਰਤ ਦਾ ਅਭਿਨੈ ਕਰਨ ਵਾਲੀ ਅਭਿਨੇਤਰੀ

old world /,ਅਉਲਡ'ਵਅ:ਲਡ/ *n* ਪੁਰਾਣੇ ਸਮੇਂ ਦਾ ਸੰਸਾਰ, ਲੰਘ ਚੁੱਕੇ ਸਮੇਂ ਦੀ ਦੁਨੀਆਂ

oleaginous /,ਅਉਲਿ'ਐਜਿਨਅਸ/ *a* ਥਿੰਦਾ, ਚਿਕਨਾਹਟ ਵਾਲਾ, ਚਿਕਨਾ, ਰੋਗਨੀ, ਚਰਬੀਦਾਰ, ਥਿੰਦਿਆਈ ਵਾਲਾ

oleander /,ਅਉਲਿ'ਐਨਡਅ*/ *n* ਕਨੇਰ, ਇੱਕ ਝਾੜੀ

oleaster /,ਅਉਲਿ'ਐਸਟਅ*/ *n* ਜੈਤੂਨ ਵਰਗਾ ਇੱਕ ਖੱਟੇ ਫੁੱਲਾਂ ਵਾਲਾ ਜੰਗਲੀ ਰੁੱਖ

oleograph /'ਅਉਲਿਅਉਗਰਾਫ਼/ *n* ਰੋਗਨੀ ਤਸਵੀਰ, ਤੇਲ ਚਿੱਤਰ

O level *n abbr* **ordinary level** ਦਾ ਸੰਖਿਪਤ ਰੂਪ, ਇੰਗਲੈਂਡ ਅਤੇ ਵੇਲਜ਼ ਵਿਚ ਸੋਲਾਂ ਸਾਲ ਦੀ ਉਮਰ ਦੇ ਵਿਦਿਆਰਥੀਆਂ ਦੀ ਇੱਕ ਪਰੀਖਿਆ ਦਾ ਨਾਮ

olfactory /ਔਲ'ਫ਼ੈਕਟਅਰਿ/ *n* ਨਾਸਾਂ, ਨੱਕ *a* ਗੰਧ ਸੁੰਘਣ ਵਾਲਾ; ਸੁੰਘਣ ਸ਼ਕਤੀ ਸੰਬੰਧੀ; ਬਾਸ਼ਨਾ ਬਾਰੇ

oligaemia /ਔਲਿ'ਜੀਮਿਅ/ *n* ਖ਼ੂਨ ਦੀ ਅਸਧਾਰਨ ਘਾਟ

oligarchy /'ਔਲਿਗਾਕਿ/ *n* ਕੁਝ ਧਨਾਢਾਂ ਜਾਂ ਉੱਚ ਕੁਲ ਦੇ ਲੋਕਾਂ ਦਾ ਰਾਜ; ਅਲਪਤੰਤਰ, ਜੁੰਡੀ ਰਾਜ, ਅਲਪਤੰਤਰੀ ਸ਼ਾਸਕ

oligopoly /,ਔਲਿ'ਗੌਪਅਲਿ/ *n* (ਅਰਥ) ਅਲਪਾਧਿਕਾਰ

oliguria /,ਔਲਿ'ਗਯੂਰਿਅ/ *n* ਪਿਸ਼ਾਬ ਦੀ ਕਮੀ

olio /'ਅਉਲਿਅਉ/ *n* ਰਲਿਆ-ਮਿਲਿਆ ਖਾਣਾ, ਮਿਸ਼ਰਿਤ ਭੋਜਨ, ਖਿਚੜੀ ਖਾਣਾ; ਸਤਨਾਜਾ; ਮਿਲਗੋਭਾ, ਮਿਲਾਵਟ; ਭਾਂਤ-ਭਾਂਤ ਦੀਆਂ ਸਾਹਿਤਕ ਕਿਰਤਾਂ ਦਾ ਸੰਗ੍ਰਹਿ

olivaceous /,ਔਲਿ'ਵ਼ੇਇਸ਼ਅਸ/ *a* ਜੈਤੂਨ ਦੇ ਰੰਗਾਂ ਦਾ; ਕਾਲੀ ਖੱਟੀ ਭਾਹ ਵਾਲਾ ਹਰਾ

olive /'ਔਲਿਵ਼/ *n* ਜੈਤੂਨ, ਜੈਤੂਨ ਦਾ ਰੁੱਖ ਅਤੇ ਉਸ ਦਾ ਫਲ, ਜੈਤੂਨ ਦੀ ਪੱਤੀ, ਜੈਤੂਨ ਦੀਆਂ ਪੱਤੀਆਂ ਦਾ ਹਾਰ, ਜੈਤੂਨ ਦੀ ਟਾਹਣੀ, ਜੈਤੂਨ ਦੀ ਗਿਟਕ; ਜੈਤੂਨ ਦੀ ਲੱਕੜੀ; ਜੈਤੂਨੀ ਰੰਗ

olive branch /'ਔਲਿਵ਼ ਬਰਾਨਚ, 'ਔਲਿਵ਼ ਬਰਾਨਸ਼ / *n* ਜੈਤੂਨ ਦੀ ਟਾਹਣੀ ਜੋ ਸੁਲ੍ਹਾ ਅਤੇ ਅਮਨ ਦੀ ਨਿਸ਼ਾਨੀ ਹੈ, ਸਫ਼ੈਦ ਝੰਡਾ ਜਾਂ ਝੰਡੀ, ਸੁਲ੍ਹਾ ਦਾ ਚਿੰਨ੍ਹ

olive drab *n* ਫਿੱਕਾ ਹਰਾ ਰੰਗ, ਜ਼ੈਤੂਨੀ ਹਰਾ ਰੰਗ

oliver /'ਔਲਿਵ਼ਅ*/ *n* ਛੋਟੀ ਹਥੌੜੀ

olivet /'ਔਲਿਵ਼ੈਟ/ *n* ਇੱਕ ਪ੍ਰਕਾਰ ਦਾ ਬਣਾਉਟੀ ਮੋਤੀ

olivine /,ਔਲਿ'ਵ਼ੀਨ/ *n* ਜੈਤੂਨੀ ਰੰਗ ਦਾ ਇੱਕ ਹੀਰਾ

Olympiad /ਅ'ਲਿਮਪਿਐਡ/ *n* ਪ੍ਰਾਚੀਨ ਯੂਨਾਨ ਵਿੱਚ ਓਲੰਪਿਕ ਖੇਡਾਂ ਦੇ ਵਿਚਲਾ ਚਾਰ ਸਾਲ ਦਾ

ਸਮਾਂ ਜਿਸ ਦੇ ਆਧਾਰ 'ਤੇ ਯੂਨਾਨੀ ਸੰਮਤ ਅੰਕਿਆ ਜਾਂਦਾ ਸੀ; ਉਲੰਪਿਕ ਖੇਡਾਂ ਦਾ ਉਤਸਵ

Olympian /ਅ'ਲਿਮਪਿਅਨ/ *a* ਓਲੰਪਿਸ ਬਾਰੇ, ਓਲੰਪਿਸ ਦਾ; ਸ਼ਾਨਦਾਰ, ਸ੍ਰੇਸ਼ਠ, ਉੱਤਮ; ਅਰਸ਼ੀ, ਦੇਵਲੋਕੀ *n* ਸ਼ਾਂਤ ਚਿੱਤ ਵਿਰਾਗੀ ਮਨੁੱਖ; ਪ੍ਰਾਚੀਨ ਯੂਨਾਨ ਦਾ ਇੱਕ ਦੇਵਤਾ; ਉਲੰਪਿਸ ਪਰਬਤ ਉੱਤੇ ਰਹਿਣ ਵਾਲਾ ਦੇਵਤਾ; ਓਲੰਪਿਕ ਖੇਡਾਂ ਵਿੱਚ ਭਾਗ ਲੈ ਚੁੱਕਾ ਖਿਡਾਰੀ

Olympic /ਅ'ਲਿਮਪਿਕ/ *a* ਓਲੰਪੀਆ ਬਾਰੇ, ਓਲੰਪੀਆ ਦਾ; ਓਲੰਪਿਕ ਖੇਡਾਂ ਬਾਰੇ

Olympic Games *n* ਪ੍ਰਾਚੀਨ ਯੂਨਾਨ ਦੇ ਨਗਰ ਓਲੰਪੀਆ ਵਿੱਚ ਹਰ ਚਾਰ ਸਾਲ ਪਿੱਛੋਂ ਹੋਣ ਵਾਲਾ ਖੇਡਾਂ ਦੇ ਮੁਕਾਬਲੇ ਦਾ ਉਤਸਵ; ਅੱਜ ਕੱਲ੍ਹ ਇਸੇ ਨਾਮ ਥੱਲੇ ਚਹੁੰ ਵਰ੍ਹਿਆਂ ਪਿੱਛੋਂ ਹੋਣ ਵਾਲੇ ਖੇਡਾਂ ਦੇ ਅੰਤਰ-ਰਾਸ਼ਟਰੀ ਮੁਕਾਬਲੇ

ombrology /ਔਮ'ਬਰੌਲਅਜਿ/ *n* ਵਰਖਾ ਵਿਗਿਆਨ

ombudsman /'ਔਮਬੁਡਜ਼ਮਅਨ/ *n* ਲੋਕਪਾਲ

omega /'ਅਉਮਿਗਅ/ *n* ਯੂਨਾਨੀ ਲਿੱਪੀ ਦਾ ਅੰਤਿਮ ਅੱਖਰ; ਕਿਸੇ ਲੜੀ ਦੀ ਅੰਤਿਮ ਵਸਤੂ; ਅੰਤ, ਅਖੀਰ, ਸਿਖਰ

omelet, omelette /'ਔਮਲਅਟ/ *n* ਆਂਡਿਆਂ ਦਾ ਪੂੜਾ, ਆਮਲੇਟ

omen /'ਅਉਮਅਨ/ *n* ਸ਼ਗਨ (ਚੰਗਾ ਜਾਂ ਬੁਰਾ), ਭਵਿੱਖ ਵਿੱਚ ਹੋਣ ਵਾਲੀ ਘਟਨਾ ਦਾ ਸੂਚਕ, ਪੋਖੋਂ *v* ਸ਼ਗਨ ਵਿਚਾਰਨਾ, ਭਵਿੱਖਬਾਣੀ ਕਰਨਾ, ਪੋਖੋਂ ਦੇਣਾ

ominous /'ਔਮਿਨਅਸ/ *a* ਬੁਰੇ ਸ਼ਗਨ ਵਾਲਾ, ਭੈੜੀ ਹੋਣੀ ਦਾ ਸੂਚਕ, ਕੁਸ਼ਗਨਾ, ਚੰਦਰਾ, ਅਸ਼ੁਭ, ਨਹਿਸ਼

omission /ਅ'ਮਿਸ਼ਨ/ *n* ਭੁੱਲ, ਭੁੱਲ-ਚੁੱਕ, ਗ਼ਲਤੀ, ਉਕਾਈ, ਤਰੁੱਟੀ, ਅਣਗਹਿਲੀ, ਖੁੰਝਾਈ; ਛੋਟ

omit /ਅ'ਮਿਟ/ *vt* ਛੱਡ ਜਾਣਾ, ਖੁੰਝਾ ਦੇਣਾ, ਸ਼ਾਮਲ ਨਾ ਕਰਨਾ, ਭੁੱਲ ਜਾਣਾ, ਕਿਸੇ ਕੰਮ ਵੱਲੋਂ ਅਣਗਹਿਲੀ ਕਰਨਾ; ਕੁਝ ਕਰਨਾ, ਯਾਦ ਨਾ ਰਹਿਣਾ; ਨਜ਼ਰ-ਅੰਦਾਜ਼ ਕਰ ਦੇਣਾ

omni-/'ਔਮਨਿ-/ *a* ਸਰਬਜਨਕ, ਸਰਬਅੰਗੀ, ਕਈ ਪ੍ਰਯੋਜਨ ਸਿੱਧ ਕਰਨ ਵਾਲਾ, ਬਹੁਭਾਂਤੀ

omnibus /'ਔਮਨਿਬਅਸ/ *n* ਜਨਤਕ ਬਸ, ਰੇਲਵੇ ਬਸ *a* ਸਰਬੰਗੀ, ਬਹੁਅੰਗੀ, ਕਈ ਪ੍ਰਯੋਜਨ ਸਿੱਧ ਕਰਨ ਵਾਲਾ, ਕਈਆਂ ਮੱਦਾਂ ਨੂੰ ਸ਼ਾਮਲ ਕਰਨ ਵਾਲਾ, ਬਹੁਭਾਂਤੀ

omnifarious /ˌਔਮਨਿ'ਫ਼ੇਅਰਿਅਸ/ *a* ਸਰਬ ਵਿਧ, ਹਰ ਪ੍ਰਕਾਰ ਦਾ

omniferous /ਔਮ'ਨਿਫ਼ਅਰਅਸ/ *a* ਸਰਬ ਉਤਪਾਦਕ

omniform /'ਔਮਨਿਫ਼ੋਮ/ *a* ਸਰਬ-ਰੂਪੀ

omnigenous /ਔਮ'ਨਿਜਿਨਅਸ/ *a* ਸਰਬ -ਜਾਤੀ

omnipercipience /ˌਔਮਨਿਪਅ:'ਸਿਪਯਅਨਸ/ *n* ਸਰਬ-ਗਿਆਨ, ਸੰਪੂਰਨ ਸੋਝੀ

omnipotence /ਔਮ'ਨਿਪਅਟਅਨਸ/ *n* ਸਰਬ-ਸ਼ਕਤੀਮਾਨਤਾ

omnipotent /ਔਮ'ਨਿਪਅਟਅਨਟ/ *a* ਸਰਬ-ਸ਼ਕਤੀਮਾਨ

omnipresence /ˌਔਮਨਿ'ਪਰੈਜ਼ਨਸ/ *n* ਸਰਬ-ਵਿਆਪਕਤਾ, ਵਿਸ਼ਵ-ਵਿਆਪਕਤਾ

omnipresent /ˌਔਮਨਿ'ਪਰੈਜ਼ਨਟ/ *a* ਸਰਬ-ਵਿਆਪਕ, ਸਰਬ-ਵਿਆਪੀ

omniscience /ਔਮ'ਨਿਸਿਅਨਸ/ *n* ਸਰਬੱਗਤਾ, ਸਰਬ-ਗਿਆਨ

omniscient /ਔਮ'ਨਿਸਿਅਨਟ/ *a* ਸਭ ਕੁਝ ਜਾਣਨ ਵਾਲਾ, ਜਾਣੀ-ਜਾਣ, ਸਰਬੱਗ, ਸਰਬ -ਗਿਆਨੀ, ਸਰਬਦਰਸ਼ੀ, ਤ੍ਰੈਕਾਲ-ਦਰਸ਼ੀ

omnium /'ਔਮਨਿਅਮ/ *n* ਕੁੱਲ ਪੂੰਜੀ, ਰਾਸ

omnium gatherum /ˌਔਮਨਿਅਮ'ਗੈਦ(ਅ)ਰਮ/ *n* ਭਾਨਮਤੀ ਦਾ ਥੈਲਾ, ਭਾਂਤ-ਸੁਭਾਂਤੀ ਸਮੂਹ, ਜਮਘਟਾ

omnivore /'ਔਮਨਿਵੋ*/ *n* ਸਰਬ-ਆਹਾਰੀ ਪ੍ਰਾਣੀ, ਸਰਬ-ਭੱਖੀ ਜਾਂ ਸਰਬ-ਭੋਜੀ ਜੀਵ

omnivorous /ਔਮ'ਨਿਵ੍ਅਰਅਸ/ *a* ਸਭ ਕੁਝ

ਖਾ ਜਾਣ ਵਾਲਾ, ਸਰਬ-ਭੱਖੀ, ਸਰਬ-ਭੋਜੀ

omophagia /ˌ**ਅਉਮਅ'ਫ਼ੇਇਜਿਅ**/ *n* ਕੱਚਾ ਮਾਸ ਖਾਣ ਦੀ ਪ੍ਰਥਾ

omphalos /'**ਔਮਫ਼ਅਲੌਸ**/ *n* ਨਾਭ ਕੇਂਦਰ; ਕੇਂਦਰੀ ਸਥਾਨ, (ਯੂਨਾਨ ਵਿਖੇ) ਡੈਲਫੀ ਨਾਮਕ ਸਥਾਨ ਉੱਤੇ ਗੱਡਿਆ ਇੱਕ ਪੱਥਰ ਜਿਸ ਨੂੰ ਪ੍ਰਿਥਵੀ ਦਾ ਕੇਂਦਰ ਮੰਨਿਆ ਜਾਂਦਾ ਸੀ

on[1] /**ਔਨ**/ *prep* ਉੱਤੇ, ਉਪੱਰ, ਵਿੱਚ, ਨੂੰ; ਉਦੇਸ਼, ਪ੍ਰਯੋਜਨ, ਮੰਤਵ, ਆਧਾਰ, ਕੇਂਦਰ, ਧੁਰਾ; ਫਲਸਰੂਪ; (ਸਮਾਂ) ਤਤਕਾਲ, ਉਸੇ ਵੇਲੇ; ਵਿਚਕਾਰ; ਨੇੜੇ, ਕੋਲ, ਲਾਗੇ, ਪਾਸ, ਸਾਮ੍ਹਣੇ, ਅੱਗੇ ਵੱਲ; ਠੀਕ ਪਿੱਛੇ; ਠੀਕ ਉੱਤੇ ਜਾਂ ਉੱਪਰ; ਪ੍ਰਭਾਵ ਪਾਉਂਦੇ ਹੋਏ, ਵਿੱਚ ਰਹਿੰਦੇ ਹੋਏ, ਵਿੱਚ ਚੱਲਦੇ ਹੋਏ

on[2] *n* ਕ੍ਰਿਕਟ ਵਿੱਚ ਵਿਕਟ ਕੀਪਰ ਦੇ ਖੱਬੇ ਪਾਸੇ ਦਾ ਮੈਦਾਨ *a* ਨਾਲ ਲੱਗਿਆ ਹੋਇਆ, ਨਾਲ ਜੁੜਿਆ ਹੋਇਆ *adv* ਨਿਰੰਤਰ, ਲਗਾਤਾਰ, ਬਰਾਬਰ; ਹੋਰ ਅੱਗੇ ਵੱਲ ਜਾਂ ਅਗਲੇ ਪਾਸੇ, ਵਧ ਕੇ, ਜਾਰੀ; ਓਧਰ, ਪਰੇ, ਉੱਪਰ, ਉੱਤੇ, ਨੂੰ, ਵਿੱਚ

onager /'**ਔਨਅਜਅ***/ *n* ਜੰਗਲੀ ਖੋਤਾ; (ਇਤਿ) ਕਿਲ੍ਹਾ ਤੋੜਨ ਲਈ ਪੱਥਰ ਸੁੱਟਣ ਵਾਲੀ ਮਸ਼ੀਨ

on-air *a* (ਰੇਡੀਓ ਟੈਲੀਵਿਜ਼ਨ 'ਤੇ) ਪ੍ਰਸਾਰਿਤ

onanism /'**ਅਉਨਅਨਿਜ਼ਅਮ**/ *n* ਹੱਥ-ਮੈਥੁਨ, ਹੱਥ-ਰਸ, ਆਤਮ-ਵਿਭਚਾਰ

once /**ਵਅੱਨਸ**/ *adv* ਇੱਕ ਵਾਰੀ, ਇਕੇਰਾਂ; ਕਦੇ ਬੀਤ ਚੁੱਕੇ ਸਮੇਂ ਵਿੱਚ *conj* ਜਿਉਂ ਹੀ, ਜਦੋਂ ਕਦੇ, ਇੱਕ ਵਾਰੀ, ਜੇ ਕਿਤੇ; ਕਦੇ ਵੀ *n* ਇੱਕ ਅਵਸਰ, ਇੱਕ ਮੌਕਾ

oncome /'**ਔਨਕਅੱਮ**/ *n* ਬੁਛਾੜ, ਵਾਰ, ਹੱਲਾ

oncoming /'**ਔਨਕਅੱਮਿਙ**/ *n* ਪਹੁੰਚ, ਨਿਕਟਤਾ *a* ਨਜ਼ਦੀਕ, ਨੇੜੇ; ਕੋਲ ਦਾ, ਲਾਗੇ ਦਾ, ਭਵਿੱਖੀ

on dit /**ਔਨ'ਡੀ**/ *(F)* *n* ਸੁਣੀ-ਸੁਣਾਈ ਗੱਲ, ਅਫ਼ਵਾਹ

one /**ਵਅੱਨ**/ *a* ਇੱਕ, ਇੱਕੋ; ਬਰਾਬਰ, ਸਮਾਨ; ਇਕੱਲਾ, ਅਭਿੰਨ *pron* ਕੋਈ, ਕੋਈ ਇੱਕ *n* ਇੱਕ ਦੀ ਗਿਣਤੀ, ਇਕਾਈ; ਇੱਕ ਵਸਤੂ, ਇੱਕ ਮਨੁੱਖ; ਅਭਿਨੇਤਾ; ਇੱਕਰੂਪਤਾ; ਪ੍ਰਥਮ ਅੰਕ; ਕੋਈ ਆਦਮੀ, ਕੋਈ ਚੀਜ਼

one another *pron* ਆਪਸ ਵਿੱਚ, ਇੱਕ ਦੂਜੇ ਦਾ

one-eyed /ˌ**ਵਅੱਨ'ਆਇਡ**/ *a* ਇੱਕ ਅੱਖ ਵਾਲਾ, ਕਾਣਾ

oneiro /**ਅ'ਨਾਇਰਅਉ**/ *n* ਸੁਪਨਾ

oneirocritic /**ਅˌਨਾਇਰਅਉ'ਕਰਿਟਿਕ**/ *a* ਸੁਪਨੇ ਦਾ ਫਲ ਦੱਸਣ ਵਾਲਾ, ਸੁਪਨ ਵਿਚਾਰੀ

oneirocriticism /**ਅˌਨਾਇਰਅਉ'ਕਰਿਟਿਸਿਜ਼ਅਮ**/ *n* ਸੁਪਨ ਵਿਚਾਰ, ਸੁਪਨ ਫਲ ਸ਼ਾਸਤਰ

oneirodynia /**ਅˌਨਾਇਰਅਉ'ਡਾਇਨਿਅ**/ *n* ਬੇਚੈਨੀ ਭਰੀ ਨੀਂਦ, ਅਸ਼ਾਂਤ ਨੀਂਦ

oneness /'**ਵਅੱਨਨਅਸ**/ *n* ਏਕਤਾ, ਇੱਕਰੂਪਤਾ, ਇੱਕਜੁੱਟਤਾ, ਅਭਿੰਨਤਾ; ਅਦਵੈਤਤਾ; ਵਿਲੱਖਣਤਾ, ਨਿਰਾਲਾਪਣ, ਅਨੋਖਾਪਣ

oner /'**ਵਅੱਨਅ***/ *n* ਵਿਲੱਖਣ ਵਿਅਕਤੀ ਜਾਂ ਵਸਤੂ, ਅਦਭੁਤ ਪਦਾਰਥ, ਸਰਬ-ਉੱਤਮ ਵਿਅਕਤੀ ਜਾਂ ਵਸਤੂ; (ਅਪ) ਇੱਕ ਪੌਂਡ; (ਬੋਲ) ਚਪੇੜ, ਥੱਪੜ; ਕ੍ਰਿਕਟ ਵਿੱਚ ਉਹ ਹਿੱਟ ਜਿਸ ਨਾਲ ਇੱਕ ਰਨ (ਦੌੜ) ਬਣੇ; ਗਪੌੜ, ਗੱਪ, ਕੋਰਾ ਝੂਠ

onerous /'**ਅਉਨਅਰਅਸ**/ *a* ਔਖਾ, ਕਠਨ, ਦੁੱਭਰ; ਭਾਰਾ

oneself /**ਵਅੱਨ'ਸੈੱਲਫ਼**/ *pron* ਆਪਣਾ ਆਪ, ਆਪ, ਆਪੇ

one-sided /ˌ**ਵਅੱਨ'ਸਾਇਡਿਡ**/ *a* ਇੱਕ ਪਾਸੀ, ਇੱਕ ਪੱਖੀ, ਇੱਕਤਰਫ਼ਾ; ਅਨਿਆਂਪੂਰਨ, ਪੱਖਪਾਤ ਵਾਲਾ

one-to-one /ˌ**ਵਅੱਨਟਅ'ਵਅੱਨ**/ *a* ਇੱਕ ਦਾ, ਇੱਕ ਨਾਲ, ਇਕੱਲੇ ਇਕੱਲੇ ਦਾ

one-upmanship /**ਵਅੱਨ'ਅੱਪਮਅਨਸ਼ਿਪ**/ *n* ਧੌਂਸ ਜਮਾਉਣ ਦੀ ਕਲਾ, ਚੌਧਰ ਜਮਾਉਣ ਦਾ ਹੁਨਰ

onfall /'**ਔਨਫ਼ੋਲ**/ *n* ਹਮਲਾ, ਵਾਰ, ਧਾਵਾ,

ਆਕਰਮਣ

onflow /'ਔਨਫ਼ਲਅਉ/ *n* ਅਗਾਂਹ ਨੂੰ ਵਹਾਅ

ongoings /'ਔਨਗਅਉਇਙਜ਼/ *n* (ਬਹੁ) (ਨਿਰਾਲੀਆਂ ਅਤੇ ਨਾਮੁਨਾਸਬ) ਕਾਰਵਾਈਆਂ

oniomania /ਅਉਨਿਅ'ਮੇਇਨਿਅ/ *n* ਖ਼ਰੀਦ ਖ਼ਬਤ, ਵਸਤੂਆਂ ਖ਼ਰੀਦਣ ਦਾ ਸ਼ੁਦਾ

onion /'ਅੱਨਯਅਨ/ *n* ਗੰਢਾ, ਗੱਠਾ, ਪਿਆਜ਼

online /ˌਔਨ'ਲਾਇਨ/ *a* (ਕੰਪਿ) ਕੰਪਿਊਟਰ ਜਾਂ ਇੰਟਰਨੈੱਟ ਰਾਹੀਂ ਨਿਯੰਤਰਤ ਕੀਤਾ ਜਾਣ ਵਾਲਾ ਜਾਂ ਇਹਨਾਂ ਨਾਲ ਜੁੜਿਆ

onlooker /'ਔਨਲੁਕਅ*/ *n* ਖੇਡ-ਤਮਾਸ਼ਾ ਵੇਖਣ ਵਾਲਾ, ਦਰਸ਼ਕ, ਤਮਾਸ਼ਬੀਨ

only /'ਅਉਨਲਿ/ *adv* ਕੇਵਲ, ਸਿਰਫ਼, ਨਿਰਾ, ਨਿਰਾ-ਪੁਰਾ *a* ਇਕੱਲਾ, ਇੱਕੋ *conj* ਬਸ ਇੰਨਾ ਹੀ, ਹੀ, ਬਸ; ਪਰ, ਪਰੰਤੂ, ਪਰ ਇਹ ਕਿ, ਜੇ ਇੰਜ ਨਾ ਹੁੰਦਾ

onomastic /ˌਔਨਅ(ਉ)'ਮੈਸਟਿਕ/ *a* ਨਾਂ ਸੰਬੰਧੀ

onomatopoeia /ˌਔਨਅˌਮੈਟਅ'ਪੀਅ/ *n* ਨਾਦ ਅਲੰਕਾਰ, ਧੁਨੀ ਅਨੁਕਰਨ

onomatopoeic /ˌਔਨਅˌਮੈਟਅ'ਪੀਇਕ/ *a* ਅਵਾਜ਼ ਦੀ ਨਕਲ ਉੱਤੇ ਬਣਾਇਆ (ਸ਼ਬਦ), ਧੁਨੀ ਅਨੁਕਰਨਕ, ਨਾਦ ਅਲੰਕਾਰਕ

onrush /'ਔਨਰਅੱਸ਼/ *n* ਅੱਗੇ ਵੱਲ ਧਾਵਾ, ਚੜ੍ਹਾਅ

onset /'ਔਨਸੈੱਟ/ *n* ਸਖ਼ਤ ਹਮਲਾ, ਜੁਸ਼ੀਲਾ ਧਾਵਾ, ਚੜ੍ਹਾਈ; ਅਰੰਭ, ਸ਼ੁਰੂਆਤ

onshore /'ਔਨਸ਼ੋ*/ *a* ਸਮੁੰਦਰ ਦੇ ਕਿਨਾਰੇ ਦੀ ਧਰਤੀ ਉੱਤੇ

onside/ˌਔਨ'ਸਾਇਡ/ *a* (ਹਾਕੀ ਆਦਿ ਖੇਡ ਵਿੱਚ) ਸਹੀ ਸਥਾਨ ਉੱਤੇ

onslaught /'ਔਨਸਲੋਟ/ *n* ਡਾਢਾ ਹਮਲਾ, ਪ੍ਰਚੰਡ ਆਕਰਮਣ, ਕਰਾਰਾ ਵਾਰ

onto /ਔਨਟਅ, *ਸਵਰ ਤੋਂ ਪਹਿਲਾਂ* **ਔਨਟੁ/** *prep* ਦੇ ਉੱਪਰ, ਉੱਤੇ, 'ਤੇ

ontological /ˌਔਨਟਅ'ਲੌਜਿਕਲ/ *a* ਤੱਤ ਸ਼ਾਸਤਰ ਸੰਬੰਧੀ

ontologist /ਔਨ'ਟੌਲਅਜਿਸਟ/ *n* ਤੱਤ ਵਿਗਿਆਨੀ, ਤੱਤ ਸ਼ਾਸਤਰੀ, ਤੱਤਵੇਤਾ

ontology /ਔਨ'ਟੌਲਅਜਿ/ *n* ਤੱਤ ਵਿਗਿਆਨ, ਤੱਤ ਸ਼ਾਸਤਰ; ਤੱਤ ਮੀਮਾਂਸਾ

onus /'ਅਉਨਅਸ/ *n* ਜ਼ੁੰਮੇਵਾਰੀ, ਫ਼ਰਜ਼, ਕਰਤੱਵ

onward /'ਔਨਵਅਡ/ *a* ਅੱਗੇ ਵਧਣ ਵਾਲਾ, ਅੱਗੇ ਵਧਿਆ ਹੋਇਆ, ਅਗਲਾ

onwards /'ਔਨਵਅਡਜ਼/ *adv* ਅੱਗੇ, ਅਗਾਂਹ, ਅਗੇਰੇ

onymous /'ਔਨਿਮਅਸ/ *a* ਨਾਂ ਵਾਲਾ, ਨਾਂ ਯੁਕਤ

onyx /'ਔਨਿਕਸ/ *n* ਸੁਲੇਮਾਨੀ ਪੱਥਰ

oodles /'ਊਡਲਜ਼/ *n* (ਬੋਲ) ਢੇਰ, ਅੰਬਾਰ

oof /ਊਫ/ *n* (ਬੋਲ) ਰੁਪਈਆ ਪੈਸਾ, ਦੌਲਤ; ਨਕਦ, ਰੋਕੜ, ਨਾਵਾਂ

ooh/ਊ/ *int* ਹਾਏ, ਹੈਂ, ਓਹ ਹੋ

oolite /'ਅਉਅਲਾਇਟ/ *n* ਦਾਣੇਦਾਰ ਚੂਨੇ ਦਾ ਪੱਥਰ; ਅਜਿਹੇ ਪੱਥਰ ਦੀਆਂ ਚਟਾਨਾਂ ਦੀ ਲੜੀ

oolitic /ˌਅਉਅ'ਲਿਟਿਕ/ *a* ਚੂਨੇ ਦੇ ਪੱਥਰ ਦਾ

oomph/ਉਮਫ਼/ *n* ਸ਼ਕਤੀ, ਮਜ਼ਬੂਤੀ; ਅੱਛੀ ਸ਼ਕਲ ਸੂਰਤ

oops /ਉਪਸ, ਊਪਸ/ *int* ਓਹ ਹੋ, ਹਾਏ

ooze /ਊਜ਼/ *n* ਰੇਤ ਜਾਂ ਮਿੱਟੀ ਵਿੱਚੋਂ ਪਾਣੀ ਦੇ ਸਿੰਮਣ ਦਾ ਅਮਲ; ਸੇਮ, ਪਤਲਾ ਗਾਰਾ, ਸਮੁੰਦਰ ਜਾਂ ਦਰਿਆ ਦੇ ਥੱਲੇ ਦੀ ਪਿਲਪਿਲੀ ਮਿੱਟੀ *v* ਸਿੰਮਣਾ, ਚੋਣਾ, ਝਰਨਾ, ਰੇਤ ਮਿੱਟੀ ਆਦਿ ਵਿੱਚੋਂ ਰਿਸ-ਰਿਸ ਕੇ ਪਾਣੀ ਨਿਕਲਨਾ; ਖ਼ਬਰ ਆਦਿ ਦੇਣਾ

oozy /'ਊਜ਼ਿ/ *a* ਸੇਮ ਵਾਲੀ, ਸਿੰਮਦੀ ਹੋਈ, ਚੋਂਦੀ

opacity /ਅਉ'ਪੈਸਅਟਿ/ *n* ਧੁੰਦਲਾਪਣ, ਅਪਾਰਦਰਸ਼ਤਾ; ਮੰਦ ਬੁੱਧੀ, ਮੋਟੀ ਅਕਲ; ਅਰਥ ਦੀ ਅਸਪਸ਼ਟਤਾ

opal /'ਅਉਪਲ/ *n* ਇੱਕ ਕੱਚ ਜਿਸ ਦੇ ਰੰਗ ਬਦਲਦੇ ਰਹਿੰਦੇ ਹਨ; ਦੁਧੀਆ ਪੱਥਰ

opalescent /ˌਅਉਪਅ'ਲੈੱਸਨਟ/ *a* ਕਈ ਪ੍ਰਕਾਰ ਦੇ ਰੰਗ ਬਦਲਨ ਵਾਲਾ, ਝਿਲਮਿਲਾਉਂਦਾ,

ਬਹੁਰੰਗਾ

opaline /'ਅਉਪ(ਅ)ਲੀਨ/ *a* ਦੁਧੀਆ ਪੱਥਰ ਵਰਗਾ; ਰੰਗ-ਬਰੰਗਾ, ਰੰਗ ਵਟਾਉਣ ਵਾਲਾ *n* ਦੁਧੀਆ ਸ਼ੀਸ਼ਾ

opaque /ਅਉ'ਪੇਇਕ/ *a* ਧੁੰਦਲਾ, ਅਸਪਸ਼ਟ; ਅੰਧਕਾਰਮਈ, ਅਪਾਰਦਰਸ਼ੀ ਜਿਸ ਵਿੱਚੋਂ ਦੂਜੇ ਪਾਸੇ ਦੀ ਚੀਜ਼ ਵੇਖੀ ਨਾ ਜਾ ਸਕੇ; ਮੋਟੀ ਬੁੱਧੀ ਵਾਲਾ (ਮਨੁੱਖ), ਥੋੜ੍ਹੀ ਅਕਲ ਵਾਲਾ (ਆਦਮੀ)

op art /'ਔਪ ਆਟ/ *n* ਚਿੱਤਰਕਲਾ ਜਿਸ ਵਿੱਚ ਚਿੱਤਰ ਚਲਦੇ ਨਜ਼ਰ ਆਉਂਦੇ ਹਨ

op. cit. /ˌਔਪ'ਸਿਟ/ *n* **opera citato** ਦਾ ਸੰਖਿਪਤ ਰੂਪ, ਉਹੀ ਰਚਨਾ ਜਿਸਦਾ ਹਵਾਲਾ ਪਹਿਲਾਂ ਦਿੱਤਾ ਗਿਆ ਹੈ

ope /ਅਉਪ/ *v* (**open** ਦਾ ਇੱਕ ਰੂਪ), (ਕਾਵਿਕ) ਖੁੱਲਣਾ, ਖੋਲ੍ਹਣਾ

OPEC /'ਅਉਪੈੱਕ/ *abbr* **Organization of Petroleum Exporting Countries** ਦਾ ਸੰਖਿਪਤ ਰੂਪ, ਤੇਲ ਨਿਰਯਾਤ ਨਾਲ ਸੰਬੰਧਿਤ, ਇੱਕ ਸੰਸਥਾ ਦਾ ਨਾਮ

op-ed *abbr* **opposite the editorial page** ਦਾ ਸੰਖਿਪਤ ਰੂਪ, ਅਖ਼ਬਾਰ ਦੇ ਸੰਪਾਦਕੀ ਪੰਨੇ ਦੇ ਸਾਮ੍ਹਣੇ ਵਾਲਾ ਪੰਨਾ

open /'ਅਉਪਅਨ/ *a* ਬਿਨਾਂ ਬੂਹੇ ਬਿਨਾਂ ਕੰਧਾਂ ਦੇ; ਜ਼ਾਹਰ, ਖੁੱਲ੍ਹਾ, ਮੋਕਲਾ, ਚੌੜਾ, ਪ੍ਰਗਟ, ਅਣਕੱਜਿਆ, ਖੁੱਲ੍ਹਮ-ਖੁੱਲ੍ਹਾ; ਆਮ (ਖ਼ਾਸ ਦੇ ਵਿਰੋਧ ਵਿੱਚ); ਖਿੱਲਰਿਆ ਹੋਇਆ, ਫੈਲਿਆ ਹੋਇਆ; ਖਿੜਿਆ ਹੋਇਆ; ਮੁਸਾਮਾਂ ਵਾਲਾ; ਸਾਫ਼ ਦਿਲ; (ਵਿਆ) (ਸਵਰ) ਜਿਸ ਦੇ ਉਚਾਰਨ ਵਿੱਚ ਮੂੰਹ ਵਧੇਰੇ ਖੁੱਲ੍ਹੇ *v* ਖੋਲ੍ਹਣਾ ਜਾਂ ਖੁੱਲ੍ਹਣਾ, ਮੀਟਣਾ ਜਾਂ ਮੀਟੇ ਜਾਣਾ; ਵਿੱਢਣਾ, ਅਰੰਭ ਕਰਨਾ, ਉਦਘਾਟਨ ਕਰਨਾ; ਸਰ ਹੋਣਾ ਜਾਂ ਕਰਨਾ; ਜ਼ਾਹਰ ਕਰਨਾ; ਚੀਰਨਾ, ਅਰੰਭ ਹੋਣਾ, ਖੁੱਲ੍ਹਣਾ; ਫਟਣਾ, ਪਾਟਣਾ; (ਗੱਲਬਾਤ) ਅਰੰਭ ਕਰਨਾ; (ਸਮੁੰਦਰ) ਪੂਰੀ ਤਰ੍ਹਾਂ ਦਿਸਣਾ *n* ਖੁੱਲ੍ਹੀ ਥਾਂ, ਖੁੱਲ੍ਹਾ ਮੈਦਾਨ

open door *n* ਕੁਝ ਕਰ ਸਕਣ ਦੀ ਖੁੱਲ੍ਹ, ਕੋਈ ਜਾਣਕਾਰੀ ਪ੍ਰਾਪਤ ਕਰਨ ਦੀ ਖੁਲ੍ਹ

open-ended /ˌਅਉਪ(ਅ)ਨ'ਐਂਨੱਡਿਡ/ *a* (ਭਾਸ਼ਾ) ਖੁੱਲ੍ਹਾ; ਚਲਦੀ, ਜਾਰੀ (ਗੱਲਬਾਤ)

opener/'ਅਉਪਨਅ*/ *n* ਅਰੰਭ ਕਰਨ ਵਾਲਾ ਬੰਦਾ; ਡੱਬਾ ਜਾਂ ਬੋਤਲ ਵਗੈਰਾ ਖੋਲ੍ਹਣ ਵਾਲਾ ਸੰਦ

open-eyed /ˌਅਉਪ(ਅ)ਨ'ਆਇਡ/ *a* ਸੁਚੇਤ, ਹੁਸ਼ਿਆਰ; ਖ਼ਬਰਦਾਰ, ਸਾਵਧਾਨ

open-faced *a* ਸਾਫ਼ ਦਿਲ

open-handed /ˌਅਉਪ(ਅ)ਨ'ਹੈਨਡਿਡ/*a* ਸਖ਼ੀ, ਦਾਨੀ, ਉਦਾਰ

open-hearted /ˌਅਉਪ(ਅ)ਨ'ਹਾਟਿਡ/ *a* ਸਾਫ਼ ਦਿਲ, ਮਿਲਨਸਾਰ, ਚੰਗੇ ਸੁਭਾਅ ਵਾਲਾ

open-heart surgery *n* ਦਿਲ ਦੀਆਂ ਖ਼ੂਨ ਦੀਆਂ ਬੰਦ ਨਾੜੀਆਂ ਦੀ ਚੀਰ ਫਾੜ (ਜਿਸ ਦੌਰਾਨ ਖ਼ੂਨ ਦਾ ਵਹਾਅ ਮਸ਼ੀਨ ਨਾਲ ਚੱਲਦਾ ਰੱਖਿਆ ਜਾਂਦਾ ਹੈ), ਦਿਲ ਦਾ ਓਪਰੇਸ਼ਨ

opening /'ਅਉਪਨਿਙ/ *n* ਝੀਥ, ਵਿਰਲ, ਛੇਕ, ਮੂੰਹ, ਗਲੀ; ਉਦਘਾਟਨ; ਪਰਦਾ ਚੁੱਕਣ ਜਾਂ ਅਰੰਭ ਕਰਨ ਦੀ ਕਿਰਿਆ; ਮੁਨਾਸਬ ਮੌਕਾ, ਅਵਸਰ; ਸੰਜੋਗ; (ਵਕੀਲ ਦਾ) ਅਰੰਭਿਕ ਬਿਆਨ; (ਸ਼ਤਰੰਜ) ਨਿਸ਼ਚਿਤ ਅਰੰਭਿਕ ਚਾਲ *a* ਅਰੰਭਿਕ, ਸ਼ੁਰੂ ਦਾ; ਉਦਘਾਟਨੀ

opening hours *n* ਦੁਕਾਨਾਂ ਬੈਂਕਾਂ ਵਗੈਰਾ ਦਾ ਕੰਮ ਕਰਨ ਦਾ ਸਮਾਂ

opening time /'ਅਉਪਨਿਙ ਟਾਇਮ/ *n* ਠੇਕੇ ਜਾਂ ਸ਼ਰਾਬਖ਼ਾਨੇ ਦਾ ਸ਼ਰਾਬ ਵੇਚਣ ਦਾ ਸਮਾਂ

open letter *n* (ਅਪੀਲ ਜਾਂ ਵਿਰੋਧ ਵਜੋਂ) ਖੁੱਲ੍ਹੀ ਚਿੱਠੀ

openly /'ਅਉਪਅਨਲਿ/ *adv* ਖੁੱਲ੍ਹਮ-ਖੁੱਲ੍ਹਾ; ਖੁੱਲ੍ਹੇ ਤੌਰ 'ਤੇ, ਸਪਸ਼ਟ ਰੂਪ ਵਿੱਚ, ਪ੍ਰਗਟ ਰੂਪ ਵਿੱਚ, ਸਾਫ਼ ਸ਼ਬਦਾਂ ਵਿੱਚ, ਉੱਘੇ ਤੌਰ 'ਤੇ, ਸ਼ਰੇਆਮ

open market *n* ਬਿਨਾਂ ਰਾਜਕੀ ਰੋਕ ਥਾਮ ਦੇ ਵਪਾਰ; ਮੰਗ ਅਤੇ ਪੂਰਤੀ 'ਤੇ ਨਿਰਧਾਰਿਤ ਕੀਮਤਾਂ, ਖੁੱਲ੍ਹਾ ਵਪਾਰ

open-minded /ˌਅਉਪ(ਅ)ਨ'ਮਾਇਨਡਿਡ/ *a*

ਨਿਰਪੱਖ, ਖੁੱਲ੍ਹਦਿਲਾ, ਬੇਤਅੱਸਬ

openness /**'ਅਉਪਅਨਨਅਸ**/ *n* ਖੁੱਲ੍ਹਦਿਲੀ, ਬਿਨਾਂ ਲੁਕਾਅ-ਛੁਪਾਅ ਦੇ ਕਾਰਵਾਈ, ਸਾਫ਼ ਦਿਲੀ; ਰੀਤੀ-ਰਿਵਾਜ ਦੀ ਥਾਂ ਵਿਚਾਰ ਕੇ ਕੀਤੀ ਕਾਰਵਾਈ

open-source *a* (ਕੰਪਿ) ਕੰਪਿਊਟਰ ਪ੍ਰੋਗਰਾਮ ਜਿਸ ਵਿੱਚ ਕੋਈ ਵਿਅਕਤੀ ਵੀ ਤਬਦੀਲੀ ਕਰ ਸਕਦਾ ਹੈ

open verdict *n* (ਕਿਸੇ ਬੰਦੇ ਦੀ ਮੌਤ ਦੇ ਕਾਰਨ ਦਾ ਪਤਾ ਨਾ ਲੱਗਣ ਬਾਰੇ) ਬਰਤਾਨਵੀ ਕਨੂੰਨ ਦਾ ਦਿੱਤਾ ਫੈਸਲਾ

opera /**'ਔਪਰਅ**/ *n* ਗੀਤ ਨਾਟ, ਓਪੇਰਾ

opera-cloak *n* ਉਹ ਚੋਗਾ ਜਿਹੜਾ ਇਸਤਰੀਆਂ ਗੀਤ ਨਾਟ ਵੇਖਣ ਵੇਲੇ ਜਾਂ ਤਿਰਕਾਲਾਂ ਦੀਆਂ ਦਾਹਵਤਾਂ ਵਿੱਚ ਪਾ ਕੇ ਜਾਂਦੀਆਂ ਹਨ

opera glasses *n* ਨਾਟ ਭਵਨ ਵਿੱਚ ਵਰਤਣ ਵਾਲੀ ਛੋਟੀ ਦੂਰਬੀਨ

opera-house *n* ਗੀਤ ਨਾਟਸ਼ਾਲਾ

operand/**'ਔਪਅਰੈਨਡ**/ *n* (ਗਣਿ) ਸੰਖਿਆ ਜਿਸ ਉੱਤੇ ਕੋਈ ਕਾਰਜ ਕੀਤਾ ਜਾਣਾ ਹੈ

operate /**'ਔਪਅਰੇਇਟ**/ *v* ਅਮਲ ਕਰਨਾ, ਅਮਲ ਵਿੱਚ ਲਿਆਉਣਾ; ਕਿਰਿਆਸ਼ੀਲ ਕਰਨਾ, (ਕੰਮ-ਕਾਰ) ਚਲਾਉਣਾ; ਕੋਈ ਮਸ਼ੀਨ ਚਲਾਉਣਾ; (ਕਿਸੇ ਭਾਵ ਨੂੰ) ਉਭਾਰਨ ਦੀ ਕੋਸ਼ਿਸ਼ ਕਰਨਾ; (ਲੇਖੇ-ਪੱਤੇ ਉੱਤੇ) ਕਾਬੂ ਰੱਖਣਾ; (ਦਵਾਈ ਦਾ) ਅਸਰ ਕਰਨਾ, ਕਾਟ ਕਰਨਾ; ਚੀਰਾ ਦੇਣਾ, ਚੀਰ-ਫਾੜ ਕਰਨਾ, ਓਪਰੇਸ਼ਨ ਕਰਨਾ; (ਫ਼ੌਜ) ਫ਼ੌਜੀ ਕਾਰਵਾਈ ਕਰਨਾ

operatic /**ਔਪ(ਅ)ਰ'ਐਟਿਕ**/ *a* ਗੀਤ ਨਾਟ ਦਾ, ਸੰਗੀਤ ਨਾਟਕ ਵਰਗਾ

operating system *n* (ਕੰਪਿ) ਕੰਪਿਊਟਰ ਅਤੇ ਹੋਰ ਪ੍ਰੋਗਰਾਮਾਂ ਨੂੰ ਚਲਾਉਣ ਵਾਲੇ ਪ੍ਰੋਗਰਾਮਾਂ ਦੇ ਸਮੂਹ

operation /**ˌਔਪਅ'ਰੇਇਸ਼ਨ**/ *n* ਓਪਰੇਸ਼ਨ, ਚੀਰ-ਫਾੜ; ਕਾਰਵਾਈ, ਕਿਰਿਆ ਪ੍ਰਨਾਲੀ, ਅਮਲ, ਵਰਤੋਂ, ਕਿਰਿਆ; ਕਾਰੋਬਾਰ, ਕੰਮ-ਕਾਜ; ਪ੍ਰਭਾਵ, ਪ੍ਰਮਾਣਿਕਤਾ, ਕਾਰਜ ਖੇਤਰ, ਪ੍ਰਭਾਵ ਖੇਤਰ; ਉੱਦਮ, ਯਤਨ; (ਫ਼ੌਜੀ ਟੁਕੜੀਆਂ ਦੀ) ਗਤੀਵਿਧੀ, ਸੈਨਿਕ ਕਾਰਵਾਈ; (ਗਣਿ) ਅਮਲ, ਕਿਰਿਆ

operative /**'ਔਪਅਰਅਟਿਵ਼**/ *a* ਕਾਰਜਸ਼ੀਲ, ਕਰਮਕਾਰੀ; ਗੁਣਕਾਰੀ, ਅਸਰਦਾਇਕ, ਫਲਦਾਇਕ; ਲਾਗੂ; ਓਪਰੇਸ਼ਨ ਦਾ *n* ਕਾਰੀਗਰ, ਮਿਸਤਰੀ, ਸ਼ਿਲਪਕਾਰ; ਕਰਮਚਾਰੀ, ਮਜ਼ਦੂਰ, ਕਾਮਾ

operator /**'ਔਪਅਰੇਇਟਅ***/ *n* ਚਲਾਉਣ ਵਾਲਾ, ਚਾਲਕ; ਕਰਤਾ, ਕਰਮਕਾਰੀ; ਓਪਰੇਸ਼ਨ (ਚੀਰ-ਫਾੜ) ਕਰਨ ਵਾਲਾ; ਵਪਾਰ ਦਾ ਕਿੱਤਾ ਕਰਨ ਵਾਲਾ ਵਿਅਕਤੀ

operculum /**ਅ'ਪਅ:ਕਯੁਲਅਮ**/ *n* ਮੱਛੀਆਂ ਦੀ ਸੁਆਸ ਨਾਲੀ ਦਾ ਢੱਕਣ; ਘੋਗੇ ਦੇ ਮੂੰਹ ਦਾ ਪਰਦਾ; ਪੌਦਿਆਂ ਦੀ ਪਰਦੇ ਜਿਹੀ ਝਿੱਲੀ

operetta /**ˌਔਪਅ'ਰੈਟਅ**/ *n* ਲਘੂ ਸੰਗੀਤ ਨਾਟਕ, ਥੋੜ੍ਹੇ ਸਮੇਂ ਦਾ ਸੰਗੀਤ ਨਾਟਕ, ਇਕਾਂਗੀ ਸੰਗੀਤ ਨਾਟਕ

ophidian /**ਔ'ਫ਼ਿਡਿਅਨ**/ *a* ਸੱਪ ਸੰਬੰਧੀ *n* ਸੱਪ ਦੀ ਨਸਲ, ਸੱਪ

ophiolatry /**ˌਔਫ਼ਿ'ਔਲਅਟਰਿ**/ *n* ਨਾਗ-ਪੂਜਾ, ਸੱਪ-ਪੂਜਾ

ophiology /**ˌਔਫ਼ਿ'ਔਲਅਜਿ**/ *n* ਸੱਪ ਵਿਗਿਆਨ, ਸਪਾਧਾਗਿਰੀ, ਸੱਪ ਵਰਣਨ

ophthalmia /**ਔਫ਼'ਥੈਲਮਿਅ**/ *n* ਅੱਖ ਦੀ ਸੋਜ਼ਸ਼

ophthalmic /**ਔਫ਼'ਥੈਲਮਿਕ**/ *n* ਅੱਖ ਰੋਗ ਲਈ ਲਾਭਦਾਇਕ ਦਵਾਈ *a* ਅੱਖ ਦਾ, ਅੱਖ ਸੰਬੰਧੀ; ਦੁਖਦੀ ਅੱਖ ਵਾਲਾ, ਅੱਖਾਂ ਦੇ ਰੋਗ ਵਾਲਾ

ophthalmist, ophthalmologist /**ਔਫ਼'ਥੈਲਮਿਸਟ ˌਔਫ਼ਥੈਲ'ਮੌਲਅਜਿਸਟ**/ *n* ਅੱਖ ਵਿਗਿਆਨੀ, ਅੱਖਾਂ ਦਾ ਮਾਹਰ ਡਾਕਟਰ

ophthalmology /**ˌਔਫ਼ਥੈਲ'ਮੌਲਅਜਿ**/ *n* ਅੱਖ ਰੋਗ ਵਿਗਿਆਨ, ਨੇਤਰ ਚਿਕਿਤਸਾ

ophthalmoscope /**ਔਫ਼'ਥੈਲਮਅਸਕਅਉਪ**/ *n* ਅੱਖ ਦੇ ਅੰਦਰਲੇ ਹਿੱਸੇ ਨੂੰ ਵੇਖਣ ਵਾਲਾ ਯੰਤਰ,

ਔਪਥੈਲਮੋਸਕੋਪ, ਨੇਤਰ ਜਾਂਚ ਯੰਤਰ

opiate /'ਅਉਪਿਅਟ/ *vi* ਅਫ਼ੀਮ ਮਿਲਾ ਦੇਣਾ *n* ਨੀਂਦ ਲਿਆਉਣ ਵਾਲੀ ਜਾਂ ਬੇਹੋਸ਼ ਕਰਨ ਵਾਲੀ ਅਫ਼ੀਮ ਮਿਲੀ ਦਵਾਈ; ਅਫ਼ੀਮ ਮਿਲੀਆਂ ਦਵਾਈਆਂ ਜਿਹੇ ਅਸਰ ਵਾਲੀ ਦਵਾਈ

opine /ਅਉ'ਪਾਇਨ/ *vt* ਰਾਇ ਹੋਣਾ, ਰਾਏ ਦੇਣਾ; ਵਿਚਾਰ ਪ੍ਰਗਟ ਕਰਨਾ

opinion /ਅ'ਪਿਨਯਅਨ/ *n* ਰਾਏ, ਮੱਤ, ਸੰਮਤੀ, ਅਨੁਮਾਨਿਤ ਵਿਚਾਰ, ਖ਼ਿਆਲ; ਅਸਥਾਈ ਵਿਸ਼ਵਾਸ, ਆਸ਼ਾ; ਇਰਾਦਾ; ਅਨੁਮਾਨ, ਅੰਦਾਜ਼ਾ

opinionated /ਅ'ਪਿਨਯਅਨੇਇਟਿਡ/ *a* ਕੱਟੜ ਵਿਚਾਰਾਂ ਵਾਲਾ, ਆਪਣੀ ਰਾਏ ਉੱਤੇ ਅੜਿਆ ਰਹਿਣ ਵਾਲਾ, ਜ਼ਿੱਦੀ, ਅੜੀਅਲ, ਹਠੀ, ਸਿਰੜੀ, ਤਅੱਸਬੀ

opinion poll *n* ਵੇਖੋ **poll**

opium /'ਅਉਪਿਅਮ/ *n* ਅਫ਼ੀਮ

opobalsam /,ਔਪਅ'ਬੋਲਸਅਮ/ *n* ਗੁੱਗਲ

opopanax /ਅਉ'ਪੌਪਅਨੈਕਸ/ *n* ਇੱਕ ਪ੍ਰਕਾਰ ਦਾ ਗੁੱਗਲ; ਦਵਾਈਆਂ ਵਿੱਚ ਵਰਤੀ ਜਾਣ ਵਾਲੀ ਜਾਂ ਅਤਰ ਆਦਿ ਬਣਾਉਣ ਵਿੱਚ ਕੰਮ ਆਉਣ ਵਾਲੀ ਇੱਕ ਬਦਬੋਦਾਰ ਗਾਲ

opossum /ਅ'ਪੌਸਅਮ/ *n* ਇੱਕ ਥੈਲੀਦਾਰ ਜਾਨਵਰ

opponent /ਅ'ਪਅਉਨਅਨਟ/ *n* ਵਿਰੋਧੀ, ਵੈਰੀ, ਦੁਸ਼ਮਣ, ਵਿਰੋਧੀ ਧੜੇ ਦਾ ਆਦਮੀ *a* ਉਲਟਾ, ਵਿਰੁੱਧ

opportune /'ਔਪਅਟਯੂਨ/ *a* ਠੀਕ, ਉਚਿਤ, ਅਨੁਕੂਲ, ਯੋਗ, ਢੁਕਵਾਂ, ਜਚਵਾਂ; ਠੀਕ ਮੌਕੇ ਉੱਤੇ ਹੋਇਆ ਜਾਂ ਵਾਪਰਿਆ, ਸਮੇਂ ਅਨੁਕੂਲ, ਉਚਿਤ ਅਵਸਰ ਵਾਲਾ

opportunism /,ਔਪਅ'ਟਯੂਨਿਜ਼ਅਮ/ *n* ਮੌਕਾ-ਪ੍ਰਸਤੀ, ਅਵਸਰਵਾਦ, ਜ਼ਮਾਨਾਸਾਜ਼ੀ, ਵੇਲਾ ਟਪਾਊ ਨੀਤੀ, ਵਿਹਾਰਕ ਨੀਤੀ, ਸਮਝੌਤੇ ਦੀ ਨੀਤੀ

opportunist /,ਔਪਅ'ਟਯੂਨਿਸਟ/ *n a* ਮੌਕਾਪ੍ਰਸਤ, ਜ਼ਮਾਨਾਸਾਜ਼, ਅਵਸਰਵਾਦੀ

opportunistic/,ਔਪਅਟਯੂ'ਨਿਸਟਿਕ/ *a* ਸਮੇਂ ਦੇ ਅਨੁਕੂਲ, ਮੌਕੇ ਮੁਤਾਬਕ; ਮੌਕਾਪ੍ਰਸਤ

opportunity /,ਔਪਅ'ਟਯੂਨਅਟਿ/ *n* ਮੌਕਾ, ਅਵਸਰ; ਢੋ, ਸੰਜੋਗ, ਦਾਅ, ਸਮੇਂ ਦੀ ਉਪਯੋਗਤਾ, ਅਵਸਰ ਦੀ ਅਨੁਕੂਲਤਾ, ਮੁਨਾਸਬ ਮੌਕਾ, ਉਚਿਤ ਅਵਸਰ

oppose /ਅ'ਪਅਉਜ਼/ *vt* ਵਿਰੋਧ ਕਰਨਾ, ਮੁਖ਼ਾਲਫ਼ਤ ਕਰਨਾ, ਟਾਕਰੇ ਉੱਤੇ ਲਿਆਉਣਾ; ਮਤੇ (ਪ੍ਰਸਤਾਵ) ਨਾਲ ਅਸਹਿਮਤੀ ਪ੍ਰਗਟ ਕਰਨਾ; ਵਿਰੋਧੀਆਂ ਵਾਲੀ ਕਾਰਵਾਈ ਕਰਨਾ; ਰੋਕਣਾ, ਵਿਰੋਧੀ ਪੱਖ ਲੈਣਾ

opposed/ਅ'ਪਅਉਜ਼ਡ/ *a* ਵਿਰੁਧ, ਉਲਟ, ਬਰਖ਼ਿਲਾਫ਼

opposing/ਅ'ਪਅਉਜ਼ਿਙ/ *a* ਵਿਰੋਧੀ, ਮੁਖਲਾਫ

opposite /'ਔਪਅਜ਼ਿਟ, -ਜ਼ਿਟ/ *a* ਵਿਰੋਧੀ, ਉਲਟਾ; ਸਾਮ੍ਹਣੇ ਵਾਲਾ; ਮੁਕਾਬਲੇ ਦਾ, ਵਿਪਰੀਤ, ਪ੍ਰਤਿਕੂਲ *n* ਵਿਰੋਧੀ ਵਸਤੂ ਜਾਂ ਸ਼ਬਦ *adv* ਉਲਟ; ਵਿਰੋਧੀ ਦਿਸ਼ਾ ਵਿੱਚ, ਉਲਟੇ ਪਾਸੇ

opposition /,ਔਪਅ'ਜ਼ਿਸ਼ਨ/ *n* ਵਿਰੋਧ, ਮੁਖ਼ਾਲਫ਼ਤ; ਦੁਸ਼ਮਣੀ; ਵਿਰੋਧੀ ਧੜਾ, ਵਿਰੋਧੀ ਪੱਖ; ਤੁਲਨਾ, ਟਾਕਰਾ; ਪ੍ਰਤਿਕੂਲਤਾ, ਵਿਪੱਖਤਾ

oppress /ਅ'ਪਰੈੱਸ/ *vt* ਸਤਾਉਣਾ, ਦੁੱਖ ਦੇਣਾ, ਜਿੱਚ ਕਰਨਾ, ਦਬਾਉਣਾ, ਧੱਕਾ ਕਰਨਾ, ਜ਼ੁਲਮ ਕਰਨਾ, ਅਤਿਆਚਾਰ ਕਰਨਾ, ਦਮਨ ਕਰਨਾ, ਸ਼ੋਸ਼ਣ ਕਰਨਾ, ਅਤਿਆਚਾਰੀ ਸ਼ਾਸਨ ਕਰਨਾ, ਦਬਾ ਦੇਣਾ, ਲਿਤਾੜ ਦੇਣਾ

oppressed /ਅ'ਪਰੈੱਸਟ/ *a* ਅਤਿਆਚਾਰ ਦਾ ਸ਼ਿਕਾਰ ਹੋਇਆ, ਸਤਾਇਆ ਹੋਇਆ, ਦੱਬਿਆ ਹੋਇਆ

oppression /ਅ'ਪਰੈੱਸ਼ਨ/ *n* ਸਖ਼ਤੀ, ਜਬਰ, ਧੱਕਾ; ਅਤਿਆਚਾਰ, ਜ਼ੁਲਮ, ਸ਼ੋਸ਼ਣ; ਵਧੀਕੀ, ਜ਼ੋਰਾਵਰੀ

oppressive /ਅ'ਪਰੈੱਸਿਵ/ *a* ਸਖ਼ਤੀ ਵਾਲਾ, ਜਬਰ ਵਾਲਾ, ਧੱਕੇ ਵਾਲਾ; ਜ਼ੁਲਮ ਵਾਲਾ, ਅਤਿਆਚਾਰ ਵਾਲਾ, ਜਾਬਰ

opprobrious /ਅ'ਪਰਅਉ ਬਰਿਅਸ/ *a* ਬਦਨਾਮੀ ਵਾਲਾ, ਨਮੋਸ਼ੀ ਵਾਲਾ, ਨਿੰਦਾਤਮਿਕ, ਘਿਰਨਤ

opprobrium /ਅ'ਪਰਅਉ ਬਰਿਅਮ/ *n* ਬਦਨਾਮੀ, ਬੇਇੱਜ਼ਤੀ, ਨਿੰਦਿਆ, ਨਮੋਸ਼ੀ

oppugn /ਅ'ਪਯੂਨ/ *vt* (ਕਿਸੇ ਗੱਲ 'ਤੇ) ਇਤਰਾਜ਼ ਕਰਨਾ; ਬਹਿਸ ਕਰਨਾ, ਤਰਕ ਰਾਹੀਂ ਖੰਡਨ ਕਰਨਾ

opt /ਔਪਟ/ *vi* ਆਪਣੀ ਪਸੰਦ ਦੱਸਣਾ, ਆਪਣੀ ਇੱਛਾ ਪ੍ਰਗਟ ਕਰਨਾ, ਆਪਣੀ ਮਰਜ਼ੀ ਦੱਸਣਾ

optative /'ਔਪਟਅਟਿਵ਼/ *a* ਇੱਛਾ ਪ੍ਰਗਟ ਕਰਨ ਵਾਲਾ, ਇੱਛਾਸੂਚਕ

optic /'ਔਪਟਿਕ/ *a* ਅੱਖ ਸੰਬੰਧੀ, ਅੱਖ ਦਾ, ਨਜ਼ਰ ਦਾ *n* (ਬਹੁ) ਪ੍ਰਕਾਸ਼ ਵਿਗਿਆਨ; (ਮਖ਼ੌਲ ਵਿੱਚ) ਅੱਖ

optical /'ਔਪਟਿਕਲ/ *a* ਅੱਖ ਸੰਬੰਧੀ, ਅੱਖ ਦਾ; ਦ੍ਰਿਸ਼ਟੀ ਸੰਬੰਧੀ, ਪ੍ਰਕਾਸ਼ ਵਿਗਿਆਨ ਸੰਬੰਧੀ

optical character recognition ਵੇਖੋ **OCR**

optical illusion *n* ਦੇਖਣ ਵਿਚ ਪਿਆ ਭੁਲੇਖਾ, ਦੇਖਣ ਦਾ ਛਲ, ਭਰਮ, ਵਹਿਮ

optician /ਔਪ'ਟਿਸ਼ਨ/ *n* ਦ੍ਰਿਸ਼ਟੀ ਵਿਗਿਆਨੀ; ਐਨਕਾਂ ਵੇਚਣ ਵਾਲਾ, ਐਨਕਸਾਜ਼

optics /'ਔਪਟਿਕਸ/ *n* ਨਜ਼ਰ ਨਾਲ ਸੰਬੰਧਿਤ ਗਿਆਨ, ਪ੍ਰਕਾਸ਼ ਵਿਗਿਆਨ

optimal /'ਔਪਟਿਮਅਲ/ *a* ਵੇਖੋ **optimum**

optimism /'ਔਪਟਿਮਿਜ਼ਅਮ/ *n* ਆਸ਼ਾਵਾਦ, ਚੜ੍ਹਦੀਕਲਾ, ਖ਼ੁਸ਼ਉਮੀਦੀ, ਇਹ ਵਿਚਾਰ ਕਿ ਹਰ ਕੰਮ ਦਾ ਆਖ਼ਰੀ ਸਿੱਟਾ ਚੰਗਾ ਹੀ ਹੁੰਦਾ ਹੈ, ਇਹ ਧਾਰਨਾ ਕਿ ਅੰਤ ਉੱਤੇ ਸੰਸਾਰ ਵਿੱਚ ਬਦੀ ਉੱਤੇ ਨੇਕੀ ਦੀ ਜਿੱਤ ਹੋਵੇਗੀ, ਹਰ ਗੱਲ ਦਾ ਚੰਗਾ ਪੱਖ ਵੇਖਣ ਦੀ ਨੀਤੀ

optimist /'ਔਪਟਿਮਿਸਟ/ *n* ਆਸ਼ਾਵਾਦੀ, ਖ਼ੁਸ਼ਉਮੀਦ, ਚੜ੍ਹਦੀਕਲਾ ਵਿੱਚ ਰਹਿਣ ਵਾਲਾ ਵਿਅਕਤੀ

optimistic /ˌਔਪਟਿ'ਮਿਸਟਿਕ/ *a* ਆਸ਼ਾਵਾਦੀ, ਚੜ੍ਹਦੀਕਲਾ ਵਾਲਾ

optimize /'ਔਪਟਿਮਾਇਜ਼/ *v* ਵੱਧ ਤੋਂ ਵੱਧ ਕਰਨਾ ਜਾਂ ਹੋਣਾ; ਆਸ਼ਾਵਾਦੀ ਹੋਣਾ, ਚੜ੍ਹਦੀਕਲਾ ਵਿੱਚ ਹੋਣਾ

optimum /'ਔਪਟਿਮਅਮ/ *a* ਸਰਵੋਤਮ, ਆਦਰਸ਼ਕ, ਅਨੁਕੂਲਤਮ

option /'ਔਪਸ਼ਨ/ *n* ਚੁਣਨ ਦਾ ਅਧਿਕਾਰ, ਆਪਣੀ ਮਰਜ਼ੀ ਵਰਤਣ ਦੀ ਖੁੱਲ੍ਹ; ਚੋਣ, ਇੱਛਾ, ਸਵੈਇੱਛਾ, ਇਖ਼ਤਿਆਰ, ਮਰਜ਼ੀ; ਚੁਣੀ ਗਈ ਵਸਤੂ, ਇਖ਼ਤਿਆਰੀ ਚੀਜ਼

optional /'ਔਪਸ਼ਅਨਲ/ *a* ਇਖ਼ਤਿਆਰੀ; ਇੱਛਕ, ਵਿਕਲਪ, ਮਰਜ਼ੀ ਦਾ, ਚੁਣਿਆ ਹੋਇਆ

optophone /'ਔਪਟਅਫ਼ਅਉਨ/ *n* ਅੰਨ੍ਹਿਆਂ ਨੂੰ ਪੜ੍ਹਨ ਵਿੱਚ ਸਹਾਇਤਾ ਦੇਣ ਵਾਲਾ ਯੰਤਰ

opt-out /'ਔਪਟ ਆਉਟ/ *n* ਆਪਣੇ ਮੁਤਾਬਕ ਕੀਤਾ ਕਾਰਜ, ਕਿਸੇ ਦਖ਼ਲ ਅੰਦਾਜ਼ੀ ਤੋਂ ਮੁਕਤ ਕਾਰਵਾਈ, ਮਨਮਰਜ਼ੀ

opulence /'ਔਪਯਅਲਅਨਸ/ *n* ਦੌਲਤ, ਧਨ-ਮਾਲ; ਅਮੀਰੀ, ਰੁਪਈਆ-ਪੈਸਾ; ਭਰਪੂਰਤਾ

opulent /'ਔਪਯਅਲਅਨਟ/ *a* ਧਨਵਾਨ, ਮਾਲਦਾਰ, ਅਮੀਰ, ਦੌਲਤਮੰਦ, ਰੱਜਿਆ-ਪੁੱਜਿਆ, ਭਰਿਆ ਹੋਇਆ, ਬਹੁਤ ਜ਼ਿਆਦਾ

opus /'ਅਉਪਅਸ/ *n* ਕਿਸੇ ਲੇਖਕ ਜਾਂ ਕਲਾਕਾਰ ਦੀ ਮੁੱਖ ਰਚਨਾ ਜਾਂ ਕ੍ਰਿਤੀ, ਉੱਤਮ ਸਾਹਿਤਕ ਰਚਨਾ, ਸ਼ਾਹਕਾਰ ਰਚਨਾ

opuscule, opusculum /ਔਪ'ਅੱਸਕਯੂਲ, ਔ'ਪਅੱਸਕਯੁਲਅਮ/ *n* ਛੋਟੀ ਰਚਨਾ ਜਾਂ ਕ੍ਰਿਤੀ, ਛੋਟਾ ਗੀਤ

or[1] /ਓ*/ *n* ਹਥਿਆਰਾਂ ਉੱਤੇ ਸੁਨਹਿਰੀ ਜਾਂ ਖੱਟੇ ਰੰਗ ਦੀ ਉਕਰਾਈ; ਸੁਨਹਿਰੀ ਰੰਗ

or[2] *prep* (ਪਰਾ) ਪਹਿਲਾਂ, ਪਹਿਲੋਂ

or[3] *conj* ਜਾਂ, ਜਾਂ ਤਾਂ; ਜਾਂ....ਜਾਂ, ਨਹੀਂ ਤਾਂ

orach /'ਔਰਿਚ/ *n* ਪਹਾੜੀ ਸ਼ਲਗਮ

oracle /'ਔਰਅਕਲ/ *n* (ਪ੍ਰਾਚੀਨ ਯੂਨਾਨ ਵਿੱਚ) ਦੇਵਤਿਆਂ ਤੋਂ ਪ੍ਰਸ਼ਨ ਪੁੱਛਣ ਵਾਲੀ ਥਾਂ; ਦੇਵਤਿਆਂ

ਦੁਆਰਾ ਕੀਤੀ ਗਈ ਭਵਿੱਖਬਾਣੀ, ਦੇਵ ਬਾਣੀ, ਗ਼ੈਬੀ ਅਵਾਜ਼, ਅਗੰਮੀ ਵਾਕ; ਇਲਹਾਮ, ਅਗੰਮੀ ਸੂਝ; ਮਾਰਗ ਦਰਸ਼ਕ; ਲਾਲ ਬੁਝੱਕੜ; ਇਲਹਾਮੀ ਖ਼ਬਰ ਦੇਣ ਵਾਲਾ, ਭਵਿੱਖਬਾਣੀ ਕਰਨ ਵਾਲਾ, ਭਵਿੱਖ ਵਕਤਾ, ਨਿਆਂਯੁਕਤ ਨਿਰਨਾ

oracular /ਅ'ਰੈਕਯਅਲਅ*/ *a* ਭਵਿੱਖਬਾਣੀ ਵਾਲਾ, ਅਗੰਮੀ ਵਾਕ ਬਾਰੇ, ਅਗੰਮੀ, ਇਲਹਾਮੀ; ਭੇਦ ਭਰਿਆ; ਗੂੜ੍ਹ

oragious /ਅ'ਰੇਇਜਅਸ/ *a* ਤੂਫ਼ਾਨੀ

oral /'ਓਰਅਲ/ *a* ਜ਼ਬਾਨੀ, ਅਲਿਖਤ, ਮੌਖ਼ਿਕ; ਮੂੰਹ ਦਾ, ਮੂੰਹ ਬਾਰੇ; ਖਾਣ ਜਾਂ ਪੀਣ ਵਾਲਾ

oral history *n* ਜ਼ਬਾਨੀ ਦੱਸਿਆ ਇਤਿਹਾਸ, ਮੁਲਾਕਾਤਾਂ ਰਾਹੀ ਇਕੱਤਰ ਕੀਤਾ ਇਤਿਹਾਸ, ਬੋਲ ਰਿਕਾਰਡ ਕਰ ਕੇ ਤਿਆਰ ਕੀਤਾ ਇਤਿਹਾਸ

orange[1] /'ਔਰਿਨਜ/ *n* ਸੰਤਰਾ, ਸੰਗਤਰਾ; ਸੰਤਰੇ ਦਾ ਬੂਟਾ *a* ਸੰਤਰੇ ਰੰਗਾ, ਭਗਵਾਂ, ਸੰਤਰੀ; ਸੰਤਰੇ ਨਾਲ ਸੰਬੰਧਿਤ

Orange[2] *n* ਆਇਰਲੈਂਡ ਦੀ ਇੱਕ ਧਾਰਮਿਕ ਰਾਜਨੀਤਿਕ ਪਾਰਟੀ

Orangeman /'ਔਰਿਨਜਮਅਨ/ *n* ਔਰੈਂਜ ਪਾਰਟੀ ਦਾ ਮੈਂਬਰ

orangery /'ਔਰਿਨਜਅਰਿ/ *n* ਸੰਤਰਿਆਂ ਦਾ ਬਗੀਚਾ, ਸੰਤਰਿਆਂ ਦਾ ਬਾਗ਼

Orangism /ਔ'ਰਿਨਜਿਜ਼ਅਮ/ *n* (ਆਇਰਲੈਂਡ) ਔਰੈਂਜ ਪਾਰਟੀ ਦੇ ਸਿਧਾਂਤ

orang-outang /ਓ,ਰੈਙ ਊ'ਟੈਨ/, orang-utan /ਓ,ਰੈਙ ਊ'ਟੈਨ, ਅ'ਰੈਙ ਊਟੈਨ/ *n* ਬਣਮਾਣਸ, ਵੱਡਾ ਲੰਗੂਰ, ਅਰੰਗੋਟੈਂਗ (ਬੋਰਨੀਓ ਅਤੇ ਸਮਾਟਰਾ ਦਾ ਬਣਮਾਣਸ)

orant /'ਔਰਅਨਟ/ *n* ਪੂਜਕ, ਪੁਜਾਰੀ

orarium /ਅ'ਰੇਅਰਿਅਮ/ *n* ਹੱਥ ਪੂੰਝਣ ਵਾਲਾ ਕੱਪੜਾ, ਰੁਮਾਲ

orate /ਓ'ਰੇਇਟ/ *vi* ਭਾਸ਼ਣ ਦੇਣਾ, ਤਕਰੀਰ ਕਰਨਾ, (ਹਾਸ) ਵਕਤਾ ਬਣਨਾ

oration /ਓ'ਰੇਇਸ਼ਨ/ *n* (ਵਿਆ) ਭਾਸ਼ਾ ਬੋਲਣ ਦੀ ਵਿਧੀ; ਪ੍ਰਵਚਨ, ਭਾਸ਼ਣ, ਸੁਭਾਸ਼ਣ, ਵਿਖਿਆਨ, ਤਕਰੀਰ, ਲੈਕਚਰ

orator /'ਔਰਅਟਅ*/ *n* ਵਕਤਾ; ਵਿਖਿਆਤਾ, ਪ੍ਰਵਕਤਾ, ਸੁਵਕਤਾ, ਤਕਰੀਰ ਕਰਨ ਵਾਲਾ ਆਦਮੀ, ਭਾਸ਼ਣ ਦੇਣ ਵਾਲਾ ਵਿਅਕਤੀ

oratorio /,ਔਰਅ'ਟੋਰਿਅਉ/ *n* ਕੀਰਤਨ, ਧਾਰਮਿਕ ਗੀਤ, ਸਧਾਰਨ ਧਾਰਮਿਕ ਨਾਟਕ ਜਿਸ ਨਾਲ ਸੰਗੀਤ ਹੁੰਦਾ ਹੈ ਪਰ ਝਾਕੀਆਂ ਅਤੇ ਅਭਿਨੈ ਨਹੀਂ ਹੁੰਦੇ

oratory /'ਔਰਅਟਰਿ/ *n* ਪੂਜਾ ਸਥਾਨ, ਛੋਟਾ ਗਿਰਜਾ; ਭਾਸ਼ਣ ਕਲਾ

orb /ਓਬ/ *n* ਨੇਤਰ, ਅੱਖ ਦੀ ਪੁਤਲੀ, ਦੀਦਾ; ਪ੍ਰਿਥਵੀ ਮੰਡਲ, ਗੋਲਾ; (ਜੋਤਿਸ਼) ਪਿੰਡ; ਚੰਦਰ ਮੰਡਲ, ਚੱਕਰ, ਘੇਰਾ, ਵਰਿਤ, ਬਿੰਬ *v* ਇਕੱਤਰ ਕਰਨਾ, ਘੇਰਨਾ, ਪਰਿਕਰਮਾ ਕਰਨਾ

orbed /ਓਬਡ/ *a* ਗੋਲਾਕਾਰ, ਵਰਿਤਾਕਾਰ, ਮੰਡਲਕਾਰ

orbicular /ਓ'ਬਿਕਯਅਲਅ*/ *a* ਗੋਲ ਬਣਾਇਆ ਹੋਇਆ, ਮੰਡਲਕਾਰ, ਚੱਕਰਕਾਰ, ਗੋਲ

orbit /'ਓਬਿਟ/ *n* ਅੱਖ ਦੀ ਕਟੋਰੀ; ਗ੍ਰਹਿ ਪਥ, ਕਾਰਜ ਖੇਤਰ, ਕਾਰਜ ਵਿਸਤਾਰ, ਕਾਰਜ ਮੰਡਲ, ਚੱਕਰ

orbital /'ਓਬਿਟਲ/ *a* ਅੱਖ ਦੀ ਕਟੋਰੀ ਸੰਬੰਧੀ; ਗ੍ਰਹਿਆਂ ਦੇ ਟੇਢੇ ਰਾਹ ਸੰਬੰਧੀ

orchard /'ਓਚਅਡ/ *n* ਵਾੜੀ, ਬਗੀਚੀ, ਚਮਨ, ਬਗ਼ੀਚਾ

orchardman /'ਓਚਅਡਮਅਨ/ *n* ਮਾਲੀ

orchestra /'ਓਕਿਸਟਰਅ/ *n* ਸਰੋਦ ਗਾਹ, ਵਾਦਕ ਸਥਾਨ; ਵਾਦਕ ਦਲ, ਗਾਉਣ ਵਜਾਉਣ ਵਾਲੀ ਮੰਡਲੀ; ਬੰਸਰੀ ਸਾਰੰਗੀ ਅਤੇ ਹੋਰ ਵਾਜਿਆਂ ਦਾ ਸੰਜੋਗ; ਆਰਕੈਸਟਰਾ

orchestral /ਓ'ਕੈਸਟਰਅਲ/ *a* ਆਰਕੈਸਟਰਾ ਦਾ, ਆਰਕੈਸਟਰਾ ਸੰਬੰਧੀ

orchestrate /'ਓਕਿਸਟਰੇਇਟ/ *vt* ਸਾਂਝਿਆਂ

ਗਾਉਣ ਵਜਾਉਣ ਲਈ ਸੁਰ ਜਾਂ ਸਾਜ਼ ਮਿਲਾਉਣਾ, ਸੁਰ ਮੇਲ ਕਰਨਾ

orchid, orchis /'ਓਕਿਡ, 'ਓਕਿਸ/ *n* ਰੰਗ-ਬਰੰਗੇ ਫੁੱਲਾਂ ਵਾਲਾ ਇੱਕ ਬੂਟਾ

ordain /ਓ'ਡੇਇਨ/ *vt* ਨਿਯੁਕਤ ਕਰਨਾ, ਸਥਾਪਿਤ ਕਰਨਾ, ਵਿਧਾਨ ਬਣਾਉਣਾ, ਠਹਿਰਾਉਣਾ; ਕਨੂੰਨ ਬਣਾਉਣਾ, ਹੁਕਮ ਲਾਗੂ ਕਰਨਾ, ਫ਼ਰਮਾਨ ਜਾਰੀ ਕਰਨਾ; ਧਾਰਮਿਕ ਆਦੇਸ਼ ਦੇਣਾ; ਈਸਾਈ ਪਾਦਰੀ ਲਾਉਣਾ; ਭਾਗਾਂ ਵਿੱਚ ਲਿਖਣਾ

ordainment /ਓ'ਡੇਇਨਮਅਨਟ/ *n* ਨਿਯੁਕਤੀ, ਸਥਾਪਨਾ; ਆਦੇਸ਼, ਫ਼ਰਮਾਨ

ordeal /ਓ'ਡੀਲ, 'ਓਡੀਲ/ *n* ਪਰੀਖਿਆ; ਕਰੜੀ ਅਜ਼ਮਾਇਸ਼, ਅਗਨੀ ਪਰੀਖਿਆ; ਦੈਵੀ ਕਰੋਪੀ

order /'ਓਡਅ*/ *n* ਹੁਕਮ, ਆਗਿਆ, ਆਦੇਸ਼; ਜੁਗਤ, ਠੁੱਕ, ਕ੍ਰਮ, ਸਿਲਸਿਲਾ; ਸ਼੍ਰੇਣੀ, ਵਰਗ, ਦਰਜਾ, ਪਦ, ਪੰਗਤੀ; (ਸੈਨਾ) ਸਫ਼, ਤਰਤੀਬ; ਪ੍ਰਕਾਰ, ਕਿਸਮ; ਤਬਕਾ, ਦੇਵਦੂਤਾਂ ਦੀਆਂ ਨੌਂ ਸ਼੍ਰੇਣੀਆਂ ਵਿੱਚੋਂ ਇੱਕ; (ਸੰਨਿਆਸੀਆਂ ਦਾ) ਧਰਮ ਸੰਘ; ਬਿੱਲਾ ਜਾਂ ਤਮਗਾ; ਨੈਤਿਕ ਅਤੇ ਅਧਿਆਤਮਿਕ ਪ੍ਰਣਾਲੀ, ਰੀਤੀ, ਰਿਵਾਜ *v* ਹੁਕਮ ਦੇਣਾ, ਆਦੇਸ਼ ਦੇਣਾ; ਜੁਗਤ ਜਾਂ ਦਵਾ ਤਜਵੀਜ਼ ਕਰਨਾ; ਮਾਲ ਮੰਗਵਾਉਣ ਵਾਸਤੇ ਹੁਕਮ ਭੇਜਣਾ; ਤਰਤੀਬ ਨਾਲ ਰੱਖਣਾ, ਠੀਕ ਕਰਨਾ; ਅਧਿਕਾਰ ਜਤਾਉਣਾ, ਹਕੂਮਤ ਜਤਾਉਣਾ

orderly /'ਓਡਅਲਿ/ *n* ਚਿਕਿਤਸਾ ਘਰ ਦੇ ਰੋਗੀਆਂ ਦਾ ਸੇਵਾਦਾਰ; (ਸੈਨਾ) ਆਦੇਸ਼ ਪਾਲ, ਅਰਦਲੀ *a* ਕ੍ਰਮਬੱਧ; ਸੁਡੌਲ; ਆਗਿਆਕਾਰੀ, ਅਨੁਸ਼ਾਸਨਪਾਲਕ; ਸ਼ਾਂਤ ਸੁਭਾਅ ਵਾਲਾ, ਸਲੀਕਾਪਸੰਦ

ordinal /'ਓਡਿਨਲ/ *n* (ਪਾਦਰੀ ਦੀ) ਦੀਖਿਆ ਪੁਸਤਕ *a* ਕ੍ਰਮਵਾਚਕ, ਕ੍ਰਮਸੂਚਕ, ਤਰਤੀਬੀ

ordinance /'ਓਡਿਨਅਨਸ/ *n* ਫ਼ਰਮਾਨ, ਜ਼ਾਬਤਾ, ਆਰਡੀਨੈਂਸ, ਅਧਿਆਦੇਸ਼; ਧਾਰਮਿਕ ਸੰਸਕਾਰ, ਧਰਮ ਵਿਧੀ; ਸਾਹਿਤਕ ਕ੍ਰਿਤ ਦੇ ਭਾਗਾਂ ਦਾ ਕ੍ਰਮ

ordinarily /'ਓਡਨਰਅਲਿ/ *adv* ਸਧਾਰਨ ਤੌਰ 'ਤੇ, ਪ੍ਰਚਲਿਤ ਰੂਪ ਵਿਚ, ਆਮ ਤੌਰ 'ਤੇ

ordinary /'ਓਡਨਰਿ/ *n* ਸਧਾਰਨ ਅਤੇ ਪ੍ਰਾਚੀਨਤਮ ਚਿੰਨ੍ਹ, ਪੁਰਾਣੀ ਕਿਸਮ ਦੀ ਬਾਈਸਿਕਲ; ਸਰਾਂ ਆਦਿ ਵਿੱਚ ਮਿਲਨ ਵਾਲਾ ਸਧਾਰਨ ਭੋਜਨ *a* ਸਧਾਰਨ, ਰਿਵਾਜੀ, ਪ੍ਰਚਲਿਤ, ਮਾਮੂਲੀ, ਰੀਤੀਗਤ, ਪ੍ਰਥਾਗਤ, ਤੁੱਛ

ordinate /'ਓਡਿਨਅਟ/ *n* (ਰੇਖਾ) ਕੋਟੀ *a* ਭੁਜਮਾਨ, ਸਮਾਨਾਂਤਰ ਰੇਖਾ

ordination /ˌਓਡਿ'ਨੇਇਸ਼ਨ/ *n* ਫ਼ਰਮਾਨ, ਆਦੇਸ਼; ਵਿਧਾਨ; ਵਰਗੀਕਰਨ, ਸ਼੍ਰੇਣੀ ਬੰਧਨ; ਸੰਸਕਾਰ, ਦੀਖਿਆ; ਪਾਦਰੀ ਦੇ ਪਦ ਉੱਤੇ ਨਿਯੁਕਤੀ

ordnance /'ਓਡਨਅਨਸ/ *n* ਯੁੱਧ ਸਮਗਰੀ ਦਾ ਵਿਭਾਗ, ਸਰਕਾਰੀ ਯੁੱਧ ਵਿਭਾਗ; ਗੋਲੀ ਸਿੱਕਾ, ਗੋਲਾ ਬਾਰੂਦ; ਤੋਪਖ਼ਾਨਾ

ordure /'ਓਡਯੁਅ*/ *n* ਗੋਹਾ, ਲਿੱਦ, ਵਿੱਠ, ਮਲ; ਭੈੜੇ ਸ਼ਬਦ, ਲੱਚਰਤਾ, ਅਸ਼ਲੀਲਤਾ, ਗਾਲ੍ਹਾਂ

ore /ਓ*/ *n* ਕੱਚੀ ਧਾਤ

oread /'ਓਰਿਐਡ/ *n* ਪਾਰਵਤੀ, ਪਰਬਤ ਦੀ ਅਪੱਛਰਾ ਜਾਂ ਪਰੀ, ਕੋਹਸਤਾਨੀ ਹੂਰ

organ /'ਓਗਅਨ/ *n* ਆਰਗਨ ਵਾਜਾ; (ਪਰਾ) ਅਵਾਜ਼ ਦਾ ਪਾਟ; ਅੰਗ, ਇੰਦਰੀ; ਅੰਸ਼; (ਪਾਰਟੀ ਆਦਿ ਦੇ) ਸੰਚਾਰ ਸਾਧਨ

organic /ਓ'ਗੈਨਿਕ/ *a* ਅੰਗ ਸੰਬੰਧੀ, ਸਰੀਰ 'ਤੇ ਪ੍ਰਭਾਵ ਪਾਉਣ ਵਾਲਾ; ਸਰੀਰ ਯੰਤਰ ਸੰਬੰਧੀ, ਸਜੀਵੀ, ਬਨਸਪਤੀ ਜਗਤ ਜਾਂ ਜੀਵ ਸੰਬੰਧੀ; ਸੰਗਠਿਤ; ਕਾਰਬਨ ਯੁਕਤ

organism /'ਓਗਅਨਿਜ਼ਅਮ/ *n* ਸਜੀਵ, ਪ੍ਰਾਣੀ; ਸੰਗਠਨ

organist /'ਓਗਅਨਿਸਟ/ *n* ਆਰਗਨ ਸਾਜ਼ ਵਾਦਕ

organization /ˌਓਗਅਨਾਇ'ਜ਼ੇਇਸ਼ਨ/ *n* ਜੱਥੇਬੰਦੀ, ਸੰਗਠਨ, ਸੰਸਥਾ

organizational /ˌਓਗਅਨਾਇ'ਜ਼ੇਇਸ਼ਅਨਲ/

a ਜੱਥੇਬੰਦੀ ਜਾਂ ਸੰਗਠਨ ਨਾਲ ਸੰਬੰਧਿਤ, ਸੰਸਥਾਈ

organize /'ਓਗਅਨਾਇਜ਼/ *v* ਜਥੇਬੰਦ ਕਰਨਾ, ਪ੍ਰਬੰਧ ਕਰਨਾ; ਸੰਗਠਿਤ ਕਰਨਾ; ਜੀਵਿਤ ਪ੍ਰਾਣੀ ਦਾ ਰੂਪ ਦੇਣਾ, ਬਣਾ ਕੇ ਠੀਕ ਕਰ ਦੇਣਾ ਜਾਂ ਚਾਲੂ ਕਰ ਦੇਣਾ, ਸਜਾਉਣਾ, ਸਰੀਰਿਕ ਰਚਨਾ ਕਰਨਾ

organized /'ਓਗਅਨਾਇਜ਼ਡ/ *a* ਸੰਗਠਿਤ, ਵਿਵਸਥਿਤ

organizer /'ਓਗ(ਅ)ਨਾਇਜ਼ਅ*/ *n* ਸੰਗਠਕ, ਜਥੇਦਾਰ, ਪ੍ਰਬੰਧਕ, ਵਿਵਸਥਾਪਕ, ਆਯੋਜਕ

organon /'ਓਗਅਨੌਨ/ *n* ਤਰਕ ਸ਼ੈਲੀ, ਵਿਚਾਰ ਸਾਧਨ, ਤਰਕ ਸ਼ਾਸਤਰ

orgasm /'ਓਗੈਜ਼ਅਮ/ *n* ਜੋਸ਼ ਉਤਸ਼ਾਹ, ਅਤਿ ਆਵੇਗ, ਪ੍ਰਬਲ ਉਤੇਜਨਾ; ਸੰਭੋਗ ਸਿਖਰ; ਸੰਵੇਗ, ਮਸਤੀ; ਰੋਗ ਆਵੇਗ, ਰੋਗ ਦਾ ਆਵੇਸ਼ ਜਾਂ ਦੌਰਾ

orgulous /'ਓਗਯੁਲਅਸ/ *a* ਘਮੰਡੀ, ਹੰਕਾਰੀ

orgy /'ਓਜਿ/ *n* (ਬਹੁ) ਰੰਗਰਲੀਆਂ, ਬਦਮਸਤੀਆਂ, ਖ਼ਰਮਸਤੀਆਂ, ਵਿਭਚਾਰਪੂਰਨ ਮਨੋਰੰਜਨ

oriel /'ਓਰਿਅਲ/ *n* ਵਧਵੀਂ ਖਿੜਕੀ

orient /'ਓਰਿਅਨਟ/ *n* ਚਮਕਦਾਰ ਮੋਤੀ, ਮੋਤੀ ਦੀ ਝਲਕ; ਪੂਰਬ, ਪੂਰਬ ਦੇਸ਼; ਚੜ੍ਹਦਾ ਸੂਰਜ; ਅਕਾਸ਼ ਜਾਂ ਭੂਮੀ ਦਾ ਪੂਰਬੀ ਭਾਗ; ਪਾਣੀ, ਆਬ; ਚਮਕ (ਸ਼ੀਸ਼ੇ ਜਾਂ ਜ਼ੇਵਰ ਆਦਿ ਦੀ) *a* ਉੱਜਲ, ਨਿਰਮਲ, ਆਬਦਾਰ, ਚਮਕੀਲਾ; ਪੂਰਬੀ, ਵਿਕਾਸਸ਼ੀਲ, ਉੱਗਦਾ ਹੋਇਆ, ਫੁਟਦਾ ਹੋਇਆ

oriental /ˌਓਰਿ'ਐਂਟਲ/ *a* ਪੂਰਬ ਵਾਸੀ, ਪੂਰਬ ਦੇਸ਼ਾਂ ਦੀ ਸੰਸਕ੍ਰਿਤੀ ਸੰਬੰਧੀ, ਪੂਰਬੀ (ਭਾਸ਼ਾ)

orientalism /ˌਓਰਿ'ਐਂਟ(ਅ)ਲਿਜ਼ਅਮ/ *n* ਪ੍ਰਾਚੀਨਤਾ; ਪੂਰਬਪ੍ਰਸਤੀ, ਪੂਰਬ ਵਿਸ਼ੇਸ਼ੱਗਤਾ

orientalist /ˌਓਰਿ'ਐਂਟਅਲਿਸਟ/ *n* ਪੂਰਬੀ ਦੇਸ਼ਾਂ ਦੀ ਭਾਸ਼ਾ ਸਾਹਿਤ ਅਤੇ ਦਰਸ਼ਨ ਦਾ ਵਿਸ਼ੇਸ਼ੱਗ

orientalize /ˌਓਰਿ'ਐਂਟ(ਅ)ਲਾਇਜ਼/ *v* ਚਮਕਾਉਣਾ, ਉੱਜਲ ਕਰਨਾ; ਪੂਰਬ ਦਾ ਬਣਾਉਣਾ, ਏਸ਼ਿਆਈ ਸੰਸਕ੍ਰਿਤੀ ਵਾਲਾ ਬਣਾਉਣਾ

orientation /ˌਓਰਿਅਨ'ਟੇਇਸ਼ਨ/ *n* ਪੂਰਬ ਅਭਿਮੁਖੀਕਰਨ, ਨਿਰਧਾਰਨ, ਪਰਿਚੈ, ਜਾਣਕਾਰੀ, ਸਥਿਤੀ ਗਿਆਨ, ਦਿਸ਼ਾਮਾਨ

orifice /'ਔਰਿਫ਼ਿਸ/ *n* ਮੂੰਹ ਦੁਆਰ; ਸੁਰਾਖ਼, ਗਲੀ

oriflamme /'ਔਰਿਫ਼ਲੈਮ/ *n* ਰੰਗ ਆਦਿ ਦੀ ਚਮਕ, ਮਹਾਨ ਉਦੇਸ਼, ਕਿਸੇ ਯੁੱਧ ਆਦਿ ਵਿੱਚ ਇਕੱਠਿਆਂ ਲੜਨ ਦੀ ਪ੍ਰੇਰਨਾ, ਉਤੇਜਨਾ; ਪ੍ਰੇਰਕ ਵਸਤੂ; ਫ਼ਰਾਂਸ ਦਾ ਪੁਰਾਣਾ ਝੰਡਾ

origin /'ਔਰਿਜਿਨ/ *n* ਬੀਜ ਅਰੰਭ ਜਨਮ ਆਦਿ, ਬੁਨਿਆਦ, ਸੋਮਾ, ਸ੍ਰੋਤ, ਮੂਲ ਉਤਪਤੀ, ਉਦਭਵ; ਆਦਮੀ ਦੀ ਜਾਤ ਦਾ ਅਰੰਭ, ਅਸਲਾ

original /ਅ'ਰਿਜਅਨਲ/ *a* ਮੂਲ, ਮੌਲਿਕ; ਨਵੀਨ, ਕਿਸੇ ਨਕਲ ਜਾਂ ਪ੍ਰਤਿਲਿਪੀ ਦਾ ਮੂਲ, ਅਸਲ (ਕਾਪੀ); ਪ੍ਰਥਮ, ਪਹਿਲਾ; ਰਚਨਾਤਮਿਕ *n* ਆਦਰਸ਼, ਅਸਲ ਨਮੂਨਾ

originality /ਅˌਰਿਜਅ'ਨੈਲਅਟਿ/ *n* ਮੌਲਿਕਤਾ; ਰਚਨਾਤਮਿਕਤਾ

originally /ਅ'ਰਿਜਅਨਅਲਿ/ *adv* ਅਸਲ ਵਿੱਚ, ਵਾਸਤਵ ਵਿੱਚ, ਮੂਲ ਰੂਪ ਵਿੱਚ, ਅਰੰਭ ਵਿੱਚ

originate /ਅ'ਰਿਜਿਨੇਇਟ/ *v* ਉਤਪੰਨ ਹੋਣਾ ਜਾਂ ਕਰਨਾ, ਪੈਦਾ ਕਰਨਾ ਜਾਂ ਹੋਣਾ; ਅਰੰਭ ਕਰਨਾ; ਜਨਮ ਦੇਣਾ, ਕਾਰਨ ਬਣਨਾ

originating /ਅ'ਰਿਜ(ਅ)ਨੇਇਟਿਙ/ *a* ਅਰੰਭਿਕ, ਉਦਭਾਵਕ

originator /ਅ'ਰਿਜ(ਅ)ਨੇਇਟਅ*/ *n* ਉਤਪਾਦਕ, ਜਨਮਦਾਤਾ

oriole /'ਓਰਿਅਊਲ/ *n* ਓਰੀਓਲ, ਸੋਨ ਚਿੜੀ, ਇਸ ਜਾਤੀ ਦੇ ਹੋਰ ਪੰਛੀ

Orion /ਅ'ਰਾਇਅਨ/ *n* ਤਾਰਿਆਂ ਦੀ ਇੱਕ ਖਿੱਤੀ; ਮ੍ਰਿਗ ਨਛੱਤਰ, ਰਾਸ਼ੀ ਚੱਕਰ ਦੇ ਦੱਖਣ ਵਿੱਚ ਸਥਿਤ ਉੱਜਲ ਤਾਰਕ ਪੁੰਜ

orismology /ˌਔਰਿਸ'ਮੌਲਅਜਿ/ *n* ਵਿਗਿਆਨਿਕ ਸ਼ਬਦਾਵਲੀ, ਵਿਗਿਆਨਿਕ ਸ਼ਬਦ

ਵਿਚਾਰ

orison /'ਔਰਿਜ਼(ਅ)ਨ/ *n* ਪ੍ਰਾਰਥਨਾ, ਅਰਦਾਸ, ਦੁਆ, ਉਸਤਤੀ, ਉਪਾਸ਼ਨਾ

Oriya /ਔ'ਰੀਯਅ/ *n* ਉੜੀਸਾ ਪ੍ਰਾਂਤ ਦੀ ਭਾਸ਼ਾ, ਉੜੀਆ

orlop /'ਓਲੌਪ/ *n* ਸਮੁੰਦਰੀ ਜਹਾਜ਼ ਦੀ ਥੱਲੇ ਵਾਲੀ ਮੰਜ਼ਲ

ormolu /'ਓਮਅਲੂ/ *n* ਮੁਲੰਮੇਦਾਰ ਧਾਤ ਜਾਂ ਵਸਤੂ, ਗਿਲਟ; ਸਸਤੀ ਭੜਕੀਲੀ ਵਸਤੂ; ਸੁਨਹਿਰੀ ਤਾਂਬਾ

ornament /'ਓਨਅਮਅਨਟ/ *n* ਗਹਿਣਾ, ਜ਼ੇਵਰ, ਭੂਸ਼ਣ; ਅਲੰਕਾਰ, ਸ਼ਿੰਗਾਰ, ਸਜਾਵਟ; ਸਨਮਾਨ ਯੋਗ ਵਿਅਕਤੀ; ਸ਼ਾਨ; ਗਿਰਜੇ ਦਾ ਸਾਜ਼ੋ-ਸਮਾਨ /'ਓਨਅਮੈਂਟ/ *v* ਸਜਾਉਣਾ, ਅਲੰਕ੍ਰਿਤ ਕਰਨਾ, ਭੂਸ਼ਤ ਕਰਨਾ

ornamental /,ਓਨਅ'ਮੈਂਟਲ/ *a* ਸਜਾਵਟੀ, ਅਲੰਕਾਰਕ

ornate /ਓ'ਨੇਇਟ/ *a* ਅਲੰਕਾਰਮਈ, ਸਜਾਇਆ ਹੋਇਆ; ਅਲੰਕ੍ਰਿਤ, ਭੂਸ਼ਤ, ਅਤਿਉਕਤੀ ਅਲੰਕਾਰ ਨਾਲ ਸਜਿਆ

ornateness /ਓ'ਨੇਇਟਨਅਸ/ *n* ਅਲੰਕਾਰਤਾ

ornith(o) /'ਓਨਿਥ/ *n* ਪੰਛੀ, ਖਗ, ਪਰਿੰਦਾ

ornithologist /,ਓਨਿ'ਥੌਲਅਜਿਸਟ/ *n* ਪੰਛੀ ਵਿਗਿਆਨੀ, ਖਗ ਵਿਗਿਆਨੀ

ornithology /,ਓਨਿ'ਥੌਲਅਜਿ/ *n* ਪੰਛੀਆਂ ਦੀਆਂ ਆਦਤਾਂ ਅਤੇ ਸੁਭਾਅ ਆਦਿ ਜਾਣਨ ਦੀ ਵਿੱਦਿਆ, ਪੰਛੀ ਵਿਗਿਆਨ, ਖਗ ਵਿਗਿਆਨ

oroide /'ਅਉਰਅਉਆਇਡ/ *n* ਤਾਂਬਾ ਜਿਸਤ ਅਤੇ ਟੀਨ ਦੇ ਮਿਸ਼ਰਨ ਦੀ ਸੁਨਹਿਰੀ ਧਾਤ

orotund /'ਔਰਅਟਅੱਨਡ/ *a* ਅਡੰਬਰਪੂਰਨ; ਧੜੱਲੇਦਾਰ, ਸ਼ਾਨਦਾਰ

orotundity /,ਔਰਅ'ਟਅੱਨਡਿਟਿ/ *n* ਅਡੰਬਰਪੂਰਨਤਾ, ਦਿਖਾਵਾ, ਡੀਂਗ, ਪ੍ਰਦਰਸ਼ਨਪੂਰਨਤਾ, ਪ੍ਰਭਾਵਪੂਰਨਤਾ

orphan /'ਓਫ਼ਨ/ *n* ਯਤੀਮ, ਅਨਾਥ *v* ਅਨਾਥ ਬਣਾਉਣਾ, ਯਤੀਮ ਬਣਾ ਦੇਣਾ

orphanage /'ਓਫ਼ਅਨਿਜ/ *n* ਯਤੀਮਖ਼ਾਨਾ, ਅਨਾਥ ਘਰ, ਅਨਾਥ ਆਸ਼ਰਮ, ਅਨਾਥਾਲਿਆ; ਅਨਾਥ ਅਵਸਥਾ, ਮਾਂ-ਪਿਉ ਹੀਣਤਾ, ਯਤੀਮੀ

orphanhood /'ਓਫ਼ਨਹੁਡ/ *n* ਮਾਪਿਆਂ ਦੀ ਮੌਤ ਪਿੱਛੋਂ ਬੱਚੇ ਦੀ ਸਥਿਤੀ, ਅਨਾਥਤਾ, ਯਤੀਮੀ

orphic /'ਓਫ਼ਿਕ/ *a* ਅਗੰਮੀ, ਰਹੱਸਪੂਰਨ; ਮਧੁਰ, ਸੁਰੀਲਾ, ਯੂਨਾਨ ਦੇ ਗਵੱਈਏ ਆਰਫ਼ੀਅਸ ਦੇ ਗਾਉਣ ਵਰਗਾ ਸੁਰੀਲਾ

orpiment /'ਓਪਿਮਅਨਟ/ *n* ਰੰਗ ਵਜੋਂ ਵਰਤਿਆ ਜਾਂਦਾ ਇੱਕ ਖਣਿਜ

orpine /'ਓਪਿਨ/ *n* ਅਰਗਵਾਨੀ ਰੰਗ ਦੇ ਫੁੱਲਾਂ ਵਾਲੀ ਇੱਕ ਬੂਟੀ

orrery /'ਔਰਅਰਿ/ *n* (ਭੌ) ਸੂਰਜ ਮੰਡਲ ਗਤੀਸੂਚਕ ਵਿਸ਼ੇਸ਼ ਯੰਤਰ; ਸੂਰਜ ਮੰਡਲ ਦਾ ਮਾਡਲ ਜੋ ਮਸ਼ੀਨ ਨਾਲ ਚੱਲਦਾ ਹੈ

orris /'ਔਰਿਸ/ *n* ਸੁਨਹਿਰੀ ਜਾਂ ਚਿੱਟਾ ਅਤੇ ਚਾਂਦੀ ਰੰਗਾ ਗੋਟਾ, ਰੁਪਹਿਰੀ ਗੋਟਾ; ਬਹਾਦਰ ਆਦਮੀ

orthodontist /,ਓਥਅ'ਡੌਨਟਿਸਟ/ *n* ਦੰਦਾਂ ਅਤੇ ਮਸੂੜਿਆਂ ਦੀਆਂ ਬਿਮਾਰੀਆਂ ਦਾ ਇਲਾਜ ਕਰਨ ਵਾਲਾ ਡਾਕਟਰ, ਦੰਦਾਂ ਦਾ ਡਾਕਟਰ

orthodox /'ਓਥਅਡੌਕਸ/ *a* ਕੱਟੜ, ਕੱਟੜਪੰਥੀ, ਧਾਰਮਿਕ, ਰੂੜ੍ਹੀਬੱਧ, ਪਰੰਪਰਾਗਤ, ਸਨਾਤਨੀ, ਪ੍ਰਥਾਗਤ

orthodoxy /'ਓਥਅਡੌਕਸਿ/ *n* ਕੱਟੜਤਾ, ਕੱਟੜਪੰਥ ਪਰੰਪਰਾ, ਸਨਾਤਨੀ ਮੱਤ

orthodromy /ਓ'ਥੌਡਰਅਮਿ/ *n* ਗੋਲ ਚੱਕਰ ਵਿੱਚ ਬੇੜੀ ਚਲਾਉਣ ਦਾ ਕੰਮ

orthoepy /ਓ'ਥਅਉਐੱਪਿ/ *n* ਸ਼ੁੱਧ ਉਚਾਰਨ ਵਿਗਿਆਨ

orthogenesis /,ਓਥਅ(ਉ)'ਜੈੱਨਿਸਿਸ/ *n* (ਜੀਵ) ਜੀਵਾਂ ਦਾ ਇੱਕ ਵਿਸ਼ੇਸ਼ ਦਿਸ਼ਾ ਵਿੱਚ ਵਾਧਾ, ਨਿਯਮਿਤ ਵਿਕਾਸ

orthography /ਓ'ਥੌਗਰਅਫ਼ਿ/ *n* ਸ਼ੁੱਧ ਲੇਖਣ, ਸ਼ੁੱਧ ਸ਼ਬਦ-ਜੋੜ

orthology /ੳ'ਥੌਲਅਜਿ/ *n* ਸ਼ਬਦ ਪ੍ਰਯੋਗ, ਸ਼ਬਦ ਵਿਚਾਰ

orthopaedic /ˌੳਥਅ'ਪੀਡਿਕ/ *a* ਹੱਡੀਆਂ ਦੇ ਇਲਾਜ ਸੰਬੰਧੀ, ਵਿਰੂਪ ਸੋਧਕ, ਵਿਕਲਾਂਗ ਸੋਧਕ

orthopaedics /ˌੳਥਅ'ਪੀਡਿਕਸ/ *n* ਹੱਡੀਆਂ ਦੇ ਨੁਕਸਾਂ ਦਾ ਇਲਾਜ, ਵਿਰੂਪ ਸੋਧਣ

orthopaedy /'ੳਥਅ(ੳ)ਪੀਡਿ/ *n* ਵਿਰੂਪਤਾ ਜਾਂ ਕਰੂਪਤਾ ਦਾ ਇਲਾਜ

ortolan /'ੳਟਅਲਅਨ/ *n* ਅਬਾਬੀਲ ਜਾਤੀ ਦੀ ਛੋਟੀ ਚਿੜੀ, ਪਿੱਦੀ, ਸੁਆਦੀ ਮਾਸ ਵਾਲੀ ਛੋਟੀ ਚਿੜੀ

Orwellian /ੳ'ਵੈੱਲਿਅਨ/ *a* ਅਜਿਹੀ ਰਾਜਨੀਤਿਕ ਪ੍ਰਨਾਲੀ ਜਿਥੇ ਆਮ ਲੋਕਾਂ ਦੇ ਆਜ਼ਾਦੀ ਨਾਲ ਸੋਚਣ ਅਤੇ ਵਿਚਰਨ ਉੱਤੇ ਪਾਬੰਦੀ ਹੋਵੇ

OS /ˌਅਉ 'ਐੱਸ/ (ਕੰਪਿ) ਕੰਪਿਊਟਰ ਅਤੇ ਵਰਤੋਂਕਾਰ ਵਿਚਕਾਰ ਅਤੇ ਕੰਪਿਊਟਰ ਦੇ ਵੱਖ-ਵੱਖ ਸ੍ਰੋਤਾਂ ਵਿਚਕਾਰ ਸੰਬੰਧ ਬਣਾਉਣ ਲਈ ਵਰਤੀ ਜਾਣ ਵਾਲੀ ਭਾਸ਼ਾ ਪ੍ਰਨਾਲੀ ਜਾਂ ਪ੍ਰੋਗਰਾਮ

osborne /'ਔਜ਼ਬਅਨ/ *n* ਇੱਕ ਮਿੱਠਾ ਬਿਸਕੁਟ

Oscar /'ਔਸਕਅ*/ *n* ਫ਼ਿਲਮੀ ਕਲਾਕਾਰਾਂ ਨੂੰ ਦਿੱਤਾ ਜਾਣ ਵਾਲਾ ਪ੍ਰਸਿੱਧ ਪੁਰਸਕਾਰ

oscillate /'ਔਸਿਲੇਇਟ/ *v* ਅਸਥਿਰ ਹੋਣਾ, ਕੰਬਣਾ, ਡਾਵਾਂ-ਡੋਲ ਹੋਣਾ; ਝੂਲਣਾ, ਝੁਲਾਉਣਾ, ਹਿੱਲਣਾ, ਹਿਲਾਉਣਾ, ਡੋਲਣਾ, ਡੁਲਾਉਣਾ

oscillation /ˌਔਸਿ'ਲੇਇਸ਼ਨ/ *n* ਅਸਥਿਰਤਾ, ਕੰਬਣ, ਝੂਲਣ, ਡੋਲਣ

oscilloscope /ਅ'ਸਿਲਅਸਕਅਉਪ/ *n* ਅਜਿਹਾ ਉਪਕਰਨ ਜੋ ਬਿਜਲੀ ਦੇ ਕਰੰਟ ਦੇ ਘੱਟ ਵੱਧ ਜਾਂ ਕੰਬਦੇ ਹੋਣ ਬਾਰੇ ਜਾਣਕਾਰੀ ਦੇਵੇ

osculate /'ਔਸਕਯੁਲੇਇਟ/ *v* ਚੁੰਮਣਾ; ਕਈਆਂ ਗੁਣਾਂ ਵਿੱਚ ਇੱਕੋ ਜਿਹਾ ਹੋਣਾ

osier /'ਅਉਜ਼ਿਅ*/ *n* ਬੈਂਤ, ਬੈਂਤ ਦੀ ਟਾਹਣੀ, ਬੈਂਤ ਨਾਲ ਬਣੀ ਹੋਈ ਚੀਜ਼

Osmanli /ਔਜ਼'ਮੈਨਲਿ/ *a* ਤੁਰਕੀ ਸਾਮਰਾਜ ਨਾਲ ਸੰਬੰਧਿਤ

osmium /'ਔਜ਼ਮਿਅਮ/ *n* ਸਭ ਤੋਂ ਅਧਿਕ ਘਣਤਾ ਵਾਲੀ ਭੂਰੇ ਰੰਗ ਦੀ ਇੱਕ ਧਾਤ, ਓਸਮੀਅਮ

osmosis /ਔਜ਼'ਮਅਉਸਿਸ/ *n* (ਭੌਤ) ਪ੍ਰਸਾਰਨ

osmotic /ਔਜ਼'ਮੌਟਿਕ/ *a* (ਭੌ) ਪ੍ਰਾਸਰਨੀ

osmund /'ਔਜ਼ਮਅਨਡ/ *n* ਇੱਕ ਤਰ੍ਹਾਂ ਦੀ ਫੁੱਲਦਾਰ ਫਰਨ

osphresiology /ˌਔਜ਼ਫਰੈੱਜ਼ਿ'ਔਲਅਜਿ/ *n* ਗੰਧ ਵਿਗਿਆਨ

osprey /'ਔਸਪਰੇਇ/ *n* ਇੱਕ ਤਰ੍ਹਾਂ ਦੇ ਬਗਲੇ ਦਾ ਖੰਭ; ਮੱਛੀਆਂ ਖਾਣ ਵਾਲਾ ਉਕਾਬ, ਸਮੁੰਦਰੀ ਬਾਜ਼

osseous /'ਔਸਿਅਸ/ *a* ਹੱਡੀਦਾਰ, ਅਸਥੀਮਈ, ਹੱਡੀਆਂ ਵਾਲਾ, ਹੱਡੀ ਦੀ ਤਰ੍ਹਾਂ

ossicle /'ਔਸਿਕਲ/ *n* ਛੋਟੀ ਹੱਡੀ; ਕੰਨ ਹੱਡੀ

ossiferous /ਔ'ਸਿਫ਼ਅਰਅਸ/ *a* ਅਸਥੀਮਈ, ਅਸਥੀਜਨ

ossification /ˌਔਸਿਫ਼ਿ'ਕੇਇਸ਼ਨ/ *n* ਅਸਥੀਕਰਨ, ਅਸਥੀ ਨਿਰਮਾਣ; ਸਿਥਲਤਾ, ਜਮੂਦ

ossifrage /'ਔਸਿਫ਼ਰਿਜ/ *n* ਸਮੁੰਦਰੀ ਬਾਜ਼; ਕਲਗੀ

ossify /'ਔਸਿਫ਼ਾਇ/ *v* ਹੱਡੀਆਂ ਬਣਾਉਣਾ ਜਾਂ ਬਣਨਾ, ਕਠੋਰ ਹੋਣਾ ਜਾਂ ਕਰਨਾ; ਅਸਥੀਕਰਨ ਕਰਨਾ, ਅਸਥੀਭੂਤ ਕਰਨਾ

ossivorous /ਔ'ਸਿਵ੍ਅਰਅਸ/ *a* ਹੱਡੀਆਂ ਖਾ ਕੇ ਜੀਣ ਵਾਲਾ, ਅਸਥੀ ਭੱਖੀ

ossuary /'ਔਸਯੁਅਰਿ/ *n* ਮੁਰਦਿਆਂ ਦੀਆਂ ਹੱਡੀਆਂ ਰੱਖਣ ਵਾਲਾ ਪਾਤਰ, ਅਸਥੀ ਪਾਤਰ; ਉਹ ਖੱਡ ਜਿੱਥੋਂ ਪੁਰਾਤਨ ਹੱਡੀਆਂ ਮਿਲਦੀਆਂ ਹਨ, ਪ੍ਰਾਚੀਨ ਅਸਥੀ ਗੁਫਾ

osteal /'ਔਸਟਿਅਲ/ *a* ਹੱਡੀ ਸੰਬੰਧੀ, ਅਸਥੀਮਈ

osteitis /ˌਔਸਟਿ'ਆਇਟਿਸ/ *n* ਹੱਡੀ ਦੀ ਸੋਜ

ostensibility /ਔˌਸਟੈੱਨਸਿ'ਬਿਲਅਟਿ/ *n* ਦਿਖਾਵਾ, ਅਡੰਬਰ, ਪਖੰਡ, ਢਕੌਂਸਲਾ

ostensible /**ਔ'ਸਟੈੱਨਸਅਬਲ**/ *a* ਅਡੰਬਰਪੂਰਨ, ਪਖੰਡਪੂਰਨ, ਦੰਭਪੂਰਨ, ਬਣਾਉਟੀ, ਦਿਖਾਵੇ ਦਾ, ਢਕੋਂਸਲੇ ਦਾ, ਆਭਾਸੀ; ਪ੍ਰਤੱਖ, ਖੁੱਲ੍ਹਾ, ਵਿਅਕਤ, ਪ੍ਰਗਟ

ostensory /**ਔ'ਸਟੈੱਨਸਰਿ**/ *n* (ਗਿਰਜੇ ਦਾ) ਪ੍ਰਸ਼ਾਦ ਪਾਤਰ

ostentation /**ˌਔਸਟੈੱਨ'ਟੇਇਸ਼ਨ**/ *n* ਦਿਖਾਵਾ, ਠਾਠ-ਬਾਠ, ਖ਼ੁਦਨੁਮਾਈ, ਦੰਭ, ਆਤਮ ਸ਼ਲਾਘਾ, ਆਤਮ ਪ੍ਰਦਰਸ਼ਨ, ਅਡੰਬਰਪੂਰਨ ਪ੍ਰਦਰਸ਼ਨ, ਠਾਠ, ਤੜਕ-ਭੜਕ, ਨੁਮਾਇਸ਼

ostentatious /**ˌਔਸਟੈੱਨ'ਟੇਇਸ਼ਅਸ**/ *a* ਆਪਣੀਆਂ ਸਿਫ਼ਤਾਂ ਕਰਨ ਵਾਲਾ, ਆਤਮ ਪ੍ਰਦਰਸ਼ਕ, ਆਪਣੀਆਂ ਫੜ੍ਹਾਂ ਮਾਰਨ ਵਾਲਾ, ਸ਼ੇਖੀ ਖੋਰ, ਵਿਖਾਵੇ ਵਾਲਾ

osteo /**'ਔਸਟਿਅਉ**/ *a* ਹੱਡੀਆਂ ਨਾਂਲ ਸੰਬੰਧਿਤ, ਹੱਡੀਆਂ ਦਾ, (ਵਿਆ) ਸੰਯੁਕਤ

osteoarthritis /**ˌਔਸਟਿਅਉਆ'ਥਰਾਇਟਿਸ**/ *n* ਸਰੀਰ ਦੇ ਜੋੜਾਂ ਦੀ ਇੱਕ ਬਿਮਾਰੀ, ਜੋੜਾਂ ਉੱਤੇ ਆਈ ਸੋਜ਼ਸ਼ ਅਤੇ ਦਰਦ, ਗਠੀਆ

osteography /**ˌਔਸਟਿ'ਔਗਰਅਫ਼ਿ**/ *n* ਅਸਥੀ ਲੇਖਣ

osteology /**ˌਔਸਟਿ'ਔਲਅਜਿ**/ *n* ਹੱਡੀ ਵਿਗਿਆਨ, ਅਸਥੀ ਵਿਗਿਆਨ

osteopath /**'ਔਸਟਿਅਪੈਥ**/ *n* ਹੱਡੀਆਂ ਦਾ ਮਾਹਰ ਚਿਕਿਤਸਕ, ਹੱਡੀਆਂ ਦੀਆਂ ਬਿਮਾਰੀਆਂ ਦਾ ਇਲਾਜ ਕਰਨ ਵਾਲਾ ਡਾਕਟਰ

osteopathy /**ˌਔਸਟਿ'ਔਪਅਥਿ**/ *n* ਅਸਥੀ ਚਿਕਿਤਸਾ, ਹੱਡੀਆਂ ਦਾ ਇਲਾਜ

osteoporosis /**ˌਔਸਟਿਅਉਪਅ'ਰਅਉਸਿਸ**/ *n* (ਬੁਢੇਪੇ ਕਾਰਨ) ਹੱਡੀਆਂ ਦੇ ਟੁੱਟਣ ਦਾ ਰੋਗ, ਹੱਡੀਆਂ ਕਮਜ਼ੋਰ ਹੋ ਜਾਣ ਦੀ ਅਵਸਥਾ

ostler /**'ਔਸਲਅ***/ *n* ਸਰਾਂ ਦਾ ਸਾਈਸ, ਸਰਾਂ ਦੇ ਅਸਤਬਲ ਦਾ ਰਾਖਾ

ostracism /**'ਔਸਟਰਅਸਿਜ਼ਅਮ**/ *n* ਦੇਸ਼ -ਨਿਕਾਲਾ, ਬਰਾਦਰੀ ਵਿਚੋਂ ਬੇਦਖ਼ਲੀ, ਹੁੱਕਾ-ਪਾਣੀ ਬੰਦ ਕਰਨ ਦੀ ਕਾਰਵਾਈ

ostracize /**'ਔਸਟਰਅਸਾਇਜ਼**/ *vt* ਦੇਸ਼-ਨਿਕਾਲਾ ਦੇਣਾ, ਮੁਲਕਬਦਰ ਕਰਨਾ; ਸਮਾਜ ਵਿੱਚੋਂ ਛੇਕਣਾ, ਹੁੱਕਾ-ਪਾਣੀ ਬੰਦ ਕਰ ਦੇਣਾ

ostrich /**'ਔਸਟਰਿਚ**/ *n* ਵੱਡੇ ਆਕਾਰ ਦਾ ਅਤੇ ਤੇਜ਼ ਭੱਜਣ ਵਾਲਾ ਇੱਕ ਅਫ਼ਰੀਕੀ ਅਤੇ ਅਰਬੀ ਪੰਛੀ, ਸ਼ੁਤਰਮੁਰਗ

otalgia /**ਅਉ'ਟੈਲਜਿਅ**/ *n* ਕੰਨ ਦਰਦ

other /**'ਅੱਦਅ***/ *a* ਹੋਰ, ਦੂਜਾ, ਅਗਲਾ, ਕੋਈ ਹੋਰ *adv* ਅਲੱਗ, ਅੱਡਰਾ, ਹੋਰ ਤਰ੍ਹਾਂ, ਹੋਰ ਢੰਗ ਨਾਲ, ਹੋਰ ਗੱਲਾਂ ਵਿੱਚ

otherness /**'ਅੱਦਅਨਅਸ**/ *n* ਹੋਰ ਚੀਜ਼, ਹੋਰ ਅਵਸਥਾ, ਭਿੰਨਤਾ, ਭੇਦ, ਅੰਤਰ

otherwise /**'ਅੱਦਅਵਾਇਜ਼**/ *adv* ਨਹੀਂ ਤਾਂ, ਵਰਨਾ, ਅਥਵਾ, ਜਾਂ

other woman *n* ਪਰਾਈ ਜ਼ਨਾਨੀ, ਜਿਸ ਨਾਲ ਕਾਮੁਕ ਸੰਬੰਧ ਹੋਣ, ਰਖੇਲ

otherworldliness /**ˌਅੱਦਆ'ਵਅ:ਲਡਲਿਨਅਸ**/ *adv* ਅਸੰਸਾਰਿਕਤਾ, ਪਰਲੌਕਿਕਤਾ

otiose /**'ਅਉਟਿਅਉਸ**/ *a* ਬੇਲੋੜਾ, ਬੇਕਾਰ, ਵਿਅਰਥ, ਤੁੱਛ; ਆਲਸੀ, ਵਿਹਲੜ, ਸੁਸਤ

otology /**ਅਉ'ਟੌਲਅਜਿ**/ *n* ਕੰਨ ਵਿਗਿਆਨ, ਸ਼ਰੁਤੀ ਵਿਗਿਆਨ, ਕੰਨਾਂ ਦੀਆਂ ਬਿਮਾਰੀਆਂ ਦੇ ਇਲਾਜ ਦੀ ਵਿੱਦਿਆ

otoscope /**'ਔਟਅਸਕਅਉਪ**/ *n* ਕੰਨ ਨਿਰੀਖਣ ਯੰਤਰ, ਕੰਨ ਦੀ ਬਿਮਾਰੀ ਲੱਭਣ ਵਾਲਾ ਜੰਤਰ

otter /**'ਔਟਅ***/ *n* ਊਦ ਬਿਲਾਵ, ਮੱਛੀਆਂ ਖਾਣ ਵਾਲਾ ਜੀਵ; ਊਦ ਬਿਲਾਵ ਦਾ ਸਮੂਹ; ਮੱਛੀਆਂ ਦੇ ਸ਼ਿਕਾਰ ਦਾ ਸਮਾਨ

otto /**'ਔਟਅਉ**/ *n* ਅਤਰ

ottoman /**'ਔਟਅਮਅਨ**/ *n* ਬਿਨਾਂ ਪਿੱਠ ਜਾਂ ਬਾਹਵਾਂ ਤੋਂ ਗੱਦੀਦਾਰ ਦੀਵਾਨ; ਉਸਮਾਨ, ਤੁਰਕੀ ਆਦਮੀ, ਤੁਰਕ *a* ਤੁਰਕ ਸੰਬੰਧੀ, ਤੁਰਕੀ

oubliette /**ˌਊਬਲਿ'ਐਟੱ**/ *n* ਕੈਦਖ਼ਾਨਾ, ਚੋਰ ਕੋਠੜੀ

ouch /**ਆਉਚ**/ *n* (ਪਰਾ) ਜੜਾਊ, ਬਕਸੂਆ; ਨਗੀਨਾ ਜੜਨ ਲਈ ਛੇਕ, ਥੇਵਾ ਜਾਂ ਨਗ ਦੇ ਜੜਨ ਲਈ ਗਹਿਣੇ ਵਿੱਚ ਬਣਾਇਆ ਹੋਇਆ ਘਰ *int* ਓਹ !, ਹਾਏ !

ought /**ਓਟ**/ *v* ਉਚਿਤ ਹੈ, ਚਾਹੀਦਾ ਹੈ, ਜ਼ਰੂਰੀ ਹੈ, ਮੁਨਾਸਬ ਹੈ

Ouija board /**'ਵੀਜਅ ਬੋਡ**/ *n* ਭਵਿੱਖਬਾਣੀ ਪਤਾ ਲਾਉਣ ਦਾ ਫੱਟਾ

ounce /**ਆਉਨਸ**/ *n* (ਜੰਤੂ) ਪਹਾੜੀ ਚਿੱਤਰੇ ਦੀ ਮਦੀਨ, ਪਹਾੜੀ ਜਾਂ ਬਰਫ਼ਾਨੀ ਚਿੱਤਰਾ; ਕਾਲੀ ਗੋਹ; ਔਂਸ, ਭਾਰ ਦਾ ਪੈਮਾਨਾ

our /**ਆ*, 'ਆਉਅ***/ *a* ਸਾਡਾ, ਸਾਡੀ, ਸਾਡੇ

ours /**ਆਜ਼, 'ਆਉਅਜ਼**/ *pron* ਅਸਾਡਾ, ਅਸਾਡੇ ਨਾਲ ਸੰਬੰਧਿਤ

ourselves /**ਆ'ਸੈੱਲਵ੍ਜ਼, ˌਆਉਅ'ਸੈੱ-**/ *pron* ਅਸੀਂ, ਅਸਾਨੂੰ

ousel /**'ਊਜ਼ਲ**/ *n* ਇੱਕ ਛੋਟਾ ਪੰਛੀ

oust /**ਆਉਸਟ**/ *vt* ਕੱਢ ਦੇਣਾ, ਬੇਦਖ਼ਲ ਕਰਨਾ, ਹਟਾਉਣਾ, ਵੰਚਿਤ ਕਰਨਾ, ਖ਼ਾਰਜ ਕਰਨਾ

ouster /**'ਆਉਸਟਅ***/ *n* ਨਿਕਾਲਾ, ਬੇਦਖ਼ਲੀ, ਬਰਖ਼ਾਸਤਗੀ

out /**ਆਉਟ**/ *n* ਸੱਤਾ ਮੁਕਤ ਦਲ; ਖੁੱਲ੍ਹਾ ਮੈਦਾਨ *v* ਬੇਦਖ਼ਲ ਕਰਨਾ; ਬਾਹਰ ਕਰਨਾ, ਹਟਾ ਦੇਣਾ *a* ਬਾਹਰ ਦਾ, ਸਧਾਰਨ *adv* ਵਿਦੇਸ਼ਾਂ ਵਿੱਚ, ਕਿਸੇ ਥਾਂ; ਬਾਹਰ, ਪਰੇ, ਅਲੱਗ, ਖ਼ਾਰਜ

out-act *v* ਅਦਾਕਾਰੀ ਵਿੱਚ ਪਛਾੜ ਦੇਣਾ, ਮਾਤ ਪਾਉਣਾ

out ask *v* (ਗਿਰਜੇ ਵਿੱਚ) ਵਿਆਹ ਦੀ ਨਿਸ਼ਚਿਤ ਘੋਸ਼ਣਾ ਕਰਨਾ

outbalance /**ˌਆਉਟ'ਬੈਲਅਨਸ**/ *v* ਭਾਰ ਵਿੱਚ ਜ਼ਿਆਦਾ ਹੋਣਾ; ਹਿੰਮਤ ਵਿੱਚ ਵਧ ਜਾਣਾ; ਮੁੱਲ ਜਾਂ ਮਹੱਤਵ ਵਧ ਜਾਣਾ

outbid /**ˌਆਉਟ'ਬਿਡ**/ *v* (ਅਤਿ ਉਕਤੀ ਜਾਂ ਘਟਨਾ ਵਰਣਨ ਵਿੱਚ ਦੂਜੇ ਨੂੰ) ਪਛਾੜਨਾ; ਦੂਜਿਆਂ ਨਾਲੋਂ ਵਧੇਰੇ ਦੇਣ ਦਾ ਵਚਨ ਦੇਣਾ, ਨਿਲਾਮੀ ਵਿੱਚ ਸਭ ਤੋਂ ਵਧੇਰੇ ਬੋਲੀ ਦੇਣਾ, ਵੱਧ ਸਰਾਂ ਮੰਗਣਾ

outbound /**'ਆਉਟਬਾਉਨਡ**/ *n* (ਹਵਾਈ ਅੱਡੇ ਤੋਂ) ਜਾਣ ਵਾਲੀਆਂ ਉਡਾਣਾਂ, (ਰੇਲਵੇ ਸਟੇਸ਼ਨ ਤੋਂ) ਜਾਣ ਵਾਲੀਆਂ ਗੱਡੀਆਂ

out box *n* ਕੰਮ ਦੇ ਮੇਜ਼ ਉੱਤੇ ਅੱਗੇ ਭੇਜੇ ਜਾਣ ਵਾਲੇ ਕਾਗਜ਼ਾਂ ਜਾਂ ਡਾਕ ਲਈ ਭਾਂਡਾ

outbox /**'ਆਉਟਬੌਕਸ**/ *n* (ਕੰਪਿ) ਸੁਨੇਹਿਆਂ ਨੂੰ ਅੱਗੇ ਭੇਜਣ ਤੋਂ ਪਹਿਲਾਂ ਰੱਖੇ ਜਾਣ ਲਈ ਕੰਪਿਊਟਰ ਵਿਚ ਥਾਂ

out brag *v* ਆਤਮ ਸ਼ਲਾਘਾ ਕਰਨ ਵਿੱਚ ਮਾਤ ਕਰਨਾ, ਫੜ੍ਹ ਮਾਰਨ ਵਿੱਚ ਹੱਦ ਕਰ ਦੇਣਾ

outbrave /**ˌਆਉਟ'ਬਰੇਇਵ੍**/ *v* ਡਟ ਜਾਣਾ, ਸਾਮ੍ਹਣਾ ਕਰਨਾ, ਬਹਾਦਰੀ ਵਿੱਚ ਮਾਤ ਪਾਉਣਾ

outbreak /**'ਆਉਟਬਰੇਇਕ**/ *n* ਭੜਕ, ਯੁੱਧ ਦਾ ਅਰੰਭ; ਵਿਦ੍ਰੋਹ, ਫ਼ਸਾਦ; ਜੁਆਲਾਮੁਖੀ ਦੇ ਫਟਣ ਦਾ ਅਮਲ, ਧਰਾਤਲ ਉੱਤੇ ਉੱਭਰ ਜਾਂ ਨਿਕਲ ਆਉਣ ਦੀ ਕਿਰਿਆ; ਰੋਗ ਦਾ ਹਮਲਾ ਜਾਂ ਉਭਾਰ

outbuilding /**'ਆਉਟਬਿਲਡਿਙ**/ *n* ਬਾਹਰਲਾ ਘਰ; ਨੌਕਰਾਂ ਚਾਕਰਾਂ ਦੇ ਰਹਿਣ ਵਾਲੀ ਥਾਂ

outburst /**'ਆਉਟਬਅ:ਸਟ**/ *n* (ਜਜ਼ਬਿਆਂ ਦਾ) ਹੜ੍ਹ, ਉਬਾਲ; ਜੁਆਲਾਮੁਖੀ ਦੇ ਫਟਣ ਦੀ ਕਿਰਿਆ, ਭੜਾਕਾ

outcast /**'ਆਉਟਕਾਸਟ**/ *a* ਪਤਿਤ, ਅਧਰਮੀ, ਭ੍ਰਿਸ਼ਟ; ਬੇਕਾਰ, ਨਿਕੰਮਾ

outcaste /**'ਆਉਟਕਾਸਟ**/ *v* ਬਰਾਦਰੀ ਵਿੱਚੋਂ ਕੱਢ ਦੇਣਾ *n* (ਬਰਾਦਰੀ ਵਿੱਚੋਂ) ਛੇਕਿਆ, ਚੰਡਾਲ; ਨਿਥਾਵਾਂ, ਅਵਾਰਾ (ਵਿਅਕਤੀ)

outclass /**ˌਆਉਟ'ਕਲਾਸ**/ *v* ਦਰਜੇ ਵਿੱਚ ਵਧ ਜਾਣਾ, ਉੱਤਮ ਕਿਸਮ ਦਾ ਹੋਣਾ, ਟਾਕਰੇ ਵਿੱਚ ਉੱਤਮ ਹੋਣਾ

outcome /**'ਆਉਟਕਅੱਮ**/ *n* ਨਤੀਜਾ, ਫਲ, ਸਿੱਟਾ, ਪਰਿਣਾਮ, ਨਿਸ਼ਕਰਸ਼

outcrop /**'ਆਉਟਕਰੌਪ**/ *n* ਧਾਤ, ਚਟਾਨ ਜਾਂ ਰੇਤ ਦੀ ਪਰਤ ਦੇ ਭੂਮੀ ਤਲ ਉੱਤੇ ਆ ਜਾਣ ਦੀ ਕਿਰਿਆ, ਧਾਤ, ਚਟਾਨ ਜਾਂ ਰੇਤ ਦੀ ਉੱਭਰੀ ਹੋਈ ਪਰਤ, ਤਲ

ਆਗਮ *v* ਫੁੱਟ ਨਿਕਲਨਾ, ਉੱਭਰ ਆਉਣਾ

outcry /'ਆਉਟਕਰਾਇ/ *n* ਹਾਹਾਕਾਰ, ਚੀਕ-ਚਿਹਾੜਾ, ਦੁਹਾਈ, ਰੌਲਾ-ਰੱਪਾ, ਸ਼ੋਰੋ-ਗੁਲ

outdate /ˌਆਉਟ'ਡੇਇਟ/ *v* ਪੁਰਾਣਾ ਕਰ ਦੇਣਾ

outdated /ˌਆਉਟ'ਡੇਇਟਿਡ/ *a* ਅਪ੍ਰਚਲਿਤ, ਪੁਰਾਣਾ, ਪਛੜਿਆ

outdistance /ˌਆਉਟ'ਡਿਸਟਅਨਸ/ *v* ਦੂਜੇ ਤੋਂ ਬਹੁਤ ਦੂਰ ਲੰਘ ਜਾਣਾ, ਵਧ ਜਾਣਾ; ਦੰਦ ਖੱਟੇ ਕਰਨਾ, ਛੱਕੇ ਛੁਡਾਉਣਾ, ਕੰਨ ਕੱਟਣਾ, ਮਾਤ ਪਾਉਣਾ

outdo /ˌਆਉਟ'ਡੂ/ *v* (ਦੂਰ ਤੋਂ) ਅੱਗੇ ਨਿੱਕਲ ਜਾਣਾ, ਵਧ ਜਾਣਾ, ਦੰਦ ਖੱਟੇ ਕਰਨਾ, ਛੱਕੇ ਛੁਡਾਉਣਾ, ਮਾਤ ਪਾਉਣਾ

outdoor /'ਆਉਟਡੋ*/ *a* ਬਾਹਰਲਾ, ਬਾਹਰੀ, ਮੈਦਾਨੀ, ਖੁੱਲ੍ਹਾ, ਖੁੱਲ੍ਹੀ ਹਵਾ ਵਿੱਚਲਾ

outdoors /ˌਆਉਟ'ਡੋਜ਼/ *adv* ਅਸਮਾਨ ਥੱਲੇ, ਖੁੱਲ੍ਹੀ ਹਵਾ ਵਿੱਚ

outer /'ਆਉਟਅ*/ *n* ਚਾਂਦਮਾਰੀ ਵਿੱਚ ਗੁਲਜ਼ਰੀ ਦਾ ਬਾਹਰਲਾ ਚੱਕਰ *a* ਬਾਹਰੀ, ਬਾਹਰਲਾ, ਬਾਹਰਮੁਖੀ

outermost /'ਆਉਟਅਮਅਉਸਟ/ *a* ਸਭ ਤੋਂ ਬਾਹਰ ਵਾਲਾ, ਬਾਹਰੋਂ ਬਾਹਰ

outer space *n* ਧਰਤੀ ਦੇ ਵਾਯੂਮੰਡਲ ਤੋਂ ਉਪਰਲਾ ਸਥਾਨ, ਪੁਲਾੜ

outface /ˌਆਉਟ'ਫ਼ੇਇਸ/ *v* ਡਟ ਕੇ ਮੁਕਾਬਲਾ ਕਰਨਾ, ਟਾਕਰਾ ਕਰਨਾ, ਹਰਾਉਣਾ; ਅੱਖਾਂ ਮਿਲਾ ਕੇ ਚਿਹਰਾ ਫਕ ਕਰ ਦੇਣਾ, ਘੂਰਕ ਕੇ ਬਦਹਵਾਸ ਕਰ ਦੇਣਾ

outfall /'ਆਉਟਫ਼ੋਲ/ *n* ਮੁਹਾਣਾ, ਦਹਾਨਾ

outfield /'ਆਉਟਫ਼ੀਲਡ/ *n* (ਕ੍ਰਿਕਟ) ਮੈਦਾਨ ਦਾ ਉਹ ਭਾਗ ਜੋ ਵਿਕਟ ਤੋਂ ਦੂਰ ਹੋਵੇ, ਪਰੇ ਦਾ ਮੈਦਾਨ; ਖੇਤ ਵਿੱਚ ਅੱਡ ਪਈ ਜ਼ਮੀਨ, ਦੂਰ ਦਾ ਖੇਤ

outfight /ਆਉਟ'ਫ਼ਾਇਟ/ *v* (ਦੂਜੇ ਦੇ ਮੁਕਾਬਲੇ) ਵੱਧ ਹੁਸ਼ਿਆਰੀ ਨਾਲ ਲੜਨਾ, ਲੜਨ ਵਿੱਚ ਮਾਤ ਪਾ ਦੇਣਾ

outfit /'ਆਉਟਫ਼ਿਟ/ *n* ਸਾਜ਼-ਸਮਾਨ, ਸੰਪੂਰਨ ਸਮਗਰੀ; ਟੋਲੀ, ਮੰਡਲੀ, ਧੜਾ; ਸੂਟ *v* ਸਮਗਰੀ ਸਜਾਉਣਾ, ਵਸਤਰ ਸਜਾਉਣਾ; ਸਾਜ਼ੋ-ਸਮਾਨ ਵੇਚਣਾ

outflank /ˌਆਉਟ'ਫ਼ਲੈਙਕ/ *v* ਚੌਹਾਂ ਪਾਸਿਆਂ ਤੋਂ ਘੇਰਨਾ (ਪਿਛਲੇ ਪਾਸਿਓਂ ਵਾਰ ਕਰਨ ਲਈ); ਮਾਤ ਪਾਉਣਾ

outfling /ਆਉਟ'ਫ਼ਲਿਙ/ *n* ਮੂੰਹ ਤੋੜ ਜਵਾਬ, ਸਿੱਧਾ ਉੱਤਰ

outflow /'ਆਉਟਫ਼ਲਅਉ/ *n* ਵਹਿਣ, ਵਹਾਅ, ਨਿਕਾਸ, ਵਗ ਨਿਕਲਨ ਦੀ ਕਿਰਿਆ

outfool /ਆਉਟ'ਫ਼ੂਲ/ *v* ਮੂਰਖਤਾ ਵਿੱਚ ਮਾਤ ਪਾਉਣਾ

outgeneral /ˌਆਉਟ'ਜੈਨੱ(ਅ)ਰ(ਅ)ਲ/ *v* (ਚਾਲ-ਚਲਣ ਵਿੱਚ) ਬਾਜ਼ੀ ਲੈ ਜਾਣਾ, ਦੁਸ਼ਮਣ ਦੀ ਫ਼ੌਜ ਨੂੰ ਹਰਾਉਣਾ

outgo /ˌਆਉਟ'ਗਅਉ/ *v* ਅਧਿਕ ਤੇਜ਼ੀ ਨਾਲ ਜਾਣਾ, ਅੱਗੇ ਵਧ ਜਾਣਾ, ਬਾਜ਼ੀ ਲੈ ਜਾਣਾ, ਮਾਤ ਪਾਉਣਾ

outgoings /'ਆਉਟਗਅਉਇਙਜ਼/ *n* ਖ਼ਰਚ, ਲਾਗਤ

outgrow /ˌਆਉਟ'ਗਰਅਉ/ *v* ਜਲਦੀ ਵਧਣਾ, ਹੱਦ ਤੋਂ ਬਾਹਰ ਨਿੱਕਲ ਜਾਣਾ, ਹੋਰ ਲੰਮਾ ਹੋ ਜਾਣਾ; ਬੱਚੇ ਦਾ ਵੱਡਾ ਹੋ ਕੇ ਕਈ ਆਦਤਾਂ ਨੂੰ ਛੱਡ ਜਾਣਾ

outgrowth /'ਆਉਟਗਰਅਉਥ/ *n* ਉਤਪਾਦਨ, ਪੈਦਾਵਾਰ; ਨਤੀਜਾ, ਪਰਿਣਾਮ; ਵਾਧਾ, ਵ੍ਰਿਧੀ

outgun /ˌਆਉਟ'ਗਅੱਨ/ *v* ਹੋਰਾਂ ਤੋਂ ਵਧੇਰੇ ਸ਼ਕਤੀਸ਼ਾਲੀ ਹੋਣਾ

out-herod /ˌਆਉਟ'ਹੈਰੱਅਡ/ *n* (ਹੈਰਡ ਤੋਂ ਵੀ) ਅਣਉਚਿਤ ਕੰਮਾਂ ਵਿੱਚ ਵਧ ਜਾਣਾ, ਮਰਯਾਦਾ ਭੰਗ ਕਰਨਾ, ਹੱਦ ਕਰ ਦੇਣਾ

outhouse /'ਆਉਟਹਾਉਸ/ *n* ਬਾਹਰਲਾ ਘਰ, ਬਾਹਰੀ ਭਵਨ, ਨੌਕਰਾਂ-ਚਾਕਰਾਂ ਦੇ ਰਹਿਣ ਵਾਲਾ ਮਕਾਨ

outing /'ਆਉਟਿਙ/ *n* ਮਨ-ਪਰਚਾਵੇ ਲਈ ਬਾਹਰ ਦੀ ਸੈਰ, ਛੁੱਟੀ ਮਨਾਉਣ ਲਈ ਸੈਰ, ਛੋਟੀ ਸੈਰ

out jockey *v* ਠੱਗਣਾ; ਹੇਰਾ-ਫੇਰੀ ਵਿੱਚ ਮਾਤ ਪਾਉਣਾ

outland /'ਆਉਟਲੈਨਡ/ *a* ਬਾਹਰਲਾ, ਵਿਦੇਸ਼ੀ

outlandish /ਆਉਟ'ਲੈਨਡਿਸ਼/ *a* ਗ਼ੈਰਮੁਲਕ ਦਾ, ਗ਼ੈਰਭਾਸ਼ਾ ਦਾ, ਓਪਰਾ, ਪਰਦੇਸੀ; ਵਿਦੇਸ਼ੀ, ਬਾਹਰੀ, ਅਜੀਬ, ਅਨੋਖਾ; ਅਣਜਾਣਿਆ, ਅਣਪਛਾਣਿਆ; ਗੰਵਾਰ, ਭੱਦਾ, ਅਸ਼ਿਸ਼ਟ

outlast /ˌਆਉਟ'ਲਾਸਟ/ *v* (ਹੋਰ ਦੇ ਮੁਕਾਬਲੇ) ਵਧੇਰੇ ਸਮੇਂ ਤੱਕ ਵਰਤੋਂ ਵਿੱਚ ਆਉਣਾ ਜਾਂ ਚੱਲਣਾ; ਵਧੇਰੇ ਸਮੇਂ ਲਈ ਠਹਿਰਨਾ ਜਾਂ ਟਿਕਣਾ

outlaw /'ਆਉਟਲੋ/ *n* ਜਲਾਵਤਨ; ਕਨੂੰਨ ਦੀ ਸਹਾਇਤਾ ਤੋਂ ਵੰਚਿਤ *v* ਜਲਾਵਤਨ ਕਰਨਾ, ਕਨੂੰਨੀ ਸਹਾਇਤਾ ਤੋਂ ਵੰਚਿਤ ਕਰਨਾ

outlawry /'ਆਉਟਲੋਰਿ/ *n* ਕਨੂੰਨ ਤੋੜਨ ਦੀ ਕਿਰਿਆ

outlay /'ਆਉਟਲੇਇ/ *n* ਲਾਗਤ, ਖ਼ਰਚ; ਖ਼ਾਕਾ

outlet /'ਆਉਟਲੈੱਟ/ *n* ਨਿਕਾਸ, ਮੋਰੀ; ਲਾਂਘਾ ਬਾਹਰ ਨਿਕਲਨ ਜਾਂ ਬਚਣ ਦਾ ਸਾਧਨ

outlier /'ਆਉਟˌਲਾਇਅ*/ *n* ਬਾਹਰੀ ਭਾਗ ਜਾਂ ਆਦਮੀ; ਕਿਸੇ ਵਸਤੂ ਦਾ ਬਾਹਰਲਾ ਹਿੱਸਾ; ਪਹਾੜ ਜਾਂ ਭੂਮੀ ਤੋਂ ਬਾਹਰ ਨਿਕਲਿਆ ਹੋਇਆ ਹਿੱਸਾ

outline /'ਆਉਟਲਾਇਨ/ *n* ਰੂਪ-ਰੇਖਾ, ਖ਼ਾਕਾ, ਰੇਖਾ-ਚਿੱਤਰ; ਸੰਖੇਪ, ਸਾਰ ਅੰਸ਼; ਸਿਧਾਂਤ, ਪ੍ਰਮੁੱਖ ਵਿਸ਼ੇਸ਼ਤਾ; ਬਾਹਰਲੀ ਹੱਦ *v* ਰੂਪ-ਰੇਖਾ ਉਲੀਕਣਾ, ਖ਼ਾਕਾ ਖਿੱਚਣਾ; ਸੰਖੇਪ ਵਿੱਚ ਨਤੀਜਾ ਕੱਢਣਾ, ਵਰਣਨ ਕਰਨਾ

outlive /ˌਆਉਟ'ਲਿਵ੍/ *v* ਵਧੇਰੇ ਉਮਰ ਭੋਗਣਾ

outlook /'ਆਉਟਲੁਕ/ *n* ਦ੍ਰਿਸ਼, ਨਜ਼ਾਰਾ; ਨਜ਼ਰੀਆ, ਦ੍ਰਿਸ਼ਟੀਕੋਣ; ਭਵਿੱਖ, ਸੰਭਾਵਨਾ, ਰੰਗ-ਢੰਗ

outlying /'ਆਉਟਲਾਇਇਙ/ *n* ਦੂਰ-ਦੁਰਾਡਾ, ਕੇਂਦਰ ਤੋਂ ਦੂਰ; ਬਾਹਰਵਰਤੀ, ਸੀਮਾਵਰਤੀ

outmanoeuvre /ˌਆਉਟਮਅ'ਨੂਵ੍ਅ*/ *v* ਚਾਲਬਾਜ਼ੀ ਵਿੱਚ ਪਛਾੜ ਦੇਣਾ, ਹੇਰ-ਫੇਰ ਵਿੱਚ ਮਾਤ ਕਰ ਦੇਣਾ

outmarch /ˌਆਉਟ'ਮਾਚ/ *v* ਤੁਰਨ ਵਿੱਚ ਬਾਜ਼ੀ ਲੈ ਜਾਣਾ, ਤੇਜ਼ ਤੁਰਨਾ; ਦੂਰ ਤੱਕ ਜਾਣਾ; ਕੂਚ ਕਰਨਾ

outmatch /ˌਆਉਟ'ਮੈਚ/ *v* ਕਿਸੇ ਤੋਂ ਅੱਗੇ ਵਧ ਜਾਣਾ; ਅਤਿ ਅਧਿਕ ਹੋਣਾ, ਬਾਜ਼ੀ ਲੈ ਜਾਣਾ

outmoded /ˌਆਉਟ'ਮਅਉਡਿਡ/ *a* ਫੈਸ਼ਨ ਤੋਂ ਬਾਹਰਾ, ਅਪ੍ਰਚਲਿਤ

outnumber /ˌਆਉਟ'ਨਅੱਮਬਅ*/ *n* ਗਿਣਤੀ ਵਿੱਚ ਵੱਧ ਹੋਣਾ, ਗਿਣਤੀ ਵਿੱਚ ਜ਼ਿਆਦਾ ਹੋ ਜਾਣਾ

out of date /ˌਆਉਟਅਵ੍'ਡੇਇਟ/ *a* ਪੁਰਾਣੇ ਸਮੇਂ ਦਾ, ਜੋ ਆਧੁਨਿਕ ਨਾ ਹੋਵੇ, ਅਪ੍ਰਚਲਿਤ

out-of-work *a* ਨੌਕਰੀ ਤੋਂ ਕੱਢਿਆ ਹੋਇਆ, ਬਿਨਾਂ ਕਿਸੇ ਰੋਜ਼ੀ ਦੇ ਸਾਧਨ ਤੋਂ, ਵਿਹਲਾ

outpace /ˌਆਉਟ'ਪੇਇਸ/ *v* ਰਫ਼ਤਾਰ ਵਿੱਚ ਵਧ ਜਾਣਾ, ਤੇਜ਼ ਚੱਲਣ ਵਿੱਚ ਮਾਤ ਕਰ ਜਾਣਾ, ਅੱਗੇ ਨਿਕਲ ਜਾਣਾ

outpatient /'ਆਉਟਪੇਇਸ਼ਨਟ/ *n* ਉਹ ਰੋਗੀ ਜੋ ਹਸਪਤਾਲ ਵਿੱਚ ਦਾਖ਼ਲ ਨਾ ਹੋਇਆ ਹੋਵੇ, ਬਾਹਰੀ ਰੋਗੀ

outperform /ˌਆਉਟਪਅ'ਫ਼ੋਮ/ *v* ਕਲਾ ਦਾ ਸਰਵਉੱਤਮ ਪ੍ਰਦਰਸ਼ਨ ਕਰਨਾ, ਵਧੀਆ ਅਦਾਕਾਰੀ ਕਰਨਾ; ਉੱਤਮ ਹੁਨਰ ਦਿਖਾਉਣਾ, ਬਿਹਤਰ ਪ੍ਰਾਪਤੀ ਕਰਨਾ

outplay /ˌਆਉਟ'ਪਲੇਇ/ *vt* ਉੱਤਮ ਖੇਡ ਦਿਖਾਉਣਾ, ਨਾਟਕ ਵਿੱਚ ਉੱਤਮ ਐਕਟਿੰਗ ਕਰਨਾ; ਦਿਲਲਗੀ ਕਰਨਾ

outpost /'ਆਉਟਪਅਉਸਟ/ *n* ਸਰਹੱਦੀ ਚੌਕੀ, ਸੈਨਾ ਦੀ ਟੁਕੜੀ ਦਾ ਅਗਲਾ ਪਹਿਰਾ; ਸੈਨਾ ਦਲ; ਸੀਮਾ ਸਥਾਨ

outpouring /'ਆਉਟਪੋਰਿਙ/ *n* ਭਾਵ, ਉਦਗਾਰ; ਤੂਫ਼ਾਨ; ਉਬਾਲ; ਵਹਾਅ

output /'ਆਉਟਪੁਟ/ *n* ਉਪਜ, ਉਤਪਾਦਨ;

(ਕੰਪਿ) ਕੰਪਿਊਟਰ ਦੁਆਰਾ ਪ੍ਰਕਿਰਿਆ ਕਰਨ ਤੋਂ ਬਾਅਦ ਪੈਦਾ ਹੋਏ ਨਤੀਜੇ, ਨਤੀਜੇ

output unit *n* (ਕੰਪਿ) ਕੰਪਿਊਟਰ ਦੇ ਨਤੀਜੇ ਦੇਣ ਵਾਲੀ ਇਕਾਈ (ਜਿਵੇਂ ਮੋਨੀਟਰ, ਪ੍ਰਿੰਟਰ, ਸਪੀਕਰ ਆਦਿ), ਨਤੀਜਾ ਇਕਾਈ

outrage /'ਆਉਟਰੇਇਜ/ *n* ਉਪੱਦਰ, ਅੱਤਿਆਚਾਰ; ਘੋਰ ਅਪਮਾਨ, ਹੱਤਕ *v* ਜ਼ਬਰਦਸਤੀ ਕਰਨਾ, ਧੱਕਾ ਕਰਨਾ, ਬਲਾਤਕਾਰ ਕਰਨਾ; (ਕਿਸੇ ਨਾਲ) ਹਿੰਸਾਤਮਿਕ ਵਿਹਾਰ ਕਰਨਾ

outrageous /ਆਉਟ'ਰੇਇਜਅਸ/ *n* (ਅਤਿ) ਨਿਰਦਈ, ਉਪੱਦਰੀ, ਭ੍ਰਿਸ਼ਟਾਚਾਰੀ; ਪ੍ਰਬਲ, ਪ੍ਰਚੰਡ, ਘੋਰ

outrange /ˌਆਉਟ'ਰੇਇਨਜ/ *v* ਦੂਰ ਨਿਸ਼ਾਨਾ ਮਾਰਨਾ, ਬੰਦੂਕ ਨਾਲ ਦੂਰ ਤੱਕ ਮਾਰ ਕਰਨਾ

outrank /ˌਆਉਟ'ਰੈਙਕ/ *v* ਉੱਚੀ ਪਦਵੀ 'ਤੇ ਹੋਣਾ, ਵੱਧ ਯੋਗ ਹੋਣਾ, ਉੱਤਮ ਹੋਣਾ

outre /'ਊਟਰੇਇ/ *(F) a* ਵਿਲੱਖਣ, ਅਨੋਖਾ; ਬਦਤਮੀਜ਼

outreach /'ਆਉਟਰੀਚ/ *n* (ਕਿਸੇ ਸੰਸਥਾ ਵੱਲੋਂ) ਲੋਕਾਂ ਤੱਕ ਪਹੁੰਚ ਕੇ ਸਹਾਇਤਾ ਦੇਣ ਦੀ ਕਿਰਿਆ, (ਗਰੀਬ ਰੋਗੀਆਂ ਦਾ) ਹਸਪਤਾਲ ਤੋਂ ਬਾਹਰ ਹੀ ਕੀਤਾ ਇਲਾਜ

outrelief /'ਆਉਟਰਿਲੀਫ਼/ *n* ਉਸ ਆਦਮੀ ਦੀ ਸਹਾਇਤਾ ਜੋ ਕਿਸੇ ਸੰਸਥਾ ਜਾਂ ਕਾਰਖ਼ਾਨੇ ਤੋਂ ਬਾਹਰ ਦਾ ਹੋਵੇ

outride /ˌਆਉਟ'ਰਾਇਡ/ *v* (ਜਹਾਜ਼ ਨੂੰ ਤੂਫ਼ਾਨ ਵਿੱਚ) ਤੇਜ਼ ਚਲਾਉਂਦੇ ਰਹਿਣਾ; ਘੋੜਾ ਕੱਢ ਕੇ ਲੈ ਜਾਣਾ; ਅੱਗੇ ਨਿਕਲ ਜਾਣਾ

outrigger /'ਆਉਟਰਿਗਅ*/ *n* (ਕਿਸ਼ਤੀ ਦੀ) ਬੱਲੀ ਜਾਂ ਸ਼ਤੀਰੀ; (ਮਕਾਨ ਦੀ) ਬੱਲੀ, (ਘੋੜਾ ਸਿਖਾਉਣ ਵਾਲਾ) ਅੜੰਗਾ, ਟਾਂਗੇ ਦਾ ਬੰਬ ਜਾਂ ਬੰਬੂ; ਜੁੜਿਆ ਘੋੜਾ

outright /'ਆਉਟਰਾਇਟ/ *adv* ਕਤਈ, ਸਰਾਸਰ *a* ਪੱਕਾ

outrival /ˌਆਉਟ'ਰਾਇਵ(ਅ)ਲ/ *v* ਸਫਲਤਾਪੂਰਵਕ ਮੁਕਾਬਲਾ ਕਰਨਾ, ਹਰਾਉਣਾ, ਮਾਤ ਪਾਉਣਾ

outroot /ਆਉਟ'ਰੂਟ/ *v* ਜੜੋਂ ਉਖੇੜ ਦੇਣਾ

outrun /ˌਆਉਟ'ਰਅੱਨ/ *v* ਹੱਦ ਲੰਘ ਜਾਣਾ, ਸੀਮਾ ਪਾਰ ਕਰ ਜਾਣਾ; ਹੋਰ ਤੇਜ਼ ਦੌੜਨਾ, ਭੱਜਣ ਵਿੱਚ ਦੂਜਿਆਂ ਨੂੰ ਪਿੱਛੇ ਛੱਡ ਜਾਣਾ; ਮਾਤ ਕਰਨਾ, ਬਾਜ਼ੀ ਲੈ ਜਾਣਾ

outrunner /'ਆਉਟਰਅੱਨਅ*/ *n* ਗੱਡੀ ਦੇ ਬੰਬ ਦੇ ਬਾਹਰ ਜੁੜਨ ਵਾਲਾ ਘੋੜਾ; ਪਥਦਰਸ਼ਕ ਕੁੱਤਾ, ਬਰਫ਼ ਗੱਡੀ ਦੇ ਨਾਲ-ਨਾਲ ਭੱਜਣ ਵਾਲਾ ਕੁੱਤਾ

outrush /'ਆਉਟਰਅੱਸ਼/ *v* ਫੁੱਟ ਨਿਕਲਨਾ, ਭੱਜ ਨਿਕਲਨਾ

out sail *v* (ਕਿਸ਼ਤੀ ਚਲਾਉਣ ਦੇ ਮੁਕਾਬਲੇ ਵਿੱਚ) ਅੱਗੇ ਵਧ ਜਾਣਾ, (ਬਾਕੀਆਂ ਨੂੰ) ਪਛਾੜ ਦੇਣਾ, ਬਾਜ਼ੀ ਲੈ ਜਾਣਾ

outsell /ˌਆਉਟ'ਸੈੱਲ/ *v* ਸਭ ਤੋਂ ਵਧ ਵਿਕਰੀ ਕਰਨਾ, ਵੱਧ ਗਿਣਤੀ ਵਿੱਚ ਚੀਜ਼ਾਂ ਵੇਚਣਾ

outset /'ਆਉਟਸੈੱਟ/ *n* ਸ਼ੁਰੂ, ਅਰੰਭ, ਇਬਤਦਾ

outshine /ˌਆਉਟ'ਸ਼ਾਇਨ/ *v* ਵਧੇਰੇ ਪ੍ਰਸਿੱਧ ਹੋਣਾ; ਹੋਰ ਚਮਕਣਾ, ਚਮਕ ਵਿੱਚ ਮਾਤ ਪਾਉਣਾ, ਮੁਮਤਾਜ਼ ਹੋਣਾ

outside /ˌਆਉਟ'ਸਾਇਡ/ *n* ਬਾਹਰਲਾ ਤਲ, ਬਾਹਰੀ ਭਾਗ, ਬਾਹਰਲਾ ਰੂਪ ਜਾਂ ਭਾਵ; ਬਾਹਰਲਾ ਸੰਸਾਰ; ਬਾਹਰੀ ਸਥਿਤੀ, ਬਾਹਰ *adv* ਪਰੇ, ਹੱਦ ਤੋਂ ਪਰੇ, ਹੱਦੋਂ ਬਾਹਰ **/'ਆਉਟਸਾਇਡ/** *a* ਬਾਹਰਲਾ, ਬਾਹਰ ਵਾਲਾ, ਬਾਹਰੀ, ਬੈਰੂਨੀ; ਨਿਕਟ, ਨੇੜੇ, ਸਮੀਪ, ਨੇੜੇ ਦਾ

outsider /ˌਆਉਟ'ਸਾਇਡਅ*/ *n* ਹੋਰ ਦੇਸ਼ ਦਾ ਆਦਮੀ, ਪਰਦੇਸੀ, ; ਅਪਰੀਚਿਤ ਆਦਮੀ

out sit *v* (ਦੂਜੇ ਪ੍ਰਾਹੁਣਿਆਂ ਦੇ ਮੁਕਾਬਲੇ 'ਤੇ) ਸਮੇਂ ਤੋਂ ਮਗਰੋਂ ਦੇਰ ਤੱਕ ਬੈਠੇ ਰਹਿਣਾ

outsize /'ਆਉਟਸਾਇਜ਼/ *n* ਆਮ ਨਾਲੋਂ ਵੱਡਾ ਸਾਈਜ਼

out skip *n* ਛਾਲ ਮਾਰ ਕੇ ਪਾਰ ਕਰਨਾ, ਟੱਪਣਾ, ਕੁੱਦਣਾ; ਉੱਡ ਜਾਣਾ

outskirts /'**ਆਉਟਸਕਅ:ਟਸ**/ *n* ਨਗਰ ਦੀ ਬਾਹਰੀ ਹੱਦ, ਗੋਰਾ

outsmart /ˌ**ਆਉਟ'ਸਮਾਟ**/ *v* ਬਹੁਤੀ ਹੀ ਚੁਸਤੀ ਕਰਨਾ, ਤੀਖਣ ਬੁੱਧੀ ਤੋਂ ਕੰਮ ਲੈਣਾ, ਸੋਹਣੇ ਪਹਿਰਾਵੇ ਨਾਲ ਸਜਣਾ ਫਬਣਾ, ਹੁਸ਼ਿਆਰੀ ਕਰਨਾ

outsource /'**ਆਉਟਸੋਸ**/ *n* ਬਾਹਰੋਂ ਕਿਸੇ ਤੋਂ ਕੰਮ ਲੈਣ ਦਾ ਸੋਮਾ, ਕੰਪਿਊਟਰ ਰਾਹੀਂ ਕਿਸੇ ਤੋਂ ਬਾਹਰੋਂ ਕੰਮ ਲੈਣ ਦਾ ਸ੍ਰੋਤ

outspan /ˌ**ਆਉਟ'ਸਪੈਨ**/ *n* (ਹਲ ਜਾਂ ਗੱਡੇ ਦਾ) ਜੂਲਾ ਉਤਾਰਨਾ

outspoken /**ਆਉਟ'ਸਪਅਉਕਅਨ**/ *a* ਮੂੰਹਫਟ, ਖਰਾ, ਸਾਫ਼ਗੋ, ਬੇਬਾਕ, ਬੇਝਿਜਕ

outspread /ˌ**ਆਉਟ'ਸਪਰੈੱਡ**/ *a* ਫੈਲਿਆ, ਵਿਛਿਆ, ਵਿਸਤ੍ਰਿਤ

outstanding /**ਆਉਟ'ਸਟੈਨਡਿਙ**/ *n* ਬਕਾਇਆ, ਬਾਕੀ, ਸ਼ੇਸ਼ *a* ਸਿਰਕੱਢਵਾਂ, ਪ੍ਰਮੁੱਖ, ਸਿਰਮੌਰ

outstay /ˌ**ਆਉਟ'ਸਟੇਇ**/ *v* (ਨਿਸ਼ਚਿਤ ਜਾਂ ਸਧਾਰਨ ਸਮੇਂ ਤੋਂ) ਵੱਧ ਰੁਕਣਾ, ਵਧੇਰੇ ਹੰਢਣਾ, ਵਧੇਰੇ ਟਿਕਣਾ, ਕਿਆਮ ਕਰਨਾ

outstep /**ਆਉਟ'ਸਟੈੱਪ**/ *v* ਅੱਗੇ ਨੂੰ ਵਧਣਾ, ਹੱਦ ਤੋਂ ਬਾਹਰ ਪੈਰ ਧਰਨਾ

outstretch /ˌ**ਆਉਟ'ਸਟਰੈੱਚ**/ *n* ਵਿਸਥਾਰ, ਪਸਾਰਾ

outstretched /ˌ**ਆਉਟ'ਸਟਰੈੱਚਟ**/ *a* ਵਿਸਤ੍ਰਿਤ; (ਬਾਹਰ ਵੱਲ) ਖਿੱਚਿਆ, ਤਾਣਿਆ, ਤਣਿਆ, ਫੈਲਿਆ

outstrip /ˌ**ਆਉਟ'ਸਟਰਿਪ**/ *v* (ਦੌੜਾਂ ਵਿੱਚ) ਪਛਾੜ ਦੇਣਾ, ਵਧ ਜਾਣਾ, ਅੱਗੇ ਨਿਕਲ ਜਾਣਾ, ਲੰਘ ਜਾਣਾ

out-thrust /'**ਆਉਟਥਰਅੱਸਟ**/ *n* ਇਮਾਰਤ ਦੇ ਕਿਸੇ ਹਿੱਸੇ ਦਾ ਬਾਹਰ ਵੱਲ ਦਬਾਅ

out value *v* ਮੁੱਲ ਤੋਂ ਵਧ ਜਾਣਾ, ਕੀਮਤ ਤੋਂ ਜ਼ਿਆਦਾ ਹੋ ਜਾਣਾ

outvie /ˌ**ਆਉਟ'ਵਾਇ**/ *v* ਮੁਕਾਬਲੇ ਵਿੱਚ ਇੱਕ ਨੰਬਰ ਉੱਤੇ ਆਉਣਾ, ਪ੍ਰਤਿਯੋਗਤਾ ਵਿੱਚ ਸਰਬ-ਉੱਚ ਹੋਣਾ, ਅੱਗੇ ਵਧ ਜਾਣਾ, ਪਛਾੜਨਾ

outvote /ˌ**ਆਉਟ'ਵ੍ਅਉਟ**/ *v* ਜ਼ਿਆਦਾ ਵੋਟਾਂ ਲੈਣਾ, ਵੋਟਾਂ ਨਾਲ ਹਰਾ ਦੇਣਾ

outward /'**ਆਉਟਵਅਡ**/ *a* ਬਾਹਰੀ, ਬਾਹਰ ਦਾ, ਬੈਰੂਨੀ; ਬਾਹਰਮੁਖੀ, ਬਾਹਰ ਵੱਲ ਦਾ; ਉੱਤੋਂ-ਉੱਤੋਂ ਦਾ

outwardly /'**ਆਉਟਵਅਡਲਿ**/ *adv* ਬਾਹਰ-ਬਾਹਰ ਤੋਂ, ਬਾਹਰੋਂ

outwards /'**ਆਉਟਵਅਡਜ਼**/ *adv* ਬਾਹਰੀ ਰੂਪ ਵਿੱਚ, ਬਾਹਰ-ਬਾਹਰ ਵੱਲ

outweigh /ˌ**ਆਉਟ'ਵੇਇ**/ *n* ਅਧਿਕ ਭਾਰਾ ਹੋਣਾ, ਮੁੱਲ ਜਾਂ ਤੋਲ ਵਿੱਚ ਵਧੇਰੇ ਹੋਣਾ, ਵਿਸ਼ੇਸ਼ਤਾ ਵਿੱਚ ਵਧਣਾ

outwind /**ਆਉਟਵਿਨਡ**/ *n* ਖੋਲ੍ਹਣਾ, ਉਧੇੜਨਾ

outwit /ˌ**ਆਉਟ'ਵਿਟ**/ *v* ਕੰਨ ਕੁਤਰਨਾ, ਚਲਾਕੀ ਦਿਖਾਉਣਾ

outwork /'**ਆਉਟਵਅ:ਕ**/ *v* ਵਧੇਰੇ ਕੰਮ ਕਰਨਾ, ਕੰਮ ਕਰਨ ਵਿੱਚ ਮਾਤ ਪਾਉਣਾ *n* ਦੁਕਾਨ ਜਾਂ ਘਰ ਤੋਂ ਬਾਹਰ ਕੀਤਾ ਕੰਮ; ਕਿਲ੍ਹੇ ਦੀ ਬਾਹਰਲੀ ਕੰਧ ਜਾਂ ਖਾਈ

outworn /'**ਆਉਟਵੋਨ**/ *a* ਪਾਟਿਆ ਹੋਇਆ; ਪ੍ਰਾਚੀਨ, ਸਮੇਂ ਤੋਂ ਪੁਰਾਣਾ, ਘਸਿਆ-ਪਾਟਿਆ, ਬੇਕਾਰ

ouvrier /'**ਊਵ੍ਰੀਏਇ**/ *(F) n* ਮਿਹਨਤੀ, ਕੰਮੀ, ਕਾਰਜਕਰਤਾ

ouzel /'**ਊਜ਼(ਅ)ਲ**/ *n* ਇੱਕ ਤਰ੍ਹਾਂ ਦਾ ਪੰਛੀ; ਇੱਕ ਛੋਟੀ ਚਿੜੀ

oval /'**ਅਉਵ੍ਲ**/ *a* ਅੰਡਾਕਾਰ *n* ਅੰਡਾਕਾਰ ਵਸਤੂ

Oval Office *n* ਅਮਰੀਕੀ ਰਾਸ਼ਟਰਪਤੀ ਦਾ ਦਫ਼ਤਰ

ovary /'**ਅਉਵ੍ਅਰਿ**/ *n* ਅੰਡਕੋਸ਼; ਬੀਜ ਕੋਸ਼

ovate /'**ਅਉਵ੍ਏਇਟ**/ *a* ਅੰਡਾਕਾਰ

ovation /**ਅਉ'ਵ੍ਏਇਸ਼ਨ**/ *n* (ਪੁਰਾਤਨ ਰੋਮ) ਵਿਜੇ; ਸੁਆਗਤ, ਨਿੱਘਾ ਅਤੇ ਉਤਸ਼ਾਹ ਭਰਿਆ

ਸੁਆਗਤ, ਜੈ-ਜੈਕਾਰ

oven /'ਅੱਵ੍ਨ/ *n* ਤੰਦੂਰ, ਚੁੱਲ੍ਹਾ, ਭੱਠੀ

over /'ਅਉਵ੍ਅ*/ *n* ਨਿਰਨੇ ਦੀ ਘੋਸ਼ਣਾ ਜਾਂ ਐਲਾਨ; ਨਾਟਕ; ਪਰਿਹਾਸ *a* ਪਰਿਣਾਮ; (ਕ੍ਰਿਕਟ) ਓਵਰ; ਅਧਿਕਤਾ, ਵਾਧਾ *adv* ਮੁੜ-ਮੁੜ, ਵਾਰ-ਵਾਰ, ਇੱਕ ਵਾਰ ਫੇਰ; ਬਾਹਰ ਵੱਲ *prep* ਸਿਖਰ ਉੱਤੇ, ਉੱਤੇ, 'ਤੇ, ਪੁਰ, ਉੱਪਰ; ਅੱਗੇ, ਅਗਲੇ ਪਾਰ; ਉਲਟਾਅ-ਉਲਟਾਅ ਕੇ, ਤਹਿ ਕਰਕੇ; ਲਗਭਗ, ਸੰਬੰਧੀ; ਅਧਿਕ, ਅਤਿ ਅਧਿਕ; ਦੇ ਦੌਰਾਨ

overachieve /ˌਅਉਵ੍ਅਰਅ'ਚੀਵ੍/ *v* ਲੋੜੋਂ ਵੱਧ ਮਿਹਨਤ ਕਰਨਾ, (ਸਫਲਤਾ ਪ੍ਰਾਪਤੀ ਲਈ) ਹੱਡ ਭੰਨਵੀਂ ਮਿਹਨਤ ਕਰਨਾ

overact /ˌਅਉਵ੍ਅਰ'ਐਕਟ/ *v* ਅਤਿ ਅਭਿਨੈ ਕਰਨਾ, (ਚਰਿੱਤਰ ਭਾਵ ਆਦਿ ਦਾ) ਅਧਿਕ ਕਰਨਾ

overage /ˌਅਉਵ੍ਅਰ'ਏਇਜ/ *a* ਨਿਰਧਾਰਿਤ ਉਮਰ ਤੋਂ ਵੱਧ ਉਮਰ ਵਾਲਾ

overall /'ਅਉਵ੍ਅਰਓਲ/ *n* ਸਧਾਰਨ ਕੱਪੜਿਆਂ ਉੱਤੋਂ ਦੀ ਪਾਉਣ ਵਾਲਾ ਕੱਪੜਾ, ਉਤਲੀ ਪੁਸ਼ਾਕ ਜੋ ਕੰਮ ਕਰਨ ਲੱਗਿਆਂ ਪਾਈ ਜਾਵੇ **/ˌਅਉਵ੍ਅਰ'ਓਲ/** *adv* ਸਮੁੱਚੇ ਤੌਰ 'ਤੇ, ਕੁੱਲ ਮਿਲਾ ਕੇ

overambitious /ˌਅਉਵ੍ਅਰਐਮ'ਬਿਸ਼ਅਸ/ *a* (ਜੋ ਪ੍ਰਾਪਤ ਨਾ ਹੋਣ ਵਾਲਾ ਹੋਵੇ) ਉਸ ਦੀ ਪ੍ਰਾਪਤੀ ਦਾ ਅਭਿਲਾਸ਼ੀ, ਦੁਰਲਭ ਵਸਤਾਂ ਦੀ ਪ੍ਰਾਪਤੀ ਦਾ ਚਾਹਵਾਨ, ਅਕਾਂਖਿਆਵਾਨ

overarching /ˌਅਉਵ੍ਅਰ'ਆਚਿਙ/ *a* ਮਹੱਤਵਪੂਰਨ, ਅਤਿ ਆਵੱਸ਼ਕ; ਛਾ ਜਾਣ ਵਾਲਾ, ਹਾਵੀ

overawe /ˌਅਉਵ੍ਅਰ'ਓ/ *v* ਭੈ-ਭੀਤ ਕਰਨਾ, ਬਹੁਤ ਡਰਾਉਣਾ

overbalance /ˌਅਉਵ੍ਅ'ਬੈਲਅਨਸ/ *n* ਅਧਿਕ ਭਾਰ ਜਾਂ ਮਾਤਰਾ *v* ਪੱਲਾ ਭਾਰੀ ਕਰਨਾ; ਸੰਤੁਲਨ ਵਿਗਾੜ ਕੇ ਡੇਗਣਾ ਜਾਂ ਡਿਗਣਾ

overbear /ˌਅਉਵ੍ਅ'ਬੇਅ*/ *v* ਦਬਾਉਣਾ, ਮਾਤ ਕਰਨਾ, ਛਾ ਜਾਣਾ, ਝੁਕਾਅ ਲੈਣਾ, ਦਾਬਾ ਪਾਉਣਾ

overbearing /ˌਅਉਵ੍ਅ'ਬੇਅਰਿਙ/ *a* ਗੁਮਾਨੀ, ਅਭਿਮਾਨੀ, ਧੌਂਸਬਾਜ਼; ਹਾਵੀ, ਭਾਰੂ, ਦਬਾਉਣ ਵਾਲਾ

overblown /ˌਅਉਵ੍ਅ'ਬਲਅਉਨ/ *a* ਪੂਰੀ ਤਰ੍ਹਾਂ ਖਿੜਿਆ (ਫੁੱਲ); ਜੋਬਨ ਤੋਂ ਟੱਪਿਆ; ਅਡੰਬਰ ਭਰਿਆ

overboard /'ਅਉਵ੍ਅਬੋਡ/ *adv* ਤਖ਼ਤੇ ਉੱਤੇ, (ਜਹਾਜ਼ ਜਾਂ ਕਿਸ਼ਤੀ ਤੋਂ) ਪਾਣੀ ਵਿੱਚ

overbridge /'ਅਉਵ੍ਅਬਰਿਜ/ *n* ਰੇਲ ਪਟੜੀ ਆਦਿ ਦੇ ਉੱਪਰਲਾ ਪੁਲ

overburden /ˌਅਉਵ੍ਅ'ਬਅ:ਡਨ/ *v* ਹੋਰ ਲੱਦ ਦੇਣਾ, ਦੱਬ ਦੇਣਾ

overcapitalize /ˌਅਉਵ੍ਅ'ਕੈਪਿਟ(ਅ)ਲਾਇਜ਼/ *v* ਵਧੇਰੇ ਧਨ ਲਾਉਣਾ, ਵਧੇਰੇ ਪੂੰਜੀ ਲਾਉਣਾ, ਅਧਿਕ ਨਿਸ਼ਚਿਤ ਕਰਨਾ ਜਾਂ ਅਨੁਮਾਨ ਲਾਉਣਾ (ਪੂੰਜੀ ਆਦਿ ਦਾ), (ਕੰਪਨੀ ਵਿੱਚ) ਲੋੜ ਤੋਂ ਵੱਧ ਧਨ ਲਾਉਣਾ

overcast /ˌਅਉਵ੍ਅ'ਕਾਸਟ/ *n* ਬੱਦਲਵਾਈ *a* ਛਾਇਆ ਹੋਇਆ *v* ਅੰਬਰ ਜਾਂ ਅਕਾਸ਼ ਨੂੰ ਬੱਦਲਾਂ ਨਾਲ ਢਕ ਦੇਣਾ, ਢਕਣਾ, ਛਾ ਜਾਣਾ

overcautious /ˌਅਉਵ੍ਅ'ਕੋਸ਼ਅਸ/ *a* ਲੋੜੋਂ ਵੱਧ ਚੌਕਸ, ਹੱਦੋਂ ਵੱਧ ਸਾਵਧਾਨ

overcharge /ˌਅਉਵ੍ਅ'ਚਾਜ/ *n* ਵਧੇਰੇ ਭਾਰ; ਵਧੇਰੇ ਭਰਿਆ ਵਿਸਫੋਟਕ ਪਦਾਰਥ; (ਕਿਸੇ ਚੀਜ਼ ਦੇ) ਵਧੇਰੇ ਪੈਸੇ ਲੈਣਾ, ਸਹੀ ਮੁੱਲ ਤੋਂ ਵੱਧ ਲੈਣਾ, ਵਧੇਰੇ ਕੰਮ ਨਾਲ ਲੱਦ ਦੇਣਾ; ਬਹੁਤਾ ਬਰੂਦ ਭਰਨਾ; ਵਧਾਅ-ਚੜ੍ਹਾਅ ਕੇ ਦੱਸਣਾ

overcloud /ˌਅਉਵ੍ਅ'ਕਲਾਉਡ/ *v* ਬੱਦਲਾਂ ਨਾਲ ਢਕੇ ਜਾਣਾ; ਗ਼ਮਗੀਨ ਜਾਂ ਉਦਾਸ ਕਰਨਾ

overcoat /'ਅਉਵ੍ਅਕਅਉਟ/ *n* ਇੱਕ ਕੋਟ ਦੇ ਉੱਤੇ ਪਾਉਣ ਵਾਲਾ ਦੂਜਾ ਕੋਟ, ਬਾਲਾਈ ਕੋਟ, ਫਰਗਲ, ਵੱਡਾ ਕੋਟ, ਓਵਰਕੋਟ; ਰੰਗ ਦੀ ਉੱਪਰਲੀ ਤਹਿ

overcolour /ˌਅਉਵ੍ਅ'ਕਅੱਲਅ/ *v* ਵਧੇਰੇ ਰੰਗ ਚੜ੍ਹਾਉਣਾ; (ਗੱਲ) ਵਧਾਅ-ਚੜ੍ਹਾਅ ਕੇ ਕਰਨਾ, ਮੁਬਾਲਗਾ ਕਰਨਾ, ਅੱਤਕਥਨੀ ਕਰਨਾ

overcome /ˌਅਉਵ਼ਅ'ਕਅੱਮ/ *v* ਜਿੱਤਣਾ, ਕਾਬੂ ਪਾਉਣਾ, ਛਾ ਜਾਣਾ; ਸਰ ਕਰਨਾ

overconfident /ˌਅਉਵ਼ਅ'ਕੌਨਫ਼ਿਡਅਨਟ/ *a* ਵਧੇਰੇ ਹੌਸਲੇ ਵਾਲਾ, ਬਹੁਤ ਹੀ ਸਾਹਸੀ, ਵਧੇਰੇ ਜਿਗਰਾ ਰੱਖਣ ਵਾਲਾ

overcredulous /ˌਅਉਵ਼ਅ'ਕਰੈਡੱਯੁਲਅਸ/ *a* ਅਤਿ ਵਿਸ਼ਵਾਸੀ, ਅੰਧਵਿਸ਼ਵਾਸੀ; ਜਲਦੀ ਹੀ ਯਕੀਨ ਕਰਨ ਵਾਲਾ

overcritical /ˌਅਉਵ਼ਅ'ਕਰਿਟਿਕਲ/ *a* ਬਹੁਤ ਨਾਜ਼ਕ; ਅਤਿ ਖ਼ਤਰਨਾਕ, ਜ਼ਿਆਦਾ ਸੰਕਟਮਈ; ਲੋੜੋਂ ਵੱਧ ਨੁਕਤਾਚੀਨੀ ਭਰਿਆ

overcrop /ˌਅਉਵ਼ਅ'ਕਰੌਪ/ *v* ਧਰਤੀ ਨੂੰ ਵਧੇਰੇ ਫ਼ਸਲਾਂ ਉਗਾ-ਉਗਾ ਕੇ ਕਮਜ਼ੋਰ ਕਰਨਾ, ਲੋੜ ਤੋਂ ਵਧੇਰੇ ਖੇਤੀ ਕਰਨਾ, ਜ਼ਮੀਨ ਦਾ ਸਾਹ-ਸਤ ਕੱਢ ਦੇਣਾ

overcrowding /ˌਅਉਵ਼ਅ'ਕਰਾਉਡਿਙ/ *n* ਭੀੜ-ਭੜੱਕੇ ਵਾਲਾ, ਜਮਘਟੇ ਵਾਲਾ, ਖਚਾਖਚ ਭਰਿਆ ਹੋਇਆ

overdate /'ਅਉਵ਼ਅਡੇਇਟ/ *v* ਪਿਛਲੀ ਤਾਰੀਖ਼ ਪਾਉਣਾ

overdo /ˌਅਉਵ਼ਅ'ਡੂ/ *v* ਅੱਤ ਕਰਨਾ, ਬਹੁਤ ਦੂਰ ਤੱਕ ਚਲੇ ਜਾਣਾ; ਅਤਿ ਅਧਿਕ ਪਕਾਉਣਾ ਜਾਂ ਸਾੜ ਦੇਣਾ; ਸ਼ਕਤੀ ਤੋਂ ਵਧੇਰੇ ਕੰਮ ਕਰਨਾ ਜਾਂ ਕਰਾਉਣਾ, ਥਕਾ ਦੇਣਾ

overdoor /'ਅਉਵ਼ਅਡੋ*/ *n* ਦਰਵਾਜ਼ਿਆਂ ਦੀ ਲੱਕੜੀ ਉੱਤੇ ਕੀਤਾ ਹੋਇਆ ਸਜਾਵਟ ਦਾ ਕੰਮ

overdose /'ਅਉਵ਼ਅਡਅਉਸ/ *n* (ਦਵਾਈ ਦੀ) ਅਧਿਕ ਮਾਤਰਾ, ਦਵਾਈ ਦੀ ਲੋੜ ਤੋਂ ਵੱਧ ਖ਼ੁਰਾਕ *v* ਅਜਿਹੀ ਖ਼ੁਰਾਕ ਦੇਣਾ

overdraft /'ਅਉਵ਼ਅਡਰਾਫ਼ਟ/ *n* ਬੈਂਕ ਵਿੱਚ ਜਿੰਨੀ ਰਕਮ ਹੋਵੇ ਉਸ ਤੋਂ ਵੱਧ ਰਕਮ ਦੀ ਹੁੰਡੀ ਜਾਂ ਡ੍ਰਾਫ਼ਟ, ਵਾਧੂ ਵਸੂਲੀ

overdraw /ˌਅਉਵ਼ਅ'ਡਰੋ/ *v* ਵਧਾਅ-ਚੜ੍ਹਾਅ ਕੇ ਦੱਸਣਾ, ਚਿੱਤਰਕਾਰੀ ਵਿੱਚ ਅੱਤ ਕਰਨਾ; ਬੈਂਕ ਵਿੱਚੋਂ ਆਪਣੀ ਰਕਮ ਨਾਲੋਂ ਵਧੇਰੇ ਕਢਵਾਉਣਾ

overdrawn /ˌਅਉਵ਼ਅ'ਡਰੋਨ/ *a* (ਬੈਂਕ ਵਿਚੋਂ) ਜਮਾਂ ਰਕਮ ਤੋਂ ਵੱਧ ਪੈਸਾ ਕਢਾਇਆ ਹੋਇਆ, (ਧਿਆਨ) ਲੋੜੋਂ ਵੱਧ ਆਕਰਸ਼ਿਤ ਕੀਤਾ ਹੋਇਆ

overdress /ˌਅਉਵ਼ਅ'ਡਰੈੱਸ/ *n* ਉਪੱਰਲੀ ਪੁਸ਼ਾਕ, ਇੱਕ ਪੁਸ਼ਾਕ ਦੇ ਉੱਤੇ ਪਾਉਣ ਵਾਲੀ ਦੂਜੀ ਪੁਸ਼ਾਕ *v* ਬੇਹੱਦ ਸਜਣਾ

overdrive /'ਅਉਵ਼ਅਡਰਾਇਵ਼/ *v* ਵਧੇਰੇ ਹੱਕਣਾ, ਤੇਜ਼ ਚਲਾਉਣਾ; (ਘੋੜੇ ਨੂੰ) ਭਜਾ ਕੇ ਜਾਂ (ਕਿਸੇ ਆਦਮੀ ਨੂੰ) ਕੰਮ ਕਰਵਾ ਕੇ ਥਕਾ ਦੇਣਾ

overdue /ˌਅਉਵ਼ਅ'ਡਯੂ/ *a* ਜਿਸ ਦੀ ਮਿਆਦ ਜਾਂ ਸਮਾਂ ਪੁੱਗ ਗਿਆ ਹੋਵੇ, ਠੀਕ ਸਮੇਂ ਉੱਤੇ ਅਦਾ ਨਾ ਕੀਤਾ ਹੋਇਆ (ਬਿਲ ਜਾਂ ਹੁੰਡੀ)

over easy /ˌਅਉਵ਼ਅਰ 'ਈਜ਼ਿ/ *a* ਅਤਿ ਅਸਾਨ (ਤਲੇ ਹੋਏ ਆਂਡੇ ਦਾ) ਤਵੇ ਉੱਤੇ ਉਲਟਾਇਆ ਪਾਸਾ

overeat /ˌਅਉਵ਼ਅਰ'ਈਟ/ *v* ਬਹੁਤਾ ਖਾਣਾ, ਲੋੜ ਤੋਂ ਵੱਧ ਭੋਜਨ ਖਾਣਾ

overemphasis /ˌਅਉਵ਼ਅਰ'ਐੱਮਫ਼ਅਸਿਸ/ *n* ਲੋੜੋਂ ਵੱਧ ਦਬਾਅ, ਅਤਿ ਪ੍ਰਬਲਤਾ, ਬਹੁਤ ਤੀਬਰਤਾ

overestimate /ˌਅਉਵ਼ਅਰ'ਐੱਸਟਿਮਅਟ/ *n* ਅਤਿ ਅਨੁਮਾਨ /ˌਅਉਵ਼ਅਰ'ਐੱਸਟਿਮੇਇਟ/ *v* ਬਹੁਤ ਅਧਿਕ ਅਨੁਮਾਨ ਕਰਨਾ, ਅਧਿਕ ਅੰਕਣਾ, ਅਸਲੀਅਤ ਤੋਂ ਵਧੇਰੇ ਸਮਝਣਾ

overexcited /ˌਅਉਵ਼ਅਰਇਕ'ਸਾਇਟਿਡ/ *a* ਅਤਿ ਉਕਸਾਹਟ ਵਿੱਚ, ਬੁਰੀ ਤਰ੍ਹਾਂ ਭੜਕਿਆ ਹੋਇਆ, ਅਸ਼ਾਂਤ ਚਿੱਤ

overexpose /ˌਅਉਵ਼ਅਰਇਕ'ਸਪਅਉਜ਼/ *v* ਪੂਰੇ ਪਾਜ ਖੋਲ੍ਹਣਾ, (ਭੇਦ) ਪੂਰੀ ਤਰ੍ਹਾਂ ਨੰਗਾ ਕਰਨਾ, ਪੂਰੀ ਤਰ੍ਹਾਂ ਸਪਸ਼ਟ ਕਰਨਾ

overfeed /'ਅਉਵ਼ਅਫ਼ੀਡ/ *v* ਜ਼ਰੂਰਤ ਤੋਂ ਵੱਧ ਖੁਆਉਣਾ

overflow /'ਅਉਵ਼ਅਫ਼ਲਅਉ/ *n* ਛਲਕਾਅ, ਛਲਕ, ਡੁੱਲ੍ਹਣ, ਉਛਾਲਾ; ਫ਼ਾਲਤੂ ਚੀਜ਼ /ˌਅਉਵ਼ਅ'ਫ਼ਲਅਉ/ *v* ਹੜ੍ਹਨਾ, ਛਲਕਣਾ, ਉਮਡਣਾ, ਲਬਾ-ਲਬ ਭਰ ਜਾਣਾ, ਵਗ ਤੁਰਨਾ

over-freight /ˌ**ਅਉਵ੍ਹਆ'ਫ਼ਰੇਇਟ**/ *v* ਬਹੁਤਾ ਭਾਰ ਲੱਦਣਾ

overgreen /'**ਅਉਵ੍ਹਅਗਰੀਨ**/ *v* ਹਰਿਆਲੀ ਛਾ ਜਾਣਾ

overground /'**ਅਉਵ੍ਹਅਗਰਾਉਨਡ**/ *a* ਧਰਤੀ ਦੀ ਤਹਿ ਦੇ ਉਪੱਰ ਦਾ, ਜ਼ਮੀਨ ਦੇ ਉਪੱਰ ਦਾ

overgrow /ˌ**ਅਉਵ੍ਹਆ'ਗਰਅਉ**/ *v* (ਵੇਲਾਂ ਦਾ) ਕੰਧ ਉੱਤੇ ਚੜ੍ਹ ਜਾਣਾ, ਫੈਲ ਜਾਣਾ, ਛਾ ਜਾਣਾ, ਢਕ ਲੈਣਾ

overhand /'**ਅਉਵ੍ਹਅਹੈਨਡ**/ *a* (ਹੱਥ) ਮੋਢਿਆਂ ਤੋਂ ਉਪੱਰ ਚੁੱਕਿਆ ਹੋਇਆ, (ਖੇਲ) ਹੱਥ ਦੀ ਤਲੀ ਨੂੰ ਥੱਲੇ ਵੱਲ ਕੀਤਾ ਹੋਇਆ

overhang /'**ਅਉਵ੍ਹਅਹੈਙ**/ *n* ਬਾਹਰ ਨਿਕਲਿਆ ਭਾਗ, ਲਟਕਾਅ, (ਛੱਤ ਦਾ) ਵਾਧਰਾ /ˌ**ਅਉਵ੍ਹਆ'ਹੈਙ**/ *v* ਉੱਤੇ ਲਟਕਣਾ, ਅਗਾਂਹ ਨੂੰ ਵਧੇ ਹੋਣਾ, ਸਿਰ ਉੱਤੇ ਮੰਡਲਾਉਣਾ

overhardy /ˌ**ਅਉਵ੍ਹਆ'ਹਾਡਿ**/ *a* ਬਹੁਤ ਦਲੇਰ, ਅਤਿ ਸਾਹਸੀ

overhaul /ˌ**ਅਉਵ੍ਹਆ'ਹੋਲ**/ *v* ਨਵਾਂ ਕਰਨਾ, ਇੰਜਣ ਆਦਿ ਦੀ ਪੂਰੀ ਮੁਰੰਮਤ ਕਰਨਾ, ਕਾਇਆ ਕਲਪ ਕਰਨਾ; ਦਸ਼ਾ ਦੀ ਪਰੀਖਿਆ ਜਾਂ ਦੇਖ-ਭਾਲ ਕਰਨਾ, ਜਾਂਚਣਾ, ਪੜਤਾਲਣਾ; ਬਰਾਬਰ ਪੁੱਜ ਜਾਣਾ, ਜਾ ਫੜਨਾ, ਜਾ ਲੈਣਾ

overhead /'**ਅਉਵ੍ਹਅਹੈੱਡ**/ *a* ਉੱਤੇ ਦਾ, ਉਤਲਾ, ਉੱਚਾ, ਉਪੱਰਲਾ (ਖ਼ਰਚ) /ˌ**ਅਉਵ੍ਹਆ'ਹੈੱਡ**/ *adv* ਸਿਰ ਉੱਤੇ, ਅਕਾਸ਼ ਵਿੱਚ, ਉਚਾਈ 'ਤੇ, ਉਪੱਰਲੀ ਮੰਜ਼ਲ 'ਤੇ

overhead projector *n* ਵੇਖੋ **OHP**

overhear /ˌ**ਅਉਵ੍ਹਆ'ਹਿਅ***/ *v* ਦੂਜੇ ਦੀ ਲੁਕਵੀਂ ਜਾਂ ਗੁਪਤ ਗੱਲਬਾਤ ਸੁਣਨਾ, ਚੋਰੀ-ਛਿਪੇ ਸੁਣ ਲੈਣਾ

overjoy /ˌ**ਅਉਵ੍ਹਆ'ਜੌਇ**/ *n* ਅਤਿ ਖ਼ੁਸ਼ੀ, ਅਤਿ ਅਨੰਦ *v* ਬਹੁਤ ਖ਼ੁਸ਼ ਕਰਨਾ, ਅਤਿ ਪ੍ਰਸੰਨ ਕਰਨਾ

overjoyed /ˌ**ਅਉਵ੍ਹਆ'ਜੌਇਡ**/ *a* ਅਤਿਅੰਤ ਪ੍ਰਸੰਨ, ਬਾਗ਼-ਬਾਗ਼, ਬੇਹੱਦ ਖ਼ੁਸ਼

overkill /'**ਅਉਵ੍ਹਅਕਿਲ**/ *n* ਕਤਲੇਆਮ

overladen /ˌ**ਅਉਵ੍ਹਆ'ਲੇਇਡ(ਅ)ਨ**/ *a* ਦੱਬਿਆ, ਭਾਰ ਹੇਠ ਆਇਆ

overland /'**ਅਉਵ੍ਹਅਲੈਨਡ**/ *a* ਥਲ ਦਾ *adv* ਥਲ ਮਾਰਗ ਹੋ ਕੇ, ਖੁਸ਼ਕੀ ਦੇ ਰਾਹ ਪੈ ਕੇ

overlap /'**ਅਉਵ੍ਹਅਲੈਪ**/ *n* (ਇੱਕ ਚੀਜ਼ ਦਾ ਦੂਜੀ ਚੀਜ਼ ਦੇ) ਇੱਕ ਹਿੱਸੇ ਨੂੰ ਢਕਿਆ ਹੋਣਾ; ਉਪੱਰ ਚੜ੍ਹੇ ਹੋਣਾ; ਢਕੀ ਵਸਤੂ, ਢਕਣ ਦੀ ਕਿਰਿਆ

overlapping /ˌ**ਅਉਵ੍ਹਆ'ਲੈਪਿਙ**/ *n* ਪੂਰੀ ਢਕ ਕੇ ਬਾਹਰ ਨਿਕਲੀ ਵਸਤੂ, ਇੱਕ ਦੂਜੇ ਨੂੰ ਢਕਣ ਵਾਲੀ ਵਸਤੂ *a* ਪਰਸਪਰ ਵਿਆਪੀ, ਇੱਕ ਦੂਜੇ ਨੂੰ ਢਕਣ ਸੰਬੰਧੀ, ਉਪੱਰ ਚੜ੍ਹੀ ਹੋਈ

overlay /'**ਅਉਵ੍ਹਅਲੇਇ**/ *n* ਛੋਟਾ ਮੇਜ਼ਪੋਸ਼, ਬਿਸਤਰਾਪੋਸ਼; ਜੜੌਤ, ਚੜ੍ਹੀ ਹੋਈ ਪਰਤ, ਜਮਾਈ ਹੋਈ ਪਰਤ /ˌ**ਅਉਵ੍ਹਆ'ਲੇਇ**/ *v* ਮੜ੍ਹਨਾ, ਪਰਤ ਚੜ੍ਹਾਉਣਾ, ਢਕਣਾ, ਤਹਿ ਜਮਾਉਣਾ; ਬਹੁਤ ਲੱਦਣਾ; ਬੱਚੇ ਉੱਤੇ ਇੰਜ ਲੇਟਣਾ ਕਿ ਉਹ ਦਮ ਘੁੱਟਣ ਕਾਰਨ ਮਰ ਜਾਵੇ

overleaf /ˌ**ਅਉਵ੍ਹਆ'ਲੀਫ਼**/ *adv* ਕਾਗਜ਼ ਦੇ ਦੂਜੇ ਪਾਸੇ, ਦੂਜੇ ਸਫ਼ੇ ਉੱਪਰ, ਵਰਕੇ ਦੇ ਦੂਜੇ ਪੰਨੇ ਉੱਤੇ

overlie /ˌ**ਅਉਵ੍ਹਆ'ਲਾਇ**/ *v* ਉਪੱਰ ਲੇਟਣਾ, (ਇਉਂ) ਉੱਤੇ ਲੇਟ ਕੇ ਜਾਨ ਕੱਢ ਦੇਣਾ, ਮਿੱਧ ਦੇਣਾ

overlive /ˌ**ਅਉਵ੍ਹਆ'ਲਿਵ**/ *v* (ਵਿਅਕਤੀ ਜਾਂ ਵਿਸ਼ੇਸ਼ ਯੁੱਗ) ਪਿੱਛੋਂ ਜੀਵਿਤ ਰਹਿਣਾ, ਪਿੱਛੋਂ ਜਿਊਂਦਾ ਰਹਿਣਾ

overload /'**ਅਉਵ੍ਹਅਲਅਉਡ**/ *n* ਅਤਿ ਬੋਝ, ਅਤਿ ਭਾਰ /ˌ**ਅਉਵ੍ਹਆ'ਲਅਉਡ**/ *v* ਭਾਰੀ ਕਰਨਾ, ਬਹੁਤ ਭਾਰ ਰੱਖਣਾ, ਵੱਧ ਭਾਰ ਲੱਦਣਾ

overlook /ˌ**ਅਉਵ੍ਹਆ'ਲੁਕ**/ *v* ਦੇਖ ਕੇ ਅਣਡਿੱਠ ਕਰਨਾ, ਜਾਣ ਦੇਣਾ, ਨਜ਼ਰ ਅੰਦਾਜ਼ ਕਰਨਾ; ਉੱਚੀ ਪੱਧਰ 'ਤੇ ਖਲੋ ਕੇ ਵੇਖਣਾ; ਦਲੀਲ ਨਾਲ ਨਿਰੀਖਣ ਕਰਨਾ, ਨਿਗਰਾਨੀ ਕਰਨਾ; ਭੈੜੀ ਨਜ਼ਰ ਲਾਉਣਾ

overlord /'**ਅਉਵ੍ਹਅਲੋਡ**/ *n* ਅਧਿਰਾਜ, ਪਰਮ ਪ੍ਰਧਾਨ

overly /'ਅਉਵ੍ਅਲਿ/ *adv* ਬਹੁਤ ਜ਼ਿਆਦਾ, ਅਤਿਅਧਿਕ

overmantel /'ਅਉਵ੍ਅ,ਮੈਂਨਟ(ਅ)ਲ/ *n* ਆਤਿਸ਼ਦਾਨ ਦੇ ਉਪੱਰ ਵਾਲੀ ਅਲਮਾਰੀ ਜਾਂ ਫੱਟੇ (ਮੈਟਲ) ਉੱਤੇ ਕੀਤਾ ਸਜਾਵਟ ਦਾ ਕੰਮ

overmaster /,ਅਉਵ੍ਅ'ਮਾਸਟਅ*/ *v* ਦਬਾਉਣਾ, ਜ਼ੋਰ ਕਰਨਾ, ਅਧੀਨ ਕਰਨਾ, ਸ਼ਾਸਨ ਕਰਨਾ

overmatch /,ਅਉਵ੍ਅ'ਮੈਚ/ *n* ਵਧੇਰੇ ਜ਼ੋਰ ਵਾਲਾ ਵਿਅਕਤੀ; ਬੇਮੇਲ ਮੁਕਾਬਲਾ /ਅਉਵ੍ਅ'ਮੈਚ/ *v* ਮੁਕਾਬਲੇ ਵਿੱਚ ਵਧ ਜਾਣਾ, ਹਰਾਉਣਾ, ਮਾਤ ਕਰਨਾ, ਜਿੱਤਣਾ, ਹਾਵੀ ਹੋਣਾ

overmuch /,ਅਉਵ੍ਅ'ਮਅੱਚ/ *n* ਅਧਿਕਤਾ, ਬਹੁਲਤਾ, ਅਤਿ ਅਧਿਕਤਾ, ਅਤਿ ਪ੍ਰਮਾਣ *a* ਅਧਿਕ, ਬਹੁਤਾ, ਅਤਿ ਅਧਿਕ, ਅਤਿਅੰਤ, ਹੱਦ ਤੋਂ ਜ਼ਿਆਦਾ

overnice /,ਅਉਵ੍ਅ'ਨਾਇਸ/ *a* ਅਤਿ ਉੱਤਮ, ਅਤਿ ਸੂਖਮ, ਹੱਦ ਤੋਂ ਜ਼ਿਆਦਾ ਨਾਜ਼ੁਕ ਸੁਭਾਅ ਵਾਲਾ, ਬਰੀਕਬੀਨ, ਨਘੋਚੀ

overnight /'ਅਉਵ੍ਅਨਾਇਟ/ *a* ਪਿਛਲੀ ਰਾਤ ਨੂੰ ਹੋਇਆ ਜਾਂ ਵਾਪਰਿਆ, ਪਿਛਲੀ ਰਾਤ ਦਾ /,ਅਉਵ੍ਅ'ਨਾਇਟ/ *adv* ਰਾਤੋ-ਰਾਤ, ਰਾਤ ਭਰ ਦਾ

overoptimistic /,ਅਉਵ੍(ਅ)ਰ,ਔਪਟਿ'ਮਿਸਟਿਕ/ *a* ਲੋੜੋਂ ਵੱਧ ਆਸ਼ਾਵਾਦੀ

overpass /'ਅਉਵ੍ਅਪਾਸ/ *v* ਪਾਰ ਨਿਕਲ ਜਾਣਾ, ਅੱਗੇ ਵਧ ਜਾਣਾ, ਪਿੱਛੇ ਛੱਡ ਜਾਣਾ, ਲੰਘ ਜਾਣਾ, ਬਾਜ਼ੀ ਜਿੱਤ ਲੈਣਾ; ਗੁਜ਼ਾਰਨਾ, ਲੰਘਾਉਣਾ, ਬਸਰ ਕਰਨਾ, ਬਿਤਾਉਣਾ; ਸਮਾਪਤੀ ਤੱਕ ਪੁੱਜਣਾ, ਸਰ ਕਰਨਾ, ਜਿੱਤਣਾ

overpayment /,ਅਉਵ੍ਅ'ਪੇਇਮਅਨਟ/ *n* ਅਧਿਕ ਭੁਗਤਾਨ

overpitch /,ਅਉਵ੍ਅ'ਪਿਚ/ *v* (ਕ੍ਰਿਕਟ ਦੀ ਖੇਡ ਵਿੱਚ ਇਸ ਤਰ੍ਹਾਂ) ਗੇਂਦ ਸੁੱਟਣਾ ਕਿ ਟੱਪਾ ਵਿਕਟ ਦੇ ਕੋਲ ਪਵੇ

overplay /,ਅਉਵ੍ਅ'ਪਲੇਇ/ *v* ਜ਼ਰੂਰਤ ਤੋਂ ਵੱਧ ਅਹਿਮੀਅਤ ਦੇਣਾ, ਪਹੁੰਚ ਤੋਂ ਉੱਚਾ ਨਿਸ਼ਾਨਾ ਅਨੁਭਵ ਕਰਨਾ

overplus /'ਅਉਵ੍ਅਪਲਅੱਸ/ *n* ਅਤਿ ਅਧਿਕਤਾ

overply /,ਅਉਵ੍ਅ'ਪਲਾਇ/ *v* ਅਤਿ ਸ਼ਕਤੀ ਲਾਉਣਾ, ਜਾਨ ਮਾਰਨਾ

overpoise /,ਅਉਵ੍ਅ'ਪੌਇਜ਼/ *v* ਭਾਰ ਜਾਂ ਤੋਲ ਵਿੱਚ ਵਧੇਰੇ ਹੋਣਾ; ਪਲੜਾ ਭਾਰਾ ਹੋਣਾ

overpopulated /,ਅਉਵ੍ਅ'ਪੌਪਯੁਲੇਇਟਿਡ/ *a* ਸੰਘਣੀ ਵਸੋਂ ਵਾਲਾ, ਬਹੁਤ ਜ਼ਿਆਦਾ ਅਬਾਦੀ ਵਾਲਾ

overpost /'ਅਉਵ੍ਅਪਅਉਸਟ/ *v* ਬਹੁਤ ਜਲਦੀ ਕਰਨਾ, ਅਤਿ ਸ਼ੀਘਰਤਾ ਕਰਨਾ

overpower /,ਅਉਵ੍ਅ'ਪਾਉਅ*/ *v* ਕਾਬੂ ਕਰਨਾ, ਦਬਾਅ ਲੈਣਾ; ਬੇਵੱਸ ਕਰਨਾ; ਹਰਾਉਣਾ; ਛਾਉਣਾ, ਲਤਾੜਨਾ, ਪਛਾੜਨਾ, ਮਾਤ ਕਰਨਾ

overpressure /,ਅਉਵ੍ਅ'ਪਰੈਸ਼ਅ*/ *n* ਬੇਹੱਦ ਦਬਾਅ, ਅਤਿ ਅਧਿਕ ਭਾਰ, ਬਹੁਤਾ ਕੰਮ

overprinting /,ਅਉਵ੍ਅ'ਪਰਿਨਟਿਙ/ *n* ਅੱਖਰ ਉੱਤੇ ਅੱਖਰ ਛਾਪਣ ਦਾ ਕੰਮ

overproduction /,ਅਉਵ੍ਅਪਰਅ'ਡਅੱਕਸ਼ਨ/ *n* ਅਤਿ ਉਤਪਾਦਨ, ਬਹੁਤ ਅਧਿਕ ਉਪਜ, ਲੋੜ ਤੋਂ ਵਧੇਰੇ ਪੈਦਾਵਾਰ

overproof /'ਅਉਵ੍ਅਪਰੂਫ਼/ *a* ਅਤਿਅੰਤ ਤੀਬਰ, ਤੇਜ਼ (ਸ਼ਰਾਬ)

overprotective /,ਅਉਵ੍ਅਪਰਅ'ਟੈੱਕਟਿਵ੍/ *a* ਲੋੜ ਤੋਂ ਵੱਧ ਰਖਵਾਲੀ ਕਰਨ ਵਾਲਾ

overqualified /,ਅਉਵ੍ਅ'ਕਵਾਲਿਫ਼ਾਇਡ/ *a* ਲੋੜ ਤੋਂ ਵੱਧ ਯੋਗਤਾ ਵਾਲਾ

overrate /,ਅਉਵ੍ਅ'ਰੇਇਟ/ *n* ਅਧਿਕ ਅਨੁਮਾਨ, ਅਧਿਕ ਮੁੱਲਾਂਕਣ *v* ਅਧਿਕ ਉੱਚੀ ਧਾਰਨਾ ਰੱਖਣਾ, ਵਧੇਰੇ ਮੁੱਲ ਲਾਉਣਾ, ਅਧਿਕ ਅਨੁਮਾਨ ਕਰਨਾ

overreach /,ਅਉਵ੍ਅ'ਰੀਚ/ *v* ਸੰਭਵ ਤੋਂ ਵੱਧ ਹਾਸਲ ਕਰਨ ਦੀ ਕੋਸ਼ਿਸ ਵਿਚ ਅਸਫ਼ਲ ਹੋਣਾ

override /ˌ**ਅਓਵ਼ਅ'ਰਾਇਡ**/ *v* ਅਧਿਕ ਸਵਾਰੀ ਕਰਨਾ, ਘੋੜੇ ਨੂੰ ਭਜਾ-ਭਜਾ ਕੇ ਥਕਾ ਦੇਣਾ; ਸ਼ਸਤਰਬੱਧ ਫ਼ੌਜ ਨਾਲ (ਦੁਸ਼ਮਣ ਦੇ ਦੇਸ਼ ਉੱਤੇ) ਚੜ੍ਹਨਾ, ਕੁਚਲਨਾ, ਦਬਾਉਣਾ, ਲੰਘਣਾ

overriding /ˌ**ਅਓਵ਼ਅ:'ਰਾਇਡਿਙ**/ *a* (ਖ਼ਾਸ ਸਥਿਤੀ 'ਤੇ) ਅਤਿ ਮਹੱਤਵਪੂਰਨ, ਦਬਾਅ ਪਾਉਣ ਵਾਲਾ

overrule /ˌ**ਅਓਵ਼ਅ'ਰੂਲ**/ *v* (ਫ਼ੈਸਲੇ ਜਾਂ ਤਜਵੀਜ਼ ਨੂੰ) ਰੱਦ ਕਰਨਾ, ਮਨਸੂਖ਼ ਕਰਨਾ, ਅਪ੍ਰਵਾਨ ਕਰਨਾ, ਨਾਮਨਜ਼ੂਰ ਕਰਨਾ

overrun /ˌ**ਅਓਵ਼ਅ'ਰਅੱਨ**/ *v* (ਮੁਲਕ) ਲੁੱਟਣਾ, ਉਜਾੜਨਾ, ਫੈਲ ਜਾਣਾ; ਹੱਦੋਂ ਵਧਣਾ

overseas /ˌ**ਅਓਵ਼ਅ'ਸੀਜ਼**/ *n* ਸਮੁੰਦਰੋਂ ਪਾਰ ਦੇਸ਼ *a* ਵਿਦੇਸ਼ੀ, ਸਮੁੰਦਰੋਂ ਪਾਰ ਦਾ *adv* ਵਿਦੇਸ਼ ਵਿੱਚ

oversee /ˌ**ਅਓਵ਼ਅ'ਸੀ**/ *v* (ਕਰਮਚਾਰੀਆਂ ਦੇ ਕੰਮ ਦੀ) ਦੇਖ-ਭਾਲ ਕਰਨਾ, ਨਿਗਰਾਨੀ ਕਰਨਾ; ਕਿਸੇ ਵਸਤੂ ਨੂੰ ਉੱਤੋਂ ਵੇਖਣਾ

overseer /'**ਅਓਵ਼ਅਸਿਅ***/ *n* ਨਿਗਰਾਨ, ਨਿਗਾਹਵਾਨ, ਓਵਰਸੀਅਰ, ਸਰਵੇਖਕ; ਨਿਰਧਨਾ ਦੀ ਸਹਾਇਤਾ ਜਾਂ ਦਾਨ ਆਦਿ ਲਈ ਨਿਯੁਕਤ ਪਦਅਧਿਕਾਰੀ, ਨਾਜ਼ਰ ਖ਼ੈਰਾਤ

oversensitive /ˌ**ਅਓਵ਼ਅ'ਸੈਨੱਸਿਟਿਵ਼**/ *a* ਅਤਿ ਭਾਵੁਕ, ਬਹੁਤ ਹੀ ਸੰਵੇਦਨਾਸ਼ੀਲ

overset /ˌ**ਅਓਵ਼ਅ'ਸੈਟੱ**/ *v* ਉਲਟਣਾ, ਮੂਧਾ ਕਰਨਾ, ਪਲਟਣਾ, ਹੇਠਾਂ ਡਿੱਗਣਾ

oversew /'**ਅਓਵ਼ਅਸਅਓ**/ *v* ਦੋਵੇਂ ਸਿਰੇ ਜੋੜ ਕੇ ਸਿਊਣਾ

overshadow /ˌ**ਅਓਵ਼ਅ'ਸ਼ੈਡਅਓ**/ *v* ਛਾਂ ਕਰਨਾ, ਧੁੱਪ ਤੋਂ ਬਚਾਉਣਾ, ਛਾਵੇਂ ਕਰਨਾ, ਢਕ ਦੇਣਾ; ਆਬ-ਤਾਬ ਵਿੱਚ (ਦੂਜੇ ਨਾਲੋਂ) ਵਧ ਜਾਣਾ, ਫਿੱਕਾ ਪਾਉਣਾ, ਮਹੱਤਵ ਘਟਾਉਣਾ; ਹਮਲੇ ਤੋਂ ਬਚਾਉਣਾ

overshoe /'**ਅਓਵ਼ਅਸ਼ੂ**/ *n* ਜੁੱਤੀ ਦੇ ਉੱਤੇ ਪਹਿਨਣ ਵਾਲੀ ਰਬੜ ਜਾਂ ਨਮਦਾ, ਉੱਪਰਲੀ ਜੁੱਤੀ, ਬਾਲਾਈ ਜੁੱਤੀ

overshoot /ˌ**ਅਓਵ਼ਅ'ਸ਼ੂਟ**/ *v* ਨਿਸ਼ਾਨੇ 'ਤੇ ਨਾ ਲੱਗਣਾ, ਨਿਸ਼ਾਨੇ ਤੋਂ ਪਰੇ ਡਿਗਣਾ (ਗੋਲੀ, ਅਸਤਰ ਆਦਿ ਦਾ); ਤੇਜ਼ੀ ਨਾਲ ਲੰਘਣਾ, ਪਾਰ ਕਰਨਾ, ਹੱਦ ਤੋਂ ਅੱਗੇ ਲੰਘ ਜਾਣਾ

overside /'**ਅਓਵ਼ਅਸਾਇਡ**/ *a* ਜਹਾਜ਼ ਦੇ ਪਾਸੇ ਦਾ *n* ਰਿਕਾਰਡ ਦਾ ਦੂਜਾ ਪਾਸਾ

oversight /'**ਅਓਵ਼ਅਸਾਇਟ**/ *n* ਨਿਰੀਖਣ, ਦੇਖ-ਭਾਲ, ਨਿਗਰਾਨੀ; ਅਣਗਹਿਲੀ, ਉਕਾਈ, ਅਸਾਵਧਾਨੀ, ਭੁੱਲ, ਗ਼ਲਤੀ

oversimplify /ˌ**ਅਓਵ਼ਅ'ਸਿਮਪਲਿਫ਼ਾਇ**/ *v* ਬਹੁਤ ਹੀ ਸਰਲ ਢੰਗ ਨਾਲ ਦੱਸਣਾ, ਅਤਿ ਸੌਖਾ ਕਰਨਾ, (ਗੁੰਝਲ ਰਹਿਤ ਕਰਕੇ) ਸਪਸ਼ਟ ਕਰਨਾ

oversized /'**ਅਓਵ਼ਅਸਾਇਜ਼ਡ**/ *a* ਸਧਾਰਨ ਨਾਲੋਂ ਵੱਧ ਆਕਾਰ ਦਾ, ਆਮ ਨਾਲੋਂ ਵੱਡਾ

oversleep /ˌ**ਅਓਵ਼ਅ'ਸਲੀਪ**/ *v* ਦੇਰ ਤੱਕ ਸੁੱਤੇ ਰਹਿਣਾ, ਵਧੇਰੇ ਸਮੇਂ ਤੱਕ ਸੌਣਾ

oversleeve /'**ਅਓਵ਼ਅਸਲੀਵ਼**/ *n* ਆਸਤੀਨ ਉੱਤੇ ਚੜ੍ਹਿਆ ਕੱਪੜਾ, ਆਸਤੀਨਪੋਸ਼, ਕਮੀਜ਼ ਜਾਂ ਕੋਟ ਦੀਆਂ ਬਾਹਵਾਂ ਉੱਤੇ ਚੜ੍ਹਿਆ ਕੱਪੜਾ

overslip /**ਅਓਵ਼ਅ'ਸਲਿਪ**/ *n* ਭੁੱਲ, ਭੁੱਲ-ਚੁੱਕ

overspill /'**ਅਓਵ਼ਅਸਪਿਲ**/ *n* ਡੁੱਲ੍ਹਣ ਦੀ ਕਿਰਿਆ, ਡੋਲ੍ਹ

overspread /ˌ**ਅਓਵ਼ਅ'ਸਪਰੈੱਡ**/ *v* ਵਿਛਣਾ, ਫੈਲਣਾ, ਢਕ ਲੈਣਾ, ਛਾ ਜਾਣਾ *a* ਵਿਆਪਤ, ਛਾਇਆ ਹੋਇਆ

overstaffed /ˌ**ਅਓਵ਼ਅ'ਸਟਾਫ਼ਟ**/ *a* ਲੋੜੋਂ ਵੱਧ ਕਰਮਚਾਰੀਆਂ ਵਾਲਾ (ਅਮਲਾ) ਅਤਿ ਅਧਿਕ ਕਾਮਿਆਂ ਵਾਲਾ

overstate /ˌ**ਅਓਵ਼ਅ'ਸਟੇਇਟ**/ *v* ਵਧਾਅ-ਚੜ੍ਹਾਅ ਕੇ ਦੱਸਣਾ, ਅੱਤਕਥਨੀ ਕਰਨਾ, ਅਤਿ ਉਕਤੀ ਕਰਨਾ

overstay /ˌ**ਅਓਵ਼ਅ'ਸਟੇਇ**/ *v* ਲੋੜ ਤੋਂ ਵੱਧ ਠਹਿਰਨਾ, ਜ਼ਿਆਦਾ ਦੇਰ ਅਟਕਵਾ

overstep /ˌ**ਅਓਵ਼ਅ'ਸਟੈਪੱ**/ *v* ਹੱਦੋਂ ਟੱਪ ਜਾਣਾ, ਸਾਧਾਰਨ ਨਾਲੋਂ ਅੱਗੇ ਵਧ ਜਾਣਾ

overstrain /ˌ**ਅਉਵ੍ਅ'ਸਟਰੇਇਨ**/ *v* ਹੱਦੋਂ ਬਹੁਤਾ ਭਾਰ ਪਾਉਣਾ, ਅਤਿ ਅਧਿਕ ਕੰਮ ਲੈਣਾ, ਲੋੜ ਤੋਂ ਵੱਧ ਜ਼ੋਰ ਦੇਣਾ, ਬੇਹੱਦ ਵਿਸ਼ੇਸ਼ਤਾ ਦੇਣਾ *n* ਹਾਨੀਕਾਰਕ ਸਰੀਰਿਕ ਜਾਂ ਮਾਨਸਿਕ ਮਿਹਨਤ

overstrung /ˌ**ਅਉਵ੍ਅ'ਸਟਰਅੱਙ**/ *a* (ਤਾਰਾਂ, ਰਗਾਂ) ਅਤਿ ਖਿੱਚੀਆਂ, ਅਤਿ ਕੱਸੀਆਂ

over swear *v* ਦੁਬਾਰਾ ਸਹੁੰ ਖਾਣਾ

overt /**ਅਉ'ਵ੍ਅ:ਟ, 'ਅਉਵ੍ਅ:ਟ**/ *a* ਸਪਸ਼ਟ, ਖੁੱਲ੍ਹਾ, ਪ੍ਰਗਟ, ਪ੍ਰਤੱਖ, ਖੁੱਲ੍ਹਮ-ਖੁੱਲ੍ਹਾ

overtake /ˌ**ਅਉਵ੍ਅ'ਟੇਇਕ**/ *vt* ਜਾ ਕੇ ਫੜ ਲੈਣਾ, ਜਾ ਘੇਰਨਾ, ਬਰਾਬਰ ਆ ਜਾਣਾ; (ਮੁਸੀਬਤ ਦਾ) ਅਚਾਨਕ ਆ ਪੈਣਾ

overtask /ˌ**ਅਉਵ੍ਅ'ਟਾਸਕ**/ *n* ਕਿਸੇ ਨੂੰ ਵਧੇਰੇ ਭਾਰਾ ਕੰਮ ਦੇਣਾ, ਕੰਮ ਦੇ ਭਾਰ ਨਾਲ ਲੱਦ ਦੇਣਾ, ਦੱਬਣਾ, ਦਬਾਉਣਾ

overtax /ˌ**ਅਉਵ੍ਅ'ਟੈਕਸ**/ *v* ਬਹੁਤੇ ਟੈਕਸ ਲਾ ਦੇਣਾ, (ਕਿਸੇ ਦੀ) ਸੱਤਾ ਤੋਂ ਵੱਧ (ਉਸ ਤੋਂ) ਕੰਮ ਲੈਣਾ

overthrow /**'ਅਉਵ੍ਅਥਰਅਉ**/ *n* (ਕ੍ਰਿਕਟ) ਗੇਂਦ ਸੁੱਟਣ ਦੀ ਕਿਰਿਆ (ਜਦੋਂ ਗੇਂਦ ਵਿਕਟ ਦੇ ਕੋਲ ਨਾ ਰੁਕੇ ਅਤੇ ਖੇਡਣ ਵਾਲੇ ਰਨ ਬਣਾ ਸਕਣ); ਹਾਰ; ਖੈ, ਨਾਸ, ਸਮਾਪਤੀ, ਬਰਬਾਦੀ, ਖ਼ਾਤਮਾ /ˌ**ਅਉਵ੍ਅ'ਥਰਅਉ**/ *v* ਹਰਾਉਣਾ, ਡੇਗਣਾ, ਉਲਟਾਉਣਾ; ਸਮਾਪਤ ਕਰਨਾ, ਨਸ਼ਟ ਕਰਨਾ

overtime /**'ਅਉਵ੍ਅਟਾਇਮ**/ *n* ਓਵਰ-ਟਾਈਮ, ਅਧਿਕ ਸਮਾਂ, ਵਾਧੂ ਸਮੇਂ ਲਈ ਕੀਤੀ ਅਦਾਇਗੀ

overtness /**ਅਉ'ਵ੍ਅ:ਟਨਅਸ, 'ਅਉਵ੍ਅ:ਟਨਅਸ**/ *n* ਸਪਸ਼ਟਤਾ, ਖੁੱਲ੍ਹਾਪਣ

overtone /**'ਅਉਵ੍ਅਟਅਉਨ**/ *n* (ਸੰਗੀ) ਅਧਿਸੁਰ, ਉੱਪਰਲੀ ਸੁਰ; (ਫੋਟੋ) ਲੋੜ ਜਾਂ ਉਚਿਤ ਤੋਂ ਵੱਧ ਭਰਿਆ ਰੰਗ; ਗੌਣ ਤਾਨ; ਗੁੱਝਾ ਸੰਕੇਤ

overtop /ˌ**ਅਉਵ੍ਅ'ਟੌਪ**/ *v* ਅਧਿਕ ਉੱਚਾ ਹੋਣਾ ਜਾਂ ਬਣਨਾ, ਉਚਾਈ ਵਧ ਜਾਣਾ, ਵੱਡਾ ਹੋਣਾ, ਕੱਦ ਵਿੱਚ ਦੂਜਿਆਂ ਤੋਂ ਵਧਣਾ; ਛਾ ਜਾਣਾ

overtrain /ˌ**ਅਉਵ੍ਅ'ਟਰੇਇਨ**/ *v* ਅਤਿ ਅਧਿਕ (ਕੁਸ਼ਤੀ ਦਾ) ਅਭਿਆਸ ਕਰਨਾ ਜਾਂ ਕਰਾਉਣਾ, ਹੱਦੋਂ ਵੱਧ ਵਰਜ਼ਸ਼ ਕਰਨਾ ਜਾਂ ਕਰਾਉਣਾ, ਅਭਿਆਸ ਕਰਨਾ ਜਾਂ ਕਰਾਉਣਾ

overtrump /ˌ**ਅਉਵ੍ਅ'ਟਰਅੱਮਪ**/ *v* (ਤਾਸ਼) ਦੂਜੇ ਤੋਂ ਵਧ ਕੇ ਰੰਗ ਦਾ ਪੱਤਾ ਲਾਉਣਾ

overture /**'ਅਉਵ੍ਅਚੁਅ***/ *n* (ਪਰਸਪਰ ਸਮਝੌਤੇ ਸੰਬੰਧੀ), ਗੱਲਬਾਤ ਦਾ ਸੁਝਾਅ, ਸੈਨਤ; ਕਵਿਤਾ ਦਾ ਪ੍ਰਾਰੰਭਿਕ ਭਾਗ; (ਸੰਗੀ) ਗੀਤ ਨਾਟਕ, ਧਾਰਮਿਕ ਭਜਨਾ ਦਾ ਮੁਢਲਾ ਹਿੱਸਾ

overturn /ˌ**ਅਉਵ੍ਅ'ਟਅ:ਨ**/ *v* ਉਥਲ-ਪੁਥਲ, ਕ੍ਰਾਂਤੀ, ਪਛਾੜ, ਉਲਟਫੇਰ, ਹੇਠਲੀ ਉੱਤੇ; ਉਥਲ-ਪੁਥਲ ਲਿਆਉਣਾ, ਉਲਟਾ-ਪੁਲਟਾ ਕਰ ਦੇਣਾ, ਮੂਧਾ ਮਾਰਨਾ; ਉਲਟਾ ਹੋਣਾ, ਮੂਧਾ ਹੋਣਾ

overview /**'ਅਉਵ੍ਅਵਯੂ**/ *n* (ਕਿਸੇ ਕਾਰਜ ਬਾਰੇ) ਆਮ ਜਾਣਕਾਰੀ, ਆਮ ਰੂਪ-ਰੇਖਾ

overweening /ˌ**ਅਉਵ੍ਅ'ਵੀਨਿਙ**/ *a* ਘਮੰਡੀ, ਖ਼ੁਦ ਪਸੰਦ, ਮਾਣਮੱਤਾ, ਮਗ਼ਰੂਰ

overweight /ˌ**ਅਉਵ੍ਅ'ਵੇਇਟ**/ *n* ਲੋੜ ਜਾਂ ਇੱਛਾ ਤੋਂ ਵਧੇਰੇ ਭਾਰ, ਅਤਿ ਭਾਰ, ਜ਼ਿਆਦਾ ਬੋਝ

overwhelm /ˌ**ਅਉਵ੍ਅ'ਵੈੱਲਮ**/ *v* ਬਿਹਬਲ ਕਰਨਾ; ਦਬਾਉਣਾ, ਹਾਵੀ ਹੋ ਜਾਣਾ, ਗ਼ਲਬਾ ਪਾਉਣਾ, ਛਾ ਜਾਣਾ, ਕੁਚਲ ਦੇਣਾ, ਬਰਬਾਦ ਅਤੇ ਤਬਾਹ ਕਰ ਦੇਣਾ

overwhelming /ˌ**ਅਉਵ੍ਅ'ਵੈੱਲਮਿਙ**/ *a* ਅਤਿ ਅਧਿਕ, ਬਹੁਤ ਜ਼ਿਆਦਾ, ਬੇਹੱਦ, ਜ਼ਬਰਦਸਤ

overwind /ˌ**ਅਉਵ੍ਅ'ਵਾਇਨਡ**/ *v* ਘੜੀ ਨੂੰ ਲੋੜੋਂ ਵੱਧ ਚਾਬੀ ਦੇਣਾ

overwork /ˌ**ਅਉਵ੍ਅ'ਵਅ:ਕ**/ *v* ਮੁਸ਼ੱਕਤ ਕਰਾਉਣਾ, ਕਠਨ ਮਿਹਨਤ ਕਰਨਾ; ਥਕਾ ਦੇਣਾ, ਥੱਕ ਜਾਣਾ (ਕੰਮ ਕਰਦਿਆ), ਬਹੁਤਾ ਕੰਮ ਲੈਣਾ *n* ਬਹੁਤਾ ਕੰਮ, ਹੱਦ ਤੋਂ ਜ਼ਿਆਦਾ ਕੰਮ

overwrite /ˌ**ਅਉਵ੍ਅ'ਰਾਇਟ**/ *v* ਅੱਖਰ ਉੱਤੇ ਅੱਖਰ ਲਿਖਣਾ, ਉੱਪਰ ਲਿਖਣਾ

overwrought /ˌ**ਅਉਵ੍ਅ'ਰੋਟ**/ *a* ਅਤਿ ਚਿੰਤਤ, ਅਤਿ ਪਰੇਸ਼ਾਨ, ਅਤਿ ਉਤੇਜਿਤ; ਬੇਲੋੜੀ ਸਜਾਵਟ ਵਾਲਾ

oviform /'ਅਉਵ਼ਿਫ਼ੋਮ/ *a* ਅੰਡਾਕਾਰ

ovine /'ਅਉਵ਼ਾਇਨ/ *a* ਭੇਡ ਸਮਾਨ, ਭੇਡ ਸੰਬੰਧੀ

oviparous /ਅਉ'ਵ਼ਿਪਅਰਅਸ/ *a* ਅੰਡਿਆਂ ਰਾਹੀਂ ਬੱਚੇ ਪੈਦਾ ਕਰਨ ਵਾਲਾ

ovipositor /ˌਅਉਵ਼ਿ'ਪੋਜ਼ਿਟਅ*/ *n* ਕੀੜੀਆਂ ਦੀ ਅੰਡੇ ਦੀ ਨਾਲੀ, ਅੰਡ ਨਿਧਾਨ ਨਾਲੀ

ovoid /'ਅਉਵ਼ੌਇਡ/ *n* ਅੰਡਾਕਾਰ ਵਸਤੂ ਜਾਂ ਤਲ *a* ਅੰਡਾਕਾਰ, ਅੰਡਰੂਪ

ovolo /'ਅਉਵ਼ਅਲਅਉ/ *n* ਅੰਡਾਕਾਰ ਸਜਾਵਟ

ovum /'ਅਉਵ਼ਅਮ/ *n* ਇਸਤਰੀ ਅੰਡ, ਅੰਡਾਣੂ

owe /ਅਉ/ *v* ਰਿਣੀ ਹੋਣਾ, ਅਹਿਸਾਨਮੰਦ ਹੋਣਾ, ਆਭਾਰੀ ਹੋਣਾ

owing /'ਅਉਇਙ/ *a* ਦੇਣਯੋਗ, ਬਾਕੀ; ਰਿਣਬੱਧ *adv* ਫਲ ਸਰੂਪ, ਸਿੱਟੇ ਵਜੋਂ, ਕਾਰਨ ਕਰਕੇ

owl /ਆਉਲ/ *n* ਉੱਲੂ, ਘੁੱਗੂ; ਅਡੰਬਰਪੂਰਨ ਵਿਅਕਤੀ, ਆਪਣੇ ਆਪ ਨੂੰ ਬੁੱਧੀਮਾਨ ਸਮਝਣ ਵਾਲਾ ਮੂਰਖ ਵਿਅਕਤੀ

owler /ਆਉਲਅ*/ *n* ਚੋਰੀ-ਛਿਪੇ ਮਾਲ ਲੈ ਜਾਣ ਵਾਲਾ ਵਿਅਕਤੀ

owlery /'ਆਉਲ(ਅ)ਰਿ/ *n* ਉੱਲੂਖ਼ਾਨਾ

owlet /'ਆਉਲਅਟ/ *n* ਉੱਲੂ ਦਾ ਬੱਚਾ, ਛੋਟਾ ਉੱਲੂ

owlish /'ਆਉਲਿਸ਼/ *a* ਉੱਲੂ ਜਿਹਾ, ਮੂਰਖ ਜਿਹਾ, ਬੇਵਕੂਫ਼ ਵਰਗਾ

own /ਅਉਨ/ *a* ਕਿਸੇ ਵਸਤੂ ਦਾ ਮਾਲਕ ਹੋਣਾ, ਅਧਿਕਾਰ ਰੱਖਣਾ, ਹੱਕਦਾਰ ਹੋਣਾ, ਵਿਰਾਸਤ ਵਿੱਚ ਪ੍ਰਾਪਤ ਕਰਨਾ; ਸਵੀਕਾਰ ਕਰਨਾ, ਮੰਨ ਲੈਣਾ, ਕਬੂਲਣਾ; ਆਪਣੇ ਉੱਤੇ ਲੈਣਾ, ਇਕਬਾਲ ਕਰਨਾ, ਮੰਨਣਾ *a* ਨਿੱਜੀ, ਵਿਅਕਤੀਗਤ, ਆਪਣਾ

owner /'ਅਉਨਅ*/ *n* ਮਾਲਕ, ਵਾਰਸ, ਹੱਕਦਾਰ, ਸੁਆਮੀ, ਪ੍ਰਭੂ

ownership /'ਅਉਨਅਸ਼ਿਪ/ *n* ਅਧਿਕਾਰ, ਮਲਕੀਅਤ, ਮਾਲਕੀ, ਪ੍ਰਭੁਤਾ, ਵਿਰਾਸਤ

ox /ਔਕਸ/ *n* ਬਲਦ, ਬੈਲ

oxalic acid /ਔਕ'ਸੈਲਿਕ ਐਸਿਡ/ *n* ਆਕਸਾਲਿਕ ਤਿਜ਼ਾਬ

Oxford /'ਔਕਸਫ਼ਅਡ/ *n* ਇੰਗਲੈਂਡ ਦਾ ਇੱਕ ਵਿਸ਼ਵ-ਵਿੱਦਿਆਲਾ, ਵਿਸ਼ਵ-ਵਿਦਿਆਲੇ ਦਾ ਖੇਤਰ, ਆਕਸਫੋਰਡ ਸ਼ਹਿਰ

oxidation /ˌਔਕਸਿ'ਡੇਇਸ਼ਨ/ *n* ਆਕਸੀਕਰਨ

oxide /'ਔਕਸਾਇਡ/ *n* ਆਕਸੀਜਨ ਨਾਲ ਮਿਲ ਕੇ ਕਿਸੇ ਧਾਤ ਦਾ ਬਣਿਆ ਯੋਗਿਕ, ਆਕਸਾਈਡ

Oxonian /ਔਕ'ਸਅਉਨਿਅਨ/ *n* ਆਕਸਫੋਰਡ ਵਿਸ਼ਵ ਵਿਦਿਆਲੇ ਦਾ ਭੂਤਪੂਰਵਕ ਜਾਂ ਵਰਤਮਾਨ ਵਿਦਿਆਰਥੀ ਜਾਂ ਮੈਂਬਰ

oxygen /'ਔਕਸਿਜਅਨ/ *n* ਆਕਸੀਜਨ ਗੈਸ, ਪ੍ਰਾਣ ਵਾਯੂ, ਅਧਾਤੀ ਮੂਲ ਤੱਤਾਂ ਵਿੱਚੋਂ ਇੱਕ ਮੂਲ ਤੱਤ

oxygenate /'ਔਕਸਿਜਅਨੇਇਟ/ *v* ਆਕਸੀਜਨੀਕਰਨ ਕਰਨਾ, ਸਾਹ ਰਾਹੀਂ ਅੰਦਰ ਆਕਸੀਜਨ ਪਹੁੰਚਾਉਣਾ

oxyhydrogen /ˌਔਕਸਿ'ਹਾਇਡਰਅਜਅਨ/ *a* ਆਕਸੀਜਨ ਅਤੇ ਹਾਈਡਰੋਜਨ ਗੈਸਾਂ ਦਾ

oxymoron /ˌਔਕਸਿ'ਮੋਰੌਨ/ *n* ਵਿਰੋਧਾਭਾਸ ਅਲੰਕਾਰ, ਵਿਰੋਧ ਅਲੰਕਾਰ

oxytone /'ਔਕਸਿਟਅਉਨ/ *a* (ਯੂਨਾਨੀ ਵਿਆ) ਅੰਤਿਮ ਅੱਖਰ ਉੱਤੇ ਤੀਬਰ ਸਵਰਾਘਾਤ ਵਾਲਾ ਸ਼ਬਦ

oyster /'ਔਇਸਟਅ*/ *n* ਇੱਕ ਤਰ੍ਹਾਂ ਦੀ ਝੀਂਗਾ ਮੱਛੀ; ਘੋਗਾ; ਮੁਰਗੇ ਜਾਂ ਕੁੱਕੜ ਦੇ ਪੁੱਠ ਦਾ ਮਾਸ ਵਾਲਾ ਭਾਗ

ozocerite /ਅਉ'ਜ਼ੌਸਅਰਾਇਟ/ *n* ਮੋਮ ਵਰਗੀ ਗੂੰਦ ਜਿਸ ਦੀਆਂ ਮੋਮਬੱਤੀਆਂ ਬਣਾਈਆਂ ਜਾਂਦੀਆਂ ਹਨ, ਮੋਮ

ozone /'ਅਉਜ਼ਅਉਨ/ *n* ਆਕਸੀਜਨ ਵਰਗੀ ਇੱਕ ਗੈਸ; ਓਜ਼ੋਨ; ਅਨੰਦਦਾਇਕ ਪ੍ਰਭਾਵ, ਸੁਖਦਾਈ ਪ੍ਰਭਾਵ

ozone-friendly /ˌਅਉਜ਼ਅਉਨ'ਫ਼ਰੈਂਡਲਿ/ *a* ਜੋ ਓਜ਼ੋਨ ਗੈਸ ਦੀ ਪਰਤ ਨੂੰ ਨਸ਼ਟ ਨਾ ਕਰੇ

ozonometer /ˌਅਉਜ਼ਅ'ਨੌਮਿਟਅ*/ *n* ਓਜ਼ੋਨ ਗੈਸ ਨੂੰ ਮਾਪਣ ਵਾਲਾ ਯੰਤਰ

P

P,p **/ਪੀ/** *n* ਅੰਗਰੇਜ਼ੀ ਵਰਨਮਾਲਾ ਦਾ ਸੋਲ੍ਹਵਾਂ ਅੱਖਰ

pabular **/'ਪੈਬਯੁਲਅ*/** *a* ਭੋਜਨ ਸੰਬੰਧੀ; ਖਾਧਾ ਜਾਣ ਵਾਲਾ, ਖ਼ੁਰਾਕ ਦਾ, ਆਹਾਰ ਸਰੂਪ, ਆਹਾਰੀ

pabulous **/'ਪੈਬਯੁਲਅਸ/** *a* ਪੌਸ਼ਟਿਕ (ਭੋਜਨ)

pabulum **/'ਪੈਬਯੁਲਅਮ/** *n* ਖ਼ੁਰਾਕ, ਗਿਜ਼ਾ, ਆਹਾਰ, ਭੋਜਨ, ਖਾਣਾ

pacable **/'ਪੈਕਅਬਲ/** *a* ਖਿਮਾ ਕਰਨ ਯੋਗ; ਤ੍ਰਿਪਤ ਕਰਨ ਯੋਗ, ਸੰਤੁਸ਼ਟ ਕਰਨ ਯੋਗ, ਸ਼ਾਂਤ ਕਰਨ ਯੋਗ

pacation **/ਪਅ'ਕੇਇਸ਼ਨ/** *n* ਖਿਮਾ ਕਰਨ ਦੀ ਇੱਛਾ ਜਾਂ ਭਾਵਨਾ; ਤ੍ਰਿਪਤੀ ਕਰਨ, ਸੰਤੁਸ਼ਟੀਕਰਨ

pace **/ਪੇਇਸ/** *n* ਇੱਕ ਕਦਮ ਦੀ ਵਿੱਥ (ਲਗਭਗ 30" ਦਾ ਫ਼ਾਸਲਾ), ਕਦਮ, ਪਗ, ਡਗ; ਚਾਲ, ਗਤੀ, ਰਫ਼ਤਾਰ (ਚੱਲਣ ਜਾਂ ਦੌੜਨ ਦੀ); ਪ੍ਰਗਤੀ, ਉਨੱਤੀ ਦੀ ਰਫ਼ਤਾਰ *v* ਤੁਰਨਾ, ਹੌਲੀ-ਹੌਲੀ ਤੁਰਨਾ, ਘੁੰਮਣਾ, ਘੋੜੇ ਦਾ ਮੱਠੀ ਚਾਲ ਚੱਲਣਾ; ਕਦਮਾਂ ਨਾਲ ਨਾਪਣਾ; ਮੌਜ ਵਿੱਚ ਕਦਮ ਵਧਾਉਣਾ **keep pace** ਸਮਾਨ ਗਤੀ ਨਾਲ ਤੁਰਨਾ; ਕਦਮ ਮਿਲਾ ਕੇ ਚੱਲਣਾ

pacemaker **/'ਪੇਇਸਮੇਇਕਅ*/** *n* ਗਤੀ ਨਿਰਧਾਰਕ; ਪੂਰਨੇ ਪਾਉਣ ਵਾਲਾ; (ਦਿਲ ਦੀ ਗਤੀ ਦਾ) ਨਿਰਧਾਰਕ ਯੰਤਰ

pacesetter **/'ਪੇਇਸਸੈਟਅ*/** *n* ਗਤੀ ਨਿਰਧਾਰਕ

pace-stick *n* ਕਦਮ ਨਾਪਣ ਵਾਲਾ ਯੰਤਰ

pachyderm **/'ਪੈਕਿਡਅ:ਮ/** *n* ਮੋਟੀ ਚਮੜੀ ਦਾ ਪਸ਼ੂ, ਉਗਾਲੀ ਨਾ ਕਰਨ ਵਾਲਾ ਪਸ਼ੂ ਜਿਵੇਂ ਹਾਥੀ ਘੋੜਾ ਆਦਿ; ਢੀਠ ਆਦਮੀ; ਅਚੇਤਨ ਵਿਅਕਤੀ

pachydermatous **/ˌਪੈਕਿ'ਡਅ:ਮਅਟਅਸ/** *a* ਮੋਟੀ ਚਮੜੀ ਵਾਲਾ; ਅਚੇਤਨ

pacifiable **/'ਪੈਸਿਫ਼ਾਇਅਬਲ/** *a* ਸ਼ਾਂਤ ਕਰਨ ਯੋਗ

pacific **/ਪਅ'ਸਿਫ਼ਿਕ/** *a* ਸ਼ਾਂਤ, ਸ਼ਾਂਤੀਮਈ, ਸਥਿਰਚਿੱਤ, ਅਮਨਪਸੰਦ, ਸੁਲ੍ਹਾਕੁਲ

pacificate **/ਪਅ'ਸਿਫ਼ਿਕੇਇਟ/** *vt* ਸ਼ਾਂਤੀ ਦੇਣਾ, ਸ਼ਾਂਤ ਕਰਨਾ

pacification **/ˌਪੈਸਿਫ਼ਿ'ਕੇਇਸ਼ਨ/** *n* ਸੁਲ੍ਹਾਨਾਮਾ, ਸੰਧੀਨਾਮਾ; ਸ਼ਾਂਤੀ ਸਥਾਪਨ, ਅਮਨ ਦੀ ਕਾਇਮੀ

pacificist **/ਪਅ'ਸਿਫ਼ਿਸਿਸਟ/** *n* ਅਮਨਪਸੰਦ, ਸ਼ਾਂਤੀਵਾਦੀ, ਸ਼ਾਂਤੀ ਦਾ ਧਾਰਨੀ

Pacific Ocean *n* ਸ਼ਾਂਤ ਮਹਾਂਸਾਗਰ

pacify **/'ਪੈਸਿਫ਼ਾਇ/** *vt* ਸ਼ਾਂਤ ਕਰਨਾ, ਢਾਰਸ ਦੇਣਾ, ਮਨਾਉਣਾ; ਸ਼ਾਂਤੀ ਦੀ ਹਾਲਤ ਸਥਾਪਿਤ ਕਰਨਾ

pack **/ਪੈਕ/** *n* ਬੋਝ, ਲੱਦਾ, ਪੋਟਲੀ, ਬੁਗਚਾ, ਗੰਢੜੀ, ਗੰਢ; ਸਮੂਹ, ਜੁੰਡਲੀ, ਦਲ, ਗੁੱਟ; ਮੱਛੀ ਜਾਂ ਫਲ ਦੀ ਵਿਸ਼ੇਸ਼ ਮਾਤਰਾ; ਪੈਕਿੰਗ ਦਾ ਢੰਗ *vt* (ਸਮਾਨ ਆਦਿ) ਬੰਨ੍ਹਣਾ, ਤਹਿ ਕਰਨਾ ਜਾਂ ਹੋਣਾ, ਵਲੇਵਾਂ ਕੱਸਣਾ, ਚੀਜ਼ਾਂ ਨੂੰ ਸੰਦੂਕ ਆਦਿ ਵਿੱਚ ਬੰਦ ਕਰਕੇ ਰੱਖਣਾ; ਮਾਸ ਆਦਿ ਨੂੰ ਡੱਬਿਆਂ ਵਿੱਚ ਬੰਦ ਕਰਨਾ; ਠੋਸ ਦੇਣਾ, ਖਚਾ-ਖਚ ਭਰ ਦੇਣਾ, ਤੁੰਨਣਾ; ਬੋਰੀਆ-ਬਿਸਤਰਾ ਬੰਨ੍ਹ ਕੇ ਤਿਆਰ ਹੋਣਾ; ਪੰਛੀਆਂ ਦਾ ਝੁੰਡ ਬਣਾਉਣਾ; (ਮੁੱਕੇਬਾਜ਼ੀ) ਜ਼ੋਰ ਨਾਲ ਮੁੱਕਾ ਮਾਰਨ ਦੇ ਯੋਗ ਹੋਣਾ

package **/'ਪੈਕਿਜ/** *n* ਗੰਢ, ਗਠੜੀ, ਬੰਡਲ, ਪੁਲੰਦਾ; (ਝਗੜੇ ਦੇ ਹੱਲ ਸੰਬੰਧੀ) ਸਮੁੱਚਾ ਪ੍ਰਸਤਾਵ; ਪੈਕ ਕਰਨ ਦਾ ਖ਼ਰਚ *vt* ਗੰਢ ਬੰਨ੍ਹਣਾ, ਪੁਲੰਦਾ ਬਣਾਉਣਾ, ਪਾਰਸਲ ਕਰਨਾ, ਵਲ੍ਹੇਟਣਾ; (ਕੰਪਿ) ਕੰਪਿਊਟਰ ਪ੍ਰੋਗਰਾਮਾਂ ਦਾ ਸਮੂਹ

pack animal *n* ਲਾਦੂ ਜਾਨਵਰ

packet **/'ਪੈਕਿਟ/** *n* ਪੁਲੰਦਾ, ਛੋਟਾ ਬੰਡਲ, ਪੁੜਾ, ਪੁੜੀ, ਮੁੱਠਾ, ਪੈਕਟ; (ਸੱਟੇ ਦੀ) ਅਲਪ ਧਨ ਰਾਸ਼ੀ

pack ice *n* ਸਮੁੰਦਰ ਵਿੱਚ ਤਰਦੇ ਬਰਫ਼ ਦੇ ਟੁਕੜੇ

packing **/'ਪੈਕਿਙ/** *n* ਪੈਕਿੰਗ, ਬੰਡਲ ਬਣਾਉਣ ਦੀ ਕਿਰਿਆ, ਪੁਲੰਦਾ ਬੰਨ੍ਹਣ ਦਾ ਕੰਮ; ਬੰਨ੍ਹਾਈ, ਭਰਾਈ, ਭਰਤੀ

packing sheet *n* ਸਮਾਨ ਬੰਨ੍ਹਣ ਵਾਲਾ ਕੱਪੜਾ ਕਾਗਜ਼ ਜਾਂ ਤਾਅ

pact /**ਪੈਕਟ**/ *n* ਸੰਧੀ, ਅਹਿਦਨਾਮਾ, ਸੁਲ੍ਹਾਨਾਮਾ *vt* ਬੰਨ੍ਹਣ (ਕਰਨਾ), ਸੰਧੀ ਕਰਨਾ, ਸਮਝੌਤਾ ਕਰਨਾ

paction /**'ਪੈਕਸ਼ਨ**/ *n* ਬੰਧੇਜ, ਸਮਝੌਤਾ, ਸੁਲ੍ਹਾਨਾਮਾ, ਇਕਰਾਰਨਾਮਾ *vt* ਸਮਝੌਤਾ ਕਰਨਾ

pad /**ਪੈਡ**/ *n* ਜੀਨ, ਨਰਮ ਕਾਠੀ, ਗੱਦਾ, ਗੱਦੀ; ਕ੍ਰਿਕਟ ਜਾਂ ਹਾਕੀ ਖੇਡਣ ਵੇਲੇ ਲੱਤਾਂ ਦਾ ਬਚਾਅ ਕਰਨ ਵਾਲੇ ਪੈਡ; ਪੈਰ ਦੀ ਨਰਮ ਤਲੀ; ਲਿਖਣ ਵਾਲੀ ਪੈਡ ਕਾਪੀ; (ਫਲ ਮਿਣਨ ਵਾਲੀ) ਟੋਕਰੀ *vt* ਅੰਦਰ ਗੱਦੀ ਰੱਖਣਾ, ਅੰਦਰ ਗੱਦੇ ਦੀ ਤਹਿ ਦੇਣਾ; ਲਿਖਤ ਵਿੱਚ ਵਾਧੂ ਸ਼ਬਦਾਂ ਦੀ ਭਰਤੀ ਕਰਨਾ; ਪੈਦਲ ਤੁਰਨਾ, ਭਰਮਣ ਕਰਨਾ, ਤੁਰਨਾ-ਫਿਰਨਾ

padding /**'ਪੈਡਿਙ**/ *n* ਭਰਤੀ ਦਾ ਮਾਲ, ਭਰਾਈ; (ਲਿਖਿਤ ਵਿੱਚ) ਵਾਧੂ ਭਰਤੀ

paddle /**'ਪੈਡਲ**/ *n* ਕਿਸ਼ਤੀ ਦਾ ਡੰਡਾ, ਚੱਪੂ; ਛੋਟਾ ਬੇਲਚਾ; ਬੇਲਚੇ ਵਰਗਾ ਕੋਈ ਸੰਦ; ਮੱਛੀ ਦੇ ਖੰਭ, ਪਰ; ਕੱਛੂ ਦੇ ਪੈਰ; ਉਹ ਤਖ਼ਤਾ ਜੋ ਜਹਾਜ਼ ਚਲਾਉਣ ਵਾਲੀ ਚਰਖੀ ਵਿੱਚ ਲੱਗਾ ਹੁੰਦਾ ਹੈ *v* ਹੌਲੀ-ਹੌਲੀ ਕਿਸ਼ਤੀ ਚਲਾਉਣਾ; ਖੰਭਾਂ ਨਾਲ ਪਾਣੀ ਵਿੱਚ ਤਰਨਾ; ਜਲ ਕਰੀੜਾ ਕਰਨਾ; ਠੁਮਕ-ਠੁਮਕ ਤੁਰਨਾ

paddler /**'ਪੈਡਲਅ***/ *n* ਚਲਾਉਣ ਵਾਲਾ, ਚਾਲਕ; ਖੇਵੱਈਆ, ਮੱਲਾਹ

paddock /**'ਪੈਡਅਕ**/ *n* ਵਾੜਾ; ਘੋੜਦੌੜ ਦੇ ਮੈਦਾਨ ਦਾ ਉਹ ਹਿੱਸਾ ਜਿਸ ਵਿੱਚ ਘੋੜਦੌੜ ਸ਼ੁਰੂ ਹੋਣ ਤੋਂ ਪਹਿਲਾਂ ਘੋੜੇ ਖੜ੍ਹੇ ਹੁੰਦੇ ਹਨ; (ਪਰਾ) ਡੱਡੂ

paddy /**'ਪੈਡਿ**/ *n* ਝੋਨਾ, ਮੁੰਜੀ, ਧਾਨ; (ਉਪ) ਰੋਸਾ, ਖਿਝ

paddywhack /**'ਪੈਡਿਵੈਕ**/ *n* (ਬੋਲ) ਰੋਸਾ, ਖਿਝ, ਕ੍ਰੋਧ, ਤੈਸ਼

padella /**ਪਅ'ਡੈੱਲਅ**/ *n* (ਵਿਸ਼ੇਸ਼ ਪ੍ਰਕਾਰ ਦਾ) ਭਾਂਡਾ

padlock /**'ਪੈਡਲੌਕ**/ *n* ਜੰਦਰਾ, ਤਾਲਾ, *vt* ਜੰਦਰਾ ਲਾਉਣਾ, ਤਾਲਾ ਲਾਉਣਾ

padouk /**ਪਾ'ਡਾਉਕ**/ *n* ਇੱਕ ਪ੍ਰਕਾਰ ਦਾ ਬਿਰਛ; ਪੜੂਕ ਦੀ ਲੱਕੜ

padre /**'ਪਾਡਰੇਇ**/ *n* ਪਾਦਰੀ

paduasoy /**'ਪੈਡਯੁਅਸੋਇ**/ *n* ਇੱਕ ਮਜ਼ਬੂਤ ਰੇਸ਼ਮੀ ਕੱਪੜਾ

paean /**'ਪੀਅਨ**/ *n* ਵਿਜੇ ਗੀਤ, ਜੈ ਧੁਨੀ, ਉਸਤਤ ਗਾਨ; ਸ਼ੁਕਰਾਨੇ ਦਾ ਗੀਤ, ਸੋਹਲਾ

paederast /**'ਪੈੱਡਅਰੈਸਟ**/ *n* ਮੁੰਡੇਬਾਜ਼, ਲੌਂਡੇਬਾਜ਼

paedeutics /**'ਪੈਡੱਯੁਟਿਕਸ**/ *n* ਸਿੱਖਿਆ ਸ਼ਾਸਤਰ, ਸਿੱਖਿਆ ਵਿਗਿਆਨ

paediatric /**ˌਪੀਡਿ'ਐਟਰਿਕ**/ *a* ਬਾਲ-ਚਿਕਿਤਸਾ ਸੰਬੰਧੀ, ਬਾਲ ਰੋਗ ਸੰਬੰਧੀ

paediatrician /**ˌਪੀਡਿਅ'ਟਰਿਸ਼ਨ**/ *n* ਬੱਚਿਆਂ ਦਾ ਡਾਕਟਰ, ਬਾਲ ਚਕਿਤਸਕ

paedology /**ਪੀ'ਡੌਲਅਜਿ**/ *n* ਬਾਲ ਚਿਕਿਤਸਾ ਸ਼ਾਸਤਰ, ਬਾਲ-ਵਿਗਿਆਨ

paedophilia /**ˌਪੀਡਅ'ਫ਼ਿਲਿਅ**/ *n* ਬੱਚਿਆਂ ਨਾਲ ਕਾਮ ਭੋਗਤਾ, ਬੱਚਿਆਂ ਪ੍ਰਤਿ ਕਾਮੁਕ ਆਕਰਸ਼ਣ

pagan /**'ਪੇਇਗਅਨ**/ *n* ਕਾਫ਼ਰ, ਨਾਸਤਿਕ; ਅੰਧ ਵਿਸ਼ਵਾਸੀ *a* ਮੂੜ੍ਹ, ਅਬੋਧ

page /**ਪੇਇਜ**/ *n* ਪੰਨਾ, ਸਫ਼ਾ; ਚਾਕਰ; ਸਾਕਾ, ਇਤਿਹਾਸ ਦਾ ਪੰਨਾ *vt* ਸਫ਼ੇ ਲਾਉਣਾ, ਪੰਨਿਆਂ ਦੇ ਨੰਬਰ ਲਾਉਣਾ; ਨੌਕਰ ਦੁਆਰਾ ਸੱਦਣਾ, ਬੁਲਾਵਾ ਘੱਲਣਾ; ਸੇਵਾ ਕਰਨਾ

pageant /**'ਪੈਜਅਨਟ**/ *n* ਸਮਾਰੋਹ, ਸ਼ਾਨਦਾਰ ਨਜ਼ਾਰਾ; ਸਵਾਂਗ, (ਕਿਸੇ ਥਾਂ ਦੇ ਇਤਿਹਾਸ ਦੀ) ਝਾਕੀ

pageantry /**'ਪੈਜਅਨਟਰਿ**/ *n* ਸੁੰਦਰ ਸਮਾਰੋਹ, ਧੂਮਧਾਮ, ਜਲੌ

pagehood /**ਪੇਇਜਹੁਡ**/ *n* ਸੇਵਾ ਬਿਰਤੀ, ਟਹਿਲੂਆਪਣ

pager /**'ਪੇਇਜਅ***/ *n* ਛੋਟਾ ਬਿਜਲਈ ਯੰਤਰ (ਜੋ ਕਿਸੇ ਦੇ ਸੰਦੇਸ਼ ਦੀ ਸੂਚਨਾ ਦਿੰਦਾ ਹੈ)

page three girl *n* (ਨੰਗੀ ਜਾਂ ਅੱਧ-ਨੰਗੀ) ਕੁੜੀ ਦੀ ਅਖ਼ਬਾਰ ਵਿੱਚ ਛਪੀ ਫੋਟੋ

paginate /**'ਪੈਜਿਨੇਇਟ**/ *vt* ਸਫ਼ੇ ਲਾਉਣਾ, ਪੰਨਿਆਂ ਦੇ ਨੰਬਰ ਲਾਉਣਾ

pagination /**ˌਪੈਜਿ'ਨੇਇਸ਼ਨ**/ *n* ਪੰਨਾ ਸੰਖਿਆ,

ਪੰਨਿਆਂ ਦੀ ਕੁੱਲ ਗਿਣਤੀ

pagoda /ਪਅ'ਗਅਉਡਅ/ *n* ਹਿੰਦੂ ਜਾਂ ਬੁੱਧ ਮੰਦਰ, ਸ਼ਿਵਾਲਾ, ਦੇਵਾਲਾ, ਪੈਗੋਡਾ; (ਦੱਖਣੀ ਭਾਰਤ ਦਾ ਪ੍ਰਾਚੀਨ) ਸੋਨੇ ਦਾ ਸਿੱਕਾ

paid /ਪੇਇਡ/ *a* ਭੁਗਤਾਨ ਕੀਤਾ, ਚੁਕਾ ਦਿੱਤਾ; ਵੇਤਨਕ

pail /ਪੇਇਲ/ *n* ਤੌੜਾ, ਬਾਲਟੀ, ਡੋਲ; ਹੱਥ ਪੈਰ ਆਦਿ ਧੋਣ ਵਾਲਾ ਭਾਂਡਾ; ਦੁੱਧ ਵਾਲਾ ਲੱਕੜ ਜਾਂ ਧਾਤ ਦਾ ਭਾਂਡਾ; ਦੁੱਧ ਜਾਂ ਪਾਣੀ ਦੀ ਉਹ ਮਾਤਰਾ ਜੋ ਭਾਂਡੇ ਵਿੱਚ ਆ ਸਕੇ

pailful /'ਪੇਇਲਫ਼ੁਲ/ *a* ਗਾਗਰ ਭਰ, ਘੜਾ ਭਰ, ਡੋਲ ਭਰ

pain /ਪੇਇਨ/ *n* ਦਰਦ, ਦੁੱਖ, ਪੀੜ, ਸੰਤਾਪ, ਵੇਦਨਾ, ਤਕਲੀਫ਼; ਜੰਮਣ ਪੀੜਾ; ਕਸ਼ਟ, ਦੁੱਖ, ਪਰੇਸ਼ਾਨੀ, ਬਖੇੜਾ *v* ਪੀੜਨਾ, ਸਤਾਉਣਾ, ਦੁੱਖ ਦੇਣਾ, ਦੁਖਣਾ, ਬੇਚੈਨ ਕਰਨਾ, ਦਰਦ ਕਰਨਾ, ਪੀੜ ਹੋਣਾ

pained /ਪੇਇਨਡ/ *a* ਪੀੜਤ, ਦੁਖੀ

painful /'ਪੇਇਨਫਲ/ *a* ਦੁਖੀ, ਕਸ਼ਟਦਾਇਕ, ਦੁਖਦਾਈ; ਕਠਨ

pain-killer /'ਪੇਇਨਕਿਲਅ*/ *n* ਪੀੜਨਾਸ਼ਕ

painless /'ਪੇਇਨਲਅਸ/ *a* ਪੀੜਾਹੀਣ, ਕਸ਼ਟ ਰਹਿਤ, ਦੁੱਖਹੀਣ, ਕਲੇਸ਼ ਰਹਿਤ

painstaker /'ਪੇਇਨਜ਼ਟੇਇਕਅ*/ *n* ਮਿਹਨਤੀ ਆਦਮੀ, ਉੱਦਮੀ ਪੁਰਸ਼, ਉਤਸ਼ਾਹੀ ਵਿਅਕਤੀ

painstaking /'ਪੇਇਨਜ਼ਟੇਇਕਿਙ/ *a* ਉੱਦਮੀ, ਉਤਸ਼ਾਹੀ, ਮਿਹਨਤੀ

paint /ਪੇਇਨਟ/ *n* ਰੰਗ, ਲੇਪ; ਰੋਗਨ *v* ਰੰਗਣਾ, ਰੰਗ ਲਾਉਣਾ ਜਾਂ ਭਰਨਾ; ਰੰਗ-ਚਿੱਤਰ ਤਿਆਰ ਕਰਨਾ, ਚਿੱਤਰਕਾਰੀ ਕਰਨਾ, ਨੱਕਾਸ਼ੀ ਕਰਨਾ; ਚਿੱਤਰਨਾ; (ਕਿਸੇ ਘਟਨਾ ਦੀ ਸ਼ਬਦਾਂ ਵਿੱਚ) ਤਸਵੀਰ ਖਿੱਚ ਦੇਣਾ; ਗਾਰਾ ਜਾਂ ਪਾਊਡਰ ਲਿੱਪਣਾ

painter /'ਪੇਇਨਟਅ*/ *n* ਚਿੱਤਰਕਾਰ, ਰੰਗਸਾਜ਼, ਨੱਕਾਸ਼, ਮੁਸੱਵਰ; ਕਿਸ਼ਤੀ ਦੇ ਅਗਲੇ ਹਿੱਸੇ ਨਾਲ ਬੰਨ੍ਹੀ ਰੱਸੀ

painting /'ਪੇਇਨਟਿਙ/ *n* ਚਿੱਤਰਕਾਰੀ, ਨੱਕਾਸ਼ੀ, ਰੰਗਾਈ, ਰੰਗਸਾਜ਼ੀ, ਚਿੱਤਰ

paintress /'ਪੇਇਨਟਰਿਸ/ *n* ਇਸਤਰੀ ਚਿੱਤਰਕਾਰ

pair /ਪੇਅ*/ *n* ਜੋੜ, ਜੁੱਟ, ਜੋੜਾ, ਜੋਟਾ; ਦੰਪਤੀ, ਪਤੀ-ਪਤਨੀ, ਜੋੜੀਦਾਰ, ਜੋਟੀਦਾਰ; ਜੋੜ (ਬਰਾਬਰ ਦਾ ਆਦਮੀ) *v* ਜੋੜ ਜੋੜਨਾ, ਜੋੜੀ ਬਣਾਉਣਾ; ਜੋੜੀਆਂ ਜਾਂ ਜੋਟਿਆਂ ਵਿੱਚ ਵੰਡਣਾ; (ਪ੍ਰੇਮੀ-ਪ੍ਰੇਮਿਕਾ ਦਾ) ਵਿਆਹ ਹੋਣਾ; ਦੰਪਤੀ ਰੂਪ ਵਿੱਚ ਬੱਝਣਾ, ਪਸ਼ੂਆਂ ਦਾ ਨਰ ਜਾਂ ਮਾਦਾ ਭਾਲਣਾ; ਮੈਥੁਨ ਕਰਨਾ ਜਾਂ ਹੋਣਾ; ਵਿਆਹੁਣਾ

pajamas /ਪਅ'ਜਾਮਅਜ਼/ *n* ਰਾਤ ਨੂੰ ਪਾਉਣ ਵਾਲਾ ਲਿਬਾਸ, ਪਜਾਮਾ, ਸਲਵਾਰ,

pal /ਪੈਲ/ *n* ਸੰਗੀ, ਸਾਥੀ, ਮਿੱਤਰ *v* ਦੋਸਤ ਬਣਨਾ; ਮਿਲਨਾ-ਜੁਲਨਾ, ਨਾਲ- ਨਾਲ ਉੱਠਣਾ ਬੈਠਣਾ

PAL /ਪੈਲ/ *n* (ਯੂਰਪ ਵਿੱਚ ਪ੍ਰਚਲਿਤ) ਇੱਕ ਦੂਰਦਰਸ਼ਨ ਪ੍ਰਸਾਰਨ ਵਿਧੀ

palabra /ਪੈ'ਲਾਬਰਾ/ *n* ਵਿਅਰਥ ਗੱਲਾਂ, ਬਕਵਾਸ, ਨਿਰਾਰਥਕ ਗੱਲਬਾਤ, ਵਾਧੂ ਗੱਪ-ਸ਼ੱਪ; ਖ਼ੁਸ਼ਾਮਦ, ਚਾਪਲੂਸੀ

palace /'ਪੈਲਅਸ/ *n* ਰਾਜ ਭਵਨ, ਰਾਜ ਗ੍ਰਹਿ, ਸ਼ਾਹੀ ਮਹੱਲ; ਹਵੇਲੀ, ਸ਼ਾਨਦਾਰ ਇਮਾਰਤ; ਸ਼ਾਨਦਾਰ ਹੋਟਲ; ਵੱਡਾ ਸਿਨਮਾ ਘਰ

paladin /'ਪੈਲਅਡਿਨ/ *n* ਦੌਰਾ ਕਰਨ ਵਾਲਾ ਯੋਧਾ

palaeography /ˌਪੈਲਿ'ਔਗਰਅਫ਼ਿ, ˌਪੇਇਲਿ-/ *n* ਪੁਰਾ ਲੇਖ ਸ਼ਾਸਤਰ

palaeolith /'ਪੈਲਿਅਲਿਥ, ˌਪੇਇਲਿਅ-/ *n* ਪੂਰਵ ਪੱਥਰ ਕਾਲੀਨ ਹਥਿਆਰ

palaeolithic /ˌਪੈਲਿਅ'ਲਿਥਿਕ, ˌਪੇਇਲਿਅ-/ *a* ਪ੍ਰਾਚੀਨ ਪੱਥਰ ਕਾਲ ਦਾ

palaeontology /ˌਪੈਲਿਔਨ'ਟੌਲਅਜਿ, ˌਪੇਇਲਿ-/ *n* ਪੁਰਾਪ੍ਰਾਣੀ ਸ਼ਾਸਤਰ, ਲੁਪਤ ਜੰਤੂ ਵਿੱਦਿਆ, ਪਥਰਾਟ-ਵਿਗਿਆਨ

palaeozoic /ˌਪੈਲਿਅ'ਜ਼ਅਉਇਕ, ˌਪੇਇਲਿਅ-/ *a* ਪੁਰਾਜੀਵੀ ਕਾਲੀਨ

palaeozoology /ˌਪੈਲਿਅਉਜ਼ਅਉ'ਔਲਅਜਿ, ˌਪੇਇਲਿ-/ *n* ਪਥਰਾਟ ਪ੍ਰਾਣੀ ਵਿਗਿਆਨ

palaestra /ਪਅ'ਲੀਸਟਰਅ/ *n* ਕਸਰਤ ਘਰ, ਅਖਾੜਾ

palanquin /ˌਪੈਲਅਨ'ਕੀਨ/ *n* ਡੋਲੀ, ਪਾਲਕੀ

palatability /ˌਪੈਲਅਟਅ'ਬਿਲਅਟਿ/ *n* ਰੋਚਕਤਾ, ਸੁਆਦਿਸ਼ਟਤਾ, ਜ਼ਾਇਕੇਦਾਰੀ

palatable /'ਪੈਲਅਟਅਬਲ/ *a* ਸੁਆਦੀ, ਜ਼ਾਇਕੇਦਾਰ, ਮਜ਼ੇਦਾਰ, ਸੁਆਦਿਸ਼ਟ

palatal /'ਪੈਲਅਟਲ/ *n* (ਭਾਸ਼ਾ) ਤਾਲਵੀ ਧੁਨੀ ਜਾਂ ਸ਼ਬਦ *a* ਤਾਲਵੀ, ਤਾਲੂ ਦਾ

palate /'ਪੈਲਅਟ/ *n* ਤਾਲੂ; ਸੁਆਦ, ਮਜ਼ਾ, ਜ਼ਾਇਕਾ; ਪਸੰਦ, ਰੁਚੀ, ਸ਼ੌਕ

palatial /ਪਅ'ਲੇਇਸ਼ਲ/ *a* ਮਹੱਲ ਵਰਗਾ; ਆਲੀਸ਼ਾਨ, ਸ਼ਾਨਦਾਰ, ਵਿਸ਼ਾਲ, ਸ਼ਾਹੀ

palatine /'ਪੈਲਅਟਾਇਨ/ *n* ਔਰਤਾਂ ਦਾ ਰੂੰਦਾਰ ਗੁਲੂਬੰਦ; ਤਾਲੂ ਜਾਂ ਹਲਕ ਦੀਆਂ ਹੱਡੀਆਂ, ਰਈਸੀ, ਅਮੀਰੀ (ਜਿਵੇਂ ਅਮੀਰੀ ਠਾਠ ਆਦਿ) *a* ਅਮੀਰੀ ਸੰਬੰਧੀ; ਤਾਲੂ ਜਾਂ ਹਲਕ ਦਾ, ਤਾਲੂ ਨਾਲ ਸੰਬੰਧਿਤ

palaver /ਪਅ'ਲਾਵ੍ਅ*/ *n* ਲੰਮੀ-ਚੌੜੀ ਬਹਿਸ, ਨਿਰਾਰਥਕ ਵਾਰਤਾ, ਬਕਵਾਸ; ਚਾਪਲੂਸੀ, ਖ਼ੁਸ਼ਾਮਦ *v* ਐਵੇਂ ਬਕਵਾਸ ਕਰਨਾ, ਗੱਲਾਂ ਬਣਾਉਣਾ, ਨਿਰਾਰਥਕ ਗੱਲਾਂ ਕਰਨਾ; ਖ਼ੁਸ਼ਾਮਦ ਜਾਂ ਚਾਪਲੂਸੀ ਕਰਨਾ

pale /ਪੇਇਲ/ *a* ਵਾੜ ਲਾਉਣ ਲਈ ਨੋਕਦਾਰ ਡੰਡਾ; ਘੇਰਾ, ਵਲਗਣ; ਢਾਲ ਦੇ ਵਿਚਕਾਰ ਦੀ ਉੱਭਰੀ ਹੋਈ ਪੱਟੀ; ਪੀਲਾ, ਪਾਂਡੋ ਰੰਗਾ, ਖੱਟਾ; ਖੀਣ, ਅਸਪਸ਼ਟ, ਧੁੰਦਲਾ, ਮੰਦ; ਤੇਜਹੀਣ; ਫਿੱਕਾ, ਹਲਕਾ, ਮੱਧਮ *v* ਪੀਲਾ ਪੈਣਾ, ਫਿੱਕਾ ਪੈਣਾ, ਬੇਰੌਣਕ ਹੋਣਾ; ਪੀਲਾ ਜਾਂ ਫਿੱਕਾ ਕਰਨਾ

paletot /'ਪੈਲਅਟਅਉ/ *n* ਇੱਕ ਤਰ੍ਹਾਂ ਦਾ ਢਿੱਲਾ ਓਵਰਕੋਟ, ਪੈਲੀਟਾਟ

palette /'ਪੈਲਅਟ/ *n* ਚਿੱਤਰਕਾਰ ਦੀ ਰੰਗਾਂ ਨੂੰ ਮਿਲਾਉਣ ਵਾਲੀ ਫੱਟੀ

palette knife *n* (ਚਿੱਤਰਕਾਰੀ) ਰੰਗ ਮਿਲਾਉਣ ਵਾਲਾ ਚਾਕੂ

palfrey /'ਪੋਲਫ਼ਰਿ/ *n* ਟੱਟੂ, (ਔਰਤਾਂ ਲਈ ਜਾਂ ਸਧਾਰਨ ਸਵਾਰੀ ਦਾ) ਘੋੜਾ

palimpsest /'ਪੈਲਿਮਪਸੈੱਸਟ/ *n* ਖਰੜਾ, ਹੱਥ ਲਿਖਤ, ਮੂਲ ਲਿਖਤ, ਮੂਲ ਲੇਖ, ਲਿਪੀ, ਲਿਖਤ ਸਮਗਰੀ *a* ਹੱਥੀਂ ਲਿਖਿਆ, ਦੂਜੀ ਵਾਰ ਕੀਤੀ ਉਕਰਾਈ ਵਾਲਾ (ਪਿੱਤਲ ਦਾ ਟੁਕੜਾ)

palindrome /'ਪੈਲਿਨਡਰਅਉਮ/ *n* ਪੁੱਠੇ ਸਿੱਧੇ ਇੱਕ ਸਮਾਨ ਸ਼ਬਦਾਂ ਵਾਲਾ ਵਾਕ

paling /'ਪੇਇਲਿਙ/ *n* ਜੰਗਲਾ, ਵਾੜ; ਵਾੜ ਕਰਨ ਵਾਲੀਆਂ ਸੋਟੀਆਂ

palingenesis /ˌਪੈਲਿਨ'ਜੈੱਨਿਸਿਸ/ *n* ਪੁਨਰ ਜਨਮ, ਪੁਨਰ ਜੀਵਨ, ਪੁਨਰ ਸਥਾਪਨ

palinode /'ਪੈਲਿਨਅਉਡ/ *n* (ਕਾਵਿ) ਉਹ ਕਵਿਤਾ ਜਿਸ ਵਿੱਚ ਕਵੀ ਆਪਣੀ ਪਹਿਲੀ ਕਵਿਤਾ ਦਾ ਖੰਡਨ ਕਰਦਾ ਹੈ, ਖੰਡਨ

palisade /ˌਪੈਲਿ'ਸੇਇਡ/ *n* ਕਟਹਿਰਾ, ਡੰਡਿਆਂ ਆਦਿ ਦੀ ਵਾੜ *vt* ਵਾੜ ਲਾਉਣਾ, ਕਟਹਿਰਾ ਬਣਾਉਣਾ, ਮੋਰਚਾਬੰਦੀ ਕਰਨਾ

pall /ਪੋਲ/ *n* ਮੁਰਦੇ ਨੂੰ ਢਕਣ ਵਾਲਾ ਕੱਪੜਾ, ਕੱਫਣ; ਪਰਦਾ; ਚੋਗਾ *vt* ਸੁਆਦਹੀਣ ਕਰਨਾ ਜਾਂ ਹੋਣਾ, ਬੇਮਜ਼ਾ ਹੋ ਜਾਣਾ; ਹਿੰਮਤ ਹਾਰਨਾ, ਜੀ ਚੁਰਾਉਣਾ

Palladium /ਪਅ'ਲੇਇਡਿਅਮ/ *n* ਪਾਲਾਸ ਦੇਵਤੇ ਦੀ ਮੂਰਤੀ, ਪੈਲੇਡੀਅਮ, ਰੱਖਿਆ ਦੇਵਤਾ

pall-bearer *n* (ਅਰਥੀ ਨੂੰ) ਮੋਢਾ ਦੇਣ ਵਾਲਾ, ਕਾਨ੍ਹੀ

pallescence /ਪਅ'ਲੈੱਸਅਨਸ/ *n* ਪੀਲਾਪਣ

pallescent /ਪਅ'ਲੈੱਸਅਨਟ/ *a* ਪੀਲਾ ਹੋਣ ਵਾਲਾ

pallet /'ਪੈਲਅਟ/ *n* ਗੱਦਾ, ਗਦੈਲਾ, ਵਿਛਾਉਣਾ; ਥਾਪੀ; ਰੰਗ ਦੀ ਫੱਟੀ; ਆਰਗਨ ਵਾਜੇ ਦਾ ਖੁੱਲ੍ਹੇ ਮੂੰਹ ਵਾਲਾ ਪਾਸਾ

palliate /'ਪੈਲਿਏਇਟ/ *vt* ਧੀਰਜ ਬਣਾਉਣਾ,

ਢਾਰਸ ਦੇਣਾ; ਤਸੱਲੀ ਦੇਣਾ; ਪੋਚੇ ਪਾਉਣਾ; ਹੌਲਾ ਕਰਨਾ; ਬਹਾਨਾ ਕਰਨਾ

palliative /'ਪੈਲਿਅਟਿਵ/ *a* ਸ਼ਾਂਤਕਾਰੀ

pallid /'ਪੈਲਿਡ/ *a* ਹਲਕਾ ਖੱਟਾ, ਜ਼ਰਦ, ਪਾਂਡੋ ਰੰਗਾ, ਪੀਲਾ; ਫਿੱਕਾ, ਬੇਰੌਣਕ

pallium /'ਪੈਲਿਅਮ/ *n* (ਯੂਨਾਨੀਆਂ ਦਾ) ਚੋਗਾ, ਪੈਲੀਅਮ

pallor /'ਪੈਲਅ*/ *n* ਪੀਲਾਪਣ, ਫਿੱਕ, ਫਿੱਕਾਪਣ, ਪਿਲੱਤਣ

palm /ਪਾਮ/ *n* ਤਾੜ, (ਵਿਜੈ ਚਿੰਨ੍ਹ ਵਜੋਂ) ਤਾੜ ਦਾ ਪੱਤਾ; ਸਰਬਸ੍ਰੇਸ਼ਠਤਾ, ਸਰਬ-ਉੱਚਤਾ; ਤਲੀ, ਹਥੇਲੀ, ਦਸਤਾਨੇ ਦੀ ਹਥੇਲੀ; ਤਲੀ ਦੇ ਬਰਾਬਰ *vt* ਠੱਗਣਾ, ਧੋਖਾ ਦੇਣਾ, ਚਕਮਾ ਦੇਣਾ; ਧੋਖੇ ਨਾਲ ਗਲ ਮੜ੍ਹ ਦੇਣਾ; (ਤਾਸ਼ ਦੇ ਪੱਤੇ) ਤਲੀ ਵਿੱਚ ਲੁਕਾ ਕੇ ਰੱਖਣਾ; ਤਲੀ ਨਾਲ ਛੂਹਣਾ ਜਾਂ ਥਾਪੜਨਾ; ਫੜਨਾ; ਰਿਸ਼ਵਤ ਦੇਣਾ, ਮੁੱਠੀ ਗਰਮ ਕਰਨਾ

palmer /'ਪਾਮਅ*/ *n* ਸੈਲਾਨੀ, ਸੈਲਾਨੀ ਭਿਕਸ਼ੂ, ਯਰੂਸ਼ਲਮ ਤੋਂ ਮੁੜਿਆ ਯਾਤਰੀ (ਜੋ ਆਪਣੇ ਨਾਲ ਤਾੜ ਦੀ ਟਾਹਣੀ ਲਿਆਉਂਦਾ ਹੈ)

palmetto /ਪੈਲ'ਮੈਟਅਉ/ *n* ਤਾੜ ਦਾ ਛੋਟਾ ਬਿਰਛ

palmiped /'ਪੈਲਮਿਪੈਡ/ *a* ਝਿੱਲੀਦਾਰ ਪੈਰਾਂ ਵਾਲਾ (ਪੰਛੀ)

palmist /'ਪਾਮਿਸਟ/ *n* ਹੱਥ ਵੇਖਣ ਵਾਲਾ, ਪਾਂਡਾ

palmistry /'ਪਾਮਿਸਟਰਿ/ *n* ਹੱਥ ਵੇਖ ਕੇ ਕਿਸਮਤ ਦੱਸਣ ਦੀ ਵਿੱਦਿਆ, ਜੋਤਸ਼ ਵਿੱਦਿਆ, ਹੱਥ ਰੇਖਾ ਵਿੱਦਿਆ

palmy /'ਪਾਮਿ/ *a* ਤਾੜ ਸੰਬੰਧੀ, ਖਜੂਰ ਦਾ; ਖੁਸ਼ਹਾਲ, ਉੱਨਤੀਸ਼ੀਲ; ਸਮਰਿਧ, ਸੰਪੰਨ; ਹਥੇਲੀ ਵਰਗਾ

palp /ਪੈਲਪ/ *n* ਸਪਰਸ਼ *vt* ਸਪਰਸ਼ ਕਰਨਾ, ਛੂਹਣਾ

palpable /'ਪੈਲਪਅਬਲ/ *a* ਜਿਸ ਨੂੰ ਛੂਹ ਸਕੀਏ, ਛੂਹਣਯੋਗ, ਸਥੂਲ, ਸਪਰਸ਼ਗੋਚਰਾ, ਵਿਅਕਤ, ਪ੍ਰਤੱਖ

palpitate /'ਪੈਲਪਿਟੇਇਟ/ *vi* (ਦਿਲ ਦਾ) ਧੜਕਣਾ, ਧਕ-ਧਕ ਕਰਨਾ; (ਨਬਜ਼ ਜਾਂ ਨਾੜ ਦਾ) ਫੜਕਣਾ, ਤੜਪਣਾ, ਚੱਲਣਾ; ਖ਼ੁਸ਼ੀ ਜਾਂ ਡਰ ਨਾਲ ਕੰਬਣਾ, ਥਰਥਰਾਉਣਾ, ਫੜਕ ਉੱਠਣਾ

palpitation /,ਪੈਲਪਿ'ਟੇਇਸ਼ਨ/ *n* ਧੜਕਣ, ਧਕ-ਧਕ, ਕਾਂਬਾ, ਤੜਪ, ਥਰਥਰਾਹਟ

palsgrave /'ਪੋਲਜ਼ਗਰੇਇਵ/ *n* ਰਜਵਾੜਾ, ਰਾਜ ਦਾ ਰੱਖਿਅਕ, ਕਾਊਂਟ ਜਾਂ ਅਰਲ

palsy /'ਪੋਲਜ਼ਿ/ *n* ਉਹ ਬਿਮਾਰੀ ਜਿਸ ਨਾਲ ਸਰੀਰ ਦੇ ਕਿਸੇ ਵਿਸ਼ੇਸ਼ ਭਾਗ ਨੂੰ ਨੁਕਸਾਨ ਪਹੁੰਚੇ ਜਿਵੇਂ ਲਕਵਾ ਅਧਰੰਗ ਆਦਿ; ਬੇਵਸੀ ਦੀ ਹਾਲਤ *vt* ਲਕਵਾ ਮਾਰਨਾ, ਨਿਕੰਮਾ ਜਾਂ ਬੇਕਾਰ ਕਰ ਦੇਣਾ, ਉਦੱਮਹੀਣ ਕਰ ਦੇਣਾ **birth palsy** ਜਨਮ ਤੋਂ ਅੰਗਘਾਤ

palsy-ice *n* ਸਮੁੰਦਰ ਵਿੱਚ ਤਰਦੇ ਬਰਫ਼ ਦੇ ਟੁਕੜੇ

palter /'ਪੋਲਟਅ*/ *vt* ਹੇਰਾਫੇਰੀ ਕਰਨਾ, ਗੋਲ-ਮੋਲ ਗੱਲ ਕਰਨਾ, ਟੰਟਾ ਖੜ੍ਹਾ ਕਰ ਦੇਣਾ, ਝੰਜਟ ਪੈਣਾ; ਟਾਲ-ਮਟੋਲ ਕਰਨਾ; ਤੁੱਛ ਸਮਝਣਾ

palterer /'ਪੋਲਟ(ਅ)ਰਅ*/ *n* ਛਲੀਆ, ਕਪਟੀ, ਪੱਤੇਬਾਜ਼

paltriness /'ਪੋਲਟਰਿਨਅਸ/ *n* ਤੁੱਛਤਾ, ਨਿਰਾਰਥਕਤਾ, ਨੀਚਤਾ, ਘਟੀਆਪਣ, ਕਮੀਨਾਪਣ

paltry /'ਪੋਲਟਰਿ/ *a* ਤੁੱਛ, ਘਟੀਆ, ਮਾਮੂਲੀ

paludal /ਪਅ'ਲੂਡਲ/ *a* ਦਲਦਲੀ; ਮਲੇਰੀਏ ਸੰਬੰਧੀ

paludism /ਪਅ'ਲੂਡਿਜ਼ਅਮ/ *n* ਕਾਂਬੇ ਵਾਲਾ ਬੁਖ਼ਾਰ, ਮਲੇਰੀਆ, ਦਲਦਲੀ ਰੋਗ, ਮੌਸਮੀ ਬੁਖ਼ਾਰ

paludrine /'ਪੈਲਯੂਡਰਿਨ/ *n* ਮਲੇਰੀਏ ਵਿਰੋਧੀ ਔਸ਼ਧੀ, ਮਲੇਰੀਆਨਾਸ਼ਕ ਦਵਾਈ

paly /'ਪੇਇਲਿ/ *adv* ਪੀਲਾ ਜਿਹਾ, ਫਿੱਕੇ ਰੰਗ ਦਾ, ਧੁੰਦਲਾ, ਬੇਰੰਗ

pampas /'ਪੈਮਪਅਸ/ *n* (ਬਹੁ) ਦੱਖਣੀ ਅਮਰੀਕਾ ਦਾ ਵਣ ਰਹਿਤ ਖੇਤਰ

pamper /'ਪੈਮਪਅ*/ *vt* ਪੁਚ-ਪੁਚ ਕਰਨਾ, ਵਧੇਰੇ ਲਾਡ ਪਿਆਰ ਨਾਲ ਖ਼ਰਾਬ ਕਰ ਦੇਣਾ, ਚੰਭਲਾ

ਦੇਣਾ, ਆਦਤ ਵਿਗਾੜ ਦੇਣਾ

pampered /'ਪੈਮਪਅਡ/ *a* ਵਿਗੜਿਆ, ਚਾਂਭਲਿਆ

pamphlet /'ਪੈਮਫ਼ਲਅਟ/ *n* ਚਲੰਤ ਮਸਲਿਆਂ ਬਾਰੇ ਜਿਲਦ ਤੋਂ ਬਿਨਾਂ ਨਿੱਕੀ ਜਿਹੀ ਪੁਸਤਕਾ, ਪੈਂਫਲਿਟ, ਛੋਟਾ ਰਸਾਲਾ, ਪੱਤ੍ਰਿਕਾ, ਕਿਤਾਬਚਾ, ਚੁਪੰਨਾ, ਦੁਪੱਤਰੀ, ਚੁਪੱਤਰੀ

pamphleteer /ˌਪੈਮਫ਼ਲਅ'ਟਿਅ*/ *n* ਪੈਂਫਲਿਟ ਲਿਖਣ ਵਾਲਾ, ਕਿਤਾਬਚਾ ਲੇਖਕ

pan /ਪੈਨ/ *n* ਕੜਾਹੀ, ਤਸਲਾ; ਤੱਕੜੀ ਦਾ ਪਲੜਾ; ਖੋਪੜੀ; ਰੰਗ ਘੋਲਣ ਵਾਲੀ ਪਿਆਲੀ; ਬੰਦੂਕ ਜਾਂ ਤੋਪ ਵਿੱਚ ਬਾਰੂਦ ਦੀ ਕੌਲੀ *vt* ਸੋਨੇ ਦੇ ਕਣਾਂ ਵਾਲੀ ਮਿੱਟੀ ਨੂੰ ਕੜਾਹੀ ਵਿੱਚ ਪਾ ਕੇ ਧੋਣਾ *a* ਸਰਬ, ਅਖਿਲ

panacea /ˌਪੈਨਅ'ਸੀਅ/ *n* ਹਰ ਮਰਜ਼ ਦੀ ਦਵਾ, ਸਰਬਰੋਗ ਔਖਧ, ਅਕਸੀਰ

panache /ਪਅ'ਨੈਸ਼, ਪੈ'ਨੈਸ਼/ *n* ਕਲਗੀ, ਤੁੱਰ੍ਹਾ, ਠਾਠ-ਬਾਠ, ਸ਼ੇਖੀ, ਆਕੜ

panada /ਪਅ'ਨਾਡਅ/ *n* ਇੱਕ ਤਰ੍ਹਾਂ ਦਾ ਦਲੀਆ

panama /'ਪੈਨਅਮਾ/ *n* ਪਨਾਮਾ ਟੋਪ ਜੋ ਇੱਕ ਬਿਰਛ ਦੇ ਪੱਤਿਆਂ ਤੋਂ ਬਣਦਾ ਹੈ

pancake /'ਪੈਨਕੇਇਕ/ *n* ਇੱਕ ਤਰ੍ਹਾਂ ਦਾ ਚਪਟਾ ਕੇਕ

panchromatic /ˌਪੈਨਕਰਅ(ਉ)'ਮੈਟਿਕ/ *a* ਸਰਬਵਰਨ, ਸਰਬਵਰਨਕ; ਸੰਵੇਦਨਸ਼ੀਲ

pancosmism /ˌਪੈਨ'ਕੌਜ਼ਮਿਜ਼ਅਮ/ *n* ਸਰਬ ਬ੍ਰਹਿਮੰਡਵਾਦ (ਭੌਤਿਕ ਬ੍ਰਹਿਮੰਡ ਤੋਂ ਪਰੇ ਕਿਸੇ ਵਸਤੂ ਦੀ ਕੋਈ ਸੱਤਾ ਨਾ ਮੰਨਣ ਵਾਲਾ ਸਿਧਾਂਤ)

pancratic /ਪੈਨ'ਕਰੈਟਿਕ/ *n* ਸਰਵੋਤਮ ਖਿਲਾੜੀ; ਪਹਿਲਵਾਨ, ਕਸਰਤੀ

pancreas /'ਪੈਙਕਰਿਅਸ/ *n* ਪਾਚਕ ਗ੍ਰੰਥੀ

panda /'ਪੈਨਡਅ/ *n* ਹਿਮਾਲੀਆ ਜਾਂ ਤਿੱਬਤ ਵਿੱਚ ਮਿਲਦਾ ਜਾਨਵਰ, ਪੰਡਾ

pandation /ਪੈਨ'ਡੇਇਸ਼ਨ/ *n* ਝੁਕਾਅ, ਮੋੜ, ਮਰੋੜ

pandemic /ਪੈਨ'ਡੈੱਮਿਕ/ *a* ਮਹਾਮਾਰੀ

pandemonium /ˌਪੈਨਡਅ'ਮਅਉਨਿਅਮ/ *n* ਭੂਤ ਘਰ, ਪ੍ਰੇਤਵਾਸ; ਅਸ਼ਾਂਤੀਪੂਰਨ ਥਾਂ, ਹਨੇਰ ਨਗਰੀ; ਧਮੱਚੜ, ਸ਼ੋਰ-ਸ਼ਰਾਬਾ, ਕਾਵਾਂ ਰੌਲੀ, ਮੱਛੀ ਬਾਜ਼ਾਰ; ਉਪੱਦਰ, ਗੜਬੜ, ਬਦਤਮੀਜ਼ੀ ਦਾ ਤੂਫ਼ਾਨ

pander /'ਪੈਨਡਅ*/ *n* ਭੜੂਆ, ਦਲਾਲ *a* ਬੁਰੇ ਕੰਮ ਵਿੱਚ ਸਹਾਇਤਾ ਦੇਣ ਵਾਲਾ *v* ਘਟੀਆ ਵਿਚਾਰਾਂ ਨੂੰ ਉਭਾਰਨਾ, ਬੁਰੇ ਕੰਮ ਵਿੱਚ ਸਹਾਇਤਾ ਦੇਣਾ; ਭੜੂਆ ਬਣਨਾ

pandiculation /ਪੈਨˌਡਿਕਯੁ'ਲੇਇਸ਼ਨ/ *n* ਅੰਗੜਾਈ

pane /ਪੇਇਨ/ *n* ਬਾਰੀ ਦਾ ਸ਼ੀਸ਼ਾ; ਲੱਕੜ ਦੀ ਆਇਤਾਕਾਰ ਤਖ਼ਤੀ, ਚੌਖਟਾ; ਸਿੱਧੀ ਬਾਹੀ *vt* ਵਚਿੱਤਰ ਨਮੂਨੇ ਦਾ ਚਿੱਤਰ ਬਣਾਉਣਾ; ਕੱਚ ਲਾਉਣਾ

panegyric /ˌਪੈਨਅ'ਜਿਰਿਕ/ *n* ਪ੍ਰਸੰਸਾ, ਗੁਣਗਾਇਨ, ਸੋਹਲਾ, ਕਸੀਦਾ, ਉਸਤਤ

panel /'ਪੈਨਲ/ *n* ਤਖ਼ਤੇ ਦੇ ਹਾਸ਼ੀਏ ਵਜੋਂ ਲਾਈ ਫੱਟੀ, ਕਿੱਲਾ; ਵਿਅਕਤੀਆਂ ਦੇ ਨਾਂਵਾਂ ਦੀ ਸੂਚੀ; ਪੰਚ, ਜਿਊਰੀ; ਮੁਲਜ਼ਮ; (ਬੀਮਾ ਹੋਏ ਰੋਗੀਆਂ ਦਾ ਇਲਾਜ ਕਰਨ ਵਾਲੇ) ਡਾਕਟਰਾਂ ਦੀ ਟੋਲੀ; ਸੂਚੀ, ਕ੍ਰਮਣਿਕਾ; ਦਲ; ਲੰਮੀ ਤਸਵੀਰ; ਚੌਖਟਾ; ਹਿੱਸਾ *vt* (ਊਠ ਉੱਤੇ) ਪਾਲਾਣਾ ਪਾਉਣਾ, ਕਾਠੀ ਕੱਸਣਾ; ਚੌਖਟਾ ਬਣਾਉਣਾ

panellist /'ਪੈਨਅਲਿਸਟ/ *n* (ਰੇਡੀਓ ਜਾਂ ਟੈਲੀਵਿਜ਼ਨ ਦੇ ਪ੍ਰੋਗਰਾਮ ਵਿੱਚ) ਪੁੱਛੇ ਗਏ ਪ੍ਰਸ਼ਨਾਂ ਦੇ ਉੱਤਰ ਦੇਣ ਵਾਲਾ ਵਿਅਕਤੀ

pang /ਪੈਙ/ *n* ਵੇਦਨਾ, ਪੀੜਾ, ਦਰਦ, ਕਸਕ, ਟੀਸ, ਚੀਸ

pangolin /ਪੈਙ'ਗਅਉਲਿਨ/ *n* ਇੱਕ ਕੀੜੇ ਖਾਣਾ ਜਾਨਵਰ

panic[1] /'ਪੈਨਿਕ/ *n* ਚੀਣਾ, ਕੰਗਣੀ; ਅਤਿਅੰਤ ਭੈ, ਦਹਿਲ, ਦਹਿਸ਼ਤ, ਤਰਾਸ, ਆਤੰਕ *v* ਭੈਮਾਨ ਹੋਣਾ; ਤਰਾਸ ਕਰਨਾ ਜਾਂ ਹੋਣਾ, ਦਹਿਲਣਾ,

ਦਹਿਸ਼ਤ ਵਿੱਚ ਪੈਣਾ, ਤਰਾਸ ਵਿੱਚ ਹੋਣਾ *a* ਅਤਿਅੰਤ ਭੈ ਵਾਲਾ, ਹੌਲਨਾਕ, ਭਾਜੜ ਪਾਊ

Panic button *n* (ਬੈਂਕ ਵਿੱਚ) ਅਚਾਨਕ ਖ਼ਤਰੇ ਸਮੇਂ ਸੂਚਨਾ ਘੰਟੀ ਦਾ ਬਟਨ, ਨੁਕਸਾਨ ਹੋ ਸਕਣ ਦੀ ਸੂਚਨਾ ਵਿਧੀ

panicky /'ਪੈਨਿਕਿ/ *a* ਭੈ-ਭੀਤ, ਤ੍ਰਾਸਤ

panicle /'ਪੈਨਿਕਲ/ *n* ਛੋਟਾ ਗੁੱਛਾ, ਮੰਜਰੀ

panic-stricken *n* ਭੈ-ਭੀਤ

panjandrum /ਪੈਨ'ਜੈਨਡਰਅਮ/ *n* ਠਾਠ-ਬਾਠ ਵਾਲਾ ਅਫ਼ਸਰ, (ਮਖੌਲ ਨਾਲ) ਲਾਟ ਸਾਹਿਬ

panne /ਪੈਨ/ *n* ਮਖਮਲੀ ਲਿਬਾਸ

pannier /'ਪੈਨਿਅ*/ *n* ਲਾਦੂ ਜਾਨਵਰ ਉੱਤੇ ਪਾਈ ਛੱਟ, ਪਲਾਣਾ

pannikin /'ਪੈਨਿਕਿਨ/ *n* ਕਟੋਰੀ, ਪਿਆਲੀ; ਕਟੋਰੀ ਭਰ ਵਸਤ

panoistic /ˌਪੈਨਅ(ਉ)'ਇਸਟਿਕ/ *a* ਕੇਵਲ ਅੰਡਾ ਉਤਪੰਨ ਕਰਨ ਵਾਲਾ

panoply /'ਪੈਨਅਪਲਿ/ *n* ਪੂਰਾ ਕਵਚ ਜਾਂ ਜ਼ੋਰਾ ਬਕਤਰ; ਬਚਾਅ ਦਾ ਪੂਰਾ ਸਮਾਨ

panopticon /ਪੈਨ'ਔਪਟਿਕਅਨ/ *n* ਗੋਲਾਕਾਰ ਜੇਲ੍ਹ, ਗੋਲ ਕੈਦਖ਼ਾਨਾ

panorama /ˌਪੈਨਅ'ਰਾਮਅ/ *n* ਵਿਸ਼ਾਲ ਦ੍ਰਿਸ਼, ਫਿਰਨ ਵਾਲੀ ਤਸਵੀਰ, ਲਗਾਤਾਰ ਦ੍ਰਿਸ਼ਟੀ ਦੇ ਸਾਮ੍ਹਣਿਓਂ ਲੰਘਣ ਵਾਲਾ ਦ੍ਰਿਸ਼, ਆਲੇ-ਦੁਆਲੇ ਦਾ ਦ੍ਰਿਸ਼

panphobia /ਪੈਨ'ਫ਼ਅਉਬਿਅ/ *n* ਸਭ ਕੋਲੋਂ ਭੈ

pansy /'ਪੈਨਜ਼ਿ/ *n* (ਬੋਲ) ਜਨਖਾ, ਲੌਂਡਾ; ਬਨਫ਼ਸ਼ੇ ਦੀ ਜਾਤੀ ਦਾ ਬੂਟਾ; ਹਿਰਦੇ ਜਾਂ ਮਨ ਦਾ ਸੁੱਖ

pant /ਪੈਨਟ/ *n* ਧੜਕਣ, ਹੌਂਕਣੀ *v* ਹਫਣਾ, ਧੜਕਣਾ, ਸਾਹ ਫੁੱਲਣਾ; ਚਾਹੁਣਾ, ਕਾਮਨਾ ਰੱਖਣਾ; ਹਫਦੇ ਹੋਏ ਬੋਲਣਾ

pantagruelism /ˌਪੈਨਟਅ'ਗਰੁਅਲਿਜ਼ਅਮ/ *n* ਕੋਝਾ ਵਿਅੰਗ

pantalettes /ˌਪੈਨਟਅ'ਲੈਟੱਸ/ *n* (ਬਹੁ) ਜ਼ਨਾਨਾ ਚੂੜੀਦਾਰ ਪਜਾਮਾ; ਸਵਾਰ ਦੀ ਨਿੱਕਰ

pantaloon /ˌਪੈਨਟਅ'ਲੂਨ/ *n* ਪਤਲੂਨ, ਪੈਂਟ; ਇਟਲੀ ਦੀ ਸੁਖਾਂਤਕ੍ਰਿਤ ਵਿੱਚ ਪਤਲੂਨ ਵਾਲਾ ਇੱਕ ਪਾਤਰ, (ਹੁਣ) ਭੰਡ, ਵਿਦੂਸ਼ਕ ਦਾ ਸਹਾਇਕ

pantechnicon /ਪੈਨ'ਟੈੱਕਨਿਕਅਨ/ *n* (ਲੱਕੜ ਦੇ ਸਮਾਨ ਦਾ) ਗੁਦਾਮ, ਫਰਨੀਚਰ ਦੀ ਦੁਕਾਨ

pantheism /'ਪੈਨਥਿਇਜ਼ਅਮ/ *n* ਸਰਬ-ਈਸ਼ਵਰਵਾਦ, ਸਰਬਦੇਵ ਪੂਜਾ

pantheon /'ਪੈਨਥਿਅਨ/ *n* ਦੇਵਾਲਾ, ਸਰਬ ਦੇਵ ਮੰਦਰ; ਦੇਵਤਾਗਣ, ਦੇਵ ਕੁਲ; ਯਾਦਗਾਰ, ਸਮਾਧੀ, ਮਕਬਰਾ, ਸਮਾਰਕ ਭਵਨ

Pantheon /'ਪੈਨਥਿਅਨ/ *n* ਲੰਦਨ ਦਾ ਮਨੋਰੰਜਨ ਭਵਨ

panther/'ਪੈਨਥਅ*/ *n* ਚੀਤਾ, ਬਾਘ

panties /'ਪੈਨਟਿਜ਼/ *n* ਜ਼ਨਾਨਾ ਨਿੱਕਰ, ਕੱਛਾ, ਬੱਚੇ ਦੀ ਕੱਛੀ, ਪੈਂਟੀਜ਼

pantile /'ਪੈਨਟਾਇਲ/ *n* ਖਪਰੈਲ; ਛੱਤ ਪਾਉਣ ਵਾਲੀ ਟੇਢੀ ਟਾਈਲ

pantograph /'ਪੈਨਟਅਗਰਾਫ਼/ *n* ਯੰਤਰ ਜਿਸ ਨਾਲ ਨਕਸ਼ੇ ਆਦਿ ਦੀ ਨਕਲ ਉਤਾਰੀ ਜਾ ਸਕਦੀ ਹੈ, ਨਕਲ ਨਿਗਾਰ, ਪੈਂਟੋਗ੍ਰਾਫ

pantology /ਪੈਨ'ਟੌਲਅਜਿ/ *n* ਵਿਸ਼ਵ ਵਿਗਿਆਨ, ਸਰਬ-ਗਿਆਨ

pantometer /ਪੈਨ'ਟੌਮਿਟਅ*/ *n* ਉੱਚਤਾ ਮਾਪਕ ਯੰਤਰ, ਕੋਣ ਮਾਪਕ ਯੰਤਰ

pantomime /'ਪੈਨਟਅਮਾਇਮ/ *n* ਮੂਕ ਅਭਿਨੈ, ਮੂਕ ਨਾਚ, ਮੂਕ ਨਚਾਰ ਜਾਂ ਨਾਚੀ, ਮੂਕ ਅਭਿਨੇਤਾ *vt* ਮੂਕ ਅਭਿਨੈ ਕਰਨਾ, ਮੂਕ ਨਾਚ ਨੱਚਣਾ

pantomimist /'ਪੈਨਟਅਮਿਮਿਸਟ/ *n* ਮੂਕ ਅਭਿਨੇਤਾ

pantomorphic /ˌਪੈਨਟਅ'ਮੋਰਫ਼ਿਕ/ *a* ਬਹੁਰੂਪੀਆ

pantophagous /ਪੈਨ'ਟੌਫ਼ਅਗਅਸ/ *a* ਸਰਬ-ਪੱਖੀ

pantry /'ਪੈਨਟਰਿ/ *n* ਰਸਦਖ਼ਾਨਾ, ਭੰਡਾਰ, ਭਾਂਡਿਆਂ ਵਾਲੀ ਕੋਠੜੀ, ਪੈਂਟਰੀ

pants /**ਪੈਨਟਸ**/ *n* (ਬਹੁ)ਪੈਂਟ, ਪਤਲੂਨ, ਪਜਾਮਾ

pap /**ਪੈਪ**/ *n* ਨਰਮ ਗਿਜ਼ਾ, ਪਤਲੀ ਖਿਚੜੀ ਆਦਿ ਜੋ ਬੱਚਿਆਂ ਜਾਂ ਬਿਮਾਰਾਂ ਨੂੰ ਦਿੰਦੇ ਹਨ; ਫ਼ਜ਼ੂਲ ਲਿਖਤਾਂ, ਭੱਪਾ; ਪਹਾੜ ਦੀਆਂ ਤਿੱਖੀਆਂ ਚੋਟੀਆਂ; ਫਲਾਂ ਦੀ ਗੁੱਦ ਜਾਂ ਭਰਤਾ

papa /**ਪਅ'ਪਾ**/ *n* ਪਾਪਾ, ਪਿਤਾ, ਬਾਪੂ

papacy /'**ਪੇਇਪਅਸਿ**/ *n* ਪੋਪ ਪਦ, ਪੋਪਤੰਤਰ, ਪੋਪ ਪ੍ਰਨਾਲੀ

papalism /'**ਪੇਇਪਅਲਿਜ਼ਅਮ**/ *n* ਪੋਪਵਾਦ

papaveraceous /**ਪਅ'ਪੇਇਵ੍ਅਰੇਇਸ਼ਅਸ**/ *a* ਖਸਖਸ ਭਰਿਆ, ਖਸਖਸ ਦਾ; ਪੋਸਤ ਨਾਲ ਭਰਿਆ ਹੋਇਆ

papaw /**ਪਅ'ਪੋ**/ *n* ਪਪੀਤਾ, ਰਿੰਡ, ਖ਼ਰਬੂਜ਼ਾ

papaya /**ਪਅ'ਪਾਇਅ**/ *n* ਵੇਖੋ **papaw**

paper /'**ਪੇਇਪਅ***/ *n* ਪੱਤਰ, ਕਾਗ਼ਜ਼, ਪੇਪਰ; ਦਸਤਾਵੇਜ਼, ਕਾਗ਼ਜ਼ ਪੱਤਰ; ਕਾਗ਼ਜ਼ੀ ਧਨ, ਹੁੰਡੀ, ਨੋਟ, ਪ੍ਰਮਾਣ ਪੱਤਰ; ਪ੍ਰਸ਼ਨ-ਪੱਤਰ; ਸਮਾਹਾਰ-ਪੱਤਰ; ਨਿਬੰਧ, ਲੇਖ *vt* ਕਾਗ਼ਜ਼ ਵਿੱਚ ਵਲ੍ਹੇਟਣਾ; ਕਾਗ਼ਜ਼ ਨਾਲ ਮੜ੍ਹਨਾ; ਸਜਾਉਣਾ (ਕੰਧ ਆਦਿ ਨੂੰ); ਕਾਗ਼ਜ਼ ਲਾਉਣਾ

paperback /'**ਪੇਇਪਅਬੈਕ**/ *n* ਕਾਗ਼ਜ਼ੀ ਜਿਲਦ ਵਾਲੀ ਪੁਸਤਕ

paperchase /'**ਪੇਇਪਅਚੇਇਸ**/ *n* ਲੁੱਕਣ ਮੀਟੀ ਦੀ ਖੇਡ

papering /'**ਪੇਇਪਅਰਿਙ**/ *n* (ਪੁਸਤਕਾਂ ਆਦਿ ਉੱਤੇ) ਕਾਗ਼ਜ਼ੀ ਮੜ੍ਹਾਈ, ਕਾਗ਼ਜ਼ੀ ਸਜਾਵਟ

papery /'**ਪੇਇਪਅਰਿ**/ *a* ਕਾਗ਼ਜ਼ੀ, ਕਾਗ਼ਜ਼ ਵਰਗਾ (ਸਮਾਨ)

papier mache /ˌ**ਪੈਪਿਏਇ** '**ਮੈਸ਼ੇਇ**/ *n* ਕਾਗ਼ਜ਼ਾਂ ਦਾ ਗੁੱਦਾ, (ਸੱਚੇ ਵਿੱਚ ਢਲਿਆ ਕਾਗ਼ਜ਼ ਦਾ) ਲੁਗਦਾ

papilionaceous /**ਪਅˌਪਿਲਿਅ'ਨੇਇਸ਼ਅਸ**/ *a* ਤਿਤਲੀ ਵਰਗਾ

papilla /**ਪਅ'ਪਿਲਅ**/ *n* ਮਹੁਕਾ, ਮੱਸਾ; ਗਮੋੜਾ, ਵਾਲ ਤੋੜ-ਫੋੜਾ

papish /'**ਪੇਇਪਿਸ਼**/ *a* ਪੋਪ ਵਰਗਾ

papism /'**ਪੇਇਪਿਜ਼ਅਮ**/ *n* ਪੋਪ ਰਾਜ, ਪੋਪਤੰਤਰ ਦਾ ਸਮਰਥਨ

papist /'**ਪੇਇਪਿਸਟ**/ *n* ਪੋਪਤੰਤਰ ਦਾ ਸਮਰਥਕ *a* ਰੋਮਨ ਕੈਥੋਲਿਕ ਧਰਮ ਵਿੱਚ ਵਿਸ਼ਵਾਸ ਰੱਖਣ ਵਾਲਾ

papoose /**ਪਅ'ਪੂਸ**/ *n* ਰੈੱਡ ਇੰਡੀਅਨ ਬੱਚਾ, ਉੱਤਰੀ ਅਮਰੀਕਾ ਦੇ ਆਦਿਵਾਸੀਆਂ ਦਾ ਬੱਚਾ

pappy /'**ਪੈਪਿ**/ *a* ਨਰਮ, ਪਿਲਪਿਲਾ; ਮੂਰਖ, ਅਤਿਅੰਤ ਸਿੱਧਾ

papula /'**ਪੈਪਯੁਲਅ**/ *n* ਮੁਹਾਸਾ; (ਬਨ) ਗੰਢ

papyrus /**ਪਅ'ਪਾਇਰਅਸ**/ *n* ਖਰੜਾ, ਹੱਥ-ਲਿਖਤ; ਪਾਣੀ ਵਿੱਚ ਉੱਗਣ ਵਾਲਾ ਇੱਕ ਬੂਟਾ, ਪੈਪਰੀਸ; (ਮਿਸਰ ਦੇਸ਼ ਦੇ ਲੋਕਾਂ ਦੁਆਰਾ) ਅਜਿਹੇ ਬੂਟੇ ਤੋਂ ਬਣਾਇਆ ਕਾਗ਼ਜ਼

par /**ਪਾ***/ *n* ਸਮਾਨਤਾ, ਬਰਾਬਰੀ, ਸਮਤਾ, ਤੁਲਨਾ; ਬਰਾਬਰ ਮਾਤਰਾ, ਔਸਤ ਪਰਿਣਾਮ ਜਾਂ ਰਾਸ਼ੀ

para /'**ਪੈਰਅ**/ *n* ਪੈਰਾ, ਪੈਰਾਗ੍ਰਾਫ; ਇੱਕ ਤੁਰਕੀ ਸਿੱਕਾ, ਪਾਰਾ

parabaptism /ˌ**ਪੈਰਅ**'**ਬੈਪਟਿਜ਼ਅਮ**/ *n* ਗ਼ੈਰਵਾਜਬ ਬਪਤਿਸਮਾ, ਅਣਉਚਿਤ ਨਾਮਕਰਨ ਸੰਸਕਾਰ

parabasis /**ਪਅ'ਰੈਬਅਸਿਸ**/ *n* (ਯੂਨਾਨੀ) ਸਰੋਤਿਆਂ ਨੂੰ ਸੰਬੋਧਿਤ ਸਮੂਹ ਗਾਨ, ਕੋਰਸ

parable /'**ਪੈਰਅਬਲ**/ *n* ਨੀਤੀ ਕਥਾ; ਦ੍ਰਿਸ਼ਟਾਂਤ ਰੂਪ ਕਥਾ, ਕਹਾਵਤ; ਰੂਹਾਨੀ ਹਕੀਕਤ ਵਾਲੀ ਕਥਾ

parablepsis /ˌ**ਪੈਰਅ'ਬਲੈਪਸਿਸ**/ *n* ਦੋਸ਼ਪੂਰਨ ਦ੍ਰਿਸ਼ਟੀ

parabola /**ਪਅ'ਰੈਬਅਲਅ**/ *n* (ਗਣਿ) ਪੈਰਾਬੋਲਾ

parachute /'**ਪੈਰਅਸ਼ੂਟ**/ *n* ਹਵਾਈ ਛਤਰੀ, ਵਾਯੂ ਛਤਰ, ਪੈਰਾਸ਼ੂਟ *vt* ਹਵਾਈ ਛਤਰੀ ਨਾਲ ਸੁੱਟਣਾ, ਪੈਰਾਸ਼ੂਟ ਨਾਲ ਉੱਤਰਨਾ

paraclete /'**ਪੈਰਅਕਲੀਟ**/ *n* ਹੱਕ ਵਿੱਚ ਬੋਲਣ ਵਾਲਾ, ਪੱਖਪੂਰਕ, ਸਮਰਥਕ

parade /ਪਅ'ਰੇਇਡ/ *n* ਦਿਖਾਵਾ, ਪ੍ਰਦਰਸ਼ਨ, ਸੈਨਾ ਪ੍ਰਦਰਸ਼ਨ; ਕਵਾਇਦ, ਪਰੇਡ, ਪਰੇਡ ਦਾ ਮੈਦਾਨ *v* ਪ੍ਰਦਰਸ਼ਨ ਕਰਨਾ, ਅਡੰਬਰ ਦਿਖਾਉਣਾ, (ਜਲੂਸ ਦੀ ਸ਼ਕਲ ਵਿੱਚ) ਜਾਣਾ, ਪਰੇਡ ਕਰਨਾ

paradigm /'ਪੈਰਅਡਾਇਮ/ *n* ਮਿਸਾਲ; ਨਕਸ਼ਾ, ਨਮੂਨਾ, ਸ਼ਬਦ ਰੂਪਾਵਲੀ ਜਾਂ ਨਕਸ਼ਾ (ਨਾਂਵ ਜਾਂ ਕਿਰਿਆ ਦੀ ਗਰਦਾਨ ਦਾ)

paradigm shift *n* ਕਿਸੇ ਕਾਰਜ ਜਾਂ ਕਾਰਜ ਯੋਜਨਾ ਵਿੱਚ ਮਹਾਨ ਤਬਦੀਲੀ

paradise /'ਪੈਰਅਡਾਇਸ/ *n* ਸਵਰਗ, ਬਹਿਸ਼ਤ, ਜੰਨਤ

parados /'ਪੈਰਅਡੌਸ/ *n* ਕਿਲ੍ਹੇ ਦਾ ਟਿੱਲਾ, ਪੁਸ਼ਤਾ

paradox /'ਪੈਰਅਡੌਕਸ/ *n* ਵਿਰੋਧਾਭਾਸ, ਅਸੰਗਤ ਕਥਨ, ਉਹ ਬਿਆਨ ਜੋ ਪ੍ਰਗਟ ਤੌਰ 'ਤੇ ਅਸਪਸ਼ਟ ਹੋਵੇ ਪਰ ਅਸਲ ਵਿੱਚ ਸੱਚਾ ਹੋਵੇ, ਉਹ ਆਦਮੀ ਜਾਂ ਚੀਜ਼ ਜਿਸ ਦਾ ਵਜੂਦ ਆਮ ਖ਼ਿਆਲ ਅਨੁਸਾਰ ਸੰਭਵ ਹੀ ਨਾ ਹੋਵੇ

paradoxical /ˌਪੈਰਅ'ਡੌਕਸਿਕਲ/ *a* ਵਿਰੋਧਾਭਾਸੀ

paraffin /'ਪੈਰਅਫ਼ਿਨ/ *n* ਇੱਕ ਚੀਕਨਾ ਪਦਾਰਥ ਜੋ ਕੱਚੇ ਪੈਟਰੋਲ ਨੂੰ ਸਾਫ਼ ਕਰਕੇ ਬਣਾਇਆ ਜਾਂਦਾ ਹੈ, ਪੈਰਾਫਿਨ *vt* ਪੈਰਾਫਿਨ ਲਾਉਣਾ

paragenesis /ˌਪੈਰਅ'ਜੈਨਅਸਿਸ/ *n* ਦੋਗਲਾਪਣ, ਵਰਨ ਸੰਕਰਤਾ

paragliding /'ਪੈਰਅਗਲਾਇਡਿਙ/ *n* ਪੈਰਾਸ਼ੂਟ ਨਾਲ ਹਵਾਈ ਜਹਾਜ਼ ਤੋਂ ਬਾਹਰ ਕੁੱਦਣ ਦੀ ਕਿਰਿਆ, ਉੱਚੀ ਥਾਂ ਤੋਂ ਪੈਰਾਸ਼ੂਟ ਰਾਹੀਂ ਥੱਲੇ ਡਿੱਗਣ ਦੀ ਕਾਰਵਾਈ

paragoge /ˌਪੈਰਅ'ਗਅਉਜਿ/ *n* (ਸ਼ਬਦ ਦੇ ਅੰਤ ਵਿੱਚ) ਅੱਖਰ ਜੋੜ

paragon /'ਪੈਰਅਗਅਨ/ *n* ਨਮੂਨਾ, ਪ੍ਰਤਿਮਾ, ਪ੍ਰਤਿਰੂਪ, ਅਤਿ ਉੱਤਮਤਾ ਦਾ ਨਮੂਨਾ; ਬਹੁਮੁੱਲੀ ਮਣੀ, ਵੱਡਾ ਕੀਮਤੀ ਹੀਰਾ *v* ਤੁਲਨਾ ਕਰਨਾ, ਮੁਕਾਬਲਾ ਕਰਨਾ

paragraph /'ਪੈਰਅਗਰਾਫ਼/ *n* ਖੰਡ, ਪੈਰਾ, ਪੈਰਾਗ੍ਰਾਫ; (ਅਖ਼ਬਾਰਾਂ ਵਿੱਚ ਛਪਿਆ) ਸਿਰਲੇਖ ਰਹਿਤ ਸਮਾਚਾਰ; ਪੈਰਾ ਚਿੰਨ੍ਹ *v* ਪੈਰਾ ਲਿਖਣਾ, ਲੇਖ ਨੂੰ ਪੈਰਿਆਂ ਵਿੱਚ ਵੰਡਣਾ

parakeet /'ਪੈਰਅਕੀਟ/ *n* ਲੰਮੀ ਪੂਛ ਵਾਲਾ ਤੋਤਾ

parallax /'ਪੈਰਅਲੈਕਸ/ *n* ਭੇਦ ਆਭਾਸ, ਵਿਸਥਾਪਨ ਆਭਾਸ; ਵੇਖਣ ਵਾਲੀ ਥਾਂ ਬਦਲਨ ਕਾਰਨ ਕਿਸੇ ਵਸਤੂ ਦੇ ਰੂਪ ਵਿੱਚ ਪਿਆ ਫਰਕ

parallel /'ਪੈਰਅਲੈੱਲ/ *n* ਅਖਸ਼ਾਂਸ਼ ਰੇਖਾ; ਤੁਲਨਾ; ਸਦ੍ਰਿਸ਼ ਵਿਅਕਤੀ ਜਾਂ ਵਸਤੂ; ਸਮਾਨਾਂਤਰ ਅਵਸਥਾ, ਸਮਾਨਾਂਤਰ ਰੇਖਾ ਜਾਂ ਸਥਿਤੀ; ਤੁਲਨਾ ਸਮਾਨਤਾ *v* ਸਮਾਨ ਦਿਖਾਉਣਾ, ਤੁਲਨਾ ਕਰਨਾ, ਸਮਾਨਾਂਤਰ ਕਰਨਾ ਜਾਂ ਹੋਣਾ; ਬਰਾਬਰ ਕਰਨਾ, ਮਿਲਾਉਣਾ *a* ਸਮਾਨਾਂਤਰ, ਸਦ੍ਰਿਸ਼, ਤੁੱਲ, ਸਮਾਨ, ਅਨੁਰੂਪ

parallel bars *n* (ਕਸਰਤ ਕਰਨ ਲਈ ਬਣੀ) ਘੋੜੀ, ਪਤਲੀਆਂ ਸਮਾਨਾਂਤਰ ਪਾਈਪਾਂ ਦੀ ਘੋੜੀ

parallelepiped /ˌਪੈਰਅਲੈੱਲ'ਐੱਪਿਪੈੱਡ/ *n* ਸਮਾਨਾਂਤਰ ਭੁਜਾਵਾਂ ਵਾਲਾਂ ਛੇਮੁਖੀ ਠੋਸ ਆਕਾਰ/ਸ਼ਕਲ

parallelism /'ਪੈਰਅਲੈੱਲਿਜ਼ਅਮ/ *n* ਸਮਾਨਾਂਤਰਤਵ, ਸਮਾਨਾਂਤਰਤਾ, ਸਮਾਨਾਂਤਰਵਾਦ; ਸਮਾਨਤਾ, ਤੁਲਨਾ, ਬਰਾਬਰੀ

parallelogram /ˌਪੈਰਅ'ਲੈੱਲਅਗਰੈਮ/ *n* ਸਮਾਨਾਂਤਰ ਚਤੁਰਭੁਜ

paralogism /ਪਅ'ਰੈਲਅਜਿਜ਼ਅਮ/ *n* ਤਰਕ ਆਭਾਸ, ਦਲੀਲ ਰਹਿਤ ਤਰਕ; ਭ੍ਰਾਂਤੀ

paralyse/'ਪੈਰਅਲਾਇਜ਼/ *vt* ਲਕਵਾ ਮਾਰਨਾ, ਅਧਰੰਗ ਹੋਣਾ; ਗਤੀਹੀਣ ਕਰਨਾ, ਸ਼ਕਤੀਹੀਣ ਕਰਨਾ, ਬੇਕਾਰ ਜਾਂ ਨਿਕੰਮਾ ਕਰਨਾ, ਲੂਲ੍ਹਾ ਲੰਗੜਾ ਬਣਾ ਦੇਣਾ, ਠੱਪ ਕਰਨਾ

paralysis /ਪਅ'ਰੈਲਅਸਿਸ/ *n* ਲਕਵਾ, ਅਧਰੰਗ; ਸ਼ਕਤੀਹੀਣਤਾ

paralytic /ˌਪੈਰਅ'ਲਿਟਿਕ/ *n* (ਅਧਰੰਗ) ਅਧਰੰਗ ਰੋਗੀ; ਸ਼ਕਤੀਹੀਣ ਵਿਅਕਤੀ *a* ਲਕਵਾ ਜਾਂ ਅਧਰੰਗ ਦਾ ਮਾਰਿਆ; ਸ਼ਕਤੀਹੀਣ

paramagnetic /ˌ**ਪੈਰਅਮੈਗ'ਨੈੱਟਿਕ**/ *a* ਸਮਚੁੰਬਕੀ; ਚੁੰਬਕ ਰਾਹੀਂ ਖਿੱਚੀ ਜਾਣ ਵਾਲੀ (ਵਸਤੂ)

paramatta /ˌ**ਪੈਰਅ'ਮੈਟਅ**/ *n* ਉੱਨ ਅਤੇ ਰੇਸ਼ਮ ਤੋਂ ਬਣਿਆ ਇੱਕ ਮੁਲਾਇਮ ਕੱਪੜਾ, ਪੈਰਾਮਾਟਾ, ਊਨੀ ਰੇਸ਼ਮ

paramedic /ˌ**ਪੈਰਅ'ਮੈੱਡਿਕ**/ *n* ਰੋਗੀਆਂ ਜਾਂ ਜ਼ਖ਼ਮੀਆਂ ਦੀ ਸਹਾਇਤਾ ਕਰਨ ਵਾਲਾ ਸਮਾਜ ਸੇਵਕ

paramedical /ˌ**ਪੈਰਅ'ਮੈੱਡਿਕਲ**/ *n* ਪੈਰਾਮੈਡੀਕਲ

parameter /**ਪਅ'ਰੈਮਿਟਅ***/ *n* (ਗਣਿ) ਪੈਰਾਮੀਟਰ; ਮਾਪਦੰਡ

paramilitary /ˌ**ਪੈਰਅ'ਮਿਲਅਟਰਿ**/ *a* ਅਰਧ ਸੈਨਿਕ, ਨੀਮ ਫ਼ੌਜੀ

paramount /'**ਪੈਰਅਮਾਉਂਟ**/ *a* ਪਰਮ, ਸਰਵਸ੍ਰੇਸ਼ਠ, ਸਰਵੋਤਮ, ਸਰਵਉੱਚ, ਪ੍ਰਮੁੱਖ

paramour /'**ਪੈਰਅਮੁਅ***/ *n* ਉਹ ਮਰਦ ਜਿਸ ਦੇ ਕਿਸੇ ਔਰਤ ਨਾਲ ਨਾਜਾਇਜ਼ ਸੰਬੰਧ ਹੋਣ ਜਾਂ ਉਹ ਔਰਤ ਜਿਸ ਦੇ ਕਿਸੇ ਮਰਦ ਨਾਲ ਨਾਜਾਇਜ਼ ਸੰਬੰਧ ਹੋਣ, ਯਾਰ, ਧਗੜਾ, ਧਗੜੀ ਯਾਰਨੀ, ਆਸ਼ਨਾ

parang /'**ਪਾਰੈਙ**/ *n* ਛੋਟੀ ਤਲਵਾਰ, ਮਲੇਸ਼ੀਆ ਦਾ ਭਾਰਾ ਛੁਰਾ

paranoia /ˌ**ਪੈਰਅ'ਨੌਇਅ**/ *n* ਮਾਨਸਿਕ ਉਨਮਾਦ, ਮਨ ਦਾ ਭਰਮ

paranoid /'**ਪੈਰਅਨੌਇਡ**/ *a* ਸਵੈਭਰਮੀ

parapet /'**ਪੈਰਅਪਿਟ, -ਪੈੱਟ**/ *n* ਮੋਰਚਾ, ਦਮਦਮਾ, ਹਿੱਕ ਤੱਕ ਉੱਚੀ ਕੰਧ; ਨੀਵੀਂ ਕੰਧ ਜੋ ਛੱਤ ਜਾਂ ਬਰਾਂਡੇ ਦੀ ਮੁੰਡੇਰ ਉੱਤੇ ਉਸਰੀ ਹੁੰਦੀ ਹੈ, ਮੁੰਡੇਰ, ਕਿੰਗਰਾ

paraphernalia /ˌ**ਪੈਰਅਫਅ'ਨੇਇਲਿਅ**/ *n* (ਬਹੁ) ਨਿੱਕ ਸੁੱਕ, ਟਿੰਡ-ਫੌੜ੍ਹੀ, ਨਿੱਜੀ ਸਮਾਨ, ਲੀੜੇ-ਲੱਤੇ; ਸਾਜ਼ੋ-ਸਮਾਨ; ਮਸ਼ੀਨ ਦੇ ਕਲ-ਪੁਰਜ਼ੇ; ਅਮਲਾ-ਫੈਲਾ

paraphonia /ˌ**ਪੈਰਅ'ਫਅਉਨਿਅ**/ *n* ਸੁਰ ਵਿਕਾਰ

paraphrase /'**ਪੈਰਅਫ਼ਰੇਇਜ਼**/ *n* ਸ਼ਬਦਾਰਥ, ਭਾਵ ਅਨੁਵਾਦ, ਛਾਇਆ ਅਨੁਵਾਦ; ਟੀਕਾ, ਤਸ਼ਰੀਹ, ਵਿਆਖਿਆ, ਭਾਵ ਪ੍ਰਕਾਸ਼, ਅਰਥ ਪ੍ਰਕਾਸ਼, ਭਾਸ਼ *vt* ਭਾਵ ਅਨੁਵਾਦ ਕਰਨਾ, ਛਾਇਆ ਅਨੁਵਾਦ ਕਰਨਾ, ਭਾਸ਼ ਲਿਖਣਾ, ਟੀਕਾ ਲਿਖਣਾ, ਵਿਆਖਿਆ ਕਰਨਾ, ਭਾਵ ਪ੍ਰਕਾਸ਼ਿਤ ਕਰਨਾ, ਅਰਥ ਪ੍ਰਕਾਸ਼ਿਤ ਕਰਨਾ

paraphraser /'**ਪੈਰਅਫ਼ਰੇਇਜ਼ਅ***/ *n* ਵਿਆਖਿਆ ਕਰਨ ਵਾਲਾ, ਅਨੁਵਾਦਕ, ਵਿਖਿਆਤਾ

paraplegia /ˌ**ਪੈਰਅ'ਪਲੀਜਅ**/ *n* ਅਧਰੰਗ (ਹੇਠਲੇ ਹਿੱਸੇ ਦਾ)

parapsychology /ˌ**ਪੈਰਅਸਾਇ'ਕੌਲਅਜਿ**/ *n* ਮਾਨਸਿਕ ਸ਼ਕਤੀ ਦਾ ਅਧਿਐਨ (ਜਿਸਨੂੰ ਵਿਗਿਆਨਿਕ ਤੌਰ 'ਤੇ ਨਹੀਂ ਪ੍ਰਗਟਾਇਆ ਜਾ ਸਕਦਾ), ਅਧਿਆਤਮਿਕ ਗਿਆਨ ਦਾ ਅਧਿਐਨ

parasite /'**ਪੈਰਅਸਾਇਟ**/ *n* ਪਰਜੀਵੀ; ਸੁਆਰਥੀ; ਪਿਛਲੱਗ; ਚਾਪਲੂਸ; ਪੌਦੇ ਉੱਤੇ ਚੜ੍ਹਨ ਵਾਲੀ ਵੇਲ

parasol /'**ਪੈਰਅਸੌਲ**/ *n* ਛਤਰ; ਛਤਰੀ, ਜ਼ਨਾਨਾ ਛਤਰੀ

parataxis /ˌ**ਪੈਰਅ'ਟੈਕਸਿਸ**/ *n* ਸੰਯੋਜਕਹੀਣ ਵਾਕ ਬਣਤਰ

parathesis /**ਪਅ'ਰੈਥਿਸਿਸ**/ *n* ਸੰਯੋਜਨ, ਏਕਤਾ, ਸਮਾਨਤਾ

parathyroid /ˌ**ਪੈਰਅ'ਥਾਇਰੌਇਡ**/*n* ਗਲ ਗ੍ਰੰਥੀ, ਪੈਰਾਥਾਈਰਾਈਡ (gland)

paratrooper /'**ਪੈਰਅਟਰੂਪਅ***/ *n* ਛਾਤਾਧਾਰੀ ਸੈਨਿਕ

paratroops /'**ਪੈਰਅਟਰੂਪਸ**/ *n* ਛਾਤਾਧਾਰੀ ਸੈਨਾ

paratyphoid /ˌ**ਪੈਰਅ'ਟਾਇਫ਼ੌਇਡ**/ *n* ਟਾਈਫਾਈਡ ਜਾਂ ਮਿਆਦੀ ਬੁਖ਼ਾਰ ਵਰਗਾ ਬੁਖ਼ਾਰ, ਪੈਰਾਟਾਈਫਾਈਡ

paravail /'**ਪੈਰਅਵ੍ਹੇਇਲ**/ *a* ਸਭ ਤੋਂ ਨੀਵਾਂ, ਨਿਮਨਤਮ

paravane /'**ਪੈਰਅਵ੍ਹੇਇਨ**/ *n* ਸਮੁੰਦਰ ਵਿੱਚੋਂ ਬਾਰੂਦੀ ਸੁਰੰਗਾਂ ਸਾਫ਼ ਕਰਨ ਵਾਲਾ ਯੰਤਰ,

ਪ੍ਰਾਵੇਨ

par avion /ˌਪਾਰ ਐ'ਵ੍ਯੋਂ/ *adv (F)* ਹਵਾਈ ਡਾਕ ਰਾਹੀਂ, ਹਵਾਈ ਜਹਾਜ਼ ਰਾਹੀਂ

parboil /'ਪਾਬੌਇਲ/ *vt* ਕੁਝ ਗਰਮ ਕਰਨਾ, ਥੋੜ੍ਹਾ ਉਬਾਲਨਾ; ਭੜਕਾ ਦੇਣਾ, ਗਰਮ ਕਰਨਾ

parbuckle /'ਪਾਬਅੱਕਲ/ *n* ਰੱਸੀ ਜਿਸ ਨਾਲ ਡੋਲ ਆਦਿ ਬੰਨ੍ਹ ਕੇ ਭੌਣੀ ਨਾਲ ਖੂਹ ਵਿੱਚ ਲਟਕਾਉਂਦੇ ਹਨ, ਲੱਜ *vt* ਰੱਸੀ ਨਾਲ (ਡੋਲ) ਹੇਠਾਂ ਲਮਕਾਉਣਾ ਜਾਂ ਉੱਪਰ ਖਿੱਚਣਾ

parcel /'ਪਾਸਲ/ *n* ਅੰਗ, ਅੰਸ਼, ਖੰਡ, ਭਾਗ, ਹਿੱਸਾ; ਬੁਗਚਾ, ਪੁਲੰਦਾ, ਪੋਟਲੀ, ਪਾਰਸਲ; (ਵਪਾਰ) ਮਾਲ ਦਾ ਚਲਾਨ, ਮਾਲ ਦੀ ਇੱਕ ਖੇਪ; ਰਾਸ਼ੀ; ਸ਼੍ਰੇਣੀ, ਧਰਤੀ ਦਾ ਟੁਕੜਾ ਜਾਂ ਹਿੱਸਾ *vt* ਖੰਡਿਤ ਕਰਨਾ, ਵੰਡਣਾ; ਪੁਲੰਦਾ ਜਾਂ ਪਾਰਸਲ ਬੰਨ੍ਹਣਾ *adv*(ਅਪ) ਕੁਝ-ਕੁਝ, ਥੋੜ੍ਹਾ-ਥੋੜ੍ਹਾ

parcel bomb *n* ਪਾਰਸਲ ਰਾਹੀਂ ਭੇਜਿਆ ਛੋਟਾ ਬੰਬ

parcenary /'ਪਾਸਅਨਅਰਿ/ *n* ਸਾਂਝਾ ਵਿਰਸਾ, ਸਮਾਨ ਅਧਿਕਾਰ

parch /ਪਾਚ/ *v* ਭੁੰਨਣਾ; (ਧੁੱਪੇ) ਝੁਲਸਣਾ; (ਤੇਹ ਨਾਲ) ਸੰਘ ਸੁੱਕਣਾ; ਭੁੱਜ ਜਾਣਾ, ਖੁਸ਼ਕ ਹੋ ਜਾਣਾ, ਸੁੱਕਣਾ

parched /ਪਾਚਟ/ *a* ਤਪਿਆ ਹੋਇਆ, ਭੁੰਨਿਆ ਹੋਇਆ, ਝੁਲਸਿਆ ਹੋਇਆ, ਸੁੱਕਿਆ ਹੋਇਆ

parchedness /ਪਾਚਟਨਅਸ/ *n* ਤਪਸ਼, ਗਰਮੀ

parchment /'ਪਾਚਮਅਨਟ/ *n* ਝਿੱਲੀ, ਨਰਮ ਕਾਗ਼ਜ਼; ਝਿੱਲੀ ਜਾਂ ਚੰਮ-ਪੱਤਰ 'ਤੇ ਲਿਖੀ ਲਿਖਤ; ਕਾਹਵੇ ਦੇ ਬੀਜਾਂ ਦਾ ਛਿਲਕਾ

parclose /'ਪਾਕਲਅਉਜ਼/ *n* ਚਰਚ ਵਿੱਚ ਪ੍ਰਾਰਥਨਾ ਸਥਾਨ ਦੁਆਲੇ ਲੱਗਾ ਜੰਗਲਾ

pard /ਪਾਡ/ *n* ਚੀਤਾ, ਤੇਂਦੂਆ; (ਅਪਰ) ਭਾਈਵਾਲ, ਹਿੱਸੇਦਾਰ, ਸਾਂਝੀਦਾਰ; ਸੰਗੀ, ਸਾਥੀ

pardal /'ਪਾਡਲ/ *n* ਚੀਤਾ

parded /'ਪਾਡਿਡ/ *a* ਧੱਬੇਦਾਰ, ਕਲੰਕ ਯੁਕਤ, ਚਿੱਤਕਬਰਾ

pardie /'ਪਾਡਿ/ *adv* ਸੱਚ-ਮੁੱਚ, ਸੱਚ, ਵਾਸਤਵ ਵਿੱਚ

pardon /'ਪਾਡਨ/ *n* ਖ਼ਿਮਾ; ਛੁਟਕਾਰਾ, ਮਾਫ਼ੀ, ਸਜ਼ਾ ਮੁਕਤੀ, ਪਾਪ ਮੁਕਤੀ *vt* ਖ਼ਿਮਾ ਕਰਨਾ, ਮਾਫ਼ ਕਰਨਾ; ਛੱਡ ਦੇਣਾ, ਸਜ਼ਾ ਤੋਂ ਮੁਕਤ ਕਰਨਾ

pardonable /'ਪਾਡਨਅਬਲ/ *a* ਖ਼ਿਮਾ ਕਰਨ ਯੋਗ

pare /ਪੇਅ*/ *vt* ਛਾਂਗਣਾ, ਛਾਂਟਣਾ, ਸੁਡੌਲ ਬਣਾਉਣਾ, ਤਰਾਸ਼ਣਾ, ਛਿੱਲਣਾ, ਕੱਟਣਾ, ਕਤਰਨਾ, ਮੁੰਨਣਾ, ਮੋਛਾ ਪਾਉਣਾ, ਮੁੱਛਣਾ

paregoric /ˌਪੈਰਅ'ਗੌਰਿਕ/ *n* ਅਫ਼ੀਮ ਦਾ ਕਪੂਰੀ ਅਰਕ, ਪੀੜਨਾਸ਼ਕ (ਸ਼ਰਬਤ), ਦਰਦਨਾਸ਼ਕ (ਦਵਾਈ)

parenetic /ˌਪੈਰਅ'ਨੈੱਟਿਕ/ *a* ਉਤੇਜਕ, ਉਤਸ਼ਾਹ ਵਰਧਕ

parent /'ਪੇਅਰਅਨਟ/ *n* ਮਾਂ-ਪਿਉ, ਮਾਂ-ਬਾਪ, ਮਾਤਾ-ਪਿਤਾ, ਪਿਤਰ; ਬਜ਼ੁਰਗ, ਵੱਡ-ਵਡੇਰਾ, ਪੁਰਖੇ; (ਬਨ) ਮੂਲ ਪਸ਼ੂ ਜਾਂ ਬਿਰਛ ਆਦਿ; ਉਤਪਤੀ, ਮੂਲ, ਉਦਗਮ, ਜੜ੍ਹ; ਸੋਮਾ, ਸ੍ਰੋਤ

parentage /'ਪੇਅਰਅਨਟਿਜ/ *n* ਪਿਤਾ ਦਾ ਨਾਉਂ, ਪਿਤਰੀ ਨਾਂ; ਜਨਮ, ਉਤਪਤੀ; ਵੰਸ਼, ਕੁਲ, ਖ਼ਾਨਦਾਨ, ਵੰਸਾਵਲੀ

parental /ਪਅ'ਰੈਂਟਲ/ *a* ਮਾਤਾ ਪਿਤਾ ਸੰਬੰਧੀ, ਪਿਤਰੀ

parenthesis /ਪਅ'ਰੈਂਥਅਸਿਸ/ *n* ਉਪਵਾਕ, ਅਪ੍ਰਧਾਨ ਵਾਕ; ਬਰੈਕਟਾਂ ਦੁਆਰਾ ਚਿੰਨ੍ਹਿਆ ਸ਼ਬਦ ਸਮੂਹ; ਛੋਟੀ ਬਰੈਕਟ; ਮੱਧਵਰਤੀ ਘਟਨਾ, ਵਕਫ਼ਾ, ਵਿਰਾਮ

parenthetical /ˌਪੈਰਅਨ'ਥੈੱਟਿਕਲ/ *a* ਲਿਖਤ ਜਾਂ ਭਾਸ਼ਨ ਵਿੱਚ ਦਿੱਤੀ ਬਿਰਤਾਂਤਮਈ ਸੂਚਨਾ, (ਲਿਖਤ ਵਿੱਚ) ਬ੍ਰੈਕਟਾਂ ਵਿੱਚ ਦਿੱਤੀ ਵਿਸ਼ੇਸ਼ ਸੂਚਨਾ

parents-in-law *n* ਵੇਖੋ **in-laws**

parer /'ਪੇਅਰਅ*/ *n* ਛਿੱਲਣ ਵਾਲਾ ਔਜ਼ਾਰ

par excellence /ˌਪਾਰ'ਐੱਕਸਅਲਾਨਸ/ *adv* ਸ੍ਰੇਸ਼ਠ ਢੰਗ ਨਾਲ, ਸਭ ਤੋਂ ਵਧੀਆ ਤਰੀਕੇ

ਨਾਲ, ਪਰਮ ਉਤਕ੍ਰਿਸ਼ਟ ਪੱਧਰ 'ਤੇ

parget /'ਪਾਜਿਟ/ *n* ਕਲੀ, ਰੰਗ, ਰੋਗਨ, ਲੇਪ, ਪਲਸਤਰ *vt* ਕਲੀ ਕਰਨਾ, ਰੰਗਣਾ, ਰੋਗਨ ਕਰਨਾ, ਲਿੱਪਣਾ, ਪਲਸਤਰ ਕਰਨਾ

parhelion /ਪਾ'ਹੀਲਿਅਨ/ *n* ਮਿਥਿਆ ਸੂਰਜ, ਸੂਰਜ ਆਭਾਸ

pariah /ਪਅ'ਰਾਇਅ/ *n* (ਦੱਖਣੀ ਭਾਰਤ ਦਾ) ਢੋਲੀ; ਉਹ ਆਦਮੀ ਜਿਸ ਨੂੰ ਬਰਾਦਰੀ ਵਿੱਚੋਂ ਛੇਕਿਆ ਗਿਆ ਹੋਵੇ, ਪਤਿਤ

Parian /'ਪੇਅਰਿਅਨ/ *n* ਸੰਗਮਰਮਰੀ ਚੀਨੀ ਮਿੱਟੀ; ਪਾਰੋਸ ਦੀਪ ਦਾ ਸੰਗਮਰਮਰ

paries /'ਪੇਅਰੀਜ਼/ *n* ਦੀਵਾਰ, ਭਿੱਤੀ

parietal /ਪਅ'ਰਾਇਅਟਲ/ *n* ਕਾਇਆ ਦੀ ਭਿੱਤੀ, ਪੈਰਾਇਟਲ, ਮੱਧ ਕਪਾਲ *a* ਕਾਇਆ ਦੀ ਭਿੱਤੀ ਸੰਬੰਧੀ

pari-mutuel /ਪਾਰਿ'ਮਯੂਚੁਅਲ/ *(F)* *n* ਸਾਂਝੀ ਬਾਜ਼ੀ, ਇੱਕ ਸ਼ਰਤ ਜਿਸ ਵਿੱਚ ਦਾਅ (ਸ਼ਰਤ) ਲਾਉਣ ਵਾਲੇ ਜਿੱਤੀ ਹੋਈ ਸ਼ਰਤ ਨੂੰ ਆਪਸ ਵਿੱਚ ਵੰਡ ਲੈਂਦੇ ਹਨ

paring /'ਪੇਅਰਿਙ/ *n* ਕਾਤਰ, ਛਾਂਟੀ, ਛਿਲਾਈ

parish /'ਪੈਰਿਸ਼/ *n* ਪਾਦਰੀ ਦਾ ਸੂਬਾ, ਪੈਰਿਸ਼, ਬਸਤੀ; ਖੈਰਾਤੀ ਹਲਕਾ, ਸਦਾਬਰਤ ਖੇਤਰ; ਪਾਦਰੀ ਦੇ ਸੂਬੇ ਦੇ ਵਾਸੀ

Parisian /ਪਅ'ਰਿਜ਼ਿਅਨ/ *n* ਪੈਰਿਸ ਦਾ ਵਾਸੀ

parity /'ਪੈਰਅਟਿ/ *n* ਬਰਾਬਰੀ, ਤੁਲਨਾ, ਸਮਾਨਤਾ; ਅਨੁਰੂਪਤਾ, ਸਮਾਨਾਂਤਰਤਾ; ਸਿੱਕੇ ਦੀ ਸਮਾਨ ਮੁੱਲੀ ਦਰ

park /ਪਾਕ/ *n* ਪਾਰਕ, ਉਪਵਣ, ਉਦਿਆਨ; ਵਾੜਾ; ਮੈਦਾਨ; ਤੋਪ ਜਾਂ ਮੋਟਰ ਖੜ੍ਹੀ ਕਰਨ ਦੀ ਥਾਂ, ਪੜਾਅ, ਕੈਂਪ *vt* ਪਾਰਕ ਬਣਾਉਣਾ, ਤੋਪ ਨੂੰ ਮੈਦਾਨ ਵਿੱਚ ਖੜ੍ਹਾ ਕਰਨਾ; (ਫ਼ੌਜੀ) ਸਮਾਨ ਇਕੱਠਾ ਕਰਨਾ, ਮੋਟਰ ਖੜ੍ਹੀ ਕਰਨਾ (ਚੌਕ ਆਦਿ ਵਿੱਚ)

parka /'ਪਾਕਅ/ *n* ਟੋਪੀ ਵਾਲੀ ਜੈਕਟ

park and ride *n* (ਸ਼ਹਿਰ ਵਿੱਚ) ਗੱਡੀਆਂ ਖੜ੍ਹੀਆਂ ਕਰਨ ਦੀ ਥਾਂ, ਗੱਡੀਆਂ ਪਾਰਕ ਵਿੱਚ ਖੜ੍ਹੀਆਂ ਕਰਕੇ ਕਿਸੇ ਹੋਰ ਸਾਧਨ ਰਾਹੀਂ ਅੱਗੇ ਜਾਣ ਦੀ ਵਿਧੀ

parking /'ਪਾਕਿਙ/ *n* ਗੱਡੀਆਂ ਖੜ੍ਹਾਉਣ ਦੀ ਥਾਂ, ਪਾਰਕਿੰਗ

parkland /'ਪਾਕਲੈਨਡ/ *n* (ਪਾਰਕ ਵਰਗਾ) ਘਾਹ ਦਾ ਮੈਦਾਨ

parkway /'ਪਾਕਵੇਇ/ *n* ਘਾਹ ਅਤੇ ਬਿਰਛਾਂ ਨਾਲ ਸਜਿਆ ਹੋਇਆ ਚੌੜਾ ਰਾਹ

parky /'ਪਾਕਿ/ *a* ਠੰਢਾ, ਸੀਤਲ

parlance /'ਪਾਲਅਨਸ/ *n* ਸੰਵਾਦ, ਸਮਭਾਸ਼ਣ, ਭਾਸ਼ਾ, ਸ਼ਬਦਾਵਲੀ, ਬੋਲਚਾਲ ਦੀ ਰੀਤ; ਕਿਸੇ ਵਿਸ਼ੇਸ਼ ਸ਼੍ਰੇਣੀ ਦੀ ਬੋਲੀ, ਰੋਜ਼ਾਨਾ ਬੋਲ-ਚਾਲ ਦੀ ਬੋਲੀ, ਮੁਹਾਵਰਾ

parley /'ਪਾਲਿ/ *n* (ਝਗੜੇ ਵਾਲੇ ਮਸਲਿਆਂ ਨੂੰ ਹੱਲ ਕਰਨ ਲਈ ਬੁਲਾਇਆ) ਸੰਮੇਲਨ; ਵਾਰਤਾ, ਵਾਰਤਾਲਾਪ, ਬਹਿਸ, ਵਿਵਾਦ

parliament /'ਪਾਲਅਮਅਨਟ/ *n* ਸੰਸਦ, ਪਾਰਲੀਮੈਂਟ, ਵਿਚਾਰ-ਸਭਾ

parliamentarian /ˌਪਾਲਅਮਅਨ'ਟੇਅਰਿਅਨ/ *n* ਸੰਸਦੀ; ਸੰਸਦਵਾਦੀ

parliamentary /ˌਪਾਲਅ'ਮੈਂਟਰਿ/ *a* ਸੰਸਦੀ; ਅਧਿਨਿਯਮਤ ਜਾਂ ਸਥਾਪਤ; ਸੱਭਿਆ, ਸ਼ਿਸ਼ਟ

parliamentary language *n* ਸ਼ਿਸ਼ਟ ਭਾਸ਼ਾ, ਸੰਸਦੀ ਭਾਸ਼ਾ

parlour /'ਪਾਲਅ*/ *n* ਦੀਵਾਨਖ਼ਾਨਾ, ਬੈਠਕ; ਸਰਾਂ ਦਾ ਪ੍ਰਾਈਵੇਟ ਕਮਰਾ ਜਾਂ ਖ਼ਿਲਵਤਖ਼ਾਨਾ

parlous /'ਪਾਲਅਸ/ *a* ਸੰਕਟਪੂਰਨ, ਭਿਅੰਕਰ, ਖ਼ਤਰਨਾਕ; ਕਠਿਨ, ਕਰੜਾ; ਚਲਾਕ, ਹੁਸ਼ਿਆਰ

Parmesan /'ਪਾਮਿਜ਼ੈਨ, ˌਪਾਮਿ'ਜ਼ੈਨ/ *n* ਇੱਕ ਤਰ੍ਹਾਂ ਦਾ ਪਨੀਰ

Parnassus /ਪਾ'ਨੈਸਅਸ/ *(L)* *n* ਪਾਰਨਾਸਸ, ਪਾਰਨਾਸਸ ਪਰਬਤ (ਮੱਧ ਯੂਨਾਨ ਦਾ ਪਹਾੜ ਜਿੱਥੇ ਪੁਰਾਤਨ ਸਮਿਆਂ ਵਿੱਚ ਕੋਮਲ ਕਲਾ ਦੀਆਂ ਦੇਵੀਆਂ ਦਾ ਨਿਵਾਸ ਮੰਨਿਆ ਜਾਂਦਾ ਸੀ)

parochial /ਪਅ'ਰਅਉਕਿਅਲ/ *a* ਸੀਮਿਤ,

ਸੰਕੀਰਨ; ਸਥਾਨਕ; ਈਸਾਈ ਗਿਰਜੇ ਦਾ

parody /'ਪੈਰਅਡਿ/ *n* ਵਿਅੰਗ ਕਾਵਿ; ਪੈਰੋਡੀ, ਨਕਲ, ਸੁਆਂਗ *vt* ਕਿਸੇ ਕਵਿਤਾ ਜਾਂ ਵਾਰਤਕ ਦੀ ਵਿਅੰਗ ਭਰੀ ਨਕਲ ਕਰਨਾ, ਨਕਲ ਕਰਕੇ ਮਖੌਲ ਉਡਾਉਣਾ

parol /ਪਅ'ਰਅਉਲ/ *a* (ਕੰਨੂ) ਮੌਖਿਕ, ਜ਼ਬਾਨੀ

parole /ਪਅ'ਰਅਉਲ/ *n* ਪੈਰੋਲ, (ਕੈਦੀ ਵੱਲੋਂ ਦਿੱਤਾ) ਵਚਨ, ਪ੍ਰਤਿੱਗਿਆ, (ਅਧਿਕਾਰੀਆਂ ਦੁਆਰਾ ਕੈਦੀ ਨੂੰ ਪਛਾਣਨ ਵਾਸਤੇ ਸੰਕੇਤਕ ਸ਼ਬਦ); ਬੰਦੀ ਮੁਕਤੀ *vt* ਜ਼ਬਾਨੀ ਪ੍ਰਤਿੱਗਿਆ ਉੱਤੇ ਰਿਹਾਅ ਕਰਨਾ

paronomasia /,ਪੈਰਅਨਅ'ਮੇਇਜ਼ਿਅ/ *n* (ਕਾਵਿ) ਸ਼ਲੇਸ਼, ਸ਼ਲੇਸ਼ ਪ੍ਰਯੋਗ; ਇੱਕ ਸ਼ਬਦ ਦੇ ਅਨੇਕ ਅਰਥ ਪ੍ਰਗਟ ਕਰਨ ਵਾਲਾ ਅਲੰਕਾਰ

paroquet /'ਪੈਰਅਕਿਟ/ *n* ਲੰਮੀ ਪੂਛ ਵਾਲਾ ਤੋਤਾ

parotid /ਪਅ'ਰੌਟਿਡ/ *a* ਕੰਨ ਦੀ ਗ੍ਰੰਥੀ ਦਾ *n* ਕੰਨ ਦੀ ਗ੍ਰੰਥੀ

paroxysm /'ਪੈਰਅਕਸਿਜ਼ਅਮ/ *n* ਆਵੇਗ; ਰੋਗ ਆਵੇਸ਼; ਦੌਰਾ, ਗਲਬਾ, ਮੂਰਛਾ; ਕ੍ਰੋਧ, ਆਵੇਸ਼, ਗੁੱਸੇ ਜਾਂ ਹਾਸੇ ਦਾ ਦੌਰਾ

parquet /'ਪਾਕੇਇ/ *n* ਫ਼ਰਸ਼ ਉੱਤੇ ਕੀਤੀ ਲੱਕੜ ਦੀ ਚਿੱਤਰਕਾਰੀ; ਲੱਕੜ ਦਾ ਸਜਾਵਟੀ ਫਰਸ਼ *vt* ਫਰਸ਼ ਵਿੱਚ ਲੱਕੜ ਦੇ ਟੁਕੜੇ ਜੜਨਾ

parquetry /'ਪਾਕਿਟਰਿ/ *n* (ਫਰਸ਼ ਉੱਤੇ ਕੀਤੀ) ਕਾਠ ਦੀ ਚਿੱਤਰਕਾਰੀ

parr /ਪਾ*/ *n* ਸਮਨ ਮੱਛੀ ਦਾ ਬੱਚਾ

parricide /'ਪੈਰਿਸਾਇਡ/ *n* ਪਿੱਤਰ ਘਾਤਕ; ਗੱਦਾਰ, ਦੇਸ਼ ਧ੍ਰੋਹੀ

parrot /'ਪੈਰਅਟ/ *n* ਤੋਤਾ; ਤੋਤੇ ਵਾਂਗ ਕੋਈ ਗੱਲ ਰਟ ਲੈਣ ਵਾਲਾ ਆਦਮੀ *v* ਤੋਤੇ ਦੀ ਤਰ੍ਹਾਂ ਰਟ ਲੈਣਾ, ਤੋਤੇ ਵਾਂਗ ਬੋਲਣਾ

parry /'ਪੈਰਿ/ *vt* ਰੋਕਣਾ, ਜਵਾਬੀ ਹਮਲਾ ਕਰਨਾ; ਟਾਲਣਾ, ਹਟਾਉਣਾ; ਪਹਿਲੂ ਬਚਾਅ ਲੈਣਾ *n* ਰੋਕ, ਬਚਾਅ

parrying /'ਪੈਰਿਇਙ/ *a* (ਇੰਜੀਨੀਅਰਿੰਗ ਵਿੱਚ) ਸਰਕਾਉਣ ਵਾਲਾ

parse /ਪਾਜ਼/ *vt* (ਵਿਆ) ਪਦ ਛੇਦ ਕਰਨਾ, ਪਦ ਵਿਆਖਿਆ ਕਰਨਾ

parsec /'ਪਾਸੈਕ/ *n* ਤਾਰਿਆਂ ਦਾ ਇੱਕ ਅੰਸ਼ ਤੋਂ ਦੂਸਰੇ ਤੱਕ ਜਾਣ ਦਾ ਫ਼ਾਸਲਾ, ਤਾਰਿਆਂ ਦੇ ਅੰਤਰ ਦੀ ਇਕਾਈ

parseval /'ਪਾਸਅਵ੍ਲ/ *n* ਜਰਮਨੀ ਦੇ ਇੱਕ ਹਲਕੇ ਹਵਾਈ ਜਹਾਜ਼ ਦੀ ਕਿਸਮ

parsimonious /,ਪਾਸਿ'ਮਅਉਨਿਅਸ/ *a* ਘੱਟ ਖ਼ਰਚ ਕਰਨ ਵਾਲਾ, ਕੰਜੂਸ, ਸੂਮ, ਕਿਰਸੀ, ਸੰਜਮੀ

parsimony /'ਪਾਸਿਮਅਨਿ/ *n* ਕੰਜੂਸੀ, ਕਿਫ਼ਾਇਤ, ਕਿਰਸ, ਸੰਜਮ, ਸਰਫ਼ਾ

parsing /'ਪਾਜ਼ਿਙ/ *n* ਪਦ ਵਿਆਖਿਆ, ਪਦ-ਛੇਦ

parsley /'ਪਾਸਲਿ/ *n* ਅਜਵਾਇਣ ਦੀ ਖ਼ੁਸ਼ਬੋ ਵਾਲਾ ਇੱਕ ਪੌਦਾ

parsnip /'ਪਾਸਨਿਪ/ *n* ਇੱਕ ਪ੍ਰਕਾਰ ਦੀ ਗਾਜਰ

parson /'ਪਾਸਨ/ *n* ਪਾਦਰੀ, ਪਰੋਹਤ; ਸਿੱਖਿਅਕ, ਮੁੱਖ ਸਿੱਖਿਅਕ

part /ਪਾਟ/ *n* ਹਿੱਸਾ, ਅੰਗ, ਅੰਸ਼, ਖੰਡ, ਭਾਗ, ਟੁਕੜਾ; (ਅਭਿਨੈ) ਰੋਲ, ਪਾਰਟ; (ਸੰਗੀ) ਲੈ; (ਬਹੁ) ਯੋਗਤਾਵਾਂ; ਇਲਾਕਾ, ਪ੍ਰਦੇਸ, ਦਲ, ਪੱਖ; ਕਾਂਡ; ਕਰਤੱਵ, ਫਰਜ਼, ਧਰਮ *v* ਖੰਡਿਤ ਕਰਨਾ ਜਾਂ ਹੋਣਾ; ਟੁਕੜੇ ਕਰਨਾ, ਹਿੱਸੇ ਕਰਨਾ, ਵੰਡਣਾ, ਟੁੱਟਣਾ, ਅੱਡ ਕਰਨਾ ਜਾਂ ਹੋਣਾ; (ਲੜਨ ਵਾਲਿਆਂ ਨੂੰ) ਛੁਡਾਉਣਾ, ਅੱਡ-ਅੱਡ ਕਰਨਾ; ਸਾਥ ਛੱਡਣਾ, ਵਿਦਾ ਹੋਣਾ, ਵਿਛੜਨਾ

partake /ਪਾ'ਟੇਇਕ/ *vt* ਸ਼ਾਮਲ ਹੋਣਾ, ਹਿੱਸਾ ਲੈਣਾ, ਸ਼ਰੀਕ ਹੋਣਾ, ਭਾਗ ਲੈਣਾ, ਭਾਈਵਾਲ ਹੋਣਾ, ਗ੍ਰਹਿਣ ਕਰਨਾ, ਲੈ ਲੈਣਾ

parterre /ਪਾ'ਟੇਅ*/ *n* ਬਗ਼ੀਚੀ, ਬਗ਼ੀਚਾ, ਚਮਨ, ਫੁਲਵਾੜੀ, ਫੁੱਲਾਂ ਦੀ ਕਿਆਰੀ, ਵਾੜੀ; (ਥੀਏਟਰ ਵਿੱਚ) ਦਰਸ਼ਕਾਂ ਦੇ ਬੈਠਣ ਲਈ ਨੀਵੀਂ ਥਾਂ

Parthian /'ਪਾਥਿਅਨ/ *n* ਪਾਰਥੀ *a* ਪਾਰਥੀਆਂ ਨਾਲ ਸੰਬੰਧਿਤ

Parthian shot *n* ਭੱਜਦੇ ਸਮੇਂ ਦੁਸ਼ਮਣ ਦਾ ਪਿੱਛੇ ਵੱਲ ਚਲਾਇਆ ਤੀਰ

parti /'ਪਾਟਿ/ *(F)* *n* ਵਿਆਹ ਲਈ ਯੋਗ ਵਿਅਕਤੀ, ਵਰ, ਜੋੜ

partial /'ਪਾਸ਼ਲ/ *n* (ਸੰਗੀ) ਅੰਸ਼ਕ ਸੁਰ; ਤਰਫ਼ਦਾਰ, ਪੱਖਪਾਤੀ *a* ਅੰਸ਼ਕ; ਅਧੂਰਾ, ਅਪੂਰਨ

partiality /ˌਪਾਸ਼ਿ'ਐਲਅਟਿ/ *n* ਪੱਖਪਾਤ, ਤਰਫ਼ਦਾਰੀ; ਅਨਉਚਿਤ ਲਗਾਅ

participant /ਪਾ'ਟਿਸਿਪਅਨਟ/ *n* ਭਾਈਵਾਲ, ਸਾਂਝੀਦਾਰ, ਹਿੱਸੇਦਾਰ, ਭਾਗੀ

participate /ਪਾ'ਟਿਸਿਪੇਇਟ/ *v* ਸ਼ਾਮਲ ਹੋਣਾ, ਭਾਗ ਲੈਣਾ, ਸੰਮਿਲਤ ਹੋਣਾ, ਕੁਝ ਹਿੱਸਾ ਅਧਿਕਾਰ ਥੱਲੇ ਰੱਖਣਾ, ਭਾਈਵਾਲ ਹੋਣਾ

participation /ਪਾˌਟਿਸਿ'ਪੇਇਸ਼ਨ/ *n* ਸਾਂਝੀਦਾਰੀ, ਸਹਿਭਾਗਤਾ, ਸ਼ਾਮਲ ਹੋਣ ਦੀ ਕਿਰਿਆ, ਸ਼ਮੂਲੀਅਤ, ਸ਼ਿਰਕਤ, ਭਾਗ

participle /ਪਾ'ਟਿਸਿਪਲ/ *n* (ਵਿਆ) ਕ੍ਰਿਦੰਤ

particle /'ਪਾਟਿਕਲ/ *n* ਕਣ, ਅਣੂ; ਅਲਪਤਮ ਅੰਸ਼; (ਵਿਆ) ਨਿਪਾਤ

particoloured /'ਪਾਟਿˌਕਅੱਲਅਡ/ *a* ਚਿੱਤਕਬਰਾ, ਰੰਗ-ਬਰੰਗਾ, ਵਚਿੱਤਰ, ਅਨੇਕ ਭਾਂਤ ਦਾ

particular /ਪਅ'ਟਿਕਯਅਲਅ*/ *n* ਵਿਸਤ੍ਰਿਤ ਵਰਣਨ, ਵਿਸ਼ੇਸ਼ ਵੇਰਵਾ; ਬਿਓਰਾ *a* ਉਚੇਚਾ, ਮੁੱਖ, ਵਿਸ਼ੇਸ਼, ਖ਼ਾਸ, ਵਿਲੱਖਣ, ਅਸਧਾਰਨ, ਨਿਰਾਲਾ, ਅਨੋਖਾ; ਵਿਅਕਤੀਗਤ; ਨਵੇਕਲਾ

particularism /ਪਅ'ਟਿਕਯਅਲਅਰਿਜ਼ਅਮ/ *n* ਵਿਸ਼ਿਸ਼ਟਤਾਵਾਦ; ਦਲਬੰਦੀ; ਫ਼ਿਰਕਾਪ੍ਰਸਤੀ, ਕੱਟੜਤਾ

particularity /ਪਅˌਟਿਕਯੁ'ਲੈਰਅਟਿ/ *n* ਵਿਸ਼ੇਸ਼ਤਾ; ਵਿਸ਼ੇਸ਼ ਕਥਨ, ਵਿਸ਼ੇਸ਼ ਨਿਰਦੇਸ਼; ਅਸਧਾਰਨਤਾ; ਵਿਲੱਖਣਤਾ, ਨਿਰਾਲਾਪਣ, ਅਨੂਠਾਪਣ

particularize /ਪਅ'ਟਿਕਯਅਲਅਰਾਇਜ਼/ *v* ਵਿਸ਼ਿਸ਼ਟੀਕ੍ਰਿਤ ਕਰਨਾ, ਵਿਸ਼ੇਸ਼ ਤੌਰ 'ਤੇ ਵਰਣਨ ਕਰਨਾ, ਨਿਰਦੇਸ਼ ਕਰਨਾ, ਸਪਸ਼ਟ ਤੌਰ 'ਤੇ ਉਲੇਖ ਕਰਨਾ, ਵੇਰਵੇ ਸਹਿਤ ਦੱਸਣਾ

partim /'ਪਾਟਿਮ/ *adv* ਅੰਸ਼ਿਕ ਰੂਪ ਵਿੱਚ

parting /'ਪਾਟਿਙ/ *n* ਵੱਖਰੇ ਹੋਣ ਦੀ ਕਿਰਿਆ, ਅਲਹਿਦਗੀ, ਵਿਭਾਜਨ, ਵਿਦਾਇਗੀ

partisan /ˌਪਾਟਿ'ਜ਼ੈਨ, 'ਪਾਟਿਜ਼ੈਨ/ *n* ਪੱਖ-ਪਾਤੀ, ਤਰਫ਼ਦਾਰ; ਕੱਟੜਪੰਥੀ, ਗੁਰੀਲਾ, ਛਾਪਾਮਾਰ

partisanship /ˌਪਾਟਿ'ਜ਼ੈਨਸ਼ਿਪ, 'ਪਾਟਿਜ਼ੈਨਸ਼ਿਪ/ *n* ਪੱਖਪਾਤ, ਹਿਮਾਇਤ, ਤਰਫ਼ਦਾਰੀ

partite /'ਪਾਟਾਇਟ/ *a* ਮੁੱਢ ਤੋਂ ਹੀ ਵੰਡਿਆ ਹੋਇਆ, ਵਿਭਾਜਿਤ

partition /ਪਾ'ਟਿਸ਼ਨ/ *n* ਬਟਵਾਰਾ, ਵਿਭਾਜਨ, ਵੰਡ; ਹਿੱਸਾ, ਭਾਗ, ਖੰਡ, ਵਿਭਾਗ, ਵਿਭਾਗੀਕਰਨ *vt* ਬਟਵਾਰਾ ਕਰਨਾ, ਵਿਭਾਜਨ ਕਰਨਾ, ਵੰਡਣਾ

partitioned /ਪਾ'ਟਿਸ਼ਅਨਡ/ *a* ਵਿਭਾਜਿਤ, ਵੰਡਿਆ ਹੋਇਆ

partitive /'ਪਾਟਅਟਿਵ੍/ *a* ਵੰਡ ਸੰਬੰਧੀ, ਬਟਵਾਰੇ ਸੰਬੰਧੀ (ਸ਼ਬਦ)

partly /'ਪਾਟਲਿ/ *adv* ਅੰਸ਼ ਰੂਪ ਵਿੱਚ, ਕੁਝ ਕੁਝ, ਕਿਸੇ ਕਦਰ; ਕੁਝ ਹੱਦ ਤੱਕ

partner /'ਪਾਟਨਅ*/ *n* ਸਾਂਝੀਦਾਰ, ਸਾਥੀ, ਭਾਈਵਾਲ, ਭਾਗੀ, ਹਿੱਸੇਦਾਰ, ਪੱਤੀਦਾਰ; ਪਤਨੀ; ਪਤੀ, ਜੀਵਨ ਸਾਥੀ; (ਨ੍ਰਿਤ) ਸਹਿਨ੍ਰਿਤਕ, ਜੋੜ *vt* ਸੰਗੀ ਬਣਨਾ, ਸਾਥੀ ਹੋਣਾ, ਹਿੱਸੇਦਾਰ ਹੋਣਾ, ਹੱਥ ਵਟਾਉਣਾ

partnerless /'ਪਾਟਨਅਲਅਸ/ *a* ਸਾਥੀਹੀਣ, ਸਹਿਭਾਗੀ ਰਹਿਤ

partnership /'ਪਾਟਨਅਸ਼ਿਪ/ *n* ਸਾਂਝ, ਸਹਿਭਾਗਤਾ, ਪੱਤੀਦਾਰੀ, ਹਿੱਸੇਦਾਰੀ

part of speech *n* ਸ਼ਬਦ ਸ਼੍ਰੇਣੀ

partridge /'ਪਾਟਰਿਜ/ *n* ਤਿੱਤਰ

partridge-wood *n* ਫ਼ਰਨੀਚਰ ਬਣਾਉਣ ਵਾਲੀ ਲਾਲ ਸਖ਼ਤ ਲੱਕੜੀ, ਤਿੱਤਰ ਖੰਭੀ ਲੱਕੜ

part-time /ˌਪਾਟ'ਟਾਇਮ/ *n* ਅੰਸ਼ ਕਾਲ, ਥੋੜ੍ਹਾ ਸਮਾਂ, ਪਾਰਟ-ਟਾਈਮ

parturient /ਪਾ'ਟਯੁਰਿਅਨਟ/ *a* ਜਣੇਪੇ ਵਿੱਚ, ਪ੍ਰਸੂਤ ਕਾਲੀਨ

parturition /ˌਪਾਟਯੁ'ਰਿਸ਼ਨ/ *n* ਉਤਪਤੀ, ਜਣਨ, ਜੱਚਗੀ

party /'ਪਾਟਿ/ *n* ਗੁੱਟ, ਪੱਖ, ਦਲ, ਸੰਘ, ਜੱਥਾ, ਜੁੱਟ, ਮੰਡਲੀ, ਟੋਲੀ, ਪਾਰਟੀ; ਪ੍ਰੀਤੀ ਭੋਜ, ਪਰਿਵਾਰਿਕ ਸਮਾਰੋਹ; ਸ਼ਰੀਕ, ਹਿੱਸੇਦਾਰ; (ਮੁਕੱਦਮੇ ਵਿੱਚ) ਧਿਰ, ਫ਼ਰੀਕ *a* ਰੰਗ-ਬਰੰਗਾ, ਹਿੱਸਿਆਂ-ਵਿੱਚ ਵੰਡਿਆ

partyism /'ਪਾਟਿਇਜ਼ਅਮ/ *n* ਦਲਵਾਦ, ਪਾਰਟੀਬਾਜ਼ੀ

parure /'ਪਾਰਯੁਅ*/ *n* ਹੀਰੇ, ਜਵਾਹਰਾਤ, ਜ਼ੇਵਰ, ਗਹਿਣੇ, ਅਲੰਕਾਰ

parvanimity /ˌਪਾਵ੍ਅ'ਨਿਮਿਟਿ/ *n* ਤੰਗਦਿਲੀ, ਸੰਕੀਰਨਤਾ, ਹੀਣਤਾ, ਤੁੱਛਤਾ

parvenu /'ਪਾਵ੍ਅਨਯੁ/ *n* ਨਵਾਂ ਬਣਿਆ ਨਵਾਬ

parvifolius /ˌਪਾਵਿ੍'ਫ਼ਅਉਲਿਅਸ/ *a* ਛੋਟੀ ਪੱਤੀ ਵਾਲਾ

parvis /'ਪਾਵਿ੍ਸ/ *n* ਗਿਰਜੇ ਦੇ ਸਾਮ੍ਹਣੇ ਦਾ ਅਹਾਤਾ, ਚਾਰਦੀਵਾਰੀ

PASCAL/'ਪੈਸਕਲ/ *n* (ਕੰਪਿ) ਇੱਕ ਉੱਚ ਪੱਧਰ ਦੀ ਭਾਸ਼ਾ ਜਿਸ ਵਿੱਚ ਕਿਸੇ ਪ੍ਰੋਗਰਾਮ ਦੇ ਹਿੱਸਿਆਂ ਨੂੰ ਜੋੜ ਕੇ ਵੱਡੇ ਵੱਡੇ ਪ੍ਰੋਗਰਾਮਾਂ ਦਾ ਨਿਰਮਾਣ ਸਭ ਤੋਂ ਪਹਿਲਾਂ ਕੀਤਾ ਜਾਣ ਲੱਗਾ

paschal /'ਪਾਸਕਲ/ *a* ਯਹੂਦੀਆਂ ਦੇ ਵਿਸ਼ੇਸ਼ ਪੁਰਬ ਪੈਸੋਵਰ (**Passover**) ਨਾਲ ਸੰਬੰਧਿਤ; ਈਸਾ ਦੇ ਪੁਨਰਉਥਾਨ ਸੰਬੰਧੀ

pasha /'ਪਾਸ਼ਅ/ *n* ਪਾਸ਼ਾ (ਤੁਰਕੀ ਵਿੱਚ ਇੱਕ ਉੱਚੀ ਪਦਵੀ)

pasigraphy /ਪਅ'ਸਿਗਰਫ਼ਿ/ *n* ਵਿਸ਼ਵ ਲਿਪੀ

pasque-flower /'ਪੈਸਕਫ਼ਲਾਉਅ*/ *n* ਘੰਟੀ ਵਰਗੇ ਫੁੱਲਾਂ ਵਾਲਾ ਇੱਕ ਪੌਦਾ

pasquinade /ˌਪੈਸਕਵਿ'ਨੇਇਡ/ *n* ਵਿਅੰਗ ਕਾਵਿ, ਵਿਅੰਗ ਉਕਤੀ, ਉਪਹਾਸ ਲੇਖ, ਨਿੰਦਾ ਲੇਖ

pass /ਪਾਸ/ *n* ਸਫਲਤਾ, ਕਾਮਯਾਬੀ; ਨਾਜ਼ਕ ਹਾਲਤ, ਸੰਕਟਮਈ ਦਸ਼ਾ; ਆਗਿਆ ਪੱਤਰ; ਪਾਸ, ਵਾਰ, (ਮੈਸਮਰੇਜ਼ਮ) ਹੱਥ ਫੇਰੀ, ਕਰਤੱਬ; (ਫੁਟਬਾਲ) ਗੇਂਦ ਪਾਸ ਕਰਨ ਜਾਂ ਇੱਕ ਤੋਂ ਦੂਜੇ ਨੂੰ ਦੇਣ ਦੀ ਕਿਰਿਆ; ਗਲੀ (ਪਹਾੜਾਂ ਵਿੱਚੋਂ ਦੀ ਲੰਘਦਾ ਭੀੜਾ ਰਾਹ); ਦੱਰਾ *v* ਅੱਗੇ ਵਧਣਾ, ਤੁਰਨਾ; ਪ੍ਰਚਲਿਤ ਹੋਣਾ, ਜਾਰੀ ਹੋਣਾ; ਭੇਜਿਆ ਜਾਣਾ, ਪਾਰ ਹੋਣਾ; ਕੱਟੇ ਜਾਣਾ; ਚਲੇ ਜਾਣਾ; ਮਨਜ਼ੂਰ ਹੋਣਾ, ਪਾਸ ਹੋਣਾ, ਨਿਰਨਾ ਕਰਨਾ, ਫ਼ੈਸਲਾ ਦਿੱਤਾ ਜਾਣਾ; ਵੇਲਾ ਲੰਘਣਾ; ਪਿੱਛੇ ਪੈਣਾ, ਇੱਕ ਪਾਸੇ ਛੱਡਣਾ, ਸਾਗਰ ਜਾਂ ਪਹਾੜ ਨੂੰ ਪਾਰ ਕਰਨਾ, ਲੰਘਣਾ; ਪਿੱਛੇ ਛੱਡ ਜਾਣਾ; ਵਧੇਰੇ ਹੋਣਾ, ਵਿਸ਼ਾਲ ਹੋਣਾ

passable /'ਪਾਸਅਬਲ/ *a* ਲੰਘਣਯੋਗ, ਕੰਮ ਚਲਾਊ

passado /ਪਾ'ਸਾਡਅਉ/ *n* ਟੱਕਰ, ਧੱਕਾ; ਅਸ਼ਵ ਮਾਰਗ,ਘੋੜੇ ਦਾ ਰਾਹ

passage /'ਪੈਸਿਜ/ *n* ਲਾਂਘਾ, ਮਾਰਗ, ਰਾਹਦਾਰੀ; ਗੁਜ਼ਰ, ਗਮਨ, ਜਲ ਯਾਤਰਾ ਦਾ ਭਾੜਾ; (ਬਿੱਲ ਦੀ) ਸਵੀਕ੍ਰਿਤੀ; ਮਨਜ਼ੂਰੀ; ਬਰਾਮਦਾ, ਵਰਾਂਡਾ, ਗੁਜ਼ਰਗਾਹ; ਬਦਲੀ, ਪ੍ਰਵੇਸ਼; (ਲਿਖਤ ਦਾ) ਬੰਦ, ਪੈਰਾ

passant /'ਪੈਸ(ਅ)ਨਟ/ *a* ਸੱਜੇ ਪਾਸੇ ਵੱਲ ਜਾਣ ਵਾਲਾ, ਸੱਜੇ ਪਾਸੇ ਦਾ; (ਢਾਲ ਉੱਤੇ ਜਾਨਵਰ ਦੀ ਤਸਵੀਰ) ਜਿਸ ਵਿੱਚ ਉਹ ਤੁਰਦਾ ਤੇ ਸੱਜੇ ਪਾਸੇ ਵੱਲ ਵੇਖਦਾ ਦਿਖਾਇਆ ਗਿਆ ਹੈ

passbook /'ਪਾਸਬੁਕ/ *n* ਪਾਸਬੁਕ

passe /'ਪੈਸੇਇ, 'ਪਾਸੇਇ/ *a* ਜੋ ਫੈਸ਼ਨ ਵਿੱਚ ਨਾ ਰਿਹਾ ਹੋਵੇ, ਅਪ੍ਰਚਲਿਤ

passed /ਪਾਸਟ/ *a* ਬੀਤ ਚੁਕਿਆ, ਗੁਜ਼ਰਿਆ, ਲੰਘ ਚੁੱਕਿਆ

passenger /'ਪੈਸਿਨਜਅ*/ *n* ਪਾਂਧੀ, ਯਾਤਰੀ, ਰਾਹਗੀਰ, ਮੁਸਾਫ਼ਰ

passer /'ਪਾਸਅ*/ *n* ਪਾਂਧੀ, ਰਾਹੀ, ਯਾਤਰੀ

passer-by /ˌਪਾਸਅ'ਬਾਇ/ *n* ਕੋਲੋਂ ਦੀ ਲੰਘਣ ਵਾਲਾ ਬੰਦਾ; ਨੇੜਿਓਂ ਲੰਘ ਜਾਣ ਵਾਲਾ ਰਾਹੀ

passerine /'ਪੈਸਅਰਾਇਨ/ *a* ਚਿੜੀ ਜਾਤੀ ਦੇ ਪੰਛੀ ਸੰਬੰਧੀ *n* ਚਿੜੀ

passim /'ਪੈਸਿਮ/ *a* (ਵਿਸ਼ੇਸ਼ ਕਰਕੇ ਪੁਸਤਕਾਂ ਆਦਿ ਦੇ ਪ੍ਰਸੰਗ ਵਿੱਚ) ਵਿਆਪਤ *adv* ਇੱਥੇ ਉੱਥੇ; ਸਰਵੱਤਰ, ਸਭ ਥਾਂ

passing /'ਪਾਸਿਙ/ *n* ਸਵੀਕਰਨ, ਪਾਸ; ਗਮਨ, ਚਲਣ; ਮੌਤ, ਮ੍ਰਿਤੂ *a* ਅਸਥਾਈ, ਛਿਣ-ਭੰਗਰ; ਬਾਹਰੀ; ਇਤਫ਼ਾਕੀਆ, ਸਰਸਰੀ; ਉੱਤਮ, ਪਰਮ, ਸ੍ਰੇਸ਼ਠ; ਅਤਿ, ਅਤਿਅੰਤ, ਬਹੁਤ

passion /'ਪੈਸ਼ਨ/ *n* ਆਵੇਗ, ਮਨੋਵੇਗ, ਗ਼ੁੱਸਾ, ਜੋਸ਼, ਰੋਸਾ, ਸੰਤਾਪ; ਤੀਬਰ ਲਾਲਸਾ; ਤੀਬਰ ਉਤਸ਼ਾਹ, ਆਵੇਸ਼, ਸ਼ੌਕ; ਕਾਮ, ਕਾਮ ਉਨਮਾਦ *v* ਉਤਪੰਨ ਹੋਣਾ; ਕਾਮ ਉਪਜਣਾ; ਜੋਸ਼ ਗੁੱਸੇ ਜਾਂ ਉਤਕੰਠਾ ਦਾ ਪ੍ਰਗਟਾਅ ਕਰਨਾ

passionate /'ਪੈਸ਼ਅਨਅਟ/ *a* ਪੁਰਜੋਸ਼, ਜੋਸ਼ ਨਾਲ ਭਰਪੂਰ, ਪ੍ਰਬਲ ਮਨੋਭਾਵਾਂ ਵਾਲਾ, ਆਵੇਗਸ਼ੀਲ, ਸੰਵੇਗਸ਼ੀਲ; ਕ੍ਰੋਧਸ਼ੀਲ; ਕਾਮੀ, ਕਾਮ ਅਭਿਲਾਸ਼ਾ ਸੰਬੰਧੀ; ਤਿੱਖਾ; ਤੀਬਰ

passioned /'ਪੈਸ਼(ਅ)ਨਡ/ *a* ਉਤੇਜਿਤ, ਭਾਵਕ

passive /'ਪੈਸਿਵ਼/ *a* ਉਦਾਸੀਨ, ਨਿਸ਼ਕਿਰਿਆ, ਅਕਰਮਕ; ਸਿਥਲ, ਸੁਸਤ, ਅਚਰ *n* (ਵਿਆ) ਕਰਮਣੀਵਾਚ

passiveness /'ਪੈਸਿਵ਼ਨਅਸ/ *n* ਨਿਸ਼ਕ੍ਰਿਯਤਾ, ਸੁਸਤੀ, ਆਲਸ; ਸਹਿਣਸ਼ੀਲਤਾ

passive resistance *n* ਅਸਹਿਯੋਗ ਅੰਦੋਲਨ

passive smoking *n* (ਸਿਗਰਟ ਨਾ ਪੀਣ ਵਾਲੇ ਦੇ ਅੰਦਰ) ਸਿਗਰਟ ਪੀਣ ਵਾਲਿਆਂ ਦਾ ਛੱਡਿਆ ਧੂੰਆਂ ਜਾਣ ਦੀ ਕਿਰਿਆ

passivity /ਪੈ'ਸਿਵ਼ਅਟਿ/ *n* ਬਰਦਾਸ਼ਤ ਕਰਨ ਦੀ ਸ਼ਕਤੀ, ਸਹਿਣਸ਼ੀਲਤਾ; ਉਦਾਸੀ, ਨਿਸ਼ਕ੍ਰਿਯਤਾ

Passover /'ਪਾਸਅਉਵ਼ਅ*/ *n* ਯਹੂਦੀਆਂ ਦਾ ਵਿਸ਼ੇਸ਼ ਪੁਰਬ, ਪਾਸੋਵਰ, ਈਸਾਈਆਂ ਦਾ ਈਸਟਰ

passport /'ਪਾਸਪੋਟ/ *n* ਪਾਸਪੋਰਟ, ਪ੍ਰਵਾਨਾ ਰਾਹਦਾਰੀ, ਪਾਰ ਪੱਤਰ; ਕਿਸੇ ਵਸਤੂ ਨੂੰ ਪ੍ਰਾਪਤ ਕਰਨ ਦੀ ਨਿਸ਼ਚਿਤਤਾ; ਪ੍ਰਾਪਤ ਕਰਨ ਦਾ ਵਸੀਲਾ

passus /'ਪੈਸਅਸ/ *n* ਅਧਿਆਇ, ਭਾਗ

password /'ਪਾਸਵਅ:ਡ/ *n* (ਸੈਨਾ ਵਿੱਚ) ਦੋਸਤ ਦੁਸ਼ਮਣ ਦੀ ਪਛਾਣ ਲਈ ਗੁਪਤ ਸੰਕੇਤ ਜਾਂ ਬੋਲ, ਪਛਾਣ ਸ਼ਬਦ; (ਕੰਪਿ) ਕਿਸੇ ਵਿਅਕਤੀ ਦਾ ਅੱਖਰਾਂ/ਅੰਕਾਂ ਦਾ ਆਪਣਾ ਗੁਪਤ ਕ੍ਰਮ ਜੋ ਕੰਪਿਊਟਰ ਦੀ ਅਣਅਧਿਕਾਰਤ ਵਰਤੋਂ ਰੋਕਣ ਲਈ ਵਰਤਿਆ ਜਾਂਦਾ ਹੈ

past /ਪਾਸਟ/ *a* ਭੂਤਕਾਲਕ, ਅਤੀਤਕਾਲੀਨ, ਅਤੀਤ, ਪਹਿਲਾ *n* ਭੂਤ-ਕਾਲ, ਅਤੀਤ ਕਾਲ; ਅਤੀਤ ਦੀਆਂ ਘਟਨਾਵਾਂ *adv* ਅੱਗੇ, ਪਰੇ, ਮਗਰੋਂ, ਬਾਹਰ, ਪਹੁੰਚ ਤੋਂ ਬਾਹਰ, ਪਹੁੰਚ ਤੋਂ ਪਰੇ

pasta /'ਪੈਸਟਅ/ *n* ਇੱਕ ਕਿਸਮ ਦਾ ਇਟਲੀ ਦਾ ਖਾਣਾ

paste /ਪੇਇਸਟ/ *n* ਲੇਵੀ, ਲੇਟੀ, ਘੁਲੀ ਹੋਈ ਗੁੰਦ; ਗੁੰਨ੍ਹਿਆ ਹੋਇਆ ਆਟਾ; ਹਲਵਾ; ਮੱਛੀ ਦੀ ਚਟਣੀ; ਗਾਰਾ; ਸ਼ੀਸ਼ੇ ਜਾਂ ਕੱਚ ਦਾ ਮਸਾਲਾ ਜਾਂ ਮਿਸ਼ਰਨ; ਗੱਤਾ *vt* ਲੇਵੀ ਨਾਲ ਚੇਪਣਾ, ਮੜ੍ਹਨਾ, ਢਕਣਾ; (ਅਪ) ਕੁੱਟਣਾ

pastel /'ਪੈਸਟਲ/ *n* ਨੀਲਾ ਰੰਗ, ਨੀਲ; ਇੱਕ ਪੌਦਾ ਜਿਸ ਤੋਂ ਨੀਲਾ ਰੰਗ ਬਣਦਾ ਹੈ; (ਚਾਕ ਬਣਾਉਣ ਲਈ) ਰੰਗ ਤੇ ਗੂੰਦ ਦੀ ਲੇਵੀ; ਰੰਗੀਨ ਚਾਕ, ਪੇਸਟਲ, ਰੰਗੀਨ ਪੈਨਸਿਲ, ਰੰਗੀਨ ਪੇਸਟਲ ਨਾਲ ਬਣਾਇਆ ਚਿੱਤਰ

paster /ਪੇਇਸਟਅ*/ *n* ਲੇਵੀ ਨਾਲ ਚਿਪਕਾਉਣ ਵਾਲਾ (ਕਾਗਜ਼), ਚੇਪੀ

pastern /'ਪੈਸਟਅਨ/ *n* (ਘੋੜੇ ਦਾ) ਗਾਮਚਾ, ਟਖਨਾ

pasteurism /'ਪਾਸਚਅਰਿਜ਼ਅਮ/ *n* (ਪਾਸਚਰ ਦੁਆਰਾ ਪ੍ਰਚਲਿਤ ਕੀਤਾ) ਹਲਕੇ ਕੁੱਤੇ ਦੇ ਵੱਢੇ ਦਾ ਇਲਾਜ; ਪਾਸਟਰ ਸਿਧਾਂਤ

pasteurize /'ਪਾਸਚਅਰਾਇਜ਼/ *vt* (ਦੁੱਧ ਦਾ) ਨਿਰਜੀਵੀ ਕਰਨ ਕਰਨਾ (ਉਬਾਲ ਕੇ ਅਤੇ ਠੰਢਾ ਕਰਕੇ)

pastiche /ਪੈ'ਸਟੀਸ਼/ *n* ਕਈ ਗੀਤਾਂ ਦੇ ਪਦਾਂ ਨੂੰ ਜੋੜ ਕੇ ਬਣਾਇਆ ਹੋਇਆ ਗੀਤ, ਖਿਚੜੀ ਰਚਨਾ, ਗਡ-ਮਡ ਰਚਨਾ

pastil, pastille /'ਪੈਸਟਅਲ/ *n* ਮੂੰਹ ਵਿੱਚ ਘੁਲ ਜਾਣ ਵਾਲੀ ਟਿੱਕੀ; ਚੂਸਾ; ਧੂਫ-ਬੱਤੀ

pastime /'ਪਾਸਟਾਇਮ/ *n* ਲੀਲਾ, ਮਨੋਰੰਜਨ, ਵਿਲਾਸ, ਖੇਡ, ਮਨਪ੍ਰਚਾਵਾ, ਤਫ਼ਰੀਹ, ਸ਼ੁਗਲ

past master /ˌਪਾਸਟ 'ਮਾਸਟਅ*/ *n* ਉਸਤਾਦ

pastor /'ਪਾਸਟਅ*/ *n* (ਗਿਰਜਾ ਘਰ ਦਾ ਮੁਖੀ) ਪਾਦਰੀ, ਆਚਾਰੀਆ, ਗੁਰੂ; ਧਰਮ ਉਪਦੇਸ਼ਕ; ਚਰਵਾਹਾ, ਪਾਲੀ

pastoral /'ਪਾਸਟਅਰਅਲ/ *n* ਪੇਂਡੂ ਗੀਤ ਕਾਵਿ ਜਾਂ ਨਾਟਕ, ਪਸ਼ੂ ਪਾਲ *a* ਚਰਵਾਹੇ ਦਾ, ਚਰਾਂਦ ਦਾ, ਚਰਾਗਾਹ ਵਾਲਾ; ਪੇਂਡੂ, ਦਿਹਾਤੀ, ਗ੍ਰਾਮੀਣ; ਪਾਦਰੀ ਨਾਲ ਸੰਬੰਧਿਤ

past participle *n* ਕਿਰਿਆ ਦਾ ਭੂਤ-ਕ੍ਰਿਦੰਤ ਰੂਪ

past perfect *n* ਕਿਰਿਆ ਦਾ ਪੂਰਨ ਭੂਤ-ਕਾਲ ਰੂਪ

pastry /'ਪੇਇਸਟਰਿ/ *n* ਇੱਕ ਖਾਧ ਪਦਾਰਥ, ਪੇਸਟਰੀ

pasturable /'ਪਾਸਚਅਰਅਬਲ/ *a* ਚਰਨ ਜਾਂ ਚਰਾਉਣਯੋਗ

pasture /'ਪਾਸਚਅ*/ *n* ਚਰਾਗਾਹ, ਚਰਾਂਦ; ਚਾਰਾ, ਘਾਹ, ਪੱਠਾ *v* ਪਸ਼ੂਆਂ ਨੂੰ ਚਰਾਂਦ ਵਿੱਚ ਛੱਡਣਾ, ਚਾਰਨਾ; ਪਸ਼ੂਆਂ ਦਾ ਪੱਠਿਆਂ ਨੂੰ ਚਰ ਜਾਣਾ

pasty /'ਪੈਸਟਿ/ *n* ਇੱਕ ਪ੍ਰਕਾਰ ਦੀ ਮਿੱਠੀ ਕਚੌਰੀ, ਪੇਸਟੀ, ਲੇਪੀ *a* ਲੇਵੀ ਵਰਗਾ, ਗੁੰਨ੍ਹੇ ਹੋਏ ਆਟੇ ਵਰਗਾ

pat /ਪੈਟ/ *n* ਥਾਪੀ, ਥਪਕੀ, ਥਾਪੜੀ; ਥਪ-ਥਪ ਦੀ ਅਵਾਜ਼, ਮੱਖਣ ਦੀ ਟਿੱਕੀ *v* ਕੋਮਲਤਾ ਸਹਿਤ ਛੋਹਣਾ, ਥਾਪੜਨਾ, ਥਾਪੀ ਦੇਣਾ, ਥਪਥਪਾਉਣਾ *adv* ਅਨੁਕੂਲ, ਸਮੇਂ ਅਨੁਕੂਲ

patable /ਪੈਟਅਬਲ/ *a* ਥਾਪੜਾ ਮਿਲਨ ਯੋਗ, ਸ਼ਾਬਾਸ਼ ਦਿੱਤੇ ਜਾਣ ਦੇ ਯੋਗ, ਪ੍ਰਸ਼ੰਸਾ ਯੋਗ, ਚੰਗੇ ਢੰਗ ਨਾਲ ਖੇਡਿਆ ਜਾਣ ਵਾਲਾ (ਟੈਨਿਸ)

patavinity /ˌਪੈਟਅ'ਵ੍ਨਿਅਟਿ/ *n* ਪ੍ਰਾਂਤੀ ਭਾਵਨਾ, ਪ੍ਰਾਂਤਵਾਦ; (ਇਟਲੀ ਦੀ) ਸਥਾਨਕ ਭਾਸ਼ਾ ਦੇ ਗੁਣ

patch /ਪੈਚ/ *n* ਟੁਕੜਾ, ਖੰਡ, ਭੂਖੰਡ; ਪੌਦਿਆਂ ਅਤੇ ਬਿਰਛਾਂ ਦੀ ਪਾਲ; ਫਹਿਆ, ਪੱਟੀ, ਚੇਪੀ ਜਾਂ ਕੱਪੜੇ ਦੀ ਟਾਕੀ, ਖਿਗੜੀ; ਪਿਓਂਦ, ਜੋੜ *vt* ਖਿਗੜੀ ਜਾਂ ਟਾਕੀ ਲਾਉਣਾ, ਗੰਢਣਾ, ਗੰਢ ਤਰੁੱਪ ਕਰਨਾ, ਟਾਂਕਾ ਲਾਉਣਾ, ਪਿਓਂਦ ਲਾਉਣਾ, ਜੋੜ ਲਾਉਣਾ, ਮੁਰੰਮਤ ਕਰਨਾ; ਨਿਪਟਾਉਣਾ, ਨਿਬੇੜਨਾ (ਝਗੜਾ ਆਦਿ)

patcher /'ਪੈਚਅ*/ *n* ਜੋੜ ਲਾਉਣ ਵਾਲਾ, ਪੱਟੀ ਕਰਨ ਵਾਲਾ, ਫਹਿਆ ਰੱਖਣ ਵਾਲਾ

patchwork /'ਪੈਚਵਅ:ਕ/ *n* ਵੱਖ-ਵੱਖ ਕੱਪੜੇ ਦੇ ਟੁਕੜੇ ਜੋੜ ਕੇ ਬਣਾਇਆ ਨਮੂਨਾ, ਪੈਚਵਰਕ

patchy /'ਪੈਚਿ/ *a* ਕਿਤੇ-ਕਿਤੇ ਹੋਣ ਵਾਲਾ, ਡੱਬ-ਖੜੱਬਾ, ਟਾਕੀਆਂ ਵਾਲਾ

pate /ਪੇਇਟ/ *n* (ਬੋਲ) ਖੋਪੜੀ; ਇੱਕ ਛੋਟੀ ਟਿੱਕੀ, ਪੈਟੀ

patelliform /ਪਅ'ਟੈੱਲਿਫ਼ੋਮ/ *a* ਕਟੋਰੀ ਵਰਗਾ

paten /'ਪੈਟ(ਅ)ਨ/ *n* ਥਾਲੀ, ਤਸ਼ਤਰੀ, ਰਕਾਬੀ, ਵੱਡੀ ਪਲੇਟ

patency /'ਪੇਇਟ(ਅ)ਨਸਿ/ *n* ਸਪਸ਼ਟਤਾ; ਅਧਿਕਾਰ ਪੱਤਰ

patent /'ਪੇਇਟਨਟ, 'ਪੈਟਨਟ/ *a* ਅਧਿਕਾਰਗਤ; ਵਿਅਕਤ, ਪ੍ਰਤੱਖ, ਪ੍ਰਗਟ, ਸਪਸ਼ਟ, ਸਾਫ਼ *n* ਰਾਜਕੀ ਅਧਿਕਾਰ ਪੱਤਰ, ਵਿਸ਼ੇਸ਼ ਚਿੰਨ੍ਹ *v* ਅਧਿਕਾਰ ਪ੍ਰਾਪਤ ਕਰਨਾ, ਕਾਢ ਦਾ ਅਧਿਕਾਰ ਰਜਿਸਟਰੀ ਕਰਵਾਉਣਾ, ਪੇਟੈਂਟ ਕਰਾਉਣਾ

patently /'ਪੇਇਟਅਨਟਲਿ, 'ਪੈਟਅਨਟਲਿ/ *adv* ਰਾਖਵੇਂ ਹੱਕਾਂ ਵਾਲਾ, ਸਪਸ਼ਟ, ਜ਼ਾਹਰ, ਸਾਫ਼-ਸਾਫ਼

pater /'ਪੇਇਟਅ*/ *n* ਪਿਤਾ, ਬਾਪ, ਵਾਲਿਦ

patera /'ਪੈਟਅਰਅ/ *n* ਥਾਲੀ

paternal /ਪਅ'ਟਅ:ਨਲ/ *n* ਪਿਤਰੀ, ਦਾਦਕਾ

paternity /ਪਅ'ਟਅ:ਨਅਟਿ/ *n* ਪਿੱਤਰ ਧਰਮ, ਪਿੱਤਰਤਵ, ਵਲਦੀਅਤ, ਮੁੱਢ, ਮੂਲ

paternity leave *n* ਬੱਚੇ ਦੀ ਪੈਦਾਇਸ਼ ਸਮੇਂ ਬੱਚੇ ਦੇ ਪਿਤਾ ਨੂੰ ਕੰਮ ਤੋਂ ਮਿਲੀ ਛੁੱਟੀ

paternity suit *n* (ਕਨੂੰ) 'ਬੱਚੇ ਦਾ ਪਿਤਾ ਕੌਣ ਹੈ' ਬਾਰੇ ਕੀਤਾ ਗਿਆ ਮੁਕੱਦਮਾ

paternoster /ˌ**ਪੈਟਅ'ਨੌਸਟਅ***/ *n* ਈਸਾਈਆਂ ਦੀ ਮਸ਼ਹੂਰ ਪ੍ਰਾਰਥਨਾ ਜੋ 'ਹੇ ਮੇਰੇ ਪਿਤਾ' ਤੋਂ ਸ਼ੁਰੂ ਹੁੰਦੀ ਹੈ, ਯਸੂਹ ਮਸੀਹ ਦੀ ਪ੍ਰਾਰਥਨਾ; ਅਰਦਾਸ, ਦੁਆ

path /**ਪਾਥ**/ *n* ਪਥ, ਪੰਧ, ਮਾਰਗ, ਰਾਹ, ਰਸਤਾ, ਵਾਟ, ਪਗਡੰਡੀ; ਪੱਧਤੀ; ਦੌੜ ਲਾਉਣ ਵਾਲਿਆਂ ਲਈ ਰਸਤਾ; ਬੰਬਾਰ ਹਵਾਈ ਜਹਾਜ਼ ਜਾਂ ਉਸ ਦਾ ਚਾਲਕ

pathetic /**ਪਅ'ਥੈੱਟਿਕ**/ *a* ਦਰਦ ਭਰਿਆ, ਕਰੁਣਾਮਈ, ਭਾਵਨਾਪੂਰਨ, ਅਫ਼ਸੋਸਨਾਕ, ਕਰੁਣਾਜਨਕ

pathetic fallacy *n* ਭਾਵਅਭਾਸ; ਨਿਰਜੀਵ ਵਸਤਾਂ ਨੂੰ ਮਨੁੱਖੀ ਜਜ਼ਬੇ ਪ੍ਰਦਾਨ ਕਰਨ ਦਾ ਭਾਵ

pathfinder /'**ਪਾਥਫ਼ਾਇਨਡਅ***/ *n* ਰਾਹ ਦੱਸਣ ਵਾਲਾ, ਪੱਥ-ਖੋਜੀ, ਮਾਰਗ ਰਹਿਬਰ

pathic /'**ਪੈਥਿਕ**/ *a* ਰੋਗ ਦਾ, ਰੋਗ ਸੰਬੰਧੀ

pathless /'**ਪਾਥਲਅਸ**/ *a* ਰਾਹਹੀਣ, ਮਾਰਗਹੀਣ

patho /'**ਪੈਥਅਉ**/ *pref* ਰੋਗ, ਬਿਮਾਰੀ

pathogen /'**ਪੈਥਅਜਅਨ**/ *n* ਰੋਗਜਨਕ ਪਦਾਰਥ

pathogenetic /ˌ**ਪੈਥਅਜਅ'ਨੈੱਟਿਕ**/ *a* ਰੋਗਮੂਲਕ, ਰੋਗਜਨਕ, ਰੋਗ ਉਪਜਾਊ, ਰੋਗ ਉਤਪਾਦਕ

pathological /ˌ**ਪੈਥਅ'ਲੌਜਿਕਲ**/ *a* ਰੋਗੀ, ਰੋਗਾਤਮਿਕ, ਰੋਗ ਬਾਰੇ; ਰੋਗ ਵਿਗਿਆਨ ਸੰਬੰਧੀ

pathology /**ਪਅ'ਥੌਲਅਜਿ**/ *n* ਰੋਗ ਨਿਵਾਰਨ ਸ਼ਾਸਤਰ, ਰੋਗ ਵਿਗਿਆਨ

pathophobia /ˌ**ਪੈਥਅ'ਫ਼ਅਉਬਿਅ**/ *n* ਰੋਗ ਤ੍ਰਾਹ, ਰੋਗ ਦਾ ਭੈ

pathos /'**ਪੇਇਥੌਸ**/ *n* ਦਰਦ, ਸੋਜ਼

pathy /'**ਪੈਥਿ**/ *n* ਚਿਕਿਤਸਾ ਪੱਧਤੀ

patible /'**ਪੈਟਿਬਲ**/ *a* ਸਹਿਣਯੋਗ

patience /'**ਪੇਇਸ਼ਨਸ**/ *n* ਸਬਰ, ਧੀਰਜ, ਸ਼ਾਂਤੀ, ਤਹੰਮਲ, ਸਹਿਣਸ਼ੀਲਤਾ, ਦ੍ਰਿੜ੍ਹਤਾ; ਤਾਸ਼ ਦੀ ਖੇਡ (ਪੇਸ਼ਨਸ) ਜੋ ਇਕੱਲਾ ਆਦਮੀ ਖੇਡ ਸਕਦਾ ਹੈ

patient /'**ਪੇਇਸ਼ਨਟ**/ *a* ਸਹਿਣਸ਼ੀਲ, ਧੀਰਜਵਾਨ, ਸ਼ਾਂਤ; ਖਿਮਾ ਕਰ ਦੇਣ ਵਾਲਾ; ਸੰਤੋਖ ਵਾਲਾ *n* ਰੋਗੀ, ਬਿਮਾਰ, ਮਰੀਜ਼

patina /'**ਪੈਟਿਨਅ**/ *a* ਚਮਕ, ਆਭਾ; (ਪੁਰਾਣੇ ਭਾਂਡਿਆਂ ਉੱਤੇ ਜੰਮਣ ਵਾਲੀ) ਕਾਲਖ

patine /'**ਪੈਟਿਨ**/ *n* ਥਾਲੀ, ਤਸ਼ਤਰੀ, ਪਲੇਟ, ਰਕਾਬੀ

patio /'**ਪੈਟਿਅਉ**/ *n* ਵਿਹੜਾ

patois /'**ਪੈਟਵਾ**/ *n* ਲੋਕ ਬੋਲੀ, ਸਥਾਨਕ ਬੋਲੀ, ਲਿਖਤੀ ਭਾਸ਼ਾ ਤੋਂ ਭਿੰਨ

patriarch /'**ਪੇਇਟਰਿਆਕ**/ *n* ਪਿਤਾਮਾ, ਨਾਇਕ ਪਿਤਾ, ਕੁਲਪਤੀ; ਮੁਖੀਆ, ਸਰਦਾਰ; ਆਦਿ ਪੁਰਸ਼, ਮੂਲਪੁਰਸ਼, ਪੁਰਖਾ; ਧਰਮ ਅਧਿਅਕਸ਼; ਸਤਿਕਾਰਯੋਗ ਤੇ ਬਿਰਧ ਪੁਰਸ਼

patriarchal /ˌ**ਪੇਇਟਰਿ'ਆਕਲ**/ *a* ਮਰਦ ਮੁਖੀ (ਸਮਾਜ), ਪਿਤਰੀ ਪਿਤਾ-ਪ੍ਰਧਾਨ

patriarchy /'**ਪੇਇਟਰਿਆਕਿ**/ *n* ਪਿਤਰੀ ਵਿਵਸਥਾ, ਪਿਤਾ ਪ੍ਰਧਾਨ ਤੰਤਰ, ਪਿਤਰੀ ਸਮਾਜ

patrician /**ਪਅ'ਟਰਿਸ਼ਨ**/ *n* ਖ਼ਾਨਦਾਨੀ ਅਮੀਰ ਆਦਮੀ, ਕੁਲੀਨ, ਅਮੀਰਾਨਾ ਠਾਠ ਵਾਲਾ ਪੁਰਸ਼

patricide /'**ਪੈਟਰਿਸਾਇਡ**/ *n* ਪਿਤਾ ਦਾ ਕਾਤਲ; ਪਿਤਰਘਾਤ, ਪਿਤਰ ਹੱਤਿਆ; ਪਿਤਰਕੁਸ਼ੀ

patrico /'**ਪੈਟਰਿਕਅਉ**/ *n* (ਪਰਾ) ਅਨਪੜ੍ਹ ਪਾਦਰੀ, ਪਾਂਡਾ

patrilineal /ˌ**ਪੈਟਰਿ'ਲਿਨਿਅਲ**/ *a* ਪਿਤਾ ਦੇ ਵੰਸ਼ ਦਾ, ਪਿਤਰਵੰਸ਼ੀ

patrimony /'**ਪੈਟਰਿਮਅਨਿ**/ *n* ਵਿਰਾਸਤ, ਵਿਰਸਾ; ਪਿਤਰਕ ਸੰਪੱਤੀ; ਪਿਤਰੀ ਧਨ

patriot /'**ਪੈਟਰਿਅਟ, 'ਪੇਇਟ-**/ *n* ਦੇਸ਼ ਭਗਤ, ਦੇਸ਼ ਬੰਧੂ, ਵਤਨਪ੍ਰਸਤ

patriotic /ˌ**ਪੈਟਰਿ'ਔਟਿਕ, ˌਪੇਇਟ-**/ *a* ਦੇਸ਼ ਭਗਤੀਪੂਰਨ

patriotism /'**ਪੈਟਰਿਅਟਿਜ਼ਅਮ**/ *n* ਦੇਸ਼ ਪ੍ਰੇਮ, ਦੇਸ਼ ਭਗਤੀ, ਵਤਨਪ੍ਰਸਤੀ

patristic /**ਪਅ'ਟਰਿਸਟਿਕ**/ *a* (ਈਸਾਈ) ਧਰਮ ਆਚਾਰੀਆ ਸੰਬੰਧੀ, ਧਰਮ ਆਚਾਰੀਆ ਦੀਆਂ ਰਚਨਾਵਾਂ ਨਾਲ ਸੰਬੰਧਿਤ

patrol /ਪਅ'ਟਰਅਉਲ/ *n* ਪੈਟਰੋਲ, ਗਸ਼ਤ; ਪੁਲਿਸ ਦਾ ਪਹਿਰੇਦਾਰ ਸਿਪਾਹੀ; ਸੈਨਾ ਦੀ ਟੁਕੜੀ ਜਾਂ ਹਵਾਈ ਜਹਾਜ਼ ਦੀ ਗਸ਼ਤ *v* ਪਹਿਰਾ ਦੇਣਾ, ਗਸ਼ਤ ਕਰਨਾ, ਰੱਖਿਆ ਲਈ ਗੇੜੇ ਲਾਉਣਾ; ਨਿਗਰਾਨੀ ਕਰਨਾ

patrology /ਪਅ'ਟਰੌਲਅਜਿ/ *n* ਬਾਈਬਲ ਦਾ ਸੰਗ੍ਰਹਿ (ਪ੍ਰਾਚੀਨ ਸੰਤਾਂ ਦੁਆਰਾ ਰਚਿਆ)

patron /'ਪੇਇਟਰਅਨ/ *n* ਸਰਪ੍ਰਸਤ, ਹਾਮੀ, ਵਲੀ, ਰੱਖਿਅਕ; ਪਾਲਣਹਾਰਾ, ਪਾਲਕ; ਨਿੱਤ ਦਾ ਗਾਹਕ

patronage /'ਪੈਟਰਅਨਿਜ, 'ਪੇਇਟ-/ *n* ਸਰਪ੍ਰਸਤੀ, ਹਿਮਾਇਤ, ਰੱਖਿਆ, ਪਾਲਣ, ਆਸਰਾ, ਉਪਕਾਰ

patronize /'ਪੈਟਰਅਨਾਇਜ਼/ *vi* ਪਾਲਣਾ ਕਰਨਾ, ਆਸਰਾ ਦੇਣਾ, ਰੱਖਿਆ ਕਰਨਾ, ਸਹਾਇਤਾ ਦੇਣਾ, ਸਰਪ੍ਰਸਤੀ ਕਰਨਾ, ਉਤਸ਼ਾਹਿਤ ਕਰਨਾ, ਹੌਸਲਾ ਦੇਣਾ, ਦਿਲ ਵਧਾਉਣਾ; ਨਿਮਰ ਵਿਹਾਰ ਕਰਨਾ

patronymic /ˌਪੈਟਰਅ'ਨਿਮਿਕ/ *a* ਪਿਤਰੀ ਨਾਂ *n* ਗੋਤ ਦਾ ਨਾਂ

patten /'ਪੈਟਨ/ *n* ਲੱਕੜ ਦੇ ਤਲੇ ਵਾਲੀ ਜੁੱਤੀ

patter /'ਪੈਟਅ*/ *n* ਬੋਲੀ, ਭਾਸ਼ਾ, ਕਿਸੇ ਵਿਸ਼ੇਸ਼ ਕਿੱਤੇ ਵਾਲੇ ਲੋਕਾਂ ਦੀ ਬੋਲੀ; ਤਕਰੀਰਬਾਜ਼ੀ, ਕਿਸੇ ਗੀਤ ਆਦਿ ਦੇ ਵਿਚਕਾਰ ਆ ਜਾਣ ਵਾਲੀ ਤੇਜ਼ ਗੱਲਬਾਤ; ਸੁਖਾਂਤ ਨਾਟਕ, ਡਰਾਮਾ, ਗੀਤ, ਟੱਪ-ਟੱਪ ਦੀ ਅਵਾਜ਼ *v* ਤੇਜ਼ ਪੜ੍ਹਨਾ; ਤੇਜ਼ੀ ਨਾਲ ਦੁਹਰਾਉਣਾ; ਬੁੜਬੁੜਾਉਣਾ; ਟੱਪ-ਟੱਪ ਦੀ ਅਵਾਜ਼ ਪੈਦਾ ਕਰਨਾ, ਮੀਂਹ ਜਾਂ ਪਾਣੀ ਦੇ ਟੇਪਿਆਂ ਦਾ ਤ੍ਰਿਪ-ਤ੍ਰਿਪ ਕਰਕੇ ਡਿੱਗਣਾ

pattern /'ਪੈਟਨ/ *n* ਨਮੂਨਾ, ਆਦਰਸ਼; ਆਦਰਸ਼ ਮਨੁੱਖ; ਸ਼ੈਲੀ; ਨਿਸ਼ਾਨੇ (ਜਾਂ ਗੁਲਜ਼ਰੀ) 'ਤੇ ਬਣੇ ਗੋਲੀਆਂ ਦੇ ਨਿਸ਼ਾਨ *v* ਨਮੂਨਾ ਘੜਨਾ, ਨਮੂਨੇ ਦਾ ਰੂਪ ਦੇਣਾ, ਨਮੂਨਾ ਲਾਹੁਣਾ

patty /'ਪੈਟਿ/ *n* ਇੱਕ ਖਾਣ ਵਾਲੀ ਟਿੱਕੀ, ਪੈਟੀ

patulous /'ਪੈਟਯੁਲਅਸ/ *a* ਫੈਲਣ ਵਾਲਾ, ਵਿਸਤਾਰ ਕਰਨ ਵਾਲਾ

paucity /'ਪੋਸਅਟਿ/ *n* ਥੁੜ, ਕਮੀ, ਘਾਟ, ਕਿੱਲਤ

paunch /ਪੋਨਚ/ *n* (ਉਗਾਲੀ ਕਰਨ ਵਾਲੇ ਪਸ਼ੂਆਂ ਦਾ) ਪਹਿਲਾ ਮਿਹਦਾ; ਢਿੱਡ, ਪੇਟ, ਉਦਰ; ਲੱਕੜ ਦਾ ਜੰਗਲਾ *vt* ਪੇਟ ਫਾੜਨਾ, ਅੰਤੜੀਆਂ ਨੂੰ ਬਾਹਰ ਕੱਢਣਾ

paunchy /'ਪੋਨਚਿ/ *a* ਵੱਡੇ ਪੇਟ ਵਾਲਾ, ਪੇਟੂ

pauper /'ਪੋਪਅ*/ *n* ਮੁਥਾਜ, ਕੰਗਾਲ, ਨਾਦਾਰ; ਨਿਰਧਨ, ਅਨਾਥ, ਭਿੱਖਮੰਗਾ

pauperdom /'ਪੋਪਅਡਅਮ/ *n* ਦਰਿੱਦਰੀ ਟੋਲਾ, ਭਿਖਾਰੀ ਵਰਗ, ਭਿੱਖਿਆ, ਕੰਗਾਲੀ, ਗੁਰਬਤ

pause /ਪੋਜ਼/ *n* ਰੁਕਾਵਟ, ਅਟਕ, ਵਕਫ਼ਾ, ਠਹਿਰਾਅ, ਵਿਰਾਮ; ਅੰਤਰਕਾਲ, ਵਿਸ਼ਰਾਮ, ਦੀਰਘ ਵਿਸ਼ਰਾਮ ਚਿੰਨ੍ਹ *v* ਰੁਕਣਾ, ਠਹਿਰਨਾ, ਅਟਕਣਾ, ਵਕਫ਼ਾ ਦੇਣਾ, ਦਮ ਲੈਣਾ, ਸਸਤਾਉਣਾ

pave /ਪੇਇਵ੍/ *vt* ਫਰਸ਼ਬੰਦੀ ਕਰਨਾ, ਫਰਸ਼ ਬੰਨ੍ਹਣਾ ਜਾਂ ਲਾਉਣਾ, ਫਰਸ਼ ਉੱਤੇ ਪੱਥਰ ਜਾਂ ਇੱਟਾਂ ਜੜਨਾ, ਖੜੰਜਾ ਲਾਉਣਾ

pavement /'ਪੇਇਵ੍ਮਅਨਟ/ *n* ਪਟੜੀ, ਪੱਕਾ ਰਾਹ, ਪਗਡੰਡੀ

pavid /'ਪੈਵ੍ਡਿ/ *n* ਕਾਇਰ, ਡਰਪੋਕ, ਬੁਜ਼ਦਿਲ

pavilion /ਪਅ'ਵ੍ਲਿਅਨ/ *n* ਮੰਡੂਆ; ਮੰਡਪ; ਇਮਾਰਤ ਦਾ ਬਾਹਰਲਾ ਸਜਿਆ ਭਾਗ; ਤੰਬੂ, ਖੈਮਾ, ਡੇਰਾ *vt* ਖੈਮੇ ਜਾਂ ਤੰਬੂ ਲਾਉਣਾ, ਮੰਡਪ ਉਸਾਰਨਾ; ਇਮਾਰਤ ਦੇ ਬਾਹਰ ਸਜਾਵਟ ਕਰਨਾ

paving /'ਪੇਇਵ੍ਙਿ/ *n* ਫਰਸ਼ਬੰਦੀ, ਪਟੜੀ

paviour /'ਪੇਇਵ੍ਯਅ*/ *n* ਫਰਸ਼ ਬੰਨ੍ਹਣ ਵਾਲਾ, ਖੜੰਜਾ ਲਾਉਣ ਵਾਲਾ

pavlovian /ਪੈਵ੍'ਲਅਉਵ੍ਇਅਨ/ *a* ਉਕਸਾਹਟ ਕਾਰਨ ਕੀਤੀ (ਕਾਰਵਾਈ), ਉਤੇਜਿਤ ਕਰਨ ਨਾਲ ਹੋਈ (ਹਰਕਤ), ਟੁੰਬਣ ਨਾਲ (ਕੀਤਾ ਕੰਮ)

paw /ਪੋ/ *n* (ਪਸ਼ੂ ਦਾ) ਪੰਜਾ, ਚੁੰਗਲ, ਨਹੁੰਦਰਾਂ ਵਾਲਾ ਪੈਰ, ਚਪੇੜ, ਹੱਥ, ਕਰ; ਹੱਥ ਲਿਖਤ, ਹਸਤ ਲਿਪੀ, ਖ਼ਤ *v* ਪੰਜਾ ਮਾਰਨਾ; (ਘੋੜੇ ਦਾ) ਧਰਤੀ 'ਤੇ ਟਾਪ ਮਾਰਨਾ; ਰੁੱਖਾ ਵਿਹਾਰ ਕਰਨਾ; ਭੱਦੇਪਣ ਨਾਲ ਹੱਥ ਲਾਉਣਾ ਜਾਂ ਚੁੱਕਣਾ

pawkiness /'ਪੌਕਿਨਅਸ/ *n* ਚਲਾਕੀ, ਚਤਰਾਈ, ਕਪਟ

pawky /'ਪੌਕਿ/ *a* ਚਲਾਕ, ਚਤਰ, ਕਪਟੀ, ਛਟਿਆ ਹੋਇਆ

pawl /ਪੌਲ/ *n* ਚਰਖ ਰੋਕ, ਤੁੱਕਾ ਜਾਂ ਪਹੀਏ ਦੇ ਡੰਡੇ ਨੂੰ ਰੋਕਣ ਵਾਲਾ ਯੰਤਰ *vt* ਤੁੱਕਾ ਲਾਉਣਾ, ਡੰਡੇ ਨਾਲ ਰੋਕਣਾ

pawn /ਪੌਨ/ *n* ਸ਼ਤਰੰਜ ਦਾ ਪਿਆਦਾ; ਮੋਹਰਾ, ਕੱਠਪੁਤਲੀ; ਅਮਾਨਤ; ਗਹਿਣਾ, ਗਿਰਵੀ, ਅਮਾਨਤ ਰੱਖੀ ਵਸਤੂ ਜਾਂ ਵਿਅਕਤੀ *v* ਸ਼ਰਤ ਲਾਉਣਾ; ਬੰਨ੍ਹਣ ਵਿੱਚ ਰੱਖਣਾ; ਅਮਾਨਤ ਰੱਖਣਾ, ਗਿਰਵੀ ਰੱਖਣਾ, ਗਹਿਣੇ ਰੱਖਣਾ; ਵਚਨ ਦੇਣਾ, ਪ੍ਰਤਿੱਗਿਆਬੱਧ ਕਰਨਾ

pawnbroker /'ਪੌਨਬਰਅਉਕਅ*/ *n* ਸ਼ਾਹੂਕਾਰ

pax /ਪੈਕਸ/ *n* ਈਸਾ ਦੇ ਸੂਲੀ ਚੜ੍ਹਨ ਦੀ ਤਸਵੀਰ ਵਾਲੀ ਟਿੱਕੀ ਜਿਸ ਨੂੰ ਪਾਦਰੀ ਅਤੇ ਸੰਗਤ ਚੁੰਮਦੀ ਹੈ, ਸ਼ਾਂਤੀ ਚੁੰਮਣ ਜਾਂ ਛੋਹ; ਸ਼ਾਂਤੀ, ਸੰਧੀ, ਸੁਲ੍ਹਾ; ਸਲੀਬੀ ਫੱਟੀ

pay /ਪੇਇ/ *v* ਵੇਤਨ ਤਨਖ਼ਾਹ ਜਾਂ ਮਜ਼ਦੂਰੀ ਦੇਣਾ; ਅਦਾ ਕਰਨਾ, ਭੁਗਤਾਉਣਾ, ਚੁਕਾਉਣਾ; ਬਦਲਾ ਦੇਣਾ, ਪ੍ਰਤਿਫਲ ਦੇਣਾ; ਇਨਾਮ ਦੇਣਾ; ਅਰਪਣ ਕਰਨਾ; (ਵਪਾਰ) ਲਾਭ ਹੋਣਾ; ਪਤੰਗ ਆਦਿ ਦੀ ਡੋਰ ਛੱਡਣਾ, ਢਿੱਲੀ ਕਰਨਾ, ਹਟਾਉਣਾ; ਪੈਸਾ ਭਰਨਾ, ਮੁੱਲ ਤਾਰਨਾ, ਕੀਮਤ ਦੇਣਾ; ਦੰਡਤ ਹੋਣਾ, ਸਜ਼ਾ ਪਾਉਣਾ *n* ਮਿਹਨਤਾਨਾ, ਤਨਖ਼ਾਹ

payable /'ਪੇਇਅਬਲ/ *a* ਦਿੱਤਾ ਜਾਣ ਯੋਗ; ਭੁਗਤਾਨਯੋਗ, ਅਦਾਇਗੀ ਯੋਗ

payee /,ਪੇਇ'ਈ/ *n* (ਪੈਸਾ)ਲੈਣ ਵਾਲਾ, ਪ੍ਰਾਪਤ ਕਰਤਾ

payer /'ਪੇਇਅ*/ *n* ਦੇਣ ਵਾਲਾ, ਭੁਗਤਾਨ ਕਰਨ ਵਾਲਾ, ਦਾਤਾ

paying /ਪੇਇਇਙ/ *a* ਲਾਭਦਾਇਕ, ਫ਼ਾਇਦੇਮੰਦ

payload /'ਪੇਇਲਅਉਡ/ *n* ਭਾੜੇ 'ਤੇ ਢੋਇਆ ਮਾਲ, ਢੋਏ ਗਏ ਮਾਲ ਦਾ ਕੁਲ ਭਾੜਾ

payment /'ਪੇਇਮਅਨਟ/ *n* ਭੁਗਤਾਨ, ਅਦਾਇਗੀ, ਦਿੱਤੀ ਗਈ ਰਕਮ, ਚੁਕੌਤੀ

paynim /'ਪੇਇਨਿਮ/ *n* (ਪਰਾ) ਬੇਦੀਨ, ਕਾਫ਼ਰ

pay-off /'ਪੇਇਔਫ਼/ *n* ਕੰਮ ਕਰਾਉਣ ਲਈ ਦਿੱਤਾ ਧਨ, ਵੱਢੀ; ਪੈਸਾ ਦੇ ਕੇ ਕਿਸੇ ਤੋਂ ਨੌਕਰੀ ਛਡਾਉਣ ਲਈ ਦਿੱਤਾ ਗਿਆ ਉਤਸ਼ਾਹ

payroll /'ਪੇਇਰਅਉਲ/ *n* (ਤਨਖ਼ਾਹ ਲੈਣ ਵਾਲੇ ਕਰਮਚਾਰੀਆਂ ਦੀ) ਤਨਖ਼ਾਹ ਸੂਚੀ, ਕੁਲ ਦਿੱਤੀ ਜਾਂਦੀ ਤਨਖ਼ਾਹ, ਤਨਖ਼ਾਹ ਦਾ ਲੇਖਾ-ਪੱਤਾ

payslip /'ਪੇਇਸਲਿਪ/ *n* (ਕਰਮਚਾਰੀ ਦੀ) ਬਣਦੀ ਤਨਖ਼ਾਹ ਦੀ ਜਾਣਕਾਰੀ ਦੀ ਸੂਚਨਾ ਪਰਚੀ, ਵੇਤਨ-ਪਰਚੀ

pea /ਪੀ/ *n* ਮਟਰ (ਪੌਦਾ ਜਾਂ ਦਾਣਾ)

peace /ਪੀਸ/ *n* ਅਮਨ, ਸ਼ਾਂਤੀ, ਮੇਲ-ਮਿਲਾਪ, ਮਿੱਤਰਤਾ, ਸੁਲ੍ਹਾ; ਅਰਾਮ, ਵਿਸ਼ਰਾਮ, ਚੈਨ; ਖ਼ਾਮੋਸ਼ੀ; ਸਥਿਰਤਾ, ਮਾਨਸਿਕ ਸ਼ਾਂਤੀ, ਸਕੂਨ

peaceful /'ਪੀਸਫ਼ਲ/ *a* ਸ਼ਾਂਤੀ ਪ੍ਰੇਮੀ, ਸ਼ਾਂਤ, ਠਰ੍ਹੰਮੇ ਵਾਲਾ, ਸ਼ਾਂਤੀਪੂਰਨ, ਸ਼ਾਂਤੀਮਈ

peacefulness /'ਪੀਸਫ਼ਲਨਅਸ/ *n* ਸ਼ਾਂਤੀ, ਸ਼ਾਂਤੀਪੂਰਨਤਾ

peacekeeping /'ਪੀਸਕੀਪਿਙ/ *a* ਇਲਾਕੇ ਵਿੱਚ ਸ਼ਾਂਤ ਵਾਤਾਵਰਨ ਕਰਨ ਸੰਬੰਧੀ, ਲੜਾਈ ਝਗੜੇ ਬੰਦ ਕਰਨ ਬਾਰੇ, ਫ਼ੌਜਾਂ ਦੀ ਆਪਸੀ ਲੜਾਈ ਰੋਕਣ ਲਈ

peaceless /'ਪੀਸਲਅਸ/ *a* ਅਸ਼ਾਂਤ, ਅਸ਼ਾਂਤੀਪੂਰਨ, ਬੇਅਰਾਮ

peace pipe *n* (ਸੁਲ੍ਹਾ ਕਰਨ ਵੇਲੇ ਦਾ, ਰੈਡੱ ਇੰਡੀਅਨਸ ਦਾ) ਸਾਂਝਾ ਹੁੱਕਾ

peach /ਪੀਚ/ *n* ਆੜੂ; (ਅਪ) ਸਰਬਉੱਚ ਆਦਮੀ; ਅਤਿ ਸੁੰਦਰ ਕੁੜੀ *v* ਜਸੂਸ ਬਣਨਾ, ਮੁਖ਼ਬਰ ਹੋਣਾ; ਸ਼ਿਕਾਇਤ ਕਰਨਾ

peacher /ਪੀਚਅ*/ *n* ਜਸੂਸ, ਮੁਖ਼ਬਰ

peacock /'ਪੀਕੌਕ/ *n* ਮੋਰ, ਤਾਊਸ *v* ਮੋਰ ਦੇ ਖੰਭਾਂ ਨਾਲ ਸਜਾਉਣਾ; ਸ਼ਿੰਗਾਰ ਕਰਨਾ; ਪ੍ਰਦਰਸ਼ਨ ਕਰਨਾ, ਦਿਖਾਵਾ ਕਰਨਾ; ਆਕੜ ਕੇ ਤੁਰਨਾ; ਮੜਕ ਨਾਲ ਤੁਰਨਾ

peacock blue *n* (ਰੰਗ) ਮੋਰਪੱਖੀ

peafowl /'ਪੀਫ਼ਾਉਲ/ *n* ਮੋਰ ਜਾਂ ਮੋਰਨੀ

peahen /'ਪੀਹੈਨੰ/ *n* ਮੋਰਨੀ

pea jacket /'ਪੀ ਜੈਕਿਟ/ *n* ਸਮੁੰਦਰੀ ਸਫ਼ਰ ਵੇਲੇ ਪਹਿਨਣ ਵਾਲਾ ਮੋਟੇ ਕੱਪੜੇ ਦਾ ਓਵਰਕੋਟ, ਸਮੁੰਦਰੀ ਕੋਟ

peak /ਪੀਕ/ *n* ਚੋਟੀ, ਸਿਖਰ, ਸਿਰਾ, ਪਰਬਤ ਦੀ ਟੀਸੀ; ਨੋਕ, ਨੁੱਕਰ; (ਸਮੁੰਦਰੀ ਜਹਾਜ਼ ਦਾ ਅੰਦਰਲਾ ਭੀੜਾ ਹਿੱਸਾ *v* ਜਹਾਜ਼ ਨੂੰ ਮਸਤੂਲ ਦੇ ਸਹਾਰੇ ਅੱਗੇ ਪਿੱਛੇ ਝੁਕਾਉਣਾ; ਵੇਲ੍ਹ ਮੱਛੀ ਦਾ ਪੂਛ ਚੁੱਕਣਾ, ਗੋਤਾ ਲਾਉਣ ਵੇਲੇ ਸਿੱਧੇ ਖੜ੍ਹੇ ਹੋ ਜਾਣਾ

peal /ਪੀਲ/ *n* (ਘੰਟੇ ਘੰਟੀਆਂ ਦਾ) ਨਾਦ; ਟੁਣਕਾਰ, ਝਣਕਾਰ, ਟਣਟਣਾਹਟ, ਝੁਣਝੁਣਾਹਟ; ਘੰਟੀਆਂ, ਘੰਟੀਆਂ ਦੀ ਕਤਾਰ; ਬੱਦਲ ਦੀ ਗਰਜ; ਠਾਹ-ਠਾਹ ਕਰਕੇ ਹੱਸਿਆ ਹਾਸਾ *v* ਟੁਣਕਣਾ, ਝੁਣਝੁਣਾਉਣਾ, ਗੱਜਣਾ, ਕੜਕਣਾ; ਕੜਕ ਕੇ ਬੋਲਣਾ

peanut /'ਪੀਨਅੱਟ/ *n* ਮੂੰਗਫਲੀ

pear /ਪੇਅ*/ *n* ਨਾਸ਼ਪਾਤੀ; ਨਾਸ਼ਪਾਤੀ ਦੇ ਆਕਾਰ ਦੀ ਮਿਠਿਆਈ

pearl /ਪਅ:ਲ/ *n* ਮੋਤੀ, ਮਣੀ, ਰਤਨ, ਬਹੁਮੁੱਲਾ ਪਦਾਰਥ; ਛੋਟਾ ਟਾਈਪ, ਮੋਤੀਆ ਟਾਈਪ; ਸੂਖਮ ਕਣ *v* ਮੋਤੀ ਛਿੜਕਣਾ; ਮੋਤੀ ਦਾ ਰੰਗ ਦੇਣਾ; ਮੋਤੀਆਂ ਵਾਂਗ ਡਿਗਣਾ; ਮੋਤੀਆਂ ਵਰਗੇ ਬਿੰਦੂ ਬਣਾਉਣਾ, ਸਿੱਪੀਆਂ ਚੁਗਣਾ

pearmain /'ਪਅ:ਮੇਇਨ/ *n* ਇੱਕ ਤਰ੍ਹਾਂ ਦਾ ਸੇਬ

peasant /'ਪੈਜ਼ੰਨਟ/ *n* ਕਿਸਾਨ, ਹਲਵਾਹਕ; ਪੇਂਡੂ, ਗ੍ਰਾਮੀਣ ਆਦਮੀ

peasantry /'ਪੈਜ਼ੰਨਟਰਿ/ *n* ਕਿਸਾਨੀ, ਕਿਸਾਨ ਵਰਗ

peat /ਪੀਟ/ *n* ਕੋਲੇ ਵਰਗਾ ਇੱਕ ਪਦਾਰਥ, ਕੱਚਾ ਕੋਲਾ

pebble /'ਪੈਬੱਲ/ *n* ਠੀਕਰੀ, ਰੋੜਾ, ਕੰਕਰ; ਬਲੌਰ, ਰਤਨ; ਐਨਕ ਦਾ ਸ਼ੀਸ਼ਾ

peccable /'ਪੈਕੱਅਬਲ/ *a* ਪਾਪੀ, ਅਪਰਾਧੀ, ਪਾਪ ਅਧੀਨ, ਪਾਪਵੱਸ

peccadillo /,ਪੈਕੱਅ'ਡਿਲਅਓ/ *n* ਸਧਾਰਨ ਅਪਰਾਧ, ਮਾਮੂਲੀ ਦੋਸ਼

peccant /'ਪੈਕ(ਅ)ਨਟ/ *a* ਦੁਸ਼ਟ, ਪਾਪੀ, ਦੋਸ਼ੀ, ਅਪਰਾਧੀ, ਗੁਨਾਹਗਾਰ; ਰੋਗੀ; ਦੂਸ਼ਿਤ, ਵਿਕ੍ਰਿਤ

peccary /'ਪੈੱਕਅਰਿ/ *n* ਸੂਰ ਵਰਗਾ ਇੱਕ ਜਾਨਵਰ

peccavi /ਪੈ'ਕਾਵਿ/ *n* ਪਾਪ ਦੀ ਸਵੀਕ੍ਰਿਤੀ

peck /ਪੈੱਕ/ *n* ਦੋ ਗੈਲਨ ਦਾ ਮਾਪ; ਇਸ ਮਾਪ ਦਾ ਭਾਂਡਾ; ਛੇਤੀ ਲਈ ਚੁੰਮੀ; (ਅਪ) ਭੋਜਨ, ਖਾਣਾ *v* ਚੁੰਝਾਂ ਮਾਰ ਕੇ ਮੋਰੀ ਕਰਨਾ, ਠੂੰਗਾਂ ਮਾਰਨਾ, ਕਾਹਲੀ ਨਾਲ ਚੁੰਮੀ ਲੈਣਾ; ਕਿਸੇ ਤਿੱਖੀ ਚੀਜ਼ ਨਾਲ ਖੋਤਣਾ, ਤੋੜਨਾ; ਪੱਥਰ ਸੁੱਟਣਾ

pectoral /'ਪੈੱਕਟਅਰਅਲ/ *a* ਛਾਤੀ ਦਾ (ਸਜਾਵਟੀ ਕਵਚ) *n* ਛਾਤੀ ਦੀ ਦਵਾਈ

pectus /'ਪੈਕਟਅਸ/ *n* ਛਾਤੀ, ਸੀਨਾ

peculate /'ਪੈੱਕਯੁਲੇਇਟ/ *v* ਚੁਰਾਉਣਾ, ਗਬਨ ਕਰਨਾ, ਮੁੱਛਣਾ, ਖੁਰਦ-ਬੁਰਦ ਕਰਨਾ

peculiar /ਪਿ'ਕਯੂਲਿਅ*/ *n* ਨਿੱਜੀ ਜਾਇਦਾਦ; ਵਿਸ਼ੇਸ਼ ਅਧਿਕਾਰ; ਵਿਸ਼ੇਸ਼ ਸੁਵਿਧਾ *a* ਵਿਸ਼ੇਸ਼, ਨਿੱਜੀ, ਵਿਅਕਤੀਗਤ; ਅਸਾਧਰਨ, ਅਨੋਖਾ, ਨਿਰਾਲਾ, ਅਵੱਲਾ, ਅਨੂਠਾ, ਅਜੀਬ

peculiarity /ਪਿ,ਕਯੂਲਿ'ਐਰਅਟਿ/ *n* ਵਿਸ਼ੇਸ਼ਤਾ, ਵਿਲੱਖਣਤਾ, ਅਸਧਾਰਨਤਾ, ਅਨੋਖਾਪਣ

pecuniary /ਪਿ'ਕਯੂਨਿਅਰਿ/ *a* ਮਾਲੀ, ਰੁਪਈਏ ਪੈਸੇ ਦਾ, ਧਨ ਦਾ, ਧਨ ਸੰਬੰਧੀ, ਆਰਥਿਕ, ਮਾਇਕ; ਆਰਥਿਕ ਦੰਡ ਸੰਬੰਧੀ, ਤਾਵਾਨੀ

pecuniary aid *a* ਮਾਇਕ ਜਾਂ ਆਰਥਿਕ ਸਹਾਇਤਾ

pecuniary loss *n* ਮਾਇਕ ਜਾਂ ਆਰਥਿਕ ਘਾਟਾ

pecuniary penalty *n* ਮਾਇਕ ਦੰਡ

pecuniary success *n* ਆਰਥਿਕ ਸਫਲਤਾ

ped /ਪੈਡ/ *n* ਬਾਂਸ ਦੀ ਪਟਾਰੀ, ਟੋਕਰੀ

pedagogic /ˌ**ਪੈਡਅ'ਗੌਜਿਕ**/ *a* ਅਧਿਐਨ ਵਿਧੀ ਨਾਲ ਸੰਬੰਧਿਤ, ਤਾਲੀਮੀ, ਅਧਿਆਪਕੀ

pedagogue /'**ਪੈਡਅਗੌਗ**/ *n* ਬੱਚਿਆਂ ਦਾ ਉਸਤਾਦ, ਬਾਲ ਅਧਿਆਪਕ, ਬਾਲ ਸਿੱਖਿਅਕ

pedal /'**ਪੈਡ਼ਲ**/ *n* ਵਾਜੇ ਦੀਆਂ ਖੂੰਟੀਆਂ ਜਾਂ ਕਿੱਲੀਆਂ ਨੂੰ ਖਿੱਚਣ ਵਾਲਾ ਯੰਤਰ, ਆਰਗਨ ਵਾਜੇ ਦਾ ਉਹ ਪਰਦਾ ਜੋ ਪੈਰ ਨਾਲ ਹਿਲਾਇਆ ਜਾਂਦਾ ਹੈ, ਪਦ ਯੰਤਰ; ਪਾਇਦਾਨ; ਸਾਈਕਲ ਆਦਿ ਦਾ ਪੈਡਲ *vt* ਵਾਜੇ ਨੂੰ ਵਜਾਉਣਾ, ਪੈਡਲ ਨਾਲ ਵਾਜਾ ਵਜਾਉਣਾ; ਪੈਡਲ ਨੂੰ ਚਲਾਉਣਾ *a* ਪੈਰ ਦਾ, ਪੈਰ ਸੰਬੰਧੀ

pedant /'**ਪੈਡੱਨਟ**/ *n* ਵਿਦਵਤਾ ਅਭਿਮਾਨੀ; ਸਿਧਾਂਤਵਾਦੀ, ਅਸੂਲਪ੍ਰਸਤ

pedantic /**ਪਿ'ਡੈਨਟਿਕ**/ *a* ਗਿਆਨ ਅਭਿਮਾਨੀ; ਪੰਡਤਾਊ, ਸਿਧਾਂਤਵਾਦੀ

pedantry /'**ਪੈਡੱਨਟਰਿ**/ *n* ਵਿਦਵਤਾ ਅਭਿਮਾਨ; ਪੰਡਤਾਊਪੁਣਾ

peddle /'**ਪੈਡ਼ਲ**/ *v* ਘਟੀਆ ਕੰਮਾਂ ਵਿੱਚ ਰੁੱਝੇ ਰਹਿਣਾ; ਥੋੜ੍ਹਾ-ਥੋੜ੍ਹਾ ਕਰਕੇ ਵੇਚਣਾ ਜਾਂ ਖ਼ਰੀਦਣਾ, ਫੁਟਕਲ ਵੇਚਣਾ, ਫੇਰੀ ਲਾਉਣਾ; ਹੌਲੀ-ਹੌਲੀ ਵਿਚਾਰ ਪ੍ਰਗਟ ਕਰਨਾ

peddler /'**ਪੈਡੱਲਅ***/ *n* ਗ਼ੈਰਕਨੂੰਨੀ ਨਸ਼ੀਲੇ ਪਦਾਰਥ ਵੇਚਣ ਵਾਲਾ ਬੰਦਾ; ਫੇਰੀ ਲਾਉਣ ਵਾਲਾ, ਘੁੰਮ ਫਿਰ ਕੇ ਛੋਟਾ ਮੋਟਾ ਸਮਾਨ ਵੇਚਣ ਵਾਲਾ ਬੰਦਾ

pedestal /'**ਪੈੱਡਿਸਟਲ**/ *n* ਚੌਕੀ, ਬੁੱਤ ਦੀ ਚੌਕੀ; (ਮਕਾਨ ਦੀ ਜਾਂ ਥੰਮ੍ਹ ਦੀ) ਕੁਰਸੀ, ਆਧਾਰ, ਨੀਂਹ, ਬੁਨਿਆਦ *v* ਆਧਾਰਿਤ ਕਰਨਾ; ਪਾਵੇ ਦੇ ਸਹਾਰੇ ਟਿਕਾਉਣਾ ਜਾਂ ਸਥਿਰ ਕਰਨਾ, ਸਹਾਰਾ ਦੇਣਾ

pedestrian /**ਪਅ'ਡੈਸੱਟਰਿਅਨ**/ *n* ਪੈਦਲ (ਯਾਤਰੀ), ਪਿਆਦਾ (ਵਿਅਕਤੀ) *a* ਗਮਨ ਸੰਬੰਧੀ; ਖੁਸ਼ਕ ਅਤੇ ਨੀਰਸ; ਉਤਸ਼ਾਹਹੀਣ, ਪ੍ਰੇਰਨਾਹੀਣ, ਬੇਮਜ਼ਾ, ਬੇਸੁਆਦ

pedicel, pedicle /'**ਪੈੱਡਿਸਲ**, '**ਪੈੱਡਿਕਲ**/ *n* ਫੁੱਲ ਦੀ ਡੰਡੀ

pedigree /'**ਪੈੱਡਿਗਰੀ**/ *n* ਬੰਸਾਵਲੀ, ਕੁਰਸੀਨਾਮਾ, ਸ਼ਜਰਾ ਨਸਬ, ਨਸਬਨਾਮਾ; ਨਸਲ, ਖ਼ਾਨਦਾਨ, ਕੁਲ, ਪੀੜ੍ਹੀ, ਬੰਸ; (ਸ਼ਬਦ ਦੀ) ਵਿਉਤਪਤੀ

pedigreed /'**ਪੈੱਡਿਗਰੀਡ**/ *n* ਕੁਲੀਨ, ਖ਼ਾਨਦਾਨੀ

pedimanous /**ਪਿ'ਡਿਮਅਨਅਸ**/ *a* ਪੈਰਾਂ ਵਰਗੇ ਹੱਥਾਂ ਵਾਲਾ

pediment /'**ਪੈੱਡਿਮਅਨਟ**/ *n* (ਯੂਨਾਨੀ ਢੰਗ ਦੀ) ਮਕਾਨ ਦੇ ਅਗਲੇ ਭਾਗ ਵਿੱਚ ਬਣਾਈ ਤਿਕੋਣੀ ਡਾਟ; (ਦਰਵਾਜ਼ੇ ਜਾਂ ਬਾਰੀਆਂ ਦੇ ਉੱਤੇ ਬਣੀ) ਡਾਟ, ਚਾਪ

pedlar /'**ਪੈਡੱਲਅ***/ *n* ਫੇਰੀ ਵਾਲਾ, ਛਾਬੜੀ ਵਾਲਾ; ਛੋਟਾ ਵਪਾਰੀ, ਖਿਸਾਤੀ; ਸੰਵਾਦਦਾਤਾ, (ਅਫ਼ਵਾਹ) ਫੈਲਾਉਣ ਵਾਲਾ ਬੰਦਾ

pedobaptism /ˌ**ਪੈਡੱਅ(ਉ)'ਬੈਪਟਿਜ਼ਅਮ**/ *n* ਬਾਲ ਬਪਤਿਸਮਾ; ਲੜਕਿਆਂ ਦਾ ਬਪਤਿਸਮਾ

pedologist /**ਪਿ'ਡੌਲਅਜਿਸਟ**/ *n* ਮਿੱਟੀ ਵਿਗਿਆਨੀ

pedology /**ਪਿ'ਡੌਲਅਜਿ**/ *n* ਮਿੱਟੀ ਵਿਗਿਆਨ, ਭੂਮੀ ਵਿਗਿਆਨ

pedometer /**ਪੈ'ਡੌਮਿਟਅ***/ *n* ਯਾਤਰਾ ਮਾਪਕ ਯੰਤਰ, ਦੂਰੀ ਮਾਪਕ ਯੰਤਰ

pedrail /'**ਪੈਡੱਰੇਇਲ**/ *n* ਇੱਕ ਪ੍ਰਕਾਰ ਦਾ ਟ੍ਰੈਕਟਰ, ਪੈਡਰੇਲ

peduncle /**ਪਿ'ਡਅੱਙਕਲ**/ *n* ਫੁੱਲ ਦੀ ਡੰਡੀ; ਉਹ ਡਾਲੀ ਜਿਸ ਉੱਤੇ ਕਈ ਫੁੱਲ ਡੰਡੀਆਂ ਲੱਗੀਆਂ ਹੋਣ

pee /**ਪੀ**/ *n* (ਬੋਲ) ਮੂਤ ਮੂਤਣਾ

peek /**ਪੀਕ**/ *n* ਝਾਤੀ, ਝਾਕ

peekaboo /ˌ**ਪੀਕਅ'ਬੂ**/ *n* ਬੱਚੇ ਨੂੰ ਖ਼ੁਸ਼ ਕਰਨ ਲਈ 'ਝਾਤ ਮਾਈ'

peel /**ਪੀਲ**/ *n* ਸਰਹੱਦੀ ਮਿਨਾਰ, ਸੀਮਾ ਥੰਮ੍ਹ; ਨਾਨ ਬਾਈ ਦੀ ਕੜਛੀ, ਡਬਲਰੋਟੀਆਂ ਬਣਾਉਣ ਵਾਲੇ ਦਾ ਬੇਲਚਾ, ਰੋਟੀ ਵਾਲੇ ਦੀ ਰੱਸੀ; ਛਿਲਕਾ *v* ਫਲ ਦਾ ਛਿੱਲੜ ਲਾਹੁਣਾ, (ਰੁੱਖਾਂ, ਪਸ਼ੂਆਂ ਆਦਿ

ਦੀ) ਛਿੱਲ ਜਾਂ ਖੱਲ ਲਾਹੁਣਾ, ਛਿੱਲਣਾ, ਉਧੇੜਨਾ; ਉੱਧੜਨਾ, ਛਿੱਲ ਵਾਂਗ ਲਹਿ ਜਾਣਾ, ਨੰਗਾ ਕਰਨਾ ਜਾਂ ਹੋਣਾ

peeler /'ਪੀਲਅ*/ *n* ਛਿੱਲਣ ਵਾਲਾ; ਛਿੱਲਣ ਯੰਤਰ, ਛਿੱਲਣ ਦਾ ਸੰਦ; (ਬੋਲ) ਪੁਲਿਸ ਦਾ ਸਿਪਾਹੀ

peeling /'ਪੀਲਿਙ/ *n* ਉੱਤਰਿਆ ਛਿਲਕਾ ਜਾਂ ਛਿੱਲ, ਛਿੱਲੜ ਲਾਹੁਣ ਦੀ ਕਿਰਿਆ

peen /ਪੀਨ/ *n* ਹਥੌੜੇ ਦਾ ਉਲਟਾ ਸਿਰਾ

peep /ਪੀਪ/ *n* 'ਚੂੰ-ਚੂੰ ਚੀਂ-ਚੀਂ' ਦੀ ਅਵਾਜ਼; ਲੁਕਵੀਂ ਨਜ਼ਰ, ਝਾਤੀ, ਚੋਰ ਅੱਖ; ਉਦੈ, ਆਗਮ *v* 'ਚੀਂ ਚੀਂ' ਕਰਨਾ, ਚੀਕਣਾ; ਚੋਰ ਅੱਖ ਨਾਲ ਵੇਖਣਾ, ਲੁਕ ਕੇ ਵੇਖਣਾ, ਝਾਕਣਾ; ਝਲਕ ਪੈਣਾ, ਪ੍ਰਗਟ ਹੋਣਾ, ਉਦੈ ਹੋਣਾ; (ਕਲੀ ਜਾਂ ਫੁੱਲ ਦਾ) ਥੋੜ੍ਹਾ-ਥੋੜ੍ਹਾ ਖਿੜਨਾ, ਫੁੱਟਣਾ

peeper /'ਪੀਪਅ*/ *n* ਲੁਕ-ਲੁਕ ਕੇ ਝਾਕਣ ਵਾਲਾ; (ਅਪ) ਨੈਣ, ਅੱਖ

Peeping Tom /ˌਪੀਪਿਙ 'ਟੌਮ/ *n* ਝਾਤੀ ਮਾਰਨ ਵਾਲਾ, ਕਨਰਸੀਆ

peep-o-day /ˌਪੀਪਅ'ਡੇਇ/ *n* ਸਵੇਰਾ, ਤੜਕਾ, ਸਾਝਰਾ, ਪ੍ਰਭਾਤ, ਊਸ਼ਾ

peer /ਪਿਅ*/ *n* (ਪਦ, ਸ਼੍ਰੇਣੀ ਆਦਿ ਦੇ ਪੱਖੋਂ) ਬਰਾਬਰ ਦਾ ਆਦਮੀ; (ਮਾਰਕੁਈਸ, ਅਰਲ ਆਦਿ) ਉਪਾਧੀਆਂ ਧਾਰਨ ਕਰਨ ਵਾਲਾ ਆਦਮੀ, ਕੁਲੀਨ, ਰਈਸ, ਲਾਰਡ *v* ਬਰਾਬਰ ਕਰਨਾ ਜਾਂ ਹੋਣਾ; ਕਿਸੇ ਆਦਮੀ ਨੂੰ ਸੱਭਿਆ ਸਮਾਜ ਵਿੱਚ ਸ਼ਾਮਲ ਕਰਨਾ; ਅਮੀਰ ਜਾਂ ਲਾਰਡ ਬਣਾਉਣਾ; ਤੱਕਣਾ, ਝਾਕਣਾ, ਧਿਆਨ ਨਾਲ ਵੇਖਣਾ; ਪ੍ਰਗਟ ਹੋਣਾ, ਦਿਸਣਾ, ਝਲਕਣਾ

peeve /ਪੀਵ਼/ *v* ਦੁਖੀ ਹੋਣਾ ਜਾਂ ਕਰਨਾ; ਉਤੇਜਿਤ ਹੋਣਾ ਜਾਂ ਕਰਨਾ; ਸੜਨਾ ਜਾਂ ਸਾੜਨਾ, (ਮਨ) ਕੁੜ੍ਹਨਾ

peevish /'ਪੀਵ਼ਿਸ਼/ *a* ਖਿਝੂ, ਰੁੱਖਾ, ਚਿੜਚਿੜਾ; ਕੁੜ੍ਹਨ ਵਾਲਾ

peg /ਪੈੱਗ/ *n* ਮੇਖ, ਕਿੱਲ, ਕਿੱਲੀ, ਖੂੰਟੀ, ਖੂੰਟਾ; ਸ਼ਰਾਬ ਦਾ ਪਿਆਲਾ, ਪੈੱਗ *vt* ਕਿੱਲ ਨਾਲ ਜੜਨਾ, ਮੇਖ ਨਾਲ ਜੜਨਾ; ਨਿਸ਼ਾਨਾ ਮਾਰਨਾ; ਕਿੱਲੀਆਂ ਗੱਡ ਕੇ ਹੱਦਬੰਦੀ ਬਣਾਉਣਾ; (ਤਾਸ਼ ਖੇਡਣ ਵਿੱਚ) ਮੇਖ ਨਾਲ ਹਾਰ ਜਿੱਤ ਦੇ ਨਿਸ਼ਾਨ ਲਾਉਣਾ

pegamoid /'ਪੈੱਗਅਮੌਇਡ/ *n* ਨਕਲੀ ਚੰਮ, ਪੈਗੇਮਾਇਡ

peignoir /'ਪੇਇਨਵਾ*/ *n* ਜ਼ਨਾਨਾ ਖੁੱਲ੍ਹਾ ਡਰੈਸਿੰਗ ਗਾਊਨ

peirastic /ਪਾਇ'ਰੈਸਟਿਕ/ *a* ਪ੍ਰਯੋਗਾਤਮਿਕ, ਅਨੁਭਵਾਤਮਿਕ, ਅਨੁਭਵ ਰੂਪ ਵਿੱਚ

pejorate /'ਪੀਜਅਰੇਇਟ/ *vt* ਕਿਸੇ ਨੂੰ ਘਟੀਆ ਸਿੱਧ ਕਰਨਾ, ਗੁਣ ਘਟਾਉਣਾ, ਦੋਸ਼ਪੂਰਨ ਬਣਾਉਣਾ

pejorative /ਪਿ'ਜੌਰਅਟਿਵ਼/ *a* ਚੁਭਵੀਂ (ਗੱਲ), ਦੋਸ਼ ਪੂਰਨ (ਤਾਅਨਾ), ਘਟੀਆ, ਨੀਚ

Pekin, Peking /ˌਪੀ'ਕਿਨ, ˌਪੀ'ਕਿਙ/ *n* ਪੇਕਿਨ, ਬੀਜਿੰਗ

Pekinese, Pekingese /ˌਪੀਕਿ'ਨੀਜ਼/ *n* ਪੇਕਿਨ (ਚੀਨ) ਵਿੱਚ ਮਿਲਦਾ ਕੁੱਤਾ *a* ਪੇਕਿਨ ਦਾ, ਪੇਕਿੰਗਵਾਸੀ, ਬੀਜਿੰਗਵਾਸੀ

pekoe /'ਪੀਕਅਉ/ *n* ਉੱਤਮ ਪ੍ਰਕਾਰ ਦੀ ਕਾਲੀ ਚਾਹ, ਪੇਕੋ

pelagian /ਪਿ'ਲੇਇਜਿਅਨ/ *n* ਸਮੁੰਦਰ ਦਾ ਵਾਸੀ ਜਾਂ ਜੀਵ *a* ਸਮੁੰਦਰੀ (ਵਿਅਕਤੀ), ਸਾਗਰੀ

pelerine /'ਪੈੱਲਅਰੀਨ/ *n* ਇਸਤਰੀਆਂ ਦਾ ਗੁਲੂਬੰਦ

pelf /ਪੈੱਲਫ/ *n* ਧਨ, ਦੌਲਤ, ਮਾਇਆ

pelican /'ਪੈੱਲਿਕਅਨ/ *n* ਮੱਛੀਆਂ ਖਾਣ ਵਾਲਾ ਜਲ ਪੰਛੀ, ਪੈਲੀਕਨ

pelisse /ਪਅ'ਲੀਸ/ *n* ਜ਼ਨਾਨਾ ਚੋਗਾ; ਸੈਨਿਕਾਂ ਦੇ ਪਹਿਨਣ ਵਾਲੀ ਸਮੂਰ ਦੀ ਜੈਕਟ; ਫ਼ੌਜੀ ਅਫ਼ਸਰਾਂ ਦੀ ਸਮੂਰੀ ਹਾਸ਼ੀਏ ਵਾਲੀ ਵਰਦੀ

pellet /'ਪੈੱਲਿਟ/ *n* ਕਾਗਜ਼ ਜਾਂ ਰੂੰ ਦੀ ਗੋਲੀ; ਗੁਲੇਲਾ, ਗੋਲੀ; ਦਵਾਈ ਦੀ ਗੋਲੀ; ਛੋਟਾ ਛੱਰਾ; ਸਿੱਕਿਆਂ ਉੱਤੇ ਗੋਲ ਫੁੱਲ *vt* (ਵਿਸ਼ੇਸ਼ ਕਾਗਜ਼ ਦੀ) ਗੋਲੀ ਜਾਂ ਗੁਲੇਲੀ ਨਾਲ ਭਰਨਾ, (ਕਾਗਜ਼

ਜਾਂ ਰੂੰ ਦੀ) ਗੋਲੀ ਮਾਰਨਾ

pellicle /**'ਪੈੱਲਿਕਲ**/ *n* ਜਾਲਾ; ਸੂਖਮ ਚਮੜਾ; ਜਾਲੀ-ਝਿੱਲੀ

pell-mell /**ਪੈੱਲ'ਮੈੱਲ**/ *n* ਘਬਰਾਹਟ; ਗੜਬੜ, ਹੁੱਲੜ; ਝੜਪ, ਖਿੱਚੋਤਾਣ, ਕਸ਼ਮਕਸ਼; ਗੱਡ-ਮੱਡ, ਗੜਬੜ *a* ਉਲਟਾ ਸਿੱਧਾ *adv* ਹਫੜਾ-ਦਫੜੀ ਨਾਲ, ਬੇਤਰਤੀਬੀ ਨਾਲ

pellucid /**ਪਅ'ਲੂਸਿਡ**/ *a* ਨਿਰਮਲ, ਸਵੱਛ, ਪਾਰਦਰਸ਼ੀ; ਬਿਲੌਰੀ, ਸ਼ੀਸ਼ੇ ਵਰਗਾ; (ਸ਼ੈਲੀ) ਸਪਸ਼ਟ, ਸ਼ੁੱਧ; (ਵਿਚਾਰਾਂ ਵਿੱਚ) ਸੁਲਝਿਆ, ਸੁਲਝੇ ਦਿਮਾਗ਼ ਵਾਲਾ

Pelmanism /**'ਪੈੱਲਮਅਨਿਜ਼ਅਮ**/ *n* ਸਮਰਣ ਜਾਂ ਯਾਦ ਸ਼ਕਤੀ ਵਧਾਉਣ ਵਾਲੀ ਵੀਹਵੀਂ ਸਦੀ ਦੀ ਇੱਕ ਵਿਧੀ, ਪੇਲਮੈਨ ਪ੍ਰਨਾਲੀ

pelmet /**'ਪੈੱਲਮਿਟ**/ *n* (ਦਰਵਾਜ਼ੇ ਜਾਂ ਖਿੜਕੀ ਦੇ) ਪਰਦੇ ਉੱਪਰ ਲੱਗੀ ਫੱਟੀ

pelota /**ਪਅ'ਲੌਟਅ, ਪਅ'ਲਅਉਟਅ**/ *n* ਟੈਨਿਸ ਨਾਲ ਮਿਲਦੀ-ਜੁਲਦੀ ਇੱਕ ਖੇਡ

pelt /**ਪੈੱਲਟ**/ *n* ਭੇਡ ਜਾਂ ਬੱਕਰੀ ਦੀ ਵਾਲਾਂ ਸਣੇ ਖੱਲ, ਸਮੂਰ ਦੀ ਖੱਲ; ਜ਼ੋਰ ਦਾ ਮੀਂਹ; ਨਿਰੰਤਰ ਗੋਲੀਆਂ ਦੀ ਵਰਖਾ, ਗੋਲੀਆਂ ਦਾ ਮੀਂਹ *vt* ਘਣਘੋਰ ਮੀਂਹ ਵਰ੍ਹਨਾ; ਲਗਾਤਾਰ ਗੋਲੀ ਚੱਲਣਾ ਜਾਂ ਚਲਾਉਣਾ; ਗਾਲ੍ਹਾਂ ਦੀ ਵਰਖਾ ਕਰਨਾ; ਡਲੇ ਮਾਰਨਾ

pelta /**'ਪੈੱਲਟਅ**/ *n* (ਪਰਾ) ਛੋਟੀ ਢਾਲ

pelting /**ਪੈੱਲਟਿਙ**/ *n* ਗੋਲੀਆਂ ਦਾ ਮੀਂਹ, ਬੁਛਾੜ

peltry /**'ਪੈੱਲਟਰਿ**/ *n* ਵਾਲਾਂ ਵਾਲਾ ਚਮੜਾ, ਕੱਚਾ ਚਮੜਾ

pelvis /**'ਪੈੱਲਵ੍ਹਿਸ**/ *n* ਪੇਂਡੂ, ਦਿਹਾਤੀ, ਗ੍ਰਾਮੀਣ

pemmican /**'ਪੈੱਮਿਕਅਨ**/ *n* ਅਤਿ ਸੂਖਮ ਜਾਂ ਸੰਖੇਪ ਸਾਹਿਤ ਰਚਨਾ, ਸੰਖੇਪ ਨਿਬੰਧ; ਕੀਮੇ ਜਾਂ ਮਾਸ ਨਾਲ ਭਰੀ ਹੋਈ ਕਚੌਰੀ; (ਉੱਤਰੀ ਅਮਰੀਕਾ ਦੇ ਮੂਲ ਵਾਸੀਆਂ ਦੀ) ਇੱਕ ਵਿਸ਼ੇਸ਼ ਪ੍ਰਕਾਰ ਦੀ ਰੋਟੀ; ਸੌਗੀ ਪਾ ਕੇ ਤਲਿਆ ਗਾਂ ਦਾ ਮਾਸ

pemphigus /**'ਪੈੱਮਫ਼ਿਗਅਸ**/ *n* ਛਾਲਾ, ਫਫੋਲਾ

pen /**ਪੈੱਨ**/ *n* ਕਲਮ, ਹੋਲਡਰ, ਖੰਭ ਦੀ ਕਲਮ, ਪੈੱਨ; ਨਿਬੰਧ, ਲੇਖ, ਰਚਨਾ; ਰਚਨਾ ਸ਼ੈਲੀ; ਗਊਸ਼ਾਲਾ; ਛੋਟਾ ਵਾੜਾ *v* ਸਿਰਜਣਾ, ਰਚਨਾ, ਲਿਖਣਾ; ਰੋਕਣਾ, ਮੁੰਦਣਾ, ਬੰਦ ਕਰਨਾ; (ਹਾਤੇ ਨਾਲ) ਘੇਰਨਾ; ਛੇਕਣਾ

penal /**'ਪੀਨਲ**/ *a* ਦੰਡ ਸੰਬੰਧੀ, ਦੰਡਾਤਮਕ, ਦੰਡਕ, ਸਜ਼ਾ ਪਾਉਣ ਯੋਗ, ਦੰਡਯੋਗ

penal code *n* ਦੰਡ ਸੰਹਿਤਾ

penalize /**'ਪੀਨਅਲਾਇਜ਼**/ *vt* ਦੰਡ ਦੇਣਾ, ਸਜ਼ਾ ਦੇ ਯੋਗ ਠਹਿਰਾਉਣਾ, ਸਜ਼ਾ ਦੇਣਾ

penalty /**'ਪੈੱਨਅਲਟਿ**/ *n* ਜੁਰਮਾਨਾ, ਦੰਡ, ਪੈਨਲਟੀ, ਹਰਜਾਨਾ, ਤਾਵਾਨ, ਹਾਨੀ

penance /**'ਪੈੱਨਅਨਸ**/ *n* ਪ੍ਰਾਸ਼ਚਿਤ, ਪਛਤਾਵਾ, ਪਸ਼ਚਾਤਾਪ; ਤਪ, ਸਾਧਨਾ, ਤਪੱਸਿਆ *vt* ਪ੍ਰਾਸ਼ਚਿਤ ਕਰਨਾ; ਤਪ ਕਰਨਾ

penates /**ਪਿ'ਨਾਟੀਜ਼**/ *n* (ਰੋਮਨ ਪੁਰਾਣ) ਗ੍ਰਹਿ ਦੇਵਤਾ, ਕੁਲ ਦੇਵਤਾ

penchant /**'ਪਾਙਸ਼ਾਙ**/ *n* ਪ੍ਰਵਿਰਤੀ, ਝੁਕਾਅ, ਰੁਝਾਨ, ਰੁਚੀ

pencil /**'ਪੈੱਨਸਲ**/ *n* ਕੂਚੀ, ਬੁਰਸ਼; ਨੱਕਾਸ਼ੀ; ਚਿੱਤਰਕਾਰੀ ਦੀ ਸ਼ੈਲੀ; ਚਿੱਤਰਕਾਰਤਾ; ਪੈੱਨਸਿਲ; ਰੇਖਾ ਸੂਚੀ; ਪੈੱਨਸਿਲ ਦੀ ਆਕ੍ਰਿਤੀ ਦੀ ਵਸਤੂ *vt* ਪੈੱਨਸਿਲ ਨਾਲ ਚਿੰਨ੍ਹਣਾ, ਨਿਸ਼ਾਨ ਲਾਉਣਾ, ਸੰਖੇਪ ਲਿਖਣਾ; ਲਿਖ ਰੱਖਣਾ, ਦਰਜ ਕਰਨਾ

pendant /**'ਪੈੱਨਡਅਨਟ**/ *n* ਲਮਕਣ ਵਾਲਾ ਗਹਿਣਾ, ਝੁਮਕੇ, ਕਾਂਟੇ; ਜਹਾਜ਼ ਦਾ ਤਿਕੋਨਾ ਝੰਡਾ

pendency /**'ਪੈੱਨਡਅਨਸਿ**/ *n* ਲਟਕਾਅ, ਝੁਕਾਅ, ਅਨਿਰਨਾ, ਅਨਿਸ਼ਚਿਤਤਾ, ਦੁਬਿਧਾ, ਵਿਚਾਰ ਅਧੀਨਤਾ

pendent /**'ਪੈੱਨਡਅਨਟ**/ *a* ਲਟਕਦਾ, ਅਗਾਂਹ ਨੂੰ ਵਧਿਆ, ਅਨਿਸ਼ਚਿਤ, ਵਿਚਾਰ ਅਧੀਨ

pending /**'ਪੈੱਨਡਿਙ**/ *a* ਲਮਕਦਾ, ਅਨਿਸ਼ਚਿਤ, ਅਪੂਰਨ, ਸਥਗਿਤ, ਵਿਚਾਰ ਅਧੀਨ *prep* (ਸਮੇਂ) ਵਿੱਚ, ਦੇ ਦੌਰਾਨ

pendulous /**'ਪੈੱਨਡਯਅਲਅਸ**/ *a* ਝੂਲਦਾ, ਲਟਕਦਾ, ਚੱਲ, ਅਸਥਿਰ; ਵਿਚਾਰ ਅਧੀਨ

pendulum /'ਪੈਨੱਡਯਅਲਅਮ/ *n* (ਘੜੀ ਜਾਂ ਕਲਾਕ ਆਦਿ ਦਾ) ਪੈਂਡੂਲਮ, ਲਟਕਣ, ਲੰਗਰ; ਲਟਕਣ ਵਾਲੀ ਚੀਜ਼

penecontemporaneous /'ਪੈਨੱਅਕਅਨ, ਟੈਂਮਪਅ'ਰੇਇਨਿਅਸ/ *a* (ਭੂ) ਲਗਭਗ ਸਮਕਾਲੀ

Penelope /ਪਅ'ਨੈੱਲਅਪਿ/ *n* ਪਤੀਬਰਤਾ ਇਸਤਰੀ, ਸਤੀ ਸਵਿਤਰੀ, ਸਤਵੰਤੀ

peneplain /'ਪੀਨਿਪਲੇਇਨ/ *n* (ਭੂ) ਲਗਭਗ ਸਮਤਲ ਭੋਂ

penetrant /'ਪੈੱਨਿਟਰਅਨਟ/ *a* ਸੂਖਮਦਰਸ਼ੀ; ਤੀਖਣ, ਤਿੱਖਾ, ਸੂਖਮ, ਵੇਧਕ, ਪ੍ਰਵੇਸ਼ਕਾਰੀ

penetrate /'ਪੈਨੱਅਟਰੇਇਟ/ *v* ਆਰ-ਪਾਰ ਲੰਘਣਾ; ਪਹੁੰਚ ਹੋਣਾ, ਪ੍ਰਵੇਸ਼ ਕਰਨਾ, ਵਿੰਨ੍ਹਣਾ, ਘੁਸਣਾ, ਚੁੱਭਣਾ, ਸੱਲਣਾ, ਛੇਕਣਾ, ਮੋਰੀ ਕਰਨਾ, ਦਾਖ਼ਲ ਹੋਣਾ; ਅਸਰ ਪਾਉਣਾ, ਰੰਗਣਾ; ਬੁੱਝਣਾ, ਸਮਝਣਾ, ਪਤਾ ਕਰਨਾ, ਤਹਿ ਤੱਕ ਪੁੱਜਣਾ

penetrating /'ਪੈੱਨਿਟਰੇਇਟਿਙ/ *a* ਅੰਦਰ ਵੜਨ ਵਾਲਾ, ਅੰਤਰਪ੍ਰਵੇਸ਼ੀ; ਤੀਖਣ, ਤੀਬਰ, ਤੇਜ਼

penetration /ˌਪੈੱਨਿ'ਟਰੇਇਸ਼ਨ/ *n* ਪ੍ਰਵੇਸ਼, ਦਾਖ਼ਲਾ; ਬੁੱਧੀ ਦੀ ਤੀਖਣਤਾ

penfriend /'ਪੈਨੱਫ਼ਰੈਨੱਡ/ *n* ਚਿੱਠੀ ਪੱਤਰ ਲਿਖਣ ਵਾਲਾ ਦੋਸਤ, ਮਿੱਤਰ (ਜਿਸ ਨਾਲ ਕਦੀ ਮੇਲ ਨਾ ਹੋਇਆ ਹੋਵੇ)

penguin /'ਪੈਙੱਗਵਿਨ/ *n* ਇੱਕ ਸਮੁੰਦਰੀ ਜਲ ਪੰਛੀ ਜੋ ਉਡ ਨਹੀਂ ਸਕਦਾ, ਪੈਂਗੁਇਨ

penicillin /ˌਪੈੱਨਿ'ਸਿਲਿਨ/ *n* ਪੈਨੱਸਲੀਨ, ਇੱਕ ਦਵਾਈ

penile /'ਪੀਨਾਇਲ/ *a* ਪੁਰਸ਼ ਇੰਦਰੀ ਨਾਲ ਸੰਬੰਧਿਤ

peninsula /ਪਅ'ਨਿਨਸਯਅਲਅ/ *n* ਟਾਪੂਨੁਮਾ, ਪਰਾਇਦੀਪ, ਦੀਪ ਕਲਪ

peninsular /ਪਅ'ਨਿਨਸਯਅਲਅ*/ *n* ਪਰਾਇਦੀਪ ਵਾਸੀ *a* ਪਰਾਇਦੀਪੀ, ਪਰਾਇਦੀਪ ਸੰਬੰਧੀ

penis /'ਪੀਨਿਸ/ *n* ਪੁਰਸ਼ ਇੰਦਰੀ, ਲਿੰਗ, ਪੁਰਸ਼ ਦਾ ਕਾਮ ਭੋਗੀ ਅੰਗ

penitence /'ਪੈੱਨਿਟਅਨਸ/ *n* ਪਛਤਾਵਾ, ਅਫ਼ਸੋਸ, ਪ੍ਰਾਸ਼ਚਿਤ, ਪਸ਼ਚਾਤਾਪ

penitent /'ਪੈੱਨਿਟਅਨਟ/ *a* ਪਸ਼ੇਮਾਨ, ਪਸ਼ਚਾਤਾਪੀ, ਤੋਬਾ ਕਰਨ ਵਾਲਾ, ਪਛਤਾਉਣ ਵਾਲਾ, ਅਪਰਾਧੀ

penitential /ˌਪੈੱਨਿ'ਟੈਨੱਸ਼ਲ/ *a* ਪਸ਼ਚਾਤਾਪ ਰੂਪ, ਪਸ਼ਚਾਤਾਪਸੂਚਕ

penitentiary /ˌਪੈੱਨਿ'ਟੈੱਨਸ਼ਅਰਿ/ *n* ਪ੍ਰਾਸ਼ਚਿਤ ਗ੍ਰਹਿ, ਬੰਦੀ ਸੁਧਾਰ ਗ੍ਰਹਿ, ਸੁਧਾਰ ਘਰ, ਸੁਧਾਰਕ ਕੈਦ ਘਰ *a* ਸੁਧਾਰ ਸੰਬੰਧੀ

pen-name *n* ਕਲਮੀ ਨਾਮ, ਤਖ਼ੱਲੁਸ

pennant /'ਪੈੱਨਅਨਟ/ *n* (ਜਹਾਜ਼ ਦੇ) ਮਸਤੂਲ ਦੇ ਸਿਰੇ ਉੱਤੇ ਬੰਨ੍ਹੀ ਘੁੰਡੀਦਾਰ ਰੱਸੀ, ਝੰਡਾ

pennate /'ਪੈੱਨਅਟ/ *a* ਖੰਭਾਂ ਵਾਲਾ, ਖੰਭਦਾਰ

penniferous /ਪਅ'ਨਿਫ਼ਅਰਅਸ/ *a* ਖੰਭਜਨਕ

penniless /'ਪੈੱਨਿਲਅਸ/ *a* ਮੁਥਾਜ, ਨਾਦਾਰ, ਨਿਰਧਨ, ਬਹੁਤ ਗ਼ਰੀਬ

pennon /'ਪੈਨੱਅਨ/ *n* ਝੰਡਾ, ਫੁਰੇਰਾ; ਜਹਾਜ਼ ਦਾ ਤਿਕੋਨਾ ਝੰਡਾ; ਖੰਭ, ਪਰ

penny /'ਪੈੱਨਿ/ *n* ਅੰਗਰੇਜ਼ੀ ਸਿੱਕਾ, ਪੈਨੀ, ਪੈਂਸ, ਪੌਂਡ ਦਾ ਸੌਵਾਂ ਹਿੱਸਾ

penny-pincher *a* ਕੰਜੂਸ, ਸੂਮ

penny-pinching *a* ਕੰਜੂਸੀ, ਸੂਮਪੁਣਾ

pennyroyal /ˌਪੈੱਨਿ'ਰੌਇ(ਅ)ਲ/ *n* ਇੱਕ ਪ੍ਰਕਾਰ ਦਾ ਪੁਦੀਨਾ

penology /ਪੀ'ਨੌੱਲਅਜਿ, ਪਿ-/ *n* ਦੰਡ ਵਿਗਿਆਨ, ਦੰਡ ਸ਼ਾਸਤਰ

pen-pusher /'ਪੈਨੱਪੁਸ਼ਅ*/ *n* ਕਲਮ ਘਸੀਟ

pensile /'ਪੈੱਨਸਾਇਲ/ *a* ਲਟਕਦਾ, ਝੂਲਦਾ

pensility /ਪੈਨੱ'ਸਿਲਅਟਿ/ *n* ਲੰਬਮਾਨਤਾ, ਲਟਕਣ, ਝੂਲਣ

pension /'ਪੈਨੱਸ਼ਨ/ *n* ਰਿਟਾਇਰ ਹੋਣ ਪਿੱਛੋਂ ਮਿਲਦੀ ਰਹਿਣ ਵਾਲੀ ਤਨਖਾਹ, ਭੱਤਾ, ਵਜ਼ੀਫ਼ਾ, ਪੈਨਸ਼ਨ, ਬੋਰਡਿੰਗ ਹਾਊਸ *vt* ਪੈਨਸ਼ਨ ਦੇਣਾ,

ਪੈਨਸ਼ਨ ਨਿਯਤ ਕਰਨਾ

pensionable /'ਪੈੱਨਸ਼ਅਨਅਬਲ/ *a* ਪੈਨਸ਼ਨਯੋਗ, ਨਿਵਿਰਤੀ ਵੇਤਨ ਯੋਗ, ਪੈਨਸ਼ਨੀ

pensioner /'ਪੈੱਨਸ਼ਅਨਅ*/ *n* (ਸੇਵਾ-ਮੁਕਤੀ ਉਪਰੰਤ) ਪੈਨਸ਼ਨ ਲੈਣ ਵਾਲਾ ਬੰਦਾ, ਨਿਵਿਰਤੀ ਵੇਤਨ ਪ੍ਰਾਪਤ ਕਰਤਾ, ਪੈਨਸ਼ਨੀਆ

pension plan *n* ਪੈਨਸ਼ਨ ਫੰਡ ਇਕੱਠਾ ਕਰਨ ਦੀ ਵਿਧੀ, ਪੈਨਸ਼ਨ ਦੇਣ ਦੀ ਸਕੀਮ

pensive /'ਪੈੱਨਸਿਵ਼/ *a* ਸੋਚੀਂ ਡੁੱਬਾ, ਧਿਆਨ ਮਗਨ; ਉਦਾਸ, ਗ਼ਮਗੀਨ

pensiveness /'ਪੈੱਨਸਿਵ਼ਨਅਸ/ *n* ਧਿਆਨ ਮਗਨਤਾ; ਉਦਾਸੀ

penstock /'ਪੈੱਨਸਟੌਕ/ *n* ਨਹਿਰ ਦਾ ਫੱਟਾ

pensum /'ਪੈੱਨਸਅਮ/ *n* ਸਕੂਲ ਦਾ ਕੰਮ, ਪਾਠਸ਼ਾਲਾ ਦਾ ਕੰਮ

pent /ਪੈੱਨਟ/ *a* ਡੱਕਿਆ, ਬੰਨ੍ਹਿਆ, ਬੱਝਿਆ

penta /'ਪੈੱਨਟਅ/ *pref* ਪੰਜ, ਪੰਜ ਭੁਜਾ

pentachord /'ਪੈੱਨਟਅਕੋਡ/ *n* ਪੰਜ ਤਾਰਾਂ ਦਾ ਵਾਜਾ, ਪੰਜਤਾਰਾ

pentacle /'ਪੈੱਨਟਅਕਲ/ *n* ਪੰਜਕੋਨੀ ਤਾਰਾ

pentad /'ਪੈੱਨਟੈਡ/ *n* ਪੰਜ ਦਿਨਾਂ ਦਾ ਸਮਾਂ; ਪੰਜਾਂ ਦਾ ਸਮੂਹ, ਪੰਜ ਤੱਤ

pentafid /'ਪੈੱਨਟਅਫ਼ਿਡ/ *a* ਪੰਜ ਭਾਗਾਂ ਵਿੱਚ ਵੰਡਿਆ

pentagon /'ਪੈੱਨਟਅਗਅਨ/ *n* ਪੰਚਕੋਨ, ਪੰਚਭੁਜ, ਪੰਜਕੋਨਾ ਸ਼ਕਲ

pentagonal /ਪੈੱਨ'ਟੈਗਅਨਲ/ *a* ਪੰਜ ਭੁਜਾਂ ਵਾਲਾ

pentameter /ਪੈੱਨ'ਟੈਮਿਟਅ*/ *n* ਪੰਚ ਚਰਨੀ ਛੰਦ ਜਾਂ ਕਾਵਿ

pentarchy /'ਪੈੱਨਟਾਕਿ/ *n* ਪੰਜ ਵਿਅਕਤੀਆਂ ਦੀ ਸਰਕਾਰ, ਪੰਚ ਸ਼ਾਸਨ

pentastich /'ਪੈੱਨਟਅਸਟਿਕ/ *n* ਪੰਜ ਪਦੀ; ਪੰਜ ਪਦਾਂ ਵਾਲੀ ਪੰਗਤੀ

pentathlon /ਪੈੱਨ'ਟੈਥਲਅਨ/ *n* (ਓਲਿੰਪਿਕ ਖੇਡਾਂ ਵਿੱਚ) ਪੰਜ ਖੇਡਾਂ ਵਿੱਚ ਭਾਗ ਲੈਣ ਦਾ ਮੁਕਾਬਲਾ

pentatonic /ˌਪੈੱਨਟਅ'ਟੌਨਿਕ/ *a* ਪੰਜ ਰਾਗਾਂ ਵਾਲਾ, ਪੰਜ ਸੁਰਾਂ ਵਾਲਾ, ਪੰਜ ਰਾਗ

penthouse /'ਪੈੱਨਟਹਾਉਸ/ *n* ਛੱਤ ਦੇ ਉੱਪਰ ਬਣਾਇਆ ਮਕਾਨ, ਚੁਬਾਰਾ; ਚੰਦੋਆ, ਸ਼ਾਮਿਆਨਾ, ਤੰਬੂ

pent-up /ˌਪੈੱਨਟ 'ਅੱਪ/ (ਭਾਵਨਾਵਾਂ) ਦੱਬੀਆਂ

penult, penultimate /ਪਅ'ਨਅੱਲਟ, ਪੈੱਨ'ਅੱਲਟਿਮਅਟ/ *n* ਅੰਤ ਤੋਂ ਪਹਿਲੀ ਧੁਨੀ ਜਾਂ ਮਾਤਰਾ

penumbra /ਪਅ'ਨਅੱਮਬਰਅ/ *n* ਉਪਛਾਇਆ, ਅੰਸ਼ ਮਾਤਰ ਛਾਇਆ

penurious /ਪਅ'ਨਯੁਅਰਿਅਸ/ *a* ਕੰਗਾਲ, ਗ਼ਰੀਬ, ਨਿਰਧਨ; ਕੰਜੂਸ, ਸੂਮ

penury /'ਪੈੱਨਯਅਰਿ/ *n* ਨਿਰਧਨਤਾ, ਕੰਗਾਲੀ, ਤੰਗਦਸਤੀ, ਗ਼ਰੀਬੀ; ਘਾਟਾ, ਕਮੀ, ਥੁੜ

peon /'ਪੀਅਨ/ *n* ਚਪੜਾਸੀ, ਦੂਤ, ਹਰਕਾਰਾ, ਸਿਪਾਹੀ, ਸੇਵਾਦਾਰ, ਸੇਵਕ, ਦਾਸ, ਅਰਦਲੀ, ਕੰਮੀ, ਕਾਮਾ

peonage /'ਪੀਅਨਿਜ/ *n* ਚਪੜਾਸਗੀਰੀ, ਅਮਲਦਾਰੀ; ਨੌਕਰੀ, ਚਾਕਰੀ

peony /'ਪੀਅਨਿ/ *n* ਇੱਕ ਵਿਸ਼ੇਸ਼ ਪ੍ਰਕਾਰ ਦਾ ਪੌਦਾ, ਪਿਯੋਨੀਆ

people /'ਪੀਪਲ/ *n* ਲੋਕ, ਜਨ, ਜਨਤਾ, ਜਨ ਸਧਾਰਨ, (ਬਹੁ) ਇਲਾਕੇ ਦੇ ਪ੍ਰੋਹਤ ਦਾ ਜਜਮਾਨ ਸਮੂਹ, ਪਰਜਾ; ਸੰਗਤ, ਸੇਵਕਜਨ; (ਮਾਂ, ਪਿਓ ਸਣੇ) ਟੱਬਰ ਦੇ ਜੀ; ਸੰਸਥਾ, ਵਰਗ, ਸਮਾਜ *v* ਵਸਾਉਣਾ, ਅਬਾਦ ਕਰਨਾ; ਵੱਸਣਾ, ਅਬਾਦ ਰਹਿਣਾ

peopled /'ਪੀਪ(ਅ)ਲਡ/ *a* ਅਬਾਦ, ਵਸਿਆ ਹੋਇਆ

pep /ਪੈੱਪ/ *n* (ਅਪ) ਜ਼ੋਰ, ਜਾਨ, ਸ਼ਕਤੀ; ਚੁਸਤੀ; ਜੋਸ਼ *vt* ਉਤਸ਼ਾਹ ਦੇਣਾ, ਜੋਸ਼ ਦੁਆਉਣਾ

peplos /'ਪੈੱਪਲੌਸ/ *n* ਇਸਤਰੀਆਂ ਦੇ ਪਹਿਨਣ ਦਾ ਕੱਪੜਾ, ਸ਼ਾਲ

pepper /'ਪੈੱਪਅ*/ *n* ਕਾਲੀ ਮਿਰਚ, ਗੋਲ ਮਿਰਚ; ਕੌੜੀ ਚੀਜ਼ *vt* ਮਿਰਚਾਂ ਛਿੜਕਣਾ, ਘੁਰ-ਘੁਰ ਕਰਨਾ; ਗੋਲੀਆਂ ਜਾਂ ਪੱਥਰ ਵਰ੍ਹਾਉਣਾ; ਸਖ਼ਤ ਸਜ਼ਾ ਦੇਣਾ

peppermint /'ਪੈੱਪਅਮਿਨਟ/ *n* ਪੁਦੀਨਾ

peppy /'ਪੈੱਪਿ/ *a* ਉਤਸ਼ਾਹੀ, ਜੁਸ਼ੀਲਾ, ਜ਼ੋਰਦਾਰ, ਤਾਕਤ ਦੇਣ ਵਾਲਾ

pepsin /'ਪੈੱਪਸਿਨ/ *n* ਭੋਜਨ ਨੂੰ ਹਜ਼ਮ ਕਰਨ ਵਾਲਾ ਮਿਹਦੇ ਦਾ ਰਸ, ਪਾਚਕ ਰਸ, ਪੈਪਸਿਨ

pep talk /'ਪੈੱਪ ਟੋਕ/ *n* ਹੌਸਲਾ ਵਧਾਊ ਭਾਸ਼ਣ, ਉਤਸ਼ਾਹ ਦੇਣ ਵਾਲੀਆਂ ਗੱਲਾਂ, ਜੋਸ਼ ਦੇਣ ਵਾਲੇ ਵਿਚਾਰ

peptic /'ਪੈੱਪਟਿਕ/ *a* ਪਾਚਕ, ਹਾਜ਼ਮੇਦਾਰ *n* ਪਾਚਕ ਗ੍ਰੰਥੀ

peptics /'ਪੈੱਪਟਿਕਸ/ *n* ਪਾਚਨ ਕਿਰਿਆ ਵਿੱਚ ਸਹਾਇਕ ਅੰਗ, ਪਾਚਕ ਗ੍ਰੰਥੀਆਂ

peptic ulcer /,ਪੈੱਪਟਿਕ 'ਅੱਲਸਅ*/ *n* ਮਿਹਦੇ ਵਿੱਚ ਪੀਕਦਾਰ ਫੋੜਾ

per /ਪਅ*, ਪਅ:/ *prep* ਤੋਂ, ਦੁਆਰਾ, ਦੀ ਸਹਾਇਤਾ ਨਾਲ, ਦੇ ਸਾਧਨ ਦੁਆਰਾ; ਪ੍ਰਤਿ, ਹਰ, ਫ਼ੀ, ਹਰ ਇੱਕ, ਪ੍ਰਤਿ ਇੱਕ

peracute /,ਪਅ:ਰਅ'ਕਯੂਟ/ *a* ਬਹੁਤ ਤੇਜ਼, ਅਤਿ ਤੀਖਣ, ਅਤਿ ਪ੍ਰਚੰਡ

peradventure /ਪ(ਅ)ਰਅਡ'ਵੈੱਨਚਅ*/ *n* ਸੰਦੇਹ, ਦੁਬਿਧਾ, ਸ਼ੱਕ, ਸ਼ੁੱਬ੍ਹਾ, ਅਨਿਸ਼ਚਿਤਤਾ; ਸੰਜੋਗ *adv* ਕਦਾਚਿਤ, ਸ਼ਇਦ

perambulate /ਪਅ'ਰੈਮਬਯੁਲੇਇਟ/ *v* ਗਸ਼ਤ ਕਰਨਾ, ਚੱਕਰ ਲਾਉਣਾ, ਘੁੰਮਣਾ, ਫਿਰਨਾ, ਚੱਲਣਾ, ਪਰਦੱਖਣਾ ਕਰਨਾ, ਪਰਿਕਰਮਾ ਕਰਨਾ; ਚੱਲ ਕੇ ਨਿਰੀਖਣ ਕਰਨਾ; ਚਾਰੇ ਪਾਸੇ ਘੁੰਮ ਫਿਰ ਕੇ ਹੱਦ ਘੇਰਨਾ

perambulation /ਪਅ,ਰੈਮਬਯੁ'ਲੇਇਸ਼ਨ/ *n* ਗਸ਼ਤ, ਪਰਦੱਖਣਾ, ਪਰਿਕਰਮਾ, ਵਿਚਰਨ, ਫੇਰੀ, ਦੌਰਾ; ਨਿਰੀਖਣ

per annum /ਪਅਰ 'ਐਨਅਮ/ *(L) adv* ਸਲਾਨਾ, ਵਾਰਸ਼ਿਕ

per bearer /ਪਅ'ਬੇਇਰਅ/ *a* ਕਿਸੇ ਦੇ ਹੱਥੀਂ, ਦਸਤੀ

percale /ਪਅ'ਕੇਇਲ/ *n* ਇੱਕ ਮੋਟਾ ਸੂਤੀ ਕੱਪੜਾ

per capita /ਪਅ 'ਕੈਪਿਟਅ/ *a* ਪ੍ਰਤਿ ਵਿਅਕਤੀ, ਜੀਅ ਪ੍ਰਤਿ

perceivable /ਪਅ'ਸੀਵ੍ਅਬਲ/ *a* ਦ੍ਰਿਸ਼ਟੀਗੋਚਰ ਜਾਂ ਧਿਆਨ ਦੇਣ ਯੋਗ

perceive /ਪਅ'ਸੀਵ੍/ *vt* ਧਿਆਨ ਦੇਣਾ; ਸਮਝਣਾ; ਅਨੁਭਵ ਕਰਨਾ, ਪ੍ਰਤੱਖ ਗਿਆਨ ਪ੍ਰਾਪਤ ਕਰਨਾ, ਪ੍ਰਤੀਤ ਕਰਨਾ, ਪਛਾਣਨਾ, ਵਿਚਾਰਨਾ; ਦ੍ਰਿਸ਼ਟੀਗੋਚਰ ਕਰਨਾ

perceived /ਪਅ'ਸੀਵ੍ਡ/ *a* ਗਿਆਤ, ਦੇਖਿਆ ਹੋਇਆ, ਸਮਝਿਆ ਹੋਇਆ

per cent, per centum /ਪਅ 'ਸੈਂਟ, ਪਅ 'ਸੈਂਨਟਅਮ/ *(L) adv* ਪ੍ਰਤਿ ਸੈਂਕੜਾ *n* ਫ਼ੀਸਦੀ, ਪ੍ਰਤਿਸ਼ਤ

percentage /ਪਅ'ਸੈਨੱਟਿਜ/ *n* ਫ਼ੀਸਦੀ, ਫ਼ੀ ਸੈਂਕੜਾ, ਪ੍ਰਤਿ ਸੈਂਕੜਾ, ਪ੍ਰਤਿਸ਼ਤਤਾ; ਪ੍ਰਤਿਸ਼ਤ ਭਾਗ

percentile /ਪਅ'ਸੈਨੱਟਾਇਲ/ *n* ਸੌ ਬੰਦਿਆਂ ਵਿੱਚੋਂ ਇੱਕ ਬੰਦੇ ਦਾ ਯੋਗਤਾ ਦਾ ਦਰਜਾ, ਇੱਕ ਗਰੁੱਪ ਸੌ ਗਰੁੱਪਾਂ ਵਿੱਚੋਂ ਜਿਸ ਦਰਜੇ 'ਤੇ ਖੜ੍ਹਾ ਹੈ

percept /'ਪਅ:ਸੈੱਪਟ/ *n* ਪ੍ਰਤੱਖ ਗਿਆਨ ਇੰਦਰੀਆਂ ਦੇ ਗ੍ਰਹਿਣ ਕਰਨ ਯੋਗ ਵਿਸ਼ੇ; ਪ੍ਰਤੱਖ ਗਿਆਨ, ਅਨੁਭੂਤੀ, ਅਨੁਭਵ, ਦਿਮਾਗ਼ ਦੀ ਉਪਜ ਜਾਂ ਕਾਢ, ਸੰਕਲਪ

perceptible /ਪਅ'ਸੈੱਪਟਅਬਲ/ *a* ਗ੍ਰਹਿਣ ਕਰਨ ਯੋਗ, ਅਨੁਭਵਯੋਗ, ਸਪਸ਼ਟ, ਵਿਅਕਤ, ਗੋਚਰ

perception /ਪਅ'ਸੈੱਪਸ਼ਨ/ *n* ਪ੍ਰਤੱਖ ਗਿਆਨ, ਅਨੁਭੂਤੀ, ਅਨੁਭਵ, ਸੋਝੀ, ਬੋਧ, ਗ੍ਰਹਿਣ ਸ਼ਕਤੀ, ਸੂਝ, ਸਹਿਜ ਅਨੁਭੂਤੀ

perceptional, perceptive /ਪਅ'ਸੈੱਪਸ਼ਅਨਲ, ਪਅ'ਸੈੱਪਟਿਵ੍/ *a* ਅਨੁਭੂਤੀ, ਸੰਬੰਧੀ, ਪ੍ਰਤੱਖ ਗਿਆਨਸ਼ੀਲ

perch /ਪਅ:ਚ/ *n* ਪੰਛੀਆਂ ਦਾ ਅੱਡਾ, ਕਬੂਤਰਾਂ ਦੀ ਛਤਰੀ, ਉੱਚਾ ਅਤੇ ਸੁਰੱਖਿਅਤ ਸਥਾਨ;

ਚੁਪਹੀਆ ਗੱਡੀ ਦਾ ਧੁਰਾ; ਪਰਚ ਮੱਛੀ *v* ਪੰਛੀਆਂ ਦਾ ਕਿਸੇ ਸ਼ਾਖ਼ ਜਾਂ ਟਾਹਣੀ ਉੱਤੇ ਅਰਾਮ ਕਰਨਾ, ਅੱਡੇ ਉੱਤੇ ਬੈਠਣਾ, ਸਥਿਰ ਹੋਣਾ, ਟਿਕਣਾ

perchance /ਪਅ'ਚਾਨਸ/ *adv* (ਪਰਾ) ਸੰਜੋਗ ਨਾਲ, ਅਚਾਨਕ, ਸਬੱਬੀਂ, ਇਤਫ਼ਾਕਨ, ਸੰਜੋਗਵੱਸ

percher /'ਪਅ:ਚਅ*/ *n* ਚਿੜੀ ਵਰਗੀ ਪੰਛੀ ਦੀ ਇੱਕ ਕਿਸਮ

percheron /'ਪਅ:ਸ਼ਅਰੌਂਨ/ *(F) n* ਤੇਜ਼ ਰਫ਼ਤਾਰ ਘੋੜਾ

percipient /ਪਅ'ਸਿਪਿਅਨਟ/ *n* ਸੂਝਵਾਨ ਬੰਦਾ, ਪ੍ਰਤੱਖ ਦਰਸ਼ੀ ਵਿਅਕਤੀ, ਪ੍ਰਤੱਖ ਗਿਆਨੀ, ਅਨੁਭਵੀ ਪੁਰਸ਼ *a* ਸੂਝਵਾਨ, ਗ੍ਰਹਿਣਸ਼ੀਲ, ਅਨੁਭੂਤੀਸ਼ੀਲ

percolate /'ਪਅ:ਕਅਲੇਇਟ/ *v* ਝਰਨਾ, ਨੁੱਚੜਨਾ, ਰਿਸਣਾ, ਚੋਣਾ, ਰਿਸਾਉਣਾ; ਚੁਆਉਣਾ, ਨਿਤਾਰਨਾ; ਛਾਣਨਾ

per contra /ˌਪਅ:'ਕੌਨਟਰਅ/ *(F) adv* ਦੂਜੇ ਪਾਸੇ, ਸਾਮ੍ਹਣੇ ਸਫ਼ੇ ਉੱਤੇ

percuss /ਪਅ'ਕਅੱਸ/ *vt* (ਚਿਕਿ) ਕਿਸੇ ਅੰਗ ਨੂੰ ਠਕੋਰਨਾ, ਠਕੋਰ ਕੇ ਵੇਖਣਾ

percussion /ਪਅ'ਕਅੱਸ਼ਨ/ *n* ਜਰਬ, ਚੋਟ, ਠਕੋਰ, ਠੇਸ, ਸੱਟ ਮਾਰਨ ਦੀ ਕਿਰਿਆ; ਆਘਾਤੀ ਸਾਜ਼

perdition /ਪਅ:'ਡਿਸ਼ਨ/ *n* ਫ਼ਨਾਹ, ਤਬਾਹੀ, ਸਰਬਨਾਸ, ਵਿਨਾਸ਼, ਪਤਨ

perdue /ਪਅ:'ਡਯੂ/ *a* ਘਾਤ ਵਿੱਚ ਬੈਠਾ ਹੋਇਆ; ਗੂੜ੍ਹ, ਗੁਪਤ, ਰਹੱਸਪੂਰਨ, ਲੁਕਿਆ, ਛੁਪਿਆ

perdure /ਪਅ'ਡਯੁਅ*/ *vi* ਸਥਾਈ ਹੋਣਾ, ਟਿਕਾਊ ਹੋਣਾ, ਟਿਕਣਾ

peregrinate /'ਪੈੱਰਿਗਰਿਨੇਇਟ/ *vi* ਯਾਤਰਾ ਕਰਨਾ, ਸਫ਼ਰ ਕਰਨਾ, ਪਰਵਾਸ ਕਰਨਾ

peregrination /ˌਪੈੱਰਅਗਰਿ'ਨੇਇਸ਼ਨ/ *n* ਯਾਤਰਾ, ਸਫ਼ਰ, ਪਰਵਾਸ

peregrinator /'ਪੈੱਰਿਗਰਿਨੇਇਟਅ*/ *n* ਯਾਤਰੀ, ਰਾਹੀ, ਪਾਂਧੀ, ਪਰਵਾਸੀ

peregrine /'ਪੈੱਰਿਗਰਿਨ/ *n* ਇੱਕ ਸ਼ਿਕਾਰੀ ਪੰਛੀ *a* ਵਿਦੇਸ਼ੀ, ਪਰਦੇਸੀ, ਹੋਰ ਦੇਸ਼ ਦਾ

peremptoriness /ਪਅ'ਰੈਮਪਟ(ਅ)ਰਿਨਅਸ/ *n* ਨਿਸ਼ਚਿਤਤਾ, ਅੰਤਮਰੂਪਤਾ; ਨਾ ਉਲੰਘਣ ਯੋਗਤਾ

peremptory /ਪਅ'ਰੈੱਮਪਟਅਰਿ/ *a* ਨਿਸ਼ਚਿਤ, ਅੰਤਮ, ਆਖ਼ਰੀ, ਨਿਯਮਤ; ਪੱਕਾ, ਅਚੱਲ; ਹਠਧਰਮੀ; ਹੁਕਮ ਚਲਾਉਣ ਵਾਲਾ

perennate /ਪਅ'ਰੈੱਨੇਇਟ/ *vi* ਨਿੱਤ ਰਹਿਣਾ, ਟਿਕਣਾ, ਸਥਾਈ ਹੋਣਾ, ਸਦਾਬਹਾਰ ਹੋਣਾ, ਚਿਰਸਥਾਈ ਹੋਣਾ

perennial /ਪਅ'ਰੈੱਨਿਅਲ/ *n* ਚਿਰ ਸਥਾਈ ਜਾਂ ਸਦਾਬਹਾਰ ਪੌਦਾ ਆਦਿ *a* ਨਿਰੰਤਰ, ਲਗਾਤਾਰ ਰਹਿਣ ਵਾਲਾ, ਚਿਰਜੀਵੀ, ਬਾਰਾਂ ਮਾਸੀ, ਨਿੱਤ

perestroika /ˌਪੈੱਰਿ'ਸਟਰੌਇਕਅ/ *n* ਸਮਾਜਿਕ ਆਰਥਿਕ ਪ੍ਰਬੰਧ ਦੀ ਪੁਨਰ ਉਸਾਰੀ

perfect /'ਪਅ:ਫ਼ਿਕਟ/ *n* ਪੂਰਨ ਕਾਲ *a* ਸੰਪੂਰਨ, ਪੂਰਾ, ਭਰਪੂਰ; ਨਿਰਦੋਸ਼, ਨਿਰ–ਅਪਰਾਧ; ਕਰਤੱਵ ਵਿੱਚ ਦ੍ਰਿੜ੍ਹ, ਨਿਪੁੰਨ, ਸਿੱਧ; ਯਥਾਰਥ, ਵਾਸਤਵਿਕ, ਸੱਚਾ; ਉੱਤਮ /ਪਅ'ਫ਼ੈੱਕਟ/ *v* ਪੂਰਾ ਕਰਨਾ, ਸੰਪੂਰਨ ਕਰਨਾ, ਸਮਾਪਤ ਕਰਨਾ, ਸਿਰੇ ਚਾੜ੍ਹਨਾ, ਮੁਕਾਉਣਾ; ਸੰਪੰਨ ਕਰਨਾ; (ਕਿਸੇ ਨੂੰ) ਉੱਨਤ ਕਰਨਾ, ਅੱਗੇ ਵਧਾਉਣਾ, ਸੁਧਾਰਨਾ, ਤਰੱਕੀ ਦੇਣਾ

perfection /ਪਅ'ਫ਼ੈੱਕਸ਼ਨ/ *n* ਪੂਰਨਤਾ, ਸਿੱਧੀ, ਸਮਾਪਤੀ, ਸੰਪੰਨਤਾ, ਪੂਰਤੀ, ਨਿਬੇੜਾ; ਨਿਰਦੋਸ਼ਤਾ, ਪ੍ਰਵੀਣਤਾ, ਕੌਸ਼ਲਤਾ, ਪਰਿਪੱਕਤਾ; ਪੂਰਨੀਕਰਨ, ਸਿੱਧੀਕਰਨ; ਨਿਰਦੋਸ਼ੀਕਰਨ, ਪ੍ਰਵੀਣੀਕਰਨ

perfectionism /ਪਅ'ਫ਼ੈੱਕਸ਼ਅਨਿਜ਼ਅਮ/ *n* ਪੂਰਨਤਾਵਾਦ

perfectionist /ਪਅ'ਫ਼ੈੱਕਸ਼ਅਨਿਸਟ/ *n* ਪੂਰਨਤਾਵਾਦੀ; (ਅਮਰੀਕਾ ਦੀ) ਇੱਕ ਪੂਰਨਤਾਵਾਦੀ ਸੰਪਰਦਾਇ

perfectly /'ਪਅ:ਫ਼ਿਕਟਲਿ/ *adv* ਪੂਰਨ ਤੌਰ

’ਤੇ ਮੁਕੰਮਲ ਤੌਰ ’ਤੇ, ਪ੍ਰਵੀਣਤਾ ਸਹਿਤ

perfector /**ਪਅ'ਫ਼ੈੱਕਟਅ***/ *n* ਸੰਪੂਰਨ ਬਣਾਉਣ ਵਾਲੀ ਵਸਤੂ, ਸੰਪੰਨ ਕਰਨ ਵਾਲੀ ਵਸਤੂ; ਇੱਕੋ ਵਾਰੀ ਦੋਵੇਂ ਪਾਸੇ ਛਾਪਣ ਵਾਲੀ ਮਸ਼ੀਨ

perfervid /**ਪਅ:'ਫ਼ਅ:ਵ੍ਰਿਡ**/ *a* ਜੁਸ਼ੀਲਾ, ਸਰਗਰਮ, ਉਤਸ਼ਾਹੀ, ਪ੍ਰਚੰਡ, ਰੋਹ ਵਾਲਾ

perficient /**ਪਅ'ਫ਼ਿਸ਼(ਅ)ਨਟ**/ *a* ਪ੍ਰਭਾਵਿਤ ਕਰਨ ਵਾਲਾ, ਅਸਰ ਪਾਉਣ ਵਾਲਾ, ਫਲਦਾਇਕ, ਪ੍ਰਭਾਵਸ਼ਾਲੀ

perfidious /**ਪਅ'ਫ਼ਿਡਿਅਸ**/ *a* ਕਪਟੀ, ਬੇਈਮਾਨ ਵਿਸਾਹਘਾਤੀ, ਧੋਖੇਬਾਜ਼, ਫ਼ਰੇਬੀ, ਠੱਗ; ਬੇਵਫ਼ਾ

perfidiousness /**ਪਅ'ਫ਼ਿਡਿਅਸਨਅਸ**/ *n* ਕਪਟ, ਛਲ, ਬੇਈਮਾਨੀ, ਧੋਖਾ, ਵਿਸਾਹਘਾਤ; ਗੱਦਾਰੀ, ਧ੍ਰੋਹ, ਬੇਵਫ਼ਾਈ

perfidy /**'ਪਅ:ਫ਼ਅਡਿ**/ *n* ਕਪਟ, ਛਲ, ਧੋਖਾ, ਬੇਈਮਾਨੀ, ਵਿਸਾਹਘਾਹ, ਧ੍ਰੋਹ, ਗੱਦਾਰੀ; ਕਪਟਤਾ, ਬੇਵਫ਼ਾਈ

perforant /**'ਪਅ:ਫ਼(ਅ)ਰ(ਅ)ਨਟ**/ *a* ਵਿੰਨ੍ਹਣ ਵਾਲਾ, ਵੇਧਕ, ਛੇਦਕ, ਸੁਰਾਖ਼ ਕਰਨ ਵਾਲਾ

perforate /**'ਪਅ:ਫ਼ਅਰੇਇਟ**/ *a* ਵਿੰਨ੍ਹਣਾ, ਛੇਕਣਾ, ਵਰਮੇ ਨਾਲ ਛੇਕ ਕਰਨਾ, ਮੋਰੀ ਕਰਨਾ, ਗਲੀ ਕਰਨਾ, ਰਾਹ ਬਣਾਉਣਾ (ਮੋਰੀ ਜਾਂ ਛੇਕ ਕਰਕੇ), (ਟਿਕਟ ਜਾਂ ਕੂਪਨ) ਛੇਕਣਾ, ਪਰੋਣਾ, ਲੰਘਾਉਣਾ, ਘੁਸੇੜਨਾ; ਚੁੱਭਣਾ, ਘੁਸਣਾ *a* ਛੇਕਾਂ ਵਾਲਾ, ਛਿਦਰੀ, ਛਾਨਣੀ ਵਰਗਾ ਛੇਕਦਾਰ

perforated /**'ਪਅ:ਫ਼ਅਰੇਇਟਿਡ**/ *a* ਛਿਦਰੀ, ਛੇਕਾਂ ਵਾਲਾ, ਛੇਕਦਾਰ

perforation /**ˌਪਅ:ਫ਼ਅ'ਰੇਇਸ਼ਨ**/ *n* ਸੁਰਾਖਣ, ਵਿੰਨ੍ਹਣ, ਛੇਦਨ ਦੀ ਕਿਰਿਆ; ਸੁਰਾਖ਼, ਛਿਦਰ, ਛੇਦ

perforator /**'ਪਅ:ਫ਼ਅਰੇਇਟਅ***/ *n* ਵੇਧਕ, ਛੇਦਕ, ਵਰਮਾ, ਮੋਰੀ ਕਰਨ ਵਾਲਾ ਔਜ਼ਾਰ; ਖੋਪੜੀ ਖੋਲ੍ਹਣ ਵਾਲਾ ਸ਼ਸਤਰ

perforce /**ਪਅ'ਫ਼ੋਸ**/ *adv* ਬਲਪੂਰਵਕ, ਜ਼ਬਰਦਸਤੀ; ਮਜ਼ਬੂਤੀ ਨਾਲ, ਬੇਵੱਸੀ ਨਾਲ, ਲਾਚਾਰੀ ਨਾਲ; ਲੋੜਵੱਸ, ਆਵੱਸ਼ਕਤਾ ਅਧੀਨ

perform /**ਪਅ'ਫ਼ੋਮ**/ *v* ਪੂਰਨ ਕਰਨਾ, ਪਾਲਣਾ ਕਰਨਾ, ਤਾਮੀਲ ਕਰਨਾ, ਨਿਭਾਉਣਾ, (ਨਾਟਕ, ਸੰਗੀਤ, ਉਤਸਵ ਆਦਿ) ਖੇਡਣਾ, ਮਨਾਉਣਾ, ਆਯੋਜਤ ਕਰਨਾ; ਅਭਿਨੈ ਕਰਨਾ, ਐਕਟਿੰਗ ਕਰਨਾ; (ਸਿਖਾਏ ਜਾਨਵਰਾਂ ਨਾਲ) ਤਮਾਸ਼ਾ ਕਰਨਾ, ਕੌਤਕ ਦਿਖਾਉਣਾ, ਤਮਾਸ਼ਾ ਦਿਖਾਉਣਾ, ਕਰਤਬ ਦਿਖਾਉਣਾ

performance /**ਪਅ'ਫ਼ੋਮਅਨਸ**/ *n* ਪੂਰਤੀ, ਪਾਲਣ, ਤਾਮੀਲ; ਨਿਭਾਅ, ਤਕਮੀਲ; ਕਾਰਜ; ਕਲਾ, ਕਰਤਬ, ਹੁਨਰ; ਖੇਲ, ਕੌਤਕ, ਤਮਾਸ਼ਾ; ਪ੍ਰਦਰਸ਼ਨ, ਐਕਟਿੰਗ, ਅਭਿਨੈ, ਅਦਾਕਾਰੀ

performance art *n* ਅਭਿਨੈ ਦੁਆਰਾ ਕਲਾ ਪ੍ਰਦਰਸ਼ਨੀ, ਕਰ ਕੇ ਦਿਖਾਇਆ ਗਿਆ ਨਾਚ, ਆਦਾਕਾਰੀ ਦਾ ਕਰਤੱਵ

performative /**ਪਅ'ਫ਼ੋਮਅਟਿਵ੍**/ *a* ਅਸਲ ਕਰਨ ਦਾ ਭਾਵ ਦੇਣ ਵਾਲਾ (ਸ਼ਬਦ ਜਾਂ ਸ਼ਬਦ ਸਮੂਹ)

performer /**ਪਅ'ਫ਼ੋਮਅ***/ *n* ਪੂਰਕ, ਪਾਲਕ; ਕਰਤਾ, ਕੰਮ ਕਰਨ ਵਾਲਾ, ਅਭਿਨੇਤਾ, ਐਕਟਰ, ਪਰਦਰਸ਼ਕ, ਕਰਤਬੀ, ਹੁਨਰੀ

perfume /**'ਪਅ:ਫ਼ਯੂਮ**/ *n* ਖ਼ੁਸ਼ਬੋ, ਮਹਿਕ, ਅਤਰ, ਸੁਗੰਧੀ *v* ਸੁਗੰਧਿਤ ਕਰਨਾ, ਮਹਿਕਾਉਣਾ, ਖ਼ੁਸ਼ਬੋਦਾਰ ਬਣਾਉਂਦਾ

perfumed /**'ਪਅ:ਫ਼ਯੂਮਡ**/ *a* ਸੁਗੰਧਤ, ਖੁਸ਼ਬੋਦਾਰ

perfumeless /**ਪਅ:'ਫ਼ਯੂਮਲਅਸ**/ *a* ਵਾਸ਼ਨਾ ਰਹਿਤ, ਗੰਧਹੀਣ

perfumery /**ਪਅ'ਫ਼ਯੂਮਅਰਿ**/ *n* ਸੁਗੰਧਤ ਸਮਗਰੀ, ਖ਼ੁਸ਼ਬੋਦਾਰ ਵਸਤਾਂ; ਅੱਤਾਰੀ, ਸੁਗੰਧਤ ਵਸਤਾਂ ਦਾ ਵਪਾਰ, ਸੁਗੰਧੀ ਵਸਤਾਂ ਤਿਆਰ ਕਰਨ ਵਾਲਾ ਕਾਰਖ਼ਾਨਾ

perfunctory /**ਪਅ'ਫ਼ਅੱਙਕਟਅਰਿ**/ *a* ਬੇਦਿਲ; ਸਰਸਰੀ, ਰਸਮੀ, ਬੱਧਾ-ਰੁੱਧਾ

perfuse /ਪਅ'ਫ਼ਯੂਜ਼/ *vt* ਛਿੜਕਣਾ, ਤਰੌਂਕਣਾ; (ਪ੍ਰਕਾਸ਼ ਆਦਿ) ਫੈਲਾਉਣਾ; ਭਰਨਾ

pergola /'ਪਅ:ਗਅਲਅ/ *n* ਦਰੱਖਤਾਂ ਉੱਤੇ ਵੇਲਾਂ ਨਾਲ ਬਣਿਆ ਮੰਡਪ, ਲਤਾ ਮੰਡਪ, ਕੁੰਜ

perhaps /ਪਅ'ਹੈਪਸ, ਪਰੈਪਸ/ *adv* ਖ਼ਬਰੇ, ਸ਼ਾਇਦ

peri /'ਪਿਅਰਿ/ *n* ਪਰੀ, ਹੂਰ, ਅਪੱਛਰਾ, ਰੱਖਿਅਕ ਦੇਵਤਾ; ਸੁੰਦਰ ਜਾਂ ਮਨੋਹਰ ਵਿਅਕਤੀ (ਖ਼ਾਸ ਤੌਰ 'ਤੇ ਔਰਤ)

perianth /'ਪੈੱਰਿਐਨਥ/ *n* ਫੁੱਲ ਦਾ ਬਾਹਰਲਾ ਭਾਗ, ਫੁੱਲ ਗਿਲਾਫ਼

periapt /'ਪੈੱਰਿਐਪਟ/ *n* ਯੰਤਰ ਰੱਖਿਆ ਲਈ ਬਣਾਇਆ ਤਵੀਤ

pericardium /ˌਪੈੱਰਿ'ਕਾਡਿਅਮ/ *n* ਦਿਲ ਦਾ ਪਰਦਾ, ਹਿਰਦੇ ਆਵਰਨ

pericarp /'ਪੈੱਰਿਕਾਪ/ *n* ਬੀਜ ਕੋਸ਼, ਬੀਜਦਾਨੀ, ਫਲੀ, ਫਲ ਆਵਰਨ, ਫਲ ਭਿੱਤੀ

pericentral /ˌਪੈੱਰਿ'ਸੈੱਨਟਰਅਲ/ *a* ਪਰਿਕੇਂਦਰੀ

periclasis /'ਪੈੱਰਿਕਲੇਇਸਿਸ/ *n* ਹੱਡੀ ਭੰਗ, ਅਸਥੀ ਭੰਗ

pericope /ਪਅ'ਰਿਕਅਪਿ/ *n* ਛੋਟਾ ਪੈਰਾ, ਬੰਦ, ਪਰਿਛੇਦ; (ਬਾਈਬਲ ਦਾ) ਮੁੱਖ ਵਾਕ

pericranium /ˌਪੈੱਰਿ'ਕਰੇਇਨਿਅਮ/ *n* ਖੋਪੜੀ ਦੀ ਝਿੱਲੀ, ਕਪਾਲ ਆਵਰਨ; ਦਿਮਾਗ਼, ਬੁੱਧੀ, ਸੂਝ

peridrome /'ਪੈੱਰਿਡਰਅਉਮ/ *n* ਦੀਵਾਰ ਅਤੇ ਸਤੰਭ ਦੇ ਵਿਚਕਾਰਲਾ ਭਾਗ

perigee /'ਪੈੱਰਿਜੀ/ *n* ਕਿਸੇ ਗ੍ਰਹਿ ਜਾਂ ਨਛੱਤਰ ਦਾ ਨੇੜੇ ਤੋਂ ਨੇੜੇ ਦਾ ਬਿੰਦੂ, ਭੂ ਨਿਕਟ ਵਰਤੀ ਜਾਂ ਭੂ ਸਮੀਪਕ ਬਿੰਦੂ

perihelion /ˌਪੈੱਰਿ'ਹੀਲਿਅਨ/ *n* (ਕਿਸੇ ਗ੍ਰਹਿ ਜਾਂ ਨਛੱਤਰ ਦਾ) ਉਹ ਬਿੰਦੂ ਜੋ ਸੂਰਜ ਦੇ ਨੇੜੇ ਤੋਂ ਨੇੜੇ ਹੋਵੇ; ਸੂਰਜ ਸਮੀਪਕ ਬਿੰਦੂ

peril /'ਪੈੱਰਅਲ/ *n* ਸੰਕਟ, ਖ਼ਤਰਾ, ਜੋਖ਼ਮ, ਭੈ, ਵਿਪੱਤੀ, ਆਸ਼ੰਕਾ *vt* ਜੋਖ਼ਮ ਵਿੱਚ ਪਾਉਣਾ, ਸੰਕਟ ਵਿੱਚ ਪਾਉਣਾ

perilous /'ਪੈੱਰਅਲਅਸ/ *a* ਸੰਕਟਪੂਰਨ, ਸੰਕਟਮਈ, ਜੋਖ਼ਮਮਈ, ਖ਼ਤਰਨਾਕ

perimeter /ਪਅ'ਰਿਮਿਟਅ*/ *n* ਘੇਰਾ, ਪਰਿਧੀ; ਪਰਿਮਾਪ; ਪਰਿਧੀ ਜਾਂ ਘੇਰਾ ਮਿਣਨ ਵਾਲਾ ਯੰਤਰ, ਪਰਿਮਾਪੀ ਯੰਤਰ

perineal /ਪੈੱਰਿ'ਨਿਅਲ/ *a* (ਅੰਗ) ਸਿਊਣ ਸੰਬੰਧੀ

perineum /ˌਪੈੱਰਿ'ਨੀਅਮ/ *n* ਗੁਦਾ ਅਤੇ ਅੰਡਕੋਸ਼ ਦਾ ਭਾਗ

period /'ਪਿਅਰਿਅਡ/ *n* ਸਮਾਂ, ਅਵਧੀ, ਮੁੱਦਤ, ਦੌਰ, ਜ਼ਮਾਨਾ, ਮਿਆਦ, ਘੰਟੀ, ਪੀਰੀਅਡ; (ਬਹੁ) ਮਾਸਕ ਧਰਮ, ਮਾਹਵਾਰੀ; ਯੁਗ, ਕਾਲ; (ਵਿਆ) ਪੂਰਨ ਵਾਕ; ਅਲੰਕ੍ਰਿਤ ਭਾਸ਼ਾ

periodical /ˌਪਿਅਰਿ'ਔਡਿਕਲ/ *n* ਨਿਯਤ ਸਮੇਂ 'ਤੇ ਨਿਕਲਨ ਵਾਲਾ ਰਸਾਲਾ ਮੈਗਜ਼ੀਨ ਪੱਤਰ ਆਦਿ, ਪੱਤਰਕਾ *a* ਮਿਆਦੀ, ਮੁੜ-ਮੁੜ ਆਉਣ ਵਾਲਾ, ਨਿਯਤ ਸਮੇਂ ਦਾ, ਆਵਰਤੀ, ਕਾਲਕ

periodicity /ˌਪਿਅਰਿਆ'ਡਿਸਿਟਿ/ *n* ਕਾਲਕ੍ਰਮ, ਆਵਰਤਨ

periodic table *n* ਪਰਮਾਣੂ ਸੰਖਿਆ ਦੇ ਹਿਸਾਬ ਨਾਲ ਤਰਤੀਬ ਦਿੱਤੀ ਸਾਰੇ ਰਸਾਇਣਕ ਤੱਤਾਂ ਦੀ ਸੂਚੀ

periodontal /ˌਪੈੱਰਿਅ'ਡੌਨਟਲ/ *a* ਮਸੂੜਿਆਂ ਸੰਬੰਧੀ

periodontitis /ˌਪੈੱਰਿਅਡੌਨ'ਟਾਇਟਿਸ/ *n* ਮਸੂੜੇ ਖ਼ਰਾਬ ਹੋਣ ਦੀ ਇੱਕ ਬਿਮਾਰੀ

peripatetic /ˌਪੈੱਰਿਪਅ'ਟੈੱਟਿਕ/ *a* ਸਫ਼ਰੀ ਵਪਾਰੀ; ਅਰਸਤੂ ਸਬੰਧੀ, ਅਰਸਤੂ ਵਰਗਾ

peripeteia /ˌਪੈੱਰਿਪਿ'ਟੀਅ/ *n* ਨਾਟਕ ਜਾਂ ਜੀਵਨ ਵਿੱਚ ਅਚਨਚੇਤ ਤਬਦੀਲੀ, ਭਾਗ ਚੱਕਰ, ਪਰਿਸਥਿਤੀ ਪਰਿਵਰਤਨ

peripheral¹ /ਪਅ'ਰਿਫ਼ਅਰਅਲ/ *a* ਫਿਰਨੀ ਬਾਰੇ, ਬਾਹਰੀ ਹੱਦ ਬਾਰੇ; ਮੁੱਖ ਨਿਸ਼ਾਨੇ ਤੋਂ ਘੱਟ ਮਹੱਤਵਪੂਰਨ

peripheral² *n* (ਕੰਪਿ) ਕੰਪਿਊਟਰ ਦੀਆਂ ਆਗਤ (ਇਨਪੁਟ) ਅਤੇ ਨਤੀਜਾ (ਆਉਟਪੁਟ) ਇਕਾਈਆਂ

periphery /ਪਅ'ਰਿਫ਼ਅਰਿ/ *n* ਘੇਰਾ, ਪਰਿਧੀ,

ਬਾਹਰੀ ਹੱਦ ਜਾਂ ਤਲ

periphrase /'ਪੈੱਰਿਫ਼ਰੇਇਜ਼/ *v* ਵਲ ਫੇਰ ਵਾਲੀ ਗੱਲ ਕਰਨਾ, ਪੇਚਾ-ਪਾਚੀ ਵਾਲੀ ਗੱਲ ਕਰਨਾ

periphrasis /ਪਅ'ਰਿਫ਼ਰਅਸਿਸ/ *n* ਵਲ ਫੇਰ, ਹੇਰ ਫੇਰ ਵਾਲੇ ਵਾਕ, ਵਕਰੋਕਤੀ

periscope /'ਪੈੱਰਿਸਕਅਉਪ/ *n* (ਡੁਬਕਣੀ ਕਿਸ਼ਤੀ) ਪੈਰੀਸਕੋਪ, ਪਰਿਦਰਸ਼ੀ

perish /'ਪੈੱਰਿਸ਼/ *v* ਫ਼ਨਾਹ ਹੋਣਾ, ਨਸ਼ਟ ਕਰਨਾ ਜਾਂ ਹੋਣਾ, ਮਿਟਣਾ ਜਾਂ ਮਿਟਾਉਣਾ; ਬਰਬਾਦ ਕਰਨਾ ਜਾਂ ਹੋਣਾ; ਮਰਨਾ, ਵਿਨਾਸ਼ ਹੋਣਾ, ਖੈ ਹੋਣਾ, ਨਿਸਤੇਜ਼ ਕਰਨਾ; ਕਸ਼ਟ ਦੇਣਾ, ਪੀੜਿਤ ਕਰਨਾ (ਠੰਢ ਆਦਿ ਨਾਲ)

perishable /'ਪੈੱਰਿਸ਼ਅਬਲ/ *a* ਨਾਸਵਾਨ (ਵਸਤੂ), ਵਿਕਾਰੀ, ਵਿਗੜਨ ਵਾਲਾ, ਪਤਨਸ਼ੀਲ (ਪਦਾਰਥ ਆਦਿ), ਖੈਸ਼ੀਲ, ਪਤਨਯੋਗ (ਵਿਅਕਤੀ)

perisher /'ਪੈੱਰਿਸ਼ਅ*/ *n* ਨਾਸ ਕਰਨ ਵਾਲਾ; ਅੱਤਿਆਚਾਰੀ ਪੁਰਸ਼

perishing /'ਪੈੱਰਿਸ਼ਿਙ/ *a* ਨਾਸਵਾਨ, ਨਾਸਕ; ਜੰਗਲੀ, ਮੂੜ੍ਹ

peristrephic /ˌਪੈੱਰਿ'ਸਟਰੈੱਫ਼ਿਕ/ *a* ਚੱਕਰ ਲਾਉਣ ਵਾਲਾ, ਭ੍ਰਮਣ ਕਰਨ ਵਾਲਾ, ਫਿਰਤੂ

peristyle /'ਪੈੱਰਿਸਟਾਇਲ/ *n* ਥੰਮ੍ਹਾਂ ਦੀ ਕਤਾਰ, ਥੰਮ੍ਹ ਸ਼੍ਰੇਣੀ, ਥੰਮ੍ਹ ਪੰਗਤੀ ਨਾਲ ਘੇਰਿਆ ਥਾਂ

peritoneum /ˌਪੈੱਰਿਟਅ'ਨੀਅਮ/ *n* ਮਿਹਦੇ ਦੁਆਲੇ ਦੂਹਰੀ ਝਿੱਲੀ, ਆਂਦਰਾਂ ਦੀ ਝਿੱਲੀ, ਪੈਰੀਟੋਨ

periwig /'ਪੈੱਰਿਵਿਗ/ *n* ਨਕਲੀ ਵਾਲਾਂ ਦੀ ਟੋਪੀ, ਪੈਰੀਵਿਗ

periwinkle /'ਪੈੱਰਿਵਿਙਕਲ/ *n* ਇੱਕ ਤਰ੍ਹਾਂ ਦਾ ਘੋਗਾ; ਇੱਕ ਸਦਾਬਹਾਰ ਝਾੜੀ, ਸਦਾ ਸੁਹਾਗਣ

perjure /'ਪਅ:ਜਅ*/ *vt* ਝੂਠੀ ਸੁਗੰਧ ਖਾਣਾ, ਝੂਠੀ ਗਵਾਹੀ ਦੇਣਾ, ਹਲਫ਼ ਚੁੱਕਣਾ

perjury /'ਪਅ:ਜਅਰਿ/ *n* ਝੂਠੀ ਸਹੁੰ, ਸੁਗੰਧ ਤੋੜਨ ਦਾ ਭਾਵ, ਸੁਗੰਧ ਭੰਗ

perk /ਪਅ:ਕ/ *n* ਤਨਖ਼ਾਹ ਤੋਂ ਇਲਾਵਾ ਸਹੂਲਤ, ਉੱਪਰਲੀ ਆਮਦਨੀ, ਭੱਤਾ, ਦਸਤੂਰੀ *v* ਸਿਰ ਜਾਂ ਪੂਛ ਚੁੱਕਣਾ, ਆਕੜ ਕੇ ਤੁਰਨਾ; ਤੇਜ਼ ਕਰਨਾ, ਫੁਰਤੀਲਾ ਕਰਨਾ; ਆਤਮ ਦ੍ਰਿੜ੍ਹਤਾ ਨਾਲ ਸਿਰ ਚੁੱਕਣਾ

perkiness /'ਪਅ:ਕਿਨਅਸ/ *n* ਆਕੜ; ਜ਼ਿੰਦਾਦਿਲੀ

perky /'ਪਅ:ਕਿ/ *a* ਢੀਠ, ਬੇਅਦਬ; ਅਹੰਕਾਰੀ, ਅਭਿਮਾਨੀ

perlaceous /ਪਅ:'ਲੇਇਸ਼ਅਸ/ *a* ਸਿੱਪ ਵਰਗਾ, ਮੋਤੀ ਸਮਾਨ, ਮੋਤੀਆਂ ਵਾਲਾ

perm /ਪਅ:ਮ/ *n* (ਬੋਲ) ਵਾਲਾਂ ਦਾ ਬਣਾਇਆ ਸਥਾਈ ਕੁੰਡਲ

permafrost /'ਪਅ:ਮਅਫ਼ਰੌਸਟ/ *n* ਠੰਢ ਨਾਲ ਸਥਾਈ ਤੌਰ 'ਤੇ ਜੰਮੀ ਰਹਿਣ ਵਾਲੀ ਧਰਤੀ

permanence /'ਪਅ:ਮਅਨਅਨਸ/ *n* ਨਿੱਤਤਾ; ਸਥਾਈਪੁਣਾ, ਸਥਿਰਤਾ; ਟਿਕਾਊਪੁਣਾ, ਪਾਏਦਾਰੀ

permanent /'ਪਅ:ਮਅਨਅਨਟ/ *a* ਸਥਾਈ, ਸਥਿਰ, ਦੇਰ ਪਾ, ਨਿੱਤ, ਅਖੈ, ਅਟੱਲ, ਅਮਰ, ਚਿਰਸਥਾਈ, ਟਿਕਾਊ, ਪੱਕਾ, ਕਾਇਮ, ਮੁਸਤਕਿਲ, ਪਾਏਦਾਰ

permanganate /ਪਅ'ਮੈਙਗਅਨੇਇਟ/ *n* ਪਰਮੈਂਗਨੇਟ, ਪਰਮੈਂਗਨੇਟ ਤਿਜ਼ਾਬ ਦਾ ਖਾਰ

permeable /'ਪਅ:ਮਿਅਬਲ/ *a* ਪੋਲਾ, ਮੁਸਾਮਦਾਰ, ਜਜ਼ਬ ਕਰਨ ਵਾਲਾ, ਜੀਰ ਲੈਣ ਵਾਲਾ, ਸਮਾਉਣਯੋਗ

permeameter /ਪਅ:ਮਿ'ਐਮਿਟਅ*/ *n* ਚੁੰਬਕਸ਼ੀਲਤਾ ਮਾਪਣ ਵਾਲਾ ਯੰਤਰ, ਪਰਮੀਆ ਮੀਟਰ

permeance /'ਪਅ:ਮਿਅਨਸ/ *n* ਪ੍ਰਵੇਸ਼; ਵਿਆਪਤੀ, ਵਿਆਪਣ

permeant /'ਪਅ:ਮਿਅਨਟ/ *a* ਪ੍ਰਵੇਸ਼ਕ, ਵਿਆਪਕ, ਪਰਸਾਰਕ

permeate /'ਪਅ:ਮਿਏਇਟ/ *v* ਪ੍ਰਵੇਸ਼ ਕਰਨਾ, ਰਸ ਜਾਣਾ; ਸਮਾਉਣਾ, ਭਰ ਦੇਣਾ

permeation /ˌਪਅ:ਮਿ'ਏਇਸ਼ਨ/ *n* ਫੈਲਾਅ,

ਪਰਸਾਰ, ਵਿਆਪਤੀ; ਰਚਣ

per mensem /ਪਅ:'ਮੈਂਨਸੈਮ/ *(L) adv* ਮਹੀਨੇ ਦੇ ਮਹੀਨੇ, ਪ੍ਰਤਿਮਾਸ

permissible /ਪਅ'ਮਿਸਅਬਲ/ *a* ਉਚਿਤ, ਯੁਕਤ, ਜਾਇਜ਼, ਯੋਗ, ਮੁਨਾਸਬ

permission /ਪਅ'ਮਿਸ਼ਨ/ *n* ਆਗਿਆ, ਅਨੁਮਤੀ, ਸਵੀਕ੍ਰਿਤੀ, ਇਜਾਜ਼ਤ, ਰਜ਼ਾਮੰਦੀ, ਮਨਜ਼ੂਰੀ

permissive /ਪਅ'ਮਿਸਿਵ਼/ *a* ਉਦਾਰ, ਖੁੱਲ੍ਹ ਦੇਣ ਵਾਲਾ

permit /'ਪਅ:ਮਿਟ/ *n* ਇਜਾਜ਼ਤ, ਆਗਿਆ, ਅਨੁਮਤੀ; ਆਗਿਆ ਪੱਤਰ, ਇਜਾਜ਼ਤਨਾਮਾ, ਪਰਮਿਟ, ਪਰਵਾਨਾ /ਪਅ'ਮਿਟ/ *v* ਇਜਾਜ਼ਤ ਦੇਣਾ, ਗੁੰਜਾਇਸ਼ ਹੋਣਾ, ਹੋ ਸਕਣਾ

permittee /ਪਅ:ਮਿ'ਟੀ/ *n* ਆਗਿਆ ਪ੍ਰਾਪਤ ਕਰਤਾ, ਪਰਮਿਟ ਲੈਣ ਵਾਲਾ

permitter /ਪਅ'ਮਿਟਅ*/ *n* ਇਜਾਜ਼ਤ ਦੇਣ ਵਾਲਾ, ਆਗਿਆ ਦਾਤਾ, ਪਰਮਿਟ ਦੇਣ ਵਾਲਾ

permutation /ˌਪਅ:ਮਯੁ'ਟੇਇਸ਼ਨ/ *n* (ਸੰਖਿਆ ਜਾਂ ਰਾਸ਼ੀ ਦਾ) ਕ੍ਰਮ ਪਰਿਵਰਤਨ, ਪਰਿਵਰਤਨ; (ਪਰਾ) ਵਸਤੂ ਵਟਾਂਦਰਾ

pernancy /'ਪਅ:ਨਅਨਸਿ/ *n* ਸਵੀਕਰਨ, ਪ੍ਰਾਪਤੀ, ਆਦਾਨ

pernicious /ਪਅ'ਨਿਸ਼ਅਸ/ *a* ਘਾਤਕ, ਵਿਨਾਸ਼ੀ, ਨਾਸਕ

perniciousness /ਪਅ'ਨਿਸ਼ਅਸਨਅਸ/ *n* ਵਿਨਾਸ਼ਕਤਾ, ਘਾਤਕਤਾ, ਦੁਸ਼ਟਤਾ

pernickety /ਪਅ'ਨਿਕਅਟਿ/ *a* ਕੁਟਲ ਸੁਭਾਅ ਵਾਲਾ, ਨਘੋਚੀ, ਚਿੜਚਿੜਾ; ਕਠਨ (ਕੰਮ)

pernoctation /ˌਪਅ:ਨੌਂਕ'ਟੇਇਸ਼ਨ/ *n* ਰਾਤ ਦਾ ਪਹਿਰਾ, ਜਗਰਾਤਾ, ਜਾਗਰਨ

perorate /'ਪੈਰੱਅਰੇਇਟ/ *vi* ਲੰਮਾ ਚੌੜਾ ਭਾਸ਼ਣ ਦੇਣਾ, ਵਿਸਤਾਰ ਸਹਿਤ ਬੋਲਣਾ; ਭਾਸ਼ਣ ਦਾ ਨਚੋੜ ਜਾਂ ਸਾਰਾਂਸ਼ ਦੇਣਾ, ਸਾਰਾਂਸ਼ ਦੇ ਕੇ ਭਾਸ਼ਣ ਸਮਾਪਤ ਕਰਨਾ

peroxide /ਪਅ'ਰੌਂਕਸਾਇਡ/ *n* (ਰਸਾ) ਅਧਿਕ ਮਾਤਰਾ ਵਿੱਚ ਆਕਸੀਜਨ ਵਾਲਾ ਆਕਸਾਇਡ

perpend /ਪਅ'ਪੈਂਨਡ/ *v* ਗੱਲ ਨੂੰ ਤੋਲਣਾ, ਵਿਚਾਰਨਾ, ਸੋਚਣਾ, ਗ਼ੌਰ ਕਰਨਾ

perpendicular /ˌਪਅ:ਪਅਨ'ਡਿਕਯਅਲਅ*/ *a* ਲੰਬ ਰੂਪ, ਖੜ੍ਹਾ, ਲੰਬ ਮਾਪਕ *n* ਸਮਕੋਣਕ ਰੇਖਾ, ਖੜ੍ਹੀ ਰੇਖਾ, ਲੰਬ

perpendicularity/ˌਪਅ:ਪਅਨˌਡਿਕਯਅ'ਲੈਰਅਟਿ/ *n* ਲੰਬਰੂਪਤਾ, ਸਮਕੋਣਤਾ, ਖੜ੍ਹਾਪਣ

perpetrate /'ਪਅ:ਪਅਟਰੇਇਟ/ *vt* (ਅਪਰਾਧ ਜਾਂ ਭੁੱਲ) ਕਰਨਾ, ਕਰ ਗੁਜ਼ਰਨਾ

perpetration /ˌਪਅ:ਪਅ'ਟਰੇਇਸ਼ਨ/ *n* ਅਪਰਾਧ ਦਾ ਕੰਮ, ਕਰਤੂਤ

perpetrator /'ਪਅ:ਪਅਟਰੇਇਟਅ*/ *n* ਭੈੜੀਆਂ ਕਰਤੂਤਾਂ ਕਰਨ ਵਾਲਾ ਬੰਦਾ, ਜ਼ਾਲਿਮ, ਅਪਰਾਧੀ, ਅਤਿਆਚਾਰੀ

perpetual /ਪਅ'ਪੈਚੁਅਲ/ *a* ਸਥਾਈ, ਚਿਰਸਥਾਈ, ਚਿਰੋਕਣਾ, ਨਿੱਤ, ਨਿਰੰਤਰ, ਸਨਾਤਨ, ਸਰਵਕਾਲਕ, ਕ੍ਰਮਬੱਧ, ਲਗਾਤਾਰ ਹੋਣ ਵਾਲਾ

perpetuate /ਪਅ'ਪੈੱਚੁਏਇਟ/ *vt* ਸਥਾਈ ਬਣਾਉਣਾ, ਚਿਰਸਥਾਈ ਕਰਨਾ, ਅਮਰ ਕਰਨਾ, ਕਾਇਮ ਰੱਖਣਾ, ਬਣਾਈ ਰੱਖਣਾ

perpetuity /ˌਪਅ:ਪਅ'ਟਯੂਅਟਿ/ *n* ਚਿਰੰਜੀਵਤਾ, ਚਿਰਸਥਾਈਤਵ, ਨਿੱਤਤਾ, ਸਨਾਤਨਤਾ, ਸਨਾਤਨ ਅਧਿਕਾਰ, ਸਥਾਈ ਬਿਰਤੀ

perplex /ਪਅ'ਪਲੈਂਕਸ/ *vt* ਵਿਆਕੁਲ ਕਰਨਾ, ਭਟਕਾਉਣਾ, ਉਲਝਾਉਣਾ, ਹੈਰਾਨ ਕਰਨਾ, (ਵਿਸ਼ੇ ਨੂੰ) ਸੰਦੇਹਪੂਰਨ ਬਣਾਉਣਾ, ਕਠਨ ਜਾਂ ਔਖਾ ਕਰਨਾ, ਪੇਚੀਦਾ ਬਣਾਉਣਾ, ਘਬਰਾ ਦੇਣਾ

perplexity /ਪਅ'ਪਲੈੱਕਸਅਟਿ/ *n* ਹੈਰਾਨੀ, ਅਸਚਰਜਤਾ, ਉਲਝਣ, ਅੜਾਉਣੀ, ਭਟਕਣ; ਕਠਨਾਈ, ਪੇਚੀਦਾਪਣ; ਵਿਆਕੁਲਤਾ, ਘਬਰਾਹਟ

perquisite /'ਪਅ:ਕਵਿਜ਼ਿਟ/ *n* ਉੱਪਰਲੀ ਆਮਦਨੀ, ਭੱਤਾ, ਦਸਤੂਰੀ, ਬਖਸ਼ੀਸ਼, ਇਨਾਮ

perquisition /ˌਪਅ:ਕਵਿ'ਜ਼ਿਸ਼ਨ/ *n* ਪੁੱਛ

ਪੜਤਾਲ, ਗੰਭੀਰ ਪੁੱਛ-ਗਿੱਛ, ਤਫਤੀਸ਼

perron /'ਪੈਰਅਨ/ *n* (ਗਿਰਜੇ ਦੇ ਬਾਹਰ ਦੀ) ਪੌੜੀ, ਚੌਂਤਰਾ

perruquier /ਪੈ'ਰੂਕਿਏਇ*/ *n* ਬਣਾਉਟੀ ਵਾਲ ਬਣਾਉਣ ਵਾਲਾ; ਬਣਾਉਟੀ ਵਾਲਾਂ ਦਾ ਵਪਾਰੀ

perry /'ਪੈਰਿ/ *n* ਨਾਸ਼ਪਾਤੀਆਂ ਦੀ ਸ਼ਰਾਬ

per se /ˌਪਅ:'ਸੇਇ/ *a (L)* ਆਪਣੇ ਆਪ ਵਿੱਚ

persecute /'ਪਅ:ਸਿਕਯੂਟ/ *vt* (ਵਿਸ਼ੇਸ਼ ਕਰਕੇ ਵਿਰੋਧੀ ਵਿਚਾਰ ਵਾਲਿਆਂ ਨੂੰ) ਕਸ਼ਟ ਜਾਂ ਦੁੱਖ ਦੇਣਾ, ਪੀੜਿਤ ਕਰਨਾ, ਸਿਤਮ ਕਰਨਾ, ਅਤਿਆਚਾਰ ਕਰਨਾ, ਸਤਾਉਣਾ, ਜ਼ੁਲਮ ਕਰਨਾ, ਤਸੀਹੇ ਦੇਣਾ

persecution /ˌਪਅ:ਸਿ'ਕਯੂਸ਼ਨ/ *n* ਅਤਿਆਚਾਰ, ਜ਼ੁਲਮ, ਤੰਗੀ, ਸਖ਼ਤੀ, ਤਸੀਹਾ

persecution complex *n* ਮਾਨਸਿਕ ਰੋਗ ਜਿਸ ਵਿੱਚ ਸਾਰੇ ਅਤਿਆਚਾਰ ਕਰਨ ਵਾਲੇ ਭਾਸਦੇ ਹਨ

persecutor /'ਪਅ:ਸਿਕਯੂਟਅ*/ *n* ਅਤਿਆਚਾਰੀ, ਜ਼ਾਲਮ

perseverance /ˌਪਅ:ਸਿ'ਵ਼ਿਅਰਅਨਸ/ *n* ਉੱਦਮ, ਅਣਥੱਕ ਯਤਨ, ਮਿਹਨਤ; ਦ੍ਰਿੜ੍ਹਤਾ, ਸਾਬਤ ਕਦਮੀ; ਉੱਦਮ ਕਰਨ ਦੀ ਰੁਚੀ ਜਾਂ ਪ੍ਰਵਿਰਤੀ

persevere /ˌਪਅ:ਸਿ'ਵ਼ਿਅ*/ *vi* ਸਾਬਤ ਕਦਮ ਰਹਿਣਾ, ਧੀਰਜ ਕਰਨਾ, ਦ੍ਰਿੜ੍ਹ ਰਹਿਣਾ, ਉੱਦਮਸ਼ੀਲ ਰਹਿਣਾ, ਪੱਕੀ ਲਗਨ ਨਾਲ ਕੰਮ ਕਰਨਾ, ਧੁਨ ਦਾ ਪੱਕਾ ਹੋਣਾ, ਡਟੇ ਰਹਿਣਾ

persevering /ˌਪਅ:ਸਿ'ਵ਼ਿਅਰਿਙ/ *a* ਦ੍ਰਿੜ੍ਹ, ਉੱਦਮੀ, ਧੀਰਜਵਾਨ, ਧੁਨ ਦਾ ਪੱਕਾ

Persian /'ਪਅ:ਸ਼ਨ, . -ਯ਼ਨ/ *a* ਪਰਸ਼ੀਆ, ਅਜੋਕੇ ਈਰਾਨ ਦੇ ਲੋਕ *n* ਫ਼ਾਰਸੀ, ਈਰਾਨ ਦੀ ਭਾਸ਼ਾ

persiflage /'ਪਅ:ਸਿਫ਼ਲਾਯ਼/ *n* ਠੱਠਾ, ਹਾਸਾ, ਮਜ਼ਾਕ, ਵਿਅੰਗ, ਸ਼ੇਖੀ, ਦਿਲਲਗੀ, ਬਕਵਾਸ, ਗੱਪ

persifleur /'ਪਅ:ਸਿਫ਼ਲਅ*/ *n* ਮਖੌਲੀਆ, ਮਜ਼ਾਕੀਆ, ਠੱਠੇਬਾਜ਼, ਸ਼ੇਖੀਬਾਜ਼, ਗੱਪੀ

persimmon /ਪਅ'ਸਿਮਅਨ/ *n* ਅਮਰੀਕੀ ਖਜੂਰ, ਪਰਸਿੱਮਨ

persist /ਪਅ'ਸਿਸਟ/ *vi* ਅਟੱਲ ਰਹਿਣਾ, ਸਥਿਰ ਰਹਿਣਾ, ਪੱਕੇ ਰਹਿਣਾ, ਹਠ ਜਾਂ ਜ਼ਿੱਦ ਪੂਰੀ ਕਰਨਾ, ਅੜ ਜਾਣਾ; ਯਤਨ ਕਰਨਾ, ਹੋਂਦ ਬਣਾਈ ਰੱਖਣਾ, ਜਿਊਂਦੇ ਰਹਿਣਾ

persistence /ਪਅ'ਸਿਸਟਅਨਸ/ *n* ਅਟੱਲਤਾ, ਅਚੱਲਤਾ, ਸਥਿਰਤਾ, ਪਕਿਆਈ, ਹਠ, ਜ਼ਿੱਦ

persistent /ਪਅ'ਸਿਸਟਅਨਟ/ *a* ਅਟੱਲ, ਸਥਿਰ, ਪੱਕਾ, ਹਠੀ, ਜ਼ਿੱਦੀ; ਸਥਾਈ, ਪ੍ਰਯਤਨਸ਼ੀਲ, ਚਿਰਜੀਵੀ

person /'ਪਅ:ਸਨ/ *n* ਪੁਰਖ, ਮਨੁੱਖ, ਆਦਮੀ, ਵਿਅਕਤੀ, ਲੋਕ; ਤਨ, ਸਰੀਰ, ਕਾਇਆ, ਵਿਅਕਤਿਤਵ; ਮਾਨਵ, ਇਨਸਾਨ; ਸੰਘ, ਸਭਾ, ਸੰਸਥਾ; (ਨਾਟਕ ਜਾਂ ਕਹਾਣੀ ਦੇ) ਪਾਤਰ ਜਾਂ ਚਰਿੱਤਰ; ਸਾਂਗ, ਵੇਸ, ਰੂਪ; (ਉੱਤਮ, ਮੱਧਮ ਜਾਂ ਅੰਨ) ਪੁਰਸ਼

persona /ਪਅ'ਸਅਉਨਅ/ *n* ਵਿਅਕਤਿਤਵ, ਸ਼ਖ਼ਸੀਅਤ, ਆਪਾ

personable /'ਪਅ:ਸਅਨਅਬਲ/ *a* ਦਰਸ਼ਨੀ, ਵੇਖਣਯੋਗ

personage /'ਪਅ:ਸਅਨਿਜ/ *n* ਮਸ਼ਹੂਰ ਹਸਤੀ

personal /'ਪਅ:ਸਅਨਲ/ *a* ਵਿਅਕਤਕ, ਵਿਅਕਤੀਗਤ, ਨਿੱਜੀ; ਆਪਣਾ, ਸਰੀਰਕ, ਦੇਹੀ *n* ਵਿਅਕਤੀ ਵਿਸ਼ੇਸ਼ ਸੰਬੰਧੀ ਸਮਾਚਾਰ ਪੱਤਰਾਂ ਦੇ ਕਾਲਮ, ਵਿਅਕਤੀਗਤ ਸਮਾਚਾਰ

personal computer *n* (ਕੰਪਿ) ਇਕੱਲੇ ਵਿਅਕਤੀ ਵੱਲੋਂ ਵਰਤਿਆ ਜਾਣ ਵਾਲਾ ਨਿੱਜੀ ਕੰਪਿਊਟਰ

personality /ˌਪਅ:ਸਅ'ਨੈਲਅਟਿ/ *n* ਸ਼ਖ਼ਸੀਅਤ, ਵਿਅਕਤਿੱਤਵ; ਮਨੁੱਖਤਵ, ਨਿੱਜੀਪਣ, ਆਪਣਾਪਣ; ਵਿਅਕਤਕ ਜਾਂ ਨਿੱਜੀ ਵਿਸ਼ੇਸ਼ਤਾ; (ਨਾਮਵਰ) ਵਿਅਕਤੀ, ਪੁਰਸ਼

personality cult *n* ਕਿਸੇ ਆਗੂ ਦੀਆਂ ਤਾਰੀਫ਼ਾਂ ਦੇ ਪੁਲ ਬੰਨ੍ਹਣ ਦਾ ਕਾਰਜ, ਲੀਡਰ ਦੀ ਪੂਜਾ, ਨਾਮਵਰ ਆਗੂ ਦੀ ਕੀਤੀ ਪ੍ਰਸ਼ੰਸਾ

personally /'ਪਅ:ਸਅਨਅਲਿ/ *adv* ਖ਼ੁਦ,

ਆਪ, ਨਿੱਜੀ ਰੂਪ ਵਿੱਚ, ਜ਼ਾਤੀ ਤੌਰ ’ਤੇ, ਵਿਅਕਤੀਗਤ ਰੂਪ ਵਿੱਚ, ਬਜ਼ਾਤੇ ਖ਼ੁਦ

personal pronoun *n* ਪੁਰਸ਼ਵਾਚਕ ਪੜਨਾਂਵ

persona non grata /ਪਅ,ਸਅਉਨਅ ਨੌਨ 'ਗਰਾਟਅ/ *n* ਨਾ ਪਸੰਦ ਵਿਅਕਤੀ, ਉਹ ਬੰਦਾ ਜਿਸ ਨੂੰ ਦੇਸ਼ ਦੇ ਹਿਤ ਲਈ ਸਵੀਕਾਰ ਨਾ ਕੀਤਾ ਜਾਵੇ

personate /'ਪਅ:ਸਅਨਅਟ/ *vt* ਡਰਾਮੇ ਦੇ ਕਿਸੇ ਪਾਤਰ ਦਾ ਅਭਿਨੈ ਕਰਨਾ, ਧੋਖਾ ਦੇਣ ਲਈ ਕਿਸੇ ਦੀ ਸ਼ਖ਼ਸੀਅਤ ਧਾਰਨ ਕਰਨਾ, ਦੂਜੇ ਦੇ ਭੇਸ ਵਿੱਚ ਆਉਣਾ, ਬਹੁਰੂਪ ਧਾਰਨਾ

personification /ਪਅ,ਸੌਨਿਫ਼ਿ'ਕੇਇਸ਼ਨ/ *n* ਮਾਨਵੀਕਰਨ, ਗੁਣਾਂ ਦਾ ਸੰਗ੍ਰਹਿ

personify /ਪਅ'ਸੌਨਿਫ਼ਾਇ/ *vt* ਮਾਨਵੀਕਰਨ ਕਰਨਾ, ਮੂਰਤੀਕਰਨ ਕਰਨਾ; (ਗੁਣ ਆਦਿ ਦਾ) ਰੂਪਮਾਨ ਹੋਣਾ, ਮੂਰਤੀਮਾਨ ਹੋਣਾ

personnel /,ਪਅ:ਸਅ'ਨੈੱਲ/ *n* ਕਰਮਚਾਰੀ ਵਰਗ, ਕਾਰਜ ਕਰਤਾ ਵਰਗ, ਸੇਵਾ ਦਲ, ਅਮਲਾ, ਦਫ਼ਤਰ ਜਾਂ ਸੰਸਥਾ ਦੇ ਲੋਕ

perspective /ਪਅ'ਸਪੈੱਕਟਿਵ਼/ *n* ਪਰਿਪੇਖ, ਚਿੱਤਰ; ਦ੍ਰਿਸ਼ਟੀਕੋਣ; ਅਵਲੋਕਨ; ਦ੍ਰਿਸ਼ਟੀ ਸੀਮਾ; ਦ੍ਰਿਸ਼ਮਾਨ ਖੇਤਰ *a* ਦ੍ਰਿਸ਼ ਸੰਬੰਧੀ, ਦ੍ਰਿਸ਼ਮਈ, ਪਰਿਪੇਖੀ

perspectograph /ਪਅ'ਸਪੈੱਕਟਅਗਰਾਫ਼/ *n* ਦ੍ਰਿਸ਼ ਚਿੱਤਰ ਲੇਖਕ ਯੰਤਰ, ਨੇਤਰ ਦਿਸ਼ਾ ਲੇਖ

perspex /'ਪਅ:ਸਪੈੱਕਸ/ *n* ਪਲਾਸਟਿਕ ਦਾ ਸ਼ੀਸ਼ਾ

perspicacious /,ਪਅ:ਸਪਿ'ਕੇਇਸ਼ਅਸ/ *a* ਦੂਰਦਰਸ਼ੀ, ਤੀਖਣਦਰਸ਼ੀ, ਸੂਖਮਦਰਸ਼ੀ, ਡੂੰਘੀ ਅਕਲ ਵਾਲਾ

perspicacity /,ਪਅ:ਸਪਿ'ਕੈਸਅਟਿ/ *n* ਦੂਰਦਰਸ਼ਤਾ, ਸੂਖਮ ਬੁੱਧੀ, ਸੂਖਮਦਰਸ਼ਤਾ, ਬਰੀਕ ਮੱਤ

perspicuous /ਪਅ:'ਸਪਿਕਯੁਅਸ/ *a* ਸਪਸ਼ਟ, ਸੁਗਮ, ਸੁਬੋਧ, ਖੁੱਲ੍ਹਾ; ਖਰਾ, ਸਾਫ਼; ਸਪਸ਼ਟ ਸ਼ੈਲੀ ਵਾਲਾ

perspiration /,ਪਅ:ਸਪਅ'ਰੇਇਸ਼ਨ/ *n* ਪਸੀਨਾ, ਮੁੜ੍ਹਕਾ

perspire /ਪਅ'ਸਪਾਇਅ*/ *v* ਮੁੜ੍ਹਕਾ ਆਉਣਾ, ਪਸੀਨਾ ਆਉਣਾ, ਤ੍ਰੇਲੀ ਆਉਣਾ, ਪਰਸਿੱਜਣਾ

perstetur /'ਪਅ:ਸਟੈਟੂਅ*/ *(L)* ਜਾਰੀ ਰੱਖੋ

perstringe /ਪਅ'ਸਟਰਿਨਜ/ *vt* ਨੁਕਤਾਚੀਨੀ ਕਰਨਾ, ਮੀਨ-ਮੇਖ ਕਰਨਾ, ਆਲੋਚਨਾ ਕਰਨਾ, ਟੀਕਾ-ਟਿੱਪਣੀ ਕਰਨਾ

persuade /ਪਅ'ਸਵੇਇਡ/ *vt* ਪ੍ਰੇਰਨਾ, ਮਨਾਉਣਾ, ਰਾਜ਼ੀ ਕਰਨਾ, ਪ੍ਰੇਰਿਤ ਕਰਨਾ; ਉਤੇਜਤ ਕਰਨਾ, ਬਹਿਕਾਉਣਾ, ਉਕਸਾਉਣਾ, ਉਭਾਰਨਾ

persuasion /ਪਅ'ਸਵੇਇਯ਼ਨ/ *n* ਪ੍ਰੇਰਨਾ, ਪ੍ਰੋਤਸਾਹਨ; ਸੰਪਰਦਾਇ, ਫ਼ਿਰਕਾ, ਮੱਤ; ਦ੍ਰਿੜ੍ਹ ਵਿਸ਼ਵਾਸ, ਸ਼ਰਧਾ

persuasive /ਪਅ'ਸਵੇਇਸਿਵ਼/ *a* ਪ੍ਰੇਰਨਾਮਈ, ਪ੍ਰੇਰਕ *n* ਪ੍ਰੇਰਨਾ

pert /ਪਅ:ਟ/ *a* ਸ਼ੋਖ਼, ਗੁਸਤਾਖ਼, ਮੂੰਹ-ਫਟ

pertain /ਪਅ'ਟੇਇਨ/ *vi* ਵਾਹ ਪੈਣਾ, ਸੰਬੰਧ ਰੱਖਣਾ, ਮੇਲ ਹੋਣਾ; ਮਿਲਨਾ; ਉਪਯੁਕਤ ਹੋਣਾ; ਪ੍ਰਸੰਗ ਵਿੱਚ ਹੋਣਾ; (ਕਿਸੇ ਦਾ) ਹੋਣਾ

pertinacious /,ਪਅ:ਟਿ'ਨੇਇਸ਼ਅਸ/ *a* ਹਠੀ, ਜ਼ਿੱਦੀ, ਜ਼ਿੱਦਲ, ਦ੍ਰਿੜ੍ਹ, ਅੜੀਅਲ, ਪੱਕਾ

pertinaciousness /,ਪਅ:ਟਿ'ਨੇਇਸ਼ਅਸਨਅਸ/ *n* ਹਠ, ਜ਼ਿੱਦ, ਦ੍ਰਿੜ੍ਹਤਾ, ਅੜੀ, ਪਕਿਆਈ

pertinence /'ਪਅ:ਟਿਨਅਨਸ/ *n* ਪ੍ਰਸੰਗਕਤਾ, ਢੁਕਵਾਂਪਣ; ਉਚਿਤਤਾ

pertinent /'ਪਅ:ਟਿਨਅਨਟ/ *a* ਸੁਲੱਗ, ਸੰਗਤ, ਸੰਬੰਧਿਤ; ਯੋਗ, ਠੀਕ, ਉਚਿਤ, ਢੁਕਵਾਂ

pertness /'ਪਅ:ਟਨਅਸ/ *n* ਸ਼ੋਖੀ, ਚੰਚਲਤਾ, ਚਪਲਤਾ

perturb /ਪਅ'ਟਅ:ਬ/ *vt* ਗੱਡ-ਮੱਡ ਕਰਨਾ, ਤਰਤੀਬ ਭੰਨਣਾ, ਉਲਟਫੇਰ ਕਰਨਾ, ਤਿੱਤਰ-ਬਿੱਤਰ ਕਰਨਾ; ਉਪੱਦਰ ਕਰਨਾ, ਅਰਾਜਕਤਾ ਉਤਪੰਨ ਕਰਨਾ, ਹੁੱਲੜ ਮਚਾਉਣਾ; ਵਿਆਕੁਲ

ਕਰਨਾ, ਘਬਰਾ ਦੇਣਾ; ਪਰੇਸ਼ਾਨ ਕਰਨਾ, ਬੇਚੈਨ ਕਰਨਾ; ਹੁਲੀਆ ਵਿਗਾੜਨਾ

perturbed **/ਪਅ'ਟਅ:ਬਡ/** *a* ਵਿਆਕੁਲ, ਬੇਚੈਨ, ਘਬਰਾਇਆ

pertused **/ਪਅ'ਟਯੂਜ਼ਡ/** *a* ਵਿੰਨ੍ਹਿਆ, ਫਟਿਆ, ਚੀਰਿਆ, ਕੱਟਿਆ

pertussis **/ਪਅ'ਟਅੱਸਿਸ/** *n* ਕਾਲੀ ਖਾਂਸੀ, ਕੁੱਤੇ ਖੰਘ

peruke **/ਪਅ'ਰੂਕ/** *n* ਵਾਲਾਂ ਦੀ ਬਣੀ ਟੋਪੀ, ਵਿੱਗ, ਪੈਰੂਕ

perusal **/ਪਅ'ਰੂਜ਼ਲ/** *n* ਪਠਨ, ਪੜ੍ਹਾਈ, ਪਾਠ, ਮੁਤਾਲਿਆ, ਅਧਿਐਨ; ਨਿਰੀਖਣ, ਪਰਖ, ਪੜਚੋਲ

peruse **/ਪਅ'ਰੂਜ਼/** *vt* ਪੜ੍ਹਨਾ, ਵਾਚਣਾ, ਗਹੁ ਨਾਲ ਵੇਖਣਾ, ਅੱਖਾਂ ਜਾਂ ਨਿਗ੍ਹਾ ਵਿੱਚੋਂ ਦੀ ਕੱਢਣਾ, ਨਿਰੀਖਣ ਕਰਨਾ

peruser **/ਪਅ'ਰੂਜ਼ਅ*/** *n* ਪਾਠਕ, ਵਾਚਕ, ਨਿਰੀਖਕ

pervade **/ਪਅ'ਵ੍ਹੇਇਡ/** *vt* ਸਮਾਉਣਾ, ਵਿਆਪਣਾ, ਰਚ ਜਾਣਾ, ਪਰਸਾਰ ਕਰਨਾ, ਪੱਸਰਨਾ; ਫੈਲਣਾ, ਛਾ ਜਾਣਾ; ਪ੍ਰਵੇਸ਼ ਕਰਨਾ, ਵਿੰਨ੍ਹਣਾ, ਘੁਸਣਾ; ਪ੍ਰਭਾਵਿਤ ਕਰਨਾ

pervasion **/ਪਅ'ਵ੍ਹੇਇਯ਼(ਅ)ਨ/** *n* ਸੰਚਾਰ, ਪਰਸਾਰ, ਸਮਾਈ, ਫੈਲਾਅ; ਪ੍ਰਵੇਸ਼

pervasive **/ਪਅ'ਵ੍ਹੇਇਸਿਵ੍ਹ/** *a* ਸਭ ਪਾਸੇ ਫੈਲਣ ਵਾਲਾ, ਪਸਰਨ ਵਾਲਾ

perverse **/ਪਅ'ਵ੍ਹਅ:ਸ/** *a* ਪਤਿਤ; ਪੁੱਠਾ, ਅਵੱਲਾ, ਕੱਬਾ, ਅਵੈੜਾ, ਅੜਬ, ਅੜੀਅਲ, ਅਮੋੜ, ਜ਼ਿੱਦੀ, ਉਲਟਾ

perversion **/ਪਅ'ਵ੍ਹਅ:ਸ਼ਨ/** *n* ਉਟਲਫੇਰ; ਵਿਗਾੜ, ਆਚਾਰ ਭ੍ਰਿਸ਼ਟਤਾ, ਪਥ ਭ੍ਰਿਸ਼ਟਤਾ; ਅਨਰਥ

pervert **/ਪਅ'ਵ੍ਹਅ:ਟ/** *vt* ਵਿਗਾੜਨਾ, ਪੁੱਠੇ ਰਾਹ ਪਾਉਣਾ; ਗਲਤ ਜਾਂ ਪੁੱਠਾ ਸਮਝਣਾ **/'ਪਅ:ਵ੍ਹਅ:ਟ/** *n* ਵਿਗੜਿਆ ਆਦਮੀ, ਪਤਿਤ ਪੁਰਸ਼, ਪਥ ਭ੍ਰਿਸ਼ਟ ਆਦਮੀ, ਆਚਾਰ ਭ੍ਰਿਸ਼ਟ ਬੰਦਾ

perverted **/ਪਅ'ਵ੍ਹਅ:ਟਿਡ/** *a* ਆਚਾਰ ਭ੍ਰਿਸ਼ਟ, ਉਲਟੀ ਸਮਝ ਵਾਲਾ, ਪੁੱਠੇ ਰਾਹ ਚੱਲਣ ਵਾਲਾ, ਪਤਿਤ

pervious **/'ਪਅ:ਵ੍ਹਿਅਸ/** *a* ਰਸਣਯੋਗ, ਪੋਲਾ, ਮੁਸਾਮਦਾਰ; ਸੁਬੋਧ, ਸਰਲ, ਸਪਸ਼ਟ, ਸੁਗਮ

peseta **/ਪਅ'ਸੇਇਟਅ/** *n* ਸਪੇਨੀ ਮੁਦਰਾ ਦੀ ਇਕਾਈ, ਸਪੇਨ ਦਾ ਇੱਕ ਚਾਂਦੀ ਦਾ ਸਿੱਕਾ, ਪਸੇਟਾ

pesky **/'ਪੈੱਸਕਿ/** *n* (ਬੋਲ) ਕਸ਼ਟ ਭਰਿਆ, ਦੁਖਦਾਈ, ਝੰਜਟੀ, ਤੰਗ ਕਰਨ ਵਾਲਾ

peso **/'ਪੇਇਸਅਉ/** *n* ਸਪੇਨ ਅਤੇ ਫਿਲਪਾਈਨ ਆਦਿ ਦਾ ਇੱਕ ਸਿੱਕਾ, ਪੇਸੋ

pessary **/'ਪੈੱਸਅਰਿ/** *n* ਯੋਨੀ ਵਿੱਚ ਘੁਲਨ ਲਈ ਰੱਖੀ ਜਾਣ ਵਾਲੀ ਗਰਭ ਰੋਕੂ ਗੋਲੀ; ਪੇਸਰੀ, ਗਰਭ ਰੋਕੂ ਰਬੜ ਥੈਲੀ

pessimism **/'ਪੈੱਸਿਮਿਜ਼ਅਮ/** *a* ਨਿਰਾਸ਼ਾਵਾਦ, ਢਹਿੰਦੀ ਕਲਾ, ਨਿਰਾਸਤਾ

pessimist **/'ਪੈੱਸਿਮਿਸਟ/** *a* ਢਹਿੰਦੀ ਕਲਾ ਵਿੱਚ ਰਹਿਣ ਵਾਲਾ, ਨਿਰਾਸ਼ਾਵਾਦੀ

pessimistic **/,ਪੈੱਸਿ'ਮਿਸਟਿਕ/** *a* ਨਿਰਾਸ਼ਾਵਾਦੀ, ਨਿਰਾਸ਼ਾਤਮਿਕ

pest **/ਪੈੱਸਟ/** *n* ਬਲਾ, ਜ਼ਹਿਮਤ; ਵਿਨਾਸ਼ਕਾਰੀ ਕੀੜਾ ਜਾਂ ਕਿਰਮ

pester **/'ਪੈੱਸਟਅ*/** *vt* ਅਕਾਉਣਾ, ਸਤਾਉਣਾ, ਤੰਗ ਕਰਨਾ, ਦਿੱਕ ਕਰਨਾ, ਪਰੇਸ਼ਾਨ ਕਰਨਾ

pesticide **/'ਪੈੱਸਟਿਸਾਇਡ/** *n* ਕੀੜੇਮਾਰ ਦਵਾਈ, ਕੀਟਨਾਸ਼ਕ

pestiferous **/ਪੈੱ'ਸਟਿਫ(ਅ)ਰਅਸ/** *a* ਦੂਸ਼ਣਕਾਰੀ; ਹਾਨੀਕਾਰਕ; ਦੁਰਾਚਾਰੀ; ਘਾਤਕ, ਵਿਨਾਸ਼ਕ

pestilence **/'ਪੈੱਸਟਿਲਅਨਸ/** *n* ਪਲੇਗ, ਮਹਾਂਮਾਰੀ, ਵਬਾਅ

pestilent **/'ਪੈੱਸਟਿਲ(ਅ)ਨਟ/** *a* ਵਬਾਈ ਘਾਤਕ, ਵਿਨਾਸ਼ਕ, ਮਾਰੂ, ਅਨੈਤਿਕ, ਦੁਰਾਚਾਰਪੂਰਨ; (ਬੋਲ) ਕਲੇਸ਼ ਭਰਿਆ; ਪ੍ਰੇਸ਼ਾਨ ਕਰਨ ਵਾਲਾ

pestilential **/,ਪੈੱਸਟਿ'ਲੈੱਨਸ਼ਲ/** *a* ਵਬਾਈ,

ਤਾਊਨੀ, ਘਾਤਕ, ਮਾਰੂ ਵਿਆਧੀਜਨਕ, ਮਹਾਮਾਰੀਜਨਕ, ਪਲੇਗ ਫੈਲਾਉਣ ਵਾਲਾ

pestle /'ਪੈਸੱਲ/ *n* ਮੋਹਲਾ, ਘੋਟਣਾ *v* ਰਗੜਨਾ, ਕੁੱਟਣਾ

pestology /ਪੈ'ਸਟੌਲਅਜਿ/ *n* ਕਿਰਮਨਾਸ਼ੀ ਵਿਗਿਆਨ, ਕੀਟਮਾਰੂ ਵਿਗਿਆਨ

pet /ਪੈੱਟ/ *n* ਪਾਲਤੂ ਪਸ਼ੂ, ਪਾਲਿਆ ਜਾਨਵਰ; ਚਿੜਚਿੜਾਪਣ, ਝੁੰਜਲਾਹਟ *a* ਲਾਡਲਾ, ਲਡਿੱਕਾ *vt* ਲਾਡ ਲਡਾਉਣਾ, ਲਾਡ-ਪਿਆਰ ਕਰਨਾ

petal /'ਪੈਟੱਲ/ *n* ਫੁੱਲ-ਪੱਤੀ, ਪੰਖੜੀ

petard /ਪਅ'ਟਾਡ/ *n* ਕਿਲ੍ਹਾ ਤੋੜ ਬੰਬ, ਪਟਾਕਾ

petasus /'ਪੈਟੱਅਸਅਸ/ *n* ਇੱਕ ਚੌੜਾ ਹੈਟ

peter /'ਪੀਟਅ*/ *vi* ਠੁੱਸ ਹੋ ਜਾਣਾ, ਰਹਿ ਜਾਣਾ; (ਨਦੀ ਜਾਂ ਖਣਿਜ ਆਦਿ ਦਾ) ਸਮਾਪਤ ਹੋਣਾ, ਮੁੱਕਣਾ

peterpence /'ਪੀਟਅਪਅਨਸ/ *n* ਪੋਪ ਦੇ ਖਜ਼ਾਨੇ ਵਿੱਚ ਜਮ੍ਹਾਂ ਹੁੰਦੀ ਭੇਟਾ

petersham /'ਪੀਟਅਸ਼ਅਮ/ *n* ਬਿਰਜਸ ਜਾਂ ਭਾਰਾ ਓਵਰਕੋਟ; ਓਵਰਕੋਟ ਜਾਂ ਬਿਰਜਸ ਦਾ ਕੱਪੜਾ

petite /ਪਅ'ਟੀਟ/ *a* ਗਿੱਠੋ, ਮਧਰੀ (ਇਸਤਰੀ); ਛੋਟੇ ਪੈਮਾਨੇ ਦੀ (ਖੇਤੀ)

petition /ਪਅ'ਟਿਸ਼ਨ/ *n* ਅਰਜ਼ੀ, ਪ੍ਰਾਰਥਨਾ ਪੱਤਰ, ਜਾਚਨਾ, ਨਿਵੇਦਨ, ਆਵੇਦਨ; ਪ੍ਰਾਰਥਨਾ, ਉਜ਼ਰਦਾਰੀ *v* ਅਰਜ਼ੀ ਦੇਣਾ, ਪ੍ਰਾਰਥਨਾ ਕਰਨਾ, ਦਰਖ਼ਾਸਤ ਦੇਣਾ; ਜਾਚਨਾ ਕਰਨਾ

petitioner /ਪਅ'ਟਿਸ਼ਅਨਅ*/ *n* ਪ੍ਰਾਰਥਕ, ਜਾਚਕ, ਨਿਵੇਦਨ, ਉਜ਼ਰਦਾਰ, ਅਰਜ਼ੀ ਦੇਣ ਵਾਲਾ

pet name *n* ਲਾਡਲਾ ਨਾਂ

petrean /ਪਿ'ਟਰੀਅਨ/ *a* ਪੱਥਰ ਵਰਗਾ, ਪੱਥਰ ਦਾ

petrel /'ਪੈਟੱਰਅਲ/ *n* ਇੱਕ ਸਮੁੰਦਰੀ ਪੰਛੀ

petrify /'ਪੈਟੱਰਿਫ਼ਾਇ/ *v* ਪਥਰਾਉਣਾ, ਸਿਲ ਪੱਥਰ ਹੋ ਜਾਣਾ; ਕਰੜਾ ਕਰਨਾ, ਕਠੋਰ ਕਰਨਾ; (ਡਰ ਜਾਂ ਹੈਰਾਨੀ ਨਾਲ) ਸੁੰਨ ਹੋ ਜਾਣਾ ਜਾਂ ਕਰ ਦੇਣਾ; (ਅੱਖਾਂ) ਪਥਰਾਅ ਜਾਣਾ, ਤਾੜੇ ਲੱਗਣਾ, ਲਕਵਾ ਹੋਣਾ ਜਾਂ ਕਰਨਾ, ਨਿਰਜੀਵ ਕਰਨਾ, ਅਚੇਤਨ ਹੋਣਾ

petrograph /'ਪੈਟੱਰਅ(ਉ)ਗਰਾਫ਼/ *n* ਸ਼ਿਲਾਲੇਖ

petrol /'ਪੈਟੱਰਅਲ/ *n* ਪੈਟਰੋਲ, (ਮੋਟਰਾਂ, ਕਾਰਾਂ, ਹਵਾਈ ਜਹਾਜ਼ਾਂ ਆਦਿ ਵਿੱਚ ਪਾਉਣ ਵਾਲਾ) ਤੇਲ

petroleum /ਪਅ'ਟਰਅਉਲਿਅਮ/ *n* ਕੱਚਾ ਪੈਟਰੋਲ, ਖਣਿਜ ਤੇਲ, ਮਿੱਟੀ ਦਾ ਤੇਲ

petroleur /'ਪੈਟੱਰਅਉਲਅ*/ *(F)* *n* ਪੈਟਰੋਲ ਨਾਲ ਅੱਗ ਲਾਉਣ ਵਾਲਾ ਵਿਦਰੋਹੀ

petrology /ਪਅ'ਟਰੌਲਅਜਿ/ *n* ਪੱਥਰ ਵਿਗਿਆਨ, ਸ਼ਿਲਾ ਵਿਗਿਆਨ

petrosal /ਪਿ'ਟਰਅਉਸ(ਅ)ਲ/ *a* ਪਥਰੀਲਾ; ਦ੍ਰਿੜ੍ਹ, ਕਠੋਰ, ਕਠਨ, ਕਰੜਾ

petticoat /'ਪੈਟੱਿਕਅਉਟ/ *n* ਪੇਟੀਕੋਟ, (ਸਾੜ੍ਹੀ ਹੇਠਲਾ) ਲਹਿੰਗਾ, (ਬੋਲ) ਔਰਤ, ਤੀਵੀਂ, ਜ਼ਨਾਨੀ

petticoat government *n* ਤੀਵੀਂਆਂ ਦਾ ਰਾਜ, ਜ਼ਨਾਨਾ ਸਰਕਾਰ

pettifog /'ਪੈਟੱਿਫ਼ੌਗ/ *vi* (ਕਨੂੰ) ਛੋਟੀ ਮੋਟੀ ਵਕਾਲਤ ਕਰਨਾ; ਕਨੂੰਨ ਛਾਂਟਣਾ

pettifogger /'ਪੈਟੱਿਫ਼ੌਗਅ*/ *n* ਘਟੀਆ ਵਕੀਲ; ਨੀਮ ਹਕੀਮ; ਘੁੰਤਰਬਾਜ਼

pettifoggery /'ਪੈਟੱਿਫੌਗਅਰਿ/ *n* ਤੁੱਛ ਵਕਾਲਤ; ਘੁੰਤਰਬਾਜ਼ੀ

pettiness /'ਪੈਟੱਿਨਅਸ/ *n* ਤੁੱਛਤਾ, ਅਲਪਤਾ, ਸੰਕੀਰਨਤਾ, ਛੋਟਾਪਣ

pettish /'ਪੈਟੱਿਸ਼/ *a* ਚਿੜਚਿੜਾ, ਖਿੜਿਆ, ਖਿਝੂ, ਤੁਨਕ ਮਿਜ਼ਾਜ, ਜ਼ਿੱਦੀ, ਹਠੀ, ਢੀਠ

pettitoes /'ਪੈਟੱਿਟਅਉਜ਼/ *n* ਸੂਰ ਦੇ ਖਰੌੜੇ

petty /'ਪੈਟੱਿ/ *a* ਨਿੱਕਾ, ਤੁੱਛ, ਛੋਟਾ, ਮਾਮੂਲੀ; ਥੋੜ੍ਹਾ ਜਿਹਾ; ਤੁੱਛ, ਤੰਗਦਿਲ

petulant /'ਪੈਟੱਯੁਲਅਨਟ/ *a* ਖਿਝੂ, ਚਿੜਚਿੜਾ

petunia /ਪਅ'ਟਯੂਨਿਅ/ *n* (ਚਿੱਟੇ, ਬੈਂਗਣੀ ਜਾਂ ਬਨਫਸ਼ੀ ਫੁੱਲਾਂ ਦਾ) ਇੱਕ ਪੌਦਾ

petuntse /ਪਿ'ਟਅੱਨਟਸਅ/ *n* ਚੀਨੀ ਮਿੱਟੀ

pew /**ਪਯੂ**/ *n* ਗਿਰਜਾ ਘਰ ਵਿੱਚ ਬੈਠਣ ਦਾ ਬੈਂਚ, ਪਿਊ; (ਬੋਲ) ਆਸਣ *vt* ਵੇਦੀ ਜਾਂ ਮੰਚ ਉੱਤੇ ਬੈਠਣਾ, ਕਟਹਿਰੇ ਵਿੱਚ ਬੈਠਣਾ

pewit, peewit /'**ਪੀਵਿਟ**/ *n* ਟੀਂ ਟੀਂ, ਟਟੀਹਰੀ ਦੀ ਅਵਾਜ਼, ਟਟੀਹਰੀ

pewter /'**ਪਯੂਟਅ***/ *n* ਕਾਂਸੀ, ਜਿਸਤ, ਕਾਂਸੀ ਦੇ ਭਾਂਡੇ, ਜਿਸਤ ਭਾਂਡੇ; ਪੁਰਸਕਾਰ ਦੀ ਧਨ ਰਾਸ਼ੀ, ਇਨਾਮ ਦਾ ਰੁਪਈਆ

phaenology /**ਫ਼ਿ'ਨੌਲਅਜਿ**/ *n* ਜੀਵ ਰੁੱਤ ਵਿਗਿਆਨ, ਜਲਵਾਯੂ ਪ੍ਰਭਾਵ ਵਿਗਿਆਨ, ਜੀਵ ਉੱਤੇ ਪੈਣ ਵਾਲੇ ਪ੍ਰਭਾਵ ਦੀ ਸਾਇੰਸ

phaeton /'**ਫ਼ੇਇਟ(ਅ)ਨ**/ *n* ਚਾਰ ਪਹੀਆਂ ਵਾਲੀ ਘੋੜਾ ਗੱਡੀ, ਫਿਟਨ ਗੱਡੀ

phalanger /**ਫ਼ਅ'ਲੈਨਜਅ***/ *n* ਫੈਲੰਜਰ (ਆਸਟਰੇਲੀਆ ਦਾ ਇੱਕ ਛੋਟਾ ਥੈਲੀਧਾਰੀ ਪਸ਼ੂ)

phalanx /'**ਫ਼ੈਲੈਙਕਸ**/ *n* ਯੁੱਧ ਪੰਗਤੀ; ਪਰ੍ਹਾ; ਦਲ, ਮੰਡਲੀ, ਜੱਥਾ

phalarope /'**ਫ਼ੈਲਅਰਅਉਪ**/ *n* ਇੱਕ ਪ੍ਰਕਾਰ ਦਾ ਝਿੱਲੀਦਾਰ ਜਲ ਪੰਛੀ, ਫੈਲੇਰੋਪ

phallephoric /ˌ**ਫ਼ੈਲਅ'ਫ਼ੋਰਿਕ**/ *a* ਲਿੰਗਧਾਰੀ, ਲਿੰਗਧਾਰਕ

phallic /'**ਫ਼ੈਲਿਕ**/ *a* ਲਿੰਗ ਸੰਬੰਧੀ, ਲਿੰਗਕ, ਲਿੰਗਰੂਪ, ਲਿੰਗ ਪੂਜਾ ਸੰਬੰਧੀ

phallicism /'**ਫ਼ੈਲਿਸਿਜ਼ਅਮ**/ *n* ਲਿੰਗ ਪੂਜਾ

phallic worship *n* ਲਿੰਗ ਪੂਜਨ

phanerogam /'**ਫ਼ੈਨਅਰਅ(ਉ)ਗੈਮ**/ *n* (ਬਨ) ਪੁੰਕੇਸਰ ਅਤੇ ਇਸਤਰੀ ਕੇਸਰ ਵਾਲਾ ਫੁੱਲਦਾਰ ਬੂਟਾ

phantasm /'**ਫ਼ੈਨਟੈਜ਼ਅਮ**/ *n* ਛਲੇਡਾ, ਛਲਾਵਾ, ਛਾਇਆ ਮੂਰਤੀ, ਭਰਾਂਤੀ, ਭਰਮ, ਮਿਥਿਆਭਾਸ, ਮਾਇਆ, ਮਨੋ ਕਲਪਨਾ

phantasmagoria /ˌ**ਫ਼ੈਨਟੈਜ਼ਮਅ'ਗੋਰਿਅ**/ *n* ਛਲ ਚਿੱਤਰ, ਛਾਇਆ ਚਿੱਤਰ, ਮਾਇਆ ਜਾਲ

phantom /'**ਫ਼ੈਨਟਅਮ**/ *n* ਪ੍ਰੇਤ, ਛਾਂ, ਛਾਇਆ ਖ਼ਿਆਲੀ ਰੂਪ ਜਾਂ ਆਕਾਰ; ਬੇਤਾਲ, ਪਿਸ਼ਾਚ, ਭੂਤ ਪ੍ਰੇਤ, ਭਰਮ, ਕਲਪਨਾ; ਮਨੋ ਲੀਲ੍ਹਾ, ਮਾਇਆ

pharaoh /'**ਫ਼ੇਅਰਅਉ**/ *n* ਮਿਸਰੀ ਬਾਦਸ਼ਾਹ, ਫ਼ਿਰਔਨ

pharaoh's serpant *n* ਇੱਕ ਤਰ੍ਹਾਂ ਦੀ ਆਤਸ਼ਬਾਜ਼ੀ

pharisee /'**ਫ਼ੈਰਿਸੀ**/ *n* ਫੈਲਸੂਫ਼, ਦੰਭੀ, ਪਖੰਡੀ, ਮਕਰਾ

pharmaceutical /ˌ**ਫ਼ਾਮਅ'ਸੂਟਿਕਲ, -'ਸਯੂ-**/ *a* ਔਸ਼ਧੀ ਨਿਰਮਾਣ ਸੰਬੰਧੀ, ਦਵਾਈਆਂ ਬਣਾਉਣ ਜਾਂ ਵੇਚਣ ਵਾਲੇ ਬਾਰੇ

pharmacist /'**ਫ਼ਾਮਅਸਿਸਟ**/ *n* ਦਵਾਫਰੋਸ਼, ਫਾਰਮਾਸਿਸਟ

pharmacology /ˌ**ਫ਼ਾਮਅ'ਕੌਲਅਜਿ**/ *n* ਔਸ਼ਧੀ ਸ਼ਾਸਤਰ, ਹਿਕਮਤ ਦਾ ਗ੍ਰੰਥ

pharmacopoeia /ˌ**ਫ਼ਾਮਅਕਅ'ਪੀਅ**/ *n* ਔਸ਼ਧੀ ਸ਼ਾਸਤਰ, ਹਿਕਮਤ ਦਾ ਗ੍ਰੰਥ

pharmacy /'**ਫ਼ਾਮਅਸਿ**/ *n* ਦਵਾਈ ਘਰ, ਦਵਾਖ਼ਾਨਾ, ਔਸ਼ਧਾਲਿਆ, ਫਾਰਮੇਸੀ

pharology /**ਫ਼ੈ'ਰੌਲਅਜਿ**/ *n* ਪ੍ਰਕਾਸ਼ ਸੰਕੇਤ ਵਿਗਿਆਨ; ਸਮੁੰਦਰੀ ਤਟ ਤੋਂ ਪ੍ਰਕਾਸ਼ ਰਾਹੀਂ ਸੰਕੇਤ ਕਰਨ ਦੀ ਪੱਧਤੀ

pharos /'**ਫ਼ੇਅਰੌਸ**/ *n* ਚਾਨਣ ਮੁਨਾਰਾ

pharyngeal /**ਫ਼ਅ'ਰਿਨਜਿਅਲ,** ˌ**ਫ਼ੈਰਿਨ'ਜ਼ਿਅਲ**/ *a* ਸੰਘ ਦੇ ਪੋਲ ਸੰਬੰਧੀ, ਸੰਘ ਦੇ ਪੋਲ ਦਾ

pharyngology /ˌ**ਫ਼ੈਰਿਙ'ਗੌਲਅਜਿ**/ *n* ਗਲ ਦੀ ਰਚਨਾ ਕਾਰਜ ਅਤੇ ਰੋਗਾਂ ਦਾ ਵਿਗਿਆਨ

pharynx /'**ਫ਼ੈਰਿਙਕਸ**/ *n* ਸੰਘ ਦਾ ਪਿਛਲਾ ਪੋਲ ਜਿਸ ਵਿੱਚੋਂ ਮੂੰਹ ਅਤੇ ਨੱਕ ਦੇ ਦੋ ਰਾਹ ਨਿਕਲਦੇ ਹਨ, ਸੰਘ

phase /**ਫ਼ੇਇਜ਼**/ *n* ਅਵਸਥਾ, ਪੜਾਅ, ਚਰਨ; ਪੱਖ ਪਹਿਲੂ; ਪਖਵਾੜਾ

phasic /'**ਫ਼ੇਇਜ਼ਿਕ**/ *a* ਪੜਾਅਦਾਰ, ਪੜਾਵਾਂ ਵਾਲਾ, ਵਿਕਾਸ ਦੀ ਅਵਸਥਾ ਦਾ; ਪੱਖ ਸੰਬੰਧੀ

pheasant /'**ਫ਼ੈਜ਼ੱਨਟ**/ *n* ਚਕੋਰ

pheasant-eyed /ˌ**ਫ਼ੈਜ਼ਅਨਟ'ਆਇਡ**/ *a* ਚਕੋਰ ਵਰਗੀ ਅੱਖ ਵਾਲਾ

phenomenal /**ਫ਼ਅ'ਨੌਮਿਨਲ**/ *a* ਜਿਸ ਨੂੰ ਗਿਆਨ ਇੰਦਰੀਆਂ ਨਾਲ ਜਾਂਚਿਆਂ ਜਾਂ ਟੋਹਿਆ ਜਾ ਸਕੇ; ਦ੍ਰਿਸ਼ਟਮਾਨ, ਪ੍ਰਤੱਖ, ਨਜ਼ਰ ਬਾਰੇ, ਦਿਸਦੇ ਸੰਸਾਰ ਸੰਬੰਧੀ; ਅਨੋਖਾ, ਅਸਚਰਜ, ਅਲੌਕਿਕ, ਅਦਭੁਤ, ਸ਼ਾਨਦਾਰ, ਅਦੁੱਤੀ

phenomenalist /**ਫ਼ਅ'ਨੌਮਿਨ(ਅ)ਲਿਸਟ**/ *n* ਦ੍ਰਿਸ਼ਟੀ ਗਿਆਨਵਾਦੀ, ਪ੍ਰਤੱਖ ਗਿਆਨਵਾਦੀ

phenomenology /**ਫ਼ਿ,ਨੌਮਿ'ਨੌਲਅਜਿ**/ *n* (ਸਿੱਖਿਆ) ਘਟਨਾ ਕਿਰਿਆ ਵਿਗਿਆਨ

phenomenon /**ਫ਼ਅ'ਨੌਮਿਨਅਨ**/ *n* ਘਟਨਾ, ਤੱਥ; ਪ੍ਰਤੱਖ ਵਸਤੂ; ਕ੍ਰਿਸ਼ਮਾ, ਚਮਤਕਾਰ, ਅਸਚਰਜ ਘਟਨਾ, (ਫ਼ਲਸਫ਼ਾ) ਪ੍ਰਤੱਖ ਗਿਆਨ ਵਿਸ਼ੇ

phenotype /**'ਫ਼ੀਨਅਟਾਇਪ**/ *adj* ਸਮਰੂਪ

phenyl /**'ਫ਼ੀਨਾਇਲ**/ *n* ਕੀੜੇਮਾਰ ਦਵਾਈ, ਫਿਨਾਇਲ

phew /**ਫ਼ਯੂ**/ *int* ਓ ਹੋ! ਉਫ

phial /**'ਫ਼ਾਇਅਲ**/ *n* ਸ਼ੀਸ਼ੀ, ਨਿੱਕੀ ਬੋਤਲ

philander /**ਫ਼ਿ'ਲੈਨਡਅ***/ *vi* ਆਸ਼ਕ ਹੋਣਾ, ਪਿਆਰ ਵਿੱਚ ਫਸਣਾ, ਇਸ਼ਕਬਾਜ਼ੀ ਕਰਨਾ

philanderer /**ਫ਼ਿ'ਲੈਨਡਅਰਅ***/ *n* ਤੀਵੀਆਂ ਪਿੱਛੇ ਫਿਰਨ ਵਾਲਾ, ਲੰਡਰ

philanthropic /**,ਫ਼ਿਲਅਨ'ਥਰੌਪਿਕ**/ *a* ਮਨੁੱਖ ਜਾਤੀ ਲਈ ਉਦਾਰਤਾ ਤੇ ਪ੍ਰੇਮ ਵਾਲਾ, ਮਨੁੱਖੀ ਹਮਦਰਦੀ ਵਾਲਾ, ਪਰਉਪਕਾਰੀ, ਲੋਕ ਹਿੱਤ ਵਾਲਾ, ਉਦਾਰ, ਦਿਆਲੂ, ਉਪਕਾਰੀ

philanthropism /**ਫ਼ਿ'ਲੈਨਥਰਅਪਿਜ਼ਅਮ**/ *n* ਮਾਨਵ ਪ੍ਰੇਮ, ਮਨੁੱਖੀ ਹਮਦਰਦੀ, ਪਰਉਪਕਾਰ, ਸਮਾਜ ਸੇਵਾ

philanthropist /**ਫ਼ਿ'ਲੈਨਥਰਅਪਿਸਟ**/ *n* ਮਾਨਵ ਪ੍ਰੇਮੀ ਵਿਅਕਤੀ, ਜਨ ਹਿਤੈਸ਼ੀ, ਸਮਾਜ ਸੇਵਕ, ਲੋਕ ਪ੍ਰੇਮੀ, ਪਰਉਪਕਾਰੀ

philanthropy /**ਫ਼ਿ'ਲੈਨਥਰਅਪਿ**/ *n* (ਮਨੁੱਖ ਜਾਤੀ ਲਈ) ਪ੍ਰੇਮ, ਸਨੇਹ; ਉਦਾਰਤਾ, ਹਮਦਰਦੀ; ਪਰਉਪਕਾਰ, ਲੋਕ ਹਿੱਤ, ਲੋਕ ਭਲਾਈ; ਮਨੁੱਖ ਜਾਤੀ ਪ੍ਰਤਿ ਭਰਾਤਰੀ ਭਾਵ

philatelic /**,ਫ਼ਿਲਅ'ਟੈੱਲਿਕ**/ *a* ਡਾਕ ਟਿਕਟ ਸੰਗ੍ਰਹਿਣ ਬਾਰੇ, ਟਿਕਟਾਂ ਇਕੱਠੀਆਂ ਕਰਨ ਸੰਬੰਧੀ

philatelist /**ਫ਼ਿ'ਲੈਟਅਲਿਸਟ**/ *n* ਡਾਕ ਟਿਕਟਾਂ ਇਕੱਠੀਆਂ ਕਰਨ ਵਾਲਾ ਵਿਅਕਤੀ, ਡਾਕ ਟਿਕਟ ਸੰਗ੍ਰਹਿਕ

philately /**'ਫ਼ਿਲੈਟਅਲਿ**/ *n* ਡਾਕ ਟਿਕਟ ਸੰਕਲਨ, ਡਾਕ ਟਿਕਟ ਸੰਗ੍ਰਹਿਣ

philharmonic /**,ਫ਼ਿਲਾ'ਮੌਨਿਕ**/ *a* ਸੰਗੀਤ ਪ੍ਰੇਮੀ

philhellenist /**ਫ਼ਿਲ'ਹੈੱਲਅਨਿਸਟ**/ *n* ਯੂਨਾਨਵਾਦੀ, ਯੂਨਾਨ ਪ੍ਰੇਮੀ

philibeg /**'ਫ਼ਿਲਿਬੈੱਗ**/ *n* ਗੋਡੇ ਤੱਕ ਦਾ ਪੇਟੀਕੋਟ

philippic /**ਫ਼ਿ'ਲਿਪਿਕ**/ *n* ਨਿੰਦਿਆ ਭਰੇ ਵਾਕ, ਵਿਰੋਧੀ ਭਾਸ਼ਣ

philippine /**'ਫ਼ਿਲਿਪੀਨ**/ *n* ਦਾਹਵਤਾਂ ਦੇ ਸਮੇਂ ਖੇਡੀ ਜਾਣ ਵਾਲੀ ਇੱਕ ਖੇਡ ਜਿਸ ਵਿੱਚ ਬਦਾਮ ਜਾਂ ਕੋਈ ਹੋਰ ਗਿਰੀਆਂ ਵਾਲਾ ਮੇਵਾ ਕਿਸੇ ਨੂੰ ਭੇਟਾ ਕੀਤਾ ਜਾਂਦਾ ਹੈ; ਸੁਗਾਤ, ਤੋਹਫ਼ਾ, ਭੇਟ

Philistine /**'ਫ਼ਿਲਿਸਟਾਇਨ**/ *n* ਪ੍ਰਾਚੀਨ ਫ਼ਲਸਤੀਨ ਵਿੱਚ ਰਹਿਣ ਵਾਲੀ ਇੱਕ ਕੌਮ ਜਿਹੜੀ ਇਜ਼ਰਾਈਲੀਆਂ ਨੂੰ ਬੜਾ ਤੰਗ ਕਰਦੀ ਸੀ; ਸਤਾਉਣ ਵਾਲਾ, ਦੁੱਖ ਦੇਣ ਵਾਲਾ ਵਿਅਕਤੀ; ਅਸੱਭਿਆ ਮਨੁੱਖ

Philistinism /**'ਫ਼ਿਲਿਸਟਿਨਿਜ਼ਅਮ**/ *n* ਅਸ਼ਿਸ਼ਟਤਾ, ਅਸੱਭਿਆ ਵਿਹਾਰ ਜਾਂ ਵਿਚਾਰ; ਸੰਕੀਰਨ ਸੂਝ, ਆਧੁਨਿਕ ਫ਼ਲਸਤੀਨ ਵਿਚਾਰ ਪ੍ਰਨਾਲੀ

philological /**,ਫ਼ਿਲਅ'ਲੌਜਿਕਲ**/ *a* ਭਾਸ਼ਾ ਸ਼ਾਸਤਰੀ, ਭਾਸ਼ਾ ਵਿਗਿਆਨ ਸੰਬੰਧੀ

philologist /**ਫ਼ਿ'ਲੌਲਅਜਿਸਟ**/ *n* ਭਾਸ਼ਾ ਵਿਗਿਆਨੀ; ਭਾਸ਼ਾ ਪ੍ਰੇਮੀ

philology /**ਫ਼ਿ'ਲੌਲਅਜਿ**/ *n* ਭਾਸ਼ਾ ਵਿਗਿਆਨ, ਭਾਸ਼ਾ ਸ਼ਾਸਤਰ; ਭਾਸ਼ਾ ਤੱਤ; (ਕਦੇ-ਕਦੇ) ਵਿੱਦਿਆ ਪ੍ਰੇਮ ਸਾਹਿਤ ਪ੍ਰੇਮ

philomath /**'ਫ਼ਿਲਅਮੈਥ**/ *n* ਗਣਿਤ ਪ੍ਰੇਮੀ;

ਗਿਆਨ ਪ੍ਰੇਮੀ, ਵਿੱਦਿਆ ਪ੍ਰੇਮੀ, ਗਿਆਨ ਪ੍ਰਾਪਤੀ ਦਾ ਇੱਛਕ

philomathic /ˌ**ਫ਼ਿਲਅ'ਮੈਥਿਕ**/ *a* ਗਣਿਤ ਪ੍ਰੇਮ ਸੰਬੰਧੀ; ਗਿਆਨ ਪ੍ਰੇਮੀ ਸੰਬੰਧੀ, ਗਿਆਨੀ

philomathy /**ਫ਼ਿ'ਲੌਮਅਥਿ**/ *n* ਗਣਿਤ ਪ੍ਰੇਮ; ਗਿਆਨ ਪ੍ਰੇਮ, ਵਿੱਦਿਆ ਭਗਤੀ, ਗਿਆਨ ਪ੍ਰਾਪਤੀ

philoprogenitive /ˌ**ਫਿਲਅ(ਉ)ਪਰਅ(ਉ)'ਜੈੱਨਿਟਿਵ**/ *a* ਸੰਤਾਨ ਪ੍ਰੇਮੀ, ਔਲਾਦ ਪ੍ਰਸਤ, ਬਹੁਤੇ ਬੱਚੇ ਪੈਦਾ ਕਰਨ ਵਾਲਾ

philosopher /**ਫ਼ਅ'ਲੌਸਅਫ਼ਅ***/ *n* ਫ਼ਿਲਾਸਫ਼ਰ ਦਾਰਸ਼ਨਿਕ; ਗਿਆਨੀ, ਪੰਡਤ; ਦ੍ਰਿੜ੍ਹ ਚਿੱਤ, ਸ਼ਾਂਤ ਚਿੱਤ, ਪੱਕੇ ਵਿਚਾਰਾਂ ਵਾਲਾ

philosopher's stone *n* ਧਾਤਾਂ ਨੂੰ ਸੋਨੇ ਵਿੱਚ ਬਦਲ ਦੇਣ ਵਾਲਾ ਪਦਾਰਥ, ਇੱਕ ਕਾਲਪਨਿਕ ਪਦਾਰਥ, ਪਾਰਸ

philosophic, philosophical /ˌ**ਫ਼ਿਲਅ'ਸੌਫ਼ਿਕ**, ˌ**ਫ਼ਿਲਅ'ਸੌਫ਼ਿਕਲ**/ *a* ਦਾਰਸ਼ਨਿਕ, ਦਰਸ਼ਨ ਸ਼ਾਸਤਰ ਸੰਬੰਧੀ, ਫ਼ਿਲਾਸਫ਼ੀ ਬਾਰੇ

philosophize /**ਫ਼ਅ'ਲੌਸਅਫ਼ਾਇਜ਼**/ *vt* ਸਿਧਾਂਤਾਂ ਦੀ ਵਿਆਖਿਆ ਕਰਨਾ; ਦਾਰਸ਼ਨਕੀਕਰਨ ਕਰਨਾ; ਫ਼ਿਲਾਸਫ਼ਰ ਜਾਂ ਦਰਸ਼ਨ ਗਿਆਨੀ ਵਾਂਗ ਵਿਖਾਵਾ ਕਰਨਾ, ਫ਼ਿਲਾਸਫ਼ਰ ਬਣਨਾ; ਵਿਚਾਰਨਾ, ਘੋਖਣਾ, ਤੱਤ ਲੱਭਣਾ; ਸਦਾਚਾਰਕ ਬਣਾਉਣਾ, ਨੈਤਿਕ ਰੰਗਤ ਦੇਣਾ

philosophy /**ਫ਼ਅ'ਲੌਸਅਫ਼ਿ**/ *n* ਫ਼ਿਲਾਸਫ਼ੀ, ਫ਼ਲਸਫ਼ਾ, ਦਰਸ਼ਨ, ਤੱਤ ਗਿਆਨ; (ਬਹੁ) ਦਾਰਸ਼ਨਿਕ ਸਿਧਾਂਤ, ਦਾਰਸ਼ਨਿਕ ਪ੍ਰਨਾਲੀ; ਜੀਵਨ ਦਰਸ਼ਨ, ਸੁਚੱਜਾ ਜੀਵਨ ਬਤੀਤ ਕਰਨ ਸੰਬੰਧੀ ਸਿੱਧਾਂਤ; ਤਿਆਗ, ਵਿਰਾਗ; ਪਵਿੱਤਰਤਾ, ਵਿਚਾਰਾਂ ਦੀ ਮਹਾਨਤਾ ਤੇ ਸਵੱਛਤਾ

philotechnic /ˌ**ਫ਼ਿਲਅ'ਟੈੱਕਨਿਕ**/ *a* ਦਸਤਕਾਰੀ ਪ੍ਰੇਮੀ, ਸ਼ਿਲਪ ਪ੍ਰੇਮੀ, ਕਲਾ ਪ੍ਰੇਮੀ

philtre, philter /'**ਫ਼ਿਲਟਅ***/ *n* ਉਹ ਸ਼ਰਬਤ ਜਾਂ ਰਸ ਜਿਸ ਦੇ ਪਿਲਾ ਦੇਣ ਨਾਲ ਪਿਆਰ (ਇਸ਼ਕ) ਪੈਦਾ ਹੁੰਦਾ ਮੰਨਿਆ ਜਾਂਦਾ ਸੀ, ਮੋਹਣ ਰਸ, ਪ੍ਰੇਮ ਰਸ; ਮੰਤਰ; ਜਾਦੂ ਦੇ ਅਸਰ ਵਾਲਾ ਅਰਕ ਜਾਂ ਸ਼ਰਬਤ

phishing /'**ਫ਼ਿਸ਼ਿਙ**/ *n* ਚਾਲਬਾਜ਼ੀ, ਧੋਖਾ, ਫ਼ਰੇਬ, ਧੋਖੇ ਨਾਲ ਬੈਂਕ ਖਾਤੇ ਬਾਰੇ ਜਾਣਕਾਰੀ ਲੈਣ ਦੀ ਕਿਰਿਆ, ਪੈਸਾ ਠੱਗਣ ਦਾ ਕਿੱਤਾ

phiz /**ਫ਼ਿਜ਼**/ *n* (ਬੋਲ) ਮੁਹਾਂਦਰਾ; ਚਿਹਰਾ-ਮੋਹਰਾ; ਹਾਵ ਭਾਵ

phlebotomy /**ਫ਼ਲਅ'ਬੌਟਅਮਿ**/ *n* ਨਾੜ ਵਿੰਨ੍ਹਣ, ਨਾੜ ਛੇਕ ਕੇ ਲਹੂ ਕੱਢਣ, ਪੱਛ ਲਾਹੁਣ, ਚੀਰਾ ਦੇਣ (ਦੀ ਕਿਰਿਆ)

phlegm /**ਫ਼ਲੈੱਮ**/ *n* ਬਲਗਮ, ਖੰਗਾਰ, ਕਫ਼; ਬਲਗਮੀ ਸੁਭਾਅ, ਢਿੱਲੜਪੁਣਾ, ਸਿਥਲਤਾ

phlegmatic /**ਫ਼ਲੈੱਗ'ਮੈਟਿਕ**/ *a* ਬਲਗਮ ਜਾਂ ਰੇਸ਼ਾ ਪੈਦਾ ਕਰਨ ਵਾਲਾ, ਬਲਗਮੀ (ਸੁਭਾਅ), ਬਲਗਮੀ, ਸੁਸਤ, ਮੱਠਾ

phlox /**ਫ਼ਲੌਕਸ**/ *n* ਇੱਕ ਫੁੱਲਦਾਰ ਬੂਟਾ

phobia /'**ਫ਼ਅਉਬਿਅ**/ *n* ਤ੍ਰਾਸ

phoca /'**ਫ਼ਅਉਕਅ**/ *n* ਸੀਲ ਮੱਛੀ

phoebus /'**ਫ਼ੀਬਅਸ**/ *n* ਯੂਨਾਨੀਆਂ ਦਾ ਸੂਰਜ ਦੇਵਤਾ, (ਕਾਵਿ) ਸੂਰਜ

phoenix /'**ਫ਼ੀਨਿਕਸ**/ *n* ਇੱਕ ਮਿਥਿਹਾਸਿਕ ਪੰਛੀ, ਕਕਨੂਸ ਪੰਛੀ

phon /**ਫ਼ੌਨ**/ *n* ਧੁਨੀ ਮਾਪਕ ਯੰਤਰ

phonate /**ਫ਼ਅ(ਉ)'ਨੇਇਟ**/ *vt* ਸਵਰ ਕੱਢਣਾ; ਧੁਨੀ ਉਪਜਾਉਣਾ, ਸ਼ਬਦ ਉਚਾਰਨ ਕਰਨਾ

phone /**ਫ਼ਅਉਨ**/ *n* ਟੈਲੀਫ਼ੋਨ *v* ਟੈਲੀਫ਼ੋਨ ਕਰਨਾ, ਟੈਲੀਫ਼ੋਨ ਰਾਹੀਂ ਖ਼ਬਰ ਦੇਣਾ

phone book *n* ਵੇਖੋ **telephone directory**

phonecard /'**ਫ਼ਅਉਨਕਾਡ**/ *n* ਫ਼ੋਨ ਰਾਹੀਂ ਗੱਲ ਕਰਨ ਦੀ ਅਦਾਇਗੀ ਕਰਨ ਸਮੇਂ ਕਾਰਡ ਦੀ ਵਰਤੋਂ, ਅਦਾਇਗੀ ਕਰਨ ਦੀ ਇੱਕ ਵਿਧੀ, ਫ਼ੋਨ ਕਾਰਡ

phone-in /'**ਫ਼ਅਉਨਇਨ**/ *n* ਚਲਦੇ ਟੈਲੀਵਜ਼ਨ ਪ੍ਰੋਗਰਾਮ ਦੇ ਅਦਾਕਾਰਾਂ ਨਾਲ ਫ਼ੋਨ ਰਾਹੀਂ ਗੱਲ ਕਰਨ ਦੀ ਵਿਧੀ

phoneme /'ਫਅਉਨੀਮ/ *n* (ਧੁਨੀ) ਧੁਨੀਮ, ਧੁਨੀ ਗ੍ਰਾਮ

phonendoscope /ਫਅ(ਉ)'ਨੈਂਡਅਸਕਅਉਪ/ *n* ਸੂਖਮ ਧੁਨੀ ਯੰਤਰ

phone tapping *n* ਕਿਸੇ ਕਲ ਪੁਰਜ਼ੇ ਦੀ ਮੱਦਦ ਨਾਲ ਲੋਕਾਂ ਦੀਆਂ ਟੈਲੀਫ਼ੋਨ 'ਤੇ ਹੁੰਦੀਆਂ ਆਪਸ਼ੀ ਗੱਲਾਂ ਸੁਣਨ ਦੀ ਵਿਧੀ

phonetic /ਫ਼ਅ'ਨੈੱਟਿਕ/ *a* (ਧੁਨੀ) ਧੁਨੀ ਸੰਬੰਧੀ; ਧੁਨੀਆਤਮਿਕ, (ਉਹ ਲਿਖਤ ਪ੍ਰਣਾਲੀ ਜਾਂ ਲਿਪੀ) ਜਿਸ ਵਿੱਚ ਇੱਕ ਧੁਨੀ ਲਈ ਕੇਵਲ ਇੱਕ ਹੀ ਅੱਖਰ ਜਾਂ ਲਿਖਤ ਚਿੰਨ੍ਹ ਹੋਵੇ

phonetician /ˌਫ਼ਅਉਨਅ'ਟਿਸ਼ਨ/ *n* (ਧੁਨੀ) ਧੁਨੀ ਸ਼ਾਸਤਰੀ

phonetics /ਫ਼ਅ'ਨੈੱਟਿਕਸ/ *n* (ਧੁਨੀ) ਧੁਨੀ ਵਿੱਦਿਆ, ਧੁਨੀ ਵਿਗਿਆਨ, ਧੁਨੀ ਸ਼ਾਸਤਰ, ਸਵਰ ਵਿਗਿਆਨ

phoney /'ਫ਼ਅਉਨਿ/ *a* ਝੂਠਾ, ਮਨਘੜ੍ਹਤ, ਕਲਪਿਤ, ਨਕਲੀ

phoney war *n* ਜਾਅਲੀ ਲੜਾਈ, ਨਕਲੀ ਤੂੰ ਤੂੰ ਮੈਂ ਮੈਂ, ਮਨਘੜਤ ਖਹਿਬਾਜ਼ੀ

phonic /'ਫ਼ੌਨਿਕ/ *a* (ਧੁਨੀ) ਧੁਨੀ ਦਾ, ਧੁਨੀਯੁਕਤ, ਧੁਨੀ ਵਾਲਾ, ਸੁਰ ਸੰਬੰਧੀ; ਸ਼ਬਦੀ, ਸ਼ਾਬਦਿਕ

phonics /'ਫ਼ੌਨਿਕਸ/ *n* (ਧੁਨੀ) ਸਵਰ ਸ਼ਾਸਤਰ, ਧੁਨੀ ਸ਼ਾਸਤਰ

phonogram /'ਫ਼ਅਉਨਅਗਰੈਮ/ *n* ਫ਼ੋਨੋਗ੍ਰਾਫ ਨਾਲ ਰਿਕਾਰਡ ਕੀਤੀ ਹੋਈ ਅਵਾਜ਼; ਧੁਨੀ ਚਿੰਨ੍ਹ, ਧੁਨੀਅੰਕਣ, ਧੁਨੀ ਸੰਕੇਤ; ਧੁਨੀ ਲੇਖ; ਸੰਖਿਪਤ ਰੂਪ ਵਿੱਚ ਧੁਨੀ ਚਿੰਨ੍ਹ, ਫ਼ੋਨੋਗ੍ਰਾਮ

phonograph /'ਫ਼ਅਉਨਅਗਰਾਫ਼/ *n* ਗ੍ਰਾਮੋਫ਼ੋਨ ਦਾ ਪਹਿਲਾ ਰੂਪ, ਇੱਕ ਯੰਤਰ ਜਿਸ ਰਾਹੀਂ ਧੁਨੀਆਂ ਅੰਕਿਤ ਹੋ ਜਾਂਦੀਆਂ ਹਨ; ਧੁਨੀ ਅੰਕਿਤ ਕਰਨ ਵਾਲਾ ਯੰਤਰ

phonographist /ਫ਼ਅ(ਉ)'ਨੌਗਰਅਫ਼ਿਸਟ/ *n* ਧੁਨੀਆਂ ਅੰਕਿਤ ਕਰਨ ਵਾਲਾ; ਧੁਨੀਆਂ ਨੂੰ ਸੰਖੇਪ ਚਿੰਨ੍ਹਾਂ ਰਾਹੀਂ ਅੰਕਿਤ ਕਰਨ ਵਾਲਾ

phonography /ਫ਼ਅ(ਉ)'ਨੌਗਰਅਫ਼ਿ/ *n* ਫ਼ੋਨੋਗ੍ਰਾਫ ਨਾਲ ਧੁਨੀ ਰਿਕਾਰਡ ਕਰਨ ਦੀ ਵਿੱਦਿਆ, ਅਵਾਜ਼ ਭਰਨ ਦਾ ਕੰਮ ਜਾਂ ਹੁਨਰ; ਸੰਖੇਪ ਲੇਖਣ

phonological /ˌਫ਼ਅਉਨਅ'ਲੌਜਿਕਲ, ˌਫ਼ੌਨਅ-/ *a* (ਧੁਨੀ) ਧੁਨੀ ਵਿਗਿਆਨ ਸੰਬੰਧੀ, ਧੁਨੀ ਵਿਗਿਆਨ ਦਾ, ਧੁਨੀ ਵਿਗਿਆਨਿਕ

phonology /ਫ਼ਅ'ਨੌਲਅਜਿ/ *n* (ਧੁਨੀ) ਧੁਨੀ ਵਿਗਿਆਨ, ਧੁਨੀ ਪ੍ਰਬੰਧ

phonometer /ਫ਼ਅ(ਉ)'ਨੌਮਿਟਅ*/ *n* ਧੁਨੀਮਾਪੀ

phonopathy /ਫ਼ਅਉ'ਨੌਪਅਥਿ/ *n* ਧੁਨੀ ਵਿਕਾਰ

phonotype /'ਫ਼ਅਉਨਅ(ਉ)ਟਾਇਪ/ *n* ਧੁਨੀਆਤਮਿਕ ਲਿਖਤ, ਚਿੰਨ੍ਹਾਂ ਵਾਲਾ ਛਾਪਾ

phormium /'ਫ਼ੋਮਿਅਮ/ *n* ਨਿਊਜ਼ੀਲੈਂਡ ਦਾ ਸਣ ਦਾ ਇੱਕ ਪੌਦਾ

phosgene /'ਫ਼ੌਜ਼ਜੀਨ/ *n* ਕਾਰਬਨ ਆਕਸੀ ਕਲੋਰਾਈਡ, ਇੱਕ ਜ਼ਹਿਰੀਲੀ ਗੈਸ, ਫ਼ਾਸਜੀਨ

phosphate /'ਫ਼ੌਸਫ਼ੇਇਟ/ *n* ਫ਼ਾਸਫ਼ੋਰੀ ਤਿਜ਼ਾਬ ਵਿੱਚੋਂ ਕੱਢਿਆ ਗਿਆ ਲੂਣ, ਫ਼ਾਸਫ਼ੋਰੀ ਲੂਣ, ਫ਼ਾਸਫ਼ੇਟ, (ਬਹੁ) ਚੂਨੇ ਲੋਹੇ ਤੇ ਫਟਕੜੀ ਦੀ ਖਾਰ

phosphene /'ਫ਼ੌਸਫ਼ੀਨ/ *n* ਪ੍ਰਕਾਸ਼ ਮੰਡਲ, ਆਭਾਦ੍ਰਿਸ਼, ਤੇਜ ਪੁੰਜ

phosphide /'ਫ਼ੌਸਫ਼ਾਇਡ/ *n* ਫ਼ਾਸਫ਼ੋਰਸ ਤੇ ਕਿਸੇ ਹੋਰ ਅੰਸ਼ ਦਾ ਮਿਸ਼ਰਨ, ਫ਼ਾਸਫ਼ਾਈਡ

phosphite /'ਫ਼ੌਸਫ਼ਾਇਟ/ *n* ਫਾਸਫੋਰੀ ਤਿਜ਼ਾਬ ਦਾ ਇੱਕ ਮਿਸ਼ਰਨ, ਫਾਸਫਾਈਟ

phosphorate /'ਫ਼ੌਸਫ਼ਅਰੇਇਟ/ *vt* ਫ਼ਾਸਫੇਟ ਵਿੱਚ ਮਿਲਾਉਣਾ, ਫਾਸਫੋਰਸ ਮਿਲਾਉਣਾ

phosphor-bronze /'ਫ਼ੌਸਫ਼ਅਬਰੌਨਜ਼/ *n* ਫਾਸਫੋਰਸ ਮਿਲੀ ਕਾਂਸੀ, ਫਾਸਫੋਰਸੀ ਕਹਿੰ

phosphoresce /ˌਫ਼ੌਸਫ਼ਅ'ਰੈੱਸ/ *vi* ਮੱਧਮ ਲੋਅ ਨਿੱਕਲਨੀ, ਚਮਕਣਾ, ਦਮਕਣਾ

phosphorescence /ˌਫ਼ੌਸਫ਼ਅ'ਰੈੱਸਨਸ/ *n* ਹਨੇਰੇ ਵਿੱਚ ਦਮਕਦੀ ਰੌਸ਼ਨੀ, ਧੀਮੀ ਲੋਅ, ਚਮਕ,

ਲਿਸ਼ਕ

phosphorescent /ˌ**ਫ਼ੌਸਫ਼ਆ'ਰੈੱਸੰਨਟ**/ *a* (ਬਿਨਾਂ ਅੱਗ) ਚਮਕਣ ਵਾਲਾ, ਲੋਅ ਕਰਨ ਵਾਲਾ, ਚਮਕਦਾ ਹੋਇਆ

phosphoric, phosphorous /**ਫ਼ੌਸ'ਫ਼ੌਰਿਕ, 'ਫ਼ੌਸਫ਼(ਅ)ਰਅਸ**/ *a* ਫਾਸਫੋਰੀ, ਫਾਸਫੋਰਸ ਵਾਲਾ, (ਅਜਿਹੀ ਰਸਾਇਣ) ਜਿਸ ਵਿੱਚ ਫਾਸਫੋਰਸ ਦੀ ਮਿਲਾਵਟ ਹੋਵੇ

phosphorite /**'ਫ਼ੌਸਫ਼ਅਰਾਇਟ**/ *n* ਚੂਨੇ ਮਿਲਿਆ ਫਾਸਫੋਰਸ, ਫਾਸਫੋਰਾਈਟ

phosphorogenic /ˌ**ਫ਼ੌਸਫ਼ਅਰਅ'ਜੈੱਨਿਕ**/ *a* ਪ੍ਰਕਾਸ਼ ਉਪਜਾਊ, ਜੋਤੀ ਉਤਪੰਨ ਕਰਨ ਵਾਲਾ, ਜਗਮਗਾਹਟ ਪੈਦਾ ਕਰਨ ਵਾਲਾ; ਫੁਰਤੀ ਪੈਦਾ ਕਰਨ ਵਾਲਾ

phosphorograph /**'ਫ਼ੌਸਫ਼ਅਰਅਗਰਾਫ਼**/ *n* ਦ੍ਰਿਸ਼ਟੀਮਾਨ ਚਿੱਤਰ, ਸਪਸ਼ਟ ਦ੍ਰਿਸ਼

phosphorus /**'ਫ਼ੌਸਫ਼ਅਰਅਸ**/ *n* ਪੀਲਾ ਮੋਮ ਵਰਗਾ ਪਦਾਰਥ ਜਿਹੜਾ ਮਘਣ ਉੱਤੇ ਹਨੇਰੇ ਵਿੱਚ ਚਮਕਦਾ ਹੈ, ਫਾਸਫੋਰਸ

photo /**'ਫ਼ਅਉਟਅਉ**/ *n* ਫ਼ੋਟੋ, ਫ਼ੋਟੋਗ੍ਰਾਫ, ਪ੍ਰਕਾਸ਼ ਚਿੱਤਰ, ਅਕਸੀ ਤਸਵੀਰ *v* ਫ਼ੋਟੋ ਖਿੱਚਣਾ, ਅਕਸੀ ਤਸਵੀਰ ਖਿੱਚਣਾ

photocell /**'ਫ਼ਅਉਟਅਉਸੈੱਲ**/ *n* ਪ੍ਰਕਾਸ਼ ਬਿਜਲੀ ਸੈੱਲ, ਫ਼ੋਟੋ ਇਲੈਕਟਰਿਕ ਸੈੱਲ

photochemical /ˌ**ਫ਼ਅਉਟਅਉ'ਕੈੱਮਿਕਲ**/ *a* ਪ੍ਰਕਾਸ਼ ਰਸਾਇਣਿਕ

photochemistry /ˌ**ਫ਼ਅਉਟਅਉ'ਕੈੱਮਿਸਟਰਿ**/ *n* ਪ੍ਰਕਾਸ਼ ਰਸਾਇਣ

photochrome /**'ਫ਼ਅਉਟਅ(ਉ)ਕਰਅਉਮ**/ *n* ਰੰਗੀਨ ਚਿੱਤਰਕਲਾ; ਰੰਗੀਨ ਫ਼ੋਟੋਗ੍ਰਾਫੀ

photocopier /**'ਫ਼ਅਉਟਅਉਕੌਪਿਅ***/ *n* ਦਸਤਾਵੇਜ਼ਾਂ ਦੀਆਂ ਅਕਸੀ ਤਸਵੀਰਾਂ ਲੈਣ ਵਾਲੀ ਮਸ਼ੀਨ, ਫ਼ੋਟੋ ਖਿੱਚ ਕੇ ਨਕਲ ਤਿਆਰ ਕਰਨ ਦਾ ਯੰਤਰ

photocopy /**'ਫ਼ਅਉਟਅਉਕੌਪਿ**/ *n* ਦਸਤਾਵੇਜ਼ ਦੀ ਫ਼ੋਟੋ ਰਾਹੀਂ ਲਈ ਗਈ ਨਕਲ

photo finish *n* (ਦੌੜ ਦੀ) ਜਿੱਤ ਸਮੇਂ ਦੀ ਫ਼ੋਟੋ, ਉਹ ਤਸਵੀਰ ਜਿਸ ਤੋਂ ਜਿੱਤਣ ਵਾਲੇ ਦਾ ਪਤਾ ਲੱਗੇ

photofission /ˌ**ਫ਼ਅਉਟਅ'ਫ਼ਿਸ਼ਨ**/ *n* ਪ੍ਰਕਾਸ਼ ਖੰਡਨ

photogen /**'ਫ਼ਅਉਟਅਜ(ਅ)ਨ**/ *n* ਪ੍ਰਕਾਸ਼ ਉਤਪਾਦਕ ਅੰਗ, ਰੌਸ਼ਨੀ ਪੈਦਾ ਕਰਨ ਵਾਲਾ ਅੰਗ, ਚਾਨਣ ਉਪਜਾਉਣ ਵਾਲਾ ਅੰਗ

photogene /**'ਫ਼ਅਉਟਅਜੀਨ**/ *n* ਪ੍ਰਤਿਬਿੰਬ, ਪ੍ਰਤਿਮੂਰਤੀ

photogenic /**ਫ਼ਅਉਟਅਉ'ਜੈੱਨਿਕ**/ *a* ਪ੍ਰਕਾਸ਼ ਚਿੱਤਰ ਸੰਬੰਧੀ, ਫ਼ੋਟੋ ਦਾ, ਪ੍ਰਕਾਸ਼ਜਨਕ, ਫ਼ੋਟੋਯੋਗ

photograph /**'ਫ਼ਅਉਟਅਗਰਾਫ਼**/ *n* ਅਕਸੀ ਤਸਵੀਰ, ਫ਼ੋਟੋਗ੍ਰਾਫ਼

photographer /**ਫ਼ਅ'ਟੌਗਰਅਫ਼ਅ***/ *n* ਕੈਮਰੇ ਨਾਲ ਫ਼ੋਟੋ ਖਿੱਚਣ ਵਾਲਾ, ਪ੍ਰਕਾਸ਼ ਚਿੱਤਰਕਾਰ, ਫ਼ੋਟੋਗ੍ਰਾਫ਼ਰ

photographic /ˌ**ਫ਼ਅਉਟਅ'ਗਰੈਫ਼ਿਕ**/ *a* ਫ਼ੋਟੋ ਦਾ, ਪ੍ਰਕਾਸ਼ ਚਿੱਤਰ ਵਾਲਾ, ਅਕਸੀ, ਤਸਵੀਰ ਦਾ

photographic memory *n* (ਕਿਸੇ ਘਟਨਾ ਨੂੰ ਦੇਖ ਕੇ) ਇੰਨ ਬਿੰਨ ਯਾਦ ਰੱਖਣ ਦੀ ਸ਼ਕਤੀ, ਤੀਬਰ ਯਾਦਾਦਸ਼ਤ

photography /**ਫ਼ਅ'ਟੌਗਰਅਫ਼ਿ**/ *n* ਪ੍ਰਕਾਸ਼ ਚਿੱਤਰ ਖਿੱਚਣ ਦੀ ਵਿੱਦਿਆ, ਅਕਸੀ ਤਸਵੀਰ ਲੈਣ ਦੀ ਵਿਧੀ ਜਾਂ ਕਿਰਿਆ, ਫ਼ੋਟੋਗ੍ਰਾਫ਼ੀ

photogravure /ˌ**ਫ਼ਅਉਟਅਉਗਰੈ'ਵ੍ਯੁਅ***/ *vt* ਧਾਤ ਦੀ ਪੱਤਰੀ ਉੱਤੇ ਫ਼ੋਟੋ ਲੈਣਾ ਜਾਂ ਫ਼ੋਟੋ ਉੱਕਰਨਾ, ਅਕਸੀ ਉੱਕਰਾਈ ਕਰਨਾ, ਧਾਤ ਉੱਤੇ ਪ੍ਰਕਾਸ਼ ਚਿੱਤਰ ਉੱਕਰਨਾ, ਧਾਤ ਦੀ ਪੱਤਰੀ 'ਤੇ ਲਈ ਗਈ ਫ਼ੋਟੋ, ਧਾਤ 'ਤੇ ਉੱਕਰੀ ਫ਼ੋਟੋ ਰਾਹੀਂ ਛਪਾਈ ਦੀ ਵਿਧੀ

photojournalism /ˌ**ਫ਼ਅਉਟਅਉ'ਜਅ:ਨਅਲਿਜ਼ਅਮ**/ *n* ਫ਼ੋਟੋਆਂ ਰਾਹੀਂ ਪੱਤਰਕਾਰੀ ਤਸਵੀਰਾਂ ਛਾਪ ਕੇ ਦਿੱਤੀਆਂ ਖ਼ਬਰਾਂ

photokinesis /ਫ਼ਅਉਟਅਕਾਇ'ਨੈੱਸਿਸ/ *n* ਪ੍ਰਕਾਸ਼ ਗਤੀਸ਼ੀਲਤਾ

photological /ˌਫ਼ਅਉਟਅ'ਲੌਜਿਕਲ/ *a* ਪ੍ਰਕਾਸ਼ ਵਿਗਿਆਨ ਸੰਬੰਧੀ

photometer /ਫ਼ਅ(ਉ)'ਟੌਮਿਟਅ*/ *n* ਪ੍ਰਕਾਸ਼ ਘਣਤਾ ਮਾਪਕ ਯੰਤਰ

photometric /ˌਫ਼ਅਉਟਅ'ਮੀਟਰਿਕ/ *a* ਪ੍ਰਕਾਸ਼ ਮਾਪ ਦੀ, ਪ੍ਰਕਾਸ਼ ਮਾਪੀ

photometry /ਫ਼ਅ'ਟੌਮੀਟਰਿ/ *n* ਪ੍ਰਕਾਸ਼ ਮਾਪਣ, ਚਾਨਣ ਮਿਣਤੀ

photomicrograph /ˌਫ਼ਅਉਟਅਉ 'ਮਾਇਕਰਅਗਰਾਫ਼/ *n* ਸੂਖਮਦਰਸ਼ੀ ਚਿੱਤਰ

photomicrography /ˌਫ਼ਅਉਟਅਉ ਮਾਇ'ਕਰਅਗਰਾਫ਼ਿ/ *n* ਸੂਖਮਦਰਸ਼ੀ ਫ਼ੋਟੋਗ੍ਰਾਫ਼ੀ

photon /'ਫ਼ਅਉਟੌਨ/ *n* ਫ਼ੋਟਾਨ, ਪ੍ਰਕਾਸ਼ ਪ੍ਰਮਾਣ, ਪ੍ਰਕਾਸ਼ ਮਾਤਰਾ

photophobia /ˌਫ਼ਅਉਟਅ(ਉ)'ਫ਼ਅਉਬਿਅ/ *n* ਚਾਨਣ ਤੋਂ ਘਿਰਨਾ, ਪ੍ਰਕਾਸ਼ ਤਰਾਸ, ਰੌਸ਼ਨੀ ਪ੍ਰਤਿ ਨਫ਼ਰਤ

photophone /'ਫ਼ਅਉਟਅਫ਼ਅਉਨ/ *n* ਫ਼ੋਟੋਫ਼ੋਨ, ਪ੍ਰਕਾਸ਼ ਸ਼ਬਦ ਪ੍ਰੇਰਕ ਯੰਤਰ

photoreceptor /'ਫ਼ਅਉਟਅਉਰਿˌਸੈਪੱਟਅ*/ *n* ਪ੍ਰਕਾਸ਼ ਗ੍ਰਾਹੀ, (ਜੀਵ) ਗ੍ਰਾਹੀ

photoscope /'ਫ਼ਅਉਟਅਸਕਅਉਪ/ *n* ਪ੍ਰਕਾਸ਼ ਦਰਸ਼ਕ ਯੰਤਰ, ਪ੍ਰਕਾਸ਼ ਦਰਸਾਊ ਯੰਤਰ

photosensitive /ˌਫ਼ਅਉਟਅਉ'ਸੈਨੱਸਅਟਿਵ਼/ *a* ਰੋਸ਼ਨੀ ਤੋਂ ਪ੍ਰਭਾਵਿਤ, ਸੰਵੇਦਨਸ਼ੀਲ

photosphere /'ਫ਼ਅਉਟਅਸਫ਼ਿਅ*/ *n* ਪ੍ਰਕਾਸ਼ ਮੰਡਲ, ਪ੍ਰਕਾਸ਼ ਘੇਰਾ, ਪ੍ਰਭਾ ਮੰਡਲ (ਸੂਰਜ ਜਾਂ ਤਾਰੇ ਦੁਆਲੇ), ਚਾਨਣ ਗੋਲਾ, ਪਰਿਵਾਰ

photostat /'ਫ਼ਅਉਟਅਸਟੈਟ/ *n* ਕਿਸੇ ਲਿਖਤ ਦੀ ਫ਼ੋਟੋ ਕਾਪੀ

photosynthesis /ˌਫ਼ਅਉਟਅਉ'ਮਿਨਥਅਸਿਸ/ *n* (ਬਨ) ਪ੍ਰਕਾਸ਼ ਸੰਸਲੇਸ਼ਣ

phototelegraphy /ˌਫ਼ਅਉਟਅਟਅ'ਲੈੱਗਰਅਫ਼ਿ/ *n* ਬਿਜਲੀ ਰਾਹੀਂ ਲਿਖਤ ਜਾਂ ਤਸਵੀਰ ਆਦਿ ਭੇਜਣ ਦੀ ਕਿਰਿਆ, ਤਾਰ ਚਿੱਤਰ ਕਲਾ, ਫ਼ੋਟੋ ਟੈਲੀਗ੍ਰਾਫ਼ੀ

phototherapy /ˌਫ਼ਅਉਟਅ'ਥੈਰੱਅਪਿ/ *n* ਪ੍ਰਕਾਸ਼ ਚਿਕਿਤਸਾ, ਚਾਣਨ ਦੇ ਪ੍ਰਭਾਵ ਨਾਲ ਰੋਗ ਦਾ ਇਲਾਜ, ਰੋਸ਼ਨੀ ਦੇ ਅਸਰ ਨਾਲ ਇਲਾਜ

phototype /'ਫ਼ਅਉਟਅਟਾਇਪ/ *n* ਫ਼ੋਟੋਗ੍ਰਾਫ਼ ਦੀ ਸਹਾਇਤਾ ਨਾਲ ਚਿੱਤਰ ਉੱਕਰਨ ਦੀ ਵਿਧੀ; ਫ਼ੋਟੋਟਾਈਪ, ਪ੍ਰਕਾਸ਼ ਚਿੱਤਰ ਛਪਾਈ, ਪ੍ਰਕਾਸ਼ ਮੁਦਰਨ

phrasal verb *n* (ਵਿਆ) ਕਿਰਿਆ ਦੇ ਮਗਰ ਵਰਤਿਆ ਕਿਰਿਆ ਵਿਸ਼ੇਸ਼ਣ ਜਾਂ ਸੰਬੰਧ ਸੂਚਕ ਸ਼ਬਦ, ਕਿਰਿਆਵੀ ਵਾਕਾਂਸ਼, ਕਿਰਿਆਵੀ ਮੁਹਾਵਰਾ

phrase /ਫ਼ਰੇਇਜ਼/ *n* (ਭਾਸ਼ਾ) ਅਜਿਹਾ ਸ਼ਬਦ ਸਮੂਹ ਜੋ ਵਾਕ ਤਾਂ ਨਾ ਹੋਵੇ ਪਰ ਵਾਕ ਦਾ ਇੱਕ ਅੰਗ ਹੁੰਦਿਆਂ ਆਪਣੇ ਆਪ ਵਿੱਚ ਕੋਈ ਅਰਥ ਪ੍ਰਗਟ ਕਰੇ, ਵਾਕਾਂਸ਼; ਉਕਤੀ, ਕਥਨ, ਬਚਨ, ਮੁਹਾਵਰੇਦਾਰ ਕਥਨ, ਕਹਾਵਤ (ਬਹੁ) ਨਿਰੀਆਂ ਗੱਲਾਂ; ਤਰਜ਼, ਢੰਗ, ਸ਼ੈਲੀ *vt* ਫੋਕੀ ਗੱਲ ਬਿਆਨ ਕਰਨਾ, ਵਰਣਨ ਕਰਨਾ, ਪ੍ਰਗਟ ਕਰਨਾ, ਕਹਿਣਾ

phrase book *n* ਆਮ ਵਰਤੋਂ ਵਾਲੇ ਸ਼ਬਦਾਂ ਦੀ ਅਨੁਵਾਦਿਤ ਪੁਸਤਕ, (ਸੈਲਾਨੀਆਂ ਲਈ) ਸਧਾਰਨ ਜਾਣਕਾਰੀ ਪੁਸਤਕ

phraseless /ਫ਼ਰੇਇਜ਼ਲਅਸ/ *a* ਕਥਨੀ ਤੋਂ ਬਾਹਰ, ਉਕਤੀ ਰਹਿਤ, ਵਰਣਨ ਅਤੀਤ; ਅਵਰਣਨੀ

phraseogram /'ਫ਼ਰੇਇਜ਼ਿਅਗਰੈਮ/ *n* ਵਾਕ ਸੰਕੇਤ, ਪਦ ਪ੍ਰਤੀਕ

phraseological /ˌਫ਼ਰੇਇਜ਼ਿਅ'ਲੌਜਿਕਲ/ *a* (ਭਾਸ਼ਾ) ਵਾਕ ਰਚਨਾ ਜਾਂ ਸ਼ਬਦ ਰਚਨਾ ਸੰਬੰਧੀ, ਸ਼ੈਲੀਪੂਰਨ, ਰੀਤ ਅਨੁਸਾਰ

phraseology /ˌਫ਼ਰੇਇਜ਼ਿ'ਔਲਅਜਿ/ *n* (ਭਾਸ਼ਾ) ਵਾਕ-ਅੰਸ਼ ਰਚਨਾ, ਕਥਨ ਵਿਧੀ, ਸ਼ੈਲੀ

phrasy /'ਫ਼ਰੇਇਜ਼ਿ/ *a* ਬੇਲੋੜੇ ਮੁਹਾਵਰਿਆਂ ਵਾਲਾ (ਵਾਕ), ਸ਼ਬਦ ਅਡੰਬਰਪੂਰਨ

phratry /'ਫ਼ਰੇਇਟਰਿ/ *n* ਕਬੀਲਾ, ਬਰਾਦਰੀ

phrenetic /ਫ਼ਰਅ'ਨੈੱਟਿਕ/ *a* ਪਾਗਲਾਨਾ, ਸਨਕੀ, ਜਨੂਨ ਭਰਿਆ; ਕੱਟੜ ਪੰਥੀ

phrenologist /ਫ਼ਰਅ'ਨੌਲਅਜਿਸਟ/ *n* ਕਪਾਲ ਵਿਗਿਆਨੀ

phrenology /ਫ਼ਰਅ'ਨੌਲਅਜਿ/ *n* ਕਪਾਲ ਵਿਗਿਆਨ

phrontistery /'ਫ਼ਰੌਨਟਿਸਟ(ਅ)ਰਿ/ *n* ਵਿਚਾਰ ਭੂਮੀ, ਵਿਚਾਰਸ਼ਾਲਾ, ਵਿਚਾਰ ਖੇਤਰ

phthisical /'(ਫ਼)ਥਾਇਜ਼ਿਕਲ/ *a* ਤਪਦਿਕ ਦਾ, ਖਈ ਰੋਗ ਸੰਬੰਧੀ

phthisis /'(ਫ਼)ਥਾਇਸਿਸ/ *n* ਪੁਰਾਣਾ ਬੁਖ਼ਾਰ, ਖਈ ਰੋਗ, ਤਪਦਿਕ, ਸਿੱਲ

phut /ਫ਼ਅੱਟ/ *n* ਪਟਾਕਾ, ਫੜਾਕਾ, ਠੁੱਸ, ਠਾਹ ਦੀ ਅਵਾਜ਼, ਝਟਕਾ *adv* ਠਾਹ ਕਰਕੇ, ਪਟਾਕ ਕਰਕੇ, ਧੜੰਮ ਕਰਕੇ *v* ਨਸ਼ਟ ਹੋਣਾ, ਅਸਫਲ ਹੋਣਾ (ਯੋਜਨਾ ਦਾ), ਸਿਰੇ ਨਾ ਚੜ੍ਹਨਾ

phylactery /ਫ਼ਿ'ਲੈਕਟ(ਅ)ਰਿ/ *n* ਚਮੜੇ ਦਾ ਤਵੀਤ ਜਿਸ ਉੱਤੇ ਤੌਰੇਤ ਦੀਆਂ ਤੁਕਾਂ ਉੱਕਰੀਆਂ ਹੁੰਦੀਆਂ ਹਨ; ਤਵੀਤ, ਰੱਖ; ਧਾਰਮਿਕ ਪਖੰਡ, ਮਜ਼ਹਬੀ ਵਿਖਾਵਾ; ਕੋਈ ਡੱਬਾ ਜਾਂ ਸੰਦੂਕ ਜਿਸ ਵਿੱਚ ਪਵਿੱਤਰ ਵਸਤੂਆਂ ਰੱਖੀਆਂ ਜਾਣ

phylarchy /'ਫ਼ਾਇਲਾਕਿ/ *n* ਵਿਸ਼ੇਸ਼ ਜਾਤੀ ਦੀ ਸਰਕਾਰ, ਕਬੀਲਾ ਰਾਜ-ਪ੍ਰਬੰਧ

phylloxera /ਫ਼ਿ'ਲੌਕਸਅਰਅ/ *n* ਇੱਕ ਬਰੀਕ ਕੀੜਾ ਜੋ ਪੱਤਿਆਂ ਨੂੰ (ਖ਼ਾਸ ਕਰਕੇ ਅੰਗੂਰ ਦੇ ਪੱਤਿਆਂ ਨੂੰ) ਖਾ ਜਾਂਦਾ ਹੈ

phylum /'ਫ਼ਾਇਲਅਮ/ *n* (ਜੀਵ) ਜਾਤੀ

physiatrics /ˌਫ਼ਿਜ਼ਿ'ਐਟਰਿਕਸ/ *n* ਪ੍ਰਾਕਿਰਤਿਕ ਚਿਕਿਤਸਾ

physic /'ਫ਼ਿਜ਼ਿਕ/ *n* ਹਿਕਮਤ, ਡਾਕਟਰੀ, ਵੈਦਗੀ; ਚਿਕਿਤਸਾ ਸ਼ਾਸਤਰ; ਦਵਾਈ, ਔਸ਼ਧੀ *vt* ਦਵਾਈ ਦੇਣਾ, ਇਲਾਜ ਕਰਨਾ

physical /'ਫ਼ਿਜ਼ਿਕਲ/ *a* ਪਦਾਰਥਕ, ਪਦਾਰਥੀ, ਭੌਤਿਕ, ਸਥੂਲ, ਜੜ੍ਹ, ਸਾਕਾਰ; ਸੰਸਾਰਿਕ; ਸਰੀਰ ਸੰਬੰਧੀ, ਸਰੀਰਕ; ਕੁਦਰਤੀ, ਪ੍ਰਕਿਰਤਿਕ; ਭੌਤਿਕ ਵਿਗਿਆਨ ਸੰਬੰਧੀ, ਭੌਤਿਕ ਵਿਗਿਆਨ ਦਾ

physical ability *n* ਸਰੀਰਕ ਜਾਂ ਪ੍ਰਕਿਰਤਿਕ ਯੋਗਤਾ

physical analysis *n* ਭੌਤਿਕ ਵਿਸ਼ਲੇਸ਼ਣ

physical change *n* ਭੌਤਿਕ ਪਰਿਵਰਤਨ

physical education *n* ਸਰੀਰਕ ਸਿੱਖਿਆ

physical environment *n* ਭੌਤਿਕ ਵਾਤਾਵਰਨ

physicalist /'ਫ਼ਿਜ਼ਿਕ(ਅ)ਲਿਸਟ/ *n* ਪਦਾਰਥਵਾਦੀ, ਭੌਤਿਕਵਾਦੀ, ਪ੍ਰਕਿਰਤੀਵਾਦੀ

physicality /ˌਫ਼ਿਜ਼ਿ'ਕੈਲਅਟਿ/ *n* ਭੌਤਿਕਤਾ, ਜੜ੍ਹਤਾ, ਸਥੂਲਤਾ, ਸਾਕਾਰਤਾ, ਸਰੀਰਕਤਾ

physically /'ਫ਼ਿਜ਼ਿਕਲਿ/ *adv* ਕੁਦਰਤੀ ਤੌਰ 'ਤੇ, ਸਰੀਰਕ ਤੌਰ 'ਤੇ, ਭੌਤਿਕ ਤੌਰ 'ਤੇ

physical process *n* ਭੌਤਿਕ ਪ੍ਰਕਿਰਿਆ

physical science *n* ਭੌਤਿਕ ਵਿਗਿਆਨ

physical theory *n* ਭੌਤਿਕ ਜਾਂ ਪ੍ਰਕਿਰਤਿਕ ਸਿਧਾਂਤ

physical training *n* (ਸਕੂਲਾਂ ਕਾਲਜਾਂ ਵਿੱਚ ਦਿੱਤੀ ਜਾਂਦੀ) ਸਰੀਰਕ ਕਸਰਤ ਦੀ ਸਿਖਲਾਈ, ਸਰੀਰਕ ਸਿੱਖਿਆ

physician /ਫ਼ਿ'ਜ਼ਿਸ਼ਨ/ *n* ਇਲਾਜ ਕਰਨ ਵਾਲਾ, ਡਾਕਟਰ, ਹਕੀਮ, ਵੈਦ, ਚਿਕਿਤਸਕ

physicism /'ਫ਼ਿਜ਼ਿਸਿਜ਼ਅਮ/ *n* ਪਦਾਰਥਵਾਦ, ਭੌਤਿਕਵਾਦ, ਭੌਤਿਕ ਵਿਗਿਆਨਕਤਾ

physicist /'ਫ਼ਿਜ਼ਿਸਿਸਟ/ *n* ਭੌਤਿਕ ਵਿਗਿਆਨੀ, ਭੌਤਿਕ ਵਿਗਿਆਨ ਸ਼ਾਸਤਰੀ; ਪਦਾਰਥਵਾਦੀ

physics /'ਫ਼ਿਜ਼ਿਕਸ/ *n* ਭੌਤਿਕ ਵਿਗਿਆਨ, ਭੌਤਿਕੀ , ਪਦਾਰਥ ਵਿਗਿਆਨ

physio /'ਫ਼ਿਜ਼ਿਅਓ/ *a* ਪ੍ਰਕ੍ਰਿਤੀ ਨਾਲ ਸੰਬੰਧਿਤ, ਸਰੀਰ ਵਿਗਿਆਨ ਨਾਲ ਸੰਬੰਧਿਤ

physiochemical /ˌਫ਼ਿਜ਼ਿਅ'ਕੈੱਮਿਕਲ/ *a* ਭੌਤਿਕ ਰਸਾਇਣਿਕ

physiocrat /'ਫ਼ਿਜ਼ਿਅਕਰੈਟ/ *n* ਭੂ ਅਰਥ ਸ਼ਾਸਤਰੀ, ਪ੍ਰਕਿਰਤੀਵਾਦੀ

physiognomist /ˌਫ਼ਿਜ਼ਿ'ਔਨਅਮਿਸਟ/ *n*

ਚਿਹਰੇ ਨੂੰ ਵੇਖ ਕੇ ਆਚਰਨ ਜਾਣ ਲੈਣ ਵਾਲਾ; ਚਿਹਰਾ ਪੜ੍ਹ ਲੈਣ ਵਾਲਾ

physiognomy /ˌਫ਼ਿਜ਼ਿ'ਔਨਅਮਿ/ *n* ਚਿਹਰੇ ਜਾਂ ਮੁਹਾਂਦਰੇ ਤੋਂ ਮਨੁੱਖ ਦੇ ਆਚਰਨ ਦਾ ਪ੍ਰਗਟੀਕਰਨ; ਚਿਹਰਾ ਦੇਖ ਕੇ ਆਚਰਨ ਜਾਣਨ ਦੀ ਵਿੱਦਿਆ; ਚਿਹਰਾ, ਮੁਹਾਂਦਰਾ; ਪ੍ਰਕਿਰਤਿਕ ਦਸ਼ਾ; ਕਿਸੇ ਵਸਤੂ ਦੀ ਪ੍ਰਕਿਰਤੀ ਜਾਂ ਅਸਲਾ

physiograde /'ਫ਼ਿਜ਼ਿਅਗਰੇਇਡ/ *a* ਗ਼ੁਬਾਰੇ ਨਾਲ ਤਰਨ ਵਾਲਾ, ਭੂਕਾਨੇ ਦੀ ਸਹਾਇਤਾ ਨਾਲ ਤਰਨ ਵਾਲਾ

physiographical /ˌਫ਼ਿਜ਼ਿਅ(ਉ)'ਗਰੈਫ਼ਿਕਲ/ *a* ਪ੍ਰਕਿਰਤਿਕ ਦਿਸ਼ਾ ਸੰਬੰਧੀ, ਪ੍ਰਕਿਰਤੀ ਵਰਣਨ ਸੰਬੰਧੀ, ਪ੍ਰਕਿਰਤਿਕ ਭੂਗੋਲ ਬਾਰੇ

physiography /ˌਫ਼ਿਜ਼ਿ'ਔਗਰਅਫ਼ਿ/ *a* ਪ੍ਰਕਿਰਤੀ ਜਾਂ ਪ੍ਰਕਿਰਤਿਕ ਦ੍ਰਿਸ਼ ਦਾ ਵਰਣਨ; ਪਰਿਵਰਤਕ ਵਰਣਨ, ਪ੍ਰਕਿਰਤਿਕ ਚਿਤਰਨ; ਕਿਸੇ ਵਿਸ਼ੇਸ਼ ਸ਼੍ਰੇਣੀ ਦੇ ਪਦਾਰਥਾਂ (ਜਿਵੇਂ ਧਾਤਾਂ) ਆਦਿ ਦਾ ਵਰਣਨ

physiolatry /ˌਫ਼ਿਜ਼ਿ'ਔਲਅਟਰਿ/ *n* ਪ੍ਰਕਿਰਤਿਕ ਪੂਜਾ

physiologist /ˌਫ਼ਿਜ਼ਿ'ਔਲਅਜਿਸਟ/ *n* ਸਰੀਰ ਵਿਗਿਆਨੀ

physiology /ˌਫ਼ਿਜ਼ਿ'ਔਲਅਜਿ/ *n* ਸਰੀਰ ਵਿਗਿਆਨ, ਸਰੀਰ ਕਿਰਿਆ ਵਿਗਿਆਨ

physiotherapist /ˌਫ਼ਿਜ਼ਿਅਉ'ਥੈਰੱਅਪਿਸਟ/ *n* ਭੌਤਿਕ ਚਿਕਿਤਸਕ

physiotherapy /ˌਫ਼ਿਜ਼ਿਅਉ'ਥੈਰੱਅਪਿ/ *n* ਭੌਤਿਕ ਚਿਕਿਤਸਾ

physique /ਫ਼ਿ'ਜ਼ੀਕ/ *n* ਸਰੀਰਕ ਬਣਤਰ, ਕਾਇਆ, ਦੇਹ, ਜੁੱਸਾ

phytogeography /ˌਫ਼ਾਇਟਅਉਜਿ'ਔਗਰਅਫ਼ਿ/ *n* ਬਨਸਪਤੀ ਭੂਗੋਲ, ਵਰਣਨਾਤਮਿਕ ਬਨਸਪਤੀ ਸ਼ਾਸਤਰ

phytoid /'ਫ਼ਾਇਟੌਇਡ/ *a* ਬਨਸਪਤੀ ਸਮਾਨ, ਬਨਸਪਤੀ ਤੁੱਲ; ਬਿਰਛ ਵਰਗਾ, ਪੌਦੇ ਦੇ ਸਮਾਨ

phytology /ਫ਼ਾਇ'ਟੌਲਅਜਿ/ *n* ਬਨਸਪਤੀ ਵਿਗਿਆਨ, ਬਨਸਪਤੀ ਸ਼ਾਸਤਰ

phytophagous /ਫ਼ਾਇ'ਟੌਫ਼ਅਗਅਸ/ *a* ਬਨਸਪਤੀ ਆਹਾਰੀ, ਸ਼ਾਕਾਹਾਰੀ

piaffe /ਪਿ'ਐਫ/ *n* (ਵਿਸ਼ੇਸ਼ ਘੋੜੇ ਦੀ) ਧੀਮੀ ਚਾਲ, ਮੰਦ ਚਾਲ *v* ਧੀਮੀ ਚਾਲ ਚੱਲਣਾ, ਹੌਲੀ-ਹੌਲੀ ਚੱਲਣਾ

pia mater /ˌਪਾਇਅ'ਮੇਇਟਅ*/ *n* ਦਿਮਾਗ਼ ਦੀਆਂ ਤਿੰਨ ਝਿੱਲੀਆਂ ਵਿੱਚੋਂ ਸਭ ਤੋਂ ਅੰਦਰਲੀ ਝਿੱਲੀ

pianissimo /ˌਪਿਅ'ਨਿਸਿਮਅਉ/ *n* (ਸੰਗੀ) ਮੱਧਮ ਸੁਰ ਵਿੱਚ ਗਾਈ ਜਾਣ ਵਾਲੀ ਤੁਕ ਜਾਂ ਪੰਗਤੀ; ਮੱਧਮ ਸੁਰ *a* ਮੱਧਮ ਸੁਰ ਵਾਲੀ

pianist /'ਪਿਅਨਿਸਟ/ *n* ਪਿਆਨੋ ਵਾਚਕ, ਪਿਆਨੋ ਵਜਾਉਣ ਵਾਲਾ

piano, pianoforte /ਪਿ'ਐਨਅਉ, ਪਿˌਐਨਅਉ'ਫ਼ੋਟਿ/ *n* ਤਾਰਾਂ ਅਤੇ ਸੁਰ ਕਿੱਲੀਆਂ ਵਾਲਾ ਇੱਕ ਵਾਜਾ, ਇੱਕ ਸੰਗੀਤਕ ਸਾਜ਼, ਪਿਆਨੋ

pianola /ˌਪਿਅ'ਨਅਉਲਅ/ *n* ਇੱਕ ਪਿਆਨੋ ਵਾਦਕ ਯੰਤਰ

piassava /ˌਪੀਅ'ਸਾਵ੍ਹਅ/ *n* ਪੱਕਾ ਬਨਸਪਤੀ ਤੰਤੂ ਜਿਸ ਦੀ ਵਰਤੋਂ ਬੁਰਸ਼ ਬਣਾਉਣ ਲਈ ਕੀਤੀ ਜਾਂਦੀ ਹੈ

piastre /ਪਿ'ਐਸਟਅ*/ *n* ਸਪੇਨ ਤੁਰਕੀ ਅਤੇ ਮਿਸਰ ਦਾ ਸਿੱਕਾ, ਪਿਅਸਟਰ

piazza /ਪਿ'ਐਟਸਅ/ *n* ਚੌਕ (ਖ਼ਾਸ ਕਰਕੇ ਇਟਲੀ ਦੇ ਸ਼ਹਿਰਾਂ ਵਿੱਚ); ਵਰਾਂਡਾ

pibroch /'ਪੀਬਰੌਕ/ *n* ਮਸ਼ਕ ਬੀਨ, (ਬੈਗ ਪਾਈਪ ਦੀ) ਇੱਕ ਧੁਨ; ਇੱਕ ਵਾਜਾ

pic /ਪਿਕ/ *n* **picture** ਦਾ ਸੰਖੇਪ ਰੂਪ

pica /'ਪਾਇਕਅ/ *n* ਛਾਪੇ ਦੇ ਅੱਖਰਾਂ ਦਾ ਇੱਕ ਆਕਾਰ (ਮੋਟਾਈ), 12 ਪੁਆਇੰਟ ਦਾ ਟਾਈਪ, ਟਾਈਪ ਦਾ 1/6 ਇੰਚ ਸਾਈਜ਼, ਪਾਈਕਾ

picador /'ਪਿਕਅਡੋ*/ *n* ਸਾਨ੍ਹ, ਮੱਲ; ਸਾਨ੍ਹ ਨਾਲ ਲੜਾਈ ਕਰਨ ਵਾਲਾ ਘੋੜ ਸਵਾਰ ਜਿਸ ਦਾ

ਹਥਿਆਰ ਬਰਛਾ ਹੋਵੇ

picamar /'ਪਿਕਅਮਅ*/ *n* ਤਾਰਕੋਲ ਤੋਂ ਬਣਾਇਆ ਤੇਲ, ਤਾਰਕੋਲ ਤੇਲ

picaresque /ˌਪਿਕਅ'ਰੈੱਸਕ/ *n* (ਗਲਪ ਸਾਹਿਤ ਦੀ ਸ਼ੈਲੀ) ਜਿਸ ਵਿੱਚ ਬਦਮਾਸ਼ਾਂ ਜਾਂ ਗੁੰਡਿਆਂ ਦੀਆਂ ਕਰਤੂਤਾਂ ਦਾ ਵਰਣਨ ਹੋਵੇ *a* ਖਲਪਾਤਰਾਂ ਦੇ ਕਾਰਨਾਮਿਆਂ ਸੰਬੰਧੀ

picarian /ਪਿ'ਕੇਅਰਿਅਨ/ *a* ਕਠਫੋੜੇ ਦਾ, ਕਠਫੋੜੇ ਸੰਬੰਧੀ

picaroon /ˌਪਿਕਅ'ਰੂਨ/ *n* ਬਦਮਾਸ਼, ਗੁੰਡਾ, ਚੋਰ, ਡਾਕੂ, ਲੁਟੇਰਾ ਜਹਾਜ਼, ਡਾਕੂਆਂ ਦਾ ਜਹਾਜ਼ *v* ਗੁੰਡਾਗਰਦੀ ਕਰਨਾ, ਡਾਕਾ ਮਾਰਨਾ, ਲੁੱਟਣਾ, ਲੁੱਟ ਮਾਰ ਕਰਨਾ, ਚੋਰੀ ਕਰਨਾ, ਬਦਮਾਸ਼ੀ ਕਰਨਾ

picayune /ˌਪਿਕਅ'ਯੂਨ/ *n* ਸਪੇਨ ਦਾ ਇੱਕ ਛੋਟਾ ਸਿੱਕਾ; ਤੁੱਛ ਵਿਅਕਤੀ ਜਾਂ ਵਸਤ

picayunish /ˌਪਿਕਅ'ਯੂਨਿਸ਼/ *a* ਮਹੱਤਵਹੀਣ, ਹੋਛਾ, ਮੂੜ੍ਹ ਬਿਰਤੀ ਵਾਲਾ, ਕਮ ਅਕਲ

piccage /'ਪਿਕਿਜ/ *n* ਮੇਲਿਆਂ ਵਿੱਚ ਝੁੱਗੀਆਂ ਬਣਾਉਣ ਲਈ ਦਿੱਤਾ ਜਾਣ ਵਾਲਾ ਕਰ ਜਾਂ ਟੈੱਕਸ

piccalilli /ˌਪਿਕਅ'ਲਿਲਿ/ *n* ਸਬਜ਼ੀਆਂ ਦਾ ਅਚਾਰ

piccaninny /ˌਪਿਕਅ'ਨਿਨਿ/ *n* ਹਬਸ਼ੀ ਬੱਚਾ; ਨਿਆਣਾ, ਦੁੱਧ ਚੁੰਘਦਾ

piccolo /'ਪਿਕਅਲਅਉ/ *n* ਨਿੱਕੀ ਵੰਝਲੀ

pice /ਪਾਇਸ/ *n* ਪੈਸਾ

pick /ਪਿਕ/ *n* ਗੈਂਤੀ, ਕੰਧਾਲਾ, ਚੱਕੀਰਾਹਾ, ਚੁਣਾਈ, ਛਟਾਈ *vt* ਚੋਣ ਕਰਨਾ, ਛਾਂਟਣਾ, ਇਕੱਠਾ ਕਰਨਾ; ਤੋੜਨਾ; ਖਰੋਚਣਾ, ਸਾਫ਼ ਕਰਨਾ; ਪੁੱਟਣਾ, ਟੋਆ ਕੱਢਣਾ; ਠੋਕਣਾ; ਠੂੰਗਣਾ, ਚੁੰਝ ਮਾਰਨਾ; ਮਨ ਵਿੱਚ ਬਠਾਉਣਾ; ਖੋਲ੍ਹਣਾ; ਕੱਢ ਲੈਣਾ; ਵੱਖ-ਵੱਖ ਕਰ ਦੇਣਾ

pick-and-mix *a* ਚੁਣ-ਚੁਣ ਕੇ ਇਕੱਤਰ ਕਰਨ ਦੀ ਕਿਰਿਆ

pickaxe/'ਪਿਕੈਕਸ/ *n* ਕੰਧਾਲੀ, ਗੈਂਤੀ

pickery /'ਪਿਕਅਰਿ/ *n* ਛੋਟੀ-ਮੋਟੀ ਚੋਰੀ

picket /'ਪਿਕਿਟ/ *n* ਰੱਖਿਆ ਅਤੇ ਦੇਖ-ਭਾਲ ਜਾਂ ਦੁਸ਼ਮਣ ਦੀ ਕਾਰਵਾਈ ਦੀ ਜਾਂਚ-ਪੜਤਾਲ ਕਰਨ ਲਈ ਕਿਸੇ ਥਾਂ ਉੱਤੇ ਨਿਯੁਕਤ ਕੀਤੀ ਗਈ ਸੈਨਿਕ ਟੁਕੜੀ, ਪਿੱਕਟ, ਕੁਮਕ, ਰੱਖਿਆ ਦਲ; (ਬਹੁ) ਹੜਤਾਲ ਸਮੇਂ ਕਾਮਿਆਂ ਨੂੰ ਕੰਮ ਉੱਤੇ ਜਾਣ ਤੋਂ ਰੋਕਣ ਵਾਲੇ ਵਿਅਕਤੀ, ਪਿਕਟਿੰਗ ਕਰਾਉਣ ਵਾਲਾ ਦਲ; ਕਿੱਲ, ਕਿੱਲਾ, ਕਿੱਲੀ, ਮੇਖ *vt* ਪਹਿਰਾ ਦੇਣਾ, ਚੌਕੀਦਾਰੀ ਕਰਨਾ, ਗਸ਼ਤ ਕਰਨਾ, ਹੜਤਾਲ ਵਿੱਚ ਕਾਮਿਆਂ ਨੂੰ ਕੰਮ ਉੱਤੇ ਜਾਣ ਤੋਂ ਰੋਕਣਾ; ਕਿੱਲੀ ਗੱਡਣਾ; ਕਿੱਲੇ ਨਾਲ ਬੰਨ੍ਹਣਾ; ਧਰਨਾ ਮਾਰਨਾ; ਰੁਕਾਵਟ ਪਾਉਣਾ

picketer /'ਪਿਕਿਟਅ*/ *n* ਪਿਕਟਿੰਗ ਕਰਨ ਵਾਲਾ ਵਿਅਕਤੀ, ਧਰਨਾ ਮਾਰਨ ਵਾਲਾ

picketing /'ਪਿਕਿਟਿਙ/ *n* ਧਰਨਾ

pickings /'ਪਿਕਿਙਜ਼/ *n* (ਬਹੁ) ਨਿੱਕੀ-ਮੋਟੀ ਚੋਰੀ; ਏਜੰਟਾਂ ਤੇ ਕਰਮਚਾਰੀਆਂ ਦੁਆਰਾ ਕੀਤੀ ਗਈ ਛੋਟੀ-ਮੋਟੀ ਹੱਥ ਫੇਰੀ; ਵੱਢੀ, ਬੇਈਮਾਨੀ ਦੀ ਕਮਾਈ, ਬਚੀ-ਖੁਚੀ ਚੀਜ਼, ਡਿੱਗੀ ਢੱਠੀ ਸ਼ੈ

pickle /'ਪਿਕਲ/ *n* ਅਚਾਰ, ਕਤਰਾ ਪਾਣੀ, ਸਿਰਕਾ, ਸ਼ਰਾਰਤੀ ਮੁੰਡਾ, ਸ਼ਤੂੰਗੜਾ *v* ਅਚਾਰ ਪਾਉਣਾ, (ਕਿਸੇ ਦੀ ਪਿੱਠ ਉੱਤੇ) ਬੈਂਤ ਮਾਰਨ ਪਿੱਛੋਂ ਲੂਣ ਛਿੜਕਣਾ

pickled /'ਪਿਕਲਡ/ *a* ਨਸ਼ੇ ਵਿੱਚ ਚੂਰ, ਸ਼ਰਾਬ ਵਿੱਚ ਗੁੱਟ, ਮਦਮੱਤਾ

pickled fish *n* ਮੱਛੀ ਦਾ ਅਚਾਰ

pick-me-up *n* ਸ਼ਕਤੀ ਵਰਧਕ ਪੀਣ ਪਦਾਰਥ, ਮਨ ਨੂੰ ਸਕੂਨ ਦੇਣ ਵਾਲਾ ਪੀਣ ਪਦਾਰਥ

pickpocket /'ਪਿਕਪੌਕਿਟ/ *n* ਜੇਬ ਕਤਰਾ

picksome /'ਪਿਕਸ(ਅ)ਮ/ *a* ਚਿੜਚਿੜਾ, ਵਿਗੜਿਆ, ਮੰਦ ਸੁਭਾਅ ਵਾਲਾ, ਨਾਜ਼ੁਕ ਮਿਜ਼ਾਜ

pickup /'ਪਿਕਅੱਪ/ *n* ਨੀਵੀਆਂ ਸਾਈਡਾਂ ਦੀ ਬਾਡੀ

ਵਾਲਾ ਟਰੱਕ, ਖੁੱਲ੍ਹਾ ਮਾਲ ਰੱਖਣ ਵਾਲਾ ਟਰੱਕ

pickwick /'ਪਿਕਵਿਕ/ *n* ਇੱਕ ਸਸਤੀ ਸਿਗਰਟ, ਇੱਕ ਪ੍ਰਕਾਰ ਦੀ ਸਸਤੀ ਚੁਰਟ, ਬੀੜੀ

picnic /'ਪਿਕਨਿਕ/ *n* ਪਿਕਨਿਕ, ਸੈਰ ਸਪਾਟਾ, ਖੇਤਾਂ ਜੂਹਾਂ ਵਿੱਚ ਸਫ਼ਰ ਕਰਦੇ ਹੋਏ ਬਾਹਰ ਹੀ ਭੋਜਨ ਪਕਾ ਕੇ (ਜਾਂ ਪੱਕਾ ਪਕਾਇਆ) ਖਾਣਾ; ਸੌਖਾ ਕੰਮ, ਨਿਰਾ ਦਾਲ ਮੰਡਾ *v* ਪਿਕਨਿਕ ਕਰਨ ਜਾਣਾ; ਪਿਕਨਿਕ ਕਰਨਾ

picot /'ਪੀਕਅਉ/ *n* ਧਾਗੇ ਦੀ ਛੋਟੀ ਗੁੱਛੀ, ਛੋਟੀ ਅੱਟੀ; ਕਢਾਈ ਵਿੱਚ ਛੋਟੀ ਘੁੰਡੀ

picotee /,ਪਿਕਅ'ਟੀ/ *n* (ਕੱਪੜੇ ਦੇ) ਬੂੰਬਲ

pictogram /'ਪਿਕਟਅਗਰੈਮ/ *n* ਚਿੱਤਰ-ਲੇਖ

pictograph /'ਪਿਕਟਅ(ਉ)ਗਰਾਫ਼/ *n* ਚਿੱਤਰ-ਸੰਕੇਤ; ਚਿੱਤਰ-ਲੇਖ

pictographic /,ਪਿਕਟਅ(ਉ)'ਗਰਾਫ਼ਿਕ/ *a* ਚਿੱਤਰ-ਸੰਕੇਤ ਸੰਬੰਧੀ

pictographic script *n* ਚਿੱਤਰ-ਲਿੱਪੀ

pictographic sign *n* ਚਿੱਤਰ-ਚਿੰਨ੍ਹ

pictography /ਪਿਕ'ਟਅ(ਉ)ਗਰਾਫ਼ਿ/ *n* ਚਿੱਤਰ-ਸੰਕੇਤ ਵਾਲਾ

pictorial /ਪਿਕ'ਟੋਰਿਅਲ/ *a* ਤਸਵੀਰਾਂ ਵਾਲਾ, ਮੂਰਤਾਂ ਵਾਲਾ, ਸਚਿੱਤਰ *n* ਤਸਵੀਰਾਂ ਵਾਲਾ ਰਸਾਲਾ, ਸਚਿੱਤਰ ਪੱਤਰ

picture /'ਪਿਕਚਅ*/ *n* ਤਸਵੀਰ, ਮੂਰਤ, ਚਿੱਤਰ; ਨਕਸ਼ ਨਗਾਰ, ਰੇਖਾ-ਚਿੱਤਰ, ਸੁੰਦਰ ਸ਼ੈ, ਦ੍ਰਿਸ਼, ਨਜ਼ਾਰਾ, ਛੱਬ, ਪ੍ਰਤਿਰੂਪ; ਖ਼ਿਆਲੀ ਤਸਵੀਰ; ਆਦਰਸ਼; ਕਿਸੇ ਦੇ ਨਾਲ ਮਿਲਦੀ-ਜੁਲਦੀ ਨੁਹਾਰ; ਸਿਨੇਮਾ, ਚਲ-ਚਿੱਤਰ *vt* ਤਸਵੀਰ ਖਿੱਚਣਾ; ਚਿੱਤਰਨ ਕਰਨਾ, ਇੰਨ-ਬਿੰਨ ਬਿਆਨ ਕਰਨਾ, ਪ੍ਰਕਿਰਤੀ ਦਾ ਵਰਣਨ ਕਰਨਾ; ਅਨੁਮਾਨ ਲਾਉਣਾ, ਮਨ ਵਿੱਚ ਚਿੱਤਰ ਬਣਾਉਣਾ, ਵਿਚਾਰਨਾ

picture-gallary *n* ਚਿੱਤਰਸ਼ਾਲਾ, ਤਸਵੀਰ ਘਰ

picture-house *n* ਮੰਡਪ, ਮੰਡੂਆ; ਸਿਨਮਾ ਘਰ

picturesque /,ਪਿਕਚਅ'ਰੈਸੱਕ/ *a* ਚਿੱਤਰਮਈ; ਚਿੱਤਰਵਤ, ਤਸਵੀਰ ਵਾਂਗ, ਸਜੀਵ, ਕੁਦਰਤੀ ਰੂਪ ਵਾਲਾ; ਸੁੰਦਰ, ਮਨੋਹਰ, ਦਿਲਖਿੱਚਵਾਂ

piddle /'ਪਿਡਲ/ *v* ਬੇਦਿਲੀ ਨਾਲ ਕੰਮ ਕਰਨਾ, ਕੰਮ ਕਰਨ ਵਿੱਚ ਟਾਲ-ਮਟੋਲ ਕਰਨਾ; (ਬੱਚਿਆਂ ਦੀ ਬੋਲੀ ਵਿੱਚ) ਪਿਸ਼ਾਬ ਕਰਨਾ, ਮੂਤਣਾ

pidgin, pigeon /'ਪਿਜਿਨ/ *n* (ਬੋਲ) ਕਾਰੋਬਾਰ; ਵਾਸਤਾ

pidgin English *n* ਵਿਹਾਰਿਕ ਅੰਗਰੇਜ਼ੀ; ਕਾਰੋਬਾਰੀ ਅੰਗਰੇਜ਼ੀ, ਮਿਸ਼ਰਤ ਅੰਗਰੇਜ਼ੀ, ਖਿਚੜੀ ਅੰਗਰੇਜ਼ੀ; ਚੀਨੀਆਂ ਨਾਲ ਗੱਲਬਾਤ ਸਮੇਂ ਵਰਤੀ ਜਾਣ ਵਾਲੀ ਅੰਗਰੇਜ਼ੀ, ਕੰਮ ਚਲਾਊ ਅੰਗਰੇਜ਼ੀ (ਭਾਸ਼ਾ)

pie[1] /ਪਾਇ/ *n* ਨੀਲ ਕੰਠ ਦੀ ਕਿਸਮ ਦਾ ਇੱਕ ਪੰਛੀ

pie[2] *n* ਇੱਕ ਤਰ੍ਹਾਂ ਦਾ ਸਮੋਸਾ, ਕਚੋਰੀ ਆਦਿ

pie[3] *n* ਅਸ਼ਾਂਤੀ, ਗੜਬੜ, ਅਰਾਜਕਤਾ

pie[4] *n* ਛਾਪੇਖ਼ਾਨੇ ਦੇ ਅੱਖਰਾਂ ਦਾ ਰਲਗੱਡ

pie[5] *n* ਪਾਈ, 1/12 ਆਨਾ (ਪੁਰਾਣੇ ਸਮੇਂ ਦਾ)

piebald /'ਪਾਇਬੋਲਡ/ *a* ਡੱਬਾ, ਡੱਬ-ਖੜੱਬਾ, ਗਦਰਾ, ਰੰਗ-ਬਰੰਗਾ

piece /ਪੀਸ/ *n* ਟੁਕੜਾ, ਟੋਟਾ, (ਕਾਗਜ਼ ਦਾ) ਫੜਕਾ, ਕਤਰ; ਭੌਂ ਦਾ ਟੋਟਾ, ਕਿਆਰਾ; ਕਿਸੇ ਸ਼ੈ ਦਾ ਅੰਸ਼ ਜਾਂ ਅੰਗ; (ਕੱਪੜੇ ਦਾ) ਥਾਨ; (ਸ਼ਰਾਬ ਆਦਿ ਦਾ) ਪੀਪਾ; ਨਮੂਨਾ, ਵੰਨਗੀ; (ਸੈਨਾ) ਤੋਪ ਬੰਦੂਕ ਆਦਿ; ਸੰਖਿਪਤ ਸਾਹਿਤਕ ਕ੍ਰਿਤ; ਡਰਾਮਾ, ਨਾਟਕ; (ਸ਼ਤਰੰਜ ਆਦਿ ਦੀ) ਗੋਟੀ; ਸਿੱਕਾ *vt* ਜੋੜਨਾ, ਮਿਲਾਉਣਾ; ਧਾਗਾ ਗੰਢਣਾ, ਧਾਗੇ ਜੋੜਨਾ; ਲੜੀ ਜੋੜਨਾ, ਖਿਲਰੇ-ਪੁਲਰੇ ਅੰਸ਼ਾਂ ਨੂੰ ਜੋੜ ਕੇ ਪੂਰਾ ਕਰਨਾ; ਜੋੜ ਲਾਉਣਾ

piece goods *n* (ਖ਼ਾਸ ਨਾਪ ਦੇ) ਕੱਪੜੇ ਦੇ ਟੋਟੇ

piecemeal /'ਪੀਸਮੀਲ/ *n* ਥੋੜ੍ਹਾ-ਥੋੜ੍ਹਾ ਕਰਕੇ, ਭੋਰਾ-ਭੋਰਾ ਕਰਕੇ, ਟੋਟਿਆਂ ਵਿੱਚ, ਟੁਕੜਿਆਂ ਵਿੱਚ; ਹੌਲੀ-ਹੌਲੀ; ਟੁੱਟਵਾਂ; ਹਿੱਸਿਆਂ ਵਿੱਚ ਕੀਤਾ (ਕੰਮ)

piecer /'ਪੀਸਅ*/ *n* ਟੁੱਟੀਆਂ ਤੰਦਾਂ ਨੂੰ ਜੋੜਨ ਵਾਲਾ

piecework /'ਪੀਸਵਅ:ਕ/ *n* ਠੇਕੇ ਦਾ ਕੰਮ, ਉਜਰਤੀ ਕੰਮ, ਅਜਿਹਾ ਕੰਮ ਜਿਸ ਵਿੱਚ ਥੋੜ੍ਹੇ-ਥੋੜ੍ਹੇ ਹਿੱਸੇ ਦੀ ਉਜਰਤ ਦਿੱਤੀ ਜਾਵੇ

piecrust /'ਪਾਇਕਰਅੱਸਟ/ *n* ਸਮੋਸੇ ਕਚੌਰੀ ਆਦਿ ਦਾ ਉੱਪਰਲਾ ਸਖ਼ਤ ਹਿੱਸਾ

pied /ਪਾਇਡ/ *a* ਰੰਗ-ਬਰੰਗਾ, ਤੇਤਰਾ-ਮੇਤਰਾ, ਡੱਬ-ਖੜੱਬਾ

pieman /'ਪਾਇਮਨ/ *n* ਪਾਈ ਵੇਚਣ ਵਾਲਾ, ਕਚੌਰੀ ਵਿਕਰੇਤਾ

pier /ਪਿਅ*/ *n* ਬੰਨ੍ਹ, ਪੁਸ਼ਤਾ, ਉੱਚਾ ਬੰਨ੍ਹਿਆ ਬੰਨਾ; ਪੁਲ (ਜਹਾਜ਼ ਵਿੱਚੋਂ ਉਤਰ ਕੇ ਕੰਢੇ ਤੱਕ ਪੁੱਜਣ ਲਈ); ਥੰਮ੍ਹਾ, ਥਮ੍ਹਲਾ, ਖੰਭਾ; ਬੂਹਿਆਂ ਅਤੇ ਬਾਰੀਆਂ ਦਾ ਵਿਚਕਾਰਲਾ ਹਿੱਸਾ

pierage /'ਪਿਅਰਿਜ/ *n* ਪੁਲ ਦਾ ਕਰ, ਘਾਟ-ਭਾੜਾ

pierce /ਪਿਅਸ/ *v* ਵਿੰਨ੍ਹਣਾ, ਖੋਭਣਾ ਜਾਂ ਖੁਭਣਾ, ਚੋਭਣਾ ਜਾਂ ਚੁਭਣਾ, ਪਾੜ ਕੇ ਵਿੱਚੋਂ ਨਿਕਲ ਜਾਣਾ ਜਾਂ ਵਿੱਚੋਂ ਦੀ ਕੱਢ ਦੇਣਾ, ਦੁਸਾਰ ਪਾਰ ਕੱਢਣਾ ਜਾਂ ਨਿੱਕਲ ਜਾਣਾ; (ਠੰਢ, ਪੀੜ, ਦੁੱਖ, ਸੂਝ ਆਦਿ ਦਾ) ਅੰਦਰ ਖੁਭਣਾ, ਪ੍ਰਭਾਵ ਪਾਉਣਾ

piercer /ਪਿਅਸਅ*/ *n* ਵੇਧਕ; ਤੇਜ਼ ਹਥਿਆਰ

piercing /'ਪਿਅਸਿਙ/ *a* ਵੇਧਨ; ਤੀਖਣ, ਤੇਜ਼, ਤਿੱਖਾ; ਵੇਧਕ, ਵੇਧਨਸ਼ੀਲ; ਚੀਕਵੀਂ (ਅਵਾਜ਼); ਘੋਖਵੀਂ (ਨਜ਼ਰ)

pierglass /'ਪਿਅਗਲਾਸ/ *n* ਵੱਡਾ ਸ਼ੀਸ਼ਾ ਜਿਹੜਾ ਪਹਿਲਾਂ ਦਰਵਾਜ਼ਿਆਂ ਅਤੇ ਖਿੜਕੀਆਂ ਦੇ ਵਿਚਕਾਰਲੇ ਹਿੱਸੇ ਉੱਤੇ ਲਾਇਆ ਜਾਂਦਾ ਸੀ

Pierian /ਪਾਇ'ਐਰਿਅਨ/ *a* ਵਿੱਦਿਆ ਅਤੇ ਕਲਾ ਦੀ ਦੇਵੀ ਜਾਂ ਉਸ ਨਾਲ ਸੰਬੰਧਿਤ, ਕਾਵਿ ਸੰਬੰਧੀ

pierrette /ਪਿਅ'ਰੈਟੱ/ *n* ਬਹੁਰੂਪਣ, ਭੰਡਣੀ, ਮਰਾਸਣ, ਨਕਲਚੀ (ਇਸਤਰੀ)

pierrot /'ਪਿਅਰਅਉ, 'ਪਯੈਰੱਅਉ/ *n* ਭੰਡ, ਬਹੁਰੂਪੀਆ, ਰੰਗ-ਬਰੰਗੇ ਢਿੱਲੇ ਖੁੱਲ੍ਹੇ ਕੱਪੜਿਆਂ ਵਾਲਾ ਅਤੇ ਮੂੰਹ ਉੱਤੇ ਸਫ਼ੈਦਾ ਮਲ ਕੇ ਅਭਿਨੈ ਕਰਨ ਵਾਲਾ ਐਕਟਰ; ਮੌਨ ਅਭਿਨੈ ਕਰਨ ਵਾਲਾ ਐਕਟਰ

piet /'ਪਾਇਅਟ/ *n* ਨੀਲ ਕੰਠ (ਇੱਕ ਪੰਛੀ)

pietism /'ਪਾਇਅਟਿਜ਼ਅਮ/ *n* ਸਤਾਰ੍ਹਵੀਂ ਸਦੀ ਈਸਵੀ ਵਿੱਚ ਸਪੇਨਰ ਦੁਆਰਾ ਚਲਾਈ ਗਈ ਈਸਾਈ ਮੱਤ ਦੀ ਇੱਕ ਲਹਿਰ; ਧਾਰਮਿਕ ਸ਼ਰਧਾ, ਧਾਰਮਿਕ ਰੁਚੀਆਂ ਦਾ ਵਿਖਾਵਾ, ਭਗਤੀ ਭਾਵਨਾ, ਪਖੰਡਬਾਜ਼ੀ

pietist /'ਪਾਇਇਟਿਸਟ/ *n* ਸਪੇਨਰ ਦੇ ਮੱਤ ਨੂੰ ਮੰਨਣ ਵਾਲਾ; ਧਰਮਾਤਮਾ; ਸ਼ਰਧਾਵਾਨ, ਭਗਤ, ਕੱਟੜ ਧਾਰਮਿਕ ਭਾਵਨਾ ਵਾਲਾ

piety /'ਪਾਇਅਟਿ/ *n* ਪਵਿੱਤਰਤਾ, ਪਾਵਨਤਾ; ਨਿਰਮਲਤਾ; ਸਾਧਤਾ; ਪੁੰਨਸ਼ੀਲਤਾ, ਧਾਰਮਿਕਤਾ; ਪਾਰਸਾਈ; ਸੁਚਰਿੱਤਰਤਾ; ਭਗਤੀ, ਭਗਤੀ ਭਾਵ

piffle /'ਪਿਫ਼ਲ/ *n* ਨਿਰਰਥਕ ਗੱਲ; ਫ਼ਜ਼ੂਲ ਗੱਪ *v* ਨਿਰਰਥਕ ਗੱਲ ਕਰਨਾ, ਫ਼ਜ਼ੂਲ ਗੱਪ ਮਾਰਨਾ

pig /ਪਿਗ/ *n* ਸੂਰ; ਸੂਰ ਦਾ ਮਾਸ; ਮੈਲਾ ਜਾਂ ਗੰਦਾ ਮਨੁੱਖ; ਲਾਲਚੀ ਆਦਮੀ, ਲੋਭੀ ਵਿਅਕਤੀ; ਆਪ ਹੁਦਰਾ, ਢੀਠ; (ਅਪ) ਪੁਲਸੀਆ; ਲੋਹੇ ਜਾਂ ਕਿਸੇ ਹੋਰ ਧਾਤ ਦਾ ਚੁਕੋਰ ਟੁਕੜਾ; ਸੰਗਤਰੇ ਦੀ ਫਾੜੀ *v* (ਸੂਰਨੀ ਦਾ) ਸੂਣਾ; ਸੂਰ ਵਾਂਗ ਰਹਿਣਾ, ਗੰਦ-ਮੰਦ ਵਿੱਚ ਰਹਿਣਾ

pigeon /'ਪਿਜਿਨ/ *n* ਕਬੂਤਰ; ਬੁੱਧੂ, ਭੌਂਦੂ, ਲੋਲ੍ਹਾ, ਮਨੁੱਖ *v* ਠੱਗਣਾ, ਧੋਖਾ ਦੇਣਾ; ਵੇਖੋ **pidgin**

pigeon-breasted *a* (ਕਬੂਤਰ ਵਾਂਗ) ਵਧੀ ਹੋਈ ਛਾਤੀ ਵਾਲਾ

pigeonhole /'ਪਿਜਿਨਹਅਉਲ/ *n* ਕੰਧ ਦੀ ਮੋਰੀ ਜਾਂ ਆਲਾ ਜਿਸ ਵਿੱਚ ਕਬੂਤਰ ਬੈਠ ਜਾਂਦੇ ਹਨ; ਕਾਗਜ਼ ਆਦਿ ਰੱਖਣ ਲਈ ਬਣਾਏ ਖ਼ਾਨੇ

pigeonry /'ਪਿਜਿਨਅਰਿ/ *n* ਕਬੂਤਰਾਂ ਨੂੰ ਪਾਲਣ ਦੀ ਥਾਂ, ਕਬੂਤਰਖ਼ਾਨਾ

piggery /'ਪਿਗਅਰਿ/ *n* ਸੂਰਾਂ ਦਾ ਵਾੜਾ; ਗੰਦੀ ਥਾਂ, ਕੂੜੇ ਵਾਲੀ ਥਾਂ; ਸੂਰਪੁਣਾ, ਲਾਲਚੀ ਸੁਭਾਅ, ਹੋਛਾਪਣ, ਕਮੀਨਾਪਣ

piggish /'ਪਿਗਿਸ਼/ *a* ਸੂਰ ਵਰਗਾ; ਲੋਭੀ, ਲਾਲਚੀ, ਸੁਆਰਥੀ, ਖ਼ੁਦਗਰਜ਼; ਹੋਛਾ; ਪਾਜੀ

piggishness /'ਪਿਗਿਸ਼ਨਅਸ/ *n* ਲੋਭ, ਲਾਲਚ, ਸੁਆਰਥ, ਖ਼ੁਦਗਰਜ਼ੀ; ਹੋਛਾਪਣ, ਕਮੀਨਾਪਣ

piggy /'ਪਿਗਿ/ *n* ਛੋਟਾ ਸੂਰ; ਇੱਕ ਖੇਡ

piggyback /'ਪਿਗਿਬੈਕ/ *n* ਕੰਧਾੜੇ

pig-headed *a* ਜ਼ਿੱਦੀ, ਆਪਹੁਦਰਾ, ਅਮੋੜ, ਕੱਬਾ

pig iron *n* ਕੱਚਾ ਲੋਹਾ

pig-jump *n* (ਘੋੜੇ ਦੀ) ਛਾਲ, ਚੌਕੜੀ

pigment /'ਪਿਗਮਅਨਟ/ *n* ਰੰਗ ਚਾੜ੍ਹਨ ਵਾਲਾ ਪਦਾਰਥ, ਵਰਨਿਕ; ਨਾੜ (ਨਸ) ਦਾ ਕੁਦਰਤੀ ਰੰਗ

pigmentation /ˌਪਿਗਮੈੱਨ'ਟੇਇਸ਼ਨ/ *n* ਰੰਗ ਚੜ੍ਹਨ ਦੀ ਕਿਰਿਆ, ਰੰਗ ਪਦਾਰਥ ਦੁਆਰਾ ਚੜ੍ਹਿਆ ਰੰਗ

pigmy /'ਪਿਗਮਿ/ *n* ਬਹੁਤ ਛੋਟੇ ਕੱਦ ਦਾ, ਬੌਣਾ; ਥੋੜ੍ਹੀ ਅਕਲ ਵਾਲਾ, ਜਨੂਰਾ *a* ਬੌਣੇ ਦਾ, ਬੌਣੇ ਜਿਹਾ

pignorate /'ਪਿਗਨਅਰੇਇਟ/ *vt* ਵਾਅਦਾ ਕਰਨਾ, ਇਕਰਾਰ ਕਰਨਾ; ਵਚਨ ਦੇਣਾ, ਪ੍ਰਤਿੱਗਿਆ ਕਰਨਾ, ਵਚਨ-ਵੱਧ ਹੋਣਾ

pig-sconce /'ਪਿਗਸਕੌਂਨਸ/ *n* ਹਠੀਲਾ ਵਿਅਕਤੀ, ਬੁੱਧੂ, (ਬੋਲ) ਢੱਗਾ

pigskin /'ਪਿਗਸਕਿਨ/ *n* ਸੂਰ ਦਾ ਚੰਮ

pig-sticking /'ਪਿਗਸਟਿਕਿਙ/ *n* ਸੂਰ ਦਾ ਸ਼ਿਕਾਰ

pigsty /'ਪਿਗਸਟਾਇ/ *n* ਸੂਰਖ਼ਾਨਾ, ਸੂਰਾਂ ਦਾ ਵਾੜਾ

pigtail /'ਪਿਗਟੇਇਲ/ *n* ਲਮਕਦੇ ਗੁੰਦੇ ਹੋਏ ਵਾਲ, ਗੁੱਤ, ਗੁਤਨੀ

pigwidgen /'ਪਿਗਵਿਜਨ/ *n* ਅਪੱਛਰਾ, ਪਰੀ; ਮੂਰਖ, ਗੰਵਾਰ, ਮੂੜ੍ਹ, ਉਜੱਡ, ਸਿੱਧੜ, ਅਸੱਭਿਆ (ਪੁਰਸ਼); ਬਹੁਤ ਛੋਟੀ ਵਸਤੂ

pike /ਪਾਇਕ/ *n* ਬਰਛੀ, ਭਾਲਾ, ਨੇਜ਼ਾ; ਚੁੰਗੀ ਘਰ, (ਪਹਾੜ ਦੀ) ਨੋਕਦਾਰ ਟੀਸੀ; ਚੁੰਗੀ ਕਰ ਵਸੂਲ ਕਰਨ ਵਾਲੀ ਥਾਂ; ਕਰ, ਚੁੰਗੀ, ਮਹਿਸੂਲ

pikelet /'ਪਾਇਕਲਿਟ/ *n* ਮੈਦੇ ਆਂਡੇ ਅਤੇ ਦੁੱਧ ਦਾ ਬਣਿਆ ਕੇਕ

piker /'ਪਾਇਕਅ*/ *n* ਚੌਕਸ ਪਰ ਡਰਪੋਕ ਅਤੇ ਕਮੀਨਾ ਆਦਮੀ

pikestaff /'ਪਾਇਕਸਟਾਫ਼/ *n* ਬਰਛੀ ਦਾ ਬਾਹਾ, ਹੱਥਾ

pilaster /ਪਿ'ਲੈਸਟਅ*/ *n* ਕੰਧ ਦੇ ਨਾਲ-ਨਾਲ ਬਣਿਆ ਥਮ੍ਹਲਾ, ਕੋਲਾ

pilcorn /'ਪਿਲਕੋਨ/ *n* ਜਵੀ ਦੀ ਇੱਕ ਕਿਸਮ

pile[1] /ਪਾਇਲ/ *n* ਢੇਰ, ਥਹੀ, ਧਾਕ; (ਬੋਲ) ਬਹੁਤ ਜ਼ਿਆਦਾ ਧਨ; ਮਕਾਨਾਂ ਇਮਾਰਤਾਂ ਦੀ ਲੰਮੀ ਪੰਗਤੀ; ਵੱਖ-ਵੱਖ ਧਾਤਾਂ ਦੀਆਂ ਤਖ਼ਤੀਆਂ ਦੀ ਥਹੀ ਜਿਸ ਵਿੱਚੋਂ ਬਿਜਲੀ ਦਾ ਕਰੰਟ ਨਿਕਲਦਾ ਹੈ, ਕਿੱਲੀ, ਕਿੱਲ, ਕਿੱਲਾ; ਨੋਕਦਾਰ ਡੰਡਾ, ਲੋਹੇ ਦਾ ਥੰਮ੍ਹ (ਜੋ ਪੁਲ ਆਦਿ ਦੇ ਸਹਾਰੇ ਲਈ ਗੱਡਿਆ ਜਾਂਦਾ ਹੈ), (ਭੇਡ ਦੀ) ਲੂੰਈਂ, ਲੂੰ; ਕੱਪੜੇ ਦੀ ਬੂਰ, (ਬਵਾਸੀਰ ਦਾ) ਮਹੁਕਾ, (ਬਹੁ) ਬਵਾਸੀਰ *vt* ਢੇਰ ਲਾਉਣਾ, ਇਕੱਠਾ ਕਰਨਾ; ਭਰਨਾ, ਤੂੜਨਾ, ਮੂੰਹੋਂ-ਮੂੰਹ ਭਰਨਾ

pileate /'ਪਾਇਲਿਏਇਟ/ *a* ਟੋਪੀ ਵਾਲਾ

pileous /'ਪਾਇਲਅਸ/ *a* ਕੇਸਦਾਰ, ਵਾਲਦਾਰ, ਵਾਲਯੁਕਤ

pile-up /'ਪਾਇਲਅੱਪ/ *n* ਸੜਕ 'ਤੇ ਦੁਰਘਟਨਾ ਜਿਸ ਵਿੱਚ ਬਹੁਤ ਵਾਹਨ ਇੱਕ-ਦੂਜੇ ਵਿੱਚ ਵੱਜ ਜਾਂਦੇ ਹਨ

pilfer /'ਪਿਲਫ਼ਅ*/ *v* ਨਿੱਕੀ-ਮੋਟੀ ਚੋਰੀ ਕਰਨਾ, ਹੇਰਾ-ਫੇਰੀ ਕਰਨਾ, (ਕੁਝ) ਚੁੱਕ ਕੇ ਲੈ ਜਾਣਾ, ਹੱਥ ਮਾਰਨਾ, ਠੂੰਗ ਲੈਣਾ

pilferage /'ਪਿਲਫ਼ਅਰਿਜ/ *n* ਨਿੱਕੀ-ਮੋਟੀ ਚੋਰੀ

pilgarlic /ਪਿਲ'ਗਾਲਿਕ/ *n* (ਪ੍ਰਾ) ਟੋਟਣ, ਗੰਜਾ ਸਿਰ, ਰੋਡਾ ਸਿਰ, ਗੰਜਾ ਵਿਅਕਤੀ; ਨਿਰਧਨ ਵਿਅਕਤੀ

pilgrim /'ਪਿਲਗਰਿਮ/ *n* ਯਾਤਰੀ, ਤੀਰਥ ਯਾਤਰੀ, ਹਾਜੀ, ਜ਼ਿਆਰਤੀ, ਰਾਹੀ, ਰਾਹਗੀਰ, ਮੁਸਾਫ਼ਰ *v* ਤੀਰਥ ਯਾਤਰਾ ਕਰਨਾ, ਹੱਜ ਕਰਨਾ, ਯਾਤਰਾ ਕਰਨਾ

pilgrimage /'ਪਿਲਗਰਿਮਿਜ/ *n* ਧਰਮ ਸਥਾਨ ਦੀ ਯਾਤਰਾ, ਤੀਰਥ ਯਾਤਰਾ, ਜ਼ਿਆਰਤ, ਹੱਜ

vt ਤੀਰਥ ਯਾਤਰਾ ਕਰਨਾ, ਹੱਜ ਕਰਨਾ

Pilgrim Fathers /,ਪਿਲਗਰਿਮ 'ਫ਼ਾਦਅਜ਼/ *n* ਅੰਗਰੇਜ਼ ਕੱਟੜ ਪੰਥੀ ਜਿਨ੍ਹਾਂ ਨੇ 1620 ਈ. ਵਿੱਚ ਉੱਤਰੀ ਅਮਰੀਕਾ ਵਿੱਖੇ ਬਸਤੀਆਂ ਕਾਇਮ ਕੀਤੀਆਂ

pill /ਪਿਲ/ *n* (ਦਵਾਈ ਦੀ) ਗੋਲੀ; ਕੌੜੀ ਅਤੇ ਅਸਹਿ ਗੱਲ *v* ਚੋਣ ਵਿੱਚ ਹਰਾ ਦੇਣਾ, ਪੱਤਾ ਕੱਟਣਾ; ਡਾਕਾ ਮਾਰਨਾ, ਲੁੱਟਣਾ

pillage /'ਪਿਲਿਜ/ *n* ਲੁੱਟ ਮਾਰ, ਖੋਹ ਖੁਹਾਈ, ਮਾਰ ਧਾੜ; (ਲੁੱਟ ਦਾ ਮਾਲ, ਦੁਸ਼ਮਣ ਦੇ ਇਲਾਕੇ ਵਿੱਚੋਂ ਜਾਂ ਵਿਰੋਧੀ ਦੇਸ਼ ਵਿੱਚੋਂ) ਲੁੱਟਿਆ ਮਾਲ *vt* ਲੁੱਟ ਮਚਾਉਣਾ; ਖੋਹ ਖੁਹਾਈ ਕਰਨਾ, ਤਬਾਹੀ ਮਚਾਉਣਾ

pillar /'ਪਿਲਅ*/ *n* ਥੰਮ੍ਹਾ, ਥਮ੍ਹਲਾ; ਮਦਦਗਾਰ, ਸਹਾਇਕ, ਸਮਰਥਕ; ਮੂਲ ਆਧਾਰ, ਨੀਂਹ; (ਖਾਣਾਂ ਵਿੱਚ) ਕੋਲੇ ਦੀ ਪਰਤ

pillar-box /'ਪਿਲਅਬੌਕਸ/ *n* ਥਮ੍ਹਲੇ ਨਾਲ ਲਮਕਾਇਆ ਲੈਟਰ ਬਾਕਸ, ਡਾਕ ਵਾਲਾ ਡੱਬਾ

pillbox /'ਪਿਲਬੌਕਸ/ *n* ਛੋਟਾ ਮੋਰਚਾ

pillion /'ਪਿਲਿਅਨ/ *n* (ਘੋੜੇ ਦੀ) ਜ਼ਨਾਨਾ ਕਾਠੀ; ਸਾਈਕਲ ਜਾਂ ਮੋਟਰ ਸਾਈਕਲ ਦੀ ਪਿਛਲੀ ਕਾਠੀ

pillory /'ਪਿਲਅਰਿ/ *n* ਸ਼ਿਕੰਜਾ, ਕੁੜੱਕੀ, (ਪਿਛਲੇ ਸਮਿਆਂ ਵਿੱਚ ਅਪਰਾਧੀ ਨੂੰ ਸਜ਼ਾ ਦੇਣ ਲਈ ਇਸ ਵਿੱਚ ਕੱਸਿਆ ਜਾਂਦਾ ਸੀ)

pillow /'ਪਿਲਅਉ/ *n* ਸਿਰ੍ਹਾਣਾ; ਸਹਾਰਾ, ਟੇਕ, ਢੋਹ *v* ਸਿਰ੍ਹਾਣੇ ਉੱਤੇ ਸਿਰ ਰੱਖਣਾ; ਸਹਾਰਾ ਲੈਣਾ, ਢੋਹ ਲਾਉਣਾ **take counsel of one's pillow** ਸੋਚਣ ਲਈ ਰਾਤ ਲਾਉਣਾ, ਉਧੇੜ ਬੁਣ ਕਰਦਿਆਂ ਰਾਤ ਗੁਜ਼ਾਰਨਾ

pillowcase /'ਪਿਲਅਉਕੇਇਸ/ *n* ਸਰ੍ਹਾਣੇ ਦਾ ਗਲਾਫ

pilose /'ਪਾਇਲਅਉਜ਼/ *a* ਵਾਲਾਂ ਵਾਲਾ, ਰੋਮਾਂ ਵਾਲਾ, ਵਾਲਦਾਰ, ਰੂੰਈਦਾਰ

pilot /'ਪਾਇਲਅਟ/ *n* ਹਵਾਈ ਜਹਾਜ਼ ਦਾ ਚਾਲਕ, ਪਾਇਲਟ; (ਪਰਾ) ਜਹਾਜ਼ ਦਾ ਚਾਲਕ; ਜਹਾਜ਼ਰਾਨ; (ਬੰਦਰਗਾਹ 'ਤੇ) ਜਹਾਜ਼ ਦੀ ਅਗਵਾਈ ਕਰਨ ਵਾਲਾ ਨੇਤਾ, ਪਥ-ਪਰਦਰਸ਼ਕ, ਆਗੂ, ਅੱਗੇ ਲੱਗ ਕੇ ਚੱਲਣ ਵਾਲਾ; (ਸੈਨਾ) ਵੱਡੇ ਅਫ਼ਸਰ ਦੀ ਕਾਰ ਦੇ ਅੱਗੇ ਚੱਲਣ ਵਾਲੇ ਮੋਟਰ ਸਾਈਕਲ ਸਵਾਰ *vt* ਹਵਾਈ ਜਹਾਜ਼ ਚਲਾਉਣਾ; ਅਗਵਾਈ ਕਰਨਾ

pilotage /'ਪਾਇਲਅਟਿਜ/ *n* ਅਗਵਾਈ, ਪਥ-ਪਰਦਰਸ਼ਨ; ਜਹਾਜ਼ਰਾਨੀ; ਹਵਾਈ ਜਹਾਜ਼ ਚਾਲਨ

pilot-cloth *n* (ਜਹਾਜ਼ੀ ਕਰਮਚਾਰੀਆਂ ਦੇ ਕੋਟ ਦਾ) ਨੀਲਾ ਊਨੀ ਕੱਪੜਾ

pilous /'ਪਾਇਲਅਸ/ ਵੇਖੋ **pilose**

pilule /'ਪਿਲਯੂਲ/ *n* ਛੋਟੀ ਗੋਲੀ, ਗੋਲੀ, ਟਿੱਕੀ

pimelode /'ਪਿਮਲਅਉਡ/ *n* ਇੱਕ ਮੋਟੇ ਮੂੰਹ ਵਾਲੀ ਮੱਛੀ

pimento /ਪਿ'ਮੈਨੱਟਅਉ/ *n* ਜਮੈਕਾ ਦੀ ਕਾਲੀ ਮਿਰਚ

pimp /ਪਿਮਪ/ *n* ਦੱਲਾ, ਦਲਾਲ, ਭੜੂਆ *v* ਦੱਲਪੁਣਾ ਕਰਨਾ

pimpernel /'ਪਿਮਪਅਨੈੱਲ/ *n* ਬੰਜਰ ਭੂਮੀ ਵਿੱਚ ਉੱਗਣ ਵਾਲਾ ਇੱਕ ਸਦਾ ਬਹਾਰ ਬੂਟਾ ਜਿਸ ਦੇ ਫੁੱਲ ਕਿਰਮਚੀ ਰੰਗ ਦੇ ਹੁੰਦੇ ਹਨ

pimping /'ਪਿਮਪਿਙ/ *a* ਤੁੱਛ, ਨੀਚ, ਛੋਟਾ; ਅਸਵਸਥ, ਨਿਰਬਲ, ਦੁਰਬਲ, ਕਮਜ਼ੋਰ

pimple /'ਪਿਮਪਲ/ *n* ਫਿੰਮਣੀ, ਫਿਣਸੀ, ਫੋੜਾ; ਕਿੱਲ, ਮੁਹਾਸਾ

pimpled /'ਪਿਮਪਲਡ/ *a* ਫੋੜਿਆਂ ਵਾਲਾ, ਮੁਹਾਸਿਆਂ ਵਾਲਾ

pimply /'ਪਿਮਪਲਿ/ *a* ਫਿਣਸੀਆਂ ਅਤੇ ਫੋੜਿਆਂ ਨਾਲ ਭਰਿਆ

PIN /ਪਿਨ/ *n abbr* **personal identification number** ਦਾ ਸੰਖਿਪਤ ਰੂਪ, (ਕੈਸ਼ ਮਸ਼ੀਨ ਤੋਂ ਪੈਸੇ ਕਢਾਉਣ ਲਈ) ਬੈਂਕ ਵੱਲੋਂ ਦਿੱਤਾ ਗਿਆ ਵਿਸ਼ੇਸ਼ ਨੰਬਰ, ਨਿੱਜੀ ਪਛਾਣ ਨੰਬਰ

pin /ਪਿਨ/ *n* ਪਿੰਨ (ਕਾਗਜ਼ ਨੱਥੀ ਕਰਨ ਵਾਲਾ), ਸੂਈ, ਕੰਡਾ; ਮੇਖ, ਕਿੱਲ; ਕਿੱਲੀ; ਸਾਰੰਗੀ ਦੀ

ਕਿੱਲੀ, ਅਰਲੀ; (ਬੋਲ) ਲੱਤਾਂ; ਛੋਟਾ ਪੀਪਾ (4½ ਗੈਲਨ ਦਾ) *vt* ਪਿੰਨ ਲਾਉਣਾ, ਨੱਥੀ ਕਰਨਾ, ਜੋੜਨਾ

pinafore /'ਪਿਨਅਫ਼ੋ*/ *n* ਬੱਚਿਆਂ ਦੇ ਕੱਪੜਿਆਂ ਦੀ ਹਿਫ਼ਾਜ਼ਤ ਲਈ ਉੱਤੋਂ ਦੀ ਪਵਾਇਆ ਇੱਕ ਹੋਰ ਕੱਪੜਾ, ਉਤਲਾ ਕੱਪੜਾ

pince-nez /ˌਪੈਨਸ'ਨੇਇ/ *(F) n* ਨੱਕ ਉੱਤੇ ਟਿਕਣ ਵਾਲੀ ਐਨਕ

pincers /'ਪਿਨਸਅਜ਼/ *n* (ਬਹੁ) ਸੰਨ੍ਹੀ, ਜੰਬੂਰ; ਮੋਚਣਾ ਚਿਮਟੀ

pincette /ਪਿਨ'ਸੈੱਟ/ *(F) n* ਚਿਮਟੀ, ਮੋਚਣੀ

pinch /ਪਿਨਚ/ *v* ਚੂੰਢੀ ਵੱਢਣਾ; (ਭੁੱਖ, ਠੰਢ ਆਦਿ ਦਾ) ਕਸ਼ਟ ਹੋਣਾ, ਦੁੱਖ ਹੋਣਾ; ਦੁੱਖ ਦੇਣਾ, ਔਖਿਆਂ ਕਰਨਾ; (ਜੁੱਤੀ) ਲੱਗਣੀ; ਰੁਪਈਏ ਪੈਸੇ ਦੀ ਜਬਰੀ ਵਸੂਲੀ ਕਰਨਾ; ਮਾਰ ਲੈਣਾ (ਮਾਲ, ਪੈਸਾ); (ਖ਼ੁਰਾਕ ਦੇਣ ਵਿੱਚ) ਕਟੌਤੀ ਕਰਨਾ, ਘੱਟ ਦੇਣਾ; ਸੂਮਪੁਣਾ ਕਰਨਾ, ਕੰਜੂਸੀ ਕਰਨਾ; ਚੁਰਾਉਣਾ, ਲੁੱਟਣਾ; ਗਰਿਫ਼ਤਾਰ ਕਰਨਾ; ਫੜ ਲੈਣਾ *n* ਚੂੰਢੀ; ਤੰਗੀ, ਔਖ, ਔਕੜ (ਖ਼ਾਸ ਕਰਕੇ ਗ਼ਰੀਬੀ ਦੇ ਕਾਰਨ)

pinchbeck /'ਪਿਨਚਬੈੱਕ/ *n* ਬਣਾਉਟੀ ਸੋਨਾ *a* ਨਕਲੀ, ਬਣਾਉਟੀ, ਝੂਠਾ

pincher /ਪਿਨਚਅ*/ *n* ਛੋਟਾ ਚੋਰ *a* ਚੁਭਣ ਵਾਲਾ, ਚੂੰਢੀ ਵੱਢਣ ਵਾਲਾ

pinch-hit *v* (ਖੇਡ ਵਿੱਚ) ਬਾਲ ਕਿਸੇ ਹੋਰ ਖਿਡਾਰੀ ਨੂੰ ਦੇਣਾ, ਕਿਸੇ ਲਈ ਕੁਝ ਕਰ ਵਿਖਾਉਣਾ

pinder /'ਪਿਨਡਅ*/ *n* (ਪਸ਼ੂਆਂ ਦੇ) ਵਾੜੇ ਵਿੱਚ ਬੰਦ ਕਰਨ ਵਾਲਾ ਅਧਿਕਾਰੀ

pine[1] /ਪਾਇਨ/ *vi* ਵਿਆਕੁਲ ਹੋਣਾ, ਝੂਰਨਾ, ਦੁਖੀ ਹੋਣਾ, ਤੜਫਣਾ, ਧੁਖਣਾ, ਸੁੱਕਣਾ; (ਕਿਸੇ ਵਸਤੂ ਲਈ) ਲਲਚਾ ਜਾਣਾ; ਬੇਹਬਲ ਹੋਣਾ, ਬੇਚੈਨ ਹੋਣਾ *n* ਬੇਚੈਨੀ, ਵਿਆਕੁਲਤਾ, ਕਲੇਸ਼, ਦੁੱਖ

pine[2] *n* ਚੀੜ੍ਹ, ਚੀਲ, ਦਿਆਰ

pineal /ਪਾਇ'ਨੀਅਲ/ *a* ਚੀਲ ਦੇ ਫਲ ਵਰਗਾ

pineapple /'ਪਾਇਨੈਪਲ/ *n* ਅਨਾਨਾਸ

pine cone *n* ਚੀੜ੍ਹ ਦਾ ਫਲ

pinery /'ਪਾਇਨ(ਅ)ਰਿ/ *n* ਚੀੜ੍ਹ ਦਾ ਜੰਗਲ; ਅਨਾਨਾਸ ਦਾ ਬਗੀਚਾ ਜਾਂ ਜੰਗਲ; ਚੀੜ੍ਹ, ਦਿਆਰ ਆਦਿ ਲਾਉਣ ਦਾ ਕੰਮ

pinfold /'ਪਿਨਫ਼ਅਉਲਡ/ *n* ਅਵਾਰਾ ਪਸ਼ੂਆਂ ਨੂੰ ਵਲ ਕੇ ਰੱਖਣ ਵਾਲਾ ਵਾੜਾ, ਕਾਂਜੀ ਹਾਊਸ

ping /ਪਿਙ/ *n* ਠਾਹ, ਪਟਾਕ, ਟੁਣਕਾਰ, ਝੁਣਝੁਣਾਹਟ, ਝਣਕਾਰ; ਸਨਸਨਾਹਟ; ਸੱਨਾਟਾ *vt* ਟੁਣਕਾਰ ਪੈਦਾ ਕਰਨਾ, ਛਣਕਾਰ ਪੈਦਾ ਕਰਨਾ

ping-pong /'ਪਿਙਪੌਙ/ *n* ਪਿੰਗ-ਪਾਂਗ, ਟੇਬਲ ਟੈਨਿਸ

pinguid /'ਪਿਙਗਵਿਡ/ *a* ਸਥੂਲ, ਮੋਟਾ; ਚਿਕਨਾ, ਤਿਲਕਵਾਂ

pinguidity /ਪਿਙ'ਗਵਿਡਿਟਿ/ *n* ਸਥੂਲਤਾ, ਮੋਟਾਪਣ, ਮੁਟਾਈ, ਚਿਕਨਾਈ

pinguin /'ਪਿਙਗਵਿਨ/ *n* ਵਲਾਇਤੀ ਅਨਾਨਾਸ

pinhole /'ਪਿਨਹਅਉਲ/ *n* ਬਰੀਕ ਤੋਂ ਬਰੀਕ ਗਲੀ, ਸੂਈ ਨਾਲ ਕੀਤੀ ਗਲੀ

pinicoline /ˌਪਾਇਨਿ'ਕਅਉਲੀਨ/ *a* ਚੀੜ੍ਹ ਦੇ ਜੰਗਲਾਂ ਵਿੱਚ ਰਹਿਣ ਵਾਲਾ

pining /'ਪਾਇਨਿਙ/ *n* ਉਤਸੁਕਤਾ, ਉਤਕੰਠਾ *a* ਉਤਸੁਕ, ਉਤਸ਼ਾਹ ਭਰਪੂਰ, ਉਤਕੰਠਤ

pinion /'ਪਿਨਯਅਨ/ *n* ਦੰਦੇਦਾਰ ਛੋਟਾ ਪਹੀਆ, ਦੰਦੇਦਾਰ ਛੋਟੀ ਚਰਖੀ; ਹੱਥਕੜੀ; ਖੰਭ, ਪਰ; (ਕਾਵਿ) ਬਾਂਹ, ਪਾਸਾ *vt* ਪੰਖ, ਖੰਭ ਕੱਟ ਦੇਣਾ, ਬਾਹਵਾਂ ਬੰਨ੍ਹ ਦੇਣਾ, ਜਕੜ ਦੇਣਾ; ਹੱਥਕੜੀ ਲਾਉਣਾ, ਗਰਿਫ਼ਤਾਰ ਕਰਨਾ

pink[1] /ਪਿਙਕ/ *n* ਗੁਲਾਬੀ ਰੰਗ; ਸੁਗੰਧੀ ਵਾਲੇ ਫੁੱਲਾਂ ਦਾ ਇੱਕ ਬੂਟਾ; ਪਿਆਜ਼ੀ ਰੰਗ; ਲੂੰਬੜੀ ਦੇ ਸ਼ਿਕਾਰ ਦਾ ਗੁਲਾਬੀ ਕੋਟ; ਸ਼ਿਕਾਰੀ ਕੋਟ ਦਾ ਕੱਪੜਾ; ਲੂੰਬੜੀ ਦਾ ਸ਼ਿਕਾਰੀ ਗੁਲਾਬੀ ਪਿਆਜ਼ੀ **pink of perfection** ਸਰਬ ਉੱਚ-ਸਥਾਨ, ਬੇੜੀ, ਕਿਸ਼ਤੀ; ਸਮਾਨ ਮੱਛੀ ਦਾ ਬੱਚਾ

pink[2] *v* (ਤਲਵਾਰ ਆਦਿ ਨਾਲ) ਚੁਭਾਉਣਾ, ਵਿੰਨ੍ਹਣਾ, ਵਾਰ ਕਰਨਾ; ਸਜਾਉਣਾ, ਸੁਸ਼ੋਭਿਤ ਕਰਨਾ, ਅਲੰਕ੍ਰਿਤ ਕਰਨਾ; (ਇੰਜਣ ਦਾ) ਪਟਾਕੇ ਮਾਰਨਾ

pink-eye /'ਪਿਙਕਆਇ/ *n* (ਘੋੜਿਆਂ ਦੀ) ਇੱਕ

ਬਿਮਾਰੀ; ਖ਼ਾਸ ਪ੍ਰਕਾਰ ਦਾ ਤਾਪ

pinking /ਪਿਙਕਿਙ/ *n* ਚਮਕੀਲੇ ਪੱਥਰ ਨੂੰ ਵਧੇਰੇ ਚਮਕਾਉਣ ਦਾ ਕਾਰਜ; ਖੜਖੜਾਹਟ, ਖਟ-ਖਟ, ਕੜ-ਕੜ

pinkish /'ਪਿਙਕਿਸ਼/ *a* ਗੁਲਾਬੀ ਜਿਹਾ

pink slip *n* ਨੌਕਰੀ ਤੋਂ ਕੱਢਣ ਦਾ ਹੁਕਮ

pinky /'ਪਿਙਕਿ/ *a* ਗੁਲਾਬੀ, ਪਿਆਜ਼ੀ

pin money /'ਪਿਨ ਮਅੱਨਿ/ *n* ਘਰ ਵਾਲੀ ਦਾ ਨਿੱਜੀ ਖ਼ਰਚ, ਜੇਬ ਖ਼ਰਚ, ਤੀਵੀਂ ਨੂੰ ਆਪਣੇ ਲੀੜੇ-ਲੱਤੇ ਬਣਾਉਣ ਲਈ ਦਿੱਤਾ ਜਾਣ ਵਾਲਾ ਸਲਾਨਾ ਖ਼ਰਚ

pinna /'ਪਿਨਅ/ *a* (ਬਨ) ਖੰਭੜਾ; ਕਨੂਣੀ ਦਾ ਉੱਪਰਲਾ ਭਾਗ

pinnace /'ਪਿਨਿਸ/ *n* ਜੰਗੀ ਜਹਾਜ਼ ਦੀ ਇੱਕ ਬੇੜੀ; (ਇਤਿ) ਵੱਡੇ ਜਹਾਜ਼ ਦੇ ਨਾਲ ਦਾ ਇੱਕ ਛੋਟਾ ਜਹਾਜ਼

pinnacle /'ਪਿਨਅਕਲ/ *n* ਬੁਰਜ, ਗੁੰਬਦ; ਸਿਖਰ, ਚੋਟੀ, ਟਿੱਲਾ, ਸਿਰਾ, ਕਲਸ; ਸਭ ਤੋਂ ਉੱਚਾ ਸਥਾਨ, ਪਰਮ ਅਵਸਥਾ; ਉੱਨਤੀ ਦਾ ਸਿਖਰ *vt* ਕਲਸ ਲਾਉਣਾ; ਚੋਟੀ ਉੱਤੇ ਰੱਖਣਾ

pinnate /'ਪਿਨੇਇਟ/ *a* (ਬਨ) ਖੰਭ ਆਕਾਰੀ; ਖੰਭਨੁਮਾ (ਪੱਤਾ)

pinner /'ਪਿਨਅ*/ *n* ਨੱਥੀ ਕਰਨ ਵਾਲਾ, ਪਿੰਨ ਬਣਾਉਣ ਵਾਲਾ ਕਾਰੀਗਰ

pinole /ਪੀ'ਨਅਉਲੇਇ/ *n* ਇੱਕ ਪ੍ਰਕਾਰ ਦਾ ਭੋਜਨ, ਮੱਕੀ ਦਾ ਮਿੱਸਾ ਆਟਾ

pinpoint /'ਪਿਨਪੌਇਨਟ/ *vt* ਸੁਨਿਸ਼ਚਿਤ ਕਰਨਾ *n* ਪਿੰਨ ਦੀ ਨੋਕ

pinprick /'ਪਿਨਪਰਿਕ/ *n* ਚੁਭਵੀਂ ਗੱਲ ਜਾਂ ਕਾਰਵਾਈ, ਕਿਸੇ ਨੂੰ ਚਿੜਾਉਣ ਲਈ ਕਹੀ ਗਈ ਗੱਲ ਜਾਂ ਕੀਤਾ ਗਿਆ ਕੰਮ

pint /ਪਾਇਨਟ/ *n* ਤਰਲ ਪਦਾਰਥ ਨਾਪਣ ਦੀ ਇਕਾਈ; ਗੈਲਨ ਦਾ ਅੱਠਵਾਂ ਹਿੱਸਾ, ਅਧੀਆ, ਬੀਅਰ

pintle /'ਪਿਨਟ(ਅ)ਲ/ *n* ਉਹ ਗੋਲ ਹਿੱਸਾ ਜਾਂ ਪੁਰਜ਼ਾ ਜਿਸ ਉੱਤੇ ਕੋਈ ਦੂਜਾ ਹਿੱਸਾ ਘੁੰਮਦਾ ਹੋਵੇ, (ਕਬਜ਼ੇ ਆਦਿ ਦੀ) ਪਿੰਨ

pinto /'ਪਿਨਟਅਉ/ *a* ਡੱਬ-ਖੜੱਬਾ, ਰੰਗ-ਬਰੰਗਾ *n* ਡੱਬ ਖੜੱਬਾ ਘੋੜਾ

pint-sized *a* (ਅਪ) ਬਹੁਤ ਛੋਟਾ

pinus /'ਪਾਇਨਅਸ/ *n* ਚੀੜ੍ਹ

piolet /ਪਯਅਉ'ਲੇਇ/ *n* ਬਰਫ਼ ਖੁਰਚਣ ਵਾਲੀ ਕੁਦਾਲੀ

pioneer /ˌਪਾਇਆ'ਨਿਅ*/ *n* (ਸੈਨਿਕ) ਫ਼ੌਜਾਂ ਲਈ ਰਾਹ ਬਣਾਉਣ ਵਾਲੀ ਅਤੇ ਮਾਈਨਾਂ (ਲੁਕਵੇਂ ਬੰਬ) ਦੱਬਣ ਅਤੇ ਕੱਢਣ ਵਾਲੀ ਫ਼ੌਜੀ ਟੁਕੜੀ, ਸਫ਼ਰਮੈਨ; ਆਗੂ, ਮੋਢੀ, ਨੇਤਾ, ਸੰਸਥਾਪਕ, ਪ੍ਰਾਰੰਭਕਾਰ *v* ਅਗਵਾਈ ਕਰਨਾ, ਰਾਹ ਵਿਖਾਉਣਾ; ਅੱਗੇ ਚੱਲਣਾ, ਅੱਗੇ ਵਧਣਾ, ਪਹਿਲ ਕਰਨਾ; ਰਾਹ ਸਾਫ਼ ਕਰਨਾ, ਸਫ਼ਰਮੈਨਾਂ ਦਾ ਕੰਮ ਕਰਨਾ

pious /'ਪਾਇਅਸ/ *a* ਧਰਮਾਤਮਾ, ਧਰਮੀ, ਸਦਾਚਾਰੀ, ਪਵਿੱਤਰ, ਨੇਕ, ਸਾਧੂ ਸੁਭਾਅ; (ਪਰਾ) ਆਗਿਆਕਾਰੀ

piousness /'ਪਾਇਅਸਨਅਸ/ *n* ਪਵਿੱਤਰਤਾ, ਪੁੰਨਸ਼ੀਲਤਾ, ਸਦਾਚਾਰਤਾ, ਨੇਕੀ, ਸੰਜਮ, ਨਿਰਮਲਤਾ

pip[1] /ਪਿਪ/ *n* ਨਾਖ, ਸੇਬ, ਸੰਤਰੇ ਆਦਿ ਦੇ ਬੀਜ

pip[2] *n* ਫ਼ੌਜੀ ਅਫ਼ਸਰਾਂ ਦੇ ਮੋਢੇ ਉੱਤੇ ਲੱਗੇ ਤਾਰੇ ਆਦਿ (ਜਿਨ੍ਹਾਂ ਤੋਂ ਅਫ਼ਸਰਾਂ ਦੇ ਪਦ ਦਾ ਪਤਾ ਲੱਗਦਾ ਹੈ); ਤਾਸ਼ ਦੇ ਪੱਤਿਆਂ ਦੇ ਚਿੰਨ੍ਹ; ਬਿੰਦੀ

pip[3] *n* ਪੰਛੀਆਂ ਦੀ ਇੱਕ ਬਿਮਾਰੀ; (ਅਪ) ਖਿਝ, ਇੱਕ ਖੰਭੜੀ *vt* ਅਸਹਿਮਤ ਹੋਣਾ, ਮੱਤ ਜਾਂ ਵੋਟ ਨਾ ਦੇਣਾ, ਹਰਾ ਦੇਣਾ; ਗੋਲੀ ਚਲਾਉਣਾ; ਫੁੰਡਣਾ, ਗੋਲੀ ਮਾਰਨਾ

pipe /ਪਾਇਪ/ *n* ਨਾਲ, ਨਲਕੀ, ਨਲਕਾ; ਪਾਈਪ; ਵੰਝਲੀ, ਬੰਸਰੀ; ਹੁੱਕਾ, ਨੜੀ, ਮਲਾਹ ਦੀ ਸੀਟੀ, ਇਸ ਸੀਟੀ ਦੀ ਅਵਾਜ਼; ਗਾਉਣ ਦੀ ਅਵਾਜ਼ ਜਾਂ ਸੁਰ, ਰਾਗ; ਪੰਛੀਆਂ ਦੀ ਅਵਾਜ਼; ਸਰੀਰ ਵਿੱਚੋਂ ਸਾਹ ਮੁੜ੍ਹਕਾ ਖ਼ੁਰਾਕ ਆਦਿ ਨਿਕਲਨ ਵਾਲੀ ਨਾਲੀ;

ਤਮਾਕੂ ਦੀ ਚਿਲਮ, ਚਿਲਮਭਰ ਤਮਾਕੂ; ਸ਼ਰਾਬ ਦਾ ਵੱਡਾ ਪੀਪਾ *v* ਬੰਸਰੀ ਆਦਿ ਵਜਾਉਣਾ; ਸੀਟੀ ਵਜਾਉਣਾ, ਸੀਟੀ ਵਜਾ ਕੇ ਜਹਾਜ਼ ਦੇ ਕਰਮਚਾਰੀਆਂ ਨੂੰ ਬੁਲਾਉਣਾ; ਪੰਛੀਆਂ ਦਾ ਅਲਾਪਣਾ; ਸਵਾਰਨਾ; ਹਾਸ਼ੀਆ (ਬਾਰਡਰ) ਲਾਉਣਾ; ਨਲਕਾ ਲਾਉਣਾ

pipeclay /'ਪਾਇਪਕਲੇਇ/ *n* ਇੱਕ ਚਿੱਟੀ ਮਿੱਟੀ *vt* ਚਿੱਟੀ ਮਿੱਟੀ ਫੇਰਨਾ; ਸਫ਼ੈਦੀ ਕਰਨਾ, ਚਿੱਟਾ ਪਾਲਿਸ਼ ਕਰਨਾ

pipe dream *n* ਹਵਾਈ ਕਿਲ੍ਹੇ

pipeline /'ਪਾਇਪਲਾਇਨ/ *n* ਨਲ ਪ੍ਰਬੰਧ, ਪਾਈਪ ਲਾਈਨ

piper /'ਪਾਇਪਅ*/ *n* ਵੰਝਲੀ ਆਦਿ ਵਜਾਉਣ ਵਾਲਾ (ਖ਼ਾਸ ਕਰਕੇ ਪਿੰਡ-ਪਿੰਡ ਘੁੰਮ ਕੇ), ਬੰਸਰੀਵਾਦਕ

piperic /ਪਿ'ਪੈਰਿੱਕ/ *a* ਮਿਰਚ ਸੰਬੰਧੀ, ਚਟਪਟੀ ਚੀਜ਼ ਦਾ, ਕੌੜੀ ਚੀਜ਼ ਦਾ

piping /'ਪਾਇਪਿਙ/ *n* ਮਗਜ਼ੀ, ਕਿਨਾਰੀ, ਗੋਟ, ਪਾਇਪਿੰਗ, ਕੱਪੜਿਆਂ ਦੀ ਸਿਊਣ ਦੇ ਨਾਲ-ਨਾਲ ਪਾਈਪ (ਨਲਕੀ) ਵਰਗੀ ਸਜਾਵਟ ਵਾਲੀ ਕਢਾਈ ਜਾਂ ਤਿੱਲੇ-ਗੋਟੇ ਆਦਿ ਦਾ ਕੰਮ

pipit /'ਪਿਪਿਟ/ *n* ਚੰਡੋਲ ਪੰਛੀ

pipit hot *n* ਅਤਿ ਗਰਮ, ਉੱਬਲਦਾ, ਸੂੰ-ਸੂੰ ਕਰਦਾ

pipkin /'ਪਿਪਕਿਨ/ *n* ਤੌੜੀ, ਦੇਗਾ, ਹਾਂਡੀ

pippin /'ਪਿਪਿਨ/ *n* ਇੱਕ ਪ੍ਰਕਾਰ ਦਾ ਸੇਬ, ਪਿਪਿਨ, ਸੇਬ ਜਾਂ ਨਾਖ ਆਦਿ ਦਾ ਬੀ

pipsqueak /'ਪਿਪਸਕਵੀਕ/ *n* ਘਟੀਆ ਆਦਮੀ; ਇੱਕ ਬੰਬ ਦਾ ਗੋਲਾ (ਜਿਸ ਦੇ ਫਟਣ ਨਾਲ ਪੀਂ ਦੀ ਆਵਾਜ਼ ਆਉਂਦੀ ਹੈ)

pipy /'ਪਾਇਪਿ/ *a* ਪਾਈਪਦਾਰ; ਨਲੀਦਾਰ, ਨਲਕੀ ਵਾਲਾ

piquancy /'ਪੀਕਅਨਸਿ/ *n* ਤੀਖਣਤਾ, ਚਟਪਟਾਪਣ, ਕਰਾਰਾਪਣ, ਰੌਚਕਤਾ, ਤੇਜ਼ੀ

piquant /'ਪੀਕਅਨਟ/ *a* ਰੁਚੀਕਰ, ਸੁਆਦੀ; ਕਰਾਰਾ, ਮਜ਼ੇਦਾਰ, ਮਸਾਲੇਦਾਰ, ਤੇਜ਼, ਤਿੱਖਾ, ਚਟਪਟਾ

pique /ਪੀਕ/ *vt* ਖਿਝਾਉਣਾ, ਚਿੜਾਉਣਾ, ਗੁੱਸਾ ਚੜ੍ਹਾਉਣਾ, ਸਤਾਉਣਾ *n* ਚਿੜ, ਖਿਝ, ਰੋਸ, ਕਲੇਸ਼, ਕ੍ਰੋਧ, ਗੁੱਸਾ; (ਵੱਟੇ ਹੋਏ ਸੂਤ ਦਾ) ਇੱਕ ਵਿਸ਼ੇਸ਼ ਕੱਪੜਾ

piracy /'ਪਾਇਰਅਸਿ/ *n* ਸਮੁੰਦਰੀ ਡਾਕਾ; ਸਾਹਿਤਿਕ ਚੋਰੀ

pirate /'ਪਾਇਰਅਟ/ *n* ਸਮੁੰਦਰੀ ਡਾਕੂ, ਸਮੁੰਦਰੀ ਡਾਕੂਆਂ ਦਾ ਜਹਾਜ਼, ਲੁਟੇਰਾ; ਸਾਹਿਤਿਕ ਚੋਰ, ਕਿਸੇ ਹੋਰ ਦੀ ਲਿਖਤ ਨੂੰ ਬਿਨਾਂ ਆਗਿਆ ਛਾਪਣ ਜਾਂ ਵੇਚਣ ਵਾਲਾ *vt* ਸਮੁੰਦਰੀ ਡਾਕੂ ਬਣਨਾ; ਚੋਰੀ (ਕਿਤਾਬ) ਛਾਪਣਾ; ਡਾਕਾ ਮਾਰਨਾ, ਲੁੱਟ-ਮਾਰ ਕਰਨਾ

piratical /,ਪਾਇ(ਅ)'ਰੈਟਿਕਲ/ *a* ਸਮੁੰਦਰੀ ਡਾਕੂ ਸੰਬੰਧੀ; ਸਾਹਿਤਿਕ ਚੋਰੀ ਦਾ ਜਾਂ ਅਜਿਹੀ ਚੋਰੀ ਵਾਲਾ

pirogue /ਪਿ'ਰਅਉਗ/ *n* ਤਣੇ ਦਾ ਬਣਿਆ; ਦਰਖ਼ਤ ਦੇ ਤਣੇ ਨੂੰ ਖੋਖਲਾ ਕਰਕੇ ਬਣਾਈ ਬੇੜੀ

pirouette /,ਪਿਰੁ'ਐਟੱ/ *n* ਇੱਕ ਪੈਰ ਨਾਲ ਕੀਤਾ ਗਿਆ ਨਾਚ *vi* ਪੱਬਾਂ ਭਾਰ ਨੱਚਣਾ; ਇੱਕ ਪੈਰ ਉੱਤੇ ਨੱਚਣਾ

pis aller /,ਪੀਜ਼'ਐਲੇਇ/ *(F)* *n* ਮਜਬੂਰੀਵਸ ਅਪਣਾਈ ਵਿਧੀ, ਹਾਰੇ ਦਾ ਨਿਆਂ, ਅਣਸਰਦਾ ਉਪਾਅ

piscary /'ਪਿਸਕਅਰਿ/ *n* ਗ਼ੈਰ ਪਾਣੀਆਂ ਵਿੱਚੋਂ ਮੱਛੀਆਂ ਫੜਨਾ

piscator /ਪਿ'ਸਕੇਇਟਅ*/ *n* ਮੱਛੀਆਂ ਫੜਨ ਵਾਲਾ, ਮਾਛੀ, ਮਾਹੀਗੀਰ

piscatory, piscatorial /'ਪਿਸਕਅਟਅਰਿ, ,ਪਿਸਕਅ'ਟੋਰਿਅਲ/ *a* ਮੱਛੀਆਂ ਫੜਨ ਦਾ ਸ਼ੁਕੀਨ; ਮੱਛੀਆਂ ਫੜਨ ਬਾਰੇ, ਮਾਹੀਗਰੀ ਸੰਬੰਧੀ

Pisces /'ਪਾਇਸੀਜ਼/ *n* (ਬਹੁ) ਮੀਨ (ਰਾਸ਼ੀ)

pisciculture /'ਪਿਸਿ,ਕਅੱਲਚਅ*/ *n* ਮੱਛੀ ਪਾਲਣ

piscina /ਪਿ'ਸੀਨਅ/ *n* ਮੱਛੀਆਂ ਪਾਲਣ ਵਾਲਾ ਤਲਾਅ; ਪ੍ਰਾਚੀਨ ਰੋਮ ਵਿੱਚ ਇਸ਼ਨਾਨ ਕੁੰਡ; ਪੱਥਰ

ਦਾ ਕੁੰਡ ਜਿਸ ਵਿੱਚ ਪਾਣੀ ਨਿਕਲਨ ਲਈ ਛੇਕ ਰੱਖੇ ਹੁੰਦੇ ਹਨ

piscine /'ਪਿਸਾਇਟ, 'ਪਾਇਸੀਨ/ *a* ਮੱਛੀ ਦਾ, ਮੱਛੀ ਬਾਰੇ, ਮੱਛੀ ਸੰਬੰਧੀ

piscivorous /ਪਿ'ਸਿਵ੍(ਅ)ਰਅਸ/ *a* ਮੱਛੀ ਖਾਣ ਵਾਲਾ, ਮੱਛੀ ਚੋਰ

pise /'ਪੀਜ਼ੇਇ/ *(F) n* ਗਾਰਾ, ਮਿੱਟੀ ਦੀ ਘਾਣੀ

pish /ਪਿਸ਼/ *vi* ਫਿਟਕਾਰਨਾ, ਦੁਰਕਾਰਨਾ, ਤੋਹ-ਤੋਹ ਕਰਨਾ, ਛੀ-ਛੀ ਕਰਨਾ, ਥੂ-ਥੂ ਕਰਨਾ *int* ਧਿੱਕਾਰ ਹੈ, ਫਿਟਕਾਰ ਹੈ, ਥੂ-ਥੂ, ਛੀ-ਛੀ

pishogue /ਪਿ'ਸ਼ਅਉਗ/ *n* ਮਾਇਆ ਜਾਲ, ਇੰਦਰਜਾਲ, ਮੰਤਰ, ਜਾਦੂ; ਧੋਖਾ, ਭੁਲਾਵਾ, ਛਲ, ਭਰਮ

pisiform /'ਪਾਇਸਿਫ਼ੋਮ/ *a* ਮਟਰ ਸਮਾਨ, ਮਟਰ ਦੇ ਆਕਾਰ ਦਾ

pismire /'ਪਿਸਮਾਇਅ*/ *n* ਕੀੜੀ

piss /ਪਿਸ/ *n* ਪਿਸ਼ਾਬ *vt* ਪਿਸ਼ਾਬ ਕਰਨਾ, ਮੂਤਰਨਾ; ਪਿਸ਼ਾਬ ਨਾਲ ਖ਼ਰਾਬ ਕਰਨਾ

pistachio /ਪਿ'ਸਟੈਸ਼ਿਅਉ, -'ਸਟਾਸ਼ਿਅਉ/ *n* ਪਿਸਤਾ, ਪਿਸਤੇ ਦਾ ਬੂਟਾ, ਪਿਸਤਈ ਰੰਗ

pistil /'ਪਿਸਟਿਲ/ *n* (ਬਨ) ਗਰਭ ਕੇਸਰ, ਫੁੱਲ ਦਾ ਉਹ ਅੰਸ਼ ਜਿਸ ਵਿੱਚ ਬੀ ਬਣਦਾ ਹੈ

pistillate /'ਪਿਸਟਿਲਅਟ/ *a* (ਬਨ) ਇਸਤਰੀ ਕੇਸਰ ਵਾਲਾ

pistol /'ਪਿਸਟਲ/ *n* ਪਸਤੌਲ, ਪਿਸਟਲ *vt* ਪਸਤੌਲ ਚਲਾਉਣਾ

pistole /ਪਿ'ਸਟਅਉਲ/ *n* ਸਪੇਨ ਦਾ ਸੋਨੇ ਦਾ ਸਿੱਕਾ

piston /'ਪਿਸਟਅਨ/ *n* ਇੰਜਨ ਦਾ ਇੱਕ ਪੁਰਜ਼ਾ, ਪਿਸਟਨ

pit¹ /ਪਿਟ/ *n* ਟੋਆ, ਖਾਤਾ, ਖਤਾਨ, ਖੱਡ, ਖਾਈ ਖੁੱਤੀ; ਛੇਕ, ਮੋਰੀ, ਖਾਣ ਦਾ ਟੋਆ; ਦਾਗ਼ (ਮਾਤਾ ਜਾਂ ਜ਼ਖ਼ਮ ਦਾ); ਥੀਏਟਰ ਵਿੱਚ ਸਾਰਿਆਂ ਤੋਂ ਹੇਠਲੀ ਪਾਲ, ਇਸ ਪਾਲ ਵਿੱਚ ਬੈਠਣ ਵਾਲੇ; ਘੋਰ ਨਰਕ; ਅਖਾੜਾ (ਕੁੱਕੜਾਂ ਦੀ ਲੜਾਈ ਦਾ)

pit² *v* ਟੋਆ ਪੁੱਟਣਾ, ਛੇਕ ਕਰਨਾ; ਮੋਰੀ ਕਰਨਾ; ਦਾਗ਼ ਪੈਣਾ, ਦਾਗ਼ੀ ਕਰਨਾ; (ਕਿਸੇ ਵਿਅਕਤੀ ਨੂੰ) ਮੁਕਾਬਲੇ ਉੱਤੇ ਖੜ੍ਹਾ ਕਰਨਾ; (ਕੁੱਤਿਆਂ ਨੂੰ) ਲੜਨ ਲਈ ਮੈਦਾਨ ਵਿੱਚ ਛੱਡਣਾ; ਟੋਏ ਵਿੱਚ ਰੱਖਣਾ; ਸੱਟ ਲੱਗਣਾ

pit-a-pat /ˌਪਿਟਅ'ਪੈਟ/ *n* ਧੜਕਣ, ਧਕ-ਧਕ *adv* ਘਬਰਾਹਟ ਵਿੱਚ, ਧਕ-ਧਕ ਕਰਕੇ

pitch /ਪਿਚ/ *n* ਲੁੱਕ *v* ਲੁੱਕ ਲਾਉਣਾ, ਲੁੱਕ ਫੇਰਨਾ; ਤੰਬੂ ਲਾਉਣਾ; ਕੈਂਪ ਲਾਉਣਾ, ਪੜਾਅ ਕਰਨਾ; (ਕਿਸੇ ਬੂਟੇ ਜਾਂ ਵਸਤੂ ਨੂੰ) ਵਿਵਸਥਿਤ ਢੰਗ ਨਾਲ ਰੱਖਣਾ, ਸਥਾਪਿਤ ਕਰਨਾ, ਕਾਇਮ ਕਰਨਾ; ਨੁਮਾਇਸ਼ ਲਈ ਰੱਖਣਾ; (ਸੜਕ ਉੱਤੇ) ਪੱਥਰ ਬੀੜਨਾ; (ਕਿੱਸਾ-ਕਹਾਣੀ) ਕਹਿਣਾ, ਸੁਣਾਉਣਾ; ਕ੍ਰਿਕਟ ਦੀਆਂ ਵਿਕਟਾਂ ਗੱਡਣਾ; (ਗੇਂਦ) ਸੁੱਟਣਾ; (ਰਾਗ) ਸੁਰ ਕੱਢਣਾ; ਜਹਾਜ਼ ਦਾ ਸਿਰ ਭਾਰ ਡੁੱਬਕੀ ਲਾਉਣਾ; ਸੁੱਟਣਾ, ਡੇਗਣਾ; ਧੜੰਮ ਡਿਗਣਾ, ਮੂੰਹ ਭਾਰ ਡਿੱਗਣਾ; ਲਗਨ ਨਾਲ ਕੰਮ ਵਿੱਚ ਜੁਟ ਜਾਣਾ; ਭਿਆਨਕ ਹਮਲਾ ਕਰਨਾ *n* ਗੋਤਾ, ਚੁੱਭੀ (ਜਹਾਜ਼ ਦੀ); (ਕ੍ਰਿਕਟ) ਗੇਂਦ ਸੁੱਟਣ ਦਾ ਢੰਗ; ਕ੍ਰਿਕਟ ਦੀਆਂ ਵਿਕਟਾਂ ਦੇ ਵਿਚਕਾਰਲੀ ਥਾਂ; ਉਹ ਉਚਾਈ ਜਿੱਥੋਂ ਸ਼ਿਕਰਾ ਆਦਿ ਸ਼ਿਕਾਰ ਉੱਤੇ ਝਪਟਦੇ ਹਨ; ਸਿਖਰ, ਕਮਾਲ ਦੀ ਹੱਦ; (ਸੰਗੀਤ ਵਿੱਚ) ਸੁਰ ਦੀ ਉਤਰਾਈ ਚੜ੍ਹਾਈ; ਢਾਲ, ਢਲਾਣ

pitch-black /ˌਪਿਚ'ਬਲੈਕ/ *n* ਕਾਲਾ ਸਿਆਹ

pitch-dark /ˌਪਿਚ'ਡਾਕ/ *a* ਗੂੜ੍ਹੇ ਹਨੇਰੇ ਵਾਲਾ, ਅਤਿਅੰਤ ਧੁੰਦਲਾ

pitch-darkness *n* ਘੁੱਪ ਹਨੇਰਾ

pitched /ਪਿਚਟ/ *a* ਸਥਿਰ, ਜੰਮਿਆ, ਪੱਕਾ

pitched battle *n* ਘਮਸਾਨ ਦਾ ਯੁੱਧ, ਘੋਰ ਯੁੱਧ

pitched roof *n* ਢਲਵੀਂ ਛੱਤ

pitcher /'ਪਿਚਅ*/ *n* ਘੜਾ, ਮਟਕਾ; ਝੱਜਰ; ਸੁਰਾਹੀ ਵਰਗੀ ਪੱਤੀ, ਕਲਸ ਪੱਤਰ; ਫੇਰੀ ਵਾਲਾ; ਗੇਂਦ ਸੁੱਟਣ ਵਾਲਾ ਖਿਡਾਰੀ

pitchfork /'ਪਿਚਫ਼ੋਕ/ *n* ਤੰਗਲੀ, ਸਾਂਘਾ

pitchiness /'ਪਿਚਿਨਅਸ/ *n* ਸਾਂਵਲਾਪਣ,

ਕਾਲਾਪਣ, ਕਲੱਤਣ

pitchpine /'ਪਿਚਪਾਇਨ/ *n* ਚੀੜ੍ਹ ਦਾ ਰੁੱਖ

piteous /'ਪਿਟਿਅਸ/ *a* ਤਰਸਯੋਗ, ਦਇਆਯੋਗ, ਦੁੱਖ ਭਰੀ, ਦਰਦਨਾਕ, ਅਫ਼ਸੋਸਨਾਕ, ਕਰੁਣਾਜਨਕ; ਤੁੱਛ, ਹੀਣਾ

pitfall /'ਪਿਟਫ਼ੋਲ/ *n* ਜੰਗਲੀ ਪਸ਼ੂਆਂ ਨੂੰ ਫੜਨ ਲਈ ਕੱਜਿਆ ਟੋਆ, ਚੋਰ ਟੋਆ; ਲੁਕਿਆ ਖ਼ਤਰਾ; ਗ਼ਲਤੀ ਖਾ ਜਾਣ ਵਾਲੀ ਥਾਂ

pith /ਪਿਥ/ *n* ਗੁੱਦਾ; ਤੱਤ, ਸਾਰ, ਨਿਚੋੜ; ਗਿਰੀ; ਬਲ, ਤਾਕਤ, ਹਿੰਮਤ, ਉਤਸ਼ਾਹ

pithecanthrope /ˌਪਿਥਿ'ਕੈਨਥਰਅਉਪ/ *n* (ਵਿਕਾਸ ਕ੍ਰਮ ਵਿੱਚ) ਬਣਮਾਣਸ ਅਤੇ ਮਨੁੱਖ ਦੇ ਵਿਚਕਾਰਲੀ ਕੜੀ

pithecoid /ਪਿ'ਥੀਕੌਇਡ/ *a* ਬਣਮਾਣਸ ਵਰਗਾ

pithless /'ਪਿਥਲਅਸ/ *a* ਬਿਨਾਂ ਗੁੱਦੇ, ਹੀਣਾ, ਮਾੜਾ, ਕਮਜ਼ੋਰ, ਬਲਹੀਣ

pithy /'ਪਿਥਿ/ *a* ਗੁੱਦੇ ਵਾਲਾ, ਗਿਰੀ ਵਾਲਾ; ਭਾਵਪੂਰਤ, ਸਾਰਪੂਰਨ, ਸੰਖਿਪਤ; ਗੂੜ੍ਹ, ਅਰਥ ਭਰਪੂਰ

pitiable /'ਪਿਟਿਅਬਲ/ *a* ਤਰਸਯੋਗ, ਕਰੁਣਾਜਨਕ, ਦਇਆਯੋਗ; ਦਰਦਨਾਕ, ਦੁੱਖ ਭਰਿਆ

pitiful /'ਪਿਟਿਫ਼ਲ/ *a* ਦਿਆਲੂ, ਦਇਆਵਾਨ, ਕਿਰਪਾਲੂ, ਰਹਿਮ ਦਿਲ, ਦਰਦਮੰਦ, ਤਰਸਵਾਨ; ਦਰਦਨਾਕ, ਦੁੱਖ ਭਰਿਆ; ਤੁੱਛ, ਹੀਣਾ, ਘਿਰਨਿਤ

pitifulness /'ਪਿਟਿਫ਼ਲਨਅਸ/ *n* ਦਿਆਲਤਾ, ਕ੍ਰਿਪਾਲਤਾ, ਕਰੁਣਾ, ਦਰਦ; ਤਰਸਯੋਗ ਹਾਲਤ; ਹੀਣਤਾ; ਘਿਰਨਾ

pitiless /'ਪਿਟਿਲਅਸ/ *a* ਬੇਤਰਸ, ਨਿਰਦਈ, ਬੇਰਹਿਮ, ਦਇਆਹੀਣ, ਪੱਥਰ ਦਿਲ, ਕਠੋਰ ਚਿੱਤ, ਕਰੜਾ

pitman /'ਪਿਟਮਅਨ/ *n* ਖਾਣ ਮਜ਼ਦੂਰ; ਮਸ਼ੀਨ ਦੀ ਜੋੜੂ ਲੱਠ

pittance /'ਪਿਟਨਸ/ *n* ਬਹੁਤ ਥੋੜ੍ਹਾ ਅਲਾਉਂਸ, ਤੁੱਛ ਭੱਤਾ, ਬਹੁਤ ਘੱਟ ਤਨਖ਼ਾਹ; ਕਿਸੇ ਧਾਰਮਿਕ ਸੰਸਥਾ ਲਈ ਵਸੀਅਤ, ਧਰਮ ਅਰਥ ਦਾਨ

pitted /'ਪਿਟਿਡ/ *a* ਖੁਰਦਰਾ, ਟੋਇਆਂ ਟਿੱਬਿਆਂ ਵਾਲਾ, ਉਬੜ-ਖਾਬੜ

pituitary /ਪਿ'ਟਯੂਇਟਅਰਿ/ *n* (ਪਰਾ) ਬਲਗਮ ਵਧਾਉਣ ਵਾਲਾ, ਬਲਗਮ ਜਾਂ ਖੰਘਾਰ ਪੈਦਾ ਕਰਨ ਵਾਲਾ, ਬਲਗਮੀ

pituitary gland *n* ਦਿਮਾਗ਼ ਹੇਠਲੀ ਇੱਕ ਗ੍ਰੰਥੀ

pituite /'ਪਿਟਯੂਇਟ/ *n* ਬਲਗਮ, ਖੰਘਾਰ, ਰੇਸ਼ਾ

pity /'ਪਿਟਿ/ *n* ਤਰਸ, ਰਹਿਮ, ਦਇਆ, ਕਿਰਪਾ, ਹਮਦਰਦੀ; ਅਫ਼ਸੋਸ ਵਾਲੀ ਦਸ਼ਾ, ਸ਼ੋਕ-ਪ੍ਰਸੰਗ *vt* ਤਰਸ ਕਰਨਾ, ਹਮਦਰਦੀ ਵਿਖਾਉਣਾ, ਰਹਿਮ ਕਰਨਾ, ਦਇਆ ਕਰਨਾ; ਅਫ਼ਸੋਸ ਕਰਨਾ, ਦੁੱਖ ਪ੍ਰਗਟ ਕਰਨਾ

pityriasis /ˌਪਿਟਿ'ਰਾਇਅਸਿਸ/ *n* ਚਮੜੀ ਦਾ ਇੱਕ ਰੋਗ

pivot /'ਪਿਵ੍ਅਟ/ *n* ਚੂਲ, ਚੂਥੀ, ਧੁਰਾ; ਕਿੱਲੀ (ਜਿਵੇਂ ਚੱਕੀ ਦੀ); ਕੇਂਦਰ ਬਿੰਦੂ; ਮੂਲ ਆਧਾਰ, ਮੂਲ ਸਮੱਸਿਆ *v* ਚੂਲ ਲਾਉਣਾ; ਦੁਆਲੇ ਘੁੰਮਣਾ

pivotal /'ਪਿਵ੍ਅਟਲ/ *a* ਕੇਂਦਰੀ; ਧੁਰੇ ਦਾ; ਮੂਲ ਸਮੱਸਿਆ ਵਾਲਾ

pix /ਪਿਕਸ/ *n* ਪੇਟੀ; ਸੰਦੂਕ, ਸੰਦੂਕਚੀ, ਟਰੱਕ, ਟਰੰਕੀ

pixel /'ਪਿਕਸਲ/ *n* (ਕੰਪਿ) ਕੰਪਿਊਟਰ ਮੋਨੀਟਰ ਉਪਰਲ ਲੱਖਾਂ ਬਿੰਦੂਆਂ ਵਿੱਚੋਂ ਇੱਕ

pixilated /'ਪਿਕਸਿਲੇਇਟਿਡ/ *a* (ਉਪ) ਸਿਰ ਫਿਰਿਆ, ਸਨਕੀ, ਵਹਿਮੀ

pixy /'ਪਿਕਸਿ/ *n* ਪਰੀ

pizza /'ਪੀਟਸਅ/ *n* ਇੱਕ ਇਤਾਲਵੀ ਭੋਜਨ, ਪੀਜ਼ਾ

placability /ˌਪਲੈਕਅ'ਬਿਲਅਟਿ/ *n* ਨਰਮਦਿਲੀ, ਹਲੀਮੀ, ਨਿਮਰਤਾ

placable /'ਪਲੈਕਅਬਲ/ *a* ਨਰਮਦਿਲ, ਹਲੀਮ, ਨਿਮਰਤਾ ਵਾਲਾ

placard /'ਪਲੈਕਾਡ/ *n* ਫੱਟਾ, ਬੋਰਡ, ਪਲੈਕਾਰਡ; ਇਸ਼ਤਿਹਾਰ, ਐਲਾਨ, ਵਿਗਿਆਪਨ ਪੱਤਰ, ਪੋਸਟਰ *vt* ਇਸ਼ਤਿਹਾਰ ਲਾਉਣਾ, ਪਰਚੀ ਵੰਡਣਾ;

ਪੋਸਟਰ ਲਾਉਣਾ; ਐਲਾਨ ਕਰਨਾ

placate /ਪਲਅ'ਕੇਇਟ/ *vt* ਤਸੱਲੀ ਕਰਾਉਣਾ, ਸੰਤੁਸ਼ਟ ਕਰਨਾ, ਪ੍ਰਸੰਨ ਕਰਨਾ, ਮਨਾ ਲੈਣਾ, ਸ਼ਾਂਤ ਕਰਨਾ

placation /ਪਲਅ'ਕੇਇਸ਼ਨ/ *n* ਬੇਨਤੀ, ਪ੍ਰਾਰਥਨਾ, ਅਰਾਧਨਾ, ਸੰਮਤੀ

place /ਪਲੇਇਸ/ *n* ਥਾਂ, ਜਗ੍ਹਾ, ਟਿਕਾਣਾ, ਸਥਾਨ; ਘਰ, ਠਾਹਰ, ਮਕਾਨ, ਵਸੇਬਾ, ਗ੍ਰਹਿ; (ਪੁਸਤਕ ਦਾ) ਅੰਸ਼, ਭਾਗ, ਹਿੱਸਾ; ਦਰਜਾ, ਪਦ, ਹੈਸੀਅਤ, ਪਦਵੀ; ਅਸਾਮੀ, ਨੌਕਰੀ; ਦਸ਼ਮਕ ਪ੍ਰਣਾਲੀ ਦੀ ਗਿਣਤੀ ਵਿੱਚ ਕਿਸੇ ਅੰਕ ਦੀ ਥਾਂ; ਠੀਕ ਟਿਕਾਣਾ, ਮੁਨਾਸਬ ਥਾਂ; ਸਥਿਤੀ, ਅਵਸਥਾ, ਦਸ਼ਾ; (ਟਾਕਰੇ ਵਿੱਚ) ਨੰਬਰ, ਦਰਜਾ; ਮਹੱਤਤਾ; ਅਵਸਰ, ਉਚਿਤ ਸਮਾਂ; ਗੁੰਜਾਇਸ਼, ਸਮਾਈ, ਸੀਟ; ਕਰਤੱਵ, ਕਾਰਜ *vt* ਰੱਖਣਾ, ਧਰਨਾ; ਲਾਉਣਾ, ਸਥਾਪਨ ਕਰਨਾ; ਥਾਂ ਦੇਣਾ; ਟਿਕਾਉਣਾ; ਵਿਧੀ ਨਾਲ ਰੱਖਣਾ; ਨਿਯੁਕਤ ਕਰਨਾ; ਤਾਇਨਾਤ ਕਰਨਾ; ਰੁਪਈਆ ਪੈਸਾ ਬੈਂਕ ਆਦਿ ਵਿੱਚ ਜਮ੍ਹਾਂ ਕਰਾਉਣਾ ਜਾਂ ਕਿਸੇ ਵਪਾਰ ਵਿੱਚ ਲਾਉਣਾ; (ਮਾਲ) ਖ਼ਰੀਦਾਰ ਦੇ ਹਵਾਲੇ ਕਰ ਦੇਣਾ; (ਮਾਲ ਦੀ) ਮੰਗ ਕਰਨਾ; ਵਿਸ਼ਵਾਸ ਰੱਖਣਾ, ਭਰੋਸਾ ਕਰਨਾ

placebo /ਪਲਅ'ਸੀਬਅਉ/ *n* (ਰੋਗੀ ਨੂੰ ਧਰਵਾਸ ਦੇਣ ਲਈ ਦਿੱਤੀ ਜਾਣ ਵਾਲੀ) ਨਿਰਰਥਕ ਜਾਂ ਨਿਰਗੁਣ ਔਸ਼ਧੀ, ਫੋਕੀ ਦਵਾਈ; ਮ੍ਰਿਤਕ ਲਈ ਕੀਤੀ ਜਾਣ ਵਾਲੀ ਪ੍ਰਾਰਥਨਾ

placeman /'ਪਲੇਇਸਮਅਨ/ *n* ਸਰਕਾਰੀ ਨੌਕਰ

placement /'ਪਲੇਇਸਮਅਨਟ/ *n* ਸਥਾਪਨਾ; (ਰਾਜ) ਆਸਣ ਅਵਸਥਾ; ਰੁਜ਼ਗਾਰ ਜਾਂ ਨੌਕਰੀ ਦਿਵਾਉਣ ਦਾ ਅਮਲ

placenta /ਪਲਅ'ਸੈਨੱਟਅ/ *n* ਭਰੂਣ ਦੇ ਦੁਆਲੇ ਦਾ ਨਰਮ ਮਾਸ ਦਾ ਘੇਰਾ ਜੋ ਬੱਚਾ ਪੈਦਾ ਹੋਣ ਤੋਂ ਬਾਅਦ ਬਾਹਰ ਆ ਜਾਂਦਾ ਹੈ, ਜੇਰ

placental /ਪਲਅ'ਸੈਨੱਟਲ/ *a* ਜੇਰ ਦਾ, ਜੇਰ ਸੰਬੰਧੀ

placer /'ਪਲੇਇਸਅ*/ *n* ਨਦੀ ਵਿਚਲੀ ਰੇਤ ਜਾਂ ਬਜਰੀ ਜਿਸ ਵਿੱਚ ਖਣਿਜ ਪਦਾਰਥ ਮਿਲਦੇ ਹਨ

placet /'ਪਲੇਇਸੈਟ/ *n* ਹਾਂ ਦੀ ਵੋਟ

placid /'ਪਲੈਸਿਡ/ *a* ਠਰ੍ਹੰਮੇ ਵਾਲਾ; ਗੰਭੀਰ

placidity /ਪਲਅ'ਸਿਡਅਟਿ/ *n* ਸ਼ਾਂਤੀ, ਨਿਮਰਤਾ, ਠਰ੍ਹੰਮਾ, ਧੀਰਜ, ਗੰਭੀਰਤਾ, ਠੰਢਾ ਸੁਭਾਅ

placing /'ਪਲੇਇਸਿਙ/ *n* ਬੰਨ੍ਹਣ ਦੀ ਕਿਰਿਆ; ਨੌਕਰੀ ਦਿਵਾਉਣ ਦਾ ਕਾਰਜ

placket /'ਪਲੈਕਿਟ/ *n* ਖੀਸਾ, ਬੋਝਾ, ਜੇਬ

plafond /'ਪਲੈਫ਼ੌਨ/ *n* ਸਜੀ ਹੋਈ ਛੱਤ, ਚਿੱਤਰਤ ਛੱਤ; ਬਰਿਜ ਵਰਗੀ ਇੱਕ ਖੇਡ

plagiarism /'ਪਲੇਇਜਅਰਿਜ਼ਅਮ/ *n* ਸਾਹਿਤ ਚੋਰੀ, ਵਿਚਾਰ ਚੋਰੀ

plagiarist /'ਪਲੇਇਜਅਰਿਸਟ/ *n* ਸਾਹਿਤ ਚੋਰ, ਵਿਚਾਰ ਚੋਰ

plagiarize /'ਪਲੇਇਜਅਰਾਇਜ਼/ *v* ਕਿਸੇ ਦੀ ਰਚਨਾ ਜਾਂ ਵਿਚਾਰ ਚੁਰਾ ਲੈਣਾ, ਸਾਹਿਤ ਚੋਰੀ ਕਰਨਾ

plague /ਪਲੇਇਗ/ *n* ਮਰੀ, ਮਹਾਂਮਾਰੀ, ਪਲੇਗ, ਵਬਾਅ; ਬਿਪਤਾ, ਦੁੱਖ, ਰੱਬੀ ਮਾਰ, ਆਫ਼ਤ, ਕਲੇਸ਼, ਮੁਸੀਬਤ *vt* ਦੁੱਖ ਦੇਣਾ, ਮੁਸੀਬਤ ਵਿੱਚ ਫਸਾ ਦੇਣਾ, ਕਸ਼ਟ ਦੇਣਾ; ਪਲੇਗ ਵਿੱਚ ਫਸ ਜਾਣਾ; ਰੋਗ ਫੈਲਾਉਣਾ

plaguesome /'ਪਲੇਇਗਸਅਮ/ *a* ਦੁਖੀ ਕਰਨ ਵਾਲਾ, ਤੰਗ ਕਰਨ ਵਾਲਾ, ਸਤਾਉਣ ਵਾਲਾ, ਪਰੇਸ਼ਾਨ ਕਰਨ ਵਾਲਾ, ਅੱਤਿਆਚਾਰੀ, ਜ਼ਾਲਮ, ਤਸੀਹੇ ਦੇਣ ਵਾਲਾ

plaguy /'ਪਲੇਇਗਿ/ *a* ਦੁਖਦਾਈ, ਕਲੇਸ਼ਮਈ, ਸਤਾਉਣ ਵਾਲਾ

plaice /ਪਲੇਇਸ/ *n* ਇੱਕ ਚੌੜੀ (ਚਪਟੀ) ਮੱਛੀ

plaid /ਪਲੈਡ/ *n* ਇੱਕ ਚਾਰਖ਼ਾਨਾ ਊਨੀ ਕੱਪੜਾ, ਪੱਟੂ

plain /ਪਲੇਇਨ/ *a* ਸਾਦਾ, ਸਰਲ, ਅਸਾਨ, ਸਿੱਧਾ-ਸਾਦਾ, ਸਿੱਧੜ, ਸਾਦ-ਮੁਰਾਦਾ; ਸਾਫ਼, ਬੇਰੰਗ, ਬਿਨਾਂ ਸਜਾਵਟ; ਖਰਾ, ਸੱਚਾ; ਸਾਫ਼-ਸਾਫ਼ ਗੱਲ

ਕਹਿਣ ਵਾਲਾ, ਮਾਮੂਲੀ, ਘਰੇਲੂ, ਆਮ ਕੋਝੀ ਸ਼ਕਲ ਵਾਲਾ; ਸਾਫ਼-ਸਾਫ਼; ਠੀਕ-ਠੀਕ *adv* ਖੁੱਲ੍ਹੇ ਰੂਪ, ਬਿਨਾਂ ਲੁਕਾਏ *n* ਮੈਦਾਨੀ ਇਲਾਕਾ, ਮੈਦਾਨ, ਪੱਧਰ

plainness /ਪਲੇਇਨਨਅਸ/ *n* ਸਾਦਗੀ, ਸਰਲਤਾ, ਸਪਸ਼ਟਤਾ

plain-spoken /ˌਪਲੇਇਨ'ਸਪਅਉਕ(ਅ)ਨ/ *n* ਖਰੀ-ਖਰੀ ਸੁਣਾਉਣ ਵਾਲਾ

plaint /ਪਲੇਇਨਟ/ *n* ਅਰਜ਼ੀ ਦਾਅਵਾ, ਸ਼ਿਕਾਇਤ, ਸ਼ਿਕਵਾ, ਫ਼ਰਿਆਦ

plaintiff /'ਪਲੇਇਨਟਿਫ਼/ *n* ਮੁਦਈ, ਦਾਅਵਾ ਕਰਨ ਵਾਲਾ, ਦਾਅਵੇਦਾਰ

plaintive /'ਪਲੇਇਨਟਿਵ੍/ *a* ਸੋਗ ਵਾਲਾ, ਸੋਗਵਾਨ, ਸੋਗਸੂਚਕ, ਮਾਤਮੀ, ਦੁੱਖ ਭਰਿਆ

plait /ਪਲੈਟ/ *n* ਪਲੇਟ, ਭਾਨ, ਚੋਣ, ਵੱਟ, ਤਹਿ; ਮੀਢੀ, ਗੁੱਤ, ਵਾਲਾਂ ਦੀ ਗੁੰਦੀ ਹੋਈ ਲਿਟ *vt* ਪਲੇਟ ਪਾਉਣਾ, ਭੰਨ ਪਾਉਣਾ, ਤਹਿ ਕਰਨਾ; ਮੀਢੀ ਗੁੰਦਣਾ

plan /ਪਲੈਨ/ *n* ਵਿਓਂਤ, ਤਜਵੀਜ਼, ਯੋਜਨਾ, ਮਨਸੂਬਾ, ਗੋਂਦ; ਤਰਤੀਬ, ਵਿਵਸਥਾ, ਵਿਧੀ, ਡੌਲ, ਤਰਕੀਬ; ਨਕਸ਼ਾ; ਖ਼ਾਕਾ, ਢਾਂਚਾ; ਸਮਾਂ ਸਾਰਨੀ, ਕਾਰਜ ਕ੍ਰਮ, ਉਪਾਅ, ਜੁਗਤ, ਤਰੀਕਾ *v* ਵਿਓਂਤ ਬਣਾਉਣਾ, ਯੋਜਨਾ ਬਣਾਉਣਾ; ਨਕਸ਼ਾ ਬਣਾਉਣਾ; ਢਾਂਚਾ ਤਿਆਰ ਕਰਨਾ; ਉਪਾਅ ਕਰਨਾ, ਜੁਗਤ ਬਣਾਉਣਾ

planchette /ਪਲਾਨ'ਸ਼ੈਟੱ/ *n* (ਅਵਚੇਤਨ ਦੀਆਂ ਗੱਲਾਂ ਨੂੰ) ਆਪਣੇ ਆਪ ਲਿਖਣ ਵਾਲਾ ਇੱਕ ਯੰਤਰ

plane[1] /ਪਲੇਇਨ/ *n* ਚਿਨਾਰ ਦੀ ਸ਼੍ਰੇਣੀ ਦਾ ਇੱਕ ਰੁੱਖ, ਰੰਦਾ *v* ਰੰਦਾ ਫੇਰਨਾ, ਰੰਦੇ ਨਾਲ ਪੱਧਰਾ ਕਰਨਾ, ਰੰਦੇ ਨਾਲ ਛਿੱਲਣਾ

plane[2] *n* ਤਲ, ਸਤ੍ਹਾ, ਪਟੜੀ; ਫੱਟਾ; ਪੱਧਰ; ਮੈਦਾਨ, ਪੱਧਰਾ ਇਲਾਕਾ; ਹਵਾਈ ਜਹਾਜ਼ *v* (ਹਵਾਈ ਜਹਾਜ਼ ਵਿੱਚ) ਘੁੰਮਣਾ, ਸਫ਼ਰ ਕਰਨਾ

planer /'ਪਲੇਇਨਅ*/ *n* ਰੰਦਾ ਫੇਰਨ ਵਾਲਾ; ਤਰਾਸ਼ਣ ਵਾਲਾ ਬਿਜਲਈ ਔਜ਼ਾਰ

planet /'ਪਲੈਨਿਟ/ *n* ਉਹ ਗ੍ਰਹਿ ਜਿਹੜਾ ਸੂਰਜ ਦੁਆਲੇ ਘੁੰਮਦਾ ਹੈ, ਗ੍ਰਹਿ

planetary /'ਪਲੈਨਅਟਰਿ/ *a* ਗ੍ਰਹਿ ਸੰਬੰਧੀ

plangency /'ਪਲੈਨਜ(ਅ)ਨਸਿ/ *n* ਰੋਮਾਂਚ, ਕੰਬਣੀ, ਥਰਥਰਾਹਟ

plangent /'ਪਲੈਨਜਅਨਟ/ *a* ਗੂੰਜਵੀਂ ਅਵਾਜ਼ ਵਾਲਾ; ਸੋਗਮਈ, ਦਰਦ ਭਰਿਆ

planish /'ਪਲੈਨਿਸ਼/ *vt* ਪੱਧਰਾ ਕਰਨਾ, ਸਮਤਲ ਕਰਨਾ, ਇੱਕਸਾਰ ਕਰਨਾ, ਚਪਟਾ ਬਣਾਉਣਾ

plank /ਪਲੈਙਕ/ *n* ਤਖ਼ਤਾ, ਫੱਟਾ, ਪਟੜਾ, ਪਟੜੀ, ਚੌਕੀ; ਰਾਜਨੀਤਿਕ ਯੋਜਨਾ, ਰਾਜਨੀਤਿਕ ਪ੍ਰੋਗਰਾਮ; ਮੱਦ *vt* ਤਖ਼ਤੇ ਲਾਉਣਾ, ਤਖ਼ਤੇ ਜੜਨਾ, ਤਖ਼ਤਿਆਂ ਨਾਲ ਢਕਣਾ

plank down *v* ਤੁਰੰਤ ਅਦਾਇਗੀ ਕਰਨਾ, ਰਕਮ ਝਟਪਟ ਅਦਾ ਕਰਨਾ

plankton /'ਪਲੈਙਕਟਅਨ/ *n* (ਸਮੁੰਦਰ ਵਿੱਚ ਮਿਲਦੇ) ਬਹੁਤ ਛੋਟੇ ਜਲਜੀਵ

planless /'ਪਲੈਨਲਅਸ/ *a* ਯੋਜਨਾਹੀਣ, ਯੋਜਨਾ ਰਹਿਤ

planned /ਪਲੈਨਡ/ *a* ਵਿਓਂਤਬੱਧ, ਯੋਜਨਾਬੱਧ, ਆਯੋਜਿਤ

planned economy *n* ਅਜਿਹੀ ਵਿਧੀਬੱਧ ਆਰਥਿਕਤਾ ਜਿਥੇ ਕੇਂਦਰੀ ਸਰਕਾਰ ਵਲੋਂ ਚੀਜ਼ਾਂ ਦੀ ਉਤਪਾਦਨ ਕੀਮਤ ਅਤੇ ਵੇਚ ਕੀਮਤ ਨਿਰਧਾਰਿਤ ਕੀਤੀ ਜਾਂਦੀ ਹੋਵੇ, ਯੋਜਨਾਬੱਧ ਆਰਥਿਕਤਾ, ਵਿਓਂਤਬੱਧ ਆਰਥਿਕਤਾ

planner /'ਪਲੈਨਅ*/ *n* ਯੋਜਨਾ ਬਣਾਉਣ ਵਾਲਾ, ਵਿਓਂਤਕਾਰ, ਯੋਜਕ

planning /'ਪਲੈਨਿਙ/ *n* ਆਯੋਜਨ, ਵਿਓਂਤਬੰਦੀ, ਯੋਜਨਾਬੰਦੀ; ਉਪਾਅ, ਪਰਿਕਲਪਨਾ

plant /ਪਲਾਨਟ/ *n* ਬੂਟਾ, ਪੌਦਾ; ਮਸ਼ੀਨ, ਕਾਰਖ਼ਾਨਾ; ਦਿਮਾਗ਼ੀ ਕੰਮ ਦੀ ਮਸ਼ੀਨ; ਧੋਖਾ, ਫ਼ਰੇਬ; ਸਾਜ਼ਿਸ਼ (ਧੋਖਾ ਦੇਣ ਦੀ) *vt* ਬੂਟਾ ਲਾਉਣਾ, ਬੀਜਣਾ; ਗੱਡਣਾ; (ਤਲਾਅ ਵਿੱਚ) ਮੱਛੀਆਂ ਛੱਡਣਾ (ਪਾਲਣ ਲਈ); ਨਿਯੁਕਤ ਕਰਨਾ, ਮੁਕੱਰਰ ਕਰਨਾ, ਲਾਉਣਾ; ਵਸਾਉਣਾ; ਅਬਾਦ ਕਰਨਾ,

ਮੋਹੜੀ ਗੱਡਣਾ; (ਖ਼ਿਆਲ) ਦਿਲ ਵਿੱਚ ਬਠਾਉਣਾ; (ਘਸੁੰਨ) ਮਾਰਨਾ; (ਚੋਰੀ ਦਾ ਮਾਲ) ਲੁਕਾਉਣਾ

plantain /'ਪਲੈਨਟਿਨ/ *n* (ਭੋਜਨ ਲਈ ਪਕਾ ਕੇ ਖਾਧਾ ਜਾਣ ਵਾਲਾ) ਵੱਡੇ ਕੇਲੇ ਵਰਗਾ ਇੱਕ ਫਲ

plantation /ਪਲਾਨ'ਟੇਇਸ਼ਨ/ *n* ਫ਼ਾਰਮ; ਬੀਜੇ ਹੋਏ ਰੁੱਖਾਂ ਦੀ ਝੰਗੀ; ਤਮਾਕੂ ਦਾ ਖੇਤ; ਖੇਤੀ; ਬਸਤੀ, ਅਬਾਦੀ, ਚੱਕ

planter /'ਪਲਾਨਟਅ*/ *n* ਰੁੱਖ ਲਾਉਣ ਜਾਂ ਬੀਜਣ ਵਾਲਾ; ਹਲਵਾਹ; ਕਿਰਸਾਣ, ਕਾਸ਼ਤਕਾਰ; ਮਾਲੀ, ਬੂਟੇ ਜਾਂ ਪਨੀਰੀ ਲਾਉਣ ਵਾਲਾ; ਨੌਅਬਾਦਕਾਰ

planting /'ਪਲਾਨਟਿਙ/ *n* ਪੌਦਾ ਲਾਉਣ ਦਾ ਕਾਰਜ, ਬਿਜਾਈ, ਬੂਟੇ ਲਵਾਈ

plaque /ਪਲੈਕ/ *n* ਧਾਤ ਜਾਂ ਚੀਨੀ ਦੀ ਸਜਾਵਟ ਵਾਲੀ ਫੱਟੀ; (ਸੇਵਾਦਾਰਾਂ ਦੇ ਲਾਉਣ ਵਾਲਾ) ਇੱਕ ਬਿੱਲਾ, ਬੈਜ, ਪਟਾ; ਦੱਦ, ਧੱਦਰ, ਦੰਦਾਂ ਉੱਤੇ ਜੰਮੀ ਪੇਪੜੀ

plash /ਪਲੈਸ਼/ *n* ਚਿੱਕੜ, ਜਿੱਲ੍ਹਣ, ਦਲਦਲ, ਚਲ੍ਹਾ; ਪਾਣੀ ਵਿੱਚ ਡਿੱਗਿਆਂ ਜਾਂ ਕੋਈ ਚੀਜ਼ ਸੁੱਟਿਆਂ ਉਤਪੰਨ ਹੋਈ ਅਵਾਜ਼ *vi* ਛਰਬਲ-ਛਰਬਲ ਦੀ ਅਵਾਜ਼ ਕਰਨਾ; ਵਾੜ ਦੇ ਰੂਪ ਵਿੱਚ ਬੀਜੀਆਂ ਬੂਟੀਆਂ ਦੀਆਂ ਟਾਹਣੀਆਂ ਗੁੰਦ ਕੇ ਵਾੜ ਸੰਘਣੀ ਕਰਨਾ

plasm /'ਪਲੈਜ਼(ਅ)ਮ/ *n* ਜੀਵ ਦ੍ਰਵ

plasmology /ਪਲੈਜ਼'ਮੌਲਅਜਿ/ *n* ਜੀਵ ਦ੍ਰਵ ਵਿਗਿਆਨ

plaster /'ਪਲਾਸਟਅ*/ *n* ਲੇਪ, ਪਲਸਤਰ *vt* ਪੋਚਾ, ਲੇਪ ਕਰਨਾ, ਪਲਸਤਰ ਕਰਨਾ, ਲੁੱਪਰੀ ਬੰਨ੍ਹਣਾ, ਗੋਹਾ ਮਿੱਟੀ ਫੇਰਨਾ

plasterer /'ਪਲਾਸਟਅਰਅ*/ *n* ਕੰਧਾਂ ਲਿੰਬਣ ਵਾਲਾ ਕਾਮਾ, ਕੰਧਾਂ 'ਤੇ ਪਲਸਤਰ ਕਰਨ ਵਾਲਾ ਕਾਰੀਗਰ

plastic /'ਪਲੈਸਟਿਕ/ *a* ਢਲ ਜਾਣ ਵਾਲਾ, ਸੱਚੇ ਆਦਿ ਵਿੱਚ ਪੈ ਕੇ ਉਸ ਦੀ ਸ਼ਕਲ ਧਾਰਨ ਕਰ ਲੈਣ ਵਾਲਾ; ਮੁਲਾਇਮ, ਲਚਕਦਾਰ, ਲਿਚਲਿਚਾ; ਰਚਨਾਤਮਿਕ, ਸਿਰਜਣਾਤਮਿਕ

plasticity /ਪਲੈ'ਸਟਿਸਅਟਿ/ *n* ਢਲਨਯੋਗਤਾ, ਮੁਲਾਇਮਤਾ, ਕੋਮਲਤਾ, ਲਚਕ

plastic surgery *n* ਪਲਾਸਟਿਕ ਸਰਜਰੀ

plastron /'ਪਲੈਸਟਰਅਨ/ *n* ਗਤਕਾ ਖੇਡਣ ਵਾਲਿਆਂ ਦਾ ਹਿੱਕ ਦੇ ਬਚਾਅ ਵਾਸਤੇ ਪਹਿਨਿਆ ਗਿਆ ਚਮੜੇ ਦਾ "ਸੀਨਾਪੋਸ਼"; ਚੋਲੀ ਦਾ ਅੱਗਾ; ਕੱਛੂ ਕੁੰਮੇ ਦੇ ਖੋਲ ਦਾ ਪੇਟ ਵਾਲਾ ਭਾਗ

plate /ਪਲੇਇਟ/ *n* ਤਖ਼ਤੀ, ਤਖ਼ਤਾ; (ਧਾਤ ਦੀ) ਪੱਤਰੀ, ਚਾਦਰ; ਫ਼ੋਟੋ ਦੀ ਪਲੇਟ ਉਕਰਾਈ ਵਾਲੀ ਪੱਤਰੀ; ਛਾਪੇਖ਼ਾਨੇ ਦੀ ਪਲੇਟ ਜਾਂ ਤਖ਼ਤੀ; ਕਿਤਾਬ ਦੀ ਚਿਟ (ਨਾਂ, ਪਤੇ ਸਮੇਤ ਕਿਤਾਬ ਵਿੱਚ ਚਿਪਕਾਈ ਹੋਈ ਚਿਟ); ਸੋਨੇ ਚਾਂਦੀ ਜਾਂ ਕਿਸੇ ਹੋਰ ਧਾਤ ਦੇ ਭਾਂਡੇ; ਤਸ਼ਤਰੀ, ਥਾਲੀ, ਰਕਾਬੀ, ਪਲੇਟ; ਛੱਤ ਜਾਂ ਸ਼ਤੀਰ, ਘੋੜਦੌੜ ਵਿੱਚ ਇਨਾਮ ਵਜੋਂ ਦਿੱਤੀ ਜਾਣ ਵਾਲੀ ਸੋਨੇ ਦੀ ਤਸ਼ਤਰੀ ਜਾਂ ਪਿਆਲਾ ਰੂਪੀ ਭਾਂਡਾ, ਅਜਿਹੇ ਇਨਾਮ ਵਾਲੀ ਘੋੜਦੌੜ *vt* ਧਾਤ ਦੀ ਚਾਦਰ ਜੜਨਾ (ਚੜ੍ਹਾਉਣਾ), ਪੱਤਰਾ ਚਾੜ੍ਹਨਾ, ਸੋਨੇ ਚਾਂਦੀ ਦਾ ਪਾਣੀ ਫੇਰਨਾ, ਕਲੀ ਕਰਨਾ; ਬਚਾਅ ਜਾਂ ਸਜਾਵਟ ਲਈ ਕਿਸੇ ਚੀਜ਼ ਉੱਤੇ ਧਾਤ ਦਾ ਪੱਤਰਾ ਮੜ੍ਹਨਾ

plateau /'ਪਲੈਟਅਊ/ *n* ਪਹਾੜੀ ਉੱਤੇ ਲੱਗਭਗ ਪੱਧਰਾ ਮੈਦਾਨ, ਪੱਬੀ, ਪਠਾਰ; ਸਜਾਵਟ ਵਾਲੀ ਤਸ਼ਤਰੀ, ਸੁੰਦਰ ਨੱਕਾਸ਼ੀ ਵਾਲੀ ਟ੍ਰੇਅ

platelayer /'ਪਲੇਇਟਲੇਇਅ*/ *n* ਰੇਲਵੇ ਦੀ ਪਟੜੀ ਵਿਛਾਉਣ ਅਤੇ ਮੁਰੰਮਤ ਕਰਨ ਵਾਲਾ ਕਰਮਚਾਰੀ, ਪਲੇਟਿਅਰ

platen /'ਪਲੈਟ(ਅ)ਨ/ *n* ਛਪਾਈ ਵਾਲੀ ਤਖ਼ਤੀ, ਛਾਪੇਖ਼ਾਨੇ ਦੀ ਫੱਟੀ ਜਾਂ ਪੱਤਰੀ, ਪਲੇਟਨ

platform /'ਪਲੈਟਫ਼ੋਮ/ *n* (ਰੇਲ ਦਾ) ਪਲੇਟਫਾਰਮ; ਥੜ੍ਹਾ, ਚਬੂਤਰਾ, ਚੌਂਤਰਾ; ਰੰਗ-ਮੰਚ, ਸਭਾ-ਮੰਚ, ਬੈਠਣ ਵਾਲੀ ਉੱਚੀ ਥਾਂ, (ਕਿਸੇ ਸੰਸਥਾ ਦੇ ਪ੍ਰਤਿਨਿਧੀਆਂ ਵੱਲੋਂ ਪ੍ਰਕਾਸ਼ਿਤ) ਐਲਾਨ, ਘੋਸ਼ਣਾ ਪੱਤਰ

plating /'ਪਲੇਇਟਿਙ/ *n* ਕਲੀਗੀਰੀ, ਮੁਲੰਮਾਕਾਰੀ, ਗਿਲਟਕਾਰੀ; ਇੱਕ ਧਾਤ ਉੱਤੇ ਦੂਜੀ ਧਾਤ ਦਾ ਪਾਣੀ ਚੜ੍ਹਾਉਣ ਦਾ ਕੰਮ; ਮੁਕਾਬਲੇ

ਦੀ ਘੋੜਦੌੜ

platinotype /'ਪਲੈਟਿਨਅ(ਉ)ਟਾਇਪ/ *n* ਫ਼ੋਟੋ ਛਪਾਈ ਦੀ ਇੱਕ ਵਿਧੀ

platinum /'ਪਲੈਟਿਨਅਮ/ *n* ਇੱਕ ਕੀਮਤੀ ਧਾਤ, ਪਲੈਟਿਨਮ

platitude /'ਪਲੈਟਿਟਯੂਡ/ *n* ਸਧਾਰਨ ਗੱਲ, ਮੂਲੋਂ ਸਿੱਧ-ਪੱਧਰੀ ਗੱਲ, ਸਧਾਰਨਤਾ, ਤੁੱਛਤਾ, ਹੌਲਾਪਣ, ਮਹੱਤਤਾਹੀਣਤਾ, ਨੀਰਸਤਾ, ਪ੍ਰਭਾਵਹੀਣਤਾ; ਲੱਚਰਪਣ, ਥੋਥਾਪਣ

Platonic /ਪਲਅ'ਟੌਨਿਕ/ *a* ਅਫ਼ਲਾਤੂਨੀ, ਪਲੈਟੋ (ਅਫ਼ਲਾਤੂਨ) ਬਾਰੇ; ਅਫ਼ਲਾਤੂਨ ਦੀ ਫਿਲਾਸਫ਼ੀ ਵਾਲਾ; ਸਿਧਾਂਤਕ, ਆਦਰਸ਼ਕ

Platonism /'ਪਲੇਇਟਅਨਿਜ਼ਅਮ/ *n* ਅਧਿਆਤਮਵਾਦ, ਅਫ਼ਲਾਤੂਨਵਾਦ, ਪਲੈਟੋ ਸਿਧਾਂਤ

Platonist /'ਪਲੇਇਟਅਨਿਸਟ/ *n* ਅਧਿਆਤਮਵਾਦੀ, ਪਲੈਟੋਵਾਦੀ

platoon /ਪਲਅ'ਟੂਨ/ *n* (ਇਤਿ) ਪੈਦਲ ਫ਼ੌਜ ਦੀ ਛੋਟੀ ਟੁਕੜੀ, ਪਲਟਨ; ਇੱਕੋ ਵਾਰੀ ਫਾਇਰ ਕਰਨ ਵਾਲੇ ਫੌਜੀਆਂ ਦੀ ਟੁਕੜੀ; (ਆਧੁਨਿਕ) ਫ਼ੌਜ ਦੀ ਕੰਪਨੀ ਦਾ ਛੋਟਾ ਭਾਗ

platter /'ਪਲੈਟਅ*/ *n* ਥਾਲੀ, ਤਸ਼ਤਰੀ, ਪਲੇਟ; ਲੱਕੜ ਦੀ ਪਲੇਟ

platy /'ਪਲੇਇਟਿ/ *a* ਪਲੇਟ ਵਰਗਾ, ਥਾਲੀ ਵਰਗਾ

platypod /'ਪਲੈਟਿਪੌਡ/ *a* ਚੌੜੇ ਪੈਰਾਂ ਵਾਲਾ

platypus /'ਪਲੈਟਿਪਅਸ/ *n* ਆਸਟਰੇਲੀਆ ਦਾ ਇੱਕ ਬਤਕ ਵਰਗੀ ਚੁੰਝ ਵਾਲਾ ਜੀਵ

plaudits /'ਪਲੌਡਿਟਸ/ *n* ਸ਼ਾਬਾਸ਼ ਜਾਂ ਵਾਹਵਾ; ਤਾਲੀਆਂ ਵਜਾ ਕੇ ਕੀਤੀ ਗਈ ਪ੍ਰਸੰਸਾ, ਤਾੜੀਆਂ ਦੀ ਗੂੰਜ; ਵਾਹ-ਵਾਹ

plausibility /ˌਪਲੌਜ਼ਅ'ਬਿਲਅਟਿ/ *n* ਮੰਨਣ ਯੋਗਤਾ, ਜ਼ਾਹਰੀ ਯੋਗਤਾ, ਸਚਾਈ ਦਾ ਦਿਖਾਵਾ, ਜ਼ਾਹਰਦਾਰੀ, ਦਰਸ਼ਨੀ ਚੰਗਿਆਈ, ਮੋਮੋਠਗਣਾਪਣ

plausible /'ਪਲੌਜ਼ਅਬਲ/ *a* ਨਿਆਇਸੰਗਤ, ਯੁਕਤੀਸੰਗਤ, ਤਰਕਸ਼ੀਲ; ਸਪਸ਼ਟਵਾਦੀ, ਸਤਿਵਾਦੀ, ਧੋਖੇਬਾਜ਼, ਮੋਮੋਠਗਣਾ

play[1] /ਪਲੇਇ/ *n* ਖੇਡ, ਤਮਾਸ਼ਾ, ਸ਼ੁਗਲ, ਮਜ਼ਾਕ, ਦਿਲਲਗੀ, ਨਾਟਕ, ਡਰਾਮਾ, ਖੇਡ-ਤਮਾਸ਼ਾ, ਸਾਂਗ, ਨਕਲ; ਜੂਆ; ਖੇਡ ਦਾ ਮੈਦਾਨ; (ਮਸ਼ੀਨ) ਡਹਿਕ, ਡੋਲ, ਢਿੱਲ

play[2] *v* ਕੇਲ ਕਰਨਾ, ਕਲੋਲ ਕਰਨਾ, ਖੇਡਣਾ; ਉਛਲਣਾ, ਫੁਦਕਣਾ; ਰਮਣਾ, ਘੁੰਮਣਾ, ਚੱਕਰ ਕੱਟਣਾ; ਚਲਾਉਣਾ, ਘੁਮਾਉਣਾ, ਹੱਥ ਵਿਖਾਉਣਾ, (ਬੰਦੂਕ ਆਦਿ) ਚਲਾਉਣਾ, ਦਾਗਣਾ; (ਕਿਸੇ ਨਾਲ) ਚਾਲ ਚੱਲਣਾ; ਰੰਗ-ਰਲੀਆਂ ਮਨਾਉਣਾ, ਅਨੰਦ ਮਨਾਉਣਾ, ਨਾਟਕ ਵਿੱਚ ਭਾਗ ਲੈਣਾ, ਅਭਿਨੈ ਕਰਨਾ; ਖੇਖਣ ਕਰਨਾ, ਮਕਰ ਕਰਨਾ; ਦੌੜਨਾ, ਨੱਚਣਾ-ਟੱਪਣਾ; ਹੱਸਣਾ, ਖੇਡਣਾ, ਮੌਜ-ਮੇਲਾ ਕਰਨਾ; (ਤਾਸ਼ ਦਾ) ਪੱਤਾ ਸੁੱਟਣਾ; (ਸ਼ਤਰੰਜ ਆਦਿ ਦੀ) ਚਾਲ ਚੱਲਣਾ

playbill /'ਪਲੇਇਬਿਲ/ *n* ਨਾਟਕ ਜਾਂ ਥੀਏਟਰ ਦਾ ਇਸ਼ਤਿਹਾਰ, ਥੀਏਟਰ ਆਦਿ ਦਾ ਪ੍ਰੋਗਰਾਮ

playboy /'ਪਲੇਇਬੌਇ/ *n* ਅੱਯਾਸ਼ੀ ਬੰਦਾ (ਵਿਸ਼ੇਸ਼ ਕਰਕੇ ਨੌਜਵਾਨ), ਐਸ਼ੀ ਪੱਠਾ

player /'ਪਲੇਇਅ*/ *n* ਖਿਡਾਰੀ; ਵਾਜਾ ਆਦਿ ਵਜਾਉਣ ਵਾਲਾ, ਵਜੰਤਰੀ; ਨਾਟਕ ਖੇਡਣ ਵਾਲਾ, ਐਕਟਰ, ਅਭਿਨੇਤਾ; ਜੁਆਰੀਆ; ਗਾਇਕ; ਕਿਸੇ ਖੇਡ ਵਿੱਚ ਮਾਹਰ; ਖੇਡ ਵਿੱਚ ਰੁੱਝਾ ਬੰਦਾ

player piano *n* ਆਪਣੇ ਆਪ ਵੱਜਣ ਵਾਲਾ ਪਿਆਨੋ, ਸਵੈਚਾਲਕ ਪਿਆਨੋ

playfellow /'ਪਲੇਇਫੈਲਅਉ/ *n* ਸਾਥੀ ਖਿਡਾਰੀ, ਨਾਲ ਖੇਡਣ ਵਾਲਾ

playful /'ਪਲੇਇਫ਼ਲ/ *a* ਖਿਡਾਰੂ, ਖੇਡ ਦਾ ਸ਼ੁਕੀਨ; ਚੰਚਲ, ਚਪਲ; ਸ਼ੁਗਲੀ, ਮੌਜੀ, ਦਿਲਲਗੀ ਬਾਜ਼, ਮਖੌਲੀਆ; ਹਸਮੁਖ, ਜ਼ਿੰਦਾਦਿਲ, ਰੌਣਕੀ

playfulness /'ਪਲੇਇਫ਼ਲਨਅਸ/ *n* ਖਿਡਾਰੂਪਣ; ਚੰਚਲਤਾ; ਚਪਲਤਾ; ਮੌਜ-ਮੇਲਾ, ਦਿਲਲਗੀ, ਮਖੌਲ; ਹਾਸਾ, ਜ਼ਿੰਦਾਦਿਲੀ, ਰੌਣਕ

playground /'ਪਲੇਇਗਰਾਉਨਡ/ *n* ਖੇਡ ਦਾ ਮੈਦਾਨ

playhouse /'ਪਲੇਇਹਾਉਸ/ *n* ਰੰਗਸ਼ਾਲਾ, ਥੀਏਟਰ, ਤਮਾਸ਼ਾਘਰ

playing card *n* ਤਾਸ਼ ਦਾ ਪੱਤਾ

playlet /'ਪਲੇਇਲਅਟ/ *n* ਛੋਟਾ ਨਾਟਕ, ਸਾਂਗ, ਨਕਲ

playmaker /'ਪਲੇਇਮੇਇਕਅ*/ *n* ਖੇਡ ਰਹੀ ਟੀਮ ਵਿੱਚ ਮੁੱਖ ਖਿਡਾਰੀ, ਉਹ ਖਿਡਾਰੀ (ਜੋ ਜਿੱਤਣ ਲਈ) ਆਪਣੇ ਸਾਥੀ ਖਿਡਾਰੀਆਂ ਦੀ ਖੇਡ ਯੋਜਨਾ ਦੇ ਸੰਚਾਲਕ ਵਜੋਂ ਕੰਮ ਕਰੇ

playmate /'ਪਲੇਇਮੇਇਟ/ *n* ਨਾਲ ਖੇਡਣ ਵਾਲਾ ਸਾਥੀ, ਜੋੜੀਦਾਰ, ਜੋਟੀਦਾਰ, ਆੜੀ; ਲੰਗੋਟੀਆ ਯਾਰ, ਬਾਲਪਣ ਦਾ ਸਾਥੀ, ਨਿੱਕੇ ਹੁੰਦਿਆਂ ਦਾ ਮਿੱਤਰ

plaything /'ਪਲੇਇਥਿਙ/ *n* ਖਿਡੌਣਾ, ਤੁੱਛ ਵਿਅਕਤੀ ਜਾਂ ਵਸਤੂ

playwright /'ਪਲੇਇਰਾਇਟ/ *n* ਨਾਟਕਕਾਰ

plaza /'ਪਲਾਜ਼ਅ/ *n* ਬਜ਼ਾਰ ਦਾ ਚੌਕ, ਜਨ ਸਥਾਨ

plea /ਪਲੀ/ *n* ਦਲੀਲ, ਤਰਕ; ਬਹਾਨਾ, ਕਾਰਨ; ਵਕਾਲਤ, ਜਵਾਬਦੇਹੀ, ਸਫ਼ਾਈ, ਪ੍ਰਤਿਵਾਦ, ਪ੍ਰਤਿਕਥਨ; (ਇਤਿ) ਮੁਕੱਦਮਾ

pleach /ਪਲੀਚ/ *vt* ਗੁੰਦਣਾ

plead /ਪਲੀਡ/ *v* ਦਲੀਲ ਪੇਸ਼ ਕਰਨਾ, ਤਰਕ ਕਰਨਾ; ਵਕਾਲਤ ਕਰਨਾ, ਪੱਖ ਦਾ ਸਮਰਥਨ ਕਰਨਾ; ਵਿਵਾਦ ਕਰਨਾ, ਬਹਿਸ ਕਰਨਾ; ਇਤਰਾਜ਼ ਕਰਨਾ, ਆਪੱਤੀ ਕਰਨਾ, ਪ੍ਰਮਾਣ ਪੇਸ਼ ਕਰਨਾ

pleader /'ਪਲੀਡਅ*/ *n* ਵਕੀਲ, ਪਲੀਡਰ

pleading /'ਪਲੀਡਿਙ/ *n* ਸਫ਼ਾਈ, ਬਚਾਅ ਲਈ ਬਿਆਨ, ਹੱਕ ਵਿੱਚ ਬਿਆਨ, ਪੱਖ ਦਾ ਸਮਰਥਨ

pleasance /'ਪਲੈਜ਼(ਅ)ਨਸ/ *n* (ਭਵਨ ਦੇ ਨਾਲ ਲੱਗਦੀ) ਸਫ਼ਰ ਸਪਾਟੇ ਵਾਲੀ ਥਾਂ, ਸੈਰਗਾਹ; ਮੌਜ-ਮੇਲਾ, ਰੰਗ-ਰਲੀਆਂ; (ਪਰਾ) ਖ਼ੁਸ਼ੀ, ਪ੍ਰਸੰਨਤਾ

pleasant /'ਪਲੈਜ਼ੰਟ/ *a* ਸੁਹਾਵਣਾ, ਰਮਣੀਕ, ਮਨੋਹਰ, ਮਨ ਭਾਉਣਾ; ਸੁਖਦਾਈ, ਸੁਖਾਵਾਂ, ਮਜ਼ੇਦਾਰ, ਸੁਆਦਲਾ; (ਪਰਾ) ਹਸਾਉਣਾ, ਹਾਸੇ-ਠੱਠੇ ਵਾਲਾ; ਹਸਮੁਖ, ਜ਼ਿੰਦਾਦਿਲ

pleasantness /'ਪਲੈਜ਼ੰਟਨਅਸ/ *n* ਸੁਹਾਵਣਾਪਣ, ਰਮਣੀਕਤਾ

pleasantry /'ਪਲੈਜ਼ੰਟਰਿ/ *n* ਹਾਸਾ, ਮਖੌਲ, ਠੱਠਾ, ਦਿਲਲਗੀ; ਵਿਅੰਗ; ਹਾਸ ਵਿਨੋਦ, ਵਿਨੋਦਸ਼ੀਲਤਾ

please[1] /ਪਲੀਜ਼/ *v* ਸੰਤੁਸ਼ਟ ਕਰਨਾ, ਤ੍ਰਿਪਤ ਕਰਨਾ; ਖ਼ੁਸ਼ ਕਰਨਾ, ਪ੍ਰਸੰਨ ਕਰਨਾ ਜਾਂ ਹੋਣਾ; ਸੁਖ ਦੇਣਾ, ਸੁਖਾਵੇਂ ਲੱਗਣਾ; ਰਮਣੀਕ ਹੋਣਾ; ਸੁਹਾਵਣਾ ਲੱਗਣਾ; ਉਚਿਤ ਸਮਝਣਾ, ਮੁਨਾਸਬ ਸਮਝਣਾ

please[2] *adv* ਕਿਰਪਾ ਕਰਕੇ, ਕਿਰਪਾਪੂਰਵਕ, ਮਿਹਰਬਾਨੀ ਕਰਕੇ

pleased /ਪਲੀਜ਼ਡ/ *a* ਖ਼ੁਸ਼, ਪ੍ਰਸੰਨ, ਤ੍ਰਿਪਤ, ਸੰਤੁਸ਼ਟ, ਅਨੰਦਿਤ

pleasing /'ਪਲੀਜ਼ਿਙ/ *a* ਮਨੋਹਰ, ਮਨਮੋਹਣਾ; ਸੁਖਦਾਈ, ਅਨੰਦਦਾਇਕ, ਸੁਹਾਵਣਾ

pleasurable /'ਪਲੈਯ਼ੱਅਰਅਬਲ/ *a* ਸੁਖਦਾਈ, ਆਨੰਦਦਾਇਕ, ਸੁਖਾਵਾਂ

pleasure /'ਪਲੈਯ਼ਅ*/ *n* ਖ਼ੁਸ਼ੀ, ਅਨੰਦ, ਪ੍ਰਸੰਨਤਾ, ਤ੍ਰਿਪਤੀ; ਸੁੱਖ, ਮਜ਼ਾ; ਮੌਜ-ਮੇਲਾ, ਰੰਗ-ਰਲੀਆਂ; ਭੋਗ ਵਿਲਾਸ, ਅੱਯਾਸ਼ੀ, ਕਾਮ ਕੇਲ; ਇੱਛਾ, ਚਾਹ, ਮਰਜ਼ੀ, ਆਕਾਂਖਿਆ *v* ਪ੍ਰਸੰਨ ਕਰਨਾ, ਸੰਤੁਸ਼ਟ ਕਰਨਾ; ਖ਼ੁਸ਼ੀ ਅਨੁਭਵ ਕਰਨਾ, ਸੰਤੁਸ਼ਟ ਹੋਣਾ

pleasure ground *n* ਸੈਰਗਾਹ

pleat /ਪਲੀਟ/ *n* ਭੰਨ, ਚੋਣ, ਵੱਟ, ਤਹਿ; ਮੀਢੀ, ਗੁੱਤ, ਗੁੰਦੇ ਹੋਏ ਵਾਲ, ਚੂੰਢੀ *vt* ਭੰਨ ਪਾਉਣਾ, ਤਹਿ ਲਾਉਣਾ; ਮੀਢੀ ਜਾਂ ਗੁੱਤ ਕਰਨਾ

plebeian /ਪਲਅ'ਬੀਅਨ/ *a* ਮੁਲਖਈਆ, ਸਧਾਰਨ ਆਦਮੀ, ਆਮ ਮਨੁੱਖ (ਜੋ ਅਮੀਰ ਜਾਂ ਉਚੈ ਵਰਗ ਦਾ ਨਾ ਹੋਵੇ); ਨੀਚ ਆਦਮੀ, ਗੰਵਾਰ ਮਨੁੱਖ *a* ਸਧਾਰਨ, ਆਮ; ਸਿੱਧ ਪੱਧਰਾ; ਨੀਚ, ਨੀਵੀਂ ਕੁਲ ਦਾ

plebiscite /'ਪਲੈੱਬਿਸਿਟ/ *n* ਲੋਕ-ਮੱਤ, ਜਨ-ਮੱਤ, ਜਨਤਾ ਦੀ ਰਾਏ, ਲੋਕਾਂ ਦੇ ਵੋਟ; ਲੋਕ-ਮੱਤ ਲੈਣ ਦਾ ਅਮਲ, ਜਨ ਮੱਤ-ਸੰਗ੍ਰਹਿ

plebs /ਪਲੈਬ੍ਜ਼/ *n* ਨੀਵੀਂ ਜਾਤੀ ਦੇ ਲੋਕ, ਨਿਮਨ ਵਰਗ ਦੇ ਲੋਕ

plectrum /'ਪਲੈਕੱਟਰਅਮ/ *n* ਸਾਜ਼ ਵਜਾਉਣ ਵਾਲਾ ਛੱਲਾ, ਗਜ਼, (ਤਾਰਾਂ ਵਾਲੇ ਸਾਜ਼ ਦਾ), ਮਿਜ਼ਰਾਬ

pledge /ਪਲੈਜ/ *n* ਪ੍ਰਤਿਗਿਆ, ਪ੍ਰਣ, ਸੌਗੰਧ, ਸੁਹੰ, ਵਾਅਦਾ, ਇਕਰਾਰ, ਵਚਨ; ਗਹਿਣੇ ਰੱਖੀ ਵਸਤੂ, ਗਿਰਵੀ, ਜ਼ਮਾਨਤ, ਜ਼ਾਮਨੀ; (ਆਪਸੀ ਪਿਆਰ ਦੀ ਨਿਸ਼ਾਨੀ ਵਜੋਂ) ਪੁੱਤਰ, ਬੱਚਾ; ਬਾਲਕ, ਬੇਟਾ; ਪ੍ਰੇਮ ਭੇਟਾ; (ਰਾਜ) ਐਲਾਨ, ਘੋਸ਼ਣਾ *v* ਪ੍ਰਤਿਗਿਆ ਕਰਨਾ, ਪ੍ਰਣ ਕਰਨਾ; ਗਹਿਣੇ ਰੱਖਣਾ, ਗਹਿਣੇ ਪਾਉਣਾ; ਅਰੋਗਤਾ ਦੀ ਅਸੀਸ ਦੇਣਾ; ਬਚਨ ਦੇਣਾ, ਇਕਰਾਰ ਕਰਨਾ

pledged /ਪਲੈਜੱਡ/ *a* ਵਚਨਬੱਧ

pledget /'ਪਲੈੱਜਿਟ/ *n* ਫਹਿਆ, ਪੱਟੀ

Pleiads, Pleiades /'ਪਲੇਇਐਡਜ਼/ *n* ਸੱਤਾਂ ਤਾਰਿਆਂ ਦਾ ਸਮੂਹ, ਸਪਤ ਰਿਸ਼ੀ

Pleistocene /'ਪਲਾਇਸਟਅ(ਉ)ਸੀਨ/ *a* ਸਭ ਤੋਂ ਨਵਾਂ, ਨਵੇਂ ਤੋਂ ਨਵਾਂ, ਨਵੀਨਤਮ

plenary /'ਪਲੀਨਅਰਿ/ *a* ਪੂਰਾ, ਸਮੁੱਚਾ, ਕੁੱਲ, ਸਾਰਾ, ਸਗਲ, ਅਖਿਲ; ਬਿਨਾਂ ਸ਼ਰਤ, ਬਿਨਾਂ ਲਾਭ; (ਸਭਾ) ਜਿਸ ਵਿੱਚ ਸਾਰੇ ਮੈਂਬਰ ਸ਼ਾਮਲ ਹੋਣ, ਮੁਕੰਮਲ, ਸੰਪੂਰਨ

plenilune /'ਪਲੀਨਿਲੂਨ/ *n* ਪੂਰਾ ਚੰਨ, ਪੂਰਨਮਾਸ਼ੀ ਦਾ ਚੰਦਰਮਾ

plenipotence /ਪਲੈ'ਨਿਪਅਟਅਨਸ/ *n* ਸਰਬ-ਅਧਿਕਾਰ ਪੂਰਨਤਾ

plenipotent /ਪਲੈ'ਨਿਪਅਟ(ਅ)ਨਟ/ *a* ਪੂਰੀ ਸ਼ਕਤੀ ਵਾਲਾ; ਪੂਰੀ ਸਮਰੱਥਾ ਵਾਲਾ, ਸਰਬ-ਅਧਿਕਾਰੀ

plenipotentiary /ˌਪਲੈਨਿਪਅ'ਟੈਨੱਸ਼ਅਰਿ/ *n* ਪੂਰੇ ਅਧਿਕਾਰਾਂ ਵਾਲਾ ਰਾਜਦੂਤ, ਮੁਖ਼ਤਿਆਰ ਕੁੱਲ; ਸਰਬ-ਅਧਿਕਾਰੀ, ਸੰਪੂਰਨ ਅਧਿਕਾਰਾਂ ਵਾਲਾ; ਨਿਰੰਕੁਸ਼

plenish /'ਪਲੈੱਨਿਸ਼/ *vt* ਹਾਜ਼ਰ ਕਰਨਾ, ਪ੍ਰਦਾਨ ਕਰਨਾ

plenitude /'ਪਲੈੱਨਿਟਯੂਡ/ *n* ਪੂਰਨਤਾ, ਸਮਗਰਤਾ, ਸੰਪੂਰਨਤਾ; ਭਰਮਾਰ, ਬਹੁਤਾਤ, ਬਹੁਲਤਾ; ਸ੍ਰੇਸ਼ਠਤਾ

plenteous, plentiful /'ਪਲੈੱਨਟਿਅਸ, 'ਪਲੈੱਨਟਿਫਲ/ *a* ਬਹੁਤ, ਬੜਾ, ਬਹੁਤ ਵਧੇਰੇ, ਭਰਪੂਰ, ਬਾਹਲਾ, ਭਰਵਾਂ, ਬਹੁਤ ਮਾਤਰਾ ਵਿੱਚ, ਚੋਖਾ, ਸਮਰਿਧ, ਪ੍ਰਫੁੱਲਤ, ਪੂਰਨ, ਭਰਪੂਰ

plenty /'ਪਲੈੱਨਟਿ/ *n* ਬਹੁਤਾਤ, ਬਹੁਲਤਾ, ਅਧਿਕਤਾ, ਭਰਮਾਰ, ਪ੍ਰਫੁੱਲਤਾ, ਸਮਰਿਧੀ *adv* ਕਾਫ਼ੀ, ਬਹੁਤ, ਬਿਲਕੁਲ

plenum /'ਪਲੀਨਅਮ/ *n* ਪਰਿਪੂਰਨ ਸਥਾਨ; ਖਚਾਖਚ ਭਰੀ ਹੋਈ ਥਾਂ; ਭਰੀ ਸਭਾ, ਪੂਰਨ ਇਜਲਾਸ

pleochroism /ਪਲੀਅ'ਕਰੌਇਜ਼ਅਮ/ *n* ਅਨੇਕ ਰੰਗਤਾ, ਬਹੁਰੰਗਤਾ, ਬਹੁਵਰਨਤਾ

pleomorphic /ˌਪਲਿਅ(ਉ)'ਮੋਫ਼ਿਕ/ *a* ਅਨੇਕ ਰੂਪ, ਬਹੁਰੂਪੀ

pleonasm /'ਪਲੀਅਨੈਜ਼ਅਮ/ *n* ਵਾਧੂ ਸ਼ਬਦਾਂ ਦੀ ਵਰਤੋਂ, ਸ਼ਬਦਾਂ ਦੀ ਭਰਤੀ, ਸ਼ਬਦਾਂ ਦੀ ਬਹੁਤਾਤ

pleonastic /ˌਪਲੀਅ'ਨੈਸਟਿਕ/ *a* ਸ਼ਬਦਾਂ ਦੀ ਭਰਤੀ ਵਾਲਾ, ਬਹੁਤੇ ਸ਼ਬਦਾਂ ਵਾਲਾ, ਸ਼ਬਦ ਅਡੰਬਰੀ

pleroma /ਪਲੈ'ਰਅਉਮਅ/ *n* ਸੰਪੂਰਨਤਾ, ਬਹੁਤਾਤ

plethora /'ਪਲੈਥੱਅਰਅ/ *n* ਲਹੂ ਦੀ ਬਹੁਲਤਾ, ਖ਼ੂਨ ਦੀ ਬਹੁਤਾਤ, ਇੱਕ ਬਿਮਾਰੀ; ਹਾਨੀਕਾਰਕ ਵਾਧਾ, ਨੁਕਸਾਨ ਦੇਣ ਵਾਲੀ ਬਹੁਤਾਤ, ਪਲੱਥ

plethoric /'ਪਲੈਥੱ(ਅ)ਰਿਕ/ *a* ਖ਼ੂਨ ਦੀ ਬਹੁਤਾਤ ਵਾਲਾ, ਰਕਤ ਬਹੁਲਤਾ ਦਾ ਰੋਗੀ; ਹਾਨੀਕਾਰਕ ਵਾਧੇ ਵਾਲਾ

pleurisy /'ਪਲੁਅਰਅਸਿ/ *n* ਇੱਕ ਰੋਗ ਜਿਸ ਵਿੱਚ ਫੇਫੜੇ ਦੀ ਝਿੱਲੀ ਸੁੱਜ ਜਾਂਦੀ ਹੈ, ਪਲੂਰਸੀ

pleuritic, pleuritical /ˌਪਲੁਅ'ਰਿਟਿਕ, ˌਪਲੁਅ'ਰਿਟਿਕਲ/ *a* ਪਲੂਰਸੀ ਬਾਰੇ

pleuropneumonia /ˌਪਲੁਅਰਅ(ਉ)ਨਯੁ'ਮਅਉਨਿਅ/ *n* ਪਲੂਰਸੀ

ਦੇ ਨਾਲ ਹੋਇਆ ਨਮੂਨੀਆ

plexus /'ਪਲੈੱਕਸਅਸ/ *n* ਨਾੜਾਂ ਦਾ ਜਾਲ, ਨਸਾਂ ਦਾ ਤਾਣਾ ਬਾਣਾ, ਤੰਤਵੀ ਚੱਕਰ

pliability /ˌਪਲਾਇਅ'ਬਿਲਅਟਿ/ *n* ਲਿਫਾਅ, ਲਚਕ, ਮੁਲਾਇਮੀ, ਕੋਮਲਤਾ, ਨਿਮਰਤਾ, ਨਿਵਣਸ਼ੀਲਤਾ, ਨਰਮੀ

pliable/'ਪਲਾਇਅਬਲ/ *a* ਬਿਨਾਂ ਟੁੱਟੇ ਮੁੜ ਜਾਣ ਵਾਲਾ, ਨਰਮ, ਲਚਕਦਾਰ, ਲਿਫਵਾਂ

pliancy /'ਪਲਾਇਅਨਸਿ/ *n* ਵੇਖੋ **pliability**

pliant /'ਪਲਾਇਅਨਟ/ *n* ਵੇਖੋ **pliable**

pliers /'ਪਲਾਇਅਜ਼/ *n* ਜੰਬੂਰ, ਸੰਨ੍ਹੀ, ਪਲਾਸ

plight /ਪਲਾਇਟ/ *vt* ਪ੍ਰਤਿੱਗਿਆ ਕਰਨਾ, ਵਚਨ ਦੇਣਾ; ਮੰਗਣੀ ਕਰਨਾ, ਕਿਸੇ ਨਾਲ ਸਾਕ ਕਰਨਾ *n* ਹਾਲਤ, ਦਸ਼ਾ, ਅਵਸਥਾ, ਸਥਿਤੀ, ਗਤ; ਦੁਰਗਤੀ, ਦੁਰਦਸ਼ਾ; ਪ੍ਰਤਿੱਗਿਆ, ਪ੍ਰਣ, ਵਚਨ, ਇਕਰਾਰ; ਮੰਗਣੀ, ਸਾਕ

plim /ਪਲਿਮ/ *vi* ਸੁੱਜਣਾ; ਫੁੱਲਣਾ; ਮੋਟਾ ਹੋਣਾ, ਸਥੂਲ ਹੋਣਾ

plinth /ਪਲਿਨਥ/ *n* ਕੰਧ ਜਾਂ ਥਮ੍ਹਲੇ ਦੀ ਕੁਰਸੀ

Pliocence /'ਪਲਾਇਅ(ਉ)ਮੀਨ/ *a* (ਭੂ) ਤੀਜੇ ਯੁੱਗ ਦੇ ਨਵੀਨਤਮ ਭਾਗ ਸੰਬੰਧੀ

plod /ਪਲੌਂਡ/ *vi* ਬੜੇ ਔਖੇ ਹੋ ਕੇ ਤੁਰਨਾ, ਲੱਤਾਂ ਧੂਹ ਕੇ ਤੁਰਨਾ; ਮਿਹਨਤ ਕਰਨਾ, ਜੀ ਮਾਰ ਕੇ ਕੰਮ ਕਰਨਾ; ਸਖ਼ਤ ਕੋਸ਼ਿਸ਼ ਕਰਕੇ ਅੱਗੇ ਵਧਣਾ

plombe /ਪਲੌਂਮ/ *(F)* *a* ਸਰੀਰ ਵਿਚ ਕਿਸੇ ਖ਼ਾਲੀ ਥੋਥ ਨੂੰ ਭਰਨ ਲਈ ਨਰਮ ਪਦਾਰਥ

plonk[1] /'ਪਲੌਂਙਕ/ *n* ਧੜੰਮ ਕਰਕੇ ਡਿੱਗਣ ਦੀ ਅਵਾਜ਼

plonk[2] *n* ਘਟੀਆ ਦਰਜੇ ਦੀ ਵਾਇਨ

plop /ਪਲੌਂਪ/ *n* ਥਪਕਾ; ਧੜੰਮ ਦੀ ਅਵਾਜ਼, ਛਪ-ਛਪ ਦੀ ਅਵਾਜ਼

plosive /'ਪਲਅਉਸਿਵ੍/ *n* (ਧੁਨੀ) ਸਫੋਟਕ ਧੁਨੀ

plot /ਪਲੌਂਟ/ *n* ਜ਼ਮੀਨ ਦਾ ਟੁਕੜਾ, ਕਿਆਰਾ, ਪਲਾਟ; (ਨਾਟਕ ਆਦਿ ਦਾ) ਕਥਾਨਿਕ, ਵਸਤੂ, ਗੋਂਦ, ਪਲਾਟ; ਛਲ, ਸਾਜ਼ਿਸ਼, ਗੁਪਤ ਯੋਜਨਾ, ਕਪਟ ਪ੍ਰਬੰਧ *v* ਯੋਜਨਾ ਬਣਾਉਣਾ; ਵਿਉਂਤ ਬਣਾਉਣਾ, ਗੋਂਦ ਗੁੰਦਣਾ, ਸਾਜ਼ਿਸ ਕਰਨਾ, ਖ਼ਾਕਾ ਖਿਚਣਾ, ਰੂਪ-ਰੇਖਾ ਬਣਾਉਣਾ; ਨਕਸ਼ੇ ਵਿੱਚ ਕੋਈ ਟਿਕਾਣਾ ਲਿਖਣਾ

plotted /ਪਲੌਂਟਿਡ/ *a* ਚਿੰਨ੍ਹਤ, ਅੰਕਿਤ

Plotter /'ਪਲੌਂਟਅ*/ *n* (ਕੰਪਿ) ਨਕਸ਼ੇ ਆਦਿ ਬਣਾਉਣ ਲਈ ਕੰਪਿਊਟਰ ਉਪਕਰਨ

plough /ਪਲਾਉ/ *n* ਵਾਹੀ ਹੋਈ ਭੋਂ; ਵਾਹਣ, ਹਲ; ਹਲ ਦੀ ਸ਼ਕਲ ਦਾ ਸੰਦ; ਉਮੀਦਵਾਰ ਦੀ ਪਰੀਖਿਆ ਵਿੱਚ ਅਸਫਲਤਾ; ਕਿਸਾਨ ਵਰਗ *vt* ਹਲ ਵਾਹੁਣਾ, ਪੈਲੀ ਵਾਹੁਣਾ; ਮੁੱਢੀਆਂ ਜੜ੍ਹਾਂ ਆਦਿ ਪੁੱਟਣਾ; ਮੱਥੇ 'ਤੇ ਵੱਟ ਪੈਣਾ; ਬੜੀ ਮੁਸ਼ਕਲ ਨਾਲ ਅੱਗੇ ਵਧਣਾ; ਕਿਤਾਬ ਪੜ੍ਹਦਿਆਂ ਤੁਰਨਾ, (ਜਹਾਜ਼ ਦਾ) ਪਾਣੀ ਚੀਰ ਕੇ ਚੱਲਣਾ; ਉਮੀਦਵਾਰ ਨੂੰ ਪਰੀਖਿਆ ਵਿੱਚ ਅਯੋਗ ਸਿੱਧ ਕਰਨਾ, ਫੇਲ੍ਹ ਕਰਨਾ

ploughable /ਪਲਾਉਅਬਲ/ *a* ਵਾਹੀਯੋਗ, ਜੋਤਣਯੋਗ; ਉਖਾੜ ਸੁੱਟਣ ਦੇ ਲਾਇਕ

plougher /ਪਲਾਉਅ*/ *n* ਹਲ ਚਲਾਉਣ ਵਾਲਾ, ਹਾਲੀ, ਕਿਸਾਨ, ਕਿਰਸਾਣ, ਵਾਹਕ

ploughman /'ਪਲਾਉਮਅਨ/ *n* ਹਾਲੀ, ਹਲਵਾਹ

ploughshare /'ਪਲਾਉਸ਼ੇਅ*/ *n* ਹਲ ਦਾ ਫਾਲਾ

plover /'ਪਲਅੱਵ੍ਅ*/ *n* ਟਟੀਹਰੀ ਵਰਗਾ ਇੱਕ ਪੰਛੀ

ploy /ਪਲੌਂਇ/ *n* (ਬੋਲ) ਕੰਮ, ਕਾਰਜ, ਧੰਦਾ, ਪੇਸ਼ਾ, ਕਿਰਤ; ਮੁਹਿੰਮ; ਵਿਰੋਧੀ ਨੂੰ ਅਸਫਲ ਕਰਨ ਵਾਲੀ ਚਾਲ

pluck /ਪਲਅੱਕ/ *v* ਤੋੜਨਾ (ਫੁੱਲ ਆਦਿ), ਮਰੁੰਡਣਾ, ਖੋਹਣਾ, ਨੋਚਣਾ, ਝਪਟਣਾ, ਖਿੱਚਣਾ, ਘਸੀਟਣਾ, ਉਖਾੜਨਾ, ਪੁੱਟਣਾ; (ਪੰਛੀ ਦੇ) ਖੰਭ ਖੋਹਣਾ, ਝਪਟਾ ਮਾਰ ਲੈਣਾ; ਲੁੱਟਣਾ, ਠੱਗ ਲੈਣਾ; ਉਮੀਦਵਾਰ ਨੂੰ ਪਰੀਖਿਆ ਵਿੱਚ ਫੇਲ੍ਹ ਕਰਨਾ *n* ਹੀਆ, ਜਿਗਰਾ, ਹੌਸਲਾ, ਹਿੰਮਤ, ਜੇਰਾ, ਸਾਹਸ, ਦਲੇਰੀ; ਜਿਗਰ, ਕਲੇਜਾ

plucky /'ਪਲਅੱਕਿ/ *a* ਹੌਸਲੇ ਵਾਲਾ, ਦਲੇਰ,

ਬਹਾਦਰ, ਸਾਹਸੀ

plug /ਪਲੱਗ/ *n* ਡੱਟਾ, ਡਾਟ, ਬੁੱਜਾ; ਕਾਗ; ਮਸ਼ੀਨ ਦਾ ਪਲੱਗ *v* ਡੱਟਾ ਦੇਣਾ, ਡਾਟ ਲਾਉਣਾ, ਬੁੱਜਾ ਦੇਣਾ, ਕਾਗ ਲਾਉਣਾ, (ਮੋਰੀ ਆਦਿ) ਬੰਦ ਕਰਨਾ; ਬੜੀ ਔਖਿਆਈ ਨਾਲ ਕੋਈ ਕੰਮ ਕਰਨਾ

plum /ਪਲੱਮ/ *n* ਅਲੂਚਾ; ਵਡਮੁੱਲੀ ਇੱਛਤ ਵਸਤੂ, ਅਦੁੱਤੀ ਵਸਤੂ

plumage /'ਪਲੂਮਿਜ/ *n* ਪੰਛੀ ਦੇ ਖੰਭ

plumb /ਪਲੱਮ/ *n* ਸਾਹਲ, (ਸੇਧ ਜਾਂਚਣ ਲਈ ਰਾਜ ਦਾ) ਲਾਟੂ; ਪਾਣੀ ਨਾਪਣ ਵਾਲਾ ਯੰਤਰ, ਪਣਸਾਲ; ਡੂੰਘਾਈ ਨਾਪਣ ਵਾਲਾ ਸੰਦ; ਖੜ੍ਹੀ ਸੇਧ, ਲੰਬ *a* (ਕ੍ਰਿਕਟ ਦੀ ਵਿਕਟ) ਸਿੱਧੀ, ਠੀਕ, ਪੱਧਰੀ *adv* ਖੜ੍ਹੇ ਰੁਖ਼, ਠੀਕ ਸੇਧ ਵਿੱਚ, ਠੀਕ-ਠੀਕ; ਬਿਲਕੁਲ ਹੀ *v* ਕੰਧ ਦੀ ਖੜ੍ਹੀ ਸੇਧ ਜਾਂਚਣਾ; ਡੂੰਘਾਈ ਨਾਪਣਾ, ਨਾਪ ਕੇ ਸਿੱਧਾ ਕਰਨਾ

plumbaginous /ਪਲੱਮ'ਬੈਜਿਨਅਸ/ *a* ਸੁਰਮਈ, (ਪੈਨਸਿਲ ਦੇ) ਸਿੱਕੇ ਦਾ

plumbago /ਪਲੱਮ'ਬੇਇਗਉ/ *n* ਪੈਨਸਿਲ ਦਾ ਸਿੱਕਾ, ਪੈਨਸਿਲ ਦਾ ਸੁਰਮਾ

plumbeous /'ਪਲੱਮਬਿਅਸ/ *a* ਸੁਰਮਈ ਰੰਗ ਦਾ, ਸੁਰਮੇ ਜਿਹਾ, ਪੈਨਸਿਲ ਦੇ ਸਿੱਕੇ ਦਾ

plumber /'ਪਲੱਮਅ*/ *a* ਨਲਕੇ ਲਾਉਣ ਵਾਲਾ, ਨਾਲਾਂ ਲਾਉਣ ਵਾਲਾ; ਨਾਲਸਾਜ਼

plumbery /'ਪਲੱਮ(ਅ)ਰਿ/ *n* ਨਲਕੇ ਨਾਲਾਂ ਆਦਿ ਫਿਟ ਕਰਨ ਦਾ ਕੰਮ

plumbing /'ਪਲੱਮਿਙ/ *n* ਨਾਲੀਆਂ ਲਾਉਣ ਦਾ ਕੰਮ

plumb-line /'ਪਲੱਮਲਾਇਨ/ *n* ਡੋਰੀ, ਸਾਹਲ

plum cake *n* ਮੇਵਿਆਂ ਵਾਲਾ ਕੇਕ

plum duff, plum pudding *n* ਡਬਲ ਰੋਟੀ ਆਂਡੇ ਕਿਸ਼ਮਿਸ਼ ਆਦਿ ਪਾ ਕੇ ਬਣਾਈ ਗਈ ਫਿਰਨੀ

plume /ਪਲੂਮ/ *n* ਟੋਪੀ ਜਾਂ ਪੱਗ ਵਿੱਚ ਲਾਇਆ ਫੁੰਮਣ ਜਾਂ ਖੰਭਾਂ ਆਦਿ ਦਾ ਗੁੱਛਾ; ਕਲਗੀ, ਤੁੱਰ੍ਹਾ, ਸ਼ਮਲਾ, ਖੰਭ, ਪਰ *v* ਖੰਭਾਂ ਨਾਲ ਸ਼ਿੰਗਾਰਨਾ, ਕਲਗੀ ਜਾਂ ਤੁੱਰ੍ਹਾ ਲਾਉਣਾ; ਪੰਛੀ ਦਾ ਚੁੰਝ ਨਾਲ ਖੰਭਾਂ ਨੂੰ ਸੰਵਾਰਨਾ; ਕਿਸੇ ਮਾਮੂਲੀ ਵਸਤੂ ਜਾਂ ਗੁਣ ਦਾ ਮਾਣ ਕਰਨਾ

plumelet /'ਪਲੂਮਲਿਟ/ *n* ਛੋਟਾ ਜਿਹਾ ਖੰਭ, ਨਿੱਕਾ ਜਿਹਾ ਪਰ

plummet /'ਪਲੱਮਿਟ/ *n* ਉਸਾਰੀ ਜਾ ਰਹੀ ਕੰਧ ਦੀ ਖੜ੍ਹੀ ਸੇਧ ਜਾਂਚਣ ਵਾਲਾ ਯੰਤਰ; ਸਾਹਲ, ਸਾਹਲ ਦੀ ਡੋਰ; ਪਾਣੀ ਦੀ ਡੂੰਘਾਈ ਨਾਪਣ ਵਾਲਾ ਸੰਦ

plummy /'ਪਲੱਮਿ/ *a* ਉੱਤਮ, ਸੁਆਦੀ, ਮਜ਼ੇਦਾਰ, ਲਜ਼ੀਜ਼; ਰੋਚਕ, ਸੁਹਾਵਣਾ, ਮਨਮੋਹਣਾ, ਮਨ ਭਾਉਂਦਾ

plumose /ਪਲੂ'ਮਅਉਸ/ *a* ਖੰਭਾਂ ਵਾਲਾ, ਪਰਦਾਰ, ਖੰਭਾਂ ਵਰਗਾ

plump /ਪਲੱਮਪ/ *n* ਦਸਤਾ, ਜੱਥਾ; ਸਮੂਹ, ਦਲ *v* ਧੜੰਮ ਡਿੱਗਣਾ ਜਾਂ ਡੇਗਣਾ; ਕੁੱਦਣਾ, ਗੋਤਾ ਲਾਉਣਾ; (ਕੇਵਲ ਇੱਕ ਉਮੀਦਵਾਰ ਨੂੰ) ਵੋਟ ਦੇਣਾ, ਮੋਟਾ ਕਰਨਾ, ਗੁਦਗੁਦਾ ਬਣਾਉਣਾ; ਪੁਸ਼ਟੀ ਕਰਨਾ, ਸਥੂਲ ਬਣਾਉਣਾ; ਪੇੜਾ ਬਣਾਉਣਾ; ਫੁੱਲਣਾ; ਫੁਲਾਉਣਾ, ਤਕੜਾ ਕਰਨਾ *a* ਮੋਟਾ ਤਾਜ਼ਾ, ਗੁਦਗੁਦਾ, ਚਰਬੀ ਮਾਸ ਨਾਲ ਭਰਿਆ, ਰਿਸ਼ਟ-ਪੁਸ਼ਟ, ਭਰਿਆ; ਬਿਲਕੁਲ, ਸਾਫ਼-ਸਾਫ਼, ਦੋ ਟੁੱਕ, ਖਰਾ, ਸਪਸ਼ਟ *adv* ਸਪਸ਼ਟਤਾ ਨਾਲ, ਖਰੇ ਢੰਗ ਨਾਲ, ਭਰਭਰਾਹਟ ਨਾਲ

plumper /'ਪਲੱਮਪਅ*/ *n* ਗੱਲ੍ਹਾਂ ਨੂੰ ਉਭਾਰਨ ਲਈ ਰੱਖੀ ਗਈ ਗੋਲੀ; (ਦੋ ਦੀ ਥਾਂ) ਇੱਕ ਉਮੀਦਵਾਰ ਨੂੰ ਵੋਟ ਦੇਣ ਵਾਲਾ; ਅਸੱਤ, ਸਰਾਸਰ ਝੂਠ, ਕੋਰਾ ਝੂਠ

plunder /'ਪਲੱਨਡਅ*/ *n* ਲੁੱਟ ਦਾ ਮਾਲ, ਲੁੱਟਿਆ ਧਨ ਮਾਲ; ਲੁੱਟ, ਡਾਕਾ, ਧਾੜ, ਲੁੱਟਮਾਰ, ਅਪਹਰਨ, ਲੁੱਟ ਖਸੁੱਟ; ਲਾਭ, ਪ੍ਰਾਪਤੀ, ਫ਼ਾਇਦਾ *v* ਲੁੱਟਮਾਰ ਕਰਨਾ, ਲੁੱਟਣਾ, ਡਾਕਾ ਮਾਰਨਾ, ਅਪਹਰਨ ਕਰਨਾ, ਧਾੜ ਮਾਰਨਾ

plunderer /'ਪਲੱਨਡ(ਅ)ਰਅ*/ *n* ਡਾਕੂ, ਲੁਟੇਰਾ, ਧਾੜਵੀ, ਅਪਹਰਨ ਕਰਤਾ

plunge /ਪਲੱਨਜ/ *v* ਚੁੱਭੀ ਮਾਰਨਾ, ਡੁਬਕੀ

ਮਾਰਨਾ, (ਪਾਣੀ ਆਦਿ ਵਿੱਚ) ਛਾਲ ਮਾਰਨਾ ਜਾਂ ਕੋਈ ਵਸਤੂ ਸੁੱਟਣਾ; ਧੱਕਣਾ, ਵਗਾਹ ਮਾਰਨਾ, ਡੋਬਣਾ, ਗੋਤਾ ਦੇਣਾ; ਔਕੜ ਵਿੱਚ ਫਸ ਜਾਣਾ; ਕਿਸੇ ਰੇੜਕੇ ਵਿੱਚ ਜਾ ਪੈਣਾ, ਕਿਸੇ ਵਿਵਾਦ ਵਿੱਚ ਜਾ ਫਸਣਾ; ਪੌੜੀਆਂ ਉੱਤੋਂ ਕਾਹਲੀ ਨਾਲ ਚੜ੍ਹਨਾ ਜਾਂ ਉਤਰਨਾ; ਕਰਜ਼ਾਈ ਹੋਣਾ *n* ਚੁੱਭੀ, ਗੋਤਾ, ਪਾਣੀ ਵਿੱਚ ਛਾਲ; ਔਖਾ ਕੰਮ, ਨਾਜ਼ਕ ਕੰਮ

plunger /ਪਲਅੱਨਜਅ*/ *n* ਚੁੱਭੀ ਮਾਰਨ ਵਾਲਾ, ਗੋਤਾਖੋਰ; ਇੰਜਣ ਦਾ ਇੱਕ ਪੁਰਜ਼ਾ

plunk /ਪਲਅੱਙਕ/ *v* ਧੜੰਮ ਕਰਕੇ ਡਿੱਗਣਾ ਜਾਂ ਡੇਗਣਾ *n* (ਬੋਲ) ਡਾਲਰ

pluperfect /ˌਪਲੂ'ਪਅ:ਫ਼ਿਕਟ/ *n* (ਵਿਆ) ਪੂਰਨ ਭੂਤ (ਕਾਲ)

plural /'ਪਲੁਅਰਅਲ/ *a* ਇੱਕ ਤੋਂ ਵਧੇਰੇ; ਅਨੇਕ *n* ਬਹੁਵਚਨ

pluralism /'ਪਲੁਅਰਅਲਿਜ਼ਅਮ/ *n* ਇੱਕ ਆਦਮੀ ਦੀ ਇੱਕ ਤੋਂ ਵਧੇਰੇ ਅਹੁਦਿਆਂ ਉੱਤੇ (ਖ਼ਾਸ ਕਰਕੇ ਚਰਚ ਦੇ ਅਹੁਦਿਆਂ ਉੱਤੇ) ਸਥਾਪਤੀ; ਅਨੇਕਵਾਦ, ਬਹੁਵਾਦ, ਦਵੈਤਵਾਦ; ਇੱਕ ਤੋਂ ਵਧੇਰੇ ਪਰਮਾਤਮਾ ਮੰਨਣ ਦਾ ਸਿਧਾਂਤ

pluralist /'ਪਲੁਅਰਅਲਿਸਟ/ *n* ਅਨੇਕਵਾਦੀ, ਬਹੁਵਾਦੀ; ਦਵੈਤਵਾਦੀ, ਇੱਕ ਤੋਂ ਵਧੇਰੇ ਪਦਾਂ ਉੱਤੇ ਅਧਿਕਾਰ ਰੱਖਣ ਵਾਲਾ ਬੰਦਾ

pluralistic /ˌਪਲੁਅਰਅ'ਲਿਸਟਿਕ/ *n* ਅਨੇਕਵਾਦੀ, ਬਹੁਵਾਦੀ, ਦਵੈਤਵਾਦੀ, ਅਨੇਕ ਪਦਾਂ ਵਾਲਾ

plurality /ਪਲੁਅ'ਰੈਲਅਟਿ/ *n* ਬਹੁਲਤਾ, ਅਨੇਕਤਾ, ਅਧਿਕਤਾ; ਬਹੁਤ ਜ਼ਿਆਦਾ ਗਿਣਤੀ, ਭਾਰੀ ਬਹੁਮਤ; ਕਈਆਂ ਪਦਾਂ ਉੱਤੇ ਅਧਿਕਾਰ

pluries /'ਪਲੁਅਰਿਈਜ਼/ *(L) adv* ਕਈ ਵਾਰੀ, ਬਹੁਤ ਵਾਰੀ, ਵਾਰ-ਵਾਰ

plurilateral /ˌਪਲੁਅਰਿ'ਲੈਟਅਰਲ/ *a* ਕਈ ਪਹਿਲੂਆਂ ਦਾ, ਬਹੁਪੱਖੀ; ਬਹੁਦਲੀ, ਕਈ ਪਾਰਟੀਆਂ ਨਾਲ ਸੰਬੰਧਿਤ

pluriliteral /ˌਪਲੁਅਰਿ'ਲਿਟਅਰਲ/ *a* ਤਿੰਨ ਤੋਂ ਵਧੇਰੇ ਅੱਖਰਾਂ ਵਾਲਾ, ਬਹੁਅੱਖਰੀ

plus /ਪਲਅੱਸ/ *prep* ਜੋੜ ਕੇ; ਅਤੇ ਨਾਲੇ, ਨਾਲ, ਹੋਰ *n* ਜੋੜ ਦਾ ਨਿਸ਼ਾਨ (+) *a* ਵਾਧੂ, ਜਮ੍ਹਾ

plush /ਪਲਅੱਸ਼/ *n* ਲੰਮੀ ਅਤੇ ਮੁਲਾਇਮ ਬੂਰ ਵਾਲਾ ਕੱਪੜਾ, ਪਲੱਸ਼

plushette /ਪਲਅੱ'ਸ਼ੈਟੱ/ *n* ਘਟੀਆ ਕਿਸਮ ਦਾ ਪਲੱਸ਼

plushy /ਪਲਅੱਸ਼ਿ/ *a* ਪਲੱਸ਼ ਵਰਗਾ ਕੋਮਲ ਅਤੇ ਮੁਲਾਇਮ

Pluto /'ਪਲੂਟਅਉ/ *n* 1930 ਵਿੱਚ ਲੱਗਿਆ ਸੂਰਜ ਦਾ ਇੱਕ ਛੋਟਾ ਗ੍ਰਹਿ, ਪਲੂਟੋ, ਯਮਗ੍ਰਹਿ; (ਯੂਨਾਨੀ ਮਿੱਥ) ਨਰਕ ਦਾ ਦੇਵਤਾ

plutocracy /ਪਲੂ'ਟੌਕਰਅਸਿ/ *n* ਅਮੀਰਾਂ ਦਾ ਰਾਜ, ਧਨਾਢਤੰਤਰ, ਕੁਬੇਰਸ਼ਾਹੀ, ਪੂੰਜੀਪਤੀ ਰਾਜ; ਸ੍ਰੇਸ਼ਠ ਵਰਗ, ਸਾਮੰਤ ਵਰਗ, ਹਾਕਮ ਵਰਗ, ਸ਼ਾਸਕ ਵਰਗ

plutocrat /'ਪਲੂਟਅਕਰੈਟ/ *n* ਧਨ, ਕੁਬੇਰ, ਸਾਮੰਤ, ਸੇਠ, ਮਹਾਜਨ, ਧਨਾਢ, ਧਨਵਾਨ, ਧਨਾਢ ਸ਼ਾਸਕ, ਅਮੀਰ

plutolatry /ਪਲੂ'ਟੌਲਅਟਰਿ/ *n* ਧਨ ਵਾਸਤੇ ਕੀਤੀ ਪੂਜਾ, ਲਕਸ਼ਮੀ ਪੂਜਾ, ਕੁਬੇਰ ਪੂਜਾ

plutomania /ਪਲੂਟਅ(ਉ)'ਮੇਇਨਿਅ/ *n* ਧਨ ਦਾ ਨਸ਼ਾ, ਪੈਸੇ ਦਾ ਪਾਗਲਪਣ, ਮਾਇਆ ਦਾ ਸਰੂਰ

plutonium /ਪਲੂ'ਟਅਉਨਿਅਮ/ *n* ਇੱਕ ਰਸਾਇਣਕ ਤੱਤ, (ਰਸਾ) ਪਲੂਟੋਨਿਅਮ

pluvial[1] /'ਪਲੂਵ਼ਿਅਲ/ *a* ਵਰਖਾ ਦਾ, ਮੀਂਹ ਦਾ *n* ਮੀਂਹ ਦੇ ਕਾਰਨ ਬਣਿਆ

pluvial[2] *n* ਈਸਾਈ ਪਾਦਰੀਆਂ ਦਾ ਚੋਗਾ

pluviometer /ˌਪਲੂਵ਼ਿ'ਔਮਿਟਅ*/ *n* ਵਰਖਾ ਮਾਪਕ ਯੰਤਰ

pluviometric /ˌਪਲੂਵ਼ਿਅ'ਮੈੱਟਰਿਕ/ *a* ਮੀਂਹ ਨਾਪਣ ਨਾਲ ਸੰਬੰਧਿਤ; ਮੀਂਹ ਨਾਪਣ ਵਾਲਾ

ply /ਪਲਾਇ/ *n* (ਕੱਪੜੇ ਦੀ) ਤਹਿ, ਪਰਤ, ਮੁਟਾਈ; ਰੱਸੀ ਦੀ ਲੜੀ; ਰੁਚੀ, ਰੁਝਾਨ, ਝੁਕਾਅ *v* ਵਰਤੋਂ

ਵਿੱਚ ਲਿਆਉਣਾ, ਚਲਾਉਣਾ, (ਔਜ਼ਾਰ ਆਦਿ) ਲਗਾਤਾਰ ਵਰਤਣਾ; ਕਿੱਤਾ ਕਰਨਾ, ਕਾਰਜ ਕਰਨਾ, (ਕਿਸੇ ਨੂੰ ਖ਼ੁਰਾਕ ਆਦਿ) ਦਿੰਦੇ ਰਹਿਣਾ; (ਕਿਸੇ ਉੱਤੇ) ਸਵਾਲਾਂ ਦੀ ਵਾਛੜ ਕਰਨਾ; (ਜਹਾਜ਼, ਰੇਲ, ਮੋਟਰ ਆਦਿ ਦਾ ਦੋ ਥਾਵਾਂ ਦੇ ਦਰਮਿਆਨ) ਚੱਲਣਾ; ਹਾਜ਼ਰੀ ਦੇਣਾ, ਘੜੀ-ਮੁੜੀ ਉਪਸਥਿਤ ਹੋਣਾ; (ਹਵਾ ਦੇ ਵਿਰੁੱਧ) ਬੇੜੀ ਚਲਾਉਣਾ

plyer /'ਪਲਾਇਅ*/ *n* ਕੰਮ ਵਿੱਚ ਲਾਉਣ ਵਾਲਾ, ਘੁਮਾਉਣ ਵਾਲਾ; ਹਵਾ ਦੇ ਵਿਰੁੱਧ ਬੇੜੀ ਚਲਾਉਣ ਵਾਲਾ

P M /ˌਪੀ 'ਐੱਮ/ *abbr* **prime minister** ਦਾ ਸੰਖੇਪ ਰੂਪ, ਪ੍ਰਧਾਨ ਮੰਤਰੀ

p.m. /ˌਪੀ 'ਐੱਮ/ *abbr* **post meridiem** ਦਾ ਸੰਖਿਪਤ ਰੂਪ, ਦੁਪਹਿਰ ਬਾਰਾਂ ਵਜੇ ਤੋਂ ਪਿੱਛੋਂ

pneumatic /ਨਯੂ'ਮੈਟਿਕ/ *a* ਹਵਾ ਵਾਲਾ (ਟਾਇਰ), ਹਵਾਦਾਰ, ਹਵਾਈ, ਵਾਯੂ ਰੂਪ, ਵਾਯੂਮਈ, ਹਵਾ ਨਾਲ ਚੱਲਣ ਵਾਲਾ; ਸਾਹ ਵਾਲੀ ਨਾਲੀ ਦਾ ਜਾਂ ਇਸ ਨਾਲ ਸੰਬੰਧਿਤ; ਆਤਮਿਕ, ਅਧਿਆਤਮਿਕ

pneumatics /ਨਯੂ'ਮੈਟਿਕਸ/ *n* ਵਾਯੂ ਵਿਗਿਆਨ

pneumatological /ˌਨਯੂਮਅਟਅ'ਲੌਜਿਕਲ/ *a* ਅਧਿਆਤਮਿਕ; (ਪਰਾ) ਮਨੋਵਿਗਿਆਨਿਕ, ਮਨੋਸ਼ਾਸਤਰੀ

pneumonia /ਨਯੂ'ਮਅਉਨਿਅ/ *n* ਇੱਕ ਰੋਗ, ਨਮੂਨੀਆ

pneumonic /ਨਯੂ'ਮੌਨਿਕ/ *a* ਨਮੂਨੀਏ ਦਾ, ਨਮੂਨੀਏ ਸੰਬੰਧੀ

poa /'ਪਅਉਅ/ *n* ਚਰਾਂਦ ਦਾ ਘਾਹ

poach[1] /ਪਅਉਚ/ *v* ਖੋਭਣਾ, ਚੁਭਾਉਣਾ; (ਖੁਰ ਨਾਲ ਘਾਹ ਆਦਿ) ਲਿਤਾੜਨਾ, ਮਧੋਲਨਾ; (ਰਾਖਵੀਂ ਸ਼ਿਕਾਰਗਾਹ ਵਿੱਚ) ਨਾਜਾਇਜ਼ ਸ਼ਿਕਾਰ ਕਰਨਾ; ਨਾਜਾਇਜ਼ ਪ੍ਰਵੇਸ਼ ਕਰਨਾ

poach[2] *v* ਪਾਣੀ ਵਿੱਚ ਆਂਡਾ ਉਬਾਲਣਾ

poacher /'ਪਅਉਚਅ*/ *n* ਬੇਗਾਨੀ ਜੂਹ ਵਿੱਚ ਸ਼ਿਕਾਰ ਖੇਡਣ ਵਾਲਾ, ਸ਼ਿਕਾਰ ਚੋਰ

pochard /'ਪਅਉਚਅਡ/ *n* ਯੂਰਪ ਦਾ ਇੱਕ ਚੁੱਭੀਮਾਰ ਪੰਛੀ

pochette /ਪੌ'ਸ਼ੈਟ/ *n* (ਇਸਤਰੀਆਂ ਦਾ) ਛੋਟਾ ਝੋਲਾ; ਛੋਟੀ ਥੈਲੀ

pock /ਪੌਕ/ *n* ਛਾਲਾ, ਦਾਣਾ (ਖ਼ਾਸ ਕਰਕੇ ਚੀਚਕ ਦਾ)

pocket /'ਪੌਕਿਟ/ *n* ਜੇਬ, ਖੀਸਾ, ਬੋਝਾ; ਥੈਲੀ, ਗੁਥਲੀ, ਝੋਲਾ; ਆਮਦਨੀ, ਵਿੱਤ, ਆਰਥਿਕ ਸਾਧਨ, ਪੈਸਾ ਟਕਾ; (ਬਿਲੀਅਰਡ, ਕੈਰਮ ਆਦਿ ਦੀ) ਥੈਲੀ ਜਾਂ ਝੋਲੀ; ਨਾਵੇਂ ਵਾਲੀ ਥੈਲੀ; ਸੋਨੇ ਚਾਂਦੀ ਆਦਿ ਧਾਤਾਂ ਵਾਲੀ ਭੋਂ ਦਾ ਘੇਰਾ *vt* ਜੇਬ ਵਿੱਚ ਪਾਉਣਾ; (ਕੋਈ ਚੀਜ਼) ਮਾਰ ਲੈਣਾ; ਹੜੱਪ ਕਰਨਾ, ਹਜ਼ਮ ਕਰ ਜਾਣਾ; (ਵਧੀਕੀ, ਬੇਇੱਜ਼ਤੀ ਆਦਿ) ਸਹਾਰ ਜਾਣਾ; ਗੋਟੀ ਜਾਂ ਗੇਂਦ ਥੈਲੀ ਵਿੱਚ ਪਾ ਲੈਣਾ

pocketbook /'ਪੌਕਿਟਬੁਕ/ *n* ਛੋਟੇ ਆਕਾਰ ਦੀ ਕਿਤਾਬ, ਜੇਬੀ ਕਿਤਾਬ, ਗੁਟਕਾ

pocket money *n* ਜੇਬ ਖ਼ਰਚ

pock-marked /'ਪੌਕਮਾਕਟ/ *n* ਮਾਤਾ ਦੇ ਦਾਗਾਂ ਵਾਲਾ ਵਿਅਕਤੀ

pocky /'ਪੌਕਿ/ *n* ਦਾਣੇਦਾਰ, ਦਾਗਾਂ ਵਾਲਾ; ਚੀਚਕ ਮਾਰਿਆ

pococurante /ˌਪਅਉਕਅਉਕਯੁ'ਰੈਨਟਿ/ *a* ਦਿਲਚਸਪੀ ਨਾ ਰੱਖਣ ਵਾਲਾ, ਉਦਾਸੀਨ, ਬੇਲਾਗ *n* ਅਜਿਹੇ ਗੁਣਾਂ ਵਾਲਾ ਵਿਅਕਤੀ

pococurantism /ˌਪਅਉਕਅਉਕਯੁ'ਰੈਨਟਿਜ਼ਅਮ/ *n* ਬੇਪਰਵਾਹੀ, ਉਦਾਸੀਨਤਾ

poculiform /ਪਅ'ਕਯੂਲਿਫ਼ੋਮ/ *a* ਪਿਆਲੇ ਵਰਗਾ, ਕੱਪ ਵਰਗਾ

pod /ਪੌਡ/ *n* (ਕਪਾਹ ਆਦਿ ਦਾ) ਟੀਂਡਾ, ਫਲੀ, ਡੱਡਾ; ਕੋਇਆ (ਰੇਸ਼ਮ ਦਾ); (ਟਿੱਡੀ ਦੇ ਆਂਡਿਆਂ ਦਾ) ਕੋਸ਼ *v* ਫਲੀ ਪੈਣਾ; ਡੱਡੇ ਲਗਣਾ, ਟੀਂਡੇ ਲੱਗਣਾ

podagra /ਪਅ'ਡੈਗਰਅ/ *n* ਗਠੀਆ, (ਖ਼ਾਸ ਕਰਕੇ) ਪੈਰ ਦਾ ਗਠੀਆ

podagric /ਪਅ(ਉ)'ਡੈਗਰਿਕ/ *a* ਗਠੀਏ ਦੇ ਰੋਗ ਵਾਲਾ

podal /'ਪਅਉਡ(ਅ)ਲ/ *a* ਪੈਰ ਦਾ, ਪੈਰ ਨਾਲ ਸੰਬੰਧਿਤ

podalgia /ˌਪਅ(ਉ)'ਡੈਲਜਅ/ *n* ਪੈਰ ਦੀ ਪੀੜ

podded /'ਪੌਡਿਡ/ *a* ਸੁਰੱਖਿਆ ਸੰਪੰਨ, ਅਨੰਦਪੂਰਨ, ਰਾਜ਼ੀਬਾਜ਼ੀ

podex /'ਪਅਉਡੈਕੱਸ/ *n* (ਸਰੀਰ ਦਾ) ਪਿਛਲਾ ਹਿੱਸਾ; ਚਿੱਤੜ, ਢੂਈ; ਗੁਦਾ, ਮਲਦੁਆਰ

podgy /'ਪੌਜਿ/ *a* ਮੋਟਾ ਅਤੇ ਪਧਰਾ

podiatrist /ਪਅ'ਡਾਇਅਟਰਿਸਟ/ *n* ਪੈਰਾਂ ਦੀਆਂ ਬਿਮਾਰੀਆਂ ਦਾ ਇਲਾਜ ਕਰਨ ਵਾਲਾ ਡਾਕਟਰ

podiatry /ਪਅ'ਡਾਇਅਟਰਿ/ *n* ਪੈਰਾਂ ਦੇ ਰੋਗਾਂ ਦਾ ਇਲਾਜ, ਪੈਰ ਚਿਕਿਤਸਾ

podium /'ਪਅਉਡਿਅਮ/ *a* ਮੰਚ, ਚਬੂਤਰਾ

poem /'ਪਅਉਇਮ/ *n* ਕਵਿਤਾ, ਕਾਵਿ ਰਚਨਾ, ਪਦ, ਛੰਦ, ਰਚਨਾਤਮਿਕ ਲਿਖਤ, ਛੰਦ ਬਧ ਰਚਨਾ

poesy /'ਪਅਉਅਜ਼ਿ,-ਸਿ/ *n* (ਪਰਾ) ਕਾਵਿ ਕਲਾ, ਕਾਵਿ ਰਚਨਾ, ਛੰਦ ਰਚਨਾ; ਕਾਵਿ ਸੰਗ੍ਰਹਿ

poet /'ਪਅਉਇਟ/ *n* ਕਵੀ, ਸ਼ਾਇਰ, ਛੰਦਕਾਰ, ਗੀਤਕਾਰ; ਅਖ਼ਬਾਰ ਵਿੱਚ ਕਵੀਆਂ ਦਾ ਕਾਲਮ

poetaster /ˌਪਅਉਇ'ਟੈਸਟਅ*/ *n* ਤੁਕਬੰਦੀ ਕਰਨ ਵਾਲਾ, ਕਵੀਸ਼ਰ, ਆਮ ਜਿਹਾ ਸ਼ਾਇਰ

poetess /ˌਪਅਉਇ'ਟੈੱਸ/ *n* ਕਵਿਤਾ ਲਿਖਣ ਵਾਲੀ ਇਸਤਰੀ, ਕਵਿਤਰੀ, ਛੰਦਕਾਰ ਇਸਤਰੀ

poetic, poetical /ਪਅਉ'ਐੱਟਿਕ, ਪਅਉ'ਐੱਟਿਕਲ/ *a* ਕਾਵਿਕ, ਕਾਵਿਮਈ, ਕਾਵਿਆਤਮਿਕ; ਕਵਿਤਾ ਦਾ, ਸੁੰਦਰ ਕਾਵਿ ਗੁਣਾਂ ਵਾਲਾ

poeticize /ਪਅਉ'ਐਟਿਸਾਇਜ਼/ *vt* ਕਾਵਿਆਤਮਿਕ ਬਣਾਉਣਾ, ਛੰਦਬੱਧ ਕਰਨਾ, ਕਵਿਤਾ ਦਾ ਰੂਪ ਦੇਣਾ

poetic justice *n* ਕਾਵਿਕ ਨਿਆਂ, ਬੁਰੇ ਨੂੰ ਪ੍ਰਾਪਤ ਬੁਰਾ ਨਤੀਜਾ

poetic licence *n* (ਲਿਖਤ ਵਿੱਚ) ਵਿਆਕਰਨ ਦੇ ਨਿਯਮਾਂ ਤੋਂ ਲਈ ਖੁੱਲ੍ਹ, ਕਾਵਿ ਸੁਤੰਤਰਤਾ, ਤੱਥਾਂ ਨੂੰ ਤੋੜਨ ਮਰੋੜਨ ਦੀ ਖੁੱਲ੍ਹ

poetics /ਪਅਉ'ਐੱਟਿਕਸ/ *n* ਕਾਵਿ ਸ਼ਾਸਤਰ, ਛੰਦ ਸ਼ਾਸਤਰ, ਅਲੰਕਾਰ ਸ਼ਾਸਤਰ, ਕਾਵਿ ਵਿੱਦਿਆ, ਰੀਤੀ ਸ਼ਾਸਤਰ

poetry /'ਪਅਉਅਟਰਿ/ *n* ਕਾਵਿ, ਕਾਵਿ ਰਚਨਾ; ਕਾਵਿਆਤਮਿਕ ਰਚਨਾ; ਕਾਵਿਆਤਮਿਕਤਾ; ਅਜਿਹੀ ਅਵਸਥਾ ਜੋ ਕਾਵਿਮਈ ਜਜ਼ਬੇ ਪੈਦਾ ਕਰੇ

pogrom /'ਪੌਗਰਅਮ/ *n* ਪਹਿਲਾਂ ਤੋਂ ਮਿਥ ਕੇ ਕੀਤੀ ਗਈ ਲੁੱਟਮਾਰ ਜਾਂ ਕਤਲੇਆਮ ਖ਼ਾਸ ਕਰ ਯਹੂਦੀਆਂ ਦਾ ਪੂਰਵ ਨਿਸ਼ਚਿਤ ਕਤਲੇਆਮ

poignancy /'ਪੌਇਨਯਅਨਸਿ/ *n* (ਸੁਆਦ, ਗੰਧ ਦੀ) ਤੁਰਸ਼ੀ; ਚੋਭ, ਕਾਟ, ਤੀਖਣਤਾ

poignant /'ਪੌਇਨਯਅਨਟ/ *a* (ਸੁਆਦ ਜਾਂ ਵਾਸ਼ਨਾ) ਤੀਖਣ, ਤੀਬਰ, ਤੇਜ਼, ਚਟਪਟੀ, ਤਿੱਖੀ; ਚੁਭਵਾਂ, ਵਢਵਾਂ; (ਭੁੱਖ) ਡਾਢੀ, ਬੜੀ; ਸਖ਼ਤ, ਦੁਖਦਾਈ; (ਚੋਭ) ਤਿੱਖੀ

poilu /'ਪਵਾਲੂ/ *(F) n* ਫਰਾਂਸੀਸੀ ਘੋੜਸਵਾਰ, ਰਿਸਾਲੇ ਦਾ ਸਵਾਰ; (ਫਰਾਂਸੀਸੀ) ਸਿਪਾਹੀ

point /ਪੌਇਨਟ/ *n* ਬਿੰਦੀ, ਨੁਕਤਾ, ਟਿਮਕਣਾ; (ਵਾਕ ਵਿੱਚ) ਵਿਰਾਮ ਚਿਨ੍ਹ; ਦਸ਼ਮਲਵ ਚਿੰਨ੍ਹ, ਇਸ਼ਾਰੀਏ ਦਾ ਨਿਸ਼ਾਨ; ਥਾਂ, ਟਿਕਾਣਾ; ਵਿਸ਼ਾ, ਗੱਲ; ਦਰਜਾ, ਨੰਬਰ; (ਮਸਲੇ ਦਾ) ਹਿੱਸਾ; (ਪ੍ਰਦਰਸ਼ਨੀ ਵਿੱਚ) ਵਸਤੂਆਂ ਉੱਤੇ ਲਾਏ ਗਏ ਨੰਬਰ; ਮੁੱਲ ਦੀ ਇਕਾਈ; ਪੁਆਇੰਟ, ਅੰਸ਼, ਟਾਈਪ ਦੇ ਆਕਾਰ ਦੀ ਇਕਾਈ; ਨੋਕ, ਅਣੀ, ਸਿਰਾ; ਵੇਲਾ, ਸਮਾਂ; ਲੱਛਣ, ਵਿਸ਼ੇਸ਼ ਚਿੰਨ੍ਹ; (ਰੇਲ ਦਾ) ਕਾਂਟਾ *v* ਨੋਕ ਕੱਢਣਾ, ਤੇਜ਼ ਕਰਨਾ, (ਗੱਲ ਵਿੱਚ) ਹਾਸਾ ਜਾਂ ਰਸ ਪੈਦਾ ਕਰਨਾ; ਕੰਧਾਂ ਜਾਂ ਫ਼ਰਸ਼ ਦੀ ਟੀਪ ਕਰਨਾ; ਇਸ਼ਾਰਾ ਕਰਨਾ, ਸੰਕੇਤ ਕਰਨਾ, (ਬੰਦੂਕ ਕਿਸੇ ਪਾਸੇ ਵੱਲ) ਸਿੱਧੀ ਕਰਨਾ; ਨਿਸ਼ਾਨ ਲਾਉਣਾ; ਗੋਡਣਾ (ਮਿੱਟੀ)

point-blank /ˌਪੌਇਨਟ'ਬਲੈਙਕ/ *a* ਬਹੁਤ ਨੇੜੇ ਦਾ (ਬੰਦੂਕ ਦਾ ਨਿਸ਼ਾਨਾ) ਸਿੱਧਾ, ਖੜ੍ਹੇ ਰੁਖ਼; ਸਾਫ਼-ਸਾਫ਼; ਸਿੱਧੇ ਅਤੇ ਸਾਫ਼ ਸ਼ਬਦਾਂ ਵਿੱਚ

point duty /'ਪੌਇਨਟ ਡਯੂਟਿ/ *n* ਆਵਾਜਾਈ ਦੇ ਕੰਟਰੋਲ ਵਾਸਤੇ ਚੌਕ ਆਦਿ ਵਿੱਚ ਖੜ੍ਹੇ ਹੋ ਕੇ ਡਿਊਟੀ ਦੇਣ ਵਾਲੇ ਪੁਲਿਸ ਦੇ ਸਿਪਾਹੀ ਦਾ ਕੰਮ

pointed /'ਪੌਇਨਟਿਡ/ *a* ਨੋਕ ਵਾਲਾ, ਤਿੱਖੀ ਨੋਕ ਵਾਲਾ, ਨੋਕਦਾਰ, (ਗੱਲ ਆਦਿ) ਚੁਭਵੀਂ, ਸਾਫ਼-ਸਾਫ਼, ਟਕੇ ਵਰਗੀ, ਖਰੀ-ਖਰੀ

pointedly /'ਪੌਇਨਟਿਡਲਿ/ *adv* ਵਿਸ਼ੇਸ਼ ਜ਼ੋਰ ਦੇ ਕੇ, ਸਾਫ਼ ਸਾਫ਼ ਦੱਸ ਕੇ, ਸਪਸ਼ਟ ਸੰਕੇਤ ਕਰ ਕੇ

pointer /'ਪੌਇਨਟਅ*/ *n* ਇਸ਼ਾਰਾ ਕਰਨ ਵਾਲਾ, ਸੂਚਕ; ਘੜੀ ਦੀ ਸੂਈ; (ਕੰਡੇ ਵਾਲੇ ਤੱਕੜ ਦਾ) ਕੰਡਾ, (ਕਿਸੇ ਪ੍ਰਕਾਰ ਦਾ ਨਾਪ ਦੱਸਣ ਵਾਲੇ) ਮੀਟਰ ਦੀ ਸੂਈ; (ਕਲਾਸ ਵਿੱਚ ਬਲੈਕ ਬੋਰਡ ਉੱਤੇ ਲਿਖੇ ਅੱਖਰਾਂ ਵੱਲ ਸੰਕੇਤ ਕਰਨ ਲਈ ਵਰਤਿਆ ਜਾਣ ਵਾਲਾ) ਡੰਡਾ; ਸ਼ਿਕਾਰ ਦਾ ਟਿਕਾਣਾ ਲੱਭਣ ਵਾਲਾ ਕੁੱਤਾ

pointing device *n* (ਕੰਪਿ) ਚੂਹਾ ਜਾਂ ਹੋਰ ਉਪਕਰਨ ਜੋ ਕੰਪਿਊਟਰ ਦੇ ਸੰਕੇਤ (cursor) ਨੂੰ ਇੱਧਰ-ਉੱਧਰ ਕਰਨ ਲਈ ਵਰਤਿਆ ਜਾਂਦਾ ਹੈ।

pointless /'ਪੌਇਨਟਲਅਸ/ *a* ਨਿਰਾਰਥਕ, ਸਾਰਹੀਣ, ਬੇਦਲੀਲ; ਜਿਸ ਨੇ ਖੇਡ ਵਿੱਚ ਕੋਈ ਨੰਬਰ ਨਾ ਬਣਾਇਆ ਹੋਵੇ

point of order *n* ਵਿਚਾਰ-ਵਟਾਂਦਰੇ ਸਮੇਂ ਸਲੀਕੇ ਦੇ ਨਿਯਮਾਂ ਦੀ ਪਾਲਣਾ

point of reference *n* ਪ੍ਰਮਾਣ ਦਾ ਉਲੇਖ, ਹਵਾਲੇ ਦਾ ਸੰਕੇਤ, ਸੰਦਰਭ ਦਾ ਇਸ਼ਾਰਾ

point of view *n* ਨਜ਼ਰੀਆ, ਦ੍ਰਿਸ਼ਟੀਕੋਣ

pointsman /'ਪੌਇਨਟਸਮਅਨ/ *n* (ਰੇਲ ਦਾ) ਕਾਂਟਾ ਬਦਲਨ ਵਾਲਾ ਵਿਅਕਤੀ; ਆਵਾਜਾਈ ਨੂੰ ਕੰਟਰੋਲ ਕਰਨ ਵਾਲਾ ਸਿਪਾਹੀ

poise /ਪੌਇਜ਼/ *v* ਸਾਵਾਂ ਰੱਖਣਾ, ਅਡੋਲ ਹੋਣਾ, ਸੰਤੁਲਤ ਰੱਖਣਾ ਜਾਂ ਰਹਿਣਾ, ਸੰਭਾਲੀ ਰੱਖਣਾ, ਸਹਾਰਾ ਦੇਈ ਰੱਖਣਾ; (ਪੰਛੀ ਦਾ) ਹਵਾ ਵਿੱਚ ਇੱਕ ਥਾਂ ਟਿਕੇ ਰਹਿਣਾ; ਪੰਛੀ ਦਾ ਪਰ ਤੋਲਣਾ *n* ਸਾਵਾਂਪਣ, ਬਰਾਬਰੀ, ਅਡੋਲਤਾ, ਸੰਤੁਲਨ, ਤਵਾਜ਼ਨ

poised /ਪੌਇਜ਼ਡ/ *a* ਸੰਤੁਲਿਤ, ਸਾਵਾਂ, ਸਥਿਰ, ਅਡੋਲ; ਝੁਕਿਆ ਹੋਇਆ

poison /'ਪੌਇਜ਼ਨ/ *n* ਜ਼ਹਿਰ, ਵਿਸ਼, ਵਿਹੁ; ਵਿਹੁਲਾ ਜਾਂ ਜ਼ਹਿਰੀਲਾ ਵਿਚਾਰ, ਵਿਨਾਸ਼ਕਾਰੀ ਸਿਧਾਂਤ *vt* ਜ਼ਹਿਰ ਦੇਣਾ, ਵਿਹੁ ਮਿਲਾਉਣਾ ਜਾਂ ਵਿਸ਼ ਭਰਨਾ; (ਖ਼ੂਨ ਵਿੱਚ) ਜ਼ਹਿਰ ਖਿਲਾਰਨਾ; (ਕਿਸੇ ਦੇ ਮਨ ਵਿੱਚ) ਵਿਰੋਧ ਦੀ ਭਾਵਨਾ ਭਰ ਦੇਣਾ; ਕੁਰਾਹੇ ਪਾਉਣਾ, (ਕਿਸੇ ਦੀ ਖ਼ੁਸ਼ੀ) ਵਿਗਾੜਨਾ; ਵਿਘਨ ਪਾਉਣਾ, ਰੁਕਾਵਟ ਪਾਉਣਾ

poisoner /'ਪੌਇਜ਼ਅਨਅ*/ *n* ਜ਼ਹਿਰ ਦੇਣ ਵਾਲਾ, ਮਹੁਰਾ ਖੁਆਉਣ ਵਾਲਾ

poisonous /'ਪੌਇਜ਼ਅਨਅਸ/ *a* ਜ਼ਹਿਰੀਲਾ, ਵਿਸ਼ ਭਰਿਆ, ਵਿਹੁਲਾ

poke[1] /ਪਅਉਕ/ *v* ਹੁੱਝ ਮਾਰਨਾ, ਖੋਭਣਾ, ਚੋਭਣਾ; ਧੱਕਾ ਦੇਣਾ; ਅਰਕ ਮਾਰਨਾ; ਅੰਗਾਰਿਆਂ ਨੂੰ ਚਿਮਟੇ ਨਾਲ ਉਥੱਲਣਾ, ਫਰੋਲਣਾ; ਕਾਲ ਕੋਠੜੀ ਵਿੱਚ ਬੰਦ ਹੋ ਕੇ ਬੈਠਣਾ; ਚੋਭ ਕੇ ਮੋਰੀ ਕਰ ਦੇਣਾ; ਭੇਦ ਲੈਣਾ, ਲੱਭਣਾ *n* ਹੁੱਝ, ਚੋਭ, ਧੱਕਾ; ਪਸ਼ੂ ਦੇ ਗਲ ਵਿੱਚ ਪਾਇਆ ਡਹਾ

poke[2] *n* ਇਸਤਰੀਆਂ ਦੀ ਟੋਪੀ ਦਾ ਛੱਜਾ

poker[1] /'ਪਅਉਕਅ*/ *n* ਅੰਗਾਰੇ ਹਿਲਾਉਣ ਵਾਲੀ ਸੀਖ, ਕੁੱਢਣੀ; ਲੱਕੜ ਉੱਤੇ ਨੱਕਾਸ਼ੀ ਕਰਨ ਵਾਲੀ ਸਲਾਈ

poker[2] *n* ਸ਼ੈਤਾਨ, ਚੰਦਰਾ ਬੰਦਾ

poker-face /'ਪਅਉਕਅਫ਼ੇਇਸ/ *n* ਭਾਵਹੀਣ ਚਿਹਰਾ

poky /'ਪਅਉਕਿ/ *a* (ਮਕਾਨ, ਕੋਠਾ, ਥਾਂ) ਤੰਗ, ਅੱਤ ਗੰਦਾ, ਤੁੱਛ, ਘਟੀਆ; (ਕਿੱਤਾ, ਪੇਸ਼ਾ) ਹੀਣਾ, ਤੁੱਛ, ਨੀਚ, ਨਿਗੂਣਾ

polar /'ਪਅਉਲਅ*/ *a* ਧਰੁਵ ਖੇਤਰ ਦਾ; ਧਰੁਵੀ, ਕੁਤਬੀ; ਧਰੁਵਾਤਮਿਕ, ਚੁੰਬਕੀ; ਧਰੁਵ ਵਰਗਾ; ਬਿਲਕੁਲ ਉਲਟਾ, ਉਲਟ ਸੁਭਾਵੀ

polar bear *n* ਧਰੁਵੀ ਰਿੱਛ

polarity /ਪਅ'ਲੈਰਅਟਿ/ *n* ਧਰੁਵੀ ਉਲਾਰ, ਧਰੁਵੀਪਣ, ਚੁੰਬਕੀ ਖਿੱਚ, ਆਕਰਸ਼ਣ

polarization /ˌਪਅਉਲਅਰਾਇ'ਜ਼ੇਇਸ਼ਨ/ *n* ਧਰੁਵੀ ਉਲਾਰ ਪੈਦਾ ਕਰਨ ਦੀ ਕਿਰਿਆ ਜਾਂ ਭਾਵ, ਧਰੁਵੀ ਚੁੰਬਕ ਸ਼ਕਤੀ ਉਤਪੰਨ ਕਰਨ ਦਾ ਭਾਵ;

ਪੂਰੇ ਵਿਰੋਧੀ ਪੱਖਾਂ ਵਿੱਚ ਵੰਡ; ਦੋ ਟੂਕੀ ਪੱਕੀ ਵੰਡ

polaroid camera /ˌ**ਪਅਉ ਲਅਰੌਇਡ 'ਕੈਮਅਰਅ**/ *n* ਅਜਿਹਾ ਕੈਮਰਾ ਜਿਸ ਵਿੱਚ ਤਸਵੀਰ ਨਾਲ ਦੀ ਨਾਲ ਹੀ ਤਿਆਰ ਹੋ ਜਾਂਦੀ ਹੈ

pole[1] /**ਪਅਉਲ**/ *n* ਥਮ੍ਹਲਾ, ਥੰਮ੍ਹਾ, ਖੰਭਾ; ਵੰਝ, ਬਾਂਸ, ਟਾਂਗੇ ਦਾ ਬੰਬ; ਸਾਢੇ ਪੰਜ ਗਜ਼ ਦਾ ਨਾਪ; ਤੰਬੂ ਦਾ ਚੋਬ *vt* ਖੰਭਾ ਗੱਡਣਾ, ਬੱਲੀ ਲਾਉਣਾ

pole[2] *n* (ਉੱਤਰੀ ਜਾਂ ਦੱਖਣੀ) ਧਰੁਵ; ਪ੍ਰਿਥਵੀ ਦਾ ਉੱਤਰੀ ਦੱਖਣੀ ਸਿਰਾ; ਕੋਈ ਨਿਸ਼ਚਿਤ ਬਿੰਦੂ ਜਿਸ ਦੇ ਆਧਾਰ ਉੱਤੇ ਦੂਜੇ ਬਿੰਦੂਆਂ ਦੀ ਸਥਿਤੀ ਅੰਕੀ ਜਾਂਦੀ ਹੈ; ਚੁੰਬਕੀ ਸ਼ਕਤੀ ਦੇ ਦੋ ਵਿਰੋਧੀ ਸਿਰੇ; ਇੱਕ ਦੂਜੇ ਦੇ ਵਿਰੋਧੀ ਸਿਧਾਂਤ ਜਾਂ ਵਿਚਾਰ

pole[3] *n* ਪੋਲੈਂਡ ਦਾ ਵਸਨੀਕ, ਪੋਲੈਂਡੀ

poleaxe /'**ਪਅਉਲੈਕਸ**/ *n* ਗੰਡਾਸਾ, ਟਕੂਆ, ਛਵ੍ਹੀ; ਇੱਕ ਹਥਿਆਰ ਜਿਸ ਨਾਲ ਛਵ੍ਹੀ ਅਤੇ ਬਰਛਾ ਦੋਵੇਂ ਲੱਗੇ ਹੁੰਦੇ ਹਨ, ਕਸਾਈ ਦਾ ਛੁਰਾ *vt* ਛਵ੍ਹੀ ਦਾ ਵਾਰ ਕਰਨਾ, ਛਵ੍ਹੀ ਨਾਲ ਵੱਢਣਾ; ਹਥਿਆਰ ਨਾਲ ਪਸ਼ੂ ਦਾ ਸਿਰ ਵੱਢਣਾ

polecat /'**ਪਅਉਲਕੈਟ**/ *n* ਨਿਓਲੇ ਵਰਗਾ, ਮੁਸ਼ਕਬਿੱਲਾ, ਖ਼ਾਕੀ ਰੰਗ ਦਾ ਮਾਸਖ਼ੋਰਾ ਜਾਨਵਰ ਜੋ ਯੂਰਪ ਵਿੱਚ ਮਿਲਦਾ ਹੈ

pole-jump *n* ਇੱਕ ਖੇਡ ਜਿਸ ਵਿੱਚ ਲੰਮੇ ਵੰਝ ਦੇ ਸਹਾਰੇ ਉੱਚੀ ਛਾਲ ਮਾਰੀ ਜਾਂਦੀ ਹੈ

polemarch /'**ਪੌਲਿਮਾਕ**/ *n* ਯੂਨਾਨੀ ਸੈਨਿਕ ਅਧਿਕਾਰੀ, ਯੂਨਾਨੀ ਕਮਾਂਡਰ

polemic /**ਪਅ'ਲੈੱਮਿਕ**/ *n* ਝਗੜਾ ਕਰਨ ਵਾਲਾ ਬੰਦਾ, ਬਹਿਸ ਵਾਲਾ; ਵਿਵਾਦੀ, ਬਹਿਸ ਕਰਨ ਵਿੱਚ ਮਾਹਰ; ਬਹਿਸ ਜਾਂ ਵਿਵਾਦ ਵਾਲਾ ਵਿਸ਼ਾ, ਬਖੇੜਾ, ਬਹਿਸ, ਵਾਦ, ਵਿਵਾਦ *a* ਬਹਿਸ ਕਰਨ ਵਾਲਾ, ਵਿਵਾਦ ਕਰਨ ਵਿੱਚ ਤਾਕ

polemics /**ਪਅ'ਲੈੱਮਿਕਸ**/ *n* ਬਹਿਸ ਕਲਾ, ਵਿਵਾਦ ਕਲਾ, ਸ਼ਾਸਤਰਾਰਥ

Pole Star /'**ਪਅਉਲਸਟਾ***/ *n* ਧਰੂ ਤਾਰਾ; ਪਥ ਪ੍ਰਦਰਸ਼ਕ, ਅਗਵਾਈ ਕਰਨ ਵਾਲਾ; ਆਕਰਸ਼ਣ ਕੇਂਦਰ, ਕਿਸੇ ਪ੍ਰਕਾਰ ਦੀ ਖਿੱਚ ਦਾ ਮੂਲ ਕਾਰਨ

pole vault /'**ਪਅਉਲ ਵੌਲਟ**/ *n* ਬਾਂਸ ਦੇ ਸਹਾਰੇ ਨਾਲ ਮਾਰੀ ਜਾਂਦੀ ਉੱਚੀ ਛਾਲ

police /**ਪਅ'ਲੀਸ**/ *n* ਪੁਲਿਸ, ਪੁਲਿਸ ਵਿਭਾਗ, ਪੁਲਿਸ ਕਰਮਚਾਰੀ; ਦੇਸ਼ ਦਾ ਪ੍ਰਬੰਧ, ਜਨਤਾ ਦੀ ਅਮਨ ਸ਼ਾਂਤੀ ਦਾ ਬੰਦੋਬਸਤ *vt* ਪੁਲਿਸ ਰਾਹੀਂ ਪ੍ਰਬੰਧ ਕਰਨਾ, ਅਮਨ ਕਾਇਮ ਰੱਖਣਾ; ਪੁਲਿਸ ਨਿਯੁਕਤ ਕਰਨਾ, ਪੁਲਿਸ ਲਾਉਣਾ; ਪ੍ਰਬੰਧ ਕਰਨਾ, ਇੰਤਜ਼ਾਮ ਕਰਨਾ, ਪ੍ਰਸ਼ਾਸ਼ਨ ਕਰਨਾ

police dog *n* ਪੁਲਿਸ ਦਾ ਸੂਹੀਆ ਕੁੱਤਾ

policeman /**ਪਅ'ਲੀਸਮਅਨ**/ *n* ਪੁਲਿਸ ਦਾ ਸਿਪਾਹੀ, ਪੁਲਿਸ ਮੁਲਾਜ਼ਮ

police state *n* ਰਾਜਨੀਤਿਕ ਵਿਚਾਰ ਦੇਣ ਦੀ ਮਨਾਹੀ, ਆਜ਼ਾਦੀ ਨਾਲ ਫਿਰਨ ਤੁਰਨ ਉੱਤੇ ਪੁਲਿਸ ਦੁਆਰਾ ਲੱਗੀ ਰੋਕ, ਪੁਲਿਸ ਰਾਜ

policy /'**ਪੌਲਅਸਿ**/ *n* ਰਾਜਨੀਤੀ, ਰਾਜਨੀਤੀ ਦੀ ਵਿਵਸਥਾ, ਰਾਜ ਪ੍ਰਬੰਧ ਵਿਓਂਤ, ਨੀਤੀ, ਵਿਚਾਰ ਵਿਧੀ, ਵਿਹਾਰ ਵਿਧੀ; ਚਤਰਾਈ, ਚਲਾਕੀ, ਚਾਲਬਾਜ਼ੀ, ਕਪਟਤਾ; ਨਿਪੁੰਨਤਾ, ਮੁਹਾਰਤ, ਉਸਤਾਦੀ; ਜੁਗਤ, ਢੰਗ, ਰੀਤ, ਵਿਧੀ *n* ਬੀਮੇ ਦੀ ਪਾਲਸੀ, ਬੀਮਾ ਪੱਤਰ, ਪਾਲਸੀ

polio /'**ਪਅਉਲਿਅਉ**/ *n* ਪੋਲੀਓ ਦੀ ਬਿਮਾਰੀ

polish /'**ਪੌਲਿਸ਼**/ *v* ਪਾਲਸ਼ ਕਰਨਾ, ਰੋਗਨ ਕਰਨਾ; ਚਮਕਾਉਣਾ, ਲਿਸ਼ਕਾਉਣਾ; ਸੋਧ ਕਰਨਾ; ਸੱਭਿਆ ਬਣਾਉਣਾ; ਸ਼ਿਸ਼ਟਤਾ ਦੀ ਰੰਗਤ ਦੇਣਾ, ਸੁੱਘੜ ਬਣਾਉਣਾ *n* ਪਾਲਸ਼, ਰੋਗਨ, ਚਮਕ, ਲਿਸ਼ਕ; ਸ਼ਿਸ਼ਟਤਾ, ਸੁਸ਼ੀਲਤਾ, ਸੁੱਘੜਤਾ

Polish /'**ਪਅਉ ਲਿਸ਼**/ *a* ਪੋਲੈਂਡੀ (ਭਾਸ਼ਾ, ਵਸਨੀਕ ਆਦਿ)

polished /'**ਪੌਲਿਸ਼ਟ**/ *a* ਮਾਂਜੀ ਸਵਾਰੀ, ਪਰਿਸ਼ਕ੍ਰਿਤ, ਸ਼ਿਸ਼ਟ, ਪਾਲਸ਼ਦਾਰ

politbureau /'**ਪੌਲਿਟਬਯੁਅਰਅਉ**/ *n* ਨੀਤੀ ਨਿਰਧਾਰਿਤ ਕਰਨ ਵਾਲੀ ਕਿਸੇ ਕਮਿਊਨਿਸਟ ਪਾਰਟੀ ਦੀ ਸਰਵਉੱਚ ਕਮੇਟੀ, ਪੌਲਿਟ ਬਿਊਰੋ

polite /**ਪਅ'ਲਾਇਟ**/ *a* ਨਿਮਰਤਾ ਵਾਲਾ, ਆਦਰ ਵਾਲਾ; ਸ਼ਿਸ਼ਟ, ਸੱਭਿਆ, ਸੁਸ਼ੀਲ, ਸਾਊ,

ਭਲਾਮਾਣਸ; (ਸਾਹਿਤ) ਠੁੱਕਵਾਲਾ, ਮਾਂਜਿਆ ਸਵਾਰਿਆ, ਠਰ੍ਹੰਮੇ ਵਾਲਾ

politeness /ਪਅ'ਲਾਇਟਨਅਸ/ *n* ਨਿਮਰਤਾ, ਸ਼ਿਸ਼ਟਤਾ, ਸੁਸ਼ੀਲਤਾ, ਸਾਊਪੁਣਾ; ਠਰ੍ਹੰਮਾ

politic /'ਪੌਲਅਟਿਕ/ *a* ਸਿਆਣਾ, ਬੁੱਧੀਮਾਨ, ਦੂਰ ਦੀ ਸੋਚਣ ਵਾਲਾ; ਅਵਸਰ ਵਿਚਾਰਨ ਵਾਲਾ, ਮੌਕਾ ਸ਼ਨਾਸ; ਨੀਤੀਵਾਨ; ਅਨੁਭਵੀ, ਤਜਰਬਾਕਾਰ; ਉਚਿਤ, ਮੁਨਾਸਬ; ਚਤਰ, ਚਲਾਕ, ਚਾਲਬਾਜ਼; ਪੱਤੇਬਾਜ਼, ਧੋਖੇਬਾਜ਼

political /ਪਅ'ਲਿਟਿਕਲ/ *a* ਰਾਜ ਪ੍ਰਬੰਧ ਸੰਬੰਧੀ; ਰਾਜਸੀ, ਸ਼ਾਸਕੀ, ਜਨਤਾ ਬਾਰੇ, ਜਨਤਾ ਸੰਬੰਧੀ; *n* ਰਾਜਨੀਤੀ ਬਾਰੇ, ਰਾਜਨੀਤਿਕ, ਸਿਆਸੀ, ਰਾਜ ਪ੍ਰਤਿਨਿਧ

political agent *n* ਅੰਗਰੇਜ਼ੀ ਰਾਜ ਦੇ ਸਮੇਂ ਭਾਰਤ ਦੀਆਂ ਰਿਆਸਤਾਂ ਵਿੱਚ ਅੰਗਰੇਜ਼ ਸਰਕਾਰ ਦੇ ਪ੍ਰਤਿਨਿਧ ਅਫ਼ਸਰ ਦਾ ਪਦ, ਰਾਜ ਏਜੰਟ, ਰਾਜਨੀਤਿਕ ਏਜੰਟ

political asylum *n* ਰਾਜਨੀਤਿਕ ਸ਼ਰਨ, ਰਾਜਨੀਤਿਕ ਪਨਾਹ

political correctness *n* (ਕਿਸੇ ਸਮਾਜਕ ਜਾਂ ਰਾਜਨੀਤਕ ਧੜੇ ਨੂੰ) ਠੇਸ ਨਾ ਪਹੁੰਚਾਉਣ ਵਾਲੇ ਸ਼ਬਦ ਜਾਂ ਰਵੱਈਆ

political economy *n* ਰਾਜਨੀਤਕ ਆਰਥਿਕਤਾ

politically /ਪਅ'ਲਿਟਿਕਲਿ/ *adv* ਰਾਜਨੀਤਿਕ ਤੌਰ 'ਤੇ, ਸਿਆਸੀ ਪੱਖੋਂ

politician /ˌਪੌਲਅ'ਟਿਸ਼ਨ/ *n* ਰਾਜਨੀਤੀ ਵਿੱਚ ਮਾਹਰ, ਸਿਆਸਤਦਾਨ, ਨੀਤੀਵਾਨ; ਪੇਸ਼ਾਵਰ ਰਾਜਨੀਤੀਵੇਤਾ

politicking /'ਪੌਲਅਟਿਕਿਙ/ *n* ਸਿਆਸਤਬਾਜ਼ੀ

politics /'ਪੌਲਅਟਿਕਸ/ *n* ਰਾਜਨੀਤੀ ਸ਼ਾਸਤਰ, ਰਾਜਨੀਤੀ ਵਿਗਿਆਨ; ਸਿਆਸਤ, ਰਾਜਨੀਤੀ, ਰਾਜਨੀਤੀ ਦਾ ਵਿਸ਼ਾ, ਰਾਜਨੀਤੀ ਦਾ ਸਿਧਾਂਤ

polity /'ਪੌਲਅਟਿ/ *n* ਰਾਜ ਪ੍ਰਬੰਧ, ਰਾਜ ਵਿਵਸਥਾ, ਰਾਜ ਪ੍ਰਬੰਧ ਵਿਧੀ, ਸ਼ਾਸਨ ਪ੍ਰਨਾਲੀ, ਸੰਗਠਤ ਸਮਾਜ ਜਾਂ ਰਾਜ

polka /'ਪੌਲਕਅ/ *n* ਇੱਕ ਨਾਚ; ਇਸਤਰੀਆਂ ਦਾ ਇੱਕ ਪਹਿਰਾਵਾ

poll[1] /ਪੌਲ/ *n* ਮੀਆਂ ਮਿੱਠੂ, ਤੋਤਾ

poll[2] /ਪਅਉਲ/ *n* ਵੋਟ ਗਿਣਨ ਦੀ ਕਿਰਿਆ, ਵੋਟ ਪਾਉਣ ਦੀ ਕਿਰਿਆ; ਵੋਟਾਂ ਦੀ ਗਿਣਤੀ; ਸਿਰ, ਖੋਪਰੀ, ਕਪਾਲ *v* ਵੋਟ ਪ੍ਰਾਪਤ ਕਰਨਾ; ਵੋਟ ਪਾਉਣਾ, ਵੋਟ ਗਿਣਨਾ, ਵੋਟ ਸਵੀਕਾਰ ਕਰਨਾ; ਵੋਟ ਸਵੀਕਾਰ ਹੋਣਾ; ਕੇਸ ਕੱਟਣਾ, ਮੁੰਨਣਾ, ਝੰਡ ਕਰਨਾ

pollack /'ਪੌਲਅਕ/ *n* ਮੱਛੀ ਦੀ ਇੱਕ ਕਿਸਮ

pollard /'ਪੌਲਅਡ, -ਲਾਡ/ *a* ਬਿਨਾਂ ਸਿੰਗਾਂ ਤੋਂ, ਭੋਡਾ *n* ਰੁੱਖ ਜਿਸ ਦੀਆਂ ਟਾਹਣੀਆਂ ਨਾ ਹੋਣ, ਰੁੰਡ-ਮੁੰਡ ਰੁੱਖ, ਭੋਡਾ ਰੁੱਖ *vt* ਰੁੱਖ ਨੂੰ ਛਾਂਗਣਾ, ਗੰਜਾ ਕਰਨਾ, ਭੋਡਾ ਕਰਨਾ

pollen /'ਪੌਲਅਨ/ *n* ਫੁੱਲ ਦਾ ਬੂਰ, ਪਰਾਗ, ਧੂੜ

pollen count *n* ਹਵਾ ਵਿੱਚ ਧੂੜਕਿਣਕਿਆਂ ਦੀ ਸੰਖਿਆ

pollex /'ਪੌਲੈੱਕਸ/ *n* (ਹੱਥ ਦਾ) ਅੰਗੂਠਾ; ਨਾਪ ਦੀ ਇੱਕ ਇਕਾਈ

pollicitation /ˌਪੌਲਿਸਿ'ਟੇਇਸ਼ਨ/ *n* ਕੱਚਾ ਵਾਅਦਾ ਕਰਨ ਦੀ ਕਿਰਿਆ

pollinate /'ਪੌਲਅਨੇਇਟ/ *vt* (ਬਨ) ਪਰਾਗ ਛਿੜਕਣਾ

pollination /ˌਪੌਲਅ'ਨੇਇਸ਼ਨ/ *n* (ਬਨ) ਪਰਾਗਣ

polling /'ਪਅਉਲਿਙ/ *n* ਮੱਤਦਾਨ

polling booth *n* ਵੋਟਾਂ ਪਾਉਣ ਦਾ ਕੇਂਦਰ, ਮਤਦਾਨ ਕੇਂਦਰ

polling station *n* ਮੱਤਦਾਨ ਕੇਂਦਰ

pollock /'ਪੌਲਅਕ/ *n* ਵੇਖੋ **pollack**

poll-parrot /ਪੌਲ'ਪੈਰਅਟ/ *n* ਮੂਰਖਾਂ ਵਾਂਗ ਗੱਲਾਂ ਕਰਨ ਵਾਲਾ, ਤੋਤਾ

pollster /'ਪਅਉਲਸਟਅ*/ *n* ਪ੍ਰਯੋਗਾਤਮਿਕ ਚੋਣ ਕਰਨ ਵਾਲਾ, ਲੋਕ ਰਾਇ ਗ੍ਰਹਿਣ ਕਰਨ ਵਾਲਾ

poll tax /'ਪਅਉਲ ਟੈਕਸ/ *n* (ਬਾਲਗ) ਜੀਅ ਪ੍ਰਤਿ ਟੈਕਸ

pollutant /ਪਅ'ਲੂਟਅਨਟ/ *n* ਪਾਣੀ ਹਵਾ ਆਦਿ ਨੂੰ ਦੂਸ਼ਿਤ ਕਰਨ ਵਾਲਾ ਤੱਤ, ਮਲੀਨ ਕਰਨ ਵਾਲਾ ਤੱਤ

pollute /ਪਅ'ਲੂਟ/ *vt* ਵਿਗਾੜਨਾ, ਖ਼ਰਾਬ ਕਰਨਾ, ਗੰਦਾ ਕਰਨਾ, ਅਪਵਿੱਤਰ ਕਰਨਾ, ਪਲੀਤ ਕਰਨਾ, ਮੈਲਾ ਕਰਨਾ, ਦੂਸ਼ਿਤ ਕਰਨਾ; ਭ੍ਰਿਸ਼ਟ ਕਰਨਾ, ਭਿੱਟਣਾ

polluted /ਪਅ'ਲੂਟਿਡ/ *a* ਦੂਸ਼ਿਤ, ਅਪਵਿੱਤਰ, ਗੰਧਲਾ, ਗੰਦਾ

pollution /ਪਅ'ਲੂਸ਼ਨ/ *n* ਗੰਦਾਪਣ, ਦੂਸ਼ਣ, ਭਿੱਟ, ਭ੍ਰਿਸ਼ਟਤਾ

polo /'ਪਅਉਲਅਉ/ *n* ਘੋੜੇ ਉੱਤੇ ਚੜ੍ਹ ਕੇ ਖੇਡੀ ਜਾਣ ਵਾਲੀ ਖਿੱਦੋ ਖੂੰਡੀ, ਪੋਲੋ

polonaise /ˌਪੌਲਅ'ਨੇਇਜ਼/ *n* ਇਸਤਰੀਆਂ ਦਾ ਇੱਕ ਪਹਿਰਾਵਾ, ਅੰਗੀ; ਪੋਲੈਂਡ ਦਾ ਇੱਕ ਨਾਚ, ਉਸ ਨਾਚ ਦੇ ਨਾਲ ਦਾ ਸੰਗੀਤ

polonium /ਪਅ'ਲਅਉਨਿਅਮ/ *n* ਇੱਕ ਧਾਤੀ ਤੱਤ, ਪੋਲੋਨਿਯਮ

polony /ਪਅ'ਲਅਉਨਿ/ *n* ਇੱਕ ਸੌਜੇਜ਼

poltergeist /'ਪਅਉਲਟਅਗਾਇਸਟ, 'ਪੌਲ-/ *n* ਸ਼ੋਰ ਮਚਾਉਣ ਵਾਲੀ ਪ੍ਰੇਤ ਆਤਮਾ, ਸ਼ਰਾਰਤੀ ਭੂਤ

poltroon /ਪੌਲ'ਟਰੂਨ/ *n* ਕਾਇਰ, ਬੁਜ਼ਦਿਲ, ਡਰਾਕਲ ਮਨੁੱਖ

poltroonery /ਪੌਲ'ਟਰੂਨ(ਅ)ਰਿ/ *n* ਕਾਇਰਤਾ, ਬੁਜ਼ਦਿਲੀ

poly /'ਪੌਲਿ/ *n* ਵੇਖੋ **polytechnic**

polyandrous /ˌਪੌਲਿ'ਐਨਡਰਅਸ/ *a* ਬਹੁਤੇ ਪਤੀਆਂ ਵਾਲੀ (ਔਰਤ), ਬਹੁਖਸਮੀ (ਔਰਤ); (ਬਨ) ਬਹੁਪੁੰਕੇਸਰੀ

polyandry /ˌਪੌਲਿ'ਐਨਡਰਿ/ *n* ਇੱਕ ਔਰਤ ਦੇ ਇੱਕ ਤੋਂ ਵਧੇਰੇ ਪਤੀ ਹੋਣ ਦੀ ਪ੍ਰਥਾ; ਬਹੁਪੁੰਕੇਸਰੀ (ਬਨ)

polyanthus /ˌਪੌਲਿ'ਐਨਥਅਸ/ *n* ਇੱਕ ਸਦਾਬਹਾਰ ਬੂਟੀ ਜਿਸ ਨੂੰ ਖੱਟੇ ਚਿੱਟੇ ਜਾਂ ਗੁਲਾਬੀ ਫੁੱਲ ਲਗਦੇ ਹਨ

polycarpic /ˌਪੌਲਿ'ਕਾਪਿਕ/ *a* ਬਹੁਤ ਵਾਰੀ ਫਲਨ ਵਾਲੀ

polychasium /ˌਪੌਲਿ'ਕੈਸਿਅਮ/ *n* ਬਹੁਤੀਆਂ ਟਾਹਣੀਆਂ ਵਾਲਾ ਰੁੱਖ, ਬਹੁਸ਼ਾਖ਼ੀ ਦਰਖ਼ਤ

polychromatic /ˌਪੌਲਿਕਰਅ(ਉ)'ਮੈਟਿਕ/ *a* ਬਹੁਰੰਗਾ, ਚਿੱਤਰ-ਮਿਤਰਾ, ਰੰਗ-ਬਰੰਗਾ

polychrome /'ਪੌਲਿਕਰਅਉਮ/ *n* ਰੰਗ-ਬਰੰਗੀ ਕਲਾਕ੍ਰਿਤੀ, ਰੰਗ-ਬਰੰਗੀ ਕਢਾਈ/ਨੱਕਾਸ਼ੀ ਚਿੱਤਰਕਾਰੀ ਆਦਿ

polyclinic /'ਪੌਲਿਕਲਿਨਿਕ/ *n* ਸਭ ਰੋਗਾਂ ਦੇ ਇਲਾਜ ਵਾਲਾ ਹਸਪਤਾਲ

polyester /ˌਪੌਲਿ'ਐੱਸਟਅ*/ *n* ਪਲਿਸਟਰ (ਕੱਪੜਾ)

polygamist /ਪਅ'ਲਿਗਅਮਿਸਟ/ *n* ਬਹੁਤੇ ਪਤੀਆਂ ਵਾਲੀ ਔਰਤ; ਬਹੁਵਿਵਾਹਤ, ਬੁਹਤੀਆਂ ਪਤਨੀਆਂ ਵਾਲਾ ਆਦਮੀ

polygamous /ਪਅ'ਲਿਗਅਮਅਸ/ *a* ਬਹੁਵਿਵਾਹਤ

polygamy /ਪਅ'ਲਿਗਅਮਿ/ *n* ਇੱਕ ਤੋਂ ਵਧੇਰੇ ਪਤਨੀਆਂ ਜਾਂ ਇੱਕ ਤੋਂ ਵਧੇਰੇ ਪਤੀ ਕਰਨ ਦੀ ਪ੍ਰਥਾ, ਬਹੁ ਵਿਆਹ

polygastric /ˌਪੌਲਿ'ਗੈਸਟਰਿਕ/ *a* ਬਹੁਤੇ ਢਿੱਡਾਂ ਵਾਲਾ, ਕਈ ਪੇਟਾਂ ਵਾਲਾ

polyglot /'ਪੌਲਿਗਲੌਟ/ *a* ਬਹੁਭਾਸ਼ਾਈ, ਅਨੇਕ ਬੋਲੀਆਂ ਦਾ *n* ਬਹੁਭਾਸ਼ੀ ਮਨੁੱਖ, ਬਹੁਭਾਸ਼ੀ ਕਿਤਾਬ

polygon /'ਪੌਲਿਗਅਨ/ *n* ਬਹੁਭੁਜ (ਆਮ ਤੌਰ 'ਤੇ ਚਹੁੰ ਤੋਂ ਵੱਧ ਬਾਹੀਆਂ ਵਾਲੇ ਚਿੱਤਰ ਲਈ)

polygonal /ਪਅ'ਲਿਗਅਨਲ/ *a* ਬਹੁਭੁਜੀ

polygraph /'ਪੌਲਿਗਰੈਫ਼/ *n* ਸੱਚ ਦਾ ਪਤਾ ਲਾਉਣ ਲਈ ਵਰਤਿਆ ਜਾਣ ਵਾਲਾ ਉਪਕਰਨ, ਝੂਠ-ਖੋਜੀ ਯੰਤਰ

polyhedral /ˌਪੌਲਿ'ਹੀਡਰ(ਅ)ਲ/ *a* ਬਹੁ ਤਲੀ, ਅਨੇਕ ਤਲੀ; ਬਹੁਰੁਖੀ (ਠੋਸ)

polyhedron /ˌਪੌਲਿ'ਹੀਡਰਅਨ, -'ਹੈੱਡ-/ *n* ਬਹੁਪੱਖੀ ਵਿਦਵਾਨ; ਅਨੇਕ ਤਲਾਂ ਵਾਲਾ ਖੇਤਰ

polyhistor /ˌਪੌਲਿ'ਹਿਸਟਅ*/ *n* ਬਹੁ ਸ਼ਾਸਤਰ ਗਿਆਤਾ, ਸਰਵੱਗ, ਮਹਾਂਗਿਆਨੀ, ਮਹਾਂ ਪੰਡਤ

polymath /'ਪੌਲਿਮੈਥ/ *n* ਕਈ ਵਿਭਿੰਨ ਵਿਸ਼ਿਆਂ ਬਾਰੇ ਭਰਪੂਰ ਜਾਣਕਾਰੀ ਰੱਖਣ ਵਾਲਾ ਵਿਅਕਤੀ

polymetallism /ˌਪੌਲਿ'ਮੈਟੱਅਲਿਜ਼ਅਮ/ *n* ਬਹੁ ਧਾਤੂ ਮਾਨ

polymorphism /ˌਪੌਲਿ'ਮੋਫ਼ਿਜ਼ਅਮ/ *n* ਬਹੁਰੂਪਤਾ, ਅਨੇਕ ਰੂਪਤਾ

polymorphous /ˌਪੌਲਿ'ਮੋਫ਼ਅਸ/ *a* ਅਨੇਕ ਭਾਤਾਂ ਦਾ, ਬਹੁਰੂਪੀ

polynia /ਪਅਉ'ਲਿਨਯਅ/ *n* ਬਰਫ਼ਾਨੀ ਝੀਲ

polynomial /ˌਪੌਲਿ'ਨਅਉਮਿਅਲ/ *a* ਅਨੇਕ ਨਾਵਾਂ ਵਾਲਾ, ਬਹੁਨਾਮੀ, ਅਨੇਕ ਨਾਮੀ, ਅਨੇਕ ਪਦਾਂ ਵਾਲਾ

polyp(e) /'ਪੌਲਿਪ/ *n* ਨਿਮਨ ਵਰਗ ਦਾ ਇੱਕ ਜੀਵ

polyphagous /ਪਅ'ਲਿਫ਼ਅਗਅਸ/ *a* ਭਾਂਤ-ਭਾਂਤ ਦੀ ਖ਼ੁਰਾਕ ਖਾਣ ਵਾਲਾ, ਬਹੁਭੱਖੀ

polyphony /ਪਅ'ਲਿਫ਼ਅਨਿ/ *n* ਵੱਖ-ਵੱਖ ਸੁਰਾਂ ਦੇ ਯੋਗ ਨਾਲ ਬਣਿਆ ਰਾਗ, ਬਹੁਤੇ ਧੁਨੀ ਅੰਸ਼ਾਂ ਵਾਲੀ ਧੁਨੀ

polyphyllous /ਪਅ'ਲਿਫ਼ਿਲਅਸ/ *a* ਬਹੁਤੀਆਂ ਪੱਤੀਆਂ ਵਾਲਾ, ਬਹੁਪੱਤਰ

polypod /'ਪੌਲਿਪੌਡ/ *a* ਬਹੁਤੇ ਪੈਰਾਂ ਵਾਲਾ, ਬਹੁਪਦੀ

Polypody /'ਪੌਲਿਪਅ(ਉ)ਡਿ/ *n* ਇੱਕ ਬੂਟੀ ਜਿਹੜੀਆਂ ਸਿੱਲ੍ਹੀਆਂ ਚਟਾਨਾਂ ਜਾਂ ਕੰਧਾਂ ਉੱਤੇ ਉੱਗਦੀ ਹੈ

polypropylene /ˌਪੌਲਿ'ਪਰਅਉਪਅਲੀਨ/ *n* ਮਜ਼ਬੂਤ ਪਲਾਸਟਿਕ (ਜਿਸ ਤੋਂ ਕੁਰਸੀਆਂ ਖਿਡੌਣੇ ਵਗੈਰਾ ਬਣਦੇ ਹਨ)

polypus /'ਪੌਲਿਪਅਸ/ *n* ਵਿਸ਼ੇਸ਼ ਪ੍ਰਕਾਰ ਦੀ ਰਸੌਲੀ (ਖ਼ਾਸ ਕਰਕੇ ਨੱਕ ਵਿੱਚ ਹੋਣ ਵਾਲੀ) ਜੜ੍ਹਾਂ ਵਾਲਾ ਫੋੜਾ

polysemy /ਪਅ'ਲਿਸਿਮਿ/ *n* (ਭਾਸ਼ਾ) ਬਹੁਅਰਥਿਕਤਾ, ਅਨੇਕ ਅਰਥਿਕਤਾ

polyspermous /ˌਪੌਲਿ'ਸਪਅ:ਮਅਸ/ *a* ਅਨੇਕ ਬੀਜਾਂ ਵਾਲਾ, ਬਹੁਬੀਜ ਯੁਕਤ, ਅਨੇਕ ਬੀਆਂ ਵਾਲਾ, ਬਹੁ ਬੀਜ ਉਤਪਾਦੀ

polystome /'ਪੌਲਿਸਟਅਉਮ/ *n* ਅਨੇਕ ਮੁੱਖ ਪਸ਼ੂ, ਅਨੇਕ ਮੁਖੀ ਜਾਨਵਰ

polystyle /'ਪੌਲਿਸਟਾਇਲ/ *a* ਬਹੁਤੇ ਥੰਮ੍ਹਿਆਂ ਵਾਲਾ, ਬਹੁਥੰਮ੍ਹੀ *n* ਅਨੇਕ ਸਤੰਭੀ ਭਵਨ, ਬਹੁਤੇ ਥੰਮ੍ਹਾਂ ਵਾਲਾ ਮਕਾਨ

polystyrene /ˌਪੌਲਿ'ਸਟਾਇਰੀਨ/ *n* ਹਲਕਾ ਤੇ ਨਰਮ ਪਲਾਸਟਿਕ (ਜਿਸ ਤੋਂ ਡੱਬੇ ਜਾਂ ਬਕਸੇ ਬਣਦੇ ਹਨ)

polysyllabic /ˌਪੌਲਿਸਿ'ਲੈਬਿਕ/ *a* (ਭਾਸ਼ਾ) ਬਹੁਤੇ ਅੱਖਰਾਂ ਵਾਲਾ, ਬਹੁ ਉਚਾਰਖੰਡੀ

polysyllable /'ਪੌਲਿਸਿਲਅਬਲ/ *n* (ਭਾਸ਼ਾ) ਕਈਆਂ ਉਚਾਰਖੰਡਾਂ ਵਾਲਾ ਸ਼ਬਦ, ਬਹੁਉਚਾਰ ਖੰਡੀ ਸ਼ਬਦ

polytechnic /ˌਪੌਲਿ'ਟੈੱਕਨਿਕ/ *a* ਅਨੇਕ ਕਲਾਵਾਂ ਵਾਲਾ, ਬਹੁਸ਼ਿਲਪੀ *n* ਕਈਆਂ ਸ਼ਿਲਪਾਂ ਦੀ ਸਿਖਲਾਈ ਵਾਲਾ ਸਕੂਲ, ਬਹੁਕਲਾ ਵਿਦਿਆਲਾ, ਪਾਲੀਟੈਕਨਿਕ

polytheism /'ਪੌਲਿਥਿਇਜ਼ਅਮ/ *n* ਅਨੇਕ ਦੇਵਤਿਆਂ ਵਿੱਚ ਵਿਸ਼ਵਾਸ, ਬਹੁਦੇਵ ਪੂਜਾ, ਬਹੁਦੇਵ ਪੂਜਾਵਾਦ

polytheist /'ਪੌਲਿਥਿਇਸਟ/ *n* ਬਹੁਦੇਵਵਾਦੀ, ਬਹੁਦੇਵ ਪੁਜਾਰੀ, ਅਨੇਕ ਈਸ਼ਵਰਵਾਦੀ

polytheistic /ˌਪੌਲਿਥਿ'ਇਸਟਿਕ/ *a* ਬਹੁਦੇਵਵਾਦ ਸੰਬੰਧੀ, ਬਹੁਇਸ਼ਟਵਾਦ ਬਾਰੇ, ਅਨੇਕ ਈਸ਼ਵਰਵਾਦਾਤਮਿਕ

polythene /'ਪੌਲਿਥੀਨ/ *n* (ਬੋਰੀਆਂ ਵਗੈਰਾ ਬਣਾਉਣ ਲਈ) ਮਜ਼ਬੂਤ ਪਲਾਸਟਿਕ ਸਮੱਗਰੀ, ਪੌਲੇਥੀਨ

polyunsaturated fat /ˌਪੌਲਿਅੱਨˌਸੈਚਅਰੇਇਟਿਡ 'ਫ਼ੈਟ/ *n* ਚਿਕਨਾਈ ਦੀ ਇੱਕ ਵੰਨਗੀ, ਉਹ ਚਿਕਨਾਈ ਜੋ ਕਲੈਸਟਰੋਲ ਘੱਟ ਬਣਾਉਂਦੀ ਹੈ

polyuria /ˌਪੌਲਿ'ਯੁਅਰਿਅ/ *n* ਬਹੁਤਾ ਪਿਸ਼ਾਬ

ਆਉਣ ਵਾਲਾ ਰੋਗ

polyzoa /ˌਪੌਲਿ'ਜ਼ਅਉਅ/ *n* ਰੀੜ੍ਹ ਰਹਿਤ ਜੀਵਾਂ ਦੀ ਇੱਕ ਜਾਤੀ, ਜਲਚਰ

pomace /'ਪਅੱਮਿਸ/ *n* (ਰਸ ਕੱਢਣ ਲਈ) ਫੇਹੇ ਹੋਏ ਸੇਬ, ਚਿੱਥੇ ਜਾਂ ਦਰਾੜੇ ਹੋਏ ਸੇਬ

pomade /ਪਅ'ਮੇਇਡ, -'ਮਾਡ/ *n* ਵਾਲਾਂ ਨੂੰ ਲਾਉਣ ਵਾਲਾ ਸੁਗੰਧਿਤ ਲੇਪ, ਫੁਲੇਲ

pomard /ਪਅ'ਮਾਡ/ *n* ਲਾਲ ਰੰਗ ਦੀ ਇੱਕ ਸ਼ਰਾਬ

pomatum /ਪਅ(ਉ)'ਮੇਇਟਅਮ/ *n* ਵੇਖੋ **pomade**

pome /ਪਅਉਮ/ *n* ਪੋਮ (ਰਸਦਾਰ ਫਲਾਂ ਦੀ ਇੱਕ ਕਿਸਮ); ਸੇਬ, ਸੇਉ, ਛੋਟਾ ਸੇਬ

pomegranate /'ਪੌਮਿਗਰੈਨਿਟ/ *n* ਅਨਾਰ ਦਾ ਫਲ ਜਾਂ ਬੂਟਾ

pomelo /'ਪੌਮਅਲਅਉ/ *n* ਚਕੋਤਰਾ

pomfret /'ਪੌਮਫ਼ਰਿਟ/ *n* ਇੱਕ ਮਿਠਿਆਈ; ਹਿੰਦ ਮਹਾਂਸਾਗਰ ਅਤੇ ਸ਼ਾਂਤ ਮਹਾਂਸਾਗਰ ਵਿੱਚ ਮਿਲਨ ਵਾਲੀ ਇੱਕ ਮੱਛੀ

pomiculture /'ਪੌਮਿਕਅਲਚਅ*/ *n* ਫਲਾਂ ਦੀ ਕਾਸ਼ਤ, ਫਲਾਂ ਦੀ ਖੇਤੀ

pomiform /'ਪੌਮਿਫ਼ੋਮ/ *a* ਸੇਬ ਦੇ ਆਕਾਰ ਦਾ

pommel /'ਪੌਮਲ/ *n* (ਤਲਵਾਰ ਦੀ ਮੁੱਠ ਦੀ) ਗੰਢ ਜਾਂ ਲਾਟੂ, (ਕਾਠੀ ਦਾ) ਹੰਨਾ *vt* ਤਲਵਾਰ ਦੇ ਮੁੱਠੇ ਨਾਲ ਮਾਰਨਾ; ਘਸੁੰਨਾਂ ਨਾਲ ਮਾਰਨਾ

pommel horse *n* (ਕਸਰਤ ਕਰਨ ਲਈ ਬਣਾਇਆ) ਘੋੜੇ ਨੁਮਾ ਢਾਂਚਾ

pomology /ਪਅ(ਉ)'ਮੌਲਅਜਿ/ *n* ਸੇਬ ਦੀ ਸ਼੍ਰੇਣੀ ਵਾਲੇ ਫਲਾਂ ਦਾ ਵਿਗਿਆਨ, ਫਲ ਵਿਗਿਆਨ

pomp /ਪੌਮਪ/ *n* ਠਾਠ-ਬਾਠ, ਸਜ-ਧਜ, ਧੂਮ-ਧਾਮ, ਸ਼ਾਨ, ਸੋਭਾ, ਚਮਕ-ਦਮਕ, ਦਿਖਾਵਾ, ਅਡੰਬਰ

pompadour /'ਪੌਮਪਅਡੁਅ*/ *n* ਕੇਸ ਸ਼ਿੰਗਾਰ, ਕੇਸਾਂ ਦੀ ਸਜਾਵਟ

pompano /'ਪੌਮਪਅਨਅਉ/ *n* ਖਾਧੀ ਜਾਣ ਵਾਲੀ ਇੱਕ ਮੱਛੀ, ਪਮਪਾਨੋ

pompier /'ਪੌਮਪਿਅ*/ *n* ਅੱਗ ਬੁਝਾਉਣ ਵਾਲੇ ਅਮਲੇ ਸੰਬੰਧੀ

pompom /'ਪੌਮਪੌਮ/ *n* ਤੇਜ਼ ਫ਼ਾਇਰ ਕਰਨ ਵਾਲੀ ਤੋਪ, ਹਵਾਮਾਰ ਤੋਪ, ਪਮ ਪਮ

pompon /'ਪੌਮਪੌਨ/ *n* ਟੋਪੀ ਉੱਤੇ ਲਾਇਆ ਫੁੰਮ੍ਹਣ, ਸੈਨਿਕਾਂ ਦੀ ਟੋਪੀ ਦਾ ਫੁੰਮ੍ਹਣ ਜਾਂ ਫੁੱਲ

pomposity /ਪੌਮ'ਪੌਸਅਟਿ/ *n* ਸ਼ਾਨ, ਠਾਠ, ਚਮਕ-ਦਮਕ; ਅਲੰਕਾਰਿਕਤਾ

pomposo /ਪੌਮ'ਪਅਉਜ਼ਅਉ/ *adv* ਰਾਜਸੀ ਠਾਠ ਨਾਲ; ਗੌਰਵ ਨਾਲ, ਸ਼ਾਨ ਨਾਲ, ਮਹੱਤਵ ਨਾਲ

pompous /'ਪੌਮਪਅਸ/ *a* ਸ਼ਾਨਦਾਰ, ਭੜਕੀਲਾ, ਲੱਛੇਦਾਰ, ਸ਼ੋਭਾ ਵਾਲਾ; ਅਭਿਮਾਨੀ, ਹੰਕਾਰੀ; (ਭਾਸ਼ਾ) ਅਲੰਕਾਰਯੁਕਤ, ਚਮਤਕਾਰਮਈ, ਬਣਾਉਟੀ, ਗੁੰਝਲਦਾਰ, ਔਖੀ

ponce /ਪੌਨਸ/ *n* ਭੜੂਆ, ਦੱਲਾ

poncho /'ਪੌਨਚਅਉ/ *n* ਕੱਪੜੇ ਦੇ ਇੱਕੋ ਟੋਟੇ ਦਾ ਬਣਾਇਆ ਹੋਇਆ ਚੋਗਾ ਜਿਸ ਵਿੱਚ ਸਿਰਫ਼ ਸਿਰ ਲੰਘਾਉਣ ਲਈ ਥਾਂ ਰੱਖਿਆ ਜਾਵੇ; ਪੋਂਚੋ

pond /ਪੌਨਡ/ *n* ਛੱਪੜ, ਟੋਭਾ; ਤਲਾਅ, ਸਰੋਵਰ; (ਮਖੌਲ ਵਿੱਚ) ਸਮੁੰਦਰ

pondage /'ਪੌਨਡਿਜ/ *n* ਜਲ ਸੰਗ੍ਰਹਿ; ਪਾਣੀ ਇਕੱਤਰ ਕਰਨ ਦਾ ਟੈਕਸ

ponder /'ਪੌਨਡਅ*/ *v* ਵਿਚਾਰਨਾ, ਸੋਚਣਾ, ਗੌਲਣਾ, ਧਿਆਨ ਦੇਣਾ, ਜਾਚਣਾ, ਮਨ ਵਿੱਚ ਤੋਲਣਾ, ਧਿਆਨ ਮਗਨ ਹੋਣਾ

ponderability /ˌਪੌਨਡ(ਅ)ਰਅ'ਬਿਲਅਟਿ/ *n* ਭਾਰਾਪਣ, ਤੋਲਣਯੋਗਤਾ; ਵਿਚਾਰਨਯੋਗਤਾ, ਚਿੰਤਨਯੋਗਤਾ

ponderable /'ਪੌਨਡ(ਅ)ਰਅਬਲ/ *a* ਭਾਰਾ, ਬੋਝਲ, ਵਜ਼ਨੀ; ਵਿਚਾਰਨਯੋਗ, ਗੌਲਣਯੋਗ

ponderous /'ਪੌਨਡਅਰਅਸ/ *a* ਵਜ਼ਨੀ; ਔਖਾ, ਕਠਨ; ਬੇਢੱਬਾ; (ਸ਼ੈਲੀ) ਨੀਰਸ, ਖੁਸ਼ਕ, ਰੁੱਖੀ, ਸ਼ਬਦ ਅਡੰਬਰ ਵਾਲੀ

pone[1] /'ਪਅਉਨਿ/ *n* ਪੱਤੇ ਵੰਡਣ ਵਾਲੇ ਦੇ ਸੱਜੇ ਪਾਸੇ ਬੈਠਾ ਖਿਡਾਰੀ (ਤਾਸ਼ ਵਿੱਚ)

pone[2] /**ਪਅਉਨ**/ *n* (ਖ਼ਾਸ ਤੌਰ 'ਤੇ) ਉੱਤਰੀ ਅਮਰੀਕਨ ਇੰਡੀਅਨਾਂ ਦੀ ਮੱਕਈ ਦੀ ਰੋਟੀ

ponent /'**ਪਅਉਨਅਨਟ**/ *a* ਸੂਰਜ ਡੁਬਣ ਵਾਲੇ ਪਾਸੇ ਦਾ ਪੱਛਮੀ

pongee /ˌ**ਪਔਨ'ਜੀ**/ *n* ਚੀਨ ਦਾ ਰੇਸ਼ਮੀ ਕੱਪੜਾ, ਪਾਂਗੀ

pongo /'**ਪੌਙਗਅਉ**/ *n* ਅਫ਼ਰੀਕਾ ਦਾ ਬਣ-ਮਾਣਸ, ਪੌਂਗੋ

poniard /'**ਪੌਨਯਅਡ**/ *n* ਕਟਾਰ, ਪੇਸ਼ ਕਬਜ਼, ਖੰਜਰ, ਛੋਟੀ ਕਿਰਪਾਨ *vt* ਕਟਾਰ ਜਾਂ ਖੰਜਰ ਨਾਲ ਵਾਰ ਕਰਨਾ

pontage /'**ਪੌਨਟਿਜ**/ *n* ਪੁਲ ਦਾ ਟੈਕਸ, ਪੁਲ ਤੋਂ ਲੰਘਣ ਦੀ ਚੁੰਗੀ

pontifex /'**ਪੌਨਟਿਫ਼ੈੱਕਸ**/ *n* ਰੋਮਨ ਵਿਦਿਆਲੇ ਦੇ ਵੱਡਾ ਪਾਦਰੀ, ਪੋਪ

pontiff /'**ਪੌਨਟਿਫ਼**/ *n* ਰੋਮਨ ਕੈਥੋਲਿਕ ਈਸਾਈਆਂ ਦਾ ਧਰਮ ਮੁਖੀ, ਪੋਪ, ਵੱਡਾ ਪਾਦਰੀ; ਮੁੱਖ ਪੁਜਾਰੀ

pontifical /**ਪੌਨ'ਟਿਫ਼ਿਕਲ**/ *a* ਪੋਪ ਦਾ, ਪੋਪ ਸੰਬੰਧੀ, ਮੁੱਖ ਪੁਜਾਰੀ ਸੰਬੰਧੀ *n* ਧਰਮ ਨੇਮਾਂ ਦੀ ਕਿਤਾਬ; ਪਾਦਰੀ ਦਾ ਪਹਿਰਾਵਾ

pontificate /**ਪੌਨ'ਟਿਫ਼ਿਕੇਇਟ**/ *v* ਪੋਪ ਦੀਆਂ ਜ਼ਿੰਮੇਵਾਰੀਆਂ ਨਿਭਾਉਣਾ, ਬਿਸ਼ਪ ਦਾ ਕੰਮ ਕਰਨਾ, ਮੁੱਖ ਪਾਦਰੀ ਬਣਨਾ /**ਪੌਨ'ਟਿਫ਼ਿਕਅਟ**/ *n* ਪੋਪ ਦਾ ਜ਼ੁੰਮੇਵਾਰੀਆਂ ਨਿਭਾਉਣ ਦਾ ਕਾਲ

pontify /'**ਪੌਨਟਿਫ਼ਾਇ**/ *vi* ਪਾਦਰੀ ਬਣਨਾ, ਧਰਮ ਅਧਿਅਕਸ਼ ਬਣਨਾ, ਦੋਸ਼ਹੀਣ ਹੋਣ ਦਾ ਦਾਅਵਾ ਕਰਨਾ; ਪੂਰਨ ਹੋਣ ਦਾ ਦਾਅਵਾ ਕਰਨਾ

pontoon[1] /**ਪੌਨ'ਟੂਨ**/ *n* ਪੱਧਰੇ ਥੱਲੇ ਵਾਲੀ ਬੇੜੀ, ਬੇੜੀਆਂ ਦੇ ਪੁਲ ਦੀ ਕੋਈ ਬੇੜੀ; ਪਾਣੀ ਵਿੱਚ ਨੀਂਹ ਰੱਖਣ ਵਾਲਾ ਪਾਣੀ ਰੋਕ ਢੋਲ

pontoon[2] *n* ਤਾਸ਼ ਦੀ ਇੱਕ ਖੇਡ

pony /'**ਪਅਉਨਿ**/ *n* ਛੋਟੇ ਕੱਦ ਦਾ ਘੋੜਾ, ਟੱਟੂ, ਟੈਰਾ, ਟੈਰ; ਛੋਟੀ ਕਾਰ

ponytail /'**ਪਅਉਨਿਟੇਇਲ**/ *n* ਸਿਰ ਦੇ ਵਾਲ ਰਬੜ ਆਦਿ ਨਾਲ ਪਿੱਛੇ ਬੰਨ੍ਹ ਕੇ ਖੁੱਲ੍ਹੇ ਛੱਡਣ ਦਾ ਢੰਗ, ਪੋਨੀਟੇਲ

poo /**ਪੂ**/ *int* ਵੇਖੋ **pooh**

pood /**ਪੂਡ**/ *n* ਲਗਭਗ 16½ ਕਿਲੋਗ੍ਰਾਮ ਦੇ ਬਰਾਬਰ ਦਾ ਇੱਕ ਰੂਸੀ ਵੱਟਾ

poodle /'**ਪੂਡਲ**/ *n* ਪੂਡਲ ਕੁੱਤਾ, ਕੁੱਤਿਆਂ ਦੀ ਇੱਕ ਕਿਸਮ

pooh /**ਪੂ**/ *int* ਤਿਰਸਕਾਰ ਵਜੋਂ ਬੋਲਿਆ ਸ਼ਬਦ, ਥੂਹ

pooh-pooh /ˌ**ਪੂ'ਪੂ**/ *vt* ਤਿਰਸਕਾਰਨਾ; ਦੁਰਕਾਰਨਾ, ਥੂਹ-ਥੂਹ ਕਰਨਾ

pool /**ਪੂਲ**/ *n* ਕਿਸੇ ਤਰਲ ਪਦਾਰਥ ਨਾਲ ਭਰਿਆ ਕੁੰਡ ਜਾਂ ਚਲ੍ਹਾ; ਛੱਪੜ, ਟੋਭਾ, ਤਲਾਅ, ਕੁੰਡ, ਸਰ, ਡੁੰਮ੍ਹ; ਸਾਂਝੀ ਪੂੰਜੀ, ਸਾਂਝਾ ਧਨ, ਮਾਲ ਬਣਾਉਣ ਜਾਂ ਵੇਚਣ ਵਾਲਿਆਂ ਦੀ ਭਾਈਵਾਲੀ, ਜੂਏ ਵਿੱਚ ਜਾਂ ਕਿਸੇ ਸ਼ਰਤ ਵਿੱਚ ਲਾਈਆਂ ਬਾਜ਼ੀਆਂ ਦੀ ਕੁੱਲ ਰਕਮ, ਕਈਆਂ ਖਿਡਾਰੀਆਂ ਦੀ ਇੱਕਠੀ ਖੇਡ ਜਿਸ ਵਿੱਚ ਜੇਤੂ ਸਾਰਿਆਂ ਵੱਲੋਂ ਲਾਈ ਰਕਮ ਲੈ ਜਾਂਦਾ ਹੈ *vt* ਸਾਂਝੇ ਫੰਡ ਵਿੱਚ ਪਾਉਣਾ; ਵਿਹਾਰਿਕ ਸਾਧਨ ਸਾਂਝੇ ਕਰ ਲੈਣਾ

pooled /**ਪੂਲਡ**/ *a* ਇੱਕਤ੍ਰਿਤ, ਸੰਗ੍ਰਹਿਤ, ਸੰਚਿਤ

poon /**ਪੂਨ**/ *n* ਇੱਕ ਰੁੱਖ, ਪੂਨ

poon oil *n* ਪੂਨ ਦਾ ਤੇਲ ਜੋ ਦਵਾਈ ਬਣਾਉਣ ਦੇ ਕੰਮ ਆਉਂਦਾ ਹੈ

poop /**ਪੂਪ**/ *n* ਜਹਾਜ਼ ਦਾ ਪਿਛਲਾ ਹਿੱਸਾ; ਸਭ ਤੋਂ ਉਤਲਾ ਡੈੱਕ *vt* ਸਮੁੰਦਰ ਦੀਆਂ ਲਹਿਰਾਂ ਦਾ ਜਹਾਜ਼ ਦੇ ਪਿਛਲੇ ਪਾਸੇ ਨਾਲ ਵੱਜਣਾ

poor /**ਪੋ*, ਪੁਅ***/ *a* ਗ਼ਰੀਬ, ਕੰਗਾਲ, ਨਿਰਧਨ; ਮਾੜਾ, ਹੀਣਾ, ਨਿਮਾਣਾ, ਮੰਦੀ ਹਾਲਤ ਵਿੱਚ; ਤੁੱਛ, ਨਗੂਣਾ, ਘਟੀਆ, ਹੋਛਾ, ਗਿਆ ਗੁਜ਼ਰਿਆ; ਬੰਜਰ, ਅਣਉਪਜਾਊ; ਸਿਥਲ, ਮਾੜੂਆ, ਬਲਹੀਣ, ਕਮਜ਼ੋਰ

poor law /'**ਪੁਅ ਲੋ**/ *n* ਕੰਗਾਲਾਂ ਦੀ ਰੱਖਿਆ ਸੰਬੰਧੀ ਕਨੂੰਨ, ਨਿਰਧਨ ਰੱਖਿਆ ਕਨੂੰਨ

poorly /'**ਪੋਲਿ, 'ਪੁਅਲਿ**/ *adv* ਕਿਸੇ ਘਾਟ ਨਾਲ, ਥੁੜ੍ਹ ਨਾਲ; ਘਟੀਆ ਤਰੀਕੇ ਨਾਲ, ਸ਼ੋਹਦੇ ਢੰਗ ਨਾਲ, ਰੋਗੀ, ਬਿਮਾਰ, ਅਸਵਸਥ

poorness /'ਪੋਨਅਸ, 'ਪੁਅਨਅਸ/ *n* ਅਣ-ਉਪਜਾਇਕਤਾ; ਕਿਸੇ ਵਿਸ਼ੇਸ਼ ਅੰਸ਼ ਜਾਂ ਚੰਗੇ ਗੁਣ ਦੀ ਅਣਹੋਂਦ, ਨਿਰਗੁਣਤਾ, ਨੁਕਸ, ਖੋਟ, ਐਬ, ਕਸਰ; ਗ਼ਰੀਬੀ, ਦੀਨਤਾ; ਘਾਟ, ਕਮੀ, ਅਭਾਵ; ਥੋਥਾਪਣ

poor rate *n* ਕੰਗਾਲਾਂ ਦੀ ਸਹਾਇਤਾ ਲਈ ਲਾਇਆ ਭਾਅ ਜਾਂ ਅੰਦਾਜ਼ਾ, ਨਿਰਧਨ ਸਹਾਇਕ ਕਰ

poor-spirited *a* ਕਮਜ਼ੋਰ ਦਿਲ, ਕਾਇਰ, ਨਿੱਘਰਿਆ, ਸਾਹਸਹੀਣ, ਨਪੁੰਸਕ

pop /ਪੌਪ/ *n* ਠਾਹ ਦੀ ਅਵਾਜ਼, ਟੱਕ ਦੀ ਅਵਾਜ਼, ਅਚਾਨਕ ਫਟਣ ਜਾਂ ਧਮਾਕੇ ਨਾਲ ਖੁੱਲ੍ਹਣ ਦੀ ਅਵਾਜ਼; (ਬੋਲ) ਸ਼ੈਮਪੇਨ *v* ਟੱਕ ਕਰਕੇ ਖੋਲ੍ਹਣਾ; ਪਸਤੌਲ ਬੰਦੂਕ ਆਦਿ ਚਲਾਉਣਾ; ਠਾਹ ਦੀ ਅਵਾਜ਼ ਹੋਣਾ; ਅਚਾਨਕ ਕੋਈ ਸਵਾਲ ਕਰ ਦੇਣਾ; ਟੁੱਟ ਕੇ ਪੈਣਾ; ਮਕੱਈ ਦੇ ਫੁੱਲੇ ਖਿੜਾਉਣਾ (ਬੋਲ) ਇੱਕ ਲੋਕ ਸੰਗੀਤ, ਪੌਪ

pop art *n* ਉਨੀ ਸੌ ਸੱਠਵਿਆਂ ਵਿੱਚ ਇੱਕ ਪ੍ਰਸਿੱਧ ਲੋਕ ਕਲਾ, ਪੌਪ ਕਲਾ

popcorn /'ਪੌਪਕੋਨ/ *n* ਮਕੱਈ ਦੇ ਫੁੱਲੇ

pope /ਪਅਉਪ/ *n* ਰੋਮਨ ਕੈਥੋਲਿਕ ਈਸਾਈਆਂ ਦਾ ਸਭ ਤੋਂ ਵੱਡਾ ਪਾਦਰੀ ਜਾਂ ਧਰਮ ਮੁਖੀ, ਪੋਪ; ਮਹਾਤਮਾ, ਧਰਮਾਤਮਾ, ਦੇਵਤਾ

popedom /ਪਅਉਪਡਅਮ/ *n* ਪੋਪ ਦਾ ਪਦ; ਪੋਪ ਦਾ ਅਧਿਕਾਰ ਖੇਤਰ

popeless /'ਪਅਉਪਲਅਸ/ *a* ਪੋਪ ਰਹਿਤ

popery /'ਪਅਉਪਅਰਿ/ *n* ਪੋਪ ਪੰਥ, ਪੋਪ ਪ੍ਰਣਾਲੀ, ਪੋਪ ਜਾਂ ਮੁੱਖ ਪਾਦਰੀ ਦੀ ਪਦਵੀ ਸਥਾਪਨ ਕਰਨ ਦੀ ਨੀਤੀ; (ਨਿੰਦਿਆਤਮਿਕ ਢੰਗ ਨਾਲ) ਪੋਪ ਪੰਥੀ

pop-eyed /ˌਪੌਪ'ਆਇਡ/ *a* (ਬੋਲ) ਟੱਡੀਆਂ ਅੱਖਾਂ ਵਾਲਾ

popgun /'ਪੌਪਗਅੱਨ/ *n* ਬੱਚਿਆਂ ਦੀ ਬੰਦੂਕ; (ਨਿੰਦਾ ਵਜੋਂ) ਨਿਕੰਮੀ ਬੰਦੂਕ

popinjay /'ਪੌਪਿਨਜੇਇ/ *a* ਤੋਤੇ ਵਰਗਾ, ਤੋਤੇ ਵਰਗਾ ਕੋਈ ਚਿੰਨ੍ਹ, ਤੋਤੇ ਦੇ ਰੰਗ ਵਰਗਾ; ਆਪਣੀ ਸਿਫ਼ਤ ਕਰਨ ਵਾਲਾ ਮਨੁੱਖ, ਵਿਖਾਵਾ ਕਰਨ ਵਾਲਾ ਵਿਅਕਤੀ, ਸ਼ੂਕਾ

popish /'ਪਅਉਪਿਸ਼/ *a* ਪੋਪ ਦਾ, ਪੋਪ ਸੰਬੰਧੀ, ਪੋਪ ਪੰਥ ਸੰਬੰਧੀ

poplar /'ਪੌਪਲਅ*/ *n* ਇੱਕ ਉੱਚਾ ਰੁੱਖ, ਪੋਪਲਰ

poplin /'ਪੌਪਲਿਨ/ *n* (ਪਹਿਲਾਂ) ਇੱਕ ਰੇਸ਼ਮੀ ਕੱਪੜਾ, (ਹੁਣ) ਇੱਕ ਮੁਲਾਇਮ ਸੂਤੀ ਕੱਪੜਾ, ਪਾਪਲੀਨ

pop music *n* ਸੰਨ 1950 ਤੋਂ ਪ੍ਰਸਿੱਧੀ ਪ੍ਰਾਪਤ ਇੱਕ ਲੋਕ ਸੰਗੀਤ, ਪੌਪ ਸੰਗੀਤ

poppa /'ਪੌਪਅ/ *n* (ਅਮਰੀਕਾ ਵਿੱਚ) ਪਿਤਾ, ਪਾਪਾ

poppet /'ਪੌਪਿਟ/ *n* (ਬੋਲ) ਨਿੱਕੇ ਅੰਞਾਣੇ ਲਈ ਲਾਡ ਵਾਲਾ ਸ਼ਬਦ, ਕਾਕਾ, ਛੋਟੂ, ਭੋਲੂ; ਖਰਾਦ ਦਾ ਉੱਪਰਲਾ ਸਿਰਾ, ਮੁੰਨਾ

poppied /'ਪੌਪਿਡ/ *a* ਪੋਸਤ ਦੇ ਡੋਡਿਆਂ ਵਾਲਾ, ਅਫ਼ੀਮ ਦੇ ਅਸਰ ਵਾਲਾ

popping-crease /'ਪੌਪਿਙ਼ਕਰੀਸ/ *n* ਕ੍ਰਿਕਟ ਦੇ ਗਰਾਊਂਡ ਵਿੱਚ ਬੈਟਸਮੈਨ ਦੇ ਸਾਹਵੇਂ ਖਿੱਚੀ ਗਈ ਚਿੱਟੀ ਲਕੀਰ

popple /'ਪੌਪਲ/ *n* ਲਹਿਰ, ਤਰੰਗ, ਉਛਾਲਾ; ਉੱਛਲਨਾ, ਲਹਿਰਾਉਣਾ, ਤਰੰਗਤ ਹੋਣਾ

poppy /'ਪੌਪਿ/ *n* ਪੋਸਤ, ਪੋਸਤ ਦਾ ਬੂਟਾ, ਖਸਖਸ

poppycock /'ਪੌਪਿਕੌਕ/ *n* ਵਾਹਿਯਾਤ, ਫ਼ਜ਼ੂਲ, ਊਲ-ਜਲੂਲ, ਬਕਵਾਸ

popsy /'ਪੌਪਸਿ/ *n* ਬੇਟੀ, ਧੀ, ਰਾਣੀ, ਬੱਚੀ, ਗੁੱਡੀ, ਮੁੰਨੀ

populace /'ਪੌਪਯਅਲਅਸ/ *n* ਆਮ ਲੋਕ, ਜਨਤਾ, ਲੁਕਾਈ, ਮੁਲਖੀਆ; ਭੀੜ, ਲੋਕਾਂ ਦਾ ਇਕੱਠ

popular /'ਪੌਪਯਅਲਅ*/ *a* ਲੋਕ ਪਿਆਰਾ, ਆਮ ਲੋਕਾਂ ਦੀ ਰੁਚੀ ਅਨੁਕੂਲ, ਪ੍ਰਸਿੱਧ, ਮਸ਼ਹੂਰ; ਪ੍ਰਚਲਿਤ; ਆਮ, ਸਧਾਰਨ; ਲੋਕਾਂ ਦਾ, ਜਨਤਾ ਦਾ, ਲੌਕਿਕ; ਸਸਤਾ

popularity /ˌਪੌਪਯੁ'ਲੈਰਅਟਿ/ *n* ਲੋਕਪ੍ਰਿਅਤਾ, ਪ੍ਰਸਿੱਧੀ, ਮਸ਼ਹੂਰੀ; ਸਧਾਰਨਤਾ, ਸਰਬਮਾਨਤਾ

popularize /'ਪੌਪਯਅਲਅਰਾਇਜ਼/ *vt* ਪ੍ਰਸਿੱਧ ਕਰਨਾ, ਮਸ਼ਹੂਰ ਕਰਨਾ, ਪ੍ਰਚਲਿਤ ਕਰਨਾ, ਰਿਵਾਜ ਵਿੱਚ ਲਿਆਉਣਾ, ਲੋਕਪ੍ਰਿਅ ਬਣਾਉਣਾ,

ਲੋਕ ਮਾਨਤਾ ਦੇਣਾ

populate /'ਪੌਪਯੁਲੇਇਟ/ *v* ਵੱਸਣਾ, (ਕਿਸੇ ਥਾਂ ਨੂੰ) ਵਸਾਉਣਾ, ਅਬਾਦ ਕਰਨਾ, ਅਬਾਦ ਹੋਣਾ, ਕਿਸੇ ਥਾਂ ਦਾ ਵਸਨੀਕ ਬਣਨਾ, ਨਿਵਾਸ ਕਰਨਾ

population /ˌਪੌਪਯੁ'ਲੇਇਸ਼ਨ/ *n* ਵੱਸੋਂ, ਅਬਾਦੀ, ਜਨ ਸੰਖਿਆ, ਜਨਤਾ, ਲੋਕ, ਨਿਵਾਸੀ

populism /'ਪੌਪਯਅਲਿਜ਼ਅਮ/ *n* ਸਸਤੀ ਸ਼ੁਹਰਤ, ਸ਼ੋਸ਼ੇਬਾਜ਼ੀ

populist /'ਪੌਪਯਅਲਿਸਟ/ *n* ਅਮਰੀਕਾ ਰਿਆਸਤੀ ਸੰਘ ਦੀ ਇੱਕ ਰਾਜਸੀ ਪਾਰਟੀ ਦਾ ਸਮਰਥਕ ਜਿਸ ਦਾ ਉਦੇਸ਼ ਰੇਲਾਂ ਫੈਕਟਰੀਆਂ ਆਦਿ ਦਾ ਰਾਸ਼ਟਰੀਕਰਨ ਸੀ, ਜਨਵਾਦੀ

populous /'ਪੌਪਯਅਲਅਸ/ *a* ਵੱਸਦਾ, ਘੁੱਗ ਵੱਸਦਾ, ਸੰਘਣੀ ਵੱਸੋਂ ਵਾਲਾ, ਸੰਘਣੀ ਅਬਾਦੀ ਵਾਲਾ

populousness /'ਪੌਪਯਅਲਅਸਨਅਸ/ *n* ਸੰਘਣੀ ਅਬਾਦੀ, ਬਹੁਤੀ ਵੱਸੋਂ

pop-up /'ਪੌਪਅੱਪ/ *n* ਕਿਤਾਬ ਆਦਿ ਜਿਸਨੂੰ ਖੋਹਲਿਆਂ ਤਸਵੀਰ ਖੜ੍ਹੀ ਹੋ ਜਾਂਦੀ ਹੈ; ਬਿਜਲੀ ਦਾ ਸੰਦ ਜੋ ਰੋਟੀ ਦੇ ਟੁਕੜਿਆਂ ਨੂੰ ਸੇਕੇ ਜਾਣ 'ਤੇ ਬਾਹਰ ਸੁੱਟ ਦੇਂਦਾ ਹੈ; (ਕੰਪਿ) ਕੰਪਿਊਟਰ ਦਾ ਮੀਨੂੰ ਜੋ ਕੋਈ ਹੋਰ ਕੰਮ ਕਰਦਿਆਂ ਪਰਦੇ 'ਤੇ ਲਿਆਇਆ ਜਾ ਸਕਦਾ ਹੈ

porcelain /'ਪੋਸਅਲਿਨ/ *n* ਚੀਨੀ ਮਿੱਟੀ, ਚੀਨੀ ਦੇ ਭਾਂਡੇ *a* ਕੋਮਲ, ਨਾਜ਼ਕ, ਟੁੱਟਣਹਾਰ

porch /ਪੋਚ/ *n* ਮਕਾਨ ਦੇ ਸਾਹਵੇਂ ਪਾਇਆ ਛੱਜਾ, ਪੋਰਚ

porcine /'ਪੋਸਾਇਨ/ *a* ਸੂਰ ਦਾ, ਸੂਰ ਜਿਹਾ, ਸੂਰ ਵਰਗਾ

porcupine /'ਪੋਕਯੁਪਾਇਨ/ *n* ਇੱਕ ਜੀਵ ਜਿਸ ਦੇ ਸਰੀਰ ਉੱਤੇ ਲੰਮੇ ਤੱਕਲੇ ਹੁੰਦੇ ਹਨ *a* ਦੰਦਿਆਂ ਵਾਲੀ ਮਸ਼ੀਨ *n* ਕਾਂਟੇਦਾਰ, ਕੰਡਿਆਂ ਵਾਲਾ

pore /ਪੋ*/ *n* ਰੋਮਾਂ ਦੀਆਂ ਜੜ੍ਹਾਂ ਵਾਲੇ ਛੇਕ, ਮੁਸਾਮ *vi* ਗਹੁ ਨਾਲ ਪੜ੍ਹਨਾ, ਪੜ੍ਹਾਈ ਵਿੱਚ ਲੀਨ ਹੋਣਾ; ਵਿਚਾਰਨਾ, ਘੋਖਣਾ; (ਪਰਾ) ਗਹੁ ਨਾਲ ਵੇਖਣਾ, ਅੱਖਾਂ ਗੱਡ ਕੇ ਤੱਕਣਾ

pork /ਪੋਕ/ *n* ਸੂਰ ਦਾ ਮਾਸ

porker /'ਪੋਕਅ*/ *n* ਸੂਰ ਦਾ ਚੰਗਾ ਪਲਿਆ ਬੱਚਾ, ਮੋਟਾ ਤਾਜ਼ਾ ਅਤੇ ਛੋਟੀ ਉਮਰ ਦਾ ਸੂਰ

porn /ਪੋਨ/ *n* **pornography** ਦਾ ਸੰਖੇਪ ਰੂਪ

porno /'ਪੋਨਅਉ/ *n* (ਬੋਲ) ਲੱਚਰ ਸਾਹਿਤ, ਅਸ਼ਲੀਲ ਤਸਵੀਰ

pornographer /ਪੋ'ਨੌਗਰਅਫ਼ਅ*/ *n* ਬਜ਼ਾਰੀ ਕਿਸਮ ਦਾ ਸਾਹਿਤ ਲੇਖਕ, ਅਸ਼ਲੀਲ ਸਾਹਿਤਕਾਰ, ਘਟੀਆ ਕਾਮੁਕ ਰਚਨਹਾਰ

pornographic /ˌਪੋਨਅ'ਗਰੈਫ਼ਿਕ/ *a* ਘਟੀਆ ਕਿਸਮ ਦੀ (ਰਚਨਾ), ਅਸ਼ਲੀਲ, ਕਾਮ ਉਕਸਾਊ

pornography /ਪੋ'ਨੌਗਰਅਫ਼ਿ/ *n* ਫ਼ਾਹਸ਼ ਰਚਨਾ, ਅਸ਼ਲੀਲ ਸਾਹਿਤ, ਕਾਮ ਉਕਸਾਊ ਲਿਖਤ

porosity /ਪੋ'ਰੌਸਅਟਿ/ *n* ਮੁਸਾਮਦਾਰ ਜਾਂ ਛੇਕਦਾਰ ਹੋਣ ਦਾ ਭਾਵ, ਮੁਸਾਮਦਾਰੀ

porous /'ਪੋਰਅਸ/ *a* ਮੁਸਾਮਾਂ ਵਾਲਾ, ਮੁਸਾਮਦਾਰ, ਛੇਕਾਂ ਵਾਲਾ

porphyry /'ਪੋਫ਼ਅਰਿ/ *n* ਲਾਲ ਜਾਂ ਚਿੱਟੇ ਬਲੌਰ ਵਾਲੀ ਚਟਾਨ, ਸਫਟਕ ਵਰਗੀ ਕਰੜੀ ਚਟਾਨ, ਜੁਆਲਾਮੁਖੀ ਚਟਾਨ, (ਭੂਗੋਲ) ਅਰਗਨੀ ਸ਼ਿਲਾ

porpoise /'ਪੋਪਅਸ/ *n* ਬੁੱਲ੍ਹਣ ਮੱਛੀ, ਮੱਛੀ ਦੀ ਇੱਕ ਕਿਸਮ

porraceous /ਪੌ'ਰੇਇਸ਼ਅਸ/ *a* ਪੀਲਾ ਹਰਾ, ਅੰਗੂਰੀ

porrect /ਪਅ'ਰੈੱਕਟ/ *vt* ਫੈਲਾਉਣਾ, ਖਿੱਚਣਾ, ਵਿਸਤ੍ਰਿਤ ਕਰਨਾ, ਤਾਣ ਦੇਣਾ, ਵਿਛਾ ਦੇਣਾ *a* ਫੈਲਾਇਆ ਹੋਇਆ

porridge /'ਪੌਰਿਜ/ *n* ਜਵੀ ਜਾਂ ਜੌਂ ਆਦਿ ਦਾ ਦਲੀਆ

porrigo /ਪਅ'ਰਾਇਗਅਉ/ *n* ਖੋਪਰੀ ਦੀ ਚਮੜੀ ਦਾ ਰੋਗ, ਧੱਦਰ

porringer /'ਪੌਰਿਨਜਅ*/ *n* ਬਾਟੀ, ਕੌਲਾ

port[1] /ਪੋਟ/ *n* ਬੰਦਰਗਾਹ; ਬੰਦਰਗਾਹ ਵਾਲਾ

ਸ਼ਹਿਰ *n* ਜਹਾਜ਼ ਦੇ ਇੱਕ ਪਾਸੇ ਅੰਦਰ ਜਾਣ ਲਈ ਰੱਖਿਆ ਗਿਆ ਮੋਘਾ ਜਾਂ ਮੋਰਾ, ਹਵਾ ਜਾਂ ਚਾਨਣ ਲਈ ਰੱਖਿਆ ਗਿਆ ਮੋਘਾ, ਧੂੰਆਂ ਨਿਕਲਨ ਲਈ ਰੱਖਿਆ ਮੋਰਾ, ਚਿਮਨੀ, ਫਾਟਕ, ਸਦਰ ਦਰਵਾਜ਼ਾ, ਮੁੱਖ ਦੁਆਰ; ਦੁਆਰ

port² *vt* ਬੰਦੂਕ ਜਾਂ ਤਲਵਾਰ ਨੂੰ ਛਾਤੀ ਦੇ ਸਾਮ੍ਹਣੇ ਤਿਰਛੇ ਰੁਖ਼ ਚੁੱਕਣਾ *n* ਜਹਾਜ਼ ਦਾ ਖੱਬਾ ਪਾਸਾ, ਖੱਬਾ ਜਾਂ ਉਲਟਾ *v* ਜਹਾਜ਼ ਦੇ ਖੱਬੇ ਪਾਸੇ ਲੈ ਜਾਣਾ, ਖੱਬੀ ਬਾਹੀ ਵੱਲ ਚੱਲਣਾ ਜਾਂ ਘੁੰਮਣਾ

port³ (ਕੰਪਿ) ਕੰਪਿਊਟਰ ਨਾਲ ਹੋਰ ਉਪਕਰਨ ਜੋੜਨ ਲਈ ਬਣਿਆ ਸਥਾਨ

portable /'ਪੋਟਅਬਲ/ *a* ਜਿਹੜਾ ਇੱਕ ਥਾਂ ਤੋਂ ਚੁੱਕ ਕੇ ਦੂਜੀ ਥਾਂ ਰੱਖਿਆ ਜਾ ਸਕੇ, ਚੁੱਕਵਾਂ, ਉਚਾਵਾਂ, ਸਫ਼ਰੀ

portable computer *n* (ਕੰਪਿ) ਛੋਟੇ ਆਕਾਰ ਦਾ ਦਸਤੀ ਕੰਪਿਊਟਰ

portage /'ਪੋਟਿਜ/ *n* ਢੁਆਈ ਦੀ ਮਜ਼ਦੂਰੀ, ਢੁਆਈ, ਢੁਆਈ ਦਾ ਕਿਰਾਇਆ, ਢੁਆਈ ਵਾਲੀ ਥਾਂ *vt* ਢੋਣਾ, ਲੈ ਜਾਣਾ

portal /'ਪੋਟਲ/ *n* ਵੱਡਾ ਜਾਂ ਮੁੱਖ ਦਰਵਾਜ਼ਾ, ਫ਼ਾਟਕ, ਗੇਟ, ਸਿੰਘਦੁਆਰ

Portaloo /'ਪੋਟਅਲੂ/ *n* ਛੋਟੀ ਅਤੇ ਹਲਕੀ ਇਮਾਰਤ ਵਿਚਲੀ ਟੱਟੀ ਜੋ ਇਧਰ-ਉਧਰ ਲਜਾਈ ਜਾ ਸਕਦੀ ਹੈ

portal vein *n* ਮਿਹਦੇ ਅਤੇ ਇਸਦੇ ਨੇੜੇ ਦੇ ਅੰਗਾਂ ਤੋਂ ਜਿਗਰ ਨੂੰ ਖ਼ੂਨ ਲੈ ਜਾਂਦੀ ਨਾੜੀ

portatile /'ਪੋਟਅਟਿਲ/ *a* ਖਿੱਚੇ ਜਾਣ ਯੋਗ, ਪਰਿਵਹਿਣਸ਼ੀਲ, ਛੋਟਾ, ਹੌਲਾ

port-crayon /ਪੋਟ'ਕਰੇਇਅਨ/ *n* ਚਿਤਰ ਆਦਿ ਉਲੀਕਦੇ ਸਮੇਂ ਪੈਨਸਿਲ ਜਾਂ ਚਾਕ ਫੜਨ ਵਾਲਾ ਦਸਤਾ

portcullis /ਪੋਟ'ਕਅੱਲਿਸ/ *n* (ਕਿਲ੍ਹੇ ਦਾ) ਉਠਾਊ ਦਰਵਾਜ਼ਾ

portcullised /ਪੋਟ'ਕਅੱਲਿਸਟ/ *a* (ਕਿਲ੍ਹਾ) ਖਿਸਕਵੇਂ ਦਰਵਾਜ਼ੇ ਵਾਲਾ, ਉਚਾਵੇਂ ਫਾਟਕ ਵਾਲਾ

portend /ਪੋ'ਟੈਂਡ/ *vt* ਪਹਿਲਾਂ ਹੀ ਸੁਝਾਅ ਦੇ ਦੇਣਾ, ਪੂਰਵ ਸੂਚਨਾ ਦੇਣਾ, ਚਿਤਾਵਨੀ ਦੇਣਾ, ਹੋਣ ਵਾਲੀ ਗੱਲ ਦਾ ਅਗਾਊਂ ਸੁਝਾਅ ਦੇ ਦੇਣਾ ਜਾਂ ਹੋਣਾ, ਸੁਚੇਤ ਕਰਨਾ, ਖ਼ਬਰਦਾਰ ਕਰਨਾ

portent /'ਪੋਟੈਂਟ/ *vt* ਸ਼ਗਨ, ਲੱਛਣ; ਪੂਰਵ ਸੂਚਨਾ, ਪੂਰਵ ਲੱਛਣ; ਬਦਸ਼ਗਨੀ, ਕੁਸ਼ਗਨ, ਅਣਹੋਣੀ ਗੱਲ, ਅਦਭੁਤ ਘਟਨਾ

portentous /ਪੋ'ਟੈਂਟਅਸ/ *a* ਬਦਸ਼ਗਨੀ, ਕੁਸ਼ਗਨ ਵਾਲਾ, ਅਸ਼ੁਭ; ਚਮਤਕਾਰੀ, ਅਜੀਬ

porter /'ਪੋਟਅ*/ *n* ਦਰਵਾਜ਼ੇ ਉੱਤੇ ਖੜ੍ਹਾ ਸੰਤਰੀ; ਦਰਬਾਨ, ਡਿਓਢੀਦਾਰ, ਕੁਲੀ, ਭਾਰ, ਮਜ਼ਦੂਰ, ਪਾਂਡੀ; (ਪਾਂਡੀਆ, ਮਜ਼ਦੂਰਾਂ ਆਦਿ ਨੂੰ ਦਿਤੀ ਜਾਂਦੀ) ਜੌਆਂ ਦੀ ਤੇਜ਼ ਸ਼ਰਾਬ

porterhouse /'ਪੋਟਅਹਾਉਸ/ *n* ਸ਼ਰਾਬ ਦੀ ਦੁਕਾਨ, ਮੈਖ਼ਾਨਾ, ਠੇਕਾ

porterhouse steak *n* ਗਾਂ ਦੇ ਮਾਸ ਦਾ ਟੁਕੜਾ, ਚਾਂਪ

portfire /'ਪੋਟਫ਼ਾਇਅ*/ *n* ਇੱਕ ਪ੍ਰਕਾਰ ਦਾ ਪਲੀਤਾ, ਹੁਆਤੀ

portfolio /,ਪੋਟ'ਫ਼ਅਉਲਿਅਉ/ *n* ਕਾਗਜ਼ ਪੱਤਰ ਪਾਉਣ ਵਾਲਾ ਥੈਲਾ, ਬਸਤਾ; ਵਜ਼ਾਰਤ ਦਾ ਅਹੁਦਾ, ਵਜ਼ਾਰਤ ਦਾ ਵਿਭਾਗ ਜਾਂ ਮਹਿਕਮਾ, ਮੰਤਰੀ ਪਦ

porthole /'ਪੋਟਹਅਉਲ/ *n* ਜਹਾਜ਼ ਦਾ ਰੋਸ਼ਨਦਾਨ

portico /'ਪੋਟਿਕਅਉ/ *n* ਮਕਾਨ ਦੇ ਸਾਹਵੇਂ ਥਮ੍ਹਲਿਆਂ ਉੱਤੇ ਛੱਤ ਪਾ ਕੇ ਬਣਾਈ ਗਈ ਡਿਓਢੀ

portiere /,ਪੋਟਿ'ਏਅ*/ *n* ਦਰਵਾਜ਼ੇ ਦਾ ਪਰਦਾ, ਬੂਹੇ ਅੱਗੇ ਲਮਕਾਇਆ ਗਿਆ ਪਰਦਾ

portion /'ਪੋਸ਼ਨ/ *n* ਹਿੱਸਾ, ਵੰਡ, ਪੱਤੀ, ਦਾਜ, ਦਾਤ (ਵਿਆਹ ਵੇਲੇ ਲੜਕੀ ਨੂੰ ਦਿੱਤੀ ਗਈ); (ਭੋਂ ਦਾ) ਟੋਟਾ; ਕਿਸਮਤ, ਨਸੀਬ, ਭਾਗ, ਤਕਦੀਰ *vt* ਵੰਡਣਾ, ਵੰਡ ਪਾਉਣਾ, ਹਿੱਸਾ ਦੇਣਾ, ਦਾਜ ਦੇਣਾ, ਦਾਤ ਦੇਣਾ

portionless /'ਪੋਸ਼ਨਲਅਸ/ *a* ਹਿੱਸੇ ਤੋਂ ਬਿਨਾਂ, ਪੱਤੀਹੀਣ, ਦਾਜਹੀਣ

portliness /'ਪੋਟਲਿਨਅਸ/ *n* ਭਾਰਾਪਣ, ਮੁਟਾਪਾ; ਵਿਸ਼ਾਲਤਾ, ਤੇਜ, ਰੋਹਬ, ਸ਼ਾਨ

portly /'ਪੋਟਲਿ/ *a* ਭਾਰਾ, ਮੋਟਾ, ਵਿਸ਼ਾਲ, ਵੱਡੇ ਸਰੀਰ ਵਾਲਾ; ਤੇਜਵਾਨ, ਰੋਹਬ ਵਾਲਾ, ਸ਼ਾਨਦਾਰ

portmanteau /ਪੋਟ'ਮੈਨਟਅਉ/ *n* ਚਮੜੇ ਦਾ ਬਕਸਾ, ਸੂਟਕੇਸ; ਚਮੜੇ ਦਾ ਥੈਲਾ, ਪੋਰਟਮੈਂਟੋ; ਦੋ ਜਾਂ ਵਧੇਰੇ ਸ਼ਬਦਾਂ ਦੇ ਯੋਗ ਨਾਲ ਬਣਾਇਆ ਗਿਆ ਸ਼ਬਦ, ਸਮਾਸ

portrait /'ਪੋਟਰੇਇਟ, -ਟਰਅਟ/ *n* ਤਸਵੀਰ, ਚਿੱਤਰ, ਮੂਰਤ, ਫ਼ੋਟੋ (ਮਨੁੱਖ ਜਾਂ ਪਸ਼ੂ ਦੀ), (ਕਿਸੇ ਵਸਤੂ ਦੀ) ਹੂ-ਬਹੂ ਸ਼ਕਲ ਜਾਂ ਤਸਵੀਰ, ਇੰਨ-ਬਿੰਨ ਮਿਲਦਾ ਨਮੂਨਾ; ਸ਼ਬਦ ਚਿੱਤਰ, ਅਜਿਹਾ ਵਰਣਨ ਜਿਸ ਨਾਲ ਬਿਆਨ ਕੀਤੀ ਘਟਨਾ ਜਾਂ ਵਸਤੂ ਦਾ ਚਿੱਤਰ ਅੱਖਾਂ ਸਾਮ੍ਹਣੇ ਆ ਜਾਵੇ

portraiture/'ਪੋਟਰਅਚਅ*/ *n* ਚਿੱਤਰਕਾਰੀ, ਤਸਵੀਰਸਾਜ਼ੀ, ਚਿੱਤਰਨ, ਚਿੱਤਰ, ਤਸਵੀਰ, ਮੂਰਤ, ਸ਼ਬਦ ਚਿੱਤਰ, ਚਿੱਤਰਾਤਮਿਕ ਵਰਣਨ

portray /ਪੋ'ਟਰੇਇ/ *vt* ਚਿੱਤਰ ਬਣਾਉਣਾ, ਤਸਵੀਰ ਖਿੱਚਣਾ; ਉਲੀਕਣਾ, ਸ਼ਬਦ ਚਿੱਤਰ ਉਲੀਕਣਾ, ਚਿੱਤਰਾਤਮਿਕ ਵਰਣਨ ਕਰਨਾ

portrayal /ਪੋ'ਟਰੇਇਅਲ/ *n* ਚਿੱਤਰਕਾਰੀ, ਮੂਰਤਕਾਰੀ, ਤਸਵੀਰਸਾਜ਼ੀ, ਚਿੱਤਰਨ, ਚਿੱਤਰਾਤਮਿਕ ਵਰਣਨ

portreeve /'ਪੋਟਰੀਵ਼/ *n* (ਇਤਿ) ਕਿਸੇ ਇਲਾਕੇ ਜਾਂ ਸ਼ਹਿਰ ਜਾਂ ਪਰਗਣੇ ਦਾ ਵੱਡਾ ਅਫ਼ਸਰ, ਉੱਚ ਅਧਿਕਾਰੀ, (ਹੁਣ) ਸ਼ਹਿਰ ਦਾ ਵੱਡਾ ਅਫ਼ਸਰ, ਮੇਅਰ, ਮੇਅਰ ਦਾ ਸਹਾਇਕ, ਸਭ ਤੋਂ ਵੱਡੇ ਅਫ਼ਸਰ ਦਾ ਹੇਠਲਾ ਅਧਿਕਾਰੀ, ਨਗਰਪਤੀ

portress /'ਪੋਟਰਿਸ/ *n* ਪੁਰਤਗਾਲੀ ਭਾਸ਼ਾ *a* ਪੁਰਤਗਾਲੀ, ਪੁਰਤਗਾਲ ਨਾਲ ਸੰਬੰਧਿਤ

Portuguese /,ਪੋਚੁ'ਗੀਜ਼/ *n* ਪੁਰਤਗਾਲੀ ਬੋਲੀ, ਪੁਰਤਗਾਲ ਦਾ ਵਸਨੀਕ

pose/ਪਅਉਜ਼/ *v* (ਸਵਾਲ) ਪੇਸ਼ ਕਰਨਾ, ਸਾਮ੍ਹਣੇ ਰੱਖਣਾ; ਚਿੱਤਰਕਾਰ ਦਾ ਆਪਣੇ ਮਾਡਲ ਨੂੰ ਕਿਸੇ ਖ਼ਾਸ ਅੰਦਾਜ਼ ਨਾਲ ਖੜ੍ਹਾ ਕਰਨਾ, ਫ਼ੋਟੋਗ੍ਰਾਫਰ ਦਾ ਫ਼ੋਟੋ ਲਹਾਉਣ ਵਾਲੇ ਵਿਅਕਤੀ ਨੂੰ ਰੌਅ ਸਿਰ ਬਠਾਉਣਾ ਜਾਂ ਖੜ੍ਹਾ ਕਰਨਾ; ਖ਼ਾਸ ਅੰਦਾਜ਼ ਜਾਂ ਰੌਅ ਨਾਲ ਬੈਠਣਾ; ਦਿਖਾਵਾ ਕਰਨਾ, ਦੰਭ ਕਰਨਾ, ਢੌਂਗ ਰਚਣਾ *n* ਰੌਅ, ਅੰਦਾਜ਼, ਢੰਗ, ਰੂਪ, ਸਥਿਤੀ; ਢੌਂਗ, ਦਿਖਾਵਾ

poser /'ਪਅਉਜ਼ਅ*/ *n* ਔਖਾ ਸਵਾਲ, ਉਲਝਣ, ਸਮੱਸਿਆ

poseur/ਪਅਉ'ਜ਼ਅ:*/ *n* ਪਖੰਡੀ, ਢੌਂਗੀ, ਵਿਖਾਵਾਕਾਰ, ਅਸੁਹਿਰਦ (ਵਿਅਕਤੀ)

posh /ਪੌਸ਼/ *a* (ਅਪ) ਬਹੁਤ ਵਧੀਆ, ਸ਼ਾਨਦਾਰ

posit /'ਪੌਜ਼ਿਟ/ *vt* ਮਿੱਥਣਾ, ਮੰਨ ਲੈਣਾ, ਫ਼ਰਜ਼ ਕਰ ਲੈਣਾ; ਗ੍ਰਹਿਣ ਕਰਨਾ, ਦਲੀਲ ਜਾਂ ਤਰਕ ਦਾ ਆਧਾਰ ਰੂਪ ਸਵੀਕਾਰ ਕਰ ਲੈਣਾ; ਕਾਇਮ ਕਰਨਾ, ਸਥਿਤ ਕਰਨਾ, ਬਿਠਾਉਣਾ

position /ਪਅ'ਜ਼ਿਸ਼ਨ/ *n* ਹਾਲਤ, ਅਵਸਥਾ, ਦਸ਼ਾ, ਥਾਂ, ਟਿਕਾਣਾ, ਮੌਕਾ, ਸਥਿਤੀ; ਸਿਧਾਂਤ; ਦ੍ਰਿਸ਼ਟੀਕੋਣ, ਖ਼ਿਆਲ, ਵਿਚਾਰ, ਮਸਲਾ, ਸਮੱਸਿਆ; ਦਰਜਾ, ਸਤਰ, ਸ਼੍ਰੇਣੀ, ਹੈਸੀਅਤ; (ਸੈਨਾ) ਮੋਰਚਾ, ਸੈਨਿਕ ਟੁਕੜੀਆਂ ਦਾ ਟਿਕਾਣਾ; (ਉੱਚਾ) ਪਦ, (ਵੱਡਾ) ਅਹੁਦਾ, ਪਦਵੀ, ਮੁਰਾਤਬਾ *vt* ਬਿਠਾਉਣਾ, ਟਿਕਾਉਣਾ, ਥਾਂ ਸਿਰ ਰੱਖਣਾ, ਮੋਰਚੇ ਉੱਤੇ ਡਟਣਾ; ਪਦ ਸੰਭਾਲਨਾ

positive /'ਪੌਜ਼ਅਟਿਵ਼/ *n* (ਗਣਿ) ਧਨ (ਰਿਣ ਦੇ ਵਿਰੋਧ ਵਿੱਚ); ਪ੍ਰਵਾਨਗੀ; (ਵਿਆ) ਸਧਾਰਨ ਵਿਸ਼ੇਸ਼ਣ (ਜਿਸ ਵਿੱਚ ਮੁਕਾਬਲਾ ਨਾ ਦੱਸਿਆ ਗਿਆ ਹੋਵੇ) *a* ਨਿਸ਼ਚਿਤ, ਠੀਕ, ਪੱਕਾ (ਪ੍ਰਮਾਣ), ਪ੍ਰਤੱਖ, ਸਪਸ਼ਟ ਆਵਸ਼ਕ, ਜ਼ਰੂਰੀ; (ਵਿਅਕਤੀ) ਦ੍ਰਿੜ੍ਹ ਵਿਸ਼ਵਾਸੀ, ਪੱਕੇ ਇਰਾਦੇ ਵਾਲਾ; ਨਿਸ਼ਚੇਆਤਮਿਕ; ਸੱਚਾ, ਅਸਲੀ, ਭੌਤਿਕ, ਇਸ ਸੰਸਾਰ ਦਾ

positive discrimination *n* ਪੱਖ-ਪਾਤੀ ਕਾਰਵਾਈ, ਵਿਤਕਰੇ ਕਾਰਨ ਦਿੱਤਾ ਗਿਆ ਲਾਭ, ਨੀਵੀਆਂ ਜਾਤਾਂ ਲਈ ਨੌਕਰੀਆਂ ਰਾਖਵੀਆਂ ਕਰਨ ਦੀ ਨੀਤੀ

positively /'ਪੌਜ਼ਅਟਿਵ਼ਲਿ/ *adv* ਪ੍ਰਤੱਖ ਤੌਰ 'ਤੇ, ਨਿਸ਼ਚੇ ਹੀ, ਪੱਕੇ ਤੌਰ 'ਤੇ, ਦ੍ਰਿੜ੍ਹਤਾ ਨਾਲ,

ਨਿਸ਼ਚੇ ਨਾਲ

positivism /'ਪੌਜ਼ਅਟਿਵਿਜ਼ਅਮ/ *n* ਕੇਵਲ ਉਸ ਵਸਤੂ ਜਾਂ ਹਸਤੀ ਦੀ ਹੋਂਦ ਸਵੀਕਾਰ ਕਰਨਾ ਜਿਸਦਾ ਪ੍ਰਮਾਣ ਪੇਸ਼ ਕੀਤਾ ਜਾ ਸਕੇ, ਪ੍ਰਤੱਖਵਾਦ, ਪ੍ਰਮਾਣਵਾਦ

positivist /'ਪੌਜ਼ਅਟਿਵਿਸਟ/ *n* ਪ੍ਰਤੱਖਵਾਦੀ, ਪ੍ਰਮਾਣਵਾਦੀ

positron /'ਪੌਜ਼ਿਟਰੌਨ/ *n* ਪਰਮਾਣੂ ਦਾ ਕਣ ਜਿਸਦਾ ਭਾਰ ਅਤੇ ਰਿਣ ਕਣ ਦੇ ਬਰਾਬਰ ਹੁੰਦਾ ਹੈ ਪਰ ਚਾਰਜ ਵਿਰੋਧੀ ਹੁੰਦਾ ਹੈ

posnet /'ਪੌਸਨਿਟ/ *n* ਛੋਟੀ ਥਾਲੀ, ਛੋਟੀ ਪਲੇਟ, ਛੋਟੀ ਰਕਾਬੀ, ਛੋਟਾ ਤਸਲਾ

posology /ਪਅ'ਸੌਲਅਜਿ/ *n* ਔਸ਼ਧੀ ਮਾਤਰਾ ਵਿਗਿਆਨ, ਔਸ਼ਧੀ ਮਾਤਰਾ ਸ਼ਾਸਤਰ

poss/ਪੌਸ/ *a* **possible** ਦਾ ਸੰਖੇਪ ਰੂਪ

posse /'ਪੌਸਿ/ *n* ਪੁਲਿਸ ਜਾਂ ਫ਼ੌਜ ਦਾ ਦਸਤਾ, ਟੁਕੜੀ, ਦਲ

possess /ਪਅ'ਜ਼ੈੱਸ/ *vt* ਮਾਲਕ ਹੋਣਾ, ਸੁਆਮੀ ਹੋਣਾ, ਅਧਿਕਾਰ ਰੱਖਣਾ, ਕਬਜ਼ਾ ਕਰਨਾ; (ਗੁਣ ਆਦਿ) ਵਾਲਾ ਹੋਣਾ, ਗੁਣਵਾਨ ਹੋਣਾ; (ਭੂਤ-ਪ੍ਰੇਤ ਦਾ) ਚੰਬੜੇ ਹੋਣਾ

possessed /ਪਅ'ਜ਼ੈੱਸਟ/ *a* ਭੂਤ-ਪ੍ਰੇਤ ਦੇ ਵੱਸ ਵਿੱਚ, ਭੂਤ-ਗ੍ਰਸਤ, ਕਬਜ਼ੇ ਵਿੱਚ, ਅਧੀਨਗੀ ਵਿੱਚ

possession /ਪਅ'ਜ਼ੈੱਸ਼ਨ/ *n* ਕਬਜ਼ਾ, ਅਧਿਕਾਰ, ਮਾਲਕੀ, (ਕਨੂੰ) ਦਖ਼ਲ, ਕਨੂੰਨੀ ਕਬਜ਼ਾ; ਮਲਕੀਅਤ, ਮਿਲਖ, ਜਾਇਦਾਦ, ਧਨ-ਮਾਲ, ਦੌਲਤ; (ਬਹੁ) (ਕਿਸੇ ਦੇਸ਼ ਦੇ) ਅਧੀਨ ਬਸਤੀਆਂ

possessive /ਪਅ'ਜ਼ੈੱਸਿਵ/ *n* (ਵਿਆ) ਸੰਬੰਧਵਾਚੀ, ਸੰਬੰਧ (ਕਾਰਕ) *a* ਅਧਿਕਾਰਾਤਮਿਕ, ਕਬਜ਼ੇ ਦਾ

possessor /ਪਅ'ਜ਼ੈੱਸਅ*/ *n* ਮਾਲਕ, ਸੁਆਮੀ; ਕਾਬਜ਼, ਅਧਿਕਾਰੀ

possessory /ਪਅ'ਜ਼ੈੱਸ(ਅ)ਰਿ/ *a* ਕਬਜ਼ੇ ਦਾ, ਮਾਲਕੀ

posset /'ਪੌਸਿਟ/ *n* ਦੁੱਧ ਸ਼ਰਾਬ ਮਸਾਲਾ ਆਦਿ ਪਾ ਕੇ ਬਣਾਈ ਗਈ ਇੱਕ ਪੀਣ ਵਾਲੀ ਦਵਾਈ ਜੋ ਜ਼ੁਕਾਮ ਲਈ ਵਰਤੀ ਜਾਂਦੀ ਸੀ

possibility /ˌਪੌਸਅ'ਬਿਲਅਟਿ/ *n* ਸੰਭਵਤਾ, ਸੰਭਾਵਨਾ, ਹੋਣਹਾਰ, ਹੋ ਸਕਣ ਵਾਲੀ ਘਟਨਾ ਜਾਂ ਗੱਲ, ਸੰਭਵ ਘਟਨਾ, ਸੰਭਵ ਅਵਸਥਾ

possible /'ਪੌਸਅਬਲ/ *a* ਸੰਭਵ, ਮੁਮਕਨ, ਹੋ ਸਕਣ ਵਾਲਾ, ਮਾਕੂਲ *n* (ਚਾਂਦਮਾਰੀ ਵਿੱਚ) ਸਭ ਤੋਂ ਵੱਧ ਨੰਬਰ ਜਾਂ ਸਭ ਤੋਂ ਵਧੀਆ ਨਿਸ਼ਾਨਾ

possibly /'ਪੌਸਅਬਲਿ/ *adv* ਸ਼ਾਇਦ, ਸੰਭਵ ਹੈ

possum /'ਪੌਸਅਮ/ *n* (ਬੋਲ) ਇੱਕ ਵਿਸ਼ੇਸ਼ ਜੀਵ

post¹/ਪਅਉਸਟ/ *n* ਥੰਮ੍ਹ, ਥੰਮ੍ਹਾ, ਥਮ੍ਹਲਾ, ਥੂਹਣੀ; ਖੰਭਾ, ਕੌਲਾ, ਮੁੰਨਾ, ਕਿੱਲਾ; ਖਾਣਾਂ ਵਿੱਚ ਕੋਲੇ ਦਾ ਉੱਚਾ ਢੇਰ *vt* (ਥੰਮ੍ਹ ਉੱਤੇ ਜਾਂ ਕੰਧ ਉੱਤੇ) ਇਸ਼ਤਿਹਾਰ ਲਾਉਣਾ, ਪ੍ਰਚਾਰ ਕਰਨਾ, ਵਿਗਿਆਪਨ ਕਰਨਾ

post² *n* ਡਾਕ ਰਾਹੀਂ ਚਿੱਠੀਆ ਪਹੁੰਚਾਉਣ ਦੀ ਕਿਰਿਆ; ਮੁਕੱਰਰ ਕੀਤੀਆਂ ਚੌਕੀਆਂ, ਮੋਰਚਾ, ਕਿਲ੍ਹਾ, ਗੜ੍ਹ, ਕੋਟ, (ਵਪਾਰਿਕ) ਕੇਂਦਰ; ਡਿਊਟੀ ਦੀ ਥਾਂ; ਅਸਾਮੀ, ਪਦ, ਨੌਕਰੀ, ਅਹੁਦਾ; ਕਾਗਜ਼ ਦਾ ਆਕਾਰ *v* ਚਿੱਠੀਆਂ ਆਦਿ ਡਾਕ ਵਿੱਚ ਪਾਉਣਾ, ਡਾਕ ਰਾਹੀਂ ਭੇਜਣਾ; ਡਾਕ ਵਾਲੀਆਂ ਘੋੜਾ ਗੱਡੀਆਂ ਉੱਤੇ ਸਫ਼ਰ ਕਰਨਾ; ਕਾਹਲ ਕਰਨਾ, (ਪਦਵੀ ਉੱਤੇ) ਨਿਯੁਕਤ ਕਰਨਾ; (ਹਿਸਾਬ ਵਾਲੀ ਵਹੀ ਉੱਤੇ) ਚੜ੍ਹਾ ਦੇਣਾ; ਸੂਚਨਾ ਦੇਣਾ *adv* ਕਾਹਲ ਵਿੱਚ, ਤੇਜ਼ੀ ਨਾਲ

post³ *pref* ਪਿੱਛੋਂ, ਮਗਰੋਂ, ਪਿਛਲਾ, ਮਗਰਲਾ, ਉੱਤਰ-ਕਾਲੀਨ

postage /'ਪਅਉਸਟਿਜ/ *n* ਡਾਕ ਦਾ ਮਸੂਲ, ਡਾਕ ਦੀਆਂ ਟਿਕਟਾਂ ਦਾ ਮੁੱਲ, ਡਾਕ ਭਾਰ

postal /'ਪਅਉਸਟਲ/ *a* ਡਾਕ ਸੰਬੰਧੀ, ਡਾਕਖ਼ਾਨੇ ਸੰਬੰਧੀ

postal ballot *n* (ਡਾਕ ਰਾਹੀਂ ਰਾਏ ਭੇਜ ਕੇ) ਵੋਟਾਂ ਪਾਉਣ ਦੀ ਇੱਕ ਵਿਧੀ

postal code *n* ਡਾਕ ਖੇਤਰ ਦਾ ਸ਼ਨਾਖਤੀ ਨੰਬਰ

postal vote *n* (ਚੋਣ ਪ੍ਰਕਿਰਿਆ ਵਿੱਚ) ਡਾਕ ਰਾਹੀਂ

ਭੇਜੀ ਗਈ ਵੋਟ

postbag /'ਪਅਊਸਟਬੈਗ/ *n* ਪ੍ਰਾਪਤ ਹੋਈਆਂ ਚਿੱਠੀਆਂ ਦਾ ਭਰਿਆ ਥੈਲਾ, ਡਾਕ ਥੈਲਾ

postbox /'ਪਅਊਸਟਬੌਕਸ/ *n* ਚਿੱਠੀ ਪੱਤਰ ਆਦਿ ਡਾਕ ਪਾਉਣ ਵਾਲਾ ਡੱਬਾ, ਪੋਸਟ ਬਾਕਸ

postcard /'ਪਅਊਸਟਕਾਡ/ *n* ਖ਼ਤ, ਡਾਕ ਦਾ ਕਾਰਡ, ਪੱਤਰ

post-chaise /'ਪਅਊਸ(ਟ)ਸ਼ੇਇਜ਼/ *n* (ਇਤਿ) ਸਫ਼ਰ ਕਰਨ ਵਾਲੀ ਘੋੜਾ ਗੱਡੀ

postcode /'ਪਅਊਸਟਕਅਊਡ/ ਵੇਖੋ **postal code**

post-date *v* ਆਗਾਮੀ ਮਿਤੀ ਪਾਉਣਾ, ਹੁਣ ਦੀ ਥਾਂ ਕੋਈ ਆਉਣ ਵਾਲੀ ਮਿਤੀ ਲਿਖ ਦੇਣਾ

post-diluvian /ˌਪਅਊਸਟਡਿ'ਲੂਵਿਅਨ/ *a* ਹਜ਼ਰਤ ਨੂਹ ਦੇ ਵੇਲੇ ਦੇ ਤੂਫ਼ਾਨੀ ਹੜ੍ਹ ਤੋਂ ਪਿੱਛੋਂ ਦਾ ਹੜ੍ਹ ਤੋਂ ਪਿੱਛੇ ਬਚਿਆ ਵਿਅਕਤੀ

postdoctoral/ˌਪਅਊਸਟ'ਡੌਕਟਅਰਅਲ/ *a* ਪੀ–ਐੱਚ. ਡੀ. ਕਰਨ ਤੋਂ ਪਿੱਛੋਂ ਕੀਤੀ ਹੋਰ ਉੱਚ ਪੱਧਰ ਦੀ ਖੋਜ

posteen /ਪੌ'ਸਟੀਨ/ *n* ਅਫ਼ਗਾਨੀ ਖੱਲ ਦਾ ਕੋਟ, ਪੋਸਤੀਨ

poster /'ਪਅਊਸਟਅ*/ *n* ਇਸ਼ਤਿਹਾਰ, ਵਿਗਿਆਪਨ ਪੱਤਰ, ਸਾਂਝੇ ਸਥਾਨ ਉੱਤੇ ਲਾਇਆ ਇਸ਼ਤਿਹਾਰ; ਇਸ਼ਤਿਹਾਰ ਲਾਉਣ ਵਾਲਾ ਵਿਅਕਤੀ, ਡਾਕੀਆ, ਹਰਕਾਰਾ

posterior /ਪੌ'ਸਟਿਅਰਿਅ*/ *a* ਪਿੱਛੋਂ ਦਾ, ਮਗਰਲਾ, ਪਿੱਛੋਂ ਹੋਇਆ *n* ਚਿੱਤੜ, ਪਿੱਛਾ; ਉੱਤਰਕਾਲੀਨ

posterity /ਪੌ'ਸਟੈੱਰਅਟਿ/ *n* ਵੰਸ਼, ਸੰਤਾਨ, ਔਲਾਦ, ਆਉਣ ਵਾਲੀਆਂ ਨਸਲਾਂ

postern /'ਪੌਸਟ(ਅ)ਨ/ *n* ਪਿਛਲਾ ਬੂਹਾ, ਪਿਛਵਾੜੇ ਦਾ ਬੂਹਾ, ਇੱਕ ਬਾਹੀ ਵੱਲ ਦਾ ਦਰਵਾਜ਼ਾ, ਚੋਰ ਦਰਵਾਜ਼ਾ

post-facto /ˌਪਅਊਸਟ'ਫ਼ੈਕਟਅਊ/ *n* ਘਟਨਾ ਤੋਂ ਪਿੱਛੋਂ ਲਿਆ ਜਾਣ ਵਾਲਾ ਫ਼ੈਸਲਾ

postfix /ਪਅਊਸਟ'ਫ਼ਿਕਸ/ *vt* ਪਿਛੇਤਰ ਲਾਉਣਾ

postgrad /'ਪਅਊਸਟਗਰੈਡ/ *n* ਬੀ.ਏ. ਪਾਸ ਕਰਨ ਤੋਂ ਅਗਲੀ ਡਿਗਰੀ

postgraduate /ˌਪਅਊਸਟ'ਗਰੈਜੁਅਟ/ *n* ਬੀ.ਏ. ਜਾਂ ਬੀ.ਐਸ.ਸੀ. ਤੋਂ ਉਚੇਰੀ ਡਿਗਰੀ ਪ੍ਰਾਪਤ ਵਿਦਵਾਨ

post-haste /ਪਅਊਸਟ'ਹੇਇਸਟ/ *adv* ਛੇਤੀ ਨਾਲ

post-horse /'ਪਅਊਸਟਹੋਸ/ *n* (ਇਤਿ) ਡਾਕ ਜਾਂ ਸਵਾਰੀ ਲਈ ਰੱਖਿਆ ਘੋੜਾ

posthumous /'ਪੌਸਟਯੁਮਅਸ/ *a* ਮਰਨ ਤੋਂ ਪਿੱਛੋਂ ਦਾ, ਮਰਨ ਉਪਰੰਤ; ਪਿਤਾ ਦੇ ਮਰਨ ਪਿੱਛੋਂ ਜੰਮਿਆ (ਬੱਚਾ); ਲੇਖਕ ਦੀ ਮੌਤ ਪਿੱਛੋਂ ਛਪੀ (ਪੁਸਤਕ)

postiche /ਪੌਸ'ਟੀਸ਼/ *n* ਕੇਸਾਂ ਦਾ ਬਣਾਉਟੀ ਗੁੱਛਾ; ਖੋਟ, ਬਣਾਵਟ *a* ਨਕਲੀ, ਜਾਲ੍ਹੀ, ਖੋਟਾ, ਅਸੁਭਾਵਿਕ, ਬਣਾਉਟੀ, ਦਿਖਾਵੇ ਦਾ

postil /'ਪੌਸਟਿਲ/ *n* ਧਰਮ ਗ੍ਰੰਥਾਂ ਵਿੱਚ ਹਾਸ਼ੀਏ ਵਿਚਲੀ ਟਿੱਪਣੀ; ਵਿਆਖਿਆ, ਆਲੋਚਨਾ, ਟੀਕਾ, ਭਾਵਾਰਥ

postilion /ਪੌਸ'ਟਿਲਿਅਨ/ *n* ਦੋ ਤੋਂ ਵੱਧ ਘੋੜਿਆਂ ਵਾਲੀ ਗੱਡੀ ਦੇ ਖੱਬੇ ਪਾਸੇ ਦੇ ਘੋੜੇ ਦਾ ਸਵਾਰ

postillate /'ਪੌਸਟਿਲੇਇਟ/ *v* ਵਿਆਖਿਆ ਕਰਨਾ, ਟੀਕਾ ਕਰਨਾ, ਭਾਵਾਰਥ ਦੱਸਣਾ; ਉਪਦੇਸ਼ ਦੇਣਾ, ਧਰਮ ਪ੍ਰਚਾਰ ਕਰਨਾ

posting /'ਪਅਊਸਟਿਙ/ *n* ਰਜਿਸਟਰ ਵਿੱਚ ਚੜ੍ਹਾਉਣ ਦੀ ਕਿਰਿਆ, ਡਾਕ ਵਿੱਚ ਭੇਜਣ ਦੀ ਕਿਰਿਆ; ਸਥਾਪਨਾ, ਨਿਯੁਕਤੀ

postliminy /ਪਅਊਸਟ'ਲਿਮਿਨਿ/ *n* ਆਪਣੇ ਦੇਸ਼ ਵਾਪਸ ਪਰਤਣ ਦਾ ਅਧਿਕਾਰ; ਖੋਹੀ ਗਈ ਪੂੰਜੀ ਵਾਪਸ ਕਰਨ ਦੀ ਕਿਰਿਆ

postlude /'ਪਅਊਸਟਲੂਡ/ *n* ਅੰਤਿਮ ਪ੍ਰਾਰਥਨਾ

postman /'ਪਅਊਸਟਮਅਨ/ *n* ਡਾਕੀਆ, ਹਰਕਾਰਾ, ਚਿੱਠੀਆਂ ਵੰਡਣ ਵਾਲਾ, ਡਾਕ ਲਿਆਉਣ ਅਤੇ ਲੈ ਕੇ ਜਾਣ ਵਾਲਾ ਕਰਮਚਾਰੀ

postmark /ˌਪਅਉਸਟਮਾਕ/ *n* ਡਾਕ ਮੋਹਰ

postmaster /'ਪਅਉਸਟਮਾਸਟਅ*/ *n* ਪੋਸਟ ਮਾਸਟਰ, ਡਾਕਖ਼ਾਨੇ ਦਾ ਇਨਚਾਰਜ

post meridiem / ˌਪਅਉਸਟ ਮਅ'ਰਿਡਿਅਮ/ *adv* ਦੁਪਹਿਰ ਮਗਰੋਂ, ਅੱਧਾ ਦਿਨ ਬੀਤ ਜਾਣ ਪਿੱਛੋਂ, ਦਿਨ ਢਲੇ, ਦਿਨ ਦੇ ਬਾਰਾਂ ਵਜੇ ਤੋਂ ਪਿੱਛੋਂ

postmodern /ˌਪਅਉਸਟ'ਮੌਡਨ/ *adj* (ਵੀਹਵੀਂ ਸਦੀ ਦੇ ਅੰਤ ਸਮੇਂ ਕਲਾ ਸਾਹਿਤ ਆਦਿ ਦੀ ਸ਼ੈਲੀ ਦੇ) ਆਧੁਨਿਕਤਾਵਾਦ ਨਾਲ ਸੰਬੰਧਿਤ, ਆਧੁਨਿਕਤਾ ਤੋਂ ਪ੍ਰਭਾਵਿਤ

postmodernism /ˌਪਅਉਸਟ'ਮੌਡਅਨਿਜ਼ਅਮ/ *n* (ਕਲਾ ਸਾਹਿਤ ਆਦਿ ਦੀ) ਵੀਹਵੀਂ ਸਦੀ ਦੇ ਅੰਤ ਸਮੇਂ ਦੀ ਸ਼ੈਲੀ, ਆਧੁਨਿਕਤਾਵਾਦ

postmodifier /ˌਪਅਉਸਟ'ਮੌਡਿਫ਼ਾਇਅ*/ *n* (ਵਿਆ) ਅਜਿਹਾ ਵਿਸ਼ੇਸ਼ਣ ਜਾਂ ਕਿਰਿਆ ਵਿਸ਼ੇਸ਼ਣ ਜਿਸਦੀ ਵਰਤੋਂ ਨਾਂਵ ਜਾਂ ਕਿਰਿਆ ਤੋਂ ਪਿੱਛੋਂ ਕੀਤੀ ਜਾਵੇ

post-mortem /ˌਪਅਉਸਟ 'ਮੋਟਅਮ/ *n* ਲਾਸ਼ ਦਾ ਮੁਆਇਨਾ, ਮੁਰਦਾ ਸਰੀਰ ਦੀ ਡਾਕਟਰੀ ਪਰੀਖਿਆ, ਪੋਸਟ ਮਾਰਟਮ

post-natal /ˌਪਅਉਸਟ 'ਨੇਇਟਲ/ *a* ਜਨਮ ਉਪਰੰਤ, ਜਨਮ ਤੋਂ ਪਿੱਛੋਂ, ਉੱਤਰ ਪ੍ਰਸੂਤੀ (ਕਾਰਜ)

post-natal care *n* ਜਨਮ ਤੋਂ ਪਿੱਛੋਂ ਦੀ ਸੰਭਾਲ

postnuptial /ˌਪਅਉਸਟ'ਨਅੱਪਸ਼(ਅ)ਲ/ *n* ਵਿਆਹ ਤੋਂ ਪਿੱਛੋਂ ਜਾਂ ਵਿਆਹ ਉਪਰੰਤ ਦੀਆਂ ਰਸਮਾਂ ਆਦਿ

post-obit /ˌਪਅਉਸਟ'ਔਬਿਟ/ *n* ਮਰਨ ਪਿੱਛੋਂ ਲਾਗੂ ਹੋਣ ਵਾਲੀ ਸ਼ਰਤ, ਅਜਿਹੀ ਕਨੂੰਨੀ ਸ਼ਰਤ ਜਿਸ ਉੱਤੇ ਵਿਅਕਤੀ ਵਿਸ਼ੇਸ਼ ਦੀ ਮੌਤ ਤੋਂ ਪਿੱਛੋਂ ਹੀ ਅਮਲ ਹੋ ਸਕਦਾ ਹੈ

post office /'ਪਅਉਸਟ ਔਫ਼ਿਸ/ *n* ਡਾਕਖ਼ਾਨਾ, ਡਾਕਘਰ

post-paid /ˌਪਅਉਸਟ'ਪੇਇਡ/ *a* ਜਿਸ ਦਾ ਡਾਕ ਖ਼ਰਚ ਦੇ ਦਿੱਤਾ ਗਿਆ ਹੋਵੇ, ਜਿਸ ਦਾ ਮੁੱਲ ਖਪਤ ਪਿੱਛੋਂ ਤਾਰਿਆ ਜਾਵੇ

postpone /ਪਅ'ਸਪਅਉਨ/ *vi* ਅਗਾਂਹ ਪਾ ਦੇਣਾ, ਸਥਗਤ ਕਰਨਾ, ਮੁਲਤਵੀ ਕਰਨਾ, ਟਾਲਣਾ; (ਕਿਸੇ ਵਸਤੂ ਨੂੰ ਦੂਜੀ ਨਾਲੋਂ) ਘਟੀਆ ਸਮਝਣਾ

postponed /ਪਅਉਸਟ'ਪਅਉਨਡ/ *a* ਸਥਗਤ, ਅੱਗੇ ਪਾਇਆ

postponement /ਪਅਉਸਟ'ਪਅਉਨਮਅਨਟ/ *n* ਟਾਲ-ਮਟੋਲ, ਸਥਗਨ

postposition /ˌਪਅਉਸਟਪਅ'ਜ਼ਿਸ਼ਨ/ *n* (ਵਿਆ) ਪਰਸਰਗ, ਪਿੱਛੋਂ ਜੋੜਿਆ ਸੰਬੰਧਵਾਚੀ ਸ਼ਬਦ

postprandial /ˌਪਅਉਸਟ'ਪਰੈਨਡਿਅਲ/ *a* ਖਾਣੇ ਤੋਂ ਮਗਰਲਾ, ਭੋਜਨ ਉਪਰੰਤ, ਸ਼ਾਮ ਦੇ ਖਾਣੇ ਤੋਂ ਪਿੱਛੋਂ ਦਾ

postrorse /'ਪੌਸਟਰੋਸ/ *a* ਪਿੱਛੇ ਵੱਲ ਝੁਕਿਆ, ਹੇਠਾਂ ਵੱਲ ਮੁੜਿਆ

postscenium /ਪਅਉਸਟ'ਸੀਨਿਅਮ/ *n* ਰੰਗ-ਮੰਚ ਦਾ ਪਿਛਲਾ ਭਾਗ, ਥੀਏਟਰ ਦਾ ਪਿਛਲਾ ਹਿੱਸਾ

postscript /'ਪਅਉਸਟਸਕਰਿਪਟ/ *n* ਪਿਛਲੀ ਲਿਖਤ, ਮਗਰੋਂ ਸੁੱਝੀ ਗੱਲ ਜੋ ਮੂਲ ਲਿਖਤ ਤੋਂ ਵੱਖਰੀ ਲਿਖ ਦਿੱਤੀ ਜਾਵੇ; (ਰੇਡੀਓ ਤੋਂ) ਸਮਾਚਾਰਾਂ ਤੋਂ ਬਾਅਦ ਦੀ ਵਾਰਤਾ

post town *n* ਡਾਕ ਨਗਰ

postulant /'ਪੌਸਟਯੁਲਅਨਟ/ *n* ਕਿਸੇ ਧਰਮ ਵਿੱਚ ਪ੍ਰਵੇਸ਼ ਕਰਨ ਵਾਲਾ, ਦੀਖਿਆਰਥੀ

postulate /'ਪੌਸਟਯੁਲਅਟ/ *n* ਬੁਨਿਆਦੀ ਅਸੂਲ, ਆਧਾਰ ਤੱਤ, ਮੁਢਲੀ ਮਨੌਤ, ਸੁਤੇ ਸਿੱਧ ਪ੍ਰਮਾਣ, ਪੂਰਵ ਅਨੁਮਾਨ, ਪੂਰਵ ਧਾਰਨਾ; ਸਵੀਕਾਰ ਕੀਤਾ ਪੱਖ; (ਗਣਿ) ਅਜਿਹਾ ਅਮਲ ਜੋ ਬਿਨਾਂ ਪ੍ਰਮਾਣ ਦਿੱਤੇ ਸਵੀਕਾਰ ਕਰ ਲਿਆ ਜਾਵੇ /'ਪੌਸਟਯੁਲੇਇਟ/ *v* ਸਵੀਕਾਰ ਕਰਨਾ, (ਬਿਨਾਂ ਸਿੱਧ ਕੀਤੇ) ਮੰਨ ਲੈਣਾ; ਸ਼ਰਤ ਲਾ ਦੇਣਾ, ਪ੍ਰਤਿਬੰਧ ਲਾਉਣਾ; ਜ਼ਰੂਰੀ ਸ਼ਰਤ ਸਵੀਕਾਰ ਕਰਨਾ; ਦਾਅਵਾ ਕਰਨਾ

postulation /ˌਪੌਸਟਯੁ'ਲੇਇਸ਼ਨ/ *n* ਮੂਲ ਸ਼ਰਤ; ਆਧਾਰ ਤੱਤ

posture /'ਪੌਸਚਅ*/ *n* ਪੈਂਤੜਾ, ਅਦਾ, ਅੰਦਾਜ਼, ਆਸਣ (ਯੋਗ ਦਾ), ਬੈਠਣ ਦਾ ਢੰਗ *v* ਖ਼ਾਸ ਮੁਦਰਾ ਧਾਰਨ ਕਰਨਾ; ਢੰਗ ਬਣਨਾ

posy /'ਪਅਉਜ਼ਿ/ *n* ਹੀਰੇ ਉੱਤੇ ਲਿਖੀ ਸੰਖਿਪਤ ਲਿਖਤ, ਅੰਗੂਠੀ (ਛਾਪ) ਉੱਤੇ ਉੱਕਰੀ ਲਿਖਤ; ਛੋਟਾ ਜਿਹਾ ਗੁਲਦਸਤਾ

pot /ਪੌਟ/ *n* ਭਾਂਡਾ, ਬਰਤਨ, ਤੌੜੀ, ਪਤੀਲਾ; ਗਮਲਾ; ਚਾਹਦਾਨੀ; ਪਿਸ਼ਾਬਦਾਨੀ; ਕਾਗਜ਼ ਦਾ ਇੱਕ ਆਕਾਰ *vt* ਭਾਂਡੇ ਵਿੱਚ ਪਾਉਣਾ (ਖ਼ਾਸ ਕਰਕੇ ਮੱਖਣ, ਮੱਛੀ ਆਦਿ); ਗਮਲੇ ਵਿੱਚ ਲਾਉਣਾ

potable /'ਪਅਉਟਅਬਲ/ *a* ਪੀਣਯੋਗ, ਪੀਣ ਵਾਲਾ

potamic /ਪਅ'ਟੈਮਿਕ/ *a* ਨਦੀ ਦਾ, ਨਦੀ ਨਾਲ ਸੰਬੰਧਿਤ

potamology /ˌਪੌਟਅ'ਮੌਲਅਜਿ/ *n* ਨਦੀ ਵਿਗਿਆਨ

potash /'ਪੌਟੈਸ਼/ *n* ਖਾਰ, ਸੱਜੀ (ਕੱਪੜੇ ਧੋਣ ਲਈ ਵਰਤੀ ਜਾਣ ਵਾਲੀ) ਪੋਟਾਸ਼

potassium /ਪਅ'ਟੈਸਿਅਮ/ *n* ਇੱਕ ਚਿੱਟੇ ਰੰਗ ਦੀ ਧਾਤ, ਪੋਟਾਸ਼ੀਅਮ

potation /ਪਅ(ਉ)'ਟੇਇਸ਼ਨ/ *n* ਸ਼ਰਾਬ ਪੀਣ ਦੀ ਕਿਰਿਆ, ਨਸ਼ਾ ਕਰਨ ਦਾ ਅਮਲ; ਘੁੱਟ; ਸ਼ਰਾਬਖ਼ੋਰੀ

potato /ਪਅ'ਟੇਇਟਅਉ/ *n* ਆਲੂ, ਆਲੂ ਦੇ ਬੂਟੇ

potato chips *n* ਤਲੀਆਂ ਹੋਈਆਂ ਆਲੂਆਂ ਦੀ ਪਤਲੀਆਂ ਫਾਂਕਾਂ

pot-bellied /ਪੌਟ'ਬੈੱਲਿਡ/ *a* ਢਿੱਡਲ, ਗੋਗੜ ਵਾਲਾ

pot belly /ਪੌਟ'ਬੈੱਲਿ/ *n* ਗੋਗੜ; ਗੋਗੜੀਆ

potboiler /'ਪੌਟਬੌਇਲਅ*/ *n* ਪੇਟ ਪਾਲਣ ਦੇ ਉਦੇਸ਼ ਨਾਲ ਲਿਖਿਆ ਸਾਹਿਤ

poteen /ਪਅ'ਟੀਨ, -'ਚੀਨ/ *n* ਆਇਰਲੈਂਡ ਦੀ ਵਿਸਕੀ (ਖ਼ਾਸ ਕਰਕੇ ਨਾਜਾਇਜ਼ ਕੱਢੀ)

potency /'ਪਅਉਟਨਸਿ/ *n* ਬਲ, ਸ਼ਕਤੀ, ਸਮਰੱਥਾ, ਪ੍ਰਭਾਵਸ਼ੀਲਤਾ

potent /'ਪਅਉਟਨਟ/ *a* ਬਲਵਾਨ, ਸ਼ਕਤੀਵਾਨ, ਤਕੜਾ, ਜ਼ੋਰਦਾਰ; (ਦਲੀਲ ਜਾਂ ਤਰਕ) ਤਕੜੀ, ਅਕੱਟਵੀਂ; (ਦਵਾਈ) ਅਸਰਦਾਰ, ਪ੍ਰਭਾਵਕਾਰੀ

potentate /'ਪਅਉਟਨਟੇਇਟ/ *n* ਬਾਦਸ਼ਾਹ, ਸਮਰਾਟ; ਸ਼ਕਤੀਵਾਨ ਵਿਅਕਤੀ

potential /ਪਅ'ਟੈੱਨਸ਼ਲ/ *a* ਹੋ ਸਕਣ ਵਾਲਾ, ਸੰਭਾਵੀ; (ਵਿਆ) ਸੰਭਾਵਨਾ ਦਰਸਾਊ *n* ਸੰਭਾਵਨਾਵਾਚੀ; ਸੰਭਾਵਨਾ, ਸੰਭਵਤਾ; ਬਿਜਲੀ ਦੀ ਮਾਤਰਾ, ਬਿਜਲੀ ਦਾ ਪ੍ਰਭਾਵ

potentiality /ਪਅˌਟੈੱਨਸ਼ਿ'ਐਲਅਟਿ/ *n* ਸ਼ਕਤੀ, ਬਲ, ਸਮਰੱਥਾ, ਯੋਗਤਾ; ਸੰਭਵ ਸ਼ਕਤੀ, ਸਿਖਰੀ ਬਲ

potentiate /ਪਅ'ਟੈੱਨਸ਼ਿਏਇਟ/ *vt* ਬਲਵਾਨ ਬਣਾਉਣਾ, ਸ਼ਕਤੀਸ਼ਾਲੀ ਕਰਨਾ, ਸਮਰੱਥ ਕਰਨਾ *a* ਸ਼ਕਤੀਸ਼ਾਲੀ; ਸੱਤਾਧਾਰੀ

potheen /ਪਅ'ਟੀਨ, -'ਚੀਨ, -'ਥੀਨ/ ਵੇਖੋ **poteen**

pother /'ਪੌਦਅ*/ *n* ਦਮਘੋਟੂ ਧੂੰਆ, ਦਮਘੋਟ ਧੂੜ ਦਾ ਗੁਬਾਰ; ਚੀਕ ਚਿਹਾੜਾ, ਰੌਲਾ-ਗੌਲਾ, ਹੁੱਲੜਬਾਜ਼ੀ *v* ਰੌਲਾ ਮਚਾਉਣਾ, ਖੱਪ ਪਾਉਣਾ, ਹੁੱਲੜਬਾਜ਼ੀ ਕਰਨਾ

pothole /'ਪੌਟਹਅਉਲ/ *n* ਚਟਾਨ ਵਿੱਚ ਪਾਣੀ ਆਦਿ ਨਾਲ ਪਿਆ ਡੂੰਘ; ਸੜਕ ਵਿੱਚ ਪਿਆ ਟੋਆ

pothook /'ਪੌਟਹੁਕ/ *n* ਚੁੱਲ੍ਹੇ ਤੋਂ ਦੇਗ ਲਾਹੁਣ ਵਾਲੀ ਸੰਨ੍ਹੀ

pot-hunter /'ਪੌਟˌਹਅੱਨਟਅ*/ *n* ਜਿਹੜਾ ਵੀ ਜਾਨਵਰ ਸਾਮ੍ਹਣੇ ਆ ਜਾਵੇ ਉਸੇ ਦਾ ਸ਼ਿਕਾਰ ਕਰ ਲੈਣ ਵਾਲਾ ਸ਼ਿਕਾਰੀ; ਇਨਾਮ ਦੇ ਲਾਲਚ ਨਾਲ ਕਿਸੇ ਮੁਕਾਬਲੇ ਵਿੱਚ ਹਿੱਸਾ ਲੈਣ ਵਾਲਾ ਵਿਅਕਤੀ; ਲੋਭੀ ਆਦਮੀ

potion /'ਪਅਉਸ਼ਨ/ *n* (ਪੀਣ ਵਾਲੀ ਦਵਾਈ ਦੀ) ਖ਼ੁਰਾਕ; ਜ਼ਹਿਰ ਦਾ ਘੁੱਟ

potpourri /ˌਪਅਉਪੁ'ਰੀ/ *n* ਗੁਲਾਬ ਦੀਆਂ ਪੱਤੀਆਂ ਅਤੇ ਮਸਾਲੇ ਆਦਿ ਦਾ ਮਿਸ਼ਰਨ; ਮਿਲਿਆ ਜੁਲਿਆ ਰਾਗ ਜਾਂ ਸਾਹਿਤਕ ਰਚਨਾ,

ਸੰਗੀਤ ਜਾਂ ਸਾਹਿਤ ਦਾ ਮਿਲਗੋਭਾ; ਰੰਗਾ ਰੰਗ ਪੇਸ਼ਕਾਰੀ

potsherd /'ਪੌਟਸ਼ਅ:ਡ/ *n* (ਵਿਸ਼ੇਸ਼ ਕਰਕੇ ਪੁਰਾਤੱਤਵੀ) ਠੀਕਰੀ, ਠੀਕਰਾ

pottage /'ਪੌਟਿਜ/ *n* (ਪਰਾ) ਤਰੀ, ਸ਼ੋਰਬਾ

potter[1] /'ਪੌਟਅ*/ *vi* ਰੌਦੇ-ਧੌਦੇ ਕੰਮ ਕਰਨਾ; ਐਵੇਂ ਵਗਾਰ ਕੱਟਣਾ; ਵਿਹਲੇ ਫਿਰਨਾ, ਨਿਕੰਮੇ ਰਹਿਣਾ, ਝੱਖ ਮਾਰਨਾ, ਟੱਕਰਾਂ ਮਾਰਨਾ

potter[2] *n* ਭਾਂਡੇ ਘੜਨ ਵਾਲਾ, ਘੁਮਿਆਰ, ਕੁੰਭਕਰ

pottery /'ਪੌਟਅਰਿ/ *n* ਕੁੰਭਕਾਰੀ, ਘੁਮਿਆਰ ਦਾ ਕੰਮ, ਮਿੱਟੀ ਦੇ ਭਾਂਡੇ, ਘੁਮਿਆਰ ਦੀ ਦੁਕਾਨ, ਘੁਮਿਆਰ ਦਾ ਅੱਡਾ, ਕਰਾਕਰੀ ਦਾ ਕਾਰਖ਼ਾਨਾ

pottinger /'ਪੌਟਿਨਜਅ*/ *n* ਰਸੋਈਆ, ਮਹਿਰਾ, ਖ਼ਾਨਸਾਮਾ, ਬਹਿਰਾ; ਸ਼ੋਰਬਾ ਬਣਾਉਣ ਵਾਲਾ, ਤਰੀ ਬਣਾਉਣ ਵਾਲਾ, ਮਾਸ ਬਣਾਉਣ ਵਾਲਾ

pottle /'ਪੌਟਲ/ *n* ਅੱਧੇ ਗੈਲਨ ਦਾ ਨਾਪ; (ਬੈਂਤ ਦੀ) ਟੋਕਰੀ, ਛਿੱਕੂ

potto /'ਪੌਟਅਉ/ *n* (ਅਫ਼ਰੀਕਾ ਦਾ) ਲੰਗੂਰ, ਪੋਟੋ

potty /'ਪੌਟਿ/ *a* (ਅਪ) ਤੁੱਛ, ਨਿਗੂਣਾ; ਝੱਲਾ, ਸ਼ੁਦਾਈ; (ਬੱਚਿਆਂ ਦਾ) ਮਲ ਤਿਆਗਦਾਨ

pouch /ਪਾਉਚ/ *n* ਥੈਲੀ, ਜੇਬ, ਖੀਸਾ, ਗੁਥਲੀ; (ਪਰਾ) ਰੁਪਈਏ ਪਾਉਣ ਵਾਲੀ ਵਾਂਸਲੀ ਜਾਂ ਬਟੂਆ; ਕੰਗਾਰੂ ਆਦਿ ਜਾਨਵਰਾਂ ਦੀ ਝੋਲੀ (ਜਿਸ ਵਿੱਚ ਉਹ ਆਪਣਾ ਬੱਚਾ ਪਾਉਂਦੇ ਹਨ); ਮਿਆਨ; (ਬੂਟੇ ਦੀ) ਫਲੀ, ਟੀਂਡਾ, ਡੋਡੀ *v* ਥੈਲੀ ਜਾਂ ਗੁਥਲੀ ਵਿੱਚ ਪਾਉਣਾ; ਕਬਜ਼ੇ ਵਿੱਚ ਲੈਣਾ; ਹੱਥ ਵਿੱਚ ਲੈਣਾ; (ਬੋਲ) ਇਨਾਮ ਦੇਣਾ, ਭੇਟਾ ਕਰਨਾ, ਗੁਥਲੀ ਵਾਂਗੂੰ ਲਮਕਾਉਣਾ; ਹੜੱਪ ਕਰ ਜਾਣਾ, ਮਾਰ ਲੈਣਾ

poudrette /ਪੂ'ਡਰੈਟ/ *n* ਖਾਦ, ਰੂੜੀ

pouf, pouffe /ਪੂਫ/ *n* ਗੱਦੀ, ਗੱਦੀਦਾਰ ਕੌਚ; ਵਾਲਾਂ ਦਾ ਗੁੱਛਾ; ਵਾਲਾਂ ਦਾ ਪਫ਼ ਬਣਾਉਣ ਦਾ ਤਰੀਕਾ, ਜਲੇਬੀ ਜੂੜਾ

poult /'ਪਅਉਲਟ/ *n* ਚੂਚਾ (ਕੁਕੜੀ, ਬਤਕ ਆਦਿ ਦਾ); ਭਟਿੱਟਰ, ਅਮਰੀਕੀ ਕੁੱਕੜ, ਸ਼ਿਕਾਰ ਕੀਤਾ ਜਾਣ ਵਾਲਾ ਪੰਛੀ

poulterer /'ਪਅਉਲਟਅਰਅ*/ *n* ਕੁੱਕੜਫਰੋਸ਼

poultice /'ਪਅਉਲਟਿਸ/ *n* ਫੋੜੇ ਸੋਜ ਆਦਿ ਉੱਤੇ ਬੰਨ੍ਹੀ ਜਾਣ ਵਾਲੀ ਨਰਮ ਅਤੇ ਗਰਮਾਇਸ਼ ਦੇਣ ਵਾਲੀ ਦਵਾਈ, ਲੇਪ, ਪੁਲਟਸ *vt* ਪੁਲਟਸ ਬੰਨ੍ਹਣਾ, ਲੇਪ ਕਰਨਾ

poultry /'ਪਉਲਟਰਿ/ *n* ਮੁਰਗੀਖ਼ਾਨਾ; ਮੁਰਗੀਆਂ ਮੁਰਗੇ, ਕੁੱਕੜ ਕੁਕੜੀਆਂ; ਪਾਲਵੇਂ ਪੰਛੀ, ਕੁੱਕੜ, ਬਤਕਾਂ ਆਦਿ

pounce[1] /ਪਾਉਨਸ/ *vi* ਝਪਟਣਾ, ਨਹੁੰਦਰ ਮਾਰਨਾ, ਤਾੜ ਲੈਣਾ, ਜਾਣ ਜਾਣਾ *n* ਪੰਜਾ, ਨਹੁੰਦਰ, ਝਪਟ, ਪੰਜੇ ਦੀ ਮਾਰ

pounce[2] *n* ਚਿੱਤਰ ਬਣਾਉਣ ਵਿੱਚ ਵਰਤਿਆ ਜਾਣ ਵਾਲਾ ਨਰਮ ਪਾਊਡਰ

pound[1] /ਪਾਉਨਡ/ *v* ਫਿਹਣਾ, ਚਿੱਥਣਾ, ਘੋਟਣਾ, ਕੁੱਟਣਾ, ਪੀਹਣਾ; ਮੁੱਕੀਆਂ ਨਾਲ ਮਾਰਨਾ, ਕੁੱਟ ਚਾੜ੍ਹਨਾ; ਚਿੱਥ ਸੁੱਟਣਾ; ਗੋਲੀਆਂ ਦੀ ਵਾਛੜ ਕਰ ਦੇਣਾ, ਲਤਾੜਨਾ, ਪੈਰਾਂ ਥੱਲੇ ਫੇਹ ਦੇਣਾ

pound[2] *n* ਬਰਤਾਨੀਆ ਦਾ ਸੋਨੇ ਦਾ ਸਿੱਕਾ, ਪੌਂਡ; ਤੋਲ ਦਾ ਇੱਕ ਵੱਟਾ, 16 ਔਂਸ

pound[3] *n* ਫਾਟਕ, ਅਵਾਰਾ ਪਸ਼ੂਆਂ ਨੂੰ ਬੰਦ ਕਰਨ ਵਾਲਾ ਵਾੜਾ, ਪਸ਼ੂਆਂ ਦਾ ਵਾੜਾ, ਕੈਦਖ਼ਾਨਾ; ਵਾੜਾ ਜਾਂ ਅਹਾਤਾ

pounder /'ਪਾਉਨਡਅ*/ *n* ਪੀਹਣ ਵਾਲਾ, ਕੁੱਟਣ ਵਾਲਾ; ਉਖਲੀ, ਕੂੰਡੀ, ਦੌਰੀ, ਲਾਂਗਰੀ; ਅੱਧੇ ਸੇਰ ਦੀ ਚੀਜ਼; ਇੱਕ ਪੌਂਡ ਦੇ ਗੋਲੇ ਵਾਲੀ ਤੋਪ

pour /ਪੋ*/ *n* ਵਹਾਅ, ਪਿਘਲੀ ਹੋਈ ਧਾਤ ਦਾ ਇੱਕ ਘਾਣ *v* ਡੋਲ੍ਹਣਾ, ਉਲੱਦਣਾ, ਪਲਟਣਾ, ਧਾਰ ਵਗਾਉਣਾ; ਵਹਾ ਦੇਣਾ, ਡੁਲ੍ਹਣਾ, ਵਗਣਾ, ਵਰ੍ਹਾਉਣਾ ਜਾਂ ਵਰ੍ਹਨਾ; (ਗਾਲਾਂ, ਗੋਲੀਆਂ ਦੀ) ਵਾਛੜ ਕਰਨਾ; (ਸ਼ਬਦ) ਕਾਹਲੀ ਬੋਲਣਾ; ਭੀੜ ਨੂੰ ਭਜਾ ਦੇਣਾ, ਕੱਢਣਾ; ਚਾਨਣ ਪਾਉਣਾ, ਦੇਣਾ, ਕਰਨਾ; (ਸੰਗੀਤ ਨਾਲ) ਸੁਰਾਂ ਕੱਢਣਾ; ਬਹੁਤ ਮਾਤਰਾ ਵਿੱਚ ਆਉਣਾ

pourboire /ਪੁਅ'ਬਵਾ/ *(F)* *n* ਟਿਪ, ਇਨਾਮ, ਬਖਸ਼ੀਸ਼, ਪੁਰਸਕਾਰ

pourparler /ˌਪੁਅ'ਪਾਲੇਇ/ *(F) n* ਗ਼ੈਰਰਸਮੀ ਮੁਢਲੀ ਗੱਲਬਾਤ

poussette /ਪੂ'ਸੈਟੱ/ *vi* ਦੋ ਜਣਿਆਂ ਦਾ ਇੱਕ ਦੂਜੇ ਦਾ ਹੱਥ ਫੜ ਕੇ ਗੋਲ ਚੱਕਰ ਵਿੱਚ ਨੱਚਣਾ *n* ਅਜਿਹਾ ਨਾਚ

poussin /'ਪੂਸੈਙ/ *n* ਖਾਣ ਲਈ ਪਾਲਿਆ ਚੂਜ਼ਾ

pout /ਪਾਉਟ/ *v* ਬੁੱਲ੍ਹ ਟੇਰਨਾ; ਬੁੱਲ੍ਹ ਲਮਕਾਉਣਾ ਜਾਂ ਲਮਕਣਾ *n* ਨਾਪਸੰਦਗੀ, ਕ੍ਰੋਧ ਪ੍ਰਗਟਾਉਣ ਦੀ ਕਿਰਿਆ

pouter/'ਪਾਉਟਅ*/ *n* ਬੁੱਲ੍ਹ ਕੱਢਣ ਵਾਲਾ; ਕਬੂਤਰ ਦੀ ਇੱਕ ਕਿਸਮ ਜੋ ਢਿੱਡ ਬਹੁਤ ਫੁਲਾ ਸਕਦੀ ਹੈ

poverty /'ਪੌਵ੍ਅਟਿ/ *n* ਗ਼ਰੀਬੀ, ਕੰਗਾਲੀ, ਨਿਰਧਨਤਾ; (ਗੁਣ ਆਦਿ ਦੀ) ਅਣਹੋਂਦ, ਅਭਾਵ, ਘਾਟ, ਕਮੀ; ਨਿਗੁਣਾਪਣ, ਹੀਣਤਾ

poverty-stricken /'ਪੌਵ੍ਅਟਿਸਟਰਿਕ(ਅ)ਨ/ *a* ਕੰਗਾਲ, ਅਤਿ ਗ਼ਰੀਬ, ਗ਼ਰੀਬੀ ਦਾ ਮਾਰਿਆ

POW/ˌਪੀ ਅਉ 'ਡਅੱਬਲਯੂ/ *abbr* **Prisnor of war** ਦਾ ਸੰਖਿਪਤ ਰੂਪ, ਜੰਗੀ ਕੈਦੀ

powder /'ਪਾਉਡਅ*/ *n* ਪਾਊਡਰ, ਧੂੜਾ, ਬੂਰਾ, ਚੂਰਾ, ਚੂਰਨ, ਫੱਕੀ, ਬਰੂਦ *v* ਧੂੜਾ ਮਲਨਾ, ਪਾਊਡਰ ਮਲਨਾ, ਪਾਊਡਰ ਜਾਂ ਧੂੜਾ ਛਿੜਕਣਾ, ਪੀਹਣਾ; (ਕਾਗਜ਼ ਆਦਿ ਨੂੰ) ਨਿੱਕੇ-ਨਿੱਕੇ ਟਿਮਕਣਿਆਂ ਨਾਲ ਸਜਾਉਣਾ

powder-flask, powder-horn *n* (ਇਤਿ) ਬਰੂਦ ਪਾਉਣ ਵਾਲਾ ਡੱਬਾ ਜਾਂ ਪੀਪਾ

powder keg *n* ਬਰੂਦ ਦਾ ਡੱਬਾ, ਸਿੰਗੜ; ਵਿਸਫੋਟਕ ਸਥਿਤੀ

powder-magazine *n* ਬਰੂਦ ਦਾ ਸਟੋਰ, ਬਰੂਦਖ਼ਾਨਾ

powder monkey /'ਪਾਉਡਅਮਅੱਙਕਿ/ *n* (ਇਤਿ) ਲੜਾਈ ਵਿੱਚ ਜਹਾਜ਼ ਤੱਕ ਬਰੂਦ ਪਹੁੰਚਾਉਣ ਵਾਲਾ ਵਿਅਕਤੀ

powdery/'ਪਾਉਡਅਰਿ/ *a* ਪਾਊਡਰ ਨਾਲ ਕੱਜਿਆ, ਜਿਸ ਉੱਤੇ ਪਾਊਡਰ ਛਿੜਕਿਆ ਹੋਵੇ, ਪਾਊਡਰ ਵਾਲਾ

power /'ਪਾਉਅ*/ *n* ਸ਼ਕਤੀ, ਬਲ, ਤਾਕਤ, ਜ਼ੋਰ, ਤਾਣ; ਪ੍ਰਤਿਭਾ, ਤੇਜ, ਓਜ, ਰੋਹਬ; ਸੱਤਾ, ਰਾਜ, ਹਕੂਮਤ, ਸ਼ਾਸਨ; ਅਧਿਕਾਰ, ਇਖ਼ਤਿਆਰ, ਕਬਜ਼ਾ, ਦਬਾਅ; ਯੋਗਤਾ, ਵਿੱਤ, ਸਮਰੱਥਾ, ਮਜਾਲ, ਵੱਸ, ਵਾਹ; (ਗਣਿ) ਬਲ; ਫ਼ੌਜੀ ਤਾਕਤ, ਸੈਨਿਕ ਸ਼ਕਤੀ, ਰਾਜਸੀ ਸ਼ਕਤੀ, ਸਰਕਾਰ; ਬਿਜਲੀ, ਬਿਜਲੀ ਦੀ ਸ਼ਕਤੀ; ਪਰਮਾਤਮਾ, ਦੇਵੀ ਦੇਵਤੇ

power broker *n* (ਰਾਜਨੀਤਿਕ ਸੱਤਾਧਾਰੀ ਦਾ) ਵਿਚੋਲਾ, ਮਧਿਅਸਥ

powerful/'ਪਾਉਅਫ਼ਲ/ *a* ਸ਼ਕਤੀਮਾਨ, ਬਲਵਾਨ, ਜ਼ੋਰ ਵਾਲਾ, ਜ਼ੋਰਾਵਰ, ਤਾਕਤਵਰ ਸਮਰੱਥ, ਅਸਰ ਰਸੂਖ਼ ਵਾਲਾ, ਜਥ੍ਹੇ ਵਾਲਾ, ਖੁੱਲ੍ਹੇ ਇਖ਼ਤਿਆਰ ਵਾਲਾ; ਪ੍ਰਭਾਵਸ਼ਾਲੀ,ਅਸਰ ਪਾਉਣ ਵਾਲਾ; ਜ਼ਬਰਦਸਤ, ਤੇਜ਼, ਸਖ਼ਤ

powerhouse /'ਪਾਉਅਹਾਉਸ/ *n* ਬਿਜਲੀ ਘਰ; ਕਾਫ਼ੀ ਸ਼ਕਤੀਸ਼ਾਲੀ ਗਰੁਪ ਜਾਂ ਸੰਗਠਨ

powerless/'ਪਾਉਅਲਅਸ/ *a* ਨਿਰਬਲ, ਦੁਰਬਲ, ਮਾੜਾ, ਨਿਤਾਣਾ, ਹੀਣਾ; ਅਸਮਰੱਥ, ਬੇਵੱਸ, ਲਾਚਾਰ, ਪ੍ਰਭਾਵਹੀਣ; ਸੱਤਾਹੀਣ

power of attorney *n* ਮੁਖ਼ਤਿਆਰਨਾਮਾ

power politics *n* ਦੂਜੇ ਦੇਸ਼ਾਂ ਨੂੰ ਸੱਤਾ ਨਾਲ ਧਮਕਾਉਣ ਦੀ ਨੀਤੀ, ਸੱਤਾ ਰਾਜਨੀਤੀ

powwow /'ਪਾਉਵਾਉ/ *n* (ਅਮਰੀਕਾ ਦੇ ਮੂਲ ਵਸਨੀਕਾਂ ਦੀ) ਜਾਦੂ ਟੂਣੇ ਦੀ ਮਜਲਸ; ਉੱਤਰੀ ਅਮਰੀਕਾ ਦੇ ਮੂਲ ਨਿਵਾਸੀਆਂ ਦਾ ਸੰਘ; ਕੋਈ ਰਾਜਸੀ ਮੀਟਿੰਗ; ਕਿਸੇ ਵਿਸ਼ੇਸ਼ ਸੰਬੰਧ ਵਿੱਚ ਫ਼ੌਜੀ ਅਫ਼ਸਰਾਂ ਦੀ ਮੀਟਿੰਗ; ਗੱਲਬਾਤ *v* ਜਾਦੂ-ਟੂਣਾ ਕਰਨਾ, ਮੰਤਰ ਮਾਰਨਾ; ਸਲਾਹ ਕਰਨਾ, ਗੱਲਬਾਤ ਕਰਨਾ

pox /ਪੌਕਸ/ *n* ਆਤਸ਼ਕ; ਦਾਣੇ, ਚੇਚਕ

pozzy /'ਪੌਜ਼ਿ/ *n* ਬੇਤਾਰ ਬਰਕੀ ਦੇ ਸਮਾਚਾਰ ਵਿੱਚ ਰੁਕਾਵਟ

pp *abbr* **post position** ਦਾ ਸੰਖੇਪ, ਵਾਸਤੇ ਲਈ ਸੰਕੇਤਕ ਚਿੰਨ੍ਹ

PR /ˌਪੀ 'ਆ*/ *abbr* **Public Relations**

ਦਾ ਸੰਖੇਪ ਰੂਪ, ਲੋਕ ਸੰਪਰਕ; **Proportional Representation** ਦਾ ਸੰਖੇਪ ਰੂਪ, ਅਨੁਪਾਤਕ ਪ੍ਰਤਿਨਿਧਤਾ

practicability /ˌਪਰੈਕਟਿਕਅ'ਬਿਲਅਟਿ/ *n* ਵਿਹਾਰਕਤਾ, ਉਪਯੋਗਤਾ; ਸੰਭਵਤਾ, ਸੰਭਾਵਨਾ

practicable /'ਪਰੈਕਟਿਕਅਬਲ/ *a* ਹੋਣਯੋਗ, ਵਿਹਾਰਕ, ਵਰਤੋਂ ਵਿੱਚ ਲਿਆਇਆ ਜਾ ਸਕਣ ਵਾਲਾ, ਸੰਭਵ; ਅਮਲੀ (ਰਾਹ), ਲੰਘਣਯੋਗ, ਉਪਯੋਗੀ

practical /'ਪਰੈਕਟਿਕਲ/ *a* ਅਮਲੀ, ਵਿਹਾਰਕ, ਕਿਰਿਆਤਮਿਕ, ਅਭਿਆਸ ਸਿੱਧ; ਵਿਹਾਰ ਵਿੱਚ ਲਿਆਂਦਾ ਜਾਣ ਵਾਲਾ, ਕੰਮ ਦਾ, ਕਾਰਵੰਦਾ; ਤਜਰਬੇਕਾਰ, ਅਨੁਭਵੀ *n* (ਸਾਇੰਸ ਦਾ) ਤਜਰਬਾ, ਪ੍ਰਯੋਗ

practicality/ˌਪਰੈਕਟਿ'ਕੈਲਅਟਿ/ *n* ਵਿਹਾਰਕਤਾ; ਕਿਰਿਆਤਮਿਕਤਾ

practically/'ਪਰੈਕਟਿਕਲਿ/ *adv* ਅਮਲੀ ਤੌਰ 'ਤੇ; ਵਾਸਤਵ ਵਿੱਚ, ਅਸਲ ਵਿੱਚ, ਲਗਭਗ, ਇੱਕ ਤਰ੍ਹਾਂ ਨਾਲ

practice /'ਪਰੈਕਟਿਸ/ *n* ਅਭਿਆਸ, ਮਸ਼ਕ; ਵਿਹਾਰ, ਵਰਤੋਂ, ਆਚਾਰ; ਰੀਤ, ਦਸਤੂਰ, ਪ੍ਰਥਾ, ਪੱਧਤੀ, ਰਿਵਾਜ; ਨਿੱਤ ਵਰਤੋਂ, ਕਾਰਜ ਪ੍ਰਨਾਲੀ, ਚਲਨ; ਵਿਧਾਨਕ ਕਾਰਵਾਈ, ਅਭਿਆਸ ਕਾਲ, ਅਭਿਆਸ ਦਾ ਸਮਾਂ; (ਵਕੀਲ, ਡਾਕਟਰ ਆਦਿ ਦੀ) ਵਿਹਾਰਿਕ ਦਸ਼ਾ, ਵਕਾਲਤ, ਡਾਕਟਰੀ ਪੇਸ਼ਾ; ਯੋਜਨਾ, ਉਪਾਅ; ਵਿਓਂਤ, ਯਤਨ; ਹੱਥਫੇਰੀ ਚਲਾਕੀ, ਸਾਜ਼ਸ; (ਗਣਿ) ਵਿਹਾਰਿਕ ਗਣਿਤ, ਤਜਾਰਤੀ ਹਿਸਾਬ, ਤਜਾਰਤ (ਦਾ ਤਰੀਕਾ)

practise /'ਪਰੈਕਟਿਸ/ *v* ਅਭਿਆਸ ਕਰਨਾ; ਮਸ਼ਕ ਕਰਨਾ; ਵਿਹਾਰਿਕ ਰੂਪ ਦੇਣਾ; ਅਮਲ ਵਿੱਚ ਲਿਆਉਣਾ, ਕੰਮ ਵਿੱਚ ਲਿਆਉਣਾ; ਵਰਤੋਂ ਕਰਨਾ; ਘਾਸ ਪਾਉਣਾ, ਰਾਹ ਪਾਉਣਾ; ਵਿਹਾਰ ਕਰਨਾ; ਵਿਓਂਤ ਬਣਾਉਣਾ; ਸਾਜ਼ਸ਼ ਕਰਨਾ

practised /'ਪਰੈਕਟਿਸਟ/ *a* ਮਾਹਰ, ਨਿਪੁੰਨ, ਅਨੁਭਵੀ, ਤਜਰਬੇਕਾਰ

practising /'ਪਰੈਕਟਿਸਿਙ/ *a* ਕਿਰਿਆਸ਼ੀਲ, ਅਮਲੀ ਰੂਪ ਦੇਣ ਵਾਲਾ, ਅਭਿਆਸੀ

practitioner /ਪਰੈਕ'ਟਿਸ਼ਅਨਅ*/ *n* ਅਭਿਆਸੀ, ਪੇਸ਼ਾਵਰ, ਵਿਹਾਰ ਕਰਨ ਵਾਲਾ

praecocial /ਪਰਿ'ਕਅਉਸ਼ਲ/ *a* (ਪੰਛੀਆਂ ਦੇ ਬੱਚੇ ਆਂਡਿਆਂ ਵਿੱਚੋਂ ਨਿੱਕਲਨ ਤੋਂ ਝਟਪਟ ਪਿੱਛੋਂ) ਉਡੱਣਯੋਗ, ਤੁਰਨ-ਫਿਰਨ ਦੇ ਲਾਇਕ, ਦਾਣਾ ਚੁਗਣਯੋਗ ਹੋਣ ਸੰਬੰਧੀ

praecognita /ਪਰਿ'ਕੌਗਨਿਟਅ/ *n* ਮੁਢਲਾ ਗਿਆਨ, ਆਧਾਰ ਗਿਆਨ, ਪ੍ਰਾਰੰਭਿਕ ਗਿਆਨ (ਜਿਸ ਤੋਂ ਹੋਰ ਵਿਸ਼ੇ ਦਾ ਗਿਆਨ ਪ੍ਰਾਪਤ ਹੋ ਸਕੇ)

praepostor /ਪਰਿ'ਪੌਸਟਅ*/ *n* ਮੁੱਖ ਵਿਦਿਆਰਥੀ, ਮਾਨੀਟਰ

praetor /'ਪਰੀਟਅ*/ *n* (ਰੋਮਨ ਇਤਿ) ਦੰਡ ਅਧਿਕਾਰੀ, ਮੈਜਿਸਟਰੇਟ

praetorian /ਪਰੀ'ਟੋਰਿਅਨ/ *a* (ਰੋਮ ਦੇ) ਮਹਾਂ ਸੈਨਾਪਤੀ ਦਾ, ਸਮਰਾਟ ਦੇ ਅੰਗ ਰੱਖਿਅਕ ਦਾ

praetorium /ਪਰੀ'ਟੋਰਿਅਮ/ *n* ਰਾਜਪਾਲ ਨਿਵਾਸ, ਗਵਰਨਰ ਦਾ ਮਹੱਲ; ਰੋਮਨ ਸੈਨਾਪਤੀ ਦੀ ਛਾਉਣੀ

pragmatic, pragmatical /ਪਰੈਗ'ਮੈਟਿਕ, ਪਰੈਗ'ਮੈਟਿਕਲ/ *a* ਕੱਟੜ, ਪਰਿਣਾਮਵਾਦੀ, ਹਠਵਾਦੀ; ਅਮਲੀ, ਕਿਰਿਆਤਮਿਕ, ਵਿਹਾਰਿਕ; ਅਸਲੀ; ਇਤਿਹਾਸਿਕ ਘਟਨਾ ਨੂੰ ਉਹਨਾਂ ਦਾ ਕਿਰਿਆਤਮਿਕ ਪੱਖ ਸਾਮ੍ਹਣੇ ਰੱਖ ਕੇ ਬਿਆਨ ਕਰਨ ਵਾਲਾ; ਰਾਜਕਾਜ ਸੰਬੰਧੀ, ਰਾਜਸੀ

pragmatist /'ਪਰੈਗਮਅਟਿਸਟ/ *n* ਯਥਾਰਥਵਾਦੀ, ਵਸਤੂਵਾਦੀ, ਪ੍ਰਯੋਗਵਾਦੀ

pragmatistic /ˌਪਰੈਗਮਅ'ਟਿਸਟਿਕ/ *a* ਯਥਾਰਥਵਾਦੀ, ਵਿਹਾਰਵਾਦ ਸੰਬੰਧੀ, ਅਮਲੀ ਪੱਖ ਵਾਲਾ

pragmatize /'ਪਰੈਗਮਅਟਾਇਜ਼/ *vt* ਯਥਾਰਥਿਕ ਰੂਪ ਦੇਣਾ, ਸੱਚ ਵਾਂਗ ਵਰਣਨ ਕਰਨਾ

prairie /'ਪਰੇਅਰਿ/ *n* ਬਿਨਾਂ ਰੁੱਖਾਂ ਤੋਂ ਘਾਹ ਵਾਲਾ ਖੁੱਲ੍ਹਾ ਮੈਦਾਨ, ਘਾਹ ਵਾਲੀ ਰੱਖ

prairie chicken *n* ਤਿੱਤਰ ਜਾਤੀ ਦਾ ਇੱਕ ਪੰਛੀ

prairie oyster *n* ਕੱਚਾ ਆਂਡਾ

praise /ਪਰੇਇਜ਼/ *n* ਵਡਿਆਈ, ਸਿਫ਼ਤ, ਗੁਣ, ਪ੍ਰਸੰਸਾ, ਉਸਤਤੀ, ਕੀਰਤੀ, ਮਹਿਮਾ, ਸ਼ਲਾਘਾ, *v* ਵਡਿਆਈ ਕਰਨਾ, ਸਿਫ਼ਤ ਕਰਨਾ, ਗੁਣ ਗਾਉਣਾ, ਪ੍ਰਸੰਸਾ ਕਰਨਾ, ਉਸਤਤੀ ਕਰਨਾ, ਮਹਿਮਾ ਕਰਨਾ, ਸ਼ਲਾਘਾ ਕਰਨਾ, ਸਲਾਹੁਣਾ, ਉਪਮਾ ਕਰਨਾ, ਤਾਰੀਫ਼ ਕਰਨਾ; (ਵਾਹਿਗੁਰੂ ਦੀ) ਸਿਫ਼ਤ ਕਰਨਾ

praiseworthy /'ਪਰੇਇਜ਼ਵਅ:ਦਿ/ *a* ਪ੍ਰਸੰਸਾਯੋਗ, ਵਡਿਆਉਣਯੋਗ, ਉਪਮਾਯੋਗ

praline /'ਪਰਾਲੀਨ, 'ਪਰੇਇਲੀਨ/ *n* ਇੱਕ ਮਿਠਿਆਈ ਜਿਹੜੀ ਖੰਡ ਦੀ ਚਾਸ਼ਣੀ ਵਿੱਚ ਗਿਰੀ ਮੇਵੇ ਆਦਿ ਪਾ ਕੇ ਬਣਾਈ ਜਾਂਦੀ ਹੈ

pram /ਪਰੈਮ/ *n* (ਬੋਲ) ਠੇਲਾ, ਦੁੱਧ ਵਾਲੀ ਗੱਡੀ; ਬੱਚਾ ਗੱਡੀ, ਬੱਚਿਆਂ ਨੂੰ ਸਫਰ ਕਰਾਉਣ ਵਾਲੀ ਹੱਥਗੱਡੀ

prance /ਪਰਾਨਸ/ *vi* (ਘੋੜੇ ਦਾ) ਕੁੱਦਣਾ, ਟੱਪਣਾ (ਖ਼ਾਸ ਕਰਕੇ ਪਿਛਲੀਆਂ ਲੱਤਾਂ ਚੁੱਕ ਕੇ); ਕਲੋਲ ਕਰਨਾ, ਚੁੰਗੀਆਂ ਭਰਨਾ; ਆਕੜ ਆਕੜ ਕੇ ਤੁਰਨਾ *n* ਛਾਲ ਛੜੱਪਾ, ਚੁੰਗੀ

prancing /'ਪਰਾਨਸਿਙ/ *n* ਪਲਾਂਘ, ਚੌਕੜੀ, ਛਲਾਂਘ, ਉਛਾਲ

prandial /'ਪਰੈਨਡਿਅਲ/ *a* ਭੋਜਨ ਦਾ, ਭੋਜਨ ਸੰਬੰਧੀ, (ਖ਼ਾਸ ਕਰਕੇ) ਸ਼ਾਮ ਦੇ ਖਾਣੇ ਦਾ

prang /ਪਰੈਙ/ *vt* ਨਿਸ਼ਾਨੇ 'ਤੇ ਟਿਕਾਅ ਕੇ ਬੰਬ ਸੁੱਟਣਾ, ਧਮਾਕਾ ਕਰਨਾ, ਗੋਲਾ ਸੁੱਟਣਾ

prank /ਪਰੈਙਕ/ *v* ਸਜਾਉਣਾ, ਸ਼ਿੰਗਾਰਨਾ, ਸ਼ੁਕੀਨੀ ਕਰਨਾ *n* ਨਟਖਟੀ, ਚੋਜ

prase /ਪਰੇਇਜ਼/ *n* ਹਰੇ ਰੰਗ ਦਾ ਬਲੌਰ

prate /ਪਰੇਇਟ/ *vi* ਗੱਪਾਂ ਮਾਰਨਾ, ਵਾਧੂ ਗੱਲਾਂ ਕਰਨਾ; ਫ਼ਜ਼ੂਲ ਬਕਣਾ, ਬੜਬੜ ਕਰਨਾ *n* ਫ਼ਜ਼ੂਲ ਬਕਬਕ, ਬੜਬੜ, ਲੁਤਰ-ਲੁਤਰ, ਬਕਵਾਸ, ਗੱਪਸ਼ੱਪ

praties /'ਪਰੇਇਟਿਜ਼/ *n* ਆਲੂ

prattle /'ਪਰੈਟਲ/ *vt* ਤੋਤਲੀਆਂ ਗੱਲਾਂ ਕਰਨਾ, ਭੋਲੀਆਂ-ਭੋਲੀਆਂ ਗੱਲਾਂ ਕਰਨਾ; ਨਿਆਣਿਆਂ ਵਾਂਗ ਸਾਦਾ ਅਤੇ ਸਧਾਰਨ ਗੱਲਾਂ ਕਰਨਾ; ਬਕਬਕ ਕਰਨਾ, ਲੁਤਰ-ਲੁਤਰ ਕਰਨਾ *n* ਤੋਤਲੀਆਂ ਗੱਲਾਂ, ਬੱਚਿਆਂ ਵਰਗੀਆਂ ਗੱਲਾਂ, ਭੋਲੀਆਂ ਗੱਲਾਂ

prattle box, prattler/'ਪਰੈਟ(ਅ)ਲ ਬੌਕਸ, 'ਪਰੈਟਲਅ*/ *n* ਤੋਤਲੀਆਂ ਗੱਲਾਂ ਕਰਨ ਵਾਲਾ ਬੱਚਾ; ਬੱਚਿਆਂ ਵਰਗੀਆਂ ਭੋਲੀਆਂ ਗੱਲਾਂ ਕਰਨ ਵਾਲਾ; ਬਹੁਤਾ ਬੋਲਣ ਵਾਲਾ ਆਦਮੀ *a* ਬਕਵਾਸੀ, ਲੁਤਰ ਲੁਤਰ ਕਰਨ ਵਾਲਾ, ਬੜਬੋਲਾ

pravity /'ਪਰੈਵ੍ਟਿ/ *n* ਗਿਰਾਵਟ, (ਭੋਜਨ ਆਦਿ ਦਾ) ਦੋਸ਼, ਵਿਗਾੜ, ਖ਼ਰਾਬੀ

prawn /ਪਰੋਨ/ *n* ਝੀਂਗਾ ਮੱਛੀ *vt* ਝੀਂਗਾ ਮੱਛੀ ਫੜਨਾ

praxis /'ਪਰੈਕਸਿਸ/ *n* ਰੀਤੀ, ਰਿਵਾਜ, ਰਸਮ, ਵਿਹਾਰ, ਦਸਤੂਰ, ਪ੍ਰਥਾ, ਨੇਮ; ਅਭਿਆਸ ਲਈ ਪ੍ਰਸ਼ਨ; ਆਚਾਰ, ਚਰਿੱਤਰ

pray /ਪਰੇਇ/ *v* ਬੇਨਤੀ ਕਰਨਾ, ਅਰਜ਼ ਕਰਨਾ, ਅਰਦਾਸ ਕਰਨਾ, ਸਿਮਰਨ ਕਰਨਾ, ਪੂਜਾ ਕਰਨਾ, ਉਪਾਸਨਾ ਕਰਨਾ; ਗਿੜਗਿੜਾਉਣਾ, ਹੱਥ ਪੈਰ ਜੋੜਨਾ, ਮਿੰਨਤ ਕਰਨਾ

prayer /ਪਰੇਅ*/ *n* ਪ੍ਰਾਰਥਨਾ, ਬੇਨਤੀ, ਅਰਜ਼, ਅਰਦਾਸ; ਜਾਚਨਾ, ਮੰਗ, ਸਵਾਲ; ਅਰਾਧਨਾ, ਉਪਾਸਨਾ, ਪੂਜਾ *a* ਪ੍ਰਾਰਥੀ, ਬੇਨਤੀ ਕਰਨ ਵਾਲਾ; ਅਰਾਧਕ, ਪੁਜਾਰੀ, ਉਪਾਸਕ

prayerful /'ਪਰੇਅਫ਼ੁਲ/ *a* ਬੇਨਤੀ ਕਰਨ ਵਾਲਾ, ਪ੍ਰਾਰਥਨਾਸ਼ੀਲ

preach /ਪਰੀਚ/ *n* ਉਪਦੇਸ਼, ਸਿੱਖਿਆ, ਪ੍ਰਵਚਨ *v* ਉਪਦੇਸ਼ ਦੇਣਾ, ਸਿੱਖਿਆ ਦੇਣਾ, ਦੀਖਿਆ ਦੇਣਾ, ਸਿਖਾਉਣਾ, ਪਾਠ ਪੜ੍ਹਾਉਣਾ; (ਧਰਮ ਗ੍ਰੰਥ ਦੀ) ਵਿਆਖਿਆ ਕਰਨਾ, ਟੀਕਾ ਕਰਨਾ; ਅਰਥ ਪ੍ਰਕਾਸ਼ਤ ਕਰਨਾ; ਵਕਾਲਤ ਕਰਨਾ; ਮਨ ਵਿੱਚ ਵਸਾਉਣਾ; ਭਾਵ ਪ੍ਰਗਟ ਕਰਨਾ

preacher /'ਪਰੀਚਅ*/ *n* ਉਪਦੇਸ਼ਕ, ਪ੍ਰਚਾਰਕ; ਵਿਆਖਿਆ ਕਰਨ ਵਾਲਾ, ਟੀਕਾ ਕਰਨ ਵਾਲਾ

preachment /'ਪਰੀਚਮਅਨਟ/ *n* ਥੋਥਾ ਉਪਦੇਸ਼, ਥਕਾ ਦੇਣ ਵਾਲਾ ਲੰਮਾ ਪ੍ਰਚਾਰ; ਲੰਮੀ ਚੌੜੀ ਤਕਰੀਰ

preadaptation /'ਪਰੀ,ਐਡੈਪ'ਟੇਇਸ਼ਨ/ *n* ਪੂਰਵ ਅਨੁਕੂਲਨ

preadolescent /'ਪਰੀ,ਐਡਅ(ਉ)'ਲੈੱਸਨਟ/ *n* ਚੜ੍ਹਦੀ ਜਵਾਨੀ ਵਾਲਾ, ਯੁਵਕ, ਮੁੱਛਫੁੱਟ ਜਵਾਨ

preamble /ਪਰਿ'ਐਮਬਲ, 'ਪਰੀਐਮਬਲ/ *n* ਪ੍ਰਾਕਥਨ, ਉਥਾਨਕਾ, ਪ੍ਰਸਤਾਵਨਾ, ਭੂਮਿਕਾ *v* ਪ੍ਰਾਕਥਨ ਕਰਨਾ, ਮੁੱਖਬੰਧ ਲਿਖਣਾ, ਭੂਮਿਕਾ ਬੰਨ੍ਹਣਾ

prearrange /,ਪਰੀਅ'ਰੇਇਨਜ/ *v* ਪਹਿਲਾਂ ਤੋਂ ਹੀ ਪ੍ਰਬੰਧ ਕਰਨਾ, ਪਹਿਲਾਂ ਹੀ ਬੰਦੋਬਸਤ ਕਰਨਾ, ਪੂਰਵ ਆਯੋਜਨ ਕਰਨਾ

prearrangement /ਪਰੀਅ'ਰੇਇਨਜਮਅਨਟ/ *n* ਪਹਿਲਾਂ ਤੋਂ ਕੀਤਾ ਪ੍ਰਬੰਧ

preaudience /ਪਰੀ'ਓਡਿਅਨਸ/ *n* ਪਹਿਲਾਂ ਸੁਣਨ ਦਾ ਅਧਿਕਾਰ; ਪੂਰਵ ਸੁਣਵਾਈ

preaudit /ਪਰੀ'ਓਡਿਟ/ *n* ਪੂਰਵ ਲੇਖਾ ਪੜਤਾਲ, ਪੜਤਾਲ ਤੋਂ ਪਹਿਲਾਂ ਦਾ ਲੇਖਾ ਜੋਖਾ

prebend /'ਪਰੈਬੱਅਨਡ/ *n* ਵੱਡੇ ਗਿਰਜੇ ਜਾਂ ਕਾਲਜ ਦੇ ਪਾਦਰੀ ਦਾ ਵਜ਼ੀਫ਼ਾ ਜਾਂ ਤਨਖ਼ਾਹ; (ਜ਼ਮੀਨ ਜਾਂ ਕੋਈ ਹੋਰ ਜਾਇਦਾਦ ਜਿਸ ਵਿੱਚੋਂ ਇਹ ਵਜ਼ੀਫ਼ਾ ਦਿੱਤਾ ਜਾਂਦਾ ਹੈ)

prebendal /'ਪਰੈਬੱ(ਅ)ਨਡਲ/ *a* ਵਜ਼ੀਫ਼ਾ ਲੈਣ ਵਾਲੇ ਪਾਦਰੀ ਦਾ ਜਾਂ ਉਸ ਸੰਬੰਧੀ

prebendary /'ਪਰੈਬੱਅਨਡਅਰਿ/ *n* ਵਜ਼ੀਫ਼ਾ ਲੈਣ ਵਾਲਾ ਪਾਦਰੀ

precarious /ਪਰਿ'ਕੇਅਰਿਅਸ/ *a* (ਪਰਾ) ਸ਼ੱਕ ਵਾਲਾ; ਸੰਕਟਪੂਰਨ, ਅਨਿਸ਼ਚਿਤ; ਖ਼ਤਰਨਾਕ

precast /,ਪਰੀ'ਕਾਸਟ/ *a* ਪੂਰਵਨਿਰਮਤ (ਯੰਤਰ)

precative /'ਪਰੈਕੱਅਟਿਵ/ *a* ਪ੍ਰਾਰਥਨਾਵਾਚੀ, ਬਿਨੈ-ਸੂਚਕ

precaution /ਪਰਿ'ਕੋਸ਼ਨ/ *n* ਸਾਵਧਾਨੀ, ਸਤਰਕਤਾ, ਖ਼ਬਰਦਾਰੀ, ਪੂਰਵ ਉਪਾਅ, ਪੇਸ਼ਬੰਦੀ

precautionary /ਪਰਿ'ਕੋਸ਼ਅਨਅਰਿ/ *n* ਸਾਵਧਾਨੀ ਵਾਲਾ, ਸਤਰਕਤਾਪੂਰਨ, ਖ਼ਬਰਦਾਰੀ ਵਾਲਾ

precautious /ਪਰਿ'ਕੋਸ਼ਅਸ/ *a* ਸਾਵਧਾਨ, ਚੌਕਸ, ਖ਼ਬਰਦਾਰ, ਜਾਗਰੂਕ

precede /ਪਰਿ'ਸੀਡ/ *v* ਪਹਿਲਾਂ ਹੋਣਾ ਜਾਂ ਵਾਪਰਨਾ, ਪਹਿਲ ਕਰਨਾ; ਰਾਹ ਵਿਖਾਉਣਾ; ਪਹਿਲੇ ਸਮੇਂ ਵਿੱਚ ਹੋਇਆ ਹੋਣਾ; ਪਹਿਲਾਂ ਦਾ ਹੋਣਾ; ਅਧਿਕ ਮਹੱਤਤਾ ਹੋਣਾ; ਪ੍ਰਮੁੱਖਤਾ ਦੇਣਾ, ਪਹਿਲ ਦੇਣਾ

precedence/'ਪਰੈੱਸਿਡਅਨਸ/ *n* ਪਹਿਲ, ਪ੍ਰਮੁੱਖਤਾ, ਤਰਜੀਹ, ਪ੍ਰਥਮਕਤਾ ਸ੍ਰੇਸ਼ਠਤਾ, ਗੌਰਵਤਾ, ਮਹੱਤਤਾ; ਪਹਿਲਾਂ ਆਉਣ ਜਾਂ ਬੈਠਣ ਦਾ ਅਧਿਕਾਰ

precedent /'ਪਰੈੱਸਿਡਅਨਟ/ *n* ਪੂਰਵ ਪ੍ਰਮਾਣ, ਪਹਿਲਾਂ ਹੋਈ ਗੱਲ ਦੀ ਉਦਾਹਰਨ, ਦ੍ਰਿਸ਼ਟਾਂਤ ਜਾਂ ਮਿਸਾਲ

preceding /ਪਰੀ'ਸੀਡਿਙ/ *a* ਪੂਰਵਲਾ, ਪਹਿਲਾਂ ਵਾਲਾ, ਪੂਰਵ ਵਰਤੀ

precent /ਪਰਿ'ਸੈੱਨਟ/ *v* ਸਭ ਤੋਂ ਪਹਿਲਾਂ ਗਾਉਣਾ, ਅੱਗੇ ਅੱਗੇ ਗਾਉਣਾ, ਪੂਰਵਗਾਇਣ ਕਰਨਾ; ਗਾਉਣ ਵਿੱਚ ਅਗਵਾਈ ਕਰਨਾ

precentor /,ਪਰੀ'ਸੈੱਨਟਅ*/ *n* ਗਾਉਣ ਵਾਲੀ ਮੰਡਲੀ ਦਾ ਮੁਖੀਆ, ਮੁੱਖ ਗਾਇਕ, ਭਜਨ ਮੰਡਲੀ ਦਾ ਆਗੂ

precept /'ਪਰੀਸੈਪੱਟ/ *n* ਉਪਦੇਸ਼, ਸਿੱਖਿਆ, ਨਸੀਹਤ; (ਰੱਬੀ) ਆਦੇਸ਼

preceptor /ਪਰਿ'ਸੈਪੱਟਅ*/ *n* ਸਿੱਖਿਆ ਦੇਣ ਵਾਲਾ, ਅਧਿਆਪਕ, ਉਪਦੇਸ਼ਕ

preceptory /ਪਰਿ'ਸੈਪੱਟ(ਅ)ਰਿ/ *n* (ਇਤਿ) ਫਰੀਮੇਸਨਾਂ ਦੀ ਇੱਕ ਸੰਪਰਦਾ; ਇਸ ਸੰਪਰਦਾ ਦਾ ਭਵਨ

precession /ਪਰਿ'ਸੈਸ਼ੱਨ/ *n* ਪਹਿਲਾਂ ਹੋਣ ਵਾਲਾ, ਅਗੇਤਰਾ ਹੋਣ ਦੀ ਦਸ਼ਾ, ਪੂਰਵ ਆਗਮਨ, ਪੂਰਵ ਆਵਰਤਨ

precinct /'ਪਰੀਸਿਙਕਟ/ *n* ਅਹਾਤਾ, ਵਲਗਣ,

ਚੁਕੰਧਾ; (ਬਹੁ) ਚੁਫੇਰਾ, ਚੁਗਿਰਦਾ; ਸਰਹੱਦ, ਸੀਮਾ, ਸਰਹੱਦੀ ਇਲਾਕਾ

preciosity /**,ਪਰੈਸ਼ਿ'ਔਸਿਟਿ**/ *n* ਅਤਿ ਕੋਮਲਤਾ, ਨਾਜ਼ੁਕ ਮਿਜ਼ਾਜੀ; ਭਾਸ਼ਾ ਦਾ ਅਤਿ ਅਲੰਕਰਨ

precious /**'ਪਰੈਸ਼ਅਸ**/ *a* ਬਹੁਮੁੱਲਾ, ਕੀਮਤੀ; ਅਤਿ ਉੱਤਮ, ਪਰਮ ਸ੍ਰੇਸ਼ਠ; ਲਾਭਦਾਇਕ, ਗੁਣਕਾਰੀ, ਉਪਯੋਗੀ; ਪਿਆਰਾ; (ਭਾਸ਼ਾ) ਬਣਾਉਟੀ, ਵਿਖਾਵੇ ਵਾਲਾ; ਪੂਰਾ, ਮੁਕੰਮਲ, ਬਹੁਤ

precious metal *n* ਕੀਮਤੀ ਧਾਤ, ਸੋਨਾ, ਚਾਂਦੀ

precious stone *n* ਕੀਮਤੀ ਪੱਥਰ, ਹੀਰਾ ਜਵਾਹਰ ਵਗੈਰਾ

precipice /**'ਪਰੈੱਸਅਪਿਸ**/ *n* ਪਹਾੜ ਦੀ ਸਿੱਧੀ ਚੜ੍ਹਾਈ ਵਾਲਾ ਭਾਗ, ਦੰਦੀ; ਖੜ੍ਹੀ ਚਟਾਨ; ਮੂੰਹ ਭਾਰ ਡਿੱਗਣ ਦੀ ਕਿਰਿਆ; ਨਾਜ਼ੁਕ ਸਥਿਤੀ

precipitance, precipitancy / **ਪਰਿ'ਸਿਪਿਟ(ਅ)ਨਸ, ਪਰਿ'ਸਿਪਿਟ(ਅ)ਨਸਿ**/ *n* ਕਾਹਲੀ, ਹਫੜਾ-ਦਫੜੀ, ਉਤਾਵਲ, ਘਾਬਰ; ਅੱਨ੍ਹੇਵਾਹੀ; ਬੇਤਹਾਸ਼ਾਪਣ

precipitate /**ਪਰਿ'ਸਿਪਿਟੇਇਟ**/ *n* ਵਾਸ਼ਪ-ਕਣ, ਨਮੀ; ਸਿਰ ਭਾਰ ਡਿਗਣ ਜਾਂ ਸੁੱਟਣ ਦੀ ਕਿਰਿਆ *vt* (ਕਿਸੇ ਸਥਿਤੀ ਵਿੱਚ) ਸੁੱਟਣਾ, ਡੇਗਣਾ; ਕਾਹਲੀ ਨਾਲ ਕਰਨਾ; ਨਾਜ਼ੁਕ ਸਿਰੇ ਤੱਕ ਪਹੁੰਚਾਉਣਾ /**ਪਰਿ'ਸਿਪਿਟਅਟ**/ *a* ਕਾਹਲ ਵਾਲਾ, ਅੰਨ੍ਹੇਵਾਹ, ਬਿਨਾਂ ਸੋਚੇ ਸਮਝੇ, ਉਤਾਵਲ ਵਾਲਾ

precipitation /**ਪਰਿ,ਸਿਪਿ'ਟੇਇਸ਼ਨ**/ *n* ਸਿਰ ਭਾਰ ਡਿਗਾਣ ਦੀ ਕਿਰਿਆ; ਉਤਾਵਲਾਪਣ, ਕਾਹਲ, ਹਫੜਾ-ਦਫੜੀ; ਬੇਸਮਝੀ; ਬਰਫ਼ ਪੈਣ, ਮੀਂਹ ਵਰ੍ਹਨ; ਤਲਛਟ ਦਾ ਥੱਲੇ ਬਠਾਉਣ

precipitous /**ਪਰਿ'ਸਿਪਿਟਅਸ**/ *a* ਖੜ੍ਹੀ ਚਟਾਨ ਦਾ ਜਾਂ ਉਸ ਵਰਗਾ; ਖੜ੍ਹਾ, ਖੜ੍ਹੀ ਢਾਲ ਵਾਲਾ; (rare) ਕਾਹਲ ਕਰਨ ਵਾਲਾ, ਉਤਾਵਲਾ

precis /**'ਪਰੇਇਸੀ**/ *n* ਕਿਸੇ ਲੰਮੀ ਲਿਖਤ ਦਾ ਸੰਖਿਪਤ ਰੂਪ, ਸਾਰ, ਸਾਰਾਂਸ਼, ਤੱਤ, ਨਿਚੋੜ

precise /**ਪਰਿ'ਸਾਇਸ**/ *a* ਅਸਲੀ, ਯਥਾਰਥ, ਵਾਸਤਵਿਕ, ਠੀਕ-ਠੀਕ, ਪੂਰਾ-ਪੂਰਾ, ਸ਼ੁੱਧ, ਸਹੀ; ਅਸੂਲਾਂ ਅਨੁਸਾਰ ਚੱਲਣ ਵਾਲਾ; ਨਿਸ਼ਚਿਤ, ਸੁਨਿਸ਼ਚਿਤ, ਨਿਯਤ

precisely/**ਪਰਿ'ਸਾਇਸਲਿ**/ *adv* ਨਿਯਤ ਰੂਪ ਵਿੱਚ, ਹੂ–ਬਹੂ, ਯਥਾਰਥਿਕ ਤੌਰ 'ਤੇ, ਅਸਲ ਵਿੱਚ

preciseness /**ਪਰਿ'ਸਾਇਸਨਅਸ**/ *n* ਸੁਨਿਸ਼ਚਿਤਤਾ, ਸ਼ੁੱਧਤਾ

precisian /**ਪਰਿ'ਸਿਯ਼(ਅ)ਨ**/ *n* (ਨਿਯਮ, ਕਾਇਦਾ, ਰਸਮ, ਰਿਵਾਜ ਆਦਿ ਦਾ) ਨਿਯਮਬੱਧ, ਸਖ਼ਤ ਪਾਬੰਦ, ਕੱਟੜ

precision /**ਪਰਿ'ਸਿਯ਼ਨ**/ *n* ਸੁਨਿਸ਼ਚਿਤਤਾ, ਵਿਸ਼ੁੱਧਤਾ, ਸ਼ੁੱਧਤਾ, ਸਹੀਪੁਣਾ, ਸ਼ੁੱਧ ਅਵਸਥਾ, ਅਚੂਕਤਾ

precisive /**ਪਰਿ'ਸਾਇਸਿਵ੍**/ *a* ਯਥਾਰਥਿਕ, ਵਾਸਤਵਿਕ, ਅਸਲੀ; ਠੀਕ-ਠਾਕ; ਨਿਸ਼ਚਾਤਮਿਕ

preclude /**ਪਰਿ'ਕਲੂਡ**/ *vt* ਰੋਕਣਾ, ਬੰਦ ਕਰਨਾ; ਦੂਰ ਰੱਖਣਾ, ਵੱਖਰਾ ਕਰਨਾ; ਉਪੇਖਿਆ ਕਰਨਾ; ਅਸੰਭਵ ਬਣਾ ਦੇਣਾ; ਨਿਵਾਰਨ ਕਰਨਾ, ਨਿਵਿਰਤ ਕਰਨਾ

preclusion /**ਪਰਿ'ਕਲੂਯ਼ਨ**/ *n* ਰੁਕਾਵਟ, ਪ੍ਰਤਿਬੰਧ, ਅਸੰਭਵ ਕਰਨ; ਉਪੇਖਿਆ

precocious /**ਪਰਿ'ਕਅਉਸ਼ਅਸ**/ *a* (ਪੌਦਾ ਆਦਿ) ਸਮੇਂ ਤੋਂ ਪਹਿਲਾਂ ਫਲਣ-ਫੁੱਲਣ ਵਾਲਾ, ਬੇਮੌਸਮ ਫਲਣ ਵਾਲਾ; (ਮਨੁੱਖ ਦੀ ਕੋਈ ਦਿਮਾਗ਼ੀ ਜਾਂ ਸਰੀਰਕ ਸ਼ਕਤੀ) ਅਗੇਤੀ, ਬਾਲ ਪ੍ਰੌੜ੍ਹ (ਬੁੱਧ), ਉਮਰ ਤੋਂ ਵਧੇਰੇ ਅਕਲਮੰਦ

precocity /**ਪਰਿ'ਕੌਸਅਟਿ**/ *n* ਅਗੇਤਤਾ, ਅਗੇਤਰਤਾ, ਅਕਾਲ ਪ੍ਰੌੜ੍ਹਤਾ, ਬਾਲ ਪ੍ਰੌੜ੍ਹਤਾ

precogitation /**,ਪਰੀਕੌਜਿ'ਟੇਇਸ਼ਨ**/ *n* ਪੂਰਵ ਧਾਰਨਾ, ਪੂਰਵ ਵਿਚਾਰ

precognition /**,ਪਰੀਕੌਗ'ਨਿਸ਼ਨ**/ *n* ਪੂਰਵ ਗਿਆਨ, ਪੂਰਵ ਜਾਣਕਾਰੀ, ਪੂਰਵ ਬੋਧ

precognosce /**,ਪਰੀਕੌਗ'ਨੌਸ**/ *vt* ਪਹਿਲਾਂ ਤੋਂ ਜਾਣਕਾਰੀ ਪ੍ਰਾਪਤ ਕਰਨਾ, ਪੂਰਵ ਗਿਆਨ ਪ੍ਰਾਪਤ ਕਰਨਾ

preconceit /**ਪਰੀ'ਕਅੱਨਸੀਟ**/ *n* ਪਹਿਲਾਂ ਤੋਂ ਸੋਚੀ ਹੋਈ ਗੱਲ; ਪੂਰਵ ਚਿੰਤਨ, ਪੂਰਵ ਸੰਕਲਪ,

ਪੂਰਵ ਨਿਰਨਾ, ਪੂਰਵ ਧਾਰਨਾ

preconceive /ˌਪਰੀਕਅਨ'ਸੀਵ੍/ *v* ਪਹਿਲਾਂ ਤੋਂ ਹੀ ਸੋਚ ਰੱਖਣਾ, ਪੂਰਵ ਸੰਕਲਪ ਬਣਾਉਣਾ, ਪੂਰਵ ਕਲਪਨਾ ਕਰਨਾ, ਪੂਰਵ ਨਿਰਨਾ ਕਰਨਾ, ਪੂਰਵ ਧਾਰਨਾ ਬਣਾਉਣਾ

preconceived /ˌਪਰੀਕਅਨ'ਸੀਵ੍ਡ/ *a* ਪੂਰਵ ਚਿੰਤਤ, ਪੂਰਵ ਅਨੁਮਾਨਿਤ, ਪੂਰਵ ਨਿਰਣੀਤ

preconception /ˌਪਰੀਕਅਨ'ਸੈੱਪਸ਼ਨ/ *n* ਮਨ ਦੀ ਗੰਢ, ਪਰਮ, ਬਦਗੁਮਾਨੀ, ਤਰਫ਼ਦਾਰੀ; ਪੂਰਵ ਬੋਧ, ਪੂਰਵ ਚਿੰਤਕ, ਪੂਰਵ ਕਲਪਨਾ, ਪੂਰਵ ਧਰਨਾ; ਪੱਖਪਾਤ; ਪੂਰਵ ਨਿਰਨਾ

preconcert /ˌਪਰੀਕਅਨ'ਸਅ:ਟ/ *vt* ਪੂਰਵ ਪ੍ਰਬੰਧ ਕਰਨਾ

precondition/ˌਪਰੀਕਅਨ'ਡਿਸ਼ਨ/ *n* ਪਹਿਲੀ ਸ਼ਰਤ, ਪੂਰਵ-ਸ਼ਰਤ, ਅਗਾਊਂ ਸ਼ਰਤ

preconization /ˌਪਰੀਕਅਉਨਾਇ'ਜ਼ੇਇਸ਼ਨ/ *n* (ਪੋਪ ਰਾਹੀਂ) ਸਰਵਜਨਕ ਸਵੀਕ੍ਰਿਤੀ

preconize /'ਪਰੀਕਅਨਾਇਜ਼/ *vt* (ਰੋਮਨ ਗਿਰਜੇ ਵਿੱਚ ਪਾਦਰੀ ਦੀ ਨਿਯੁਕਤੀ ਲਈ) ਲੋਕਾਂ ਦੀ ਸੰਮਤੀ ਪ੍ਰਾਪਤ ਕਰਨਾ; ਲੋਕਾਂ ਵਿੱਚ ਸ਼ਲਾਘਾ ਕਰਨਾ; (ਨਾਂ ਲੈ ਕੇ) ਪੁਕਾਰਨਾ ਜਾਂ ਬੁਲਾਉਣਾ; ਐਲਾਨ ਕਰਨਾ, ਘੋਸ਼ਣਾ ਕਰਨਾ

preconscious/ˌਪਰੀ'ਕੌਂਨਸ਼ਅਸ/ *a* ਪੂਰਵ ਚੇਤਨਾ ਸੰਬੰਧੀ, ਅਚੇਤ ਮਨ ਦੇ ਵਿਚਾਰਾਂ ਨੂੰ ਉਤੇਜਿਤ ਕਰਨ ਸੰਬੰਧੀ

precooked/ˌਪਰੀ'ਕੁਕਟ/ *a* ਪਹਿਲਾਂ ਹੀ ਪਕਾਇਆ ਹੋਇਆ (ਭੋਜਨ ਆਦਿ ਤਾਂ ਜੋ ਮੌਕੇ 'ਤੇ ਗਰਮ ਕਰਕੇ ਵਰਤਾਇਆ ਜਾ ਸਕੇ)

precursive /ਪਰਿ'ਕਅ:ਸਿਵ੍*/ *a* ਪੂਰਵ ਵਰਤੀ, ਪਹਿਲਾ, ਮੁੱਢਲਾ

precursor/ਪਰੀ'ਕਅ:ਸਅ*/ *n* ਮੋਹਰੀ, ਪੂਰਵਗਾਮੀ, ਅਗਰਦੂਤ; ਪੂਰਵ ਪਦ ਅਧਿਕਾਰੀ

precursory/ਪਰਿ'ਕਅ:ਸ(ਅ)ਰਿ/ *a* ਪੂਰਵ ਵਰਤੀ, ਪਹਿਲਾਂ ਦਾ, ਸ਼ੁਰੂ ਦਾ, ਅਗਰਗਾਮੀ

predacious /ਪਰਿ'ਡੇਇਸ਼ਅਸ/ *a* (ਪਸ਼ੂ) ਸ਼ਿਕਾਰ 'ਤੇ ਗੁਜ਼ਾਰਾ ਕਰਨ ਵਾਲਾ, ਸ਼ਿਕਾਰਖੋਰ, ਹਿੰਸਕ; ਸ਼ਿਕਾਰਖੋਰ ਜਾਨਵਰਾਂ ਸੰਬੰਧੀ

predacity /ਪਰਿ'ਡੈਸਅਟਿ/ *n* ਹਿੰਸਾ, ਖ਼ੂੰਖਾਰੀ, ਸ਼ਿਕਾਰਖੋਰੀ

predate /ˌਪਰੀ'ਡੇਇਟ/ *vt* ਪਿਛਲੀ ਮਿਤੀ ਪਾਉਣਾ, ਬੀਤਿਆ ਦਿਨ ਅੰਕਿਤ ਕਰਨਾ

predator /'ਪਰੈੱਡਅਟਅ*/ *n* ਖੋਹ ਖਿੰਝ ਕਰਨ ਵਾਲਾ, ਲੁਟੇਰਾ, ਉੱਪਦਰੀ

predatory /'ਪਰੈੱਡਅਟਰਿ/ *a* ਲੁਟੇਰਾ, ਉਪੱਦਰੀ; (ਪਸ਼ੂ) ਸ਼ਿਕਾਰ ਉੱਪਰ ਗੁਜ਼ਾਰਾ ਕਰਨ ਵਾਲਾ, ਸ਼ਿਕਾਰਖੋਰ; ਸਰੀਰਕ ਸੰਬੰਧਾਂ ਵਿੱਚ ਧੱਕਾ ਅਤੇ ਸ਼ੋਸ਼ਨ ਕਰਨ ਵਾਲਾ

predatory pricing *n* ਕਿਸੇ ਕੰਪਨੀ ਆਦਿ ਵਲੋਂ ਚੀਜ਼ਾਂ ਨੂੰ ਇੰਨੇ ਸਸਤੇ ਭਾਅ ਉੱਤੇ ਵੇਚਣਾ ਕਿ ਦੂਜੀਆਂ ਕੰਪਨੀਆਂ ਲੰਮੇ ਸਮੇਂ ਲਈ ਮੁਕਾਬਲਾ ਕਰਨ ਤੋਂ ਅਸਮਰੱਥ ਹੋ ਕੇ ਆਪਣਾ ਕਾਰੋਬਾਰ ਬੰਦ ਕਰ ਦੇਣ

predecease /ˌਪਰੀਡਿ'ਸੀਸ/ *n* ਪੂਰਵ ਮਿਰਤ *vt* ਪੂਰਵ ਮਿਰਤੂ ਹੋਣਾ, ਪੂਰਵ ਚਲਾਣਾ ਕਰਨਾ, (ਕਿਸੇ ਤੋਂ) ਪਹਿਲਾਂ ਸੁਰਗਵਾਸ ਹੋਣਾ

predecessor /'ਪਰੀਡਿਸੈੱਸਅ*/ *n* ਪੂਰਵ ਅਧਿਕਾਰੀ, ਪੂਰਵਗਾਮੀ, ਪੂਰਵ ਵਰਤੀ; ਪੂਰਵਜ, ਉੱਪਰਲੀ ਪੀੜ੍ਹੀ ਵਾਲਾ ਬਜ਼ੁਰਗ, ਪਿਤਾ ਪਿਤਾਮਾ

predella /ਪਰਿ'ਡੈੱਲਅ/ *n* ਵੇਦੀ ਦੀ ਪਿਛਲੀ ਅਲਮਾਰੀ, ਮੰਚ

predesignate /ˌਪਰੀ'ਡੈੱਜ਼ਿਗਨੇਇਟ/ *a* ਪੂਰਵ ਨਿਯਤ, ਪੂਰਵ ਨਿਰਦਿਸ਼ਟ, ਪੂਰਵ ਨਿਯੁਕਤ *vt* ਪਹਿਲਾਂ ਨਿਯਤ ਕਰਨਾ, ਪਹਿਲਾਂ ਹੀ ਸਪਸ਼ਟ ਰੂਪ ਵਿੱਚ ਉੱਲੇਖ ਕਰਨਾ

predestine /ˌਪਰੀ'ਡੈੱਸਟਿਨ/ *vt* ਭਾਵੀ ਨਿਸ਼ਚਿਤ ਕਰਨਾ, ਤਕਦੀਰ ਵਿੱਚ ਲਿਖਣਾ, ਭਾਗ ਬਣਾ ਦੇਣਾ, ਪੂਰਵ ਵਿਧਾਨ ਕਰਨਾ, ਪਹਿਲਾਂ ਹੀ ਮਿਥਣਾ

predeterminate /ˌਪਰੀਡਿ'ਟਅ:ਮਿਨਅਟ/ *a* ਅਗਾਊਂ ਮਿਥਣਾ, ਪਹਿਲਾਂ ਤੋਂ ਤੈ ਹੋਇਆ, ਪੂਰਵ ਨਿਸ਼ਚਿਤ, ਪੂਰਵ ਨਿਰਣੀਤ

predetermine /ˌਪਰੀਡਿ'ਟਅ:ਮਿਨ/ *vt* ਅਗਾਊਂ ਮਿਥਣਾ, ਪਹਿਲਾਂ ਹੀ ਨਿਰਨਾ ਕਰ ਲੈਣਾ, ਪੂਰਵ ਨਿਰਧਾਰਨ ਕਰਨਾ, ਪੂਰਵ ਸੰਕਲਪ ਕਰਨਾ

predeterminer /ˌਪਰੀਡਿ'ਟਅ:ਮਿਨਅ*/ *n* (ਵਿਆ) ਨਾਂਵ ਤੋਂ ਪਹਿਲਾਂ ਵਰਤਿਆ ਸ਼ਬਦ ਜੋ ਨਾਂਵ ਦੇ ਸਰੂਪ ਨੂੰ ਨਿਰਧਾਰਿਤ ਕਰੇ

predeterminism /ˌਪਰੀਡਿ'ਟਅ:ਮਿਨਿਜ਼ਅਮ/ *n* ਪੂਰਵ ਨਿਸ਼ਚੇਵਾਦ, ਪੂਰਵ ਨਿਸ਼ਚਿਤਵਾਦ

predial /'ਪਰੀਡਿਅਲ/ *a* ਪੇਂਡੂ, ਗ੍ਰਾਮੀਣ, ਦਿਹਾਤੀ; ਜ਼ਮੀਨ ਸੰਬੰਧੀ

predicament /ਪਰਿ'ਡਿਕਅਮਅਨਟ/ *n* ਦੁਬਿਧਾ, ਧਰਮ ਸੰਕਟ, ਔਕੜ, ਕੜਿੱਕੀ, ਸੰਕਟ

predicate /'ਪਰੈੱਡਿਕੇਇਟ/ *vt* ਦਾਅਵੇ ਨਾਲ ਕਹਿਣਾ, (ਤਰਕ) ਸਥਾਪਨਾ ਕਰਨਾ /'ਪਰੈੱਡਿਕਅਟ/ *n* (ਵਿਆ ਅਤੇ ਤਰਕ) ਵਿਧੇਅ, ਅੰਤਮ ਗੁਣ, ਲੱਛਣ, ਵਿਸ਼ੇਸ਼ਤਾ

predication /ˌਪਰੈੱਡਿ'ਕੇਇਸ਼ਨ/ *n* ਨਿਰੂਪਣ, ਪੁਸ਼ਟੀ; ਪੂਰਕ ਕਥਨ

predicative /ਪਰਿ'ਡਿਕਅਟਿਵ੍/ *a* ਨਿਰੂਪਕ, ਵਿਧਾਇਕ, ਵਿਧੇਅਕਾਰੀ

predict /ਪਰਿ'ਡਿਕਟ/ *vt* ਪੂਰਵ ਸੂਚਿਤ ਕਰਨਾ, ਭਵਿੱਖਬਾਣੀ ਕਰਨਾ, ਪਹਿਲਾਂ ਹੀ ਦੱਸ ਦੇਣਾ, ਉਪਦੇਸ਼ ਕਰਨਾ

predictability /ਪਰਿˌਡਿਕਟਅ'ਬਿਲਅਟਿ/ *n* ਹੋਣੀ, ਭਵਿੱਖਬਾਣੀ

predictable /ਪਰਿ'ਡਿਕਟਅਬਲ/ *a* ਜਿਸਦੀ ਹੋਣ ਦੀ ਸੰਭਾਵਨਾ ਹੋਵੇ, ਪੇਸ਼ੀਨਗੋਈ ਯੋਗ, ਭਵਿੱਖਬਾਣੀ ਯੋਗ

prediction /ਪਰਿ'ਡਿਕਸ਼ਨ/ *a* ਭਵਿੱਖ ਵਾਕ, ਅਗੇਤੀ ਖ਼ਬਰ, ਭਾਵੀ ਕਥਨ, ਪੂਰਵ ਸੂਚਨਾ

predictive /ਪਰਿ'ਡਿਕਟਿਵ੍/ *a* ਪੂਰਵ ਸੂਚਕ, ਭਵਿੱਖ ਕਥਨਾਤਮਿਕ

predictor /ਪਰਿ'ਡਿਕਟਅ*/ *n* ਪੂਰਵ ਸੂਚਕ; ਸਿੱਧ, ਪੂਰਵ ਸੂਚਕ ਯੰਤਰ, ਭਵਿੱਖ ਕਥਕ

predigested /ˌਪਰੀਡਾਇ'ਜੈੱਸਟਿਡ/ *a* ਅਸਾਨੀ ਨਾਲ ਸਮਝ ਆ ਸਕਣ ਵਾਲਾ, ਸੌਖਾ, ਸੁਖਾਲਾ

predikant /ˌਪਰੇਇਡੀ'ਕਾਨਟ/ *n* ਡੱਚ ਪਾਦਰੀ (ਦੱਖਣੀ ਅਫ਼ਰੀਕਾ ਵਿੱਚ)

predilection /ˌਪਰੀਡਿ'ਲੈੱਕਸ਼ਨ/ *n* ਖ਼ਾਸ ਰੁਚੀ, ਪ੍ਰਵਿਰਤੀ, ਰੁਝਾਨ, ਝੁਕਾਅ

predispose /ˌਪਰੀਡਿ'ਸਪਅਉਜ਼/ *vt* ਪੂਰਵ ਝੁਕਾਅ ਬਣਾਉਣਾ

predisposition /ˌਪਰੀਡਿਸਪਅ'ਜ਼ਿਸ਼ਨ/ *n* ਪੂਰਵ ਰੁਚੀ

predominance /ਪਰਿ'ਡੌਮਿਨਅਨਸ/ *n* ਜ਼ੋਰ, ਦਬਦਬਾ, ਬੋਲਬਾਲਾ, ਪ੍ਰਭੁਤਾ; ਅਧਿਕਤਾ

predominant /ਪਰਿ'ਡੌਮਿਨਅਨਟ/ *a* ਭਾਰੂ, ਪ੍ਰਬਲ, ਹਾਵੀ, ਪ੍ਰਮੁੱਖ, ਪ੍ਰਧਾਨ

predominate /ਪਰਿ'ਡੌਮਿਨੇਇਟ/ *vi* (ਕਿਸੇ ਉੱਤੇ) ਅਧਿਕਾਰ ਜਮਾਉਣਾ, ਭਾਰੂ ਹੋਣਾ, ਜ਼ੋਰ ਪਕੜਨਾ, ਪ੍ਰਬਲ ਹੋਣਾ, ਦਬਾਉਣਾ, ਪ੍ਰਭੁਤਾ ਜਮਾਉਣਾ, ਹਾਵੀ ਹੋਣਾ

predomination /ਪਰਿˌਡੌਮਿ'ਨੇਇਸ਼ਨ/ *n* ਅਧਿਕਾਰ, ਪ੍ਰਭੁਤਾ, ਦਬਦਬਾ, ਪ੍ਰਬਲਤਾ, ਪ੍ਰਧਾਨਤਾ

pre-eminence /ˌਪਰੀ'ਐੱਮਿਨਅਨਸ/ *n* ਸ੍ਰੇਸ਼ਠਤਾ, ਉਚਿਆਈ, ਪ੍ਰਮੁੱਖਤਾ, ਉੱਤਮਤਾ; ਪ੍ਰਧਾਨਤਾ

pre-eminent /ˌਪਰੀ'ਐੱਮਿਨਅਨਟ/ *a* ਸ੍ਰੇਸ਼ਠ, ਚੋਟੀ ਦਾ, ਉੱਚੇ ਤੋਂ ਉੱਚਾ; ਪ੍ਰਮੁੱਖ, ਉੱਤਮ, ਵਿਸ਼ਿਸ਼ਟ

pre-empt /ਪਰਿ'ਐੱਮਪਟ/ *v* ਹੱਕ ਸ਼ੁਫ਼ਾ ਕਰਨਾ; ਪਹਿਲਾਂ ਹੀ ਅਧਿਕਾਰ ਵਿੱਚ ਲੈਣਾ; ਪੇਸ਼ਬੰਦੀ ਕਰਨਾ

pre-emption /ਪਰਿ'ਐੱਮਪਸ਼ਨ/ *n* ਦੂਜਿਆਂ ਨੂੰ ਮੌਕਾ ਦਿੱਤੇ ਬਿਨਾਂ ਕਿਸੇ ਵਿਅਕਤੀ ਦੀ ਜ਼ਮੀਨ ਖਰੀਦ ਲੈਣ ਦੀ ਕਿਰਿਆ, ਇਸ ਢੰਗ ਨਾਲ ਖ਼ਰੀਦ ਲੈਣ ਦਾ ਅਧਿਕਾਰ, ਹੱਕ ਸ਼ੁਫ਼ਾ

pre-emptive /ਪਰਿ'ਐੱਮਪਟਿਵ੍/ *a* ਪਹਿਲਾਂ ਕੀਤੀ ਗਈ (ਕਾਰਵਾਈ), ਪੇਸ਼ਬੰਦੀ, ਰੋਕਕਾਰੀ

preen /ਪਰੀਨ/ *vt* (ਖੰਭਾਂ ਨੂੰ ਚੁੰਝ ਨਾਲ) ਸੰਵਾਰਨਾ, ਠੀਕ ਕਰਨਾ; (ਵਿਅਕਤੀ ਦਾ ਆਪਣੇ ਆਪ ਨੂੰ)

ਸੰਵਾਰਨਾ, ਠੀਕ-ਠਾਕ ਕਰਨਾ

pre-engagement /ˌਪਰੀਇਨ'ਗੇਇਜਮਅਨਟ/ *n* ਪੂਰਵ ਵਚਨ, ਪੂਰਵ ਸੰਕਲਪ, ਪੂਰਵ ਪ੍ਰਤਿੱਗਿਆ, ਪੂਰਵ ਨਿਯੁਕਤੀ

pre-existence /ˌਪਰੀਇਗ'ਜ਼ਿਸਟ(ਅ)ਨਸ/ *n* ਪੂਰਵ ਜਨਮ

prefabricate /ਪਰੀ'ਫ਼ੈਬਰਿਕੇਇਟ/ *vt* ਪੂਰਵ ਨਿਰਮਾਣ ਕਰਨਾ, ਪਹਿਲਾਂ ਤੋਂ ਬਣਾ ਲੈਣਾ

prefabricated /ˌਪਰੀ'ਫ਼ੈਬਹਿਕੇਇਟਿਡ/ *a* ਪੂਰਵ ਨਿਰਮਤ, ਘੜਿਆ ਘੜਾਇਆ

preface /'ਪਰੈੱਫ਼ਅਸ/ *n* ਭੂਮਿਕਾ, ਉੱਥਾਨਕਾ, ਪ੍ਰਸਤਾਵਨਾ, ਮੁੱਖਬੰਧ *v* ਮੁੱਖਬੰਧ ਲਿਖਣਾ; (ਲੈਕਚਰ ਆਦਿ) ਪ੍ਰਾਰੰਭ ਕਰਨਾ; (ਇੱਕ ਘਟਨਾ ਦਾ ਦੂਜੀ ਘਟਨਾ ਨਾਲ) ਭੂਮਿਕਾ ਸਰੂਪ ਹੋਣਾ; ਪ੍ਰਾਕਥਨ ਕਰਨਾ

prefatory /'ਪਰੈਫ਼ਅਟਰਿ/ *a* ਉੱਥਾਨਕੀ, ਮੁਢਲਾ, ਅਰੰਭਿਕ, ਭੂਮਿਕਾ ਸੰਬੰਧੀ, ਮੁੱਖਬੰਧ ਵਾਲਾ, ਪ੍ਰਸਤਾਵਨਾਤਮਿਕ

prefect /'ਪਰੀਫ਼ੈੱਕਟ/ *n* (ਪੁਰਾਤਨ ਰੋਮਨ ਅਤੇ ਫ਼ਰਾਂਸੀਸੀ) ਮੁੱਖ ਮੈਜਿਸਟਰੇਟ, ਪ੍ਰੀਫੈਕਟ; (ਕੁਝ ਪਬਲਿਕ ਸਕੂਲਾਂ ਵਿੱਚ) ਮਾਨੀਟਰ

prefecture /'ਪਰੀਫ਼ੈੱਕਚਅ*/ *n* ਪ੍ਰੀਫੈਕਟ ਦਾ ਅਹੁੱਦਾ; ਪ੍ਰੀਫੈਕਟ ਦਾ ਸਰਕਾਰੀ ਨਿਵਾਸ ਸਥਾਨ; ਪ੍ਰੀਫੈਕਟ ਦੇ ਹੇਠਾਂ ਜਿਲੇ ਦੇ ਅਧਿਕਾਰ

prefer /ਪਰਿ'ਫ਼ਅ:*/ *vt* (ਕਿਸੇ ਵਿਅਕਤੀ ਨੂੰ ਉਸ ਦੀ ਸੇਵਾ ਵਜੋਂ) ਤਰੱਕੀ ਦੇਣਾ; ਵਾਧਾ ਦੇਣਾ, ਵਧਾਉਣਾ; (ਬਿਆਨ, ਸੂਚਨਾ ਆਦਿ ਕਿਸੇ ਅਧਿਕਾਰੀ ਅੱਗੇ) ਪੇਸ਼ ਕਰਨਾ, ਅੱਗੇ ਰੱਖਣਾ, ਦਾਖ਼ਲ ਕਰਨਾ; ਬਹੁਤ ਪਸੰਦ ਕਰਨਾ, ਚੰਗੇਰਾ ਸਮਝਣਾ, ਵਿਸ਼ੇਸ਼ਤਾ ਦੇਣਾ, ਪਹਿਲ ਦੇਣਾ, ਤਰਜੀਹ ਦੇਣਾ

preferable /'ਪਰੈਫ਼ਰਅਬਲ/ *a* ਤਰਜੀਹ ਦੇਣ ਯੋਗ, ਉੱਤਮ, ਚੰਗੇਰਾ

preferably /'ਪਰੈਫ਼ਰਅਬਲਿ/ *adv* ਤਰਜੀਹ ਦੇ ਕੇ, ਚੰਗੇਰਾ ਸਮਝ ਕੇ

preference /'ਪਰੈਫ਼ਰਅਨਸ/ *n* ਤਰਜੀਹ, ਲਿਹਾਜ਼, ਵਿਸ਼ੇਸ਼ਤਾ; ਪਸੰਦ, ਆਦਰ, ਸਤਿਕਾਰ

preferential /ˌਪਰੈਫ਼ਅ'ਰੈਨਸ਼ਲ/ *a* ਤਰਜੀਹੀ, ਲਿਹਾਜ਼ੀ, ਰਿਆਇਤੀ, ਵਿਸ਼ੇਸ਼; ਤਰਜੀਹ ਦੇਣਾ ਜਾਂ ਪ੍ਰਾਪਤ ਕਰਨ ਵਾਲਾ

preferment /ਪਰਿ'ਫ਼ਅ:ਮਅਨਟ/ *n* ਤਰੱਕੀ, ਉੱਨਤੀ

prefigurate /ˌਪਰੀ'ਫ਼ਿਗਅਰੇਇਟ/ *vt* ਪਹਿਲਾਂ ਸੋਚ ਵਿਚਾਰ ਲੈਣਾ, ਪਹਿਲਾਂ ਕਲਪਨਾ ਕਰ ਲੈਣਾ, *a* ਪੂਰਵ ਕਲਪਿਤ, ਪੂਰਵ ਪ੍ਰਤਿਬਿੰਬਤ

prefigure /ˌਪਰੀ'ਫ਼ਿਗਅ*/ *vt* ਪੂਰਵ ਚਿਤਰਨ ਕਰਨਾ, ਝਲਕ ਪਾਉਣਾ, ਪੂਰਵ ਆਭਾਸ ਦੇਣਾ

prefix /'ਪਰੀਫ਼ਿਕਸ/ *vt* ਅਗੇਤਰ ਲਾਉਣਾ, ਉਪਸਰਗ ਲਾਉਣਾ, (ਪੁਸਤਕ ਵਿੱਚ) ਭੂਮਿਕਾ ਵਜੋਂ ਜੋੜਨਾ, ਅੱਗੇ ਜੋੜਨਾ *n* ਉਪਸਰਗ, ਅਗੇਤਰ

preform /ˌਪਰੀ'ਫ਼ੋਮ/ *vt* ਪੂਰਵ ਰਚਨਾ ਕਰਨਾ, ਪੂਰਵ ਨਿਰਮਾਣ ਕਰਨਾ

preformation /ˌਪਰੀਫ਼ੋ'ਮੇਇਸ਼ਨ/ *n* ਪੂਰਵ ਨਿਰਮਾਣ, ਪੂਰਵ ਰਚਨਾ

preformative /ਪਰੀ'ਫ਼ੋਮਅਟਿਵ੍/ *n* ਉਪਸਰਗ ਰੂਪ ਰਚਨਾਤਮਿਕ ਸ਼ਬਦ *a* ਪੂਰਵ ਸਥਿਤ, ਪੂਰਵ ਸਥਾਪਿਤ

preformed /ˌਪਰੀ'ਫ਼ੋਮਡ/ *a* ਪਹਿਲਾਂ ਤੋਂ ਬਣਾਇਆ ਹੋਇਆ, ਪੂਰਵ ਰਚਿਤ

pregenital /ਪਰੀ'ਜੈਨਿਟ(ਅ)ਲ/ *a* ਜਣਨ ਪੂਰਵ

pregnancy /'ਪਰੈਗਨਅਨਸਿ/ *n* ਗਰਭ, ਹਮਲ, ਉਮੀਦਵਾਰੀ

pregnant /'ਪਰੈੱਗਨਅਨਟ/ *a* ਹਾਮਲਾ, ਗੱਭਣ, ਆਸ ਲੱਗੀ, ਗਰਭਵਤੀ; ਭਾਵਪੂਰਨ, ਕਲਪਨਾਸ਼ੀਲ; (ਕੰਮ, ਸ਼ਬਦ) ਭਾਵਪੂਰਨ, ਗੂੜ੍ਹ, ਅਰਥ-ਪੂਰਨ, ਸਾਰਪੂਰਨ, ਵਿਚਾਰਪੂਰਨ; ਭਾਰੀ

prehensile /ਪਰਿ'ਹੈੱਨਸਾਇਲ/ *a* (ਭਾਗ, ਪੂਛ ਆਦਿ) ਫੜਿਆ ਜਾ ਸਕਣ ਵਾਲਾ

prehension /ਪਰਿ'ਹੈੱਨਸ਼ਨ/ *n* ਬੋਧ, ਸਮਝ; ਪਕੜ; ਧਾਰਨਾ, ਧਿਆਨ

prehistoric /ˌਪਰੀਹਿ'ਸਟੋਰਿਕ/ *a* ਪੂਰਵ ਇਤਿਹਾਸਿਕ, ਇਤਿਹਾਸ ਪੂਰਵ

prehistory /ˌਪਰੀ'ਹਿਸਟਰਿ/ *n* ਪੂਰਵ ਇਤਿਹਾਸ, ਅਰੰਭਿਕ ਸਮੇਂ ਦਾ ਇਤਿਹਾਸ

prejudge /ˌਪਰੀ'ਜਅੱਜ/ *vt* (ਬਿਨਾਂ ਪੁੱਛ ਪੜਤਾਲ ਤੋਂ) ਫ਼ੈਸਲਾ ਕਰਨਾ, ਪੂਰਵ ਨਿਰਨਾ ਕਰਨਾ, ਪੂਰਵ ਨਿਸ਼ਕਰਸ਼ ਕੱਢਣਾ, ਪਹਿਲਾਂ ਤੋਂ ਹੀ ਮਨ ਬਣਾ ਲੈਣਾ

prejudice /'ਪਰੈਜੁੱਡਿਸ/ *n* ਪੱਖਪਾਤ, ਤਰਫ਼ਦਾਰੀ, ਹਾਨੀ, ਘਾਟਾ, ਵਿਗਾੜ; ਹਰਜ *vt* ਪੱਖਪਾਤ ਕਰਨਾ, ਤਰਫ਼ਦਾਰੀ ਕਰਨਾ; ਵਿਗਾੜ ਦੇਣਾ, (ਵਿਅਕਤੀ ਨੂੰ) ਪੱਖ ਵਿੱਚ ਕਰਨਾ, ਤੋੜ ਲੈਣਾ, ਮਿਲਾਉਣਾ

prejudiced /'ਪਰੈਜੱਅਡਿਸਟ/ *a* ਪੱਖਪਾਤ ਵਾਲਾ

prejudicial /ˌਪਰੈਜੁ'ਡਿਸ਼ਲ/ *a* ਪੱਖਪਾਤੀ; ਹਾਨੀਕਾਰਕ, ਨੁਕਸਾਨਦੇਹ

prelacy /'ਪਰੈੱਲਅਸਿ/ *n* ਮਹੰਤ ਸ਼੍ਰੇਣੀ, ਮਸੰਦ ਟੋਲੀ, ਮਹੰਤਗਣ; ਮਹੰਤਪਦ, ਧਰਮ ਆਚਾਰੀਆ ਪਦ

prelate /'ਪਰੈੱਲਅਟ/ *n* ਮਹੰਤ, ਮਸੰਦ, ਮਠ ਮੁਖੀ, ਧਰਮ ਮੁਖੀ

prelect /ਪਰਿ'ਲੈੱਕਟ/ *vt* ਵਿਖਿਆਨ ਕਰਨਾ, ਬੋਲਣਾ, ਭਾਸ਼ਣ ਦੇਣਾ, ਲੈਕਚਰ ਦੇਣਾ

prelection /ਪਰਿ'ਲੈੱਕਸ਼(ਅ)ਨ/ *n* ਵਿਖਿਆਨ, ਭਾਸ਼ਣ, ਲੈਕਚਰ

prelector /ਪਰਿ'ਲੈੱਕਟਅ*/ *n* ਵਕਤਾ, ਵਿਖਿਆਤਾ, ਭਾਸ਼ਣਕਾਰ, ਅਧਿਆਪਕ

prelibation /ˌਪਰੀਲਅ'ਬੇਇਸ਼ਨ/ *n* ਪੂਰਵ ਅਨੁਭਵ, ਪੂਰਵ ਬੋਧ, ਪੂਰਵ ਗਿਆਨ

preliminary /ਪਰਿ'ਲਿਮਿਨਅਰਿ/ *a* ਪ੍ਰਾਰੰਭਕ, ਮੁਢਲੀ (ਪੁਛ-ਗਿੱਛ), ਕੱਚੀ (ਪੇਸ਼ੀ, ਡਿਗਰੀ, ਇਮਤਿਹਾਨ) *n* ਪ੍ਰਾਰੰਭਿਕ ਵਿਵਸਥਾ; ਤਿਆਰੀ

preload /ˌਪਰੀ 'ਲਅਉਡ/ *v* ਪਹਿਲਾਂ ਹੀ ਭਰ ਲੈਣਾ, ਪਹਿਲਾਂ ਹੀ ਲੱਦ ਦੇਣਾ

prelude /'ਪਰੈੱਲਯੂਡ/ *n* ਉਥੱਾਨਕਾ, ਪ੍ਰਸਤਾਵਨਾ ਆਮੁਖ, ਮੁੱਢ, ਅਰੰਭ, ਭੂਮਿਕਾ; ਮੰਗਲਾਚਰਨ, ਮੰਗਲ; (ਸੰਗੀ) ਅਲਾਪ, ਲੈ, ਸੁਰ ਅਲਾਪ *v* ਭੂਮਿਕਾ ਸਰੂਪ ਹੋਣਾ, ਭੂਮਿਕਾ ਬੰਨ੍ਹਣਾ, ਉਥੱਾਨਕਾ ਬੰਨ੍ਹਣਾ, ਮੰਗਲਾਚਰਨ ਦੇ ਤੌਰ 'ਤੇ ਵਰਤਣਾ, ਸੁਰ ਕੱਢਣਾ, ਅਲਾਪਣਾ, ਸੂਚਿਤ ਕਰਨਾ ਜਾਂ ਸੂਚਕ ਹੋਣਾ

prelusive /ਪਰਿ'ਲਯੂਸਿਵ੍/ *a* ਅਰੰਭਿਕ, ਮੁਢਲਾ, ਭੂਮਿਕਾ ਸਰੂਪ; ਪੂਰਵ ਸੂਚਨਾਤਮਿਕ; ਅਲਾਪਾਤਮਿਕ

premarital /ˌਪਰੀ'ਮੈਰਿਟਲ/ *a* ਵਿਆਹ ਤੋਂ ਪਹਿਲਾਂ ਦਾ (ਖ਼ਾਸ ਕਰਕੇ ਜਿਨਸੀ ਸੰਬੰਧਾਂ ਬਾਰੇ)

prematernity /ˌਪਰੀਮਅ'ਟਅ:ਨਅਟਿ/ *a* ਗਰਭ ਅਵਸਥਾ ਸੰਬੰਧੀ

premature /'ਪਰੈੱਮਅਚਅ*/ *a* ਅਗੇਤਰਾ, ਅਧੂਰਾ, ਕੱਚਾ, ਕਚਘਰੜ

prematurely /'ਪਰੈੱਮਅਚਅਲਿ/ *adv* ਅਗੇਤਰੇ ਹੀ, ਵਕਤ ਤੋਂ ਪਹਿਲਾਂ, ਕਾਹਲੀ-ਕਾਹਲੀ

premeditate /ˌਪਰੀ'ਮੈਡੀਟੇਇਟ/ *vt* ਪੂਰਵ ਵਿਚਾਰ ਕਰਨਾ, ਪੂਰਵ ਚਿੰਤਨ ਕਰਨਾ, (ਮਨ ਵਿੱਚ) ਨੀਂਹ ਬੰਨ੍ਹਣਾ, ਮਨਸੂਬਾ ਬੰਨ੍ਹਣਾ

premeditated /ˌਪਰੀ'ਮੈੱਡਿਟੇਇਟਿਡ/ *a* ਪੂਰਵ ਚਿੰਤਤ, ਜਾਣਿਆ-ਬੁੱਝਿਆ, ਪੂਰਵ ਕਲਪਿਤ

premeditation /ˌਪਰੀˌਮੈੱਡਿ'ਟੇਇਸ਼ਨ/ *n* ਪੂਰਵ ਸੰਕਲਪ, ਅਗਾਊਂ ਚਿਤਵਣ

premier /'ਪਰੈੱਮਿਅ*/ *n* ਪ੍ਰਮੁੱਖ, ਮੁਖੀਆ, ਆਗੂ, ਪ੍ਰਧਾਨ, ਸ੍ਰੇਸ਼ਠ, ਸਰਬਸ੍ਰੇਸ਼ਠ; ਪ੍ਰਧਾਨ ਮੰਤਰੀ, ਪ੍ਰੀਮੀਅਰ, ਸਭ ਤੋਂ ਪਹਿਲਾ, ਸਰਬ ਪ੍ਰਥਮ; ਅਗਲਾ (ਫ਼ਰਜ਼, ਉੱਦਮ, ਆਸ਼ਰਮ, ਸਥਾਨ)

premiere /'ਪਰੈੱਮਿਏਅ*/ *n* ਸਿਨਮੇ ਜਾਂ ਫ਼ਿਲਮ ਦਾ ਪ੍ਰਥਮ ਪ੍ਰਦਰਸ਼ਨ

premiership /'ਪਰੈੱਮਿਅਸ਼ਿਪ/ *n* ਪ੍ਰਧਾਨ ਮੰਤਰੀ ਪਦ, ਪ੍ਰਧਾਨ ਮੰਤਰੀ ਕਾਲ

premillenarian /ˌਪਰੀਮਿ'ਲੈੱਨੇਅਰਿਅਨ/ *n* ਇਸ ਗੱਲ ਦਾ ਵਿਸ਼ਵਾਸ ਰੱਖਣ ਵਾਲਾ ਕਿ ਈਸਾ ਦਾ ਫਿਰ ਜਨਮ ਹੋਵੇਗਾ, ਪੁਨਰ ਅਵਤਾਰਵਾਦੀ

premillennial /ˌਪਰੀਮਿ'ਲੈੱਨਿਅਲ/ *a* ਅਗਲੇ ਯੁੱਗ ਤੋਂ ਪਹਿਲਾਂ, ਆਧੁਨਿਕ ਸੰਸਾਰ ਸੰਬੰਧੀ, ਈਸਾ ਦੇ ਦੂਜੇ ਅਵਤਾਰ ਧਾਰਨ ਤੋਂ ਪਹਿਲਾਂ ਦਾ

premise /'ਪਰੈੱਮਿਸ/ *n* (ਨਿਆਂ ਦਾ) ਆਧਾਰ ਵਾਕ, ਪੂਰਵ ਵਾਕ, ਪੂਰਵ ਕਥਿਤ ਤੱਥ; (ਬਹੁ) ਨਿਵਾਸ, ਘਰ; ਚਾਰ ਦਿਵਾਰੀ, ਅਹਾਤਾ *vt* ਉਥਾਨਕਾ ਦੇ ਤੌਰ 'ਤੇ ਕਹਿਣਾ, ਕਿਸੇ ਗੱਲ ਨੂੰ ਅਰੰਭ ਵਿੱਚ ਪੇਸ਼ ਕਰਨਾ, ਭੂਮਿਕਾ ਬੰਨ੍ਹਣਾ

premium /'ਪਰੀਮਿਅਮ/ *n* ਪ੍ਰਤਿਫਲ; ਇਵਜ਼ਾਨਾ; ਬੋਨਸ, ਲਾਭ ਅੰਸ਼; ਬੀਮੇ ਦੀ ਕਿਸ਼ਤ; ਕਿੱਤਾ ਸਿਖਲਾਈ, ਪੜ੍ਹਵਾਈ, ਕਿਸੇ ਕਿੱਤੇ ਨੂੰ ਸਿੱਖਣ ਦੀ ਫੀਸ; ਬਦਲਵਾਈ, ਉਹ ਰਕਮ ਜੋ ਸਿੱਕਿਆਂ ਨੂੰ ਬਦਲਨ ਲਈ ਫੀਸ ਵਜੋਂ ਦਿੱਤੀ ਜਾਵੇ, ਵੱਟਾ; ਇਨਾਮ ਜੋ ਮਜ਼ਦੂਰਾਂ ਨੂੰ ਤਨਖ਼ਾਹ ਤੋਂ ਵਾਧੂ ਦਿੱਤਾ ਜਾਵੇ

premodifier /ˌਪਰੀ'ਮੌਡਿਫਾਇਅ*/ *n* (ਵਿਆ) ਅਜਿਹਾ ਵਿਸ਼ੇਸ਼ਣ ਜਾਂ ਕਿਰਿਆ ਵਿਸ਼ੇਸ਼ਣ ਜਿਸ ਦੀ ਵਰਤੋਂ ਨਾਂਵ ਜਾਂ ਕਿਰਿਆ ਤੋਂ ਪਹਿਲਾਂ ਕੀਤੀ ਜਾਵੇ

premonish /ਪਰਿ'ਮੌਨਿਸ਼/ *vt* ਪਹਿਲਾਂ ਹੀ ਸਾਵਧਾਨ ਕਰਨਾ, ਪੂਰਵ ਸੂਚਨਾ ਦੇਣਾ, ਅਗਾਊਂ ਸੂਹ ਦੇਣਾ, ਪੂਰਵ ਬੋਧ ਕਰਾਉਣਾ

premonition /ˌਪਰੀਮਅ'ਨਿਸ਼ਨ, ˌਪਰੈੱਮ-/ *n* ਪੂਰਵ ਸੂਚਨਾ, ਅਗੇਤੀ ਚਿਤਾਵਨੀ, ਅਗਾਊਂ ਸੂਹ, ਖੁੜਕ, ਪੂਰਵ ਬੋਧ

premonitor /ਪਰਿ'ਮੌਨਿਟਅ*/ *n* ਸਾਵਧਾਨ ਕਰਨ ਵਾਲਾ, ਪੂਰਵ ਸੂਚਕ

premonitory /ਪਰਿ'ਮੌਨਿਟਅਰਿ, ˌਪਰੈੱਮ-/ *a* ਪੂਰਵ ਸੂਚਕ, ਸੁਚੇਤ ਕਰਨ ਵਾਲਾ, ਅਗੇਤੀ ਚਿਤਾਵਨੀ ਦੇਣ ਵਾਲਾ

prenatal /ˌਪਰੀ'ਨੇਇਟਲ/ *a* ਗਰਭ ਅਵਸਥਾ ਸੰਬੰਧੀ, ਜਨਮ ਤੋਂ ਪਹਿਲੇ, ਜਨਮ ਪੂਰਵ

prender /'ਪਰੈਨੱਡਅ*/ *n* ਦਿੱਤੀ ਜਾਣ ਤੋਂ ਪਹਿਲਾਂ ਹੀ ਕਿਸੇ ਵਸਤੂ ਉੱਤੇ ਅਧਿਕਾਰ

prenomen /ਪਰੀ'ਨੌਮਅਨ/ *n* ਵਿਅਕਤੀਗਤ ਨਾਂ, ਵੰਸ਼ ਜਾਂ ਧਰਮ ਦੇ ਅਨੁਸਾਰ ਪਹਿਲਾ ਨਾਂ

prenotify /ˌਪਰੀ'ਨਅਉਟਿਫਾਇ/ *vt* ਪੂਰਵ ਅਧਿਸੂਚਿਤ ਕਰਨਾ

prentice /'ਪਰੈਨੱਟਿਸ/ *a* ਅਨੁਭਵਹੀਣ, ਅਨਾੜੀ, ਅਲ੍ਹੜ, ਅਣਜਾਣ, ਮੂੜ੍ਹ

preoccupation /ਪਰਿˌਔਕਯੁ'ਪੇਇਸ਼ਨ/ *n* ਪੂਰਵ ਧਾਰਨਾ, ਪੂਰਵ ਨਿਰਨਾ; ਅਗੇਤਾ ਕਬਜ਼ਾ, ਕਿਸੇ ਥਾਂ ਦਾ ਪੇਸ਼ਗੀ ਕਬਜ਼ਾ; ਪੂਰਵ ਰੁਝੇਵਾਂ, ਲੀਨਤਾ, ਧਿਆਨ ਮਗਨਤਾ

preoccupy /ˌਪਰਿ'ਔਕਯੁਪਾਇ/ *vt* (ਕਿਸੇ ਤੋਂ ਪਹਿਲਾਂ) ਕਬਜ਼ੇ ਵਿੱਚ ਕਰ ਲੈਣਾ, ਪੂਰਵ ਅਧਿਕਾਰ ਕਰਨਾ, ਅਗਾਊਂ ਕਬਜ਼ਾ ਕਰਨਾ; ਸੋਚਾਂ ਵਿੱਚ ਡੋਬ ਰੱਖਣਾ, ਖਚਿਤ ਜਾਂ ਲੀਨ ਕਰਨਾ; ਰੁੱਝਿਆ ਰੱਖਣਾ; ਪਹਿਲਾਂ ਹੀ ਵਿਚਾਰ ਬਣਾ ਲੈਣਾ ਜਾਂ ਨਿਰਨਾ ਕਰ ਲੈਣਾ

preoral /ˌਪਰੀ'ਓਰ(ਅ)ਲ/ *a* ਸਨਮੁੱਖ, ਸਾਮ੍ਹਣੇ

preordain /ˌਪਰੀਓ'ਡੇਇਨ/ *vt* ਅਗਾਊਂ ਮਿਥਣਾ, ਪੇਸ਼ਗੀ ਹੁਕਮ ਚਾੜ੍ਹਨਾ, ਪੇਸ਼ਗੀ ਆਦੇਸ਼ ਦੇਣਾ

preordained /ˌਪਰੀਓ'ਡੇਇਨਡ/ *a* ਭਾਗਾਂ ਵਿੱਚ ਲਿਖਿਆ, ਕਿਸਮਤੀ, ਪਹਿਲਾਂ ਹੀ ਮਿਥਿਆ ਗਿਆ, ਪੂਰਵ–ਨਿਰਧਾਰਿਤ

prep /ਪਰੈਪੱ/ *n* (ਸਕੂਲ ਵਿੱਚ ਪੜ੍ਹਾਈ ਤੋਂ ਬਾਅਦ) ਦਿਨ ਦੇ ਅਖ਼ੀਰ ਵਿੱਚ ਕੀਤਾ ਸਕੂਲ ਦਾ ਕੰਮ *v* ਪਰੀਖਿਆ ਤੋਂ ਪਹਿਲਾਂ ਤਿਆਰੀ ਕਰਨਾ; ਸਰੀਰਕ ਅਪਰੇਸ਼ਨ ਲਈ ਪਹਿਲਾਂ ਤਿਆਰੀ ਕਰਨਾ

prepaid /ˌਪਰੀ'ਪੇਇਡ/ *a* ਪਹਿਲਾਂ ਦਿੱਤਾ ਗਿਆ, ਪਹਿਲੋਂ ਅਦਾ ਕੀਤਾ ਗਿਆ

preparation /ˌਪਰੈੱਪਅ'ਰੇਇਸ਼ਨ/ *n* ਤਿਆਰੀ, ਪੂਰਵ ਵਿਵਸਥਾ; ਇੰਤਜ਼ਾਮ, ਬੰਦੋਬਸਤ, ਆਹਰ ਪਾਹਰ, ਪ੍ਰਬੰਧ; ਸਾਜ਼ ਸਮਾਨ; (ਸਬਕ ਪੜ੍ਹਨ ਦੀ) ਤਿਆਰੀ; ਵਿਸ਼ੇਸ਼ ਕਰਕੇ ਤਿਆਰ ਕੀਤੀ ਵਸਤੂ ਜਿਵੇਂ ਖਾਣਾ ਦਵਾਈ ਆਦਿ; (ਸੰਗੀ) ਰਾਗ ਵਿਧਾਨ, ਲੈ ਵਿਧਾਨ

preparative /ਪਰਿ'ਪੈਰਅਟਿਵ਼/ *a* ਤਿਆਰੀ ਸੰਬੰਧੀ *n* (ਤਿਆਰੀ ਦੇ ਸੰਕੇਤ ਵਜੋਂ) ਬਿਗਲ ਦੀ ਅਵਾਜ਼

preparatory /ਪਰਿ'ਪੈਰਅਟਰਿ/ *a*

ਆਯੋਜਨਾਤਮਿਕ, ਤਿਆਰੀ ਦਾ; ਅਰੰਭਿਕ, ਪ੍ਰਾਰੰਭਿਕ

preparatory school *n* ਕਾਲਜ ਵਿੱਚ ਦਾਖ਼ਲੇ ਦੀ ਤਿਆਰੀ ਕਰਵਾਉਣ ਵਾਲਾ ਸਕੂਲ; ਛੋਟੇ ਬੱਚਿਆਂ ਦਾ ਪ੍ਰਾਈਵੇਟ ਸਕੂਲ, ਪ੍ਰਾਰੰਭਿਕ ਸਕੂਲ

prepare /ਪਰਿ'ਪੇਅ*/ *v* ਤਿਆਰ ਕਰਨਾ; ਤੱਤਪਰ ਕਰਨਾ; ਪ੍ਰਸਤੁਤ ਕਰਨਾ; ਸਿੱਧ ਕਰਨਾ; (ਭੋਜਨ ਆਦਿ) ਪਕਾਉਣਾ, ਤਿਅਰ ਕਰਨਾ; (ਪਰੀਖਿਆ ਜਾਂ ਯੁੱਧ ਲਈ) ਸਿੱਖਿਆ ਆਦਿ ਦੇ ਕੇ ਤਿਆਰ ਕਰਨਾ; ਸਮੇਂ ਤੋਂ ਪਹਿਲਾਂ ਹੀ ਪਾਠ ਭਾਸ਼ਣ ਆਦਿ ਅਧਿਐਨ ਕਰਕੇ ਤਿਆਰ ਕਰਨਾ; ਬਣਾਉਣਾ; ਸਜਾਉਣਾ (ਰਸਤਾ ਆਦਿ); (ਸੰਗੀ) ਸੁਰ ਸਾਧਨਾ

prepared /ਪਰਿ'ਪੇਅਡ/ *a* ਤਿਆਰ, ਤੱਤਪਰ; ਉਤਪੰਨ; ਪ੍ਰਾਪਤ, ਸੁਸੱਜਤ

preparedness /ਪਰਿ'ਪੇਅਰਿਡਨਅਸ/ *n* ਤਿਆਰੀ, ਤੱਤਪਰਤਾ

preparer /ਪਰਿ'ਪੇਅਰਅ*/ *n* ਤਿਆਰ ਕਰਨ ਵਾਲਾ, ਪ੍ਰਸਤੁਤ ਕਰਤਾ, ਸਾਧਕ

pre-pay /ਪਰੀ'ਪੇਇ/ *vt* ਪੇਸ਼ਗੀ ਦੇਣਾ, ਪਹਿਲਾਂ ਚੁਕਦਾ ਕਰਨਾ, (ਮੁੱਲ, ਡਾਕ ਖ਼ਰਚ ਆਦਿ ਦਾ) ਪਹਿਲਾਂ ਤਾਰਨਾ

prepayable /ਪਰੀ'ਪੇਇਅਬਲ/ *a* ਪੇਸ਼ਗੀ ਦੇਣ ਯੋਗ

prepayment /ˌਪਰੀ'ਪੇਇਮਅਨਟ/ *n* ਪਹਿਲਾਂ ਤਾਰੀ ਰਕਮ, ਪੇਸ਼ਗੀ

prepense /ਪਰਿ'ਪੈਂਨਸ/ *a* ਪਹਿਲਾਂ ਤੋਂ ਸੋਚਿਆ, ਜਾਣਿਆ ਬੁੱਝਿਆ, ਸੋਚਿਆ ਸਮਝਿਆ, ਪਹਿਲਾਂ ਤੋਂ ਚਿਤਵਿਆ, ਪੂਰਵ ਚਿੰਤਤ, ਪਹਿਲਾਂ ਤੋਂ ਧਾਰਿਆ

prepollent /ਪਰਿ'ਪੌਲਅਨਟ/ *a* ਪ੍ਰਬਲ, ਅਧਿਕ ਤਾਕਤਵਰ, ਅਧਿਕ ਸ਼ਕਤੀਮਾਨ; ਸੂਰਾ, ਬਹਾਦਰ

preponderance /ਪਰਿ'ਪੌਨਡਅਰਅਨਸ/ *n* ਪ੍ਰਬਲਤਾ, ਪ੍ਰਧਾਨਤਾ, ਅਧਿਕਤਾ, ਬਹੁਲਤਾ; ਭਾਰਾਪਣ

preponderant /ਪਰਿ'ਪੌਨਡਅਰਅਨਟ/ *a* ਬਹੁਤਾ ਭਾਰਾ, ਪ੍ਰਭਾਵਸ਼ਾਲੀ, ਪ੍ਰਬਲ, ਪ੍ਰਧਾਨ, ਭਾਰੂ, ਹਾਵੀ

preponderate /ਪਰਿ'ਪੌਨਡਅਰੇਇਟ/ *vi* ਬਹੁਤਾ ਭਾਰੂ ਹੋਣਾ, ਬਹੁਤ ਮਹੱਤਵ ਰੱਖਣਾ, ਪ੍ਰਧਾਨ ਹੋਣਾ; ਗਿਣਤੀ ਵਿੱਚ ਵਧੀਕ ਹੋਣਾ; ਖ਼ਾਸ ਜਾਂ ਵਿਸ਼ੇਸ਼ ਭਾਗ ਹੋਣਾ, ਪ੍ਰਬਲ ਹੋਣਾ

prepone /ਪਰੀ'ਪਅਉਨ/ *v* ਮਿਥੀ ਤਾਰੀਖ਼ ਨੂੰ ਬਦਲ ਕੇ ਪਹਿਲਾਂ ਦੀ ਕੋਈ ਤਾਰੀਖ਼ ਨਿਸ਼ਚਿਤ ਕਰਨਾ

preposition /ˌਪਰੈਪੱਅ'ਜ਼ਿਸ਼ਨ/ *n* (ਵਿਆ) ਪੂਰਵ ਸਰਗ, ਸੰਬੰਧਸੂਚਕ ਸ਼ਬਦ

prepositional /ˌਪਰੈਪੱਅ'ਜ਼ਿਸ਼ਅਨਲ/ *a* (ਵਿਆ) ਸਬੰਧਕੀ, ਪੂਰਵ ਸੰਗੀ

prepositor /ਪਰਿ'ਪੌਜ਼ਿਟਅ*/ *n* ਵਿਦਿਆਰਥੀ ਮਾਨੀਟਰ, ਮੁੱਖ ਵਿਦਿਆਰਥੀ, ਵਿਦਿਆਰਥੀ ਨਾਇਕ

prepossess /ˌਪਰੀਪਅ'ਜ਼ੈੱਸ/ *vt* ਕਿਸੇ ਵਿਚਾਰ ਨੂੰ ਕਿਸੇ ਵਿਅਕਤੀ ਦੇ ਦਿਲ ਵਿੱਚ ਪਾਉਣਾ, ਪ੍ਰੇਰਨਾ ਦੇਣਾ, ਉਤਸ਼ਾਹ ਪ੍ਰਦਾਨ ਕਰਨਾ, ਗ੍ਰਹਿਣ ਕਰਨਾ, ਮਨ ਵਿੱਚ ਬਠਾਉਣਾ, ਵਿਆਪਤ ਕਰਨਾ; ਪੱਖਪਾਤੀ ਬਣਾ ਦੇਣਾ, ਪੱਖ ਵਿੱਚ ਲਿਆਉਣਾ; ਪ੍ਰਭਾਵ ਰੱਖਣਾ, ਛਾ ਜਾਣਾ, ਆਕਰਸ਼ਿਤ ਕਰਨਾ, ਅਨੁਪਰਾਣਤ ਕਰਨਾ, ਜੀਵਨ ਦੇਣਾ

prepossession /ˌਪਰੀਪਅ'ਜੈਸ਼(ਅ)ਨ/ *n* ਪੱਖ, ਪ੍ਰਬਲ ਰੁਚੀ, ਲਗਨ; ਪੂਰਵ ਅਧਿਕਾਰ, ਅਗੇਤਰਾ ਕਬਜ਼ਾ

preposterous /ਪਰਿ'ਪੌਸਟਅਰਅਸ/ *a* ਊਟ-ਪਟਾਂਗ, ਉਲਟਾ-ਪੁਲਟਾ, ਊਲ-ਜਲੂਲ, ਬੇਥਵਾ, ਬੇਹੂਦਾ, ਨਿਰਾਰਥਕ, ਅਸੰਬੰਧਿਤ

preposterousness /ਪਰਿ'ਪੌਸਟਅਰਅਸਨਅਸ/ *n* ਉਲਟ-ਪੁਲਟ, ਬੇਥਵਾਪਣ, ਬੇਹੂਦਗੀ, ਅਸੰਗਤੀ, ਨਿਰਾਰਥਕਤਾ, ਮੂਰਖਤਾ

prepotence /ਪਰਿ'ਪਅਉਟਅਨਸ/ *n* ਪ੍ਰਬਲਤਾ, ਪ੍ਰਚੰਡਤਾ, ਪਰਮ ਸ਼ਕਤੀ, ਪਰਮ ਬਲ

prepotent /ਪਰਿ'ਪਅਉਟਅਨਟ/ *a* ਪ੍ਰਬਲ,

ਪਰਮ ਸ਼ਕਤੀਮਾਨ, ਮਹਾਂਬਲੀ, ਅਜਿੱਤ

prepuce /'ਪਰੀਪਯੂਸ/ *n* ਲਿੰਗ ਦੀ ਸੁਪਾਰੀ ਨੂੰ ਢੱਕਣ ਵਾਲਾ ਮਾਸ

prerequisite /ˌਪਰੀ'ਰੈੱਕਵਅਜ਼ਿਟ/ *a* ਬਹੁਤ ਜ਼ਰੂਰੀ, ਅਤਿ ਲੁੜੀਂਦਾ *n* ਆਵਸ਼ਕ, ਪਹਿਲੀ ਸ਼ਰਤ, ਪਹਿਲੀ ਲੋੜ, ਪੂਰਵ ਪ੍ਰਤਿਬੰਧ, ਪ੍ਰਮੁੱਖ ਆਵਸ਼ਕਤਾ

prerogative/ਪਰਿ'ਰੌਗਅਟਿਵ੍/ *n* ਸ਼ਾਹੀ ਇਖ਼ਤਿਆਰ, ਪਰਮ ਅਧਿਕਾਰ, ਦੈਵੀ ਅਧਿਕਾਰ, ਸਹਿਜ ਅਧਿਕਾਰ; ਜਨਮ ਸਿੱਧ ਅਧਿਕਾਰ, ਪ੍ਰਭੁੱਸਤਾ, ਸਹਿਜ ਸ਼ਕਤੀ *a* ਵਿਸ਼ੇਸ਼ ਅਧਿਕਾਰ ਵਾਲਾ

prerupt /ਪਰਅ'ਰਅੱਪਟ/ *a* ਝਟਪਟ ਟੁੱਟ ਕੇ ਵੱਖਰਾ ਹੋਇਆ, ਅਸੰਬੱਧ

presage /'ਪਰੈੱਸਿਜ, ਪਰਿ'ਸੇਇਜ/ *n* ਪੂਰਵ ਚਿੰਨ੍ਹ, ਪੋਖੇ, ਪੂਰਵ ਬੋਧ, ਸ਼ਗਨ, ਲੱਛਣ *v* (ਕਿਸੇ ਹੋਣੀ ਦੀ) ਨਿਸ਼ਾਨੀ ਜਾਂ ਸ਼ਗਨ ਹੋਣਾ; ਪੋਖਾ ਪੈਣਾ; ਝਲਕ ਪੈਣਾ, ਝਲਕ ਵਿਖਾਉਣਾ, ਸੂਚਕ ਹੋਣਾ, ਲੱਛਣ ਦੱਸਣਾ; ਚਿਤਾਵਨੀ ਦੇਣਾ, ਮੱਥਾ ਠਣਕਣਾ

presbyopia /ˌਪਰੈੱਜ਼ਬਿ'ਅਉਪਿਅ/ *n* ਅੱਖ ਦੀ ਬਿਮਾਰੀ ਜਿਸ ਵਿੱਚ ਦੂਰ ਦੀਆਂ ਵਸਤੂਆਂ ਸਾਫ਼ ਅਤੇ ਨੇੜੇ ਦੀਆਂ ਵਸਤੂਆਂ ਧੁੰਦਲੀਆਂ ਵਿਖਾਈ ਦਿੰਦੀਆਂ ਹਨ, ਦੂਰ ਦ੍ਰਿਸ਼ਟੀ; ਦੀਰਘਦ੍ਰਿਸ਼ਟਤਾ

presbyter /'ਪਰੈੱਜ਼ਬਿਟਅ*/ *n* ਪਰੈਸਬੀਟਰ (ਸੱਤਾਗਤ ਗਿਰਜੇ ਦਾ ਪਾਦਰੀ); ਦੂਜੀ ਸ਼੍ਰੇਣੀ ਦਾ ਪਾਦਰੀ, ਸਭ ਤੋਂ ਵੱਡਾ ਪਾਦਰੀ

Presbyterian /ˌਪਰੈੱਜ਼ਬਿ'ਟਿਅਰਿਅਨ/ *a* ਪਾਦਰੀ ਸੰਘ ਸ਼ਾਸਨਵਾਦੀ; ਪਾਦਰੀ ਸੰਘ ਸ਼ਾਸਤ *n* ਗਿਰਜੇ ਦਾ ਮੈਂਬਰ; ਪਰੈਸਬੀਟਰਵਾਦੀ

prescience /'ਪਰੈੱਸਿਅਨਸ/ *n* ਪੂਰਵ ਗਿਆਨ, ਪੂਰਵ ਬੋਧ

prescient /'ਪਰੈੱਸਿਅਨਟ/ *a* ਜਿਸ ਨੂੰ ਕਿਸੇ ਵਸਤੂ ਬਾਰੇ ਪਹਿਲਾਂ ਗਿਆਨ ਹੋ ਜਾਵੇ, ਪੂਰਵ ਗਿਆਨੀ, ਦੂਰ ਅੰਦੇਸ਼, ਦੂਰਦਰਸ਼ੀ, ਭਵਿੱਖ ਗਿਆਨੀ

prescribe /ਪਰਿ'ਸਕਰਾਇਬ/ *v* ਨਿਰਦੇਸ਼ ਕਰਨਾ, ਹੁਕਮ ਦੇਣਾ, ਆਗਿਆ ਦੇਣਾ; (ਮਰੀਜ਼ ਲਈ ਦਵਾਈ ਆਦਿ) ਤਜਵੀਜ਼ ਕਰਨਾ; ਨੁਸਖ਼ਾ ਲਿਖਣਾ; (ਕੋਰਸ ਜਾਂ ਕਿਤਾਬ) ਲਾਉਣਾ; ਨਿਯਤ ਕਰਨਾ, ਮੁਕੱਰਰ ਕਰਨਾ

prescribed /ਪਰਿ'ਸਕਰਾਇਬਡ/ *a* ਨਿਯਤ, ਨਿਸ਼ਚਿਤ; ਨਿਰਦਿਸ਼ਟ, ਪਰਕਲਪਿਤ

prescript /'ਪਰੀਸਕਰਿਪਟ/ *n* ਆਗਿਆ, ਆਦੇਸ਼, ਹੁਕਮ, ਫ਼ੁਰਮਾਨ; ਕਨੂੰਨ, ਵਿਧੀ *a* ਪਰਿਕਲਪਿਤ, ਨਿਰਦਿਸ਼ਟ; ਆਗਿਆ ਅਨੁਸਾਰ

prescription /ਪਰਿ'ਸਕਰਿਪਸ਼ਨ/ *n* ਨੁਸਖ਼ਾ, ਤਜਵੀਜ਼; ਨਿਰਧਾਰਨ, ਨਿਰਦੇਸ਼ਨ, ਆਦੇਸ਼; ਵਿਧੀ, ਪਰਿਪਾਟੀ, ਰਹੁਰੀਤ

prescriptive /ਪਰਿ'ਸਕਰਿਪਟਿਵ੍/ *a* ਨਿਰਧਾਰਨਾਤਮਿਕ, ਆਗਿਆ ਅਨੁਸਾਰ; ਵਿਧੀਪੂਰਵਕ

presence /'ਪਰੈੱਜ਼ਨਸ/ *n* ਹਾਜ਼ਰੀ, ਹਜ਼ੂਰੀ, ਮੌਜੂਦਗੀ, ਉਪਸਥਿਤੀ; ਰਹਿਣ ਸਹਿਣ, ਚਾਲ-ਢਾਲ, ਰੰਗ-ਢੰਗ

presence chamber *n* ਬੈਠਕ, ਦਰਸ਼ਨਸ਼ਾਲਾ

present[1] /'ਪਰੈੱਜ਼ਨਟ/ *a* ਹਾਜ਼ਰ, ਮੌਜੂਦ, ਅਜੋਕਾ, ਵਰਤਮਾਨ, ਬੀਤ ਰਿਹਾ, ਪ੍ਰਚਲਿਤ, ਆਧੁਨਿਕ *n* (ਵਿਆ) ਵਰਤਮਾਨ ਕਾਲ ਜਾਂ ਵਰਤਮਾਨ, ਤਤਕਾਲੀ; ਸੁਗਾਤ, ਭੇਟਾ, ਬਖ਼ਸ਼ੀਸ਼, ਤੋਹਫ਼ਾ, ਨਜ਼ਰ, ਇਨਾਮ, ਪੁਰਸਕਾਰ

present[2] /ਪਰਿ'ਜ਼ੈੱਨਟ/ *v* ਮਿਲਾਉਣਾ, ਭੇਟ ਕਰਾਉਣਾ, ਢੋਆ ਦੇਣਾ; ਅੱਗੇ ਰੱਖਣਾ, ਸਾਖਿਆਤ ਕਰਨਾ, ਪ੍ਰਤੱਖ ਕਰਨਾ; ਹਾਜ਼ਰ ਹੋਣਾ,ਉਪਸਥਿਤ ਹੋਣਾ, ਪੇਸ਼ ਹੋਣਾ; ਪ੍ਰਦਰਸ਼ਿਤ ਕਰਨਾ (ਨਾਟਕ); (ਬੰਦੂਕ ਆਦਿ) ਸਾਧਣਾ; (ਵਿਚਾਰ) ਸੁੱਝਣਾ, ਆਉਣਾ, ਉੱਠਣਾ; (ਵਿਧਾਨਿਕ ਢੰਗ ਨਾਲ) ਸੂਚਿਤ ਕਰਨਾ

presentability /ਪਰਿˌਜ਼ੈੱਨਟਅ'ਬਿਲਅਟਿ/ *n* ਦਰਸ਼ਨੀਅਤਾ; ਸਰੂਪਤਾ, ਸੁਡੌਲਤਾ

presentable /ਪਰਿ'ਜ਼ੈੱਨਟਅਬਲ/ *a* ਸੁਡੌਲ,

ਦਿੱਖ ਵਾਲਾ, ਵੇਖਣਯੋਗ, ਪੇਸ਼ ਕਰਨ ਯੋਗ, (ਜਵਾਨ) ਦਰਸ਼ਨੀ

presentation /ˌਪਰੈਜ਼ੱਨ'ਟੇਇਸ਼ਨ/ *n* ਭੇਟਾ, ਦਾਨ, ਉਪਹਾਰ, ਅਰਪਣ; ਦਿਖਾਵਾ; ਮੁਲਾਕਾਤ, ਸਾਖਿਆਤਕਰਨ (ਅਧਿਆਤਮਿਕ), ਅਭਿਨੈ, ਪਰਿਚੈ, ਪ੍ਰਤਿਪਾਦਨ, ਉਪਸਥਾਪਨਾ

presentational /ˌਪਰੈਜ਼ੱਨ'ਟੇਇਸ਼ਅਨਲ/ *a* ਦਰਸ਼ਨੀ, ਸਮਰਪਣੀ, ਪ੍ਰਦਰਸ਼ਨ ਸੰਬੰਧੀ

presentee /ਪਰੈਜ਼ੱਅਨ'ਟੀ/ *n* ਤੋਹਫ਼ਾ ਲੈਣ ਵਾਲਾ, ਇਨਾਮ ਜੇਤੂ, ਪੁਰਸਕਾਰ ਵਿਜੇਤਾ, ਪ੍ਰਸਤਾਵਤ ਪਾਦਰੀ

presenter /ਪਰਿ'ਜ਼ੈਂਟਅ*/ *n* ਜਾਣ-ਪਛਾਣ ਕਰਾਉਣ ਵਾਲਾ, ਪ੍ਰਸਤੁਤ ਕਰਤਾ, ਪੇਸ਼ ਕਰਤਾ, ਭੇਟ ਕਰਨ ਵਾਲਾ, ਸੁਗਾਤ ਦੇਣ ਵਾਲਾ, ਪ੍ਰਤੱਖ ਕਰਤਾ, ਪ੍ਰਚਲਿਤ ਕਰਨ ਵਾਲਾ

presentiment /ਪਰਿ'ਜ਼ੈਂਟਿਮਅਨਟ/ *n* ਪੂਰਵ-ਗਿਆਨ, ਪੂਰਵ-ਆਭਾਸ

presently /'ਪਰੈਜ਼ੱਨਟਲਿ/ *adv* ਹੁਣੇ ਹੀ, ਹੁਣ; ਥੋੜ੍ਹੀ ਦੇਰ ਨੂੰ, ਛੇਤੀ ਹੀ, ਤਤਕਾਲ, ਤੁਰੰਤ

presentment /ਪਰਿ'ਜ਼ੈਂਟਮਅਨਟ/ *n* (ਕਨੂੰ) ਹਲਫ਼ੀਆ ਬਿਆਨ; (ਨਾਟਕ ਦੀ) ਪੇਸ਼ਕਾਰੀ; ਚਿੱਤਰਨ, ਬਿਆਨ; ਵਰਣਨ; ਪ੍ਰਾਕਥਨ, ਸੁਝਾਅ ਪ੍ਰਤੱਖ ਦਰਸ਼ਨ

present participle *n* (ਵਿਆ) ਵਰਤਮਾਨ ਕ੍ਰਿਦੰਤਕ

present perfect *n* (ਵਿਆ) ਹੁਣ ਤੱਕ ਦਾ ਕੀਤਾ ਕੰਮ ਦਰਸਾਉਣ ਵਾਲੀ ਕਿਰਿਆ, ਪੂਰਨ ਵਰਤਮਾਨ ਕਾਲ

present tense *n* (ਵਿਆ) ਵਰਤਮਾਨ ਕਾਲਕ ਕਿਰਿਆ, ਹੁਣ ਹੋ ਰਹੇ ਕੰਮ ਨੂੰ ਦਰਸਾਉਣ ਵਾਲੀ ਕਿਰਿਆ

preservable /ਪਰਿ'ਜ਼ਅ:ਵ਼ਅਬਲ/ *a* ਸੰਭਾਲਨਯੋਗ, ਸੁਰੱਖਿਅਤ ਰੱਖਣਯੋਗ

preservation /ˌਪਰੈਜ਼ੱਆ'ਵ਼ੇਇਸ਼ਨ/ *n* ਸੰਭਾਲ, ਸੁਰੱਖਿਆ, ਬਚਾਅ; ਕਾਇਮੀ, ਸਥਾਪਤੀ, ਤਾਣ; ਰੱਖਿਆ ਅਵਸਥਾ, ਪ੍ਰਤਿਪਾਲਣਾ

preservative /ਪਰਿ'ਜ਼ਅ:ਵ਼ਅਟਿਵ਼/ *a* ਸੁਰੱਖਿਆਤਮਿਕ (ਮਸਾਲਾ)

preserve /ਪਰਿ'ਜ਼ਅ:ਵ਼/ *vt* (ਖ਼ਰਾਬੀ ਜਾਂ ਨੁਕਸਾਨ ਤੋਂ) ਬਚਾਅ ਰੱਖਣਾ, ਰੱਖਿਆ ਕਰਨਾ, ਸਹੀ ਸਲਾਮਤ ਰੱਖਣਾ; (ਨਾਂ, ਯਾਦ ਆਦਿ) ਕਾਇਮ ਰੱਖਣਾ; ਜਿਊਂਦਾ ਰੱਖਣਾ; (ਹਾਲਤ ਆਦਿ) ਬਰਕਰਾਰ ਰੱਖਣਾ, ਕਾਇਮ ਰੱਖਣਾ; ਅਚਾਰ ਪਾਉਣਾ, ਮੁਰੱਬਾ ਪਾਉਣਾ; ਰਸਾਇਣਿਕ ਵਸਤੂਆਂ ਦੁਆਰਾ (ਕਿਸੇ ਵਸਤੂ ਨੂੰ) ਗਲਨ ਸੜਨ ਤੋਂ ਬਚਾਉਣਾ, ਖ਼ਰਾਬ ਹੋਣ ਤੋਂ ਬਚਾਉਣਾ, ਵਿਗੜਨ ਨਾ ਦੇਣਾ, ਸੰਭਾਲ ਰੱਖਣਾ; (ਸ਼ਿਕਾਰ ਲਈ) ਰਾਖਵੀਂ ਥਾਂ ਰੱਖਣਾ *n* ਮੁਰੱਬਾ, ਜੈਮ, ਅਚਾਰ; ਸ਼ਿਕਾਰ ਲਈ ਰਾਖਵੀਂ ਥਾਂ, ਰੱਖ; ਮੱਛੀਆਂ ਦੇ ਸ਼ਿਕਾਰ ਲਈ ਨਿਯਤ ਕੀਤਾ ਦਰਿਆ ਆਦਿ ਦਾ ਹਿੱਸਾ

preserved /ਪਰਿ'ਜ਼ਅ:ਵ਼ਡ/ *a* ਸੁਰੱਖਿਅਤ, ਮਹਿਫ਼ੂਜ਼

preset /ˌਪਰੀ'ਸੈਟ/ *v* (ਕਿਸੇ ਕਾਰਵਾਈ ਦਾ) ਪਹਿਲਾਂ ਦੀ ਫ਼ੈਸਲਾ ਲੈਣਾ, ਅਗਾਊਂ ਸਥਾਪਿਤ ਕਰਨਾ, ਸਥਿਰ ਕਰਨਾ, ਪਹਿਲਾਂ ਹੀ ਟਿਕਾਉਣਾ, ਪਹਿਲਾਂ ਤੈਅ ਕਰਨਾ

preside /ਪਰਿ'ਜ਼ਾਇਡ/ *vt* ਸਭਾਪਤੀ ਬਣਨਾ, ਪ੍ਰਧਾਨਗੀ ਕਰਨਾ; ਪ੍ਰਮੁੱਖ ਹੋਣਾ, ਕਰਤਾ ਧਰਤਾ ਹੋਣਾ

presidency /'ਪਰੈੱਜ਼ਿਡਅਨਸਿ/ *n* ਪ੍ਰਧਾਨਗੀ, ਪ੍ਰਧਾਨਤਾ, ਪ੍ਰੈਜ਼ੀਡੈਂਸੀ, ਪ੍ਰਦੇਸ਼, ਰਾਜ, ਮਹਾਂਪ੍ਰਾਂਤ

president /'ਪਰੈੱਜ਼ਿਡਅਨਟ/ *n* ਰਾਸ਼ਟਰਪਤੀ, ਪ੍ਰਧਾਨ, ਸਭਾਪਤੀ, ਅਧਿਅਕਸ਼; ਪ੍ਰਿੰਸੀਪਲ, ਮੁਖੀ, (ਇਤਿ) ਸੂਬੇਦਾਰ, ਰਾਜਪਾਲ

president-elect *n* ਚੁਣਿਆ ਗਿਆ ਪ੍ਰਧਾਨ (ਜਿਸ ਨੇ ਕਾਰਜਭਾਰ ਨਹੀਂ ਸੰਭਾਲਿਆ)

presidential /ˌਪਰੈੱਜ਼ਿ'ਡੈਨਸ਼ਲ/ *a* ਪ੍ਰਧਾਨਗੀ, ਰਾਸ਼ਟਰਪਤੀ ਸੰਬੰਧੀ

presiding /ਪਰਿ'ਜ਼ਾਇਡਿਙ/ *a* ਪ੍ਰਧਾਨਗੀ ਕਰਨ ਵਾਲਾ

presiding judge *n* ਪ੍ਰਧਾਨ ਨਿਆਂਧੀਸ਼, ਮੁੱਖ ਜੱਜ

presiding officer *n* ਨਿਰਵਾਚਨ ਅਫ਼ਸਰ

presidium /ਪਰਿ'ਸਿਡਿਅਮ/ *n* ਸਭਾਪਤੀ ਮੰਡਲ, ਪ੍ਰਧਾਨਗੀ ਮੰਡਲ, (ਸਾਮਵਾਦੀ ਦੇਸ਼ਾਂ ਦੀ) ਸਥਾਈ ਸੰਮਤੀ

press /ਪਰੈੱਸ/ *n* ਪ੍ਰੈੱਸ, ਛਾਪਾਖ਼ਾਨਾ, ਛਾਪਾ ਮਸ਼ੀਨ; ਕੱਪੜੇ ਇਸਤਰੀ ਕਰਨ ਵਾਲਾ ਲੋਹਾ; ਪੱਤਰਕਾਰੀ; ਸ਼ਿਕੰਜਾ, ਦਬਾਉਣ ਜਾਂ ਨਪੀੜਨ ਦੀ ਕਲਾ; ਕੋਹਲੂ; ਭੀੜ-ਭੜੱਕਾ, ਘੜਮੱਸ, ਧੱਕਮਧੱਕਾ, ਘਬਰਾਹਟ, ਖਿੱਚੋਤਾਣ, ਕਸ਼ਮਕਸ਼, ਸੰਘਰਸ਼; ਜਬਰਨ ਭਰਤੀ ਕੀਤੇ ਸੈਨਿਕ, ਛਪਾਈ ਦਾ ਕੰਮ ਕਰਨਾ *v* ਦੱਬਣਾ ਜਾਂ ਦਬਾਉਣਾ, ਨੱਪਣਾ; (ਕੱਪੜੇ) ਇਸਤਰੀ ਕਰਨਾ; ਦਬਾਅ ਪਾਉਣਾ, ਜ਼ੋਰ ਪਾਉਣਾ; (ਕਿਸੇ ਵਸਤੂ ਨੂੰ) ਨਚੋੜਨਾ, ਰਸ ਕੱਢਣਾ, ਤੇਲ ਕੱਢਣਾ; ਸ਼ਿਕੰਜੇ ਵਿੱਚ ਕਸਣਾ, ਕਿਸੇ ਵਸਤੂ ਨੂੰ ਦਬਾਅ ਕੇ ਪੱਧਰਾ ਕਰਨਾ; (ਦੁਸ਼ਮਣ ਜਾਂ ਫ਼ੌਜ ਦਾ) ਦਬਾਅ ਪਾਉਣਾ; (ਦਿਮਾਗ਼ ਉੱਤੇ) ਭਾਰ ਪਾਉਣਾ; ਤੰਗੀ ਹੋਣਾ; ਜ਼ੋਰ ਪਾਉਣਾ, ਜ਼ਰੂਰੀ ਹੋਣਾ, ਛੇਤੀ ਕਾਰਵਾਈ ਦੀ ਮੰਗ ਕਰਨਾ, ਖਹਿੜੇ ਪੈਣਾ, ਪਿੱਛੇ ਪੈ ਜਾਣਾ; ਮਜਬੂਰ ਕਰਨਾ, ਗਲਵਕੜੀ ਪਾਉਣਾ, ਕਲਾਵੇ ਵਿੱਚ ਲੈਣਾ; ਵਗਾਰ ਲੈਣਾ

press act *n* ਪੱਤਰਕਾਰੀ ਨਿਯਮ

press box *n* (ਖੇਡ ਦੇ ਮੈਦਾਨ ਆਦਿ ਵਿੱਚ) ਪੱਤਰਕਾਰਾਂ ਦੇ ਬੈਠਣ ਦੀ ਥਾਂ

press conference *n* ਪੱਤਰਕਾਰ ਸੰਮੇਲਨ

press corps *n* ਪੱਤਰਕਾਰਾਂ ਦਾ ਗਰੋਹ, ਖ਼ਬਰ ਨਵੀਸਾਂ ਦਾ ਟੋਲਾ

pressed /ਪਰੈੱਸਟ/ *a* ਪੈਸੇ ਵੱਲੋਂ ਤੰਗ, ਸਮੇਂ ਦੀ ਥੁੜ ਵਾਲਾ, ਦੱਬਿਆ ਹੋਇਆ, ਨਚੋੜਿਆ ਹੋਇਆ, ਘੁੱਟਿਆ ਹੋਇਆ

pressing /'ਪਰੈੱਸਿਙ/ *a* ਅਤਿ ਜ਼ਰੂਰੀ; ਪ੍ਰਬਲ; ਜ਼ੋਰਦਾਰ; ਭਾਰੀ

pressman/'ਪਰੈੱਸਮੈਨ/ *n* ਪੱਤਰਕਾਰ; ਛਪਾਈ ਦੀ ਮਸ਼ੀਨ ਚਲਾਉਣ ਵਾਲਾ ਕਰਮਚਾਰੀ

press release *n* ਪੱਤਰਕਾਰਾਂ ਨੂੰ ਦਿੱਤੀ ਗਈ ਅਧਕਾਰਿਤ ਰਿਪੋਰਟ, ਵੱਡੀ ਸੰਸਥਾ ਦਾ ਬਿਆਨ

press-up /'ਪਰੈੱਸਅੱਪ/ *n* ਡੰਡ (ਵਰਜ਼ਸ਼ ਵਜੋਂ)

pressure /'ਪਰੈੱਸ਼ਅ*/ *n* ਦਬਾਅ, ਦਾਬ, ਜ਼ੋਰ, ਦਬਾਅ ਦੀ ਮਾਤਰਾ; ਤੰਗੀ, ਮੁਸੀਬਤ, ਸਖ਼ਤੀ, ਤਕਲੀਫ਼; ਜ਼ਬਰਦਸਤੀ; ਨਪੀੜ

pressure cooker *n* ਭਾਫ਼ ਦੇ ਤੇਜ ਦਬਾਅ ਨਾਲ ਸਬਜ਼ੀ ਆਦਿ ਰਿੰਨ੍ਹਣ ਵਾਲਾ ਬਰਤਨ, ਪ੍ਰੈਸ਼ਰ ਕੁੱਕਰ

pressurize /'ਪਰੈੱਸ਼ਅਰਾਇਜ਼/ *vt* ਦਬਾਅ ਪਾਉਣਾ, ਜ਼ੋਰ ਪਾਉਣਾ ਜਾਂ ਦੇਣਾ

prest /ਪਰੈੱਸਟ/ *n* ਕਰਜ਼ਾ, ਉਧਾਰ, ਰਿਣ

prestation /ਪਰੈੱ'ਸਟੇਇਸ਼ਨ/ *n* (ਰੁਪਏ ਦੀ) ਅਦਾਇਗੀ

prestige /ਪਰੈੱ'ਸਟੀਯ਼/ *n* ਪ੍ਰਤਾਪ, ਚੜ੍ਹਤਲ, ਇੱਜ਼ਤ, ਮਾਣ, ਸ਼ਾਖ, ਪ੍ਰਤਿਸ਼ਠਾ, ਗੌਰਵ

prestigious /ਪਰੈੱ'ਸਟਿਜਅਸ/ *a* ਮਾਣ ਵਾਲਾ; ਪ੍ਰਤਿਸ਼ਠਾਵਾਨ

presto /'ਪਰੈੱਸਟਅਉ/ *adv* ਤੁਰੰਤ, ਝਟਪਟ, ਖਿਣ ਭਰ *a* (ਰਾਗ) ਚਲੰਤ; ਤੀਬਰ, ਫ਼ੁਰਤੀਲਾ *n* ਚਲੰਤ ਸੁਰ ਜਾਂ ਲੈਅ; (ਮਦਾਰੀ ਦੀ ਖੇਡ) ਛੂਮੰਤਰ

presumably /ਪਰਿ'ਜ਼ਯੂਮਅਬਲਿ/ *adv* ਸੰਭਵ ਤੌਰ 'ਤੇ, ਮਿਥਿਤ ਰੂਪ ਵਿੱਚ

presume /ਪਰਿ'ਜ਼ਯੂਮ/ *v* ਮਿਥ ਲੈਣਾ, ਪਰਿਕਲਪਨਾ ਕਰਨਾ, ਫ਼ਰਜ਼ ਕਰਨਾ;, ਕਿਆਸ ਕਰਨਾ, ਮੰਨਣਾ (ਫ਼ਰਜ਼ੀ ਤੌਰ 'ਤੇ), ਹੀਆ ਕਰਨਾ

presumed /ਪਰਿ'ਜ਼ਯੂਮਡ/ *a* ਮਿਥਿਤ; ਸਵੀਕ੍ਰਿਤ, ਅਨੁਮਾਨਿਤ

presume on, presume up *v* ਕਿਸੇ ਦੀ ਭਲਾਈ ਜਾਂ ਵਾਕਫ਼ੀ ਤੋਂ ਅਯੋਗ ਲਾਭ ਉਠਾਉਣਾ

presumption /ਪਰਿ'ਜ਼ੱਮਪਸ਼ਨ/ *n* ਗੁਸਤਾਖ਼ੀ; ਕਿਆਸ, ਪਰਿਕਲਪਨਾ, ਸੰਭਾਵਨਾ, ਕਨੂੰਨੀ ਅਨੁਮਾਨ

presumptive /ਪਰਿ'ਜ਼ਅੱਮਪਟਿਵ੍/ *a* ਫ਼ਰਜ਼ੀ, ਕਿਆਸੀ, ਅਨੁਮਾਨੀ **heir presumptive** ਅਨੁਮਾਨਿਤ ਵਾਰਸ, ਸੰਭਾਵੀ ਉਤਰਾਧਿਕਾਰੀ

presumptuous /ਪਰਿ'ਜ਼ਅੱਮਪਚੁਅਸ/ *a* ਗੁਸਤਾਖ਼, ਸ਼ੋਖ਼; ਜ਼ਿੱਦੀ, ਹਠੀ, ਢੀਠ; ਬਦਗੁਮਾਨ, ਅਤਿ ਅਭਿਮਾਨੀ

presumptuousness /ਪਰਿ'ਜ਼ਅੱਮਪਚੁਅਸਨਅਸ/ *n* ਗੁਸਤਾਖ਼ੀ, ਸ਼ੋਖ਼ੀ; ਜ਼ਿੱਦ, ਹਠ, ਢੀਠਤਾਈ; ਅਭਿਮਾਨ, ਗੁਮਾਨ

presuppose /ˌਪਰੀਸਅੱ'ਪਅਉਜ਼/ *vt* ਪੂਰਵ ਧਾਰਨਾ ਬਣਾਉਣਾ, ਪੂਰਵ ਅਨੁਮਾਨ ਲਾਉਣਾ, ਪਹਿਲਾਂ ਹੀ ਮਿਥ ਲੈਣਾ

presupposition /ˌਪਰੀਸਅੱਪਅ'ਜ਼ਿਸ਼ਨ/ *n* ਪੂਰਵ-ਧਾਰਨਾ, ਪੂਰਵ-ਅਨੁਮਾਨ, ਅਗੇਤਰਾ ਕਿਆਸ, ਸਮਝੀ ਬੁੱਝੀ ਗੱਲ

pretence /ਪਰਿ'ਟੈਂਨਸ/ *n* ਛਲ, ਕਪਟ, ਬਹਾਨਾ, ਪੱਜ, ਅਡੰਬਰ, ਦਿਖਾਵਾ

pretend /ਪਰਿ'ਟੈਂਨਡ/ *v* ਢੌਂਗ ਕਰਨਾ, ਬਹਾਨਾ ਕਰਨਾ, ਮਕਰ ਕਰਨਾ, ਦਿਖਾਵਾ ਕਰਨਾ, ਝੂਠਾ ਦਾਅਵਾ ਕਰਨਾ

pretender /ਪਰਿ'ਟੈਂਨਡਅ*/ *n* ਛਲੀ, ਕਪਟੀ, ਦੰਭੀ, ਝੂਠਾ ਦਾਅਵੇਦਾਰ

pretension /ਪਰਿ'ਟੈਂਨਸ਼ਨ/ *n* ਦਾਅਵਾ; ਬਹਾਨਾ, ਪੱਜ, ਡੀਂਗ, ਫੜ੍ਹ, ਅਡੰਬਰ, ਦੰਭ

pretentious /ਪਰਿ'ਟੈਂਨਸ਼ਅਸ/ *a* ਡੀਂਗ ਮਾਰਨ ਵਾਲਾ, ਦੰਭੀ, ਕਪਟੀ, ਬਣਾਉਟੀ, ਦਿਖਾਵੇਦਾਰ, ਨੁਮਾਇਸ਼ੀ, ਅਡੰਬਰੀ

preterhuman /ˌਪਰੀਟਅ'ਹਯੂਮਅਨ/ *a* ਮਨੁੱਖੀ ਅਨੁਭਵ ਤੋਂ ਪਰੇ ਦਾ, ਅਤਿਮਾਨਵੀ

preterist /'ਪਰੀਟਅਰਿਸਟ/ *a* ਭੂਤ-ਕਾਲ ਵਿੱਚ ਵਿਸ਼ਵਾਸ ਰੱਖਣ ਵਾਲਾ

preterite /'ਪਰੈਟਅਰਅਟ/ *a* (ਵਿਆ) ਭੂਤਕਾਲੀ, ਬੀਤਿਆ; ਗੁਜ਼ਰਿਆ *n* ਭੂਤ-ਕਾਲ, ਅਤੀਤਕਾਲ

pretermit /ˌਪਰੀਟਅ'ਮਿਟ/ *vt* ਭੁੱਲ ਜਾਣਾ, ਛੱਡ ਦੇਣਾ, ਤਿਆਗਣਾ

preternatural /ˌਪਰੀਟਅ'ਨੈਚਰਅਲ/ *a* ਪਰਾਭੌਤਿਕ

pretext /'ਪਰੀਟੈੱਕਸਟ/ *n* ਛਲ, ਕਪਟ, ਬਹਾਨਾ, ਢੁੱਹਰ, ਹੀਲ ਹੁੱਜਤ *vt* ਕਪਟ ਕਰਨਾ, ਹੀਲ ਹੁੱਜਤ ਕਰਨਾ

pretty /'ਪਰਿਟਿ/ *a* (ਬੱਚੇ ਜਾਂ ਤੀਵੀਂ ਲਈ) ਸੁੰਦਰ, ਮਲੂਕ, ਬਾਂਕਾ, ਅਲਬੇਲਾ; (ਗੀਤ) ਉੱਤਮ; (ਪਰਾ) ਮੋਟਾ-ਤਾਜ਼ਾ, ਰਿਸ਼ਟ-ਪੁਸ਼ਟ; (ਪਰਾ) ਅਤਿ ਵਧੀਆ, ਦਿਲਕਸ਼, ਮਨੋਹਰ, ਰਮਣੀਕ, ਸ੍ਰੇਸ਼ਠ; ਅਧਿਕ, ਚੋਖਾ, *adv* ਕਾਫ਼ੀ *n* ਸੋਹਣੀ ਚੀਜ਼, ਸੋਹਣਾ ਵਿਅਕਤੀ

pretty-pretty /ˌਪਰਿਟਿ'ਪਰਿਟਿ/ *a* (ਅਪ) ਫੋਕੀ ਸੁੰਦਰਤਾ ਵਾਲਾ

prevail /ਪਰਿ'ਵ੍ਹੇਇਲ/ *vt* ਛਾ ਜਾਣਾ, ਹਾਵੀ ਹੋਣਾ, ਗ਼ਾਲਬ ਹੋਣਾ, ਪ੍ਰਬਲ ਹੋਣਾ, ਭਾਰੂ ਹੋਣਾ, ਜ਼ੋਰ ਫੜਨਾ

prevailing /ਪਰਿ'ਵ੍ਹੇਇਲਿਙ/ *a* ਪ੍ਰਧਾਨ, ਪ੍ਰਬਲ, ਸਰਬ ਸਧਾਰਨ; ਪ੍ਰਚਲਿਤ, ਪ੍ਰਸਿੱਧ

prevail upon *v* ਸਹਿਮਤ ਕਰਨਾ, ਰਾਜ਼ੀ ਕਰਨਾ, ਪ੍ਰੇਰਿਤ ਕਰਨਾ

prevalence /'ਪਰੈਵ੍ਹੱਅਲਅਨਸ/ *n* ਬੋਲਬਾਲਾ, ਹੋਂਦ, ਪ੍ਰਚਲਨ

prevalent /'ਪਰੈਵ੍ਹੱਅਲਅਨਟ/ *a* ਪ੍ਰਚਲਿਤ, ਵਿਆਪਕ

prevaricate /ਪਰਿ'ਵ੍ਹੈਰਿਕੇਇਟ/ *vi* ਗੋਲ-ਮੋਲ ਗੱਲ ਕਰਨਾ, ਵਾਕ ਛਲ ਕਰਨਾ, ਟਾਲ-ਮਟੋਲ ਕਰਨਾ, ਕਪਟ ਵਾਕ ਬੋਲਣਾ

prevarication /ਪਰਿˌਵ੍ਹੈਰਿ'ਕੇਇਸ਼ਨ/ *n* ਵਾਕ ਛਲ, ਟਾਲ-ਮਟੋਲਾ

prevaricator /ਪਰਿ'ਵ੍ਹੈਰਿਕੇਇਟਅ*/ *n* ਗੋਲ-ਮੋਲ ਗੱਲ ਕਰਨ ਵਾਲਾ ਵਿਅਕਤੀ, ਟਾਲ-ਮਟੋਲੀਆ

prevenance /'ਪਰੈਵ੍ਹੱਅਨਅਨਸ/ *n* ਸੱਜਣਤਾ, ਮਿੱਤਰਤਾ, ਸ਼ਿਸ਼ਟਤਾ, ਉਪਕਾਰ, ਸ਼ਿਸ਼ਟਾਚਾਰ

prevenient /ਪਰਿ'ਵ੍ਹੀਨਿਅਨਟ/ *a* ਪੂਰਵਲਾ, ਪਿਛਲਾ, ਪਹਿਲਾ, ਪੂਰਵਵਰਤੀ

prevent /ਪਰਿ'ਵ੍ਹੈਂਟ/ *vi* ਰੋਕਣਾ, ਠਾਕਣਾ, ਹੋੜਨਾ, ਵਰਜਣਾ, ਨਿਸ਼ੇਧ ਕਰਨਾ, ਮਨ੍ਹਾ ਕਰਨਾ; ਸਮਾਪਤ ਕਰਨਾ, ਖ਼ਤਮ ਕਰਨਾ, ਰੋਕ ਪਾਉਣਾ

prevention /ਪਰਿ'ਵ੍ਹੈਂਸ਼ਨ/ *n* ਰੋਕ, ਨਿਰੋਧ, ਠਾਕ, ਵਿਘਨ, ਰੁਕਾਵਟ, ਅਟਕਾਅ; ਮਨਾਹੀ, ਨਿਸ਼ੇਧ, ਰੋਕਥਾਮ

preventive/ਪਰਿ'ਵ੍ਹੈਂਟਿਵ੍/ *a* ਨਿਵਾਰਕ, ਨਿਰੋਧਕ, ਨਿਸ਼ੇਧਕ, ਰੋਕਥਾਮ ਵਾਲਾ, ਬਾਧਕ

preverbal/ˌਪਰੀ'ਵ੍ਅ:ਬਲ/ *a* ਬੱਚੇ ਦੇ ਬੋਲਣ ਸਿੱਖਣ ਤੋਂ ਪਹਿਲਾਂ ਦੇ ਸਮੇਂ ਨਾਲ ਸੰਬੰਧਿਤ

preview /'ਪਰੀਵ੍ਯੂ/ *n* ਪੂਰਵ ਦਰਸ਼ਨ; ਪਹਿਲਾਂ ਵੇਖਣ ਦਾ ਭਾਵ

previous /'ਪਰੀਵ੍ਯਿਅਸ/ *a* ਪਿਛਲਾ, ਪੂਰਵ, ਅਤੀਤ, ਪਹਿਲਾ, ਪੂਰਵਵਰਤੀ, ਬੀਤਿਆ

previously /'ਪਰੀਵ੍ਯਿਅਸਲਿ/ *adv* ਪਹਿਲਾ, ਪੂਰਵ

previse /ਪਰਿ'ਵ੍ਹਾਇਜ਼/ *vt* ਦੂਰਦ੍ਰਿਸ਼ਟੀ ਤੋਂ ਕੰਮ ਲੈਣਾ, ਪੂਰਵ ਨਿਰੂਪਣ ਕਰਨਾ, ਪਹਿਲਾਂ ਤੋਂ ਵੇਖ ਲੈਣਾ

prevision /ਪਰੀ'ਵ੍ਹਿਯ਼ਨ/ *n* ਪੂਰਵ-ਗਿਆਨ, ਪੂਰਵ ਦ੍ਰਿਸ਼ਟਤਾ; ਦੂਰਦ੍ਰਿਸ਼ਟੀ, ਦੂਰਅੰਦੇਸ਼ੀ

previsional /ਪਰਿ'ਵ੍ਹਿਯ਼(ਅ)ਨਲ/ *a* ਪੂਰਵ ਦ੍ਰਿਸ਼ਟੀ ਦਾ

prey /ਪਰੇਇ/ *n* ਸ਼ਿਕਾਰ (ਉਹ ਜਾਨਵਰ ਜਿਸ ਦਾ ਸ਼ਿਕਾਰ ਕੋਈ ਦੂਜਾ ਜਾਨਵਰ ਕਰੇ), ਬਲੀ, ਸ਼ਿਕਾਰ (ਜੋ ਆਪਣੇ ਆਪ ਕਿਸੇ ਦੂਜੀ ਵਸਤੂ ਜਿਵੇਂ ਦੁਸ਼ਮਣ, ਬਿਮਾਰੀ ਆਦਿ ਦਾ ਸ਼ਿਕਾਰ ਹੋ ਜਾਵੇ); ਮਾਰ, (ਬਾਈ) ਲੁੱਟ ਦਾ ਮਾਲ *vi* ਸ਼ਿਕਾਰ ਮਾਰਨਾ ਜਾਂ ਕਰਨਾ, ਲੁੱਟਣਾ; (ਰੋਗ, ਭੈ ਆਦਿ ਦਾ) ਦੁੱਖ ਦੇਣਾ, ਪੀੜਤ ਕਰਨਾ

prez /ਪਰੈੱਜ਼/ *n* **president** ਦਾ ਸੰਖਿਪਤ ਰੂਪ, ਦੇਖੋ **president**

priapism /'ਪਰਾਇਅਪਿਜ਼ਅਮ/ *n* ਲਿੰਗ ਦਾ ਅਸਧਾਰਨ ਅਕੜਾਅ, ਹਿੜਾਟ ਰੋਗ; ਲੁੱਚਪੁਣਾ

price /ਪਰਾਇਸ/ *n* ਮੁੱਲ, ਕੀਮਤ, ਦਰ, ਭਾਅ; (ਸ਼ਰਤਬਾਜ਼ੀ ਵਿੱਚ) ਦਾਅ ਉੱਤੇ ਲਾਇਆ ਧਨ, ਬੋਲੀ; ਮੋਖ, ਭੇਟਾ; ਬਦਲਾ *vt* ਮੁੱਲ ਲਾਉਣਾ ਜਾਂ ਕਰਨਾ, ਕੀਮਤ ਲਾਉਣਾ ਜਾਂ ਰੱਖਣਾ

price controls *n* ਚੀਜ਼ਾਂ ਦੀਆਂ ਕੀਮਤਾਂ ਉੱਤੇ ਸਰਕਾਰੀ ਨਿਯੰਤਰਨ

price index *n* ਕੀਮਤ ਸੂਚਕ-ਅੰਕ

priceless /'ਪਰਾਇਸਲਅਸ/ *a* ਅਮੋਲ, ਅਣਮੋਲ, ਅਮੋਲਕ, ਅਮੁੱਲਾ

price tag *n* (ਵਿਕਰੀ ਤੋਂ ਪਹਿਲਾਂ) ਚੀਜ਼ ਉੱਪਰ ਲੱਗੀ ਕੀਮਤ ਪਰਚੀ

price war *n* ਦੁਕਾਨਦਾਰਾਂ ਦਾ ਕੀਮਤਾਂ ਘੱਟ ਕਰ ਕੇ ਗਾਹਕ ਖਿੱਚਣ ਦਾ ਮੁਕਾਬਲਾ

pricey /'ਪਰਾਇਸਿ/ *a* ਜ਼ਿਆਦਾ ਕੀਮਤ ਵਾਲਾ, ਜ਼ਿਆਦਾ ਖ਼ਰਚ ਹੋਣ ਵਾਲਾ, ਮਹਿੰਗਾ

prick /ਪਰਿਕ/ *v* ਚੋਭਣਾ ਜਾਂ ਚੁਭਣਾ, ਵਿੰਨ੍ਹਣਾ, ਗੱਡਣਾ; (ਪਰਾ) (ਘੋੜੇ ਨੂੰ) ਅੱਡੀ ਮਾਰਨਾ, ਅੱਡੀ ਲਾਉਣਾ; ਲਗਾਮ ਢਿੱਲੀ ਕਰਨਾ; ਟਿਕਣਾ, ਨਿਸ਼ਾਨ ਲਾਉਣਾ, ਬਿੰਦਣਾ *n* ਚੋਭ; ਸੁਰਾਖ਼, ਛੇਕ; (ਪਰਾ) ਆਰ, ਅੰਕੁਸ਼ **prick in** ਪਨੀਰੀ ਲਾਉਣਾ **prick up one's ears** ਕੰਨ ਖੜ੍ਹੇ ਕਰਨਾ

pricker /ਪਰਿਕਅ*/ *n* ਖੋਦਣ ਜਾਂ ਵਿੰਨ੍ਹਣ ਦਾ ਹਥਿਆਰ

prickle /'ਪਰਿਕਲ/ *n* ਨੋਕਦਾਰ ਕੰਡਾ *v* ਕੰਡਾ ਚੁਭਣਾ ਜਾਂ ਚੁਭਾਉਣਾ; ਸੱਲਣਾ, ਵਿੰਨ੍ਹਣਾ

prickly /'ਪਰਿਕਲਿ/ *a* ਕੰਡਿਆਲੀ (ਝਾੜੀ), ਕੰਡੇਦਾਰ; ਖਿਝੂ, ਚਿੜਚਿੜਾ (ਵਿਅਕਤੀ)

prickly heat *n* ਪਿੱਤ

prickly pear *n* ਇੱਕ ਪ੍ਰਕਾਰ ਦੀ ਨਾਗਫਣੀ

pride /ਪਰਾਇਡ/ *n* ਅਭਿਮਾਨ, ਸ਼ੇਖ਼ੀ, ਘਮੰਡ; ਗੁਮਾਨ, ਅਹੰਕਾਰ; ਆਤਮ ਸਨਮਾਨ, ਆਕੜ, ਮਾਣ, ਫ਼ਖ਼ਰ; ਠਾਠ-ਬਾਠ, ਤੜਕ-ਭੜਕ; ਗੌਰਵ, ਪ੍ਰਤਿਸ਼ਠਾ, ਆਣ-ਬਾਣ *v* ਮਾਣ ਜਾਂ ਫ਼ਖ਼ਰ ਕਰਨਾ; ਘਮੰਡ ਕਰਨਾ; ਅਭਿਮਾਨ ਕਰਨਾ

pridian /'ਪਰਿਡਿਅਨ/ *a* ਕੱਲ੍ਹ ਦਾ, ਪਿਛਲੇ

ਦਿਨ ਦਾ

prier /'ਪਰਾਇਅ*/ *n* ਹਰ ਗੱਲ ਨੂੰ ਜਾਣਨ ਦਾ ਚਾਹਵਾਨ, ਖੋਜੀ, ਘੋਖੀ

priest /ਪਰੀਸਟ/ *n* ਪਾਦਰੀ, ਪੁਜਾਰੀ, ਪੁਰੋਹਤ, ਪੂਜਕ, ਉਪਾਸ਼ਕ, ਇਮਾਮ

priest-craft /'ਪਰੀਸਟਕਰਾਫ਼ਟ/ *n* ਪੁਰੋਹਤਾਈ, ਪੁਜਾਰੀਪੁਣਾ

priestess /'ਪਰੀਸਟੈਸ/ *n* ਪੁਜਾਰਨ, ਪੁਰੋਹਤਣੀ

priesthood /'ਪਰੀਸਟਹੁਡ/ *n* ਪੁਰੋਹਤਪਣ; ਪਾਦਰੀਗੀਰੀ, ਪਾਦਰੀਵਿਰਤੀ; ਆਚਾਰੀਆ ਪਦ, ਪਾਦਰੀ ਲੋਕ

prig /ਪਰਿਗ/ *n* ਦੰਭੀ, ਖ਼ੁਦਪਸੰਦ; ਕੱਟੜਪੰਥੀ

priggish /'ਪਰਿਗਿਸ਼/ *a* ਦੰਭੀ, ਘਮੰਡੀ, ਆਕੜਬਾਜ਼, ਆਤਮ ਅਭਿਮਾਨੀ

prim /ਪਰਿਮ/ *a* ਮੀਸਣਾ, ਬਣਾਉਟੀ ਗੰਭੀਰ, ਖੇਖਣਹਾਰ *v* ਮੀਸਣਾ ਮੂੰਹ ਬਣਾਉਣਾ; ਰਸਮੀ ਦਿਖਾਵਾ ਕਰਨਾ

prima /'ਪਰੀਮਅ/ *a* ਪ੍ਰਮੁੱਖ, ਪ੍ਰਧਾਨ, ਪ੍ਰਥਮ

primacy /'ਪਰਾਇਮਅਸਿ/ *n* ਪ੍ਰਧਾਨਤਾ, ਪ੍ਰਮੁੱਖਤਾ, ਲਾਟ ਪਾਦਰੀ ਦਾ ਪਦ

prima donna /,ਪਰੀਮਅ 'ਡੌਨਅ/ *n* (ਗੀਤ, ਨਾਟ ਦੀ) ਮੁੱਖ ਗਾਇਕਾ; ਤੁਨਕ ਮਿਜ਼ਾਜ ਬੰਦਾ

primaeval *a* ਵੇਖੋ **primeval**

prima facie /,ਪਰਾਇਮਅ 'ਫ਼ੇਇਸ਼ਿ/ (L) *adv* ਦ੍ਰਿਸ਼ਟਮਾਨ, ਪ੍ਰਗਟ ਤੌਰ 'ਤੇ, ਪਹਿਲੀ ਦ੍ਰਿਸ਼ਟੀ ਨਾਲ *a* ਪ੍ਰਤੱਖ, ਜ਼ਾਹਰੀ

primal /'ਪਰਾਇਮਲ/ *a* ਪੁਰਾਤਨ, ਕਦੀਮੀ, ਪ੍ਰਾਰੰਭਿਕ, ਸ਼ੁਰੂ ਦਾ, ਅਜ਼ਲੀ, ਮੌਲਿਕ, ਅਸਲੀ, ਬੁਨਿਆਦੀ; ਮੁੱਖ, ਪ੍ਰਧਾਨ, ਵੱਡਾ

primarily /ਪਰਾਇ'ਮੈੱਰਅਲਿ/ *adv* ਮੂਲ ਰੂਪ ਵਿੱਚ, ਮੁੱਖ ਰੂਪ ਵਿੱਚ, ਪ੍ਰਧਾਨ ਰੂਪ ਵਿੱਚ

primary /'ਪਰਾਇਮਅਰਿ/ *a* ਮੁਢਲਾ, ਪ੍ਰਥਮ; ਪ੍ਰਾਰੰਭਿਕ, ਬੁਨਿਆਦੀ, ਮੂਲ; ਮੁੱਖ, ਪ੍ਰਧਾਨ, ਪ੍ਰਮੁੱਖ; ਉੱਤਮ, ਸਰਵਸ੍ਰੇਸ਼ਠ *n* ਪ੍ਰਧਾਨ ਗ੍ਰਹਿ, ਪ੍ਰਧਾਨ ਤਾਰਾ; ਪ੍ਰਮੁੱਖ ਭੇਂਟ

primary colour *n* ਮੂਲ ਰੰਗ (ਲਾਲ, ਨੀਲਾ ਤੇ ਪੀਲਾ)

primary industry *n* ਕੱਚਾ ਮਾਲ ਤਿਆਰ ਕਰਨ ਵਾਲਾ ਉਦਯੋਗ, ਖਣਿਜ ਪਦਾਰਥ (ਜਿਸ ਤੋਂ ਵਸਤਾਂ ਤਿਆਰ ਹੁੰਦੀਆਂ ਹਨ), ਖੇਤੀਬਾੜੀ ਦੀ ਉਪਜ

primary school *n* ਪੰਜ ਸਾਲ ਤੋਂ ਗਿਆਰਾਂ ਸਾਲਾਂ ਦੇ ਬੱਚਿਆਂ ਲਈ ਸਕੂਲ

primary source *n* ਖੋਜ ਲਈ ਜਾਣਕਾਰੀ ਮੁਹੱਈਆ ਕਰਵਾਉਣ ਵਾਲਾ ਮੁੱਢਲਾ ਸਾਧਨ ਜਾਂ ਦਸਤਾਵੇਜ਼ ਆਦਿ

primary stress *n* (ਧੁਨੀ) ਉਚਾਰਨ ਸਮੇਂ ਕਿਸੇ ਉਚਾਰ ਖੰਡ ਉੱਤੇ ਪੂਰਨ ਸੁਰ ਦਬਾਅ, (ਲਿਖਤ ਸਮੇਂ ਪਾਇਆ) ਸੁਰ ਦਬਾਅ ਚਿੰਨ੍ਹ

primate /'ਪਰਾਇਮੇਇਟ/ *n* ਲਾਟ ਪਾਦਰੀ, ਪ੍ਰਧਾਨ ਪਾਦਰੀ

primates /'ਪਰਾਇਮੇਇਟਸ/ *n pl* (ਜੰਤੂ) ਪ੍ਰਧਾਨ ਜੀਵ; ਦੁੱਧ ਪਿਲਾਉਣ ਵਾਲੇ ਜਾਨਵਰਾਂ ਦੀ ਸਭ ਤੋਂ ਉੱਤਮ ਸ਼੍ਰੇਣੀ

prime /ਪਰਾਇਮ/ *a* ਪ੍ਰਧਾਨ, ਪ੍ਰਮੁੱਖ, ਮਹੱਤਵਪੂਰਨ, ਉੱਤਮ, ਸਰਵਸ੍ਰੇਸ਼ਠ, ਪ੍ਰਥਮ, ਮੌਲਿਕ *n* (ਗਣਿ) ਅਭਾਜ ਸੰਖਿਆ; ਭਰ ਜੋਬਨ; ਉਭਾਰ, ਸਰਵਸ੍ਰੇਸ਼ਠ ਭਾਗ; ਅਰੰਭਿਕ ਅਵਸਥਾ; (ਪਰਾ) ਤੜਕਾ, ਸਵੇਰਾ; ਗਤਕੇਬਾਜ਼ੀ ਦਾ ਇੱਕ ਪੈਂਤੜਾ *vt* (ਬੰਦੂਕ) ਭਰਨਾ, ਪਲੀਤਾ ਲਾਉਣਾ; (ਸਿਖਾ ਪੜ੍ਹਾ ਕੇ) ਤਿਆਰ ਕਰਨਾ; (ਰੋਗਨ ਕਰਨ ਤੋਂ ਪਹਿਲਾਂ) ਸਫ਼ੈਦੇ ਆਦਿ ਦਾ ਪੋਚਾ ਫੇਰਨਾ

prime cost *n* ਮੂਲ ਲਾਗਤ

prime minister *n* ਪ੍ਰਧਾਨ ਮੰਤਰੀ

primeness /'ਪਰਾਇਮਨਅਸ/ *n* ਉੱਤਮਤਾ, ਵਿਸ਼ਿਸ਼ਟਤਾ, ਸਰਵਸ੍ਰੇਸ਼ਠਤਾ, ਪ੍ਰਧਾਨਤਾ

primer /'ਪਰਾਇਮਅ*/ *n* ਬਾਲ ਬੋਧ, ਕਾਇਦਾ, ਪ੍ਰਾਈਮਰ; (ਇਤਿ) ਪ੍ਰਾਰਥਨਾ ਪੁਸਤਕ; ਪਲੀਤਾ; (ਰੋਗਨ ਦਾ) ਅਸਤਰ

prime rate *n* (ਵਪਾਰੀਆਂ ਦੀ ਸੁਵਿਧਾ ਲਈ)

ਬੈਂਕਾਂ ਵੱਲੋਂ ਨਿਰਧਾਰਿਤ ਘੱਟ ਤੋਂ ਘੱਟ ਵਿਆਜ ਦਰ

prime time *n* ਰੇਡੀਓ ਜਾਂ ਟੈਲੀਵੀਜ਼ਨ ਦੇ ਪ੍ਰਸਾਰਨ ਦਾ ਉਹ ਸਮਾਂ ਜਦੋਂ ਵੱਧ ਤੋਂ ਵੱਧ ਲੋਕ ਦੇਖਦੇ ਹਨ

primeval, primaeval /ਪਰਾਇ'ਮੀਵ਼ਲ/ *a* ਆਦਿ ਕਾਲ ਦਾ, ਪਰੰਪਰਾ ਦਾ, ਮੁੱਢ ਕਦੀਮੀਂ, ਮੂਲ, ਪ੍ਰਥਮ

primigenial /ˌਪਰਾਇਮਿ'ਜੀਨਿਅਲ/ *a* ਪਲੇਠੀ ਦਾ, ਜੇਠਾ; ਮੌਲਿਕ, ਪ੍ਰਾਥਮਿਕ

primigenius /ˌਪਰਾਇਮਿ'ਜੀਨਿਅਸ/ *n* (ਇਤਿ) ਆਦਿ ਮਾਨਵ

priming /'ਪਰਾਇਮਿਙ/ *n* ਖੰਡ ਅਤੇ ਬੀਅਰ ਦਾ ਮਿਸ਼ਰਨ; ਬੰਦੂਕ ਵਿੱਚ ਭਰਿਆ ਬਰੂਦ; ਪਲੀਤਾ; ਰੋਗਨ ਕਰਨ ਤੋਂ ਪਹਿਲਾਂ ਕੀਤਾ ਕੋਟ ਜਾਂ ਅਜਿਹਾ ਰੰਗ, ਅਸਤਰ

primipara /ਪਰਾਇ'ਮਿਪਅਰਅ/ *n* ਪਹਿਲੀ ਵਾਰੀ ਬੱਚੇ ਨੂੰ ਜਨਮ ਦੇ ਰਹੀ ਇਸਤਰੀ

primitive /'ਪਰਿਮਅਟਿਵ਼/ *a* ਪ੍ਰਾਚੀਨ, ਪ੍ਰਾਰੰਭਿਕ, ਆਦਿਕਾਲੀਨ, ਸਿੱਧਾ-ਸਾਦਾ, ਆਦਿਵਾਸੀ; ਬੁਨਿਆਦੀ *n* ਮੂਲ, ਪੂਰਵ ਜਾਗਰਤੀ ਕਾਲ ਦਾ ਚਿੱਤਰਕਾਰ; ਅਜਿਹੀ ਚਿੱਤਰਕਾਰੀ, ਸਧਾਰਨ ਰੇਖਾ; (ਭਾਸ਼ਾ) ਧਾਤੂ, ਮੂਲ ਸ਼ਬਦ

primitiveness /'ਪਰਿਮਿਟਿਵ਼ਨਅਸ/ *n* ਪ੍ਰਾਚੀਨਤਾ, ਪੁਰਾਤਨਤਾ, ਸਾਦਾਪਣ, ਮੌਲਿਕਤਾ

primitivism /'ਪਰਿਮਿਟਿਵ਼ਿਜ਼ਅਮ/ *n* ਪ੍ਰਾਚੀਨਤਾਵਾਦ, ਆਦਿਮਤਾ ਪ੍ਰਸਤੀ

primogenitor /ˌਪਰਾਇਮਅਉ'ਜੈੱਨਿਟਅ*/ *n* ਆਦਿ ਪੁਰਸ਼, ਪ੍ਰਥਮ ਪੁਰਸ਼, ਪਹਿਲਾ ਆਦਮੀ; ਕੁਲ ਪੁਰਸ਼, ਪੂਰਵਜ, ਵੱਡਾ ਵਡੇਰਾ

primogeniture /ˌਪਰਾਇਮਅਉ'ਜੈੱਨਿਚਅ*/ *n* ਇੱਕੋ ਹੀ ਮਾਪਿਆਂ ਦੀ ਔਲਾਦ ਵਿੱਚੋਂ ਸਭ ਤੋਂ ਵੱਡਾ ਹੋਣ ਦੀ ਸਥਿਤੀ, ਜੇਠੇ ਦਾ ਹੱਕ

primordial /ਪਰਾਇ'ਮੋਡਿਅਲ/ *a* ਮੌਲਿਕ, ਆਦਿ-ਕਾਲੀਨ, ਮੁੱਢ ਕਦੀਮੀਂ, ਅਜ਼ਲੀ

primordium /ਪਰਾਇ'ਮੋਡਿਅਮ/ *n* ਅਰੰਭ, ਦ੍ਰਿਸ਼ਟਮਾਨ ਰੂਪ; ਮੂਲ ਸੋਤ, ਮੂਲ ਕਾਰਨ

primp /ਪਰਿਮਪ/ *vt* ਫੂਹੜ ਢੰਗ ਨਾਲ ਵਾਲ ਵਾਹੁਣਾ

primrose /'ਪਰਿਮਰਅਉਜ਼/ *n* ਬਸੰਤੀ ਫੁੱਲ, ਇੱਕ ਕਿਸਮ ਦਾ ਫੁੱਲ ਜੋ ਬਹਾਰ ਵਿੱਚ ਖਿੜਦਾ ਹੈ, ਇਸ ਦਾ ਪੌਦਾ; (ਬੋਲ) ਬਸੰਤੀ ਰੰਗ

primus /'ਪਰਾਇਮਅਸ/ *a* ਪਹਿਲਾ, ਪ੍ਰਥਮ, ਮੁੱਖ (ਗਿਰਜੇ ਦਾ) ਪ੍ਰਧਾਨ ਪਾਦਰੀ

prince /ਪਰਿਨਸ/ *n* ਸ਼ਹਿਜ਼ਾਦਾ, ਰਾਜਕੁਮਾਰ, ਯੁਵਰਾਜ, ਅਧਿਰਾਜ, ਕੰਵਰ; ਸਿਰਤਾਜ, ਮੋਹਰੀ ਸਰਦਾਰ

prince charming *n* ਸੁੰਦਰ ਅਤੇ ਆਕਰਸ਼ਿਤ ਬੰਦਾ, ਹਰ ਮਨ ਭਾਉਂਦਾ ਮੁੰਡਾ, ਬਾਂਕਾ, ਛੈਲ ਛਬੀਲਾ

princeling /'ਪਰਿਨਸਲਿਙ/ *n* ਥੋੜ੍ਹੇ ਖੇਤਰ ਉੱਤੇ ਅਧਿਕਾਰਿਤ ਰਾਜਕੁਮਾਰ, ਜਗੀਰਦਾਰ

princely /'ਪਰਿਨਸਲਿ/ *a* ਅਮੀਰਾਨਾ, ਰਈਸਾਨਾ, ਸ਼ਾਹੀ; ਸ਼ਾਨਦਾਰ, ਨਫ਼ੀਸ

princess /ˌਪਰਿਨ'ਸੈੱਸ, 'ਪਰਿਨਸੈੱਸ/ *n* (ਪਰਾ) ਰਾਣੀ, ਮਲਕਾ; ਯੁਵਰਾਣੀ, ਸ਼ਹਿਜ਼ਾਦੀ, ਰਾਜਕੁਮਾਰੀ, ਰਾਜਦੁਲਾਰੀ

princess royal *n* ਬਰਤਾਨਵੀ ਬਾਦਸ਼ਾਹ ਦੀ ਵੱਡੀ ਸ਼ਹਿਜ਼ਾਦੀ ਦਾ ਖ਼ਿਤਾਬ, ਵੱਡੀ ਰਾਜ ਕੁਮਾਰੀ

principal /'ਪਰਿਨਸਅਪਲ/ *a* ਖ਼ਾਸ, ਅਸਲ, ਮੂਲ *n* ਮੁੱਖ, ਮੁਖੀ, ਪ੍ਰਧਾਨ, ਸਰਦਾਰ, ਰਈਸ, ਹੁਕਮਰਾਨ, ਨੇਤਾ, ਨਾਇਕ, ਮਾਲਕ, ਮੇਅਰ; ਅਧਿਅਕਸ਼, ਪ੍ਰਿੰਸੀਪਲ; (ਕਨੂੰ) ਮਾਲਕ; ਅਸਲ ਮੁਜਰਮ; ਅਸਲ ਕਰਜ਼ਦਾਰ; ਮੂਲ ਰਾਸ਼ੀ

principality /ˌਪਰਿਨਸਿ'ਪੈਲਅਟਿ/ *n* ਰਜਵਾੜਾਸ਼ਾਹੀ, ਰਿਆਸਤ; (ਬਹੁ) ਫ਼ਰਿਸ਼ਤਿਆਂ ਦਾ ਇੱਕ ਤਬਕਾ

principle /'ਪਰਿਨਸਅਪਲ/ *n* ਨਿਯਮ, ਸਿਧਾਂਤ, ਅਸੂਲ, ਵਿਧੀ, ਵਿਵਸਥਾ, ਰੀਤੀ, ਮਰਯਾਦਾ ਪੱਧਤੀ, ਪ੍ਰਨਾਲੀ; ਧਰਮ-ਸਭਾ

prink /ਪਰਿਨਕ/ *v* ਆਪਣੇ ਆਪ ਨੂੰ ਸੰਵਾਰਨਾ, ਟੀਪ-ਟਾਪ ਕਰਨਾ, ਬਣਨਾ-ਠਣਨਾ, ਸ਼ਿੰਗਾਰਨਾ,

ਸਜਾਉਣਾ; ਸੰਵਾਰਨਾ, ਟੌਹਰ ਕੱਢਣਾ, ਸਜਣਾ; (ਪੰਛੀਆਂ ਦਾ ਖੰਭ) ਸੰਵਾਰਨਾ

print /ਪਰਿਨਟ/ *n* ਨਿਸ਼ਾਨ, ਠੱਪਾ, ਮੋਹਰ, ਛਾਪ, ਚਿੰਨ੍ਹ; ਕਿਤਾਬੀ ਜਾਂ ਲਿਖਤੀ ਬੋਲੀ, ਛਾਪਾ, ਛਾਪੇ ਦਾ ਅੱਖਰ; ਤਸਵੀਰ, ਨਕਸ਼ਾ; ਛੀਂਟ, ਛਾਪੇਦਾਰ ਸੂਤੀ ਕੱਪੜਾ *v* ਨਿਸ਼ਾਨ ਲਾਉਣਾ, ਠੱਪਾ ਲਾਉਣਾ, ਮੋਹਰ ਲਾਉਣਾ; ਛਪਵਾਉਣਾ, ਪ੍ਰਕਾਸ਼ਿਤ ਕਰਨਾ; ਛਾਪਣਾ, ਠੇਕਣਾ

printable /'ਪਰਿਨਟਅਬਲ/ *a* ਪਾਠਕਾਂ ਹਿੱਤ ਛਪਾਈ ਯੋਗ, ਲੋਕਾਂ ਦੇ ਪੜ੍ਹਨ ਯੋਗ

printed circuit *n* (ਤਾਰ ਦੀ ਥਾਂ) ਇਨਸੁਲੇਟਿਡ ਧਾਤ ਪੱਤਰੀ ਵਿਚੋਂ ਲੰਘਣ ਵਾਲਾ ਬਿਜਲੀ ਚੱਕਰ

printed matter *n* ਛਪੀ ਹੋਈ ਸਮੱਗਰੀ

printer /'ਪਰਿਨਟਅ*/ *n* ਛਾਪਕ, ਛਾਪਾਕਾਰ, ਪ੍ਰਿੰਟਰ, ਮੁਦਰਕ; ਛਪਾਈ ਮਸ਼ੀਨ; (ਕੰਪਿ) ਕੰਪਿਊਟਰ ਰਾਹੀਂ ਤਿਆਰ ਦਸਤਾਵੇਜ਼ ਨੂੰ ਕਾਗਜ਼ ਉੱਤੇ ਛਾਪਣ ਵਾਲਾ ਯੰਤਰ

printing /'ਪਰਿਨਟਿਙ/ *n* ਛਪਾਈ, ਛਾਪਣ ਕਲਾ, ਮੁਦਰਨ

printing press *n* ਪੁਸਤਕਾਂ ਆਦਿ ਛਾਪਣ ਵਾਲੀ ਮਸ਼ੀਨ, ਛਾਪਾਖ਼ਾਨਾ

printout /'ਪਰਿਨਟਆਉਟ/ *n* (ਕੰਪਿ) ਕੰਪਿਊਟਰ ਰਾਹੀਂ ਛਾਪੀ ਲਿਖਤ

prior[1] /'ਪਰਾਇਅ*/ *n* ਆਸ਼ਰਮ ਦਾ ਮੁਖੀ, ਮਹੰਤ; ਐਬਟ ਤੋਂ ਛੋਟਾ ਅਧਿਕਾਰੀ

prior[2] *a* ਪਹਿਲਾ, ਅਗੇਤਰਾ, ਪੂਰਵਵਰਤੀ, ਆਦਮ, ਪ੍ਰਥਮ, ਪ੍ਰਧਾਨ, ਮੁੱਖ

prioress /'ਪਰਾਇਅਰਅਸ/ *n* ਮਹੰਤਣੀ

priority /ਪਰਾਇ'ਔਰਅਟਿ/ *n* ਪਹਿਲ, ਅਗੇਤ, ਪ੍ਰਥਮਤਾ, ਪੂਰਵਵਰਤਤਾ; ਪੂਰਵ ਅਧਿਕਾਰ, ਸ੍ਰੇਸ਼ਠਤਾ

priory /'ਪਰਾਇਅਰਿ/ *n* ਮੱਠ, ਆਸ਼ਰਮ, ਮੰਦਰ, ਸੰਘ

prism /'ਪਰਿਜ਼ਅਮ/ *n* ਪ੍ਰਿਜ਼ਮ, ਰੰਗਾਵਲੀ ਸ਼ੀਸ਼ਾ; (ਬਹੁ) ਇੰਦਰ ਧਨੁਸ਼ ਦਾ ਰੰਗ, ਸੱਤ ਰੰਗ

prismatic /ਪਰਿਜ਼'ਮੈਟਿਕ/ *a* ਪ੍ਰਿਜ਼ਮ; ਸੱਤਰੰਗਾ; ਸ਼ੋਖ਼, ਤੇਜ਼

prison /'ਪਰਿਜ਼ਨ/ *n* ਜੇਲ੍ਹ, ਜੇਲ੍ਹਖ਼ਾਨਾ, ਬੰਦੀਖ਼ਾਨਾ, ਕੈਦਖ਼ਾਨਾ, ਹਵਾਲਾਤ, ਕਾਰਾਵਾਸ, ਬੰਦੀਗ੍ਰਹਿ *vt* ਕੈਦ ਕਰਨਾ, ਬੰਦੀ ਬਣਾਉਣਾ, ਜੇਲ੍ਹ ਵਿੱਚ ਪਾਉਣਾ, ਬੰਦ ਕਰਨਾ, ਡੱਕਣਾ

prisoner /'ਪਰਿਜ਼ਨਅ*/ *n* ਕੈਦੀ, ਬੰਦੀਵਾਨ, ਜੰਗੀ ਕੈਦੀ; ਬੇਵੱਸ ਵਿਅਕਤੀ

prisoner of conscience *n* ਖ਼ਾਸ ਧਾਰਮਿਕ ਜਾਂ ਰਾਜਨੀਤਿਕ ਵਿਚਾਰ ਧਾਰਨਾ ਕਾਰਨ ਬਣਿਆ ਕੈਦੀ, ਰਾਜ ਸੱਤਾ ਦੀ ਨੀਤੀ ਜਾਂ ਧਰਮ ਦਾ ਵਿਰੋਧ ਕਰਨ ਵਾਲਾ ਕੈਦੀ

prisoner of war *n* ਯੁੱਧ ਸਮੇਂ ਬਣਾਇਆ ਗਿਆ ਕੈਦੀ, ਹਾਰ ਖਾਣ ਮਗਰੋਂ ਕੈਦ ਕੀਤੇ ਗਏ ਫ਼ੌਜੀ

pristine /'ਪਰਿਸਟੀਨ/ *a* ਮੁਢਲੀ, ਪ੍ਰਾਰੰਭਿਕ, ਆਦਿ, ਆਦਿ-ਕਾਲੀਨ, ਪੁਰਾਤਨ, ਪ੍ਰਾਚੀਨ, ਮੂਲ, ਪੂਰਵ; (ਸ਼ਾਨ) ਬੇਦਾਗ਼; ਸੱਜਰਾ

prithee /'ਪਰਿਦੀ/ *int* (ਪਰਾ) ਕਿਰਪਾ ਕਰਕੇ, ਮਿਹਰਬਾਨੀ ਕਰਕੇ

prittle-prattle /ˌਪਰਿਟਲ'ਪਰੈਟਲ/ *n* ਚੀਕ-ਚਿਹਾੜਾ, ਬਕ-ਬਕ, ਝੱਖ

privacy /'ਪਰਿਵ੍ਅਸਿ/ *n* ਇਕਾਂਤ; ਪਰਦਾ, ਰਹੱਸ, ਲੁਕਾਅ, ਓਟ, ਇਕਾਂਤ ਥਾਂ

private /'ਪਰਾਇਵ੍ਅਟ/ *n* ਇਕਾਂਤ, ਸੁੰਨਸਾਨ *a* ਗੁਪਤ (ਅੰਗ), ਘਰੋਗੀ, ਨਿੱਜੀ, ਆਪਣਾ; ਭੇਦ ਵਾਲਾ, ਗੁੱਝਾ, ਲੁਕਵਾਂ

private enterprise *n* ਆਮ ਲੋਕਾਂ ਜਾਂ ਕੰਪਨੀਆਂ ਦੇ ਅਧਿਕਾਰ ਹੇਠ ਕਾਰੋਬਾਰ ਜਾਂ ਉਦਯੋਗ ਹੋਣ ਦੀ ਆਰਥਿਕ ਪ੍ਰਨਾਲੀ

privateer /ˌਪਰਾਇਵ੍ਅ'ਟਿਅ*/ *n* ਅਸੈਨਿਕ ਹਥਿਆਰਬੰਦ ਜਹਾਜ਼, ਗ਼ੈਰਸਰਕਾਰੀ ਹਥਿਆਰਬੰਦ ਜਹਾਜ਼, ਗ਼ੈਰਸਰਕਾਰੀ ਜੰਗੀ ਜਹਾਜ਼ ਜਿਸ ਨੂੰ ਦੁਸ਼ਮਣ ਦੇ ਵਪਾਰਿਕ ਜਹਾਜ਼ਾਂ ਨੂੰ ਪਕੜਨ ਦੀ ਸਰਕਾਰੀ ਆਗਿਆ ਹੋਵੇ; ਅਜਿਹੇ ਜਹਾਜ਼ਾਂ ਦਾ ਕਮਾਂਡਰ; (ਬਹੁ) ਉਸ ਜਹਾਜ਼ ਦੇ ਛੋਟੇ ਕਰਮਚਾਰੀ

private law *n* ਕੇਵਲ ਖ਼ਾਸ ਖੇਤਰ ਦੇ ਕੁਝ

ਵਿਅਕਤੀਆਂ ਨਾਲ ਸੰਬੰਧਿਤ ਕਨੂੰਨ ਦੀ ਧਾਰਾ

privately /'ਪਰਾਇਵ੍ਅਟਲਿ/ *adv* ਅੰਦਰਖਾਤੇ, ਗੁਪਤ ਤੌਰ 'ਤੇ, ਨਿੱਜੀ ਤੌਰ 'ਤੇ, ਗੁਪਤ ਰੂਪ ਵਿੱਚ, ਲੁਕਵੇਂ ਢੰਗ ਨਾਲ

private parts *n* (ਪੁਰਸ਼ ਜਾਂ ਇਸਤਰੀ ਦੇ) ਲਿੰਗ, ਸੰਤਾਨ ਉਤਪੱਤੀ ਨਾਲ ਸੰਬੰਧਿਤ ਸਰੀਰਕ ਅੰਗ

private school *n* ਕਿਸੇ ਵਿਅਕਤੀ ਜਾਂ ਸੰਸਥਾਂ ਵਲੋਂ ਚਲਾਇਆ ਜਾਂਦਾ ਸਕੂਲ, ਗ਼ੈਰਸਰਕਾਰੀ ਸਕੂਲ

privation /ਪਰਾਇ'ਵ੍ਇਸ਼ਨ/ *n* ਥੁੜ੍ਹ, ਕਮੀ, ਘਾਟ, ਤੰਗੀ, ਅਭਾਵ, ਕੰਗਾਲੀ; ਅਣਹੋਂਦ, ਵਿਗੋਚਾ

privative /'ਪਰਿਵ੍ਅਟਿਵ੍/ *a* ਅਭਾਵਾਤਮਿਕ, ਅਭਾਵਰੂਪ; ਨਕਾਰਾਤਮਿਕ

privet /'ਪਰਿਵ੍ਟਿ/ *n* ਵਾੜ ਬਣਾਉਣ ਲਈ ਇੱਕ ਵਿਸ਼ੇਸ਼ ਝਾੜੀ

privilege /'ਪਰਿਵ੍ਅਲਿਜ/ *n* ਉੱਚੇਚਾ ਹੱਕ, ਰਿਆਇਤ, ਵਿਸ਼ੇਸ਼ ਅਧਿਕਾਰ; ਖ਼ਾਸ ਫ਼ਾਇਦਾ, ਸੁਭਾਗ *vt* ਉਚੇਚਾ ਹੱਕ ਦੇਣਾ, ਰਿਆਇਤ ਕਰਨਾ, ਵਿਸ਼ੇਸ਼ ਅਧਿਕਾਰ ਦੇਣਾ, ਖ਼ਾਸ ਫ਼ਾਇਦਾ ਪੁਚਾਉਣਾ; ਮਾਫ਼ ਜਾਂ ਬਰੀ ਕਰਨਾ

privileged /'ਪਰਿਵ੍ਅਲਿਜਡ/ *a* ਜਿਸ ਨੂੰ ਕੋਈ ਵਿਸ਼ੇਸ਼ ਹੱਕ ਅਧਿਕਾਰ ਜਾਂ ਰਿਆਇਤ ਪ੍ਰਾਪਤ ਹੋਵੇ, ਵਿਸ਼ੇਸ਼ ਅਧਿਕ੍ਰਿਤ

privity /'ਪਰਿਵ੍ਅਟਿ/ *n* ਸਾਂਝੇਦਾਰੀ, ਏਕਾਤਮਿਕਤਾ (ਕਨੂੰ), ਗੁਪਤ ਜਾਣਕਾਰੀ; ਗੁਪਤ ਇੰਦਰੀਆਂ

privy /'ਪਰਿਵ੍ਹਿ/ *a* ਲੁਕਵਾਂ, ਗੁਪਤ; ਆਪਣਾ *n* ਟੱਟੀਖ਼ਾਨਾ

Privy Council *n* (ਇੰਗਲੈਂਡ ਵਿੱਚ) ਵਿਅਕਤੀਆਂ ਦਾ ਸਮੂਹ ਜੋ ਰਾਜੇ ਨੂੰ ਰਾਜਨੀਤਿਕ ਮਾਮਲਿਆਂ ਬਾਰੇ ਸਲਾਹ ਦੇਂਦਾ ਹੈ

privy purse *n* ਰਾਜ ਭੱਤਾ, ਨਿੱਜੀ ਖ਼ਰਚ ਭੱਤਾ

privy seal *n* ਸਰਕਾਰੀ ਮੋਹਰ

prix fixe /'ਪਰਿਕਸ ਫ਼ਿਕਸ/ *(F)* *n* ਨਿਰਧਾਰਿਤ ਮੁੱਲ

prize[1] /ਪਰਾਇਜ਼/ *n* ਇਨਾਮ, ਪੁਰਸਕਾਰ; ਅਮੋਲਕ ਵਸਤੂ *vt* ਅਮੋਲਕ ਸਮਝਣਾ, ਕਦਰ ਕਰਨਾ, ਆਦਰ ਕਰਨਾ

prize[2] *n* ਜਹਾਜ਼ ਜਾਂ ਮਾਲ ਆਦਿ ਜੋ ਲੜਾਈ ਦੇ ਨਿਯਮਾਂ ਅਨੁਸਾਰ ਪਕੜ ਲਿਆ ਜਾਵੇ, ਲੁੱਟ ਦਾ ਮਾਲ; ਲਭਤ *vt* (ਜਹਾਜ਼ ਆਦਿ ਦੇ ਸਮਾਨ ਨੂੰ) ਮਾਰ ਲੈਣਾ, ਮਾਲ ਲੁੱਟਣਾ; ਜੰਗੀ ਕੈਦੀ ਬਣਾਉਣਾ

prized /ਪਰਾਇਜ਼ਡ/ *a* ਵਡਮੁੱਲਾ; ਕੀਮਤੀ ਅਤੇ ਮੋਹ ਭਰਿਆ, ਲਗਾਅ ਵਾਲਾ

prizefight /'ਪਰਾਇਜ਼ਫ਼ਾਇਟ/ *n* ਇਨਾਮੀ ਘੋਲ

prizefighter /'ਪਰਾਇਜ਼ਫ਼ਾਇਟਅ*/ *n* ਇਨਾਮੀ ਮੁੱਕੇਬਾਜ਼ ਜਾਂ ਘੁਲਾਟੀਆ

prizeman /'ਪਰਾਇਜ਼ਮਅਨ/ *n* ਇਨਾਮ ਪ੍ਰਾਪਤ ਕਰਨ ਵਾਲਾ, ਪੁਰਸਕਾਰ ਜੇਤੂ, ਇਨਾਮ ਜੇਤੂ

prize ring /'ਪਰਾਇਜ਼ ਰਿਙ/ *n* ਮੁੱਕੇਬਾਜ਼ੀ ਦੇ ਮੁਕਾਬਲੇ ਦਾ ਅਖਾੜਾ

pro /ਪਰਅਉ/ *prep* (ਹੱਕ ਜਾਂ ਪੱਖ) ਲਈ, ਵਾਸਤੇ, ਵਜੋਂ, ਪ੍ਰਤਿ *a* ਪੱਖੀ, ਪੱਖ ਵਿੱਚ

probability /ˌਪਰੌਬਅ'ਬਿਲਅਟਿ/ *n* ਸੰਭਾਵਨਾ, ਹੋਣਯੋਗਤਾ, ਸੰਭਵ ਗੱਲ, ਸੰਭਾਵਿਤ, (ਗਣਿ) ਸੰਭਾਵਕੀ

probable /'ਪਰੌਬਅਬਲ/ *a* ਸੰਭਵ, ਸੰਭਾਵੀ, ਅਨੁਮਾਨਕ, ਹੋਣ ਵਾਲਾ, ਲਗਭਗ ਯਕੀਨੀ

probably /'ਪਰੌਬਅਬਲਿ/ *adv* ਸ਼ਾਇਦ, ਸੰਭਾਵਨਾ ਹੈ ਕਿ, ਆਸ ਹੈ ਕਿ, ਗਾਲਬਨ

probate /'ਪਰਅਉਬੇਇਟ/ *n* ਵਸੀਅਤ ਦੀ ਸਰਕਾਰੀ ਤਸਦੀਕ; ਤਸਦੀਕੀ ਵਸੀਅਤਨਾਮਾ

probation /ਪਰਅ'ਬੇਇਸ਼ਨ/ *n* ਪਰਤਾਵਾ, ਪਰਖ, ਪਰੀਖਿਆ, ਅਜ਼ਮਾਇਸ਼, ਜਾਂਚ **on probation** ਪਰਤਾਵੇ ਦੇ ਤੌਰ ਉੱਤੇ, ਪਰਖ ਅਧੀਨ, ਪਰਖ ਉੱਤੇ

probationary /ਪਰਅ'ਬੇਇਸ਼ਨਰਿ/ *a* ਅਜ਼ਮਾਇਸ਼ੀ (ਸਮਾਂ)

probationer /ਪਰਅ'ਬੇਇਸ਼ਨਅ*/ *n* ਪਰਖ ਅਧੀਨ ਵਿਅਕਤੀ, ਸਿਖਾਂਦਰੂ, ਪਰੀਖਿਆ ਅਧੀਨ

ਬੰਦਾ

probation officer *n* ਜਾਂਚ ਅਫਸਰ, ਪੜਤਾਲ ਅਫਸਰ, ਪਰਖ ਕਰਨ ਵਾਲਾ ਅਫਸਰ

probe /ਪਰਅਉਬ/ *n* (ਜ਼ਖ਼ਮਾਂ ਦੀ) ਡੂੰਘਾਈ ਪਤਾ ਕਰਨ ਵਾਲਾ ਸੰਦ, ਜ਼ਖ਼ਮ ਟਟੋਲ *v* ਜ਼ਖ਼ਮ ਨੂੰ (ਸੰਦ ਨਾਲ) ਟਟੋਲਣਾ; ਤਿੱਖਾ ਸੰਦ ਚੋਭਣਾ; (ਬੋਲ) ਛਾਣਬੀਣ ਕਰਨਾ, ਜਾਂਚ ਕਰਨਾ, ਪੜਤਾਲ ਕਰਨਾ, ਘੋਖਣਾ; ਫਰੋਲਨਾ, ਖਰੋਚਨਾ

probity /'ਪਰਅਉਬਅਟਿ/ *n* ਸਚਾਈ, ਇਮਾਨਦਾਰੀ, ਨੇਕਨੀਤੀ, ਦਿਆਨਤਦਾਰੀ

problem /'ਪਰੌਬਲਅਮ/ *n* ਪ੍ਰਸ਼ਨ, ਸਵਾਲ; ਸਮੱਸਿਆ, ਉਲਝਣ, ਧਰਮ ਸੰਕਟ, ਗੁੰਝਲ, ਘੁੰਡੀ, ਅੜਾਉਣੀ

problematic(al) /ˌਪਰੌਬਲਅ'ਮੈਟਿਕ(ਲ)/ *a* ਸ਼ੱਕੀ, ਅਨਿਸ਼ਚਿਤ, ਸੰਦੇਹੀ, ਸਮੱਸਿਆਤਮਿਕ, (ਤਰਕ) ਮੁਮਕਿਨ

problemist /'ਪਰੌਬਲਅਮਿਸਟ/ *n* ਸਮੱਸਿਆ ਨੂੰ ਸੁਲਝਾਉਣ ਵਾਲਾ, ਉਲਝਣ ਦੂਰ ਕਰਨ ਵਾਲਾ

proboscis /ਪਰਅ'ਬੌਸਿਸ/ *n* ਹਾਥੀ ਦੀ ਸੁੰਡ, ਕੀੜਿਆਂ ਦੀ ਲੰਮੀ ਥੁੰਨੀ; (ਹਾਸ ਰਸ ਵਜੋਂ) ਆਦਮੀ ਦਾ ਵਧਿਆ ਨੱਕ

procacious /ਪਰਅ'ਕੇਇਸ਼ਅਸ/ *a* ਨਿਰਲੱਜ, ਢੀਠ, ਗੁਸਤਾਖ਼, ਮੂੰਹਜ਼ੋਰ, ਅੜਬ, ਅਮੋੜ

procedure /ਪਰਅ'ਸੀਜਅ*/ *n* ਕਾਰਵਾਈ, ਅਮਲ, ਕਾਰਜ ਪ੍ਰਨਾਲੀ, ਪ੍ਰਕਿਰਿਆ, ਜ਼ਾਬਤਾ (ਕਨੂੰ); ਆਚਾਰ, ਵਿਹਾਰ, ਪ੍ਰਵਿਰਤੀ

proceed /ਪਰਅ'ਸੀਡ/ *vt* ਅੱਗੇ ਵਧਣਾ, ਚਾਲੇ ਪੈਣਾ, ਨਿੱਕਲਨਾ (ਮਕਾਨ ਤੋਂ), ਵਧਣਾ (ਕਿਸੇ ਕੰਮ ਜਾਂ ਲੇਖ ਆਦਿ ਵਿੱਚ), ਸ਼ੁਰੂ ਕਰਨਾ, ਕਾਰਵਾਈ ਕਰਨਾ; ਕਨੂੰਨੀ ਕਾਰਵਾਈ ਕਰਨਾ, ਚਾਰਾਜੋਈ ਕਰਨਾ; ਸ਼ੁਰੂ ਹੋਣਾ, ਜਾਰੀ ਰੱਖਣਾ

proceeding /ਪਰਅ'ਸੀਡਿਙ/ *n* ਆਚਰਨ, ਵਿਹਾਰ, ਕਾਰਵਾਈ

proceeds /'ਪਰਅਉਸੀਡਜ਼/ *n* (ਬਹੁ) ਵੱਟਕ, ਪ੍ਰਾਪਤੀ, ਹਾਸਲ, ਪੈਦਾਵਾਰ, ਆਮਦਨੀ, ਮੁਨਾਫ਼ਾ, ਲਾਭ, ਫ਼ਾਇਦਾ, ਵਾਧਾ, ਬਚਤ

proceleusmatic /ˌਪਰੌਸੈੱਲਯੂਸ'ਮੈਟਿਕ/ *a* (ਛੰਦ) ਚੁਅੱਖਰਾ

process /'ਪਰਅਉਸੈੱਸ/ *n* ਅਮਲ, ਪ੍ਰਕਿਰਿਆ, ਤਰੀਕਾ, ਤਰਕੀਬ; ਕੁਦਰਤੀ ਅਮਲ; ਕਨੂੰਨੀ ਕਾਰਵਾਈ, ਸੰਮਨ, ਇਤਲਾਹਨਾਮਾ, ਅਦਾਲਤੀ ਹੁਕਮਨਾਮਾ *vt* (ਕਿਸੇ ਵਿਰੁੱਧ) ਅਦਾਲਤੀ ਕਾਰਵਾਈ ਕਰਨਾ, ਮੁਕੱਦਮਾ ਚਲਾਉਣਾ; ਅਮਲ ਕਰਨਾ (ਕਿਸੇ ਵਸਤੂ ਉੱਪਰ ਜਿਵੇਂ ਫੋਟੋਗ੍ਰਾਫ਼ੀ ਵਿੱਚ); ਜਲੂਸ ਕੱਢਣਾ, (ਜਲੂਸ ਵਿੱਚ) ਸ਼ਾਮਲ ਹੋਣਾ

procession /ਪਰਅ'ਸੈਸ਼ਨ/ *n* ਜਲੂਸ, ਸਵਾਰੀ *v* ਜਲੂਸ ਵਿੱਚ ਜਾਣਾ, ਜਲੂਸ ਕੱਢਣਾ

processional /ਪਰਅ'ਸੈਸ਼ਅਨਲ/ *a* ਜਲੂਸੀ, *n* ਜਲੂਸੀ ਭਜਨ

processor /'ਪਰਅਉਸੈੱਸਅ*/ *a* (ਕਿਸੇ ਚੀਜ਼ ਨੂੰ) ਖ਼ਾਸ ਪ੍ਰਕਿਰਿਆ ਨਾਲ ਤਿਆਰ ਕਰਨ ਵਾਲਾ ਵਿਅਕਤੀ, ਖ਼ਾਸ ਕਾਰਜ ਵਿਧੀ ਦੀ ਵਰਤੋਂ ਕਰਨ ਵਾਲਾ ਵਿਅਕਤੀ; (ਕੰਪਿ) ਕੰਪਿਊਟਰ ਦਾ ਦਿਮਾਗੀ ਹਿੱਸਾ ਜੋ ਅੰਕੜੇ ਅਤੇ ਸੂਚਨਾਵਾਂ ਪ੍ਰਾਪਤ ਕਰਦਾ ਹੈ ਅਤੇ ਇਹਨਾਂ 'ਤੇ ਪ੍ਰਕਿਰਿਆਵਾਂ ਕਰਕੇ ਨਤੀਜੇ ਵਾਪਸ ਦੇਂਦਾ ਹੈ

prochain /'ਪਰੌਸ਼ੇਇਨ/ *a* (ਕਨੂੰ) ਨਿਕਟਤਮ, ਨੇੜੇ ਦਾ, ਨਜ਼ਦੀਕੀ

proclaim /ਪਰਅ'ਕਲੇਇਮ/ *vt* ਐਲਾਨ ਕਰਨਾ, ਘੋਸ਼ਣਾ ਕਰਨਾ, ਡੌਂਡੀ ਪਿੱਟਣਾ, ਇਸ਼ਤਿਹਾਰ ਦੇਣਾ; ਕਿਸੇ ਦੀ ਗ਼ੱਦਾਰੀ ਉੱਤੇ ਦੇਸ਼ ਧ੍ਰੋਹੀ ਦਾ ਐਲਾਨ ਕਰਨਾ; ਸੁਲ੍ਹਾ ਜਾਂ ਜੰਗ ਦਾ ਐਲਾਨ ਕਰਨਾ; ਤਖ਼ਤਨਸ਼ੀਨੀ ਦਾ ਐਲਾਨ ਕਰਨਾ

proclaimed /ਪਰਅ(ਉ)'ਕਲੇਇਮਡ/ *a* ਘੋਸ਼ਿਤ, ਐਲਾਨ ਕੀਤਾ, ਪ੍ਰਚਾਰਿਤ

proclamation /ˌਪਰੌਕਲਅ'ਮੇਇਸ਼ਨ/ *n* ਢੰਡੋਰਾ, ਹੋਕਾ, ਐਲਾਨ, ਘੋਸ਼ਣਾ, ਮੁਨਾਦੀ, ਡੌਂਡੀ; ਸ਼ਾਹੀ ਐਲਾਨ, ਫ਼ਰਮਾਨ, ਕਨੂੰਨੀ ਪਾਬੰਦੀ ਜਾਂ ਤਖ਼ਤਨਸ਼ੀਨੀ ਦਾ ਐਲਾਨ

proclivity /ਪਰਅ'ਕਲਿਵ਼ਅਟਿ/ *n* ਝੁਕਾਅ,

ਬਾਣ, ਵਾਦੀ, ਬਿਰਤੀ

procrastinate /**ਪਰਅਉ'ਕਰੈਸਟਿਨੇਇਟ**/ *v* ਦੇਰ ਕਰਨਾ, ਢਿੱਲ-ਮੱਠ ਕਰਨਾ, ਟਾਲ-ਮਟੋਲ ਕਰਨਾ, ਮੁਲਤਵੀ ਕਰਨਾ, ਸਥਗਿਤ ਕਰਨਾ

procrastination /**ਪਰਅਉ,ਕਰੈਸਟਿ'ਨੇਇਸ਼ਨ**/ *n* ਢਿੱਲ-ਮੱਠ, ਟਾਲ-ਮਟੋਲ

procreate /'**ਪਰਅਉਕਰਿਏਇਟ**/ *vt* ਜਣਨਾ, ਜੰਮਣਾ, ਪੈਦਾ ਕਰਨਾ, ਬੱਚਾ ਦੇਣਾ

procreation /,**ਪਰਅਉਕਰਿ'ਏਇਸ਼ਨ**/ *n* ਜਣਨ, ਜੰਮਣ, ਪੈਦਾਇਸ਼, ਸੂਣ ਜਾਂ ਉਪਜਾਉਣ ਆਦਿ ਦਾ ਅਮਲ

procreative /'**ਪਰਅਉਕਰਿਏਇਟਿਵ**/ *a* ਬੱਚਾ ਪੈਦਾ ਕਰਨ ਦੀ ਸ਼ਕਤੀ ਰੱਖਣ ਵਾਲੀ, ਜਣਨਸ਼ੀਲ

proctor /'**ਪਰੌਕਟਅ***/ *n* (ਵਿਦਿਆਲੇ ਦਾ) ਪਰਾਕਟਰ, ਵਿਦਿਆਲੇ ਦਾ ਅਹੁਦੇਦਾਰ ਜੋ ਵਿਦਿਆਰਥੀਆਂ ਦੀ ਨਿਗਰਾਨੀ ਕਰਦਾ ਹੈ; (ਕਨੂੰ) ਦੀਵਾਨੀ ਅਦਾਲਤ ਦਾ ਵਕੀਲ (ਵਿਸ਼ੇਸ਼ ਕਰਕੇ ਧਾਰਮਿਕ ਅਦਾਲਤ ਦਾ)

procumbent /**ਪਰਅਉ'ਕਅੰਮਬਅਨਟ**/ *a* ਮੂੰਹ ਦੇ ਭਾਰ ਡਿੱਗਿਆ ਹੋਇਆ, ਲੇਟਿਆ ਜਾਂ ਲੰਮਾ ਪਿਆ, ਦੰਡਵਤ *n* ਵੇਲ ਜੋ ਧਰਤੀ ਉੱਤੇ ਫੈਲੇ

procuracy /**ਪਰਅ'ਕਯੁਅਰਅਸਿ**/ *n* ਏਜੰਟੀ, ਮੁਖ਼ਤਿਆਰਗਿਰੀ

procuration /,**ਪਰੌਕਯੁ'ਰੇਇਸ਼ਨ**/ *n* ਪ੍ਰਾਪਤੀ, ਵਸੂਲੀ, ਉਪਲਬਧੀ, ਅਧਿਕਾਰ ਪੱਤਰ, ਮੁਖ਼ਤਿਆਰਨਾਮਾ; ਕਰਜ਼ੇ ਦੀ ਗੱਲਬਾਤ, ਕਰਜ਼ਾ ਦਿਵਾਉਣ ਦਾ ਕਮਿਸ਼ਨ, ਆੜ੍ਹਤ, ਦਲਾਲੀ

procurator /'**ਪਰੌਕਯੁਰੇਇਟਅ***/ *n* (ਰੋਮ ਦੇ ਇਤਿਹਾਸ ਵਿੱਚ) ਖ਼ਜ਼ਾਨਾ ਅਫ਼ਸਰ; ਪ੍ਰਤਿਨਿਧੀ, ਮੁਖ਼ਤਿਆਰ; (ਇਟਲੀ ਦੇ ਕੁਝ ਨਗਰਾਂ ਵਿੱਚ) ਦੰਡ ਅਧਿਕਾਰੀ

procuratorial /,**ਪਰੌਕਯੁਰਅ'ਟੋਰਿਅਲ**/ *a* ਪ੍ਰਤਿਨਿਧੀ ਸੰਬੰਧੀ, ਮੁਖ਼ਤਿਆਰ ਦਾ

procuratorship /'**ਪਰੌਕਯੁਰੇਇਟਅਸ਼ਿਪ**/ *n* ਮੁਖ਼ਤਿਆਰੀ, ਮੁਖ਼ਤਿਆਰ ਦਾ ਅਹੁਦਾ

procure /**ਪਰਅ'ਕਯੁਅ***/ *v* ਪ੍ਰਾਪਤ ਕਰਨਾ, ਪਾਉਣਾ, ਉਪਲਬਧ ਕਰਨਾ, ਹਾਸਲ ਕਰਨਾ; (ਪ੍ਰਾਪਤੀ ਲਈ) ਯਤਨ ਕਰਨਾ; (ਪਰਾ) ਕਾਰਨ ਹੋਣਾ, ਸਬੱਬ ਹੋਣਾ; ਦਲਾਲੀ ਕਰਨਾ, ਦੱਲਾਪੁਣਾ ਕਰਨਾ

procurement /**ਪਰਅ'ਕਯੁਅਮਅਨਟ**/ *n* ਪ੍ਰਾਪਤੀ, ਵਸੂਲੀ, ਉਪਲਬਧੀ

procurer /**ਪਰਅ'ਕਯੁਅਰਅ***/ *n* ਪ੍ਰਾਪਤ ਕਰਨ ਵਾਲਾ, ਵਸੂਲੀ ਕਰਨ ਵਾਲਾ

procuress /**ਪਰਅ'ਕਯੁਅਰੈੱਸ**/ *n* ਦਲਾਲਣ, ਦੱਲੀ, ਦਲਾਲ ਔਰਤ

prod /**ਪਰੌਡ**/ *vt* ਚੋਭਣਾ, ਖੋਭਣਾ; ਕਸ਼ਟ ਦੇਣਾ, ਸਤਾਉਣਾ, ਛੇੜਨਾ *n* ਚੋਭ, ਆਰ, ਸੂਲ, ਸੂਆ, ਠੇਸ, ਕਸ਼ਟ, ਦੁੱਖ

prodigal /'**ਪਰੌਡਿਗਲ**/ *a* ਸ਼ਾਹ ਖ਼ਰਚ, ਉਡਾਊ, ਉਜਾੜੂ, ਫ਼ਜ਼ੂਲ ਖ਼ਰਚ ਕਰਨ ਵਾਲਾ

prodigality /,**ਪਰੌਡਿ'ਗੈਲਅਟਿ**/ *n* ਸ਼ਾਹ ਖ਼ਰਚੀ, ਫ਼ਜ਼ੂਲ ਖ਼ਰਚੀ

prodigious /**ਪਰਅ'ਡਿਜਅਸ**/ *a* ਅਨੋਖਾ, ਅਦਭੁਤ, ਨਿਰਾਲਾ, ਵਿਚਿੱਤਰ, ਵਿਲੱਖਣ, ਵਿਸ਼ਾਲ, ਵਿਰਾਟ; ਅਜੀਬ, ਅਸਧਾਰਨ

prodigy /'**ਪਰੌਡਅਜਿ**/ *n* ਅਨੋਖੀ ਅਤੇ ਨਿਵੇਕਲੀ ਵਸਤੂ, ਅਚੰਭਾ, ਅਜੂਬਾ, ਹੈਰਾਨ ਕਰਨ ਵਾਲਾ ਨਮੂਨਾ

prodition /**ਪਰਅ'ਡਿਸ਼ਨ**/ *n* ਛਲ, ਕਪਟ, ਵਿਸ਼ਵਾਸਘਾਤ; ਦੇਸ਼-ਧ੍ਰੋਹ, ਬਗਾਵਤ

prodrome /'**ਪਰੌਡਰਅਉਮ**/ *n* ਅਰੰਭਿਕ ਜਾਂ ਮੁਢਲਾ ਗ੍ਰੰਥ; (ਚਿਕਿ) ਪੂਰਵ ਆਸਾਰ, ਪੂਰਵ ਲੱਛਣ

produce /**ਪਰਅ'ਡਯੂਸ**/ *v* ਪੇਸ਼ ਕਰਨਾ, ਹਾਜ਼ਰ ਕਰਨਾ; ਪ੍ਰਕਾਸ਼ਿਤ ਕਰਨਾ; (ਰੇਖਾ) ਲਕੀਰ ਵਧਾਉਣਾ; ਪੈਦਾ ਕਰਨਾ, ਉਪਜਾਉਣਾ (ਫ਼ਸਲ ਆਦਿ); (ਬੱਚਾ) ਪੈਦਾ ਕਰਨਾ; ਫਲ ਦੇਣਾ; (ਨਾਟਕ, ਤਮਾਸ਼ਾ) ਖੇਡਣਾ *n* ਪੈਦਾਵਾਰ, ਉਪਜ, ਉਤਪਤੀ; ਪ੍ਰਾਪਤੀ, ਆਮਦਨੀ, ਕਮਾਈ

produced /**ਪਰਅ'ਡਯੂਸਟ**/ *a* ਉਤਪੰਨ, ਉਤਪਾਦਿਤ

producer /**ਪਰਅ'ਡਯੂਸਅ***/ *n* ਪੈਦਾ ਕਰਨ ਵਾਲਾ, ਪੇਸ਼ ਕਰਨ ਵਾਲਾ, ਉਤਪਾਦਕ, (ਵਸਤੂਆਂ) ਬਣਾਉਣ ਵਾਲਾ; (ਨਾਟਕ, ਤਮਾਸ਼ਾ ਆਦਿ ਦਾ) ਨਿਰਮਾਤਾ

producibility /**ਪਰਅ,ਡਯੂਸਅ'ਬਿਲਅਟਿ**/ *n* ਉਤਪਾਦਨ ਸ਼ਕਤੀ

producible /**ਪਰਅ'ਡਯੂਸਿਬਲ**/ *a* ਪੈਦਾਵਾਰ ਦੇ ਯੋਗ, ਪੇਸ਼ ਕਰਨ ਯੋਗ, ਉਤਪਾਦਨਯੋਗ

product /**'ਪਰੌਂਡਅੱਕਟ**/ *n* ਪੈਦਾਵਾਰ, ਉਪਜ, ਉਤਪਤੀ, ਨਤੀਜਾ, ਫਲ, ਲਾਭ; (ਹਿਸਾਬ) ਗੁਣਨਫਲ; (ਰਸਾ) ਮਿਸ਼ਰਨ ਫਲ, ਫਲ

production /**ਪਰਅ'ਡਅੱਕਸ਼ਨ**/ *n* ਪੈਦਾਵਾਰ, ਉਤਪਤੀ, ਉਪਜ; (ਸਾਹਿਤਿਕ) ਕਿਰਤ, ਫਲ, ਰਚਨਾ, ਨਿਰਮਾਣ, ਕਲਾਕ੍ਰਿਤੀ

productive /**ਪਰਅ'ਡਅੱਕਟਿਵ਼**/ *a* ਉਪਜਾਊ, ਉਤਪਾਦੀ, ਪੈਦਾ ਕਰਨ ਵਾਲਾ

productivity /**,ਪਰੌਂਡਅੱਕ'ਟਿਵ਼ਅਟਿ**/ *n* ਉਤਪਾਦਨ, ਉਪਜਾਊਪਣ

proem /**'ਪਰਅਉਐੱਮ**/ *n* ਪ੍ਰਸਤਾਵਨਾ, ਪ੍ਰਾਕਥਨ, ਭੂਮਿਕਾ, ਅਰੰਭ

Prof *abbr* **professor** ਦਾ ਸੰਖਿਪਤ ਰੂਪ, ਵੇਖੋ **professor**

profanation /**,ਪਰੌਫ਼ਅ'ਨੇਇਸ਼ਨ**/ *n* ਨਿਰਾਦਰੀ, ਬੇਅਦਬੀ, ਅਪਮਾਨ; ਅਪਵਿੱਤਰਤਾ, ਧਰਮ ਭ੍ਰਿਸ਼ਟਤਾ, ਧਰਮ ਨਿੰਦਾ; ਅਸੱਭਿਅਤਾ; ਅਸ਼ਰਧਾ; ਸੰਸਾਰਕਤਾ, ਲੌਕਿਕਤਾ

profane /**ਪਰਅ'ਫ਼ੇਇਨ**/ *a* ਸ਼ਰਧਾਹੀਣ, ਬੇਦੀਨ, ਨਾਸਤਿਕ, ਸੰਸਾਰਿਕ, ਲੌਕਿਕ, ਦੁਨਿਆਵੀ; ਅਸ਼ੁੱਧ, ਅਪਵਿੱਤਰ, ਧਰਮ ਭ੍ਰਿਸ਼ਟ, ਅਸੱਭਿਅਕ; ਧਰਮ ਨਿੰਦਕ *vt* (ਧਾਰਮਿਕ ਅਸਥਾਨ ਆਦਿ) ਬੇਅਦਬੀ ਕਰਨਾ, ਭਿੱਟਣਾ

profess /**ਪਰਅ'ਫ਼ੈੱਸ**/ *v* ਦਾਅਵਾ ਕਰਨਾ, ਡੀਂਗ ਮਾਰਨਾ, ਸ਼ੇਖੀ ਮਾਰਨਾ; ਪ੍ਰਗਟ ਕਰਨਾ, ਪ੍ਰਚਾਰ ਕਰਨਾ, ਖੁੱਲ੍ਹੇ-ਆਮ ਕਹਿਣਾ, ਘੋਸ਼ਣਾ ਕਰਨਾ; ਸਵੀਕਾਰ ਕਰਨਾ, ਅੰਗੀਕਾਰ ਕਰਨਾ, (ਧਰਮ ਆਦਿ ਵਿੱਚ) ਵਿਸ਼ਵਾਸ, ਪ੍ਰਗਟ ਕਰਨਾ, ਨਿਸ਼ਚਾ ਰੱਖਣਾ, ਧਾਰਨੀ ਹੋਣਾ; ਕਿੱਤਾ ਅਪਣਾਉਣਾ, ਕਾਰ-ਵਿਹਾਰ ਅਪਣਾਉਣਾ; (ਕਿਸੇ ਵਿਸ਼ੇ ਦਾ) ਪ੍ਰੋਫ਼ੈਸਰ ਹੋਣਾ

professedly /**ਪਰਅ'ਫ਼ੈੱਸਿਡਲਿ**/ *adv* ਸਪਸ਼ਟ ਰੂਪ ਵਿੱਚ, ਜ਼ਾਹਰਾ ਤੌਰ 'ਤੇ, ਪ੍ਰਗਟ ਰੂਪ ਵਿੱਚ

profession /**ਪਰਅ'ਫ਼ੈੱਸ਼ਨ**/ *n* ਧੰਦਾ, ਪੇਸ਼ਾ, ਰੁਜ਼ਗਾਰ, ਉਪਜੀਵਕਾ, (ਧਰਮ) ਸਵੀਕ੍ਰਿਤੀ, ਅੰਗੀਕਰਨ; ਮੱਤ, ਨਿਸ਼੍ਚਾ; ਘੋਸ਼ਣਾ (ਕਿਸੇ ਮੱਤ ਵਿੱਚ ਦਾਖ਼ਲ ਹੋਣ ਦੀ); ਦਾਅਵਾ, ਮਨੌਤ

professional /**ਪਰਅ'ਫ਼ੈੱਸ਼ਅਨਲ**/ *a* ਪੇਸ਼ਾਵਰ *n* ਪੇਸ਼ਾਵਰ ਕ੍ਰਿਕਟ ਖਿਡਾਰੀ ਆਦਿ

professionalism /**ਪਰਅ'ਫ਼ੈੱਸ਼ਅਨਅਲਿਜ਼ਅਮ**/ *n* ਪੇਸ਼ਾਵਰੀ, ਪੇਸ਼ਾਵਾਰਾਨਾ ਢੰਗ ਜਾਂ ਮੁਹਾਰਤ; ਪੇਸ਼ਾਵਰ ਲੋਕਾਂ ਨੂੰ ਨੌਕਰ ਰੱਖਣ ਦੀ ਕਿਰਿਆ

professor /**ਪਰਅ'ਫ਼ੈੱਸਅ***/ *n* ਆਚਾਰੀਆ, ਪ੍ਰਾਅਧਿਆਪਕ, ਪ੍ਰੋਫ਼ੈਸਰ

professorial /**,ਪਰੌਂਫ਼ਅ'ਸੋਰਿਅਲ**/ *a* ਪ੍ਰੋਫ਼ੈਸਰੀ ਦਾ, ਪ੍ਰੋਫ਼ੈਸਰੀ ਸੰਬੰਧੀ

professorship /**ਪਰਅ'ਫ਼ੈੱਸਅਸ਼ਿਪ**/ *n* ਪ੍ਰੋਫ਼ੈਸਰੀ

proffer /**'ਪਰੌਂਫ਼ਅ***/ *vt* ਭੇਂਟ ਕਰਨਾ, ਪੇਸ਼ ਕਰਨਾ, ਦੇ ਦੇਣਾ, ਪ੍ਰਦਾਨ ਕਰਨਾ; ਅਰਪਣ ਕਰਨਾ *n* ਅਰਪਣ, ਭੇਟਾ, ਸਮਰਪਣ; ਦੇਣ

proficiency /**ਪਰਅ'ਫ਼ਿਸ਼ਨਸਿ**/ *n* ਨਿਪੁੰਨਤਾ, ਪਰਿਪੱਕਤਾ, ਪ੍ਰਵੀਣਤਾ, ਮੁਹਾਰਤ, ਲਿਆਕਤ, ਉਸਤਾਦੀ

proficient /**ਪਰਅ'ਫ਼ਿਸ਼ਨਟ**/ *a* ਨਿਪੁੰਨ, ਮਾਹਰ, ਲਾਇਕ, ਪ੍ਰਵੀਣ, ਪੂਰਾ ਜਾਣਕਾਰ, ਪਰਿਪੱਕ

profile /**'ਪਰਅਉਫ਼ਾਇਲ**/ *n* ਇੱਕ ਪਾਸੀ ਤਸਵੀਰ, ਇੱਕ ਰੁਖ਼ਾ ਖ਼ਾਕਾ; ਮਿੱਟੀ ਦਾ ਬੰਨ੍ਹ; ਕਿਲ੍ਹੇ ਦਾ ਵਿੰਗਾ ਖੜ੍ਹਾ ਭਾਗ *vt* ਇੱਕ ਪਾਸੀ ਤਸਵੀਰ ਬਣਾਉਣਾ; ਰੇਖਾ-ਚਿੱਤਰ ਲਿਖਣਾ

profit /**'ਪਰੌਂਫ਼ਿਟ**/ *n* ਲਾਭ, ਨਫ਼ਾ, ਵਾਧਾ, ਲਾਹਾ *v* ਲਾਭ ਲੈਣਾ, ਫ਼ਾਇਦਾ ਉਠਾਉਣਾ, ਲਾਹੇਵੰਦ ਹੋਣਾ, ਲਾਭ ਦੇਣਾ

pofitable /**'ਪਰੌਂਫ਼ਿਟਅਬਲ**/ *a* ਲਾਭਦਾਇਕ,

ਲਾਹੇਵੰਦ, ਉਪਯੋਗੀ, ਮੁਨਾਫ਼ੇ ਵਾਲਾ, ਫ਼ਾਇਦੇ ਵਾਲਾ

profiteer /ˌਪਰੌਫ਼ਿ'ਟਿਅ*/ *n* ਮੁਨਾਫ਼ਾਖੋਰ *vt* ਨਾਜਾਇਜ਼ ਲਾਭ ਲੈਣਾ, ਨਫ਼ਾਖੋਰੀ ਕਰਨਾ, ਸੂਦਖੋਰੀ ਕਰਨਾ, ਅਨਉਚਿਤ ਲਾਭ ਉਠਾਉਣਾ

profiteering /ˌਪਰੌਫ਼ਿ'ਟਿਅਰਿਙ/ *n* ਮੁਨਾਫ਼ਾਖੋਰੀ, ਨਫ਼ਾਖੋਰੀ

profitless /'ਪਰੌਫ਼ਿਟਲਅਸ/ *a* ਲਾਭਰਹਿਤ, ਨਿਸ਼ਫਲ, ਵਿਅਰਥ, ਨਿਰਾਰਥਕ, ਬੇਫ਼ਾਇਦਾ, ਬੇਕਾਰ

profit margin *n* ਖ਼ਰੀਦ ਕੀਮਤ ਅਤੇ ਵਿਕਰੀ ਕੀਮਤ ਦਾ ਅੰਤਰ

profligacy /'ਪਰੌਫ਼ਲਿਗਅਸਿ/ *n* ਦੁਰਾਚਾਰ; ਵਿਭਚਾਰ, ਕਾਮੁਕਤਾ; ਚਰਿੱਤਰਹੀਣਤਾ, ਬਦਕਾਰੀ, ਲੁੱਚਪੁਣਾ, ਅਵਾਰਾਗਰਦੀ

profligate /'ਪਰੌਫ਼ਲਿਗਅਟ/ *a* ਦੁਰਾਚਾਰੀ; ਚਰਿੱਤਰਹੀਣ, ਬਦਕਾਰ, ਲੁੱਚਾ, ਅਵਾਰਾ, ਲਫੰਗਾ *n* ਫਜ਼ੂਲ ਖ਼ਰਚ, ਸ਼ਾਹ ਖ਼ਰਚ

profluent /'ਪਰੌਫਲੁਅਨਟ/ *a* ਅਗਾਂਹ ਵਧੂ, ਅਗਰਗਾਮੀ, ਅੱਗੇ ਵਧਣ ਵਾਲਾ

pro-form *n* (ਭਾਸ਼ਾ) ਅਜਿਹਾ ਸ਼ਬਦ ਜੋ ਆਪਣੇ ਅਰਥ ਲਈ ਵਾਕ ਜਾਂ ਪਾਠ ਵਿਚਲੇ ਹੋਰ ਹਿੱਸੇ 'ਤੇ ਨਿਰਭਰ ਹੁੰਦਾ ਹੈ (ਜਿਵੇਂ ਪੜਨਾਂਵ), ਪੜ-ਰੂਪ

pro forma /ˌਪਰਅਉ 'ਫ਼ੋਮਅ/ *a* ਪਰਫਾਰਮਾ ਰੂਪ ਦਾ, ਫਾਰਮ ਰੂਪੀ *n* ਫਾਰਮ, ਪਰਫਾਰਮਾ

profound /ਪਰਅ'ਫ਼ਾਉਨਡ/ *a* ਡੂੰਘਾ, ਗੂੜ੍ਹਾ; ਘੂਕ, (ਨੀਂਦ), ਘੁੱਪ (ਹਨੇਰਾ); ਗੰਭੀਰ (ਭਾਵ); ਭਰਵਾਂ, ਅਤਿਅੰਤ, ਅਤਿਅਧਿਕ, ਤੀਬਰ; ਹਾਰਦਿਕ *n* ਗੰਭੀਰਤਾ ਡੂੰਘਾਈ, ਤੀਬਰਤਾ; (ਕਾਵਿ) ਅਥਾਹ ਡੂੰਘਾਈ

profoundness, profoundity / ਪਰਅ'ਫ਼ਾਉਨਡਨਅਸ, ਪਰਅ'ਫ਼ਅੱਨਡਅਟਿ/ *n* ਗੂੜ੍ਹਤਾ; ਘਣਾਪਣ; ਅਗਾਧਤਾ; ਤੀਬਰਤਾ

profuse /ਪਰਅ'ਫ਼ਯੂਸ/ *a* ਸਖ਼ੀ, ਉਦਾਰ, ਲੁਟਾਊ; ਭਰਪੂਰ, ਵਾਫਰ

profusion /ਪਰਅ'ਫ਼ਯੂਯ਼ਨ/ *n* ਅਮਿਤਤਾ, ਬਹੁਲਤਾ; ਘਾਣ; ਵਾਫਰਤਾ

prog /ਪਰੌਗ/ *n* ਖ਼ੁਰਾਕ, ਭੋਜਨ, ਖਾਧ ਜਾਂ ਭੋਜਨ ਸਮਗਰੀ (ਵਿਸ਼ੇਸ਼ ਕਰਕੇ ਸਫ਼ਰ ਲਈ) *vt* ਛੁਰਾ ਮਾਰਨਾ, ਖੁਭੋਣਾ; ਵੱਖਰਾ ਕਰਨਾ, ਛਾਂਟਣਾ

progenitive /ਪਰਅ(ਉ)'ਜੈੱਨਿਟਿਵ੍/ *a* ਪ੍ਰਜਣਨ ਸਬੰਧੀ; ਜਣਨਹਾਰ

progenitor /ਪਰਅਉ'ਜੈੱਨਿਟਅ*/ *n* ਪਿਤਾ, ਪਿਤਾਮਾ, ਪੂਰਵਜ; ਪਰਜਾਪਤੀ

progenitress /ਪਰਅ(ਉ)'ਜੈੱਨਿਟਰਅਸ/ *n* ਵਡੇਰੀ, ਆਦਿ ਮਾਤਾ, ਜਣਨੀ

progeniture /ਪਰਅਉ'ਜੈੱਨਿਚਅ*/ *n* ਪ੍ਰਜਣਨ, ਸੰਤਾਨ ਉਤਪਤੀ, ਸੰਤਾਨ, ਉਲਾਦ

progeny /'ਪਰੌਜਅਨਿ/ *n* ਸੰਤਾਨ, ਵੰਸ਼; (ਬੋਲ) ਨਤੀਜਾ, ਸਿੱਟਾ, ਫਲ

prognathous /ਪਰੌਗ'ਨੇਇਥਅਸ/ *a* ਉਭਰਵੇਂ ਜਬਾੜ੍ਹੇ ਵਾਲਾ

prognose /ਪਰੌਗ'ਨਅਉਜ਼/ *vt* ਪੂਰਵ ਸੂਚਨਾ ਦੇਣਾ; ਅਨੁਮਾਨ ਲਾਉਣਾ, ਲੱਛਣ ਦੱਸਣਾ, ਜਾਣੂ ਕਰਾਉਣਾ

prognosis /ਪਰੌਗ'ਨਅਉਸਿਸ/ *n* ਪੇਸ਼ੀਨਗੋਈ (ਖ਼ਾਸ ਕਰਕੇ ਰੋਗ ਦਸ਼ਾ ਸੰਬੰਧੀ), ਪੂਰਵ ਲੱਛਣ

prognostic /ਪਰੌਗ'ਨੌਸਟਿਕ/ *n* ਪੂਰਵ ਸੰਕੇਤ, ਪੂਰਵ ਚਿੰਨ੍ਹ, ਪੂਰਵ ਲੱਛਣ, ਭਵਿੱਖਬਾਣੀ *a* ਪੂਰਵ ਸੰਕੇਤਾਤਮਿਕ, ਪੂਰਵ ਚਿੰਨ੍ਹਾਤਮਕ, ਪੂਰਵ ਸੂਚਕ, ਭਵਿੱਖਬਾਣੀ ਕਰਨ ਵਾਲਾ

prognosticate /ਪਰੌਗ'ਨੌਸਟਿਕੇਇਟ/ *vt* ਪੂਰਵ ਸੂਚਨਾ ਦੇਣਾ, ਅਗਾਊਂ ਕਹਿਣਾ, ਪੂਰਵ ਸੰਕੇਤ ਕਰਨਾ

prognostication /ਪਰੌਗˌਨੌਸਟਿ'ਕੇਇਸ਼ਨ/ *n* ਭਵਿੱਖ ਕਥਨ, ਪੂਰਵ ਸੰਕੇਤ, ਪੂਰਵ ਸੂਚਨਾ, ਭਵਿੱਖਬਾਣੀ

prognosticative /ਪਰੌਗ'ਨੌਸਟਿਕਅਟਿਵ੍/ *a* ਭਵਿੱਖ ਕਥਨਾਤਮਿਕ, ਪੂਰਵਸੂਚਕ

prognosticator /ਪਰੌਗ'ਨੌਸਟਿਕੇਇਟਅ*/ *n*

ਆਗਮ ਦਾ ਹਾਲ ਦੱਸਣ ਵਾਲਾ, ਭਵਿੱਖ ਵਕਤਾ, ਜੋਤਸ਼ੀ, ਨਜੂਮੀ

program /'ਪਰਅਊਗਰੈਮ/ *n* (ਕੰਪਿ) ਕੰਪਿਊਟਰ ਦੀ ਭਾਸ਼ਾ ਵਿੱਚ ਲਿਖੀਆਂ ਹਿਦਾਇਤਾਂ ਦਾ ਸਮੂਹ ਜੋ ਕੰਪਿਊਟਰ ਤੋਂ ਕੰਮ ਲੈਣ ਲਈ ਵਰਤਿਆ ਜਾਂਦਾ ਹੈ

programmable /'ਪਰਅਊਗਰੈਮਅਬਲ/ *a* ਪ੍ਰੋਗਰਾਮ ਬਣਾਉਣ ਯੋਗ, ਯੋਜਨਾਕਰੀ, ਕਾਰਜ ਸੂਚੀ ਯੋਗ

programme /'ਪਰਅਊਗਰੈਮ/ *n* ਪ੍ਰੋਗਰਾਮ, ਯੋਜਨਾ ਕਾਰਜਕ੍ਰਮ, ਕਾਰਜ ਸੂਚੀ *vt* ਪ੍ਰੋਗਰਾਮ ਬਣਾਉਣਾ, ਯੋਜਨਾ ਬਣਾਉਣਾ; ਕਾਰਜ ਸੂਚੀ ਤਿਆਰ ਕਰਨਾ

programmed /'ਪਰਅਊਗਰੈਮਡ/ *a* ਯੋਜਨਾਬੱਧ, ਕਾਰਜਕ੍ਰਮਬੱਧ, ਪੂਰਵ ਯੋਜਿਤ

programmer /'ਪਰਅਊਗਰੈਮਅ*/ *n* ਪ੍ਰੋਗਰਾਮ ਤਿਆਰ ਕਰਨ ਵਾਲਾ ਵਿਅਕਤੀ, ਕਾਰਜਸੂਚੀ ਤਿਆਰ ਕਰਤਾ, ਯੋਜਨਾਕਾਰ

programming Language (ਕੰਪਿ) ਪਹਿਲਾਂ ਤੋਂ ਹੀ ਨਿਰਧਾਰਿਤ ਸ਼ਬਦਾਵਲੀ ਅਤੇ ਕਥਨਾਂ ਵਾਲੀ ਕੰਪਿਊਟਰੀ ਭਾਸ਼ਾ ਜਿਸ ਰਾਹੀਂ ਕੰਪਿਊਟਰ ਨੂੰ ਆਦੇਸ਼/ਹਿਦਾਇਤਾਂ ਦੇ ਕੇ ਕੰਮ ਲਏ ਜਾਂਦੇ ਹਨ

progress /'ਪਰਅਊਗਰੈੱਸ/ *n* ਤਰੱਕੀ, ਉੱਨਤੀ, ਵਾਧਾ, ਪ੍ਰਗਤੀ, ਵਿਕਾਸ ਅਵਸਥਾ /ਪਰਅ'ਗਰੈੱਸ/ *vt* ਜਾਰੀ ਰਹਿਣਾ, ਚੱਲ ਰਿਹਾ ਹੋਣਾ; ਤਰੱਕੀ ਕਰਨਾ, ਉੱਨਤੀ ਕਰਨਾ, ਪ੍ਰਗਤੀ ਕਰਨਾ, ਅੱਗੇ ਵਧਣਾ

progression /ਪਰਅ'ਗਰੈਸ਼ਨ/ *n* ਵਿਕਾਸ, ਉੱਨਤੀ, ਪ੍ਰਗਤੀ; (ਗਣਿ) ਪੌੜੀ, ਸ਼੍ਰੇਣੀ, ਸਿਲਸਿਲਾ; (ਸੰਗੀ) ਸੁਰਕ੍ਰਮ

progressive /ਪਰਅ'ਗਰੈੱਸਿਵ਼/ *a* ਪ੍ਰਗਤੀਵਾਦੀ, ਅਗਾਂਹ ਵਧੂ, ਤਰੱਕੀਪਸੰਦ, ਅਗਰਗਾਮੀ, ਵਿਕਾਸਵਾਦੀ, ਸਿਲਸਿਲੇਵਾਰ, ਪ੍ਰਗਤੀਸ਼ੀਲ, ਸੁਧਾਰ ਸਮਰਥਕ *n* ਅਗਾਂਹ ਵਧੂ ਵਿਅਕਤੀ, ਪ੍ਰਗਤੀਵਾਦੀ ਮਨੁੱਖ

progressivism /ਪਰਅ'ਗਰੈੱਸਿਵ਼ਿਜ਼ਅਮ/ *n* ਪ੍ਰਗਤੀਵਾਦ

prohibit /ਪਰਅ'ਹਿਬਿਟ/ *vt* ਨਿਰੋਧ ਕਰਨਾ, ਹੋੜਣਾ, ਹਟਕਣਾ, ਮਨ੍ਹਾ ਕਰਨਾ, ਵਰਜਣਾ, ਪ੍ਰਤਿਬੰਧ ਲਾਉਣਾ

prohibited /ਪਰਅ'ਹਿਬਿਟਿਡ/ *a* ਵਰਜਿਤ, ਪ੍ਰਤਿਬੰਧਿਤ

prohibition /ˌਪਰਅਊਇ'ਬਿਸ਼ਨ/ *n* ਵਰਜਣ, ਬੰਧੇਜ; ਨਿਰੋਧ, ਰੋਕ, ਮਨਾਹੀ; ਨਸ਼ੇਬੰਦੀ, ਸ਼ਰਾਬਬੰਦੀ, (ਕਨੂੰ) ਮਨਾਹੀ ਦਾ ਹੁਕਮ, ਚੀਜ਼ਾਂ ਵੇਚਣ ਦੀ ਮਨਾਹੀ

prohibitive /ਪਰਅ'ਹਿਬਅਟਿਵ਼/ *a* ਨਿਸ਼ੇਧਕ, ਰੋਕਣ ਵਾਲਾ; ਨਿਸ਼ੇਧਸ਼ੀਲ

prohibitory /ਪਰਅ'ਹਿਬਿਟ(ਅ)ਰਿ/ *a* ਨਿਸ਼ੇਧਾਤਮਿਕ, ਨਿਸ਼ੇਧੀ, ਨਿਸ਼ੇਧਵਾਦੀ

project /ਪਰਅ'ਜੈੱਕਟ/ *v* (ਪਰਛਾਵਾਂ, ਅਕਸ) ਸੁੱਟਣਾ; ਤਜਵੀਜ਼ ਕਰਨਾ, ਵਿਓਂਤ ਬਣਾਉਣਾ, ਯੋਜਨਾ ਤਿਆਰ ਕਰਨਾ; ਅੱਗੇ ਜਾਂ ਬਾਹਰ ਵਧਿਆ ਹੋਣਾ, ਉੱਭਰਿਆ ਹੋਣਾ; ਸਾਕਾਰ ਕਰਨਾ, ਸਰੂਪ ਦੇਣਾ, ਪ੍ਰਤੱਖ ਆਕਾਰ ਦੇਣਾ; ਨਕਸ਼ਾ ਬਣਾਉਣਾ /'ਪਰੌਜੈੱਕਟ/ *n* ਵਿਓਂਤ, ਤਜਵੀਜ਼, ਖ਼ਾਕਾ, ਯੋਜਨਾ, ਪ੍ਰਾਜੈੱਕਟ

projectile /ਪਰਅ'ਜੈੱਕਟਾਇਲ/ *a* ਪਰਖੇਪੀ ਅਸਤਰ *a* ਪ੍ਰਪੇਖਕ, ਪ੍ਰਪੇਖੀ, ਧੱਕੇ ਜਾਣ ਯੋਗ

projection /ਪਰਅ'ਜੈੱਕਸ਼ਨ/ *n* ਵਾਧਰਾ, ਛੱਜਾ; ਉਭਾਰ, ਸੋਟ; ਪ੍ਰਖੇਪਣ, ਪਰਛਾਵਾਂ; ਪਰਛਾਵੀਂ ਮੂਰਤ ਜਾਂ ਨਕਸ਼ਾ, ਚਲਚਿੱਤਰ ਪ੍ਰਦਰਸ਼ਨ, ਖ਼ਿਆਲੀ ਮੂਰਤ, ਯੋਜਨਾ, ਖ਼ਾਕਾ

projector /ਪਰਅ'ਜੈੱਕਟਅ*/ *n* ਚਲਚਿੱਤਰ ਯੰਤਰ, ਪ੍ਰੋਜੈਕਟਰ; ਯੋਜਨਾਕਾਰ, ਯੋਜਨਾ ਬਣਾਉਣ ਵਾਲਾ, ਨਿਰੂਪਕ, ਮਨਸੂਬਾ ਤਿਆਰ ਕਰਨ ਵਾਲਾ

projecture /ਪਰਅ'ਜੈੱਕਟਯੁਅ*/ *n* ਉਭਾਰ, ਉੱਭਰਿਆ ਭਾਗ; ਬਾਹਰ ਵੱਲ ਨਿੱਕਲਿਆ ਹਿੱਸਾ

prolabium /ਪਰਅਊ'ਲੇਇਬਿਅਮ/ *n* ਬੁੱਲ੍ਹਾਂ ਦਾ ਲਾਲ ਭਾਗ, ਹੋਂਠਾਂ ਦਾ ਬਾਹਰ ਦਾ ਹਿੱਸਾ

prolapse, prolapsus /'ਪਰਅਊਲੈਪਸ 'ਪਰਅਊਲੈਪਸਅਸ/ *vt* (ਕਿਸੇ ਅੰਗ ਜਿਵੇਂ ਧਰਨ

ਆਦਿ ਦਾ) ਸਰਕ ਜਾਣਾ, ਢਿਲਕਣਾ

prolate /'ਪਰਅਉ ਲੇਇਟ/ *a* (ਰੇਖਾ) ਵਿਸਤਾਰਸ਼ੀਲ, ਅਤਿ ਵਿਸਤ੍ਰਿਤ, (ਸੂਚਨਾ, ਖ਼ਬਰ) ਫੈਲੀ ਹੋਈ

prolation /ਪਰਅ'ਲੇਇਸ਼ਨ/ *n* ਸੁਰ ਵਿਸਤਾਰ, ਦੀਰਘ ਉਚਾਰਨ

prolative /ਪਰਅ'ਲੇਇਟਿਵ੍/ *a* (ਵਿਆ) ਵਿਸਤਾਰਕ, ਸਹਿ ਸੂਚਕਕਾਰਕ

prolegomena /ˌਪਰਅਉਲਅ'ਗੌਮਿਨਅ/ *n* ਭੂਮਿਕਾ, ਪ੍ਰਸਤਾਵਨਾ; ਪਰਾਕਥਨ

prolepsis /ਪਰਅਉ'ਲੈਪਸਿਸ/ *n* ਪੂਰਵ ਅਨੁਮਾਨ; ਪੂਰਵ ਕਲਪਨਾ; (ਵਿਆ) ਵਿਸ਼ੇਸ਼ਣ ਦਾ ਪੂਰਵ ਪ੍ਰਯੋਗ

proleptic /ਪਰਅਉ'ਲੈਪੱਟਿਕ/ *a* ਪਹਿਲਾਂ ਤੋਂ ਅਨੁਮਾਨ ਕੀਤਾ, ਪੂਰਵ ਕਲਪਿਤ, ਪੂਰਵ ਅਨੁਮਾਨਿਤ

proletarian/ˌਪਰਅਉਲਅ'ਟੇਅਰਿਅਨ/ *a* ਕਿਰਤੀ (ਸ਼੍ਰੇਣੀ), ਮਜ਼ਦੂਰ (ਵਰਗ), ਪਰੋਲਤਾਰੀ

proletariat /ˌਪਰਅਉਲਅ'ਟੇਅਰਿਅਟ/ *n* (ਪੁਰਾਤਨ ਰੋਮ ਦੀ) ਨਿਮਨ ਸ਼੍ਰੇਣੀ, ਪਰੋਲਤਾਰੀ, ਕਿਰਤੀ ਸ਼੍ਰੇਣੀ, ਸਰਬਹਾਰਾ, ਮਜ਼ਦੂਰ ਵਰਗ; ਕਿਰਤੀ ਸਮਾਜ

proliferate /ਪਰਅ'ਲਿਫ਼ਅਰੇਇਟ/ *vi* ਪਸਰਨਾ, ਵਾਧਾ ਹੋਣਾ, ਆਪਣੇ ਆਪ ਤੋਂ ਉਤਪੰਨ ਕਰਨਾ

proliferation/ਪਰਅˌਲਿਫ਼ਅ'ਰੇਇਸ਼ਨ/ *n* ਪਲਰਨ, ਵਾਧਾ, ਪਸਾਰ

prolific /ਪਰਅ'ਲਿਫ਼ਿਕ/ *a* ਬਹੁਉਤਪਾਦਕ, ਭਰਵਾਂ; ਵਾਫਰ

prolificacy /ਪਰਅ'ਲਿਫ਼ਿਕਅਸਿ/ *n* ਉਪਜਾਊਪਣ, ਭਰਵਾਂਪਣ; ਬਹੁ ਪ੍ਰਜਣਨ

prolification /ਪਰਅˌਲਿਫ਼ਿ'ਕੇਇਸ਼ਨ/ *n* ਕ੍ਰਮਕ ਵਿਕਾਸ, ਕ੍ਰਮਬੱਧ ਵਾਧਾ, ਸਿਲਸਿਲੇਵਾਰ ਤਰੱਕੀ

proligerous /ਪਰਅਉ'ਲਿਜਅਰਅਸ/ *a* (ਬਨ) ਉਤਪਾਦੀ; (ਬੱਚਿਆਂ ਨੂੰ) ਉਤਪੰਨ ਕਰਨ ਵਾਲਾ

prolix /'ਪਰਅਉ ਲਿਕਸ/ *a* ਲੰਮਾ ਚੌੜਾ, ਲਮਕਾਉਣ ਵਾਲਾ (ਲੇਖ ਜਾਂ ਲੈਕਚਰ), ਉਕਤਾ ਦੇਣ ਵਾਲੀ (ਤਕਰੀਰ)

prolixity /ਪਰਅਉ'ਲਿਕਸਅਟਿ/ *n* ਵਧਾਣ, ਲਮਕਾਅ, ਬੇਲੋੜਾ ਵਿਸਤਾਰ; ਵਾਕ

prolocution /ˌਪਰਅਉਲਅ'ਕਯੂਸ਼ਨ/ *n* ਜਾਣ ਪਛਾਣ ਕਰਾਉਣ ਵਾਲਾ ਭਾਸ਼ਣ, ਪ੍ਰਾਰੰਭਿਕ ਭਾਸ਼ਣ

prolocutor /'ਪਰਅਉਲੌਕਯੁਟਅ*/ *n* ਬੁਲਾਰਾ, (ਚਰਚ ਆਫ਼ ਇੰਗਲੈਂਡ ਦੀ ਕਨਵੋਕੇਸ਼ਨ ਦੇ ਹੇਠਲੇ ਸਦਨ ਦਾ) ਪ੍ਰਧਾਨ, ਸਭਾਪਤੀ

PROLOG *abbr* **Programming in Logic** ਦਾ ਸੰਖਿਪਤ ਰੂਪ, (ਕੰਪਿ) ਕੰਪਿਊਟਰ ਪ੍ਰੋਗਰਾਮ ਲਿਖਣ ਲਈ ਇੱਕ ਭਾਸ਼ਾ

prologue /'ਪਰਅਉ ਲੌਗ/ *n* ਮੁੱਖਬੰਧ, ਪ੍ਰਸਤਾਵਨਾ, ਮੰਗਲਾਚਰਨ, (ਅਲੰਕਾਰਕ) ਭੂਮਿਕਾ

prolong /ਪਰਅ'ਲੌਙ/ *vt* ਲਮਕਾਉਣਾ, ਵਿਸਤਾਰ ਦੇਣਾ, ਦੀਰਘ ਕਰਨਾ, ਪ੍ਰਸਾਰਿਤ ਕਰਨਾ, (ਅੱਖਰਾਂ ਦੇ ਉਚਾਰਨ ਨੂੰ) ਲਮਕਾਉਣਾ

prolongation /ˌਪਰਅਉਲੌਙ'ਗੇਇਸ਼ਨ/ *n* ਲਮਕਾਅ, ਵਧਾਅ, ਵਿਸਤਾਰ; ਫੈਲਾ

prolusion /ਪਰਅ(ਉ)'ਲਯੂਯ਼ਨ/ *n* ਪਰਾਕਥਨ; ਮੁਢਲਾ ਯਤਨ

prolusory /ਪਰਅ'ਲਯੂਸਅਰਿ/ *a* ਪ੍ਰਾਰੰਭਿਕ; ਪ੍ਰਾਥਮਿਕ; ਭੂਮਿਕਾ ਸੰਬੰਧੀ, ਪ੍ਰਸਤਾਵਨਾ ਸੰਬੰਧੀ

promenade /ˌਪਰੌਮਅ'ਨਾਡ/ *n* ਸਫ਼ਰ, ਸੈਰ-ਸਪਾਟਾ, ਸਵਾਰੀ, ਯਾਤਰਾ; ਸੈਰਗਾਹ ਦੀ ਪਟੜੀ, ਠੰਢੀ ਸੜਕ, ਸਫ਼ਰਗਾਹ *v* ਟਹਿਲਣਾ, ਸਫ਼ਰ ਕਰਨਾ; ਘੋੜੇ ਦੀ ਸਵਾਰੀ ਕਰਨਾ; ਜਲੂਸ ਕੱਢਣਾ

promenader /ˌਪਰੌਮਅ'ਨਾਡਅ*/ *n* ਸੈਲਾਨੀ, ਸਵਾਰ, ਯਾਤਰੂ, ਜਲੂਸ ਕੱਢਣ ਵਾਲਾ ਵਿਅਕਤੀ

prominence, prominency /'ਪਰੌਮਿਨਅਨਸ, 'ਪਰੌਮਿਨਅਨਸਿ/ *n* ਮਹੱਤਤਾ, ਮਸ਼ਹੂਰੀ, ਪ੍ਰਸਿੱਧੀ; ਉਭਾਰ, ਵਧਾਣ; ਪ੍ਰਧਾਨਤਾ, ਪ੍ਰਮੁੱਖਤਾ, ਵਿਸ਼ਿਸ਼ਟਤਾ

prominent /'ਪਰੌਮਿਨਅਨਟ/ *a* ਉੱਭਰਿਆ, ਅੱਗੇ ਵਧਿਆ; ਉੱਨਤ, ਪ੍ਰਸਿੱਧ, ਉੱਘਾ, ਮਸ਼ਹੂਰ,

ਸਿਰਕੱਢ; ਪ੍ਰਧਾਨ, ਪ੍ਰਮੁੱਖ, ਸ੍ਰੇਸ਼ਠ, ਵਿਸ਼ਿਸ਼ਟ

promiscuous /ਪਰਅ'ਮਿਸਕਯੁਅਸ/ *a* ਅੰਨ੍ਹੇਵਾਹ; ਰਲਗੱਡ; ਖੁੱਲ੍ਹੇ ਜਿਨਸੀ ਸੰਬੰਧ ਰੱਖਣ ਵਾਲਾ (ਵਿਅਕਤੀ)

promiscuousness, promiscuity / ਪਰਅ'ਮਿਸਕਯੁਅਸਨਅਸ, ˌਪਰੌਮਿਸ'ਕਯੂਅਟਿ/ *n* ਮਿਸ਼ਰਨ; ਬੇਤਰਤੀਬੀ; ਲਿੰਗ ਸੰਬੰਧੀ ਸੁਤੰਤਰਤਾ, ਖੁੱਲ੍ਹੇ ਜਿਨਸੀ ਸੰਬੰਧ

promise /'ਪਰੌਮਿਸ/ *n* ਇਕਰਾਰ, ਕੌਲ, ਵਚਨ; ਪ੍ਰਤਿੱਗਿਆ, ਮਾਣ, ਹੋਣਹਾਰਤਾ *v* ਇਕਰਾਰ ਕਰਨਾ, ਪ੍ਰਣ ਜਾਂ ਵਚਨ ਦੇਣਾ, ਕੌਲ ਦੇਣਾ, ਜ਼ਬਾਨ ਦੇਣਾ; ਵਿਸ਼ਵਾਸ ਦਿਵਾਉਣਾ, ਆਸ਼ਾ ਕਰਨਾ, ਸੰਭਾਵਨਾ ਪ੍ਰਗਟ ਕਰਨਾ

promised /'ਪਰੌਮਿਸਟ/ *a* ਸੰਭਾਵਿਤ, ਕਲਪਿਤ, ਆਸ਼ਾ ਅਨੁਸਾਰ

promised land *n* ਸਵਰਗ, ਜੰਨਤ, ਬਹਿਸ਼ਤ, (ਯਹੂਦੀ ਧਰਮ ਅਨੁਸਾਰ) ਕਨਾਨ ਦੇਸ਼

promising /'ਪਰੌਮਿਸਿਙ/ *a* ਹੋਣਹਾਰ; ਹੁੰਦੜਹੇਲ; ਸੰਭਾਵਨਾਪੂਰਨ, ਆਸ਼ਾਜਨਕ

promissive /ਪਰਅ'ਮਿਸਿਵ਼/ *a* ਪਹਿਲਾਂ ਸੁਣੇ ਅਨੁਸਾਰ; ਵਾਅਦੇ ਦਾ

promissory /'ਪਰੌਮਿਸਅਰਿ/ *a* ਆਸ਼ਾਪੂਰਨ, ਸੰਭਾਵਨਾਪੂਰਨ

promissory note *n* ਪਰਨੋਟ, ਵਚਨ ਪੱਤਰ

promo/'ਪਰਅਉਮਅਉ/ *a* ਕਲਾ ਨੂੰ ਪ੍ਰੇਰਿਤ ਕਰਨ ਵਾਲਾ, (ਵਿਕਰੀ ਵਧਾਉਣ ਲਈ) ਪ੍ਰਚਾਰ ਕਰਨ ਵਾਲਾ, ਪ੍ਰੋਤਸਾਹਿਕ

promontory /'ਪਰੌਮਅਨਟਰਿ/ *n* ਰਾਸ, ਵਧਾਣ, ਉਭਾਰ, ਗਿਲਟੀ

promote /ਪਰਅ'ਮਅਉਟ/ *vt* ਵਧਾਉਣਾ, ਤਰੱਕੀ ਦੇਣਾ; ਪਦ ਉਨੱਤੀ ਕਰਨਾ, ਉਚਿਆਉਣਾ; ਸਹਾਈ ਹੋਣਾ, ਸਮਰਥਨ ਕਰਨਾ, ਉਤੇਜਿਤ ਕਰਨਾ; ਚਾਲੂ ਕਰਨਾ (ਕੰਪਨੀ ਜਾਂ ਵਿਹਾਰ); ਪ੍ਰਚਾਰ ਕਰਕੇ ਵਿਕਰੀ ਵਧਾਉਣਾ

promoter /ਪਰਅ'ਮਅਉਟਅ*/ *n* ਤਰੱਕੀ ਦੇਣ ਵਾਲਾ ਵਿਅਕਤੀ, ਸਮਰਥਕ, ਉਤੇਜਿਤ ਕਰਨ ਵਾਲਾ ਵਿਅਕਤੀ, ਉਤਸ਼ਾਹਕ

promotion /ਪਰਅ'ਮਅਉਸ਼ਨ/ *n* ਤਰੱਕੀ, ਵਾਧਾ, ਪਦ ਉਨੱਤੀ; ਸਮਰਥਨ

prompt /ਪਰੌਮਪਟ/ *a* ਤਿਆਰ, ਤਤਪਰ, ਤਿਆਰ ਬਰ ਤਿਆਰ, ਝੱਟ-ਪੱਟ, ਤੁਰੰਤ *vt* ਉਕਸਾਉਣਾ, ਚੁੱਕਣਾ, ਭੜਕਾਉਣਾ, ਪ੍ਰੇਰਨਾ, ਟੁੰਬਣਾ; (ਐਕਟਰ ਨੂੰ) ਸੁਝਾਉਣਾ, ਚਿਤਾਵਨੀ ਦੇਣਾ

prompter /'ਪਰੌਮਪਟਅ*/ *n* ਉਤੇਜਕ, ਪ੍ਰੇਰਕ, ਉਭਾਰਨ ਵਾਲਾ, ਉਕਸਾਉਣ ਵਾਲਾ, (ਨਾਟਕ ਵਿੱਚ) ਸੁਝਾਉਣ ਵਾਲਾ, ਚਿਤਾਵਨੀ ਦੇਣ ਵਾਲਾ

prompting /'ਪਰੌਮਪਟਿਙ/ *n* ਪ੍ਰੇਰਨਾ, ਟੁੰਬਣ, ਉਤੇਜਨਾ, ਅਨੁਬੋਧਨ

promptitude, promptness /ਪਰੌਮਪਟਿਟਯੂਡ, ਪਰੌਮਪਟਨਅਸ/ *n* ਚੁਸਤੀ, ਫੁਰਤੀ, ਹੁਸ਼ਿਆਰੀ; ਤਤਪਰਤਾ, ਉਤਸੁਕਤਾ

promptly /'ਪਰੌਮਪਟਲਿ/ *adv* ਤੁਰਤ, ਇੱਕ ਦਮ, ਉਸੇ ਸਮੇਂ ਹੀ; ਨਿਰਧਾਰਿਤ ਸਮੇਂ ਉੱਤੇ

promptuary /'ਪਰੌਮ(ਪ)ਟਯੁਅਰਿ/ *n* ਪੁਸਤਕਾਂ, ਡਾਇਰੀ, ਨੋਟ-ਬੁੱਕ; ਗੁਦਾਮ, ਭੰਡਾਰ, ਸਟੋਰ

prompture /ਪਰੌਮ(ਪ)ਚਅ*/ *n* ਪ੍ਰੇਰਨਾ, ਉਤਸ਼ਾਹ, ਰਾਏ, ਸਲਾਹ, ਮਸ਼ਵਰਾ

promulgate /'ਪਰੌਮਲਗੇਇਟ/ *vt* ਐਲਾਨ ਕਰਨਾ, ਘੋਸ਼ਿਤ ਕਰਨਾ; (ਕਨੂੰ) ਲਾਗੂ ਕਰਨਾ, ਜਾਰੀ ਕਰਨਾ

promulgation /ˌਪਰੌਮਲ'ਗੇਇਸ਼ਨ/ *n* ਪ੍ਰਕਾਸ਼ਨ, ਘੋਸ਼ਣਾ, ਡੌਂਡੀ, ਮੁਨਾਦੀ, ਐਲਾਨ

promulgator /'ਪਰੌਮ(ਅ)ਲਗੇਇਟਅ*/ *n* ਐਲਾਨ ਕਰਨ ਵਾਲਾ ਵਿਅਕਤੀ, ਲਾਗੂ ਕਰਨ ਵਾਲਾ ਵਿਅਕਤੀ, ਜਾਰੀ ਕਰਨ ਵਾਲਾ ਵਿਅਕਤੀ

pronate /'ਪਰਅਉਨੇਇਟ/ *vt* ਹੱਥ ਦੀ ਤਲੀ ਨੂੰ ਉਲਟਾਉਣਾ, ਹਥੇਲੀ ਪਲਟਣਾ, ਹਥੇਲੀ ਨੂੰ ਹੇਠਾਂ ਉੱਤੇ ਕਰਨਾ

prone /ਪਰਅਉਨ/ *a* ਮੂਧਾ, ਮੂੰਹ-ਭਾਰ; ਚੁਫਾਲ,

ਚਿੱਤ; (ਮੈਦਾਨ) ਢਾਲਵਾਂ; ਝੁਕਾਅ ਵਾਲਾ, ਰੁਚਿਤ, ਰੁਚੀਮਾਨ

pronely /ਪਰਅਉਨਲਿ/ *adv* ਮੂੰਹ-ਭਾਰ, ਸਿਰ ਦੇ ਭਾਰ

proneness /'ਪਰਅਉਨਨਅਸ/ *n* ਪ੍ਰਵਿਰਤੀ, ਝੁਕਾਅ, ਰੌਂ, ਉਨਮੁਖਤਾ

proneur /ਪਰਅਉ'ਨਅ:/ *(F) n* ਚਾਪਲੂਸ, ਖੁਸ਼ਾਮਦੀ

prong /ਪਰੌਙ/ *n* ਸ਼ਾਖ਼, ਫਾਲ, ਸਾਂਘਾ, ਕੰਢੇਦਾਰ ਯੰਤਰ *vt* (ਕੰਡਾ) ਚੋਭਣਾ, ਖੋਭਣਾ, ਸੱਲਣਾ; (ਜ਼ਮੀਨ ਆਦਿ) ਸਾਂਘੇ ਨਾਲ ਉੱਥਲਣਾ, ਕੁਰੇਦਣਾ, ਖੋਦਣਾ

pronominal /ਪਰਅਉ'ਨੌਮਿਨਲ/ *a* (ਵਿਆ) ਪੜਨਾਂਵੀ (ਵਿਸ਼ੇਸ਼ਣ ਜਾਂ ਕਿਰਿਆ ਵਿਸ਼ੇਸ਼ਣ)

pronoun /'ਪਰਅਉਨਾਉਨ/ *n* (ਵਿਆ) ਸਰਵਨਾਮ, ਪੜਨਾਂਵ

pronounce /ਪਰਅ'ਨਾਉਨਸ/ *vt* ਉਚਾਰਨਾ, ਬੋਲਣਾ, ਕਹਿਣਾ, (ਸਰਾਪ) ਸੁਣਾਉਣਾ; ਗੰਭੀਰ ਢੰਗ ਨਾਲ ਕਹਿਣਾ; (ਰਾਏ ਦਾ) ਐਲਾਨ ਕਰਨਾ; ਨਿਰਨਾ ਦੇਣਾ

pronounceable /ਪਰਅ'ਨਾਉਨਸਅਬਲ/ *a* ਉਚਾਰਨਯੋਗ, ਉਚਾਰਨੀ

pronounced /ਪਰਅ'ਨਾਉਨਸਟ /*a* ਉਚਾਰਿਤ, ਸਪਸ਼ਟ, ਨਿਸ਼ਚਿਤ, ਯਕੀਨੀ, ਦ੍ਰਿੜ੍ਹ; (ਰਾਏ-ਰੁਚੀ ਆਦਿ) ਘੋਸ਼ਿਤ

pronouncement /ਪਰਅ'ਨਾਉਨਸਮਅਨਟ/ *n* ਫ਼ੈਸਲਾ, ਨਿਰਨਾ, ਘੋਸ਼ਣਾ

pronto /'ਪਰੌਨਟਅਉ/ *adv* (ਅਪ) ਝੱਟ-ਪੱਟ, ਇਕਦਮ, ਫੌਰੀ

pronunciation /ਪਰਅ,ਨਅੱਨਸਿ'ਏਇਸ਼ਨ/ *n* ਉਚਾਰਨ, ਉਚਾਰਨ ਵਿਧੀ

proof /ਪਰੂਫ਼/ *n* ਸਬੂਤ, ਪ੍ਰਮਾਣ, ਗਵਾਹੀ, ਸਾਖੀ; ਸਿੱਧੀ; ਜਾਂਚ, ਪਰਖ, ਪਰੀਖਿਆ; (ਛਾਪੇ ਜਾਂ ਫ਼ੋਟੋ ਦਾ) ਪਰੂਫ, ਸੋਧ ਪੱਤਰ, ਕੱਚੀ ਛਾਪ *vt* ਸੋਧ ਕਰਨਾ, ਸਿੱਧ ਬਣਾਉਣਾ; ਨਿਸ਼ਪ੍ਰਭਾਵੀ ਬਣਾਉਣਾ, ਅਲੰਘ ਬਣਾਉਣਾ; ਪਣ ਰੋਕ ਬਣਾਉਣਾ

proofread /'ਪਰੂਫ਼ਰੀਡ/ *v* ਲਿਖੇ ਗਏ ਜਾਂ ਛਪ ਰਹੇ ਕਾਰਜ ਵਿੱਚ ਸੋਧ ਕਰਨਾ, ਪਰੂਫ ਰੀਡਿੰਗ ਕਰਨਾ

proofreader /'ਪਰੂਫਰੀਡਅ*/ *n* ਪਰੂਫ ਰੀਡਰ, ਸੋਧਕ

prop /ਪਰੌਪ/ *n* ਥੰਮ੍ਹੀ, ਟੇਕ, ਆਸਰਾ, ਢੋਹ, ਸਹਾਰਾ, ਆਸਰਾ *v* ਥੰਮ੍ਹੀ ਦੇਣਾ, ਢੋਹ ਲਾਉਣਾ, ਢਾਸਣਾ ਲਾਉਣਾ; ਟੇਕ ਦੇਣਾ, ਆਸਰਾ ਦੇਣਾ; ਸੰਭਾਲਨਾ, ਥੰਮ੍ਹਣਾ

propaganda /,ਪਰੌਪਅ'ਗੈਨਡਅ/ *n* ਪ੍ਰਚਾਰ, ਪ੍ਰਸਾਰ, ਪ੍ਰਾਪੇਗੰਡਾ

propagandist /,ਪਰੌਪਅ'ਗੈਨਡਿਸਟ/ *n* ਪ੍ਰਚਾਰਕ, ਪ੍ਰਸਾਰਕ

propagate /'ਪਰੌਪਅਗੇਇਟ/ *vt* ਪ੍ਰਚਾਰ ਕਰਨਾ, ਪ੍ਰਕਾਸ਼ਿਤ ਕਰਨਾ; ਫੈਲਾਉਣਾ, ਅੱਗੇ ਵਧਾਉਣਾ; ਜਨਮ ਦੇਣਾ, ਉਤਪੰਨ ਕਰਨਾ; ਸੰਚਾਰਨਾ (ਪੌਦੇ, ਜੰਤੂ, ਰੋਗ ਆਦਿ); (ਗੁਣ ਆਦਿ ਦਾ) ਇੱਕ ਪੀੜ੍ਹੀ ਦਾ ਦੂਜੀ ਪੀੜ੍ਹੀ ਨੂੰ ਦੇਣਾ

propagation /,ਪਰੌਪਅ'ਗੇਇਸ਼ਨ/ *n* ਪ੍ਰਚਾਰ, ਪ੍ਰਸਾਰ, ਪ੍ਰਜਣਨ, ਫੈਲਾਉਣ, ਪ੍ਰਸਾਰਨ

propagator /'ਪਰੌਪਅਗੇਇਟਅ*/ *n* ਉਤਪਾਦਕ, ਪ੍ਰਚਾਰਕ, ਪ੍ਰਸਾਰਕ

propane/'ਪਰਅਉਪੇਇਨ/ *n* ਬਾਲਣ ਦਾ ਕੰਮ ਦੇਣ ਵਾਲੀ ਇੱਕ ਗੈਸ

propel /ਪਰਅ'ਪੈੱਲ/ *vt* ਪ੍ਰੇਰਿਤ ਕਰਨਾ; ਅੱਗੇ ਧੱਕਣਾ, ਠੇਲ੍ਹਣਾ, ਰੇੜ੍ਹਨਾ, ਧੱਕਾ ਦੇਣਾ

propellant /ਪਰਅ'ਪੈੱਲਅਨਟ/ *n* ਅੱਗੇ ਧੱਕਣ ਵਾਲਾ ਯੰਤਰ *a* ਅੱਗੇ ਧੱਕਣ ਵਾਲਾ (ਬਰੂਦ ਆਦਿ)

propeller /ਪਰਅ'ਪੈੱਲਅ*/ *n* ਪ੍ਰੇਰਕ, ਅਗਾਂਹ ਧੱਕਣ ਵਾਲਾ, ਜਹਾਜ਼ ਜਾਂ ਹਵਾਈ ਜਹਾਜ਼ ਨੂੰ ਅੱਗੇ ਧੱਕਣ ਵਾਲਾ ਪੱਖਾ

propense /ਪਰਅ'ਪੈਨੱਸ/ *a* ਝੁਕਿਆ, ਪ੍ਰਵਿਰਤ, ਉਨਮੁੱਖ

propension /ਪਰਅ'ਪੈਨੱਸ਼ਨ/ *n* ਪਰਿਵਰਤਨ;

ਰੁਝਾਨ, ਝੁਕਾਅ

propensity /ਪਰਅ'ਪੈਂਨਸਅਟਿ/ *n* ਪ੍ਰਵਿਰਤੀ; ਰੁਚੀ, ਰੁਝਾਨ, ਝੁਕਾਅ; ਕੁਦਰਤੀ ਲਗਾਅ

proper /'ਪਰੌਂਪਅ*/ *a* (ਪਰਾ) ਨਿੱਜੀ, ਆਪਣਾ, ਸਮੇਂ ਅਨੁਕੂਲ; ਸੰਗਤ, ਯਥਾਰਥਿਕ, ਵਾਸਤਵਿਕ; (ਬੋਲ) ਸੰਪੂਰਨ, ਸਾਰਾ, ਪੂਰਾ; ਪੱਕਾ, ਯੋਗ, ਸਹੀ, ਠੀਕ, ਉਚਿਤ, ਠੀਕ-ਠਾਕ; ਥਹੁ ਵਾਲਾ, ਠੁੱਕ ਸਿਰ, ਟਿਕਾਣੇ ਦਾ, ਜਚਦਾ ਬਣਦਾ; ਢੁਕਵਾਂ, ਚੱਜ ਦਾ, ਸ਼ਰੀਫ਼, ਸੁਚੱਜਾ, ਚੰਗਾ

proper fraction *n* (ਗਣਿ) ਬਟੇ ਵਾਲਾ ਅੰਕ ਜਿਸਦਾ ਅੰਸ਼ ਹਰ ਨਾਲੋਂ ਛੋਟਾ ਹੋਵੇ

properly /'ਪਰੌਂਪਅਲਿ/ *adv* ਉਚਿਤ ਰੀਤੀ ਨਾਲ, ਠੁੱਕ ਸਿਰ; ਠੀਕ ਤਰ੍ਹਾਂ

proper noun *n* (ਵਿਆ) ਖ਼ਾਸ ਨਾਂਵ, ਵਿਅਕਤੀਵਾਚਕ ਨਾਂਵ, ਵਿਅਕਤੀਵਾਚਕ ਸੰਗਿਆ

propertied /'ਪਰੌਂਪਅਟਿਡ/ *a* ਜਾਇਦਾਦ ਵਾਲਾ, ਸੰਪੱਤੀ ਵਾਲਾ

property /'ਪਰੌਂਪਅਟਿ/ *n* ਜਾਇਦਾਦ, ਸੰਪੱਤੀ, ਮਾਲ ਧਨ, ਮਲਕੀਅਤ, ਮਿਲਖ; ਸੁਭਾਅ, ਖ਼ਾਸਾ

prophecy /'ਪਰੌਂਫਅਸਿ/ *n* ਭਵਿੱਖਬਾਣੀ; ਇਲਹਾਮ, ਅਗੰਮੀ ਵਾਕ

prophesy /'ਪਰੌਂਫਅਸਾਇ/ *v* ਭਵਿੱਖ ਬਾਰੇ ਦੱਸਣਾ, ਭਵਿੱਖਬਾਣੀ ਕਰਨਾ, ਪੂਰਵ ਸੂਚਨਾ ਦੇਣਾ, ਅਗੰਮੀ ਵਾਕ ਕਹਿਣਾ

prophet /'ਪਰੌਂਫ਼ਿਟ/ *n* ਈਸ਼ਵਰ ਦੂਤ, (ਸਿਧਾਂਤ ਆਦਿ ਦਾ) ਪ੍ਰਵਕਤਾ, ਪੱਖ ਸਮਰਥਕ; ਭਵਿੱਖ ਵਕਤਾ, ਪੈਗ਼ੰਬਰ

prophetic, prophetical /ਪਰਅ'ਫ਼ੈੱਟਿਕ ਪਰਅ'ਫ਼ੈੱਟਿਕਲ/ *a* ਅਗੰਮੀ; ਇਲਹਾਮੀ, ਪੈਗ਼ੰਬਰੀ; ਭਵਿੱਖ ਕਥਨ ਸੰਬੰਧੀ

prophylactic /ˌਪਰੌਂਫ਼ਿ'ਲੈਕਟਿਕ/ *a* ਰੋਗ ਨਿਵਾਰਕ (ਦਵਾਈ ਜਾਂ ਸਾਧਨ)

propination /ˌਪਰੌਂਪਿ'ਨੇਇਸ਼ਨ/ *n* ਅਰਾਧਨਾ; ਸਹੁੰ ਚੁੱਕਣ ਦੀ ਕਿਰਿਆ; ਉਪਹਾਰ

propinquity /ਪਰਅ'ਪਿਙਕਵਅਟਿ/ *n* (ਸਮੇਂ ਦੀ) ਸਮੀਪਤਾ, ਨੇੜਤਾ, ਨਿਕਟਤਾ, ਨਜ਼ਦੀਕੀ; ਸਾਕ, ਸਾਕੇਦਾਰੀ, ਪੜੋਸ, ਗੁਆਂਢ

propitiate /ਪਰਅ'ਪਿਸ਼ਿਏਇਟ/ *v* ਸੰਤੁਸ਼ਟ ਕਰਨਾ, ਮਨਾਉਣਾ, ਪਤਿਆਉਣਾ, ਰੀਝਾਉਣਾ, ਰਾਜ਼ੀ ਕਰਨਾ, ਪ੍ਰਸੰਨ ਕਰਨਾ, ਅਰਾਧਨਾ

propitiation /ਪਰਅˌਪਿਸ਼ਿ'ਏਇਸ਼ਨ/ *n* ਸੰਤੁਸ਼ਟੀ; ਖ਼ੁਸ਼ ਕਰਨ ਦਾ ਭਾਵ, ਰੀਝ ਪੈਦਾ ਕਰਨ; ਅਰਾਧਨਾ

propitiatory /ਪਰਅ'ਪਿਸ਼ਿਅਟਰਿ/ *a* ਪ੍ਰਸੰਨਕਾਰੀ, ਰੀਝਾਵੀਂ

propitious /ਪਰਅ'ਪਿਸ਼ਅਸ/ *a* ਸੁਲੱਖਣਾ, ਅਨੁਕੂਲ, ਸ਼ੁਭ (ਲਗਨ); ਕਿਰਪਾਲੂ, ਕਲਿਆਣਕਾਰੀ; ਸੁਵੱਲਾ (ਮੌਕਾ, ਸਮਾਂ)

proplasm /'ਪਰੌਂਪਲੈਜ਼(ਅ)ਮ/ *n* ਕਿਸੇ ਵਸਤੂ ਨੂੰ ਵਿਸ਼ੇਸ਼ ਰੂਪ ਅਨੁਸਾਰ ਢਾਲਨ ਲਈ ਵਰਤਿਆ ਜਾਣ ਵਾਲਾ ਖੋਲ, ਸੱਚਾ, ਸਾਂਚਾ

proponent /ਪਰਅ'ਪਅਉਨਅਨਟ/ *a* ਕਿਸੇ ਵਿਚਾਰਧਾਰਾ ਨੂੰ ਪਰਚਾਰਨ ਵਾਲਾ, ਧਾਰਕ, ਪ੍ਰਸਤਾਵਿਕ

proportion /ਪਰਅ'ਪੋਸ਼ਨ/ *n* ਅਨੁਪਾਤ; ਨਿਸਬਤ, ਅਨੁਰੂਪ; ਹਿੱਸਾ, ਪਰਿਮਾਣ (ਅੰਸ਼, ਭਾਗ)

proportionable /ਪਰਅ'ਪੋਸ਼(ਅ)ਨਅਬਲ/ *a* ਤੁਲ, ਸਮਤੋਲ, ਤੁਲਵਾਂ, ਹਿੱਸੇ ਪ੍ਰਤਿ

proportional/ਪਰਅ'ਪੋਸ਼ਅਨਲ/ *a* ਅਨੁਰੂਪ; ਤੁਲ, ਨਿਸਬਤੀ, ਸਮਤੁਲ

proportionate /ਪਰਅ'ਪੋਸ਼ਅਨਅਟ/ *a* ਹਿੱਸੇ ਪ੍ਰਤਿ, ਸਮਤੋਲ, ਤੁਲਵਾਂ, ਅਨੁਰੂਪ

proportioned /ਪਰਅ'ਪੋਸ਼ਅਨਡ/ *a* ਸਮ-ਅਨੁਪਾਤੀ

proposal /ਪਰਅ'ਪਅਉਜ਼ਲ/ *n* ਪ੍ਰਸਤਾਵ, ਸੁਝਾਅ, ਪ੍ਰਸਤਾਵਨਾ, ਸੰਕਲਪ; ਤਜਵੀਜ਼; ਵਿਆਹ ਦੀ ਪੇਸ਼ਕਸ਼, ਵਿਆਹ ਪ੍ਰਸਤਾਵ

propose /ਪਰਅ'ਪਅਉਜ਼/ *v* ਤਜਵੀਜ਼ ਕਰਨਾ, ਪ੍ਰਸਤਾਵ ਰੱਖਣਾ, ਇਰਾਦਾ ਰੱਖਣਾ, ਸੁਝਾਅ ਦੇਣਾ; ਮੈਂਬਰ ਚੁਣਨਾ, ਮਤਾ ਪੇਸ਼ ਕਰਨਾ, ਵਿਚਾਰ ਕਰਨਾ,

ਵਿਚਾਰ ਗੋਚਰੇ ਕਰਨਾ, ਇੱਛਾ ਕਰਨਾ, (ਵਿਆਹ ਲਈ) ਇੱਛਾ ਪ੍ਰਗਟ ਕਰਨਾ

proposed /ਪਰਅ'ਪਅਉਜ਼ਡ/ *a* ਪ੍ਰਸਤੁਤ, ਪ੍ਰਸਥਾਪਿਤ

proposer /ਪਰਅ'ਪਅਉਜ਼ਅ*/ *n* ਤਜਵੀਜ਼ ਦੇਣ ਵਾਲਾ, ਪ੍ਰਸਤਾਵਿਕ, ਉਦੇਸ਼ ਦੱਸਣ ਵਾਲਾ, ਪ੍ਰਸਤੁਤ ਕਰਨ ਵਾਲਾ, ਇੱਛਾ ਪ੍ਰਗਟ ਕਰਨ ਵਾਲਾ; ਵਿਆਹ ਲਈ ਪ੍ਰਾਰਥਕ; ਸੰਕਲਪ ਕਰਨ ਵਾਲਾ

proposition /ˌਪਰੌਪਅ'ਜ਼ਿਸ਼ਨ/ *n* ਉਕਤੀ, ਕਥਨ, ਵਚਨ, (ਗਣਿ) ਸਵਾਲ, ਮਸਲਾ, ਤਜਵੀਜ਼, ਸੁਝਾਅ, ਪ੍ਰਸਤਾਵ

propotency /ਪਰਅ'ਪਅਉਟਅਨਸਿ/ *n* ਅਧਿਸ਼ਕਤੀ, ਅਧਿਬਲ

propound /ਪਰਅ'ਪਾਉਨਡ/ *vt* (ਵਿਚਾਰ ਲਈ) ਪੇਸ਼ ਕਰਨਾ, (ਸਿਧਾਂਤ, ਤਜਵੀਜ਼) ਵਿਚਾਰ ਗੋਚਰੇ ਕਰਨਾ

propper /'ਪਰੌਪਅ*/ *n* ਸਹਾਰਾ ਦੇਣ ਵਾਲਾ, ਸਹਾਇਕ, ਆਸਰਾ ਦੇਣ ਵਾਲਾ, ਤਾਣ ਦੇਣ ਵਾਲਾ

propraetor /ਪਰਅ'ਪਰੀਟਅ*/ *n* (ਰੋਮਨ) ਪ੍ਰੀਟਰ ਦੀ ਜਗ੍ਹਾ ਕਾਇਮ ਮੁਕਾਮ ਵਿਅਕਤੀ, ਗਵਰਨਰ

proprietary /ਪਰਅ'ਪਰਾਇਅਟਰਿ/ *a* ਮਾਲਕੀ ਦਾ, ਸੁਆਮੀ ਦਾ *n* ਮਾਲਕੀ, ਮਲਕੀਅਤ

proprietor /ਪਰਅ'ਪਰਾਇਅਟਅ*/ *n* ਸੁਆਮੀ, ਮਾਲਕ

proprietory /ਪਰਅ'ਪਰਾਇਟ(ਅ)ਰਿ/ *a* ਮਾਲਕੀ ਸੰਬੰਧੀ

proprietress /ਪਰਅ'ਪਰਾਇਅਟਰੈੱਸ/ *n* ਅਧਿਕਾਰਨ, ਮਾਲਕਣ

propriety /ਪਰਅ'ਪਰਾਇਅਟਿ/ *n* ਉਚਿਤਤਾ, ਮਰਯਾਦਾ, ਠੀਕ ਵਿਹਾਰ

props /ਪਰੌਪਸ/ *n* ਮੰਚ ਸਮੱਗਰੀ, ਮੰਚ ਦਾ ਸਮਾਨ, ਸਟੇਜ ਲਈ ਨਿੱਕ-ਸੁੱਕ

proptosis /'ਪਰੌਪਟਅਉਸਿਸ/ *n* (ਅੰਗ ਦਾ) ਢਿਲਕਣ ਦਾ ਰੋਗ

propugnation /ˌਪਰਅਉਪਅਗ'ਨੇਇਸ਼ਨ/ *n* ਰੱਖਿਆ, ਸੁਰੱਖਿਆ ਲਈ ਉਪਾਅ ਜਾਂ ਕਾਰਜ

propulsion /ਪਰਅ'ਪਅੱਲਸ਼ਨ/ *n* ਧੱਕਾ, ਠੇਲ੍ਹਾ, ਦਬਾਅ, ਪ੍ਰੇਰਨਾ, ਉਤਸ਼ਾਹ, ਉਤੇਜਨਾ

propulsive /ਪਰਅ'ਪਅੱਲਸਿਵ਼/ *a* ਧੱਕਣ ਵਾਲਾ, ਧਕੇਲੂ; ਪ੍ਰੇਰਕ

propylon /'ਪਰਅਉਪਿਲੌਨ/ *n* ਮੰਦਰ ਦਾ ਪ੍ਰਵੇਸ਼ ਦੁਆਰ

pro-rate /ਪਰਅਉ'ਰੇਇਟ/ *vi* ਬਰਾਬਰ ਭਾਗਾਂ ਵਿੱਚ ਵੰਡਣਾ, ਅਨੁਪਾਤ ਵਿੱਚ ਵੰਡਣਾ

prore /ਪਰੋ*/ *n* ਪੂਰਵਕ; ਜਹਾਜ਼ ਦਾ ਅਗਲਾ ਹਿੱਸਾ

prorogate /'ਪਰਅਉਰਅਗੇਇਟ/ *vt* ਉਠਾ ਦੇਣਾ, ਸਥਗਿਤ ਕਰਨਾ

prorogation /ˌਪਰਅਉਰਅ'ਗੇਇਸ਼ਨ/ *n* (ਅਣਮਿੱਥੇ ਸਮੇਂ ਲਈ ਸਭਾ ਦਾ) ਸਥਗਨ

prorogue /ਪਰਅ(ਉ)'ਰਅਉਗ/ *v* ਸਭਾ ਨੂੰ ਅਣਮਿੱਥੇ ਸਮੇਂ ਲਈ ਸਥਗਿਤ ਕਰਨਾ, ਵਿਸਰਜਣਾ, ਉਠਾ ਦੇਣਾ, ਟਾਲਣਾ

prosaic /ਪਰਅ'ਜ਼ੇਇਇਕ/ *a* ਗੱਦ ਰੂਪ; ਨੀਰਸ, ਬੇਸੁਆਦੀ, ਰੁੱਖਾ; ਤੱਤਹੀਣ; ਸਧਾਰਨ, ਸ਼ੋਭਾਹੀਣ

prosaism /ਪਰਅ(ਉ)'ਜ਼ੇਇਇਜ਼ਅਮ/ *n* ਗੱਦ ਸ਼ੈਲੀ; ਨੀਰਸਤਾ, ਰੁੱਖਾਪਣ

proscenium /ਪਰਅ'ਸੀਨਿਅਮ/ *n* ਰੰਗਭੂਮੀ ਦਾ ਅਗਲਾ ਭਾਗ, ਅਗਵਾੜਾ (ਵੱਡੇ ਪਰਦੇ ਅਤੇ ਆਰਕੈਸਟਰਾ ਦੇ ਵਿਚਕਾਰਲੀ ਥਾਂ)

proscribe /ਪਰਅ'ਸਕਰਾਇਬ/ *vt* ਨਾਜਾਇਜ਼ ਕਰਾਰ ਦੇਣਾ, ਮਨਾਹੀ ਕਰਨਾ, ਵਿਵਰਜਿਤ ਕਰਾਰ ਦੇਣਾ, ਜ਼ਬਤ ਕਰਨਾ; ਦੇਸ਼ ਨਿਕਾਲਾ ਦੇਣਾ

proscription /ਪਰਅ'ਸਕਰਿਪਸ਼ਨ/ *n* ਮਨਾਹੀ, ਰੋਕ, ਰੁਕਾਵਟ, ਜ਼ਬਤੀ, ਦੇਸ਼ ਨਿਕਾਲਾ

proscriptive /ਪਰਅ(ਉ)'ਸਕਰਿਪਟਿਵ਼/ *a* ਦੇਸ਼ ਨਿਕਾਲੇ ਦਾ; ਮਨਾਹੀ ਵਾਲਾ

prose /ਪਰਅਉਜ਼/ *n* ਵਾਰਤਕ, ਗੱਦ, ਨਸਰ; ਖੁਸ਼ਕ ਭਾਸ਼ਣ *vt* ਗੱਦ ਵਿੱਚ ਵਾਰਤਾ ਕਰਨਾ,

ਗੱਦ ਰੂਪ ਦੇਣਾ, ਗੱਦ ਵਿੱਚ ਬਦਲਨਾ

prosecute /'ਪਰੌਸਿਕਯੂਟ/ *vt* ਪਿੱਛੇ ਪੈ ਜਾਣਾ, ਪਿੱਛਾ ਕਰਨਾ, ਪੈਰਵੀ ਕਰਨਾ; ਲੱਗੇ ਰਹਿਣਾ (ਪੜ੍ਹਾਈ, ਕਾਰ ਵਿਹਾਰ ਆਦਿ ਕੰਮ ਵਿੱਚ); ਨਿਰਵਾਹ ਕਰਨਾ; ਮੁਕੱਦਮਾ ਚਲਾਉਣਾ

prosecution /ˌਪਰੌਸਿ'ਕਯੂਸ਼ਨ/ *n* (ਕੰਮ ਦਾ) ਪਿੱਛਾ, ਪੈਰਵੀ; ਮੁਕੱਦਮਾ

prosecutor /'ਪਰੌਸਿਕਯੂਟਅ*/ *n* ਦੋਸ਼ੀ ਦੇ ਵਿਰੋਧ ਵਿੱਚ ਖੜ੍ਹਾ ਵਕੀਲ, ਸਰਕਾਰੀ ਵਕੀਲ; ਅਦਾਲਤ ਵਿੱਚ ਸਜ਼ਾ ਦੇਣ ਵਾਲਾ ਸਰਕਾਰੀ ਕਰਮਚਾਰੀ

prosecutrix /'ਪਰੌਸਿਕਯੂਟਰਿਕਸ/ *n* ਮਹਿਲਾ ਸਰਕਾਰੀ ਵਕੀਲ

proselyte /'ਪਰੌਸਅਲਾਇਟ/ *n* ਧਰਮ ਬਦਲਨ ਵਾਲਾ, ਮੱਤ ਬਦਲਨ ਵਾਲਾ *vt* ਧਰਮ ਬਦਲਨਾ, ਮੱਤ ਬਦਲਨਾ

proselytize /'ਪਰੌਸਅਲਅਟਾਇਜ਼/ *vt* ਧਰਮ ਬਦਲਨਾ; ਸ਼ੁੱਧੀ ਕਰਨਾ

proselytizer/'ਪਰੌਸਅਲਅਟਾਇਜ਼ਅ*/ *n* ਧਰਮ ਪਰਿਵਰਤਨ ਕਰਾਉਣ ਵਾਲਾ, ਸ਼ੁੱਧੀ ਕਰਾਉਣ ਵਾਲਾ, ਧਰਮ ਬਦਲੂ

prosiliency /ਪਰਅਉ'ਸਿਲਿਅਨਸਿ/ *n* ਪ੍ਰਧਾਨਤਾ, ਪ੍ਰਮੁੱਖਤਾ

prosilient /ਪਰਅਉ'ਸਿਲਿਅਨਟ/ *a* ਮੁੱਖ, ਪ੍ਰਮੁੱਖ, ਪ੍ਰਧਾਨ

prosodial /ˌਪਰੌ'ਸਅਡਿਅਲ/ *a* (ਕਾਵਿ) ਪਿੰਗਲ ਸੰਬੰਧੀ, ਛੰਦ ਵਿੱਦਿਆ ਸੰਬੰਧੀ

prosodic /ਪਰਅ'ਸਾਡਿਕ/ *a* (ਕਾਵਿ) ਛੰਦ ਸ਼ਾਸਤਰ ਸੰਬੰਧੀ

prosody /'ਪਰੌਸਅਡਿ/ *n* (ਕਾਵਿ) ਛੰਦ ਸ਼ਾਸਤਰ, ਪਿੰਗਲ

prosopopoeia /ˌਪਰੌਸਅਪਅ'ਪੀਅ/ *n* ਮਾਨਵੀਕਰਨ, ਕਲਪਿਤ ਵਕਤੇ ਦਾ ਪਰੀਚੈ; ਗ਼ੈਰਹਾਜ਼ਰ ਪਾਤਰ ਦੀ ਪੇਸ਼ਕਾਰੀ

prospect /'ਪਰੌਸਪੈਕੱਟ/ *n* ਦ੍ਰਿਸ਼; ਭਵਿੱਖ, ਸੰਭਾਵਨਾ, ਅਗਾਂਹ ਦੀ ਆਸ; ਦ੍ਰਿਸ਼ਟੀ /**ਪਰਅ'ਸਪੈਕੱਟ**/ *vt* ਧਰਤੀ ਦੀ ਫੋਲਾ-ਫਾਲੀ ਕਰਨਾ (ਸੋਨਾ ਆਦਿ ਲੱਭਣ ਲਈ)

prospective /ਪਰਅ'ਸਪੈਕੱਟਿਵ਼/ *a* ਭਵਿੱਖ ਬਾਰੇ, ਹੋਣ ਵਾਲਾ, ਸੰਭਾਵੀ

prospector /ਪਰਅ'ਸਪੈਕੱਟਅ*/ *n* ਸੋਨੇ-ਚਾਂਦੀ ਦੀ ਖਾਣ ਖੋਜਣ ਵਾਲਾ

prospectus /ਪਰਅ'ਸਪੈਕੱਟਅਸ/ *n* (ਕਾਲਜ ਜਾਂ ਕੰਪਨੀ ਦੀ) ਸੂਚਨਾ ਪੁਸਤਕ, ਵਿਵਰਨ ਪਤ੍ਰਿਕਾ, ਬਿਓਰਾ ਪੁਸਤਕ, ਪ੍ਰਾਸਪੈਕਟਸ

prosper /'ਪਰੌਸਪਅ*/ *v* ਸਫਲ ਹੋਣਾ, ਉੱਨਤੀ ਕਰਨਾ, ਵਧਣਾ-ਫੁੱਲਣਾ, ਖ਼ੁਸ਼ਹਾਲ ਹੋਣਾ

prosperity /ਪਰੌ'ਸਪੈਰੱਅਟਿ/ *n* ਪ੍ਰਫੁੱਲਤਾ, ਸਫਲਤਾ, ਉੱਨਤੀ, ਵਾਧਾ, ਖ਼ੁਸ਼ਹਾਲੀ, ਸੁਭਾਗ

prosperous /'ਪਰੌਸਪਅਰਅਸ/ *a* ਸਫਲ, ਉੱਨਤ, ਖ਼ੁਸ਼ਹਾਲ, ਸੁਭਾਗਸ਼ਾਲੀ, ਰੱਜਿਆ, ਸਰਦਾ-ਪੁੱਜਦਾ, ਰੱਜਿਆ-ਪੁੱਜਿਆ

prospicience /ਪਰੌਸ'ਪਿਸ਼ਿਅਨਸ/ ***n*** ਭਵਿੱਖ ਦਰਸ਼ਨ, ਅਗਰ ਦ੍ਰਿਸ਼ਟੀ, ਆਉਣ ਵਾਲੇ ਸਮੇਂ ਬਾਰੇ ਅਨੁਮਾਨ ਲਾਉਣ ਦਾ ਭਾਵ

prostate /'ਪਰੌਸਟੇਇਟ/ *n* ਗਦੂਦ, ਪਰਾਸਟੇਟ (ਗ੍ਰੰਥੀ)

prosthesis /ਪਰੌਸ'ਥੀਸਿਸ/ *n* (ਵਿਆ) ਪੂਰਵ ਆਗਾਮੀ; ਨਕਲੀ ਅੰਗ ਲਾਉਣ ਦਾ ਭਾਵ; ਨਕਲੀ ਅੰਗ

prosthetic /ਪਰੌਸ'ਥੈੱਟਿਕ/ *a* (ਵਿਆ) ਪੂਰਵ ਆਗਾਮੀ; ਨਕਲੀ ਅੰਗ ਲਾਉਣ ਸੰਬੰਧੀ

prostitute /'ਪਰੌਸਟਿਟਯੂਟ/ *n* ਵੇਸਵਾ, ਕੰਜਰੀ, ਰੰਡੀ *vt* (ਆਪਣੀ ਮਾਣ ਮਰਯਾਦਾ ਦਾ) ਦੁਰਉਪਯੋਗ ਕਰਨਾ, ਬੁਰੇ ਕੰਮ ਲਈ ਵਰਤਣਾ, ਭ੍ਰਿਸ਼ਟ ਹੋਣਾ

prostitution /ˌਪਰੌਸਟਿ'ਟਯੂਸ਼ਨ/ *n* ਵੇਸਵਾ ਜੀਵਨ, ਕੰਜਰਪੁਣਾ, ਵੇਸਵਾ ਗਮਨ; ਵਿਭਚਾਰ, ਬਦਕਾਰੀ

prostrate /'ਪਰੌਸਟਰੇਇਟ/ *a* ਮੂਧਾ, ਚੁਫਾਲ, ਲੰਮਾ ਪਿਆ, ਮੂੰਹ ਭਾਰ ਪਿਆ; ਢੱਠਾ, ਹਾਰਿਆ; ਮਾਂਦਾ /**ਪਰੌ'ਸਟਰੇਇਟ**/ *vt* ਮੂਧਾ ਪਾਉਣਾ, ਲੰਮਾ

ਪਾਉਣਾ, ਢਾਹ ਦੇਣਾ; ਡੰਡੌਤ ਕਰਨਾ, ਮੱਥਾ ਟੇਕਣਾ, ਸਿਜਦਾ ਕਰਨਾ, ਪੈਰੀਂ ਪੈਣਾ; ਨਿਸੱਤਾ ਕਰ ਦੇਣਾ, ਥਕਾ ਦੇਣਾ, ਚੂਰ ਕਰ ਦੇਣਾ, ਨਸ਼ਟ ਕਰ ਦੇਣਾ

prostration /**ਪਰੌ'ਸਟਰੇਇਸ਼ਨ**/ *n* ਡੰਡੌਤ, ਪਰਿਣਾਮ; ਬੇਚਾਰਗੀ, ਹਫੇਵਾਂ

prosy /**'ਪਰਅਉਜ਼ਿ**/ *a* ਗੱਦ ਵਰਗਾ; ਫਿੱਕਾ, ਮੰਦ, ਨੀਰਸ

protagonist /**ਪਰਅ'ਟੈਗਅਨਿਸਟ**/ *n* ਨਾਇਕ, ਨੇਤਾ; ਸਮਰਥਕ, ਪੱਖ ਪੂਰਕ, ਹਿਮਾਇਤੀ, ਤਰਫ਼ਦਾਰ, (ਮੁਕਾਬਲੇ ਵਿੱਚ) ਪਹਿਲਵਾਨ; (ਨਾਵਲ ਜਾਂ ਨਾਟਕ ਦਾ) ਪ੍ਰਧਾਨ ਪਾਤਰ, ਨਾਇਕ

protean /**'ਪਰਅਉਟਿਅਨ, ਪਰਅਉ'ਟੀਅਨ**/ *a* ਯੂਨਾਨੀ ਦੇਵਤੇ ਪਰੋਟੀਅਸ ਵਰਗਾ ਜੋ ਰੂਪ ਬਦਲਨ ਲਈ ਮਸ਼ਹੂਰ ਸੀ; ਅਨੇਕ ਰੂਪ ਧਾਰਨ ਕਰਨ ਵਾਲਾ, ਬਹੁਰੂਪੀਆ; ਅਤਿ ਪਰਿਵਰਤਨਸ਼ੀਲ

protect /**ਪਰਅ'ਟੈੱਕਟ**/ *vt* ਰੱਖਿਆ ਕਰਨਾ, ਰਾਖੀ ਕਰਨਾ, ਬਚਾਉਣਾ, ਸੁਰੱਖਿਅਤ ਰੱਖਣਾ; (ਹੁੰਡੀ ਤਾਰਨ ਲਈ) ਧੰਨ ਦਾ ਇੰਤਜ਼ਾਮ ਕਰਨਾ

protected /**ਪਰਅ'ਟੈੱਕਟਿਡ**/ *a* ਸੁਰੱਖਿਅਤ

protection /**ਪਰਅ'ਟੈੱਕਸ਼ਨ**/ *n* (ਪਾਲਣ-ਪੋਸ਼ਣ) ਰੱਖਿਆ, ਬਚਾਅ, ਓਟ, ਆਸਰਾ, ਓਹਲਾ, ਖ਼ਸਮਾਨਾ

protectionism /**ਪਰਅ'ਟੈੱਕਸ਼ਅਨਿਜ਼ਅਮ**/ *n* ਦੇਸੀ ਉਦਯੋਗ ਦੀ ਰੱਖਿਆ ਦਾ ਸਿਧਾਂਤ ਜਿਸ ਅਨੁਸਾਰ ਵਿਦੇਸ਼ ਤੋਂ ਆਏ ਮਾਲ ਉੱਤੇ ਕਰ ਲਗਾਉਣਾ ਤਾਂ ਜੋ ਮੁਕਾਬਲਤਨ ਦੇਸੀ ਮਾਲ ਸਸਤਾ ਪਵੇ, ਰੱਖਿਆਵਾਦ

protectionist /**ਪਰਅ'ਟੈੱਕਸ਼ਅਨਿਸਟ**/ *a* ਰੱਖਿਆਵਾਦੀ

protective /**ਪਰਅ'ਟੈੱਕਟਿਵ੍**/ *a* ਸ਼ਰਨ ਦੇਣ ਵਾਲਾ, ਰੱਖਿਅਕ

protector /**ਪਰਅ'ਟੈੱਕਟਅ***/ *n* ਰਾਖਾ, ਰੱਖਿਅਕ, ਰਖਵਾਲਾ, ਸਰਪ੍ਰਸਤ, ਪਾਲਕ

protectorate /**ਪਰਅ'ਟੈੱਕਟਅਰਅਟ**/ *n* ਰੱਖਿਅਕ; ਸ਼ਾਸਨ

protectorship /**ਪਰਅ'ਟੈੱਕਟਅਸ਼ਿਪ**/ *n* ਰੱਖਿਅਕ ਦੀ ਪਦਵੀ

protectress /**ਪਰਅ'ਟੈੱਕਟਰਅਸ**/ *n* ਰੱਖਿਅਕਾ

protege /**'ਪਰੌਟਅਯ਼ੇਇ**/ *n* ਕਿਸੇ ਵੱਡੇ ਵਿਅਕਤੀ ਦੇ ਆਸਰੇ ਪਲਣ ਵਾਲਾ ਵਿਅਕਤੀ

proteiform /**'ਪਰਅਉਟਿਫ਼ੋਮ**/ *a* ਕਈ ਰੂਪਾਂ ਵਾਲਾ, ਪਰਿਵਰਤਨਸ਼ੀਲ

protein /**'ਪਰਅਉਟੀਨ**/ *n* ਪ੍ਰਾਣੀਆਂ ਦੇ ਭੋਜਨ ਦਾ ਜ਼ਰੂਰੀ ਅੰਸ਼, ਇੱਕ ਰਸਾਇਣਕ ਸਤ, ਪ੍ਰੋਟੀਨ

pro tem /ˌ**ਪਰਅਉ 'ਟੈੱਮ**/ *adv* ਆਰਜ਼ੀ ਤੌਰ 'ਤੇ, ਅਸਥਾਈ ਰੂਪ ਵਿੱਚ

protensity /**ਪਰਅ'ਟੈੱਨਸਅਟਿ**/ *n* ਕਾਲ ਵਿਆਪਤਾ, ਸਮੇਂ ਦੇ ਨਾਲ ਚੱਲਣ ਦੀ ਕਿਰਿਆ

protest /**ਪਰਅ'ਟੈੱਸਟ**/ *v* ਵਿਰੋਧ ਕਰਨਾ, ਰੋਸ ਪ੍ਰਗਟ ਕਰਨਾ, ਰੋਸ ਮਨਾਉਣਾ; ਉਜ਼ਰ ਕਰਨਾ /**'ਪਰਅਉਟੈੱਸਟ**/ *n* ਉਜ਼ਰ, ਅਸਵੀਕਾਰਤਾ; ਰੋਸ; ਪ੍ਰਤਿਰੋਸ

Protestant /**'ਪਰੌਟਿਸਟਅਨਟ**/ *n* ਈਸਾਈਆਂ ਦੇ ਉਸ ਪੰਥ ਦਾ ਮੈਂਬਰ ਜੋ ਪੋਪ ਦੇ ਸਾਰੇ ਅਧਿਕਾਰਾਂ ਨੂੰ ਨਹੀਂ ਮੰਨਦਾ, ਪ੍ਰੋਟੈਸਟੈਂਟ

Protestantism /**'ਪਰੌਟਿਸਟਅਨਟਿਜ਼ਅਮ**/ *n* ਪ੍ਰੋਸਟੈਂਟ ਮੱਤ

protestantize /**'ਪਰੌਟਿਸਟਅਨਟਾਇਜ਼**/ *v* ਪ੍ਰੋਸਟੈਂਟ ਮੱਤ ਦਾ ਅਨੁਯਾਈ ਬਣਾਉਣਾ

protestation /ˌ**ਪਰੌਟਅ'ਸਟੇਇਸ਼ਨ**/ *n* ਵਿਰੋਧ, ਰੋਸ; ਦਾਅਵਾ; ਪੱਕਾ ਵਚਨ, ਦ੍ਰਿੜ੍ਹ ਘੋਸ਼ਣਾ

Proteus /**'ਪਰਅਉਟਯੂਸ**/ *n* (ਯੂਨਾਨ) ਸਮੁੰਦਰ ਦਾ ਦੇਵਤਾ ਜੋ ਵੰਨ-ਸੁਵੰਨੇ ਰੂਪ ਧਾਰਨ ਵਿੱਚ ਮਾਹਰ ਸੀ; ਅਸਥਿਰ ਜਾਂ ਹਲਕਾ ਵਿਅਕਤੀ

proto /**'ਪਰਅਉਟਅਉ**/ *pref* ਮੂਲ

protocol /**'ਪਰਅਉਟਅਕੌਲ**/ *n* ਮੂਲ ਖਰੜਾ, ਕੱਚਾ ਮਸੌਦਾ, ਮੂਲ ਲਿਖਤ; ਵਿਦੇਸ਼ ਮੰਤਰਾਲੇ ਦਾ ਸ਼ਿਸਟਾਚਾਰ ਵਿਭਾਗ; (ਕੰਪਿ) ਸੰਚਾਰ ਤਕਨਾਲੋਜੀ ਵਿੱਚ ਵਰਤੇ ਜਾਣ ਵਾਲੇ ਵਿਸ਼ੇਸ਼ ਨਿਯਮਾਂ ਦਾ ਸਮੂਹ

protogenes /**'ਪਰਅਉਟਅਜੀਨਜ਼**/ *n* ਜੰਤੂ

ਆਦਿ ਜਣਨ ਦੀ ਕਿਰਿਆ

protogenitic /ˌਪਰਅਉਟਅ(ਉ)ਜਆ'ਨਿਟਿਕ/ *a* ਪ੍ਰਾਚੀਨ ਕਾਲ ਦਾ, ਆਦਿ ਜਣਨ ਸੰਬੰਧੀ

Proto-Indo-European *n* ਪ੍ਰਾਚੀਨਤਮ ਭਾਸ਼ਾ ਦਾ ਨਾਮ ਜਿਸ ਤੋਂ ਹਿੰਦ-ਯੂਰਪੀ ਭਾਸ਼ਾਵਾਂ ਉਤਪੰਨ ਹੋਈਆਂ ਮੰਨੀਆਂ ਜਾਂਦੀਆਂ ਹਨ

protolog /'ਪਰਅਉਟਅਉਲੌਂਗ/ *n* ਮੂਲ ਵਰਣਨ

protomartyr /'ਪਰਅਉਟਅ(ਉ)ਮਾਟਅ*/ *n* ਪ੍ਰਥਮ ਸ਼ਹੀਦ, ਆਦਿ ਸ਼ਹੀਦ

protomorphic /ˌਪਰਅਉਟਅ(ਉ)'ਮੌਫ਼ਿਕ/ *a* ਆਦਿ ਰੂਪ

proton /'ਪਰਅਉਟੌਂਨ/ *n* ਪ੍ਰਮਾਣੂ ਵਿਚਲਾ ਧਨਾਤਮਕ ਕਣ, ਪ੍ਰੋਟੋਨ

protoplasm /'ਪਰਅਉਟਅਪਲੈਜ਼ਅਮ/ *n* ਬਨਸਪਤੀ ਅਤੇ ਪ੍ਰਾਣੀਆਂ ਦੇ ਜੀਵਨ ਦਾ ਆਧਾਰ ਤੱਤ, ਜੀਵ ਦ੍ਰਵ, ਪਰੋਟੋਪਲਾਜ਼ਮ

prototype /'ਪਰਅਉਟਅਟਾਇਪ/ *n* ਮੂਲ ਰੂਪ, ਅਸਲ ਰੂਪ

protozoan /ˌਪਰਅਉਟਆ'ਜ਼ਅਉਅਨ/ *n* ਇੱਕ ਕੋਸ਼ੀ ਜੀਵ

protract /ਪਰਅ'ਟਰੈਕਟ/ *vt* ਲਮਕਾਉਣਾ; ਵਧਾਉਣਾ, ਲੰਮਾ ਕਰਨਾ

protraction /ਪਰਅ'ਟਰੈਕਸ਼ਨ/ *n* ਲਮਕਾਅ

protractor /ਪਰਅ'ਟਰੈਕਟਅ*/ *n* ਕੋਣ ਮਾਪ ਯੰਤਰ, ਪਰੋਟ੍ਰੈਕਟਰ

protrude /ਪਰਅ'ਟਰੂਡ/ *v* ਬਾਹਰ ਵੱਲ ਲਮਕਾਉਣਾ, ਵਧਾਉਣਾ, ਬਾਹਰ ਵੱਲ ਕੱਢਣਾ ਜਾਂ ਨਿਕਲਨਾ; ਜ਼ਬਰਦਸਤੀ (ਥੋਪਣਾ, ਲੱਦਣਾ)

protrusion /ਪਰਅ'ਟਰੂਯ਼ਨ/ *n* ਫੈਲਾਅ, ਲਮਕਾਅ, ਉਭਾਰ, (ਬਾਹਰ ਵੱਲ) ਵਧਵੀਂ ਚੀਜ਼

protrusive /ਪਰਅ'ਟਰੂਸਿਵ਼/ *a* ਬਾਹਰ ਨਿਕਲਵਾਂ

protuberance /ਪਰਅ'ਟਯੂਬਅਰਅਨਸ/ *n* ਉਭਾਰ, ਵਧਾਅ, ਸੋਜ, ਗਿਲਟੀ, ਮਰੋੜੀ

proud /ਪਰਾਉਡ/ *a* ਅਭਿਮਾਨੀ, ਘਮੰਡੀ, ਹੰਕਾਰੀ, ਮਾਣਮੱਤਾ; ਮਾਣ ਕਰਨ ਯੋਗ, ਕਾਬਲੇ ਫ਼ਖ਼ਰ

proudly /'ਪਰਾਉਡਲਿ/ *adv* ਮਾਣ ਨਾਲ, ਫ਼ਖ਼ਰ ਨਾਲ, ਘਮੰਡ ਨਾਲ

prove /ਪਰੂਵ਼/ *v* ਸਿੱਧ ਕਰਨਾ ਜਾਂ ਹੋਣਾ, ਸਾਬਤ ਕਰਨਾ ਜਾਂ ਹੋਣਾ, ਸਬੂਤ ਦੇਣਾ; ਪਰੀਖਣ ਕਰਨਾ; ਸਹੀ ਕਰਨਾ ਜਾਂ ਹੋਣਾ; ਤਸਦੀਕ ਕਰਨਾ (ਵਸੀਅਤਨਾਮੇ ਦੀ ਸਚਾਈ)

proved /ਪਰੂਵ਼ਡ/ *a* ਸਿੱਧ, ਸਾਬਤ, ਪ੍ਰਮਾਣਿਤ

proven /'ਪਰੂਵ਼ਨ, 'ਪਰਅਉਵ਼ਨ/ *a* ਸਾਬਤ ਕੀਤਾ, ਪ੍ਰਮਾਣਿਤ ਕੀਤਾ, ਸਿੱਧ, ਪ੍ਰਤਿਪਾਦਿਤ

provenance /'ਪਰੌਵ਼ਅਨਅਨਸ/ *n* ਸ੍ਰੋਤ, ਉਦਗਮ; ਮੂਲ ਸਥਾਨ

provender /'ਪਰੌਵ਼ਿਨਡਅ*/ *n* ਚਾਰਾ, ਘਾਹ-ਪੱਠਾ

provenience /ਪਰਆ'ਵ਼ੀਨਿਅਨਸ/ *n* ਮੂਲ ਸ੍ਰੋਤ, ਉਤਪਤੀ ਸਥਾਨ

prover /ਪਰੂਵ਼ਅ*/ *n* ਪਰੀਖਕ, ਪਰਖਣ ਵਾਲਾ, ਜਾਂਚ ਕਰਨ ਵਾਲਾ, ਸੋਧਕ, ਸਿੱਧ ਕਰਨ ਵਾਲਾ, ਸਾਬਤ ਕਰਨ ਵਾਲਾ

proverb /'ਪਰੌਵ਼ਅ:ਬ/ *n* ਅਖਾਣ, ਅਖੌਤ, ਕਹਾਵਤ, ਲੋਕੋਕਤੀ

proverbial /ਪਰਅ'ਵ਼ਅ:ਬਿਅਲ/ *a* ਲੌਕਿਕ, ਲੋਕ ਪ੍ਰਸਿੱਧ, ਅਖਾਉਤ ਸਬੰਧੀ, ਕਹਾਵਤ ਸੰਬੰਧੀ

proviant /'ਪਰੌਵ਼ਿਅਨਟ/ *n* ਭੋਜਨ, ਭੋਜਨ ਸਮਗਰੀ (ਵਿਸ਼ੇਸ਼ ਕਰਕੇ ਸੈਨਿਕਾਂ ਲਈ), ਖਾਧ ਪਦਾਰਥ

provide /ਪਰਅ'ਵ਼ਾਇਡ/ *v* ਪ੍ਰਬੰਧ ਕਰਨਾ, ਤਿਆਰੀ ਕਰਨਾ; (ਰਸਦ) ਪੁਚਾਉਣਾ, ਮੁਹੱਈਆ ਕਰਨਾ; (ਸੰਧੀ, ਲਿਖਤ ਆਦਿ ਵਿੱਚ) ਗੁੰਜਾਇਸ਼ ਰੱਖਣਾ, ਪਹਿਲਾਂ ਤੋਂ ਪ੍ਰਬੰਧ ਕਰਨਾ; (ਪੋਪ ਆਦਿ ਦਾ) ਉੱਤਰਾਧਿਕਾਰੀ ਥਾਪਣਾ

provided /ਪਰਅ'ਵ਼ਾਇਡਿਡ/ *conj* ਐਪਰ, ਸ਼ਰਤ ਇਹ ਹੈ ਕਿ, ਜੇਕਰ, ਅਜਿਹਾ ਹੋਣ 'ਤੇ *a* ਪ੍ਰਸਤੁਤ, ਦਿੱਤਾ

providence /'ਪਰੌਵ਼ਿਡਅਨਸ/ *n* ਪੂਰਵ ਪ੍ਰਬੰਧ,

ਦੂਰ ਦ੍ਰਿਸ਼ਟੀ; ਮਿਹਰ, ਕਰਮ

provident /'ਪਰੌਵਿ਼ਡਅਨਟ/ *a* ਵਿਵੇਕੀ, ਦਾਨਾਬੀਨਾ, ਦੂਰਦਰਸ਼ੀ; ਸੰਜਮੀ, ਕਿਰਸੀ

providential /ˌਪਰੌਵਿ਼'ਡੈਨੱਸ਼ਲ/ *a* ਦੈਵੀ, ਭਾਗਸ਼ਾਲੀ, ਦੈਵਨੇਤੀ

provider /ਪਰਅ'ਵ਼ਾਇਡਅ*/ *n* ਪੂਰਕ, ਦਾਤਾ, ਦੇਣ ਵਾਲਾ, ਪੂਰਤੀ ਕਰਨ ਵਾਲਾ

providing /ਪਰਅ'ਵ਼ਾਇਡਿਙ/ *conj* ਬਸ਼ਰਤੇ, ਜੇ, ਸ਼ਰਤ ਇਹ ਹੈ ਕਿ

province /'ਪਰੌਵਿ਼ਨਸ/ *n* ਪ੍ਰਦੇਸ਼, ਸੂਬਾ, ਪ੍ਰਾਂਤ; ਕਰਤੱਵ, ਅਧਿਕਾਰ ਖੇਤਰ, ਕਾਰਜ ਖੇਤਰ, ਵਸੀਕਾਰ

provincial /ਪਰਅ'ਵਿ਼ਨਸ਼ਲ/ *n* ਪ੍ਰਾਂਤ ਦਾ ਨਿਵਾਸੀ ਵਿਅਕਤੀ *a* ਪ੍ਰਾਂਤਿਕ, ਸੂਬਾਈ, ਗ੍ਰਾਮੀਣ, ਦਿਹਾਤੀ

provincialism /ਪਰਅ'ਵਿ਼ਨਸ਼ਲਿਜ਼ਅਮ/ *n* ਸੂਬਾਪ੍ਰਸਤੀ, ਪ੍ਰਾਂਤਵਾਦ; ਵਿਹਾਰ ਅਤੇ ਬੋਲਣ ਚਾਲਣ ਦੀ ਰੀਤੀ

provinciality /ਪਰਅˌਵਿ਼ਨਸ਼ਿ'ਐਲਅਟਿ/ *n* ਪ੍ਰਦੇਸ਼ਕਤਾ, ਆਂਚਲਿਕਤਾ

provision /ਪਰਅ'ਵਿ਼ਯ਼ਨ/ *n* ਰਸਦ, ਰਸਦ ਪਾਣੀ, ਸਮਗਰੀ, ਭੋਜਨ, ਤੋਸ਼ਾ, ਸਮਾਨ; ਵਿਧਾਨ; ਵਿਵਸਥਾ, ਪ੍ਰਬੰਧ, (ਕਨੂੰ) ਪੂਰਵ ਕਲਪਨਾ ਸੰਕੇਤ, ਗੁੰਜਾਇਸ਼, ਸ਼ਰਤ ਵਿਧਾਨ *vt* ਰਸਦ ਪਾਣੀ ਭੇਜਣਾ

provisional /ਪਰਅ'ਵਿ਼ਯ਼ਅਨਲ/ *a* ਆਰਜ਼ੀ, ਅੰਤਰਕਾਲੀ, ਵਕਤੀ, ਸਾਮਿਅਕ, ਅਸਥਾਈ, ਅਲਪਕਾਲੀਨ, ਕਾਰਜ ਨਿਰਵਾਹੀ, ਕੱਚਾ, ਕੁਝ ਸਮੇਂ ਲਈ

provisionment /ਪਰਅ'ਵਿ਼ਯ਼(ਅ)ਨਮਅਨਟ/ *n* ਸਮਗਰੀ ਮੁਹਈਆ ਕਰਨ ਦਾ ਭਾਵ; ਸਾਧਨ ਜਾਂ ਸਮਾਨ ਆਦਿ ਦਾ ਪ੍ਰਬੰਧ

proviso /ਪਰਅ'ਵ਼ਾਇਜ਼ਅਓ/ *n* ਸ਼ਰਤ, ਬੰਧੇਜ, ਸ਼ਰਤੀ ਵਾਕ, ਉਪਬੰਧ

provocation /ˌਪਰੌਵ਼ਅ'ਕੇਇਸ਼ਨ/ *n* ਉਕਸਾਹਟ, ਭੜਕਾਹਟ; ਚੁੱਕ-ਚੁਕਾਅ, ਪ੍ਰੇਰਨਾ

provocative /ਪਰਅ'ਵੌ਼ਕਅਟਿਵ਼/ *a* ਉਤੇਜਕ, ਉਕਸਾਊ, ਭੜਕਾਊ, ਖਿਝਾਊ, ਭੜਕਾਵਾਂ

provoke /ਪਰਅ'ਵ਼ਅਉਕ/ *vt* ਉਤੇਜਿਤ ਕਰਨਾ, ਕ੍ਰੋਧ ਦਿਵਾਉਣਾ, ਉਕਸਾਉਣਾ, ਚਿੜਾਉਣਾ, ਖਿਝਾਉਣਾ, ਭੜਕਾਉਣਾ

provoker /ਪਰਅ'ਵ਼ਅਉਕਅ*/ *n* ਉਕਸਾਉਣ ਜਾਂ ਖਿਝਾਉਣ ਵਾਲਾ ਵਿਅਕਤੀ ਜਾਂ ਵਸਤੂ

provoking /ਪਰਅ'ਵ਼ਅਉਕਿਙ/ *a* ਉਤੇਜਕ, ਕ੍ਰੋਧ ਦਿਵਾਉਣ ਵਾਲਾ, ਉਕਸਾਉਣ ਵਾਲਾ, ਛੇੜਨ ਵਾਲਾ, ਚਿੜਾਉਣ ਵਾਲਾ

provost /'ਪਰੌਵ਼ਅਸਟ/ *n* ਆਕਸਫੋਰਡ ਜਾਂ ਕੈਂਬਰਿਜ ਦੇ ਕੁਝ ਕਾਲਜਾਂ ਦਾ ਮੁਖੀ, ਯੂਨੀਵਰਸਿਟੀ/ਕਾਲਜ ਦੇ ਹੋਸਟਲਾਂ ਆਦਿ ਨਾਲ ਸੰਬੰਧਿਤ ਇੱਕ ਉੱਚ ਅਧਿਕਾਰੀ, ਮਜਿਸਟਰੇਟ; ਧਰਮਚਾਰੀਆ, ਮਹੰਤ; ਨਗਰ ਨਿਗਮ ਦਾ ਮੁਖੀ, ਕੋਤਵਾਲ

prow /ਪਰਾਉ/ *n* ਜਹਾਜ਼ ਦਾ ਅਗਲਾ ਹਿੱਸਾ *a* (ਪਰਾ) ਬਹਾਦਰ, ਸਾਹਸੀ, ਸੂਰਮਾ

prowess /'ਪਰਾਉਅਸ/ *n* ਬੀਰਤਾ, ਸੂਰਮਤਾਈ, ਬਹਾਦਰੀ; ਮੁਹਾਰਤ

prowl /ਪਰਾਉਲ/ *vi* (ਲੁੱਟਣ ਜਾਂ ਸ਼ਿਕਾਰ ਕਰਨ ਲਈ) ਟੋਹ ਲੈਂਦੇ ਫਿਰਨਾ; ਗੇੜੇ ਲਾਉਣਾ, ਸ਼ਹਿ ਲਾ ਕੇ ਫਿਰਨਾ *n* ਭਾਲ, ਟੋਹ

proximate /'ਪਰੌਕਸਿਮਅਟ/ *a* ਨੇੜੇ ਦਾ, ਨਾਲ ਲੱਗਦਾ, ਨਿਕਟਵਰਤੀ, ਲਗਭਗ

proximity /ਪਰੌਕ'ਸਿਮਅਟਿ/ *n* (ਸਮੇਂ, ਸਥਾਨ, ਰਿਸ਼ਤੇ ਆਦਿ ਵਿੱਚ) ਨਿਕਟਤਾ, ਨੇੜ, ਖ਼ੂਨ ਦਾ ਸੰਬੰਧ

proximo /'ਪਰੌਕਸਿਮਅਉ/ *a* ਅਗਲੇ ਮਹੀਨੇ ਦਾ, ਆਉਣ ਵਾਲੇ ਮਹੀਨੇ ਸੰਬੰਧੀ

proxy /'ਪਰੌਕਸਿ/ *n* ਦੂਜੇ ਦੀ ਥਾਂ ਉੱਤੇ ਕੰਮ ਕਰਨ ਦਾ ਅਧਿਕਾਰੀ, ਪ੍ਰਤਿਨਿਧਤਾ, ਮੁਖ਼ਤਿਆਰਨਾਮਾ, ਪ੍ਰਤਿਨਿਧੀ ਪੱਤਰ

prude /ਪਰੂਡ/ *n* ਮੀਸਣਾ, ਨਖਰੇਬਾਜ਼

prudence /'ਪਰੂਡਨਸ/ *n* ਸੂਝ, ਸਿਆਣਪ, ਵਿਵੇਕ, ਬੁੱਧੀ, ਦੁਨੀਆਦਾਰੀ, ਸਾਵਧਾਨੀ, ਨਖ਼ਰੇਬਾਜ਼ੀ

prudent /'ਪਰੂਡਨਟ/ *a* ਚਤਰ, ਚੌਕਸ; ਵਿਵੇਕੀ, ਜਾਗਰੂਕ, ਦੂਰਦਰਸ਼ੀ, ਸਿਆਣਾ, ਨੀਤੀਵਾਨ, ਦੁਨੀਆਦਾਰ

prudential /ਪਰੂ'ਡੈਨੱਸ਼(ਅ)ਲ/ *a* ਸਿਆਣਪ ਭਰਿਆ, ਵਿਵੇਕਸ਼ੀਲ, ਸਮਝਦਾਰ

prudery /'ਪਰੂਡਅਰਿ/ *n* ਨਖ਼ਰੇਬਾਜ਼ੀ

prudish /'ਪਰੂਡਿਸ਼/ *a* ਮੀਸਣਾ, ਅਡੰਬਰੀ, ਪਖੰਡ ਭਰਿਆ

prune[1] /ਪਰੂਨ/ *n* ਸੁੱਕਾ ਆਲੂਬੁਖ਼ਾਰਾ; ਬੇਅਕਲ ਜਾਂ ਘਿਰਨਾ ਦਾ ਪਾਤਰ ਵਿਅਕਤੀ

prune[2] *vt* ਕਾਂਟ-ਛਾਂਟ ਕਰਨਾ; ਛਾਂਗਣਾ, ਕਤਰਨਾ, ਕੱਟਣਾ, ਤਰਾਸ਼ਣਾ

prunella /ਪਰੂ'ਨੈੱਲਅ/ *n* ਇੱਕ ਕਿਸਮ ਦੀ ਬੂਟੀ; ਚੋਗਾ ਬਣਾਉਣ ਲਈ ਮਜ਼ਬੂਤ ਰੇਸ਼ਮੀ ਕੱਪੜਾ

pruner /'ਪਰੂਨਅ*/ *n* ਕੱਟਣ ਵਾਲਾ, ਛਾਂਟਣ ਵਾਲਾ, ਛਾਂਗਣ ਵਾਲਾ, ਕਤਰਨ ਵਾਲਾ; ਬੇਲੋੜੀਆਂ ਗੱਲਾਂ ਛੱਡ ਦੇਣ ਵਾਲਾ; ਛਾਂਗਣ ਵਾਲਾ ਸੰਦ

prunt /ਪਰਅਨਟ/ *n* ਸਜਾਵਟੀ ਸ਼ੀਸ਼ਾ

prurience /'ਪਰੁਅਰਿਅਨਸ/ *n* ਕਾਮੁਕਤਾ, ਹਿਰਸ, ਕਾਮ ਚੇਸ਼ਟਾ, ਲੰਪਟਤਾ

prurient /'ਪਰੁਅਰਿਅਨਟ/ *a* ਕਾਮੀ, ਲੰਪਟ, ਕਾਮ ਉਕਸਾਊ

prurigo /ਪਰੁਅ'ਰਾਇਗਅਉ/ *n* ਖਾਜ, ਖ਼ਾਰਿਸ਼

pry /ਪਰਾਇ/ *vi* ਭੇਤ ਲੈਣਾ, ਸੂਹ ਲੈਣਾ, ਟੋਹ ਲੈਣਾ; ਝਾਕਣਾ, ਦੇਖਣਾ; ਘੋਖਣਾ

prytaneum /ˌਪਰਿਟਅ'ਨੀਅਮ/ *n* (ਪ੍ਰਾਚੀਨ ਯੂਨਾਨ ਦਾ) ਸਰਵਜਨਕ ਹਾਲ; ਲੋਕਾਂ ਦਾ ਸਾਂਝਾ ਹਾਲ

prythee /'ਪਰਿਦਿ/ *int* ਬੇਨਤੀ ਹੈ, ਪ੍ਰਾਰਥਨਾ ਹੈ

PS /ˌਪੀ 'ਐੱਸ/ *n* **postscript** ਦਾ ਸੰਖਿਪਤ ਰੂਪ, ਵੇਖੋ **postscript**

psalm /ਸਾਮ/ *n* ਭਜਨ, ਸਤੋਤਰ

psalmist /'ਸਾਮਿਸਟ/ *n* ਭਜਨ ਬਣਾਉਣ ਵਾਲਾ, ਸਤੋਤਰਕਾਰ

psalmody /'ਸੈਲਮਅਡਿ/ *n* ਭਜਨ ਗਾਉਣ ਦੀ ਕਲਾ

psalter /'ਸੋਲਟਅ*/ *n* ਭਜਨ ਮਾਲਾ, ਸਤੋਤਰ ਸੰਗ੍ਰਹਿ, (ਸਾਂਝੇ ਸਥਾਨ ਲਈ) ਭਜਨ ਗ੍ਰੰਥ

psaltery /'ਸੋਲਟ(ਅ)ਰਿ/ *n* ਤਾਰਾਂ ਵਾਲਾ ਇੱਕ ਸਾਜ਼

psellism /'ਸੈੱਲਿਜ਼ਅਮ/ *n* ਭਾਸ਼ਣ ਤਰੁੱਟੀ, ਬੋਲਣ ਵਿੱਚ ਗੜਬੜ; ਗ਼ਲਤ ਗਿਣਤੀ

psephology /ਸਿ'ਫ਼ੌਲਅਜਿ/ *n* ਵੋਟਾਂ ਪਾਉਣ ਬਾਰੇ ਅਧਿਐਨ, ਚੋਣ ਅਧਿਐਨ, ਚੋਣ ਵਿਸ਼ਲੇਸ਼ਣ

pseudo- /'ਸੂਡਅਉ, 'ਸਯੂ-/ *pref* ਨਕਲੀ, ਫ਼ਰਜ਼ੀ, ਬਣਾਉਟੀ, ਜਾਲ੍ਹੀ, ਮਿਥਿਆ

pseudo-martyr *n* ਬਣਾਉਟੀ ਸ਼ਹੀਦ, ਫਰਜ਼ੀ ਬਣਿਆ ਸ਼ਹੀਦ

pseudonym /'ਸੂਡਅਨਿਮ/ *n* (ਲੇਖਕ ਦਾ) ਬਣਾਉਟੀ ਨਾਂ, ਫਰਜ਼ੀ ਨਾਂ; ਕਲਪਿਤ ਨਾਂ

pseudo-scripture *n* ਜਾਲ੍ਹੀ ਧਰਮ ਗ੍ਰੰਥ, ਨਕਲੀ ਬਾਣੀ, ਕੱਚੀ ਬਾਣੀ

pshaw /ਪਸ਼ੋ/ *int* ਛੀ-ਛੀ!, ਤ੍ਰਿਸਕਾਰ ਸੂਚਕ ਸ਼ਬਦ *v* ਛੀ-ਛੀ ਕਰਨਾ, ਦੁਰਕਾਰਨਾ, ਧਿੱਕਾਰਨਾ, ਘਿਰਨਾ ਪ੍ਰਗਟ ਕਰਨਾ, ਥੂ-ਥੂ ਕਰਨਾ

psilanthropism /ਸਾਇ'ਲੈਨਥਰਅਪਿਜ਼ਅਮ/ *n* ਅਵਤਾਰ ਖੰਡਨ (ਇਹ ਸਿਧਾਂਤ ਕਿ ਈਸਾ ਮਨੁੱਖ ਸਨ)

psilosis /ਸਾਇ'ਲੌਸਿਸ/ *n* ਵਾਲ ਜਾਂ ਚਮੜੀ ਝੜਨ ਦਾ ਰੋਗ

psora /'ਸੋਰਅ/ *n* ਖੁਜਲੀ, ਖੁਰਕ, ਖਾਰਿਸ਼

psoriasis /ਸਅ'ਰਾਇਅਸਿਸ/ *n* ਇੱਕ ਚਮੜੀ ਦਾ ਰੋਗ, ਚੰਬਲ

psyche /'ਸਾਇਕਿ/ *n* ਮਨ, ਆਤਮਾ, ਅੰਤਾਕਰਨ

psychiatrist /ਸਾਇ'ਕਾਇਅਟਰਿਸਟ/ *n* ਮਾਨਸਿਕ ਰੋਗਾਂ ਦਾ ਮਾਹਰ, ਸਾਈਕੈਟਰਿਸਟ

psychiatry /ਸਾਇ'ਕਾਇਅਟਰਿ/ *n* ਮਾਨਸਿਕ

ਰੋਗਾਂ ਦਾ ਇਲਾਜ, ਸਾਈਕੈਟਰੀ

psychic, psychical /'ਸਾਇਕਿਕ, 'ਸਾਇਕਿਕਲ/ *a* ਮਾਨਸਿਕ, ਆਤਮਿਕ, ਮਨੋ -ਵਿਗਿਆਨਕ

psycho /'ਸਾਇਕਅਉ/ *pref* ਆਤਮਿਕ, ਮਨੋ, ਮਾਨਸਿਕ

psychoanalysis /ˌਸਾਇਕਅਉਅ'ਨੈਲਅਸਿਸ/ *n* ਮਨੋਵਿਸ਼ਲੇਸ਼ਣ

psychological /ˌਸਾਇਕਅ'ਲੌਜਿਕਲ/ *n* ਮਨੋਵਿਗਿਆਨਕ, ਮਾਨਸਿਕ

psychologist /ਸਾਇ'ਕੌਲਅਜਿਸਟ/ *n* ਮਨੋ-ਵਿਗਿਆਨੀ

psychology /ਸਾਇ'ਕੌਲਅਜਿ/ *n* ਮਨੋ-ਵਿਗਿਆਨ

psychomancy /'ਸਾਇਕਅਉਮੈਨਸਿ/ *n* ਪ੍ਰੇਤ ਵਿੱਦਿਆ, ਪਿਸ਼ਾਚ ਸ਼ਾਸਤਰ, ਪਿਸ਼ਾਚ ਵਿਗਿਆਨ; ਕਾਲਾ ਇਲਮ

psychopath /'ਸਾਇਕਅਪੈਥ/ *n* ਮਾਨਸਿਕ ਰੋਗੀ, ਪਾਗਲ

psychophysical /ˌਸਾਇਕ(ਉ)'ਫ਼ਿਜ਼ਿਕਲ/ *n* ਮਨੋਸਰੀਰਕ

psychosis /ਸਾਇ'ਕਅਉਸਿਸ/ *n* ਮਨੋਰੋਗ, ਮਨੋਵਿਕਾਰ

psychosomatic /ˌਸਾਇਕਅਉਸਅ'ਮੈਟਿਕ/ *a* (ਸਿਖਿ) ਮਨੋਸਰੀਰਕ

psychotherapy /ˌਸਾਇਕਅਉ'ਥੈਰੱਅਪਿ/ *n* ਮਨੋਰੋਗ ਇਲਾਜ ਪ੍ਰਨਾਲੀ, ਸਾਈਕੋਥਰਾਪੀ

psychotic /ਸਾਇ'ਕੌਟਿਕ/ *n* ਮਨੋਵਿਕਾਰ ਰੋਗ ਗ੍ਰਸਤ ਬੰਦਾ, ਮਨੋਰੋਗੀ

PTO /ˌਪੀ ਟੀ 'ਅਉ/ *abbr* **please turn over** ਦਾ ਸੰਖਿਪਤ ਰੂਪ, ਪੰਨਾ ਉਲਟਾਓ ਜੀ

ptomaine /'ਟਅਉਮੇਇਨ/ *n* ਮਾਸ ਦੇ ਸੜਨ ਨਾਲ ਉਤਪੰਨ ਹੋਇਆ ਜ਼ਹਿਰੀਲਾ ਮਾਦਾ

pub /ਪਅੱਬ/ *n* (ਬੋਲ) ਸ਼ਰਾਬਖ਼ਾਨਾ, ਮੈਖ਼ਾਨਾ

puberty /'ਪਯੂਬਅਟਿ/ *n* ਗਭਰੇਟ ਅਵਸਥਾ; ਮੁਟਿਆਰਪਣ, ਚੜ੍ਹਦੀ ਜਵਾਨੀ, ਜਵਾਨੀ ਦਾ ਆਲਮ

pubescence /ਪਯੂ'ਬੈੱਸੰਨਸ/ *n* ਜਵਾਨੀ ਪ੍ਰਾਪਤ ਕਰਨ ਦਾ ਸਮਾਂ ਜਾਂ ਅਵਸਥਾ, ਪ੍ਰੌੜ੍ਹਤਾ

pubescent /ਪਯੂ'ਬੈੱਸੰਨਟ/ *a* ਜਵਾਨ ਹੋਣ ਵਾਲਾ ਜਾਂ ਵਾਲੀ, ਪ੍ਰੌੜ੍ਹ

public /'ਪਅੱਬਲਿਕ/ *n* ਲੋਕ, ਜਨ, ਜਨ ਸਧਾਰਨ, ਜਨਤਾ, ਆਮ ਲੋਕ, ਲੁਕਾਈ, ਪਰਜਾ, ਪਬਲਿਕ *a* ਲੋਕਾਂ ਸੰਬੰਧੀ, ਲੌਕਕ, ਕੌਮੀ; ਪ੍ਰਚਲਿਤ, ਲੋਕ ਪ੍ਰਸਿੱਧ, ਸਰਵ ਪ੍ਰਚਲਿਤ; ਰਾਜਕੀ, ਸਰਕਾਰੀ

publican /'ਪਅੱਬਲਿਕਅਨ/ *n* ਟੈਕਸ ਜਾਂ ਕਰ ਵਸੂਲ ਕਰਨ ਵਾਲਾ; ਸ਼ਰਾਬਖ਼ਾਨੇ ਦਾ ਮਾਲਕ

publication /ˌਪਅੱਬਲਿ'ਕੇਇਸ਼ਨ/ *n* ਪ੍ਰਕਾਸ਼ਿਤ ਪੁਸਤਕ; ਪ੍ਰਗਟਾਅ

public-debt *n* ਕੌਮੀ ਕਰਜ਼ਾ

public house *n* ਸ਼ਰਾਬਖ਼ਾਨਾ

publicist /'ਪਅੱਬਲਿਸਿਸਟ/ *n* ਪ੍ਰਚਲਿਤ ਵਿਸ਼ਿਆਂ ਉੱਤੇ ਲੇਖ ਲਿਖਣ ਵਾਲਾ ਪੱਤਰਕਾਰ; ਅੰਤਰਰਾਸ਼ਟਰੀ ਵਿਧਾਨਕਾਰ

publicity /ਪਅੱਬ'ਲਿਸਅਟਿ/ *n* ਲੋਕ ਪ੍ਰਸਿੱਧੀ, ਪ੍ਰਕਾਸ਼ਨ, ਵਿਗਿਆਪਨ, ਘੋਸ਼ਣਾ, ਇਸ਼ਤਿਹਾਰ, ਪ੍ਰਸਿੱਧਤਾ, ਪ੍ਰਚਾਰ

publicize /'ਪਅੱਬਲਿਸਾਇਜ਼/ *v* ਆਮ ਲੋਕਾਂ ਤੱਕ ਜਾਣਕਾਰੀ ਪਹੁੰਚਾਉਣਾ, ਪ੍ਰਚਾਰ ਕਰਨਾ, ਮਸ਼ਹੂਰ ਕਰਨਾ, ਧੁਮਾਉਣਾ

publicly /'ਪਅੱਬਲਿਕਲਿ/ *adv* ਖੁੱਲ੍ਹੇ ਤੌਰ 'ਤੇ, ਪਬਲਿਕ ਤੌਰ 'ਤੇ

public school *n* ਪਬਲਿਕ ਸਕੂਲ

publish /'ਪਅੱਬਲਿਸ਼/ *vt* ਪ੍ਰਕਾਸ਼ਿਤ ਕਰਨਾ, ਛਾਪਣਾ; ਪ੍ਰਸਿੱਧ ਕਰਨਾ; ਜਾਰੀ ਕਰਨਾ

published /'ਪਅੱਬਲਿਸ਼ਟ/ *a* ਪ੍ਰਕਾਸ਼ਿਤ

publisher /'ਪਅੱਬਲਿਸ਼ਅ*/ *n* ਪ੍ਰਕਾਸ਼ਕ, ਪ੍ਰਚਾਰਕ, ਵਿਗਿਆਪਕ

puce /ਪਯੂਸ/ *a* ਪਿੱਸੂ ਰੰਗਾ, ਲਾਲ-ਬੈਂਗਣੀ ਰੰਗ

pucelage /'ਪਯੂਸਿਲਾਯ਼/ *n* ਕੰਵਾਰਾਪਣ

puck /ਪਅੱਕ/ *n* ਚੰਚਲ ਬਾਲਕ; ਦੁਸ਼ਟ ਪ੍ਰੇਤ ਜਾਂ

ਭੂਤ, ਸ਼ੈਤਾਨ; ਪਸ਼ੂਆਂ ਦਾ ਇੱਕ ਰੋਗ; (ਬਰਫ਼ ਉੱਤੇ ਖੇਡਣ ਲਈ) ਰਬੜ ਦੀ ਚੌੜੀ ਗੇਂਦ

pucker /'ਪਅੱਕਅ*/ *v* ਵੱਟ ਪੈਣਾ ਜਾਂ ਪਾਉਣਾ, ਝੁਰੜੀਆਂ ਪਾਉਣਾ ਜਾਂ ਪੈਣਾ *n* ਵੱਟ, ਝੁਰੜੀ

puckish /'ਪਅੱਕਿਸ਼/ *a* ਦੁਸ਼ਟ, ਚੰਚਲ

pudding /'ਪੁਡਿਙ/ *n* (ਇੱਕ ਕਿਸਮ ਦਾ ਮਾਸ ਜਾਂ ਅੰਨ ਆਦਿ ਦਾ) ਪਕਵਾਨ, ਹਲਵਾ ਜਾਂ ਫਿਰਨੀ

pudding face *n* ਗੋਲ ਭਰਿਆ ਚਿਹਰਾ

pudding heart *n* ਡਰਪੋਕ (ਆਦਮੀ)

puddle /'ਪਅੱਡਲ/ *n* (ਸੜਕ ਦੇ ਕੰਢੇ) ਚਲ੍ਹਾ, ਗਾਰਾ; (ਮਿੱਟੀ, ਰੇਤ ਅਤੇ ਪਾਣੀ ਨੂੰ ਘੋਲ ਕੇ ਬਣਾਇਆ) ਮਸਾਲਾ *v* ਚਿੱਕੜ ਨਾਲ ਲਿਬੜਨਾ, ਛਿੱਟੇ ਪਾਉਣਾ, ਗਾਰਾ ਘੋਲਨਾ ਜਾਂ ਭਰਨਾ, ਮਸਾਲਾ ਤਿਆਰ ਕਰਨਾ

puddly /'ਪਅੱਡਲਿ/ *a* ਗੰਧਲਾ, ਮਿਟਿਆਲਾ, ਮੈਲਾ

pudency /'ਪਯੂਡਅਨਸਿ/ *n* ਲਾਜ, ਸ਼ਰਮ; ਹਯਾ

pudendum /ਪਯੂ'ਡੈਨੌਡਅਮ/ *n* ਜ਼ਨਾਨਾ ਜਾਂ ਮਰਦਾਨਾ ਗੁਪਤ ਅੰਗ

pudge /ਪਅੱਜ/ *n* ਗੋਲ-ਮਟੋਲ ਛੋਟਾ ਅਤੇ ਮੋਟਾ ਵਿਅਕਤੀ

pudgy /'ਪਅੱਜਿ/ *a* (ਅਪ) ਮੋਟੜ, ਗੋਲ-ਮਟੋਲ

pudicity /ਪਯੂ'ਡਿਸਅਟਿ/ *n* ਲੱਜਾ, ਸ਼ਰਮ

pudicous /'ਪਯੂਡਿਕਅਸ/ *a* ਸ਼ਰਮੀਲਾ, ਲੱਜਾਸ਼ੀਲ

pudsy /'ਪਅੱਡਜ਼ਿ/ *a* ਸਥੂਲ, ਮੋਟਾ-ਤਾਜ਼ਾ, ਗੁਦਗੁਦਾ, ਰਿਸ਼ਟ-ਪੁਸ਼ਟ

puericulture /ˌਪਯੁਰਿ'ਕਅੱਲਚਅ*/ *n* ਬੱਚੇ ਪਾਲਣ ਦਾ ਕੰਮ

puerile /'ਪਯੁਅਰਾਇਲ/ *a* ਹੋਛਾ, ਬੱਚਿਆਂ ਵਾਂਗ, ਬਚਗਾਨਾ

puerility /ਪਯੁਅ'ਰਿਲਅਟਿ/ *n* ਮੁਛੋਹਰਪੁਣਾ, ਮੁੰਡਪੁਣਾ, ਹੋਛਾਪਣ

puerperal /ਪਯੂ'ਅ:ਪਅਰ(ਅ)ਲ/ *a* ਬੱਚਾ-ਜਣਨ ਸੰਬੰਧੀ, ਪ੍ਰਸੂਤੀ

puff /ਪਅੱਫ਼/ *n* (ਹਵਾ ਦਾ) ਬੁੱਲਾ ਜਾਂ ਇਸ ਦੀ ਅਵਾਜ਼, ਫਰਾਟਾ, ਸਾਹ, ਫੂਕ; (ਹੁੱਕੇ ਦਾ) ਸੂਟਾ; ਇੱਕਦਮ ਨਿਕਲੀ ਭਾਫ਼ ਜਾਂ ਧੂੰਆਂ; ਜੂੜਾ, ਗੁੱਛਾ, ਫੁੰਮਣ; ਫੁਲਾਹੁਣੀ *v* ਫੂਕ ਮਾਰਨਾ, ਹਫਣਾ, ਹੌਂਕਣਾ, ਫੁੱਲ ਜਾਣਾ, ਫਫ-ਫਫ ਕਰਨਾ; ਫੂਕ ਦੇਣਾ; ਫੁਲਾਉਣਾ

puffball /'ਪਅੱਫ਼ਬੋਲ/ *n* ਪਦ ਬਹੇੜਾ

puffed /ਪਅੱਫ਼ਟ/ *a* ਸਾਹੋ-ਸਾਹ ਹੋਇਆ, ਦਮ ਚੜ੍ਹਿਆ, ਹਫ਼ਿਆ ਹੋਇਆ, ਹੌਂਕਦਾ ਹੋਇਆ

puffery /'ਪਅੱਫ਼(ਅ)ਰਿ/ *n* ਪ੍ਰਕਾਸ਼ਨ, ਵਿਗਿਆਪਨ, ਇਸ਼ਤਿਹਾਰ, ਫੁਲਾਵਟ

puffing /'ਪਅੱਫ਼ਿਙ/ *a* ਅਤਿ ਪ੍ਰਸੰਸਾ, ਫੂਕ

puffy /'ਪਅੱਫ਼ਿ/ *a* ਫੁੱਲਿਆ, ਮੋਟਾ, ਹੌਂਕਣ ਵਾਲਾ

pug /ਪਅੱਗ/ *n* ਬਾਂਦਰ; ਇੱਕ ਕਿਸਮ ਦਾ ਛੋਟਾ ਕੁੱਤਾ; ਇੱਟਾਂ ਬਣਾਉਣ ਲਈ ਤਿਆਰ ਕੀਤੀ ਮਿੱਟੀ; ਪਸ਼ੂ ਦਾ ਖੁਰ ਚਿੰਨ੍ਹ; (ਅਪ) ਮੁੱਕੇਬਾਜ਼

pugilism /'ਪਯੂਜਿਲਿਜ਼ਅਮ/ *n* ਮੁੱਕੇਬਾਜ਼ੀ

pugilist /'ਪਯੂਜਿਲਿਸਟ/ *n* ਮੁੱਕੇਬਾਜ਼

pugilistic /ˌਪਯੂਜਿ'ਲਿਸਟਿਕ/ *a* ਮੁੱਕੇਬਾਜ਼ੀ ਸੰਬੰਧੀ

pugnacious /ਪਅੱਗ'ਨੇਇਸ਼ਅਸ/ *a* ਲੜਾਕਾ, ਝਗੜਾਲੂ, ਫ਼ਸਾਦੀ

pugnacity /ਪਅੱਗ'ਨੈਸਅਟਿ/ *n* ਲੜਾਈ-ਝਗੜੇ ਦੀ ਇੱਛਾ, ਲੜਾਕਾਪੁਣਾ, ਝਗੜਾਲੂਪਣ, ਫ਼ਸਾਦੀਪਣ

pugnosed /ˌਪਅੱਗ'ਨਅਉਜ਼ਡ/ *a* ਛੋਟੀ ਚਪਟੀ ਨੱਕ ਵਾਲਾ, ਫੀਨਾ

puisne /'ਪਯੂਨਿ/ *a* ਵੱਡੀ ਅਦਾਲਤ ਦਾ ਛੋਟਾ ਜੱਜ, ਛੋਟੀ ਪਦਵੀ ਵਾਲਾ; ਪਰਵਰਤੀ, ਅਨੁਵਰਤੀ, ਬਾਅਦ ਦਾ

puisne judge *n* ਹਾਈ ਕੋਰਟ ਦਾ ਛੋਟਾ ਜੱਜ

puissance /'ਪਵੀਸਾਨਸ/ *n* ਤਾਣ, ਬਲ, ਜ਼ੋਰ, ਸ਼ਕਤੀ; ਘੋੜੇ ਦੀ ਕੁੱਦਣ ਸਮਰੱਥਾ

puissant /'ਪਵੀਸਨਟ/ *a* ਅਧਿਕ ਪ੍ਰਭਾਵ ਵਾਲਾ, ਬਲੀ, ਜ਼ੋਰਾਵਰ, ਪ੍ਰਭਾਵਸ਼ਾਲੀ

puke /ਪਯੂਕ/ *v* ਉਲਟੀ ਕਰਨਾ, ਕੈ ਕਰਨਾ

ਉਕਲਾਉਣਾ *n* ਉਲਟੀ, ਕੈ

puker /ਪਯੂਕਅ*/ *n* ਉਲਟੀ ਲਿਆਉਣ ਵਾਲੀ ਵਸਤੂ; ਕੈ ਕਰਨ ਵਾਲਾ ਵਿਅਕਤੀ

pulchritude /'ਪਅੱਲਕਰਿਟਯੂਡ/ *n* ਸੁੰਦਰਤਾ, ਸੌਂਦਰਯ, ਸ਼ੋਭਾ, ਰੂਪ

pule /ਪਯੂਲ/ *vi* ਰੀਂ-ਰੀਂ ਕਰਨਾ

pull /ਪੁਲ/ *v* ਆਪਣੇ ਵੱਲ ਖਿੱਚਣਾ, ਧੂਹਣਾ, ਤਣਨਾ, ਜ਼ੋਰ ਲਾਉਣਾ, ਚੁੱਕਣਾ; ਪੁੱਟ ਸੁੱਟਣਾ, ਤੋੜਨਾ, ਖੋਹਣਾ (ਫੁੱਲ, ਵਾਲ ਆਦਿ); ਦਬਾਉਣਾ, ਧਕਣਾ, ਚੱਪੂ ਚਲਾਉਣਾ (ਬੇੜੀ ਨੂੰ) *n* ਖਿੱਚ-ਧੂਹ, ਧੂਹ-ਘਸੀਟ; ਤਣਾਅ; ਸੂਟਾ, ਦਮ (ਹੁੱਕੇ ਦਾ); ਡੀਕ, ਪ੍ਰਭਾਵ

pullback /'ਪੁਲਬੈਕ/ *n* ਸੈਨਾ ਦੀ ਵਾਪਸੀ; ਰੁਕਾਵਟ

pull-down *v* ਇਮਾਰਤ ਢਾਹੁਣਾ; (ਹਿੰਮਤ) ਡੇਗਣਾ, ਢਾਹੁਣਾ

puller /ਪੁਲਅ*/ *n* ਖਿੱਚਣ ਵਾਲਾ, ਉਖਾੜਨ ਵਾਲਾ ਵਿਅਕਤੀ; ਮੂੰਹਜ਼ੋਰ ਘੋੜਾ, ਜਾਨਦਾਰ ਘੋੜਾ

pullet /'ਪੁਲਿਟ/ *n* ਛੋਟਾ ਕੁੱਕੜ ਜਾਂ ਕੁੱਕੜੀ, ਚੂਚਾ

pulley /'ਪੁਲਿ/ *n* ਚਰਖੀ, ਗਰਾਰੀ, ਘਿਰਨੀ, ਭੌਣੀ *vt* ਚਰਖ਼ੀ ਲਾਉਣਾ, ਘਿਰਨੀ ਲਾਉਣਾ, ਗਰਾਰੀ ਦੁਆਰਾ ਚੜ੍ਹਾਉਣਾ

pullman-car /'ਪੁਲਮਅਨਕਾ*/ *n* ਰੇਲ ਦਾ ਡੱਬਾ ਜਿਸ ਵਿੱਚ ਸੌਣ ਦਾ ਪ੍ਰਬੰਧ ਹੁੰਦਾ ਹੈ, ਰੇਲਵੇ ਸੈਲੂਨ

pull-out *n* ਅਖ਼ਬਾਰ ਦਾ ਵਿਸ਼ੇਸ਼ ਵੱਖ ਭਾਗ, ਫ਼ੌਜ ਨੂੰ ਖ਼ਾਸ ਖੇਤਰ ਵਿੱਚੋਂ ਬਾਹਰ ਕੱਢ ਲੈਣ ਦੀ ਕਿਰਿਆ, ਬਾਹਰ ਖਿੱਚ ਲਿਆਉਣ ਦਾ ਕਾਰਜ

pullover /'ਪੁਲਅਓਵ੍ਅ*/ *n* ਵੱਡਾ ਸਵੈਟਰ, ਜਰਸੀ, ਕੋਟੀ

pullulant /'ਪਅੱਲਯੁਲਅਨਟ/ *a* ਪੁੰਗਰਵਾਂ, ਪੁੰਗਰਨਹਾਰ, ਵਧਣ-ਫੁੱਲਣ ਵਾਲਾ, ਫੁੱਲ ਲੱਗਣ ਯੋਗ, ਉੱਗਣ ਵਾਲਾ, ਫੁੱਟਣ ਵਾਲਾ

pullulate /'ਪਅੱਲਯੁਲੇਇਟ/ *v* ਖਿੜਨਾ, ਉੱਗਣਾ, ਫੁੱਟਣਾ, ਪੁੰਗਰਨਾ, ਜੰਮਣਾ

pull-up *n* (ਉੱਪਰ ਬੱਝੇ ਡੰਡੇ ਨੂੰ ਫੜ ਕੇ) ਲਟਕ ਕੇ ਕੀਤੀ ਜਾਣ ਵਾਲੀ ਕਸਰਤ

pulmonary /'ਪਅੱਲਮਅਨਅਰਿ/ *a* ਫੇਫੜੇ ਬਾਰੇ, ਫੇਫੜਿਆਂ ਦਾ, ਫੇਫੜਿਆਂ ਦੇ ਰੋਗ ਨਾਲ ਪੀੜਿਤ

pulmonary consumption *n* ਤਪਦਿਕ

pulp /ਪਅੱਲਪ/ *n* ਗੁੱਦਾ, ਮਗਜ਼, ਮਾਵਾ (ਕਾਗਜ਼ ਬਣਾਉਣ ਲਈ); ਸਾਰ *v* ਗੁੱਦਾ ਕੱਢਣਾ; ਪਿਲਪਿਲਾ ਕਰਨਾ; ਫੁੱਲ ਜਾਣਾ, ਪਿਲਪਿਲਾ ਹੋਣਾ, ਨਰਮ ਗੁੱਦੇਦਾਰ ਬਣਾਉਣਾ

pulpit /'ਪੁਲਪਿਟ/ *n* ਗਿਰਜਾਘਰ ਵਿੱਚ ਪਾਦਰੀ ਲਈ ਧਰਮ ਉਪਦੇਸ਼ ਲਈ ਸਥਾਪਿਤ ਕਟਹਿਰਾ; ਧਰਮ ਪ੍ਰਚਾਰਨ ਦਾ ਕਿੱਤਾ

pulpiteer /ˌਪੁਲਪਿ'ਟਿਅ*/ *n* ਧਰਮ ਉਪਦੇਸ਼ਕ, ਧਰਮ ਪ੍ਰਚਾਰਕ *vt* ਧਰਮ ਪ੍ਰਚਾਰ ਕਰਨਾ

pulpitry /'ਪੁਲਪਿਟਰਿ/ *n* ਧਰਮ ਉਪਦੇਸ਼ਣ

pulpitum /'ਪੁਲਪਿਟਅਮ/ *n* ਗਿਰਜਾ ਘਰ ਵਿੱਚ ਗਾਇਕ ਮੰਡਲੀ ਲਈ ਸਥਾਪਿਤ ਕਟਹਿਰਾ

pulpy /'ਪਅੱਲਪਿ/ *a* ਗੁੱਦੇਦਾਰ

pulsar /'ਪਅੱਲਸਾ*/ *n* ਇੱਕ ਉਪਗ੍ਰਹਿ (ਜੋ ਦਿਸਦਾ ਨਹੀਂ ਪਰ ਰੇਡੀਆਈ ਜਾਣਕਾਰੀ ਭੇਜਦਾ ਰਹਿੰਦਾ ਹੈ)

pulsate /ਪਅੱਲ'ਸੇਇਟ/ *vi* ਨਬਜ਼ ਦਾ ਚੱਲਣਾ, ਧੜਕਣਾ; ਫੜਕਣਾ; ਲਹਿਰਾਉਣਾ, ਥਰਥਰਾਉਣਾ

pulsatile /'ਪਅੱਲਸਅਟਾਇਲ/ *a* ਥਰਕਵਾਂ, ਧੜਕਣ ਸੰਬੰਧੀ, ਫੜਕਣ ਦੇ ਗੁਣ ਵਾਲਾ; ਹੱਥ ਨਾਲ ਸੱਟ ਮਾਰ ਕੇ ਵਜਾਇਆ ਜਾਣ ਵਾਲਾ (ਵਾਜਾ ਜਾਂ ਸਾਜ਼)

pulsatilla /ˌਪਅੱਲਸਅ'ਟਿਲਅ/ *n* ਇੱਕ ਫੁੱਲ ਜਿਸ ਦਾ ਰਸ ਦਵਾਈਆਂ ਵਿੱਚ ਵਰਤਿਆ ਜਾਂਦਾ ਹੈ

pulsation /ਪਅੱਲ'ਸੇਇਸ਼ਨ/ *n* ਧੜਕਣ, ਥਰਥਰਾਹਟ, ਥਰਕਣ

pulsatory /'ਪਅੱਲਸਅਟ(ਅ)ਰਿ/ *a* ਧੜਕਣ

ਵਾਲਾ, ਕੰਬਣ ਵਾਲਾ, ਥਰਕਵਾ, ਧੜਕਵਾਂ

pulse[1] /ਪਅੱਲਸ/ *n* ਨਬਜ਼, ਨਾੜੀ, ਨਬਜ਼ ਜਾਂ ਨਾੜੀ ਦੀ ਚਾਲ ਜਾਂ ਗਤੀ; (ਬੋਲ) ਉਤਸ਼ਾਹ, ਉਮੰਗ, ਜੋਸ਼; (ਸੰਗੀ) ਤਰੰਗ, ਲਹਿਰ, ਭਾਵ

pulse[2] *n* ਦਾਲ

pulverize /'ਪਅੱਲਵ੍ਅਰਾਇਜ਼/ *v* ਮਹੀਨ ਕਰਨਾ, ਪੀਹਣਾ, ਦਲਨਾ, ਬਰੀਕ ਕਰਨਾ, ਚੂਰ-ਚੂਰ ਕਰਨਾ; (ਜਲ ਆਦਿ ਦੀ) ਫੁਹਾਰ ਜਾਂ ਭੂਰ; (ਅਲੰਕਾਰਕ) ਕੁਚਲ ਦੇਣਾ, ਪਿਸ ਜਾਣਾ, ਚੂਰ-ਚੂਰ ਹੋ ਜਾਣਾ

pulverizer /'ਪਅੱਲਵ੍ਅਰਾਇਜ਼ਅ*/ *n* ਪੀਹਣ ਵਾਲਾ, ਚੂਰ-ਚੂਰ ਕਰਨ ਵਾਲਾ

pulvinar /ਪਅੱਲ'ਵ੍ਹੀਨਅ*/ *a* ਗੱਦੀਦਾਰ, ਗੱਦੀ ਦੇ ਆਕਾਰ ਦਾ, ਗੱਦੀ ਵਰਗਾ

puly /'ਪਯੂਲਿ/ *a* ਰੋਗੀ, ਦੁਰਬਲ, ਲਟਕਦਾ ਹੋਇਆ

puma /'ਪਯੂਮਅ/ *n* ਸ਼ੇਰ ਵਰਗਾ ਅਮਰੀਕੀ ਜਾਨਵਰ

pumice /'ਪਅੱਮਿਸ/ *n* ਝਾਵਾਂ

pumice-stone /'ਪਅੱਮਿਸਸਟਅਉਨ, 'ਪਅੱਮਿਸਟਅਉਨ/ ਵੇਖੋ **pumice**

pummel /'ਪਅੱਮਲ/ *vt* ਘਸੁੰਨ ਮਾਰਨਾ, ਮੁੱਕੀਆਂ ਮਾਰਨਾ

pump /ਪਅੱਮਪ/ *n* ਨਲ, ਨਲਕਾ, ਪੰਪ, ਪਿਚਕਾਰੀ; ਧੌਂਕਣੀ; (ਅਲੰਕਾਰਕ) ਦਿਲ; ਕੀੜੇ ਦੀ ਚੂਸਣੀ *v* ਪੰਪ ਚਲਾਉਣਾ; (ਪੰਪ ਨਾਲ) ਹਵਾ ਭਰਨਾ; ਪਿਚਕਾਰੀ ਚਲਾਉਣਾ; ਜਹਾਜ਼ ਦਾ ਪਾਣੀ ਕੱਢਣਾ; ਪੰਪ ਨਾਲ ਪਾਣੀ ਉੱਤੇ ਚਾੜ੍ਹਨਾ ਜਾਂ ਕੱਢਣਾ; ਲਗਾਤਾਰ ਸੁਆਲਬਾਜ਼ੀ ਕਰਨਾ ਜਾਂ ਇਸ ਢੰਗ ਨਾਲ ਜਾਣਕਾਰੀ ਪ੍ਰਾਪਤ ਕਰਨਾ; ਦਮ ਫੁਲਾ ਦੇਣਾ, ਬੇਦਮ ਕਰ ਦੇਣਾ; (ਥਰਮਾਮੀਟਰ ਵਿੱਚ ਪਾਰੇ ਦਾ) ਪਲ-ਪਲ ਵਿੱਚ ਚੜ੍ਹਨਾ ਉਤਰਨਾ; ਪੰਪ ਵਾਂਗ ਉਪੱਰ ਥੱਲੇ ਹੋਣਾ

pumpkin /'ਪਅੱਮਪਕਿਨ/ *n* ਹਲਵਾ ਕੱਦੂ, ਮਿੱਠਾ ਕੱਦੂ, ਪੇਠਾ

pumpship /'ਪਅੱਮਪਸ਼ਿਪ/ *n* ਮੂਤਰ, ਪਿਸ਼ਾਬ *vi* ਮੂਤਣਾ, ਪਿਸ਼ਾਬ ਕਰਨਾ

pun /ਪਅੱਨ/ *n* ਸ਼ਬਦ ਕਲੋਲ, ਦੁਅਰਥੀ, ਸ਼ਲੇਸ਼, ਵਕਰੋਕਤੀ *vi* ਦੂਹਰੇ ਅਰਥ ਕਰਨਾ, ਸ਼ਲੇਸ਼ ਕਰਕੇ ਵਰਤਣਾ

punch[1] /ਪਅੱਨਚ/ *n* ਛੇਕ ਕੱਢਣ ਵਾਲੀ ਮਸ਼ੀਨ, ਛੇਦਕ ਸੰਦ, ਪੰਚ, ਛਾਪਾ; ਮੁੱਕਾ, ਘਸੁੰਨ; ਠੁੰਗਾ *vt* ਪੰਚ ਨਾਲ ਛੇਕ ਕਰਨਾ, ਵਿੰਨ੍ਹਣਾ, ਮੋਰੀ ਕਰਨਾ; ਮੁੱਕਾ ਮਾਰਨਾ; ਚੁੱਕ ਦੇਣਾ

punch[2] *n* ਇੱਕ ਪ੍ਰਕਾਰ ਦੀ ਸ਼ਰਾਬ , ਪੰਜ ਰਤਨੀ ਪੰਜ ਦਾ ਜਾਮ, ਪਿਆਲਾ, ਸ਼ਰਾਬ ਦੀ ਮਹਿਫ਼ਲ ਜਿੱਥੇ ਪੰਚ ਪੀਤੀ ਜਾਵੇ

punch[3] *n* ਮੋਟਾ ਤਾਜ਼ਾ, ਲਾਦੂ ਟੱਟੂ; ਛੋਟੇ ਕੱਦ ਦਾ ਮੋਟਾ ਆਦਮੀ, ਠਿਗਣਾ ਮੋਟਾ ਵਿਅਕਤੀ

punch[4] *n* ਕਠਪੁਤਲੀ ਦੀ ਖੇਡ ਦਾ ਇੱਕ ਕੁੱਬਾ ਪਾਤਰ

punch and Judy show /ˌਪਅੱਨਚ ਅਨ 'ਜੂਡਿ ਸ਼ਅਉ/ *n* (ਬਰਤਾਨੀਆ ਵਿੱਚ) ਬੱਚਿਆਂ ਦੀ ਮਨ ਪ੍ਰਚਾਵੇ ਦੀ ਇੱਕ ਖੇਡ, ਕਠਪੁਤਲੀਆਂ ਦੀ ਖੇਡ

punchbowl /'ਪਅੱਨਚਬਅਉਲ/ *n* ਪੰਚ ਦਾ ਜਾਮ ਜਾਂ ਪਿਆਲਾ

punchcard /'ਪਅੱਨਚਕਾਡ/ *n* (ਕੰਪਿ) ਗੱਤਾ ਜਿਸ ਉੱਤੇ ਜਾਣਕਾਰੀ ਸੁਰਾਖ਼ਾਂ ਦੀਆਂ ਲਾਈਨਾਂ ਦੇ ਰੂਪ ਵਿੱਚ ਅੰਕਿਤ ਕੀਤੀ ਜਾਂਦੀ ਸੀ ਅਤੇ ਕੰਪਿਊਟਰ ਅਤੇ ਹੋਰ ਮਸ਼ੀਨਾਂ ਨੂੰ ਹਿਦਾਇਤਾਂ ਦੇਣ ਲਈ ਵਰਤਿਆ ਜਾਂਦਾ ਸੀ

puncheon /'ਪਅੱਨਚਨ/ *n* ਵੱਡਾ ਪੀਪਾ (ਸ਼ਰਾਬ ਆਦਿ ਲਈ); ਛੱਤ ਸੰਭਾਲਨ ਵਾਲੀ ਥੰਮ੍ਹੀ

punch-house *n* ਪੰਚ ਪੀਣ ਦੀ ਥਾਂ, ਸ਼ਰਾਬਖ਼ਾਨਾ

punchy /'ਪਅੱਨਚਿ/ *a* ਛੋਟਾ ਅਤੇ ਸਥੂਲ, ਛੋਟਾ-ਮੋਟਾ

punctat /'ਪਅੱਙ(ਕ)ਟੇਇਟ/ *a* (ਬਨ) ਬਿੰਦੀਦਾਰ, ਧੱਬੇਦਾਰ

punctilio /ਪਅੱਙਕ'ਟਿਲਿਅਉ/ *n* ਉਪਚਾਰਕਤਾ;

ਬਰੀਕੀ, ਉਚੇਚਾ ਗਹੁ (ਰਸਮ ਜਾਂ ਨੇਮ ਪਾਲਣ ਵਿੱਚ)

punctilious /ਪਅੱਙਕ'ਟਿਲਿਅਸ/ *a* ਨਿਯਮ ਪੂਜ; ਖੋਚਰੀ, ਨਘੋਚੀ, (ਨਿੱਕੀ-ਨਿੱਕੀ ਗੱਲ ਦੀ) ਪਰਵਾਹ ਕਰਨ ਵਾਲਾ, ਬਹੁਤ ਤਕੱਲੁਫ਼ ਵਾਲਾ; ਅਤਿ ਉਪਚਾਰਕ

punctual /'ਪਅੱਙਕਚੁਅਲ/ *a* ਨਿਯਮਤ, ਸਮੇਂ 'ਤੇ, ਵੇਲੇ ਸਿਰ, ਸਮੇਂ ਦਾ ਪਾਬੰਦ, ਠੀਕ ਸਮੇਂ ਦਾ; ਬਰੀਕੀਆਂ ਵੱਲ ਧਿਆਨ ਦੇਣ ਵਾਲਾ

punctuality /ˌਪਅੱਙਕਚੁ'ਐਲਅਟਿ/ *n* ਸਮੇਂ ਦਾ ਪਾਲਣ, ਸਮੇਂ ਦੀ ਪਾਬੰਦੀ

punctually /'ਪਅੱਙਕਚੁਅਲਿ/ *a* ਠੀਕ ਸਮੇਂ ਉੱਤੇ, ਸਮੇਂ ਸਿਰ

punctuate /'ਪਅੱਙਕਚੁਏਇਟ/ *vt* ਵਿਸ਼ਰਾਮ ਚਿੰਨ੍ਹ ਲਾਉਣਾ; ਵਿੱਚ-ਵਿੱਚ ਕੁਝ ਕਹਿਣਾ, ਟੋਕਣਾ

punctuation /ˌਪਅੱਙਕਚੁ'ਏਇਸ਼ਨ/ *n* ਵਿਸ਼ਰਾਮ ਚਿੰਨ੍ਹ, ਵਿਸ਼ਰਾਮ

punctuation mark *n* ਵਿਰਾਮ ਚਿੰਨ੍ਹ

punctum /'ਪਅੱਙਕਟਅਮ/ *n* (ਬਨ) ਚਿੰਨ੍ਹ, ਬਿੰਦੂ, ਨਿਸ਼ਾਨ

puncture /'ਪਅੱਙਕਚਅ*/ *n* ਮੋਰੀ, ਛੇਕ, ਚੋਭਾ, ਪੱਛ, ਪੰਚਰ (ਸਾਈਕਲ) *v* ਪੰਕਚਰ ਕਰ ਦੇਣਾ ਜਾਂ ਹੋ ਜਾਣਾ; ਚੋਭਣਾ, (ਜ਼ਖ਼ਮ) ਪੱਛਣਾ

pungency /'ਪਅੱਨਜਅਨਸਿ/ *n* ਚੋਭ; ਤੀਖਣਤਾ, ਤੀਬਰਤਾ; ਦਿਲ ਆਜ਼ਾਰੀ, ਦਿਲ ਦੁਖਾਉਣ ਦੀ ਕਿਰਿਆ

pungent /'ਪਅੱਨਜਅਨਟ/ *a* ਚੁੱਭਵਾਂ, ਕਾਟਵਾਂ; ਤਿੱਖਾ, ਕੌੜਾ, ਤੀਖਣ, ਕਰਾਰਾ, ਤੇਜ਼

puniceous /ਪਯੁ'ਨਿਸ਼ਿਅਸ/ *a* ਪੱਕਾ, (ਚਿਕਿ) ਲਾਲ ਸੁਰਖ਼

puniness /'ਪਯੁਨਿਨਅਸ/ *n* ਛੋਟਾਪਣ, ਦੁਰਬਲਤਾ, ਹੀਣਤਾ, ਕਮਜ਼ੋਰੀ, ਤੁੱਛਤਾ

punish /'ਪਅੱਨਿਸ਼/ *vt* ਸਜ਼ਾ ਦੇਣਾ, ਦੰਡ ਦੇਣਾ, ਜੁਰਮਾਨਾ ਕਰਨਾ; (ਮੁੱਕੇਬਾਜ਼ੀ ਵਿੱਚ ਵਿਰੋਧੀ ਉੱਤੇ) ਜ਼ੋਰ ਨਾਲ ਮੁੱਕੇ ਮਾਰਨਾ; (ਦੌੜ ਵਿੱਚ ਮੁਕਾਬਲਾ ਕਰਨ ਵਾਲੇ ਨੂੰ) ਧੱਕਾ ਦੇਣਾ; (ਖਾਣਾ ਆਦਿ) ਖ਼ੂਬ ਖਾਣਾ, ਰੱਜ ਕੇ ਖਾਣਾ

punishment /'ਪਅੱਨਿਸ਼ਮਅਨਟ/ *n* ਦੰਡ, ਸਜ਼ਾ, ਚੱਟੀ, ਜੁਰਮਾਨਾ

punition /ਪਯੁ'ਨਿਸ਼ਨ/ *n* ਦੰਡ, ਸਜ਼ਾ

punitive /'ਪਯੂਨਅਟਿਵ਼/ *a* ਦੰਡਾਤਮਿਕ; ਦੰਡ ਰੂਪੀ, ਦੰਡ ਦੇਣ ਵਾਲਾ

punk /ਪਅੱਙਕ/ *n* (ਅਪ) ਨਿਕੰਮੀ ਵਸਤੂ; ਵੇਸਵਾ, ਰੰਡੀ *a* ਨਿਕੰਮਾ, ਨਕਾਰਾ

punnet /'ਪਅੱਨਿਟ/ *n* ਨਿੱਕੀ ਟੋਕਰੀ, ਛਿੱਕੂ, ਛਾਬਾ

punster /'ਪਅੱਨਸਟਅ*/ *n* ਦੁਅਰਥੀਆ, ਸ਼ਲੇਸ਼ਕਾਰ

punt[1] /ਪਅੱਨਟ/ *n* ਠੋਕਰ, ਠੁੱਡਾ; ਚੌੜੇ ਥੱਲੇ ਵਾਲੀ ਬੇੜੀ *v* ਅਜਿਹੀ ਬੇੜੀ ਨੂੰ ਬਾਂਸ ਨਾਲ ਚਲਾਉਣਾ, (ਫੁਟਬਾਲ ਨੂੰ) ਠੋਕਰ ਮਾਰਨਾ, ਠੁੱਡਾ ਮਾਰਨਾ, ਗੇਂਦ ਨੂੰ ਲੱਤ ਨਾਲ ਮਾਰਨਾ

punt[2] *v* (ਤਾਸ਼ ਆਦਿ ਦੀ ਖੇਡ ਵਿੱਚ) ਪੈਸੇ ਲਾ ਕੇ ਦਾਅ ਖੇਡਣਾ; (ਬੋਲ) (ਘੋੜੇ ਉੱਤੇ) ਸ਼ਰਤ ਲਾਉਣਾ, ਦਾਅ ਰੱਖਣਾ, ਬਾਜ਼ੀ ਲਾਉਣਾ

puny /'ਪਯੂਨਿ/ *a* ਕਮਜ਼ੋਰ, ਮਾੜਚੂ, ਸ਼ਕਤੀਹੀਣ, ਨਿਤਾਣਾ, ਦੁਰਬਲ, ਤੁੱਛ; ਨੀਚ; ਛੋਟਾ ਜਿਹਾ, ਗਿੱਠਾ

pup /ਪਅੱਪ/ *n* ਕੁੱਤੇ ਦਾ ਬੱਚਾ, ਕਤੂਰਾ, (ਬਘਿਆੜ, ਚੂਹੇ ਜਾਂ ਸੀਲ ਆਦਿ ਦਾ) ਬੱਚਾ *v* ਕਤੂਰੇ ਜਣਨਾ

pupa /'ਪਯੂਪਅ/ *n* ਕੀੜੇ ਦੇ ਜਨਮ ਪਿੱਛੋਂ ਤੀਜੀ ਅਵਸਥਾ

pupil /'ਪਯੂਪਲ/ *n* ਵਿਦਿਆਰਥੀ, ਸ਼ਗਿਰਦ, ਚੇਲਾ; ਅੱਖ ਦੀ ਪੁਤਲੀ; (ਕਨੂੰ) ਨਾਬਾਲਗ

pupillage /'ਪਯੂਪਿਲਿਜ/ *n* ਸ਼ਗਿਰਦੀ; ਨਾਬਾਲਗੀ

pupillary /'ਪਯੂਪਿਲ(ਅ)ਰਿ/ *a* ਵਿਦਿਆਰਥੀ ਸੰਬੰਧੀ; ਸ਼ਗਿਰਦ ਬਾਰੇ; ਅੱਖ ਦੀ ਪੁਤਲੀ ਦਾ

puppet /'ਪਅੱਪਿਟ/ *n* ਕਠਪੁਤਲੀ, ਪੁਤਲੀ, ਗੁੱਡਾ; (ਕਿਸੇ ਦੇ ਹੱਥ ਦਾ) ਖਿਡੌਣਾ; ਚਮਚਾ

puppeteer /ˌਪਅੱਪਿ'ਟਿਅ*/ *n* ਕਠਪੁਤਲੀਆਂ

ਦੀਆਂ ਖੇਡਾਂ ਦਿਖਾਉਣ ਵਾਲਾ ਬੰਦਾ

puppet-play *n* ਪੁਤਲੀਆਂ ਦਾ ਤਮਾਸ਼ਾ

puppetry /'ਪਅੱਪਿਟਰਿ/ *n* ਕਠਪੁਤਲੀ ਕਲਾ

puppy /'ਪਅੱਪਿ/ *n* ਕਤੂਰਾ, ਕੁੱਤੇ ਦਾ ਬੱਚਾ; ਹੋਛਾ; ਮੂਰਖ, ਬੁੱਧੂ, ਗੋਬਰਗਣੇਸ਼; ਬਾਂਕਾ, ਛੈਲਾ, ਛਬੀਲਾ, ਰੰਗੀਲਾ

puppydom, puppyhood /'ਪਅੱਪਿਡਅਮ, 'ਪਅੱਪਿਹੁਡ/ *n* ਅਭਿਮਾਨੀ ਰਾਜ; ਮੂਰਖਤਾ; ਛੈਲਾਪਣ

puppyish /'ਪਅੱਪਿਇਸ਼/ *a* ਹੰਕਾਰੀ, ਘਮੰਡੀ, ਅਭਿਮਾਨੀ

puppyism /'ਪਅੱਪਿਇਜ਼ਅਮ/ *n* ਵਿਅਰਥ; ਅਭਿਮਾਨ

puppy love *n* ਗੱਭਰੂ ਦੀ ਭਾਵੁਕ ਪ੍ਰੇਮ ਭਾਵਨਾ

pur /ਪਅ:*/ *n* ਘੁਰ-ਘੁਰ; ਘੁਰਘੁਰਾਹਟ *v* ਘੁਰਘੁਰਾਉਣਾ; ਘੁਰ-ਘੁਰ ਕਰਨਾ

purblind /'ਪਅ:ਬਲਾਇਨਡ/ *vt* ਸੰਕੀਰਨ ਦ੍ਰਿਸ਼ਟੀ ਕਰਨਾ; ਚੁੰਧਿਆਉਣਾ, ਧੁੰਦਲਾਉਣਾ *a* ਧੁੰਦਲਾ, ਚੁੰਨ੍ਹਾ; (ਅਲੰਕਾਰਕ) ਸੰਕੀਰਨ, ਤੰਗ ਦ੍ਰਿਸ਼ਟੀ ਵਾਲਾ; ਸੁਸਤ; ਭੈੜਾ, ਮੰਦਾ

purchase /'ਪਅ:ਚਅਸ/ *vt* ਖ਼ਰੀਦਣਾ, ਮੁੱਲ ਲੈਣਾ; ਵਿਹਾਜਣਾ, (ਜਲ ਸੈਨਾ ਵਿੱਚ ਲੰਗਰ ਆਦਿ) ਖਿੱਚਣਾ, ਘਸੀਟਣਾ *n* ਖ਼ਰੀਦ, ਖ਼ਰੀਦਦਾਰੀ; ਸੌਦਾ, ਮਾਲ, ਵਾਰਸ਼ਿਕ ਉਪਜ, ਕਮਾਈ; (ਜਲ ਸੈਨਾ) ਰੱਸੀ, ਰੱਸਾ; ਚਰਖ਼ੀ, ਭਾਰ ਚੁੱਕਣ ਦੀ ਕਲਾ; ਪ੍ਰਭਾਵ, ਅਸਰ; ਸ਼ਕਤੀ, ਸਮਰੱਥਾ; ਲਾਭ ਲਈ ਉਪਾਅ; ਯੰਤਰਿਕ ਸਾਧਨ, ਸੁਵਿਧਾ

purchasing /'ਪਅ:ਚਅਸਿਙ/ *n* ਖ਼ਰੀਦ

purchasing power *n* ਖ਼ਰੀਦਣ ਸ਼ਕਤੀ

pure /ਪਯੁਅ*/ *a* ਨਿਰਮਲ, ਪਵਿੱਤਰ, ਸੁੱਚਾ, ਪਾਕ; ਅਸਲੀ, ਖਰਾ, ਖ਼ਾਲਸ, ਨਿਰੋਲ; ਸਾਫ਼, ਸ਼ੁੱਧ; (ਸੰਗੀ) ਸੁਰਤਾਲ ਸੰਗਤ

puree /'ਪਯੁਅਰੇਇ/ *(F)* *n* ਕਿਸੇ ਫਲ ਜਾਂ ਸਬਜ਼ੀ ਦੇ ਗੁੱਦੇ ਨੂੰ ਪੀਸ ਕੇ ਤਿਆਰ ਕੀਤਾ ਖਾਧ ਪਦਾਰਥ, ਮੀਟ ਜਾਂ ਸਬਜ਼ੀਆਂ ਦਾ ਸ਼ੋਰਬਾ

purely /'ਪਯੁਅਲਿ/ *adv* ਸ਼ੁੱਧਤਾ ਨਾਲ, ਨਿਰਮਲਤਾ ਨਾਲ; ਸਰਾਸਰ, ਬਿਲਕੁਲ; ਸਾਰੇ ਦਾ ਸਾਰਾ

purfle /'ਪਅ:ਫ਼ਲ/ *n* ਗੋਟਾ, ਕਿਨਾਰੀ; ਕਿਨਾਰਾ; ਹਾਸ਼ੀਆ *vt* ਗੋਟਾ ਲਾਉਣਾ, ਕਿਨਾਰੀ ਲਾਉਣਾ; ਸੁੰਦਰ ਕਰਨਾ, ਸਜਾਉਣਾ

purfling /'ਪਅ:ਫ਼ਲਿਙ/ *n* ਜ਼ਰੀ ਦਾ ਕੰਮ; ਝਾਲਰ; ਵੇਲ-ਬੂਟੇ ਜਾਂ ਕਸੀਦੇ ਦਾ ਕੰਮ, ਕਢਾਈ; ਸਜਾਵਟ, ਕਸੀਦਾ

purgation /ਪਅ:'ਗੇਇਸ਼ਨ/ *n* ਸੋਧਣ, ਸ਼ੁੱਧੀ; ਸਫ਼ਾਈ; ਜੁਲਾਬ; ਸਫ਼ਾਇਆ; ਆਤਮ ਸ਼ੁੱਧੀ, ਦੋਸ਼ਾਂ ਦਾ ਨਾਸ

purgative /'ਪਅ:ਗਅਟਿਵ੍/ *a* ਵਿਰੇਚਕ, ਰੇਚਕ, ਜੁਲਾਬ ਵਾਲਾ; ਸਫ਼ਾਈ ਵਾਲਾ *n* ਦਸਤਾਂ ਦੀ ਦਵਾਈ, ਜੁਲਾਬ

purgatorial /ˌਪਅ:ਗਅ'ਟੋਰਿਅਲ/ *a* ਪਾਪਨਾਸ਼ਕ; ਸੁਧਾਰਕ; ਪ੍ਰਾਸ਼ਚਿਤਕਾਰੀ

purgatory /'ਪਅ:ਗਅਟਰਿ/ *n* (ਰੋਮਨ ਕੈਥੋਲਿਕ ਚਰਚ) ਸ਼ੋਧਕ, ਪਾਪ ਨਾਸ਼ ਕਰਨ ਦੀ ਥਾਂ; ਪ੍ਰਾਸ਼ਚਿਤ ਕਰਨ ਦਾ ਸਥਾਨ

purge /ਪਅ:ਜ/ *vt* ਸਾਫ਼ ਕਰਨਾ; ਜੁਲਾਬ ਦੇਣਾ; ਸ਼ੁੱਧ ਕਰਨਾ, ਛਾਂਟਣਾ *n* ਸਫ਼ਾਈ; ਵਿਰੇਚਨ, ਦਸਤ; ਸੁਧਾਰ

purification /ˌਪਯੁਅਰਿਫ਼ਿ'ਕੇਇਸ਼ਨ/ *n* ਸੋਧ, ਸੁਧਾਈ, ਸ਼ੁੱਧੀ, ਸਫ਼ਾਈ, ਮੰਜਾਈ

purificatory /ˌਪਯੁਅਰਿਫ਼ਿ'ਕੇਇਟਅਰਿ/ *a* ਸੋਧਣ ਸੰਬੰਧੀ, ਸੋਧਣਾਤਮਿਕ

purifier /'ਪਯੁਅਰਿਫ਼ਾਇਅ*/ *n* ਸ਼ੁੱਧ ਕਰਨ ਵਾਲਾ; ਸੋਧਕ, ਨਿਰਮਲਕਾਰ

purify /'ਪਯੁਅਰਿਫ਼ਾਇ/ *vt* ਸ਼ੁੱਧ ਕਰਨਾ, ਸਾਫ਼ ਕਰਨਾ, ਨਿਤਾਰਨਾ, ਮੈਲ ਕੱਢਣਾ, ਸੂਤਕ ਦੂਰ ਕਰਨਾ; ਪਵਿੱਤਰ ਕਰਨਾ, ਪਾਵਨ ਕਰਨਾ

purism /'ਪਯੁਅਰਿਜ਼ਅਮ/ *n* ਸ਼ੁੱਧਵਾਦ, ਠੇਠਤਾਵਾਦ, ਭਾਸ਼ਾ ਸ਼ੁੱਧਤਾ

purist /'ਪਯੁਅਰਿਸਟ/ *n* ਭਾਸ਼ਾ ਦੀ ਸ਼ੁੱਧਤਾ ਦਾ

ਅਧਿਕ ਧਿਆਨ ਰੱਖਣ ਵਾਲਾ, ਸ਼ੁੱਧਤਾਵਾਦੀ

puritan /'ਪਯੁਅਰਿਟਅਨ/ *n* ਸ਼ੁੱਧਤਾਵਾਦੀ, ਕੱਟੜਵਾਦੀ **Puritan** *n* ਪ੍ਰੋਟੈਸਟੈਂਟ ਸੰਪਰਦਾਇ ਦਾ ਮੈਂਬਰ, ਪਿਓਰੀਟਨ

puritanical /ˌਪਯੁਅਰਿ'ਟੈਨਿਕਲ/ *n* ਕੱਟੜਵਾਦੀ, ਨਿਸ਼ਠਾਵਾਦੀ

puritanism /'ਪਯੁਅਰਿਟਅਨਿਜ਼ਅਮ/ *n* ਕੱਟੜਤਾਵਾਦ, ਪਿਓਰੀਟਨਵਾਦ

purity /'ਪਯੁਅਰਅਟਿ/ *n* ਪਵਿੱਤਰਤਾ, ਪਾਵਨਤਾ, ਸ਼ੁੱਧਤਾ, ਸ਼ੁੱਧੀ, ਸੁੱਚਮ, ਨਿਰਮਲਤਾ

purl[1] /ਪਅ:ਲ/ *vi* (ਨਦੀ, ਨਾਲੇ ਦਾ) ਕਲ-ਕਲ ਕਰਕੇ ਵਗਣਾ, ਲਹਿਰ ਆਉਣਾ, ਉਲਟ-ਪੁਲਟ ਕਰਨਾ ਜਾਂ ਹੋਣਾ; ਸਿਰ ਦੇ ਭਾਰ ਡਿੱਗਣਾ ਜਾਂ ਡੇਗਣਾ

purl[2] *v* (ਕਢਾਈ) ਜ਼ੰਜੀਰੀ ਬਣਾਉਣਾ

purler /'ਪਅ:ਲਅ*/ *n* (ਘੋੜੇ ਤੋਂ) ਸਿਰ ਦੇ ਭਾਰ ਡਿੱਗਣ ਦੀ ਕਿਰਿਆ

purlieu /'ਪਅ:ਲਯੂ/ *n* (ਵਣ ਕਨੂੰਨ ਅਧੀਨ) ਜੰਗਲ ਦੀ ਹੱਦ; (ਬਹੁ) ਸੀਮਾ, ਜੂਹ; ਗੰਦਾ ਮੁਹੱਲਾ

purlin /'ਪਅ:ਲਿਨ/ *n* ਸ਼ਤੀਰ, ਕੜੀ

purloin /ਪਅ:'ਲੌਇਨ, 'ਪਅ:ਲੌਇਨ/ *vt* ਚੁਰਾ ਲੈਣਾ, ਹੜੱਪਣਾ, ਚੋਰੀ ਕਰਨਾ

purple /'ਪਅ:ਪਲ/ *n* ਊਦਾ ਰੰਗ ਜਾਂ ਵੇਸ *a* ਊਦਾ, ਵੈਂਗਣੀ, ਜਾਮਨੀ, ਸੋਸਨੀ *v* ਊਦਾ ਰੰਗ ਕਰਨਾ ਜਾਂ ਹੋਣਾ

purple patch *n* ਸਫਲਤਾ ਪ੍ਰਾਪਤੀ ਦਾ ਮੌਕਾ, ਭਾਗ ਜਾਗਣ ਦਾ ਸਮਾਂ

purport /ਪਅ'ਪੋਟ/ *vt* ਭਾਵ ਦੇਣਾ, ਅਰਥ ਹੋਣਾ, ਮਤਲਬ ਹੋਣਾ, ਉਦੇਸ਼ ਹੋਣਾ, ਪ੍ਰਤੀਤ ਕਰਨਾ, ਦੱਸਣਾ /'ਪਅ:ਪੋਟ/ *n* ਭਾਵ, ਤਾਤਪਰਜ, ਮਤਲਬ, ਅਰਥ, ਸਾਰਾਂਸ਼, ਆਸ਼ਾ ਪ੍ਰਯੋਜਨ, ਉਦੇਸ਼ (ਕਵਿਤਾ)

purported /ਪਅ'ਪੋਟਿਡ/ *a* ਜਾਪਦਾ, ਭਾਸਦਾ, ਅਨੁਭਵਮਈ

purpose /'ਪਅ:ਪਅਸ/ *n* ਮੰਤਵ; ਉਦੇਸ਼, ਮਨੋਰਥ, ਇਰਾਦਾ, ਨੀਤ *vt* ਇਰਾਦਾ ਰੱਖਣਾ, ਨੀਤ ਹੋਣਾ

purposeful /'ਪਅ:ਪਅਸਫ਼ਲ/ *a* ਉਦੇਸ਼ਪੂਰਨ, ਅਰਥਪੂਰਨ

purposeless /'ਪਅ:ਪਅਸਲਅਸ/ *a* ਵਿਅਰਥ, ਪ੍ਰਯੋਜਨਹੀਣ, ਨਿਰਉਦੇਸ਼, ਅਰਥਹੀਣ, ਬੇਮਤਲਬ

purr /ਪਅ:*/ *v* ਘੁਰ-ਘੁਰ ਕਰਨਾ (ਬਿੱਲੀ ਦਾ ਜਾਂ ਬਿੱਲੀ ਦੀ ਤਰ੍ਹਾਂ), (ਖ਼ੁਸ਼ ਹੋ ਕੇ) ਗੁਟਕਣਾ *n* ਘੁਰ-ਘੁਰ; ਗੁਟਕ

purree /'ਪਅ:ਰਿ/ *n* ਪੀਲਾ ਰੰਗ, ਹਲਦੀ ਵਰਗਾ ਰੰਗ

purse /ਪਅ:ਸ/ *n* ਪਰਸ, ਥੈਲੀ, ਬਟੂਆ, ਧਨ, ਕੋਸ਼; ਇਨਾਮ *v* ਜੇਬ ਵਿਚ ਪਾਉਣਾ; ਹੋਂਠ ਜਾਂ ਭਵਾਂ ਸਕੋੜਨਾ, ਝੁਰੜੀਆਂ ਪਾਉਣਾ ਜਾਂ ਪੈਣਾ

purser /'ਪਅ:ਸਅ*/ *n* ਖ਼ਜ਼ਾਨਚੀ, ਕੋਸ਼ਪਾਲ; ਜਹਾਜ਼ਾਂ ਦਾ ਖ਼ਜ਼ਾਨਚੀ

pursiness /'ਪਅ:ਸਿਨਅਸ/ *n* ਦਮ ਚੜ੍ਹਨ ਦੀ ਅਵਸਥਾ, ਹਫੇਵਾਂ, ਫੁਸਫੁਸਾਪਣ

purslane /'ਪਅ:ਸਲਿਨ/ *n* ਇੱਕ ਬੂਟੀ ਜਿਹੜੀ ਸਲਾਦ ਵਜੋਂ ਵਰਤੀ ਜਾਂਦੀ ਹੈ, ਕੁਲਫ਼ਾ

pursuable /ਪਅ'ਸਯੂਅਬਲ/ *a* ਗ੍ਰਹਿਣ ਜਾਂ ਅਨੁਕਰਨ ਕਰਨ ਯੋਗ, ਪੈਰਵੀਯੋਗ, ਪਾਲਣਯੋਗ

pursuance /ਪਅ'ਸਯੂਅਨਸ/ *n* ਪੈਰਵੀ, ਪਿੱਛਾ, ਅਨੁਸਰਨ

pursuant /ਪਅ'ਸਯੂਅਨਟ/ *adv* ਦੇ ਅਨੁਸਾਰ; *a* ਪੈਰਵੀ ਕਰਨ ਵਾਲਾ, ਅਨੁਸਾਰੀ, ਅਨੁਵਰਤੀ

pursue /ਪਅ'ਸਯੂ/ *v* (ਟੀਚੇ ਦੀ ਪ੍ਰਾਪਤੀ ਲਈ) ਜੁਟੇ ਰਹਿਣਾ, ਲੱਗੇ ਰਹਿਣਾ; (ਕਿਸੇ ਗੱਲ ਆਦਿ ਦੀ) ਪੈਰਵੀ ਕਰਨਾ, ਅਨੁਸਰਨ ਕਰਨਾ; (ਮਾਰਨ ਜਾਂ ਫੜਨ ਲਈ) ਪਿੱਛਾ ਕਰਨਾ; ਖਹਿੜੇ ਪੈਣਾ

pursuer /ਪਅ'ਸਯੂਅ*/ *n* ਪੈਰਵੀ ਕਰਨ ਵਾਲਾ, ਪਿੱਛਾ ਕਰਨ ਵਾਲਾ

pursuit /ਪਅ'ਸਯੂਟ/ *n* ਪੈਰਵੀ, ਪਿੱਛਾ, ਖਹਿੜਾ; ਕੰਮ -ਕਾਜ, ਪੇਸ਼ਾ, ਕਿੱਤਾ

pursuivant /'ਪਅ:ਸਿਵ੍ਅਨਟ/ *n* ਬ੍ਰਿਟੇਨ ਦੇ ਸ਼ਸਤਰ ਚਿੰਨ੍ਹ ਮਹਾਂਵਿਦਿਆਲੇ ਵਿੱਚ ਹੈਰਾਲਡ ਤੋਂ ਹੇਠਲੇ ਦਰਜੇ ਦਾ ਅਧਿਕਾਰੀ; ਸੇਵਕ

pursy /'ਪਅ:ਸਿ/ *a* ਪੋਲਾ, ਫੁਸਫੁਸਾ, ਫੁੱਲਿਆ, ਜਿਸ ਦਾ ਛੇਤੀ ਦਮ ਫੁੱਲ ਜਾਵੇ; ਮੋਟਾ, ਥੋਥਾ; ਝੁਰੜੀਦਾਰ

purulent /'ਪਯੁਅਰਅਲਅਨਟ/ *a* ਪੀਕ ਭਰਿਆ, ਮਵਾਦ ਭਰਿਆ

purvey /ਪਅ'ਵ਼ੇਇ/ *v* ਰਸਦ ਮੁਹੱਈਆ ਕਰਨਾ, ਭੋਜਨ ਸਮੱਗਰੀ ਪਹੁੰਚਾਉਣਾ, ਖਾਧ ਪਦਾਰਥ ਦਾ ਪ੍ਰਬੰਧ ਕਰਨਾ

purveyance /ਪਅ'ਵ਼ੇਇਅਨਸ/ *n* ਰਸਦ, ਸੰਗ੍ਰਹਿ, ਭੋਜਨ ਸਮਗਰੀ, ਖ਼ੁਰਾਕ, ਰਸਦ

purveyor /ਪਅ'ਵ਼ੇਇਅ*/ *n* ਭੰਡਾਰੀ, ਰਸਦ ਪੂਰਕ

purview /'ਪਅ:ਵ਼ਯੂ/ *n* (ਕਨੂੰ) ਅਧਿਕਾਰ ਖੇਤਰ

pus /ਪਅੱਸ/ *n* ਪੀਕ, ਮਵਾਦ

push /ਪੁਸ਼/ *v* ਧੱਕਾ ਦੇਣਾ, ਠੇਲ੍ਹਣਾ, ਸਰਕਾਉਣਾ; ਝਪਟਣਾ, ਉਛਲਨਾ, ਖਿਸਕਣਾ, ਸਰਕਣਾ; ਸਿੰਗ ਮਾਰਨਾ; ਬਾਹਰ ਕੱਢਣਾ, ਨਿਕਲਨਾ, ਫੁੱਟਣਾ; ਅੱਗੇ ਵਧਣਾ ਜਾਂ ਵਧਾਉਣਾ, ਚਲਾਉਣਾ; ਚੀਰ ਕੇ ਨਿਕਲ ਜਾਣਾ; ਜ਼ੋਰ ਲਾਉਣਾ; ਉਕਸਾਉਣਾ, ਉਭਾਰਨਾ; ਦਬਾਉਣਾ, ਤੰਗ ਕਰਨਾ *n* ਧੱਕਾ, ਠੇਲ੍ਹਾ; ਹੁੱਝ, ਹੁਝਕਾ; ਹੱਲਾ, ਚੜ੍ਹਾਈ; ਤੰਗੀ, ਔੜ

pushbike /'ਪੁਸ਼ਬਾਇਕ/ *n* (ਪੌਰਾ) ਬਾਈਸਾਈਕਲ

push-cart /'ਪੁਸ਼ਕਾਟ/ *n* ਰੇਹੜੀ

pusher /'ਪੁਸ਼ਅ*/ *n* ਅੱਗੇ ਨੂੰ ਵਧਣ ਵਾਲਾ; ਮਸ਼ੀਨੀ ਠੇਲ੍ਹਾ

pushful /'ਪੁਸ਼ਫ਼ਲ/ *a* ਸਾਹਸੀ, ਹਿੰਮਤੀ, ਉੱਦਮੀ

pushing /ਪੁਸ਼ਿਙ/ *a* ਹੋਣਹਾਰ, ਹਿੰਮਤੀ

pushover /'ਪੁਸ਼ਅਓਵ਼ਅ*/ *n* ਅਸਾਨੀ ਨਾਲ ਜਿੱਤਿਆ ਜਾਣ ਵਾਲਾ ਮੁਕਾਬਲਾ; ਅਸਾਨੀ ਨਾਲ ਮਨਾਇਆ ਜਾਣ ਵਾਲਾ ਬੰਦਾ

Pushtoo, Pushtu /'ਪਅੱਸ਼ਟੂ/ *n* ਪਸ਼ਤੋ ਭਾਸ਼ਾ, ਪਠਾਣਾਂ ਦੀ ਭਾਸ਼ਾ

push-up *n* ਵਰਜ਼ਸ਼ ਵਜੋਂ ਡੰਡ

pusillanimity /,ਪਯੂਸਿਲਅ'ਨਿਮਅਟਿ/ *n* ਬੁਜ਼ਦਿਲੀ, ਨਾਮਰਦਗੀ, ਕਾਇਰਤਾ, ਡਰਪੋਕਪੁਣਾ

pusillanimous /,ਪਯੂਸਿ'ਲੈਨਿਮਅਸ/ *a* ਬੁਜ਼ਦਿਲ, ਨਾਮਰਦ, ਕਾਇਰ, ਡਰਪੋਕ

puss /ਪੁਸ/ *n* ਬਿੱਲੀ, ਮਾਣੋ (ਘਰੋਗੀ ਨਾਂ)

pussy /'ਪੁਸਿ/ *n* (ਬੱਚਿਆਂ ਦਾ ਰੱਖਿਆ ਨਾਂ) ਬਿੱਲੀ ਮਾਸੀ, ਮਾਣੋ; ਭਗ, ਜ਼ਨਾਨਾ ਗੁਪਤ ਅੰਗ

pussyfoot /'ਪੁਸਿਫ਼ੁਟ/ *a* ਭੂਣੀ ਪੈਰਾ (ਹੌਲੀ ਆ ਦਬੋਚਣ ਵਾਲਾ), ਮਲਕੜੇ ਪੈਰ ਰੱਖਣ ਵਾਲਾ

pustular, pustulous /'ਪਅੱਸਟਯੁਲਅ*, 'ਪਅੱਸਟਯੁਲਅਸ/ *a* ਛਾਲੇਦਾਰ, ਫਫੋਲੇਦਾਰ

pustulate /'ਪਅੱਸਟਯੁਲੇਇਟ/ *a* ਫਫੋਲੇਦਾਰ, ਛਾਲੇਦਾਰ, ਫੋੜੇਦਾਰ, ਗਮੋੜ੍ਹੀ ਵਾਲਾ

pustule /'ਪਅੱਸਟਯੂਲ/ *n* ਫੁਣਸੀ; ਫੋੜਾ, ਛਾਲਾ, ਫਫੋਲਾ; (ਬਨ ਅਤੇ ਜੰਤੂ) ਗੰਢ, ਗਮੋੜੀ

put /ਪੁਟ/ *v* ਰੱਖਣਾ, ਪਾਉਣਾ; ਖੋਭਣਾ, ਘੋਂਪਣਾ; (ਠੇਲ੍ਹਾ) ਚਲਾਉਣਾ, ਧੱਕਣਾ, ਰਵਾਨਾ ਹੋਣਾ; ਲਿਖਣਾ; ਜੋਤਣਾ; ਉਤਾਰਨਾ; ਲੈ ਜਾਣਾ, ਪਾਰ ਲਾਉਣਾ; ਪੇਸ਼ ਕਰਨਾ; ਦੇ ਦੇਣਾ; ਮਿਲਾਉਣਾ, ਘੋਲਨਾ; ਅਨੁਮਾਨ ਲਾਉਣਾ; ਉਲੱਥਾ ਕਰਨਾ; ਪ੍ਰਗਟ ਕਰਨਾ, ਮਹੱਤਵ ਦੇਣਾ; ਨਿਰਭਰ ਕਰਨਾ, ਕੰਮ ਵਿੱਚ ਲਿਆਉਣਾ; ਸ਼ਰਤ ਰੱਖਣਾ; ਅਪੀਲ ਕਰਨਾ; ਲਾਗੂ ਕਰਨਾ; ਸ਼ਿਕਾਰ ਬਣਨਾ; ਦੋਸ਼ ਲਾਉਣਾ; ਬਦਲਨਾ; ਠੀਕ ਕਰ ਦੇਣਾ; ਸਿੱਧ ਕਰਨਾ; ਤੇਜ਼ ਕਰਨਾ; (ਮਜਬੂਰ) ਕਰਨਾ, (ਦਬਾਅ) ਪਾਉਣਾ *n* ਸੋਟ, ਵਗਾਹ ਕੇ ਮਾਰਨ ਦਾ ਭਾਵ

putative /'ਪਯੂਟਅਟਿਵ਼/ *a* ਪ੍ਰਸਿੱਧ, ਮੰਨਿਆ ਹੋਇਆ; ਅਨੁਮਾਨਿਤ, ਕਥਿਤ, ਕਲਪਿਤ, ਅਖੌਤੀ

put by *vt* (ਭਵਿੱਖ ਲਈ) ਬਚਾਉਣਾ, ਜੋੜਨਾ

put-down /'ਪੁਟਡਾਉਨ/ *v* ਦਬਾਉਣਾ, ਬੇਇੱਜ਼ਤੀ ਭਰੀ ਟਿੱਪਣੀ ਕਰਨਾ

putrefaction /,ਪਯੂਟਰਿ'ਫ਼ੈਕਸ਼ਨ/ *n* ਦੁਰਗੰਧ, ਸੜ੍ਹਾਂਦ

putrefactive /,ਪਯੂਟਰਿ'ਫ਼ੈਕਟਿਵ਼/ *a* ਦੁਰਗੰਧ ਪੈਦਾ ਕਰਨ ਵਾਲਾ

putrefy /'ਪਯੂਟਰਿਫ਼ਾਇ/ *v* ਸੜਨਾ, ਗਲਨਾ, ਖ਼ਰਾਬ ਹੋਣਾ, ਬੁੱਸਣਾ, ਸੜ੍ਹਾਂਦ ਛੱਡਣਾ

putrescence /ਪਯੂ'ਟਰੈੱਸਨਸ/ *n* ਭੜਾਸ, ਬੁਸਬੁਸਾਹਟ, ਸੜ੍ਹਾਂਦ, ਦੁਰਗੰਧ

putrescent /ਪਯੂ'ਟਰੈੱਸਨਟ/ *a* ਗਲਿਆ-ਸੜਿਆ, ਬੋਦਾਰ, ਬੁੱਸਿਆ ਹੋਇਆ

putrid /'ਪਯੂਟਰਿਡ/ *a* ਗੰਦਾ, ਬਦਬੂ ਵਾਲਾ, ਦੁਰਗੰਧਤ, ਅਪਵਿੱਤਰ, ਹਾਨੀਕਾਰਕ

putridity /ਪਯੂ'ਟਰਿਡਅਟਿ/ *n* ਦੁਰਗੰਧ, ਸੜ੍ਹਾਂਦ, ਬਦਬੂ

putsch /ਪੁਚ/ *n* ਅਚਾਨਕ ਆਇਆ ਰਾਜ ਪਲਟਾ

putty /'ਪਅੱਟਿ/ *n* ਸ਼ੀਸ਼ੇ ਜੋੜਨ ਜਾਂ ਦਰਜਾਂ ਭਰਨ ਲਈ ਵਰਤਿਆ ਜਾਂਦਾ ਮਸਾਲਾ, ਪੁਟੀਨ

puzzle /'ਪਅੱਜ਼ਲ/ *n* ਸਮੱਸਿਆ, ਅੜਾਉਣੀ, ਬੁਝਾਰਤ, ਉਲਝਨ, ਗੂੜ੍ਹ ਪ੍ਰਸ਼ਨ *v* ਉਲਝਾਉਣਾ, ਭੁਚਲਾਉਣਾ, ਵਿਆਕੁਲ ਕਰਨਾ, ਹੈਰਾਨ ਕਰਨਾ, ਘਬਰਾਉਣਾ, ਹੱਕਾ-ਬੱਕਾ ਕਰਨਾ ਜਾਂ ਹੋਣਾ, ਪਰੇਸ਼ਾਨ ਕਰਨਾ

puzzlement /'ਪਅੱਜ਼ਲਮਅਨਟ/ *n* ਵਿਆਕੁਲਤਾ ਦੀ ਹਾਲਤ, ਉਲਝਣ

puzzler /'ਪਅੱਜ਼ਲਅ*/ *n* ਵਿਆਕੁਲ ਕਰਨ ਵਾਲਾ, ਭਰਮ ਵਿੱਚ ਪਾਉਣ ਵਾਲਾ

pyaemia /ਪਾਇ'ਈਮਿਅ/ *n* ਲਹੂ ਵਿੱਚ ਜ਼ਹਿਰ ਫੈਲਣ ਦਾ ਰੋਗ, ਪਲਮ

pygmy /'ਪਿਗਮਿ/ *n* ਛੋਟਾ ਕੱਦ ਦਾ ਵਿਅਕਤੀ, ਬੌਣਾ, ਗਿਠਮੁਠੀਆ; **(cap)** ਅਫ਼ਰੀਕਾ ਅਤੇ ਦੱਖਣੀ ਪੂਰਬੀ ਏਸ਼ੀਆਂ ਦੀ ਬੋਣੇ ਕੱਦ ਦੀ ਜਾਤੀ ਦਾ ਮੈਂਬਰ

pylon /'ਪਾਇਲਅਨ/ *n* ਪੁਰਾਤਨ ਮਿਸਰ ਮੰਦਰ ਦਾ ਮੁੱਖ ਦੁਆਰ

pyloric /ਪਾਇ'ਲੋਰਿਕ/ *a* ਪੇਟ ਤੋਂ ਅੰਤੜੀਆਂ ਵੱਲ ਜਾਣ ਦੇ ਰਾਹ ਨਾਲ ਸੰਬੰਧਿਤ

pylorus /ਪਾਇ'ਲੋਰਅਸ/ *n* ਪੇਟ ਤੋਂ ਅੰਤੜੀਆਂ ਵਿੱਚ ਜਾਣ ਦਾ ਰਾਹ

pyorrhoea /ˌਪਾਇਅ'ਰਿਅ/ *n* ਮਸੂੜਿਆਂ ਦੇ ਖੈ ਦਾ ਇਕ ਰੋਗ, ਦੰਦਾਂ ਵਿੱਚੋਂ ਪੀਕ ਨਿਕਲਨ ਦਾ ਰੋਗ, ਪਾਇਓਰੀਆ

pyramid /'ਪਿਰਅਮਿਡ/ *v* ਪ੍ਰਾਚੀਨ ਮਿਸਰੀ ਨੋਕਾਕਾਰ ਮਿਨਾਰ; ਨੋਕ ਵਰਗੀ ਵਸਤੂ; ਨੋਕ ਅਕਾਰ ਦਾ ਪੌਦਾ

pyramidal /ਪਿ'ਰੈਮਿਡ(ਅ)ਲ/ *a* ਨੋਕਦਾਰ ਸਤੰਭ ਦਾ

pyre /'ਪਾਇਅ*/ *n* ਚਿਤਾ, ਚਿਖਾ, ਅੰਗੀਠਾ

pyrites /ਪਾਇ'ਰਾਇਟੀਜ਼/ *n* ਖਣਿਜ ਪਦਾਰਥ, ਲੋਹ ਸਲਫਾਈਡ

pyrogenic /ˌਪਾਇਰਅ(ਉ)'ਜੈਨਿਕ/ *a* ਗਰਮੀ ਪੈਦਾ ਕਰਨ ਵਾਲਾ

pyromania /ˌਪਾਇਰਅਉ'ਮੇਇਨਿਅ/ *n* ਅੱਗ ਲਾਉਣ ਦਾ ਖ਼ਬਤ

pyrometer /ਪਾਇ'ਰੌਮਿਟਅ*/ *n* (ਭੱਠੀਆਂ ਜਾਂ ਭੱਠਿਆਂ ਦਾ) ਯੰਤਰ ਤਾਪ ਮਾਪਕ

pyrotechnic, pyrotechnical /ˌਪਾਇਰਅ(ਉ)-'ਟੈੱਕਨਿਕ, ˌਪਾਇਰਅ(ਉ)'ਟੈੱਕਨਿਕਲ/ *a* ਆਤਸ਼ਬਾਜ਼ੀ ਦਾ; (ਅਲੰਕਾਰਕ) ਚਮਤਕਾਰਪੂਰਨ

pyrotechnist /ˌਪਾਇਰਅ(ਉ)'ਟੈੱਕਨਿਸਟ/ *n* ਆਤਸ਼ਬਾਜ਼

pyrotechny /ˌਪਾਇਰਅ(ਉ)'ਟੈੱਕਨਿ/ *n* ਆਤਸ਼ਬਾਜੀ

pyrrhic /'ਪਿਰਿਕ/ *a* (ਜਿੱਤ) ਜੋ ਭਾਰੀ ਨੁਕਸਾਨ ਹੋਣ ਬਾਅਦ ਪ੍ਰਾਪਤ ਹੋਵੇ

pyrrhic victory /ˌਪਿਰਿਕ 'ਵਿਕਟਅਰਿ/ *n* ਬਹੁਤ ਖ਼ੂਨ-ਖਰਾਬੇ ਪਿੱਛੋਂ ਪ੍ਰਾਪਤ ਜਿੱਤ

pyrrhonism /ˌਪਿਰਅ'ਨਿਜ਼ਅਮ/ *n* ਸੰਦੇਹਸ਼ੀਲਤਾ, ਸ਼ੱਕਪ੍ਰਸਤੀ

Pythagorean /ਪਾਇ'ਥੈਗਅਰਿਅਨ/ *n* ਪਾਇਥਾਗੋਰਸ ਦਾ (ਅਨੁਯਾਈ)

python /'ਪਾਇਥਅਨ/ *n* ਅਜਗਰ, ਸ਼ੇਸ਼ਨਾਗ; ਪ੍ਰੇਤ; ਉਹ ਵਿਅਕਤੀ ਜਿਸ ਉੱਪਰ ਭੂਤ ਦਾ ਸਾਇਆ ਹੋਵੇ

pythoness /'ਪਾਇਥਅਨਅਸ/ *n* ਯੂਨਾਨੀ ਸੂਰਜ ਦੇਵਤਾ ਅਪੋਲੋ ਦੀ ਪੁਜਾਰਨ

pyx /ਪਿਕਸ/ *n* (ਰੋਮਨ ਕੈਥੋਲਿਕ) ਪਵਿੱਤਰ ਰੋਟੀ

ਰੱਖਣ ਵਾਲਾ ਭਾਂਡਾ; ਸਲਾਨਾ ਨਿਰੀਖਣ ਲਈ ਨਮੂਨੇ ਵਜੋਂ ਰੱਖੇ ਜਾਣ ਵਾਲੇ ਸ਼ੁੱਧ ਚਾਂਦੀ ਅਤੇ ਸੋਨੇ ਦੇ ਸਿੱਕਿਆਂ ਵਾਲੀ ਸ਼ਾਹੀ ਸੰਦੂਕੜੀ, ਸਿੱਕਾਦਾਨੀ *vt* ਕਿਸੇ ਸਿੱਕੇ ਨੂੰ ਸਿੱਕਾਦਾਨੀ ਵਿੱਚ ਰੱਖਣਾ; ਸਿੱਕੇ ਪਰਖਣਾ

pyxis /'ਪਿਕਸਿਸ/ *n* ਪਟਾਰੀ

Q

Q, q /ਕਯੂ/ *n* ਅੰਗਰੇਜ਼ੀ ਵਰਨਮਾਲਾ ਦਾ ਸਤਾਰ੍ਹਵਾਂ ਅੱਖਰ

qua /ਕਵੇਇ, ਕਵਾ/ *adv* ਵਜੋਂ, ਦੇ ਰੂਪ ਵਿੱਚ, ਦੀ ਹੈਸੀਅਤ ਵਿੱਚ

quack /ਕਵੈਕ/ *n* ਅਨਾੜੀ ਵੈਦ, ਨੀਮ-ਹਕੀਮ, ਦੰਭੀ, ਅਨਾੜੀ *v* (ਬੱਤਕ ਦਾ) ਕੈਂ-ਕੈਂ ਕਰਨਾ, ਟਰ-ਟਰ ਕਰਨਾ, ਨੀਮ-ਹਕੀਮ ਹੋਣਾ; ਸ਼ੇਖ਼ੀ ਮਾਰਨਾ

quackery /'ਕਵੈਕਅਰਿ/ *n* ਝੂਠੀ ਵੈਦਗੀ, ਨੀਮ-ਹਕੀਮੀ; ਝੂਠਾ ਅਹੰਕਾਰ, ਮਿਥਿਆ ਅਭਿਮਾਨ

quad /ਕਵੌਂਡ/ *n* ਚੌਖਟਾ, ਚੌਰਸ ਫ਼੍ਰੇਮ, ਚਤਰਭੁਜ

quadragenarian /ˌਕਵੌਂਡਰਅ'ਜਿਨੇਅਰਿਅਨ/ *a* ਚਾਲੀ ਤੋਂ ਉਨੰਜਾ ਵਰ੍ਹਿਆਂ ਦਾ (ਆਦਮੀ)

Quadragesima, Quadragesima Sunday /ਕਵੌਂਡਰਅ'ਜੈੱਸਿਮਅ/ *n* ਈਸਾਈ ਧਰਮ ਅਨੁਸਾਰ ਚਲੀਹੇ ਵਰ੍ਹੇ ਦਾ ਪਹਿਲਾ ਐਤਵਾਰ

quadragesimal /ˌਕਵੌਂਡਰਅ'ਜੈਸਿਮ(ਅ)ਲ/ *a* ਚਲੀਹੇ ਦਾ, ਚਲੀਹਾ ਵਰਤ ਰੱਖਣ ਵਾਲਾ

quadrangle /'ਕਵੌਂਡਰੈਙਗਲ/ *n* ਚਤਰਭੁਜ, ਚੁਕੋਰ, ਚੁਕੋਣ; ਚੌਖਟਾ, ਚੁਖੰਡੀ; ਚੌਂਕ, ਅਹਾਤਾ

quadrangular /ਕਵੌਂ'ਡਰੈਙਗਯਅਲਅ*/ *a* ਚਤਰਭੁਜ ਆਕਾਰ ਦਾ, ਚੁਕੋਣਾ

quadrant /'ਕਵੌਂਡਰਅਨਟ/ *n* ਚੱਕਰ ਦਾ ਚੌਥਾ ਹਿੱਸਾ, ਕੋਨ ਚਾਪ, ਚੌਥਾ ਭਾਗ, ਚੁਥਾਈ ਹਿੱਸਾ; ਕੋਨ ਮਾਪਕ ਯੰਤਰ

quadrat /'ਕਵੌਂਡਰਅਟ/ *n* (ਛਾਪਾ) ਵਰਗ, ਚੁਕੋਣਾ ਆਕਾਰ

quadrate /'ਕਵੌਂਡਰਅਟ/ *n* ਆਇਤ, ਚਤਰਭੁਜ ਆਇਤਕਾਰ *a* ਚਤਰਭੁਜੀ *v* ਚੌਰਸ ਕਰਨਾ, ਆਇਤਾਕਾਰ ਬਣਾਉਣਾ

quadratic /ਕਵੌਂ'ਡਰੈਟਿਕ/ *n* ਵਰਗ, ਵਰਗਾਕਾਰ *a* ਵਰਗਾਤਮਿਕ

quadrature /'ਕਵੌਂਡਰਅਚਅ*/ *n* ਵਰਗਕਾਰਤਾ; ਉਹ ਥਾਂ ਜਿੱਥੇ ਚੰਦ ਅਤੇ ਸੂਰਜ ਇੱਕ ਦੂਜੇ ਨਾਲ ਸਮਕੋਣ ਬਣਾਉਂਦੇ ਹਨ

quadrel /'ਕਵੌਂਡਰਅਲ/ *n* ਚੌਰਸ ਪੱਥਰ; ਚੌਂਕਾ, ਵੱਡੀ ਚੌਰਸ ਇੱਟ

quadrennial /ਕਵੌਂ'ਡਰੈੱਨਿਅਲ/ *a* ਚਾਰ ਵਰਸ਼ੀ, ਚਹੁੰ ਵਰ੍ਹਿਆਂ ਮਗਰੋਂ ਆਉਣ ਜਾਂ ਹੋਣ ਵਾਲਾ

quadri /'ਕਵੌਂਡਰਿ/ *pref* ਚੁ-, ਚਤਰ-, ਚਾਰ-

quadricentennial /ˌਕਵੌਂਡਰਿਸੈੱਨ'ਟੈਨਿਅਲ/ *n* ਚਤਰ ਸ਼ਤਾਬਦੀ ਸਮਾਰੋਹ, ਚਾਰ ਸੌ ਸਾਲਾ ਜਸ਼ਨ *a* ਚਾਰ ਸੌ ਸਾਲਾ

quadricorn /ˌਕਵੌਂਡਰਿ'ਕੋਨ/ *n* ਚਹੁੰ ਸਿੰਗਾਂ ਵਾਲਾ ਜਾਨਵਰ, ਚਾਰਸਿੰਗਾ

quadriga /ਕਵਅ'ਡਰੀਗਅ/ *n* ਪੁਰਾਤਨ ਰੋਮ ਅਤੇ ਯੂਨਾਨ ਦਾ ਦੁਪਹੀਆ ਵਾਹਨ, ਚੌਘੋੜਾ ਰਥ

quadrilateral /ˌਕਵੌਂਡਰਿ'ਲੈਟਅਰਅਲ/ *a* ਚੁਬਾਹੀਆ, ਚਤਰਭੁਜੀ ਚੁਕੋਰ *n* ਚਤਰਭੁਜ

quadrille /ਕਵਅ'ਡਰਿਲ/ *n* ਯੂਰਪ ਵਿੱਚ ਅਠਾਰ੍ਹਵੀਂ ਸਦੀ ਦੀ ਚਾਲੀ ਪੱਤਿਆਂ ਦੀ ਤਾਸ਼ ਦੀ ਖੇਡ; ਚਹੁੰ ਜੋੜਿਆਂ ਦਾ ਨਾਚ ਜਾਂ ਸੰਗੀਤ

quadrillion /ਕਵੌਂ'ਡਰਿਲਯਅਨ/ *n* ਇੱਕ ਕਰੋੜ ਸੰਖ, ਏਕੇ ਨਾਲ ਲੱਗੀ ਚੌਵ੍ਹੀ ਸਿਫ਼ਰੀ ਸੰਖਿਆ; (ਅਮਰੀਕਨ) ਏਕੇ ਨਾਲ ਲੱਗੀ ਪੰਦਰਾਂ ਸਿਫ਼ਰੀ ਸੰਖਿਆ

quadrinomial /ˌਕਵੌਂਡਰਿ'ਨਅਉਮਿਅਲ/ *a* ਚਹੁੰ ਅੰਕਾਂ ਵਾਲਾ, ਚਾਰ ਅੰਕੀ, (ਗਣਿਤ) ਚਤਰਸ਼ਬਦੀ

quadripartite /ˌਕਵੌਂਡਰਿ'ਪਾਟਾਇਟ/ *a* ਚਹੁੰ ਹਿੱਸਿਆਂ ਵਿੱਚ ਵੰਡਿਆ, ਚੁਖੰਡੀ, ਚਤਰਵਿਧ, ਚਾਰ ਫਾਂਕਾਂ ਵਿੱਚ ਵੰਡਿਆ

quadripartition /ˌਕਵੌਂਡਰਿਪਾ'ਟਿਸ਼ਨ/ *n* ਚਹੁੰ ਹਿੱਸਿਆਂ ਵਿੱਚ ਕੀਤੀ ਵੰਡ, ਚੁਖੰਡਤਾ

quadriphyllous /ਕਵੌਂ'ਡਰਿਫ਼ਿਲਅਸ/ *a* ਚਹੁੰ ਦਲਾਂ ਵਾਲਾ, ਚੌਦਲੀਆ; ਚਹੁੰ ਪੱਤਿਆਂ ਵਾਲਾ

quadrisyllabic /ˌਕਵੌਂਡਰਿਸਿ'ਲੈਬਿਕ/ *a*

(ਸ਼ਬਦ) ਚਾਰ ਉਚਾਰ ਖੰਡੀ, ਚਾਰ ਅੱਖਰੀ

quadrisyllable /ˌਕਵੌਂਡਰਿ'ਸਿਲਅਬਲ/ *n* ਚਾਰ ਅੱਖਰੀ ਸ਼ਬਦ, ਚਾਰ ਉਚਾਰ ਖੰਡੀ ਸ਼ਬਦ

quadrivial /ਕਵੌਂ'ਡਰਿਵ੍ਿਅਲ/ *a* ਚੁਰਾਹੇ ਵਾਲਾ

quadrivium /ਕਵੌਂ'ਡਰਿਵ੍ਿਅਮ/ *n* ਮੱਧਕਾਲ ਦੀਆਂ ਸੱਤ ਸੁਤੰਤਰ ਕਲਾਵਾਂ ਵਿੱਚੋਂ ਉਚੇਰੇ ਦਰਜੇ ਵਾਲੀਆਂ ਕਲਾਵਾਂ (ਜਿਵੇਂ ਅੰਕ ਗਣਿਤ, ਰੇਖਾ ਗਣਿਤ, ਜੋਤਿਸ਼ ਅਤੇ ਸੰਗੀਤ)

quadroon /ਕਵੌਂ'ਡਰੂਨ/ *n* ਦੋ ਨਸਲਾ ਵਿਅਕਤੀ ਜਾਂ ਪੌਦਾ, ਦੋਗਲਾ

quadrumanous /ਕਵੌਂ'ਡਰੂਮਅਨਅਸ/ *a* ਅਜਿਹੇ ਜਾਨਵਰ ਜੋ ਚਾਰ ਪੈਰਾਂ ਤੋਂ ਹੱਥਾਂ ਦਾ ਕੰਮ ਲੈਣ (ਜਿਵੇਂ ਬਣਮਾਣਸ, ਬਾਂਦਰ ਆਦਿ)

quadruped /'ਕਵੌਂਡਰੁਪੈਂਡ/ *a* ਚਾਰ ਪੈਰਾਂ ਵਾਲਾ (ਜਾਨਵਰ), ਚੁਪਾਇਆ

quadruple /'ਕਵੌਂਡਰੁਪਲ/ *a* ਚਾਰ ਤਹਿਆਂ ਵਾਲਾ, ਚਹੁਰਾ, ਚੌਲੜਾ; ਚੌਗੁਣਾ, ਚੌਗੁਣੀ (ਸੰਖਿਆ ਜਾਂ ਮਾਤਰਾ) /ਕਵੌਂ'ਡਰੂਪਲ/ *v* ਚੌਗੁਣਾ ਕਰਨਾ ਜਾਂ ਹੋਣਾ

quadruplet /'ਕਵੌਂਡਰੁਪਲਅਟ, ਕਵੌਂ'ਡਰੂਪਲਅਟ/ *n* ਚਹੁੰ ਬੱਚਿਆਂ ਦਾ ਇੱਕੋ ਵੇਲੇ ਇੱਕੋ ਮਾਂ ਤੋਂ ਜਨਮ; ਅਜਿਹੇ ਚਾਰ ਬੱਚਿਆਂ ਵਿੱਚੋਂ ਇੱਕ; ਚਹੁੰ ਜਣਿਆਂ ਦੀ ਸਵਾਰੀ; ਚੌਕੜੀ

quadruplex /'ਕਵੌਂਡਰੂਪਲੈੱਕਸ/ *a* ਚੌਤੁਕਾ, ਚਹੁੰ ਸਤਰਾਂ ਦਾ, ਚਹੁੰ ਪੰਗਤੀਆਂ ਵਾਲਾ

quadruplicate /ਕਵੌਂ'ਡਰੂਪਲਿਕਅਟ, ਕਵੌਂ'ਡਰੂਪਲਿਕੇਇਟ/ *n* ਚਾਰ ਨਕਲਾਂ, ਚਾਰ ਪਰਤਾਂ, ਚੌਥੀ ਨਕਲ, ਚੌਥੀ ਪਰਤ *vt* ਚੌਗੁਣਾ ਕਰਨਾ, ਚਾਰ ਨਕਲਾਂ ਤਿਆਰ ਕਰਨਾ *a* ਚੌਗੁਣਾ

quaere /'ਕਵਿਅਰਿ/ *n* ਪ੍ਰਸ਼ਨ, ਸਵਾਲ

quaestor /'ਕਵੀਸਟਅ*/ *n* (ਪ੍ਰਾਚੀਨ ਰੋਮ ਦਾ ਸਰਕਾਰੀ) ਖ਼ਜ਼ਾਨਾ ਅਫ਼ਸਰ, ਪ੍ਰਾਚੀਨ ਰੋਮਨ ਅਧਿਕਾਰੀ, ਨਿਆਂਧੀਸ਼

quaff /ਕਵੌਂਫ਼/ *v* ਪੀਣਾ, ਖ਼ਾਲੀ ਕਰਨਾ (ਪਿਆਲਾ, ਗਲਾਸ ਅਦਿ), ਛੇਤੀ-ਛੇਤੀ ਪੀ ਜਾਣਾ, ਵੱਡੀਆਂ-ਵੱਡੀਆਂ ਘੁੱਟਾਂ ਭਰ ਕੇ ਪੀ ਜਾਣਾ, ਡੀਕ ਲਾ ਕੇ ਪੀਣਾ

quaffer /'ਕਵੌਂਫ਼ਅ*/ *n* ਬਹੁਤੀ ਸ਼ਰਾਬ ਪੀਣ ਵਾਲਾ ਆਦਮੀ

quag /'ਕਵੈਗ/ *n* ਖੋਭਾ, ਦਲਦਲ, ਖੁੱਭਣ, ਖੋਭ

quagga /'ਕਵੈਗਅ/ *n* (ਜੈਬਰੇ ਵਰਗਾ) ਅਫ਼ਰੀਕਾ ਦਾ ਇੱਕ ਜਾਨਵਰ

quaggy /'ਕਵੈਗਿ, 'ਕਵੌਂਗਿ/ *a* ਦਲਦਲੀ, ਜਿੱਲ੍ਹਣ ਵਾਲਾ

quagmire /'ਕਵੈਗਮਾਇਅ*, 'ਕਵੌਂਗ-/ *n* ਚਿੱਕੜ ਵਾਲੀ ਧਰਤੀ, ਦਲਦਲ, ਖੁੱਭਣ, ਖੋਭਾ, ਜਿੱਲ੍ਹਣ; ਕਛਾਰ

quail /ਕਵੇਇਲ/ *n* ਬਟੇਰਾ *v* ਕੰਬਣਾ, ਹੌਸਲਾ ਛੱਡਣਾ, ਦਬ ਜਾਣਾ, ਹਿੰਮਤ ਹਾਰਨਾ; ਡਰਾਉਣਾ, ਦਬਕਾਉਣਾ, ਧਮਕਾਉਣਾ

quaint /ਕਵੇਇਨਟ/ *a* ਅਨੋਖਾ, ਅਨੂਠਾ, ਅਜੀਬ, ਅਲੋਕਾਰ, ਵਿਲੱਖਣ, ਵਚਿੱਤਰ; ਅਸੰਗਤ; (ਅਪ) ਚਤਰ; ਢੰਗ ਜਾਂ ਆਕਾਰ ਦਾ ਅਵੱਲਾ

quaintness /ਕਵੇਇਨਟਨਅਸ/ *n* ਵਿਲੱਖਣਤਾ, ਅਨੋਖਾਪਣ, ਅਨੂਠਾਪਣ, ਅਲੌਕਿਕਤਾ, ਅਲੋਕਾਰਤਾ; ਅਵੱਲਾਪਣ, ਵਚਿੱਤਰਤਾ, ਉੱਤਮਤਾ

quake /ਕਵੇਇਕ/ *n* ਕਾਂਬਾ, ਕੰਬਣੀ, ਥਰਥਰ, ਥਰਥਰਾਹਟ; ਭੁਚਾਲ *vi* (ਭੁਚਾਲ ਕਾਰਨ) ਕੰਬਣਾ, ਥਰ-ਥਰ ਕਰਨਾ, ਹਿੱਲਣਾ, ਥਰਥਰਾਉਣਾ; ਝਿਜਕਣਾ, ਹਿਚਕਚਾਉਣਾ

quaker /'ਕਵੇਇਕਅ*/ *n* (ਅਮਰੀਕੀ ਵਰਤੋਂ) ਡੰਮੀ ਤੋਪ; ਇੱਕ ਰੰਗਦਾਰ ਪੰਛੀ

quakiness /'ਕਵੇਇਕਿਨਅਸ/ *n* ਕਾਂਬਾ, ਕੰਬਣੀ, ਥਰਕਣ, ਥਰਥਰਾਹਟ

quaky /'ਕਵੇਇਕਿ/ *a* ਕੰਬਣ ਵਾਲਾ, ਕੰਬਦਾ

qualification /ˌਕਵੌਂਲਿਫ਼ਿ'ਕੇਇਸ਼ਨ/ *n* ਯੋਗਤਾ, ਕਾਬਲੀਅਤ, ਖ਼ੂਬੀ, ਗੁਣ, ਪਾਤਰਤਾ, ਸਮਰੱਥਾ; ਹੱਦ, ਸੀਮਾਬੱਧਤਾ

qualified /'ਕਵੌਂਲਿਫ਼ਾਇਡ/ *a* ਯੋਗ, ਯੋਗਤਾ ਪ੍ਰਾਪਤ, ਗੁਣੀ, ਲਾਇਕ; ਸ਼ਰਤ ਸਹਿਤ, ਪ੍ਰਤਿਬੰਧ ਸਹਿਤ; ਸਾਪੇਖ, ਸੀਮਿਤ

qualifier /'ਕਵੌਂਲਿਫ਼ਾਇਅ*/ *n* (ਖ਼ਾਸ

ਮੁਕਾਬਲੇ ਵਿੱਚ ਭਾਗ ਲੈਣ ਲਈ) ਯੋਗਤਾ ਰੱਖਣ ਵਾਲੀ ਟੀਮ ਜਾਂ ਵਿਅਕਤੀ, ਖੇਡਿਆ ਗਿਆ ਖ਼ਾਸ ਮੈਚ (ਜਿਸ ਨਾਲ ਯੋਗਤਾ ਬਣੇ); (ਵਿਆ) ਵਿਸ਼ੇਸ਼ਕ

qualify /'ਕਵੌਲਿਫ਼ਾਇ/ *v* ਯੋਗ ਹੋਣਾ ਜਾਂ ਕਰਨਾ, ਕਾਬਲ ਹੋਣਾ, ਸਮਰੱਥ ਹੋਣਾ; ਸ਼ਰਤ ਪੂਰੀ ਕਰਨਾ, ਸਮਰੱਥ ਬਣਾਉਣਾ, ਵਿਸ਼ੇਸ਼ਤਾ ਦੱਸਣਾ, ਪਰੀਖਿਆ ਵਿੱਚੋਂ ਪਾਸ ਹੋਣਾ

qualitative /'ਕਵੌਲਿਟਅਟਿਵ੍/ *a* ਗੁਣਵਾਚਕ, ਗੁਣਾਤਮਿਕ

quality /'ਕਵੌਲਅਟਿ/ *n* ਗੁਣ, ਲੱਛਣ, ਤੱਤ, ਸੁਭਾਅ, ਪ੍ਰਕਿਰਤੀ, ਰੰਗ-ਢੰਗ, ਪ੍ਰਕਾਰ, ਸਰੂਪ, ਖ਼ੂਬੀ

quality control *n* (ਚੀਜ਼ਾਂ ਦੇ ਉਤਪਾਦਨ ਦੇ) ਪ੍ਰਮਾਣੀਕ੍ਰਿਤ ਦਰਜੇ ਦਾ ਨਿਯੰਤਰਨ, ਮਿਆਰੀਕਰਨ ਕੰਟਰੋਲ

quality time *n* ਪੂਰੀ ਤਵੱਜੋ, (ਕਿਸੇ ਵੱਲ ਦਿੱਤਾ) ਇਕਾਗਰ ਚਿੱਤ ਧਿਆਨ; ਆਪਣੇ ਬੱਚਿਆਂ ਪ੍ਰਤਿ ਸਾਵਧਾਨੀ

qualm /ਕਵਾਮ, ਕਵੋਮ/ *n* ਚਿੰਤਾ, ਖਟਕਾ, ਧੜਕਾ, ਅੰਦੇਸ਼ਾ, ਧੁਖਧੁਖੀ; ਮਨੋਸੰਤਾਪ

qualmish /'ਕਵੋਮਿਸ਼/ *a* ਚਿੰਤਾਸ਼ੀਲ; ਜੀਅ ਮਤਲਾਉਣ ਵਾਲਾ

quandary /'ਕਵੌਨਡਅਰਿ/ *n* ਦੁਬਿਧਾ, ਸੰਕਟ, ਪਰੇਸ਼ਾਨੀ, ਉਲਝਣ, ਜੱਕੋ-ਤੱਕੀ

quannet /'ਕਵੌਨਿਟ/ *n* ਕੰਘਿਆਂ ਦੇ ਦੰਦੇ ਕੱਢਣ ਵਾਲੀ ਰੇਤੀ ਜਾਂ ਆਰੀ

quant /ਕਵੌਨਟ/ *v* ਵੰਝ ਨਾਲ ਕਿਸ਼ਤੀ ਚਲਾਉਣਾ

quantification /ˌਕਵੌਨਟਿਫ਼ਿ'ਕੇਇਸ਼ਨ/ *n* ਪਰਿਮਾਣ ਨਿਰਧਾਰਨ

quantifier /'ਕਵੌਨਟਿਫ਼ਾਇਅ*/ *n* (ਵਿਆ) ਵਿਸ਼ੇਸ਼ਣ ਜਾਂ ਪੜਨਾਂਵ ਜੋ ਗਿਣਤੀ ਜਾਂ ਮਾਤਰਾ ਨਿਰਧਾਰਿਤ ਕਰੇ

quantify /'ਕਵੌਨਟਿਫ਼ਾਇ/ *vt* (ਪਦ ਦੇ) ਪ੍ਰਯੋਗ ਦਾ ਲੱਛਣ ਦੱਸਣਾ; (ਕਿਸੇ ਵਸਤੂ ਦਾ) ਪਰਿਮਾਣ ਸਥਿਤ ਕਰਨਾ; ਮਾਤਰਾ ਨਿਰਧਾਰਿਤ ਕਰਨਾ

quantitative /'ਕਵੌਨਟਿਟਅਟਿਵ੍/ *a* ਪਰਿਮਾਣਾਤਮਿਕ, ਗਿਣਨਾਤਮਿਕ

quantity /'ਕਵੌਨਟਅਟਿ/ *n* ਵਿਸਤਾਰ; ਮਾਪ, ਮਾਤਰਾ, ਪਰਿਮਾਣ; ਸੰਖਿਆ; ਭਾਰ, ਤੋਲ; ਯੋਗ, ਜੋੜ; ਬਹੁਲਤਾ, ਅਧਿਕਤਾ, ਜ਼ਿਆਦਤੀ; (ਛੰਦ, ਸੁਰ ਦਾ) ਧੁਨੀ ਵਿਸਤਾਰ; ਰਾਸ਼ੀ, ਮਿਕਦਾਰ

quantum /'ਕਵੌਨਟਅਮ/ *n* ਮਾਤਰਾ, ਪਰਿਮਾਣ, ਰਾਸ਼ੀ, ਮਿਕਦਾਰ, ਭਾਗ

quantum leap *n* ਅਚਾਨਕ ਅਤੇ ਮਹੱਤਵਪੂਰਨ ਤਬਦੀਲੀ, ਯੋਗ ਉੱਨਤੀ, ਢੁਕਵਾਂ ਵਿਕਾਸ

quantum mechanics *n* (ਐਟਮ ਤੋਂ ਛੋਟੇ ਅਣੂਆਂ ਦੀ) ਗਤੀ ਅਤੇ ਸ਼ਕਤੀ ਦੇ ਗਿਆਨ ਨਾਲ ਸੰਬੰਧਿਤ ਮਸ਼ੀਨ ਸ਼ਾਸਤਰ

quantum theory *n* ਕੁਆਂਟਮਵਾਦ, ਕੁਐਂਟਮ ਸਿੱਧਾਂਤ

quarantine /'ਕਵੌਰਅਨਟੀਨ/ *n* ਚਾਲ੍ਹੀ ਦਿਨ, ਕੁਰਾਟੀਨ; ਪੱਤਣ ਰੋਕ, ਰੋਗੀ ਮੁਸਾਫ਼ਰ ਜਾਂ ਜਹਾਜ਼ ਨੂੰ ਰੋਕਣ ਲਈ ਨਿਸ਼ਚਿਤ ਸਮਾਂ (ਤਾਂ ਜੋ ਰੋਗ ਹੋਰਨਾਂ ਵਿੱਚ ਨਾ ਫੈਲੇ) *vt* ਪੱਤਣ ਰੋਕ ਲਾਉਣਾ; ਅਲਿਪਤ ਰਹਿਣਾ

quark /ਕਵਾਕ/ *n* ਭੌਤਿਕ ਤੱਤ ਦਾ ਛੋਟਾ ਜਿਹਾ ਅੰਸ਼

quarrel /'ਕਵੌਰਅਲ/ *n* ਵਿਵਾਦ, ਝਗੜਾ, ਕਲੇਸ਼, ਟੰਟਾ, ਤਕਰਾਰ, ਲੜਾਈ; (ਇਤਿ) ਛੋਟਾ ਅਤੇ ਭਾਰਾ ਤੀਰ *vt* ਝਗੜਾ ਕਰਨਾ, ਲੜਾਈ ਕਰਨਾ, ਹੱਥੋ ਪਾਈ ਕਰਨਾ, ਝਗੜਨਾ, ਹੁੱਜਤ ਕਰਨਾ, ਕਲ੍ਹਾ ਖੜ੍ਹੀ ਕਰਨਾ, ਫੁੱਟ ਪੈਦਾ ਕਰਨਾ

quarrelsome /ਕਵੌਰਅਲਸਅਮ/ *a* ਲੜਾਕਾ, ਵਿਵਾਦੀ, ਝਗੜਾਲੂ

quarry /'ਕਵੌਰਿ/ *n* ਸ਼ਿਕਾਰ; ਸਮਾਚਾਰ ਸ੍ਰੋਤ; ਖਾਣ *vt* ਖਾਣ ਵਿੱਚੋਂ ਪੁੱਟ ਕੇ ਕੱਢਣਾ; (ਪੁਸਤਕ ਆਦਿ ਦਾ ਮਿਹਨਤ ਨਾਲ) ਸੰਗ੍ਰਹਿ ਕਰਨਾ

quart /ਕਵੋਟ/ *n* ਚੁਥਾਈ ਗੈਲਨ, ਸਮਾਈ ਦਾ ਪੈਮਾਨਾ ਜਾਂ ਮਾਪ, ਚੁਥਾਈ ਗੈਲਨ ਦੀ ਬੋਤਲ ਜਾਂ ਡੱਬਾ, ਪਊਆ; ਤਾਸ਼ ਦੀ ਖੇਡ ਵਿੱਚ ਚਾਰ ਪੱਤਿਆਂ

ਦੀ ਚਾਲ, ਚੌਥੀਆ *v* (ਤਾਸ਼) ਚੌਥੀਆ ਖੇਡਣਾ, ਚਾਰ ਪੱਤਿਆਂ ਦੀ ਖੇਡ ਦਾ ਖੇਡਣਾ

quartan /'ਕਵੋਟ(ਅ)ਨ/ *n* ਚੌਥੀਆ ਤਾਪ

quarter /'ਕਵੋਟਅ*/ *n* ਚੌਥਾ ਭਾਗ, ਚੁਥਾਈ ਹਿੱਸਾ, ਪਊਆ; (*usu in pl*) ਪੁੱਠ, ਚਿੱਤੜ, ਕੁੱਲਾ; ਜਹਾਜ਼ ਦੇ ਇੱਕ ਪਾਸੇ ਦਾ ਅੱਧਾ ਹਿੱਸਾ; ਢਾਲ ਦਾ ਇੱਕ ਪਾਸਾ; ਤ੍ਰੈ ਮਾਸਕ, ਤਿਮਾਹੀ, ਚੁਥਾਈ ਸਾਲ; ਪੰਦਰਾਂ ਮਿੰਟ ਦਾ ਸਮਾਂ; ਪਾਸਾ, ਦਿਸ਼ਾ; ਪ੍ਰਾਂਤ, ਪ੍ਰਦੇਸ਼, ਥਾਂ, ਸਥਾਨ, ਮਹੱਲਾ, ਬਸਤੀ, ਛਾਉਣੀ; ਜਾਨ ਬਖ਼ਸ਼ੀ ਦੀ ਮਾਫ਼ੀ, ਪਨਾਹ, ਮਿਰਤੂ ਦੰਡ ਤੋਂ ਮੁਕਤੀ; ਚੁਥਾਈ ਮੀਲ, ਦੋ ਫ਼ਰਲਾਂਗ *vt* ਚਾਰ ਵਰਗਾਂ ਜਾਂ ਹਿੱਸਿਆਂ ਵਿੱਚ ਵੰਡਣਾ, ਚਾਰ ਟੁਕੜੇ ਜਾਂ ਫਾਂਕਾਂ ਕਰ ਦੇਣਾ, ਅੱਡ ਕਰਨਾ; ਢਾਲ ਦੇ ਇੱਕ ਪਾਸੇ ਸ਼ਸਤਰਾਂ-ਅਸਤਰਾਂ ਦੇ ਚਿੰਨ੍ਹ ਬਣਾਉਣਾ; ਸੈਨਿਕਾਂ ਨੂੰ ਵਿਸ਼ੇਸ਼ ਥਾਂ ਉੱਤੇ ਠਹਿਰਾਉਣਾ ਜਾਂ ਪੜਾਅ ਕਰਵਾਉਣਾ, ਹਰ ਦਿਸ਼ਾ ਵਿੱਚ ਭੇਜਣਾ ਜਾਂ ਭਜਵਾਉਣਾ **at close quarters** ਨਾਲ-ਨਾਲ **to take up one's quarters** ਵੱਸਣਾ

quarterage /'ਕਵੋਟ(ਅ)ਰਿਜ/ *n* ਤਿਮਾਹੀ ਭੁਗਤਾਨ, ਤਿੰਨ ਮਹੀਨਿਆਂ ਦੀ ਤਨਖ਼ਾਹ ਜਾਂ ਭੱਤਾ

quarter centenary *n* ਚਾਰ ਸੌ ਸਾਲਾ ਵਰ੍ਹੇਗੰਢ, ਚਾਰ ਸੌ ਸਾਲਾ ਉਤਸਵ

quarter-final *n* ਕੁਆਟਰ ਫਾਈਨਲ ਮੈਚ ਜਾਂ ਖੇਡ, (ਸੈਮੀ ਫਾਈਨਲ ਵਿੱਚ ਜਾਣ ਲਈ) ਖੇਡਿਆ ਜਾਣ ਵਾਲਾ ਮੈਚ

quartering /'ਕਵੋਟ(ਅ)ਰਿਙ/ *n* ਚਾਰ ਬਰਾਬਰ ਹਿੱਸਿਆਂ ਵਿੱਚ ਵੰਡ, ਚਾਰ ਭਾਗਾਂ ਵਿੱਚ ਵਿਭਾਜਨ; ਢਾਲ ਦੇ ਉਤੇ ਅੰਕਿਤ ਚਿੰਨ੍ਹ

quarterly /'ਕਵੋਟਅਲਿ/ *a* ਤ੍ਰੈ ਮਾਸਕ (ਪੱਤਰ, ਪੱਤ੍ਰਿਕਾ); ਤਿਮਾਹੀ *adv* ਤਿੰਨ ਮਹੀਨੇ ਮਗਰੋਂ

quartermaster /'ਕਵੋਟਅਮਾਸਟਅ*/ *n* (ਸੈਨਾ) ਰਸਦ ਪ੍ਰਬੰਧਕ; ਇੱਕ ਜਹਾਜ਼ੀ ਅਫ਼ਸਰ

quartern /'ਕਵੋਟ(ਅ)ਨ/ *n* ਚਾਰ ਪੌਂਡ ਦੀ ਡਬਲ ਰੋਟੀ

quartet /ਕਵੋ'ਟੈਟ/ *n* ਸਾਜ਼ਾਂ ਨਾਲ ਗਾਈ ਜਾਣ ਵਾਲੀ ਰਚਨਾ; ਚੌਬੋਲਾ, ਚੌਕੀ, ਚਾਰ ਸੰਗੀਤਕਾਰਾਂ ਦੀ ਟੋਲੀ, ਚੌਰਾਗ ਦਾ ਗਾਇਕ

quarto /'ਕਵੋਟਅਉ/ *n* ਚੁਪੱਤਰੀ ਕਾਗਜ਼, ਚੁਥਾਈ ਤਾਉ ਦਾ ਆਕਾਰ, ਚੁਵਰਕਾ, ਚਾਰ ਤਹਿ ਕੀਤੇ ਕਾਗਜ਼ ਉੱਤੇ ਛਪੀ ਹੋਈ ਪੁਸਤਕ, ਚੁਪੱਤਰੀ

quartz /ਕਵੋਟਸ/ *n* ਬਿਲੌਰ, ਕੱਚਮਣੀ, ਸਫ਼ਟਿਕ, ਬਿਲੌਰੀ ਪੱਥਰ

quartzose /'ਕਵੋਟਸਅਉਸ/ *a* ਬਿਲੌਰੀ

quartzy /'ਕਵੋਟਸਿ/ *a* ਬਿਲੌਰੀ

quash /ਕਵੌਸ਼/ *vi* ਨਸ਼ਟ ਕਰਨਾ, ਮਿਟਾਉਣਾ; ਰੱਦ ਕਰਨਾ, ਮਨਸੂਖ਼ ਕਰਨਾ; ਕੁਚਲਣਾ, ਦਬਾਉਣਾ

quashy /ਕਵੌਸ਼ਿ/ *a* ਖੰਡਿਤ, ਮਨਸੂਖਸ਼ੁਦਾ

quasi /'ਕਵੇਇਜ਼ਾਇ, -ਸਾਇ, 'ਕਵਾਜ਼ਿ/ *con* ਅਰਥਾਤ, ਜਾਣੀ, ਜਾਣੋ, ਗੋਇਆ ਕਿ, ਜਿਵੇਂ ਕਿ *pref* ਅੱਧਾ, ਨੀਮ, ਅਧੂਰਾ

quassia /'ਕਵੌਸ਼ਅ/ *n* ਇੱਕ ਬਿਰਛ, (ਇਸ ਬਿਰਛ ਦੀ ਜੜ੍ਹ ਜਾਂ ਛਿਲਕੇ ਦਾ) ਕੌੜਾ ਕਾੜ੍ਹਾ

quaternary /ਕਵਅ'ਟਅ:ਨ(ਅ)ਰਿ/ *n* ਚੌਕੜੀ; ਚਾਰ ਅਰਥਕ, ਚਾਰ ਦੀ ਸੰਖਿਆ, ਚੌਥਾ ਯੁੱਗ *a* ਚਾਰ ਭਾਗੀ; ਚਾਰ ਹਿੱਸਿਆਂ ਵਾਲਾ, ਚਾਰ ਰਸਾਇਣਿਕ ਤੱਤਾਂ ਨਾਲ ਬਣਿਆ; (ਭੂਗੋ) ਆਧੁਨਿਕਤਮ, ਨਵੀਨਤਮ

quaternion /ਕਵਅ'ਟਅ:ਨਿਅਨ/ *n* ਚੌਕੜ, ਚੌਕੜੀ, ਚੌਕੀ; ਚੌਕਾ, ਚਾਰ ਦਾ ਮੇਲ, ਦੂਹਰਾ ਕੀਤਾ ਚਾਰ ਤਖ਼ਤਿਆਂ ਦਾ ਦਸਤਾ; ਰਹੱਸਪੂਰਨ ਸੰਖਿਆ (ਚਾਰ ਜਾਂ ਦਸ)

quaternity /ਕਵਅ'ਟਅ:ਨਿਟਿ/ *n* ਚੌਕੜੀ, ਦੋ ਜੁੱਟ, ਦੋ ਜੋਟੇ; ਚਾਰ ਦਾ ਸਮੂਹ

quatrain /'ਕਵੌਟਰੇਇਨ/ *n* ਚਾਰ ਪੰਗਤੀਆਂ ਦਾ ਛੰਦ, ਚਉਪਦੀ, ਚੌਪਈ, ਚੌਬੈਂਤਾ, ਚੌਬਰਗਾ, ਰੁਬਾਈ

quaver /'ਕਵੇਇਵ੍ਅ*/ *n* ਸੁਰ ਕੰਬਣੀ, ਸੁਰ ਕੰਪ; (ਸੰਗੀ) ਅਰਧਪਾਦ ਸੁਰ *v* (ਸੁਰ ਦਾ) ਕੰਬਣਾ,

ਲਰਜ਼ਣਾ, ਥਰਥਰਾਉਣਾ

quaverer /'ਕਵੇਇਵ੍ਰਅਰਅ*/ *n* ਕੰਬਣ ਵਾਲਾ, ਥਰਥਰ ਕਰਨ ਵਾਲਾ ਸੁਰ

quavery /'ਕਵੇਇਵ੍ਰਅਰਿ/ *a* ਕੰਬਣ ਵਾਲਾ (ਸੁਰ)

quay /ਕੀ/ *n* (ਮਾਲ ਚੜ੍ਹਾਉਣ ਅਤੇ ਉਤਾਰਨ ਲਈ) ਘਾਟ, ਗੋਦੀ

quean /ਕਵੀਨ/ *n* (ਪਰਾ) ਦਲੇਰ ਔਰਤ, ਅੱਖੜ ਤੀਵੀਂ; ਵੇਸਵਾ, ਹਰਾਮੜ

queasy /'ਕਵੀਜ਼ਿ/ *a* (ਭੋਜਨ) ਭਾਰਾ, ਨਾ ਪਚਣ ਵਾਲਾ,ਕੈ ਲਿਆਉਣ ਵਾਲਾ, ਨਾ ਹਜ਼ਮ ਹੋਣ ਵਾਲਾ

queen /ਕਵੀਨ/ *n* ਰਾਣੀ, ਬੇਗਮ, ਮਹਾਰਾਣੀ, ਮਲਕਾ, ਸੁਲਤਾਨਾ, ਰਾਜ ਮਾਤਾ; ਪੂਜਨੀਕ ਔਰਤ, ਸਨਮਾਨਿਤ ਇਸਤਰੀ; ਪ੍ਰਾਚੀਨ ਦੇਵੀ; ਪ੍ਰੇਮਿਕਾ, ਰੂਪਵਤੀ; ਤਾਸ਼ ਦੀ ਬੇਗੀ; ਰਾਣੀ ਮਧੂ ਮੱਖੀ *v* ਰਾਣੀ ਬਣਾਉਣਾ; (ਸ਼ਤਰੰਜ) ਪਿਆਦੇ ਨੂੰ ਚਲਾ ਕੇ ਰਾਣੀ ਜਾਂ ਕਿਸੇ ਹੋਰ ਨਰਦ ਦੇ ਘਰ ਪਹੁੰਚਾ ਦੇਣਾ; (ਪਿਆਦੇ ਦਾ) ਰਾਣੀ ਬਣ ਜਾਣਾ

queen bee *n* ਰਾਣੀ ਮਧੂਮੱਖੀ; ਚੁਧਰਾਣੀ

queen consort *n* ਪਟਰਾਣੀ, ਬੇਗ਼ਮ, ਮਲਕਾ

queendom, queenhood /'ਕਵੀਨਡਅਮ, 'ਕਵੀਨਹੁਡ/ *n* ਮਹਾਰਾਣੀ ਦਾ ਰਾਜ; ਬੇਗ਼ਮ ਦੀ ਪਦਵੀ

queening /ਕਵੀਨਿਙ/ *n* ਸੇਬ ਦੀ ਇੱਕ ਕਿਸਮ

queen mother *n* ਰਾਜ ਮਾਤਾ

Queen's English *n* ਸ਼ੁੱਧ ਅੰਗਰੇਜ਼ੀ ਭਾਸ਼ਾ

queer /ਕਵਿਅ*/ *vt* ਨਸ਼ਟ ਕਰਨਾ, ਖ਼ਰਾਬ ਕਰ ਦੇਣਾ, ਵਿਗਾੜ ਦੇਣਾ, ਚਕਰਾ ਦੇਣਾ *a* ਅਜੀਬ, ਨਿਰਾਲਾ, ਅਨੋਖਾ, ਪਰੇਸ਼ਾਨ, ਚਕਰਾਇਆ, ਸੰਦੇਹਪੂਰਨ; (ਅਪ) ਪਿਆਕ, ਸ਼ਰਾਬੀ; ਸਮਲਿੰਗ ਭੋਗੀ

queerish /'ਕਵਿਅਰਿਸ਼/ *a* ਅਜੀਬ ਜਿਹਾ

queerness /'ਕਵਿਅਨਅਸ/ *n* ਅਨੋਖਾਪਣ, ਵਿਲੱਖਣਤਾ, ਵਚਿੱਤਰਤਾ; ਖ਼ਬਤ, ਸਨਕ

Queer Street *n* ਮਾਇਕ ਸੰਕਟ; ਔਕੜ, ਕਠਿਨ ਹਾਲਤ

quell /ਕਵੈੱਲ/ *vt* ਦਮਨ ਕਰਨਾ, ਕੁਚਲਨਾ, ਦਬਾਉਣਾ, ਸ਼ਾਂਤ ਕਰਨਾ, ਮਿਟਾਉਣਾ; (ਪਰਾ) ਮਾਰਨਾ

queller /ਕਵੈੱਲਅ*/ *n* ਦਮਨ ਕਰਤਾ, ਮਾਰਨ ਵਾਲਾ ਆਦਮੀ

quench /ਕਵੈਂਨੱਚ/ *vt* ਗੁਲ ਕਰਨਾ; (ਤਪਸ਼) ਘਟਾਉਣਾ, ਠੰਡਾ ਕਰਨਾ; (ਇੱਛਾ ਜਾਂ ਗਤੀ) ਘਟਾਉਣਾ, ਰੋਕਣਾ, ਦਬਾਉਣਾ; (ਤੇਹ) ਬੁਝਾਉਣਾ, ਦੂਰ ਕਰਨਾ; (ਵਿਰੋਧੀਆਂ ਨੂੰ) ਚੁੱਪ ਕਰਾਉਣਾ, ਮੂੰਹ ਬੰਦ ਕਰਨਾ; ਘਟਾਉਣਾ

quenchable /'ਕਵੈਂਨੱਚਅਬਲ/ *a* ਬੁਝਾਉਣਯੋਗ, ਠੰਢਾ ਕਰਨ ਯੋਗ, ਤ੍ਰਿਪਤੀਯੋਗ

quenchless /'ਕਵੈਂਨੱਚਲਅਸ/ *a* ਨਾ ਬੁਝਣ ਵਾਲੀ (ਤੇਹ ਆਦਿ), ਅਬੁੱਝ, ਅਤ੍ਰਿਪਤ

quenchlessness /'ਕਵੈਂਨੱਚਲਅਸਨਅਸ/ *n* ਅਬੁੱਝਤਾ, ਅਤ੍ਰਿਪਤਤਾ

quenelle /ਕਅ'ਨੈੱਲ/ *n* (ਮੱਛੀ ਜਾਂ ਹੋਰ ਮਾਸ ਦਾ) ਕੋਫ਼ਤਾ

quercetum /ਕਵਅ:'ਸੀਟਅਮ/ *n* ਬਲੂਤ ਦੇ ਬਿਰਛਾਂ ਦਾ ਝੁੰਡ

querent /'ਕਵਿਅਰਅਨਟ/ *n* ਸੁਆਲ ਪੁੱਛਣ ਵਾਲਾ ਆਦਮੀ; ਪ੍ਰਸ਼ਨ ਕਰਤਾ, ਸੁਆਲੀ, ਵਾਦ-ਵਿਵਾਦੀ, ਮੁਦਈ, ਸ਼ਿਕਾਇਤ ਕਰਤਾ

querimonious /ˌਕਵੈੱਰਿ'ਮਅਉਨਿਅਸ/ *a* ਚੁਗ਼ਲਖ਼ੋਰ, ਸ਼ਿਕਾਇਤੀ; ਲੜਾਕਾ, ਝਗੜਾਲੂ

querimoniousness /ˌਕਵੈੱਰਿ'ਮਅਉਨਿਅਸਨਅਸ/ *n* ਚੁਗ਼ਲਖ਼ੋਰੀ; ਸ਼ਿਕਾਇਤਬਾਜ਼ੀ; ਲੜਾਕਾਪਣ, ਝਗੜਾਲੂਪਣ

querist /'ਕਵਿਅਰਿਸਟ/ *n* ਸਵਾਲ ਪੁੱਛਣ ਵਾਲਾ ਆਦਮੀ, ਪ੍ਰਸ਼ਨਕਰਤਾ

quern /ਕਵਅ:ਨ/ *n* ਚੱਕੀ, ਛੋਟੀ ਚੱਕੀ

quernstone /ਕਵਅ:ਨਸਟਅ:ਉਨ/ *n* ਚੱਕੀ ਦਾ ਪੁੜ

querulous /'ਕਵੈੱਰਅਲਅਸ, -ਰਯਅਲਅਸ/ *a* ਬਦਮਿਜ਼ਾਜ, ਚਿੜਚਿੜਾ; ਸ਼ਿਕਾਇਤੀ

querulousness /'ਕਵੈਰੱਅਲਅਸਨਅਸ, -ਰਯਅ-/ *n* ਬਦਮਿਜ਼ਾਜੀ, ਚਿੜਚਿੜਾਪਣ

query /'ਕਵਿਅਰਿ/ *n* ਪੁੱਛ-ਗਿੱਛ, ਪ੍ਰਸ਼ਨ, ਸਵਾਲ; ਪ੍ਰਸ਼ਨ ਚਿੰਨ੍ਹ; ਪ੍ਰਸ਼ਨ ਸੂਚਕ ਸ਼ਬਦ *vt* ਪੁੱਛਣਾ-ਗਿੱਛਣਾ, ਪ੍ਰਸ਼ਨ ਕਰਨਾ, ਸਵਾਲ ਕਰਨਾ; ਪ੍ਰਸ਼ਨ ਚਿੰਨ੍ਹ ਲਾਉਣਾ, ਸ਼ੱਕ ਪ੍ਰਗਟ ਕਰਨਾ

quest /ਕਵੈਸੱਟ/ *n* ਜਾਂਚ, ਪੜਤਾਲ, ਨਿਰੂਪਣ; ਖੋਜ, ਪੜਤਾਲ ਵਾਲੀ ਚੀਜ਼; ਦੇਖ-ਭਾਲ, ਸਰਕਾਰੀ ਜਾਂਚ-ਪੜਤਾਲ *v* (ਕੁੱਤੇ ਦਾ) ਸ਼ਿਕਾਰ ਭਾਲਣਾ, ਜਾਂਚ ਕਰਨਾ, ਖੋਜ ਕੱਢਣਾ, ਭਾਲ ਕਰਨਾ

question /'ਕਵੈਸੱਚਅਨ/ *n* ਸਵਾਲ, ਪ੍ਰਸ਼ਨ, ਜਿਗਿਆਸਾ, ਪ੍ਰਸ਼ਨਸੂਚਕ ਵਾਕ; (ਵਾਸਤਵਿਕਤਾ ਆਦਿ ਸੰਬੰਧੀ) ਸ਼ੰਕਾ, ਸੰਦੇਹ; ਸਮੱਸਿਆ, ਮਾਮਲਾ, ਵਿਚਾਰ, ਵਿਵਾਦ, ਬਹਿਸ, ਵਿਵਾਦ ਵਿਸ਼ਾ *vt* ਪ੍ਰਸ਼ਨ ਕਰਨਾ, ਸਵਾਲ ਕਰਨਾ, ਦਰਿਆਫ਼ਤ ਕਰਨਾ; ਸ਼ੰਕਾ ਪ੍ਰਗਟ ਕਰਨਾ, ਸੰਦੇਹ ਕਰਨਾ; ਇਤਰਾਜ਼ ਕਰਨਾ, ਪੁੱਛ-ਪੜਤਾਲ ਕਰਨਾ

questionability /'ਕਵੈਸੱਚਨਅਬਿਲਿਟਿ/ *n* ਸ਼ੱਕ, ਸੰਦੇਹਪੂਰਨਤਾ, ਸ਼ੰਕਾ

questioner /'ਕਵੈਸੱਚਅਨਅ*/ *n* ਪ੍ਰਸ਼ਨ ਕਰਤਾ

question mark *n* ਪ੍ਰਸ਼ਨ ਚਿੰਨ੍ਹ, ਸਵਾਲੀਆ ਨਿਸ਼ਾਨ

question master *n* (ਟੀ ਵੀ ਜਾਂ ਰੇਡੀਓ ਪ੍ਰੋਗਰਾਮ ਵਿੱਚ) ਬੁਝਾਰਤਾਂ ਪਾਉਣ ਵਾਲਾ ਬੰਦਾ, ਸਵਾਲ ਪਾਉਣ ਵਾਲਾ ਪਾਤਰ

questionnaire /ˌਕਵੈਸੱਚਅ'ਨੇਅ*/ *n* ਪ੍ਰਸ਼ਨਾਵਲੀ, ਪ੍ਰਸ਼ਨਮਾਲਾ, ਸਵਾਲਨਾਮਾ

questuary /'ਕਵੈਸੱਟਯੁਅਰਿ/ *a* ਧਨ ਦਾ ਲੋਭੀ, ਧਨ ਦਾ ਲਾਲਚੀ, ਮਾਇਆਧਾਰੀ

queue /ਕਯੂ/ *n* ਪੰਗਤੀ, ਕਤਾਰ, ਲਾਈਨ; ਬੋਦੀ, ਗੁੱਤ *v* ਪੰਗਤ ਲਾਉਣਾ, ਪੰਗਤੀ ਬਣਾਉਣਾ, ਕਤਾਰ ਵਿੱਚ ਖਲੋਣਾ; ਗੁੱਤ ਗੁੰਦਣਾ

queue-jumping *n* (ਲੋਕਾਂ ਦੀ ਬਣੀ) ਲਾਈਨ ਤੋੜ ਕੇ ਅੱਗੇ ਹੋਣ ਦੀ ਕਿਰਿਆ, ਨੰਬਰਵਾਰ ਨਾ ਰਹਿਣ ਦੀ ਸਥਿਤੀ

quey /ਕਵੇਇ/ *n* (ਉਪ) ਵੱਛੀ, ਵਹਿੜਕੀ

quibble /'ਕਵਿਬਲ/ *n* ਵਾਕ ਛਲ, ਫ਼ਿਕਰੇਬਾਜ਼ੀ; ਟਾਲ-ਮਟੋਲ, ਹੀਲਾ-ਹਵਾਲਾ *v* ਵਾਕ ਛਲ ਕਰਨਾ, ਸ਼ਬਦ ਸ਼ਲੇਸ਼ ਦੀ ਵਰਤੋਂ ਕਰਨਾ; ਟਾਲਣਾ, ਗੱਲ ਬਣਾਉਣਾ

quibbling /'ਕਵਿਬਲਿਙ/ *n* ਵਾਕ ਛਲ; ਬਕਵਾਸ; ਟਾਲ-ਮਟੋਲ, ਬਹਾਨਾ, ਹੁੱਜਤ

quick /ਕਵਿਕ/ *a* ਜਿਊਂਦਾ, ਸਜੀਵ, ਜੀਵਿਤ, ਜਾਨਦਾਰ; ਚੁਕੰਨਾ, ਚੰਚਲ, ਫੁਰਤੀਲਾ, ਚਲਾਕ, ਹੁਸ਼ਿਆਰ; ਸ਼ੀਘਰ, ਛੇਤੀ, ਜਲਦੀ; ਤਿੱਖਾ, ਤੇਜ਼, ਤੀਬਰ *adv* ਤੁਰੰਤ, ਜਲਦੀ, ਝੱਟ-ਪੱਟ

quicken /'ਕਵਿਕਅਨ/ *v* ਜਾਨ ਪਾਉਣਾ, ਜਿਊਂਦਾ ਕਰਨਾ, ਜੀਵਿਤ ਹੋਣਾ; ਸਚੇਤਨ ਕਰਨਾ ਜਾਂ ਹੋਣਾ, ਉਤਸ਼ਾਹਿਤ ਕਰਨਾ; ਉਤੇਜਿਤ ਕਰਨਾ, ਭੜਕਾਉਣਾ, ਜੋਸ਼ ਦੁਆਉਣਾ, (ਇਸਤਰੀ ਦਾ) ਗਰਭ ਵਿੱਚ ਬੱਚੇ ਦੀ ਹਿਲਜੁਲ ਮਹਿਸੂਸ ਕਰਨਾ; ਛੇਤੀ ਕਰਨਾ ਜਾਂ ਹੋਣਾ, ਹੋਰ ਤੇਜ਼ ਕਰਨਾ ਜਾਂ ਹੋਣਾ

quick-fire /'ਕਵਿਕਫ਼ਾਇਅ*/ *a* ਬਹੁਤ ਜ਼ਿਆਦਾ ਅਤੇ ਜਲਦੀ ਪੁੱਛੇ ਗਏ (ਸੁਆਲਾਂ ਦੀ ਲੜੀ), ਇਕੱਠੇ ਉਠਾਏ ਗਏ (ਕਾਫ਼ੀ ਸਾਰੇ ਨੁਕਤੇ)

quickie /'ਕਵਿਕਿ/ *n* ਤੇਜ਼ੀ ਨਾਲ ਕੀਤਾ ਕੰਮ, ਝੱਟ-ਪੱਟ ਦੀ ਕਾਰਵਾਈ, ਜਲਦੀ ਨਾਲ ਤਿਆਰ ਕੀਤਾ ਮਾਲ

quicklime /'ਕਵਿਕਲਾਇਮ/ *n* ਅਣਬੁਝਿਆ ਚੂਨਾ

quickly /'ਕਵਿਕਲਿ/ *adv* ਤੇਜ਼ੀ ਨਾਲ, ਛੇਤੀ, ਜਲਦੀ, ਫੌਰਨ, ਝੱਟ-ਪੱਟ, ਤੁਰੰਤ

quick march *n* ਤੇਜ਼ ਚਾਲ

quickness /'ਕਵਿਕਨਅਸ/ *n* ਹੁਸ਼ਿਆਰੀ, ਸ਼ੀਘਰਤਾ, ਤੀਖਣਤਾ; ਫੁਰਤੀ, ਤੇਜ਼ੀ, ਜਲਦੀ

quicksand /'ਕਵਿਕਸੈਨਡ/ *n* ਦਲਦਲੀ ਰੇਤ, ਜਿੱਲ੍ਹਣ

quick sight *n* ਤੇਜ਼ ਨਿਗਾਹ

quicksilver /'ਕਵਿਕਸਿਲਵ਼ਅ*/ *n* ਪਾਰਾ

quick-witted /ˌਕਵਿਕ'ਵਿਟਿਡ/ *a* ਹਾਜ਼ਰ

ਜਵਾਬ

quid /ਕਵਿਡ/ *n* (ਅਪ) ਇੱਕ ਪੌਂਡ ਦਾ ਸੋਨੇ ਦਾ ਸਿੱਕਾ, ਅਸ਼ਰਫ਼ੀ; ਗਿਨੀ; (ਤਮਾਕੂ ਦਾ ਇੱਕ) ਅੱਟਾ ਜਾਂ ਗੁੱਟੀ

quiddity /'ਕਵਿਡਿਟੀ/ *n* ਤੱਤ, ਵਿਲੱਖਣਤਾ, ਅਸਲਾ; ਘੁੰਤਰਬਾਜ਼ੀ, ਬਰੀਕਬੀਨੀ

quiddle /'ਕਵਿਡਲ/ *vi* ਵਕਤ ਖ਼ਰਾਬ ਕਰਨਾ, ਸਮਾਂ ਨਸ਼ਟ ਕਰਨਾ

quidnunc /'ਕਵਿਡਨਅੱਙਕ/ *n* ਗਾਲੜੀ, ਬਾਤੂਨੀ, ਗੱਪੀ, ਬਕਵਾਸੀ

quid pro quo /ˌਕਵਿਡ ਪਰਅਉ 'ਕਵਅਉ/ *n* ਬਦਲ, ਇਵਜ਼ਾਨਾ

quiesce /ਕਵਿ'ਐਸੱ/ *vi* ਚੁੱਪ ਵੱਟਣਾ

quiescence, quiescency /ਕਵਿ'ਐਸੱਨਸ, ਕਵਿ'ਐਸੱਨਸਿ/ *n* ਅਟਕਾ, ਠਹਿਰਾ, ਸਥਿਰਤਾ, ਨਿਸ਼ਚਲਤਾ, ਅਚੱਲਤਾ, ਗਤੀਹੀਣਤਾ; ਸ਼ਾਂਤੀ, ਸੁੱਖ, ਚੈਨ; ਚੁੱਪ, ਖ਼ਮੋਸ਼ੀ

quiescent /ਕਵਿ'ਐਸੱਨਟ/ *a* ਸਥਿਰ, ਨਿਸ਼ਚਲ, ਅਚੱਲ, ਗਤੀਹੀਣ, ਸ਼ਾਂਤ, ਸੁੱਤਾ; ਚੁੱਪ, ਖ਼ਮੋਸ਼, ਮੌਨ; (ਵਿਆ) ਅਣਉਚਰਿਤ ਵਿਅੰਜਣ

quiet /'ਕਵਾਇਅਟ/ *n* ਸਥਿਰਤਾ, ਨਿਸ਼ਚਲਤਾ; ਸ਼ਾਂਤੀ, ਅਮਨ-ਚੈਨ; ਖ਼ਮੋਸ਼ੀ, ਚੁੱਪ, ਮੌਨ; ਅਰਾਮ, ਵਿਸ਼ਰਾਮ; ਸੁੱਖ, ਚੈਨ *v* ਸ਼ਾਂਤ ਕਰਨਾ, ਸਥਿਰ ਕਰਨਾ, ਚਿੰਤਾਹੀਣ ਕਰਨਾ; ਚੁੱਪ ਕਰਨਾ, ਸ਼ਾਂਤ ਹੋਣਾ *a* ਸ਼ਾਂਤ, ਨਿਸ਼ਚਲ, ਸਥਿਰ, ਧੀਰ, ਅਚੱਲ, ਨਿਮਰ, ਗੰਭੀਰ; ਚੁੱਪ, ਖ਼ਮੋਸ਼, ਮੌਨ; (ਵਸਤਰ) ਅਡੰਬਰ ਰਹਿਤ, ਜੋ ਭੜਕੀਲਾ ਨਾ ਹੋਵੇ, ਚਟਕ-ਮਟਕ ਤੋਂ ਬਿਨਾਂ; ਗੁਪਤ, ਅਵਿਅਕਤ, ਅਪ੍ਰਗਟ; ਪੁਰਸਕੂਨ, ਨਿਰਵਿਘਨ, ਚਿੰਤਾਹੀਣ

quietism /'ਕਵਾਇਅਟਿਜ਼ਅਮ/ *n* ਨਿਵ੍ਰਿਤੀਵਾਦ, ਵਿਰਕਤੀ, ਵੈਰਾਗ, ਸੰਤੋਖ, ਸ਼ਾਂਤੀ ਮਾਰਗ

quietness, quietude /'ਕਵਾਇਅਟਨਅਸ, 'ਕਵਾਇਅਟਯੂਡ/ *n* ਅਮਨ, ਸ਼ਾਂਤੀ, ਅਨੰਦ, ਸੁਖ, ਚੈਨ; ਅਰਾਮ, ਵਿਸ਼ਰਾਮ, ਨਿਸ਼ਚਲਤਾ, ਸਥਿਰਤਾ

quietus /ਕਵਾਇ'ਈਟਅਸ/ *n* ਭੁਗਤਾਨ, ਚੁਕਤਾ, ਅਦਾਇਗੀ; ਮੁਕਤੀ, ਮੌਤ, ਜਿਊਣ ਤੋਂ ਛੁਟਕਾਰਾ

quiff /ਕਵਿਫ਼/ *n* (ਮੱਥੇ ਉਪੱਰ) ਵਾਲਾਂ ਦੀ ਲਿਟ, ਜ਼ੁਲਫ਼

quill /ਕਵਿਲ/ *n* ਖੰਭ ਦੀ ਡੰਡੀ, ਖੰਭ ਦੀ ਕਲਮ, ਖੰਭ ਦੀ ਮਿਜ਼ਰਾਬ; ਜੁਲਾਹੇ ਦੀ ਨਲਕੀ; ਬੰਸਰੀ, ਵੰਝਲੀ; ਦਾਲਚੀਨੀ ਜਾਂ ਕੁਨੀਨ ਦੇ ਛਿੱਲੜ ਦਾ ਭੋਰਾ *vt* ਨਲੀ ਉੱਤੇ ਸੂਤ ਵਲ੍ਹੇਟਣਾ, ਨਲੀ ਭਰਨਾ, ਫਿਰਕੀ ਭਰਨਾ

quillet /'ਕਵਿਲਿਟ/ *n* ਵਾਕ ਛਲ, ਲਫ਼ਜ਼ੀ ਹੇਰ-ਫੇਰ, ਹੀਲਾ-ਹਵਾਲਾ

quilling /'ਕਵਿਲਿਙ/ *n* ਕੱਪੜੇ ਵਿੱਚ ਚ਼ੋਣ ਪਾਉਣ ਦਾ ਕਾਰਜ

quilt /ਕਵਿਲਟ/ *n* ਲੇਫ਼, ਤੁਲਾਈ, ਰਜਾਈ *vt* ਰਜ਼ਾਈ ਲੈਣਾ; ਰਜ਼ਾਈ ਨਾਲ ਢਕਣਾ, ਲੇਫ਼ ਜਾਂ ਰਜ਼ਾਈ ਨੂੰ ਨਗੰਦੇ ਪਾਉਣੇ ਜਾਂ ਸਿਊਣਾ (ਸਿੱਕੇ ਜਾਂ ਸੋਨੇ) ਪੁਸ਼ਾਕ ਦੀਆਂ ਦੋ ਤਹਿਆਂ ਵਿੱਚ ਸਿਊਂ ਦੇਣਾ; (ਦੂਜੇ ਵਿਅਕਤੀਆਂ ਦੇ ਵਿਚਾਰ ਲੈ ਕੇ) ਸਾਹਿਤ ਰਚਨਾ ਦਾ ਸੰਕਲਨ ਕਰਨਾ

quilting /'ਕਵਿਲਟਿਙ/ *n* ਗੱਦੇ ਜਾਂ ਰਜ਼ਾਈ ਵਿੱਚ ਭਰੀ ਜਾਣ ਵਾਲੀ ਰੂੰ; ਨਗੰਦਣ ਦਾ ਕਾਰਜ

quinary /'ਕਵਾਇਨਅਰਿ/ *a* ਪੰਜ ਦਾ, ਪੰਚਕ, ਪੰਚਮਈ, ਪੰਜ ਸੰਖਿਅਕ

quincentenary /ˌਕਵਿਨਸੈਨੱ'ਟੀਨਅਰਿ/ *a* ਪੰਜ ਸੌ ਵਰ੍ਹੇ ਨਾਲ ਸੰਬੰਧਿਤ, ਪੰਜ ਸੌ ਸਾਲਾ *n* ਪੰਜ ਸੌਵੀਂ ਵਰ੍ਹੇ ਗੰਢ, ਪੰਜ ਸੌ ਸਾਲਾ ਉਤਸਵ

quincunx /'ਕਵਿਨਕਅੱਙਕਸ/ *n* ਜਿਸ ਦੇ ਚੌਹਾਂ ਕੋਨਿਆਂ ਉੱਤੇ ਇੱਕ-ਇੱਕ ਬਿੰਦੂ ਹੋਵੇ ਅਤੇ ਇੱਕ ਬਿਲਕੁਲ ਵਿਚਕਾਰ ਹੋਵੇ, ਚੁਕੋਰ

quindecagon /ਕਵਿਨ'ਡੈਕੱਅਗਅਨ/ *n* (ਰੇਖਾ) ਪੰਦਰਾਂ ਕੋਨਾਂ ਅਤੇ ਪੰਦਰਾਂ ਸਿੱਧੀਆਂ ਭੁਜਾਵਾਂ ਵਾਲੀ ਸ਼ਕਲ, ਪੰਦਰਾਂ ਭੁਜੀ ਸ਼ਕਲ

quingentenary /ˌਕਵਿਨਜੈਨੱ'ਟੀਨਅਰਿ/ *n* ਪੰਜ ਸੌਵੀਂ ਵਰ੍ਹੇ ਗੰਢ, ਪੰਜ ਸੌ ਸਾਲਾ ਉਤਸਵ *a*

ਪੰਜ ਸੌਵੇਂ ਸਾਲ ਦਾ, ਪੰਜ ਸੌ ਵਰ੍ਹੇ ਦਾ

quinine /ਕਵਿ'ਨੀਨ, 'ਕਵਿਨੀਨ/ *n* ਕੁਨੀਨ, ਕੁਨੈਣ

quinism /'ਕਵਿਨਿਜ਼ਅਮ/ *n* ਬਹੁਤੀ ਕੁਨੀਨ ਖਾਣ ਨਾਲ ਹੋਈ ਖ਼ੁਸ਼ਕੀ

quinize /'ਕਵਿਨਾਇਜ਼/ *vt* ਕੁਨੀਨ ਪਿਆਉਣਾ, ਕੁਨੀਨ ਦੇਣਾ, ਕੁਨੀਨ ਦਾ ਮਿਸ਼ਰਨ ਤਿਆਰ ਕਰਨਾ

quink /ਕਵਿਙਕ/ *n* ਇੱਕ ਤਰ੍ਹਾਂ ਦਾ ਪੰਛੀ; ਸਿਆਹੀ ਦੀ ਇੱਕ ਕਿਸਮ

quinology /ਕਵਿ'ਨੌਲਅਜਿ/ *n* ਕੁਨੀਨ ਬਾਰੇ ਗਿਆਨ ਦੇਣ ਵਾਲਾ ਵਿਗਿਆਨ

quinquagenarian /,ਕਵਿਙਕਵਅਜਿ'ਨੇਅਰਿਅਨ/ *n* ਪੰਜਾਹ ਵਰ੍ਹਿਆਂ ਦਾ ਆਦਮੀ

quinquagenary /,ਕਵਿਙਕਅ'ਜੀਨਅਰਿ/ *n* ਪੰਜਾਹਵੀਂ ਵਰ੍ਹੇ ਗੰਢ, ਪੰਜਾਹਵੀਂ ਬਰਸੀ

quinquagesima /,ਕਵਿਙਕਅ'ਜੈ ਸਿਮਅ/ *n* ਈਸਟਰ ਤੋਂ ਲਗਭਗ ਪੰਜਾਹ ਦਿਨ ਪਹਿਲਾਂ ਆਉਣ ਵਾਲਾ ਐਤਵਾਰ

quinquennial /ਕਵਿਙ'ਕਵੈਨਿਅਲ/ *a* ਪੰਜ ਸਾਲਾ, ਪੰਜ ਵਰਸ਼ੀ

quinquina /ਕਵਿਙ'ਕਵਾਇਨਅ/ *n* ਕੁਨੀਨ ਬਿਰਛ, ਸਿਨਕੋਨਾ (ਜਿਸ ਤੋਂ ਕੁਨੀਨ ਬਣਦੀ ਹੈ)

quins /ਕਵਿਨਜ਼/ *n* (ਬਹੁ) ਇੱਕੋ ਸਮੇਂ ਇੱਕੋ ਮਾਂ ਤੋਂ ਜਨਮ ਲੈਣ ਵਾਲੇ ਪੰਜ ਬੱਚੇ

quinsy /'ਕਵਿਨਜ਼ਿ/ *n* ਇੱਕ ਕੰਠਰੋਗ, ਖ਼ੁਨਾਕ

quint /ਕਵਿਨਟ/ *n* (ਸੰਗੀ) ਪੰਚਮ ਸੁਰ; 'ਪਾ' ਨਾਂ ਦੀ ਸੁਰ; ਪੰਜਾਂ ਦਾ ਸਮੂਹ; ਤਾਸ਼ ਦੇ ਇੱਕੋ ਰੰਗ ਦੇ ਪੰਜ ਲੜੀਵਾਰ ਪੱਤੇ

quintain /'ਕਵਿਨਟਿਨ/ *n* ਨਿਸ਼ਾਨ ਵਿੰਨ੍ਹਣ ਲਈ ਖੜ੍ਹਾ ਕੀਤਾ ਥੰਮ੍ਹ ਜਾਂ ਖੰਭਾ

quintal, kintal /'ਕਵਿਨਟਲ/ *n* ਸੌ ਕਿਲੋਗ੍ਰਾਮ, ਕਵਿੰਟਲ

quintan /'ਕਵਿਨਟਅਨ/ *a* ਪੰਜ ਦਿਵਸੀ, ਹਰ ਪੰਜਵੇਂ ਦਿਨ ਦਾ; ਪੰਜਵੇਂ ਦਿਨ ਚੜ੍ਹਨ ਵਾਲਾ ਬੁਖ਼ਾਰ

quintessence /ਕਵਿਨ'ਟੈਸੱਨਸ/ *n* (ਪ੍ਰਾਚੀਨ ਦਰਸ਼ਨ) ਪੰਜਵਾਂ ਤੱਤ; ਸਾਰ, ਸਾਰਾਂਸ਼, ਸਤ, ਸ਼ੁੱਧਤਮ ਰੂਪ

quintet, quintette /ਕਵਿਨ'ਟੈਟ/ *n* ਪੰਚਕ, ਪੰਜਸੁਰਾ ਗੀਤ, ਪੰਜ ਸੁਰਾਂ ਜਾਂ ਵਾਜਿਆਂ ਨੂੰ ਵਰਤਣ ਵਾਲਾ ਗਾਇਕ ਜਾਂ ਵਾਦਕ, ਪੰਜੋਕੀ, ਪੰਜ ਗਵੱਈਆਂ ਦਾ ਸਮੂਹ

quintic /'ਕਵਿਨਟਿਕ/ *a* ਪੰਜਵੇਂ ਦਰਜੇ ਦਾ

quintillion /ਕਵਿਨ'ਟਿਲਿਅਨ/ *n* ਦਸ ਲੱਖ ਦੀ ਪੰਜ ਵਾਰ ਪਰਸਪਰ ਗੁਣਾ ਕਰਨ ਨਾਲ ਆਈ ਸੰਖਿਆ, ਤੀਹ ਬਿੰਦੀਆਂ ਲਾ ਕੇ ਬਣਨ ਵਾਲੀ ਸੰਖਿਆ; (ਅਮਰੀਕਾ ਵਿੱਚ) ਅਠਾਰਾਂ ਬਿੰਦੀਆਂ ਵਾਲੀ ਸੰਖਿਆ

quintroon /ਕਵਿਨ'ਟਰੂਨ/ *n* ਬੇਰੜਾ ਬੱਚਾ, ਦੋਗਲੀ ਨਸਲ ਦਾ ਜਾਇਆ, ਦੋ ਅੱਡ-ਅੱਡ ਨਸਲਾਂ ਦੇ ਮੇਲ ਤੋਂ ਪੈਦਾ ਹੋਈ ਔਲਾਦ ਜਿਵੇਂ ਅੰਗਰੇਜ਼ ਔਰਤ ਅਤੇ ਹਬਸ਼ੀ ਮਰਦ ਦੇ ਮੇਲ ਤੋਂ ਪੈਦਾ ਹੋਈ ਸੰਤਾਨ

quintuple /'ਕਵਿਨਟਯੁਪਲ, ਕਵਿਨ'ਟਯੂਪਲ/ *n* ਪੰਜ ਗੁਣਾ ਵੱਡੀ ਸੰਖਿਆ ਜਾਂ ਰਾਸ਼ੀ *v* ਪੰਜ ਗੁਣਾ ਕਰਨਾ ਜਾਂ ਹੋਣਾ *a* ਪੰਜ ਗੁਣਾ, ਪੰਜ ਪੱਖੀ; ਪੰਜ ਹਿੱਸਿਆਂ ਵਾਲਾ

quintuplet/'ਕਵਿਨਟੁਪਲਅਟ, ਕਵਿਨ'ਟਯੂਪਲਅਟ, -ਟਅੱਪਲ-/ *n* (ਬਹੁ) ਪੰਜ ਬੱਚੇ ਜੋ ਇੱਕ ਮਾਂ ਨੇ ਇੱਕ ਸਮੇਂ ਜੰਮੇ ਹੋਣ, ਪੰਜੋੜੇ

quintuplicate /,ਕਵਿਨ'ਟਯੂਪਲਿਕਅਟ/ *n* (ਬਹੁ) ਪੰਜ ਗੁਣਾ; ਪੰਜਵੀਂ ਨਕਲ *a* ਪੰਜਵੀਂ /ਕਵਿਨ'ਟਯੂਪਲਿਕੇਇਟ/ *vt* ਪੰਜ ਗੁਣਾ ਕਰਨਾ; ਪੰਜ ਨਕਲਾਂ ਤਿਆਰ ਕਰਨਾ; ਪੰਜ ਤਹਿਆਂ ਕਰਨਾ; ਪੰਜ ਵਾਰ ਦੁਹਰਾਈ (ਲਿਖਤ)

quip /ਕਵਿਪ/ *n* ਟਿੱਚਰ, ਮਸ਼ਕਰੀ, ਤਾਹਨਾ, ਮੇਹਣਾ, ਬੋਲੀ, ਲਾ ਕੇ ਕੀਤੀ ਗੱਲ, ਵਾਕ ਛਲ, ਗੋਲ-ਮੋਲ ਗੱਲ *vt* ਟਿੱਚਰ ਕਰਨਾ, ਤਾਹਨਾ ਮਾਰਨਾ, ਖੋਲੀ ਮਾਰਨਾ, ਵਾਕ ਛਲ ਕਰਨਾ; ਵਕਰ-ਉਕਤੀ ਕਰਨਾ, ਮੂੰਹ ਚਿੜਾਉਣਾ

quire /'ਕਵਾਇਅ*/ *n* ਚੌਵੀ ਕਾਗਜ਼; ਚਾਰ ਕਾਗਜ਼ ਜਿਨ੍ਹਾਂ ਨੂੰ ਮੋੜ ਕੇ ਅੱਠ ਸਫ਼ੇ ਬਣਾ ਲਏ

ਗਏ ਹੋਣ; ਦਸਤਾ; (ਪੁਸਤਕ ਜਾਂ ਹੱਥ ਲਿਖਤ ਵਿੱਚ) ਅੰਦਰ ਲੱਗੇ ਹੋਏ ਸਫ਼ੇ; (ਜਿਲਦ ਵਿੱਚ) ਜੁਜ਼, ਫ਼ਰਮਾ; ਨਾਚ ਮੰਡਲੀ, ਭਜਨ ਮੰਡਲੀ, ਕੀਰਤਨੀ ਜੱਥਾ; ਕੀਰਤਨ ਦੀ ਥਾਂ *v* ਮਿਲਕੇ ਗਾਉਣਾ

quirk /ਕਵਅ:ਕ/ *n* ਸੰਜੋਗ, ਢੋ; ਆਦਤ, ਖ਼ਾਸਾ

quirt /ਕਵਅ:ਟ/ *n* (ਚਮੜੇ ਦੇ ਮੁੱਠੇ ਵਾਲਾ) ਛੋਟੇ ਹੱਥੇ ਦਾ ਕੋੜਾ, ਛਾਂਟਾ, ਹੰਟਰ *vt* ਇਸ ਕੋੜੇ ਨਾਲ ਮਾਰਨਾ

quisling /'ਕਵਿਜ਼ਲਿਙ/ *n* ਗੱਦਾਰ, ਦੇਸ਼-ਧ੍ਰੋਹੀ, ਵਿਸਾਹਘਾਤੀ, ਵਿਸ਼ਵਾਸਘਾਤੀ

quislingite /'ਕਵਿਜ਼ਲਿਙਾਇਟ/ *n* ਗੱਦਾਰ ਵਿਅਕਤੀ, ਦੇਸ਼-ਧ੍ਰੋਹੀ ਆਦਮੀ *a* ਵਿਸਾਹਘਾਤੀ

quit /ਕਵਿਟ/ *vt* (ਕੰਮ) ਛੱਡਣਾ, ਛੁਟਕਾਰਾ ਪਾਉਣਾ, ਹੱਥ ਧੋਣਾ, ਬਾਜ਼ ਆਉਣਾ, ਬੰਦ ਕਰਨਾ, ਰੋਕ ਦੇਣਾ; ਚੱਲ ਪੈਣਾ, ਵਿਦਾ ਹੋਣਾ; (ਕਿਰਾਏਦਾਰ ਦਾ) ਕਮਰਾ ਖ਼ਾਲੀ ਕਰਨਾ *a* (ਪਰਾ) ਮੁਕਤ, ਰਿਹਾਅ, ਬਰੀ, ਛੱਡਿਆ

quitch /ਕਵਿਚ/ *n* ਲੰਮੀਆਂ ਤਿੜ੍ਹਾਂ ਵਾਲਾ ਘਾਹ

quite /ਕਵਾਇਟ/ *adv* ਅਤਿਅੰਤ, ਨਿਰਾ, ਸਰਾਸਰ, ਬਿਲਕੁਲ, ਪੂਰਨ ਤੌਰ 'ਤੇ

quitrent /'ਕਵਿਟਰੈਂਟ/ *n* ਚੁਕੋਤਾ, ਠੇਕਾ, ਜ਼ਮੀਨ ਦਾ ਮਾਮਲਾ; ਠੇਕੇ 'ਤੇ ਦਿੱਤੀ ਜ਼ਮੀਨ ਤੋਂ ਮਿਲੇ ਪੈਸੇ

quits /ਕਵਿਟਸ/ *a* (ਹਿਸਾਬ ਚੁਕਾਉਣ ਮਗਰੋਂ) ਬਰਾਬਰ, ਸਾਵਾਂ

quittance /'ਕਵਿਟ(ਅ)ਨਸ/ *n* (ਪਰਾ ਕਾਵਿਕ) ਨਿਸਤਾਰਾ, ਛੁਟਕਾਰਾ; ਬੇਬਾਕੀ, ਬੇਬਾਕ ਪੱਤਰ; ਰਸੀਦ; ਬਦਲਾ, ਇਵਜ਼ਾਨਾ

quitter /'ਕਵਿਟਅ*/ *n* ਪਦ ਤਿਆਗੀ, ਨੌਕਰੀ ਛੱਡਣ ਵਾਲਾ; ਕੰਮ-ਚੋਰ; ਕਾਇਰ; ਪੀਪ; ਘੋੜੇ ਦੀ ਟਾਪ ਦਾ ਨਸੂਰਦਾਰ ਜ਼ਖ਼ਮ

quiver /'ਕਵਿਵ਼ਅ*/ *n* ਤਰਕਸ਼, ਭੱਥਾ; ਕਾਂਬਾ, ਥਰਥਰਾਹਟ, ਲਰਜ਼ਸ਼ *vi* ਕੰਬਣਾ, ਥਰਥਰਾਉਣਾ, ਲਰਜ਼ਣਾ

quivive /ˌਕੀ'ਵ਼ੀਵ਼/ *(F) n* ਚੌਕਸ, ਹੁਸ਼ਿਆਰ, ਖ਼ਬਰਦਾਰ

Quixote /'ਕਵਿਕਸਅਟ/ *n* **Don Quixote** (1547-1616 ਈ.) ਵਰਗਾ ਆਦਮੀ, ਮਨਸੂਬੇਬਾਜ਼, ਸੁਪਨੇਸਾਜ਼, ਸ਼ੇਖਚਿੱਲੀ

quixotics /ਕਵਿਕ'ਸੌਟਿਕਸ/ *n* ਸੁਪਨੇਸਾਜ਼ੀ, ਮਨਸੂਬੇਬਾਜ਼ੀ

quixotism /'ਕਵਿਕਸੌਟਿਜ਼ਅਮ/ *n* ਕਲਪਨਾਵਾਦ, ਕਲਪਨਾਸ਼ੀਲਤਾ

quiz /ਕਵਿਜ਼/ *n* ਨਿਰਾਲਾ ਆਦਮੀ, ਨਮੂਨਾ, ਮਸਖ਼ਰਾ, ਦਿਲਲਗੀ ਕਰਨ ਵਾਲਾ; ਪ੍ਰਸ਼ਨ ਉੱਤਰ, ਪ੍ਰਸ਼ਨਾਵਲੀ, ਸਮੱਸਿਆ, ਬੁਝਾਰਤ, ਪਰੀਖਿਆ, ਜਾਂਚ; ਹਾਸਾ-ਮਜ਼ਾਕ, ਦਿਲਲਗੀ *vt* ਮਜ਼ਾਕ ਉਡਾਉਣਾ, ਹਾਸੇ ਵਿੱਚ ਉਡਾਉਣਾ; ਵਿਲੱਖਣ ਨਿਗ੍ਹਾ ਨਾਲ ਵੇਖਣਾ, ਘੂਰਨਾ, ਤਾੜਨਾ, ਤੱਕਣਾ; ਪ੍ਰਸ਼ਨ ਕਰਨਾ, ਸਵਾਲਾਂ-ਜਵਾਬਾਂ ਨਾਲ ਪਰੀਖਿਆ ਲੈਣਾ

quizzable /'ਕਵਿਜ਼ਅਬਲ/ *a* ਮਜ਼ਾਕ ਦੇ ਕਾਬਲ, ਹਾਸਾ ਉਡਾਉਣ ਯੋਗ, ਉਪਹਾਸਜਨਕ

quizzed /ਕਵਿਜ਼ਡ/ *a* ਜਾਂਚਿਆ, ਪਰਖਿਆ, ਪਰੀਖਿਅਤ

quizzical /'ਕਵਿਜ਼ਿਕਲ/ *a* ਵਿਅੰਗਾਤਮਿਕ, ਹਾਸੇ ਭਰਿਆ

quod /ਕਵੌਂਡ/ *n* ਕੈਦਖ਼ਾਨਾ, ਜੇਲ੍ਹ, ਕਾਰਾਵਾਸ, ਕਾਰਾਗਾਰ *vt* ਕੈਦ ਕਰਨਾ, ਜੇਲ੍ਹ ਵਿੱਚ ਡੱਕਣਾ, ਕਾਰਾਗਾਰ ਵਿੱਚ ਰੱਖਣਾ

quodlibet /'ਕਵੌਂਡਲਿਬੈਟ/ *n* ਬੌਧਿਕ ਵਿਵਾਦ, ਬਰੀਕਬੀਨੀ, ਵਿਵਾਦੀ ਨੁਕਤਾ

quoin /ਕੌਇਨ/ *n* ਘਰ ਦੀ ਬਾਹਰਲੀ ਨੁੱਕਰ, ਕੋਨੇ ਦੀ ਇੱਟ, ਘਰ ਦਾ ਬਾਹਰਲਾ ਕੋਨਾ; ਬਿਲਡਿੰਗ ਦਾ ਬੈਰੂਨੀ ਜ਼ਾਵੀਆ, ਨੀਂਹ ਪੱਥਰ, ਮੂਲ ਆਧਾਰ; (ਟਾਈਪ ਜਾਂ ਬੰਦੂਕ ਵਿੱਚ) ਮੇਖ *vt* ਮੇਖ ਲਾ ਕੇ ਖੜ੍ਹਾ ਕਰਨਾ

quoit /ਕੌਇਟ, ਕਵੌਇਟ/ *n* ਲੋਹੇ ਦਾ ਛੱਲਾ, ਲੋਹੇ ਦਾ ਤਿੱਖੀ ਧਾਰ ਵਾਲਾ ਚੱਕਰ *v* ਇਸ ਚੱਕਰ ਨਾਲ ਖੇਡਣਾ

quondam /'ਕਵੌਂਨਡੈਮ/ *a* ਪੂਰਵ ਵਰਤੀ, ਪੁਰਾਣਾ, ਸਾਬਕਾ, ਭੂਤਪੂਰਵ

quorum /'ਕਵੋਰਅਮ/ *n* ਨਿਸ਼ਚਿਤ ਸੰਖਿਆ ਜਿਸ ਬਿਨਾਂ ਇਕੱਤਰਤਾ ਦੀ ਕਾਰਵਾਈ ਜਾਇਜ਼ ਨਹੀਂ ਮੰਨੀ ਜਾਂਦੀ, ਕੋਰਮ, ਕਾਰਜਗਣ, ਗਣਪੂਰਤੀ, ਗਣਪੂਰਕ ਸੰਖਿਆ

quota /'ਕਵਅਉਟਅ/ *n* ਕੋਟਾ, ਨਿਰਧਾਰਤ ਮਾਤਰਾ ਜਾਂ ਹਿੱਸਾ, ਨਿਯਤ ਪਰਿਮਾਣ

quotability /ˌਕਵਅਉਟਅ'ਬਿਲਅਟਿ/ *n* ਪ੍ਰਮਾਣਿਤਾ, ਪ੍ਰਮਾਣਯੋਗਤਾ, ਉਦਾਹਰਨ ਦੇ ਤੌਰ 'ਤੇ ਪੇਸ਼ ਹੋ ਸਕਣ ਦੀ ਯੋਗਤਾ

quotable /'ਕਵਅਉਟਅਬਲ/ *a* ਪ੍ਰਮਾਣਯੋਗ, ਉਦਾਹਰਨ ਦੇਣ ਯੋਗ, ਹਵਾਲੇਯੋਗ

quotation /ਕਵਅਉ'ਟੇਇਸ਼ਨ/ *n* ਹਵਾਲੇ ਵਜੋਂ ਦਿੱਤਾ ਵਾਕ, ਉਕਤੀ, ਉਦਾਹਰਨ, ਉਤਕਥਨ; ਬਜ਼ਾਰੀ ਭਾਅ, ਮੁੱਲ, ਕੀਮਤਾਂ ਦੀ ਦਰ

quote /ਕਵਅਉਟ/ *n* ਹਵਾਲਾ, ਉਦਾਹਰਨ, ਉਕਤੀ, ਪਰਉਕਤੀ *v* ਉਦਾਹਰਨ ਦੇਣਾ, ਪ੍ਰਮਾਣ ਦੇਣਾ, ਹਵਾਲਾ ਦੇਣਾ, ਨਕਲ ਕਰਨਾ; ਪੇਸ਼ ਕਰਨਾ, ਭਾਅ ਦੱਸਣਾ

quoted /ਕਵਅਉਟਿਡ/ *a* ਉਧਰਿਤ, ਕਥਿਤ

quoth /ਕਵਅਉਥ/ *vt* (ਪਰਾ) ਕਿਹਾ, ਆਖਿਆ, ਬੋਲਿਆ

quotidian /ਕਵੌ'ਟਿਡਿਅਨ, ਕਵਅਉ'ਟਿ-/ *a* ਹਰ ਰੋਜ਼ ਦਾ, ਨਿੱਤ ਦਾ, ਦੈਨਿਕ, ਪ੍ਰਤਿਦਿਵਸੀ; ਤੁੱਛ, ਸਧਾਰਨ, ਮਾਮੂਲੀ

quotient /'ਕਵਅਉਸ਼ਨਟ/ *n* ਵੰਡਫਲ, ਭਾਗਫਲ

quotum /'ਕਵਅਉਟਅਮ/ *n* ਨਿਯਤ ਮਾਤਰਾ, ਨਿਸ਼ਚਿਤ ਸੰਖਿਆ ਜਾਂ ਭਾਗ

Quran /'ਕੁਰਾਨ/ *n* ਮੁਸਲਮਾਨਾਂ ਦੀ ਧਾਰਮਿਕ ਪੁਸਤਕ, ਕੁਰਆਨ ਸ਼ਰੀਫ਼

qwerty /'ਕਵਅ:ਟਿ/ *a* (ਕੰਪਿ) ਕੰਪਿਊਟਰ ਜਾਂ ਟਾਈਪਰਾਈਟਰ ਦੀ ਕੁੰਜੀ-ਫੱਟੀ (*Keyboard*) ਦੀ ਇੱਕ ਕਿਸਮ ਜਿਸ ਵਿਚ ਕੁੰਜੀਆਂ ਦੀ ਇੱਕ ਪਾਲ *q, w, e, r, t, y* ਦੀ ਤਰਤੀਬ ਵਿੱਚ ਹੁੰਦੀ ਹੈ

R

R, r /ਆ*/ *n* ਅੰਗਰੇਜ਼ੀ ਵਰਨਮਾਲਾ ਦਾ ਅਠਾਰ੍ਹਵਾਂ ਅੱਖਰ

rabbet /'ਰੈਬਿਟ/ *n* (ਜੋੜ ਫਸਾਉਣ ਲਈ) ਝਿਰੀ *vt* ਝਿਰੀ ਬਣਾਉਣਾ, ਦੰਦਾ ਪਾਉਣਾ, ਚੂਲ ਵਿੱਚ ਬਠਾਉਣਾ, (ਕਿਸੇ ਵਸਤੂ ਵਿੱਚ) ਚੂਲ ਪਾਉਣਾ

rabbi /'ਰੈਬਾਇ/ *n* ਯਹੂਦੀ ਪਾਦਰੀ, ਰਾਬੀ

rabbin /'ਰੈਬਿਨ/ *n* ਯਹੂਦੀ ਧਰਮ ਸ਼ਾਸਤਰੀ, ਰਾਬਿਨ

rabbinical /ਰਅ'ਬਿਨਿਕਲ/ *a* ਰਾਬੀ ਵਰਗਾ, ਰਾਬਿਨੀ, ਯਹੂਦੀ ਪਾਦਰੀ ਸੰਬੰਧੀ

rabbinism /'ਰੈਬਿਨਿਜ਼ਅਮ/ *n* ਯਹੂਦੀ ਧਰਮ ਦਾ ਸਿਧਾਂਤ, ਰਾਬਿਨਵਾਦ,

rabbit /'ਰੈਬਿਟ/ *n* ਖ਼ਰਗੋਸ਼; ਅਨਾੜੀ ਖਿਡਾਰੀ *vt* ਖ਼ਰਗੋਸ਼ ਦਾ ਸ਼ਿਕਾਰ ਖੇਡਣਾ

rabbitry /'ਰੈਬਿਟਰਿ/ *n* ਖ਼ਰਗੋਸ਼ਾਂ ਦਾ ਵਾੜਾ, ਅਨਾੜੀ ਖਿਡਾਰੀਆਂ ਦੀ ਖੇਡ

rabble /'ਰੈਬਲ/ *n* ਭੀੜ, ਹਜੂਮ, ਜਮਘਟਾ; ਜਨ; ਹਾਰੀ-ਸਾਰੀ, ਲੰਡੀ-ਬੁੱਚੀ

rabble-rouser /'ਰੈਬਲਰਾਉਜ਼ਅ*/ *n* ਮਜਮੇਬਾਜ਼, ਹੰਗਾਮੇਬਾਜ਼ ਵਿਅਕਤੀ

Rabelaisian, Rabelaesian /ˌਰੈਬਅ'ਲੇਇਜ਼ਿਅਨ/ *n* ਫ਼ਰਾਂਸੀਸੀ ਉਪਹਾਸ ਲੇਖਕ (ਰਾਬੇਲਾਇਸ) ਦਾ ਪ੍ਰਸ਼ੰਸਕ ਜਾਂ ਪੈਰੋਕਾਰ, ਰਾਬੇਲਾਇਸਵਾਦੀ

rabic /'ਰੈਬਿਕ/ *a* ਰੇਬੀ, ਪਾਗਲ; ਹਲਕ ਰੋਗ ਵਾਲਾ

rabid /'ਰੈਬਿਡ, 'ਰੇਇਬਿਡ/ *a* ਤੀਬਰ, ਉਤੇਜਿਤ, ਪ੍ਰਬਲ, ਘੋਰ, ਪ੍ਰਚੰਡ; ਝੱਲਾ, ਪਾਗਲ; ਅੱਖੜ, ਮੂੰਹ-ਜ਼ੋਰ

rabidness, rabidity /'ਰੈਬਿਡਨਅਸ, ਰੈ'ਬਿਡਿਟਿ/ *n* ਤੀਬਰਤਾ, ਪ੍ਰਚੰਡਤਾ, ਪ੍ਰਬਲਤਾ; ਮੂਰਖਤਾ, ਮੂੜ੍ਹਤਾ, ਜੜ੍ਹਤਾ; ਪਾਗਲਪਣ, ਸ਼ੁਦਾਪਣਾ

rabies /'ਰੇਇਬੀਜ਼/ *n* ਹਲਕ; ਕੁੱਤੇ ਦਾ ਹਲਕ, ਜਲਤਰਾਸ ਰੋਗ

rabinet /'ਰੈਬਿਨੈਟੱ/ *n* ਪੁਰਾਣੇ ਸਮੇਂ ਦੀ ਬੰਦੂਕ; ਰਬਿਨੇਟ

raca /'ਰਾਕ(ਅ)/ *a* (ਬਾਈ) ਤੁੱਛ, ਵਿਅਰਥ, ਬੇਕਾਰ, ਨਿਕੰਮਾ; ਨਿਰਾਰਥਕ

raccoon /ਰਅ'ਕੂਨ/ *n* (ਅਮਰੀਕੀ ਮਾਸਾਹਾਰੀ) ਰਿੱਛ ਵਰਗਾ ਜਾਨਵਰ, ਰੇਕੂਨ

race[1] /ਰੇਇਸ/ *n* ਪ੍ਰਵਾਹ, ਵੇਗ; ਪ੍ਰਬਲ ਧਾਰਾ; ਚੰਦ ਦਾ ਆਪਣੇ ਪਥ ਉੱਤੇ ਘੁੰਮਦੇ ਰਹਿਣਾ; ਜੀਵਨ ਯਾਤਰਾ; ਦੌੜ; ਦੌੜਾਂ ਦਾ ਮੁਕਾਬਲਾ *v* ਦੌੜਾਂ ਦੇ ਮੁਕਾਬਲੇ ਵਿੱਚ ਭਾਗ ਲੈਣਾ; ਅੱਗੇ ਵਧਣ ਦਾ ਯਤਨ ਕਰਨਾ; ਘੋੜਦੌੜ ਵਿੱਚ ਘੋੜੇ ਨੂੰ ਭਜਾਉਣਾ; ਦੌੜਨਾ; ਭੱਜਣਾ, (ਸੰਪੱਤੀ) ਲੁਟਾਉਣਾ; ਬਰਬਾਦ ਕਰਨਾ

race[2] *n* ਵੰਸ਼; ਜਾਤੀ; ਸੰਤਾਨ, ਨਸਲ; ਜਾਤ; ਸ਼੍ਰੇਣੀ

racecourse /'ਰੇਇਸਕੋਸ/ *n* ਘੋੜਦੌੜ ਦਾ ਮੈਦਾਨ

racehorse /'ਰੇਇਸਹੋਸ/ *n* ਘੋੜਦੌੜ ਵਿੱਚ ਹਿੱਸਾ ਲੈਣ ਵਾਲਾ ਘੋੜਾ, ਦੌੜਾਕ ਘੋੜਾ

raceme /ਰੈ'ਸੀਮ/ *n* ਫੁੱਲਾਂ ਦਾ ਗੁੱਛਾ

racemule /'ਰੈਸੀਮਯੂਲ/ *n* ਫੁੱਲਾਂ ਦਾ ਛੋਟਾ ਗੁੱਛਾ

racer /'ਰੇਇਸਅ*/ *n* ਦੌੜਬਾਜ਼, ਦੌੜ ਪ੍ਰਤਿਯੋਗੀ, ਦੌੜ ਕਿਸ਼ਤੀ; ਬੰਦੂਕ ਦਾ ਘੋੜਾ; ਬੰਦੂਕ ਦੀ ਨਾਲੀ; ਦੌੜਨ ਵਾਲਾ ਘੋੜਾ

race ralations *n* (ਸਮਾਜਕ ਸੰਗਠਨ ਵਿੱਚ) ਵੱਖ-ਵੱਖ ਜਾਤੀਆਂ ਦੇ ਆਪਸੀ ਸੰਬੰਧ, ਜਾਤੀਆਂ ਦੇ ਆਪਸੀ ਭਾਈਚਾਰਕ ਸੰਬੰਧ, ਜਾਤੀਆਂ ਦੇ ਆਪਸੀ ਮੇਲ-ਜੋਲ

race riot *n* (ਸਮਾਜਿਕ ਭਾਈਚਾਰੇ ਵਿੱਚ) ਜਾਤ ਦੇ ਆਧਾਰ ਉੱਤੇ ਝਗੜੇ

rach /ਰੈਚ/ *n* ਸੁੰਘ ਕੇ ਪਤਾ ਲਾਉਣ ਵਾਲਾ ਸ਼ਿਕਾਰੀ ਕੁੱਤਾ, ਖੰਡਾ ਕੁੱਤਾ

rachitis /ਰਅ'ਕਾਇਟਿਸ/ *n* ਰੀੜ੍ਹ ਦੀ ਹੱਡੀ

ਫੁੱਲਣ ਦਾ ਰੋਗ (ਵਿਸ਼ੇਸ਼ ਕਰਕੇ ਬੱਚਿਆਂ ਵਿੱਚ), ਰਿਕੈਟਸ

racial /'ਰੇਇਸ਼ਲ/ *a* ਨਸਲੀ, ਨਸਲ ਸੰਬੰਧੀ, ਜਾਤੀਗਤ, ਜਾਤੀਵਾਚਕ, ਜਾਤੀਮੂਲਕ, ਵੰਸ਼ਗਤ

racialism /'ਰੇਇਸ਼ਅਲਿਜ਼ਅਮ/ *n* ਨਸਲਵਾਦ, ਨਸਲਪ੍ਰਸਤੀ, ਜਾਤੀਵਾਦ; ਜਾਤੀਅਤਾ

raciness /'ਰੇਇਸਿਨਅਸ/ *n* ਸਜੀਵਤਾ; ਖਰਾਪਣ; ਠੇਠਤਾ; ਤਿੱਖਾਪਣ

racing /'ਰੇਇਸਿਙ/ *n* ਘੋੜਦੌੜ; ਘੋੜਦੌੜ ਪ੍ਰਤਿਯੋਗਤਾ; (ਨੌ) ਤੇਜ਼ੀ

raciology /ਰੇਇਸਿ'ਔਲਅਜਿ/ *n* ਜਾਤੀ ਵਿਗਿਆਨ

racism /'ਰੇਇਸਿਜ਼ਅਮ/ *n* ਜਾਤੀਵਾਦੀ, ਨਸਲਪ੍ਰਸਤੀ

rack /ਰੈਕ/ *n* ਲੱਕੜ ਜਾਂ ਧਾਤ ਦਾ ਫਰੇਮ, ਰੈਕ; ਖੁਰਲੀ; ਸ਼ਿਕੰਜਾ; ਸਤ, ਅਰਕ; ਉੱਡਦੇ ਜਾਂ ਚਲਦੇ ਬੱਦਲ; ਪਰਲੋ, ਤਬਾਹੀ, ਵਿਨਾਸ਼ *vt* ਘੋੜਾ ਖੁਰਲੀ ਉੱਤੇ ਬੰਨ੍ਹਣਾ; ਹਵਾ ਵਿੱਚ ਉੱਡਣਾ; ਸ਼ਿਕੰਜੇ ਵਿੱਚ ਕੱਸਣਾ; ਵਿਆਕੁਲ ਕਰਨਾ; ਸਤਾਉਣਾ, ਸਾੜਨਾ; ਮਰੋੜਨਾ; ਨਚੋੜਨਾ; ਚੂਸਣਾ; ਧਰਤੀ ਦਾ ਸਤ ਖਿੱਚਣਾ

rackarock /'ਰੈਕਅਰੌਕ/ *n* ਬਰੂਦੀ ਗੋਲਾ, ਪੱਥਰ ਤੋੜ ਗੋਲਾ

racker /'ਰੈਕਅ*/ *n* ਅਤਿਆਚਾਰੀ; ਜ਼ਾਲਮ, ਦੁੱਖ ਦੇਣ ਵਾਲਾ ਵਿਅਕਤੀ

racket /'ਰੈਕਿਟ/ *n* (ਟੈਨਿਸ ਆਦਿ ਦਾ) ਬੱਲਾ, ਰੈਕਿਟ; ਡੰਡਾ; ਹੰਗਾਮਾ; ਖਲਬਲੀ; ਰੰਗਰਲੀਆਂ; ਰੌਣਕ, ਚਹਿਲ-ਪਹਿਲ; ਤਿਗੜਮ ਨੀਤੀ, ਗ਼ੈਰਕਨੂੰਨੀ ਧੰਦਾ; ਅਗਨੀ ਪਰੀਖਿਆ, ਸੰਕਟਕਾਲ *vt* ਵਿਲਾਸ ਕਰਨਾ, ਗੁਲਛੱਰੇ ਉਡਾਉਣਾ

racketeer /,ਰੈਕਅ'ਟਿਅ*/ *n* (ਅਪਮਾਨਜਨਕ) ਨਾਜਾਇਜ਼ ਧੰਦਾ ਕਰਨ ਵਾਲਾ ਵਿਅਕਤੀ

rackety /'ਰੈਕਿਟਿ/ *a* ਬਦਮਾਸ਼; ਲੁੱਚਾ; ਸ਼ੋਰ ਮਚਾਉਣ ਵਾਲਾ

raconteur /,ਰੈਕੌਨ'ਟਅ:*/ *n* ਚੁਟਕਲੇਬਾਜ਼; ਕਹਾਣੀਕਾਰ, ਕਥਾਕਾਰ

racquet /'ਰੈਕਿਟ/ *n vt* ਵੇਖੋ **racket**

racy /'ਰੇਇਸਿ/ *a* ਉੱਚ ਕੋਟੀ ਦਾ, ਵਧੀਆ, ਉੱਤਮ; ਤਿੱਖਾ, ਰਸਦਾਰ; ਅਨੂਠਾ, ਅਦੁੱਤੀ

radar /'ਰੇਇਡਾ*/ *n* ਹਵਾਈ ਅਤੇ ਸਮੁੰਦਰੀ ਜਹਾਜ਼ਾਂ ਦੀ ਦਿਸ਼ਾ ਦਾ ਪਤਾ ਲਾਉਣ ਵਾਲਾ ਯੰਤਰ ਪ੍ਰਬੰਧ, ਸਰਬਦਰਸ਼ੀ ਯੰਤਰ, ਰਾਡਾਰ

raddle /'ਰੈਡ(ਅ)ਲ/ *n* ਲਾਲ ਮਿੱਟੀ, ਗੇਰੂ *vt* ਗੇਰੂ ਨਾਲ ਰੰਗਣਾ; ਭੱਦੇ ਢੰਗ ਨਾਲ ਰੰਗਣਾ

radial /'ਰੇਇਡਿਅਲ/ *n* ਕੂਹਣੀ ਦੀ ਨਾੜ *a* ਕਿਰਨਾਂ ਵਾਲਾ, ਰਿਸ਼ਮਾਂ ਵਾਲਾ, ਕਿਰਨਗਤ, ਰਿਸ਼ਮਯੁਕਤ

radian /'ਰੇਇਡਿਅਨ/ *n* ਅਰਧ ਵਿਆਸੀ ਕੋਣ, ਰੇਡੀਅਨ

radiance /'ਰੇਇਡਿਅਨਸ/ *n* ਤੇਜ ਪ੍ਰਕਾਸ਼, ਪ੍ਰਤਾਪ, ਜੋਤੀ, ਚਮਕ, ਪ੍ਰਤਿਭਾ, ਜਲੌ

radiant /'ਰੇਇਡਿਅਨਟ/ *n* ਜੋਤੀ ਕੇਂਦਰ, ਪ੍ਰਕਾਸ਼ ਕੇਂਦਰ *a* ਜੋਤਮਈ, ਤੇਜਸਵੀ, ਚਮਕਦਾਰ, ਉੱਜਲ; (ਅੱਖਾਂ) ਤੇਜਵਾਨ, ਪ੍ਰਕਾਸ਼ਮਈ; ਜਗਮਗਾਉਂਦਾ; (ਚਾਨਣ) ਅੱਖਾਂ ਚੁੰਧਿਆ ਦੇਣ ਵਾਲਾ, ਚਕਾਚੌਂਧ ਕਰਨ ਵਾਲਾ; (ਸੁੰਦਰਤਾ) ਅਲੌਕਿਕ, ਚਮਤਕਾਰੀ, ਦਗਦਗਾਉਂਦੀ, ਆਭਾਪੂਰਨ

radiate /'ਰੇਇਡਿਏਇਟ/ *v* ਕਿਰਨਾਂ ਖਿਲਾਰਨਾ, ਵਿਕੀਰਨ ਕਰਨਾ, ਪ੍ਰਕਾਸ਼ ਸੁੱਟਣਾ, (ਚਾਨਣ ਜਾਂ ਗਰਮੀ ਦਾ) ਵਿਕੀਰਨ ਹੋਣਾ, ਖਿਲਰਨਾ, ਫੈਲਣਾ, ਫੈਲਾਉਣਾ, ਚਮਕਾਉਣਾ, ਚਮਕਣਾ; (ਬਿਜਲੀ) ਚੁੰਬਕੀ ਲਹਿਰਾਂ ਭੇਜਣਾ; (ਖ਼ੁਸ਼ੀ, ਪਿਆਰ) ਖਿੰਡਾਉਣਾ, ਖਿਲਾਰਨਾ, ਪਸਾਰਨਾ *a* ਵਿਕੀਰਨਯੁਕਤ

radiator /'ਰੇਇਡਿਏਇਟਅ*/ *n* ਕਮਰਾ ਗਰਮ ਕਰਨ ਵਾਲਾ ਯੰਤਰ; ਮੋਟਰਕਾਰ ਦਾ ਰੇਡੀਏਟਰ

radical /'ਰੈਡਿਕਲ/ *n* (ਭਾਸ਼ਾ) ਮੂਲ ਸ਼ਬਦ ਜਾਂ ਧੁਨੀ, ਧਾਤੂ, ਮੂਲ ਭੂਤ ਸਿਧਾਂਤ, ਮੂਲ *a* ਮੌਲਿਕ, ਆਧਾਰੀ, ਮਹੱਤਵਪੂਰਨ, ਬੁਨਿਆਦੀ, ਜਮਾਂਦਰੂ; ਜ਼ਰੂਰੀ, ਅਸਲੀ; ਗਰਮਦਲੀਆ, ਅੱਤਵਾਦੀ,

ਗਰਮ ਧੜੇ ਦਾ; ਕੁੱਲ, ਪੂਰਾ

radicalism /'ਰੈਡਿਕਅਲਿਜ਼ਅਮ/ *n* ਅੱਤਵਾਦ, ਇੰਤਹਾਪਸੰਦੀ, ਗਰਮ ਖ਼ਿਆਲੀ

radicant /'ਰੈਡਿਕਅਨਟ/ *a* (ਬਨ) (ਪੌਦਾ) ਤਣੇ ਤੋਂ ਜੜ੍ਹਾਂ ਉਗਾਉਣ ਵਾਲਾ

radicate /'ਰੈਡਿਕੇਇਟ/ *vt* ਸਥਾਈ ਰੂਪ ਦੇਣਾ, ਗੱਡਣਾ, ਜਮਾਉਣਾ, ਪੱਕੀ ਤਰ੍ਹਾਂ ਟਿਕਾਉਣਾ, ਡੂੰਘੀ ਨੀਂਹ ਧਰਨਾ, ਜੜ੍ਹ ਪੱਕੀ ਕਰਨਾ /'ਰੈਡਿਕਅਟ/ *a* ਸਥਾਈ, ਜੰਮਿਆ, ਪੱਕਾ, ਨਿਸ਼ਚਿਤ, ਅਟੱਲ

radicicolous /,ਰੈਡਿ'ਸਿਕਅਲਸ/ *a* ਮੂਲਾਧਾਰੀ, ਜੜ੍ਹ ਤੋਂ ਆਪਣੀ ਖ਼ੁਰਾਕ ਲੈਣ ਵਾਲਾ, ਜੜ੍ਹ ਉੱਤੇ ਉੱਗਣ ਵਾਲਾ

radicivorous /,ਰੈਡਿ'ਸਿਵ਼ਅਰਅਸ/ *a* ਮੂਲਾਹਾਰੀ, ਜੜ੍ਹ ਖਾਣ ਵਾਲਾ

radicle /'ਰੈਡਿਕਲ/ *n* ਛੋਟੀ ਜੜ੍ਹ; ਮੂਲ ਅੰਕੁਰ, ਤੰਤੂ, ਮੂਲ

radio /'ਰੇਇਡਿਅਉ/ *n* ਬੇਤਾਰ ਤਾਰ, ਬਿਨਾਂ ਤਾਰ ਸੰਦੇਸ਼ਣ; ਆਕਾਸ਼ਵਾਣੀ, ਰੇਡੀਓ *v* ਰੇਡੀਓ ਦੁਆਰਾ ਸੰਦੇਸ਼ ਭੇਜਣਾ, ਪ੍ਰਸਾਰਿਤ ਕਰਨਾ

radiocarbon /,ਰੇਇਡਿਅਉ'ਕਾਬਅਨ/ *n* ਵਿਕਿਰਨੀ ਰਾਖ, ਰੇਡੀਆਈ ਕਾਰਬਨ

radiography /,ਰੇਇਡਿ'ਔਗਰਅਫ਼ਿ/ *n* ਐਕਸ-ਰੇ ਤਸਵੀਰਾਂ ਲੈਣ ਦਾ ਕਿੱਤਾ, ਐਕਸ-ਰੇ ਕਰਨ, ਰੇਡੀਓਗਰਾਫੀ

radiology /,ਰੇਇਡਿ'ਔਲਅਜਿ/ *n* ਐਕਸਰੇ-ਵਿਗਿਆਨ, ਵਿਕਿਰਨ ਵਿਗਿਆਨ, ਰੇਡੀਓਲੋਜੀ

radiotherapy /,ਰੇਇਡਿਅਉ'ਥੈਰੱਅਪਿ/ *n* ਰੇਡੀਆਈ ਕਿਰਨਾਂ ਦੁਆਰਾ ਇਲਾਜ, ਵਿਕਿਰਨ ਚਿਕਿਤਸਾ, ਰੇਡੀਓਥਰੈਪੀ

radish /'ਰੈਡਿਸ਼/ *n* ਮੂਲੀ

radium /'ਰੇਇਡਿਅਮ/ *n* ਰੇਡੀਅਮ ਧਾਤ

radius /'ਰੇਇਡਿਅਸ/ *n* ਕੂਹਣੀ ਦੀ ਹੱਡੀ; ਜੀਵਾਂ ਦੀਆਂ ਅਗਲੀਆਂ ਲੱਤਾਂ ਦੀ ਹੱਡੀ; ਪੰਛੀਆਂ ਦੇ ਖੰਭਾਂ ਦੀ ਹੱਡੀ, (ਗਣਿ) ਚੱਕਰ ਦੇ ਕੇਂਦਰ ਤੋਂ ਘੇਰੇ ਤੱਕ ਦੀ ਦੂਰੀ; ਫੁੱਲ ਦੀ ਉੱਪਰਲੀ ਗੋਠ

radix /'ਰੇਇਡਿਕਸ/ *n* ਮੂਲ ਸੰਖਿਆ, ਮੂਲ ਅੰਕ; ਮੂਲ ਸੋਮਾ, ਆਦਿ ਸ੍ਰੋਤ; ਪੌਦੇ ਦੀ ਜੜ੍ਹ

radon /'ਰੇਇਡੌਨ/ *n* ਰੇਡੀਅਮ ਦਾ ਇੱਕ ਗੈਸੀ ਤੱਤ, ਰੇਡਾਨ

raff /ਰੈਫ਼/ *n* ਲੰਡੀ-ਬੁੱਚੀ, ਲਫੰਗਵਾਧਾ, ਲੁੱਚੜ-ਮੰਡਲੀ; ਕੂੜਾ-ਕਰਕਟ, ਗੰਦ-ਮੰਦ

raffia /'ਰੈਫ਼ਿਅ/ *n* ਰੈਫੀਆ (ਮੈਡਗਾਸਕਰ ਦੀ) ਖਜੂਰ ਜਾਂ ਤਾੜ

raffish /'ਰੈਫ਼ਿਸ਼/ *a* ਨੀਚ, ਲੰਪਟ, ਹੋਛਾ, ਕਮੀਨਾ, ਬਦਮਾਸ਼

raffle /'ਰੈਫ਼ਲ/ *n* ਕੂੜਾ-ਕਰਕਟ, ਗੰਦ-ਮੰਦ, ਕਬਾੜ; ਲਾਟਰੀ *v* ਲਾਟਰੀ ਪਾਉਣਾ

raft /ਰਾਫ਼ਟ/ *n* ਬੇੜਾ, ਤੁਲ੍ਹਾ *vt* ਬੇੜਾ ਬਣਾਉਣਾ; ਬੇੜਾ ਠੇਲ੍ਹਣਾ, ਬੇੜੇ ਨਾਲ ਪਾਰ ਹੋਣਾ ਜਾਂ ਕਰਨਾ

rafter /'ਰਾਫ਼ਟਅ*/ *n* ਬੇੜਾ ਬਣਾਉਣ ਵਾਲਾ; ਕੜੀ, ਬਾਲਾ *vt* ਕੜੀਆਂ ਪਾਉਣਾ; ਛੱਡ-ਛੱਡ ਕੇ ਵਾਹੁਣਾ

rafting /'ਰਾਫ਼ਟਿਙ/ *n* ਨਦੀ ਵਿੱਚ ਬੇੜੀ ਦਾ ਸਫ਼ਰ, ਬੇੜੀ ਦੇ ਚੱਲਣ ਦੀ ਕਿਰਿਆ

rag /ਰੈਗ/ *n* ਚੀਥੜਾ, ਲੱਤਾ, ਧੱਜੀ, ਪਾਟੇ-ਪੁਰਾਣੇ ਕੱਪੜੇ, ਗੁੱਦੜ; ਟਾਕੀ; (ਅਪਮਾਨਜਨਕ) ਝੰਡਾ; ਦੰਦੇਦਾਰ ਜਾਂ ਕਟਾਦਾਰ ਛੱਜਾ; ਛੱਤ ਉੱਤੇ ਲਾਉਣ ਵਾਲਾ ਖੁਰਦਰਾ ਸਲੇਟੀ ਪੱਥਰ, ਇੱਕ ਤਰ੍ਹਾਂ ਦਾ ਵੱਡਾ ਖੁਰਦਰਾ ਪੱਥਰ; ਰੌਲਾ, ਕੋਲਾਹਲ, ਹੰਗਾਮਾ *v* ਡਾਂਟਣਾ, ਫਿਟਕਾਰਨਾ; ਗੜ-ਗੜ ਕਰਨਾ; ਚੀਥੜੇ ਬਣਾ ਦੇਣਾ, ਗੁੱਦੜ ਬਣਾਉਣਾ

ragamuffin/'ਰੈਗਅਮੱਫ਼ਿਨ/ *n* ਚੀਥੜੇਦਾਰ, ਗੁੱਦੜਦਾਰ, ਪਾਟੇ ਹਾਲ, ਲੀਰਾਂ ਲਪੇਟਿਆ

ragbag/'ਰੈਗਬੈਗ/ *n* ਲੀਰਾਂ ਰੱਖਣ ਵਾਲਾ ਥੈਲਾ; ਘਾਲਾ-ਮਾਲਾ, ਮਿਲਗੋਭਾ

rage /ਰੇਇਜ/ *n* ਗੁੱਸਾ, ਤੈਸ਼, ਤਾਅ, ਕ੍ਰੋਧ, ਰੋਹ; ਉਮੰਗ, ਉਤਸ਼ਾਹ, ਉਨਮਾਦ, ਤੀਬਰ ਲਾਲਸਾ, ਪ੍ਰਬਲ ਅਕਾਂਖਿਆ, ਬੇਹੱਦ ਸ਼ੌਕ, ਤੀਬਰਤਾ; ਸੈਨਿਕ ਜੋਸ਼ *v* ਤਮਕਣਾ, ਕਰਿਝਣਾ, ਰੁੱਸਣਾ, ਤੈਸ਼ ਵਿੱਚ ਆਉਣਾ, ਤਾਅ ਖਾਣਾ; ਗੱਜਣਾ; (ਪੀੜ ਆਦਿ ਦਾ)

ਪ੍ਰਾਰੰਭ ਹੋਣਾ, ਤੇਜ਼ ਹੋਣਾ, ਜ਼ੋਰ ਫੜਨਾ

ragee, raggee /'**ਰਾਗੀ**/ *n* ਇੱਕ ਮੋਟਾ ਅਨਾਜ, ਰਾਗੀ

ragged /'**ਰੈਗਿਡ**/ *a* ਪਾਟਿਆ-ਝੀਟਿਆ, ਚੀਥੜਾ ਬਣਿਆ, ਜੀਰਨ, ਭੱਦਾ, ਖੁਰਦਰਾ, ਨੁਕੀਲਾ, ਉੱਚਾ-ਨੀਵਾਂ, ਨਾਹਮਵਾਰ; ਫਟਿਆ-ਪੁਰਾਣਾ, ਅਪੂਰਨ, ਅਸੰਗਤ, ਖ਼ਰਾਬ, ਉਲਝਿਆ, ਖੁੱਬੜ

raggedness /'**ਰੈਗਿਡਨਅਸ**/ *n* ਚੀਥੜਾਪਣ, ਭੱਦਾਪਣ, ਖੁਰਦਰਾਪਣ; ਖ਼ਰਾਬੀ, ਅਸੰਗਤੀ, ਨਾਹਮਵਾਰੀ, ਅਸਮਤਾ

raging /'**ਰੇਇਜਿਙ**/ *a* ਕ੍ਰੋਧਵਾਨ; ਤੀਬਰ, ਪ੍ਰਚੰਡ

raglan /'**ਰੈਗਲਅਨ**/ *n* ਇੱਕ ਤਰ੍ਹਾਂ ਦਾ ਕੋਟ, ਰੈਗਲਨ

ragman /'**ਰੈਗਮਅਨ**/ *n* ਚੀਥੜੇ ਇੱਕਠੇ ਕਰਨ ਵਾਲਾ, ਪਾਟੀਆਂ ਲੀਰਾਂ ਇੱਕਠੀਆਂ ਕਰਨ ਵਾਲਾ, ਕਬਾੜੀਆ

ragout /**ਰੈ'ਗੂ**, '**ਰੈਗੂ**/ *n* ਸਬਜ਼ੀ ਵਿੱਚ ਰਿੰਨ੍ਹਿਆ ਗੋਸ਼ਤ *vt* ਸਬਜ਼ੀ ਰਲਿਆ ਗੋਸ਼ਤ ਰਿੰਨ੍ਹਣਾ

ragtag /'**ਰੈਗਟੈਗ**/ *n* ਜਨ-ਸਮੂਹ, ਭੀੜ, ਲੰਡੀ-ਬੁੱਚੀ

raid /**ਰੇਇਡ**/ *n* ਚੜ੍ਹਾਈ, ਅਚਾਨਕ ਆਕਰਮਣ, ਛਾਪਾ, ਧਾਵਾ, ਹਮਲਾ, ਲੁੱਟਮਾਰ *v* ਚੜ੍ਹਾਈ ਕਰਨਾ, ਆਕਰਮਣ ਕਰਨਾ, ਹੱਲਾ ਬੋਲਣਾ, ਹਮਲਾ ਕਰਨਾ, ਛਾਪਾ ਮਾਰਨਾ

raider /'**ਰੇਇਡਅ***/ *n* ਛਾਪਾ ਮਾਰਨ ਵਾਲਾ, ਧਾਵਾ ਬੋਲਣ ਵਾਲਾ, ਹਮਲਾ ਕਰਨ ਵਾਲਾ, ਆਕਰਮਣਕਾਰੀ, ਹਮਲਾਵਰ

rail[1] /**ਰੇਇਲ**/ *n* ਰੋਕ, ਜੰਗਲਾ, ਕਟਹਿਰਾ; ਸਲਾਖ, ਛੜ; ਲੋਹੇ ਦੀ (ਰੇਲ ਦੀ) ਪਟੜੀ, ਰੇਲ *v* ਰੋਕ ਜਾਂ ਘੇਰਾ ਬਣਾਉਣਾ, ਵਾੜ ਲਾਉਣਾ; (ਰੇਲ ਦੀ) ਪਟੜੀ ਵਿਛਾਉਣਾ; ਰੇਲ ਦੀ ਯਾਤਰਾ ਕਰਨਾ

rail[2] *v* ਦੁਰਬਚਨ ਬੋਲਣਾ; ਗਾਲ੍ਹ ਦੇਣਾ, ਅਬਾ-ਤਬਾ ਬੋਲਣਾ, ਉੱਚੀ-ਨੀਵੀਂ ਕਹਿਣਾ; ਡਾਂਟਣਾ, ਫਿਟਕਾਰਨਾ, ਝਾੜਨਾ, ਤਾਹਨਾ ਮਾਰਨਾ, ਮਿਹਣਾ ਦੇਣਾ

railhead /'**ਰੇਇਲਹੈੱਡ**/ *n* ਰੇਲਵੇ-ਲਾਈਨ ਦਾ ਸਿਰਾ ਜਾਂ ਅੰਤ

railing /'**ਰੇਇਲਿਙ**/ *n* ਫਿਟਕਾਰ; ਗਾਲੀ-ਗਲੋਚ, ਦੁਰਬਚਨ; ਜੰਗਲਾ; ਕਟਹਿਰਾ

raillery /'**ਰੇਇਲਅਰਿ**/ *n* ਵਿਅੰਗ, ਮਜ਼ਾਕ, ਠੱਠਾ, ਹਾਸਾ-ਮਖੌਲ, ਪਰਿਹਾਸ

railroad /'**ਰੇਇਲਰਅਉਡ**/ *n* ਰੇਲ ਪਟੜੀ, ਗੱਡੀ ਦੀ ਲੀਹ, ਰੇਲ ਮਾਰਗ *v* ਰੇਲ ਪਟੜੀ ਬਣਾਉਣਾ, ਰੇਲ ਮਾਰਗ ਤਿਆਰ ਕਰਨਾ

railway /'**ਰੇਇਲਵੇਇ**/ *n* ਰੇਲ; ਰੇਲਵੇ; ਰੇਲਵੇ-ਲਾਈਨ; ਰੇਲ-ਮਾਰਗ, ਰੇਲ-ਪਥ; ਰੇਲ-ਵਿਭਾਗ

raiment /'**ਰੇਇਮਅਨਟ**/ *n* (ਅਲੰਕਾਰ ਸ਼ਾਸਤਰ) ਕੱਪੜੇ, ਲਿਬਾਸ, ਜਾਮਾ, ਵੇਸਭੂਸਾ, ਵਸਤਰ

rain /**ਰੇਇਨ**/ *n* ਵਰਖਾ, ਮੀਂਹ, ਬਰਸਾਤ, ਬਾਰਸ਼, ਮੋਹਲੇਧਾਰ ਮੀਂਹ, ਝੜੀ, ਵਾਛੜ *v* ਮੀਂਹ ਵਰ੍ਹਨਾ, ਮੀਂਹ ਪੈਣਾ, ਵਰਖਾ ਹੋਣੀ, ਝੜੀ ਲੱਗਣਾ

rainbow /'**ਰੇਇਨਬਅਉ**/ *n* ਸਤਰੰਗੀ ਪੀਂਘ, ਇੰਦਰਧਨੁਸ਼, ਮਾਈ ਬੁੱਢੀ ਦੀ ਪੀਂਘ

rainbow coalition *n* ਕੁਝ ਰਾਜਨੀਤਿਕ ਪਾਰਟੀਆਂ ਦੀ ਮਿਲ ਕੇ ਕੰਮ ਕਰਨ ਦੀ ਸਹਿਮਤੀ, ਥੋੜ੍ਹੇ ਸਮੇਂ ਲਈ ਪਾਰਟੀ ਗਠਬੰਧਨ

rainbow nation *n* ਦੱਖਣੀ ਅਫ਼ਰੀਕਾ ਦੇ ਵਾਸੀਆਂ ਦਾ ਕੌਮੀ ਨਾਮ

raincoat /'**ਰੇਇਨਕਅਉਟ**/ *n* ਬਰਸਾਤੀ, ਰੇਨਕੋਟ

rainfall /'**ਰੇਇਨਫ਼ੋਲ**/ *n* ਖ਼ਾਸ ਸਮੇਂ ਵਿੱਚ ਵੱਸੇ ਮੀਂਹ ਦੀ ਮਾਤਰਾ, ਬਾਰਸ਼, ਬਰਸਾਤ, ਵੱਸਦਾ ਮੀਂਹ

rainforest /'**ਰੇਇਨਫ਼ੌਰਿਸਟ**/ *n* ਸੰਸਾਰ ਦੇ ਊਸ਼ਣ-ਕਟੀਬੰਧੀ ਖੇਤਰ ਦੇ ਸੰਘਣੇ ਜੰਗਲ ਜਿੱਥੇ ਵਰਖਾ ਬਹੁਤ ਹੁੰਦੀ ਹੈ

rainy /'**ਰੇਇਨਿ**/ *a* ਬਰਸਾਤੀ, ਮੀਂਹ ਸੰਬੰਧੀ

rainy day *n* ਵਰਖਾ ਦਾ ਦਿਨ; ਸੰਕਟਕਾਲ, ਔਖਾ ਵੇਲਾ, ਆਪੱਤੀਕਾਲ; ਦੁਰਵਿਵਸਥਾ

rainy season *n* ਵਰਖਾ ਰੁੱਤ, ਬਰਸਾਤ ਦਾ ਮੌਸਮ

raise /**ਰੇਇਜ਼**/ *n* ਤਨਖਾਹ ਦਾ ਵਾਧਾ; ਬ੍ਰਿਜ ਦੀ ਖੇਡ ਦਾ ਦਾਅ *v* ਉਨੱਤ ਕਰਨਾ ਜਾਂ ਹੋਣਾ, ਉੱਚਾ ਚੁੱਕਣਾ ਜਾਂ ਹੋਣਾ; ਸੁਚੇਤ ਕਰਨਾ, ਜਗਾਉਣਾ; ਉਤਸ਼ਾਹਿਤ ਕਰਨਾ, ਉਕਸਾਉਣਾ, ਉਭਾਰਨਾ, ਜੋਸ਼ ਦਵਾਉਣਾ; ਘੜਨਾ, ਰਚਣਾ; ਨਿਰਮਾਣ ਕਰਨਾ; (ਵਿਵਾਦ ਦਾ) ਮੌਕਾ ਦੇਣਾ; ਝਗੜਾ ਖੜ੍ਹਾ ਕਰਨਾ; ਸਿੱਟਾ ਕੱਢਣਾ; ਪੇਸ਼ ਕਰਨਾ; ਉੱਚੇ ਪਦ ਉੱਤੇ ਲਾਉਣਾ; ਜ਼ਮੀਨ ਵਿੱਚੋਂ ਬਾਹਰ ਕੱਢਣਾ, ਸਤ੍ਹਾ ਉੱਚੀ ਕਰਨਾ; ਇਕੱਠਾ ਕਰਨਾ, ਜੋੜਨਾ (ਧਨ ਆਦਿ); (ਘੇਰਾ) ਚੁੱਕਣਾ, ਹਟਾਉਣਾ, ਵਧਾਉਣਾ; ਪਾਲਣਾ-ਪੋਸਣਾ

raised /**ਰੇਇਜ਼ਡ**/ *a* ਪਾਲਿਆ-ਪੋਸਿਆ, ਉਤਪੰਨ; ਸਿਖਿਅਤ; ਉਤਾਰਿਆ, ਉਸਾਰਿਆ ਹੋਇਆ

raisin /**'ਰੇਇਜ਼ਨ**/ *n* ਮੇਵਾ (ਸੌਗੀ, ਮੁਨੱਕਾ ਆਦਿ)

raison d'etre /**ˌਰੇਇਜ਼ੌਂਨ 'ਡੈੱਟਰਅ**/ *(F) n* ਮੂਲ ਮਨੋਰਥ

raj /**ਰਾਜ, ਰਾਯ਼**/ *n* 1947 ਤੋਂ ਪਹਿਲਾਂ ਭਾਰਤ ਵਿੱਚ ਬਰਤਾਨਵੀ ਹਕੂਮਤ

rake /**ਰੇਇਕ**/ *n* ਵਿਲਾਸੀ; ਗੁੰਡਾ; ਝੋਕ; ਝੁਕਾਅ; ਤੰਗਲੀ, ਫੌੜ੍ਹਾ *v* ਸਮੇਟਣਾ, ਬੁਹਾਰਨਾ; ਕੁਰੇਦਣਾ, ਖੁਰਚਣਾ; ਗੋਲਾਬਾਰੀ ਕਰਨਾ; ਖੋਜਣਾ, ਭਾਲਣਾ, ਢੂੰਡਣਾ, ਛਾਣ ਮਾਰਨਾ; ਪਿਛਲੇ ਪਾਸੇ ਝੁਕਿਆ ਹੋਣਾ

rakehell /**'ਰੇਇਕਹੈੱਲ**/ *a* ਲੁੱਚਾ, ਸ਼ੋਹਦਾ

rake-off *n* ਲੁੱਟ-ਖਸੁੱਟ ਦੇ ਮਾਲ ਦੀ ਹਿੱਸਾ-ਪੱਤੀ, ਨਾਜਾਇਜ਼ ਲਾਭ ਦੀ ਹਿੱਸੇਦਾਰੀ

rakish /**'ਰੇਇਕਿਸ਼**/ *a* ਦੁਰਾਚਾਰੀ, ਅਵਾਰਾ, ਭੋਗੀ, ਲੰਪਟ; (ਜਹਾਜ਼) ਤੇਜ਼ ਰਫ਼ਤਾਰ; ਛਾਪੇਮਾਰ (ਜਹਾਜ਼)

rallicart /**'ਰੈਲਿਕਾਟ**/ *n* ਦੋਪਹੀਆ ਘੋੜਾ ਗੱਡੀ, ਟਮਟਮ, ਟਾਂਗਾ; ਯੱਕਾ

rally /**'ਰੈਲਿ**/ *v* (ਖ਼ਾਸ ਤੌਰ 'ਤੇ ਖਿੰਡੀ ਫੌਜ ਦਾ ਮੁੜ) ਜਮ੍ਹਾ ਹੋਣਾ, ਇਕੱਠਾ ਹੋਣਾ; ਦੁਬਾਰਾ ਲੜਾਈ ਅਰੰਭ ਕਰਨਾ, ਹਮਲਾ ਕਰਨਾ; ਸਹਾਇਤਾ ਵਾਸਤੇ ਬੁਲਾਉਣਾ (ਸਹਾਇਕਾਂ ਜਾਂ ਮਿੱਤਰਾਂ ਨੂੰ); ਚਿੱਤ ਠੀਕ ਹੋਣਾ; ਤਾਜ਼ਾ ਦਮ ਹੋਣਾ ਜਾਂ ਕਰਨਾ, ਸੁਰਜੀਤ ਕਰਨਾ, ਮੁੜ ਤਕੜਾ ਹੋਣਾ , ਮੁੜ ਜਿਊਂਦਾ ਕਰਨਾ, ਡਰ ਜਾਂ ਬਿਮਾਰੀ ਆਦਿ ਦਾ ਅਸਰ ਦੂਰ ਕਰਨਾ *n* ਤਾਜ਼ਾ ਦਮ ਹੋਣ ਦੀ ਕਿਰਿਆ, ਤਾਜ਼ਗੀ, ਸੰਭਾਲ; (ਟੈਨਿਸ) ਤੇਜ਼ ਮੁਕਾਬਲਾ; ਇਕੱਠ, ਇਕੱਤਰਤਾ (ਸਕਾਊਟਾਂ ਆਦਿ ਦੇ ਸੰਬੰਧ ਵਿੱਚ)

RAM /**ਰੈਮ**/ *abbr* (ਕੰਪਿ)**random-access memory** ਦਾ ਸੰਖੇਪ ਰੂਪ, ਕੰਪਿਊਟਰ ਦੀ ਬਹੁਤ ਤੇਜ਼ ਗਤੀ ਵਾਲੀ ਯਾਦਦਾਸ਼ਤ ਜੋ ਬਿਜਲੀ ਦੇ ਰਹਿਣ ਤੱਕ ਕੰਮ ਕਰਦੀ ਹੈ

ram /**ਰੈਮ**/ *n* ਕੰਧ ਤੋੜਨ ਵਾਲਾ ਸੰਦ; ਦੁਰਮਟ; ਜਹਾਜ਼ ਦੀ ਨੋਕ (ਦੁਸ਼ਮਣ ਦਾ ਜਹਾਜ਼ ਤੋੜਨ ਵਾਲੀ), ਛੱਤਰਾ, ਭੇਡੂ, ਦੁੰਬਾ; ਮੇਖ ਰਾਸ਼ੀ *vt* ਠੋਕਣਾ, ਕੁੱਟਣਾ; ਕੁੱਟ-ਕੁੱਟ ਕੇ ਭਰਨਾ, ਤੂੜਨਾ, ਤੂਸਣਾ, ਤੁੰਨਣਾ, ਠੋਸਣਾ; (ਸਿਰ) ਥੱਪਣਾ, ਬਠਾਉਣਾ, ਦਬਾਉਣਾ, ਠੋਕ ਦੇਣਾ; (ਬੰਦੂਕ ਨੂੰ) ਗਜ਼ ਨਾਲ ਠੋਸ ਕੇ ਭਰਨਾ; (ਜੰਗੀ ਜਹਾਜ਼ਾਂ ਦੁਆਰਾ ਦੂਜੇ ਜਹਾਜ਼ਾਂ ਨੂੰ) ਨੋਕ ਮਾਰ ਕੇ ਸੁੱਟਣਾ

Ramadan /**'ਰੈਮਅਡੈਨ**/ *n* (ਮੁਸਲਮਾਨਾਂ ਦਾ) ਰਮਜ਼ਾਨ ਦਾ ਮਹੀਨਾ, ਹਿਜਰੀ ਸਾਲ ਦਾ ਨੌਵਾਂ ਮਹੀਨਾ, ਰੋਜ਼ੇ ਰੱਖਣ ਵਾਲਾ ਮਹੀਨਾ

ramal /**'ਰੇਇਮ(ਅ)ਲ**/ *a* ਸ਼ਾਖਾ ਸੰਬੰਧੀ, ਟਾਹਣੀਆਂ ਦਾ; ਟਾਹਣੀ ਤੋਂ ਫੁੱਟਿਆ

ramble /**'ਰੈਮਬਲ**/ *vi* ਤੁਰਨਾ-ਫਿਰਨਾ, ਘੁੰਮਣਾ, ਗਸ਼ਤ ਲਾਉਣਾ; ਬੇਮੌਕੇ ਉੱਤੇ ਉਖੜੀਆਂ-ਉਖੜੀਆਂ ਗੱਲਾਂ ਕਰਨਾ, ਬਹਿਕਣਾ, ਬੇਤੁਕੀਆਂ ਮਾਰਨਾ *n* ਮਟਰ-ਗਸ਼ਤ, ਸੈਰ-ਸਪਾਟਾ

rambler /**'ਰੈਮਬਲਅ***/ *n* ਘੁੰਮਣ ਫਿਰਨ ਵਾਲਾ, ਸੈਲਾਨੀ, ਜਹਾਂਗਰਦ; ਗੁਲਾਬ ਦੀ ਵੇਲ, ਕਿਰਮਚੀ ਰੰਗ ਦਾ ਗੁਲਾਬ

rambling /**'ਰੈਮਬਲਿਙ**/ *a* ਭਰਮਣਸ਼ੀਲ; ਅਸੰਗਤ, ਅਸੰਬੰਧਿਤ, ਊਲ-ਜਲੂਲ, ਬੇਢੰਗਾ, ਬੇਤਰਤੀਬਾ

Rambo /**'ਰੈਮਬਅਉ**/ *n* ਯੋਧਾ ਅਤੇ ਦਲੇਰ ਬੰਦਾ, ਧੱਕਾ ਕਰਨ ਵਾਲਾ ਬਹਾਦਰ, ਚੰਮ ਦੀਆਂ ਚਲਾਉਣ ਵਾਲਾ ਬੰਦਾ

ramekin /'ਰੈਮਅਕਿਨ/ *n* ਪਨੀਰ ਦੇ ਟੁਕੜੇ ਜੋ ਰੋਟੀ ਜਾਂ ਆਂਡੇ ਆਦਿ ਨਾਲ ਤਲੇ ਜਾਂਦੇ ਹਨ

ramie /'ਰੈਮਿ/ *n* (ਚੀਨ ਅਤੇ ਪੂਰਬੀ ਦੀਪ ਸਮੂਹ ਦੀ) ਇੱਕ ਪ੍ਰਕਾਰ ਦੀ ਬਿੱਛੂ ਬੂਟੀ, ਇਸ ਬੂਟੀ ਦਾ ਰੇਸ਼ਮੀ ਗੁੱਦਾ

ramification /,ਰੈਮਿਫ਼ਿ'ਕੇਇਸ਼ਨ/ *n* ਸ਼ਾਖਾ ਵਿੱਚ ਖਿਲਾਰ, ਸ਼ਾਖਾ ਵਿਸਤਾਰ, ਸ਼ਾਖਾ ਵੰਡ

ramify /'ਰੈਮਿਫ਼ਾਇ/ *v* ਖਿਲਾਰਨਾ, ਫੈਲਰਨਾ, ਫੈਲਣਾ, ਟਾਹਣੇ-ਟਾਹਣੀਆਂ ਦਾ ਫੁੱਟਣਾ, ਖਿਲਾਰਾ ਪੈਣਾ ਜਾਂ ਪਾਉਣਾ; ਵੰਡੇ ਜਾਣਾ

rammer /'ਰੈਮਅ*/ *n* ਥਾਪੀ, ਮੂੰਗਲੀ, ਮੋਗਰੀ, ਦੁਰਮਟ

ramming /'ਰੈਮਿਙ/ *n* ਕੁਟਾਈ

rammy /'ਰੈਮਿ/ *a* ਦੁੰਬੇ ਵਰਗਾ, ਮੇਂਢੇ ਵਰਗਾ

ramose /'ਰੈਮਅਉਸ/ *a* ਸ਼ਾਖਦਾਰ, ਟਾਹਣੇਦਾਰ, ਟਾਹਣੀਦਾਰ

ramp /ਰੈਮਪ/ *n* (ਸਿਰ ਜਾਂ ਕੰਧ ਆਦਿ ਦਾ) ਝੁਕਾਅ, ਢਾਲ, (ਡਾਟ ਦੇ ਦੋਹਾਂ ਸਿਰਿਆਂ ਦੇ) ਤਲ ਦਾ ਫ਼ਰਕ; (ਮਕਾਨ ਉੱਤੇ ਚੜ੍ਹਨ ਲਈ) ਢਲਾਣਦਾਰ ਰਸਤਾ (ਉੱਪਰ ਵੱਲ) *v* ਟੇਢੇ ਹੋਣਾ, (ਖ਼ਾਸ ਤੌਰ 'ਤੇ ਸ਼ੇਰ ਦਾ) ਪਿਛਲੀਆਂ ਲੱਤਾਂ ਉੱਤੇ ਖੜ੍ਹਾ ਹੋਣਾ; ਹੁੱਲੜ ਮਚਾਉਣਾ, ਝੱਲ ਖਿਲਾਰਨਾ, ਮੱਛਰਨਾ

rampage /'ਰੈਮਪੇਇਜ/ *n* ਹੁੱਲੜਬਾਜ਼ੀ, ਮਛਰੇਵਾਂ, ਹੰਗਾਮਾ /ਰੈਮ'ਪੇਇਜ, 'ਰੈਮਪੇਇਜ/ *vt* ਹੁੱਲੜਬਾਜ਼ੀ ਕਰਨਾ, ਬਿੱਫਰਨਾ

rampageous /ਰੈਮ'ਪੇਇਜਅਸ/ *a* ਹੁਲੜਬਾਜ਼

rampageousness /ਰੈਮ'ਪੇਇਜਅਸਨਅਸ/ *n* ਹੁੱਲੜਪੁਣਾ

rampancy /'ਰੈਮਪਅਨਸਿ/ *n* ਪ੍ਰਚੰਡਤਾ; ਪ੍ਰਬਲਤਾ

rampant /'ਰੈਮਪਅਨਟ/ *a* (ਖ਼ਾਸ ਤੌਰ 'ਤੇ ਸ਼ੇਰ) ਬਿੱਫਰਿਆ ਹੋਇਆ, ਪਿਛਲਿਆਂ ਪੈਰਾਂ ਉੱਤੇ ਖਲੋਤਾ; ਜ਼ਬਰਦਸਤ, ਵਿਆਪਕ, ਫੈਲਿਆ, ਬੇਰੋਕ-ਟੋਕ, ਜ਼ਿਆਦਾ, ਲੋੜ ਤੋਂ ਵੱਧ, ਪਰਲੇ ਦਰਜੇ ਦਾ; ਚੜ੍ਹਵੀਂ ਡਾਟ ਦੀ (ਇਮਾਰਤ ਆਦਿ)

rampart /'ਰੈਮਪਾਟ/ *n* ਬਚਾਅ, ਮੋਰਚਾਬੰਦੀ, ਚਾਰ-ਦਿਵਾਰੀ, ਫ਼ਸੀਲ, ਧੁੱਸ; ਦਮਦਮਾ *vt* (ਮੋਰਚੇ ਲਾ ਕੇ) ਰੱਖਿਆ ਕਰਨਾ, ਬਚਾਉਣਾ, ਫ਼ਸੀਲਬੰਦੀ ਕਰਨਾ

rampike /'ਰੈਮਪਾਇਕ/ *n* ਸੁੱਕਾ ਦਰਖ਼ਤ

ram-raiding /'ਰੈਮਰੇਇਡਿਙ/ *n* ਵਾਹਨ ਨੂੰ ਧੱਕੇ ਨਾਲ ਦੁਕਾਨ ਵਿੱਚ ਵਾੜਨ ਦੀ ਕਿਰਿਆ (ਲੁੱਟ ਖਸੁੱਟ ਕਰਨ ਲਈ)

ramrod /'ਰੈਮਰੌਡ/ *n* (ਬੰਦੂਕ ਦੀ ਨਾਲੀ ਸਾਫ਼ ਕਰਨ ਜਾਂ ਬਰੂਦ ਭਰਨ ਦਾ) ਗਜ਼, ਸੁੰਬਾ

ramshackle /'ਰੈਮਸ਼ੈਕਲ/ *a* ਕਮਜ਼ੋਰ, ਥੋਥਾ; ਢਿੱਲਮ-ਢਿੱਲਾ, ਉਖੜਿਆ-ਪੁੱਖੜਿਆ, ਖੜ-ਖੜ ਕਰਦਾ

ran /ਰੈਨ/ *v* **run** ਦਾ ਭੂਤ-ਕਾਲ

rance /ਰਾਨਸ/ *n* ਸੰਗਮਰਮਰ, ਧਾਰੀਦਾਰ ਪੱਥਰ

ranch /ਰਾਨਚ/ *n* (ਅਮਰੀਕੀ) ਪਸ਼ੂਆਂ ਦਾ ਵਾੜਾ, ਪਸ਼ੂ ਫਾਰਮ *vt* ਪਸ਼ੂਵਾੜੇ ਦਾ ਪ੍ਰਬੰਧ ਕਰਨਾ

rancid /'ਰੈਨਸਿਡ/ *a* ਬਦਬੋਦਾਰ, ਮੁਸ਼ਕਿਆ ਹੋਇਆ, ਸੜਿਆ ਹੋਇਆ, ਦੁਰਗੰਧਿਤ

rancidity, rancidness /ਰੈਨ'ਸਿਡਅਟਿ, 'ਰੈਨਸਿਡਨਅਸ/ *n* ਬਦਬੋ, ਮੁਸ਼ਕ, ਦੁਰਗੰਧ

rancour /'ਰੈਙਕਅ*/ *n* ਰੜਕ, ਲਾਗਤਬਾਜ਼ੀ; ਸਾੜਾ, ਕੀਨਾ; ਵੈਰ ਭਾਵ

rand /ਰੈਨਡ/ *n* (ਦੱਖਣੀ ਅਫ਼ਰੀਕਾ ਵਿੱਚ) ਦਰਿਆ ਦੇ ਦੋਵੇਂ ਪਾਸਿਆਂ ਉੱਤੇ ਉੱਚੀਆਂ ਜ਼ਮੀਨਾਂ, ਬਾਂਗਰ

randan /ਰੈਨ'ਡੈਨ/ *n* ਤਿੰਨ ਆਦਮੀਆਂ ਦੇ ਚਲਾਉਣ ਵਾਲੀ ਕਿਸ਼ਤੀ

randem /'ਰੈਨਡਅਮ/ *n* ਅੱਗੇ ਪਿੱਛੇ ਜੁੜੇ ਤਿੰਨ ਘੋੜਿਆਂ ਵਾਲੀ ਗੱਡੀ

randiness /'ਰੈਨਡਿਨਅਸ/ *n* ਕਾਮੁਕਤਾ, ਵਿਲਾਸਤਾ; ਉਜੱਡਤਾ, ਅੱਥਰਾਪਣ

random /'ਰੈਨਡਅਮ/ *n* (ਗੱਲ ਜਾਂ ਕੰਮ) ਅਟਕਲ-ਪੱਚੂ; ਬੇਤੁਕੀ, ਊਟ-ਪਟਾਂਗ; ਬੇਸੋਚੀ ਸਮਝੀ ਗੱਲ, ਬੇਤਰਤੀਬੀ

random-access memory *n* (ਕੰਪਿ)

ਵੇਖੋ **RAM**

randy /'ਰੈਨਡਿ/ *a* ਮੂੰਹ-ਜ਼ੋਰ; ਅੜੀਅਲ; ਖਰੂਦੀ, ਦੰਗਾਬਾਜ਼; ਲੁੱਚਾ, ਕਾਮੀ

rang /ਰੈਙ/ *v* **ring** ਦਾ ਭੂਤ-ਕਾਲ

range /ਰੇਇਨਜ/ *n* ਲੜੀ, ਮਾਲਾ, ਸਿਲਸਿਲਾ; ਪਾਸਾ, ਦਿਸ਼ਾ, ਰੁਖ; ਸ਼ਿਕਾਰਗਾਹ; ਚਰਾਂਦ, ਚਾਂਦਮਾਰੀ ਦਾ ਮੈਦਾਨ; ਹੱਦ, ਦਾਇਰਾ, ਦੌਰ; ਹੱਦਬੰਦੀ, ਦਰਜਾ; ਗੋਲੀ ਦੀ ਮਾਰ; ਪਹੁੰਚ; ਵਿੱਥ; ਟੱਪਾ; ਬਿਜਲੀ ਜਾਂ ਗੈਸ ਦਾ ਕੁੱਕਰ *v* ਬੀੜਨਾ, ਤਰਤੀਬ ਦੇਣਾ; ਪਰ੍ਹਾ ਬੰਨ੍ਹਣਾ; ਸਫ਼ਬੰਦੀ ਕਰਨਾ; ਸਜਣਾ; ਸਜਾਉਣਾ; ਫੈਲੇ ਹੋਣਾ; ਲਗਾਤਾਰ ਚੱਲਦੇ ਜਾਣਾ; ਦਰਜੇਵਾਰ ਹੋਣਾ; ਹਮਪੱਲਾ ਜਾਂ ਇੱਕੋ ਪਰ੍ਹੇ ਵਿੱਚ ਹੋਣਾ; ਮਾਰੇ-ਮਾਰੇ ਫਿਰਨਾ; ਘੁੰਮਣਾ; (ਬੰਦੂਕ ਦਾ) ਮਾਰ ਕਰਨਾ; ਗੋਲੀ ਦਾ ਖ਼ਾਸ ਵਿੱਥ ਤੱਕ ਅੱਪੜਨਾ; ਫੇਰੇ ਮਾਰਨਾ, ਗਸ਼ਤ ਲਾਉਣਾ, ਚੱਕਰ ਕੱਟਣਾ; ਭਟਕਣਾ; ਭੌਂਦੇ ਫਿਰਨਾ

ranger /'ਰੇਇਨਜਅ*/ *n* ਤਰਤੀਬ ਦੇਣ ਵਾਲਾ ਆਦਮੀ ਜਾਂ ਅਧਿਕਾਰੀ; (ਸ਼ਾਹੀ ਬਾਗ ਦਾ) ਮੋਹਤਮ; ਪ੍ਰਬੰਧਕ, ਦਰੋਗਾ (ਵਣ ਵਿਭਾਗ)

rank /ਰੈਙਕ/ *n* ਪਾਲ, ਪਰ੍ਹਾ; ਕਤਾਰ, ਸਫ਼; (ਗੱਡੀਆਂ ਦੀ) ਲਾਮਡੋਰੀ (ਜਿਸ ਵਿੱਚ ਇੱਕ ਦੇ ਪਿੱਛੇ ਦੂਜੀਆਂ ਗੱਡੀਆਂ ਖਲੋਤੀਆ ਹੋਣ); ਸ਼ਤਰੰਜ ਦੇ ਖ਼ਾਨਿਆਂ ਦੀ ਲੇਟਵੀਂ ਕਤਾਰ; (ਫ਼ੌਜ ਦਾ) ਪਰ੍ਹਾ ਜਾਂ ਸਫ਼; ਤਰਤੀਬ; ਸਿਲਸਿਲਾ; ਰੁਤਬਾ, ਮਰਤਬਾ; ਤਬਕਾ, ਸ਼੍ਰੇਣੀ; ਦਰਜਾ, ਸਥਾਨ, ਪਦਵੀ *v* ਪਰ੍ਹਾ ਬੰਨ੍ਹਣਾ, ਸਫ਼ਬੰਦੀ ਕਰਨਾ; ਵੰਡਣਾ *a* ਜੋ ਬਹੁਤ ਮਾਤਰਾ ਵਿੱਚ ਪ੍ਰਾਪਤ ਹੋਵੇ; ਵਾਧੂ, ਫਾਲਤੂ; ਨਿਕੰਮਾ; ਬਦਬੋਦਾਰ; ਸੜਿਆ; ਘਿਰਨਾਯੋਗ; ਅਸ਼ਲੀਲ, ਫਾਅਸ਼; ਸਖ਼ਤ

rank and file /ˌਰੈਙਕ (ਅ)ਨਡ 'ਫ਼ਾਇਲ/ *n* ਅਫ਼ਸਰਾਂ ਤੋਂ ਬਿਨਾਂ ਫ਼ੌਜੀ ਅਮਲਾ, ਆਮ ਸਿਪਾਹੀ, ਜਨ ਸਧਾਰਨ ਲੋਕ

ranking /'ਰੈਙਕਿਙ/ *n* (ਖੇਡ ਵਿੱਚ) ਰੁਤਬਾ, ਦਰਜਾ, ਕ੍ਰਮ, ਤਰਤੀਬ *a* ਉਚੀ ਪਦਵੀ ਵਾਲਾ, ਉੱਚੇ ਦਰਜੇ ਦਾ

rankle /'ਰੈਙਕਲ/ *vi* ਦੁੱਖ ਜਾਂ ਸਾੜੇ ਦਾ ਦਿਲ ਵਿੱਚ ਖਟਕਣਾ, ਰੜਕਣਾ, ਚੀਸ ਪੈਣਾ

rankness /ਰੈਙਕਨਅਸ/ *n* ਮੁਟਾਪਾ, ਮੁਟਾਈ; ਭੱਦਾਪਣ; ਮੂੜ੍ਹਤਾ; ਦੁਰਗੰਧ, ਅਸ਼ਲੀਲਤਾ, ਤੀਖਣਤਾ

ransack /'ਰੈਨਸੈਕ/ *vt* ਚੰਗੀ ਤਰ੍ਹਾਂ ਟਟੋਲਨਾ, ਭਾਲਣਾ, ਛਾਣ ਮਾਰਨਾ, ਲੁੱਟ-ਪੁੱਟ ਲੈਣਾ

ransom /'ਰੈਨਸਅਮ/ *n* ਫਰੌਤੀ (ਦੇਣਾ), ਰਿਹਾਈ ਲਈ ਮੁਆਵਜ਼ਾ (ਦੇਣਾ) *vt* ਦੰਡ ਭਰਨਾ, ਡੰਨ ਦੇਣਾ

rant /ਹੈਨਟ/ *n* ਸ਼ਬਦ ਅਡੰਬਰ, ਬਕਵਾਸ, ਬੇਤੁਕੀ ਗੱਲ *v* ਗੱਲਾਂ ਬਣਾਉਣਾ; ਘੋਟ-ਘੋਟ ਕੇ ਭਾਸ਼ਣ ਦੇਣਾ; ਠੋਕ ਕੇ ਬੋਲਣਾ; ਭਾਵ ਸਮਝਾ-ਸਮਝਾ ਕੇ ਗੱਲ ਕਰਨਾ; ਸੰਘ ਪਾੜ-ਪਾੜ ਕੇ ਉਪਦੇਸ਼ ਦੇਣਾ, ਗਪੌੜੇ ਮਾਰਨਾ

rap /ਰੈਪ/ *n* ਹਲਕੀ ਚੋਟ, ਪੋਲੀ-ਪੋਲੀ ਸੱਟ, ਖੜਕਾ, ਟਕੋਰ, ਖੜਾਕ, ਕਿਣਕਾ, ਜ਼ਰਾ *v* (ਦਰਵਾਜ਼ਾ) ਠਕੋਰਨਾ, ਖੜਕਾਉਣਾ, ਦਸਤਕ ਦੇਣਾ **rap on the knuckles** ਗਿੱਟੇ ਟਕੋਰਨਾ **do not care a rap** ਜ਼ਰਾ ਪਰਵਾਹ ਨਾ ਕਰਨਾ

rapacious /ਰਅ'ਪੇਇਸ਼ਅਸ/ *a* ਹਾਬੜਿਆ, ਭੁੱਖੜ, ਲਾਲਚੀ; ਹਿੰਸਕ, ਜਾਬਰ; ਸ਼ਿਕਾਰੀ, ਲੁਟੇਰਾ

rapacity /ਰਅ'ਪੈਸਅਟਿ/ *n* ਲੁਟੇਰਾਪਣ; ਹਿਰਸ, ਲਾਲਚ

rape /ਰੇਇਪ/ *n* ਸਤ-ਭੰਗ; ਜਬਰ-ਜ਼ਿਨਾਹ, ਬਲਾਤਕਾਰ; ਤੋਰੀਆ ਤਾਰਾਮੀਰਾ ਸਰ੍ਹੋਂ ਆਦਿ ਤੇਲ ਵਾਲੇ ਬੀਜ *vt* ਖੋਹਣਾ, ਜੋਰੋ-ਜੋਰੀ ਲੈਣਾ; ਮੱਲੋ-ਜੋਰੀ ਇਸਤਰੀ ਦਾ ਸਤ-ਭੰਗ ਕਰਨਾ, ਬਲਾਤਕਾਰ ਕਰਨਾ, ਅਸਮਤ ਲੁੱਟਣਾ, ਜਬਰ-ਜ਼ਿਨਾਹ ਕਰਨਾ

rapid /'ਰੈਪਿਡ/ *a* ਤੇਜ਼, ਗਤੀਸ਼ੀਲ; ਤੇਜ਼ ਰਫ਼ਤਾਰ, ਤੇਜ਼ੀ ਨਾਲ ਵਾਪਰਨ ਵਾਲਾ; ਤਿਲਕਵਾਂ, ਢਾਲੂ *n* ਰੋੜ੍ਹ, ਝਾਲ, ਢਾਲ, (ਦਰਿਆ, ਨਹਿਰ ਆਦਿ ਦੇ ਸੰਬੰਧ ਵਿੱਚ)

rapid-fire /ˌਰੈਪਿਡ'ਫ਼ਾਇਅ*/ *a* ਲਗਾਤਾਰ ਪੁੱਛੇ ਗਏ, ਤੇਜ਼ੀ ਨਾਲ ਪੁੱਛੇ ਗਏ (ਸਵਾਲ), ਤੇਜ਼ੀ ਨਾਲ ਗੋਲੀਆਂ ਵਰ੍ਹਾਉਣ ਵਾਲੀ (ਬੰਦੂਕ)

rapids /'ਰੈਪਿਡਜ਼/ *n* ਦਰਿਆਈ ਝਲਾਰ

rapier /'ਰੇਇਪਿਅ*/ *n* ਕਟਾਰ, ਕਿਰਚ

rapine /'ਰੈਪਾਇਨ/ *n* ਲੁੱਟ, ਲੁੱਟ-ਖਸੁੱਟ, ਲੁੱਟਮਾਰ

rapparee /ˌਰੈਪ(ਅ)ਰਾ'ਈ/ *n* (ਇਤਿ) ਸਤਾਰ੍ਹਵੀਂ ਸਦੀ ਦਾ ਆਇਰਲੈਂਡ ਦਾ ਸੈਨਿਕ; ਲੁਟੇਰਾ

rappel /ਰੈ'ਪੈੱਲ/ *n* (ਪਰਾ) ਢੋਲ ਦੀ ਅਵਾਜ਼

rapper /'ਰੈਪਅ*/ *n* ਧੱਕਾ ਦੇਣ ਵਾਲਾ, ਠੋਕਰ ਮਾਰਨ ਵਾਲਾ; ਅਪਹਰਨ ਕਰਤਾ, ਤੁਰੰਤ ਬੋਲਣ ਵਾਲਾ, ਖੜਖੜਾਉਣਾ ਵਾਲਾ

rapport /ਰੈ'ਪੋ*/ *n* ਰਾਬਤਾ, ਸੰਪਰਕ

rapporteur /ˌਰੈਪੋ'ਟਅ:*/ *n* (ਕਿਸੇ ਸਮੱਸਿਆ ਦੀ) ਜਾਂਚ-ਪੜਤਾਲ ਕਰਨ ਵਾਲਾ ਅਧਿਕਾਰੀ, ਪੜਤਾਲੀਆ ਅਫ਼ਸਰ

rapprochement /ਰੈ'ਪਰੌਸ਼ਮਾਙ/ *n* (ਦੇਸ਼ਾਂ ਦਾ) ਮੁੜ ਕੇ ਮਿੱਤਰਤਾ ਦੇ ਸੰਬੰਧ ਸਥਾਪਿਤ ਕਰਨ ਦਾ ਕਾਰਜ, ਸੁਲ੍ਹਾ ਸਫ਼ਾਈ, ਪੁਨਰ ਮੇਲ, ਰਾਜ਼ੀਨਾਮਾ

rapscallion /ਰੈਪ'ਸਕੈਲਿਅਨ/ *n* (ਪਰਾ) ਪਾਜੀ, ਕਮੀਨਾ, ਸ਼ੈਤਾਨ, ਬਦਮਾਸ਼

rapt /ਰੈਪਟ/ *a* ਵਜਦ ਵਿੱਚ, ਮਸਤ, (ਵਿਚਾਰ ਵਿੱਚ) ਲੀਨ, ਮਗਨ, ਗ਼ਲਤਾਨ, ਗ਼ਰਕ, ਦੂਜੀ ਦੁਨੀਆ ਵਿੱਚ ਪੁੱਜਿਆ

raptorial /ਰੈਪ'ਟੋਰਿਅਲ/ *n* ਸ਼ਿਕਾਰੀ ਪੰਛੀਆਂ ਦੀ ਇੱਕ ਜਿਨਸ (ਜਿਵੇਂ ਇੱਲ, ਬਾਜ਼)

rapture /'ਰੈਪਚਅ*/ *n* ਵਜਦ, ਮਸਤੀ, ਅੱਤ ਦੀ ਖ਼ੁਸ਼ੀ, ਬੇਖ਼ੁਦੀ, ਲੀਨਤਾ, ਵਿਸਮਾਦ, ਮਗਨਤਾ

rapturous /'ਰੈਪਚਅਰਅਸ/ *a* ਅਤਿ ਖ਼ੁਸ਼ੀ ਭਰਪੂਰ, ਵਿਸਵਾਦਮਈ, ਵਜਦ ਵਿਚ ਆਉਣ ਵਾਲਾ

rara avis /ਰਾਰਅ 'ਐਵਿ੍ਸ/ *(L)* *n* ਦੁਰਲੱਭ ਵਸਤੂ ਜਾਂ ਵਿਅਕਤੀ, ਅਜੂਬਾ

rare /ਰੇਅ*/ *a* ਹੌਲੀ, ਪਤਲੀ (ਹਵਾ ਆਦਿ); ਬਹੁਤ ਹੀ ਘੱਟ, ਦੁਰਲੱਭ; ਅਨੁਪਮ, ਅਨੂਠਾ, ਵਿਰਲਾ, ਟਾਵਾਂ, ਅਨੋਖਾ, ਅਲੌਕਿਕ; ਸੂਖਮ

rarefy /'ਰੇਅਰਿਫ਼ਾਇ/ *v* ਪਤਲਾ ਕਰਨਾ ਜਾਂ ਹੋਣਾ, ਹੌਲਾ ਹੋਣਾ ਜਾਂ ਕਰਨਾ (ਸੁਭਾਅ ਜਾਂ ਵਿਚਾਰ ਦਾ) ਕੋਮਲ ਅਤੇ ਸੂਖਮ ਬਣਾਉਣਾ ਜਾਂ ਬਣਨਾ

rarely /'ਰੇਅਲਿ/ *adv* ਕਦੇ-ਕਦੇ, ਕਦੇ-ਕਦਾਈਂ, ਬਹੁਤ ਘੱਟ, ਟਾਵਾਂ-ਟੱਲਾ

rare-ripe *a* ਮੌਸਮ ਤੋਂ ਪਹਿਲਾਂ ਦਾ, ਬੇਮੌਸਮਾ *n* ਬੇਮੌਸਮਾ ਫਲ

raring /'ਰੇਅਰਿਙ/ *a* (ਕੁਝ ਕਰਨ ਲਈ) ਉਤਾਵਲਾ, ਉਤਸੁਕ, ਤਾਂਘ ਰੱਖਣ ਵਾਲਾ

rarity /'ਰੇਅਰਅਟਿ/ *n* ਥੁੜ, ਦੁਰਲੱਭਤਾ; ਸੂਖਮਤਾ, ਪਤਲਾਪਣ; ਅਜੂਬਾ

rascal /'ਰਾਸਕਲ/ *n* ਬਦਮਾਸ਼, ਬਦਜ਼ਾਤ, ਲੁੱਚਾ; ਪਾਜੀ, ਘੰਡ; (ਬੱਚੇ ਲਈ ਪਿਆਰ ਨਾਲ) ਲੁੱਚਾ, ਬਦਮਾਸ਼

rash /ਰੈਸ਼/ *n* ਛਪਾਕੀ, ਰਕਤ ਪਿੱਤੀ, ਖ਼ਸਰੇ ਜਾਂ ਪਿੱਤ ਦੇ ਦਾਣੇ, ਖ਼ੂਨ ਦੀ ਬਿਮਾਰੀ ਜਿਸ ਨਾਲ ਚਮੜੀ ਉੱਤੇ ਚਟਾਕ ਪੈ ਜਾਂਦੇ ਹਨ, ਚਟਾਕ *a* ਜਲਦਬਾਜ਼, ਕਾਹਲਾ; ਨਿਧੜਕ, ਨਿਡਰ

rasher /'ਰੈਸ਼ਅ*/ *n* ਸੂਰ ਦੇ ਮਾਸ ਦੀ ਪਤਲੀ ਫਾਂਕ

rashling /'ਰੈਸ਼ਲਿਙ/ *n* ਮੂਰਖ ਆਦਮੀ, ਗੰਵਾਰ, ਅਸੱਭਿਆ ਵਿਅਕਤੀ

rashly /ਰੈਸ਼ਲਿ/ *adv* ਬਿਨਾਂ ਵਿਚਾਰੇ, ਕਾਹਲੇ ਪਣ ਨਾਲ; ਦਲੇਰੀ ਨਾਲ

rashness /ਰੈਸ਼ਨਅਸ/ *n* ਉਜੱਡਪੁਣਾ; ਨਿਧੜਕਤਾ, ਬੇਤਹਾਸ਼ਾਪਣ

rasp /ਰਾਸਪ/ *n* ਰੇਤ; ਰੇਤੀ *vt* ਰੇਤੀ ਨਾਲ ਰਗੜਨਾ, ਰੇਤਣਾ, ਘਸਾਉਣਾ ਜਾਂ ਘਸਣਾ, ਘਰੜਨਾ, ਖਰੋਚਣਾ; ਝੁੰਜਲਾ ਦੇਣਾ; ਕੰਨ ਖਾਣਾ; ਘਰੜ-ਘਰੜ ਕਰਨਾ; ਅਕਾਉਣਾ, ਖਿਝਾਉਣਾ

raspberry /'ਰਾਜ਼ਬਅਰਿ/ *n* ਰਸਭਰੀ (ਦਾ ਬੂਟਾ ਜਾਂ ਫਲ); ਨਾਪਸੰਦਗੀ

rasper /'ਰਾਸਪਅ*/ *n* ਘੇਰਾ; ਰੋਕ, ਆੜ

rat /ਰੈਟ/ *n* ਚੂਹਾ; (ਰਾਜਨੀਤੀ) ਤੋਂਭਾ ਚਸ਼ਮ; ਗੱਦਾਰ; ਬੇਵਫ਼ਾ; ਭੀੜ ਸਮੇਂ ਦਲ ਤਿਆਗਣ ਵਾਲਾ ਬੰਦਾ, ਕਾਲੀ ਭੇਡ, ਹੜਤਾਲ ਚੋਰ (ਉਹ

ਮਜ਼ਦੂਰ ਜੋ ਹੜਤਾਲ ਵਿੱਚ ਸਾਥ ਨਾ ਨਿਭਾਵੇ ਜਾਂ ਕੰਮ ਛੱਡਣ ਵਾਲਿਆਂ ਦੀ ਥਾਂ ਆਪ ਜਾ ਲੱਗੇ) *vt* ਚੂਹਾ ਮਾਰਨਾ ਚੂਹਾ ਫੜਨਾ ਜਾਂ ਚੂਹੇ ਦਾ ਸ਼ਿਕਾਰ ਖੇਡਣਾ; ਮੁਸ਼ਕਿਲ ਵਿੱਚ ਪਾਰਟੀ ਦਾ ਸਾਥ ਛੱਡ ਜਾਣਾ; ਤੋਤਾ ਚਸ਼ਮ ਹੋਣਾ; ਧੋਖਾ ਦੇਣਾ (ਰਾਜਨੀਤੀ ਵਿੱਚ)

ratability /ˌਰੇਇਟਅ'ਬਿਲਅਟਿ/ *n* ਕਰ ਦੇਣ ਦੀ ਯੋਗਤਾ

ratable /'ਰੇਇਟਅਬਲ/ *a* ਕਰ ਧਾਰਨ ਯੋਗ; ਕਰਯੋਗ

ratafee, ratafia /ˌਰੈਟਅ'ਫ਼ੀ, ˌਰੈਟਅ'ਫ਼ਿਅ/ *n* ਇੱਕ ਤਰ੍ਹਾਂ ਦੀ ਸ਼ਰਾਬ; ਮੇਵੇ ਦੀ ਚਾਸ਼ਣੀ ਦਾ ਬਿਸਕੁਟ; ਬੇਰ ਵਰਗਾ ਇੱਕ ਲਾਲ ਫਲ

ratal /'ਰੇਇਟਲ/ *n* ਦਰ, ਮੁੱਲ, ਭਾਅ

rataplan /ˌਰੈਟਅ'ਪਲੈਨ/ *n* ਢੋਲ ਦੀ ਅਵਾਜ਼; ਨਗਾਰੇ ਦੀ ਚੋਟ *v* ਢੋਲ ਵਜਾਉਣਾ; ਨਗਾਰੇ ਉੱਤੇ ਚੋਟ ਮਾਰਨਾ, ਢੰਡੋਰਾ ਪਿੱਟਣਾ, ਹੱਲਾ ਮਚਾ ਦੇਣਾ

ratchel /'ਰੈਚਲ/ *n* ਪੱਥਰ ਦੇ ਟੁਕੜੇ, ਕੰਕਰ, ਰੋੜੀ, ਬਜਰੀ

ratchet, ratch /'ਰੈਚਿਟ,ਰੈਚ/ *n* ਨੋਕਦਾਰ ਦੰਦੇ ਜਾਂ ਦੰਦ (ਪਹੀਏ ਆਦਿ ਦੇ ਦੰਦ ਜਿਨ੍ਹਾਂ ਵਿੱਚ ਰੋਕ ਲਾਉਣ ਨਾਲ ਇੱਕ ਪਾਸੇ ਹਰਕਤ ਰੁਕ ਜਾਂਦੀ ਹੈ)

rate /ਰੇਇਟ/ *n* ਦਰ, ਭਾਅ, ਨਿਰਖ; ਤੋਰ, ਚਾਲ, ਗਤੀ, ਰਫ਼ਤਾਰ; ਸਥਾਨਿਕ ਮਸੂਲ; ਕਿਸਮ, ਦਰਜਾ *v* ਕਦਰ ਕਰਨਾ; ਅੰਦਾਜ਼ਾ ਲਾਉਣਾ (ਕੀਮਤ ਆਦਿ ਦਾ); ਸਥਾਨਿਕ ਚੁੰਗੀ ਜਾਂ ਮਸੂਲ ਲਾਉਣਾ; ਕਿਸੇ ਦਰਜੇ ਵਿੱਚ ਗਿਣਿਆ ਜਾਣਾ ਜਾਂ ਲਿਖਿਆ ਜਾਣਾ, ਸਮਝਿਆ ਜਾਣਾ, ਸ਼ੁਮਾਰ ਕੀਤਾ ਜਾਣਾ; ਬੁਰਾ-ਭਲਾ ਆਖਣਾ, ਬਕਣਾ, ਝੱਖ ਮਾਰਨਾ; ਡਾਂਟਣਾ; ਵਿਗੜਨਾ, ਗੁੱਸਾ ਕਰਨਾ

rateable /'ਰੇਇਟਅਬਲ/ *a* ਮਸੂਲ ਦੇਣ ਯੋਗ

rath /ਰੈਥ/ *n* ਅਤਿ ਪ੍ਰਾਚੀਨ ਪਹਾੜੀ ਕਿਲ੍ਹਾ

rathe /ਰੇਇਦ/ *a* (ਕਾਵਿ) ਅਗੇਤਾ, ਸਮੇਂ ਤੋਂ ਪਹਿਲਾਂ ਆਉਣ ਵਾਲਾ *n* ਅਗੇਤੇ ਸੇਬ ਮਟਰ ਆਦਿ ਫਸਲਾਂ

rather /'ਰਾਦਅ*/ *adv* ਅਸਲ ਵਿੱਚ, ਵਧੇਰੇ ਕਰਕੇ, ਅਧਿਕਤਰ, ਕਿਸੇ ਤਰ੍ਹਾਂ, ਸਗੋਂ, ਬਲਕਿ, ਥੋੜ੍ਹਾ-ਥੋੜ੍ਹਾ, ਕੁਝ-ਕੁਝ, ਕਿਸੇ ਹੱਦ ਤੱਕ, ਇੱਕ ਤਰ੍ਹਾਂ ਨਾਲ

rathskeller /'ਰਾਟਸਕੈੱਲਅ*/ *n* (ਤਹਿਖ਼ਾਨੇ ਵਿੱਚ ਦਾ) ਸ਼ਰਾਬਖ਼ਾਨਾ

raticide /'ਰੈਟਿਸਾਇਡ/ *n* ਚੂਹੇਮਾਰ ਦਵਾਈ

ratify /'ਰੈਟਿਫ਼ਾਇ/ *vt* ਤਸਦੀਕ ਕਰਨਾ, ਪੁਸ਼ਟੀ ਕਰਨਾ, ਜਾਇਜ਼ ਦੱਸਣਾ, ਪ੍ਰਮਾਣਿਤ ਕਰਨਾ, ਨਿਸ਼ਚਿਤ ਕਰਨਾ

rating /'ਰੇਇਟਿਙ/ *n* ਮੁੱਲ ਅੰਕਣ, ਨਿਸ਼ਚਿਤ ਮੁੱਲ; (ਜਹਾਜ਼ ਦੇ ਰਜਿਸਟਰਾਂ ਵਿੱਚ ਅੰਕਿਤ) ਸ਼੍ਰੇਣੀ, ਪਦ, ਦਰਜਾ; ਝਾੜ-ਝੰਬ, ਤ੍ਰਿਸਕਾਰ, ਝਿੜਕ, ਘੁਰਕ, ਡਾਂਟ, ਫਿਟਕਾਰ

ratio /'ਰੇਇਸ਼ਿਅਉ/ *n* ਅਨੁਪਾਤ, ਪ੍ਰਮਾਣ, ਦੋ ਵਸਤੂਆਂ ਦਾ ਅਨੁਪਾਤੀ ਸੰਬੰਧ, ਪ੍ਰਮਾਣਿਕ ਰਿਸ਼ਤਾ, ਮੂਲ ਅਨੁਪਾਤ, ਨਿਸਬਤ

ratiocinate /ˌਰੈਟਿ'ਔਸਿਨੇਇਟ/ *vi* ਬਹਿਸਣਾ, ਯੁਕਤੀਪੂਰਵਕ ਵਿਚਾਰਨਾ, ਤਰਕ ਜਾਂ ਦਲੀਲ ਸਹਿਤ ਵਿਚਾਰਨਾ

ration /'ਰੈਸ਼ਨ/ *n* ਅੰਨ, ਰਸਦ, ਅਨਾਜ, ਸੀਧਾ, ਸੁੱਕਾ-ਸੀਧਾ, ਅੰਨ ਦੀ ਮਾਤਰਾ, ਖ਼ੁਰਾਕ, ਭੋਜਨ ਦਾ ਸਮਾਨ, ਰਾਸ਼ਨ

rational /'ਰੈਸ਼ਨਅਲ/ *a* ਵਿਚਾਰਵਾਨ, ਵਿਚਾਰਸ਼ੀਲ, ਸਮਝਦਾਰ, ਤਰਕਸ਼ੀਲ, ਵਿਵੇਕੀ, ਸਚੇਤਨ, ਗਿਆਨੀ, ਯੁਕਤੀਪੂਰਨ, ਨਿਆਂਯੁਕਤ, ਨਿਆਂਪੂਰਨ, ਯਥਾਯੋਗ

rationale /ˌਰੈਸ਼ਅ'ਨਾਲ/ *n* ਯੁਕਤੀ ਯੁਕਤ ਵੇਰਵਾ, ਮੂਲ ਕਾਰਨ, ਤਰਕ ਜਾਂ ਦਲੀਲ ਦਾ ਆਧਾਰ, ਨਿਆਂ ਆਧਾਰ

rationalism /'ਰੈਸ਼ਨਅਲਿਜ਼ਅਮ/ *n* ਯੁਕਤੀਵਾਦ, ਬੁੱਧੀਵਾਦ, ਤਰਕ ਬੁੱਧੀਵਾਦ, ਕਾਰਨਵਾਦ

rationality /ˌਰੈਸ਼ਅ'ਨੈਲਅਟਿ/ *n* ਤਰਕ, ਵਿਵੇਕ, ਤਰਕ ਸ਼ਕਤੀ, ਗਿਆਨ ਸ਼ਕਤੀ

rationalize /'ਰੈਸ਼ਨਅਲਾਇਜ਼/ *vt* ਸਿੱਧ ਕਰਨਾ, ਪ੍ਰਮਾਣਿਤ ਕਰਨਾ, ਬੁੱਧੀਗਾਮੀ ਹੋਣਾ, ਤਾਰਕਿਕ ਹੋਣਾ; ਕਿਸੇ ਪ੍ਰਬੰਧ ਦਾ ਸੁਧਾਰ ਕਰਨਾ

rational number *n* (ਗਣਿ) ਬਟੇ ਵਿੱਚ ਦਰਸਾਈ ਗਈ ਰਾਸ਼ੀ, ਦੋ ਅੰਕਾਂ ਦੀ ਅਨੁਪਾਤਿਕ ਰਾਸ਼ੀ

rationing /'ਰੈਸ਼ਅਨਿਙ/ *n* ਰਾਸ਼ਨ, ਰਾਸ਼ਨਬੰਦੀ, ਸਮਾਨ ਵੰਡ, ਇੱਕੋ ਜਿਹੀ ਵੰਡ

ratline /'ਰੈਟਲਿਨ/ *n* (ਜਹਾਜ਼ਾਂ ਜਾਂ ਕਿਸ਼ਤੀ ਵਿੱਚ ਮਸਤੂਲ ਦੀਆਂ ਰੱਸੀਆਂ ਉੱਤੇ) ਪੌੜੀ ਵਾਂਗ ਲੱਗੀਆਂ ਰੱਸੀਆਂ

rattan /ਰੈ'ਟੈਨ/ *n* (ਕੁਰਸੀਆਂ ਆਦਿ ਬੁਣਨ ਲਈ) ਬੈਂਤ ਜਾਂ ਖਜੂਰ; ਭੇਰੀ ਜਾਂ ਢੋਲ ਦੇ ਵੱਜਣ ਦੀ ਅਵਾਜ਼

rat-tat /ਰੈਟ'ਟੈਟ/ *n* ਦਸਤਕ, ਖੱਟ-ਖੱਟ

ratteen /ਰੈ'ਟੀਨ/ *n* (ਪਰਾ) ਇੱਕ ਪ੍ਰਕਾਰ ਦਾ ਊਨੀ ਕੱਪੜਾ

ratten /'ਰੈਟਨ/ *vt* ਮਸ਼ੀਨਰੀ ਵਿਗਾੜ ਕੇ (ਮਾਲਕ ਨੂੰ) ਤੰਗ ਕਰਨਾ

rattle /'ਰੈਟਲ/ *n* ਛੁਣਛੁਣਾ; (ਅਮਰੀਕਾ ਦਾ ਇੱਕ) ਸੱਪ, ਚੱਕੀ ਨਾਗ; (ਪੱਕੇ ਹੋਏ ਪੌਦਿਆਂ ਦੀ) ਖੜ-ਖੜ, ਖੜਖੜਾਹਟ; ਛਣਕਾਰ; ਬਕਵਾਸ, ਟੈਂ-ਟੈਂ, ਟਰ-ਟਰ, ਰੌਲਾ-ਰੱਪਾ *v* ਛਣਕਣਾ; ਛਣਕ-ਛਣਕ ਦੀ ਅਵਾਜ਼ ਆਉਣੀ; ਟੈਂ-ਟੈਂ ਕਰਨਾ, ਬੇਸਿਰ ਪੈਰ ਗੱਲ ਕਰਨਾ; ਸਪਰਟ ਦੌੜਨਾ; ਤੇਜ਼ ਸਵਾਰੀ ਕਰਨਾ; ਤੇਜ਼ੀ ਨਾਲ ਪਾਠ ਕਰਨਾ; ਜਲਦੀ-ਜਲਦੀ ਆਖਣਾ

rattlesnake /'ਰੈਟਲਸਨੇਇਕ/ *n* ਚੱਕੀ ਨਾਗ (ਜਿਸਦੀ ਪੂਛ ਦੀ ਰਗੜ ਨਾਲ ਖੜਾਕ ਪੈਦਾ ਹੁੰਦਾ ਹੈ)

rattling /'ਰੈਟਲਿਙ/ *n* ਖੜਖੜ, ਖੜਖੜਾਹਟ, ਖੜਕਾ, ਛਣਕਾਰ *a* ਖੜਕਦਾ, ਛਣ ਛਣ ਕਰਦਾ

ratty /'ਰੈਟਿ/ *a* ਚੂਹੇ ਵਰਗਾ; ਕ੍ਰੋਧੀ; ਚਿੜਚਿੜਾ, ਤੁਨਕ ਮਿਜ਼ਾਜ, ਬਦਮਿਜ਼ਾਜ

raucity /'ਰੋਸਿਟਿ/ *n* ਅਵਾਜ਼ ਦੇ ਬੈਠਣ ਦੀ ਕਿਰਿਆ

raucous /'ਰੋਕਅਸ/ *a* ਭਾਰੀ, ਭਰੜਾਈ, ਪਾਟੀ, ਬੈਠੀ, ਘੱਗੀ (ਅਵਾਜ਼)

raupo /'ਰਾਉਪੋ/ *n* (ਨਿਊਜ਼ੀਲੈਂਡ ਦਾ) ਛੱਤਾਂ ਉੱਤੇ ਪਾਉਣ ਵਾਲਾ ਸਰਕੰਡਾ

ravage /'ਰੈਵ਼ਿਜ/ *n* ਨਾਸ, ਲੁੱਟ-ਖਸੁੱਟ, ਤਬਾਹੀ *v* ਨਾਸ ਕਰਨਾ, ਉਪੱਦਰ ਕਰਨਾ, ਲੁੱਟਣਾ-ਪੁੱਟਣਾ; ਤਬਾਹੀ ਮਚਾਉਣਾ, ਵੀਰਾਨ ਕਰਨਾ

rave /ਰੇਇਵ਼/ *n* ਗੱਡੇ ਜਾਂ ਛਕੜੇ ਦਾ ਵਿੱਢ, ਗੱਡੀ ਵਿੱਚ ਥਾਂ ਵਧਾਉਣ ਲਈ ਬਣਾਇਆ ਜੰਗਲਾ ਜਾਂ ਕਟਹਿਰਾ; ਹਵਾ ਜਾਂ ਸਾਗਰ ਦੀ ਸ਼ਾਂ-ਸ਼ਾਂ ਜਾਂ ਗਰਜ *v* ਫੱਰਾਟੇ ਭਰਨਾ, ਗੱਜਣਾ, ਬਹਿਕੀਆਂ-ਬਹਿਕੀਆਂ ਗੱਲਾਂ ਕਰਨਾ; ਉਜਾੜਨਾ, ਤਬਾਹ ਕਰਨਾ; ਖੁੱਲ੍ਹ ਕੇ ਵਡਿਆਈ ਜਾਂ ਪ੍ਰਸੰਸਾ ਕਰਨਾ, ਵਡਿਆਈ ਦੇ ਪੁਲ ਬੰਨ੍ਹਣਾ; ਮੋਹਿਤ ਹੋਣਾ, ਮੁਗਧ ਹੋਣਾ

ravel /'ਰੈਵ਼ਲ/ *n* ਗੁੰਝਲ, ਗੰਢ, ਗੁੱਥੀ, ਉਲਝਣ, ਜਟਿਲਤਾ *v* ਪੇਚੀਦਾ ਹੋਣਾ ਜਾਂ ਕਰਨਾ, ਜਟਿਲ ਹੋਣਾ, ਉਲਝਾਉਣਾ, ਉਲਝਣਾ, ਫਸਣਾ, ਫਸਾਉਣਾ, ਗੁੱਥੀ ਸੁਲਝਾਉਣਾ ਜਾਂ ਸੁਲਝਣਾ

ravelin /'ਰੈਵ਼ਲਿਨ/ *n* ਕਿਲ੍ਹੇ ਦੀ ਖੰਦਕ ਦੇ ਬਾਹਰ ਬਣਿਆ ਮੋਰਚਾ

ravelling /'ਰੈਵ਼(ਅ)ਲਿਙ/ *n* ਗੰਢ, ਗੁੱਥੀ, ਪੇਚੀਦਗੀ, ਗੁੰਝਲ, ਉਲਝਣ, ਵਿਸ਼ਲੇਸ਼ਣ; ਸੁਲਝਿਆ ਡੋਰਾ

ravelment /'ਰੈਵ਼(ਅ)ਲਮਅਨਟ/ *n* ਜਟਿਲਤਾ, ਪੇਚੀਦਗੀ, ਉਲਝਣ

raven /'ਰੇਇਵ਼ਨ/ *n* ਕਾਲਾ ਕਾਂ, ਪਹਾੜੀ ਕਾਂ, ਢੋਡਰ ਕਾਂ *v* ਲੁੱਟਣਾ, ਸ਼ਿਕਾਰ ਦੀ ਭਾਲ ਕਰਨਾ; ਭੁੱਖਿਆ ਵਾਂਗ ਖਾਣਾ, ਭੁੱਖੜ ਹੋਣਾ, ਪੇਟੂ ਹੋਣਾ *a* ਕਾਲਾ ਆਬਨੂਸੀ, ਸ਼ਾਹਕਾਲਾ, ਕਾਲਾ-ਸਿਆਹ

ravener /'ਰੈਵ਼(ਅ)ਨਅ/ *n* ਲੁਟੇਰਾ, ਭੁੱਖੜ

ravenous /'ਰੈਵ਼ਅਨਅਸ/ *a* ਭੁੱਖੜ, ਹਾਬੜਿਆ

raver /'ਰੇਇਵ਼ਅ*/ *n* ਕ੍ਰੋਧੀ, ਗੁੱਸੇ ਵਾਲਾ, ਰੋਹਵਾਨ

rave review *n* ਕਿਸੇ ਖ਼ਾਸ ਫ਼ਿਲਮ ਲਈ ਉਤਸ਼ਾਹਪੂਰਨ ਲੇਖ, (ਅਖ਼ਬਾਰ ਵਿੱਚ) ਪੁਸਤਕ ਪੜਚੋਲ ਲੇਖ

rave-up /'ਰੇਇਵ੍ਅੱਪ/ *n* ਮਨੋਰੰਜਕ ਪਾਰਟੀ, ਅਨੰਦਮਈ ਜਸ਼ਨ

ravine /ਰਅ'ਵ੍ਹੀਨ/ *n* ਖੱਡ, ਡੂੰਘੀ ਘਾਟੀ

ravish /'ਰੈਵ੍ਹਿਸ਼/ *vt* ਅਪਹਰਨ ਕਰਨਾ, ਹਰ ਕੇ ਲੈ ਜਾਣਾ, ਖੋਹਣਾ; ਅੱਖੋਂ ਓਹਲੇ ਲੈ ਜਾਣਾ; ਮਸਤ ਕਰਨਾ, ਵਜਦ ਵਿੱਚ ਲਿਆਉਣਾ

ravishing /'ਰੈਵ੍ਹਿਸ਼ਿਙ/ *a* ਮਨਮੋਹਣੀ (ਸੂਰਤ) ਸਜਿਆ-ਫਬਿਆ, ਛੈਲ ਛਬੀਲਾ, ਸ਼ਾਨਦਾਰ

raw /ਰੋ/ *n* ਕੱਚਾ ਜ਼ਖ਼ਮ, ਦੁਖਦੀ ਥਾਂ *vt* ਮਲਣਾ, ਖਰਖਰਾ ਕਰਨਾ, ਰਗੜ ਕੇ ਸਾਫ਼ ਕਰਨਾ *a* ਫੂਹੜ, ਕੱਚਾ, ਅਪ੍ਰੌੜ; ਅਧੂਰਾ; ਅਣਘੜ, ਕਚਘਰੜ, ਨਵਾਂ ਸਿੱਖਿਆ; (ਦਿਨ) ਠੰਢਾ; ਸਿੱਲ੍ਹਾ; ਡਰਾਉਣਾ

ray /ਰੇਇ/ *n* ਕਿਰਨ, ਰਿਸ਼ਮ; ਰੋਸ਼ਨੀ; ਸ਼ਾਰਕ ਪਰਵਾਰ ਦੀ ਮੱਛੀ ਜਾਤੀ *v* ਵਿਕੀਰਨ ਹੋਣਾ, ਕਿਰਨਾਂ ਦਾ ਫੈਲਣਾ, ਫੈਲਾਉਣਾ; ਪ੍ਰਗਟ ਹੋਣਾ, ਝਲਕਣਾ, ਚਮਕਾਉਣਾ, ਦਿਸਣਾ

raylet /'ਰੇਇਲਿਟ/ *n* ਛੋਟੀ ਕਿਰਨ, ਸੂਖਮ ਰਿਸ਼ਮ

rayon /'ਰੇਇਔਨ/ *n* ਨਕਲੀ ਰੇਸ਼ਮ, ਰੇਅਨ

raze, rase /ਰੇਇਜ਼/ *vt* ਘਸਾ ਕੇ ਸਾਫ਼ ਕਰਨਾ, ਖੁਰਚਣਾ, ਛਿੱਲਣਾ, ਰਗੜਨਾ, ਕੱਟਣਾ; ਮਲੀਆਮੇਟ ਕਰਨਾ; ਢਾਹੁਣਾ, ਡੇਗਣਾ (ਦੀਵਾਰ, ਮਕਾਨ ਆਦਿ)

razee /ਰਅ'ਜ਼ੀ/ *n* (ਇਤਿ) ਇੱਕ ਜਹਾਜ਼

razor /'ਰੇਇਜ਼ਅ*/ *n* ਉਸਤਰਾ *vt* ਉਸਤਰਾ ਚਲਾਉਣਾ; ਕੱਟ ਕੇ ਸਾਫ਼ ਕਰ ਦੇਣਾ

razor edge *n* ਤਿੱਖੀ ਧਾਰ; ਤਲਵਾਰ ਦੀ ਧਾਰ; ਸੂਖਮ ਅੰਤਰ; ਨਾਜ਼ੁਕ ਮੌਕਾ

razor-sharp *a* ਅਤਿਅੰਤ ਤਿੱਖਾ, ਉਸਤਰੇ ਦੀ ਧਾਰ ਵਰਗਾ ਤਿੱਖਾ

razor-thin *a* ਮਾਮੂਲੀ ਵੋਟਾਂ ਨਾਲ (ਜਿੱਤ)

razzia /'ਰੈਜ਼ਿਅ/ *n* ਗੁਲਾਮ ਫੜਨ ਲਈ ਹੱਲਾ

razzle /'ਰੈਜ਼ਲ/ *n* ਧੂਮਧਾਮ, ਚਹਿਲ-ਪਹਿਲ, ਰੌਣਕ- ਮੇਲਾ

razzmatazz /ˌਰੈਜ਼ਮਅ'ਟੈਜ਼/ *n* ਢੋਲ ਢਮੱਕਾ, ਧਿਆਨ ਆਕਰਸ਼ਿਤ ਕਾਰਵਾਈ

RDA /ˌਆ ਡੀ 'ਏਇ/ *abbr* **Recommended daily allowance** ਦਾ ਸੰਖੇਪ ਰੂਪ, ਰਸਾਇਣ (ਜਿਵੇਂ ਕਿ ਵਿਟਾਮਿਨ ਜਾਂ ਖਣਿਜ) ਦੀ ਡਾਕਟਰ ਵਲੋਂ ਹਿਦਾਇਤ ਕੀਤੀ ਦੈਨਿਕ ਮਾਤਰਾ, ਖ਼ੁਰਾਕ

re /ਰੇਇ, ਰੀ/ *n* ਸਰਗਮ ਦਾ ਦੂਜਾ ਸੁਰ, ਰੇ *prep* ਵਿਸ਼ੇ ਵਿੱਚ, ਬਾਰੇ, ਬਾਬਤ, ਸੰਬੰਧੀ

reach /ਰੀਚ/ *n* ਪਹੁੰਚ, ਪਰਸਾਰ, ਪ੍ਰਭਾਵ ਖੇਤਰ, ਘੇਰਾ ਦਾਇਰਾ, ਫੈਲਾਅ; ਨਦੀ ਦਾ ਘਾਟ *v* ਫੈਲਣਾ, ਫੈਲਾਉਣਾ, ਵਧਣਾ, ਵਧਾਉਣਾ; ਪ੍ਰਾਪਤ ਕਰਨਾ, ਪਹੁੰਚਣਾ, ਹੱਥ ਆਉਣਾ, ਹੱਥ ਵਿੱਚ ਲਿਆਉਣਾ, ਜਿੱਤਣਾ, ਕਾਬੂ ਕਰਨਾ, ਫੜਨਾ, ਲੈਣਾ

react /ਰਿ'ਐਕਟ/ *vt* ਪ੍ਰਤਿਕਿਰਿਆ ਕਰਨਾ, ਜਵਾਬੀ ਹਮਲਾ ਕਰਨਾ; ਬਦਲ ਜਾਣਾ, ਅਸਰ ਪੈਣਾ, ਪ੍ਰਭਾਵਿਤ ਹੋਣਾ; ਉਲਟੇ ਪਾਸੇ ਮੁੜਨਾ; ਪਿੱਛੇ ਨੂੰ ਝੁਕਣਾ; ਗਤੀ ਪ੍ਰਗਟ ਕਰਨਾ, ਪ੍ਰਤੱਖ ਕਰਨਾ; ਪ੍ਰਭਾਵਿਤ ਕਰਨਾ

reaction /ਰਿ'ਐਕਸ਼ਨ/ *n* ਪ੍ਰਤਿਕਰਮ, ਪ੍ਰਤਿਕਿਰਿਆ, ਉਲਟੀ ਗਤੀ ਜਾਂ ਕਿਰਿਆ, ਪਹਿਲਾਂ ਵਾਲੀ ਹਾਲਤ ਵਿੱਚ ਵਾਪਸ ਆਉਣ ਦੀ ਕਿਰਿਆ, ਜਵਾਬੀ ਹਮਲਾ; ਪਿੱਛੇ ਜਾਣ ਵਾਲਾ ਸੁਭਾਅ, ਪ੍ਰਾਚੀਨਤਾ ਵਾਲੀ ਰੁਚੀ, ਪੁਰਾਣੀਆਂ ਗੱਲਾਂ ਵੱਲ ਝੁਕਾਅ

reactionary /ਰਿ'ਐਕਸ਼ਅਨਰਿ/ *a* ਪ੍ਰਤਿਗਾਮੀ, ਪਿਛਾਖੜੀ, ਪ੍ਰਤਿਕਿਰਿਆਵਾਦੀ

reactor /ਰਿ'ਐਕਟਅ*/ *n* ਪ੍ਰਮਾਣੂ ਭੱਠੀ

read /ਰੀਡ/ *n* ਪੜ੍ਹਨ ਦਾ ਸਮਾਂ, ਪਾਠ-ਕਾਲ *v* ਵਾਚਣਾ, ਪੜ੍ਹਨਾ, ਅਧਿਐਨ ਕਰਨਾ; ਅਨੁਮਾਨ ਲਾਉਣਾ, ਅਰਥ ਕੱਢਣਾ; ਭਵਿੱਖ ਬਾਰੇ ਦੱਸਣਾ; ਸਮਝਣਾ, ਬੁੱਝਣਾ, ਤਾੜਨਾ, ਘੋਖਣਾ; ਮਨ ਵਿੱਚ ਦੁਹਰਾਉਣਾ; (ਸ਼ਬਦਾਂ ਦਾ) ਉਚਾਰਨ ਕਰਨਾ; ਭਾਵ ਖੋਲ੍ਹ ਸਕਣਾ, ਮਤਲਬ ਕੱਢ ਸਕਣਾ; ਰਹੱਸ ਬੁੱਝਣਾ

readable /'ਰੀਡਅਬਲ/ *a* ਪੜ੍ਹਨ ਲਈ ਆਸਾਨ, ਪੜ੍ਹਨ ਲਈ ਰੌਚਕ, ਪੜ੍ਹਨਯੋਗ

reader /'ਰੀਡਅ*/ *n* ਪਾਠਕ, ਵਾਚਕ, ਪੜ੍ਹਨ

ਵਾਲਾ, ਅਰਥ ਲਾਉਣ ਵਾਲਾ; ਤਾੜ ਜਾਣ ਵਾਲਾ; (ਵਿਸ਼ਵ ਵਿਦਿਆਲੇ ਦਾ) ਰੀਡਰ, ਸਿਖਿਅਕ, ਪਰਾਧਿਆਪਕ; ਪਾਠ-ਪੁਸਤਕ

readership /'ਰੀਡਅਸ਼ਿਪ/ *n* ਪਾਠਕ ਗਣ; ਰੀਡਰ ਦਾ ਪਦ

readily /'ਰੈੱਡਿਲਿ/ *adv* ਸੌਖਿਆਂ, ਛੇਤੀ, ਇੱਕਦਮ; ਖ਼ੁਸ਼ੀ ਨਾਲ, ਖ਼ੁਸ਼ੀ-ਖ਼ੁਸ਼ੀ

readiness /'ਰੈੱਡਿਨਅਸ/ *n* ਤਤਪਰਤਾ, ਤਿਆਰੀ; ਰਜ਼ਾਮੰਦੀ

reading /'ਰੀਡਿਙ/ *n* ਵਾਚਣ, ਪੜ੍ਹਾਈ, ਪਾਠ, ਪਠਨ; ਪੜ੍ਹਤ, ਸਵੈਅਧਿਐਨ; ਗਿਆਨ, ਸ਼ਾਸਤਰ ਬੋਧ

read-only memory ਵੇਖੋ **CD-ROM**

read-write *a* (ਕੰਪਿ) ਕੰਪਿਊਟਰ ਮਿਸਲ (ਫਾਈਲ) ਜਾਂ ਡਿਸਕ ਜਿਸ ਉੱਤੇ ਸੂਚਨਾ ਅੰਕਤ ਵੀ ਕੀਤੀ ਜਾ ਸਕੇ ਅਤੇ ਜਿਸ ਤੋਂ ਸੂਚਨਾ ਪੜ੍ਹੀ ਵੀ ਜਾ ਸਕੇ

ready /'ਰੈੱਡਿ/ *n* ਨਿਸ਼ਾਨਾ ਬੰਨ੍ਹਣ ਤੋਂ ਪਹਿਲਾਂ ਬੰਦੂਕ ਦੀ ਸਥਿਤੀ; ਲੈਸ, ਤਿਆਰ-ਬਰ-ਤਿਆਰ, ਬਣਿਆ-ਠਣਿਆ; ਠੀਕ; ਨਿਸ਼ਚੇ ਵਾਲਾ *a* ਤੇਜ਼, ਚੁਸਤ; ਸੌਖਾ, ਤੁਰੰਤ, ਝੱਟ

ready-made /ˌਰੈੱਡਿ'ਮੇਇਡ/ *a* ਤਿਆਰਸ਼ੁਦਾ, ਬਣਿਆ-ਬਣਾਇਆ; ਸਧਾਰਨ, ਮਮੂਲੀ

ready money *n* ਨਕਦ ਰਕਮ, ਰੋਕੜ

ready reckoner *n* ਕਿਤਾਬ ਜਿਸ ਤੋਂ ਹਿਸਾਬ ਕਿਤਾਬ ਦੇ ਅੰਕੜੇ ਉਪਲਬਧ ਹੋਣ, ਤੁਰੰਤ ਗਿਣਾਵਾ ਪੁਸਤਕ

reaffirm /ˌਰੀਆ'ਫ਼ਅ:ਮ/ *v* ਮੁੜ ਪ੍ਰੋੜ੍ਹਤਾ ਕਰਨਾ, ਦੁਬਾਰਾ ਪੁਸ਼ਟੀ ਕਰਨਾ, ਫਿਰ ਨਿਸ਼ਚੇ ਨਾਲ ਦਾਅਵਾ ਕਰਨਾ

reagent /ਰਿ'ਏਇਜਅਨਟ/ *n* ਪ੍ਰਤਿਕਰਮਕ; ਪ੍ਰਤਿਕਰਤਾ; ਪ੍ਰਤਿਕਿਰਿਆਸ਼ੀਲ ਦ੍ਰਵ ਜਾਂ ਸ਼ਕਤੀ

real /'ਰੀਅਲ, ਰਿਅਲ/ *n* (ਸਪੇਨ ਦਾ) ਪੁਰਾਣਾ ਚਾਂਦੀ ਦਾ ਸਿੱਕਾ *a* ਅਸਲੀ, ਸੱਚਾ, ਵਾਸਤਵਿਕ, ਯਥਾਰਥਿਕ, ਹਕੀਕੀ, ਤੱਥਪੂਰਨ; (ਸੰਪੱਤੀ) ਅਚੱਲ

real estate *n* ਅਚੱਲ ਸੰਪੱਤੀ

realign /ˌਰੀਆ'ਲਾਇਨ/ *v* ਮੁੜ ਕਤਾਰਬੰਦੀ ਕਰਨਾ, ਮੁੜ ਗੱਠਜੋੜ ਕਰਨਾ

realignment /ˌਰੀਆ'ਲਾਇਨਮਅਨਟ/ *n* ਮੁੜ ਕਤਾਰਬੰਦੀ, ਮੁੜ ਗਠਜੋੜ

realism /'ਰੀਅਲਿਜ਼ਅਮ, 'ਰਿਅਲਿ-/ *n* ਯਥਾਰਥਵਾਦ; ਵਾਸਤਵਵਾਦ, ਅਸਲਵਾਦ; ਵਿਹਾਰਕ ਵਿਚਾਰ, ਰੀਤੀ ਜਾਂ ਨੀਤੀ; ਚਿਤਰਨ ਦੀ ਯਥਾਰਥਿਕਤਾ, ਯਥਾਰਥਿਕ ਵੇਰਵੇ ਉੱਤੇ ਜ਼ੋਰ

realist /'ਰੀਅਲਿਸਟ, 'ਰਿਅਲਿ-/ *a* (ਵਿਅਕਤੀ) ਯਥਾਰਥਵਾਦੀ, ਅਸਲਵਾਦੀ, ਵਾਸਤਵਵਾਦੀ, ਹਕੀਕਤ ਪਸੰਦ

realistic /ˌਰੀਆ'ਲਿਸਟਿਕ, ˌਰਿਆ'ਲਿ-/ *a* (ਖ਼ਾਸ ਮੌਕੇ ਸੰਬੰਧੀ) ਵਾਸਤਵਿਕ, ਯਥਾਰਥਿਕ, ਅਸਲੀ, ਸੱਚਾ

reality /ਰਿ'ਐਲਅਟਿ/ *n* ਯਥਾਰਥਤਾ, ਵਾਸਤਵਿਕਤਾ, ਤਾਤਵਿਕਤਾ; ਮੂਲ ਰੂਪਤਾ, ਤੱਥ; ਸੱਤ, ਮੂਲ ਰੂਪ; ਸਚਾਈ, ਅਸਲੀਅਤ, ਹਕੀਕਤ

reality check *a* ਅਸਲੀਅਤ ਦਾ ਪ੍ਰਗਟਾਵਾ, ਤੱਥਾਂ ਉੱਤੇ ਆਧਾਰਿਤ, ਹਕੀਕੀ ਪਰਖ

reality TV *n* ਜੰਗਲੀ ਜੀਵਾਂ ਜਾਂ ਮਨੁੱਖਾਂ ਦੇ ਵਾਸਤਵਿਕ ਜੀਵਨ ਦੀ ਝਲਕ ਦੇਣ ਵਾਲਾ ਟੈਲੀਵੀਜ਼ਨ, ਮਨ ਘੜ੍ਹਤ ਕਹਾਣੀਆਂ ਪੇਸ਼ ਕਰਨ ਤੋਂ ਪਰਹੇਜ਼ ਕਰਨ ਵਾਲਾ ਟੀ. ਵੀ.

realization /ˌਰੀਅਲਾਇ'ਜ਼ੇਇਸ਼ਨ, ˌਰਿਅਲਾਇ-/ *n* ਪ੍ਰਾਪਤੀ, ਉਪਲਬਧੀ, ਵਸੂਲੀ, ਉਗਰਾਹੀ; ਸਮਝ, ਬੋਧ, ਜਾਣਕਾਰੀ

realize /'ਰੀਅਲਾਇਜ਼, 'ਰਿਅ-/ *vt* (ਕਿਸੇ ਆਸ਼ੇ ਜਾਂ ਉਪਾਅ ਲਈ) ਸਾਧਨਾ ਕਰਨਾ, ਸਿੱਧ ਕਰਨਾ, ਕਰ ਕੇ ਦਿਖਾਉਣਾ; ਪ੍ਰਤੱਖ ਕਰਨਾ, ਸਰੂਪ ਦੇਣਾ, ਸਾਕਾਰ ਕਰਨਾ, ਖੜ੍ਹਾ ਕਰਨਾ; ਅਨੁਭਵ ਕਰਨਾ, ਸਮਝ ਲੈਣਾ, ਠੀਕ ਅੰਦਾਜ਼ਾ ਲਾਉਣਾ, ਯਥਾਰਥ ਰੂਪ ਵਿੱਚ ਦੇਖਣਾ; (ਸੰਪੱਤੀ) ਵੇਚ ਕੇ ਪੈਸਾ ਖੜ੍ਹਾ ਕਰਨਾ, ਧਨ ਜੋੜਨਾ, ਉਗਰਾਹੁਣਾ, ਵਸੂਲਣਾ, ਮੁੱਲ ਲਾਉਣਾ

really /'ਰਿਅਲਿ/ *adv* ਯਥਾਰਥਿਕ ਤੌਰ ਉੱਤੇ, ਨਿਸ਼ਚਿਤ ਰੂਪ ਵਿੱਚ, ਵਾਸਤਵ ਵਿੱਚ, ਸੱਚਮੁੱਚ, ਦਰਅਸਲ

realm /ਰੈੱਲਮ/ *n* ਸਲਤਨਤ, ਰਾਜ, ਬਾਦਸ਼ਾਹਤ, ਖੇਤਰ

realness /'ਰੀਅਲਨਅਸ/ *n* ਯਥਾਰਥਿਕਤਾ, ਅਸਲੀਅਤ

real number *n* ਵਾਸਤਵਿਕ ਅੰਕ, ਸਹੀ ਹਿੰਦਸਾ, ਉਹ ਅੰਕੜਾ ਜੋ ਕਲਪਿਤ ਨਾ ਹੋਵੇ

realpolitik /ਰੇਇ'ਆਲਪੌਲਿਟੀਕ/ *n* ਅਮਲੀ ਰਾਜਨੀਤੀ

realtor /'ਰੀਅਲਟਅ*/ *n* ਜਾਇਦਾਦ ਦਾ ਏਜੰਟ

realty /'ਰੀਅਲਟਿ/ *n* ਅਚੱਲ ਸੰਪੱਤੀ

ream /ਰੀਮ/ *n* (ਕਾਰਤੂਸ ਦੇ ਕੋਸ਼ ਜਾਂ ਖ਼ੋਲ ਆਦਿ ਦਾ) ਪੇਂਦਾ, ਸਿਰਾ; ਜੋੜ, ਸੰਧੀ; ਮਲਾਈ; ਝੱਗ; (ਕਾਗਜ਼) 20 ਦਸਤੇ; ਰਿਮ; ਕਾਗਜ਼ ਦਾ ਢੇਰ *vt* ਵਰਮੇ ਨਾਲ ਧਾਤ ਦੀ ਚਾਦਰ ਵਿੱਚ ਛੇਕ ਕਰਨਾ, ਛੇਕ ਨੂੰ ਚੌੜਾ ਕਰਨਾ, ਵੱਡਾ ਬਣਾਉਣਾ

reanimate /ਰੀ'ਐਨਿਮੇਇਟ/ *vt* ਨਵੀਂ ਜਾਨ ਪਾਉਣਾ, ਸਜੀਵ ਕਰਨਾ, ਪੁਨਰਜੀਵਿਤ ਕਰਨਾ, ਰੂਹ ਫੂਕਣਾ

reap /ਰੀਪ/ *v* ਕੱਟਣਾ, (ਫਸਲ) ਇਕੱਠੀ ਕਰਨਾ, ਸੰਗ੍ਰਹਿ ਕਰਨਾ; ਪਰਿਣਾਮ ਜਾਂ ਫਲ ਮਿਲਨਾ, ਫਲ ਭੋਗਣਾ

reaper /'ਰੀਪਅ*/ *n* (ਫ਼ਸਲ ਦਾ) ਵਾਢਾ, ਫ਼ਸਲ ਕੱਟਣ ਵਾਲਾ ਬੰਦਾ, ਫ਼ਸਲ ਕੱਟਣ ਵਾਲੀ ਮਸ਼ੀਨ

reappraisal /ˌਰੀਅ'ਪਰੇਇਜ਼ਲ/ *n* ਪੁਨਰ ਮੁਲਾਂਕਣ, ਪੁਨਰ ਮੁੱਲ ਨਿਰਧਾਰਨ, (ਕਾਰਜ ਦਾ) ਦੁਬਾਰਾ ਲਾਇਆ ਅੰਦਾਜ਼ਾ

rear /ਰਿਅ*/ *n* ਸੈਨਾ ਦਾ ਪਿਛਲਾ ਭਾਗ, ਪਿਛਾੜੀ; ਪਿਛਵਾੜਾ, ਪਿਛਲਾ ਇਲਾਕਾ ਦੇਸ਼ ਜਾਂ ਥਾਂ; ਪਿੱਠ ਉੱਚਾ ਚੁੱਕਣਾ, ਸਿੱਧਾ ਖੜ੍ਹਾ ਕਰਨਾ; ਉਤਪੰਨ ਕਰਨਾ ਜਾਂ ਹੋਣਾ, ਉਗਾਉਣਾ, ਪੈਦਾ ਕਰਨਾ ਜਾਂ ਹੋਣਾ; ਪਾਲਣਾ-ਪੋਸਣਾ; ਪੜ੍ਹਾਉਣਾ; ਲਿਖਾਉਣਾ; ਸੁਧਾਰਨਾ; ਬੀਜਣਾ; ਵਧਾਉਣਾ; ਘੋੜੇ ਆਦਿ ਦਾ ਪਿਛਲੀਆਂ ਲੱਤਾਂ ਉੱਤੇ ਖਲੋਣਾ *a* ਪਿਛਲਾ; ਮਗਰਲਾ, ਅੰਤਿਮ

rearer /'ਰਿਅਰਅ*/ *n* ਪਾਲਕ; ਪੋਸ਼ਕ, ਪਿਛਲੇ ਪੈਰਾਂ ਉੱਤੇ ਖੜ੍ਹਾ ਹੋ ਜਾਣ ਵਾਲਾ ਘੋੜਾ

rearguard /'ਰਿਅਗਾਡ/ *n* ਫ਼ੌਜ ਦਾ ਪਿਛਲਾ ਦਸਤਾ, (ਹਾਰਨ ਉਪਰੰਤ ਪਿੱਛੇ ਹਟਣ ਸਮੇਂ) ਫ਼ੌਜ ਦੇ ਪਿਛਲੇ ਦਸਤਿਆਂ ਵੱਲੋਂ ਦਿੱਤੀ ਸੁਰੱਖਿਆ

rearing /'ਰਿਅਰਿਙ/ *n* ਪਾਲਣ-ਪੋਸ਼ਣ; ਉੱਥਾਪਨ

rearrange /ˌਰੀਅ'ਰੇਇਨਜ/ *v* (ਕਿਸੇ ਕਾਰਵਾਈ ਨੂੰ) ਨਵੇਂ ਸਮੇਂ ਸਥਾਨ ਵਗੈਰਾ ਅਨੁਸਾਰ ਮੁੜ ਨਿਰਧਾਰਿਤ ਕਰਨਾ, ਮੁੜ ਤਰਤੀਬ ਦੇਣਾ

rear-view mirror *n* (ਪਿਛਲੇ ਪਾਸੇ ਦੇ ਯਾਤਾਯਾਤ ਨੂੰ ਦੇਖਣ ਵਾਲਾ) ਵਾਹਨ ਦਾ ਸ਼ੀਸ਼ਾ

reason /'ਰੀਜ਼ਨ/ *n* ਦਲੀਲ, ਯੁਕਤੀ, ਤਰਕ, ਪ੍ਰਯੋਜਨ, ਕਾਰਨ; ਗਿਆਨ ਸਰੂਪ, ਬੋਧ ਸਰੂਪ, ਵਿਵੇਕ, ਸ਼ੁੱਧ ਬੁੱਧੀ; ਚੇਤਨਤਾ, ਸਮਝ-ਬੂਝ, ਚਿੰਤਨ ਸ਼ਕਤੀ *v* ਸਿੱਟਾ ਕੱਢਣਾ; ਤਰਕ ਕਰਨਾ; ਵਿਚਾਰਨਾ; ਪਰੀਖਿਆ ਕਰਨਾ; ਵਾਦ-ਵਿਵਾਦ ਜਾਂ ਬਹਿਸ ਕਰਨਾ; ਫਲ ਆਦਿ ਦਾ ਅਨੁਮਾਨ ਲਾਉਣਾ, ਸਮਝ ਲੈਣਾ; ਮਨਾਉਣਾ, ਕਾਇਲ ਕਰਨਾ, ਦਲੀਲ ਨਾਲ ਸਮਝਾਉਣਾ

reasonable /'ਰੀਜ਼ਨਅਬਲ/ *a* ਵਾਜਬ, ਮੁਨਾਸਬ, ਜਾਇਜ਼; ਸੂਝਵਾਨ

reasonably /'ਰੀਜ਼ਨਅਬਲਿ/ *adv* ਵਾਜਬ ਤੌਰ 'ਤੇ, ਮੁਨਾਸਿਬ ਤੌਰ 'ਤੇ, ਜਾਇਜ਼ ਢੰਗ ਨਾਲ

reasoner /'ਰੀਜ਼(ਅ)ਨਅ*/ *n* ਤਾਰਕਿਕ, ਵਿਚਾਰਕ, ਵਿਵੇਕੀ, ਦਲੀਲ ਦੇਣ ਵਾਲਾ

reasoning /'ਰੀਜ਼ਅਨਿਙ/ *n* ਤਰਕ, ਵਿਵੇਚਨ, ਯੁਕਤੀ, ਵਿਚਾਰ; ਦਲੀਲ, ਬਹਿਸ

reassemble /ˌਰੀਅ'ਸੈਂਮਬਲ/ *vt* ਮੁੜ ਇਕੱਠਾ ਕਰਨਾ, (ਪੁਰਜ਼ਿਆਂ ਨੂੰ) ਮੁੜ ਜੋੜਨਾ, ਦੁਬਾਰਾ ਇਕੱਤਰ ਕਰਨਾ

reassert /ˌਰੀਅ'ਸਅ:ਟ/ *v* ਮੁੜ ਹਾਮੀ ਭਰਨਾ, ਫਿਰ ਸਹਿਮਤੀ ਦੇਣਾ, ਦੁਬਾਰਾ ਜ਼ੋਰ ਦੇ ਕੇ ਕਹਿਣਾ,

ਫਿਰ ਹੱਕ ਜਮਾਉਣਾ, ਮੁੜ ਦਾਅਵਾ ਕਰਨਾ

reassess /ˌਰੀਅ'ਸੈੱਸ/ *vt* ਦੁਬਾਰਾ ਪੜਤਾਲ ਕਰਨਾ, ਦੁਬਾਰਾ ਜਾਂਚਣਾ, ਪੁਨਰਨਿਸ਼ਚਿਤ ਕਰਨਾ

reassure /ˌਰੀਅ'ਸ਼ੁਅ*, ˌਰੀਅ'ਸ਼ੋ*/ *vt* ਮੁੜ ਵਿਸ਼ਵਾਸ ਦੁਆਉਣਾ; ਫਿਰ ਭਰੋਸਾ ਦੁਆਉਣਾ, ਸ਼ੰਕਾ ਦੂਰ ਕਰਨਾ

reassuring /ˌਰੀਅ'ਸ਼ੋਰਿਙ, ˌਰੀਅ'ਸ਼ੁਅਰਿਙ/ *a* ਮੁੜ ਵਿਸ਼ਵਾਸ ਦਿਵਾਉਣ ਵਾਲਾ, ਫਿਰ ਤਸੱਲੀ ਕਰਵਾਉਣ ਵਾਲਾ, ਦੁਬਾਰਾ ਫਿਰ ਭਰੋਸੇਯੋਗ

reasty /'ਰੀਸਟਿ/ *a* ਦੁਰਗੰਧ ਵਾਲਾ, ਬਦਬੋਦਾਰ

reave, reive /ਰੀਵ੍/ *vi* (ਜ਼ਬਦਸਤੀ) ਖੋਹ ਲੈਣਾ, (ਬਲਪੂਰਵਕ) ਹਰਨ ਕਰਨਾ, ਖੋਹਣਾ

reback /ਰੀ'ਬੈਕ/ *vt* ਫਿਰ ਵਾਪਸ ਕਰਨਾ

rebarbative /ਰਿ'ਬਾਬਅਟਿਵ੍/ *a* ਘਿਰਨਾਯੋਗ, ਘਿਣਾਉਣਾ, ਭੱਦਾ

rebate /'ਰੀਬੇਇਟ/ *n* ਕਟੌਤੀ, ਛੋਟ, ਵੱਟਾ, ਕਮੀ *vt* ਖੀਣ ਕਰਨਾ, ਕਟੌਤੀ ਕਰਨਾ, ਛੋਟ ਦੇਣਾ; ਘਟਾਉਣਾ; ਮੰਦ ਕਰਨਾ, ਧਾਰ ਨੂੰ ਖੁੰਢਾ ਕਰਨਾ

rebato /ਰਅ'ਬਾਟਅਉ/ *n* ਇੱਕ ਪ੍ਰਕਾਰ ਦਾ ਕਾਲਰ

rebeck /'ਰੀਬੈੱਕ/ *n* ਸਾਰੰਗੀ ਦਾ ਪੁਰਾਣਾ ਰੂਪ, ਰਬਾਬ

rebel /'ਰੈੱਬਲ/ *n* ਵਿਦਰੋਹ, ਬਗਾਵਤ; ਰਾਜ ਧ੍ਰੋਹੀ, ਬਾਗੀ /ਰਿ'ਬੈੱਲ/ *v* ਵਿਦ੍ਰੋਹ ਕਰਨਾ, ਬਾਗੀ ਹੋਣਾ, ਰਾਜ ਧ੍ਰੋਹ ਕਰਨਾ, ਦਵੈਖ ਕਰਨਾ

rebellion /ਰਿ'ਬੈੱਲ੍ਯਅਨ/ *n* ਹਥਿਆਰਬੰਦ ਬਗਾਵਤ, ਬਗਾਵਤ, ਰਾਜ ਧ੍ਰੋਹ, ਗਦਰ, ਵਿਰੋਧ (ਸ਼ਾਸਨ ਦਾ)

rebellious /ਰਿ'ਬੈੱਲ੍ਯਅਸ/ *a* ਬਾਗੀ, ਦੇਸ਼ ਧ੍ਰੋਹੀ, ਅਵੱਗਿਆਕਾਰੀ

rebellow /ˌਰੀ'ਬੈੱਲਅਉ/ *v* ਪੂਰੇ ਜ਼ੋਰ ਨਾਲ ਗੂੰਜਣਾ, ਘੋਰ ਪ੍ਰਤਿਧੁਨੀ ਕਰਨਾ

rebirth /ˌਰੀ'ਬਅ:ਥ/ *n* ਪੁਨਰਜਨਮ

reboot /ˌਰੀ'ਬੂਟ/ *v* (ਕੰਪਿ) ਕੰਪਿਊਟਰ ਨੂੰ ਬੰਦ ਕਰਕੇ ਉਸੇ ਵਕਤ ਫਿਰ ਅਰੰਭ ਕਰਨਾ

rebound /'ਰੀਬਾਉਨਡ/ *n* ਟੱਪਾ; ਪਰਤਵਾਂ ਅਸਰ, ਪ੍ਰਤਿਕਿਰਿਆ /ਰਿ'ਬਾਉਨਡ/ *v* ਟੱਪਾ ਖਾਣਾ, ਟਕਰਾ ਕੇ ਮੁੜਨਾ, ਬੁੜ੍ਹਕਣਾ, ਪਲਟਣਾ; ਪਰਤਵਾਂ ਅਸਰ ਕਰਨਾ, ਉਲਟੀ ਮਾਰ ਕਰਨਾ; (ਯੋਜਨਾ) ਅਸਫਲ ਹੋਣਾ, ਉਲਟ ਹੋ ਜਾਣਾ

rebuff /ਰਿ'ਬਅੱਫ਼/ *n* ਦੋ ਟੁੱਕ ਜਵਾਬ, ਝਿੜਕ, ਧਿੱਕਾਰ *v* ਠੁਕਰਾ ਦੇਣਾ, ਝਿੜਕਣਾ, ਧਿੱਕਾਰਨਾ

rebuild /ˌਰੀ'ਬਿਲਡ/ *vt* ਫਿਰ ਬਣਾਉਣਾ, ਪੁਨਰ ਨਿਰਮਾਣ ਕਰਨਾ

rebuke /ਰਿ'ਬਯੂਕ/ *n* ਝਿੜਕ, ਘੁਰਕ, ਡਾਂਟ, ਫਿਟਕਾਰ *v* ਝਿੜਕਣਾ, ਡਾਂਟਣਾ, ਫਿਟਕਾਰਨਾ

rebus /'ਰੀਬਅਸ/ *n* ਸ਼ਬਦ ਦਾ ਚਿੱਤਰਾਂ ਦੁਆਰਾ ਪ੍ਰਗਟਾ; ਚਿੱਤਰ ਪਹੇਲੀ

rebut /ਰਿ'ਬਅੱਟ/ *vt* ਖੰਡਨ ਕਰਨਾ, ਗ਼ਲਤ ਸਿੱਧ ਕਰਨਾ, ਕਾਟ ਕਰਨਾ, ਪਿੱਛੇ ਸੁੱਟਣਾ, ਪਿੱਛੇ ਹਟਾਉਣਾ, ਰੋਕ ਦੇਣਾ

recalcitrance /ਰਿ'ਕੈਲਸਿਟਰਅਨਸ/ *n* ਹਠਧਰਮ, ਕੱਟੜਪੁਣਾ, ਅੜਬਾਈ

recalcitrant /ਰਿ'ਕੈਲਸਿਟਰਅਨਟ/ *a* ਹਠਧਰਮੀ, ਅੜਬ, ਅੱਖੜ

recalesce /ˌਰੀਕਅ'ਲੈੱਸ/ *vi* ਫਿਰ ਗਰਮ ਹੋ ਜਾਣਾ, ਮੁੜ ਜੋਸ਼ ਵਿੱਚ ਆਉਣਾ

recall /ਰਿ'ਕੋਲ/ *vt* ਮੋੜਨਾ, ਵਾਪਸ ਸੱਦਣਾ, ਵਾਪਸ ਬੁਲਾਉਣਾ, ਪਲਟਾਉਣਾ; ਛੁੱਟੀ ਜਾਂ ਨਿਯੁਕਤੀ ਰੱਦ ਕਰ ਦੇਣਾ, ਛੁੱਟੀ ਮਨਸੂਖ਼ ਕਰਨਾ, ਕੱਟਣਾ; ਯਾਦ ਕਰਨਾ; (ਪੁਰਸਕਾਰ ਆਦਿ) ਵਾਪਸ ਲੈਣਾ, ਮੋੜਨਾ /ਰਿ'ਕੋਲ, 'ਰੀਕੋਲ/ *n* ਵਾਪਸ ਮੁੜ ਕੇ ਆ ਜਾਣ ਦਾ ਇਸ਼ਾਰਾ ਜਾਂ ਝੰਡੀ, ਵਾਪਸ ਬੁਲਾਵਾ, ਵਾਪਸ ਮੋੜਾ; ਛੁੱਟੀ ਜਾਂ ਨਿਯੁਕਤੀ ਰੱਦ ਕਰਨ ਦੀ ਕਿਰਿਆ, ਵਾਪਸ ਲੈ ਲੈਣ ਦੀ ਸੰਭਾਵਨਾ

recant /ਰਿ'ਕੈਨਟ/ *v* (ਗ਼ਲਤੀ ਸਵੀਕਾਰ ਕਰਕੇ) ਗੱਲ ਜਾਂ ਸ਼ਬਦ ਵਾਪਸ ਲੈ ਲੈਣਾ, ਮੁੱਕਰਨਾ

recapitulate /ˌਰੀਕਅ'ਪਿਚੁਲੇਇਟ/ *v* ਸੰਖੇਪ ਵਿੱਚ ਦੁਹਰਾਉਣਾ

recaption /ਰੀ'ਕੈਪਸ਼(ਅ)ਨ/ *n* ਪ੍ਰਤਿਕਿਰਿਆ,

ਬਦਲਾ, ਪ੍ਰਤਿਕਾਰ; ਪੁਨਰ ਸੰਗ੍ਰਹਿਣ; ਵਾਪਸੀ

recapture /ˌਰੀ'ਕੈਪਚਅ*/ *n* ਪੁਨਰ ਬੰਦੀਕਰਨ *vt* ਫਿਰ ਜਿੱਤ ਲੈਣਾ; ਫਿਰ ਬੰਦੀ ਬਣਾਉਣਾ, ਫਿਰ ਪਕੜ ਲੈਣਾ

recast /ˌਰੀ'ਕਾਸਟ/ *n* ਨਵਾਂ ਸਾਂਚਾ, ਨਵਾਂ ਰੂਪ, ਨਵੀਂ ਸ਼ਕਲ *vt* ਪ੍ਰਬੰਧ ਸੁਧਾਰਨਾ, ਚੰਗਾ ਪ੍ਰਬੰਧ ਕਰਨਾ, ਨਵਾਂ ਰੂਪ ਦੇਣਾ, ਨਵੇਂ ਸੱਚੇ ਵਿੱਚ ਢਾਲਣਾ

recede /ਰਿ'ਸੀਡ/ *vi* ਪਿੱਛੇ ਹਟਣਾ, ਵਾਪਸ ਹੋਣਾ, ਮੁੜਨਾ, ਬਦਲ ਜਾਣਾ; (ਗੁਣ ਜਾਂ ਮੁੱਲ ਆਦਿ ਵਿੱਚ) ਘਟਣਾ

receipt /ਰਿ'ਸੀਟ/ *n* ਵਸੂਲ ਹੋਈ ਰਕਮ, ਵਸੂਲੀ; ਰਸੀਦ, ਪ੍ਰਾਪਤੀ ਪੱਤਰ, ਪਹੁੰਚ; ਸਰਕਾਰੀ ਥਾਂ ਜਿੱਥੇ ਧਨ ਦੀ ਉਗਰਾਹੀ ਹੋਵੇ (ਬੈਂਕਾਂ ਆਦਿ ਵਿੱਚ); ਪ੍ਰਾਪਤ ਕਾਗਜ਼ ਪੱਤਰ *vt* ਬਿਲ ਬੀਚਕ ਜਾਂ ਹੁੰਡੀ ਦੀ ਪ੍ਰਾਪਤੀ ਅੰਕਿਤ ਕਰਨਾ, ਪਹੁੰਚ ਭੇਜਣਾ, ਰਸੀਦ ਭੇਜਨਾ, ਲਿਖਣਾ ਜਾਂ ਛਾਪਣਾ

receive /ਰਿ'ਸੀਵ਼/ *v* ਲੈਣਾ, ਪ੍ਰਾਪਤ ਕਰਨਾ, ਸਵੀਕਾਰ ਕਰਨਾ, ਅਧਿਕਾਰ ਵਿੱਚ ਲੈਣਾ, ਕਾਬੂ ਕਰਨਾ, ਫੜਨਾ; ਭਾਰ ਝੱਲਣਾ, ਬੋਝ ਚੁੱਕਣਾ; ਵਿਰੋਧ ਦਾ ਟਾਕਰਾ ਕਰਨਾ; ਘੁਸ ਜਾਣਾ, ਸ਼ਰਨ ਲੈਣਾ; ਮੰਨਣਾ; ਹੱਕੀ ਜਾਂ ਪਾਤਰ ਬਣਾਉਣਾ; ਸੁਆਗਤ ਕਰਨਾ, ਖ਼ਾਤਰ ਕਰਨਾ, ਸਤਿਕਾਰ ਕਰਨਾ, ਅੱਗੇ ਵਧ ਕੇ ਮਿਲਨਾ

receiver /ਰਿ'ਸੀਵ਼ਅ*/ *n* ਖ਼ਜ਼ਾਨਚੀ; ਵਸੂਲੀਆ; ਤਸਵੀਰ/ਅਵਾਜ਼ ਫੜਨ ਵਾਲਾ ਦੂਰਦਰਸ਼ਨ/ਰੇਡੀਓ ਦਾ ਯੰਤਰ; ਰਸਾਇਣਿਕ ਪਦਾਰਥ ਪ੍ਰਾਪਤ ਕਰਨ ਵਾਲਾ ਭਾਂਡਾ

recency /'ਰੀਸ(ਅ)ਨਸਿ/ *n* ਨਵਾਂਪਣ, ਤਾਜ਼ਗੀ, ਨਵੀਨਤਾ, ਸੱਜਰਾਪਣ

recension /ਰਿ'ਸੈਨੱਸ਼(ਅ)ਨ/ *n* ਸੋਧਿਆ ਐਡੀਸ਼ਨ; ਸੋਧ, ਸੁਧਾਈ

recent /'ਰੀਸਨਟ/ *a* ਨਵਾਂ, ਨਵੀਨ, ਨਵ, ਆਧੁਨਿਕ; ਹੁਣ ਦਾ, ਮੌਜੂਦਾ; ਤਾਜ਼ਾ, ਸੱਜਰਾ, ਅੱਜ ਕੱਲ੍ਹ ਦਾ

recently /'ਰੀਸਨਟਲਿ/ *adv* ਹੁਣੇ-ਹੁਣੇ, ਹਾਲ ਹੀ

recept /ਰਿ'ਸੈਪੱਟ/ *n* ਮਨ ਵਿੱਚ ਬਣਨ ਵਾਲੀ ਮੂਰਤੀ, ਮਾਨਸਿਕ ਚਿੱਤਰ

receptacle /ਰਿ'ਸੈਪੱਟਅਕਲ/ *n* ਥਾਂ; ਭਾਂਡਾ, ਪਾਤਰ; (ਬਨ) ਬੀਜਦਾਨੀ

reception /ਰਿ'ਸੈਪੱਸ਼ਨ/ *n* ਸੁਆਗਤ, ਆਓ-ਭਗਤ; ਮਿਲਨੀ; ਸਤਿਕਾਰ, ਆਦਰ, ਸਨਮਾਨ; ਪ੍ਰਵੇਸ਼ ਸਮਾਰੋਹ; ਬੁੱਧੀ ਦੀ ਗ੍ਰਹਿਣ ਸ਼ਕਤੀ, ਪਕੜ

receptionist /ਰਿ'ਸੈਪੱਸ਼(ਅ)ਨਿਸਟ/ *n* ਜੀ ਆਇਆਂ ਕਹਿਣ ਵਾਲਾ ਕਾਰਿੰਦਾ, ਸੁਆਗਤ ਕਰਤਾ, ਰਿਸੈਪਸ਼ਨਿਸ਼ਟ

receptive /ਰਿ'ਸੈਪੱਟਿਵ਼/ *a* ਤੇਜ਼ (ਦਿਮਾਗ਼), ਗ੍ਰਹਿਣਸ਼ੀਲ

receptor /ਰਿ'ਸੈਪੱਟਅ*/ *n* (ਗਰਮੀ ਸਰਦੀ ਅਨੁਭਵ ਕਰਨ ਵਾਲਾ) ਸਰੀਰਕ ਅੰਗ, ਅਨੁਭਵ ਸ਼ਕਤੀ

recess /ਰਿ'ਸੈੱਸ, 'ਰੀਸੈੱਸ/ *n* ਵਿਸ਼ਰਾਮ; ਛੁੱਟੀ, ਥੋੜ੍ਹੇ ਸਮੇਂ ਦੀ ਛੁੱਟੀ; ਵਾਪਸੀ, ਪਿੱਛੇ ਵੱਲ ਮੋੜਾ; ਗੁਫਾ, ਖੋਹ, ਕੰਧ ਵਿੱਚ ਬਣਿਆ ਆਲਾ, ਖੱਡਾ; ਕਿਸੇ ਸਰੀਰਕ ਅੰਗ ਵਿੱਚ ਪਈ ਖੋੜ੍ਹ ਜਾਂ ਡੂੰਘ **/ਰਿ'ਸੈੱਸ/** *vt* ਰੱਖਣਾ, ਪੋਲ ਬਣਾਉਣਾ, ਟੋਆ ਪਾਉਣਾ, ਆਲਾ ਬਣਾਉਣਾ; ਪਿੱਛੇ ਹਟਣਾ

recession /ਰਿ'ਸੈੱਸ਼ਨ/ *n* ਪਿੱਛੇ ਹਟਣ ਜਾਂ ਸੁੰਗੜਨ ਦੀ ਕਿਰਿਆ; ਸੰਕੋਚ, ਸਿਮਟਣ, ਸੁੰਗੜਨ; ਮੰਦਾ, ਮੰਦਵਾੜਾ; ਵਿਰਾਮ

Rechabite /'ਰੈਕੱਅਬਾਇਟ/ *n* ਸ਼ਰਾਬ ਵਿਰੋਧੀ, ਸ਼ਰਾਬ ਨਾ ਪੀਣ ਵਾਲਾ

recharge /ˌਰੀ'ਚਾਜ/ *v* (ਬੈਟਰੀ) ਮੁੜ ਚਾਰਜ ਕਰਨਾ, ਮੁੜ ਭਰਨਾ, (ਸਰੀਰ ਨੂੰ) ਤਾਜ਼ਾ ਦਮ ਕਰਨਾ, ਸ਼ਕਤੀ ਦੇਣਾ

rechauffe /ਰੇਇ'ਸ਼ਅਉਫ਼ੇਇ/ *(F) n* ਮੁੜ ਗਰਮ ਕੀਤਾ ਭੋਜਨ

recherche /ਰਅ'ਸ਼ੇਅਸ਼ੇਇ/ *(F) a* ਦੁਰਲੱਭ, ਨਾਯਾਬ; ਵਧੀਆ; ਫ਼ਰਮਾਇਸ਼ੀ; ਚੋਣਵਾਂ

recidivism /ਰਿ'ਸਿਡਿਵ਼ਿਜ਼ਅਮ/ *n* ਮੁੜ-ਮੁੜ ਅਪਰਾਧ ਕਰਨ ਦਾ ਸੁਭਾਅ; ਅਪਰਾਧ ਬਿਰਤੀ,

ਮੁਜਰਮਾਨਾ ਜੀਵਨ ਵੱਲ ਝੁਕਾਅ

recipe /**'ਰੈੱਸਅਪਿ**/ *n* ਨੁਸਖ਼ਾ; ਤਰੀਕਾ; ਜੁਗਤ; (ਖਾਣਾ ਪਕਾਉਣ ਦਾ) ਗੁਰ

recipiency /**ਰਿ'ਸਿਪਿਅਨਸਿ**/ *n* ਪ੍ਰਾਪਤੀ; ਗ੍ਰਹਿਣਸ਼ੀਲਤਾ, ਗ੍ਰਹਿਣ; ਆਦਾਨ

recipient /**ਰਿ'ਸਿਪਿਅਨਟ**/ *n* ਪ੍ਰਾਪਤ ਕਰਤਾ ਵਿਅਕਤੀ *a* ਪ੍ਰਾਪਤ ਕਰਨ ਵਾਲਾ

reciprocal /**ਰਿ'ਸਿਪਰਅਕਲ**/ *a* ਦੁਤਰਫ਼ਾ, ਪਰਸਪਰ; ਸਮਾਨ, ਮਿਲਦਾ-ਜੁਲਦਾ, ਹੂ-ਬਹੂ; ਪਾਰਸਪਰਕ ਸੰਬੰਧਸੂਚਕ

reciprocate /**ਰਿ'ਸਿਪਰਅਕੇਇਟ**/ *v* ਅਦਲਾ ਬਦਲੀ ਕਰਨਾ; ਪ੍ਰਤਿਫਲ ਚੁਕਾਉਣਾ, ਬਦਲਾ ਦੇਣਾ

reciprocation /**ਰਿ,ਸਿਪਰਅ'ਕੇਇਸ਼ਨ**/ *n* ਆਦਾਨ-ਪ੍ਰਦਾਨ, ਲੈਣ-ਦੇਣ; ਅਦਲ-ਬਦਲ

reciprocity /**,ਰੈੱਸਿ'ਪਰੌਸਅਟਿ**/ *n* ਆਪਸਦਾਰੀ; ਪਰਸਪਰਤਾ

recision /**ਰਿ'ਸਿਜ਼(ਅ)ਨ**/ *n* ਰੱਦਣ; ਨਿਰਾਕਰਨ

recital /**ਰਿ'ਸਾਇਟਲ**/ *n* ਵਰਣਨ, ਬਿਰਤਾਂਤ; ਪਾਠ; (ਸੰਗੀ) ਗਾਇਨ

recitation /**,ਰੈੱਸਿ'ਟੇਇਸ਼ਨ**/ *n* ਪਾਠ ਉਚਾਰਨ; ਗਾਇਨ; ਗਾਣਾ; ਲੈਮਈ ਪਾਠ; ਵਰਣਨ

recitative /**,ਰੈੱਸਿਟਅ'ਟੀਵ੍**/ *n* ਸੰਗੀਤ ਪਰਦਰਸ਼ਨੀ ਵਿੱਚ ਗਾਏ ਸ਼ਬਦ ਜਾਂ ਬੋਲ *a* ਪਾਠ ਸੰਬੰਧੀ; ਸੰਗੀਤ ਅਲਾਪ ਸੰਬੰਧੀ

recite /**ਰਿ'ਸਾਇਟ**/ *v* ਅਲਾਪਣਾ, ਪਾਠ ਕਰਨਾ; ਪੜ੍ਹਨਾ, (ਕਨੂੰ) ਤੱਥ ਕਥਨ ਕਰਨਾ; ਲਿਖੀਆਂ ਗੱਲਾਂ ਸੁਣਾਉਣਾ, ਵਰਣਨ ਕਰਨਾ, ਆਖਣਾ; ਕ੍ਰਮ ਅਨੁਸਾਰ ਗਿਣਨਾ; ਯਾਦ ਸ਼ਕਤੀ ਨਾਲ ਕਵਿਤਾ ਪੜ੍ਹਨਾ

reck /**ਰੈੱਕ**/ *v* ਧਿਆਨ ਦੇਣਾ, ਗੌਲਣਾ; ਪਰੇਸ਼ਾਨ ਹੋਣਾ

reckless /**'ਰੈੱਕਲਅਸ**/ *a* ਬੇਧਿਆਨੀ ਨਾਲ ਚੱਲਣ ਵਾਲਾ, ਨਾ ਗੌਲਣ ਵਾਲਾ, ਲਾਪਰਵਾਹ

reckon /**'ਰੈੱਕਅਨ**/ *v* (ਸੰਖਿਆ, ਮਾਤਰਾ ਜਾਂ ਪਰਿਮਾਣ) ਸਥਿਰ ਕਰਨਾ, ਨਿਸ਼ਚਿਤ ਕਰਨਾ, ਤੈਅ ਕਰਨਾ; ਗਿਣਤੀ ਕਰਨਾ; ਹਿਸਾਬ–ਕਿਤਾਬ ਕਰਨਾ; ਵਿਸ਼ੇਸ਼ਤਾਵਾਂ ਗਿਣਨਾ, ਵਿਚਾਰਨਾ, ਸਮਝਾਉਣਾ, ਮੰਨਣਾ; ਨਤੀਜਾ ਕੱਢਣਾ, ਹਿਸਾਬ ਲਾਉਣਾ; ਭਰੋਸਾ ਰੱਖਣਾ, ਮਿਥਣਾ, ਸਿੱਝਣਾ; ਚੁਕਦਾ ਕਰਨਾ

reckoner /**'ਰੈੱਕ(ਅ)ਨਅ***/ *n* ਹਿਸਾਬ ਲਾਉਣ ਵਾਲਾ, ਗਿਣਤੀਕਾਰ, ਗਣਕ

reckoning /**'ਰੈੱਕਅਨਿਙ**/ *n* ਗਣਨਾ, ਗਿਣਤੀ, ਲੇਖਾ (ਹਿਸਾਬ) **day of reckoning** ਕਿਆਮਤ ਦਾ ਦਿਨ, ਹਿਸਾਬ ਦਾ ਦਿਨ, ਨਿਬੇੜੇ ਦਾ ਦਿਨ, ਰੋਜ਼ੇ-ਹਸ਼ਰ

reclaim /**ਰਿ'ਕਲੇਇਮ**/ *n* ਪੁਨਰ-ਪ੍ਰਾਪਤੀ; ਸੁਧਾਰ *vt* (ਭੈੜੀ ਹਾਲਤ ਵਿੱਚੋਂ) ਕੱਢਣਾ, ਮੁਕਤ ਕਰਨਾ, ਉਧਾਰ ਜਾਂ ਸੁਧਾਰ ਕਰਨਾ; ਸੱਭਿਆ ਬਣਾਉਣਾ, ਸੁਧਾਰਨਾ, ਪਾਲਤੂ ਬਣਾਉਣਾ; ਠੀਕ ਰਾਹ ਉੱਤੇ ਲਿਆਉਣਾ, ਭੂਮੀ ਨੂੰ ਵਰਤੋਂ ਯੋਗ ਬਣਾਉਣਾ; ਵਿਰੋਧ ਖੜ੍ਹਾ ਕਰਨਾ, ਵਿਰੋਧ ਵਿੱਚ ਬੋਲਣਾ

reclamation /**,ਰੈੱਕਲਅ'ਮੇਇਸ਼ਨ**/ *n* ਉੱਧਾਰ; ਭੌਂ ਸੁਧਾਰ; ਮੁੜ ਪ੍ਰਾਪਤੀ

reclame /**ਰੈ'ਕੱਲੈਮ**/ *(F)* *n* ਇਸ਼ਤਿਹਾਰਬਾਜ਼ੀ, ਸਵੈ-ਪ੍ਰਸਿੱਧੀ, ਸ਼ੁਹਰਤਬਾਜ਼ੀ

reclassification /**'ਰੀ,ਕਲਾਸਿਫ਼ਿ'ਕੇਇਸ਼ਨ**/ *n* ਪੁਨਰ ਵਰਗੀਕਰਨ, ਦੁਬਾਰਾ ਦਰਜਾਬੰਦੀ

reclinate /**'ਰੈੱਕਲਿਨੇਇਟ**/ *a* ਝੁਕਿਆ, ਅਵੁੰਨਤ, ਅਧੋਮੁਖ

recline /**ਰਿ'ਕਲਾਇਨ**/ *v* ਟਿਕਾਉਣਾ, ਝੁਕਾਉਣਾ, ਲਿਟਾਉਣਾ; ਆਸਰਾ ਲੈਣਾ, ਸਹਾਰਾ ਲੈਣਾ, ਆਸ਼ਰਿਤ ਹੋਣਾ, ਪੂਰਾ ਭਰੋਸਾ ਰੱਖਣਾ

recluse /**ਰਿ'ਕਲੂਸ**/ *n* ਸੰਨਿਆਸੀ, ਵੈਰਾਗੀ, ਤਪੱਸਵੀ *a* ਇਕਾਂਤਵਾਸੀ, ਤਨਹਾਈਪ੍ਰਸਤ

recognition /**,ਰੈੱਕਅਗ'ਨਿਸ਼ਨ**/ *n* ਪਛਾਣ, ਸ਼ਨਾਖ਼ਤ; ਅੰਗੀਕਾਰ, ਸਵੀਕਾਰ, ਮਾਨਤਾ

recognizable /**'ਰੈੱਕਅਗਨਾਇਜ਼ਅਬਲ, ,ਰੈੱਕਅਗ'ਨਾਇਜ਼ਅਬਲ**/ *a* ਮੰਨਿਆ ਦੰਨਿਆ, ਮਾਨਤਾਯੋਗ, ਸਵੀਕਾਰ ਕਰਨ ਯੋਗ, ਪਛਾਣਨਯੋਗ; ਸਪਸ਼ਟ, ਸ਼ਨਾਖ਼ਤ ਦੇ ਕਾਬਲ

recognizance /ਰਿ'ਕੌਗਨਿਜ਼ਅਨਸ/ *n* ਮੁਚੱਲਕਾ, ਜ਼ਮਾਨਤ; ਪਛਾਣ

recognizant /ਰਿ'ਕੌਗਨਿਜ਼(ਅ)ਨਟ/ *a* ਪਛਾਣ ਕਰਾਉਣ ਵਾਲਾ, ਯਾਦ ਦਿਵਾਉਣ ਵਾਲਾ

recognize /'ਰੈਕੱਅਗਨਾਇਜ਼/ *vt* (ਵਿਚਾਰ ਜਾਂ ਸੂਚਨਾ) ਵਿਅਕਤ ਕਰਨਾ, ਪ੍ਰਗਟ ਕਰਨਾ; ਪ੍ਰਕਿਰਤੀ ਜਾਂ ਸੁਭਾਅ ਦਾ ਪਤਾ ਲਾਉਣਾ, ਸਮਝਣਾ; ਪੁਸ਼ਟੀ ਕਰਨਾ; ਮੰਨਣਾ, ਗ੍ਰਹਿਣ ਕਰਨਾ; ਜਾਣਨਾ, ਪਛਾਣਨਾ; ਸਵੀਕਾਰ ਕਰਨਾ, ਮਾਨਤਾ ਦੇਣਾ

recognized /'ਰੈਕੱਅਗਨਾਇਜ਼ਡ/ *a* ਮਾਨਤਾ ਪ੍ਰਾਪਤ, ਪਰੀਚਿਤ

recoil /'ਰੀਕੌਇਲ/ *n* ਬੰਦੂਕ ਦਾ ਝਟਕਾ; ਧੱਕਾ, ਪ੍ਰਤਿਕਿਰਿਆ, ਪਲਟਾ /ਰਿ'ਕੌਇਲ/ *v* ਪਿੱਛੇ ਹਟਣਾ, ਮੁੜਨਾ, ਪਰਤਣਾ; ਸਹਿਮ ਜਾਣਾ, ਝਿਜਕਣਾ; ਟੱਕਰ ਖਾ ਕੇ ਮੁੜਨਾ; (ਅਗਨੀ ਅਸਤਰਾਂ ਦਾ) ਝਟਕਾ ਖਾਣਾ ਜਾਂ ਦੇਣਾ

recoiler /ਰਿ'ਕੌਇਲਅ*/ *n* ਪਿੱਛੇ ਹਟਣ ਵਾਲਾ, ਵਾਪਸ ਪਰਤਣ ਵਾਲਾ; ਸਹਿਮ ਜਾਣ ਵਾਲਾ; ਟੱਕਰ ਲੈਣ ਵਾਲਾ (ਬੰਦਾ)

recollect /ˌਰੈਕੱਅ'ਲੈਕੱਟ/ *vt* ਯਾਦ ਕਰ ਲੈਣਾ; ਯਾਦ ਵਿੱਚ ਲੈ ਆਉਣਾ

recollection /ˌਰੈਕੱਅ'ਲੈਕੱਸ਼ਨ/ *n* ਯਾਦ, ਸਿਮਰਤੀ, ਯਾਦਗਾਰ, ਯਾਦਦਾਸ਼ਤ, ਚੇਤਾ

recommence /ˌਰੀਕਅ'ਮੈਨੱਸ/ *vt* ਪੁਨਰ ਅਰੰਭ ਕਰਨਾ, ਫਿਰ ਤੋਂ ਸ਼ੁਰੂ ਕਰਨਾ

recommend /ˌਰੈਕੱਅ'ਮੈਨੱਡ/ *vt* ਸੌਂਪਣਾ, ਅਰਪਣ ਕਰਨਾ, ਸਪੁਰਦ ਕਰਨਾ; ਸਿਫ਼ਾਰਸ਼ ਕਰਨਾ; ਪ੍ਰਸੰਸਾ ਕਰਨਾ, ਸਲਾਹੁਣਾ, ਗੁਣ ਗਾਇਣ ਕਰਨਾ, ਤਾਰੀਫ਼ ਕਰਨਾ; ਕਿਸੇ ਕੰਮ ਲਈ ਯੋਗ ਸਮਝਣਾ; ਪ੍ਰਸੰਸਾ ਪੱਤਰ ਦੇਣਾ, ਮਾਨਤਾ ਦੇਣਾ; ਉਪਦੇਸ਼ ਦੇਣਾ

recommendation /ˌਰੈਕੱਅਮੈਨੱ'ਡੇਇਸ਼ਨ/ *n* ਪ੍ਰਸੰਸਾ, ਸ਼ਲਾਘਾ, ਸਲਾਹਨਾ; ਸਿਫ਼ਾਰਸ਼, ਤਾਰੀਫ਼, ਸਲਾਹ, ਮਸ਼ਵਰਾ

recommit /ˌਰੀਕਅ'ਮਿਟ/ *vt* ਪੁਨਰ ਸੌਂਪਣਾ ਕਰਨਾ, ਫਿਰ ਸਪੁਰਦ ਕਰਨਾ; ਮੁੜ ਵਿਚਾਰ ਕਰਨ ਲਈ ਕਿਸੇ ਸੰਮਤੀ ਕੋਲ ਭੇਜਣਾ

recompact /ˌਰੀਕਅਮ'ਪੈਕਟ/ *vt* ਦੁਬਾਰਾ ਸ਼ਾਮਲ ਹੋਣਾ, ਪੁਨਰ ਸੰਮਿਲਤ ਕਰਨਾ, ਫਿਰ ਤੋਂ ਸੰਪਰਕ ਸਥਾਪਿਤ ਕਰਨਾ

recompensation /ˌਰੈਕੱਅਮਪੈਨੱ'ਸੇਇਸ਼ਨ/ *n* ਮੁਆਵਜ਼ਾ, ਹਾਨੀ ਪੂਰਤੀ

recompense /'ਰੈਕੱਅਮਪੈਨੱਸ/ *n* ਇਨਾਮ, ਪੁਰਸਕਾਰ; ਪ੍ਰਤਿਫਲ, ਬਦਲਾ, ਮੁਆਵਜ਼ਾ; ਹਰਜਾਨਾ; ਛੋਟ *v* ਹਰਜਾਨਾ ਦੇਣਾ; ਮੁਆਵਜ਼ਾ ਦੇਣਾ, ਬਦਲਾ ਦੇਣਾ, ਪ੍ਰਤਿਫਲ ਚੁਕਾਉਣਾ; ਨਿਸਤਾਰਾ ਕਰਨਾ, ਛੁਡਾਉਣਾ; ਦੰਡਿਤ ਕਰਨਾ

reconcile /'ਰੈਕੱਅਨਸਾਇਲ/ *vt* ਮੁੜ ਮਿੱਤਰਤਾ ਸਥਾਪਿਤ ਕਰਨਾ, ਪੁਨਰ ਮੇਲ ਹੋਣਾ, ਸੰਧੀ ਕਰਨਾ, ਅਨੁਕੂਲ ਬਣਾਉਣਾ, ਸਮਝੌਤਾ ਕਰਨਾ, ਰਾਜ਼ੀ ਕਰਨਾ; (ਦੂਸ਼ਿਤ ਹੋਣ ਮਗਰੋਂ ਮੁੜ) ਪਵਿੱਤਰ ਕਰਨਾ, ਸ਼ੁੱਧ ਕਰਨਾ; ਸ਼ਾਂਤ ਕਰਨਾ; ਠੀਕ ਕਰਨਾ, ਸਹੀ ਕਰਨਾ

reconciliation /ˌਰੈਕੱਅਨਸਿਲਿ'ਏਇਸ਼ਨ/ *n* ਮੁੜ ਕੀਤੀ ਸੁਲ੍ਹਾ ਸਫ਼ਾਈ, ਦੁਬਾਰਾ ਹੋਇਆ ਮੇਲ-ਜੋਲ, ਫਿਰ ਹੋਇਆ ਸਮਝੌਤਾ

recondite /'ਰੈਕੱਅਨਡਾਇਟ/ *a* ਗੂੜ੍ਹ, ਗੁਪਤ, ਗੰਭੀਰ, ਰਹੱਸਮਈ; ਦੁਰਬੋਧ, ਕਠਨ ਸ਼ਬਦਾਂ ਦਾ ਪ੍ਰਯੋਗ ਕਰਨ ਵਾਲਾ

recondition /ˌਰੀਕਅਨ'ਡਿਸ਼ਨ/ *vt* ਪੁਨਰ ਉੱਧਾਰ ਕਰਨਾ; ਸੁਧਾਰ ਕਰਨਾ, ਪੁਨਰ ਸਥਾਪਨ ਕਰਨਾ; ਨਵੇਂ ਸਿਰਿਓਂ ਠੀਕ ਕਰਨਾ, ਮੁਰੰਮਤ ਕਰਨਾ, ਨਵਾਂ ਬਣਾਉਣਾ, ਜਿਓਂ ਦਾ ਤਿਓਂ ਬਣਾ ਕੇ ਰੱਖ ਦੇਣਾ

reconfirm /ˌਰੀਕਅਨ'ਫ਼ਅ:ਮ/ *vt* ਫਿਰ ਤੋਂ ਪੱਕਾ ਕਰਨਾ, ਦੁਬਾਰਾ ਪੁਸ਼ਟੀ ਕਰਨਾ, ਪ੍ਰਤਿਪਾਦਨ ਕਰਨਾ

reconnaissance /ਰਿ'ਕੌਨਿਸਨਸ/ *n* ਫ਼ੌਜੀ ਮੰਤਵ ਦੀ ਜਸੂਸੀ, ਦੇਖਭਾਲ; ਗੁਪਤ ਸਰਵੇਖਣ; ਜਸੂਸੀ ਦਸਤਾ

reconnoitre /ˌਰੈੱਕਅ'ਨੌਇਟਅ*/ *n* ਜਾਂਚ-ਪੜਤਾਲ, ਛਾਣਬੀਣ *v* ਛਾਣਬੀਣ ਕਰਨਾ; ਗੁਪਤ ਨਿਰੀਖਣ ਕਰਨਾ

reconnoitrer /ˌਰੈੱਕਅ'ਨੌਇਟਰਅ*/ *n* ਟੋਹ ਲੈਣ ਵਾਲਾ, ਸੂਹੀਆ

reconsider /ˌਰੀਕਅਨ'ਸਿਡਅ*/ *vt* ਪੁਨਰ ਵਿਚਾਰ ਕਰਨਾ, ਫਿਰ ਤੋਂ ਸੋਚਣਾ

reconstitute /ˌਰੀ'ਕੌਨਸਟਿਟਯੂਟ/ *vt* ਪੁਨਰ ਸਿਰਜਣਾ ਕਰਨਾ, ਮੁੜ ਬਣਾਉਣਾ, ਮੁੜ ਉਸਾਰਨਾ, ਪੁਨਰ ਸਥਾਪਨ ਕਰਨਾ, ਪੁਨਰ ਗਠਿਤ ਕਰਨਾ, ਪੁਨਰਨਿਰਮਾਣ ਕਰਨਾ

reconstitution /ˌਰੀˌਕੌਨਸਟਿ'ਟਯੂਸ਼ਨ/ *n* ਪੁਨਰ ਸਥਾਪਨਾ, ਪੁਨਰਨਿਰਮਾਣ; ਪੁਨਰਗਠਨ

reconstruct /ˌਰੀਕਅਨ'ਸਟਰਅੱਕਟ/ *vt* ਮੁੜ ਤੋਂ ਉਸਾਰਨਾ, ਪੁਨਰ ਰਚਨਾ ਕਰਨਾ, ਪੁਨਰਨਿਰਮਾਣ ਕਰਨਾ

reconstruction /ˌਰੀਕਅਨ'ਸਟਰਅੱਕਸ਼ਨ/ *n* ਦੁਬਾਰਾ ਕੀਤੀ ਉਸਾਰੀ, ਪੁਨਰ ਨਿਰਮਾਣ

reconvene /ˌਰੀਕਅਨ'ਵ਼ੀਨ/ *vt* ਫਿਰ ਤੋਂ ਬੁਲਾਉਣਾ, ਪੁਨਰ ਆਯੋਜਿਤ ਕਰਨਾ

reconversion /ˌਰੀਕ(ਅ)ਨ'ਵ਼ਅ:ਸ਼(ਅ)ਨ/ *n* ਪ੍ਰਤਿ ਪਰਿਵਰਤਨ, ਪੁਨਰ ਧਰਮ ਪਰਿਵਰਤਨ, ਪੁਨਰ ਰੂਪਾਂਤਰਨ

record /'ਰੈੱਕੋਡ/ *n* ਦਸਤਾਵੇਜ਼, ਤਹਿਰੀਰ; ਨਕਲ, ਪਰਤ, ਮਿਸਲ, ਫ਼ਰਦ, ਪ੍ਰਤਿਲਿਪੀ; ਸ਼ਿਲਾਲੇਖ, ਇਤਿਹਾਸਿਕ ਪ੍ਰਮਾਣ, ਲਿਖਤੀ ਪ੍ਰਮਾਣ, ਸੁਰੱਖਿਅਤ ਵੇਰਵਾ; ਯਾਦਗਾਰ, ਸਮਾਰਕ; (ਗ੍ਰਾਮੋਫ਼ੋਨ ਦਾ) ਤਵਾ, ਰਿਕਾਰਡ, ਤਵੇ ਜਾਂ ਰਿਕਾਰਡ ਉੱਤੇ ਲਿਖੇ ਅੰਕ ਜਾਂ ਚਿੰਨ੍ਹ; ਕਾਰਨਾਮਾ, ਜੀਵਨੀ, ਜੀਵਨ ਇਤਿਹਾਸ; ਸਰਬ ਉੱਤਮ ਕ੍ਰਿਤ; ਅਵੱਲੀ ਘਟਨਾ /ਰਿ'ਕੋਡ/ *v* ਉੱਚੀ ਅਵਾਜ਼ ਵਿੱਚ ਕੱਢਣਾ; ਗਾਉਣ ਦਾ ਅਭਿਆਸ ਕਰਨਾ; (ਪੰਛੀਆਂ ਦਾ) ਚਹਿਚਹਾਉਣਾ; ਲਿਖਣਾ, ਲਿਪੀਬੱਧ ਕਰਨਾ; ਕਿਸੇ ਪੱਕੇ ਰੂਪ ਵਿੱਚ ਰੱਖਣਾ

recorder /ਰਿ'ਕੋਡਅ*/ *n* ਇੰਦਰਾਜ ਕਰਨ ਵਾਲਾ, ਦਰਜ ਕਰਨ ਵਾਲਾ, ਲੇਖਕ; ਦੰਡ ਅਧਿਕਾਰੀ, ਨਾਜ਼ਮ, ਮੁਨਸਫ਼, ਸ਼ਹਿਰੀ ਅਦਾਲਤ ਦਾ ਹਾਕਮ; ਦਰਜ ਕਰਨ ਵਾਲਾ ਯੰਤਰ ਜਾਂ ਸੂਈ; ਪੁਰਾਣੀ ਕਿਸਮ ਦਾ ਇੱਕ ਵਾਜਾ

record holder *n* (ਖੇਡਾਂ ਵਿੱਚ) ਸਭ ਤੋਂ ਵੱਧ ਅੰਕ ਪ੍ਰਾਪਤ ਕਰਨ ਵਾਲਾ ਅਧਿਕਾਰੀ, ਸਭ ਤੋਂ ਉੱਤਮ ਖਿਡਾਰੀ

recording /ਰਿ'ਕੋਡਿਙ/ *n* ਅਵਾਜ਼ ਭਰਨ ਦੀ ਕਾਰਵਾਈ, ਰਿਕਾਰਡਿੰਗ

record player *n* ਤਵਿਆਂ ਵਾਲੀ ਮਸ਼ੀਨ, ਗੀਤਾਂ ਆਦਿ ਦੀ ਟੇਪ ਸੁਣਾਉਣ/ਵਜਾਉਣ ਵਾਲਾ ਯੰਤਰ

recount[1] /'ਰੀਕਾਉਨਟ/ *n* ਪੁਨਰ ਗਣਨਾ /ˌਰੀ'ਕਾਉਨਟ/ *v* ਮੁੜ ਕੇ ਗਿਣਨਾ

recount[2] /ਰਿ'ਕਾਉਨਟ/ *v* ਵਿਸਥਾਰ ਨਾਲ ਆਖਣਾ, ਰਾਮ ਕਹਾਣੀ ਸੁਣਾਉਣਾ

recoup /ਰਿ'ਕੂਪ/ *v* (ਕਨੂੰ) ਘਟਾਉਣਾ, ਕੱਟ ਦੇਣਾ, ਕੱਢ ਲੈਣਾ, ਰੱਖ ਛੱਡਣਾ; ਮੁਆਵਜ਼ਾ ਜਾਂ ਪ੍ਰਤਿਫਲ ਦੇਣਾ, ਹਾਨੀ ਪੂਰੀ ਕਰਨਾ

recouping /ਰਿ'ਕੂਪਿਙ/ *n* ਪੂਰਤੀ, ਪੂਰਨ, ਸੰਪੂਰਨ

recourse /ਰਿ'ਕੋਸ/ *n* ਆਸਰਾ, ਉਪਾਅ, ਚਾਰਾਜੋਈ, ਹੀਲਾ **have recourse to** ਸਹਾਰਾ ਲੈਣਾ

recover /ਰਿ'ਕਅੱਵ਼ਅ*/ *v* ਪੁਨਰ ਪ੍ਰਾਪਤ ਕਰਨਾ, ਦੁਬਾਰਾ ਹੱਥ ਆਉਣਾ, ਮੁਆਵਜ਼ਾ ਜਾਂ ਪ੍ਰਤਿਫਲ ਪ੍ਰਾਪਤ ਕਰਨਾ; ਮੁੜ ਚੇਤਨ ਹੋਣਾ; (ਰੋਗ ਦਾ) ਰਾਜ਼ੀ ਹੋਣਾ; ਪਹਿਲਾਂ ਵਾਲੀ ਹਾਲਤ ਵਿੱਚ ਫਿਰ ਆਉਣਾ; ਭਾਲ ਲੈਣਾ; ਪਹੁੰਚਣਾ; ਪੂਰਾ ਕਰਨਾ; ਪਲਟਣਾ; ਮੁੜਨਾ, ਪਰਤਣਾ, ਪਿੱਛੇ ਮੁੜਨਾ

recoveree /ਰਿ'ਕਅੱਵ਼(ਅ)ਰੀ/ *n* (ਕਨੂੰ) ਪ੍ਰਤਿਦਾਤਾ

recoverer /ਰਿ'ਕਅੱਵ਼(ਅ)ਰਅ*/ *n* ਪ੍ਰਾਪਤ ਕਰਤਾ, ਮੁਆਵਜ਼ਾ ਲੈਣ ਵਾਲਾ, ਫਿਰ ਤੋਂ ਪ੍ਰਾਪਤ ਕਰਨ ਵਾਲਾ ਵਿਅਕਤੀ

recovery /ਰਿ'ਕਅੱਵ੍ਅਰਿ/ *n* ਉਪਲਬਧੀ, ਪੁਨਰ ਪ੍ਰਾਪਤੀ; ਰੋਗ ਮੁਕਤੀ, ਅਰੋਗਤਾ; ਵਸੂਲੀ

recreancy /'ਰੈੱਕਰਿਅਨਸਿ/ *n* ਕਾਇਰਤਾ; ਬੇਵਸਾਹੀ; ਦਗ਼ੇਬਾਜ਼ੀ

recreant /'ਰੈੱਕਰਿਅਨਟ/ *n* ਕਾਇਰ, ਡਰਪੋਕ; ਬੇਵਫ਼ਾ, ਵਿਸ਼ਵਾਸਘਾਤੀ (ਬੰਦਾ)

recreate /,ਰੀਕਰਿ'ਏਇਟ/ *v* ਪ੍ਰਸੰਨ ਕਰਨਾ ਜਾਂ ਹੋਣਾ, ਰਿਝਾਉਣਾ, ਦਿਲ ਲਾਉਣਾ, ਅਨੰਦ ਮਨਾਉਣਾ, ਮਨੋਰੰਜਨ ਕਰਨਾ, ਜੀ ਪਰਚਾਉਣਾ, ਵਿਸ਼ਰਾਮ ਕਰਨਾ, ਅਰਾਮ ਕਰਨਾ; ਵਿਹਾਰ ਕਰਨਾ

recreation /,ਰੈੱਕਰਿ'ਏਇਸ਼ਨ/ *n* ਦਿਲ ਪਰਚਾਵਾ, ਦਿਲ ਬਹਿਲਾਵਾ, ਮਨੋਰੰਜਨ

recriminate /ਰਿ'ਕਰਿਮਿਨੇਇਟ/ *vi* ਇੱਕ ਦੂਜੇ ਨੂੰ ਤਾਹਨਾ-ਮਿਹਣਾ ਦੇਣਾ, ਇੱਕ-ਦੂਜੇ ਨੂੰ ਬੁਰਾ ਭਲਾ ਆਖਣਾ; ਆਪਸ ਵਿੱਚ ਇਲਜ਼ਾਮ ਲਾਉਣਾ, ਪਰਸਪਰ ਦੋਸ਼ ਆਰੋਪਣ ਕਰਨਾ

recrimination /ਰਿ,ਕਰਿਮਿ'ਨੇਇਸ਼ਨ/ *n* ਦੋਸ਼ ਆਰੋਪਣ, ਤਾਹਨਾ ਮਿਹਣਾ, ਤੁਹਮਤ

recrudesce /,ਰੀਕਰੂ'ਡੈੱਸ/ *vi* (ਫੋੜਾ, ਫਿਣਸੀ, ਰੋਗ) ਦੁਬਾਰਾ ਫੁੱਟਣਾ, ਮੁੜ ਸ਼ੁਰੂ ਹੋਣਾ, ਪੁਨਰ ਅਰੰਭ ਹੋਣਾ, ਮੁੜ ਕੇ ਫੈਲਣਾ, ਦੁਬਾਰਾ ਭੜਕਣਾ

recruit /ਰਿ'ਕਰੂਟ/ *n* ਰੰਗਰੂਟ, ਨਵ-ਸੈਨਿਕ, ਸਿਖਾਂਦਰੂ; ਨਵਾਂ ਭਰਤੀ ਹੋਇਆ ਸਿਪਾਹੀ *v* ਭਰਤੀ ਕਰਨਾ, ਰੰਗਰੂਟ ਬਣਾਉਣਾ, ਦਾਖ਼ਲ ਕਰਨਾ; ਇਕੱਤਰ ਕਰਨਾ, ਜਮ੍ਹਾਂ ਕਰਨਾ; ਮੁੜ ਕੇ ਕਰਨਾ; ਪੂਰਾ ਕਰਨਾ; ਤਕੜਾ ਕਰਨਾ, ਨਵੇਂ ਸਿਰੇ ਤੋਂ ਜ਼ਿੰਦਗੀ ਦੇਣਾ

recruitment /ਰਿ'ਕਰੂਟਮਅਨਟ/ *n* ਭਰਤੀ, ਪ੍ਰਵੇਸ਼, ਦਾਖ਼ਲਾ

rectal /'ਰੈੱਕਟਅਲ/ *a* ਗੁਦਾ ਸੰਬੰਧੀ, ਗੁਦਾ ਦੇ ਨੇੜੇ ਦਾ

rectangle /'ਰੈੱਕਟੈਙਗਲ/ *n* ਆਇਤ, ਸਮਕੋਣ ਚਤਰਭੁਜ

rectify /'ਰੈੱਕਟਿਫ਼ਾਇ/ *vt* ਸੋਧਣਾ, ਠੀਕ ਕਰਨਾ, ਸਵਾਰਨਾ, ਦਰੁਸਤ ਕਰਨਾ; (ਰੇਖਾ) ਟੇਢੀ ਲਕੀਰ ਦੇ ਸਮਾਨ ਸਰਲ ਲਕੀਰ ਖਿੱਚਣਾ; (ਰਸਾ) ਸੋਧਣਾ

rectigrade /'ਰੈੱਕਟਿਗਰੇਇਡ/ *a* ਅੱਗੇ ਚੱਲਣ ਵਾਲਾ, ਅਗਰਗਾਮੀ, ਸਿੱਧਾ ਚੱਲਣ ਵਾਲਾ

rectilinear /,ਰੈੱਕਟਿ'ਲਿਨਿਅ*/ *a* ਸਿੱਧੀ ਰੇਖਾ ਵਾਲਾ, ਸਰਲ ਰੇਖੀ

rectirostral /,ਰੈੱਕਟਿ'ਰੌਸਟਰਲ/ *a* ਸਿੱਧੀ ਚੁੰਝ ਵਾਲਾ

rectitude /'ਰੈੱਕਟਿਟਯੂਡ/ *n* ਸਦਾਚਾਰ, ਸਰਲਤਾ, ਸਾਦਗੀ; ਨਿਆਂਸ਼ੀਲਤਾ, ਇਮਾਨਦਾਰੀ, ਨੇਕ ਨੀਤੀ, ਪਵਿੱਤਰਤਾ, ਸ਼ੁੱਧੀ; ਉਚਿਤਤਾ

recto /'ਰੈੱਕਟਅਉ/ *n* ਖੁੱਲ੍ਹੀ ਪੁਸਤਕ ਦਾ ਸੱਜਾ ਪੰਨਾ, ਪੰਨੇ ਜਾਂ ਪੱਤੇ ਦਾ ਸਾਮ੍ਹਣੇ ਦਾ ਭਾਗ

rector /'ਰੈੱਕਟਅ*/ *n* ਸ਼ਾਸਕ, ਪ੍ਰਬੰਧਕ, ਮੁੱਖ ਪਾਦਰੀ, (ਵਿਸ਼ਵ ਵਿਦਿਆਲੇ) ਦਾ ਮੁਖੀ, ਰੈਕਟਰ

rectum /'ਰੈੱਕਟਅਮ/ *n* ਗੁਦਾ, ਗੁਦਾ ਦੁਆਰ

recumbence /ਰਿ'ਕਅੱਮਬਅਨਸ/ *n* ਸਹਾਰਾ, ਟੇਕ, ਆਸਰਾ, ਅਰਾਮ

recumbent /ਰਿ'ਕਅੱਮਬਅਨਟ/ *a* ਜਿਸ ਨੇ ਸਹਾਰਾ ਲਿਆ ਹੋਵੇ, ਟਿਕਿਆ; ਝੁਕਿਆ

recuperate /ਰਿ'ਕੂਪਅਰੇਇਟ/ *v* ਰੋਗਮੁਕਤ ਹੋਣਾ, ਪੁਨਰ ਸਵਸਥ ਹੋਣਾ; ਸੰਭਲ ਜਾਣਾ; ਧਨ ਪ੍ਰਾਪਤ ਕਰਨਾ; ਪੂਰਾ ਕਰਨਾ, ਫਿਰ ਭਰ ਲੈਣਾ

recur /ਰਿ'ਕਅ:*/ *vi* ਦੁਹਰਾਉਣਾ, ਪੁਨਰ-ਉਕਤੀ ਕਰਨਾ; ਮੁੜ ਕੇ ਖ਼ਿਆਲ ਕਰਨਾ, ਯਾਦ ਆ ਜਾਣਾ; ਥਹੁ-ਪਤਾ ਲੱਗਣਾ, ਸੂਹ ਲੱਗਣਾ; ਮੁੜ ਸਥਾਪਿਤ ਹੋਣਾ; ਮੁੜ ਕੇ ਵਾਪਰਨਾ

recurrence /ਰਿ'ਕਅੱਰਅਨਸ/ *n* ਮੁੜ-ਮੁੜ ਵਾਪਰਨ ਦੀ ਸਥਿਤੀ, ਪੁਨਰ ਆਵਰਤਨ, ਪੁਨਰ ਉਕਤੀ

recurrent /ਰਿ'ਕਅੱਰਅਨਟ/ *n* ਪ੍ਰਤਿਵਰਤਨ, ਧਮਨੀ *a* ਪੁਨਰ ਆਵਰਤਕ, ਆਵਰਤੀ, ਆਵਰਤਕ; ਰੁਖ਼ ਬਦਲਨ ਵਾਲਾ; ਨਿਯਮਿਤ ਸਮੇਂ ਹੋਣ ਵਾਲਾ

recurring /ਰਿ'ਕਅ:ਰਿਙ/ *a* ਆਵਰਤੀ, ਆਵਰਤਕ

recursion /ਰਿ'ਕਅ:ਸ਼ਨ/ *n* ਵਾਪਸੀ, ਪਰਤਾਅ, ਉਤਸਵ ਦਾ ਦੁਹਰਾਅ

recursive /ਰਿ'ਕਅ:ਸਿਵ਼/ *a* (ਮੁੜ-ਮੁੜ ਅਪਣਾਈ ਜਾਣ ਵਾਲੀ) ਕਿਸੇ ਵਿਧੀ ਨਾਲ ਸੰਬੰਧਿਤ

recurve /ˌਰਿ'ਕਅ:ਵ਼/ *v* ਪਿੱਛੇ ਝੁਕਣਾ ਜਾਂ ਝੁਕਾਉਣਾ, ਉਲਟਾ ਮੋੜਨਾ ਜਾਂ ਮੁੜਨਾ

recurvous /ˌਰਿ'ਕਅ:ਵ਼ਅਸ/ *a* ਪਿੱਛੇ ਵੱਲ ਟੇਢਾ; ਪਿੱਛੇ ਵੱਲ ਝੁਕਿਆ

recusance /'ਰੈਕੱਯੁਜ਼(ਅ)ਨਸ/ *n* ਧਾਰਮਿਕ ਮੱਤ-ਭੇਦ, ਬੇਮੁਖਤਾ; ਆਪਹੁਦਰਾਪਣ

recusant /'ਰੈਕੱਯੁਜ਼ਅਨਟ/ *n* ਧਾਰਮਿਕ ਮਾਮਲਿਆਂ ਵਿੱਚ ਰਾਜ ਆਗਿਆ ਨੂੰ ਨਾ ਮੰਨਣ ਵਾਲਾ, ਬੇਮੁਖ *a* ਆਕੀ, ਵਿਦ੍ਰੋਹੀ, ਹਠੀ

recyclable /ˌਰੀ'ਸਾਇਕਲਅਬਲ/ *a* ਮੁੜ ਵਰਤਣ ਯੋਗ, ਦੁਬਾਰਾ ਕਾਰਵਾਈ ਦੇ ਲਾਇਕ

recycle /ˌਰੀ'ਸਾਇਕਲ/ *vt* ਮੁੜ ਵਰਤਣਯੋਗ ਬਣਾਉਣਾ

red /ਰੈੱਡ/ *a* ਰੱਤਾ, ਲਾਲ, ਸੁਰਖ਼; ਖ਼ੂਨੀ, ਅੱਤਿਆਚਾਰ ਸੰਬੰਧੀ *n* ਦੇਣਦਾਰੀ ਦਾ ਖ਼ਾਤਾ; ਲਾਲ ਬੱਤੀ; ਕ੍ਰਾਂਤੀਵਾਦੀ, ਕਮਿਊਨਿਸਟ, ਸਾਮਵਾਦੀ

redact /ਰਿ'ਡੈਕਟ/ *vt* ਰੂਪ-ਰੰਗ ਦੇਣਾ, ਵਿਧੀ ਨਾਲ ਸਜਾਉਣਾ; ਸਾਹਿਤਕ ਰੂਪ ਦੇਣਾ; ਸੰਸ਼ੋਧਨ ਕਰਨਾ, ਸੰਪਾਦਿਤ ਕਰਨਾ

redaction /ਰਿ'ਡੈਕਸ਼ਨ/ *n* ਨਵਾਂ ਐਡੀਸ਼ਨ, ਸਜਾਵਟ; ਸੰਪਾਦਨ, ਸੁਧਾਈ, ਸੰਗ੍ਰਹਿਣ

redactor /ਰਿ'ਡੈਕਟਅ*/ *n* ਸੰਪਾਦਕ, ਸੰਸ਼ੋਧਕ, ਸਜਾਉਣ ਵਾਲਾ

red alert *n* ਖ਼ਤਰੇ ਦੀ ਸੂਚਨਾ, ਮੁਸ਼ਕਲ ਦਾ ਸਾਮ੍ਹਣਾ

redan /ਰਿ'ਡੈਨ/ *n* ਕਿਲ੍ਹੇ ਦੀ ਚਾਰਦੀਵਾਰੀ ਦਾ ਉਭਾਰ; ਦੋ ਰੁਖ਼ਾ ਕਿਲ੍ਹਾ ਜਾਂ ਕਿਲ੍ਹੇ ਦੀ ਦੀਵਾਰ

redargue /ਰੈੱ'ਡਾਗਯੂ/ *vt* (ਪਰਾ) ਮਨ੍ਹਾ ਕਰਨਾ, ਰੋਕਣਾ; ਆਨਾ-ਕਾਨੀ ਕਰਨਾ

red-blooded /ˌਰੈੱਡ'ਬਲਅੱਡਿਡ/ *a* ਬਲਵਾਨ, ਸ਼ਕਤੀਸ਼ਾਲੀ, ਤਕੜਾ; ਕਾਮਿਕ ਸ਼ਕਤੀ ਵਿੱਚ ਪ੍ਰਬਲ

red carpet *n* ਸ਼ਾਹੀ ਸਵਾਗਤ

Red Crescent *n* ਰੈੱਡ ਕਰਾਸ ਦਾ ਮੁਸਲਿਮ ਦੇਸ਼ਾਂ ਵਿਚ ਨਾਂ

Red Cross /ˌਰੈੱਡ 'ਕਰੋਸ/ *n* ਰੈੱਡ-ਕਰਾਸ, ਫੱਟੜਾਂ ਅਤੇ ਰੋਗੀਆਂ ਲਈ ਸਹਾਇਤਾ ਦਾ ਚਿੰਨ੍ਹ

redd /ਰੈੱਡ/ *vt* ਸੁਲਝਾਉਣਾ, ਸੰਭਾਲਨਾ, ਸੰਵਾਰਨਾ, ਤਰੀਕੇ ਨਾਲ ਰੱਖਣਾ, ਸਾਫ਼ ਰੱਖਣਾ; ਲੜਾਈ-ਝਗੜੇ ਤੋਂ ਬਚਾਉਣਾ

redden /'ਰੈੱਡਨ/ *v* ਲਾਲ ਕਰਨਾ ਜਾਂ ਹੋਣਾ, ਸ਼ਰਮਾਉਣਾ, ਲਾਲੀ ਦੌੜ ਜਾਣਾ (ਚਿਹਰੇ ਉੱਤੇ)

reddition /ਰੈ'ਡਿਸ਼ਨ/ *n* ਆਤਮ ਸਮਰਪਣ, ਸਮਰਪਣ; ਪ੍ਰਾਪਤੀ, ਪੁਨਰ ਪ੍ਰਾਪਤੀ, ਵਾਪਸੀ

rede /ਰੀਡ/ *n* ਸਲਾਹ, ਰਾਏ, ਮਸ਼ਵਰਾ, ਮਨਸੂਬਾ; ਕਥਾ, ਗਾਥਾ *vt* ਸਲਾਹ ਜਾਂ ਮਸ਼ਵਰਾ ਦੇਣਾ, ਪੱਟੀ ਪੜ੍ਹਾਉਣਾ; ਹੱਲ ਕਰਨਾ; ਰਹੱਸ ਖੋਲ੍ਹਣਾ, ਭੇਤ ਜਾਣਨਾ

redeem /ਰਿ'ਡੀਮ/ *vt* (ਗਿਰਵੀ ਜ਼ਮੀਨ) ਛੁਡਵਾਉਣਾ, ਵਿਮੁਕਤ ਕਰਾਉਣਾ; ਵਾਪਸ ਲੈਣਾ, ਮੁੱਲ ਦੇ ਕੇ ਵਾਪਸ ਲੈਣਾ; ਪ੍ਰਣ ਪੂਰਾ ਕਰਨਾ, ਵਚਨ ਪਾਲਣਾ; ਨਿਸਤਾਰਾ ਕਰਨਾ, ਉੱਧਾਰ ਕਰਨਾ; ਘਾਟਾ ਭਰਨਾ, ਮੁਆਵਜ਼ਾ ਦੇਣਾ; (ਕਿਸੇ ਦੋਸ਼ ਤੋਂ) ਬਚਾਉਣਾ, ਕਲਿਆਣ ਕਰਨਾ

redeemise /ਰਿ'ਡੀਮਾਇਜ਼/ *n* (ਗਹਿਣੇ ਰੱਖੀ) ਜ਼ਮੀਨ ਦੀ ਵਾਪਸੀ *vt* ਮੁੜ ਜ਼ਮੀਨ ਵਾਪਸ ਛੁਡਾਉਣਾ

redemption /ਰਿ'ਡੈਮਪਸ਼ਨ/ *n* ਬਚਾਅ, ਛੁਟਕਾਰਾ, ਖ਼ਲਾਸੀ, ਮੁਕਤੀ; ਸੁਧਾਰ; ਰਹਿਣ ਛੁਡਾਈ

red-faced *a* ਭਖਦਾ ਚਿਹਰਾ; ਕ੍ਰੋਧਿਤ ਮੁਖੜਾ, ਸੜਿਆ ਭੁੱਜਿਆ (ਵਿਅਕਤੀ)

red flag *n* ਖ਼ਤਰੇ ਦੀ ਝੰਡੀ; ਇਨਕਲਾਬ ਦਾ ਝੰਡਾ, ਲਾਲ ਝੰਡਾ

Red Indian /ˌਰੈੱਡ 'ਇਨਡਿਅਨ/ *n* ਉੱਤਰੀ ਅਮਰੀਕਾ ਦਾ ਆਦਿ ਵਾਸੀ

redintegrate /ਰੈੱ'ਡਿਨਟਿਗਰੇਇਟ/ *vt* ਮੁੜ ਪੂਰਨ ਕਰਨਾ, ਮੁੜ ਸਥਾਪਿਤ ਕਰਨਾ, ਪੁਨਰ-ਗਠਨ ਕਰਨਾ, ਨਵ-ਨਿਰਮਾਣ ਕਰਨਾ

redirect /ˌਰੀਡਅ'ਰੈੱਕਟ/ *v* ਵਾਪਸੀ ਪਤੇ ਉੱਤੇ ਮੋੜਨਾ, ਵਾਪਸ ਕਰਨਾ, ਪਤਾ ਬਦਲਨਾ

red-letter /ˌਰੈੱਡ 'ਲੈਟਅ*/ *a* ਯਾਦਗਾਰੀ, ਮਹੱਤਵਪੂਰਨ

red-letter day /ˌਰੈੱਡ'ਲੈੱਟਅˌਡੇਇ/ *n* ਯਾਦਗਾਰੀ ਦਿਹਾੜਾ, ਉਤਸਵ ਦਾ ਦਿਨ, ਭਾਗਾਂ ਭਰਿਆ ਦਿਹਾੜਾ

red light *n* ਲਾਲ ਬੱਤੀ, ਖ਼ਤਰੇ ਦਾ ਨਿਸ਼ਾਨ

red meat *n* ਗਊ/ਭੇਡ/ਬੱਕਰੀ ਦਾ ਮਾਸ, ਮੋਟਾ ਮਾਸ

redolent /'ਰੈੱਡਅਲਅਨਟ/ *a* ਸੁਗੰਧਿਤ, ਖ਼ੁਸ਼ਬੋਦਾਰ; ਤਿੱਖੀ ਗੰਧ ਵਾਲਾ; ਕਿਸੇ ਦੀ ਯਾਦ ਦੁਆਉਣ ਵਾਲਾ

redouble /ˌਰੀ'ਡਅੱਬਲ/ *n* (ਤਾਸ਼) ਸਰਾਂ ਮੰਗਣ ਵਿੱਚ ਦੋਹਰ *v* ਦੁੱਗਣਾ ਕਰਨਾ, ਵਧਾਉਣਾ, ਤੇਜ਼ ਕਰਨਾ

redoubt /ਰਿ'ਡਾਉਟ/ *n* ਕਿਲ੍ਹਾ, ਕੋਟ, ਗੜ੍ਹੀ

redoubtable /ਰਿ'ਡਾਉਟਅਬਲ/ *a* ਯੋਧਾ, ਸੂਰਬੀਰ, ਜ਼ੋਰਵਾਰ, ਬਹਾਦਰ

redoubted /ਰਿ'ਡਾਉਟਿਡ/ *a* (ਪਰਾ) ਡਾਢਾ, ਉਗਰ

redound /ਰਿ'ਡਾਉਨਡ/ *v* (ਕਿਸੇ ਉੱਤੇ) ਪੁੱਠਾ ਪੈਣਾ, ਉਲਟੀ ਮਾਰ ਕਰਨਾ; ਵਾਧਾ ਕਰਨਾ; ਸਹਾਇਕ ਹੋਣਾ; ਸਿੱਟੇ ਵਜੋਂ ਨਿਕਲਨਾ, ਪਰਿਣਾਮ ਹੋਣਾ

redress /ਰਿ'ਡਰੈੱਸ/ *vt* ਇਲਾਜ ਕਰਨਾ; ਸੁਧਾਰਨਾ, ਦਰੁਸਤ ਕਰਨਾ, ਠੀਕ ਕਰਨਾ /ਰਿ'ਡਰੈੱਸ, 'ਰੀਡਰੈੱਸ/ *n* ਸੁਧਾਈ, ਸੋਧ, ਹਰਜਾਨਾ, ਮੁਆਵਜ਼ਾ

redressable /ਰਿ'ਡਰੈੱਸਅਬਲ/ *a* ਸੁਧਾਰਯੋਗ, ਦਵਾਯੋਗ, ਮੁਆਵਜ਼ੇ ਦੇ ਕਾਬਲ

redresser /ਰਿ'ਡਰੈੱਸਅ*/ *n* ਦਰੁਸਤੀ ਕਰਨ ਵਾਲਾ ਬੰਦਾ, ਸੰਸ਼ੋਧਕ, ਸੁਧਾਰਕ

redressment /ਰਿ'ਡਰੈੱਸਮਅਨਟ/ *n* ਸੰਸ਼ੋਧਨ, ਦਰੁਸਤੀ, ਦਵਾ-ਦਾਰੂ, ਉਪਚਾਰ

red tape /ˌਰੈੱਡ 'ਟੇਇਪ/ *n* ਦਫ਼ਤਰੀ ਢਿੱਲ

reduce /ਰਿ'ਡਯੂਸ/ *v* ਕਿਸੇ ਹਾਲਤ ਵਿੱਚ ਲਿਆਉਣਾ, ਘਟਣਾ, ਘਟਾਉਣਾ, ਬਦਲਨਾ, ਘਟੀਆ ਹਾਲਤ ਵਿੱਚ ਲੈ ਜਾਣਾ; ਦਬਾਉਣਾ, ਤਾਬੇ ਕਰਨਾ; ਹਟਾਉਣਾ, ਛਾਂਟੀ ਕਰਨਾ, (ਨੌਕਰੀ ਆਦਿ ਤੋਂ); ਨਿਰਧਨ ਕਰਨਾ, ਖੀਣ ਕਰਨਾ, ਦੁਰਬਲ ਕਰਨਾ, ਕਮਜ਼ੋਰ ਕਰਨਾ; ਸੰਕੁਚਿਤ ਕਰਨਾ, ਸੁੰਗੜਾਉਣਾ; ਭਾਰ ਹੌਲਾ ਕਰਨਾ, ਮੁਟਾਪਾ ਦੂਰ ਕਰਨਾ

reduction /ਰਿ'ਡਅੱਕਸ਼ਨ/ *n* ਕਮੀ, ਘਾਟਾ, ਛਾਂਟ; ਲਘੂਕਰਨ, (ਵੱਡੀ ਤਸਵੀਰ ਦੀ) ਛੋਟੀ ਪ੍ਰਤਿਲਿਪੀ ਜਾਂ ਨਕਲ; ਪਰਿਵਰਤਨ

reductionism /ਰਿ'ਡਅੱਕਸ਼ਅਨਿਜ਼ਅਮ/ *n* ਜਟਿਲ ਵਿਸ਼ਿਆਂ ਨੂੰ ਅਸਾਨ ਜੁੱਟਾਂ ਦੇ ਰੂਪ ਵਿੱਚ ਸਮਝਾਏ ਜਾਣ ਦਾ ਮੱਤ

redundance /ਰਿ'ਡਅੱਨਡਅਨਸ/ *n* ਅਤਿ ਅਧਿਕਤਾ, ਫ਼ਾਲਤੂਪੁਣਾ, ਭਰਪੂਰਤਾ, ਬੇਲੋੜਾਪਣ; ਸ਼ਬਦ ਅਡੰਬਰ

redundancy /ਰਿ'ਡਅੱਨਡਅਨਸਿ/ *n* ਕੰਮ ਨਾ ਹੋਣ ਕਾਰਨ ਮਜ਼ਦੂਰਾਂ ਦੇ ਵਾਧੂ ਹੋ ਜਾਣ ਦਾ ਭਾਵ, ਬੇਲੋੜਾਪੁਣਾ, ਫਾਲਤੂਪੁਣਾ, ਅਧਿਕਤਾ

redundant /ਰਿ'ਡਅੱਨਡਅਨਟ/ *a* ਫ਼ਾਲਤੂ, ਅਤਿ ਅਧਿਕ; ਵਿਅਰਥ, ਫ਼ਜ਼ੂਲ; ਭਰਪੂਰ

reduplicate /ˌਰੀ'ਡਯੂਪਲਿਕੇਇਟ/ *vt* ਦੁਗਣਾ ਕਰਨਾ, ਵਧਾਉਣਾ; ਦੁਹਰਾਉਣਾ

reebok /'ਰੀਬੌਕ/ *n* ਅਫ਼ਰੀਕੀ ਕਰੰਗ

re-echo /ˌਰੀ'ਐੱਕਅਉ/ *v* ਮੁੜ ਗੂੰਜਣਾ, ਪ੍ਰਤਿਧੁਨੀ ਕਰਨਾ

reechy /'ਰੀਚਿ/ *a* ਧੁੰਦਲਾ, ਧੂਮਲ

reed /ਰੀਡ/ *n* ਨੜਾ, ਸਰਕੰਡਾ, ਕਿਲਕ; ਤੀਰ; ਬੰਸਰੀ; ਬੈਂਤ, ਚਰਵਾਹਿਆਂ ਦਾ ਗੀਤ; (ਖੱਡੀ ਦਾ) ਕਰਘਾ

re-edify /ਰੀ'ਐੱਡਿਫਾਇ/ *vt* ਪੁਨਰ ਸਿਰਜਣਾ

ਕਰਨਾ, ਮੁੜ ਬਣਾਉਣਾ, ਪੁਨਰਨਿਰਮਾਣ ਕਰਨਾ; ਮੁੜ ਮੰਚਾਰ ਕਰਨਾ, ਦੁਬਾਰਾ ਧਾਰਨ ਕਰਨਾ; ਕਮਜ਼ੋਰ ਤੰਦਾਂ ਜਾਂ ਤੰਦੂਆਂ ਦਾ ਮੁੜ ਕੇ ਤਕੜੇ ਹੋਣਾ

reediness /'ਰੀਡਿਨਅਸ/ *n* ਦੁਰਬਲਤਾ, ਲਿੱਸਾਪਣ, ਕਮਜ਼ੋਰੀ

reedy /'ਰੀਡਿ/ *a* ਨੜੇਹਾਰ, ਸਰਕੰਡੇਦਾਰ; (ਅਵਾਜ਼) ਭਰੜਾਈ ਹੋਈ

reef /ਰੀਫ/ *vt* (ਬਾਦਬਾਨ ਦੇ ਖੋਲ੍ਹੇ ਜਾਂ ਵਲ੍ਹੇਟੇ) ਤਿੰਨ ਜਾਂ ਚਾਰ ਹਿੱਸੇ ਜਾਂ ਤੈਹਾਂ *vt* ਬਾਦਬਾਨ ਵਲ੍ਹੇਟਣਾ

reefer /'ਰੀਫਅ*/ *n* (ਅਪ) ਬਾਦਬਾਨ ਨੂੰ ਛੋਟਾ ਕਰਨ ਵਾਲਾ ਮਲਾਹ; ਦੋਹਰੀ ਗੰਢ

reek /ਰੀਕ/ *n* ਧੂੰਆਂ, ਵਾਸ਼ਪ, ਭਾਫ਼; ਦੁਰਗੰਧ, ਬਦਬੋ, ਦੁਰਗੰਧਿਤ ਜਲਵਾਯੂ, ਬਦਬੋਦਾਰ ਆਬੋ-ਹਵਾ *vt* ਧੂੰਆਂ ਕੱਢਣਾ, ਵਾਸ਼ਪ ਛੱਡਣਾ, ਭਾਫ਼ ਕੱਢਣਾ; ਦੁਰਗੰਧ ਦੇਣਾ

reel /ਰੀਲ/ *n* ਵੇਲਣ, ਘਿਰਨੀ, ਚਰਖ਼ੀ, ਗਿੱਟੀ, ਗੋਲਾ, ਰੀਲ; ਡੋਰ ਵਲ੍ਹੇਟਣ, ਅਟੇਰਨ, ਛੋਟੀ ਚਰਖ਼ੀ, ਸਿਨਮੇ ਦੀ ਰੀਲ, ਕਾਂਬੇ ਵਾਲੀ ਚਾਲ *v* ਸੂਤ ਚਰਖ਼ੀ ਉੱਤੇ ਵਲ੍ਹੇਟਣਾ, ਸੂਤ ਅਟੇਰਨਾ, ਉਤਾਰਨਾ, ਅੱਡ ਕਰਨਾ; (ਅੱਖਾਂ ਜਾਂ ਸਿਰ) ਕੰਬਣਾ, ਡਗਮਗਾਉਣਾ; ਲੜਖੜਾਉਣਾ, ਚਕਰਾਉਣਾ, ਘੁੰਮਣਾ, ਹਿੱਲਣਾ, ਕੰਬਦੇ ਹੋਏ ਖੜ੍ਹੇ ਹੋਣਾ, ਰੌਂਦੇ ਹੋਏ ਚੱਲਣਾ

re-elect /ˌਰੀਇ'ਲੈੱਕਟ/ *vt* ਫਿਰ ਤੋਂ ਚੁਣਨਾ, ਨਵੇਂ ਸਿਰਿਓਂ ਚੁਣਨਾ, ਪੁਨਰ ਨਿਰਵਾਚਿਤ ਕਰਨਾ

re-election /ˌਰੀਇ'ਲੈੱਕਸ਼(ਅ)ਨ/ *n* ਪੁਨਰ ਚੋਣ, ਦੁਬਾਰਾ ਚੋਣ

reeler /'ਰੀਲਅ*/ *n* ਗੋਲਾ ਬਣਾਉਣ ਵਾਲਾ, ਚਰਖੀ ਘੁਮਾਉਣ ਵਾਲਾ, ਘਿਰਨੀ ਉੱਤੇ ਚੜ੍ਹਾਉਣ ਵਾਲਾ ਬੰਦਾ

re-employment /ˌਰੀਇਮ'ਪਲੌਇਮਅਨਟ/ *n* ਪੁਨਰ ਨਿਯੋਜਨ, ਪੁਨਰ ਨਿਯੁਕਤੀ

re-enter /ˌਰੀ'ਐੱਨਟਅ*/ *v* ਪੁਨਰ ਪ੍ਰਵੇਸ਼ ਕਰਨਾ, ਪੁਨਰ ਪ੍ਰਵੇਸ਼ ਕਰਾਉਣਾ

re-entry /ˌਰੀ'ਐੱਨਟਰਿ/ *n* ਪੁਨਰ ਪ੍ਰਵੇਸ਼, ਪੁਨਰ ਅਧਿਕਾਰ, ਦੁਬਾਰਾ ਕਬਜ਼ਾ, ਦੁਬਾਰਾ ਦਾਖ਼ਲਾ

reest /ਰੀਸਟ/ *vi* ਰੁਕਣਾ; ਧਰਨਾ ਲਾਉਣਾ

re-establish /ˌਰੀਇ'ਸਟੈਬਲਿਸ਼/ *vt* ਪੁਨਰ ਸਥਾਪਿਤ ਕਰਨਾ, ਫਿਰ ਤੋਂ ਜਮਾਉਣਾ

reeve /ਰੀਵ਼/ *n* (ਨਗਰ ਦਾ) ਮੁੱਖ ਦੰਡ ਆਧੀਸ਼, (ਕੈਨੇਡਾ) ਸਰਪੰਚ, ਪਿੰਡ ਦਾ ਪ੍ਰਧਾਨ, ਅਧਿਅਕਸ਼; ਜਹਾਜ਼ ਦਾ ਕਰਮਚਾਰੀ, ਖਰਮੱਛੀ *vt* (ਜਹਾਜ਼ ਦੀ ਗਲੀ ਵਿੱਚ) ਰੱਸੀ ਪਾਉਣਾ, ਰੱਸੀ ਪਰੋਣਾ

re-examination /ˌਰੀਇਗˌਜ਼ੈਮਿ'ਨੇਇਸ਼ਨ/ *n* ਪੁਨਰ ਪਰੀਖਿਆ, ਦੁਬਾਰਾ ਇਮਤਿਹਾਨ

ref. /ਰੈਫ਼/ *abbr* **reference** ਦਾ ਸੰਖਿਪਤ ਰੂਪ, ਦੇਖੋ **rference**

refection /ਰਿ'ਫ਼ੈੱਕਸ਼ਨ/ *n* ਨੁਕਲ ਪਾਣੀ, ਜਲਪਾਨ, ਅਲਪ ਆਹਾਰ

refective /ਰਿ'ਫ਼ੈੱਕਟਿਵ਼/ *a* ਨਾਸ਼ਤੇਯੋਗ, ਜਲਪਾਨ ਯੋਗ, ਤਾਜ਼ਾ ਕਰ ਦੇਣ ਵਾਲਾ

refectory /ਰਿ'ਫ਼ੈੱਕਟਰਿ/ *n* (ਮੱਠ, ਕਾਲਜ ਆਦਿ ਦਾ) ਖਾਣ ਦਾ ਕਮਰਾ, ਲੰਗਰਖ਼ਾਨਾ

refer /ਰਿ'ਫ਼ਅ:*/ *v* ਸੰਬੰਧ ਜੋੜਨਾ, ਸੌਂਪਣਾ, ਸਪੁਰਦ ਕਰਨਾ; ਭੇਜਣਾ; ਪ੍ਰਮਾਣ ਦੇਣਾ, ਹਵਾਲਾ ਦੇਣਾ, ਸੰਕੇਤ ਕਰਨਾ; (ਕਥਾ ਜਾਂ ਉਕਤੀ) ਵੇਖਣਾ; ਸੰਕੇਤ ਅਨੁਸਾਰ ਲੱਭਣਾ; ਧਿਆਨ ਖਿੱਚਣਾ; ਪੁੱਛਣਾ, ਫ਼ੈਸਲੇ ਜਾਂ ਸਲਾਹ ਲਈ ਭੇਜਣਾ

referee /ˌਰੈਫ਼ਅ'ਰੀ/ *n* ਪੰਚ, ਨਿਰਨਾਇਕ, ਵਿਚਾਰਕ, ਜੱਜ, ਰੈਫ਼ਰੀ

reference /'ਰੈਫ਼ਰਅਨਸ/ *n* ਸੰਬੰਧ, ਮੇਲ, ਸਮਾਨਤਾ; ਨਿਰਦੇਸ਼; ਪ੍ਰਸੰਗ, ਸੰਦਰਭ, ਉਲੇਖ, ਹਵਾਲਾ, ਸੰਕੇਤ ਚਿੰਨ੍ਹ, ਨਿਰੀਖਣ; ਪੁਸਤਕਾਂ ਵਿੱਚੋਂ ਦਿੱਤਾ ਪ੍ਰਮਾਣ

reference book *n* ਹਵਾਲਾ ਪੁਸਤਕ, ਸੰਦਰਭ ਗ੍ਰੰਥ

reference library *n* ਉਹ ਲਾਇਬਰੇਰੀ ਜਿੱਥੇ ਕਿਤਾਬਾਂ ਘਰ ਲੈ ਕੇ ਜਾਣ ਦੀ ਬਜਾਏ ਉੱਥੇ ਹੀ ਪੜ੍ਹਨ ਦੀ ਇਜਾਜ਼ਤ ਹੋਵੇ, ਹਵਾਲਾ ਪੁਸਕਤਾਂ ਭਾਵ

ਮੂਲ ਸਮਗਰੀ ਵਾਲੀ ਲਾਇਬਰੇਰੀ

referendum /ˌਰੈਫ਼ੱਅ'ਰੈਨੱਡਅਮ/ *n* ਲੋਕਮੱਤ, ਜਨ-ਮੱਤ, ਲੋਕ ਨਿਰਨਾ

referral /ਰਿ'ਫ਼ਅ:ਰਅਲ/ *n* ਕਿੱਤੇ ਦੀ ਵਧੇਰੇ ਜਾਣਕਾਰੀ ਲੈਣ ਲਈ ਕਿਸੇ ਕਰਮਚਾਰੀ ਨੂੰ ਹੋਰ ਥਾਂ ਭੇਜਣ ਦੀ ਕਿਰਿਆ, ਉੱਚ ਸਿਖਲਾਈ ਸਿੱਖਿਆ

refine /ਰਿ'ਫ਼ਾਇਨ/ *v* ਸੋਧਣਾ, ਸ਼ੁੱਧ ਕਰਨਾ, ਨਿਰਮਲ ਕਰਨਾ ਜਾਂ ਹੋਣਾ, ਸਾਫ਼ ਕਰਨਾ ਜਾਂ ਹੋਣਾ; ਨਿਖਾਰਨਾ, ਨਿੱਖਰਨਾ, ਸੋਹਣਾ ਬਣਾਉਣਾ, ਮਨੋਹਰ ਬਣਾਉਣਾ; (ਭਾਸ਼ਾ ਜਾਂ ਵਿਚਾਰ) ਸੂਖਮ ਬਣਾਉਣਾ

refined /ਰਿ'ਫ਼ਾਇਨਡ/ *a* ਸ਼ੁੱਧ, ਵਿਸ਼ੁੱਧ, ਨਿਰਮਲ; ਸਾਫ਼, ਸ਼ਿਸ਼ਟ

refinement /ਰਿ'ਫ਼ਾਇਨਮਅਨਟ/ *n* ਨਿਰਮਲਤਾ, ਸੁਧਾਈ, ਸ਼ੁੱਧਤਾ; ਵਿਚਾਰਾਂ ਦੀ ਨਜ਼ਾਕਤ, ਸੂਖਮਤਾ

refiner /ਰਿ'ਫ਼ਾਇਨਅ*/ *n* ਸਾਫ਼ ਕਰਨ ਵਾਲਾ ਆਦਮੀ, ਸੋਧਕ

refinery /ਰਿ'ਫ਼ਾਇਨਅਰਿ/ *n* ਤਰਲ ਪਦਾਰਥ ਨੂੰ ਸਾਫ਼ ਸੁਥਰਾ ਬਣਾਉਣ ਵਾਲੀ ਫ਼ੈਕਟਰੀ, ਪੈਟਰੋਲ ਡੀਜ਼ਲ ਜਾਂ ਧਾਤਾਂ ਆਦਿ ਵਿੱਚ ਸ਼ੁੱਧਤਾ ਲਿਆਉਣ ਵਾਲਾ ਕਾਰਖ਼ਾਨਾ

refit /ˌਰੀ'ਫ਼ਿਟ/ *v* ਸੁਧਾਰਨਾ, ਮੁਰੰਮਤ ਕਰਨਾ; ਬਠਾਉਣਾ *n* ਮੁਰੰਮਤ, ਦੁਬਾਰਾ ਫਿਟਿੰਗ

reflate /ˌਰੀ'ਫ਼ਲੇਇਟ/ *v* ਮੁਦਰਾ ਦਾ ਵਿਕਾਸ ਕਰਨਾ ਜਾਂ ਹੋਣਾ

reflect /ਰਿ'ਫ਼ਲੈਕੱਟ/ *v* ਪਿੱਛੇ ਮੋੜਨਾ, ਵਾਪਸ ਕਰਨਾ; ਉਛਾਲਨਾ; ਪ੍ਰਤਿਬਿੰਬਤ ਕਰਨਾ, ਅਕਸ ਪਾਉਣਾ; ਉਲਟਾ ਫਲ ਹੋਣਾ, ਵਿਰੋਧੀ ਸਿੱਟਾ ਦੇਣਾ; ਪਲਟਾ ਖਾਣਾ, ਮੁੜਨਾ, ਪ੍ਰਤਿਰੂਪ ਹੋਣਾ; ਕਲੰਕਿਤ ਕਰਨਾ; ਯਾਦ ਕਰਨਾ, ਸਮਰਣ ਕਰਨਾ, ਧਿਆਨ ਕਰਨਾ, ਚਿੰਤਨ ਕਰਨਾ, ਮਨ ਵਿੱਚ ਵਿਚਾਰ ਕਰਨਾ, ਸੋਚਣਾ

reflectible /ਰਿ'ਫ਼ਲੈਕੱਟਿਬਲ/ *a* ਉਛਾਲਨਯੋਗ, ਪ੍ਰਤਿਬਿੰਬ ਪਾਉਣ ਯੋਗ, ਉਲਟਾ ਫਲ ਦੇਣ ਯੋਗ

reflection /ਰਿ'ਫ਼ਲੈਕੱਸ਼ਨ/ *n* ਪ੍ਰਤਿਬਿੰਬ, ਅਕਸ, ਪਰਛਾਵਾਂ; ਦੋਸ਼, ਤੁਹਮਤ, ਇਲਜ਼ਾਮ, ਨਿੰਦਾਜਨਕ ਕਾਰਜ; ਚਿੰਤਨ, ਪੁਨਰ ਵਿਚਾਰ, ਬੌਧਿਕ ਸ਼ਕਤੀ, ਮਾਨਸਿਕ ਸਮਰੱਥਾ; ਭਾਵ, ਭਾਵਨਾ, ਕਲਪਨਾ, ਸਮੀਖਿਆ, ਮਾਨਸਿਕ ਆਲੋਚਨਾ

reflector /ਰਿ'ਫ਼ਲੈਕੱਟਅ*/ *n* ਦਰਪਣ, ਸ਼ੀਸ਼ਾ; ਮੂਰਤੀ ਪਰਾਵਰਤਿਕ ਯੰਤਰ

reflet /ਰਅਫ਼ਲੈ˘/ *(F) n* ਚਮਕ, ਲਿਸ਼ਕ

reflex /'ਰੀਫ਼ਲੈਕੱਸ/ *n* ਪਰਤੌ, ਜੋਤ, ਝਲਕ; ਤੇਜ਼; ਜਲਵਾ, ਪ੍ਰਤਿਬਿੰਬਤ ਕੀਰਤੀ; (ਚਿੱਤਰ ਦਾ) ਪ੍ਰਭਾਵਿਤ ਭਾਗ, ਅਕਸ, ਛੱਬ, ਪਰਛਾਈ; ਪ੍ਰਤਿਕਿਰਿਆ *a* ਮੁੜਿਆ ਹੋਇਆ; (ਵਿਚਾਰ) ਅੰਤਰਮੁਖ, ਆਤਮ ਚਿੰਤਨਮਈ; (ਪਰਿਣਾਮ ਜਾਂ ਪ੍ਰਭਾਵ) ਪ੍ਰਤਿਕਿਰਿਆਤਮਿਕ, ਉਲਟਾ ਪ੍ਰਭਾਵ ਪਾਉਣ ਵਾਲਾ; (ਵਿਆ) ਨਿੱਜਵਾਚਕ

reflexive /ਰਿ'ਫ਼ਲੈਕੱਸਿਵ਼/ *a* (ਵਿਆ) ਨਿੱਜਵਾਚਕ (ਵਿਸ਼ੇਸ਼ਣ)

reflourish /ˌਰੀ'ਫ਼ਲਅੱਰਿਸ਼/ *vi* ਲਹਿਲਹਾਉਣਾ; ਮੁੜ ਫੁਟ ਪੈਣਾ

refluence /'ਰੈਫ਼ੱਲੂਅਨਸ/ *n* ਉਲਟਾ ਵਹਾਅ, ਉਲਟੀ ਚਾਲ

refluent /'ਰੈਫ਼ੱਲੁਅਨਟ/ *a* ਉਲਟਾ ਵਗਣ ਵਾਲਾ

reforestation /ˌਰੀਫ਼ੌਰਿ'ਸਟੇਇਸ਼ਨ/ *n* (ਕੱਟੇ ਗਏ ਜੰਗਲ ਵਾਲੇ ਥਾਂ) ਮੁੜ ਜੰਗਲ ਲਾਉਣਾ, ਨਵੇਂ ਸਿਰੇ ਤੋਂ ਦਰਖ਼ਤ ਪੌਦੇ ਲਾਉਣਾ

reform /ਰਿ'ਫ਼ੋਮ/ *v* ਪੁਨਰਗਠਨ ਕਰਨਾ; ਸੋਧਣਾ, ਸੁਧਾਰਨਾ, ਸੁਧਰਨਾ, ਠੀਕ ਕਰਨਾ ਜਾਂ ਹੋਣਾ; ਭੈੜ ਮਿਟਾਉਣਾ; ਹਟਾਉਣਾ, ਦੂਰ ਕਰਨਾ; ਮੁਰੰਮਤ ਕਰਨਾ *n* ਸੁਧਾਰ; ਪੁਨਰਗਠਨ, ਸੋਧ, ਸੁਧਾਈ, ਦੋਸ਼ ਨਿਵਿਰਤੀ

reformation /ˌਰੈਫ਼ੱਅ'ਮੇਇਸ਼ਨ/ *n* ਪੁਨਰਗਠਨ, ਨਵ ਨਿਰਮਾਣ, ਪੁਨਰ ਨਿਰਮਾਣ, ਸੁਧਾਰ; (ਇਤਿ) ਈਸਾਈ ਚਰਚ ਦਾ ਸੁਧਾਰ

reformatory /ਰਿ'ਫ਼ੋਮਅਟਰਿ/ *n* ਬਾਲ ਸੁਧਾਰ

ਵਿਦਿਆਲਾ; ਸੁਧਾਰ ਘਰ

reformer /ਰਿ'ਫ਼ੋਮਅ*/ *n* ਸੁਧਾਰਕ, ਸਮਾਜ ਸੁਧਾਰਕ, ਸੰਸ਼ੋਧਕ

refract /ਰਿ'ਫ਼ਰੈਕਟ/ *vt* (ਚਾਨਣ ਜਾਂ ਪ੍ਰਕਾਸ਼ ਦਾ) ਅਪਵਰਤਿਤ ਕਰਨਾ

refractory /ਰਿ'ਫ਼ਰੈਕਟ(ਅ)ਰਿ/ *a* ਜ਼ਿੱਦੀ, ਅੜੀਅਲ, ਅਮੋੜ, ਅਸਾਧ, ਅਵੱਲਾ, ਹਠੀਲਾ; ਢੀਠ

refrain¹ /ਰਿ'ਫ਼ਰੇਇਨ/ *n* (ਗੀਤ ਆਦਿ ਵਿੱਚ) ਟੇਕ; ਅੰਤਰਾ, ਬਾਰ-ਬਾਰ ਆਉਣ ਵਾਲੀ ਤੁਕ, ਰਹਾਉ

refrain² *v* ਰੋਕਣਾ, ਰੁਕਣਾ, ਥੰਮ੍ਹਣਾ; ਟਲਣਾ; (ਕਿਸੇ ਕੰਮ ਤੋਂ) ਦੂਰ ਰਹਿਣਾ, ਬਾਜ਼ ਆਉਣਾ, ਹਟਣਾ, ਮੂੰਹ ਫੇਰ ਲੈਣਾ; (ਆਤਮਾ; ਹੰਝੂ ਆਦਿ ਉੱਤੇ) ਨਿਯੰਤਰਨ ਰੱਖਣਾ; ਸੰਜਮ ਰੱਖਣਾ; ਅਧਿਕਾਰ ਰੱਖਣਾ; ਦਮਨ ਕਰਨਾ

refrangible /ਰਿ'ਫ਼ਰੈਨਜਿਬ(ਅ)ਲ/ *a* ਜੋ ਮੋੜਿਆ ਜਾ ਸਕੇ

refresh /ਰਿ'ਫ਼ਰੈਸ਼/ *v* ਮੁੜ ਜਾਨ ਪਾਉਣਾ, ਤਕੜਾ ਕਰਨਾ, ਬਲ ਅਤੇ ਤੇਜ ਦਾ ਮੁੜ ਵਾਧਾ ਕਰਨਾ; ਮੁੜ ਤਾਜ਼ਾ ਕਰਨਾ; (ਅੱਗ ਨੂੰ) ਮੁੜ ਕੇ ਸੁਲਗਾਉਣਾ; ਸਜਰਾਉਣਾ, ਜਗਾਉਣਾ, ਸੁਰਜੀਤ ਕਰਨਾ; ਜਲਪਾਨ ਕਰਨਾ, ਪਾਣੀ-ਧਾਣੀ ਪੀਣਾ

refresher /ਰਿ'ਫ਼ਰੈਸ਼ਅ*/ *n* ਤਾਜ਼ਾ ਕਰਨ ਵਾਲਾ; ਪਾਣੀ-ਧਾਣੀ, ਪੀਣ ਦਾ ਪਦਾਰਥ; ਰੀਫ਼ਰੈਸ਼ਰ ਕੋਰਸ

refresher course *n* ਪੜ੍ਹਾਉਣ ਵਿੱਚ ਨਵੀਆਂ ਵਿਧੀਆਂ ਵਿਚਾਰਾਂ ਦਾ ਕੋਰਸ

refreshment /ਰਿ'ਫ਼ਰੈਸ਼ਮਅਨਟ/ *n* ਜਲਪਾਨ; ਉਪ ਆਹਾਰ; ਤਾਜ਼ਗੀ, ਤਾਜ਼ਾਦਮ

refrigerant /ਰਿ'ਫ਼ਰਿਜ(ਅ)ਰ(ਅ)ਨਟ/ *a* ਠੰਡ ਪਾਊ, ਠੰਡਾ ਕਰਨ ਵਾਲਾ

refrigerate /ਰਿ'ਫ਼ਰਿਜਅਰੇਇਟ/ *vt* ਠੰਢਾ ਕਰਨਾ, ਸ਼ੀਤਲ ਕਰਨਾ; ਜਮਾਉਣਾ; ਸੁਰੱਖਿਅਤ ਕਰਨਾ (ਬਹੁਤਾ ਠੰਢਾ ਕਰਕੇ)

refrigeration /ਰਿ,ਫ਼ਰਿਜਅ'ਰੇਇਸ਼ਨ/ *n* ਠੰਢਾ ਕਰਕੇ ਜਮਾਉਣ ਦੀ ਕਿਰਿਆ, ਸ਼ੀਤਲੀਕਰਨ

refrigerator /ਰਿ'ਫ਼ਰਿਜਅਰੇਇਟਅ*/ *n* ਪਾਣੀ ਅਤੇ ਖਾਣ ਪੀਣ ਦੀਆਂ ਵਸਤਾਂ ਆਦਿ ਨੂੰ ਠੰਡਾ ਰੱਖਣ ਵਾਲਾ ਯੰਤਰ, ਰੈਫ਼ਰਿਜਰੇਟਰ, ਫਰਿੱਜ

refuge /'ਰੈਫ਼ਯੂਜ/ *n* ਆਸਰਾ, ਸ਼ਰਨ, ਓਟ, ਆੜ, ਢੋਈ, ਟਿਕਾਣਾ, ਪਨਾਹ; ਚਬੂਤਰਾ; ਸ਼ਰਨ ਦੇਣ ਵਾਲਾ ਬੰਦਾ, ਆਸਰਾ ਦਾਤਾ *v* ਆਸਰਾ ਦੇਣਾ, ਸ਼ਰਨ ਦੇਣਾ, ਪਨਾਹ ਦੇਣਾ; ਗ੍ਰਹਿਣ ਕਰਨਾ; ਸ਼ਰਨ ਵਿੱਚ ਜਾਣਾ, ਆਸਰਾ ਲੈਣਾ, ਪਨਾਹ ਲੈਣਾ

refugee /,ਰੈਫ਼ਯੂ'ਜ਼ਿ/ *n* ਸ਼ਰਨਾਰਥੀ, ਸ਼ਰਨਾਗਤ, ਪਨਾਹਗੀਰ, ਰਫ਼ਿਊਜੀ

refulgence /ਰਿ'ਫ਼ਅੱਲਜ(ਅ)ਨਸ/ *n* ਤੇਜ, ਪ੍ਰਕਾਸ਼, ਆਭਾ

refulgent /ਰਿ'ਫ਼ਅੱਲਜਅਨਟ/ *a* ਤੇਜਮਈ, ਪ੍ਰਕਾਸ਼ਮਾਨ

refund /,ਰੀ'ਫ਼ਅੱਨਡ/ *v* ਰੁਪਿਆ ਵਾਪਸ ਕਰਨਾ; ਰਕਮ ਮੁੜ ਜਮ੍ਹਾਂ ਕਰਨਾ; ਮੋੜ ਦੇਣਾ, ਪਰਤਾਉਣਾ; ਵਾਪਸ ਦੇ ਦੇਣਾ, ਪੁਨਰ ਪ੍ਰਦਾਨ ਕਰਨਾ /'ਰੀਫ਼ਅੱਨਡ/ *n* ਵਾਪਸੀ, ਦੁਬਾਰਾ ਅਦਾਇਗੀ

refundment /ਰਿ'ਫ਼ਅੱਨਡਮਅਨਟ/ *n* ਧਨ ਦੀ ਵਾਪਸੀ; ਦੁਬਾਰਾ ਅਦਾਇਗੀ

refurbish /,ਰੀ'ਫ਼ਅ:ਬਿਸ਼/ *v* (ਇਮਾਰਤ ਨੂੰ) ਸਾਫ਼–ਸੁਥਰਾ ਕਰਨਾ ਤੇ ਸਜਾਉਣਾ, ਮਕਾਨ ਵਿੱਚ ਨਵਾਂ ਸਮਾਨ ਭਰ ਕੇ ਲਾਭਕਾਰੀ ਬਣਾਉਣਾ

refusable /ਰਿ'ਫ਼ਯੂਜ਼ਅਬਲ/ *a* ਅਸਵੀਕਾਰ ਕਰਨ ਯੋਗ, ਨਾਮਨਜ਼ੂਰ ਕਰਨ ਯੋਗ, ਰੱਦਣਯੋਗ

refusal /ਰਿ'ਫ਼ਯੂਜ਼ਲ/ *n* ਇਨਕਾਰ, ਨਾਂਹ, ਅਪ੍ਰਵਾਨਗੀ, ਅਸਵੀਕ੍ਰਿਤੀ, ਅਸੰਮਤੀ, ਨਾਮਨਜ਼ੂਰੀ

refuse¹ /ਰਿ'ਫ਼ਯੂਜ਼/ *v* ਨਾਂਹ ਕਰਨਾ, ਇਨਕਾਰ ਕਰਨਾ, ਨਾਮਨਜ਼ੂਰ ਕਰਨਾ, ਅਸਵੀਕਾਰ ਕਰਨਾ, ਮਨ੍ਹਾਂ ਕਰਨਾ; ਨਾ ਦੇਣਾ, ਨਾ ਮੰਨਣਾ; (ਤਾਸ਼ ਦੇ ਪੱਤਿਆਂ ਦਾ) ਕ੍ਰਮਵਾਰ ਨਾ ਹੋਣਾ, ਲਗਾਤਾਰ ਨਾ ਹੋਣਾ

refuse² /'ਰੈਫ਼ਯੂਸ/ *n* ਤੁੱਛ ਵਸਤੂ, ਕੂੜਾ, ਮੈਲ, ਜੂਠ; ਰਹਿੰਦ-ਖੂੰਹਦ, ਰੱਦੀ ਫੋਗ, ਛਾਂਟ-ਛੂੰਟ *a* ਨਿਕੰਮਾ, ਵਿਅਰਥ, ਤੁੱਛ

refutable /'ਰੈਫ਼ਯੁਟਅਬਲ/ *a* ਖੰਡਨ ਕਰਨ ਯੋਗ, ਨਿਕਾਰਨਯੋਗ

refutation /ˌਰੈਫ਼ਯੁ'ਟੇਇਸ਼ਨ/ *n* ਖੰਡਨ, ਨਿਸ਼ੇਧ, ਨਿਕਾਰਨ

refute /ਰਿ'ਫ਼ਯੂਟ/ *vi* ਖੰਡਨ ਕਰਨਾ, ਰੱਦ ਕਰਨਾ, ਝੁਠਲਾਉਣਾ, ਤਰਦੀਦ ਕਰਨਾ, ਗ਼ਲਤ ਸਿੱਧ ਕਰਨਾ

regain /ਰਿ'ਗੇਇਨ/ *vt* ਫਿਰ ਪ੍ਰਾਪਤ ਕਰਨਾ, ਪੁਨਰ ਅਧਿਕਾਰ ਕਰਨਾ, ਮੁੜ ਪੈਰਾਂ 'ਤੇ ਖੜ੍ਹਨਾ, ਸੰਭਲਨਾ

regal /'ਰੀਗਲ/ *a* ਰਾਜਕੀ, ਸ਼ਾਹੀ, ਸ਼ਾਹਾਨਾ, ਸ਼ਾਨਦਾਰ

regale /ਰਿ'ਗੇਇਲ/ *n* ਦਾਅਵਤ, (ਭੋਜਨ ਜਾਂ ਵਾਰਤਾਲਾਪ ਦੁਆਰਾ) ਤ੍ਰਿਪਤ ਕਰਨਾ, ਪ੍ਰਸੰਨ ਕਰਨਾ, ਮਨੋਰੰਜਨ ਕਰਨਾ; (ਸੁੰਦਰਤਾ, ਫੁੱਲ ਆਦਿ ਦਾ) ਪ੍ਰਫੁੱਲਤ ਕਰਨਾ ਜਾਂ ਹੋਣਾ, ਪ੍ਰਸੰਨ ਕਰਨਾ, ਅਨੰਦ ਦੇਣਾ; ਸੁਆਦੀ ਭੋਜਨ ਕਰਨਾ, ਦਾਹਵਤਾਂ ਉਡਾਉਣਾ

regalement /ਰਿ'ਗੇਇਲਮਅਨਟ/ *n* ਜ਼ਿਆਫਤ, ਜਸ਼ਨ, ਮਨੋਰੰਜਨ

regalia /ਰਿ'ਗੇਇਲਿਅ/ *n* (ਬਹੁ) ਰਾਜ ਚਿੰਨ੍ਹ; ਸ਼ਾਨੋ-ਸ਼ੌਕਤ, ਸ਼ਾਹੀ ਸਹੂਲਤਾਂ, ਸ੍ਰੇਸ਼ਠ ਕਿਸਮ ਦਾ ਸਿਗਾਰ; (ਕਿਸੇ ਸੰਸਥਾ ਦਾ) ਨਿਸ਼ਾਨ

regality /ਰਿ'ਗੈਲਿਟਿ/ *n* ਪ੍ਰਭੁਤਵ, ਰਾਜਤਵ; ਰਾਜ-ਕਾਜ, ਰਈਸੀ, ਰਾਜਕੀ ਠਾਠ; ਰਾਜਕੀ ਅਧਿਕਾਰ

regard /ਰਿ'ਗਾਡ/ *v* ਆਦਰ ਕਰਨਾ, ਸਤਿਕਾਰ ਕਰਨਾ; ਵੇਖਣਾ, ਤੱਕਣਾ, ਵਿਚਾਰਨਾ, ਧਿਆਨ ਦੇਣਾ, ਸਮਝਣਾ, ਸੰਬੰਧ ਰੱਖਣਾ; ਮੰਨਣਾ *n* ਸਨਮਾਨ, ਆਦਰ, ਸਤਿਕਾਰ; ਤੱਕਣੀ, ਪੁੱਛ ਪ੍ਰਤੀਤ, ਗਹੁ, ਖ਼ਾਤਰ, ਲਿਹਾਜ਼, ਖ਼ਿਆਲ, ਧਿਆਨ

regardant /ਰਿ'ਗਾਡ(ਅ)ਨਟ/ *a* ਸਾਵਧਾਨ, ਖ਼ਬਰਦਾਰ

regardful /ਰਿ'ਗਾਡਫ਼ੁਲ/ *a* ਸਾਵਧਾਨ, ਖ਼ਬਰਦਾਰ, ਸਚੇਤ, ਸਤਰਕ; ਸਨਮਾਨ ਕਰਨ ਵਾਲਾ, ਆਦਰ ਕਰਨ ਵਾਲਾ

regardless /ਰਿ'ਗਾਡਲਅਸ/ *a* ਬੇਪਰਵਾਹ, ਬੇਫ਼ਿਕਰ, ਅਣਉਤਸੁਕ

regatta /ਰਿ'ਗੈਟਅ/ *n* ਕਿਸ਼ਤੀਆਂ ਦੀ ਦੌੜ ਦਾ ਮੁਕਾਬਲਾ

regelate /ਰੀਜਿ'ਲੇਇਟ/ *vi* (ਬਰਫ਼ ਦਾ) ਦੁਬਾਰਾ ਜੰਮ ਕੇ ਇੱਕ ਹੋ ਜਾਣਾ

regelation /ˌਰੀਜਿ'ਲੇਇਸ਼ਨ/ *n* ਫਿਰ ਜੰਮ ਜਾਣ ਦੀ ਕਿਰਿਆ

regency /'ਰੀਜਅਨਸਿ/ *n* ਰੀਜੰਸੀ, ਨਵਾਬਸ਼ਾਹੀ, ਰਾਜ ਪ੍ਰਤਿਨਿਧਤਾ; ਬਾਦਸ਼ਾਹ ਦੇ ਨਾਇਬ ਦਾ ਪਦ, ਰਾਜ ਪ੍ਰਤਿਨਿਧ ਪਦ

regenerate /ਰਿ'ਜੈਨੱਅਰੇਇਟ/ *v* ਸੁਰਜੀਤ ਕਰਨਾ ਜਾਂ ਹੋਣਾ, ਨਵਾਂ ਜਨਮ ਲੈਣਾ ਜਾਂ ਦੇਣਾ; ਆਤਮ ਸੁਧਾਰ ਕਰਨਾ, ਸੁਧਾਰ ਕਰਨਾ, ਉੱਧਾਰ ਕਰਨਾ; ਪੁਨਰ ਜਨਮ ਦੇਣਾ *a* ਪੁਨਰ ਉੱਧਾਰਕ੍ਰਿਤ, ਪੁਨਰ ਸੁਰਜੀਤ, ਪੁਨਰ ਉਤਪੰਨ, ਨਵ ਉਤਸ਼ਾਹਯੁਕਤ

regeneration /ਰਿˌਜੈਨੱਅ'ਰੇਇਸ਼ਨ/ *n* ਨਵਾਂ ਜਨਮ, ਪੁਨਰ ਜਨਮ; ਪੁਨਰ ਉੱਧਾਰ, ਪੁਨਰ ਉੱਥਾਨ; ਪੁਨਰ ਜਣਨ, ਪੁਨਰ ਸੁਰਜੀਤੀ; ਸੁਧਾਰ, ਉੱਧਾਰ; ਨਵੀਂ ਉਮੰਗ, ਨਵਾਂ ਉਤਸ਼ਾਹ

regenerative /ਰਿ'ਜੈਨੱਅਰਅਟਿਵ੍/ *a* ਪੁਨਰ ਜਨਮ ਦਾ; ਨਵਾਂ ਉਤਸ਼ਾਹ ਭਰਨ ਵਾਲਾ, ਸੁਰਜੀਤ ਕਰਨ ਵਾਲਾ; ਪੁਨਰ ਉਤਪੰਨ ਕਰਨ ਵਾਲਾ

regenerator /ਰਿ'ਜੈਨੱਅਰੇਇਟਅ*/ *n* ਭੱਠੀ ਵਿੱਚ ਅੱਗ ਦਾ ਤਾਪਮਾਨ ਵਧਾਉਣ ਦਾ ਸਾਧਨ, ਪੁਨਰ-ਉਥਾਪਕ

regenesis /ਰੀ'ਜੈਨੱਅਸਿਸ/ *n* ਪੁਨਰਜਨਮ, ਪੁਨਰਜਣਨ; ਪੁਨਰਉਤਪਤੀ, ਪੁਨਰਜੀਵਨ

regent /'ਰੀਜਅਨਟ/ *n* ਰੀਜੰਟ, ਸ਼ਾਹੀ ਪ੍ਰਤਿਨਿਧ, ਸ਼ਾਸਨ ਪਾਲ; ਰਾਜੇ ਦੀ ਗ਼ੈਰਹਾਜ਼ਰੀ

ਵਿੱਚ ਸ਼ਾਸਨ ਚਲਾਉਣ ਵਾਲਾ ਵਿਅਕਤੀ; ਬਾਦਸ਼ਾਹ ਦੇ ਨਾਬਾਲਗ਼ ਹੋਣ ਸਮੇਂ ਰਾਜ ਚਲਾਉਣ ਵਾਲਾ ਅਧਿਕਾਰੀ, ਪ੍ਰਤਿਰਾਜ

regicidal /ˌਰੈੱਜਿ'ਸਾਇਡ(ਅ)ਲ/ *a* ਰਾਜ ਘਾਤਕ, ਰਾਜ ਹੱਤਿਆ ਸੰਬੰਧੀ

regicide /'ਰੈੱਜਿਸਾਇਡ/ *n* ਰਾਜ ਘਾਤਕ, ਰਾਜ ਹੰਤਾ; ਰਾਜ-ਘਾਤ, ਰਾਜ ਹੱਤਿਆ

regie /ਰੇਇ'ਯ਼ੀ/ *(F) n* ਰਾਜ ਦਾ ਅਧਿਕਾਰ, ਰਾਜ ਨਿਯੰਤਰਨ

regime /ਰੇਇ'ਯ਼ੀਮ/ *n* ਸ਼ਾਸਨ; ਸ਼ਾਸਨ ਪੱਧਤੀ, ਰਾਜ ਸ਼ਾਸਨ ਪ੍ਰਨਾਲੀ; ਰਾਜ ਪ੍ਰਬੰਧ, ਸ਼ਾਸਨ ਕਾਲ, ਰਾਜ ਕਾਲ, ਹਕੂਮਤ ਦਾ ਸਮਾਂ, ਦੌਰ

regimen /'ਰੈੱਜਿਮਅਨ/ *n* (ਖਾਣ, ਪੀਣ, ਕਸਰਤ ਆਦਿ ਬਾਰੇ) ਪ੍ਰਨਾਲੀ; ਕਾਇਦਾ, ਢੰਗ, ਰੀਤੀ, ਵਿਧੀ, ਪੱਧਤੀ; (ਵਿਆ) ਪਰਸਪਰਕ ਸੰਬੰਧ; ਕਾਰਕ ਪ੍ਰਕਿਰਿਆ, ਪਥ ਅਪਥ ਨੇਮ

regiment /'ਰੈੱਜਿਮਅਨਟ/ *n* (ਫ਼ੌਜ ਦੀ) ਰਜਮੰਟ, ਪਲਟਨ; ਨੇਮ, ਵਿਧਾਨ, ਸ਼ਾਸਨ, ਵਿਧੀ *v* ਰਜਮੰਟ ਬਣਾਉਣਾ, ਜਥੇਬੰਦ ਕਰਨਾ, ਸੰਗਠਿਤ ਕਰਨਾ, ਅਨੁਸ਼ਾਸਿਤ ਕਰਨਾ

regimental /ˌਰੈੱਜਿ'ਮੈੱਨਟਲ/ *a* ਰਜਮੰਟੀ, ਰਜਮੰਟ ਦਾ

regimentals /ˌਰੈੱਜਿ'ਮੈੱਨਟ(ਅ)ਲਜ਼/ *n* (ਬਹੁ) ਫ਼ੌਜੀ ਵਰਦੀ, ਸੈਨਿਕ ਵਸਤਰ

regimentation /ˌਰੈੱਜਿਮੈੱਨ'ਟੇਇਸ਼ਨ/ *n* ਜਥੇਬੰਦੀ, ਸੰਗਠਨ; ਕਠੋਰ ਨਿਯੰਤਰਨ, ਇਕਮਾਰਗੀਕਰਨ

regimented /'ਰੈੱਜਿਮੈੱਨਟਿਡ/ *a* ਨਿਯਮਾਂ ਅਨੁਸਾਰ ਚੱਲਣ ਵਾਲਾ, ਅਨੁਸ਼ਾਸਿਤ

regina /ਰਿ'ਜਾਇਨਅ/ *n* ਗੱਦੀ ਪ੍ਰਾਪਤ ਕਰਤਾ ਰਾਣੀ, ਮਹਾਰਾਣੀ, ਰਾਣੀ

region /'ਰੀਜਅਨ/ *n* ਖੇਤਰ, ਪ੍ਰਦੇਸ਼, ਇਲਾਕਾ, ਖੰਡ; ਅਧਿਕਾਰ ਖੇਤਰ

regional /'ਰੀਜਅਨਲ/ *a* ਖੇਤਰੀ, ਪ੍ਰਾਦੇਸ਼ਕ, ਇਲਾਕਾਈ; ਸਥਾਨਕ

regionalism/'ਰੀਜਅਨਅਲਿਜ਼ਅਮ/ *n* ਪ੍ਰਾਦੇਸ਼ਿਕਤਾ, ਪ੍ਰਦੇਸ਼ਵਾਦ; ਦੇਸ਼ ਦੇ ਖ਼ਾਸ ਖੇਤਰ ਦੀ ਭਾਸ਼ਾ, ਉਪਭਾਸ਼ਾਈ ਖੇਤਰ, ਉਪਭਾਸ਼ਾਈ ਖੇਤਰ ਲਈ ਆਰਥਿਕ ਰਾਜਨੀਤਕ ਤੇ ਸੁਤੰਰਤਾ ਦੇ ਮੰਗੇ ਗਏ ਅਧਿਕਾਰ

register /'ਰੈੱਜਿਸਟਅ*/ *n* ਰਜਿਸਟਰ, ਵਹੀ, ਸੂਚੀ; (ਵਾਜਿਆਂ ਵਿੱਚ ਸੁਰ ਠੀਕ ਕਰਨ ਲਈ) ਸੁਰ ਨਿਰਦੇਸ਼ਕ; ਗਤੀ ਲੇਖਕ ਯੰਤਰ; (ਭਾਸ਼ਾ) ਰਜਿਸਟਰ; (ਚਿੱਤਰ) ਚਿੱਤਰ ਪਟਕਾ ਦਾ ਕੇਂਦਰਿਤ ਕਰਨ ਵਾਲੇ ਪਰਦੇ ਦੇ ਨਾਲ ਮੇਲ ਜਾਂ ਸੰਗਤੀ *v* ਵਹੀਖਾਤੇ ਵਿੱਚ ਚੜ੍ਹਾਉਣਾ; ਇੰਦਰਾਜ ਕਰਨਾ, ਲੇਖਬੱਧ ਕਰਨਾ; (ਅਲੰਕਾਰਕ) ਯਾਦ ਕਰ ਲੈਣਾ; (ਯੰਤਰ ਦਾ) ਅੰਕਿਤ ਕਰਨਾ ਜਾਂ ਦੱਸਣਾ; (ਚਲ ਚਿੱਤਰ) ਚੰਗੀ ਤਰ੍ਹਾਂ ਦਰਸਾਉਣਾ, (ਗੁਣ ਆਦਿ) ਇੱਕਰੂਪ ਹੋਣਾ, ਬਰਾਬਰ ਬਣਨਾ; ਦਰਜ ਕਰਨਾ ਜਾਂ ਹੋਣਾ

registered tradmark *n* (ਸਰਕਾਰੀ ਤੌਰ 'ਤੇ) ਕਿਸੇ ਚੀਜ਼ ਦੇ ਉਤਪਾਦਨ ਦਾ ਅੰਤਿਕ ਚਿੰਨ੍ਹ, ਟ੍ਰੇਡ ਮਾਰਕ, ਮਾਰਕਾ

registrar /ˌਰੈੱਜਿ'ਸਟਰਾ*, 'ਰੈੱਜਿਸਟਰਾ*/ *n* ਰਿਕਾਰਡ ਸਾਂਭਣ ਵਾਲਾ ਅਧਿਕਾਰੀ, ਰਜਿਸਟਰਾਰ; (ਯੂਨੀਵਰਸਿਟੀ ਦਾ) ਰਜਿਸਟਰਾਰ

registration /ˌਰੈੱਜਿ'ਸਟਰੇਇਸ਼ਨ/ *n* ਰਜਿਸਟਰੀ; ਦਾਖ਼ਲਾ; ਇੰਦਰਾਜ, ਅੰਕਣ

registry /'ਰੈੱਜਿਸਟਰਿ/ *n* ਰਜਿਸਟਰੀ; ਇੰਦਰਾਜ, ਆਲੇਖਣ; ਰਿਕਾਰਡ ਦਫ਼ਤਰ, ਰਜਿਸਟਰਾਰ ਦਾ ਦਫ਼ਤਰ

regium donum /ਰੀˌਜਿਅਮ'ਡਅਉਨਅਮ/ *(L) n* ਰਾਜਕੀ ਅਨੁਦਾਨ

reglet /'ਰੈੱਗਲਿਟ/ *n* (ਲੱਕੜੀ ਦੀ) ਪੱਟੀ, ਫਾਂਟੀ; ਖਾਂਚਾ

regma /'ਰੈੱਗਮਅ/ *n* ਇੱਕ ਪ੍ਰਕਾਰ ਦਾ ਗਿਰੀਦਾਰ ਫਲ

regnal /'ਰੈੱਗਨ(ਅ)ਲ/ *a* ਸ਼ਾਸਨ ਸੰਬੰਧੀ, ਪ੍ਰਸ਼ਾਸਕੀ, ਤਾਜਪੋਸ਼ੀ ਦਾ

regnant /'ਰੈੱਗਨਅਨਟ/ *a* ਰਾਜ ਅਧਿਕਾਰੀ;

ਸ਼ਾਸਨ ਕਰਨ ਵਾਲਾ; (ਵਸਤੂਆਂ, ਗੁਣਾਂ ਜਾਂ ਮੱਤਾਂ ਆਦਿ ਲਈ) ਪ੍ਰਧਾਨ, ਪ੍ਰਮੁੱਖ; ਪ੍ਰਚਲਿਤ, ਪ੍ਰਬਲ

regorge /ਰੀ'ਗੋਜ/ *v* ਕੈ ਕਰਨਾ, ਉਗਲਨਾ; ਫੁੱਟ ਪੈਣਾ, ਨਿਕਲਨਾ; ਉਗਲੱਛਣਾ, ਬਾਹਰ ਕੱਢਣਾ

regrate /ਰਿ'ਗਰੇਇਟ/ *vt* ਮੁਨਾਫ਼ਾਖ਼ੋਰੀ ਕਰਨਾ

regrater /ਰਿ'ਗਰੇਇਟਅ*/ *n* ਲਾਭਵਿਕਰੇਤਾ, ਮੁਨਾਫ਼ਾਖ਼ੋਰ

regress /'ਰੀਗਰੈੱਸ/ *n* ਵਾਪਸੀ, ਪਿਛਾੜ, ਉਤਰਾਈ; ਗ਼ੈਰ ਤਰੱਕੀ, ਅਵੁੱਨਤੀ; ਪ੍ਰਤਿਗਮਨ /ਰਿ'ਗਰੈੱਸ/ *vi* ਪਿੱਛੇ ਮੁੜਨਾ ਜਾਂ ਹਟਣਾ; ਉਲਟਾ ਚੱਲਣਾ

regression /ਰਿ'ਗਰੈੱਸ਼ਨ/ *n* ਉਲਟੀ ਚਾਲ; ਵਾਪਸੀ; ਪਿੱਛੇ ਹਟਣ ਦੀ ਕਿਰਿਆ, ਪਰਾਵਰਤਨ; (ਠੀਕ ਹੋ ਕੇ ਫਿਰ ਬਿਮਾਰ ਪੈ ਜਾਣ ਦੀ ਅਵਸਥਾ ਦਾ) ਪਲਟਾ

regressive /ਰਿ'ਗਰੈੱਸਿਵ਼/ *a* ਮੁੜਵਾਂ ਪਿਛਾਖੜੀ, ਪਿੱਛਲਖੁਰੀ, ਪਛੜਵਾਂ, ਪ੍ਰਤਿਗਾਮੀ, ਉਲਟਣ ਵਾਲਾ

regret /ਰਿ'ਗਰੈੱਟ/ *vt* ਪਛਤਾਉਣਾ, ਅਫ਼ਸੋਸ ਕਰਨਾ, ਸੰਤਾਪ ਕਰਨਾ, ਪਸ਼ਚਾਤਾਪ ਕਰਨਾ, (ਸ਼ਬਦਾਂ ਰਾਹੀਂ) ਖੇਦ ਪ੍ਰਗਟ ਕਰਨਾ, ਦੁਖੀ ਹੋਣਾ, ਸ਼ਰਮਸਾਰ ਹੋਣਾ *n* ਪਛਤਾਵਾ, ਅਫ਼ਸੋਸ, ਸੰਤਾਪ, ਖੇਦ, ਦੁੱਖ

regretful /ਰਿ'ਗਰੈੱਟਫ਼ਲ/ *a* ਪਛਤਾਉਂਦਾ, ਅਫ਼ਸੋਸਨਾਕ, ਦਿਲਗੀਰ

regrettable /ਰਿ'ਗਰੈੱਟਅਬਲ/ *a* ਅਫ਼ਸੋਸ ਕਰਨ ਯੋਗ, ਪਛਤਾਵੇਯੋਗ, ਸੰਤਾਪਪੂਰਨ, ਖੇਦਜਨਕ

regular /'ਰੈੱਗਯਅਲਅ*/ *a* ਰੀਤੀ ਅਨੁਸਾਰ, ਨਿਯਮਕ, ਬਾਕਾਇਦਾ, ਬਰਾਬਰ; ਇੱਕਰੂਪ, ਅਨੁਰੂਪ, ਸਮਰੂਪ; ਨਿਯਮਬੱਧ, ਨੇਮਪੂਰਵਕ, ਨਾਗੇ ਤੋਂ ਬਿਨਾਂ; ਸੁਡੌਲ, ਸਹੀ, ਠੀਕ, ਵਿਵਸਥਿਤ, ਨਿਪੁੰਨ; ਪੂਰਨ, ਸੰਪੂਰਨ, ਪੂਰਾ, ਪੱਕਾ

regular army *n* ਨਿਯਮਤ ਸੈਨਾ, ਸਥਾਈ ਸੈਨਾ

regularity /,ਰੈੱਗਯੁ'ਲੈਰਅਟਿ/ *n* ਨਿਯਮਬੱਧਤਾ, ਨਿਯਮਨਿਸ਼ਠਾ, ਬਾਕਾਇਦਗੀ; ਸੰਜਮ, ਪਾਬੰਦੀ, ਪ੍ਰਨਾਲੀ, ਵਿਵਸਥਾ; ਨਿਰੰਤਰਤਾ; ਸੁਡੌਲਤਾ; ਇੱਕਰੂਪਤਾ

regularization /,ਰੈੱਗਯਅਲ(ਅ)ਰਾਇ'ਜ਼ੇਇਸ਼ਨ/ *n* ਬਾਕਾਇਦਗੀ, ਨਿਯਮ ਬੰਧਨ, ਵਿਧੀ ਅਨੁਸਰਨ

regularize /'ਰੈੱਗਯਅਲਅਰਾਇਜ਼/ *vt* ਨਿਯਮਬੱਧ ਕਰਨਾ, ਸੁਵਿਵਸਥਿਤ ਕਰਨਾ; ਵਿਧੀ ਰੂਪ ਦੇਣਾ; ਪੱਕਾ ਕਰਨਾ

regulate /'ਰੈੱਗਯੁਲੇਇਟ/ *vt* ਨਿਯਮਤ ਕਰਨਾ, ਵਿਧਾਨ ਬਣਾਉਣਾ; ਸ਼ਾਸਤ ਕਰਨਾ, ਵਿਵਸਥਿਤ ਕਰਨਾ, ਕ੍ਰਮਬੱਧ ਕਰਨਾ; ਦਰੁਸਤ ਕਰਨਾ, (ਮਸ਼ੀਨ ਆਦਿ) ਸੂਤ ਕਰਨਾ, ਠੀਕ ਕਰਨਾ

regulation /,ਰੈੱਗਯੁ'ਲੇਇਸ਼ਨ/ *n* ਸਰਕਾਰੀ ਨਿਯਮ, ਵਿਧਾਨ, ਸੰਸਥਾ ਦੇ ਪ੍ਰਬੰਧ ਸੰਬੰਧੀ ਨਿਯਮ

regulative /'ਰੈੱਗਯਅਲਅਟਿਵ਼/ *a* ਨੇਮ ਜਾਂ ਮਰਯਾਦਾ ਨੂੰ ਕਾਇਮ ਰੱਖਣ ਵਾਲਾ, ਨੇਮਕਾਰੀ

regulator /'ਰੈੱਗਯੁਲੇਇਟਅ*/ *n* (ਘੜੀ, ਪੱਖੇ ਆਦਿ ਦੀ) ਗਤੀ ਨੂੰ ਠੀਕ ਰੱਖਣ ਵਾਲਾ ਯੰਤਰ, ਨਿਯਮਕ, ਰੈਗੂਲੇਟਰ

regurgitate /ਰਿ'ਗਅ:ਜਿਟੇਇਟ/ *v* ਪਲਟ ਦੇਣਾ, ਉਗਲੱਛਣਾ; ਉੱਭਰ ਪੈਣਾ, ਉੱਗਲਨਾ, ਉੱਫਣਾ, ਫੁਹਾਰੇ ਵਾਂਗ ਫੁੱਟਣਾ

regurgitation /ਰਿ,ਗਅ:ਜਿ'ਟੇਇਸ਼ਨ/ *n* ਉਗਲੱਛਣ

rehabilitate /,ਰੀਅ'ਬਿਲਿਟੇਇਟ/ *vt* ਮੁੜ ਵਸਾਉਣਾ, ਪੁਨਰਵਾਸ ਦੇਣਾ, ਬਹਾਲ ਕਰਨਾ, ਸਥਾਪਨਾ ਪ੍ਰਦਾਨ ਕਰਨਾ, ਅਧਿਕਾਰ ਪ੍ਰਦਾਨ ਕਰਨਾ

rehabilitation /,ਰੀਅ,ਬਿਲਿ'ਟੇਇਸ਼ਨ/ *n* ਮੁੜਵਸੇਬਾ, ਪੁਨਰਵਾਸ, ਬਹਾਲੀ, ਪੁਨਰਸਥਾਪਨ

rehandle /ਰੀ'ਹੈਨਡਲ/ *vt* ਫਿਰ ਹੱਥ ਵਿੱਚ ਲੈਣਾ, ਮੁੜ ਕੇ ਹੱਥ ਲਾਉਣਾ

rehang /ਰੀ'ਹੈਙ/ *vt* ਫਿਰ ਲਟਕਾਉਣਾ, ਮੁੜ ਕੇ ਟੰਗਣਾ

rehash /,ਰੀ'ਹੈਸ਼/ *vt* ਨਵਾਂ ਰੂਪ ਦੇਣਾ, ਨਵੇਂ ਢੰਗ ਨਾਲ ਪ੍ਰਸਤੁਤ ਕਰਨਾ

rehear /ˌਰੀ'ਹਿਅ*/ *vt* ਦੁਬਾਰਾ ਸੁਣਨਾ, (ਕਚਹਿਰੀ ਵਿੱਚ) ਮੁਕੱਦਮਾ ਨਵੇਂ ਸਿਰੇ ਤੋਂ ਸੁਣਨਾ, ਮੁੱਢ ਤੋਂ ਸੁਣਵਾਈ ਕਰਨਾ

rehearing /ˌਰੀ'ਹਿਅਰਿਙ/ *n* ਪੁਨਰ ਸੁਣਵਾਈ, ਦੁਬਾਰਾ ਜਿਰ੍ਹਾ

rehearsal /ਰਿ'ਹਅ:ਸਲ/ *n* ਅਭਿਆਸ, ਦੁਹਰਾਅ, ਤਿਆਰੀ, ਰਿਹਰਸਲ

rehearse /ਰਿ'ਹਅ:ਸ/ *v* ਪੂਰਵ ਅਭਿਆਸ ਕਰਨਾ, ਪੂਰਵ ਪ੍ਰਯੋਗ ਕਰਨਾ, ਪੂਰਵ ਅਭਿਨੈ ਕਰਨਾ, ਗਿਣਤੀ ਕਰਨਾ, ਰਿਹਰਸਲ ਕਰਨਾ, ਸੂਚੀ ਦੇਣਾ; ਪੁਨਰਾਵ੍ਰਿਤੀ ਕਰਨਾ, ਦੁਹਰਾਉਣਾ

reification /ˌਰੀਇਫ਼ਿ'ਕੇਇਸ਼ਨ/ *n* ਕਾਰਜ ਰੂਪ ਵਿੱਚ ਬਦਲਨ ਦੀ ਕਿਰਿਆ, ਕਾਰਜ ਆਰੂਪਣ, ਸਾਕਾਰੀਕਰਣ

reify /'ਰੀਇਫ਼ਾਇ/ *vi* ਕਾਰਜ ਰੂਪ ਵਿੱਚ ਬਦਲਨਾ, ਸਾਕਾਰ ਕਰਨਾ

reign /ਰੇਇਨ/ *n* ਪ੍ਰਭੂਤਾ, ਰਾਜ, ਹਕੂਮਤ, ਬਾਦਸ਼ਾਹੀ; ਸ਼ਾਸਨ ਕਾਲ, ਰਾਜ ਕਾਲ; ਅਧਿਕਾਰ ਖੇਤਰ *v* ਰਾਜ ਕਰਨਾ, ਸ਼ਾਸਨ ਕਰਨਾ, ਹਕੂਮਤ ਕਰਨਾ; ਵਿਆਪਤ ਹੋਣਾ, ਫੈਲ ਜਾਣਾ

reign of terror *n* ਸ਼ਾਸਕ ਵੱਲੋਂ ਲੋਕਾਂ ਉੱਤੇ ਜ਼ੁਲਮ ਕੀਤੇ ਜਾਣ ਦਾ ਸਮਾਂ, ਲੁੱਟ ਖਸੁੱਟ ਦਾ ਸਮਾਂ, ਮਾਰ ਧਾੜ ਦਾ ਸ਼ਾਸਨ

reiki /'ਰੇਇਕਿ/ *n* ਹੱਥ ਦੀ ਛੋਹ ਨਾਲ ਇਲਾਜ ਕਰਨ ਦੀ ਵਿਧੀ, ਹੱਥ ਲਾਉਣ ਨਾਲ ਬਿਮਾਰ ਅੰਦਰ ਸ਼ਕਤੀ ਜਾਣ ਦਾ ਵਿਚਾਰ

reimburse /ˌਰੀਇਮ'ਬਅ:ਸ/ *vt* (ਖ਼ਰਚ ਕੀਤੀ ਰਕਮ) ਮੋੜਨਾ, ਅਦਾ ਕਰਨਾ, ਚੁਕਾਉਣਾ, ਵਾਪਸ ਕਰਨਾ, ਭਰਨਾ; (ਖ਼ਰਚ ਲਈ ਧਨ) ਜਮ੍ਹਾਂ ਕਰਨਾ

reimbursement /ˌਰੀਇਮ'ਬਅ:ਸਮਅਨਟ/ *n* ਵਾਪਸੀ, ਅਦਾਇਗੀ, ਭਰੌਤੀ, ਚੁਕੌਤੀ

rein /ਰੇਇਨ/ *n* ਵਾਗ, ਵਾਗਡੋਰ, ਰਾਸ *v* ਕਾਬੂ ਕਰਨਾ, ਰੋਕਣਾ; ਲਗਾਮ ਨਾਲ ਸੰਭਾਲਨਾ, ਵਾਗਾਂ ਕੱਸਣਾ

reincarnate /ˌਰੀਇਨ'ਕਾਨੇਇਟ/ *vt* ਨਵਾਂ ਸਰੀਰ ਦੇਣਾ, ਪੁਨਰਜਨਮ ਲੈਣਾ, ਚੋਲਾ ਬਦਲਾਉਣਾ, ਮੁੜ ਜਨਮ ਦੇਣਾ

reincarnation /ˌਰੀਇਨਕਾ'ਨੇਇਸ਼ਨ/ *n* ਪੁਨਰਜਨਮ, ਪੁਨਰ ਅਵਤਾਰ

reindeer /'ਰੇਇਨਡਿਅ*/ *n* (ਧਰੁਵ ਦੇਸ਼ ਦਾ) ਰੇਂਡੀਅਰ, ਬਰਫ਼ਾਨੀ ਬਾਰਾਂਸਿੰਗਾ

reinforce /ˌਰੀਇਨ'ਫ਼ੋਸ/ *vt* ਸਹਾਰਾ ਦੇਣਾ, ਬਲਵਾਨ ਬਣਾਉਣਾ, ਤਕੜਾ ਕਰਨਾ; ਫਿਰ ਤੋਂ ਚਾਲੂ ਕਰਨਾ; ਵਾਧਾ ਕਰਨਾ, ਸਮਰਥਨ ਕਰਨਾ, ਪੁਸ਼ਟੀ ਕਰਨਾ, ਸਹਾਇਤਾ ਭੇਜਣਾ, ਫ਼ੌਜ ਭੇਜਣਾ

reinforcement /ˌਰੀਇਨ'ਫ਼ੋਸਮਅਨਟ/ *n* ਮਦਦ, ਪੁਨਰ ਬਲ ਸੰਗਠਨ, ਪੁਸ਼ਟੀਕਰਨ, ਤਕੜਾਈ; ਬਲ ਵ੍ਰਿਧੀ, ਸੱਜਰਸਾਹੀ ਫ਼ੌਜ; ਸੈਨਾ ਵਿੱਚ ਫ਼ੌਜੀਆਂ ਦੀ ਭਰਤੀ

reinless /'ਰੇਇਨਲਅਸ/ *a* ਬੇਕਾਬੂ, ਆਪਹੁਦਰਾ, ਅਨਿਯੰਤਰਿਤ, ਨਿਰੰਕੁਸ਼, ਬੇਲਗਾਮ

reins /ਰੇਇਨਜ਼/ *n* (ਪਰਾ) ਗੁਰਦੇ

reinsert /ˌਰੀਇਨ'ਸਅ:ਟ/ *vt* ਫਿਰ ਤੋਂ ਘੁਸੇੜ ਲੈਣਾ, ਅੰਤਰਗਤ ਕਰਨਾ

reinstall /ˌਰੀਇਨ'ਸਟੋਲ/ *vt* ਪੁਨਰ ਸਥਾਪਿਤ ਕਰਨਾ; ਦੁਬਾਰਾ ਸਥਾਨ ਉੱਤੇ ਰੱਖਣਾ; ਫਿਰ ਗੱਦੀ ਉੱਤੇ ਬਠਾਉਣਾ

reinstate /ˌਰੀਇਨ'ਸਟੇਇਟ/ *vt* ਮੁੜ ਕੇ ਸਥਾਪਿਤ ਕਰਨਾ, ਬਹਾਲ ਕਰਨਾ, ਪੁਨਰ ਅਧਿਕਾਰ ਦੇਣਾ; ਮੁੜ ਸਥਾਪਨਾ; ਥਾਂ ਸਿਰ ਲਿਆਉਣਾ

reinstatement /ˌਰੀਇਨ'ਸਟੇਇਟਮਅਨਟ/ *n* ਬਹਾਲੀ, ਪੁਨਰ ਸਥਾਪਨਾ

reinsurance /ˌਰੀਇਨ'ਸ਼ੁਅਰਅਨਸ, -'ਸ਼ੋਰ-/ *n* ਪੁਨਰ ਬੀਮਾ

reinsure /ˌਰੀਇਨ'ਸ਼ੁਅ*, '-ਸ਼ੋ*/ *v* ਮੁੜ ਕੇ ਬੀਮਾ ਕਰਾਉਣਾ

reintegrate /ˌਰੀ'ਇਨਟਿਗਰੇਇਟ/ *vi* ਫਿਰ ਪੁਸ਼ਟੀ ਕਰਨਾ, ਮੁੜ ਕੇ ਜੋੜਨਾ

reinterpret /ˌਰੀਇਨ'ਟਅ:ਪਰਿਟ/ *v* ਮੁੜ ਖੋਲ੍ਹ ਕੇ ਬਿਆਨ ਕਰਨਾ, ਨਵੇਂ ਸਿਰੇ ਤੋਂ ਵਿਆਖਿਆ ਦੇਣਾ, ਫਿਰ ਅਰਥ ਸਮਝਾਉਣਾ

reinvest /ˌਰੀਇਨ'ਵੈੱਸਟ/ *v* ਪੁਨਰ ਨਿਵੇਸ਼ ਕਰਨਾ, ਹੋਰ ਧਨ ਲਾਉਣਾ; ਨਵੇਂ ਸਿਰਿਓਂ ਅਧਿਕਾਰ ਦੇਣਾ

reinvestment /ˌਰੀਇਨ'ਵੈੱਸਟਮਅਨਟ/ *n* ਫਿਰ ਤੋਂ ਪੂੰਜੀ ਲਾਉਣ ਦੀ ਕਿਰਿਆ, ਪੁਨਰ ਨਿਵੇਸ਼

reinvigorate /ˌਰੀਇਨ'ਵਿਗਅਰੇਇਟ/ *n* ਪੁਨਰ ਸ਼ਕਤੀ ਦਾਨ *v* ਪੁਨਰ ਸ਼ਕਤੀ ਪ੍ਰਦਾਨ ਕਰਨਾ

reis /ਰੇਇਸ/ *n* ਪੁਰਾਣਾ ਪੁਰਤਗਾਲੀ ਸਿੱਕਾ

reissue /ˌਰੀ'ਇਸ਼ੂ/ *n* ਪੁਨਰ ਪ੍ਰਕਾਸ਼ਿਤ ਅੰਕ *v* ਪੁਨਹ ਪ੍ਰਕਾਸ਼ਿਤ ਕਰਨਾ, ਫਿਰ ਤੋਂ ਕੱਢਣਾ

reiterate /ਰਿ'ਇਟਅਰੇਇਟ/ *vt* ਦੁਹਰਾਉਣਾ, ਬਾਰ-ਬਾਰ ਕਹਿਣਾ; ਦੁਬਾਰਾ ਵਚਨ ਦੇਣਾ; ਪੁਨਰਾਵਰਿਤੀ, ਪੁਨਰ ਵਚਨ, ਦੁਹਰਾਅ

reiver /ਰੀਵ਼ਅ*/ *n* ਠੱਗ, ਲੁਟੇਰਾ

reject /ਰਿ'ਜੈੱਕਟ/ *vt* ਇਨਕਾਰ ਕਰਨਾ, ਅਸਵੀਕਾਰ ਕਰਨਾ, ਤਿਆਗ ਕਰਨਾ, ਅਪ੍ਰਵਾਨ ਕਰਨਾ, ਨਾਮਨਜ਼ੂਰ ਕਰਨਾ, ਰੱਦ ਕਰਨਾ; ਛੱਡ ਦੇਣਾ, ਦੁਬਾਰਾ ਬਾਹਰ ਸੁੱਟ ਦੇਣਾ, ਕੱਢ ਦੇਣਾ

rejection /ਰਿ'ਜੈੱਕਸ਼ਨ/ *n* ਤਿਆਗ, ਅਸਵੀਕ੍ਰਿਤੀ, ਨਿਰਾਕਰਨ, ਅਸਵੀਕਰਨ

rejector /ਰਿ'ਜੈੱਕਟਅ*/ *n* ਇਨਕਾਰ ਕਰਨ ਵਾਲਾ ਬੰਦਾ, ਅਸਵੀਕਾਰਤਾ

rejoice /ਰਿ'ਜੌਇਸ/ *v* ਖ਼ੁਸ਼ ਕਰਨਾ ਜਾਂ ਹੋਣਾ, ਪ੍ਰਸੰਨ ਕਰਨਾ ਜਾਂ ਹੋਣਾ, ਪ੍ਰਫੁੱਲਤ ਕਰਨਾ, ਅਨੰਦਿਤ ਕਰਨਾ, ਬਾਗ਼-ਬਾਗ਼ ਹੋਣਾ, ਅਨੰਦ ਮਾਣਨਾ

rejoicings /ਰਿ'ਜੌਇਸਿਙਜ਼/ *n* ਖ਼ੁਸ਼ੀਆਂ; ਅਨੰਦ ਉਤਸਵ, ਰੰਗਰਲੀਆਂ, ਰਾਗ-ਰੰਗ

rejoin /ˌਰੀ'ਜੌਇਨ/ *v* ਮੁੜ ਸ਼ਾਮਲ ਹੋਣਾ; ਮੁੜ ਮਿਲਾਉਣਾ, ਦੁਬਾਰਾ ਜੋੜਨਾ; ਪੁਨਰ ਸੰਮਿਲਤ ਹੋਣਾ, (ਕਨੂੰਨ, ਦੋਸ਼ ਆਦਿ ਦਾ) ਜਵਾਬ ਦੇਣਾ, ਪ੍ਰਤਿਉੱਤਰ ਦੇਣਾ

rejoinder /ਰਿ'ਜੌਇਨਡਅ*/ *n* ਮੋੜਵਾਂ ਉੱਤਰ, ਜਵਾਬ, ਪ੍ਰਤਿਉੱਤਰ, ਜਵਾਬ-ਦਾਹਵਾ

rejoint /ˌਰੀ'ਜੌਇਨਟ/ *vt* ਜੋੜ ਭਰਨਾ, ਜੋੜ ਮਿਲਾਉਣਾ

rejuvenate /ਰਿ'ਜੂਵ਼ਅਨੇਇਟ/ *v* ਮੁੜ ਕੇ ਜਵਾਨ ਹੋਣਾ, ਮੁੜ ਜਵਾਨੀ ਲਿਆਉਣਾ ਜਾਂ ਆਉਣਾ, ਕਾਇਆ ਕਲਪ ਕਰਨਾ ਜਾਂ ਹੋਣਾ

rejuvenation /ਰਿˌਜੂਵ਼ਅ'ਨੇਇਸ਼ਨ/ *n* ਕਾਇਆ ਕਲਪ, ਪੁਨਰ ਜੋਬਨ

rejuvenator /ਰਿ'ਜੂਵ਼ਅਨੇਇਟਅ*/ *n* ਕਾਇਆ ਕਲਪਕ, ਪੁਨਰ ਜੋਬਨ ਦਾਤਾ

rejuvenescence /ਰਿˌਜੂਵਿ'ਨੈੱਸ(ਅ)ਨਸ/ *n* ਕਾਇਆ ਕਲਪ ਪ੍ਰਾਪਤੀ, ਨਵ ਜੋਬਨ, ਨਵ ਸ਼ਕਤੀ

rejuvenescent /ਰਿˌਜੂਵਿ'ਨੈੱਸ(ਅ)ਨਟ/ *a* ਕਾਇਆ ਕਲਪ ਪ੍ਰਾਪਤ ਕਰਨ ਵਾਲਾ, ਕਾਇਆ ਕਲਪਸ਼ੀਲ

rekindle /ˌਰੀ'ਕਿਨਡਲ/ *v* ਪੁਨਰ ਦੀਪਤ ਕਰਨਾ, ਫਿਰ ਤੋਂ ਜਗਾਉਣਾ

relapse /ਰਿ'ਲੈਪਸ/ *vi* ਮੁੜ ਰੋਗੀ ਹੋਣਾ; ਮੁੜ ਡਿੱਗ ਪੈਣਾ, ਮੁੜ ਪਤਿਤ ਹੋਣਾ; ਪਛਾੜ ਲੱਗਣਾ, ਫਿਰ ਤੋਂ ਫਸਣਾ /ਰਿ'ਲੈਪਸ, 'ਰੀਲੈਪਸ/ *n* ਦੁਬਾਰਾ ਵਿਗਾੜ; ਪਲਟਾ; ਮੁੜ ਗਿਰਾਵਟ

relate /ਰਿ'ਲੇਇਟ/ *v* ਕਹਿਣਾ, ਬਿਆਨ ਕਰਨਾ; ਵਰਣਨ ਕਰਨਾ; ਦੁਹਰਾਉਣਾ; ਪੁਨਰਾਵ੍ਰਿਤੀ ਕਰਨਾ, ਪੁਨਰ ਕਥਨ ਕਰਨਾ; ਸੰਬੰਧ ਰੱਖਣਾ ਜਾਂ ਹੋਣਾ, ਸੰਪਰਕ ਰੱਖਣਾ ਜਾਂ ਹੋਣਾ

relation /ਰਿ'ਲੇਇਸ਼ਨ/ *n* ਵਰਣਨ, ਬਿਆਨ; ਸੰਬੰਧ, ਮੇਲ, ਜੋੜ, ਰਾਬਤਾ, ਵਾਸਤਾ, ਸੰਪਰਕ; ਸਮਾਨਤਾ, ਤੁਲਨਾ; ਸਾਕ, ਨਾਤਾ, ਰਿਸ਼ਤਾ; ਸੰਬੰਧੀ, ਰਿਸ਼ਤੇਦਾਰ, ਭਾਈਬੰਦ

relationship /ਰਿ'ਲੇਇਸ਼ਨਸ਼ਿਪ/ *n* ਸੰਬੰਧ, ਨਾਤਾ, ਰਿਸ਼ਤਾ, ਸਾਕਾਦਾਰੀ, ਰਿਸ਼ਤੇਦਾਰੀ, ਸ਼ਰੀਕਾ, ਭਾਈਬੰਦੀ, ਭਾਈਚਾਰਾ, ਸਗੋਤਰਤਾ

relative /'ਰੈੱਲਅਟਿਵ਼/ *a* (ਵਿਆ) ਸੰਯੋਜਕ, ਸੰਬੰਧਸੂਚਕ; ਸਾਪੇਖ, ਅਨੁਪਾਤਕ; ਪਰਸਪਰ ਸੰਬੰਧ; ਪਰਾਸੰਗਿਕ, ਵਿਸ਼ੇ ਅਨੁਕੂਲ, ਅਨੁਰੂਪ,

ਠੀਕ, ਤੁਲਨਾਤਮਿਕ *n* (ਵਿਆ) ਸੰਬੰਧਬੋਧਿਕ ਸ਼ਬਦ; (ਦਰਸ਼) ਸਾਪੇਖ ਪਦਾਰਥ, ਪਰਸਪਰ ਆਸ਼ਰਿਤ ਵਸਤੂ, ਮਰਯਾਦਾ ਜਾਂ ਪਦ; ਸਗੋਤਰ, ਰਿਸ਼ਤੇਦਾਰ, ਸਾਕਦਾਰ, ਸ਼ਰੀਕ

relative density *n* ਸਾਪੇਖ ਘਾਣਤਾ, ਸਾਪੇਖ ਸੰਘਣਾਪਣ

relatively /'ਰੈੱਲਅਟਿਵ੍ਲਿ/ *adv* ਤੁਲਨਾਤਮਿਕ ਤੌਰ 'ਤੇ, ਮੁਕਾਬਲੇ ਵਿੱਚ, ਸਾਪੇਖ ਤੌਰ 'ਤੇ

relativism /'ਰੈੱਲਅਟਿਵ੍ਜ਼ਿਅਮ/ *n* ਸਾਪੇਖਵਾਦ

relativist /'ਰੈੱਲਅਟਿਵ੍ਸਿਟ/ *n* ਸਾਪੇਖਵਾਦੀ

relativity /,ਰੈੱਲਅ'ਟਿਵ੍ਅਟਿ/ *n* ਸਾਪੇਖਤਾ, (ਆਇਨਸਟਾਈਨ ਦਾ) ਸਾਪੇਖਵਾਦ, ਰਿਲੇਟਿਵਿਟੀ ਦਾ ਸਿਧਾਂਤ

relator /ਰਿ'ਲੇਇਟਅ*/ *n* ਵਕਤਾ, ਵਰਣਨਕਾਰ, ਕਹਿਣ ਵਾਲਾ; ਸਾਪੇਖਤਾ ਸਥਿਰ ਕਰਨ ਵਾਲਾ

relaunch /,ਰੀ'ਲੋਨਚ/ *v* ਨਵੇਂ ਸਿਰਿਓਂ ਸ਼ੁਰੂ ਕਰਨਾ, ਮੁੜ ਪੇਸ਼ ਕਰਨਾ, ਵਿਕਰੀ ਮੁੜ ਅਰੰਭ ਕਰਨਾ

relax /ਰਿ'ਲੈਕਸ/ *v* ਸਿਥਲ ਕਰਨਾ ਜਾਂ ਪੈਣਾ; ਢਿੱਲਾ ਕਰਨਾ ਜਾਂ ਪੈਣਾ, ਨਿੱਸਲ ਕਰਨਾ ਜਾਂ ਪੈਣਾ; ਦੁਰਬਲ ਕਰਨਾ ਜਾਂ ਹੋਣਾ; ਘਟਾਉਣਾ; ਨਰਮ ਬਣਨਾ ਜਾਂ ਹੋਣਾ; ਰਿਆਇਤ ਕਰਨਾ; ਠੰਢਾ ਪੈ ਜਾਣਾ, ਹਲਕਾ ਕਰਨਾ, ਕੋਮਲ ਬਣਾਉਣਾ, ਨਰਮ ਕਰਨਾ

relaxant /ਰਿ'ਲੈਕਸਅਨਟ/ *n* ਸਰੀਰ ਨੂੰ ਸੁਸਤ ਕਰਨ ਵਾਲੀ ਦਵਾਈ, ਸਰੀਰ ਨੂੰ ਅਰਾਮ ਦੀ ਦਸ਼ਾ ਵਿੱਚ ਲੈ ਜਾਣ ਵਾਲੀ ਦਵਾਈ

relaxation /,ਰੀਲੈਕ'ਸੇਇਸ਼ਨ/ *n* ਢਿੱਲ, ਸੁਸਤੀ, ਆਲਸ, ਨਰਮੀ; ਛੋਟ, ਰਿਆਇਤ; ਸਿਥਲੀਕਰਨ, ਅਰਾਮ, ਵਿਸ਼ਰਾਮ

relaxed /ਰਿ'ਲੈਕਸਟ/ *a* ਸਿਥਲ, ਢਿੱਲਾ, ਸੁਸਤ

relaxing /ਰਿ'ਲੈਕਸਿਙ/ *a* ਸਿਥਲ ਕਰਨ ਵਾਲਾ, ਵਿਸ਼ਰਾਮ ਦੇਣ ਵਾਲਾ, ਥਕਾਵਟ ਦੂਰ ਕਰਨ ਵਾਲਾ

relay /'ਰੀਲੇਇ/ *n* (ਥੱਕੇ ਘੋੜਿਆਂ ਨੂੰ ਅਰਾਮ ਦਿਵਾਉਣ ਲਈ) ਨਵੇਂ ਘੋੜਿਆਂ ਦਾ ਸਮੂਹ; ਰਿਲੇ ਦੌੜ; ਨਵੀਂ ਸਮਗਰੀ; (ਟੈਲੀਫ਼ੋਨ ਵਿੱਚ ਦੂਰੋਂ ਆਉਂਦੀ ਤਰੰਗ ਨੂੰ ਸਥਾਨਕ ਬੈਟਰੀ ਦੁਆਰਾ) ਬਲਵਾਨ ਕਰਨ ਵਾਲਾ ਯੰਤਰ; ਰਿਲੇ, ਪ੍ਰਸਾਰਨ **/'ਰੀਲੇਇ, ਰਿ'ਲੇਇ/** *vt* ਸਜਾਉਣਾ; ਅਲੰਕ੍ਰਿਤ ਕਰਨਾ; ਕ੍ਰਮਵਾਰ ਰੱਖਣਾ, ਮੁੜ ਰੱਖਣਾ; ਡਾਕ ਬੰਨ੍ਹਣਾ; (ਰੇਡੀਓ ਤੋਂ) ਅੱਗੇ ਪ੍ਰਸਾਰਿਤ ਕਰਨਾ

relay race *n* ਸਾਂਝੀ ਵੰਡਵੀਂ ਦੌੜ ਜਿਸ ਵਿੱਚ ਦੌੜਨ ਵਾਲੇ ਸਾਂਝਾ ਨਿਸ਼ਚਿਤ ਫ਼ਾਸਲਾ ਦੌੜਦੇ ਹਨ, ਚੌਕੀ ਦੌੜ,

release /ਰਿ'ਲੀਸ/ *n* ਰਿਹਾਈ, ਛੁਟਕਾਰਾ, ਮੁਕਤੀ, ਬੰਦਖ਼ਲਾਸੀ, ਨਿਸਤਾਰਾ, ਸੁਤੰਤਰਤਾ, ਛੁੱਟੀ, ਰਸੀਦ, ਦਸਤਾਵੇਜ਼; ਚਿਟਖਣੀ; ਦਸਤਾ, ਮੁੱਠ (ਜਿਸ ਨੂੰ ਦਬਾਉਣ ਨਾਲ ਕਲ ਦਾ ਕੋਈ ਹਿੱਸਾ ਖੁੱਲ੍ਹ ਜਾਵੇ) *vt* ਸੁਤੰਤਰ ਕਰਨਾ, ਅਜ਼ਾਦ ਕਰਨਾ, ਮੁਕਤ ਕਰਨਾ, ਉੱਧਾਰ ਕਰਨਾ, ਛੱਡ ਦੇਣਾ, ਖ਼ਲਾਸੀ ਕਰਨਾ; ਸੌਂਪਣਾ, ਸਪੁਰਦ ਕਰਨਾ, ਹਵਾਲੇ ਕਰਨਾ; ਵਿਸਰਜਨ ਕਰਨਾ; (ਫਿਲਮ) ਪ੍ਰਕਾਸ਼ਿਤ ਕਰਨਾ; ਪਹਿਲੀ ਵਾਰ ਚਲਾਉਣਾ

relegate /'ਰੈੱਲਿਗੇਇਟ/ *vt* ਦੇਸ਼ ਨਿਕਾਲਾ ਦੇਣਾ; ਪਿੱਛੇ ਸੁੱਟਣਾ; ਦਰਜਾ ਘਟਾਉਣਾ; ਸੌਂਪ ਦੇਣਾ, ਹਵਾਲੇ ਕਰਨਾ

relegation /,ਰੈੱਲਿ'ਗੇਇਸ਼ਨ/ *n* ਦੇਸ਼ ਨਿਕਾਲਾ; ਸਪੁਰਦਗੀ

relent /ਰਿ'ਲੈਂਨਟ/ *vi* ਪਸੀਜਣਾ, ਪਿਘਲਨਾ, ਨਰਮ ਪੈਣਾ, ਤਰਸ ਖਾਣਾ; ਢਿੱਲਾ ਕਰਨਾ

relentless /ਰਿ'ਲੈਂਨਟਲਅਸ/ *a* ਕਠੋਰ, ਬੇਰਹਿਮ, ਬੇਦਰਦ, ਦਇਆਹੀਣ, ਨਿਰਦਈ, ਪੱਥਰ ਦਿਲ

relevance, relevancy /'ਰੈੱਲਅਵ੍ਅਨਸ, 'ਰੈੱਲਅਵ੍ਅਨਸਿ/ *n* ਪ੍ਰਸੰਗ ਅਨੁਕੂਲਤਾ, ਸੰਬੰਧਤਾ; ਸੰਗਤੀ, ਸੁਜੋੜ, ਢੁਕਵਾਂਪਣ

relevant /'ਰੈੱਲਅਵ੍ਅਨਟ/ *a* ਸੰਬੰਧਿਤ, ਪ੍ਰਸੰਗਿਕ, ਸੰਗਤ, ਸੰਬੰਧ, ਢੁੱਕਵਾਂ, ਅਨੁਕੂਲ

reliability /ਰਿ,ਲਾਇਅ'ਬਿਲਅਟਿ/ *n* ਭਰੋਸੇ ਯੋਗਤਾ, ਵਿਸ਼ਵਾਸਯੋਗਤਾ; ਪਕਿਆਈ

reliable /ਰਿ'ਲਾਇਅਬਲ/ *a* ਭਰੋਸੇਯੋਗ, ਵਿਸ਼ਵਾਸਯੋਗ

reliance /ਰਿ'ਲਾਇਅਨਸ/ *n* ਆਸਰਾ, ਨਿਰਭਰਤਾ, ਵਿਸ਼ਵਾਸ, ਭਰੋਸਾ

relic /'ਰੈੱਲਿਕ/ *n* ਨਿਸ਼ਾਨੀ, ਯਾਦਗਾਰ, ਸਮਾਰਕ, ਸਿਮਰਤੀ ਚਿੰਨ੍ਹ; ਲਾਸ਼ ਜਾਂ ਅਸਥੀਆਂ, (ਬਹੁ) ਫੁੱਲ; ਹੱਡੀਆਂ ਆਦਿ; (ਕਿਸੇ ਸੰਤ ਮਹਾਤਮਾ ਦੀਆਂ) ਪਵਿੱਤਰ ਯਾਦਗਾਰਾਂ, ਪਵਿੱਤਰ ਨਿਸ਼ਾਨੀਆਂ

relief[1] /ਰਿ'ਲੀਫ਼/ *n* (ਪੀੜਾ, ਦਰਦ, ਕਸ਼ਟ, ਚਿੰਤਾ ਆਦਿ ਤੋਂ) ਛੁਟਕਾਰਾ; ਨਿਵਿਰਤੀ; ਅਰਾਮ, ਨਿਵਾਰਨ, ਉਪਚਾਰ; ਪ੍ਰਤੀਕਿਰਿਆ, (ਗਰੀਬਾਂ ਨੂੰ ਦਿੱਤੀ ਜਾਣ ਵਾਲੀ) ਆਰਥਿਕ ਸਹਾਇਤਾ, ਸਹਾਰਾ, ਖ਼ੈਰਾਤ; ਰਾਹਤ; ਉਧਾਰ

relief[2] *n* ਉਭਰਵੀਂ ਨੱਕਾਸ਼ੀ; (ਭੂ) ਧਰਾਤਲ, ਉਚਾਣਨਿਵਾਣ

relier /ਰਿ'ਲਾਇਅ*/ *n* ਵਿਸ਼ਵਾਸ ਕਰਨ ਵਾਲਾ; ਭਰੋਸਾ ਰੱਖਣ ਵਾਲਾ; ਗੱਲ ਮੰਨ ਲੈਣ ਵਾਲਾ ਬੰਦਾ

relievable /ਰਿ'ਲੀਵ਼ਅਬਲ/ *a* ਵਿਸ਼ਰਾਮ ਦੇਣ ਯੋਗ, ਸ਼ਾਂਤੀ ਦੇਣ ਯੋਗ, ਸਹਾਇਤਾ ਕਰਨ ਯੋਗ, ਉਪਕਾਰ ਕਰਨ ਯੋਗ

relieve /ਰਿ'ਲੀਵ਼/ *vt* ਅਰਾਮ ਦੇਣਾ, ਸ਼ਾਂਤੀ ਦੇਣਾ, ਸਹਾਰਾ ਦੇਣਾ, ਹਲਕਾ ਕਰਨਾ, ਘੱਟ ਕਰਨਾ, ਮੋੜਾ ਪਾਉਣਾ; ਵਾਰੀ ਵਟਾਉਣਾ, ਵਾਰੀ ਭੁਗਤਾਉਣਾ; ਭਾਰਮੁਕਤ ਕਰਨਾ, ਫ਼ਾਰਗ ਕਰਨਾ; ਸਹਾਇਤਾ ਦੇਣਾ, ਭਾਰ ਵੰਡਾਉਣਾ; ਜੁਦਾ ਕਰਨਾ, ਨਿਖੇੜ ਕੇ ਦੱਸਣਾ, ਮਲ ਤਿਆਗਣਾ; ਮੂਤਣਾ; ਖੋਹ ਲੈਣਾ (ਪੈਸਾ, ਧੇਲਾ ਆਦਿ); ਪਦਮੁਕਤ ਕਰਨਾ

relieved /ਰਿ'ਲੀਵ਼ਡ/ *a* ਸੁਖ ਦਾ ਸਾਹ ਲੈਣ ਦੀ ਦਸ਼ਾ ਵਿੱਚ, ਆਰਾਮ ਪੂਰਬਕ, ਸਕੂਨ ਵਿੱਚ

reliever /ਰਿ'ਲੀਵ਼ਅ*/ *n* ਸਹਾਇਕ, ਮਦਦਗਾਰ

relieving-officer /ਰਿ,ਲੀਵ਼ਿਙ 'ਔਫ਼ਿਸਅ*/ *n* ਪਦ ਮੁਕਤੀਕਾਰ ਅਫ਼ਸਰ, ਮੁਕਤ ਕਰਨ ਵਾਲਾ ਅਫ਼ਸਰ

religion /ਰਿ'ਲਿਜਅਨ/ *n* ਧਰਮ, ਪੰਥ, ਮੱਤ, ਮਜ਼ਹਬ, ਦੀਨ; ਕਰਤੱਵ, ਭਗਤੀ, ਨਿਸ਼ਚਾ

religious /ਰਿ'ਲਿਜਅਸ/ *a* ਧਾਰਮਿਕ, ਧਰਮੀ *n* ਭਗਤ, ਦੀਨਦਾਰ, ਧਰਮਾਤਮਾ; ਧਰਮ ਸੰਘੀ

relinquent /ਰਿ'ਲਿਙਕਵਅਨਟ/ *a* ਕਬਜ਼ਾ ਛੱਡ ਦੇਣ ਵਾਲਾ, ਵਿਰਕਤ ਹੋਣ ਵਾਲਾ, ਤਿਆਗੀ

relinquish /ਰਿ'ਲਿਙਕਵਿਸ਼/ *vt* ਤਿਆਗਣਾ, ਛੱਡਣਾ, ਮੁਕਤ ਹੋਣਾ, ਤਜਣਾ, ਸੰਬੰਧ ਤੋੜਨਾ, ਅਧਿਕਾਰ ਛੱਡ ਬਹਿਣਾ, ਕਬਜ਼ਾ ਛੱਡ ਦੇਣਾ

relinquishment /ਰਿ'ਲਿਙਕਵਿਸ਼ਮਅਨਟ/ *n* ਤਿਆਗ, ਛੱਡ-ਛਡਾਅ

reliquary /'ਰੈੱਲਿਕਵਅਰਿ/ *n* ਯਾਦਗਾਰੀ ਵਸਤੂਆਂ ਰੱਖਣ ਦਾ ਭਾਂਡਾ, ਪਵਿੱਤਰ ਨਿਸ਼ਾਨੀਆਂ ਦੀ ਸੰਦੂਕੜੀ; ਫੁੱਲ/ਹੱਡੀਆਂ ਆਦਿ ਰੱਖਣ ਦਾ ਭਾਂਡਾ, ਅਸਥੀ ਪਾਤਰ

relique /'ਰੈੱਲਿਕ/ *n* ਯਾਦਗਾਰ, ਨਿਸ਼ਾਨੀ; ਲਾਸ਼; ਵਾਧੂ ਮਾਲ, ਚੀਥੜਾ, ਗੁੱਦੜ, ਕਬਾੜ

relish /'ਰੈੱਲਿਸ਼/ *n* ਸੁਆਦ, ਰਸ, ਮਜ਼ਾ, ਚਾਟ, ਮਸਾਲਾ, ਚੱਸ, ਚਟਣੀ, ਅਚਾਰ, ਸਿਰਕਾ; ਅਨੰਦ, ਚਾਹ, ਰੁਚੀ *v* ਸੁਆਦ ਆਉਣਾ ਜਾਂ ਲੈਣਾ, ਮਜ਼ਾ ਲੈਣਾ, ਰਸ ਲੈਣਾ; ਤ੍ਰਿਪਤ ਹੋਣਾ, ਸੰਤੁਸ਼ਟ ਹੋਣਾ, ਚਾਟ ਲਾਉਣਾ ਜਾਂ ਲੱਗਣਾ, ਚੱਸ ਦੇਣਾ

relive /,ਰੀ'ਲਿਵ਼/ *vt* ਫਿਰ ਹੋਸ਼ ਵਿੱਚ ਆਉਣਾ, ਪੁਨਰ ਸਚੇਤ ਹੋਣਾ, ਪੁਨਰ ਜੀਵਿਤ ਹੋਣਾ; ਮੁੜ ਕੇ ਵੱਸਣਾ; (ਪੁਰਾਣੇ ਅਨੁਭਵ ਆਦਿ) ਕਲਪਨਾ ਵਿੱਚ ਲਿਆਉਣਾ

relocate /,ਰੀਲਅਉ'ਕੇਇਟ/ *v* (ਨਵੀਂ ਥਾਂ ਉੱਤੇ) ਮੁੜ ਅਰੰਭ ਕਰਨਾ, ਹੋਰ ਥਾਂ ਜਾ ਵਸਣਾ, ਦੁਬਾਰਾ ਸਥਾਪਨਾ ਕਰਨਾ

relocation /,ਰੀਲਅਉ'ਕੇਇਸ਼ਨ/ *n* ਪੁਨਰ ਸਥਾਪਨ

relucence /ਰਿ'ਲੂਸਅਨਸ/ *n* ਚਮਕੀਲਾਪਣ, ਉਜਲਾਪਣ

relucent /ਰਿ'ਲੂਸਅਨਟ/ *a* ਉਜੱਲ, ਚਮਕੀਲਾ

reluct /ਰਿ'ਲਅੱਕਟ/ *vi* ਵਿਰੋਧ ਪ੍ਰਗਟ ਕਰਨਾ

reluctance /ਰਿ'ਲਅੱਕਟ(ਅ)ਨਸ/ *n* ਅਸੰਤੁਸ਼ਟਤਾ; ਅਰੁਚੀ; ਸੰਗ, ਝਿਜਕ, ਸੰਕੋਚ, ਜੱਕੋ-ਤੱਕੀ; ਵਿਰੋਧ, ਬੇਮੁਖਤਾ

reluctant /ਰਿ'ਲਅੱਕਟਅਨਟ/ *a* ਅਸੰਤੁਸ਼ਟ, ਬੇਮੁਖ, ਸੰਕੋਚਵਾਨ, ਝਿਜਕਦਾ-ਝਿਜਕਦਾ, ਰੁਕਦਾ-ਰੁਕਦਾ, ਜੱਕੋ-ਤੱਕੀਆਂ ਵਿੱਚ; ਵਿਰੁੱਧ, ਬੇਦਿਲਾ

relume /ਰਿ'ਲੂਮ/ *vt* (ਕਾਵਿ) ਫਿਰ ਤੋਂ ਜਗਾਉਣਾ; (ਅੱਖਾਂ ਆਦਿ ਨੂੰ) ਪੁਨਰ ਪ੍ਰਕਾਸ਼ਿਤ ਕਰਨਾ; (ਅਕਾਸ਼ ਆਦਿ ਨੂੰ) ਫਿਰ ਚਮਕਾਉਣਾ

rely /ਰਿ'ਲਾਇ/ *vt* (ਕਿਸੇ ਵਿਅਕਤੀ ਜਾਂ ਵਸਤੂ ਉੱਤੇ) ਨਿਰਭਰ ਹੋਣਾ, ਆਸ਼ਰਿਤ ਹੋਣਾ, ਭਰੋਸਾ ਕਰਨਾ ਜਾਂ ਰੱਖਣਾ, ਵਸਾਹ ਕਰਨਾ

remain /ਰਿ'ਮੇਇਨ/ *vi* ਬਾਕੀ ਬਚਣਾ, ਰਹਿਣਾ, ਠਹਿਰਨਾ, ਟਿਕਣਾ, ਕਾਇਮ ਰਹਿਣਾ, ਸਥਿਰ ਰਹਿਣਾ, ਵਿਦਮਾਨ ਹੋਣਾ, ਪਿੱਛੋਂ ਰਹਿ ਜਾਣਾ

remainder /ਰਿ'ਮੇਇਨਡਅ*/ *n* ਬਕਾਇਆ, (ਗਣਿ) ਬਾਕੀ, ਘਟਾਓ ਜਾਂ ਵੰਡ ਪਿੱਛੋਂ ਬਚੀ ਰਕਮ, ਰਹਿੰਦ-ਖੂੰਹਦ; (ਕਨੂੰ) ਉੱਤਰ ਅਧਿਕਾਰ, ਵਿਰਾਸਤ ਦਾ ਹੱਕ

remains /ਰਿ'ਮੇਇਨਜ਼/ *n* ਦੇਹ, ਲੋਥ, ਹੱਡੀਆਂ, ਫੁੱਲ, ਅਸਥੀਆਂ; ਰਹਿੰਦ-ਖੂੰਹਦ, ਬਚਿਆ-ਖੁਚਿਆ ਨਿਸ਼ਾਨ, ਯਾਦਗਾਰ

remake /ˌਰੀ'ਮੇਇਕ/ *vt* ਪੁਨਰ ਸਿਰਜਣਾ ਕਰਨਾ, ਫਿਰ ਤੋਂ ਬਣਾਉਣਾ, ਪੁਨਰ ਨਿਰਮਾਣ ਕਰਨਾ

remand /ਰਿ'ਮਾਨਡ/ *n* ਪੁਨਰ ਅਰਪਣ, ਸਪੁਰਦਗੀ, ਰਿਮਾਂਡ, ਵਾਪਸੀ *vt* (ਹਵਾਲਾਤ ਵਿੱਚ ਰੱਖਣ ਲਈ) ਫਿਰ ਤੋਂ ਭੇਜਿਆ ਜਾਣਾ; ਵਾਪਸੀ ਦਾ ਹੁਕਮ ਦੇਣਾ; ਵਾਪਸ ਕਰਨਾ, ਸਪੁਰਦ ਕਰਨਾ, ਹਵਾਲੇ ਕਰਨਾ

remark[1] /ਰਿ'ਮਾਕ/ *v* ਆਲੋਚਨਾ ਕਰਨਾ, ਵਿਚਾਰ ਦੇਣਾ, ਟੀਕਾ ਟਿੱਪਣੀ ਕਰਨਾ, ਵਿਸ਼ੇਸ਼ ਕਥਨ ਕਰਨਾ, ਧਿਆਨ ਕਰਨਾ, ਵਿਚਾਰ ਕਰਨਾ

remark[2] /ˌਰੀ'ਮਾਕ/ *vt* ਮੁੜ ਕੇ ਨਿਸ਼ਾਨ ਲਾਉਣਾ, ਫਿਰ ਚਿੰਨ੍ਹਤ ਕਰਨਾ

remarkable /ਰਿ'ਮਾਕਅਬਲ/ *a* ਅਲੌਕਿਕ, ਵਚਿੱਤਰ, ਅਨੂਠਾ; ਉਘੜਵਾਂ, ਅਸਧਾਰਨ; ਉੱਘਾ, ਧਿਆਨ ਦੇਣ ਯੋਗ, ਮਾਰ੍ਹਕੇ ਦਾ

remarked /ਰਿ'ਮਾਕਟ/ *a* ਪ੍ਰਮੁੱਖ; ਸਪਸ਼ਟ, ਸਾਫ਼

remarry /ˌਰੀ'ਮੈਰਿ/ *v* ਦੂਜਾ ਵਿਆਹ ਕਰਨਾ, ਮੁੜ ਸ਼ਾਦੀ ਕਰਨਾ

remasticate /ˌਰੀ'ਮੈਸਟਿਕੇਇਟ/ *vt* ਮੁੜ ਉਗਾਲੀ ਕਰਨਾ

remastication /ਰੀˌਮੈਸਟਿ'ਕੇਇਸ਼ਨ/ *n* ਪੁਨਰ ਉਗਾਲੀ

rematch /'ਰੀਮੈਚ/ *n* ਦੁਬਾਰਾ ਮੈਚ ਖੇਡਣਾ, (ਪਹਿਲੀ ਖੇਡ) ਮੁੜ ਖੇਡਣਾ

remblai /'ਰੈਮਬਲੇਇ/ *(F) n* ਬੰਨ੍ਹ ਬਣਾਉਣ ਵਾਲੀ ਮਿੱਟੀ, ਬੰਨ੍ਹ ਨਿਰਮਾਣ ਸਮਗਰੀ

remediable /ਰਿ'ਮੀਡਿਅਬਲ/ *a* ਇਲਾਜ ਕਰਨ ਯੋਗ, ਉਪਰਾਲੇ ਯੋਗ

remedial /ਰਿ'ਮੀਡਿਅਲ/ *a* ਉਪਾਅ ਵਾਲਾ, ਸਾਧਕ

remediless /'ਰੈਮੱਅਡਿਲਅਸ/ *a* ਨਿਰਉਪਾਅ, ਅਸਾਧ, ਲਾਇਲਾਜ, ਨਿਸਫਲ

remedy /'ਰੈਮੱਅਡਿ/ *n* ਇਲਾਜ, ਦਾਰੂ, ਉਪਾਅ, ਉਪਚਾਰ, ਉਪਰਾਲਾ, ਚਾਰਾ, ਚਾਰਾਜੋਈ *vt* ਇਲਾਜ ਕਰਨਾ, ਦਾਰੂ ਕਰਨਾ, ਉਪਰਾਲਾ ਕਰਨਾ, ਉਪਚਾਰ ਕਰਨਾ; ਤਸੱਲੀ ਦੇਣਾ; ਅਰਾਮ ਕਰਨਾ

remember /ਰਿ'ਮੈਮੱਬਅ*/ *vi* ਯਾਦ ਰੱਖਣਾ, ਯਾਦ ਆਉਣਾ, ਖ਼ਿਆਲ ਵਿੱਚ ਰੱਖਣਾ, ਕੰਠ ਕਰਨਾ; ਅਨੁਚਿੰਤਨ ਕਰਨਾ, (ਨੌਕਰਾਂ ਆਦਿ ਨੂੰ) ਇਨਾਮ ਦੇਣਾ; ਅਰਾਧਣਾ

remembrance /ਰਿ'ਮੈਮੱਬਰਅਨਸ/ *n* ਯਾਦ, ਸਿਮਰਤੀ, ਯਾਦਗਾਰ, ਨਿਸ਼ਾਨੀ; (ਬਹੁ) ਸਲਾਮ ਦੁਆ

remembrancer /ਰਿ'ਮੈਮੱਬਰ(ਅ)ਨਸਅ*/ *n* ਸਮਾਰਕ; ਸਰਕਾਰੀ ਕਰਜ਼ੇ ਵਸੂਲ ਕਰਨ ਵਾਲਾ ਕਰਮਚਾਰੀ; ਯਾਦ ਦਿਵਾਉਣ ਵਾਲੀ ਵਸਤੂ, ਯਾਦਗਾਰ

Remembrance Sunday *n* (ਪਹਿਲੇ ਤੇ ਦੂਜੇ ਵਿਸ਼ਵ ਯੁੱਧ ਦੇ) ਸ਼ਹੀਦਾਂ ਦਾ ਯਾਦ ਦਿਹਾੜਾ, ਗਿਆਰਾਂ ਨਵੰਬਰ ਦੇ ਨਜ਼ਦੀਕ ਦਾ ਐਤਵਾਰ

remiform /'ਰੈੱਮਿਫ਼ੋਮ/ *a* ਬੇੜੀ ਠੇਲਣ ਵਾਲੇ ਚੱਪੂ ਵਰਗਾ, ਪਤਵਾਰ ਦੇ ਆਕਾਰ ਵਰਗਾ

remind /ਰਿ'ਮਾਇਨਡ/ *vt* ਯਾਦ ਦਿਵਾਉਣਾ, ਚੇਤੇ ਕਰਾਉਣਾ, ਸਿਮਰਤੀਗੋਚਰ ਕਰਾਉਣਾ, ਜਤਾਉਣਾ

reminder /ਰਿ'ਮਾਇਨਡਅ*/ *n* ਯਾਦ ਦਿਵਾਉਣ ਵਾਲਾ ਮਨੁੱਖ, ਤਾਕੀਦ, ਚਿਤਾਵਨੀ; ਯਾਦ-ਪੱਤਰ

reminisce /ˌਰੈੱਮਿ'ਨਿਸ/ *v* ਬੀਤੇ ਸਮੇਂ ਦੀਆਂ ਮਿੱਠੀਆਂ ਯਾਦਾਂ ਬਾਰੇ ਸੋਚਣਾ, ਪੁਰਾਣੀਆਂ ਯਾਦਾਂ ਦਾ ਆਦਾਨ ਪ੍ਰਦਾਨ ਕਰਨਾ, ਆਪਣੀਆਂ ਜੀਵਨ ਘਟਨਾਵਾਂ ਨੂੰ ਕਲਮ-ਬੱਧ ਕਰਨਾ

reminiscence /ˌਰੈੱਮਿ'ਨਿਸਨਸ/ *n* ਯਾਦ, ਸਮਰਨ, ਬੀਤੀ ਘਟਨਾ ਦੀ ਯਾਦ ਅਤੇ ਵਰਣਨ, (ਬਹੁ) ਯਾਦਾਂ, ਆਪ ਬੀਤੀਆਂ; ਨਿਸ਼ਾਨੀ, ਝਲਕ (ਜਿਸ ਨੂੰ ਵੇਖ ਕੇ ਕੋਈ ਗੱਲ ਚੇਤੇ ਆਵੇ)

reminiscent /ˌਰੈੱਮਿ'ਨਿਸਨਟ/ *a* ਯਾਦ ਕਰਾਉਣ ਵਾਲਾ, ਸਮਾਰਕ; ਮੇਲ ਖਾਂਦਾ, ਮਿਲਦਾ

remint /ˌਰੀ'ਮਿਨਟ/ *vt* ਨਵਾਂ ਸਿੱਕਾ ਢਾਲਣਾ, ਫਿਰ ਤੋਂ ਸਿੱਕਾ ਬਣਾਉਣਾ

remise /ਰਿ'ਮੀਜ਼/ *n* (ਪਰਾ) ਗੱਡੀ ਘਰ, ਗੱਡੀਆਂ ਖੜ੍ਹੀਆਂ ਕਰਨ ਵਾਲਾ ਅੱਡਾ *v* ਦਾਅਵਾ ਛੱਡ ਦੇਣਾ, ਤਿਆਗ ਦੇਣਾ, ਸਮਰਪਿਤ ਕਰਨਾ; ਛੱਡ ਦੇਣਾ; ਪੈਸੇ ਲੈ ਕੇ ਗੱਡੀ ਠੀਕ ਕਰਨਾ

remiss /ਰਿ'ਮਿਸ/ *a* ਲਾਪਰਵਾਹ, ਢਿੱਲਾ, ਕਮਜ਼ੋਰ, ਅਚੇਤ; ਅਵੇਸਲਾ, ਅਣਗਹਿਲਾ; ਆਲਸੀ

remissible /ਰਿ'ਮਿਸਿਬ(ਅ)ਲ/ *a* ਖਿਮਾ ਕਰਨ ਯੋਗ, ਛੋਟ ਦੇਣ ਯੋਗ

remission /ਰਿ'ਮਿਸ਼ਨ/ *n* (ਪਾਪਾਂ ਦੀ) ਖਿਮਾ, ਮੁਕਤੀ, ਰਿਹਾਈ, ਛੁਟਕਾਰਾ, ਮਾਫ਼ੀ; ਛੋਟ, ਰਿਆਇਤ (ਕਰਜ਼ੇ ਆਦਿ ਵਿੱਚ); ਸ਼ਕਤੀ ਦੀ ਘਾਟ, ਕਮੀ

remit /ਰਿ'ਮਿਟ/ *v* (ਪਾਪਾਂ ਦਾ) ਬਖਸ਼ਣਾ; (ਕਰਜ਼, ਜੁਰਮਾਨਾ ਆਦਿ) ਮਾਫ਼ ਕਰਨਾ ਜਾਂ ਹੋਣਾ; ਮੱਧਮ ਪੈ ਜਾਣਾ (ਯਤਨ, ਦਰਦ ਆਦਿ); ਖਿਮਾ ਕਰਨਾ, ਤਿਆਗ ਕਰਨਾ, ਛੱਡ ਦੇਣਾ, ਸਿਥਲ ਕਰਨਾ; ਵਾਪਸ ਹੋਣਾ, ਭੇਜਣਾ, (ਡਾਕ ਆਦਿ ਰਾਹੀਂ) ਰੁਪਈਆ ਭੇਜਣਾ

remittance /ਰਿ'ਮਿਟਨਸ/ *n* ਭੇਜੀ ਹੋਈ ਰਕਮ; ਘਲਵਾਈ, ਭਿਜਵਾਈ

remittent /ਰਿ'ਮਿਟਨਟ/ *a* ਘਟਦਾ ਵਧਦਾ, ਉਤਰਨ ਚੜ੍ਹਨ ਵਾਲਾ (ਬੁਖ਼ਾਰ) *n* ਮਿਆਦੀ ਬੁਖ਼ਾਰ

remix /ˌਰੀ'ਮਿਕਸ/ *v* (ਰਿਕਾਰਡ ਕੀਤੇ ਸੰਗੀਤ ਵਿੱਚ) ਕੁਝ ਵਾਧੇ ਘਾਟੇ ਕਰਨਾ, ਨਵੇਂ ਸਿਰੇ ਤੋਂ ਤਰਤੀਬ ਦੇਣਾ

remnant /'ਰੈੱਮਨਅਨਟ/ *a* ਬਚਿਆ ਖੁਚਿਆ, ਰਹਿੰਦ-ਖੂੰਹਦ

remonstrance /ਰਿ'ਮੌਨਸਟਰਅਨਸ/ *n* ਰੋਸ, ਉਜ਼ਰ, ਇਤਰਾਜ਼, ਆਪੱਤੀ, ਵਿਰੋਧ, ਹੁੱਜਤ, ਗਿਲਾ, ਮਿਹਣਾ

remonstrant /ਰਿ'ਮੌਨਸਟਰਅਨਟ/ *a* ਪ੍ਰਤਿਵਾਦਾਤਮਕ, ਹੁੱਜਤੀ, ਪ੍ਰਤਿਵਾਦ ਕਰਨ ਵਾਲਾ, ਵਿਰੋਧ ਕਰਨ ਵਾਲਾ; ਸਮਝਾਉਣ ਬੁਝਾਉਣ ਵਾਲਾ

remonstrate /'ਰੈੱਮਅਨਸਟਰੇਇਟ/ *v* ਰੋਸ ਪ੍ਰਗਟ ਕਰਨਾ, ਵਿਰੋਧ ਕਰਨਾ, ਹੁੱਜਤ ਕਰਨਾ; ਸਮਝਾਉਣਾ ਬੁਝਾਉਣਾ; (ਵਿਰੋਧ ਵਿੱਚ) ਉਤੇਜਿਤ ਕਰਨਾ, ਪ੍ਰੇਰਿਤ ਕਰਨਾ

remora /'ਰੈੱਮਅਰਅ/ *n* ਰੋਕ, ਰੁਕਾਵਟ, ਵਿਘਨ; ਇੱਕ ਪ੍ਰਕਾਰ ਦੀ ਮੱਛੀ

remorse /ਰਿ'ਮੋਸ/ *n* ਪਛਤਾਵਾ, ਪਸ਼ੇਮਾਨੀ, ਪਸ਼ਚਾਤਾਪ

remorseful /ਰਿ'ਮੋਸਫ਼ਲ/ *a* ਪਛਤਾਵਾਪੂਰਨ

remorseless /ਰਿ'ਮੋਸਲਅਸ/ *a* ਬੇਦਰਦ, ਬੇਰਹਿਮ, ਬੇਤਰਸ, ਕਠੋਰ, ਪਛਤਾਵੇ ਰਹਿਤ

remote /ਰਿ'ਮਅਉਟ/ *a* ਦੂਰ, ਅਲੱਗ, ਦੂਰਵਰਤੀ, ਦੁਰਾਡਾ;ਬੇਗਾਨਾ; ਨਿਵੇਕਲਾ, ਇਕਾਂਤ; ਥੋੜ੍ਹਾ ਜਿਹਾ ਧੁੰਦਲਾ

remote sensing *a* (ਧਰਤੀ ਬਾਰੇ ਗਿਆਨ ਇਕੱਤਰ ਕਰਨ ਲਈ) ਉਪਗ੍ਰਹਿ ਦੀ ਵਰਤੋਂ

remould /ˌਰੀ'ਮਅਉਲਡ/ *vt* ਮੁੜ ਕੇ ਢਾਲਨਾ, ਨਵੇਂ ਸੱਚੇ ਵਿੱਚ ਢਾਲਨਾ, ਪੁਨਰਗਠਨ ਕਰਨਾ

remount /ˌਰੀ'ਮਾਉਨਟ/ *v* ਫਿਰ ਚੜ੍ਹਨਾ (ਘੋੜੇ, ਪੌੜੀ ਆਦਿ ਉੱਤੇ) *n* ਘੋੜਿਆਂ ਦੀ ਨਵੀਂ ਭਰਤੀ; ਨਵਾਂ ਘੋੜਾ (ਜੋ ਰਾਹ ਵਿੱਚ ਪੜਾਅ ਉੱਤੇ ਤਿਆਰ ਮਿਲੇ)

removability /ਰਿˌਮੂਵ੍ਅ'ਬਿਲਅਟਿ/ *n* ਮੌਕੂਫ਼ੀ, ਬਰਤਰਫ਼ੀ

removable /ਰਿ'ਮੂਵ੍ਅਬਲ/ *a* ਹਟਾਉਣਯੋਗ, ਮੌਕੂਫ਼ ਕਰਨ ਯੋਗ

removal /ਰੀ'ਮੂਵ੍ਲ/ *n* ਹਟਾਉਣ ਦਾ ਭਾਵ, ਲਹਾਈ, ਬਰਤਰਫ਼ੀ, (ਸਮਾਨ) ਇੱਕ ਥਾਂ ਤੋਂ ਦੂਜੇ ਥਾਂ ਬਦਲੀ

remove /ਰਿ'ਮੂਵ੍/ *v* ਹਟਾਉਣਾ, ਮੌਕੂਫ਼ ਕਰ ਦੇਣਾ, ਉਠਾ ਲੈਣਾ; ਮਕਾਨ ਛੱਡਣਾ, ਬਦਲਨਾ *n* ਵਿੱਥ, ਦੂਰੀ, ਫ਼ਾਸਲਾ; ਦਰਜਾ ਚੜ੍ਹਾਈ (ਜਮਾਤ ਵਿੱਚ)

remplissage /'ਰੈਂਪਲਿਸਾਯ਼/ *n* ਵਾਧੂ ਚੀਜ਼, ਵਿਅਰਥ ਮਾਲ, ਵਿਅਰਥ ਪਦਾਰਥ

remunerate /ਰਿ'ਮਯੂਨਅਰੇਇਟ/ *vi* ਬਦਲਾ ਦੇਣਾ; ਮੁਆਵਜ਼ਾ ਦੇਣਾ, ਸੇਵਾ-ਫਲ ਦੇਣਾ, ਪ੍ਰਤਿਫਲ ਦੇਣਾ, ਉਜਰਤ ਦੇਣਾ, ਭਾੜਾ ਦੇਣਾ, ਮਜ਼ਦੂਰੀ ਦੇਣਾ

remuneration /ਰਿˌਮਯੂਨਅ'ਰੇਇਸ਼ਨ/ *n* ਸੇਵਾ-ਫਲ, ਬਦਲਾ, ਮਿਹਨਤਾਨਾ, ਪ੍ਰਤਿਫਲ

remunerative /ਰਿ'ਮਯੂਨਅਰਅਟਿਵ੍/ *a* ਲਾਹੇਵੰਦਾ, ਫ਼ਾਇਦੇਮੰਦ

remunerator /ਰਿ'ਮਯੂਨਅਰੇਇਟਅ*/ *n* ਉਜਰਤੀ, ਮਿਹਨਤੀ ਬੰਦਾ

renaissance /ਰਅ'ਨੇਇਸਨਸ/ *n* ਨਵਯੁੱਗ, ਪੁਨਰ ਜਾਗਰਤੀ ਕਾਲ, ਕਲਾ ਕੌਸ਼ਲ ਅਤੇ ਵਿੱਦਿਆ ਦੀ ਜਾਗ੍ਰਿਤੀ ਦਾ ਕਾਲ, ਪੁਨਰ ਜਾਗ੍ਰਿਤੀ, ਸੱਭਿਆਚਾਰਕ ਜਾਗ੍ਰਿਤੀ

renal /'ਰੀਨਲ/ *a* ਗੁਰਦੇ ਸੰਬੰਧੀ

rename /ˌਰੀ'ਨੇਇਮ/ *v* ਨਾਮ ਬਦਲਨਾ, ਨਵਾਂ ਨਾਮ ਰੱਖਣਾ

renascence /ਰਿ'ਨੈਸਨਸ/ *n* ਪੁਨਰਜਨਮ, ਨਵਾਂ ਜਨਮ, ਪੁਨਰ ਉਤਪਤੀ, ਨਵਾਂ ਯੁੱਗ

renascent /ਰਿ'ਨੈਸਨਟ/ *a* ਪੁਨਰ ਉਤਪੰਨ, ਦੁਬਾਰਾ ਜਨਮ ਲੈ ਰਿਹਾ

rencounter /ਰੈਨੱ'ਕਾਉਨਟਅ*/ *n* ਮੁੱਠਭੇੜ, ਝੜਪ, ਟੱਕਰ, ਸੰਕਟ, ਅਚਾਨਕ ਮੇਲ

rend /ਰੈਂਡ/ *v* ਪਾੜ ਦੇਣਾ, ਫਟ ਜਾਣਾ, ਚੀਰਨਾ, ਖੰਡ-ਖੰਡ ਕਰਨਾ, ਅਲੱਗ-ਅਲੱਗ ਕਰਨਾ, ਛਿੰਨ-ਭਿੰਨ ਕਰ ਦੇਣਾ

render /'ਰੈਂਡਅ*/ *vt* (ਲੇਖਾ) ਦੇਣਾ, ਚੁਕਾਉਣਾ, ਅਦਾ ਕਰਨਾ, ਪੂਰਾ ਕਰਨਾ; (ਧੰਨਵਾਦ ਜਾਂ ਭੇਟ ਆਦਿ) ਕਰਨਾ; ਪਲਟਾਉਣਾ; ਭਾਗਵਾਨ ਬਣਾ ਦੇਣਾ; ਬਦਲੇ ਵਿੱਚ ਦੇਣਾ; ਵਾਪਸ ਕਰਨਾ; ਪ੍ਰਦਾਨ ਕਰਨਾ; ਸੌਂਪਣਾ; ਹਵਾਲੇ ਕਰਨਾ; ਉਲਥਾਉਣਾ, ਤਰਜਮਾ ਕਰਨਾ, ਅਨੁਵਾਦ ਕਰਨਾ; ਪ੍ਰਗਟਾਉਣਾ; (ਚਰਬੀ) ਪਿਘਲਾਉਣਾ, ਪਿਘਲਾ ਕੇ ਕੱਢਣਾ; ਸ਼ੁੱਧ ਕਰਨਾ, ਸਾਫ਼ ਕਰਨਾ; ਨਵਾਂ ਪਲਸਤਰ ਕਰਨਾ

rendering /'ਰੈਂਡਅਰਿਙ/ *n* ਸਮਰਪਣ; ਉਲਥਾ, ਅਨੁਵਾਦ, ਤਰਜਮਾਨੀ; ਪ੍ਰਗਟਾਅ, ਚਿਤਰਨ

rendezvous /'ਰੌਨਡਿਵੂ, -ਡੇਇਵੂ/ *n* ਅੱਡਾ, ਮਿਲਨ ਦੀ ਥਾਂ *v* ਨਿਸ਼ਚਿਤ ਸਥਾਨ ਉੱਤੇ ਮਿਲਨਾ

rendition /ਰੈਨੱ'ਡਿਸ਼ਨ/ *n* ਸਪੁਰਦਗੀ, ਸਮਰਪਣ; ਉਲਥਾ, ਤਰਜਮਾ, ਅਨੁਵਾਦ; (ਨਾਟਕੀ ਰੋਲ ਦੀ) ਪੇਸ਼ਕਾਰੀ

renegade, renegado /'ਰੈੱਨਿਗੇਇਡ ˌਰੈੱਨਿ'ਗੇਇਡਅਉ/ *n* ਗੱਦਾਰ, ਭਗੌੜਾ, ਪਤਿਤ, ਧਰਮ ਤਿਆਗੀ

renege /ਰਿ'ਨੀਗ, ਰਿ'ਨੇਇਗ/ *v* ਇਕਰਾਰ ਤੋਂ ਮੁੱਕਰਨਾ, ਵਾਅਦਾ ਤੋੜਨਾ, ਤਿਆਗਣਾ, ਛੱਡਣਾ

renew /ਰਿ'ਨਯੂ/ *v* ਨਵਾਂ ਕਰਨਾ, ਜਾਨ ਪਾਉਣਾ, ਤਾਜ਼ਾ ਕਰਨਾ, ਮੌਲਿਕ ਰੂਪ ਦੇਣਾ, ਪੁਨਰਉੱਥਾਨ ਕਰਨਾ; ਦਰੁਸਤ ਕਰਨਾ, ਬਦਲ ਦੇਣਾ, (ਚੱਕੀ

ਦਾ ਪੁੜ) ਰਾਹੁਣਾ; ਨਵੇਂ ਸਿਰਿਓਂ ਕਰਨਾ, ਮੁੱਢ ਤੋਂ ਕਰਨਾ, ਬਹਾਲ ਕਰਨਾ; ਨਵਾਂ ਹੋ ਜਾਣਾ; ਫਿਰ ਆ ਜਾਣਾ (ਜਵਾਨੀ ਆਦਿ); ਕਾਇਆ ਕਲਪ ਕਰਨਾ ਜਾਂ ਹੋਣਾ; (ਪੱਟਾ ਜਾਂ ਮੰਗ) ਫਿਰ ਤੋਂ ਦੁਹਰਾਉਣਾ, ਨਵੀਨ ਕਰਨਾ

renewal /ਰਿ'ਨਯੂਅਲ/ *n* ਨਵਿਆਉਣ, ਕਾਇਆ ਪਲਟ, ਸੁਰਜੀਤੀ, ਬਹਾਲੀ, ਪੁਨਰ ਅਰੰਭ

renitence, renitency /'ਰੈੱਨਿਟਅਨਸ, 'ਰੈੱਨਿਟਅਨਸਿ/ *n* ਰੁਕਾਵਟ, ਰੋਕ, ਪ੍ਰਤਿਰੋਧ, ਬਾਧਾ

renitent /'ਰੀਨਿਟਅਨਟ/ *n* (ਦੁੱਧ ਪੀਣ ਵਾਲੇ ਵੱਛੇ ਦੇ ਪੇਟ ਵਿੱਚ) ਜੰਮਿਆ ਦੁੱਧ; (ਪੌਦਿਆਂ ਤੋਂ ਮਿਲਨ ਵਾਲਾ) ਜੰਮਿਆ ਦੁੱਧ

rennet /'ਰੈੱਨਿਟ/ *n* ਜੰਮਿਆ ਦੁੱਧ; ਦੁੱਧ ਜਮਾਉਣ ਲਈ ਵਰਤੇ ਪਦਾਰਥ, ਜਾਗ, ਖੱਟਾ, ਜਾਮਣ; (ਪੌਦਿਆਂ ਤੋਂ ਪ੍ਰਾਪਤ) ਜਵੈਣ, ਚੂਰਨ

renounce /ਰਿ'ਨਾਉਨਸ/ *vt* (ਹੱਕ ਜਾਂ ਕਬਜ਼ਾ) ਤਿਆਗਣਾ, ਤਜਣਾ, ਛੱਡ ਦੇਣਾ; ਸੰਬੰਧ ਤੋੜ ਲੈਣਾ, ਅਲੱਗ ਹੋ ਜਾਣਾ, ਮੰਨਣ ਤੋਂ ਇਨਕਾਰ ਕਰਨਾ, (ਕਨੂੰ) ਅਧਿਕਾਰ ਅਸਵੀਕਾਰ ਕਰਨਾ; (ਤਾਸ਼) ਬਦਰੰਗ ਚਾਲ ਚੱਲਣਾ

renouncer /ਰਿ'ਨਾਉਨਸਅ*/ *n* ਤਿਆਗੀ, ਸੰਨਿਆਸੀ, ਵੈਰਾਗੀ

renovate /'ਰੈੱਨਅਵ੍ਹੇਇਟ/ *vt* ਨਵਾਂ ਕਰਨਾ, ਬਹਾਲ ਕਰਨਾ; ਦਰੁਸਤ ਕਰਨਾ, ਠੀਕ-ਠਾਕ ਕਰਨਾ, ਮੁਰੰਮਤ ਕਰਨਾ; ਸੁਰਜੀਤ ਕਰਨਾ

renovation /,ਰੈੱਨਆ'ਵ੍ਹੇਇਸ਼ਨ/ *n* ਨਵਿਆਉਣਾ, ਸੁਰਜੀਤੀ

renovator /'ਰੈੱਨਅਵ੍ਹੇਇਟਅ*/ *n* ਮੁਰੰਮਤ ਕਰਨ ਵਾਲਾ, ਕਾਇਆ ਕਲਪ ਕਰਨ ਵਾਲਾ ਵਿਅਕਤੀ, ਸੁਰਜੀਤ ਕਰਨ ਵਾਲਾ ਬੰਦਾ

renown /ਰਿ'ਨਾਉਨ/ *n* ਪ੍ਰਸਿੱਧੀ, ਨਾਮਣਾ, ਸ਼ੁਹਰਤ, ਮਸ਼ਹੂਰੀ, ਜਸ, ਕੀਰਤੀ, ਪ੍ਰਤਿਸ਼ਠਾ

renowned /ਰਿ'ਨਾਉਨਡ/ *a* ਮਸ਼ਹੂਰ, ਮੰਨਿਆ ਪ੍ਰਮੰਨਿਆ, ਉੱਘਾ, ਪ੍ਰਸਿੱਧ, ਨਾਮਵਰ

rent[1] /ਰੈਂਟ/ *v* **rend** ਦਾ ਭੂਤ-ਕਾਲ ਅਤੇ ਭੂਤ-ਕ੍ਰਿਦੰਤ

rent[2] *n* ਦਰਾੜ, ਛੇਕ, ਦਰਜ, ਤੇੜ, ਚੀਰ

rent[3] *n* ਭਾੜਾ, ਕਿਰਾਇਆ (ਮਕਾਨ ਆਦਿ ਦਾ), ਮਾਮਲਾ, ਕਰ, ਲਗਾਨ, ਮਾਲਗੁਜ਼ਾਰੀ (ਜ਼ਮੀਨ ਦੀ) *v* ਕਿਰਾਏ ਉਤੇ ਚਾੜ੍ਹਨਾ ਜਾਂ ਲੈਣਾ, ਭਾੜੇ ਉਤੇ ਦੇਣਾ ਜਾਂ ਲੈਣਾ, ਲਗਾਨ ਤੈ ਕਰਨਾ, ਕਿਰਾਇਆ ਤੈ ਕਰਨਾ

rental /'ਰੈਨੱਟਲ/ *n* ਕਿਰਾਏ ਦੀ ਆਮਦਨੀ, ਲਾਭ, ਕਿਰਾਇਆ, ਮਾਮਲਾ, ਮਾਲਗੁਜ਼ਾਰੀ, ਲਗਾਨ

rented /'ਰੈਨੱਟਿਡ/ *a* (ਮਕਾਨ ਆਦਿ) ਕਿਰਾਏ ਉੱਤੇ ਦਿੱਤਾ ਜਾਂ ਲਿਆ ਹੋਇਆ, ਮਾਮਲੇ ਉੱਤੇ ਦਿੱਤੀ ਹੋਈ (ਭੋਂ)

renule /'ਰੈਨੱਯੂਲ/ *n* ਛੋਟਾ ਗੁਰਦਾ

renunciation /ਰਿ,ਨਅੱਨਸਿ'ਏਇਸ਼ਨ/ *n* ਤਿਆਗ, ਵਿਰਾਗ, ਵਿਰਕਤੀ, ਆਤਮ ਤਿਆਗ, ਸੰਨਿਆਸ, ਬਲੀਦਾਨ, ਅਸਵੀਕ੍ਰਿਤੀ

renunciative, renunciatory /ਰਿ'ਨਅੱਨਸਿਅਟਿਵ੍ਹ, ਰਿ'ਨਅੱਨਸਿਅਟਰਿ/ *a* ਤਿਆਗੀ, ਵੈਰਾਗੀ, ਵਿਰਕਤ

renverse /'ਰੈਨੱਵ੍ਹਅ:ਸ/ *a* ਮੂਧਾ, ਉਲਟਾ

reoccupation /'ਰੀ,ਔਕਯੁ'ਪੇਇਸ਼ਨ/ *n* ਪੁਨਰ ਗ੍ਰਹਿਣ, ਮੁੜ ਪ੍ਰਾਪਤੀ, ਦੁਬਾਰਾ ਕਬਜ਼ਾ

reorder /,ਰੀ'ਓਡਅ*/ *v* ਪੁਨਰ ਤਰਤੀਬ ਦੇਣਾ, ਨਵੀਂ ਮੰਗ ਕਰਨਾ, ਨਵਾਂ ਹੁਕਮ ਦੇਣਾ

reorganization /ਰੀ,ਓਗ(ਅ)ਨਾਇ'ਜ਼ੇਇਸ਼ਨ/ *n* ਪੁਨਰ ਸੰਗਠਨ, ਪੁਨਰ ਪ੍ਰਬੰਧ

reorganize /ਰੀ'ਓਗ(ਅ)ਨਾਇਜ਼/ *v* ਪੁਨਰ ਜਥੇਬੰਦੀ ਕਰਨਾ, ਦੁਬਾਰਾ ਪ੍ਰਬੰਧ ਕਰਨਾ, ਮੁੜ ਸੰਗਠਨ ਕਰਨਾ, ਨਵੇਂ ਸਿਰੇ ਤੋਂ ਚਾਲੂ ਕਰਨਾ

reorient /,ਰੀ'ਓਰਿਐਂਟ/ *vt* ਨਵੀਂ ਦਿਸ਼ਾ ਦੇਣਾ, ਮੁੜ ਅਨੁਕੂਲ ਬਣਾਉਣਾ

reorientation /,ਰੀਓਰਿਅਨ'ਟੇਇਸ਼ਨ/ *n*

ਪੁਨਰ ਸੋਧ, ਪੁਨਰ ਅਨੁਕੂਲਣ

rep[1] **/ਰੈਪ/** *n* ਮੋਟਾ ਕੱਪੜਾ (ਜੋ ਫਰਸ਼, ਗਿਲਾਫ ਆਦਿ ਲਈ ਵਰਤਿਆ ਜਾਂਦਾ ਹੈ)

rep[2] *a* ਅਵਾਰਾ, ਲਫੰਗਾ, ਚਰਿੱਤਰਹੀਣ *n* ਜ਼ਬਾਨੀ ਯਾਦ ਕੀਤਾ ਛੰਦ

repair /ਰਿ'ਪੇਅ*/ *n* ਮੁਰੰਮਤ, ਦਰੁਸਤੀ, ਸੁਧਾਰ *vi* ਮੁਰੰਮਤ ਕਰਨਾ, ਸੁਧਾਰ ਕਰਨਾ, ਸੰਵਾਰਨਾ, ਇਲਾਜ ਕਰਨਾ, ਗੰਢਣਾ; ਨੁਕਸਾਨ ਪੂਰਾ ਕਰਨਾ; ਸ਼ਰਨ ਲੈਣਾ, ਆਸਰਾ ਲੈਣਾ; ਜਾਣਾ; ਪਹੁੰਚਣਾ, ਝੁੰਡ ਵਿੱਚ ਜਾਣਾ

reparable, repairable /'ਰੈਪ(ਅ)ਰਅਬਲ, ਰਿ'ਪੇਅਰਅਬਲ/ *a* ਮੁਰੰਮਤ ਕਰਨ ਯੋਗ, ਗੰਢਣਯੋਗ

reparation /,ਰੈਪਅ'ਰੇਇਸ਼ਨ/ *n* ਮੁਰੰਮਤ, ਦਰੁਸਤੀ, ਸੁਧਾਰ; ਨਵਸੰਸਕਾਰ; ਹਾਨਪੂਰਤੀ, ਹਰਜਾਨਾ; ਬਦਲਾ, ਤਲਾਫੀ, ਪ੍ਰਤਿਫਲ, ਪ੍ਰਤਿਕਾਰ

repartee /,ਰੈਪਾ'ਟੀ/ *n* ਪਰਤਾਵਾਂ ਜਵਾਬ, ਵਿਅੰਗਮਈ ਉੱਤਰ, ਹਾਜ਼ਰ ਜਵਾਬੀ *v* ਪਰਤਾਵਾਂ ਜਵਾਬ ਦੇਣਾ, ਹਾਜ਼ਰ ਜਵਾਬ ਹੋਣਾ

repartition /,ਰੀਪਾ'ਟਿਸ਼ਨ/ *n* ਮੁੜ ਬਟਵਾਰਾ, ਪੁਨਰ ਵਿਭਾਜਨ, ਦੂਜੀ ਵਾਰੀ ਵੰਡ

repast /ਰਿ'ਪਾਸਟ/ *n* ਖਾਣਾ, ਭੋਜਨ; ਖਾਣ ਦਾ ਸਮਾਂ

repatriate /,ਰੀ'ਪੈਟਰਿਏਇਟ/ *vi* ਵਤਨ ਨੂੰ ਮੋੜਨਾ ਜਾਂ ਮੁੜਨਾ

repatriation /,ਰੀ,ਪੈਟਰਿ'ਏਇਸ਼ਨ/ *n* ਵਤਨ ਮੋੜਾ, ਦੇਸ਼ ਵਾਪਸੀ

repay /ਰਿ'ਪੇਇ/ *v* ਚੁਕਾ ਦੇਣਾ, ਅਦਾ ਕਰਨਾ, ਮੋੜਨਾ, ਵਾਪਸ ਕਰ ਦੇਣਾ, ਬਦਲਾ ਦੇਣਾ, ਜਵਾਬ ਦੇਣਾ; ਹਾਨੀਪੂਰਤੀ ਕਰਨਾ, ਨੁਕਸਾਨ ਪੂਰਾ ਕਰਨਾ, ਦੁਬਾਰਾ ਅਦਾ ਕਰਨਾ

repayable /ਰੀ'ਪੇਇਅਬਲ/ *a* ਵਾਪਸ ਕਰਨਯੋਗ, ਮੋੜਨਯੋਗ, ਦੁਬਾਰਾ ਅਦਾ ਕਰਨਯੋਗ

repayment /ਰਿ'ਪੇਇਮਅਨਟ/ *n* ਅਦਾਇਗੀ, ਚੁਕੌਤੀ

repeal /ਰਿ'ਪੀਲ/ *vt* ਖੰਡਿਤ ਕਰਨਾ, ਕੱਟਣਾ, ਤੋੜਨਾ, ਹਟਾਉਣਾ, ਰੱਦ ਕਰਨਾ, ਬਦਲ ਦੇਣਾ; ਵਾਪਸ ਕਰਨਾ, ਮਨਸੂਖ ਕਰਨਾ *n* ਖੰਡਨ, ਮਨਸੂਖੀ

repeat /ਰਿ'ਪੀਟ/ *v* ਦੁਹਰਾਉਣਾ; ਰਟਣਾ; (ਨਾਮ) ਜਪਣਾ; ਵਰਣਨ ਕਰਨਾ; ਚਿਤਰਨ ਕਰਨਾ, ਸੂਚਨਾ ਦੇਣਾ, ਸਮਾਚਾਰ ਦੇਣਾ, ਰਿਪੋਰਟ ਦੇਣਾ, ਵਿਵਰਨ ਦੇਣਾ; (ਘੜੀ ਆਦਿ ਦਾ) ਟੁਣ-ਟੁਣ ਕਰਨਾ; (ਸ਼ਸਤਰ ਆਦਿ ਦਾ) ਬਿਨਾਂ ਭਰੇ ਕਈ ਵਾਰ ਚਲਾਉਣਾ; ਦੁਬਾਰਾ ਹੋਣਾ, ਫਿਰ-ਫਿਰ ਹੋਣਾ

repeated /ਰਿ'ਪੀਟਿਡ/ *a* ਮੁੜ-ਮੁੜ ਕੀਤਾ ਗਿਆ, ਬਾਰ-ਬਾਰ ਹੋਇਆ, ਘੜੀ-ਮੁੜੀ ਹੋਇਆ

repeatedly /ਰਿ'ਪੀਟਿਡਲਿ/ *adv* ਵਾਰ-ਵਾਰ, ਮੁੜ-ਮੁੜ, ਘੜੀ-ਮੁੜੀ

repeater /ਰਿ'ਪੀਟਅ*/ *n* ਲਗਾਤਾਰ ਫਾਇਰ ਕਰਨ ਵਾਲਾ ਹਥਿਆਰ; ਟੁਣ-ਟੁਣ ਕਰਨ ਵਾਲੀ ਘੜੀ

repel /ਰਿ'ਪੈੱਲ/ *vt* ਪਛਾੜਨਾ, ਪਿੱਛੇ ਧੱਕਣਾ, ਹਟਾਉਣਾ; ਨਿਵਿਰਤ ਕਰਨਾ, ਦੁਰਕਾਰਨਾ, ਪਰ੍ਹਾਂ ਸੁੱਟਣਾ, ਅਸਵੀਕਾਰ ਕਰਨਾ; ਘਿਣਾਉਣਾ ਹੋਣਾ, ਕਰਹਿਤ ਲਿਆਉਣਾ, ਅਰੁਚੀ ਲਿਆਉਣਾ; ਵਿਰੋਧ ਕਰਨਾ

repellent /ਰਿ'ਪੈੱਲਅਨਟ/ *a* ਭੈੜਾ, ਘਿਰਨਿਤ, ਘਿਣਾਉਣਾ

repeller /ਰਿ'ਪੈੱਲਅ*/ *n* ਕੀੜੇ ਮਕੌੜੇ ਭਜਾਉਣ ਵਾਲੀ ਦਵਾਈ, ਕੀਟਨਾਸ਼ਕ ਦਵਾਈ

repent /ਰਿ'ਪੈਂਨਟ/ *v* ਪਛਤਾਵਾ ਕਰਨਾ, ਪਛਤਾਉਣਾ, ਸ਼ਰਮਿੰਦਾ ਹੋਣਾ, ਪਸ਼ੇਮਾਨ ਹੋਣਾ, ਹੱਥ ਮਲਨਾ, ਤੋਬਾ ਕਰਨਾ, ਦੁੱਖ ਨਾਲ ਯਾਦ ਕਰਨਾ

repentance /ਰਿ'ਪੈਂਨਟਅਨਸ/ *n* ਪਛਤਾਵਾ, ਤੋਬਾ, ਪਸ਼ੇਮਾਨੀ, ਪਸ਼ਚਾਤਾਪ

repentant /ਰਿ'ਪੈਂਨਟਅਨਟ/ *a* ਪਛਤਾਵੇ ਨਾਲ ਭਰਿਆ, ਪਸ਼ੇਮਾਨ

repercussion /,ਰੀਪਅ'ਕਅੱਸ਼ਨ/ *n* ਧਮਕ, ਗੂੰਜ; ਪ੍ਰਤਿਕਿਰਿਆ, ਮੋੜਵਾਂ ਅਸਰ

repertoire, repertory /'ਰੈਪੱਅਟਵਾ*, 'ਰੈਪੱਅਟਰਿ/ *n* ਖ਼ਜ਼ਾਨਾ, ਕੋਸ਼ ਭਵਨ, ਗੁਦਾਮ, ਮਾਲ ਗੁਦਾਮ; (ਨਾਟ ਮੰਡਲੀ ਦਾ) ਨਾਟ ਭੰਡਾਰ

repetend /'ਰੈੱਪਿਟੈਨੱਡ/ *n* ਦਸ਼ਮਕ ਅੰਕ, ਆਵਰਤੀ ਅੰਕ

repetition /ˌਰੈਪੱਅ'ਟਿਸ਼ਨ/ *n* ਦੁਹਰਾਅ, ਦੋਹਰਾ; ਰਟ, ਜਾਪ; ਨਕਲ, ਪ੍ਰਤਿਲਿਪੀ, ਪ੍ਰਤਿਰੂਪ; (ਵਿਆ) ਪੁਨਰ ਉਕਤੀ; (ਵਾਜੇ ਨੂੰ) ਜਲਦੀ ਦੁਹਰਾਉਣ ਦੀ ਕਿਰਿਆ

repetitious /ˌਰੈਪੱਅ'ਟਿਸ਼ਅਸ/ *a* ਮੁੜ-ਮੁੜ ਹੋਣ ਵਾਲਾ, ਦੁਹਰਾਅਪੂਰਬਕ, ਦੁਹਰਾਅ ਵਾਲਾ

repetitive /ਰਿ'ਪੈੱਟਅਟਿਵ/ *a* ਮੁੜ-ਮੁੜ ਹੋਣ ਵਾਲਾ, ਦੁਹਰਾਅ ਵਾਲਾ, ਵਾਰ-ਵਾਰ ਹੋ ਕੇ ਅਕਾ ਦੇਣ ਵਾਲਾ

rephrase /ˌਰੀ'ਫ਼ਰੇਇਜ਼/ *v* (ਅਰਥ ਸਪਸ਼ਟ ਕਰਨ ਲਈ) ਵੱਖ-ਵੱਖ ਸ਼ਬਦਾਂ ਦੀ ਵਰਤੋਂ ਕਰਨਾ

repine /ਰਿ'ਪਾਇਨ/ *vi* ਕੁੜ੍ਹਨਾ, ਚਿੜ੍ਹਨਾ, ਕਰਿਝਣਾ, ਜਲਣਾ, ਸੜਨਾ

replace /ਰਿ'ਪਲੇਇਸ/ *vt* ਬਦਲਾਉਣਾ, (ਕਿਸੇ ਦੀ) ਥਾਂ ਮੱਲਣਾ, ਪੁਨਰ ਸਥਾਪਿਤ ਕਰਨਾ, ਅਸਲੀ ਥਾਂ ਉੱਤੇ ਕਾਇਮ ਰੱਖਣਾ; ਪਦ ਤੋਂ ਹਟਾਇਆ ਜਾਣਾ, ਅਲੱਗ ਕੀਤਾ ਜਾਣਾ, ਸਥਾਨ ਪੂਰਤੀ ਕਰਨਾ

replacement /ਰਿ'ਪਲੇਇਸਮਅਨਟ/ *n* ਥਾਂ ਬਦਲੀ; ਸਥਾਨਾਂਤਰਨ, ਪਦ ਤੋਂ ਅਲਹਿਦਗੀ; ਬਦਲਨ ਵਾਲੀ ਵਸਤੂ

replay /'ਰੀਪਲੇਇ/ *n* ਦੁਬਾਰਾ ਖੇਡਿਆ ਗਿਆ ਮੈਚ ਜਾਂ ਨਾਟਕ, ਫ਼ਿਲਮ ਜਾਂ ਟੇਪ ਵਗੈਰਾ ਨੂੰ ਫਿਰ ਤੋਂ ਚਾਲੂ ਕਰਨਾ, ਪਹਿਲਾਂ ਵਾਂਗ ਹੀ ਦੁਹਰਾਉਣਾ

replenish /ਰਿ'ਪਲੈੱਨਿਸ਼/ *vt* ਫਿਰ ਤੋਂ ਭਰਨਾ, ਭਰਪੂਰ ਕਰਨਾ, ਪਰਿਪੂਰਨ ਕਰਨਾ

replenished /ਰਿ'ਪਲੈੱਨਿਸ਼ਟ/ *a* ਪੂਰਨ, ਪਰਿਪੂਰਨ, ਲਬਾ-ਲਬ ਭਰਿਆ

replete /ਰਿ'ਪਲੀਟ/ *a* ਭਰਪੂਰ, ਭਰਿਆ, ਪਰਿਪੂਰਨ, ਤ੍ਰਿਪਤ, ਸੰਤੁਸ਼ਟ

repletion /ਰਿ'ਪਲੀਸ਼ਨ/ *n* ਭਰਪੂਰਤਾ, ਪਰਿਪੂਰਨਤਾ, ਬਹੁਤਾਤ; ਤ੍ਰਿਪਤੀ, ਸੰਤੁਸ਼ਟਤਾ

replevin /ਰਿ'ਪਲੈੱਵਿਨ/ *n* ਕੁਰਕ ਕੀਤੇ ਮਾਲ ਦੀ ਪ੍ਰਾਪਤੀ

replevisor /ˌਰੈਪੱਲਿ'ਵ੍ਹਾਇਜ਼ਅ*/ *n* ਜ਼ਮਾਨਤ ਦੇਣ ਵਾਲਾ, ਕੁਰਕ ਮਾਲ ਛੁਡਾਉਣ ਵਾਲਾ ਕਰਮਚਾਰੀ

replevy /ਰਿ'ਪਲੈੱਵਿ/ *vt* ਜ਼ਮਾਨਤ ਦੇਣਾ, ਕੁਰਕ ਮਾਲ ਛੁਡਾਉਣਾ

replica /'ਰੈਪੱਲਿਕਅ/ *n* ਪ੍ਰਤਿਰੂਪ, ਪ੍ਰਤਿਲਿਪੀ, ਨਕਲ, ਹੂ-ਬਹੂ ਨਕਲ, ਜੋੜ, ਪ੍ਰਤਿਕ੍ਰਿਤੀ (ਤਸਵੀਰ ਆਦਿ ਦੀ)

replicate /'ਰੈਪੱਲਿਕੇਇਟ/ *v* (ਲਿਖਤ ਦੀ) ਇੰਨ ਬਿੰਨ ਨਕਲ ਕਰਨਾ, ਪ੍ਰਤਿਲਿਪੀ ਕਰਨਾ, ਹੂ-ਬਹੂ ਨਕਲ ਕਰਨਾ

replication /ˌਰੈਪੱਲਿ'ਕੇਇਸ਼ਨ/ *n* ਉੱਤਰ, ਮੋੜਵਾਂ ਉੱਤਰ, (ਕਨੂੰ) ਮੁੱਦਾਲੇ ਦੀ ਸਫ਼ਾਈ ਦਾ ਉੱਤਰ; ਪ੍ਰਤਿਧੁਨੀ; ਗੂੰਜ; ਨਕਲ, ਪ੍ਰਤਿਕ੍ਰਿਤੀ, ਪ੍ਰਤਿਰੂਪ, ਦੋਹਰ

reply /ਰਿ'ਪਲਾਇ/ *v* ਉੱਤਰ ਦੇਣਾ, ਜਵਾਬ ਦੇਣਾ *n* ਉੱਤਰ, ਜਵਾਬ

repone /ਰਿ'ਪਅਉਨ/ *vt* ਪੁਨਰ ਨਿਯੁਕਤ ਕਰਨਾ, ਫਿਰ ਨੌਕਰੀ ਉੱਤੇ ਰੱਖਣਾ; ਉੱਤਰ ਦੇਣਾ, ਜਵਾਬ ਦੇਣਾ

report /ਰਿ'ਪੋਟ/ *v* ਸੂਚਨਾ ਦੇਣਾ, ਖ਼ਬਰ ਦੇਣਾ, ਆਗਾਹ ਕਰਨਾ, ਰਿਪੋਰਟ ਦੇਣਾ; (ਵਿਅਕਤੀ ਆਦਿ ਦੀ) ਰਿਪੋਰਟ ਤਿਆਰ ਕਰਨਾ *n* ਰਿਪੋਰਟ, ਇਤਲਾਹ, ਖ਼ਬਰ; ਵਿਵਰਨ, ਚਰਚਾ, ਅਫ਼ਵਾਹ; (ਬੰਦੂਕ ਦਾ) ਧਮਾਕਾ, ਠਾਹ (ਦੀ ਅਵਾਜ਼)

reportage /ਰਿ'ਪੋਟਿਜ, ˌਰੈੱਪੋ'ਟਾਯ਼/ *n* ਨਾਮਾ ਨਿਗਾਰੀ, ਖ਼ਬਰ ਨਵੀਸੀ, ਅਖ਼ਬਾਰਾਂ ਵਿੱਚ ਖ਼ਬਰ ਦੇਣ ਦੀ ਖ਼ਾਸ ਸ਼ੈਲੀ

reportedly /ਰਿ'ਪੋਟਿਡਲਿ/ *adv* ਸੂਚਨਾ ਅਨੁਸਾਰ, ਇਤਲਾਹ ਮੁਤਾਬਕ, ਦੱਸੇ ਅਨੁਸਾਰ

reported question *n* ਪਰੋਖ ਪ੍ਰਸ਼ਨ, ਅਸਿੱਧਾ ਸਵਾਲ, ਪਰੋਖ ਵਾਕ ਬਣਤਰ ਵਾਲਾ ਸਵਾਲ

reported speech *n* (ਵਿਆ) ਪਰੋਖ ਕਥਨ, ਅਪ੍ਰਤੱਖ ਵਾਕ

reporter /ਰਿ'ਪੋਟਅ*/ *n* ਸੰਵਾਦਦਾਤਾ, ਸੰਵਾਦ ਲੇਖਕ, ਰਿਪੋਰਟਰ, ਪੱਤਰ ਪ੍ਰੇਰਕ, ਨਾਮਾਨਿਗਾਰ; ਕਾਰਵਾਈ ਨਵੀਸ; ਇਤਲਾਹੀਆ, ਮੁਖ਼ਬਰ

reporting /ਰਿ'ਪੋਟਿਙ/ *n* ਜਾਣਕਾਰੀ ਜਾਂ ਸੂਚਨਾ ਦੇਣ ਦਾ ਕਾਰਜ, ਟੀ.ਵੀ. ਰੇਡੀਓ ਵਗ਼ੈਰਾ ਤੋਂ ਦਿੱਤੀ ਖ਼ਬਰ

repose /ਰਿ'ਪਅਉਜ਼/ *v* ਅਰਾਮ ਕਰਨਾ ਜਾਂ ਪਹੁੰਚਾਉਣਾ, ਦਮ ਲੈਣਾ, ਕਿਸੇ ਦੇ ਸਹਾਰੇ ਟਿਕਿਆ ਹੋਣਾ; (ਕਿਸੇ ਉੱਤੇ) ਭਰੋਸਾ ਰੱਖਣਾ, ਸੌਂਪਣਾ *n* ਅਰਾਮ, ਰਾਹਤ, ਟਿਕਾਅ, ਸ਼ਾਂਤੀ

reposeful /ਰਿ'ਪਅਉਜ਼ਫ਼ੁਲ/ *a* ਸ਼ਾਂਤੀਪੂਰਨ, ਟਿਕਾਅ ਵਿੱਚ, ਅਰਾਮ ਵਾਲਾ

reposit /ਰਿ'ਪੌਜ਼ਿਟ/ *vt* ਨਿਯੁਕਤ ਕਰਨਾ, ਜਮ੍ਹਾਂ ਕਰਨਾ, ਧਰਨਾ, ਰੱਖਣਾ

reposition /ਰੀ,ਪਅ'ਜ਼ਿਸ਼ਨ/ *n* ਪੁਨਰ-ਨਿਯੁਕਤੀ, ਪੁਨਰਸਥਾਪਨਾ, ਜਮ੍ਹਾਂ ਕਰਨ ਦੀ ਕਿਰਿਆ

repositor /ਰਿ'ਪੌਜ਼ਿਅਟਅ*/ *n* ਨਿਯੋਜਕ, ਜਮ੍ਹਾਂ ਕਰਤਾ

repository /ਰਿ'ਪੌਜ਼ਅਟਰਿ/ *n* ਭਾਂਡਾ, ਖ਼ਾਨਾ; ਭੰਡਾਰ, ਗੁਦਾਮ, ਮਾਲਖ਼ਾਨਾ, ਖ਼ਜ਼ਾਨਾ, ਅਜਾਇਬ ਘਰ; ਕਬਰ, ਸਮਾਧ; ਆਸਰਾ, ਆਧਾਰ

repossession /,ਰੀਪਅ'ਜ਼ੈੱਸ਼ਨ/ *n* ਦੁਬਾਰਾ ਕੀਤਾ ਕਬਜ਼ਾ, ਮੁੜ ਪ੍ਰਾਪਤ ਕੀਤਾ ਅਧਿਕਾਰ, ਫਿਰ ਲਈ ਮਾਲਕੀ (ਕਿਸੇ ਚੀਜ਼ ਦੀ)

repot /ਰੀ'ਪੌਟ/ *vt* (ਬੂਟੇ ਨੂੰ) ਦੂਜੇ ਗਮਲੇ ਵਿੱਚ ਲਾਉਣਾ, ਗਮਲਾ ਬਦਲਨਾ

repousse /ਰਅ'ਪੂਸੇਇ/ *a* ਉੱਭਰਿਆ ਹੋਇਆ *n* ਨੱਕਾਸ਼ੀ ਦਾ ਕੰਮ

reprehend /,ਰੈੱਪਰਿ'ਹੈੱਨਡ/ *vt* ਡਾਂਟਣਾ, ਝਾੜਨਾ, ਫਿਟਕਾਰਨਾ, ਝਿੜਕਣਾ

reprehensible /,ਰੈੱਪਰਿ'ਹੈੱਨਸਅਬਲ/ *a* ਦੋਸ਼ ਲਾਉਣ ਯੋਗ, ਨਿੰਦਣਯੋਗ, ਧਿਰਕਾਰਨਯੋਗ

reprehension /,ਰੈੱਪਰਿ'ਹੈੱਨਸ਼ਨ/ *n* ਝਾੜ, ਝਿੜਕ, ਤਾੜਨਾ, ਨਿੰਦਿਆ, ਡਾਂਟ, ਫਿਟਕਾਰ, ਧਿਰਕਾਰ

represent /,ਰੈੱਪਰਿ'ਜ਼ੈੱਨਟ/ *vt* ਵਰਣਨ ਕਰਨਾ; ਪ੍ਰਸਤੁਤ ਕਰਨਾ, ਚਿਤਰਨ ਕਰਨਾ; ਸਮਝਣਾ, ਮਨ ਵਿੱਚ ਬਠਾਉਣਾ, ਨਿਰੂਪਣ ਕਰਨਾ; ਨਮੂਨਾ ਬਣਾਉਣਾ, ਨਕਲ ਕਰਨਾ, ਮੂਰਤ ਬਣਾਉਣਾ; (ਨਾਟਕ ਆਦਿ) ਖੇਡਣਾ, ਰੂਪ ਧਾਰਨਾ, ਰੂਪ ਹੋਣਾ, ਨਮੂਨਾ ਬਣਨਾ; ਸਥਾਨ ਪੂਰਤੀ ਕਰਨਾ, ਕਿਸੇ ਵੱਲੋਂ ਪੇਸ਼ ਹੋਣਾ, ਪ੍ਰਤਿਨਿਧ ਹੋਣਾ; ਦੁਬਾਰਾ ਪ੍ਰਸਤੁਤ ਕਰਨਾ

representation /,ਰੈਪਰਿਜ਼ੈੱਨ'ਟੇਇਸ਼ਨ/ *n* ਵਰਣਨ; ਨਿਰੂਪਣ, ਚਿਤਰਨ; ਪ੍ਰਤਿਨਿਧਤਾ; ਪ੍ਰਤਿਰੂਪ, ਮੂਰਤ, ਖ਼ਾਕਾ, ਰੂਪ; ਸਾਂਗ; ਨਾਟਕ; ਅਰਜ਼ੀ, ਦਰਖ਼ਾਸਤ, ਨਿਵੇਦਨ; ਪ੍ਰਸਤੁਤੀਕਰਨ

representational/,ਰੈੱਪਰਿਜ਼ੈੱਨ'ਟੇਇਸ਼ਨਲ/ *a* ਵਰਣਨਾਤਮਿਕ, ਸਦ੍ਰਿਸ਼ਮੂਲਕ

representative /,ਰੈਪਰਿ'ਜ਼ੈੱਨਟਅਟਿਵ਼/ *n* ਪ੍ਰਤਿਨਿਧੀ; ਆਦਰਸ਼, ਉਦਾਹਰਨ, ਨਮੂਨਾ; ਸਮਰੂਪਤਾ, ਸਮਾਨਤਾ, ਪ੍ਰਤਿਰੂਪ, ਪ੍ਰਤਿਪੁਰਸ਼, ਕਾਰਜ ਵਾਹਕ, ਉੱਤਰਾਧਿਕਾਰੀ

repress /ਰਿ'ਪਰੈੱਸ/ *vt* ਦਮਨ ਕਰਨਾ, ਨਿਰੋਧ ਕਰਨਾ, ਦਬਾਉਣਾ, ਰੋਕ ਰੱਖਣਾ, ਘੁੱਟ ਰੱਖਣਾ, ਕਾਬੂ ਰੱਖਣਾ, ਵੱਸ ਵਿੱਚ ਰੱਖਣਾ; ਦੰਗਾ ਨਾ ਕਰਨ ਦੇਣਾ, ਫ਼ਸਾਦ ਨਾ ਹੋਣ ਦੇਣਾ

repressible /ਰਿ'ਪਰੈੱਸਅਬਲ/ *a* ਦਬਾਉਣਯੋਗ, ਦਮਨ ਕਰਨ ਯੋਗ

repression /ਰਿ'ਪਰੈਸ਼ੱਨ/ *n* ਦਬਾਅ, ਦਮਨ, ਧੱਕਾ, ਜਬਰ

repressive/ਰਿ'ਪਰੈੱਸਿਵ਼/ *a* ਦਬਾਅ ਪਾਉਣ ਵਾਲਾ, ਰੋਕ ਪਾਉਣ ਵਾਲਾ, ਨਿਰੋਧਾਤਮਿਕ, ਜਾਬਰ

repressor /ਰਿ'ਪਰੈੱਸਅ*/ *n* ਅੱਤਿਆਚਾਰੀ, ਦਬਾਉਣ ਵਾਲਾ

reprieve /ਰਿ'ਪਰੀਵ਼/ *vt* (ਫਾਂਸੀ ਦੇਣ ਵਿੱਚ) ਮੁਹਲਤ ਦੇਣਾ, ਮੁਲਤਵੀ ਕਰਨਾ, ਪ੍ਰਾਣ ਦੰਡ ਨੂੰ

ਕੁਝ ਸਮੇਂ ਲਈ ਰੋਕਣਾ ਜਾਂ ਸਥਗਿਤ ਕਰਨਾ; ਵਿਸ਼ਰਾਮ ਦੇਣਾ, ਛੁੱਟੀ ਦੇਣਾ *n* ਮੁਹਲਤ, ਪ੍ਰਾਣ ਦੰਡ ਦੀ ਅਸਥਾਈ ਸਮੇਂ ਲਈ ਰੁਕਾਵਟ, ਵਿਸ਼ਰਾਮ, ਛੁੱਟੀ

reprimand /'ਰੈਪੱਰਿਮਾਨਡ/ *n* ਝਾੜ, ਡਾਂਟ-ਡਪਟ, ਤਾੜਨਾ, ਤੜੀ, ਫਿਟਕਾਰ *vt* ਝਾੜਨਾ, ਤੜੀ ਦੇਣਾ

reprint /ˌਰੀ'ਪਰਿਨਟ/ *vt* ਦੁਬਾਰਾ ਛਾਪਣਾ /'ਰੀਪਰਿਨਟ/ *n* ਦੂਜੀ ਛਾਪ, ਦੂਜੀ ਐਡੀਸ਼ਨ

reprisal /ਰਿ'ਪਰਾਇਜ਼ਲ/ *n* ਬਦਲਾ, ਬਦਲਾ ਲੈਣ ਦੀ ਕਿਰਿਆ, ਜਵਾਬੀ ਹੱਲਾ, ਮੋੜਵੀਂ ਕਾਰਵਾਈ, ਹਰਜਾਨਾ, ਜੁਆਬੀ ਵਾਰ

reproach /ਰਿ'ਪਰਅਉਚ/ *vt* ਧਿਰਕਾਰਨਾ, ਬੁਰਾ ਭਲਾ ਕਹਿਣਾ, ਨਿੰਦਿਆ ਕਰਨਾ

reproachful /ਰਿ'ਪਰਅਉਚਫ਼ਲ/ *a* ਨੀਚ, ਨਿੰਦਿਆ ਵਾਲਾ, ਲੱਜਾਜਨਕ

reprobate /'ਰੈਪੱਰਅਬੇਇਟ/ *n* ਦੁਰਾਚਾਰੀ, ਪਾਪੀ, ਲੁੱਚਾ *vt* ਅਸਵੀਕਾਰ ਕਰਨਾ; (ਪਰਮਾਤਮਾ ਦਾ ਮਨੁੱਖਾਂ ਨੂੰ) ਮੁਕਤੀ ਨਾ ਦੇਣਾ

reprobation /ˌਰੈਪੱਰਅ'ਬੇਇਸ਼ਨ*/ *n* ਫਿਟਕਾਰ, ਮਲਾਮਤ

reprobator /'ਰੈਪੱਰਅਬੇਇਟਅ*/ *n* ਅਸਵੀਕਾਰ ਕਰਨ ਵਾਲਾ, ਧਿਰਕਾਰਨ ਵਾਲਾ

reproduce /ˌਰੀਪਰਅ'ਡਯੂਸ/ *v* ਦੁਬਾਰਾ ਉਤਪੰਨ ਕਰਨਾ; ਯਾਦ ਅਧਾਰਤ ਲਿਖਣਾ ਬੋਲਣਾ ਜਾਂ ਸੁਣਾਉਣਾ; ਜੰਮਣਾ, ਜਮਾਉਣਾ, ਪੈਦਾ ਕਰਨਾ, ਸੰਤਾਨ ਉਤਪੰਨ ਕਰਨਾ; ਪੁਨਰਗਠਨ ਕਰਨਾ; ਉਦਾਹਰਨ ਦੇਣਾ

reproduction /ˌਰੀਪਰਅ'ਡਅੱਕਸ਼ਨ/ *n* ਪੁਨਰ ਉਤਪਾਦਨ; ਵੰਸ਼ ਜਾਂ ਸੰਤਾਨ ਦੀ ਉਤਪਤੀ; ਪ੍ਰਤਿਰੂਪ ਮੂਰਤੀ, ਪੁਨਰ ਪ੍ਰਸਤੁਤੀਕਰਨ ਦੀ ਕਿਰਿਆ

reproductive /ˌਰੀਪਰਅ'ਡਅੱਕਟਿਵ੍/ *a* ਪੁਨਰ ਉਤਪਾਦਕ, ਮੁੜ ਉਤਪੰਨ ਕਰਨ ਦੀ ਸ਼ਕਤੀ ਵਾਲਾ

reproof /ਰਿ'ਪਰੂਫ਼/ *n* ਨਿੰਦਿਆ, ਧਿਰਕਾਰ, ਝਿੜਕ, ਝਾੜ, ਫਿਟਕਾਰ

reprove /ਰਿ'ਪਰੂਵ੍/ *vt* ਝਿੜਕਣਾ, ਡਾਂਟਣਾ, ਨਿੰਦਣਾ, ਫਿਟਕਾਰਨਾ

reptant /'ਰੈਪੱਟਅਨਟ/ *a* ਰੀਂਗਣ ਵਾਲਾ; ਵਿਛਵਾਂ, ਲੇਟਵਾਂ

reptile /'ਰੈਪੱਟਾਇਲ/ *n* ਰੀਂਗਣ ਵਾਲਾ ਜੀਵ, ਢਿੱਡ ਦੇ ਭਾਰ ਚੱਲਣ ਵਾਲਾ ਜੀਵ, ਭੁਜੰਗਮ (ਸੱਪ, ਕਿਰਲੀ ਆਦਿ)

republic /ਰਿ'ਪਅੱਬਲਿਕ/ *n* ਗਣਰਾਜ, ਗਣਤੰਤਰ, ਰਿਪਬਲਿਕ

republican /ਰਿ'ਪਅੱਬਲਿਕਅਨ/ *a* ਗਣਤੰਤਰਵਾਦੀ, ਗਣਤੰਤਰ ਸੰਬੰਧੀ; ਵੱਡੇ-ਵੱਡੇ ਸਮੂਹਾਂ ਵਿੱਚ ਰਹਿਣ ਵਾਲੇ (ਪੰਛੀ)

republicanism /ਰਿ'ਪਅੱਬਲਿਕਅਨਿਜ਼ਅਮ/ *n* ਗਣਤੰਤਰਾਤਮਿਕ ਸ਼ਾਸਨ ਜਾਂ ਪ੍ਰਨਾਲੀ, ਗਣਰਾਜਵਾਦ

republish /ˌਰੀ'ਪਅੱਬਲਿਸ਼/ *vt* ਪੁਨਰ ਪ੍ਰਕਾਸ਼ਿਤ ਕਰਨਾ, ਫਿਰ ਤੋਂ ਛਾਪਣਾ

repudiate /ਰਿ'ਪਯੂਡਿਏਇਟ/ *v* ਤਲਾਕ ਦੇਣਾ, ਇਸਤਰੀ ਦਾ ਤਿਆਗ ਕਰਨਾ; ਖੰਡਨ ਕਰਨਾ; (ਅਧਿਕਾਰੀ ਦੀ) ਆਗਿਆ ਦਾ ਪਾਲਣ ਨਾ ਕਰਨਾ; ਤਿਆਗ ਦੇਣਾ, ਛੱਡ ਦੇਣਾ, ਨਾਮਨਜ਼ੂਰ ਕਰਨਾ

repudiated /ਰਿ'ਪਯੂਡਿਏਇਟਿਡ/ *a* ਨਾਮਨਜ਼ੂਰ, ਅਸਵੀਕ੍ਰਿਤ

repudiation /ਰਿˌਪਯੂਡਿ'ਏਇਸ਼ਨ/ *n* ਤਲਾਕ; ਤਿਆਗ, ਨਕਾਰਨਾ, ਰੱਦਣਾ, ਇਨਕਾਰ

repugn /ਰਿ'ਪਯੂਨ/ *v* ਵਿਰੋਧ ਹੋਣਾ, ਵਿਰੋਧ ਕਰਨਾ, ਵਿਪਰੀਤ ਹੋਣਾ, ਪ੍ਰਤਿਕੂਲ ਹੋਣਾ

repugnance /ਰਿ'ਪਅੱਗਨਅਨਸ/ *n* (ਭਾਵਾਂ, ਮਨੁੱਖਾਂ ਵਿੱਚ) ਪਰਸਪਰ ਵਿਰੋਧ; ਅਸੰਗਤੀ, ਪ੍ਰਤਿਕੂਲਤਾ, ਵਿਪਰੀਤਤਾ, ਘਿਰਨਾ, ਅਰੁਚੀ, ਨਾਪਸੰਦੀ, ਅਸੰਤੋਸ਼

repugnant /ਰਿ'ਪਅੱਗਨਅਨਟ/ *a* ਵਿਪਰੀਤ,

ਵਿਰੋਧੀ, ਵਿਮੁੱਖ, ਵਿਦ੍ਰੋਹੀ, ਅਸੰਗਤ, ਅਣਮੇਲ

repullulate /ˌਰੀ'ਪਅੱਲਯੁਲੇਇਟ/ *vi* (ਪੌਦੇ ਦਾ) ਫਿਰ ਫੁੱਟ ਪੈਣਾ, (ਰੋਗ ਦਾ) ਫਿਰ ਤੋਂ ਸ਼ੁਰੂ ਹੋ ਜਾਣਾ

repulse /ਰਿ'ਪਅੱਲਸ/ *vt* ਹਟਾ ਦੇਣਾ, ਪਿਛਾੜ ਦੇਣਾ, ਪਿੱਛੇ ਹਟਾਉਣਾ, ਹਰਾਉਣਾ, ਖਦੇੜਨਾ; ਅਸਵੀਕਾਰ ਕਰਨਾ; ਰੋਕਣਾ; ਤਿਰਸਕਾਰ ਕਰਨਾ *n* ਪਿਛਾੜ, ਭਾਂਜ; ਰੋਕ; ਤਿਰਸਕਾਰ

repulsion /ਰਿ'ਪਅੱਲਸ਼ਨ/ *n* ਪਿਛਾਂਹ ਨੂੰ ਧੱਕਣ ਦਾ ਭਾਵ, ਦਬਾਉਣ ਦਾ ਭਾਵ; ਨਾਪਸੰਦੀ, ਘਿਰਨਾ, ਅਰੁਚੀ; ਵਿਰਾਗ, ਵਿਰਕਤੀ

repulsive /ਰਿ'ਪਅੱਲਸਿਵ਼/ *a* ਨਿਸ਼ੇਧਕ, ਵਿਰੋਧਕ; ਨਿਰਉਤਸ਼ਾਹਿਤ, ਘਿਰਨਾ ਉਤਪਾਦਕ, ਘਿਰਨਾਜਨਕ

repurchase /ਰੀ'ਪਅ:ਚਿਸ/ *n* ਦੁਬਾਰਾ ਖ਼ਰੀਦ, ਦੁਬਾਰਾ ਖ਼ਰੀਦੀ ਹੋਈ ਵਸਤੂ *vt* ਫਿਰ ਖ਼ਰੀਦਣਾ

repurify /ˌਰੀ'ਪਯੁਅਰਿਫ਼ਾਇ/ *vt* ਫਿਰ ਸ਼ੁੱਧ ਕਰਨਾ, ਮੁੜ ਸਾਫ਼ ਕਰਨਾ

reputable /'ਰੈਪੱਯਅਟਅਬਲ/ *a* ਪਤਵੰਤਾ, ਪ੍ਰਤਿਸ਼ਠਤ, ਕੀਰਤੀਮਾਨ, ਪ੍ਰਸਿੱਧ, ਨਾਮੀ, ਨਾਮਵਰ, ਪ੍ਰਸੰਸਾਯੋਗ, ਵਿਖਿਆਤ

reputation /ˌਰੈਪੱਯੁ'ਟੇਇਸ਼ਨ/ *n* ਕੀਰਤੀ, ਜਸ, ਪ੍ਰਸਿੱਧੀ, ਮਸ਼ਹੂਰੀ, ਮਾਣ, ਸ਼ੁਹਰਤ; ਸ਼ਾਖ, ਨਾਂ, ਸਨਮਾਨ, ਪ੍ਰਤਿਸ਼ਠਾ, ਗੌਰਵ, ਪ੍ਰਸੰਸਾ, ਧਾਕ

repute /ਰਿ'ਪਯੂਟ/ *vt* ਮਸ਼ਹੂਰ ਹੋਣਾ, ਸਮਝਿਆ ਜਾਣਾ, ਗਿਣਿਆ ਜਾਣਾ, ਵਿਚਾਰਨਾ, ਮੰਨਣਾ *n* ਮਸ਼ਹੂਰੀ, ਸ਼ੁਹਰਤ, ਕੀਰਤੀ, ਮਾਨਤਾ, ਪ੍ਰਸਿੱਧੀ, ਜੱਸ, ਪ੍ਰਤਿਸ਼ਠਾ

reputed /ਰਿ'ਪਯੂਟਿਡ/ *a* ਪ੍ਰਸਿੱਧ, ਨਾਮੀ, ਮਸ਼ਹੂਰ, ਨਾਮਵਰ, ਮੰਨਿਆ ਪਰਮੰਨਿਆ, ਪ੍ਰਤਿਸ਼ਠਿਤ

request /ਰਿ'ਕਵੈੱਸਟ/ *n* ਬੇਨਤੀ, ਪ੍ਰਾਰਥਨਾ, ਅਰਜ਼ੋਈ, ਮਿੰਨਤ, ਇੱਛਾ *vt* ਬੇਨਤੀ ਕਰਨਾ, ਪ੍ਰਾਰਥਨਾ ਕਰਨਾ, ਮਿੰਨਤ ਕਰਨਾ

requiem /'ਰੈੱਕਵਿਅਮ, -ਵਿਐੱਮ/ *n* (ਮਰ ਚੁੱਕੇ ਲੋਕਾਂ ਲਈ) ਈਸ਼ਵਰ ਪਾਸ ਅਰਦਾਸ, ਫਾਤਿਹਾ; ਸੋਗ ਸੰਗੀਤ; ਵੈਣ, ਕੀਰਨੇ, ਮਰਸੀਆ

requirable /ਰਿ'ਕਵਾਇਅਰਅਬਲ/ *a* ਲੋੜੀਂਦਾ, ਆਵੱਸ਼ਕ, ਪ੍ਰਾਪਤ ਕਰਨ ਯੋਗ, ਇੱਛਾ ਕੀਤੇ ਜਾਣ ਯੋਗ, ਚਾਹਿਆ ਜਾਣ ਵਾਲਾ

require /ਰਿ'ਕਵਾਇਅ*/ *v* ਲੋੜ ਸਮਝਣਾ, ਜ਼ਰੂਰਤ ਅਨੁਭਵ ਕਰਨਾ, ਮੰਗ ਕਰਨਾ, ਇੱਛਾ ਕਰਨਾ, ਚਾਹੁਣਾ, ਲੋੜ ਹੋਣਾ, ਪ੍ਰਾਰਥਨਾ ਕਰਨਾ, (ਕਿਸੇ ਨੂੰ) ਆਗਿਆ ਕਰਨਾ

requirement /ਰਿ'ਕਵਾਇਅਮਅਨਟ/ *n* ਮੰਗ, ਲੋੜ, ਆਵੱਸ਼ਕਤਾ, ਜ਼ਰੂਰਤ, ਪ੍ਰਾਰਥਨਾ, ਲੋੜੀਂਦੀ ਵਸਤੂ; ਸ਼ਰਤ

requisite /'ਰੈੱਕਵਿਜ਼ਿਟ/ *a* ਜ਼ਰੂਰੀ, ਲੁੜੀਂਦੀ, ਆਵੱਸ਼ਕ *n* ਆਵੱਸ਼ਕ ਚੀਜ਼ ਜਾਂ ਸ਼ਰਤ, ਲੁੜੀਂਦੀ ਵਸਤ, ਮੰਗ

requisition /ˌਰੈੱਕਵਿ'ਜ਼ਿਸ਼ਨ/ *n* ਪ੍ਰਾਰਥਨਾ, ਲਿਖਤੀ ਪ੍ਰਾਰਥਨਾ, ਜਾਚਨਾ, ਮੰਗ, ਫ਼ਰਮਾਇਸ਼; ਜਬਰੀ ਵਰਤੋਂ; ਕੰਮ ਲਈ ਬੁਲਾਵਾ, ਕੰਮ ਵਿੱਚ ਲਾਉਣ; ਪ੍ਰਯੋਗ *v* ਪ੍ਰਾਰਥਨਾ ਕਰਨਾ, ਮੰਗਣਾ, ਕਿਸੇ ਕੰਮ ਲਈ ਸੱਦਣਾ; ਵਗਾਰੀ ਫੜਨਾ; (ਸ਼ਹਿਰ ਆਦਿ ਤੋਂ) ਫ਼ੌਜਾਂ ਲਈ ਸਮਗਰੀ ਮੰਗਣਾ

requital /ਰਿ'ਕਵਾਇਟਲ/ *n* ਬਦਲਾ

requite /ਰਿ'ਕਵਾਇਟ/ *vt* (ਭੁੱਲ ਆਦਿ ਦਾ) ਬਦਲਾ ਦੇਣਾ, ਬਦਲਾ ਚੁਕਾਉਣਾ, ਸਿੱਝ ਲੈਣਾ; (ਵਿਅਕਤੀ ਨੂੰ) ਵਾਪਸ ਕਰਨਾ

rerebrace /'ਰਿਅਬਰੇਇਸ/ *n* ਬਾਹਵਾਂ ਦਾ ਕਵਚ

reredos /'ਰਿਅਡੌਸ/ *n* (ਕੁਰਬਾਨਗਾਹ ਦੀ ਪਿਛਲੀ ਦੀਵਾਰ ਉੱਤੇ ਲਟਕਿਆ) ਪਰਦਾ; ਗਿਰਜੇ ਵਿੱਚ ਵੇਦੀ ਪਿੱਛੇ ਸਜਾਵਟੀ ਜਾਲੀ

re-route /ˌਰੀ'ਰੂਟ/ *v* ਰਸਤਾ ਬਦਲ ਕੇ ਲੈ ਜਾਣਾ, ਹੋਰ ਰਸਤੇ ਰਾਹੀਂ ਭੇਜਣਾ

rerun /'ਰੀਰਅੱਨ/ *n* ਮੁੜ ਵਿਖਾਉਣਾ (ਟੈਲੀਵਿਜ਼ਨ 'ਤੇ); ਮੁੜ ਆਯੋਜਿਤ ਕਰਨਾ; ਦੁਹਰਾਉਣਾ

resail /ˌਰੀ'ਸੇਇਲ/ *v* ਜਹਾਜ਼ ਆਦਿ ਨੂੰ ਪਿੱਛੇ

ਵੱਲ ਚਲਾਉਣਾ

resale /'ਰੀਸੇਇਲ, ˌਰੀ'ਸੇਇਲ/ *n* (ਖਰੀਦੀ ਚੀਜ ਦੀ) ਮੁੜ ਵਿਕਰੀ, ਪੁਨਰ ਵਿਕਰੀ

reschedule /ˌਰੀ'ਸ਼ੈੱਡਯੂਲ/ *v* ਸਮਾਂ ਸੂਚੀ ਵਿੱਚ ਬਦਲੀ ਕਰਨਾ, ਕੀਤੇ ਜਾਣ ਵਾਲੇ ਕਾਰਜ ਨੂੰ ਅੱਗੇ ਪਾਉਣਾ, ਬਣੀ ਹੋਈ ਯੋਜਨਾ ਵਿੱਚ ਤਬਦੀਲੀ ਕਰਨਾ

rescind /ਰਿ'ਸਿਨਡ/ *vt* ਮਨਸੂਖ ਕਰਨਾ, ਖੰਡਨ ਕਰਨਾ, ਰੱਦ ਕਰਨਾ, ਹਟਾ ਦੇਣਾ

rescission /ਰਿ'ਸਿਯ਼ਨ/ *n* ਮਨਸੂਖੀ, ਖੰਡਨ, ਰੱਦਣ

rescript /'ਰੀਸਕਰਿਪਟ/ *n* ਸ਼ਾਹੀ ਫ਼ਰਮਾਨ, ਪੋਪ ਦਾ ਹੁਕਮਨਾਮਾ; ਨਿਰਦੇਸ਼, ਹੁਕਮ, ਪੁਨਰ ਲੇਖ

rescue /'ਰੈੱਸਕਯੂ/ *n* ਖ਼ਲਾਸੀ, ਛੁਟਕਾਰਾ, ਰਿਹਾਈ, ਬਚਾਅ; ਮੁਕਤੀ; ਛੁਟਕਾਰਾ; ਖ਼ਲਾਸੀ *v* ਬਚਾਉਣਾ, ਉੱਧਾਰ ਕਰਨਾ, ਛੁਟਕਾਰਾ ਕਰਨਾ, ਮੁਕਤ ਕਰਨਾ, ਖ਼ਲਾਸੀ ਕਰਨਾ

rescuer /'ਰੈੱਸਕਯੂਅ*/ *n* ਮੁਕਤੀ ਦਾਤਾ; ਰੱਖਿਅਕ; ਖ਼ਲਾਸੀ ਕਰਾਉਣ ਵਾਲਾ ਬੰਦਾ

research /ਰਿ'ਸਅ:ਚ, 'ਰੀਸਅ:ਚ/ *n* ਸੋਧ; ਖੋਜ, ਤੱਤ ਨਿਰੀਖਣ, ਤਲਾਸ਼, ਛਾਣਬੀਣ, ਘੋਖ /ਰਿ'ਸਅ:ਚ/ *v* ਖੋਜ ਕਰਨਾ, ਤਲਾਸ਼ ਕਰਨਾ, ਛਾਣਬੀਣ ਕਰਨਾ,ਘੋਖ ਕਰਨਾ, ਅਨੁਸ਼ੀਲਣ ਕਰਨਾ; ਅਨੁਸੰਧਾਨ ਕਰਨਾ

resect /ਰਿ'ਸੈੱਕਟ/ *vt* ਦੁਬਾਰਾ ਟੁਕੜੇ ਕਰਨਾ, ਕੱਟ ਦੇਣਾ, ਕਤਰਨਾ, ਕੱਟ ਕੇ ਬਾਹਰ ਕੱਢ ਦੇਣਾ

resell/ˌਰੀ'ਸੈੱਲ/ *v* (ਖ਼ਰੀਦੀ ਚੀਜ਼ ਨੂੰ) ਅੱਗੇ ਵੇਚਣਾ, ਮੁੜ ਵਿਕਰੀ ਕਰਨਾ

resemblance /ਰਿ'ਜ਼ੈੱਮਬਲਅਨਸ/ *n* ਸਮਰੂਪਤਾ, ਇਕਰੂਪਤਾ, ਸਮਾਨਤਾ, ਪ੍ਰਤਿਰੂਪ

resemble /ਰਿ'ਜ਼ੈੱਮਬਲ/ *vt* ਮੇਲ ਖਾਣਾ, ਸ਼ਕਲ ਮਿਲਨਾ, ਮੁਹਾਂਦਰਾ ਰਲਨਾ, ਰਲਨਾ ਮਿਲਨਾ; ਸਦ੍ਰਿਸ਼ ਹੋਣਾ, ਸਮਰੂਪ ਹੋਣਾ, ਅਨੁਰੂਪ ਹੋਣਾ

resembling /ਰਿ'ਜ਼ੈੱਮਬਲਿਙ/ *a* ਸਮਾਨ, ਸਮਰੂਪ, ਮਿਲਦਾ-ਜੁਲਦਾ, ਸਦ੍ਰਿਸ਼

resent /ਰਿ'ਜ਼ੈੱਨਟ/ *vt* ਬੁਰਾ ਮਨਾਉਣਾ, ਕ੍ਰੋਧ ਕਰਨਾ, ਨਰਾਜ਼ ਹੋਣਾ, ਰੋਸ ਪ੍ਰਗਟ ਕਰਨਾ; ਬਦਲਾ ਲੈਣ ਬਾਰੇ ਸੋਚਣਾ

resenter /ਰਿ'ਜ਼ੈੱਨਟਅ*/ *n* ਕ੍ਰੋਧੀ, ਨਰਾਜ਼, ਗੁੱਸਿਆ ਹੋਇਆ, ਰੋਸਪੂਰਨ

resentful /ਰਿ'ਜ਼ੈੱਨਟਫ਼ਲ/ *a* ਕ੍ਰੋਧਵਾਨ, ਰੋਸਵਾਨ, ਕ੍ਰੋਧੀ, ਗੁੱਸੇ ਭਰਿਆ

resentment /ਰਿ'ਜ਼ੈੱਨਟਮਅਨਟ/ *n* ਕ੍ਰੋਧ, ਨਰਾਜ਼ਗੀ, ਗੁੱਸਾ, ਰੋਸਾ

reservation /ˌਰੈਜ਼ੱਅ'ਵ੍ਰੇਇਸ਼ਨ/ *n* ਸੰਜਮ; ਸੰਕੋਚ, ਝਾਕਾ; ਬੰਧਨ, ਰੁਕਾਵਟ, ਰੋਕ, ਪ੍ਰਤਿਬੰਧ; (ਵੱਡਿਆਂ ਦਾ ਦੂਜੇ ਨੂੰ ਦੋਸ਼ ਤੋਂ ਮੁਕਤ ਕਰਨ ਦਾ) ਵਿਸ਼ੇਸ਼ ਅਧਿਕਾਰ; (ਥਾਂ ਆਦਿ ਦੀ) ਰੱਖ, ਰਾਖਵਾਂ ਹੱਕ; ਕੈਦ, (ਲਿਖਤ ਜਾਂ ਕਨੂੰਨ ਵਿੱਚ) ਬੰਨ੍ਹਣ ਦੀ ਕਿਰਿਆ; ਸ਼ਰਤ

reservation policy *n* (ਭਾਰਤ ਵਿੱਚ) ਅਨੁਸੂਚਿਤ ਜਾਤੀਆਂ ਲਈ ਨੌਕਰੀਆਂ ਦੇ ਰਾਖਵਾਂਕਰਨ ਦੀ ਨੀਤੀ, ਕੁਝ ਜਾਤੀਆਂ ਲਈ ਪੜ੍ਹਾਈ ਜਾਂ ਹੋਰ ਵੱਖ-ਵੱਖ ਲਾਭ ਦੇਣ ਦਾ ਰਾਖਵਾਂਕਰਨ

reserve /ਰਿ'ਜ਼ਅ:ਵ੍/ *vt* ਭਵਿੱਖ ਲਈ ਬਚਾਅ ਕੇ ਰੱਖਣਾ; ਅਧਿਕਾਰ ਸੁਰੱਖਿਅਤ ਰੱਖਣਾ; ਨਿਯਤ ਕਰਨਾ, ਰਾਖਵਾਂ ਕਰਨਾ; ਭਾਗ ਜਾਂ ਕਿਸਮਤ ਵਿੱਚ ਲਿਖਿਆ ਹੋਣਾ; ਮੱਲ ਛੱਡਣਾ ਜਾਂ ਮੱਲ ਰੱਖਣਾ *n* ਰਾਖਵੀਂ ਚੀਜ਼ ਜਾਂ ਰਕਮ, ਰਾਖਵਾਂ ਜਾਂ ਵਾਧੂ ਖਿਡਾਰੀ; ਬੋਲਣ ਦਾ ਸੰਕੋਚ, ਸੰਜਮ, ਜ਼ਬਤ; ਸ਼ਰਤ; ਬੰਧਨ

reserved /ਰਿ'ਜ਼ਅ:ਵ੍ਡ/ *a* ਚੁੱਪ-ਚੁਪੀਤੇ ਸੁਭਾਅ ਵਾਲਾ, ਘੱਟ ਬੋਲਣ ਵਾਲਾ; ਰਾਖਵੇਂ (ਅਧਿਕਾਰ), ਸੁਰੱਖਿਅਤ ਕੀਤੇ (ਲਾਭ)

reservedly /ਰਿ'ਜ਼ਅ:ਵ੍ਡਲਿ/ *adv* ਗੰਭੀਰਤਾ ਨਾਲ

reservist /ਰਿ'ਜ਼ਅ:ਵ੍ਸਟ/ *n* ਰਾਖਵਾਂ ਸੈਨਿਕ

reservoir /'ਰੈਜ਼ੱਅਵ੍ਵਾ*/ *n* ਸਰੋਵਰ, ਕੁੰਡ, ਹੌਜ, ਚੁਬੱਚਾ; ਜ਼ਖ਼ੀਰਾ, ਸੰਗ੍ਰਹਿ, ਖ਼ਜ਼ਾਨਾ, ਭੰਡਾਰ *v* ਇਕੱਠਾ ਕਰਨਾ, ਜਮ੍ਹਾਂ ਕਰਨਾ, ਸੰਚਿਤ ਕਰਨਾ

reset /ˌਰੀ'ਸੈੱਟ/ *v* ਚੋਰੀ ਦਾ ਮਾਲ ਹਾਸਲ ਕਰਨਾ; (ਹੀਰੇ ਆਦਿ) ਫਿਰ ਤੋਂ ਜੋੜਨਾ, ਨਵੇਂ ਸਿਰਿਓਂ ਸਜਾਉਣਾ; ਲੁੱਟਿਆ ਮਾਲ ਸੰਭਾਲਨਾ

resettle /ˌਰੀ'ਸੈੱਟਲ/ *vt* ਨਵਾਂ ਪ੍ਰਬੰਧ ਕਰਨਾ, ਪੁਨਰ ਸਥਾਪਿਤ ਕਰਨਾ, ਪੁਨਰ ਵਿਵਸਥਾ ਕਰਨਾ; ਫਿਰ ਨਜਿੱਠਣਾ, ਫਿਰ ਨਿਪਟਾਉਣਾ; (ਕਿਸੇ ਸਥਾਨ ਨੂੰ) ਨਵੀਂ ਬਸਤੀ ਦੇ ਰੂਪ ਵਿੱਚ ਅਬਾਦ ਕਰਨਾ

reshape /ˌਰੀ'ਸ਼ੇਇਪ/ *vt* ਨਵਾਂ ਰੂਪ ਪ੍ਰਦਾਨ ਕਰਨਾ, ਦੁਬਾਰਾ ਘੜਨਾ

reshuffle /'ਰੀਸ਼ਅੱਫ਼ਲ/ *n* (ਵਜ਼ੀਰਾਂ ਜਾਂ ਅਫਸਰਾਂ ਦੇ ਮਹਿਕਮਿਆਂ ਦੀ) ਅਦਲਾ ਬਦਲੀ, ਕਾਰਜ ਦਾ ਪੁਨਰਗਠਨ; ਤਾਸ਼ ਦੇ ਪੱਤਿਆਂ ਨੂੰ ਫੈਂਟਣ ਦਾ ਕਾਰਜ /ˌਰੀ'ਸ਼ਅੱਫ਼ਲ/ *v* ਬਦਲੀਆਂ ਕਰਨਾ, ਪੁਨਰਗਠਨ ਕਰਨਾ; ਤਾਸ਼ ਦੇ ਪੱਤਿਆਂ ਨੂੰ ਫੈਂਟਣਾ

reside /ਰਿ'ਜ਼ਾਇਡ/ *vi* ਵੱਸਣਾ, ਟਿਕਣਾ, ਰਹਿਣਾ; ਬੈਠ ਜਾਣਾ, ਜੰਮ ਜਾਣਾ; ਪ੍ਰਾਪਤ ਹੋਣਾ, (ਗੁਣ ਦਾ) ਮੌਜੂਦ ਹੋਣਾ

residence /'ਰੈੱਜ਼ਿਡਅਨਸ/ *n* ਘਰ, ਨਿਵਾਸ ਸਥਾਨ, ਰਿਹਾਇਸ਼, ਟਿਕਾਣਾ, ਡੇਰਾ

residency /'ਰੈੱਜ਼ਿਡਅਨਸਿ/ *n* ਸਰਕਾਰੀ ਅਧਿਕਾਰੀ ਦੇ ਰਹਿਣ ਦੀ ਥਾਂ

resident /'ਰੈੱਜ਼ਿਡਅਨਟ/ *a* ਵਾਸੀ, ਵਸਨੀਕ, ਰਹਿਣ ਵਾਲਾ, ਰੈਜ਼ੀਡੈਂਟ *n* ਰਾਜ ਪ੍ਰਤਿਨਿਧੀ

resident alien *n* (ਅਮਰੀਕਾ ਵਿੱਚ) ਹੋਰ ਦੇਸ਼ਾਂ ਤੋਂ ਆ ਕੇ ਰਹਿਣ ਵਾਲਾ ਵਿਅਕਤੀ

residential /ˌਰੈੱਜ਼ਿ'ਡੈੱਨਸ਼ਲ/ *a* ਨਿਵਾਸ ਸੰਬੰਧੀ, ਰਿਹਾਇਸ਼ੀ, ਰੈਜ਼ੀਡੈਂਟ ਦਾ

residentiary /ˌਰੈੱਜ਼ਿ'ਡੈੱਨਸ਼(ਅ)ਰਿ/ *a* ਸਰਕਾਰੀ ਨਿਵਾਸ ਨਾਲ ਸੰਬੰਧਿਤ *n* ਸਰਕਾਰੀ ਨਿਵਾਸ ਅਸਥਾਨ

residual /ਰਿ'ਜ਼ਿਡਯੁਅਲ/ *a* (ਗਣਿ) ਬਾਕੀ, ਰਹਿੰਦ-ਖੂੰਹਦ

residuary /ਰਿ'ਜ਼ਿਡਯੁਅਰਿ/ *a* ਬਚੇ ਹੋਏ ਭਾਗ ਦਾ, ਪਿੱਛੇ ਰਿਹਾ, ਅਣਵਰਤਿਆ, ਅਣਵੰਡਿਆ, ਬਾਕੀ ਬਚਿਆ

residue /'ਰੈੱਜ਼ਿਡਯੂ/ *n* ਬਕਾਇਆ, ਬਚਿਆ-ਖੁਚਿਆ, ਰਹਿੰਦ-ਖੂੰਹਦ, ਫੋਗ, ਫੋਕ, ਤਲਛਟ, ਬਾਕੀ

residuum /ਰਿ'ਜ਼ਿਡਯੁਅਮ/ *n* ਬਚਿਆ ਭਾਗ, (ਸਾਇੰਸ) ਫੋਗ, (ਗਣਿ) ਅਣਹਿਸਾਬੀ ਰਕਮ, ਬੇਪਤਾ ਰਕਮ, ਰਹਿੰਦ-ਖੂੰਹਦ

resign /ਰਿ'ਜ਼ਾਇਨ/ *v* ਅਸਤੀਫ਼ਾ ਦੇਣਾ, ਤਿਆਗ ਪੱਤਰ ਦੇਣਾ, ਅਹੁਦਾ ਤਿਆਗਣਾ, ਛੱਡ ਦੇਣਾ, ਸੌਂਪਣਾ, ਸਪੁਰਦ ਕਰ ਦੇਣਾ; ਅਵਸਥਾ ਦੇ ਅਨੁਕੂਲ ਕਰਨਾ, ਸਹਿਣਾ, ਸਬਰ ਕਰਨਾ, ਭਾਣਾ ਮੰਨਣਾ, ਰਜ਼ਾ ਮੰਨਣਾ

resignation /ˌਰੈੱਜ਼ਿਗ'ਨੇਇਸ਼ਨ/ *n* ਅਸਤੀਫ਼ਾ, ਤਿਆਗ ਪੱਤਰ, ਪਦ ਤਿਆਗ; ਆਤਮ ਸਮਰਪਣ; ਵੈਰਾਗ; ਸਬਰ, ਸੰਤੋਖ; ਈਸ਼ਵਰੀ ਇੱਛਾ

resigned /ਰਿ'ਜ਼ਾਇਨਡ/ *a* ਸੰਤੋਖੀ, ਸਹਿਨਸ਼ੀਲ; ਗੰਭੀਰ, ਵਿਰਕਤ, ਸਮਰਪਿਤ; ਦੂਜਿਆਂ ਦੀ ਗੱਲ ਮੰਨ ਲੈਣ ਵਾਲਾ

resile /ਰਿ'ਜ਼ਾਇਲ/ *vi* ਉਭੱਰ ਆਉਣਾ, ਉਭੱਰਨ ਜਾਂ ਮੁੰਗੜਨਯੋਗ ਹੋਣਾ; ਪਿੱਛੇ ਹਟਣਾ

resilience, resiliency /ਰਿ'ਜ਼ਿਲਿਅਨਸ, ਰਿ'ਜ਼ਿਲਿਅਨਸਿ/ *n* ਲਚਕ, ਲੋਚ, ਮੁੜ ਉਭੱਰਨ ਦੀ ਸ਼ਕਤੀ; ਪਹਿਲੀ ਅਵਸਥਾ ਧਾਰਨ ਕਰਨ ਦੀ ਸ਼ਕਤੀ

resilient /ਰਿ'ਜ਼ਿਲਿਅਨਟ/ *a*ਲਚਕਦਾਰ, ਲਚਕੀਲਾ

resin /'ਰੈੱਜ਼ਿਨ/ *n* ਚੀੜ੍ਹ ਦੇ ਰੁੱਖ ਦੀ ਗੂੰਦ, ਬਰੋਜ਼ਾ *vt* ਬਰੋਜ਼ਾ ਰਗੜਨਾ ਜਾਂ ਲਾਉਣਾ

resinous /'ਰੈੱਜ਼ਿਨਅਸ/ *a* ਬਰੋਜ਼ੇ ਦਾ

resist /ਰਿ'ਜ਼ਿਸਟ/ *v* ਵਿਰੋਧ ਕਰਨਾ, ਰੋਕਣਾ, ਖ਼ਿਲਾਫ਼ ਹੋਣਾ, ਮੁਕਾਬਲਾ ਕਰਨਾ; ਦੂਰ ਰਹਿਣਾ, ਅੰਦਰ ਨਾ ਆਉਣ ਦੇਣਾ

resistance /ਰਿ'ਜ਼ਿਸਟਨਸ/ *n* ਰੋਕ, ਰੁਕਾਵਟ, ਟਾਕਰਾ, ਟੱਕਰ, ਵਿਰੋਧ, ਅੜਿੰਗਾ

resistant /ਰਿ'ਜ਼ਿਸਟਅਨਟ/ *a* ਟਾਕਰਾ ਕਰਨ ਵਾਲਾ, ਰੋਕਣ ਦੀ ਸ਼ਕਤੀ ਵਾਲਾ, ਅੜਿੱਕਾ ਲਾਉਣ

ਵਾਲਾ, ਪ੍ਰਤਿਰੋਧੀ

resistible /ਰਿ'ਜ਼ਿਸਟਅਬਲ/ *a* ਵਿਰੋਧ ਕਰਨ ਯੋਗ, ਰੁਕਾਵਟ ਪਾਉਣ ਯੋਗ

resistless /ਰਿ'ਜ਼ਿਸਟਲਅਸ/ *a* ਵਿਰੋਧ ਰਹਿਤ, ਬੇਰੋਕ, ਅਟੱਲ, ਬਿਨਾਂ ਰੁਕਾਵਟ

resize /,ਰੀ'ਸਾਇਜ਼/ *v* (ਕੰਪਿ) ਕਿਸੇ ਚੀਜ਼ ਦੇ ਆਕਾਰ ਨੂੰ ਮੁੜ ਛੋਟਾ ਜਾਂ ਵੱਡਾ ਕਰਨਾ

resoluble /ਰਿ'ਜ਼ੌਲਯਅਬਲ/ *a* ਦੁਬਾਰਾ ਘੁਲਣਨਯੋਗ

resolute /'ਰੈਜ਼ੱਅਲੂਟ/ *a* ਦ੍ਰਿੜ੍ਹ, ਸਥਿਰ, ਪੱਕਾ, ਹਠੀ, ਅਟੱਲ; ਹਿੰਮਤੀ, ਦਲੇਰ, ਸਾਹਸੀ

resolution[1] /,ਰੈਜ਼ੱਅ'ਲੂਸ਼ਨ/ *n* ਵਿਸ਼ਲੇਸ਼ਣ; ਦੂਜੇ ਰੂਪ ਵਿੱਚ ਪਰਿਵਰਤਨ, ਰੂਪਾਂਤਰ; ਸਵਾਲ ਦਾ ਹੱਲ, ਸਮੱਸਿਆ ਦਾ ਨਿਰਾਕਰਨ; ਮਤਾ, ਪ੍ਰਸਤਾਵ; ਸੰਕਲਪ, ਨਿਸ਼ਚਾ, ਸਥਿਰ ਚਿੱਤ, ਦ੍ਰਿੜ੍ਹਤਾ, ਦ੍ਰਿੜ੍ਹ ਸੰਕਲਪ; ਇਰਾਦੇ ਦੀ ਮਜ਼ਬੂਤੀ

resolution[2] (ਕੰਪਿ) ਕੰਪਿਊਟਰ ਤਕਨੀਕ ਵਿੱਚ ਤਸਵੀਰ ਬਨਾਉਣ ਜਾਂ ਛਪਾਈ ਕਰਨ ਲਈ ਵਰਤੀਆਂ ਜਾਣ ਵਾਲੀਆਂ ਬਿੰਦੀਆਂ ਦੀ ਨਿਸ਼ਚਤ ਖੇਤਰ ਵਿੱਚ ਗਿਣਤੀ

resolve /ਰਿ'ਜ਼ੌਲਵ੍/ *n* ਦ੍ਰਿੜ੍ਹਤਾ, ਸੰਕਲਪ ਸ਼ਕਤੀ, ਪ੍ਰਤਿੱਗਿਆ *v* ਪੱਕਾ ਇਰਾਦਾ ਕਰਨਾ, ਦ੍ਰਿੜ੍ਹ ਹੋਣਾ, ਨਿਸ਼ਚਾ ਕਰਨਾ, ਸੰਕਲਪ ਕਰਨਾ, ਠਾਣਨਾ; ਵਿਸ਼ਲੇਸ਼ਣ ਕਰਨਾ, ਹੱਲ ਕਰਨਾ; ਰੂਪਾਂਤਰ ਕਰਨਾ; ਪ੍ਰਸਤਾਵ ਕਰਨਾ, ਮਤਾ ਪਕਾਉਣਾ

resolved /ਰਿ'ਜ਼ੌਲਵ੍ਡ/ *a* ਮਤਾ ਪਾਸ ਕੀਤਾ ਗਿਆ, ਪ੍ਰਸਤਾਵਿਤ ਕੀਤਾ ਗਿਆ, ਠਾਣਿਆ ਗਿਆ, ਦ੍ਰਿੜ੍ਹ ਕੀਤਾ ਗਿਆ, ਨਿਸ਼ਚਿਤ ਕੀਤਾ ਗਿਆ

resonance /'ਰੈਜ਼ੱਅਨਅਨਸ/ *n* ਗੂੰਜ, ਪ੍ਰਤਿਧੁਨੀ

resonant /'ਰੈਜ਼ੱਅਨਅਨਟ/ *a* ਗੂੰਜਵਾਂ, ਪ੍ਰਤਿਧੁਨਿਤ

resonate /'ਰੈਜ਼ੱਅਨੇਇਟ/ *v* ਗੂੰਜਾਉਣਾ, ਪ੍ਰਤਿਧੁਨਿਤ ਕਰਨਾ

resorb /ਰਿ'ਸੋਬ/ *vt* ਨਿਗਲ ਜਾਣਾ, ਹੜੱਪ ਕਰ ਜਾਣਾ; ਫਿਰ ਤੋਂ ਖਪਾ ਲੈਣਾ, ਪੁਨਰਗ੍ਰਹਿਣ ਕਰਨਾ

resort /ਰਿ'ਜ਼ੋਟ/ *vi* ਦਾ ਆਸਰਾ ਲੈਣਾ, ਸਹਾਰਾ ਲੈਣਾ; ਦੀ ਵਰਤੋਂ ਕਰਨਾ; ਫੇਰਾ ਪਾਉਣਾ, ਆਉਣਾ ਜਾਣਾ *n* ਆਸਰਾ, ਮਦਦ, ਉਪਾਅ, ਸਾਧਨ, ਚਾਰਾ; ਤਫ਼ਰੀਹਗਾਹ, ਆਉਣ ਜਾਣ ਵਾਲੀ ਥਾਂ

resound /ਰਿ'ਜ਼ਾਉਨਡ/ *v* ਗੂੰਜਣਾ; ਧੁਨੀ ਨਿਕਲਨਾ ਜਾਂ ਕੱਢਣਾ; (ਘਟਨਾ ਆਦਿ ਦੀ) ਧੁੰਮ ਪੈਣਾ ਜਾਂ ਪਾ ਦੇਣਾ, ਚਰਚਾ ਹੋਣਾ, ਫੈਲਣਾ; (ਉੱਚੀ ਸੁਰ ਵਿੱਚ) ਦੁਹਰਾਉਣਾ

resounding /ਰਿ'ਜ਼ਾਉਨਡਿਙ/ *a* ਗੂੰਜਵਾਂ, ਜ਼ਬਰਦਸਤ (ਧੁਨੀ), ਮਾਅਰਕੇ ਦੀ (ਜਿੱਤ)

resource /ਰਿ'ਸੋਸ, ਰਿ'ਜ਼ੋਸ/ *n* (ਦੇਸ਼ ਦੇ ਸਮੂਹਿਕ) ਸਾਧਨ, ਸਰੋਤ, ਵਸੀਲਾ, ਉਪਾਅ, ਜੁਗਤੀ, ਚਾਰਾ; ਧਨ, ਸੰਪੱਤੀ; ਹਾਜ਼ਰ ਦਿਮਾਗ਼

resourceful /ਰਿ'ਸੋਸਫ਼ਲ, ਰਿ'ਜ਼ੋਸਫ਼ਲ/ *a* ਸਾਧਨ ਸੰਪੰਨ, ਚੰਗੇ ਵਸੀਲਿਆਂ ਵਾਲਾ; ਸੂਝ-ਬੂਝ ਵਾਲਾ, ਚੁਸਤ, ਹਾਜ਼ਰ ਦਿਮਾਗ਼, ਜੁਗਤੀਪੂਰਨ

respect /ਰਿ'ਸਪੈੱਕਟ/ *n* ਸਤਿਕਾਰ, ਮਾਣ, ਆਦਰ, ਇੱਜ਼ਤ; ਉਚਿਤ ਧਿਆਨ, ਖ਼ਿਆਲ, ਲਿਹਾਜ਼, ਲਿਹਾਜ਼ਦਾਰੀ; ਹਵਾਲਾ, ਪ੍ਰਸੰਗ, ਸੰਬੰਧ, ਵਿਸ਼ਾ, ਬਾਬਤ *v* ਸਤਿਕਾਰ ਕਰਨਾ, ਮਾਨਤਾ ਦੇਣਾ, ਸਨਮਾਨ ਕਰਨਾ

respectability /ਰਿ,ਸਪੈੱਕਟਅ'ਬਿਲਅਟਿ/ *n* ਕੁਲੀਨਤਾ, ਆਦਰਯੋਗਤਾ, ਭਲਮਾਣਸੀ, ਸਾਊਪੁਣਾ, ਸ਼ਰਾਫ਼ਤ, ਪ੍ਰਤਿਸ਼ਠਾ, ਸੱਜਣਤਾ, ਮਿੱਤਰਤਾ

respectable /ਰਿ'ਸਪੈੱਕਟਅਬਲ/ *a* ਪੂਜਣਯੋਗ, ਆਦਰਯੋਗ, ਮਾਣਯੋਗ, ਕੁਲੀਨ, ਸਾਊ, ਮਹੱਤਵਪੂਰਨ, ਪਤਵੰਤਾ ਸੱਜਣ, ਸਨਮਾਨਿਤ; ਯੋਗ, ਭਲਾ, ਨੇਕ, ਇਮਾਨਦਾਰ, ਵਿਸ਼ਿਸ਼ਟ

respectful /ਰਿ'ਸਪੈੱਕਟਫ਼ਲ/ *a* ਸਤਿਕਾਰਸੂਚਕ, ਆਦਰਸੂਚਕ; ਸਤਿਕਾਰ ਵਾਲਾ, ਆਦਰਯੋਗ; ਸਨਮਾਨਪੂਰਨ, ਸ਼ਰਧਾਯੁਕਤ

respective /ਰਿ'ਸਪੈੱਕਟਿਵ੍/ *a* ਆਪੋ-ਆਪਣਾ, ਅਲੱਗ-ਅਲੱਗ, ਪਰਸਪਰ ਸੰਬੰਧੀ, ਸੰਬੰਧਿਤ

respectively /ਰਿ'ਸਪੈੱਕਟਿਵ੍ਲਿ/ *adv* ਤਰਤੀਬਵਾਰ, ਕ੍ਰਮਵਾਰ, ਕ੍ਰਮ ਅਨੁਸਾਰ, ਇੱਕ-ਇੱਕ ਕਰਕੇ; ਆਪਣੇ-ਆਪਣੇ ਢੰਗ ਨਾਲ

respiration /ˌਰੈੱਸਪਅ'ਰੇਇਸ਼ਨ/ *n* ਸੁਆਸ ਕਿਰਿਆ, ਸੁਆਸ ਗਤੀ; ਪ੍ਰਾਣ, ਸੁਆਸ, ਸਾਹ

respirator /'ਰੈੱਸਪਅਰੇਇਟਅ*/ *n* ਸਾਹ ਯੰਤਰ, ਰੈਸਪੀਰੇਟਰ

respiratory /ਰਅ'ਸਪਿਰਅਟਰਿ, 'ਰੈੱਸਪਅਰਅਟਰਿ/ *a* ਸੁਆਸ ਸੰਬੰਧੀ, ਸੁਆਸ ਕਿਰਿਆ ਸੰਬੰਧੀ

respire /ਰਿ'ਸਪਾਇਅ*/ *v* ਸੁਆਸ ਲੈਣਾ, ਸਾਹ ਲੈਣਾ; ਅਰਾਮ ਕਰਨਾ, ਦਮ ਲੈਣਾ

respite /'ਰੈੱਸਪਾਇਟ/ *n* ਮੁਹਲਤ; ਦੇਰ, ਵਿਰਾਮ, ਫ਼ੁਰਸਤ, ਢਿੱਲ, ਵਿਸ਼ਰਾਮ, ਨਾਗਾ, ਅਵਕਾਸ਼ *v* ਕੁਝ ਸਮੇਂ ਲਈ ਦੰਡ ਨੂੰ ਟਾਲਨਾ, ਮੁਹਲਤ ਦੇਣਾ

resplendence, resplendency / ਰਿ'ਸਪਲੈੱਨੰਡਅਨਸ, ਰਿ'ਸਪਲੈੱਨੰਡਅਨਸਿ/ *n* ਪ੍ਰਕਾਸ਼; ਦੀਪਤੀ, ਆਭਾ, ਉੱਜਲਤਾ, ਜੋਤੀ, ਚਮਕ-ਦਮਕ, ਜਗਮਗਾਹਟ

resplendent /ਰਿ'ਸਪਲੈੱਨੰਡਅਨਟ/ *a* ਦੀਪਤ, ਅਤਿ ਚਮਕੀਲਾ, ਪ੍ਰਕਾਸ਼ਮਾਨ, ਨੂਰਾਨੀ, ਜਗਮਗਾਉਂਦਾ

respond /ਰਿ'ਸਪੌਨਡ/ *n* ਡਾਟ ਦਾ ਪੁਸ਼ਤਾ, ਸਤੰਭ; ਸਰੋਤਿਆਂ ਵੱਲੋਂ ਦਿੱਤਾ ਗਿਆ ਉੱਤਰ *v* ਉੱਤਰ ਦੇਣਾ, ਜਵਾਬ ਵਜੋਂ ਕੋਈ ਕੰਮ ਕਰਨਾ, ਸਵਾਲ-ਜਵਾਬ ਕਰਨਾ; ਪ੍ਰਭਾਵਿਤ ਹੋਣਾ, ਪ੍ਰਤਿਕਿਰਿਆ ਵਿਖਾਉਣਾ, ਅਨੁਕੂਲ ਹੋਣਾ

respondent /ਰਿ'ਸਪੌਨਡਅਨਟ/ *n* (ਕਨੂੰ) ਪ੍ਰਤਿਵਾਦ, ਅਸਵੀਕਰਤਾ, ਉੱਤਰਦਾਤਾ, ਪ੍ਰਤਿਵਾਦੀ, ਉੱਤਰਦਾਇਕ, ਪ੍ਰਤਿਪੱਖੀ, ਮੁੱਦਾਲਾ

response /ਰਿ'ਸਪੌਨਸ/ *n* ਉੱਤਰ, ਜਵਾਬ, ਪ੍ਰਤਿਕਿਰਿਆ, ਹੁੰਗਾਰਾ, ਹੂੰ ਹਾਂ; ਅਨੁਭਵ; (ਪਾਦਰੀ ਦੁਆਰਾ ਉਚਰਿਤ ਪੰਗਤੀ ਦੇ) ਉੱਤਰ ਦੇ ਰੂਪ ਵਿੱਚ ਗਾਈ ਗਈ ਪੰਗਤੀ

response time *n* ਜਵਾਬ ਦੇਣ ਦਾ ਸਮਾਂ, ਪ੍ਰਤਿਕਿਰਿਆ ਦਾ ਸਮਾਂ, ਜਵਾਬੀ ਕਰਮ ਦਾ ਸਮਾਂ

responsibility /ਰਿˌਸਪੌਨਸਅ'ਬਿਲਅਟਿ/ *n* ਜ਼ੁੰਮੇਵਾਰੀ, ਉੱਤਰਦਾਇਤਾ, ਜਵਾਬਦੇਹੀ, ਭਾਰ, ਬੀੜਾ

responsible /ਰਿ'ਸਪੌਨਸਅਬਲ/ *a* ਜ਼ੁੰਮੇਵਾਰ, ਉੱਤਰਦਾਈ, ਜਵਾਬਦੇਹ; ਜ਼ੁੰਮੇਵਾਰੀ ਵਾਲਾ, ਵਿਸ਼ਵਾਸਯੋਗ; ਪ੍ਰਸਿੱਧ, ਵਿਖਿਆਤ; ਆਦਰਯੋਗ, ਸਤਿਕਾਰਯੋਗ, ਨਾਮਵਰ, ਮਾਣਯੋਗ

responsibly /ਰਿ'ਸਪੌਨਸਅਬਲਿ/ *adv* ਜ਼ੁੰਮੇਵਾਰੀ ਨਾਲ, ਵਿਸ਼ਵਾਸ ਸਹਿਤ

responsive /ਰਿ'ਸਪੌਨਸਿਵ੍/ *a* ਉੱਤਰ ਦੇਣ ਵਾਲਾ, ਪ੍ਰਤਿਉੱਤਰਦਾਈ; ਪ੍ਰਭਾਵਿਤ ਹੋਣ ਵਾਲਾ, ਸੰਵੇਦਨਸ਼ੀਲ, ਅਸਰ ਕਬੂਲਣ ਵਾਲਾ; ਹਮਦਰਦ, ਸਹਾਨੁਭੂਤੀਸੂਚਕ

responsory /ਰਿ'ਸਪੌਨਸ(ਅ)ਰਿ/ *n* ਬਾਈਬਲ ਦੇ ਪਾਠ ਪਿੱਛੋਂ ਜੋਟਿਆਂ ਵਿੱਚ ਗਾਇਆ ਜਾਣ ਵਾਲਾ ਸ਼ਬਦ

rest /ਰੈੱਸਟ/ *v* ਅਰਾਮ ਕਰਨਾ, ਅਰਾਮ ਦੇਣਾ; ਸੁਸਤਾਉਣਾ, ਸ਼ਾਂਤ ਹੋਣਾ, ਚੁੱਪ ਹੋਣਾ; ਟਿਕਣਾ, ਸਹਾਰਾ ਦੇਣਾ, ਆਸਰਾ ਦੇਣਾ, ਨਿਰਭਰ ਹੋਣਾ, ਸਹਾਰੇ 'ਤੇ ਹੋਣਾ, ਟੇਕ ਲਾਉਣਾ; ਬਾਕੀ ਬਚਣਾ, ਰਹਿਣਾ *n* ਅਰਾਮ, ਸੁਖ, ਚੈਨ, ਵਿਸ਼ਰਾਮ, ਨੀਂਦ; ਫ਼ੁਰਸਤ, ਟਿਕਾਅ,ਅਰਾਮ ਦਾ ਸਮਾਂ; ਛੁੱਟੀ, ਵਿਹਲ, ਨਾਗਾ, ਅਰਾਮ ਦੀ ਥਾਂ; ਸਹਾਰਾ, ਟੇਕ; ਅਚੱਲ, ਸਥਿਰ *n* (ਸੰਗੀ) ਵਿਰਾਮ; ਬਾਕੀ ਬਚੀ ਸੰਖਿਆ ਜਾਂ ਭਾਗ

restart /ˌਰੀ'ਸਟਾਟ/ *v* ਦੁਬਾਰਾ ਅਰੰਭ ਕਰਨਾ, ਮੁੜ ਸ਼ੁਰੂ ਕਰਨਾ, ਪੁਨਰ ਚਾਲੂ ਕਰਨਾ

restate /ˌਰੀ'ਸਟੇਇਟ/ *v* ਮੁੜ ਬਿਆਨ ਦੇਣਾ, ਸਪਸ਼ਟ ਰੂਪ ਵਿੱਚ ਫਿਰ ਦੱਸਣਾ, ਦੁਬਾਰਾ ਕਥਨ ਕਰਨਾ

restaurant /'ਰੈੱਸਟਰੌਂਟ/ *n* ਅਰਾਮ ਘਰ, ਹੋਟਲ, ਰੈਸਟਰਾਂ, ਭੋਜਨਸ਼ਾਲਾ

restful /'ਰੈੱਸਟਫ਼ਲ/ *a* ਸ਼ਾਂਤ, ਨਿਚਲਾ; ਸੁਖਦਾਈ, ਅਰਾਮਦੇਹ; ਉਪੱਦਰ ਰਹਿਤ

rest house *n* ਡਾਕ-ਬੰਗਲਾ, ਵਿਸ਼ਰਾਮ-ਘਰ

restitution /ˌਰੈਸੱਟਿ'ਟਯੂਸ਼ਨ/ *n* ਵਾਪਸੀ, ਬਹਾਲੀ, ਪੁਨਰ-ਸਥਾਪਨ; ਸ਼ਕਤੀ ਪੂਰਤੀ

restitutive /'ਰੈਸੱਟਿਟਯੂਟਿਵ੍/ *a* ਵਾਪਸ ਕਰਨ ਵਾਲਾ; ਸ਼ਕਤੀਪੂਰਕ; ਬਹਾਲ ਕਰਨ ਵਾਲਾ, ਘਾਟੇ ਦੀ ਪੂਰਤੀ ਕਰਨ ਵਾਲਾ; ਪੁਨਰ ਸਥਾਪਕ

restive /'ਰੈਸੱਟਿਵ੍/ *a* ਅੜੀਅਲ, ਹਠੀ; ਮੂੰਹਜ਼ੋਰ (ਘੋੜਾ); ਮਚਲਾ, ਬੇਕਾਬੂ; ਅਸ਼ਾਂਤ, ਵਿਆਕੁਲ, ਬੇਚੈਨ, ਪਰੇਸ਼ਾਨ; ਚੰਚਲ

restiveness /'ਰੈਸੱਟਿਵ੍ਨਅਸ/ *n* ਅੜੀਅਲਪਨ, ਹਠ, ਜ਼ਿੱਦ; ਅਸ਼ਾਂਤੀ, ਵਿਆਕੁਲਤਾ, ਭੜਕਣ, ਬੇਚੈਨੀ, ਪਰੇਸ਼ਾਨੀ, ਚੰਚਲਤਾ

restless /'ਰੈਸੱਟਲਅਸ/ *a* ਬੇਅਰਾਮ, ਵਿਆਕੁਲ, ਬੇਚੈਨ, ਤਰਲੋਮੱਛੀ, ਅਸ਼ਾਂਤ, ਬਿਹਬਲ, ਪਰੇਸ਼ਾਨ, ਅਸਥਿਰ, ਚੰਚਲ

restorable /ਰਿ'ਸਟੋਰਅਬਲ/ *a* ਵਾਪਸ ਕਰਨ ਯੋਗ, ਪੁਨਰਸਥਾਪਤੀ ਯੋਗ; ਅਰੋਗਤਾਦਾਇਕ

restoration /ˌਰੈਸੱਟਅ'ਰੇਇਸ਼ਨ/ *n* ਵਾਪਸੀ, ਬਹਾਲੀ; ਪੁਨਰ ਸਥਾਪਨ; ਉੱਥਾਨ, ਉੱਨਤੀ, ਵਿਕਾਸ; ਪੁਨਰ ਉੱਧਾਰ; ਸਿਹਤ ਅਰੋਗਤਾ

restorative /ਰਿ'ਸਟੋਰਅਟਿਵ੍/ *a* ਬਲਕਾਰਕ, ਪੌਸ਼ਟਿਕ, ਬਲਵਰਧਕ *n* ਪੌਸ਼ਟਿਕ ਭੋਜਨ, ਬਲਕਾਰਕ ਦਵਾਈ

restore /ਰਿ'ਸਟੋ*/ *vt* ਮੋੜ ਦੇਣਾ, ਵਾਪਸ ਕਰਨਾ; ਪੁਨਰ ਸਥਾਪਿਤ ਕਰਨਾ, ਪੁਨਰ ਨਿਯੁਕਤ ਕਰਨਾ, ਬਹਾਲ ਕਰਨਾ; ਮੁੜ ਸੁਧਾਰਨਾ, ਚੰਗਾ ਕਰਨਾ, ਅਸਲੀ ਰੂਪ ਵਿੱਚ ਲਿਆਉਣਾ; ਵੱਲ ਕਰਨਾ, ਅਰੋਗ ਬਣਾਉਣਾ, ਪਹਿਲੀ ਅਵਸਥਾ ਵਿੱਚ ਲਿਆਉਣਾ, ਮੁਰੰਮਤ ਕਰਨਾ, ਸੁਧਾਰ ਕਰਨਾ; ਸੰਵਾਰਨਾ

restrain /ਰਿ'ਸਟਰੇਇਨ/ *vt* ਰੋਕਣਾ, ਬੰਦਸ਼ ਲਾਉਣਾ, ਜ਼ਬਤ ਵਿੱਚ ਰੱਖਣਾ, ਨਿਯੰਤਰਨ ਵਿੱਚ ਰੱਖਣਾ, ਕਾਬੂ ਵਿੱਚ ਰੱਖਣਾ; ਦਮਨ ਕਰਨਾ, ਦਬਾਉਣਾ; ਕੈਦ ਕਰਨਾ, ਹਿਰਾਸਤ ਵਿੱਚ ਲੈਣਾ

restrained /ਰਿ'ਸਟਰੇਇਨਡ/ *a* ਭਾਵੁਕ ਨਾ ਹੋਣ ਵਾਲਾ, ਬੰਦਿਸ਼ ਵਿੱਚ ਨਿਯੰਤਰਿਤ, ਕਾਬੂ ਵਿੱਚ; ਸਵੈਕਾਬੂ

restrainedly /ਰਿ'ਸਟਰੇਇਨਿਡਲਿ/ *adv* ਬੰਦਸ਼ ਨਾਲ, ਸੰਜਮ ਸਹਿਤ, ਬੰਧੇਜ ਵਿੱਚ

restraint /ਰਿ'ਸਟਰੇਇਨਟ/ *n* ਦਮਨ; ਸੰਜਮ; ਨਿਰੋਧ, ਪ੍ਰਤਿਬੰਧ, ਬੰਧੇਜ, ਬੰਧਨ, ਪਾਬੰਦੀ, ਰੋਕ, ਅਟਕਾ, ਮਨਾਹੀ

restrict /ਰਿ'ਸਟਰਿਕਟ/ *vt* ਸੀਮਤ ਕਰਨਾ, ਸੀਮਾਬੱਧ ਕਰਨਾ, ਬੰਧੇਜ ਕਰਨਾ, ਰੋਕ ਪਾਉਣਾ, ਹੱਦ ਬੰਨ੍ਹਣਾ; ਪਾਬੰਦੀ ਲਾਉਣਾ, ਪ੍ਰਤਿਬੰਧ ਲਾਉਣਾ

restricted /ਰਿ'ਸਟਰਿਕਟਿਡ/ *a* ਸੀਮਿਤ, ਸੀਮਾਬੱਧ; ਪਾਬੰਦ, ਬੰਦਿਸ਼ ਵਿੱਚ; ਨਿਯਮਿਤ

restriction /ਰਿ'ਸਟਰਿਕਸ਼ਨ/ *n* ਪਾਬੰਦੀ; ਬੰਧੇਜ, ਰੋਕ, ਬੰਦਸ਼, ਰੁਕਾਵਟ, ਪ੍ਰਤਿਬੰਧ

restrictive /ਰਿ'ਸਟਰਿਕਟਿਵ੍/ *a* ਪਾਬੰਦੀ ਵਾਲਾ, ਬੰਧੇਜੀ, ਬੰਦਸ਼ੀ, ਬੰਨ੍ਹਵਾਂ, ਅਵਰੋਧਕ

restrictive practices *n* (ਕਾਰੋਬਾਰੀ ਪ੍ਰਤਿਯੋਗਤਾ ਨੂੰ ਰੋਕਣ ਲਈ ਜਾਂ ਕਰਮਚਾਰੀਆਂ ਦੀਆਂ ਨੌਕਰੀਆਂ ਸੁਰੱਖਿਅਤ ਰੱਖਣ ਲਈ) ਬੰਧੇਜਮਈ ਸ਼ਰਤਾਂ ਜਾਂ ਕਾਰਜ ਵਿਧੀ, ਕਾਮਿਆਂ ਜਾਂ ਮਾਲਕਾਂ ਦੀ ਆਜ਼ਾਦੀ ਉੱਤੇ ਲਾਈਆਂ ਕੁਝ ਬੰਦਸ਼ਾਂ

restructure /ˌਰੀ'ਸਟਰਅੱਕਚਅ*/ *v* (ਕੰਪਨੀ ਦੇ ਬੰਦੋਬਸਤ ਨੂੰ) ਨਵਾਂ ਰੂਪ ਦੇਣਾ, ਪੁਨਰ ਗਠਨ ਕਰਨਾ, ਨਵੇਂ ਸਾਂਚੇ ਵਿੱਚ ਢਾਲਣਾ, (ਇਮਾਰਤ) ਨਵੇਂ ਸਿਰੇ ਤੋਂ ਬਣਾਉਣਾ

result /ਰਿ'ਜ਼ਅੱਲਟ/ *vt* ਨਤੀਜਾ ਨਿਕਲਨਾ, ਸਿੱਟਾ ਨਿਕਲਨਾ, ਪਰਿਣਾਮ ਨਿਕਲਨਾ, ਅੰਤ ਹੋਣਾ, ਫਲਦਾਇਕ ਹੋਣਾ *n* ਨਤੀਜਾ, ਪਰਿਣਾਮ, ਸਿੱਟਾ, ਫਲ, ਹਾਸਲ, ਅੰਤ

resultant /ਰਿ'ਜ਼ਅੱਲਟਅਨਟ/ *a* ਪਰਿਣਾਮੀ *n* ਸਮੁੱਚਾ ਫਲ, ਸਿੱਟਾ, ਪਰਿਣਾਮ

resume /ਰਿ'ਜ਼ਯੂਮ/ *v* ਪੁਨਰ ਗ੍ਰਹਿਣ ਕਰਨਾ, ਪੁਨਰ ਧਾਰਨ ਕਰਨਾ, ਮੁੜ ਪ੍ਰਾਪਤ ਕਰਨਾ; ਪੁਨਰ ਅਰੰਭ ਕਰਨਾ, ਜਾਰੀ ਰੱਖਣਾ; ਸਾਰਾਂਸ਼ ਰੂਪ ਵਿੱਚ

ਕਹਿਣਾ *n* ਸਾਰਾਂਸ਼

resumption /**ਰਿ'ਜ਼ਅੱਮਪਸ਼ਨ**/ *n* ਪੁਨਰ ਗ੍ਰਹਿਣ, ਪੁਨਰ ਅਧਿਕਾਰ, ਦੁਬਾਰਾ ਦਖ਼ਲ, ਪੁਨਰ ਅਰੰਭ

resumptive /**ਰਿ'ਜ਼ਅੱਮ(ਪ)ਟਿਵ਼**/ *a* ਪੁਨਰ ਗ੍ਰਹਿਣਸ਼ੀਲ, ਪੁਨਰ ਅਰੰਭ ਕਰਨ ਵਾਲਾ, ਅਰੰਭਸ਼ੀਲ

resurge /**ਰਿ'ਸਅ:ਜ**/ *vt* ਫਿਰ ਉੱਠਣਾ, ਦੁਬਾਰਾ ਤਾਕਤ ਫੜਨਾ

resurgence /**ਰਿ'ਸਅ:ਜਅਨਸ**/ *n* ਪੁਨਰ-ਉਦਗਮ, ਪੁਨਰ-ਉਥਾਨ, ਪੁਨਰ-ਉਥਾਨਸ਼ੀਲਤਾ, ਪੁਨਰਜੀਵਨ

resurgent /**ਰਿ'ਸਅ:ਜਅਨਟ**/ *a* ਪੁਨਰ ਉਗਮਣਸ਼ੀਲ, ਮੁੜ ਸੁਰਜੀਤ ਹੋਣ ਵਾਲਾ, ਦੁਬਾਰਾ ਜ਼ਿੰਦਾ ਹੋਣ ਵਾਲਾ *n* ਪੁਨਰ-ਉਥਾਨ ਕਰਨ ਵਾਲਾ ਵਿਅਕਤੀ; ਪੁਨਰਜੀਵਿਤ ਵਿਅਕਤੀ

resurrect /**,ਰੈਜ਼ਅ'ਰੈਕਟ**/ *vt* ਪੁਨਰਜੀਵਿਤ ਕਰਨਾ, ਮੁੜ ਚਾਲੂ ਕਰਨਾ; ਯਾਦ ਨੂੰ ਤਾਜ਼ਾ ਕਰਨਾ

resurrection /**,ਰੈਜ਼ਅ'ਰੈਕਸ਼ਨ**/ *n* (ਹਜ਼ਰਤ ਈਸਾ ਦੇ ਕਬਰ 'ਚੋਂ ਉੱਠਣ ਦੀ ਯਾਦ ਵਿੱਚ) ਇੱਕ ਈਸਾਈ ਪੁਰਬ; ਪੁਨਰ-ਉਥਾਨ; ਕਿਆਮਤ; ਕਬਰ ਪੁੱਟ ਕੇ ਬਾਹਰ ਕੱਢਣ ਦੀ ਕਿਰਿਆ, ਪੁਨਰਜੀਵਨ, ਪੁਨਰ-ਉੱਧਾਰ, ਮੋਇਆਂ ਦੀ ਜਾਗ

resurvey /**ਰੀ'ਸਅ:ਵ਼ੇਇ**/ *n* ਪੁਨਰ ਸਰਵੇਖਣ, ਪੁਨਰ ਆਲੋਚਨ /**ਰੀਸਅ'ਵ਼ੇਇ**/ *v* ਪੁਨਰ ਸਰਵੇਖਣ ਕਰਨਾ, ਪੁਨਰ ਆਲੋਚਨਾ ਕਰਨਾ

resuscitant /**ਰਿ'ਸਅੱਸਿਟਅਨਟ**/ *a* ਪੁਨਰ ਜੀਵਕ, ਪੁਨਰ-ਉਥਾਪਕ, ਫਿਰ ਜ਼ਿੰਦਾ ਕਰਨ ਵਾਲਾ; ਹੋਸ਼ ਵਿੱਚ ਆਉਣ ਜਾਂ ਲਿਆਉਣ ਵਾਲਾ

resuscitate /**ਰਿ'ਸਅੱਸਿਟੇਇਟ**/ *v* ਮੁੜ ਸੁਰਜੀਤ ਕਰਨਾ ਜਾਂ ਹੋਣਾ, ਮੁੜ ਜਿਊਂਦਾ ਕਰਨਾ ਜਾਂ ਹੋਣਾ, ਜਾਨ ਪਾਉਣਾ ਜਾਂ ਪੈਣਾ, ਦੁਬਾਰਾ ਜਾਰੀ ਕਰਨਾ; ਤਾਜ਼ਾ ਕਰਨਾ ਜਾਂ ਹੋਣਾ, ਮੁੜ ਚਾਲੂ ਕਰਨਾ ਜਾਂ ਹੋਣਾ, ਪੁਨਰ ਸਪਸ਼ਟ ਕਰਨਾ ਜਾਂ ਹੋਣਾ

resuscitation /**ਰਿ,ਸਅੱਸਿ'ਟੇਇਸ਼ਨ**/ *n* ਪੱਲ੍ਹਰਨ, ਪੁਨਰਜੀਵਨ, ਮੁੜ ਤਾਜ਼ਗੀ, ਹੋਸ਼ ਵਿੱਚ ਆਉਣ ਦਾ ਕਰਮ

resuscitative /**ਰਿ'ਸਅੱਸਿਟੇਇਟਿਵ਼**/ *a* ਪੁਨਰਜੀਵਿਤ ਕਰਨ ਵਿੱਚ ਸਮਰੱਥ; ਪੁਨਰ ਜੀਵਨ ਸੰਬੰਧੀ

resuscitator /**ਰਿ'ਸਅੱਸਿਟੇਇਟਅ***/ *n* ਆਕਸੀਜਨ ਦੇਣ ਵਾਲਾ ਯੰਤਰ; ਪੁਨਰਜੀਵਿਤ ਕਰਨ ਵਾਲਾ

ret, rate, rait /**ਰੈੱਟ, ਰੇਇਟ, ਰੇਇਟ**/ *vi* (ਪਟਸਨ ਨੂੰ) ਪਾਣੀ ਵਿੱਚ ਭਿਓਂ ਕੇ ਨਰਮ ਕਰਨਾ; (ਘਾਹ ਆਦਿ ਦਾ) ਸੜ ਜਾਣਾ, ਬਰਬਾਦ ਹੋ ਜਾਣਾ

retable /**ਰਿ'ਟੇਇਬਲ**/ *n* ਚਰਚ ਦੀ ਵੇਦੀ ਦਾ ਆਲਾ

retail[1] /**'ਰੀਟੇਇਲ**/ *n* ਪਰਚੂਨ, ਫੁਟਕਲ ਵਿਕਰੀ *v* ਪਰਚੂਨ ਵੇਚਣਾ, ਥੋੜ੍ਹਾ-ਥੋੜ੍ਹਾ ਕਰਕੇ ਵੇਚਣਾ

retail[2] /**ਰਿ'ਟੇਇਲ**/ *v* ਸਮਾਚਾਰ ਦੇਣਾ, ਵੇਰਵਾ ਦੇਣਾ, ਵੇਰਵੇ ਨਾਲ ਬਿਆਨ ਕਰਨਾ

retailer /**'ਰੀਟੇਇਲਅ***/ *n* ਪਰਚੂਨ ਮਾਲ ਵੇਚਣ ਵਾਲਾ, ਫੁਟਕਲ ਵਿਕਰੇਤਾ; ਵੇਰਵੇ ਨਾਲ ਦੱਸਣ ਵਾਲਾ, ਵਿਸਤਾਰ ਸਹਿਤ ਵਰਣਨ ਕਰਨ ਵਾਲਾ ਬੰਦਾ

retailing /**'ਰੀਟੇਇਲਿਙ**/ *n* ਦੁਕਾਨਾਂ ਰਾਹੀਂ ਥੋੜ੍ਹਾ- ਥੋੜ੍ਹਾ ਮਾਲ ਵੇਚਣ ਦੀ ਕਿਰਿਆ, ਪਰਚੂਨ ਵਿਕਰੀ, ਥੋਕ ਮਾਲ ਵੇਚਣ ਉੱਤੇ ਬੰਦਸ਼

retain /**ਰਿ'ਟੇਇਨ**/ *vt* ਰੱਖਣਾ, ਫੜਨਾ; ਧਾਰਨ ਕਰਨਾ; ਰੋਕਣਾ, ਥੰਮ੍ਹਣਾ, ਅਟਕਾਉਣਾ; ਰਹਿਣ ਦੇਣਾ, ਰੱਖੀ ਰੱਖਣਾ, (ਫ਼ੀਸ ਦੇ ਕੇ) ਵਕੀਲ ਕਰਨਾ; ਯਾਦ ਰੱਖਣਾ, ਨਾ ਭੁੱਲਣਾ, ਚੇਤੇ ਰੱਖਣਾ

retainer /**ਰਿ'ਟੇਇਨਅ***/ *n* (ਵਕੀਲ ਦੀ) ਪੇਸ਼ਗੀ ਫ਼ੀਸ, ਬਿਆਨਾ; ਸੇਵਕ, ਅਰਦਲੀ, ਖ਼ਾਨਸਾਮਾ; ਕਬਜ਼ੇ ਦੀ ਆਗਿਆ

retake /**,ਰੀ'ਟੇਇਕ**/ *v* (ਫ਼ੌਜੀਆਂ ਦਾ) ਕਿਸੇ ਸ਼ਹਿਰ ਤੇ ਮੁੜ ਕਬਜ਼ਾ ਕਰਨਾ, (ਅਗਵਾਈ) ਮੁੜ ਹਾਸਲ ਕਰਨਾ, ਦੁਬਾਰਾ ਪਰੀਖਿਆ ਦੇਣਾ /**'ਰੀਟੇਇਕ**/ *n* (ਫਿਲਮ ਦੇ ਕਿਸੇ ਦ੍ਰਿਸ਼ ਨੂੰ) ਦੁਬਾਰਾ ਤਿਆਰ ਕਰਨ

ਦਾ ਕਾਰਜ, ਮੁੜ ਫੋਟੋਗਰਾਫ਼ੀ ਕਰਨਾ

retaliate /ਰਿ'ਟੈਲਿਏਇਟ/ *v* ਬਦਲਾ ਲੈਣਾ, ਜਵਾਬ ਦੇਣਾ, ਉਲਟਾ ਦੋਸ਼ ਥੱਪਣਾ, ਕਸਰ ਕੱਢਣਾ; ਜਵਾਬੀ ਮਸੂਲ ਲਾਉਣਾ, ਬਾਹਰੋਂ ਆਉਣ ਵਾਲੀ ਸਮਗਰੀ ਉੱਤੇ ਜਵਾਬੀ ਕਰ ਲਾਉਣਾ

retaliation /ਰਿ,ਟੈਲਿ'ਏਇਸ਼ਨ/ *n* ਬਦਲਾ, ਜਵਾਬੀ ਇਲਜ਼ਾਮ; ਜਵਾਬੀ ਮਸੂਲ

retaliative, retaliatory /ਰਿ'ਟੈਲਿਅਟਿਵ਼, ਰਿ'ਟੈਲਿਅਟ(ਅ)ਰਿ/ *a* ਇਲਜ਼ਾਮੀ, ਜਵਾਬੀ

retaliator /ਰਿ'ਟੈਲਿਏਇਟਅ*/ *n* ਬਦਲਾ ਲੈਣ ਵਾਲਾ, ਉਲਟਾ ਦੋਸ਼ ਲਾਉਣ ਵਾਲਾ, ਜਵਾਬੀ ਇਲਜ਼ਾਮ ਲਾਉਣ ਵਾਲਾ ਬੰਦਾ

retard /ਰਿ'ਟਾਡ/ *v* ਢਿੱਲਾ ਛੱਡਣਾ, ਢਿੱਲਾ ਕਰਨਾ ਜਾਂ ਹੋਣਾ, ਧੀਮਾ ਕਰਨਾ ਜਾਂ ਹੋਣਾ, ਮੱਠਾ ਕਰਨਾ ਜਾਂ ਹੋਣਾ, ਸਿਥਲ ਕਰਨਾ, ਅਟਕਾਉਣਾ, ਗਤੀ ਰੋਕਣਾ, ਰੁਕਾਵਟ ਪਾਉਣਾ, ਅਟਕਣਾ; ਨਿਯਮਤ ਸਮੇਂ ਤੋਂ ਪਿੱਛੇ ਰਹਿਣਾ, ਦੇਰ ਨਾਲ ਹੋਣਾ; /'ਰੀਟਾਡ/ *n* ਗਤੀਰੋਧ

retardation, retardment /,ਰੀਟਾ'ਡੇਇਸ਼ਨ, ਰਿ'ਟਾਡਮਅਨਟ/ *n* ਢਿੱਲ, ਦੇਰੀ; ਅਟਕਾਅ, ਰੋਕ, ਰੁਕਾਵਟ

retarded /ਰਿ'ਟਾਡਿਡ/ *a* (ਉਮਰ ਅਨੁਸਾਰ) ਦਿਮਾਗੀ ਤੌਰ 'ਤੇ ਘੱਟ ਵਿਕਸਿਤ, ਘੱਟ ਬੁੱਧੀ ਵਾਲਾ, ਢਿੱਲਾ ਮੱਠਾ ਚੱਲਣ ਵਾਲਾ

retch /ਰੈਚ/ *vi* ਕੈ ਕਰਨਾ, ਉਲਟੀ ਕਰਨਾ, ਉਖੱਤ ਆਉਣਾ *n* ਕੈ, ਉਲਟੀ, ਉਖੱਤ

retell /,ਰੀ'ਟੈੱਲ/ *v* ਨਵੇਂ ਢੰਗ ਨਾਲ ਦੱਸਣਾ, ਹੋਰ ਤਰ੍ਹਾਂ ਸੁਣਾਉਣਾ, ਮੁੜ ਦੱਸਣਾ

retention /ਰਿ'ਟੈੱਨਸ਼ਨ/ *n* ਰੁਕਾਵਟ, ਰੋਕ, ਬੰਧੇਜ; (ਪਿਸ਼ਾਬ ਆਦਿ ਦੀ) ਕਬਜ਼; ਚੇਤਾ, ਯਾਦ ਸ਼ਕਤੀ, ਧਾਰਨਾ; ਕੈਦ, ਪਕੜ

retentive /ਰਿ'ਟੈੱਨਟਿਵ਼/ *a* ਬੰਧੇਜ ਵਾਲੀ (ਦਵਾਈ); ਤਕੜੇ ਚੇਤੇ ਵਾਲਾ; ਦ੍ਰਿੜ੍ਹ, ਪੱਕਾ; ਨਮੀ ਜਾਂ ਸਿੱਲ੍ਹ ਨੂੰ ਸੁਰੱਖਿਅਤ ਰੱਖਣ ਵਾਲਾ

rethink/,ਰੀ'ਥਿਙਕ/ *v* ਮੁੜ ਵਿਚਾਰਨਾ, ਦੁਬਾਰਾ ਸੋਚਣਾ, (ਕਿਸੇ ਕਾਰਜ ਦੀ ਬਿਹਤਰੀ ਲਈ) ਪ੍ਰਚਲਿਤ ਧਾਰਾ ਬਾਰੇ ਮੁੜ ਜਾਇਜ਼ਾ ਲੈਣਾ

reticence, reticency /'ਰੈੱਟਿਸਅਨਸ, 'ਰੈੱਟਿਸਅਨਸਿ/ *n* ਸੰਕੋਚਵਾਂ ਭਾਸ਼ਣ; ਚੁੱਪ, ਖ਼ਾਮੋਸ਼ੀ, ਮੌਨ, ਮੂਕਤਾ

reticent /'ਰੈੱਟਿਸਨਟ/ *a* ਮੌਨ, ਚੁੱਪ, ਖ਼ਾਮੋਸ਼

reticle /'ਰੈੱਟਿਕਲ/ *n* ਦੂਰਬੀਨ ਅੱਗੇ ਲਾਈ ਜਾਣ ਵਾਲੀ ਜਾਲੀ ਆਦਿ

reticulate /ਰਿ'ਟਿਕਯਅਲੇਇਟ/ *a* ਜਾਲੀਦਾਰ *v* ਜਾਲੀਦਾਰ ਬਣਾਉਣਾ ਜਾਂ ਬਣਨਾ

reticulation /ਰਿ,ਟਿਕਯਅ'ਲੇਇਸ਼ਨ/ *n* ਜਾਲੀ ਬਣਾਉਣ ਜਾਂ ਬੁਣਨ, ਜਾਲੀ ਦਾ ਕੰਮ, ਜਾਲ ਰਚਨਾ

reticule /'ਰੈੱਟਿਕਯੂਲ/ *n* (ਇਸਤਰੀਆਂ ਦਾ) ਜਾਲੀਦਾਰ ਬਟੂਆ ਜਾਂ ਥੈਲੀ; ਦੱਖਣੀ ਤਾਰਾ ਮੰਡਲ (ਐਸਟਰੋਨੋਮੀ); (ਦੂਰਬੀਨ ਦੇ ਅੱਗੇ ਲਾਈ ਜਾਣ ਵਾਲੀ) ਜਾਲੀ

retina /'ਰੈੱਟਿਨਅ/ *n* ਅੱਖ ਦਾ ਪਰਦਾ, ਦ੍ਰਿਸ਼ਟੀਪਟ, ਰੈਟੀਨਾ

retinue /'ਰੈੱਟਿਨਯੂ/ *n* ਨੌਕਰ-ਚਾਕਰ, ਅਮਲਾ-ਫੈਲਾ, ਲਾਮਡੋਰੀ, ਅਰਦਲੀ ਲੋਕ

retire /ਰਿ'ਟਾਇਅ*/ *v* ਪਿੱਛੇ ਹਟਣਾ, ਵਾਪਸ ਹੋਣਾ; ਇਕਾਂਤ ਵਿੱਚ ਜਾਣਾ, ਅਲੱਗ ਹੋਣਾ, ਕਿਨਾਰੇ ਹੋਣਾ; ਸੌਣ ਲਈ ਜਾਣਾ; ਸੇਵਾ ਨਿਵਿਰਤ ਹੋਣਾ, ਹਟ ਜਾਣਾ; (ਫ਼ੌਜਾਂ ਨੂੰ) ਵਾਪਸੀ ਦਾ ਹੁਕਮ ਦੇਣਾ; ਹੁੰਡੀ ਮੋੜਨਾ, ਬਿਲ ਵਾਪਸ ਲੈਣਾ

retired /ਰਿ'ਟਾਇਅਡ/ *a* ਨੌਕਰੀਓਂ ਵਿਹਲਾ, ਸੇਵਾ ਨਿਵਿਰਤ, ਰਿਟਾਇਰਡ; ਨਿਰਜਨ, ਇਕਾਂਤ, ਸੁੰਨਾ; ਵਿਰਕਤ, ਸੰਸਾਰ ਤਿਆਗੀ, ਇਕਾਂਤਵਾਸੀ

retirement /ਰਿ'ਟਾਇਅਮਅਨਟ/ *n* ਕਾਰਜ ਤਿਆਗ, ਪਦ ਤਿਆਗ, ਸੇਵਾ ਨਿਵਿਰਤੀ; ਵਿਰਕਤੀ, ਸੰਸਾਰ ਤਿਆਗ; ਸੰਨਿਆਸ, ਇਕਾਂਤ, ਤਨਹਾਈ

retirement home *n* ਬੁੱਢਿਆਂ ਦੇ ਰਹਿਣ ਲਈ ਘਰ, ਉਹ ਥਾਂ ਜਿਥੇ ਆਸਰਾ ਭਾਲਣ ਵਾਲੇ ਬੁੱਢਿਆਂ

ਦੀ ਦੇਖ-ਭਾਲ ਅਤੇ ਸੇਵਾ ਕੀਤੀ ਜਾਂਦੀ ਹੈ

retirement plan *n* ਪੈਨਸ਼ਨ ਫੰਡ ਇਕੱਠਾ ਕਰਨ ਦਾ ਢੰਗ, ਕਰਮਚਾਰੀ ਦੀ ਸੇਵਾ ਨਵਿਰਤੀ ਉਪਰੰਤ ਦਿੱਤੀ ਜਾਣ ਵਾਲੀ ਪੈਨਸ਼ਨ, ਕਰਮਚਾਰੀ ਦੀ ਤਨਖਾਹ ਵਿਚੋਂ ਕਟੌਤੀ ਕਰਕੇ ਅਤੇ ਮਾਲਕ ਵੱਲੋਂ ਪੈਸੇ ਪਾ ਕੇ ਇਕੱਠਾ ਕੀਤਾ ਧਨ ਸਮੂਹ

retiring /ਰਿ'ਟਾਇਅਰਿਙ/ *a* ਸ਼ਰਮੀਲਾ, ਖ਼ਮੋਸ਼, ਲੱਜਾਸ਼ੀਲ, ਝੁਕ ਜਾਣ ਵਾਲਾ; ਇਕਾਂਤ ਪ੍ਰੇਮੀ, ਉਦਾਸੀਨ, ਵੈਰਾਗੀ, ਤਿਆਗੀ

retiring room *n* ਵਿਸ਼ਰਾਮ ਕਮਰਾ, ਅਰਾਮ ਕਮਰਾ

retort /ਰਿ'ਟੋਟ/ *v* ਤੁਰੰਤ ਉੱਤਰ ਦੇਣਾ, ਮੂੰਹ-ਤੋੜ ਜਵਾਬ ਦੇਣਾ, ਪਰਤਾਵਾਂ ਜਵਾਬ ਦੇਣਾ, ਬਦਲਾ ਚੁਕਾਉਣਾ, ਪਲਟਾਉਣਾ; ਉਲਟਾ ਦੋਸ਼ ਮੜ੍ਹਨਾ; (ਇੱਕ ਯੰਤਰ ਵਿੱਚ) ਗਰਮ ਕਰਕੇ ਪਾਰੇ ਨੂੰ ਸ਼ੁੱਧ ਕਰਨਾ, ਸਾਫ਼ ਕਰਨਾ *n* ਤੁਰੰਤ ਉੱਤਰ, ਮੂੰਹ-ਤੋੜ ਜਵਾਬ, ਪਰਤਵਾਂ ਜਵਾਬ; ਬਦਲਾ

retouch /ˌਰੀ'ਟਅੱਚ/ *vt* (ਚਿੱਤਰ ਨੂੰ) ਮੁੜ ਸੁਧਾਰਨਾ, ਪੁਨਰ ਸੰਸ਼ੋਧਨ ਕਰਨਾ, ਮੋੜਵੀਂ ਛੋਹ ਲਾਉਣਾ

retrace /ਰਿ'ਟਰੇਇਸ/ *vt* ਅਰੰਭ ਦਾ ਪਤਾ ਲਾਉਣਾ, ਮੂਲ ਸ੍ਰੋਤ ਖੋਜਣਾ; ਢੂੰਡਣਾ, ਤਲਾਸ਼ ਕਰਨਾ, ਸੁਰਾਗ ਲਾਉਣਾ, ਖੁਰਾ ਲੱਭਣਾ, ਸੂਹ ਕੱਢਣਾ; ਦੁਬਾਰਾ ਗੌਰ ਕਰਨਾ, ਦੁਬਾਰਾ ਯਾਦ ਕਰਨਾ; ਉਸੇ ਰਸਤੇ ਤੋਂ ਵਾਪਸ ਮੁੜ ਜਾਣਾ, ਪਿਛਲੇ ਪੈਰੀਂ ਜਾਣਾ, ਆਪਣੀ ਕਾਰਵਾਈ ਰੱਦ ਕਰਨਾ, ਪਲਟਾਉਣਾ

retract /ਰਿ'ਟਰੈਕਟ/ *v* ਸੁੰਗੇੜਨਾ ਜਾਂ ਸੁੰਗੜਨਾ, ਸਮੇਟਣਾ ਜਾਂ ਸਿਮਟਣਾ, ਪਿੱਛੇ ਖਿੱਚ ਲੈਣਾ; ਵਾਪਸ ਲੈਣਾ, ਮੋੜ ਲੈਣਾ, ਪਲਟਾਉਣਾ; ਅਸਵੀਕਾਰ ਕਰਨਾ, ਰੱਦ ਕਰਨਾ, ਮੁਕਰਨਾ; ਭੁੱਲ ਮੰਨਣਾ, ਗ਼ਲਤੀ ਮੰਨਣਾ; ਛੱਡ ਦੇਣਾ, ਤਿਆਗ ਦੇਣਾ

retractable/ਰਿ'ਟਰੈਕਟਅਬਲ/ *a* ਇਕੱਠਾ ਹੋਣ ਯੋਗ, ਸੁੰਗੜਨਯੋਗ, ਮੁੜ ਸੁਕਣ ਵਾਲਾ

retractation /ਰੀਟਰੈਕ'ਟੇਇਸ਼ਨ/ *n* ਸੁੰਗੇੜ; ਮੋੜ, ਪਲਟਾ; ਪਰਤਾਉਣ, ਮੁੱਕਰਨ, ਇਨਕਾਰ, ਉਲਟ ਫੇਰ

retractile /ਰਿ'ਟਰੈਕਟਾਇਲ/ *a* ਸੁੰਗੇੜਨ ਜਾਂ ਸੁੰਗੜਨਯੋਗ; ਪਲਟਾਉਣਯੋਗ, ਰੱਦ ਕਰਨ ਯੋਗ

retractility /ਰਿˌਟਰੈਕ'ਟਿਲਅਟਿ/ *n* ਸੁੰਗੇੜਪਣ, ਸਮੇਟਣ; ਅਸਵੀਕਾਰਤਾ, ਤਿਆਗਣ

retraction /ਰਿ'ਟਰੈਕਸ਼ਨ/ *n* ਸੁੰਗੇੜ, ਮੋੜ; ਇਨਕਾਰ

retractive /ਰਿ'ਟਰੈਕਟਿਵ/ *a* ਸੁੰਗੇੜਨ ਸੰਬੰਧੀ, ਸੰਕੋਚਣ ਸੰਬੰਧੀ, ਸੁੰਗੜਵਾਂ

retractor /ਰਿ'ਟਰੈਕਟਅ*/ *n* ਪਿੱਛੋਂ ਰੋਕਣ ਵਾਲਾ ਯੰਤਰ, ਰੀਟਰੈਕਟਰ; ਸੁੰਗੇੜਕ, ਪਿੱਛੇ ਖਿੱਚਣ ਵਾਲਾ; (ਸ਼ਤਰੰਜ) ਮੋਹਰੇ ਦੀ ਵਾਪਸੀ ਚਾਲ, ਚਾਲ ਵਾਪਸ ਕਰਨ ਦੀ ਕਿਰਿਆ

retread /'ਰੀਟਰੈੱਡ/ *vt* ਟਾਇਰ ਉੱਤੇ ਮੁੜ ਰਬੜ ਚੜ੍ਹਾਉਣਾ, ਫਿਰ ਚੱਲਣਾ

retreat /ਰਿ'ਟਰੀਟ/ *n* ਇਕਾਂਤ ਥਾਂ, ਇਕਾਂਤ ਵਾਸ; ਪਲਾਇਨ; ਪਾਗਲਖ਼ਾਨਾ; ਸ਼ਰਨ, ਗੁਪਤ ਥਾਂ, ਲੁਕਣ ਦੀ ਥਾਂ, ਪੈਂਨਸ਼ਨ ਲੈਣ ਵਾਲਿਆਂ ਦਾ ਅਰਾਮ ਘਰ *v* ਪਿੱਛੇ ਹਟਣਾ, ਮੋਰਚਾ ਛੱਡਣਾ, ਪਲਾਇਨ ਕਰਨਾ, ਪਿੱਛੇ ਹਟਾਉਣਾ

retreaxit /ਰਿ'ਟਰੈਕਸਿਟ/ *n* ਮੁਕੱਦਮੇ ਦੀ ਵਾਪਸੀ

retrench /ਰਿ'ਟਰੈਂਚ/ *v* (ਅਮਲਾ) ਛਾਂਟੀ ਕਰਨਾ, ਕਟੌਤੀ ਕਰਨਾ, (ਖ਼ਰਚ ਆਦਿ) ਘਟਾਉਣਾ, ਛੋਟ ਕਰਨਾ; (ਕਿਲ੍ਹੇ ਦੀ) ਮੋਰਚਾਬੰਦੀ ਕਰਨਾ

retrenchment /ਰਿ'ਟਰੈਂਚਮਅਨਟ/ *n* ਛਾਂਟੀ, ਕਮੀ, ਕਟੌਤੀ, ਘੱਟ ਖ਼ਰਚੀ, ਘਟਾਉਣ ਜਾਂ ਛੋਟ; ਮੋਰਚਾਬੰਦੀ

retrial /ˌਰੀ'ਟਰਾਇਅਲ, 'ਰੀਟਰਾਇਅਲ/ *n* ਪੁਨਰ ਪਰੀਖਿਆ, ਪੁਨਰ ਵਿਚਾਰ, (ਮੁਕੱਦਮੇ ਦੀ) ਦੁਬਾਰਾ ਸੁਣਵਾਈ

retribute /'ਰੈਟੱਰਿਬਯੂਟ/ *v* ਪ੍ਰਤਿਦਾਨ ਕਰਨਾ, ਵਾਪਸ ਕਰਨਾ ਜਾਂ ਬਦਲਨਾ, ਪਲਟਾ ਦੇਣਾ

retribution /ˌਰੈਟੱਰਿ'ਬਯੂਸ਼ਨ/ *n* ਬਦਲਾ, ਪਲਟਾ, ਪ੍ਰਤਿਫਲ

retributive /ਰਿ'ਟਰਿਬਯਅਟਿਵ੍/ *a* ਬਦਲੇ ਦਾ, ਪਲਟਾਊ; ਪ੍ਰਤਿਕਾਰੀ, ਪ੍ਰਤਿਹਿੰਸਾਪੂਰਨ

retrieval /ਰਿ'ਟਰੀਵ੍ਲ/ *n* ਮੁੜ ਪ੍ਰਾਪਤੀ, ਪੁਨਰ ਸਥਾਪਨਾ, ਦੁਬਾਰਾ ਯਾਦ; ਸੁਧਾਰ, ਉੱਧਾਰ, ਹਾਨੀ ਪੂਰਤੀ

retrieve /ਰਿ'ਟਰੀਵ੍/ *v* ਲੱਭ ਲੈਣਾ, ਕਢਾ ਲੈਣਾ, ਦੁਬਾਰਾ ਪ੍ਰਾਪਤ ਕਰ ਲੈਣਾ (ਗੁਆਚੀ ਵਸਤੂ ਆਦਿ); ਯਾਦ ਹੋ ਜਾਣਾ, ਦਿਮਾਗ਼ ਵਿੱਚ ਬੈਠ ਜਾਣਾ; ਸਪੁਰਦ ਹੋਣਾ; ਘਾਟਾ ਪੂਰਾ ਕਰਨਾ; ਭੁੱਲ ਸੁਧਾਰਨਾ, ਗ਼ਲਤੀ ਠੀਕ ਕਰਨਾ, ਉੱਧਾਰ ਕਰਨਾ; ਵਾਪਸ ਲੈਣਾ

retriever /ਰਿ'ਟਰੀਵ੍ਅ*/ *n* ਪੁਨਰ ਸਥਾਪਕ, ਪੁਨਰ ਉੱਧਾਰਕ, ਸੋਧਕ; ਖੋਜੀ ਕੁੱਤਾ

retro- /ਰੈਟੱਰਅਉ/ *pref* ਪਿੱਛੇ ਵੱਲ, ਪਿਛਾਂਹ, ਪੂਰਵ, ਪ੍ਰਤਿ

retroact /ˌਰੈਟੱਰਅਉ'ਐਕਟ/ *vi* ਪ੍ਰਤਿਕਿਰਿਆ ਹੋਣਾ ਜਾਂ ਕਰਨਾ; ਜਵਾਬੀ ਅਮਲ ਕਰਨਾ; ਪਿੱਛੇ ਵੱਲ ਚੱਲਣਾ, ਉਲਟਾ ਚੱਲਣਾ, ਪ੍ਰਤਿਗਾਮੀ ਹੋਣਾ

retroactive /ˌਰੈਟੱਰਅਉ'ਐਕਟਿਵ੍/ *a* ਪ੍ਰਤਿਕ੍ਰਿਆਤਮਿਕ, ਪਿਛਾਂ-ਖਿੱਚੂ, ਪ੍ਰਤਿਗਾਮੀ, ਅਤੀਤ ਸੰਬੰਧੀ, ਪੂਰਵ ਵਿਆਪੀ

retrocede /ˌਰੈਟੱਰਅ(ਉ)'ਸੀਡ/ *v* ਪ੍ਰਤਿਦਾਨ ਕਰਨਾ, ਵਾਪਸ ਮੋੜਨਾ, ਪਿੱਛੇ ਸਰਕਣਾ, ਪਿੱਛੇ ਮੁੜਨਾ, ਵਾਪਸ ਜਾਣਾ

retrocedence /ˌਰੈਟੱਰਅ(ਉ)'ਸੀਡ(ਅ)ਨਸ/ *n* ਵਾਪਸੀ, ਪ੍ਰਤਿਦਾਨ, ਪ੍ਰਤਿਵਰਤਨ

retrocedent /ˌਰੈਟੱਰਅ(ਉ)'ਸੀਡ(ਅ)ਨਟ/ *a* ਵਾਪਸ ਹੋਣ ਵਾਲਾ, ਪ੍ਰਤਿਦਾਨੀ, ਪਿੱਛੇ ਮੁੜਨ ਵਾਲਾ; ਅੰਦਰ ਹੀ ਅੰਦਰ ਅਸਰ ਕਰਨ ਵਾਲਾ

retrocession /ˌਰੈਟੱਰਅ(ਉ)'ਸੈਸ਼(ਅ)ਨ/ *n* ਪਿੱਛੇ ਮੁੜਨ ਦਾ ਅਮਲ, ਵਾਪਸੀ, ਪ੍ਰਤਿਗਮਨ

retroflex /'ਰੈਟੱਰਅਫ਼ਲੈੱਕਸ/ *a* (ਧੁਨੀ) ਮੂਰਧਨੀ (ਧੁਨੀ), ਜੀਭ ਦੇ ਅਗਲੇ ਹਿੱਸੇ ਨੂੰ ਤਾਲੂ ਨਾਲ ਲਾ ਕੇ ਉਚਾਰੀ ਜਾਣ ਵਾਲੀ (ਧੁਨੀ), (ਡਾਕਟਰੀ) ਸਰੀਰ ਦਾ ਪਿੱਛੇ ਵੱਲ ਮੋੜਿਆ ਕੋਈ ਅੰਗ

retrograde /'ਰੈਟੱਰਅਗਰੇਇਡ/ *a* ਪ੍ਰਤਿਗਾਮੀ, ਪਿਛਾਂਹ ਖਿੱਚੂ; ਡਿਗਦਾ; ਉਲਟਾ, ਵਿਪਰੀਤ, ਪ੍ਰਤਿਕੂਲ *v* ਉਲਟਾ ਚੱਲਣਾ, ਪਿੱਛੇ ਹੋਣਾ, ਹਟਣਾ, ਵਾਪਸ ਮੁੜਨਾ; ਪਤਿਤ ਹੋਣਾ, ਥੱਲੇ ਡਿੱਗਣਾ, ਵਾਪਸ ਉਸੇ ਹਾਲਤ ਵਿੱਚ ਆ ਜਾਣਾ

retrogress /ˌਰੈਟੱਰਅ(ਉ)'ਗਰੈੱਸ/ *vi* ਪਿੱਛੇ ਹਟਣਾ, ਉਲਟਣਾ, ਵਾਪਸ ਹੋਣਾ; ਪਤਨ ਹੋਣਾ; ਹੇਠਾਂ ਡਿੱਗਣਾ

retrogression /ˌਰੈਟੱਰਅ(ਉ)'ਗਰੈਸ਼(ਅ)ਨ/ *n* ਵਿਪਰੀਤ ਗਤੀ, ਉਲਟੀ ਚਾਲ, (ਤਾਰਿਆਂ ਦੀ) ਪਰਤਵੀਂ ਚਾਲ, ਪਲਟਾ; ਵਿਗਾੜ, ਪਤਨ

retrogressive /ˌਰੈਟੱਰਅ'ਗਰੈੱਸਿਵ੍/ *a* (ਤਾਰਿਆਂ ਦੀ ਚਾਲ) ਪਰਤਵੀਂ, ਪੁੱਠੀ, ਪ੍ਰਤਿਗਾਮੀ; ਪਤਨਸ਼ੀਲ

retroject /ˌਰੈਟੱਰਅ(ਉ)'ਜੈੱਕਟ/ *vt* ਪਿੱਛੇ ਸੁੱਟਣਾ, ਪਿੱਛੇ ਕਰਨਾ

retromingent /ˌਰੈਟੱਰਅ(ਉ)'ਮਿਨਜਅਨਟ/ *n* ਪਿੱਛੇ ਵੱਲ ਮੂਤਣ ਵਾਲਾ ਪਸ਼ੂ (ਜਿਵੇਂ ਊਠ)

retrospect /'ਰੈਟੱਰਅਸਪੈੱਕਟ/ *n* ਪਰਤਵੀਂ ਨਜ਼ਰ, ਪੂਰਵ ਦ੍ਰਿਸ਼ਟੀ, ਪੁਰਾਣਾ ਵਿਚਾਰ, ਪਿਛਲਾ ਖ਼ਿਆਲ, ਪਿਛਲੇ ਹਾਲਾਤ ਦੀ ਪਰੀਖਿਆ, ਪ੍ਰਤਿਗਾਮੀ ਦ੍ਰਿਸ਼ਟੀਕੋਣ

retrospection /ˌਰੈਟੱਰਅ'ਸਪੈੱਕਸ਼ਨ/ *n* ਪਿੱਛਲਝਾਤ

retrospective /ˌਰੈਟੱਰਅ'ਸਪੈੱਕਟਿਵ੍/ *a* ਪਿਛਲਾ, ਅਤੀਤ ਸੰਬੰਧੀ, ਅਤੀਤ ਪ੍ਰਭਾਵੀ, ਅਤੀਤਦਰਸ਼ੀ; (ਕਨੂੰ) ਪੂਰਵ ਵਿਆਪੀ

retroversion /ˌਰੈਟੱਰਅ(ਉ)'ਵ੍ਅ:ਸ਼(ਅ)ਨ/ *n* ਮੁੜਨ ਦੀ ਕਿਰਿਆ, ਪਿੱਛੇ ਵੱਲ ਜਾਣ ਦੀ ਕਿਰਿਆ, ਪਰਤਵੀਂ, ਅਤੀਤਦਰਸ਼ੀ; (ਕਨੂੰ) ਪੂਰਵ ਵਿਆਪੀ

retrovert /ˌਰੈਟੱਰਅ(ਉ)'ਵ੍ਅ:ਟ/ *n* ਮੁੜਨਾ, ਪਿੱਛੇ ਵੱਲ ਜਾਣਾ, ਪਰਤਣਾ

retrovision /ˌਰੈਟੱਰਅ(ਉ)'ਵ੍ਹਿਯਨ/ *n* ਬੀਤੀਆਂ ਘਟਨਾਵਾਂ ਨੂੰ ਪ੍ਰਤੱਖ ਕਰਨ ਦੀ ਸ਼ਕਤੀ, ਪ੍ਰਤਿਦ੍ਰਿਸ਼ਟੀ

retry/ˌਰੀ'ਟਰਾਇ/ *v* ਦੁਬਾਰਾ ਮੁਕੱਦਮਾ ਚਲਾਉਣਾ, ਮੁੜ ਅਜ਼ਮਾਇਸ਼ ਕਰਨਾ

retund /ਰਿ'ਟਅੱਨਡ/ *vt* ਉੱਲੂ ਬਣਾਉਣਾ, ਬੁੱਧੂ ਬਣਾਉਣਾ, ਮੂਰਖ ਬਣਾਉਣਾ; ਦਬਾਉਣਾ, ਕੁਚਲਨਾ; ਅਸਵੀਕਾਰ ਕਰਨਾ

return /ਰਿ'ਟਅ:ਨ/ *n* ਵਾਪਸੀ, ਮੋੜਾ; ਬਦਲਾ; ਜਵਾਬ; ਆਮਦਨ; ਲਾਭ; ਰਿਪੋਰਟ, ਲੇਖਾ *v* ਵਾਪਸ ਆਉਣਾ ਜਾਂ ਹੋਣਾ, ਪਰਤਣਾ ਜਾਂ ਪਰਤਾਉਣਾ, ਮੁੜਨਾ, ਮੋੜਨਾ, ਵਾਪਸ ਕਰਨਾ, ਦੇ ਦੇਣਾ, ਚੁਕਾਉਣਾ, ਰਿਪੋਰਟ ਭੇਜਣਾ; ਜਵਾਬ ਵਿੱਚ ਕਹਿਣਾ; ਉੱਤਰ ਦੇਣਾ; ਲੇਖੇ ਲਾਉਣਾ, ਦਰਜ ਕਰਨਾ; (ਚੋਣਾਂ ਵਿੱਚ) ਚੁਣ ਕੇ ਭੇਜਣਾ, ਪ੍ਰਤੀਨਿਧ ਚੁਣਨਾ

returning officer *n* ਚੋਣ ਅਧਿਕਾਰੀ, ਚੋਣ ਕਰਨ ਦਾ ਕਰਤਾ ਧਰਤਾ, ਰੀਟਰਨਿੰਗ ਅਫ਼ਸਰ

return match *n* ਇੱਕੋ ਖਿਡਾਰੀ ਜਾਂ ਟੀਮ ਦਾ ਦੁਬਾਰਾ ਖੇਡਿਆ ਗਿਆ ਮੈਚ ਜਾਂ ਮੁਕਾਬਲਾ

return ticket *n* ਵਾਪਸੀ ਟਿਕਟ, ਸਫ਼ਰ ਤੋਂ ਵਾਪਸ ਆਉਣ ਦੀ ਟਿਕਟ

return visit *n* (ਕਿਸੇ ਦੇਖੇ ਹੋਏ ਸਥਾਨ ਨੂੰ) ਮੁੜ ਦੇਖਣ ਲਈ ਦੌਰਾ, (ਮਿਲ ਕੇ ਗਏ ਪ੍ਰਾਹੁਣੇ ਨੂੰ ਮਿਲਣ ਲਈ) ਉਸਦੇ ਘਰ ਮੁੜ ਜਾਣਾ

reunion /ˌਰੀ'ਯੂਨਿਅਨ/ *n* ਪੁਨਰ ਏਕੀਕਰਨ, ਪੁਨਰ ਮਿਲਨ, ਪੁਨਰ ਸੰਜੋਗ; ਸਭਾ, ਸੰਮੇਲਨ, ਸਮਾਗਮ; ਨਵਾਂ ਜੋੜ

reunite /ˌਰੀਯੂ'ਨਾਇਟ/ *v* ਪੁਨਰ ਸਮਿਲਿਤ ਕਰਨਾ ਜਾਂ ਹੋਣਾ, ਪੁਨਰ ਏਕਤਾ ਲਿਆਉਣਾ ਜਾਂ ਹੋਣਾ, ਮੁੜ ਜੋੜਨਾ ਜਾਂ ਜੁੜਨਾ, ਫਿਰ ਮਿਲਾਉਣਾ ਜਾਂ ਮਿਲਨਾ

reveal /ਰਿ'ਵ੍ਹੀਲ/ *vt* ਵਿਅਕਤ ਕਰਨਾ, ਪ੍ਰਗਟ ਕਰਨਾ, ਪ੍ਰਕਾਸ਼ਿਤ ਕਰਨਾ, ਖੋਲ੍ਹਣਾ, ਦੱਸਣਾ; ਉਘਾੜਨਾ, ਪੋਲ ਖੋਲ੍ਹਣਾ, ਦਿਖਾਉਣਾ, ਜ਼ਾਹਰ ਕਰਨਾ; ਇਲਹਾਮ ਰਾਹੀਂ ਪ੍ਰਗਟ ਕਰਨਾ (ਰੱਬ ਨੂੰ)

reveille /ਰਿ'ਵ੍ਹੈਲਿ/ *n* (ਫ਼ੌਜਾਂ ਨੂੰ ਉਠਾਉਣ ਲਈ) ਭੇਰੀ ਨਾਦ, ਤੁਰੀਆ ਨਾਦ, ਰਿਵਾਲੀ, ਬਿਗਲ

revel /'ਰੈਵ੍ਹੱਲ/ *v* ਰੰਗ-ਰਲੀਆਂ ਮਨਾਉਣਾ, ਐਸ਼ ਲੁੱਟਣਾ, ਗੁਲਛੱਰੇ ਉਡਾਉਣਾ, ਮਜ਼ੇ ਲੁੱਟਣਾ *n* ਰੰਗ-ਰਲੀਆਂ, ਐਸ਼, ਬਹਾਰਾਂ, ਜਸ਼ਨ, ਮਜ਼ੇ, ਮੌਜਾਂ

revelation /ˌਰੈਵ੍ਹੱਅ'ਲੇਇਸ਼ਨ/ *n* ਇਜ਼ਹਾਰ, ਪ੍ਰਗਟਾਅ, ਉਘਾੜ, ਇਲਹਾਮ, ਆਕਾਸ਼ਵਾਣੀ, ਅਗੰਮੀ ਗਿਆਨ, ਦੈਵੀ ਸੰਦੇਸ਼

revelative /'ਰੈਵ੍ਹੱਅਲਅਟਿਵ੍ਹ/ *a* ਪ੍ਰਗਟ ਕਰਨ ਵਾਲਾ, ਦੱਸਣ ਵਾਲਾ, ਵਿਅਕਤ ਕਰਨ ਵਾਲਾ, ਪ੍ਰਕਾਸ਼ਕ, ਪ੍ਰਦਰਸ਼ਕ

reveller /'ਰੈਵ੍ਹੱਅਲਅ*/ *n* ਖ਼ੁਸ਼ੀ ਮਨਾਉਣ ਵਾਲਾ, ਅਨੰਦ ਮਨਾਉਣ ਵਾਲਾ, ਉਤਸਵ ਮਨਾਉਣ ਵਾਲਾ ਵਿਅਕਤੀ

revelry /'ਰੈਵ੍ਹੱਲਰਿ/ *n* ਅਨੰਦ, ਮਸਤੀ, ਖ਼ੁਸ਼ੀ, ਰੰਗ-ਰਲੀਆਂ

revenant /'ਰੈਵ੍ਹੱ(ਅ)ਨਅਨਟ/ *n* ਭੂਤ, ਪ੍ਰੇਤ; ਦੇਸ਼ ਨਿਕਾਲੇ ਤੋਂ ਪਰਤਿਆ ਮਨੁੱਖ

revenge /ਰਿ'ਵ੍ਹੈਨੱਜ/ *v* ਵੈਰ ਕੱਢਣਾ, ਬਦਲਾ ਲੈਣਾ, ਪ੍ਰਤਿਸ਼ੋਧ ਕਰਨਾ *n* ਪ੍ਰਤਿਸ਼ੋਧ, ਬਦਲਾ, ਬਦਲੇ ਦੀ ਇੱਛਾ, ਵੈਰ

revengeful /ਰਿ'ਵ੍ਹੈਨੱਜਫ਼ੁਲ/ *a* ਵੈਰ ਕੱਢਣ ਵਾਲਾ, ਬਦਲਾ ਲੈਣ ਵਾਲਾ, ਖੁਣਸੀ, ਖੋਰੀ

revenue /'ਰੈਵ੍ਹੱਅਨਯੂ/ *n* ਲਾਭ, ਆਮਦਨੀ; ਕਰ, ਲਗਾਨ, ਮਾਲ ਗੁਜ਼ਾਰੀ, ਮਾਮਲਾ, ਮਾਲੀਆ; ਸਰਕਾਰੀ ਆਮਦਨ, ਸਾਲਾਨਾ ਜਾਂ ਵਾਰਸ਼ਿਕ ਆਮਦਨ; ਮਾਲ ਦਾ ਵਿਭਾਗ ਜਾਂ ਮਹਿਕਮਾ

reverberant /ˌਰਿ'ਵ੍ਹਅ:ਬਅਰਅਨਟ/ *a* ਗੂੰਜਣ ਵਾਲਾ, ਪ੍ਰਤਿਧੁਨੀ ਵਾਲਾ

reverberate /ਰਿ'ਵ੍ਹਅ:ਬਅਰੇਇਟ/ *v* (ਅਵਾਜ਼ ਦਾ) ਗੂੰਜਣਾ; ਪ੍ਰਤਿਧੁਨਿਤ ਕਰਨਾ, ਪ੍ਰਤਿਕਿਰਿਆ ਪੈਦਾ ਕਰਨਾ, (ਚਾਨਣ ਜਾਂ ਸੇਕ ਦਾ) ਪਰਤਣਾ, ਟਕਰਾ ਕੇ ਵਾਪਸ ਆਉਣਾ; ਵਾਪਸ ਕਰਨਾ, ਹਟਾਉਣਾ; (ਭਾਵਨਾ ਆਦਿ ਦੀ) ਪ੍ਰਤਿਕਿਰਿਆ ਉਤਪੰਨ ਕਰਨਾ

reverberation /ਰਿ,ਵ੍ਅ:ਬਅ'ਰੇਇਸ਼ਨ/ *n* ਗੂੰਜ, ਪ੍ਰਤਿਧੁਨੀ, ਪ੍ਰਤਿਕਿਰਿਆ, ਪ੍ਰਤਿਕਰਮ, ਪਲਟਾ

reverberator /ਰਿ'ਵ੍ਅ:ਬਅਰੇਇਟਅ*/ *n* ਅਕਸ ਸੁੱਟਣ ਵਾਲਾ ਲੈਂਪ, ਅਕਸੀ ਲੈਂਪ

revere /ਰਿ'ਵਿ੍ਅ*/ *vt* ਸਤਿਕਾਰਨਾ, ਸਨਮਾਨਣਾ, ਆਦਰ ਕਰਨਾ, ਇੱਜ਼ਤ ਕਰਨਾ, ਅਦਬ ਕਰਨਾ, ਪੂਜਾ ਭਾਵ ਰੱਖਣਾ, ਸ਼ਰਧਾ ਰੱਖਣਾ

revered /'ਰਿਵਿ੍(ਅ)ਰਅਡ/ *a* ਪੂਜਣਯੋਗ, ਸਤਿਕਾਰਯੋਗ, ਆਦਰਯੋਗ, ਸਨਮਾਨਯੋਗ

reverence /'ਰੈਵ੍ਹਅਰਅਨਸ/ *n* ਸਨਮਾਨ, ਸਤਿਕਾਰ, ਆਦਰ, ਇੱਜ਼ਤ, ਅਦਬ, ਪੂਜਾ ਭਾਵ, ਸ਼ਰਧਾ, ਮਾਣ, ਭੱਦਰਤਾ, ਨਿਮਰਤਾ *vt* ਆਦਰ ਕਰਨਾ, ਸਤਿਕਾਰ ਕਰਨਾ, ਸਨਮਾਨ ਕਰਨਾ

reverenced /'ਰੈਵ੍ਹ(ਅ)ਰ(ਅ)ਨਸਟ/ *a* ਪੂਜਣਯੋਗ, ਮਾਣਯੋਗ, ਆਦਰਯੋਗ

reverencer /'ਰੈਵ੍ਹਅਰਅਨਸਅ*/ *n* ਅਦਬ ਕਰਨ ਵਾਲਾ, ਇੱਜ਼ਤ ਕਰਨ ਵਾਲਾ, ਸ਼ਰਧਾਲੂ, ਸ਼ਰਧਾਵਾਨ, ਭਗਤ

reverend /'ਰੈਵ੍ਹਅਰਅਨਡ/ *n* ਧਾਰਮਿਕ ਆਗੂ, ਪਾਦਰੀ *a* ਸਨਮਾਨਯੋਗ, ਸਤਿਕਾਰਯੋਗ, ਪੂਜਨੀਕ, ਆਦਰਯੋਗ

reverent /'ਰੈਵ੍ਹਅਰਅਨਟ/ *a* ਸਨਮਾਨਕਾਰੀ, ਆਦਰਭਾਵੀ, ਸ਼ਰਧਾਲੂ, ਸ਼ਰਧਾਪੂਰਨ, ਨਮਰ

reverential /,ਰੈਵ੍ਹਆ'ਰੈਂਸ਼ਲ/ *a* ਸਨਮਾਨਪੂਰਨ, ਸ਼ਰਧਾਲੂ, ਸ਼ਰਧਾਪੂਰਨ, ਭਗਤੀਸੂਚਕ, ਮਰਯਾਦਾਸੂਚਕ

reverie /'ਰੈਵ੍ਹਅਰਿ/ *n* ਖ਼ਿਆਲੀ ਪੁਲਾ, ਖ਼ਿਆਲੀ ਉਡਾਰੀ, ਸੁਪਨਸਾਜ਼ੀ; ਵਹਿਣ, ਧੁਨ

reversal /ਰਿ'ਵ੍ਅ:ਸਲ/ *n* ਉਲਟ-ਪੁਲਟ; ਮਨਸੂਖੀ; ਹਾਰ, ਪਛਾੜ; ਉਲਟੀ ਦਿਸ਼ਾ ਵਿੱਚ ਚੱਕਰ, ਉਲਟਾ; ਪਰਾਵਰਤਨ, ਵਿਪਰੀਤਤਾ, ਪਰਿਵਰਤਨ; ਖੰਡਨ, ਅਸਵੀਕਰਨ

reverse /ਰਿ'ਵ੍ਅ:ਸ/ *a* (ਲਹਿਰਾਂ) ਪ੍ਰਤਿਵਰਤੀ, ਉਲਟੀ; ਪੁੱਠੀ, ਮੂਧੀ; (ਹੁਕਮ) ਉਲਟਾ, ਵਿਰੁੱਧ, ਖ਼ਿਲਾਫ਼, ਵਿਪਰੀਤ, ਪ੍ਰਤਿਕੂਲ *v* ਉਲਟਾਉਣਾ ਜਾਂ ਉਲਟਣਾ; ਪਲਟਾਉਣਾ ਜਾਂ ਪਲਟਣਾ; (ਮਸ਼ੀਨ) ਪੁੱਠੀ ਚਲਾਉਣਾ; ਵਿਪਰੀਤ ਕਰਨਾ, ਰੱਦ ਕਰਨਾ *n* ਉਲਟਾ ਰੁਖ, (ਸਿੱਕੇ ਦਾ) ਮੂਧਾ ਜਾਂ ਉਲਟਾ ਪਾਸਾ; ਪ੍ਰਤਿਕੂਲਤਾ, ਵਿਪਰੀਤਤਾ; (ਲੜਾਈ ਵਿੱਚ) ਪਛਾੜ, ਭਾਂਜ, ਵਿਪੱਖ, ਪ੍ਰਤਿਪੱਖ

reversibility /ਰਿ,ਵ੍ਅ:ਸਅ'ਬਿਲਅਟਿ/ *a* ਵਿਪਰੀਤਤਾ, ਖੰਡਨੀਯਤਾ

reversible /ਰਿ'ਵ੍ਅ:ਸਅਬਲ/ *a* ਉਲਟਣਯੋਗ, ਉਲਟਵਾਂ, ਮੁੜਵਾਂ; ਦੋਵੇਂ ਪਾਸਿਓਂ ਪਾਇਆ ਜਾਣ ਵਾਲਾ; ਖੰਡਨੀ, ਪਰਿਵਰਤਨੀ

reversion /ਰਿ'ਵ੍ਅ:ਸ਼ਨ/ *n* ਵਾਪਸੀ, ਪਰਤਾ, ਉਤਰਾਧਿਕਾਰ (ਜਾਇਦਾਦ ਦਾ); ਮੌਤ ਪਿੱਛੋਂ ਮਿਲਨ ਵਾਲਾ ਬੀਮਾ ਧਨ, ਨਿਧੀ

reversionary /ਰਿ'ਵ੍ਅ:ਸ਼(ਅ)ਨ(ਅ)ਰਿ/ *n* ਉਤਰਾਧਿਕਾਰ ਸੰਬੰਧੀ

reversioner /ਰਿ'ਵ੍ਅ:ਸ਼(ਅ)ਨਅ*/ *n* ਉਤਰਾਧਿਕਾਰੀ ਬਣਨ ਵਾਲਾ

revert /ਰਿ'ਵ੍ਅ:ਟ/ *v* ਪਰਤਣਾ, ਪਿੱਛੇ ਕਰਨਾ ਜਾਂ ਹੋਣਾ, ਵਾਪਸ ਲਿਆਉਣਾ ਜਾਂ ਹੋਣਾ; ਪਹਿਲੀ ਹਾਲਤ ਵਿੱਚ ਪਹੁੰਚਣਾ ਜਾਂ ਪਹੁੰਚਾਣਾ; (ਸੰਪੱਤੀ ਆਦਿ ਦਾ) ਵਾਰਸ ਪਾਸ ਪਹੁੰਚਣਾ, ਅਸਲੀ ਮਾਲਕਾਂ ਪਾਸ ਵਾਪਸ ਆਉਣਾ; (ਸੋਚ ਵਿਚਾਰ ਜਾਂ ਗੱਲ-ਬਾਤ ਵਿੱਚ ਕਿਸੇ ਵਿਸ਼ੇ ਉੱਤੇ) ਮੁੜ-ਮੁੜ ਆਉਣਾ; ਅੱਖਾਂ ਫੇਰਨਾ, ਨਜ਼ਰ ਬਦਲ ਲੈਣਾ

revertible /ਰੈਂ'ਵ੍ਅ:ਟਿਬ(ਅ)ਲ/ *a* ਪਰਤਣਯੋਗ, ਪਲਟਣਯੋਗ, ਪਰਾਵਰਤਨੀ, ਮੋੜਨਯੋਗ

revest /ਰਿ'ਵ੍ਹੈਸੱਟ/ *vt* ਫਿਰ ਸਜਾਉਣਾ, ਫਿਰ ਕੱਪੜੇ ਪਹਿਨਾਉਣਾ

revetment /ਰਿ'ਵ੍ਹੈਟਮਅਨਟ/ *n* (ਕਿਲ੍ਹੇ ਦਾ) ਪੁਸ਼ਤਾ, ਪੁਸ਼ਤਾਬੰਦੀ

revictual /ਰੀ'ਵਿ੍ਟ(ਅ)ਲ/ *vt* ਰਸਦ ਪੁਚਾਉਣਾ

review /ਰਿ'ਵ੍ਯੂ/ *n* ਪੁਸਤਕ ਪੜਚੋਲ, ਪੁਨਰ ਨਿਰੀਖਣ, ਰੀਵਿਊ, ਆਲੋਚਨਾ, ਸਮੀਖਿਆ, ਨਜ਼ਰਸਾਨੀ; ਤਹਿਕੀਕਾਤ, ਪੁਨਰ ਅਵਲੋਕਨ; (ਫ਼ੌਜ

ਜਾਂ ਸਮੁੰਦਰੀ ਜਹਾਜ਼ ਦਾ) ਮੁਆਇਨਾ, ਨਿਰੀਖਣ; ਬੀਤੇ 'ਤੇ ਪੁਨਰ ਵਿਚਾਰ; ਸਮੀਖਿਆ ਪੱਤਰ, ਸਮਾਲੋਚਨਾ ਪੱਤਰ *v* ਗੁਣ ਦੋਸ਼ ਵਿਚਾਰਦੇ ਹੋਏ ਵਿਵੇਚਨ ਕਰਨਾ, ਆਲੋਚਨਾ ਕਰਨਾ; ਨਜ਼ਰਸਾਨੀ ਕਰਨਾ, ਮੁਆਇਨਾ ਕਰਨਾ

reviewer /ਰਿ'ਵ੍ਯੂਅ*/ *n* ਸਮੀਖਿਅਕ, ਪੁਸਤਕ ਸਮੀਖਿਅਕ, ਸਮਾਲੋਚਕ, ਆਲੋਚਕ

revile /ਰਿ'ਵ੍ਾਇਲ/ *v* ਬੁਰਾ-ਭਲਾ ਕਹਿਣਾ, ਨਿੰਦਾ ਕਰਨਾ, ਗਾਲ੍ਹਾਂ ਕੱਢਣਾ, ਸਖ਼ਤ ਸ਼ਬਦ ਬੋਲਣਾ, ਮੰਦਾ-ਚੰਗਾ ਬੋਲਣਾ

revise /ਰਿ'ਵ੍ਾਇਜ਼/ *vt* (ਲਿਖਤ, ਕਨੂੰਨ, ਪਰੂਫ਼ ਆਦਿ ਨੂੰ) ਦੁਬਾਰਾ ਵਿਚਾਰਨਾ, ਦੁਹਰਾਉਣਾ, ਸੁਧਾਰਨਾ, ਦੁਬਾਰਾ ਜਾਂਚਣਾ, ਦੁਬਾਰਾ ਸੰਸ਼ੋਧਨ ਕਰਨਾ; (ਕਨੂੰ) ਨਿਗਰਾਨੀ ਕਰਨਾ *n* ਸੁਧਾਈ, ਪੁਨਰ ਨਿਰੀਖਣ

reviser /ਰਿ'ਵ੍ਾਇਜ਼ਅ*/ *n* ਸੋਧਣ ਵਾਲਾ, ਸੋਧਕ, ਸੰਸ਼ੋਧਕ

revision /ਰਿ'ਵ੍ਿਯ਼ਨ/ *n* ਸੁਧਾਈ, ਦੁਬਾਰਾ ਪਰੀਖਿਆ, ਸੰਸ਼ੋਧਨ, ਪੁਨਰ ਨਿਰੀਖਣ, ਦੁਹਰਾਈ, ਸੁਧਾਰ; (ਕਨੂੰ) ਨਜ਼ਰਸਾਨੀ

revisionism /ਰਿ'ਵ੍ਿਯ਼ਅਨਿਜ਼ਅਮ/ *n* ਸੁਧਾਰਵਾਦ, ਸੋਧਵਾਦ; ਸੰਸ਼ੋਧਨਵਾਦ

revisit /ˌਰੀ'ਵਿਜ਼ਿਟ/ *v* ਫਿਰ ਆਉਣਾ, ਦੁਬਾਰਾ ਸਫ਼ਰ ਕਰਨ ਲਈ ਆਉਣਾ, (ਇੱਕੋ ਸਥਾਨ ਨੂੰ) ਫਿਰ ਦਰਸ਼ਨ ਕਰਨ ਲਈ ਜਾਣਾ

revisory /ਰਿ'ਵ੍ਾਇਜ਼(ਅ)ਰਿ/ *a* ਪੁਨਰਵਿਚਾਰ ਦਾ ਅਧਿਕਾਰੀ; ਸੁਧਾਰ ਸੰਬੰਧੀ

revitalize /ˌਰੀ'ਵ੍ਾਇਟਅਲਾਇਜ਼/ *v* ਮੁੜ ਸ਼ਕਤੀਸ਼ਾਲੀ ਬਣਾਉਣਾ, ਜੀਵਨਮਈ ਬਣਾਉਣਾ, ਉਦਯੋਗ ਦੇ ਘਟਦੇ ਉਤਪਾਦਨ ਨੂੰ ਵਾਧੇ ਵੱਲ ਲੈ ਜਾਣਾ

revival /ਰਿ'ਵ੍ਾਇਵ੍ਲ/ *n* ਪੁਨਰ-ਉਥਾਨ, ਪੁਨਰਜੀਵਨ, ਪੁਨਰ-ਉੱਧਾਰ, ਪੁਨਰ-ਪ੍ਰਚਲਨ; ਜਾਗ੍ਰਿਤੀ, ਜਾਗਰਨ (ਧਾਰਮਿਕ, ਸੱਭਿਆਚਾਰਕ, ਸਾਹਿਤਕ ਆਦਿ); ਪੁਨਰ ਸਿਹਤ ਪ੍ਰਾਪਤੀ

revivalism /ਰਿ'ਵ੍ਾਇਵ੍ਅਲਿਜ਼ਅਮ/ *n* ਧਾਰਮਿਕ ਪੁਨਰ-ਜਾਗਰਨਵਾਦ

revivalist /ਰਿ'ਵ੍ਾਇਵ੍ਅਲਿਸਟ/ *n* ਧਾਰਮਿਕ ਪੁਨਰ-ਜਾਗਰਨਵਾਦੀ

revive /ਰਿ'ਵ੍ਾਇਵ੍/ *v* ਫਿਰ ਤੋਂ ਸੁਰਜੀਤ ਹੋਣਾ ਜਾਂ ਕਰਨਾ; ਜਿਵਾਉਣਾ, ਜੀ ਉੱਠਣਾ; ਫਿਰ ਹੋਸ਼ ਵਿੱਚ ਲਿਆਉਣਾ, ਪੂਰਨ ਰੂਪ ਵਿੱਚ ਲਿਆਉਣਾ, ਪਲ੍ਹਰਨਾ, ਟਹਿਕ ਉੱਠਣਾ; ਮੁੜ ਚਾਲੂ ਕਰਨਾ ਜਾਂ ਹੋਣਾ, ਪੁਨਰ ਪ੍ਰਚਲਿਤ ਹੋਣਾ, ਰਿਵਾਜ਼ ਵਿੱਚ ਆਉਣਾ; ਪ੍ਰਾਕ੍ਰਿਤਿਕ ਦਸ਼ਾ ਵਿੱਚ ਲਿਆਉਣਾ

reviver /ਰਿ'ਵ੍ਾਇਵ੍ਅ*/ *n* ਪੁਨਰ ਉੱਧਾਰ ਕਰਤਾ, ਸੁਚੇਤ ਕਰਨ ਵਾਲਾ, ਤਾਜ਼ਾ ਕਰਨ ਵਾਲਾ, ਨਵੀਂ ਚੇਤਨਾ ਦੇਣ ਵਾਲਾ; (ਉੱਡੇ ਹੋਏ ਰੰਗ ਨੂੰ) ਫਿਰ ਤੋਂ ਚਮਕਾਉਣ ਵਾਲਾ ਵਿਸ਼ੇਸ਼ ਮਿਸ਼ਰਨ

revivification /ਰਿˌਵਿਵ੍ਿਫ਼ਿ'ਕੇਇਸ਼ਨ/ *n* ਪੁਨਰ ਜੀਵਨ, ਸੁਰਜੀਤਤਾ, ਪੁਨਰ ਜੀਵਨ ਦਾਨ; (ਪਾਰੇ ਨੂੰ) ਪ੍ਰਾਕ੍ਰਿਤਿਕ ਅਵਸਥਾ ਵਿੱਚ ਲਿਆਉਣ ਦੀ ਕਿਰਿਆ

revivify /ˌਰੀ'ਵ੍ਿਵ੍ਿਫ਼ਾਇ/ *vt* ਪੁਨਰ ਜੀਵਤ ਕਰਨਾ, ਸੁਰਜੀਤ ਕਰਨਾ, ਜੀਵਨ ਸ਼ਕਤੀ ਭਰਨਾ, ਨਵੀਂ ਰੂਹ ਫੂਕਣਾ; ਕਿਰਿਆਸ਼ੀਲ ਬਣਾਉਣਾ, ਸ਼ਕਤੀਸ਼ਾਲੀ ਬਣਾਉਣਾ

reviviscence /ˌਰੈੱਵ੍ਿ'ਵ੍ਿਸ(ਅ)ਨਸ/ *n* ਨਵਾਂ ਜੀਵਨ, ਨਵੀਂ ਜ਼ਿੰਦਗੀ, ਪੁਨਰ ਜੀਵਨ, ਨਰੋਆਪਣ, ਤਾਜ਼ਗੀ

reviviscent /ˌਰੈੱਵ੍ਿ'ਵ੍ਿਸ(ਅ)ਨਟ/ *a* ਪੁਨਰ ਜੀਵਨ ਪ੍ਰਾਪਤ ਕਰਨ ਵਾਲਾ, ਨਵੇਂ ਜੀਵਨ ਵਾਲਾ

revivor /ਰਿ'ਵ੍ਾਇਵ੍ਅ*/ *n* ਇੱਕ ਧਿਰ ਦੀ ਮੌਤ ਤੋਂ ਪਿੱਛੋਂ ਫਿਰ ਦਾਅਵਾ ਖੜ੍ਹਾ ਕਰ ਦੇਣ ਦੀ ਕਿਰਿਆ

revocability /ˌਰੈੱਵ੍ਅਕਆ'ਬਿਲਅਟਿ/ *n* ਰੱਦ ਕਰਨ, ਖੰਡਨ

revocable /'ਰੈੱਵ੍ਅਕਅਬਲ/ *a* ਪਰਤਾਉਣਯੋਗ, ਮਨਸੂਖੀਯੋਗ, ਖੰਡਨ ਕਰਨ ਯੋਗ, ਮੇਟਣਯੋਗ

revocation /ˌਰੈੱਵ੍ਅ'ਕੇਇਸ਼ਨ/ *n* ਖੰਡਨ, ਪਰਤਾਈ, ਮਨਸੂਖੀ

revoke /ਰਿ'ਵ੍ਅਉਕ/ *v* ਖੰਡਨ ਕਰਨਾ, ਰੱਦ ਕਰਨਾ, ਮਨਸੂਖ ਕਰਨਾ, ਹਟਾਉਣਾ, ਤੋੜਨਾ, ਪਰਤਾਉਣਾ, ਮੋੜਨਾ (ਆਗਿਆ ਜਾਂ ਹੁਕਮ) *n* ਖੰਡਨ, ਮਨਸੂਖੀ

revolt /ਰਿ'ਵ੍ਅਉਲਟ/ *v* ਰਾਜ ਧ੍ਰੋਹ ਕਰਨਾ, ਬਗਾਵਤ ਕਰਨਾ, ਬਾਗ਼ੀ ਹੋਣਾ, ਗਦਰ ਮਚਾਉਣਾ, ਵਿਦ੍ਰੋਹ ਕਰਨਾ, ਆਕੀ ਹੋ ਜਾਣਾ, ਘਿਰਨਾ ਕਰਨਾ, ਨਫ਼ਰਤ ਪੈਦਾ ਕਰਨਾ; ਬੇਜ਼ਾਰ ਕਰਨਾ ਜਾਂ ਹੋਣਾ *n* ਗਦਰ, ਬਗਾਵਤ, ਧ੍ਰੋਹ ਵਿਦ੍ਰੋਹ, ਰਾਜ ਧ੍ਰੋਹ

revolter /ਰਿ'ਵ੍ਅਉਲਟਅ*/ *n* ਬਾਗ਼ੀ, ਗੱਦਾਰ, ਵਿਦ੍ਰੋਹੀ

revolting /ਰਿ'ਵ੍ਅਉਲਟਿਙ/ *a* ਵਿਦ੍ਰੋਹੀ, ਰਾਜ ਧ੍ਰੋਹੀ; ਬਗਾਵਤ ਕਰਨ ਵਾਲਾ; ਘਿਣਾਉਣਾ, ਘਿਰਨਾਜਨਕ

revolute /'ਰੈਵੱਅਲੂਟ/ *vi* ਰਾਜਨੀਤਿਕ ਕ੍ਰਾਂਤੀ ਕਰਨਾ, ਇਨਕਲਾਬ ਲਿਆਉਣਾ

revolution /ˌਰੈਵੱਅ'ਲੂਸ਼ਨ/ *n* ਕੇਂਦਰ ਦੁਆਲੇ ਘੁੰਮਣ ਦੀ ਕਿਰਿਆ, ਗੇੜ, ਚੱਕਰ; ਉਲਟਫੇਰ; ਰਾਜ ਪਰਿਵਰਤਨ, ਜੁਗ ਗਰਦੀ, ਜੁਗ ਪਲਟਾ, ਰਾਜ ਪਲਟਾ, ਉਥਲ-ਪੁਥਲ, ਇਨਕਲਾਬ, ਅੰਦੋਲਨ, ਕ੍ਰਾਂਤੀ; ਰਾਜ ਰੌਲਾ, ਰਾਜ ਗਰਦੀ

revolutionary /ˌਰੈਵੱਅ'ਲੂਸ਼ਅਨਅਰਿ/ *n* ਕ੍ਰਾਂਤੀਕਾਰੀ, ਕ੍ਰਾਂਤੀਵਾਦੀ *a* ਰਾਜ ਪਰਿਵਰਤਨ ਸੰਬੰਧੀ, ਇਨਕਲਾਬੀ

revolutionize /ˌਰੈਵੱਅ'ਲੂਸ਼ਅਨਾਇਜ਼/ *vt* ਪੂਰਨ ਪਰਿਵਰਤਨ ਕਰਨਾ, ਇਨਕਲਾਬ ਲਿਆਉਣਾ, ਕ੍ਰਾਂਤੀਕਾਰੀ ਬਣਾਉਣਾ

revolve /ਰਿ'ਵੌੱਲਵ੍/ *v* ਚੱਕਰ ਖਾਣਾ, ਘੁੰਮਣਾ ਜਾਂ ਘੁਮਾਉਣਾ, ਫੇਰਨਾ ਜਾਂ ਫਿਰਨਾ, ਗੇੜਨਾ ਜਾਂ ਗਿੜਨਾ, ਭੁਆਉਣਾ ਜਾਂ ਭੌਣਾ; ਮਨ ਵਿੱਚ ਵਿਚਾਰ ਕਰਨਾ, ਘੋਖਣਾ

revolver /ਰਿ'ਵੌੱਲਵ੍ਅ*/ *n* ਇੱਕ ਵਾਰ ਭਰ ਕੇ ਕਈ ਗੋਲੀਆਂ ਚਲਾਉਣ ਵਾਲੀ ਪਸਤੌਲ, ਰਿਵਾਲਵਰ

revolving /ਰਿ'ਵੌੱਲਵਿਙ*/ *a* ਬੈਠਿਆਂ-ਬੈਠਿਆਂ ਇੱਕ ਥਾਂ 'ਤੇ ਘੁੰਮ ਸਕਣ ਵਾਲੀ (ਕੁਰਸੀ), ਧੁਰੇ 'ਤੇ ਚੱਕਰ ਲਾਉਣ ਵਾਲਾ

revolving door *n* ਘੁੰਮ ਕੇ ਖੁਲ੍ਹਣ ਅਤੇ ਬੰਦ ਹੋਣ ਵਾਲਾ ਮੁੱਖ ਦਰਵਾਜ਼ਾ, ਅਜਿਹੀ ਸੰਸਥਾ ਜਿਸ ਵਿੱਚ ਲੋਕ ਆਉਣ ਅਤੇ ਜਲਦੀ ਹੀ ਛੱਡ ਕੇ ਚਲੇ ਜਾਣ, ਅਟਿਕ ਸੰਸਥਾ

revue /ਰਿ'ਵ੍ਯੂ/ *n* ਇੱਕ ਤਮਾਸ਼ਾ ਜਿਸ ਵਿੱਚ ਲੜੀ ਰਹਿਤ ਦ੍ਰਿਸ਼ ਵਿਖਾਏ ਜਾਂਦੇ ਹਨ ਅਤੇ ਵਰਤਮਾਨ ਘਟਨਾਵਾਂ ਦਾ ਮਖ਼ੌਲ ਉਡਾਇਆ ਜਾਂਦਾ ਹੈ; ਤਮਾਸ਼ਾ, ਸਾਂਗ, ਨਕਲ, ਨਾਟਕ

revulsion /ਰਿ'ਵ੍ਅੱਲਸ਼(ਅ)ਨ/ *n* ਅਚਾਨਕ ਪਲਟਾ (ਬੋਲੀ, ਖ਼ਿਆਲ, ਭਾਵ ਜਾਂ ਰੁਚੀ ਦਾ), ਭਾਵ ਵਿੱਚ ਅਚਾਨਕ ਪੂਰਨ ਪਰਿਵਰਤਨ; ਵੈਰਾਗ, ਘਿਰਨਾ

revulsionary /ਰਿ'ਵ੍ਅੱਲਸ਼(ਅ)ਨਰਿ/ *a* ਪ੍ਰਤਿਵਰਤੀ, ਪਲਟਾਊ, ਪਰਿਵਰਤਨਸ਼ੀਲ, ਵੈਰਾਗੀ; ਘਿਰਨਾ ਸੰਬੰਧੀ, ਪਰਿਵਰਤਨ ਸੰਬੰਧੀ

revulsive /ਰਿ'ਵ੍ਅੱਲਸਿਵ੍/ *a* ਪਲਟਾ ਲਿਆਉਣ ਵਾਲਾ, ਭਾਵਾਂ ਵਿੱਚ ਇੱਕਦਮ ਪਰਿਵਰਤਨ ਕਰਨ ਵਾਲਾ

reward /ਰਿ'ਵੋਡ/ *n* (ਸੇਵਾ ਜਾਂ ਗੁਣ ਦਾ) ਫਲ, ਬਦਲਾ, ਇਨਾਮ, ਪੁਰਸਕਾਰ *vt* ਫਲ ਦੇਣਾ, ਬਦਲਾ ਦੇਣਾ, ਇਨਾਮ ਦੇਣਾ

rewarding /ਰਿ'ਵੋਡਿਙ/ *a* ਲਾਹੇਵੰਦਾ (ਕਾਰਜ), ਅਤਿ ਜ਼ਰੂਰੀ ਕਰਨ ਦੇ ਲਾਇਕ (ਕੋਈ ਕੰਮ); ਆਰਥਿਕ ਲਾਭ ਦੇਣ ਵਾਲਾ

rewind /ˌਰੀ'ਵ੍ਾਇਨਡ/ *v* ਮੁੜ ਲਪੇਟਣਾ, ਫਿਰ ਵੱਟ ਚਾੜ੍ਹਨਾ, ਵਲ ਦੇਣਾ

rewritable /ˌਰੀ'ਰਾਇਟਅਬਲ/ *a* (ਕੰਪਿ) ਅੰਕੜੇ ਅੰਕਿਤ ਕਰਨ ਲਈ ਜਿਸ ਦੀ ਵਾਰ–ਵਾਰ ਵਰਤੋਂ ਕੀਤੀ ਜਾ ਸਕੇ

Reynard /'ਰੈਨੋਂਡ/ *n* ਲੂੰਬੜੀ ਲਈ ਵਿਅਕਤੀਵਾਚਕ ਸ਼ਬਦ, ਲੂੰਬੜੀ ਲਈ ਵਿਸ਼ੇਸ਼ ਨਾਂ

Rhadamanthine /ˌ**ਰੈਡਅ'ਮੈਨਥਾਇਨ**/ *a* ਕਠੋਰ ਦੰਡ ਦੇਣ ਵਾਲਾ, ਸਖ਼ਤ ਸਜ਼ਾ ਦੇਣ ਵਾਲਾ

Rhadamanthus /ˌ**ਰੈਡਅ'ਮੈਨਥਅਸ**/ *n* ਸਖ਼ਤ ਨਿਆਂਕਾਰ; ਯੂਨਾਨੀ ਦੇਵਮਾਲਾ ਵਿੱਚ ਇੱਕ ਨਿਆਂਕਾਰ ਦਾ ਨਾਂ

rhapsode /'**ਰੈਪਸਅਉਡ**/ *n* ਕਥਾਵਾਚਕ, ਭੱਟ, ਢਾਡੀ

rhapsodic /**ਰੈਪ'ਸੌਡਿਕ**/ *a* ਵਾਰ ਸੰਬੰਧੀ; ਭਾਵ ਉਤੇਜਿਕ

rhapsodical /**ਰੈਪ'ਸੌਡਿਕ(ਅ)ਲ**/ *a* ਵਾਰ ਕਾਵਿ ਸੰਬੰਧੀ, ਭਾਵਾਤਮਿਕ ਕਾਵਿ ਬਾਰੇ; ਭਾਵਕਤਾਪੂਰਨ, ਜੁਸ਼ੀਲਾ

rhapsodist /'**ਰੈਪਸਅਡਿਸਟ**/ *n* ਵਾਰ ਕਾਵਿ ਲਿਖਣ ਵਾਲਾ

rhapsodize /'**ਰੈਪਸਅਡਾਇਜ਼**/ *v* ਵਾਰ ਕਾਵਿ ਜਾਂ ਕਿਸੇ ਹੋਰ ਭਾਵਾਤਮਿਕ ਰਚਨਾ ਦੀ ਚਰਚਾ ਕਰਨਾ, ਵਾਰ ਗਾਉਣਾ, ਜਸ ਗਾਉਣਾ

rhapsody /'**ਰੈਪਸਅਡਿ**/ *n* ਵਾਰ ਕਾਵਿ, ਭਾਵਮਈ ਜਾਂ ਜੁਸ਼ੀਲੀ ਕਵਿਤਾ

Rhenish /'**ਰੈੱਨਿਸ਼**/ *n* ਰਾਈਨ ਪ੍ਰਦੇਸ਼ ਦੀ ਵਿਸ਼ੇਸ਼ ਸ਼ਰਾਬ

rhesus monkey /'**ਰੀਸਅਸ ਮਅੱਙਕਿ**/ *n* (ਦੱਖਣ ਏਸ਼ੀਆ ਦਾ) ਇੱਕ ਛੋਟਾ ਬਾਂਦਰ

rhetor /'**ਰੀਟਅ***/ *n* ਵਕਤਾ, ਭਾਸ਼ਣਕਰਤਾ, ਵਾਰਤਾਕਾਰ, ਅਲੰਕਾਰ ਸ਼ਾਸਤਰੀ

rhetoric /'**ਰੈੱਟਅਰਿਕ**/ *n* ਅਲੰਕਾਰ ਵਿੱਦਿਆ, ਪ੍ਰਭਾਵਸ਼ਾਲੀ ਲਿਖਤ ਜਾਂ ਬੋਲ, ਆਕਰਸ਼ਕ ਭਾਸ਼ਣ, ਪ੍ਰਭਾਵਸ਼ਾਲੀ ਭਾਸ਼ਣ, ਅਲੰਕ੍ਰਿਤ ਭਾਸ਼ਾ, ਬਣਾਉਟੀ ਭਾਸ਼ਾ, (ਆਮ ਤੌਰ 'ਤੇ ਬਹੁ) ਸਾਹਿਤ ਸ਼ਾਸਤਰ, ਅਲੰਕਾਰ ਸ਼ਾਸਤਰ

rhetorical /**ਰਿ'ਟੌਰਿਕਲ**/ *a* ਅਲੰਕ੍ਰਿਤ, ਅਲੰਕਾਰਪੂਰਨ, ਬਣਾਉਟੀ, ਪ੍ਰਭਾਵਸ਼ਾਲੀ (ਲੇਖ, ਬੋਲ ਜਾਂ ਪ੍ਰਸ਼ਨ); ਭਾਸ਼ਣਮਈ, ਭਾਸ਼ਣਕਾਰੀ

rhetorician /ˌ**ਰੈੱਟਅ'ਰਿਸ਼ਨ**/ *n* ਅਲੰਕਾਰ ਸ਼ਾਸਤਰੀ, ਅਲੰਕਾਰ ਵਿੱਦਿਆ ਸ਼ਾਸਤਰੀ; ਭਾਸ਼ਣਕਾਰ

rheum /**ਰੂਮ**/ *n* ਸਰੀਰ ਤੋਂ ਤਰਲ ਪਦਾਰਥਾਂ ਦਾ ਨਿਕਾਸ, (ਹੰਝੂ, ਥੁੱਕ, ਕਫ਼, ਨਜ਼ਲਾ ਆਦਿ); (ਬਹੁ) ਜੋੜਾਂ ਜਾਂ ਗਠੀਏ ਦਾ ਦਰਦ

rheumatic /**ਰੂ'ਮੈਟਿਕ**/ *a* ਜੋੜਾਂ ਜਾਂ ਗਠੀਏ ਦੇ ਦਰਦ ਸੰਬੰਧੀ, ਜੋੜਾਂ ਦੇ ਦਰਦ ਦਾ ਮਾਰਿਆ *n* (ਬਹੁ) ਗਠੀਆ, ਵਾਈ, ਜੋੜਾਂ ਦੇ ਦਰਦ ਦਾ ਰੋਗ

rheumatic fever *n* ਗਠੀਏ ਕਾਰਨ ਬੁਖ਼ਾਰ, ਜੋੜਾਂ ਦੇ ਦਰਦ ਨਾਲ ਹੋਇਆ ਬੁਖ਼ਾਰ

rheumatism /'**ਰੂਮਅਟਿਜ਼ਅਮ**/ *n* ਜੋੜਾਂ ਦਾ ਦਰਦ, ਗਠੀਆ

rheumatoid arthritis /ˌ**ਰੂਮਅਟੌਇਡ ਆ'ਥਰਾਇਟਿਸ**/ *n* ਜੋੜਾਂ ਵਿਚ ਦਰਦ ਅਤੇ ਸੋਜ ਦਾ ਪੀੜਾਜਨਕ ਰੋਗ ਜੋ ਸਮੇਂ ਦੇ ਬੀਤਣ ਨਾਲ ਹੋਰ ਗੰਭੀਰ ਹੁੰਦਾ ਜਾਂਦਾ ਹੈ

rheumy /'**ਰੂਮਿ**/ *a* ਵਾਈ ਵਾਲਾ, ਬਲਗਮੀ, ਕਫ਼ ਵਾਲਾ, ਨਜ਼ਲੇ ਵਾਲਾ; (ਹਵਾ) ਸਿੱਲ੍ਹੀ, ਸਲ੍ਹਾਬੇ ਵਾਲੀ, ਗਿੱਲ ਵਾਲੀ

rhinitis/**ਰਾਇ'ਨਾਇਟਿਸ**/ *n* ਛੂਤ ਕਾਰਨ ਨੱਕ ਦੇ ਅੰਦਰ ਸੋਜਾ ਅਤੇ ਦਰਦ

rhino /'**ਰਾਇਨਅਉ**/ *n* ਗੈਂਡਾ; (ਅਪ) ਰਕਮ, ਰੋਕੜ, ਰੁਪਈਆ ਪੈਸਾ

rhinoceros /**ਰਾਇ'ਨੌਸਅਰਅਸ**/ *n* ਗੈਂਡਾ

rhodium /'**ਰਅਉਡਿਅਮ**/ *n* ਪਲਾਟੀਨਮ ਵਰਗੀ ਇੱਕ ਕਰੜੀ ਚਿੱਟੀ ਧਾਤ, ਰੋਡੀਅਮ

rhododendron /ˌ**ਰਅਉਡਅ'ਡੈੱਨਡਰਅਨ**/ *n* ਫੁੱਲਾਂ ਵਾਲੀ ਝਾੜੀ ਦੀ ਇੱਕ ਕਿਸਮ

rhomb, rhombus /**ਰੌਮ, 'ਰੌਮਬਅਸ**/ *n* ਅਜਿਹੀ ਚਾਰਬਾਹੀ ਸ਼ਕਲ ਜਿਸ ਦੀਆਂ ਚਾਰੇ ਬਾਹੀਆਂ ਬਰਾਬਰ ਲੰਬਾਈ ਵਾਲੀਆਂ ਹੋਣ ਪਰ ਚਾਰੇ ਕੋਣ ਬਰਾਬਰ ਨਾ ਹੋਣ, ਸਮਚਤਰਭੁਜ

rhombic /'**ਰੌਮਬਿਕ**/ *n* ਸਮਚਤਰਭੁਜੀ

rhomboid /'**ਰੌਮਬੌਇਡ**/ *a* ਸਮਚਤਰਭੁਜੀ ਜਿਹਾ *n* ਅਜਿਹੀ ਸਮਾਨਾਂਤਰ ਬਾਹੀਆਂ ਵਾਲੀ ਚਕੋਰ ਜਿਸ ਦੀਆਂ ਨਾ ਚਾਰੇ ਬਾਹੀਆਂ ਬਰਾਬਰ ਹੋਣ ਨਾ

ਹੀ ਚਾਰੇ ਕੋਣ

rhombus *n* ਵੇਖੋ **rhomb**

rhyme, rime /ਰਾਇਮ/ *n* ਕਵਿਤਾ ਦੀਆਂ ਪੰਗਤੀਆਂ ਦੇ ਅੰਤਿਮ ਸ਼ਬਦ ਜਿਨ੍ਹਾਂ ਦੀ ਸੁਰ ਆਪਸ ਵਿੱਚ ਮਿਲਦੀ ਹੁੰਦੀ ਹੈ, ਤੁਕਾਂਤ, ਕਾਫ਼ੀਆ, ਅੰਤ ਅਨੁਪ੍ਰਾਸ, ਤੁਕਬੰਦੀ, ਤੁਕਾਂਤ ਵਾਲੀ ਕਵਿਤਾ, ਤੁਕਾਂਤ ਦੀ ਵਰਤੋਂ, ਤੁਕਾਂਤ ਸ਼ਬਦ *v* ਤੁਕਾਂਤ ਮਿਲਾਉਣਾ, ਮਿਲਵੇਂ ਤੁਕਾਂਤ ਵਾਲੀ ਕਵਿਤਾ ਲਿਖਣਾ; ਕਵਿਤਾ ਲਿਖਣਾ; ਤੁਕਬੰਦੀ ਵਿੱਚ ਸਮਾਂ ਗਵਾਉਣਾ

rhymer, rhymester /'ਰਾਇਮਅ*, 'ਰਾਇਮਸਟਅ*/ *n* ਸਧਾਰਨ ਕਵੀ, ਤੁਕਬੰਦ ਕਵੀਸ਼ਰ; ਘਟੀਆ ਜਿਹੀ ਕਵਿਤਾ ਲਿਖਣ ਵਾਲਾ

rhythm /'ਰਿਦਅਮ/ *n* (ਕਵਿਤਾ ਵਿੱਚ) ਤੋਲ, ਬਹਿਰ, ਵਜ਼ਨ; ਵਹਾਅ, ਪ੍ਰਵਾਹ, ਰਵਾਨੀ, ਲੈ; (ਰਾਗ ਵਿੱਚ) ਤਾਲ, ਰਵਾਨੀ; ਸੁਰਾਂ ਦੀ ਇਕਸਾਰਤਾ, ਗਤ; (ਕਲਾ) ਸੁਜੋੜ, ਤਨਾਸਬ

rhythmic, rhythmical /'ਰਿਦਮਿਕ, 'ਰਿਦਮਿਕਲ/ *a* ਲੈ ਵਾਲਾ; ਤਾਲਪੂਰਨ, ਪ੍ਰਵਾਹਮਈ; ਛੰਦ ਬਾਰੇ, ਛੰਦ ਸੰਬੰਧੀ; ਸੁਜੋੜਵਾਂ

rhythmics /'ਰਿਦਮਿਕਸ/ *n* ਤਾਲ ਸ਼ਾਸਤਰ, ਤਾਲ ਵਿਗਿਆਨ, ਲੈ ਸ਼ਾਸਤਰ

Rialto /ਰਿ'ਐਲਟਅਉ/ *n* ਮੰਡੀ, ਬਜ਼ਾਰ; ਅਦਲਾ ਬਦਲੀ

riant /'ਰਾਇਅਨਟ/ *a* ਪ੍ਰਸੰਨ, ਖ਼ੁਸ਼, ਹੁਲਾਸਮਈ, ਮੁਸਕਰਾਉਣ ਵਾਲਾ

rib /ਰਿਬ/ *n* ਪਸਲੀ; ਪਤਨੀ, ਘਰਵਾਲੀ; ਖੰਭ ਦੀ ਡੰਡੀ; (ਸਿਆੜ ਜਾਂ ਨਾਲੀ ਦੀ) ਵੱਟ; (ਖਾਣ ਵਿੱਚ) ਧਾਤ ਦੀ ਤਹਿ; (ਪਹਾੜ ਦਾ) ਅਗਾਂਹ ਵਧਿਆ ਹਿੱਸਾ; ਰੇਤ ਉੱਤੇ ਲਹਿਰਾਂ ਦੇ ਚਿੰਨ੍ਹ; (ਗੁੰਬਦ ਦੀ) ਡਾਟ; ਪੁਲ ਦੇ ਗਾਡਰ, ਛਤਰੀ ਦੀ ਕਮਾਨੀ ਜਾਂ ਕਾਂਪ *vt* ਪਸਲੀ ਚੜ੍ਹਾਉਣਾ, ਪਸਲੀਆਂ ਜੋੜਨਾ; ਬੰਦ ਕਰਨਾ; ਡਾਟ ਲਾਉਣਾ; ਉੱਭਰੀਆਂ ਰੇਖਾਵਾਂ ਉੱਤੇ ਨਿਸ਼ਾਨ ਲਾਉਣਾ

ribald /'ਰਿਬਲਡ, 'ਰਾਇਬੋਲਡ/ *a* ਅਸ਼ਲੀਲ, ਫਾਅਸ਼, ਲਚਰ *n* ਅਸ਼ਲੀਲ ਭਾਸ਼ਾ ਬੋਲਣ ਵਾਲਾ, ਬਕਵਾਸੀ, ਗੰਦ ਬਕਣ ਵਾਲਾ ਬੰਦਾ

ribaldry /'ਰਿਬਲਡਰਿ, 'ਰਾਇਬਲਡਰਿ/ *n* ਗੰਦ, ਬਕਵਾਸ; ਅਸ਼ਲੀਲ ਬੋਲੀ; ਕੁਬੋਲ, ਪਵਿੱਤਰ ਵਸਤੂਆਂ ਬਾਰੇ ਅਪਵਿੱਤਰ ਸ਼ਬਦ, ਬੇਅਦਬੀ

ribbed /ਰਿਬਡ/ *a* ਪੱਸਲੀਆਂ ਵਾਲਾ; ਲਹਿਰਦਾਰ; ਉੱਭਰੀਆਂ ਰੇਖਾਵਾਂ ਵਾਲਾ

ribbing /'ਰਿਬਿਙ/ *n* ਪੱਸਲੀਆਂ ਜਾਂ ਪੱਸਲੀਆਂ ਵਰਗੀਆਂ ਤਾਰਾਂ; ਛਤਰੀ ਦੀਆਂ ਕਮਾਣੀਆਂ

ribbon, riband /'ਰਿਬਅਨ, 'ਰਿਬਅਨਡ/ *n* ਰਿਬਨ, ਫ਼ੀਤਾ; ਕੋਰ, ਕਿਸੇ ਤਮਗੇ (ਮੈਡਲ) ਦਾ ਰਿਬਨ ਜਾਂ ਫ਼ੀਤਾ; (ਬਹੁ) ਘੋੜੇ ਦੀਆਂ ਵਾਗਾਂ

ribcage /'ਰਿਬਕੇਇਜ/ *n* ਛਾਤੀ ਦੀਆਂ ਹੱਡੀਆਂ ਦਾ ਢਾਂਚਾ

ribes /'ਰਾਇਬੀਜ਼/ *n* ਗਵਾਲ ਦਾਖਾਂ ਦੀਆਂ ਵੇਲਾਂ ਦਾ ਝਾੜੀਆਂ ਵਰਗਾ ਝੁੰਡ, ਦਾਖ ਜਾਂ ਮੁਨੱਕੇ ਦਾ ਬੂਟਾ

rice /ਰਾਇਸ/ *n* ਚੌਲ, ਜੀਰੀ, ਧਾਨ, ਧਾਨ ਦਾ ਪੌਦਾ, ਝੋਨੇ ਦਾ ਬੂਟਾ

ricepaper /'ਰਾਇਸਪੇਇਪਅ*/ *n* ਬਹੁਤ ਪਤਲਾ ਕਾਗਜ਼

rice pudding *n* ਦੁੱਧ ਚੌਲ ਤੇ ਚੀਨੀ ਤੋਂ ਬਣਿਆ ਮਿੱਠਾ ਭੋਜਨ

rich /ਰਿਚ/ *a* ਧਨਵਾਨ, ਧਨਾਢ, ਅਮੀਰ, ਦੌਲਤਮੰਦ, ਗੱਜਿਆ-ਪੁੱਜਿਆ; (ਦੇਸ਼) ਚੋਖੀ ਉਪਜ ਵਾਲਾ, ਪ੍ਰਕਿਰਤਿਕ ਸਾਧਨਾਂ ਨਾਲ ਭਰਪੂਰ; (ਭੌਂ) ਉਪਜਾਊ; ਰੋਹਬ ਵਾਲਾ, ਸ਼ਾਨਦਾਰ, ਠਾਠ ਵਾਲਾ; (ਖ਼ੁਰਾਕ) ਤਾਕਤ ਵਾਲੀ, ਥਿੰਧੀ; (ਰੰਗ) ਗੂੜ੍ਹਾ, ਸੁੰਦਰ; ਸੁਹਾਉਣਾ; (ਸੁਰ, ਸੁਗੰਧ ਆਦਿ) ਮਿੱਠੀ, ਮਧੁਰ; ਚੋਖਾ, ਕਾਫ਼ੀ, ਭਰਪੂਰ; (ਘਟਨਾਵਾਂ) ਦਿਲਚਸਪ, ਮਨੋਰੰਜਕ

richen /'ਰਿਚ(ਅ)ਨ/ *v* ਧਨੀ ਬਣਨਾ ਜਾਂ ਬਣਾਉਣਾ, ਸਮਰਿਧ ਬਣਨਾ ਜਾਂ ਬਣਾਉਣਾ; ਸ਼ਾਨਦਾਰ ਬਣਨਾ ਜਾਂ ਬਣਾਉਣਾ

riches /'ਰਿਚਿਜ਼/ *n* ਧਨ ਮਾਲ, ਰੁਪਈਆ ਪੈਸਾ,

ਦੌਲਤ; ਅਮੀਰੀ, ਦੌਲਤਮੰਦੀ; ਬਹੁਤਾਤ, ਬਹੁਲਤਾ, ਅਧਿਕਤਾ

richly /'ਰਿਚਲਿ/ *adv* ਪੂਰੀ ਤਰ੍ਹਾਂ, ਚੰਗੀ ਤਰ੍ਹਾਂ, ਅਮੀਰੀ ਨਾਲ, ਭਰਪੂਰ

ricinine /'ਰਿਸਿਨਾਇਨ/ *n* ਅਰਿੰਡੀ

ricinus /'ਰਿਸਿਨਅਸ/ *n* ਅਰਿੰਡੀ ਦਾ ਬੂਟਾ

Richter scale /'ਰਿਕਟਅ ਸਕੇਇਲ/ *n* ਭੁਚਾਲ ਦੀ ਗਤੀ ਮਾਪਣ ਦਾ ਇੱਕ ਯੰਤਰ

rick[1] /ਰਿਕ/ *n* (ਤੂੜੀ, ਸੁੱਕੇ ਪੱਠਿਆਂ ਅਤੇ ਅਨਾਜ ਆਦਿ ਦਾ) ਮੂਸਲ, ਕੁੱਪ, ਗਹੀਰਾ, ਮੁਹਾਰਾ, ਕੁੰਨੂੰ

rick[2] *n* ਮੋਚ, ਮਰੋੜਾ, ਲਟਕਾਅ *vt* ਮੋਚ ਆ ਜਾਣਾ, ਮਰੋੜਾ ਆ ਜਾਣਾ

ricker /'ਰਿਕਅ*/ *n* ਦਰਖ਼ਤ ਦਾ ਛੋਟਾ ਤਣਾ

rickets /'ਰਿਕਿਟਸ/ *n* (ਬੱਚਿਆਂ ਦੇ) ਸੋਕੇ ਦਾ ਰੋਗ; ਸੋਕਾ

rickety /'ਰਿਕਅਟਿ/ *a* ਸੋਕੇ ਦਾ ਰੋਗੀ (ਬੱਚਾ), ਸੋਕੇ ਵਾਲਾ, ਸੋਕੇ ਸੰਬੰਧੀ; ਮਾੜਾ, ਕਮਜ਼ੋਰ; ਡਿਗਦਾ-ਡੋਲਦਾ, ਡਾਵਾਂ-ਡੋਲ

rickshaw /'ਰਿਕਸ਼ੋ/ *v* ਰਿਕਸ਼ਾ

ricochet /'ਰਿਕਅਸ਼ੇਇ, 'ਰਿਕਅਸ਼ੈਟੱ/ *v* ਤੋਪ ਜਾਂ ਬੰਦੂਕ ਦੀ ਗੋਲੀ ਦਾ ਜ਼ਮੀਨ ਜਾਂ ਪਾਣੀ ਉੱਤੇ ਵੱਜ ਕੇ ਬੁੜਕਣਾ ਜਾਂ ਤਰ ਜਾਣਾ; ਉੱਛਲ ਕੇ ਨਿਸ਼ਾਨਾ ਮਾਰਨਾ *n* ਗੋਲੀ ਦਾ ਉਛੱਲਨ, ਬੁੜ੍ਹਕਣ ਜਾਂ ਤਰਨ

rid /ਰਿਡ/ *v* ਛੁਟਕਾਰਾ ਦੇਣਾ, ਮੁਕਤ ਕਰਨਾ, ਖ਼ਲਾਸੀ ਕਰਨਾ, (ਕਿਸੇ ਥਾਂ ਨੂੰ) ਛੱਡ ਦੇਣਾ; ਨਸ਼ਟ ਕਰਨਾ, ਨਾਸ਼ ਕਰਨਾ; ਦੂਰ ਕਰਨਾ

riddance /'ਰਿਡਨਸ/ *n* ਛੁਟਕਾਰਾ, ਖ਼ਲਾਸੀ, ਮੁਕਤੀ, ਰਿਹਾਈ, ਨਜਾਤ

riddle[1] /'ਰਿਡਲ/ *n* ਮੋਟੀ ਛਾਨਣੀ, ਛਾਣਨਾ *vt* ਛਾਨਣੀ ਵਿੱਚ ਛਾਣਨਾ; ਬੰਦੂਕ ਦੀਆਂ ਗੋਲੀਆਂ ਨਾਲ ਛਾਨਣੀ-ਛਾਨਣੀ ਕਰ ਦੇਣਾ; ਸਵਾਲਾਂ ਜਾਂ ਇਤਰਾਜ਼ਾਂ ਦੀ ਵਾਛੜ ਕਰਨਾ

riddle[2] *n* ਅੜਾਉਣੀ, ਬੁਝਾਰਤ, ਗੁੰਝਲ, ਗੁੰਝਲਦਾਰ ਗੱਲ *vt* ਅੜਾਉਣੀਆਂ ਜਾਂ ਬੁਝਾਰਤਾਂ ਪਾਉਣਾ; ਬੁਝਾਰਤਾਂ ਵਿੱਚ ਗੱਲਾਂ ਕਰਨਾ; ਬੁਝਾਰਤ ਬੁੱਝਣਾ, ਅੜਾਉਣੀ ਸੁਲਝਾਉਣਾ

ride /ਰਾਇਡ/ *v* ਘੋੜੇ ਦੀ ਸਵਾਰੀ ਕਰਨਾ; ਸਾਈਕਲ ਆਦਿ ਉੱਤੇ ਚੜ੍ਹਨਾ; (ਜਹਾਜ਼ ਦਾ) ਲੰਗਰ ਸੁੱਟ ਕੇ ਰੁਕਣਾ, ਉੱਤੇ-ਉੱਤੇ ਤਰਨਾ; (ਸੂਰਜ ਆਦਿ ਦਾ) ਤਰਦੇ ਹੋਏ ਜਾਪਣਾ; ਸਖ਼ਤੀ ਨਾਲ ਸ਼ਾਸਨ ਕਰਨਾ; ਸਵਾਰ ਹੋ ਕੇ ਲੰਘਣਾ; ਸਵਾਰੀ ਕਰਨਾ; (ਇਸਤਰੀ ਉੱਤੇ ਸੰਭੋਗ ਲਈ) ਚੜ੍ਹਨਾ *n* ਘੋੜੇ ਦੀ ਸਵਾਰੀ ਵਾਲੀ ਸੜਕ; ਪਬਲਿਕ ਸਵਾਰੀ (ਬਸ, ਰੇਲ ਆਦਿ) ਵਿੱਚ ਸਫਰ; ਰਿਸਾਲੇ ਦੇ ਰੰਗਰੂਟਾਂ ਦਾ ਦਸਤਾ

rideau /'ਰਿਡਅਉ/ *n* ਛੋਟਾ ਟਿੱਲਾ

rident /'ਰਾਇਡ(ਅ)ਨਟ/ *a* (ਅਤਿ ਖ਼ੁਸ਼ੀ ਵਿੱਚ) ਖਿੜਖਿੜਾਉਣ ਵਾਲਾ

ride-off *n* (ਪੋਲੋ ਦੀ ਖੇਡ ਵਿੱਚ) ਦੂਜੇ ਖਿਡਾਰੀ ਨੂੰ ਥੱਲੇ ਸੁੱਟਣਾ, ਛਾਲ ਲਾਉਣਾ

rider /'ਰਾਇਡਅ*/ *n* ਸਵਾਰ; ਘੋੜ ਚੜ੍ਹਿਆ; ਵਾਧੂ ਜੋੜਿਆ ਵਾਕ; ਅਦਾਲਤ ਦੇ ਫ਼ੈਸਲੇ ਦੇ ਨਾਲ ਹੋਰ ਰਾਏ; (ਗਣਿ) ਅਭਿਆਸ ਲਈ ਸਵਾਲ

ridge /ਰਿਜ/ *n* (ਛੱਤ, ਪਹਾੜ) ਉੱਭਰੀ ਰੇਖਾ; (ਜਿੱਥੋਂ ਦੋ ਪਾਸਿਆਂ ਤੋਂ ਢਲਾਨ ਅਰੰਭ ਹੁੰਦੀ ਹੈ); ਪੈਲੀ ਦੀ ਵੱਟ *v* ਸਮੁੰਦਰ ਵਿੱਚ ਉੱਚੀਆਂ ਲਹਿਰਾਂ ਦਾ ਉੱਠਣਾ; (ਕੱਕੜੀ ਆਦਿ ਨੂੰ) ਉੱਚੀਆਂ ਕਿਆਰੀਆਂ ਵਿੱਚ ਬੀਜਣਾ; ਖੰਨ੍ਹਣਾ

ridged /ਰਿਜਡ/ *a* ਉੱਭਰਵਾਂ; ਲੰਮੀ ਵੱਟ ਵਾਲਾ; ਲੰਮੀਆਂ ਪਹਾੜੀਆਂ ਵਾਲਾ

ridgy /'ਰਿਜਿ/ *a* ਪਹਾੜੀਆਂ ਵਾਲਾ; ਲਮੂਤਰੇ ਉਭਾਰ ਵਾਲਾ

ridicule /'ਰਿਡਿਕਯੂਲ/ *vt* ਟਿੱਚਰ ਕਰਨਾ, ਮੌਜੂ ਬਣਾਉਣਾ, ਖਿੱਲੀ ਉਡਾਉਣਾ, ਮਜ਼ਾਕ ਬਣਾਉਣਾ *n* ਹਾਸੋਹੀਣੀ ਵਸਤੂ, ਮਖੌਲ ਵਾਲੀ ਗੱਲ ਜਾਂ ਚੀਜ਼; ਹਾਸਾ, ਮੌਜੂ, ਠੱਠਾ, ਉਪਹਾਸ, ਮਜ਼ਾਕ, ਮਖੌਲ, ਦਿਲਲਗੀ

ridiculous /ਰਿ'ਡਿਕਯਅਲਅਸ/ *a* ਮਖੌਲੀਆ, ਮਜ਼ਾਕੀਆ, ਹਸਾਉਣਾ; ਬੇਤੁਕਾ, ਬੇਸਿਰ ਪੈਰ, ਬੇਢੰਗਾ, ਕੁਢੱਬਾ, ਅਸੰਗਤ, ਅਜੋੜ

riding /'ਰਾਇਡਿਙ/ *n* ਸਵਾਰੀ; ਘੋੜੇ ਦੀ ਸਵਾਰੀ; ਘੋੜੇ ਦੀ ਸਵਾਰੀ ਵਾਲੀ ਸੜਕ; ਯਾਰਕਸ਼ਾਇਰ ਦਾ ਇੱਕ ਪਰਗਣਾ; (ਇੰਗਲੈਂਡ ਅਤੇ ਸਕਾਟਲੈਂਡ ਵਿੱਚ) ਪਰਗਣਾ

riding breeches *n* ਸਵਾਰੀ ਵੇਲੇ ਪਾਉਣ ਵਾਲੀ ਬਿਰਜਸ

riding habit *n* ਸਵਾਰੀ ਵੇਲੇ ਪਾਉਣ ਵਾਲਾ ਲਿਬਾਸ

riding master *n* ਸਵਾਰੀ ਸਿਖਾਉਣ ਵਾਲਾ ਉਸਤਾਦ

riding school *n* ਉਹ ਸਕੂਲ ਜਿੱਥੇ ਸਵਾਰੀ ਦੀ ਸਿਖਲਾਈ ਦਿੱਤੀ ਜਾਂਦੀ ਹੈ ।

rife /ਰਾਇਫ਼/ *a* ਆਮ, ਪ੍ਰਚਲਿਤ, ਚਾਲੂ, ਵਰਤਮਾਨ, ਰਿਵਾਜੀ, ਆਮ ਵਰਤੋਂ ਵਿੱਚ; ਭਰਪੂਰ, ਭਰਿਆ ਹੋਇਆ; ਬਹੁਤੇਰਾ, ਕਾਫ਼ੀ; ਪ੍ਰਬਲ

riff-raff /'ਰਿਫ਼ਰੈਫ਼/ *n* ਨੀਵੀਂ ਸ਼੍ਰੇਣੀ ਦੇ ਲੋਕ; ਲੰਡੀ-ਬੁੱਚੀ; ਐਰਾ-ਗੈਰਾ, ਹਾਰੀ-ਸਾਰੀ

rifle /'ਰਾਇਫ਼ਲ/ *n* ਬੰਦੂਕ ਦੀ ਨਾਲੀ; ਪੇਚਦਾਰ ਨਾਲੀ ਵਾਲੀ ਬੰਦੂਕ, ਰਾਈਫਲ; (ਬਹੁ) ਪੈਦਲ ਫ਼ੌਜ ਦੀ ਉਹ ਪਲਟਣ ਜਿਸ ਦਾ ਵਿਸ਼ੇਸ਼ ਹਥਿਆਰ ਰਾਈਫਲ ਹੋਵੇ, ਰਾਈਫਲਧਾਰੀ ਸੈਨਿਕ ਦਲ *v* ਨਾਲੀ ਵਿੱਚ ਪੇਚ ਲਾਉਣਾ; ਸਭ ਕੁਝ ਖੋਹ ਲੈਣਾ; ਪਲਾਇਨ ਕਰਨਾ; ਹੂੰਝਾ ਫੇਰ ਦੇਣਾ; ਬੰਦੂਕ ਚਲਾਉਣਾ

Rifle Brigade *n* ਪੈਦਲ ਫ਼ੌਜ ਦੀਆਂ ਰਾਈਫਲ ਪਲਟਣਾਂ ਦਾ ਬਿਰਗੇਡ

rifleman /'ਰਾਇਫ਼ਲਮਅਨ/ *n* ਰਾਈਫਲ ਪਲਟਣ ਦਾ ਸਿਪਾਹੀ

rifling /'ਰਾਇਫ਼ਲਿਙ/ *n* ਨਾਲੀ ਦੇ ਵਿਚਲੇ ਪੇਚ; ਰਾਈਫਲ ਦੀ ਨਿਸ਼ਾਨੇਬਾਜ਼ੀ

rift /ਰਿਫ਼ਟ/ *n* ਤੇੜ, ਦਰਾੜ, ਮੋਰੀ, ਛੇਕ, ਕਾਟ; ਫੁੱਟ, ਅਣਬਣ

rig[1] /ਰਿਗ/ *n* ਛਲ, ਧੋਖਾ, ਕਪਟ *vt* ਛਲ ਕਰਨਾ, ਹੇਰਾ-ਫੇਰੀ ਕਰਨਾ, ਧੋਖਾ ਦੇਣਾ

rig[2] *n* ਜਹਾਜ਼ ਦੇ ਰੱਸੇ ਪੱਲੇ ਆਦਿ, ਜਹਾਜ਼ ਦਾ ਸਾਜ਼ ਸਮਾਨ; ਤੇਲ ਦਾ ਖੂਹ ਖੋਦਣ ਲਈ ਜੁਗਾੜ, ਰਿਗ *vt* (ਜਹਾਜ਼ ਨੂੰ) ਸਫ਼ਰ ਲਈ ਤਿਆਰ ਕਰਨਾ; ਕਿੱਲ ਕਾਂਟਾ ਠੀਕ ਕਰਨਾ, ਸਵਾਰਨਾ; (ਕੱਪੜਿਆਂ ਆਦਿ ਨਾਲ) ਸਜਾਉਣਾ; ਪੁਸ਼ਾਕ ਪਵਾਉਣਾ; ਕੰਮ ਚਲਾਊ ਪ੍ਰਬੰਧ ਕਰਨਾ; ਐਵੇਂ ਢਾਂਚਾ ਖੜ੍ਹਾ ਕਰ ਦੇਣਾ; ਕੱਢ ਦੇਣਾ

rigging /'ਰਿਗਿਙ/ *n* (ਜਹਾਜ਼ ਦਾ) ਸਾਜ਼-ਸਮਾਨ, ਵਸਤ ਵਲੇਵਾਂ, ਸਮਗਰੀ; ਮੁੱਲ ਘਟਾਉਣ ਵਧਾਉਣ ਜਾਂ ਮੁੱਲ ਤੋੜਨ ਦੀ ਕਿਰਿਆ

right /ਰਾਇਟ/ *n* ਹੱਕ, ਅਧਿਕਾਰ, ਸੱਚ, ਇਨਸਾਫ਼, ਸਹੀ ਹਾਲਤ *a* ਠੀਕ, ਸੱਚਾ, ਸਹੀ; ਸਿੱਧਾ (ਕੋਣ) ਸਮ, ਖੜ੍ਹਾ 90 ਡਿਗਰੀ ਦਾ; ਮੁਨਾਸਬ, ਯੋਗ, ਉਚਿਤ; ਨੇਕ; ਚੰਗੀ ਹਾਲਤ ਵਾਲਾ *v* ਸਿੱਧੀ ਹਾਲਤ ਵਿੱਚ ਲਿਆਉਣਾ ਜਾਂ ਆਉਣਾ, ਸਿੱਧਾ ਕਰਨਾ ਜਾਂ ਹੋਣਾ, ਸੁਧਾਰਨਾ, ਸੁਧਰਨਾ, ਸਿੱਧਾ ਕਰਨਾ, ਸੋਧ ਕਰਨਾ, ਸਵਾਰਨਾ*adv* ਪੂਰੀ ਤਰ੍ਹਾਂ, ਪੂਰਾ, ਸਿੱਧਾ ਹੀ, ਅੰਤ ਤੱਕ, ਬਿਲਕੁਲ, ਮੁਨਾਸਬ ਢੰਗ ਨਾਲ, ਠੀਕ-ਠੀਕ, ਸੱਜੇ ਹੱਥ ਵੱਲ

right angle /'ਰਾਇਟ ਐਙਗਲ/ *n* 90 ਡਿਗਰੀ ਦਾ ਕੋਣ, ਸਮਕੋਣ, ਸਿੱਧਾ ਕੋਣ

righteous /ਰਾਇਚਅਸ/ *a* ਨੇਕ, ਨਿਆਂਈ, ਨਿਆਂਕਾਰੀ; ਸੱਚਾ, ਭੱਦਰ, ਇਮਾਨਦਾਰ, ਧਰਮਾਤਮਾ, ਸਤਵਾਦੀ, ਪਵਿੱਤਰ ਵਿਚਾਰਾਂ ਵਾਲਾ; ਉੱਚਿਤ, ਮੁਨਾਸਬ, ਯਥਾਰਥ; ਨੇਕ, (ਜੀਵਨ ਜਾਂ ਕੰਮ) ਪਵਿੱਤਰ

righter /'ਰਾਇਟਅ*/ *n* ਪੁਨਰ ਸਥਾਪਕ, ਠੀਕ ਕਰਨ ਵਾਲਾ, ਸੋਧਕ, ਸੰਸ਼ੋਧਕ, ਸੁਧਾਰਕ, ਸਵਸਥ ਕਰਨ ਵਾਲਾ

rightful /'ਰਾਇਟਫ਼ਲ/ *a* ਜਾਇਜ਼, ਠੀਕ, ਉਚਿਤ; ਇਨਸਾਫ਼ ਵਾਲਾ, ਨਿਆਂਪੂਰਵਕ, ਨਿਆਂਯੁਕਤ; ਅਧਿਕਾਰੀ, ਅਧਿਕਾਰਪੂਰਨ, ਵਿਸ਼ਿਸ਼ਟ

right-hand drive *a* ਉਹ ਵਾਹਨ ਜਿਸ ਦੀ ਡਰਾਈਵਰ ਸੀਟ ਸੱਜੇ ਪਾਸੇ ਹੋਵੇ

right-handed /ˌਰਾਇਟ'ਹੈਨਡਿਡ/ *a* ਸੱਜੇ ਹੱਥ ਦੀ ਵਧੇਰੇ ਵਰਤੋਂ ਕਰਨ ਵਾਲਾ ਸੱਜੇ ਵੱਲ ਨੂੰ ਘੁੰਮਣ ਵਾਲਾ, ਸੱਜੂ

right-hand man *n* (ਕਤਾਰ ਵਿੱਚ) ਸੱਜੇ ਪਾਸੇ ਵਾਲਾ ਆਦਮੀ, ਮੁੱਖ ਸਹਾਇਕ, ਵਿਸਾਹ ਯੋਗ ਸਹਾਇਕ, ਹਰ ਮਸਲੇ ਵਿੱਚ ਸਹਾਈ ਹੋਣ ਵਾਲਾ ਬੰਦਾ

rightist /'ਰਾਇਟਿਸਟ/ *a* ਸੱਜੇ ਪੱਖੀ, ਸੱਜੂ

rightly /'ਰਾਇਟਲਿ/ *adv* ਮੁਨਾਸਬ ਢੰਗ ਨਾਲ, ਜਾਇਜ਼ ਤਰੀਕੇ ਨਾਲ, ਠੀਕ ਤਰ੍ਹਾਂ, ਰਾਹ-ਸਿਰ

right size *v* (ਕਾਰੋਬਾਰ ਵਿੱਚ ਲਾਮਿਆਂ ਦੀ ਗਿਣਤੀ) ਲੋੜ ਅਨੁਸਾਰ ਸਹੀ ਕਰਨੀ, (ਖਰਚਾ ਘਟਾਉਣ ਲਈ) ਕੰਪਨੀ ਦਾ ਆਕਾਰ ਘੱਟ ਵੱਧ ਕਰ ਕੇ ਸਹੀ ਕਰਨਾ

right-wing /ˌਰਾਇਟ'ਵਿਙ/ *a* ਉਹ ਧੜਾ ਜਾਂ ਪਾਰਟੀ ਜੋ ਅਗਾਂਹਵਧੂ ਨਾ ਹੋਵੇ, ਪਿਛਾਖੜੀ, ਸੱਜਾ ਧੜਾ (ਪਾਰਟੀ)

rigid /'ਰਿਜਿਡ/ *a* ਕਰੜਾ, ਸਖ਼ਤ, ਲਚਕ ਰਹਿਤ, ਦ੍ਰਿੜ੍ਹ, ਕੱਟੜ

rigidify /ˌਰਿ'ਜਿਡਿਫ਼ਾਇ/ *v* ਸਖ਼ਤ ਬਣਾਉਣਾ ਜਾਂ ਹੋਣਾ, ਦ੍ਰਿੜ੍ਹ ਬਣਾਉਣਾ ਜਾਂ ਹੋਣਾ

rigidity /ਰਿ'ਜਿਡਅਟਿ/ *n* ਕਠੋਰਤਾ, ਦ੍ਰਿੜ੍ਹਤਾ, ਕਰੜਾਪਣ, ਕੱਟੜਤਾ, ਨਿਯਮਾਂ ਜਾਂ ਸਿਧਾਂਤਾਂ ਦੀ ਕਠੋਰਤਾ, ਕਰੜਾਈ, ਸਖ਼ਤੀ

riglet /ਰਿਗਲਿਟ/ *n* ਪਟੜੀ, ਤਖ਼ਤੀ

rigmarole /'ਰਿਗਮਅਰਅਉਲ/ *n* ਬੇਥਵ੍ਹੀ ਗੱਲ, ਨਿਰਾਰਥਕ ਕਥਾ ਭਾਸ਼ਾ ਜਾਂ ਗੱਲ-ਬਾਤ, ਊਟ-ਪਟਾਂਗ; ਲੰਮੀ ਅਤੇ ਨੀਰਸ ਕਥਾ ਕਹਾਣੀ, ਰਾਮ ਕਹਾਣੀ

rigor /'ਰਾਇਗਅ*/ *n* ਠੰਢ ਅਤੇ ਕੰਬਣੀ, ਕਾਂਬਾ (ਤਾਪ ਚੜ੍ਹਨ ਵੇਲੇ ਦਾ)

rigor mortis /ˌਰਿਗਅ* 'ਮੋਟਿਸ/ *(L) n* ਮਰਨ ਪਿੱਛੋਂ ਸਰੀਰ ਦਾ ਅਕੜਾ

rigorous /'ਰਿਗਅਰਅਸ/ *a* ਕਰੜਾ, ਸਖ਼ਤ, ਕਠੋਰ, ਕਠਨ, ਨਿਰਦਈ, ਦੁਖਦਾਈ, ਬੇਰਹਿਮ, ਕਰੜਾਈ ਵਾਲਾ, ਸਖ਼ਤੀ ਵਾਲਾ, ਕਠੋਰਤਾ ਵਾਲਾ, ਦ੍ਰਿੜ੍ਹਤਾ ਵਾਲਾ

rigour /'ਰਿਗਅ*/ *n* ਸਖ਼ਤੀ, ਕਰੜਾਈ, ਕਠੋਰਤਾ, ਨਿਰਦਇਤਾ, ਬੇਰਹਿਮੀ, ਬੇਤਰਸੀ; ਉੱਗਰਤਾ; ਸਖ਼ਤ ਪਾਬੰਦੀ, ਕਰੜਾ ਨਿਯੰਤਰਨ; (ਸਰਦੀ ਗਰਮੀ ਦੀ) ਤੀਬਰਤਾ, ਕੜਾਕਾ; ਮੁਸੀਬਤ; (ਧਰਮ ਜਾਂ ਆਚਰਨ ਸੰਬੰਧੀ) ਕਰੜਾਈ, ਕੱਟੜਤਾ

rile /ਰਾਇਲ/ *vt* ਗੁੱਸਾ ਚੜ੍ਹਾਉਣਾ, ਚਿੜਾਉਣਾ, ਖਿਝਾਉਣਾ, ਉਤੇਜਿਤ ਕਰਨਾ

rill /ਰਿਲ/ *n* ਛੋਟਾ ਨਾਲਾ, ਛੋਟੀ ਨਦੀ; ਕੂਲ੍ਹ, ਨਿੱਕਾ ਜਿਹਾ ਚਸ਼ਮਾ *v* ਨਾਲੇ ਦੇ ਰੂਪ ਵਿੱਚ ਵਹਿਣਾ, ਰਿਸਣਾ, ਝਰਨਾ

rille /ਰਿਲ/ *n* ਚੰਦਰਮਾ ਦੀ ਸਤ੍ਹਾ 'ਤੇ ਪਈ ਖੱਡ

rillet /'ਰਿਲਿਟ/ *n* ਛੋਟਾ ਝਰਨਾ, ਛੋਟਾ ਨਾਲ, ਸੂਆ, ਕੂਲ੍ਹ

rim /ਰਿਮ/ *n* ਪੇਟ ਦੀ ਝਿੱਲੀ; (ਪਹੀਏ ਦਾ) ਹਾਲ, ਬਾਹਰਲਾ ਚੱਕਾ; ਰਿਮ, (ਸਿੱਕੇ, ਤਮਗੇ ਆਦਿ ਦੀ) ਕਿੰਗਰੀ, ਛਾਨਣੀ ਦਾ ਘੇਰਾ; (ਕਾਵਿ) ਕੋਈ ਗੋਲ ਚੀਜ਼; (ਕਿਸੇ ਵਸਤੂ ਦਾ) ਕੰਢਾ, ਕਿਨਾਰਾ, ਕੋਰ *vt* ਹਾਲ ਚੜ੍ਹਾਉਣਾ, ਕਿੰਗਰਾ ਬਣਾਉਣਾ; ਕੋਰ ਲਾਉਣਾ

rime /ਰਾਇਮ/ *n* ਤੁਕਾਂਤ, ਕਾਫ਼ੀਆ; ਕੱਕਰ, ਪਾਲਾ, ਕੋਹਰਾ, ਠੱਕਾ *v* ਕੱਕਰ ਨਾਲ ਢੱਕ ਦੇਣਾ

rimmer /'ਰਿਮਅ*/ *n* ਪੇਸਟਰੀ ਬਣਾਉਣ ਵਾਲਾ ਢਾਂਚਾ

rimy /'ਰਾਇਮਿ/ *a* ਕੱਕਰ ਵਾਲਾ, ਕੱਕਰ ਨਾਲ ਕੱਜਿਆ ਹੋਇਆ

rind /ਰਾਇਨਡ/ *n* ਛਿੱਲ, ਛਿੱਲੜ, ਸੱਕ; ਪੇਪੜੀ (ਪਨੀਰ ਆਦਿ ਉੱਤੇ ਜੰਮੀ); ਬਾਹਰੀ ਪੱਖ, ਬਾਹਰੋਂ ਦਿਸਦੀ ਹਾਲਤ

rinderpest /'ਰਿਨਡਅਪੈਸੱਟ/ *n* ਪਸ਼ੂਆਂ ਦੀ ਇੱਕ ਬਿਮਾਰੀ, ਗਲਘੋਟੂ

rindle /'ਰਿਨਡ(ਅ)ਲ/ *n* ਛੋਟੀ ਨਦੀ, ਛੋਟੀ ਕੂਲ੍ਹ; ਛੋਟੀ ਨਹਿਰ; ਸੂਆ, ਕੱਸੀ, ਨਾਲਾ; ਮੋਰੀ

rine /ਰਾਇਨ/ *n* ਖਾਈ; ਘਾਟੀ

ring /ਰਿਙ/ *n* ਛਾਪ, ਛੱਲਾ, ਮੁੰਦਰੀ; ਮੁਰਕੀ, ਵਾਲੀ; ਕੜਾ, ਕੰਗਣ; ਚੱਕਰ, ਘੇਰਾ, ਕੁੰਡਲ; ਫਿਰਨੀ; ਗੋਲ ਅਖਾੜਾ, ਅਹਾਤਾ; ਚੱਕਰ ਵਾਲਾ ਰਸਤਾ; ਵਪਾਰੀਆਂ ਜਾਂ ਰਾਜਨੀਤੀਵਾਨਾਂ ਦੀ ਮੰਡਲੀ; ਟਣਕਾਰ, ਛਣਕ *v* ਛਣਕਣਾ ਜਾਂ ਛਣਕਾਉਣਾ, ਗੂੰਜਣਾ ਜਾਂ ਗੂੰਜਾਉਣਾ, ਵੱਜਣਾ ਜਾਂ ਵਜਾਉਣਾ; (ਸਿੱਕੇ ਨੂੰ ਪਰਖਣ ਲਈ) ਟਣਕਾਉਣਾ; ਟੱਲ ਖੜਕਾ ਕੇ ਐਲਾਨ ਕਰਨਾ; ਟੈਲੀਫ਼ੋਨ ਰਾਹੀਂ ਬੁਲਾਉਣਾ

ringdove /ਰਿਙਡਅੱਵ੍/ *n* ਘੁੱਗੀ

ringer /'ਰਿਙਅ*/ *n* (ਸ਼ਿਕਾਰੀ ਕੁੱਤਿਆਂ ਅੱਗੇ) ਚੱਕਰ ਕੱਟ ਕੇ ਭੱਜ ਜਾਣ ਵਾਲੀ ਲੂੰਬੜੀ

ring-finger *n* ਮੁੰਦਰੀ ਪਾਉਣ ਵਾਲੀ ਉਂਗਲੀ

ringhals /'ਰਿਙਹੈਲਜ਼/ *n* ਕਾਲਾ ਨਾਗ, ਅਫ਼ਰੀਕੀ ਸੱਪ

ringing /'ਰਿਙਿਙ/ *n* ਟਣਟਣਾਹਟ, ਟੁਣ-ਟੁਣ, ਟੁਣਕਾਰ; ਘੇਰਾ ਪਾਉਣ ਦੀ ਕਿਰਿਆ

ringleader /'ਰਿਙਲੀਡਅ*/ *n* ਵਿਦ੍ਰੋਹੀਆਂ ਦਾ ਸਰਦਾਰ, ਦਾਦਾ, ਸਰਗਨਾ

ringlet /'ਰਿਙਲਅਟ/ *n* (ਵਾਲਾਂ ਦਾ) ਕੁੰਡਲ, ਲੱਛਾ; ਛੋਟੀ ਛਾਪ, ਨਿੱਕਾ ਛੱਲਾ

ringleted /'ਰਿਙਲਿਟਿਡ/ *a* ਕੁੰਡਲਦਾਰ ਵਾਲਾਂ ਵਾਲਾ, ਘੁੰਗਰਾਲੇ ਵਾਲਾਂ ਵਾਲਾ *n* ਕੁੰਡਲਦਾਰ ਵਾਲ, ਲੱਛੇਦਾਰ ਵਾਲ

ringmaster /'ਰਿਙਮਾਸਟਅ*/ *n* ਸਰਕਸ ਦੇ ਰਿੰਗ ਵਿੱਚ ਜਾਨਵਰ ਨੂੰ ਕਾਬੂ ਕਰਕੇ ਆਪਣੇ ਇਸ਼ਾਰਿਆਂ 'ਤੇ ਚਲਾਉਣ ਵਾਲਾ ਵਿਅਕਤੀ, ਰਿੰਗ ਮਾਸਟਰ

ring road *n* ਪਿੰਡ ਦੀ ਫਿਰਨੀ, ਸ਼ਹਿਰ ਦੀ ਚਾਰ ਚੁਫੇਰੇ ਬਾਹਰੀ ਸੜਕ

ringtail /'ਰਿਙਟੇਇਲ/ *n* ਸ਼ਿਕਰੇ ਬਾਜ਼ ਉਕਾਬ ਆਦਿ ਦੀ ਵਿਸ਼ੇਸ਼ ਸ਼੍ਰੇਣੀ

ringtone /'ਰਿਙਟਅਉਨ/ *n* (ਟੈਲੀਫ਼ੋਨ ਜਾਂ ਮੋਬਾਈਲ ਦੀ ਘੰਟੀ ਦੀ) ਵੱਖ-ਵੱਖ ਪ੍ਰਕਾਰ ਦੀ ਅਵਾਜ਼

ring worm /'ਰਿਙਵਅ:ਮ/ *n* ਧੱਦਰ ਦੀ ਬਿਮਾਰੀ, ਦੱਦ, ਧੱਦਰ

rink /ਰਿਙਕ/ *n* ਬਰਫ਼ ਦਾ ਫ਼ਰਸ਼ ਜਿਸ ਉੱਤੇ ਖੇਡਿਆ ਜਾਵੇ, ਸਕੇਟਿੰਗ ਕਰਨ ਵਾਲੀ ਬਰਫ਼ ਦੀ ਤਹਿ *v* ਬਰਫ਼ ਦੀ ਤਹਿ ਉੱਤੇ ਲੱਕੜ ਦੀਆਂ ਪਹੀਆਂ ਵਾਲੀਆਂ ਇੱਕ ਪ੍ਰਕਾਰ ਦੀਆਂ ਖੜ੍ਹਾਵਾਂ ਜਾਂ ਜੁੱਤੀ ਦੀ ਸਹਾਇਤਾ ਨਾਲ ਚੱਲਣਾ, ਸਕੇਟਿੰਗ ਕਰਨਾ

rinse /ਰਿਨਸ/ *vi* ਹੰਘਾਲਨਾ, ਕੱਪੜੇ ਪਾਣੀ ਵਿੱਚ ਪਾ ਕੇ ਹੰਘਾਲਨਾ; (ਕੱਪੜਾ) ਨਚੋੜਨਾ; ਕੁਰਲੀ ਕਰਨਾ, ਚੂਲੀ ਕਰਨਾ *n* ਹੰਘਾਲਨ ਦੀ ਕਿਰਿਆ, ਨਚੋੜਨ ਦੀ ਕਿਰਿਆ

riot /'ਰਾਇਅਟ/ *n* ਦੰਗਾ ਫ਼ਸਾਦ, ਬਲਵਾਂ; ਹੁੱਲੜ; ਰੰਗ-ਰਲੀਆਂ, ਮੌਜ-ਮੇਲਾ *n* ਦੰਗਾ ਫਸਾਦ ਕਰਨਾ, ਬਲਵਾ ਕਰਨਾ; ਹੁੱਲੜ ਮਚਾਉਣਾ, ਖ਼ਰਮਸਤੀ ਕਰਨਾ; ਰੰਗ-ਰਲੀਆਂ ਮਨਾਉਣਾ

rioter /ਰਾਇਅਟਅ*/ *n* ਝਗੜਾਲੂ, ਫ਼ਸਾਦੀ, ਹੁੱਲੜਬਾਜ਼, ਦੰਗਈ

riotous /'ਰਾਇਅਟਅਸ/ *a* ਦੰਗੇ ਫ਼ਸਾਦ ਵਾਲਾ, ਲੜਾਈ ਝਗੜਾ ਕਰਨ ਵਾਲਾ, ਹੁੱਲੜਬਾਜ਼ੀ ਕਰਨ ਵਾਲਾ; ਵਿਲਾਸੀ, ਐਸ਼ਪ੍ਰਸਤ

rip /ਰਿਪ/ *v* ਪਾੜਨਾ ਜਾਂ ਪਾਟਣਾ, ਚੀਰਨਾ ਜਾਂ ਚਿਰਨਾ, ਉਧੇੜਨਾ ਜਾਂ ਉਧੱੜਨਾ (ਛੱਤ ਆਦਿ); (ਜ਼ਖ਼ਮ) ਖੋਲ੍ਹ ਦੇਣਾ, ਹਵਾ ਲਵਾਉਣਾ; (ਝਗੜਾ) ਫੇਰ ਛੇੜਨਾ; ਕਾਹਲੀ-ਕਾਹਲੀ ਤੁਰਨਾ, ਦੌੜਨਾ *n* ਚੀਰਨ ਦੀ ਕਿਰਿਆ, ਪਾੜਨ ਦੀ ਕਿਰਿਆ; ਲੰਮਾ-ਚੀਰ, ਵੱਢ; ਨਿਕੰਮਾ ਟੱਟੂ, ਟੈਰ; ਵਿਲਾਸੀ ਮਨੁੱਖ, ਕਾਮੀ ਆਦਮੀ, ਬਦਚਲਨ ਬੰਦਾ

riparian /ਰਾਇ'ਪੇਅਰਿਅਨ/ *a* ਦਰਿਆ ਦੇ ਕੰਢੇ ਦਾ, ਦਰਿਆਈ; ਬੇਟ ਦੇ ਇਲਾਕੇ ਦਾ (ਜੰਗਲ ਆਦਿ), ਤਟਵਰਤੀ *n* ਦਰਿਆ ਦੇ ਕੰਢੇ ਦਾ ਮਾਲਕ, ਬੇਟ ਦੀ ਭੌਂ ਦਾ ਮਾਲਕ

ripe /ਰਾਇਪ/ *a* ਪੱਕਾ, ਤਿਆਰ, ਰਸਿਆ; ਹੰਢਿਆ (ਮਨੁੱਖ), ਪਰੌੜ੍ਹ, ਬਾਲਗ *v* ਪੱਕਣਾ ਜਾਂ ਪਕਾਉਣਾ; ਵਿਕਸਿਤ ਕਰਨਾ ਜਾਂ ਹੋਣਾ

ripen /'ਰਾਇਪਅਨ/ *v* ਪੱਕਣਾ, ਰਸਣਾ; ਪਰੌੜ੍ਹ (ਬਾਲਗ) ਹੋਣਾ; ਸੂਝਵਾਨ ਬਣਨਾ; ਅਨੁਭਵ ਵਧਣਾ

rip-off /'ਰਿਪਔਫ਼/ *n* ਲਈ ਗਈ ਕੀਮਤ ਨਾਲੋਂ ਘੱਟ ਕਿਸਮ ਦੀ ਚੀਜ਼, ਅਸਲ ਚੀਜ਼ ਨਾਲੋਂ ਘਟੀਆ ਕਿਸਮ ਜਾਂ ਘੱਟ ਕੀਮਤ ਵਾਲੀ ਚੀਜ਼

riposte /ਰਿ'ਪੌਸਟ/ *n* (ਗਤਕੇ ਵਿੱਚ ਤੁਰਤ) ਜਵਾਬੀ ਵਾਰ; ਮੋੜਵਾਂ ਵਾਰ; ਸਾਵਾਂ ਵਾਰ *v* ਜਵਾਬੀ ਵਾਰ ਕਰਨਾ, ਵਾਰ ਦਾ ਜਵਾਬ ਤੁਰਤ ਮੋੜਨਾ; ਸਾਵਾਂ ਵਾਰ ਕਰਨਾ

ripper /'ਰਿਪਅ*/ *n* ਇੱਕ ਆਰਾ; ਛੱਤ ਉਧੇੜਨ ਵਾਲਾ, ਚੀਰਨ ਵਾਲਾ, ਪਾੜਨ ਵਾਲਾ ਵਿਅਕਤੀ ਜਾਂ ਵਸਤੂ; ਉੱਤਮ ਦਰਜ਼ੇ ਦੀ ਚੀਜ਼

ripping /'ਰਿਪਿਙ/ *a* ਉੱਤਮ, ਸ੍ਰੇਸ਼ਠ, ਉੱਚ ਦਰਜ਼ੇ ਦਾ; ਸੁਆਦਲਾ

ripple /'ਰਿਪਲ/ *n* ਛੋਟੀ ਲਹਿਰ, ਪਾਣੀ ਦੇ ਉਤਲੇ ਤਲ ਉੱਤੇ ਪੈਣ ਵਾਲੇ ਲਹਿਰਦਾਰ ਵੱਟ; ਕਿਸੇ ਵਸਤੂ ਦਾ ਲਹਿਰਦਾਰ ਤਲ ਜਾਂ ਅਜਿਹੇ ਤਲ ਦੀ ਲਹਿਰ; ਉਤਾਰ ਚੜ੍ਹਾਅ ਵਾਲੀ ਅਵਾਜ਼ *v* ਲਹਿਰਨਾ, ਲਹਿਰਾਂ ਉੱਠਣਾ, ਛਲਕਣਾ

ripple effect *n* ਕਿਸੇ 'ਤੇ ਨਾ ਪੈਣ ਵਾਲਾ ਪ੍ਰਭਾਵ, ਘੱਟ ਅਹਿਮੀਅਤ ਵਾਲਾ ਅਸਰ

ripplet /'ਰਿਪਲਿਟ/ *n* ਛੋਟੀ ਲਹਿਰ, ਨਿੱਕੀ ਛੱਲ

rip-rap /'ਰਿਪਰੈਪ/ *n* (ਪਾਣੀ ਵਿੱਚ) ਪੱਥਰਾਂ ਦਾ ਥੰਮ੍ਹ, ਪੱਥਰ ਦੀ ਭਰਤੀ

rip-roaring /ˌਰਿਪ'ਰੋਰਿਙ/ *a* ਧੂਮ ਧਮਾਕੇ ਵਾਲਾ

Rip Van Winkle /ˌਰਿਪ ਵ੍ਹੈਨ 'ਵਿਙਕਲ/ *n* ਪੁਰਾਣੇ ਵਿਚਾਰਾਂ ਵਾਲਾ ਆਦਮੀ, ਦਕਿਆਨੂਸੀ ਮਨੁੱਖ; ਪੁਰਾਣੇ ਢੰਗ ਦਾ ਵਿਅਕਤੀ

rise /ਰਾਇਜ਼/ *vi* ਉੱਠਣਾ, ਜਾਗਣਾ; (ਸੂਰਜ, ਚੰਦ ਦਾ) ਚੜ੍ਹਨਾ, ਨਿਕਲਨਾ; ਜੀ ਪੈਣਾ; ਵਿਦ੍ਰੋਹ ਕਰਨਾ, ਬਗਾਵਤ ਕਰਨਾ; ਉੱਡਣਾ; ਉੱਨਤੀ ਕਰਨਾ, ਉੱਚਾ ਉੱਠਣਾ; ਫੁੱਲ ਜਾਣਾ; ਤੇਜ਼ੀ ਪੈਦਾ ਕਰਨਾ; ਦਿਸਣਾ; ਸ਼ਕਤੀ ਪੈਦਾ ਕਰਨਾ, ਹਿੰਮਤ ਜਗਾਉਣਾ; ਜਨਮ ਲੈਣਾ, ਪੈਦਾ ਹੋਣਾ; ਅਰੰਭ ਹੋਣਾ, ਫਟਣਾ, ਵਗ ਤੁਰਨਾ *n* ਨਿਕਲਨ ਦੀ ਕਿਰਿਆ, ਚੜ੍ਹਨ ਦੀ ਕਿਰਿਆ, ਉਦੇ ਹੋਣ ਦੀ ਕਿਰਿਆ; ਚੜ੍ਹਾਈ; ਉਭਾਰ; ਪਹਾੜੀ, ਟਿੱਲਾ; ਉੱਨਤੀ, ਵਾਧਾ; ਮੂਲ ਸ੍ਰੋਤ; ਨਿਕਲਨ ਵਾਲੀ ਥਾਂ, ਅਰੰਭ; (ਮੱਛੀ ਦਾ) ਤਲ ਉੱਤੇ ਆਉਣਾ

riser /'ਰਾਇਜ਼ਅ*/ *n* ਪੌੜੀਆਂ ਦੇ ਥੜ੍ਹਿਆਂ ਨੂੰ ਮਿਲਾਉਣ ਵਾਲਾ ਖੜ੍ਹਾ ਡੰਡਾ; ਪਟਾ, ਅੱਡਾ

risibility /ˌਰਿਜ਼ਅ'ਬਿਲਅਟਿ/ *n* ਹਸਾਉਣਾਪਣ; ਹਾਸਾ; ਹਾਸੇ ਦੀ ਰੁਚੀ; ਹਾਸੇ ਵਾਲੀ ਹਾਲਤ

risible /'ਰਿਜ਼ਅਬਲ/ *a* ਹਸਾਉਣ ਵਾਲਾ, ਹੱਸਣ ਵਾਲਾ; ਹਾਸੇ ਸੰਬੰਧੀ; ਬੇਜੋੜ, ਬੇਢੰਗਾ, ਹਾਸੋਹੀਣਾ

rising /'ਰਾਇਜ਼ਿਙ/ *n* ਵਿਦ੍ਰੋਹ, ਬਗਾਵਤ; ਫੋੜਾ, ਫਿੰਮਣੀ; ਉੱਨਤੀ, ਵਿਕਾਸ; ਉਦੇ, ਨਿਕਾਸ

risk /ਰਿਸਕ/ *n* ਖ਼ਤਰਾ, ਭੈ, ਸੰਕਟ, ਬਿਪਤਾ, ਆਫ਼ਤ *v* ਖ਼ਤਰੇ ਵਿੱਚ ਪਾਉਣਾ, ਬਿਪਤਾ ਵਿੱਚ ਫਸਾਉਣਾ; ਹੌਸਲੇ ਨਾਲ ਖ਼ਤਰੇ ਦਾ ਮੁਕਾਬਲਾ ਕਰਨਾ; ਆਫ਼ਤ ਸਹੇੜਨਾ, ਜ਼ੁੰਮੇਵਾਰੀ ਲੈਣਾ

risky /'ਰਿਸਕਿ/ *a* ਖ਼ਤਰੇ ਵਾਲਾ, ਸੰਕਟਮਈ, ਘਾਟੇ ਵਾਲਾ; ਇਤਰਾਜ਼ਯੋਗ, ਅਨਉਚਿਤ

Risorgimento /ਰਿˌਸਾਜਿ'ਮੈਂਟਅਉ/ *n* ਫਿਰ ਤੋਂ ਉੱਠਣ ਦੀ ਕਿਰਿਆ, ਪੁਨਰ ਉੱਥਾਨ, ਪੁਨਰ ਜਾਗਰਨ ਦੀ ਕਿਰਿਆ

risorial /ਰਿ'ਸੋਰਿਅਲ/ *a* ਹਾਸੇ ਸੰਬੰਧੀ, ਹਾਸੇ ਦਾ

risp /'ਰਿਸਪ/ *n* (ਆਲੂ ਆਦਿ ਦਾ) ਤਣਾ

risque /'ਰਿਸਕੇਇ/ *(F) a* ਕੁਝ ਅਸ਼ਲੀਲ, ਫਾਅਸ਼

rissole /'ਰਿਸਅਉਲ/ *n* ਮੱਛੀ ਜਾਂ ਮਾਸ ਦਾ ਤਲਵਾਂ ਕੋਫ਼ਤਾ

rite /ਰਾਇਟ/ *n* ਰਸਮ, ਰੀਤ, ਧਾਰਮਿਕ ਮਰਯਾਦਾ, ਕਰਮ-ਕਾਂਡ, ਸੰਸਕਾਰ

rite of passage *n* ਕਿਸੇ ਦੇ ਜੀਵਨ ਦੀ ਇਤਿਹਾਸਿਕ ਘਟਨਾ, ਜੀਵਨ ਘਟਨਾ ਦਾ ਮਹਾਨ ਉਤਸਵ

ritual /'ਰਿਚੁਅਲ/ *a* ਰਸਮੀ, ਰਿਵਾਜੀ, ਧਾਰਮਿਕ, ਰੀਤੀ ਦਾ, ਸੰਸਕਾਰਿਕ *n* (ਬਹੁ) ਧਾਰਮਿਕ ਰੀਤਾਂ,

ਪੂਜਾ ਪ੍ਰਾਰਥਨਾ ਦੀਆਂ ਵਿਧੀਆਂ, ਰਹੁਰੀਤ, ਰਹਿਣੀ-ਬਹਿਣੀ ਦੇ ਨਿਯਮ, ਸੰਸਕਾਰ; ਉਹ ਪੁਸਤਕ ਜਿਸ ਵਿੱਚ ਇਹ ਸੰਸਕਾਰ ਜਾਂ ਨਿਯਮ ਲਿਖੇ ਹੋਣ; ਅਜਿਹੇ ਨਿਯਮਾਂ ਦੀ ਪਾਲਣਾ

ritualism /'**ਰਿਚੁਅਲਿਜ਼ਅਮ**/ *n* ਕਰਮਕਾਂਡਵਾਦ, ਸੰਸਕਾਰ, ਕਰਮਕਾਂਡ; ਧਾਰਮਿਕ ਰਹਿਣੀ ਦਾ ਵਿਖਾਵਾ; ਧਰਮ ਦੇ ਬਾਹਰੀ ਰੂਪਾਂ ਨੂੰ ਦਿੱਤੀ ਵਿਸ਼ੇਸ਼ ਮਹੱਤਤਾ

ritualist /'**ਰਿਚੁਅਲਿਸਟ**/ *n* ਕਰਮਕਾਂਡੀ; ਧਾਰਮਿਕ ਸੰਸਕਾਰ ਨੂੰ ਬਹੁਤ ਮਹੱਤਤਾ ਦੇਣ ਵਾਲਾ; ਧਰਮ ਦੇ ਬਾਹਰੀ ਰੂਪ ਉੱਤੇ ਜ਼ੋਰ ਦੇਣ ਵਾਲਾ

ritualistic /ˌ**ਰਿਚੁਅ'ਲਿਸਟਿਕ**/ *a* ਕਰਮਕਾਂਡ ਸੰਬੰਧੀ, ਧਾਰਮਿਕ ਸੰਸਕਾਰਾਂ ਬਾਰੇ

rival /'**ਰਾਇਵ੍ਲ**/ *n* ਸ਼ਰੀਕ; (ਮਨੁੱਖ) ਵਿਰੋਧੀ, ਮੁਕਾਬਲਾ ਕਰਨ ਵਾਲਾ, ਰਕੀਬ, ਪ੍ਰਤਿਪੱਖੀ, ਬਰਾਬਰੀ ਕਰਨ ਵਾਲਾ, ਰੀਸ ਕਰਨ ਵਾਲਾ; ਲਾਗ-ਡਾਟ ਕਰਨ ਵਾਲਾ; ਟਾਕਰਾ ਕਰਨ ਵਾਲਾ *v* ਸ਼ਰੀਕਾ ਕਰਨਾ, ਵਿਰੋਧ ਕਰਨਾ, ਟਾਕਰਾ ਕਰਨਾ, ਲਾਗ-ਡਾਟ ਕਰਨਾ; ਬਰਾਬਰੀ ਕਰਨਾ, ਰੀਸ ਕਰਨਾ

rivalry /'**ਰਾਇਵ੍ਲਰਿ**/ *n* ਸ਼ਰੀਕਾ, ਵਿਰੋਧ; ਬਰਾਬਰੀ, ਰੀਸ, ਟਾਕਰਾ

rive /**ਰਾਇਵ੍**/ *v* ਚੀਰਨਾ ਜਾਂ ਚਿਰਨਾ, ਪਾੜਨਾ ਜਾਂ ਫਟਣਾ, ਦੋ ਟੋਟੇ ਕਰਨਾ ਜਾਂ ਹੋਣਾ, ਮਰੁੰਡਣਾ; ਤੋੜਨਾ ਜਾਂ ਟੁੱਟਣਾ; (ਲੱਕੜੀ ਦਾ) ਚੀਰਨਯੋਗ ਹੋਣਾ

river /'**ਰਿਵ੍ਅ***/ *n* ਦਰਿਆ, ਨਦੀ; ਜੀਵਨ ਪ੍ਰਵਾਹ

riverain, riverine /'**ਰਿਵ੍ਅਰੇਇਨ**, '**ਰਿਵ੍ਅਰਾਇਨ**/ *a* ਦਰਿਆ ਦਾ, ਦਰਿਆਈ, ਦਰਿਆਈ ਦੇ ਕੰਢੇ ਦਾ, ਦਰਿਆ ਲਾਗੇ ਦਾ

riverbed /'**ਰਿਵ੍ਅਬੈੱਡ**/ *n* ਉਹ ਥਾਂ ਜਿਥੋਂ ਦੀ ਅਕਸਰ ਨਦੀ ਵਹਿੰਦੀ ਹੋਵੇ, ਨਦੀ ਦਾ ਤਲ

riverfront /'**ਰਿਵ੍ਅਫ਼ਰਅੱਨਟ**/ *n* (ਦਰਿਆ ਦੇ ਨਜ਼ਦੀਕ) ਉਹ ਥਾਂ ਜਿਥੇ ਇਮਾਰਤਾਂ ਦੁਕਾਨਾਂ ਹੋਟਲ ਆਦਿ ਬਹੁ ਗਿਣਤੀ ਵਿੱਚ ਬਣੇ ਹੋਣ

river-horse *n* ਦਰਿਆਈ ਘੋੜਾ

rivet /'**ਰਿਵ੍ਟਿ**/ *n* ਖ਼ਾਸ ਕਿਸਮ ਦਾ ਕਿੱਲ ਜਿਸ ਨੂੰ ਟਿਕਾਣੇ 'ਤੇ ਲਾ ਕੇ ਇੱਕ ਜਾਂ ਦੋਹਾਂ ਪਾਸਿਆਂ ਤੋਂ ਝੰਡ ਬਠਾ ਦਿੱਤੀ ਜਾਂਦੀ ਹੈ ਜਾਂ ਢਿਬਰੀ ਨਾਲ ਕੱਸ ਦਿੱਤਾ ਜਾਂਦਾ ਹੈ, ਰਿਬਟ *vt* ਰਿਬਟ ਲਾਉਣਾ, ਪੱਕਾ ਕਰਨਾ, ਕੱਸਣਾ; ਕਿੱਲ ਠੋਕਣਾ; ਜੋੜਨਾ; ਨਜ਼ਰ ਗੱਡਣਾ, ਨੀਝ ਲਾਉਣਾ; ਧਿਆਨ ਖਿੱਚਣਾ

riveting /'**ਰਿਵ੍ਟਿਙ**/ *a* ਧਿਆਨ ਖਿੱਚਣ ਵਾਲਾ, ਆਕਰਸ਼ਿਕ; ਨੀਝ ਲਾਉਣ ਵਾਲਾ

riviera /ˌ**ਰਿਵ੍ਇ'ਏਅਰਅ**/ *n* ਫ਼ਰਾਂਸ ਦਾ ਭੂ-ਮੱਧ ਸਾਗਰੀ ਤੱਟ, ਮਨੋਰੰਜਨ ਸਥਾਨ ਜੋ ਸਮੁੰਦਰ ਦੇ ਕਿਨਾਰੇ 'ਤੇ ਸਥਿੱਤ ਹੋਵੇ

rivulet /'**ਰਿਵ੍ਯੁਲਿਟ**/ *n* ਛੋਟਾ ਦਰਿਆ, ਨਦੀ, ਨਾਲਾ; ਛੋਟੀ ਕੂਲ੍ਹ

rix-dollar /'**ਰਿਕਸਡੌਲਅ***/ *n* ਯੂਰਪ ਦੇ ਕਈਆਂ ਦੇਸ਼ਾਂ ਵਿੱਚ ਸੋਲਵੀਂ-ਸਤਾਰ੍ਹਵੀਂ ਈਸਵੀ ਦੇ ਅੰਤਰਗਤ ਪ੍ਰਚਲਿਤ ਇੱਕ ਸਿੱਕਾ

riyal, rial /**ਰਿ'ਆਲ**/ *n* ਸਾਊਦੀ ਅਰਬ ਦੁਬਈ ਆਦਿ ਦਾ ਸਿੱਕਾ

RNA /ˌ**ਆਰ ਐੱਨ 'ਏਇ**/ *n* (ਰਸਾ) ਜੀਵੰਤ ਕੋਸ਼ਕਾਵਾਂ ਵਿੱਚ ਵਿਦਮਾਨ ਇੱਕ ਰਸਾਇਣ

roach /**ਰਅਉਚ**/ *n* ਤਾਜ਼ੇ ਪਾਣੀ ਵਿੱਚ ਰਹਿਣ ਵਾਲੀ ਇੱਕ ਮੱਛੀ

road /**ਰਅਉਡ**/ *n* ਸੜਕ, ਮਾਰਗ, ਰਾਹ, ਰਸਤਾ, ਪਹਿਆ, ਰੋਡ; ਸਾਧਨ, ਉਪਾਅ, ਜ਼ਰੀਆ, ਢੰਗ, ਵਸੀਲਾ; ਜਹਾਜ਼ਾਂ ਦਾ ਲੰਗਰ ਸਥਾਨ, ਘਾਟ, ਬੰਦਰ

roadblock /'**ਰਅਉਡਬਲੌਕ**/ *n* ਨਾਕਾ-ਬੰਦੀ, ਰਸਤੇ ਵਿਚ ਲਾਈ ਰੋਕ, ਚਲਦੇ ਕਾਰਜ ਵਿਚ ਲੱਗਿਆ ਅੜਿੱਕਾ

road hog *n* ਅੰਨ੍ਹੇਵਾਹ ਮੋਟਰ ਚਲਾਉਣ ਵਾਲਾ; ਲਾਪਰਵਾਹੀ ਨਾਲ ਸਾਈਕਲ ਚਲਾਉਣ ਵਾਲਾ

roadhouse /'**ਰਅਉਡਹਾਉਸ**/ *n* ਸੜਕ ਦੇ ਕੰਢੇ ਮੁਸਾਫ਼ਰਾਂ ਦੇ ਠਹਿਰਨ ਵਾਲੀ ਥਾਂ, ਸਰਾਂ

road map *n* ਸੜਕ ਮਾਰਗ ਦਾ ਨਕਸ਼ਾ

road metal *n* ਸੜਕ ਬਣਾਉਣ ਵਾਲੀ ਰੋੜੀ

road rage *n* (ਸੜਕ 'ਤੇ ਗੱਡੀਆਂ ਲੈ ਜਾਂਦੇ) ਡਰਾਈਵਰਾਂ ਦਾ ਆਪਸੀ ਗੁੱਸਾ

road sense *n* ਸੜਕ ਉੱਤੇ ਠੀਕ ਤਰ੍ਹਾਂ ਚੱਲਣ ਦੀ ਸੂਝ (ਗੱਡੀ ਚਲਾਉਣ ਸਮੇਂ) ਸੜਕ ਦੇ ਨਿਯਮਾਂ ਦੀ ਜਾਣਕਾਰੀ, ਸੜਕ ਉੱਤੇ ਚਲਦਿਆਂ ਗੱਲ ਬਾਤ ਕਰਨ ਦਾ ਸਲੀਕਾ

roadstead /'ਰਅਉਡਸਟੈਡ/ *n* ਜਹਾਜ਼ਾਂ ਦਾ ਲੰਗਰ ਸਥਾਨ, ਘਾਟ, ਬੰਦਰ

roadway /'ਰਅਉਡਵੇਇ/ *n* ਸੜਕ ਦਾ ਵਿਚਲਾ ਭਾਗ

roadworks /'ਰਅਉਡਵਅ:ਕਸ/ *n* ਸੜਕ ਉੱਤੇ ਕੀਤੀ ਜਾਂਦੀ ਮੁਰੰਮਤ, ਟੁੱਟੀ ਭੱਜੀ ਸੜਕ ਨੂੰ ਠੀਕ ਕਰਨ ਦਾ ਕੰਮ, ਸੜਕ ਦਾ ਉਹ ਹਿੱਸਾ ਜਿੱਥੇ ਮੁਰੰਮਤ ਹੋ ਰਹੀ ਹੋਵੇ

roam /ਰਅਉਮ/ *v* ਤੁਰਨਾ-ਫਿਰਨਾ; ਸੈਰ-ਸਪਾਟਾ ਕਰਨਾ, ਘੁੰਮਣਾ-ਘੁਮਾਉਣਾ; ਅਵਾਰਾ ਫਿਰਨਾ, ਭੌਂਦੇ ਫਿਰਨਾ, ਟੱਕਰਾਂ ਮਾਰਨਾ *n* ਸੈਰ-ਸਪਾਟਾ, ਤੋਰਾ-ਫੇਰਾ, ਸਫ਼ਰ

roan /ਰਅਉਨ/ *a* ਡੱਬ-ਖੜੱਬਾ, ਡੱਬਾ *n* ਗਦਰਾ ਜਾਂ ਡੱਬਾ ਪਸ਼ੂ; (ਜਿਲਦਾਂ ਬੰਨ੍ਹਣ ਲਈ ਵਰਤਿਆ ਜਾਣ ਵਾਲਾ) ਭੇਡ ਦਾ ਨਰਮ ਚਮੜਾ

roar /ਰੋ*/ *n* (ਸ਼ੇਰ ਦੀ) ਦਹਾੜ, ਭਬਕ, ਸ਼ੂਕਰ, ਗਰਜ, ਬੜ੍ਹਕ; (ਘੋੜੇ ਦਾ) ਫਰਾਟਾ; ਅਰੜਾਟ, ਚੀਕ-ਚਿਹਾੜਾ *v* ਦਹਾੜਨਾ, ਭਬਕ ਮਾਰਨਾ, ਗੱਜਣਾ, ਬੜ੍ਹਕਣਾ; ਸ਼ੂਕਰ ਪੈਣਾ, ਗੂੰਜ ਉੱਠਣਾ; ਚੀਕ-ਚਿਹਾੜਾ ਪੈਣਾ; (ਗੁੱਸੇ ਵਿੱਚ) ਗੱਜਣਾ; (ਹਾਸੇ ਵਿੱਚ) ਜ਼ੋਰ ਦੀ ਹੱਸਣਾ; (ਬਿਜਲੀ ਦੀ) ਕੜਕ; (ਤੋਪ ਦੀ) ਗਰਜ; (ਕਿਸੇ ਥਾਂ ਦਾ) ਰੌਲੇ-ਗੌਲੇ ਵਾਲਾ ਹੋਣਾ

roarer /'ਰੋਰਅ*/ *n* ਦਹਾੜਨ ਵਾਲਾ, ਭਬਕ ਮਾਰਨ ਵਾਲਾ, ਬੁੜ੍ਹਕਣ ਵਾਲਾ, ਗੱਜਣ ਵਾਲਾ; ਫਰਾਟੇ ਮਾਰਨ ਵਾਲਾ ਘੋੜਾ; ਘੂੰ-ਘੂੰ ਕਰਨ ਵਾਲਾ ਘੋੜਾ

roaring /'ਰੋਰਿਙ/ *a* ਦਹਾੜਦਾ, ਭਬਕਦਾ, ਗੱਜਦਾ, ਬੜ੍ਹਕਣ ਵਾਲਾ; ਸ਼ੂਕਦਾ; (ਵਪਾਰ) ਤੇਜ਼, ਜ਼ੋਰਦਾਰ

roaring twenties *n 1920* ਤੋਂ *1929* ਦਾ ਆਤਮਵਿਸ਼ਵਾਸ਼ ਅਤੇ ਖੁਸ਼ੀ ਦਾ ਸਮਾਂ

roast /ਰਉਸਟ/ *v* ਭੁੰਨਣਾ ਜਾਂ ਭੁੱਜਣਾ, ਸੇਕਣਾ ਜਾਂ ਸਿਕਣਾ, ਰਾੜ੍ਹਨਾ ਜਾਂ ਰੜ੍ਹਨਾ; (ਧਾਤ ਨੂੰ) ਤਪਾਉਣਾ, ਭਖਾਉਣਾ; (ਅਪ) ਝੁਲਸ ਜਾਣਾ; ਠੱਠਾ ਕਰਨਾ, ਮਖੌਲ ਉਡਾਉਣਾ, ਬੁੱਧੂ ਬਣਾਉਣਾ, ਬੁੱਧੂ ਬਣਨਾ; ਮਖੌਲ ਸਹਾਰਨਾ *n* ਭੁੰਨਵਾਂ ਮਾਸ, ਕਬਾਬ; ਭੁੰਨਣ ਦੀ ਕਿਰਿਆ

rob /ਰੌਬ/ *vt* ਲੁੱਟਣਾ, ਧਾੜ ਮਾਰਨਾ, ਡਾਕਾ ਮਾਰਨਾ, ਖੋਹ ਲੈਣਾ

robber /'ਰੌਬਅ*/ *n* ਲੁਟੇਰਾ, ਧਾੜਵੀ, ਡਾਕੂ, ਡਕੈਤ, ਰਾਹਮਾਰ

robbery /'ਰੌਬਅਰਿ/ *n* ਡਾਕਾ, ਧਾੜ, ਲੁੱਟਮਾਰ

robe /ਰਅਉਬ/ *n* ਪੁਸ਼ਾਕ, ਚੋਗਾ, ਅੰਗਰਖਾ, ਵਸਤਰ, ਉੱਪਰਲਾ ਕੋਟ, ਵੱਡਾ ਕੋਟ; (ਬਹੁ) ਵਿਸ਼ੇਸ਼ ਪੁਸ਼ਾਕ ਜਿਸ ਦਾ ਕਿਸੇ ਪਦਵੀ ਨਾਲ ਸੰਬੰਧ ਹੋਵੇ *v* ਪੁਸ਼ਾਕ ਪੁਆਉਣਾ ਜਾਂ ਪਾਉਣਾ, ਚੋਗਾ ਪਹਿਨਾਉਣਾ ਜਾਂ ਪਹਿਨਣਾ; ਵਰਦੀ ਪਾਉਣਾ ਜਾਂ ਪੁਆਉਣਾ

robin /'ਰੌਬਿਨ/ *n* ਇੱਕ ਲਾਲ ਚਿੜੀ, ਗਾਉਣ ਵਾਲਾ ਇੱਕ ਪੰਛੀ, ਰੌਬਿਨ

Robin Hood *n* ਮੱਧ ਕਾਲ ਦਾ ਇੱਕ ਪ੍ਰਸਿੱਧ ਡਾਕੂ, ਅਮੀਰਾਂ ਤੋਂ ਧਨ ਖੋਹ ਕੇ ਗਰੀਬਾਂ ਦੀ ਸਹਾਇਤਾ ਕਰਨ ਵਾਲਾ ਸੂਰਮਾ, ਰਾਬਿਨ ਹੁੱਡ

roborant /'ਰਅਉਬ(ਅ)ਰ(ਅ)ਨਟ/ *n* ਤਾਕਤ ਦੀ ਦਵਾਈ, ਸ਼ਕਤੀਵਰਧਕ ਦਵਾਈ, ਟਾਨਿਕ *a* ਸ਼ਕਤੀਦਾਇਕ

robot /'ਰਅਉਬੌਟ/ *n* ਮਨੁੱਖੀ ਸ਼ਕਲ ਵਰਗੀ ਆਪਣੇ ਆਪ ਚੱਲਣ ਵਾਲੀ ਇੱਕ ਮਸ਼ੀਨ; ਮਸ਼ੀਨੀ ਮਨੁੱਖ; ਉਡਦਾ ਬੰਬ ਗੋਲਾ; ਸਵੈਚਾਲਕ ਟ੍ਰੈਫ਼ਿਕ ਸਿਗਨਲ

robotics /'ਰਅਉਬੌਟਿਕਸ/ *n* ਸਵੈਚਾਲਿਕ ਮਸ਼ੀਨਰੀ ਤਿਆਰ ਕਰਨ ਦਾ ਵਿਗਿਆਨ, ਸਵੈਚਾਲਿਕ ਟਰੈਫ਼ਿਕ ਸਿਗਨਲ ਦਾ ਅਧਿਐਨ

robust /ਰਅਉ'ਬਅੱਸਟ/ *a* ਤਕੜਾ, ਮਜ਼ਬੂਤ, ਹੱਟਾ-ਕੱਟਾ, ਰਿਸ਼ਟ-ਪੁਸ਼ਟ; (ਸਮਝ) ਖਰੀ, ਸੱਚੀ; ਭੋਲੀ, ਬਿਨਾਂ ਵਲ ਫੇਰ; ਤੇਜਵਾਨ, ਪਰਤਾਪੀ

robustious /ਰਅ(ਉ)'ਬਅੱਸਚਅਸ/ *a* ਭੈੜਾ, ਕੁਪੱਤਾ, ਝਗੜਾਲੂ, ਅੜਬ, ਉਪੱਦਰੀ

roc /ਰੌਕ/ *n* ਬਹੁਤ ਵੱਡਾ ਮਿਥਹਾਸਿਕ ਪੰਛੀ (ਜਿਸ ਦਾ ਵਰਣਨ ਅਲਫ ਲੈਲਾ ਦੀਆਂ ਕਹਾਣੀਆਂ ਵਿੱਚ ਆਉਂਦਾ ਹੈ)

rochet /'ਰੌਚਿਟ/ *n* ਵਿਸ਼ੇਸ਼ ਪ੍ਰਕਾਰ ਦਾ ਚੋਗਾ ਜੋ ਖ਼ਾਸ ਪਦਵੀ ਵਾਲੇ ਪਾਦਰੀ ਪਾਉਂਦੇ ਹਨ

rock /ਰੌਕ/ *n* ਚਟਾਨ; ਪਹਾੜ, ਪਰਬਤ; ਪੱਥਰ, ਸਿਲ; ਜ਼ਮੀਨ ਦੇ ਅੰਦਰ ਪਥਰੀਲੀ ਪਰਤ, ਕੜ; ਭੌਂ ਦੀਆਂ ਤਹਿਆਂ ਜਾਂ ਪਰਤਾਂ; ਸ਼ਕਤੀ, ਬਲ; ਆਸਰਾ, ਰੱਖਿਆ ਦਾ ਸਾਧਨ; (ਇਤਿ) ਵੱਡਾ ਤੱਕਲਾ *v* ਝੂਲਣਾ, ਅੱਗੇ ਪਿੱਛੇ ਜਾਂ ਸੱਜੇ-ਖੱਬੇ ਜਾਣਾ, ਝੂਮਣਾ, ਹਲੂਣਾ ਦੇਣਾ ਜਾਂ ਖਾਣਾ, ਝੂਟਣਾ ਜਾਂ ਝੂਟਾ ਦੇਣਾ

rock and roll /,ਰੌਕ (ਅ)ਨਡ 'ਰਅਉਲ/ *n* 1950ਵਿਆਂ ਵਿੱਚ ਇੱਕ ਪ੍ਰਸਿੱਧ ਸੰਗੀਤ ਧੁਨੀ

rockaway /'ਰੌਕਅਵੇਇ/ *n* ਇੱਕ ਚਾਰਪਹੀਆ ਗੱਡੀ

rock crystal *n* ਪੱਥਰੀ ਬਲੌਰ (ਖ਼ਾਸ ਕਰਕੇ ਛੇ ਬਾਹੀ)

rock-dove, rock-pigeon *n* ਜੰਗਲੀ ਕਬੂਤਰ

rocker /'ਰੌਕਅ*/ *n* ਪੰਘੂੜਾ; ਉਹ ਮੋੜੀ ਹੋਈ ਸੀਖ ਜਿਸ ਉੱਤੇ ਪੰਘੂੜਾ ਝੂਲਦਾ ਹੈ

rockery /ਰੌਕਅਰਿ/ *n* ਬਾਗ ਆਦਿ ਵਿੱਚ ਬਣਾਈ ਪਹਾੜੀ

rocket /'ਰੌਕਿਟ/ *n* ਫਲਾਂ ਵਾਲੇ ਬੂਟਿਆਂ ਦੀ ਇੱਕ ਸ਼੍ਰੇਣੀ ਦਾ ਨਾਮ; ਸਲੰਡਰ ਦੀ ਸ਼ਕਲ ਦਾ ਯੰਤਰ ਜਿਸ ਨੂੰ ਬਰੂਦ ਆਦਿ ਦੀ ਸ਼ਕਤੀ ਨਾਲ ਉਡਾ ਕੇ ਅਕਾਸ਼ ਵਿੱਚ ਚੜ੍ਹਾਇਆ ਜਾਂਦਾ ਹੈ, ਰਾਕਟ *v* ਰਾਕਟਾਂ ਦੀ ਬੰਬਾਰੀ ਕਰਨਾ, ਰਾਕਟ ਵਰ੍ਹਾਉਣਾ; ਤੀਰ ਵਾਂਗ ਛੁੱਟ ਕੇ ਉੱਪਰ ਚੜ੍ਹਨਾ; ਤੀਰ ਦਾ ਬੜੇ ਜ਼ੋਰ ਨਾਲ ਉੱਡਣਾ; (ਕੀਮਤਾਂ ਦਾ) ਵਧਣਾ

rocking chair *n* ਇੱਕ ਝੂਲਾ ਨੁਮਾ ਕੁਰਸੀ

rocking horse *n* ਬੱਚਿਆਂ ਦੇ ਝੂਲੇ ਵਿੱਚ ਲੱਕੜ ਦਾ ਘੋੜਾ

Rock of Cribraltor *n* ਭੂਮੱਧ-ਸਾਗਰ ਦੇ ਦੱਖਣੀ-ਪੱਛਮੀ ਕੰਢੇ 'ਤੇ ਸਪੇਨ ਵਿਚਲਾ ਇੱਕ ਟਿੱਲਾ; ਸੁਰੱਖਿਅਤ ਅਤੇ ਮਜ਼ਬੂਤ

rock salt *n* ਖਾਣ ਵਿੱਚੋਂ ਕੱਢਿਆ ਲੂਣ, ਖਾਣੀ ਲੂਣ

rock solid *a* ਪੂਰੀ ਤਰ੍ਹਾਂ ਮਜਬੂਤ, ਪੱਥਰ ਦੀ ਚਟਾਨ ਵਰਗਾ, ਅਟੁੱਟ

rock-work *n* ਬਣਾਉਟੀ ਚਟਾਨ, ਬਾਗਾਂ ਆਦਿ ਵਿੱਚ ਬਣਾਈ ਗਈ ਚਟਾਨ ਜਾਂ ਟਿੱਲਾ; ਕੁਦਰਤੀ ਚਟਾਨਾਂ ਦੀ ਲੜੀ

rocky /ਰੌਕਿ/ *a* ਚਟਾਨੀ, ਚਟਾਨਾਂ ਵਾਲਾ, ਪਥਰੀਲਾ; ਕਰੜਾ, ਸਖ਼ਤ, ਕਠੋਰ, ਦ੍ਰਿੜ੍ਹ, ਅਹਿੱਲ, ਅੜਿੱਗ; ਠੋਸ, ਨਿੱਗਰ

rococo /ਰਅ'ਕਅਉਕਅਉ/ *n* ਅਲੰਕ੍ਰਿਤ ਸਾਹਿਤਕ ਸ਼ੈਲੀ *a* ਭੜਕੀਲਾ, ਬਹੁਤ ਜ਼ਿਆਦਾ ਸਜਾਵਟ ਵਾਲਾ; ਪੁਰਾਣੇ ਢੰਗ ਦਾ

rod /ਰੌਡ/ *n* ਸੀਖ; ਡੰਡਾ, ਛੜੀ, (ਸਜ਼ਾ ਦੇਣ ਵਾਲਾ) ਬੈਂਤ, ਸੋਟਾ; ਮੱਛੀ ਫੜਨ ਵਾਲੀ ਛੜੀ; ਦੰਡ, ਸਜ਼ਾ; ਅੱਤਿਆਚਾਰ, ਜਬਰ; ਪ੍ਰਭੁਤਾ ਚਿੰਨ੍ਹ, ਪ੍ਰਭੁਤਵ

rode /ਰਅਉਡ/ *v* **ride** ਦਾ ਭੂਤ-ਕਾਲ

rodent /'ਰਅਉਡਨਟ/ *a* ਕੁਤਰਨ ਵਾਲਾ *n* ਕੁਤਰਨ ਵਾਲਾ ਜੀਵ (ਜਿਵੇਂ ਚੂਹਾ ਆਦਿ)

rodeo /'ਰਅਉਡਿਅਉ, ਰਅਉ'ਡੇਇਅਉ/ *n* (ਪੱਛਮੀ ਅਮਰੀਕਾ ਵਿੱਚ) ਪਸ਼ੂਆਂ ਨੂੰ ਦਾਗਣ ਲਈ ਇਕੱਠੇ ਕਰਨਾ; ਵਾਗੀਆਂ ਜਾਂ ਛੇੜੂਆਂ ਦੀਆਂ ਖੇਡਾਂ ਕਰਤਬ ਆਦਿ

rodomontade /,ਰੌਡਅਮੌਨ'ਟੇਇਡ/ *n* ਡੀਂਗ, ਸ਼ੇਖ਼ੀ *v* ਡੀਂਗ ਮਾਰਨਾ, ਸ਼ੇਖ਼ੀ ਮਾਰਨਾ

rodster /'ਰੌਡਸਟਅ*/ *n* ਕੁੰਡੀ ਨਾਲ ਮੱਛੀ ਫੜਨ ਵਾਲਾ

roe /ਰਅਉ/ *n* ਹਰਨੀ; ਮੱਛੀ ਦੇ ਗਰਭ ਵਿੱਚ ਅੰਡਿਆਂ ਦਾ ਗੁੱਛਾ **soft roe** ਨਰ ਮੱਛੀ ਦਾ ਪੈਦਾਇਸ਼ੀ ਸਮਰੱਥਾ ਰੱਖਦੇ ਸ਼ੁਕਰਾਣੂਆਂ ਦਾ ਗੁੱਛਾ

roe buck /'ਰਅਉਬਅੱਕ/ *n* ਨਰ ਹਰਨ, ਛੋਟਾ ਹਰਨ

rogation /ਰਅ(ਉ)'ਗੇਇਸ਼ਨ/ *n* ਈਸਾਈਆਂ ਦੀ ਇੱਕ ਵਿਸ਼ੇਸ਼ ਪ੍ਰਾਰਥਨਾ

rogue /ਰਅਉਗ/ *n* (ਪਰਾ) ਬਦਮਾਸ਼, ਗੁੰਡਾ, ਲੁੱਚਾ, ਸ਼ਰਾਰਤੀ (ਬੱਚੇ ਨੂੰ ਪਿਆਰ ਨਾਲ ਆਖਿਆ ਜਾਂਦਾ ਹੈ); (ਪੈਲੀ ਵਿੱਚ) ਨਿਕੰਮਾ ਬੂਟਾ; ਮਸਤ ਹਾਥੀ, ਮੂੰਹ-ਜ਼ੋਰ ਘੋੜਾ

roguery /'ਰਅਉਗ(ਅ)ਰਿ/ *n* ਬਦਮਾਸ਼ੀ, ਲੁੱਚਪੁਣਾ, ਅਵਾਰਾਗਰਦੀ, ਚਾਲਬਾਜ਼ੀ

roguish /'ਰਅਉਗਿਸ਼/ *a* ਬਦਮਾਸ਼, ਗੁੰਡਾ; ਸ਼ਰਾਰਤੀ

roguishness /'ਰਅਉਗਿਸ਼ਨਅਸ/ *n* ਬਦਮਾਸ਼ੀ, ਗੁੰਡਾਪਣ, ਅਵਾਰਾਪਣ

roil /ਰੌਇਲ/ *vt* ਗੁੱਸਾ ਚੜ੍ਹਾਉਣਾ, ਚਿੜਾਉਣਾ; ਖੰਘਾਲਨਾ, ਗੰਦਾ ਕਰਨਾ

roily /'ਰੌਇਲਿ/ *a* ਮੈਲਾ, ਗੰਧਲਾ

roister /'ਰੌਇਸਟਅ*/ *n* ਰੌਲਾ-ਰੱਪਾ ਪਾਉਣ ਵਾਲਾ, ਖ਼ਰਮਸਤੀਆਂ ਕਰਨ ਵਾਲਾ, ਹੱਲਾ-ਗੁੱਲਾ ਮਚਾਉਣ ਵਾਲਾ; ਸ਼ੇਖ਼ੀਬਾਜ਼ *vt* ਮੌਜ-ਮੇਲਾ ਕਰਨਾ, ਰੰਗ-ਰਲੀਆਂ ਮਨਾਉਣਾ, ਖ਼ਰਮਸਤੀਆਂ ਕਰਨਾ

rokelay /'ਰੌਕਅਲੇਇ/ *n* (ਉੱਨ੍ਹੀਵੀਂ ਸ਼ਤਾਬਦੀ ਦਾ) ਜ਼ਨਾਨਾ ਲਿਬਾਸ

roker /'ਰਅਉਕਅ*/ *n* ਉਲਟੇ ਕੰਡਿਆਂ ਵਾਲੀ ਮੱਛੀ

role /ਰਅਉਲ/ *n* ਫ਼ਰਜ਼, ਜ਼ੁੰਮੇ ਲੱਗਾ ਕੰਮ, ਜ਼ੁੰਮੇਵਾਰੀ, ਕਰਤੱਵ; (ਐਕਟਰ ਦਾ) ਪਾਰਟ, ਭੂਮਿਕਾ

roll /ਰਅਉਲ/ *n* ਸੂਚੀ, ਫ਼ਹਰਿਸਤ, ਨਾਮਾਵਲੀ; ਗੋਲ ਕਰਕੇ ਵਲ੍ਹੇਟਿਆ ਹੋਇਆ ਕਾਗਜ਼; ਹਾਜ਼ਰੀ ਦਾ ਰਜਿਸਟਰ; ਕਿਸੇ ਚੀਜ਼ ਦਾ ਵੇਲਣੇ ਵਰਗਾ ਹਿੱਸਾ; ਵੇਲਣਾ, ਰੋਲਰ; ਪੂਣੀ, ਪੂਣੀ ਵਾਂਗ ਵਲ੍ਹੇਟੀ ਕੋਈ ਚੀਜ਼; ਬੱਤੀ *v* ਰੇੜ੍ਹਨਾ ਜਾਂ ਰਿੜ੍ਹਨਾ; ਵਲ੍ਹੇਟਣਾ; ਘੁਮਾਉਣਾ ਜਾਂ ਘੁੰਮਣਾ, ਫੇਰਨਾ ਜਾਂ ਫਿਰਨਾ; ਲੇਟਣਾ; ਝੂਮਣਾ, ਝੂਲਣਾ, ਝੁਲਾਉਣਾ; ਲਹਿਰਾਂ ਉੱਠਣਾ; ਅੱਖਾਂ ਘੁਮਾਉਣਾ ਜਾਂ ਮਟਕਾਉਣਾ, (ਬੱਦਲ ਦਾ) ਗੱਜਣਾ; (ਗੱਡੀ ਦਾ) ਚੱਲਣਾ; (ਗੱਡੀ ਵਿੱਚ) ਜਾਣਾ, (ਗੱਡੀ ਦਾ ਕਿਸੇ ਨੂੰ) ਲੈ ਜਾਣਾ; ਵੇਲਣ (ਰੋਲਰ) ਫੇਰਨਾ (ਸੜਕ ਉੱਤੇ ਜਾਂ ਘਾਹ ਉੱਤੇ); ਡਾਵਾਂਡੋਲ ਚਾਲ ਚੱਲਣਾ

roll-call /'ਰਅਉਲਕੋਲ/ *n* ਹਾਜ਼ਰੀ

roller[1] /'ਰਅਉਲਅ*/ *n* (ਲੱਕੜੀ ਜਾਂ ਧਾਤ ਦਾ) ਵੇਲ੍ਹਣਾ, ਰੋਲਰ; ਜ਼ੋਰ ਦੀ ਲਹਿਰ

roller[2] *n* ਕਬੂਤਰ ਦੀ ਇੱਕ ਨਸਲ

roller coaster *n* (ਬੱਚਿਆਂ ਦੇ ਮਨੋਰੰਜਨ ਲਈ) ਛੋਟੀ ਰੇਲ ਗੱਡੀ ਦੀ ਟੇਢੀ-ਮੇਢੀ ਉੱਚੀ-ਨੀਵੀਂ ਪਟੜੀ, ਅਜਿਹੀ ਪਟੜੀ ਉੱਤੇ ਚੱਲਣ ਵਾਲੀ ਛੋਟੀ ਰੇਲ-ਗੱਡੀ, ਮਨੋਰੰਜਨ ਸਥਾਨ ਉੱਤੇ ਝੂਟੇ ਲੈਣ ਵਾਲੀ ਛੋਟੀ ਰੇਲ ਗੱਡੀ

rollick /'ਰੌਲਿਕ/ *vi* ਹੱਸਣਾ ਖੇਡਣਾ, ਮੌਜ ਕਰਨਾ, ਰੰਗਰਲੀਆਂ ਮਨਾਉਣਾ, ਖ਼ਰਮਸਤੀ ਕਰਨਾ

rollicking /'ਰੌਲਿਕਿਙ/ *a* ਰੰਗ-ਰਲੀਆਂ ਮਨਾਉਣ ਵਾਲਾ, ਖਰਮਸਤ, ਮੌਜੀ, ਕਲੋਲਾ ਕਰਨ ਵਾਲਾ, ਖੁਸ਼ਦਿਲ

rolling /'ਰਅਉਲਿਙ/ *n* ਘੁੰਮਦਾ ਹੋਇਆ, ਭਾਉਂਦਾ ਹੋਇਆ; ਰਿੜ੍ਹਦਾ ਹੋਇਆ

rolling mill *n* ਲੋਹੇ ਦੀਆਂ ਸ਼ੀਟਾਂ ਬਣਾਉਣ ਵਾਲਾ ਕਾਰਖ਼ਾਨਾ, ਰੋਲਿੰਗ ਮਿਲ

rolling pin *n* ਰੋਟੀਆਂ ਵੇਲਣ ਵਾਲਾ ਸੰਦ, ਵੇਲਣਾ

rolling stock *n* ਰੇਲਵੇ ਕੰਪਨੀ ਦੀਆਂ ਰੇਲ ਗੱਡੀਆਂ ਇੰਜਣ ਡੱਬੇ ਆਦਿ

roll of honour *n* ਸਨਮਾਨਿਤ ਕੀਤੇ ਜਾਣ ਵਾਲੇ ਵਿਅਕਤੀਆਂ ਦੀ ਸੂਚੀ, ਰੋਲ ਆਫ਼ ਆਨਰ

roll-out *n* (ਕੰਪਨੀ ਵੱਲੋਂ) ਨਵੀਂ ਨਿਰਮਿਤ ਵਸਤੂ ਨੂੰ ਪ੍ਰੀਚਿਤ ਕਰਨ ਦਾ ਅਵਸਰ, ਨਵੀਂ ਤਿਆਰ ਕੀਤੀ ਚੀਜ਼ ਦੀ ਵਰਤੋਂ ਦੀ ਸ਼ੁਰੂਆਤ

rollover /'ਰਅਉਲਅਉਵ੍ਅ*/ *n* ਚੱਕਰ ਖਾ ਜਾਣ ਦੀ ਕਿਰਿਆ, ਮਿੱਥੇ ਸਮੇਂ ਤੋਂ ਪਹਿਲਾਂ ਪੈਸਾ ਮੋੜਨ ਦੀ ਕਿਰਿਆ

roly-poly /ˌਰਅਉਲਿ 'ਪਅਉਲਿ/ *n* ਇੱਕ ਮਿੱਠਾ ਖਾਣਾ, ਪੁਡਿੰਗ *a* ਗੋਲ-ਮਟੋਲ, ਗੋਭਲਾ ਜਿਹਾ (ਬੱਚਾ)

Rom /ਰੋਮ/ *n* ਟੱਪਰੀਵਾਸ, ਜਿਪਸੀ

ROM /ਰੌਮ/ *n abbr* **Read-Only Memory** (ਕੰਪਿ) ਕੰਪਿਊਟਰ ਦੀ ਅਜਿਹੀ ਯਾਦਦਾਸ਼ਤ ਜਿਸ ਵਿਚ ਭੰਡਾਰ ਕੀਤੇ ਪ੍ਰੋਗਰਾਮ ਮਿਟਦੇ ਨਹੀਂ ਅਤੇ ਨਾ ਹੀ ਆਮ ਵਰਤੋਂਕਾਰ ਵੱਲੋਂ ਬਦਲੇ ਜਾ ਸਕਦੇ ਹਨ

Romaic /ਰਅਉ'ਮੇਇਇਕ/ *n* ਯੂਨਾਨ ਦੀ ਆਧੁਨਿਕ ਬੋਲੀ

Roman /'ਰਅਉਮਅਨ/ *a* ਰੋਮ ਦਾ, ਰੋਮ ਸੰਬੰਧੀ, ਰੋਮ ਬਾਰੇ *n* ਰੋਮ ਨਿਵਾਸੀ, ਰੋਮ ਦੇ ਵਸਨੀਕ, ਪ੍ਰਾਚੀਨ ਰੋਮ ਦੇ ਰਹਿਣ ਵਾਲੇ ਲੋਕ; ਪ੍ਰਾਚੀਨ ਰੋਮ ਦੀ ਬੋਲੀ; ਰੋਮਨ ਕੈਥੋਲਿਕ ਧਰਮ

Roman candle *a* ਇੱਕ ਤਰ੍ਹਾਂ ਦੀ ਫੁਲਝੜੀ

Roman Catholic /ਰਅਉਮਅਨ 'ਕੈਥ(ਅ)ਲਿਕ/ *n* ਈਸਾਈ ਧਰਮ ਦਾ ਪ੍ਰਾਚੀਨਤਾਵਾਦੀ ਮੱਤ ਜਿਸ ਦਾ ਅਧਿਅਕਸ਼ ਰੋਮ ਦਾ ਪੋਪ ਹੈ

Romance /ਰਅਉ'ਮੈਨਸ, 'ਰਅਉਮੈਨਸ/ *n* ਰੋਮਾਂਸ ਭਾਸ਼ਾਵਾਂ; ਲਾਤੀਨੀ ਤੋਂ ਵਿਕਸਿਤ ਭਾਸ਼ਾਵਾਂ

romance /ਰਅਉ'ਮੈਨਸ, 'ਰਅਉਮੈਨਸ/ *n* ਰੁਮਾਂਚਕ ਕਹਾਣੀ, ਅਦਭੁਤ ਕਥਾ, ਅਚੰਭੇ ਵਾਲੀ ਕਹਾਣੀ, ਕਲਪਿਤ ਕਥਾ; ਉਪਨਿਆਸ; ਰੁਮਾਂਸਵਾਦੀ ਸਾਹਿਤ; ਪਿਆਰ ਮੁਹੱਬਤ ਦੀ ਕਹਾਣੀ; ਪਿਆਰ, ਇਸ਼ਕ; ਮੱਧਕਾਲ ਦੀ ਵੀਰ ਕਥਾ; (ਸੰਗੀ) ਸਰਲ ਗੀਤ, ਛੋਟਾ ਗੀਤ; ਰੁਮਾਂਸ *v* ਅਤਿਉਕਤੀ ਵਾਲਾ ਵਰਣਨ ਕਰਨਾ, ਸਚਾਈ ਨੂੰ ਤੋੜ-ਮਰੋੜ ਕੇ ਬਿਆਨ ਕਰਨਾ

romancer /ਰਅਉ'ਮੈਨਸਅ*/ *n* ਰੁਮਾਂਸਵਾਦੀ; ਕਲਪਿਤ ਕਹਾਣੀਆਂ ਆਦਿ ਲਿਖਣ ਵਾਲਾ; ਮਨੋਰੰਜਕ ਅਤੇ ਅਸਚਰਜ ਕਥਾਵਾਂ ਲਿਖਣ ਵਾਲਾ, ਰੁਮਾਂਸਵਾਦੀ ਲੇਖਕ

Romanesque /ˌਰਅਉਮਅ'ਨੈੱਸਕ/ *n* ਪ੍ਰਾਚੀਨ ਰੋਮ ਦੀ ਸ਼ਿਲਪ ਕਲਾ ਦੀ ਇੱਕ ਸ਼ੈਲੀ; ਪ੍ਰਾਚੀਨ ਫ਼ਰਾਂਸ ਦੀ ਬੋਲੀ, ਲੈਟਿਨ ਵਿੱਚੋਂ ਨਿਕਲੀਆਂ ਹੋਈਆਂ ਬੋਲੀਆਂ ਦਾ ਸਮੂਹ *a* ਰੋਮਾਂਸ ਸ਼ਿਲਪ ਸ਼ੈਲੀ ਦਾ; ਰੋਮਾਂਸ ਬੋਲੀਆਂ ਦਾ

Romanic /ਰਅਉ'ਮੈਨਿਕ/ *n* ਪੁਰਾਣੇ ਫ਼ਰਾਂਸ ਦੀ ਭਾਸ਼ਾ, ਲੈਟਿਨ ਵਿੱਚੋਂ ਨਿਕਲੀਆਂ ਬੋਲੀਆਂ, ਰੁਮਾਂਸ ਬੋਲੀਆਂ *a* ਰੁਮਾਂਸ ਬੋਲੀਆਂ ਬੋਲਣ ਵਾਲੇ

Romanism /'ਰਅਉਮਅਨਿਜ਼ਅਮ/ *n* ਰੋਮਵਾਦ, ਰੋਮਨਵਾਦ, ਰੋਮਨ ਕੈਥੋਲਿਕ ਧਰਮਨੀਤੀ

Romanize /'ਰਅਉਮਅਨਾਇਜ਼/ *v* ਰੋਮੀ ਬਣਾਉਣਾ, ਰੋਮੀ ਰੰਗ ਵਿੱਚ ਰੰਗਣਾ; ਰੋਮਨ ਕੈਥੋਲਿਕ ਬਣਾਉਣਾ ਜਾਂ ਬਣਨਾ; ਰੋਮਨ ਅੱਖਰਾਂ ਵਿੱਚ ਲਿਖਣਾ

Roman numeral *n* ਰੋਮਨ ਅੰਕ (I, II, III ਆਦਿ)

romantic /ਰਅਉ'ਮੈਨਟਿਕ/ *a* ਰੋਮਾਂਸ ਵਾਲਾ, ਰੁਮਾਂਚਕ, ਕਲਪਿਤ, ਭਾਵੁਕ, ਸੁਪਨੇਸਾਜ਼, ਅਵਿਵਹਾਰਕ, ਕਲਪਨਾਮਈ; (ਯੋਜਨਾ) ਅਦਭੁਤ, ਵਚਿੱਤਰ; ਖ਼ਿਆਲੀ, ਹਵਾਈ; (ਸਾਹਿਤ) ਭਾਵੁਕਤਾ ਭਰਿਆ; ਕਲਪਨਾ ਪ੍ਰਧਾਨ; ਚਿੱਤਰਮਈ, ਰੋਮਾਂਸਵਾਦੀ

romanticism /ਰਅਉ'ਮੈਨਟਿਸਿਜ਼ਅਮ/ *n* ਰੋਮਾਂਸਵਾਦ; ਰੋਮਾਂਸਕਤਾ; ਭਾਵ ਪ੍ਰਧਾਨਤਾ, ਕਾਲਪਨਿਕਤਾ

romanticize /ਰਅਉ'ਮੈਨਟਿਸਾਇਜ਼/ *v* ਰੋਮਾਂਚਿਕ ਬਣਾਉਣਾ, ਭਾਵਕਤਾਪੂਰਨ ਬਣਾਉਣਾ, ਰੋਮਾਂਸਿਕ ਬਣਨਾ

Roman type *n* ਰੋਮਨ ਲਿਪੀ ਦੇ ਛਾਪੇ ਵਿੱਚ ਵਰਤੇ ਜਾਣ ਵਾਲੇ ਸਿੱਧੇ ਅੱਖਰ (ਟੇਢੇ ਦੇ ਵਿਰੋਧ ਵਿੱਚ)

Romany /'ਰੌਮਅਨਿ/ *n* ਟੱਪਰੀਵਾਸ; ਖ਼ਾਨਾ-ਬਦੋਸ਼, ਜਿਪਸੀ; ਜਿਪਸੀ ਬੋਲੀ *a* ਟੱਪਰੀਵਾਸਾਂ ਦਾ

romaunt /ਰਅ(ਉ)'ਮੌਨਟ/ *n* ਕਲਪਨਾ ਪ੍ਰਧਾਨ ਨਾਵਲ; ਕਲਪਨਾ ਪ੍ਰਧਾਨ ਲਿਖਤ

Rome /ਰਅਉਮ/ *n* ਇੱਕ ਪ੍ਰਸਿੱਧ ਸ਼ਹਿਰ (ਇਟਲੀ

ਦੀ ਅਜੋਕੀ ਰਾਜਧਾਨੀ); ਪ੍ਰਾਚੀਨ ਰੋਮ (ਸ਼ਹਿਰ); (ਪਰਾ) ਰੋਮਨ ਰਾਜ; ਈਸਾਈ ਧਰਮ ਦਾ ਇੱਕ ਮਤ ਜਿਸ ਦਾ ਕੇਂਦਰ ਰੋਮ ਹੈ (ਰੋਮਨ ਕੈਥੋਲਿਕ)

romeo /'ਰਅਉਮਿਅਉ/ *n* ਸ਼ੇਕਸਪੀਅਰ ਦੇ ਪ੍ਰਸਿਧ ਨਾਟਕ ਰੋਮੀਓ ਜੂਲੀਅਟ ਦਾ ਪ੍ਰਮੁਖ ਪੁਰਸ਼-ਪਾਤਰ ਜੋ ਜਨ-ਜੀਵਨ ਵਿੱਚ ਆਸ਼ਕ ਦਾ ਪ੍ਰਤਿਰੂਪ ਬਣ ਚੁੱਕਾ ਹੈ; ਆਸ਼ਕ ਜਿਸਨੇ ਕਿੰਨੀਆਂ ਹੀ ਤੀਵੀਆਂ ਨਾਲ ਸਬੰਧ ਬਣਾਏ ਹੋਣ

Romeward /'ਰਅਉਮਵਅਡ/ *a* ਰੋਮ ਦੇ ਈਸਾਈ ਮੱਤ ਵੱਲ ਰੁਝਾਨ ਰੱਖਣ ਵਾਲਾ

Romish /'ਰਅਉਮਿਸ਼/ *a* ਰੋਮਨ ਕੈਥੋਲਿਕ ਮੱਤ ਸੰਬੰਧੀ

romp /ਰੌਮਪ/ *vi* ਖ਼ਰਮਸਤੀ ਕਰਨਾ, ਖਰੂਦ ਕਰਨਾ, ਧਮਾਲ ਪਾਉਣਾ *n* ਖਰੂਦ, ਖ਼ਰਮਸਤੀ; ਹੱਥੋਪਾਈ; ਖਰੂਦੀ ਮੁੰਡਾ, ਖ਼ਰਮਸਤੀ ਕਰਨ ਵਾਲਾ ਬੱਚਾ

romper /'ਰੌਮਪਅ*/ *n* (ਇੰਞਾਣੇ ਦਾ) ਉੱਤੋਂ ਦੀ ਪਾਉਣ ਵਾਲਾ ਖੁੱਲ੍ਹਾ ਚੋਗਾ

rompu /'ਰੌਮਪੂ/ *a* ਟੁੱਟਿਆ; ਖੰਡਿਤ

rompy /'ਰੌਮਪਿ/ *a* ਖਲਿੰਦੜਾ; ਖੱਪੀ, ਚੰਚਲ, ਮੌਜੀ; ਰੰਗ-ਰਲੀਆਂ ਮਾਣਨ ਵਾਲਾ

rondeau /'ਰੌਨਡਅਉ/ *n* (ਫ਼ਰਾਂਸੀਸੀ ਕਾਵਿ) ਛੋਟੀ ਕਵਿਤਾ

rondure /'ਰੌਨਡਯੁਅ*/ *n* (ਕਾਵਿਕ) ਗੁਲਾਈ, ਗੋਲ ਵਸਤ

Rontgen rays /'ਰੌਨਟਜਅਨ ਰੇਇਜ਼/ *n* (ਬਹੁ) ਵਿਸ਼ੇਸ਼ ਕਿਰਨਾਂ ਜਿਹੜੀਆਂ ਕਈ ਅਜਿਹੇ ਪਦਾਰਥਾਂ ਵਿੱਚੋਂ ਲੰਘ ਜਾਂਦੀਆਂ ਹਨ ਜਿਨ੍ਹਾਂ ਵਿੱਚੋਂ ਪ੍ਰਕਾਸ਼ ਦੀਆਂ ਸਧਾਰਨ ਕਿਰਨਾਂ ਨਹੀਂ ਲੰਘਦੀਆਂ, ਐਕਸਰੇ, ਐਕਸਰੇ ਕਿਰਨਾਂ

rood /ਰੂਡ/ *n* ਈਸਾਈ ਮੱਤ ਦਾ ਚਿੰਨ੍ਹ 'ਕਰਾਸ', ਕਰਾਸ ਉੱਤੇ ਈਸਾ ਮਸੀਹ ਦੀ ਮੂਰਤ ਜਾਂ ਮੂਰਤੀ; ਭੋਂ ਦਾ ਖੇਤਰਫਲ ਨਾਪਣ ਦੀ ਇਕਾਈ (ਚੁਥਾਈ ਏਕੜ-*1210* ਵਰਗ ਗਜ਼)

rood screen /'ਰੂਡ ਸਕਰੀਨ/ *n* ਜਾਲੀ ਵਾਲੀ ਕੰਧ (ਗਿਰਜੇ ਵਿੱਚ)

roof /ਰੂਫ਼/ *n* ਛੱਤ, ਛੱਪਰ; ਅਸਮਾਨ; ਘਰ, ਟਿਕਾਣਾ; ਗੱਡੇ ਗੱਡੀ ਆਦਿ ਉੱਤੇ ਪਾਈ ਛੱਤ *vt* ਛੱਤ ਪਾਉਣਾ, ਛੱਤਣਾ

roofer /'ਰੂਫ਼ਅ*/ *n* (ਪਰਾਹੁਣਾਚਾਰੀ ਲਈ) ਪਰਾਹੁਣੇ ਵੱਲੋਂ ਭੇਜਿਆ ਗਿਆ ਧੰਨਵਾਦ ਪੱਤਰ

roofing /'ਰੂਫ਼ਿਙ/ *n* ਛੱਤ ਪਾਉਣ ਲਈ ਸਮਾਨ, ਛੱਤ ਪਾਉਣ ਦਾ ਕਾਰਜ, ਛੱਤ ਪਵਾਈ

rooftop /'ਰੂਫ਼ਟੌਪ/ *n* ਛੱਤ ਦਾ ਉਪਰਲਾ ਪਾਸਾ

roof-tree *n* ਛੱਤ ਦੀ ਵਿਚਕਾਰਲੀ ਕਾਂਝਣ

rook /ਰੁਕ/ *n* (ਸ਼ਤਰੰਗ ਦਾ) ਰੁਖ, ਸ਼ਤਰੰਜ ਦਾ ਹਾਥੀ; ਪਹਾੜੀ ਕਾਂ, ਢੋਡਰ ਕਾਂ *a* ਤਾਸ਼ ਆਦਿ ਖੇਡਾਂ ਵਿੱਚ ਹੱਥਫੇਰੀ ਕਰਨ ਵਾਲਾ *v* ਹੱਥਫੇਰੀ ਨਾਲ ਜੂਏ ਵਿੱਚ ਪੈਸੇ ਜਿੱਤਣਾ, ਬੇਈਮਾਨੀ ਨਾਲ ਜਿੱਤਣਾ; ਗਾਹਕਾਂ ਨੂੰ ਠੱਗਣਾ, ਮੁੱਲ ਨਾਲੋਂ ਵਧੇਰੇ ਪੈਸੇ ਮਾਰ ਲੈਣਾ

rookery /'ਰੁਕਅਰਿ/ *n* ਪਹਾੜੀ ਕਾਵਾਂ ਦਾ ਅੱਡਾ, ਕਾਂਵਾਂ ਦਾ ਟਿਕਾਣਾ; ਸੰਘਣਾ ਵਸਿਆ ਮਹੱਲਾ; ਵੇਸਵਾ ਦਾ ਅੱਡਾ, ਚਕਲਾ, ਕੰਜਰਖ਼ਾਨਾ

rookie /'ਰੁਕਿ/ *n* (ਸੈਨਾ ਦਾ) ਰੰਗਰੂਟ

rooklet, rookling /'ਰੁਕਲਿਟ, 'ਰੁਕਲਿਙ/ *n* ਢੋਡਰ ਕਾਂ ਦਾ ਬੱਚਾ, ਛੋਟਾ ਰੂਕ ਪੰਛੀ

room /ਰੂਮ, ਰੁਮ/ *n* ਥਾਂ, ਜਗ੍ਹਾ, ਸਥਾਨ, ਕਮਰਾ, ਕੋਠਾ; ਸਮਾਈ, ਗੁੰਜਾਇਸ਼; ਵਿਹਲੀ ਜਾਂ ਸੱਖਣੀ ਥਾਂ; ਅਵਸਰ, ਮੌਕਾ; (ਬਹੁ) ਅਸਥਾਈ ਨਿਵਾਸ; ਰਿਹਾਇਸ਼ੀ ਕਮਰੇ *v* ਥੋੜ੍ਹੇ ਚਿਰ ਲਈ ਟਿਕਣਾ; ਅਸਥਾਈ ਨਿਵਾਸ ਬਣਾਉਣਾ; ਕਿਸੇ ਦੇ ਨਾਲ ਰਹਿਣਾ

roomer /'ਰੂਮਅ*, 'ਰੁਮਅ*/ *n* (ਸਿਰਫ਼) ਕਮਰੇ ਵਿੱਚ ਰਹਿਣ ਵਾਲਾ ਬੰਦਾ (ਖਾਣਾ ਕਿਧਰੇ ਹੋਰ ਖਾਣ ਵਾਲਾ)

roomful /'ਰੂਮਫ਼ੁਲ, 'ਰੁਮ-/ *a* ਕਮਰਾ ਭਰ, ਕਮਰੇ ਜਿੰਨਾ, ਕਮਰੇ ਜਿੱਡਾ

roommate /'ਰੂਮਮੇਇਟ, 'ਰੁਮ-/ *n* ਕਮਰੇ ਵਿਚ ਨਾਲ ਰਹਿਣ ਵਾਲਾ ਸਾਥੀ, ਰੂਮ ਮੇਟ

roomy /'ਰੂਮਿ, 'ਰੁਮਿ/ *a* ਖੁੱਲ੍ਹਾ, ਵੱਡਾ, ਵਿਸ਼ਾਲ

roop /ਰੂਪ/ *n* ਕਠੋਰਤਾ, ਸਖ਼ਤੀ

roopy /'ਰੂਪਿ/ *a* ਕਠੋਰ, ਸਖ਼ਤ, ਕਠਨ

roost /ਰੂਸਟ/ *n* (ਮੁਰਗੀਆਂ ਦਾ) ਅੱਡਾ, ਖੁੱਡਾ, ਡਰਬਾ; ਸੌਣ ਵਾਲੀ ਥਾਂ, ਸੌਣ ਵਾਲਾ ਕਮਰਾ, ਬਿਸਤਰਾ *v* ਅੱਡਾ ਮੱਲਣਾ; ਟਿਕਾਣੇ ਉੱਤੇ ਪੁੱਜਣਾ (ਪੰਛੀਆਂ ਦਾ ਰਾਤ ਕੱਟਣ ਲਈ); ਅਰਾਮ ਕਰਨਾ, ਰਾਤ ਲਈ ਬਸੇਰਾ ਕਰਨਾ; ਬਿਸਤਰੇ ਆਦਿ ਦਾ ਪ੍ਰਬੰਧ ਕਰਨਾ

rooster /'ਰੂਸਟਅ*/ *n* ਕੁੱਕੜ, ਮੁਰਗਾ

root /ਰੂਟ/ *n* ਜੜ੍ਹ, ਮੂਲ, ਜੜ੍ਹਾਂ ਦੀਆਂ ਲੜੀਆਂ, ਦੰਦ ਦੀ ਜੜ੍ਹ, ਸਰੀਰ ਦੇ ਕਿਸੇ ਅੰਗ ਦਾ ਮੁੱਢ; ਨੀਂਹ, ਆਧਾਰ, ਬੁਨਿਆਦ; ਗੰਨੇ ਦੀ ਮੁੱਢੀ; ਕਣਕ ਚਰ੍ਹੀ ਮੱਕੀ ਆਦਿ ਦਾ ਬੁੱਥਾ; (ਗਣਿ) ਮੂਲ; (ਵਿਆ) ਧਾਤੂ, ਮੂਲ; (ਕਿਸੇ ਸਮੱਸਿਆ ਦੀ) ਅਸਲੀਅਤ, ਮੁਢਲੀ ਗੱਲ *v* ਦ੍ਰਿੜ੍ਹ ਕਰਨਾ, ਪੱਕਾ ਕਰਨਾ, ਜੜ੍ਹ ਲਾਉਣਾ, ਜੜ੍ਹ ਫੜ੍ਹਨਾ, ਜੰਮ ਜਾਣਾ; (ਕਿਸੇ ਨੂੰ) ਹਲਾਸ਼ੇਰੀ ਦੇਣਾ, ਵਾਹਵਾ ਕਰਨਾ, ਸ਼ਾਬਾਸ਼ ਕਹਿਣਾ, ਕਿਸੇ ਦਾ ਹੌਸਲਾ ਵਧਾਉਣ ਲਈ ਚੁਸਤੀ ਵਿਖਾਉਣਾ

root canal *n* ਦੰਦ ਦੀ ਜੜ੍ਹ ਵਿੱਚ ਖ਼ਾਲੀ ਥਾਂ

root directory *n* (ਕੰਪਿ) ਕੰਪਿਊਟਰ ਦੀ ਡਿਸਕ 'ਤੇ ਰੱਖੀਆਂ ਸਾਰੀਆਂ ਫ਼ਾਈਲਾਂ ਦਾ ਵੇਰਵਾ ਦੇਣ ਵਾਲਾ ਖੇਤਰ; ਵੇਖੋ **Directory**

rooter /'ਰੂਟਅ*/ *n* ਹਲਾਸ਼ੇਰੀ ਦੇਣ ਵਾਲਾ, ਹੌਸਲਾ ਵਧਾਉਣ ਵਾਲਾ, ਵਾਹਵਾ ਕਰਨ ਵਾਲਾ ਬੰਦਾ

rootless /'ਰੂਟਲਅਸ/ *a* ਬਿਨਾਂ ਜੜ ਤੋਂ, ਜਿਸਦਾ ਕੋਈ ਘਰਬਾਰ ਨਾ ਹੋਵੇ, ਜਿਸਦਾ ਕੋਈ ਥਹੁਪਤਾ ਨਾ ਹੋਵੇ

rootlet /'ਰੂਟਲਿਟ/ *n* ਨਿੱਕੀ ਜੜ੍ਹ

rope /ਰਅਉਪ/ *n* ਰੱਸੀ, ਕਮੰਦ; ਲੜੀ *vt* ਰੱਸਾ ਜਾਂ ਰੱਸੀ ਵੱਟਣਾ; ਚੜ੍ਹਾਈ ਉੱਤੇ ਜਾਣ ਵਾਲਿਆਂ ਨੂੰ ਇੱਕ ਰੱਸੇ ਨਾਲ ਅੱਗੇ-ਪਿੱਛੇ ਬੰਨ੍ਹਣਾ; ਰੱਸੀ ਨਾਲ (ਬੇੜੀ) ਖਿੱਚਣਾ; (ਮੁਕਾਬਲੇ ਵਿੱਚ ਜਾਣ ਬੁੱਝ ਕੇ ਪੂਰਾ ਜ਼ੋਰ ਨਾ ਲਾ ਕੇ) ਹਾਰ ਜਾਣਾ

rope-dancer *n* ਰੱਸੇ ਉੱਤੇ ਨੱਚਣ ਵਾਲਾ, ਨਟ

rope-walk *n* ਭੋਂ ਪੱਟੀ ਜਿਸ ਉੱਤੇ ਰੱਸਾ ਵੱਟਣ ਸਮੇਂ ਬੰਦਾ ਤੁਰਦਾ ਹੈ, ਰੱਸਾ ਪੈੜ

ropy /'ਰਅਉਪਿ/ *a* ਲੇਸਦਾਰ; ਰੱਸੀ ਵਰਗਾ

roquet /'ਰਅਉਕਿ/ *n* ਇੱਕ ਖੇਡ ਜਿਸ ਵਿੱਚ ਇੱਕ ਗੇਂਦ ਦੂਜੀ ਗੇਂਦ ਨੂੰ ਮਾਰੀ ਜਾਂਦੀ ਹੈ, ਗੇਂਦਾਂ ਦੇ ਟਕਰਾਉਣ ਦੀ ਅਵਸਥਾ, ਗੇਂਦ ਉੱਤੇ ਗੇਂਦ ਮਾਰਨ ਦੀ ਕਿਰਿਆ *v* ਇੱਕ ਗੇਂਦ ਵਿੱਚ ਦੂਜੀ ਗੇਂਦ ਮਾਰਨਾ ਜਾਂ ਵੱਜਣਾ, ਹੱਥੇ ਨਾਲ ਮਾਰਨਾ

roral /'ਰਅਉਰ(ਅ)ਲ/ *a* ਤ੍ਰੇਲ ਵਰਗਾ, ਸ਼ਬਨਮੀ

rorty, raughty /'ਰੋਟਿ/ *a* (ਅਪ) ਮਨੋਰੰਜਕ; ਮਜ਼ੇਦਾਰ, ਖੇਡ ਤਮਾਸ਼ੇ ਦਾ ਸ਼ੁਕੀਨ

rosace /'ਰਅਉਜ਼ੇਇਸ/ *n* ਗੋਲ ਚੱਕਰ ਵਾਲੀ ਖਿੜਕੀ; ਗੁਲਾਬ ਦੇ ਫੁੱਲ ਦੇ ਆਕਾਰ ਦੀ ਖਿੜਕੀ; (ਗੁਲਾਬ ਦੇ ਆਕਾਰ ਦਾ) ਗਹਿਣਾ ਜਾਂ ਨਮੂਨਾ

rosaceous /ਰਅਉ'ਜ਼ੇਇਸ਼ਅਸ/ *a* ਗੁਲਾਬ ਜਾਤੀ ਵਾਲੇ ਬੂਟਿਆਂ ਦਾ, ਗੁਲਾਬ ਦਾ

rosary /'ਰਅਉਜ਼ਅਰਿ/ *n* ਮਾਲਾ, ਤਸਬੀ, ਸਿਮਰਨੀ; ਗੁਲਾਬ ਦਾ ਬਗ਼ੀਚਾ; ਈਸਾਈਆਂ ਦੀ ਇੱਕ ਖ਼ਾਸ ਪ੍ਰਾਰਥਨਾ

rose[1] /ਰਅਉਜ਼/ *n* ਗੁਲਾਬ, ਗੁਲਾਬ ਦਾ ਫੁੱਲ ਜਾਂ ਬੂਟਾ; ਗੁਲਾਲ, ਗੁਲਾਬੀ ਰੰਗ; ਗੁਲਾਬ ਦੀ ਸ਼ਕਲ, ਬੂਟਿਆਂ ਨੂੰ ਪਾਣੀ ਦੇਣ ਵਾਲੇ ਫ਼ੁਹਾਰੇ ਦੀ ਮੋਰੀਆਂ ਵਾਲੀ ਟੂਟੀ; ਗੁਲਾਬੀ ਰੰਗ; ਗੱਲ੍ਹਾਂ ਦੀ ਲਾਲੀ; ਗੁਲਾਬ ਦਾ ਨਮੂਨਾ (ਡਿਜ਼ਾਈਨ)

rose[2] *vi* **rise** ਦਾ ਭੂਤ-ਕਾਲ

roseate /'ਰਅਉਜ਼ਿਅਟ/ *a* ਗੁਲਾਬੀ, ਸੁੰਦਰ; ਸੋਹਣਾ, ਮਨੋਹਰ; ਸੁੰਦਰ ਰੰਗਾਂ ਵਾਲਾ

roseately /'ਰਅਉਜ਼ਿਅਟਲਿ/ *adv* ਖ਼ੁਸ਼ੀ-ਖ਼ੁਸ਼ੀ, ਉਤਸ਼ਾਹਪੂਰਨ, ਆਸ਼ਾਪੂਰਵਕ; ਆਸ਼ਾਜਨਕ

rosebud /'ਰਅਉਜ਼ਬਅੱਡ/ *n* ਗੁਲਾਬ ਦੀ ਕਲੀ; ਸੁੰਦਰ ਮੁਟਿਆਰ

rose-colour /'ਰਅਉਜ਼ਕਅੱਲਅ*/ *n*

ਗੁਲਾਬੀ ਰੰਗ

rosemary /'ਰਅਉਜ਼ਮਅਰਿ/ *n* ਸੁਗੰਧਿਤ ਪੱਤਿਆਂ ਵਾਲੀ ਸਦਾਬਹਾਰ ਝਾੜੀ ਜਿਸ ਦੇ ਪੱਤੇ ਸੱਜਣਾਂ ਮਿੱਤਰਾਂ ਨੂੰ ਯਾਦਗਾਰ ਵਜੋਂ ਦਿੱਤੇ ਜਾਂਦੇ ਹਨ

roseola /ਰਅ(ਉ)'ਜ਼ੀਅਲਅ/ *n* ਛਪਾਕੀ

roset /ਰਅ(ਉ)'ਜ਼ੈਟ/ *n* ਲਾਲ ਰੰਗ

Rosetta Stone /ਰਅਉ'ਜ਼ੈੱਟਅ ਸਟਅਉਨ/ *n* ਅਜਿਹੀ ਖੋਜ ਜਿਸ ਤੋਂ ਕਿਸੇ ਰਹੱਸ ਦਾ ਗਿਆਨ ਪ੍ਰਾਪਤ ਹੋਵੇ, ਮਿਸਰ ਵਿੱਚ *1799* ਈਸਵੀ ਵਿੱਚ ਮਿਲੇ ਇੱਕ ਖੋਜ ਪੱਥਰ ਦਾ ਨਾਮ, ਤਿੰਨ ਭਾਸ਼ਾਵਾਂ ਵਿੱਚ ਉੱਕਰੇ ਸ਼ਬਦਾਂ ਵਾਲ਼ਾ ਪੱਥਰ

rosette /ਰਅਉ'ਜ਼ੈੱਟ/ *n* ਬਣਾਉਟੀ ਫੁੱਲ, ਗੁਲਾਬ ਦੇ ਆਕਾਰ ਦਾ ਫੁੰਮਣ; ਗੁਲਾਬ ਦੇ ਫੁੱਲ ਵਰਗੀ ਖਿੜਕੀ, ਕੰਧ ਉੱਤੇ ਬਣਿਆ ਗੁਲਾਬ ਦਾ ਫੁੱਲ, ਗੁੱਛਾ; ਗੁਲਾਬ ਵਰਗਾ ਰੰਗ ਜਾਂ ਚਿੰਨ੍ਹ

rose water /'ਰਅਉਜ਼ ਵੋਟਅ*/ *n* ਗੁਲਾਬ ਦਾ ਅਰਕ

rose window /ˌਰਅਉਜ਼ 'ਵਿਨਡਅਉ/ *n* ਗੁਲਾਬ ਦੇ ਫੁੱਲ ਦੀ ਸ਼ਕਲ ਦੀ ਖਿੜਕੀ

rosewood /'ਰਅਉਜ਼ਵੁਡ/ *n* ਇੱਕ ਸੁਗੰਧ ਵਾਲੀ ਲੱਕੜੀ

Rosicrucian /ˌਰਅਉਜ਼ਿ'ਕਰੂਸ਼(ਅ)ਨ/ *n* ਰੋਜ਼ੀਕਰੋਸ਼ਨੀ ਮੱਤ; ਜੰਤਰਾਂ-ਮੰਤਰਾਂ ਦਾ ਅਭਿਆਸ ਕਰਨ ਵਾਲੀ ਈਸਾਈ ਸੰਪਰਦਾਇ ਦਾ ਮੈਂਬਰ *a* ਜੰਤਰਾਂ-ਮੰਤਰਾਂ ਵਾਲੀ; ਤਾਂਤਰਿਕ (ਸੰਪਰਦਾਇ)

rosin /'ਰੌਜ਼ਿਨ/ *n* ਰਾਲ, ਬਰੋਜ਼ਾ *vt* ਰਾਲ ਲਾਉਣਾ

Rosinante, Rozinante /ˌਰਅਉਜ਼ਿ'ਨੈਨਟਿ/ *n* ਮਰੀਅਲ ਘੋੜਾ, ਕਮਜ਼ੋਰ ਘੋੜਾ, ਮਰੀਅਲ ਟੱਟੂ

rosolio /ਰਅਉ'ਜ਼ਅਉਲਿਅਉ/ *n* ਇੱਕ ਪ੍ਰਕਾਰ ਦਾ ਸ਼ਰਬਤ

ross /ਰੌਸ/ *n* ਤਣੇ ਦੀ ਛਾਲ, ਤਣੇ ਤੋਂ ਛਾਲ ਲਾਹੁਣੀ

roster /'ਰੌਸਟਅ*/ *n* ਕਾਰਜਕ੍ਰਮ ਦੀ ਸੂਚੀ, ਕਾਰਜ ਸੂਚੀ, ਸਮਾਂ ਸਾਰਨੀ, ਡਿਊਟੀਆਂ ਦੀ ਵੰਡ ਦਾ ਵੇਰਵਾ, ਵਾਰੀਬੰਦੀ ਦਾ ਬਿਓਰਾ

rostral /'ਰੌਸਟਰ(ਅ)ਲ/ *a* ਚੁੰਝ ਦਾ; ਚੁੰਝ ਦੀ ਸ਼ਕਲ ਵਾਲਾ, ਚੁੰਝਦਾਰ

rostrate /'ਰੌਸਟਰਅਟ/ *a* ਚੁੰਝਦਾਰ, ਨੋਕਦਾਰ

rostriform /'ਰੌਸਟਰਿਫ਼ੋਮ/ *a* ਚੁੰਝ ਵਰਗਾ, ਚੁੰਝ ਦੀ ਸ਼ਕਲ ਦਾ

rostrum /'ਰੌਸਟਰਅਮ/ *n* ਸਭਾ ਮੰਚ; ਵਕਤੇ ਦੇ ਖੜ੍ਹੇ ਹੋਣ ਲਈ ਥੜ੍ਹਾ, ਡਾਇਸ; (ਪੰਛੀਆਂ ਦੀ) ਚੁੰਝ; (ਪ੍ਰਾਚੀਨ ਰੋਮਨ ਕਾਲ) ਜਹਾਜ਼ਾਂ ਦੀ ਅਗਲੀ ਨੋਕ

rosy /'ਰਅਉਜ਼ਿ/ *a* ਗੁਲਾਬੀ, ਗੁਲਾਬੀ ਰੰਗ ਦਾ, ਗੁਲਾਬ ਦੀ ਸੁਗੰਧੀ ਵਾਲਾ; ਗੁਲਾਬ ਦੇ ਫੁੱਲਾਂ ਨਾਲ ਭਰਿਆ; ਆਸ਼ਾਜਨਕ

rot /ਰੌਟ/ *n* ਸਾੜਾ, ਸੜ੍ਹਾਂਦ, ਦੁਰਗੰਧ; ਨਾਸ, ਖੈ, ਬਰਬਾਦੀ; ਦਿਲ ਦੀ ਬਿਮਾਰੀ (ਭੇਡਾਂ ਦੀ); ਆਲੂਆਂ ਦੀ ਇੱਕ ਬਿਮਾਰੀ; ਕੂੜਾ, ਗੰਦ-ਮੰਦ; ਨਿਰਾਰਥਕ ਗੱਲ, ਬਕਵਾਸ *v* ਗਲਨਾ ਜਾਂ ਗਾਲਨਾ, ਗਲ ਸੜ ਜਾਣਾ, ਬੁੱਸਣਾ, ਸੜ੍ਹਾਂਦ ਮਾਰਨਾ; (ਕੈਦ ਵਿੱਚ) ਸੜਨਾ, ਨਿੱਘਰਨਾ; ਮਾਂਦੇ ਪੈਣਾ; (ਅਪ) ਸਤਾਉਣਾ, ਜਿੱਚ ਕਰਨਾ

rota /'ਰਅਉਟਅ/ *n* ਕਾਰਜ ਸੂਚੀ; (ਰੋਮਨ ਕੈਥੋਲਿਕ ਮੱਤ ਵਿੱਚ) ਧਾਰਮਿਕ ਕਚਹਿਰੀ

Rotarian /ਰਅਉ'ਟੇਅਰਿਅਨ/ *n* ਰੋਟਰੀ ਕਲੱਬ ਦਾ ਮੈਂਬਰ

rotary /'ਰਅਉਟਅਰਿ/ *a* ਚੱਕਰ ਕੱਟਣ ਵਾਲਾ, ਗਿੜਨ ਵਾਲਾ, ਘੁੰਮਣ ਵਾਲਾ

Rotary Club /'ਰਅਉਟ(ਅ)ਰਿ ਕਲੱਬ/ *n* (ਲੋਕਾਂ ਦੀ ਸੇਵਾ ਲਈ) ਇੱਕ ਸੰਸਥਾ, ਰੋਟਰੀ ਇਨਟਰਨੈਸ਼ਨਲ ਦੀ ਬ੍ਰਾਂਚ

rotate /ਰਅਉ'ਟੇਇਟ/ *v* ਆਪਣੇ ਧੁਰੇ ਦੇ ਦੁਆਲੇ ਘੁੰਮਣਾ; ਗਿੜਨਾ ਜਾਂ ਗੇੜਨਾ; ਵਾਰੀ ਬੰਨ੍ਹਣਾ, ਵਾਰੀ ਅਨੁਸਾਰ ਹੋਣਾ

rotation /ਰਅਉ'ਟੇਇਸ਼ਨ/ *n* ਗੇੜਾ, ਗੇੜ, ਚੱਕਰ, ਵਾਰੀ

rotational /ਰਅਉ'ਟੇਇਸ਼ਅਨਲ/ *a* ਗੇੜ ਦਾ, ਚੱਕਰ ਦਾ, ਵਾਰੀ ਦਾ, ਵਾਰੀ ਸਿਰ

rotative /'ਰਅਉਟਅਟਿਵ਼/ *a* ਗੇੜ੍ਹਵਾਂ, ਘੁੰਮਣ ਵਾਲਾ, ਭੌਣ ਵਾਲਾ, ਵਾਰੀ-ਵਾਰੀ ਹੋਣ ਵਾਲਾ

rotator /ਰਅ(ਉ)'ਟੇਇਟਅ*/ *n* ਗਿੜਨ ਵਾਲਾ, ਘੁੰਮਣ ਵਾਲਾ ਯੰਤਰ ਜਾਂ ਉਸ ਦਾ ਕੋਈ ਪੁਰਜ਼ਾ

rotatory /ਰਅ(ਉ)'ਟੇਇਟ(ਅ)ਰਿ/ *a* ਘੁੰਮਣ ਵਾਲਾ, ਫੇਰਵਾਂ, ਘੁੰਮਵਾਂ

rote /ਰਅਉਟ/ *n* ਤੋਤੇ ਵਾਂਗ ਰਟੀ ਹੋਈ ਗੱਲ; ਰੱਟਾ, ਘੋਟਾ

rotograph /'ਰਅਉਟਅਗਰਾਫ਼/ *n* ਫੋਟੋ ਛਾਪ (ਖ਼ਾਸ ਕਰਕੇ ਲਿਖਤ ਜਾਂ ਕਿਤਾਬ ਦੀ)

rotor /'ਰਅਉਟਅ*/ *n* ਮਸ਼ੀਨ ਦਾ ਘੁੰਮਣ ਜਾਂ ਗਿੜਨ ਵਾਲਾ ਹਿੱਸਾ ਜਾਂ ਪੁਰਜ਼ਾ; ਜਹਾਜ਼ਾਂ ਉੱਤੇ ਸਿੱਧਾ ਖੜ੍ਹਾ ਘੁੰਮਣ ਵਾਲਾ ਥਮਲ੍ਹਾ

rotten /'ਰੌਟਨ/ *a* ਗਲਿਆ-ਸੜਿਆ, ਬੁੱਸਿਆ, ਸੜ੍ਹਾਂਦ ਮਾਰਦਾ; ਨਿਕੰਮਾ, ਰੱਦੀ; (ਹਾਲਤ) ਵਿਗੜੀ ਹੋਈ, ਭੈੜੀ; (ਰਾਏ ਜਾਂ ਵਿਓਂਤ) ਕੋਝੀ; ਜਿਗਰ ਦੀ ਬਿਮਾਰੀ ਵਾਲਾ; (ਸਮਾਜਿਕ, ਆਰਥਿਕ ਜਾਂ ਅਖ਼ਲਾਕੀ ਹਾਲਤ ਵਿੱਚ) ਡਿੱਗਿਆ ਹੋਇਆ; ਨਾਕਸ, ਖ਼ਰਾਬ; ਗੰਦਾ

rotter /'ਰੌਟਅ*/ *n* (ਅਪ) ਨਿਕੰਮਾ ਬੰਦਾ, ਬੇਕਾਰ ਆਦਮੀ, ਨੀਚ ਮਨੁੱਖ, ਅਪਮਾਨਿਤ ਵਿਅਕਤੀ

rotund /ਰਅਉ'ਟਅੱਨਡ/ *a* ਗੋਲ, ਗੁਲਾਈਦਾਰ, (ਬੋਲਣ ਵੇਲੇ) ਮੂੰਹ ਦੀ ਗੁਲਾਈਦਾਰ (ਸਥਿਤੀ); ਧੁਨੀਆਤਮਿਕ, (ਸਾਹਿਤ ਜਾਂ ਭਾਸ਼ਣ) ਲੱਛੇਦਾਰ ਸ਼ਬਦ ਭਰਪੂਰ

rotunda /ਰਅਉ'ਟਅੱਨਡਅ/ *n* ਗੋਲ ਅਕਾਰ ਇਮਾਰਤ; ਗੁੰਬਦ ਵਾਲਾ ਮਕਾਨ

rotundity /ਰਅ(ਉ)'ਟਅੱਨਡਿਟਿ/ *n* ਗੁਲਾਈ; ਮੁਟਾਪਾ; ਧੁਨੀਆਤਮਿਕਤਾ; ਸ਼ਬਦ ਅਡੰਬਰ

rouble, ruble /'ਰੂਬਲ/ *n* ਰੂਸ ਦਾ ਸਿੱਕਾ; ਰੂਬਲ

roue /'ਰੂਏਇ/ *n* ਕਾਮੀ, ਵਿਲਾਸੀ; ਲੁੱਚਾ, ਲਫੰਗਾ

rouge /ਰੂਯ਼/ *n* ਲਾਲ ਰੰਗ ਵਾਲਾ ਚਿਹਰੇ ਦਾ ਪਾਊਡਰ *v* ਮੂੰਹ 'ਤੇ ਲਾਲੀ ਮਲਨਾ

rough /ਰਅੱਫ਼/ *a* ਖਰ੍ਹਵਾ; ਅਣਪੱਧਰਾ, ਉੱਚਾ-ਨੀਵਾਂ; ਸਖ਼ਤ; ਕੁਰਖ਼ਤ; (ਰੁੱਤ) ਤੂਫ਼ਾਨੀ; ਮੀਂਹ ਹਨੇਰੀ ਵਾਲੀ; ਅਣਛੱਟਿਆ; ਸਣਗੁਦੜਾ; ਅਟਕਲਪੱਚੂ; ਮੋਟਾ; ਖਰ੍ਹਵਾ (ਕੱਪੜਾ); ਕੁਪੱਤਾ; ਭੈੜਾ; (ਵਤੀਰਾ) ਕੋਝਾ; ਅੰਣਘੜਤ; ਅਣਸਵਾਰਿਆ; (ਖਰੜਾ) ਕੱਚਾ, ਕੱਚਾ-ਪੱਕਾ *vt* ਘੋੜੇ ਦੀ ਖੁਰੀ ਵਿੱਚ ਲੰਮੀਆਂ ਮੇਖਾਂ ਲਾਉਣਾ; (ਘੋੜੇ ਨੂੰ) ਚਾਲੇ ਕੱਢਣਾ; ਯੋਜਨਾ ਬਣਾਉਣਾ; ਮੋਟੀ ਰੂਪ-ਰੇਖਾ ਬਣਾਉਣਾ; ਕੱਚਾ ਕਰਨਾ; (ਹੀਰਾ) ਕੱਚੇ ਰੂਪ ਵਿੱਚ ਤਰਾਸ਼ਣਾ

roughcast /'ਰਅੱਫ਼ਕਾਸਟ/ *n* ਕੱਚਾ ਖਾਕਾ; ਕੰਕਰ ਜਾਂ ਸਿੱਪੀਆਂ ਪਾ ਕੇ ਤਿਆਰ ਕੀਤਾ ਪਲਸਤਰ

roughen /'ਰਅੱਫ਼ਨ/ *v* ਖਰ੍ਹਵਾ ਕਰਨਾ ਜਾਂ ਹੋਣਾ, ਖੁਰਦਰਾ ਕਰਨਾ ਜਾਂ ਹੋਣਾ, ਉੱਚਾ-ਨੀਵਾਂ ਕਰਨਾ ਜਾਂ ਹੋਣਾ; ਨਿਰਦਈ ਬਣਾਉਣਾ ਜਾਂ ਹੋਣਾ; ਅੜਬਾਈ ਕਰਨਾ; ਗੁੱਸੇ ਵਿੱਚ ਆਉਣਾ, ਰੋਹ ਨਾਲ ਭਰਨਾ; (ਚੱਕੀ) ਰਾਹੁਣਾ

rough-hew /'ਰਅੱਫ਼ਹਯੂ/ *v* ਮੋਟਾ-ਮੋਟਾ ਘੜਨਾ, ਮੋਟੀ ਡੌਲ ਬਣਾਉਣਾ, ਕੱਚ ਘਰੜ

roughhouse /'ਰਅੱਫ਼ਹਾਉਸ, -ਹਾਉਜ਼/ *n* (ਅਪ) ਝਗੜਾ, ਸ਼ੋਰ-ਸ਼ਰਾਬੇ ਵਾਲਾ ਨਾਟਕ ਆਦਿ

rough luck *n* ਮੰਦੇ ਭਾਗ, ਬਦਕਿਸਮਤੀ, ਬੜੇ ਮਾੜੇ ਦਿਨ

roughneck /'ਰਅੱਫ਼ਨੈੱਕ/ *n* ਹੁੱਲੜਬਾਜ਼, ਗੁੰਡਾ, ਅੜ੍ਹਬ (ਬੰਦਾ)

roughshod /'ਰਅੱਫ਼ਸ਼ੌਡ/ *n* ਘੋੜਾ ਜਿਸ ਦੀਆਂ ਖੁਰੀਆਂ ਵਿੱਚ ਜੜ੍ਹੀਆਂ ਮੇਖਾਂ ਦੇ ਸਿਰ ਬਾਹਰ ਨਿਕਲੇ ਹੋਣ

roulade /ਰੂ'ਲਾਡ/ *n* ਕਾਹਲੀ ਨਾਲ ਬਦਲਦੀਆਂ ਸੁਰਾਂ

rouleau /ਰੂਲਅਉ/ *n* ਗੋਲ ਬੰਡਲ, ਗੋਲ ਲੱਛਾ, ਗੁਲਾਈ ਵਿੱਚ ਵਲ੍ਹੇਟੀ ਹੋਈ ਜਾਂ ਕੁੰਡਲੀ ਬਣਾ ਕੇ ਰੱਖੀ ਵਸਤੂ; ਸਿੱਕਿਆਂ ਦਾ ਗੋਲ ਪੈਕਟ

roulette /ਰੂ'ਲੈਟੱ/ *n* ਤਾਸ਼ ਦੇ ਪੱਤਿਆਂ ਉੱਤੇ ਖੇਡੀ ਜਾਣ ਵਾਲੀ ਜੂਏ ਦੀ ਬਾਜ਼ੀ ਜੋ ਅਜਿਹੀ ਮੇਜ਼ ਉੱਤੇ

ਖੇਡੀ ਜਾਂਦੀ ਹੈ ਜਿਸ ਦਾ ਕੇਂਦਰੀ ਭਾਗ ਘੁੰਮਦਾ ਹੈ

rounce /ਰਾਉਨਸ/ *n* ਹੱਥਾ, ਹੈਂਡਲ, ਮੁੱਠ

round /ਰਾਉਨਡ/ *a* ਗੋਲ, ਚੱਕਰ ਵਾਲੀ (ਵਸਤੂ); ਪੂਰਾ, ਸਾਲਮ; ਸਾਦਾ, ਪੱਧਰਾ, ਨਿਸ਼ਕਪਟ, ਈਮਾਨਦਾਰ, ਸਾਫ਼-ਸਾਫ਼ ਕਹਿਣ ਵਾਲਾ, ਖਰੀਆਂ ਸੁਣਾਉਣ ਵਾਲਾ, ਮੂੰਹਫਟ, ਬੜਬੋਲਾ, ਸਪਸ਼ਟ ਭਾਸ਼ੀ, ਸਰਲ, ਸੱਚਾ *n* ਚੱਕਰ; ਦਾਇਰਾ, ਘੇਰਾ, ਗੇੜਾ, ਵਾਰੀ, ਗਸ਼ਤ, ਦੌਰਾ; ਗੋਲੀ (ਬੰਦੂਕ, ਪਸਤੌਲ ਆਦਿ ਦੀ); ਚੱਕਰ ਦਾ ਘੇਰਾ, ਹੱਦਾਂ; ਕੁੰਡਲੀ, ਗੁਲਾਈਦਾਰ ਰਸਤਾ; (ਸੈਨਿਕ) ਗਸ਼ਤ, ਦੌਰਾ, ਇੱਕ ਗੀਤ ਜਿਸ ਵਿੱਚ ਕੁੱਝ ਤੁਕਾਂ ਮੁੜ-ਮੁੜ ਕੇ ਆਉਂਦੀਆਂ ਹਨ *adv* ਦੁਆਲੇ, ਚੁਫੇਰੇ, ਵਲਾ ਮਾਰ ਕੇ, ਚੱਕਰ ਖਾ ਕੇ *v* ਗੋਲ ਸ਼ਕਲ ਬਣਾਉਣਾ ਜਾਂ ਬਣਨਾ; ਰੰਦਾ ਫੇਰਨਾ, ਪੱਧਰਾ ਕਰਨਾ; ਕਿਸੇ ਅਗਾਂਹ ਵਧੇ ਹਿੱਸੇ ਦੇ ਦੁਆਲੇ ਵਲਾ ਪਾ ਕੇ ਲੰਘਣਾ; ਘੇਰਨਾ, ਵਗਲਨਾ

roundabout /'ਰਾਉਨਡਅਬਾਉਟ/ *adv* ਕਰੀਬ-ਕਰੀਬ, ਲਾਗੇ ਚੇਗੇ, ਨੇੜੇ-ਤੇੜੇ *n* ਗੋਲ ਚੱਕਰ (ਰਸਤਿਆਂ ਵਿਚਕਾਰ ਜਾਂ ਚੌਕ ਉੱਤੇ)

roundel /'ਰਾਉਨਡਲ/ *n* ਗੋਲ ਤਮਗਾ, ਬਿੱਲਾ ਜਾਂ ਕੋਈ ਹੋਰ ਵਸਤੂ; (ਕਵਿਤਾ) ਦਸਾਂ ਜਾਂ ਤੇਰਾਂ ਪੰਗਤੀਆਂ ਦਾ ਇੱਕ ਛੰਦ; ਗੋਲ ਵਸਤੂ

roundelay /'ਰਾਉਨਡਿਲੇਇ/ *n* ਪੰਛੀਆਂ ਦੀ ਚਹਿਚਹਾਟ; ਬੋਲੀ, ਟੱਪਾ

rounder /'ਰਾਉਨਡਅ*/ *n* ਗੇਂਦ ਨਾਲ ਖੇਡੀ ਜਾਣ ਵਾਲੀ ਇੱਕ ਖੇਡ ਜਿਸ ਵਿੱਚ ਖਿਡਾਰੀਆਂ ਨੂੰ ਇੱਕ ਚੱਕਰ ਲਾਉਣਾ ਪੈਂਦਾ ਹੈ; (ਬੋਲ) ਸ਼ਰਾਬੀ

roundly /'ਰਾਉਨਡਲਿ/ *adv* ਪੂਰੀ ਤਰ੍ਹਾਂ, ਚੰਗੀ ਤਰ੍ਹਾਂ, ਸਾਫ਼ ਸ਼ਬਦਾਂ ਵਿੱਚ, ਸਪਸ਼ਟ ਕਰਕੇ, ਸਖ਼ਤੀ ਨਾਲ; ਗੁਲਾਈ ਵਿੱਚ, ਚੱਕਰ ਵਿੱਚ, ਘੇਰਾ ਬਣਾ ਕੇ

round numbers *n* ਮੋਟਾ ਹਿਸਾਬ, ਮੋਟੀ ਗਿਣਤੀ

round robin *n* ਕੋਈ ਲਿਖਤੀ ਦਰਖ਼ਾਸਤ ਜਿਸ ਉੱਤੇ ਭੇਜਣ ਵਾਲਿਆਂ ਦੇ ਦਸਤਖ਼ਤ ਗੋਲ ਚੱਕਰ ਵਿੱਚ ਹੋਣ (ਤਾਂ ਕਿ ਕਿਸੇ ਨੂੰ ਆਗੂ ਨਾ ਗਿਣਿਆ ਜਾਵੇ)

roundsman /'ਰਾਉਨਡਜ਼ਮਅਨ/ *n* ਵਪਾਰੀ ਦਾ ਏਜੰਟ ਜਿਹੜਾ ਗਾਹਕੀ ਬਣਾਉਣ ਲਈ ਫੇਰੇ 'ਤੇ ਜਾਂਦਾ ਹੈ; ਪਹਿਰੇਦਾਰ, ਗਸ਼ਤ ਲਾਉਣ ਵਾਲਾ

round-table /ˌਰਾਉਨ(ਡ)'ਟੇਇਬਲ/ *a* ਸਮਾਨਤਾ ਅਤੇ ਬਰਾਬਰੀ ਦਾ ਅਧਿਕਾਰ ਰੱਖਣ ਵਾਲੇ ਲੋਕਾਂ ਦੀ ਸਭਾ

round-the-clock /ˌਰਾਉਨ(ਡ)ਦਅ'ਕਲੌਕ/ *a* ਹਰ ਸਮੇਂ, ਦਿਨ ਰਾਤ ਲਗਾਤਾਰ, ਬਿਨਾਂ ਰੁਕਣ ਤੋਂ

round trip *n* (ਇੱਕੋ ਰਾਹ ਤੋਂ) ਜਾਣ ਤੇ ਵਾਪਸ ਆਉਣ, ਜਾਣ ਆਉਣ ਦਾ ਫੇਰਾ

round-up /'ਰਾਉਨਡਅੱਪ/ *n* ਪਸ਼ੂਆਂ ਨੂੰ ਘੇਰ ਕੇ ਇਕੱਠਾ ਕਰਨ ਦੀ ਕਿਰਿਆ, ਲੋਕਾਂ ਨੂੰ ਇਕੱਠਿਆਂ ਕਰਨ ਦਾ ਭਾਵ; ਗਰਿਫ਼ਤਾਰੀ, ਪਕੜ ਧਕੜ

roup /ਰਾਉਪ/ *n* ਨਿਲਾਮੀ; ਕੁਕੜੀਆਂ ਦੀ ਇੱਕ ਬਿਮਾਰੀ *v* ਨਿਲਾਮ ਕਰਨਾ, ਬੋਲੀ ਦੇ ਕੇ ਵੇਚਣਾ

rouse /ਰਾਉਜ਼/ *n* (ਪਰਾ) ਸ਼ਰਾਬ ਦਾ ਘੁੱਟ, ਸ਼ਰਾਬ ਦਾ ਦੌਰ, ਸਵੇਰ ਦਾ ਬਿਗਲ *v* ਜਗਾਉਣਾ, ਉਠਾਉਣਾ, ਸਾਵਧਾਨ ਕਰਨਾ, ਖ਼ਬਰਦਾਰ ਕਰਨਾ; ਟੁੰਬਣਾ, ਜੋਸ਼ ਦਿਵਾਉਣਾ, ਭੜਕਾਉਣਾ, ਚਵਾਤੀ ਲਾਉਣਾ, ਤਿਆਰ ਕਰਨਾ, ਉਭਾਰਨਾ; ਜਾਗਣਾ, ਉਠ ਬੈਠਣਾ, ਤਿਆਰ ਹੋਣਾ; ਹੁਸ਼ਿਆਰ ਹੋਣਾ

rousing /'ਰਾਉਜ਼ਿਙ/ *a* ਤੇਜ਼, ਤਿੱਖਾ; ਗਰਮ; ਟੁੰਬਣ ਵਾਲਾ; ਸ਼ਾਨਦਾਰ; ਉਤੇਜਕ

roust /ਰਾਉਸਟ/ *vt* ਹਟਾਉਣਾ, ਕੱਢਣਾ *n* (ਮੈਲਾ ਕੰਮ ਕਰਨ ਵਾਲੀ) ਨਰਸ ਜਾਂ ਦਾਈ

rout[1] /ਰਾਉਟ/ *n* ਹਾਰੀ ਹੋਈ ਫੌਜ ਦੀ ਭਾਜੜ, ਪੂਰੀ ਹਾਰ; (ਕਨੂੰ) ਫਸਾਦ; ਦੰਗਾ *vt* ਬੁਰੀ ਤਰ੍ਹਾਂ ਹਰਾਉਣਾ, ਭਾਜੜ ਪਾ ਦੇਣਾ, ਖੇਰੂੰ-ਖੇਰੂੰ ਕਰ ਦੇਣਾ, ਖਦੇੜਨਾ

rout[2] *n* ਜੜ੍ਹ, ਮੂਲ *v* ਜੜ੍ਹ ਲਾਉਣਾ; ਜੜ੍ਹ ਫੜਨਾ

route /ਰੂਟ/ *n* (ਸੈਨਿਕ) ਫੌਜ ਦੇ ਇੱਕ ਥਾਂ ਤੋਂ

ਦੂਜੀ ਥਾਂ ਜਾਣ ਲਈ ਚੁਣਿਆ ਰਸਤਾ; ਕੂਚ ਕਰਨ ਦਾ ਲਿਖਤੀ ਹੁਕਮ

route march *n* ਫੌਜੀ ਪਲਟਣ ਜਾਂ ਕਿਸੇ ਟੁਕੜੀ ਦਾ ਸਿਖਲਾਈ ਆਦਿ ਲਈ ਕੂਚ *v* ਫੌਜੀਆਂ ਦਾ ਵਿਵਸਥਿਤ ਰੂਪ ਵਿੱਚ ਲੰਬਾ ਪੈਂਡਾ ਕਰਨਾ

routine /**ਰੂ'ਟੀਨ**/ *n* ਨਿੱਤ ਦਾ ਕੰਮ, ਰੋਜ਼ ਦੀ ਕਾਰਵਾਈ, ਨਿੱਤਨੇਮ, ਕੋਈ ਕੰਮ ਕਰਨ ਲਈ ਬੰਨ੍ਹਵੀਂ ਤਰਤੀਬ, ਨਿਸ਼ਚਿਤ ਵਿਧੀ *a* ਨਿਯਮਬੱਧ, ਰੋਜ਼ ਦਾ

rove /**ਰਅਉਵ਼**/ *vi* ਫਿਰਨਾ, ਤੁਰਨਾ-ਫਿਰਨਾ, ਘੁੰਮਣਾ, ਟੱਕਰਾਂ ਮਾਰਨਾ

rover /**'ਰਅਉਵ਼ਅ***/ *n* ਤੁਰਨ-ਫਿਰਨ ਵਾਲਾ, ਐਵੇਂ ਭੌਂਦਾ ਰਹਿਣ ਵਾਲਾ ਬੰਦਾ; ਸਮੁੰਦਰੀ ਡਾਕੂ; ਮੁੱਖ ਸਕਾਊਟ

row[1] /**ਰਅਉ**/ *n* ਪਾਲ, ਪੰਗਤ, ਕਤਾਰ (ਮਨੁੱਖਾਂ, ਮਕਾਨਾਂ ਆਦਿ ਦੀ), ਗਲੀ, ਬੀਹੀ; ਕੰਮ, ਕਿੱਤਾ

row[2] *v* ਬੇੜੀ ਚਲਾਉਣਾ, (ਮੁਸਾਫਰਾਂ ਨੂੰ) ਬੇੜੀ ਵਿੱਚ ਲੈ ਜਾਣਾ, ਬੇੜੀ ਵਿੱਚ ਸੈਰ ਕਰਨਾ, ਦੌੜ ਵਿੱਚ ਬੇੜੀ ਚਲਾਉਣਾ, ਬੇੜੀ ਵਿੱਚ ਨਿਸ਼ਚਿਤ ਗਿਣਤੀ ਦੇ ਚੱਪੂ ਲੱਗੇ ਹੋਣਾ *n* ਬੇੜੀ ਚਲਾਉਣ ਦੀ ਕਿਰਿਆ, ਬੇੜੀ ਦੀ ਸੈਰ

row[3] /**ਰਾਉ**/ *n* ਫਸਾਦ, ਝਗੜਾ, ਰੌਲਾ-ਰੱਪਾ, ਮਾਰ ਕੁਟਾਈ *vt* ਝਿੜਕਣਾ, ਡਾਂਟਣਾ, ਫਿਟਕਾਰਨਾ, ਦੰਗਾ ਕਰਨਾ, ਝਗੜਾ ਕਰਨਾ, ਝਾੜ ਝੰਬ ਕਰਨਾ

rowan /**'ਰਅਉਅਨ, 'ਰਾਉ-**/ *n* 'ਐਸ਼' ਨਾਮ ਦਾ ਇੱਕ ਪਹਾੜੀ ਰੁੱਖ; 'ਐਸ਼' ਨਾਮੀ ਰੁੱਖ ਦਾ ਰਸਭਰੀ ਵਰਗਾ ਇੱਕ ਫਲ

rowdiness /**'ਰਾਉਡਿਨਅਸ**/ *n* ਹੁੱਲੜਬਾਜ਼ੀ, ਝਗੜੇਬਾਜ਼ੀ, ਊਧਮ

rowdy /**'ਰਾਉਡਿ**/ *n* ਕੁਪੱਤਾ, ਝਗੜਾਲੂ, ਫਸਾਦੀ (ਵਿਅਕਤੀ) *a* ਹੁੱਲੜਬਾਜ਼, ਦੰਗਈ, ਊਧਮੀ

rowdyism /**'ਰਾਉਡਿਇਜ਼ਅਮ**/ *n* ਹੁੱਲੜਬਾਜ਼ੀ

rowel /**'ਰਾਉਅਲ**/ *n* ਦੰਦੇਦਾਰ ਫਿਰਕੀ, (ਲਗਾਮ ਵਿੱਚ) ਚਮੜੇ ਦਾ ਗੋਲ ਟੁਕੜਾ *v* ਫਿਰਕੀ ਨਾਲ ਦਬਾਉਣਾ, (ਲਗਾਮ ਵਿੱਚ) ਚਮੜੇ ਦਾ ਟੁਕੜਾ ਲਾਉਣਾ

rowen /**'ਰਾਂਉਅਨ**/ *n* ਘਾਹ ਦੀ ਦੁਬਾਰਾ ਉਪਜ, ਦੂਜਾ ਲੌ

rower /**'ਰਅਉਅ***/ *n* ਬੇੜੀ ਚਲਾਉਣ ਵਾਲਾ ਮਲਾਹ, ਮਾਂਝੀ, ਖੇਵਟ

rowing /**'ਰਅਉਇਙ**/ *n* ਝਿੜਕ ਝੰਬ, ਝਾੜ ਫਿਟਕਾਰ

rowlock /**'ਰੌਲਅਕ, 'ਰਅਉਲੌਕ**/ *n* (ਬੇੜੀ ਵਿੱਚ) ਚੱਪੂ ਫਸਾਉਣ ਵਾਲੀਆਂ ਕੁੰਡੀਆ, ਚੱਪੂ ਕਾਂਟਾ

royal /**'ਰੌਇਅਲ**/ *a* ਬਾਦਸ਼ਾਹੀ, ਸ਼ਾਹੀ, ਰਾਜੇ ਦਾ, ਰਾਜਸੀ, ਰਾਜਨੀਤਿਕ, ਰਾਜਸੀ ਸ਼ਾਨ ਵਾਲਾ, ਸ਼ਾਹਾਨਾ, ਸ਼ਾਨਦਾਰ *n* ਰਾਜ ਘਰਾਣੇ ਦਾ ਕੋਈ ਮੈਂਬਰ

royalist /**'ਰੌਇਅਲਿਸਟ**/ *n* ਬਾਦਸ਼ਾਹਤ ਜਾਂ ਬਾਦਸ਼ਾਹ ਦਾ ਸਮਰਥਕ, ਰਾਜਤੰਤਰ ਦਾ ਸਮਰਥਕ, ਕੱਟੜ ਪੁਰਾਤਨਵਾਦੀ

royal mast, royal sail *n* ਸਭ ਤੋਂ ਉੱਚਾ ਮਸਤੂਲ

royal stag *n* ਬਾਰਾਂਸਿੰਗਾ

royalty /**'ਰੌਇਅਲਟਿ**/ *n* ਬਾਦਸ਼ਾਹੀ, ਸ਼ਾਹੀ ਪਦ, ਸ਼ਾਹੀ ਖ਼ਾਨਦਾਨ, ਰਾਜਵੰਸ਼, ਰਾਜ ਹੱਕ, ਰਾਜਗੀਰੀ ਦੇ ਅਧਿਕਾਰ, ਮਾਲਕੀ, ਹੱਕ ਮਾਲਕੀ; ਖਾਣ ਵਿੱਚੋਂ ਧਾਤ ਕੱਢਣ ਲਈ ਸ਼ਾਹੀ ਲਸੰਸ, ਖਾਣ ਦੇ ਠੇਕੇਦਾਰ ਵੱਲੋਂ ਖਾਣ ਦੇ ਮਾਲਕ ਨੂੰ ਦਿੱਤੀ ਜਾਣ ਵਾਲੀ ਰਕਮ; ਪ੍ਰਕਾਸ਼ਕ ਵੱਲੋਂ ਪੁਸਤਕ ਦੇ ਲੇਖਕ ਨੂੰ ਦਿੱਤੇ ਜਾਣ ਵਾਲੇ ਕਿਰਤਫਲ ਦੀ ਦਰ

Royston crow /**ਰੌਇਸਟਅਨ 'ਕਰਅਉ**/ *n* ਇੱਕ ਕਲਗੀਦਾਰ ਭੂਰਾ ਕਾਂ

RP /**ˌਆ 'ਪੀ**/ *n* **received pronunciation** ਦਾ ਸੰਖਿਪਤ ਰੂਪ, ਬਰਤਾਨੀਆ ਵਿੱਚ ਮਿਆਰੀ ਕਾਰ ਉਚਾਰਨ

RSVP /**ˌਆਰ ਐੱਸ ਵ਼ੀ 'ਪੀ**/ **Repondez s'il vous plait** ਦਾ ਸੰਖਿਪਤ ਰੂਪ, ਕਿਰਪਾ ਕਰਕੇ ਉੱਤਰ ਦਿਓ ਜੀ

rub /ਰਅੱਬ/ *v* ਰਗੜਨਾ, ਮਲਣਾ, ਘਸਾਉਣਾ, ਮਾਂਜਣਾ, ਖਰੋਚਣਾ, ਮਲ ਕੇ ਸੁਕਾਉਣਾ, ਮਾਲਸ਼ ਕਰਨਾ, ਝੱਸਣਾ; ਸ਼ਰਮਿੰਦਾ ਕਰਨਾ; (ਘਾਹ) ਪੱਧਰਾ ਕਰਨਾ; ਰਗੜ ਖਾਣਾ, ਕੰਮ ਵਿੱਚ ਰੁਕਾਵਟ ਪੈ ਜਾਣਾ *n* ਮਾਲਸ਼, ਰਗੜ, ਅਣਪੱਧਰਾਪਣ; ਔਕੜ, ਮੁਸ਼ਕਲ

rubber[1] /'ਰਅੱਬਅ*/ *n* ਰਬੜ; ਮਾਲਸ਼ ਕਰਨ ਵਾਲਾ ਬੰਦਾ, ਝਾਵਾਂ; ਰੇਤੀ, ਰੇਗਮਾਰ, ਰਗੜ ਨਾਲ ਚੱਲਣ ਵਾਲੀ ਮਸ਼ੀਨ ਦਾ ਪੁਰਜ਼ਾ

rubber[2] *n* ਤਾਸ਼ ਦੀ ਇੱਕ ਖੇਡ *v* ਘੂਰ-ਘੂਰ ਕੇ ਵੇਖਣਾ, ਗੁਸਤਾਖ਼ੀ ਨਾਲ ਤੱਕਣਾ; ਰਬੜ ਨਾਲ ਮੜ੍ਹਨਾ

rubbing /'ਰਅੱਬਿਙ/ *n* ਪੱਥਰ ਜਾਂ ਪਿੱਤਲ ਆਦਿ ਉੱਤੇ ਕੀਤੀ ਉਕਰਾਈ ਦਾ ਉਤਾਰਾ

rubbish /'ਰਅੱਬਿਸ਼/ *n* ਕੂੜਾ, ਰੱਦੀ, ਗੰਦ-ਮੰਦ; ਨਿਕੰਮੀ ਚੀਜ਼; ਬਹੁਤ ਘਟੀਆ ਮਾਲ; ਫ਼ਜ਼ੂਲ, ਬਕਵਾਸ, ਨਿਰਾਰਥਕ ਗੱਲ, ਯੱਕੜ

rubbishy /'ਰਅੱਬਿਸ਼ਿ/ *a* ਨਿਕੰਮਾ; ਅਣਉਪਯੋਗੀ; ਨਿਰਾਰਥਕ, ਬੇਕਾਰ, ਫਜ਼ੂਲ

rubble /'ਰਅੱਬਲ/ *n* ਢੱਠੇ ਹੋਏ ਮਕਾਨ ਦਾ ਮਲਬਾ, ਇੱਟਾਂ ਰੋੜੇ, ਅਣਘੜੇ ਪੱਥਰ, ਪਾਣੀ ਨਾਲ ਘਸ ਚੁੱਕਿਆ ਪੱਥਰ

rubbly /'ਰਅੱਬਲਿ/ *n* ਖੁਰਦਰੇ ਪੱਥਰ ਵਰਗਾ; ਰੋੜੇ ਵਰਗਾ, ਮਲਬੇ ਵਰਗਾ, ਮਿੱਟੀ ਘੱਟੇ ਦੇ ਢੇਰ ਵਰਗਾ

rube /'ਰੂਬ/ *n* (ਬੋਲ) ਪੇਂਡੂ, ਗੰਵਾਰ

rubella /ਰੂ'ਬੈੱਲਅ/ *n* ਇੱਕ ਕਿਸਮ ਦੀ ਖਸਰੇ ਦੀ ਬਿਮਾਰੀ, ਛੋਟੀ ਚੇਚਕ, ਛੋਟੀ ਸੀਤਲਾ

rubicund /'ਰੂਬਿਕਅਨਡ/ *a* ਲਾਲ (ਚਿਹਰਾ), ਲਾਲ ਚਿਹਰੇ ਵਾਲਾ (ਮਨੁੱਖ), ਸੂਹਾ, ਦਗ-ਦਗ ਕਰਦਾ

ruble /'ਰੂਬਲ/ *n* ਵੇਖੋ **rouble**

rubric /'ਰੂਬਰਿਕ/ *n* ਸਿਰਲੇਖ, ਹੈਡਿੰਗ, ਸੁਰਖੀ, ਲਾਲ ਰੰਗ ਨਾਲ ਜਾਂ ਕਿਸੇ ਹੋਰ ਵਿਸ਼ੇਸ਼ ਵਿਧੀ ਨਾਲ ਅੰਕਿਤ ਕੀਤੀ ਲਿਖਤ

ruby /'ਰੂਬਿ/ *n* ਲਾਲ, ਹੀਰਾ, ਲਾਲ ਜਾਂ ਕਿਰਮਚੀ ਰੰਗ ਦਾ ਹੀਰਾ; ਲਾਲ ਰੰਗ ਦੀ ਸ਼ਰਾਬ; (ਬਾਕਸਿੰਗ ਵਿੱਚ) ਲਹੂ, ਖ਼ੂਨ; ਟਾਈਪ ਦਾ ਇੱਕ ਸਾਈਜ਼

ruche /ਰੂਸ਼/ *n* (ਜਾਲ ਆਦਿ ਦੀ) ਝਾਲਰ

ruck[1] /ਰਅੱਕ/ *n* ਦੌੜ ਦੀ ਪ੍ਰਤਿਯੋਗਤਾ ਵਿੱਚ ਪਛੜ ਜਾਣ ਵਾਲੀ ਟੋਲੀ

ruck[2], ruckle /'ਰਅੱਕ(ਅ)ਲ/ *n* ਭਾਨ, ਵੱਟ, ਮੋੜ *v* ਭਾਨ ਪੈਣਾ ਜਾਂ ਪਾਉਣਾ, ਵੱਟ ਪੈਣਾ ਜਾਂ ਪਾਉਣਾ, ਸੁੰਗੜ ਜਾਣਾ, ਤਹਿ ਕਰਨਾ, ਵਲ੍ਹੇਟਣਾ, ਰੋਕ ਪਾਉਣਾ

rucksack /'ਰਅੱਕਸੈਕ/ *n* ਯਾਤਰੀਆਂ ਜਾਂ ਸੈਲਾਨੀਆਂ ਦਾ ਪਿੱਠ ਪਿੱਛੇ ਲਟਕਾਇਆ ਜਾਣ ਵਾਲਾ ਥੈਲਾ, ਪਿੱਠੂ

ruckus /'ਰਅਕਅਸ/ *n* ਹੁਲ੍ਹੜ, ਹਫੜ੍ਹਾ-ਦਫੜੀ, ਖਲਬਲੀ, ਉਪੱਦਰ

ructation /ਰਅੱਕ'ਟੇਇਸ਼ਨ/ *n* ਡਕਾਰ

ruction /'ਰਅੱਕਸ਼ਨ/ *n* (ਬੋਲ) ਝਗੜਾ, ਫ਼ਸਾਦ, ਗੜਬੜ, ਕਲੇਸ਼, ਦੰਗਾ ਫ਼ਸਾਦ

rudd /ਰਅੱਡ/ *n* ਤਾਜ਼ੇ ਪਾਣੀ ਦੀ ਲਾਲ ਅੱਖਾਂ ਵਾਲੀ ਇੱਕ ਮੱਛੀ, ਰੱਡ

rudder /'ਰਅੱਡਅ*/ *n* ਪਤਵਾਰ (ਬੇੜੀ ਜਾਂ ਜਹਾਜ਼ ਦਾ); ਜਹਾਜ਼ ਦਾ ਸਟੇਅਰਿੰਗ; ਨਕੇਲ, ਲਗਾਮ; ਮਾਰਗ ਦਰਸ਼ਨ ਸਿਧਾਂਤ

rudderless /'ਰਅੱਡਅਲਅਸ/ *a* ਪਤਵਾਰਹੀਣ, ਸਿੱਧਾਂਤਹੀਣ

ruddle /'ਰਅੱਡਲ/ *n* ਗੇਰੂ *vt* ਗੇਰੂ ਵਰਗੀ ਲਾਲ ਮਿੱਟੀ ਨਾਲ ਰੰਗਣਾ

ruddy /'ਰਅੱਡਿ/ *a* ਲਾਲ-ਲਾਲ (ਚਿਹਰਾ), ਲਾਲੀ ਦੀ ਭਾਹ ਮਾਰਦੀਆਂ (ਗੱਲ੍ਹਾਂ); ਗੁਲਾਬੀ; ਭਖਦਾ (ਚਿਹਰਾ)

rude /ਰੂਡ/ *a* ਉਜੱਡ, ਅਸੱਭਿਆ, ਗੁਸਤਾਖ਼, ਅਸ਼ਿਸ਼ਟ, ਬਦਤਮੀਜ਼; (ਘਰ-ਘਾਟ) ਸਿੱਧਾ-ਸਾਦਾ; ਅਣਘੜਤ, ਅਣਪੱਧਰਾ, ਭੈੜਾ, (ਕੰਮ); ਸਖ਼ਤ; ਜ਼ਬਰਦਸਤ, ਤੀਬਰ, ਤੇਜ਼; ਹੱਟਾ-ਕੱਟਾ

rudely /'ਰੂਡਲਿ/ *adv* ਬਦਤਮੀਜ਼ੀ ਨਾਲ,

ਗੁਸਤਾਖ਼ੀ ਵਿਚ, ਅਸੱਭਿਆ ਢੰਗ ਨਾਲ, ਉਜੱਡਪੁਣੇ ਨਾਲ

rudiment /'ਰੂਡਿਮਅਨਟ/ *n* ਅਰੰਭਿਕ ਸਿਧਾਂਤ, ਬੁਨਿਆਦ, ਅਸੂਲ; ਅਰੰਭ, ਪ੍ਰਾਰੰਭ, ਕੋਈ ਅੰਸ਼ ਜੋ ਵਰਤੋਂ ਵਿੱਚ ਨਾ ਆਉਣ ਕਰਕੇ ਚਿੰਨ੍ਹ ਮਾਤਰ ਰਹਿ ਜਾਵੇ

rudimentary /ˌਰੂਡਿ'ਮੈਨੱਟਰਿ/ *a* ਅਰੰਭਿਕ, ਬੁਨਿਆਦੀ, ਅਪੂਰਨ, ਨਾ-ਮੁਕੰਮਲ, ਅਧੂਰਾ

rue /ਰੂ/ *n* ਕੌੜੇ ਪੱਤਿਆਂ ਵਾਲੀ ਇੱਕ ਸਦਾਬਹਾਰ ਝਾੜੀ, ਹਰਮਲ; ਪਛਤਾਵਾ, ਪਸ਼ਚਾਤਾਪ, ਝੋਰਾ, ਖੇਦ, ਅਫ਼ਸੋਸ, ਰੰਜ *v* ਪਛਤਾਉਣਾ, ਅਫ਼ਸੋਸ ਕਰਨਾ

rueful /'ਰੂਫ਼ਲ/ *a* ਉਦਾਸ, ਰੋਣਹਾਕਾ, ਗ਼ਮਗੀਨ, ਸ਼ੋਕਪੂਰਨ

ruff[1] /ਰਅੱਫ/ *n* ਝਾਲਰਦਾਰ ਗੁਲੂਬੰਦ (ਸੋਲ੍ਹਵੀਂ ਸਦੀ ਵਿੱਚ ਪ੍ਰਚਲਿਤ), ਪੰਛੀਆਂ ਦੀ ਗਾਨੀ; ਪਸ਼ੂਆਂ ਦੀ ਧੌਣ ਦੁਆਲੇ ਵਾਲਾਂ ਦੀ ਗਾਨੀ ਜਾਂ ਕੈਂਠੀ; ਕਬੂਤਰ ਦੀ ਇੱਕ ਨਸਲ; (ਤਾਸ਼ ਦੀ ਖੇਡ ਵਿੱਚ) ਤੁਰਪ

ruff[2] *v* ਖੇਡ ਵਿੱਚ ਦੋਹਾਂ ਸਾਥੀਆਂ ਦਾ ਵੱਖ-ਵੱਖ ਰੰਗ ਮੱਲਣਾ, ਹੌਲੀ-ਹੌਲੀ ਵਜਾਉਣਾ ਜਾਂ ਵੱਜਣਾ, ਪ੍ਰਸੰਸਾ ਕਰਨਾ, ਜੈ-ਜੈਕਾਰ ਕਰਨਾ

ruffed /ਰਅੱਫਟ/ *a* ਕੰਠੀਦਾਰ, ਗਾਨੀ ਵਾਲਾ

ruffian /'ਰਅੱਫ਼ਿਅਨ/ *n* ਗੁੰਡਾ, ਬਦਮਾਸ਼; ਖ਼ੂਨੀ, ਹਤਿਆਰਾ

ruffianism /'ਰਅੱਫ਼ਿਅਨਿਜ਼ਅਮ/ *n* ਗੁੰਡਪੁਣਾ, ਬਦਮਾਸ਼ੀ, ਗੁੰਡਾਗਰਦੀ

ruffianly /'ਰਅੱਫ਼ਿਅਨਲਿ/ *a* ਗੁੰਡਿਆਂ ਵਾਂਗ, ਬਦਮਾਸ਼ੀ ਨਾਲ; ਖ਼ੂਨੀ ਜਿਹਾ

ruffle /'ਰਅੱਫ਼ਲ/ *v* (ਵਸਤੂਆਂ ਨੂੰ) ਖਲ੍ਹਾਰ ਦੇਣਾ; ਬੇਤਰਤੀਬ ਕਰ ਦੇਣਾ ਜਾਂ ਹੋ ਜਾਣਾ, ਪਰੇਸ਼ਾਨ ਕਰ ਦੇਣਾ ਜਾਂ ਹੋਣਾ; (ਵਾਲਾਂ ਜਾਂ ਖੰਭਾਂ ਵਿੱਚ) ਲਹਿਰਾਂ ਪੈਣਾ ਜਾਂ ਪਾਉਣਾ; ਸ਼ਾਂਤੀ ਭੰਗ ਕਰ ਦੇਣਾ, ਗੜਬੜ ਕਰ ਦੇਣਾ, (ਮਨ) ਅਸ਼ਾਂਤ ਕਰਨਾ; ਵੱਟ ਪਾ ਦੇਣਾ ਜਾਂ ਪੈਣਾ; ਆਕੜਨਾ, ਅੜਬਾਈ ਕਰਨਾ; ਪਾਣੀ ਉੱਤੇ ਨਿੱਕੀਆਂ-ਨਿੱਕੀਆਂ ਲਹਿਰਾਂ ਉੱਠਣੀਆਂ *n* ਝਾਲਰ, ਪੰਛੀਆਂ ਦੀ ਗਾਨੀ; ਵੱਟ, ਭਾਨ; ਅਸ਼ਾਂਤੀ, ਘਬਰਾਹਟ, ਗੜਬੜ

ruffled /'ਰਅੱਫ਼ਲਡ/ *a* ਪ੍ਰੇਸ਼ਾਨ, ਬੇਚੈਨ, ਅਸ਼ਾਂਤ, ਬੇਤਰਤੀਬਾ

ruffler /'ਰਅੱਫ਼ਲਅ*/ *a* ਝਗੜਾਲੂ, ਫਸਾਦੀ

rufous /'ਰੂਫ਼ਅਸ/ *a* ਲਾਲ, ਭੂਰਾ, ਬਦਾਮੀ

rug /ਰਅੱਗ/ *n* ਮੋਟਾ ਕੰਬਲ, ਧੁੱਸਾ, ਨਮਦਾ; ਲੰਮੇ ਵਾਲਾਂ ਵਾਲਾ ਕੁੱਤਾ

rugby /'ਰਅੱਗਬਿ/ *n* ਫੁਟਬਾਲ ਦੀ ਇੱਕ ਖੇਡ ਜਿਸ ਵਿੱਚ ਗੇਂਦ ਨੂੰ ਹੱਥ ਵਿੱਚ ਫੜਨ ਦੀ ਵੀ ਖੁੱਲ੍ਹ ਹੈ (ਬੋਲ rugger)

rugged /'ਰਅੱਗਿਡ/ *a* ਅਣਪੱਧਰਾ, ਬਿਖਮ, ਉੱਚਾ ਨੀਵਾਂ, ਖਰ੍ਹਵਾ, ਪਥਰੀਲਾ, ਅਣਘੜਤ, ਬੇਡੌਲ; ਕਰਖ਼ਤ, ਐਂਕੜ ਵਾਲਾ

rugose /'ਰੂਗਅਉਸ/ *a* ਵੱਟਦਾਰ, ਝੁਰੜੀਦਾਰ

rugosity /ਰੂ'ਗੌਸਿਟਿ/ *n* ਝੁਰੜੀਆਂ ਜਾਂ ਵੱਟਾਂ ਵਾਲੀ ਹਾਲਤ

ruin /'ਰੂਇਨ/ *n* ਤਬਾਹੀ, ਬਰਬਾਦੀ, ਨਾਸ, ਵੈਰਾਨੀ; ਗਰਕੀ, ਉਜਾੜਾ, ਪਤਨ, ਗਿਰਾਵਟ, ਨਿਘਾਰ, (ਬਹੁ) ਥੇਹ, ਖੋਲੇ; ਤਬਾਹ ਹੋ ਚੁੱਕਾ ਮਨੁੱਖ, ਤਬਾਹੀ ਦਾ ਕਾਰਨ *v* ਉਜਾੜਨਾ, ਬਰਬਾਦ ਕਰਨਾ, ਨਾਸ ਕਰਨਾ, ਗਰਕ ਕਰਨਾ, ਮਲੀਆਮੇਟ ਕਰਨਾ, ਜ਼ਿੰਦਗੀ ਬਰਬਾਦ ਕਰਨਾ

ruination /ਰੂਇ'ਨੇਇਸ਼ਨ/ *n* ਤਬਾਹੀ, ਉਜਾੜਾ, ਬਰਬਾਦੀ

ruinous /'ਰੂਇਨਅਸ/ *a* ਬਰਬਾਦ ਕਰਨ ਵਾਲਾ, ਤਬਾਹ ਕਰਨ ਵਾਲਾ, ਨਾਸ ਕਰਨ ਵਾਲਾ; ਮਾਰੂ, ਵਿਨਾਸ਼ਕਾਰੀ

rule /ਰੂਲ/ *n* ਤਰੀਕਾ, ਢੰਗ; ਨਿਯਮ, ਅਸੂਲ, ਸਿਧਾਂਤ; ਰੀਤ, ਰਿਵਾਜ; ਹਕੂਮਤ, ਰਾਜ, ਸ਼ਾਸਨ; ਫੁੱਟਾ, ਪੈਮਾਨਾ *v* ਹਕੂਮਤ ਕਰਨਾ, ਰਾਜ ਕਰਨਾ, ਬਾਦਸ਼ਾਹੀ ਕਰਨਾ; ਪ੍ਰਭਾਵ ਹੋਣਾ ਜਾਂ ਰੱਖਣਾ, ਵੱਸ ਵਿੱਚ ਰੱਖਣਾ, ਦਬਾ ਕੇ ਰੱਖਣਾ; ਲਕੀਰਾਂ ਵਾਹੁਣਾ; ਹੁਕਮ ਦੇਣਾ; ਨਿਰਨਾ ਕਰਨਾ; ਨਿਯਮ ਬਣਾਉਣਾ,

ਅਸੂਲ ਕਾਇਮ ਕਰਨਾ

ruler /'ਰੂਲਅ*/ *n* ਰਾਜਾ, ਬਾਦਸ਼ਾਹ, ਸ਼ਾਸਕ, ਹਾਕਮ; ਰੂਲਰ (ਜਿਸ ਨਾਲ ਲਕੀਰਾਂ ਵਾਹੀਆਂ ਜਾਂਦੀਆਂ ਹਨ); ਪੈਮਾਨਾ

ruling /'ਰੂਲਿਙ/ *n* (ਅਦਾਲਤ ਜਾਂ ਕਿਸੇ ਅਧਿਕਾਰੀ ਦਾ) ਫ਼ੈਸਲਾ; ਹੁਕਮ

rulley /'ਰਅੱਲਿ/ *n* ਰੇਲ ਦੀਆਂ ਲਾਈਨਾਂ ਉੱਤੇ ਚੱਲਣ ਵਾਲਾ ਪਹੀਆਂ ਵਾਲਾ ਛਕੜਾ, ਠੇਲ੍ਹਾ, ਛਕੜਾ,

rum[1] /ਰਅੱਮ/ *n* ਸ਼ਰਾਬ ਦੀ ਇੱਕ ਕਿਸਮ, ਰੰਮ

rum[2] *a* (ਅਪ) ਅਨੋਖਾ, ਅਸਚਰਜ, ਨਿਰਾਲਾ; ਅਦਭੁਤ, ਵਿਲੱਖਣ, ਵਚਿੱਤਰ, ਅਜੀਬ

rumble /'ਰਅੱਮਬਲ/ *vi* ਗੜਗੜਾਉਣਾ, (ਪੇਟ ਦਾ) ਗੁੜਗੁੜ ਕਰਨਾ *n* ਗੜ ਗੜ, ਕੜ ਕੜ, ਗੜਗੜਾਹਟ; ਗੱਡੀ ਦਾ ਪਿਛਲਾ ਹਿੱਸਾ ਜੋ ਸਮਾਨ ਵਸਤੇ ਜਾਂ ਵਾਧੂ ਸੀਟ ਬਣਾਉਣ ਲਈ ਵਰਤਿਆ ਜਾਵੇ

ruminant /'ਰੂਮਿਨਅਨਟ/ *n* ਉਗਾਲੀ ਕਰਨ ਵਾਲਾ ਪਸ਼ੂ *a* ਚਿੰਤਕ, ਮਨਨਸ਼ੀਲ, ਧਿਆਨੀ

ruminate /'ਰੂਮਿਨੇਇਟ/ *vi* ਉਗਾਲੀ ਕਰਨਾ, ਸੋਚਣਾ,ਗੰਭੀਰ ਵਿਚਾਰ ਕਰਨਾ

rumination /ˌਰੂਮਿ'ਨੇਇਸ਼ਨ/ *n* ਉਗਾਲੀ; ਸੋਚ ਵਿਚਾਰ, ਧਿਆਨ, ਚਿੰਤਨ

ruminative /'ਰੂਮਿਨਅਟਿਵ੍/ *a* ਉਗਾਲੀ ਕਰਨ ਵਾਲਾ; ਸੋਚਣ ਵਾਲਾ, ਸੋਚ ਸੰਬੰਧੀ, ਸੋਚ ਵਿਚਾਰ ਦਾ

rummage /'ਰਅੱਮਿਜ/ *v* ਲੱਭਣਾ, ਢੂੰਡਣਾ, ਫਰੋਲਣਾ, ਫੋਲਾ ਫਾਲੀ ਕਰਨਾ *n* ਤਲਾਸ਼ੀ (ਜਹਾਜ਼ ਆਦਿ ਦੀ), ਫੋਲਾ-ਫਾਲੀ

rummage sale *n* ਲਾਵਾਰਿਸ ਸਮਾਨ ਦੀ ਨਿਲਾਮੀ, ਦਾਨ ਹਿੱਤ ਇਕੱਠੇ ਕੀਤੇ ਨਿੱਕੇ ਮੋਟੇ ਸਮਾਨ ਦੀ ਨਿਲਾਮੀ

rumour /'ਰੂਮਅ*/ *n* ਅਵਾਈ, ਅਫ਼ਵਾਹ, ਸੂਹ, ਭਿਣਕ, ਉਡਦੀ-ਉਡਦੀ ਖ਼ਬਰ, ਅਪ੍ਰਮਾਣਿਤ ਕਥਨ, ਨਿਰਾਧਾਰ ਖ਼ਬਰ *v* ਅਵਾਈ ਉਡਾਉਣਾ, ਅਫ਼ਵਾਹ ਉਡਾਉਣਾ

rump /ਰਅੱਮਪ/ *n* ਪੰਛੀ ਦਾ ਪੂੰਝਾ, ਪਸ਼ੂ ਦਾ ਪਿੱਛਾ, ਢੂਆ, ਪਿੱਠ, ਚਿੱਤੜ; ਸੰਸਦ ਸਭਾ ਜਾਂ ਸੁਸਾਇਟੀ ਦਾ ਬਚਿਆ ਖੁਚਿਆ ਹਿੱਸਾ (ਜੋ ਕਈ ਮੈਂਬਰਾਂ ਦੇ ਨਿੱਕਲ ਜਾਣ ਨਾਲ ਬਾਕੀ ਰਹਿ ਜਾਵੇ)

rumple /'ਰਅੱਮਪਲ/ *vt* ਵੱਟ ਪਾਉਣਾ, ਭਾਨ ਪਾਉਣਾ, ਮਧੋਲਨਾ; (ਤਰਤੀਬ) ਵਿਗਾੜ ਦੇਣਾ, ਉਲਟ-ਪੁਲਟ ਕਰ ਦੇਣਾ

rumpus /'ਰਅੱਮਪਅਸ/ *a* (ਅਪ) ਰੌਲਾ-ਰੱਪਾ, ਹੰਗਾਮਾ

run /ਰਅੱਨ/ *v* ਦੌੜਨਾ, ਭੱਜਣਾ, ਨੱਸਣਾ; (ਕੋਈ ਕਿੱਤਾ) ਚਲਾਉਣਾ, ਕਰਨਾ; (ਪਸ਼ੂ ਦਾ) ਸਰਪਟ ਜਾਂ ਦੁੜਕੀ ਦੌੜਨਾ; ਫਰਾਰ ਹੋ ਜਾਣਾ; (ਕ੍ਰਿਕਟ ਦੀ ਖੇਡ ਵਿੱਚ) ਦੌੜ (ਰਨ) ਬਣਾਉਣਾ; (ਪਸ਼ੂ ਦਾ) ਹਲਕਣਾ; (ਗੱਡੀ ਦਾ) ਚੱਲਣਾ, ਰੁੜ੍ਹਨਾ; ਰੇੜ੍ਹੇ ਪੈਣਾ; (ਧੁਰੇ ਦੁਆਲੇ) ਘੁੰਮਣਾ, ਗਿੜਨਾ; (ਗੱਡੀ, ਬਸ ਆਦਿ) ਦੋ ਥਾਵਾਂ ਵਿਚਕਾਰ ਚੱਲਣਾ; (ਖ਼ਬਰ, ਅੱਗ ਆਦਿ ਦਾ) ਖਿਲਰਨਾ, ਫੈਲਣਾ; ਰੰਗ ਦਾ (ਕੱਪੜੇ ਉੱਤੇ) ਖਿਲਰਨਾ; (ਠੇਕਾ ਆਦਿ) ਜਾਰੀ ਰਹਿਣਾ, (ਪਾਣੀ, ਜ਼ਖਮ, ਨੱਕ ਆਦਿ) ਵਗਣਾ, ਲੜੀ ਦਾ (ਕਿਸੇ ਥਾਂ ਤੱਕ) ਪੁੱਜਣਾ, ਦੂਰ ਤੱਕ ਚਲੇ ਜਾਣਾ; (ਕਿਸੇ ਪਾਸੇ ਵੱਲ) ਵਧਣਾ; ਲੰਘਣਾ (ਰਸਤੇ ਦਾ); (ਕੰਡੇ ਦਾ) ਚੁੱਭਣਾ; ਲੰਘ ਜਾਣਾ, ਪਾਰ ਕਰਨਾ; ਗਸ਼ਤ ਲਾਉਣਾ, ਘੁੰਮਣਾ; (ਖ਼ਤਰਾ ਆਦਿ) ਸਹਿਣਾ, ਝੱਲਣਾ; (ਦੌੜ ਦੇ ਮੁਕਾਬਲੇ ਵਿੱਚ) ਭਾਗ ਲੈਣਾ; ਦੁੜਾਉਣਾ, ਚਲਾਉਣਾ; ਪ੍ਰਬੰਧ ਕਰਨਾ; ਨਿਗਰਾਨੀ ਕਰਨਾ *n* ਦੌੜ, ਸ਼ੂਟ, ਭਾਜੜ; (ਕ੍ਰਿਕਟ ਦੀ) ਰਨ; ਰੁਖ; ਲੰਮੀ ਲੜੀ, ਸ਼੍ਰੇਣੀ; ਆਮ ਮੰਗ; ਦਰਮਿਆਨਾ ਦਰਜਾ, ਸਧਾਰਨ ਵਰਗ, ਮਾਮੂਲੀ ਵੰਨਗੀ; ਆਵਾਜਾਈ ਦਾ ਰਸਤਾ; ਕੁੱਕੜਾਂ ਦਾ ਅਹਾਤਾ; ਵਰਤੋਂ ਦੀ ਆਮ ਖੁੱਲ੍ਹ

runagate /'ਰਅੱਨਅਗੇਇਟ/ *n* ਨਿਕੰਮਾ ਆਦਮੀ; ਅਵਾਰਾਗਰਦ; ਭਗੌੜਾ

runaway /'ਰਅੱਨਅਵੇਇ/ *a* ਭਗੌੜਾ, ਅੱਥਰਾ, ਬੇਮੁਹਾਰਾ; (ਜਿੱਤ ਆਦਿ) ਸੌਖੀ

rune /ਰੂਨ/ *n* ਪ੍ਰਾਚੀਨ ਟਿਊਟਾਨੀ ਲਿਪੀ ਦਾ ਕੋਈ ਵਰਨ; ਕੋਈ ਭੇਦ ਵਾਲਾ ਚਿੰਨ੍ਹ; ਜਾਦੂ ਦਾ ਚਿੰਨ੍ਹ

rung[1] /ਰਅੱਙ/ *n* ਪੌੜੀ ਦਾ ਡੰਡਾ, ਪੌਡਾ; ਦਰਜਾ, ਰੁਤਬਾ

rung[2] *vt* ਕਿਰਿਆ ring ਦਾ ਭੂਤ-ਕ੍ਰਿਦੰਤ

run-in /'ਰਅੱਨਇਨ/ *v* ਬਹਿਸ ਵਿੱਚ ਪੈਣਾ, ਗੁਥਮ ਗੁੱਥੀ ਹੋਣਾ, ਭਿੜਨਾ

runlet /'ਰਅੱਨਲਿਟ/ *n* ਸ਼ਰਾਬ ਦਾ ਪੀਪਾ; ਛੋਟੀ ਨਦੀ

runnel /'ਰਅੱਨਲ/ *n* ਨਾਲਾ, ਛੋਟੀ ਨਹਿਰ; ਮੋਰੀ, ਵਹਿਣੀ

runner /'ਰਅੱਨਅ*/ *n* ਸੁਨੇਹਾ ਲੈ ਜਾਣ ਵਾਲਾ, ਦਫ਼ਤਰਾਂ ਵਿੱਚ ਚਿੱਠੀਆਂ ਪੱਤਰ ਇੱਕ ਦਫ਼ਤਰ ਤੋਂ ਦੂਜੇ ਦਫ਼ਤਰ ਪਹੁੰਚਾਉਣ ਵਾਲਾ, ਹਰਕਾਰਾ; ਦੌੜਨ ਵਾਲਾ; ਰੁੱਖ ਦੀ ਟਾਹਣੀ ਜਿਹੜੀ ਵੱਖਰੀ ਜੜ੍ਹ ਫੜ ਲਵੇ; ਢਿੱਲਾ ਛੱਲਾ ਜਿਹੜਾ ਸੀਖ ਉੱਤੇ ਅੱਗੇ ਪਿੱਛੇ ਹੋ ਸਕੇ; ਏਜੰਟ, ਦਲਾਲ; ਚੱਕੀ ਦਾ ਉਤਲਾ ਪੁੜ; ਭਾਰੀਆਂ ਚੀਜ਼ਾਂ ਨੂੰ ਧੱਕਣ ਵਾਲਾ ਵੇਲਣ

runner-up /'ਰਅੱਨਅਰਅੱਪ/ *n* ਮੁਕਾਬਲੇ ਵਿੱਚ ਦੂਜੇ ਨੰਬਰ ਉੱਤੇ ਆਉਣ ਵਾਲਾ ਖਿਡਾਰੀ

running /'ਰਅੱਨਿਙ/ *n* ਦੌੜ-ਭੱਜ, ਦੌੜ *a* ਦੌੜਨ ਦਾ, ਦੌੜਨ ਵਾਲਾ; ਚਾਲੂ, ਚੱਲਦਾ ਹੋਇਆ, ਵਗਦਾ ਹੋਇਆ; ਲਗਾਤਾਰ, ਨਿਰੰਤਰ

running commentary *n* ਖੇਢਾਂ ਜਾਂ ਕਿਸੇ ਉਤਸਵ ਦੀ ਕਾਰਵਾਈ ਦੇ ਅੱਖੀਂ ਡਿੱਠੇ ਹਾਲ ਦਾ ਲਗਾਤਾਰ ਪ੍ਰਸਾਰਨ

run-of-the-mill /ˌਰਅੱਨਅਵ੍ਦਅ'ਮਿਲ/ *a* ਸਧਾਰਨ, ਆਮ; ਬੇਸੁਆਦਾ ਜਿਹਾ

run over *v* ਝਾਤ ਮਾਰਨਾ; ਲਿਤਾੜਨਾ

runt /ਰਅੱਨਟ/ *n* ਮਧਰੇ ਕੱਦ ਦਾ ਗੋਕਾ ਪਸ਼ੂ (ਖ਼ਾਸ ਕਰਕੇ ਸਕਾਟਲੈਂਡ ਦੀ ਪਹਾੜੀ ਗਾਂ ਜਾਂ ਬਲਦ)

run-up /'ਰਅੱਨਅੱਪ/ *n* (ਲੰਬੀ ਛਾਲ ਮਾਰਨ ਲਈ) ਲਾਈ ਗਈ ਦੌੜ, ਗੋਲਾ ਸੁੱਟਣ ਲਈ ਲਾਇਆ ਚੱਕਰ

run way *n* ਹਵਾਈ ਅੱਡੇ ਦੀ ਪਟੜੀ, ਰਨ ਵੇ

rupee /ਰੂ'ਪੀ/ *n* ਰੁਪਈਆ

rupestral /ਰੂ'ਪੈਸੱਟਰ(ਅ)ਲ/ *a* ਪੱਥਰ ਉੱਤੇ ਉੱਗਣ ਵਾਲਾ

rupia /'ਰੂਪਿਅ/ *n* ਖਾਜ, ਖੁਜਲੀ, ਖੁਰਕ, ਗਰਮੀ; ਗਰਮੀ ਨਾਲ ਪੈਦਾ ਹੋਈ ਦੁਰਗੰਧੀ ਭਰਪੂਰ ਪੇਪੜੀ

ruptive /'ਰਅੱਪਟਿਵ੍/ *a* ਚੀਰਨ ਵਾਲਾ, ਪਾੜਨ ਵਾਲਾ; (ਵਿਆਹ ਸੰਬੰਧ) ਤੋੜ ਦੇਣ ਵਾਲਾ; ਹਰਨੀਆ ਪੈਦਾ ਕਰਨ ਵਾਲਾ

rupture /'ਰਅੱਪਚਅ*/ *n* ਵਿਗਾੜ, ਅਣਬਣ; ਆਂਦਰ ਦਾ ਵਾਧਾ, ਹਰਨੀਆਂ *v* ਤੋੜਨਾ, ਪਾੜਨਾ, ਪਾਟਣਾ, ਫਟਣਾ, ਫੁੱਟਣਾ; ਆਂਦਰ ਵਧਣਾ, ਹਰਨੀਆਂ ਹੋਣਾ

rural /'ਰੁਅਰਅਲ/ *a* ਪੇਂਡੂ, ਗ੍ਰਾਮੀਣ, ਦਿਹਾਤੀ; ਖੇਤੀ ਸੰਬੰਧੀ

rurality /ਰੁ'ਰੈਲਿਟਿ/ *n* ਪੇਂਡੂਪਣ, ਦਿਹਾਤੀਪੁਣਾ

ruralize /'ਰੁਅਰ(ਅ)ਲਾਇਜ਼/ *vt* ਪੇਂਡੂ ਬਣਾ ਦੇਣਾ, ਪੇਂਡੂਪਣ ਲਿਆ ਦੇਣਾ, ਪੇਂਡੂ ਬਣ ਜਾਣਾ

rusa /'ਰੂਸਅ/ *n* ਰੂਸਾ, ਸਾਂਬਰ, ਵੱਡਾ ਹਿਰਨ

ruse /ਰੂਜ਼/ *n* ਛਲ, ਕਪਟ, ਫ਼ਰੇਬ, ਚਲਾਕੀ, ਚਾਲ, ਹੱਥ ਫੇਰੀ, ਹੁਸ਼ਿਆਰੀ, ਤਰਕੀਬ, ਪ੍ਰਪੰਚ

rush[1] /ਰਅੱਸ਼/ *n* ਕਾਹਲ ਨਾਲ ਪੁੱਜਣ ਦੀ ਕਿਰਿਆ, ਦੌੜ; ਧਾਵਾ; ਭੀੜ, ਗਾਹੜ, ਘੜਮੱਸ; (ਕਿਸੇ ਵਸਤੂ ਦੀ) ਬਹੁਤ ਜਿਆਦਾ ਮੰਗ *v* ਦਬਾਅ ਪਾਉਣਾ, ਜ਼ੋਰ ਪਾਉਣਾ, ਧੱਕਣਾ, ਧੂਹਣਾ; (ਸੈਨਾ) ਹੱਲਾ ਕਰ ਕੇ ਕਬਜ਼ਾ ਕਰ ਲੈਣਾ; ਬਹੁਤ ਜ਼ਿਆਦਾ ਮੁੱਲ ਲਾਉਣਾ; ਧਾਵਾ ਕਰ ਕੇ ਅੱਗੇ ਵਧਣਾ, ਧੁੱਸ ਦੇਣਾ, (ਫੁਟਬਾਲ ਆਦਿ ਵਿੱਚ) ਕਈ ਖਿਡਾਰੀਆਂ ਦਾ ਗੇਂਦ ਲੈ ਕੇ ਵਧਣਾ, ਧਾਵਾ ਕਰਨਾ

rush[2] *vt* ਇੱਕ ਪ੍ਰਕਾਰ ਦਾ ਸਰਕੰਡਾ (ਜਿਸ ਦੀਆਂ ਕੁਰਸੀਆਂ ਆਦਿ ਉਣੀਆਂ ਜਾਂਦੀਆਂ ਹਨ) *n* ਨਿਗੂਣੀ ਚੀਜ਼, ਤੁੱਛ ਵਸਤੂ

rusk /ਰਅੱਸਕ/ *n* ਇੱਕ ਕਿਸਮ ਦੀ ਡਬਲਰੋਟੀ, ਰਸ

Russell cord /'ਰਅੱਸਲ ਕੋਡ/ *n* ਸੂਤ ਅਤੇ

ਉੱਨ ਦਾ ਬਣਿਆ ਇੱਕ ਵਸਤਰ

Russell's viper /'ਰਅੱਸਲਜ਼ 'ਵ੍ਹਾਇਪਅ*/ *n* ਇੱਕ ਜ਼ਹਿਰੀਲਾ ਸੱਪ

russet /'ਰਅੱਸਿਟ/ *n* ਗੇਰੂਆ ਜਾਂ ਬਦਾਮੀ ਰੰਗ; ਇਸ ਰੰਗ ਜਾਂ ਮੋਟੀ ਛਿੱਲ ਵਾਲਾ ਸੇਬ *a* (ਪਰਾ) ਸਧਾਰ, ਸਧਾਰਨ, ਸਿੱਧੜ; ਬਦਾਮੀ ਜਾਂ ਗੇਰੂ ਰੰਗਾ

Russia /'ਰਅੱਸ਼ਅ/ *n* ਰੂਸ (ਦੇਸ਼)

Russia leather *n* ਜਿਲਦਾਂ ਬੰਨ੍ਹਣ ਲਈ ਵਰਤਿਆ ਜਾਣ ਵਾਲਾ ਕਮਾਇਆ ਚਮੜਾ

Russian /'ਰਅੱਸ਼ਨ/ *n* ਰੂਸੀ ਭਾਸ਼ਾ, ਰੂਸੀ *a* ਰੂਸ ਨਾਲ ਸੰਬੰਧਿਤ, ਰੂਸ ਦਾ ਵਸਨੀਕ

Russianize /'ਰਅੱਸ਼(ਅ)ਨਾਇਜ਼/ *vt* ਰੂਸੀ ਬਣਾਉਣਾ, ਰੂਸੀ ਸੰਗਤ ਦੇਣਾ

Russophil /'ਰਅੱਸਅ(ਉ)ਫ਼ਿਲ/ *n* ਰੂਸ ਮਿੱਤਰ, ਰੂਸ ਦਾ ਦੋਸਤ *a* ਰੂਸ ਦਾ ਪੱਖੀ

Russophobe /'ਰਅੱਸਅ(ਉ)ਫ਼ਅਉਬ/ *n* ਰੂਸ-ਭੈ, ਰੂਸ ਤ੍ਰਾਸ *a* ਰੂਸ ਤੋਂ ਡਰਨ ਵਾਲਾ, ਰੂਸ ਵਿਰੋਧੀ

Russophobia /ˌਰਅੱਸਅ(ਉ)'ਫ਼ਅਉਬਿਅ/ *n* ਰੂਸ ਦਾ ਭੈ, ਰੂਸ ਦਾ ਹਊਆ, ਰੂਸ ਤ੍ਰਾਸ

rust /ਰਅੱਸਟ/ *n* ਜੰਗਾਲ, ਬੁਰੀ ਹਾਲਤ, ਸੜੀ ਗਲੀ ਹਾਲਤ *v* ਜੰਗਾਲ ਲੱਗਣਾ; ਵਿਹਲੇ ਰਹਿਣ ਕਰਕੇ ਨਿਕੰਮਾ ਹੋ ਜਾਣਾ; ਕੋਈ ਚੀਜ਼ ਬਿਨਾਂ ਵਰਤੇ ਪਈ ਰਹਿਣੀ ਅਤੇ ਖ਼ਰਾਬ ਹੋ ਜਾਣਾ; ਜੰਗਾਲ ਦਾ ਕਿਸੇ ਚੀਜ਼ ਨੂੰ ਨਸ਼ਟ ਕਰ ਦੇਣਾ

rustic /'ਰਅੱਸਟਿਕ/ *a* ਪੇਂਡੂ, ਗ੍ਰਾਮੀਣ, ਦਿਹਾਤੀ; ਗੰਵਾਰ, ਉਜੱਡ, ਸਿੱਧੜ, ਬੇਡੌਲ; ਅਣਪੱਧਰਾ, ਖਰ੍ਹਵਾ *n* ਪੇਂਡੂ ਆਦਮੀ

rusticate /'ਰਅੱਸਟਿਕੇਇਟ/ *v* ਪੇਂਡੂ ਜੀਵਨ ਬਿਤਾਉਣਾ, ਦਿਹਾਤੀ ਰਹੁ ਰੀਤੀ ਬਣਾਉਣੀ, ਪਿੰਡ ਵਿੱਚ ਵੱਸਣਾ; (ਦੰਡ ਵਜੋਂ) ਕੱਢ ਦੇਣਾ, ਖ਼ਾਰਿਜ ਕਰ ਦੇਣਾ, (ਕੰਧ ਆਦਿ ਦੀ ਉਸਾਰੀ) ਅਣਪੱਧਰੀ ਕਰਨਾ

rustication /ˌਰਅੱਸਟਿ'ਕੇਇਸ਼ਨ/ *n* ਪੇਂਡੂ ਜੀਵਨ, ਪਿੰਡ ਵਾਸਾ; ਪੇਂਡੂ ਪ੍ਰਭਾਵ; ਕੱਢੇ ਜਾਣ ਦੀ ਸਥਿਤੀ, ਸਕੂਲ-ਕਾਲਜ ਆਦਿ ਵਿੱਚੋਂ ਨਿਕਾਲਾ

rusticity /ਰਅੱ'ਸਟਿਸਅਟਿ/ *n* ਪੇਂਡੂਪਣ; ਉਜੱਡਪੁਣਾ, ਗੰਵਾਰਪੁਣਾ; ਜੱਟਪੁਣਾ; ਸਰਲਤਾ, ਸੁਭਾਵਿਕਤਾ, ਸਾਦਗੀ, ਭੋਲਾਪਣ

rustle /'ਰਅੱਸਲ/ *n* ਸਰਸਰਾਹਟ, ਖੜਖੜਾਹਟ *v* ਸਰਸਰ ਕਰਨਾ, ਖੜਖੜ ਕਰਨਾ

rustling /'ਰਅੱਸਲਿਙ/ *n* ਸਰਸਰਾਹਟ, ਖੜਖੜਾਹਟ, ਖੜਕਾਰ

rusty /'ਰਅੱਸਟਿ/ *a* ਜੰਗਾਲਿਆ, ਜੰਗਾਲ ਵਾਲਾ; ਪੁਰਾਣਾ, ਬੋਦਾ, ਜੋ ਕੰਮ ਦਾ ਨਾ ਰਹੇ; (ਕਾਲਾ ਕੱਪੜਾ) ਜਿਸ ਦਾ ਰੰਗ ਉੱਡਿਆ ਹੋਵੇ; ਜੰਗਾਲ ਦੇ ਰੰਗ ਦਾ, ਗੂੜ੍ਹਾ ਬਦਾਮੀ; ਬੁਸਿਆ ਅਤੇ ਬਦਬੋ ਵਾਲਾ (ਖ਼ਾਸ ਕਰਕੇ ਸੂਰ ਦਾ ਮਾਸ)

rut /ਰਅੱਟ/ *n* ਗੱਡੇ ਦੀ ਲੀਹ, ਪਹਿਆ, ਰਾਹ; ਪੁਰਾਣਾ ਰਿਵਾਜ, ਚੱਲੀ ਆ ਰਹੀ ਰੀਤ, ਪਿਓ ਦਾਦੇ ਦਾ ਤਰੀਕਾ; (ਕਿਸੇ ਪਸ਼ੂ, ਵਿਸ਼ੇਸ਼ ਕਰਕੇ ਹਿਰਨ ਦਾ) ਵੇਗ, ਉਠਾ, ਕਾਮ ਇੱਛਾ *v* ਲੀਕ ਪਾਉਣਾ, ਰਿਵਾਜ ਪਾਉਣਾ

ruth /ਰੂਥ/ *n* ਤਰਸ, ਦਇਆ, ਰਹਿਮ

ruthful /'ਰੂਥਫ਼ੁਲ/ *a* ਤਰਸਵਾਨ, ਦਇਆਵਾਨ, ਰਹਿਮ ਦਿਲ

ruthless /'ਰੂਥਲਅਸ/ *a* ਬੇਤਰਸ, ਨਿਰਦਈ, ਪੱਥਰ ਦਿਲ, ਬੇਰਹਿਮ

rutilant /ਰੂਟਿਲ(ਅ)ਨਟ/ *a* ਚਮਕਦਾਰ

ruttish /'ਰਅੱਟਿਸ਼/ *a* ਸਰੀਰਿਕ, ਵਾਸਨਾਪੂਰਨ, ਕਾਮੀ, ਲਾਲਸਾਪੂਰਨ

rux /ਰਅੱਕਸ/ *n* ਵਾਸਨਾ, ਲਾਲਸਾ, ਕਾਮਨਾ

rye /ਰਾਇ/ *n* ਕਣਕ ਵਾਂਗ ਖਾਧਾ ਜਾਣ ਵਾਲਾ ਇੱਕ ਅਨਾਜ, ਰਾਈ

ryepeck /'ਰਾਇਪੈੱਕ/ *n* ਖੰਭਾ, ਪੋਲ, ਸਤੰਭ, ਥੰਮ੍ਹਾ, ਕਿਸ਼ਤੀ ਬੰਨ੍ਹਣ ਲਈ ਵੰਝ

ryot /ਰਾਇਅਟ/ *n* ਕਿਸਾਨ, ਜੱਟ, ਹਲਵਾਹਕ

S

S, s /ਐੱਸ/ *n* ਅੰਗਰੇਜ਼ੀ ਵਰਨਮਾਲਾ ਦਾ ਉੱਨੀਵਾਂ ਅੱਖਰ; ਲਹਿਰੀਆ ਮੋੜ

Sabaism /'ਸੇਇਬੇਇਜ਼ਅਮ/ *n* ਤਾਰਿਆਂ ਦੀ ਪੂਜਾ, ਨਛੱਤਰ ਪੂਜਾ

Sabbatarian /,ਸੈਬਅ'ਟੇਅਰਿਅਨ/ *n* ਸਨਿੱਚਰਵਾਰ ਦੀ ਧਾਰਮਿਕ ਉਪਾਸਨਾ ਨੂੰ ਕੱਟੜਤਾ ਨਾਲ ਕਰਨ ਵਾਲਾ ਈਸਾਈ ਜਾਂ ਯਹੂਦੀ, ਸਨਿੱਚਰਵਾਰ ਬਪਤਿਸਮਾ ਕਰਨ ਵਾਲਾ ਪਾਦਰੀ, ਇਸ ਦਿਨ ਨਾਲ ਸੰਬੰਧਿਤ ਕੋਈ ਕੰਮ ਜਾਂ ਰਸਮ *a* ਯਹੂਦੀ ਧਰਮ ਦੇ ਸਿਧਾਂਤਾਂ ਤੇ ਚੱਲਣ ਵਾਲਾ

sabbath /'ਸੈਬਅਥ/ *n* ਅਰਾਮ ਦਾ ਸਮਾਂ, ਵਿਸ਼ਰਾਮ ਕਾਲ; ਈਸਾਈਆਂ ਦਾ ਐਤਵਾਰ, ਯਹੂਦੀਆਂ ਦਾ ਸਨਿੱਚਰਵਾਰ ਅਤੇ ਮੁਸਲਮਾਨਾਂ ਦਾ ਸ਼ੁਕਰਵਾਰ ਦੇ ਦਿਨ ਦਾ ਅਰਾਮ, ਹਫ਼ਤੇ ਦਾ ਸੱਤਵਾਂ ਦਿਨ (ਈਸਾਈ ਧਰਮ ਵਿਸ਼ਵਾਸ); ਭੂਤਾਂ-ਪ੍ਰੇਤਾਂ ਜਾਂ ਜਾਦੂ-ਟੂਣੇ ਵਾਲਿਆਂ ਦਾ ਅੱਧੀ ਰਾਤ ਦਾ ਉਤਸਵ

sabbatical /ਸਅ'ਬੈਟਿਕਲ/ *n* ਅਕਾਦਮਿਕ ਕੰਮ ਲਈ ਦਿੱਤੀ ਜਾਣ ਵਾਲੀ ਛੁੱਟੀ

sable /'ਸੇਇਬਲ/ *n* ਨਿਉਲੇ ਵਰਗਾ ਜੀਵ, ਸੇਬਲ; ਸੇਬਲ ਦੀ ਖੱਲ; ਸੇਬਲ ਦੇ ਵਾਲਾਂ ਦਾ ਬੁਰਸ਼, ਕਾਲਾ ਰੰਗ; ਕਾਲੇ ਕੱਪੜੇ, ਮਾਤਮੀ ਵੇਸ; ਕਾਲਾ *a* ਮੁਸ਼ਕੀ, ਉਦਾਸ, ਦਿਲਗੀਰ, ਭਿਆਨਕ

sabot /'ਸੈਬਅਓ/ *n* ਖੜਾਵਾਂ, ਪਊਏ; ਕਿਸੇ ਨਰਮ ਅਤੇ ਮੁਲਾਇਮ ਧਾਤ ਦਾ ਟੁਕੜਾ

sabotage /'ਸੈਬਅਟਾਯ਼/ *n* ਤੋੜ-ਫੋੜ, ਗੁਪਤ ਤੋੜ-ਫੋੜ, ਫੈਕਟਰੀ ਦਾ ਜਾਣ-ਬੁੱਝ ਕੇ ਕੀਤਾ ਨੁਕਸਾਨ *v* ਤੋੜ-ਫੋੜ ਕਰਨਾ, ਨੁਕਸਾਨ ਪਹੁੰਚਾਉਣਾ, ਸਮਾਨ ਖ਼ਰਾਬ ਕਰਨਾ, ਵਿਗਾੜ ਦੇਣਾ

sabre /'ਸੇਇਬਅ*/ *n* ਸੈਫ, ਕਟਾਰ, ਕਿਰਪਾਨ, ਮੁੜਵੀਂ ਜਾਂ ਖਮਦਾਰ ਖੜਗ, ਰਿਸਾਲੇ ਦਾ ਸਿਪਾਹੀ, ਰਿਸਾਲਾ *vt* ਕਟਾਰ ਜਾਂ ਤਲਵਾਰ ਚਲਾਉਣਾ, ਘਾਇਲ ਕਰਨਾ

sabre-rattling *n* ਫੁੰਕਾਰਾ, ਧੌਂਸ

sabretache /'ਸੈਬਅਟੈਸ਼/ *n* (ਘੋੜਸਵਾਰ ਫ਼ੌਜ ਦੇ ਅਫ਼ਸਰ ਦਾ) ਝੋਲਾ, ਥੈਲਾ

sac /ਸੈਕ/ *n* ਗਿਲਟੀ, ਰਸੌਲੀ, ਝਿੱਲੀ; (ਜੀਵ) ਥੈਲੀ

saccharine/'ਸੈਕਅਰਿਨ/ *n* ਲੁੱਕ ਤੋਂ ਤਿਆਰ ਕੀਤੀ ਇੱਕ ਪ੍ਰਕਾਰ ਦੀ ਅਤਿ ਮਿੱਠੀ ਖੰਡ, ਸਕਰੀਨ *a* ਮਿੱਠਾ, ਮਧੁਰ, ਖੰਡਸਰੀ

saccharoid /'ਸੈਕਅਰੌਇਡ/ *a* ਚੀਨੀ ਦੇ ਦਾਣੇ ਵਰਗਾ, ਦਾਣੇਦਾਰ, ਕਣੀਦਾਰ

sacerdotal /,ਸੈਸਅ'ਡਅਉਟਲ/ *a* ਪਰੋਹਤੀ, ਪਰੋਹਤ ਸੰਬੰਧੀ; ਪਾਕ, ਪਵਿੱਤਰ

sachem /'ਸੇਇਚਅਮ/ *n* ਅਮਰੀਕੀ ਆਦਿ-ਵਾਸੀਆਂ ਦਾ ਸਰਦਾਰ, ਸਚਮ

sachet /'ਸੈਸ਼ੇਇ/ *n* ਸੁਗੰਧ ਦੀ ਪੁੜੀ

sack /ਸੈਕ/ *n* ਬੋਰੀ, ਥੈਲੀ, ਇਸਤਰੀਆਂ ਦਾ ਚੋਗਾ, ਢਿੱਲਾ ਪਹਿਰਾਵਾ; ਲੁੱਟਮਾਰ; ਸ਼ਰਾਬ ਦੀ ਇੱਕ ਕਿਸਮ *vt* ਬੋਰਾ ਭਰਨਾ, ਥੈਲੀ ਵਿੱਚ ਪਾਉਣਾ; (ਬੋਲ) ਹਰਾਉਣਾ (ਮੁਕਾਬਲੇ ਵਿੱਚ); ਨੌਕਰੀ ਵਿੱਚੋਂ ਕੱਢਣਾ, ਬਰਖ਼ਾਸਤ ਕਰਨਾ; ਲੁੱਟਣਾ; (ਪਾੜ ਲਾ ਕੇ) ਸਾਰਾ ਸਮਾਨ ਲੁੱਟ ਕੇ ਲੈ ਜਾਣਾ; ਬਰਬਾਦ ਕਰਨਾ

sackbut /'ਸੈਕਬਅੱਟ/ *n* ਮੂੰਹ ਨਾਲ ਵਜਾਉਣ ਵਾਲਾ ਇੱਕ ਵਾਜਾ

sacque /ਸੈਕ/ *n* ਇਸਤਰੀਆਂ ਦਾ ਢਿੱਲਾ ਲਿਬਾਸ, ਸੈਕ

sacral /'ਸੇਇਕਰ(ਅ)ਲ/ *a* ਪੇਡੂ ਦੀ ਹੱਡੀ ਸੰਬੰਧੀ; ਕਰਮਕਾਂਡ ਸੰਬੰਧੀ, ਕਰਮਕਾਂਡ ਵਾਸਤੇ

sacrament /'ਸੈਕਰਅਮਅਨਟ/ *n* ਈਸਾਈਆਂ ਦਾ ਧਾਰਮਿਕ ਸੰਸਕਾਰ; ਪਵਿੱਤਰ ਭਾਵ, ਰੱਬੀ ਭੋਜ; ਪ੍ਰਤਿੱਗਿਆ *vt* ਵਚਨਬੱਧ ਕਰਨਾ, ਪ੍ਰਤਿੱਗਿਆਬੱਧ ਕਰਨਾ

sacred /'ਸੇਇਕਰਿਡ/ *a* ਪਾਕ, ਮੁਤਬੱਰਕ; ਮੁਕੱਦਸ, ਸੁੱਚਾ, ਸ਼ੁੱਧ, ਪਵਿੱਤਰ, ਪੁਨੀਤ; ਧਾਰਮਿਕ; ਪਰਮਾਰਥਿਕ, ਕਿਸੇ ਦੇਵਤੇ ਨਾਲ ਸੰਬੰਧਿਤ; ਪਰੰਪਰਾਗਤ; ਧਾਰਮਿਕ, ਧਰਮ

ਰੱਖਿਅਕ

sacred cow *n* ਕੋਈ ਰੀਤੀ-ਰਿਵਾਜ ਜਾਂ ਪ੍ਰਥਾ ਜਿਸ ਬਾਰੇ ਲੋਕਾਂ ਦੀ ਮਨੌਤ ਇਹ ਹੋਵੇ ਕਿ ਇਸ ਉੱਤੇ ਕੋਈ ਆਲੋਚਨਾ ਜਾਂ ਸੁਆਲ ਨਹੀਂ ਉਠਾਇਆ ਜਾ ਸਕਦਾ

sacrifice /'ਸੈਕਰਿਫ਼ਾਇਸ/ *n* ਬਲੀ, ਬਲੀਦਾਨ, ਕੁਰਬਾਨੀ; ਤਿਆਗ, ਸਮਰਪਣ; ਯੱਗ, ਹਵਨ; ਸੁਆਰਥ ਤਿਆਗ; ਭੇਟ, ਭੇਟਾ, ਕੁਰਬਾਨੀ ਦਾ ਜੀਵ; ਦਾਨ, ਪਛਤਾਵੇ ਵਜੋਂ ਈਸਾ ਦੇ ਸਰੀਰ ਦੇ ਲਹੂ ਦਾ ਬਲੀਦਾਨ; ਹਾਨੀ, ਨੁਕਸਾਨ *v* ਬਲੀ ਦੇਣਾ, ਕੁਰਬਾਨ ਕਰਨਾ; ਅਰਪਣ ਕਰਨਾ, ਭੇਟਾ ਕਰਨਾ; ਤਿਆਗਣਾ, ਛੱਡਣਾ

sacrilege /'ਸੈਕਰਅਲਿਜ/ *n* ਬੇਅਦਬੀ, ਪਵਿੱਤਰ ਥਾਂ ਦਾ ਅਪਵਿੱਤਰੀਕਰਨ, ਬੇਹੁਰਮਤੀ, ਮਰਯਾਦਾ ਭੰਗ, ਧਰਮ ਉਲੰਘਣ

sacrilegious /,ਸੈਕਰਅ'ਲਿਜਅਸ/ *a* ਅਪਵਿੱਤਰ, ਬੇਅਦਬੀ ਭਰਿਆ, ਅਧਰਮੀ

sacring /'ਸੇਇਕਰਿਙ/ *n* (ਈਸਾਈ ਧਰਮ) ਸਮਰਾਟ ਦੀ ਨਿਯੁਕਤੀ, ਇਸ ਨਿਯੁਕਤੀ ਦਾ ਸਮਾਰੋਹ

sacrist /'ਸੈਕਰਿਸਟ/ *n* ਪੂਜਾ ਗ੍ਰਹਿ ਜਾਂ ਪਵਿੱਤਰ ਸਥਾਨ ਦੇ ਭਾਂਡਿਆਂ ਨੂੰ ਰੱਖਣ ਵਾਲਾ ਅਧਿਕਾਰੀ ਜਾਂ ਕਰਮਚਾਰੀ, ਗਿਰਜਾ ਭੰਡਾਰੀ

sacrosanct /'ਸੈਕਰਅਉਸੈਙਕਟ/ *a* ਪਾਕ, ਮੁਕੱਦਸ, ਮੁਤਬੱਰਕ, ਪੁਨੀਤ, ਪਾਵਨ; ਧਾਰਮਿਕ ਨੇਮ ਜਾਂ ਆਗਿਆ ਦੁਆਰਾ ਅਤਿਆਚਾਰ ਤੋਂ ਸੁਰੱਖਿਅਤ

sacrum /'ਸੇਇਕਰਅਮ, 'ਸੈਕ-/ *n* ਪੇਡੂ ਦੇ ਪਿਛਲੇ ਪਾਸੇ ਦੀ ਹੱਡੀ

sad /ਸੈਡ/ *a* ਦਿਲਗੀਰ, ਰੰਜੀਦਾ, ਦਰਦ ਭਰਿਆ; ਉਦਾਸ, ਗ਼ਮਗੀਨ, ਦੁਖੀ; ਕਲੇਸ਼ ਵਾਲਾ; ਬਹੁਤ ਬੁਰਾ; (ਆਟਾ) ਅਣਖਮੀਰਿਆ; (ਰੋਟੀ) ਮੋਟੀ, ਭਾਰੀ; (ਰੰਗ) ਫਿੱਕਾ, ਉੱਡਿਆ-ਉੱਡਿਆ, ਉਦਾਸ, ਓਦਰਿਆ, ਫਿੱਕਾ, ਧੁੰਦਲਾ, ਹਲਕਾ

sadden /'ਸੈਡਨ/ *v* ਦੁੱਖੀ ਹੋਣਾ ਜਾਂ ਕਰਨਾ, ਚਿੰਤਤ ਕਰਨਾ, ਸ਼ੋਕ ਪਹੁੰਚਾਉਣਾ

saddle /'ਸੈਡਲ/ *n* ਪਲਾਣਾ, ਕਾਠੀ; ਜੀਨ; ਕਾਠੀ ਵਰਗੀ ਕੋਈ ਚੀਜ਼ *v* ਘੋੜੇ ਉੱਤੇ ਕਾਠੀ ਪਾਉਣਾ, ਜੀਨ ਕੱਸਣਾ, ਪਲਾਣਾ ਪਾਉਣਾ; ਸੌਂਪਣਾ, ਜ਼ੁੰਮੇਵਾਰੀ ਦੇਣਾ, ਮੱਥੇ ਮੜ੍ਹਨਾ, ਸਿਰ ਥੱਪਣਾ, ਭਾਰ ਲੱਦਣਾ

saddlebag /'ਸੈਡਲਬੈਗ/ *n* ਖੁਰਜੀ, ਛੱਟ

sadism /'ਸੇਇਡਿਜ਼ਅਮ/ *n* ਜਿਨਸੀ ਅਵੈੜਾਪਣ,ਕਰੂਰਤਾਪੂਰਨ ਸੰਭੋਗ; ਦੂਜੇ ਦੇ ਕਸ਼ਟ ਵਿੱਚ ਪ੍ਰਸੰਨ ਹੋਣ ਦਾ ਭਾਵ

sadist /'ਸੇਇਡਿਸਟ/ *n* ਦੂਜੇ ਦੇ ਦੁੱਖ ਨੂੰ ਦੇਖ ਕੇ ਪ੍ਰਸੰਨ ਹੋਣ ਵਾਲਾ ਬੰਦਾ, ਧੱਕੇ ਨਾਲ ਕਾਮਪੂਰਤੀ ਕਰਨ ਵਾਲਾ ਬੰਦਾ, ਗੂਰਤਾ ਪੂਰਨ ਸੰਭੋਗੀ, ਜਿਨਸੀ ਅਵੈੜਾ, ਧਗੜਾ

sadly /'ਸੈਡਲਿ/ *adv* ਬਦਕਿਸਮਤੀ ਨਾਲ, ਉਦਾਸੀ ਵਿੱਚ, ਗ਼ਮੀ ਨਾਲ, ਦੁੱਖ ਨਾਲ, ਸ਼ੋਕ ਸਹਿਤ

sadness /'ਸੈਡਨਅਸ/ *n* ਦੁੱਖ, ਚਿੰਤਾ, ਉਦਾਸੀ, ਅਫ਼ਸੋਸ, ਮਲਾਲ, ਗ਼ਮ, ਰੰਜ, ਗ਼ਮਗੀਨੀ

safari /ਸਅ'ਫ਼ਾਰਿ/ *n* ਸ਼ਿਕਾਰ ਲਈ ਮੁਹਿੰਮ ਦਲ, ਯਾਤਰੀ ਖਿਡਾਰੀਆਂ ਦਾ ਕਾਫ਼ਲਾ, ਬੰਦ ਗੱਡੀ

safari park *n* ਜੰਗਲੀ ਜਾਨਵਰਾਂ ਦੀ ਰੱਖ

safe /ਸੇਇਫ਼/ *n* ਸੁਰੱਖਿਆ, ਤਿਜੌਰੀ, ਗੱਲਾ, ਪੇਟੀ, ਡੌਲੀ, ਸੇਫ *a* ਸੁਰੱਖਿਅਤ, ਸਹੀ ਸਲਾਮਤ; ਯਕੀਨੀ

safeguard /'ਸੇਇਫ਼ਗਾਡ/ *n* ਰੱਖਿਆ ਲਈ ਪਹਿਲਾਂ ਤੋਂ ਹੀ ਕੀਤਾ ਪ੍ਰਬੰਧ, ਆੜ, ਬਚਾਅ *vt* ਅਨੁਕੂਲ ਸਥਿਤੀ ਉਤਪੰਨ ਕਰਨਾ

safe haven *n* ਸੁਰੱਖਿਅਤ ਸ਼ਰਨਸਥਾਨ, ਮਹਿਫ਼ੂਜ਼ ਪਨਾਹਗਾਹ, ਖ਼ਤਰੇ ਤੋਂ ਬਚਣ ਦਾ ਸਥਾਨ

safely /'ਸੇਇਫ਼ਲਿ/ *adv* ਸੁਰੱਖਿਅਤ ਰੂਪ ਵਿੱਚ, ਬਚਾਅ ਨਾਲ, ਹਿਫ਼ਾਜ਼ਤ ਨਾਲ, ਸਹੀ ਸਲਾਮਤੀ ਨਾਲ

safety /'ਸੇਇਫ਼ਟਿ/ *n* ਸੁਰੱਖਿਆ, ਕੁਸ਼ਲਤਾ, ਸ਼ਾਂਤੀ, ਖ਼ੈਰੀਅਤ, ਨਿਰਭੈਤਾ, ਬਚਾਅ, ਅਮਨ, ਸਲਾਮਤੀ, ਹਿਫ਼ਾਜ਼ਤ

safety razor *n* ਅਜਿਹਾ ਉਸਤਰਾ ਜੋ ਹਜ਼ਾਮਤ ਕਰਨ ਵੇਲੇ ਚਮੜੀ ਨਾ ਕੱਟੇ, ਸੇਫ਼ਟੀ ਰੇਜ਼ਰ

safflower /'ਸੈਫ਼ਲਾਉਅ*/ *n* ਕੁਸੰਭਾ

saffron /'ਸੈਫ਼ਰਅਨ/ *n* ਕੇਸਰ, ਜਾਅਫ਼ਰਾਨ *a* ਕੇਸਰੀ ਰੰਗ, ਕੇਸਰੀ *vt* ਕੇਸਰ ਨਾਲ ਰੰਗਣਾ

sag /ਸੈਗ/ *n* ਡੋਬਾ; ਲਟਕਾਅ; ਢਿੱਲ; ਝੋਲ *vi* ਦਬਾਅ ਦੇ ਕਾਰਨ ਝੁਕ ਜਾਣਾ; ਕਿਸੇ ਚੀਜ਼ ਦੇ ਵਿਚਕਾਰਲੇ ਭਾਗ ਦਾ ਝੁਕਣਾ; ਹੇਠਾਂ ਵੱਲ ਮੁੜਨਾ; ਢਿਲਕਣਾ; (ਕੀਮਤਾਂ ਦਾ) ਥੱਲੇ ਆਉਣਾ

saga /'ਸਾਗਅ/ *n* (ਮੱਧ ਯੁੱਗ ਦੇ ਆਈਸਲੈਂਡ ਜਾਂ ਨਾਰਵੇ ਦਾ) ਗੱਦ ਸਾਹਿਤ; ਵੀਰਗਾਥਾ, ਸ਼ਾਹਨਾਮਾ, ਵੀਰਤਾ ਭਰੀ ਅਤੇ ਸਾਹਸ ਦੇ ਕਾਰਜ ਵਾਲੀ ਕੋਈ ਕਥਾ, ਸਾਕਾ

sagacious /ਸਅ'ਗੇਇਸ਼ਅਸ/ *a* ਸੂਝਵਾਨ, ਸਿਆਣਾ, ਹੁਸ਼ਿਆਰ; ਅਕਲਮੰਦ; ਦੂਰਦਰਸ਼ੀ, ਵਿਵੇਕੀ, ਚਤਰ, ਬੁੱਧੀਮਾਨ

sagacity /ਸਅ'ਗੈਸਅਟਿ/ *n* ਤੀਖਣ ਬੁੱਧੀ, ਤੇਜ਼ ਸੂਝ, ਸਮਝਦਾਰੀ, ਹੁਸ਼ਿਆਰੀ

sage /ਸੇਇਜ/ *n* ਭੂਰੇ ਹਰੇ ਰੰਗ ਅਤੇ ਪੱਤਿਆਂ ਵਾਲਾ ਇੱਕ ਪੌਦਾ *a* ਦਾਰਸ਼ਨਿਕ; ਰਿਸ਼ੀ, ਮੁਨੀ; ਵਿਵੇਕੀ, ਦਾਨਾ

saggy /'ਸੈਗਿ/ *a* (ਦਬਾਅ ਨਾਲ) ਝੁਕਿਆ ਹੋਇਆ, ਢਿਲਕਿਆ ਹੋਇਆ, ਝੋਲਦਾਰ, ਢਿੱਲਾ

sagittarius /,ਸੈਜਿ'ਟੇਅਰਿਅਸ/ *n* ਧਨ ਰਾਸ਼ੀ, ਨੌਵੀਂ ਰਾਸ਼ੀ; ਧਨਰਾਸ਼ੀ ਦੇ ਪ੍ਰਭਾਵ ਅਧੀਨ ਪੈਦਾ ਹੋਇਆ ਵਿਅਕਤੀ

sago /'ਸੇਇਗਅਉ/ *n* ਸਾਗੂ, ਸਾਗੂਦਾਣਾ

said /ਸੈਡ/ *v* **say** ਦਾ ਭੂਤ-ਕਾਲ ਅਤੇ ਭੂਤ-ਕ੍ਰਿਦੰਤ

sail /ਸੇਇਲ/ *n* ਜਹਾਜ਼; ਜਹਾਜ਼ੀ ਬੇੜਾ; ਬਾਦਬਾਨ; ਸੀਲ ਮੱਛੀ ਦੀ ਪਿੱਠ ਉੱਤੇ ਉੱਗਿਆ ਖੰਭ, ਹਵਾਈ ਚੱਕੀ ਦੇ ਪੱਖਿਆਂ ਨਾਲ ਬੰਨ੍ਹਣ ਵਾਲੇ ਪਹੀਏ; ਜਲ ਯਾਤਰਾ *v* ਜਹਾਜ਼ ਦਾ ਚੱਲਣਾ, ਸਮੁੰਦਰੀ ਜਹਾਜ਼ ਵਿੱਚ ਸਫ਼ਰ ਕਰਨਾ; ਜਹਾਜ਼ ਚਲਾਉਣਾ; ਅਕਾਸ਼ ਵਿੱਚ ਉੱਡਣਾ, (ਪੰਛੀ ਜਾਂ ਬੱਦਲ ਦਾ) ਅੰਬਰ ਵਿੱਚ ਹੌਲੀ-ਹੌਲੀ ਮਟਕ ਚਾਲ ਚੱਲਣਾ, ਮੜਕ ਨਾਲ ਤੁਰਨਾ; ਪਾਣੀ ਵਿੱਚ ਬੇੜੀ ਛੱਡਣਾ

sailing /'ਸੇਇਲਿਙ/ *n* ਸਮੁੰਦਰੀ ਜਹਾਜ਼ ਦੇ ਚੱਲਣ ਦਾ ਨਿਸ਼ਚਿਤ ਸਮਾਂ, ਕਿਸ਼ਤੀ ਰਾਹੀਂ ਕੀਤੀ ਸੈਰ, ਜਲ ਯਾਤਰਾ

sailor /'ਸੇਇਲਅ*/ *n* ਮਲਾਹ, ਜਹਾਜ਼ਰਾਨ, ਕਿਸ਼ਤੀਵਾਨ

sain /ਸੇਇਨ/ *vt* (ਪਰਾ) ਦੈਵੀ ਸ਼ਕਤੀ ਨਾਲ ਰੱਖਿਆ ਕਰਨਾ, ਬਚਾਉਣਾ, ਜਾਦੂ ਨਾਲ ਠੀਕ ਕਰ ਦੇਣਾ, ਅਸ਼ੀਰਵਾਦ ਦੇਣਾ, ਕਰਾਸ ਦਾ ਨਿਸ਼ਾਨ ਬਣਾਉਣਾ

sainfoin /'ਸੈਨਫ਼ੌਇਨ/ *n* ਇੱਕ ਤਰ੍ਹਾਂ ਦਾ ਛੋਟਾ ਘਾਹ ਜੋ ਚਾਰੇ ਦੇ ਕੰਮ ਆਉਂਦਾ ਹੈ; ਗੁਲਾਬੀ ਫੁੱਲਾਂ ਵਾਲੀ ਬੂਟੀ

saint /ਸੇਇਨਟ/ *n* ਸੰਤ, ਸਾਧੂ, ਮੁਨੀ, ਸਿੱਧ, ਮਹਾਤਮਾ, ਦਰਵੇਸ਼, ਸੇਂਟ; ਈਸਾਈ ਸੰਪਰਦਾ ਦਾ ਮੈਂਬਰ *vi* ਸੰਤਾਂ ਦੀ ਸ਼੍ਰੇਣੀ ਵਿੱਚ ਸ਼ਾਮਲ ਕਰਨਾ, ਸੰਤ ਮੰਨਣਾ *a* ਧਾਰਮਿਕ, ਸਾਧੂ ਸੁਭਾਅ, ਅਤਿ ਪਵਿੱਤਰ, ਪੁੰਨਸ਼ੀਲ; ਈਸਾਈ ਧਰਮ ਸੰਬੰਧੀ

sake /ਸੇਇਕ/ *n* ਨਿਮਿੱਤ, ਹਿਤ, ਕਾਰਨ, ਖ਼ਾਤਰ

sake /'ਸਾਕਿ/ *n* ਚੌਲਾਂ ਤੋਂ ਤਿਆਰ ਕੀਤੀ ਜਪਾਨੀ ਸ਼ਰਾਬ

sakia /'ਸਾਕਿਅ/ *n* (ਖੂਹ ਚੋਂ ਪਾਣੀ ਕੱਢਣ ਲਈ ਵਰਤਿਆ ਜਾਂਦਾ) ਹਲਟ, ਹਰਟ

salable /'ਸੇਇਲਅਬਲ/ *a* ਵਿਕਣਯੋਗ, ਵਿਕਾਊ

salacious /ਸਅ'ਲੇਇਸ਼ਅਸ/ *a* ਕਾਮੀ, ਭੋਗੀ, ਰੰਡੀਬਾਜ਼; ਅਸ਼ਲੀਲ, ਲੱਚਰ

salad /'ਸੈਲਅਡ/ *n* ਕੱਚੀਆਂ ਖਾਣ ਵਾਲੀਆਂ ਸਬਜ਼ੀਆਂ, ਜਿਵੇਂ ਮੂਲੀ ਗਾਜਰ ਖੀਰਾ ਆਦਿ, ਸਲਾਦ

salad days *n* ਕੱਚੀ ਉਮਰ, ਅਨੁਭਵਹੀਣ ਜੁਆਨੀ

salamander /'ਸੈਲਅਮੈਨਡਅ*/ *n* ਕਿਰਲੀ ਵਰਗਾ ਇੱਕ ਕਲਪਿਤ ਜੀਵ; ਅਗਨੀ ਦੇਵਤਾ, ਵਧੇਰੇ ਗਰਮੀ ਝੱਲਣ ਵਾਲਾ ਆਦਮੀ; ਬਹਾਦਰ ਸਿਪਾਹੀ; ਲੰਮੀਆਂ ਪੂਛਾਂ ਵਾਲੇ ਜਲਚਰ ਅਤੇ ਭੂਚਰ ਜੀਵ, ਤੇਜ਼ ਗਰਮ ਲੋਹਾ, ਆਮਲੇਟ ਬਣਾਉਣ ਵਾਲਾ ਲੋਹੇ ਦਾ ਤਵਾ

salami /ਸਅ'ਲਾਮਿ/ *n* ਇਤਾਲਵੀ ਸੌਸੇਜ ਜਿਸ ਵਿੱਚ ਲਸਣ ਅਤੇ ਤੇਜ਼ ਮਸਾਲਾ ਪੈਂਦਾ ਹੈ

salaried /'ਸੈਲਅਰਿਡ/ *a* ਤਨਖ਼ਾਹਦਾਰ, ਤਨਖ਼ਾਹ ਲੈਣ ਵਾਲਾ

salary /'ਸੈਲਅਰਿ/ *n* ਤਨਖ਼ਾਹ, ਵੇਤਨ *vt* ਵੇਤਨ ਦੇਣਾ, ਤਨਖ਼ਾਹ ਦੇਣਾ

sale /ਸੇਇਲ/ *n* ਵੇਚ, ਵਿਕਰੀ; ਵੱਟਕ; ਸਸਤਭਾਈ

saleable /'ਸੇਇਲਅਬਲ/ *a* ਵੇਖੋ **salable**

salebrosity /ˌਸੈਲਅ'ਬਰੌਸਅਟਿ/ *n* ਨਾਬਰਾਬਰੀ, ਅਸਮਤਲਤਾ, ਉੱਚਾ-ਨੀਵਾਂਪਣ; ਵਿਖਮਤਾ, ਨਾਹਮਵਾਰੀ

salebrous /'ਸੈਲਅਬਰਅਸ/ *a* ਨਾਬਰਾਬਰ, ਅਸਮਤਲ, ਉੱਚਾ-ਨੀਵਾਂ, ਨਾਹਮਵਾਰ

saleratus /ˌਸੈਲਅ'ਰੇਇਟਅਸ/ *n* ਮਿੱਠਾ ਸੋਡਾ

salesgirl /'ਸੇਇਲਜ਼ਗਅ:ਲ/ *n* ਸੌਦਾ ਵੇਚਣ ਵਾਲੀ ਕੁੜੀ ਜਾਂ ਤੀਵੀਂ, ਦੁਕਾਨ 'ਤੇ ਇਸਤਰੀ ਵਿਕਰੇਤਾ

salesman /'ਸੇਇਲਜ਼ਮਅਨ/ *n* ਵੇਚਣ ਵਾਲਾ, ਵਿਕਰੇਤਾ

sales tax *n* ਵਿਕਰੀ ਕਰ

salient /'ਸੇਇਲਿਅਨਟ/ *n* ਬਾਹਰ ਨਿਕਲਵਾਂ ਕੋਣ, ਪ੍ਰਧਾਨ, ਮੁੱਖ; ਉੱਘੜਵਾਂ, ਮਹੱਤਵਪੂਰਨ

saline /'ਸੇਇਲਾਇਨ/ *a* ਖਾਰਾ, ਲੂਣਾ, ਨਮਕੀਨ *n* ਲੂਣ ਦੇ ਪਾਣੀ ਦਾ ਘੋਲ; ਖਾਰਾ ਜੁਲਾਬ; ਖਾਰਾ ਸੋਮਾ, ਖਾਰੀ ਦਲਦਲ

saliva /ਸਅ'ਲਾਇਵ੍ਅ/ *n* ਮੂੰਹ ਵਿੱਚ ਭਰ ਆਇਆ ਪਾਣੀ, ਥੁੱਕ, ਲੁਆਬ, ਰਾਲ, ਲਾਰ

salivary /ਸਅ'ਲਾਇਵ੍ਅਰਿ, 'ਸੈਲਿਵ੍ਅਰਿ/ *a* ਜਿਸਦੇ ਮੂੰਹ ਵਿੱਚੋਂ ਲਾਲਾਂ ਡਿਗਦੀਆਂ ਹੋਣ, ਲੁਆਬਦਾਰ, ਲਾਰਦਾਰ

salle /ਸੈਲ/ *(F) n* ਵੱਡਾ ਕਮਰਾ, ਹਾਲ

sallow /'ਸੈਲਅਉ/ *n* ਪੀਲਾ ਰੰਗ, ਬਸੰਤੀ ਰੰਗ *a* ਪੀਲਾ, ਬਸੰਤੀ *v* ਪੀਲਾ ਰੰਗ ਚਾੜ੍ਹਨਾ ਜਾਂ ਚੜ੍ਹਨਾ

sally /'ਸੈਲਿ/ *n* ਘੰਟੀ ਜਾਂ ਘੰਟੇ ਦਾ ਕਾਂਬਾ, ਬੁਛਾੜ, ਧਾਵਾ, ਝਪਟ, ਝਮੁੱਟ; ਸੈਰ ਸਪਾਟਾ; ਠੱਠਾ, ਹਾਸਾ, ਦਿਲਲਗੀ *vt* ਕਿਲਾ ਘੇਰਨ ਵਾਲੇ ਦੁਸ਼ਮਣ ਉੱਤੇ ਕਿਲੇ ਦੇ ਅੰਦਰੋਂ ਹਮਲਾ ਕਰਨਾ; ਧਾਵਾ ਬੋਲਣਾ, ਟੁੱਟ ਕੇ ਪੈਣਾ; ਸੈਰ ਜਾਂ ਸਫ਼ਰ ਉੱਤੇ ਜਾਣਾ; ਬਾਹਰ ਆਉਣਾ, ਪ੍ਰਗਟ ਹੋਣਾ

salmagundi /ˌਸੈਲਮਅ'ਗਅੱਨਡਿ/ *n* ਖਿਚੜੀ, ਰਲਗੱਡ; ਇੱਕ ਪ੍ਰਕਾਰ ਦਾ ਸਲੂਣਾ ਜਾਂ ਸਤਨਾਜਾ

salmi /'ਸੈਲਮਿ/ *n* ਇੱਕ ਪ੍ਰਕਾਰ ਦਾ ਭੁੱਜਿਆ ਗੋਸ਼ਤ

salmon /'ਸੈਮਅਨ/ *n* ਸਾਮਨ ਮੱਛੀ *a* ਸਾਮਨ ਵਰਗੇ ਸੰਤਰੀ ਰੰਗ ਦਾ ਜਾਂ ਹਲਕਾ ਗੁਲਾਬੀ

salmonella /ˌਸੈਲਮਅ'ਨੈੱਲਅ/ *n* ਇੱਕ ਕਿਸਮ ਦਾ ਰੋਗਾਣੂ, ਬਿਮਾਰੀ ਪੈਦਾ ਕਰਨ ਵਾਲਾ ਇੱਕ ਜੀਵਾਣੂ, ਜਰਾਸੀਮ

salon /'ਸੈਲੌਂਨ/ *(F) n* ਬੈਠਕ, ਮਿਲਨ ਦਾ ਕਮਰਾ, ਬੈਠਣ ਵਾਲਾ ਕਮਰਾ, ਡਰਾਇੰਗ ਰੂਮ, ਦੀਵਾਨਖ਼ਾਨਾ

saloon /ਸਅ'ਲੂਨ/ *n* ਹਾਲ, ਹਾਲ ਕਮਰਾ, ਬੈਠਕ; ਸਭਾ; ਵੱਡੇ ਹਵਾਈ ਜਹਾਜ਼ ਵਿੱਚ ਮੁਸਾਫ਼ਰਾਂ ਦਾ ਕਮਰਾ, ਸੈਲੂਨ; ਰੇਲ ਦਾ ਪਹਿਲੇ ਦਰਜੇ ਦਾ ਡੱਬਾ

salt /ਸੋਲਟ, ਸੌਲਟ/ *n* ਖਾਰ, ਲੂਣ, ਨਮਕ, ਉਤੇਜਕਤਾ, ਤੀਬਰਤਾ; ਕਾਟ, ਚੋਭ, (ਰਸਾ) ਧਾਤਾਂ ਅਧਾਤਾਂ ਆਦਿ ਦੇ ਯੋਗਿਕ, ਤਜਰਬਾਕਾਰ ਮਲਾਹ *a* ਲੂਣਾ, ਨਮਕੀਨ, ਸਲੂਣਾ, ਖਾਰਾ, ਚਟਪਟਾ, ਮਸਾਲੇਦਾਰ; ਖਾਰਾ (ਹੰਝੂ); ਚੁਭਦਾ (ਵਚਨ), ਵਿਅੰਗ ਭਰੀ (ਗੱਲ); ਸਮੁੰਦਰੀ (ਪੌਦੇ), ਅਸ਼ਲੀਲ (ਹਾਸਾ ਠੱਠਾ) *vt* ਲੂਣ ਬਣਾਉਣਾ, ਨਮਕੀਨ ਕਰਨਾ, ਲੂਣ ਮਿਰਚ ਲਾਉਣਾ, ਮਿਰਚ ਮਸਾਲਾ ਲਾਉਣਾ; ਨਮਕ ਲਾ ਕੇ ਸੁਰੱਖਿਅਤ ਕਰਨਾ; ਨਮਕ ਛਿੜਕਣਾ; ਫ਼ੋਟੋਗ੍ਰਾਫ਼ੀ ਦੇ ਕਾਗਜ਼ਾਂ ਨੂੰ ਲੂਣ ਦੇ ਘੋਲ ਨਾਲ ਧੋਣਾ

saltation /ਸੋਲ'ਟੇਇਸ਼ਨ/ *n* ਅਚਾਨਕ ਪਰਿਵਰਤਨ, ਉਛੱਲ ਕੁੱਦ, ਚੌਂਕੜੀ, ਲਾਂਘ, ਨੱਚ-ਟੱਪ

salt cellar /'ਸੋਲਟ ਸੈੱਲਅ*/ *n* ਲੂਣਦਾਨੀ

salter /'ਸੋਲਟਅ*/ *n* ਲੂਣ ਦੀ ਖਾਣ ਵਿੱਚ ਕੰਮ ਕਰਨ ਵਾਲਾ ਮਜ਼ਦੂਰ, (ਮੱਛੀ ਆਦਿ ਵਿੱਚ) ਲੂਣ

ਮਿਲਾਉਣ ਵਾਲਾ ਆਦਮੀ, ਲੂਣ ਦਾ ਵਪਾਰੀ

saltine /ਸੋਲ'ਟੀਨ, ਸੌਲ-/ *n* ਨਮਕੀਨ ਬਿਸਕੁਟ

saltire /'ਸੋਲਟਾਇਅ*,'ਸੈਲ-/ *n* ਗੁਣਾ ਦਾ ਚਿੰਨ੍ਹ (×)

saltish /'ਸੋਲਟਿਸ਼/ *a* ਲੂਣਾ ਜਿਹਾ, ਨਮਕੀਨ

saltless /'ਸੋਲਟਲਅਸ/ *a* ਅਲੂਣਾ, ਫਿੱਕਾ, ਬੇਸੁਆਦ, ਨਮਕ ਰਹਿਤ

saltpetre /ˌਸੋਲਟ'ਪੀਟਅ, ˌਸੌਲਟ-/ *n* ਸ਼ੋਰਾ, ਜੌਖਾਰ, ਕੱਲਰ

salt pit *n* ਲੂਣ ਬਣਾਉਣ ਵਾਲਾ ਟੋਆ

saltus /'ਸੈਲਟਅਸ/ *n* ਅਚਾਨਕ ਮੋੜ

salty /'ਸੋਲਟਿ, 'ਸੌਲਟਿ/ *a* ਨਮਕੀਨ, ਸਲੂਣਾ, ਖਾਰਾ, ਵਿਅੰਗ ਭਰੀ (ਗੱਲ), ਅਸ਼ਲੀਲ (ਹਾਸਾ ਮਜ਼ਾਕ)

salubrious /ਸਅ'ਲੂਬਰਿਅਸ/ *a* ਸਿਹਤਮੰਦ, ਅਰੋਗ ਵਰਧਕ, ਸਵਸਥਕਾਰੀ; ਅਨੁਕੂਲ, ਸੁਖਾਵਾਂ, ਮੁਆਫ਼ਕ

salubrity /ਸਅ'ਲੂਬਰਅਟਿ/ *n* ਸਵਸਥਕਾਰਤਾ, ਅਨੁਕੂਲਤਾ, ਸਿਹਤ ਵਰਧਤਾ, ਸੁਖਾਵਾਂਪਣ

saluki /ਸਅ'ਲੂਕਿ/ *n* (ਅਰਬ ਦੇ ਸਲੂਕ ਸ਼ਹਿਰ ਨਾਲ ਸੰਬੰਧਿਤ ਨਸਲ ਦਾ ਇੱਕ ਕੁੱਤੇ ਵਰਗਾ ਜੀਵ), ਅਰਬੀ ਨਸਲ ਦਾ ਕੁੱਤਾ, ਜ਼ਲੂਕੀ

salutary /'ਸੈਲਯਅਟਰਿ/ *a* ਸਿਹਤਮੰਦ, ਸਵਸਥ ਵਰਧਕ; ਕਲਿਆਣਕਾਰੀ, ਹਿੱਤਕਾਰੀ, ਉਪਕਾਰੀ, ਉਪਯੋਗੀ, ਲਾਭਦਾਇਕ

salutation /ˌਸੈਲਯੂ'ਟੇਇਸ਼ਨ/ *n* ਨਮਸਕਾਰ, ਪ੍ਰਣਾਮ, ਸਲਾਮ, ਸੁਆਗਤੀ ਸ਼ਬਦ, ਬੰਦਗੀ

salute /ਸਅ'ਲੂਟ/ *n* ਸਲਾਮ, ਅਭਿਨੰਦਨ, ਨਮਸਕਾਰ, ਵੇਦਨਾ, ਪ੍ਰਣਾਮ; (ਸੈਨਾ) ਤੋਪਾਂ ਦੀ ਸਲਾਮੀ, ਫ਼ੌਜੀ ਸਨਮਾਨ: ਸਲਾਮੀ ਪੈਂਤਰਾ,ਸ਼ਸਤਰਾਂ ਦੀ ਖੇਡ *v* ਸਲਾਮ ਕਰਨਾ, ਨਮਸਕਾਰ ਕਰਨਾ, ਸੁਆਗਤ ਕਰਨਾ; ਸੁਆਗਤ ਵਜੋਂ ਚੁੰਮਣਾ; ਮੁਸਕੜੀਆਂ ਹੱਸਣਾ; ਮਿਲਨਾ; ਸੁਣਨਾ; ਦਿਸਣਾ, ਨਜ਼ਰ ਪੈਣਾ

salvage /'ਸੈਲਵਿਜ/ *n* ਜਾਇਦਾਦ ਜਾਂ ਸੰਪੱਤੀ ਦੀ ਰੱਖਿਆ (ਅੱਗ ਜਾਂ ਪਾਣੀ ਤੋਂ), ਬਚਾਅ, ਨਿਸਤਾਰਾ; ਬਚਾਈ ਹੋਈ ਜਾਂ ਸੁਰੱਖਿਅਤ ਸੰਪੱਤੀ, ਸਮਗਰੀ, ਸਮਾਨ; ਪੂੰਜੀ ਸੁਰੱਖਿਅਤ ਕਰਾਉਣ ਲਈ ਦਿੱਤੀ ਮਜ਼ਦੂਰੀ ਜਾਂ ਸੇਵਾਫਲ, ਮਿਹਨਤਾਨਾ *vt* ਅੱਗ ਤੋਂ ਬਚਾਉਣਾ, ਨਸ਼ਟ ਹੋਣ ਤੋਂ ਬਚਾਉਣਾ

salvarsan /'ਸੈਲਵ਼ਅਸਅਨ/ *n* ਆਤਸ਼ਕ ਦੇ ਰੋਗ ਦੀ ਦਵਾਈ

salvation /ਸੈਲ'ਵ਼ੇਇਸ਼ਨ/ *n* ਰੱਖਿਆ; ਨਿਸਤਾਰਾ, ਮੋਖ, ਮੁਕਤੀ, ਨਿਰਵਾਣ, ਪਰਮਗਤੀ, ਛੁਟਕਾਰਾ, ਨਜਾਤ; ਸੰਕਟ ਸਮੇਂ ਵਿੱਚ ਬਚਾਅ

salve /ਸੈਲਵ਼/ *n* ਲੇਪ, ਮੱਲ੍ਹਮ, ਮਰਹਮ *vt* ਮੱਲ੍ਹਮ ਲਾਉਣਾ, ਚੋਪੜਨਾ, ਲਿੱਪਣਾ, ਲੇਪ ਕਰਨਾ, ਮਲਨਾ; ਸ਼ਾਂਤ ਕਰਨਾ, ਠੰਢਾ ਕਰਨਾ; (ਬੁਰਾਈ ਆਦਿ ਤੋਂ) ਬਚਾਉਣਾ, (ਅੱਗ ਆਦਿ ਤੋਂ) ਮੁਸ਼ਕਲ ਦਾ ਅਨੁਮਾਨ ਕਰਨਾ, ਸੋਚਣਾ; (ਸ਼ੱਕ) ਦੂਰ ਕਰਨਾ, ਮਿਟਾਉਣਾ

salver /'ਸੈਲਵ਼ਅ*/ *n* ਚਾਂਦੀ ਦਾ ਭਾਂਡਾ; ਸੋਨੇ ਚਾਂਦੀ ਜਾਂ ਕਲੀ ਨਾਲ ਬਿਜਲੀ ਪਾਲਿਸ਼ ਕੀਤਾ ਭਾਂਡਾ ਥਾਲੀ ਆਦਿ

salvo /'ਸੈਲਵ਼ਅਉ/ *n* ਕਨੂੰਨ ਦੀ ਰੱਖਿਆ, ਬੰਨ੍ਹਣ, ਸ਼ਰਤ; (ਤੋਪਾਂ ਆਦਿ ਦੀ) ਬੁਛਾੜ; ਜੁਗਤ, ਬਹਾਨਾ, ਟਾਲ-ਮਟੋਲ

salvo jure /ˌਸੈਲਵ਼ਅਉ 'ਜੂਰੀ/ *(L) adv* ਅਧਿਕਾਰ ਦੀ ਰੱਖਿਆ ਕਰਦੇ ਹੋਏ

salvolatile /ˌਸੈਲਵ਼ਅ'ਲੈਟਅਲਿ/ *n* ਬੇਹੋਸ਼ੀ ਦੂਰ ਕਰਨ ਵਾਲੀ ਦਵਾਈ, ਅਮੋਨੀਅਮ ਕਾਰਬੋਨੇਟ

salvor /'ਸੈਲਵ਼ਅ*/ *n* ਡੁਬਦੇ ਜਹਾਜ਼ ਜਾਂ ਮਾਲ ਨੂੰ ਬਚਾਉਣ ਵਾਲਾ ਆਦਮੀ ਜਾਂ ਜਹਾਜ਼

Sam /ਸੈਮ/ *n* (ਅਪ) ਸਾਰਾ ਖ਼ਰਚ (ਸ਼ਰਾਬ ਆਦਿ ਦਾ) **upon my Sam** ਕਸਮ ਹੈ!, ਦ੍ਰਿੜ੍ਹ ਉਕਤੀ, ਪੱਕੀ ਸਲਾਹ ਜਾਂ ਗੱਲ

Samaritan /ਸਅ'ਮੈਰਿਟਅਨ/ *n* ਧਾਰਮਿਕ, ਸਮੇਰੀਆ ਦੀ ਧਾਰਮਿਕ ਰੀਤ ਦਾ ਅਨੁਯਾਈ, ਸਮੇਰੀਆ ਦਾ ਨਿਵਾਸੀ, ਸਮੇਰੀਆਈ ਭਾਸ਼ਾ *a*

ਸਮੇਰੀਆ ਸੰਬੰਧੀ

sambo /**'ਸੈਮਬਅਉ**/ *n* ਦੋਨਸਲਾ, ਦੋਗਲਾ; ਨੀਗਰੋ, ਹਬਸ਼ੀ

sambuca /**ਸੈਮ'ਬਯੂਕਅ**/ *n* ਵੀਣਾ, ਸੰਬੂਕਾ

sambur /**'ਸੈਮਬਅ***/ *n* ਦੱਖਣੀ ਏਸ਼ਿਆਈ ਮਿਰਗ, ਸਾਂਬਰ ਮਿਰਗ

same /**ਸੇਇਮ**/ *a* ਸਮਾਨ *pron* ਉਹ *adv* ਉਸੇ ਤਰ੍ਹਾਂ ਨਾਲ, ਉੱਪਰ ਲਿਖਿਆ, ਪਹਿਲਾਂ ਆਖਿਆ, ਪਹਿਲਾਂ ਨਿਸ਼ਚਿਤ ਕੀਤਾ; ਤੁੱਲ; ਜਿਉਂ ਦਾ ਤਿਉਂ, ਸਮਰੂਪ, ਇੱਕਰੂਪ, ਇੱਕ ਰਸ; ਉਹੀ ਚੀਜ਼; ਸਮਾਨ ਰੂਪ ਵਿੱਚ, ਉਸੇ ਤਰ੍ਹਾਂ, ਉਸੇ ਢੰਗ ਨਾਲ; ਫੇਰ ਵੀ, ਤਾਂ ਵੀ

samel /**'ਸੈਮਲ**/ *a* (ਇੱਟ) ਅਧਪੱਕੀ, ਪਿੱਲੀ

samite /**'ਸੈਮਾਇਟ**/ *n* ਸੋਨੇ ਦੀਆਂ ਤਾਰਾਂ ਵਾਲਾ ਰੇਸ਼ਮੀ ਕੱਪੜਾ, ਜਰੀ ਤਿੱਲੇ ਗੋਟੇ ਆਦਿ ਵਾਲਾ ਕੱਪੜਾ

samovar /**'ਸੈਮਅਵ੍ਹਾ***/ *(Russ) n* ਰੂਸੀ ਵੱਡੀ ਚਾਹਦਾਨੀ, ਪਾਣੀ ਨੂੰ ਉਬਾਲ ਦਰਜ਼ੇ 'ਤੇ ਰੱਖਣ ਵਾਲਾ ਅੰਦਰੋਂ ਗਰਮ ਜਗਾੜ, ਸਮੋਵਰ

samp /**ਸੈਮਪ**/ *n* (ਅਮਰੀਕਾ ਦੇ ਆਦਿ-ਵਾਸੀਆਂ ਦਾ) ਮੱਕੀ ਦਾ ਦਲੀਆ

sampan /**'ਸੈਮਪੈਨ**/ *n* ਚੀਨੀ ਕਿਸ਼ਤੀ; ਹਾਊਸ ਬੋਟ ਜਿਸ ਨੂੰ ਘਰ ਵਜੋਂ ਵਰਤਿਆ ਜਾਂਦਾ ਹੈ

samphire, sampire /**'ਸੈਮਫ਼ਾਇਅ*, 'ਸੈਮਪਾਇਅ***/ *n* ਖੁਸ਼ਬੋਦਾਰ ਪੱਤੀਆਂ ਵਾਲਾ ਇੱਕ ਪਹਾੜੀ ਪੌਦਾ

sample /**'ਸਾਮਪਲ**/ *n* ਵੰਨਗੀ; ਉਦਾਹਰਨ, ਨਮੂਨਾ; ਪ੍ਰਤਿਨਿਧ ਰੂਪ *vt* ਅਨੁਭਵ ਕਰਨਾ ਜਾਂ ਪ੍ਰਾਪਤ ਕਰਨਾ, ਨਮੂਨਾ ਲੈਣਾ ਜਾਂ ਦੇਣਾ, ਗੁਣਾਂ ਦੀ ਪਰੀਖਿਆ ਕਰਨਾ; ਖ਼ੂਬੀਆਂ ਨੂੰ ਜਾਂਚਣਾ, ਵੰਨਗੀ ਦੇਣਾ ਜਾਂ ਦਿਖਾਉਣਾ

sampler /**'ਸਾਮਪਲਅ***/ *n* ਨਮੂਨਾ ਦਿਖਾਉਣ ਜਾਂ ਲੈਣ ਵਾਲਾ, ਨਮੂਨੇ ਛਾਂਟਣ ਵਾਲਾ, ਕਸੀਦੇ ਜਾਂ ਕਢਾਈ ਦਾ ਨਮੂਨਾ; ਨਵਾਂ ਪੌਦਾ (ਜੋ ਖੜ੍ਹਾ ਛੱਡ ਦਿੱਤਾ ਜਾਵੇ), ਪਾਰਖੂ, ਨਮੂਨਾਕਾਰ

Samson /**'ਸੈਮਸਅਨ**/ *n* ਮਹਾਨ ਹਿਬਰਿਊ ਯੋਧਾ, ਤਾਕਤ ਵਿੱਚ ਇਸ ਯੋਧੇ ਵਰਗਾ ਬੰਦਾ, ਸ਼ਕਤੀਸ਼ਾਲੀ ਆਦਮੀ, ਬਲਵਾਨ ਪੁਰਸ਼, ਮਹਾਵੀਰ

samurai /**'ਸੈਮੁਰਾਇ**/ *n* ਜਪਾਨੀ ਸੈਨਿਕ

sanatorium /**ˌਸੈਨਅ'ਟੋਰਿਅਮ**/ *n* ਅਰੋਗਤਾ ਸਥਾਨ, ਰੋਗੀਆਂ ਦਾ ਸ਼ਫ਼ਾਖ਼ਾਨਾ, ਸੈਨੇਟੋਰੀਅਮ

sancho /**'ਸੈਙਕਅਉ**/ *n* (ਅਮਰੀਕੀ ਹਬਸ਼ੀ ਦੀ) ਸਾਰੰਗੀ, ਸੰਚੋ

sanctification /**ˌਸੈਙਕਟਿਫ਼ਿ'ਕੇਇਸ਼ਨ**/ *n* ਸ਼ੁਧੀਕਰਨ, ਪਵਿੱਤਰੀਕਰਨ; ਪਾਪ ਨਿਵਾਰਨ, ਪਾਪ ਹਰਨ; ਮੂਰਤੀ ਸਥਾਪਨ

sanctify /**'ਸੈਙਕਟਿਫ਼ਾਇ**/ *vt* ਪਵਿੱਤਰ ਕਰਨਾ, ਪਾਵਨ ਕਰਨਾ, ਸ਼ੁੱਧ ਕਰਨਾ; ਧਾਰਮਿਕਤਾ ਪ੍ਰਦਾਨ ਕਰਨਾ; ਪਾਪ ਤੋਂ ਰਹਿਤ ਕਰਨਾ, ਗੁਨਾਹ ਦੂਰ ਕਰਨਾ, ਪਵਿੱਤਰਤਾ ਜਾਂ ਸ਼ੁੱਧਤਾ ਪ੍ਰਦਾਨ ਕਰਨਾ; ਮਨਜ਼ੂਰੀ ਜਾਂ ਇਜਾਜ਼ਤ ਦੇਣਾ, ਸੱਚਾ ਜਾਂ ਠੀਕ ਦਰਸਾਉਣਾ, ਨਿਰਦੋਸ਼ ਸਾਬਤ ਕਰਨਾ

sanctimonious /**ˌਸੈਙਕਟਿ'ਮਅਉਨਿਅਸ**/ *a* ਓਪਰੀ ਪਵਿੱਤਰਤਾ ਸੰਬੰਧੀ; ਦਿਖਾਵੇ ਦੇ ਧਰਮ ਸੰਬੰਧੀ, ਦੰਭੀ, ਕਪਟ ਧਰਮੀ; ਪਖੰਡੀ, ਝੂਠਾ, ਢੌਂਗੀ, ਬਗਲਾ ਭਗਤ, ਭੇਖੀ

sanctimony /**'ਸੈਙਕਟਿਮਅਨਿ**/ *n* ਦੰਭ; ਕਪਟ, ਪਖੰਡ, ਢੌਂਗ

sanction /**'ਸੈਙਕਸ਼ਨ**/ *n* ਆਦੇਸ਼, ਡਿਗਰੀ; ਨੀਤੀ ਵਿਚਾਰ, ਇਨਾਮ, ਪੁਰਸਕਾਰ; ਦੰਡ, ਸਜ਼ਾ, ਇਸ ਦੰਡ ਦੀ ਕਨੂੰਨੀ ਧਾਰਾ; ਸਵੀਕ੍ਰਿਤੀ; ਮਨਜ਼ੂਰੀ *vt* (ਕਨੂੰ) ਦੰਡ ਜਾਂ ਇਨਾਮ ਦੀ ਆਗਿਆ ਅਥਵਾ ਮਨਜ਼ੂਰੀ ਦੇਣਾ; ਅਧਿਕਾਰ ਦੇਣਾ

sanctioned /**'ਸੈਙਕਸ਼(ਅ)ਨਡ**/ *a* ਮਨਜ਼ੂਰ, ਸਵੀਕ੍ਰਿਤ

sanctity /**'ਸੈਙਕਟਅਟਿ**/ *n* ਪਵਿੱਤਰਤਾ, ਧਾਰਮਿਕਤਾ; ਪਾਵਨਤਾ; ਪੂਜਨੀਕਤਾ, ਆਦਰ, ਮਾਣ, ਇੱਜ਼ਤ; ਪਵਿੱਤਰ ਭਾਵਨਾ

sanctuary /**'ਸੈਙਕਚੁਅਰਿ**/ *n* ਧਰਮ ਸਥਾਨ, ਮੰਦਰ, ਦਰਗਾਹ; ਅਪਰਾਧੀ ਲਈ ਸ਼ਰਨ ਦੀ ਥਾਂ,

ਪਨਾਹਗਾਹ, ਪਨਾਹ ਦਾ ਹੱਕ; ਰੱਖ (ਪੰਛੀਆਂ ਜਾਂ ਜੰਗਲੀ ਜਾਨਵਰਾਂ ਦੀ)

sanctum /'ਸੈਙਕਟਅਮ/ *n* ਉਪਾਸਨਾ ਗ੍ਰਹਿ, ਇਕਾਂਤ ਕਮਰਾ; ਤੀਰਥ; ਪਵਿੱਤਰ ਆਸਣ

sand /ਸੈਨਡ/ *n* ਰੇਤ, ਧੂੜ, ਰੇਤਲਾ ਤੱਟ ਜਾਂ ਕਿਨਾਰਾ; ਰੇਤ ਦੇ ਕਿਣਕੇ; ਰੇਤਲੀ ਧਰਤੀ, ਮਾਰੂ ਭੂਮੀ, ਮਾਰੂਥਲ, ਰੇਗਿਸਤਾਨ, ਪੱਕਾਪਣ, ਸਾਬਤ ਕਦਮੀ *v* ਰੇਤ ਪਾਉਣਾ, ਰੇਤ ਛਿੜਕਣਾ, ਖੰਡ ਜਾਂ ਉੱਨ ਵਿੱਚ ਰੇਤ ਦੀ ਮਿਲਾਵਟ ਕਰਨਾ; ਰੇਤੇ ਵਿੱਚ ਗੱਡਣਾ; ਰੇਗਮਾਰ ਮਾਰਨਾ, ਘਸਾਉਣਾ

sandal[1] /'ਸੈਨਡਲ/ *n* ਸੰਦਲ, ਸੰਦਲ ਦੀ ਲੱਕੜੀ; ਚੰਦਨ, ਚੰਦਨ ਦੀ ਲੱਕੜੀ;

sandal[2] *n* ਸੈਂਡਲ ਚੱਪਲ; ਜੁੱਤੀ ਜਾਂ ਬੂਟ ਵਾਲਾ ਫ਼ੀਤਾ, ਤਸਮਾ *vt* ਸੈਂਡਲ ਪਾਉਣਾ, ਚੱਪਲ ਕੱਸਣਾ

sandalwood /'ਸੈਨਡਲਵੁਡ/ *n* ਚੰਦਨ ਦੀ ਲੱਕੜੀ, ਚੰਦਨ

sand-blind /'ਸੈਨ(ਡ)ਬਲਾਇਨਡ/ *a* ਚੁੰਨ੍ਹਾ

sandman /'ਸੈਨ(ਡ)ਮੈਨ/ *n* (ਬੱਚਿਆਂ ਦੀ) ਨੀਂਦ ਪਰੀ

sandstorm /'ਸੈਨਡਸਟੋਮ/ *n* ਮਿੱਟੀ-ਘੱਟਾ ਭਰੀ ਹਨੇਰੀ, ਗਹਿਰ, ਰੇਤਲੀ ਹਨੇਰੀ

sandwich /'ਸੈਨਵਿਚ, -ਵਿਜ/ *n* ਰੋਟੀ ਭਾਵ ਬਰੈੱਡ ਦੇ ਜੜੁੱਤ ਟੁਕੜੇ (ਜਿਨ੍ਹਾਂ ਦੇ ਵਿਚਕਾਰ ਮਾਸ ਜਾਂ ਸਬਜ਼ੀ ਭਰੀ ਹੁੰਦੀ ਹੈ), ਸੈਂਡਵਿਚ; ਇਸ਼ਤਿਹਾਰ ਨੂੰ ਨਾਲ ਟੂੰਗ ਕੇ ਤੁਰਨ ਵਾਲਾ ਮੁੰਡਾ ਜਾਂ ਆਦਮੀ *vt* ਘੁਸੇੜਨਾ, ਠੋਸਣਾ; ਨਪੀੜਨਾ, ਘੁੱਟ ਸੁੱਟਣਾ

sandy[1] /'ਸੈਨਡਿ/ *n* ਸਕਾਟਲੈਂਡ ਵਾਸੀ

sandy[2] *a* ਰੇਤਲਾ; ਕਿਰਕ ਵਾਲਾ; ਰੇਗਿਸਤਾਨੀ; ਰੇਤੇ ਰੰਗਾ, ਪੀਲਾ ਲਾਲ ਰੰਗ ਵਾਲਾ; ਰੇਤੇ ਰੰਗੇ ਵਾਲਾਂ ਵਾਲਾ (ਆਦਮੀ), ਕੱਚਾ, ਬੂਰਾ, ਭੂਰਾ

sane /ਸੇਇਨ/ *a* ਸਮਝਦਾਰ, ਸਿਆਣਾ; ਉਦਾਰ; ਠੀਕ, ਵਾਜਬ, ਵਾਜਬੀ (ਵਿਚਾਰਾਂ ਵਾਲਾ)

sang /ਸੈਙ/ *v* ਕਿਰਿਆ **sing** ਦਾ ਭੂਤ-ਕਾਲ

sanga(r) /'ਸੈਙਗਅ*/ *n* (ਮੋਰਚਾਬੰਦੀ) ਛੋਟੀ ਕੰਧ

sangfroid /ਸੌਙ'ਫ਼ਰਵਾ/ *n* ਧੀਰਜ, ਧੀਰਤਾ, ਸੰਜਮ (ਔਖ ਅਤੇ ਕਠਨਾਈ ਵਿੱਚ) ਮਾਨਸਿਕ ਸੰਤੁਲਨ, ਸਥਿਰਤਾ, ਸ਼ਾਂਤੀਚਿੱਤਤਾ

sanguinary /'ਸੈਙਗਵਿਨਅਰਿ/ *a* ਖ਼ੂੰਖਾਰ, ਖ਼ੂਨ ਦਾ ਪਿਆਸਾ, ਹਿੰਸਕ, ਖ਼ੂਨੀ; ਕਠੋਰ, ਨਿਰਦਈ, ਬੇਰਹਿਮ, ਕਰੂਰ, ਲਹੂ-ਲੁਹਾਨ

sanguine /'ਸੈਙਗਵਿਨ/ *n* ਲਾਲ ਰੰਗ ਦੀ ਖੜੀਆ ਮਿੱਟੀ ਨਾਲ ਖਿੱਚਿਆ ਚਿੱਤਰ; ਲਾਲ ਰੰਗ, ਲਾਖਾ ਰੰਗ; ਲਾਲ ਮਿੱਟੀ *vt* ਖ਼ੂਨ ਨਾਲ ਰੰਗਣਾ *a* ਖ਼ੂਨੀ, ਲਹੂ ਭਰਿਆ, ਲਹੂ-ਲੁਹਾਣ, ਰੱਤਾ; ਲਾਲ, ਸੁਰਖ਼, ਚਮਕਦੇ ਚਿਹਰੇ ਵਾਲਾ; ਜੁਸ਼ੀਲਾ, ਸਰਗਰਮ; ਆਸ਼ਾਵਾਦੀ, ਆਸ਼ਾਵਾਨ

sanguineous /ਸੈਙ'ਗਵਿਨਿਅਸ/ *n* ਰੱਤਾ, ਲਹੂ ਦਾ, ਰਕਤਮਈ, ਰਕਤਪੂਰਨ, ਰਕਤ ਪ੍ਰਧਾਨ, ਖ਼ੂਨੀ; ਲਾਲ; ਲਹੂ ਰੰਗਾ, ਗੂੜ੍ਹੇ ਰੰਗ ਦਾ

sanguis /'ਸੈਙਗਵਿਸ/ *n* ਲਹੂ, ਰਕਤ

sanhedrim /'ਸੈਨਿਡਰਿਮ/ *n* ਪ੍ਰਾਚੀਨ ਯਹੂਦੀ ਪਰਿਸ਼ਦ, ਸਰਬ-ਉੱਚ ਪਰਿਸ਼ਦ

sanify /'ਸੈਨਿਫ਼ਾਇ/ *vt* ਸਵਸਥਕਾਰੀ ਕਰਨਾ, ਹੋਸ਼ ਲਿਆਉਣਾ, ਸਮਝਦਾਰ ਬਣਾਉਣਾ, ਠੀਕ ਕਰ ਦੇਣਾ

sanitary /'ਸੈਨਅਟਰਿ/ *a* ਨਿਰੋਗਤਾ ਸੰਬੰਧੀ, ਅਰੋਗ ਰੱਖਿਅਕ; ਤੰਦਰੁਸਤੀ ਕਾਇਮ ਰੱਖਣ ਵਾਲਾ, ਅਰੋਗਕਾਰੀ, ਸਫ਼ਾਈ ਅਤੇ ਤੰਦਰੁਸਤੀ ਸੰਬੰਧੀ

sanitation /ˌਸੈਨਿ'ਟੇਇਸ਼ਨ/ *n* ਅਰੋਗ ਪ੍ਰਬੰਧ, ਸਫ਼ਾਈ ਪ੍ਰਬੰਧ

sanitize /'ਸੈਨਿਟਾਇਜ਼/ *v* ਸਾਫ਼ ਬਣਾਉਣਾ, ਸਵੱਛ ਕਰਨਾ, ਸਿਹਤਯਾਬ ਕਰਨਾ, ਮਲੀਨਤਾ ਦੂਰ ਕਰਨਾ

sanity /'ਸੈਨਅਟਿ/ *n* ਸਿਹਤ, ਸਵਾਸਥ, ਮਾਨਸਿਕ ਸਵਾਸਥ, ਦਿਮਾਗ਼ੀ ਸਿਹਤ, ਸੰਜਮ, ਸੰਜਮਸ਼ੀਲਤਾ, ਮਾਨਸਿਕ ਸੰਤੁਲਨ, ਸਮਝਦਾਰੀ

sank /ਸੈਙਕ/ *v* ਕਿਰਿਆ **sink** ਦਾ ਭੂਤ-ਕਾਲ

sans /ਸੈਨਜ਼/ *prep* ਬਿਨਾਂ, ਬਗ਼ੈਰ, ਹੀਣ, ਰਹਿਤ,

ਬਿਲਾ, ਬੇ, ਵਿਹੀਣ, ਮੁਕਤ

Santa Claus /'ਸੈਨਟਅ ਕਲੋਜ਼/ *n* ਕ੍ਰਿਸਮਿਸ ਦਾ ਬਜ਼ੁਰਗ, ਕ੍ਰਿਸਮਿਸ ਦਾ ਬਾਬਾ, ਉਪਹਾਰਾਂ ਨਾਲ ਥੈਲੇ ਜਾਂ ਜੁਰਾਬਾਂ ਭਰਨ ਵਾਲਾ ਸੰਤ, ਸੰਤ ਨਿਕੋਲਸ

santal /'ਸੈਨਟਲ/ *n* ਲਾਲ ਚੰਦਨ, ਸੰਦਲ

sap /ਸੈਪ/ *n* ਰਸ; ਸਤ, ਸਾਰ, ਤੱਤ, (ਪੌਦਿਆਂ ਦਾ) ਦੁੱਧ, ਦ੍ਰਵ; (ਅਪ) ਜਾਨ, ਜੀਵਨ ਸ਼ਕਤੀ; ਮੂਰਖ, ਬੁੱਧੂ *vt* ਰਸ ਸੁੱਕਣਾ, ਰਸ ਨਚੋੜਨਾ, ਸਤ ਕੱਢਣਾ, ਸਾਰ ਜਾਂ ਤੱਤ ਕੱਢ ਲੈਣਾ, ਪ੍ਰਾਣ ਸ਼ਕਤੀ ਖਿੱਚ ਲੈਣਾ, ਜਾਨ ਕੱਢਣਾ, ਸਾਹ-ਸਤ ਕੱਢਣਾ; ਹੌਲੀ-ਹੌਲੀ ਨਸ਼ਟ ਕਰਨਾ, ਬਰਬਾਦ ਕਰਨਾ, ਜੜ੍ਹ ਪੁੱਟਣਾ, ਨੀਂਹ ਖੋਖਲੀ ਕਰਨਾ; ਸੁਰੰਗ ਜਾਂ ਖਾਈ ਪੁੱਟਣਾ; ਰੱਟਾ ਲਾਉਣਾ, ਮਿਹਨਤ ਨਾਲ ਪੜ੍ਹਨਾ

sapid /'ਸੈਪਿਡ/ *a* ਸੁਆਦੀ; ਮਿੱਠਾ, ਮਧੁਰ, ਅਨੰਦਮਈ, ਅਨੰਦਦਾਇਕ, ਮਜ਼ੇਦਾਰ

sapidity /ਸੈ'ਪਿਡਿਟਿ/ *n* ਸੁਆਦ, ਜ਼ਾਇਕਾ, ਲੱਜ਼ਤ, ਸੁਆਦਿਸ਼ਟਤਾ, ਮਿਠਾਸ, ਮਧੁਰਤਾ, ਮਜ਼ਾ

sapience /'ਸੇਇਪਿਅਨਸ/ *n* ਸੂਝ-ਬੂਝ, ਅਕਲ, ਬੁੱਧੀ, ਗਿਆਨ, ਵਿਵੇਕ, ਸਮਝ

sapient /'ਸੇਇਪਿਅਨਟ/ *a* ਵਿਵੇਕੀ, ਬੁੱਧੀਮਾਨ, ਸਮਝਦਾਰ

sapindaceous /ˌਸੈਪਿਨ'ਡੇਇਸ਼ਅਸ/ *a* ਰੀਠੇ ਦੇ ਬਿਰਛ ਸੰਬੰਧੀ, ਰੀਠੇ ਦੇ ਬਿਰਛ ਦਾ

sapindus /'ਸੈਪਿਨਡਅਸ/ *n* ਰੀਠੇ ਦਾ ਬਿਰਛ, ਰੀਠੇ ਦਾ ਰੁੱਖ

sapling /'ਸੈਪਲਿਙ/ *n* ਬੂਟਾ, ਨਵਾਂ ਪੌਦਾ; ਨੌਨਿਹਾਲ, ਯੁਵਕ, ਨੌਜਵਾਨ; ਇੱਕ ਸਾਲ ਦਾ ਸ਼ਿਕਾਰੀ ਕੁੱਤਾ

sapodilla /ˌਸੈਪਅ'ਡਿਲਅ/ *n* ਚੀਕੂ (ਫਲ), ਅਮਰੀਕਾ ਦੇ ਗਰਮ ਭਾਗ ਦਾ ਸਦਾਬਹਾਰ ਬਿਰਛ

saponaceous /ˌਸੈਪਅ(ਉ)'ਨੇਇਸ਼ਅਸ/ *a* ਸਾਬਣ ਦੇ ਗੁਣਾਂ ਵਾਲਾ, ਸਾਬਣ ਵਰਗਾ, ਸਾਬੂਣੀ, ਚੀਕਨਾ, ਚਿਪਚਿਪਾ, ਕੂਲਾ

saponify /ਸਅ'ਪੌਨਿਫ਼ਾਇ/ *v* ਸਾਬਣ ਬਣਾਉਣਾ, ਸਾਬਣ ਤਿਆਰ ਕਰਨਾ

sapor /'ਸੇਇਪੋ*/ *n* ਸੁਆਦ, ਜ਼ਾਇਕਾ, ਮਜ਼ੇਦਾਰੀ

sapphire /'ਸੈਫ਼ਾਇਅ*/ *n* ਨੀਲਮ, ਨੀਲਮਣੀ; ਨੀਲਮ ਦਾ ਨੀਲਾ ਅਤੇ ਚਮਕਦਾਰ ਰੰਗ, ਅਕਾਸ਼ ਦਾ ਰੰਗ; ਭੀਂ-ਭੀਂ ਕਰਨ ਵਾਲੀ ਚਿੜੀ; ਨੀਲਮ ਵਰਗਾ ਨੀਲਾ

saprophyte /'ਸੈਪਰਅ(ਉ)ਫ਼ਾਇਟ/ *n* ਸੜੇ ਗਲੇ ਪੱਤਿਆਂ ਨਾਲ ਪੱਲ੍ਰਰਨ ਵਾਲੇ ਬੂਟੇ

saraband /'ਸੈਰਅਬੈਨਡ/ *n* ਸਪੇਨ ਦਾ ਪ੍ਰਾਚੀਨ ਰਾਸ਼ਟਰੀ ਨਾਚ, ਇਸ ਨਾਚ ਦੇ ਨਾਲ ਦਾ ਸੰਗੀਤ

Saracen /'ਸੈਰਅਸਨ/ *n* ਅਰਬ ਦੇ ਖ਼ਾਨਾਬਦੋਸ਼

Saratoga /'ਸੈਰਅਟਅਉਗਅ/ *n* ਇਸਤਰੀਆਂ ਦਾ ਵੱਡਾ ਸਫ਼ਰੀ ਸੰਦੂਕ, ਟਰੰਕ, ਬਕਸ

sarcasm /'ਸਾਕੈਜ਼ਅਮ/ *n* ਚੁਭਣ ਵਾਲੀ ਗੱਲ, ਚੋਭ, ਕਟਾਕਸ਼, ਵਿਅੰਗ ਵਾਕ, ਵਿਅੰਗ

sarcastic /ਸਾ'ਕੈਸਟਿਕ/ *a* ਵਿਅੰਗਪੂਰਨ, ਵਿਅੰਗਮਈ; ਤੀਖਣ, ਚੁਭਣ ਵਾਲੀ (ਗੱਲ)

sarcenet /'ਸਾਸਅਨਿਟ/ *n* ਸੁੰਦਰ ਰੇਸ਼ਮ, ਰੇਸ਼ਮ ਵਰਗਾ ਸੁੰਦਰ ਪਦਾਰਥ

sarcophagal /ਸਾ'ਕੌਫ਼ਅਗਲ/ *n* ਪੱਥਰ ਦਾ ਤਾਬੂਤ, ਲਾਸ਼ ਰੱਖਣ ਵਾਲਾ ਸੰਦੂਕ

sarcophagus /ਸਾ'ਕੌਫ਼ਅਗਅਸ/ *n* ਪੱਥਰ ਦਾ ਤਾਬੂਤ, ਲਾਸ਼ ਰੱਖਣ ਵਾਲਾ ਸੰਦੂਕ

sard /ਸਾਡ/ *n* ਪੀਲਾ ਜਾਂ ਸੰਤਰੀ ਰੰਗ, ਖੱਟਾ ਰੰਗ

sardine /ˌਸਾ'ਡੀਨ/ *n* ਇੱਕ ਕੀਮਤੀ ਮੋਤੀ, ਬਹੁਮੁੱਲਾ ਰਤਨ; ਛੋਟੀ ਸਮੁੰਦਰੀ ਮੱਛੀ, ਸਾਰਡੀਨ

sardonic /ਸਾ'ਡੌਨਿਕ/ *a* (ਹਾਸਾ, ਮਜ਼ਾਕ, ਠੱਠਾ ਆਦਿ) ਵਿਅੰਗਮਈ

sardonyx /'ਸਾਡਅਨਿਕਸ/ *n* ਇੱਕ ਤਰ੍ਹਾਂ ਦਾ ਰਤਨ, ਸੁੱਲੇਮਾਨੀ ਪੱਥਰ

sargasso /ਸਾ'ਗੈਸਅਉ/ *n* ਸਮੁੰਦਰ ਵਿੱਚ ਪੈਦਾ ਹੋਣ ਵਾਲੀ ਅਨੇਕ ਤਰ੍ਹਾਂ ਦੀ ਬਨਸਪਤੀ (ਇਹ ਬਨਸਪਤੀ ਦੂਰੋਂ ਜ਼ੰਜੀਰਿਆਂ ਵਾਂਗ ਲਗਦੀ ਹੈ)

sarsaparilla /ˌਸਾਸਪਅ'ਰਿਲਅ, ˌਸਾਸਅਪਅ-/ *n* ਚਿਰਾਇਤਾ, ਉਸਬਾ, ਇੱਕ ਕੌੜੀ ਵੇਲ; ਇਸ ਵੇਲ ਦੀਆਂ ਸੁੱਕੀਆਂ ਜੜ੍ਹਾਂ

sarsenet /'ਸਾਸਨਿਟ/ *n* ਵਧੀਆ ਅਤੇ ਮਹੀਨ ਰੇਸ਼ਮੀ ਕੱਪੜਾ

sartorial /ਸਾ'ਟੋਰਿਅਲ/ *a* ਆਦਮੀਆਂ ਦੇ ਕੱਪੜਿਆਂ ਨਾਲ ਸੰਬੰਧਿਤ; ਦਰਜ਼ੀ ਦਾ, ਸਿਲਾਈ ਸੰਬੰਧੀ, ਕੱਪੜੇ ਸਿਊਂਣ ਬਾਰੇ

sash /ਸੈਸ਼/ *n* ਖਿੜਕੀ, ਖਿੜਕੀ ਦਾ ਸ਼ੀਸ਼ੇ ਅਤੇ ਲੱਕੜ ਦਾ ਚੌਖਟਾ, ਕਮਰਕਸਾ, ਕਮਰਬੰਦ, ਪਟਕਾ, ਪੱਟੀ, ਇਸਤਰੀਆਂ ਦਾ ਮੋਢੇ ਉੱਤੇ ਸੁੱਟਿਆ ਦੁਪੱਟਾ

sat /'ਸੈਟ/ *vi* **sit** ਦਾ ਭੂਤ-ਕਾਲ

Satan /'ਸੇਇਟਨ/ *n* ਸ਼ੈਤਾਨ, ਇਬਲੀਸ

satanic /ਸਅ'ਟੈਨਿਕ/ *a* ਸ਼ੈਤਾਨੀ ਪੂਜਾ ਨਾਲ ਸੰਬੰਧਿਤ, ਦੁਸ਼ਟ, ਜ਼ਾਲਮ, ਸ਼ੈਤਾਨ

satchel /'ਸੈਚਅਲ/ *n* ਝੋਲਾ, ਬਸਤਾ, ਛੋਟਾ ਥੈਲਾ, ਕਿਤਾਬਾਂ ਵਾਲਾ ਝੋਲਾ

sate /ਸੇਇਟ/ *vt* ਤ੍ਰਿਪਤਾਉਣਾ; ਅਫਰਾਉਣਾ; (ਇੱਛਾ ਨੂੰ) ਪਰਿਪੂਰਨ ਕਰਨਾ, ਸੰਤੁਸ਼ਟ ਕਰਨਾ, ਪੂਰਨਾ, ਬਹੁਤਾ ਖੁਆਉਣਾ

satellite /'ਸੈਟਅਲਾਇਟ/ *n* ਉਪਗ੍ਰਹਿ; ਅਨੁਯਾਈ, ਪਿੱਛੇ ਤੁਰਨ ਵਾਲਾ, ਪਿਛਲੱਗ, ਅਨੁਗਾਮੀ, ਅਨੁਚਰ, ਸਹਾਇਕ, ਹੇਠਾਂ ਕੰਮ ਕਰਨ ਵਾਲਾ; ਮੁਲਾਜ਼ਮ, ਮੁਸਾਹਬ, ਦਾਸ, ਸੇਵਕ, ਨੌਕਰ, ਚਾਕਰ

satiate /'ਸੇਇਸ਼ਿਏਇਟ/ *a* ਤ੍ਰਿਪਤ, ਪਰਿਪੂਰਨ

satin /'ਸੈਟਿਨ/ *n* ਰੇਸ਼ਮੀ ਕੱਪੜਾ, ਸਾਟਨ, ਅਤਲਸ *vt* ਕਾਗਜ਼ ਨੂੰ ਚਿਕਨਾ ਕਰਨਾ, ਚਮਕੀਲਾ ਬਣਾਉਣਾ *a* ਨਰਮ, ਮੁਲਾਇਮ, ਚਿਕਨਾ

satinet /ˌਸੈਟਿ'ਨੈੱਟ/ *n* ਮੁਲਾਇਮ ਰੇਸ਼ਮੀ ਵਸਤਰ, ਮੁਲਾਇਮ ਸਾਟਨ

satire /'ਸੈਟਾਇਅ*/ *n* ਵਿਅੰਗ, ਵਿਅੰਗ ਲੇਖ, ਵਿਅੰਗ ਉਕਤੀ, ਵਿਅੰਗ ਕਾਵਿ

satiric/ਸਅ'ਟਿਰਿਕ/ *a* ਵਿਅੰਗਪੂਰਨ, ਵਿਅੰਗ ਸਹਿਤ, ਨਿੰਦਾਤਮਿਕ

satirical /ਸਅ'ਟਿਰਿਕਲ/ *a* ਵਿਅੰਗਾਤਮਿਕ, ਨਿੰਦਕ, ਉਪਹਾਸਿਕ

satirist /'ਸੈਟਅਰਿਸਟ/ *n* ਵਿਅੰਗਕਾਰ, ਨਿੰਦਕ

satirize /'ਸੈਟਅਰਾਇਜ਼/ *vt* ਵਿਅੰਗਮਈ ਆਲੋਚਨਾ ਕਰਨਾ, ਵਿਅੰਗਾਤਮਿਕ ਰਚਨਾ ਕਰਨਾ; ਸੱਟ ਮਾਰਨਾ, ਚੁਭਵੀਂ ਗੱਲ ਕਹਿਣਾ; ਨਿੰਦਾਤਮਿਕ ਸ਼ੈਲੀ ਵਿੱਚ ਲਿਖਣਾ

satisfaction /ˌਸੈਟਿਸ'ਫ਼ੈਕਸ਼ਨ/ *n* ਤ੍ਰਿਪਤੀ, ਸੰਤੋਖ, ਸੰਤੁਸ਼ਟਤਾ, ਇੱਛਾ ਪੂਰਤੀ, ਸੰਤੋਖ ਦੇਣ ਵਾਲੀ ਚੀਜ਼; ਬਦਲਾ, ਵੱਟਾ, ਇਵਜ਼, ਮੁਆਵਜ਼ਾ; ਪਛਤਾਵਾ, ਪ੍ਰਾਸ਼ਚਿਤ, ਆਤਮ ਸੋਧ; ਸਾਧਨਾ, ਤਪੱਸਿਆ; ਕਰਤੱਵ ਪਾਲਣ ਅਤੇ ਜ਼ੁੰਮੇਵਾਰੀ ਨਿਭਾਉਣ ਦਾ ਗੁਣ; ਰਿਣ ਭੁਗਤਾਨ

satisfactory/ˌਸੈਟਿਸ'ਫ਼ੈਕਟਅਰਿ/ *a* ਸੰਤੋਖਜਨਕ, ਤਸੱਲੀਬਖਸ਼, ਕਾਫ਼ੀ, ਤਸੱਲੀ ਦੇਣ ਵਾਲਾ

satisfied/'ਸੈਟਿਸਫ਼ਾਇਡ/ *a* ਸੰਤੁਸ਼ਟ, ਤ੍ਰਿਪਤ

satisfy/'ਸੈਟਿਸਫ਼ਾਇ/ *v* ਤ੍ਰਿਪਤ ਕਰਨਾ, ਸੰਤੁਸ਼ਟ ਕਰਨਾ, ਸੰਤੋਖ ਦੇਣਾ; ਮੰਨਣਾ; ਖ਼ੁਸ਼ ਹੋਣਾ, ਰਾਜ਼ੀ ਹੋਣਾ; ਕਾਫ਼ੀ ਸਮਝਣਾ, ਇੱਛਾ ਪੂਰੀ ਕਰਨਾ ਜਾਂ ਹੋਣਾ; ਵਿਚਾਰ ਦੇ ਅਨੁਕੂਲ ਹੋਣਾ ਜਾਂ ਕਰਨਾ, ਠੀਕ ਬੈਠਣਾ; ਸ਼ੱਕ ਦੂਰ ਕਰਨਾ, ਪ੍ਰਾਰਥਨਾ ਪੂਰੀ ਕਰਨਾ, ਸ਼ਰਤ ਪੂਰੀ ਕਰਨਾ; ਵਿਸ਼ਵਾਸ ਦੁਆਉਣਾ; ਸਮਝਾਉਣਾ; ਕਮੀ ਪੂਰੀ ਕਰਨਾ; ਤੇਹ ਬੁਝਾਉਣਾ; ਰਿਣ ਚੁਕਾਉਣਾ, ਨਿਬੇੜਨਾ, ਨਿਪਟਾਉਣਾ, ਭੁਗਤਾਉਣਾ; ਮੋੜਨਾ, ਅਦਾ ਕਰਨਾ, (ਮਨੁੱਖ ਦਾ) ਪਾਪਾਂ ਲਈ ਪਛਤਾਵਾ ਕਰਨਾ

satisfying /'ਸੈਟਿਸਫ਼ਾਇਇਙ/ *a* ਤਸੱਲੀਬਖਸ਼, ਸੰਤੁਸ਼ਟਤਾ ਭਰਪੂਰ, ਸੰਤੋਖਜਨਕ, ਤ੍ਰਿਪਤੀਯੋਗ

satrap/'ਸੈਟਰਅਪ/ *n* ਰਾਜਪਾਲ, ਸੂਬੇਦਾਰ, ਖੇਤਰਪਾਲ

saturate/'ਸੈਚਅਰੇਇਟ/ *vt* ਭਿਓਂਣਾ, ਗਿੱਲਾ ਕਰਨਾ, ਤਰਬਤਰ ਕਰਨਾ, ਰੰਗਣਾ, ਲਬਾਲਬ ਭਰਨਾ, ਪਰਿਪੂਰਨ ਕਰਨਾ, ਰਜਾਉਣਾ, ਭਰਪੂਰ ਕਰਨਾ; ਬੰਬਾਂ ਨਾਲ ਬਰਬਾਦ ਕਰਨਾ *a* ਭਿੱਜਿਆ; ਪੂਰਿਆ ਹੋਇਆ, ਪੂਰਨ, ਪਰਿਪੂਰਨ

saturated/'ਸੈਚਅਰੇਇਟਿਡ/ *vt* **saturate** ਦਾ ਭੂਤ-ਕਿਰਦੰਤ

saturation /ˌਸੈਚਅ'ਰੇਇਸ਼ਨ/ *n* ਸੰਤ੍ਰਿਪਤੀ, ਸੰਪੂਰਤੀ, ਤਰਾਵਤ, ਰਜਾਓ

saturation point *n* ਸੰਤ੍ਰਿਪਤੀ ਬਿੰਦੂ

Saturday /'ਸੈਟਅਡੇਇ, -ਡਿ/ *n* ਸਨਿੱਚਰਵਾਰ

Saturn /'ਸੈਟਅਨ, -ਟਅ:ਨ/ *n* ਸਨਿੱਚਰ ਤਾਰਾ, ਸ਼ਨੀ ਗ੍ਰਹਿ, ਸਨਿੱਚਰ; (ਰੋਮ ਵਾਲਿਆਂ ਦਾ) ਕਿਰਸਾਣੀ ਦੇਵਤਾ

saturnine/'ਸੈਟਅਨਾਇਨ/ *a* ਉਦਾਸ, ਗ਼ਮਗੀਨ

satyr /'ਸੈਟਅ*/ *n* ਬਣਮਾਣਸ; ਵਿਲਾਸੀ ਆਦਮੀ; ਕਾਮੀ ਪੁਰਸ਼; (ਯੂਨਾਨੀ ਦੇਵਮਾਲਾ) ਘੋੜੇ ਦੇ ਕੰਨਾਂ ਅਤੇ ਪੂਛ ਵਾਲਾ ਮਨੁੱਖੀ ਸ਼ਕਲ ਦਾ ਜੰਗਲੀ ਦੇਵਤਾ; ਅੱਧੇ ਮਨੁੱਖ ਅਤੇ ਅੱਧੇ ਬੱਕਰੇ ਦੇ ਸਰੀਰ ਵਾਲਾ ਵਣ ਦੇਵਤਾ

sauce /ਸੋਸ/ *n* ਚਟਣੀ; ਲੂਣ ਘੋਲ, ਸੁਆਦ ਰਸ, ਮਜ਼ਾ; ਗੁਸਤਾਖ਼ੀ, ਸ਼ੇਖੀ *vt* ਮਸਾਲੇਦਾਰ ਬਣਾਉਣਾ; ਲੂਣ ਮਿਰਚ ਲਾਉਣਾ; ਸੁਆਦੀ ਬਣਾਉਣਾ; ਚਟਪਟਾ ਬਣਾਉਣਾ, ਨਿਰਲੱਜ ਹੋਣਾ; ਬੇਅਦਬ ਹੋਣਾ

saucepan /'ਸੋਸਪਅਨ/ *n* ਹੱਥੇ ਵਾਲੀ ਕੜਾਹੀ

saucer /'ਸੋਸਅ*/ *n* (ਚਾਹ) ਦੀ ਪਲੇਟ; ਤਸ਼ਤਰੀ ਰਕਾਬੀ; ਗਮਲਾਦਾਨ; ਗਮਲੇ ਹੇਠਾਂ ਰੱਖਣ ਵਾਲੀ ਪਲੇਟ

saucy /'ਸੋਸਿ/ *a* ਚੰਚਲ, ਮੂੰਹਫਟ, ਗੁਸਤਾਖ਼, ਸ਼ੋਖ਼; ਚੁਸਤ, ਤੇਜ਼, ਜ਼ਿੰਦਾ-ਦਿਲ

sauna /'ਸੋਨਅ,'ਸਾਉਨਅ/ *n* ਭਾਫ਼, ਇਸ਼ਨਾਨ ਘਰ, ਸੌਨਾ

saunter /'ਸੋਨਟਅ*/ *n* ਮੜਕ ਚਾਲ, ਮੰਦ ਚਾਲ, ਮਟਰਗਸ਼ਤ, ਅਵਾਰਾਗਰਦੀ *vi* ਮੜਕ ਚਾਲ ਚੱਲਣਾ; ਘੁੰਮਣਾ, ਟਹਿਲਣਾ, ਤੁਰਨਾ-ਫਿਰਨਾ, ਸੈਰ ਕਰਨਾ, ਰਮਣ ਕਰਨਾ

saurian /'ਸੋਰਿਅਨ/ *n* ਘਿਸਰ ਕੇ ਤੁਰਨ ਵਾਲਾ ਜਾਨਵਰ, ਕਿਰਲਾ *a* ਕਿਰਲੇਹਾਰ

saute /'ਸਅਉਟੇਇ/ *a* ਸੁੱਕ ਭੁੰਨਿਆ

Sauternes /ਸਅ(ਉ)'ਟਅ:ਨਜ਼/ *n* ਮਿੱਠੀ ਅਤੇ ਚਿੱਟੀ ਫ਼ਰਾਂਸੀਸੀ ਸ਼ਰਾਬ, ਸਾਤਰਨ

savage /'ਸੈਵਿਜ/ *a* ਰਾਖਸ਼ੀ *n* ਜੰਗਲੀ ਦਰਿੰਦਾ, ਜੰਗਲੀ ਅਤੇ ਖ਼ੂੰਖਾਰ ਆਦਮੀ, ਅਸੱਭਿਆ ਪੁਰਸ਼, ਅੱਖੜ ਬੰਦਾ *vt* ਜੰਗਲੀ ਬਣਾਉਣਾ, (ਅੱਥਰੇ) ਘੋੜੇ ਦਾ ਕਿਸੇ ਨੂੰ ਸੁੱਟ ਦੇਣਾ, ਲਿਤਾੜ ਦੇਣਾ

savagedom /'ਸੈਵਿਜਡਅਮ/ *n* ਵਹਿਸ਼ੀਪੁਣਾ

savageness /'ਸੈਵਿਜਨਅਸ/ *n* ਅਸੱਭਿਅਤਾ, ਜੰਗਲੀਪਣ; ਬਰਬਰਤਾ; ਬੇਰਹਿਮੀ, ਵਹਿਸ਼ੀਪਣ

savagery/'ਸੈਵਿਜਰਿ/ *n* ਬਰਬਰਤਾ, ਨਿਸ਼ਠੁਰਤਾ, ਵਹਿਸ਼ੀਪਣ, ਦਰਿੰਦਗੀ

savannah/ਸਅ'ਵੈਨਅ/ *n* ਟਾਵੇਂ -ਟਾਵੇਂ ਬਿਰਛਾਂ ਵਾਲਾ ਘਾਹ ਦਾ ਮੈਦਾਨ

savant/'ਸੈਵਅਨਟ/ *n* ਬੁੱਧੀਵਾਨ ਲੋਕ, ਵਿਦਵਾਨ ਪੁਰਸ਼, ਮਹਾਂ ਪੰਡਤ, ਗਿਆਨੀ

savate/ਸਅ'ਵਾਟ/ *(F) n* (ਫ਼ਰਾਂਸੀਸੀ) ਮੁੱਕੇਬਾਜ਼ੀ, ਮੁੱਕਿਆਂ ਦੀ ਲੜਾਈ, ਬਾਕਸਿੰਗ

save /ਸੇਇਵ/ *n* (ਫੁਟਬਾਲ) ਗੋਲ ਦਾ ਬਚਾਅ *v* ਬਚਾਉਣਾ; ਬੱਚਤ ਕਰਨਾ, ਜੋੜਨਾ, ਜਮ੍ਹਾਂ ਕਰਨਾ; ਮੁਕਤੀ ਦਿਵਾਉਣਾ; ਪਾਪ ਤੋਂ ਮੁਕਤ ਕਰਨਾ, ਵਕਤ ਸਿਰ ਜਾ ਫੜਨਾ, ਜਾਣ ਨਾ ਦੇਣਾ, ਗ੍ਰਹਿਣ ਕਰਨਾ *prep* ਪਰ, ਲੇਕਿਨ, ਕਿੰਤੂ, ਬਿਨਾਂ, ਸਿਵਾਏ, ਨਾਲ ਹੀ, (ਇਾ ਤੋਂ) ਇਲਾਵਾ

saveloy /'ਸੈਵਅਲੌਇ/ *n* ਮਸਾਲੇਦਾਰ ਸੁੱਕੇ ਸੋਸੇ

saving /'ਸੇਇਵਿਙ/ *n* ਬਚਤ, ਜੋੜਿਆ ਧਨ, ਕਿਫ਼ਾਇਤ; ਬਚਾਅ

saviour /'ਸੇਇਵਯਅ*/ *n* ਰੱਖਿਅਕ, ਮੁਕਤੀਦਾਤਾ

savory /'ਸੇਇਵ(ਅ)ਰਿ/ *n* ਪੁਦੀਨੇ ਵਰਗੀ ਇੱਕ ਬੂਟੀ

savour /'ਸੇਇਵਅ*/ *n* ਗੰਧ, ਮਹਿਕ, ਸੁਆਦ, ਮਜ਼ਾ, ਜ਼ਾਇਕਾ *v* ਸੁਆਦੀ ਬਣਾਉਣਾ, ਸੁਗੰਧਿਤ ਕਰਨਾ; ਚੱਲਣਾ, ਸੁਆਦ ਲੈਣਾ, ਮਜ਼ਾ ਲੈਣਾ; ਸੁਗੰਧੀ ਆਉਣਾ; ਝਲਕ ਪੈਣਾ

savoury /'ਸੇਇਵਅਰਿ/ *a* ਸੁਆਦੀ; ਮਸਾਲੇਦਾਰ, ਚਟਪਟਾ

savoy /**ਸਅ'ਵੌਇ**/ *n* ਬੰਦ ਗੋਭੀ

savvy /'**ਸੈਵ੍ਹਿ**/ *n* (ਅਪ) ਚਤਰਾਈ, ਹੁਸ਼ਿਆਰੀ, ਸਮਝ

saw /**ਸੋ**/ *n* ਆਰਾ, ਆਰੀ, ਕਲਵੱਤਰ; (ਜੰਤੂਆਂ ਦਾ ਕੋਈ) ਆਰੀ ਵਰਗਾ ਅੰਗ, ਦੰਦੇਦਾਰ ਅੰਗ; ਕਹਾਵਤ, ਪ੍ਰਾਚੀਨ ਸੂਕਤੀ *v* ਆਰਾ ਚਲਾਉਣਾ, (ਜਿਲਦਸਾਜ਼ੀ) ਚੀਰਾ ਦੇਣਾ, ਛੇਕ ਕਰਨਾ, ਛੇਦਣਾ

sawhorse /'**ਸੋਹੋਸ**/ *n* ਲੱਕੜੀ ਚੀਰਨ ਦਾ ਅੱਡਾ

sawing/**ਸੋਇਙ**/ *n* ਚਿਰਾਈ

sawing machine *n* ਆਰਾ, ਲੱਕੜੀ ਚੀਰਨ ਵਾਲੀ ਮਸ਼ੀਨ

sawmill /'**ਸੋਮਿਲ**/ *n* ਆਰਾ (ਕਾਰਖ਼ਾਨੇ ਵਜੋਂ)

sawney/'**ਸੋਨਿ**/ *n* ਸਕਾਟੀਆ; ਬੁੱਧੂ, ਸਿੱਧਾ-ਸਾਦਾ ਵਿਅਕਤੀ

sax/**ਸੈਕਸ**/ *n* ਛੈਣੀ (ਸਲੇਟ ਪੱਥਰ ਕੱਟਣ ਲਈ)

saxatile/'**ਸੈਕਸਅਟਾਇਲ**/ *a* ਪਥਰੀਲਾ (ਪਹਾੜ)

saxe/**ਸੈਕਸ**/ *n* ਫੋਟੋਗ੍ਰਾਫੀ ਵਿੱਚ ਵਰਤਿਆ ਜਾਣ ਵਾਲਾ ਕਾਗਜ਼,ਫੋਟੋ ਕਾਗਜ਼

saxhorn/'**ਸੈਕਸਹੋਨ**/ *n* ਬਿਗਲ, ਤੁਰਮ

saxifrage/'**ਸੈਕਸਿਫ਼ਰਿਜ**/ *n* ਪਹਾੜ ਦੀਆਂ ਚਟਾਨਾਂ ਵਿੱਚ ਮਿਲਨ ਵਾਲਾ ਇੱਕ ਪੌਦਾ

Saxon /'**ਸੈਕਸਨ**/ *n* ਅੰਗਰੇਜ਼ੀ ਭਾਸ਼ਾ ਵਿੱਚ ਜਰਮਨੀ ਮਿਲਾਵਟ ਦਾ ਅੰਸ਼, ਜਰਮਨੀ ਦੇ ਸੈਕਸ ਪ੍ਰਦੇਸ਼ ਦਾ ਬੰਦਾ; ਇਸੇ ਇਲਾਕੇ ਦੀ ਭਾਸ਼ਾ *a* ਸੈਕਸਨਾ ਨਾਲ ਸੰਬੰਧਿਤ

saxony /'**ਸੈਕਸਨਿ**/ *n* ਵਧੀਆ ਕਿਸਮ ਦੀ ਉੱਨ; ਵਧੀਆ ਉੱਨ ਦੇ ਬਣੇ ਕੱਪੜੇ

saxophone /'**ਸੈਕਸਅਫ਼ਅਉਨ**/ *n* ਮੂੰਹ ਨਾਲ ਵਜਾਉਣ ਵਾਲਾ ਇੱਕ ਵਾਜਾ, ਸੈਕਸੋਫ਼ੋਨ

say /**ਸੇਇ**/ *n* (ਅਪ) ਵਧੀਆ ਸਰਜ ਵਰਗਾ ਕੱਪੜਾ; ਕਥਨ, ਮੱਤ; ਕਹਿਣੀ, ਗੱਲਬਾਤ *v* ਉਚਾਰਨਾ, ਆਖਣਾ, ਬੋਲਣਾ; ਟਿੱਪਣੀ ਦੇਣਾ; ਵਚਨ ਦੇਣਾ; ਪ੍ਰਤਿੱਗਿਆ ਕਰਨਾ; ਵਰਣਨ ਕਰਨਾ, ਬਿਆਨ ਦੇਣਾ; ਭਵਿੱਖ ਬਾਰੇ ਦੱਸਣਾ, ਨਿਸ਼ਚਾ ਕਰਨਾ, ਦਾਅਵਾ ਕਰਨਾ, ਵਿਖਿਆਨ ਦੇਣਾ, ਭਾਸ਼ਣ ਦੇਣਾ; ਗੱਲਬਾਤ ਕਰਨਾ, ਚਰਚਾ ਕਰਨਾ, ਰਾਏ ਦੇਣਾ; ਨਿਰਨਾ ਦੇਣਾ, ਸਲਾਹ ਦੱਸਣਾ; ਕਾਰਨ ਦੱਸਣਾ, ਦਲੀਲ ਪੇਸ਼ ਕਰਨਾ; ਉੱਤਰ ਦੇਣਾ, ਜਵਾਬ ਵਿੱਚ ਗੱਲ ਆਖਣਾ; ਮੰਨ ਲੈਣਾ, ਫ਼ਰਜ਼ ਕਰਨਾ (ਕਿਸੇ ਸੰਖਿਆ ਆਦਿ ਨੂੰ)

saying /'**ਸੇਇਇਙ**/ *n* ਲੋਕ-ਮੁਹਾਵਰਾ, ਲੋਕੋਕਤੀ, ਕਥਨ, ਬਾਣੀ, ਮੱਤ, ਬਚਨ, ਅਖਾਣ, ਕਹਾਵਤ

scab /**ਸਕੈਬ**/ *n* ਅੰਗੂਰ (ਜ਼ਖ਼ਮ ਦਾ), ਸਿੱਕਰੀ, ਪੇਪੜੀ, ਖਰੀਂਢ, ਜ਼ਖ਼ਮ ਦਾ ਨਿਸ਼ਾਨ, ਦਾਗ਼; ਪੌਦਿਆਂ ਦਾ ਇੱਕ ਰੋਗ; ਹੜਤਾਲ ਵਿਰੋਧੀ ਮਜ਼ਦੂਰ, ਹੀਣ ਦੁਸ਼ਟ ਨੀਚ ਅਤੇ ਕਮੀਨਾ ਆਦਮੀ *vi* ਜ਼ਖ਼ਮ ਉੱਤੇ ਅੰਗੂਰ ਆਉਣਾ, ਜ਼ਖ਼ਮ ਭਰਨਾ, ਚੰਗਾ ਹੋਣਾ

scabbard /'**ਸਕੈਬਅਡ**/ *n* ਕੋਸ਼; ਮਿਆਨ, ਤਲਵਾਰ ਦਾ ਖੋਲ

scabble /'**ਸਕੈਬਲ**/ *vt* ਮੋਟਾ ਕੰਮ ਕਰਨਾ, ਖਾਣ ਵਿੱਚੋਂ ਪੱਥਰ ਆਦਿ ਕੱਢਣਾ

scabies /'**ਸਕੇਇਬੀਜ਼**/ *n* ਖੁਰਕ, ਖਾਰਸ਼

scabious /'**ਸਕੇਇਬਿਅਸ**/ *n* ਖੁਰਕ ਆਦਿ ਚਮੜੀ ਰੋਗ ਲਈ ਵਰਤੋਂ ਵਿੱਚ ਆਉਣ ਵਾਲਾ ਪੌਦਾ *a* ਖੁਰਕ ਵਾਲਾ; ਖਰੀਂਢਦਾਰ, ਚਮੜੀ ਦੇ ਰੋਗ ਵਾਲਾ; ਖ਼ਾਰਸ਼ ਸੰਬੰਧੀ

scabrous /'**ਸਕੇਇਬਰਅਸ, 'ਸਕੈਬ-**/ *a* (ਸਾਹਿਤ, ਵਿਸ਼ਾ, ਪਰਿਸਥਿਤੀ) ਅਨਿਸ਼ਚਿਤ, ਰੁੱਖਾ, ਕਠਨ; ਨਾਜ਼ੁਕ; ਖੁਰਦਰਾ; ਗਠੀਲਾ, ਗੰਢਦਾਰ

scaffold /'**ਸਕੈਫ਼ਅਉਲਡ**/ *n* ਸੂਲੀ, ਫਾਂਸੀ ਦਾ ਤਖ਼ਤਾ; ਪੈੜ, ਗੋ, ਸ਼ਿਕਾਰ ਲਈ ਮਚਾਨ

scaffolding /'**ਸਕੈਫ਼ਅਲਡਿਙ**/ *n* ਪੈੜ, ਗੋ, (ਕੰਧ ਦੀ ਉਸਾਰੀ ਲਈ) ਬਣਾਇਆ ਢਾਂਚਾ

scagliola/**ਸਕੈਲ'ਯਉਲਅ**/ *n* ਬਣਾਉਟੀ ਸੰਗਮਰਮਰ

scalawag, scalla, scally /'**ਸਕੈਲਅਵੈਗ, 'ਸਕੈਲਅ, 'ਸਕੈਲਿ**/ *n* ਦੁਸ਼ਟ, ਬਦਮਾਸ਼,

ਨਿਰਦਈ, ਗੁੰਡਾ (ਵਿਅਕਤੀ), (ਕਮਜ਼ੋਰ ਮਰੀਅਲ, ਭੁੱਖਾ ਮਰਨ ਵਾਲਾ ਪਸ਼ੂ

scald /ਸਕੋਲਡ/ *vt* ਗਰਮ-ਗਰਮ ਜਾਂ ਉੱਬਲਦੇ ਪਾਣੀ ਵਿੱਚ ਝੁਲਸਿਆ ਜਾਣਾ *n* ਜਲਨ, ਸਾੜਾ; ਰੱਦੀ *a* ਝੁਲਸਿਆ, ਸੜਿਆ

scaldino /ਸਕੈਲ'ਡੀਨਅਊ/ (It) *n* ਛੋਟੀ ਅੰਗੀਠੀ

scale /ਸਕੇਇਲ/ *n* ਤੱਕੜੀ ਜਾਂ ਤਰਾਜੂ ਦਾ ਪਲੜਾ; ਤੁਲਾ; ਸਧਾਰਨ ਤੱਕੜੀ; ਪੰਗਤੀ, ਪੱਧਰ, ਦਰਜਾ; ਸਰਗਮ; ਅੰਕਾਂ ਦਾ ਪੈਮਾਨਾ, ਅੰਕਿਤ ਚਿੰਨ੍ਹ; ਮਾਪਦੰਡ; ਪ੍ਰਤਿਮਾਨ; ਛਿਲਕਾ, ਵਰਕ, ਪਰਤ; ਕਰੂੰਬਲ; ਨਿਕਲਦਾ ਕੋਮਲ ਖੰਭ; ਫੁੱਲ ਦੇ ਹੇਠਾਂ ਵਾਲੀ ਪੱਤੀ; ਤੂੜੀ; ਕੁੱਟੀ, ਤਹਿ, ਚੰਮ ਜਾਂ ਖਲੜੀ ਦੀ ਤਹਿ; ਦੰਦਾਂ ਉੱਤੇ ਮੈਲ ਦੀ ਪਰਤ; ਲੋਹੇ ਉੱਤੇ ਜੰਗਾਲ ਦੀ ਤਹਿ; ਦੇਗਚੇ ਜਾਂ ਬਾਇਲਰ ਦੇ ਅੰਦਰ ਜੰਮੀ ਪੇਪੜੀ *v* ਛਿੱਲਣਾ, ਉਤਾਰਨਾ; ਪੇਪੜੀ ਜਾਂ ਤਹਿ ਲਾਹੁਣਾ; ਪਰਤ ਹਟਾਉਣਾ; ਤੋਲੀ ਚੀਜ਼ ਦਾ ਭਾਰ ਦੱਸਣਾ; ਜਾਂਚਣਾ, ਹਾੜਨਾ; ਤੱਕੜੀ ਨਾਲ ਤੋਲਣਾ, ਜੋਖਣਾ; ਪੈਮਾਇਸ਼ ਕਰਨਾ; ਮਾਪਣਾ; ਕਿਸੇ ਦਿਵਾਰ ਜਾਂ ਪਹਾੜ ਉੱਤੇ ਚੜ੍ਹਨਾ, ਔਖਾ ਹੋ ਕੇ ਉਚਾਈ ਉੱਤੇ ਜਾਣਾ

scalene /'ਸਕੇਇਲੀਨ/ *n* ਵਿਖਮ ਭੁਜ ਤਿਕੋਣ

scall / ਸਕੋਲ/ *n* (ਪਰਾ) ਖਾਜ, ਸੁੱਕੀ ਖਾਜ, ਖੁਰਕ

scallop /'ਸਕੌਲਅਪ/ *n* ਇੱਕ ਸਿੱਪਦਾਰ ਮੱਛੀ,(ਬਹੁ) ਕੋਰ, ਮਗਜ਼ੀ; ਘੋਗੇ ਦਾ ਖੋਲ

scalp /ਸਕੈਲਪ/ *n* ਖੋਪੜੀ, ਸਿਰ ਦਾ ਉਤਲਾ ਭਾਗ *vi* ਖੋਪਰੀ ਲਾਹੁਣਾ, ਸਿਰ ਕਲਮ ਕਰਨਾ; ਕਰੜੀ ਆਲੋਚਨਾ ਕਰਨਾ, ਖੱਲ ਲਾਹੁਣਾ

scalpel /'ਸਕੈਲਪਅਲ/ *n* ਛੁਰੀ, ਚਾਕੂ, ਜੱਰਾਹੀ ਵਾਲਾ ਚਾਕੂ

scam /ਸਕੈਮ/ *n* (ਅਪ) ਘਟਾਲਾ

scamble /'ਸਕੈਮਬਲ/ *v* ਸੰਘਰਸ਼ ਕਰਨਾ; ਧੱਕਮ-ਧੱਕਾ ਕਰਨਾ; ਸੁੱਟਣਾ; ਘਿਸਰ-ਘਿਸਰ ਕੇ ਚੜ੍ਹਨਾ, ਗੋਡਿਆਂ ਅਸਰੇ ਚੜ੍ਹਨਾ

scammony /'ਸਕੈਮਅਨਿ/ *n*ਇੱਕ ਗੂੰਦ ਜੋ ਜੁਲਾਬ ਲਈ ਵਰਤੀ ਜਾਂਦੀ ਹੈ,ਸਕਮੋਨੀਆ

scamp /ਸਕੈਮਪ/ *n* ਲੁੱਚਾ, ਬਦਮਾਸ਼; ਕੰਮਚੋਰ *vt* ਬੇਧਿਆਨੇ ਕੰਮ ਕਰਨਾ, ਜੀਅ ਚੁਰਾਉਣਾ, ਟਾਲਣਾ, ਵਗਾਰ ਟਾਲਣਾ

scamper /'ਸਕੈਮਪਅ*/ *n* ਛੇਤੀ-ਛੇਤੀ ਦਾ ਸਫ਼ਰ, ਭੱਜ-ਦੌੜ, ਭਗਦੜ; ਘੋੜੇ ਦੀ ਸਿਰਤੋੜ ਜਾਂ ਸਰਪਟ ਸਵਾਰੀ; ਤੇਜ਼ ਪਾਠ *vt* ਤ੍ਰਭਕ ਕੇ ਪਸ਼ੂ ਜਾਂ ਖੇਡਦੇ ਬੱਚੇ ਵਾਂਗ ਬੇਤਹਾਸ਼ਾ ਭੱਜਣਾ, ਦੁੜੰਗੇ ਮਾਰਦੇ ਜਾਣਾ, ਭਾਜੜ ਪੈਣਾ

scan /ਸਕੈਨ/ *v* ਛੰਦ ਦੀਆਂ ਮਾਤਰਾਂ ਗਿਣਨਾ; ਪਰਖਣਾ, ਜਾਂਚਣਾ, ਤੋਲਣਾ; (ਚਿਹਰੇ ਨੂੰ) ਚਾਰ-ਚੁਫੇਰਿਓਂ ਵੇਖਣਾ

scandal /'ਸਕੈਨਡਲ/ *n* ਭੰਡੀ, ਊਜ, ਕੁਕਰਮ, ਬੁਰਾਈ, ਨਿੰਦਾ; (ਕਨੂੰ) ਬਦਨਾਮੀ ਵਾਲਾ ਬਿਆਨ

Scandinavian /ˌਸਕੈਨਡਿ'ਨੇਇਵ੍ਇਅਨ/ *a* ਸਕੰਡੈਨੇਵੀਆਈ (ਭਾਸ਼ਾ ਜਾਂ ਵਾਸੀ) *n* ਡੇਨਮਾਰਕ ਨਾਰਵੇ ਸਵੀਡਨ ਅਤੇ ਆਈਸਲੈਂਡ ਦਾ ਵਸਨੀਕ ਜਾਂ ਉਥੋਂ ਦੀ ਭਾਸ਼ਾ

scandisk /'ਸਕੈਨਡਿਸਕ/ *n* (ਕੰਪਿ) ਹਾਰਡ ਡਿਸਕ ਉੱਤੇ ਪਈ ਕਿਸੇ ਤਰੁਟੀ ਨੂੰ ਚੈੱਕ ਕਰਨ ਲਈ ਪ੍ਰੋਗਰਾਮ

scanner /'ਸਕੈਨਅ*/ *n* (ਕੰਪਿ) ਕਿਸੇ ਦਸਤਾਵੇਜ ਦਾ ਚਿਤਰ ਲੈ ਕੇ ਉਸਨੂੰ ਕੰਪਿਊਟਰ ਵਿੱਚ ਭਰਨ ਵਾਲਾ ਉਪਕਰਨ

scanning /ਸਕੈਨਿਙ/ *n* ਬਰੀਕ ਜਾਂਚ, ਪਰੀਖਣ

scansion /'ਸਕੈਨਸ਼ਨ/ *n* ਮਾਤਰਾ ਗਿਣਤੀ, ਛੰਦ ਬਣਤਰ ਦੀ ਪਰਖ, ਅੱਖਰ ਗਿਣਨ ਦੀ ਵਿਧੀ

scansorial /ਸਕੈਨ'ਸੋਰਿਅਲ/ *a* ਚੜ੍ਹਨਹਾਰ, ਉੱਚੀ ਉਡਾਰੀ ਮਾਰਨ ਵਾਲਾ, (ਉਡਾਰੀ ਮਾਰਨ ਦੇ ਕੰਮ ਆਉਣ ਵਾਲੇ) ਪੰਛੀ ਦੇ ਪਰ

scant /ਸਕੈਨਟ/ *vt* (ਆਦਮੀਆਂ ਦਾ ਰਾਸ਼ਨ ਜਾਂ ਰਸਦ) ਘਟਾਉਣਾ, ਬੰਨ੍ਹਣਾ, ਸੀਮਿਤ ਕਰਨਾ, ਹੱਦ ਬੰਨ੍ਹਣਾ, ਘੱਟੋ-ਘੱਟ ਦੇਣਾ *a* ਜਰਾ 'ਕੁ, ਬਹੁਤ ਘੱਟ, ਘੱਟ, ਨਾਂਮਾਤਰ, ਬਹੁਤ ਥੋੜ੍ਹਾ, ਨਾਕਾਫ਼ੀ, ਬਰਾਇਨਾਮ

scantling /'**ਸਕੈਨਟਲਿਙ**/ *n* ਲੱਕੜ ਦਾ ਗੀਟਾ, ਛੋਟੀ ਸੰਖਿਆ, ਥੋੜ੍ਹੀ ਮਾਤਰਾ, ਲੁੜੀਂਦਾ ਭੰਡਾਰ; ਜ਼ਰੂਰੀ ਰਸਦ, (ਪਰਾ) ਵੰਨਗੀ, ਆਦਰਸ਼, ਨਮੂਨਾ

scanty /'**ਸਕੈਨਟਿ**/ *a* ਵਿਰਲਾ, ਘੱਟ, ਨਾਕਾਫ਼ੀ, ਦੁਰਲੱਭ, ਟਾਵਾਂ-ਟਾਵਾਂ, ਥੋੜ੍ਹਾ

scape /**ਸਕੇਇਪ**/ *n* ਰੁੰਡ-ਮੁੰਡ ਤਣਾ, ਟੰਢਲ; ਖੰਭ ਦੀ ਡੰਡੀ

scapegoat /'**ਸਕੇਇਪਗਅਉਟ**/ *n* ਦੂਜਿਆਂ ਦੀ ਖ਼ਾਤਰ ਦੋਸ਼ੀ ਠਹਿਰਾਇਆ ਗਿਆ ਆਦਮੀ,ਬਲੀ ਦਾ ਬੱਕਰਾ, ਬਲੀ

scapegrace /'**ਸਕੇਇਪਗਰੇਇਸ**/ *n* ਲੁੱਚਾ, ਸ਼ਤੂੰਗੜਾ, ਪੰਗੇਬਾਜ਼ (ਵਿਅਕਤੀ)

scapple /'**ਸਕੈਪਲ**/ *vt* ਬਰਾਬਰ ਕਰਨਾ, ਸਮਤਲ ਕਰਨਾ

scapula /'**ਸਕੈਪਯੁਲਅ**/ *n* ਮੋਢੇ ਦੀ ਹੱਡੀ, ਹੰਸਲੀ

scar /**ਸਕਾ***/ *n* ਫੁੱਲ ਜਾਂ ਪੱਤਾ ਡਿੱਗ ਪੈਣ ਮਗਰੋਂ ਪੌਦੇ ਉੱਤੇ ਰਹਿ ਜਾਣ ਵਾਲਾ ਨਿਸ਼ਾਨ; ਦਾਗ਼, ਪੁਰਾਣੇ ਅਤੇ ਰਾਜ਼ੀ ਹੋਏ ਜ਼ਖ਼ਮ ਦਾ ਚਟਾਕ, ਖਰੀਂਢ, ਲਾਸ, ਝਰੀਟ, ਧੱਬਾ; (ਦਿਲ ਦੇ) ਦਾਗ਼ *v* ਚੰਗਾ ਹੋਣਾ, ਠੀਕ ਹੋਣਾ, ਰਾਜ਼ੀ ਹੋਣਾ, ਜ਼ਖ਼ਮ ਉੱਤੇ ਖਰੀਂਢ ਆਉਣਾ, ਅੰਗੂਰ ਆਉਣਾ, ਸਿੱਕਰੀ ਆਉਣਾ, ਪੇਪੜੀ ਬੱਝਣਾ; ਦਾਗ਼ ਪੈਣਾ, ਦਾਗ ਲੱਗਣਾ ਜਾਂ ਲਾਉਣਾ

scarab /'**ਸਕੈਰਅਬ**/ *n* (ਪ੍ਰਾਚੀਨ ਮਿਸਰ ਦੇਸ਼ ਦਾ) ਪਵਿੱਤਰ ਗਬਰੈਲਾ, ਇਸ ਗਬਰੈਲੇ ਦੇ ਆਕਾਰ ਦੀ ਕੱਟੀ ਹੋਈ ਮਣੀ, ਭੌਰੇ ਵਰਗਾ ਹੀਰਾ ਜਿਸ ਉੱਤੇ ਨਿਸ਼ਾਨ ਉੱਕਰੇ ਹੁੰਦੇ ਹਨ; ਭੂੰਡ ਜਾਤੀ ਦਾ ਜੀਵ

scaramouch /'**ਸਕੈਰਅਮੂਚ**/ *n* (ਪਰਾ) ਬੜਬੋਲਾ ਵਿਅਕਤੀ, ਸ਼ੇਖੀਖ਼ੋਰ ਆਦਮੀ

scarce /**ਸਕੇਅਸ**/ *a* ਨਾਂਮਾਤਰ, ਅਲਪ, ਬਹੁਤ ਘੱਟ; ਥੋੜ੍ਹਾ

scarcely /'**ਸਕੇਅਸਲਿ**/ *adv* ਮੁਸ਼ਕਲ ਨਾਲ, ਮਸਾਂ, ਬਿਲਕੁਲ ਨਹੀਂ, ਨਾਂਹ ਦੇ ਬਰਾਬਰ; ਸ਼ਾਇਦ, ਹੁਣੇ-ਹੁਣੇ

scarcity /'**ਸਕੇਅਸਅਟਿ**/ *n* ਥੁੜ, ਤੰਗੀ, ਤੰਗੀ-ਤੁਰਸ਼ੀ, ਘਾਟ, ਟੋਟ, ਦੁਰਲੱਭਤਾ, ਅਭਾਵ

scare /**ਸਕੇਅ***/ *n* ਸਹਿਮ, ਤ੍ਰਾਹ, ਡਰ, ਹਊਆ, ਦਹਿਲ, ਧੁੜਕੂ, ਝੂਠਾ ਡਰ *vt* ਅਚਾਨਕ ਭੈ-ਭੀਤ ਕਰਨਾ, ਧੜਕਾਉਣਾ, ਡਰਾਉਣਾ, ਤ੍ਰਾਹ ਕੱਢਣਾ, (ਪੰਛੀਆਂ ਨੂੰ ਡਰਾ ਕੇ) ਉਡਾਉਣਾ, ਦੁਤਕਾਰਨਾ

scarecrow /'**ਸਕੇਅਕਰਅਉ**/ *n* ਡਰਨਾ, ਹਊਆ

scared /**ਸਕੇਅਡ**/ *a* ਸਹਿਮਿਆ ਹੋਇਆ, ਡਰਿਆ ਹੋਇਆ, ਭੈ-ਭੀਤ, ਦਹਿਲਿਆ ਹੋਇਆ

scaremonger /'**ਸਕੇਅਮਅੱਙਗਅ***/ *n* ਝੂਠਾ ਡਰ ਫੈਲਾਉਣ ਵਾਲਾ; ਸਨਸਨੀ ਫੈਲਾਉਣ ਵਾਲਾ

scarf /**ਸਕਾਫ਼**/ *n* ਦੁਪੱਟਾ, ਪਟਕਾ, ਗੁਲੂਬੰਦ, ਸਕਾਰਫ਼; ਲੱਕੜ ਜਾਂ ਚਮੜੇ ਦਾ ਜੋੜ *vt* ਲੱਕੜ ਜਾਂ ਚਮੜੇ ਨੂੰ ਜੋੜਨਾ; ਚੂਲ ਬਠਾਉਣਾ, ਮੇਲ ਮਿਲਾਉਣਾ, (ਵੇਲ੍ਹ ਮੱਛੀ ਨੂੰ) ਵੱਢਣਾ ਜਾਂ ਉਸ ਦੀ ਖੱਲ ਲਾਹੁਣਾ

scarify /'**ਸਕੈਰਿਫ਼ਾਇ**,'**ਸਕੇਅਰਿ**-/ *vt* ਖੱਲ ਲਾਹੁਣਾ, ਖਰੋਚਣਾ, ਪੱਛਣਾ, ਨਸ਼ਤਰ ਲਾਹੁਣਾ; ਕਰੜੀ ਨੁਕਤਾਚੀਨੀ ਕਰਕੇ ਨੁਕਸਾਨ ਪਹੁੰਚਾਉਣਾ, ਤਿੱਖੀ ਆਲੋਚਨਾ ਕਰਨਾ

scarious /'**ਸਕੇਅਰਿਅਸ**/ *a* ਸੰਕੁਚਿਤ, ਸੁੰਗੜਿਆ; ਝੁਲਸਿਆ; ਝੁਰੜੀਦਾਰ; ਖ਼ੁਸ਼ਕ

scarlet /'**ਸਕਾਲਅਟ**/ *n* ਲਾਲ ਰੰਗ ਦਾ ਕੱਪੜਾ *a* ਸੰਧੂਰੀ, ਗੁਲਨਾਰੀ, ਕਿਰਮਚੀ

scarlet woman *n* ਵੇਸਵਾ, ਕੰਜਰੀ

scarp /**ਸਕਾਪ**/ *n* ਕਿਲ੍ਹੇ ਦੀ ਖਾਈ ਦੀ ਢਾਲੂ ਕੰਧ, ਸਿੱਧੀ ਖੜ੍ਹੀ ਚੜ੍ਹਾਈ *vt* ਢਾਲੂ ਕੰਧ ਬਣਾਉਣਾ

scary /'**ਸਕੇਅਰਿ**/ *a* ਭਿਆਨਕ, ਡਰਾਉਣਾ; ਕਾਇਰ, ਡਰਪੋਕ, ਭੈ-ਭੀਤ

scathe /**ਸਕੇਇਦ**/ *vt* ਬੱਜ ਪਾਉਣਾ ਜਾਂ ਲਾਉਣਾ; ਸੱਟ ਮਾਰਨਾ, ਨੁਕਸਾਨ ਕਰਨਾ *n* ਬੱਜ, ਘਾਟਾ, ਹਾਨੀ

scathing /ਸਕੇਇਦਿਙ/ *a* ਅਤਿ ਕਠੋਰ, ਸਖ਼ਤ

scatology/ਸਕੈ'ਟੌਲਅਜਿ/ *n* ਅਸ਼ਲੀਲਤਾਵਾਦ, ਲੱਚਰਪੁਣਾ

scatter /'ਸਕੈਟਅ*/ *v* ਖਿੰਡਾਉਣਾ, ਖੇਰੂੰ-ਖੇਰੂੰ ਕਰਨਾ, ਖਿੰਡਣਾ; ਖਿਲਾਰਨਾ, ਬਿਖੇਰਨਾ, ਤਿੱਤਰ-ਬਿੱਤਰ ਕਰਨਾ; ਬੱਦਲਾਂ ਦਾ ਪਾਟਣਾ, ਛਿੜਕਣਾ, ਛਿੱਟੇ ਮਾਰਨਾ, ਤਰੌਂਕਣਾ; ਪੂਰੀ ਤਰ੍ਹਾਂ ਹਰਾਉਣਾ, ਭਜਾਉਣਾ, ਭਗਦੜ ਪਾਉਣਾ, ਭਗਦੜ ਮਚਾਉਣਾ

scatterbrain /'ਸਕੈਟਅਬਰੇਇਨ/ *n* ਉੜਿਆ ਬੰਦਾ, ਖਿੰਡੇ ਦਿਮਾਗ਼ ਵਾਲਾ ਬੰਦਾ

scattered /'ਸਕੈਟਅਡ/ *a* ਬਿਖਰਿਆ, ਖਿਲਰਿਆਂ, ਤਿੱਤਰ-ਬਿੱਤਰ; ਵਿਭਿੰਨ, ਦੂਰ-ਦੂਰ ਤੱਕ ਫੈਲਿਆ, ਕਿਤੇ-ਕਿਤੇ

scatty /'ਸਕੈਟਿ/ *a* (ਬੋਲ) ਸਨਕੀ; ਝੱਲਾ

scaur /ਸਕੋ*/ *n* ਪਹਾੜੀ ਦੇ ਇੱਕ ਪਾਸੇ ਦੀ ਉੱਚੀ ਨੀਵੀਂ ਥਾਂ

scavenge /'ਸਕੈਵ੍ਰਿਨਜ/ *v* ਕੂੜਾ-ਕਰਕਟ ਉਠਾਉਣਾ, ਭੰਗੀਆਂ ਦਾ ਕੰਮ ਕਰਨਾ, ਸਫ਼ਾਈ ਕਰਨਾ; ਕਬਾੜ ਲੱਭਣਾ

scavenger /'ਸਕੈਵ੍ਰਿਨਜਅ*/ *n* ਭੰਗੀ, ਮਿਹਤਰ, ਜਮਾਂਦਾਰ, ਸੜਕਾਂ ਸਾਫ਼ ਕਰਨ ਵਾਲਾ; ਅਸ਼ਲੀਲ ਲੇਖਕ, ਲੱਚਰ ਲੇਖਕ; ਮੁਰਦਾਖੋਰ ਜੀਵ ਜੰਤੂ, ਗਲੀਆਂ ਸੜੀਆਂ ਚੀਜ਼ਾਂ ਖਾਣ ਵਾਲੇ ਜੀਵ ਜੰਤੂ *vt* ਭੰਗੀ ਦਾ ਕੰਮ ਕਰਨਾ, ਮਿਹਤਰ ਹੋਣਾ

scenario /ਸਅ'ਨਾਰਿਅਉ/ *n* ਦ੍ਰਿਸ਼-ਚਿੱਤਰਨ, ਦ੍ਰਿਸ਼ ਲੇਖ, ਦ੍ਰਿਸ਼ ਬਿਰਤਾਂਤ, ਹੋਣ ਵਾਲੀ ਚੀਜ਼ ਦਾ ਖਾਕਾ

scene /ਸੀਨ/ *n* ਘਟਨਾ ਸਥਾਨ; ਰੰਗ-ਮੰਚ, ਰੰਗ-ਭੂਮੀ; ਸਟੇਜ, ਰੰਗਸ਼ਾਲਾ, (ਪਰਾ) ਨੁਮਾਇਸ਼ਗਾਹ, ਪ੍ਰਦਰਸ਼ਨ ਭੂਮੀ; ਦ੍ਰਿਸ਼, ਨਾਟਕ ਦੇ ਅੰਕ ਦਾ ਭਾਗ; ਝੜਪ, ਤੂੰ-ਤੂੰ ਮੈਂ-ਮੈਂ, ਗੁੱਸੇ ਭਰੀ ਗੱਲਬਾਤ; ਰੰਗ-ਮੰਚ ਦਾ ਸਚਿੱਤਰ ਪਰਦਾ

scenery /'ਸੀਨਅਰਿ/ *n* ਦ੍ਰਿਸ਼, ਕੁਦਰਤੀ ਦ੍ਰਿਸ਼, ਬਹਾਰ, ਸੀਨਰੀ

scenic /'ਸੀਨਿਕ/ *a* ਰਮਣੀਕ, ਸਜੀਵ, ਰੰਗ-ਮੰਚੀ, ਨਾਟਸ਼ਾਲਾ ਜਾਂ ਰੰਗ-ਮੰਚ ਦਾ

scenograph /'ਸੀਨਅਗਰਾਫ਼/ *n* ਪਟ ਚਿੱਤਰ

scent /ਸੈਂਟ/ *n* ਸੁਗੰਧੀ, ਮਹਿਕ, ਖ਼ੁਸ਼ਬੋ; ਸੁੰਘਣ ਦੀ ਅਸਧਾਰਨ ਸ਼ਕਤੀ; ਅਤਰ, ਫੁਲੇਲ *vt* ਅਤਰ ਲਾਉਣਾ, ਸੁਗੰਧਿਤ ਕਰਨਾ; ਬੋ ਲੈਣਾ, ਸੁੰਘਣਾ, ਖ਼ੁਸ਼ਬੋ ਨੂੰ ਪਛਾਣਨਾ; ਭਾਪ ਲੈਣਾ

scent-organ *n* ਸੁੰਘਣ ਇੰਦਰੀ, ਗੰਧ ਅੰਗ

scepsis, skepsis /'ਸਕੈਪੱਸਿਸ/ *n* ਸੰਦੇਹ, ਸ਼ੰਕਾ, ਸ਼ੰਕਾਵਾਦ

sceptic /'ਸਕੈਪੱਟਿਕ/ *a* ਅਸ਼ਰਧਕ, ਨਿਸ਼ਚੇਹੀਣ, ਮੁਨਕਰ, ਸ਼ੱਕੀ, ਅਵਿਸ਼ਵਾਸੀ, ਸ਼ੰਕਾਸ਼ੀਲ; ਨਾਸਤਿਕ, ਅਨੀਸ਼ਵਰਵਾਦੀ; ਸਨਕੀ *n* ਅਨੀਸ਼ਵਰਵਾਦੀ ਮਨੁੱਖ, ਕਾਫ਼ਰ

scepticism /'ਸਕੈਪੱਟਿਸਿਜ਼ਅਮ/ *n* ਸੰਦੇਹਵਾਦ, ਸ਼ੰਕਾਵਾਦ

sceptral /'ਸੈਪੱਟਰ(ਅ)ਲ/ *a* ਰਾਜ ਅਧਿਕਾਰ ਯੁਕਤ

sceptre /'ਸੈਪੱਟਅ*/ *n* ਰਾਜ ਸ਼ਕਤੀ, ਪ੍ਰਭੁਤਾ, ਰਾਜ ਸੱਤਾ; (ਅਧਿਕਾਰ ਦੇ ਚਿੰਨ੍ਹ ਵਜੋਂ) ਰਾਜ ਡੰਡਾ

scerne /'ਸਅ:ਨ/ *vt* ਵਿਚਾਰ ਕਰਨਾ, ਅਨੁਭਵ ਕਰਨਾ, ਭੇਦ ਪਛਾਣਨਾ

schedule /'ਸ਼ੈਡੱਯੂਲ/ *n* ਫ਼ਰਦ, ਪੱਟੀ, ਅਨੁਸੂਚੀ, ਸਮਾਂ ਸੂਚੀ, ਕਾਰਜਕ੍ਰਮ, ਨਾਮਾਵਲੀ; ਯੋਜਨਾ ਲੇਖ, ਲੇਖ ਪੱਤਰ *vt* ਕਾਰਜਕ੍ਰਮ ਵਿੱਚ ਨੋਟ ਕਰਨਾ; ਸੂਚੀ ਤਿਆਰ ਕਰਨਾ, ਅਨੁਸੂਚਿਤ ਕਰਨਾ

scheduled /'ਸ਼ੈਡੱਯੂਲਡ/ *a* ਸੂਚੀ ਜਾਂ ਸਾਰਨੀ ਵਿੱਚ ਲਿਖਿਆ ਹੋਇਆ, ਅਨੁਸੂਚਿਤ, ਨਿਯਤ

scheduled caste *n* ਅਨੁਸੂਚਿਤ ਜਾਤੀ, ਪੱਟੀਦਰਜ ਜਾਤੀ

scheduled tribe *n* ਅਨੁਸੂਚਿਤ ਜਾਤੀ ਦਾ ਕਬੀਲਾ, ਪੱਟੀਦਰਜ ਜਾਤੀ ਦਾ ਕਬੀਲਾ

schelm /ਸਕੈੱਲਮ/ *n* ਕਪਟੀ, ਚਲਾਕ, ਧੋਖੇਬਾਜ਼, ਕਾਮੀ

schema /'ਸਕੀਮਅ/ *n* ਯੋਜਨਾ, ਖ਼ਾਕਾ, ਨਕਸ਼ਾ, ਆਕਾਰ, ਤੱਤ

schematic /ਸਕੀ'ਮੈਟਿਕ/ *a* ਯੋਜਨਾਬੱਧ, ਸਕੀਮ ਅਨੁਸਾਰ, ਵਿਓਂਤਬੱਧ, ਰੂਪ-ਰੇਖਾ ਵਾਲਾ

schematism /'ਸਕੀਮਅਟਿਜ਼ਅਮ/ *n* ਰੂਪ, ਰੇਖਾ-ਚਿੱਤਰ, ਅਕ੍ਰਿਤੀ

scheme /ਸਕੀਮ/ *n* ਵਿਓਂਤ, ਯੋਜਨਾ, ਪ੍ਰਬੰਧ, ਢੰਗ, ਜੁਗਤ, ਉਪਾਅ, ਤਰਕੀਬ; ਮਨਸੂਬਾ, ਚਾਲ, ਸਾਜ਼ਿਸ਼; ਪੱਟੀ, ਸਾਰਨੀ, ਸੂਚੀ, ਵੇਰਵਾ, ਰੂਪ-ਰੇਖਾ, ਨਕਸ਼ਾ *v* ਕੰਮ ਕਰਾਉਣ ਦੀ ਵਿਓਂਤ ਬਣਾਉਣਾ, ਯੋਜਨਾ ਬਣਾਉਣਾ, ਉਪਾਅ ਜਾ ਤਰਕੀਬ ਸੋਚਣਾ, ਰੂਪ-ਰੇਖਾ ਬਣਾਉਣਾ, ਮਨਸੂਬਾ ਬਣਾਉਣਾ, ਜੁਗਤ ਬਣਾਉਣਾ; ਖ਼ਾਕਾ ਖਿੱਚਣਾ; ਚਾਲ ਚੱਲਣਾ, ਸਾਜ਼ਸ਼ ਰਚਣਾ

schemer /'ਸਕੀਮਅ*/ *n* ਉਪਾਅ ਕਰਨ ਵਾਲਾ, ਯੋਜਨਾ ਬਣਾਉਣ ਵਾਲਾ, ਮਨਸੂਬੇਬਾਜ਼, ਜੁਗਤੀ ਆਦਮੀ, ਸਾਜ਼ਸ਼ ਕਰਨ ਵਾਲਾ ਵਿਅਕਤੀ

schism /'ਸਕਿਜ਼ਅਮ,'ਸਿਜ਼ਅਮ/ *n* ਦੁਫੇੜ, ਧੜੇਬੰਦੀ, ਫੁੱਟ, ਮਤ-ਭੇਦ; ਸੰਪਰਦਾਇਕ ਵਖਰੇਵਾਂ; ਫਿਰਕੇਬੰਦੀ; ਸੰਪਰਦਾਇਕ ਮਤ-ਭੇਦ ਵਧਾਉਣ ਦਾ ਅਪਰਾਧ, ਫੁਟ ਪਾਉਣ ਦਾ ਦੋਸ਼

schist /ਸ਼ਿਸਟ/ *n* ਤਹਿਦਾਰ ਸਿਲ ਜਾਂ ਪੱਥਰ

schizophrenia /ˌਸਕਿਟਸਅ'ਫ਼ਰੀਨਿਅ/ *n* (ਚਿਕਿ) ਦੁਫਾੜ ਮਾਨਸਿਕਤਾ, ਇੱਕ ਮਾਨਸਿਕ ਰੋਗ

schnapps /ਸ਼ਨੈਪਸ/ *n* ਹਾਲੈਂਡ ਦੀ ਸ਼ਰਾਬ; ਵਲਾਇਤੀ ਸ਼ਰਾਬ ਜਾਂ ਸਪਿਰਟ

schnitzel /'ਸ਼ਨਿਟਸ(ਅ)ਲ/ *(G)* *n* ਵੱਛੇ ਦੇ ਮਾਸ ਦੀ ਟਿੱਕੀ, ਕਟਲੈਟ

scholar /'ਸਕੌਲਅ*/ *n* ਵਿਦਿਆਰਥੀ, ਸ਼ਗਿਰਦ; ਵਿਦਵਾਨ, ਪੰਡਤ, ਗਿਆਨੀ, ਮਾਨਵਰ ਵਿਦਵਾਨ; ਕਿਸੇ ਸਿੱਖਿਆ ਸੰਸਥਾ ਵਿੱਚ ਦਾਖ਼ਲ ਵਿਅਕਤੀ; ਵਜ਼ੀਫ਼ਾਖੋਰ

scholarch /'ਸਕਅਉਲਾਕ/ *n* ਦਰਸ਼ਨ ਸ਼ਾਸਤਰ ਪੜ੍ਹਾਉਣ ਵਾਲੇ ਵਿਦਿਆਲੇ ਦਾ ਅਧਿਆਪਕ

scholarly /'ਸਕੌਲਅਲਿ/ *a* ਵਿਦਵਾਨ ਵਰਗਾ; ਵਿਦਵਤਾਪੂਰਨ

scholarship /'ਸਕੌਲਅਸ਼ਿਪ/ *n* ਵਜ਼ੀਫ਼ਾ, ਵਿਦਵਤਾ, ਗਿਆਨ

scholastic, scholastical /ਸਕਅ'ਲੈਸਟਿਕ, ਸਕਅ'ਲੈਸਟਿਕਲ/ *a* ਵਿਦਿਅਕ; ਪੰਡਤਾਊ, ਨਘੋਚੀ *n* ਧਰਮ ਸ਼ਾਸਤਰੀ

scholasticism /ਸਕਅ'ਲੈਸਟਿਸਿਜ਼ਅਮ/ *n* ਪੰਡਤਾਊਪੁਣਾ, ਧਾਰਮਿਕ ਫਲਸਫਾ (ਮੱਧ ਯੁੱਗ ਸਮੇਂ ਦੀ ਵਿੱਦਿਆ ਦਾ ਅੰਗ), ਮਧਕਾਲੀਨ ਦਰਸ਼ਨ

scholiast/'ਸਕਅਉਲਿਐਸਟ/ *n* ਟੀਕਾਕਾਰ, ਟਿੱਪਣੀਕਾਰ, ਭਾਸ਼ਾਕਾਰ

scholium/'ਸਕਅਉਲਿਅਮ/ *n* ਟੀਕਾ, ਟਿੱਪਣੀ, ਅਰਥ, ਹਾਸ਼ੀਏ ਦਾ ਨੋਟ

school/ਸਕੂਲ/ *n* ਸਕੂਲ, ਵਿਦਿਆਲਾ, ਮਦਰਸਾ, ਪਾਠਸ਼ਾਲਾ; ਵਿਦਿਆਰਥੀ, ਸਿਖਿਆਰਥੀ, ਅਧਿਐਨ ਵਿਭਾਗ ਵਿੱਚ, ਕਿਸੇ ਕਲਾ ਜਾਂ ਦਾਰਸ਼ਨਿਕਤਾ ਦੇ ਸਿਧਾਂਤਵਾਦੀ ਭਗਤ, ਸ਼ਗਿਰਦ; ਸੰਪਰਦਾਇ, ਫਿਰਕਾ, ਮੱਤ, ਵਾਦ, ਪੰਥ, ਮਾਰਗ, ਪੱਖ, ਵਰਗ, ਦਲ; ਮੱਛੀਆਂ ਦੀ ਝੋਲੀ *vt* ਸਿੱਖਿਆ ਦੇਣਾ, ਸਕੂਲ ਘਲਣਾ; ਪੜ੍ਹਾਉਣਾ, ਪੜ੍ਹਨੇ ਪਾਉਣਾ, ਵੱਸ ਕਰਨਾ, ਕਾਬੂ ਕਰਨਾ; ਟ੍ਰੇਨਿੰਗ ਦੇਣਾ, ਸਿਖਾਉਣਾ, ਸਮਝਾਉਣਾ

schoolable /'ਸਕੂਲਅਬਲ/ *a* ਸਕੂਲ ਜਾਣ ਯੋਗ, ਪਾਠਸ਼ਾਲਾ ਜਾਣ ਦੀ ਅਵਸਥਾ ਵਾਲਾ

schooled /ਸਕੂਲਡ/ *a* ਅਨੁਭਵੀ, ਸਿਖਿਅਤ

schooner /'ਸਕੂਨਅ*/ *n* ਦੋ ਜਾਂ ਦੋ ਤੋਂ ਵੱਧ ਮਸਤੂਲਾਂ ਦੀ ਬੇੜੀ; ਅਮਰੀਕਾ ਵਿੱਚ ਬੀਅਰ ਦਾ ਹਾੜ੍ਹਾ, ਬੀਅਰ ਪਾਉਣ ਵਾਲਾ ਲੰਮਾ ਗਲਾਸ

schottische /ਸ਼ੌਟ'ਈਸ਼/ *n* ਇੱਕ ਤਰ੍ਹਾਂ ਦਾ ਹੌਲਾ ਫੁੱਲ ਨਾਚ; ਇਸ ਨਾਚ ਨਾਲ ਗਾਇਆ ਜਾਣ ਵਾਲਾ ਗੀਤ

schwa /ਸ਼ਵਾ/ *n* (ਵਿਆ) ਲਘੂ ਸਵਰ ਧੁਨੀ

sciagraphy /ਸਾਇ'ਐਗਰਅਫ਼ਿ/ *n* ਐਕਸ ਰੇ ਛਾਇਆ ਚਿੱਤਰ ਵਿਗਿਆਨ, ਐਕਸ ਰੇ ਛਾਇਆ

ਚਿੱਤਰਨ, ਐਕਸ ਰੇ ਨਾਲ ਫੋਟੋ ਖਿੱਚਣ ਦੀ ਸਾਇੰਸ

sciamachy /ਸਾਇ'ਐਮਅਕਿ/ *n* ਛਾਇਆ ਯੁੱਧ, ਹਵਾ ਵਿੱਚ ਘਸੁੰਨਬਾਜ਼ੀ, ਫ਼ਰਜ਼ੀ ਲੜਾਈ

sciatic /ਸਾਇ'ਐਟਿਕ/ *a* ਕੁੱਲ੍ਹੇ ਸੰਬੰਧੀ, ਕੁੱਲ੍ਹੇ ਦਾ, ਕੁੱਲ੍ਹੇ ਦੇ ਦਰਦ ਦਾ ਰੋਗੀ, ਕੁੱਲ੍ਹੇ ਦੇ ਦਰਦ ਨਾਲ ਪੀੜਿਤ

sciatica /ਸਾਇ'ਐਟਿਕਅ/ *n* ਕੁੱਲ੍ਹੇ ਅਤੇ ਪੱਟ ਦਾ ਦਰਦ, ਕੁੱਲ੍ਹੇ ਦੀ ਨਾੜੀ ਦੀ ਪੀੜ

science /'ਸਾਇਅਨਸ/ *n* ਸਾਇੰਸ, ਗਿਆਨ, ਵਿਗਿਆਨ, ਵਿੱਦਿਆ ਸ਼ਾਸਤਰ; ਹੁਨਰ, ਕੌਸ਼ਲ

science fiction *n* ਭਵਿਖ ਵਿੱਚ ਵਾਪਰਨ ਵਾਲੀਆਂ ਵਿਗਿਆਨਿਕ ਘਟਨਾਵਾਂ ਬਾਰੇ ਗਿਆਨ ਪੁਸਤਕ, ਵਿਗਿਆਨਿਕ ਕਲਪਨਾ ਆਧਾਰਿਤ ਗਲਪ

scientific /,ਸਾਇਅਨ'ਟਿਫ਼ਿਕ/ *a* ਵਿਗਿਆਨਿਕ, ਸ਼ਾਸਤਰ ਅਨੁਕੂਲ; ਵਿਵਸਥਿਤ, ਕ੍ਰਮਬੱਧ, ਕੁਸ਼ਲ, ਨਿਪੁੰਨ

scientific terminology *n* ਵਿਗਿਆਨਿਕ ਸ਼ਬਦਾਵਲੀ

scientist /'ਸਾਇਅਨਟਿਸਟ/ *n* ਸਾਇੰਸਦਾਨ, ਵਿਗਿਆਨੀ, ਵਿਗਿਆਨਵੇਤਾ

sci-fi /'ਸਾਇ ਫ਼ਾਇ/ *abbr* **science fiction** ਦਾ ਸੰਖਿਪਤ ਰੂਪ, ਵੇਖੋ **science fiction**

scilicet /'ਸਾਇਲਿਸੈਟ/ *adv* ਅਰਥਾਤ, ਦੂਜੇ ਸ਼ਬਦਾਂ ਵਿੱਚ, ਦੂਜੀ ਤਰ੍ਹਾਂ,ਯਾਨੀ

scimitar /'ਸਿਮਿਟਅ*/ *n* ਸਿਰੋਹੀ, ਤੇਗ਼ਾ, ਟੇਢੀ ਤਲਵਾਰ

scintilla /ਸਿਨ'ਟਿਲਅ/ *n* ਕਿਣਕਾ, ਭੋਰਾ, ਜ਼ੱਰਾ, ਕਣ, ਅਣੂ; ਚੰਗਿਆੜੀ, ਚਿਣਗ

scintillate /'ਸਿਨਟਿਲੇਇਟ/ *vi* ਚੰਗਿਆੜੇ ਛੱਡਣਾ, ਪ੍ਰਕਾਸ਼ਵਾਨ ਹੋਣਾ, ਝਿਲਮਿਲਾਉਣਾ, ਟਿਮਟਿਮਾਉਣਾ, ਜਗਮਗਾਉਣਾ, ਚਮਕਣਾ, ਦਮਕਣਾ, ਝਿਲਮਿਲ-ਝਿਲਮਿਲ ਕਰਨਾ

scintillating /'ਸਿਨਟਿਲੇਇਟਿਙ/ *a* ਬਹੁਤ ਚੁਸਤ ਚਲਾਕ, ਦਿਲਚਸਪ, ਮਨ ਪਸੰਦ, ਟਿਮਟਿਮਾਉਂਦਾ, ਲਿਸ਼ਕਵਾਂ

sciolism /'ਸਾਇਅ(ਉ)ਲਿਜ਼ਅਮ/ *n* ਅਲਪ-ਗਿਆਨ, ਗਿਆਨ ਦਾ ਝੂਠਾ ਅਹੰਕਾਰ, ਪਖੰਡ, ਢੌਂਗ

scion /'ਸਾਇਅਨ/ *n* ਕਲਮ, ਟਾਹਣੀ, ਸ਼ਾਖ; ਸੰਤਾਨ, ਉੱਚ ਖ਼ਾਨਦਾਨ ਦਾ ਨੌਜਵਾਨ

scissel /'ਸਿਸਲ/ *n* (ਧਾਤ ਆਦਿ ਦਾ) ਕਤਰਨ, ਛਾਂਟ, ਕਾਤਰਾਂ

scissor /'ਸਿਜ਼ਅ*/ *vt* ਕੱਟਣਾ, ਕਤਰਨਾ, ਛਾਂਟਣਾ

scissors /'ਸਿਜ਼ਅਜ਼/ *n* ਕੈਂਚੀ, ਕੈਂਚ, ਕਾਤੀ, ਕਤਰਨੀ

scissure /'ਸਿਸ਼ਅ*/ *n* ਚੀਰਾ, ਚੀਰ, ਘਾਅ

sclerotic /ਸਕਲਅ'ਰੌਟਿਕ/ *n* ਅੱਖ ਦਾ ਚਿੱਟਾ ਹਿੱਸਾ *a* ਇਸ ਡੇਲੇ ਸੰਬੰਧੀ; ਪੱਠਿਆਂ ਦੀ ਕਰੜਾਈ ਸੰਬੰਧੀ

scobs /ਸਕੌਬਜ਼/ *n* (ਹਾਥੀ ਦੰਦ ਆਦਿ ਦਾ) ਬੁਰਾਦਾ, ਚੂਰਾ, ਕਤਰਨ, ਚੂਰਨ

scoff /ਸਕੌਫ਼/ *n* ਖਿੱਲੀ, ਟਿੱਚਰ, ਮਸ਼ਕਰੀ, ਮਖੌਲ; ਮੌਜੂ, ਉਪਹਾਸ; ਨਿੰਦਾ ਭਰੇ ਸ਼ਬਦ, ਤ੍ਰਿਸਕਾਰ; ਮਜ਼ਾਕ, ਹਾਸਾ, ਠੱਠਾ; ਖਾਣ ਵਾਲੀ ਚੀਜ਼, ਖਾਣਾ, ਖ਼ੁਰਾਕ *vi* ਖਿੱਲੀ ਉਡਾਉਣਾ, ਟਿੱਚਰ ਕਰਨਾ, ਮੌਜੂ ਬਣਾਉਣਾ, ਮਸ਼ਕਰੀ ਜਾਂ ਮਖੌਲ ਕਰਨਾ, ਵਿਅੰਗ ਕਰਨਾ, ਤਾਹਨਾ ਦੇਣਾ, ਹਾਸਾ-ਠੱਠਾ ਕਰਨਾ, ਮਜ਼ਾਕ ਉਡਾਉਣਾ, ਤ੍ਰਿਸਕਾਰ ਕਰਨਾ; ਭੁੱਖਿਆਂ ਵਾਂਗ ਭੋਜਨ ਖਾਣਾ

scold /ਸਕਅਉਲਡ/ *n* ਮੂੰਹ-ਫਟ ਔਰਤ, ਕਲਹਿਣੀ, ਕਲਹਾਰੀ *v* ਤਾੜਨਾ, ਝਿੜਕਣਾ, ਡਾਂਟਣਾ, ਫਿਟਕਾਰਨਾ, ਧਮਕਾਉਣਾ; ਖਰੀਆਂ-ਖਰੀਆਂ ਸੁਣਾਉਣਾ, ਬੁਰਾ-ਭਲਾ ਆਖਣਾ, ਲਿਤਾੜਨਾ

scolding /ਸਕਅਉਲਡਿਙ/ *n* ਨਿੰਦਾ, ਧਿੱਕਾਰ, ਝਿੜਕ, ਧਮਕੀ, ਘੁਰਕੀ, ਡਾਂਟ-ਡਪਟ

scollop /'ਸਕੌਲਅਪ/ *n* ਘਿਓ ਵਿੱਚ ਤਲੇ ਹੋਏ ਆਲੂ, ਮਾਸ ਆਦਿ ਬਣਾਉਣ ਦਾ ਭਾਂਡਾ

sconce /ਸਕੌਂਨਸ/ *n* ਮੋਮਬੱਤੀਦਾਨ; ਸਿਰ, ਖੋਪੜੀ; (ਪਰਾ) ਆਸਰਾ, ਟਿਕਾਣਾ, ਚੁੱਲ੍ਹੇ ਜਾਂ ਅੰਗੀਠੀ ਕੋਲ ਬੈਠਣ ਲਈ ਪੱਥਰ ਦੀ ਬਣੀ ਹੋਈ ਉੱਚੀ ਥਾਂ; ਜੁਰਮਾਨਾ *vt* ਜੁਰਮਾਨਾ ਕਰਨਾ

scone /ਸਕੌਨ,ਸਕਅਉਨ/ *n* ਇੱਕ ਪ੍ਰਕਾਰ ਦਾ ਕੇਕ

scoop[1]/ਸਕੂਪ/ *n* ਡੋਈ, ਕੜਛੀ; ਕੋਲੇ ਪਾਉਣ ਵਾਲਾ ਬੇਲਚਾ; ਟੀਨ ਦਾ ਬਣਿਆ ਹੋਇਆ ਅਤੇ ਸੌਦਾ ਪਾਉਣ ਲਈ ਵਰਤਿਆ ਜਾਣ ਵਾਲਾ ਬੰਬੂ; ਕੜਛਾ ਵਰਤਣ ਦਾ ਕੰਮ; ਤਕੜਾ ਲਾਭ *vt* (ਡੋਈ ਨਾਲ) ਕੱਢਣਾ, ਖ਼ਾਲੀ ਕਰਨਾ, ਖੋਖਲਾ ਕਰਨਾ; ਅਫ਼ਵਾਹ ਫੈਲਾਉਣਾ; ਬਹੁਤ ਲਾਹਾ ਖੱਟਣਾ

scoop[2] *n* ਤਾਜ਼ਾ ਖ਼ਬਰ, ਅਨੂਠਾ ਸਮਾਚਾਰ

scoop[3] *n* ਚਪੇੜ, ਵਾਰ, ਮਾਰ-ਕੁੱਟ

scoot /ਸਕੂਟ/ *vi* ਭੱਜ ਜਾਣਾ, ਰਫੂਚੱਕਰ ਹੋਣਾ, ਝਪਟਣਾ

scooter /'ਸਕੂਟਅ*/ *n* ਬੱਚੇ ਦਾ ਖਿਡੌਣਾ, ਗੱਡੀ, ਯਾਨ, ਸਕੂਟਰ, ਮੋਟਰ ਬੋਟ

scope /ਸਕਅਉਪ/ *n* ਆਸ਼ਾ, ਮੰਤਵ; ਗੁੰਜਾਇਸ਼; ਨਿਕਲਨ ਦਾ ਰਾਹ; ਕਾਰਜ ਖੇਤਰ, ਪਹੁੰਚ

scorbutic /ਸਕੋ'ਬਯੂਟਿਕ/ *a* ਸ਼ਕਰਵੀ ਰੋਗ ਨਾਲ ਪੀੜਿਤ (ਵਿਅਕਤੀ)

scorch /ਸਕੋਚ/ *n* (ਮੋਟਰ ਜਾਂ ਸਾਈਕਲ ਦੀ) ਤੇਜ਼ ਸਵਾਰੀ *v* ਤੇਜ਼ ਸਵਾਰੀ ਕਰਨਾ, ਸਰਪਟ ਜਾਣਾ, ਤੇਜ਼ ਭੱਜਣਾ; ਗਰਮੀ ਨਾਲ ਕਰੂਪ ਹੋਣਾ, ਬਦਰੰਗ ਹੋਣਾ, ਅੱਗ ਨਾਲ ਕਾਲਾ ਪੈਣਾ; ਬਾਲਣਾ, ਸਾੜਨਾ; ਭੁੰਨਣਾ, ਝੁਲਸਣਾ, ਬਲਣਾ; ਭੁੱਜਣਾ, ਝੁਲਸੇ ਜਾਣਾ, ਸੜਨ ਪੈਦਾ ਹੋਣਾ

scorching /'ਸਕੋਚਿਙ/ *a* ਪ੍ਰਚੰਡ, ਤੀਖਣ, ਦਾਹਕ, ਝੁਲਸਣ ਵਾਲਾ, ਸਾੜੂ, ਲੂਹਵਾਂ; ਜਲਾਉਣ ਵਾਲਾ; ਵਿਅੰਗਪੂਰਨ

score /ਸਕੋ*/ *n* ਵੀਹ ਦੀ ਗਿਣਤੀ, ਕੋੜੀ, ਬੀਸੀ; ਖੇਡ ਵਿੱਚ ਲਏ ਅੰਕਾਂ (ਨੰਬਰਾਂ) ਦੀ ਗਿਣਤੀ; ਗਿਣਤੀ ਦਾ ਭਾਂਡਾ; ਖੁਰਚਣ, ਨਿਸ਼ਾਨ, ਝਰੀਟ, ਚੀਘ; ਦੌੜਾਂ ਦੇ ਮੁਕਾਬਲੇ ਵਿੱਚ ਦੌੜਾਂ ਸ਼ੁਰੂ ਕਰਨ ਵਾਲੀ ਥਾਂ ਦਾ ਨਿਸ਼ਾਨ; ਲੈਣ-ਦੇਣ ਦਾ ਹਿਸਾਬ, ਲੇਖਾ-ਪੱਤਾ; (ਸੰਗੀ) ਸੰਗੀਤ ਰਚਨਾ ਦੀ ਸੁਰ ਲਿੱਪੀ; ਵਿਸ਼ਾ; ਵਰਗ, ਵਿਭਾਗ, ਸ਼੍ਰੇਣੀ, ਮੱਦ, ਕਾਰਨ, ਨਿਮਿੱਤ; ਸੁਭਾਗ, ਖ਼ੁਸ਼ਕਿਸਮਤੀ; ਵਿਅੰਗ, ਵਿਅੰਗ ਉਕਤੀ, ਚੁਭਦੀ ਗੱਲ *v* ਖੇਡਾਂ ਵਿੱਚ ਨੰਬਰ ਲੈਣਾ, ਅੰਕ ਬਣਾਉਣਾ, ਪੁਆਇੰਟ ਜਿੱਤਣਾ; ਗੋਲ ਕਰਨਾ, ਰਨ ਬਣਾਉਣਾ; ਸਫਲ ਹੋਣਾ, ਜਿੱਤਣਾ; ਭਾਗਵਾਨ ਹੋਣਾ, ਲਾਭ ਉਠਾਉਣਾ; ਦੰਦੇ ਜਾਂ ਕਟਾਅ ਪਾਉਣਾ, ਖਰੋਚਣਾ; ਅੰਕਿਤ ਕਰਨਾ, ਖ਼ਾਤੇ ਵਿੱਚ ਲਿਖਣਾ; ਕਿਸੇ ਦੇ ਅਪਰਾਧ ਨੂੰ ਚਿੱਤ ਵਿੱਚ ਰੱਖਣਾ; ਆਰਕੈਸਟਰਾ ਲਈ ਵਾਜਿਆਂ ਨੂੰ ਲਾਉਣਾ; ਸੰਗੀਤ ਰਚਨਾ ਦੀ ਸੁਰ ਲਿਪੀ ਲਿਖਣਾ

scoreboard /'ਸਕੋਬੋਡ/ *n* (ਖੇਡ ਵਿੱਚ) ਅੰਕ ਫੱਟਾ, ਸਕੋਰ ਬੋਰਡ

scorer /'ਸਕੋਰਅ*/ *n* (ਖੇਡ ਵਿੱਚ) ਅੰਕ ਪ੍ਰਾਪਤ ਕਰਨ ਵਾਲਾ ਖਿਡਾਰੀ, (ਕ੍ਰਿਕਿਟ ਵਿੱਚ) ਰਨ ਬਣਾਉਣ ਵਾਲਾ ਖਿਡਾਰੀ, ਖੇਡ ਅੰਕਾਂ ਦਾ ਲੇਖਾ ਰੱਖਣ ਵਾਲਾ ਬੰਦਾ

score sheet/'ਸਕੋ ਸ਼ੀਟ/ *n* (ਖੇਡ ਸਮੇਂ ਟੀਮਾਂ ਦੇ) ਪ੍ਰਾਪਤ ਕੀਤੇ ਅੰਕ ਦਰਜ ਕਰਨ ਲਈ ਕਾਗਜ਼

scoria /'ਸਕੋਰਿਅ/ *n* ਖਿੰਘਰ

scorn /ਸਕੋਨ/ *n* ਘਿਰਨਾ, ਨਫ਼ਰਤ, ਹਕਾਰਤ *vt* ਨਫ਼ਰਤ ਕਰਨਾ

scornful /'ਸਕੋਨਫ਼ਲ/ *a* ਤ੍ਰਿਸਕਰਪੂਰਨ, ਅਪਮਾਨਜਨਕ, ਘਿਣਾਉਣਾ

Scorpio /'ਸਕੋਪਿਅਉ/ *n* ਬ੍ਰਿਸ਼ਚਕ ਰਾਸ਼ੀ

scorpion /'ਸਕੋਪਿਅਨ/ *n* ਬਿੱਛੂ, ਠੂਹਾਂ

scortatory /'ਸਕੋਟਅਟਅਰਿ/ *a* ਕਾਮੀ, ਵਿਲਾਸੀ, ਭੋਗੀ, ਵਾਸ਼ਨਾਪੂਰਨ

Scot /ਸਕੌਟ/ *n* ਸਕਾਟਲੈਂਡ ਦਾ ਨਾਗਰਿਕ, ਸਕਾਟ ਦੇਸ਼ ਦਾ ਵਾਸੀ

scot[1] /ਸਕੌਟ/ *n* ਮਸੂਲ, ਲਗਾਨ, ਟੈਕਸ

scot[2] *n* ਝਰੀਟ, ਚੀਘ, ਨਿਸ਼ਾਨ; ਗੱਡੀ ਨੂੰ ਰੋਕ ਪਾਉਣ ਲਈ ਪਹੀਏ ਨਾਲ ਰੱਖੀ ਓਟ, ਓਟਾ, ਟੇਕ, ਆਸਰਾ *vt* ਅਸਮਰੱਥ ਕਰਨਾ, ਘਾਇਲ ਕਰਨਾ; ਖਰੋਚਣਾ,

ਛਿੱਲਣਾ; ਫਟਣਾ, ਫੱਟੜ ਕਰਨਾ; ਗੱਡੀ ਦੇ ਪਹੀਏ ਜਾਂ ਚੱਕੇ ਨੂੰ ਥੰਮ੍ਹਣਾ,ਓਟ ਲਾਉਣਾ, ਅਟਕਾਉਣਾ

Scotch /**ਸਕੌਂਚ**/ *n* ਸਕਾਚ, ਸਕਾਟਲੈਂਡ ਦੀ ਬੋਲੀ; ਸਕਾਟਲੈਂਡ ਦੀ ਵਿਸਕੀ *a* ਸਕਾਟ ਦੇਸ਼ ਦਾ

scoter /'**ਸਕਅਉਟਅ***/ *n* ਸਮੁੰਦਰੀ ਬਤਕ

scot-free /ˌ**ਸਕੋਟ'ਫ਼ਰੀ**/*adv* ਸਾਫ਼ ਬਰੀ, ਕਹ ਮੁਕਤ

scotland yard /ˌ**ਸਕੌਂਟਲਅਨਡ 'ਯਾਡ**/ *n* (ਲੰਡਨ ਪੁਲਿਸ ਦਾ ਫ਼ੌਜਦਾਰੀ ਮਸਲਿਆਂ ਨਾਲ ਸੰਬੰਧਿਤ) ਸਦਰ ਮੁਕਾਮ, ਮੁੱਖ ਦਫ਼ਤਰ

scoundrel /'**ਸਕਾਉਨਡਰਅਲ**/ *n* ਲੁੱਚਾ, ਗੁੰਡਾ, ਪਾਜੀ, ਬਦਮਾਸ਼ (ਵਿਅਕਤੀ)

scour /'**ਸਕਾਉਅ***/ *n* ਸਫ਼ਾਈ, ਧੁਆਈ, ਮਾਂਜ ਮੰਜਾਈ; ਵਾਲਾਂ ਨੂੰ ਸਾਫ਼ ਕਰਨ ਵਾਲਾ ਪਦਾਰਥ *vt* ਮਾਂਜਣਾ, ਰਗੜਨਾ, ਮਲਣਾ, ਸਾਫ਼ ਕਰਨਾ, ਚਮਕਾਉਣਾ; ਧੋਣਾ(ਨਾਲੀ ਜਾਂ ਬੰਦਰਗਾਹ ਆਦਿ ਨੂੰ); ਜੁਲਾਬ ਦੇਣਾ, ਕਲੰਕ ਲਾਹੁਣਾ, ਦਾਗ਼ ਧੋਣਾ, ਧੱਬਾ ਦੂਰ ਕਰਨਾ; ਛੇਤੀ ਤੈ ਕਰਨਾ; ਛੇਤੀ ਭਾਲਣਾ, ਲੱਭਣਾ ਜਾਂ ਖੋਜਣਾ; ਕਿਸੇ ਦੀ ਖੋਜ ਵਿੱਚ ਭਟਕਣਾ, ਭੱਜਣਾ, ਘੁੰਮਣਾ, ਫਿਰਨਾ, ਛੇਤੀ-ਛੇਤੀ ਤੁਰਨਾ

scourer /'**ਸਕਾਉਅਰਅ***/ *n* ਭਾਂਡੇ ਸਾਫ ਕਰਨ ਵਾਲਾ ਮਾਂਜਾ, ਸਫ਼ਾਈ ਕਰਨ ਦਾ ਸੰਦ, ਕਣਕ ਸਾਫ਼ ਕਰਨ ਵਾਲੀ ਮਸ਼ੀਨ

scourge /**ਸਕਅ:ਜ**/ *n* ਬੈਂਤ, ਝੰਬਣੀ, ਕੋਰੜਾ, ਚਾਬਕ *vt* ਅੱਤਿਆਚਾਰ ਕਰਨਾ, ਕਸ਼ਟ ਦੇਣਾ, ਜ਼ੁਲਮ ਕਰਨਾ; ਝੰਬਣਾ, ਕੋਰੜਿਆਂ ਨਾਲ ਕੁੱਟਣਾ, ਬੈਂਤ ਲਾਉਣਾ

scout /**ਸਕਾਉਟ**/ *n* ਸਕਾਊਟ, ਮੁਖ਼ਬਰ, ਗੁਪਤਚਰ; ਪਹਿਰੇਦਾਰ, ਜਸੂਸੀ ਜਹਾਜ਼; ਛੇਤੀ ਉੱਡਣ ਵਾਲਾ ਹੌਲਾ ਤੇ ਛੋਟਾ ਹਵਾਈ ਜਹਾਜ਼; (ਕ੍ਰਿਕਟ) ਗੇਂਦ ਰੋਕਣ ਵਾਲਾ ਖਿਡਾਰੀ; (ਆਕਸਫੋਰਡ) ਕਾਲਜ ਦਾ ਕਰਮਚਾਰੀ; ਸੇਵਕ, ਨੌਕਰ; ਖ਼ਾਸ ਤਰ੍ਹਾਂ ਦੇ ਸਮੁੰਦਰੀ ਪੰਛੀ *v* ਸਕਾਊਟ ਦਾ ਕੰਮ ਕਰਨਾ, ਸੂਹ ਲਾਉਣਾ, ਗੁਪਤਚਰ ਦਾ ਕੰਮ ਕਰਨਾ, ਜਸੂਸੀ ਕਰਨਾ, ਭੇਤ ਲਾਉਣਾ; ਹਾਸਾ ਉਡਾਉਣਾ, ਖਿੱਲੀ ਉਡਾਉਣਾ

scow /**ਸਕਾਉ**/ *n* ਛੋਟੇ ਥੱਲੇ ਵਾਲੀ ਬੇੜੀ, ਡੋਂਗੀ

scowl /**ਸਕਾਉਲ**/ *n* ਘੂਰੀ, ਡਰਾਉਣੀ ਸੂਰਤ *v* ਘੂਰੀ ਵੱਟਣਾ, ਘੂਰਨਾ, ਤਿਊੜੀ ਪਾਉਣਾ, ਡਰਾਉਣਾ, ਧਮਕਾਉਣਾ

scrab /**ਸਕਰੈਬ**/ *vt* ਖੁਰਚਣਾ, ਖਾਜ ਕਰਨਾ, ਖੁਜਲਾਉਣਾ, ਰਗੜਨਾ

scrabble /'**ਸਕਰੈਬਲ**/ *n* ਚੀਂਧੜ-ਮੀਂਧੜ ਲਿਖਤ *vi* ਹਨੇਰੇ ਵਿੱਚ ਭਾਲਣਾ, ਟੋਲਣਾ, ਹੱਥ-ਕਰੋਲੇ ਦੇਣਾ; ਘੁੱਗੂ-ਘਾਂਗੜੇ ਵਾਹੁਣਾ, ਚੀਂਧੜ-ਮੀਂਧੜ ਲਿਖਣਾ

scrag /**ਸਕਰੈਗ**/ *n* (ਅਪ) ਗਰਦਨ, ਗਾਟਾ, ਗਲ; ਕਮਜ਼ੋਰ ਆਦਮੀ; ਮਰੀਅਲ ਪਸ਼ੂ ਦੇ ਮਾਸ ਦਾ ਹੱਡੀਦਾਰ ਭਾਗ *vt* ਕਿਸੇ ਹਥਿਆਰ ਨਾਲ ਗਲ ਘੁੱਟਣਾ, ਗਰਦਨ ਦਬੋਚਣਾ; ਫਾਂਸੀ ਚਾੜ੍ਹਨਾ; (ਫੁਟਬਾਲ ਦੀ ਖੇਡ ਵਿੱਚ ਬਾਲ ਨੂੰ) ਗਰਦਨ ਨਾਲ ਰੋਕਣਾ

scram /**ਸਕਰੈਮ**/ *int* ਦੌੜ ਜਾ ! ਦੂਰ ਹੋ ! ਹਟ !

scramble /'**ਸਕਰੈਮਬਲ**/ *n* ਧੱਕਾ-ਮੁੱਕੀ, ਹਫੜਾ-ਦਫੜੀ, ਦੌੜ-ਭੱਜ *v* ਧੱਕਮ-ਧੱਕਾ ਕਰਨਾ, ਔਖਾ ਹੋ ਕੇ ਉੱਪਰ ਚੜ੍ਹਾਉਣਾ, ਹੱਥਾਂ ਅਤੇ ਗੋਡਿਆਂ ਦੇ ਸਹਾਰੇ ਚੜ੍ਹਨਾ, ਘਸਰ-ਘਸਰ ਕੇ ਉੱਤੇ ਜਾਣਾ, ਆਂਡਿਆਂ ਨੂੰ ਕੱਚ-ਭੁੰਨਾ ਕਰਨਾ

scran /**ਸਕਰੈਨ**/ *n* (ਅਪ) ਰੋਟੀ, ਭੋਜਨ, ਖਾਣ ਦਾ ਸਮਾਨ, ਬਚਿਆ-ਖੁਚਿਆ ਭੋਜਨ

scranch /**ਸਕਰੈਨਚ**/ *vt* ਚੱਬਣਾ, ਦੰਦ ਰਗੜਨਾ

scrap /**ਸਕਰੈਪ**/ *n* ਰੱਦੀ ਮਾਲ, ਵਾਧੂ ਚੀਜ਼ਾਂ; ਧਾਤ ਦੀਆਂ ਵਾਧੂ ਛਿਲਤਾਂ ਪੱਤਰੀਆਂ; ਟੁਕੜਾ, ਕਾਤਰ, ਵਿੱਚੋਂ ਕੱਟੀ ਕਾਤਰ ਜਾਂ ਕੱਟਿਆ ਚਿੱਤਰ; ਤੱਤੀ ਕੀਤੀ ਚਰਬੀ ਦਾ ਵਾਧੂ ਹਿੱਸਾ, ਤਲੀ ਹੋਈ ਮੱਛੀ ਦਾ ਫੋਕ *v* ਝੜਪ ਹੋਣਾ; ਰੱਦੀ ਦੇ ਢੇਰ ਵਿੱਚ ਸੁੱਟਣਾ

scrapbook /'**ਸਕਰੈਪਬੁਕ**/*n* ਖ਼ਬਰਾਂ ਤਸਵੀਰਾਂ ਲੇਖ ਵ਼ਗੈਰਾ ਸੰਗ੍ਰਹਿਤ ਕਰਨ ਲਈ ਵਿਸ਼ੇਸ਼ ਕਿਤਾਬ

scrape /**ਸਕਰੇਇਪ**/ *n* ਰਗੜਨ ਦੀ ਅਵਾਜ਼, ਘਸਣ ਦੀ ਅਵਾਜ਼; ਛਿੱਲ ਤਰਾਸ਼, ਰਗੜ *vt*

ਰਗੜ ਕੇ ਕੂਲਾ ਕਰਨਾ, ਰੰਦਣਾ; ਰਗੜਨਾ, ਘਸਾਉਣਾ; ਇਕਸਾਰ ਪੱਧਰਾ ਕਰਨਾ; ਕਿਸੇ ਚੀਜ਼ ਨਾਲ ਘਸਰਨਾ, ਘਸਰ ਕੇ ਤੁਰਨਾ; ਖੁਣਨਾ; ਖੋਖਲਾ ਕਰ ਦੇਣਾ; ਰਗੜ ਜਾਂ ਘਸਰ-ਘਸਰ ਦੀ ਅਵਾਜ਼ ਆਉਣਾ,ਸੁਰਾਂ ਕੱਢਣਾ, ਵਜਾਉਣਾ; ਲਾਭ ਪ੍ਰਾਪਤੀ ਲਈ ਉਪਾਅ ਕਰਨਾ; ਬੱਚਤ ਜਾਂ ਸਰਫ਼ਾ ਕਰਨਾ, ਕਿਫ਼ਾਇਤ ਕਰਨਾ

scrappy /'ਸਕਰੈਪਿ/ *a* ਉੱਘੜ-ਦੁੱਘੜ, ਨਿਕੰਮਾ, ਫ਼ੀਤੀ-ਫ਼ੀਤੀ, ਖੰਡ-ਖੰਡ, ਟੁਕੜੇ-ਟੁਕੜੇ; ਵਿਅਰਥ, ਬੇਕਾਰ, ਰੱਦੀ ਨਾਲ ਭਰਿਆ ਹੋਇਆ

scratch /ਸਕਰੈਚ/ *n* ਵਲੂੰਧਰ, ਖਰੂੰਢ, ਝਰੀਟ, ਰਗੜ, ਘਰੂਟ, ਖੁਰਚਣ; ਖੁਰਚ-ਖੁਰਚ ਦੀ ਅਵਾਜ਼; ਦੌੜਾਂ; ਦੌੜਾਂ ਦੇ ਮੈਦਾਨ ਵਿੱਚ ਦੌੜਾਂ ਸ਼ੁਰੂ ਕਰਨ ਵਾਲੀ ਥਾਂ ਉੱਤੇ ਖਿੱਚੀ ਲਕੀਰ *v* ਵਲੂੰਧਰਨਾ, ਘਰੂੰਡਣਾ, ਝਰੀਟਣਾ, ਖੁਰਚਣਾ, ਨੋਚਣਾ, ਖੁਰਕਣਾ; ਪਤਾ ਲਾਉਣਾ, ਭਾਲਣਾ; ਘਿੱਚ-ਮਿੱਚ ਲਿਖਣਾ, ਮੁਕਾਬਲਿਆਂ ਵਿੱਚ ਕਿਸੇ ਪ੍ਰਤਿਯੋਗੀ ਦਾ ਨਾਂ ਕਟਵਾਉਣਾ, ਨਾਂ ਖ਼ਾਰਜ ਕਰਨਾ, ਮਿਟਾਉਣਾ; ਧਨ ਇੱਕਠਾ ਕਰਨਾ *a* ਖੋਹ-ਖਿੰਝ ਕੇ ਜੋੜਿਆ

scraw /ਸਕਰੋ/ *n* ਘਾਹ ਦਾ ਪੱਤਾ, ਪੱਤੀ, ਪੱਤਰ, ਦਲ

scrawl /ਸਕਰੋਲ/ *v* ਸ਼ਿਕਸਤਾ ਲਿਖਣਾ, ਉਤਾਵਲੇਪਣ ਨਾਲ ਜਾਂ ਕਾਹਲੀ-ਕਾਹਲੀ ਲਿਖਣਾ, ਟੇਢੇ-ਮੇਢੇ ਅੱਖਰ ਪਾਉਣਾ, ਕੀੜੇ-ਮਕੌੜੇ ਜਾਂ ਘੁੱਗੂ-ਘਾਂਗੜੇ ਵਾਹੁਣਾ *n* ਭੈੜੀ ਲਿਖਤ

scrawny /'ਸਕਰੋਨਿ/ *a* ਦੁਰਬਲ, ਨਿਰਬਲ, ਦੁਬਲਾ-ਪਤਲਾ, ਮਰੀਅਲ

screak /ਸਕਰੀਕ/ *n* ਚੀਕ, ਕੂਕ *vt* ਚੀਕਣਾ, ਕੂਕਣਾ

scream /ਸਕਰੀਮ/ *v* ਠਹਾਕਾ ਮਾਰ ਕੇ ਹੱਸਣਾ, ਖਿੜਖਿੜਾ ਕੇ ਹੱਸਣਾ; ਚੀਕਣਾ, ਕੂਕਣਾ, ਡਡਿਆਉਣਾ, ਕਿਲਕਾਰੀਆਂ ਮਾਰਨਾ, ਲੇਰਾਂ ਮਾਰਨਾ; ਕਰਾਹੁਣਾ, ਧਾਹਾਂ ਮਾਰਨਾ; ਰੇਲ ਦੇ ਇੰਜਣ ਦਾ ਤੇਜ਼ ਅਤੇ ਤਿੱਖੀ ਸੀਟੀ ਮਾਰਨਾ *n* ਹਾਸੇ ਵਾਲੀ ਗੱਲ; ਕੂਕ, ਚੀਕ, ਡਾਡ, ਕਿਲਕਾਰੀ, ਕਿਲ੍ਹਕ, ਲੇਰ; ਧਾਹ, ਤੇਜ਼ ਅਤੇ ਤਿੱਖੀ ਅਵਾਜ਼

scree /ਸਕਰੀ/ *n* ਰੁੜ੍ਹ ਕੇ ਹੇਠਾਂ ਆਉਣ ਵਾਲੇ ਪੱਥਰ ਜਾਂ ਇਹਨਾਂ ਪੱਥਰਾਂ ਨਾਲ ਢਕਿਆ ਪਹਾੜ

screech /ਸਕਰੀਚ/ *n* ਕੂਕ, ਚੀਕ, ਗਰਜ, ਹਵਾਂਕ *v* (ਭੈ, ਪੀੜ ਜਾਂ ਕ੍ਰੋਧ ਨਾਲ) ਕਠੋਰ ਅਵਾਜ਼ ਵਿੱਚ ਕੂਕਣਾ, ਚੀਕਣਾ, ਚਿਲਾਉਣਾ, ਗੱਜਣਾ, ਹਵਾਂਕਣਾ

screed /ਸਕਰੀਡ/ *n* ਬਹੁਤ ਲੰਮਾ ਅਤੇ ਉਕਤਾ ਦੇਣ ਵਾਲਾ ਭਾਸ਼ਣ, ਰਾਮ ਕਹਾਣੀ; (ਪਲਸਤਰ ਪੱਧਰਾ ਕਰਨ ਵਾਲੀ) ਲੱਕੜ ਦੀ ਪੱਟੀ

screen /ਸਕਰੀਨ/ *n* (ਗਰਮੀ, ਧੁੱਪ ਵਰਖਾ ਆਦਿ ਤੋਂ ਬਚਣ ਲਈ ਲਾਇਆ) ਪਰਦਾ, ਓਟ, ਆੜ, ਕਨਾਤ, ਚਿਕ, ਰੱਖਿਆ ਦੀਵਾਰ; ਛਾਨਣਾ, ਛਾਨਣੀ; ਨੋਟਿਸ ਬੋਰਡ, ਸੂਚਨਾ ਪਟ; ਚਿੱਤਰਪਟ, ਸਿਨਮੇਂ ਦਾ ਚਿੱਟਾ ਪਰਦਾ; ਸਰੀਰ ਰੱਖਿਅਕ; (ਕ੍ਰਿਕਟ) ਪਰਦਾ ਜੋ ਵਿਕਟ ਦੀ ਸੇਧ ਵਿੱਚ ਰੱਖਿਆ ਜਾਂਦਾ ਹੈ; (ਫ਼ੋਟੋਗ੍ਰਾਫ਼ੀ) ਝਿੱਲੀ, ਪਲੇਟ, ਸਕਰੀਨ; ਜਾਲਾ, ਧੁੰਦ, ਧੂੰਏ ਦਾ ਪਰਦਾ *vt* ਆਸਰਾ ਦੇਣਾ, ਸ਼ਰਨ ਦੇਣਾ, ਲੁਕਾਉਣਾ, ਬਚਾਉਣਾ, ਪਰਦਾ ਪਾਉਣਾ, ਅੱਖਾਂ ਤੋਂ ਓਝਲ ਕਰਨਾ; ਛਾਨਣੀ ਨਾਲ ਕੋਲਾ ਛਾਣਨਾ; ਤਲਾਸ਼ੀ ਲੈਣਾ; ਦਿਖਾਉਣਾ

screening /'ਸਕਰੀਨਿਙ/ *n* ਐਕਸ ਰੇ ਪ੍ਰੇਖਣ, ਛਾਣ-ਬੀਣ; (ਬਹੁ) ਛਾਣ, ਛਾਣਨ ਨਾਲ ਨਿਕਲਿਆ ਕੂੜਾ-ਕਰਕਟ

screen saver *n* (ਕੰਪਿ) ਕੰਪਿਊਟਰ ਪ੍ਰੋਗਰਾਮ ਜਿਹੜਾ ਕੰਪਿਊਟਰ ਪਰਦੇ ਦੀ ਤਸਵੀਰ ਨੂੰ ਦੂਜੀ ਨਾਲ ਬਦਲਦਾ ਹੈ ਜਾਂ ਹਟਾ ਦੇਂਦਾ ਹੈ

screenwriter /'ਸਕਰੀਨਰਾਇਟਅ*/ *n* ਫਿਲਮੀ ਕਹਾਣੀ ਲੇਖਕ, ਫਿਲਮੀ ਨਾਟਕਕਾਰ

screeve /ਸਕਰੀਵ਼/ *vi* ਫਰਸ਼ ਉੱਤੇ ਚਿੱਤਰਕਾਰੀ ਕਰਨਾ

screw /ਸਕਰੂ/ *n* ਨਿਕੰਮਾ ਘੋੜਾ; ਟੇਢਾ ਮੋੜ; ਪੇਚ ਦੀ ਮਰੋੜੀ, ਪੇਚ ਦੀ ਚੂੜੀ; ਤਮਾਕੂ ਆਦਿ ਦਾ ਛੋਟਾ ਮਰੋੜਿਆ ਹੋਇਆ ਕਾਗਜ਼; ਤਨਖ਼ਾਹ ਦੀ ਰਕਮ, ਪੈਸਾ; ਕੰਜੂਸ, ਸੂਮ *v* (ਪੇਚਾਂ ਨਾਲ)

ਪੀਚਣਾ, ਬੰਨ੍ਹਣਾ, ਕੱਸਣਾ, ਤੰਗ ਕਰਨਾ; ਵਧੇਰੇ ਯੋਗ ਜਾਂ ਸਮਰੱਥ ਬਣਾਉਣਾ, ਪੇਚ ਕੱਸਣਾ; ਅੱਤਿਆਚਾਰ ਕਰਨਾ, ਦਮਨ ਕਰਨਾ, ਕੁਚਲਨਾ, ਦਬਾਅ ਪਾ ਕੇ ਵੋਟਾਂ ਲੈਣਾ; ਕੰਜੂਸ ਹੋਣਾ; ਆਕਾਰ ਛੋਟਾ ਕਰਨਾ, ਤੋੜਨਾ-ਮਰੋੜਨਾ; ਰਾਹ ਤੋਂ ਭਟਕਣਾ

screwdriver /'ਸਕਰੂਡਰਾਇਵ੍ਅ*/ *n* ਪੇਚਕੱਸ

scriation /ਸਕਰਿ'ਏਇਸ਼ਨ/ *n* ਕਾਲ ਅਨੁਕਰਮਣ

scribble /'ਸਕਰਿਬਲ/ *v* ਚੀਂਧੜ-ਮੀਂਧੜ ਲਿਖਤ ਲਿਖਣਾ, ਅਸਪਸ਼ਟ ਅਤੇ ਭੱਦਾ ਲਿਖਣਾ, ਊਟ-ਪਟਾਂਗ ਲਿਖਣਾ, ਪੱਤਰਕਾਰ ਹੋਣਾ, ਲੇਖਕ ਹੋਣਾ; ਕਪਾਹ ਜਾਂ ਉੱਨ ਨੂੰ ਪਿੰਜਣਾ, ਮੋਟਾ ਸੂਤ ਕੱਤਣਾ *n* ਲਾਪਰਵਾਹੀ ਦੀ ਲਿਖਾਈ, ਕੁਲੇਖ, ਘਸੀਟ ਲੇਖ

scribe /ਸਕਰਾਇਬ/ *n* ਲਿਖਾਰੀ, ਮੁਨਸ਼ੀ, ਮੁਹੱਰਰ, ਕਾਤਿਬ, ਕਲਰਕ, ਲਿਖਣ ਵਾਲਾ, ਨਕਲਨਵੀਸ; ਪ੍ਰਾਚੀਨ ਯਹੂਦੀ ਲਿਖਾਰੀ; ਕਲਮ, ਲੱਕੜ ਜਾਂ ਚੂਨੇ ਵਿੱਚ ਉਕਰਾਈ ਕਰਨ ਵਾਲਾ ਤਿੱਖਾ ਚਾਕੂ, ਖਰੌਂਚੀ *vt* ਕਿਸੇ ਤਿੱਖੇ ਸੰਦ ਨਾਲ ਉੱਕਰਨਾ, ਲਕੀਰਨਾ, ਨਿਸ਼ਾਨ ਲਾਉਣਾ, ਅੰਕਿਤ ਕਰਨਾ, ਲਿਖਣਾ

scrim /ਸਕਰਿਮ/ *n* ਅਸਤਰ ਦਾ ਕੱਪੜਾ; ਪਰਦੇ ਬਣਾਉਣ ਦਾ ਕੱਪੜਾ

scrimmage /'ਸਕਰਿਮਿਜ/ *n* ਹੱਥੋ-ਪਾਈ, ਗੁੱਥਮ-ਗੁੱਥਾ, ਖਿੱਚੋਤਾਣ, ਉਧੱੜ-ਧੁੰਮੀ, (ਫੁਟਬਾਲ) ਧੱਕਮ-ਧੱਕਾ, ਖੋਹ-ਖਿੰਝ ਜਾਂ ਖੋਹਾ-ਖਿੰਝੀ *v* ਖੋਹ-ਖਿੰਝ ਕਰਨਾ, ਖਿੱਚੋਤਾਣ ਕਰਨਾ, ਗੁੱਥਮ-ਗੁੱਥਾ ਹੋਣਾ, ਤੋੜਾ-ਖੋਹੀ ਕਰਨਾ, ਝਗੜੇ ਵਿੱਚ ਪੈਣਾ, ਸੰਘਰਸ਼ ਕਰਨਾ

scrimp /ਸਕਰਿਮਪ/ *v* ਕੰਜੂਸ ਹੋਣਾ, ਘੱਟ ਜਾਂ ਥੋੜ੍ਹੀ ਮਾਤਰਾ ਵਿੱਚ ਦੇਣਾ; ਤੰਗ ਕਰਨਾ; ਘਟਾਉਣਾ, ਥੋੜ੍ਹਾ ਕਰਨਾ *a* ਘੱਟ, ਥੋੜ੍ਹਾ, ਅਲਪ; ਤੰਗ

scrimshank /'ਸਕਰਿਮਸ਼ੈਂਕ/ *vi* ਫ਼ਰਜ਼ ਤੋਂ ਜੀਅ ਚੁਰਾਉਣਾ, ਕੁਤਾਹੀ ਕਰਨਾ

scrip /ਸਕਰਿਪ/ *n* ਝੋਲਾ, ਥੈਲਾ; ਬਗਲੀ, ਝੋਲੀ; ਪ੍ਰਣ ਪੱਤਰ; ਲਿਖਤ; ਬੈਂਕ ਵਿੱਚ ਦਿੱਤੇ ਹੋਏ ਰੁਪਈਆਂ ਦਾ ਪ੍ਰਮਾਣ ਪੱਤਰ; ਕੱਚੀ ਰਸੀਦ, ਚਿੱਠੀ, ਪਰਚੀ, ਰੁੱਕਾ, ਚਿਟ

script /ਸਕਰਿਪਟ/ *n* ਲਿਪੀ, ਲੇਖ; ਲਿਖਤ ਅੱਖਰ, ਵਰਨਮਾਲਾ; ਫ਼ਿਲਮੀ ਕਹਾਣੀ ਦਾ ਲਿਖਤੀ ਰੂਪ

scriptural /'ਸਕਰਿਪਚਅਰਅਲ/ *a* ਧਾਰਮਿਕ, ਧਰਮ-ਗ੍ਰੰਥ ਸੰਬੰਧੀ

scripture /'ਸਕਰਿਪਚਅ*/ *n* ਬਾਈਬਲ ਵਿੱਚੋਂ ਲਿਆ ਮੰਤਰ, ਬਾਈਬਲ ਦਾ ਪਾਠ; ਬਾਈਬਾਲ, ਇੰਜੀਲ; ਵੇਦ-ਕਤੇਬ, ਕੁਰਾਨ, ਪੁਰਾਨ, ਧਰਮ-ਗ੍ਰੰਥ, ਪਵਿੱਤਰ ਗ੍ਰੰਥ

scrivener /'ਸਕਰਿਵ੍ਨਅ*/ *n* ਹੱਥ ਲਿਖਤਾਂ ਖਰੜਿਆਂ ਦਸਤਾਵੇਜ਼ਾਂ ਜਾਂ ਮਸੌਦਿਆਂ ਨੂੰ ਲਿਪੀਬੱਧ ਕਰਨ ਵਾਲਾ ਵਿਅਕਤੀ; ਮੁਨਸ਼ੀ, ਕਾਤਬ, ਮਹਾਜਨ, ਸ਼ਾਹੂਕਾਰ, ਦਲਾਲ

scrofula /'ਸਕਰੌਫ਼ਯੁਲਅ/ *n* ਹੰਜੀਰਾਂ, ਗਲਗੰਢਾਂ, ਕੰਠਮਾਲਾ

scrog /ਸਕਰੌਗ/ *n* ਛੋਟੀ ਝਾੜੀ

scroll /ਸਕਰਅਉਲ/ *n* (ਪਰਾ) ਸੂਚੀ, ਫਹਿਰਿਸਤ, ਤਾਲਕਾ, ਲਿਸਟ; ਲਪੇਟਿਆ ਕਾਗਜ਼ਾਂ ਜਾਂ ਚਮੜੇ ਦਾ ਮੁੱਠਾ, ਗੋਲ ਵਲ੍ਹੇਟੀਆਂ ਪੁਰਾਣੀਆਂ ਪੁਸਤਕਾਂ ਲਿਖਤਾਂ ਜਾਂ ਪ੍ਰਾਚੀਨ ਗ੍ਰੰਥ; ਵੇਲ-ਬੂਟੇ, ਸਜੇ ਹੋਏ ਡਿਜ਼ਾਇਨ, ਕਾਰੀਗਰੀ, ਸ਼ਿਲਪ ਚਤਰਤਾ; ਲੱਕੜ ਜਾਂ ਪੱਥਰ ਉੱਤੇ ਕੁੰਡਲਦਾਰ ਵੇਲ-ਬੂਟਿਆਂ ਦਾ ਕੰਮ, ਵਗਦੀਆਂ ਧਾਰਾਂ ਵਰਗੀ ਚਿੱਤਰਕਾਰੀ, ਵੇਲ-ਬੂਟਿਆਂ ਵਰਗੀ ਲਿਖਾਈ *vt* ਗੋਲ ਵਲ੍ਹੇਟਣਾ, ਗੋਲ ਮੁੱਠਾ ਬੰਨ੍ਹਣਾ; ਵੇਲ-ਬੂਟੇ ਕੱਢਣਾ

scrotum /'ਸਕਰਅਉਟਅਮ/ *n* ਅੰਡਕੋਸ਼, ਪਤਾਲੂ

scrouge /ਸਕਰਾਉਜ/ *v* ਮਸਲਨਾ, ਨਚੋੜਨਾ, ਦਬਾਉਣਾ, ਇਕੱਠਾ ਕਰਨਾ

scrounge /ਸਕਰਾਉਨਜ/ *v* ਦੂਜੇ ਦੀ ਚੀਜ਼ ਦੱਬ ਲੈਣਾ ਜਾਂ ਮਾਰ ਲੈਣਾ, ਹਥਿਆਉਣਾ, ਠੱਗਣਾ

scrub /ਸਕਰਅੱਬ/ *n* ਝਾੜ ਬਰੋਟਾ; ਛੋਟੀਆਂ ਸਿੱਧੀਆਂ ਖੜੀਆਂ ਮੁੱਛਾਂ, ਤੁੱਛ ਵਿਅਕਤੀ,

ਅਮਰੀਕਾ ਦੀ ਬੇਸਬਾਲ ਦੀ ਇੱਕ ਖੇਡ; ਫਾਲਤੂ ਖਿਡਾਰੀ, ਕਮਜ਼ੋਰ ਟੀਮ; ਮੰਜਾਈ *v* ਕੂਚੀ ਮਾਂਜਣਾ,ਝਾੜਨਾ, ਪੂੰਝਣਾ, ਮਲਣਾ, ਘਸਣਾ, ਘਸਾਉਣਾ, ਰਗੜਨਾ; ਝਾੜੂ ਦੇਣਾ, ਬੁਰਸ਼ ਨਾਲ ਸਾਫ਼ ਕਰਨਾ; ਕੋਲੇ ਜਾਂ ਕੋਲੇ ਦੀ ਗੈਸ ਨਾਲ ਕਿਸੇ ਥਾਂ ਦੀ ਸਫ਼ਾਈ ਕਰਨਾ

scruff /**ਸਕਰਅੱਫ਼**/ *n* ਗਿੱਚੀ, ਧੌਣ, ਗਰਦਨ

scrum /**ਸਕਰਅੱਮ**/ *vt* ਖਿੱਚੋਤਾਣ ਕਰਨਾ, ਗੁੱਥਮ-ਗੁੱਥਾ ਹੋਣਾ, ਹੱਥੋ-ਪਾਈ ਕਰਨਾ

scrumptious /**'ਸਕਰਅੱਮਪਸ਼ਅਸ**/ *a* ਵਧੀਆ, ਮਜ਼ੇਦਾਰ, ਸਭ ਤੋਂ ਚੰਗਾ, ਸਰਵੋਤਮ, ਅਨੰਦਦਾਇਕ, ਉਤਕ੍ਰਿਸ਼ਟ, ਉੱਤਮ; ਸੁਖਦਾਈ, ਸੁਆਦੀ

scruple /**'ਸਕਰੂਪਲ**/ *n* ਸੰਕੋਚ, ਝਿਜਕ; ਥੋੜ੍ਹਾ ਭਾਰ; ਵੀਹ ਗਰੇਨ ਦਾ ਖ਼ਾਸ ਭਾਰ *v* ਝਿਜਕਣਾ, ਸੰਕੋਚ ਕਰਨਾ

scrupulous /**'ਸਕਰੂਪਯਅਲਅਸ**/ *a* ਅਸੂਲ ਦਾ ਪੱਕਾ, ਆਚਰਨਸ਼ੀਲ, ਵਿਵੇਕੀ

scrutable /**'ਸਕਰੂਟਅਬਲ**/ *a* ਨਰੀਖਣਯੋਗ, ਸੋਧਣਯੋਗ

scrutator /**ਸਕਰੂ'ਟੇਇਟਅ***/ *n* ਜਾਂਚ ਕਰਨ ਵਾਲਾ ਆਦਮੀ, ਨਿਪੁੰਨ ਨਿਰੀਖਕ, ਸੂਖਮ ਪ੍ਰੀਖਿਅਕ, ਖੋਜ ਕਰਨ ਵਾਲਾ ਆਦਮੀ, ਖੋਜੀ, ਪੜਤਾਲੀਆ

scrutineer /**ˌਸਕਰੂਟਅ'ਨਿਅ***/ *n* ਪੜਤਾਲੀਆ, ਜਾਚਣ ਵਾਲਾ ਵਿਅਕਤੀ, ਵੋਟਾਂ ਗਿਣਨ ਜਾਂ ਪੜਤਾਲਣ ਵਾਲਾ ਮਨੁੱਖ, ਸੂਖਮ ਨਿਰੀਖਕ

scrutinize /**'ਸਕਰੂਟਅਨਾਇਜ਼**/ *vt* ਸੂਖਮ ਪਰੀਖਿਆ ਜਾਂ ਨਿਰੀਖਣ ਕਰਨਾ, ਪੜਤਾਲਣਾ, ਜਾਚਣਾ, ਧਿਆਨ ਨਾਲ ਵੇਖਣਾ, ਛਾਣਬੀਣ ਕਰਨਾ

scrutiny /**'ਸਕਰੂਟਅਨਿ**/ *n* ਛਾਣਬੀਣ, ਪਰਖ, ਪੜਤਾਲ, ਪਰੀਖਿਆ, ਨਿਰੀਖਣ, ਖੋਜ; ਤੇਜ਼ ਨਿਗ੍ਹਾ, ਤੀਖਣ ਦ੍ਰਿਸ਼ਟੀ; ਵੋਟਾਂ ਦੀ ਸਰਕਾਰੀ ਜਾਂਚ-ਪੜਤਾਲ

scry /**ਸਕਰਾਇ**/ *vi* ਨਿਰੀਖਣ ਕਰਨਾ

scuba /**'ਸਕੂਬਅ**/ *n* ਗੋਤਾਖੋਰਾਂ ਦਾ ਸਾਹ ਲੈਣ ਵਾਲਾ ਯੰਤਰ

scud /**ਸਕਅੱਡ**/ *n* ਵਾਛੜ; ਤੁਰਦੇ ਬੱਦਲ *vi* ਹਵਾ ਦੇ ਅੱਗੇ ਭੱਜਣਾ

scuddle /**'ਸਕਅੱਡਲ**/ *vi* ਡੁਬੋਣ ਲਈ ਜਹਾਜ਼ ਵਿੱਚ ਛੇਕ ਕਰਨਾ

scuff /**ਸਕਅੱਫ਼**/ *vi* ਪੈਰ ਘਸੀਟ ਕੇ ਚੱਲਣਾ, ਘਸਰਨਾ

scuffle /**'ਸਕਅੱਫ਼ਲ**/ *n* ਹੱਥੋ-ਪਾਈ, ਗੁੱਥਮ-ਗੁੱਥਾ, ਧੱਕਮ-ਧੱਕਾ *vi* ਹੱਥੋ-ਪਾਈ ਹੋਣਾ; ਗੁੱਥਮ-ਗੁੱਥਾ ਹੋਣਾ, ਭਿੜਨਾ

scug /**ਸਕਅੱਗ**/ *n* ਮੂਰਖ, ਮਿੱਟੀ ਦਾ ਮਾਧੋ, ਬੌਂਗਾ, ਗੋਬਰ-ਗਣੇਸ਼

sculduddery /**ਸਕਅੱਲ'ਡਅੱਡ(ਅ)ਰਿ**/ *n* ਚਾਲਬਾਜ਼ੀ, ਛਲ, ਬੇਈਮਾਨੀ

scull /**ਸਕਅੱਲ**/ *n* (ਬੇੜੀ ਵਿੱਚ) ਛੋਟੀ ਪਤਵਾਰ, ਚੱਪੂ *v* ਚੱਪੂ ਚਲਾਉਣਾ, ਕਿਸ਼ਤੀ ਤੋਰਨਾ, ਡੰਡਿਆਂ ਜਾਂ ਪਤਵਾਰਾਂ ਨਾਲ ਕਿਸ਼ਤੀ ਉੱਤੇ ਖੇਵਟ ਦਾ ਕੰਮ ਕਰਨਾ

sculler /**'ਸਕਅੱਲਅ***/ *n* ਦੋ ਚੱਪੂਆਂ ਨਾਲ ਚਲਾਈ ਜਾਣ ਵਾਲੀ ਕਿਸ਼ਤੀ; ਛੋਟੀ ਬੇੜੀ, ਬੇੜੀ ਚਲਾਉਣ ਵਾਲਾ ਵਿਅਕਤੀ

scullery /**'ਸਕਅੱਲਅਰਿ**/ *n* ਭਾਂਡੇ ਮਾਂਜਣ ਦੀ ਥਾਂ

scullion /**'ਸਕਅੱਲਿਅਨ**/ *n* (ਪਰਾ) ਭਾਂਡੇ ਮਾਂਜਣ ਵਾਲਾ ਵਿਅਕਤੀ

sculpt /**ਸਕਅੱਲਪਟ**/ *v* ਨੱਕਾਸ਼ੀ ਕਰਨਾ, ਸੰਗਤਰਾਸ਼ੀ ਕਰਨਾ

sculptor /**'ਸਕਅੱਲਪਟਅ***/ *n* ਪੱਥਰ ਘਾੜਾ, ਬੁੱਤ ਘਾੜਾ, ਸੰਗਤਰਾਸ਼, ਮੂਰਤੀਕਾਰ

sculpture /**'ਸਕਅੱਲਪਚਅ***/ *n* ਬੁੱਤ-ਤਰਾਸ਼ੀ, ਸੰਗਤਰਾਸ਼ੀ; ਮੂਰਤੀ ਕਲਾ; ਮੂਰਤੀ ਪ੍ਰਤਿਮਾ; ਸਿੱਪੀ ਦੇ ਖੁਣੇ ਜਾਂ ਉੱਭਰੇ ਨਿਸ਼ਾਨ *v* ਮੂਰਤੀ ਬਣਾਉਣਾ, ਸੰਗਤਰਾਸ਼ੀ ਕਰਨਾ; ਮੂਰਤੀਕਾਰ ਹੋਣਾ

scum /ਸਕਅੱਮ/ *n* ਝੱਗ, ਮੈਲ, ਮਲਾਈ; ਰਹਿੰਦ-ਖੂੰਹਦ

scunner /'ਸਕਅੱਨਅ*/ *n* ਘਿਰਨਾ; ਨਾਪਸੰਦੀ *v* ਘਿਰਨਾ ਕਰਨਾ

scupper /'ਸਕਅੱਪਅ*/ *n* ਡੈੱਕ ਤੋਂ ਪਾਣੀ ਲੈ ਜਾਣ ਵਾਸਤੇ ਜਹਾਜ਼ ਦੇ ਪਾਸੇ ਦਾ ਛੇਕ *vt* ਨਿਰਨਾ ਕਰਨਾ, ਫ਼ੈਸਲਾ ਕਰਨਾ; ਜਹਾਜ਼ ਜਾਂ ਜਹਾਜ਼ੀ ਅਮਲੇ ਨੂੰ ਡੋਬਣਾ; ਇਕਦਮ ਕਤਲ ਕਰਨਾ

scurf /ਸਕਅ:ਫ਼/ *n* ਮੈਲ-ਕੁਚੈਲ, ਝੱਗ ਦੀ ਤਹਿ; ਸੁੱਕਿਆ ਚੰਮ, ਸਿੱਕਰੀ, ਚੰਮ ਉੱਤੇ ਸੁੱਕੀ ਪੇਪੜੀ; ਦਾਗ, ਧੱਬਾ

scurrile /'ਸਕਅੱਰਿਲ/ *a* ਅਸ਼ਲੀਲ, ਗਾਲੀ-ਗਲੋਚ ਵਾਲਾ, ਬਦਜ਼ਬਾਨ

scurrility /ਸਕਅ'ਰਿਲਅਟਿ/ *n* ਅਸ਼ਲੀਲ, ਅਸ਼ਲੀਲ ਭਾਸ਼ਾ, ਨੀਚਤਾ, ਗੰਦਾਪਣ, ਬਦਜ਼ਬਾਨੀ

scurrilous /'ਸਕਅੱਰਅਲਅਸ/ *a* ਬੜਬੋਲਾ, ਮੂੰਹ-ਫਟ, ਬਦਜ਼ਬਾਨ, ਨੀਚ

scurry /'ਸਕਅੱਰਿ/ *n* ਤੇਜ਼ ਦੌੜ, ਦੌੜ-ਭੱਜ, ਹਫੜਾ-ਦਫੜੀ *vi* ਖਿਸਕਣਾ, ਪੂਛ ਦਬਾ ਕੇ ਭੱਜਣਾ, ਫਰਾਰ ਹੋਣਾ, ਹਵਾ ਹੋਣਾ, ਰਫੂ-ਚੱਕਰ ਹੋਣਾ

scurvy /'ਸਕਅ:ਵ਼ਿ/ *n* ਵਿਟਾਮਿਨ ਸੀ ਦੀ ਘਾਟ ਨਾਲ ਹੋਣ ਵਾਲਾ ਇੱਕ ਰੋਗ *a* ਤੁੱਛ, ਹੀਣ, ਨੀਚ, ਪਾਜੀ, ਕਮੀਨਾ

scut /ਸਕਅੱਟ/ *n* ਛੋਟੀ ਪੂਛ

scutch /ਸਕਅੱਚ/ *n* (ਹੌਲੀ-ਹੌਲੀ) ਕੁੱਟਣ ਵਾਲੀ ਮਸ਼ੀਨ *vt* (ਹੌਲੀ-ਹੌਲੀ) ਕੁੱਟਣਾ, ਛਮਕਾਂ ਮਾਰਨਾ, ਕੁੱਟ ਕੇ ਹਲਕਾ ਕਰਨਾ

scutcheon /'ਸਕਅੱਚ(ਅ)ਨ/ *n* ਚਿੰਨ੍ਹ ਪੱਟੀ, ਨਾਂ ਉੱਕਰਨ ਵਾਲੀ ਧਾਤ ਦੀ ਪੱਟੀ; ਜੰਦਰੇ (ਤਾਲੇ) ਦੀ ਪੱਟੀ ਜਾਂ ਪੱਤਰੀ (ਜੋ ਪਰਦੇ ਵਾਂਗ ਜੰਦਰੇ ਦੇ ਮੂੰਹ ਜਾਂ ਛੇਕ ਨੂੰ ਢਕ ਲੈਂਦੀ ਹੈ)

scutter /'ਸਕਅੱਟਅ*/ *n* ਤਿੱਖੀ ਭਾਜ, ਤੇਜ਼ ਦੌੜ, ਹੜਬੜੀ *vi* ਤੇਜ਼ ਦੌੜਨਾ, ਫਰਾਰ ਹੋਣਾ, ਰਫੂ-ਚੱਕਰ ਹੋਣਾ, ਹਵਾ ਹੋਣਾ

scuttle /'ਸਕਅੱਟਲ/ *n* ਨੱਠ-ਭੱਜ; ਕੋਲੇਦਾਨੀ; ਢੱਕਣਦਾਰ ਮੋਰੀ *v* ਝੱਗ ਆਉਣਾ ਜਾਂ ਬਣਨਾ; ਜਹਾਜ਼ ਵਿੱਚ ਛੇਕ ਕਰਨਾ, ਮਾਤ ਕਰਨਾ, ਨਾਕਾਮ ਬਣਾਉਣਾ; ਖਿਸਕਣਾ, ਭੱਜ ਜਾਣਾ, ਹਵਾ ਹੋਣਾ, ਚਲਦੇ ਬਣਨਾ, ਰਫੂ-ਚੱਕਰ ਹੋਣਾ

scythe /ਸਾਇਦ/ *n* ਦਾਤੀ, ਦਾਤਰੀ *vt* ਦਾਤੀ ਨਾਲ ਵੱਢਣਾ, ਦਾਤੀ ਪਾਉਣਾ

sea /ਸੀ/ *n* ਸਮੁੰਦਰ, ਸਾਗਰ, ਤਰੰਗ, ਲਹਿਰ, ਚੜ੍ਹਾਅ; ਅਧਿਕਤਾ, ਬਹੁਲਤਾ, ਵਿਸ਼ਾਲਤਾ, ਪ੍ਰਸਾਰ, ਫੈਲਾਅ, ਵਿਸਤਾਰ

sea breeze *n* ਸਮੁੰਦਰ ਵੱਲੋਂ ਆਉਣ ਵਾਲੀ ਪੌਣ, ਸਮੁੰਦਰੀ ਪੌਣ

sea change *n* ਵੱਡੀ ਤਬਦੀਲੀ, ਜ਼ਾਹਰਾ ਪਰਿਵਰਤਨ, ਸਪਸ਼ਟ ਹੇਰ-ਫੇਰ

seal[1] /ਸੀਲ/ *n* ਸੀਲ ਮੱਛੀ *vt* ਸੀਲ ਮੱਛੀ ਦਾ ਸ਼ਿਕਾਰ ਖੇਡਣਾ, ਸ਼ਿਕਾਰ ਕਰਨਾ

seal[2] *n* ਛਾਪ, ਮੋਹਰ, ਮੋਹਰ ਛਾਪ, ਠੱਪਾ, ਮੁਦਰਾ, ਪ੍ਰਮਾਣ, ਸਬੂਤ *vt* ਮੋਹਰ ਲਾਉਣਾ, ਮੋਹਰਬੰਦ ਕਰਨਾ, ਠੱਪਾ ਲਾਉਣਾ, ਪੱਕਾ ਕਰਨਾ; ਸੱਚਾ ਪ੍ਰੇਮ ਜਤਾਉਣਾ, ਭਗਤੀ ਦਿਖਾਉਣਾ; ਵਿਸ਼ੇਸ਼ ਚਿੰਨ੍ਹ ਅੰਕਿਤ ਕਰਨਾ; ਪੂਰੀ ਤਰ੍ਹਾਂ ਤੈ ਕਰਨਾ; ਅੱਡ ਕਰਨਾ, ਕੈਦ ਕਰਨਾ, ਬੰਨ੍ਹਣਾ; ਡੱਟ ਲਾ ਕੇ ਮੋਹਰ ਲਾਉਣਾ

sealed /ਸੀਲਡ/ *a* ਮੋਹਰਬੰਦ, ਮੋਹਰ ਲੱਗਿਆ; ਬੰਦ ਕੀਤਾ

sea level *n* ਸਮੁੰਦਰੀ ਤਲ

seam /ਸੀਮ/ *n* ਸੰਧੀ, ਸੰਧੀ ਰੇਖਾ, ਦੋ ਪੱਤਿਆਂ ਦਰਮਿਆਨ ਵਿਭਾਜਨ ਰੇਖਾ; ਜ਼ਖ਼ਮ ਦਾ ਨਿਸ਼ਾਨ; ਜੋੜ, ਲਕੀਰ, ਕੱਪੜੇ ਦੀ ਸਿਊਂਣ *vt* ਜੁਰਾਬਾਂ ਆਦਿ ਵਿੱਚ ਧਾਰੀਆਂ ਬਣਾਉਣਾ, ਧਾਰੀਆਂ ਕੱਢਣਾ, ਟਾਂਕੇ ਲਾਉਣਾ, ਜੋੜ ਮਿਲਾਉਣਾ, ਸਿਊਂਣ ਲਾਉਣਾ, ਬਖੀਆ ਲਾਉਣਾ

seaman /'ਸੀਮਅਨ/ *n* ਜਹਾਜ਼ੀ

seamstress /'ਸੀਮਸਟਰਿਸ/ *n* ਕੱਪੜੇ ਸਿਊਂਣ ਵਾਲੀ ਇਸਤਰੀ, ਦਰਜ਼ਿਆਣੀ

seamy /'ਸੀਮਿ/ *a* ਭੈੜਾ

seance /**'ਸੇਇਆਨਸ**/ *n* (ਮਰੇ ਹੋਏ ਜੀਵਾਂ ਨਾਲ ਗੱਲਾਂ ਕਰਨ ਅਤੇ ਮਿਲਨ ਦੀ) ਬੈਠਕ

sear /**ਸਿਅ***/ *vt* ਨਿਰਜੀਵ ਅਤੇ ਜੜ੍ਹ ਬਣਾਉਣਾ, ਕਠੋਰ ਕਰਨਾ, ਕਰੜਾ ਕਰਨਾ, ਸਖ਼ਤ ਕਰਨਾ; ਸਾੜ ਕੇ ਦਾਗਣਾ; ਕਲੰਕ ਲਾਉਣਾ

search /**ਸਅ:ਚ**/ *n* ਭਾਲ, ਖੋਜ, ਢੂੰਡ, ਜਾਂਚ, ਤਲਾਸ਼, ਦੇਖ-ਭਾਲ *v* ਭਾਲਣਾ, ਖੋਜਣਾ, ਢੂੰਡਣਾ, ਜਾਂਚਣਾ, ਤਲਾਸ਼ ਕਰਨਾ, ਪਤਾ ਲਾਉਣਾ, ਪੁੱਛ-ਗਿੱਛ ਕਰਨਾ; ਤਲਾਸ਼ੀ ਲੈਣਾ; ਛਾਣ-ਬੀਣ ਕਰਨਾ, ਪੜਤਾਲ ਕਰਨਾ, ਪੁੱਛਣਾ

search engine *n* (ਕੰਪਿ) ਇੰਟਰਨੈੱਟ ਉੱਤੇ ਸੂਚਨਾ ਦੀ ਖੋਜ ਕਰਨ ਲਈ ਵਰਤੇ ਜਾਣ ਵਾਲੇ ਸ਼ਕਤੀਸ਼ਾਲੀ ਪ੍ਰੋਗਰਾਮ

seashore /**'ਸੀਸ਼ੋ***/ *n* ਸਾਗਰ ਤੱਟ

seasick /**'ਸੀਸਿਕ**/ *n* (ਕਿਸ਼ਤੀ ਜਾਂ ਸਮੁੰਦਰੀ ਜਹਾਜ਼ ਵਿੱਚ) ਸਫਰ ਕਰਨ ਸਮੇਂ ਉਲਟੀਆਂ ਆਦਿ ਆਉਣ ਦੀ ਬਿਮਾਰੀ

seasickness /**'ਸੀਸਿਕਨਅਸ**/ *n* ਸਮੁੰਦਰੀ ਸਫ਼ਰ ਸਮੇਂ ਕਚਿਆਣ

season /**'ਸੀਜ਼ਨ**/ *n* ਰੁੱਤ, ਮੌਸਮ, ਬਹਾਰ, ਫ਼ਸਲ; ਵੇਲ਼ਾ, ਸਮਾਂ, ਅਨੁਕੂਲ ਅਵਸਰ, ਮੌਕਾ, ਠੀਕ ਵਕਤ *v* ਚੰਗੀ ਹਾਲਤ ਵਿੱਚ ਲਿਆਉਣਾ; ਪਕਾਉਣਾ; ਆਦਤ ਪਾਉਣਾ, ਪੱਕਾ ਕਰਨਾ, ਪੱਕਾ ਹੋਣਾ; ਠੀਕ ਕਰਨਾ; ਸੁਆਦੀ ਬਣਾਉਣਾ; ਮਸਾਲੇਦਾਰ ਬਣਾਉਣਾ; ਮਜ਼ੇਦਾਰ ਹੋਣਾ

seasonable /**'ਸੀਜ਼ਨਅਬਲ**/ *a* ਮੌਸਮ ਅਨੁਸਾਰ; ਮੌਕੇ ਦਾ

seasonal /**'ਸੀਜ਼ਅਨਲ**/ *a* ਮੌਸਮੀ, ਫਸਲੀ

seasoned /**'ਸੀਜ਼ਨਡ**/ *a* ਹੰਢਿਆ ਵਰਤਿਆ, ਤਜਰਬੇਕਾਰ, ਪੱਕਿਆ ਹੋਇਆ; ਮਸਾਲੇਦਾਰ ਸੁਆਦੀ, ਮਜ਼ੇਦਾਰ

seasoning /**'ਸੀਜ਼ਅਨਿਙ**/ *n* ਮਿਰਚ-ਮਸਾਲਾ, ਤਜਰਬੇਕਾਰੀ, ਪਕਿਆਈ

seat /**ਸੀਟ**/ *n* ਚੌਂਕੀ, ਆਸਣ, ਗੱਦੀ, ਕੁਰਸੀ; ਥੱਲਾ, ਚਿੱਤੜ; ਆਧਾਰ, ਪੇਂਦਾ; ਪਜਾਮੇ ਜਾਂ ਪਤਲੂਨ ਦਾ ਆਸਣ; ਟਿਕਾਣਾ, ਕੇਂਦਰ; ਕਾਠੀ

seaworthy /**'ਸੀਵਅ:ਦਿ**/ *a* ਸਫ਼ਰਯੋਗ (ਸਮੁੰਦਰੀ ਜਹਾਜ਼ ਜਾਂ ਬੇੜੀ), ਠਿੱਲ੍ਹਣਯੋਗ

sebaceous /**ਸਿ'ਬੇਇਸ਼ਅਸ**/ *a* ਚਰਬੀਲਾ, ਚਰਬੀਦਾਰ

sebestan, sebesten /**ਸਿ'ਬੈੱਸਟਅਨ**/ *n* ਲਸੂੜੇ ਦਾ ਦਰਖ਼ਤ

sec /**ਸੈੱਕ**/ *(F) a* (ਸ਼ਰਾਬ ਸੰਬੰਧੀ) ਰੁੱਖੀ ਫਿੱਕੀ

SECAM /**'ਸੀਕੈਮ**/*n abbr* **Sequentiel Couleur a Memoire** (ਫ਼ਰਾਂਸ ਅਤੇ ਪੂਰਬੀ ਯੂਰਪ ਵਿੱਚ ਵਰਤੀ ਜਾਂਦੀ) ਇੱਕ ਦੂਰ ਦਰਸ਼ਨ ਪ੍ਰਸਾਰਨ ਵਿਧੀ

secant /**'ਸੀਕ(ਅ)ਨਟ**/ *n* ਕਾਟਕ ਰੇਖਾ *a* ਛੇਦਕ; ਵਿਭਾਜਕ, ਕੱਟਣ ਵਾਲੀ (ਰੇਖਾ)

secateur /**,ਸੈੱਕਅ'ਟਅ:***/ *n* (ਦਰਖ਼ਤ ਦੀਆਂ ਟਾਹਣੀਆਂ ਕੱਟਣ ਵਾਲੀ) ਵੱਡੀ ਕੈਂਚੀ

seccotine /**'ਸੈੱਕਅਟੀਨ**/ *n* ਸਰੇਸ਼ ਵਰਗੀ ਗੂੰਦ *vt* ਇਸ ਗੂੰਦ ਨਾਲ ਜੋੜਨਾ, ਚਿਪਕਾਉਣਾ, ਚਮੇੜਨਾ

secede /**ਸਿ'ਸੀਡ**/ *vi* (ਕਿਸੇ ਸੰਸਥਾ ਜਾਂ ਸੰਗਠਨ ਦੀ ਮੈਂਬਰੀ ਤੋਂ) ਹਟਣਾ, ਸਾਥ ਛੱਡਣਾ, ਅੱਡ ਹੋਣਾ, (ਛੱਡ ਕੇ) ਦੂਰ ਹੋਣਾ; ਤਿਆਗਣਾ, ਅੱਡਰੀ ਧਾਰਨਾ ਰੱਖਣਾ

secern /**ਸਿ'ਸਅ:ਨ**/ *vt* ਅਲੱਗ ਕਰਨਾ, ਵਖਰਿਆਉਣਾ

secession /**ਸਿ'ਸੈਸ਼ਨ**/ *n* ਸਮਾਜ ਤਿਆਗ, ਸੰਬੰਧ ਤਿਆਗ, ਸਵੈ ਧਰਮ ਤਿਆਗ, ਅਲਹਿਦਗੀ, ਵਖਰੇਵਾਂ

secessionist /**ਸਿ'ਸੈਸ਼ਅਨਿਸਟ**/ *n* ਫੁੱਟ ਪਾਉਣ ਵਾਲਾ, ਵੱਖਵਾਦੀ

seckel /**'ਸੈੱਕਲ**/ *n* ਇੱਕ ਭਾਂਤ ਦਾ ਰਸਦਾਰ ਫਲ

seclude /**ਸਿ'ਕਲੂਡ**/ *vt* ਕਿਸੇ ਸੰਸਥਾ ਵਿੱਚੋਂ ਅੱਡ ਕਰਨਾ, ਦੂਰਵਰਤੀ ਕਰਨਾ, ਇਕਾਂਤ ਵਿੱਚ ਰੱਖਣਾ, ਲੋਕ ਸੰਪਰਕ ਤੋਂ ਦੂਰ ਰੱਖਣਾ, ਸੁਤੰਤਰ ਰੱਖਣਾ, ਕੱਢਣਾ, ਅੱਡ ਕਰਨਾ

secluded /ਸਿ'ਕਲੂਡਿਡ/ *a* ਦੂਰਸਥਾਪਿਤ, ਇਕਾਂਤ ਸਥਾਪਿਤ, ਨਿਰਜਨ, ਇਕੱਲਾ

seclusion /ਸਿ'ਕਲੂਯ਼ਨ/ *n* ਇਕਾਂਤ ਜਾਂ ਨਿਰਜਨ ਥਾਂ, ਸੁੰਨੀ ਥਾਂ, ਇਕਾਂਤਵਾਸ, ਗੁਪਤਵਾਸ, ਵੈਰਾਗ, ਇਕੱਲਾਪਣ; ਨਿਰਜਨਤਾ, ਇਕਾਂਤ

seclusionist /ਸਿ'ਕਲੂਯ਼(ਅ)ਨਿਸਟ/ *n* ਇਕਾਂਤਵਾਦੀ, ਨਿਰਜਨਤਾ ਪ੍ਰਿਆ, ਇਕੱਲਖੋਰ

second[1] /'ਸੈਕੱਅਨਡ/ *a* ਪਿੱਛੋਂ ਆਇਆ ਆਦਮੀ, ਦੂਜਾ ਆਦਮੀ ਜਾਂ ਦਰਜਾ

second[2] *n* ਛਿਣ, ਮਿੰਟ ਦਾ 1/60 ਭਾਗ, ਸਕਿੰਟ, ਥੋੜ੍ਹਾ ਸਮਾਂ, ਅਲਪ ਕਾਲ; ਘਟੀਆ ਅਤੇ ਰੱਦੀ ਮਾਲ *a* (ਮੁੱਕੇਬਾਜ਼ੀ ਦੇ ਮੁਕਾਬਲਿਆਂ ਵਿੱਚ) ਸਹਾਇਕ; ਦੂਜਾ, ਬਣਾਉਟੀ ਨਕਲੀ, ਅਧੀਨ, ਹੀਣ *vt* ਪੱਖ ਪੂਰਨਾ, ਪਿੱਠਾਂਕਣ ਕਰਨਾ, ਤਾਈਦ ਕਰਨਾ; ਸਹਾਇਤਾ ਕਰਨਾ; ਜੋੜਨਾ, ਵਧਾਉਣਾ, ਥੰਮ੍ਹਣਾ; ਸੰਭਾਲਨਾ, ਸਹਾਰਾ ਦੇਣਾ; ਸਹਿਮਤ ਹੋਣਾ, ਪੁਸ਼ਟੀ ਕਰਨਾ; ਆਰਜ਼ੀ ਤੌਰ 'ਤੇ ਹਟਾਉਣਾ, ਬਦਲਨਾ, ਤਬਾਦਲਾ ਕਰਨਾ

secondary /'ਸੈਕੱਅਨਡਰਿ/ *n* ਪ੍ਰਤਿਨਿਧ, ਨੁਮਾਇੰਦਾ; ਗਿਰਜਾ-ਘਰ ਦਾ ਛੋਟਾ ਉੱਚ ਅਧਿਕਰੀ; ਕੀੜੇ ਦਾ ਪਿਛਲਾ ਖੰਭ, ਖੰਭ ਦੇ ਦੂਜੇ ਜੋੜ ਉੱਤੇ ਉੱਗਣ ਵਾਲਾ ਖੰਭ *a* ਹੀਣ, ਗੌਣ, ਘੱਟ ਮਹੱਤਵ ਵਾਲਾ; ਮਗਰੋਂ ਵਾਲਾ, ਅਗਲੇਰੀ, ਵਿਚਕਾਰਲੀ (ਵਿੱਦਿਆ)

seconder /'ਸੈਕੱਅਨਡਅ*/ *n* ਤਾਈਦ ਕਰਨ ਵਾਲਾ ਆਦਮੀ, ਪੁਸ਼ਟੀ ਕਰਨ ਵਾਲਾ ਮਨੁੱਖ, ਪ੍ਰਸਤਾਵ ਸਮਰਥਕ, ਹਾਮੀ

secondly /'ਸੈਕੱਅਨਡਲਿ/ *adv* ਦੂਜੇ ਨੰਬਰ 'ਤੇ, ਦੂਜੀ ਥਾਂ 'ਤੇ, ਦੂਜੇ

second person *n* (ਵਿਆ) ਪੜਨਾਵਾਂ ਦੀ ਸ਼੍ਰੇਣੀ ਜੋ ਸੁਣਨ ਵਾਲੇ ਲਈ ਵਰਤੀ ਜਾਂਦੀ ਹੈ

secrecy /'ਸੀਕਰਅਸਿ/ *n* ਗੁੱਝਾਪਣ, ਗੁਪਤ ਰੱਖਣ ਦਾ ਕਰਮ, ਗੂੜ੍ਹਤਾ; ਰਹੱਸ, ਲੁਕਾਅ-ਛਿਪਾਅ, ਭੇਤ, ਰਾਜ਼, ਭੇਤ ਰੱਖਣ ਦੀ ਬਿਰਤੀ

secret /'ਸੀਕਰਅਟ/ *n* ਮਰਮ, ਭੇਤ; ਰਹੱਸ, ਰਾਜ਼, ਮਨੁੱਖੀ ਸਰੀਰ ਦੇ ਗੁਪਤ ਅੰਗ, ਪਾਦਰੀ ਦੀ ਇਕਾਂਤ ਵਿੱਚ ਕੀਤੀ ਅਰਦਾਸ, ਪ੍ਰਾਰਥਨਾ *a* ਰਹੱਸਮਈ, ਭੇਤ ਭਰੀ; ਬੰਦ, ਚੁੱਪ; ਗੁਪਤ, ਗੂੜ੍ਹ, ਅਦਿੱਖ, ਅਦ੍ਰਿਸ਼ਟ, ਖ਼ੁਫ਼ੀਆ; ਨਿੱਜੀ, ਪ੍ਰਾਈਵੇਟ

secreta /ਸਿ'ਕਰੀਟਅ/ *n* ਮਲ; ਤਿਆਗਿਆ ਪਦਾਰਥ

secret agent *n* ਜਸੂਸ, ਗੁਪਤਚਰ

secretaire /'ਸੈਕੱਰਿਟੇਅ*/ *n* ਲਿਖਣ ਵਾਲੀ ਮੇਜ਼ ਜਾਂ ਡੈਸਕ

secretarial /ˌਸੈਕੱਰਅ'ਟੇਅਰਿਅਲ/ *a* ਸਕੱਤਰੇਤ ਦਾ, ਸਕੱਤਰੇਤ ਸੰਬੰਧੀ

secretariat(e) /ˌਸੈਕੱਰਅ'ਟੇਅਰਿਅਟ, -ਰਿਐਟ/ *n* ਸਕੱਤਰੇਤ, ਰਾਜ ਸਰਕਾਰ ਦਾ ਦਫ਼ਤਰ

secretary /'ਸੈਕੱਰਅਟਰਿ/ *n* ਸਕੱਤਰ, ਸੈਕਟਰੀ; ਸਹਾਇਕ ਵਿਅਕਤੀ; ਮੋਟੇ ਅੱਖਰਾਂ ਦੀ ਹੱਥ-ਲਿਖਤ; ਖ਼ਾਨਿਆਂ ਵਾਲਾ ਪੜ੍ਹਨ ਵਾਲਾ ਮੇਜ਼ ਜਾਂ ਡੈਸਕ

secrete /ਸਿ'ਕਰੀਟ/ *v* (ਵਸਤੂ ਜਾਂ ਵਿਅਕਤੀ ਨੂੰ) ਲੁਕਵੀਂ ਥਾਂ ਉੱਤੇ ਰੱਖਣਾ, ਲੁਕਾਉਣਾ, ਗੁਪਤ ਰੱਖਣਾ; ਮਲ ਤਿਆਗਣਾ; (ਗ੍ਰੰਥੀ ਦਾ) ਤਰਲ ਪਦਾਰਥ ਬਾਹਰ ਕੱਢਣਾ; ਰਿਸਾਉਣਾ, ਰਿਸਣਾ, ਨੁੱਚੜਨਾ, ਖਰਨਾ, ਝਰਨਾ; ਲੁਕਣਾ, ਛਿਪਣਾ

secretion /ਸਿ'ਕਰੀਸ਼ਨ/ *n* ਰਹੱਸ, ਲੁਕਾਅ, ਛਿਪਾਅ, ਰਿਸਣ ਪਦਾਰਥ

secretive /'ਸੀਕਰਅਟਿਵ੍/ *a* ਰਹੱਸਪੂਰਨ, ਲੁਕਵਾਂ; ਛਿਪਵਾਂ, ਚੁੱਪ-ਚਪੀਤਾ, ਖ਼ਮੋਸ਼, ਮੋਨ; ਰਸ ਕੱਢਣ ਵਾਲਾ

secret service *n* ਸਰਕਾਰੀ ਭੇਦਾਂ ਨੂੰ ਛੁਪਾਉਣ ਅਤੇ ਦੂਜੇ ਦੇਸ਼ਾਂ ਦੇ ਸਰਕਾਰੀ ਭੇਦਾਂ ਨੂੰ ਪ੍ਰਾਪਤ ਕਰਨ ਦਾ ਕਾਰਜ, ਜਸੂਸੀ ਦਾ ਮਹਿਕਮਾ, ਖੁਫੀਆ ਪੁਲਸ ਦਾ ਮਹਿਕਮਾ

sect[1] /ਸੈਕੱਟ/ *n* ਪੰਥ, ਫ਼ਿਰਕਾ, ਮਾਰਗ, ਮੱਤ; ਧਾਰਮਿਕ ਸੰਪਰਦਾਇ

sect[2] *n* ਛੇਦਨ, ਵਿਨ੍ਹਣ ਜਾਂ ਛੇਕਣ

sectarian /ਸੈਕ'ਟੇਅਰਿਅਨ/ *a n* ਸੰਪਰਦਾਇਕ, ਫ਼ਿਰਕਾਪ੍ਰਸਤ, ਸੰਕੀਰਨ, ਫਿਰਕੂ

sectarianism /ਸੈਕ'ਟੇਅਰਿਅਨਿਜ਼ਅਮ/ *n* ਸੰਪਰਦਾਇਕਤਾ, ਸੰਪਰਦਾਵਾਦ, ਫ਼ਿਰਕਾਬੰਦੀ, ਦਲਬੰਦੀ, ਸੌੜਾਪਣ, ਸੰਕੀਰਨਤਾ

sectile /'ਸੈਕਟਿਲ/ *a* ਕੱਟਣਯੋਗ, ਕੱਟਿਆ ਜਾਣ ਵਾਲਾ

section /'ਸੈਕਸ਼ਨ/ *n* ਕਾਂਡ, ਵਿਭਾਜਨ, ਕਾਟ; ਭਾਗ, ਅੰਸ਼, ਖੰਡ, ਟੁਕੜਾ, ਹਿੱਸਾ, ਸੈਕਸ਼ਨ; ਮੰਡਲ, ਲੋਕਾਂ ਦਾ ਸਮੂਹ, ਜਨ ਪਦ; ਲੱਕੜ ਦਾ ਤੁਰਦਾ-ਫਿਰਦਾ ਘਰ, ਹਾਊਸਬੋਟ; ਕਿਸੇ ਪੁਸਤਕ ਦਾ ਛੋਟਾ ਉਪਵਿਭਾਗ, ਪਰਕਰਨ; ਧਾਰਾ, ਦਫ਼ਾ; ਪਲਟਨ ਜਾਂ ਫ਼ੌਜ ਦਾ ਦਸਤਾ *vt* ਵਰਗਾਂ ਵਿੱਚ ਵੰਡਣਾ, ਵਿਭਾਜਿਤ ਕਰਨਾ, ਟੁਕੜੇ ਕਰਨਾ, ਹਿੱਸੇ ਕਰਨਾ

sectional /'ਸੈਕਸ਼ਅਨਲ/ *a* ਵਿਭਾਗੀ, ਅੰਸ਼ਕ, ਅਨੁਭਾਗੀ, ਵਰਗੀ, ਧਾਰਾ ਸੰਬੰਧੀ

sectionalism /'ਸੈਕਸ਼ਅਨਲਿਜ਼ਅਮ/ *n* ਸੰਪਰਦਾਵਾਦ, ਵਰਗਵਾਦ, ਜਾਤੀਵਾਦ, ਫ਼ਿਰਕਾਪ੍ਰਸਤੀ

sector /'ਸੈਕਟਅ*/ *n* ਚੱਕਰ ਦੀ ਕਾਤਰ, (ਗਣਿ) ਪ੍ਰਕਾਰ, ਗਣਿਤ ਦਾ ਇੱਕ ਯੰਤਰ; ਵਿਪੱਖੀ ਜਾਂ ਵਿਰੋਧੀ ਫ਼ੌਜਾਂ ਦੁਆਰਾ ਰੋਕੀ ਥਾਂ ਦਾ ਇੱਕ ਹਿੱਸਾ; ਸ਼ਕਲ, ਖੇਤਰ, ਖੰਡ; ਸ਼ਹਿਰ ਦਾ ਇੱਕ ਹਿੱਸਾ; (ਕੰਪਿ) ਡਿਸਕ ਦਾ ਇੱਕ ਖੰਡ

secular /'ਸੈਕਯਅਲਅ*/ *n* ਦੁਨੀਆਂਦਾਰ ਪਾਦਰੀ, ਦੁਨੀਆਂਦਾਰ *a* ਯੁੱਗ ਵਿੱਚ ਇੱਕ ਵੇਰ ਹੋਣ ਵਾਲਾ; ਚਿਰਕਾਲਕ, ਸਥਾਈ; ਲੌਕਿਕ, ਸੰਸਾਰਿਕ;ਵਿਹਾਰਿਕ,ਦੁਨਿਆਵੀ; ਅਸੰਪਰਦਾਇਕ, ਧਰਮ ਨਿਰਪੇਖ

secularism /'ਸੈਕਯਅਲਅਰਿਜ਼ਅਮ/ *n* ਧਰਮ ਨਿਰਪੇਖਤਾ, ਧਰਮ ਨਿਰਪੇਖਵਾਦ, ਅਸੰਪਰਦਾਇਕਤਾ

secularity /,ਸੈਕਯਅ'ਲੈਰਅਟਿ/ *n* ਧਰਮ ਨਿਰਪੇਖਤਾ, ਲੌਕਿਕਤਾ, ਸੰਸਾਰਿਕਤਾ, ਦੁਨੀਆਂਦਾਰੀ

secure /ਸਿ'ਕਯੁਅ*/ *vt* ਸੁਰੱਖਿਆ ਜਾਂ ਦ੍ਰਿੜ੍ਹਤਾ ਨਾਲ ਘੇਰਨਾ, ਬੰਨ੍ਹਣਾ,ਬੰਦ ਕਰਨਾ, ਕਸਣਾ; (ਸ਼ਹਿਰ; ਨਗਰ, ਬੰਦਰਗਾਹ ਨੂੰ) ਘੇਰਾ ਪਾ ਕੇ ਬਚਾਉਣਾ; ਹਦਬੰਦੀ ਕਰਨਾ; ਜ਼ਮਾਨਤ ਦੇਣਾ, ਗਰੰਟੀ ਦੇਣਾ; ਸੁਰੱਖਿਅਤ ਰੱਖਣਾ; ਪੱਕਾ ਕਰਨਾ, ਪ੍ਰਾਪਤ ਕਰਨਾ *a* ਸੁਰੱਖਿਅਤ, ਹਮਲੇ ਤੋਂ ਦੂਰ; ਅਜਿੱਤ, ਅਜੈ; ਦ੍ਰਿੜ੍ਹਤਾ ਨਾਲ ਬੱਝਿਆ, ਮਜ਼ਬੂਤ, ਕੱਸਿਆ, ਆਸ਼ਾਪੂਰਨ, ਨਿਸ਼ਚਿਤ, ਭਰੋਸੇ ਦੇ ਯੋਗ; ਦ੍ਰਿੜ੍ਹ, ਪੱਕਾ, ਸਹੀ, ਠੀਕ-ਠਾਕ; ਨਿਰਭੈ, ਨਿਰਵਿਘਨ, ਅਭੈ, ਸੰਕਟਮੁਕਤ, ਬੇਫ਼ਿਕਰ, ਬੇਖ਼ਤਰਾ, ਬੇਪਰਵਾਹ; ਦੁਬਿਧਾ ਰਹਿਤ, ਭੋਲਾ

secured /ਸਿ'ਕਯੁਅਡ/ *a* ਸੁਰੱਖਿਅਤ

security /ਸਿ'ਕਯੁਅਰਅਟਿ/ *n* ਸੁਰੱਖਿਆ, ਸਲਾਮਤੀ, ਬਚਾਅ; ਜ਼ਮਾਨਤ ਦੇਣ ਵਾਲੀ ਚੀਜ਼; ਜ਼ਾਮਨੀ; ਖੇਮ, ਕੁਸ਼ਲ; ਜਮਾਨਤਨਾਮਾ, ਜਮਾਨਤ, ਜਾਮਨੀ ਦਾ ਪ੍ਰਮਾਣ ਪੱਤਰ, ਸਾਖ ਪੱਤਰ; ਰਿਣ-ਪੱਤਰ

security blanket *n* ਸੁਰੱਖਿਆ ਮਹਿਸੂਸ ਕਰਨ ਦਾ ਸਾਧਨ, ਖਤਰੇ ਤੋਂ ਬਚਾਅ ਲਈ ਕੀਤੀ ਕਾਰਵਾਈ, ਬਾਹਰੋਂ ਹੋਏ ਹਮਲੇ ਦੀ ਰੋਕਥਾਮ

Security Council *n* ਸੁਰੱਖਿਆ ਕੌਂਸਲ

sedan /ਸਿ'ਡੈਨ/ *n* ਪਾਲਕੀ, ਡੋਲੀ; ਯੂਰਪ ਦੀ 17ਵੀਂ– 18ਵੀਂ ਸਦੀ ਦੀ ਸਵਾਰੀ; ਬੰਦ ਮੋਟਰਕਾਰ

sedate /ਸਿ'ਡੇਇਟ/ *a* ਸ਼ਾਂਤ, ਸਥਿਰ, ਧੀਰ, ਗੰਭੀਰ, ਸੰਤੁਲਿਤ, ਧੀਰਜਵਾਨ

sedation /ਸਿ'ਡੇਇਸ਼ਨ/ *n* (ਦਵਾਈ, ਪ੍ਰਭਾਵ ਆਦਿ ਦਾ) ਸ਼ਾਂਤੀਕਰਨ, ਸੀਤਲੀਕਰਨ, ਸ਼ਾਂਤੀ ਪ੍ਰਦਾਨ

sedative /'ਸੈਡਅਟਿਵ੍/ *a* ਸ਼ਾਂਤੀਦਾਇਕ, ਸ਼ਾਂਤਕਾਰੀ, ਸ਼ਾਂਤੀ ਦੇਣ ਵਾਲੀ

sedentary /'ਸੈਡਨਟਰਿ/ *a* ਸੁਸਤ ਅਤੇ ਵਿਹਲੜ (ਮਨੁੱਖ), ਬੈਠਾ ਰਹਿਣ ਵਾਲਾ (ਆਦਮੀ), ਘਾਤ ਲਾ ਕੇ ਬੈਠੀ (ਮੱਕੜੀ); ਆਲਸੀ; ਮਚਲਾ

sedge /ਸੈਜ/ *n* ਪਾਣੀ ਕੰਢੇ ਉੱਗਣ ਵਾਲਾ ਇੱਕ ਘਾਹ, ਕਾਹੀ

sedilia /ਸਿ'ਡੀਲਿਅ/ *a* ਵੱਡੇ ਗਿਰਜੇ ਵਿੱਚ

ਪਾਦਰੀਆਂ ਦੇ ਬੈਠਣ ਦੀ ਥਾਂ

sediment /'ਸੈੱਡਿਮਅਨਟ/ *n* ਫੋਗ, ਤਲਛਟ, ਗਾਦ

sedimentary /ˌਸੈੱਡਿ'ਮੈਂਟਰਿ/ *a* ਗਾਦ ਭਰਿਆ, ਮੈਲ ਵਾਲਾ

sedimentation /ˌਸੈੱਡਿਮੈਨੱ'ਟੇਇਸ਼ਨ/ *n* ਤਲਛਟੀਕਰਨ, ਗਾਦ ਦੀ ਥੱਲੇ ਬੈਠਣ ਦੀ ਦਸ਼ਾ

sedition /ਸਿ'ਡਿਸ਼ਨ/ *n* ਬਗਾਵਤ; ਵਿਦ੍ਰੋਹ, ਵਿਦ੍ਰੋਹੀ ਆਚਰਨ ਜਾਂ ਭਾਸ਼ਣ, ਰਾਜ-ਸੱਤਾ ਦੇ ਵਿਰੁੱਧ ਅੰਦੋਲਨ

seduce /ਸਿ'ਡਯੂਸ/ *vt* ਇਸਤਰੀ ਨੂੰ ਛਲਨਾ, ਬਹਿਕਾਉਣਾ; ਸਤ ਭੰਗ ਕਰਨਾ; ਗੁਮਰਾਹ ਕਰਨਾ, ਭਟਕਾਉਣਾ, ਲੁਭਾਉਣਾ; ਦੂਸ਼ਿਤ ਕਰਨਾ, ਪਤਿਤ ਕਰਨਾ, ਭਿੱਟਣਾ

seduction /ਸਿ'ਡਅੱਕਸ਼ਨ/ *n* ਝਾਂਸਾ, ਵਰਗਲਾਹਟ

seductive /ਸਿ'ਡਅੱਕਟਿਵ਼/ *a* ਕਾਮ ਉਤੇਜਨਾ ਦੇਣ ਵਾਲਾ, ਦਿਲਕਸ਼, ਭਰਮਾਉਣ ਵਾਲਾ, ਉਤਸ਼ਾਹਿਤ ਕਰਨ ਵਾਲਾ

seductress /ਸਿ'ਡਅੱਕਟਰਅਸ/ *n* ਕਾਮ ਤ੍ਰਿਪਤੀ ਲਈ ਆਕਰਸ਼ਿਤ ਕਰਨ ਵਾਲੀ ਜ਼ਨਾਨੀ

sedulity /ਸਿ'ਡਯੂਲਅਟਿ/ *n* ਨਿਰੰਤਰ ਮਿਹਨਤ

sedulous /'ਸੈੱਡਯੁਲਅਸ/ *a* ਕਿਰਿਆਸ਼ੀਲ, ਅਭਿਆਸੀ, ਉੱਦਮੀ, ਮਿਹਨਤੀ, ਲਗਨ ਵਾਲਾ

see /ਸੀ/ *n* ਵੱਡੇ ਪਾਦਰੀ ਦਾ ਅਧਿਕਾਰ ਖੇਤਰ *v* ਤੱਕਣਾ, ਵੇਖਣਾ, ਦਿਸਣਾ, ਦਰਸ਼ਨ ਕਰਨਾ, ਧਿਆਨ ਕਰਨਾ,ਗੌਰ ਕਰਨਾ, ਪਰਖਣਾ, ਨਿਰੀਖਣ ਕਰਨਾ; ਅਖ਼ਬਾਰ ਵਿੱਚੋਂ ਪਤਾ ਲੱਗਣਾ; ਦਿਮਾਗ਼ ਵਿੱਚ ਆਉਣਾ, ਮਹਿਸੂਸ ਕਰਨਾ, ਸੁੱਝਣਾ, ਸਮਝਣਾ, ਅਨੁਭਵ ਕਰਨਾ, ਧਾਰਨਾ ਵਿੱਚ ਆਉਣਾ; ਨਿਰਨਾ ਕਰਨਾ; ਅੰਦਾਜ਼ਾ ਲਾਉਣਾ; ਗੰਭੀਰਤਾ ਨਾਲ ਵਿਚਾਰਨਾ; ਮਿਲਨ ਜਾਣਾ, ਮਿਲਨਾ, ਮੁਲਕਾਤ ਕਰਨਾ; ਨਾਲ ਰਹਿਣਾ, ਨਾਲ ਲੈ ਚੱਲਣਾ; ਆਦਰ ਕਰਨਾ, ਪਰਵਾਹ ਕਰਨਾ

seed /ਸੀਡ/ *n* ਤੁਖ਼ਮ, ਅਸਲਾ, ਨਸਲ, ਔਲਾਦ; ਬੀਜ, ਦਾਣਾ, ਬੀਜਾਣੂ; ਮਣੀ, ਵੀਰਜ; ਮੁੱਢ, ਸ਼ੁਰੂਆਤ, ਅਰੰਭ; ਆਦਿ ਤੱਤ, ਆਦਿ ਕਾਰਨ, ਮੂਲ, ਮੂਲ ਕਾਰਨ *v* ਬੀਜ ਬੀਜਣਾ, ਬੀਜ ਖਿਲਾਰਨਾ, (ਫਸਲ ਜਾਂ ਫਲ ਵਿੱਚੋਂ) ਬੀਜ ਕੱਢਣਾ, ਚੰਗੇ ਖਿਡਾਰੀ ਨੂੰ ਚੁਣਨਾ

seedling /'ਸੀਡਲਿਙ/ *n* ਨਵਾਂ ਪੁੰਗਰਿਆ ਬੂਟਾ

seek /ਸੀਕ/ *v* ਭਾਲਣਾ, ਲੱਭਣਾ, ਖੋਜਣਾ, ਪਤਾ ਲਾਉਣਾ, ਢੂੰਡਣਾ; ਕੋਸ਼ਿਸ਼ ਕਰਨਾ, ਚਾਹੁਣਾ; (ਕਿਸੇ ਨੂੰ) ਮਿਲਨਾ, ਮਿਲਨ ਜਾਣਾ; (ਕੋਈ ਚੀਜ਼) ਮੰਗਣਾ, ਪੁੱਛਣਾ; ਨਿਸ਼ਾਨਾ ਬਣਾਉਣਾ; ਉਦੇਸ਼ ਬਣਾਉਣਾ; (ਥਾਂ ਜਾਂ ਭਾਂਡੇ ਦੀ) ਤਲਾਸ਼ੀ ਲੈਣਾ; (ਕਿਸੇ ਕੋਲ) ਆਸਰਾ ਲੈਣਾ, ਸ਼ਰਨ ਲੈਣਾ; ਬੇਨਤੀ ਕਰਨਾ, ਯਾਚਨਾ ਕਰਨਾ, ਪ੍ਰਾਰਥਨਾ ਕਰਨਾ

seeker /'ਸੀਕਅ*/ *n* ਖੋਜੀ, ਤਲਾਸ਼ ਕਰਨ ਵਾਲਾ; ਪ੍ਰਾਰਥਕ

seel /ਸੀਲ/ *vt* (ਬਾਜ਼ ਦੀਆਂ) ਅੱਖਾਂ ਬੰਦ ਕਰਨਾ; ਅੰਨ੍ਹਾ ਕਰਨਾ

seem /ਸੀਮ/ *vt* ਪ੍ਰਤੀਤ ਹੋਣਾ, ਗਿਆਤ ਹੋਣਾ, ਭਾਸਣਾ, ਲੱਗਣਾ, ਅਨੁਭਵ ਹੋਣਾ; ਕਰਨ ਲਈ ਸੁੱਝਣਾ; ਦਿਸਣਾ, ਨਜ਼ਰ ਆਉਣਾ, ਜ਼ਾਹਰ ਹੋਣਾ

seemingly /'ਸੀਮਿਙਲਿ/ *adv* ਸਪਸ਼ਟ ਤੌਰ 'ਤੇ, ਜ਼ਾਹਰ ਤੌਰ 'ਤੇ, ਪ੍ਰਤੱਖ ਤੌਰ 'ਤੇ

seemly /'ਸੀਮਲਿ/ *a* ਭੱਦਰ, ਉੱਤਮ; ਉਚਿਤ, ਸ਼ਿਸ਼ਟ, ਉਪਯੁਕਤ, ਸੁਸੰਗਤ, ਸੁੰਦਰ, ਠੀਕ, ਅੱਛਾ, ਖ਼ੂਬਸੂਰਤ *adv* ਉਚਿਤ ਤੌਰ 'ਤੇ

seep /ਸੀਪ/ *vi* ਸਿੰਮਣਾ, ਰਿਸਣਾ, ਟਪਕਣਾ

seepage /'ਸੀਪਿਜ/ *n* ਚੋਆ, ਟਪਕਣ ਜਾਂ ਸਿੰਮਣ ਦੀ ਕਿਰਿਆ

seer¹ / ਸਿਅ*/ *n* ਪੈਗੰਬਰ; ਰਿਸ਼ੀ; ਸਿੱਧ ਪੁਰਸ਼; ਅਗਿਆਤ ਗੱਲ ਨੂੰ ਦੇਖਣ ਜਾਂ ਜਾਣਨ ਅਤੇ ਬੁੱਝਣ ਵਾਲਾ; ਨਬੀ; ਅਵਤਾਰ

seer² *n* ਇੱਕ ਸੇਰ ਦਾ ਵੱਟਾ ਜਾਂ ਭਾਰ

see-saw /'ਸੀਸੋ/ *n* ਪੀਲ-ਪਲਾਂਘਾ; ਝੂਲਾ; ਬਰਾਬਰ ਦਾ ਮੁਕਾਬਲਾ *vi* ਹੂਟੇ ਲੈਣਾ; ਫੱਟੇ ਦਾ ਹੇਠਾਂ ਉੱਤੇ ਚੱਲਣਾ; ਨੀਤੀ ਵਿੱਚ ਅਸਥਿਰ ਹੋਣਾ,

ਦੁਬਿਧਾ ਵਿੱਚ ਪੈਣਾ; ਆਪਣੇ ਮੰਤਵ ਵਿੱਚ ਡਾਵਾਂ-ਡੋਲ ਹੋਣਾ

seethe /ਸੀਦ/ *v* ਤਾਅ ਦੇਣਾ, ਜੋਸ਼ ਦੁਆਉਣਾ; ਕ੍ਰੋਧ ਵਿੱਚ ਆਉਣਾ; ਉਤੇਜਿਤ ਕਰਨਾ, ਉਬੱਲ ਪੈਣਾ; ਤਾਅ ਖਾਣਾ, ਖੌਲਣਾ (ਗੁੱਸੇ ਨਾਲ)

segment /**'ਸੈਗਮਅਨਟ**/ *n* ਭਾਗ; ਖੰਡ, ਟੁਕੜਾ; ਫਾਂਕ /**ਸੈਗ'ਮਅਨਟ**/ *v* ਵਿਭਾਜਿਤ ਕਰਨਾ

segmentated /**ˌਸੈਗਮੈਨ'ਟੇਇਟਿਡ**/ *a* ਟੁਕੜੇ ਕੀਤਾ, ਖੰਡਿਤ, ਵਿਭਿੰਨ, ਵਿਭਾਜਿਤ

segmentation /**ˌਸੈਗਮੈਨ'ਟੇਇਸ਼ਨ**/ *n* ਵਿਭਾਜਨ, ਵਿਛੇਦ

segregate /**'ਸੈਗਰਿਗੇਇਟ**/ *vt* ਅੱਡ ਕਰਨਾ, ਅਲੱਗ ਕਰਨਾ; ਕੱਟਣਾ; ਸੁਤੰਤਰ ਕਰਨਾ, ਸੰਬੰਧ ਮੁਕਤ ਕਰਨਾ; ਹਟਾਉਣਾ, ਸਮੂਹ ਨਾਲੋਂ ਵੱਖ ਕਰਨਾ

segregation /**ˌਸੈਗਰਿ'ਗੇਇਸ਼ਨ**/ *n* ਵਿਯੋਗ, ਅਲਹਿਦਗੀ; ਅੱਡਰਾਪਣ, ਵਿਤਕਰਾ, ਭੇਦ-ਭਾਵ

Seidlitz powder /**'ਸੈਡਲਿਟਸਪਾਉਡਅ***/ *n* ਇੱਕ ਤਰ੍ਹਾਂ ਦਾ ਦਸਤਾਵਰ ਚੂਰਨ; ਜੁਲਾਬ ਦੀ ਦਵਾਈ

seigneur, seignior /**'ਸੇਇਨਯਅ*, 'ਸੀਨਯਅ***/ *n* ਜਗੀਰਦਾਰ, ਭੂਮੀਦਾਰ; ਭੂ ਸੁਆਮੀ; ਸਾਮੰਤ; ਤਅੱਲਕਾਦਾਰ, ਰਈਸ

seine /**ਸੇਇਨ**/ *n* (ਮੱਛੀਆਂ ਫੜਨ ਵਾਲਾ) ਜਾਲ, ਵੱਡਾ ਜਾਲ *v* ਵੱਡੇ ਜਾਲ ਵਿੱਚ ਮੱਛੀਆਂ ਫੜਨਾ

seise /**ਸੀਜ਼**/ *vt* ਵੇਖੋ **seize,** ਕਨੂੰਨੀ ਕਬਜ਼ੇ ਵਿੱਚ ਰੱਖਣਾ

seisin /**'ਸੀਜ਼ਿਨ**/ *n* ਮਾਫ਼ੀ ਦੀ ਜ਼ਮੀਨ ਉੱਤੇ ਕਬਜ਼ਾ; ਇਸ ਤਰ੍ਹਾਂ ਦੇ ਕਬਜ਼ੇ ਵਿੱਚ ਲਈ ਗਈ ਜ਼ਮੀਨ

seismic /**'ਸਾਇਜ਼ਮਿਕ**/ *a* ਭੁਚਾਲ ਸੰਬੰਧੀ

seismograph /**'ਸਾਇਜ਼ਮਅਗਰਾਫ਼**/ *n* ਭੁਚਾਲ ਦੀ ਗਤੀ ਬਾਰੇ ਜਾਣਕਾਰੀ ਦੇਣ ਵਾਲਾ ਯੰਤਰ

seismology /**ਸਾਇਜ਼'ਮੌਲਅਜਿ**/ *n* ਭੂ ਚਲ ਵਿਗਿਆਨ

seize /**ਸੀਜ਼**/ *v* (ਕਨੂੰ) ਅਧਿਕਾਰ ਵਿੱਚ ਲੈਣਾ, ਕਾਬੂ ਕਰਨਾ, ਕਬਜ਼ਾ ਕਰਨਾ; (ਦਸਤਾਵੇਜ਼ਾਂ ਉੱਤੇ) ਕਨੂੰਨੀ ਅਧਿਕਾਰ ਪ੍ਰਾਪਤ ਕਰਨਾ, ਜ਼ਬਤ ਕਰਨਾ, ਕੁਰਕ ਕਰਨਾ; ਫੜਨਾ, ਝਪਟਣਾ, ਲਪਕਣਾ, ਹਥਿਆਉਣਾ; (ਕਿਸ਼ਤੀ ਨੂੰ) ਕੱਸ ਕੇ ਬੰਨ੍ਹਣਾ, ਕੱਸਣਾ, ਜਕੜਨਾ; (ਮਸ਼ੀਨ ਦਾ) ਘਸ ਕੇ ਜਾਂ ਤੱਤੀ ਹੋ ਕੇ ਰੁਕ ਜਾਣਾ, ਬੰਦ ਹੋਣਾ, ਜਾਮ ਹੋਣਾ

seizure /**'ਸੀਯ਼ਅ***/ *n* ਕਬਜ਼ਾ; ਧਾਰਨ; ਪਕੜ; ਮੂਰਛਾ ਰੋਗਾਂ ਦਾ ਅਚਾਨਕ ਹਮਲਾ, ਆਵੇਸ਼, ਬਿਮਾਰੀ ਦਾ ਦੌਰਾ

sejant /**'ਸੀਜਅਨਟ**/ *a* (ਕੁੱਲ ਚਿੰਨ੍ਹ) ਅਗਲੀਆਂ ਲੱਤਾਂ ਚੁੱਕ ਕੇ ਬੈਠਾ (ਜਾਨਵਰ)

seldom /**'ਸੈੱਲਡਅਮ**/ *adv* ਕਦਾਚਿਤ, ਵਿਰਲਾ ਹੀ; ਕਦੇ-ਕਦਾਈਂ, ਬਹੁਤ ਘੱਟ

select /**ਸਿ'ਲੈਕੱਟ**/ *vt* ਛਾਂਟਣਾ, ਪਸੰਦ ਕਰਨਾ; ਚੁਣਨਾ, ਮਨੋਨੀਤ ਕਰਨਾ *a* ਚੋਣਵਾਂ, ਉਮਦਾ; ਖ਼ਾਸ-ਖ਼ਾਸ, ਵਿਸ਼ੇਸ਼, ਉੱਤਮ, ਉਤਕ੍ਰਿਸ਼ਟ, ਮਨੋਨੀਤ; ਅਸਧਾਰਨ

selected /**ਸਿ'ਲੈੱਕਟਿਡ**/ *a* ਵਧੀਆ; ਚੁਣਿਆ, ਪਵਿੱਤਰ

selection /**ਸਿ'ਲੈਕਸ਼ਨ**/ *n* ਛਾਂਟ; ਪਸੰਦ; ਚੋਣ; ਮਨੋਨੀਤ

selective /**ਸਿ'ਲੈੱਕਟਿਵ਼**/ *a* ਚੁਣਨਯੋਗ, ਚੋਣਸ਼ੀਲ; ਵਰਨਾਤਮਿਕ

selenian /**ਸਿ'ਲੀਨਿਅਨ**/ *a* ਚੰਦ ਸੰਬੰਧੀ; ਚੰਦ ਦਾ, ਚੰਦ ਬਾਰੇ

selenography /**ˌਸੀਲਿ'ਨੌਗਰਅਫ਼ਿ**/ *n* ਚੰਦਰ ਵਿੱਦਿਆ; ਚੰਦ ਲੇਖ ਸ਼ਾਸਤਰ, ਚੰਦ ਸੰਬੰਧੀ ਗਿਆਨ

self /**ਸੈੱਲਫ਼**/ *n* ਆਪਾ, ਖ਼ੁਦੀ, ਅਹੰ, ਆਤਮ ਭਾਵ, ਨਿਜੀ ਹੋਂਦ, ਆਤਮ, ਆਪ, ਆਤਮਅਨੰਦ; ਸੁਆਰਥ, ਆਪਣਾ ਮਤਲਬ *a* ਇਕਰੂਪ; ਇੱਕ ਸਮਾਨ, ਇੱਕ ਰੰਗਾ

self-abandoned *a* ਵਿਲਾਸੀ, ਭੋਗੀ, ਵਿਸ਼ਈ

self-acquired *n* ਸਵੈਪ੍ਰਾਪਤ

self-assertion *a* ਆਪਣੇ ਹੱਕ ਦਾ ਦਾਅਵਾ, ਸਵੈਜਤਾਉਣ

self-centred /ˌਸੈੱਲਫ਼'ਸੈਂਟਅਡ/ *a* ਸੁਆਰਥੀ, ਸਵੈਕੇਂਦਰਿਤ, ਮਤਲਬੀ

self-confidence *n* ਆਤਮਵਿਸ਼ਵਾਸ, ਸਵੈਭਰੋਸਾ

self-confident *a* ਆਤਮਨਿਰਭਰ, ਆਤਮ-ਵਿਸ਼ਵਾਸੀ, ਸਵੈ ਭਰੋਸੇ ਵਾਲਾ

self-control /ˌ**ਸੈੱਲਫ਼ਕਅਨ'ਟਰਅਊਲ**/*n* ਸਵੈ-ਨਿਯੰਤਰਨ, ਆਪਣੇ ਆਪ ਉੱਤੇ ਕੀਤਾ ਵੱਸ, ਸਵੈ-ਕਾਬੂ, (ਦੁੱਖ ਜਾਂ ਘਬਰਾਹਟ ਸਮੇਂ) ਸ਼ਾਂਤ ਰਹਿਣ ਦੀ ਬਿਰਤੀ

self-criticism *n* ਸਵੈ-ਵਿਸ਼ਲੇਸ਼ਣ, ਸਵੈ-ਆਲੋਚਨਾ

self-defense /ˌ**ਸੈੱਲਫ਼ਡਿ'ਫ਼ੈਂਨਸ**/ *n* ਆਤਮ ਰੱਖਿਆ, ਨਿੱਜੀ ਬਚਾਅ

self-denial /ˌ**ਸੈੱਲਫ਼ਡਿ'ਨਾਇਅਲ**/ ਆਤਮਸੰਜਮ, ਆਤਮਤਿਆਗ

self-doubt *n* ਆਪਣੇ ਤੇ ਅਵਿਸ਼ਵਾਸ, ਆਪਣੇ ਆਪ ਤੇ ਕੀਤਾ ਸ਼ੱਕ

self-educated *a* ਬਿਨਾਂ ਕਿਸੇ ਅਧਿਆਪਕ ਤੋਂ ਸਿੱਖਿਆ ਪ੍ਰਾਪਤ (ਵਿਅਕਤੀ), ਸਵੈ-ਸਿਖਿਅਤ

self-evident /ˌ**ਸੈੱਲਫ਼'ਐੱਵਿਡ(ਅ)ਨਟ**/ *a* ਆਪਣੇ ਆਪ ਸਪਸ਼ਟ, ਸਾਫ, ਮੰਨਣਯੋਗ

self-image /ˌ**ਸੈੱਲਫ਼'ਇਮਿਜ**/*n* (ਆਪਣੇ ਗੁਣਾ ਔਗੁਣਾ ਦਾ) ਨਿੱਜੀ ਰੂਪ, ਨਿੱਜੀ ਪ੍ਰਤਿਬਿੰਬ

self-inflicted /ˌ**ਸੈੱਲਫ਼ਇਨ'ਫ਼ਲਿਕਟਿਡ**/ *a* ਆਪਣੇ ਸਰੀਰ ਨੂੰ ਆਪ ਦਿੱਤਾ ਹੋਇਆ (ਕਸ਼ਟ), ਸਵੈ-ਦੰਡਿਤ

selfish /'**ਸੈੱਲਫ਼ਿਸ਼**/ *a* ਸੁਆਰਥੀ, ਮਤਲਬੀ, ਖੁਦਗਰਜ਼; ਸੁਆਰਥਪੂਰਨ, ਸੁਆਰਥਮਈ

selfishness /'**ਸੈੱਲਫ਼ਿਸ਼ਨਅਸ**/*n* ਸੁਆਰਥ, ਸੁਆਰਥੀਪਣ, ਸੁਆਰਥ ਬੁੱਧੀ, ਮਤਲਬੀਪਣ, ਖ਼ੁਦਗਰਜ਼ੀ

selfless /'**ਸੈੱਲਫ਼ਲਅਸ**/ *a* ਸੁਆਰਥਹੀਣ, ਨਿਰਸੁਆਰਥ, ਬੇਗਰਜ਼, ਤਿਆਗੀ

self-made /ˌ**ਸੈੱਲਫ਼'ਮੇਇਡ**/ *a* ਨਿੱਜੀ ਮਿਹਨਤ ਨਾਲ ਬਣਿਆ (ਸਫਲ ਬੰਦਾ), ਸਖ਼ਤ ਕੰਮ ਕਰਕੇ ਉੱਨਤ ਹੋਇਆ (ਵਿਅਕਤੀ)

self-respect /ˌ**ਸੈੱਲਫ਼ਰਿ'ਸਪੈੱਕਟ**/ *n* ਸਵੈਮਾਨ, ਸਵੈ ਸਤਿਕਾਰ

self-righteous /ˌ**ਸੈੱਲਫ਼'ਰਾਇਚਅਸ**, ˌ**ਸੈੱਲਫ਼'ਰਾਇਟਯਅਸ**/*a* ਆਪਣੇ ਆਪ ਨੂੰ ਨਾਢੂ ਖਾਂ ਸਮਝਣ ਵਾਲਾ, ਆਪਣੇ ਆਪ ਨੂੰ ਸਰਬ-ਸ੍ਰੇਸ਼ਠ ਮੰਨਣ ਵਾਲਾ

self-sacrifice/ˌ**ਸੈੱਲਫ਼'ਸੈਕਰਿਫ਼ਾਇਸ**/*n* ਆਤਮ ਬਲੀਦਾਨ, ਨਿੱਜੀ ਤਿਆਗ, ਆਪਣੇ ਆਪ ਦੀ ਕੁਰਬਾਨੀ

self-seeking *a* ਮਤਲਬ ਪ੍ਰਸਤੀ, ਸੁਆਰਥੀ, ਖੁਦਗਰਜ਼

self-service/ˌ**ਸੈੱਲਫ਼'ਸਅ:ਵ੍ਰਿਸ**/ *a* ਆਪਣੇ ਆਪ ਕਰਨ ਵਾਲੇ ਕੰਮ ਦਾ ਭਾਵ, ਸਵੈ-ਸੇਵਾ

self-styled /ˌ**ਸੈੱਲਫ਼'ਸਟਾਇਲਡ**/*a* ਪਖੰਡੀ, ਆਪੂੰ ਬਣਿਆ, ਅਖੌਤੀ, ਸਵੈਕਥਿਤ

self-sufficiency/ˌ**ਸੈੱਲਫ਼ਸਅ'ਫ਼ਿਸ਼(ਅ)ਨਸਿ**/ *n* ਆਤਮਨਿਰਭਰਤਾ

selictar /**ਸੈ'ਲਿਕਟਾ***/ *n* ਤਲਵਾਰ ਲੈ ਕੇ ਚੱਲਣ ਵਾਲਾ ਵਿਅਕਤੀ, ਖੜਗਧਾਰੀ

sell /**ਸੈੱਲ**/ *n* ਧੋਖੇਬਾਜ਼ੀ, ਠੱਗੀ *v* ਵੇਚਣਾ, ਵਿਕਰੀ ਕਰਨਾ, ਫ਼ਰੋਖ਼ਤ ਕਰਨਾ; ਵਿਕਣਾ; ਦੁਕਾਨਦਾਰ ਹੋਣਾ; (ਧਨ ਦੇ ਲੋਭ ਨਾਲ ਜਾਂ ਕਿਸੇ ਇਨਾਮ ਲਈ) ਵਿਸ਼ਵਾਸਘਾਤ ਕਰਨਾ, (ਇੱਜ਼ਤ, ਇਮਾਨ) ਵੇਚਣਾ, ਗਾਹਕ ਪੈਣਾ ਜਾਂ ਲੱਗਣਾ; ਵਚਨ ਨੂੰ ਪੂਰਾ ਨਾ ਕਰਕੇ ਨਿਰਾਸ਼ ਕਰਨਾ; ਠੱਗਣਾ, ਝਾਂਸਾ ਦੇਣਾ; ਛਲਣਾ, ਲੁੱਟਣਾ

sell-by date *n* ਖਾਣ-ਪੀਣ ਵਾਲੀ ਵਸਤ ਦੇ ਪੈਕਟ ਤੇ ਅੰਕਿਤ ਵਿਕਰੀ ਦੀ ਅੰਤਿਮ ਮਿਤੀ

seller /'**ਸੈੱਲਅ***/ *n* ਵਿਕਰੇਤਾ, ਵੇਚਣ ਵਾਲਾ

sell-off *n* (ਕਿਸੇ ਸਰਕਾਰੀ ਉਦਯੋਗ ਜਾਂ ਧੰਦੇ ਨੂੰ) ਇੱਕ ਜਾਂ ਕੁਝ 'ਕੁ ਬੰਦਿਆਂ ਨੂੰ ਵਿਕਰੀ; ਸੱਟਾ

ਬਜ਼ਾਰ ਵਿੱਚ ਹਿੱਸਿਆਂ ਦੀ ਵੱਡੇ ਪੱਧਰ ਉੱਤੇ ਵੇਚ

sell-out /'ਸੈਲੱਆਉਟ/ *n* (ਕਿਸੇ ਨੁਮਾਇਸ਼ ਆਦਿ ਲਈ) ਸਮੂਹ ਟਿਕਟਾਂ ਦੀ ਵਿਕਰੀ

seltzer/'ਸੈਲੱਟਜ਼ਅ*/ *n* (ਜਰਮਨੀ ਦੇ Selters ਨਾਂ ਦੀ ਥਾਂ ਤੋਂ ਪ੍ਰਾਪਤ ਦਵਾਈ ਵਾਲਾ) ਖਣਿਜੀ ਪਾਣੀ; ਸੋਡਾ ਵਾਟਰ

selvage/'ਸੈਲੱਵਿਜ/ *n* ਪੱਲਾ, ਕਿਨਾਰਾ, ਕੋਰ

selvagee /'ਸੈਲੱਵਅਜੀ/ *n* ਸੂਤੀ ਧਾਗੇ ਦਾ ਲੱਛਾ

semantics/ਸਿ'ਮੈਨਟਿਕਸ/ *n* (ਭਾਸ਼ਾ) ਅਰਥ ਵਿਗਿਆਨ

semaphore /'ਸੈਮੱਅਫ਼ੋ*/ *n* ਸੂਚਨਾ ਯੰਤਰ; ਰੇਲਵੇ ਦਾ ਸਿਗਨਲ, ਸੰਕੇਤ ਯੰਤਰ ਜਿਸ ਵਿੱਚ ਰੇਲਵੇ ਵਾਲੇ ਲਾਲਟੈਣਾਂ ਰੱਖਦੇ ਹਨ; ਫ਼ੌਜੀ ਸਿਗਨਲ, ਵੱਖ-ਵੱਖ ਵਰਨ ਦਰਸਾਂਦਾ ਦੋ ਝੰਡੀਆਂ ਜਾਂ ਦੋ ਹੱਥਾਂ ਦਾ ਸੰਕੇਤ *vt* ਸਿਗਨਲ ਭੇਜਣਾ, ਸੰਕੇਤ ਕਰਨਾ, ਝੰਡੀ ਦੇਣਾ

semasiology /ਸਿ,ਮੇਇਸਿ'ਔਲਅਜਿ/ *n* ਅਰਥ ਵਿਗਿਆਨ

semblance/'ਸੈਮੱਬਲਅਨਸ/ *n* ਸਮਾਨਤਾ ਦੀ ਝਲਕ ਜਾਂ ਆਭਾਸ, ਬਾਹਰੀ ਰੂਪ

semble/'ਸੈਮੱਬਲ/ *vt* ਇਕੱਠਾ ਕਰਨਾ; ਪਤਾ ਹੋਣਾ, ਜਾਣਕਾਰੀ ਹੋਣਾ

semen /'ਸੀਮਅਨ/ *n* (ਨਰ ਜੀਵਾਂ ਦਾ) ਵੀਰਜ, ਬੀਜ, ਬਿੰਦ, ਮਣੀ, ਪਾਣੀ, ਧਾਤ

semester/ਸਿ'ਮੈਸੱਟਅ*/ *n* (ਯੂਨਿਵਰਸਿਟੀਆਂ ਦਾ) ਛਿਮਾਹੀ ਪਾਠਕ੍ਰਮ; ਛਿਮਾਹੀ

semi /'ਸੈਮਿ/ *pref* ਅਗੇਤਰ ਜਿਸ ਦੇ ਅਰਥ ਹਨ ਅੱਧ ਜਾਂ ਅਰਧ, ਨੀਮ; ਅਪੂਰਨ

semicolon/,ਸੈਮਿ'ਕਅਉਲਅਨ/ *n* ਅਰਧਵਿਰਾਮ

semiconductor /,ਸੈਮਿਕਅਨ'ਡਅੱਕਟਅ*/ *n* ਠੋਸ ਵਸਤੂ ਜਿਸ ਵਿੱਚੋਂ ਥੋੜੀ ਮਾਤਰਾ ਵਿੱਚ ਬਿਜਲੀ ਲੰਘ ਸਕੇ, ਉਹ ਤੱਤ ਜਾਂ ਪਦਾਰਥ ਜਿਨ੍ਹਾਂ ਦੀ ਚਾਲਕਤਾ ਸੁਚਾਲਕ ਅਤੇ ਕੁਚਾਲਕ ਤੱਤਾਂ ਦੇ ਵਿਚਕਾਰ ਹੁੰਦੀ ਹੈ (ਜਿਵੇਂ ਜਰਮੇਨੀਅਮ, ਸੀਲਾਕਾਨ ਆਦਿ)

semi-final /,ਸੈਮਿ'ਫ਼ਾਇਨ(ਅ)ਲ/ *n* ਸੈਮੀ ਫਾਈਨਲ, ਫਾਈਨਲ ਮੈਚ ਤੋਂ ਪਹਿਲਾ ਮੈਚ

seminal /'ਸੈਮਿਨਲ/ *a* ਜਣਨ ਸੰਬੰਧੀ, ਸੰਤਾਨ ਉਤਪਤੀ ਸੰਬੰਧੀ, ਵੀਰਜ ਬਾਰੇ, ਅੰਕੁਰੀ, ਬੀਜ ਰੂਪ; ਮੌਲਿਕ, ਮੁਢਲਾ

seminar /'ਸੈਮਿਨਾ*/ *n* ਗੋਸ਼ਟੀ, ਵਿਚਾਰ ਗੋਸ਼ਟੀ, ਸੈਮੀਨਾਰ

seminary /'ਸੈਮਿਨਅਰਿ/ *n* ਸਕੂਲ, ਪਾਠਸ਼ਾਲਾ, ਵਿਦਿਆਲਾ, ਸਿੱਖਿਆਲਾ; (ਰੋਮਨ ਕੈਥੋਲਿਕ ਪਾਦਰੀਆਂ ਨੂੰ) ਸਿੱਖਿਆ ਦੇਣ ਵਾਲਾ ਸਕੂਲ

seminate /'ਸੈਮਿਨੇਇਟ/ *vt* ਗਰਭ ਕਰਨਾ, ਬੀ ਪਾਉਣਾ

semiotics /,ਸੈਮਿ'ਔਟਿਕਸ/ *n* ਚਿੰਨ੍ਹ ਵਿਗਿਆਨ

semi-skilled /,ਸੈਮਿ'ਸਕਿਲਡ/ *a* ਅਪੂਰਨ ਸਿਖਿਅਤ, ਅਪੂਰਨ ਮਾਹਰ

Semitic /ਸਅ'ਮਿਟਿਕ/ *a* ਸਾਮੀ ਵੰਸ਼ੀ, ਸਾਮੀ, ਅਰਬੀ, ਯਹੂਦੀ *n* ਸਾਮੀ ਭਾਸ਼ਾ, ਸੈਮਿਟਿਕ ਭਾਸ਼ਾ

semivowel /'ਸੈਮਿਵ੍ਾਉਅਲ/ *n* (ਧੁਨੀ) ਅਰਧ ਸਵਰ

semolina/,ਸੈਮੱਅ'ਲੀਨਅ/ *n* ਸੂਜੀ

sempiternal/,ਸੈਮੱਪਿ'ਟਅ:ਨਲ/ *a* ਅਨੰਤ, ਅੰਤਹੀਣ, ਚਿਰਸਥਾਈ, ਨਿੱਤ

semplice /'ਸੈਮੱਪਲਿਚਿ/ *adv* ਸਾਦਗੀ ਨਾਲ, ਸਧਾਰਨ ਤੌਰ 'ਤੇ

sempstress /'ਸੈਮੱ(ਪ)ਸਟਰਿਸ/ *n* ਵੇਖੋ **seamstress**

senary /'ਸੀਨਅਰਿ/ *a* ਛੇ-ਛੇ ਕਰਕੇ, ਛੇ ਦੇ ਕ੍ਰਮ ਦੇ ਆਧਾਰ ਉੱਤੇ, ਖਟ ਸੰਖਿਅਕ

senate /'ਸੈਨੱਅਟ/ *n* (ਉਤਰੀ ਅਮਰੀਕਾ) ਉੱਚ ਸਦਨ; ਵਿਧਾਨ ਸਭਾ, ਵੱਡੀ ਸਭਾ; ਸੈਨੇਟ; ਵਿਸ਼ਵਵਿਦਿਆਲਾ ਦੀ ਪ੍ਰਬੰਧ ਸਮਿਤੀ; ਪ੍ਰਸ਼ਾਸਨ ਸਮਿਤੀ

senator /'ਸੈਨੱਅਟਅ*/ *n* ਸੈਨਿਟ ਦਾ ਮੈਂਬਰ, ਉੱਚ ਸਭਾ ਦਾ ਸਦੱਸ, ਪ੍ਰਸ਼ਾਸਨ ਸਮਿਤੀ ਦਾ ਮੈਂਬਰ

send /ਸੈਨੱਡ/ *v* ਘੱਲਣਾ, ਭੇਜਣਾ, ਪਹੁੰਚਾਉਣਾ,

ਵਿਦਾ ਕਰਨਾ, ਤੋਰਨਾ, ਰਵਾਨਾ ਕਰਨਾ; ਚਲਾਉਣਾ, ਭਜਾਉਣਾ, ਅੱਗੇ ਵਧਾਉਣਾ, ਧੱਕਣਾ, ਠੇਲ੍ਹਣਾ; ਹਿਲਾਉਣਾ; ਚਾਲੂ ਕਰਨਾ, ਦੰਡ ਦੇਣਾ, ਸਜ਼ਾ ਦੇਣਾ; ਪ੍ਰਦਾਨ ਕਰਨਾ; ਖ਼ਬਰ ਜਾਂ ਚਿੱਠੀ ਆਦਿ ਭੇਜਣਾ; ਦਿਵਾਨਾ ਬਣਾ ਦੇਣਾ, ਪਾਗਲ ਕਰ ਦੇਣਾ; ਸਨਕੀ ਬਣਾ ਦੇਣਾ; ਕੰਮ ਤੋਂ ਕੱਢ ਦੇਣਾ, ਨਾਂ ਖ਼ਾਰਿਜ ਕਰਨਾ *n* ਉਤਰਦੀ ਲਹਿਰ ਦਾ ਵੇਗ, ਧੱਕਾ, ਝੋਕਾ, ਵਹਾਅ, ਲਹਿਰ ਦੇ ਵੇਗ ਜਾਂ ਝੋਕੇ ਨਾਲ ਡੁੱਬਣਾ, ਗੋਤਾ ਖਾਣਾ

sendal/'**ਸੈੱਨਡਲ**/ *n* (ਪਰਾ) ਰੇਸ਼ਮੀ ਕੱਪੜਾ, ਪਟ

send-off /'**ਸੈ ੱਨਡਔਫ਼**/*n* ਵਿਦਾਇਗੀ

senescence/**ਸਿ'ਨੈੱਸਨਸ**/ *n* ਬੁਢਾਪਾ, ਬਿਰਧ ਅਵਸਥਾ, ਕਮਜ਼ੋਰੀ

senescent /**ਸਿ'ਨੈੱਸਨਟ**/ *a* ਬੁੱਢਾ, ਬਿਰਧ

seneschal /'**ਸੈੱਨਿਸ਼ਲ**/ *n* ਗਿਰਜੇ ਦਾ ਅਧਿਕਾਰੀ

senile /'**ਸੀਨਾਇਲ**/ *a* ਬਿਰਧ ਅਵਸਥਾ ਸੰਬੰਧੀ, ਬੁਢਾਪੇ ਸੰਬੰਧੀ; ਜਰਾਕਾਲੀਨ, ਜਰਾਗ੍ਰਸਤ

senility/**ਸਅ'ਨਿਲਅਟਿ**/ *n* ਬਿਰਧ ਅਵਸਥਾ; ਬੁਢਾਪਾ; ਕਮਜ਼ੋਰੀ

senior/'**ਸੀਨਿਅ***/ *n* ਜਠੇਰਾ, ਬਿਰਧਜਨ, ਗੁਰੂਜਨ, ਜੇਠਾ; ਸੇਵਾ ਜਾਂ ਮੈਂਬਰੀ ਦੇ ਸਮੇਂ ਦੇ ਹਿਸਾਬ ਨਾਲ ਉੱਚ ਪੁਰਸ਼, ਪ੍ਰਧਾਨ ਵਿਅਕਤੀ, ਉੱਚਕੋਟੀ ਦਾ ਮਨੁੱਖ *a* ਵੱਡਾ, ਪ੍ਰਧਾਨ, ਉੱਚ, ਸ੍ਰੇਸ਼ਠ, ਉੱਚ ਅਧਿਕਾਰੀ

senior citizen *n* ਬਿਰਧ ਨਾਗਰਿਕ, ਬਜ਼ੁਰਗ ਸ਼ਹਿਰੀ

seniority /,**ਸੀਨਿ'ਔਰਅਟਿ**/ *n* ਉੱਚਤਾ, ਵਡੱਪਣ, ਬਜ਼ੁਰਗੀ, ਪ੍ਰਥਮਤਾ, ਪ੍ਰਧਾਨਤਾ; ਸਿਆਣਾਪਣ, ਜੇਠਾਪਣ

senna /'**ਸੈੱਨਅ**/ *n* ਕਬਜ਼ ਦੂਰ ਕਰਨ ਵਾਲੀ ਇੱਕ ਬੂਟੀ, ਸਨਾ

sennet /'**ਸੈੱਨਿਟ**/ *n* (ਨਾਟਕ ਵਿੱਚ) ਬਿਗਲ ਦਾ ਸੰਕੇਤ

sennight /'**ਸੈੱਨਾਇਟ**/ *n* ਸੱਤ ਦਿਨ ਦਾ ਵਕਫ਼ਾ, ਸਾਤਾ, ਹਫ਼ਤਾ,

senor /**ਸੈੱ'ਨਯੋ***/ *n* (ਸਪੇਨੀ) ਸ੍ਰੀਮਾਨ, ਸ੍ਰੀਮਾਨ ਜੀ

senora /**ਸੈੱ'ਨਯੋਰਅ**/ *n* (ਸਪੇਨੀ) ਬੇਗਮ, ਸ੍ਰੀਮਤੀ

senorita /,**ਸੈੱਨਯਅ'ਰੀਟਅ**/ *n* ਸਪੇਨੀ ਲੜਕੀ, ਸਪੇਨੀ ਕੁਮਾਰੀ, ਮਿਸ

sensation /**ਸੈੱਨ'ਸੇਇਸ਼ਨ**/ *n* ਝਰਨਾਹਟ, ਲਹਿਰ; ਸੰਵੇਦਨਾ, ਉਦਵੇਗ, ਤੀਬਰ ਅਨੁਭਵ, ਮਨੋਭਾਵ ਦਾ ਪ੍ਰਗਟਾਅ; ਉਤੇਜਨਾ, ਤਹਿਲਕਾ, ਸਨਸਨੀ, ਜੋਸ਼, ਹਲਚਲ; ਚੇਤਨਤਾ, ਅੰਤਰ ਅਨੁਭਵ; ਸਮਝ, ਅਹਿਸਾਸ

sensational /**ਸੈ ੱਨ'ਸੇਇਸ਼ਅਨਲ**/*a* ਉਤੇਜਨਾ-ਪੂਰਨ, ਸੰਵੇਦਨਾਤਮਿਕ, ਸਨਸਨੀਖੇਜ਼, ਭੜਕਾਊ, ਚਮਤਕਾਰੀ

sensationalism /**ਸੈੱਨ'ਸੇਇਸ਼ਅਨਅਲਿਜ਼ਅਮ**/ *n* ਮਨੋਭਾਵ ਭੜਕਾ ਕੇ ਕੰਮ ਲੈਣ ਦੀ ਵਿਧੀ, ਸੰਵੇਦਨਵਾਦ, ਉਤੇਜਨਵਾਦ

sense /**ਸੈੱਨਸ**/ *n* ਵਿਵੇਕ, ਬੁੱਧੀ, ਸਹਿਜ ਬੁੱਧੀ, ਹੋਸ਼; ਗਿਆਨ ਇੰਦਰੀ, ਬੋਧ ਇੰਦਰੀ, ਚੇਤਨਤਾ, ਬੋਧ; ਸੰਵੇਦਨਾ; ਸਧਾਰਨ ਗਿਆਨ, ਸਮਝਦਾਰੀ; ਭਾਵਨਾ, ਵਿਚਾਰ, ਭਾਵੁਕਤਾ; ਤਾਤਪਰਜ, ਆਸ਼ਾ, ਅਰਥ; ਭਾਵ, ਉਦੇਸ਼, ਮਨਸ਼ਾ, ਮਤਲਬ; ਤੱਤ, ਸਾਰਾਂਸ਼ *vt* ਅਨੁਭਵ ਕਰਨਾ, ਸਮਝਣਾ, ਮਾਲੂਮ ਕਰਨਾ, ਲੱਗਣਾ; ਠੀਕ ਅਰਥ ਲਾਉਣਾ

senseless /'**ਸੈੱਨਸਲਅਸ**/ *a* ਚੇਤਨਾਹੀਣ; ਅਚੇਤਨ, ਨਿਰਬੋਧ, ਸੁੰਨ, ਬੇਹੋਸ਼; ਬੁੱਧੀਹੀਣ, ਮੂੜ੍ਹ, ਮੂਰਖ, ਨਾਸਮਝ, ਨਾਦਾਨ, ਬੇਵਕੂਫ਼; ਨਿਰਾਰਥਕ, ਅਸੰਗਤ, ਬੇਮਤਲਬ

sensibility /,**ਸੈ ੱਨਸਅ'ਬਿਲਅਟਿ**/ *n* ਸੰਵੇਦਨਸ਼ੀਲਤਾ, ਸਚੇਤਤਾ, ਬੁੱਧੀਮਾਨਤਾ, ਵਿਵੇਕ, ਭਾਵਕਤਾ

sensible/'**ਸੈੱਨਸਅਬਲ**/ *a* ਸੰਵੇਦਨਸ਼ੀਲ, ਸਚੇਤ ਸ਼ਲਾਘਾਯੋਗ, ਵਿਹਾਰਕ; ਬੁੱਧੀਮਾਨ, ਗਿਆਨਵਾਨ, ਵਿਵੇਕੀ, ਸਮਝਦਾਰ

sensitive /'**ਸੈੱਨਸਅਟਿਵ਼**/ *n* ਪ੍ਰਭਾਵ ਨੂੰ ਗ੍ਰਹਿਣ ਕਰਨ ਵਾਲਾ ਵਿਅਕਤੀ *a* ਸੰਵੇਦੀ, ਸੰਵੇਦਨਸ਼ੀਲ, ਸਚੇਤ, ਚੇਤਨਾਸ਼ੀਲ, ਸੁਗਰਾਹੀ, ਸੂਖ਼ਮਗਰਾਹੀ,

ਅਨੁਭੂਤੀਸ਼ੀਲ; ਭਾਵਕ, ਨਾਜ਼ਕ ਮਿਜ਼ਾਜ, ਛੂਈਮੂਈ

sensitiveness /'ਸੈਨੱਸਅਟਿਵ਼ਨਅਸ/ *n* ਸੰਵੇਦਨਸ਼ੀਲਤਾ, ਭਾਵਕਤਾ, ਨਾਜ਼ਕ ਮਿਜ਼ਾਜੀ

sensitize /'ਸੈਨੱਸਿਟਾਇਜ਼/ *vt* (ਫ਼ੋਟੋਗ੍ਰਾਫੀ ਵਿੱਚ ਫ਼ੋਟੋ ਪੇਪਰ ਨੂੰ) ਸੁਗਰਾਹੀ ਬਣਾਉਣਾ

sensor /'ਸੈਨੱਸਅ*/ *n* (ਕਿਸੇ ਮਸ਼ੀਨ ਦੇ ਪ੍ਰੈਸ਼ਰ ਜਾਂ ਬਿਜਲੀ ਸਪਲਾਈ ਆਦਿ ਨੂੰ) ਕੰਟਰੋਲ ਕਰਨ ਵਾਲਾ ਪੁਰਜ਼ਾ

sensory /'ਸੈਨੱਸਅਰਿ/ *a* ਸੰਵੇਦਕ, ਸੰਵਿਦਨਾਤਮਿਕ, ਅਨੁਭੂਤੀ ਸੰਬੰਧੀ

sensual /'ਸੈਨੱਸ਼ੁਅਲ/ *a* ਪ੍ਰਤੱਖਵਾਦੀ, ਸੰਵੇਦਨਾਵਾਦੀ; ਵਿਲਾਸਮਈ, ਕਾਮਕ; ਵਾਸਨਾਤਮਿਕ; ਇੰਦਰੀਆਂ ਸੰਬੰਧੀ

sensuous /'ਸੈਨੱਸ਼ੁਅਸ/ *a* ਇੰਦਰੀਆਂ ਸੰਬੰਧੀ, ਇੰਦਰੀ ਭੋਗ ਸੰਬੰਧੀ, ਇੰਦਰੀਗਤ

sent /'ਸੈਨੱਟ/ *v* **send** ਦਾ ਭੂਤ-ਕ੍ਰਿਦੰਤ

sentence /'ਸੈਨੱਟਅਨਸ/ *n* ਵਾਕ; ਸੂਤਰ, (ਪਰਾ) ਕਹਾਵਤ; ਨਿਰਨਾ, ਅੰਤਿਮ ਨਿਰਨਾ, ਜਿਊਰੀ ਦਾ ਫ਼ੈਸਲਾ; ਸਜ਼ਾ, ਸਜ਼ਾ ਦਾ ਹੁਕਮ *vt* ਫ਼ੈਸਲਾ ਦੱਸਣਾ, ਨਿਰਨਾ ਦੇਣਾ, ਹੁਕਮ ਸੁਣਾਉਣਾ

sententious /ਸੈਨੱ'ਟੈਨੱਸ਼ਅਸ/ *a* ਸੂਤਰਮਈ, ਸੂਕਤੀਮਈ; ਨੀਤੀ ਕਥਾ ਪੂਰਨ, ਸੰਖੇਪ ਅਤੇ ਭਾਵਪੂਰਤ ਸ਼ੈਲੀ ਵਾਲਾ; ਸਾਰਗਰਭਤ, ਅਰਥਗਰਭਤ, ਅਰਥਪੂਰਨ, ਸੂਤਰਬੱਧ; ਸ਼ਬਦ ਅਡੰਬਰਪੂਰਨ; ਮਿਥਿਆਵਾਦੀ, ਮਿਥਿਆ ਧਰਮ ਉਪਦੇਸ਼ਕ, ਅਡੰਬਰੀ, ਪਖੰਡੀ

sentient /'ਸੈਨੱਟਿਅਨਟ, 'ਸੈਨੱਸ਼ਨਟ/ *a* ਸੰਵੇਦਨਸ਼ੀਲ, ਸੰਵੇਦਨਾਯੁਕਤ, ਚੇਤਨ, ਸਚੇਤ, ਸਜੀਵ

sentiment /'ਸੈਨੱਟਿਮਅਨਟ/ *n* ਭਾਵਨਾ, ਮਨੋਭਾਵ, ਭਾਵਾਤਮਿਕ ਵਿਚਾਰ, ਜਜ਼ਬਾ; (ਕਲਾ ਅਤੇ ਸਾਹਿਤ) ਸੰਵੇਦਨਾ; ਆਸ਼ਾ, ਅਰਥ; ਭਾਵਕਤਾ

sentimental /ˌਸੈਨੱਟਿ'ਮੈਨੱਟਲ/ *a* ਭਾਵਕ, ਜਜ਼ਬਾਤੀ

sentinel/'ਸੈਨੱਟਿਨਲ / *n* ਸੰਤਰੀ, ਪਾਹਰੂ, ਰੱਖਿਅਕ, ਪਹਿਰੇਦਾਰ *vt* ਪਹਿਰਾ ਦੇਣਾ, ਰੱਖਿਆ ਕਰਨਾ

sentry/'ਸੈਨੱਟਰਿ / *n* ਵੇਖੋ **sentinel**

sepal /'ਸੈਪੱਲ/ *n* ਫੁੱਲ ਕੋਸ਼ ਦੀ ਪੱਤੀ, ਬਾਹਰਲਾ ਦਲ

separable/'ਸੈਪੱਅਰਅਬਲ/ *a* ਨਿੱਖੜਵਾਂ, ਅੱਡ ਹੋਣ ਯੋਗ, ਅਲੱਗ ਕਰਨ ਯੋਗ

separate/'ਸੈਪੱਰਅਟ/ *a* ਭਿੰਨ, ਅੱਡ, ਵੱਖ; ਹੋਰ, ਦੂਜਾ; ਸੁਤੰਤਰ, ਨਿੱਜੀ, ਆਪਣਾ /'ਸੈਪੱਅਰੇਇਟ/ *v* ਵਖਰਾਉਣਾ, ਅੱਡ ਕਰਨਾ, ਭੇਦ ਕਰਨਾ, ਅਲੱਗ ਕਰਨਾ, ਤੋੜਨਾ, ਜੁਦਾ ਕਰਨਾ; ਵਿਛੜਨਾ, ਹਟਣਾ; (ਮੱਖਣ) ਕੱਢਣਾ, (ਕੱਚੀ ਧਾਤ) ਚੁਣਨਾ; ਅੱਡ-ਅੱਡ ਰਾਹ ਇਖ਼ਤਿਆਰ ਕਰਨਾ, ਖਿੱਲਰਨਾ

separation /ˌਸੈਪੱਅ'ਰੇਇਸ਼ਨ/ *n* ਅਲਹਿਦਗੀ; ਵਿਯੋਗ, ਬਿਰਹਾ, ਵਿਭੇਦ

sepia /'ਸੀਪਿਅ/ *n* ਮੱਛੀ ਦਾ ਕਾਲਾ ਅਤੇ ਭੂਰਾ ਰੰਗ; ਚਿੱਤਰਕਾਰ ਦਾ ਵਰਤਣ ਵਾਲਾ ਭੂਰਾ ਰੰਗ

sepiment /'ਸੈੱਪਿਮਅਨਟ/ *n* ਘੇਰਾ, ਝਾੜੀਆਂ ਦੀ ਆੜ

sepoy /'ਸੀਪੌਇ/ *n* ਸੈਨਿਕ, ਸਿਪਾਹੀ

sepsis /'ਸੈਪੱਸਿਸ/ *n* (ਚਿਕਿ) ਜ਼ਖ਼ਮ ਖਰਾਬ ਹੋ ਜਾਣ ਆਦਿ ਦੇ ਕਾਰਨ ਤੰਤੂਆਂ ਦਾ ਗਲਨ ਸੜਨ

sept /ਸੈਪੱਟ/ *n* ਖ਼ਾਨਦਾਨ, ਕਬੀਲਾ, ਵੰਸ਼, ਪਰਿਵਾਰ, ਘਰਾਣਾ, ਉਪਜਾਤੀ

September /ਸੈਪੱ'ਟੈਮੱਬਅ*/ *n* ਈਸਵੀ ਸੰਨ ਦਾ ਨੌਵਾਂ ਮਹੀਨਾ, ਸਤੰਬਰ

septemvir /ਸੈਪੱ'ਟੈਮੱਵਿ*/ *n* ਸੱਤ ਵਿਅਕਤੀਆਂ ਦੀ ਸਰਕਾਰ, ਸਪਤ ਸ਼ਾਸਨ

septenary /ਸੈਪੱ'ਟੀਨਅਰਿ/ *n* ਸਾਤਾ, ਸਪਤਾਹ, ਸਪਤ ਸਮੂਹ, ਸਪਤ ਮੰਡਲ *a* ਸੱਤ ਦੀ ਗਿਣਤੀ ਵਾਲਾ, ਸੱਤ ਉੱਤੇ ਆਧਾਰਿਤ

septic /'ਸੈਪੱਟਿਕ/ *n* ਗਾਲਣ ਜਾਂ ਸਾੜਨ ਵਾਲਾ, ਪੀਕ ਵਾਲਾ

septicaemia /ˌਸੈਪੱਟਿ'ਸੀਮਿਅ/ *n* ਰਕਤ ਦੋਸ਼,

ਖ਼ੂਨ ਵਿੱਚ ਪੀਕ ਹੋਣਾ, ਜ਼ਹਿਰਬਾਦ

septuagenarian /ˌਸੈਪੱਟਯੁਅਜਆ'ਨੇਅਰਿਅਨ/ *a* (ਮਨੁੱਖ) 70 ਤੇ 79 ਵਰ੍ਹਿਆਂ ਦੇ ਵਿੱਚ ਦੀ ਉਮਰ ਦਾ

sepulchre /'ਸੈਪੱਲਕਅ*/ *n* ਮਕਬਰਾ, ਸਮਾਧ *vt* ਦਫ਼ਨਾਉਣਾ

sequacious /ਸਿ'ਕਵੇਇਸ਼ਅਸ/ *a* ਪਿਛਲੱਗ, ਜੀ-ਹਜ਼ੂਰੀਆ; ਸੰਗਤ, ਇਕਸਾਰ

sequel /'ਸੀਕਵਅਲ/ *n* ਉੱਤਰ ਫਲ, ਪਰਿਣਾਮ, ਸਿੱਟਾ; ਮਗਰੋਂ ਦਾ ਪ੍ਰਭਾਵ; ਪਿਛਲਾ ਭਾਗ, ਬਾਕੀ ਬਚਿਆ ਹਿੱਸਾ

sequence /'ਸੀਕਵਅਨਸ/ *n* ਕੜੀ, ਸਿਲਸਿਲਾ; ਤਰਤੀਬ; ਸਿਨਮੇ ਦੀ ਕਹਾਣੀ ਦੀ ਘਟਨਾ; (ਸੰਗੀ) ਸਮਾਨ ਸੁਰੀਲੇ ਪਦ ਸਮੂਹਾਂ ਦਾ ਕ੍ਰਮ

sequester /ਸਿ'ਕਵੈੱਸਟਅ*/ *vt* ਅਲੱਗ ਕਰਨਾ, ਅੱਡ ਰੱਖਣਾ; ਸੰਸਾਰ ਨਾਲੋਂ ਹਟਾ ਲੈਣਾ, ਸਮਾਜ ਨਾਲੋਂ ਤੋੜ ਲੈਣਾ; ਅਸਥਾਈ ਰੂਪ ਨਾਲ ਕਬਜ਼ਾ ਕਰਨਾ; ਪਤੀ ਦੀ ਜਾਇਦਾਦ ਛੱਡਣਾ; ਅਧਿਕਾਰ ਕਰਨਾ, ਕਬਜ਼ਾ ਕਰਨਾ, ਹੜੱਪ ਲੈਣਾ, ਜ਼ਬਤ ਕਰਨਾ

sequestrum/ਸਿ'ਕਵੈੱਸਟਰਅਮ/ *n* (ਸਰੀਰ ਦੀ ਹੱਡੀ ਦਾ) ਨਿਰਜੀਵ ਟੁਕੜਾ

sequin /'ਸੀਕਵਿਨ/ *n* (ਕੱਪੜੇ ਨੂੰ ਲਾਉਣ ਵਾਲਾ) ਸਿਤਾਰਾ; ਵੀਨਸ ਦਾ ਸੋਨੇ ਦਾ ਸਿੱਕਾ; ਛੋਟੀ ਅਸ਼ਰਫੀ

serac /'ਸੈੱਰੈਕ/ *n* ਬਰਫ਼ਾਨੀ, ਟਿੱਲਾ

seraglio /ਸੈੱ'ਰਾਲਿਅਓ/ *n* ਹਰਮ

serape /ਸੈੱ'ਰਾਪਿ/ *n* ਸ਼ਾਲ, ਦੁਸ਼ਾਲਾ, ਓੜਨਾ

seraph /'ਸੈਰੱਅਫ਼/ *n* ਦੇਵਦੂਤ, ਫਰਿਸ਼ਤਾ, ਨੌਂ ਦੂਤਾਂ ਵਿੱਚੋਂ ਸਰਬ-ਉੱਚ ਦੇਵਦੂਤ, ਨੂਰੀ ਹਸਤੀ

sere /ਸਿਅ*/ *n* ਬੰਦੂਕ ਦੇ ਘੋੜੇ ਦੀ ਨੋਕ *a* ਖੁਸ਼ਕ ਰੁੱਤ

serenade /ˌਸੈਰੱਆ'ਨੇਇਡ/ *n* ਤਰਕਾਲਾਂ ਦੀ ਪ੍ਰੀਤ ਤਾਨ, ਬਿਰਹਾ ਗੀਤ, ਵੇਦਨਾ ਗੀਤ ਗਾਉਣਾ, ਤਾਨ ਅਲਾਪਣਾ

serene /ਸਅ'ਰੀਨ/ *a* (ਅਕਾਸ਼, ਹਵਾ ਆਦਿ) ਸਵੱਛ, ਨਿਰਮਲ, ਸਾਫ਼, ਉੱਜਲ; (ਸਾਗਰ ਬਾਰੇ) ਸ਼ਾਂਤ *n* ਸਥਿਰ; ਅਕਾਸ਼ ਅਤੇ ਸਾਗਰ ਆਦਿ ਦਾ ਸ਼ਾਂਤ ਫੈਲਾਅ *vt* ਸ਼ਾਂਤ ਕਰਨਾ, ਸਵੱਛ ਬਣਾਉਣਾ

serf /ਸਅ:ਫ਼/ *n* ਪੀੜਿਤ ਵਿਅਕਤੀ; ਗੁਲਾਮ, ਵਗਾਰੀ, ਕਾਮਾ

serfdom /'ਸਅ:ਫ਼ਡਅਮ/ *n* ਦਾਸ ਪ੍ਰਥਾ, ਦਾਸਤਾ

serge /ਸਅ:ਜ/ *n* ਸਰਜ ਦਾ ਕੱਪੜਾ

sergeant /'ਸਾਜਅਨਟ/ *n* (ਸੈਨਾ) ਸਾਰਜੈਂਟ, ਛੋਟਾ ਫ਼ੌਜੀ ਅਫਸਰ, ਹੌਲਦਾਰ

serial /'ਸਿਅਰਿਅਲ/ *n* ਪ੍ਰਕਾਸ਼ਨ ਲੜੀ; ਧਾਰਾਵਾਹਿਕ ਕਹਾਣੀ *a* ਲੜੀਵਾਰ, ਧਾਰਾਵਾਹਿਕ, ਸਿਲਸਿਲੇਵਾਰ

serial killer *n* ਲੋਕਾਂ ਨੂੰ ਲਗਾਤਾਰ ਮਾਰਦੇ ਰਹਿਣ ਵਾਲਾ ਵਿਅਕਤੀ, ਅਕਸਰ ਕਤਲ ਕਰਦੇ ਰਹਿਣ ਵਾਲਾ ਵਿਅਕਤੀ

serially /'ਸਿਅਰਿਅਲਿ/ *adv* ਕ੍ਰਮ ਅਨੁਸਾਰ, ਕ੍ਰਮਪੂਰਵਕ, ਸਿਲਸਿਲੇਵਾਰ

serial number *n* ਲੜੀ ਨੰਬਰ

serial port *n* (ਕੰਪਿ) ਕੰਪਿਊਟਰੀ ਯੰਤਰਾਂ ਨੂੰ ਜੋੜਨ ਲਈ ਬਣੇ ਸਥਾਨ ਦੀ ਇੱਕ ਕਿਸਮ

seriatim /ˌਸਿਅਰਿ'ਏਇਟਅਮ/ *adv* ਸਿਲਸਿਲੇਵਾਰ, ਲੜੀ ਅਨੁਸਾਰ

sericulture /'ਸੈੱਰਿਕਅੱਲਚਅ*/ *n* ਰੇਸ਼ਮ ਉਤਪਾਦਨ, ਰੇਸ਼ਮ ਦੇ ਕੀੜਿਆਂ ਦਾ ਪਾਲਣ

series /'ਸਿਅਰੀਜ਼/ *n* ਲੜੀ, ਕੜੀ, ਮਾਲਾ, ਸਿਲਸਿਲਾ, (ਗਣਿ) ਸ਼੍ਰੇਣੀ, ਅੰਕ ਮਾਲ, ਅੰਕਾਵਲੀ, ਲੇਖਮਾਲਾ, ਪੁਸਤਕਮਾਲਾ

serif /'ਸੈੱਰਿਫ਼/ *n* (ਟਾਈਪ) ਅੱਖਰ ਦੇ ਉੱਪਰਲੇ ਜਾਂ ਹੇਠਲੇ ਹਿੱਸੇ ਉੱਤੇ ਪਾਈ ਨਿੱਕੀ ਜਿਹੀ ਲਕੀਰ

serio-comic /ˌਸਿਅਰਿਅਓ'ਕੌਮਿਕ/ *a* ਗੰਭੀਰਤਾ ਅਤੇ ਹਾਸੇ ਭਰਿਆ, ਦੁਖਾਂਤ ਅਤੇ ਸੁਖਾਂਤ ਵਾਲਾ

serious /'ਸਿਅਰਿਅਸ/ *a* ਗੰਭੀਰ, ਧੀਰ, ਸੰਜੀਦਾ, ਚਿੰਤਨਸ਼ੀਲ, ਵਿਚਾਰਸ਼ੀਲ, ਧਿਆਨ

ਮਗਨ; (ਸੁਭਾਅ) ਜ਼ੁੰਮੇਵਾਰ, ਉੱਤਰਦਾਈ; ਚਿੰਤਾਜਨਕ; ਯਥਾਰਥ, ਵਾਸਤਵਿਕ, ਸੱਚਾ; ਧਾਰਮਿਕ

seriously /'ਸਿਅਰਿਅਸਲਿ/ *adv* ਗੰਭੀਰਤਾ ਨਾਲ, ਧਿਆਨ ਨਾਲ, ਗਹੁ ਨਾਲ, ਤਨੋਂ ਮਨੋਂ

seriousness/'ਸਿਅਰਿਅਸਨਅਸ/*n* ਗੰਭੀਰਤਾ, ਸੰਜੀਦਗੀ, ਵਿਚਾਰਸ਼ੀਲਤਾ, ਉਤਸੁਕਤਾ

sermon /'ਸਅ:ਮਅਨ/ *n* ਪ੍ਰਵਚਨ, ਉਪਦੇਸ਼, ਧਰਮ ਉਪਦੇਸ਼, ਧਰਮ ਵਿਖਿਆਨ; ਨਸੀਹਤ; ਲੈਕਚਰ *v* ਉਪਦੇਸ਼ ਦੇਣਾ, ਵਿਖਿਆਨ ਦੇਣਾ, ਸਿੱਖਿਆ ਦੇਣਾ

sermonize /'ਸਅ:ਮਅਨਾਇਜ਼/ *v* ਉਪਦੇਸ਼ ਦੇਣਾ, ਸਿੱਖਿਆ ਦੇਣਾ, ਪ੍ਰਵਚਨ ਕਰਨਾ, ਨਸੀਹਤ ਦੇਣਾ

seroon /ਸਿ'ਰੂਨ/ *n* (ਸੁੱਕੇ ਫਲਾਂ ਆਦਿ ਦਾ) ਗੱਠਾ, ਬੰਡਲ

serous /'ਸਿਅਰਅਸ/ *a* ਸੀਰਮ ਵਰਗਾ, ਤਰਲ, ਪਾਣੀ ਵਰਗਾ, ਪਤਲਾ

serpent /'ਸਅ:ਪਅਨਟ/ *n* ਸੱਪ, ਨਾਗ, ਭੁਜੰਗ; ਵਿਸ਼ਵਾਸਘਾਤੀ ਆਦਮੀ, ਧੋਖੇਬਾਜ਼ ਆਦਮੀ; ਇੱਕ ਤਰ੍ਹਾਂ ਦੀ ਪ੍ਰਾਚੀਨ ਬੰਸਰੀ, ਵੰਝਲੀ

serpentine /'ਸਅ:ਪਅਨਟਾਇਨ/ *n* (ਸਕੇਟਿੰਗ) ਲਕੀਰਾਂ ਜਿਹੜੀਆਂ ਸਕੇਟਿੰਗ ਨਾਲ ਬਣ ਜਾਂਦੀਆਂ ਹਨ; ਇੱਕ ਕਿਸਮ ਦਾ ਚੁੰਬਕ ਪੱਥਰ; ਸੱਪ ਦੀਆਂ ਧਾਰੀਆਂ ਵਰਗੀਆਂ ਗੂੜ੍ਹੇ ਹਰੇ ਰੰਗ ਦੀਆਂ ਮੁਲਾਇਮ ਚਟਾਨਾਂ *vt* ਚਲਾਕੀ ਨਾਲ ਚੱਲਣਾ; ਸੱਪ ਵਾਂਗ ਵੱਲ ਖਾਂਦੇ ਹੋਏ ਚੱਲਣਾ *a* ਸੱਪ ਵਰਗਾ, ਕੁਟਲ, ਚਲਾਕ, ਕੁੰਡਲੀ ਮਾਰੀ ਹੋਈ, ਧੋਖੇਬਾਜ਼, ਵਿਸ਼ਵਾਸਘਾਤੀ

serpentry /'ਸਅ:ਪਅਨਟਰਿ/ *n* ਭੁਜੰਗ, ਨਾਗ, ਸੱਪ

serpigo /ਸਅ:'ਪਾਇਗਅਉ/ *n* ਦੱਦ, ਧੱਦਰੀ

serrate /'ਸੈੱਰੇਇਟ/ *a* ਆਰੀ ਵਰਗਾ, ਦੰਦੇਦਾਰ, ਦੰਦਲ; ਦੰਦੇ ਕੱਢਣਾ, ਦੰਦੇ ਤਿੱਖੇ ਕਰਨਾ

serrefile /'ਸੈੱਰਅਫ਼ਾਇਲ/ *n* ਜਮਾਂਦਾਰ, ਸੂਬੇਦਾਰ

serried /'ਸੈੱਰਿਡ/ *a* (ਰੁੱਖਾਂ ਅਤੇ ਫ਼ੌਜੀਆਂ ਦੀਆਂ ਲੰਮੀਆਂ ਕਤਾਰਾਂ ਬਾਰੇ) ਬਿਨਾਂ ਵਿੱਥ ਤੋਂ, ਕੋਲ-ਕੋਲ, ਨੇੜੇ-ਨੇੜੇ, ਨਾਲ-ਨਾਲ ਜੁੜੇ, ਮੋਢੇ ਨਾਲ ਮੋਢਾ ਲਾਈ ਖਲੋਤੇ

serum /'ਸਿਅਰਅਮ/ *n* ਲਹੂ ਦਾ ਰਸ, ਸੀਰਮ; ਜੀਵ ਦ੍ਰਵ

servant /'ਸਅ:ਵ਼ਅਨਟ/ *n* ਕਰਮਚਾਰੀ, ਨੌਕਰ, ਮੁਲਾਜ਼ਮ, ਸੇਵਕ, ਚਾਕਰ, ਦਾਸ, ਟਹਿਲੂਆ, ਖਿਦਮਤਗਾਰ; ਭਗਤ, ਅਨੁਯਾਈ

servantary /'ਸਅ:ਵ਼ਅਨਟਰਿ/ *n* (ਵਰਗ ਦੇ ਰੂਪ ਵਿੱਚ) ਨੌਕਰ ਚਾਕਰ, ਸੇਵਕ

serve /ਸਅ:ਵ਼/ *n* (ਟੈਨਿਸ ਜਾਂ ਵਾਲੀਬਾਲ ਦੀ ਖੇਡ ਵਿੱਚ) ਪਹਿਲੀ ਵਾਰ ਗੇਂਦ ਸੁੱਟਣ ਦਾ ਭਾਵ, ਵਾਰੀ *v* ਸੇਵਾ ਕਰਨਾ; ਨੌਕਰੀ ਕਰਨਾ, ਕੰਮ ਕਰਨਾ, ਟਹਿਲ ਕਰਨਾ, ਖਿਦਮਤ ਕਰਨਾ; ਲਾਭਦਾਇਕ ਹੋਣਾ, ਉਪਯੋਗੀ ਹੋਣਾ, ਕੰਮ ਆਉਣਾ, ਮਤਲਬ ਪੂਰਾ ਕਰਨਾ, ਸੰਤੁਸ਼ਟ ਕਰਨਾ; ਖ਼ਾਸ ਕੰਮ ਕਰਨਾ; ਵਿਹਾਰ ਜਾਂ ਵਰਤਾ ਕਰਨਾ, ਪੇਸ਼ ਆਉਣਾ; ਵਿਅਕਤੀ ਦਾ ਹਿਸਾਬ ਚੁਕਾਉਣਾ, ਭੋਜਨ ਪਰੋਸਣਾ, ਖਾਣਾ ਲਾਉਣਾ ਜਾਂ ਸਜਾਉਣਾ; ਵੰਡਣਾ, ਦੇਣਾ, ਪਹੁੰਚਾਉਣਾ, (ਸੰਮਨ ਆਦਿ) ਦੇਣਾ, ਭੇਜਣਾ, ਤਾਮੀਲ ਕਰਵਾਉਣਾ; ਗੇਂਦ ਸੁੱਟਣਾ, ਸਰਵਿਸ ਕਰਨਾ

server /'ਸਅ:ਵ਼ਅ*/ *n* (ਕੰਪਿ) ਕਈ ਵਰਤੋਂਕਾਰਾਂ ਦਾ ਇੱਕੋ ਵੇਲੇ ਕਾਰਜ ਸਾਧਨ ਲਈ ਵੱਡਾ ਕੰਪਿਊਟਰ ਜਾਂ ਪ੍ਰੋਗਰਾਮ

servery /'ਸਅ:ਵ਼ਅਰਿ/ *n* ਖਾਣ ਵਾਲੇ ਕਮਰੇ ਨਾਲ ਇੱਕ ਹੋਰ ਕਮਰਾ ਜਿਸ ਵਿੱਚ ਭੋਜਨ ਸ਼ਰਾਬ ਅਤੇ ਭਾਂਡੇ ਆਦਿ ਰੱਖੇ ਜਾਂਦੇ ਹਨ

service /'ਸਅ:ਵਿਸ/ *n* ਸੇਵਾ, ਉਪਕਾਰ, ਕੰਮ, ਖ਼ਾਤਰਦਾਰੀ, ਖ਼ਾਤਰ, ਟਹਿਲ, ਖ਼ਿਦਮਤ, ਨੌਕਰੀ, ਚਾਕਰੀ, ਮੁਲਾਜ਼ਮਤ; ਪਰਉਪਕਾਰ, ਸੇਵਾ ਭਾਵ, ਪ੍ਰਯੋਗ, ਲਾਭ, ਸਹਾਇਤਾ, ਕਾਜ; ਪੂਜਾ ਪਾਠ; ਲਿਖਤੀ ਸੰਮਨ ਦੇਣ ਦੀ ਕਿਰਿਆ, ਤਾਮੀਲ

ਅਮਲਾ; ਵਿਵਸਥਾ, ਪ੍ਰਬੰਧ (ਰੇਲ, ਮੋਟਰ, ਜਹਾਜ਼, ਦੀ ਸਵਾਰੀ ਦਾ); ਗੇਂਦ ਸੁੱਟਣ ਦੀ ਕਿਰਿਆ, ਸਰਵਿਸ *vt* ਮੋਟਰ ਜਾਂ ਹੋਰ ਮਸ਼ੀਨ ਦੀ) ਮੁਰੰਮਤ ਕਰਨਾ, ਸਫ਼ਾਈ ਕਰਨਾ

serviceable /'ਸਅ:ਵ੍ਰਿਸਅਬਲ/ *a* ਕੰਮ ਦਾ, ਉਪਯੋਗੀ, ਉਪਕਾਰੀ; ਉਪਯੁਕਤ, ਹਿਤਕਾਰੀ, ਸੇਵਾਯੋਗ, ਟਿਕਾਊ, ਪੱਕਾ, ਮਜ਼ਬੂਤ

service industry *n* ਸੇਵਾਵਾਂ ਮੁਹੱਈਆ ਕਰਨ ਵਾਲੀ ਕੋਈ ਸੰਸਥਾ, ਸੇਵਾਵਾਂ ਉਦਯੋਗ

service station *n* ਵਾਹਨਾਂ ਦੀ ਮੁਰੰਮਤ ਕਰਨ ਦੀ ਥਾਂ, ਵਾਹਨਾਂ ਦੀ ਧੋ ਧੁਆਈ ਕਰਨ ਵਾਲੀ ਥਾਂ

servient /'ਸਅ:ਵ੍ਰਿਅਨਟ/ *a* ਅਧੀਨ, ਮਤਹਿਤ

serviette /ˌਸਅ:ਵਿ'ਐਟੱ/ *n* ਰੁਮਾਲ, ਤੌਲੀਆ

servile/'ਸਅ:ਵ੍ਹਾਇਲ/ *a* ਨੀਚ, ਤੁੱਛ; ਹੀਣ; ਖ਼ੁਸ਼ਾਮਦੀ; ਕਮੀਨਾ; ਜੀ ਹਜ਼ੂਰੀਆ, ਚਾਪਲੂਸ; ਅਧੀਨ, ਗ਼ੁਲਾਮਾਂ ਵਰਗਾ

servility /ਸਅ:'ਵ੍ਰਿਲਅਟਿ/ *n* ਦਾਸਤਾ, ਗ਼ੁਲਾਮੀ, ਹੀਣਤਾ, ਅਧੀਨਤਾ, ਦੁਸ਼ਟਤਾ, ਨੀਚਤਾ; ਚਾਪਲੂਸੀ, ਜੀ ਹਜ਼ੂਰੀਆਪਣ

servitude /'ਸਅ:ਵ੍ਰਿਟਯੂਡ/ *n* ਦਾਸਤਾ, ਚਾਕਰੀ, ਗ਼ੁਲਾਮੀ; ਸੇਵਾ, ਸੇਵਾ-ਭਾਵ

sesame/'ਸੈਸੱਅਮਿ/ *n* ਤਿਲ

sesquipedalian /ˌਸੈਸੱਕਵਿਪਿ'ਡੇਇਲਿਅਨ/ *a* (ਸ਼ਬਦ) ਔਖਾ, ਭਾਰੀ

sessile/'ਸੈਸੱਾਇਲ/ *a* (ਬਨ) ਬਿਨਾਂ ਡੰਡੀ ਜਾਂ ਡੰਡਲ ਤੋਂ

session /'ਸੈਸ਼ੱਨ/ *n* ਕਾਰਜਕਾਲ, ਵਿਧਾਨ ਸਭਾ ਦੀ ਬੈਠਕ, ਸਭਾ, ਬੈਠਕ ਜਾਂ ਸਮਾਂ; ਵਿਸ਼ਵ-ਵਿਦਿਆਲੇ ਦਾ ਸਿੱਖਿਆ ਕਾਲ, ਅਧਿਆਪਨ ਵਰ੍ਹਾ; ਬੈਠਕ, ਅਜਲਾਸ

sesterce /'ਸੈਸੱਟਅ:ਸ/ *n* ਪ੍ਰਾਚੀਨ ਰੋਮ ਦਾ ਚਾਂਦੀ ਦਾ ਸਿੱਕਾ; ਹਿਸਾਬ ਦੀ ਰਕਮ, ਲੇਖੇ ਵਿੱਚ ਆਇਆ ਧਨ

sestet /ਸੈਸੱ'ਟੈਟੱ/ *n* (ਚੌਦਾਂ ਲਾਈਨਾਂ ਵਾਲੀ ਕਵਿਤਾ) ਦੀਆਂ ਆਖਰੀ ਛੇ ਲਾਈਨਾਂ, ਸਾਨੇਟ

set /ਸੈਟੱ/ *n* ਜੁੱਟ, ਗੁੱਟ; ਸੂਰਜ ਦਾ ਢਲਣ ਜਾਂ ਡੁੱਬਣ; ਪੌਦਾ ਲਾਉਣ ਵਾਸਤੇ ਕਲਮ, ਕੱਚਾ ਫਲ; ਝੁਕਾਅ, ਗਿਰਾਵਟ; ਬਾਹਰੀ ਰੂਪ, ਸੁਭਾਵਿਕ ਸਥਿਤੀ ਜਾਂ ਆਸਣ, ਢਾਂਚਾ, ਬਣਾਵਟ; ਆਰੇ ਦੇ ਦੰਦਿਆਂ ਦਾ ਝੁਕਾਅ, ਧਾਰਾ, ਪ੍ਰਵਾਹ, ਵਹਾਅ, ਰੁਖ ਜਾਂ ਦਿਸ਼ਾ; ਆਂਡਿਆਂ ਦੀ ਝੋਲੀ, ਖੇਪ; ਸੇਵੇ ਰੱਖੇ ਆਂਡੇ; (ਟਾਈਪ) ਹਾਸ਼ੀਏ ਦੀ ਥਾਂ; ਪਲਸਤਰ ਦਾ ਅੰਤਲਾ ਕੋਟ; (ਬੇਤਾਰ ਵਿੱਚ) ਧੁਨੀ ਯੰਤਰ; ਬਣਿਆ ਚਿੱਤਰਪਟ ਜਾਂ ਦ੍ਰਿਸ਼ਪਟ; (ਰੰਗ-ਮੰਚ) ਪੱਕੇ ਠੋਸ ਪਰਦੇ; ਬਿੱਜੂ ਦੀ ਖੋਹ ਜਾਂ ਘੁਰਨਾ; ਪੇਚਕਸ ਜਾਂ ਛੇਕ ਕਰਨ ਵਾਲੀ ਪੰਚ ਮਸ਼ੀਨ ਵਰਗਾ ਕੋਈ ਯੰਤਰ *v* ਕਿਸੇ ਵਸਤੂ ਦੇ ਨੇੜੇ ਜਾਂ ਨਾਲ ਲਾਉਣਾ, ਨੇੜੇ ਕਰਨਾ; ਖ਼ਾਸ ਪਾਸੇ ਮੋੜਨਾ; ਠੀਕ ਪਾਸੇ ਭੁਆਉਣਾ; ਬਠਾਉਣਾ, ਜੜ੍ਹਨਾ; ਤਿਆਰ ਕਰਨਾ; ਮੌਕੇ ਉੱਤੇ ਲਾਉਣਾ; ਸਥਾਪਿਤ ਕਰਨਾ, ਕਾਇਮ ਕਰਨਾ; ਨਾਲ ਕਰ ਦੇਣਾ; ਬੰਨ੍ਹਣਾ; ਨੱਥੀ ਕਰਨਾ, ਜੋੜਨਾ; ਚਿਪਕਾਉਣਾ; ਨਿਸ਼ਚਾ ਕਰਨਾ, ਨਿਰਨਾ ਕਰਨਾ, ਨਿਸ਼ਚਿਤ ਕਰਨਾ, ਸਥਿਰ ਕਰਨਾ, ਨਿਯਤ ਕਰਨਾ, ਤੈ ਕਰਨਾ, ਪੱਕਾ ਕਰਨਾ, ਠਾਣ ਲੈਣਾ; ਕੰਮ ਉੱਤੇ ਲਾਉਣਾ, ਕੰਮ ਵਿੱਚ ਜੋਰ ਜਾਂ ਮਨ ਲਾਉਣਾ; ਅਭਿਆਸ ਕਰਾਉਣਾ; ਲੈਣਾ, ਗਿੱਲੇ ਵਾਲਾਂ ਨੂੰ ਜਮਾਉਣਾ; ਪੱਟੀਆਂ ਬਣਾਉਣਾ; ਠੀਕ ਕਰਨਾ; ਪੂਰਨਾ, ਭਰਨਾ, ਜੜਨਾ, ਗਤੀਸ਼ੀਲ ਹੋਣਾ, ਜੋਰ ਫੜਨਾ; (ਨਮੂਨਾ) ਪੇਸ਼ ਕਰਨਾ; ਬਣਨਾ; ਪੈਰਵੀ ਕਰਨਾ; ਪ੍ਰੌੜ੍ਹ ਹੋਣਾ, ਪ੍ਰੌੜ੍ਹਤਾ ਨੂੰ ਪ੍ਰਾਪਤ ਹੋਣਾ, ਪੱਕਣਾ; (ਸੂਰਜ, ਚੰਦ ਦਾ) ਡੁੱਬਣਾ; ਅਸਤ ਹੋਣਾ; (ਸ਼ਿਕਾਰੀ ਕੁੱਤੇ ਦਾ) ਕੰਨ ਖੜ੍ਹੇ ਕਰਨਾ *a* ਸਥਾਪਿਤ, ਅਚੱਲ, ਸਥਿਰ; ਅਚੰਚਲ

setaceous /ਸੀ'ਟੇਇਸ਼ਅਸ/ *a* ਕਸੀਰੀ, ਕਸੀਰਦਾਰ

setback /'ਸੈਟੱਬੈਕ/ *n* ਧੱਕਾ, ਝਟਕਾ, ਨੁਕਸਾਨ

seton/'ਸੀਟਨ/ *n* ਜ਼ਖ਼ਮ ਖੁੱਲ੍ਹਾ ਰੱਖਣ ਵਾਲੀ ਬੱਤੀ

set piece/ˌਸੈਟੱ'ਪੀਸ/ *n* (ਕਿਸੇ ਫਿਲਮ ਸੰਗੀਤ ਵਗੈਰਾ ਦਾ) ਨਮੂਨੇ ਵਜੋਂ ਦਿਖਾਇਆ ਅੰਸ਼, (ਖੇਡ ਵਿੱਚ) ਦਾਅ ਨਾਲ ਖੇਡਣ ਦੀ ਕਿਰਿਆ

settee /ਸੈ'ਟੀ/ *n* ਇੱਕ ਤਰ੍ਹਾਂ ਦਾ ਕਊਚ, ਸੈਟੀ

setter/'ਸੈਟਅ*/ *n* ਲੰਮੇ ਵਾਲਾਂ ਵਾਲਾ ਸ਼ਿਕਾਰੀ ਕੁੱਤਾ

setting /'ਸੈਟਿਙ/ *n* ਯੋਜਨਾ; ਸਥਾਪਨ, ਜੜਤ, ਬਠਾ; (ਰੰਗ-ਮੰਚ) ਦ੍ਰਿਸ਼ਪਟ, ਰੰਗ-ਮੰਚ ਦੀ ਸਮੱਗਰੀ, ਸ਼ਿੰਗਾਰ ਆਦਿ; ਚੁਗਿਰਦਾ; ਵਾਤਾਵਰਨ *a* ਅਸਤ ਹੋਣ ਵਾਲਾ, ਡੁੱਬਣ ਵਾਲਾ

settle/'ਸੈਟਲ/ *n* ਉੱਚੀ ਢੋ ਅਤੇ ਬਾਹਵਾਂ ਵਾਲਾ ਬੈਂਚ *v* ਸਥਾਪਨ ਕਰਨਾ, ਲਾਉਣਾ, ਜਮਾਉਣਾ, ਬਠਾਉਣਾ, ਲੱਗਣਾ, ਜੰਮਣਾ, ਬੈਠਣਾ, ਸਥਿਰ ਕਰਨਾ, ਸ਼ਾਂਤ ਕਰਨਾ ਜਾਂ ਹੋਣਾ, ਪੱਕਾ ਹੋਣਾ; ਸਪਸ਼ਟ ਹੋਣਾ ਜਾਂ ਕਰਨਾ; ਤੈ ਕਰਨਾ, ਸੁਲਝਣਾ; ਫ਼ੈਸਲਾ ਕਰਨਾ; ਨਿਸ਼ਚਾ ਕਰਨਾ, ਠਾਣਨਾ, ਨਿਯੁਕਤ ਕਰਨਾ; ਸਹਿਮਤ ਹੋਣਾ, ਰਾਜ਼ੀ ਹੋਣਾ; ਅਬਾਦ ਹੋਣਾ ਜਾਂ ਕਰਨਾ; ਛੁੱਟੀ ਪਾਉਣਾ; ਛੁੱਟਣਾ, ਕਨੂੰਨੀ ਤੌਰ 'ਤੇ ਜੀਵਨ ਭਰ ਲਈ ਅਰਪਣ ਕਰਨਾ, ਸੌਂਪਣਾ, ਬਖ਼ਸ਼ਣਾ

settled/'ਸੈਟਲਡ/ *a* ਨਿਸ਼ਚਿਤ, ਨਿਯਤ, ਸਥਾਪਿਤ, ਸਥਿਰ; ਬੇਬਾਕ, ਚੁਕਤਾ ਕੀਤਾ, ਚੁਕਾਇਆ; ਨਿਰਨੀਤ, ਸਿੱਧ

settlement /'ਸੈਟਲਮਅਨਟ/ *n* ਨਿਰਨਾ, ਨਿਸ਼ਚਾ, ਨਿਪਟਾਰਾ, ਸਥਾਪਨ, ਸਮਾਧਾਨ; ਸਮਝੌਤਾ; ਵਿਵਸਥਾ; ਬੰਦੋਬਸਤ, ਸ਼ਰਤਨਾਮਾ, ਹਿਬਾਨਾਮਾ; ਉਪਨਿਵੇਸ਼; ਬਸਤੀ

settler /'ਸੈਟਲਅ*/ *n* ਅਬਾਦਕਾਰ, ਨਵੀਂਆਂ ਅਬਾਦੀਆਂ ਵਿੱਚ ਵੱਸਣ ਵਾਲਾ

set-up /'ਸੈਟਅੱਪ/ *n* ਬਨਾਵਟ, ਸੁਭਾਵਿਕ ਸਥਿਤੀ; ਸਥਾਪਨਾ ਕਰਨ ਦਾ ਭਾਵ, ਸਥਾਪਤੀ

seven /'ਸੈਵ੍ਨ/ *a* ਸਤਵਾਂ *n* ਸੱਤ ਦੀ ਗਿਣਤੀ, ਚਿੰਨ੍ਹ ਜਾਂ ਅੰਕ; ਸੱਤਾਂ ਦਾ ਇਕੱਠ ਜਾਂ ਸੰਗ੍ਰਹਿ

sevenfold /'ਸੈਵ੍ਨਫ਼ਅਉਲਡ/*a* ਸੱਤ ਗੁਣਾ

seventeen /ˌਸੈਵ੍ਨ'ਟੀਨ/ *a* ਸਤਾਰਾਂ

seventeenth /ˌਸੈਵ੍ਨ'ਟੀਨਥ/ *a* ਸੱਤਾਰ੍ਹਵਾਂ

seventh /'ਸੈਵ੍ਨਥ/ *n* ਸੱਤਵਾਂ ਭਾਗ; (ਸੰਗੀ) ਮੱਧ ਵਿਰਾਮ *a* ਸੱਤਵਾਂ

seventieth /'ਸੈਵ੍ਨਟਿਇਥ/ *a* ਸੱਤਰ੍ਹਵਾਂ

seventy /'ਸੈਵ੍ਨਟਿ/ *n* ਸੱਤਰ ਦੀ ਸੰਖਿਆ ਜਾਂ ਅੰਕ

sever /'ਸੈਵ੍ਅ*/ *v* ਤੋੜਨਾ (ਸੰਬੰਧ), ਅੱਡ ਕਰਨਾ, ਵੱਖ ਕਰਨਾ, ਅਲੱਗ ਕਰਨਾ

several /'ਸੈਵ੍ਰਅਲ/ *a* ਅੱਡ, ਵੱਖਰਾ, ਅਲੱਗ, ਅਲਹਿਦਾ, ਨਿਆਰਾ, ਭਿੰਨ, ਸੁਤੰਤਰ, ਵਿਭਿੰਨ; ਵਿਸ਼ੇਸ਼, ਅਨੇਕ, ਨਾਨਾ ਪ੍ਰਕਾਰ ਦਾ; ਵਿਅਕਤੀਗਤ, ਨਿੱਜੀ; ਆਪਣਾ-ਆਪਣਾ *pron* ਕੁਝ, ਕਈ; ਕਈ ਇੱਕ

severalty /'ਸੈਵ੍ਅ'ਰੈਲਿਟਿ/ *n* ਭਿੰਨਤਾ, ਅੱਡਰਾਪਣ, ਸੁਤੰਤਰ ਅਧਿਕਾਰ

severe /ਸਿ'ਵ੍ਿਅ*/ *a* ਘੋਰ, ਅਤਿਅੰਤ, ਬੇਹੱਦ, ਪ੍ਰਚੰਡ, ਉਗਰ, ਤੀਬਰ, ਤੀਖਣ, ਅਸਹਿ, ਭਾਰੀ, ਸਖ਼ਤ; ਦੰਡਸ਼ੀਲ; ਨਿਰਦਈ, ਕਿਸੇ ਨੂੰ ਵੀ ਨਾ ਛੱਡਣ ਵਾਲਾ, ਜ਼ਾਲਮ; ਸਰਲ, ਸੰਖੇਪ, ਸਾਦਾ; ਉਪਯੋਗੀ, ਉਪਯੁਕਤ; ਆਵਸ਼ਕ, ਬਿਨਾਂ ਠਾਠ-ਬਾਠ ਤੋਂ; ਵਿਅੰਗਾਤਮਿਕ, ਵਿਅੰਗਪੂਰਨ, ਤਾਹਨੇ ਭਰਿਆ, ਚੁਭਵਾਂ

severity /ਸਿ'ਵੈ੍ਰਅਟਿ/ *n* ਤੀਬਰਤਾ, ਤੀਖਣਤਾ; ਨਿਰਦਾਇਤਾ, ਕਠੋਰਤਾ, ਤੀਖਣ ਦੰਡ; ਸਰਲਤਾ

severy /'ਸੈਵ੍ਅਹਿ/ *n* ਡਾਟਦਾਰ ਕਮਰਾ, ਮਹਿਰਾਬਦਾਰ ਕਮਰਾ, ਢਾਲੂ ਛੱਤ ਵਾਲਾ ਕਮਰਾ

sew /ਸਅਉ/ *v* ਸਿਊਂਣਾ, ਸਿਲਾਈ ਕਰਨਾ, ਬਖੀਆ ਕਰਨਾ, ਸੀ ਕੇ ਬੰਦ ਕਰਨਾ; (ਥੈਲੇ, ਬੋਰੇ ਆਦਿ ਦਾ) ਮੂੰਹ ਸਿਊਂਣਾ

sewage /'ਸੂਇਜ/ *n* ਗੰਦੀ ਨਾਲੀ ਦਾ ਪਾਣੀ, ਮਲ ਪ੍ਰਵਾਹ *vt* ਮੈਲੇ ਜਾਂ ਗੰਦੇ ਪਾਣੀ ਆਦਿ ਦੀ ਰੋਹ ਬਣਾਉਣਾ

sewer[1] /'ਸਅਉਅ*/ *n* ਦਰਜ਼ੀ

sewer[2] /'ਸੂਅ*, 'ਸਯੁਅ*/ *n* ਗੰਦਾ ਨਾਲਾ *vt* ਗੰਦੀਆਂ ਨਾਲੀਆਂ ਬਣਾਉਣਾ

sewerage /'ਸੂਅਰਿਜ, 'ਸਯੁਅ-/ *n* ਮੋਰੀਆਂ ਅਤੇ ਨਾਲੀਆਂ ਦਾ ਪ੍ਰਬੰਧ; ਸ਼ਹਿਰ ਦੇ ਗੰਦੇ ਪਾਣੀ ਅਤੇ ਮੈਲੇ ਆਦਿ ਦੇ ਨਿਕਲਨ ਦੀ ਵਿਵਸਥਾ

sewing /**'ਸਅਉਇਙ**/ *n* ਸਿਲਾਈ, ਸਿਊਂਣ *a* ਸਿਊਂਣ ਵਾਲਾ

sewn/**ਸਅਉਨ**/ *v* **sew** ਦਾ ਭੂਤ ਕਾਲੀ ਰੂਪ, ਸਿਊਂਤਾ ਹੋਇਆ

sex /**ਸੈੱਕਸ**/ *n* ਲਿੰਗ, ਲਿੰਗ-ਭੇਦ; ਕਾਮ, ਕਾਮ ਬਿਰਤੀ

sexagenarian /**,ਸੈੱਕਸਅਜਾਅ'ਨੇਅਰਿਅਨ**/ *a* 60 ਤੋਂ 69 ਸਾਲ ਦੀ ਉਮਰ ਦੇ ਵਿਚਕਾਰ ਦਾ (ਮਨੁੱਖ), ਸਠਿਆਇਆ

sex appeal *n* ਕਾਮੁਕ ਆਕਰਸ਼ਣ, ਜਿਨਸੀ ਖਿੱਚ

sex change *n* ਲਿੰਗ ਪਰਿਵਰਤਨ

sexless /**'ਸੈੱਕਸਲਅਸ**/ *a* ਲਿੰਗਹੀਣ, ਨਪੁੰਸਕ, ਹੀਜੜਾ

sexology /**ਸੈੱਕ'ਸੌਲਅਜਿ**/ *n* ਲਿੰਗ ਵਿਗਿਆਨ, ਕਾਮ ਵਿਗਿਆਨ

sex symbol *n* ਕਾਮ ਲਈ ਵੱਧ ਆਕਰਸ਼ਨ ਵਾਲਾ ਵਿਅਕਤੀ

sextan /**'ਸੈੱਕਸਟਅਨ**/ *a* ਛੇਵੇਂ ਦਿਨ ਚੜ੍ਹਨ ਵਾਲਾ (ਤਾਪ)

sextant /**'ਸੈੱਕਸਟਅਨਟ**/ *n* ਛੇਵਾਂ ਹਿੱਸਾ; ਕੋਣ ਮਾਪਕ ਯੰਤਰ

sextet /**ਸੈੱਕਸ'ਟੈੱਟ**/ *n* ਛੇ ਸਾਜ਼ਾਂ ਨਾਲ ਜਾਂ ਛੇ ਵਾਦਕਾਂ (ਸਾਜ਼ਿੰਦਿਆਂ) ਦੁਆਰਾ ਗਾਈ ਜਾਣ ਵਾਲੀ ਧੁਨ ਜਾਂ ਰਾਗ ਰਾਗਣੀ, ਸੰਗੀਤਾਤਮਿਕ ਕਿਰਤ; ਛੇ ਦਾ ਸਮੂਹ

sexto /**'ਸੈੱਕਸਟਅਉ**/ *n* ਕਾਗਜ਼ ਦੇ ਛੇ ਪਰਤ ਮੋੜ ਕੇ ਬਣਾਈ ਹੋਈ ਪੁਸਤਕ ਜਾਂ ਤਾਅ

sextodecimo /**,ਸੈੱਕਸਟਅਉ'ਡੈੱਸਿਮਅਉ**/ *n* ਸੋਲ੍ਹਾਂ ਪੰਨਿਆਂ ਵਿੱਚ ਮੁੜੇ ਕਾਗਜ਼ ਦਾ ਤਾਅ ਜਾਂ ਪੁਸਤਕ

sexton /**'ਸੈੱਕਸਟਅਨ**/ *n* ਗਿਰਜੇ ਦੇ ਭਾਂਡੇ ਅਤੇ ਸੰਪੱਤੀ ਦੀ ਰੱਖਿਆ ਦੇ ਨਾਲ-ਨਾਲ ਕਬਰ ਪੁੱਟਣ ਦਾ ਕੰਮ ਕਰਨ ਵਾਲਾ ਕਰਮਚਾਰੀ, ਸਕਸਟਨ

sextuple /**'ਸੈੱਕਸਟਯਅਪਲ**/ *a* ਛੇ ਗੁਣਾ *v* ਛੇ ਨਾਲ ਗੁਣਾ ਕਰਨਾ

sexual /**'ਸੈੱਕਸ਼ੁਅਲ**/ *a* ਲਿੰਗੀ, ਮੈਥੁਨੀ, ਲਿੰਗਮੂਲਕ, ਲਿੰਗ ਭੇਦ ਸੰਬੰਧੀ, ਜਿਨਸੀ, ਪੌਦਿਆਂ ਦੇ ਲਿੰਗ ਭੇਦ ਦੇ ਆਧਾਰ ਉੱਤੇ ਕੀਤਾ (ਵਰਗੀਕਰਨ)

sexualism /**'ਸੈੱਕਸ਼ੁਅਲਿਜ਼ਅਮ**/ *n* ਲਿੰਗ ਰੁਚੀ, ਕਾਮ ਵਾਸਨਾ

sexuality /**,ਸੈੱਕਸ਼ੁ'ਐਲਅਟਿ**/ *n* (ਇਸਤਰੀ ਪੁਰਸ਼) ਲਿੰਗ ਭੇਦ; ਕਾਮਵਾਸਨਾ, ਕਾਮਕਤਾ

sex worker *n* ਵੇਸਵਾਗਮਨੀ ਦਾ ਕਿੱਤਾ ਕਰਨ ਵਾਲੀ ਔਰਤ, ਵੇਸਵਾ

sexy /**'ਸੈੱਕਸਿ**/ *a* ਅਤਿ ਕਾਮੀ, ਅਤਿ ਵਿਲਾਸੀ, ਕਾਮਕ; ਵਿਲਾਸਤਾ ਸੰਬੰਧੀ

shabby /**'ਸ਼ੈਬਿ**/ *a* ਖੁੱਥੜ; ਪਾਟਿਆ, ਪੁਰਾਣਾ, ਪਾਟੇ ਹਾਲੀਂ; ਲੀਚੜ, ਨੀਚ, ਸੂਮ, ਕੰਜੂਸ; ਹੋਛਾ

shabrack /**'ਸ਼ੈਬਰੈਕ**/ *n* ਕਾਠੀਪੋਸ਼, ਜੀਨਪੋਸ਼

shack /**ਸ਼ੈਕ**/ *n* ਝੁੱਗੀ, ਟੱਪਰੀ

shackle /**'ਸ਼ੈਕਲ**/ *n* ਹਥਕੜੀ; (ਬਹੁ) ਰੁਕਾਵਟ; ਬੰਧਨ, ਕੁੰਡਾ, ਕੜੀ *vt* ਜੋੜਨਾ, ਮਿਲਾਉਣਾ, ਬੰਨ੍ਹਣਾ, ਸੰਗਲ ਪਾਉਣਾ; ਰੋੜਾ ਅਟਕਾਉਣਾ

shad /**ਸ਼ੈਡ**/ *n* ਇੱਕ ਭਾਂਤ ਦੀ ਮੋਟੀ ਮੱਛੀ

shaddock /**'ਸ਼ੈਡਅਕ**/ *n* ਚਕੋਤਰਾ

shade /**ਸ਼ੇਇਡ**/ *n* ਪਰਛਾਈਂ, ਛਾਂ, ਛਾਂਦਾਰ ਥਾਂ; ਆਥਣ ਦਾ ਮੂੰਹ ਹਨੇਰਾ, ਘੁਸਮੁਸਾ; ਅੰਗੂਰ ਦੀਆਂ ਵੇਲਾਂ ਦਾ ਤਣਿਆ ਤੰਬੂ, ਧੁੰਦਲਾਪਣ, ਰੰਗ ਦੀ ਗਹਿਰਾਈ; ਮਿੱਥਿਆ ਵਸਤੂ, ਭ੍ਰਾਂਤੀ; ਆਸਾਰ ਜਾਂ ਝੂਠੀ ਚੀਜ਼, ਭੂਤ, ਪ੍ਰੇਤ-ਆਤਮਾ, ਜ਼ਿੰਨ; ਪਰਦਾ, ਚਿਕ, ਛਤਰੀ; ਸ਼ੀਸ਼ੇ ਦਾ ਢੱਕਣ, ਥੋੜ੍ਹਾ ਫਰਕ *v* ਹਨੇਰਾ ਕਰਨਾ, ਅੰਧਕਾਰ ਕਰਨਾ, ਧੁੰਦਲਾ ਕਰਨਾ; ਛਾਂ ਕਰਨਾ, ਧੁੱਪ ਤੋਂ ਬਚਾਉਣਾ; ਪਰਦਾ ਪਾਉਣਾ, ਲੁਕਾਉਣਾ, ਹਲਕਾ ਰੰਗ ਕਰਨਾ; ਇੱਕ ਰੰਗ ਨੂੰ ਦੂਜੇ ਵਿੱਚ ਸ ੋਣਾ; (ਵਾਜੇ ਦੀਆਂ) ਸੁਰਾਂ ਦਾ ਮੱਧਮ ਹੋਣਾ

shaded /**ਸ਼ੇਇਡਿਡ**/ *a* ਛਾਇਆਕ੍ਰਿਤ, ਥੋੜ੍ਹਾ ਘਟਾਇਆ

shadow /**'ਸ਼ੈਡਅਉ**/ *n* ਛਾਂ; ਤਸਵੀਰ ਦਾ ਛਾਂ

ਵਾਲਾ ਹਿੱਸਾ, ਅੰਧਕਾਰਮਈ ਅੰਸ਼ ਜਾਂ ਪੱਖ; ਪ੍ਰਤਿਬਿੰਬ; ਸਹਿਚਰ, ਸਹਿਗਾਮੀ, ਸੰਗੀ; ਪ੍ਰਤਿਰੂਪ, ਪ੍ਰਤਿਮੂਰਤੀ, ਪ੍ਰਤਿਮਾ, ਅਕਸ; ਪ੍ਰੇਤ, ਭੂਤ, ਛਾਇਆ; ਆਸਾਰ ਜਾਂ ਨਕਲੀ ਚੀਜ਼; ਆਦਰਸ਼, ਝਲਕ, ਹਲਕਾ ਖਾਕਾ; ਪੂਰਵ ਲੱਖਣ, ਪੂਰਵ ਸੂਚ ਨਾ, ਪੂਰਵ ਚਿਤਾਵਨੀ, ਆਭਾਸ; ਲੇਸਮਾਤਰ; ਸੰਕੇਤ, ਚਿੰਨ੍ਹ; ਗੰਧ; ਸੁਰੱਖਿਆ, ਆਸਰਾ, ਸ਼ਰਨ, ਬਚਾਅ, ਪਨਾਹ; ਇਕੱਲਾਪਣ, ਅਪ੍ਰਸਿੱਧਤਾ *vt* ਛਾ ਜਾਣਾ, ਲੁਕਾ ਲੈਣਾ, ਧੁੰਦਲਾ ਖਾਕਾ ਖਿੱਚਣਾ; ਛਾਂ ਕਰਨਾ; (ਸਾਰੀ ਗਤੀਵਿਧੀ ਨੂੰ ਗੁਪਤ ਤੌਰ 'ਤੇ) ਭਾਂਪਣਾ, ਪਹਿਰਾ ਦੇਣਾ, ਨਿਗਰਾਨੀ ਕਰਨਾ

shadow-box /'ਸ਼ੈਡਅਉਬੌਕਸ/ *v* (ਸਿਖਲਾਈ ਲਈ) ਕਾਲਪਨਿਕ ਵਿਰੋਧੀ ਨਾਲ ਮੁੱਕੇਬਾਜ਼ੀ ਕਰਨਾ, ਮੁੱਕੇਬਾਜ਼ੀ ਦੇ ਦਾਅ-ਪੇਚ ਸਿੱਖਣ ਦਾ ਇੱਕ ਢੰਗ

shadowy /'ਸ਼ੈਡਅਉਇ/ *a* ਛਾਂਦਾਰ, ਹਨੇਰੇ ਵਾਲਾ, ਧੁੰਦਲਾ; ਜਿਸ ਬਾਰੇ ਘੱਟ ਗਿਆਨ ਮਿਲਦਾ ਹੋਵੇ

shady /'ਸ਼ੇਇਡਿ/ *a* ਛਾਂਦਾਰ, ਛਾਇਆਮਈ; ਘਣਾ; ਅਪ੍ਰਗਟ, ਗੁਪਤ, ਨਖਿੱਧ, ਹੀਣ, ਅਪ੍ਰਸਿੱਧ; ਬਦਨਾਮੀ ਵਾਲਾ, ਸੰਦੇਹਪੂਰਨ

shaft /ਸ਼ਾਫ਼ਟ/ *n* ਤੀਰ, ਬਾਣ, ਭਾਲੇ ਜਾਂ ਬਰਛੇ ਦਾ ਦਸਤਾ; ਸਿਖਰ, ਮੰਦਰ ਦੀ ਟੀਸੀ; ਲਾਠ ਦੀ ਡੰਡੀ; ਚਾਨਣ ਦੀ ਰਿਸ਼ਮ; ਵੱਡਾ ਧੁਰਾ, ਲੱਠ, ਗੁੱਝ, ਛੜ; ਗੰਦੀ ਹਵਾ ਜਾਂ ਧੂੰਆਂ ਨਿਕਲਨ ਵਾਲੀ ਥਾਂ; ਲੂੰਬੀ, ਖਾਣਾਂ ਦਾ ਰਾਹ; ਗੱਡੀ ਜਾਂ ਯੱਕੇ ਦੇ ਪਹੀਏ ਦਾ ਗਜ਼

shag /ਸ਼ੈਗ/ *n* ਬੁਰਦਾਰ ਮੋਟਾ ਕੱਪੜਾ; ਝਾਟਾ, ਵਾਲ, ਗੁੱਛੇਦਾਰ ਵਾਲ; ਮੋਟੇ ਪੱਤਿਆਂ ਵਾਲਾ ਪੀਣ ਵਾਲਾ ਤਮਾਕੂ *v* ਖੁਰਦਰਾ ਕਰਨਾ; ਰੂੰਦਾਰ ਬਣਾਉਣਾ; ਸੰਭੋਗ ਕਰਨਾ

shaggy /'ਸ਼ੈਗਿ/ *a* ਉਲਝੇ ਹੋਏ ਵਾਲਾਂ ਵਾਲਾ, ਖਿੰਡੇ ਝਾਟੇ ਵਾਲਾ, ਖੁੱਥੜ, ਜੱਤਲ

shagreen /ਸ਼ੈਗਾ'ਰੀਨ/ *n* ਸ਼ਾਰਕ ਮੱਛੀ ਦੀ ਖੱਲ, ਨਕਲੀ ਖੱਲ; ਘੋੜੇ ਜਾਂ ਗਧੇ ਆਦਿ ਦੀ ਖੱਲ ਵਰਗਾ ਬਣਾਉਟੀ ਦਾਣੇਦਾਰ ਚਮੜਾ

shake /ਸ਼ੇਇਕ/ *n* ਹਲੂਣਾ, ਹੁਝਕਾ, ਥਰਕਣ, ਝਟਕਾ, ਹਿਚਕੋਲਾ; ਗਾਉਣ ਦੀ ਅਵਾਜ਼ ਦਾ ਲਹਾਅ ਚੜ੍ਹਾਅ, ਕੰਬਦੀ ਸੁਰ ਦਾ ਗਾਇਨ; ਦਰਾੜ; ਪਲ, ਛਿਣ *v* ਕੰਬਣਾ, ਥਰਕਣਾ; ਕੰਬਾਉਣਾ, ਝਟਕਾ ਵੱਜਣਾ ਜਾਂ ਦੇਣਾ; ਘਟਣਾ; ਡਗਮਗਾਉਣਾ, ਡੋਲਣਾ; ਉਤਸ਼ਾਹ ਘਟਣਾ, ਵਿਸ਼ਵਾਸ ਘਟਣਾ; (ਸੰਗੀ) ਕੰਬਦੀ ਸੁਰ ਵਿੱਚ ਗਾਉਣਾ

shakedown /'ਸ਼ੇਇਕਡਾਉਨ/ *n* ਕੰਮ ਚਲਾਊ ਵਿਛਾਉਣਾ; ਪੈਸਾ ਬਟੋਰਨ; ਪੂਰੀ ਤਲਾਸ਼ੀ

shake-up/'ਸ਼ੇਇਕਅੱਪ/ *n* ਅਦਲਾ-ਬਦਲੀ, ਉੱਥਲ-ਪੁੱਥਲ ਬਦਲ-ਸਦਲ *v* ਫੈਂਟਣਾ, ਮਿਲਾਉਣਾ, ਝਟਕਣਾ, ਜਮਾਉਣਾ

shako /'ਸ਼ੈਕਅਉ/ *n* ਇੱਕ ਤਰ੍ਹਾਂ ਦਾ ਉੱਚਾ ਅਤੇ ਲੰਮਾ ਫ਼ੌਜੀ ਟੋਪ

shaky /'ਸ਼ੇਇਕਿ/ *a* ਕੰਬਣ ਵਾਲਾ, ਅਸਥਿਰ, ਦੁਰਬਲ, ਨਿਰਬਲ, ਅਦ੍ਰਿੜ੍ਹ; ਸੰਦੇਹਪੂਰਨ, ਝਿਜਕਦਾ; ਹਿਲਦਾ, ਅਟਿਕਵਾਂ, ਢਿੱਲਾ, ਡਾਵਾਂ-ਡੋਲ, ਕੱਚਾ, ਝੇਂਪ ਖਾਣ ਵਾਲਾ

shale /ਸ਼ੇਇਲ/ *n* ਸਲੇਟ ਵਰਗੀ ਮਿੱਟੀ ਦੀ ਚੱਟਾਨ, ਤਹਿਦਾਰ ਪੱਥਰ, ਪਰਤਦਾਰ ਚੱਟਾਨ

shall / ਸ਼ਅਲ, ਸ਼ੈਲ/ *v aux* ਭਵਿੱਖਕਾਲ ਸੂਚਕ ਸਹਾਇਕ ਕਿਰਿਆ ਗਾ, ਗੇ, ਗੀ, ਗੀਆਂ

shalloon /ਸ਼ਅ'ਲੂਨ/ *n* ਕੋਟ ਦੇ ਅਸਤਰ ਲਈ ਕੱਪੜਾ, ਔਰਤਾਂ ਦੇ ਵਸਤਰਾਂ ਲਈ ਲੀੜਾ

shallop /'ਸ਼ੈਲਅਪ/ *n* ਛੋਟੀ ਅਤੇ ਹੌਲੀ ਬੇੜੀ, ਡੋਂਗੀ

shallow /'ਸ਼ੈਲਅਉ/ *n* ਕਛਾਰ, ਘੱਟ ਪਾਣੀ ਦੀ ਥਾਂ, ਪੇਤਲਾ ਅਤੇ ਘੱਟ ਡੂੰਘਾ ਨਦੀ ਦਾ ਤੱਟ *v* ਪੇਤਲਾ ਅਤੇ ਘੱਟ ਡੂੰਘਾ ਤਲ ਬਣਾਉਣਾ; ਘੱਟ ਮੱਤ ਵਾਲਾ ਹੋਣਾ, ਹੋਛਾ ਹੋਣਾ *a* ਤੁੱਛ, ਸਾਰਹੀਣ, ਹੋਛਾ

shallowness /'ਸ਼ੈਲੱਅਉਨਅਸ/ *n* ਹੋਛਾਪਣ, ਥੋਥਾਪਣ, ਹਲਕਾਪਣ

sham /ਸ਼ੈਮ/ *n* ਪਖੰਡ, ਸਾਂਗ, ਛਲ, ਕਪਟ, ਧੋਖਾ, ਬਹਾਨਾ, ਢੌਂਗ, ਦਿਖਾਵਾ; ਚਲਾਕ ਅਤੇ ਕਪਟੀ

ਆਦਮੀ; ਝੂਠ *v* ਛਲਣਾ, ਢੌਂਗ ਰਚਣਾ, ਦਿਖਾਵਾ ਕਰਨਾ, ਸਾਂਗ ਰਚਣਾ *a* ਪਖੰਡੀ; ਬਣਾਉਟੀ, ਨਕਲੀ

shamble /'**ਸ਼ੈਮਬਲ**/ *n* ਭੱਦੀ ਚਾਲ, ਬੇਢੰਗੀ ਦੌੜ *vt* ਡਿੱਗਦੇ ਢਹਿੰਦੇ ਤੁਰਨਾ, ਟੇਢੇ ਵਿੰਗੇ ਹੋ ਕੇ ਤੁਰਨਾ, ਲੜਖੜਾਂਦੇ ਹੋਏ ਚੱਲਣਾ

shambles /'**ਸ਼ੈਮਬਲਜ਼**/ *n* ਮਾਸ ਵੇਚਣ ਦੀ ਥਾਂ; ਬੁਚੜਖ਼ਾਨਾ; ਰੋਲ-ਘਚੋਲਾ; ਦੁਰਦਸ਼ਾ, ਤਬਾਹੀ

shambling /'**ਸ਼ੈਮਬਲਿਙ**/ *n* ਬਣਾਉਟੀ ਜਾਂ ਟੇਢੀ ਚਾਲ *a* ਟੇਢਾ, ਵਿਰੂਪ, ਵਿੰਗਾ; ਚੰਚਲ, ਚਪਲ

shame /**ਸ਼ੇਇਮ**/ *n* ਲੱਜਾ, ਲਾਜ, ਸ਼ਰਮ, ਝਿਜਕ, ਝੇਂਪ, ਹਯਾ, ਗੈਰਤ; ਸ਼ਰਮਿੰਦਗੀ, ਨਿਰਾਦਰ, ਕਲੰਕ, ਨਿੰਦਾ, ਲਾਹਨਤ, ਅਪਮਾਨ ਦੀ ਗੱਲ *vt* ਸ਼ਰਮਿੰਦਾ ਕਰਨਾ; ਨੀਵਾਂ ਦਿਖਾਉਣਾ, ਲੱਜਤ ਕਰਨਾ; ਅਪਮਾਨਿਤ ਕਰਨਾ; ਸ਼ਰਮਿੰਦਾ ਹੋਣਾ, ਝੇਂਪ ਖਾਣਾ, ਸ਼ਰਮ ਦਾ ਕਾਰਨ ਹੋਣਾ, ਨਿਰਲੱਜ ਹੋਣਾ

shamefull /'**ਸ਼ੇਇਮਫ਼ਲ**/ *a* ਸ਼ਰਮਨਾਕ, ਲੱਜਾਪੂਰਨ, ਲੱਜਾਜਨਕ; ਅਸ਼ਲੀਲ, ਬੁਰਾ, ਖ਼ਰਾਬ

shameless /'**ਸ਼ੇਇਮਲਅਸ**/ *a* ਬੇਸ਼ਰਮ, ਬੇਹਯਾ, ਲੱਜਾਪੂਰਨ, ਲੱਜਾਹੀਣ, ਨਿਰਲੱਜ

shammer /'**ਸ਼ੈਮਅ***/ *n* ਛਲੀਆ, ਪਖੰਡੀ, ਧੋਖੇਬਾਜ, ਬਹਾਨੇਬਾਜ਼

shamming /'**ਸ਼ੈਮਿਙ**/ *n* ਬਹਾਨੇਬਾਜ਼ੀ, ਪਖੰਡਬਾਜ਼ੀ

shammoy /'**ਸ਼ੈਮੌਇ**/ *vt* (ਗਰੀਸ ਜਾਂ ਤੇਲ ਨਾਲ) ਚਮੜਾ ਤਿਆਰ ਕਰਨਾ; ਚਮੜਾ ਕਮਾਉਣਾ, ਚਮੜਾ ਪਕਾਉਣਾ

shammy /'**ਸ਼ੈਮਿ**/ *n* ਭੇਡ ਜਾਂ ਬੱਕਰੀ ਦਾ ਚਮੜਾ

shampoo /**ਸ਼ੈਮ'ਪੂ**/ *n* ਕੇਸਾਂ ਵਿੱਚ ਤੇਲ ਝੱਸਣ ਦਾ ਕੰਮ; ਚੰਪੀ, ਮਾਲਸ਼; ਸਿਰ ਧੋਣ ਵਾਲਾ ਦ੍ਰਵ ਪਦਾਰਥ, ਸ਼ੈਂਪੂ *vt* ਸਾਬਣ ਜਾਂ ਤੇਲ ਨਾਲ ਵਾਲ ਮਲਣਾ, ਮਾਲਸ਼ ਕਰਨਾ; ਸਿਰ ਧੋਣਾ

shandy /'**ਸ਼ੈਨਡਿ**/ *n* ਇੱਕ ਪ੍ਰਕਾਰ ਦੀ ਬੀਅਰ

Shanghai[1] /**ਸ਼ੈਙ'ਹਾਇ**/ *n* ਚੀਨ ਦੀ ਪ੍ਰਸਿੱਧ ਬੰਦਰਗਾਹ,ਸ਼ੰਘਾਈ

shanghai[2] *n* ਕਿਸੇ ਨੂੰ ਕੁਝ ਪਿਆ ਕੇ ਬੇਹੋਸ਼ ਕਰਕੇ ਜਹਾਜ਼ ਵਿੱਚ ਸੁੱਟ ਲੈਣਾ ਅਤੇ ਮਗਰੋਂ ਮਲਾਹ ਦਾ ਕੰਮ ਲੈਣਾ; ਧੋਖੇ ਨਾਲ ਬਿਖੜੀ ਸਥਿਤੀ ਵਿੱਚ ਠੇਲਨਾ

Shangri-la /ˌ**ਸ਼ੈਙਗਰਿ 'ਲਾ**/ *n* ਉਹ ਥਾਂ ਜਿੱਥੇ ਕੋਈ ਚੀਜ਼ ਅਧੂਰੀ ਨਾ ਹੋਵੇ, ਧਰਤੀ ਉੱਤੇ ਕਲਪਿਤ ਸਵਰਗ

shank /**ਸ਼ੈਙਕ**/ *n* ਜੰਘ, ਜੰਘ ਦੀ ਹੱਡੀ, ਪਿੰਨੀ ਦੀ ਹੱਡੀ, ਚਿੜੀ ਦੀ ਲੱਤ; ਫੁੱਲ ਦੀ ਡੰਡੀ; ਜੁੱਤੀ ਦੇ ਥੱਲੇ ਦਾ ਵਿਚਕਾਰਲਾ ਤੰਗ ਹਿੱਸਾ; ਖੰਭੇ ਦਾ ਵਿਚਕਾਰਲਾ ਭਾਗ; ਕਿਸੇ ਸੰਦ ਦਾ ਦਸਤਾ, ਹੱਥਾ, ਹੱਥੀ; ਚਮਚੇ ਦੀ ਡੰਡੀ *vt* ਖਿੱਦੋ ਨੂੰ ਖੂੰਡੀ ਮਾਰਨਾ; ਟੋਣਾ ਲਾਉਣਾ (ਗੌਲਫ ਦੀ ਖੇਡ ਵਿੱਚ)

shantung /**ਸ਼ੈਨ'ਟਅੱਙ**/ *n* ਚੀਨੀ ਰੇਸ਼ਮ, ਕੱਚਾ, ਰੇਸ਼ਮ

shanty /'**ਸ਼ੈਨਟਿ**/ *n* ਛੰਨ, ਛੱਪਰੀ, ਕੁੱਲੀ, ਕੁਟੀਆ, ਕੁਟੀਰ, ਝੌਂਪੜੀ

shanty town *n* ਝੁੱਗੀਆਂ ਦੀ ਭਰਮਾਰ ਵਾਲੀ ਜਗ੍ਹਾ, ਝੁੱਗੀਆਂ ਝੌਂਪੜੀਆਂ ਵਾਲਿਆਂ ਦੀ ਬਸਤੀ

shape /**ਸ਼ੇਇਪ**/ *n* ਰਚਨਾ, ਰੂਪ, ਡੀਲ-ਡੌਲ, ਬਣਾਵਟ, ਆਕਾਰ, ਆਕ੍ਰਿਤੀ, ਸੂਰਤ, ਸ਼ਕਲ; ਰੰਗ-ਰੂਪ, ਵੇਸ, ਜਾਮਾ; ਸੱਚਾ; ਪ੍ਰਕਾਰ, ਜਾਤੀ, ਭਾਂਤ; ਆਦਰਸ਼; ਨਮੂਨਾ; ਟੋਪ ਆਦਿ ਬਣਾਉਣ ਦਾ ਸੱਚਾ; ਰੂੰ ਦੀ ਗੱਦੀ; ਨਿਸ਼ਚਿਤ ਰੂਪ; ਪ੍ਰੇਤ ਛਾਇਆ, ਭੂਤ; ਅਵਸਥਾ; ਦਸ਼ਾ *v* ਘੜਨਾ, ਪੈਦਾ ਕਰਨਾ, ਬਣਾਉਣਾ, ਰਚਣਾ, ਸਿਰਜਣਾ, ਰੂਪ ਦੇਣਾ, ਸ਼ਕਲ ਇਖ਼ਤਿਆਰ ਕਰਨਾ, ਨਿਰਮਾਣ ਕਰਨਾ, ਸੱਚੇ ਵਿੱਚ ਢਾਲਣਾ, ਅਨੁਕੂਲ ਕਰਨਾ, ਮੁਤਾਬਕ ਬਣਾਉਣਾ ਜਾਂ ਹੋਣਾ; ਉਪਾਅ ਕਰਨਾ; ਯੋਜਨਾ ਬਣਾਉਣਾ, ਰਾਹ ਕੱਢਣਾ, ਵਿਓਂਤ ਬਣਾਉਣਾ; ਕਲਪਨਾ ਕਰਨਾ, ਮਨ ਵਿੱਚ ਘੜਨਾ, ਸੁੱਝਣਾ, ਖਾਕਾ ਖਿੱਚਣਾ, ਠੀਕ ਰਾਹ ਉੱਤੇ ਪਾਉਣਾ

shaped /**ਸ਼ੇਇਪਟ**/ *a* ਸਾਕਾਰ, ਸਰੂਪ, ਵੇਸ਼ਪੂਰਨ, ਸੁਡੌਲ

shard, sherd /**ਸ਼ਾਡ, ਸ਼ਅ:ਡ**/ *n* ਠੀਕਰਾ, ਠੀਕਰੀ; ਭੌਰੇ ਬੀਂਡੇ ਆਦਿ ਦੇ ਪਰ ਦੀ ਪਰਤ

share /ਸ਼ੇਅ*/ *n* ਹਿੱਸਾ, ਵੰਡ, ਅੰਸ਼; ਪੱਤੀ, ਸਾਂਝ; ਹਲ ਦਾ ਫਾਲਾ *v* ਹਿੱਸਾ ਲੈਣਾ, ਸ਼ਾਮਲ ਹੋਣਾ, ਸਹਿਭਾਗੀ ਹੋਣਾ; ਭੋਜਨ ਆਦਿ ਨੂੰ ਵੰਡਣਾ, ਹਿੱਸੇ ਕਰਨਾ

sharecropper /'ਸ਼ੇਅਕਰੌਪਅ*/ *n* ਬਟਾਈਦਾਰ, ਮੁਜ਼ਾਰਾ

shark /ਸ਼ਾਕ/ *n* ਇੱਕ ਸਮੁੰਦਰੀ ਮੱਛੀ; ਲੋਟੂ, ਧੋਖੇਬਾਜ਼ ਸ਼ਖ਼ਸ, ਛਲੀਆ ਆਦਮੀ *v* ਠੱਗਣਾ, ਚਾਰ ਸੌ ਵੀਹ ਕਰਨਾ, ਕਪਟ ਵਿਹਾਰ ਕਰਨਾ

sharker /'ਸ਼ਾਕਅ*/ *n* ਠੱਗ, ਲੁਟੇਰਾ, ਪੱਤੇਬਾਜ਼, ਚਾਰ ਸੌ ਵੀਹ

sharp /ਸ਼ਾਪ/ *n* ਪਤਲੀ ਸੂਈ; (ਸੰਗੀ) ਉੱਚੀ ਸੁਰ *a* ਤਿੱਖਾ, ਤੇਜ਼, ਧਾਰਦਾਰ, ਬਰੀਕ, ਨੁਕੀਲਾ, ਨੋਕਦਾਰ, ਅਣਿਆਲਾ, ਅਣੀਦਾਰ; ਚੁਭਵਾਂ; ਪੀੜਾਮਈ, ਕਠੋਰ, ਪ੍ਰਚੰਡ, ਤੀਬਰ; ਚਤਰ; ਤਤਪਰ, ਨਿਪੁੰਨ; ਕਾਂਟਾ, ਹੁਸ਼ਿਆਰ, ਚੌਕਸ, ਸੰਵੇਦਨਸ਼ੀਲ, ਚੇਤਨ, ਚਲਾਕ, ਸਪਸ਼ਟ, ਸਾਫ਼, ਸਾਫ਼-ਸੁਥਰਾ, ਕਠੋਰ; (ਸੰਗੀ) ਉੱਚਾ; ਜਿੱਤਣ ਉੱਤੇ ਉਤਰਿਆ; ਘਾਗ; ਉਤਸ਼ਾਹਪੂਰਨ, ਤੁਰਤ-ਫੁਰਤ ਕਰਨ ਵਾਲਾ, ਠੀਕ ਸਮੇਂ ਉੱਤੇ *v* ਤਿੱਖਾ ਕਰਨਾ, ਤੇਜ਼ ਕਰਨਾ, ਧਾਰ ਬਣਾਉਣਾ, ਸਾਣ ਉੱਤੇ ਲਾਉਣਾ, ਸਪਸ਼ਟ ਕਰਨਾ, ਸੰਵੇਦਨਸ਼ੀਲ ਕਰਨਾ; ਚਲਾਕ ਹੋਣਾ

sharpen /'ਸ਼ਾਪਅਨ/ *v* ਤੇਜ਼ ਕਰਨਾ ਜਾਂ ਹੋਣਾ, ਧਾਰ ਲਾਉਣਾ; ਚੰਡਣਾ, ਸਾਣ ਉੱਤੇ ਚੜ੍ਹਾਉਣਾ; ਸਪਸ਼ਟ ਕਰਨਾ; ਉਤਸੁਕ ਕਰਨਾ; ਚਲਾਕ ਹੋਣਾ

sharpener /'ਸ਼ਾਪਨਅ*/ *n* ਤੇਜ਼ ਕਰਨ ਵਾਲਾ ਸੰਦ, ਸਾਣ, ਰੇਤੀ, ਟਕੋਰਾ

sharply /'ਸ਼ਾਪਲਿ/ *adv* ਤੇਜ਼ੀ ਨਾਲ, ਜਲਦੀ, ਛੇਤੀ, ਚੁਸਤੀ ਨਾਲ, ਫੁਰਤੀ ਨਾਲ

sharpness /ਸ਼ਾਪਨਅਸ/ *n* ਤੀਖਣਤਾ, ਤੇਜ਼ੀ, ਤੀਬਰਤਾ, ਨੁਕੀਲਾਪਣ, ਪ੍ਰਚੰਡਤਾ; ਕਠੋਰਤਾ, ਸਪਸ਼ਟਤਾ; ਤੀਬਰ ਦ੍ਰਿਸ਼ਟੀ, ਸਤਰਕਤਾ; ਸੰਵੇਦਨਸ਼ੀਲਤਾ, ਜਾਗਰੂਕਤਾ, ਚੇਤਨਤਾ; ਚਲਾਕੀ, ਬੇਈਮਾਨੀ

sharps /ਸ਼ਾਪਸ/ *n* ਕਣਕ ਦਾ ਦਰੜ

sharpshooter /'ਸ਼ਾਪਸ਼ੂਟਅ*/ *n* ਪੱਕਾ ਨਿਸ਼ਾਨੇਬਾਜ਼

shatter /'ਸ਼ੈਟਅ*/ *v* ਛਿੰਨ-ਭਿੰਨ ਕਰਨਾ, ਉਲਟਣਾ ਪੁਲਟਣਾ, ਬਰਬਾਦ ਕਰਨਾ, ਧੱਜੀਆਂ ਉਡਾਉਣਾ, ਖਿਲਾਰਨਾ, ਬਿਖੇਰਨਾ; ਖੰਡਿਤ ਕਰਨਾ ਜਾਂ ਹੋਣਾ, ਚੂਰ-ਚੂਰ ਕਰਨਾ ਜਾਂ ਹੋਣਾ, ਤੋੜਨਾ ਜਾਂ ਟੁੱਟਣਾ

shave /ਸ਼ੇਇਵ੍/ *n* ਹਜਾਮਤ *v* ਹਜਾਮਤ ਕਰਨਾ; ਮੁੰਨਣਾ, ਵਾਲ ਬਣਾਉਣਾ; ਵਾਲ ਕੱਟਣਾ; ਬਿਨਾਂ ਛੋਹਿਆਂ ਕੋਲੋਂ ਲੰਘਣਾ; ਨਾਲ ਘਿਸਰਨਾ; ਰੰਦਣਾ, ਛਿੱਲਣਾ

shaveling /'ਸ਼ੇਇਵ੍ਲਿਙ/ *n* ਸਿਰਮੁੰਨਾ, ਘੋਨ-ਮੋਨ, ਮੁੰਨੇ ਹੋਏ ਸਿਰ ਵਾਲਾ ਆਦਮੀ

shaver /'ਸ਼ੇਇਵ੍ਅ*/ *n* ਨਾਈ, ਮੁੰਨਣ ਵਾਲਾ, ਹੱਜਾਮ; ਠੱਗ ਵਪਾਰੀ; ਲੁਟੇਰਾ; (ਬੋਲ) ਮੁੰਡਾ, ਛੋਹਰ, ਛੋਕਰਾ, ਲੌਂਡਾ

shaving /'ਸ਼ੇਇਵ੍ਙਿ/ *n* (ਰੰਦਾ ਕਰਨ ਨਾਲ ਬਣੀਆਂ) ਕਾਤਰਾਂ, ਛਿੱਲਤਰਾਂ

shaw /ਸ਼ੋ/ *n* (ਪਰਾ) ਝਿੜੀ, ਬੇਲਾ, ਛੋਟਾ ਜੰਗਲ, ਝਾੜ ਬਰੂਟ

shawl /ਸ਼ੋਲ/ *n* ਫਰਦ, ਗਰਮ ਲੋਈ ਜਾਂ ਭੂਰੀ, ਸ਼ਾਲ, ਦੁਸ਼ਾਲਾ, ਇਸਤਰੀਆਂ ਦੇ ਮੋਢਿਆਂ ਉੱਤੇ ਸੁੱਟਣ ਵਾਲਾ ਗਰਮ ਕੱਪੜਾ *vt* ਸ਼ਾਲ ਜਾਂ ਦੁਸ਼ਾਲਾ ਦੇਣਾ

shay /ਸ਼ੇਇ/ *n* ਬੱਘੀ, ਘੋੜਾ ਗੱਡੀ

she /ਸ਼ੀ,ਸ਼ਿ/ *pron* ਉਹ (ਇਸਤਰੀ) *n* ਇਸਤਰੀ, ਔਰਤ; ਮਾਦਾ, ਮਦੀਨ

sheaf /ਸ਼ੀਫ਼/ *n* ਥੱਬਾ, ਭਰੀ, ਪੂਲਾ, ਪੂਲੰਦਾ *vt* ਥੱਬਾ ਬੰਨ੍ਹਣਾ, ਪੂਲਾ ਜਾਂ ਭਰੀ ਬੰਨ੍ਹਣਾ

shear /ਸ਼ਿਅ*/ *n* ਕੈਂਚ; ਕੈਂਚੀ ਵਰਗਾ ਵੱਡਾ ਸੰਦ, ਕਤਰਨੀ, ਕਤਰਨਾ; ਭਾਰ ਜਾਂ ਬੋਝ *v* ਕੱਟਣਾ, ਕੁਤਰਨਾ, ਮੁੰਨਣਾ, ਉਡਾਉਣਾ (ਤਲਵਾਰ ਨਾਲ); ਖੋਹਣਾ, ਠੱਗਣਾ, ਲੁੱਟਣਾ

sheath /ਸ਼ੀਥ/ *n* ਨਦੀ ਨੂੰ ਬੰਨ੍ਹਣ ਲਈ ਪੱਥਰਾਂ ਦਾ

ਬੰਨ੍ਹ, ਮਿਆਨ, ਗਿਲਾਫ, ਕੋਸ਼, ਖ਼ੋਲ

sheathe /ਸ਼ੀਦ/ *vt* ਮਿਆਨ ਵਿੱਚ ਪਾਉਣਾ, ਗਿਲਾਫ ਦੇਣਾ ਜਾਂ ਚੜ੍ਹਾਉਣਾ, ਖ਼ੋਲ ਚੜ੍ਹਾਉਣਾ; ਮੜ੍ਹਨਾ; ਸੁਰੱਖਿਅਤ ਕਰਨਾ; ਬਕਸੇ ਵਿੱਚ ਬੰਦ ਕਰਨਾ

sheave[1] /ਸ਼ੀਵ੍/ *vt* ਪੂਲੀਆਂ ਵਿੱਚ ਬੰਨ੍ਹਣਾ, ਪੂਲੇ ਬਣਾਉਣਾ

sheave[2] *n* ਚਰਖੀ ਆਦਿ ਦਾ ਦੰਦੇਦਾਰ ਪਹੀਆ, ਚਰਖੀ

shebang /ਸ਼ਿ'ਬੈਙ/ *n* ਜੂਆ ਖੇਡਣ ਦਾ ਕਮਰਾ; ਮਾਮਲਾ; (ਅਪ) ਕੁੱਲੀ, ਝੁੱਗੀ, ਭੰਡਾਰ, ਆਲਾ, ਸਟੋਰ

shebeen /ਸ਼ਿ'ਬੀਨ/ *n* ਨਾਜਾਇਜ਼, ਸ਼ਰਾਬਖ਼ਾਨਾ

shed /ਸ਼ੈੱਡ/ *n* ਛੰਨ, ਛੱਪਰ, ਢਾਰਾ *vt* ਉਤਾਰਨਾ; ਲਾਹੁਣਾ (ਕੁੰਜ, ਖੰਭ, ਸਿੰਗ, ਪੱਤੇ); ਕੇਰਨਾ, ਵਹਾਉਣਾ; (ਚਾਨਣ) ਸੁੱਟਣਾ; (ਸੁਗੰਧ) ਖਿਲਾਰਨਾ; ਅੱਡ ਕਰਨਾ

sheen /ਸ਼ੀਨ/ *n* ਚਮਕ, ਦਮਕ, ਲਿਸ਼ਕ, ਛਬ, ਤੇਜ, ਆਭਾ; ਪ੍ਰਭਾ, ਦੀਪਤੀ, ਉਜੱਲਤਾ, ਪ੍ਰਕਾਸ਼

sheep /ਸ਼ੀਪ/ *n* ਭੇਡ; ਮੀਢਾ; ਮੇਖ (ਰਾਸ਼ੀ); ਸੰਗਾਊ ਪੁਰਸ਼; ਭੇਡ ਦੀ ਖੱਲ

sheepdog /'ਸ਼ੀਪਡੌਗ/ *n* ਗੱਦੀ ਕੁੱਤਾ

sheepish /'ਸ਼ੀਪਿਸ਼/ *a* ਸ਼ਰਮਾਊ, ਸ਼ਰਮਿੰਦਾ

sheer /ਸ਼ਿਅ*/ *n* (ਜਹਾਜ਼ ਦੀ) ਰਾਹ ਤੋਂ ਭਟਕਣ; (ਢਲਾਣ) ਸਿੱਧੀ ਖੜ੍ਹਵੀਂ *a* ਨਿਰਾ, ਨਿਪਟ, ਸਰਾਸਰ; ਕੇਵਲ, ਸਿਰਫ, ਖੜ੍ਹਵੇਂ ਢੰਗ ਨਾਲ *adv* ਪ੍ਰਤੱਖ ਤੌਰ 'ਤੇ, ਸਾਫ਼ ਤੌਰ 'ਤੇ; ਪਾਰਦਰਸ਼ੀ

sheet /ਸ਼ੀਟ/ *n* ਕੱਪੜੇ ਦੀ ਚਾਦਰ, ਪਲੰਘਪੋਸ਼; ਕਾਗਜ਼ ਦਾ ਤਾਅ ਜਾਂ ਤਖ਼ਤਾ; ਧਾਤ ਦੀ ਚਾਦਰ, (ਪਾਣੀ ਦੀ) ਝਲਾਰ, (ਪਾਣੀ, ਬਰਫ, ਰੰਗ ਆਦਿ ਦਾ) ਵਿਆਪਕ ਵਿਸਤਾਰ, ਚੌੜਾ ਤਲ; ਅਖ਼ਬਾਰ, ਪਰਚਾ; ਸਮਾਚਾਰ ਪੱਤਰ, ਕਾਗਜ਼ *vt* ਚਾਦਰ ਲੈਣਾ; ਚਾਦਰ ਵਿਛਾਉਣਾ; ਚਾਦਰ ਨਾਲ ਢਕਣਾ; ਚਾਦਰ ਵਰਗਾ ਬਣਾਉਣਾ

sheldrake /'ਸ਼ੈੱਲਡਰੇਇਕ/ *n* ਇੱਕ ਕਿਸਮ ਦਾ ਚਕਵਾ

shelf /ਸ਼ੈੱਲਫ/ *n* ਪਰਬਤ ਦਾ ਵਧਿਆ ਭਾਗ; ਅਲਮਾਰੀ ਦਾ ਖ਼ਾਨਾ; ਰਖਣਾ

shelf life /'ਸ਼ੈੱਲਫ ਲਾਇਫ਼/*n* (ਖਾਧ ਪਦਾਰਥ ਦੀ) ਵੇਚਣ ਜਾਂ ਵਰਤੋਂ ਕਰਨ ਲਈ ਸਮਾਂ ਸੀਮਾ

shell /ਸ਼ੈੱਲ/ *n* (ਘੋਪੇ, ਆਂਡੇ ਆਦਿ ਦਾ) ਖ਼ੋਲ, ਘੋਪਰੀ, ਕਰੜਾ ਖ਼ੋਲ; ਸੰਖ, ਸਿੱਪੀ, ਘੋਗਾ; ਛਿੱਲੜ, ਫਲੀ, ਰੂਪ-ਰੇਖਾ, ਖਾਕਾ; ਫ਼ੌਜੀ ਸਿਪਾਹੀ ਦੀ ਜਾਕਟ ਜਾਂ ਝੱਗੀ; (ਤੋਪ ਦਾ) ਗੋਲਾ, ਕਾਰਤੂਸ ਦਾ ਖ਼ੋਲ, ਛੋਟੀ ਅਤੇ ਦੌੜਨ ਵਾਲੀ ਹੌਲੀ ਬੇੜੀ, ਸ਼ਿਕਾਰਾ; ਸਕੂਲਾਂ ਦੀ ਮਿਡਲ ਜਾਂ ਵਿਚਕਾਰਲੇ ਦਰਜੇ ਦੀ ਜਮਾਤ; ਬਾਹਰਲਾ ਦਿਖਾਵਾ *v* ਖ਼ੋਲ ਜਾਂ ਛਿੱਲ ਲਾਹੁਣਾ; ਬੰਬਾਂ ਦੀ ਵਾਛੜ ਕਰਨਾ, ਗੋਲਾਬਾਰੀ ਕਰਨਾ, ਧਾਤ ਦੇ ਵਰਕ ਜਾਂ ਚਾਦਰਾਂ ਬਣਾਉਣਾ

she'll /ਸ਼ੀਲ/ **she will** ਦਾ ਸੰਖਿਪਤ ਰੂਪ

shellac /ਸ਼ਅ'ਲੈਕ,'ਸ਼ੈੱਲੈਕ/ *n* ਲਾਖ, ਲਾਹ (ਜੋ ਵਾਰਨਿਸ਼ ਦੇ ਕੰਮ ਆਉਂਦੀ ਹੈ) *vt* ਲਾਖ ਦੀ ਵਾਰਨਿਸ਼ ਕਰਨਾ, ਲਾਖ ਲਾਉਣਾ; ਮੱਕੂ ਬੰਨ੍ਹਣਾ

shell-shocked *a* (ਔਖੇ ਹਾਲਾਤ ਵਿੱਚ) ਘਾਬਰਿਆ ਹੋਇਆ, ਚਿੰਤਿਤ, ਗੋਲਾਬਾਰੀ ਤੋਂ ਡਰਿਆ ਹੋਇਆ

shelter /'ਸ਼ੈੱਲਟਅ*/ *n* ਆਸਰਾ, ਸ਼ਰਨ, ਰੱਖਿਆ ਸਾਧਨ, ਬਚਾਅ, ਓਟ, ਆੜ; ਸੁਰੱਖਿਆ, ਛਤਰ, ਪਨਾਹ *v* ਆਸਰਾ ਲੈਣਾ; ਸ਼ਰਨ ਵਿੱਚ ਆਉਣਾ, ਆਸਰਾ ਦੇਣਾ; ਓਟ ਦਾ ਕੰਮ ਦੇਣਾ, ਰੱਖਿਆ ਕਰਨਾ, ਢਾਲ ਬਣਨਾ; ਲੁਕਾਉਣਾ

shelterless /'ਸ਼ੈੱਲਟਅਲਅਸ/ *a* ਬੇ-ਆਸਰਾ, ਬੇਸਹਾਰਾ, ਨਿਰਾਧਾਰ, ਸ਼ਰਨਹੀਣ, ਰੱਖਿਆਹੀਣ, ਅਨਾਥ, ਬੇਪਨਾਹ

shelve /ਸ਼ੈੱਲਵ੍/ *v* ਪੁਸਤਕ ਆਦਿ ਨੂੰ ਅਲਮਾਰੀ ਜਾਂ ਦਰਾਜ਼ ਵਿੱਚ ਰੱਖਣਾ, ਤਾਕ ਵਿੱਚ ਰੱਖਣਾ; ਕਿਸੇ ਯੋਜਨਾ ਆਦਿ ਦਾ ਵਿਚਾਰ ਮੁਲਤਵੀ ਕਰਨਾ, ਤਿਆਗਣਾ, ਛੱਡ ਦੇਣਾ; (ਕਿਸੇ ਆਦਮੀ ਨੂੰ) ਕੱਢ ਦੇਣਾ; ਕਾਰਜ ਮੁਕਤ ਕਰਨਾ, ਅਲਮਾਰੀ ਦੇ ਤਖ਼ਤੇ ਜਾਂ ਦਰਾਜ਼ ਬਣਵਾਉਣਾ; ਹੌਲੀ-ਹੌਲੀ ਉਤਾਰ

ਜਾਂ ਢਾਲੂ ਹੋਣਾ

shemozzle /ਸ਼ਿ'ਮੌਜ਼ਲ/ *n* ਰੌਲਾ-ਰੱਪਾ, ਸ਼ੋਰਗੁਲ *vt* ਰੌਲਾ ਪਾਉਣਾ, ਸ਼ੋਰ ਮਚਾਉਣਾ

shenanigans /ਸ਼ਿ'ਨੈਨਿਗਅਨਜ਼/ *n* (ਬਹੁ) (ਬੋਲ) ਠੱਗੀ, ਚਾਲਬਾਜ਼ੀ, ਇੱਲਤਬਾਜ਼ੀ

shepherd /'ਸ਼ੈੱਪਅਡ/ *n* ਅਯਾਲੀ, ਆਜੜੀ, ਗਡਰੀਆ, ਚਰਵਾਹਾ, ਰਾਖਾ, ਭੇਡਾਂ ਪਾਲਣ ਵਾਲਾ *vt* ਭੇਡਾਂ ਚਾਰਨਾ, ਭੇਡਾਂ ਪਾਲਣਾ; ਭੇਡਾਂ ਵਰਗੇ ਜਨਸਮੂਹ ਦੀ ਅਗਵਾਈ ਕਰਨਾ, ਮਾਰਗ ਪ੍ਰਦਰਸ਼ਨ ਕਰਨਾ

sheriff /'ਸ਼ੈੱਰਿਫ਼/ *n* ਯੁਨਾਈਟਿਡ ਸਟੇਟਸ ਵਿੱਚ ਸ਼ਹਿਰ ਜਾਂ ਕਾਉਂਟੀ ਦਾ ਮੁਖੀਆ, ਬਰਤਾਨੀਆ ਵਿੱਚ ਸ਼ਹਿਰਾਂ ਜਾਂ ਕਾਉਂਟੀਆਂ ਵਿੱਚ ਬਾਦਸ਼ਾਹ ਦਾ ਪ੍ਰਤਿਨਿਧ, ਸਕਾਟਲੈਂਡ ਵਿੱਚ ਜੱਜ, ਕੈਨੇਡਾ ਵਿੱਚ ਕਨੂੰਨੀ ਫੈਸਲੇ ਕਰਨ ਵਾਲਾ ਅਫਸਰ, ਸ਼ੈਰਿਫ਼

sherry /'ਸ਼ੈੱਰਿ/ *n* ਇੱਕ ਕਿਸਮ ਦੀ ਸ਼ਰਾਬ

she's[1] /ਸ਼ੀਜ਼, ਸ਼ਿਜ/ **she is** ਦਾ ਸੰਖਿਪਤ ਰੂਪ

she's[2] /ਸ਼ੀਜ/ **she has** ਦਾ ਸੰਖਿਪਤ ਰੂਪ

shewel /'ਸ਼ੂਅਲ/ *n* ਹਊਆ, ਡਰਾਵਾ; ਗੁੱਡਾ

shibboleth /'ਸ਼ਿਬਅਲੈਥ/ *n* ਘਸੀਆਂ ਪਿਟੀਆਂ ਗੱਲਾਂ, ਪੁਰਾਣੀਆਂ ਗੱਲਾਂ, ਰੂੜ੍ਹ ਵਿਚਾਰ, ਦਕਿਆਨੂਸੀ ਖ਼ਿਆਲ

shield /ਸ਼ੀਲਡ/ *n* ਢਾਲ, ਰੱਖਿਆ (ਵਸਤੂ ਜਾਂ ਵਿਅਕਤੀ ਦੀ), ਆਸਰਾ; ਸ਼ਰਨ; (ਮਸ਼ੀਨਾਂ ਵਿੱਚ) ਬਚਾਅ ਲਈ ਬਣਿਆ ਪਰਦਾ ਜਾਂ ਪਲੇਟ, ਓਟ *vt* ਰੱਖਿਆ ਕਰਨਾ, ਬਚਾਉਣਾ, ਲੁਕਾਉਣਾ, ਬਚਾਅ ਕਰਨਾ

shift /ਸ਼ਿਫਟ/ *v* ਬਦਲਨਾ; ਪਲਟਾਉਣਾ; ਥਾਂ ਛੱਡਣਾ ਜਾਂ ਛੁਡਾਉਣਾ; ਇੱਕ ਦੀ ਥਾਂ ਉੱਤੇ ਦੂਜੀ ਵਸਤੂ ਰੱਖਣਾ; ਡੰਗ ਟਪਾਉਣਾ, ਕਿਵੇਂ ਨਾ ਕਿਵੇਂ ਕੰਮ ਸਾਰਨਾ, ਯਤਨ ਕਰਨਾ; (ਕਿਸੇ ਕੰਮ ਦੀ) ਵਿਓਂਤ ਕੱਢਣਾ *n* ਤਬਦੀਲੀ, ਬਦਲੀ, ਜੋੜ-ਤੋੜ; ਹੇਰ-ਫੇਰ; ਅਦਲਾ-ਬਦਲੀ; ਵਾਰੀ, ਕਾਮਿਆਂ ਦੀ ਇੱਕ ਸਮੇਂ ਕੰਮ ਕਰਨ ਵਾਲੀ ਟੋਲੀ, ਅਜਿਹਾ ਵਾਰੀ ਦਾ ਸਮਾਂ; ਵਿਓਂਤ, ਢੰਗ; ਚਲਾਕੀ, ਹੱਥ ਫੇਰੀ; ਟਾਲ-ਮਟੋਲ; (ਕੱਪੜਿਆਂ ਦਾ) ਬਦਲਵਾਂ ਜੋੜਾ; (ਇਸਤਰੀਆਂ ਦੀ) ਅੰਦਰਲੀ ਕਮੀਜ਼, ਸਮੀਜ਼; ਇੱਟਾਂ ਦੀ ਇਸ ਤਰ੍ਹਾਂ ਚਿਣਾਈ ਦੀ ਵਿਓਂਤ ਕਿ ਹੇਠਲੀ ਪਾਲ ਦੇ ਜੋੜ ਉਤਲੀ ਪਾਲ ਨਾਲ ਨਾ ਮਿਲਨ

shifting /ਸ਼ਿਫ਼ਟਿਙ/ *n* ਥਾਂ ਬਦਲੀ, ਸਥਾਨਾਂਤਰਨ, ਪਰਿਵਰਤਨ, ਪਰਿਵਰਤਨਸ਼ੀਲ

shiftless /'ਸ਼ਿਫ਼ਟਲਅਸ/ *a* ਲਾਚਾਰ; ਉਪਾਅ ਰਹਿਤ, ਸੁਸਤ, ਢਿੱਲੜ

shifty /'ਸ਼ਿਫ਼ਟਿ/ *a* ਟਰਕਾਊ, ਚਲਾਕ, ਧੋਖੇਬਾਜ਼, ਚਾਲਬਾਜ਼, ਫ਼ਰੇਬੀ

shilling /'ਸ਼ਿਲਿਙ/ *n* ਬਰਤਾਨੀਆ ਦਾ ਚਾਂਦੀ ਦਾ ਸਿੱਕਾ ਜੋ ਪੌਂਡ ਦਾ ਵੀਹਵਾਂ ਹਿੱਸਾ ਹੈ

shilly-shally /'ਸ਼ਿਲਿ ਸ਼ੈਲਿ/ *n* ਜੱਕੋ-ਤੱਕੀ, ਢਿੱਲ-ਮੱਠ, ਦੁਚਿੱਤੀ, ਦੁਬਿਧਾ, ਅਸਥਿਰਤਾ *vi* ਜੱਕੋ-ਤੱਕੀ ਕਰਨਾ, ਢਿੱਲ-ਮੱਠ ਕਰਨਾ, ਦੁਚਿੱਤੇ ਹੋਣਾ, ਦੁਬਿਧਾ ਵਿੱਚ ਪੈਣਾ

shimmer /'ਸ਼ਿਮਅ*/ *n* ਝਿਲਮਿਲ, ਟਿਮਟਿਮਾਹਟ, ਝਿਲਮਿਲਾਹਟ *vi* ਟਿਮਟਿਮਾਉਣਾ, ਝਿਲਮਿਲ ਕਰਨਾ, ਝਲਕਣਾ, ਚਮਕਣਾ

shimmy /'ਸ਼ਿਮਿ/ *n* ਕੁੜਤੀ; ਕਮੀਜ਼; ਇੱਕ ਅਮਰੀਕੀ ਨਾਚ, ਅਜਿਹਾ ਨਾਚ ਕਰਤਾ

shin /ਸ਼ਿਨ/ *n* ਗੋਡੇ ਤੋਂ ਹੇਠਾਂ ਲੱਤ ਦਾ ਅਗਲਾ ਹਿੱਸਾ *v* (ਰੁੱਖ, ਕੰਧ, ਪੌੜੀ ਆਦਿ ਉੱਤੇ) ਚੜ੍ਹਨਾ, ਹੱਥਾਂ ਅਤੇ ਲੱਤਾਂ ਦੇ ਸਹਾਰੇ ਚੜ੍ਹਨਾ; ਫੁਟਬਾਲ ਵਿੱਚ ਵਿਰੋਧੀ ਖਿਡਾਰੀ ਦੀ ਗੋਡੇ ਤੋਂ ਹੇਠਲੀ ਹੱਡੀ ਉੱਤੇ ਠੁੱਡ ਮਾਰਨਾ

shin bone/ਸ਼ਿਨ ਬਅਉਨ/ *n* ਗੋਡੇ ਤੋਂ ਹੇਠਲੀ ਹੱਡੀ

shindy /'ਸ਼ਿਨਡਿ/ *n* ਝਗੜਾ, ਫ਼ਸਾਦ, ਦੰਗਾ, ਰੌਲਾ-ਗੌਲਾ, ਉਧੱੜਧੁਮੀ

shine /ਸ਼ਾਇਨ/ *v* ਚਮਕਣਾ, ਲਿਸ਼ਕਣਾ, ਡਲ੍ਹਕਣਾ, ਜਗਮਗਾਉਣਾ, ਪ੍ਰਕਾਸ਼ਿਤ ਹੋਣਾ; ਚਮਕਾਉਣਾ, ਲਿਸ਼ਕਾਉਣਾ; ਪ੍ਰਸਿੱਧ ਹੋਣਾ, ਨਾਮਣਾ ਖੱਟਣਾ, ਉੱਘਾ ਹੋਣਾ *n* ਚਮਕ, ਡਲ੍ਹਕ, ਪ੍ਰਕਾਸ਼,

ਲਿਸ਼ਕ; ਸਾਫ਼ ਮੌਸਮ, ਨਿੰਬਲ (ਅਕਾਸ਼); (ਬੋਲ) ਫ਼ਸਾਦ, ਝਗੜਾ; ਸਨਸਨੀ

shiner /'ਸ਼ਾਇਨਅ*/ *n* ਚਮਕਣ ਵਾਲਾ, ਲਿਸ਼ਕ ਮਾਰਦਾ; (ਬੋਲ) ਸਿੱਕਾ (ਖਾਸ ਕਰ ਪੌਂਡ); (ਬਹੁ) ਧਨ ਮਾਲ, ਦੌਲਤ

shingle[1] /'ਸ਼ਿਙਗਲ/ *n* ਛੱਤ ਉੱਤੇ ਪਾਉਣ ਵਾਲੀ ਲੱਕੜੀ ਦੀ ਚੁਕੋਰ ਫੱਟੀ; ਲੱਕੜੀ ਦੀ ਖਪਰੈਲ *vt* ਲੱਕੜੀ ਦੀਆਂ ਫੱਟੀਆਂ ਪਾ ਕੇ ਛੱਤਣਾ, ਵਾਲਾਂ ਦੇ ਛੱਤੇ ਬਣਾਉਣਾ

shingle[2] *n* (ਸਮੁੰਦਰ ਜਾਂ ਦਰਿਆ ਦੇ ਕੰਢੇ ਦੇ) ਗੀਟੇ, ਘਸੇ ਹੋਏ ਗੋਲ ਪੱਥਰ

shingles /'ਸ਼ਿਙਗਲਜ਼/ *n* ਲੱਕ ਦੇ ਇੱਕ ਪਾਸੇ ਵੱਲ ਪੈਣ ਵਾਲਾ ਚਮੜੀ ਦਾ ਰੋਗ, ਜਨੇਊ

shining /'ਸ਼ਾਇਨਿਙ/ *a* ਪ੍ਰਕਾਸ਼ਮਾਨ, ਚਮਕੀਲਾ, ਚਮਕਦਾਰ; ਤੇਜਸਵੀ

Shinto /'ਸ਼ਿਨਟਅਉ/ *n* ਇੱਕ ਜਪਾਨੀ ਧਰਮ, ਸ਼ਿੰਟੋ ਧਰਮ

shiny /'ਸ਼ਾਇਨਿ/ *a* ਚਮਕਦਾ, ਲਿਸ਼ਕਦਾਰ, ਮਾਂਜਿਆ ਜਾਂ ਰਗੜਿਆ; ਪਾਲਿਸ਼ ਕੀਤਾ

ship /ਸ਼ਿਪ/ *n* ਸਮੁੰਦਰੀ ਜਹਾਜ਼ *v* ਜਹਾਜ਼ ਉੱਤੇ ਚੜ੍ਹਨਾ ਜਾਂ ਚੜ੍ਹਾਉਣਾ, ਜਹਾਜ਼ ਉੱਤੇ ਲੱਦਣਾ; ਜਹਾਜ਼ ਵਿੱਚ ਨੌਕਰ ਹੋਣਾ, ਜਹਾਜ਼ ਵਿੱਚ ਸਫ਼ਰ ਕਰਨਾ; (ਜਹਾਜ਼ ਦੇ ਮਸਤੂਲ ਆਦਿ) ਠੀਕ ਥਾਂ ਉੱਤੇ ਲਾਉਣਾ

shipment /'ਸ਼ਿਪਮਅਨਟ/ *n* ਜਹਾਜ਼ ਉੱਤੇ ਲੱਦਿਆ ਮਾਲ; ਜਹਾਜ਼ ਉੱਤੇ ਮਾਲ ਦੀ ਲਦਾਈ ਜਾਂ ਭਰਾਈ

shipping /'ਸ਼ਿਪਿਙ/ *n* ਜਹਾਜ਼ਰਾਨੀ, ਜਹਾਜ਼ ਦੀ ਲਦਾਈ ਜਾਂ ਭਰਾਈ

shipshape /'ਸ਼ਿਪਸ਼ੇਇਪ/ *a* ਚੰਗੀ ਹਾਲਤ ਵਿੱਚ, ਠੀਕ, ਪੂਰੀ ਤਰ੍ਹਾਂ ਲੈਸ, ਟਿਚਨ

shipwreck /'ਸ਼ਿਪਰੈੱਕ/ *n* ਜਹਾਜ਼ ਦੀ ਤਬਾਹੀ

shipwright /'ਸ਼ਿਪਰਾਇਟ/ *n* ਜਹਾਜ਼ਸਾਜ਼

shire /'ਸ਼ਾਇਅ*/ *n* ਜ਼ਿਲ੍ਹਾ ਜਾਂ ਹਲਕਾ; ਮੰਡਲ, ਇੰਗਲੈਂਡ ਵਿੱਚ ਖੇਤਰੀ ਵੰਡ ਦੀ ਇੱਕ ਇਕਾਈ

shirk /ਸ਼ਅ:ਕ/ *n* ਘੁਸਾਈ, ਕੰਮਚੋਰੀ

shirt /ਸ਼ਅ:ਟ/ *n* ਕਮੀਜ਼, ਕੁੜਤਾ, ਝੱਗਾ

shirting /'ਸ਼ਅ:ਟਿਙ/ *n* ਕਮੀਜ਼ਾਂ ਬਣਾਉਣ ਵਾਲਾ ਕੱਪੜਾ

shit /ਸ਼ਿਟ/ *n* ਗੂੰਹ, ਗੰਦ, ਵਿਸ਼ਟਾ; ਹੱਗਣਾ, ਜੰਗਲ-ਪਾਣੀ, ਟੱਟੀ

shitty /'ਸ਼ਿਟਿ/ *a* ਗੰਦਾ; ਕਮੀਨਾ

shiver[1] /'ਸ਼ਿਵ਼ਅ*/ *n* ਕੰਬਣਾ, ਕਾਂਬਾ ਛਿੜਨਾ, ਥਰਥਰਾਉਣਾ *n* ਕਾਂਬਾ, ਕੰਬਣੀ; ਥਰਥਰਾਹਟ, ਝੁਣਝੁਣੀ

shiver[2] *n* ਟੁਕੜਾ, ਟੋਟਾ, ਚੱਪਰ; ਚੂਰਾ *v* ਟੁਕੜੇ ਕਰਨਾ, ਭੰਨ ਸੁੱਟਣਾ, ਚੱਪਰਾਂ ਲਾਹੁਣਾ, ਚੂਰਾ ਕਰ ਦੇਣਾ; ਟੋਟੇ-ਟੋਟੇ ਹੋ ਜਾਣਾ, ਚੂਰਾ ਹੋ ਜਾਣਾ, ਚੱਪਰਾਂ ਉੱਡ ਜਾਣਾ

shoal[1] /ਸ਼ਅਉਲ/ *n* ਘੱਟ ਡੂੰਘਾ ਥਾਂ; ਬਰੇਤਾ, ਲਾਂਘੇ ਵਾਲਾ (ਪਾਣੀ); ਲੁਕਵੀਂਆਂ ਰੁਕਾਵਟਾਂ, ਅਗਿਆਤ ਖ਼ਤਰੇ *vt* ਘੱਟ ਡੂੰਘਾ ਹੋਣਾ; ਲਾਂਘੇ ਵਾਲਾ ਹੋਣਾ, ਪੇਤਲਾ ਹੋਣਾ

shoal[2] *n* ਇਕੱਠ, ਸਮੂਹ, ਝੁੰਡ (ਖ਼ਾਸ ਕਰ ਮੱਛੀਆਂ ਦਾ) *vi* ਮੱਛੀਆਂ ਦਾ ਝੁੰਡ ਬਣਾਉਣਾ

shock[1] /ਸ਼ੌਕ/ *n* ਟੱਕਰ, ਸੱਟ, ਝਟਕਾ; ਮਾਨਸਿਕ ਸੱਟ, ਸਦਮਾ, ਅਚਾਨਕ ਪਿਆ ਦੁੱਖ; (ਭੁਚਾਲ ਦਾ) ਝਟਕਾ; (ਬਿਜਲੀ ਦਾ) ਧੱਕਾ; ਸਾਖ ਵਿੱਚ ਗੜਬੜ, ਬੇਤਰਤੀਬੀ *v* ਟੱਕਰ ਵੱਜਣਾ; ਮਾਨਸਿਕ ਸੱਟ ਪੈਣਾ; ਗੁੱਸੇ ਵਿੱਚ ਆ ਜਾਣਾ

shock[2] *n* ਅਨਾਜ ਵਾਲੀ ਫਸਲ ਦੇ ਬਾਰਾਂ ਪੂਲੇ ਜਾਂ ਭਰੀਆਂ ਦਾ ਮੁਹਾਰਾ *vt* ਮੰਡਲੀ ਲਾਉਣਾ

shock[3] *n* ਉਲਝੇ ਹੋਏ ਵਾਲ, ਛੱਤੇ

shocker /'ਸ਼ੌਕਅ*/ *n* (ਬੋਲ) (ਕਿਸੇ ਵਸਤੂ ਦਾ) ਸਭ ਤੋਂ ਬੁਰਾ ਨਮੂਨਾ; ਉਤੇਜਕ ਅਤੇ ਸਸਤਾ ਨਾਵਲ, ਘਟੀਆ ਉਪਨਿਆਸ; ਝਟਕਾ ਸਮੋ ਲੈਣ ਵਾਲੀ ਕਲ, ਸ਼ੌਕਰ

shock-headed *a* ਉਲਝੇ ਹੋਏ ਵਾਲਾਂ ਵਾਲਾ; ਝਬਰਾ

shock tactics *n* ਡਰਾਉਣ ਧਮਕਾਉਣ ਦੇ ਢੰਗ

ਤਰੀਕੇ, ਡਰਾ ਕੇ ਮਗਰ ਲਾਉਣ ਦੀਆਂ ਚਾਲਾਂ, ਜੰਗੀ ਪੈਂਤੜੇ, ਅਚਾਨਕ ਕੀਤੇ ਹਮਲੇ

shock wave *n* (ਭੁਚਾਲ ਨਾਲ ਪੈਦਾ ਹੋਈ) ਡਰ ਅਤੇ ਘਬਰਾਹਟ ਦੀ ਲਹਿਰ, ਅਚਾਨਕ ਹੋਏ ਵੱਡੇ ਖੜਾਕ ਨਾਲ ਪੈਦਾ ਹੋਇਆ ਹਰ ਪਾਸੇ ਖ਼ਤਰਾ

shod /ਸ਼ੌਡ/ *a* ਕਿਰਿਆ **shoe** ਦਾ ਭੂਤ-ਕਾਲ ਅਤੇ ਭੂਤ-ਕ੍ਰਿਦੰਤ

shoddy /'ਸ਼ੌਡਿ/ *n* ਪੁਰਾਣਿਆਂ ਕੱਪੜਿਆਂ ਵਿੱਚੋਂ ਕੱਢਿਆ ਧਾਗਾ ਜਾਂ ਉੱਨ, ਅਜਿਹੇ ਸੂਤ ਜਾਂ ਉੱਨ ਤੋਂ ਉਣਿਆ ਕੱਪੜਾ *a* ਘਟੀਆ ਪਰ ਵੇਖਣ ਵਿੱਚ ਚੰਗਾ, ਗੁੱਦੜ ਮਾਲ

shoe /ਸ਼ੂ/ *n* ਜੁੱਤੀ; ਘੋੜੇ ਦੀ ਖੁਰੀ; ਘੋੜੇ ਦੀ ਖੁਰੀ ਦੀ ਸ਼ਕਲ ਵਾਲੀ ਕੋਈ ਵਸਤੂ *vt* ਖੁਰੀਆਂ ਲਾਉਣਾ; ਸੁੰਮ ਚੜ੍ਹਾਉਣ (ਡਾਂਗ ਜਾਂ ਚੋਬ ਆਦਿ ਨੂੰ)

shoeblack /'ਸ਼ੂਬਲੈਕ/ *n* ਬੂਟ ਪਾਲਿਸ਼ ਕਰਨ ਵਾਲਾ

shoemaker /'ਸ਼ੂਮੇਇਕਅ*/ *n* ਜੁੱਤੀਆਂ ਬਣਾਉਣ ਵਾਲਾ, ਮੋਚੀ, ਚਮਾਰ

shoe tree /'ਸ਼ੂ ਟਰੀ/*n* ਬੂਟਾਂ ਦਾ ਕਲਬੂਤ

shog /ਸ਼ੌਗ/ *n* ਸੱਟ, ਧੱਕਾ, ਚੋਟ *vt* ਸੱਟ ਮਾਰਨਾ, ਚੋਟ ਕਰਨਾ, ਧੱਕਾ ਮਾਰਨਾ

shoo /ਸ਼ੂ/ *vi* ਸ਼ੂਕਰ ਮਾਰਨਾ, ਸ਼ੂਕਰ ਮਾਰ ਕੇ ਪੰਛੀ ਉਡਾਉਣਾ

shook /ਸ਼ੁਕ/ *n* ਪੀਪੇ ਦੀਆਂ ਅੱਡ-ਅੱਡ ਫੱਟੀਆਂ; ਪੀਪੇ ਦੇ ਇਹਨਾਂ ਭਾਗਾਂ ਨੂੰ ਇੱਕੋ ਥਾਂ ਬੰਨ੍ਹਣਾ ਜਾਂ ਕੱਸਣਾ

shoot[1] /ਸ਼ੂਟ/ *v* ਜ਼ੋਰ ਨਾਲ ਨਿਕਲਨਾ, ਸ਼ੂਟ ਵੱਟ ਕੇ ਨਿਕਲਨਾ; ਅਚਾਨਕ ਨਿਕਲਨਾ; (ਕਲੀ ਦਾ) ਫੁੱਟਣਾ; ਬੰਦੂਕ ਚਲਾਉਣਾ; ਜ਼ੋਰ ਨਾਲ ਸੁੱਟਣਾ ਜਾਂ ਧੱਕਣਾ, ਫੁਟਬਾਲ ਨੂੰ ਜ਼ੋਰ ਦੀ ਠੁੱਡ (ਕਿੱਕ) ਮਾਰਨਾ; ਬੰਦੂਕ ਨਾਲ ਸ਼ਿਕਾਰ ਮਾਰਨਾ; ਬੇੜੀ ਨੂੰ ਕਾਹਲੀ ਨਾਲ ਪੁਲ ਥੱਲਿਓਂ ਕੱਢ ਕੇ ਲੈ ਜਾਣਾ, ਸਿਨਮੇ ਲਈ ਤਸਵੀਰ ਲੈਣਾ *n* ਕਰੂੰਬਲ, ਸੂਆ, ਅੱਖ (ਬਨ); ਢਾਲ ਵਾਲੀ ਥਾਂ ਜਿਸ ਉੱਤੋਂ ਦੀ ਪਾਣੀ ਵਗ ਜਾਏ;

shoot[2] ਸ਼ਿਕਾਰੀ ਟੋਲੀ

shooter /'ਸ਼ੂਟਅ*/ *n* ਗੋਲੀ ਮਾਰਨ ਵਾਲਾ, ਬੰਦੂਕ ਚਲਾਉਣ ਵਾਲਾ; ਬੰਦੂਕਚੀ, ਨਿਸ਼ਾਨੇਬਾਜ਼, (ਕ੍ਰਿਕਟ ਵਿੱਚ) ਤੇਜ਼ ਗੇਂਦ; ਬੇੜੀ ਨੂੰ ਤਿੱਖੇ ਵਹਿਣ ਵਿੱਚ ਲੈ ਜਾਣ ਵਾਲਾ; ਟੁੱਟਣ ਵਾਲਾ ਤਾਰਾ

shooting /'ਸ਼ੂਟਿਙ/ *n* ਬੰਦੂਕ ਚਲਾਉਣ ਜਾਂ ਗੋਲੀ ਮਾਰਨ ਦੀ ਕਿਰਿਆ, ਨਿਸ਼ਾਨੇਬਾਜ਼ੀ, ਤੀਰਅੰਦਾਜ਼ੀ, ਸ਼ਿਕਾਰ; (ਕਿਸੇ ਖ਼ਾਸ ਇਲਾਕੇ ਵਿੱਚ) ਸ਼ਿਕਾਰ ਖੇਡਣ ਦਾ ਹੱਕ; ਕਿਰਾਏ ਉੱਤੇ ਲਿਆ ਸ਼ਿਕਾਰ ਵਾਲਾ ਇਲਾਕਾ; ਸਿਨਮੇ ਦੀ ਤਸਵੀਰ ਲੈਣ ਦਾ ਅਮਲ

shooting star *n* ਟੁੱਟਣ ਵਾਲਾ ਤਾਰਾ, ਉਲਕਾ

shoot-out /'ਸ਼ੂਟਆਉਟ/*n* (ਬੋਲ) ਗੋਲੀਬਾਰੀ

shop /ਸ਼ੌਪ/ *n* ਦੁਕਾਨ, ਹੱਟੀ, ਹੱਟ; ਲੁਹਾਰ ਜਾਂ ਤਰਖਾਣ ਦਾ ਅੱਡਾ, ਕਾਰਖ਼ਾਨਾ; (ਬੋਲ) ਕੋਈ ਸੰਸਥਾ (ਸਕੂਲ ਆਦਿ); ਪੇਸ਼ਾ, ਕਿੱਤਾ *v* ਸੌਦਾ ਸੁਲਫ ਲੈਣਾ; (ਕੁਝ) ਖਰੀਦਣਾ; ਕੈਦ ਕਰਾ ਦੇਣਾ, ਕੈਦ ਕਰਨਾ; ਜਸੂਸੀ ਕਰਨਾ

shoplifting /'ਸ਼ੌਪਲਿਫ਼ਟਿਙ/ *n* ਦੁਕਾਨ ਤੋਂ ਚੋਰੀ ਚੀਜ਼ ਚੁੱਕਣ ਦੀ ਕਿਰਿਆ

shopping /'ਸ਼ੌਪਿਙ/ *n* ਖ਼ਰੀਦਦਾਰੀ, ਬਜ਼ਾਰ ਜਾਣ, ਸੌਦਾ ਸੁਲਫਾ ਲੈਣ ਦਾ ਕਾਰਜ

shoppy /'ਸ਼ੌਪਿ/ *a* ਦੁਕਾਨ ਜਾਂ ਦੁਕਾਨਦਾਰੀ ਬਾਰੇ, ਪੇਸ਼ੇ ਜਾਂ ਕਿੱਤੇ ਨਾਲ ਸੰਬੰਧਿਤ; ਵਪਾਰਕ, ਵਿਵਸਾਇਕ, ਕਾਰੋਬਾਰੀ

shore /ਸ਼ੋ*/ *n* (ਸਮੁੰਦਰ ਦਾ) ਕੰਢਾ, ਕਿਨਾਰਾ, ਤਟ, ਸਾਹਿਲ; ਥੂਹਣੀ, ਥੰਮ੍ਹੀ, ਸਹਾਰਾ *vt* ਥੰਮ੍ਹੀ ਲਾਉਣਾ, ਸਹਾਰਾ ਦੇਣਾ

shoreward /'ਸ਼ੋਵਅਡ/ *adv* ਕਿਨਾਰੇ ਵੱਲ, ਕੰਢੇ ਵੱਲ ਨੂੰ

short /ਸ਼ੋਟ/ *a* ਨਿੱਕਾ, ਛੋਟਾ, ਸੰਖਿਪਤ, ਮਧਰਾ; ਥੋੜ੍ਹਾ, ਘੱਟ; ਨਿਗੂਣਾ, ਮਾਮੂਲੀ; ਨਾਕਾਫ਼ੀ, ਅਪੂਰਨ; ਤਰੁਟੀਪੂਰਨ; (ਬੋਲੀ ਦੀ ਧੁਨੀ) ਲਘੂ, ਛੋਟੀ, ਹ੍ਰਸਵ; ਭੁਰਭੁਰਾ, ਭਰਵਾਂ *adv* ਸੰਖੇਪਤਾ ਨਾਲ, ਸੰਖਿਪਤ

ਰੂਪ ਵਿੱਚ; ਵੇਲੇ ਤੋਂ ਪਹਿਲਾਂ, ਛੇਤੀ; ਹ੍ਰਸਵ (ਸਵਰ), ਹ੍ਰਸਵ ਸਵਰ ਨੂੰ ਅੰਕਿਤ ਕਰਨ ਵਾਲਾ ਚਿੰਨ੍ਹ *n* (ਬਹੁ) ਨਿੱਕਰ, ਕੱਛਾ, ਕਛਹਿਰਾ

shortage /'ਸ਼ੋਟਿਜ/ *n* ਘਾਟਾ, ਘਾਟ, ਥੁੜ, ਕਮੀ, ਅਭਾਵ, ਊਣਤਾਈ, ਊਣ, ਤੋੜਾ, ਕਸਰ

short-change/,ਸ਼ੋਟ'ਚੇਇਨਜ/ *v* ਬਕਾਇਆ ਸਹੀ ਨਾਲੋਂ ਘੱਟ ਮੋੜਨਾ, ਕੀਤੇ ਕੰਮ ਦਾ ਅਸਲ ਨਾਲੋਂ ਘੱਟ ਮਿਹਨਤਾਨਾ ਦੇਣਾ

shortcoming /'ਸ਼ੋਟਕਅੱਮਿਙ/ *n* ਘਾਟ, ਕਮਜ਼ੋਰੀ, ਊਣਤਾਈ

short cut/'ਸ਼ੋਟ ਕਅੱਟ/ *n* ਸਿੱਧਾ ਰਾਹ, ਨੇੜੇ ਦਾ ਰਸਤਾ; ਜਲਦੀ ਕੰਮ ਖ਼ਤਮ ਕਰਨ ਦਾ ਢੰਗ

shorten /'ਸ਼ੋਟਨ/ *v* ਘੱਟ ਹੋਣਾ ਜਾਂ ਕਰਨਾ; ਸੰਖਿਪਤ ਹੋਣਾ ਜਾਂ ਕਰਨਾ; ਜਹਾਜ਼ ਦੇ ਪੱਲੂਆਂ ਦੀ ਸੰਖਿਆ ਘੱਟ ਕਰ ਦੇਣਾ

shortening /'ਸ਼ੋਟਨਿਙ/ *n* ਸੰਖੇਪ ਕਰਨ ਦਾ ਕਾਰਜ; ਸੰਖੇਪਣ

shortfall /'ਸ਼ੋਟਫ਼ੋਲ/ *n* ਲੋੜ ਤੋਂ ਘੱਟ ਮਾਤਰਾ, ਘਾਟ, ਥੋੜ੍ਹ

shorthand /'ਸ਼ੋਟਹੈਨਡ/ *n* ਸੰਕੇਤ ਲਿਪੀ, ਸ਼ਾਰਟਹੈਂਡ

short-handed /,ਸ਼ੋਟ'ਹੈਨਡਿਡ/ *a* ਕਾਮਿਆਂ ਦੀ ਥੁੜ ਵਾਲਾ

shortlist /'ਸ਼ੋਟਲਿਸਟ/ *n* ਚੋਣਵੇਂ ਉਮੀਦਵਾਰਾਂ ਦੀ ਸੂਚੀ

short-lived/,ਸ਼ੋਟ'ਲਿਵ੍ਡ/ *a* ਥੋੜ੍ਹਚਿਰਾ, ਅਲਪਕਾਲਕ; ਅਸਥਿਰ, ਅਨਿੱਤ

shortly /'ਸ਼ੋਟਲਿ/ *adv* ਛੇਤੀ ਹੀ, ਹੁਣੇ ਹੀ; ਥੋੜ੍ਹਾ ਚਿਰ ਪਹਿਲਾਂ ਜਾਂ ਮਗਰੋਂ; ਸੰਖੇਪ ਵਿੱਚ, ਥੋੜ੍ਹੇ ਸ਼ਬਦਾਂ ਵਿੱਚ, ਮੁਕਦੀ ਗੱਲ

short-sighted /,ਸ਼ੋਟ'ਸਾਇਟਿਡ/ *a* ਤੰਗ ਨਜ਼ਰ, ਤੰਗ ਸੂਝ ਵਾਲਾ, ਸੰਕੀਰਨ ਦ੍ਰਿਸ਼ਟੀ ਵਾਲਾ

short-sightedness /,ਸ਼ੋਟ'ਸਾਇਟਿਡਨਅਸ/*n* ਤੰਗ ਨਜ਼ਰੀਆ, ਅਲਪਦ੍ਰਿਸ਼ਟੀ, ਤੰਗ ਸੂਝ

short temper /,ਸ਼ੋਟ'ਟੈਂਮਪਅ*/ *n* ਆਪਣੇ ਆਪ ਉੱਤੇ ਨਿਯੰਤਰਨ ਛੇਤੀ ਹੀ ਗੁਆ ਲੈਣ ਦਾ ਭਾਵ, ਛੇਤੀ ਹੀ ਆਪੇ ਤੋਂ ਬਾਹਰ ਹੋ ਜਾਣ ਵਾਲਾ ਵਿਅਕਤੀ

short-tempered /,ਸ਼ੋਟ'ਟੈਂਮਪਅਡ/ *a* ਚਿੜਚਿੜਾ, ਖਿਝੂ, ਛੇਤੀ ਗੁੱਸੇ ਹੋ ਜਾਣ ਵਾਲਾ, ਤਲਖ ਸੁਭਾਅ ਵਾਲਾ

short-winded /,ਸ਼ੋਟ'ਵਿਨਡਿਡ/ *a* ਸਾਹ ਚੜ੍ਹੇ ਵਾਲਾ, ਹਫਿਆ

shot[1] /ਸ਼ੌਟ/ *n* ਬੰਦੂਕ ਦੀ ਗੋਲੀ, ਤੋਪ ਦਾ ਗੋਲਾ, ਛੱਰਾ; ਕਿਸੇ ਯੰਤਰ ਨਾਲ ਸੁੱਟੀ ਜਾਣ ਵਾਲੀ ਕੋਈ ਹੋਰ ਵਸਤੂ; ਬੰਦੂਕ, ਤੋਪ ਆਦਿ ਦਾ ਫ਼ਾਇਰ; ਨਿਸ਼ਾਨੇਬਾਜ਼, ਨਿਸ਼ਾਨੇਮਾਰ; (ਅਲੰਕਾਰਕ) ਅੰਦਾਜ਼ਾ, ਅਨੁਮਾਨ; (ਖੇਡ ਵਿੱਚ) ਦਾਅ; (ਕੋਈ ਕੰਮ ਕਰਨ ਲਈ) ਯਤਨ, ਕੋਸ਼ਿਸ਼; ਖਲੜੀ ਦੀ ਅੰਦਰਲੀ ਤਹਿ ਵਿੱਚ ਲਾਇਆ ਨਸ ਦਾ ਟੀਕਾ *vt* (ਬੰਦੂਕ ਵਿੱਚ) ਗੋਲੀ ਭਰਨਾ, ਗੋਲਾ ਭਰਨਾ, ਛੱਰੇ ਭਰਨਾ

shot[2] *v* **shoot** ਦਾ ਭੂਤ-ਕਾਲ ਅਤੇ ਭੂਤ-ਕ੍ਰਿਦੰਤ

shot proof *a* ਜਿਸ ਉੱਤੇ ਗੋਲੀ ਅਸਰ ਨਾ ਕਰੇ

shot-put *n* ਗੋਲਾ ਸੁੱਟਣ ਦੀ ਖੇਡ

shough /ਸ਼ਅੱਫ/ *n* ਧੱਕਾ, ਸੱਟ, ਚੋਟ

should /ਸ਼ਅਡ, ਸ਼ੁਡ/ *v* aux **shall** ਦਾ ਭੂਤ-ਕਾਲ

shoulder /'ਸ਼ਅਉਲਡਅ*/ *n* ਮੋਢਾ, ਕੰਧਾ, ਮੌਰ, ਪਿੱਠ ਦਾ ਉਤਲਾ ਹਿੱਸਾ (ਮੋਢੇ ਨਾਲ ਦਾ), ਕੰਧਾੜਾ, ਫਰ, ਫਰ੍ਹਾ; ਫਰ੍ਹੇ (ਪੁੱਠ) ਦਾ ਮਾਸ; (ਪਹਾੜ, ਬੋਤਲ, ਕਿਸੇ ਸੰਦ ਆਦਿ ਦਾ) ਮੋਢੇ ਵਾਂਗ ਉੱਭਰਵਾਂ ਹਿੱਸਾ, ਉੱਭਾਰ, ਵਾਧਾ; ਸਿਪਾਹੀ ਦੀ ਮੋਢੇ ਉੱਤੇ ਬੰਦੂਕ ਰੱਖ ਕੇ ਖਲੋਣ ਵਾਲੀ ਪੁਜ਼ੀਸ਼ਨ *v* ਮੋਢਾ ਡਾਹੁਣਾ, ਮੋਢੇ ਉੱਤੇ ਚੁੱਕਣਾ, ਮੋਢੇ ਨਾਲ ਧੱਕਣਾ; ਮੋਢੇ ਮਾਰ ਕੇ (ਭੀੜ ਵਿੱਚ) ਅਗਾਂਹ ਵਧਣਾ; ਜ਼ੁੰਮੇਵਾਰੀ ਲੈਣਾ; ਮੋਢੇ ਉੱਤੇ ਭਾਰ ਸੰਭਾਲਨਾ

shoulder blade *n* ਮੋਢੇ ਦੀਆਂ ਦੋਵੇਂ ਚਪਟੀਆਂ ਹੱਡੀਆ ਵਿੱਚੋਂ ਇੱਕ ਹੱਡੀ, ਮੌਰਾਂ ਦੀ ਹੱਡੀ

shout /ਸ਼ਾਉਟ/ *v* ਕੂਕਣਾ, ਚੀਕਣਾ, ਜ਼ੋਰ ਦੀ ਚੀਕ, ਕੂਕ, ਜ਼ੋਰ ਦੀ ਅਵਾਜ਼, ਕਿਲਕਾਰੀ, ਰੌਲਾ, ਸ਼ੋਰ-ਸ਼ਰਾਬਾ, ਹਾਲਪਾਹਰਿਆ; ਨਾਹਰਾ, ਖ਼ੁਸ਼ੀ ਦੀ

ਕੂਕ

shouting match *n* ਇੱਕ ਦੂਜੇ ਨਾਲ ਜ਼ੁਬਾਨੀ ਝਗੜਾ, ਜ਼ੁਬਾਨੀ ਝਗੜੇ ਵਿੱਚ ਕਿਸੇ ਨਤੀਜੇ ਉੱਤੇ ਨਾ ਪਹੁੰਚਣ ਦੀ ਦਸ਼ਾ, ਉੱਚੀ ਬੋਲ ਕੇ ਦਿੱਤੇ ਆਪਸੀ ਤਾਹਨੇ-ਮਿਹਣੇ, ਗਾਲੀ-ਗਲੋਚ

shove /ਸ਼ਅੱਵ੍/ *v* ਧੱਕਣਾ, ਰੇੜ੍ਹਨਾ; ਧੱਕੇ ਮਾਰ ਕੇ ਅਗਾਂਹ ਵਧਣਾ, ਅੱਗੇ ਖਿਸਕਾਉਣਾ ਜਾਂ ਖਿਸਕਣਾ; (ਬੋਲ) ਪਾਉਣਾ, ਰੱਖਣਾ *n* ਧੱਕਾ; ਅਗਾਂਹ ਵਧਣ ਦੀ ਕਿਰਿਆ; ਧੁੱਸ

shovel /'ਸ਼ਅੱਵ੍ਲ/ *n* ਬੇਲਚਾ *vt* ਬੇਲਚੇ ਨਾਲ ਚੁੱਕਣਾ ਜਾਂ ਰੱਖਣਾ

shovelboard /'ਸ਼ਅੱਵ੍(ਅ)ਲਬੋਡ/ *n* ਜਹਾਜ਼ ਦੇ ਡੈੱਕ ਉੱਤੇ ਖੇਡੀ ਜਾਣ ਵਾਲੀ ਇੱਕ ਖੇਡ

shoveller /'ਸ਼ਅੱਵ੍(ਅ)ਲਅ*/ *n* ਬੇਲਚਾ ਜਾਂ ਕੜਛਾ ਵਰਤਣ ਵਾਲਾ; ਬਤਕ ਦੀ ਇੱਕ ਨਸਲ

show /ਸ਼ਅਉ/ *n* ਵਿਖਾਵਾ, ਬਾਹਰੀ ਰੂਪ, ਠਾਠ-ਬਾਠ; ਅਡੰਬਰ, ਪ੍ਰਦਰਸ਼ਨ, ਪ੍ਰਗਟਾਅ; ਦ੍ਰਿਸ਼, ਨਜ਼ਾਰਾ; ਪ੍ਰਦਰਸ਼ਨੀ, ਨੁਮਾਇਸ਼; ਕੋਈ ਮਨੋਰੰਜਨ ਵਾਲਾ ਵਿਖਾਵਾ, ਤਮਾਸ਼ਾ, ਖੇਡ; ਕੁਝ ਕਰਕੇ ਵਿਖਾਉਣ ਦਾ ਜਾਂ ਆਪਣੀ ਵਡਿਆਈ ਦੱਸਣ ਦਾ ਅਵਸਰ; ਬੱਚਾ ਪੈਦਾ ਹੋਣ ਤੋਂ ਪਹਿਲਾਂ ਨਿਕਲਨ ਵਾਲਾ ਲਹੂ *v* ਵਿਖਾਉਣਾ; ਦੱਸਣਾ; ਪੇਸ਼ ਕਰਨਾ, ਪ੍ਰਸਤੁਤ ਕਰਨਾ, ਸਾਮ੍ਹਣੇ ਲਿਆਉਣਾ; ਪ੍ਰਗਟ ਕਰਨਾ, ਪ੍ਰਕਾਸ਼ਿਤ ਕਰਨਾ, ਖੋਲ੍ਹਣਾ, ਜ਼ਾਹਿਰ ਕਰਨਾ; ਪ੍ਰਗਟ ਹੋਣਾ, ਸਾਖਿਆਤ ਹੋਣਾ, ਸਾਹਵੇਂ ਆਉਣਾ, ਨਿਕਲਨਾ; ਸਿੱਧ ਕਰਨਾ, ਵਿਖਾਵਾ ਕਰਨਾ, ਤਮਾਸ਼ਾ ਵਿਖਾਉਣਾ; ਰਾਹ ਵਿਖਾਉਣਾ; ਸਮਝਾ ਦੇਣਾ

showbiz /'ਸ਼ਅਉਬਿਜ਼/ *n* (ਅਪ) ਨਾਟਕੀ ਮਨੋਰੰਜਨ ਦਾ ਕਿੱਤਾ

showcase /'ਸ਼ਅਉਕੇਇਸ/ *n* (ਦੁਕਾਨ ਉੱਤੇ) ਚੀਜ਼ਾਂ ਦੇ ਦਿਖਾਵੇ ਲਈ ਸ਼ੀਸ਼ੇ ਲੱਗੀ ਅਲਮਾਰੀ, ਅਜਿਹੀ ਘਟਨਾ ਜਿਸ ਵਿੱਚੋਂ ਕਿਸੇ ਦੀ ਯੋਗਤਾ ਜਾਂ ਗੁਣ ਪ੍ਰਗਟ ਹੋਣ; ਸ਼ੋ-ਕੇਸ

showdown /'ਸ਼ਅਉਡਾਉਨ/ *n* ਅੰਤਿਮ ਸ਼ਕਤੀ ਪਰੀਖਿਆ

shower /'ਸ਼ਾਉਅ*/ *n* ਵਾਛੜ; ਫੁਹਾਰ; ਝੜੀ *v* (ਗੋਲੀਆਂ, ਤੀਰਾਂ ਆਦਿ ਦੀ) ਵਾਛੜ ਕਰਨਾ ਜਾਂ ਹੋਣਾ; (ਪ੍ਰਸੰਸਾ ਆਦਿ ਦੀ) ਛਹਿਬਰ ਲਾ ਦੇਣਾ; ਛਿੜਕਣਾ

showery /'ਸ਼ਾਉਅਰਿ/ *a* ਵਾਛੜ ਵਾਲਾ (ਮੀਂਹ)

showjumping /ਸ਼ਅਉ'ਜਅੱਮਪਿਙ/ *n* ਰੁਕਾਵਟਾਂ ਦੇ ਉੱਤੋਂ ਮਰਵਾਈਆਂ ਘੋੜੇ ਦੀਆਂ ਛਾਲਾਂ

showmanship /'ਸ਼ਅਉਮਅਨਸ਼ਿਪ/ *n* ਮਨੋਰੰਜਨ ਵਾਲਾ ਵਿਖਾਵਾ, ਕਰਤਵ, ਤਮਾਸ਼ਾ

showroom /'ਸ਼ਅਉਰੂਮ,-ਰੁਮ/ *n* ਸ਼ੋ ਰੂਮ

showy /'ਸ਼ਅਉਇ/ *a* ਭੜਕੀਲਾ, ਚਮਕੀਲਾ, ਦਿਖਾਵਟੀ, ਸ਼ਾਨਦਾਰ, ਅਡੰਬਰਪੂਰਨ

shrank /ਸ਼ਰੈਙਕ/ *v* **shrink** ਦਾ ਭੂਤ-ਕਾਲ

shrapnel /'ਸ਼ਰੈਪਨਅਲ/ *n* ਫਟਣ ਵਾਲੀਆਂ ਗੋਲੀਆਂ (ਇਹ ਤੋਪ ਦੇ ਗੋਲੇ ਵਿੱਚ ਹੁੰਦੀਆਂ ਹਨ ਅਤੇ ਗੋਲਾ ਫਟਣ ਨਾਲ ਇਹ ਵੀ ਫਟਦੀਆਂ ਹਨ), ਬੰਬ ਦੇ ਛੱਰੇ, ਇਨ੍ਹਾਂ ਗੋਲੀਆਂ ਵਾਲਾ ਬੰਬ ਜਾਂ ਗੋਲਾ

shred /ਸ਼ਰੈੱਡ/ *n* ਲੀਰ, ਪੜਛ, ਚਿੱਪਰ, ਨਿੱਕਾ ਟੁਕੜਾ *v* ਲੀਰ-ਲੀਰ ਕਰਨਾ, ਟੋਟੇ-ਟੋਟੇ ਕਰਨਾ, ਪਾੜਨਾ, ਕੱਟਣਾ, ਕਤਰਨਾ

shredder /'ਸ਼ਰੈੱਡਅ*/ *n* ਉਹ ਮਸ਼ੀਨ ਜਾਂ ਵਿਅਕਤੀ ਜੋ ਕਿਸੇ ਚੀਜ਼ ਨੂੰ ਲੀਰੋ-ਲੀਰ ਕਰ ਦੇਵੇ, ਉਹ ਮਸ਼ੀਨ ਜੋ ਕਿਸੇ ਲਿਖਤ ਨੂੰ ਇੰਨਾ ਤੂੰਬਾ-ਤੂੰਬਾ ਕਰ ਦੇਵੇ ਕਿ ਉਹ ਪੜ੍ਹਨਯੋਗ ਨਾ ਹੋਵੇ (ਸਕਿਉਰਿਟੀ ਦੇ ਮੰਤਵ ਤੋਂ)

shrew /ਸ਼ਰੂ/ *n* ਲੜਾਕੀ ਤੀਵੀਂ; ਚੂਹੇ ਵਰਗਾ ਇੱਕ ਜੀਵ, ਚਕਚੂੰਧਰ

shrewd /ਸ਼ਰੂਡ/ *a* ਸੂਝਵਾਨ, ਸਿਆਣਾ, ਚਤਰ, ਸੁਲਝੇ ਵਿਚਾਰਾਂ ਵਾਲਾ; (ਪਰਾ) ਸਖ਼ਤ, ਡਾਢੀ (ਸੱਟ, ਠੰਢ, ਪੀੜ ਆਦਿ)

shrewdness /ਸ਼ਰੂਡਨਅਸ/ *n* ਸੂਝ, ਸਿਆਣਪ, ਚਤਰਾਈ

shriek /ਸ਼ਰੀਕ/ *v* ਚੀਕਣਾ, ਕੂਕਣਾ, ਲੇਰ

ਕੱਢਣਾ, ਚਾਂਗਰ ਮਾਰਨਾ, ਡਾਡ ਮਰਨਾ; ਜ਼ੋਰ-ਜ਼ੋਰ ਦੀ ਹੱਸਣਾ, ਹੱਸ-ਹੱਸ ਦੂਹਰੇ ਹੋਣਾ *n* ਚੀਕ, ਕੂਕ, ਚਾਂਗਰ, ਡਾਡ

shrift /ਸ਼ਰਿਫ਼ਟ/ *n* (ਪਰਾ) ਪਾਦਰੀ ਸਾਮ੍ਹਣੇ ਗੁਨਾਹ ਦਾ ਇਕਬਾਲ; ਅਪਰਾਧ ਸਵੀਕ੍ਰਿਤੀ, ਤੋਬਾ

shrike /ਸ਼ਰਾਇਕ/ *n* ਮੁੜੀ ਹੋਈ ਅਤੇ ਦੰਦੇਦਾਰ ਚੁੰਝ ਵਾਲਾ ਇੱਕ ਪੰਛੀ, ਲਟੋਰਾ

shrill /ਸ਼ਰਿਲ/ *a* ਤਿੱਖੀ, ਤੀਖਣ, ਤੀਬਰ, ਤੇਜ਼ ਅਤੇ ਬਰੀਕ *v* ਤਿੱਖੀ ਅਵਾਜ਼ ਕੱਢਣਾ

shrimp /ਸ਼ਰਿਮਪ/ *n* ਝੀਂਗਾ ਮੱਛੀ; ਠਿਗਣਾ *vt* ਝੀਂਗਾ ਮੱਛੀ ਦਾ ਸ਼ਿਕਾਰ ਕਰਨਾ

shrine /ਸ਼ਰਾਇਨ/ *n* ਮੰਦਰ, ਮੱਠ; ਦਰਗਾਹ, ਖਾਗਾਹ, ਸਮਾਧ; ਕੁਰਬਾਨੀ ਦੇਣ ਵਾਲੀ ਥਾਂ; ਵੇਦੀ; ਬਲੀਦਾਨ ਸਥਾਨ; ਪਵਿੱਤਰ ਸਮਾਰਕ, ਯਾਦਗਾਰ; ਅਸਥੀ ਪਾਤਰ *vt* ਯਾਦਗਾਰ ਬਣਾ ਕੇ ਸੰਭਾਲਨਾ; ਮੰਦਰ ਜਾਂ ਮੱਠ ਵਿੱਚ ਸਥਾਪਿਤ ਕਰਨਾ; ਪਵਿੱਤਰ ਬਣਾ ਕੇ ਰੱਖਣਾ

shrink /ਸ਼ਰਿਙਕ/ *n* ਸਕੁੰਚਨ, ਸਿਮਟਨ; ਸੁੰਗੜਨ; ਝਿਜਕ; ਸੁੰਗੜਨਾ, ਸਿਮਟਣਾ, ਸਕੁੰਚਤ ਹੋਣਾ, ਛੋਟਾ ਹੋ ਜਾਣਾ; ਝੁਰੀਆਂ ਪੈਣਾ, ਸੁਕੜਾ ਦੇਣਾ, ਸੁੰਗੇੜ ਦੇਣਾ; ਟਾਲ-ਮਟੋਲ ਕਰਨਾ; ਸੰਕੋਚ ਕਰਨਾ, ਪਿਛਾਂਹ ਹਟਣਾ, ਸੰਗਣਾ

shrive /ਸ਼ਰਾਇਵ੍/ *vt* (ਕਿਸੇ ਈਸਾਈ ਪਾਦਰੀ ਦੇ ਸਾਮ੍ਹਣੇ) ਗੁਨਾਹ ਸਵੀਕਾਰ ਕਰਨਾ; ਤੋਬਾ ਕਰਨਾ; ਗੁਨਾਹ ਬਖਸ਼ਵਾਉਣਾ

shrivel /'ਸ਼ਰਿਵ੍ਲ/ *v* ਸੁੰਗੜਨਾ ਜਾਂ ਸੁੰਗੇੜਨਾ; ਮੁਰਝਾਉਣਾ, ਝੌਂ ਜਾਣਾ, ਕੁੰਗੜਨਾ, ਸੁੱਕਣਾ ਜਾਂ ਸੁਕਾਉਣਾ, ਚੁਰੜ-ਮੁਰੜ ਹੋ ਜਾਣਾ ਜਾਂ ਕਰ ਦੇਣਾ

shroud /ਸ਼ਰਾਉਡ/ *n* ਕਫਨ; ਗਿਲਾਫ; ਉੱਤੇ ਲੈਣ ਵਾਲੀ ਚਾਦਰ; ਜਹਾਜ਼ ਦੇ ਮਸਤੂਲਾਂ ਦੇ ਰੱਸੇ *vt* ਕਫਨ ਪਾਉਣਾ; ਕੱਜਣਾ, ਢਕਣਾ; ਪਰਦਾ ਪਾਉਣਾ; ਲੁਕਾਉਣਾ

shrub /ਸ਼ਰਅੱਬ/ *n* ਝਾੜੀ; ਸ਼ਰਾਬ ਅਤੇ ਫਲਾਂ ਦੇ ਰਸ ਦਾ ਸ਼ਰਬਤ

shrubbery /'ਸ਼ਰਅੱਬਅਰਿ/ *a* ਝਾੜੀਆਂ ਵਾਲਾ ਖੇਤਰ

shrubby /'ਸ਼ਰਅੱਬਿ/ *a* ਝਾੜੀਆਂ ਵਾਲਾ, ਝਾੜੀਦਾਰ

shrug /ਸ਼ਰਅੱਗ/ *v* ਮੋਢੇ ਹਿਲਾਉਣਾ ਜਾਂ ਮਾਰਨਾ *n* ਬੇਪਰਵਾਹੀ, ਬੇਵੱਸੀ, ਗਿਲਾਨੀ; ਗੁੱਸਾ ਆਦਿ ਪ੍ਰਗਟ ਕਰਨ ਲਈ, ਮੋਢਿਆਂ ਦੇ ਹਿਲਾਉਣ ਦੀ ਕਿਰਿਆ

shrunk /ਸ਼ਰਅੱਙਕ/ *v* **shrink** ਦਾ ਭੂਤ-ਕ੍ਰਿਦੰਤ

shrunken /'ਸ਼ਰਅੱਙਕਅਨ/ *a* ਸੁੰਗੜਿਆ; ਛੋਟਾ ਹੋਇਆ, ਸੁਕੜਿਆ; ਸੰਖਿਪਤ ਰੂਪ ਵਿੱਚ

shuck /ਸ਼ਅੱਕ/ *n* ਛਿਲਕਾ, ਫਲੀ *vt* ਛਿੱਲੜ ਲਾਹੁਣਾ

shucks /ਸ਼ਅੱਕਸ/ *int* ਬੇਹੂਦਾ, ਬੇਕਾਰ, ਨਿਕੰਮਾ

shudder /'ਸ਼ਅੱਡਅ*/ *vi* ਕੰਬਣੀ ਛਿੜਨਾ, ਕੰਬ ਉੱਠਣਾ, ਲੂੰ ਕੰਡੇ ਖੜ੍ਹੇ ਹੋ ਜਾਣਾ; ਸਹਿਮ ਜਾਣਾ; ਅੱਤ ਦਾ ਗੁੱਸਾ ਆਉਣਾ *n* ਕੰਬਣੀ, ਥਰਥਰਾਹਟ, ਕਾਂਬਾ

shuffle /'ਸ਼ਅੱਫ਼ਲ/ *v* ਘਸਰ ਕੇ ਚੱਲਣਾ; ਪੈਰ ਘਸੀਟਣਾ, ਬੜੀ ਔਖ ਨਾਲ ਅਗਾਂਹ ਵਧਣਾ; ਅਸ਼ਾਂਤ ਹੋਣਾ, ਵਿਆਕੁਲ ਹੋਣਾ; ਇੱਕ ਗੱਲ ਉੱਤੇ ਨਾ ਟਿਕਣਾ; ਥਿੜਕਣਾ, ਡੋਲਣਾ; ਟਾਲ-ਮਟੋਲ ਕਰਨਾ; ਡਾਵਾਂਡੋਲ ਹੋਣਾ; ਭਾਰ ਲਾਹੁਣਾ ਜਾਂ ਰੱਖਣਾ; ਰਲਾ-ਮਿਲਾ ਦੇਣਾ (ਪੱਤੇ ਆਦਿ) *n* ਪੈਰਾਂ ਦੀ ਘਸਰ, (ਨਾਚ ਵਿੱਚ ਪੈਰਾਂ ਦੀ) ਘਸੀਟ, ਰਗੜ, ਖਿਸਕਣ, ਸਰਕਣ, ਅਦਲਾ-ਬਦਲੀ; ਪੱਤਿਆਂ ਨੂੰ ਮਿਲਾਉਣ ਦੀ ਕਿਰਿਆ; ਚਲਾਕੀ, ਧੋਖਾ, ਫ਼ਰੇਬ, ਹੱਥ ਫੇਰੀ; ਵਲ-ਛਲ

shun /ਸ਼ਅੱਨ/ *vt* ਦੂਰ ਰੱਖਣਾ, ਪਰ੍ਹਾਂ ਰੱਖਣਾ; ਕਤਰਾਉਣਾ; ਪਰਹੇਜ਼ ਕਰਨਾ, ਪੱਲਾ ਬਚਾਉਣਾ

shunless /'ਸ਼ਅੱਨਲਅਸ/ *a* ਜਿਸ ਤੋਂ ਬਿਨਾਂ ਗੁਜ਼ਾਰਾ ਨਹੀਂ, ਅਟੱਲ

shunt /ਸ਼ਅੱਨਟ/ *v* (ਰੇਲ ਗੱਡੀ ਜਾਂ ਬਿਜਲੀ ਦੇ ਕਰੰਟ ਦੀ) ਲਾਈਨ ਬਦਲਨਾ; ਰੇਲ ਗੱਡੀ ਜਾਂ ਇੰਜਣ ਦਾ ਅਸਲੀ ਪਟੜੀ ਛੱਡ ਕੇ ਹੋਰ ਪਟੜੀ

ਉੱਤੇ ਚਲੇ ਜਾਣਾ; ਲਾਂਭੇ ਹੋ ਜਾਣਾ; ਰਾਹ ਛੱਡਣਾ; ਰੋਕ ਦੇਣਾ, ਬੰਦ ਕਰਨਾ; ਤਿਆਗ ਦੇਣਾ, (ਇਰਾਦਾ ਜਾਂ ਵਿਓਂਤ) ਛੱਡ ਦੇਣਾ; ਬਦਲਨਾ *n* ਪਟੜੀ ਬਦਲਨਾ; ਲਾਂਭੇ ਹੋਣ (ਦਾ ਕਾਰਜ); ਬਿਜਲੀ ਦੀ ਲਾਈਨ ਬਦਲਨ ਵਾਲਾ ਯੰਤਰ

shunter /ਸ਼ਅੱਨਟਅ*/ *n* ਪਟੜੀ ਬਦਲਨ ਵਾਲਾ, ਲਾਈਨ ਬਦਲਨ ਵਾਲਾ; (ਬੋਲ) ਬੜਾ ਚੰਗਾ ਪ੍ਰਬੰਧਕ

shut /ਸ਼ਅੱਟ/ *v* ਮੀਟਣਾ (ਅੱਖ), ਢੋਣਾ ਜਾਂ ਮਾਰਨਾ (ਬੂਹਾ); ਬੰਦ ਹੋਣਾ; ਬੰਦ ਕਰ ਦੇਣਾ; ਨਿਰਾਸ਼ ਕਰਨਾ; ਵਾਂਝਿਆਂ ਕਰਨਾ; ਬੰਦ ਅਵਸਥਾ ਵਿੱਚ ਡਿੱਗਣਾ ਜਾਂ ਸੁੰਗੜਨਾ *a* ਮੀਟਿਆ, ਬੰਦ, ਭੇੜਿਆ (ਦਰਵਾਜ਼ਾ)

shute /ਸ਼ੂਟ/ *n* ਵੇਖੋ **chute**

shutter /'ਸ਼ਅੱਟਅ*/ *n* ਬੰਦ ਕਰਨ ਵਾਲਾ, ਮਾਰਨ ਵਾਲਾ; ਤਖ਼ਤਾ, ਖਿੜਕ, ਸ਼ਟਰ, ਪਰਦਾ (ਵਾਜੇ ਦਾ), ਢੱਕਣ (ਕੈਮਰੇ ਆਦਿ ਦਾ); ਚਿਕ, ਪਰਦਾ *vt* ਬੂਹਾ ਮਾਰਨਾ, ਭਿੱਤ ਬੰਦ ਕਰਨਾ, ਢੱਕਣ ਮਾਰਨਾ

shuttle /'ਸ਼ਅੱਟਲ/ *n* ਨਲੀ, ਫਿਰਕੀ, ਜੁਲਾਹੇ ਦੀ ਨਾਲ, ਸ਼ਟਲ; ਛੋਟੇ ਰੂਟ ਦੀ ਬੱਸ ਜਾਂ ਗੱਡੀ

shuttlecock /'ਸ਼ਅੱਟਲਕੌਂਕ/ *n* ਬੈਡਮਿੰਟਨ ਦੀ ਚਿੜੀ

shuttle train *n* ਥੋੜ੍ਹੀ ਦੂਰ ਜਾਣ ਵਾਲੀ ਗੱਡੀ, ਲੋਕਲ ਰੇਲ ਗੱਡੀ

shy /ਸ਼ਾਇ/ *a* ਸੰਗਾਊ, ਸ਼ਰਮੀਲਾ, ਕਤਰਾਉਣ ਵਾਲਾ, ਪਰ੍ਹਾਂ ਰਹਿਣ ਵਾਲਾ, ਸੰਕੋਚ ਕਰਨ ਵਾਲਾ; ਤ੍ਰਭਕ ਜਾਣ ਵਾਲਾ, ਚੌਂਕ ਜਾਣ ਵਾਲਾ (ਜੰਗਲੀ ਪਸ਼ੂ, ਮੱਛੀ ਆਦਿ) *vi* ਭੜਕ ਉੱਠਣਾ, ਚੌਂਕ ਉੱਠਣਾ, ਗੁੱਸੇ ਹੋ ਜਾਣਾ (ਬੋਲ) ਸੁੱਟਣਾ, ਨਿਸ਼ਾਨਾ ਲਾਉਣਾ (ਰੋੜੇ, ਪੱਥਰ ਆਦਿ ਨਾਲ) *n* ਭੜਕ, ਡਰਨ ਦੀ ਕਿਰਿਆ, ਨਿਸ਼ਾਨਾ ਸੁੱਟਣ ਦੀ ਕੋਸ਼ਿਸ਼ ਜਾਂ ਕਿਰਿਆ

Shylock /'ਸ਼ਾਇਲੌਂਕ/ *n* (ਸ਼ੈਕਸਪੀਅਰ ਦੇ ਨਾਟਕ 'ਮਰਚੈਂਟ ਆਫ਼ ਵੀਨਿਸ' ਦਾ ਇੱਕ ਸੂਦਖੋਰ ਪਾਤਰ) ਕਠੋਰ ਚਿੱਤ, ਨਿਰਦਈ, ਬੇਰਹਿਮ, ਬੇਦਰਦ, ਪੱਥਰ ਦਿਲ ਮਹਾਜਨ

Siamese /ˌਸਾਇਅ'ਮੀਜ਼/ *a* ਸਿਆਮ ਦੇਸ਼ ਦਾ *n* ਸਿਆਮੀ ਭਾਸ਼ਾ; ਸਿਆਮੀ ਜਾਤੀ; ਸਿਆਮ ਦਾ ਨਿਵਾਸੀ

Siamese twins *n* ਜੁੜਵੇਂ ਬੱਚੇ, ਜੌੜੇ (ਜਿਨ੍ਹਾਂ ਦੇ ਸਰੀਰ ਲੱਕ ਤੋਂ ਜੁੜੇ ਹੋਣ)

sibilance, sibilancy /'ਸਿਬਿਲਅਨਸ 'ਸਿਬਿਲਅਨਸਿ/ *n* ਊਸ਼ਮਤਾ, ਸਾਹ ਦੀ ਸ਼ੂਕਰ, ਸਾਹ ਦੀ ਰਗੜ ਦੀ ਅਵਾਜ਼

sibilant /'ਸਿਬਿਲਅਨਟ/ *n* (ਧੁਨੀ) ਊਸ਼ਮ ਧੁਨੀ, (ਸ, ਸ਼, ਜ਼, ਆਦਿ ਧੁਨੀਆਂ) ਜੋ ਕਿਸੇ ਉਚਾਰਨ ਅੰਗਾਂ ਦੇ ਛੂਹਣ ਨਾਲ ਨਹੀਂ ਸਗੋਂ ਹਵਾ ਦੀ ਰਗੜ ਨਾਲ ਬਣਦੀ ਹੈ

sibilate /'ਸਿਬਿਲੇਇਟ/ *vt* ਊਸ਼ਮਤਾ ਨਾਲ ਉਚਾਰਨਾ, ਸਾਹ ਦੀ ਸ਼ੂਕਰ ਨਾਲ ਉਚਾਰਨ ਕਰਨਾ

sibling /'ਸਿਬਲਿਙ/ *n* ਇੱਕੋ ਮਾਂ-ਬਾਪ ਦੇ ਬੱਚੇ, ਸਹੋਦਰ

sibyl /'ਸਿਬਲ/ *n* ਭਵਿੱਖਬਾਣੀ ਕਰਨ ਵਾਲੀ ਬੁੱਢੀ, ਹਰੜਪੋਪਣ, ਬੁੱਢੀ ਜਾਦੂਗਰਨੀ, ਟੂਣੇਹਾਰ ਬੁੱਢੀ

sice /ਸਾਇਸ/ *n* ਪਾਸੇ ਦਾ ਛਿੱਕਾ

sick[1] /ਸਿਕ/ *a* ਰੋਗੀ, ਬਿਮਾਰ; ਤੰਗ ਆਇਆ; ਖਿਝਿਆ, ਅਕਿਆ; ਓਦਰਿਆ; ਉਚਾਟ

sick[2] *vt* (ਹੁਕਮ ਦਿੰਦੇ ਹੋਏ) ਲਲਕਾਰਨਾ; ਸ਼ਿਕਾਰ ਮਾਰਨ ਲਈ ਕੁੱਤੇ ਨੂੰ ਪਿੱਛੇ ਪਾਉਣਾ

sickener /'ਸਿਕ(ਅ)ਨਅ*/ *n* ਅਕਾ ਦੇਣ ਵਾਲਾ, ਤੰਗ ਕਰਨ ਵਾਲਾ)

sickle /'ਸਿਕਲ/ *n* ਦਾਤਰੀ, ਦਾਤੀ

sickly /'ਸਿਕਲਿ/ *a* ਰੋਗੀ ਜਿਹਾ, ਬਿਮਾਰ ਜਾਪਦਾ, ਭੁੱਸਿਆ ਹੋਇਆ, ਸਿਥਲ; ਪੀਲਾ ਪਿਆ; ਜੀ ਕੱਚਾ ਕਰਨ ਵਾਲਾ *v* (ਸੁਆਦ) ਕੱਚਾ-ਕੱਚਾ ਕਰਨਾ; ਪਿਲੱਤਣ ਚਾੜ੍ਹਨਾ, ਰੰਗ ਪੀਲਾ ਕਰ ਦੇਣਾ

sickness /'ਸਿਕਨਅਸ/ *n* ਰੋਗ, ਬਿਮਾਰੀ; ਜੀਅ ਕੱਚਾ ਹੋਣ ਦੀ ਹਾਲਤ, ਉਬੱਤ, ਕੈ

side /ਸਾਇਡ/ *n* ਪਾਸਾ, ਬੰਨਾ, ਦਿਸ਼ਾ; ਵੱਖੀ,

ਪਸਲੀ; ਤਲ, ਸਤ੍ਹਾ; ਰੁੱਖ, ਦਾਅ, ਲੋਟ; ਧਿਰ, ਪੱਖ; ਧੜਾ; (ਰੇਖਾ) ਬਾਹੀ, ਭੁਜਾ; ਹੱਦ, ਸੀਮਾ, ਕੰਢਾ, ਕਿਨਾਰਾ; ਕਿਸੇ ਵਸਤੂ ਦਾ ਕੁਝ ਭਾਗ ਜਾਂ ਕੋਈ ਵਿਸ਼ੇਸ਼ ਭਾਗ; (ਬੋਲ) ਆਕੜ, ਘਮੰਡ *vt* ਪੱਖ ਲੈਣਾ, ਸਾਥ ਦੇਣਾ, ਨਾਲ ਹੋਣਾ

sidearm /'ਸਾਇਡਆਮ/ *n* ਮੁੱਖ ਹਥਿਆਰ ਨਾਲੋਂ ਵੱਖਰਾ ਅਤੇ ਨੀਵੇਂ ਦਰਜੇ ਦਾ ਹਥਿਆਰ ਜਿਵੇਂ ਸੰਗੀਨ ਜਾਂ ਤਲਵਾਰ

sideboard /'ਸਾਇਡਬੋਡ/ *n* ਖਾਣੇ ਵਾਲੇ ਕਮਰੇ ਦੇ ਇੱਕ ਪਾਸੇ ਲੱਗਾ ਮੇਜ਼ ਜਾਂ ਤਖ਼ਤਾ

sidecar /'ਸਾਇਡਕਾ*/ *n* ਮੋਟਰ-ਸਾਈਕਲ ਦੇ ਇੱਕ ਪਾਸੇ ਲਾਈ ਜਾਣ ਵਾਲੀ ਇੱਕ ਵੱਖਰੀ ਗੱਡੀ

side effect /'ਸਾਇਡ ਇਫ਼ੈੱਕਟ/ *n* ਗੌਣ ਪ੍ਰਭਾਵ (ਆਮ ਕਰਕੇ ਮਾੜਾ)

sidekick /'ਸਾਇਡਕਿਕ/ *n* ਪ੍ਰਸਿੱਧ ਜਾਂ ਵਿਦਵਾਨ ਵਿਅਕਤੀ ਦਾ ਸਹਾਇਕ, ਜੋਟੀਦਾਰ

sidelight /'ਸਾਇਡਲਾਇਟ/ *n* ਮੂਲ ਵਿਸ਼ੇ ਤੋਂ ਬਾਹਰੀ ਨਾਲ ਲਗਵੀਂ ਜਾਣਕਾਰੀ

sideline /'ਸਾਇਡਲਾਇਨ/ *n* (ਖੇਡ ਦੇ ਮੈਦਾਨ ਦੀਆਂ ਆਮ੍ਹੋ-ਸਾਮ੍ਹਣੇ ਦੀ) ਲੰਮੀ ਬਾਹਰੀ ਲਾਈਨ, (ਹੋਰ ਕਮਾਈ ਲਈ ਕੀਤਾ) ਵਾਧੂ ਧੰਦਾ *v* ਕਿਸੇ ਖਿਡਾਰੀ ਨੂੰ ਖੇਡਣ ਤੋਂ ਰੋਕਣਾ, ਪ੍ਰਸਿੱਧੀ ਪ੍ਰਾਪਤੀ ਵਾਲੇ ਕੰਮ ਤੋਂ ਹਟਕਣਾ

sidelong /'ਸਾਇਡਲੋਂਙ/ *a* ਤਿਰਛਾ *adv* ਪਾਸੇ ਪਰਨੇ, ਵੱਖੀ ਭਾਰ

sider /'ਸਾਇਡਅ*/ *n* ਪੱਖਪਾਤੀ; ਪਾਰਟੀਬਾਜ਼, ਦਲ ਨਾਲ ਸੰਬੰਧਿਤ ਵਿਅਕਤੀ; ਤਰਫ਼ਦਾਰ

sidereal /ਸਾਇ'ਡਿਅਰਿਅਲ/ *a* ਨਛੱਤਰਾਂ ਬਾਰੇ, ਨਛੱਤਰੀ

side-saddle/'ਸਾਇਡਸੈਡਲ/ *adv* ਦੋਵੇਂ ਲੱਤਾਂ ਇੱਕ ਪਾਸੇ ਕਰਕੇ ਬੈਠਣ ਵਾਲੇ ਸਵਾਰ ਦੀ ਕਾਠੀ

sideshow /'ਸਾਇਡਸ਼ਅਉ/ *n* ਕਿਸੇ ਪ੍ਰਦਰਸ਼ਨੀ ਆਦਿ ਉੱਤੇ ਮੁੱਖ ਪ੍ਰੋਗਰਾਮ ਤੋਂ ਵੱਖਰਾ ਕੋਈ ਹੋਰ ਆਕਰਸ਼ਣ

sidesman /'ਸਾਇਡਜ਼ਮਅਨ/ *n* ਗਿਰਜੇ ਦੇ ਅਧਿਕਾਰੀ ਦਾ ਸਹਾਇਕ

sidestep /'ਸਾਇਡਸਟੈਪ/ *vt* ਲਾਂਭੇ ਹੋਣਾ, ਘੁਸਾਈ ਮਾਰਨਾ

sidestroke /'ਸਾਇਡਸਟਰਅਉਕ/ *n* ਤਰਨ ਦਾ ਇੱਕ ਵਿਸ਼ੇਸ਼ ਢੰਗ

sidetrack /'ਸਾਇਡਟਰੈਕ/ *n* ਮੁੱਖ ਸੜਕ ਦੇ ਨਾਲ-ਨਾਲ ਬਣਿਆ ਰਸਤਾ ਜਾਂ ਛੋਟੀ ਸੜਕ; ਰੇਲ ਦੀ ਲਾਂਭੇ ਵਾਲੀ ਪਟੜੀ *vt* ਲਾਂਭੇ ਦੀ ਪਟੜੀ ਉੱਤੇ ਲਿਆਉਣਾ; ਟਾਲ ਦੇਣਾ; ਲਾਂਭੇ ਲੈ ਜਾਣਾ

sidewalk /'ਸਾਇਡਵੋਕ/ *n* ਸੜਕ ਦੇ ਨਾਲ-ਨਾਲ ਜਾਂਦੀ ਡੰਡੀ ਜਾਂ ਪਹਿਆ

sideways /'ਸਾਇਡਵੇਇਜ਼/ *adv* ਖੱਬੇ ਜਾਂ ਸੱਜੇ ਪਾਸੇ, ਪਾਸੇ ਪਰਨੇ

sidi /'ਸੀਡਿ/ *n* ਅਫ਼ਰੀਕੀ, ਨੀਗਰੋ, ਹਬਸ਼ੀ, ਸੀਦੀ

siding /'ਸ੍ਹਾਇਡਿਙ/ *n* ਰੇਲ ਦੀ ਇੱਕ ਲਾਂਭ ਵਾਲੀ ਪਟੜੀ, ਮੂਲ ਪਟੜੀ ਤੋਂ ਬਾਹਰ ਵਾਲੀ ਲਾਈਨ; ਪਾਸਾ, ਲਾਂਭ, ਪੱਖ

sidle /'ਸਾਇਡਲ/ *vi* (ਡਰ, ਨਖ਼ਰੇ ਜਾਂ ਚਾਪਲੂਸੀ ਕਰਨ ਲਈ) ਟੇਢਾ-ਟੇਢਾ ਤੁਰਨਾ; ਪਾਸੇ ਮਾਰਨਾ

sidy /'ਸਾਇਡਿ/ *a* ਠੱਗ, ਛਲੀਆ, ਬਹਾਨੇਬਾਜ਼

siege /ਸੀਜ/ *n* (ਕਿਲ੍ਹੇ, ਸ਼ਹਿਰ ਆਦਿ ਦਾ) ਘੇਰਾ, ਕਿਲ੍ਹਾਬੰਦੀ; ਨਾਕਾਬੰਦੀ *vt* ਜ਼ਿਦ ਕਰਨਾ, ਪਿੱਛੇ ਪੈ ਜਾਣਾ; ਘੇਰਾ ਪਾਉਣਾ

sienna /ਸਿ'ਐਨੱਅ/ *n* ਗੇਰੂ ਰੰਗੀ ਮਿੱਟੀ ਜੋ ਰੰਗ ਦੀ ਥਾਂ ਵਰਤੀ ਜਾਂਦੀ ਹੈ

sierra /ਸਿ'ਐਰੱਅ/ *n* ਦੰਦੇਦਾਰ ਪਰਬਤ ਮਾਲਾ

siesta /ਸਿ'ਐਸੱਟਅ/ *n* ਦੁਪਹਿਰ ਵੇਲੇ ਦਾ ਅਰਾਮ

sieve /ਸਿਵ੍/ *n* ਛਾਨਣਾ, ਛਾਨਣੀ, ਪੋਣੀ *vt* ਛਾਣਨਾ, ਪੁਣਨਾ; ਚੰਗੀ ਤਰ੍ਹਾਂ ਪੜਤਾਲ ਕਰਨਾ, ਘੋਖਣਾ

sift /ਸਿਫ਼ਟ/ *v* (ਛਾਨਣੀ ਨਾਲ) ਛਾਣਨਾ; ਚੰਗੇ ਭਾਗ ਨੂੰ ਅੱਡ ਕੱਢਣਾ; ਛਾਣ-ਬੀਨ ਕਰਨਾ, ਸੂਖ਼ਮ ਨਿਰੀਖਣ ਕਰਨਾ, ਜਾਂਚਣਾ

sifter /'ਸਿਫ਼ਟਅ*/ *n* ਛਾਨਣੀ, ਪੋਣੀ; ਛਾਣਨ ਵਾਲਾ ਬੰਦਾ

sigh /ਸਾਇ/ *vi* ਹੌਕਾ ਲੈਣਾ, ਠੰਢਾ ਸਾਹ ਲੈਣਾ,

ਸਿਸਕਣਾ, ਕੁੜ੍ਹਨਾ; ਦੁੱਖ ਪ੍ਰਗਟ ਕਰਨਾ, ਚਿੰਤਾ ਜ਼ਾਹਰ ਕਰਨਾ *n* ਹੌਕਾ, ਠੰਢਾ ਸਾਹ

sight /ਸਾਇਟ/ *n* ਨਜ਼ਰ, ਨਿਗ੍ਹਾ, ਦ੍ਰਿਸ਼ਟੀ, ਨੀਝ, ਤੱਕਣੀ; ਨਜ਼ਾਰਾ, ਦ੍ਰਿਸ਼, ਦਰਸ਼ਨ; ਵੇਖਣਯੋਗ ਵਸਤੂ ਜਾਂ ਦ੍ਰਿਸ਼; (ਬੋਲ) ਬਹੁਤ ਕੁਝ, ਬੜੀ ਮਾਤਰਾ; ਬੰਦੂਕ ਦੀ ਸ਼ਿਸਤ ਬੰਨ੍ਹਣ ਲਈ ਸਹਾਇਕ ਅੰਸ਼, ਬੰਦੂਕ ਦੀ ਮੱਖੀ *vt* ਵੇਖਣਾ, ਧਿਆਨ ਮਾਰਨਾ, ਸ਼ਿਸਤ ਵਾਲਾ ਯੰਤਰ ਠੀਕ ਕਰਨਾ

sightseer /ਸਾਇਟਸਿਅ*/ *n* ਸੈਲਾਨੀ, ਦਰਸ਼ਕ, ਸੈਰ-ਸਪਾਟਾ ਕਰਨ ਵਾਲਾ

sign /ਸਾਇਨ/ *n* ਨਿਸ਼ਾਨ, ਚਿੰਨ੍ਹ, ਪ੍ਰਤੀਕ, ਸੰਕੇਤਕ ਚਿੰਨ੍ਹ; ਨਿਸ਼ਾਨੀ, ਪ੍ਰਮਾਣ, ਲੱਛਣ; ਝੰਡਾ; ਸੈਨਤ, ਇਸ਼ਾਰਾ, ਸੰਕੇਤ; ਅਲੌਕਿਕ ਗੱਲ, ਕਰਾਮਾਤ *v* ਸੈਨਤ ਕਰਨਾ; ਸਹੀ ਪਾਉਣਾ, ਦਸਖ਼ਤ ਕਰਨਾ

signal /'ਸਿਗਨਅਲ/ *a* ਉਘਾ, ਮੰਨਿਆ ਹੋਇਆ, ਪ੍ਰਸਿੱਧ; ਅਸਧਾਰਨ ਰੂਪ ਵਿੱਚ ਚੰਗਾ ਜਾਂ ਮਾੜਾ; ਅਦੁੱਤੀ *n* ਇਸ਼ਾਰਾ, ਸੈਨਤ, ਸੰਕੇਤ; ਰੇਲ ਦਾ ਸਿਗਨਲ; ਸੰਕੇਤ ਵਿੱਚ ਦਿੱਤਾ ਸੁਨੇਹਾ, ਸੂਚਨਾ *vt* ਸੈਨਤ ਕਰਨਾ, ਇਸ਼ਾਰਾ ਕਰਨਾ, ਸੰਕੇਤ ਰਾਹੀਂ ਕੁਝ ਕਰਨ ਨੂੰ ਕਹਿਣਾ, ਇਸ਼ਾਰੇ ਨਾਲ ਸੂਚਨਾ ਦੇਣਾ; ਸੰਕੇਤ ਰਾਹੀਂ ਐਲਾਨ ਕਰਨਾ ਜਾਂ ਹਿਦਾਇਤ ਕਰਨਾ

signalize /'ਸਿਗਨ(ਅ)ਲਾਇਜ਼/ *vt* ਜੱਸ ਖੱਟਣਾ, ਸ਼ੋਭਾ ਲੈਣਾ

signatory /'ਸਿਗਨਅਟਰਿ/ *n* ਦਸਖ਼ਤ ਕਰਨ ਵਾਲਾ, ਉਹ ਧਿਰ ਪਾਰਟੀ ਜਾਂ ਸਰਕਾਰ ਜਿਹੜੀ ਕਿਸੇ ਦਸਤਾਵੇਜ਼ ਉੱਤੇ ਹਸਤਾਖਰ ਕਰੇ

signature /'ਸਿਗਨਅਚਅ*/ *n* ਦਸਖ਼ਤ, ਹਸਤਾਖਰ, ਸਹੀ; (ਛਾਪਾਖ਼ਾਨਾ) ਫ਼ਰਮੇ ਦੇ ਪਹਿਲੇ ਪੰਨੇ ਉੱਤੇ ਲਿਖਿਆ ਅੰਕ ਜਾਂ ਅੱਖਰ ਜਿਹੜਾ ਫ਼ਰਮੇ ਦੀ ਗਿਣਤੀ ਲਈ ਅੰਕਿਤ ਕੀਤਾ ਜਾਂਦਾ ਹੈ, (ਛਪੇ ਵਰਕੇ ਉੱਤੇ) ਤਖ਼ਤਨਸ਼ੀਨੀ

signature tune *n* (ਰੇਡੀਓ ਦੂਰਦਰਸ਼ਨ ਵਗ਼ੈਰਾ ਦੇ ਪ੍ਰੋਗਰਾਮ ਦੇ ਸ਼ੁਰੂ ਹੋਣ ਜਾਂ ਖ਼ਤਮ ਹੋਣ ਸਮੇਂ) ਵਜਾਈ ਜਾਣ ਵਾਲੀ ਸੰਗੀਤ ਧੁਨੀ

signboard /'ਸਾਇਨਬੋਡ/ *n* ਦੁਕਾਨ ਜਾਂ ਸਰਾਂ ਦੇ ਬੂਹੇ ਉੱਤੇ ਲੱਗਾ ਫੱਟਾ ਜਿਸ ਉੱਤੇ ਦੁਕਾਨ ਦਾ ਨਾਂ ਆਦਿ ਲਿਖਿਆ ਹੁੰਦਾ ਹੈ ਜਾਂ ਨਿਸ਼ਚਿਤ ਚਿੰਨ੍ਹ ਬਣਿਆ ਹੁੰਦਾ ਹੈ

signed /ਸਾਇਨਡ/ *a* ਹਸਤਾਖਰਿਤ

signet /'ਸਿਗਨਿਟ/ *n* ਛੋਟੀ ਮੋਹਰ ਜਾਂ ਛਾਪ, ਖ਼ਾਸ ਕਰਕੇ ਉਹ ਮੋਹਰ ਜਿਹੜੀ ਅੰਗੂਠੀ ਵਿੱਚ ਜੜੀ ਹੁੰਦੀ ਹੈ

significance /ਸਿਗ'ਨਿਫ਼ਿਕਅਨਸ/ *n* ਮਹੱਤਤਾ, ਮਹੱਤਵ, ਵਿਸ਼ੇਸ਼ਤਾ; ਭਾਵਾਰਥ; ਅਰਥਪੂਰਨਤਾ, ਸਾਰਥਿਕਤਾ

significant /ਸਿਗ'ਨਿਫ਼ਿਕਅਨਟ/ *a* ਵਿਸ਼ੇਸ਼; ਜ਼ਰੂਰੀ, ਮਹੱਤਤਾ ਵਾਲਾ, ਪ੍ਰਭਾਵਸ਼ਾਲੀ, ਵੱਡਾ; ਅਰਥਪੂਰਨ, ਭਾਵਪੂਰਨ, ਸਾਰਥਿਕ

significantly /ਸਿਗ'ਨਿਫ਼ਿਕਅਨਟਲਿ/ *adv* ਵਿਸ਼ੇਸ਼ ਤੌਰ 'ਤੇ, ਸਾਰਥਿਕ ਤੌਰ 'ਤੇ, ਮਹੱਤਵਪੂਰਨ ਢੰਗ ਨਾਲ

signification /ˌਸਿਗਨਿਫ਼ਿ'ਕੇਇਸ਼ਨ/ *n* ਭਾਵ, ਤਾਤਪਰਜ, ਅਰਥ, ਭਾਵਾਰਥ; ਸਾਰਥਿਕਤਾ, ਸ਼ਬਦ ਸ਼ਕਤੀ

signify /'ਸਿਗਨਿਫ਼ਾਇ/ *v* ਪ੍ਰਗਟ ਕਰਨਾ; ਜ਼ਾਹਰ ਕਰਨਾ; ਅਰਥ ਦੇਣਾ, ਭਾਵ ਦੇਣਾ; ਭਾਵ ਹੋਣਾ; ਮਹੱਤਤਾ ਵਾਲਾ ਹੋਣਾ; ਵਜ਼ਨੀ ਹੋਣਾ

signor /'ਸੀਨਯੋ*/ *(it) n* (ਇਤਾਲਵੀ ਭਾਸ਼ਾ ਵਿੱਚ) ਸ੍ਰੀਮਾਨ, ਜਨਾਬ, ਸ੍ਰੀ

signorina /ਸੀਨਯੋ'ਰੀਨਅ/ *(it) n* ਕੁਮਾਰੀ, ਬੀਬੀ (ਕੁਆਰੀ ਲੜਕੀ ਲਈ ਵਰਤਿਆ ਜਾਣ ਵਾਲਾ ਸਨਮਾਨਸੂਚਕ ਸ਼ਬਦ)

signpost /'ਸਾਇਨਪਅਉਸਟ/ *n* (ਸੜਕ ਉੱਤੇ ਲੱਗਾ) ਮਾਰਗਸੂਚਕ ਫੱਟਾ, ਰਾਹ ਦੱਸਣ ਵਾਲੀ ਤਖ਼ਤੀ ਜਾਂ ਬੁਰਜੀ

silage /'ਸਾਇਲਿਜ/ *n* ਬੰਦ ਗੁਦਾਮ ਵਿੱਚ ਸੁਰੱਖਿਅਤ ਰੱਖਿਆ ਚਾਰਾ, ਟੋਏ ਵਿੱਚ ਸਾਂਭਿਆ ਚਾਰਾ

silence /**'ਸਾਇਲਅਨਸ**/ *n* ਚੁੱਪ, ਚੁੱਪ-ਚਾਪ, ਮੌਨ, ਖ਼ਮੋਸ਼ੀ, ਸੱਨਾਟਾ; ਭੇਦ ਰੱਖਣ, ਭੇਦ ਛੁਪਾਉਣ, ਗੁਮਨਾਮੀ *vt* ਚੁੱਪ ਕਰਾ ਦੇਣਾ, ਮੂੰਹ ਬੰਦ ਕਰਾ ਦੇਣਾ, ਨਿਰਉੱਤਰ ਕਰ ਦੇਣ; ਬਲਪੂਰਵਕ ਚੁੱਪ ਕਰਾ ਦੇਣਾ; ਸ਼ਾਂਤ ਕਰ ਦੇਣਾ; ਦਬ ਦੇਣਾ

silencer /**'ਸਾਇਲਅਨਸਅ***/ *n* ਅਵਾਜ਼ ਘਟਾਊ ਯੰਤਰ, ਸਾਈਲੈਂਸਰ

silent /**'ਸਾਇਲਅਨਟ**/ *a* ਚੁੱਪ, ਖ਼ਮੋਸ਼, ਮੌਨ; ਬੇਜ਼ੁਬਾਨ; ਚੁੱਪ-ਚਾਪ, ਗੁੰਮ-ਸੁੰਮ

silhouette /**ˌਸਿਲੁ'ਐਟ**/ *n* ਚਿੱਟੇ ਤਲ ਉੱਤੇ ਬਣਾਈ ਗਈ ਕਾਲੀ ਤਸਵੀਰ; ਛਾਇਆ ਚਿੱਤਰ; ਤਸਵੀਰ ਜਾਂ ਖਾਕਾ ਜਿਹੜਾ ਤੇਜ਼ ਚਾਨਣ ਦੇ ਸਾਹਵੇਂ ਦਿਸੇ *vt* ਅਜਿਹਾ ਖਾਕਾ ਜਾਂ ਤਸਵੀਰ ਬਣਾਉਣਾ

silica /**'ਸਿਲਿਕਅ**/ *n* ਸਿਲਿਕਾ, ਇੱਕ ਪਥਰੀਲਾ ਪਦਾਰਥ

silicon chip *n* ਸਿਲੀਕਾਨ ਤੋਂ ਬਣਾਈ ਚਿੱਪ ਜੋ ਅਰਧ ਸੁਚਾਲਕ ਦਾ ਕੰਮ ਦਿੰਦੀ ਹੈ

Silicon Valley *n* ਦੱਖਣੀ ਕੈਲੇਫੋਰਨੀਆ ਦਾ ਇੱਕ ਅਜਿਹਾ ਖੇਤਰ ਜਿੱਥੇ ਆਧੁਨਿਕ ਤਕਨਾਲੋਜੀ ਵਾਲੇ ਹਾਰਡਵੇਅਰ ਅਤੇ ਸਾਫਟਵੇਅਰ ਤਿਆਰ ਕਰਨ ਵਾਲੀਆਂ ਕੰਪਨੀਆਂ ਸਥਾਪਿਤ ਕੀਤੀਆਂ ਗਈਆਂ ਹਨ, ਸਿਲੀਕਾਨ ਵਾਦੀ/ਘਾਟੀ

silk /**ਸਿਲਕ**/ *n* ਰੇਸ਼ਮ, ਰੇਸ਼ਮੀ ਕੱਪੜਾ, ਸਿਲਕ, ਰੇਸ਼ਮੀ ਪੁਸ਼ਾਕ

silken /**'ਸਿਲਕਅਨ**/ *a* ਰੇਸ਼ਮੀ, ਰੇਸ਼ਮ ਦਾ, ਰੇਸ਼ਮ ਵਾਂਗ ਮੁਲਾਇਮ, ਕੋਮਲ, ਚਮਕੀਲਾ

silkworm /**'ਸਿਲਕਵਅ:ਮ**/ *n* ਰੇਸ਼ਮ ਦਾ ਕੀੜਾ

silky /**'ਸਿਲਕਿ**/ *a* ਰੇਸ਼ਮ ਵਰਗਾ ਕੋਮਲ ਅਤੇ ਨਰਮ; ਚਮਕਦਾਰ, ਰੇਸ਼ਮ ਵਾਂਗ ਭਾਹ ਮਾਰਦਾ

sill /**ਸਿਲ**/ *n* ਦਹਿਲੀਜ਼; ਉਹ ਪੱਥਰ ਸਿਲ ਜਾਂ ਇੱਟ ਜਿਹੜੀ ਖਿੜਕੀ ਦੀ ਚੁਗਾਠ ਦੇ ਅੱਗੇ ਲੱਗੀ ਹੁੰਦੀ ਹੈ

sillabub /**'ਸਿਲਅਬਅੱਬ**/ *n* ਮੱਖਣ ਦੁੱਧ ਅਤੇ ਸ਼ਰਾਬ ਪਾ ਕੇ ਬਣਾਇਆ ਜਾਣ ਵਾਲਾ ਇੱਕ ਭੋਜਨ

silly /**'ਸਿਲਿ**/ *a* ਮੂਰਖ, ਬੇਵਕੂਫ਼, ਬੁੱਧੂ, ਬੇਅਕਲ, ਸਿੱਧੜ, ਭੋਲਾ-ਭਾਲਾ, ਮੋਟੀ ਮੱਤ ਵਾਲਾ, ਥੋੜ੍ਹੀ ਸੂਝ ਵਾਲਾ, ਲੋਲ੍ਹੜ

silly point *n* ਕ੍ਰਿਕਟ ਵਿੱਚ ਖੇਡਣ ਵਾਲੇ ਦੇ ਨਾਲ ਲਗਦੀ ਫੀਲਡਰ ਦੀ ਥਾਂ

silo /**'ਸਾਇਲਅਉ**/ *n* ਹਰੇ ਪੱਠੇ ਜਾਂ ਅਨਾਜ ਸੰਭਾਲ ਕੇ ਰੱਖਣ ਵਾਲਾ ਟੋਆ ਜਾਂ ਕੋਈ ਹਵਾਬੰਦ ਥਾਂ, ਕੋਠੀ

silt /**ਸਿਲਟ**/ *n* ਵਗਦੇ ਪਾਣੀ ਦੇ ਹੇਠਾਂ ਬੈਠੀ ਮਿੱਟੀ, ਭਲ, ਗਾਰ, ਤਲਛਟ ਆਦਿ *v* ਭਲ ਪੈਣੀ, ਗਾਰ ਕੱਢਣੀ

silurian /**ਸਾਇ'ਲੁਅਰਿਅਨ**/ *n* ਬਰਤਾਨੀਆ ਦੀ ਇੱਕ ਪ੍ਰਾਚੀਨ ਜਾਤੀ; ਸਿਲੂਰੀ, ਇੱਕ ਵਿਸ਼ੇਸ਼ ਪ੍ਰਕਾਰ ਦੀ ਚਟਾਨ *a* ਇਸ ਚੱਟਾਨ ਸੰਬੰਧੀ

silva /**'ਸਿਲਵ੍ਅ**/ *n* ਕਿਸੇ ਇਲਾਕੇ ਦਾ ਦਰਖਤਾਂ ਵਾਲਾ ਭਾਗ; ਦਰਖਤਾਂ ਦੀ ਝਿੜੀ, ਬੀੜ, ਜੰਗਲ

silvan /**'ਸਿਲਵ੍ਅਨ**/ *a* ਵਣਦਾਰ; ਗ੍ਰਾਮੀਣ

silver /**'ਸਿਲਵ੍ਅ***/ *n* ਚਾਂਦੀ, ਚਾਂਦੀ ਦਾ ਸਿੱਕਾ; ਚਾਂਦੀ ਦੇ ਭਾਂਡੇ ਜਾਂ ਕੋਈ ਹੋਰ ਵਸਤੂ *a* ਚਾਂਦੀ ਦਾ ਬਣਿਆ *v* ਚਾਂਦੀ ਦਾ ਪਾਣੀ ਚੜ੍ਹਾਉਣਾ; ਚਾਂਦੀ ਵਰਗੀ ਚਮਕ ਪੈਦਾ ਕਰਨਾ; ਚਿੱਟਾ ਅਤੇ ਚਮਕਦਾ ਕਰ ਦੇਣਾ ਜਾਂ ਹੋ ਜਾਣਾ

silver-fox *n* ਬਹੁਮੁੱਲੀ ਕਾਲੀ ਪਸ਼ਮ ਅਤੇ ਚਿੱਟੀ ਪੂਛ ਵਾਲਾ ਲੂੰਬੜ

silver gilt *n* ਧਾਤ ਉੱਤੇ ਚੜ੍ਹਾਇਆ ਚਾਂਦੀ ਦਾ ਪਾਣੀ

silver jubilee *n* ਕਿਸੇ ਮਹੱਤਵਪੂਰਨ ਘਟਨਾ ਦੀ ਪੰਝੀਵੀਂ ਵਰ੍ਹੇ-ਗੰਢ, (ਪੰਝੀ ਸਾਲ ਪਹਿਲਾਂ ਅਰੰਭ ਹੋਈ ਕਿਸੇ ਸੰਸਥਾ ਘਟਨਾ ਵਗੈਰਾ ਦਾ) ਮਨਾਇਆ ਜਾਂਦਾ ਉਤਸਵ

silver paper *n* ਵਰਕ, ਇੱਕ ਪਤਲਾ ਚਿੱਟਾ ਕਾਗਜ਼; ਟੀਨ ਦੀ ਪੱਤੀ

silver-point *a* ਇੱਕ ਵਿਸ਼ੇਸ਼ ਪ੍ਰਕਾਰ ਦੇ ਕਾਗਜ਼ ਉੱਤੇ ਚਾਂਦੀ ਦੀ ਪੈਨਸਿਲ ਨਾਲ ਬਣੀ ਤਸਵੀਰ

silverside /**'ਸਿਲਵ੍ਅਸਾਇਡ**/ *n* ਗਾਂ ਦੀ ਪੁੱਠ

ਦੇ ਮਾਸ ਦਾ ਸਭ ਤੋਂ ਚੰਗਾ ਹਿੱਸਾ

silversmith /'ਸਿਲਵ੍ਅਸਮਿਥ/ *n* ਚਾਂਦੀ ਦਾ ਕੰਮ ਕਰਨ ਵਾਲਾ, ਚਾਂਦੀ ਦੇ ਗਹਿਣੇ ਆਦਿ ਬਣਾਉਣ ਵਾਲਾ ਸੁਨਿਆਰਾ

silver-tongued /ˌਸਿਲਵ੍ਅ'ਟਅੱਙਡ/*a* ਪ੍ਰਭਾਵਸ਼ਾਲੀ ਗੱਲਾਂ ਕਰਨ ਵਾਲਾ, ਮਿੱਠਬੋਲਾ

silverweed /'ਸਿਲਵ੍ਅਵੀਡ/ *n* ਚਾਂਦੀ ਰੰਗੇ ਪੱਤਿਆਂ ਵਾਲੀ ਇੱਕ ਬੂਟੀ

silvery /'ਸਿਲਵ੍ਅਰਿ/ *a* ਚਾਂਦੀ ਵਰਗੀ ਭਾਹ ਵਾਲਾ, ਚਾਂਦੀ ਰੰਗਾ; ਚਾਂਦੀ ਜਿਹੀ ਟੁਣਕਣੀ ਅਵਾਜ਼ ਵਾਲਾ

simian /'ਸਿਮਿਅਨ/ *a* ਬਾਂਦਰ ਵਰਗਾ *n* ਬਾਂਦਰ ਦੀ ਇੱਕ ਨਸਲ; ਮਨੁੱਖ ਵਰਗਾ ਇੱਕ ਬਾਂਦਰ

similar /'ਸਿਮਅਲਅ*/ *a* ਵਰਗਾ, ਜਿਹਾ, ਮਿਲਦਾ-ਜੁਲਦਾ, ਸਮਾਨ, ਸਾਰੂਪ; (ਰੇਖਾ) ਸਮਰੂਪ, ਸਮਆਕਾਰ

similarity /ˌਸਿਮਅ'ਲੈਰਅਟਿ/ *n* ਸਮਰੂਪਤਾ, ਸਮਾਨਤਾ, ਸਮਤਾ, ਇਕਰੂਪਤਾ, ਸਦ੍ਰਿਸ਼ਤਾ, ਮੇਲ

similarly /ˌਸਿਮਅਲਅਲਿ/ *adv* ਉਸੇ ਤਰ੍ਹਾਂ, ਉਂਜ ਹੀ, ਸਮਾਨ ਰੂਪ ਵਿੱਚ

simile /'ਸਿਮਅਲਿ/ *n* ਉਪਮਾ, ਤਸ਼ਬੀਹ, ਉਪਮਾ ਅਲੰਕਾਰ

similitude /ਸਿ'ਮਿਲਿਟਯੂਡ/ *n* ਸਮਰੂਪਤਾ; ਨੁਹਾਰ, ਮੁਹਾਂਦਰਾ, ਰੂਪ, ਸ਼ਕਲ, ਵੇਸ, ਭੇਸ, ਬਾਹਰੀ ਰੂਪ; ਉਪਮਾ, ਤੁਲਨਾ; ਹੂ-ਬਹੂ ਨਕਲ, ਪ੍ਰਤਿਰੂਪ, ਪ੍ਰਤਿਲਿਪੀ

simmer /'ਸਿਮਅ*/ *v* ਉਬੱਲਨ ਵਾਲਾ ਹੋਣਾ, ਪਾਣੀ ਦਾ ਗਰਮ ਹੋ ਕੇ ਸਾਂ-ਸਾਂ ਕਰਨਾ, ਗੁੱਸੇ ਵਿੱਚ ਉਬੱਲਨਾ; ਹੱਸ-ਹੱਸ ਕੇ ਦੂਹਰੇ ਹੋ ਜਾਣਾ *n* ਪਹਿਲਾ ਉਬਾਲ, ਕੱਚਾ ਉਬਾਲ

simoniac /ਸਿ'ਮਅਉਨਿਐਕ/ *n* ਗਿਰਜੇ ਦੇ ਅਹੁਦੇ ਨੂੰ ਵੇਚਣ ਜਾਂ ਖ਼ਰੀਦਣ ਦਾ ਅਪਰਾਧੀ, ਕਿਸੇ ਧਾਰਮਿਕ ਪਦ ਦੀ ਸੌਦੇਬਾਜ਼ੀ ਕਰਨ ਵਾਲਾ ਮੁਜਰਮ

simoniacal /ਸਿˌਮਅ'ਨਾਇਅਕ(ਅ)ਲ/ *a* ਗਿਰਜੇ ਦੀ ਪਦਵੀ ਵੇਚਣ ਜਾਂ ਖ਼ਰੀਦਣ ਦੇ ਜੁਰਮ ਤੁਲ, ਕਿਸੇ ਧਾਰਮਿਕ ਅਹੁਦੇ ਦੇ ਵੇਚਣ ਜਾਂ ਖਰੀਦਣ ਸੰਬੰਧੀ

simony /'ਸਾਇਮਅਨਿ/ *n* ਗਿਰਜੇ ਦੇ ਅਹੁਦੇ ਨੂੰ ਵੇਚਣ ਜਾਂ ਖਰੀਦਣ ਦਾ ਕਾਰਜ, ਧਾਰਮਿਕ ਪਦ ਦੀ ਸੌਦੇਬਾਜ਼ੀ

simoom /ਸਿ'ਮੂਮ/ *n* ਮਾਰੂਥਲ ਦੀ ਤੱਤੀ ਅਤੇ ਰੇਤਭਰੀ ਹਵਾ, ਸਮੂਮ

simp /ਸਿਮਪ/ *n* **simpleton** ਦਾ ਛੋਟਾ ਰੂਪ, ਸਿੱਧੜ, ਸਿੱਧਾ-ਸਾਦਾ ਬੁੱਧੂ

simper /'ਸਿਮਪਅ*/ *n* ਬਣਾਉਟੀ ਮੁਸਕਾਨ, ਝੂਠਾ ਹਾਸਾ, ਵਿਖਾਵੇ ਦਾ ਹਾਸਾ *v* ਬਣਾਉਟੀ ਹਾਸੀ ਹੱਸਣਾ, ਬਣਾਉਟੀ ਹਾਸੇ ਨਾਲ ਰਜ਼ਾਮੰਦੀ ਜ਼ਾਹਰ ਕਰਨਾ

simple /'ਸਿਮਪਲ/ *a* ਸਾਦਾ, ਸਿੱਧਾ, ਸਰਲ, ਸੌਖਾ, ਸਿੱਧਾ-ਸਾਦਾ, ਬਿਨਾ ਉਲਝਣ; ਇਕਹਿਰਾ; ਸਧਾਰਨ; ਭੋਲਾ-ਭਾਲਾ, ਸਾਦ-ਮੁਰਾਦਾ, ਸ਼ੁੱਧ, ਨਿਰਾ, ਖਾਲਸ; ਸੁਭਾਵਿਕ, ਕੁਦਰਤੀ, ਪਰਿਵਰਤਕ; ਅੰਜਾਣਾ, ਅੱਲ੍ਹੜ; ਨਿਗੂਣਾ, ਘਟੀਆ, ਤੁੱਛ *n* (ਪਰਾ) ਦਵਾਈਆਂ ਵਿੱਚ ਵਰਤੀ ਜਾਣ ਵਾਲੀ ਬੂਟੀ

simple interest *n* ਸਾਧਾਰਨ ਵਿਆਜ

simple-minded /ˌਸਿਮਪਲ'ਮਾਇਨਡਿਡ/*a* ਸਾਫ਼ ਦਿਲ, ਸਾਦਾ ਦਿਲ, ਸਿੱਧਾ-ਸਾਦਾ, ਭੋਲਾ-ਭਾਲਾ

simpleton /'ਸਿਮਪਲਟਅਨ/ *n* ਮੂਰਖ, ਬੁੱਧੂ, ਸਿੱਧੜ, ਲੋਲ੍ਹਾ, ਮੋਟੀ ਮੱਤ ਵਾਲਾ

simplicity /ਸਿਮ'ਪਲਿਸਅਟਿ/ *n* ਸਾਦਗੀ, ਸਰਲਤਾ; ਸ਼ੁੱਧਤਾ; ਅਸੰਯੁਕਤਤਾ; ਇਕਹਿਰਾਪਣ; ਸੁਭਾਵਿਕਤਾ; ਨਿਸ਼ਕਪਟਤਾ, ਭੋਲਾਪਣ; ਮੂੜ੍ਹਤਾ, ਲੋਲ੍ਹਾਪਣ; ਹੀਣਤਾ

simplification /ˌਸਿਮਪਲਿਫ਼ਿ'ਕੇਇਸ਼ਨ/ *n* ਸੌਖਾ ਕਰਨ, ਗੁੰਝਲ ਦੂਰ ਕਰਨ, ਸਰਲੀਕਰਨ

simplify /'ਸਿਮਪਲਿਫ਼ਾਇ/ *vt* ਸੌਖਾ ਕਰਨਾ, ਸਰਲ ਬਣਾਉਣਾ, ਇਕਹਿਰਾ ਕਰਨਾ; ਸਾਦਾ ਕਰਨਾ; ਗੁੰਝਲ ਦੂਰ ਕਰਨਾ; ਸੁਬੋਧ ਬਣਾਉਣਾ,

ਸਪਸ਼ਟ ਕਰਨਾ

simply /'ਸਿਮਪਲਿ/ *adv* ਸੌਖੀ ਤਰ੍ਹਾਂ, ਸਧਾਰਨ ਢੰਗ ਨਾਲ, ਕੁਦਰਤੀ ਤੌਰ 'ਤੇ, ਭੋਲੇ ਭਾਅ, ਸਾਦਗੀ ਨਾਲ, ਸਹਿਜ ਸੁਭਾਅ

simulacrum /ˌਸਿਮਯੁ'ਲੇਇਕਰਅਮ/ *n* ਕੋਰੀ ਨਕਲ; ਪ੍ਰਤਿਰੂਪ; ਭੁਲਾਵਾ

simulant /'ਸਿਮਯੁਲਅਨਟ/ *a* ਵਰਗਾ, ਰੂਪ ਵਾਲਾ; ਨਕਲੀ, ਬਣਾਉਟੀ ਸ਼ਕਲ ਦਾ

simulate /'ਸਿਮਯੁਲੇਇਟ/ *vt* ਸਾਂਗ ਕਰਨਾ, ਢੌਂਗ ਰਚਣਾ, ਝੂਠਾ ਰੂਪ ਬਣਾਉਣਾ; ਨਕਲ ਕਰਨਾ; ਭੇਸ ਬਦਲਨਾ, ਰੂਪ ਧਾਰਨਾ

simulation /ˌਸਿਮਯੁ'ਲੇਇਸ਼ਨ/ *n* ਬਹਾਨਾ, ਢੌਂਗ; ਨਕਲ, ਰੀਸ, ਸਾਂਗ; ਪਖੰਡ, ਕਪਟ, ਛਲ

simultaneity /ˌਸਿਮਲਟਅ'ਨੇਇਅਟਿ/ *n* ਸਮਕਾਲੀਪਣ, ਸਮਕਾਲੀਨਤਾ

simultaneous /ˌਸਿਮਲ'ਟੇਇਨਿਅਸ/ *a* ਸਮਕਾਲੀ, ਸਮਕਾਲਕ, ਇੱਕੋ ਸਮੇਂ ਹੋਣ ਵਾਲੇ, ਇੱਕੋ ਸਮੇਂ ਦੇ

simultaneously /ˌਸਿਮਲ'ਟੇਇਨਿਅਸਲਿ/ *adv* ਨਾਲ-ਨਾਲ, ਇੱਕੋ ਸਮੇਂ ਵਿੱਚ

sin /ਸਿਨ/ *n* ਪਾਪ, ਗੁਨਾਹ; ਧਾਰਮਿਕ ਸਿਧਾਂਤਾਂ ਦੇ ਵਿਰੁੱਧ ਅਪਰਾਧ; ਦੁਰਾਚਾਰ, ਕੁਕਰਮ, ਅਧਰਮ *vt* ਪਾਪ ਕਰਨਾ, ਗੁਨਾਹ ਕਰਨਾ, ਦੁਰਾਚਾਰ ਕਰਨਾ

sinapis /'ਸਿਨਅਪਿਸ/ *n* ਸਰ੍ਹੋਂ, ਸਰਸੋਂ

sinapism /'ਸਿਨਅਪਿਜ਼ਅਮ/ *n* ਸਰ੍ਹੋਂ ਦਾ ਲੇਪ

since /ਸਿਨਸ/ *prep* ਤੋਂ, ਥੋਂ, ਤੋਂ ਲੈ ਕੇ, ਉਪਰਾਂਤ..... ਤੋਂ ਹੁਣ ਤੱਕ *conj* ਕਿਉਂਜੋ, ਕਿਉਂਕਿ *adv* ਇਸ ਲਈ ਕਿ; ਇਹ ਵੇਖਦੇ ਹੋਏ

sincere /ਸਿਨ'ਸਿਅ*/ *a* ਸੱਚਾ, ਖ਼ਰਾ; ਨਿਰਛਲ, ਨਿਸ਼ਕਪਟ; ਇਮਾਨਦਾਰ, ਸੁਹਿਰਦ; ਹਾਰਦਿਕ; ਸੁਭਾਵਿਕ, ਵਾਸਤਵਿਕ, ਅਸਲੀ, ਠੀਕ-ਠੀਕ

sincerity /ਸਿਨ'ਸੈਰੱਅਟਿ/ *n* ਨਿਸ਼ਕਪਟਤਾ, ਨਿਰਛਲਤਾ, ਸਾਫ਼ ਦਿਲੀ, ਸੁਹਿਰਦਤਾ; ਸਰਲਤਾ; ਸਚਾਈ, ਇਮਾਨਦਾਰੀ

sinciput /'ਸਿਨਸਿਪਅੱਟ/ *n* ਸਿਰ ਦੀ ਖੋਪਰੀ ਦਾ ਅਗਲਾ ਹਿੱਸਾ

sine /ਸਾਇਨ/ *prep* ਬਿਨਾਂ, ਬਗੈਰ, ਬਾਝ

sinecure /'ਸਾਇਨਿਕਯੁਅ*,'ਸਿਨਿ-/ *n* ਅਜਿਹਾ ਅਹੁਦਾ ਜਿਸ ਵਿੱਚ ਅਰਾਮ ਨਾਲ ਕੰਮ ਕਰਨਾ ਪਵੇ, ਜ਼ਿੰਮੇਦਾਰੀ ਰਹਿਤ ਕਿੱਤਾ

sinecurist /'ਸਾਇਨਿਕਯੁਅਰਿਸਟ/ *n* ਜ਼ਿੰਮੇਦਾਰੀ ਰਹਿਤ ਅਹੁਦੇ ਉੱਤੇ ਲੱਗਾ ਵਿਅਕਤੀ, ਅਰਾਮ ਨਾਲ ਕੰਮ ਕਰਨ ਵਾਲਾ ਕਰਮਚਾਰੀ

sine die /ˌਸਾਇਨਿ 'ਡਾਇਈ, ˌਸਿਨੇਇ 'ਡੀਏਇ/ *adv (L)* ਅਣਮਿੱਥੇ ਸਮੇਂ ਲਈ, ਦਿਨ ਨਿਸ਼ਚਿਤ ਕੀਤੇ ਬਿਨਾਂ

sine qua non /ˌਸਿਨੇਇ ਕਵਾ 'ਨਅਉਨ/ *(L)* *n* ਨਾ ਛੱਡੀ ਜਾਣ ਵਾਲੀ ਸ਼ਰਤ, ਜ਼ਰੂਰੀ ਸ਼ਰਤ

sinew /'ਸਿਨਯੂ/ *n* ਜਾਨ; (ਬਹੁ) ਸਰੀਰਿਕ ਬਲ, ਸਾਧਨ, ਵਸੀਲੇ *vt* ਜੋੜੀ ਰੱਖਣਾ, ਇਕੱਠੇ ਰੱਖਣਾ, ਸੰਗਠਿਤ ਰੱਖਣਾ; ਸੰਭਾਲਨਾ, ਧਾਰਨਾ, ਗੰਢਣਾ, ਪੱਕਾ ਕਰਨਾ

sinewy /'ਸਿਨਯੂਇ/ *a* ਤਕੜਾ, ਮਜ਼ਬੂਤ, ਬਲਵਾਨ

sinful /'ਸਿਨਫ਼ਲ/ *a* ਗੁਨਾਹ ਭਰਿਆ, ਅਪਰਾਧ ਵਾਲਾ, ਪਾਪ ਵਾਲਾ

sing /ਸਿਙ/ *v* ਗਾਉਣਾ, ਰਾਗ ਅਲਾਪਣਾ; ਗੂੰਜਣਾ; ਚਹਿਕਣਾ; ਭਿਣਕਣਾ; (ਹਵਾ ਦਾ) ਸ਼ੁਕਰਾਨਾ; ਜਸ ਗਾਉਣਾ, ਕੀਰਤੀ ਕਰਨ, ਗੀਤ ਗਾਉਣਾ, ਕਿਸੇ ਮਹਾਨ ਘਟਨਾ ਨੂੰ ਕਵਿਤਾ ਵਿੱਚ ਵਰਣਨ ਕਰਨਾ; ਕੰਨ ਵੱਜਣਾ, ਕੰਨਾਂ ਵਿੱਚ ਗੂੰਜ ਪੈਣਾ *n* ਗਾਉਣ ਵਜਾਉਣ ਦੀ ਮਹਿਫਲ

singe /ਸਿਨਜ/ *v* ਝੁਲਸਣਾ ਜਾਂ ਝੁਲਸੇ ਜਾਣਾ *n* ਝੁਲਸ, ਝੁਲਸਣ ਦੀ ਕਿਰਿਆ

singer/'ਸਿਙਅ*/ *n* ਗਾਇਕ, ਗਵੱਈਆ, ਗਾਉਣ ਵਾਲਾ, ਰਾਗੀ

singing /'ਸਿਙਿਙ/ *n* ਗਾਣਾ, ਗੀਤ, ਗਾਇਨ; *a* ਗਾਇਕ, ਗਾਉਣ ਵਾਲਾ

single /'ਸਿਙਗਲ/ *a* ਇੱਕ, ਇਕੱਲਾ,

ਕੱਲਮ-ਕੱਲਾ; ਇਕਹਿਰਾ, ਇੱਕਵੱਲੀ ਦਾ; ਕੰਵਾਰਾ, ਅਣਵਿਆਹਿਆ; ਚਤਰ, ਨਿਪੁੰਨ; ਨਿਰਛਲ, ਦੁਬਿਧਾ ਰਹਿਤ; ਸ਼ੁੱਧ, ਸੁੱਚਾ *n* ਕ੍ਰਿਕਟ ਵਿੱਚ ਉਹ ਹਿੱਟ ਜਿਸ ਨਾਲ ਇੱਕੋ ਦੌੜ ਬਣੇ *v* ਚੁਣਨਾ, ਨਿਤਾਰਨਾ, ਵੱਖ ਕਰਨਾ

single file *n* ਇੱਕ ਪਾਲ, ਇਕਹਿਰੀ ਕਤਾਰ

single-handed /ˌ**ਸਿਙਗਲ'ਹੈਨਡਿਡ**/ *a* ਕਲਮ ਕੱਲਾ, ਬਿਨਾਂ ਕਿਸੇ ਸਹਾਇਤਾ ਦੇ; ਇੱਕ ਹੱਥਾ

single-hearted /ˌ**ਸਿਙਗਲ'ਹਾਟਿਡ**/ *a* ਬਿਨਾਂ ਦੁਬਿਧਾ; ਖਰਾ, ਬੇਲਾਗ

single minded /ˌ**ਸਿਙਗਲ 'ਮਾਇਨਡਿਡ**/ *a* ਇਕਾਗਰ ਚਿੱਤ, ਇੱਕ ਮਨ, ਦ੍ਰਿੜ੍ਹ ਇਰਾਦੇ ਵਾਲਾ, ਆਪਣੇ ਵਿਸ਼ਵਾਸ ਉੱਤੇ ਅਟੱਲ

singlet /'**ਸਿਙਗਲਅਟ**/ *n* ਮਰਦਾਵੇਂ ਕਮੀਜ਼ ਦੇ ਹੇਠੋਂ ਦੀ ਪਾਉਣ ਵਾਲਾ ਵਸਤਰ, ਬਨੈਣ, ਫ਼ਤੂਹੀ

singleton /'**ਸਿਙਗਲਟਅਨ**/ *n* ਇੱਕੋ-ਇੱਕ ਬੱਚਾ; ਇਕੱਲੀ ਵਸਤੂ, ਇਕੱਲਾ ਮਨੁੱਖ; ਤਾਸ਼ ਖੇਡਣ ਵਾਲੇ ਕੋਲ ਰੰਗ ਦਾ ਕੇਵਲ ਇੱਕੋ ਪੱਤਾ

sing-song /'**ਸਿਙਸੌਙ**/ *a* ਇਕਸੁਰਾ *adv* ਇੱਕ ਤਾਲ ਉੱਤੇ, ਇੱਕੋ ਸੁਰ ਵਿੱਚ *n* ਇਕਸੁਰਾ ਗਾਇਣ; ਨੀਰਸ *v* ਬੇਸੁਰਾ ਗਾਉਣਾ

singular /'**ਸਿਙਗਯਅਲਅ***/ *n* (ਵਿਆ) ਇੱਕਵਚਨ *a* ਨਿਰਾਲਾ, ਅਨੋਖਾ, ਅਦੁੱਤੀ, ਅਸਧਾਰਨ, ਬੇਤੁਕਾ, ਬੇਢੰਗਾ, ਬੇਸੁਰੀਆਂ ਆਦਤਾਂ ਵਾਲਾ

singularity /ˌ**ਸਿਙਗਯੁ'ਲੈਰਅਟਿ**/ *n* ਇੱਕਮਾਤਰਤਾ, ਇਕੱਲਾਪਣ; ਵਿਸ਼ਿਸ਼ਟਤਾ, ਵਿਲੱਖਣਤਾ, ਅਨੋਖਾਪਣ

Sinhalese /ˌ**ਸਿਨਹਅ'ਲੀਜ਼**,ˌ**ਸਿਨਅ'ਲੀਜ਼**/ *n* ਸਿਨਹਾਲੀ ਨਸਲ ਦਾ, ਸ੍ਰੀਲੰਕਾ ਦਾ ਵਸਨੀਕ; ਲੰਕਾ ਦੀ ਬੋਲੀ

sinister /'**ਸਿਨਿਸਟਅ***/ *a* ਬੇਸ਼ਗਨਾ, ਕੁਸ਼ਗਨਾ, ਮਨਹੂਸ, ਅਸ਼ੁੱਭ; ਭੈੜਾ; ਖੱਬਾ; ਢਾਲ ਦੇ ਖੱਬੇ ਪਾਸੇ ਦਾ

sinistrad /'**ਸਿਨਿਸਟਰੈਡ**/ *adv* ਖੱਬੇ ਪਾਸੇ, ਖੱਬੇ ਪਾਸੇ ਨੂੰ ਮੂੰਹ ਕਰਕੇ

sink /**ਸਿਙਕ**/ *v* ਡੁੱਬਣਾ ਜਾਂ ਡੋਬਣਾ; (ਭੋਂ ਦਾ) ਹੇਠਾਂ ਬੈਠ ਜਾਣਾ, ਥੱਲੇ ਧਸ ਜਾਣਾ; (ਸੂਰਜ ਦਾ) ਡੁੱਬਣਾ, ਢਲਣਾ; ਡਿੱਗਣਾ, ਹੇਠਾਂ ਜਾਣਾ; ਝੁਕਣਾ, ਝੌਣਾ, ਮੁਰਝਾਉਣਾ; ਦਿਲ ਘਟਣਾ, ਹੌਸਲਾ ਡਿਗਣਾ; ਦੂਰ ਹੋਣਾ, ਖ਼ਤਮ ਹੋਣਾ; ਹੌਲੀ-ਹੌਲੀ ਮੁੱਕਣਾ; ਦਿਲ ਵਿੱਚ ਬਹਿ ਜਾਣਾ, ਅਸਰ ਕਰਨਾ; (ਮੋਹਰ) ਉੱਕਰਨਾ; (ਰਕਮ) ਲਾਉਣਾ; (ਖੂਹ) ਪੁੱਟਣਾ, ਕੱਢਣਾ, (ਕੋਠੀ) ਗਾਲਨਾ; ਗਰਕਣਾ, ਨਿੱਘਰਨਾ; ਲੁਕਾਉਣਾ *n* ਗੰਦਗੀ ਸੁੱਟਣ ਵਾਲਾ ਟੋਆ, ਰਸੋਈ ਦਾ ਗੰਦਾ ਪਾਣੀ ਸੁੱਟਣ ਵਾਲਾ ਚੱਬਚਾ

sinking /**ਸਿਙਕਿਙ**/ *n* ਭੁੱਖ ਜਾਂ ਭੈ ਕਰਕੇ ਦਿਲ ਘਟਣ ਦੀ ਅਵਸਥਾ

sinking-fund *n* ਕਰਜ਼ਾ ਲਾਹੁਣ ਲਈ ਵਰਤੀ ਜਾਣ ਵਾਲੀ ਆਮਦਨੀ ਦੀ ਮੱਦ

sinner /'**ਸਿਨਅ***/ *n* ਗੁਨਾਹਗਾਰ, ਪਾਪੀ, ਅਪਰਾਧੀ

Sinology /**ਸਾਇ'ਨੌਲਅਜਿ**/ *n* ਚੀਨੀ ਸਭਿਆਚਾਰ ਦਾ ਗਿਆਨ, ਚੀਨ ਵਿਗਿਆਨ

sinter /'**ਸਿਨਟਅ***/ *n* ਕੁਲ੍ਹ, (ਚਸ਼ਮੇ) ਦੇ ਥੱਲੇ ਉੱਤੇ ਬਣੀ ਚੂਨੇ ਆਦਿ ਦੀ ਤਹਿ *v* ਤਹਿ ਜੰਮਣਾ ਜਾਂ ਜਮਾਉਣਾ

sinuosity /ˌ**ਸਿਨਯੁ'ਔਸਅਟਿ**/ *n* ਵਲ, ਵਲਾਵੇਂ, ਮੋੜ, ਚੱਕਰ, ਪੇਚਦਾਰ ਹੋਣ ਦੀ ਦਸ਼ਾ, ਲਹਿਰੀਆਪਣ

sinuous /'**ਸਿਨਯੁਅਸ**/ *a* ਵਲਾਵੇਂਦਾਰ, ਵਲਾਂ ਵਾਲਾ, ਲਹਿਰਦਾਰ, ਚੱਕਰਦਾਰ, ਪੇਚਦਾਰ

sinus /'**ਸਾਇਨਅਸ**/ *n* (ਜੰਤੂ, ਬਨ) ਨਾੜੀ; ਗੜ (ਨਾਸੂਰ)

sinusitis /ˌ**ਸਾਇਨਅ'ਸਾਇਟਿਸ**/ *n* ਸ਼ਿਰਾਨਾੜ ਦੀ ਦੁੱਖਭਰੀ ਸੋਜ, ਸਾਈਨਸ ਰੋਗ

sip /**ਸਿਪ**/ *v* ਘੁੱਟ ਭਰਨਾ, ਨਿੱਕੇ-ਨਿੱਕੇ ਘੁੱਟਾਂ ਨਾਲ ਪੀਣਾ, ਘੁੱਟ ਚੁਸਕੀ

siphon /'**ਸਾਇਫ਼ਨ**/ *n* ਵਲਦਾਰ ਨਾਲੀ; ਟੇਢੀ ਨਾਲੀ ਜਿਸ ਦਾ ਇੱਕ ਸਿਰਾ ਨੀਵਾਂ ਅਤੇ ਇੱਕ

ਉੱਚਾ ਹੁੰਦਾ ਹੈ, ਸਾਈਫ਼ਨ; ਸਾਈਫ਼ਨਦਾਰ ਬੋਤਲ *v* ਸਾਈਫ਼ਨ ਵਿੱਚੋਂ ਦੀ ਲੰਘਣਾ ਜਾਂ ਲੰਘਾਉਣਾ

sippet /'ਸਿਪਿਟ/ *n* ਡਬਲ ਰੋਟੀ ਦਾ ਟੁਕੜਾ ਜਿਹੜਾ ਕੀਮੇ ਨਾਲ ਪਲੇਟ ਵਿੱਚ ਪਰੋਸਿਆ ਜਾਂਦਾ ਹੈ; ਟੋਸਟ ਜਾਂ ਤਲੀ ਹੋਈ ਰੋਟੀ ਦਾ ਟੁਕੜਾ

sir /ਸਅ:*, ਸਅ*/ *n* ਸ੍ਰੀਮਾਨ, ਜਨਾਬ, ਹਜ਼ੂਰ, ਮਹਾਰਾਜ; ਨਾਈਟ ਦਾ ਸਤਿਕਾਰ ਵਾਲਾ ਪਦ, 'ਸਰ' ਦਾ ਖ਼ਿਤਾਬ

sire /'ਸਾਇਅ*/ *n* ਪਿਤਾ ਜਾਂ ਵਡੇਰਾ, ਖ਼ਾਨਦਾਨ ਦਾ ਬਜ਼ੁਰਗ; ਸ੍ਰੀਮਾਨ, ਜਨਾਬ; ਪਸ਼ੂ ਦੀ ਨਸਲ ਦਾ ਵਡੇਰਾ

siren /'ਸਾਇਰਅਨ/ *n* ਯੂਨਾਨੀ ਮਿਥਿਹਾਸ ਦੀ ਜਲ ਪਰੀ ਜਿਹੜੀ ਸਮੁੰਦਰ ਵਿੱਚ ਕਿਸੇ ਚਟਾਨ ਉੱਤੇ ਰਹਿੰਦੀ ਹੈ ਅਤੇ ਆਪਣੇ ਮਨਮੋਹਣੇ ਰਾਗ ਨਾਲ ਸਮੁੰਦਰੀ ਯਾਤਰੀਆਂ ਨੂੰ ਮੁਗਧ ਕਰ ਲੈਂਦੀ ਹੈ; ਸੁਰੀਲੀ ਅਵਾਜ਼ ਵਾਲੀ ਗਾਇਕਾ; ਮੋਹ ਲੈਣ ਵਾਲੀ ਇਸਤਰੀ; ਉੱਚੀ ਕੂਕਣ ਵਾਲਾ ਇੱਕ ਯੰਤਰ, ਘੁੱਗੂ, ਸਾਇਰਨ

sirenic /,ਸਾਇ'ਰੈੱਨਿਕ/ *a* (ਸੰਗੀ) ਮੁਗਧਕਾਰੀ, ਭਰਮਾਊ

Sirius /'ਸਿਰਿਅਸ/ *n* ਲਬਧਕ, ਇੱਕ ਨਛੱਤਰ

sirloin /'ਸਅ:ਲੌਇਨ/ *n* ਗਾਂ ਦੀ ਪੁੱਠ ਦਾ ਮਾਸ

sirocco /ਸਿ'ਰੌਕਅਉ/ *n* ਅਫ਼ਰੀਕਾ ਵੱਲੋਂ ਇਟਲੀ ਨੂੰ ਆਉਣ ਵਾਲੀ ਤੱਤੀ ਅਤੇ ਹੁੱਸੜ ਵਾਲੀ ਹਵਾ

sirrah /'ਸਿਰਅ/ *n* (ਸੰਬੋਧਨ ਦਾ ਸ਼ਬਦ) ਗੁੱਸੇ ਵਿੱਚ ਬੋਲਦਿਆਂ ਕਿਸੇ ਨੂੰ ਸੰਬੋਧਨ ਕਰਨ ਲਈ ਵਰਤਿਆ ਜਾਂਦਾ ਸ਼ਬਦ 'ਓਏ'

sisal /'ਸਾਇਸਲ/ *n* ਰੱਸੇ ਬਣਾਉਣ ਲਈ ਇੱਕ ਤਰ੍ਹਾਂ ਦਾ ਰੇਸ਼ਾ

siskin /'ਸਿਸਕਿਨ/ *n* ਗਾਉਣ ਵਾਲੀ ਪੀਲੇ ਹਰੇ ਖੰਭਾਂ ਵਾਲੀ ਚਿੜੀ

sissy /'ਸਿਸਿ/ *n* ਜ਼ਨਾਨੜਾ, ਕੁੜੀਆਂ ਵਰਗਾ ਮੁੰਡਾ, ਕੁੜੀ ਨੂੰ ਸੰਬੋਧਨ ਕਰਨ ਲਈ ਵਰਤਿਆ ਜਾਂਦਾ ਸ਼ਬਦ, ਸ਼ਬਦ sister ਦਾ ਲਾਡ ਵਾਲਾ ਰੂਪ; ਬੀਬੀ, ਭੈਣ

sister /'ਸਿਸਟਅ*/ *n* ਭੈਣ; ਸਹੇਲੀ, ਸਖੀ; ਸਤਸੰਗਣ, ਧਰਮ ਭੈਣ; ਇੱਕੋ ਸੰਸਥਾ ਜਾਂ ਵਰਗ ਦੀਆਂ ਤੀਵੀਆਂ ਦਾ ਇੱਕ ਦੂਜੀ ਲਈ ਵਿਹਾਰਕ ਨਾਤਾ; ਈਸਾਈ ਸੰਤਣੀ, ਨਨ; ਹਸਪਤਾਲ ਦੀ ਵੱਡੀ ਨਰਸ; ਕੋਈ ਵਸਤੂ ਜੋ ਕਿਸੇ ਹੋਰ ਵਸਤੂ ਨਾਲ ਮਿਲਦੀ-ਜੁਲਦੀ ਹੋਵੇ

sisterhood /'ਸਿਸਟਅਹੁਡ/ *n* ਭੈਣਪੁਣਾ, ਭੈਣ ਵਾਲਾ ਸਾਕ; ਈਸਾਈ ਤੀਵੀਂਆਂ ਦੀ ਧਾਰਮਿਕ ਸੰਸਥਾ, ਕੋਈ ਧਾਰਮਿਕ ਸੰਸਥਾ ਜਿਸ ਦੀਆਂ ਕੇਵਲ ਤੀਵੀਂਆਂ ਹੀ ਮੈਂਬਰ ਹੋਣ

sister-in-law /'ਸਿਸਟ(ਅ)ਰਇਨਲੋ/ *n* ਸਾਲੀ; ਨਣਾਨ; ਭਰਜਾਈ; ਸਾਲੇਹਾਰ; ਦਰਾਣੀ, ਜਿਠਾਣੀ

sit /ਸਿਟ/ *v* ਬੈਠਣਾ, ਬਹਿਣਾ; ਕੋਈ ਅਜਿਹਾ ਧੰਦਾ ਅਰੰਭਣਾ ਜਿਸ ਵਿੱਚ ਬੈਠਾ ਰਹਿਣਾ ਪਵੇ; ਘੋੜੇ ਉੱਤੇ ਸਵਾਰ ਹੋਣਾ; ਸਭਾ ਜਾਂ ਸੰਸਦ ਦਾ ਸੈਸ਼ਨ ਚਾਲੂ ਹੋਣਾ; (ਪੰਛੀਆ ਦਾ) ਬਸੇਰੇ ਲਈ ਆਪਣੇ ਟਿਕਾਣੇ ਤੇ ਬੈਠਣਾ, ਆਂਡਿਆਂ ਉੱਤੇ ਬਹਿਣਾ, ਧਰਨੇ ਉੱਤੇ ਬਹਿਣਾ; ਸਥਿਤ ਹੋਣਾ; ਬਠਾਉਣਾ; ਟਿਕਾਉਣਾ; ਸੰਸਦ ਵਿੱਚ ਕਿਸੇ ਹਲਕੇ ਦਾ ਪ੍ਰਤਿਨਿਧੀ (ਮੈਂਬਰ) ਹੋਣਾ; ਚਿੱਤਰਕਾਰ ਤੋਂ ਆਪਣਾ ਚਿੱਤਰ ਬਣਵਾਉਣ ਲਈ ਵਿਸ਼ੇਸ਼ ਪੋਜ਼ ਵਿੱਚ ਬੈਠਣਾ; ਇਮਤਿਹਾਨ ਵਿੱਚ ਬੈਠਣਾ

sitcom /'ਸਿਟਕੌਮ/ *n* (ਟੀ ਵੀ ਪ੍ਰੋਗਰਾਮ ਵਿੱਚ) ਮਨੋਰੰਜਨ ਦੇ ਵੱਖ-ਵੱਖ ਕਰਤਵ ਦਿਖਾਉਣ ਵਾਲਾ ਪਾਤਰ, ਬਹੁਰੂਪੀਆ ਪਾਤਰ

site /ਸਾਇਟ/ *n* ਉਹ ਟਿਕਾਣਾ ਜਿੱਥੇ ਕੋਈ ਸ਼ਹਿਰ ਜਾਂ ਮਕਾਨ ਆਦਿ ਬਣ ਰਿਹਾ ਹੋਵੇ ਜਾਂ ਬਣਨ ਵਾਲਾ ਹੋਵੇ, ਮੌਕਾ, ਥਾਂ

sit-in *n* ਵਿਦ੍ਰੋਹ ਰੂਪ ਵਿੱਚ ਬੈਠਣਾ, ਧਰਨਾ ਦੇਣ ਦਾ ਭਾਵ

sitio /'ਸਿਟਿਅਉ/ *n* ਭੋਜਨ, ਆਹਾਰ

sitology /ਸਾਇ'ਟੌਲਅਜਿ/ *n* ਆਹਾਰ ਵਿਗਿਆਨ, ਭੋਜਨ ਵਿਗਿਆਨ

sitter /'ਸਿਟਅ*/ *n* ਚਿੱਤਰਕਾਰ ਦੇ ਚਿੱਤਰ ਲੈਣ ਲਈ ਬੈਠਾ ਵਿਅਕਤੀ; ਅਸਾਨ ਨਿਸ਼ਾਨਾ (ਸ਼ਿਕਾਰ

ਵਿੱਚ ਜਾਂ ਫੁਟਬਾਲ ਹਾਕੀ ਆਦਿ ਦੇ ਗੋਲ ਵਿੱਚ ਸੁੱਟੀ ਗੇਂਦ ਦਾ); ਸੌਖਾ ਕੰਮ, ਸਹਿਲ ਕਾਰਜ

sitting /'ਸਿਟਿਙ/ *n* ਸਭਾ, ਬੈਠਕ, ਲਗਾਤਾਰ ਬੈਠਣ ਦਾ ਸਮਾਂ, ਇਜਲਾਸ

sitting duck *n* ਅਸਾਨੀ ਨਾਲ ਕਬਜ਼ੇ ਵਿੱਚ ਕੀਤਾ ਜਾਣ ਵਾਲਾ ਬੰਦਾ ਜਾਂ ਵਸਤੂ, ਗਰੀਬੜਾ ਜਿਹਾ ਬੰਦਾ

sitting member *n* ਚਲਦਾ ਆ ਰਿਹਾ ਮੈਂਬਰ

sitting room *n* ਬੈਠਕ, ਦਿਵਾਨਖ਼ਾਨਾ, ਬਹਿਣ-ਖਲੋਣ ਵਾਲਾ ਕਮਰਾ

situated /'ਸਿਚੁਏਇਟਿਡ/ *a* ਸਥਿਤ; ਸਥਾਪਿਤ

situation /ˌਸਿਚੁ'ਏਇਸ਼ਨ/ *n* ਥਾਂ, ਮੌਕਾ, ਜਗ੍ਹਾ, ਸਥਿਤੀ; ਹਾਲ, ਹਾਲਤ, ਦਸ਼ਾ, ਅਵਸਥਾ; ਨਾਟਕ ਵਿੱਚ ਸੰਕਟ ਵਾਲਾ ਥਾਂ; ਅਸਾਮੀ, ਨੌਕਰੀ

six /ਸਿਕਸ/ *a* ਛੇ *n* ਛੇ ਦਾ ਅੰਕ, ਛੀਕਾ

sixfold /'ਸਿਕਸਫਅਉਲਡ/ *a* ਛੇ ਗੁਣਾ

six-shooter /'ਸਿਕਸ ਸ਼ੂਟਅ*/ *n* ਛੇ ਗੋਲੀਆਂ ਵਾਲਾ ਰਿਵਾਲਵਰ

sixte /ਸਿਕਸਟ/ *n* ਗਤਕੇ ਜਾਂ ਤਲਵਾਰ ਦੀਆਂ ਖੇਡਾਂ ਦਾ ਇੱਕ ਪੈਂਤੜਾ

sixteen /ˌਸਿਕਸ'ਟੀਨ/ *a* ਸੋਲਾਂ *n* ਸੋਲਾਂ ਦੀ ਸੰਖਿਆ

sixteenmo/ਸਿਕ'ਸਟੀਨਮ ਅਉ/ *n* ਛਪੀ ਹੋਈ ਪੁਸਤਕ ਦੇ 16 ਵਰਕੇ ਜਾਂ 32 ਪੰਨੇ

sixteenth /ਸਿਕਸ'ਟੀਨਥ/ *a* ਸੋਲ੍ਹਵਾਂ

sixth /ਸਿਕਸਥ/ *n* ਛੇਵਾਂ ਭਾਗ *a* ਛੇਵਾਂ

sixth form *n* ਛੇਵੀਂ ਸ਼੍ਰੇਣੀ

sixthly /ਸਿਕਸਥਲਿ/ *adv* ਛੇਵੇਂ ਥਾਂ ਉੱਤੇ

sixtieth /'ਸਿਕਸਟਿਇਥ/ *a* ਸੱਠਵਾਂ

sixty /'ਸਿਕਸਟਿ/ *a* ਸੱਠ

sixtyfold /'ਸਿਕਸਟਿਫ਼ਅਉਲਡ/ *n* ਸੱਠ ਗੁਣਾ

sizable /'ਸਾਇਜ਼ਅਬਲ/ *a* ਉਪਯੁਕਤ ਜਾਂ ਉਚਿਤ ਆਕਾਰ ਦਾ, ਲੰਮਾ-ਚੌੜਾ, ਬੜਾ, ਅਧਿਕ, ਕਾਫ਼ੀ

sizar /'ਸਾਇਜ਼ਅ*/ *n* ਕੈਂਬਰਿਜ ਯੂਨੀਵਰਸਿਟੀ ਦਾ ਵਿਦਿਆਰਥੀ ਜਿਸ ਨੂੰ ਗ਼ਰੀਬੀ ਦੇ ਕਾਰਨ ਕਾਲਜ ਵੱਲੋਂ ਮਾਇਕ ਸਹਾਇਤਾ ਮਿਲਦੀ ਹੋਵੇ

size[1] /ਸਾਇਜ਼/ *n* ਆਕਾਰ; ਕੱਦ; ਨਾਪ, ਪਰਿਮਾਣ, ਲੰਬਾਈ ਚੁੜਾਈ, ਸਾਈਜ਼ (ਛਾਪਾਖ਼ਾਨਾ), ਤਖ਼ਤੀ; ਨਾਪਣ ਵਾਲਾ ਯੰਤਰ; ਨਾਪ, ਵੱਟਾ *v* ਆਕਾਰ ਦੇ ਆਧਾਰ ਉੱਤੇ ਵੰਡ ਕਰਨਾ

size[2] *n* ਕਾਗਜ਼ ਜਾਂ ਕੱਪੜੇ ਨੂੰ ਕਰੜਾ ਕਰਨ ਲਈ ਵਰਤਿਆ ਜਾਣ ਵਾਲਾ ਇੱਕ ਮਸਾਲਾ; ਮਾਵਾ, ਕਲਫ਼ *v* ਮਾਵਾ ਲਾਉਣਾ

sizy /'ਸਾਇਜ਼ਿ/ *a* ਚਿਪਚਿਪਾ, ਲੇਸਦਾਰ, ਸੁਰੇਸ਼ ਵਰਗਾ

sizzle /'ਸਿਜ਼ਲ/ *n* ਕਿਸੇ ਚੀਜ਼ ਨੂੰ ਤਲਦਿਆਂ ਸੁਰੜ-ਸੁਰੜ ਦੀ ਅਵਾਜ਼ *vt* ਸੁਰੜ-ਸੁਰੜ ਕਰਨਾ

sizzling /'ਸਿਜ਼ਲਿਙ/ *n* ਸੁਰੜ-ਸੁਰੜ, ਸਨ-ਸਨ, ਛਨ-ਛਨ

sjambok /'ਸ਼ੈਮਬੌਕ/ *n* ਗੈਂਡੇ ਦੀ ਖੱਲ ਦਾ ਬਣਿਆ ਚਾਬਕ, ਦੱਖਣੀ ਅਫ਼ਰੀਕਾ ਵਿੱਚ ਵਰਤੀਂਦਾ ਚਮੜੇ ਦਾ ਭਾਰਾ ਚਾਬਕ *vt* ਚਾਬਕ ਮਾਰਨਾ

skald /ਸਕੋਲਡ/ *n* (ਪ੍ਰਾਚੀਨ ਸਕੰਡੇਨੇਵੀਆ ਵਿੱਚ) ਕਵੀ, ਭੱਟ, ਢਾਡੀ, ਕਿਸੇ ਦੀ ਉਸਤਤੀ ਵਿੱਚ ਕਵਿਤਾ ਲਿਖਣ ਵਾਲਾ

skaldic /'ਸਕੋਲਡਿਕ/ *a* ਭੱਟਾਂ ਵਾਲਾ, ਭੱਟਾਂ ਸੰਬੰਧੀ; ਪ੍ਰਸੰਸਾ ਵਾਲੀ ਕਵਿਤਾ ਸੰਬੰਧੀ

skate /ਸਕੇਇਟ/ *n* ਇੱਕ ਕਿਸਮ ਦੀ ਮੱਛੀ *n* ਬਰਫ਼ ਉੱਤੇ ਚੱਲਣ ਲਈ ਪਾਈ ਜਾਣ ਵਾਲੀ ਪਹੀਏਦਾਰ ਜੁੱਤੀ, ਬਲੇਡ ਵਾਲੀ ਜੁੱਤੀ *v* ਇਸ ਜੁੱਤੀ ਨਾਲ ਬਰਫ਼ ਉੱਤੇ ਜਾਂ ਫ਼ਰਸ਼ ਉੱਤੇ ਰੁੜ੍ਹਨਾ

skean /ਸਕੀਨ/ *n* ਛੁਰਾ, ਖੰਜਰ, ਦਾਤਰਾ

skedaddle /ਸਕਿ'ਡੈਡਲ/ *n* (ਬੋਲ) ਭੱਜ-ਦੌੜ *v* ਨੱਸ ਜਾਣਾ, ਹਰਨ ਹੋ ਜਾਣਾ; ਭੱਜ-ਦੌੜ ਪੈ ਜਾਣਾ

skeel /ਸਕੀਲ/ *n* ਕਾਠ ਦਾ ਭਾਂਡਾ, ਲੱਕੜੀ ਦੀ ਬਾਲਟੀ

skein /ਸਕੇਇਨ/ *n* ਸੂਤ ਜਾਂ ਰੇਸ਼ਮ ਦੀ ਅੱਟੀ, ਲੱਛਾ

skeletal /'ਸਕੈੱਲਅਟਲ/ *a* ਕਰੰਗ ਦਾ, ਪਿੰਜਰ ਦਾ, ਕਰੰਗ ਜਿਹਾ, ਪਿੰਜਰ ਵਰਗਾ

skeleton /'ਸਕੈੱਲਿਟਨ/ *n* ਕਰੰਗ, ਹੱਡੀਆਂ ਦਾ ਪਿੰਜਰ; ਢਾਂਚਾ, ਖ਼ਾਕਾ, ਕੇਵਲ ਹੱਡੀਆਂ ਦੀ ਮੁੱਠ, ਕਿਸੇ ਵਸਤੂ ਦਾ ਸਿਰਫ਼ ਪਿੰਜਰ; ਸੰਖੇਪ, ਸੰਖਿਅਤ ਰੂਪ, ਸਾਰ, ਕਿਸੇ ਚੀਜ਼ ਦਾ ਆਵਸ਼ਕ ਅੰਸ਼; ਬਚਿਆ ਹਿੱਸਾ, ਰਹਿੰਦ-ਖੂੰਹਦ

skelp /ਸਕੈੱਲਪ/ *n* ਥੱਪੜ, ਚਪੇੜ, ਤਮਾਚਾ *vt* ਥੱਪੜ ਜਾਂ ਤਮਾਚਾ ਮਾਰਨਾ

skelter /'ਸਕੈੱਲਟਅ*/ *n* ਹਫੜਾ-ਦਫੜੀ, ਹੜਬੜੀ *vi* ਜਲਦੀ-ਜਲਦੀ ਦੌੜਨਾ, ਹਫੜਾ-ਦਫੜੀ ਮਚਾਉਣਾ

skepsis /'ਸਕੈੱਪਸਿਸ/ *n* ਵੇਖੋ **scepsis**

sketch /ਸਕੈੱਚ/ *n* ਖ਼ਾਕਾ, ਢਾਂਚਾ, ਤਸਵੀਰ ਆਦਿ ਦੀ ਰੇਖਾ-ਆਕ੍ਰਿਤੀ, ਰੇਖਾ-ਚਿੱਤਰ, ਰੂਪ-ਰੇਖਾ; ਸੰਖੇਪ ਬਿਆਨ; ਸੰਖੇਪ ਨਾਟਕ *n* ਖ਼ਾਕਾ, ਤਿਆਰ ਕਰਨਾ, ਢਾਂਚਾ ਬਣਾਉਣਾ, ਰੂਪ-ਰੇਖਾ ਬਣਾਉਣਾ, ਰੇਖਾ-ਚਿੱਤਰ ਖਿੱਚਣਾ; ਸੰਖੇਪ ਵਿੱਚ ਬਿਆਨ ਕਰਨਾ

sketchy /'ਸਕੈੱਚਿ/ *a* ਖ਼ਾਕਾ ਜਿਹਾ, ਢਾਂਚਾ ਮਾਤਰ, ਸਧਾਰਨ ਰੂਪ-ਰੇਖਾ ਵਿੱਚ; ਸਧਾਰਨ, ਅਪੂਰਨ (ਜਿਸ ਵਿੱਚ ਸਾਰੇ ਵਿਸਤਾਰ ਨਾ ਦਿੱਤੇ ਹੋਣ)

skew /ਸਕਯੂ/ *a* ਤਿਰਛਾ, ਟੇਡਾ

skewbald /'ਸਕਯੂਬੋਲਡ/ *a* ਕਾਲੇ ਤੋਂ ਬਿਨਾਂ ਕਿਸੇ ਹੋਰ ਰੰਗ ਅਤੇ ਚਿੱਟੇ ਰੰਗ ਦੇ ਡੱਬਾਂ ਵਾਲਾ

skewed /ਸਕਯੂਡ/ *a* (ਸੂਚਨਾ) ਜੋ ਸਹੀ ਨਾ ਹੋਵੇ, ਗ਼ਲਤ ਬਿਆਨ ਕੀਤੀ ਗਈ, ਇੱਕ ਪੱਖੀ (ਗੱਲ), ਵਿੰਗਾ ਟੇਢਾ, ਤਿਰਛਾ

skewer /'ਸਕਯੂਅ*/ *n* ਕਬਾਬ ਰਾੜ੍ਹਨ ਵਾਲੀ ਸੀਖ *vt* ਸੀਖ ਵਿੱਚ ਪਰੋਣਾ

ski /ਸਕੀ/ *n* ਬਰਫ਼ ਉੱਤੇ ਤੁਰਨ ਲਈ ਵਰਤੀ ਜਾਣ ਵਾਲੀ ਲੱਕੜੀ ਦੀ ਲੰਮੀ ਜੁੱਤੀ *vi* ਇਸ ਜੁੱਤੀ ਨਾਲ ਤੁਰਨਾ

skid /ਸਕਿਡ/ *n* ਪਹੀਏ ਨੂੰ ਗਿੜਨ ਤੋਂ ਰੋਕਣ ਲਈ ਲੋਹੇ ਜਾਂ ਲੱਕੜੀ ਦੀ ਰੋਕ, ਅੜਿੱਕਾ, ਅੜਾ; ਕੁੱਤਾ (ਪਹੀਏ ਦਾ) ਖਿਸਕਣ, ਤਿਲਕਣ *v* ਰੋਕ ਲਾਉਣਾ, ਅੜਿੱਕਾ ਡਾਹੁਣਾ; (ਗੱਡੀ ਆਦਿ ਦਾ) ਤਿਲਕਣਾ, ਖਿਸਕਣਾ

skier /'ਸਕੀਅ*/ *n* **ski** (ਬਰਫ਼ ਉੱਤੇ ਤੁਰਨ ਵਾਲੀ ਜੁੱਤੀ) ਵਰਤਣ ਵਾਲਾ, ਇਸ ਜੁੱਤੀ ਨਾਲ ਤੁਰਨ ਵਾਲਾ ਵਿਅਕਤੀ

skiff /ਸਕਿਫ਼/ *n* ਛੋਟੀ ਬੇੜੀ, ਡੋਂਗਾ

skiing /'ਸਕੀਇਙ/ *n* ਲੰਮੀ ਜੁੱਤੀ ਨਾਲ ਬਰਫ਼ ਉੱਤੇ ਰੁੜ੍ਹਨ ਦੀ ਕਿਰਿਆ

skilful /'ਸਕਿਲਫ਼ੁਲ/ *a* ਮਾਹਰ, ਤਾਕ, ਨਿਪੁੰਨ, ਸੁਚੱਜਾ, ਹੱਥ ਦਾ ਸੁਥਰਾ, ਕਾਰੀਗਰ; ਸੁਚੱਜੇ ਢੰਗ ਦਾ, ਨਿਪੁੰਨਤਾ ਵਾਲਾ, ਹੁਨਰੀ, ਕੁਸ਼ਲਤਾਪੂਰਨ

skill /ਸਕਿਲ/ *n* ਮੁਹਾਰਤ, ਨਿਪੁੰਨਤਾ, ਸੁਚੱਜ, ਉਸਤਾਦੀ; ਜਾਚ, ਚੱਜ, ਢੰਗ

skilled /ਸਕਿਲਡ/ *a* ਸਿੱਖਿਆ ਹੋਇਆ, ਜਾਚ ਵਾਲਾ, ਚੱਜ ਵਾਲਾ, ਤਾਕ; ਕੁਸ਼ਲ, ਮਾਹਰ, ਨਿਪੁੰਨ, ਪ੍ਰਵੀਣ

skillet /'ਸਕਿਲਿਟ/ *n* ਰਸੋਈ ਵਿੱਚ ਕੰਮ ਆਉਣ ਵਾਲੀ ਮੁੱਠੇ ਵਾਲੀ ਪਤੀਲੀ

skilly /'ਸਕਿਲਿ/ *n* ਪਤਲਾ ਦਲੀਆ ਜਾਂ ਤਰੀ

skim /ਸਕਿਮ/ *n* ਝੱਗ, ਮਲਾਈ, ਪੇਪੜੀ *v* (ਦੁੱਧ ਉੱਤੋਂ) ਮਲਾਈ ਲਾਹੁਣਾ, ਝੱਗ ਲਾਹੁਣਾ, ਪੇਪੜੀ ਲਾਹੁਣਾ; ਸਰਸਰੀ ਨਜ਼ਰ ਮਾਰਨਾ

skimmed milk *n* ਦੁੱਧ ਜਿਸ ਉੱਤੋਂ ਮਲਾਈ ਲਾਹ ਲਈ ਹੋਵੇ, ਸਪਰੇਟਾ, ਕਰੀਮ ਕੱਢਿਆ ਦੁੱਧ

skimmer /ਸਕਿਮਅ*/ *n* ਮਲਾਈ ਲਾਹੁਣ ਵਾਲੀ ਪੋਣੀ ਜਾਂ ਸਿੱਪੀ

skimp /ਸਕਿਮਪ/ *v* ਨਾਪ ਤੋਲ ਕੇ ਦੇਣਾ, ਬੜਾ ਖਿੱਚਵਾਂ ਨਾਪ ਤੋਲ ਰੱਖਣਾ, ਕੰਜੂਸੀ ਕਰਨਾ, ਸੂਮਪੁਣਾ ਕਰਨਾ, ਅੱਤ ਦਾ ਕਿਰਸੀ ਹੋਣਾ

skimpy /'ਸਕਿਮਪਿ/ *a* ਥੋੜ੍ਹਾ, ਲੋੜ ਤੋਂ ਘੱਟ; ਕਸ ਕੇ ਨਾਪਿਆ ਤੋਲਿਆ; ਪਤਲਾ, ਮਾੜਾ

skin /ਸਕਿਨ/ *n* ਖੱਲ, ਖਲੜੀ, ਚਮੜੀ, ਚਮੜਾ; ਮਸ਼ਕ (ਚੰਮ ਦੀ); ਚਮੜੇ ਦਾ ਥੈਲਾ; (ਰੁੱਖ ਆਦਿ ਦਾ) ਸੱਕ, ਛਿੱਲੜ; ਜਹਾਜ਼ ਦੀ ਬਾਹਰ ਦੀ ਚਾਦਰ *vt* ਖੱਲ ਲਾਹੁਣਾ; ਛਿੱਲਣਾ; ਨਵੀਂ ਚਮੜੀ ਆਉਣਾ (ਜ਼ਖ਼ਮ ਰਾਜ਼ੀ ਹੋਣ ਪਿੱਛੋਂ)

skin-deep /ˌਸਕਿਨ'ਡੀਪ/*a* ਉਤਲਾ-ਉਤਲਾ, ਮਾਮੂਲੀ, ਪੇਤਲਾ

skin-diver *n* ਸਾਹ ਲੈਣ ਵਾਲੇ ਯੰਤਰ ਦੁਆਰਾ ਗੋਤਾ ਲਾਉਣ ਵਾਲਾ

skinflint /'ਸਕਿਨਫ਼ਲਿਨਟ/ *a* ਕੰਜੂਸ, ਸੂਮ

skin game *n* ਧੋਖਾ, ਛਲ, ਕਪਟ, ਨੌਸਰਬਾਜ਼ੀ

skinhead /'ਸਕਿਨਹੈੱਡ/ *n* ਘੋਨ-ਮੋਨ, ਗੁੰਡਾ

skinny /'ਸਕਿਨਿ/ *a* ਪਤਲਾ, ਲਿੱਸਾ, ਮਾੜੂਆ

skip[1] /ਸਕਿਪ/ *v* ਟੱਪਣਾ, ਕੁੱਦਣਾ, ਛੜੱਪੇ ਮਾਰਨਾ; ਰੱਸੀ ਟੱਪਣਾ; ਇੱਕ ਵਿਸ਼ੇ ਜਾਂ ਕਿੱਤੇ ਨੂੰ ਛੱਡ ਕੇ ਦੂਜਾ ਅਪਣਾ ਲੈਣਾ; (ਬੋਲ) ਨੱਸ ਜਾਣਾ; ਭੱਜ ਨਿਕਲਨਾ; (ਕੋਈ ਕੰਮ) ਵਿੱਚੋਂ ਛੱਡ ਕੇ ਕਰਨਾ; ਛੱਡ-ਛੱਡ ਕੇ ਪੜ੍ਹਨਾ *n* ਛਾਲ, ਛੜੱਪਾ, ਟਪੂਸੀ

skip[2] *n* ਖੇਡ ਦੀ ਟੀਮ ਦਾ ਕੈਪਟਨ; ਖਾਣਾਂ ਵਿੱਚ ਸਮਾਨ ਜਾਂ ਮਨੁੱਖ ਹੇਠਾਂ ਉਤੇ ਲੈ ਜਾਣ ਵਾਲਾ ਪਿੰਜਰਾ ਜਾਂ ਡੱਬਾ

skipjack /'ਸਕਿਪਜੈਕ/ *n* ਟਪੂਸੀਆਂ ਮਾਰਨ ਵਾਲਾ ਕੀੜਾ; ਛੜੱਪੇ ਮਾਰਨ ਵਾਲਾ ਖਿਡਾਉਣਾ

skipper /'ਸਕਿਪਅ*/ *n* ਜਹਾਜ਼ ਦਾ ਕਪਤਾਨ (ਖ਼ਾਸ ਕਰਕੇ ਕਿਸੇ ਛੋਟੀ ਵਪਾਰਿਕ ਕੰਪਨੀ ਦੇ ਜਹਾਜ਼ ਦਾ), ਖੇਡਾਂ ਦੀ ਟੀਮ ਦਾ ਕਪਤਾਨ (ਕੈਪਟਨ); (ਸੈਨਾ) ਕੰਪਨੀ ਦਾ ਸੀਨੀਅਰ ਸਾਰਜੈਂਟ

skippet /'ਸਕਿਪਿਟ/ *n* ਸੰਦੂਕ, ਪੇਟੀ, ਬਕਸ

skipping rope /'ਸਕਿਪਿਙ ਰਅਉਪ/ *n* (ਬੱਚਿਆਂ ਦੇ) ਟੱਪਣ ਵਾਲੀ ਰੱਸੀ, ਇਸ ਰੱਸੀ ਦਾ ਟੋਟਾ

skirl /ਸਕਅ:ਲ/ *n* ਚੀਕਵੀਂ ਅਵਾਜ਼, ਮਸ਼ਕ ਬੀਨ ਦੀ ਅਵਾਜ਼ *vi* ਅਜਿਹੀ ਅਵਾਜ਼ ਕੱਢਣਾ

skirmish /'ਸਕਅ:ਮਿਸ਼/ *n* ਛੋਟੀ ਲੜਾਈ; ਮੁੱਠ-ਭੇੜ, ਮਾਮੂਲੀ ਝੜਪ; ਬਹਿਸ, ਚੁੰਝ ਚਰਚਾ, ਲਫ਼ਜ਼ੀ ਤਕਰਾਰ *vt* ਅਜਿਹੀ ਲੜਾਈ ਵਿੱਚ ਰੁੱਝਣਾ; ਨਿੱਕੀਆਂ-ਨਿੱਕੀਆਂ ਟੁਕੜੀਆਂ ਵਿੱਚ ਲੜਨਾ

skirt /ਸਕਅ:ਟ/ *n* ਲਹਿੰਗਾ, ਘੱਗਰਾ; ਕਮੀਜ਼ ਜਾਂ ਕੋਟ ਦਾ ਲੱਕ ਤੋਂ ਹੇਠਾਂ ਲਮਕਦਾ ਹਿੱਸਾ, (ਬੋਲ) ਇਸਤਰੀ, ਤੀਵੀਂ; ਕਿਨਾਰਾ, ਕੰਢਾ; ਬਾਰਡਰ, ਸੀਮਾ, ਬਾਹਰ-ਬਾਹਰ ਦਾ ਖੇਤਰ ਜਾਂ ਹਿੱਸਾ *v* ਕੰਢੇ-ਕੰਢੇ ਸਥਿਤ ਹੋਣਾ, ਬਾਹਰਵਾਰ ਵੱਸੇ ਹੋਣਾ

skit /ਸਕਿਟ/ *n* ਹਸਾਉਣੀ ਨਕਲ, ਵਿਅੰਗਾਤਮਿਕ ਛੋਟੀ ਰਚਨਾ, ਸਕਿਟ; ਵਿਅੰਗ

skite /ਸਕਾਇਟ/ *n* ਅਚਾਨਕ ਝਟਕਾ, ਅਚਾਨਕ ਧੱਕਾ, ਚੋਟ

skittish /'ਸਕਿਟਿਸ਼/ *a* (ਘੋੜਾ) ਅੱਥਰਾ, ਅੜੀਅਲ; (ਇਸਤਰੀ) ਚੰਚਲ, ਨਖ਼ਰੇਬਾਜ਼, ਸ਼ੌਕਣ

skittle /'ਸਕਿਟਲ/ *n* **skittles** (ਸਕਿਟਲਜ਼) ਦੀ ਖੇਡ ਵਿੱਚ ਨੌਂ ਕਿੱਲੀਆਂ ਵਿੱਚੋਂ ਕੋਈ ਇੱਕ; (ਬਹੁ) ਇੱਕ ਖੇਡ ਜਿਸ ਵਿੱਚ ੯ ਕਿੱਲੀਆਂ ਗੱਡੀਆਂ ਜਾਂਦੀਆਂ ਹਨ ਅਤੇ ਇਹਨਾਂ ਨੂੰ ਇੱਕੋ ਗੇਂਦ ਨਾਲ ਡੇਗਣਾ ਹੁੰਦਾ ਹੈ

skive /ਸਕਾਇਵ਼/ *vt* (ਚਮੜਾ) ਖੁਰਚਣਾ; ਘੁਸਾਈ ਮਾਰਨਾ

skivvy /'ਸਕਿਵ਼ਿ/ *n* (ਬੋਲ) ਛੋਟੇ ਮੋਟੇ ਕੰਮ ਕਰਨ ਵਾਲੀ ਨੌਕਰਾਣੀ; ਇੱਕ ਪਹਿਰਨ

skua /'ਸਕਯੂਅ/ *n* ਇੱਕ ਸਮੁੰਦਰੀ ਪੰਛੀ, ਮੁਰਗਾਬੀ ਦੀ ਇੱਕ ਕਿਸਮ, ਵੱਡੀ ਮੁਰਗਾਬੀ

skug /ਸਕਅੱਗ/ *n* ਛਾਂ, ਪਰਛਾਵਾਂ, ਛਾਇਆ; ਕਾਟੋ, ਗਲਿਹਰੀ

skulduggery /ਸਕਅੱਲ'ਡਅੱਗਅਰਿ/ *n* ਚਾਲਬਾਜ਼ੀ, ਠੱਗੀ

skulk /ਸਕਅੱਲਕ/ *vi* ਦਬਕ ਕੇ ਬੈਠਣਾ, ਸਹਿਮ ਕੇ ਬੈਠਣਾ; ਲੁਕ ਜਾਣਾ; (ਕੰਮ ਤੋਂ) ਜੀ ਚੁਰਾਉਣਾ *n* ਬਚਾਅ, ਲੁਕਾਅ

skull /ਸਕਅੱਲ/ *n* ਖੋਪਰੀ, ਕਪਾਲ

skunk /ਸਕਅੱਙਕ/ *n* ਉੱਤਰੀ ਅਮਰੀਕਾ ਦਾ ਇੱਕ ਬਿੱਲੀ ਵਰਗਾ ਜਾਨਵਰ, ਇਸ ਦੀ ਪਸ਼ਮ; ਹੋਛਾ ਮਨੁੱਖ ਨੀਚ ਆਦਮੀ, ਘਿਰਨਤ ਵਿਅਕਤੀ *vt* (ਬੋਲ) ਵਿਰੋਧੀ ਨੂੰ ਇੰਜ ਹਰਾਉਣਾ ਕਿ ਉਸ ਦਾ ਕੋਈ ਨੰਬਰ ਨਾ ਬਣੇ

sky /ਸਕਾਇ/ *n* ਅਕਾਸ਼, ਅਸਮਾਨ; ਕੋਈ ਖੇਤਰ, ਖੰਡ *vt* ਅਕਾਸ਼ ਵੱਲ ਸੁੱਟਣਾ; (ਕ੍ਰਿਕਟ ਵਿੱਚ) ਉੱਚੀ ਕਰਕੇ ਟੰਗਣਾ

sky-blue /ˌਸਕਾਇ'ਬਲੂ/*a* ਅਸਮਾਨੀ (ਰੰਗ)
Skye /ਸਕਾਇ/ *n* ਸਕਾਟਲੈਂਡੀ ਕੁੱਤਾ, ਕੁੱਤੇ ਦੀ ਇੱਕ ਨਸਲ
skyer /'ਸਕਾਇਅ*/ *n* (ਕ੍ਰਿਕਟ ਵਿੱਚ) ਉੱਚੀ ਇਮਾਰਤ
sky-high /ˌਸਕਾਇ'ਹਾਇ/*a* (ਕੀਮਤਾਂ) ਅਸਮਾਨੇ ਚੜ੍ਹੀਆਂ; ਉੱਚਾ
skylark /'ਸਕਾਇਲਾਕ/ *n* ਇੱਕ ਪੰਛੀ, ਚੰਡੋਲ *vt* ਨੱਚਣਾ-ਟੱਪਣਾ, ਕਲੋਲ ਕਰਨਾ, ਛੇੜ-ਛਾੜ ਕਰਨਾ
skylight /'ਸਕਾਇਲਾਇਟ/ *n* ਛੱਤ ਵਿੱਚ ਚਾਨਣ ਆਉਣ ਲਈ ਰੱਖਿਆ ਗਿਆ ਰੋਸ਼ਨਦਾਨ, ਝਰੋਖਾ, ਮੋਘਾ
skyline /'ਸਕਾਇਲਾਇਨ/ *n* ਦਿੱਸਹੱਦਾ
skyscraper /'ਸਕਾਇਸਕਰੇਇਪਅ*/ *n* ਬਹੁਤ ਉੱਚੀ ਇਮਾਰਤ
slab /ਸਲੈਬ/ *n* ਸਿਲ, ਫੱਟੀ, ਲੱਕੜੀ ਦਾ ਮੋਛਾ *vt* ਮੋਛੇ ਪਾਉਣਾ, ਫੱਟੀਆਂ ਬਣਾਉਣ ਵਾਸਤੇ ਲੱਕੜੀ ਦੇ ਟੋਟੇ ਚੀਰਨਾ *a* ਲੇਸਦਾਰ, ਚਿਪਚਿਪਾ, ਗਾੜ੍ਹਾ ਅਤੇ ਚਿਪਕਣ ਵਾਲਾ (ਤਰਲ ਪਦਾਰਥ)
slabber /'ਸਲੈਬਅ*/ *n* ਥੁੱਕ *v* ਥੁੱਕਣਾ; ਰਾਲ ਛੱਡਣਾ; ਜਲਦੀ ਨਾਲ ਖਾਣਾ, ਨਿਗਲਨਾ
slack /ਸਲੈਕ/ *a* ਸੁਸਤ, ਢਿੱਲਾ, ਢਿੱਲੜ, ਆਲਸੀ *n* ਢਿੱਲੀ ਬੱਧੀ ਹੋਈ ਰੱਸੀ; ਮੰਦਵਾੜਾ, ਵਪਾਰ ਦੀ ਮੰਦਗੀ; ਰੱਸੀ ਦਾ ਢਿੱਲਾਪਣ; (ਬਹੁ) ਪਜਾਮਾ ਜਾਂ ਪਤਲੂਨ; ਕੋਲੇ ਦਾ ਚੂਰਾ *v* ਢਿੱਲਾ ਕਰਨਾ; ਮੱਧਮ ਕਰਨਾ ਜਾਂ ਹੋਣਾ; ਸੁਸਤ ਹੋਣਾ, ਮੱਠੇ ਪੈਣਾ, ਆਲਸ ਕਰਨਾ
slacken /'ਸਲੈਕਅਨ/ *v* ਢਿੱਲਾ ਕਰਨਾ, ਢਿੱਲਾ ਛੱਡ ਦੇਣਾ; ਢਿੱਲੇ ਪੈ ਜਾਣਾ, ਸੁਸਤ ਹੋ ਜਾਣਾ, ਮੱਠੇ ਪੈ ਜਾਣਾ
slacker /'ਸਲੈਕਅ*/ *n* ਵਿਹਲੜ; ਆਲਸੀ, ਸੁਸਤ; ਕੰਮਚੋਰ; ਢਿੱਲੜ
slack lime *n* ਬੁਝਿਆ ਚੂਨਾ
slackness /ਸਲੈਕਨਅਸ/ *n* ਆਲਸ, ਸੁਸਤੀ, ਸਿਥਲਤਾ, ਢਿੱਲ
slacks /ਸਲੈਕਸ/ *n* ਢਿੱਲਾ ਪਜਾਮਾ
slag /ਸਲੈਗ/ *n* ਖਿੰਘਰ, ਮਨੂਰ, (ਕੱਚੀ ਧਾਤ ਨੂੰ ਸਾਫ਼ ਕਰਦਿਆਂ ਨਿਕਲੀ) ਮੈਲ; ਜੁਆਲਾਮੁਖੀ ਦੀ ਸੁੱਟੀ ਹੋਈ ਮੈਲ, ਲਾਵਾ
slain /ਸਲੇਇਨ/ *v* **slay** ਦਾ ਭੂਤ-ਕ੍ਰਿਦੰਤ
slake /ਸਲੇਇਕ/ *vt* (ਤੇਹ) ਬੁਝਾਉਣਾ, ਮਿਟਾਉਣਾ; (ਬਦਲਾ ਲੈਣ ਦੀ ਭਾਵਨਾ) ਮੱਠੀ ਕਰਨਾ, ਬੁਝਾਉਣਾ; (ਚੂਨੇ ਨੂੰ) ਪਾਣੀ ਵਿੱਚ ਪਾ ਕੇ ਬੁਝਾਉਣਾ
slam /ਸਲੈਮ/ *v* ਜ਼ੋਰ ਦੀ ਬੂਹਾ ਮਾਰਨਾ ਜਾਂ ਵੱਜਣਾ; ਜ਼ੋਰ ਨਾਲ ਸੁੱਟਣਾ ਜਾਂ ਧਰਨਾ, ਧੜੰਮ ਡਿਗਣਾ ਜਾਂ ਡੇਗਣਾ *n* ਜ਼ੋਰ ਨਾਲ ਦਰਵਾਜਾ ਬੰਦ ਹੋਣ ਦੀ ਅਵਾਜ਼; ਧੜੰਮ ਦੀ ਅਵਾਜ਼
slammerkin /'ਸਲੈਮਅਕਿਨ/ *n* ਭੈੜੀ ਤੀਵੀਂ
slander /'ਸਲਾਨਡਅ*/ *n* ਭੰਡੀ, ਨਿੰਦਿਆ; ਬਦਨਾਮੀ; ਕਲੰਕ; ਝੂਠੀ ਤੁਹਮਤ; ਹੱਤਕ ਇੱਜ਼ਤ *vt* ਭੰਡੀ ਕਰਨਾ, ਬਦਨਾਮੀ ਕਰਨਾ, ਤੁਹਮਤ ਲਾਉਣਾ
slanderous /'ਸਲਾਨਡਅਰਸ/ *a* ਭੰਡੀ ਵਾਲਾ, ਨਿੰਦਿਆ ਵਾਲਾ, ਬਦਨਾਮੀ ਵਾਲਾ
slang /ਸਲੈਙ/ *n* ਵਰਗ ਭਾਸ਼ਾ, ਕਿਸੇ ਵਿਸ਼ੇਸ਼ ਜਾਤੀ ਜਾਂ ਕਿਸੇ ਖਾਸ ਖਿੱਤੇ ਦੀ ਬੋਲੀ; ਬੋਲਚਾਲ ਦੀ ਸ਼ਬਦਾਵਲੀ, ਬਜ਼ਾਰੀ ਬੋਲੀ; ਬੋਲ-ਕੁਬੋਲ *vt* ਗਾਲ੍ਹ ਕੱਢਣਾ; ਅਪਭਾਸ਼ਾ ਬੋਲਣਾ
slanging match *n* ਬੋਲ-ਕਬੋਲ ਬੋਲਣ ਦਾ ਟਾਕਰਾ, ਗਾਲਾਂ ਕੱਢਣ ਦਾ ਮੁਕਾਬਲਾ, ਤਾਹਨੇ-ਮਿਹਣੇ ਦੇਣ ਦੀ ਟੱਕਰ
slangy /'ਸਲੈਙਿ/ *a* ਪੇਂਡੂ ਬੋਲੀ ਦਾ, ਬਜ਼ਾਰੀ ਭਾਸ਼ਾ ਦਾ; ਅਸ਼ਿਸ਼ਟ ਭਾਸ਼ਾ ਵਰਗਾ
slant /ਸਲਾਨਟ/ *v* ਤਿਰਛਾ ਹੋਣਾ ਜਾਂ ਰੱਖਣਾ, ਢਾਲਵਾਂ ਬਣਾਉਣਾ ਜਾਂ ਰੱਖਣਾ *n* ਢਾਲ, ਢਲਾਣ, ਤਿਰਛਾਪਣ
slanting /'ਸਲਾਨਟਿਙ/ *a* ਤਿਰਛਾ, ਟੇਢਾ, ਝੁਕਿਆ, ਢਾਲੂ

slap /ਸਲੈਪ/ *n* ਚਪੇੜ, ਧੱਫ਼ਾ, ਲੱਫੜ, ਧੌਲ *vt* ਚਪੇੜ ਮਾਰਨਾ, ਧੱਫ਼ਾ ਮਾਰਨਾ

slapdash /'ਸਲੈਪਡੈਸ਼/ *a* ਅੰਨ੍ਹੇਵਾਹ ਕੀਤਾ, ਕਾਹਲੀ ਵਾਲਾ (ਕੰਮ)

slapstick /'ਸਲੈਪਸਟਿਕ/ *n* (ਭੰਡਾਂ ਦੁਆਰਾ ਵਰਤੀ ਜਾਂਦੀ) ਪਾਟੀ ਹੋਈ ਫੱਟੀ, ਸਧਾਰਨ ਕਰਤਵਾਂ ਦੁਆਰਾ ਕੀਤੀ ਜਾਂਦੀ ਮਸ਼ਕਰੀ

slash /ਸਲੈਸ਼/ *v* (ਤਲਵਾਰ, ਚਾਬਕ ਆਦਿ ਨਾਲ) ਅੰਨ੍ਹੇਵਾਹ ਵਾਰ ਕਰਨਾ, ਵਾਢੀ ਲਾਉਣਾ, ਵੱਢਣਾ, ਪੜਛੇ ਲਾਹੁਣਾ, ਚੀਰਨਾ; ਲੰਮੇ-ਲੰਮੇ ਵਾਢੇ ਪਾਉਣਾ ਜਾਂ ਜ਼ਖ਼ਮ ਕਰਨਾ; (ਕੀਮਤਾਂ ਵਿੱਚ) ਤਿੱਖੀ ਗਿਰਾਵਟ ਲਿਆਉਣਾ *n* ਲੰਮਾ ਪਰ ਪਤਲਾ ਵਾਢਾ ਜਾਂ ਜ਼ਖ਼ਮ; ਪੜਛ; ਫੱਟ, ਟੱਕ, ਲੰਮਾ ਚੀਰ

slashing /ਸਲੈਸ਼ਿਙ/ *n* ਜੰਗਲ ਵਿੱਚ ਉਹ ਥਾਂ ਜਿੱਥੇ ਰੁੱਖ ਵੱਢੇ ਗਏ ਹੋਣ; ਸਫ਼ਾਈ *a* (ਨਿਰਦਈ) ਚੀਰਨ ਵਾਲਾ; ਤੀਖਣ

slat /ਸਲੈਟ/ *n* ਲੱਕੜੀ ਜਾਂ ਧਾਤ ਦੀ ਫੱਟੀ, ਪੱਚਰ, ਪੱਤਾ *v* ਮੁੱਕਾ ਮਾਰਨਾ, ਕੁੱਟਣਾ

slate /ਸਲੇਇਟ/ *n* ਸੁਰਮਈ ਰੰਗ ਦੀ ਚਟਾਨ ਜਿਸ ਦੀਆਂ ਪਤਲੀਆਂ ਪਰਤਾਂ ਵੱਖ-ਵੱਖ ਉਖੇੜੀਆਂ ਜਾ ਸਕਦੀਆਂ ਹਨ, ਇਸ ਚਟਾਨ ਦੀਆਂ ਉਖੇੜੀਆਂ ਪਰਤਾਂ, ਬੱਚਿਆਂ ਦੇ ਲਿਖਣ ਵਾਲੀ ਸਲੇਟ *vt* ਸਲੇਟ ਦੀਆਂ ਫੱਟੀਆਂ ਦੀ ਛੱਤ ਪਾਉਣਾ, ਸਲੇਟ ਨਾਲ ਛੱਤਣਾਂ; ਝਿੜਕਣਾ, ਡਾਂਟਣਾ; ਕਰੜੀ ਆਲੋਚਨਾ ਕਰਨਾ, ਸਖ਼ਤ ਨੁਕਤਾਚੀਨੀ ਕਰਨਾ

slattern /'ਸਲੈਟਅਨ/ *n* ਫੂਹੜ, ਖੁੱਥੜ ਤੀਵੀਂ; ਵੇਸਵਾ, ਕੰਜਰੀ

slatternly /'ਸਲੈਟਅਨਲਿ/ *a* ਮੈਲਾ, ਗੰਦਾ, ਖੁੱਥੜ

slaughter /'ਸਲੋਟਅ*/ *vt* (ਪਸ਼ੂਆਂ ਦਾ ਮਾਸ ਪ੍ਰਾਪਤ ਕਰਨ ਲਈ) ਵੱਢਣਾ, ਝਟਕਾਉਣਾ; ਕਤਲੇਆਮ ਕਰਨਾ, ਵੱਢ-ਟੁੱਕ ਕਰਨਾ; ਕਤਲ ਕਰਨਾ; ਹੱਤਿਆ ਕਰਨਾ, ਖ਼ੂਨ ਕਰਨਾ *n* ਵੱਢਣ, ਝਟਕਾਉਣ (ਦੀ ਕਿਰਿਆ); ਕਤਲੇਆਮ, ਵੱਢ-ਟੁੱਕ, ਕਤਲ, ਖ਼ੂਨ, ਹੱਤਿਆ

slaughterhouse /'ਸਲੋਟਅਹਾਉਸ/ *n* ਬੁੱਚੜਖ਼ਾਨਾ

Slav /ਸਲਾਵ਼/ *n* ਪੂਰਬੀ ਯੂਰਪ ਦੇ ਵਸਨੀਕ ਜਿਹੜੇ ਨਸਲ ਵਜੋਂ ਰੂਸੀਆਂ ਨਾਲ ਸੰਬੰਧਿਤ ਹਨ, ਸਲਾਵ ਜਾਤੀ

slave /ਸਲੇਇਵ਼/ *n* ਗ਼ੁਲਾਮ, ਗੋਲਾ, ਬਰਦਾ, ਦਾਸ, ਹਰ ਵੇਲੇ ਕੰਮ ਕਰਨ ਵਾਲਾ ਨੌਕਰ; ਉਹ ਮਨੁੱਖ ਜਿਸ ਨੂੰ ਦਿਨ ਰਾਤ ਕੰਮ ਕਰਨਾ ਪਵੇ; ਕਿਸੇ ਦੇ ਜਬਰ ਦਾ ਸ਼ਿਕਾਰ; (ਕਿਸੇ ਆਦਤ ਦਾ) ਆਦੀ *vi* ਬਰਦੇ ਵਾਂਗ ਕੰਮ ਕਰਨਾ; ਨੀਚ ਕੰਮ ਕਰਨਾ

slave-driver *n* ਗ਼ੁਲਾਮਾਂ ਦੀ ਟੋਲੀ ਤੋਂ ਕੰਮ ਕਰਵਾਉਣ ਵਾਲਾ ਮੇਟ ਜਾਂ ਜਮਾਂਦਾਰ; ਨੌਕਰਾਂ ਤੋਂ ਬੜਾ ਖਿੱਚ ਕੇ ਕੰਮ ਲੈਣ ਵਾਲਾ ਮਾਲਕ, ਕਰੜਾ ਹਾਕਮ

slave labour *n* ਗ਼ੁਲਾਮਾਂ ਦਾ ਕੰਮ, ਦਾਸਾਂ ਦੀ ਸੇਵਾ; ਬਹੁਤ ਥੋੜ੍ਹੀ ਮਜ਼ਦੂਰੀ ਦੇ ਕੇ ਬਹੁਤ ਸਖ਼ਤ ਕੰਮ ਲੈਣ ਦਾ ਕਾਰਜ, ਵਗਾਰ

slaver[1] /'ਸਲੇਇਵ਼ਅ*/ *n* ਗ਼ੁਲਾਮਾਂ ਦਾ ਵਪਾਰ ਕਰਨ ਵਾਲਾ ਮਨੁੱਖ, ਬਰਦਾਫਰੋਸ, ਦਾਸ ਵਪਾਰੀ

slaver[2] /'ਸਲੈਵ਼ਅ*/ *n* ਉਤੇਜਨਾ ਜਾਂ ਭੁੱਖ ਨਾਲ ਰਾਲਾਂ ਵਗਾਣਾ

slavery /'ਸਲੇਇਵ਼ਅਰਿ/ *n* ਗ਼ੁਲਾਮੀ, ਦਾਸਤਾ; ਦਾਸ ਪ੍ਰਥਾ, ਗ਼ੁਲਾਮਾਂ ਵਾਲਾ ਸੁਭਾਅ, ਦਿਨ ਰਾਤ ਕੰਮ ਕਰਨ ਦੀ ਆਦਤ

slave trade *n* ਗ਼ੁਲਾਮਾਂ ਦਾ ਵਪਾਰ

slavey /'ਸਲੇਇਵ਼ਿ/ *n* (ਬੋਲ) ਘਰ ਦੇ ਸਾਰੇ ਕੰਮ ਕਰਨ ਵਾਲੀ ਨੌਕਰਾਣੀ, ਦਾਸੀ, ਬਾਂਦੀ

slavish /'ਸਲੇਇਵ਼ਿਸ਼/ *a* ਗ਼ੁਲਾਮਾਂ ਵਰਗਾ, ਦਾਸਤਾ ਦੀ ਭਾਵਨਾ ਵਾਲਾ; ਹੋਛਾ, ਨੀਚ, ਤੁੱਛ

slavocracy /ਸਲੇਇ'ਵ਼ੌਕਰਅਸਿ/ *n* ਦਾਸਤੰਤਰ

Slavonian, Slavonic /ਸਲਅ'ਵ਼ਅਉਨਿਅਨ, ਸਲਅ'ਵ਼ੌਨਿਕ/ *a* ਸਲਾਵੀ ਲੋਕਾਂ ਦਾ; ਸਲਾਵੀ ਜਾਤੀ ਦਾ; ਸਲਾਵੀ ਭਾਸ਼ਾ ਸੰਬੰਧੀ *n* ਸਲਾਵੀ ਲੋਕਾਂ ਦੀ ਭਾਸ਼ਾ

slaw /ਸਲੋ/ *n* ਪੱਤਾ ਗੋਭੀ ਜਾਂ ਕਿਸੇ ਹੋਰ ਪੱਤਿਆਂ

ਵਾਲੀ ਸਬਜ਼ੀ ਦਾ ਸਲਾਦ

slay /ਸਲੇਇ/ *vt* ਕਤਲ ਕਰਨਾ, ਮਾਰ ਸੁੱਟਣਾ, ਵੱਢ ਦੇਣਾ (ਮਨੁੱਖ ਜਾਂ ਪਸ਼ੂ ਨੂੰ), ਝਟਕਾ ਦੇਣਾ, ਖ਼ੂਨ ਕਰਨਾ, ਹੱਤਿਆ ਕਰਨਾ

sleave /ਸਲੀਵ੍/ *n* ਮੁਲਾਇਮ ਰੇਸ਼ਮ, ਚਿਕਨਾ ਰੇਸ਼ਮ *vt* ਧਾਗੇ ਅੱਡ-ਅੱਡ ਕਰਨਾ, ਗੁੰਝਲਾਂ ਕੱਢਣਾ

sleaze /ਸਲੀਜ਼/ *n* ਬੇਈਮਾਨੀ ਵਾਲਾ ਸੁਭਾਅ, ਘਟੀਆ ਵਰਤਾਰਾ, ਦੁੱਖ ਦੇਣ ਵਾਲਾ ਵਤੀਰਾ

sleazy /'ਸਲੀਜ਼ਿ/ *a* (ਬੋਲ) ਗੰਦਾ ਅਤੇ ਭੈੜਾ, ਘਟੀਆ

sled, sledge /ਸਲੈੱਡ, ਸਲੈੱਜ/ *n* ਬਰਫ਼ ਉੱਤੇ ਚੱਲਣ ਵਾਲੀ ਬੇਪਹੀਆ ਗੱਡੀ, ਬਰਫ਼ ਰੇੜ੍ਹੀ *vt* ਬਰਫ਼ ਰੇੜ੍ਹੀ ਵਿੱਚ ਸਫ਼ਰ ਕਰਨਾ ਜਾਂ ਲੈ ਜਾਣਾ

sledgehammer /'ਸਲੈੱਜਹੈਮਅ*/ *n* ਵੱਡਾ ਹਥੌੜਾ, ਘਣ, ਵਦਾਨ

sleek /ਸਲੀਕ/ *a* ਕੂਲਾ, ਕੋਮਲ, ਨਰਮ, ਮੁਲਾਇਮ, ਚਿਕਨਾ ਅਤੇ ਚਮਕਦਾਰ; ਗੁਦਗੁਦਾ *vt* ਚਿਕਨਾ ਅਤੇ ਚਮਕਦਾਰ ਬਣਾਉਣਾ, ਮੁਲਾਇਮ ਕਰਨਾ; ਗੁਦਗੁਦਾ ਬਣਾਉਣਾ

sleep /ਸਲੀਪ/ *n* ਨੀਂਦਰ; ਸੌਣ; ਸ਼ਾਂਤੀ; ਖ਼ਮੋਸ਼ੀ; ਅਰਾਮ; ਮੌਤ *v* ਸੌਣਾ,ਅੱਖ ਲੱਗਣਾ; ਠੰਢੇ ਪੈਣਾ, ਕਿਰਿਆਹੀਣ ਹੋਣਾ; ਕਬਰ ਵਿੱਚ ਪੈਣਾ

sleeper /'ਸਲੀਪਅ*/ *n* ਸੌਣ ਵਾਲਾ ਮਨੁੱਖ, ਸੁੱਤਾ ਵਿਅਕਤੀ; ਲੱਕੜੀ ਦੇ ਗੱਟੂ ਜਿਨ੍ਹਾਂ ਉੱਤੇ ਰੇਲ ਦੀ ਲੀਹ ਜਾਂ ਪਟੜੀ ਵਿਛਾਈ ਜਾਂਦੀ ਹੈ, ਸਲੀਪਰ

sleeping partner *n* ਉਹ ਹਿੱਸੇਦਾਰ ਜੋ ਕੰਮਕਾਰ ਵਿੱਚ ਭਾਗ ਨਾ ਲਵੇ, ਗ਼ੈਰ ਸਰਗਰਮ ਭਾਗੀਦਾਰ

sleeping-sickness *n* ਇੱਕ ਰੋਗ ਜਿਸ ਕਰਕੇ ਰੋਗੀ ਸੌਣ ਦੀ ਹਾਲਤ ਵਿੱਚ ਪਿਆ ਰਹਿੰਦਾ ਹੈ

sleepless /'ਸਲੀਪਲਅਸ/ *a* ਉਨੀਂਦਾ, ਨੀਂਦ ਰਹਿਤ, ਚੇਤਨ; ਸਾਵਧਾਨ

sleep mode *n* (ਜਦੋਂ ਵਰਤੋਂ ਵਿੱਚ ਨਾ ਹੋਵੇ ਤਾਂ) ਬਿਜਲਾਣੂ ਯੰਤਰ ਦੀ ਆਪਣੇ ਆਪ ਨਿਸ਼ਕਿਰਿਆ ਹੋਣ ਦੀ ਵਿਧੀ

sleepwalk /'ਸਲੀਪਵੋਕ/ *v* ਨੀਂਦ ਵਿੱਚ ਉੱਠ ਕੇ ਤੁਰ ਪੈਣਾ, ਸੁੱਤੇ ਹੋਇਆਂ ਉੱਠ ਕੇ ਤੁਰਨ ਦੀ ਬਿਮਾਰੀ

sleepwalker /ਸਲੀਪਵੋਕਅ*/ *n* ਸੁੱਤਿਆਂ ਉੱਠ ਕੇ ਤੁਰ ਪੈਣ ਵਾਲਾ, ਨਿੰਦਰਾਚੱਲ

sleepy /'ਸਲੀਪਿ/ *a* ਉਨੀਂਦਾ, ਊਂਘਦਾ, ਉਂਘਲਾਉਂਦਾ; ਅਸਾਵਧਾਨ; ਆਲਸੀ, ਸੁਸਤ; ਸ਼ਾਂਤ, ਮੌਨ

sleet /ਸਲੀਟ/ *n* ਬਰਫ਼ ਵਾਲਾ ਮੀਂਹ

sleety /ਸਲੀਟਿ/ *a* ਬਰਫ਼ ਵਾਲੇ ਮੀਂਹ ਵਰਗਾ

sleeve /ਸਲੀਵ੍/ *n* ਕਮੀਜ਼ ਆਦਿ ਦੀ ਬਾਂਹ, ਆਸਤੀਨ

sleigh /ਸਲੇਇ/ *n vt* ਵੇਖੋ **sled**

sleight /ਸਲਾਇਟ/ *n* ਚਾਲ, ਚਲਾਕੀ, ਹੁਸ਼ਿਆਰੀ; ਦਾਅ

sleight of hand /ˌਸਲਾਇਟ ਅਵ੍ 'ਹੈਨਡ/ *n* ਹੱਥ ਦੀ ਸਫ਼ਾਈ, ਕਰਤਬ, ਹੱਥਫੇਰੀ

slender /'ਸਲੈੱਨਡਅ*/ *a* ਪਤਲਾ; ਮਾੜਾ; ਥੋੜ੍ਹਾ, ਨਾਕਾਫ਼ੀ, ਘੱਟ; ਮਸਾਂ ਪੂਰਾ; ਬਰੀਕ; ਸੂਖਮ, ਨਾਜ਼ਕ, ਕਮਜ਼ੋਰ

slept /ਸਲੈੱਪਟ/ *v* **sleep** ਦਾ ਭੂਤ-ਕਾਲ ਅਤੇ ਭੂਤ-ਕ੍ਰਿਦੰਤ

sleuthhound /'ਸਲੂਥਹਾਉਨਡ/ *n* ਖੋਜੀ ਕੁੱਤਾ; ਸੁੰਘ ਕੇ ਖੋਜ ਕੱਢ ਲੈਣ ਵਾਲਾ ਕੁੱਤਾ; ਜਸੂਸ, ਗੁਪਤਚਰ

slew[1] /ਸਲੂ/ *v* ਬਲਪੂਰਵਕ ਮੋੜਨਾ ਜਾਂ ਮੁੜਨਾ, ਜ਼ੋਰ ਨਾਲ ਘੁਮਾਉਣਾ ਜਾਂ ਘੁੰਮਣਾ *n* ਮਰੋੜਾ

slew[2] *vt* **slay** ਦਾ ਭੂਤ-ਕਾਲ

slice /ਸਲਾਇਸ/ *n* ਡਬਲ ਰੋਟੀ ਦਾ ਪਤਲਾ ਟੁਕੜਾ, ਟੋਟਾ, ਟੁੱਕ, ਫਾੜੀ, ਗਰਾਹੀ, ਡੱਕਰਾ, ਕਾਤਰ; ਹਿੱਸਾ, ਭਾਗ, ਅੰਸ਼; ਪਤਲੇ ਅਤੇ ਚੌੜੇ ਫਲ ਵਾਲਾ ਕੋਈ ਹਥਿਆਰ *vt* ਟੁਕੜੇ ਕੱਟਣਾ, ਫਾੜੀਆਂ ਕਰਨਾ

slick /ਸਲਿਕ/ *adv* (ਬੋਲ) ਪੂਰੀ ਤਰ੍ਹਾਂ ਠੀਕ-ਠੀਕ *a* ਸਿੱਧਾ; ਸਫ਼ਾਈ ਵਾਲਾ, ਹੱਥ ਦੀ ਸਫ਼ਾਈ ਦਾ, ਫੁਰਤੀਲਾ; ਚੰਟ, ਚਤਰ, ਤਿਲਕਵਾਂ, ਉਸਤਾਦੀ ਵਾਲਾ

slicker /'ਸਲਿਕਅ*/ *n* ਮੋਮਜਾਮਾ, ਬਰਸਾਤੀ, ਬਰਸਾਤੀ ਕੋਟ

slide /ਸਲਾਇਡ/ *v* ਤਿਲਕਣਾ, ਖਿਸਕਣਾ, ਸਰਕਣਾ; ਹੌਲੀ-ਹੌਲੀ ਵਧਣਾ; ਖਿਸਕਾਉਣਾ, ਸਰਕਾਉਣਾ, ਰੋੜ੍ਹਨਾ; ਬਿਨਾਂ ਕਿਸੇ ਰੁਕਾਵਟ ਦੇ ਚਲਦੇ ਜਾਣਾ; ਚੁੱਪ-ਚਾਪ ਨਿਕਲ ਜਾਣਾ *n* ਬਰਫ਼ ਉੱਤੇ ਰੁੜ੍ਹਨ ਕਰਕੇ ਬਣਿਆ ਰਾਹ; ਤਿਲਕਵੀਂ ਢਲਾਨ; ਖਿਸਕਣ; ਰੁੜ੍ਹਨ; ਢਾਲਵਾਂ ਤਖ਼ਤਾ ਜਿਸ ਰਾਹੀਂ ਮਾਲ ਉੱਤੋਂ ਹੇਠਾਂ ਨੂੰ ਰੋੜ੍ਹਿਆ ਜਾਂਦਾ ਹੈ; ਮਸ਼ੀਨ ਦਾ ਉਹ ਹਿੱਸਾ ਜਿਸ ਵਿੱਚ ਕੋਈ ਪੁਰਜ਼ਾ ਅੱਗੇ ਪਿੱਛੇ ਚੱਲਦਾ ਹੈ; ਤਿਲਕਣ ਜਾਂ ਖਿਸਕਣ ਵਾਲਾ; ਤਸਵੀਰਾਂ ਵਾਲੇ ਖਿਡਾਉਣੇ ਜਾਂ ਖੁਰਦਬੀਨ ਆਦਿ ਦਾ ਖਿਸਕਵਾਂ ਸ਼ੀਸ਼ਾ, (ਸਿਨਮੇ ਦੀ) ਸਲਾਈਡ

slide projector *n* ਚਲਚਿਤਰ ਦੀ ਸਲਾਈਡ ਦਿਖਾਉਣ ਵਾਲਾ ਯੰਤਰ

sliding scale *n* ਕੀਮਤਾਂ ਜਾਂ ਮਜ਼ਦੂਰੀ ਦੀਆਂ ਦਰਾਂ ਆਦਿ ਦੀ ਸਾਰਨੀ ਜਿਸ ਵਿੱਚ ਘਟਦੀ-ਵਧਦੀ ਦਰ ਦਾ ਹਿਸਾਬ ਵੇਖ ਸਕੀਦਾ ਹੈ

slight /ਸਲਾਇਟ/ *a* ਥੋੜ੍ਹਾ ਜਿਹਾ, ਮਾੜਾ ਜਿਹਾ, ਮਾਮੂਲੀ, ਸਧਾਰਨ; ਪਤਲਾ; ਕਮਜ਼ੋਰ, ਦੁਰਬਲ *vt* ਹੇਠੀ ਕਰਨਾ, ਤੁੱਛ ਸਮਝਣਾ; ਅਪਮਾਨ ਕਰਨਾ, ਲਾਪਰਵਾਹੀ ਕਰਨਾ *n* ਅਪਮਾਨ, ਅਵੱਗਿਆ, ਹੇਠੀ, ਨਿਰਾਦਰੀ

slightly /'ਸਲਾਇਟਲਿ/*adv* ਥੋੜ੍ਹਾ ਜਿਹਾ, ਮਾੜਾ ਜਿਹਾ, ਹਲਕਾ ਜਿਹਾ, ਨਾਂ ਮਾਤਰ

slim /ਸਲਿਮ/ *a* ਇਕਹਿਰੇ ਸਰੀਰ ਵਾਲਾ, ਪਤਲਾ, ਮਾੜਾ; ਚਲਾਕ, ਛਲੀ, ਕਪਟੀ, ਫ਼ਰੇਬੀ; ਹੌਲਾ

slime /ਸਲਾਇਮ/ *n* ਪਤਲਾ ਚਿੱਕੜ; ਕੋਈ ਅਜਿਹੀ ਹੀ ਚਿਪਕਵੀਂ ਵਸਤੂ

slimy /'ਸਲਾਇਮਿ/ *a* ਪਤਲੇ ਚਿੱਕੜ ਵਰਗਾ, ਪਤਲੇ ਚਿੱਕੜ ਦਾ, ਪਤਲੇ ਚਿੱਕੜ ਨਾਲ ਲਿੰਬਿਆ ਜਾਂ ਲਿਬੜਿਆ

sling[1] /ਸਲਿਙ/ *vt* ਗੁਲੇਲ ਨਾਲ ਸੁੱਟਣਾ; ਝਟਕੇ ਨਾਲ ਸੁੱਟਣਾ, ਵਗਾਹ ਕੇ ਮਾਰਨਾ; ਗਲ ਵਿੱਚ ਪੱਟੀ ਲਮਕਾ ਕੇ ਵਿੱਚ ਹੱਥ ਪਾਉਣਾ (ਜ਼ਖ਼ਮੀ ਹੋਣ ਕਰਕੇ); ਪੱਟੀ ਨਾਲ ਬੰਦੂਕ ਮੋਢੇ ਉੱਤੇ ਲਮਕਾਉਣਾ *n* ਗੁਲੇਲ, ਗੋਪੀਆ; ਛਿੱਕਾ; ਗਲ ਦੀ ਪੱਟੀ; ਬੰਦੂਕ ਲਮਕਾਉਣ ਵਾਲੀ ਪੱਟੀ; ਕਿਸੇ ਵਸਤੂ ਨੂੰ ਲਮਕਾਉਣ ਵਾਲੀ ਰੱਸੀ ਜਾਂ ਪੱਟੀ ਜਾਂ ਛਿੱਕਾ, ਗਾਤਰਾ

sling[2] *n* ਤਾੜੀ ਵਰਗੀ ਇੱਕ ਸ਼ਰਾਬ

slink /ਸਲਿਙਕ/ *vi* ਖਿਸਕ ਜਾਣਾ, ਚੁੱਪ-ਚੁਪੀਤੇ ਚਲੇ ਜਾਣਾ, ਸਰਕ ਜਾਣਾ *n* ਖਿਸਕ ਜਾਣ ਵਾਲਾ ਵਿਅਕਤੀ

slinky /'ਸਲਿਙਕਿ/ *a* ਫੁਸਲਾਊ; (ਲਿਬਾਸ) ਘੁੱਟਵਾਂ, ਚੁਸਤ

slip[1] /ਸਲਿਪ/ *n* ਕਾਗਜ਼ ਦੀ ਚਿਟ; ਲੱਕੜੀ ਦੀ ਫੱਟੀ; ਪੱਤਰੀ; ਕਾਗਜ਼ ਦੀ ਲੰਮੀ ਕਤਰ; ਭੁੱਲ, ਭੁੱਲ-ਚੁੱਕ, ਉਕਾਈ, ਤਰੁਟੀ; ਸਿਰ੍ਹਾਣੇ ਦਾ ਗਿਲਾਫ਼, ਬੱਚਿਆਂ ਦਾ ਖੁੱਲ੍ਹਾ ਕੋਟ; ਕੁੱਤੇ ਦਾ ਪਟਾ; ਢਾਲਵਾਂ ਤਲ ਜਿਸ ਉੱਤੇ ਜਹਾਜ਼ ਬਣਾਏ ਜਾਂਦੇ ਹਨ; ਰੁੱਖ ਦੀ ਟਾਹਣੀ, ਕਲਮ; ਕ੍ਰਿਕਟ ਵਿੱਚ ਉਹ ਥਾਂ ਜਿਹੜੀ ਖੇਡਣ ਵਾਲੇ ਦੇ ਪਿੱਛੇ ਵਿਕਟ ਦੇ ਨੇੜੇ ਹੁੰਦੀ ਹੈ

slip[2] *v* ਤਿਭਕਣਾ, ਖਿਸਕਣਾ, ਢਿਲਕਣਾ, ਸਰਕਣਾ; ਅੱਖ ਬਚਾਅ ਕੇ ਨਿਕਲ ਜਾਣਾ; ਥਿੜਕਣਾ, ਭੁੱਲ ਕਰਨਾ; ਛੱਡ ਦੇਣਾ; ਹੱਥੋਂ ਛੁੱਟ ਜਾਣਾ, ਤਿਲਕ ਜਾਣਾ; ਕਾਹਲੀ ਨਾਲ (ਕੱਪੜੇ) ਪਾਉਣਾ ਜਾਂ ਲਾਹੁਣਾ

slipper /'ਸਲਿਪਅ*/ *n* ਸਲੀਪਰ (ਪੈਰੀਂ ਪਾਉਣ ਵਾਲਾ), ਚੱਪਲ

slippery /'ਸਲਿਪਅਰਿ/ *a* ਤਿਲਕਵਾਂ; ਅਸਥਿਰ; ਹੱਥੋਂ ਖਿਸਕ ਜਾਣ ਵਾਲਾ, ਜਿਸ ਉੱਤੇ ਯਕੀਨ ਨਾ ਕੀਤਾ ਜਾ ਸਕੇ, ਚਲਾਕ, ਬੇਈਮਾਨ, ਬੇਇਤਬਾਰਾ

slipshod/'ਸਲਿਪਸ਼ੌਡ/ *n* ਬੇਢੰਗਾ (ਸ਼ੈਲੀ, ਕੰਮ), ਕੁਚੱਜਾ

slip-slop/'ਸਲਿਪਸਲੌਪ/ *n* ਘਟੀਆ ਸ਼ਰਾਬ *a* ਊਘੜ-ਦੁੱਘੜਾ, ਉਪਭਾਵਕ

slip-up /'ਸਲਿਪਅੱਪ/*n* (ਬੋਲ) ਭੁੱਲ, ਘੁਸਾਈ

slit /ਸਲਿਟ/ *v* ਚੀਰਨਾ, ਚੀਰ ਪਾਉਣਾ, ਪਾੜਨਾ, ਪਤਲਾ ਅਤੇ ਲੰਮਾ ਚੀਰ ਪਾਉਣਾ; ਪਤਲੇ ਲੰਮੇ

ਟੋਟੇ ਕਰ ਦੇਣਾ *n* ਚੀਰ, ਲੰਗਾਰ; ਝੀਤ

slither /'ਸਲਿਦਅ*/ *vi* (ਬੋਲ) ਤਿਲਕਣਾ, ਤਿਲਕਣਾ ਅਤੇ ਅਟਕਣਾ, ਸਰਕਦੇ ਅਤੇ ਰੁਕਦੇ ਹੋਏ ਚੱਲਣਾ

sliver /'ਸਲਿਵ੍ਅ*/ *n* ਲੰਬੀ ਕਾਤਰ, ਚਿੱਪਰ

sloam /ਸਲਅਉਮ/ *n* (ਕੋਲੇ ਦੀ ਤਹਿ ਵਿਚਕਾਰ) ਮਿੱਟੀ ਦੀ ਤਹਿ

slob /ਸਲੌਬ/ *n* ਚਿੱਕੜ ਵਾਲੀ ਧਰਤੀ, ਚੀਕਨੀ ਧਰਤੀ

slobber /'ਸਲੌਬਅ*/ *v* ਮੂੰਹੋਂ ਰਾਲਾਂ ਸੁੱਟਣਾ, ਰਾਲਾਂ ਨਾਲ ਕਿਸੇ ਦੇ ਕੱਪੜੇ ਗਿੱਲੇ ਕਰ ਦੇਣਾ, ਅਵੱਲੇ ਤਰੀਕੇ ਨਾਲ ਕੰਮ ਕਰਨਾ; ਖ਼ਰਾਬ ਕਰਨਾ, ਵਿਗਾੜਨਾ *n* ਰਾਲਾਂ; ਮੂਰਖਤਾ ਵਾਲੀ ਗੱਲ-ਬਾਤ; ਭਾਵੁਕਤਾ

slobbery /'ਸਲੌਬ(ਅ)ਰਿ/ *a* ਰਾਲਾਂ ਨਾਲ ਲਿਬੜਿਆ ਸਿੱਲ੍ਹਾ, ਗਿੱਲਾ

slog /ਸਲੌਗ/ *v* (ਕ੍ਰਿਕਟ ਜਾਂ ਬਾਕਸਿੰਗ ਵਿੱਚ) ਕਰਾਰੀ ਹਿੱਟ ਮਾਰਨਾ; ਜਾਨ ਮਾਰਨਾ *n* ਕਰਾਰੀ ਹਿੱਟ, ਘਾਲਣਾ

slogan /'ਸਲਅਉਗਅਨ/ *n* ਨਾਹਰਾ; ਕਿਸੇ ਸੰਪਰਦਾ ਜਾਂ ਦਲ ਦਾ ਆਦਰਸ਼ ਵਾਕ, ਸੰਕੇਤਕ ਸ਼ਬਦ, ਨੀਤੀਵਾਕ; ਇਸ਼ਤਿਹਾਰਬਾਜ਼ੀ ਵਿੱਚ ਵਰਤੇ ਜਾਣ ਵਾਲੇ ਚੁਸਤ ਵਾਕ

sloid /ਸਲੌਇਡ/ *n* ਸਕੂਲਾਂ ਵਿੱਚ ਚਾਲੂ ਹੱਥ ਕਲਾ ਦੀ ਸਿਖਲਾਈ ਦਾ ਪ੍ਰੋਗਰਾਮ

sloop /ਸਲੂਪ/ *n* ਇੱਕ ਮਸਤੂਲ ਵਾਲੀ ਵੱਡੀ ਬੇੜੀ ਜਾਂ ਛੋਟਾ ਜਹਾਜ਼

slop[1] /ਸਲੌਪ/ *v* ਡੋਲ੍ਹਣਾ; ਛਲਕਣਾ; ਗੰਦਾ ਪਾਣੀ ਡੋਲ੍ਹਣਾ; ਗੰਦੇ ਪਾਣੀ ਨਾਲ ਭਿਓਂ ਦੇਣਾ; ਭਿਓਂਣਾ; ਵਗਾਉਣਾ, ਛਲਕਾਉਣਾ

slop[2] *n* ਪੁਲਸੀਆ, ਪੁਲਿਸ ਦਾ ਸਿਪਾਹੀ

slop-dish *n* ਚਾਹ ਪੋਣੀ ਥੱਲੇ ਰੱਖਣ ਵਾਲੀ ਕੌਲੀ

slope /ਸਲਅਉਪ/ *n* ਢਾਲ, ਢਲਾਣ; ਢਲਵੀਂ ਜ਼ਮੀਨ *v* ਟਹਿਲਣਾ, ਘੁੰਮਣਾ-ਫਿਰਨਾ, ਨੱਸ ਜਾਣਾ; ਢਾਲੂ ਹੋਣਾ; ਢਾਲ ਬਣਾ ਕੇ ਰੱਖਣਾ, ਢਾਲਵਾਂ ਖੜ੍ਹਾ ਕਰਨਾ; ਨਿਉਣਾ ਜਾਂ ਨਿਵਾਉਣਾ; ਤਿਰਛਾ ਕਰਨਾ, ਢਾਲਵਾਂ ਕਰਨਾ

sloppy /'ਸਲੌਪਿ/ *a* (ਸੜਕ) ਚਿੱਕੜ ਵਾਲਾ, ਮੀਂਹ ਦੇ ਪਾਣੀ ਵਾਲਾ, ਪਾਣੀ ਦੇ ਟੋਟਿਆਂ ਵਾਲਾ; ਭਿੱਜਿਆ; ਉਲਟਾ ਸਿੱਧਾ, ਬੇਤਰਤੀਬਾ, ਬੇਢੰਗਾ (ਕੰਮ); ਭਾਵੁਕਤਾ ਵਾਲਾ

slops /ਸਲੌਪਸ/ *n* ਰਸੋਈ ਦਾ ਗੰਦਾ ਪਾਣੀ; ਤਰਲ ਖ਼ੁਰਾਕ; ਸੀਤੇ-ਸਿਤਾਏ ਕੱਪੜੇ

slop-shop *n* ਸੀਤੇ-ਸਿਤਾਏ ਕੱਪੜਿਆਂ ਦੀ ਦੁਕਾਨ

slosh /ਸਲੌਸ਼/ *n* ਪਾਣੀ ਆਦਿ ਦਾ ਛਪ-ਛਪ; ਤਕੜੀ ਸੱਟ *vt* ਪਾਣੀ ਦਾ ਛਪ-ਛਪ ਕਰਨਾ, ਛਲਕਣਾ, ਛਿੱਟੇ ਪਾਉਣਾ; ਸੱਟ ਮਾਰਨਾ

slot /ਸਲੌਟ/ *n* (ਮਸ਼ੀਨ ਵਿੱਚ ਕੋਈ ਚੀਜ਼ ਪਾਉਣ ਲਈ ਰੱਖੀ ਗਈ) ਮੋਰੀ, ਝੀਤ, ਵਿਰਲ; ਮਿਰਗਪੈੜ, ਮਿਰਗਾਂ ਦੇ ਖੁਰ

sloth /ਸਲਅਉਥ/ *n* ਸੁਸਤੀ, ਆਲਸ, ਘੋਲ; ਸਿਥਲਤਾ; ਢਿੱਲ; ਦੱਖਣੀ ਅਮਰੀਕਾ ਦਾ ਇੱਕ ਢਿੱਲੜ ਪਸ਼ੂ

sloth bear *n* ਭਾਰਤ ਅਤੇ ਸ੍ਰੀਲੰਕਾ ਵਿੱਚ ਮਿਲਦਾ ਇੱਕ ਵੱਡੇ ਬੁੱਲ੍ਹਾਂ ਵਾਲਾ ਕਾਲੇ ਰੰਗ ਦਾ ਸ਼ਹਿਦ ਖਾਣ ਵਾਲਾ ਰਿੱਛ

slothful /'ਸਲਅਉਥਫ਼ਲ/ *a* ਸੁਸਤ, ਆਲਸੀ, ਢਿੱਲੜ

slot machine /'ਸਲੌਟ ਮਅਸ਼ੀਨ/ *n* ਉਹ ਮਸ਼ੀਨ ਜੋ ਝੀਤ ਰਾਹੀਂ ਕੋਈ ਸਿੱਕਾ ਸੁੱਟਿਆਂ ਕੰਮ ਕਰਦੀ ਹੈ

slouch /ਸਲਾਉਚ/ *n* ਢਿੱਲੀ ਚਾਲ-ਢਾਲ, ਉੱਖੜਵੀਂ ਚਾਲ, ਸਰੀਰ ਦੀ ਝੋਲ; ਕੁੱਬ; ਢਿੱਲਾਪਣ; (ਅਪ) ਕੁਚੱਜਾ ਕਾਰੀਗਰ *v* ਢਿੱਲੇ ਅਤੇ ਕੋਝੇ ਢੰਗ ਨਾਲ ਤੁਰਨਾ, ਝੋਲ ਮਾਰਨਾ, ਕੁੱਬਾ ਹੋ ਕੇ ਚੱਲਣਾ; ਟੋਪੀ ਨੂੰ ਇੱਕ ਪਾਸੇ ਵੱਲ ਖਿਸਕਾ ਲੈਣਾ

slough[1] /ਸਲਾਉ/ *n* ਖੋਭਾ, ਜਿੱਲ੍ਹਣ, ਦਲਦਲ

slough[2] /ਸਲੱਫ਼/ *n* ਸੱਪ ਦੀ ਕੁੰਜ; ਮੁਰਦਾ ਮਾਸ *v* ਕੁੰਜ ਲਾਹੁਣਾ; ਕੁੰਜ ਵਾਂਗ ਲਾਹ ਕੇ ਸੁੱਟ ਦੇਣਾ

sloughy /ਸਲਾਉਇ/ *a* ਖੋਭੇ ਵਾਲਾ, ਜਿੱਲ੍ਹਣ

ਵਾਲਾ, ਦਲਦਲੀ

sloven /'ਸਲਅੱਵ੍ਹਅਨ/ *n* ਮੈਲਾ ਅਤੇ ਕੁਚੱਜਾ ਬੰਦਾ, ਖ਼ੁੱਥੜ, ਬਦਤਮੀਜ਼ ਆਦਮੀ

slovenly /'ਸਲਅੱਵ੍ਹਨਲਿ/ *a* ਮੈਲਾ, ਗੰਦਾ, ਬੇਢੰਗਾ; ਬਦਤਮੀਜ਼; ਲਾਪਰਵਾਹ, ਕੁਚੱਜਾ

slow /ਸਲਅਉ/ *a* ਮੱਠਾ, ਢਿੱਲਾ, ਹੌਲੀ ਚੱਲਣ ਵਾਲਾ, ਸੁਸਤ, ਮੱਧਮ, ਜਿੱਲ੍ਹਾ, ਆਲਸੀ *adv* ਹੌਲੀ-ਹੌਲੀ, ਅਰਾਮ ਨਾਲ, ਸਹਿਜੇ-ਸਹਿਜੇ *v* ਮੱਠਾ ਕਰਨਾ ਜਾਂ ਹੋਣਾ; ਚਾਲ ਘੱਟ ਹੋ ਜਾਣਾ ਜਾਂ ਕਰ ਦੇਣਾ; ਸੁਸਤ ਹੋ ਜਾਣਾ, ਢਿੱਲੇ ਪੈ ਜਾਣਾ

slowcoach /'ਸਲਅਉਕਅਉਚ/ *n* (ਅਪ) ਜਿੱਲ੍ਹਾ ਮਨੁੱਖ, ਮੱਠਾ ਆਦਮੀ, ਹੌਲੀ ਕੰਮ ਕਰਨ ਵਾਲਾ ਵਿਅਕਤੀ; ਪੁਰਾਣੇ ਖ਼ਿਆਲਾਂ ਦਾ ਆਦਮੀ

slow-worm /'ਸਲਅਉਵਅ:ਮ/ *n* ਯੂਰਪ ਦੀ ਇੱਕ ਕਿਰਲੀ ਜਿਸਦੀਆਂ ਲੱਤਾਂ ਨਹੀ ਹੁੰਦੀਆਂ

sloyd /ਸਲੌਇਡ/ *n* ਵੇਖੋ **sloid**

slub /ਸਲਅੱਬ/ *n* ਧਾਗੇ ਦੀ ਮਰੋੜੀ *vt* ਧਾਗੇ ਵੱਟਣਾ

sludge /ਸਲਅੱਜ/ *n* ਗਾੜ੍ਹਾ ਚਿੱਕੜ, ਸੰਘਣਾ ਗਾਰਾ

slue /ਸਲੂ/ *vt* ਘੁਮਾਉਣਾ, ਫੇਰਨਾ, ਮਰੋੜਨਾ, ਹੋਰ ਵੇਖੋ **slew**

slug[1] /ਸਲਅੱਗ/ *n* ਬਹੁਤ ਹੌਲੀ ਚੱਲਣ ਵਾਲਾ ਇੱਕ ਕੀੜਾ; ਬੰਦੂਕ ਦੀ ਅਣਘੜ ਗੋਲੀ; ਧਾਤ ਦਾ ਢੇਲਾ; ਲੀਨੋ ਟਾਈਪ ਛਾਪੇ ਵਿੱਚ ਟਾਈਪ ਦੀ ਪਾਲ

slug[2] *v n* ਵੇਖੋ **slog**

sluggard /'ਸਲਅੱਗਅਡ/ *n* ਆਲਸੀ ਮਨੁੱਖ, ਢਿੱਲੜ ਆਦਮੀ, ਹੱਡ ਰੱਖ ਮਨੁੱਖ

sluggish /'ਸਲਅੱਗਿਸ਼/ *a* ਢਿੱਲੜ, ਜਿੱਲ੍ਹਾ; ਮੱਠਾ, ਸੁਸਤ, ਆਲਸੀ

sluggishness /'ਸਲਅੱਗਿਸ਼ਨਅਸ/ *n* ਆਲਸ, ਸੁਸਤੀ, ਮੰਦਤਾ, ਢਿੱਲ

sluice /ਸਲੂਸ/ *n* ਠੱਲ੍ਹਿਆ ਪਾਣੀ, ਬੰਨ੍ਹ ਦਾ ਪਾਣੀ; ਪਾਣੀ ਦੇ ਬੰਨ੍ਹ ਦਾ ਮੋਘਾ; ਛੋਟੀ ਨਹਿਰ ਜਾਂ ਸੂਆ, ਪਾਣੀ ਦਾ ਖਾਲ *v* ਮੋਘਾ ਖੋਲ੍ਹ ਕੇ (ਮੈਦਾਨ ਆਦਿ ਵਿੱਚ) ਪਾਣੀ ਭਰ ਦੇਣਾ; ਬਹੁਤ ਪਾਣੀ ਦੇਣਾ ਜਾਂ ਪਾਉਣਾ, ਹੰਗਾਲਣਾ

sluit /'ਸਲੂਇਟ/ *n* ਨਾਲਾ, ਕੱਸੀ

slum[1] /ਸਲਅੱਮ/ *n* ਸ਼ਹਿਰ ਦੀ ਗੰਦੀ ਬਸਤੀ, ਝੁੱਗੀ ਝੌਂਪੜੀ; ਗੰਦਾ ਮਹੱਲਾ ਜਾਂ ਗਲੀ

slum[2] *n* (ਫ਼ੌਜੀ ਬੋਲ) ਤਰੀ, ਸ਼ੌਰਬਾ

slumber /'ਸਲਅੱਮਬਅ*/ *n* ਨੀਂਦ, ਸੌਣ ਦੀ ਦਸ਼ਾ; (ਸਾਹਿਤਕ) ਸੁੱਖ ਦੀ ਨੀਂਦ *v* ਸੌਣਾ, ਸੌਂ ਜਾਣਾ; ਸੌਂ ਕੇ ਕੱਟਣਾ

slumberous /'ਸਲਅੱਮਬ(ਅ)ਰਅਸ/ *a* ਸੌਣ ਵਾਲਾ; ਸੁੱਤਾ; ਆਲਸੀ ਆਦਮੀ, ਸੁਸਤ ਮਨੁੱਖ

slump /ਸਲਅੱਮਪ/ *n* ਕੀਮਤਾਂ ਦੀ ਜਾਂ ਮਾਲ ਦੀ ਮੰਗ ਦੀ ਅਚਾਨਕ ਗਿਰਾਵਟ*vi* ਭਾਅ ਡਿਗਣਾ, ਮੰਗ ਘਟ ਜਾਣਾ

slung /ਸਲਅੱਙ/ *v* **sling** ਦਾ ਭੂਤ-ਕਾਲ ਅਤੇ ਭੂਤ-ਕ੍ਰਿਦੰਤ

slur /ਸਲਅ:*/ *vt* ਕਲੰਕ ਲਾਉਣਾ, ਦਾਗ਼ ਲਾਉਣਾ; ਦੂਸ਼ਿਤ ਕਰਨਾ; ਤੁਹਮਤ ਲਾਉਣਾ, ਇਲਜ਼ਾਮ ਲਾਉਣਾ; ਸ਼ਬਦਾਂ ਜਾਂ ਅੱਖਰਾਂ ਨੂੰ ਰਲਾ-ਮਿਲਾ ਕੇ ਅਸਪਸ਼ਟ ਬੋਲਣਾ ਜਾਂ ਲਿਖਣਾ; ਇੱਕੋ ਸੁਰਤਾਲ ਵਿੱਚ ਗਾਉਂਦੇ ਜਾਣਾ *n* ਕਲੰਕ; ਬਦਨਾਮੀ, ਦੋਸ਼, ਇਲਜ਼ਾਮ; ਲਿਖਤ/ਉਚਾਰਨ ਜਾਂ ਸੰਗੀਤ ਵਿੱਚ ਧੁਨੀਆਂ ਜਾਂ ਅੱਖਰਾਂ ਦਾ ਅਸਪਸ਼ਟ ਮਿਸ਼ਰਨ

slurp /ਸਲਅ:ਪ/ *n* ਸੜ੍ਹਾਕਾ *vt* ਸੜ੍ਹਾਕਾ ਮਾਰਨਾ

slush /ਸਲਅੱਸ਼/ *n* ਚਿੱਕੜ, ਜਿੱਲ੍ਹਣ; ਪੰਘਰ ਰਹੀ ਬਰਫ਼ (ਅਸਮਾਨੀ); ਮੂਰਖਤਾ ਵਾਲੀ ਭਾਵਕਤਾ, ਫ਼ਜ਼ੂਲ ਜਜ਼ਬਾ

slushy /ਸਲਅੱਸ਼ਿ/ *a* ਚਿੱਕੜ ਵਾਲਾ, ਦਲਦਲ ਵਰਗਾ; ਕੋਝੀ ਭਾਵਕਤਾ ਵਾਲਾ

slut /ਸਲਅੱਟ/ *n* ਮੈਲੀ-ਕੁਚੈਲੀ ਤੀਵੀਂ, ਫੂਹੜ ਜ਼ਨਾਨੀ, ਵੇਸਵਾ; (ਮਖੌਲ ਵਿੱਚ) ਛੋਕਰੀ, ਲੌਂਡੀ

slutch /ਸਲਅੱਚ/ *n* ਚਿੱਕੜ, ਦਲਦਲ

sluttish /'ਸਲਅੱਟਿਸ਼/ *a* ਮੈਲੀ, ਗੰਦੀ, ਝੱਲੀ

ਜਿਹੀ

sly /ਸਲਾਇ/ *a* ਫ਼ਰੇਬੀ, ਦਗ਼ੇਬਾਜ਼, ਪੱਤੇਬਾਜ਼, ਚਾਲਬਾਜ਼, ਮਕਰਾ, ਖਚਰਾ; ਗੁੱਝਾ, ਲੁਕਵਾਂ; ਵਿਅੰਗ ਭਰਿਆ; ਮਖੌਲ ਵਾਲਾ, ਸ਼ਰਾਰਤ ਭਰਪੂਰ

slyboots /'ਸਲਾਇਬੂਟਸ/ *n* (ਖੇਡ ਵਿੱਚ) ਮੱਕਾਰ ਆਦਮੀ

smack[1] /ਸਮੈਕ/ *n* ਮੱਧਮ ਜਿਹਾ ਸੁਆਦ, ਚਾਸ਼ਨੀ, ਝਲਕ *v* ਸੁਆਦ ਦੇਣਾ, ਚਸਕਾ ਜਾਂ ਚਾਸ਼ਨੀ ਦੇਣਾ; ਝਲਕ ਦੇਣਾ, ਝਲਕਾਰਾ ਦੇਣਾ

smack[2] *n* ਇੱਕ ਮਸਤੂਲ ਵਾਲੀ ਬੇੜੀ (ਜਾਂ ਛੋਟਾ ਜਹਾਜ਼) ਜਿਸਦੀ ਖ਼ਾਸ ਕਰਕੇ ਮੱਛੀਆਂ ਫੜਨ ਲਈ ਵਰਤੋਂ ਕੀਤੀ ਜਾਂਦੀ ਹੈ *n* ਚਪੇੜ, ਉੱਚੀ ਅਵਾਜ਼ ਦੇਣ ਵਾਲਾ ਧੱਫਾ, ਅਵਾਜ਼ ਕਰਨ ਵਾਲੀ ਚੁੰਮੀ; ਚਟਾਕਾ; ਚਟਕਾਰਾ, ਪਚਾਕਾ; (ਕ੍ਰਿਕਟ) ਜ਼ੋਰ ਦੀ ਹਿੱਟ; (ਅਪ) ਹੈਰੋਇਨ *v* ਚਪੇੜ ਮਾਰਨਾ,ਧੱਫਾ ਮਾਰਨਾ; ਚੁੰਮੀ ਲੈਂਦਿਆਂ ਅਵਾਜ਼ ਕਰਨਾ; ਚਟਕਾਰਾ ਲੈਣਾ, ਪਚਾਕਾ ਮਾਰਨਾ; ਚਟਾਕ ਦੇ ਕੇ (ਚਾਬਕ ਆਦਿ) ਮਾਰਨਾ

small /ਸਮੋਲ/ *a* ਨਿੱਕਾ, ਛੋਟਾ; ਮਧਰਾ; ਥੋੜ੍ਹਾ, ਘੱਟ; ਮਾਮੂਲੀ, ਸਧਾਰਨ, ਤੁੱਛ; ਮਾੜਾ, ਕਮਜ਼ੋਰ, ਦੁਰਬਲ; ਬਰੀਕ, ਪਤਲਾ; ਛੋਟੀ ਹੈਸੀਅਤ ਦਾ, ਨਿੱਕੇ ਦਰਜੇ ਦਾ; ਗੁਮਨਾਮ; ਨੀਚ, ਕਮੀਨਾ *n* ਕਿਸੇ ਚੀਜ਼ ਦਾ ਪਤਲਾ ਹਿੱਸਾ *adv* ਨਿੱਕਾ-ਨਿੱਕਾ ਕਰਕੇ

small arms *n* ਛੋਟੇ ਹਥਿਆਰ (ਪਸਤੌਲ, ਬੰਦੂਕ, ਛੋਟੀ ਮਸ਼ੀਨਗੰਨ ਆਦਿ)

small fry *a* ਮੱਛੀਆਂ ਦੇ ਸਮੂਹ ਵਿੱਚ ਛੋਟੀ ਮੱਛੀ; ਕਿਸੇ ਟੱਬਰ ਜਾਂ ਸਕੂਲ ਦੇ ਨਿੱਕੇ ਬੱਚੇ; ਚੀਂਗੜ ਬੋਟ; ਨਾਚੀਜ਼ ਬੰਦਾ

small hours *n* ਅੱਧੀ ਰਾਤ ਤੋਂ ਸਵੇਰ ਹੋਣ ਤੱਕ ਦਾ ਸਮਾਂ, ਰਾਤ ਦਾ ਤੀਜਾ ਜਾਂ ਚੌਥਾ ਪਹਿਰ

smallpox /'ਸਮੋਲਪੌਕਸ/ *n* ਚੀਚਕ, ਮਾਤਾ, ਸੀਤਲਾ

small-scale /,ਸਮੋਲ'ਸਕੇਇਲ/ *a* ਛੋਟੇ ਪੱਧਰ ਦਾ, ਨੀਵੇਂ ਸਤਰ ਦਾ

small talk *n* ਸਧਾਰਨ ਗੱਲ-ਬਾਤ, ਗੱਪ-ਸ਼ੱਪ

smalt /ਸਮੋਲਟ/ *n* ਨੀਲਾ ਸ਼ੀਸ਼ਾ; ਨੀਲਾ ਰੰਗ

smarm /ਸਮਾਮ/ *v* (ਬੋਲ) ਲਿਬੇੜਨਾ; ਚਿਕਨਾ ਚੋਪੜਿਆ ਹੋਣਾ; ਚਾਪਲੂਸੀ ਕਰਨਾ; ਮੱਖਣ ਲਾਉਣਾ

smart /ਸਮਾਟ/ *a* ਚੁਸਤ, ਫੁਰਤੀਲਾ; ਤੀਖਣ ਬੁੱਧੀ ਵਾਲਾ; ਜ਼ੋਰਦਾਰ; ਸਖ਼ਤ; ਤੀਬਰ; ਚੁਭਣ ਵਾਲਾ; ਚੰਟ, ਚਾਲਬਾਜ਼, ਹੁਸ਼ਿਆਰ; (ਬਾਗ਼ ਆਦਿ) ਸੋਹਣਾ, ਸੁੰਦਰ, ਕੱਟਿਆ ਛਾਂਗਿਆ; ਫੱਬਵੀ ਪੁਸ਼ਾਕ ਵਾਲਾ, ਸਜੇ ਲਿਬਾਸ ਵਾਲਾ; (ਮਕਾਨ ਆਦਿ) ਸਜਿਆ ਸਜਾਇਆ, ਲਿਸ਼ਕਦਾ ਚਮਕਦਾ; ਭੁਗਤਾਇਆ (ਧਨ) *vi* ਚੀਸ ਪੈਣਾ, ਪੀੜ ਉੱਠਣਾ (ਜ਼ਖ਼ਮ ਆਦਿ ਵਿੱਚ); ਚੁਭਣਾ (ਸੂਈ ਵਾਂਗ) *n* ਚੀਸ, ਪੀੜ, ਦੁੱਖ, ਕਸ਼ਟ; ਮਾਨਸਿਕ ਦੁੱਖ, ਵੇਦਨਾ; ਸੂਲ

smart card *n* (ਕੰਪਿ) ਪਲਾਸਟਿਕ ਦਾ ਛੋਟਾ ਜਿਹਾ ਟੁਕੜਾ/ਕਾਰਡ ਜਿਸ ਉੱਤੇ ਬਿਜਲਈ ਰੂਪ ਵਿੱਚ ਸੂਚਨਾ ਅੰਕਤ ਕੀਤੀ ਹੁੰਦੀ ਹੈ

smarten /'ਸਮਾਟਨ/ *v* ਚੁਸਤ ਕਰਨਾ, ਟਿਚਨ ਕਰਨਾ, ਹੁਸ਼ਿਆਰ ਕਰਨਾ, ਚੰਡ ਦੇਣਾ

smartness /ਸਮਾਟਨਅਸ/ *n* ਚਤਰਤਾ, ਚਲਾਕੀ, ਹੁਸ਼ਿਆਰੀ, ਸਜੀਵਤਾ, ਤੀਖਣਤਾ, ਮਾਰਮਕਤਾ, ਫੁਰਤੀ, ਤੇਜ਼ੀ, ਚੁਸਤੀ; ਠਾਠ-ਬਾਠ

smash /ਸਮੈਸ਼/ *v* ਭੰਨ ਦੇਣਾ, ਤੋੜ ਦੇਣਾ, ਟੋਟੇ-ਟੋਟੇ ਕਰ ਦੇਣਾ; ਸਖ਼ਤ ਸੱਟ ਮਾਰਨਾ; (ਟੈਨਿਸ ਦੀ ਗੇਂਦ ਨੂੰ) ਜ਼ੋਰ ਦੀ ਰੈਕਟ ਮਾਰਨਾ; (ਕਾਰਖ਼ਾਨੇ ਆਦਿ ਦਾ) ਦਿਵਾਲਾ ਨਿਕਲ ਜਾਣਾ; ਤਬਾਹ ਹੋ ਜਾਣਾ; ਟੱਕਰ ਲੱਗਣਾ *n* ਟੱਕਰ, (ਟੈਨਿਸ ਵਿੱਚ) ਜ਼ੋਰ ਦੀ ਸੱਟ; ਆਮ ਤਬਾਹੀ; (ਵਪਾਰ ਆਦਿ ਦੀ) ਬਰਬਾਦੀ *adv* ਠਾਹ ਕਰਕੇ

smasher /'ਸਮੈਸ਼ਅ*/ *n* (ਅਪ) ਕਮਾਲ ਦਾ ਬੰਦਾ ਜਾਂ ਚੀਜ਼; ਜ਼ੋਰ ਦੀ ਸੱਟ ਮਾਰਨ ਵਾਲਾ ਬੰਦਾ

smash hit *n* (ਅਪ) ਕਰਾਰੀ ਸੱਟ, ਟੂੱਲ

smatter /'ਸਮੈਟਅ*/ *vi* ਮਾਮੂਲੀ ਜਾਣਕਾਰੀ ਦੀਆਂ ਗੱਲਾਂ ਕਰਨਾ

smatterer /'ਸਮੈਟਅਰਅ*/ *n* ਮਾਮੂਲੀ

ਜਾਣਕਾਰੀ ਵਾਲਾ ਵਿਅਕਤੀ, ਥੋੜ੍ਹੀ ਜਿਹੀ ਵਾਕਫ਼ੀਅਤ ਵਾਲਾ ਮਨੁੱਖ, ਅਲਪ ਗਿਆਨੀ

smattering /'ਸਮੈਟਅਰਿਙ/ *n* (ਕਿਸੇ ਵਿਸ਼ੇ ਜਾਂ ਵਸਤੂ ਬਾਰੇ) ਮਾਮੂਲੀ ਜਾਣਕਾਰੀ, ਓਪਰੀ ਜਾਣਕਾਰੀ

smear /ਸਮਿਅ*/ *v* ਲਿਬੇੜਨਾ; ਸਿਆਹੀ ਆਦਿ ਦੇ ਦਾਗ਼ ਲਾਉਣਾ; ਮਲਣਾ, ਲੇਪ ਕਰਨਾ; ਧੁੰਦਲਾ ਕਰਨਾ, ਅਸਪਸ਼ਟ ਬਣਾ ਦੇਣਾ; ਦਾਗ਼ੀ ਕਰਨਾ; ਵਿਗਾੜਨਾ; ਬਦਨਾਮ ਕਰਨਾ *n* ਦਾਗ਼, ਧੱਬਾ, ਕਲੰਕ; ਲੇਪ

smear test *n* ਕੈਂਸਰ ਸੈੱਲ ਪਰਖਣ ਲਈ ਕੀਤਾ ਜਾਂਦਾ ਇੱਕ ਡਾਕਟਰੀ ਟੈਸਟ

smeary /ਸਮਿਅਰਿ/ *a* ਲਿਬੜਿਆ, ਧੱਬਿਆਂ ਵਾਲਾ, ਦਾਗ਼ਦਾਰ

smell /ਸਮੈੱਲ/ *n* ਸੁਗੰਧ, ਖ਼ੁਸ਼ਬੋ; ਦੁਰਗੰਧ, ਬਦਬੋ; ਗੰਧ, ਬੋ, ਮੁਸ਼ਕ, ਵਾਸ਼ਨਾ *v* ਸੁੰਘਣਾ; ਖ਼ੁਸ਼ਬੋ ਜਾਂ ਬਦਬੋ ਮਹਿਸੂਸ ਕਰਨਾ; (ਕੁੱਤੇ ਦਾ) ਸੁੰਘ ਕੇ ਖੋਜ ਕੱਢਣਾ; ਸੁਗੰਧ ਜਾਂ ਦੁਰਗੰਧ ਕੱਢਣਾ, ਬੋਮਾਰਨਾ, ਖ਼ੁਸ਼ਬੋ ਦੇਣਾ, ਗੰਧਯੁਕਤ ਹੋਣਾ; ਸੜ੍ਹਾਂਦ ਮਾਰਨਾ; ਭੇਦ ਲੱਭ ਲੈਣਾ, ਸੂਹ ਕੱਢ ਲੈਣਾ,ਖੋਜ ਕੱਢਣਾ

smeller /'ਸਮੈੱਲਅ*/ *n* ਸੁੰਘਣ ਵਾਲਾ; ਮਹਿਕਣ ਵਾਲਾ; ਨੱਕ; ਜ਼ੋਰ ਦਾ ਘਸੁੰਨ (ਖ਼ਾਸ ਕਰਕੇ ਨੱਕ ਉੱਤੇ)

smelling /ਸਮੈੱਲਿਙ/ *n* ਗੰਧ *a* ਬਾਸ; ਗੰਧਯੁਕਤ, ਖ਼ੁਸ਼ਬੋਦਾਰ

smelly /'ਸਮੈੱਲਿ/ *a* ਬਦਬੋਦਾਰ, ਦੁਰਗੰਧਤ, ਮੁਸ਼ਕ ਮਾਰਦਾ

smelt[1] /ਸਮੈੱਲਟ/ *v* **smell** ਦਾ ਭੂਤ-ਕਾਲ ਅਤੇ ਭੂਤ-ਕ੍ਰਿਦੰਤ

smelt[2] *vt* ਕੱਚੀ ਧਾਤ ਨੂੰ ਗਾਲਨਾ (ਪਘਰਾਉਣਾ); ਇੰਝ ਪਘਰਾ ਕੇ ਵਿੱਚੋਂ ਸਾਫ਼ ਧਾਤ ਕੱਢਣਾ

smelt[3] *n* ਇੱਕ ਛੋਟੀ ਮੱਛੀ

smew /ਸਮਯੂ/ *n* ਬਤਕ ਦੀ ਇੱਕ ਨਸਲ

smicker /'ਸਮਿਕਅ*/ *vt* ਬਣਾਉਟੀ ਹਾਸਾ ਹੱਸਣਾ, ਮੂਰਖਾਂ ਵਾਂਗ ਹੱਸਣਾ, ਦੰਦ ਕੱਢਣਾ

smile /ਸਮਾਇਲ/ *n* ਮੁਸਕਾਨ, ਮੁਸਕੜੀ, ਮੁਸਕਰਾਹਟ *v* ਮੁਸਕਾਉਣਾ, ਚੁਪੀਤੀ ਹਾਸੀ ਹੱਸਣਾ, ਖ਼ੁਸ਼ ਹੋਣਾ, ਪ੍ਰਸੰਨਤਾ ਵਿੱਚ ਹੋਣਾ, ਕਿਸੇ ਚੀਜ਼ ਜਾਂ ਗੱਲ ਉੱਤੇ ਹੱਸਣਾ; (ਨਸੀਬ) ਜਾਗਣਾ, (ਭਾਗ) ਖਿੜਨਾ; (ਸਿਫ਼ਤ ਆਦਿ ਕਰਦਿਆਂ) ਮੁਸਕਰਾਉਣਾ; ਮੁਸਕਰਾ ਕੇ ਪ੍ਰਵਾਨਗੀ ਜ਼ਾਹਰ ਕਰਨਾ

smiling /'ਸਮਾਇਲਿਙ/ *a* ਮੁਸਕਰਾਉਂਦਾ, ਪ੍ਰਸੰਨ

smirch /ਸਮਅ:ਚ/ *vt* ਧੱਬਾ ਲਾਉਣਾ, ਮੈਲਾ ਕਰਨਾ, ਲਬੇੜਨਾ; ਕਲੰਕ ਲਾਉਣਾ *n* ਦਾਗ਼, ਧੱਬਾ, ਕਲੰਕ, ਬਦਨਾਮੀ

smite /ਸਮਾਇਟ/ *v* ਮਾਰਨਾ; ਸੱਟ ਮਾਰਨਾ ਜਾਂ ਵੱਜਣਾ; ਬੁਰੀ ਤਰ੍ਹਾਂ ਹਰਾਉਣਾ; ਸਜ਼ਾ ਦੇਣਾ, ਦੰਡ ਦੇਣਾ; (ਰੋਗ, ਇੱਛਾ, ਚਾਹ ਆਦਿ ਤੋਂ) ਪ੍ਰਭਾਵਿਤ ਹੋਣਾ, ਪ੍ਰੇਰਿਤ ਹੋਣਾ; ਟੱਕਰ ਵੱਜਣਾ; ਵਾਰ ਹੋਣਾ *n* ਵਾਰ, ਚੋਟ, ਸੱਟ

smith /ਸਮਿਥ/ *n* ਧਾਤਾਂ ਦਾ ਕੰਮ ਕਰਨ ਵਾਲਾ ਕਾਰੀਗਰ

smithery /'ਸਮਿਥ(ਅ)ਰਿ/ *n* ਧਾਤਾਂ ਦੇ ਕਾਰੀਗਰ ਦੀ ਦੁਕਾਨ ਜਾਂ ਅੱਡਾ

smithy /'ਸਮਿਦਿ/ *n* ਲੁਹਾਰ ਦੀ ਦੁਕਾਨ ਜਾਂ ਕਾਰਖ਼ਾਨਾ

smitten /'ਸਮਿਟਨ/ *v* **smite** ਦਾ ਭੂਤ-ਕ੍ਰਿਦੰਤ

smock /ਸਮੌਕ/ *n* ਔਰਤਾਂ ਦੀ ਕੀਮਜ ਆਦਿ ਥੱਲੇ ਪਾਉਣ ਵਾਲੀ ਕੁੜਤੀ, ਸ਼ਮੀਜ਼; ਬੱਚਿਆਂ ਦਾ ਕੁੜਤਾ *vt* ਚੋਣਾਂ ਪਾਉਣਾ, ਚੋਣਾਂ ਪਾ ਕੇ ਸਜਾਉਣਾ, ਸਮੋਕਿੰਗ ਕਰਨਾ (ਕਢਾਈ)

smock-frock/'ਸਮੌਕਫਰੌਕ/ *n* ਚੋਣਾਂ ਵਾਲੀ ਕੁੜਤੀ, ਸਮੋਕਿੰਗ ਵਾਲੀ ਫ਼ਰਾਕ ਜਾਂ ਕੁੜਤਾ

smog /ਸਮੌਗ/ *n* ਧੁਆਂਖੀ ਧੁੰਦ

smoke /ਸਮਅਉਕ/ *n* ਧੂੰਆਂ, ਸਿਗਰਟ ਪੀਣ ਦੀ ਕਿਰਿਆ; (ਬੋਲ) ਸਿਗਰਟ; ਕਸ਼, ਦਮ, ਹੁੱਕੇ ਦੇ ਸੂਟੇ *v* (ਚਿਮਨੀ ਦਾ) ਧੂੰਆਂ ਕੱਢਣਾ; ਨਿਕਲਨਾ, ਧੁਖਣਾ; ਧੂੰਏ ਨਾਲ ਖ਼ਰਾਬ ਹੋ ਜਾਣਾ ਜਾਂ ਖ਼ਰਾਬ ਕਰ ਦੇਣਾ; ਧੁਆਂਖ ਦੇਣਾ, ਧੁਆਂਖੇ ਜਾਣਾ; (ਸ਼ੀਸ਼ਾ) ਅੰਨ੍ਹਾ

ਕਰਨਾ; ਹੁੱਕਾ ਪੀਣਾ, ਸਿਗਰਟ ਬੀੜੀ ਆਦਿ ਪੀਣਾ; ਧੂੰਏ ਨਾਲ ਕਮਰਾ ਭਰਨਾ; ਛੇਤੀ ਨਾਲ ਨਿਕਲ ਜਾਣਾ; ਤਾੜ ਜਾਣਾ, ਸਮਝ ਜਾਣਾ

smoker /'ਸਮਅਉਕਅ*/ *n* ਤਮਾਕੂ ਪੀਣ ਵਾਲਾ, ਰੇਲ ਗੱਡੀ ਵਿੱਚ ਤਮਾਕੂ ਪੀਣ ਵਾਲਿਆਂ ਲਈ ਵੱਖਰਾ ਡੱਬਾ; ਗਾਉਣ ਦੀ ਮਹਿਫ਼ਲ ਜਿਸ ਵਿੱਚ ਤਮਾਕੂ ਪੀਣ ਦੀ ਖੁੱਲ੍ਹ ਹੋਵੇ

smokescreen/'ਸਮਅਉਕਸਕਰੀਨ/ *n* ਧੂੰਏ ਦਾ ਪਰਦਾ, ਧੂੰ-ਪਟ

smokestack/'ਸਮਅਉਕਸਟੈਕ/ *n* ਜਹਾਜ਼ ਜਾਂ ਰੇਲ ਦੇ ਇੰਜਣ ਦੀ ਲੂੰਬੀ

smoky /'ਸਮਅਉਕਿ/ *a* ਧੁਆਂਖਿਆ, ਧੂੰਏ ਨਾਲ ਧੁੰਦਲਾਇਆ, ਧੂੰਏ ਨਾਲ ਭਰਿਆ; ਧੂੰਆਂ ਮਾਰਨ (ਕੱਢਣ) ਵਾਲਾ

smooth /ਸਮੂਦ/ *a* ਪੱਧਰਾ, ਹਮਵਾਰ, ਸਮਤਲ; ਚਿਕਨਾ, ਮੁਲਾਇਮ; ਕੂਲਾ; (ਪਾਣੀ ਦਾ ਤਲ) ਸ਼ਾਂਤ; (ਛੰਦ ਦੀ ਚਾਲ) ਰਵਾਂ; ਸੁਹਾਵਣਾ, ਮਨਭਾਉਂਦਾ; ਠੰਢਾ; (ਸਫ਼ਰ) ਨਿਰਵਿਘਨ; ਮਿਲਨਸਾਰ (ਸੁਭਾਅ, ਵਿਹਾਰ); ਪ੍ਰਸੰਸਾਤਮਿਕ, ਸਨਮਾਨਸੂਚਕ; ਚਾਪਲੂਸੀ ਭਰਿਆ *vt* ਪੱਧਰਾ ਕਰਨਾ; ਸਮਤਲ ਕਰਨਾ, ਚਿਕਨਾ ਬਣਾਉਣਾ, ਹਮਵਾਰ ਕਰਨਾ; ਕੂਲਾ ਬਣਾਉਣਾ; ਸ਼ਾਂਤ ਕਰਨਾ, (ਸਮੁੰਦਰ ਦੇ ਪਾਣੀ ਨੂੰ) ਅਹਿੱਲ ਕਰਨਾ; ਸਰਲ ਕਰਨਾ, ਸੌਖਾ ਬਣਾਉਣਾ, (ਰੁਕਾਵਟ) ਦੂਰ ਕਰਨਾ; (ਗੁੰਝਲ) ਸੁਲਝਾਉਣਾ, (ਕਠਿਨਾਈ) ਦੂਰ ਕਰਨਾ; ਪੋਚਾ-ਪਾਚੀ ਕਰਨਾ, ਲਿੰਬਣਾ-ਪੋਚਣਾ

smoothbore /'ਸਮੂਥਬੋ*/ *n* ਬੰਦੂਕ ਦੀ ਨਾਲੀ ਜਿਸ ਦੇ ਅੰਦਰਵਾਰ ਪੇਚ ਨਾ ਹੋਣ

smoothe /ਸਮੂਦ/ *vt* ਪੱਧਰਾ ਕਰਨਾ, ਬਰਾਬਰ ਕਰਨਾ, ਸਮਤਲ ਕਰਨਾ, ਹਮਵਾਰ ਕਰਨਾ, ਸਾਫ਼ ਕਰਨਾ

smoothly /'ਸਮੂਦਲਿ/ *adv* ਨਿਰਵਿਘਨ, ਅਸਾਨੀ ਨਾਲ, ਅਰਾਮ ਨਾਲ

smooth-spoken, smooth-tongued *a* ਮਿਠਬੋਲਾ; ਖ਼ੁਸ਼ਾਮਦੀ

smote /ਸਮਅਉਟ/ *v* **smite** ਦਾ ਭੂਤ-ਕਾਲ

smother /'ਸਮਅੱਦਅ*/ *v* ਗਲ ਘੁੱਟਣਾ; ਸਾਹ ਘੁੱਟ ਕੇ ਮਾਰ ਦੇਣਾ; (ਮਾਮਲੇ ਨੂੰ) ਦਬਾਈ ਰੱਖਣਾ; ਜ਼ਾਹਰ ਨਾ ਹੋਣ ਦੇਣਾ; (ਖ਼ਾਤਰਦਾਰੀ ਨਾਲ) ਅਕਾ ਦੇਣਾ; ਸੁਆਹ ਪਾ ਕੇ ਬੁਝਾਉਣਾ *n* (ਪਰਾ) ਭੁੱਬਲ, ਸੜਦੀ-ਬਲਦੀ ਸੁਆਹ; ਧੂੜ ਦਾ ਬੱਦਲ; ਸੰਘਣਾ ਧੂੰਆਂ, ਧੁੰਦਲਾਪਣ

smoulder /'ਸਮਅਉਲਡਅ*/ *vi* ਧੁਖਣਾ, ਅੰਦਰ ਹੀ ਅੰਦਰ ਖਿਝਦੇ ਰਹਿਣਾ *n* ਧੁਖਾ; ਅੰਦਰ ਦਾ ਸਾੜ੍ਹਾ; ਛੁਪਿਆ ਦੁੱਖ

smudge /ਸਮਅੱਜ/ *n* ਦਾਗ਼, ਧੱਬਾ, ਕਲੰਕ, ਵੱਟਾ ਬਦਨਾਮੀ, ਧੁੰਦਲਾ ਚਿੰਨ੍ਹ; ਧੱਬਿਆਂ ਵਾਲੀ ਸਤਰ (ਲਿਖਤ ਦੀ) *v* ਦਾਗ਼ ਪਾਉਣਾ, ਧੱਬੇ ਲਾਉਣਾ; ਕਾਲਖ ਲਾਉਣਾ; (ਲਿਖਤ ਆਦਿ ਨੂੰ) ਧੁੰਦਲਾ ਦੇਣਾ; ਇੱਜ਼ਤ ਨੂੰ ਵੱਟਾ ਲਾਉਣਾ; ਕਲੰਕ ਲਾਉਣਾ; ਸਿਆਹੀ ਦਾ ਫਿੱਕਾ ਅਤੇ ਅਸਪਸ਼ਟ ਹੋਣਾ

smug /ਸਮਅੱਗ/ *a* ਆਤਮ ਸੰਤੁਸ਼ਟ, ਆਪਣੇ-ਆਪ ਵਿੱਚ ਮਸਤ; ਮਨਮੌਜੀ

smuggle /'ਸਮਅੱਗਲ/ *vt* ਕਨੂੰਨ ਵਿਰੁੱਧ ਮਾਲ ਦੇਸ਼ ਤੋਂ ਬਾਹਰ ਭੇਜਣਾ ਜਾਂ ਅੰਦਰ ਲਿਆਉਣਾ, ਲੁਕਾਅ ਦੇਣਾ, ਛੁਪਾਅ ਦੇਣਾ; ਚੁੰਗੀ ਚੋਰੀ ਕਰਨਾ; ਮਹਿਸੂਲ ਦਿੱਤੇ ਬਿਨਾਂ ਮਾਲ ਅੰਦਰ ਜਾਂ ਬਾਹਰ ਲੈ ਜਾਣਾ, ਤਸਕਰੀ ਕਰਨਾ, ਸਮਗਲਿੰਗ ਕਰਨਾ

smuggling /'ਸਮਅੱਗਲਿਙ/ *n* ਚੁੰਗੀ ਚੋਰੀ, ਚੋਰੀ ਛਿੱਪੇ ਵਪਾਰ, ਕਨੂੰਨ ਵਿਰੁੱਧ ਮਾਲ ਦੀ ਅਯਾਤ-ਨਿਰਯਾਤ

smut /ਸਮਅੱਟ/ *n* ਕਾਲਖ, ਕਾਲਾ ਦਾਗ਼, ਧੁਆਂਖ; ਗੰਦੀ ਗੱਲ-ਬਾਤ, ਲੱਚਰ ਬਕਵਾਸ; ਫਸਲ ਦਾ ਰੋਗ ਜਿਸ ਨਾਲ ਬੂਟਾ ਅੰਦਰੋਂ ਸੁਆਹ ਵਰਗਾ ਹੋ ਜਾਂਦਾ ਹੈ, ਕਾਂਗਿਆਰੀ *vt* ਕਾਲਾ ਕਰਨਾ, ਧੁਆਂਖਣਾ; ਕਾਲਖ ਲਾਉਣਾ; ਕੁੰਗੀ ਲੱਗਣਾ

smutty /'ਸਮਅੱਟਿ/ *a* ਫਾਹਸ਼, ਅਸ਼ਲੀਲ, ਲੱਚਰ ਬਕਵਾਸ ਕਰਨ ਵਾਲਾ, ਕਾਮ ਉਪਭੋਗਤਾ ਨਾਲ ਸੰਬੰਧਿਤ (ਮਖੌਲ ਵਗੈਰਾ)

snack /ਸਨੈਕ/ *n* ਹਿੱਸਾ, ਅੰਸ਼; ਹਲਕਾ ਭੋਜਨ

snaffle /'ਸਨੈਫ਼ਲ/ *n* ਇਕਹਿਰੀ ਲਗਾਮ ਜਿਸ ਦਾ ਦਹਾਨਾ ਦੰਦੇਦਾਰ ਨਾ ਹੋਵੇ, ਸਾਦਾ ਲਗਾਮ

snag /ਸਨੈਗ/ *n* ਖੁੰਢ, ਕੱਟਿਆ ਨੋਕਦਾਰ ਮੁੱਢ; ਗੰਢ (ਲੱਕੜ ਆਦਿ ਦੀ); (ਕਿਸੇ ਚੀਜ਼ ਦੀ) ਬਾਹਰ ਨੂੰ ਵਧੀ ਨੋਕ; ਪਾਣੀ ਵਿੱਚ ਖੜ੍ਹਾ ਲੱਕੜੀ ਦਾ ਖੁੰਢ, ਵੱਡੀ ਚਟਾਨ; ਉਲਝਣ, ਗੁੰਝਲ; ਅਚਨਚੇਤ ਪਈ ਰੁਕਾਵਟ, ਅੜਚਨ

snagged, snaggy /ਸਨੈਗਡ, 'ਸਨੈਗਿ/ *a* ਨੋਕਦਾਰ ਖੁੰਢ ਵਾਲਾ; ਗੰਢਦਾਰ

snail /ਸਨੇਇਲ/ *n* ਇੱਕ ਬੜਾ ਹੌਲੀ ਚੱਲਣ ਵਾਲਾ ਜੀਵ; ਘੋਗਾ, ਆਲਸੀ ਮਨੁੱਖ, ਜਿੱਲ੍ਹਾ ਆਦਮੀ

snail mail *n* ਬਿਜਲਈ ਡਾਕ ਦੇ ਮੁਕਾਬਲੇ ਜ਼ਮੀਨੀ ਡਾਕ ਲਈ ਵਰਤਿਆ ਜਾਣ ਵਾਲਾ ਵਿਅੰਗਮਈ ਕਥਨ

snake /ਸਨੇਇਕ/ *n* ਸੱਪ; ਦਗ਼ੇਬਾਜ਼ ਮਨੁੱਖ, ਕ੍ਰਿਤਘਣ, ਬੁੱਕਲ ਦਾ ਸੱਪ *vt* (ਲੱਕੜੀ ਦੇ ਸ਼ਤੀਰ ਆਦਿ ਨੂੰ) ਖਿੱਚਣਾ, ਸਰਕਾਉਣਾ

snake charmer *n* ਸੱਪਾਂ ਵਾਲਾ, ਸਪੇਰਾ

snakestone /'ਸਨੇਇਕਸਟਅਉਨ/ *n* ਜ਼ਹਿਰਮਾਰ ਪੱਥਰ ਜਾਂ ਮਣਕਾ

snaky /'ਸਨੇਇਕਿ/ *a* ਸੱਪ ਵਰਗਾ; ਗੁੰਝਲਦਾਰ; ਧੋਖੇਬਾਜ਼, ਚਾਲਬਾਜ਼

snap /ਸਨੈਪ/ *v* ਅਚਨਚੇਤ ਵੱਢ ਲੈਣਾ (ਖ਼ਾਸ ਕਰ ਕੁੱਤੇ ਦਾ); ਕਿਸੇ ਦੀ ਗੱਲ ਟੁੱਕਣਾ; ਅਚਾਨਕ ਖਿਝ ਕੇ ਬੋਲਣਾ; ਕੜਾਕ ਕਰਕੇ ਟੁੱਟ ਜਾਣਾ; ਕੜਾਕੇ ਨਾਲ ਬੰਦ ਕਰਨਾ ਜਾਂ ਚਲਾਉਣਾ; ਠਾਹ ਕਰਕੇ ਚਲਾ ਦੇਣਾ (ਪਸਤੌਲ ਆਦਿ); ਫਾੜ ਕਰਕੇ ਮਾਰਨਾ (ਸੋਟਾ, ਚਾਬਕ ਆਦਿ); ਉਂਗਲੀਆਂ ਦੇ ਕੜਾਕੇ ਪਾਉਣਾ; ਝੱਟ ਫੋਟੋ ਲੈ ਲੈਣਾ *n* ਧਮਾਕਾ, ਕੜਾਕਾ, ਖੜਾਕ; ਫੁਰਤੀ, ਜੋਸ਼; ਸਧਾਰਨ ਫੋਟੋ

snapdragon /'ਸਨੈਪਡਰੈਗਅਨ/ *n* ਇੱਕ ਬੂਟਾ ਜਿਸ ਦਾ ਫੁੱਲ ਮੂੰਹ ਵਾਂਗ ਖੋਲ੍ਹਿਆ ਅਤੇ ਮੀਟਿਆ ਜਾ ਸਕਦਾ ਹੈ, ਇਸ ਦੇ ਫੁੱਲ; ਕੁੱਤੇ ਫੁੱਲ; ਕ੍ਰਿਸਮਿਸ ਦੇ ਮੌਕੇ ਉੱਤੇ ਖੇਡੀ ਜਾਣ ਵਾਲੀ ਇੱਕ ਖੇਡ ਜਿਸ ਵਿੱਚ ਮੇਵੇ ਆਦਿ ਪਲੇਟ ਵਿੱਚੋਂ ਲੁੱਟੇ ਜਾਂਦੇ ਹਨ

snappish, snappy /'ਸਨੈਪਿਸ਼, 'ਸਨੈਪਿ/ *a* ਛਿੱਥਾ, ਚਿੜਚਿੜਾ, ਖਿਝਿਆ

snapshot /'ਸਨੈਪਸ਼ੌਟ/ *n* ਕਾਹਲੀ ਨਾਲ ਕੀਤਾ ਗਿਆ ਫ਼ਾਇਰ, ਨਿਸ਼ਾਨਾ ਬੰਨ੍ਹਣ ਵਿੱਚ ਬਹੁਤ ਘੱਟ ਸਮਾਂ ਦੇ ਕੇ ਝੱਟ ਕੀਤਾ ਫ਼ਾਇਰ; ਝਟਪਟ ਲਈ ਗਈ ਫੋਟੋ, ਤੁਰਤ ਫੋਟੋ (ਖਿੱਚ ਲੈਣਾ)

snare /ਸਨੇਅ*/ *n* ਫਾਹੀ, ਕੁੜੱਕੀ, ਜਾਲ, ਬੌਰ, ਫੰਧਾ; (ਕਿਸੇ ਨੂੰ ਫਸਾਉਣ ਦੀ ਵਿਉਂਤ, ਧੋਖੇ ਦਾ ਜਾਲ; ਦਿਲ ਨੂੰ ਖਿੱਚ ਪਾਉਣ ਵਾਲੀ ਕੋਈ ਵਸਤੂ, ਮੋਹ ਜਾਲ *vt* ਫਾਹੀ ਵਿੱਚ ਫਸਾਉਣਾ, ਜਾਲ ਜਾਂ ਫੰਧੇ ਵਿੱਚ ਫਸਾ ਕੇ ਫੜ ਲੈਣਾ; ਧੋਖੇ ਨਾਲ ਅੜਾ ਦੇਣਾ, ਫਸਾ ਲੈਣਾ

snarky /'ਸਨਾਕਿ/ *a* ਮੂਰਖ, ਮੂੜ੍ਹ, ਗੰਵਾਰ; ਦੁਸ਼ਟ

snarl /ਸਨਾਲ/ *v* (ਕੁੱਤੇ ਦਾ) ਝੱਈਆਂ ਲੈਣਾ, ਘੁਰ-ਘੁਰ ਕਰਦਿਆਂ ਘੂਰਨਾ; ਕਿਸੇ ਮਨੁੱਖ ਦਾ ਗੁੱਸੇ ਵਿੱਚ ਬਕਣਾ, ਖਿਝ ਕੇ ਬੋਲਣਾ, ਝਈਆਂ ਲੈਣਾ; ਸੜੀਆਂ ਭੱਜੀਆਂ ਗੱਲਾਂ ਕਰਨਾ, ਕੌੜੀ ਆਲੋਚਨਾ ਕਰਨਾ *n* ਗੁੱਸੇ ਵਿੱਚ ਕੀਤਾ ਘੁਰ-ਘੁਰ, ਝਈਆਂ, ਕ੍ਰੋਧ ਭਰੀ ਬੱਕੜਵਾਹ, ਸਖ਼ਤ ਆਲੋਚਨਾ

snarl-up /'ਸਨਾਲ ਅੱਪ/ *n* ਆਵਾਜਾਈ ਠੱਪ ਹੋ ਜਾਣ ਦੀ ਕਿਰਿਆ, ਆਵਾਜਾਈ ਵਿੱਚ ਪਈ ਰੁਕਾਵਟ, ਰਸਤਾ ਬੰਦ ਕਰ ਦੇਣਾ

snatch /ਸਨੈਚ/ *v* ਖੋਹਣਾ, ਝਪਟ ਮਾਰਨਾ; ਲੈ ਕੇ ਭੱਜ ਜਾਣਾ; ਪੰਜੇ ਵਿੱਚੋਂ ਛੁਡਾ ਲੈਣਾ *n* ਅਚਨਚੇਤ ਫੜਨਾ; ਗੀਤ ਜਾਂ ਵਾਰਤਾ ਦੇ ਨਿੱਕੇ-ਨਿੱਕੇ ਅੰਸ਼, ਛੋਟੇ ਟੁਕੜੇ; ਥੋੜ੍ਹੇ ਸਮੇਂ ਦਾ ਜੋਸ਼, ਪਲ ਭਰ ਲਈ ਆਵੇਸ਼

snatchy /'ਸਨੈਚਿ/ *a* ਅਨਿਯਮਤ ਬੇਢੱਬਾ; ਜੋ ਲਗਾਤਾਰ ਨਾ ਚੱਲੇ, ਟੁੱਟਵਾਂ

snathe /ਸਨੇਇਦ/ *n* ਮੁੱਠਾ, ਹੱਥਾ, ਮੁੱਠ

sneak /ਸਨੀਕ/ *v* ਚੁੱਪ-ਚੁਪੀਤੇ ਚਲੇ ਜਾਣਾ, ਚੋਰੀ ਨਿਕਲ ਜਾਣਾ; (ਬੋਲ) ਚੁਰਾ ਲੈ ਜਾਣਾ *n* ਕਮੀਨਾ; (ਸਕੂਲੀ ਅਪ) ਚੁਗਲਖ਼ੋਰ

sneakers /'ਸਨੀਕਅਜ਼/ *n* ਨਰਮ ਥੱਲੇ ਵਾਲੀ ਖੜਾਕ ਨਾ ਕਰਨ ਵਾਲੀ ਜੁੱਤੀ ਜਾਂ ਬੂਟ

sneaking /'ਸਨੀਕਿਙ/ *a* ਗੁਪਤ, ਲੁਕਵਾਂ; ਨੀਚ ਕਮੀਨਾ; ਚੁਗਲਖ਼ੋਰ; (ਭਾਵਨਾ, ਵਿਚਾਰ) ਬਿਨਾਂ ਕਾਰਨ ਹੀ ਟਿਕਿਆ, ਬਣਿਆ

sneer /ਸਨਿਅ*/ *v* ਮਖੌਲ ਉਡਾਉਣਾ, ਹਾਸਾ ਉਡਾਉਣਾ; ਨੀਚ ਸਮਝਣਾ, ਤੁੱਛ ਸਮਝਣਾ; ਤਾਹਨਾ ਮਾਰਨਾ, ਬੋਲੀ ਮਾਰਨਾ, ਵਿਅੰਗ ਨਾਲ ਕਹਿਣਾ; ਅਪਮਾਨਿਤ ਹੋਣਾ ਜਾਂ ਕਰਨਾ, ਲੱਜਤ ਕਰਨਾ *n* ਵਿਅੰਗ, ਤਾਹਨਾ, ਬੋਲੀ; ਨਫ਼ਰਤ ਭਰੀ ਹਾਸੀ, ਅਵੱਗਿਆਪੂਰਨ ਦ੍ਰਿਸ਼ਟੀ; ਮਖੌਲ, ਮਸ਼ਕਰੀ

sneeze /ਸਨੀਜ਼/ *n* ਛਿੱਕ, ਨਿੱਛ *vt* ਛਿੱਕ ਮਾਰਨਾ, ਛਿੱਕਣਾ

sneezeweed /ਸਨੀਜ਼ਵੀਡ/ *n* ਇੱਕ ਬੂਟੀ ਜਿਸ ਦੀ ਨਸਵਾਰ ਬਣਾਈ ਜਾਂਦੀ ਹੈ

sneezewood /ਸਨੀਜ਼ਵੁਡ/ *n* ਦੱਖਣੀ ਅਫ਼ਰੀਕਾ ਦਾ ਇੱਕ ਰੁੱਖ ਜਿਸ ਤੋਂ ਇਮਾਰਤੀ ਲੱਕੜੀ ਪ੍ਰਾਪਤ ਹੁੰਦੀ ਹੈ; ਇਸ ਰੁੱਖ ਦੀ ਲੱਕੜੀ

snick /ਸਨਿਕ/ *vt* ਨਿੱਕਾ ਜਿਹਾ ਵਾਢਾ ਪਾਉਣਾ ਜਾਂ ਦਰਾੜ ਪਾਉਣਾ, ਛੋਟਾ ਜਿਹਾ ਦੰਦਾ ਪਾਉਣਾ; (ਕ੍ਰਿਕਟ ਦੀ) ਗੇਂਦ ਨੂੰ ਬੈਟ ਨਾਲ ਹੌਲੀ ਜਿਹੀ ਛੋਹਣਾ *n* (ਕ੍ਰਿਕਟ ਦੀ) ਗੇਂਦ ਨੂੰ ਹੌਲੀ ਮਾਰੀ ਹਿੱਟ

snicker /'ਸਨਿਕਅ*/ *vi* ਹੌਲੀ ਜਿਹੀ ਹਿਣਕਣਾ *n* ਹੌਲੀ ਹਿਣਕਣ ਦੀ ਅਵਾਜ਼

snide /ਸਨਾਇਡ/ *a* (ਬੋਲ) ਜਾਅਲੀ, ਬਣਾਉਟੀ, ਨਕਲੀ ਗਹਿਣਾ ਆਦਿ; ਹੋਛਾ *n* ਜਾਅਲੀ ਸਿੱਕਾ

sniff /ਸਨਿਫ਼/ *v* ਨੱਕ ਵਿੱਚ ਚੜ੍ਹਾਉਣਾ, ਸਾਹ ਨਾਲ ਨੱਕ ਵਿੱਚ ਅੰਦਰ ਨੂੰ ਖਿੱਚਣਾ; ਸੁਰੜ-ਸੁਰੜ ਕਰਨਾ; ਜ਼ੋਰ ਦੀ ਸਾਹ ਖਿੱਚ ਕੇ ਸੁੰਘਣਾ; (ਨਫ਼ਰਤ ਨਾਲ) ਨੱਕ ਚੜ੍ਹਾਉਣਾ *n* ਨੱਕ ਦੀ ਸੁਰੜ-ਸੁਰੜ, ਨੱਕ ਵਿੱਚ ਅੰਦਰ ਨੂੰ ਖਿੱਚਿਆ ਸਾਹ; ਅੰਦਰ ਨੂੰ ਜ਼ੋਰ ਅਤੇ ਅਵਾਜ਼ ਨਾਲ ਸਾਹ ਖਿੱਚਣ ਦੀ ਕਿਰਿਆ

sniffer dog *n* ਸੁੰਘ ਕੇ ਸੁਰਾਗ ਕੱਢਣ ਵਾਲਾ ਕੁੱਤਾ, ਸੁੰਘ ਕੇ ਨਸ਼ੀਲੇ ਪਦਾਰਥ ਜਾਂ ਅਸਲਾ ਲੱਭਣ ਵਾਲਾ ਕੁੱਤਾ

sniffy /'ਸਨਿਫ਼ਿ/ *a* ਹਕਾਰਤ ਭਰਿਆ; ਬਦਬੋ ਵਾਲਾ

snift /ਸਨਿਫ਼ਟ/ *vi* ਨੱਕ ਵਗਣਾ, ਨੱਕ ਵਿੱਚੋਂ ਪਾਣੀ ਵਹਿਣਾ

snigger /'ਸਨਿਗਅ*/ *n* ਦਬਵਾਂ ਹਾਸਾ, ਖੀਂ-ਖੀਂ *vi* ਅੰਦਰੋਂ -ਅੰਦਰੀ ਹੱਸਣਾ

sniggle /'ਸਨਿਗਲ/ *vt* (ਸੱਪਲ ਮੱਛੀ) ਫਸਾਉਣਾ

snip /ਸਨਿਪ/ *v* ਕਤਰਨ , ਕੈਂਚੀ ਨਾਲ ਕੱਟਣਾ *n* ਕਾਤਰ, ਕਤਰ; ਕਤਰਨ ਦੀ ਕਿਰਿਆ; (ਬੋਲ) ਦਰਜ਼ੀ

snipe /ਸਨਾਇਪ/ *n* ਲੰਮੀ ਅਤੇ ਸਿੱਧੀ ਚੁੰਝ ਵਾਲਾ ਇੱਕ ਪੰਛੀ, ਚਹਾ *v* ਇਸ ਪੰਛੀ ਦੇ ਸ਼ਿਕਾਰ ਲਈ ਜਾਣਾ, ਇਸ ਦਾ ਬੰਦੂਕ ਨਾਲ ਸ਼ਿਕਾਰ ਕਰਨਾ; (ਸੈਨਿਕ) ਲੁਕ ਕੇ ਦੁਸ਼ਮਣ ਉੱਤੇ ਫ਼ਾਇਰ ਕਰਨਾ, ਛਹਿ ਲਾ ਕੇ ਫ਼ਾਇਰ ਕਰਨਾ

sniper /'ਸਨਾਇਪਅ*/ *n* ਲੁਕ ਕੇ ਫ਼ਾਇਰ ਕਰਨ ਵਾਲਾ ਵਿਅਕਤੀ; ਲੁਕਵੀਂ ਥਾਂ ਤੋਂ ਫ਼ਾਇਰ ਕਰਨ ਵਾਲਾ ਵਿਅਕਤੀ

snippet /'ਸਨਿਪਿਟ/ *n* ਕਤਰ, ਕਾਤਰ; ਕੱਟਿਆ ਹੋਇਆ ਛੋਟਾ ਟੋਟਾ; ਟੋਟਕਾ, ਸੰਖੇਪ ਖ਼ਬਰ

snip-snap /'ਸਨਿਪਸਨੈਪ/ *n* ਫੁਰਤੀ ਭਰੀ ਵਾਰਤਾਲਾਪ, ਜਵਾਬੀ ਗੱਲਬਾਤ

snitch /ਸਨਿਚ/ *v* (ਅਪ) ਚੁਗਲੀ ਖਾਣਾ; ਚੁਰਾਉਣਾ

snivel /'ਸਨਿਵ੍ਲ/ *vi* ਨੱਕ ਵਗਣਾ, ਸੂੰ-ਸੂੰ ਕਰਨਾ, ਨੱਕ ਨਾਲ ਸੁਰੜ-ਸੁਰੜ ਕਰਨਾ; ਡੁਸਕਣਾ, ਬੁਸਕਣਾ *n* ਸੀਂਢ, ਨਲੀ; ਨੱਕ ਦੀ ਸੁਰੜ-ਸੁਰੜ; ਬੁਸਕਣ, ਰੀਂ-ਰੀਂ, ਰੋਂਦਪੁਣਾ; ਬਣਾਉਟੀ ਰੋਣ

snob /ਸਨੌਬ/ *n* (ਵਿਅਕਤੀ) ਆਪਣੀ ਖ਼ਾਨਦਾਨੀ ਅਤੇ ਅਮੀਰੀ ਦੇ ਘਮੰਡ ਵਾਲਾ, ਬੜੀ ਫੂੰ-ਫਾਂ ਵਾਲਾ, ਆਕੜਖਾਨ, ਪਾਟੇ ਖਾਂ; ਛੋਟਿਆਂ ਨੂੰ ਨਫ਼ਰਤ ਅਤੇ ਵੱਡਿਆਂ ਦੀ ਖ਼ੁਸ਼ਾਮਦ ਕਰਨ ਵਾਲਾ; ਹੋਛਾ, ਨੀਵੇਂ ਵਿਚਾਰਾਂ ਵਾਲਾ; ਚਮਾਰ, ਮੋਚੀ

snobbery /'ਸਨੌਬਅਰਿ/ *n* ਘਮੰਡ, ਫੂੰ-ਫਾਂ, ਫੋਕੀ ਆਕੜ

snobbish /'ਸਨੌਬਿਸ਼/ *a* ਫੋਕੀ ਆਕੜ ਵਾਲਾ,

ਵਾਧੂ ਟੈਂ ਵਾਲਾ, ਅਮੀਰੀ ਦੀ ਸ਼ਾਨ ਵਿਖਾਉਣ ਵਾਲਾ

snood /ਸਨੂਡ/ *n* ਸਕਾਟਲੈਂਡ ਵਿੱਚ ਕੁੜੀਆਂ ਦੇ ਜੂੜੇ ਜਾਂ ਵਾਲਾਂ ਨੂੰ ਬੰਨ੍ਹਣ ਵਾਲਾ ਫੀਤਾ; ਮੱਛੀ ਫੜ੍ਹਨ ਵਾਲੇ ਕਾਂਟੇ ਦੀ ਰੱਸੀ ਦੇ ਅਗਲੇ ਸਿਰੇ ਉੱਤੇ ਬੱਧਾ ਇੱਕ ਹੋਰ ਧਾਗਾ ਜਿਸ ਨਾਲ ਕਾਂਟਾ ਬੰਨ੍ਹਿਆ ਹੁੰਦਾ ਹੈ

snook /ਸਨੂਕ/ *n* ਸਮੁੰਦਰੀ ਮੱਛੀਆਂ ਦੀ ਇੱਕ ਕਿਸਮ; (ਅਪ) ਅੰਗੂਠੇ ਨੂੰ ਨੱਕ ਉੱਤੇ ਰੱਖ ਕੇ ਅਤੇ ਉਂਗਲੀਆਂ ਨੂੰ ਫੈਲਾ ਕੇ ਘਿਰਨਾ ਜਾਂ ਅਨਾਦਰ ਪ੍ਰਗਟ ਕਰਨ ਦਾ ਇੱਕ ਸੰਕੇਤ, ਠੁੱਠ

snooker /'ਸਨੂਕਅ*/ *n* ਬਿਲਿਅਰਡ ਦੇ ਮੇਜ਼ ਉੱਤੇ ਖੇਡੀ ਜਾਣ ਵਾਲੀ ਇੱਕ ਖੇਡ

snoop /ਸਨੂਪ/ *v* (ਬੋਲ) ਲੁਕੇ-ਛਿਪੇ ਆਉਣਾ ਜਾਣਾ, ਮੁਖ਼ਬਰੀ ਕਰਨਾ, ਨਾਜਾਇਜ਼ ਦਖ਼ਲ ਦੇਣਾ

snooty /'ਸਨੂਟਿ/ *n*(ਬੋਲ) ਆਕੜ ਖਾਂ

snooze /ਸਨੂਜ਼/ *vi* ਪਲ ਭਰ ਲਈ ਅੱਖ ਲਾਉਣਾ, ਥੋੜ੍ਹੇ ਚਿਰ ਲਈ ਸੌਣਾ; ਉਂਘਲਾਉਣਾ *n* ਊਂਘ

snore /ਸਨੋ*/ *n* ਘੁਰਾੜੇ *v* ਘੁਰਾੜੇ ਮਾਰਨਾ; ਸੁੱਤਿਆਂ ਸਮਾਂ ਲੰਘਾ ਦੇਣਾ, ਆਲਸ ਵਿੱਚ ਜਾਂ ਨੀਂਦ ਵਿੱਚ ਵਕਤ ਗੁਆਉਣਾ

snort /ਸਨੋਟ/ *v* (ਘੋੜੇ ਦਾ) ਨੱਕ ਨਾਲ ਫਰਾਟੇ ਮਾਰਨਾ; (ਕਿਸੇ ਵਿਅਕਤੀ ਦਾ) ਗੁੱਸੇ ਵਿੱਚ ਨੱਕ ਫੁਲਾਉਣਾ, ਇੰਜਣ ਦਾ ਭੱਕ-ਭੱਕ ਕਰਨਾ *n* ਗੁੱਸੇ ਵਿੱਚ ਨੱਕ ਫੁਲਾਉਣ ਦੀ ਕਿਰਿਆ, ਫਰਾਟਾ ਫੁੰਕਾਰ

snorter /'ਸਨੋਟਅ*/ *n* ਜ਼ੋਰ ਦੀ ਹਨੇਰੀ, ਸ਼ਾਂ-ਸ਼ਾਂ ਕਰਦਾ ਝੱਖੜ; ਅਵੇਗਮਈ ਪ੍ਰਦਰਸ਼ਨ

snot /ਸਨੌਟ/ *n* ਨੱਕ, ਨੱਕ ਦੀ ਮੈਲ; ਨੀਚ ਮਨੁੱਖ *vi* ਨੱਕ ਸੁਣਕਣਾ, ਨੱਕ ਸਾਫ਼ ਕਰਨਾ

snot rag *n* ਨੱਕ ਸਾਫ਼ ਕਰਨ ਵਾਲਾ ਰੁਮਾਲ

snout /ਸਨਾਉਟ/ *n* ਥੁਥਨੀ, ਥੁੰਨੀ; ਬੂਥੀ; (ਹਕਾਰਤ ਵਿੱਚ) ਮਨੁੱਖ ਦੀਆਂ ਨਾਸਾਂ ਜਾਂ ਨੱਕ; ਟੂਟੀ; ਕਿਸੇ ਚੀਜ਼ ਦੀ ਅਗਾਂਹ ਵਧੀ ਨੋਕ

snow /ਸਨਅਉ/ *n* ਬੱਦਲਾਂ ਵਿੱਚੋਂ ਡਿਗਣ ਵਾਲੀ ਬਰਫ਼; ਬਰਫ਼ ਵਾਂਗ ਚਿੱਟੀ ਵਸਤੂ; ਚਿੱਟਾ ਰੰਗ; (ਬਹੁ) ਬਰਫ਼ ਦਾ ਢੇਰ *v* ਬਰਫ਼ ਪੈਣਾ, ਬਰਫ਼ ਡਿਗਣਾ, ਬਰਫ਼ ਵਾਂਗ ਛਿੜਕਣਾ; ਧੌਲੇ ਆਉਣਾ, ਵਾਲ ਚਿੱਟੇ ਹੋ ਜਾਣਾ

snowball /'ਸਨਅਉਬੋਲ/ *n* ਬਰਫ਼ ਨੂੰ ਨੱਪ-ਨੱਪ ਕੇ ਬਣਾਏ ਗੋਲੇ; ਅਜਿਹਾ ਫੰਡ ਜਿਸ ਵਿੱਚ ਹਰ ਚੰਦਾ ਦੇਣ ਵਾਲੇ ਨੂੰ ਨਿਸ਼ਚਿਤ ਗਿਣਤੀ ਦੇ ਹੋਰ ਮੈਂਬਰ ਬਣਾਉਣੇ ਪੈਂਦੇ ਹਨ *vt* ਬਰਫ਼ ਦੇ ਗੋਲੇ (ਕਿਸੇ ਉੱਤੇ) ਸੁੱਟਣਾ; ਇੱਕ ਦੂਜੇ ਉੱਤੇ ਬਰਫ਼ ਦੇ ਗੋਲੇ ਸੁੱਟਣ ਦੀ ਖੇਡ ਖੇਡਣਾ

snowcapped /'ਸਨਅਉਕੈਪਟ/ *a* ਬਰਫ਼ਾਂ ਕੱਜਿਆ

snowdrift /'ਸਨਅਉਡਰਿਫ਼ਟ / *n* ਹਵਾ ਨਾਲ ਉੱਡ-ਉੱਡ ਕੇ ਇਕੱਠੀ ਹੋਈ ਬਰਫ਼ ਦਾ ਢੇਰ

snowdrop /'ਸਨਅਉਡਰੌਪ/ *n* ਚਿੱਟੇ ਫੁੱਲਾਂ ਵਾਲਾ ਇੱਕ ਬੂਟਾ

snowfall /'ਸਨਅਉਫ਼ੋਲ/ *n* ਬਰਫ਼ਬਾਰੀ

snowline /'ਸਨਅਉਲਾਇਨ/ *n* ਉਹ ਉੱਚੇ ਪਹਾੜ ਜਿਨ੍ਹਾਂ ਉੱਤੇ ਬਾਰਾਂ ਮਹੀਨੇ ਬਰਫ਼ ਰਹਿੰਦੀ ਹੈ

snowman /'ਸਨਅਉਮੈਨ/ *n* ਬਰਫ਼ ਦਾ ਪੁਤਲਾ (ਖੇਡ ਵਜੋਂ)

snowplough /'ਸਨਅਉਪਲਾਉ/ *n* ਸੜਕ ਜਾਂ ਰਾਹ ਸਾਫ਼ ਕਰਨ ਲਈ ਬਰਫ਼ ਹਟਾਉਣ ਵਾਲੀ ਮਸ਼ੀਨ

snowshoe /'ਸਨਅਉਸ਼ੂ/ *n* ਬਰਫ਼ ਉੱਤੇ ਚੱਲਣ ਸਮੇਂ ਪਾਏ ਜਾਣ ਵਾਲੇ ਬੂਟ

snow under *vt* ਬਰਫ਼ ਨਾਲ ਢੱਕ ਦੇਣਾ ਜਾਂ ਢਕੇ ਜਾਣਾ; ਇੰਝ ਕੱਜ ਦੇਣਾ ਜਿਵੇਂ ਬਰਫ਼ ਕੱਜ ਦਿੰਦੀ ਹੈ; ਚੋਣ ਵਿੱਚ ਬੜੀ ਵੱਡੀ ਸੰਖਿਆ ਨਾਲ ਹਰਾਉਣਾ

snowy /'ਸਨਅਉਇ/ *a* ਬਰਫ਼ ਵਾਂਗ ਚਿੱਟਾ; ਬਰਫ਼ ਭਰਿਆ; ਬਰਫ਼ ਪੈਣ ਵਾਲਾ (ਮੌਸਮ)

snub /ਸਨਅੱਬ/ *vt* ਝਿੜਕ ਦੇਣਾ, ਝਾੜ ਦੇਣਾ, ਡਾਂਟਣਾ *n* ਝਿੜਕ, ਝਾੜ, ਡਾਂਟ; ਕੋਝਾ ਵਤੀਰਾ, ਰੁੱਖਾ ਵਰਤਾ; ਫੀਨ੍ਹਾ ਨੱਕ

snubber /'ਸਨਅੱਬਅ*/ *n* ਝਿੜਕਣ ਵਾਲਾ, ਧਿੱਕਾਰਨ ਵਾਲਾ; ਦੁੱਖ ਨੂੰ ਪੀ ਜਾਣ ਵਾਲਾ (ਵਿਅਕਤੀ) ਮੋਟਰਕਾਰ ਦੇ ਸਪਰਿੰਗ ਦੇ ਧੱਕੇ ਨੂੰ

ਰੋਕਣ ਵਾਲਾ ਯੰਤਰ

snudge /ਸਨਅੱਜ/ *n* ਕੰਜੂਸ ਆਦਮੀ, ਨੀਚ ਮਨੁੱਖ *vt* ਕੰਜੂਸੀ ਨਾਲ ਬਚਣਾ, ਤੰਗੀ ਕੱਟ ਕੇ ਬਚਾਉਣਾ

snuff¹ /ਸਨਅੱਫ਼/ *n* ਬੱਤੀ ਦਾ ਜਲਿਆ ਹੋਇਆ ਸਿਰਾ, ਦੀਵੇ ਦਾ ਗੁੱਲ *vt* ਗੁੱਲ ਕੱਟਣਾ ਜਾਂ ਝਾੜਨਾ, ਗੁੱਲ ਲਾਹੁਣਾ

snuff² *vt* ਨਸਵਾਰ ਲੈਣਾ *n* ਨਸਵਾਰ

snuffle /'ਸਨਅੱਫ਼ਲ/ *v* ਨੱਕ ਵਿੱਚ ਬੋਲਣਾ, ਗੁਣ-ਗੁਣ ਕਰਨਾ; (ਨੱਕ ਨਾਲ) ਸੁਰੜ-ਸੁਰੜ ਕਰਨਾ, ਸ਼ੂੰ-ਸ਼ੂੰ ਕਰਨਾ *n* ਸ਼ੂੰ-ਸ਼ੂੰ, ਸੁਰੜ-ਸੁਰੜ, ਗੁਣਗੁਣਾਹਟ

snuffy /'ਸਨਅੱਫ਼ਿ/ *a* ਨਸਵਾਰ ਜਿਹਾ; ਨਸਵਾਰ ਲੈਣ ਕਰਕੇ ਮੈਲਾ ਹੋਇਆ; ਚਿੜਚਿੜਾ

snug /ਸਨਅੱਗ/ *a* ਕੱਕਰ ਪਾਲੇ ਤੋਂ ਬਚਿਆ, ਸੁਰੱਖਿਅਤ, ਅਰਾਮ ਵਿੱਚ; (ਰੁਪਈਆ ਪੈਸਾ) ਕਾਫ਼ੀ, ਲੋੜ ਅਨੁਸਾਰ ਬਥੇਰਾ; (ਖ਼ੁਰਾਕ) ਚੰਗੀ, ਵਾਹਵਾ, ਰੱਜਵੀਂ

snuggery /'ਸਨਅੱਗ(ਅ)ਰਿ/ *n* ਅਰਾਮ ਕਰਨ ਲਈ ਵੱਖਰਾ ਕਮਰਾ; ਸਰਾਂ ਦਾ ਪ੍ਰਾਈਵੇਟ ਕਮਰਾ

snuggle /'ਸਨਅੱਗਲ/ *v* (ਬੱਚੇ ਆਦਿ ਨੂੰ) ਘੁੱਟਣਾ, ਛਾਤੀ ਨਾਲ ਲਾਉਣਾ, ਪਿਆਰ ਨਾਲ ਲਾਗੇ ਕਰ ਲੈਣਾ; ਨਿੱਘ ਲਈ ਨਾਲ ਲੱਗ ਕੇ ਬੈਠਣਾ, ਜੱਫੀ ਪਾਉਣਾ; ਨਿਪਟਣਾ, ਚਿਪਟਣਾ

so /ਸਅਉ/ *adv* ਏਨਾ, ਇੰਨਾ; ਇੰਝ, ਇਉਂ, ਇਸ ਤਰ੍ਹਾਂ *conj* ਇਸ ਲਈ, ਤਾਂ, ਇਸ ਕਰਕੇ, ਸੋ; ਵੀ; ਸੱਚ-ਮੁੱਚ ਹੀ, ਅਸਲ ਵਿੱਚ *pron* ਇਹੋ ਗੱਲ, ਇਹੋ ਹੀ; ਉਹੋ, ਉਹੋ ਹੀ; ਇਹੋ ਸਹੀ; ਬੱਸ ਇਹੋ; ਹੱਛਾ

soak /ਸਅਉਕ/ *v* ਭਿਓਂਣਾ, ਪਾਣੀ ਵਿੱਚ ਡੋਬਣਾ; ਪੂਰੀ ਤਰ੍ਹਾਂ ਭਿੱਜ ਜਾਣਾ, ਗੜੁੱਚ ਹੋ ਜਾਣਾ; ਪੀ ਜਾਣਾ; ਸੋਕਣਾ, ਚੂਸ ਲੈਣਾ; ਬਹੁਤ ਸ਼ਰਾਬ ਪੀਣਾ *n* ਭਿੱਜਣ, ਸਿੱਜਣ, ਗੜੁੱਚ ਹੋਣ (ਦਾ ਕੰਮ); ਸ਼ਰਾਬ ਦਾ ਦੌਰ; ਰੱਜ ਕੇ ਪੀਣ, ਲਗਾਤਾਰ ਪੀਂਦੇ ਰਹਿਣ ਦੀ ਕਿਰਿਆ

soaker /'ਸਅਉਕਅ*/ *n* ਪੂਰੀ ਤਰ੍ਹਾਂ ਭਿਓਂ ਦੇਣ ਵਾਲਾ ਸ਼ਰਾਟਾ; ਬਹੁਤ ਪੀਣ ਵਾਲਾ, ਨਿੱਤ ਦਾ ਸ਼ਰਾਬੀ, ਪਿਆਕਲ, ਪਿਅੱਕੜ

soap /ਸਅਉਪ/ *n* ਸਾਬਣ; (ਅਪ) ਸਧਾਰਨ ਨਾਟਕ *v* ਸਾਬਣ ਲਾਉਣਾ, ਸਾਬਣ ਨਾਲ ਧੋਣਾ; ਖ਼ੁਸ਼ਾਮਦ ਕਰਨਾ, ਚਾਪਲੂਸੀ ਕਰਨਾ

soapbox/'ਸਅਉਪਬੌਕਸ/ *n* ਭਾਸ਼ਣ ਕਰਨ ਦਾ ਮੰਚ

soap opera *n* ਸਧਾਰਨ ਨਾਟਕ

soapstone/'ਸਅਉਪਸਟਅਉਨ/ *n* ਕੂਲਾ ਅਤੇ ਚੀਕਨਾ ਪੱਥਰ, ਘੀਆ ਪੱਥਰ, ਸਿਲਖੜੀ

soapsuds /'ਸਅਉਪਸਅੱਡਜ਼/ *n* ਸਾਬਣ ਦੀ ਝੱਗ

soapy /'ਸਅਉਪਿ/ *a* ਸਾਬਣ ਵਰਗਾ; ਸਾਬਣ ਵਾਲਾ, ਜਿਸ ਨੂੰ ਸਾਬਣ ਲੱਗਾ ਹੋਵੇ; ਖ਼ੁਸ਼ਾਮਦੀ, ਚਾਪਲੂਸ

soar /ਸੋ*/ *vi* ਉੱਚਾ ਉੱਡਣਾ, ਹਵਾ ਵਿੱਚ ਤਰਨਾ; ਉੱਚੀ ਸੋਚ ਉਡਾਰੀ ਲਾਉਣਾ; ਉਚਾਈ ਤੇ ਚੜ੍ਹਨਾ

sob /ਸੌਬ/ *n* ਡੁਸਕੀ, ਸਿਸਕੀ, ਵਿਲਕਣੀ *v* ਡੁਸਕਣਾ ਬੁਸਕਣਾ, ਸਿਸਕੀਆਂ ਲੈਣਾ, ਹੌਂਕੇ ਭਰਨਾ

sober /'ਸਅਉਬਅ*/ *a* ਗੰਭੀਰ, ਸੂਝਵਾਨ, ਠਰ੍ਹੰਮੇ ਵਾਲਾ, ਸੰਜਮੀ; ਜੋ ਨਸ਼ੇ ਵਿੱਚ ਨਹੀਂ, ਸੋਫ਼ੀ, ਸ਼ਰਾਬ ਨਾ ਪੀਣ ਵਾਲਾ *v* ਹੋਸ਼ ਵਿੱਚ ਹੋਣਾ, (ਨਸ਼ੇ ਵੱਲੋਂ) ਸੰਜਮੀ ਹੋਣਾ; ਸ਼ਾਂਤ ਕਰਨਾ; ਨਸ਼ਾ ਉਤਾਰਨਾ; ਅਣਉਤੇਜਿਤ ਹੋਣਾ

sobering /'ਸਅਉਬਅਰਿਙ/ *a* ਗੰਭੀਰ, ਸੰਜੀਦਾ, ਸ਼ਾਂਤ, ਸਥਿਰ, ਵਿਚਾਰਸ਼ੀਲ

soberness /'ਸਅਉਬਅਨਅਸ/ *n* ਸਥਿਰ ਬੁੱਧੀ, ਗੰਭੀਰਤਾ, ਸਥਿਰਤਾ, ਵਿਚਾਰਸ਼ੀਲਤਾ, ਸੰਤੁਲਿਤਚਿੱਤਤਾ

sober stuff *n* ਕਰੁਣਾ ਦਾ ਭਾਵ; ਭਾਵਕਤਾ ਭਰੀ ਰਚਨਾ

sobriety /ਸਅ'ਬਰਾਇਅਟਿ/ *n* ਹੋਸ਼ਮੰਦੀ, ਨਸ਼ਾ ਨਾ ਹੋਣ ਵਾਲੀ ਦਸ਼ਾ; ਠਰ੍ਹੰਮਾ, ਗੰਭੀਰਤਾ

sobriquet /'ਸਅਉਬਰਿਕੇਇ/ *n* ਤਖ਼ੱਲਸ, ਉਪਨਾਮ, ਛੋਟਾ ਨਾਮ

so-called /ˌ**ਸਅਉ'ਕੋਲਡ**/ *a* ਕਥਿਤ, ਨਾਮਨਿਹਾਦ

soccer /'**ਸੌਕਅ***/ *n* ਫ਼ੁੱਟਬਾਲ, ਫ਼ੁੱਟਬਾਲ ਦੀ ਖੇਡ

sociability /ˌ**ਸਅਉਸ਼ਅ'ਬਿਲਅਟਿ**/ *n* ਮਿਲਾਪੜਾਪਣ, ਮਿਲਨਸਾਰਤਾ, ਮੇਲ-ਮਿਲਾਪ

sociable /'**ਸਅਉਸ਼ਅਬਲ**/ *a* ਮਿਲਨਸਾਰ, ਮਿਲਾਪੜਾ, ਨਿੱਘਾ, ਸਨੇਹੀ, (ਸੁਭਾਅ ਆਦਿ) ਅਨੁਉਪਚਾਰਿਕ, ਆਪਸੀ, ਦੋਸਤਾਨਾ; ਵਾਧੂ ਸ਼ਿਸ਼ਟਾਚਾਰ ਤੋਂ ਬਿਨਾਂ, ਨਿਰਸੰਕੋਚ *n* ਇੱਕ ਤਰ੍ਹਾਂ ਦੀ ਖੁੱਲ੍ਹੀ ਬੱਘੀ, ਇੱਕ ਤਿੰਨ ਪਹੀਆ ਗੱਡੀ; ਗ਼ੈਰਰਸਮੀ ਸੁਆਗਤ

social /'**ਸਅਉਸ਼ਲ**/ *a* ਸਮਾਜ ਬਣਾ ਕੇ ਰਹਿਣ ਵਾਲਾ, ਇੱਕ ਥਾਂ ਉੱਗਣ ਵਾਲੇ (ਪੌਦੇ); ਸਮਾਜਿਕ, ਸਮਾਜੀ, ਮਿਲਾਪੜਾ, ਮੇਲ-ਮਿਲਾਪ ਵਾਲਾ; ਆਪਸੀ *n* ਸਮਾਜਿਕ ਉਤਸਵ, ਸਮੂਹਿਕ ਸਭਾ, ਕਿਸੇ ਕਲੱਬ ਆਦਿ ਦੇ ਮੈਂਬਰਾਂ ਦਾ ਸੰਮਿਲਤ ਸਮਾਰੋਹ

social democracy *n* ਸਮਾਜਵਾਦੀ ਅਸੂਲਾਂ ਨੂੰ ਅਪਣਾਉਣ ਵਾਲਾ ਲੋਕਰਾਜ, ਸਮਾਜਵਾਦੀ ਲੋਕਤੰਤਰ

social engineering *n* ਖ਼ਾਸ ਸਮਾਜਿਕ ਸਥਿਤੀ ਵਿੱਚ ਸਮਾਜ-ਵਿਗਿਾਨ ਸਿਧਾਂਤ ਲਾਗੂ ਕਰਨ ਦਾ ਭਾਵ, ਸਮਾਜਕ ਸਮੱਸਿਆਵਾਂ ਦਾ ਹੱਲ ਲੱਭਣ ਦਾ ਕਾਰਜ

socialism /'**ਸਅਉਸ਼ਅਲਿਜ਼ਅਮ**/ *n* ਸਮਾਜਵਾਦ, ਸਮਾਜਤੰਤਰ, ਸਾਂਝੀਵਾਲਤਾ

socialist /'**ਸਅਉਸ਼ਅਲਿਸਟ**/ *n* ਸਮਾਜਵਾਦੀ, ਸੋਸ਼ਲਿਸਟ

socialistic /ˌ**ਸਅਉਸ਼ਅ'ਲਿਸਟਿਕ**/ *a* ਸਮਾਜਵਾਦ ਸੰਬੰਧੀ, ਸਮਾਜਵਾਦ ਵਾਲੇ, ਸਮਾਜਵਾਦ ਦੇ, ਸਮਾਜਵਾਦਾਤਮਿਕ, ਸਮਾਜਵਾਦੀ

socialist realism *n* ਕਲਾ ਸਾਹਿਤ ਸੰਗੀਤ ਆਦਿ ਨੂੰ ਸਮਾਜਵਾਦੀ ਸਿਧਾਂਤਾਂ ਅਨੁਸਾਰ ਪ੍ਰਗਟਾਉਣ ਦਾ ਸਿਧਾਂਤ; ਸਮਾਜਵਾਦੀ ਸਾਂਝੀਵਾਲਤਾ, ਸਮਾਜਵਾਦੀ ਯਥਾਰਥਵਾਦ, ਵਾਸਤਵਵਾਦ, ਅਸਲਵਾਦ

socialite /'**ਸਅਉਸ਼ਅਲਾਇਟ**/ *n* ਫ਼ੈਸ਼ਨੀ ਦੁਨੀਆਂ ਦਾ ਬੰਦਾ, ਟਹੁਰੀ

sociality /ˌ**ਸਅਉਸ਼ਿ'ਐਲਿਟਿ**/ *n* ਸਮਾਜਿਕਤਾ, ਭਾਈਚਾਰਕ ਪਿਆਰ

socialization /ˌ**ਸਅਉਸ਼ਅਲਾਇ'ਜ਼ੇਇਸ਼ਨ**/ *n* ਸਮਾਜੀਕਰਨ

socialize /'**ਸਅਉਸ਼ਅਲਾਇਜ਼**/ *vt* ਸਮਾਜੀ ਬਣਾਉਣਾ, ਸਮਾਜੀਕਰਨ ਕਰਨਾ, ਸਮਾਜਵਾਦ ਦੇ ਸਿਧਾਂਤਾਂ ਉੱਤੇ ਢਾਲਣਾ

social science *n* ਸਮਾਜ ਵਿਗਿਆਨ

social scientist *n* ਸਮਾਜ ਵਿਗਿਆਨੀ

social services *n* ਸਮਾਜਕ ਸੇਵਾਵਾਂ (ਪ੍ਰਬੰਧਕਾਂ ਵੱਲੋਂ)

social work *n* (ਆਮ ਲੋਕਾਂ ਦੀਆਂ) ਘਰੇਲੂ ਅਤੇ ਆਰਥਿਕ ਸਮੱਸਿਆਵਾਂ ਨੂੰ ਸੁਲਝਾਉਣ ਵਿੱਚ ਕੀਤੀ ਸਹਾਇਤਾ

societal /**ਸਅ'ਸਾਇਅਟਲ**/ *a* ਸਮਾਜੀ, ਸਮਾਜ ਨਾਲ ਸੰਬੰਧਿਤ

society /**ਸਅ'ਸਾਇਅਟਿ**/ *n* ਸਮਾਜ, ਭਾਈਚਾਰਾ, ਬਰਾਦਰੀ, ਸੁਸਾਇਟੀ; ਉੱਚ ਵਰਗ, ਵੱਡੇ ਲੋਕ, ਉੱਚਾ ਤਬਕਾ; ਕਿਸੇ ਦਾ ਜਾਂ ਜਾਤੀ ਦਾ ਰਹਿਣ-ਸਹਿਣ, ਭਾਈਚਾਰਕ ਜੀਵਨ, ਸਭਾ, ਪ੍ਰੀਸ਼ਦ, ਸਮਿਤੀ, ਮੰਡਲੀ, ਸੰਘ; ਸੰਗਤ, ਮਿੱਤਰਤਾ; ਸੰਪਰਕ, ਸਾਥ, ਸਹਿਯੋਗ

sociological /ˌ**ਸਅਉਸਿਅ'ਲੌਜਿਕਲ**/ *a* ਸਮਾਜ ਵਿਗਿਆਨ ਸੰਬੰਧੀ, ਸਮਾਜ ਸ਼ਾਸਤਰ ਦਾ; ਸਮਾਜ ਵਿਗਿਆਨਿਕ

sociologist /ˌ**ਸਅਉਸਿ'ਔਲਅਜਿਸਟ**/ *n* ਸਮਾਜ ਵਿਗਿਆਨੀ, ਸਮਾਜ ਸ਼ਾਸਤਰੀ

sociology /ˌ**ਸਅਉਸਿ'ਔਲਅਜਿ**/ *n* ਸਮਾਜ ਵਿਗਿਆਨ, ਸਮਾਜ ਸ਼ਾਸਤਰ, ਸਮਾਜ ਵਿੱਦਿਆ

sock[1] /**ਸੌਕ**/ *n* ਜ਼ੁਰਾਬ, ਪਤਾਵਾ; ਨਿੱਕੀ ਅਤੇ ਹੌਲੀ ਜੁੱਤੀ ਜਿਹੜੀ ਵਿਦੂਸ਼ਕ ਪਾਉਂਦੇ ਹਨ; ਸੁਖਾਂਤ, ਹਲਕਾ-ਫੁਲਕਾ ਨਾਟਕ

sock[2] *vt* (ਅਪ) ਮਾਰਨਾ; ਕੋਈ ਚੀਜ਼ ਵਗਾਹ ਕੇ ਮਾਰਨਾ *n* ਮੁੱਕਾ, ਹੂਰਾ, ਘਸੁੰਨ, ਸੱਟ *adv*

ਅਚਨਚੇਤ, ਅਚਾਨਕ; ਐਨ ਠੀਕ

socket /'ਸੌਕਿਟ/ *n* ਅੱਖ ਦੀ ਕੋਠੀ, ਅੱਖ ਦਾ ਖੋਲ, ਅੱਖ ਦਾ ਪੋਲ; ਉਹ ਪੋਲ ਜਾਂ ਮੋਰੀ ਜਿਸ ਵਿੱਚ ਕੋਈ ਚੀਜ਼ ਘੁੰਮੇ ਜਾਂ ਟਿਕੇ, ਚੂਲ, ਖੋੜ, ਚੂਥੀ

socketed /'ਸੌਕਿਟਿਡ/ *a* ਚੂਲ ਵਿੱਚ ਬੈਠਿਆ ਹੋਇਆ, ਖ਼ਾਨੇ ਵਿੱਚ ਫਿੱਟ ਕੀਤਾ

socle /'ਸਅਉਕਲ/ *n* ਮੂਰਤੀ ਜਾਂ ਥਮ੍ਹਲੇ (ਖੰਭੇ) ਦੀ ਕੁਰਸੀ, ਚੌਂਕੀ, ਥੱਲਾ, ਆਧਾਰ

Socratic /ਸੌਕ'ਰੈਟਿਕ/ *a* ਸੁਕਰਾਤ ਦੇ ਸਿਧਾਂਤਾਂ ਦੇ ਅਨੁਕੂਲ, ਸੁਕਰਾਤ ਦਾ, ਸੁਕਰਾਤੀ

sod /ਸੌਡ/ *n* ਮਿੱਟੀ ਦੀ ਢੀਮ, ਢੇਲਾ; ਘਾਹ ਵਾਲੀ ਮਿੱਟੀ ਦੀ ਤਹਿ; (ਕਾਵਿ) ਭੋਂ ਤਲ, ਜ਼ਮੀਨ

soda /'ਸਅਉਡਅ/ *n* ਸੋਡਾ, ਖਾਰ; ਸੋਡੇ ਨਾਲ ਬਣਾਇਆ ਪਾਣੀ, ਸੋਡੇ ਦਾ ਪਾਣੀ, ਖਾਰਾ ਪਾਣੀ, ਸੋਡਾ ਵਾਟਰ

sodality /ਸਅ(ਉ)'ਡੈਲਅਟਿ/ *n* ਧਾਰਮਿਕ ਇਕੱਠ, ਭਾਈਚਾਰਾ, ਭਰੱਪਣ, ਬਰਾਦਰੀ

soda water /'ਸਅਉਡਅ ਵੋਟਅ*/ *n* ਸੋਡੇ ਨਾਲ ਬਣਾਇਆ ਪੀਣ ਵਾਲਾ ਪਾਣੀ, ਬੱਤਾ, ਸੋਡਾ ਵਾਟਰ

sodden /'ਸੌਡਨ/ *a* ਭਿੱਜਿਆ, ਤਰ; ਅਧਪੱਕੀ ਤੇ ਭਾਰੀ (ਰੋਟੀ); (ਸ਼ਰਾਬ ਪੀ ਕੇ) ਮੱਤ ਮਾਰੀ ਹੋਈ, (ਨਸ਼ੇ 'ਚ) ਚੂਰ, ਬੌਂਦਲਿਆ *vt* ਭਿਓਂਣ; ਤਰ ਕਰਨਾ; ਬੇਸੁਰਤ ਕਰਨਾ

sodium /'ਸਅਉਡਿਅਮ/ *n* ਲੂਣ ਅਤੇ ਕੁਝ ਹੋਰ ਪਦਾਰਥਾਂ ਵਿੱਚ ਮਿਲਣ ਵਾਲਾ ਇੱਕ ਚਿੱਟਾ ਅਤੇ ਮੁਲਾਇਮ ਧਾਤ ਤੱਤ, ਸੋਡੀਅਮ

sodom /'ਸੌਡਅਮ/ *n* ਬਦਕਾਰੀ ਦਾ ਅੱਡਾ, ਭ੍ਰਿਸ਼ਟਾਚਾਰ ਦਾ ਘਰ

sodomite /'ਸੌਡਅਮਾਇਟ/ *n* ਲੌਂਡੇਬਾਜ਼, ਮੁੰਡੇਬਾਜ਼; ਪਸ਼ੂ ਸੰਭੋਗੀ

sodomy /'ਸੌਡਅਮਿ/ *n* ਮੁੰਡੇਬਾਜ਼ੀ, ਲੌਂਡੇਬਾਜ਼ੀ

sofa /'ਸਅਉਫ਼ਅ/ *n* ਸੋਫ਼ਾ, ਕਊਚ

soft /ਸੌਫ਼ਟ/ *a* ਕੂਲਾ, ਨਰਮ, ਮੁਲਾਇਮ, ਚਿਕਨਾ; ਲਚਕਦਾਰ, ਢਿਲਕਵਾਂ; ਸੁਹਾਵਣਾ, ਮਧੁਰ; ਨਿਮਰਤਾ ਵਾਲਾ, ਠੰਢੇ ਸੁਭਾਅ ਵਾਲਾ, ਸ਼ਾਂਤ, ਸੁਹਿਰਦ, ਮੱਧਮ, ਧੀਮਾ (ਚਾਨਣ); (ਪਾਣੀ) ਮਿੱਠਾ, ਹੌਲਾ; ਫੋਸੜ, ਨਿਕੰਮਾ, ਢਿੱਲਾ ਮੱਠਾ; ਨਿਰਬਲ, ਪੋਲਾ, ਜ਼ਨਾਨਾ; (ਰਾਗ) ਮੱਧਮ *adv* ਧੀਮੀ ਸੁਰ ਵਿੱਚ

soft copy *n* (ਕੰਪਿ) ਕਿਸੇ ਦਸਤਾਵੇਜ਼ ਜਾਂ ਪ੍ਰੋਗਰਾਮ ਦੀ ਕਿਸੇ ਕੰਪਿਊਟਰ ਭੰਡਾਰਨ ਉਪਕਰਨ (ਡਿਸਕ, ਪੈਨ ਡਰਾਈਵ ਆਦਿ) ਉੱਤੇ ਪਈ ਨਕਲ

soft currency *n* ਨਾ ਬਦਲਨਯੋਗ ਮੁਦਰਾ

soft drink *n* ਨਸ਼ੇ ਰਹਿਤ ਪੀਣ ਵਾਲਾ ਪਦਾਰਥ

soften /'ਸੌਫ਼ਨ/ *v* ਨਰਮ ਹੋਣਾ ਜਾਂ ਕਰਨਾ, ਕੂਲਾ ਹੋਣਾ ਜਾਂ ਕਰਨਾ; ਢਲਣਾ, ਮੋਮ ਹੋਣਾ; ਢਾਲਣਾ; ਮੱਧਮ ਕਰਨਾ, ਧੀਮਾ ਕਰਨਾ; ਛੋਟਾ ਕਰਨਾ; ਬੰਬ ਸੁੱਟ ਕੇ ਸ਼ੱਤਰੂ ਦੀ ਸ਼ਕਤੀ ਘਟਾਉਣਾ

soft goods *n* ਕੱਪੜੇ ਦੀਆਂ ਬਣੀਆਂ ਵਸਤਾਂ, ਪਹਿਨਣ ਵਾਲੇ ਸੀਤੇ ਹੋਏ ਕੱਪੜੇ, ਪਰਦੇ

soft job *n* ਤਨਖਾਹ ਦੇ ਮੁਕਾਬਲੇ ਹੌਲਾ ਅਤੇ ਥੋੜ੍ਹਾ ਕੰਮ

softling /'ਸੌਫ਼ਟਲਿਙ/ *n* ਤੀਵੀਆਂ ਵਰਗਾ ਮਰਦ, ਹੀਜੜਾ

softly /'ਸੌਫ਼ਟਲਿ/ *adv* ਹੌਲੀ-ਹੌਲੀ, ਸਹਿਜ ਮਤੇ ਨਾਲ, ਨਰਮੀ ਨਾਲ, ਠੰਢੇ ਸੁਭਾਅ ਨਾਲ

softness /ਸੌਫ਼ਟਨਅਸ/ *n* ਕੋਮਲਤਾ, ਨਰਮੀ, ਨਿਮਰਤਾ; ਸਿਥਲਤਾ

soft-pedal /ਸੌਫ਼(ਟ)'ਪੈਡ(ਅ)ਲ/*n* ਖ਼ਾਸ ਧਿਆਨ ਨਾ ਦੇਣਾ, ਮਹੱਤਵ ਘਟਾਉਣਾ

soft sawder *n* ਖ਼ੁਸ਼ਾਮਦ, ਚਾਪਲੂਸੀ

soft-soap /ˌਸੌਫ਼(ਟ)'ਸਅਉਪ/ *n* ਤਰਲ ਸਾਬਣ; (ਬੋਲ) ਖ਼ੁਸ਼ਾਮਦ, ਚਾਪਲੂਸੀ

soft-spoken /ˌਸੌਫ਼(ਟ)'ਸਪਅਉਕ(ਅ)ਨ/ *a* ਮਿਠਬੋਲੜਾ, ਮਧੁਰ ਸੁਭਾਅ ਵਾਲਾ, ਨਿਮਰਤਾ ਭਰਪੂਰ

soft target *n* ਅਸਾਨੀ ਨਾਲ ਪ੍ਰਾਪਤ ਕੀਤੀ ਜਾਣ ਵਾਲੀ ਚੀਜ਼, ਪ੍ਰਭਾਵ ਹੇਠ ਜਲਦੀ ਆਉਣ ਵਾਲਾ

ਥੰਦਾ, ਥੋੜੇ ਤਰੱਦਦ ਨਾਲ ਪ੍ਰਾਪਤੀ ਦਾ ਨਿਸ਼ਾਨਾ

software /'ਸੌਫ਼ਟਵੇਅ*/ *n* (ਕੰਪਿ) ਕੰਪਿਊਟਰ ਭਾਸ਼ਾ ਵਿੱਚ ਸਿਲਸਿਲੇਵਾਰ ਲਿਖੀਆਂ ਹਿਦਾਇਤਾਂ ਦਾ ਸਮੂਹ ਜੋ ਕੰਪਿਊਟਰ ਤੋਂ ਕੰਮ ਲੈਣ ਲਈ ਵਰਤਿਆ ਜਾਂਦਾ ਹੈ

software engineer *n* (ਕੰਪਿ) ਕੰਪਿਊਟਰ ਦੇ ਪ੍ਰੋਗਰਾਮ ਉਲੀਕਣ ਵਾਲਾ, ਕੰਪਿਊਟਰ ਇੰਜੀਨੀਅਰ

softy /'ਸੌਫ਼ਟਿ/ *n* ਸਿੱਧੜ, ਸਿੱਧਾ-ਸਾਦਾ (ਆਦਮੀ), ਭੋਲਾ-ਭਾਲਾ (ਮਨੁੱਖ); ਮੂਰਖ; ਕਮਜ਼ੋਰ (ਵਿਅਕਤੀ); ਢਿੱਲੀ ਕੁਲਫ਼ੀ

sogginess /'ਸੌਗਿਨਅਸ/ *n* ਸਿਲ੍ਹ, ਗਿੱਲਾਪਣ

soggy /'ਸੌਗਿ/ *a* ਸੇਮ ਵਾਲਾ, ਸਿੱਲ੍ਹਾ, ਗਿੱਲਾ; ਤਰ, ਭਿੱਜਿਆ

soi-disant /ˌਸਵਾਡੀ'ਜ਼ਾਙ/ *(F) a* ਸਵੈ ਕਥਿਤ, ਦੰਭੀ

soil[1] /ਸੌਇਲ/ *v* ਮੈਲਾ ਕਰਨਾ, ਲਿਬੇੜਨਾ; ਗੰਦਾ ਕਰਨਾ ਜਾਂ ਮੈਲਾ ਹੋ ਜਾਣਾ, ਦਾਗ਼ ਪੈ ਜਾਣਾ *n* ਦਾਗ਼, ਧੱਬਾ; ਗੰਦ, ਗੰਦਗੀ

soil[2] *n* ਮਿੱਟੀ, ਜ਼ਮੀਨ, ਭੋਂ; ਖੇਤੀ ਵਾਲੀ ਮਿੱਟੀ, ਧਰਤੀ ਦੀ ਉਤਲੀ ਪਰਤ; ਜਨਮ ਭੂਮੀ; ਦੇਸ਼, ਵਤਨ; ਰੂੜੀ, ਗੋਹਾ

soiled /ਸੌਇਲਡ/ *a* ਮਿੱਟੀ ਦਾ, ਭੂਮੀ ਦਾ; ਦੂਸ਼ਿਤ, ਮਲੀਨ

soilless /'ਸੌਇਲਲਅਸ/ *a* ਕਲੰਕਹੀਣ, ਬੇਦਾਗ਼; ਸਾਫ਼

soil pipe *n* ਗੰਦੇ ਪਾਣੀ ਵਾਲੀ ਨਾਲ

soiree /'ਸਵਾਰੇਇ/ *n* ਸ਼ਾਮ ਦੀ ਮਹਿਫ਼ਲ

sojourn /'ਸੌਜਅਨ/ *n* ਅਸਥਾਈ ਡੇਰਾ ਜਾਂ ਉਤਾਰਾ *vt* ਥੋੜ੍ਹੇ ਚਿਰ ਲਈ ਠਹਿਰਨਾ, ਰੁਕਣਾ, ਡੇਰਾ ਕਰਨਾ; ਉਤਾਰਾ ਕਰਨਾ

sola /'ਸਅਉਲਅ/ *n* ਗਰਮ ਦੇਸ਼ਾਂ ਦੇ ਦਲਦਲੀ ਇਲਾਕੇ ਵਿੱਚ ਹੋਣ ਵਾਲਾ ਇੱਕ ਲੰਮਾ ਤੇ ਗੁੱਦੇਦਾਰ ਰੁੱਖ ਜਿਸ ਦੇ ਗੁੱਦੇ ਨਾਲ 'ਸੋਲਾ ਹੈਟ' ਨਾਮ ਦੇ ਟੋਪ ਬਣਾਏ ਜਾਂਦੇ ਹਨ, ਇਸ ਰੁੱਖ ਦਾ ਗੁੱਦਾ

solace /'ਸੌਲਅਸ/ *n* ਦਿਲਾਸਾ; ਧੀਰਜ, ਧਰਵਾਸ, ਤਸੱਲੀ, ਹੌਸਲਾ *vt* ਦਿਲਾਸਾ ਦੇਣਾ, ਧੀਰਜ ਦੇਣਾ, ਤਸੱਲੀ ਦੇਣਾ

solacement /'ਸੌਲਅਸਮਅਨਟ/ *n* ਢਾਰਸ; ਤਸੱਲੀ, ਦਿਲਾਸਾ

sola hat, sola topi *n* ਸੋਲਾ ਹੈਟ, ਸੋਲਾ ਟੋਪੀ, ਧੁੱਪ ਤੋਂ ਬਚਣ ਲਈ ਬਾਹਰ ਨੂੰ ਨਿੱਕਲੇ ਕੰਢਿਆਂ ਵਾਲੀ ਟੋਪੀ

solan goose /'ਸਅਉਲਅਨ ਗੂਸ/ *n* ਪਹਾੜੀ ਬੱਤਖ; ਹੰਸ

solar /'ਸਅਉਲਅ*/ *a* ਸੂਰਜ ਦਾ, ਸੂਰਜੀ

solar cell *n* ਧੁੱਪ ਤੋਂ ਬਿਜਲੀ ਉਤਪੰਨ ਕਰਨ ਵਾਲਾ ਉਪਕਰਨ, ਸੂਰਜੀ ਸੈੱਲ

solarium /ਸਅ'ਲੇਅਰਿਅਮ/ *n* (ਇਲਾਜ ਵਜੋਂ) ਧੁੱਪ-ਘਰ

solar system *n* ਸੌਰ-ਮੰਡਲ

solar year *n* ਇੱਕ ਜਨਵਰੀ ਤੋਂ ਇਕੱਤੀ ਦਸੰਬਰ ਤੱਕ ਦਾ ਸਮਾਂ, ਸੂਰਜ ਦੁਆਲੇ ਧਰਤੀ ਦੇ ਇੱਕ ਚੱਕਰ ਲਾਉਣ ਦਾ ਸਮਾਂ, 365¼ ਦਿਨਾਂ ਦਾ ਸਮਾਂ

solatium /ਸਅ(ਉ)'ਲੇਇਸ਼ਿਅਮ/ *n* ਹਾਨੀ ਪੂਰੀ ਕਰਨ ਲਈ ਜਾਂ ਦਿਲ ਰੱਖਣ ਲਈ ਦਿੱਤੀ ਰਕਮ ਆਦਿ, ਮੁਆਵਜ਼ਾ, ਹਰਜ਼ਾਨਾ, ਹਾਨੀਪੂਰਤੀ, ਚੱਟੀ

sold /ਸਅਉਲਡ/ *v* **sell** ਦਾ ਭੂਤ-ਕਾਲ ਤੇ ਭੂਤ-ਕ੍ਰਿਦੰਤ

solder /'ਸਅਉਲਡਅ*,'ਸੌਲ-/ *n* ਧਾਤ ਦਾ ਟਾਂਕਾ, ਜੋੜ, ਟਾਂਕਾ ਲਾਉਣਾ, ਜੋੜ ਲਾਉਣਾ

soldier /'ਸਅਉਲਜਅ*/ *n* ਫ਼ੌਜੀ, ਸੈਨਿਕ, ਫ਼ੌਜ ਦਾ ਸਿਪਾਹੀ; (ਪੇਂਡੂ ਬੋਲ) ਇੱਕ ਲਾਲ ਮੱਛੀ; ਕੰਮਚੋਰ ਮਨੁੱਖ

soldierlike, soldierly /'ਸਅਉਲਜਅਲਾਇਕ, 'ਸਅਉਲਜਅਲਿ/ *a* ਸਿਪਾਹੀ ਵਰਗਾ, ਫ਼ੌਜੀਆਂ ਜਿਹਾ; ਸੂਰਮਾ, ਬਹਾਦਰ, ਬਹਾਦਰਾਨਾ

soldiership /'ਸਅਉਲਜਅਸ਼ਿਪ/ *n* ਸੈਨਿਕਤਾ; ਸੈਨਿਕ ਗੁਣ, ਫ਼ੌਜੀ ਮੁਹਾਰਤ; ਯੁੱਧ ਕੁਸ਼ਲਤਾ

soldiery /'ਸਅਉਲਜਅਰਿ/ *n* ਫ਼ੌਜ, ਸੈਨਾ

sole[1] **/ਸਅਉਲ/** *n* ਜੁੱਤੀ ਦਾ ਤਲਾ, (ਕਿਸੇ ਚੀਜ਼ ਦਾ) ਥੱਲਾ, ਪੈਂਦਾ, ਆਧਾਰ; ਹਲ ਦਾ ਕੁੜ ਜਾਂ ਹਊ *vt* ਥੱਲਾ ਲਾਉਣਾ, ਜੁੱਤੀ ਦਾ ਤਲਾ ਲਾਉਣਾ

sole[2] *a* ਇਕੱਲਾ, ਇੱਕੋ-ਇੱਕ, ਨਿਰਾ; ਸਿਰਫ਼; ਕੇਵਲ, (ਕਨੂੰ) ਕੰਵਾਰਾ, ਛੜਾ; ਅਣਵਿਆਹਿਆ; (ਪਰਾ) ਮਿੱਤਰਹੀਣ; ਬਿਨਾਂ ਸੰਗੀ-ਸਾਥੀ; ਅਦੁੱਤੀ

sole[3] *n* ਇੱਕ ਚਪਟੀ ਮੱਛੀ

solecism /'ਸੌਲਿਸਿਜ਼ਅਮ/ *n* ਵਿਆਕਰਨਿਕ ਗ਼ਲਤੀ ਮੁਹਾਵਰੇ ਦੀ ਅਸ਼ੁੱਧੀ, (ਬੋਲਣ ਜਾਂ ਲਿਖਣ ਵਿੱਚ) ਵੱਡੀ ਭੁੱਲ, ਸ਼ਿਸ਼ਟਾਚਾਰ ਉਲੰਘਣ; ਬੇਤਮੀਜ਼ੀ, ਬੇਹੂਦਗੀ

solecistic /,ਸੌਲਿ'ਸਿਸਟਿਕ/ *a* ਅਸ਼ੁੱਧ, ਗ਼ਲਤ; ਅਸ਼ੁੱਧ ਵਰਤੋਂ ਸੰਬੰਧੀ

solely /'ਸਅਉਲਲਿ/ *adv* ਇਕੱਲੇ ਨੇ ਬਿਨਾਂ ਕਿਸੇ ਦੀ ਸਹਾਇਤਾ ਤੋਂ

solemn /'ਸੌਲਅਮ/ *a* ਗੰਭੀਰ, ਸੰਜੀਦਾ; ਵਿਧੀ ਅਨੁਕੂਲ; ਮਰਿਯਾਦਾਪੂਰਵਕ, ਰਸਮੀ, ਬਾਜ਼ਾਬਤਾ, ਮਹੱਤਤਾ ਵਾਲਾ; ਪ੍ਰਭਾਵਸ਼ਾਲੀ; ਸ਼ਾਨਦਾਰ

solemnity /ਸਅ'ਲੈੱਮਨਅਟਿ/ *n* ਗੰਭੀਰਤਾ, ਸੰਜੀਦਗੀ; ਮਹਾਨਤਾ, ਗੌਰਵ; ਠਾਠ; ਧਾਰਮਿਕ ਰਸਮ, ਧਾਰਮਿਕ ਸੰਸਕਾਰ; ਪਵਿੱਤਰਤਾ

solemnize /'ਸੌਲਅਮਨਾਇਜ਼/ *vt* ਮਨਾਉਣਾ (ਤਿਉਹਾਰ, ਉਤਸਵ ਆਦਿ); (ਰੀਤੀ, ਰਸਮ) ਵਿਧੀ ਅਨੁਸਾਰ ਨਿਭਾਉਣਾ; ਗੰਭੀਰਤਾ ਪੈਦਾ ਕਰਨਾ, ਗੌਰਵਮਈ ਬਣਾਉਣਾ

sol-fa /,ਸੌਲ'ਫ਼ਾ/ *n* (ਸੰਗੀ) ਸਰਗਮ (ਸਾ-ਰੇ-ਗਾ-ਮਾ-ਪਾ-ਧਾ-ਨੀ) *vt* ਸਰਗਮ ਦੀਆਂ ਸੁਰਾਂ ਦੇ ਨਾਮ ਬੋਲ ਕੇ ਗਾਉਣਾ; ਸਰਗਮ ਦਾ ਅਭਿਆਸ ਕਰਨਾ

solicit /ਸਅ'ਲਿਸਿਟ/ *v* ਬੇਨਤੀ ਕਰਨਾ, ਯਾਚਨਾ ਕਰਨਾ, ਅਰਜ਼ ਕਰਨਾ; (ਬਜ਼ਾਰੀ ਤੀਵੀਂ ਦਾ) ਗਾਹਕਾਂ ਨੂੰ ਰੀਝਾਉਣਾ; ਆਕਰਸ਼ਿਤ ਕਰਨਾ; ਨਿਮਰਤਾ ਨਾਲ ਮੰਗਣਾ, (ਧਿਆਨ ਆਦਿ) ਖਿੱਚਣਾ

solicitation /ਸਅ,ਲਿਸਿ'ਟੇਇਸ਼ਅਨ/ *n* ਬੇਨਤੀ, ਮਿੰਨਤ, ਨਿਵੇਦਨ, ਯਾਚਨਾ; ਰੀਝਾਉਣ ਜਾਂ ਆਕਰਸ਼ਿਤ ਕਰਨ ਦਾ ਗੁਣ

solicitor /ਸਅ'ਲਿਸਿਟਅ*/ *n* (ਪਰਾ) ਨਿਵੇਦਨ ਕਰਨ ਵਾਲਾ; ਯਾਚਕ, (ਬਰਤਾਨੀਆ ਆਦਿ ਦੇਸ਼ਾਂ ਦੀਆਂ ਅਦਾਲਤਾਂ ਵਿੱਚ) ਉਹ ਆਦਮੀ ਜਿਹੜਾ ਲੋਕਾਂ ਨੂੰ ਕਨੂੰਨ ਸੰਬੰਧੀ ਮੁਢਲੀ ਰਾਇ ਦੇ ਕੇ ਮੁਕੱਦਮਾ ਵਕੀਲ ਦੇ ਹਵਾਲੇ ਕਰਦਾ ਹੈ, ਉਪਵਕੀਲ

solicitous /ਸਅ'ਲਿਸਿਟਅਸ/ *a* ਉਤਸੁਕ, ਇੱਛਕ; ਚਾਹਵਾਨ; ਯਾਚਕ; ਫ਼ਿਕਰਮੰਦ; ਚਿੰਤਾਵਾਨ

solicitude /ਸਅ'ਲਿਸਿਟਯੂਡ/ *n* ਤੀਬਰ ਇੱਛਾ, ਉਤਸੁਕਤਾ; ਆਤੁਰਤਾ; ਚਿੰਤਾ, ਫ਼ਿਕਰ

solid /'ਸੌਲਿਡ/ *a* ਠੋਸ, ਠਿੱਗਰ; ਪੱਕਾ, ਦ੍ਰਿੜ੍ਹ, ਮਜ਼ਬੂਤ; ਸ਼ੁੱਧ; ਇੱਕ ਰੂਪ; ਇੱਕ ਸਮਾਨ, ਇੱਕ ਮੇਲ; ਤਰਕਸੰਗਤ, ਪ੍ਰਮਾਣਿਤ; ਸੱਚਾ, ਵਾਸਤਵਿਕ, ਅਸਲੀ, ਠੀਕ; ਭਰੋਸੇਯੋਗ, ਵਿਸ਼ਵਾਸਯੋਗ, ਮਾਕੂਲ *n* ਘਣ

solidarity /,ਸੌਲਿ'ਡੈਰਅਟਿ/ *n* ਏਕਤਾ, ਸੰਗਠਨ, ਇੱਕਜੁੱਟਤਾ, ਇੱਕਮੁੱਠਤਾ

solidification /ਸਅ,ਲਿਡਿਫ਼ਿ'ਕੇਇਸ਼ਨ/ *n* ਠੋਸ ਬਣਾਉਣ, ਠਿੱਗਰਤਾ ਲਿਆਉਣ, ਪਕਿਆਈ ਉਤਪੰਨ ਕਰਨ (ਦੀ ਕਿਰਿਆ); ਦ੍ਰਿੜ੍ਹੀਕਰਨ; ਘਣੀਕਰਨ

solidify /ਸਅ'ਲਿਡਿਫ਼ਾਇ/ *v* ਠੋਸ ਹੋਣਾ ਜਾਂ ਕਰਨਾ, ਠਿੱਗਰ ਹੋਣਾ ਜਾਂ ਬਣਾਉਣਾ, ਮਜ਼ਬੂਤ ਕਰਨਾ, ਪੱਕਾ ਹੋਣਾ ਜਾਂ ਕਰਨਾ

solidity /ਸਅ'ਲਿਡਅਟਿ/ *n* ਠੋਸਪਣ, ਠਿੱਗਰਤਾ ਪਕਿਆਈ, ਮਜ਼ਬੂਤੀ

soliloquy /ਸਅ'ਲਿਲਅਕਵਿ/ *n* ਮਨਬਚਨੀ, ਸਵੈਕਥਨ, ਖ਼ੁਦਕਲਾਮੀ

soliped /'ਸੌਲਿਪੈਡ/ *n* ਸੁੰਮਾਂ ਵਾਲਾ ਪਸ਼ੂ *a* ਸੁੰਮ ਦੇ ਖੁਰ ਵਾਲਾ; ਘੋੜੇ ਦੀ ਜਾਤ ਦਾ

solitaire /,ਸੌਲਿ'ਟੇਅ*/ *n* ਇਕੱਲੇ ਆਦਮੀ ਦੇ ਖੇਡਣ ਵਾਲੀ (ਕੋਈ) ਖੇਡ; ਇਕਾਂਤਵਾਸੀ, ਵੈਰਾਗੀ; ਸਿਰਫ਼ ਇੱਕੋ ਨਗ ਵਾਲਾ ਗਹਿਣਾ; ਇੱਕ ਨਗ ਵਾਲਾ ਕਮੀਜ਼ ਦਾ ਬਟਨ

solitary /'ਸੌਲਅਟਰਿ/ *a* ਇਕੱਲਾ, ਇੱਕੋ-ਇੱਕ, ਕੱਲਮ-ਕੱਲਾ; (ਪਸ਼ੂ) ਇਕੱਲਾ ਰਹਿਣ ਵਾਲਾ (ਵੱਗ ਵਿੱਚ ਰਹਿਣ ਵਾਲੇ ਪਸ਼ੂਆਂ ਦੇ ਵਿਰੋਧੀ ਸੁਭਾਅ ਵਾਲਾ); ਬੇਸਹਾਰਾ, ਬੇਆਸਰਾ, ਸੁੰਜਾ, ਲੁੱਗਾ, ਸੁੰਨਸਾਨ; ਇਕਾਂਤ, ਇਕਾਂਤਵਾਸੀ; (ਮਨੁੱਖ) ਵਿਰਕਤ, ਵਿਅਕਤੀ, ਵੈਰਾਗੀ

solitary confinement *n* ਕੈਦੀ ਨੂੰ ਇੱਕ ਕੋਠੜੀ ਵਿੱਚ ਬੰਦ ਕਰਨ ਦੀ ਅਵਸਥਾ, ਕੋਠੀ-ਬੰਦ, ਕਾਲ ਕੋਠੜੀ

solitude /'ਸੌਲਿਟਯੂਡ/ *n* ਇਕੱਲ, ਇਕਾਂਤ, ਸੁੰਨਸਾਨ; ਇਕੱਲਾਪਣ

solo /'ਸਅਉਲਅਉ/ *n* ਇੱਕੋ-ਇੱਕ ਵਿਅਕਤੀ ਦੇ ਗਾਉਣ ਵਾਲਾ ਗੀਤ; ਇੱਕੋ ਵਿਅਕਤੀ ਦੇ ਵਜਾਉਣ ਵਾਲਾ ਵਾਜਾ; ਤਾਸ਼ ਦੀ ਇੱਕ ਖੇਡ ਜਿਸ ਵਿੱਚ ਇੱਕ ਖਿਡਾਰੀ ਤਿੰਨਾਂ ਦੇ ਮੁਕਾਬਲੇ ਵਿੱਚ ਖੇਡਦਾ ਹੈ; ਇਕੱਲੇ ਹਵਾਈ ਜਹਾਜ਼ ਦੀ ਉਡਾਰੀ *a* ਇਕੱਲਾ, ਕੱਲਮ-ਕੱਲਾ

soloist /'ਸਅਉਲਅਉਇਸਟ/ *n* ਇਕੱਲਾ ਸੰਗੀਤਕਾਰ, ਇਕੱਲਾ ਸਾਜ਼ ਵਜਾਉਣ ਵਾਲਾ

solstice /'ਸੌਲਸਟਿਸ/ *n* ਸੂਰਜ ਦੇ ਭੂ-ਮੱਧ ਰੇਖਾ ਤੋਂ ਦੂਰ ਤੋਂ ਦੂਰ ਹੋਣ ਵਾਲੇ ਸਮੇਂ (21 ਜੂਨ ਅਤੇ 22 ਨਵੰਬਰ ਉਤਰੀ ਭੂ-ਖੰਡ) ਵਿੱਚੋਂ ਕੋਈ ਇੱਕ ਆਇਣ

solstitial /ਸੌਲ'ਸਟਿਸ਼ਲ/ *a* ਅਇਣੀ, ਅਇਣਕਾਲੀ

solubility /ˌਸੌਲਯੁ'ਬਿਲਅਟਿ/ *n* ਘੁਲਨ ਯੋਗਤਾ, ਘੁਲਨਸ਼ੀਲਤਾ, ਘੁਲਾਈ

soluble /'ਸੌਲਯਅਬਲ/ *a* ਘੁਲ ਜਾਣ ਵਾਲਾ, ਘੁਲਨਹਾਰ; (ਸਵਾਲ ਜਾਂ ਸਮੱਸਿਆ) ਹੱਲ ਕਰਨ ਯੋਗ, ਸੁਲਝਾਉਣਯੋਗ

solus /'ਸਅਉਲਅਸ/ *a* ਇਕੱਲਾ, ਸਾਥ ਵਿਹੂਣਾ

solution /ਸਅ'ਲੂਸ਼ਨ/ *n* ਘੋਲ, ਘੁਲਨ, ਘੁਲਾਈ, ਘੁਲ ਜਾਣ ਦੀ ਕਿਰਿਆ ਜਾਂ ਅਵਸਥਾ; (ਸਮੱਸਿਆ ਦਾ) ਉਪਾਅ, ਸੁਲਝਾ; (ਗਣਿ) ਹੱਲ; ਮੁਕਤੀ, ਛੁਟਕਾਰਾ

solvability /ˌਸੌਲਵ਼ਅ'ਬਿਲਅਟਿ/ *n* ਘੁਲਨ ਦੀ ਯੋਗਤਾ

solve /ਸੌਲਵ਼/ *vt* (ਗਣਿ) ਸਵਾਲ ਹੱਲ ਕਰਨਾ; ਬੁੱਝਣਾ, ਹੱਲ ਕੱਢਣਾ; (ਸਮੱਸਿਆ) ਸੁਲਝਾਉਣਾ, ਖੋਲ੍ਹਣਾ; ਵਿਆਖਿਆ ਕਰਨਾ; (ਔਕੜ ਦਾ) ਉਪਾਅ ਲੱਭਣਾ, ਰਾਹ ਲੱਭਣਾ; ਨਿਵਾਰਨ ਕਰਨਾ, ਹਟਾਉਣਾ; ਘੋਲਨਾ, ਇੱਕ ਜਾਨ ਕਰਨਾ

solvency /'ਸੌਲਵ਼ਅਨਸਿ/ *n* ਕਰਜ਼ਾ ਲਾਹੁਣ ਦੀ ਯੋਗਤਾ, ਰਿਣ ਲਾਹੁਣ ਦੀ ਸਮਰੱਥਾ, ਘੁਲਨਸ਼ੀਲਤਾ

solvent /'ਸੌਲਵ਼ਅਨਟ/ *a* ਕਰਜ਼ਾ ਲਾਹ ਸਕਣ ਦੇ ਯੋਗ; ਘੋਲਨ ਵਾਲਾ

soma /'ਸਅਉਮਅ/ *n* ਸਰੀਰ, ਦੇਹ, ਕਾਇਆ, ਧੜ

sombre /'ਸੌਮਬਅ*/ *n* ਹਨੇਰਾ *a* ਹਨੇਰੇ ਵਾਲਾ, ਧੁੰਦਲਾ, ਕਾਲਾ; ਉਦਾਸ, ਮੁਰਝਾਇਆ

sombrero /ਸੌਮ'ਬਰੇਅਰਅਉ/ *n* ਚੌੜੇ ਕੰਢੇ ਵਾਲਾ ਟੋਪ

some /ਸਅੱਮ/ *a* ਕੋਈ *pron* ਕੁਝ, ਕਈ, ਕਿੰਨੇ ਹੀ, ਬਥੇਰੇ, ਚੋਖੇ; ਥੋੜ੍ਹਾ, *adv* ਕਿਸੇ ਹੱਦ ਤੱਕ, ਕਰੀਬ-ਕਰੀਬ, ਲਗਭਗ

somebody /'ਸਅੱਮਬਅਡਿ/ *n* ਕੋਈ, ਕੋਈ ਆਦਮੀ, ਕੋਈ ਮਨੁੱਖ

somehow /'ਸਅੱਮਹਾਉ/ *adv* ਕਿਸੇ ਨਾ ਕਿਸੇ ਤਰ੍ਹਾਂ, ਕਿਸੇ ਤਰ੍ਹਾਂ, ਕਿਵੇਂ, ਕਿਵੇਂ ਨਾ ਕਿਵੇਂ

someone /'ਸਅੱਮਵਅੱਨ/ *a* ਕੋਈ *n* ਕੋਈ ਆਦਮੀ

somersault /'ਸਅੱਮਅਸੋਲਟ/ *n* ਪੁੱਠੀ ਛਾਲ, ਉਲਟ ਚੱਕਰ, ਬਾਜ਼ੀ (ਪਾਉਣਾ), ਕਲਾਬਾਜ਼ੀ

somerset /'ਸਅੱਮਅਸੈਟ/ *n* ਗੱਦੇਦਾਰ ਕਾਠੀ, ਨਰਮ ਗੱਦੀ

something /'ਸਅੱਮਥਿਙ/ *adv* ਕੁਝ, ਕੋਈ, ਕੁਝ ਨਾ ਕੁਝ, ਕੁਝ 'ਕੁ

sometime /'ਸਅੱਮਟਾਇਮ/ *adv* ਕੁਝ ਚਿਰ, ਥੋੜ੍ਹਾ ਸਮਾਂ; ਕਦੇ, ਕਿਸੇ ਵੇਲੇ, ਬੀਤ ਚੁੱਕੇ ਸਮੇਂ ਵਿੱਚ, ਕਦੇ ਦਾ

sometimes /'ਸਅੱਮਟਾਇਮਜ਼/ *adv* ਕਦੇ-ਕਦੇ, ਕਿਸੇ ਵੇਲੇ, ਕਦੇ-ਕਦਾਈਂ

somewhat /'ਸਅੱਮਵੌਂਟ/ *adv* ਕੁਝ 'ਕੁ, ਥੋੜ੍ਹਾ ਜਿਹਾ, ਕੋਈ ਚੀਜ਼

somewhere /'ਸਅੱਮਵੇਅ*/ *adv* ਕਿਤੇ, ਕਿਧਰੇ, ਕਿਸੇ ਥਾਂ, ਕਿਸੇ ਪਾਸੇ

somnambulism /ਸੌਮ'ਨੈਮਬਯਅਲਿਜ਼ਅਮ/ *n* ਸੁੱਤਿਆਂ ਤੁਰਨ-ਫਿਰਨ ਦੀ ਬਿਮਾਰੀ, ਨੀਂਦ ਵਿੱਚ ਤੁਰਨ ਦਾ ਇਕ ਰੋਗ

somnambulist /ਸੌਮ'ਨੈਮਬਯਅਲਿਸਟ/ *n* ਉਹ ਮਨੁੱਖ ਜਿਸ ਨੂੰ ਨੀਂਦ ਵਿੱਚ ਤੁਰਨ ਦੀ ਬਿਮਾਰੀ ਹੋਵੇ, ਸੁਪਨਚਾਰੀ

somnambulistic /ਸੌਮ'ਨੈਮਬਯਅ'ਲਿਸਟਿਕ/ *a* ਸੁੱਤਿਆਂ ਤੁਰੇ ਫਿਰਨ ਦੀ ਆਦਤ ਸੰਬੰਧੀ

somniferous /ਸੌਮ'ਨਿਫ਼(ਅ)ਰਅਸ/ *a* ਨੀਂਦ ਲਿਆਊ, ਸੁਆ ਦੇਣ ਵਾਲੀ (ਦਵਾਈ), ਨੀਂਦਜਨਕ

somnolence, somnolency /'ਸੌਮਨਅਲਅਨਸ, 'ਸੌਮਨਅਲਅਨਸਿ/ *n* ਅੱਧ ਸੁੱਤੇ ਹੋਣ ਦੀ ਹਾਲਤ, ਉੱਘਲਾਉਣ, ਨੀਂਦ, ਉਣੀਂਦੇ ਦੀ ਹਾਲਤ

somnolent /'ਸੌਮਨਅਲਅਨਟ/ *a* ਅੱਧ-ਸੁੱਤਾ, ਉੱਘਲਾਉਂਦਾ ਹੋਇਆ

son /ਸਅੱਨ/ *n* ਪੁੱਤਰ, ਬੇਟਾ, ਸੰਤਾਨ; ਵੰਸ਼; ਕਿਸੇ ਦੇਸ਼ ਦਾ ਵਸਨੀਕ; (ਪਿਆਰ ਵਿੱਚ) ਬੱਚਾ; ਕਾਕਾ; ਵਾਰਸ

sonant /'ਸਅਉਨਅਨਟ/ *a* ਧੁਨੀਪੂਰਨ, ਨਾਦੀ, ਸੁਰੀਲਾ, ਅਵਾਜ਼ਕਾਰ *n* (ਧੁਨੀ) ਨਾਦੀ ਧੁਨੀਆਂ (ਗ, ਦ, ਜ...)

sonata /ਸਅ'ਨਾਟਅ/ *n* ਪਿਆਨੋ ਦਾ ਇੱਕ ਰਾਗ

song /ਸੌਙ/ *n* ਗੀਤ, ਛੋਟੀ ਰਾਗਮਈ ਕਵਿਤਾ, ਪਦ; ਗਾਉਣ, ਸੰਗੀਤ, ਰਾਗ; ਪੰਛੀਆਂ ਦਾ ਗਾਉਣ

songbird/'ਸੌਙਬਅ:ਡ/ *n* ਗਾਉਣ ਵਾਲਾ ਪੰਛੀ, ਚਹਿਚਹਾਉਣ ਵਾਲਾ ਪੰਛੀ

songster /'ਸੌਙਸਟਅ*/ *n* ਗਾਉਣ ਵਾਲਾ, ਗਾਇਕ, ਗਾਇਕ ਪੰਛੀ; ਕਵੀ

songstress /'ਸੌਙਸਟਰਅਸ/ *n* ਗਾਇਕਾ

son-in-law *n* ਜਵਾਈ, ਦਾਮਾਦ

sonnet /'ਸੌਨਿਟ/ *n* ਅੰਗਰੇਜ਼ੀ ਦੀ ਇੱਕ ਚੌਦਾਂ ਤੁਕੀ ਕਵਿਤਾ, ਸਰੋਦੀ ਕਵਿਤਾ

sonneteer /ˌਸੌਨਿ'ਟਿਅ*/ *n* ਸਾਨਟ ਬਣਾਉਣ ਵਾਲਾ ਕਵੀ, ਕਵੀਸ਼ਰ

sonny /'ਸਅੱਨਿ/ *n* ਨਿੱਕੇ ਮੁੰਡੇ ਨੂੰ ਸੰਬੋਧਨ ਕਰਨ ਲਈ ਲਾਡ ਵਾਲਾ ਸ਼ਬਦ; ਕਾਕਾ, ਬੀਬਾ

sonometer /ਸਅ(ਉ)'ਨੌਮਿਟਅ*/ *n* ਸੁਰ ਮਾਪੀ, ਧੁਨੀ ਮਾਪਕ ਯੰਤਰ, ਸੋਨੋਮੀਟਰ

sonority, sonorousness /ਸਅ'ਨੌਰਅਟਿ, 'ਸੌਨਅਰਅਸਨਅਸ/ *n* ਗੂੰਜ; ਸੁਰੀਲਾਪਣ; ਸ਼ਬਦ ਅਡੰਬਰਪੂਰਨਤਾ

sonorous /'ਸੌਨਅਰਅਸ/ *a* ਭਰਵੀਂ ਅਵਾਜ਼ ਵਾਲਾ, ਗੂੰਜਵਾਂ, ਘੂਕਵਾਂ, ਗੱਜਵਾਂ, ਜੁਸ਼ੀਲਾ; ਪ੍ਰਭਾਵਸ਼ਾਲੀ (ਭਾਸ਼ਣ, ਲੈਕਚਰ ਆਦਿ)

sonship /'ਸਅੱਨਸ਼ਿਪ/ *n* ਪੁੱਤਰਤਵ, ਪੁੱਤਰਤਾ

soon /ਸੂਨ/ *adv* ਛੇਤੀ, ਤੁਰੰਤ, ਜਲਦੀ, ਹੁਣੇ ਹੀ, ਥੋੜ੍ਹੇ ਚਿਰ ਨੂੰ

soot /ਸੁਟ/ *n* ਧੁਆਂਖ, ਕਾਲਖ *vt* ਧੁਆਂਖਣਾ, ਕਾਲਾ ਕਰਨਾ, ਕਾਲਖ ਲਾਉਣਾ; ਕਾਲਖ ਨੂੰ ਰੂੜੀ (ਖਾਦ) ਦੇ ਰੂਪ ਵਿੱਚ ਵਰਤਣਾ

sooth /ਸੂਥ/ *n* (ਪਰਾ) ਵਾਸਤਵਿਕਤਾ, ਅਸਲੀਅਤ; ਸੱਚ

soothe /ਸੂਦ/ *vt* (ਗੁੱਸਾ) ਠੰਢਾ ਕਰਨਾ; ਸ਼ਾਂਤ ਕਰਨਾ, (ਪੀੜ) ਘੱਟ ਕਰਨਾ, ਮੱਧਮ ਕਰਨਾ, ਖ਼ੁਸ਼ਾਮਦ ਕਰਨਾ, ਚਾਪਲੂਸੀ ਕਰਨਾ

soothsayer /'ਸੂਥਸੇਇਅ*/ *n* ਜੋਤਸ਼ੀ, ਨਜੂਮੀ, ਭਵਿੱਖ ਦੱਸਣ ਵਾਲਾ ਵਿਅਕਤੀ

sooty /'ਸੁਟਿ/ *a* ਧੁਆਂਖਿਆ, ਕਾਲਾ ਹੋਇਆ

sop /ਸੌਪ/ *n* ਤਰੀ ਅਥਵਾ ਸ਼ੋਰਬੇ ਆਦਿ ਵਿੱਚ ਭਿੱਜੀ ਹੋਈ ਰੋਟੀ; ਕਿਸੇ ਖ਼ਤਰਨਾਕ ਪਸ਼ੂ ਜਾਂ ਮਨੁੱਖ ਨੂੰ ਪਰਚਾਉਣ ਵਾਸਤੇ ਦਿੱਤੀ ਗਈ ਕੋਈ ਚੀਜ਼; ਬਲਾ ਟਾਲਣ ਵਾਸਤੇ ਦਿੱਤੀ ਗਈ ਵੱਢੀ *v* ਭਿਓਂਣਾ; ਜਿਊਰ ਲੈਣਾ (ਪਾਣੀ ਆਦਿ); ਗੜੁੱਚ ਕਰ ਦੇਣਾ;

ਭਿੱਜ ਜਾਣਾ, ਤਰ ਹੋ ਜਾਣਾ

sophism /'**ਸੌਫ਼ਿਜ਼ਅਮ**/ *n* ਝੂਠੀ ਦਲੀਲ, ਮਿਥਿਆ ਤਰਕ; ਧੋਖਾ, ਫ਼ਰੇਬ ਜਾਲ, ਵਾਕ ਛਲ

sophist /'**ਸੌਫ਼ਿਸਟ**/ *n* ਝੂਠੀ ਦਲੀਲ ਨਾਲ ਧੋਖਾ ਦੇਣ ਵਾਲਾ; ਮਿਥਿਆ ਤਰਕ ਕਰਨ ਵਾਲਾ; ਕੁਤਰਕੀ; ਵਾਕ ਛਲੀਆ

sophistic, sophistical /**ਸਅ'ਫ਼ਿਸਟਿਕ, ਸਅ'ਫ਼ਿਸਟਿਕਲ**/ *a* ਝੂਠੀ ਦਲੀਲ ਵਾਲਾ; ਕੁਤਰਕੀ, ਧੋਖੇ ਵਾਲਾ

sophisticate /**ਸਅ'ਫ਼ਿਸਟਿਕੇਇਟ**/ *v* ਸੁਭਾਵਿਕਤਾ ਅਤੇ ਸਾਦਗੀ ਮਿਟਾ ਦੇਣਾ; ਬਣਾਵਟ ਪੈਦਾ ਕਰਨਾ; ਝੂਠੀ ਦਲੀਲ ਨਾਲ ਕਿਸੇ ਨੂੰ ਧੋਖਾ ਦੇਣਾ; ਝੂਠੀ ਦਲੀਲ ਦੇਣਾ

sophisticated /**ਸਅ'ਫ਼ਿਸਟਿਕੇਇਟਿਡ**/ *a* ਦੁਨੀਆਦਾਰ; ਸਿਆਣਪ ਭਰਪੂਰ; ਵਿਵੇਕਪੂਰਨ; ਨਫ਼ੀਸ, ਜਟਲ, ਸੂਝਵਾਨ

sophistication /**ਸਅ,ਫ਼ਿਸਟਿ'ਕੇਇਸ਼ਨ**/ *n* ਦੁਨੀਆਦਾਰੀ, ਸਿਆਣਪ, ਸੂਝ; ਕੁਤਰਕ, ਨਫ਼ਾਸਤ

sophistry /'**ਸੌਫ਼ਿਸਟਰਿ**/ *n* ਝੂਠੀ ਦਲੀਲ, ਕੁਤਰਕਤਾ; ਭਰਮ ਵਾਲੇ (ਤਰਕ) ਦਾ ਪ੍ਰਸਤੁਤੀਕਰਨ

sophomore /'**ਸੌਫ਼ਅਮੋ***/ *n* ਅਮਰੀਕਾ ਦੇ ਕਾਲਜ ਜਾਂ ਸਕੂਲ ਦੇ ਚਾਰ ਸਾਲਾ ਕੋਰਸ ਵਿੱਚ ਦੂਜੇ ਸਾਲ ਦਾ ਵਿਦਿਆਰਥੀ

sophomoric/,**ਸੌਫ਼ਅ'ਮੋਰਿਕ**/ *a* ਵਿਖਾਵਾ ਕਰਨ ਵਾਲਾ, ਫੋਕੀ ਆਕੜ ਵਾਲਾ, ਬਣਾਉਟੀ ਵਿਖਾਵੇ ਵਾਲਾ; ਕੱਚੇ ਵਿਚਾਰਾਂ ਵਾਲਾ

soporific /,**ਸੌਪਅ'ਰਿਫ਼ਿਕ**/ *a* ਨੀਂਦ ਲਿਆਊ *n* ਨੀਂਦ ਵਾਲੀ ਦਵਾਈ ਆਦਿ

soppy /'**ਸੌਪਿ**/ *a* ਭਿੱਜਿਆ, ਤਰ, ਗਿੱਲਾ; ਘਿਰਨਾ ਉਤਪੰਨ ਕਰਨ ਵਾਲੇ ਭਾਵਾਂ ਵਾਲਾ, ਨੀਚ ਭਾਵਾਂ ਵਾਲਾ

sopranist /**ਸਅ'ਪਰੈਨਿਸਟ**/ *n* ਉੱਚੇ ਸੁਰ ਵਿੱਚ ਗਾਉਣ ਵਾਲਾ, ਪੰਚਮ ਸੁਰ-ਗਾਉਣ ਵਾਲਾ

soprano /**ਸਅ'ਪਰਾਨਅਉ**/ *n* ਤਿੱਖੀ ਅਵਾਜ਼, ਬਰੀਕ ਤੇ ਉੱਚੀ ਸੁਰ, ਪੰਚਮ ਸੁਰ, ਇਸਤਰੀ ਦੀ ਸਭ ਤੋਂ ਉੱਚੀ ਅਵਾਜ਼, ਬੱਚੇ ਦੀ ਅਵਾਜ਼ ਦੀ ਸਭ ਤੋਂ ਉੱਚੀ ਸੁਰ

sorcerer /'**ਸੋਸਅਰਅ***/ *n* ਜਾਦੂਗਰ, ਮਦਾਰੀ; ਮੰਤਰ ਪੜ੍ਹਨ ਵਾਲਾ

sorcery /'**ਸੋਸਅਰਿ**/ *n* ਜਾਦੂ, ਟੂਣਾ, ਮੰਤਰ, ਜਾਦੂਗਰੀ

sordid /'**ਸੋਡਿਡ**/ *a* ਸ਼ੋਹਦਾ, ਸੂਮ; ਹੋਛਾ, ਨੀਚ ਘਿਣਾਉਣਾ, ਭੈੜਾ

sore /**ਸੋ***/ *a* ਦੁਖਦਾ, ਵਲੂੰਧਰਿਆ ਜਾਂ ਰਗੜ ਲੱਗੀ ਵਾਲਾ, ਸੱਟ ਲੱਗੀ ਵਾਲਾ; ਖਿਝਿਆ, ਅੱਕਿਆ, ਦੁਖੀ; (ਗੱਲ) ਚੁੱਭਵੀਂ; (ਦਿਲ) ਦੁਖਾਵੀਂ *n* ਦੁਖਦੀ ਥਾਂ, ਜ਼ਖ਼ਮ, ਸੱਟ ਵਾਲੀ ਥਾਂ, ਫੋੜਾ *adv* ਬੁਰੀ ਤਰ੍ਹਾਂ, ਅੱਤ ਦਾ, ਡਾਢਾ, ਘੋਰ

sorghum /'**ਸੋਗਅਮ**/ *n* ਚਰ੍ਹੀ

sorn /**ਸੋਨ**/ *vi* ਜ਼ਬਰਦਸਤੀ ਅੰਦਰ ਦਾਖ਼ਲ ਹੋਣਾ, ਧੱਕੇ ਨਾਲ ਮਹਿਮਾਨ ਬਣਨਾ

sorority /**ਸਅ'ਰੌਰਅਟਿ**/ *n* ਇਸਤਰੀ ਸਭਾ

sorrel[1] /'**ਸੌਰਅਲ**/ *n* ਖੱਟੇ ਜਾਂ ਖਟ ਮਿੱਠੇ ਸੁਆਦ ਵਾਲੇ ਪੱਤਿਆਂ ਵਾਲੀ ਇੱਕ ਬੂਟੀ

sorrel[2] *n* ਲਾਲ ਭਾਹ ਮਾਰਦਾ ਬਦਾਮੀ ਰੰਗ, ਇਸ ਰੰਗ ਦਾ ਪਸ਼ੂ *a* ਬਦਾਮੀ, ਭੂਰਾ

sorrily /'**ਸੌਰਿਲਿ**/ *adv* ਘਟੀਆ ਤਰੀਕੇ ਨਾਲ, ਹੀਣ ਢੰਗ ਨਾਲ

sorrow /'**ਸੌਰਅਉ**/ *n* ਉਦਾਸੀ, ਸੋਗ, ਗ਼ਮ, ਕਲੇਸ਼, ਚਿੰਤਾ, ਦੁੱਖ; ਬਿਪਤਾ, ਸੰਕਟ *vi* ਸੋਗ ਪੈਣਾ, ਗ਼ਮ ਕਰਨਾ; ਕਲੇਸ਼ ਪੈਣਾ, ਚਿੰਤਤ ਹੋਣਾ, ਬਿਪਤਾ ਪੈਣਾ

sorrowful /'**ਸੌਰਅਉਫ਼ਲ**/ *a* ਉਦਾਸ, ਗ਼ਮਗੀਨ, ਸੋਗੀ, ਸੋਗਵਾਨ, ਦਿਲਗੀਰ

sorry /'**ਸੋਰਿ**/ *a* ਅਫ਼ਸੋਸ ਭਰਿਆ; ਪਸ਼ੇਮਾਨ; ਤੁੱਛ, ਨਿਗੂਣਾ, ਹੀਣਾ

sort /**ਸੋਟ**/ *n* ਪ੍ਰਕਾਰ, ਕਿਸਮ, ਵੰਨਗੀ *v* ਵੱਖ-ਵੱਖ ਕਰਨਾ, ਛਾਂਟਣਾ, ਆਪਣੀ-ਆਪਣੀ ਸ਼੍ਰੇਣੀ ਵਿੱਚ

ਰੱਖਣਾ; ਥਾਂ ਸਿਰ ਰੱਖਣਾ; ਚੁਣਨਾ, ਚੁਣ ਕੇ ਕੱਢਣਾ; ਵੰਡ ਕਰਨਾ; (ਮਸਲਾ) ਸੁਲਝਾਉਣਾ

sortie /'ਸੋਟਿ/ *n* (ਹਵਾਈ ਜਹਾਜ਼ ਦੀ) ਉਡਾਣ, ਫੇਰੀ

sorting[1] /'ਸੋਟਿਙ/ *n* ਛੰਟਾਈ, ਛਾਂਟ, ਵਰਗੀਕਰਨ

sorting[2] *n* (ਕੰਪਿ) ਅੰਕੜਿਆਂ ਨੂੰ ਕਿਸੇ ਵਿਸ਼ੇਸ਼ ਕ੍ਰਮ ਵਿੱਚ ਲਗਾਉਣ ਦੀ ਪ੍ਰਕਿਰਿਆ *v* ਤਰਤੀਬ ਦੇਣਾ

sortition /ਸੋ'ਟਿਸ਼ਨ/ *n* ਲਾਟਰੀ ਪਾਉਣ, ਲਾਟਰੀ ਕੱਢਣ, ਲਾਟਰੀ ਪਾ ਕੇ ਵੰਡਣ (ਦਾ ਅਮਲ)

sort-out *n* ਛਾਂਟੀ, ਚੁਣਨ ਦਾ ਕਾਰਜ, ਵੱਖ-ਵੱਖ ਕਰਨ ਦੀ ਕਿਰਿਆ *v* ਛਾਂਟੀ ਕਰਨਾ, ਚੁਣਨਾ, ਨਿਖੇੜਨਾ, ਕਿਸਮਾਂ ਅਨੁਸਾਰ ਵੱਖ-ਵੱਖ ਕਰਨਾ

S O S /,ਐੱਸ ਅਉ 'ਐੱਸ/ *n* **Save Our Souls** ਦਾ ਸੰਖੇਪ; ਸਖ਼ਤ ਔਕੜ ਵੇਲੇ ਵਾਇਰਲੈਸ ਰਾਹੀਂ ਭੇਜਿਆ ਜਾਣ ਵਾਲਾ ਸੰਦੇਸ਼; ਔਖੇ ਵੇਲੇ ਦੀ ਫ਼ਰਿਆਦ, ਹਾਲਪਾਹਰਿਆ

so-so /'ਸਅਉਸਅਉ/ *a* ਠੀਕ-ਠੀਕ, ਨਾ ਚੰਗਾ ਨਾ ਮਾੜਾ, ਗੁਜ਼ਾਰੇ ਮਾਤਰ

sot /ਸੌਟ/ *n* ਮਨੁੱਖ ਜੋ ਸਦਾ ਹੀ ਨਸ਼ੇ ਵਿੱਚ ਬੌਂਦਲਿਆ ਰਹੇ, ਨਿੱਤ ਦਾ ਸ਼ਰਾਬੀ, ਪਿਆਕਲ, ਪਿਅੱਕੜ

sottish /'ਸੌਟਿਸ਼/ *a* ਨਸ਼ਈ, ਨਸ਼ੇ ਵਿੱਚ ਹੂਰ, ਧੁੱਤ, ਪੀ ਕੇ ਬੌਂਦਲਿਆ ਹੋਇਆ

sotto voce /,ਸੌਟਅਉ'ਵ੍ਅਉਚਿ/ *(lt)adv* ਹੌਲੀ ਜਿਹੇ (ਬੋਲ ਕੇ), ਦੱਬੀ ਅਵਾਜ਼ ਵਿੱਚ

soubise /ਸੂ'ਬੀਜ਼/ *n* ਗੰਢੇ ਦੀ ਚਟਨੀ, ਬਰੀਕ ਕੁੱਟਿਆ ਪਿਆਜ਼

souchong /ਸੂ'ਚੌਙ/ *n* ਇੱਕ ਵਧੀਆ ਕਾਲੀ ਚਾਹ (ਪੱਤੀ)

Soudanese /,ਸੂਡਅ'ਨੀਜ਼/ *a* (ਪਰਾ) ਸੁਡਾਨ ਦੇਸ਼ ਦਾ *n* ਸੁਡਾਨੀ ਭਾਸ਼ਾ; ਸੁਡਾਨ ਦਾ ਵਸਨੀਕ

souffle /'ਸੂਫ਼ਲੇਇ/ *(F) n* ਆਂਡੇ ਦੀ ਚਿਟਿਆਈ ਤੋਂ ਬਣਾਇਆ ਜਾਣ ਵਾਲਾ ਇੱਕ ਖਾਣਾ

sough /ਸਾਉ, ਸਅੱਫ਼/ *n* ਹਵਾ ਦੀ ਸ਼ਾ–ਸ਼ਾ ਦੀ ਅਵਾਜ਼; ਸ਼ੂਕਰ *vi* ਹਵਾ ਦਾ ਸ਼ਾ–ਸ਼ਾ ਕਰਨਾ, ਸ਼ੂਕਰਨਾ, ਸ਼ੂਕਰ ਪੈਣਾ

sought /ਸੋਟ / *v* **seek** ਦਾ ਭੂਤ-ਕਾਲ ਤੇ ਭੂਤ-ਕ੍ਰਿਦੰਤ

soul /ਸਅਉਲ/ *n* ਆਤਮਾ, ਰੂਹ; ਆਪਾ, ਜੀਵ, ਪ੍ਰਾਣੀ, ਵਿਅਕਤੀ ਚੇਤਨਤਾ; ਪ੍ਰਾਣ, ਜਾਨ; ਹਿੰਮਤ, ਬਲ; ਜਿੰਦ ਜਾਨ; (ਕਿਸੇ ਗੁਣ ਦਾ) ਜਿਉਂਦਾ ਜਾਗਦਾ ਨਮੂਨਾ, ਮੁਜੱਸਮਾ, ਮੂਰਤੀ

soulless /'ਸਅਉਲਲਅਸ/ *a* ਪ੍ਰਾਣਹੀਣ; ਉਤਸ਼ਾਹਹੀਣ; ਬੇਜ਼ਮੀਰਾ, ਬੇਦਰਦ

soulmate /'ਸਅਉਲਮੇਇਟ/ *n* ਜਿਗਰੀ ਦੋਸਤ, ਮਨ ਭਾਉਂਦਾ ਮਿੱਤਰ, ਦਿਲੀ ਮਿੱਤਰ

sound[1] /ਸਾਉਨਡ/ *n* ਅਵਾਜ਼, ਧੁਨੀ; ਖੜਾਕ; ਬਿੜਕ; ਖ਼ਾਲੀ ਲਫ਼ਜ਼; ਉਚਾਰਨ *v* ਅਵਾਜ਼ ਨਿਕਲਨਾ, ਧੁਨੀ ਉਤਪੰਨ ਹੋਣਾ; ਖੜਾਕ ਹੋਣਾ; ਵੱਜਣਾ; ਵਜਾਉਣਾ (ਵਾਜਾ ਆਦਿ); ਸੂਚਨਾ ਦੇਣਾ; ਭੈ ਦਾ ਐਲਾਨ ਕਰਨਾ; ਪਤਾ ਲੱਗਣਾ, ਮਾਲੂਮ ਹੋਣਾ; ਪ੍ਰਸਿੱਧ ਕਰਨਾ, ਮਸ਼ਹੂਰ ਕਰਨਾ; ਉਚਾਰਨ ਕਰਨਾ, ਪਰੀਖਿਆ ਕਰਨਾ, ਜਾਚਣਾ; (ਰੇਲਵੇ) ਹਥੌੜੇ ਨਾਲ ਠਕੋਰ ਕੇ ਜਾਚਣਾ

sound[2] *a* ਰਾਜ਼ੀ ਬਾਜ਼ੀ, ਤੰਦਰੁਸਤ, ਚੰਗਾ ਭਲਾ; ਸਬੂਤਾ, ਠੀਕ ਹਾਲਤ ਵਿੱਚ, ਬੇਦਾਗ਼; (ਦਲੀਲ) ਸਿਆਣੀ, ਢੁਕਵੀਂ, ਫਬਵੀਂ, ਵਜ਼ਨਦਾਰ; (ਬੈਂਕ ਆਦਿ) ਚੰਗੀ ਸਾਖ ਵਾਲਾ, ਭਰੋਸੇਯੋਗ; (ਨੀਂਦ) ਡੂੰਘੀ ਗੂੜ੍ਹੀ, ਘੂਕੀ ਵਾਲੀ *adv* (ਸੁੱਤਾ) ਘੂਕ, ਗੂੜ੍ਹੀ ਨੀਂਦ ਵਿੱਚ, ਬੇਸੁਰਤ; (ਝਾੜ, ਝਿੜਕ) ਪੂਰੀ ਤਰ੍ਹਾਂ, ਚੰਗੀ ਤਰ੍ਹਾਂ

sound[3] *n* ਜਲ ਡਮਰੂ ਮੱਧ, ਪਣ ਜੋੜ, ਦੋ ਸਾਗਰਾਂ ਨੂੰ ਜੋੜਨ ਵਾਲਾ ਘੱਟ ਚੌੜਾ ਪਾਣੀ ਦਾ ਮਾਰਗ *v* (ਪਾਣੀ ਦੀ) ਥਾਹ ਲੈਣਾ, ਡੂੰਘਾਈ ਮਾਪਣਾ; ਕਿਸੇ ਦੇ ਭਾਵ ਜਾਂ ਵਿਚਾਰ ਦੀ ਥਾਹ ਲੈਣਾ, ਟੋਹਣਾ, ਜਾਂਚ ਕਰਨਾ; (ਤਾਪਮਾਨ ਜਾਂ ਟੈਂਪਰੇਚਰ) ਸਿਲ੍ਹ ਦਬਾਅ ਆਦਿ ਨਾਪਣਾ; ਮੱਛੀ ਦਾ ਚੁੱਭੀ ਮਾਰ ਕੇ ਸਮੁੰਦਰ ਵਿੱਚ ਹੇਠਾਂ ਚਲੇ ਜਾਣਾ, ਗੋਤਾ ਲਾਉਣਾ

sound barrier *n* ਧੁਨੀ ਤਰੰਗ

sound card *n* (ਕੰਪਿ) ਕੰਪਿਊਟਰ ਤੋਂ ਧੁਨੀਆਂ ਨਾਲ ਸੰਬੰਧਿਤ ਕਾਰਜ ਲੈਣ ਲਈ ਪੁਰਜ਼ਾ

soundings /ਸਾਉਨਡਿਙਜ਼/ *n* ਨਾਪੀ ਹੋਈ ਡੂੰਘਾਈ ਦੇ ਅੰਕੜੇ

soundless /'ਸਾਉਨਡਲਅਸ/ *a* ਮੂਕ, ਬੇਅਵਾਜ਼, ਧੁਨੀਹੀਣ, ਧੁਨੀਰਹਿਤ, ਅਥਾਹ, ਗਹਿਰਾ

soundly /'ਸਾਉਨਡਲਿ/ *adv* ਗੂੜ੍ਹੀ (ਨੀਂਦ ਵਿੱਚ), ਘੂਕ, ਪੱਕੀ ਤਰ੍ਹਾਂ, ਮਜ਼ਬੂਤੀ ਨਾਲ, ਚੰਗੀ ਤਰ੍ਹਾਂ, ਭਲੀ-ਭਾਂਤ

soundness /ਸਾਉਨਡਨਅਸ/ *n* ਅਰੋਗਤਾ, ਨਿਰਦੋਸ਼ਤਾ; ਤਰਕਪੂਰਨਤਾ, ਗੰਭੀਰਤਾ; ਅਗਾਧਤਾ, ਅਖੰਡਤਾ

soundwave /'ਸਾਉਨਡਵੇਇਵ/*n* ਧੁਨੀ ਤਰੰਗ

soup /ਸੂਪ/ *n* ਤਰੀ, ਸ਼ੋਰਬਾ, ਸੂਪ

soup and fish *n* (ਅਪ) ਸ਼ਾਮ ਨੂੰ ਪਾਉਣ ਵਾਲੀ ਪੁਸ਼ਾਕ

soupcon /'ਸੂਪਸੌਨ/ *(F) n* ਰੀਣ, ਰਵਾਲ

sour /'ਸਾਉਅ*/ *a* ਖੱਟਾ (ਸੁਆਦ); (ਰੋਟੀ) ਬੁਸੀ ਹੋਈ, ਖ਼ਮੀਰੀ; (ਵਾਸ਼ਨਾ) ਖ਼ਮੀਰ ਵਰਗੀ; ਖ਼ਮੀਰ ਵਾਲੀ; (ਸੁਭਾਅ) ਚਿੜਚਿੜਾ, ਖਿਝੂ, ਗੁੱਸੇ ਵਾਲਾ *v* ਖੱਟਾ ਹੋ ਜਾਣਾ ਜਾਂ ਕਰਨਾ; ਖ਼ਮੀਰਾ ਹੋ ਜਾਣਾ ਜਾਂ ਕਰਨਾ; ਬੁਸ ਜਾਣਾ; (ਦੁੱਧ) ਫਟ ਜਾਣਾ; ਖਿਝੂ ਬਣਾ ਦੇਣਾ, ਚਿੜਚਿੜਾ ਕਰ ਦੇਣਾ

source /ਸੋਸ/ *n* ਸੋਮਾ, ਸ੍ਰੋਤ, ਨਿਕਾਸ, ਨਿਕਾਸ ਵਾਲੀ ਥਾਂ, ਪੈਦਾ ਹੋਣ ਵਾਲੀ ਥਾਂ; ਜੜ੍ਹ, ਮੂਲ, ਮੁੱਢ

source code *n* (ਕੰਪਿ) ਪਾਠ ਰੂਪ ਵਿੱਚ ਲਿਖਿਆ ਕੰਪਿਊਟਰ ਪ੍ਰੋਗਰਾਮ ਜਿਸਨੂੰ ਕੰਪਿਊਟਰ ਵਿੱਚ ਚਲਾਉਣ ਲਈ ਪਹਿਲਾਂ ਮਸ਼ੀਨ-ਭਾਸ਼ਾ ਵਿੱਚ ਬਦਲਣਾ ਪੈਂਦਾ ਹੈ

sourdough /'ਸਾਉਅਡਅਉ/ *n* ਖ਼ਮੀਰਾ ਆਟਾ

souse /ਸਾਉਸ/ *n* ਲੂਣਾ ਅਚਾਰ, ਸਿਰਕੇ ਵਾਲਾ ਅਚਾਰ; ਚੁੱਭੀ; ਵਾਛੜ *vt* ਅਚਾਰ ਪਾਉਣਾ; ਅਚਾਰ ਵਿੱਚ ਪਾਉਣਾ, ਕਿਸੇ ਤਰਲ ਵਸਤੂ ਵਿੱਚ ਪਾਉਣਾ, ਡੋਬਣਾ, ਭਿਓਂਣਾ, ਤਰ ਕਰਨਾ; ਭਿੱਜਣਾ, ਡੁੱਬਣਾ; ਵਾਰ ਕਰਨਾ, ਟੁੱਟ ਕੇ ਪੈ ਜਾਣਾ; ਨਸ਼ੇ ਵਿੱਚ ਚੂਰ ਹੋਣਾ ਜਾਂ ਕਰਨਾ

soutane /ਸੂ'ਟਾਨ/ *n* ਰੋਮਨ ਕੈਥੋਲਿਕ ਪਾਦਰੀਆਂ ਦਾ ਲੰਮਾ ਚੋਗਾ

souteneur /ˌਸੂਟਅ'ਨਅ:*/ *(F) n* ਦੱਲਾ, ਭੜੂਆ

souter /'ਸੂਟਅ*/ *n* ਮੋਚੀ, ਚਮਾਰ

south /ਸਾਉਥ/ *n* ਦੱਖਣ, ਦੱਖਣ ਦਿਸ਼ਾ *a* ਦੱਖਣੀ, ਦੱਖਣ ਵੱਲ ਦਾ, ਦੱਖਣੀ ਇਲਾਕੇ ਵਿੱਚ ਰਹਿਣ ਵਾਲਾ ਵਿਅਕਤੀ *adv* ਦੱਖਣ ਵੱਲ

south-east /ˌਸਾਉਥ'ਈਸਟ/*n* ਦੱਖਣ ਪੂਰਬ *a* ਦੱਖਣ ਪੂਰਬ ਦਾ

south-easter /ˌਸਾਉਥ'ਈਸਟਅ*/*n* ਦੱਖਣ ਪੂਰਬੀ ਦਿਸ਼ਾ ਵੱਲੋਂ ਆਉਣ ਵਾਲੀ ਹਵਾ

south-easterly/ˌਸਾਉਥ'ਈਸਟ(ਅ)ਲਿ/ *adv* ਦੱਖਣ ਪੂਰਬ ਦਿਸ਼ਾ ਵੱਲ ਜਾਂ ਦੱਖਣ ਪੂਰਬ ਵੱਲੋਂ

south-eastern /ˌਸਾਉਥ'ਈਸਟਅਨ/*a* ਦੱਖਣ ਪੂਰਬੀ ਦਿਸ਼ਾ 'ਚ ਸਥਿਤ, ਦੱਖਣ ਪੂਰਬੀ ਦਿਸ਼ਾ ਵਾਲਾ

south-eastwards /ˌਸਾਉਥ'ਈਸ(ਟ)ਵਅਡਜ਼/ *adv* ਦੱਖਣ ਪੂਰਬੀ ਪਾਸੇ ਨੂੰ

southerly /'ਸਅੱਦਅਲਿ/ *a* ਦੱਖਣ ਵੱਲ ਸੇਧਤ ਜਾਂ ਸਥਿਰ; ਦੱਖਣੀ (ਹਵਾ)

southern /'ਸਅੱਦਅਨ/ *a* ਦੱਖਣ ਦਾ, ਦੱਖਣ ਨਾਲ ਸੰਬੰਧਿਤ

Southern Cross *n* ਦੱਖਣ ਦਿਸ਼ਾ ਵੱਲ ਦੇ ਤਾਰਿਆਂ ਦਾ ਇੱਕ ਜੁਟ

southerner /'ਸਅੱਦਅਨਅ*/ *n* ਦੱਖਣ ਦਾ ਰਹਿਣ ਵਾਲਾ ਵਿਅਕਤੀ

southernwood /'ਸਅੱਦਅਨਵੁਡ /*n* ਇੱਕ ਸੁਗੰਧਿਤ ਲੱਕੜੀ

southpaw /'ਸਾਉਥਪੋ/ *a* ਖਬਚੂ, ਖੱਬੂ *n* ਖੱਬੇ ਹੱਥ ਤੋਂ ਕੰਮ ਲੈਣ ਵਾਲਾ ਮੁੱਕੇਬਾਜ਼

South Pole *n* ਦੱਖਣੀ ਧਰੁਵ

southron /'ਸਅੱਦਰ(ਅ)ਨ/ *n* ਦੱਖਣ ਦਾ ਰਹਿਣ ਵਾਲਾ; ਅੰਗਰੇਜ਼, ਇੰਗਲੈਂਡ ਦਾ ਵਸਨੀਕ

southward /'ਸਾਉਥਵਅਡ/ *a* ਦੱਖਣੀ *adv* ਦੱਖਣ ਵੱਲ ਦਾ

southwards /'ਸਾਉਥਵਅਡਜ਼/ *adv* ਦੱਖਣ ਵੱਲ ਨੂੰ, ਦੱਖਣ ਦਿਸ਼ਾ ਵਿੱਚ ਜਾਂ ਵੱਲ

south-west /ˌਸਾਉਥ'ਵੈੱਸਟ/ *n* ਦੱਖਣ ਪੱਛਮ, ਦੱਖਣ ਪੱਛਮੀ ਦਿਸ਼ਾ; ਦੱਖਣ ਪੱਛਮੀ ਇਲਾਕਾ

south-wester/ˌਸਾਉਥ'ਵੈੱਸਟਅ*/ *n* ਦੱਖਣ-ਪੱਛਮ ਵੱਲੋਂ ਆਉਣ ਵਾਲੀ ਪੌਣ, ਬਰਸਾਤੀ ਟੋਪ

souvenir /ˌਸੂਵ੍ਆ'ਨਿਅ*/ *n* ਸੁਗਾਤ; ਯਾਦਗਾਰ, ਸਮਾਰਕ, ਯਾਦਗਾਰ ਵਜੋਂ ਦਿੱਤੀ ਗਈ ਜਾਂ ਰੱਖੀ ਗਈ ਕੋਈ ਵਸਤੂ

sovereign /'ਸੌਵ੍ਰਿਨ/ *a* ਉੱਤਮ, ਉੱਚਤਮ, ਸਭ ਤੋਂ ਵੱਡਾ; ਕਮਾਲ ਦਾ; ਸਿਰਮੌਰ, ਸਿਰਤਾਜ; ਸਰਬ ਸੱਤਾਧਾਰੀ; ਸ਼ਹਿਨਸ਼ਾਹ, ਮਹਾਰਾਜਾ *n* ਸੋਨੇ ਦਾ ਅੰਗਰੇਜ਼ੀ ਸਿੱਕਾ, ਪੌਂਡ

sovereignty /'ਸੌਵ੍ਰਅਨਟਿ/ *n* ਪ੍ਰਭੂਸਤਾ, ਬਾਦਸ਼ਾਹਤ, ਰਾਜ, ਹਕੂਮਤ; ਸਰਬ ਸਮਰੱਥਾ

Soviet /'ਸਅਉਵ੍ਇਅਟ, ਸੌਵ੍ਇ-/ *n* (ਇਤਿ) ਰੂਸ ਦੇ ਮਜ਼ਦੂਰਾਂ ਅਤੇ ਸੈਨਿਕਾਂ ਵੱਲੋਂ ਚੁਣੀ ਗਈ ਜਿਲ੍ਹੇ ਦੀ ਕਮੇਟੀ ਜਾਂ ਪੰਚਾਇਤ; ਸਾਰੇ ਰੂਸ ਦੀ ਪ੍ਰਤਿਨਿਧਤਾ ਕਰਨ ਵਾਲੀ ਚੁਣੀ ਗਈ ਕਮੇਟੀ; ਰੂਸ ਦੇਸ਼ ਦੀ ਇਨਕਲਾਬੀ ਸਰਕਾਰ, ਇਨਕਲਾਬ ਉਪਰੰਤ ਰੂਸੀ ਕੌਮ ਦਾ ਨਾਂ, ਸੋਵੀਅਤ ਦੇਸ਼

sow[1] /ਸਅਉ/ *v* ਬੀਜਣਾ, ਪ੍ਰਚਾਰ ਕਰਨਾ, ਮਸ਼ਹੂਰ ਕਰਨਾ; ਖਿਲਾਰਨਾ, ਵਿਛਾਉਣਾ, ਫਰਸ਼ ਜਿਹਾ ਵਿਛਾ ਦੇਣਾ

sow[2] /ਸਾਉ/ *n* ਸੂਰੀ, ਸੂਰਨੀ

sowbread/ਸਾਉਬਰੈਡ/ *n* ਛੇਤੀ ਫੁੱਲ ਦੇਣ ਵਾਲਾ ਇੱਕ ਪੌਦਾ

soy sauce/ˌਸੌਇ 'ਸੋਸ/ *n* ਸੋਇਆਬੀਨ ਤੋਂ ਬਣੀ ਚਟਣੀ

sozzled /'ਸੌਜ਼ਲਡ/ *a* (ਅਪ) ਨਸ਼ੇ ਵਿੱਚ ਧੁੱਤ

spa /ਸਪਾ/ *n* ਅਜਿਹਾ ਚਸ਼ਮਾ ਜਿਸ ਵਿੱਚੋਂ ਖਣਿਜੀ ਪਾਣੀ ਨਿਕਲਦਾ ਹੋਵੇ, ਤੰਦਰੁਸਤੀ ਲਈ ਲਾਭਦਾਇਕ ਪਾਣੀ ਵਾਲੀ ਕੂਲ੍ਹ; ਅਜਿਹੀ ਕੂਲ੍ਹ ਵਾਲੀ ਥਾਂ

space /ਸਪੇਇਸ/ *n* ਖ਼ਾਲੀ ਥਾਂ, ਵਿੱਥ; ਥਾਂ; ਪੁਲਾੜ, ਅਕਾਸ਼, ਖ਼ਲਾਅ; ਵਿਸਤਾਰ; ਸ਼ਬਦਾਂ ਜਾਂ ਟਾਈਪ ਦੀਆਂ ਲਾਈਨਾਂ ਦੇ ਵਿਚਾਲੇ ਦੀ ਥਾਂ; ਸਮਾਂ, ਕਾਲ, ਅਵਧੀ; ਵਿਚਾਲੇ ਦਾ ਸਮਾਂ, ਸਮੇਂ ਦਾ ਅੰਤਰ *vt* ਵਿੱਥ ਤੇ ਰੱਖਣਾ, ਵਿੱਥ ਦੇਣਾ, ਸ਼ਬਦਾਂ ਜਾਂ ਪੰਗਤੀਆਂ ਦੇ ਵਿਚਾਲੇ ਥਾਂ ਰੱਖਣਾ

spacecraft /'ਸਪੇਇਸਕਰਾਫ਼ਟ/ *n* ਪੁਲਾੜੀ ਜਹਾਜ਼

spaceman /'ਸਪੇਇਸਮੈਨ/ *n* ਪੁਲਾੜੀ ਯਾਤਰੀ

spaceship /'ਸਪੇਇਸਸ਼ਿਪ/ *n* ਅੰਤਰਿਕਸ਼ਯਾਨ, ਪੁਲਾੜ ਵਿਮਾਨ

spacial /'ਸਪੇਇਸ਼ਲ/ *a* ਪੁਲਾੜ ਸੰਬੰਧੀ, ਪੁਲਾੜੀ; ਵਿੱਥਮਈ

spacious /'ਸਪੇਇਸ਼ਅਸ/ *a* ਖੁੱਲ੍ਹਾ, ਮੋਕਲਾ, ਵਿਸ਼ਾਲ, ਲੰਮਾ-ਚੌੜਾ

spaciousness /'ਸਪੇਇਸ਼ਅਸਨਅਸ/ *n* ਵਿਸਤਾਰ, ਫੈਲਾਅ, ਲੰਬਾਈ-ਚੁੜਾਈ, ਗੁੰਜਾਇਸ਼

spade /ਸਪੇਇਡ/ *n* ਬੇਲਚਾ, ਫੌੜ੍ਹਾ, ਕਹੀ; ਬੇਲਚੇ ਜਾਂ ਕਹੀ ਵਰਗਾ ਕੋਈ ਸੰਦ, (ਤਾਸ਼ ਵਿੱਚ) ਹੁਕਮ ਦਾ ਰੰਗ ਜਾਂ ਪੱਤਾ

spadeful /'ਸਪੇਇਡਫ਼ੁਲ/ *n* ਕਹੀ ਚੇਪਾ; ਚੇਪੇ ਵਿੱਚ ਆਉਂਦੀ ਮਿੱਟੀ ਆਦਿ ਦੀ ਮਾਤਰਾ

spadework /'ਸਪੇਇਡਵਅ:ਕ/ *n* ਮੁੱਢਲਾ ਸਖ਼ਤ ਕੰਮ, ਕਰੜੀ ਮਿਹਨਤ ਵਾਲਾ ਅਰੰਭਿਕ ਕੰਮ, ਮੋਟਾ-ਮੋਟਾ ਕੰਮ

spadger /'ਸਪੈਜਅ*/ *n* **sparrow** (ਚਿੜੀ) ਦਾ ਵਿਗੜਿਆ ਰੂਪ

spadille /ਸਪਅ'ਡਿਲ/ *n* (ਤਾਸ਼ ਵਿੱਚ) ਹੁਕਮ ਦਾ ਯੱਕਾ, ਸਭ ਤੋਂ ਵੱਡਾ ਪੱਤਾ

spado /'ਸਪੇਇਡਅਉ/ *n* ਕਮਜ਼ੋਰ ਆਦਮੀ, ਨਪੁੰਸਕ ਵਿਅਕਤੀ; ਹੀਜੜਾ

spae /ਸਪੇਇ/ *v* ਭਵਿੱਖ ਬਾਰੇ ਦੱਸਣਾ, ਭਵਿੱਖਬਾਣੀ ਕਰਨਾ

spaewife /'ਸਪੇਇਵਾਇਫ਼/*n* ਭਵਿੱਖ ਦੱਸਣ ਵਾਲੀ, ਜੋਤਸ਼ਣ

spaghetti /ਸਪਅ'ਗੈਟਿ/ *(It) n* ਇੱਕ ਤਰ੍ਹਾਂ ਦੀਆਂ ਸੇਵੀਆਂ ਜੋ ਅੰਦਰੋਂ ਪੋਲੀਆਂ ਹੁੰਦੀਆਂ ਹਨ

spall[1] /ਸਪੋਲ/ *n* ਟੁਕੜਾ, ਚਿੱਪਰ, ਕਾਤਰ

spall[2] *v* (ਹਥੌੜੇ ਨਾਲ) ਤੋੜਨਾ, ਟੋਟੇ ਕਰਨਾ, ਖੰਡ-ਖੰਡ ਕਰਨਾ

spalpeen /ਸਪੈਲ'ਪੀਨ/ *n* (ਆਇਰਲੈਂਡ) ਗੁੰਡਾ, ਬਦਮਾਸ਼; ਮੁੰਡਾ-ਖੁੰਡਾ

spam /ਸਪੈਮ/ *n* ਕੱਟਿਆ ਅਤੇ ਪਕਾਇਆ ਹੋਇਆ ਡੱਬੇ ਬੰਦ ਮੀਟ

span[1] /ਸਪੈਨ/ *n* ਗਿੱਠ ਜਿੰਨੀ ਲੰਮਾਈ; ਨੌਂ ਇੰਚ ਦੀ ਵਿੱਥ; ਗਿੱਠ, ਪੁਲ ਦੀਆਂ ਕੋਠੀਆਂ ਦੇ ਵਿਚਾਲੇ ਦੀ ਵਿੱਥ; ਸਮਾਂ ਅਵਧੀ, ਕਾਲ; ਪੂਰਾ ਵਿਸਤਾਰ ਜਾਂ ਖਿਲਾਰ *vt* ਗਿੱਠਾਂ ਨਾਲ ਮਿਣਨਾ; ਦਰਿਆ ਆਦਿ ਉੱਤੇ ਪੁਲ ਬਣਾਉਣਾ; ਪੁਲ ਦੀ ਡਾਟ ਦਾ ਇੱਕ ਪਾਸੇ ਤੋਂ ਦੂਜੇ ਪਾਸੇ ਤੱਕ ਵਿਛੇ ਹੋਣਾ, ਆਰ-ਪਾਰ ਫੈਲਣਾ; (ਚੇਤੇ ਦਾ ਸਮੇਂ ਉੱਤੇ) ਛਾਏ ਹੋਣਾ

span[2] *n* **spin** ਦਾ ਪੁਰਾਤਨ ਭੂਤ-ਕਾਲ

spang /ਸਪੈਙ/ *n* ਧੱਕਾ, ਛਾਲ, ਟਪੂਸੀ *vt* ਧੱਕੇ ਨਾਲ ਸੁੱਟਣਾ, ਟੱਪਣਾ, ਕੁੱਦਣਾ, ਛਾਲ ਮਾਰਨਾ

spangle /'ਸਪੈਙਗਲ/ *n* (ਕੱਪੜੇ ਤੇ ਲਾਉਣ ਵਾਲੇ) ਸਿਤਾਰੇ, ਸਿਲਮਾ ਸਿਤਾਰਾ *vt* ਸਿਲਮਾ ਸਿਤਾਰਾ ਜੜਨਾ

spangled /'ਸਪੈਙਗਲਡ/ *a* ਸਿਤਾਰਿਆਂ ਵਾਲਾ, ਸਿਲਮੇ ਸਿਤਾਰੇ ਵਾਲਾ, ਸਿਤਾਰਿਆਂ ਨਾਲ ਜੜਿਆ

Spaniard /'ਸਪੈਨਯਅਡ/ *n* ਸਪੇਨ ਦੇਸ਼ ਦਾ ਵਸਨੀਕ ਵਿਅਕਤੀ

spaniel /'ਸਪੈਨਯਅਲ/ *n* ਲੰਮੀ ਜੱਤ ਤੇ ਵੱਡੇ-ਵੱਡੇ ਕੰਨਾਂ ਵਾਲਾ ਇੱਕ ਕੁੱਤਾ

Spanish /'ਸਪੈਨਿਸ਼/ *a* ਸਪੇਨ ਦਾ *n* ਸਪੇਨ ਦਾ ਵਸਨੀਕ; ਸਪੇਨ ਦੀ ਬੋਲੀ

spank /ਸਪੈਙਕ/ *v* ਚਿੱਤੜਾਂ ਉੱਤੇ ਧੱਫਾ ਮਾਰਨਾ; ਕਾਹਲੀ ਤੁਰਨਾ; ਘੋੜੇ ਨੂੰ ਮਾਰ ਕੇ ਤੋਰਨਾ; ਘੋੜੇ ਦਾ ਪੋਈਆ ਚੱਲਣਾ *n* ਧੱਫਾ, ਲਫੇੜਾ

spanker /ਸਪੈਙਕਅ*/ *n* (ਬੋਲ) ਤੇਜ਼ ਤੁਰਨ ਵਾਲਾ ਘੋੜਾ; ਮਾਰੂਕੇ ਦੀ ਚੀਜ਼; ਜਹਾਜ਼ ਦਾ ਅਗਲਾ ਤੇ ਪਿਛਲਾ ਪੱਲੂ

spanking /'ਸਪੈਙਕਿਙ/ *a* (ਹਵਾ) ਸੁਖਾਵੀਂ; ਸ਼ਾਨਦਾਰ, ਟਿਚਨ, ਬਹੁਤ ਚੰਗਾ

spanner /'ਸਪੈਨਅ*/ *n* ਢਿਬਰੀ ਆਦਿ ਕੱਸਣ ਵਾਲਾ ਸੰਦ, ਚਾਬੀ, ਪਾਨਾ, ਰੈਂਚ

spar[1] /ਸਪਾ*/ *n* ਇੱਕ ਚਮਕਦਾਰ ਖਣਿਜ

spar[2] *vt* (ਬਾਕਸਿੰਗ ਵਿੱਚ) ਘਸੁੰਨ ਵਾਹੁਣਾ, ਵਾਹੋਦਾਹੀ ਮਾਰੀ ਜਾਣਾ, ਝਗੜਨਾ, ਹੂਰੇ ਮਾਰਨਾ, ਤੂੰ-ਤੂੰ, ਮੈਂ-ਮੈਂ ਕਰਨਾ; ਕੁੱਕੜਾਂ ਦਾ ਲੜਨਾ

spare /ਸਪੇਅ*/ *v* ਛੱਡਣਾ, ਵਿਹਲਾ ਕਰਨਾ, ਛੋਟ ਕਰਨਾ, ਵਰਤੋਂ ਵਿੱਚ ਨਾ ਲਿਆਉਣਾ, ਕਸਰ ਰੱਖਣਾ, ਲਾਂਭੇ ਰੱਖਣਾ; ਬਚਾਅ ਰੱਖਣਾ; ਜਾਨ ਬਖਸ਼ੀ ਕਰਨਾ, ਬਖਸ਼ ਦੇਣਾ; ਖਿਮਾ ਕਰ ਦੇਣਾ; ਲਿਹਾਜ਼ ਰੱਖਣਾ; ਸਰਫ਼ਾ ਕਰਨਾ *a* ਵਾਧੂ, ਫਾਲਤੂ; ਵਿਹਲਾ, ਖ਼ਾਲੀ (ਸਮਾਂ); ਥੋੜ੍ਹਾ, ਮਾਮੂਲੀ (ਖ਼ੁਰਾਕ); ਪਤਲਾ, ਇਕਹਿਰੇ ਸਰੀਰ ਵਾਲਾ; ਸੁਰੱਖਿਅਤ, ਵੇਲੇ ਕੁਵੇਲੇ ਦੀ ਲੋੜ ਪੂਰੀ ਕਰਨ ਲਈ ਸਾਂਭ ਕੇ ਰੱਖਿਆ *n* ਮਸ਼ੀਨ ਆਦਿ ਦਾ ਫਾਲਤੂ ਪੁਰਜ਼ਾ

spare part *n* ਲੋੜ ਪੈਣ ਤੇ ਬਦਲਨ ਲਈ ਵਾਧੂ ਹਿੱਸੇ ਪੁਰਜ਼ੇ

spare room *n* ਪ੍ਰਾਹੁਣਿਆਂ ਲਈ ਰੱਖਿਆ ਕਮਰਾ

spark /ਸਪਾਕ/ *n* ਚੰਗਿਆੜੀ, ਚਿਣਗ; ਬਿਜਲੀ ਦੀ ਚੰਗਿਆੜੀ; (ਗੁਣ ਦੀ) ਝਲਕ *v* ਚੰਗਿਆੜੀਆਂ ਨਿਕਲਨਾ; ਬਿਜਲੀ ਦੀ ਚੰਗਿਆੜੀ ਕੱਢਣਾ ਜਾਂ ਨਿਕਲਨਾ

sparking plug *n* ਮੋਟਰ ਦੇ ਇੰਜਣ ਵਿੱਚ ਸਫੋਟਕ ਮਸਾਲੇ ਨੂੰ ਭੜਕਾਉਣ ਵਾਲਾ ਪੁਰਜ਼ਾ

sparkle /'ਸਪਾਕਲ/ *vi* ਲਿਸ਼ਕਣਾ, ਚਮਕਣਾ, ਝਲਕ ਮਾਰਨਾ; ਚੰਗਿਆੜੇ ਛੱਡਣਾ; ਟਹਿਕਣਾ, ਚੜ੍ਹਦੀ ਕਲਾ ਵਿੱਚ ਹੋਣਾ *n* ਲਿਸ਼ਕ, ਚਮਕ, ਝਲਕ, ਲਿਸ਼ਕਾਰਾ; ਟਹਿਕ

sparklet /'ਸਪਾਕਲਿਟ/ *n* ਛੋਟੀ ਚੰਗਿਆੜੀ; ਕਿਸੇ ਗੁਣ ਦਾ ਬਹੁਤ ਥੋੜ੍ਹਾ ਅੰਸ਼

sparrow /'ਸਪੈਰਅਉ/ *n* ਚਿੜੀ

sparrowhawk /'ਸਪੈਰਅਉਹੋਕ/*n* ਛੋਟਾ ਸ਼ਿਕਰਾ

sparse /ਸਪਾਸ/ *a* ਵਿਰਲੇ-ਵਿਰਲੇ, (ਵੱਸੋਂ) ਖਿੱਲਰਵੀਂ ਅਤੇ ਥੋੜ੍ਹੀ; (ਦੰਦ) ਵਿਰਲੇ; ਅਨਿਯਮਤ, ਅਵਿਵਸਥਿਤ; ਦੂਰ-ਦੂਰ, ਟਾਵੇਂ-ਟਾਵੇਂ

spartan /'ਸਪਾਟਨ/ *n* ਪ੍ਰਾਚੀਨ ਸਪਾਰਟਾ ਦਾ ਵਸਨੀਕ *a* ਸਪਾਰਟਾ ਦੇ ਲੋਕਾਂ ਵਾਲਾ; ਸਪਾਰਟਾ ਦੇ ਵਸਨੀਕਾਂ ਵਰਗਾ

spasm /'ਸਪੈਜ਼ਅਮ/ *n* (ਖੰਘ, ਦਮੇ ਆਦਿ ਦਾ) ਦੌਰਾ; ਅੰਗਾਂ ਦਾ ਖਿਚਾਅ, ਨਾੜਾਂ ਦਾ ਤਣਾਅ, ਸਾਰੇ ਸਰੀਰ ਵਿੱਚ ਪਈ ਖਿੱਚ, ਕੜੱਲ, ਜਕੜ

spasmodic /ਸਪੈਜ਼'ਮੌਡਿਕ/ *a* ਅਚਨਚੇਤ ਅਤੇ ਸਖ਼ਤ, ਆਵੇਗਮਈ, ਬਿਮਾਰੀ ਸਖ਼ਤ ਕਰੜੇ ਦੌਰੇ ਵਰਗਾ; ਰੁਕ-ਰੁਕ ਕੇ ਆਉਣ ਵਾਲਾ, ਅਨਿਯਮਤ

spastic /'ਸਪੈਸਟਿਕ/ *a* (ਬਿਮਾਰੀ ਦੇ) ਦੌਰੇ ਵਰਗਾ, ਕਦੇ ਕਦਾਈਂ, ਅਨਿਯਮਿਤ

spat[1] /ਸਪੈਟ/ *v* **spit** ਦਾ ਭੂਤ-ਕਾਲ ਅਤੇ ਭੂਤ-ਕ੍ਰਿਦੰਤ

spat[2] *n* ਸਿੱਪਦਾਰ ਮੱਛੀ ਦਾ ਆਂਡਾ; (ਬੋਲ) ਮਾਮੂਲੀ ਝਗੜਾ, ਟੰਟਾ

spatchcock/'ਸਪੈਚਕੌਕ/ *n* ਪੰਛੀ/ਕੁੱਕੜ ਆਦਿ ਜਿਹੜਾ ਝਟਕਾ ਕੇ ਝਟਪਟ ਹੀ ਰਿੱਧਾ ਹੋਵੇ *vt* ਇੰਜ ਮਾਸ ਰਿੰਨ੍ਹਣਾ; ਕਿਸੇ ਹੋਰ ਵਿਚਾਲੇ ਕੋਈ ਨਵੀਂ ਖ਼ਬਰ ਟਾਂਕ ਦੇਣਾ; ਕਾਹਲੀ ਵਿੱਚ ਲਿਖਣਾ, ਘਸੀਟ ਦੇਣਾ

spate/ਸਪੇਇਟ/ *n* ਦਰਿਆ ਜਾਂ ਨਾਲ ਆਦਿ ਵਿੱਚ ਪਾਣੀ ਦਾ ਚੜ੍ਹਾਅ, ਹੜ੍ਹ

spatial /'ਸਪੇਇਸ਼ਲ/ *a* ਥਾਂ ਬਾਰੇ, ਥਾਂ ਸੰਬੰਧੀ, ਥਾਂ ਦਾ; ਪੁਲਾੜ ਬਾਰੇ, ਪੁਲਾੜੀ

spatter/'ਸਪੈਟਅ*/ *v* ਛਿੱਟੇ ਪਾਉਣਾ ਜਾਂ ਪੈਣਾ, ਛਿੱਟਿਆਂ ਨਾਲ ਲਿਬੇੜਨਾ ਜਾਂ ਲਿੱਬੜਨਾ *n* ਛਰਬਲ-ਛਰਬਲ ਦੀ ਅਵਾਜ਼

spatterdash/'ਸਪੈਟਅਡੈਸ਼/ *n* ਗਿੱਟੇ ਅਤੇ ਪਿੰਨੀ ਦੇ ਹੇਠਲੇ ਹਿੱਸੇ ਉੱਤੇ ਬੰਨ੍ਹੀ ਜਾਣ ਵਾਲੀ ਪੱਟੀ

spatterdock /'ਸਪੈਟਅਡੌਕ/ *n* ਪਾਣੀ ਵਿੱਚ ਉੱਗਣ ਵਾਲਾ ਖੱਟੇ ਰੰਗ ਦੇ ਫੁੱਲਾਂ ਵਾਲਾ ਬੂਟਾ

spatula /'ਸਪੈਚਅਲਅ/ *n* ਮਰਹਮ ਬਣਾਉਣ ਵਾਲੀ ਚੌੜੇ ਫਲ ਵਾਲੀ ਛੁਰੀ; (ਗਲ ਦਾ ਮੁਆਇਨਾ ਕਰਨ ਲਈ) ਜੀਭ ਨੂੰ ਦੱਬਣ ਵਾਲਾ ਚਮਚੇ ਵਰਗਾ ਇੱਕ ਯੰਤਰ

spatule /'ਸਪੈਟਯੂਲ/ *n* ਪੰਛੀ ਦੀ ਪੂਛ

spavin /'ਸਪੈਵ੍ਰਿਨ/ *n* ਘੋੜੇ ਦੀਆਂ ਪਿਛਲੀਆਂ ਲੱਤਾਂ ਦੇ ਜੋੜਾਂ ਵਿੱਚ ਰਸੌਲੀ ਵਾਂਗ ਨਿਕਲਨ ਵਾਲਾ ਇੱਕ ਰੋਗ, ਹੱਡਾ, ਮੋਥਰਾ

spawl /ਸਪੋਲ/ *n* ਥੁੱਕ, ਲਾਰ, ਰਾਲ੍ਹ *vt* ਥੁੱਕਣਾ, ਲਾਰ ਛੱਡਣਾ

spawn /ਸਪੋਨ/ *n* ਮੱਛੀ ਅਥਵਾ ਡੱਡੀ ਆਦਿ ਦੇ ਆਂਡੇ; (ਘਿਰਨਾ ਵਿੱਚ) ਮਨੁੱਖ ਦੇ ਬੱਚੇ, ਔਲਾਦ; ਸੂਰ ਵਾਧਾ *vt* ਮੱਛੀ ਆਦਿ ਦਾ ਆਂਡੇ ਦੇਣਾ; (ਘਿਰਨਾ ਵਿੱਚ) ਨਿਆਣੇ ਜੰਮਣਾ, ਬੱਚੇ ਪੈਦਾ ਕਰੀ ਜਾਣਾ

spay /ਸਪੇਇ/ *vt* ਬਾਂਝ ਬਣਾਉਣਾ, ਅੰਡ ਕੋਸ਼ ਜਾਂ ਓਵਰੀ ਨੂੰ ਕੱਢ ਦੇਣਾ, ਬੱਚੇਦਾਨੀ ਕੱਢਣਾ

spaza /'ਸਪਾਜ਼ਅ/ *n* ਘਰ ਵਿੱਚ ਖੋਲ੍ਹੀ ਛੋਟੀ-ਮੋਟੀ ਦੁਕਾਨ, ਸਥਾਨਕ ਲੋਕਾਂ ਦੀਆਂ ਲੋੜਾਂ ਦੀ ਪੂਰਤੀ ਦੀ ਦੁਕਾਨ

speak/ਸਪੀਕ/ *v* ਬੋਲਣਾ, ਕੂਣਾ; (ਕੁਝ) ਆਖਣਾ, ਕਹਿਣਾ, ਦੱਸਣਾ; ਗੱਲਬਾਤ ਕਰਨਾ; (ਰਾਏ ਆਦਿ) ਪ੍ਰਗਟ ਕਰਨਾ; ਭਾਸ਼ਣ ਦੇਣਾ; (ਥੀਏਟਰ ਵਿੱਚ) ਗਾਣੇ ਦੇ ਵਿਰੋਧ ਵਿੱਚ ਸਧਾਰਨ ਵਾਰਤਾਲਾਪ ਕਰਨਾ; ਇੱਕ ਜਹਾਜ਼ ਦਾ ਦੂਜੇ ਜਹਾਜ਼ ਨਾਲ ਝੰਡੀ/ਸ਼ੀਸ਼ੇ ਰਾਹੀਂ ਗੱਲਬਾਤ ਕਰਨਾ; ਸਬੂਤ ਹੋਣਾ

speakeasy /'ਸਪੀਕਈਜ਼ਿ/ *n* (US, ਇਤਿ, ਅਪ) ਨਾਜਾਇਜ਼ ਸ਼ਰਾਬ ਦੀ ਦੁਕਾਨ

speaker /'ਸਪੀਕਅ*/ *n* ਵਕਤਾ, ਬੋਲਣ ਵਾਲਾ, ਕਹਿਣ ਵਾਲਾ; ਭਾਸ਼ਣ ਦੇਣ ਵਾਲਾ; ਲੈਕਚਰ ਦੇਣ ਵਿੱਚ ਮਾਹਰ; ਲੋਕ ਸਭਾ ਜਾਂ ਵਿਧਾਨ ਸਭਾ ਦਾ ਸਭਾਪਤੀ

speaking trumpet *n* ਅਵਾਜ਼ ਨੂੰ ਉੱਚਾ ਕਰਨ

ਵਾਲਾ ਯੰਤਰ, ਧੂਤੂ

speaking tube *n* ਇੱਕ ਕਮਰੇ ਵਿੱਚੋਂ ਦੂਜੇ ਕਮਰੇ ਵਿੱਚ ਅਵਾਜ਼ ਪਹੁੰਚਾਉਣ ਵਾਲੀ ਨਾਲ ਜਾਂ ਨਲਕੀ

spear /ਸਪਿਅ*/ *n* ਬਰਛਾ, ਬਰਛੀ, ਬਲਮ, ਨੇਜ਼ਾ *vt* ਬਰਛਾ ਮਾਰਨਾ, ਬਰਛੇ ਨਾਲ ਵਿੰਨ੍ਹਣਾ

spearhead /'ਸਪਿਅਹੈੱਡ/ *vt* ਅੱਗੇ ਲੈ ਜਾਣਾ (ਲਹਿਰ ਆਦਿ ਦਾ) ਅੱਗੇ ਵਧਾਉਣਾ; ਅਗਵਾਈ ਕਰਨਾ *n* ਆਗੂ, ਹਰਾਵਲ

spearmint /'ਸਪਿਅਮਿਨਟ/ *n* ਪੂਦਨਾ

spear side *n* ਪਿਤਰੀ ਸਿਲਸਿਲਾ, ਦਾਦਕਾ ਕੁੱਲ

spec /ਸਪੈੱਕ/ *n* (ਬੋਲ) ਸੱਟਾ, ਸੱਟੇ ਦਾ ਕਾਰ-ਵਿਹਾਰ; ਅਨੁਮਾਨ, ਅੰਦਾਜ਼ਾ

special /'ਸਪੈਸ਼ਲ/ *a* ਖ਼ਾਸ, ਵਿਸ਼ੇਸ਼, ਵਿਸ਼ਿਸ਼ਟ; ਅਸਧਾਰਨ *n* ਸਪੈਸ਼ਲ ਗੱਡੀ; ਸਪੈਸ਼ਲ ਐਡੀਸ਼ਨ; ਵਿਸ਼ੇਸ਼ ਪਰੀਖਿਆ ਆਦਿ

special constable *n* ਸੰਕਟ ਸਮੇਂ ਲਈ ਭਰਤੀ ਕੀਤਾ ਗਿਆ ਪੁਲਿਸ ਦਾ ਸਿਪਾਹੀ

special edition *n* ਅਖ਼ਬਾਰ ਰਸਾਲੇ ਆਦਿ ਦਾ ਵਿਸ਼ੇਸ਼ ਅੰਕ

specialist /'ਸਪੈਸ਼ੱਅਲਿਸਟ/ *n* ਪੇਸ਼ੇ ਵਿੱਦਿਆ ਆਦਿ ਦੀ ਕਿਸੇ ਵਿਸ਼ੇਸ਼ ਸ਼ਾਖਾ ਵਿੱਚ ਮੁਹਾਰਤ ਹਾਸਲ ਕਰਨ ਵਾਲਾ ਮਾਹਰ, ਵਿਸ਼ੇਸ਼ੱਗ

speciality /,ਸਪੈੱਸ਼ਿ'ਐਲਅਟਿ/ *n* ਵਿਸ਼ੇਸ਼ ਗੁਣ; ਖ਼ਾਸ ਧੰਦਾ ਜਾਂ ਕਿੱਤਾ, ਵਿਸ਼ੇਸ਼ ਉਪਜ; ਖ਼ਾਸ ਚੀਜ਼; ਵਿਸ਼ੇਸ਼ਤਾ

specialization /,ਸਪੈਸ਼ਅਲਾਇ'ਜ਼ੇਇਸ਼ਨ/ *n* ਵਿਸ਼ੇਸ਼ਗਤਾ, ਮੁਹਾਰਤ

specialize /'ਸਪੈਸ਼ਅਲਾਇਜ਼/ *v* ਕਿਸੇ ਵਿਸ਼ੇ ਜਾਂ ਕਿੱਤੇ ਵਿੱਚ ਵਿਸ਼ੇਸ਼ ਮੁਹਾਰਤ ਹਾਸਲ ਕਰਨਾ, ਨਿਪੁੰਨਤਾ ਪ੍ਰਾਪਤ ਕਰਨਾ; (ਵਿਚਾਰ, ਬਿਆਨ ਆਦਿ ਨੂੰ) ਖਾਸ ਹੱਦ ਵਿੱਚ ਰੱਖਣਾ

specialized /'ਸਪੈਸ਼ੱਅਲਾਇਜ਼ਡ/ *a* ਵਿਸ਼ਿਸ਼ਟ, ਵਿਸ਼ੇਸ਼ੀਕ੍ਰਿਤ

specially /'ਸਪੈਸ਼ੱਅਲਿ/ *adv* ਖਾਸ ਤੌਰ 'ਤੇ, ਵਿਸ਼ੇਸ਼ ਕਰਕੇ, ਉਚੇਚੇ ਤੌਰ 'ਤੇ

special train *n* ਪ੍ਰੋਗਰਾਮ ਦੇ ਅਨੁਸਾਰ ਚੱਲਣ ਵਾਲੀਆਂ ਗੱਡੀਆਂ ਤੋਂ ਇਲਾਵਾ ਖ਼ਾਸ ਅਵਸਰ ਜਾਂ ਮੰਤਵ ਲਈ ਚਲਾਈ ਗਈ ਰੇਲ ਗੱਡੀ

specialty /'ਸਪੈਸ਼ੱਅਲਟਿ/ *n* ਵਿਸ਼ੇਸ਼ ਵਸਤੂ; ਵਿਸ਼ੇਸ਼ਤਾ ਵਾਲਾ ਵਿਸ਼ਾ; (ਕਨੂੰ) ਮੋਹਰਬੰਦ ਦਸਤਾਵੇਜ਼

specie /'ਸਪੀਸ਼ੀ/ *n* ਸੋਨਾ ਚਾਂਦੀ ਆਦਿ ਦੇ ਸਿੱਕੇ, ਨਕਦੀ, ਰੋਕੜ

species /'ਸਪੀਸ਼ੀਜ਼/ *n* ਜਾਤੀ, ਉਪਜਾਤੀ, ਨਸਲ; ਕਿਸੇ ਵੱਡੀ ਸ਼੍ਰੇਣੀ ਦੀ ਅੱਗੇ ਉਪਸ਼੍ਰੇਣੀ; ਇੱਕੋ ਜਿਹੇ ਸੁਭਾਅ ਜਾਂ ਗੁਣਾਂ ਵਾਲੇ ਮਨੁੱਖਾਂ ਦੀ ਸ਼੍ਰੇਣੀ; ਪ੍ਰਕਾਰ, ਕਿਸਮ, ਕੋਟੀ, ਵਰਗ

specific /ਸਪਅ'ਸਿਫ਼ਿਕ/ *a* ਸਪਸ਼ਟ, ਨਿਸ਼ਚਿਤ, ਵਿਸ਼ੇਸ਼, ਖ਼ਾਸ, ਉਚੇਚਾ; ਜਿਨਸੀ, ਜਾਤੀਗਤ, ਵਿਸ਼ੇਸ਼ ਜਾਤੀਗਤ ਗੁਣ ਵਾਲਾ *n* ਖ਼ਾਸ ਦਵਾਈ, ਵਿਸ਼ੇਸ਼ ਇਲਾਜ ਜਾਂ ਨੁਸਖਾ

specifically /ਸਪਅ'ਸਿਫ਼ਿਕਲਿ/ *adv* ਵਿਸ਼ੇਸ਼ ਤੌਰ 'ਤੇ, ਖ਼ਾਸ ਕਰਕੇ, ਬਿਰਤਾਂਤ ਵਿੱਚ

specification /,ਸਪੈੱਸਿਫ਼ਿ'ਕੇਇਸ਼ਨ/ *n* ਸਪਸ਼ਟਤਾ; ਵਿਸ਼ੇਸ਼ ਵਿਵਰਨ; ਇਮਾਰਤ ਆਦਿ ਦੀ ਲੰਬਾਈ-ਚੁੜਾਈ ਆਦਿ ਦਾ ਵੇਰਵਾ; ਕਿਸੇ ਚੀਜ਼ ਨੂੰ ਪੇਟੈਂਟ ਕਰਵਾਉਣ ਲਈ ਦਿੱਤਾ ਗਿਆ ਪੂਰਾ ਵੇਰਵਾ

specific gravity *n* ਵਿਸ਼ੇਸ਼ ਆਕਰਸ਼ਣ ਸ਼ਕਤੀ

specifics /ਸਪਅ'ਸਿਫ਼ਿਕਸ/ *n* ਬਿਰਤਾਂਤ, ਵਿਸ਼ੇਸ਼ ਵਿਵਰਨ, ਬਿਓਰਾ

specified /'ਸਪੈੱਸਿਫ਼ਾਇਡ/ *a* ਦਿੱਤਾ ਹੋਇਆ, ਨਿਸ਼ਚਿਤ, ਉੱਲਿਖਤ

specify /'ਸਪੈੱਸਿਫ਼ਾਇ/ *vt* ਸਪਸ਼ਟ ਕਰਨਾ, ਨਿਸ਼ਚਿਤ ਕਰਨਾ; ਵਿਸ਼ੇਸ਼ ਢੰਗ ਨਾਲ ਕਹਿਣਾ, ਠੀਕ-ਠੀਕ ਦੱਸਣਾ; (ਉਸਾਰੀ ਜਾਂ ਨਿਰਮਾਣ ਦੀਆਂ ਮੱਦਾਂ ਆਦਿ) ਮਿਥਣਾ; ਵੇਰਵਾ ਦੇਣਾ, ਸਪਸ਼ਟ ਰੂਪ ਵਿੱਚ ਬਿਆਨ ਕਰਨਾ

specimen /'ਸਪੈੱਸਿਮਅਨ/ *n* ਨਮੂਨਾ, ਵੰਨਗੀ, ਉਦਾਹਰਨ; ਅਨੋਖਾ ਵਿਅਕਤੀ

speciology /ˌਸਪੀਸ਼ਿ'ਔਲਅਜਿ/ *n* ਜਾਤੀ ਵਿਗਿਆਨ, ਨਸਲ ਵਿਗਿਆਨ

specious /'ਸਪੀਸ਼ਅਸ/ *a* ਚੰਗਾ ਜਾਪਦਾ, ਉੱਤੋਂ-ਉੱਤੋਂ ਚੰਗਾ; (ਦਲੀਲ ਕਹਾਣੀ ਆਦਿ) ਥੋਥੀ, ਕੱਚੀ

speck[1] /ਸਪੈੱਕ/ *n* ਦਾਗ਼, ਧੱਬਾ; ਕਿਣਕਾ, ਕਣ *vt* ਦਾਗ਼ ਲਾਉਣਾ, ਧੱਬੇ ਪਾਉਣਾ

speck[2] *n* ਚਰਬੀ ਵਾਲਾ ਮਾਸ, ਸੂਰ ਦਾ ਲੂਣ ਲਾ ਕੇ ਰੱਖਿਆ ਮਾਸ; ਵੇਲ ਆਦਿ ਮੱਛੀਆਂ ਦੀ ਚਰਬੀ

speckle /'ਸਪੈੱਕਲ/ *n* ਚਮੜੀ ਉੱਤੇ ਪਿਆ ਦਾਗ਼, ਡੱਬ, ਥਿੰਮ *vt* ਦਾਗ਼ ਪਾਉਣਾ, ਥਿੰਮ ਪਾਉਣਾ

specs /ਸਪੈੱਕਸ/ *n* (ਬਹੁ) (ਬੋਲ) ਐਨਕਾਂ, ਚਸ਼ਮਾ

spectacle /'ਸਪੈੱਕਟਅਕਲ/ *n* ਨਜ਼ਾਰਾ, ਦ੍ਰਿਸ਼, ਝਾਕੀ, ਤਮਾਸ਼ਾ; (ਬਹੁ) ਨਜ਼ਰ ਦੀ ਐਨਕ

spectacled /'ਸਪੈੱਕਟਅਕਲਡ/ *a* ਜਿਸ ਨੇ ਐਨਕ ਲਾਈ ਹੋਵੇ, ਚਸ਼ਮਾਧਾਰੀ, ਐਨਕ ਲਾਈ ਰੱਖਣ ਵਾਲਾ

spectacular /ਸਪੈੱਕ'ਟੈਕਯਅਲਅ*/ *a* ਦਰਸ਼ਨੀ, ਵਿਖਾਵੇ ਵਾਲਾ, ਪ੍ਰਭਾਵਸ਼ਾਲੀ, ਸ਼ਾਨਦਾਰ, ਵੇਖਣਯੋਗ

spectator /ਸਪੈੱਕ'ਟੇਇਟਅ*/ *n* ਦਰਸ਼ਕ, ਤਮਾਸ਼ਾ ਵੇਖਣ ਵਾਲਾ ਵਿਅਕਤੀ, ਤਮਾਸ਼ਬੀਨ, ਦ੍ਰਸ਼ਟਾ

spectatress /ਸਪੈੱਕ'ਟੇਇਟਰਿਸ/ *n* ਤਮਾਸ਼ਾ ਵੇਖਣ ਵਾਲੀ ਇਸਤਰੀ, ਦਰਸ਼ਕਾ

spectral /'ਸਪੈੱਕਟਰਅਲ/ *a* ਭੂਤ ਸੰਬੰਧੀ, ਭੂਤਾਂ ਵਾਲਾ; ਅਵਾਸਤਵਿਕ, ਜੋ ਅਸਲੀ ਨਾ ਹੋਵੇ; ਰੰਗ-ਬਰੰਗਾ, ਰੰਗਾਂ ਦੇ ਸੁਹੱਪਣ ਬਾਰੇ, ਰੰਗਾਂ ਵਾਲੇ ਦ੍ਰਿਸ਼ ਸੰਬੰਧੀ

spectre /'ਸਪੈੱਕਟਅ*/ *n* ਕਿਸੇ ਆਉਣ ਵਾਲੀ ਬਿਪਤਾ ਦਾ ਭੈ, ਕਿਸੇ ਭਾਵੀ ਹੋਣੀ ਦਾ ਅਗੇਤਰ ਚਿੰਨ੍ਹ, ਭੂਤ-ਪ੍ਰੇਤ, ਪਰਛਾਈ

spectro /'ਸਪੈੱਕਟਰਅ਼ਉ/ *pref* ਰੰਗਾਵਲੀ

spectrogram /'ਸਪੈੱਕਟਰਅ(ਉ)ਗਰੈਮ/ *n* ਰੰਗਾਵਲੀ, ਲੇਖ, ਚਿੱਤਰ, ਸਪੈਕਟਰੀ ਚਿੱਤਰ

spectroscope /'ਸਪੈੱਕਟਰਅਸਕਅਉਪ/ *n* ਰੰਗਾਂ ਦੀ ਤਰਤੀਬ ਦੱਸਣ ਵਾਲਾ ਯੰਤਰ, ਰੰਗਾਂ ਦਾ ਕ੍ਰਮ ਲੱਭਣ ਵਾਲਾ ਸੰਦ, ਵਰਨ ਕ੍ਰਮਦਰਸ਼ੀ, ਕਿਰਨਾਂ ਦੇ ਕ੍ਰਮ ਨੂੰ ਮਾਪਣ ਵਾਲਾ ਯੰਤਰ

spectrum /'ਸਪੈੱਕਟਰਅਮ/ *n* ਕਿਰਨ ਪਰਛਾਈਂ, ਕਿਸੇ ਚੀਜ਼ ਦਾ ਪ੍ਰਤਿਬਿੰਬ ਜਿਹੜਾ ਅੱਖਾਂ ਮੀਟ ਲੈਣ ਪਿੱਛੋਂ ਦਿਮਾਗ ਵਿੱਚ ਘੁੰਮਦਾ ਹੈ; ਵਰਨ ਕ੍ਰਮ; ਰੰਗ ਦ੍ਰਿਸ਼; ਕਿਰਨਾਂ ਦਾ ਪ੍ਰਤਿਬਿੰਬ; ਸਿਲਸਿਲਾ

speculate /'ਸਪੈੱਕਯੁਲੇਇਟ/ *v* ਅਨੁਮਾਨ ਲਾਉਣਾ, ਅੰਦਾਜ਼ਾ ਲਾਉਣਾ, ਖ਼ਿਆਲੀ ਘੋੜੇ ਦੁੜਾਉਣਾ; ਸੱਟੇ ਦਾ ਵਿਹਾਰ ਕਰਨਾ; ਚਿੰਤਨ ਕਰਨਾ

speculation /ˌਸਪੈੱਕਯੁ'ਲੇਇਸ਼ਨ/ *n* ਅਨੁਮਾਨ, ਅੰਦਾਜ਼ਾ, ਕਿਆਸ, ਫੋਕਾ ਵਿਚਾਰ, ਥੋਥੀ ਕਲਪਨਾ, ਸੱਟਾ, ਸੱਟਾਬਾਜ਼ੀ; ਚਿੰਤਨ

speculative /'ਸਪੈੱਕਯਅਲਅਟਿਵ਼/ *a* ਅਨੁਮਾਨ ਵਾਲਾ, ਕਾਲਪਨਿਕ ਖ਼ਿਆਲੀ, ਕਿਆਸੀ; ਵਿਚਾਰਸ਼ੀਲ, ਧਿਆਨਸ਼ੀਲ, ਚਿੰਤਨਸ਼ੀਲ, ਵਿਚਾਰ ਵਿੱਚ ਮਗਨ; ਸੱਟੇ ਬਾਰੇ, ਸੱਟੇ ਵਿੱਚ ਲੱਗਿਆ

speculator /'ਸਪੈੱਕਯੁਲੇਇਟਅ*/ *n* ਅਨੁਮਾਨ ਲਾਉਣ ਵਾਲਾ, ਕਿਆਸ ਕਰਨ ਵਾਲਾ; ਸੱਟੇਬਾਜ਼

speculum /'ਸਪੈੱਕਯਅਲਅਮ/ *n* ਸ਼ੀਸ਼ਾ, ਦਰਪਣ; ਜ਼ਖ਼ਮ ਜਾਂ ਫੋੜੇ ਆਦਿ ਦੇ ਮੂੰਹ ਨੂੰ ਚੌੜਾ ਕਰਕੇ ਵਿਖਾਉਣ ਵਾਲਾ ਇੱਕ ਯੰਤਰ

sped /ਸਪੈੱਡ/ *v* **speed** ਦਾ ਭੂਤ-ਕਾਲ ਅਤੇ ਭੂਤ-ਕ੍ਰਿਦੰਤ

speech /ਸਪੀਚ/ *n* ਬੋਲਣ ਦੀ ਸ਼ਕਤੀ, ਕਥਨ ਸ਼ਕਤੀ; ਬੋਲ, ਗੱਲ, ਵਾਕ; ਭਾਸ਼ਾ, ਬੋਲੀ; ਲੈਕਚਰ, ਭਾਸ਼ਣ, ਤਕਰੀਰ

speechification /ˌਸਪੀਚਿਫ਼ਿ'ਕੇਇਸ਼ਨ/ *n* ਬੋਲਣ ਵਿਧੀ, ਭਾਸ਼ਣ ਵਿਧੀ, ਵਿਆਖਿਆ ਦਾ ਤਰੀਕਾ, ਭਾਸ਼ਣ, ਤਕਰੀਰ

speechify /'ਸਪੀਚਿਫ਼ਾਇ/ *vt* ਲੈਕਚਰ ਦੇਣਾ, ਭਾਸ਼ਣ ਦੇਣਾ, ਵਿਖਿਆਨ ਕਰਨਾ; ਸਭਾ ਵਿੱਚ ਜਾਂ ਜਨਤਾ ਵਿੱਚ ਬੋਲਣਾ

speechless /'ਸਪੀਚਲਅਸ/ *a* ਜਿਹੜਾ ਬੋਲ

ਨਾ ਸਕੇ, ਬੇਜ਼ੁਬਾਨ, ਗੂੰਗਾ, ਚੁੱਪ, ਮੌਨ, ਖ਼ਾਮੋਸ਼; ਅਬੋਲ; ਨਸ਼ੇ ਵਿੱਚ ਚੂਰ, ਬੌਂਦਲਿਆ

speech synthesis *n* (ਕੰਪਿ) ਲਿਖਤੀ ਭਾਸ਼ਾ ਦਾ ਕੰਪਿਊਟਰ ਰਾਹੀਂ ਉਚਾਰਨ

speed /ਸਪੀਡ/ *n* ਗਤੀ, ਚਾਲ; ਫੁਰਤੀ, ਤੇਜ਼ੀ, ਤੀਬਰਤਾ; (ਪਰਾ) ਸਫਲਤਾ, ਕਾਮਯਾਬੀ *v* ਤੇਜ਼ ਫੁਰਤੀ ਵਿਖਾਉਣਾ; ਛੇਤੀ ਘੱਲਣਾ; ਸਫਲਤਾ ਪ੍ਰਾਪਤ ਕਰਨਾ, ਉੱਨਤੀ ਕਰਨਾ

speedometer /ਸਪੀ'ਡੌਮਿਟਅ*/ *n* ਮੋਟਰ ਆਦਿ ਦੀ ਰਫਤਾਰ ਦੱਸਣ ਦਾ ਮੀਟਰ

speedway /'ਸਪੀਡਵੇਇ/ *n* ਘੋੜਿਆਂ ਜਾਂ ਮੋਟਰਾਂ ਨੂੰ ਤੇਜ਼ ਚਾਲ ਨਾਲ ਚਲਾਉਣ ਵਾਸਤੇ ਬਣਾਇਆ ਗਿਆ ਰਸਤਾ ਜਾਂ ਸੜਕ

speedwell /'ਸਪੀਡਵੈੱਲ/ *n* ਨੀਲੇ ਫੁੱਲਾਂ ਵਾਲਾ ਇੱਕ ਬੂਟਾ

speedy /'ਸਪੀਡਿ/ *a* ਵੇਗਵਾਨ, ਵੇਗਪੂਰਨ, ਤੀਬਰ, ਤੇਜ਼, ਤੁਰੰਤ

spell[1] /ਸਪੈੱਲ/ *n* ਮੰਤਰ ਦੇ ਰੂਪ ਵਿੱਚ ਬੋਲੇ ਜਾਣ ਵਾਲੇ ਸ਼ਬਦ; ਮੰਤਰ, ਟੂਣਾ, ਮੋਹਣ ਦੀ ਸ਼ਕਤੀ, ਖਿੱਚ, ਆਕਰਸ਼ਣ

spell[2] *n* ਸ਼ਬਦ-ਜੋੜ ਕਰਨਾ, ਹਿਜੇ ਕਰਨਾ, ਠੀਕ-ਠੀਕ ਸ਼ਬਦ-ਜੋੜ ਲਿਖਣਾ; ਅੱਖਰਾਂ ਨਾਲ ਸ਼ਬਦ ਬਣਾਉਣਾ

spell[3] *n* ਥੋੜ੍ਹਾ ਜਿਹਾ ਸਮਾਂ, ਕੁਝ ਚਿਰ; ਉਤਨਾ ਕੰਮ ਜੋ ਇੱਕ ਵਾਰੀ ਹੋ ਜਾਵੇ, ਇੱਕ ਵਾਰ, ਵਾਰੀ; ਕੋਈ ਕੰਮ ਕਰਨ ਵਿੱਚ ਲਾਇਆ ਗਿਆ ਸਮਾਂ; ਕੰਮ ਕਰਦਿਆਂ ਵਿੱਚ ਅਰਾਮ ਦਾ ਸਮਾਂ

spellbinder /'ਸਪੈੱਲਬਾਇਨਡਅ*/ *n* ਸ੍ਰੋਤਿਆਂ ਨੂੰ ਮੁਗਧ ਕਰ ਦੇਣ ਵਾਲਾ ਵਕਤਾ

spellbound /'ਸਪੈੱਲਬਾਉਨਡ/ *a* ਕੀਲਿਆ, ਮੋਹਿਤ, ਮੰਤਰ ਮੁਗਧ

spellchecker /'ਸਪੈੱਲਚੈੱਕਅ*/ *n* (ਕੰਪਿ) ਲਿਖਤ ਦੇ ਸ਼ਬਦ-ਜੋੜ ਠੀਕ ਕਰਨ ਲਈ ਕੰਪਿਊਟਰ ਪ੍ਰੋਗਰਾਮ

spelling /'ਸਪੈੱਲਿਙ/ *n* ਸ਼ਬਦ-ਜੋੜ, ਹਿੱਜੇ

spelt[1] /ਸਪੈੱਲਟ/ *v* **spell** ਦਾ ਭੂਤ-ਕਾਲ ਅਤੇ ਭੂਤ-ਕ੍ਰਿਦੰਤ

spelt[2] *n* ਇੱਕ ਕਿਸਮ ਦੀ ਕਣਕ

spelter /'ਸਪੈੱਲਟਅ*/ *n* ਜਿਸਤ

spence, spense /'ਸਪੈੱਨਸ/ *n* ਮੋਦੀਖ਼ਾਨਾ, ਰਸਦ ਘਰ, ਭੋਜਨ-ਭੰਡਾਰ

spencer[1] /'ਸਪੈੱਨਸਅ*/ *n* ਭੰਡਾਰੀ, ਅੰਨ ਦੇਣ ਵਾਲਾ

spencer[2] *n* ਕਮੀਜ਼ ਦੇ ਉੱਤੋਂ ਦੀ ਪਾਉਣ ਵਾਲੀ ਕੁੜਤੀ, ਮਿਰਜ਼ਈ, ਜਾਕਟ

Spencerian /,ਸਪੈੱਨ'ਸਿਅਰਿਅਨ/ *a* ਹਰਬਰਟ ਸਪੈਂਸਰ (*1820-1903*) ਦੇ ਦਰਸ਼ਨ ਸੰਬੰਧੀ, ਸਪੈਂਸਰ ਦੇ ਸੰਜੋਗਾਤਮਿਕ ਦਰਸ਼ਨ ਜਾਂ ਕ੍ਰਮਵਾਰ ਵਿਕਾਸਾਤਮਿਕ ਸ੍ਰਿਸ਼ਟੀ ਵਿਗਿਆਨ ਸੰਬੰਧੀ

spend /ਸਪੈੱਨਡ/ *v* ਖ਼ਰਚਣਾ, ਖ਼ਰਚ ਹੋ ਜਾਣਾ; ਕੋਈ ਚੀਜ਼ ਵਕਤ ਸਿਰ ਮੁਕਾਉਣਾ ਜਾਂ ਮੁੱਕਣਾ, ਵਰਤ ਛੱਡਣਾ; (ਸਮਾਂ) ਬੀਤਣਾ ਜਾਂ ਬਿਤਾਉਣਾ; ਸ਼ਕਤੀ ਘੱਟ ਹੋ ਜਾਣਾ, ਸੱਤਾ ਜਾਂਦੀ ਰਹਿਣਾ, ਬਲ ਹੀਣ ਹੋ ਜਾਣਾ ਜਾਂ ਕਰ ਦੇਣਾ

spendthrift /'ਸਪੈੱਨ(ਡ)ਥਰਿਫ਼ਟ/ *a* ਫ਼ਜ਼ੂਲ ਖ਼ਰਚ

spent /ਸਪੈੱਨਟ/ *v* **spend** ਦਾ ਭੂਤ-ਕਾਲ ਅਤੇ ਭੂਤ-ਕ੍ਰਿਦੰਤ

sperm /ਸਪਅ:ਮ/ *n* ਨਰ ਦਾ ਵੀਰਜ, ਮਣੀ, ਸ਼ੁਕਰਾਣੂ

spermaceti /,ਸਪਅ:ਮਅ'ਸੀਟਿ/ *n* ਵੇਲ੍ਹ ਮੱਛੀ ਦੇ ਸਿਰ ਵਿੱਚੋਂ ਕਢਿਆ ਜਾਣ ਵਾਲਾ ਇੱਕ ਭੂਰੇ ਰੰਗ ਦਾ ਚਰਬੀ ਵਰਗਾ ਪਦਾਰਥ

spermatic /ਸਪਅ:'ਮੈਟਿਕ/ *a* ਮਣੀ ਦਾ, ਪਾਣੀ ਜਾਂ ਵੀਰਜ ਸੰਬੰਧੀ, ਸ਼ੁਕਰਾਣੂ ਸੰਬੰਧੀ

spermatism /'ਸਪਅ:ਮਅਟਿਜ਼ਅਮ/ *n* ਵੀਰਜ ਦਾ ਨਿਕਾਸ, ਵੀਰਜ ਦਾ ਖ਼ਲਾਸ, ਵੀਰਜ ਪਾਤ

spermatozoon /,ਸਪਅ:ਮਅਟਅ'ਜ਼ਅਉਅਨ/ *n* ਵੀਰਜ ਕਣ, ਮਣੀ ਵਿੱਚ ਉਤਪਤੀ ਦਾ ਆਧਾਰ ਬਣਨ ਵਾਲੇ ਕਣ, ਸ਼ੁਕਰਾਣੂ

spermicide /'ਸਪਅ:ਮਿਸਾਇਡ/ *n* ਸ਼ੁਕਰਾਣੂ

ਨਾਸ਼ਕ ਸਮੱਗਰੀ

spermology /ˌਸਪਅ:'ਮੌਲਅਜਿ/ *n* ਵੀਰਜ ਵਿਗਿਆਨ

sperm whale /'ਸਪਅ:ਮ ਵੇਇਲ/*n* ਇੱਕ ਵ੍ਹੇਲ ਮੱਛੀ ਜਿਸ ਦੇ ਸਿਰ ਵਿੱਚੋਂ ਇੱਕ ਵਿਸ਼ੇਸ਼ ਭੂਰੇ ਰੰਗ ਦਾ ਚਰਬੀ ਵਰਗਾ ਪਦਾਰਥ ਨਿਕਲਦਾ ਹੈ

spew /ਸਪਯੂ/ *v* ਕੈ ਕਰਨਾ, ਉਛਾਲੀ ਆਉਣਾ, (ਗੋਲੇ, ਧੂੰਆਂ ਆਦਿ) ਉਗਲੱਛਣਾ

spewy /'ਸਪਯੂਇ/ *a* ਕੈ ਵਾਲਾ, ਉਛਾਲੀ ਸੰਬੰਧੀ

sphagnum /'ਸਫ਼ੈਗਨਅਮ/ *n* ਦਲਦਲ ਵਿੱਚ ਉੱਗਣ ਵਾਲੀ ਇੱਕ ਕਾਈ ਜੋ ਟੁੱਟਣ ਵਾਲੀਆਂ ਵਸਤੂਆਂ ਨੂੰ ਬਕਸਿਆਂ ਵਿੱਚ ਬੰਦ ਕਰਨ ਲੱਗਿਆਂ ਵਰਤੀ ਜਾਂਦੀ ਹੈ

sphenoid /'ਸਫ਼ੀਨੌਇਡ/ *n* ਖੋਪੜੀ ਦੀ ਹੱਡੀ; ਫ਼ਾਨੇ ਦੀ ਸ਼ਕਲ ਦਾ

sphere /ਸਫ਼ਿਅ*/ *n* ਗੋਲਾ, ਗੇਂਦ ਵਾਂਗ ਗੋਲ ਵਸਤੂ; ਅਕਾਸ਼ੀ-ਪਿੰਡ; (ਧਰਤੀ ਦੇ ਨਮੂਨੇ ਵਜੋਂ) ਗੋਲਾ, ਗਲੋਬ; (ਪ੍ਰਭਾਵ, ਕਾਰਜ, ਅਧਿਕਾਰ ਆਦਿ ਦਾ) ਖੇਤਰ, ਦਾਇਰਾ

spherical /'ਸਫ਼ੈੱਰਿਕਲ/ *a* ਗੋਲੇ ਵਰਗਾ, ਗੋਲ, ਗੋਲਾਕਾਰ, ਅਕਾਸ਼ੀ ਪਿੰਡਾਂ ਬਾਰੇ, ਗ੍ਰਹਿਆਂ ਦਾ

sphericity /ˌਸਫ਼ੈੱ'ਰਿਸਿਟਿ/ *n* ਗੁਲਾਈ

spheroid /'ਸਫ਼ਿਅਰੌਇਡ/ *n* ਲਗਭਗ ਗੋਲ, ਕੁਝ ਗੁਲਾਈਦਾਰ, ਗੋਲੇ ਨਾਲ ਮਿਲਦਾ-ਜੁਲਦਾ ਮੰਡਲ

sphinx /ਸਫ਼ਿਙਕਸ/ *n* (ਯੂਨਾਨੀ ਮਿਥਹਾਸ) ਸ਼ੇਰ ਦੇ ਧੜ ਅਤੇ ਜਨਾਨੀ ਦੇ ਸਿਰ ਵਾਲਾ ਇੱਕ ਦੈਂਤ ਜਿਸ ਦੀਆਂ ਅੜਾਉਣੀਆਂ ਈਡੀਪਸ ਨੇ ਹੱਲ ਕੀਤੀਆਂ; ਗੁੱਝਾ ਮਨੁੱਖ, ਰਹੱਸਮਈ ਮਨੁੱਖ

spice /ਸਪਾਇਸ/ *n* ਮਸਾਲਾ, ਮਿਰਚ ਮਸਾਲਾ *vt* ਮਾਸਲੇਦਾਰ ਬਣਾਉਣਾ, ਮਸਾਲਾ ਪਾ ਕੇ ਰਿੰਨ੍ਹਣਾ

spicery /'ਸਪਾਇਸਅਰਿ/ *n* ਗਰਮ ਮਸਾਲੇ ਵਿੱਚ ਵਰਤੀਆਂ ਜਾਣ ਵਾਲੀਆਂ ਚੀਜ਼ਾਂ; ਵੱਖ-ਵੱਖ ਕਿਸਮਾਂ ਦੇ ਮਸਾਲੇ; ਮਸਾਲੇਦਾਨੀ

spick and span /ˌਸਪਿਕ (ਅ)ਨਡ 'ਸਪੈਨ/*a* ਨਵਾਂ, ਕੋਰਾ, ਤਾਜ਼ਾ; ਨਵਾਂ ਨਿਕੋਰ, ਚੁਸਤ; ਬਣਿਆ ਸੌਰਿਆ, ਲਿਸ਼ਕਿਆ-ਪੁਸ਼ਕਿਆ

spicy /'ਸਪਾਇਸਿ/ *a* ਮਸਾਲੇਦਾਰ; ਤੇਜ਼ ਮਸਾਲੇ ਵਾਲਾ; ਕਰਾਰਾ; ਚਟਕੀਲਾ, ਲੱਛੇਦਾਰ, (ਅਪ) ਚੁਲਬੁਲਾ, ਭੜਕਾਵਾਂ

spider /'ਸਪਾਇਡਅ*/ *n* ਮੱਕੜੀ; ਮੱਕੜੀ ਦੀ ਨਸਲ ਦੇ ਹੋਰ ਕੀੜੇ, ਮੱਕੜੀ ਵਰਗੀ ਕੋਈ ਚੀਜ਼

spiderman /'ਸਪਾਇਡਅਮਅਨ/*n* ਉੱਚੀਆਂ ਇਮਾਰਤਾਂ ਦੀ ਉਸਾਰੀ ਦਾ ਕੰਮ ਕਰਨ ਵਾਲਾ

spidery /'ਸਪਾਇਡਅਰਿ/ *a* ਪਤਲਾ, ਨਾਜ਼ਕ; ਮੱਕੜੀ ਦਾ, ਮੱਕੜੀ ਵਾਲਾ; ਮੱਕੜੀ ਵਰਗਾ ਚਲਾਕ

spiel / ਸ਼ਪੀਲ,ਸਪੀਲ/ *n* ਲੈਕਚਰ, ਭਾਸ਼ਣ *vt* ਲੈਕਚਰ ਦੇਣਾ, ਭਾਸ਼ਣ ਦੇਣਾ

spiflicate /'ਸਪਿਫ਼ਲਿਕੇਇਟ/ *vt* ਮਾਰਨਾ, ਕੁੱਟਣਾ, ਤਬਾਹ ਕਰਨਾ, ਬਰਬਾਦ ਕਰਨਾ

spigot /'ਸਪਿਗਅਟ/ *n* ਡੱਟਾ, ਛੇਕ ਬੰਦ ਕਰਨ ਵਾਲਾ ਡਾਟ; ਨਲਕੇ ਦੀ ਟੂਟੀ ਦਾ ਉਹ ਹਿੱਸਾ ਜਿਸ ਨਾਲ ਪਾਣੀ ਦਾ ਵਹਾਅ ਘੱਟ ਵੱਧ ਕੀਤਾ ਜਾਂਦਾ ਹੈ; ਇੱਕ ਨਾਲ ਦਾ ਸਿਰਾ ਜਿਹੜਾ ਦੂਸਰੀ ਨਾਲ ਵਿੱਚ ਠੀਕ ਬੈਠ ਜਾਵੇ

spike /ਸਪਾਇਕ/ *n* ਤਿੱਖੀ ਨੋਕ; ਲੰਮਾ ਕਿੱਲ; ਨੋਕਦਾਰ ਸੀਖ; ਜੁੱਤੀ ਦੇ ਤਲੇ ਵਿੱਚ ਲੱਗੀ ਮੇਖ; ਸੁੰਬਾ; ਇੱਕੋ ਟੰਢਲ ਉੱਤੇ ਲੱਗੇ ਹੋਏ ਫੁੱਲਾਂ ਦਾ ਗੁੱਛਾ *vt* ਮੇਖਾਂ ਸੀਖਾਂ ਜਾਂ ਡੰਡੇ ਲਾ ਕੇ ਮਜ਼ਬੂਤ ਕਰਨਾ; ਮੇਖਾਂ ਲਾਉਣਾ, ਤੋਪ ਦੇ ਗੋਲਾ ਭਰਨ ਵਾਲੀ ਥਾਂ ਨੂੰ ਕਿੱਲ ਠੋਕ ਕੇ ਬੰਦ ਕਰ ਦੇਣਾ; ਕਿੱਲ ਜਾਂ ਨੋਕ ਚੋਭਣਾ

spikenard /'ਸਪਾਇਕਨਾਡ/ *n* ਇੱਕ ਸੁਗੰਧਿਤ ਬੂਟੀ ਜਿਹੜੀ ਮਸਾਲੇ ਵਾਂਗ ਭੋਜਨ ਵਿੱਚ ਪਾਈ ਜਾਂਦੀ ਹੈ, ਜਟਾਮਾਸੀ, ਬਾਲ ਛੜ

spile /ਸਪਾਇਲ/ *n* ਕਿੱਲ, ਤਿੱਖੀ ਮੇਖ *vt* ਕਿੱਲ ਲਾਉਣਾ, ਮੇਖ ਗੱਡਣਾ

spill[1] /ਸਪਿਲ/ *v* ਡੋਲ੍ਹਣਾ, ਰੋੜ੍ਹਨਾ; ਡੁੱਲ੍ਹਣਾ, ਰੁੜ੍ਹਨਾ; ਵਗਣਾ (ਲਹੂ); ਡੇਗਣਾ (ਘੋੜੇ ਜਾਂ ਘੋੜਾ

ਗੱਡੀ ਤੋਂ) (ਬੋਲ) *n* ਘੋੜੇ ਜਾਂ ਗੱਡੀ ਤੋਂ ਡਿੱਗਣ ਦੀ ਕਿਰਿਆ

spill[2] *n* ਬੱਤੀ ਜਗਾਉਣ ਲਈ ਵਰਤਿਆ ਜਾਣ ਵਾਲਾ ਤਹਿ ਕੀਤਾ ਹੋਇਆ ਕਾਗਜ਼ ਜਾਂ ਲੱਕੜੀ ਦਾ ਸੱਕ

spillikin, spellican /'ਸਪਿਲਿਕਿਨ, 'ਸਪੈਲਿਕ(ਅ)ਨ/ *n* ਹੱਡੀ ਜਾਂ ਲੱਕੜ ਦੀ ਛਿਲਤਰ; ਖੇਡ ਜਿਸ ਵਿੱਚ ਅਜਿਹੀਆਂ ਛਿਲਤਰਾਂ ਨੂੰ ਅਡੋਲ ਇੱਕ ਇੱਕ ਕਰਕੇ ਚੁੱਕਿਆ ਜਾਂਦਾ ਹੈ

spillover /'ਸਪਿਲਅਓਵ੍ਅ*/ *n* ਡੋਲ੍ਹ, ਉਛਾਲ

spilt /ਸਪਿਲਟ/ *v* **spill** ਦਾ ਭੂਤ-ਕਾਲ ਤੇ ਭੂਤ-ਕ੍ਰਿਦੰਤ

spin /ਸਪਿਨ/ *v* ਕੱਤਣਾ, ਤੱਕਲੀ ਨਾਲ ਵੱਟਣਾ; (ਮੱਕੜੀ ਦਾ) ਜਾਲ ਤਣਨਾ; (ਘੁਮਿਆਰ ਦਾ) ਚੱਕ ਘੁਮਾਉਣਾ; ਲਾਟੂ ਘੁਮਾਉਣਾ; ਭੁਆਂਟਣੀ ਦੇਣਾ; ਸੱਟ ਮਾਰ ਕੇ ਮੂੰਹ ਭੁਆ ਦੇਣਾ *n* ਘੁਮਾਈ ਚੱਕਰ, ਭੁਆਂਟਣੀ

spinaceous /ਸਪਿ'ਨੇਇਸ਼ਅਸ/ *a* ਪਾਲਕ ਸੰਬੰਧੀ, ਪਾਲਕ ਵਾਲਾ, ਪਾਲਕ ਵਰਗਾ

spinach /'ਸਪਿਨਿਚ, -ਨਿਜ/ *n* ਪਾਲਕ; ਪਾਲਕ ਵਰਗੀ ਕੋਈ ਹੋਰ ਸਬਜ਼ੀ

spinal /'ਸਪਾਇਨਲ/ *a* ਕੰਗਰੋੜ ਦਾ, ਰੀੜ੍ਹ ਦੀ ਹੱਡੀ ਦਾ

spinal cord *n* ਰੀੜ੍ਹ ਦੀ ਹੱਡੀ

spinate /'ਸਪਾਇਨਅਟ/ *a* ਕੰਡਿਆਂ ਵਰਗਾ ਤਿੱਖਾ, ਨੁਕੀਲਾ

spindle /'ਸਪਿਨਡਲ/ *n* ਤੱਕਲਾ (ਚਰਖੇ ਦਾ); ਤੱਕਲੀ (ਵਾਣ; ਸੂਤ ਆਦਿ ਵੱਟਣ ਵਾਲੀ), ਢੇਰਨੀ; ਜੁਲਾਹੇ ਦੀ ਨਲੀ; ਧੁਰਾ, ਧੁਰੀ, ਕੋਈ ਪਤਲੀ ਚੀਜ਼, ਪਤਲਾ ਤੇ ਮਾੜਾ ਆਦਮੀ; ਸੂਤ ਨਾਪਣ ਦੇ ਕਈ ਨਾਪ, ਅੱਟੀਆਂ ਦਾ ਸਾਈਜ਼

spindle side *n* ਨਾਨਕੇ

spindly /'ਸਪਿਨਡਲਿ/ *a* ਤੱਕਲੇ ਵਰਗਾ, ਪਤਲਾ, ਸੁਕੜੂ

spin doctor *n* ਸਿਆਸਤਦਾਨ ਅਤੇ ਉਸਦੇ ਕੰਮਾਂ ਬਾਰੇ ਜਾਣਕਾਰੀ ਦੇਣ ਵਾਲਾ ਬੰਦਾ, ਕਿਸੇ ਸੰਸਥਾ ਦਾ ਪ੍ਰਚਾਰ ਕਰਨ ਵਾਲਾ ਵਿਅਕਤੀ

spine /ਸਪਾਇਨ/ *n* ਕੰਗਰੋੜ, ਕਮਰੋੜ; ਦੋ ਪਾਸੀਂ ਢਾਲਵੀਂ ਛੱਤ ਦਾ ਵਿਚਕਾਰਲਾ ਉਭਾਰ; ਹੋਰ ਕਿਸੇ ਚੀਜ਼ ਦਾ ਅਜਿਹਾ ਹੀ ਉਭਾਰ; ਕੰਡਾ (ਮੱਛੀ ਦਾ); ਸੂਲ; ਉੱਭਰਵਾਂ ਹਿੱਸਾ

spinel /ਸਪਿ'ਨੈੱਲ/ *n* ਇੱਕ ਖਣਿਜ

spineless /'ਸਪਾਇਨਲਅਸ/ *a* ਬਿਨਾਂ ਕਮਰੋੜ, ਰੀੜ੍ਹ ਦੀ ਹੱਡੀ ਬਿਨਾਂ; ਨਿਤਾਣਾ, ਡਰਪੋਕ, ਕਮਜ਼ੋਰ

spinet /ਸਪਿ'ਨੈਟ/ *n* (ਇਤਿ) ਖੰਭ ਦੀ ਸ਼ਕਲ ਦੀ ਇੱਕ ਛੋਟੀ ਜਿਹੀ ਵੀਣਾ

spinneret /'ਸਪਿਨਅਰੈਟ/ *n* ਰੇਸ਼ਮ ਦੇ ਕੀੜੇ ਜਾਂ ਮਕੜੀ ਦਾ ਅੰਗ ਜਿਸ ਨਾਲ ਰੇਸ਼ਮ ਜਾਂ ਜਾਲ ਉਣਦਾ ਹੈ; ਮਸ਼ੀਨ ਪੁਰਜਾ ਜਿਸ ਦੁਆਰਾ ਤਰਲ ਤੰਦ ਰੂਪ ਇਖ਼ਤਿਆਰ ਹੁੰਦਾ ਹੈ

spinney /'ਸਪਿਨਿ/ *n* ਝਾੜੀ, ਮਲ੍ਹਾ, ਝੰਗੀ, ਝਾੜੀਆਂ ਦਾ ਜੰਗਲ

spinning /'ਸਪਿਨਿਙ/ *n* ਕਤਾਈ, ਕੱਤਣ, ਬੁਣਨ *a* ਕੱਤਣ ਦਾ, ਘੁੰਮਣ ਵਾਲਾ

spinning jenny *n* ਜੇਮਜ਼ ਹਾਰਗਰੀਵਜ ਦਾ ਸੰਨ 1767 ਵਿੱਚ ਬਣਾਇਆ ਚਰਖਾ ਜਿਹੜਾ ਇੱਕੋ ਸਮੇਂ ਕਈ ਤੰਦਾਂ ਕੱਤਦਾ ਸੀ

spinning wheel *n* ਚਰਖਾ

Spinozism /ਸਪਿ'ਨਅਓ ਜ਼ਿਜ਼ਅਮ/ *n* (ਸਤਾਰ੍ਹਵੀਂ ਸਦੀ ਦੇ ਦਾਰਸ਼ਨਿਕ) ਸਪੀਨੋਜ਼ਾ ਦਾ ਵਿਚਾਰਵਾਦ

spinster /'ਸਪਿਨਸਟਅ*/ *n* ਅਣਵਿਆਹੀ ਔਰਤ, ਛੜੀ, ਬੁੱਢ ਕੁਆਰੀ

spinstry /'ਸਪਿਨਸਟਰਿ/ *n* ਕਤਾਈ ਕਾਰਖ਼ਾਨਾ

spiracle /'ਸਪਾਇਰਅਕਲ/ *n* ਹਵਾ ਲਈ ਰੱਖੀ ਗਈ ਮੋਰੀ, (ਸਮੁੰਦਰੀ ਜੀਵਾਂ ਦੇ) ਸਾਹ ਲੈਣ ਵਾਸਤੇ ਛੇਕ, ਨਥਣੇ

spiraea /ਸਪਾਇ'ਰੀਅ/ *n* ਗੁਲਾਬ ਦੇ ਪਰਿਵਾਰ ਦਾ ਪੀਲੇ ਜਾਂ ਗੁਲਾਬੀ ਰੰਗ ਦੇ ਫੁੱਲਾਂ ਵਾਲਾ ਇੱਕ ਬੂਟਾ

spiral /'ਸਪਾਇਰਅਲ/ *a* ਚੱਕਰਦਾਰ,

ਕੁੰਡਲਦਾਰ, ਚੂੜੀਦਾਰ *n* ਚੱਕਰਦਾਰ ਕਮਾਨੀ, ਚੂੜੀਦਾਰ ਕਮਾਨੀ; ਘੋਗੇ ਦੀ ਸਿੱਪੀ ਵਿਚਲੀ ਕਮਾਨੀ ਵਰਗੀ ਬਣਤਰ

spirant /'ਸਪਾਇਅਰਅਨਟ/ *a* ਖਹਿਵਾਂ, ਰਗੜਵਾਂ *n* ਸੰਘਰਸ਼ੀ ਵਿਅੰਜਨ

spiration /ਸਪਾਇ'ਰੇਇਸ਼ਨ/ *n* ਸਾਹ ਲੈਣ ਜਾਂ ਛੱਡਣ ਦੀ ਕਿਰਿਆ; ਕਿਸੇ ਪਵਿੱਤਰ ਆਤਮਾ ਦਾ ਜਲੂਸ

spire /'ਸਪਾਇਅ*/ *n* ਕਲਸ ਦੀ ਉਤਾਂਹ ਵਧੀ ਟੀਸੀ, ਗੁੰਬਦ ਦੀ ਬੋਦੀ, ਮਿਨਾਰ ਆਦਿ ਦਾ ਉਤਲਾ ਨੋਕਦਾਰ ਸਿਰਾ; ਸਰੂ ਦੀ ਟੀਸੀ; ਪੇਚ, ਚੂੜੀ, ਕੁੰਡਲ *v* ਉਤਾਂਹ ਨੂੰ ਵਧਣਾ, ਟੀਸੀ ਵਾਲਾ ਬਣਾਉਣਾ

spirit /'ਸਪਿਰਿਟ/ *n* ਰੂਹ, ਜੀਵ ਆਤਮਾ, ਪ੍ਰਾਣ; ਬ੍ਰਹਮ, ਪਰਮਾਤਮਾ; ਭੂਤ, ਪ੍ਰੇਤ; ਹਿੰਮਤ, ਹੌਸਲਾ, ਜੋਸ਼, ਹੀਆ, ਉਤਸ਼ਾਹ; ਖ਼ਿਆਲ, ਵਿਚਾਰ; ਅਸਲ ਮਤਲਬ, ਵਾਸਤਵਿਕ ਭਾਵ; ਸੁਭਾਅ; ਖ਼ੁਸ਼ਦਿਲੀ, ਜ਼ਿੰਦਾ-ਦਿਲੀ, ਚੜ੍ਹਦੀ ਕਲਾ ਵਾਲੀ ਦਸ਼ਾ; ਸਤ, ਸ਼ਰਾਬ, ਸਪਿਰਿਟ *vt* (ਕਿਸੇ ਨੂੰ) ਪ੍ਰਸੰਨ ਕਰਨਾ; ਉਤਸ਼ਾਹਿਤ ਕਰਨਾ, ਜੋਸ਼ ਦਿਵਾਉਣਾ, ਹੌਸਲਾ ਦੇਣਾ; ਝੱਟ-ਪੱਟ ਅਤੇ ਗੁਪਤ ਢੰਗ ਨਾਲ ਲੈ ਜਾਣਾ, ਖਿਸਕਾ ਲੈਣਾ

spirited /'ਸਪਿਰਿਟਿਡ/ *a* ਜੁਸ਼ੀਲਾ, ਜ਼ੋਰਦਾਰ, ਚੁਸਤ; ਸਾਹਸੀ, ਹੌਸਲੇ ਵਾਲਾ, ਉਤਸ਼ਾਹੀ, ਤੇਜਸਵੀ; ਮਨੋਭਾਵ ਦਾ, ਬਿਰਤੀ ਨਾਲ ਸੰਬੰਧਿਤ

spiritist /'ਸਪਿਰਿਟਿਸਟ/ *n* ਪ੍ਰੇਤਵਾਦੀ

spiritless /'ਸਪਿਰਿਟਲਅਸ/ *a* ਮੁਰਦਾ ਦਿਲ, ਬੇਹੌਸਲਾ, ਢਿੱਲੜ, ਫੋਸੜ; ਉਦਾਸ, ਸੁਸਤ, ਬੇਜਾਨ, ਨਿਰਉਤਸ਼ਾਹ

spiritual /'ਸਪਿਰਿਚੁਅਲ/ *a* ਆਤਮਿਕ, ਰੂਹਾਨੀ, ਅਧਿਆਤਮਿਕ, ਮਜ਼ਹਬੀ, ਪ੍ਰਮਾਰਥਿਕ; ਅਸਰੀਰੀ, ਅਮੂਰਤ, ਸੂਖਮ; ਆਤਮ ਗਿਆਨੀ; ਪਵਿੱਤਰ; ਪੁਨੀਤ, ਦੈਵੀ, ਪ੍ਰਮਾਤਮਾ ਸੰਬੰਧੀ; ਬ੍ਰਹਮ ਬਾਰੇ, ਈਸ਼ਵਰੀ

spiritualism /'ਸਪਿਰਿਚੁਅਲਿਜ਼ਅਮ/ *n* ਇਹ ਸਿਧਾਂਤ ਕਿ ਆਤਮਾ ਦੀ ਸਰੀਰ ਨਾਲੋਂ ਵੱਖਰੀ ਹੋਂਦ ਹੈ ਜਾਂ ਇਹ ਕਿ ਆਤਮਾ ਅਮਰ ਹੈ, ਆਤਮਵਾਦ, ਅਧਿਆਤਮਵਾਦ, ਅਧਿਆਤਮਿਕਤਾ, ਗਿਆਨ ਮਾਰਗ; ਪ੍ਰੇਤਵਾਦ, ਇਹ ਸਿਧਾਂਤ ਕਿ ਰੂਹਾਂ ਨਾਲ ਗੱਲ-ਬਾਤ ਕੀਤੀ ਜਾ ਸਕਦੀ ਹੈ

spiritualist /'ਸਪਿਰਿਚੁਅਲਿਸਟ/ *n* ਅਧਿਆਤਮਵਾਦੀ, ਬ੍ਰਹਮਵਾਦੀ; ਪ੍ਰੇਤਵਾਦੀ

spirituality /,ਸਪਿਰਿਚੁ'ਐਲਅਟਿ/ *n* ਅਧਿਆਤਮਿਕਤਾ, ਅਧਿਆਤਮ, ਰੂਹਾਨੀਅਤ, ਅਮੂਰਤਤਾ, ਪਵਿੱਤਰਤਾ

spiritualization /,ਸਪਿਰਿਚੁਅਲਾਇ'ਜ਼ੇਇਸ਼ਨ/ *n* ਅਧਿਆਤਮੀਕਰਨ, ਪਵਿੱਤਰੀਕਰਨ, ਅਧਿਆਤਮਿਕ ਵਿਆਖਿਆ

spiritualize /'ਸਪਿਰਿਚੁਅਲਾਇਜ਼/ *vt* ਅਧਿਆਤਮਿਕਤਾ ਉਤਪੰਨ ਕਰਨਾ, ਧਾਰਮਿਕ ਬਣਾਉਣਾ, ਪਵਿੱਤਰ ਬਣਾਉਣਾ, ਵਿਚਾਰਾਂ ਵਿੱਚ ਪਵਿੱਤਰਤਾ ਲਿਆਉਣਾ; ਸ਼ਾਬਦਿਕ ਅਰਥਾਂ ਦੀ ਥਾਂ ਲਾਕਸ਼ਣਕ ਜਾਂ ਵਿਅੰਜਨਾਮੂਲਕ ਅਰਥ ਲੈਣਾ

spirituous /'ਸਪਿਰਿਚੁਅਸ/ *a* ਜਿਸ ਵਿੱਚ ਸਪਿਰਿਟ ਹੋਵੇ, ਨਸ਼ੇ ਵਾਲਾ, ਨਸ਼ੀਲਾ, ਸ਼ਰਾਬਦਾਰ

spirt /ਸਪਅ:ਟ/ *v* ਤਤੀਰੀ ਵਾਂਗ ਨਿਕਲਨਾ, ਜ਼ੋਰ ਨਾਲ ਨਿਕਲਨਾ, ਫੁੱਟ ਨਿਕਲਨਾ; ਚਾਲ ਤੇਜ਼ ਕਰਨਾ, ਹੋਰ ਤਿੱਖੇ ਚੱਲਣਾ *n* ਤਤੀਰੀ, ਸ਼ਰਲ੍ਹਾਟਾ, ਉਬਾਲ

spit[1] /ਸਪਿਟ/ *n* ਕਬਾਬ ਭੁੰਨਣ ਵਾਲੀ ਸੀਖ; ਧਰਤੀ ਦੀ ਨੋਕ ਜਿਹੜੀ ਦੂਰ ਤੱਕ ਸਮੁੰਦਰ ਵਿੱਚ ਵਧੀ ਹੋਈ ਹੋਵੇ *vt* ਸੀਖ ਨਾਲ ਕਬਾਬ ਚੰਬੇੜਨਾ; (ਤਲਵਾਰ, ਨੇਜ਼ੇ ਆਦਿ ਨਾਲ ਕਿਸੇ ਨੂੰ) ਵਿੰਨ੍ਹ ਦੇਣਾ

spit[2] *v* ਥੁੱਕਣਾ, ਥੁੱਕ ਸੁੱਟਣਾ, ਉਗਲੱਛਣਾ; ਗੁੱਸੇ ਵਿੱਚ ਮੂੰਹੋਂ ਕੱਢਣਾ (ਗਾਲ, ਮੰਦਾ, ਸਖ਼ਤ ਸ਼ਬਦ); (ਬਿੱਲੀ ਦਾ) ਖੁਰ-ਖੁਰ ਕਰਨਾ; (ਮਨੁੱਖ ਦਾ ਗੁੱਸੇ ਜਾਂ ਘਿਰਨਾ ਵਿੱਚ) ਫੁੰਕਾਰਨਾ; ਕਲਮ ਵਿੱਚੋਂ ਸਿਆਹੀ ਡਿਗਣਾ; (ਅੱਗ ਜਾਂ ਬੱਤੀ ਵਿੱਚੋਂ) ਚੰਗਿਆੜੀਆਂ ਨਿਕਲਨਾ; (ਮੀਂਹ) ਨਿੱਕਾ-ਨਿੱਕਾ ਵਰ੍ਹਨਾ *n* ਖੁਰ-ਖੁਰ, ਫੁੰਕਾਰ, ਥੁੱਕ

spit[3] *n* ਕਹੀ ਆਦਿ ਦੇ ਇੱਕ ਟੱਪੇ ਦੀ ਡੂੰਘਾਈ; ਕਹੀ ਦਾ ਇੱਕ ਟੱਕ ਮਾਰ ਕੇ ਕੀਤੀ ਡੂੰਘਾਈ

spite /ਸਪਾਇਟ/ *n* ਲਾਗਤਬਾਜ਼ੀ, ਲਾਗ-ਡਾਟ, ਦਵੈਸ਼, ਖੁਣਸ, ਈਰਖਾ, ਸਾੜਾ *vt* ਲਾਗਤਬਾਜ਼ੀ ਕਰਨਾ; ਈਰਖਾ ਕਰਨਾ, ਖੁਣਸ ਕੱਢਣਾ; ਚਿੜਾਉਣਾ, ਅਸਫਲ ਕਰ ਦੇਣਾ

spiteful /'ਸਪਾਇਟਫ਼ਲ/ *a* ਲਾਗਤਬਾਜ਼ੀ ਵਾਲਾ, ਈਰਖਾ ਭਰਿਆ; ਖੁਣਸੀ, ਖੋਰ ਰੱਖਣ ਵਾਲਾ

spitfire /'ਸਪਿਟਫ਼ਾਇਅ*/ *a* ਅੱਗ ਉਗੱਲਦਾ, ਅੱਗ ਦੀ ਨਾਲ, ਗੁੱਸੇਖ਼ੋਰ ਬੰਦਾ; ਕੌੜਾ ਕੁੱਤਾ; ਜੰਗੀ ਹਵਾਈ ਜਹਾਜ਼ਾਂ ਦੀ ਇੱਕ ਕਿਸਮ

spittle /'ਸਪਿਟਲ/ *n* ਥੁੱਕ, ਉਗਾਲ

spitz /ਸਪਿਟਸ/ *n* ਲੰਮੀ ਥੂਥੀ ਵਾਲਾ ਕੁੱਤਾ

splash /ਸਪਲੈਸ਼/ *v* ਪਾਣੀ ਦੇ ਛਿੱਟੇ ਉਡਾਉਣਾ ਜਾਂ ਛਿੱਟੇ ਉੱਡਣਾ, (ਕਿਸੇ ਉੱਤੇ) ਛਿੱਟੇ ਪਾਉਣਾ; (ਕਿਸੇ ਉੱਤੇ) ਚਿੱਕੜ ਆਦਿ ਸੁੱਟਣਾ, ਚਿੱਕੜ ਨਾਲ ਲਿਬੇੜਨਾ; ਛਰਬਲ-ਛਰਬਲ ਕਰਨਾ *n* ਛਿੱਟ, ਛਿੱਟਾ, ਡੱਬ, ਧੱਬਾ; ਪਾਣੀ ਵਿੱਚ ਡਿੱਗਣ ਦੀ ਅਵਾਜ਼; ਚਿੱਕੜ ਜਾਂ ਮਿੱਟੀ ਦਾ ਦਾਗ਼, ਰੰਗ ਆਦਿ ਦਾ ਦਾਗ਼; ਪਸ਼ੂ ਦੀ ਚਮੜੀ ਉੱਤੇ ਪਿਆ ਦਾਗ਼

splashboard /'ਸਪਲੈਸ਼ਬੋਡ/ *n* ਮੋਟਰਾਂ ਦਾ ਮਡਗਾਰਡ; ਚਿੱਕੜ ਰੋਕ ਫੱਟਾ

splatter /'ਸਪਲੈਟਅ*/ *v* ਛੱਪ-ਛੱਪ ਕਰਨਾ, ਛੱਪ-ਛੱਪ ਅਵਾਜ਼ ਕੱਢਣਾ, ਛਿੱਟੇ ਪਾਉਣਾ, ਛਿੜਕਾ ਕਰਨਾ; ਅਸਪਸ਼ਟ ਭਾਸ਼ਾ ਬੋਲਣਾ; ਮਿਣ-ਮਿਣ ਕਰਨਾ

splatterdash /'ਸਪਲੈਟਅਡੈਸ਼/*n* ਰੌਲਾ-ਰੱਪਾ

splay /ਸਪਲੇਇ/ *v* ਝਰੋਖਾ ਜਾਂ ਮੋਰੀ ਤਿਰਛੀ ਬਣਾਉਣਾ, ਝਰੋਖੇ ਜਾਂ ਮੋਰੀ ਆਦਿ ਦਾ ਤਿਰਛਾ ਹੋਣਾ; ਜੋੜ ਵੱਖਰਾ ਕਰ ਦੇਣਾ, ਹੱਡੀ ਉਤਾਰ ਦੇਣਾ *a* ਤਿਰਛਾ, ਬਾਹਰ ਨੂੰ ਵਧਿਆ ਹੋਇਆ *n* ਢਾਲ

spleen /ਸਪਲੀਨ/ *n* ਤਿਲੀ; ਕੌੜਾ ਸੁਭਾਅ, ਅੜਬਪੁਣਾ, ਖਿਝ, ਗੁੱਸਾ; ਢਹਿੰਦੀ ਕਲਾ

spleenful /ਸਪਲੀਨਫ਼ੁਲ/ *a* ਚਿੜਚਿੜਾ, ਖਿਝੂ

splendid /'ਸਪਲੈਂਡਿਡ/ *a* ਸ਼ਾਨਦਾਰ, ਪ੍ਰਭਾਵਸ਼ਾਲੀ, ਪ੍ਰਸੰਸਾਯੋਗ, ਗੌਰਵਮਈ, ਸ਼ਾਹਾਨਾ, ਮਹਾਨ, ਠਾਠ ਵਾਲਾ, ਆਲੀਸ਼ਾਨ

splendidness /'ਸਪਲੈਂਡਿਡਨਅਸ/ *n* ਅਤਿ ਉੱਤਮਤਾ; ਪ੍ਰਸਿੱਧੀ, ਮਹਾਨਤਾ, ਪ੍ਰਭਾਵਸ਼ੀਲਤਾ, ਗੌਰਵ ਪੂਰਨਤਾ

splendiferous /ਸਪਲੈਂ'ਡਿਫ਼ਅਰਅਸ/ *a* (ਬੋਲ) ਬੜਾ ਚੰਗਾ, ਅਤਿ ਉੱਤਮ, ਸ੍ਰੇਸ਼ਠ, ਸ਼ਾਨਦਾਰ

splendour /'ਸਪਲੈਂਡਅ*/ *n* ਸ਼ਾਨ, ਠਾਠ, ਠਾਠ-ਬਾਠ, ਸਜ-ਧਜ; ਗੌਰਵ, ਸ਼ੋਭਾ, ਤੇਜ, ਪ੍ਰਤਾਪ

splenetic /ਸਪਲਅ'ਨੈੱਟਿਕ/ *a* ਸੜੀਅਲ, ਚਿੜਚਿੜਾ, ਅੜਬ, ਕੱਬਾ, ਖਿਝੂ; ਤਿਲੀ ਰੋਗ ਬਾਰੇ

splenic /'ਸਪਲੈੱਨਿਕ/ *a* ਤਿਲੀ ਦਾ, ਤਿਲੀ ਸੰਬੰਧੀ

splice /ਸਪਲਾਇਸ/ *vt* ਰੱਸੀਆਂ ਦੇ ਸਿਰੇ ਇੱਕ ਦੂਜੇ ਵਿੱਚ ਗੁੰਦ ਕੇ ਜੋੜਨਾ; ਸੱਲੜ ਲਾਉਣਾ; ਲੱਕੜੀਆਂ ਦੇ ਸਿਰੇ ਇੱਕ ਦੂਜੇ ਦੇ ਉੱਤੇ ਰੱਖ ਕੇ ਜੋੜਨਾ; ਜੋੜ ਲਾਉਣਾ; ਵਿਆਹ ਰਾਹੀਂ ਜੋੜ ਦੇਣਾ; ਵਿਆਹ ਕਰ ਦੇਣਾ; ਬੜਾ ਬਚ-ਬਚ ਕੇ ਬੱਲੇਬਾਜ਼ੀ ਕਰਨਾ (ਕ੍ਰਿਕਟ ਵਿੱਚ) *n* ਸੱਲੜ, ਜੋੜ, ਗੰਢ

spline /'ਸਪਲਾਇਨ/ *n* ਰਬੜ ਦਾ ਫੁੱਟਾ ਜੋ ਭਵਨ ਉਸਾਰੀ ਵਿੱਚ ਚਾਪਾਂ ਬਣਾਉਣ ਦੇ ਕੰਮ ਆਉਂਦਾ ਹੈ, ਧੁਰੇ ਦੀ ਪੱਚਰ, ਫ਼ਾਨਾ

splint /ਸਪਲਿਨਟ/ *n* ਟੁੱਟੀ ਹੋਈ ਹੱਡੀ ਦਾ ਜੋੜ ਲਾਉਣ ਲਈ ਬੰਨ੍ਹੀ ਗਈ ਪੱਚਰ; ਘੋੜੇ ਦੀ ਲੱਤ ਦੀ ਰਸੌਲੀ, ਹੱਡਾ, ਮੋਥਰਾ

splinter /'ਸਪਲਿਨਟਅ*/ *n* ਕਿਸੇ ਕਰੜੀ ਚੀਜ਼ ਨਾਲੋਂ ਟੁੱਟਿਆ ਟੁਕੜਾ, ਚਿੱਪਰ, ਪੜਛਾ *v* ਛੌਡੇ ਲਾਹੁਣਾ; ਪੜਛਾ ਲਾਹੁਣਾ; ਟੁਕੜੇ-ਟੁਕੜੇ ਕਰ ਦੇਣਾ

splinter group *n* ਵੱਖ ਹੋਇਆ (ਛੋਟਾ) ਧੜਾ

split /ਸਪਲਿਟ/ *v* ਵੱਖਰਾ ਹੋਣਾ ਜਾਂ ਕਰਨਾ, ਕਿਸੇ ਚੀਜ਼ ਦੇ ਹਿੱਸੇ ਅੱਡ-ਅੱਡ ਕਰ ਦੇਣਾ ਜਾਂ ਹੋ ਜਾਣਾ; ਪਾੜਨਾ; ਪਾਟਣਾ; ਵੰਡਣਾ, ਪਾਟ ਕੇ ਟੁਕੜੇ ਉੱਡ ਜਾਣਾ; ਏਕਤਾ ਜਾਂਦੀ ਰਹਿਣਾ, ਵਿਰੋਧੀ ਧੜਿਆਂ ਵਿੱਚ ਵੰਡੇ ਜਾਣਾ *n* ਦਰਾੜ, ਝੀਤ, ਮੋਰੀ; ਫੱਟ; ਵਿਰੋਧ, ਬੇਇਤਫ਼ਾਕੀ; ਟੋਕਰੀਆਂ ਆਦਿ ਬਣਾਉਣ

ਲਈ ਬੈਂਤ ਦੀ ਚੀਰੀ ਛਿਟੀ; ਧਾਤ ਦੀ ਸੀਖ, ਚਮੜੇ ਦੀ ਇੱਕ ਤਹਿ

split personality *n* ਖੰਡਿਤ ਵਿਅਕਤੀਤਵ

split second *n* ਛਿਣ, ਫੋਰਾ

splotch /ਸਪਲੌਚ/ *n* ਡੱਬ, ਦਾਗ਼, ਧੱਬਾ

splurge /ਸਪਲਅ:ਜ/ *n* ਬਣਾਉਟੀਪਣ, ਵਿਖਾਵਾ, ਅਮੀਰੀ ਦਾ ਹੋਛਾ ਵਿਖਾਵਾ *vt* ਵਿਖਾਵਾ ਕਰਨਾ, ਸ਼ਾਨ ਵਿਖਾਉਣਾ

splutter /'ਸਪਲਅੱਟਅ*/ *v* ਤਿਲਮਲਾਉਣਾ; ਜੋਸ਼ ਨਾਲ ਜਾਂ ਕਾਹਲੀ ਨਾਲ ਬੋਲਣਾ, (ਬੱਤੀ ਦਾ) ਭੜ-ਭੜ ਕਰਨਾ *n* ਬੁੜ-ਬੁੜ, ਬਕਵਾਸ

spoil /ਸਪੌਇਲ/ *n* ਲੁੱਟ, ਲੁੱਟ ਦਾ ਮਾਲ; ਸਰਕਾਰੀ ਨੌਕਰੀ ਦੇ ਲਾਭ; ਨਫ਼ਾ, ਫ਼ਾਇਦਾ, (ਕਿਸੇ ਜਿੱਤ ਜਾਂ ਕਾਮਯਾਬੀ) ਦੇ ਲਾਭ *v* ਲੁੱਟਣਾ; ਖ਼ਰਾਬ ਕਰਨਾ, ਵਿਗਾੜਨਾ; ਲਾਡ-ਪਿਆਰ ਕਰਕੇ ਕਿਸੇ ਦੀਆਂ ਆਦਤਾਂ ਵਿਗਾੜਨਾ, (ਫਲ, ਮੱਛੀ ਆਦਿ ਦਾ) ਸੜ ਜਾਣਾ, ਬੁਸ ਜਾਣਾ; ਸੁਭਾਅ ਵਿਗੜ ਜਾਣਾ; ਬੇਸੁਆਦ ਹੋ ਜਾਣਾ

spoiled /ਸਪੌਇਲਟ/ *a* ਵਿਗੜਿਆ, ਦੂਸ਼ਿਤ, ਵਿਕਰਿਤ

spoilsport /'ਸਪੌਇਲਸਪੋਟ/ *n* ਰੰਗ ਵਿੱਚ ਭੰਗ ਪਾਉਣ ਵਾਲਾ ਵਿਅਕਤੀ

spoke[1] /ਸਪਅਉਕ/ *n* (ਪਹੀਏ ਦੀ) ਅਰ, ਤਾਰ; (ਪੌੜੀ ਦਾ) ਡੰਡਾ, ਸਟੀਅਰਿੰਗ ਵ੍ਹੀਲ ਦਾ ਬਾਹਰ ਨੂੰ ਵਧਿਆ ਹੱਥਾ *vt* ਕਿਸੇ ਕੰਮ ਵਿੱਚ ਅੜਿੱਕਾ ਡਾਹੁਣਾ, ਰੁਕਾਵਟ ਪਾਉਣਾ

spoke[2] *v* **speak** ਦਾ ਭੂਤ-ਕਾਲ

spoken /'ਸਪਅਉਕਅਨ/ *v* **speak** ਦਾ ਭੂਤ-ਕਿਰਦੰਤ

spokeshave /'ਸਪਅਉਕਸ਼ੇਇਵ੍/ *v* ਇੱਕ ਕਿਸਮ ਦਾ ਰੰਦਾ

spokesman /'ਸਪਅਉਕਸਮਅਨ/ *n* ਬੁਲਾਰਾ, ਪ੍ਰਤਿਨਿਧ, ਨੁਮਾਇੰਦਾ, ਕਿਸੇ ਦੀ ਥਾਂ ਬੋਲਣ ਵਾਲਾ ਵਕੀਲ

spokesperson /'ਸਪਅਉਕਸਪਅ:ਸਨ/ *n* ਪ੍ਰਤਿਨਿਧ ਵਿਅਕਤੀ, ਬੁਲਾਰਾ

spoliation /ˌਸਪਅਉਲਿ'ਏਇਸ਼ਨ/ *n* ਲੁੱਟ-ਮਾਰ, ਡਾਕਾ; ਸਤਾਉਣ ਜਾਂ ਬਦੋਬਦੀ ਖੋਹਣ ਦੀ ਕਿਰਿਆ; (ਕਨੂੰ) ਦਸਤਾਵੇਜ਼ ਵਿੱਚ ਕੋਈ ਗ਼ੈਰ ਕਨੂੰਨੀ ਬਦਲੀ, ਵਿਗਾੜ, ਜਾਲ੍ਹਸਾਜ਼ੀ

spondee /'ਸਪੌਨਡੀ/ *n* (ਪਿੰਗਲ) ਦੋ ਗੁਰੂ ਮਾਤਰਾਵਾਂ ਵਾਲਾ ਚਰਨ

sponge /ਸਪਅੱਨਜ/ *n* ਸਪੰਜ; ਇੱਕ ਸਮੁੰਦਰੀ ਜੀਵ ਜਿਸ ਦਾ ਸਰੀਰ ਮੁਸਾਮਦਾਰ ਹੁੰਦਾ ਹੈ; ਚਾਪਲੂਸੀ, ਖ਼ੁਸ਼ਾਮਦ ਤੋਪ ਦੀ ਨਾਲੀ ਸਾਫ਼ ਕਰਨ ਵਾਲਾ ਪੂੰਝਾ; ਸ਼ਰਾਬੀ *vt* ਸਪੰਜ ਫੇਰਨਾ, ਸਪੰਜ ਨਾਲ ਪੂੰਝਣਾ; ਚਾਪਲੂਸੀ ਨਾਲ (ਕੋਈ ਚੀਜ਼) ਪ੍ਰਾਪਤ ਕਰਨਾ, ਖ਼ੁਸ਼ਾਮਦ ਨਾਲ ਕੰਮ ਕੱਢਣਾ

sponger /'ਸਪਅੱਨਜਅ*/ *n* ਮੁਫ਼ਤਖ਼ੋਰਾ, ਟੁੱਕੜਬੋਚ, ਦੂਜਿਆਂ ਦੇ ਸਿਰੋਂ ਖਾਣ ਵਾਲਾ; ਸਪੰਜ ਨਾਲ ਸਾਫ਼ ਕਰਨ ਵਾਲਾ ਵਿਅਕਤੀ

spongy /'ਸਪਅੱਨਜਿ/ *a* ਸਪੰਜ ਵਰਗਾ, ਮੁਸਾਮਦਾਰ ਅਤੇ ਗੁਦਗੁਦਾ

sponsal /'ਸਪੌਨਸਲ/ *a* ਵਿਆਹ ਸੰਬੰਧੀ, ਪਤੀ ਪਤਨੀ ਸੰਬੰਧੀ, ਵਿਵਾਹਿਕ

sponson /'ਸਪੌਨਸ(ਅ)ਨ/ *n* ਸਮੁੰਦਰੀ ਜਹਾਜ਼ ਦਾ ਪਾਸੇ ਤੋਂ ਬਾਹਰ ਨੂੰ ਵਧਿਆ ਛੱਜਾ

sponsor /'ਸਪੌਨਸਅ*/ *n* ਖ਼ਰਚਾ ਦੇਣ ਵਾਲਾ; ਜ਼ਾਮਨ, ਧਰਮ ਦੀ ਮਾਂ ਜਾਂ ਧਰਮ ਦਾ ਪਿਓ; ਸਰਪ੍ਰਸਤ; ਨਾਂ ਦਾ ਸੁਝਾਅ ਦੇਣ ਵਾਲਾ, ਪੇਸ਼ਕਾਰ, ਇਸ਼ਤਿਹਾਰ ਦੇਣ ਵਾਲਾ; ਦਿੱਤੇ ਹੋਏ ਇਸ਼ਤਿਹਾਰ ਦਾ ਖ਼ਰਚ ਦੇਣ ਵਾਲਾ *vt* ਨਾਂ ਪੇਸ਼ ਕਰਨਾ

sponsorship /'ਸਪੌਨਸਅਸ਼ਿਪ/ *n* ਜ਼ਾਮਨੀ, ਸਰਪ੍ਰਸਤੀ; ਇਸ਼ਤਿਹਾਰ ਦੇਣ ਦਾ ਕੰਮ

spontaneity /ˌਸਪੌਨਟਅ'ਨੇਇਅਟਿ/ *n* ਸਵੈ ਇੱਛਾ, ਆਪਮੁਹਾਰਤਾ, ਸੁਭਾਵਿਕਤਾ, ਕੁਦਰਤੀਪਣ

spontaneous /ਸਪੌਨ'ਟੇਇਨਿਅਸ/ *a* ਆਪਣੇ ਆਪ ਹੋਣ ਵਾਲਾ, ਆਪਣੇ ਆਪ ਉੱਗਣ ਵਾਲਾ, ਬਿਨਾਂ ਉਚੇਚ, ਕੁਦਰਤੀ, ਸੁਭਾਵਿਕ, ਬਿਨਾਂ ਇਰਾਦੇ, ਆਪਣੀ ਖ਼ੁਸ਼ੀ ਦਾ, ਆਪਣੀ ਇੱਛਾ ਅਨੁਸਾਰ,

ਸਵੈਪ੍ਰੇਰਿਤ

spoof /**ਸਪੂਫ਼**/ *n* (ਬੋਲ) ਛਲ, ਧੋਖਾ, ਠੱਗੀ *vt* ਛਲ ਕਰਨਾ, ਠੱਗੀ ਕਰਨਾ

spoofer /'**ਸਪੂਫ਼ਅ***/ *n* ਠੱਗ, ਦਗ਼ਾਬਾਜ਼, ਜਾਲ੍ਹਸਾਜ਼

spook /**ਸਪੂਕ**/ *n* (ਬੋਲ) ਭੂਤ, ਪ੍ਰੇਤ; (ਅਪ) ਸੂਹੀਆ

spool /**ਸਪੂਲ**/ *n* ਰੀਲ੍ਹ, ਫਿਰਕੀ, ਚਰਖੀ, ਢੇਰਨੀ, ਢੇਰਨਾ

spoon /**ਸਪੂਨ**/ *n* ਚਮਚਾ, ਕੜਛੀ, ਡੋਈ *vt* ਚਮਚੇ ਨਾਲ ਕੱਢਣਾ ਜਾਂ ਲੈਣਾ, ਧਾਤ ਨਾਲ ਬਣੇ ਚਮਚ ਜਿਹੇ ਨਾਲ ਮੱਛੀ ਫੜਨਾ

spoonbill /'**ਸਪੂਨਬਿਲ**/ *n* ਚਮਚੇ ਵਰਗੀ ਚੁੰਝ ਵਾਲਾ ਇੱਕ ਪੰਛੀ

spoonerism /'**ਸਪੂਨਅਰਿਜ਼ਅਮ**/ *n* (ਧੁਨੀ) ਨਾਲ-ਨਾਲ ਆਉਣ ਵਾਲੇ ਸ਼ਬਦਾਂ ਦੀਆਂ ਧੁਨੀਆਂ ਦੀ ਅਸਾਵਧਾਨੀ ਵਿੱਚ ਅਦਲਾ-ਬਦਲੀ ਹੋ ਜਾਣ ਦੀ ਕਿਰਿਆ, ਸਪੂਨਰਵਾਦ

spoon-feed /'**ਸਪੂਨਫ਼ੀਡ**/*vt* ਮੂੰਹ ਵਿੱਚ ਪਾਉਣਾ; ਚਮਚੇ ਨਾਲ ਖੁਆਉਣਾ

spoonfull /'**ਸਪੂਨਫ਼ੁਲ**/ *n* ਚਮਚਾ ਭਰ, ਚਮਚੇ ਵਿੱਚ ਪੈਣ ਜੋਗਾ; ਥੋੜ੍ਹਾ ਜਿਹਾ

spoony /'**ਸਪੂਨਿ**/ *n* ਆਸ਼ਕ *a* ਭੌਂਦੂ, ਵਲੱਲਾ

spoor /**ਸਪੁਅ***/ *n* ਪਸ਼ੂ ਦੇ ਪੈਰਾਂ ਦੇ ਨਿਸ਼ਾਨ, ਖੁਰਾ *v* ਖੁਰਾ ਲੱਭਣਾ, ਪਿੱਛਾ ਕਰਨਾ

sporadic /**ਸਪਅ'ਰੈਡਿਕ**/ *a* ਕਿਤੇ-ਕਿਤੇ ਹੋਣ ਵਾਲਾ, ਕਦੇ-ਕਦਾਈਂ, ਇੱਕਾ-ਦੁੱਕਾ, ਟਾਂਵਾਂ-ਟਾਂਵਾਂ, ਇਤਫ਼ਾਕੀਆ, ਖਿੱਲਰਿਆ, ਵੱਖਰਾ-ਵੱਖਰਾ

sporadical /**ਸਪਅ'ਰੈਡਿਕਲ**/ *a* ਕਿਤੇ-ਕਿਤੇ ਮਿਲਨ ਵਾਲਾ

spore /**ਸਪੋ***/ *n* ਬਿਨਾਂ ਫੁੱਲਾਂ ਵਾਲੇ ਬੂਟਿਆਂ ਦੀ ਪੈਦਾਇਸ਼ ਵਿੱਚ ਸਹਾਇਕ ਹੋਣ ਵਾਲਾ ਇੱਕ ਜੀਵਾਣੂ, ਬੀਜਾਣੂ, ਸਪੋਰ

sport /**ਸਪੋਟ**/ *n* ਮੈਦਾਨ ਵਿੱਚ ਖੇਡੀ ਜਾਣ ਵਾਲੀ ਖੇਡ, ਖੇਡ, ਮਨੋਰੰਜਨ, ਹਾਸਾ-ਠੱਠਾ, ਦਿਲ ਪਰਚਾਵਾ, ਮਖੌਲ, ਦਿਲਲਗੀ *vt* ਸ਼ਿਕਾਰ ਖੇਡਣਾ; ਦਿਲ ਪਰਚਾਵਾ ਕਰਨਾ, ਹਾਸਾ-ਮਖੌਲ ਕਰਨਾ

sporter /'**ਸਪੋਟਅ***/ *n* ਸ਼ਿਕਾਰੀ, ਮਨੋਰੰਜਕ ਵਿਅਕਤੀ, ਖਿਲਾੜੀ

sporting /'**ਸਪੋਟਿਙ**/ *a* ਖਿਡਾਰੀ, ਖੇਡਾਂ ਦਾ ਸ਼ੁਕੀਨ; ਸ਼ਿਕਾਰੀ; ਖੇਡ ਦਾ, ਸ਼ਿਕਾਰ ਦਾ

sportive /'**ਸਪੋਟਿਵ੍**/ *a* ਖੇਡਣ ਦਾ ਸ਼ੁਕੀਨ, ਹੱਸਣ ਖੇਡਣ ਵਾਲਾ, ਵਿਨੋਦੀ, ਚੰਚਲ (ਖਿਡਾਰੀ)

sportsman /'**ਸਪੋਟਸਮਅਨ**/ *n* ਖਿਡਾਰੀ, ਖੇਡ ਵਿੱਚ ਤਾਕ, ਸ਼ਿਕਾਰ ਜਾਂ ਖੇਡਾਂ ਦਾ ਸ਼ੁਕੀਨ; ਜੀਵਨ ਨੂੰ ਇੱਕ ਖੇਡ ਸਮਝਣ ਵਾਲਾ ਆਦਮੀ, ਨਿਰਭੈ ਮਨੁੱਖ, ਹੱਕ ਨਿਆਂ ਵਿੱਚ ਵਿਸ਼ਵਾਸ ਰੱਖਣ ਵਾਲਾ, ਵਿਰੋਧੀਆਂ ਲਈ ਨਿਆਂਕਾਰੀ ਵਤੀਰਾ ਵਿਖਾਉਣ ਲਈ ਆਪ ਨੁਕਸਾਨ ਝੱਲਣ ਲਈ ਤਿਆਰ ਆਦਮੀ

sportsmanlike /'**ਸਪੋਟਸਮਅਨਲਾਇਕ**/ *a* ਖਿਡਾਰੀਆਂ ਵਰਗਾ, ਖਿਡਾਰੀ ਹੋਣ ਦੇ ਯੋਗ, ਨਿਆਂਕਾਰੀ ਵਤੀਰੇ ਵਾਲਾ, ਵਿਰੋਧੀ ਨਾਲ ਨਿਆਂ ਕਰਨ ਲਈ ਆਪ ਨੁਕਸਾਨ ਝੱਲਣ ਲਈ ਤਿਆਰ ਰਹਿਣ ਵਾਲਾ

sportsmanship /'**ਸਪੋਟਸਮਅਨਸ਼ਿਪ**/ *n* ਖੇਡ ਜਾਂ ਸ਼ਿਕਾਰ ਆਦਿ ਦਾ ਸ਼ੌਕ, ਖਿਡਾਰੀ ਰੁਚੀ, ਨਿਆਂਕਾਰੀ ਸੁਭਾਅ, ਖੇਡ ਭਾਵਨਾ

spot /**ਸਪੌਟ**/ *n* ਦਾਗ਼, ਡੱਬ, ਥਿੰਮ੍ਹ, ਨਿਸ਼ਾਨ, ਧੱਬਾ, ਤਿਲ, ਟਿਮਕਣਾ; ਥਾਂ, ਸਥਾਨ, ਜਗ੍ਹਾ; ਮੌਕਾ, ਨਿਸ਼ਚਿਤ ਸਥਾਨ, ਸਥਿਤੀ; (ਚਲਨ, ਵਤੀਰੇ ਆਦਿ ਵਿੱਚ) ਨੁਕਸ, ਐਬ, ਕਲੰਕ, ਦਾਗ਼; ਮੱਛੀ ਅਤੇ ਪਾਲਤੂ ਕਬੂਤਰਾਂ ਦੀ ਕਿਸਮ; (ਕਿਸੇ ਚੀਜ਼ ਦੀ) ਥੋੜ੍ਹੀ ਜਿਹੀ ਮਾਤਰਾ *v* ਦਾਗ਼ ਲਾਉਣਾ, ਧੱਬਾ ਪਾਉਣਾ, ਬੱਜ ਲਾਉਣਾ, ਦਾਗ਼ੀ ਹੋਣਾ, ਬੱਜ ਲੱਗਣਾ, ਨਿਸ਼ਾਨ ਲਾਉਣਾ; ਤਾੜ ਲੈਣਾ, ਜਾਣ ਲੈਣਾ, ਬੁੱਝ ਲੈਣਾ, (ਸੈਨਿਕ) ਦੁਸ਼ਮਣ ਦੀ ਠੀਕ ਸਥਿਤੀ ਦਾ ਪਤਾ ਕਰ ਲੈਣਾ, (ਬੋਲ) ਲੱਭ ਲੈਣਾ, ਪਛਾਣ ਲੈਣਾ

spotless /'**ਸਪੌਟਲਅਸ**/ *a* ਬਿਲਕੁਲ ਸਾਫ਼-ਸੁਥਰਾ, ਨਿਰਮਲ, ਬੇਦਾਗ਼, ਕਲੰਕਰਹਿਤ, ਬੇਐਬ

spotted fever *n* ਟਾਈਫਸ ਬੁਖ਼ਾਰ (ਜਿਸ ਨਾਲ ਮਾਰੇ ਸਰੀਰ ਉੱਤੇ ਲਾਲ ਧੱਫੜ ਪੈ ਜਾਂਦੇ ਹਨ)

spotty /'ਸਪੌਟਿ/ *a* ਡੱਬਾਂ ਵਾਲਾ, ਡੱਬ-ਖੜੱਬਾ, ਦਾਗ਼ਾਂ ਵਾਲਾ

spousal /'ਸਪਾਉਜ਼ਲ, ਸਪਾਉਸਲ/ *n* ਵਿਆਹ, ਸ਼ਾਦੀ *a* ਵਿਵਾਹਿਕ, ਵਿਆਹ ਸੰਬੰਧੀ

spouse /ਸਪਾਉਜ਼, ਸਪਾਉਸ/ *n* ਪਤੀ ਜਾਂ ਪਤਨੀ, ਦੰਪੱਤੀ ਵਿੱਚੋਂ ਇੱਕ; (ਬਹੁ) ਦੰਪੱਤੀ

spout /'ਸਪਾਉਟ/ *n* (ਭਾਂਡੇ ਦੀ) ਟੂਟੀ; ਜੱਗ ਜਾਂ ਕਿਸੇ ਹੋਰ ਭਾਂਤ ਦਾ ਪਰਨਾਲੇ ਵਰਗਾ ਮੂੰਹ, ਬੁੱਲ੍ਹ; ਧਾਰ, ਤਤੀਰ੍ਹੀ, ਫੁਹਾਰਾ, ਥੰਬਾ; ਵ੍ਹੇਲ ਮੱਛੀ ਦੀਆਂ ਨਾਸਾਂ *v* ਤਤੀਰ੍ਹੀ ਛੁੱਟਣਾ, ਬੜੇ ਵੇਗ ਨਾਲ ਨਿਕਲਨਾ (ਤਰਲ ਵਸਤ ਦਾ), ਜ਼ੋਰ ਦੀ; ਧਾਰ ਪੈਣਾ, ਧਾਰ ਮਾਰਨਾ, ਤਤੀਰ੍ਹੀ ਛਡਾਉਣਾ, ਫੁੱਟ ਨਿਕਲਨਾ ਜਾਂ ਕੱਢਣਾ

sprack /ਸਪਰੈਕ/ *a* ਸਾਵਧਾਨ, ਚੁਕੰਨਾ; ਮਗਨ

sprain /ਸਪਰੇਇਨ/ *vt* ਮਚਕੋੜਨਾ, ਵਲ ਪੈ ਜਾਣਾ, (ਹੱਥ ਨੂੰ) ਗਾਨਾ ਪੈ ਜਾਣਾ *n* ਮੋਚ, ਮਚਕੋੜ

sprang /ਸਪਰੈਙ/ *v* **spring** ਦਾ ਭੂਤ-ਕਾਲ

sprat /ਸਪਰੈਟ/ *n* ਇੱਕ ਛੋਟੀ ਜਿਹੀ ਮੱਛੀ; ਨਿੱਕਾ ਅੰਞਾਣਾ; ਲੱਲੂ-ਪੰਜੂ

sprawl /ਸਪਰੋਲ/ *n* ਫੈਲਾਅ *v* ਲੱਤਾਂ ਬਾਹਾਂ ਖਿਲਾਰਦੇ ਲੰਮੇ ਪੈ ਜਾਣਾ ਜਾਂ ਡਿਗਣਾ; ਲੱਤਾਂ ਬਾਹਾਂ ਖਿਲਾਰਨਾ, ਚੁਫਾਲ ਪੈਣਾ ਜਾਂ ਪਏ ਹੋਣਾ; ਵਿੰਗੀ ਟੇਢੀ ਸ਼ਕਲ ਦਾ ਹੋਣਾ; ਬੇਢੰਗੇ ਤਰੀਕੇ ਨਾਲ ਹੱਥ ਪੈਰ ਖਿਲਾਰਨਾ

sprawling /'ਸਪਰੋਲਿਙ/ *a* ਉੱਘੜ-ਦੁਘੜਾ (ਪਸਾਰਾ)

spray /ਸਪਰੇਇ/ *n* (ਫੁੱਲਾਂ, ਪੱਤਿਆਂ ਸਮੇਤ) ਟਾਹਣੀ, ਲਗਰ; ਅਜਿਹੀ ਸ਼ਕਲ ਦੀ ਕੋਈ ਸਜਾਵਟੀ ਚੀਜ਼ (ਹੀਰੇ ਮੋਤੀਆਂ ਦੀ ਲੜੀ ਆਦਿ); ਕਿਸੇ ਤਰਲ ਵਸਤੂ ਦੇ ਤੁਪਕਿਆਂ ਦੀ ਲੜੀ, ਫੁਹਾਰ, ਭੂਰ, ਛਿੜਕਾ *vt* ਛਿੜਕਣਾ

sprayer /ਸਪਰੇਇਅ*/ *n* ਦਵਾਈਆਂ ਆਦਿ ਛਿੜਕਣ ਵਾਲਾ ਯੰਤਰ, ਬੂਟਿਆਂ ਨੂੰ ਪਾਣੀ ਦੇਣ ਵਾਲਾ ਫੁਹਾਰਾ

spread /ਸਪਰੈੱਡ/ *v* ਖਿਲਾਰਨਾ; ਵਿਛਾਉਣਾ; ਖਿੱਲਰਨਾ, ਵਿਛਣਾ; ਤਾਣਨਾ ਜਾਂ ਤਣਨਾ; ਪਸਾਰਨਾ ਜਾਂ ਪਸਰਨਾ, ਵਧਾਉਣਾ ਜਾਂ ਵਧਣਾ; ਢਕਣਾ ਜਾਂ ਢਕੇ ਜਾਣਾ; ਨਜ਼ਰ ਦੇ ਸਾਹਵੇਂ ਪੱਸਰਿਆ ਜਾਂ ਖਿੱਲਰਿਆ ਹੋਣਾ *n* ਖਿਲਾਰ, ਵਿਸਤਾਰ, ਪਸਾਰਾ; ਪ੍ਰਸਾਰ, ਵਧਣ-ਫੁੱਲਣ; (ਬੋਲ) ਪਰੋਸਿਆ ਭੋਜਨ

spreadeagle /ˌਸਪਰੈੱਡ'ਈਗਲ/ *n* ਉਕਾਬ ਦੀ ਸ਼ਕਲ ਜਿਸ ਵਿੱਚ ਖੰਭ ਅਤੇ ਲੱਤਾਂ ਪਸਾਰੀਆਂ ਵਿਖਾਈਆਂ ਗਈਆਂ ਹੋਣ; ਲਫੌੜੀ, ਗੱਪਾਂ ਮਾਰਨ ਵਾਲਾ; (ਸਜ਼ਾ ਦੇਣ ਲਈ) ਲੱਤਾਂ ਬਾਹਾਂ ਪਸਾਰ ਕੇ ਬੱਧਾ ਆਦਮੀ

spread-eagleism /ˌਸਪਰੈੱਡ'ਈਗਲਿਜ਼ਅਮ/ *n* ਦੇਸ਼-ਭਗਤੀ ਦੀਆਂ ਫੜ੍ਹਾਂ, ਦੇਸ-ਭਗਤੀ ਦਾ ਦੰਭ ਜਾਂ ਦਿਖਾਵਾ; ਫੜ੍ਹ, ਗੱਪ

spreadsheet /'ਸਪਰੈੱਡਸ਼ੀਟ/ *n* (ਕੰਪਿ) ਵੱਡੇ ਹਿਸਾਬ–ਕਿਤਾਬ ਲਈ ਵਰਤਿਆ ਜਾਣ ਵਾਲਾ ਕੰਪਿਊਟਰ ਪ੍ਰੋਗਰਾਮ, ਕੰਪਿਊਟਰ ਰਾਹੀਂ ਰੋਕੜ ਤਿਆਰ ਕਰਨ/ਘਰੇਲੂ ਬਜਟ ਤਿਆਰ ਕਰਨ ਅਤੇ ਹੋਰ ਲੇਖੇ–ਜੋਖੇ ਕਰਨ ਲਈ ਵਰਤਿਆ ਜਾਣ ਵਾਲਾ ਪ੍ਰੋਗਰਾਮ

spree /ਸਪਰੀ/ *n* ਮੌਜ-ਮੇਲਾ, ਰੰਗ-ਰਲੀਆਂ, ਮਨੋਰੰਜਨ; ਸ਼ਰਾਬ ਦਾ ਦੌਰ, ਪੀਣ ਦੀ ਮਹਿਫ਼ਲ

sprig[1] /ਸਪਰਿਗ/ *n* ਫ਼ਾਨੇ ਦੀ ਸ਼ਕਲ ਦਾ ਕਿੱਲ ਜਿਸ ਦਾ ਸਿਰ ਮੋਟਾ ਨਹੀਂ ਹੁੰਦਾ;

sprig[2] *n* ਟਾਹਣੀ, ਲਗਰ; ਕਲਮ (ਬੀਜਣ ਵਾਲੀ); (ਕੱਪੜੇ ਆਦਿ ਉੱਤੇ ਪਾਇਆ) ਬੂਟਾ, ਵੇਲ;

sprig[3] *n* (ਘਿਰਨਾ ਵਿੱਚ) ਛੋਕਰਾ, ਮੁੰਡੂ

sprightly /'ਸਪਰਾਇਟਲਿ/ *a* ਛੋਹਲਾ, ਚੁਸਤ, ਉਤਸ਼ਾਹੀ, ਸਜੀਵ, ਖ਼ੁਸ਼, ਖਿੜਿਆ, ਚੜ੍ਹਦੀ ਕਲਾ ਵਿੱਚ, ਜ਼ਿੰਦਾ-ਦਿਲ

spring /ਸਪਰਿਙ/ *v* ਬੁੜ੍ਹਕਣਾ, ਕੁੱਦਣਾ, ਟੱਪਣਾ, ਭੁੜਕਣਾ, ਟਪੂਸੀ ਮਾਰਨਾ; (ਜ਼ਮੀਨ ਵਿੱਚੋਂ) ਫੁੱਟਣਾ, ਉਗਮਣਾ (ਪਾਣੀ, ਚਸ਼ਮੇ ਆਦਿ ਦਾ); ਪੁੰਗਰਨਾ, ਫੁੱਟ ਪੈਣਾ, ਅੰਗੂਰ ਫੁੱਟਣਾ; ਜ਼ਾਹਰ ਹੋਣਾ, ਪ੍ਰਤੱਖ

ਹੋਣਾ; ਅਚਨਚੇਤ ਆ ਵੜਨਾ; (ਲੱਕੜੀ ਦਾ) ਝੌਂ ਜਾਣਾ; ਲਿਫ ਜਾਣਾ; (ਕੋਈ ਨਵੀਂ ਗੱਲ ਜਾਂ ਸ਼ੋਸ਼ਾ) ਕੱਢ ਮਾਰਨਾ; ਸ਼ਿਕਾਰ ਨੂੰ ਘੁਰਨੇ ਆਦਿ ਵਿੱਚੋਂ ਕੱਢਣਾ; ਤ੍ਰਭਕ ਜਾਣਾ, ਤ੍ਰਭਕਾ ਦੇਣਾ *n* ਛਾਲ, ਛੜੱਪਾ, ਟਪੂਸੀ, ਚੌਂਕੜੀ; ਸ੍ਰੋਤ, ਚਸ਼ਮਾ; ਲਚਕ; ਲਿਫਾ (ਕਮਾਨ ਆਦਿ ਦਾ); ਕਮਾਨੀ, ਸਪਰਿੰਗ; ਬਸੰਤ ਰੁੱਤ; ਨਿਕਲਨ ਜਾਂ ਫੁੱਟਣ ਦੀ ਥਾਂ, ਸੋਮਾ, ਨਿਕਾਸ; ਉਦੇਸ਼, ਪ੍ਰਯੋਜਨ

springboard /'ਸਪਰਿਙਬੋਡ/ *n* ਛਾਲ ਮਾਰਨ ਦਾ ਤਖ਼ਤਾ, ਪੜੁੱਲ

spring-clean /ˌਸਪਰਿਙ'ਕਲੀਨ/*v* ਮਕਾਨ ਦੀ ਚੰਗੀ ਤਰ੍ਹਾਂ ਸਫਾਈ ਕਰਨਾ, ਝਾੜ ਪੂੰਝ ਕਰਨਾ

springe /ਸਪਰਿਨਜ/ *n* ਰੱਸੀ ਦਾ ਖਿਸਕਣਾ; ਗਲਾਵਾਂ, ਫੰਧਾ, ਕੁੜਿੱਕੀ

springer /'ਸਪਰਿਙਅ*/ *n* ਬੁੜਕਣ ਵਾਲਾ, ਕੁੱਦਣ ਵਾਲਾ; ਡਾਟ (ਇਮਾਰਤ ਦੀ); ਸਪੈਨੀਅਲ ਕੁੱਤੇ ਦੀ ਨਸਲ; ਇੱਕ ਵੱਡੀ ਸਮੁੰਦਰੀ ਮੱਛੀ

springhalt /'ਸਪਰਿਙਹੋਲਟ*/*n* ਘੋੜੇ ਦੀ ਪਿਛਲੀ ਲੱਤ ਦਾ ਕਾਂਬਾ, ਘੋੜੇ ਦਾ ਸਰਨ

spring onion *n* ਕੱਚਾ ਪਿਆਜ਼, ਹਰਾ ਪਿਆਜ਼, ਪੱਤਿਆਂ ਸਮੇਤ ਛੋਟਾ ਪਿਆਜ਼

spring tide *n* ਸਮੁੰਦਰ ਦੇ ਜਵਾਰ ਦੀ ਸਭ ਤੋਂ ਉੱਚੀ ਛੱਲ; ਬਸੰਤ ਰੁੱਤ; ਜਜ਼ਬਿਆਂ ਦਾ ਹੜ੍ਹ

springy /'ਸਪਰਿਙਿ *a* ਲਿਫਵਾਂ, ਲਚਕਦਾਰ; ਬੁੜਕਣ ਵਾਲਾ

sprinkle /'ਸਪਰਿਙਕਲ/ *vt* ਛਿਕੜਣਾ, ਤਰੌਂਕਣਾ; ਧੂੜਨਾ *n* ਛਿੜਕਾ, ਤਰੌਂਕਾ

sprinkling /'ਸਪਰਿਙਕਲਿਙ/ *vt* ਮਾਮੂਲੀ ਛਿੜਕਾ, ਹਲਕਾ ਜਿਹਾ ਤਰੌਂਕਾ; ਅਲਪ ਮਾਤਰਾ ਜਾਂ ਗਿਣਤੀ

sprint /ਸਪਰਿਨਟ/ *n* ਨਿੱਕੀ ਦੌੜ; ਥੋੜ੍ਹੇ ਫ਼ਾਸਲੇ ਦੀ ਦੌੜ *vi* ਮਿਥੀ ਦੂਰੀ ਤੱਕ ਪੂਰੀ ਵਾਹ ਲਾ ਕੇ ਦੌੜਨਾ

sprite /ਸਪਰਾਇਟ/ *n* ਜਿੰਨ, ਭੂਤ, ਪ੍ਰੇਤ; ਪਰੀ

sprout /ਸਪਰਾਉਟ/ *v* ਫੁੱਟਣਾ, ਅੰਗੂਰ ਨਿਕਲਨਾ, ਪੁੰਗਰਨਾ, ਸੂਏ ਫੁੱਟਣਾ, ਤੂਈਆਂ ਨਿਕਲਨਾ *n* ਅੰਗੂਰ, ਅੰਗੂਰੀ, ਤੂਈ, ਕਰੂੰਬਲ

spruce[1] /ਸਪਰੂਸ/ *a* ਬਣਿਆ-ਠਣਿਆ

spruce[2] *n* ਚੀੜ ਦੀ ਵੰਨਗੀ ਦਾ ਇੱਕ ਰੁੱਖ

sprùe /ਸਪਰੂ/ *n* ਸੰਗ੍ਰਹਿਣੀ, ਇੱਕ ਰੋਗ

spruit /ਸਪਰੇਇਟ/ *n* (ਦੱਖਣੀ ਅਫ਼ਰੀਕਾ ਵਿੱਚ) ਛੋਟੀ ਨਦੀ ਜਾਂ ਨਾਲਾ ਜਿਸ ਵਿੱਚ ਸਿਰਫ਼ ਬਰਸਾਤਾਂ ਵਿੱਚ ਹੀ ਪਾਣੀ ਆਵੇ, ਚੋਅ

sprung /ਸਪਰਅੱਙ/ *v* **spring** ਦਾ ਭੂਤ-ਕ੍ਰਿਦੰਤ

sprunt /ਸਪਰਅੱਨਟ/ *n* ਛਾਲ, ਉਛਾਲ *v* ਟੱਪਣਾ, ਛਾਲ ਮਾਰਨਾ

spry /ਸਪਰਾਇ/ *a* ਤੇਜ਼, ਫੁਰਤੀਲਾ, ਸਜੀਵ

spud /ਸਪਅੱਡ/ *n* ਖੁਰਪਾ, ਰੰਬਾ; (ਅਪ) ਆਲੂ

spuddle /'ਸਪਅੱਡਲ/ *vi* (ਬੋਲ) ਹਲਕਾ-ਹਲਕਾ ਖੋਦਣਾ, ਗੋਡੀ ਕਰਨਾ

spuddy /'ਸਪਅੱਡਿ/ *a* ਛੋਟਾ-ਮੋਟਾ, ਥੋੜ੍ਹਾ ਬਹੁਤ

spume /ਸਪਯੂਮ/ *n* ਝੱਗ *vi* ਝੱਗ ਆਉਣਾ, ਝੱਗ ਨਿਕਲਨਾ

spumous /'ਸਪਯੂਮਅਸ/ *a* ਝੱਗ ਵਰਗਾ, ਝੱਗਦਾਰ

spumy /'ਸਪਯੂਮਿ/ *a* ਝੱਗ ਵਾਲਾ, ਝੱਗਦਾਰ

spun /ਸਪਅੱਨ/ *v* **spin** ਦਾ ਭੂਤ-ਕ੍ਰਿਦੰਤ

spunk /ਸਪਅੱਙਕ/ *n* (ਬੋਲ) ਹਿੰਮਤ, ਹੌਸਲਾ, ਜੇਰਾ

spur /ਸਪਅ:*/ *n* ਘੋੜ ਸਵਾਰ ਦੇ ਬੂਟਾਂ ਦੀ ਅੱਡੀ ਨੂੰ ਲੱਗੀ ਲੋਹੇ ਆਦਿ ਦੀ ਕਿੱਲੀ ਜੋ ਘੋੜੇ ਨੂੰ ਤੇਜ਼ ਕਰਨ ਲਈ ਉਸ ਦੀਆਂ ਵੱਖੀਆਂ ਵਿੱਚ ਚੋਭੀ ਜਾਂਦੀ ਹੈ; ਕੋਈ ਜੋਸ਼ ਦੇਣ ਵਾਲੀ ਚੀਜ਼; ਕੁੱਕੜ ਦੀ ਲੱਤ ਦੇ ਪਿਛਲੇ ਪਾਸੇ ਲੱਗੀ ਤਾੜ *vt* ਅੱਡੀ ਲਾਉਣਾ, ਅੱਡੀ ਮਾਰਨਾ; ਤੇਜ਼ ਕਰਨਾ; ਜੋਸ਼ ਦਿਵਾਉਣਾ, ਉਤਸ਼ਾਹ ਵਧਾਉਣਾ

spurge /ਸਪਅ:ਜ/ *n* ਬੂਟਿਆਂ ਦੀ ਉਹ ਸ਼੍ਰੇਣੀ ਜਿਨ੍ਹਾਂ ਦਾ ਰਸ ਘਾਹ ਬੂਟ ਮਾਰਨ ਲਈ ਵਰਤਿਆ ਜਾਂਦਾ ਹੈ, ਪੌਦੇ ਦੀ ਇੱਕ ਕਿਸਮ

spurious /'ਸਪਯੁਅਰਿਅਸ/ *a* ਖੋਟਾ, ਝੂਠਾ,

ਬਣਾਉਟੀ, ਨਕਲੀ (ਸਿੱਕਾ ਆਦਿ)

spurn /ਸਪਅ:ਨ/ *vt* ਲੱਤ ਮਾਰਨਾ, ਠੁੱਡ ਮਾਰਨਾ; (ਪਰਾ) ਰੱਦ ਕਰਨਾ; ਘਿਰਨਾਮਈ ਢੰਗ ਨਾਲ ਰੱਦ ਕਰਨਾ, ਦੁਰਕਾਰਨਾ *n* ਉਪੇਖਿਆ, ਤਿਰਸਕਾਰ, ਠੋਕਰ, ਲੱਤ

spurrer/'ਸਪਅ:ਰਅ*/ *n* ਉਕਸਾਉਣ ਵਾਲਾ, ਚੁੱਕਣ ਵਾਲਾ; ਅੱਡੀ ਲਾਉਣ ਵਾਲਾ

spurrier /'ਸਪਅੱਰਿਅ*/ *n* ਘੋੜਸਵਾਰ ਦੇ ਬੂਟਾਂ ਦੀਆਂ ਅੱਡੀਆਂ ਬਣਾਉਣ ਵਾਲਾ

spurt, spirt /ਸਪਅ:ਟ/ *v* ਜੋਸ਼ ਨਾਲ ਅੱਗੇ ਵਧਣਾ, ਬੜੀ ਤੇਜ਼ੀ ਨਾਲ ਵਧਣਾ, ਫਰਾਟਾ ਭਰ ਕੇ ਨਿਕਲ ਜਾਣਾ *n* ਫਰਾਟਾ, ਸ਼ਰਾਟਾ, ਉਬਾਲ

sputter /'ਸਪਅੱਟਅ*/ *n* ਬਕਵਾਸ; ਲੁਆਬ, ਰਾਲ *vt* ਥੂ ਕਰਕੇ ਕੱਢਣਾ; ਥੁੱਕਣ ਵਾਲੀ ਦਸ਼ਾ ਵਾਂਗ ਬੁੱਲ੍ਹ ਹਿਲਾਉਣਾ, ਜੋਸ਼ ਜਾਂ ਘਬਰਾਹਟ ਵਿੱਚ ਕੁਝ ਕਹਿਣਾ

sputum /'ਸਪਯੂਟਅਮ/ *n* ਥੁੱਕ, ਖੰਘਾਰ

spy /ਸਪਾਇ/ *n* ਜਸੂਸ, ਸੂਹੀਆ *vt* ਜਸੂਸੀ ਕਰਨਾ, ਸੂਹ ਲੈਣਾ, ਭੇਦ ਲੈਣਾ

spyglass /'ਸਪਾਇਗਲਾਸ/ *n* ਛੋਟੀ ਦੂਰਬੀਨ

squab /ਸਕਵੌਬ/ *a* ਗੋਲ-ਮਟੋਲ, ਗੀਢਾ, ਮਠੁੰਨ *n* ਕਬੂਤਰ ਦਾ ਬੱਚਾ; ਚੜ੍ਹਦੀ ਜਵਾਨੀ ਵਾਲਾ ਮੁੰਡਾ; ਮੋਟਾ ਅਤੇ ਮਧਰਾ ਆਦਮੀ

squabble /'ਸਕਵੌਬਲ/ *n* ਝਗੜਾ, ਲੜਾਈ *vt* ਮਾਮੂਲੀ ਗੱਲ ਲਈ ਖਹਿਬੜਨਾ, ਝਗੜਨਾ

squad /ਸਕਵੌਡ/ *n* ਸੈਨਿਕਾਂ ਦਾ ਛੋਟਾ ਦਸਤਾ, ਫ਼ੌਜੀਆਂ ਦੀ ਨਿੱਕੀ ਟੋਲੀ; ਇਕੱਠੀ ਪਰੇਡ ਕਰਨ ਵਾਲੀ ਟੋਲੀ, ਜੱਥਾ, ਦਸਤਾ

squadron /'ਸਕਵੌਡਰਅਨ/ *n* ਰਿਸਾਲੇ ਜਾਂ ਟੈਂਕ ਰੈਜੀਮੈਂਟ ਦੇ ਮੁੱਖ ਭਾਗਾਂ ਵਿੱਚ ਇੱਕੋ ਜਿਹੀ ਲੜਾਈ ਵਾਸਤੇ ਇਕੱਠੇ ਕੀਤੇ ਗਏ ਜਹਾਜ਼ਾਂ ਦੀ ਟੁਕੜੀ; ਹਵਾਈ ਜਹਾਜਾਂ ਦੀ ਟੁਕੜੀ

squadron leader *n* ਹਵਾਈ ਜਹਾਜ਼ਾਂ ਦੇ ਸੁਕੈਡਰਨ ਦਾ ਕਮਾਂਡਰ

squail /ਸਕਵੇਇਲ/ *n* ਮੇਜ਼ ਉੱਤੇ ਲੱਕੜ ਦੀਆਂ ਗੀਟੀਆਂ ਨਾਲ ਖੇਡੀ ਜਾਣ ਵਾਲੀ ਖੇਡ

squalid /'ਸਕਵੌਲਿਡ/ *a* ਗੰਦਾ, ਘਿਣਾਉਣਾ, ਮੰਦੇਹਾਲ, ਨਖਿੱਧ, ਦਲਿੱਦਰੀ, ਗਰੀਬੜਾ

squall /ਸਕਵੋਲ/ *vt* ਦੁੱਖ ਜਾਂ ਡਰ ਕਰਕੇ ਚੀਕਾਂ ਮਾਰਨਾ, ਚੀਕਣਾ *n* ਚੀਕ-ਚਿਹਾੜਾ, ਚੀਕਣ ਦੀ ਅਵਾਜ਼; ਹਨੇਰੀ, ਝੱਖੜ

squally /'ਸਕਵੋਲਿ/ *a* ਮੀਂਹ ਹਨੇਰੀ ਵਾਲਾ (ਮੌਸਮ)

squalor /'ਸਕਵੌਲਅ*/ *n* ਗੰਦ, ਮੈਲ-ਕੁਚੈਲ, ਗੰਦਗੀ, ਨਖਿੱਧ ਹਾਲਤ

squander /'ਸਕਵੌਨਡਅ*/ *vt* ਫ਼ਜ਼ੂਲ ਖ਼ਰਚੀ ਕਰਨਾ, ਅੰਨ੍ਹੇਵਾਹ ਖ਼ਰਚਣਾ, ਉਡਾਉਣਾ, ਗੁਆਉਣਾ, ਲੱਪ ਗੜੱਪੀ ਵਰਤਣਾ

squandering /'ਸਕਵੌਨਡ(ਅ)ਰਿਙ/ *n* ਖ਼ਰਚ, ਫ਼ਜ਼ੂਲ ਖ਼ਰਚੀ

square /ਸਕਵੇਅ*/ *a* ਬਰਾਬਰ ਲੰਬਾਈ ਚੁੜਾਈ ਅਤੇ ਸਮਕੋਣਾਂ ਵਾਲਾ; ਵਰਗਾਕਾਰ *n* (ਸੰਖਿਆ) ਜਿਹੜੀ ਕਿਸੇ ਸੰਖਿਆ ਨੂੰ ਉਸੇ ਸੰਖਿਆ ਨਾਲ ਗੁਣਾ ਕਰਕੇ ਨਿਕਲੇ; ਉਚਿਤ ਵਰਤਾਅ; ਵਰਗ, ਮੁਰੱਬਾ (ਸ਼ਕਲ), ਬਰਾਬਰ ਬਾਹੀਆਂ ਅਤੇ ਕੋਣਾਂ ਵਾਲੀ ਚੁਕੋਰ, ਚੌਕ; ਤਰਖਾਣ ਦਾ ਗੁਣੀਆ; ਸਿਧਾਂਤ *vt* ਵਰਗ ਬਣਾਉਣਾ; ਠੀਕ ਕਰਨਾ, ਸੰਵਾਰਨਾ, ਅਨੁਕੂਲ ਹੋਣਾ; ਮਿਲਾਣ ਕਰਨਾ (ਖ਼ਾਤੇ ਦਾ); (ਲੇਖਾ) ਨਿਬੇੜਨਾ *adv* ਟਿਕਾਣੇ ਸਿਰ; ਉਚਿਤ ਵਿਧੀ ਨਾਲ; ਸਿੱਧਾ, ਠੀਕ-ਠੀਕ

squarely /'ਸਕਵੇਅਲਿ/ *adv* ਠੀਕ ਤਰ੍ਹਾਂ, ਨਾਲ, ਪੂਰੀ ਤਰ੍ਹਾਂ, ਬਿਨਾਂ ਪਰੇਸ਼ਾਨੀ ਤੋਂ; ਵਰਗਾਕਾਰ ਰੂਪ ਵਿੱਚ

square root *n* ਵਰਗ ਮੂਲ

squash[1] /ਸਕਵੌਸ਼/ *v* ਮਿੱਧਣਾ, ਫਿਹਣਾ, ਚਿੱਥਣਾ; ਦਰੜਨਾ; ਨਚੋੜਨਾ; ਮੂੰਹ ਤੋੜ ਜਵਾਬ ਦੇਣਾ; ਦੱਬੇ ਜਾਣਾ; ਫਸ ਜਾਣਾ; ਭੀੜ ਵਿੱਚੋਂ ਦੀ ਮੋਢੇ ਮਾਰ ਕੇ ਰਾਹ ਬਣਾਉਣਾ *n* ਨਚੋੜੀ ਹੋਈ ਚੀਜ਼ ਰਸ ਆਦਿ; ਫੇਹੀ ਹੋਈ ਵਸਤੂ; 'ਫੁੱਸ' ਦੀ ਅਵਾਜ਼ (ਕੋਈ ਨਰਮ ਚੀਜ਼ ਡਿੱਗਣ ਨਾਲ); ਨਰਮ ਗੇਂਦ ਨਾਲ ਖੇਡੀ ਜਾਣ ਵਾਲੀ ਇੱਕ ਖੇਡ

squash² *n* ਕੱਦੂ ਦੀ ਜਾਤੀ ਦੀ ਇੱਕ ਸਬਜ਼ੀ

squat /ਸਕਵੌਟ/ *vi* ਚੌਕੜੀ ਮਾਰ ਕੇ ਜਾਂ ਪੈਰਾਂ ਭਾਰ ਜਾਂ ਚਿੱਤੜਾਂ ਭਾਰ ਬੈਠਣਾ; ਧਰਨਾ ਮਾਰਨਾ, ਪਥੱਲਾ ਮਾਰਨਾ; (ਪਸ਼ੂਆਂ ਦਾ) ਤ੍ਰਭਕਣਾ *n* ਧਰਨਾ, ਚੌਕੜੀ *a* ਮਧਰਾ ਅਤੇ ਮੋਟਾ

squaw /ਸਕਵੌ/ *n* (ਅਮਰੀਕਾ ਦੀ ਰੈਡੱ ਇੰਡੀਅਨ) ਔਰਤ

squawk /ਸਕਵੋਕ/ *n* ਪੰਛੀ ਦੀ ਅਵਾਜ਼ (ਖ਼ਾਸ ਕਰਕੇ ਦੁੱਖ ਜਾਂ ਸਹਿਮ ਵਿੱਚ) *vt* ਅਜਿਹੀ ਅਵਾਜ਼ ਕੱਢਣਾ

squeak /ਸਕਵੀਕ/ *n* (ਚੂਹੇ ਦੇ ਚੂਕਣ ਜਿਹੀ) ਅਵਾਜ਼, (ਚੂਹੇ ਦਾ) ਚੂਕਣ, ਚੂੰ-ਚੂੰ *vt* ਚੂੰ-ਚੂੰ ਕਰਨਾ, ਚੂਹੇ ਆਦਿ ਦਾ ਚੂਕਣਾ; ਚੀਕ ਕੇ ਬੋਲਣਾ; ਜਮੂਸੀ ਕਰਨਾ

squeal /ਸਕਵੀਲ/ *n* (ਦੁੱਖ ਜਾਂ ਡਰ ਨਾਲ) ਬੱਚੇ ਜਾਂ ਪਸ਼ੂ ਦੀ ਤੇਜ਼ ਚੀਕ, ਲੇਰ *vt* ਅਜਿਹੀ ਚੀਕ ਕੱਢਣਾ, ਚੀਕਣਾ; ਕਿਸੇ ਦਾ ਭੇਦ ਦੱਸ ਦੇਣ ਦੀ ਧਮਕੀ ਦੇ ਕੇ ਪੈਸਾ ਮਾਰਨਾ

squeamish /ਸਕਵੀਮਿਸ਼/ *a* ਜਿਸ ਨੂੰ ਕੋਈ ਚੀਜ਼ ਵੀ ਪਸੰਦ ਨਾ ਆਵੇ; ਨਾਜ਼ਕ ਮਿਜ਼ਾਜ; ਬੜੇ ਨਰਮ ਮਿਹਦੇ ਵਾਲਾ

squeegee, squilgee /ਸਕਵੀਜੀ, ਸਕਵਿਲਜੀ/ *n* ਸ਼ੀਸ਼ੇ ਆਦਿ ਤੋਂ ਸਿੱਲ੍ਹ ਪੂੰਝਣ ਵਾਲਾ ਪੂੰਝਾ, ਰਬੜ ਵਾਲੀ ਸੜਕ ਜਾਂ ਡੈੱਕ ਨੂੰ ਸਾਫ਼ ਕਰਨ ਵਾਲਾ ਝਾੜੂ, ਫੋਟੋਗ੍ਰਾਫੀ ਵਿੱਚ ਇਸੇ ਤਰ੍ਹਾਂ ਦਾ ਬੁਰਸ਼ ਜਾਂ ਰਬੜ ਦਾ ਵੇਲਣਾ *vt* ਵੇਲਣੇ ਨਾਲ ਸਾਫ਼ ਕਰਨਾ, ਝਾੜੂ ਦੇਣਾ

squeezability /ˌਸਕਵੀਜ਼ਅ'ਬਿਲਅਟਿ/ *n* ਨਚੋੜਨ ਯੋਗਤਾ

squeeze /ਸਕਵੀਜ਼/ *v* ਨਚੋੜਨਾ, ਫਿਹਣਾ, ਘੁਟਣਾ; ਮਲਨਾ, ਦਬਾਉਣਾ; ਦਾਬੇ ਨਾਲ ਸੂਹ ਲੈ ਲੈਣਾ ਜਾਂ ਭੇਦ ਕੱਢਣਾ; ਜ਼ਬਰਦਸਤੀ ਵਸੂਲੀ ਕਰਨਾ; ਮਜਬੂਰ ਕਰਨਾ, ਦਬਾਅ ਪਾਉਣਾ; ਭੀੜ ਆਦਿ ਦੇ ਵਿੱਚੋਂ ਲੰਘਣਾ *n* ਦਬਾਅ, ਫਿਹ, ਘੋਟ; ਭੀੜ, ਧੱਕੋ-ਧੱਕੀ

squelch /ਸਕਵੈੱਲਚ/ *v* 'ਪੁੱਚ' ਦੀ ਅਵਾਜ਼ ਕੱਢਣਾ (ਜਿਵੇਂ ਖੋਭੇ ਵਿੱਚੋਂ ਸੁੰਮ ਚੁੱਕਿਆਂ ਨਿਕਲਦੀ ਹੈ); ਛਪਲ-ਛਪਲ ਕਰਨਾ; ਦਬਾਅ ਦੇਣਾ; ਲਿਤਾੜ ਦੇਣਾ, ਮਾਰ ਮੁਕਾਉਣਾ, ਖ਼ਤਮ ਕਰ ਦੇਣਾ; ਚੁੱਪ ਕਰਾ ਦੇਣਾ; ਮੂੰਹ ਤੋੜ ਜਵਾਬ ਦੇਣਾ

squib /ਸਕਵਿਬ/ *n* (ਆਤਿਸ਼ਬਾਜ਼ੀ ਦੀ) ਛਛੂੰਦਰ, ਹਵਾਈ ਆਦਿ; ਨਿੰਦਾਤਮਿਕ ਕਵਿਤਾ ਜਾਂ ਵਾਰਤਕ

squid /ਸਕਵਿਡ/ *n* ਮੱਛੀ ਦੀ ਇੱਕ ਜਾਤੀ

squiffy /'ਸਕਵਿਫ਼ਿ/ *a* (ਅਪ) ਕੁਝ ਨਸ਼ੇ ਵਿੱਚ, ਅੱਧ ਨਸ਼ਿਆਇਆ

squiggle /'ਸਕਵਿਗਲ/ *n* (ਲਿਖਾਈ ਵਿੱਚ ਪਾਈ) ਲਹਿਰੀਆ ਲਕੀਰ

squilgee/'ਸਕਵਿਲਜੀ/ *n vt* ਵੇਖੋ **squeegee**

squill /ਸਕਵਿਲ/ *n* ਸੋਸਨ ਵਰਗਾ ਇੱਕ ਬੂਟਾ ਜਿਸ ਤੋਂ ਦਵਾਈ ਬਣਦੀ ਹੈ

squint /ਸਕਵਿਨਟ/ *n* ਭੈਂਗਾ, ਟੀਰਾ; ਭੈਂਗਾਪਣ, ਟੀਰਾਪਣ; ਟੇਢੀ ਤੱਕਣੀ, ਤਿਰਛੀ ਝਾਤ *v* ਟੀਰ ਕੱਢਣਾ, ਟੀਰਾ ਤੱਕਣਾ, ਭੈਂਗ ਮਾਰਨਾ, ਇੱਕ ਪਾਸੇ ਵੱਲ ਵੇਖਣਾ; ਝੀਤ ਜਾਂ ਮੋਰੀ ਵਿੱਚੋਂ ਦੀ ਝਾਕਣਾ

squire /'ਸਕਵਾਇਅ*/ *n* (ਇੰਗਲੈਂਡ ਵਿੱਚ) ਜਗੀਰਦਾਰ, ਵੱਡਾ ਜ਼ਿਮੀਂਦਾਰ; (ਇਤਿ) ਕਿਸੇ ਨਾਈਟ ਦਾ ਸਾਥੀ ਜਾਂ ਚਾਕਰ; ਜੱਜ, ਮੁਨਸਿਫ *vt* ਕਿਸੇ ਸੁਆਣੀ (ਲੇਡੀ) ਦੀ ਰੱਖਿਆ ਕਰਨਾ

squirearchy /'ਸਕਵਾਇਅਰਾਕੀ/ *n* ਜ਼ਿਮੀਦਾਰ ਵਰਗ, ਤਅੱਲੁਕੇਦਾਰ ਸ਼੍ਰੇਣੀ

squireen /ˌਸਕਵਾਇਅ'ਰੀਨ/ *n* ਛੋਟਾ ਜ਼ਿਮੀਦਾਰ (ਖ਼ਾਸ ਕਰ ਆਇਰਲੈਂਡ ਵਿੱਚ)

squirm /ਸਕਵਅ:ਮ/ *vi* ਅੰਦਰੋਂ-ਅੰਦਰੀ ਵੱਟ ਖਾਣੇ, ਤਿਲਮਿਲਾਉਣਾ, ਜੀ ਨੂੰ ਖੋਹ ਪੈਣਾ; ਸਰੀਰ ਨੂੰ ਵੱਟ ਚੜ੍ਹਨਾ, ਝੰਜੋੜੇ ਜਾਣਾ *n* ਐਂਠ, ਅਕੜਾ, ਤਿਲਮਿਲਾਹਟ

squirrel /'ਸਕਵਿਰਅਲ/ *n* ਗਾਲੜ੍ਹ, ਕਾਟੋ, ਗਲਹਿਰੀ

squirt /ਸਕਵਅ:ਟ/ *v* ਪਿਚਕਾਰੀ ਵਿੱਚੋਂ ਤਤੀਰ੍ਹੀ ਨਿਕਲਣਾ, ਫੁੱਟ ਨਿਕਲਣਾ, ਪਿਚਕਾਰੀ ਮਾਰਨਾ *n* ਪਿਚਕਾਰੀ, ਤਤੀਰ੍ਹੀ, ਧਾਰ

squit /ਸਕਵਿਟ/ *n* (ਅਪ) ਮਾਮੂਲੀ ਆਦਮੀ, ਤੁੱਛ ਵਿਅਕਤੀ

St /ਸਅਨ(ਟ)/ *n* **Saint** (ਸੰਤ, ਮਹਾਤਮਾ ਦਾ) ਛੋਟਾ ਰੂਪ ਜੋ ਨਾਵਾਂ ਤੋਂ ਪਹਿਲਾਂ ਲਿਖਿਆ ਜਾਂਦਾ ਹੈ

stab /ਸਟੈਬ/ *n* (ਕਿਸੇ ਤੇਜ਼ ਹਥਿਆਰ ਦਾ) ਘਾਅ, ਫੱਟ , ਜ਼ਖ਼ਮ; ਸਖ਼ਤ ਅਤੇ ਅਚਾਨਕ ਪਈ ਪੀੜ, (ਰੋਗ ਦਾ) ਦੌਰਾ; ਕਸ਼ਟ *vt* ਤੇਜ਼ ਹਥਿਆਰ ਨਾਲ ਫੱਟ ਮਾਰਨਾ ਜਾਂ ਜ਼ਖ਼ਮ ਕਰਨਾ; ਛੁਰਾ ਚਾਕੂ ਆਦਿ ਖੋਭਣਾ; ਦੁੱਖ ਦੇਣਾ, ਕਸ਼ਟ ਪਹੁੰਚਾਉਣਾ

stability /ਸਟਅ'ਬਿਲਅਟਿ/ *n* ਪਕਿਆਈ, ਮਜ਼ਬੂਤੀ, ਸਥਿਰਤਾ, ਸੰਤੁਲਨ, ਟਿਕਾਊਪਣ

stabilization /ˌਸਟੇਇਬਅਲਾਇ'ਜ਼ੇਇਸ਼ਨ/ *n* ਸਥਿਰੀਕਰਨ, ਸਥਾਈਕਰਨ, ਦ੍ਰਿੜ੍ਹੀਕਰਨ

stabilize /'ਸਟੇਇਬਅਲਾਇਜ਼/ *vt* ਮਜ਼ਬੂਤ ਕਰਨਾ, ਪੱਕਾ ਕਰਨਾ, ਸਥਿਰਤਾ ਦੇਣਾ

stabilizer /'ਸਟੇਇਬਅਲਾਇਜ਼ਅ*/ *n* ਹਵਾਈ ਜਹਾਜ਼ ਦੀ ਪੂਛ ਦੇ ਫੱਟੇ ਜੋ ਉਸ ਨੂੰ ਸਾਵਾਂ ਰੱਖਦੇ ਹਨ *a* ਸਥਿਰ ਕਰਨ ਵਾਲਾ ਯੰਤਰ, ਬਿਜਲੀ ਦੇ ਪ੍ਰਵਾਹ ਨੂੰ ਸਥਿਰ ਕਰਨ ਵਾਲਾ ਯੰਤਰ

stable[1] /'ਸਟੇਇਬਲ/ *a* ਪੱਕਾ, ਮਜ਼ਬੂਤ, ਟਿਕਾਊ, ਸਥਿਰਤਾ ਵਾਲਾ, ਪੱਕੇ ਇਰਾਦੇ ਵਾਲਾ, ਦ੍ਰਿੜ੍ਹ ਧਾਰਨਾ ਵਾਲਾ, ਅਟੱਲ

stable[2] *n* ਤਬੇਲਾ; ਕਿਸੇ ਵਿਸ਼ੇਸ਼ ਤਬੇਲੇ ਦੇ ਘੋੜਦੌੜ ਵਾਲੇ ਘੋੜੇ *vt* ਘੋੜਿਆਂ ਨੂੰ ਤਬੇਲੇ ਵਿੱਚ ਰੱਖਣਾ ਜਾ ਬੰਨ੍ਹਣਾ

stable companion *n* ਇੱਕੋ ਤਬੇਲੇ ਦੇ ਘੋੜੇ; ਇੱਕੋ ਸਕੂਲ ਜਾਂ ਕਲੱਬ ਦਾ ਮੈਂਬਰ

stabling /'ਸਟੇਇਬਲਿਙ/ *n* ਤਬੇਲੇ ਵਿੱਚ ਰੱਖਣ; ਤਬੇਲੇ ਦੀ ਥਾਂ; ਘੋੜਿਆਂ ਦੇ ਖੁਰਲ

stablish /'ਸਟੈਬਲਿਸ਼/ *vt* ਪੱਕਾ ਕਰਨਾ, ਮਜ਼ਬੂਤ ਕਰਨਾ, ਥਾਪਣਾ

staccato /ਸਟਅ'ਕਾਟਅਉ/ *a* (ਸੰਗੀ) ਤਿੱਖੀ ਅਤੇ ਨਿਵੇਕਲੀ ਸੁਰ ਵਾਲਾ *adv* ਅਜਿਹੀ ਸੁਰ ਵਿੱਚ

stack /ਸਟੈਕ/ *n* ਖਲਵਾੜਾ, ਕੁੰਨੂ; ਸੁੱਕੇ ਘਾਹ ਜਾਂ ਸੁੱਕੇ ਪੱਠਿਆਂ ਦਾ ਢੇਰ; ਹੇਠ-ਉੱਤੇ ਰੱਖੀਆਂ ਵਸਤੂਆਂ ਦਾ ਢੇਰ; ਨਾਲ-ਨਾਲ ਖੜ੍ਹੀਆਂ ਕਈ ਚਿਮਨੀਆਂ *vt* ਖਲਵਾੜਾ ਜਾਂ ਕੁੰਨੂੰ ਲਾਉਣਾ, ਹੇਠ-ਉੱਤੇ ਰੱਖ ਕੇ ਢੇਰ ਲਾਉਣਾ

stadda /'ਸਟੈਡਅ/ *n* ਦੁਧਾਰੀ ਆਰੀ; ਚੁਫਾਲ ਆਰੀ

stadium /'ਸਟੇਇਡਿਅਮ/ *n* (ਪ੍ਰਾਚੀਨ ਯੂਨਾਨੀ) ਲੰਬਾਈ ਨਾਪਣ ਦੀ ਇਕਾਈ (220 ਗਜ਼); ਦੌੜ ਦਾ ਮੈਦਾਨ, ਖੇਡ ਦਾ ਅਖਾੜਾ ਜਾਂ ਮੈਦਾਨ

staff /ਸਟਾਫ਼/ *n* ਕਿਸੇ ਦਫ਼ਤਰ ਸੰਸਥਾ ਜਾਂ ਵਪਾਰੀ ਕੰਪਨੀ ਆਦਿ ਦੇ ਕਰਮਚਾਰੀ, ਅਮਲਾ; ਕਿਸੇ ਫ਼ੌਜੀ ਹੈਡਕੁਆਟਰ ਦੇ ਅਫ਼ਸਰਾਂ ਦਾ ਸਮੂਹ; (ਸੰਗੀ) ਸਾਂਵੀਆਂ ਲਕੀਰਾਂ ਜਿਨ੍ਹਾਂ ਉੱਤੇ ਰਾਗ ਦੀਆਂ ਸੁਰਾਂ ਅੰਕਿਤ ਹੁੰਦੀਆਂ ਹਨ; ਪਦਵੀ ਦਾ ਚਿੰਨ, ਸੋਟਾ, ਡੰਡਾ, ਸੋਟੀ; ਸਹਾਰਾ *vt* (ਦਫਤਰ, ਸੰਸਥਾ ਆਦਿ ਨੂੰ) ਕਰਮਚਾਰੀ ਦੇਣੇ ਜਾਂ ਕਰਮਚਾਰੀਆਂ ਦਾ ਪ੍ਰਬੰਧ ਕਰਨਾ

staff nurse *n* ਸਟਾਫ਼ ਨਰਸ

stag /ਸਟੈਗ/ *n* ਬਾਰਾਂ ਸਿੰਗਾਂ; ਨਵੀਆਂ ਵਪਾਰੀ ਕੰਪਨੀਆਂ ਵਿੱਚ ਹਿੱਸੇ ਖ਼ਰੀਦਣ ਵਾਲਾ ਜੋ ਉਹਨਾਂ ਨੂੰ ਨਫ਼ਾ ਲੈ ਕੇ ਝੱਟ-ਪੱਟ ਵੇਚ ਦੇਣਾ ਚਾਹੇ; ਪਾਰਟੀਆਂ ਵਿੱਚ ਇਕੱਲਾ ਆਉਣ ਵਾਲਾ ਵਿਅਕਤੀ

stage /ਸਟੇਇਜ/ *n* ਥੜ੍ਹਾ, ਚਬੂਤਰਾ, ਡਾਇਸ; ਥੀਏਟਰ ਦੀ ਸਟੇਜ, ਰੰਗ-ਮੰਚ, ਨਾਟ ਕਲਾ, ਨਾਟਕਾਰੀ; ਪਿੜ, ਅਖਾੜਾ; ਪੜਾਅ, ਮੰਜ਼ਲ; ਕਾਰਜ ਖੇਤਰ; ਹਾਲਤ, ਅਵਸਥਾ; ਸਮਾਂ, ਦੌਰ, ਜ਼ਮਾਨਾ; (ਕੰਮ ਦਾ) ਪੜਾਅ *vt* (ਨਾਟਕ) ਖੇਡਣਾ, ਸਟੇਜ ਉੱਤੇ ਲਿਆਉਣਾ

stage-coach /'ਸਟੇਇਜਕਅਉਚ/ *n* ਚਾਰ ਪਹੀਆਂ ਵਾਲੀ ਗੱਡੀ; ਡਾਕ ਬੱਘੀ

stagecraft /'ਸਟੇਇਜਕਰਾਫ਼ਟ/ *n* ਮੰਚਕਲਾ, ਮੰਚਕਾਰੀ, ਨਾਟਕਾਰੀ

stage fright *n* ਲੋਕਾਂ ਸਾਮ੍ਹਣੇ ਕੁਝ ਕਹਿਣ ਤੋਂ ਘਬਰਾਹਟ, ਸਟੇਜ ਉੱਤੇ ਅਦਾਕਾਰੀ ਕਰਨ ਤੋਂ ਡਰ

stagger /'ਸਟੈਗਅ*/ *v* ਡਗਮਗਾਉਣਾ, ਲੜਖੜਾਉਣਾ; ਹਿਚਕਚਾਉਣਾ, ਸ਼ਸ਼ੋਪੰਜ ਵਿੱਚ

ਪੈਣਾ; ਚਕਰਾਉਣਾ *n* ਡਗਮਗਾਹਟ, ਲੜਖੜਾਹਟ, ਥਿੜਕਵੀਂ ਚਾਲ, ਡਾਵਾਂਡੋਲ ਹਾਲਤ; ਚੱਕਰ, ਘੇਰਨੀ

staggered/'ਸਟੈਗਅਡ/ *a* ਲੜਖੜਾਉਂਦਾ ਹੋਇਆ, ਡਗਮਗਾਉਂਦਾ ਹੋਇਆ, ਡਾਵਾਂ ਡੋਲ

staggerer /'ਸਟੈਗ(ਅ)ਰਅ*/ *n* ਡਗਮਗਾਉਣ ਵਾਲਾ, ਲੜਖੜਾਉਣ ਵਾਲਾ; ਹਿਚਕਿਚਾਉਣ ਵਾਲਾ

stagnant /'ਸਟੈਗਨਅਨਟ/ *a* ਖੜ੍ਹਾ, ਗਤੀਹੀਣ; ਖਲੋਤਾ, ਸਥਿਰ, ਪ੍ਰਵਾਹਹੀਣ, ਰੁਕਿਆ, ਥੰਮ੍ਹਿਆ, ਬੰਦ (ਪਾਣੀ, ਸਰੋਵਰ); ਸੁਸਤ, ਮੰਦ, ਧੀਮਾ, ਮੱਧਮ, ਨਰਮ, ਮੱਠਾ

stagnate /ਸਟੈਗ'ਨੇਇਟ/ *vt* (ਪਾਣੀ ਆਦਿ ਦਾ) ਖੜ੍ਹਾ ਰਹਿਣਾ; ਗਤੀਹੀਣ ਹੋਣਾ, ਖਲੋਤਾ ਰਹਿਣਾ, ਸ਼ਾਂਤ ਹੋਣਾ; (ਕੰਮ, ਵਿਹਾਰ ਆਦਿ ਦਾ) ਮੱਠਾ ਜਾਂ ਢਿੱਲਾ ਪੈ ਜਾਣਾ; ਨਰਮ ਜਾਂ ਮੱਧਮ ਪੈ ਜਾਣਾ

stagnation /ਸਟੈਗ'ਨੇਇਸ਼ਨ/ *n* ਗਤੀਹੀਣਤਾ, ਸਥਿਰਤਾ, ਪ੍ਰਵਾਹਹੀਣਤਾ; ਖੜੋਤ, ਨਿਸਚਲਤਾ

stagy/'ਸਟੇਇਜਿ/ *a* (ਰੂਪ, ਢੰਗ, ਹਾਵ ਭਾਵ, ਆਚਰਨ ਆਦਿ ਵਿੱਚ) ਨਾਟਕੀ, ਦਿਖਾਵੇ ਵਾਲਾ, ਨੁਮਾਇਸ਼ੀ

staid/ਸਟੇਇਡ/ *a* ਸ਼ਾਂਤ, ਗੰਭੀਰ, ਸਥਿਰ, ਪੱਕਾ, ਦ੍ਰਿੜ੍ਹ, ਸੰਜੀਦਾ, ਧੀਰ

stain /ਸਟੇਇਨ/ *v* ਧੱਬਾ ਲਾਉਣਾ, ਡੱਬ ਪਾ ਦੇਣਾ, ਲਿੱਬੜਨਾ ਜਾਂ ਲਿੱਬੇੜਨਾ, ਮੈਲਾ ਕਰ ਦੇਣਾ ਜਾਂ ਹੋਣਾ; (ਇੱਜ਼ਤ, ਨਾਂ, ਮਸ਼ਹੂਰੀ ਆਦਿ ਨੂੰ) ਕਲੰਕ ਲਾਉਣਾ, ਵੱਟਾ ਲਾਉਣਾ, ਦਾਗ਼ੀ ਕਰਨਾ; (ਲੱਕੜੀ, ਸ਼ੀਸ਼ੇ ਆਦਿ ਉੱਤੇ) ਰੰਗ ਚਾੜ੍ਹਨਾ, ਰੋਗਨ ਕਰਨਾ *n* ਦਾਗ਼, ਧੱਬਾ, ਡੱਬ; ਕਲੰਕ, ਐਬ

stainless /'ਸਟੇਇਨਲਅਸ/ *a* ਬੇਦਾਗ਼, ਬੇਐਬ, ਨਿਰਮਲ; ਜੰਗਰੋਧੀ

stair /ਸਟੇਅ*/ *n* ਪੌੜੀ, ਸੀੜ੍ਹੀ, (ਬਹੁ) ਪੌੜੀਆਂ

staircase /'ਸਟੇਅਕੇਇਸ/ *n* ਪੌੜੀਆਂ, ਜ਼ੀਨਾ

stake /ਸਟੇਇਕ/ *n* ਕਿੱਲ, ਮੇਖ, ਖੂੰਟਾ, ਚੋਭ; ਖੰਭਾ (ਜਿਸ ਨਾਲ ਮਨੁੱਖ ਨੂੰ ਜਿਊਂਦਾ ਸਾੜ ਦੇਣ ਲਈ ਬੰਨ੍ਹਿਆ ਗਿਆ ਹੋਵੇ); ਦਾਅ, ਬਾਜ਼ੀ; ਸ਼ਰਤ ਦਾ ਰੁਪਈਆ; (ਬਹੁ) ਘੋੜਦੌੜ ਵਿੱਚ ਸ਼ਰਤ *vt* ਖੂੰਟਾ ਗੱਡਣਾ, ਖੂੰਟੇ ਨਾਲ ਬੰਨ੍ਹਣਾ; ਸਹਾਰਾ ਦੇਣਾ ਜਾਂ ਅੜਾਉਣਾ; ਦਾਅ ਉੱਤੇ ਲਾਉਣਾ; ਬਾਜ਼ੀ ਲਾਉਣਾ; ਨਿਸ਼ਾਨ ਲਾਉਣਾ; ਖ਼ਤਰੇ ਵਿੱਚ ਪਾਉਣਾ (ਇੱਜ਼ਤ ਆਦਿ)

stalactite /'ਸਟੈਲਅਕਟਾਇਟ/ *n* ਚੂਨੇ ਦੇ ਕਾਰਬੋਨੇਟ ਦਾ ਯੋਗਿਕ

stale /ਸਟੇਇਲ/ *a* ਬੇਹਾ, ਪੁਰਾਣਾ, ਘਿਸਿਆ-ਪਿਟਿਆ, ਨੀਰਸ; ਬਾਸੀ, ਬੁਸਿਆ *n* ਪਸ਼ੂਆਂ ਦਾ ਮੂਤ ਜਾਂ ਪਿਸ਼ਾਬ; (ਪਰਾ) ਦੂਜੇ ਪਸ਼ੂਆਂ ਨੂੰ ਲੁਭਾਇਮਾਨ ਕਰਨ ਵਾਲੀ ਵਸਤੂ *v* ਬੇਹਾ ਜਾਂ ਪੁਰਾਣਾ ਕਰ ਦੇਣਾ; ਮੂਤਣਾ (ਪਸ਼ੂਆਂ ਦਾ)

stalemate /'ਸਟੇਇਲਮੇਇਟ/ *n* (ਸ਼ਤਰੰਜ) ਸ਼ਹਿ, ਜਿਚ (ਜਦੋਂ ਕੋਈ ਘਰ ਚੱਲਣ ਵਿੱਚ ਨਾ ਰਹੇ); ਗਤੀਰੋਧ, ਅਟਕਾਅ *vt* ਅਟਕਾਅ ਪੈਦਾ ਕਰਨਾ, ਜਮੂਦ ਪੈਦਾ ਕਰਨਾ, ਗਤੀਰੋਧ ਪੈਦਾ ਕਰਨਾ

stalk[1] /ਸਟੋਕ/ *n* ਡੰਡੀ, ਟਾਂਡਾ, ਨੜ, ਗੰਦਲ; ਜੋੜ; ਕਿਸੇ ਅੰਗ ਦਾ ਆਧਾਰ; ਪੱਤੇ ਫੁੱਲ ਫਲ ਦੀ ਡੰਡੀ, ਕਾਰਖ਼ਾਨੇ ਆਦਿ ਦੀ ਲੰਮੀ ਚਿਮਨੀ; ਸ਼ਰਾਬ ਦੇ ਗਲਾਸ ਦੀ ਡੰਡੀ

stalk[2] *v* ਆਕੜ ਕੇ ਚੱਲਣਾ; ਮਲਕੜੇ-ਮਲਕੜੇ (ਸ਼ਿਕਾਰ ਦਾ) ਪਿੱਛਾ ਕਰਨਾ; ਚੁੱਪ-ਚਾਪ ਸ਼ਿਕਾਰ ਨੂੰ ਦਬੋਚਣਾ *n* ਸ਼ਿਕਾਰ ਨੂੰ ਘੇਰਨ ਜਾਂ ਛੁਪ ਕੇ ਸ਼ਿਕਾਰ ਦਾ ਪਿੱਛਾ ਕਰਨ ਦਾ ਕੰਮ

stalker /'ਸਟੋਕਅ*/ *n* ਘਾਤ ਲਾਉਣ ਵਾਲਾ ਸ਼ਿਕਾਰੀ, ਲੁਕ-ਛਿਪ ਕੇ ਪਿੱਛਾ ਕਰਨ ਵਾਲਾ ਸ਼ਿਕਾਰੀ, ਕਿਸੇ ਦੀ ਪੈਰਵੀ ਕਰਨ ਵਾਲਾ ਵਿਅਕਤੀ

stall /ਸਟੋਲ/ *n* ਦੁਕਾਨ, ਖੋਖਾ, ਹੱਟ; ਸਮਾਨ ਰੱਖਣ ਦੀ ਮੇਜ਼, ਤਖ਼ਤਾ, ਸਟਾਲ; ਗਊਸ਼ਾਲਾ, ਪਸ਼ੂਵਾੜਾ; ਅਸਤਬਲ, ਤਬੇਲਾ; ਕੋਲੇ ਦੀ ਖਾਣ ਵਿੱਚ ਕੰਮ ਕਰਨ ਦਾ ਕਮਰਾ; ਨਾਟਕ ਘਰ ਵਿੱਚ ਸਾਮ੍ਹਣੇ ਲੱਗੇ ਹੋਏ ਆਸਣਾਂ ਵਿੱਚੋਂ ਇੱਕ; ਚਰਚ ਦੇ ਗਾਇਨ ਮੰਚ ਉੱਤੇ ਨਿਯਤ ਆਸਣ; ਠੱਗ; ਜੇਬ-ਕਤਰੇ ਦਾ ਸਾਥੀ *vt* ਪਸ਼ੂ ਆਦਿ ਨੂੰ ਗਊਸ਼ਾਲਾ ਵਿੱਚ ਬੰਨ੍ਹ ਰੱਖਣਾ; ਪਸ਼ੂ ਸ਼ਾਲਾ ਜਾਂ ਅਸਤਬਲ ਆਦਿ ਵਿੱਚ ਪਸ਼ੂਆਂ

ਲਈ ਕਮਰੇ ਬਣਾਉਣਾ; (ਘੋੜੇ ਜਾਂ ਗੱਡੇ ਦਾ) ਚਿੱਕੜ ਜਾਂ ਬਰਫ਼ ਵਿੱਚ ਫਸ ਜਾਣਾ; (ਮੋਟਰ ਦੇ ਇੰਜਣ ਆਦਿ ਦਾ) ਰੁਕ ਜਾਣਾ; ਠੱਪ ਹੋ ਜਾਣਾ; ਰੁਕਾਵਟ ਪਾਉਣਾ, ਦੇਰ ਕਰਨਾ, ਰੋੜਾ ਅਟਕਾਉਣਾ

stallion /'ਸਟੈਲਿਅਨ/ *n* ਖੱਸੀ ਨਾ ਕੀਤਾ ਘੋੜਾ, ਸਾਨ੍ਹ ਘੋੜਾ

stalwart /'ਸਟੋਲਵਅਟ/ *a* ਬਹਾਦਰ, ਦਲੇਰ; ਹੱਟਾ-ਕੱਟਾ, ਮਜ਼ਬੂਤ; ਪੱਕਾ, ਦ੍ਰਿੜ੍ਹ, ਸਮਰਥਕ, ਮਹਾਰਥੀ

stamen /'ਸਟੇਇਮਅਨ/ *n* ਫੁੱਲਾਂ ਦਾ ਨਰ ਪਰਾਗ ਕਣ, ਪੁੰਕੇਸਰ

stamina /'ਸਟੈਮਿਨਅ/ *n* ਸੱਤਿਆ, ਬਲ, ਤੇਜ, ਸ਼ਕਤੀ, ਜਾਨ, ਸਰੀਰਿਕ ਸ਼ਕਤੀ, ਦਮ

stammer /'ਸਟੈਮਅ*/ *v* ਰੁਕ-ਰੁਕ ਕੇ ਬੋਲਣਾ, ਥਥਲਾਉਣਾ, ਥਥਿਆਉਣਾ, ਹਕਲਾਉਣਾ *n* ਥਥਲਾਹਟ, ਤੁਤਲਾਹਟ, ਹਕਲਾਹਟ

stamp /ਸਟੈਮਪ/ *v* ਮੋਹਰ ਲਗਾਉਣਾ, ਠੱਪਾ ਲਗਾਉਣਾ, ਨਿਸ਼ਾਨ ਲਗਾਉਣਾ; ਛਾਪਣਾ, ਸਿੱਕਾ ਬਣਾਉਣਾ; ਠੋਕਣਾ, ਠੇਕਣਾ; ਟਿਕਟ ਲਾਉਣਾ; ਜ਼ਮੀਨ ਉੱਤੇ ਜ਼ੋਰ ਨਾਲ ਪੈਰ ਮਾਰਨਾ; ਪ੍ਰਗਟ ਕਰਨਾ; ਦਿਲ ਵਿੱਚ ਬਿਠਾਉਣਾ *n* ਮੋਹਰ, ਠੱਪਾ; ਛਾਪਾ; ਸਰਕਾਰੀ ਮੋਹਰ ਦਾ ਠੱਪਾ, ਟਿਕਟ, ਰਸੀਦੀ ਟਿਕਟ; ਅਸ਼ਟਾਮ; ਲੇਬਲ, ਮੋਹਰ, ਛਾਪ; ਨਿਸ਼ਾਨ; ਕਿਸਮ, ਵੰਨਗੀ, ਰੰਗ-ਢੰਗ

stampage /'ਸਟੈਮਪਿਜ/ *n* ਛਾਪ

stamp duty *n* ਕਨੂੰਨੀ ਦਸਤਾਵੇਜ਼ਾਂ ਉੱਤੇ ਲੱਗਣ ਵਾਲੀ ਫੀਸ, ਸਟੈਂਪ ਡਿਊਟੀ

stampede /ਸਟੈਮ'ਪੀਡ/ *n* ਭਾਜੜ, ਖਲਬਲੀ, ਪਦੀੜ, ਹਫੜਾ-ਦਫੜੀ *vt* ਭਾਜੜ ਪਾ ਦੇਣਾ ਜਾਂ ਪੈ ਜਾਣਾ

stance / ਸਟੈਨਸ,ਸਟਾਨਸ/ *n* (ਗਾਫ, ਕ੍ਰਿਕਟ ਆਦਿ) ਸੱਟ ਲੱਗਣ ਸਮੇਂ ਖਿਡਾਰੀ ਦੀ ਸਥਿਤੀ; ਪੈਂਤੜਾ

stanch, staunch /ਸਟੈਨਚ, ਸਟੋਨਚ/ *vt* ਜ਼ਖ਼ਮ ਤੋਂ ਲਹੂ ਨੂੰ ਵਗਣ ਤੋਂ ਰੋਕਣਾ; ਪ੍ਰਵਾਹ ਰੋਕਣਾ *a* ਕੱਟੜ, ਸਿਦਕੀ, ਦ੍ਰਿੜ੍ਹ, ਸੱਚਾ, ਪੱਕਾ

stanchion /'ਸਟੈਨਚਅਨ,'ਸਟਾਨਚਅਨ/ *n* ਥੰਮ੍ਹਾ, ਖੰਭਾ, ਟੇਕ, ਸਿੱਧਾ ਡੰਡਾ; ਆਧਾਰ, ਆੜ; ਖੂੰਟਾ *vt* ਥੰਮ੍ਹਾ ਲਾਉਣਾ ਜਾਂ ਖੜ੍ਹਾ ਕਰਨਾ; ਕਿੱਲੇ ਨਾਲ (ਪਸ਼ੂਆਂ ਨੂੰ) ਬੰਨ੍ਹਣਾ

stand[1] /ਸਟੈਨਡ/ *v* ਖੜ੍ਹਾ ਹੋਣਾ, ਖਲੋਣਾ; ਉੱਚਾ ਹੋਣਾ; ਖੜ੍ਹਾ ਕਰਨਾ, ਰੱਖ ਦੇਣਾ; ਕਾਇਮ ਹੋਣਾ; ਕਾਇਮ ਰਹਿਣਾ; (ਪਰਖ ਜਾਂ ਇਮਤਿਹਾਨ ਵਿੱਚ) ਪੂਰਾ ਉੱਤਰਨਾ; (ਹੁਕਮ ਦੇਣ ਨਾਲ) ਚੱਲਦੇ-ਚੱਲਦੇ ਰੁਕ ਜਾਣਾ; ਅੜੇ ਰਹਿਣਾ; ਟਿਕੇ ਰਹਿਣਾ; ਕਿਸੇ ਖ਼ਾਸ ਹਾਲਤ ਜਾਂ ਦਰਜੇ ਉੱਤੇ ਪੁੱਜਣਾ; ਕਿਸੇ ਵਿਸ਼ੇਸ਼ ਹਾਲਤ ਵਿੱਚ ਰਹਿਣਾ; ਸਹਿਣਾ, ਜਰਨਾ, ਸਹਾਰਨਾ; (ਖ਼ਰਚ) ਬਰਦਾਸ਼ਤ ਕਰਨਾ, ਆਪਣੇ ਸਿਰ ਲੈਣਾ, ਭਰ ਦੇਣਾ

stand[2] *n* ਠਹਿਰਾਅ; ਟੇਕ, ਘੜੌਂਜੀ; ਥੜ੍ਹਾ, ਅੱਡਾ; ਚਬੂਤਰਾ

standard /'ਸਟੈਨਡਅਡ/ *n* ਪੱਧਰ, ਸਤਰ, ਦਰਜਾ, ਕੋਟੀ, ਮਿਆਰ; ਆਦਰਸ਼, ਆਦਰਸ਼ ਵਸਤੂ, ਨਮੂਨਾ, ਕਸਵੱਟੀ, ਪੈਮਾਨਾ, ਮਾਪ-ਦੰਡ; ਝੰਡਾ, ਨਿਸ਼ਾਨ; ਨਾਹਰਾ; ਸਿੱਧਾ ਆਧਾਰ, ਟੇਕ; ਪਾਣੀ ਜਾਂ ਗੈਸ ਦਾ ਸਿੱਧਾ ਖੜ੍ਹਾ ਨਲ

standard-bearer *n* ਝੰਡਾ ਬਰਦਾਰ, ਮੋਹਰੀ

standardization /ਸਟੈਨਡਅਡਾਇ'ਜ਼ੇਇਸ਼ਨ/ *n* ਪ੍ਰਮਾਣੀਕਰਨ, ਮਿਆਰੀਕਰਨ

standardize /'ਸਟੈਨਡਅਡਾਇਜ਼/ *vt* ਮਿਆਰ ਜਾਂ ਪੱਧਰ ਕਾਇਮ ਕਰਨਾ, ਟਕਸਾਲਣਾ

standby /'ਸਟੈਨਡਬਾਇ/*vi* ਸਾਥ ਦੇਣਾ ਜਾਂ ਨਿਭਾਉਣਾ; ਕਾਇਮ ਰਹਿਣਾ; ਨੇੜੇ ਰਹਿਣਾ; ਬਦਲ, ਸੰਕਟ ਸਮੇਂ ਕੰਮ ਆਉਣ ਲਈ ਰੱਖੀ ਚੀਜ਼

standing /'ਸਟੈਨਡਿਙ/ *a* (ਕਮੇਟੀ, ਨੇਮ, ਹੁਕਮ, ਫ਼ੌਜ) ਸਥਾਈ, ਪੱਕਾ; ਖੜ੍ਹੀ (ਫਸਲ) *n* ਕੋਟੀ, ਸਤਰ, ਪੱਧਰ

standing order *n* ਸਥਾਈ ਆਦੇਸ਼

standish /'ਸਟੈਨਡਿਸ਼/ *n* (ਪਰਾ) ਕਲਮਦਾਨ

stand-off /'ਸਟੈਨਡ ਔਫ਼/*n* ਕੋਈ ਸਮਝੌਤਾ ਨਾ

ਹੋ ਸਕਣ ਦੀ ਦਸ਼ਾ, ਬੰਦ ਹੋਈ ਸਮਝੌਤੇ ਦੀ ਕਾਰਵਾਈ, ਅੜਚਨ, ਅੜਿੱਕਾ

stand-offish /ˌਸਟੈਨਡ 'ਔਫ਼ਿਸ਼/ *a* ਕੋਰਾ, ਖ਼ੁਸ਼ਕ; ਓਪਰਾ-ਓਪਰਾ

standpoint /'ਸਟੈਨਡਪੌਇਨਟ/ *n* ਵਿਚਾਰ, ਨਜ਼ਰੀਆ, ਦ੍ਰਿਸ਼ਟੀਕੋਨ

standstill /'ਸਟੈਨਡਸਟਿਲ/ *n* ਸਥਿਰ, ਅਹਿਲ, ਠਹਿਰਾਅ

stank /ਸਟੈਙਕ/ *v* **stink** ਦਾ ਭੂਤ-ਕਾਲ

stannary /'ਸਟੈਨਅਰਿ/ *n* ਟੀਨ ਦੀ ਖਾਣ, ਟੀਨ ਦੀ ਖਾਣ ਵਾਲੀ ਥਾਂ

stannic /'ਸਟੈਨਿਕ/ *a* ਟੀਨ ਸੰਬੰਧੀ, ਟੀਨੀ

stanza /'ਸਟੈਨਜ਼ਅ/ *n* ਬੰਦ, ਸਲੋਕ, ਛੰਦ, ਪਉੜੀ, ਚੌਪਈ

stanzaic /ˌਸਟੈਨ'ਜ਼ੇਇਇਕ/ *a* ਛੰਦ ਸੰਬੰਧੀ; ਬੰਦ ਸੰਬੰਧੀ, ਬੰਦਾਂ ਵਾਲਾ

staple[1] /'ਸਟੇਇਪਲ/ *n* (ਕਾਗਜ਼ ਨੱਥੀ ਕਰਨ ਵਾਲਾ) ਸਟੈਪਲਰ; ਕੁੰਡੀ, ਛੱਲਾ, ਸਟੇਪਲ; ਮੁੜੀ ਹੋਈ ਤਾਰ *vt* ਕੁੰਡੀ ਨਾਲ ਬੰਨ੍ਹਣਾ; ਤਾਰ ਨਾਲ ਨੱਥੀ ਕਰਨਾ

staple[2] *n* ਮੁੱਖ ਪੈਦਾਵਾਰ; ਕੱਚਾ ਮਾਲ; ਮੁੱਖ ਸਮੱਗਰੀ (ਕਪਾਹ ਜਾਂ ਉੱਨ ਦਾ) ਰੇਸ਼ਾ; ਸੂਤ *vt* ਵਰਗੀਕਰਨ ਕਰਨਾ, ਰੇਸ਼ੇ ਅਨੁਸਾਰ (ਉੱਨ ਆਦਿ ਨੂੰ) ਅਲੱਗ-ਅਲੱਗ ਛਾਂਟਣਾ

star /ਸਟਾ*/ *n* ਤਾਰਾ, ਸਿਤਾਰਾ; ਤਾਰੇ ਦਾ ਚਿੰਨ੍ਹ; (ਘੋੜੇ ਦੇ ਮੱਥੇ ਦਾ) ਚਿੰਨ੍ਹ; ਤਾਰੇ ਵਰਗੀ ਚਮਕਦੀ ਹੋਈ ਵਸਤੂ; ਭਾਗ ਦਾ ਤਾਰਾ, (ਨਾਟਕ ਜਾਂ ਫ਼ਿਲਮ ਦਾ) ਵਧੀਆ ਐਕਟਰ; ਉੱਘਾ ਆਦਮੀ *v* ਤਾਰਿਆਂ ਨਾਲ ਸਜਾਉਣਾ, ਤਾਰੇ ਜੜ੍ਹਨਾ; ਤਾਰਿਆਂ ਦੇ ਨਿਸ਼ਾਨ ਲਾਉਣਾ; ਰੰਗ-ਮੰਚ ਉੱਤੇ ਮੁੱਖ ਪਾਤਰ ਦੇ ਰੂਪ ਵਿੱਚ ਆਉਣਾ, ਸਟੇਜ ਉੱਤੇ ਆਉਣਾ

starboard /'ਸਟਾਬਅਡ/ *n* ਜਹਾਜ਼ ਦਾ ਸੱਜਾ ਪਾਸਾ *vt* ਜਹਾਜ਼ ਨੂੰ ਸੱਜੇ ਪਾਸੇ ਮੋੜਨਾ ਜਾਂ ਘੁਮਾਉਣਾ

starch /ਸਟਾਚ/ *n* ਨਸ਼ਾਸਤਾ, ਕਲਫ਼, ਸਟਾਰਚ, ਮਾਇਆ, ਪਾਣ, ਪਾਹ; ਆਕੜ, ਵਿਹਾਰ ਦਾ ਕ੍ਰੋਧ *vt* ਮਾਇਆ ਲਾਉਣਾ, ਕਲਫ਼ ਦੇਣਾ, ਪਾਣ ਲਾਉਣਾ, ਅਕੜਾਉਣਾ

starchy /'ਸਟਾਚਿ/ *a* ਮਾਇਆ ਲੱਗਾ, ਕਲਫ਼ਦਾਰ; ਰੁੱਖਾ, ਆਕੜਿਆ, ਕਠੋਰ

stare /ਸਟੇਅ*/ *v* ਅੱਖਾਂ ਪਾੜ-ਪਾੜ ਕੇ ਤੱਕਣਾ, ਟਿਕਟਿਕੀ ਲਾ ਕੇ ਵੇਖਣਾ, ਘੂਰਨਾ, ਤੱਕਣਾ, ਝਾਕਣਾ, ਬਿਟ-ਬਿਟ ਤੱਕਣਾ *n* ਤੱਕ, ਤੱਕਣੀ, ਝਾਕ, ਤਾੜੀ, ਸਥਿਰ ਦ੍ਰਿਸ਼ਟੀ, ਟਿਕਟਿਕੀ

starfish /'ਸਟਾਫ਼ਿਸ਼/ *n* ਤਾਰਾ ਮੱਛੀ

stark /ਸਟਾਕ/ *a* ਸਖ਼ਤ, ਆਕੜਿਆ; ਅਟੱਲ, ਕਠੋਰ; ਘੋਰ, ਨਿਰਾ, ਸਰਾਸਰ, ਕੇਵਲ, ਪੱਕਾ, ਅਤਿਅੰਤ; ਉੱਘੜਵਾਂ, ਨੰਗਾ ਚਿੱਟਾ

starlet /'ਸਟਾਲਅਟ/ *n* (ਪ੍ਰਸਿੱਧੀ ਪ੍ਰਾਪਤੀ ਦੀ ਆਸ ਵਿੱਚ) ਛੋਟੀ ਮੋਟੀ ਅਦਾਕਾਰੀ ਕਰਨ ਵਾਲੀ ਮੁਟਿਆਰ, ਹੋਣਹਾਰ ਫਿਲਮੀ ਅਦਾਕਾਰਾ

starlight /'ਸਟਾਲਾਇਟ/ *n* ਤਾਰਿਆਂ ਦੀ ਲੋਅ

starling /'ਸਟਾਲਿਙ/ *n* ਤਿਲੀਅਰ, ਸਾਰਿਕਾ, ਮੈਨਾ ਪੰਛੀ; ਇੱਕ ਪੰਛੀ ਜਿਹੜਾ ਨਕਲ ਵਿੱਚ ਅਤਿ ਹੁਸ਼ਿਆਰ ਹੁੰਦਾ ਹੈ

starry /'ਸਟਾਰਿ/ *a* ਤਾਰਿਆਂ ਵਾਲਾ, ਤਾਰਿਆਂ ਭਰਿਆ, ਤਾਰਿਆਂ ਸੰਬੰਧੀ, ਤਾਰਿਆਂ ਦੀ

starry-eyed *a* ਕਿਸੇ ਚੀਜ਼ ਦੀ ਪ੍ਰਾਪਤੀ ਬਾਰੇ ਕਲਪਿਤ ਵਿਚਾਰ, ਸੁਪਨਸਾਜ਼

start /ਸਟਾਟ/ *n* ਅਰੰਭ, ਸ਼ੁਰੂਆਤ; ਪ੍ਰਸਥਾਨ *v* ਕੂਚ ਕਰਨਾ, ਚੱਲਣਾ, ਨਿਕਲਨਾ; (ਯਾਤਰਾ, ਉਦਯੋਗ, ਪੁਸਤਕ ਆਦਿ) ਅਰੰਭ ਕਰਨਾ; (ਕੰਮ) ਸ਼ੁਰੂ ਕਰਨਾ; (ਲੱਕੜੀਆਂ ਆਦਿ ਦਾ) ਆਪਣੀ ਥਾਂ ਤੋਂ ਹਟ ਜਾਣਾ, ਖਿਸਕ ਜਾਣਾ; ਤ੍ਰਹਿਕਣਾ, ਤ੍ਰਭਕ ਪੈਣਾ; ਉੱਛਲ ਪੈਣਾ, ਭੜਕ ਜਾਂ ਚਮਕ ਪੈਣਾ; (ਘੜੀ) ਚਲਾਉਣਾ; (ਝਗੜਾ ਆਦਿ) ਪੈਦਾ ਕਰਨਾ; ਖੜ੍ਹਾ ਕਰਨਾ, ਖੜ੍ਹਾ ਹੋਣਾ; ਕਾਰਨ ਹੋਣਾ, ਅਰੰਭ ਕਰਾਉਣਾ, ਸ਼ੁਰੂ ਕਰਾਉਣਾ; (ਦੌੜ ਅਰੰਭ ਕਰਨ ਦਾ ਸੰਕੇਤ) ਚੱਲੋ!; (ਸ਼ਿਕਾਰ ਨੂੰ) ਝਾੜੋਂ ਕੱਢਣਾ, ਆਪਣੀ ਥਾਂ ਤੋਂ ਹਟਾਉਣਾ; ਤੋਰਨਾ, ਸ਼ੁਰੂ ਕਰਨਾ; (ਕਿਸੇ ਵਿਅਕਤੀ ਨੂੰ) ਕੰਮ ਲਾਉਣਾ

starter /'ਸਟਾਟਅ*/ *n* ਅਰੰਭ ਕਰਨ ਵਾਲਾ ਬੰਦਾ; ਦੌੜਨ ਵਾਲਾ ਘੋੜਾ ਜਾ ਖਿਡਾਰੀ; ਦੌੜ ਅਰੰਭ ਕਰਨ ਲਈ ਸੰਕੇਤਕ ਇਸ਼ਾਰਾ ਕਰਨ ਵਾਲਾ; (ਇੰਜਣ) ਸਟਾਰਟਰ

starting /ਸਟਾਟਿਙ/ *n* ਸ਼ੁਰੂ ਹੋਣ ਜਾਂ ਕਰਨ ਦਾ ਭਾਵ

starting point *n* ਅਰੰਭ ਬਿੰਦੂ

starting post *n* ਦੌੜ ਮੁਕਾਬਲੇ ਵਿੱਚ ਦੌੜ ਆਰੰਭ ਕਰਨ ਦੀ ਥਾਂ

startle /'ਸਟਾਟਲ/ *vt* ਡਰਾ ਦੇਣਾ, ਘਬਰਾ ਦੇਣਾ, ਤ੍ਰਾਹ ਦੇਣਾ

startler /'ਸਟਾਟਲਅ*/ *n* ਤ੍ਰਭਕਾਉਣ ਵਾਲਾ (ਵਿਅਕਤੀ ਜਾਂ ਵਸਤੂ), ਡਰਾਉਣ ਵਾਲਾ, ਘਬਰਾ ਦੇਣ ਵਾਲਾ ਵਿਅਕਤੀ

starvation /ਸਟਾ'ਵ਼ੇਇਸ਼ਨ/ *n* ਭੁੱਖਮਰੀ, ਕੰਗਾਲੀ, ਭੋਖੜਾ, ਫਾਕਾ, ਨਾਗਾ

starve /ਸਟਾਵ਼/ *v* ਭੁੱਖਿਆਂ ਮਰਨਾ ਜਾਂ ਫਾਕੇ ਕੱਟਣਾ; ਅਤਿ ਗਰੀਬ ਜਾਂ ਮੁਹਤਾਜ ਹੋਣਾ; (ਬੋਲ) ਭੁੱਖ ਲੱਗਣਾ; ਸਰਦੀ ਨਾਲ ਮਰ ਜਾਣਾ; (ਵਿੱਦਿਆ, ਹਮਦਰਦੀ ਅਦਿ ਲਈ) ਭੁੱਖਾ ਹੋਣਾ; ਭੁੱਖ ਰੱਖਣਾ; ਦਾਣਾ-ਪਾਣੀ ਬੰਦ ਕਰਕੇ ਘਿਰੀ ਹੋਈ ਫ਼ੌਜ ਨੂੰ ਹਾਰ ਮੰਨਣ ਲਈ ਮਜਬੂਰ ਕਰਨਾ

starveling /'ਸਟਾਵ਼ਲਿਙ/ *n* ਭੁੱਖੜ; ਦੁਰਬਲ, ਕਮਜ਼ੋਰ, ਬਲਹੀਣ ਪਸ਼ੂ ਜਾਂ ਵਿਅਕਤੀ *a* ਭੁੱਖ ਦਾ ਮਾਰਿਆ, ਭੁੱਖਾ, ਦੁਰਬਲ, ਦੁਬਲਾ

star wars /'ਸਟਾ ਵੋਜ਼/ *n* (ਬੋਲ) ਸੁਰੱਖਿਆ ਹਿੱਤ ਯੁੱਧਨੀਤਕ ਪਹਿਲਕਦਮੀ

stash /ਸਟੈਸ਼/ *v* ਛੁਪਾ ਕੇ ਰੱਖਣਾ, ਸੰਭਾਲਨਾ *n* ਛੁਪਾ ਕੇ ਰੱਖਿਆ ਧਨ ਜਾਂ ਕੋਈ ਚੀਜ਼, ਲੁਕਾਈ ਵਸਤੂ

stasis /'ਸਟੇਇਸਿਸ/ *n* ਸਰੀਰ ਦੇ ਕਿਸੇ ਤਰਲ ਪਦਾਰਥ ਦੇ ਸੰਚਾਰ ਵਿੱਚ ਰੁਕਾਵਟ, ਬੰਨ੍ਹ

statant /'ਸਟੈਟਅਨਟ/ *a* ਬਿਨਾਂ ਹਿੱਲੇ ਖੜ੍ਹਾ ਰਹਿਣ ਵਾਲਾ, ਅਹਿੱਲ, ਅਚੱਲ, ਸਥਿਰ

state /ਸਟੇਇਟ/ *n* ਹਾਲ, ਹਾਲਤ, ਅਵਸਥਾ; ਰਿਆਸਤ, ਸਲਤਨਤ, ਰਜਵਾੜਾ; ਰਾਜ, ਸਰਕਾਰ; ਪ੍ਰਦੇਸ਼; ਰੁਤਬਾ, ਸ਼ਾਨ, ਜਲੌ, ਠਾਠ-ਬਾਠ *a* ਸਰਕਾਰੀ; ਰਿਆਸਤੀ *vt* ਰਸਮੀ ਕਥਨ ਕਰਨਾ, ਮਿਥਣਾ, ਮੁਕੱਰਰ ਕਰਨਾ

statecraft /'ਸਟੇਇਟਕਰਾਫ਼ਟ/ *n* ਰਾਜਨੀਤੀ ਦੀ ਮੁਹਾਰਤ, ਰਾਜਸ਼ਾਸਨ ਕਲਾ, ਸਿਆਸਤ ਕਰਨ ਦੀ ਯੋਗਤਾ

stately /'ਸਟੇਇਟਲਿ/ *a* ਸ਼ਾਨਦਾਰ

statement /'ਸਟੇਇਟਮਅਨਟ/ *n* ਬਿਆਨ, ਕਥਨ; ਚਿੱਠਾ (ਬੈਂਕ ਆਦਿ ਦਾ)

stateroom /'ਸਟੇਇਟਰੂਮ, -ਰੁਮ/ *n* ਸਰਕਾਹੀ ਕਮਰਾ; ਅਗਨ ਬੋਟ ਵਿੱਚ ਸੌਣ ਲਈ ਨਿੱਜੀ ਕਮਰਾ

statesman /'ਸਟੇਇਟਸਮਅਨ/ *n* ਨੀਤੀਵਾਨ; ਸਿਆਸਤਦਾਨ, ਰਾਜਨੀਤੀਵੇਤਾ

statesmanship /'ਸਟੇਇਟਸਮਅਨਸ਼ਿਪ/ *n* ਨੀਤੀ, ਰਾਜਨੀਤਗਤਾ, ਸਿਆਣਪ, ਸਿਆਸਤਦਾਨੀ

static /'ਸਟੈਟਿਕ/ *a* ਗਤੀਹੀਣ, ਸਥਿਰ, ਨਿਸ਼ਚਲ, ਅਹਿੱਲ; ਸਥਿਤੀ ਵਿਗਿਆਨ ਸੰਬੰਧੀ

statical /'ਸਟੈਟਿਕ(ਅ)ਲ/ *a* ਗਤੀਹੀਣ, ਸਥਿਰ, ਅਹਿੱਲ, ਖੜ੍ਹਵੀਂ, ਸਥਿਰ, ਸਥਿਤ

statics /'ਸਟੈਟਿਕਸ/ *n* ਸਥਿਤਕੀ, ਸਥਿਤੀ ਵਿਗਿਆਨ, ਸਥਿਰ ਭਾਰ

statim /'ਸਟੈਟਿਮ/ *(L)* ਉਸੇ ਸਮੇਂ, ਤਤਕਾਲ, ਤੁਰੰਤ

station /'ਸਟੇਇਸ਼ਨ/ *n* ਸਟੇਸ਼ਨ, ਰੇਲ ਘਰ; ਅੱਡਾ, ਟਿਕਾਣਾ, ਥਾਂ; ਪਦਵੀ, ਰੁਤਬਾ, ਹੈਸੀਅਤ *vt* ਥਾਂ ਦੇਣਾ, ਰੱਖਣਾ

stational /'ਸਟੇਇਸ਼ਨਅਲ/ *a* ਸਥਾਨਕ, ਕੇਂਦਰੀ ਥਾਂ ਸੰਬੰਧੀ, ਚੌਕੀ ਦਾ, ਥਾਣੇ ਦਾ, ਸਟੇਸ਼ਨ ਸੰਬੰਧੀ

stationary /'ਸਟੇਇਸ਼ਅਨਰਿ/ *a* ਟਿਕਿਆ, ਸਥਿਰ, ਅਹਿੱਲ, ਟਿਕਾਊ, ਸਥਾਈ

stationer /'ਸਟੇਇਸ਼ਅਨਅ*/ *n* ਲਿਖਣ ਸਮਗਰੀ ਵੇਚਣ ਵਾਲਾ ਵਿਅਕਤੀ; ਸਟੇਸ਼ਨਰ

stationery /'ਸਟੇਇਸ਼ਅਨਰਿ/ *n* ਲਿਖਣ ਸਮਗਰੀ (ਕਾਗਜ਼, ਕਲਮ, ਦਵਾਤ ਆਦਿ)

stationmaster/'ਸਟੇਇਸ਼ਨਮਾਸਟਅ*/ *n* ਸਟੇਸ਼ਨ ਮਾਸਟਰ

statist, statistician /'ਸਟੈਟਿਸਟ, ˌਸਟੈਟਿ'ਸਟਿਸ਼ਨ/ *n* ਅੰਕੜਾ ਵਿਗਿਆਨੀ

statistical /ਸਟਅ'ਟਿਸਟਿਕਲ/ *a* ਅੰਕੜਿਆਂ ਸੰਬੰਧੀ, ਸਾਂਖਿਅਕੀ

statistics /ਸਟਅ'ਟਿਸਟਿਕਸ/ *n* ਅੰਕੜਾ ਵਿਗਿਆਨ

statuary /'ਸਟੈਚੁਅਰਿ/ *a* ਮੂਰਤੀ ਬਣਾਉਣ ਦੀ ਕਲਾ ਸੰਬੰਧੀ; ਮੂਰਤੀ ਕਲਾ ਸੰਬੰਧੀ *n* ਮੂਰਤੀ ਕਲਾ, ਬੁੱਤਕਾਰੀ; ਮੂਰਤੀਕਾਰ, ਬੁੱਤਕਾਰ, ਬੁੱਤਤਰਾਸ਼

statue /'ਸਟੈਚੂ/ *n* ਮੂਰਤੀ, ਬੁੱਤ

statuesque /ˌਸਟੈਚੁ'ਐੱਸਕ/ *a* ਮੂਰਤੀ ਵਾਂਗ ਸੁੰਦਰ, ਮੂਰਤੀਵਤ

statuette /ˌਸਟੈਚੁ'ਐਟੱ/ *n* ਛੋਟੀ ਮੂਰਤੀ, ਛੋਟਾ ਬੁੱਤ

stature /'ਸਟੈਚਅ*/ *n* ਕੱਦ, ਡੀਲ, ਕੱਦ-ਕਾਠ; ਰੁਤਬਾ, ਮਾਣ

status /'ਸਟੇਇਟਅਸ/ *n* ਪਦ, ਪਦਵੀ, ਅਹੁਦਾ, ਦਰਜਾ, ਰੁਤਬਾ, ਹੈਸੀਅਤ; ਅਵਸਥਾ, ਕਨੂੰਨ ਦੁਆਰਾ ਨਿਰਧਾਰਿਤ ਕਿਸੇ ਵਿਅਕਤੀ ਦਾ ਦੂਜੇ ਵਿਅਕਤੀ ਨਾਲ ਸੰਬੰਧ; ਅਵਸਥਾ, ਦਸ਼ਾ, ਹਾਲਤ

status quo /ˌਸਟੇਇਟਅਸ 'ਕਵਅਉ/ *(L) n* ਜਿਉਂ ਦੀ ਤਿਉਂ ਹਾਲਤ, ਯਥਾ ਸਥਿਤੀ

status symbol *n* ਉਹ ਚੀਜ਼ ਜਾਂ ਪ੍ਰਾਪਤੀ ਜਿਸ ਨਾਲ ਰੁਤਬਾ ਬੁਲੰਦ ਹੋਵੇ, ਉੱਚੀ ਹੈਸੀਅਤ ਦੀ ਨਿਸ਼ਾਨੀ, ਅਮੀਰੀ ਦੇ ਚਿੰਨ੍ਹ

statutable /'ਸਟੈਚੁਟਅਬਲ/ *a* ਕਨੂੰਨ ਦੁਆਰਾ ਪ੍ਰਗਟ ਕਰਨ ਯੋਗ, ਵਿਧਾਨ ਦੁਆਰਾ ਪਰਦਰਸ਼ਿਤ

statute /'ਸਟੈਚੂਟ/ *n* ਵਿਧਾਨ ਸਭਾ ਦਾ ਲਿਖਤੀ ਕਨੂੰਨ, ਐਕਟ; ਕਿਸੇ ਕੰਪਨੀ ਆਦਿ ਦੇ ਕਨੂੰਨ, ਅਧਿਨੇਮ; ਰੱਬੀ ਕਨੂੰਨ, ਦੈਵੀ ਵਿਧਾਨ

statutory /'ਸਟੈਚਅਟਰਿ/ *a* ਕਨੂੰਨੀ, ਸੰਵਿਧਾਨਿਕ, ਅਧਿਨਿਯਮਕ

staunch /'ਸਟੋਨਚ/ *a* ਪੱਕਾ, ਨਿਸ਼ਚੇਵਾਨ, ਸਿਦਕਵਾਨ, ਵਫ਼ਾਦਾਰ

stave /ਸਟੇਇਵ੍/ *n* ਸਲੋਕ, ਬੰਦ, ਛੰਦ, ਪਦ; ਪੌੜੀ ਦਾ ਡੰਡਾ; ਪੀਪੇ ਆਦਿ ਵਿੱਚ ਲਗਾਉਣ ਵਾਲੀ ਮੁੜੀ ਲੱਕੜੀ ਦੀ ਫੱਟੀ, ਪਟੜੀ *vt* (ਪੀਪੇ ਆਦਿ ਵਿੱਚ) ਤਖ਼ਤੀ ਜੋੜਨਾ, ਫੱਟੀ ਲਾਉਣਾ; ਸੁਰਾਖ ਕਰਨਾ, ਮੋਰੀ ਕਰਨਾ; (ਸੰਦੂਕ ਆਦਿ ਨੂੰ) ਤੋੜ-ਫੋੜ ਦੇਣਾ; (ਧਾਤੂ ਆਦਿ ਨੂੰ) ਦਬਾ ਕੇ ਪੱਕਾ ਕਰਨਾ, ਮਜ਼ਬੂਤ ਕਰਨਾ

stay /ਸਟੇਇ/ *n* ਡੇਰਾ, ਬਸੇਰਾ, ਅਟਕਾਅ; (ਕਨੂੰ) ਬੰਦੀ, ਰੋਕ; ਬੰਧਨ, ਸੰਜਮ; ਆਸਰਾ, ਸਹਾਰਾ, ਆਧਾਰ; (ਬਹੁ) ਅੰਗੀ, ਸੀਨਾਬੰਦ; ਸਹਿਣਸ਼ੀਲਤਾ, ਬਰਦਾਸ਼ਤ, ਧੀਰਜ *v* ਠਹਿਰਨਾ; (ਬੋਲ) ਦੇਰ ਤੱਕ ਠਹਿਰੇ ਰਹਿਣਾ; ਟਿਕਣਾ (ਕਿਸੇ ਸ਼ਹਿਰ, ਹੋਟਲ ਆਦਿ ਵਿੱਚ); ਫੈਸਲਾ (ਨਿਰਨਾ ਆਦਿ) ਮੁਲਤਵੀ ਕਰਨਾ, ਅਟਕਾਉਣਾ ਜਾਂ ਅਟਕਣਾ; (ਰੋਗ ਦੇ ਹੱਲੇ ਆਦਿ ਨੂੰ) ਰੋਕ ਰੱਖਣਾ, ਥੰਮ੍ਹਣਾ; ਅਟਕਾਉਣਾ, ਠਹਿਰਾਉਣਾ; (ਚਾਲ, ਕੰਮ, ਲੈਕਚਰ ਆਦਿ ਵਿੱਚ) ਰੁਕਣਾ, ਸਹਿਣਾ, ਬਰਦਾਸ਼ਤ ਕਰਨਾ; ਉਡੀਕਣਾ

stayer /ਸਟੇਇਅ*/ *n* ਠਹਿਰਨ ਵਾਲਾ ਵਿਅਕਤੀ; ਸਹਿਣਸ਼ੀਲ ਜਾਂ ਬਰਦਾਸ਼ਤ ਕਰਨ ਵਾਲਾ (ਵਿਅਕਤੀ); ਮਿਹਨਤੀ ਆਦਮੀ

staying /'ਸਟੇਇਇਙ/ *n* ਨਿਵਾਸ, ਠਹਿਰ

STD[1] /ˌਐੱਸ ਟੀ 'ਡੀ/ *abbr* **sexually transmitted disease** ਦਾ ਸੰਖਿਪਤ ਰੂਪ, ਕਾਮ ਭੋਗਤਾ ਨਾਲ ਲੱਗਣ ਵਾਲੀ ਇੱਕ ਬਿਮਾਰੀ

STD[2] *abbr* **subscriber trunk dialling** ਦਾ ਸੰਖਿਪਤ ਰੂਪ, ਦੂਰ ਦੇ ਫਾਸਲੇ ਤੱਕ ਗਲ ਕਰਨ ਲਈ ਇੱਕ ਟੈਲੀਫੋਨ ਵਿਧੀ

stead /ਸਟੈਡ/ *n* ਭੂਮੀ; ਸਥਾਨ, ਥਾਂ (ਸਾਹਿਤ ਵਿੱਚ); ਦਸ਼ਾ; ਪਲੰਘ

steadfast /'ਸਟੈਡੱਫ਼ਾਸਟ/ *a* ਦ੍ਰਿੜ੍ਹ, ਅਟੱਲ, ਸਥਿਰ, ਅਡੋਲ, ਪੱਕਾ, ਸਾਬਤ ਕਦਮ

steading /'ਸਟੈੱਡਿਙ/ *n* ਖੇਤ ਵਿਚਲਾ ਮਕਾਨ,

ਸੱਥ, ਫ਼ਾਰਮ ਹਾਊਸ

steady /'ਸਟੈੱਡਿ/ *a* ਅਚੱਲ, ਅਟੱਲ, ਅਡੋਲ, ਇਕਾਗਰ, ਸਥਿਰ, ਟਿਕਵਾਂ, ਦ੍ਰਿੜ੍ਹ, ਟਿਕਿਆ, ਠਹਿਰਿਆ, ਠਰ੍ਹੰਮੇ ਵਾਲਾ; ਅਟੁੱਟ, ਬਰਾਬਰ, ਇਕਸਾਰ *v* ਟਿਕਾਉਣਾ, ਟਿਕਾਅ ਵਿੱਚ ਲਿਆਉਣਾ ਜਾਂ ਆਉਣਾ, ਸੰਭਲ ਜਾਣਾ

steak /ਸੱਟੇਇਕ/ *n* ਮਾਸ ਦਾ ਟੁਕੜਾ, ਚਾਂਪ, ਕਤਲੰਮਾ; ਭੁੰਨਣ ਲਈ ਗਾਂ ਸੂਰ ਹਿਰਨ ਜਾਂ ਮੱਛੀ ਦੇ ਮਾਸ ਦਾ ਟੁਕੜਾ

steal /ਸਟੀਲ/ *v* ਚੁਰਾਉਣਾ; ਮੋਹ ਲੈਣਾ, ਲੁਭਾਅ ਲੈਣਾ; ਚੁੱਪ-ਚਾਪ ਜਾਣਾ ਜਾਂ ਘੁਸ ਆਉਣਾ, ਮਲਕੜੇ ਆਉਣਾ

stealth /'ਸਟੈੱਲਥ/ *n* ਚੋਰੀ; ਛਲ; ਲੁਕੋ, ਭੇਤ

stealthy /'ਸਟੈੱਲਥਿ/ *a* ਗੁਪਤ, ਲੁਕਵਾ, ਗੁੱਝਾ, ਚੁੱਪ-ਚਾਪ, ਖ਼ੁਫ਼ੀਆ

steam /ਸਟੀਮ/ *n* ਭਾਫ਼, ਹਵਾੜ੍ਹ; ਭਾਫ਼ ਦੀਆਂ ਬੂੰਦਾਂ; (ਬੋਲ) ਭੜਾਸ *vt* ਭਾਫ਼ ਦੇਣਾ, ਭਾਫ਼ ਛੱਡਣਾ; ਭੜਾਸ ਨਿਕਲਨਾ ਜਾਂ ਛੱਡਣਾ; (ਜਹਾਜ਼ ਜਾਂ ਰੇਲ ਦਾ) ਭਾਫ਼ ਨਾਲ ਚੱਲਣਾ; ਭਾਫ਼ ਨਾਲ (ਖਾਣਾ) ਪਕਾਉਣਾ; (ਬੋਲ) ਬਹੁਤ ਤਰੱਕੀ ਕਰਨਾ

steam engine *n* ਭਾਫ਼ ਦਾ ਇੰਜਣ

steamer /'ਸਟੀਮਅ*/ *n* ਭਾਫ਼ ਨਾਲ ਚੱਲਣ ਵਾਲਾ ਸਮੁੰਦਰੀ ਜਹਾਜ਼, ਸਟੀਮਰ

steamroller /'ਸਟੀਮਰਅਉਲਅ*/*n* ਸੜਕ ਕੁੱਟਣ ਵਾਲਾ ਭਾਰੀ ਭਾਫ਼ ਇੰਜਣ

steamship /'ਸਟੀਮਸ਼ਿਪ/ *n* ਭਾਫ਼ ਨਾਲ ਚੱਲਣ ਵਾਲਾ ਸਮੁੰਦਰੀ ਜਹਾਜ਼

stearin /'ਸਟਿਅਰਿਨ/ *n* ਪਸ਼ੂਆਂ ਅਤੇ ਬਨਸਪਤੀ ਦੀ ਠੋਸ ਚਰਬੀ ਵਿੱਚ ਵਿਆਪਕ ਵਿਸ਼ੇਸ਼ ਪ੍ਰਕਾਰ ਦਾ ਤੱਤ; ਇਸੇ ਤੱਤ ਤੋਂ ਕੱਢਿਆ ਤਿਜ਼ਾਬ

steed /ਸਟੀਡ/ *n* (ਸਾਹਿਤਕ) ਜੰਗੀ ਘੋੜਾ

steel /ਸਟੀਲ/ *n* ਫ਼ੁਲਾਦ, ਇਸਪਾਤ; (ਕਾਵਿ) ਤਲਵਾਰ, ਸ਼ਸਤਰ *vt* (ਦਿਲ ਨੂੰ) ਤਕੜਾ ਜਾਂ ਕਰੜਾ ਕਰਨਾ

steely /'ਸਟੀਲਿ/ *a* ਫ਼ੁਲਾਦੀ, ਕਰੜਾ, ਬੱਜਰ, ਸਖ਼ਤ ਬੇਦਰਦ

steelyard /'ਸਟੀਲਯਾਡ/ *n* ਫ਼ੁਲਾਦ ਦੀ ਤੱਕੜੀ, ਲੋਹੇ ਦਾ ਤਰਾਜ਼ੂ

steep[1] /ਸਟੀਪ/ *vt* ਭਿਓਂਣਾ, ਤਰ ਕਰਨਾ, ਡੋਬਾ ਦੇਣਾ *n* ਡੋਬਾ, ਨੁਹਾਉਣ ਦਾ ਕੰਮ; ਤਰਲ ਪਦਾਰਥ (ਜਿਸ ਵਿੱਚ ਕੋਈ ਵਸਤੂ ਡੋਬੀ ਜਾਂਦੀ ਹੈ)

steep[2] *a* ਢਲਾਣ (ਖੜ੍ਹਵੀਂ), ਦੰਦੀ; (ਕੀਮਤ ਦਾ ਚੜ੍ਹਾਅ) ਤਿੱਖਾ, ਤੇਜ਼

steepen /'ਸਟੀਪਅਨ/ *v* ਢਲਾਣ ਦਾ ਖੜ੍ਹਵਾਂ ਹੋਣਾ

steeple /'ਸਟੀਪਲ/ *n* ਮੁਨਾਰਾ, ਸਿਖਰ, ਲਾਟ, ਮਿਨਾਰ

steeplechase /'ਸਟੀਪਲਚੇਇਸ/ *n* ਅੜਿੱਕਾ ਦੌੜ (ਘੋੜਦੌੜ ਜਿਸ ਦੇ ਰਸਤੇ ਵਿੱਚ ਟੋਏ ਟਿੱਬੇ ਆਉਣ)

steeplejack /'ਸਟੀਪਲਜੈਕ / *n* ਮਿਨਾਰ ਆਦਿ ਦੀ ਮੁਰੰਮਤ ਕਰਨ ਵਾਲਾ ਕਾਰੀਗਰ

steepness /ਸਟੀਪਨਅਸ/ *n* ਢਲਾਣ, ਢਲਵਾਂਪਣ, ਦੁਰਗਮਤਾ

steer[1] /ਸਟਿਅ*/ *n* ਵੱਛਾ, ਵਛੜਾ

steer[2] *v* ਕਿਸੇ ਖ਼ਾਸ ਦਿਸ਼ਾ ਵਿੱਚ ਚੱਲਣਾ, (ਜਹਾਜ਼ ਨੂੰ) ਤੋਰਨਾ, ਚਲਾਉਣਾ, (ਮੋਟਰ, ਹਵਾਈ ਜਹਾਜ਼) ਚਲਾਉਣਾ; (ਬੋਲ) ਵਿਸ਼ੇਸ਼ ਦਿਸ਼ਾ ਵਿੱਚ ਨਿਰਦੇਸ਼ ਕਰਨਾ, ਮਾਰਗ ਪ੍ਰਦਰਸ਼ਨ ਕਰਨਾ

steerage /'ਸਟਿਅਰਿਜ/ *n* ਜਹਾਜ਼ ਚਲਾਉਣ ਦਾ ਕੰਮ, ਖੇਵਣ; ਜਹਾਜ਼ ਵਿੱਚ ਸਸਤੇ ਕਿਰਾਏ ਉੱਤੇ ਯਾਤਰਾ ਕਰਨ ਵਾਲੇ ਯਾਤਰੀਆਂ ਦੀ ਵਿਸ਼ੇਸ਼ ਥਾਂ

steering committee *n* ਕਿਸੇ ਕੰਮ ਨੂੰ ਸੇਧ ਦੇਣ ਵਾਲੀ ਕਮੇਟੀ, ਸੰਚਾਲਨ ਕਮੇਟੀ

steering wheel *n* (ਮੋਟਰ ਆਦਿ ਦਾ) ਸਟੇਅਰਿੰਗ

steersman /'ਸਟਿਅਜ਼ਮਅਨ/ *n* ਵਾਹਕ, ਨਾਵਕ

steinbock /'ਸਟਾਇਨਬੌਕ/ *n* ਇੱਕ ਪਹਾੜੀ ਹਿਰਨ

stellar /'ਸਟੈੱਲਅ*/ *a* ਤਾਰਿਆਂ ਦਾ, ਤਾਰਿਆਂ ਸੰਬੰਧੀ

stem[1] /ਸਟੈੱਮ/ *n* ਝਾੜੀ ਜਾਂ ਪੌਦੇ ਦਾ ਡੰਡਲ; ਤਣਾ, ਡੰਡੀ, ਜਹਾਜ਼ ਦਾ ਅਗਲਾ ਸਿਰਾ; ਘੜੀ ਨੂੰ ਕੱਸਣ ਵਾਲਾ ਬਟਨ; ਸ਼ਬਦ ਮੂਲ, ਧਾਤੂ; (ਖ਼ਾਨਦਾਨ ਦਾ) ਅਸਲਾ, ਮੁੱਢ; ਹੁੱਕੇ ਦੀ ਨਲੀ, ਨੇਚਾ

stem[2] *vt* ਚਾਲ ਨੂੰ ਰੋਕਣਾ, ਗਤੀ ਰੋਕਣਾ, (ਕਿਸੇ ਧਾਰਾ ਨੂੰ) ਰੋਕਣਾ; ਬੰਨ੍ਹਣਾ, ਬੰਨ੍ਹ ਬੰਨ੍ਹਣਾ, ਠੱਲ੍ਹ ਪਾਉਣਾ

stem cell *n* ਕਈ ਕੋਸ਼ਿਕਾਵਾਂ ਵਿੱਚ ਵਿਕਸਤ ਹੋਣ ਵਾਲੀ ਮੂਲ ਕੋਸ਼ਿਕਾ, ਸਟੈਮ ਸੈੱਲ

stench /ਸਟੈਂੱਚ/ *n* ਦੁਰਗੰਧ, ਭੜਾਸ, ਸੜ੍ਹਾਂਦ, ਬਦਬੋ, ਮੁਸ਼ਕ, ਹਮਕ

stencil /'ਸਟੈੱਨਸਲ/ *n* ਉਕੱਰਵੀਂ ਪੱਟੀ *vt* (ਵੇਲ ਬੂਟੇ) ਉਕੱਰਨਾ, ਮੋਮੀ ਕਾਗਜ਼ ਉੱਤੇ ਉਕੱਰਨਾ, ਛਾਪਣਾ

stengun /'ਸਟੈੱਨਗਅਨ/ *n* ਘੱਟ ਭਾਰ ਵਾਲੀ ਮਸ਼ੀਨਗੰਨ, ਸਟੇਨਗੰਨ

stenographer /ਸਟਅ'ਨੌਗਰਅਫ਼ਅ*/ *n* ਸੰਕੇਤ ਲਿਪੀ ਲਿਖਾਰੀ, ਸਟੈਨੋਗ੍ਰਾਫ਼ਰ, ਸ਼ਾਰਟਹੈਂਡ ਰਾਈਟਰ

stenographic /ˌਸਟੈੱਨਅ(ਉ)'ਗਰਾਫ਼ਿਕ/ *a* ਸੰਕੇਤ ਲਿਪੀ ਸੰਬੰਧੀ

stenography /ਸਟਅ'ਨੌਗਰਅਫ਼ਿ/ *n* ਸੰਕੇਤ ਲਿਪੀ

stenosis /ਸਟਿ'ਨਅਉਸਿਸ/ *n* ਸੁਕੜੇਵਾਂ

stent /ਸਟੈੱਨਟ/ *n* ਲਹੂ ਨਾੜੀ ਦੇ ਅੰਦਰ ਪਾਈ ਜਾਣ ਵਾਲੀ ਛੋਟੀ ਬਣਾਵਟੀ ਨਾਲੀ

stentor /'ਸਟੈੱਨਟਅ*/ *n* ਜ਼ੋਰ ਨਾਲ ਬੋਲਣ ਵਾਲਾ ਵਿਅਕਤੀ, ਗੜਗੱਜ

stentorian /ਸਟੈੱਨ'ਟੋਰਿਅਨ/ *a* ਗੜ੍ਹਕਵੀਂ ਜਾਂ ਉੱਚੀ (ਅਵਾਜ਼)

step[1] /ਸਟੈੱਪ/ *v* ਕਦਮ ਚੁੱਕਣਾ; ਹਿੱਲਣਾ; ਉੱਠ ਕੇ ਥੋੜ੍ਹੀ ਦੂਰ ਚੱਲਣਾ; ਨੱਚਣਾ; ਕਦਮਾਂ ਰਾਹੀਂ ਫ਼ਾਸਲਾ ਮਾਪਣਾ; (ਜਹਾਜ਼) ਮਸਤੂਲ ਨੂੰ (ਖ਼ਾਨੇ ਵਿੱਚ) ਟਿਕਾਉਣਾ *n* (ਚੱਲਣ, ਨੱਚਣ ਜਾਂ ਦੌੜਨ ਦਾ) ਇੱਕ ਕਦਮ; (ਫ਼ਾਸਲੇ ਲਈ) ਇੱਕ ਕਦਮ; (ਪੈਰ ਦਾ) ਖੜਾਕ, ਪੈਰ ਚਿੰਨ; ਚਾਲ ਦਾ ਢੰਗ; ਤਦਬੀਰ, ਕਾਰਵਾਈ; ਪੌੜੀ ਦਾ ਡੰਡਾ; (ਗੱਡੀ ਦਾ) ਪਾਏਦਾਨ; ਤਰੱਕੀ ਦਾ ਦਰਜਾ

step[2] *pref* ਮਤਰੇਈ ਜਾਂ ਮਤਰੇਆ ਦੇ ਅਰਥਾਂ ਵਿੱਚ

stepchild /'ਸਟੈੱਪਚਾਇਲਡ/ *n* ਮਤਰੇਆ ਬੱਚਾ

stepdaughter /'ਸਟੈੱਪਡੋਟਅ*/ *n* ਮਤਰੇਈ ਬੇਟੀ

stepfather /'ਸਟੈੱਪਫ਼ਾਦਅ*/ *n* ਮਤੇਇਆ ਬਾਪ

stepmother /'ਸਟੈੱਪਮਅੱਦਅ*/ *n* ਮਤੇਈ ਮਾਂ

stepney /'ਸਟੈੱਪਨਿ/ *n* ਵਾਧੂ ਟਾਇਰ ਅਤੇ ਟਿਊਬ, ਵਾਧੂ ਪਹੀਆ

steppe /ਸਟੈੱਪ/ *n* (ਰੂਸ ਅਤੇ ਸਾਇਬੇਰੀਆ ਦੇ) ਰੜੇ ਮੈਦਾਨ

stepping stone *n* ਪੜੁੱਲ, ਅੱਡਾ; ਲਾਂਘੇ ਦਾ ਪੱਥਰ; ਸਾਧਨ, ਵਸੀਲਾ

step up *vi* ਅੱਗੇ ਆਉਣਾ, ਤੇਜ਼ ਕਰਨਾ, ਵਧਾਉਣਾ

stereo /'ਸਟੈੱਰਿਅਉ/ *n* ਤ੍ਰਿਵਿਮ ਧੁਨੀ, ਸਟੀਰਿਓ *a* ਤ੍ਰਿਵਿਮ ਧੁਨਿਕ, ਤ੍ਰਿਵਿਮ ਦਰਸ਼ਕ

stereoscope /'ਸਟੈੱਰਿਅਸਕਅਉਪ/ *n* ਇੱਕ ਯੰਤਰ ਜਿਸ ਦੁਆਰਾ ਕਿਸੇ ਵਸਤੂ ਦੇ ਦੋ ਭਿੰਨ ਦ੍ਰਿਸ਼ ਇੱਕੋ ਹੀ ਤਸਵੀਰ ਵਿੱਚ ਉਤਾਰ ਲਏ ਜਾਂਦੇ ਹਨ ਅਤੇ ਤਸਵੀਰ ਠੋਸ ਪ੍ਰਤੀਤ ਹੁੰਦੀ ਹੈ, ਪਿੰਡ ਦਰਸ਼ੀ

stereoscopic /ˌਸਟੈੱਰਿਅ'ਸਕੌਪਿਕ/ *n* ਇੱਕ ਯੰਤਰ ਜਿਸ ਰਾਹੀਂ ਸਥੂਲ ਵਸਤੂ ਦਾ ਪੂਰਾ ਚਿੱਤਰ ਲਿਆ ਜਾਂਦਾ ਹੈ, ਤ੍ਰਿਵਿਮ ਦਰਸ਼ਕ

stereotype /'ਸਟੈੱਰਿਅਟਾਇਪ/ *n* ਛਾਪੇ ਦੀ ਬਣੀ ਬਣਾਈ ਤਖ਼ਤੀ; ਸਥਾਈ ਪ੍ਰਭਾਵ ਜਾਂ ਛਾਪ *v* ਅਜਿਹੀਆਂ ਤਖ਼ਤੀਆਂ ਤੋਂ ਛਾਪਣਾ, ਇਕਰੂਪਤਾ ਦੇਣਾ; ਰੂੜ੍ਹੀਬੱਧ ਕਰਨਾ

stereotyped /'ਸਟੈੱਰਿਅਟਾਇਪਟ/ *a* ਰੂੜ੍ਹੀਬੱਧ, ਘਸਿਆ-ਪਿਟਿਆ

sterile /'ਸਟੈੱਰਾਇਲ/ *a* ਬੰਜਰ (ਜ਼ਮੀਨ); ਬਾਂਝ

(ਜੀਵ); ਅਫਲ (ਬੂਟਾ); ਅਸਫਲ, ਅਪ੍ਰਾਪਤ (ਯਤਨ); ਬੇਜਾਨ (ਜਿਸ ਵਿੱਚ ਜੀਵਨ ਦੇ ਜਰਮ ਨਾ ਹੋਣ); ਬੇਮਜ਼ਾ, ਬੇਜਾਨ (ਵਿਹਾਰ, ਵਰਤਾਅ)

sterility /ਸਟਅ'ਰਿਲਅਟਿ/ *n* ਬਾਂਝਪਣ; ਅਸਫਲਤਾ

sterilize /'ਸਟੈੱਰਅਲਾਇਜ਼/ *vt* ਬਾਂਝ ਕਰਨਾ, ਜਰਮ ਰਹਿਤ ਕਰਨਾ

sterling /'ਸਟਅ:ਲਿਙ/ *n* ਬਰਤਾਨਵੀ ਪੌਂਡ, ਵਲਾਇਤੀ ਮੁਦਰਾ *a* ਖ਼ਾਲਸ, ਖ਼ਰਾ; ਸੱਚਾ, ਵਾਸਤਵਿਕ, ਅਸਲੀ

stern[1] /ਸਟਅ:ਨ/ *a* ਕਰੜਾ, ਸਖ਼ਤ, ਬੇਦਰਦ, ਕਠੋਰ, ਨਿਰਦਈ

stern[2] *n* ਜਹਾਜ਼ ਦਾ ਪਿਛਲਾ ਹਿੱਸਾ (bow ਜਾਂ stem ਤੋਂ ਉਲਟ), ਪਿਛਾੜੀ, ਪਿੱਛਾ, ਚਿੱਤੜ; ਪੂਛਲ

sternmost /'ਸਟਅ:ਨਮਅਉਸਟ/ *a* ਸਭ ਤੋਂ ਪਿਛਲਾ, ਬਿਲਕੁਲ ਪਿੱਛੋਂ ਆਉਣ ਵਾਲਾ

sternness /ਸਟਅ:ਨਨਅਸ/ *n* ਨਿਰਦਇਤਾ, ਨਿਸ਼ਠੁਰਤਾ, ਕਠੋਰਤਾ, ਕਰੜਾਈ

stern-sheets *n* ਜਹਾਜ਼ ਦੇ ਪਿਛਲੇ ਹਿੱਸੇ ਦੇ ਮਲਾਹਾਂ ਦੇ ਬੈਠਣ ਦੀ ਥਾਂ *a* ਧੁਰ ਪਿੱਛੇ ਦਾ

sternum /'ਸਟਅ:ਨਅਮ/ *n* ਛਾਤੀ ਦੀ ਹੱਡੀ, ਸਟਰਨਮ

sternway /ਸਟਅ:ਨਵੇਇ/ *n* ਪਿੱਛੇ ਨੂੰ ਚੱਲਣ ਦੀ ਗਤੀ, ਜਹਾਜ਼ ਦਾ ਵੇਗ

stertorous /'ਸਟਅ:ਟਅਰਅਸ/ *a* ਖਰਖਰਾਹਟ ਨਾਲ ਨਿਕਲਨ ਵਾਲਾ (ਸਾਹ)

stet /'ਸਟੈੱਟ/ ***(L)*** *vt* (ਪਰੂਫ਼ ਰੀਡਰ ਵੱਲੋਂ ਸੂਚਨਾ) ਲਾਈ ਹੋਈ ਗਲਤੀ ਰੱਦ ਸਮਝੋ, ਅਸਲ ਮੁਤਾਬਕ ਰੱਖੋ

stethoscope /'ਸਟੈਥਅਸਕਅਉਪ/ *n* (ਛਾਤੀ ਨੂੰ ਲਾ ਕੇ ਵੇਖਣ ਵਾਲੀ) ਟੂਟੀ, ਦਿਲ ਅਤੇ ਫੇਫੜਿਆਂ ਦੀ ਗਤੀ ਸੁਣਨ ਵਾਲਾ ਯੰਤਰ, ਸਟੈਥੋਸਕੋਪ

stethoscopic /ˌਸਟੈਥੱਅ'ਸਕੌਪਿਕ/ *a* ਸਟੈਥੋਸਕੋਪ ਸੰਬੰਧੀ

stetson /'ਸਟੈੱਟਸਨ/ *n* ਚੌੜੇ ਕਿਨਾਰੇ ਦਾ ਹੈਟ

stevedore /'ਸਟੀਵ੍ਅਡੋ*/ *n* ਜਹਾਜ਼ ਉੱਤੇ ਮਾਲ ਲੱਦਣ ਜਾਂ ਉਤਾਰਨ ਵਾਲਾ, ਜਹਾਜ਼ੀ ਕੁਲੀ

stew[1] /ਸਟਯੂ/ *v* ਮੱਠੀ-ਮੱਠੀ ਅੱਗ ਉੱਤੇ ਰਿੰਨ੍ਹਣਾ ਜਾਂ ਰਿੱਝਣਾ; ਹੁੰਮਸ ਜਾਂ ਗਰਮੀ ਨਾਲ ਵਿਆਕੁਲ ਹੋ ਜਾਣਾ *n* ਬੰਦ ਭਾਂਡੇ ਵਿੱਚ ਥੋੜ੍ਹੇ ਪਾਣੀ ਵਿੱਚ ਦੇਰ ਤੀਕ ਉਬਾਲ ਕੇ ਪਕਾਇਆ ਮਾਸ ਜਾਂ ਸਬਜ਼ੀ, ਪਰੇਸ਼ਾਨੀ, ਵਿਆਕੁਲਤਾ; (ਪਰਾ) ਰੰਡੀਖ਼ਾਨਾ, ਚਕਲਾ; ਮੱਛੀ ਕੁੰਡ (ਮੱਛੀਆਂ ਪਾਲਣ ਲਈ)

steward /'ਸਟਯੂਅਡ/ *n* ਮੁਖ਼ਤਿਆਰ ਜਾਇਦਾਦ; (ਕਾਲਜ, ਕਲੱਬ, ਜਹਾਜ਼ ਆਦਿ ਦਾ) ਰਸਦੀਆ, ਠੇਕੇਦਾਰ, ਭੰਡਾਰੀ; (ਜਹਾਜ਼ ਦੇ ਮੁਸਾਫ਼ਰਾਂ ਦੀ ਦੇਖ-ਭਾਲ ਲਈ ਸੇਵਾਦਾਰ, (ਘੋੜਦੌੜ, ਨਾਚ, ਤਮਾਸ਼ੇ, ਖੇਡਾਂ ਆਦਿ ਦਾ) ਪ੍ਰਬੰਧਕ

stewardess /ˌਸਟਯੂਅ'ਡੈੱਸ,'ਸਟਯੂਅਡੈੱਸ/ *n* ਪ੍ਰਬੰਧਕ ਇਸਤਰੀ; ਭੰਡਾਰਨ, ਸੇਵਾਦਾਰਨੀ, ਸੇਵਿਕਾ

stewardship /'ਸਟਯੂਅਡਸ਼ਿਪ/ *n* ਮੁਖ਼ਤਿਆਰੀ, ਪ੍ਰਬੰਧਕ

stick[1] /ਸਟਿਕ/ *v* ਚੋਭਣਾ, ਖੋਭਣਾ; ਲੱਗਣਾ, ਲਾਉਣਾ (ਨੋਕਦਾਰ ਵਸਤੂ ਉੱਤੇ); (ਬੋਲ) ਰੱਖਣਾ, ਜੰਮਣਾ, ਜਮਾਉਣਾ; ਅੱਗੇ ਨੂੰ ਕੱਢਣਾ, ਅੱਗੇ ਵਧਿਆ ਹੋਣਾ, ਸਿੱਧਾ ਖੜ੍ਹਾ ਕਰਨਾ ਜਾਂ ਹੋਣਾ, ਡਟ ਜਾਣਾ; ਚਿਪਕਣਾ, ਚਿਪਕਾਉਣਾ, ਚਿਮਟਣਾ, ਲੱਗੇ ਰਹਿਣਾ; ਫਸ ਜਾਣਾ, ਅਟਕ ਜਾਣਾ, ਅੜ ਜਾਣਾ; (ਬੋਲ) ਕੰਮ ਰੁਕ ਜਾਣਾ

stick[2] *n* ਸੋਟੀ, ਡਾਂਗ, ਬੈਂਤ, ਡੰਡਾ; (ਲਾਖ ਦੀ) ਬੱਤੀ; (ਡੱਬੀ ਦੀ) ਤੀਲੀ; (ਮਿਸਰੀ ਦੀ) ਡਲੀ; (ਬੋਲ) ਫੋਸੜ, ਭੌਂਦੂ; ਹਾਕੀ

sticker /'ਸਟਿਕਅ*/ *n* ਲੇਬਲ; ਸਿਰੜੀ ਬੰਦਾ

stickleback /'ਸਟਿਕਲਬੈਕ/ *n* ਇੱਕ ਛੋਟੀ ਜਿਹੀ ਮੱਛੀ ਜਿਸ ਦੀ ਪਿੱਠ ਉੱਤੇ ਕੰਡੇ ਹੁੰਦੇ ਹਨ

stickler /'ਸਟਿਕਲਅ*/ *n* ਨੇਮੀ, (ਰਸਮ, ਰਿਵਾਜ ਆਦਿ ਸੰਬੰਧੀ) ਪੂਰੀ ਤਰ੍ਹਾਂ ਕਾਇਮ ਰਹਿਣ

ਵਾਲਾ

stick-up *n* (ਅਪ) (ਬੰਦੂਕ ਦਿਖਾ ਕੇ ਕੀਤੀ) ਲੁੱਟ

sticky /'ਸਟਿਕਿ/ *a* ਲੇਸਲਾ, ਚਿਪਚਿਪਾ, ਪਿਚ-ਪਿਚ ਕਰਦਾ, ਚਿਕਨਾ, ਚੀੜ੍ਹਾ; ਕੱਟੜ (ਆਲੋਚਕ); ਦੁਖਦਾਈ, ਕਸ਼ਟ ਵਾਲਾ

stiff /ਸਟਿਫ਼/ *a* ਸਖ਼ਤ, ਕਰੜਾ, ਬੇਲੋਚ; ਅੜੀਅਲ, ਅੱਖੜ, ਰੁੱਖਾ (ਸੁਭਾਅ); ਰੁਕਦਾ, ਅਟਕਦਾ (ਪੁਰਜ਼ਾ, ਕਲ); ਆਕੜੇ ਹੋਏ (ਅੰਗ); ਔਖਾ, ਕਠਨ, ਮੁਸ਼ਕਿਲ (ਵਿਸ਼ਾ); ਤੇਜ਼, ਚੜ੍ਹੀ ਹੋਈ (ਕੀਮਤ); ਗਾੜ੍ਹਾ, ਸੰਘਣਾ (ਗਾਰਾ), ਮਿੱਟੀ

stiffen /'ਸਟਿਫ਼ਨ/ *v* ਆਕੜ ਜਾਣਾ; ਕਠੋਰ ਬਣਾਉਣਾ ਜਾਂ ਹੋਣਾ, ਅੱਖੜ ਜਾਂ ਜ਼ਿੱਦੀ ਹੋਣਾ; ਗਾੜ੍ਹਾ ਕਰਨਾ

stiff-necked /ˌਸਟਿਫ਼'ਨੈੱਕਟ/*a* ਘਮੰਡੀ, ਆਕੜਖਾਨ, ਹੈਂਕੜਬਾਜ਼

stifle[1] /'ਸਟਾਇਫ਼ਲ/ *vt* ਕੁਚਲਨਾ, ਗਲਾ ਘੁੱਟਣਾ, ਦਮ ਘੁੱਟਣਾ

stifle[2] *n* (**stifle joint** ਵੀ), ਪੱਠਾ (ਘੋੜੇ ਦਾ); ਪਸ਼ੂ ਦਾ ਪਿਛਲੀ ਲੱਤ ਦਾ ਗੋਡਾ

stigma /'ਸਟਿਗਮਅ/ *n* ਦਾਗ਼, ਕਲੰਕ, ਬਦਨਾਮੀ ਦਾ ਦਾਗ਼; (ਪਰਾ) (ਅਪਰਾਧੀ, ਗੁਲਾਮ ਦੇ ਮੱਥੇ ਆਦਿ ਦੇ ਉੱਤੇ ਲਾਇਆ) ਦਾਗ਼; (ਬਨ) ਪਰਾਗ-ਕਣ-ਗਰਾਹੀ

stigmatize /'ਸਟਿਗਮਅਟਾਇਜ਼/ *vt* ਦਾਗ਼ ਲਾਉਣਾ, ਕਲੰਕਿਤ ਕਰਨਾ, ਬਦਨਾਮ ਕਰਨਾ, ਬੁਰਾ-ਭਲਾ ਕਹਿਣਾ

stile /ਸਟਾਇਲ/ *n* ਰਸਤਾ ਜਿਸ ਵਿੱਚੋਂ ਮਨੁੱਖ ਲੰਘ ਸਕੇ ਪਰ ਪਸ਼ੂ ਨਾ ਲੰਘ ਸਕੇ, ਅੜਾਖੋੜ; (ਦਰਵਾਜ਼ੇ ਦੀ ਚੁਗਾਠ ਵਿੱਚ ਲੱਗੀ) ਖੜ੍ਹੀ ਸੀਖ

stiletto /ਸਟਿ'ਲੈਟੱਅਉ/ *n* ਛੋਟਾ ਛੇਕ ਬਣਾਉਣ ਵਾਲਾ ਨੋਕਦਾਰ ਯੰਤਰ; ਛੋਟਾ ਖੰਜਰ ਜਾਂ ਕਟਾਰ, ਪੇਸ਼ ਕਬਜ਼

still[1] /ਸਟਿਲ/ *n* ਭੱਠੀ (ਸ਼ਰਾਬ ਆਦਿ ਕੱਢਣ ਦੀ)

still[2] *a* ਸ਼ਾਂਤ, ਅਹਿੱਲ, ਬੰਦ; ਖੜ੍ਹਾ (ਪਾਣੀ); ਚੁੱਪ, ਚੁੱਪ-ਚੁਪੀਤਾ, ਚੁਪ ਚਾਂ; ਬੇਜਾਨ *n* (ਫ਼ਿਲਮ ਦੇ ਟਾਕਰੇ ਉੱਤੇ) ਖੜ੍ਹੀ ਤਸਵੀਰ ਜਾਂ ਫੋਟੋ *vt* ਠੰਢਾ ਕਰਨਾ; ਚੁੱਪ ਕਰਾ ਦੇਣਾ *adv* ਹੁਣ ਤੀਕ, ਹੁਣ ਵੀ, ਇਸ ਉੱਤੇ ਵੀ, ਉਸ ਵਕਤ ਤੱਕ, ਉਸ ਦੇ ਪਿੱਛੋਂ ਵੀ, ਬਾਵਜੂਦ ਇਸ ਦੇ, ਫਿਰ ਵੀ

stillage /'ਸਟਿਲਿਜ/ *n* ਸਮਾਨ ਰੱਖਣ ਲਈ ਚੌਂਕੀ

stillborn /'ਸਟਿਲਬੋਨ/ *n* ਮੁਰਦਾ ਪੈਦਾ ਹੋਇਆ ਬੱਚਾ; (ਬੋਲ) ਅੰਦੋਲਨ ਜੋ ਸ਼ੁਰੂ ਵਿੱਚ ਹੀ ਨਾ ਚੱਲ ਸਕੇ *a* ਨਿਸਫ਼ਲ

still life *n* ਬੇਜਾਨ ਵਸਤੂਆਂ ਦੀ ਚਿੱਤਰਕਾਰੀ; ਅਜਿਹਾ ਚਿੱਤਰ

still-room *n* ਸ਼ਰਾਬ ਕੱਢਣ ਦਾ ਕਮਰਾ

stilly /'ਸਟਿਲਿ/ *a* ਸ਼ਾਂਤ, ਚੁੱਪ-ਚਾਪ, ਖ਼ਮੋਸ਼, (ਕਾਵਿ) ਅਚੱਲ, ਅਡੋਲ

stilt /ਸਟਿਲਟ/ *n* ਬਾਂਸ ਜਿਸ ਨਾਲ ਪੈਰਾਂ ਲਈ ਟੇਕ ਬਣੀ ਹੋਵੇ ਅਤੇ ਇਸ ਦੇ ਸਹਾਰੇ ਮਨੁੱਖ ਜ਼ਮੀਨ ਤੋਂ ਬਹੁਤ ਉੱਚਾ ਹੋ ਕੇ ਚੱਲ ਸਕੇ

stilted /'ਸਟਿਲਟਿਡ/ *a* ਉੱਚਾ ਉੱਠਿਆ; (ਸ਼ਬਦ) ਲੱਛੇਦਾਰ, ਅਡੰਬਰਪੂਰਨ; ਸਿੱਧੇ ਖੜ੍ਹੇ ਖੰਭੇ ਵਾਲੀ (ਮਹਿਰਾਬ, ਡਾਟ)

stimulant /'ਸਟਿਮਯਅਲਅਨਟ/ *a* ਉਤੇਜਿਤ, ਉਕਸਾਊ *n* ਉਤੇਜਕ ਔਸ਼ਧੀ

stimulate /'ਸਟਿਮਯੁਲੇਇਟ/ *vt* ਉਤੇਜਿਤ ਕਰਨਾ, ਜੋਸ਼ ਦਿਵਾਉਣਾ, ਨਸ਼ਾ ਚਾੜ੍ਹਨਾ ਜਾਂ ਲਿਆਉਣਾ; ਉਭਾਰਨਾ, ਉਕਸਾਉਣਾ, ਉਤਸ਼ਾਹ ਦੇਣਾ, ਟੁੰਬਣਾ

stimulation /ˌਸਟਿਮਯੁ'ਲੇਇਸ਼ਨ/ *n* ਉਤੇਜਨਾ, ਨਸ਼ਾ, ਉਕਸਾਹਟ, ਟੁੰਬ

stimulative /'ਸਟਿਮਯੁਲਅਟਿਵ੍/ *a* ਉਤੇਜਕ, ਭੜਕਾਉਣ ਵਾਲਾ, ਉਕਸਾਉਣ ਵਾਲਾ, ਉੱਦੀਪਕ, ਉਤਸ਼ਾਹਕ

stimulator /'ਸਟਿਮਯੁਲੇਇਟਅ*/ *n* ਉਤੇਜਕ, ਨਸ਼ੀਲਾ, ਉਕਸਾਊ, ਉੱਦੀਪਕ

stimulus /'ਸਟਿਮਯਅਲਅਸ/ *n* ਉਤਸ਼ਾਹ,

ਉਕਸਾਹਟ, ਟੁੰਬ, ਚੁੱਕ, ਚੋਭ, ਉਭਾੜ; ਉਤੇਜਿਤ ਕਰਨ ਵਾਲੀ ਵਸਤੂ

sting /ਸਟਿਙ/ *n* ਡੰਗ; ਪੌਦੇ ਦੀ ਸੂਲ, ਕੰਡਾ, ਕਸੀਰ; ਜ਼ਹਿਰੀ ਦੰਦ (ਸੱਪ ਦਾ); ਡੰਗ, ਡੰਗ ਦੀ ਚੀਸ; ਜਲੂਣ, ਸਖ਼ਤ ਤਕਲੀਫ਼ (ਸਰੀਰਕ ਜਾਂ ਮਾਨਸਿਕ) *vt* ਡੰਗਣਾ, ਡੰਗ ਮਾਰਨਾ (ਬਿੱਛੂ ਜਾਂ ਸੱਪ ਦਾ); ਚੁਭਣਾ (ਸੂਲ ਦਾ); ਜਲਨ ਹੋਣਾ, ਦਰਦ ਕਰਨਾ, ਚੀਸ ਉੱਠਣਾ

stinger /'ਸਟਿਙਅ*/ *n* ਡੰਗ ਮਾਰਨ ਵਾਲਾ; ਜ਼ੋਰ ਦਾ ਹੱਥ ਜਿਸ ਨਾਲ ਸਖ਼ਤ ਚੋਟ ਲੱਗੇ, ਕਰਾਰੀ ਚੋਟ

stingy /'ਸਟਿਨਜਿ/ *a* ਕੰਜੂਸ, ਲੀਚੜ

stink /ਸਟਿਙਕ/ *v* ਬੋ ਮਾਰਨਾ, ਤਰੱਕਣਾ, ਦੁਰਗੰਧ ਛੱਡਣਾ, ਭੜਾਸਣਾ, ਸੜ੍ਹਾਂਦ ਮਾਰਨਾ, ਹਮਕਣਾ, *n* ਬਦਬੋ, ਭੜਾਸ; ਦੁਰਗੰਧ, ਸੜ੍ਹਾਂਦ

stinkard /'ਸਟਿਙਕਅਡ/ *n* ਬਦਤਮੀਜ਼ ਆਦਮੀ, ਅਸੱਭਿਆ ਮਨੁੱਖ, ਗੰਦਾ ਆਦਮੀ; ਗੰਵਾਰ ਵਿਅਕਤੀ

stinker /'ਸਟਿਙਕਅ*/ *n* ਦੁਰਗੰਧ, ਬਦਬੋ, ਬਦਬੋ ਫੈਲਾਉਣ ਵਾਲਾ ਵਿਅਕਤੀ ਜਾਂ ਚੀਜ਼; ਇੱਕ ਬਦਬੋਦਾਰ ਵੱਡਾ ਸਮੁੰਦਰੀ ਪੰਛੀ

stint /ਸਟਿਨਟ/ *vt* ਥੋੜ੍ਹਾ ਦੇਣਾ, ਕਸਰ ਰੱਖਣਾ, ਭੁੱਖਾ ਰੱਖਣਾ, ਹੱਥ ਘੁੱਟਣਾ, ਸੰਕੋਚ ਕਰਨਾ, ਕੰਜੂਸੀ ਨਾਲ ਦੇਣਾ (ਖਾਣਾ, ਪੈਸਾ, ਸੇਵਾ ਆਦਿ); ਸੀਮਾਬੱਧ ਕਰ ਦੇਣਾ *n* ਕਸਰ, ਸੰਕੋਚ, ਕੰਜੂਸੀ; ਸੀਮਾ ਬੰਧਨ, (ਜ਼ੁੰਮੇ ਲੱਗਾ) ਨਿਸ਼ਚਿਤ ਕੰਮ

stipend /'ਸਟਾਇਪੈਨੱਡ/ *n* ਵਜ਼ੀਫ਼ਾ, ਭੱਤਾ

stipendiary /ਸਟਾਇ'ਪੈਨੱਡਿਅਰਿ/ *a* ਵਜ਼ੀਫ਼ਾਖੋਰ (ਵਿਅਕਤੀ)

stipple /'ਸਟਿਪਲ/ *v* (ਤਸਵੀਰ ਬਣਾਉਣ ਵਿੱਚ) ਬਿੰਦੀਆਂ ਦੀ ਵਰਤੋਂ ਕਰਨਾ, ਬਿੰਦੀ ਨੱਕਾਸ਼ੀ ਕਰਨਾ, ਬਿੰਦੂਆਂ ਨਾਲ ਜੜਨਾ *n* ਬਿੰਦੂ ਚਿੱਤਰਕਾਰੀ, ਚਿਤਰਨ

stipulate /'ਸਟਿਪਯੁਲੇਇਟ/ *v* ਬੰਦਸ਼ ਲਾਉਣਾ, ਸ਼ਰਤ ਲਾ ਲੈਣਾ

stipulation /,ਸਟਿਪਯੁ'ਲੇਇਸ਼ਨ/ *n* ਸ਼ਰਤ, ਇਕਰਾਰਨਾਮਾ, ਬਾਂਧ

stir /ਸਟਅ:*/ *v* ਚਲਾਉਣਾ, ਹਿਲਾਉਣਾ, ਚੱਲਣਾ, ਹਿੱਲਣਾ, ਸਰਕਣਾ, ਹਰਕਤ ਕਰਨਾ; ਅੰਦੋਲਨ ਕਰਨਾ, ਜਾਗ੍ਰਤੀ ਪੈਦਾ ਕਰਨਾ, ਪ੍ਰੇਰਨਾ ਦੇਣਾ, ਉਠਾਉਣਾ ਉਕਸਾਉਣਾ, ਭੜਕਾਉਣਾ; ਉਤਸ਼ਾਹਿਤ ਕਰਨਾ, ਜੋਸ਼ ਦਿਵਾਉਣਾ, ਉਭਾਰਨਾ, ਹਿਲਾ ਦੇਣਾ *n* ਉਤੇਜਨਾ, ਘਬਰਾਹਟ; ਹਲਚਲ, ਗੜਬੜੀ, ਖ਼ਲਬਲੀ ਹੰਗਾਮਾ; ਥੋੜ੍ਹਾ ਜਿਹਾ ਮੋੜ; ਗਤੀ, ਹਰਕਤ

stirk /ਸਟਅ:ਕ/ *n* (ਬੋਲ) ਵੱਛਾ

stirrup /'ਸਟਿਰਅਪ/ *n* ਰਕਾਬ; (ਨੇਵੀ) ਬਾਦਵਾਨ ਦੀ ਤਣੀ ਜਾਂ ਰੱਸੀ

stitch /ਸਟਿਚ/ *n* ਚੋਭ, ਟੀਸ (ਵੱਖੀ ਦਾ ਦਰਦ); ਟਾਂਕਾ (ਫੱਟ ਦਾ); ਤੋਪਾ, ਸਿਲਾਈ; ਟਾਂਕਾ ਲਾਉਣਾ ਜਾਂ ਸਿਲਾਈ ਆਦਿ ਦਾ ਢੰਗ *vt* ਟਾਂਕਾ ਲਾਉਣਾ; ਤੋਪਾ ਮਾਰਨਾ, ਸਿਲਾਈ ਕਰਨਾ, ਸਿਊਂਣਾ

stitching /'ਸਟਿਚਿਙ/ *n* ਸਿਲਾਈ; ਸਿਊਂਣ

stitch up *vt* ਫਟੇ ਹੋਏ ਕੱਪੜੇ ਨੂੰ ਸਿਊਂ ਦੇਣਾ

stithy /'ਸਟਿਦਿ/ *n* (ਪੁਰਾਤਨ ਅਤੇ ਸਾਹਿਤਕ) ਲੁਹਾਰ ਦੀ ਭੱਠੀ, ਅੱਡਾ

stiver /'ਸਟਾਇਵ਼ਅ*/ *n* ਛੋਟੇ ਤੋਂ ਛੋਟਾ ਸਿੱਕਾ, ਫੁੱਟੀ ਕੌਡੀ

stoat[1] /ਸਟਅਉਟ/ *n* ਨਿਓਲੇ ਦੀ ਜਾਤੀ ਦਾ ਜੰਤੂ

stoat[2] *vt* ਇੰਜ ਬਖੀਆ ਮਾਰਨਾ ਕਿ ਨਜ਼ਰ ਨਾ ਆਵੇ, ਗਫ਼ ਕਰਕੇ ਸਿਊਂਣਾ

stock /ਸਟੌਕ/ *n* ਜ਼ਖੀਰਾ; ਮਾਲ-ਸਮਾਨ (ਵਪਾਰ ਆਦਿ ਲਈ); ਕੱਚਾ ਮਾਲ; (ਸੰਦ ਦਾ) ਦਸਤਾ, ਮੁੱਠੀ, ਕੁੰਦਾ; ਸਟਾਕ, ਹੁੰਡੀ; (ਕੰਪਨੀ ਦੀ) ਸਾਂਝੀ ਪੂੰਜੀ, ਭੰਡਾਰ; ਮੂਲਧਨ; ਡੈਹਾ (ਪਸ਼ੂ ਦੇ ਗਲੇ ਪਾਉਣ ਵਾਲਾ); ਅਸਲਾ, ਨਸਲ; ਪਸ਼ੂ, ਢੋਰ, ਡੰਗਰ; ਤਣਾ; ਸੁਗੰਧਿਤ ਫੁੱਲਾਂ ਦਾ ਪੌਦਾ; (ਬਹੁ) ਸ਼ਿਕੰਜਾ; ਚਮੜੇ ਦੀ ਚੌੜੀ ਮਜ਼ਬੂਤ ਪੱਟੀ; ਬੱਲੀ, ਸ਼ਤੀਰ; ਵੱਡੇ ਆਵੇ ਵਿੱਚ ਪਕਾਈਆਂ ਹੋਈਆ ਇੱਟਾਂ *vt* (ਸੰਦ ਨੂੰ) ਮੁੱਠੀ ਜਾਂ ਦਸਤਾ ਲਾਉਣਾ; ਸ਼ਿਕੰਜਾ

ਕੱਸਣਾ; ਮਾਲ ਭਰਨਾ; ਸਮਾਨ ਰੱਖਣਾ

stockade /ਸਟੌ'ਕੇਇਡ/ *n* ਫੱਟਿਆਂ ਦੀ ਵਲਗਣ, ਕਾਠ ਵਾੜਾ, ਕਾਠਗੜ੍ਹ, ਮੋਰਚਾ, ਆੜ

stockbroker /'ਸਟੌਕਬਰਅਉਕਅ*/ *n* ਸਟਾਕ ਦਲਾਲ

stock company *n* ਥੀਏਟਰ ਆਦਿ ਚਲਾਉਣ ਲਈ ਕੰਪਨੀ, ਜਾਇੰਟ ਸਟਾਕ ਕੰਪਨੀ

stock dove *n* ਯੂਰਪੀ ਜੰਗਲੀ ਕਬੂਤਰ

stock exchange *n* ਸਰਾਫ਼ਾ ਬਜ਼ਾਰ, ਸਟਾਕ ਐਕਸਚੇਂਜ

stockfish /'ਸਟੌਕਫ਼ਿਸ਼/ *n* ਸੁੱਕੀ ਕਾਡ ਜਾਤੀ ਦੀ ਮੱਛੀ

stockinet, stockinette /ˌਸਟੌਕਿ'ਨੈਟ/ *n* ਬਨੈਣ ਆਦਿ ਲਈ ਵਰਤਿਆ ਜਾਂਦਾ ਲਚੀਲਾ ਕੱਪੜਾ, ਸਟਾਕੀਨੇਟ

stocking[1] /'ਸਟੌਕਿਙ/ *n* ਵੱਡੀ ਜੁਰਾਬ

stocking[2] *n* ਮਾਲ ਇਕੱਤਰ ਕਰਨ ਦੀ ਕਿਰਿਆ

stcok-in-trade /ˌਸਟੌਕਇਨ'ਟਰੇਇਡ/ *n* ਸਾਜ਼-ਸਮਾਨ, ਮਾਲ-ਪੱਤਾ, ਚੀਜ਼ਾਂ-ਵਸਤਾਂ

stockist /'ਸਟੌਕਿਸਟ/ *n* ਮਾਲ ਭਰਨ ਵਾਲਾ, ਭੰਡਾਰੀ, ਸਟਾਕਿਸਟ

stockjobber /'ਸਟੌਕਜੌਬਅ*/ *n* ਸੱਟੇਬਾਜ਼, ਸਟਾਕ ਦਲਾਲ

stock market *n* ਸਰਾਫ਼ਾ ਜਾਂ ਇਸ ਦਾ ਕਾਰੋਬਾਰ, ਸਰਾਫ਼ੇ ਦਾ ਬਜ਼ਾਰ

stockpile /'ਸਟੌਕਪਾਇਲ/ *n* (ਕੱਚੇ ਮਾਲ, ਹਥਿਆਰਾਂ ਆਦਿ ਦਾ) ਅੰਬਾਰ (ਲਾਉਣਾ), ਧਾਕਾਂ (ਲਾਉਣਾ)

stocky /'ਸਟੌਕਿ/ *a* (ਬੋਲ) ਛੋਟੇ ਕੱਦ ਅਤੇ ਗੁੱਥੇ ਹੋਏ ਸਰੀਰ ਵਾਲਾ; ਗਠੀਲਾ, ਗੀਢਾ

stockyard /'ਸਟੌਕਯਾਡ/ *n* ਪਸ਼ੂਆਂ ਦਾ ਵਾੜਾ

stodge /ਸਟੌਜ/ *n* ਭਾਰੀ ਖ਼ੁਰਾਕ; ਬੁਝੜ ਬੰਦਾ *vt* ਭੁੱਖਿਆਂ ਵਾਂਗ ਖਾਣਾ; ਪੈਰ ਘਸੀਟ ਕੇ ਚੱਲਣਾ

stodgy /'ਸਟੌਜਿ/ *a* ਭਾਰੀ; ਬੋਝਲ (ਖ਼ੁਰਾਕ); ਫੁੱਲਿਆ, ਭਰਿਆ (ਬਟੂਆ, ਜੇਬ, ਥੈਲਾ ਆਦਿ); (ਪੁਸਤਕ, ਸ਼ੈਲੀ ਆਦਿ) ਨੀਰਸ, ਅਤਿਅਧਿਕ ਸੂਚਨਾਵਾਂ ਨਾਲ ਭਰਪੂਰ

stoep /ਸਟੂਪ, ਸਟੁਪ/ *n* ਬਰਾਮਦਾ, ਬਰਾਂਡਾ

stoic /'ਸਟਅਉਇਕ/ *n* (ਯੂਨਾਨੀ ਦਰਸ਼ਨ) ਸਹਿਜ ਮਾਰਗੀ ਫ਼ਿਲਾਸਫ਼ਰ; ਵੈਰਾਗੀ, ਫ਼ਕੀਰ, ਉਦਾਸੀ, ਤਪੱਸਵੀ

stoical /'ਸਟਅਉਇਕ(ਅ)ਲ/ *a* ਸਹਿਜ ਮਾਰਗੀ, ਆਤਮ ਸੰਜਮੀ, ਵੈਰਾਗਵਾਨ

stoicism /'ਸਟਅਉਇਸਿਜ਼ਅਮ/ *n* ਸਹਿਜ ਮਾਰਗ, ਸੰਜਮਵਾਦ, ਵੈਰਾਗ, ਜ਼ੁਹਦੀ, ਫ਼ਕੀਰੀ, ਆਤਮ ਸੰਜਮ, ਉਦਾਸੀਨਤਾਵਾਦ

stoke /ਸਟਅਉਕ/ *v* (ਭੱਠੀ) ਝੋਕਣਾ, ਇੰਜਣ ਦੀ ਭੱਠੀ ਝੋਕਣਾ, ਕੋਲੇ ਪਾਉਣਾ; (ਬੋਲ) ਜਲਦੀ-ਜਲਦੀ ਖਾਣਾ, ਨਿਗਲਨਾ, ਪੇਟ ਨੂੰ ਝੁਲਕਾ ਦੇਣਾ

stoker /'ਸਟਅਉਕਅ*/ *n* ਭੱਠੀ ਝੋਕਣ ਵਾਲਾ

stole[1] /ਸਟਅਉਲ/ *n* (ਪਰਾ) ਈਸਾਈ ਧਰਮ ਵਾਲਿਆਂ ਦੀ ਪੁਸ਼ਾਕ; ਪ੍ਰਾਚੀਨ ਰੋਮਨ ਇਸਤਰੀਆਂ ਦੇ ਪਾਉਣ ਵਾਲਾ ਚੋਗਾ

stole[2] *v* **steal** ਦਾ ਭੂਤ-ਕਾਲ

stolen /'ਸਟਅਉਲਨ/ *v* **steal** ਦਾ ਭੂਤ-ਕ੍ਰਿਦੰਤ

stolid /'ਸਟੌਲਿਡ/ *a* ਉੱਲੂਬਾਟਾ, ਭੌਂਦੂ, ਜੜ੍ਹ, ਉਤਸ਼ਾਹੀਣ, ਨੀਰਸ, ਹਠੀ

stolidity /ਸਟਅ'ਲਿਡਅਟਿ/ *n* ਅਲ੍ਹੜਪਣ, ਅਚੇਤਤਾ, ਉਤਸ਼ਾਹਹੀਣਤਾ, ਬੇਹਿੱਸੀ

stomach /'ਸਟਅੱਮਅਕ/ *n* ਪੇਟ, ਉਦਰ, ਢਿੱਡ; ਮਿਹਦਾ, ਓਝਰੀ, ਭੁੱਖ; ਉਤਸ਼ਾਹ, ਰੁਚੀ, ਚਾਹ; ਹਿੰਮਤ, ਦਮ, ਸਾਹਸ *vt* ਪੇਟ ਵਿੱਚ ਪਾਉਣਾ, ਨਿਘਾਰਨਾ; (ਬੋਲ) ਜਰਨਾ, ਸਹਿ ਜਾਣਾ, ਬਰਦਾਸ਼ਤ ਕਰਨਾ (ਹੇਠੀ ਦੀ ਗੱਲ)

stomachic /ਸਟਅ(ਉ)'ਮੈਕਿਕ/ *a* ਪੇਟ ਸੰਬੰਧੀ; ਪਾਚਨ ਸ਼ਕਤੀ ਵਧਾਉਣ ਵਾਲਾ, ਹਾਜ਼ਮੇਦਾਰ, ਪਾਚਕ *n* ਹਾਜ਼ਮੇ ਦੀ ਦਵਾਈ, ਪਾਚਕ ਔਸ਼ਧੀ

stone /ਸਟਅਉਨ/ *n* ਪੱਥਰ, ਕੀਮਤੀ ਪੱਥਰ, ਹੀਰਾ; ਪੱਥਰੀ (ਜੋ ਗੁਰਦੇ, ਮਸਾਨਿਆਂ ਆਦਿ ਵਿੱਚ

ਬਣ ਜਾਂਦੀ ਹੈ) ਪਥਰੀ ਦੀ ਬਿਮਾਰੀ; (ਫਲਾਂ ਦੀ) ਗੁਠਲੀ, ਗਿਟਕ; (ਅੰਗੂਰਾਂ ਦਾ) ਬੀਜ; ਗੜ੍ਹਾ, ਅਹਿਰਨ; ਸਟੋਨ (ਚੌਦਾਂ ਪੌਂਡ ਦਾ ਤੋਲ) *a* ਪੱਥਰ ਦਾ *vt* ਪਥਰਾਉਣਾ; ਪੱਥਰਾਂ ਨਾਲ ਮਾਰਨਾ; ਗਿਟਕਾਂ ਕੱਢਣਾ; ਪੱਥਰ ਲਗਾਉਣਾ (ਫਰਸ਼ ਆਦਿ ਨੂੰ)

Stone Age *n* ਮਨੁੱਖੀ ਇਤਿਹਾਸ ਦਾ ਮੁੱਢਲਾ ਯੁੱਗ ਜਦੋਂ ਸੰਦ ਅਥਵਾ ਹਥਿਆਰ ਆਦਿ ਅਜੇ ਪੱਥਰ ਦੇ ਬਣਾਏ ਜਾਂਦੇ ਸਨ, ਪੱਥਰ-ਯੁੱਗ

stonecrop /'ਸਟਅਉਨਕਰੌਪ/ *n* ਇੱਕ ਕਿਸਮ ਦੀ ਵੇਲ ਜੋ ਚਟਾਨਾਂ ਅਤੇ ਦਿਵਾਰਾਂ ਉੱਤੇ ਚੜ੍ਹਦੀ ਹੈ, ਪੱਥਰ-ਵੇਲ

stone dust *n* ਰੇਤਾ

stone fruit *n* ਗਿਟਕ ਵਾਲੇ ਫਲ (ਬੇਰ, ਅੰਬ ਆਦਿ)

stone pine *n* ਦੱਖਣੀ ਅਫ਼ਰੀਕਾ ਦੀ ਵਿਸ਼ੇਸ਼ ਦਿਆਰ

stonewall /ˌਸਟਅਉਨ'ਵੋਲ/ *vt* ਪਾਰਲੀਮੈਂਟ ਦੀ ਕਾਰਵਾਈ ਵਿੱਚ ਰੁਕਾਵਟ ਪਾਉਣਾ; ਕ੍ਰਿਕਟ ਵਿੱਚ ਰੁਕਾਵਟੀ ਬੱਲੇਬਾਜ਼ੀ ਕਰਨਾ; ਚਾਰਦਿਵਾਰੀ ਕਰਨਾ, ਵਲਨਾ

stoneware /'ਸਟਅਉਨਵੇਅ*/ *n* ਪੱਥਰ ਜਾਂ ਚੀਨੀ ਦੇ ਭਾਂਡੇ

stony /'ਸਟਅਉਨਿ/ *a* ਪਥਰੀਲਾ, ਪੱਥਰ ਵਰਗਾ; ਕਰੜਾ; ਪਥਰਾਈ ਹੋਈ (ਨਜ਼ਰ), ਗਿਟਕ ਵਾਲਾ

stony broke *a* ਬਿਲਕੁਲ ਕੰਗਾਲ

stood /ਸਟੁਡ/ *v* **stand** ਦਾ ਭੂਤ-ਕਾਲ ਅਤੇ ਭੂਤ-ਕ੍ਰਿਦੰਤ

stooge /ਸਟੂਜ/ *n* ਹੱਥ-ਠੋਕਾ, ਕਠਪੁਤਲੀ, ਚਮਚਾ, ਗੜਵਈ, ਝੋਲੀ-ਚੁੱਕ

stook /ਸਟੂਕ/ *vt* ਭਾਰ ਬੰਨ੍ਹਣਾ, ਗਠੜੀ ਬੰਨ੍ਹਣਾ *n* ਗੱਠੜ, ਮੁਹਾਰਾ, ਮੰਡਲੀ

stool /ਸਟੂਲ/ *n* ਸਟੂਲ, ਤਿਪਾਈ, ਚੌਂਕੀ, ਪੀੜ੍ਹੀ; ਖਿੜਕੀ ਦੀ ਦਹਿਲੀਜ਼, ਚੁਗਾਠ; ਮਲ-ਮੂਤਰ ਸੁੱਟਣ ਦੀ ਥਾਂ, ਖੁੱਡੀ; ਟੱਟੀ, ਪਖਾਨਾ

stool ball *n* ਕ੍ਰਿਕਟ ਵਾਂਗ ਇੱਕ ਪੁਰਾਤਨ ਖੇਡ

stool pigeon *n* (ਅਪ) ਫਸਾਊਯਾਰ; ਮੁਖ਼ਬਰ, ਬੁਲਾਰਾ

stoop[1] /ਸਟੂਪ/ *v* ਝੁਕਣਾ ਜਾਂ ਝੁਕਾਉਣਾ, ਕੋਡਾ ਹੋਣਾ ਜਾਂ ਕਰਨਾ, ਕੁੱਬਾ ਹੋਣਾ; ਕਿਸੇ ਕੰਮ ਲਈ ਸਵੈਮਾਨ ਨੂੰ ਛੱਡਣਾ, ਆਪਣੀ ਮਰਯਾਦਾ ਤੋਂ ਨੀਵੀਂ ਗੱਲ ਕਰਨਾ, ਕਿਸੇ ਹੋਛੇ ਕੰਮ ਉੱਤੇ ਉੱਤਰ ਆਉਣਾ; (ਪਰਾ) ਝਪਟਣਾ, ਝਪਟਾ ਮਾਰਨਾ, ਟੁੱਟ ਪੈਣਾ *n* ਝੁਕਾਅ; ਕੁੱਬ; (ਪਰਾ) ਬਾਜ਼ ਦਾ ਝਪਟਾ

stoop[2] *n* ਘਰ ਦੇ ਸਾਮ੍ਹਣੇ ਦਾ ਖੁੱਲ੍ਹਾ ਚਬੂਤਰਾ

stop /ਸਟੌਪ/ *n* ਪ੍ਰਤਿਬੰਧ, ਵਿਰਾਮ, ਬੰਧਨ, ਠਹਿਰਾਅ, ਅਟਕਾਅ, ਰੁਕਾਵਟ *v* ਥੰਮ੍ਹਣਾ ਜਾਂ ਥੰਮ੍ਹਾਉਣਾ; ਅਟਕਣਾ ਜਾਂ ਅਟਕਾਉਣਾ, ਠਹਿਰਨਾ ਜਾਂ ਠਹਿਰਾਉਣਾ; ਟਿਕਣਾ ਜਾਂ ਟਿਕਾਉਣਾ; ਡੇਰਾ ਕਰਨਾ, ਮੁਕਾਮ ਕਰਨਾ; ਬੱਸ ਕਰਨਾ, ਬੱਸ ਹੋਣਾ; ਖੜੋ ਜਾਣਾ ਜਾਂ ਖੜ੍ਹਾ ਕਰਨਾ; ਵਿਸ਼ਰਾਮ ਚਿੰਨ੍ਹ ਲਾਉਣਾ; ਮੋਰੀ ਬੰਦ ਕਰਨਾ, ਮੁੰਦਣਾ; ਬੰਦ ਕਰਨਾ ਜਾਂ ਹੋਣਾ; (ਹੁਕਮ) ਰੁਕੋ, ਠਹਿਰੋ

stopcock /'ਸਟੌਪਕੌਕ/ *n* ਰੋਕ-ਟੂਟੀ

stopgap /'ਸਟੌਪਗੈਪ/ *a* ਵੇਲਾ ਟਪਾਊ, ਡੰਗ ਟਪਾਊ

stopover /'ਸਟੌਪਅਉਵ੍ਅ*/ *n* (ਸਫ਼ਰ ਸਮੇਂ) ਰਾਹ ਵਿੱਚ ਕੀਤਾ ਪੜਾਅ, ਅਟਕਾਅ

stoppage /'ਸਟੌਪਿਜ/ *n* ਅਟਕਾਅ, ਠਹਿਰਾਅ, ਠੱਲ੍ਹ, ਰੋਕ, ਅਟਕ; ਮੁਕਾਮ

stopper /'ਸਟੌਪਅ*/ *n* ਡਾਟ, ਡੱਟ, ਗੱਟਾ, ਬੁੱਜਾ, ਰੋਕੂ, ਰੋਕ, ਅੜਾ *a* ਰੋਕਣ ਵਾਲਾ

stopple /'ਸਟੌਪਲ/ *n* ਬੋਤਲ ਜਾਂ ਕਿਸੇ ਹੋਰ ਬਰਤਨ ਦਾ ਡਾਟ, ਕਾਰਕ *vt* ਡਾਟ ਲਾਉਣਾ

stop press /ˌਸਟੌਪ 'ਪਰੈੱਸ/ *n* ਤਾਜ਼ਾ ਖ਼ਬਰ, ਛਾਪਦਿਆਂ ਛਾਪਦਿਆਂ ਆਈ ਖ਼ਬਰ

stopwatch/'ਸਟੌਪਵੌਚ/ *n* (ਦੌੜ ਆਦਿ ਦਾ ਸਹੀ ਸਮਾਂ ਮਾਪਣ ਲਈ) ਬਟਨ ਦੱਬਣ ਨਾਲ ਚੱਲਣ ਅਤੇ ਰੁਕਣ ਵਾਲੀ ਘੜੀ, ਸਟਾਪ-ਵਾਚ

storage /'ਸਟੋਰਿਜ/ *n* ਭੰਡਾਰ, ਗੁਦਾਮ; ਮਾਲ ਭਰਨ ਦਾ ਤਰੀਕਾ, ਮਾਲ ਭਰਾਈ ਦਾ ਕਰ ਜਾਂ

ਮਸੂਲ

storage unit *n* (ਕੰਪਿ) ਅੰਕੜਿਆਂ ਨੂੰ ਪੱਕੇ ਤੌਰ 'ਤੇ ਲੰਬੇ ਸਮੇਂ ਤੱਕ ਸੁਰੱਖਿਅਤ ਰੱਖਣ ਲਈ ਉਪਕਰਨ/ਇਕਾਈ, ਭੰਡਾਰਨ ਉਪਕਰਨ/ਇਕਾਈ

store /ਸਟੋ*/ *n* ਜ਼ਖੀਰਾ, ਗੁਦਾਮ, ਭੰਡਾਰ, ਸਟੋਰ; ਸਮੱਗਰੀ ਵੇਚਣ ਵਾਲੀ ਗੱਡੀ ਦੁਕਾਨ, ਸਮੱਗਰੀ; ਵਿਸ਼ੇਸ਼ ਪ੍ਰਕਾਰ ਦੀਆਂ ਇੱਕਤਰ ਵਸਤੂਆਂ; ਢੇਰ; ਭਵਿੱਖ ਵਿੱਚ ਵਰਤੋਂ ਲਈ ਸੁਰੱਖਿਅਤ ਭੰਡਾਰ *vt* ਭਰਨਾ, ਭਰ ਕੇ ਰੱਖਣਾ, ਸੰਚਿਤ ਕਰਨਾ, ਜੋੜਨਾ, ਜ਼ਖੀਰਾ ਕਰਨਾ; (ਕਮਰੇ ਆਦਿ ਵਿੱਚ) ਸਮੋਣਾ

storehouse /'ਸਟੋਹਾਉਸ/ *n* ਖਾਤਾ, ਕੋਠੀ, ਗੁਦਾਮ; (ਬੋਲ), (ਹਾਸੇ ਵਜੋਂ) ਖ਼ਜ਼ਾਨਾ

storekeeper /'ਸਟੋਕੀਪਅ*/ *n* ਮੋਦੀ, ਭੰਡਾਰੀ, ਦੁਕਾਨਦਾਰ, ਸਟੋਰਕੀਪਰ

storey /'ਸਟੋਰਿ/ *n* ਮੰਜ਼ਲ, ਛੱਤ

storeyed /'ਸਟੋਰਿਡ/ *a* ਮੰਜ਼ਲਾ, ਛੱਤਾਂ ਵਾਲਾ

stork /ਸਟੋਕ/ *n* ਸਾਰਸ, ਲਮਢੀਂਗ, ਕਰੌਂਚ

storm /ਸਟੋਮ/ *n* ਝੱਖੜ, ਤੇਜ਼ ਹਨੇਰੀ, ਤੁਫ਼ਾਨ; ਗੜਬੜ, ਫ਼ਸਾਦ, ਧਮੱਚੜ, ਹੰਗਾਮਾ, ਘੜਮੱਸ, ਹੁੱਲੜ, ਉਧਮ, ਤਰਥੱਲੀ, ਖੌਰੂ; ਵਾਛੜ (ਤੀਰ, ਗੋਲੀ, ਪੱਥਰ ਆਦਿ ਦੀ); ਦਹਾੜ; ਸੀ-ਸੀ ਦੀ ਅਵਾਜ਼; ਕਿਲ੍ਹੇ ਉੱਤੇ ਸਿੱਧੀ ਚੜ੍ਹਾਈ ਕਰਕੇ ਵਿਜੈ ਅਧਿਕਾਰ, ਕਬਜ਼ਾ; (ਹਨੇਰੀ, ਬਾਰਸ਼ ਆਦਿ ਦਾ) ਜ਼ੋਰ ਨਾਲ ਚੱਲਣਾ ਜਾਂ ਵਰ੍ਹਨਾ; ਨਰਾਜ਼ ਜਾਂ ਗੁੱਸੇ ਹੋਣਾ; ਡਾਂਟਣਾ; ਹਨੇਰੀ ਵਾਂਗ ਗੱਜਣਾ, ਕਿਲ੍ਹੇ ਉੱਪਰ ਸਿੱਧਾ ਧਾਵਾ ਬੋਲ ਕੇ ਕਬਜ਼ੇ ਵਿੱਚ ਕਰ ਲੈਣਾ

storm-lantern *n* ਤੁਫ਼ਾਨ ਸਮੇਂ ਜਲ ਸਕਣ ਵਾਲੀ ਲਾਲਟੈਣ

storm trooper *n* ਜਾਨ ਮਾਰ ਕੇ ਲੜਨ ਵਾਲਾ ਫੌਜੀ, ਜੋਸ਼ ਅਤੇ ਹੌਸਲੇ ਵਾਲਾ ਫੌਜੀ

stormy /'ਸਟੋਮਿ/ *a* ਤੁਫ਼ਾਨੀ, ਝਖੜਾਲੀ (ਰੁੱਤ); ਕ੍ਰੋਧਪੂਰਨ, ਕ੍ਰੋਧੀ, ਤੇਜ਼, ਹੁੱਲੜੀ, ਤਰਥੱਲੀ ਵਾਲੇ (ਜਜ਼ਬਾਤ)

story /'ਸਟੋਰਿ/ *n* (ਪਰਾ) ਤਾਰੀਖ਼, ਇਤਿਹਾਸ; ਵਿਥਿਆ; (ਕਿਸੇ ਘਟਨਾ ਦਾ) ਬਿਆਨ, ਕਿੱਸਾ ਵਾਰਤਾ; (ਨਾਵਲ ਆਦਿ ਵਿੱਚ) ਪਲਾਟ; ਮਨਘੜਤ ਕਹਾਣੀ; ਬਣਾਈ ਹੋਈ ਗੱਲ, ਗੱਪ, ਵਰਣਨਯੋਗ ਗੱਲ

storyteller/'ਸਟੋਰਿਟੈੱਲਅ*/ *n* ਬਾਤ ਪਾਉਣ ਵਾਲਾ, ਕਥਾਕਾਰ, ਕਹਾਣੀਕਾਰ, ਕਹਾਣੀ ਲੇਖਕ, ਵਾਰਤਾਕਾਰ; (ਬੱਚਿਆਂ ਦੀ ਜ਼ੁਬਾਨ) ਝੂਠਾ, ਗੱਪੀ

stoup /ਸਟੂਪ/ *n* (ਪਰਾ) ਟੂਟੀਦਾਰ ਗਲਾਸ ਜਾਂ ਕਟੋਰਾ, ਪਾਣੀ ਪੀਣ ਦਾ ਭਾਂਡਾ, ਪਿਆਲਾ; ਪਵਿੱਤਰ ਜਲ (ਅੰਮ੍ਰਿਤ) ਦਾ ਭਾਂਡਾ

stout /ਸਟਾਉਟ/ *a* ਬਹਾਦਰ; ਜ਼ਿੱਦੀ, ਹਠੀਲਾ; ਪੱਕਾ; ਵਫ਼ਾਦਾਰ, ਮਜ਼ਬੂਤ, ਤਾਕਤਵਰ, ਤਕੜਾ; ਮੁਸ਼ਟੰਡਾ; ਹੱਟਾ-ਕੱਟਾ *n* ਇੱਕ ਪ੍ਰਕਾਰ ਦੀ ਅਧਿਕ ਤੇਜ਼ ਬੀਅਰ

stove[1] /ਸਟਅਉਵ਼/ *v* **stave** ਦਾ ਭੂਤ-ਕਾਲ ਅਤੇ ਭੂਤ-ਕ੍ਰਿਦੰਤ

stove[2] *n* ਚੁੱਲ੍ਹਾ, ਅੰਗੀਠੀ, ਸਟੋਵ; (ਬਾਗਵਾਨੀ ਵਿੱਚ) ਗਰਮ ਘਰ

stow /ਸਟਅਉ/ *vt* (ਚੀਜ਼ਾਂ ਨੂੰ ਕਮਰੇ ਆਦਿ ਵਿੱਚ) ਤਰਤੀਬ ਨਾਲ ਰੱਖਣਾ, ਚਿਣਨਾ, ਸਜਾਉਣਾ, (ਸੰਦੂਕ ਆਦਿ ਵਿੱਚ) ਦਬਾਅ-ਦਬਾਅ ਕੇ ਭਰ ਦੇਣਾ, ਖਚਾ-ਖਚ ਭਰ ਦੇਣਾ, ਤੂੜ ਕੇ ਭਰਨਾ; (ਹੁਕਮ) ਛੱਡੋ, ਬੰਦ ਕਰੋ

stowage /'ਸਟਅਉਇਜ/ *n* ਸਾਂਭਿਆ ਹੋਇਆ ਸਮਾਨ; ਸੰਭਾਲ ਰੱਖਣ ਦਾ ਮਸੂਲ

stowaway /'ਸਟਅਉਅਵੇਇ/ *n* ਜਹਾਜ਼ ਵਿੱਚ ਲੁਕ ਕੇ ਜਾਣ ਵਾਲਾ ਬੰਦਾ *vt* (ਵਸਤੂ) ਥਾਂ ਸਿਰ ਰੱਖਣਾ

straddle /'ਸਟਰੈਡਲ/ *v* ਲੱਤਾਂ ਖਿਲਾਰ ਕੇ ਖਲੋਣਾ, ਦੋਵੇਂ ਪਾਸੇ ਲੱਤਾਂ ਕਰਕੇ ਬੈਠਣਾ; (ਸਮੁੰਦਰੀ) ਇੱਧਰ-ਉੱਧਰ ਗੋਲੇ ਸੁੱਟਣਾ (ਨਿਸ਼ਾਨੇ ਜਾਂ ਦੁਸ਼ਮਣ ਤੋਂ); ਦੁਬਿਧਾ ਵਿੱਚ ਹੋਣਾ, ਜੱਕੋ-ਤੱਕੀ ਕਰਨਾ *n* ਲੱਤ ਖਿਲਾਰ; ਦੁਬਿਧਾ, ਜੱਕੋ-ਤੱਕੀ

strafe /ਸਟਰਾਫ਼/ *vt* (ਛੁਪ ਕੇ ਰਾਤ ਨੂੰ) ਗੋਲਾਬਾਰੀ ਕਰਨਾ; ਝਾੜ-ਝੰਬ ਕਰਨਾ *n* ਗੋਲਾਬਾਰੀ; ਝਾੜ-ਝੰਬ

straggle /'ਸਟਰੈਗਲ/ *vi* (ਸਾਥੀਆਂ ਨਾਲੋਂ ਜਾਂ ਝੁੰਡ ਤੋਂ) ਵਿੱਛੜ ਜਾਣਾ, ਨਿੱਖੜ ਜਾਣਾ, ਖਿੱਲਰ-ਪੁੱਲਰ ਜਾਣਾ, ਖਿੰਡ-ਪੁੰਡ ਜਾਣਾ

straggler /'ਸਟਰੈਗਲਅ*/ *n* ਸਭ ਤੋਂ ਪਿੱਛੇ ਰਹਿਣ ਵਾਲਾ ਪਸ਼ੂ, ਖੇਡਾਂ ਜਾਂ ਕੰਮ ਵਿੱਚ ਸਭ ਤੋਂ ਪਿੱਛੇ ਰਿਹਾ ਬੰਦਾ

straight /ਸਟਰੇਇਟ/ *a* ਸਿੱਧਾ; ਸੱਚਾ, ਨਿਰਛਲ; ਸਾਫ਼, ਟਿਕਵਾਂ (ਨਿਸ਼ਾਨਾ, ਵਾਰ, ਨਜ਼ਰ, ਤਰੀਕਾ ਆਦਿ); ਖਰਾ, ਬੇਲਾਗ (ਵਿਹਾਰ, ਹਿਸਾਬ); ਠੀਕ, ਹਮਵਾਰ, ਦਰੁਸਤ; (ਖ਼ਬਰ ਆਦਿ) ਸੱਚੀ, ਇਤਬਾਰ ਵਾਲੀ *n* ਸੇਧ (ਸੜਕ ਦੀ) *adv* ਸੇਧ ਵਿੱਚ, ਠੀਕ ਤਰ੍ਹਾਂ

straighten /'ਸਟਰੇਇਟਨ/ *v* ਠੀਕ ਕਰਨਾ ਜਾਂ ਹੋਣਾ, ਦਰੁਸਤ ਕਰਨਾ ਜਾਂ ਹੋਣਾ, ਸੁਲਝਾਉਣਾ, ਸੁਲਝਣਾ, ਸਿੱਧਾ ਕਰਨਾ ਜਾਂ ਹੋਣਾ

straightforward /ˌਸਟਰੇਇਟ'ਫ਼ੋਵਅਡ/ *a* ਖਰਾ, ਸਪਸ਼ਟ, ਸਰਲ, ਸੁਖਾਲਾ, ਸਿੱਧਾ

straightness /'ਸਟਰੇਇਟਨਅਸ/ *n* ਸਰਲਤਾ, ਸਿੱਧਾਪਣ; ਨਿਸ਼ਕਪਟਤਾ, ਸਚਾਈ, ਇਮਾਨਦਾਰੀ

straightway /'ਸਟਰੇਇਟਵੇਇ/ *adv* ਅਚਾਨਕ ਹੀ, ਉਸੇ ਵੇਲੇ, ਉਸੇ ਵਕਤ, ਫ਼ੌਰਨ

strain /ਸਟਰੇਇਨ/ *n* ਤਣਾਅ, ਖਿੱਚ; ਜ਼ੋਰ, ਦਬਾਅ; ਚੁੱਕ, ਮੋਚ; (ਰਾਗ ਦੀ) ਧੁਨ, ਸੁਰ; ਨਗਮਾ, ਤਰਾਨਾ; (ਬੋਲ ਜਾਂ ਲਿਖਤ ਦਾ) ਲਹਿਜਾ, ਢੰਗ, ਸ਼ੈਲੀ, ਢੱਬ, ਬਿਰਤੀ, ਪਿਤਰੀ ਗੁਣ *v* ਕੱਸਣਾ, ਤਣਨਾ, ਦੱਬਣਾ; ਖਿੱਚਣਾ; ਜ਼ੋਰ ਖਾ ਜਾਣਾ, ਥਕਾ ਦੇਣਾ, ਹੱਦ ਤੋਂ ਵੱਧ ਜ਼ੋਰ ਪਾਉਣਾ; ਜ਼ੋਰ ਲਾਉਣਾ, ਟਿੱਲ ਲਾਉਣਾ, ਹੰਭਾਉਣਾ; ਪੂਰੀ-ਪੂਰੀ ਕੋਸ਼ਿਸ਼ ਕਰਨਾ; ਕਿੱਲ੍ਹਣਾ, ਤੂੜ ਦੇਣਾ, ਬਹੁਤ ਜ਼ਿਆਦਾ ਦਬਾਉਣਾ; ਰੱਸੇ-ਪੈੜੇ ਤੁੜਾਉਣਾ; ਅਰਥ ਦਾ ਅਨਰਥ ਕਰਨਾ; ਧੂਹ-ਕਸੀਟ ਕਰਨਾ; ਖਿੱਚੋਤਾਣ ਕਰਕੇ ਅਰਥ ਕੱਢਣਾ; ਘੁੱਟ ਕੇ ਮਿਲਨਾ; ਛਾਤੀ ਨਾਲ ਲਾਉਣਾ; ਪੁਣਨਾ, ਕੱਪੜ ਛਾਣ ਕਰਨਾ; ਨਿਤਾਰਨਾ, ਰਿਸਣਾ

strainer /'ਸਟਰੇਇਨਅ*/ *n* ਛਾਣਨੀ, ਪੋਣੀ, ਪੋਣਾ, ਹੰਘੀ

strait /ਸਟਰੇਇਟ/ *a* ਸਖ਼ਤ, ਕਠੋਰ; ਸੀਮਿਤ, ਤੰਗ, ਭੀੜਾ, ਸੌੜਾ *n* (ਬਹੁ) ਤੰਗੀ, ਤੰਗਹਾਲੀ; ਜਲ ਡਮਰੂ, ਪਣਜੋੜ

straiten /'ਸਟਰੇਇਟ(ਅ)ਨ/ *vt* ਕੱਸਣਾ, ਤੰਗ ਕਰਨਾ, ਸੀਮਿਤ ਕਰਨਾ, ਜਕੜਨਾ; ਦੁੱਖ ਦੇਣਾ, ਕਸ਼ਟ ਦੇਣਾ, ਸਖ਼ਤ ਕਰਨਾ, ਕਠੋਰ ਬਣਾਉਣਾ

straitjacket /'ਸਟਰੇਇਟਜੈਕਿਟ/ *n* ਦੋਸ਼ੀ ਨੂੰ ਬੰਨ੍ਹਣ ਵਾਲਾ ਜੈਕਟ ਨੁਮਾ ਕੱਪੜਾ, (ਦੇਸ਼ ਕਰਨ ਤੋਂ) ਪਾਬੰਦੀ, ਰੋਕਥਾਮ

strait-laced /ˌਸਟਰੇਇਟ'ਲੇਇਸਟ/ *a* ਸ਼ੁੱਧਤਾਵਾਦੀ, ਅਤਿ ਸੰਜਮੀ, ਆਚਾਰ-ਵਿਹਾਰ ਵਿੱਚ ਪੱਕਾ, ਹਠਧਰਮੀ

strand[1] /ਸਟਰੈਨਡ/ *n* (ਕਾਵਿ) ਤਟ, ਕੰਢਾ (ਨਦੀ, ਝੀਲ, ਸਮੁੰਦਰ ਆਦਿ ਦਾ) *vi* (ਜਹਾਜ਼ ਦਾ) ਖੁਸ਼ਕੀ ਉੱਤੇ ਜਾ ਲੱਗਣਾ, ਕੰਢੇ ਉੱਤੇ ਚੜ੍ਹ ਜਾਣਾ ਜਾਂ ਚੜ੍ਹਾਉਣਾ, ਸੰਕਟ ਵਿੱਚ ਪੈਣਾ ਜਾਂ ਪਾਉਣਾ

strand[2] *n* (ਰੱਸੀ ਦੀ) ਲੜੀ; ਵਾਲਾਂ ਦੀ ਲਿਟ *vt* (ਰੱਸੀ ਦਾ) ਲੜ ਤੋੜਨਾ, ਵਲ ਖੋਲ੍ਹਣਾ

strange /ਸਟਰੇਇਨਜ/ *a* ਅਜੀਬ, ਅਦਭੁਤ, ਨਿਰਾਲਾ; ਵਿਦੇਸ਼ੀ, ਪਰਦੇਸੀ; ਓਪਰਾ, ਪਰਾਇਆ, ਬੇਗਾਨਾ; ਅਜਬ, ਨਵਾਂ, ਅਨੋਖਾ

strangely/'ਸਟਰੇਇਨਜਲਿ/ *adv* ਅਜੀਬ ਢੰਗ ਨਾਲ, ਅਨੋਖੀ ਤਰ੍ਹਾਂ

strangeness /'ਸਟਹੇਇਨਜਨਅਸ/ *n* ਅਨੋਖਾਪਣ, ਵਚਿੱਤਰਤਾ, ਨਿਰਾਲਾਪਣ, ਨਵਾਂਪਣ

stranger /'ਸਟਰੇਇਨਜਅ*/ *n* ਅਜਨਬੀ, ਪਰਦੇਸੀ, ਓਪਰਾ, ਪਰਾਇਆ, ਨਵਾਂ ਵਿਅਕਤੀ; ਅਨਜਾਣ ਜਾਂ ਅਨਾੜੀ ਵਿਅਕਤੀ

strangle /'ਸਟਰੈਙਗਲ/ *vt* ਸੰਘੀ ਘੁੱਟਣਾ, ਗਲ ਘੁੱਟ ਕੇ ਮਾਰ ਦੇਣਾ; (ਕਾਲਰ ਆਦਿ ਦਾ) ਬਹੁਤ ਤੰਗ ਹੋਣਾ, ਗਲ ਨੂੰ ਕੱਸਣਾ; (ਬੋਲ) ਦਬਾਅ ਦੇਣਾ (ਇੱਛਾਵਾਂ ਜਾਂ ਮਨੋਵੇਗ ਨੂੰ); ਜ਼ਬਰਦਸਤੀ ਰੋਕਣਾ (ਅੰਦੋਲਨ ਆਦਿ ਨੂੰ)

strangulate /'ਸਟਰੈਙਗਯੁਲੇਇਟ/ *vt* ਸੰਘੀ

ਘੁੱਟਣਾ, ਗਲਾ ਘੁੱਟਣਾ; ਦਬਾਅ ਕੇ ਲਹੂ ਦਾ ਗੇੜ ਰੋਕਣਾ

strangulation /ˌਸਟਰੈਙਗਯੁ'ਲੇਇਸ਼ਨ/ *n* ਗਲਾ ਘੁੱਟਣ, (ਚਿਕਿ) ਲਹੂ ਦੇ ਗੇੜ ਦੀ ਰੋਕ

strap /ਸਟਰੈਪ/ *n* ਚਮੜੇ ਦੀ ਪੇਟੀ, ਫੀਤਾ, ਪਟਾ, (ਵਸਤੂਆਂ ਨੂੰ ਬੰਨ੍ਹਣ ਲਈ) ਚਮੜੇ ਦੀ ਪੇਟੀ ਜਿਸ ਵਿੱਚ ਬਕਸੂਆ ਲੱਗਿਆ ਹੋਵੇ; ਤਸਮਾ (ਬਿਸਤਰਬੰਦ ਆਦਿ ਦਾ); (ਬਨ) ਛੋਟੇ ਫੁੱਲ ਦਾ ਜੀਭ ਵਾਂਗ ਲਟਕਣ ਵਾਲਾ ਹਿੱਸਾ *vt* ਤਸਮੇ ਨਾਲ ਜਕੜਣਾ, ਕੱਸਣਾ, ਬੰਨ੍ਹਣਾ; (ਚਮੋਟੇ ਉੱਤੇ ਚਾਕੂ ਆਦਿ) ਤੇਜ਼ ਕਰਨਾ, (ਜ਼ਖਮ ਉੱਤੇ) ਚਿਪਕਣ ਵਾਲੀ ਮਲ੍ਹਮ ਦੀ ਪੱਟੀ ਬੰਨ੍ਹਣਾ; ਪਟੇ ਨਾਲ ਮਾਰਨਾ

strappado /ਸਟਰੈ'ਪਾਡਅਉ/ *n* (ਕਿਸੇ ਅਪਰਾਧੀ ਨੂੰ) ਰੱਸੀ ਨਾਲ ਬੰਨ੍ਹ ਕੇ ਲਟਕਾਉਣ ਦੀ ਸਜ਼ਾ *vt* ਮੁਸ਼ਕਾਂ ਕੱਸਣਾ, ਦੰਡ ਦੇਣਾ

strapping /'ਸਟਰੈਪਿਙ/ *a* ਰਿਸ਼ਟ-ਪੁਸ਼ਟ, ਹੱਟਾ-ਕੱਟਾ, ਲੰਮੇ ਕੱਦ ਦਾ *n* ਜ਼ਖਮ ਉੱਤੇ ਮਲ੍ਹਮ ਆਦਿ ਨਾਲ ਪੱਟੀ ਬੰਨ੍ਹਣ ਦੀ ਕਿਰਿਆ

strata /'ਸਟਰਾਟਅ/ *n* **stratum** ਦਾ ਬਹੁਵਚਨ

stratagem /'ਸਟਰੈਟਅਜਅਮ/ *n* ਚਾਲ, ਜੁਗਤੀ, ਚਤਰਤਾ, ਉਪਾਅ, ਦਾਅ, ਤਰਕੀਬ; ਦੁਸ਼ਮਣ ਨੂੰ ਧੋਖਾ ਦੇਣ ਦੀ ਤਦਬੀਰ

strategic, strategical /ਸਟਰਅ'ਟੀਜਿਕ, ਸਟਰਅ'ਟੀਜਿਕਲ/ *a* ਯੁੱਧ ਕਲਾ ਸੰਬੰਧੀ, ਫ਼ੌਜੀ ਮਹੱਤਵ ਵਾਲਾ, ਫ਼ੌਜੀ ਨੁਕਤਾ, ਯੁੱਧਨੀਤਕ

strategist /'ਸਟਰੈਟਅਜਿਸਟ/ *n* ਫ਼ੌਜੀ ਢੰਗਾਂ ਦਾ ਮਾਹਰ, ਯੁੱਧ ਨੀਤੀ ਵਿੱਚ ਨਿਪੁੰਨ, ਪੈਂਤੜੇਬਾਜ਼, ਢੰਗੀ, ਚਾਲਬਾਜ਼

strategy /'ਸਟਰੈਟਅਜਿ/ *n* ਕਾਰਜਨੀਤੀ, ਯੁੱਧ ਨੀਤੀ

strath /ਸਟਰੈਥ/ *n* ਚੌੜੀ ਘਾਟੀ (ਪਹਾੜ ਦੀ)

strathspey /ਸਟਰੈਥ'ਸਪੇਇ/ *n* ਸਕਾਟਲੈਂਡ ਦਾ ਇੱਕ ਨਾਚ ਅਤੇ ਗੀਤ

stratification /ˌਸਟਰੈਟਿਫ਼ਿ'ਕੇਇਸ਼ਨ/ *n* ਪਰਤਾਂ ਲਾਉਣ ਦੀ ਕਿਰਿਆ, ਤਹਿਬੰਦੀ; ਦਰਜਾਬੰਦੀ

stratify /'ਸਟਰੈਟਿਫ਼ਾਇ/ *vt* ਪਰਤ ਉੱਤੇ ਪਰਤ ਜਮਾਉਣਾ, ਤਹਿ ਉੱਤੇ ਤਹਿ ਜਮਾਉਣਾ; ਦਰਜਾਬੰਦੀ ਕਰਨਾ

stratosphere /'ਸਟਰੈਟਅਸਫ਼ਿਅ*/ *n* ਧਰਤੀ ਤੋਂ ਦਸ ਕਿਲੋਮੀਟਰ ਤੋਂ ਪੰਜਾਹ ਕਿਲੋਮੀਟਰ ਉਪਰ ਦੀ ਵਾਯੂਮੰਡਲ ਦੀ ਸਤ੍ਹਾ

stratum /'ਸਟਰਾਟਅਮ/ *n* ਤਹਿ, ਪਰਤ, ਪੁੜ (ਜ਼ਮੀਨ ਦਾ); (ਸਮਾਜ ਦਾ) ਤਬਕਾ; ਸਤਰ; ਵਰਗ, ਸ਼੍ਰੇਣੀ

stratus /'ਸਟਰੇਇਟਅਸ,'ਸਟਰਾਟਅਸ/ *n* ਬੱਦਲਾਂ ਦੀ ਪਤਲੀ ਪਰਤ

straw /ਸਟਰੋ/ *n* ਤੂੜੀ, ਭੋਹ; ਕੱਖ, ਤੀਲਾ; ਪਰਾਲੀ, ਨੀਰਾ, ਨਾੜ; ਨਿਗੂਣੀ ਚੀਜ਼

strawberry /'ਸਟਰੋਬਅਰਿ/ *n* ਸਟਰਾਬਰੀ ਦਾ ਫਲ ਜਾਂ ਬੂਟਾ

strawy /ਸਟਰੋਇ/ *a* ਤੂੜੀ ਜਾਂ ਭੋਹ ਸੰਬੰਧੀ, ਕੱਖ ਜਾਂ ਤੀਲੇ ਸੰਬੰਧੀ; (ਬੋਲ) ਹਲਕਾ, ਹੌਲਾ

stray /ਸਟਰੇਇ/ *vi* ਭਟਕਦੇ ਫਿਰਨਾ, ਅਵਾਰਾ ਫਿਰਨਾ, ਟੱਕਰਾਂ ਮਾਰਨਾ; ਕੁਰਾਹੇ ਪੈ ਜਾਣਾ, ਵਿੱਛੜ ਜਾਣਾ *a* ਭਟਕਿਆ, ਭੁੱਲਿਆ, ਅਵਾਰਾ, ਘੁੱਥਾ, ਕੁਰਾਹੇ ਪਿਆ; ਹੋੜ੍ਹ ਪਿਆ (ਪਸ਼ੂ) *n* ਲਾਵਾਰਿਸ ਵਸਤੂ; ਅਵਾਰਾ ਆਦਮੀ

streak /ਸਟਰੀਕ/ *n* ਧਾਰੀ, ਲੀਕ, (ਖ਼ਾਸ ਕਰ ਰੰਗਦਾਰ); ਰੰਗ (ਪੱਥਰ ਵਿੱਚ); ਝਲਕਾਰਾ (ਬਿਜਲੀ ਦਾ) *vt* ਧਾਰੀਆਂ ਪਾਉਣਾ, ਘਰਾਲਾਂ ਪਾ ਦੇਣਾ

streaky /'ਸਟਰੀਕਿ/ *a* ਧਾਰੀਦਾਰ, ਲਕੀਰਦਾਰ

stream /ਸਟਰੀਮ/ *n* ਨਦੀ, ਨਹਿਰ, ਨਾਲਾ, ਸ੍ਰੋਤ, ਨੈਂ, ਕੂਲ੍ਹ; ਪ੍ਰਵਾਹ, ਧਾਰ, ਲੋਕਾਂ ਦੀ ਵਧਦੀ ਭੀੜ *v* ਵਹਿਣਾ ਜਾਂ ਵਗਣਾ; ਵਹਾਉਣਾ (ਹੰਝੂ); ਧਾਰ ਵਗਣਾ (ਲਹੂ ਦੀ); (ਵਾਲਾਂ ਦਾ ਹਵਾ ਵਿੱਚ) ਲਹਿਰਨਾ

streamer /'ਸਟਰੀਮਅ*/ *n* ਝੰਡਾ, ਫਰੇਰਾ; (ਬਹੁ) ਰੋਸ਼ਨੀ ਦਾ ਲਿਸ਼ਕਾਰਾ, ਧਰੁਵੀ ਜੋਤੀ ਰੇਖਾ

streamlet /'ਸਟਰੀਮਲਅਟ/ *n* ਕੱਸੀ, ਵਾਹੜਾ, ਛੋਟਾ ਨਾਲਾ

streamline /'ਸਟਰੀਮਲਾਇਨ/ *v* (ਵਰਤੋਂ ਦੀ ਸਹੂਲਤ ਲਈ) ਕਿਸੇ ਚੀਜ਼ ਨੂੰ ਯੋਗ ਤੋਂ ਯੋਗ ਸ਼ਕਲ ਦੇਣਾ; ਨਵੀਆਂ ਲੀਹਾਂ ਉੱਤੇ ਪਾਉਣਾ

stream of consciousness *n* ਚੇਤਨਤਾ ਪ੍ਰਵਾਹ, ਜਾਣਕਾਰੀ ਦੀ ਨਿਪੁੰਨਤਾ, ਬਹੁਤ ਹੀ ਸੋਝੀਵਾਨ ਵਿਅਕਤੀ

street /ਸਟਰੀਟ/ *n* (ਪਰਾ) ਰਾਜ ਮਾਰਗ, ਪੱਕੀ ਸੜਕ, ਸਰਵਜਨਕ ਰਸਤਾ; ਗਲੀ, ਪਿੰਡ ਜਾਂ ਕਸਬੇ ਦੀ ਸੜਕ, ਬੀਹੀ, ਨਗਰ ਮਾਰਗ

street people *n* ਉਹ ਵਿਅਕਤੀ ਜਿਨ੍ਹਾਂ ਦੀ ਰਿਹਾਇਸ਼ ਦਾ ਕੋਈ ਟਿਕਾਣਾ ਨਾ ਹੋਵੇ, ਉੱਜੜੇ-ਪੁੱਜੜੇ ਲੋਕ, ਬੇਘਰੇ ਵਿਅਕਤੀ

strength /ਸਟਰੈੱਙਥ/ *n* ਤਾਕਤ, ਜ਼ੋਰ, ਬਲ, ਤਾਣ, ਵਾਹ; ਮਜ਼ਬੂਤੀ, ਤਕੜਾਈ, ਪਕਿਆਈ; ਤੇਜ਼ੀ, ਤਿੱਖਾਪਣ (ਸ਼ਰਾਬ ਆਦਿ ਦਾ); ਸ਼ਕਤੀ ਦਾ ਭੇਤ; ਗਿਣਤੀ

strengthen /'ਸਟਰੈੱਙਥਨ/ *v* ਤਕੜਾ ਕਰਨਾ ਜਾਂ ਹੋਣਾ

strengthening /'ਸਟਰੈੱਙਥ(ਅ)ਨਿਙ/ *a* ਮਜ਼ਬੂਤ ਬਣਾਉਣ ਵਾਲਾ, ਬਲਕਾਰੀ, ਸ਼ਕਤੀਦਾਇਕ *n* ਦ੍ਰਿੜ੍ਹੀਕਰਨ

strenuous /'ਸਟਰੈੱਨਯੁਅਸ/ *a* ਕਠਨ, ਜਾਨਮਾਰ, ਕਰੜਾ (ਯਤਨ); ਮਿਹਨਤ ਭਰਪੂਰ

Strephon /'ਸਟਰੈੱਫ਼ਅਨ/ *n* ਬੌਲਾ ਪ੍ਰੇਮੀ, ਆਸ਼ਕ, ਸ਼ਦਾਈ

Strephon and Chloe ਪ੍ਰੇਮੀ-ਪ੍ਰੇਮਿਕਾ, ਆਸ਼ਕ-ਮਸ਼ੂਕ, ਗੋਪੀ-ਕਾਨ੍ਹ, ਲੈਲਾ-ਮਜਨੂੰ

streptococcus /ˌਸਟਰੈੱਪਟਅ'ਕੌਕਅਸ/ *n* ਕੜੀਦਾਰ ਕੀਟਾਣੂ, ਇੱਕ ਪ੍ਰਕਾਰ ਦਾ ਬੈਕਟੀਰੀਆ

stress /ਸਟਰੈੱਸ/ *n* ਭਾਰ, ਦਬਾਅ, ਜ਼ੋਰ, ਬੋਝ; ਤਣਾਅ, ਖਿਚਾਅ, ਕਸਾਅ; ਬਲ (ਯੰਤਰਿਕ) ਪ੍ਰਤਿਬਲ, ਭਾਰ; ਜ਼ਰੂਰਤ, ਆਵਸ਼ਕਤਾ *vt* ਅੱਖਰ ਜਾਂ ਸ਼ਬਦ ਉੱਤੇ ਸੁਰ ਚਿੰਨ੍ਹ ਅੰਕਣਾ, ਜ਼ੋਰ ਦੇਣਾ, ਮਹੱਤਵ ਪ੍ਰਦਾਨ ਕਰਨਾ

stressed /ਸਟਰੈੱਸਟ/ *a* ਦਬਾਅ ਅਧੀਨ; ਮਾਨਸਿਕ ਬੋਝ ਹੇਠ, ਤਣਾਅਪੂਰਨ, (ਧੁਨੀ) ਉਚਾਰਨ ਸਮੇਂ ਬਲ ਦੇ ਕੇ ਉਚਾਰਨ ਕਰਨ ਯੋਗ, ਬਲਾਘਾਤ

stretch /ਸਟਰੈੱਚ/ *v* ਖਿੱਚ ਕੇ ਸਿੱਧਾ ਕਰਨਾ, ਤਾਣਨਾ (ਤਾਰ ਆਦਿ ਨੂੰ); ਅੱਡਣਾ, ਪਸਾਰਨਾ, (ਚਾਦਰ, ਸ਼ਾਮਿਆਨੇ ਆਦਿ ਨੂੰ) ਹੱਦ ਤੋਂ ਵੱਧ ਫੈਲਾਉਣਾ, ਹੱਦ ਤੋਂ ਵੱਧ ਕੰਮ ਲੈਣਾ; ਵਧਾਉਣਾ, ਵਧਾਅ-ਚੜ੍ਹਾਅ ਕੇ ਦੱਸਣਾ; ਫੈਲਿਆ ਹੋਣਾ, ਲੰਮਾ ਹੋਣਾ (ਦਸ ਗਜ਼, ਦਸ ਮੀਲ ਆਦਿ); ਫੈਲਾਉਣਾ; ਫੈਲਣਾ, ਖਿੱਚਣਾ; (ਬੋਲ) ਫਾਂਸੀ ਦੇਣਾ (ਕਿਸੇ ਆਦਮੀ ਨੂੰ); ਅੰਗੜਾਈ ਲੈਣਾ, ਆਕੜ ਭੰਨਣਾ *n* ਟੁਕੜਾ (ਸੜਕ ਦਾ); ਸਮਾਂ, ਮੁੱਦਤ, ਤਣਾਈ, ਖਿਲਾਰ, ਲਮਕਾਅ

stretcher /'ਸਟਰੈੱਚਅ*/ *n* ਵਿਸਤਾਰਕ, ਫੈਲਾਉਣ ਵਾਲਾ, ਖਿੱਚਣ ਵਾਲਾ, ਤਾਣਨ ਵਾਲਾ; ਸਟਰੈੱਚਰ

strew/ਸਟਰੂ/ *vi* ਛਿੜਕਣਾ (ਰੇਤ ਆਦਿ); ਖਿਲਾਰਨਾ (ਫੁੱਲ, ਛੋਟੀਆਂ ਵਸਤੂਆਂ ਆਦਿ)

stria /ਸਟਰਾਇਅ/ *n* ਰੇਖਾ, ਧਾਰੀ, ਪੱਟੀ

striate /'ਸਟਰਾਇਏਇਟ/ *a* ਰੇਖਾ ਚਿੰਨ੍ਹਤ, ਰੇਖਾ ਯੁਕਤ

stricken /'ਸਟਰਿਕਅਨ/ *a* ਮਾਰਿਆ, ਘਾਇਲ, ਪੀੜਿਤ

strickle /'ਸਟਰਿਕਲ/ *n* ਉਹ ਗਜ਼ ਜਾਂ ਸੋਟੀ ਜਿਸ ਰਾਹੀਂ ਭਰੇ ਹੋਏ ਬਰਤਨ ਆਦਿ ਦੀ ਸਤ੍ਹਾ ਬਰਾਬਰ ਕੀਤੀ ਜਾਂਦੀ ਹੈ, ਸਾਣ

strict /ਸਟਰਿਕਟ/ *a* ਸਹੀ, ਠੀਕ-ਠੀਕ (ਭਾਵ); ਬਾਜ਼ਾਬਤਾ, ਸਖ਼ਤ, ਕਠੋਰ (ਨਿਗਰਾਨੀ); ਨੇਮਪਾਲ, ਕਰੜਾ, ਜ਼ਬਤੀ; ਤਣਿਆ, ਖਿੱਚਿਆ

strictly /'ਸਟਰਿਕਟਲਿ/ *adv* ਬਿਲਕੁਲ, ਠੀਕ-ਠੀਕ, ਸਹੀ ਅਰਥਾਂ ਵਿੱਚ, ਐਨ

strictly speaking *adv* ਠੀਕ-ਠੀਕ ਅਰਥਾਂ ਵਿੱਚ, ਸੱਚ ਪੁੱਛੋ ਤਾਂ, ਵਾਸਤਵ ਵਿੱਚ, ਅਸਲ ਵਿੱਚ, ਪੱਕੇ ਤੌਰ 'ਤੇ

strictness /'ਸਟਰਿਕਟਨਅਸ/ *n*

ਨਿਸ਼ਚਿਤਤਾ, ਸਥਿਰਤਾ, ਦ੍ਰਿੜ੍ਹਤਾ, ਕਠੋਰਤਾ, ਕਰੜਾਈ, ਸਖ਼ਤੀ, ਸਖ਼ਤਾਈ

stricture /'**ਸਟਰਿਕਚਅ***/ *n* (ਆਮ ਕਰਕੇ ਬਹੁ) ਕਰੜੀ ਨੁਕਤਾਚੀਨੀ ਜਾਂ ਟੀਕਾ-ਟਿੱਪਣੀ; (ਸਰੀਰ ਦੀ) ਨਾੜੀ ਦਾ ਸੁੰਗੜਾਅ

stride /**ਸਟਰਾਇਡ**/ *v* ਲੰਮੇ ਕਦਮ ਰੱਖਣਾ; ਉਲਾਂਘਣਾ, ਉਲਾਂਘ ਭਰਨਾ, ਡਗ ਭਰਨਾ; ਟੱਪ ਜਾਣਾ, ਲੱਤਾਂ ਪਸਾਰ ਕੇ ਖਲੋਣਾ ਜਾਂ ਚੜ੍ਹਨਾ *n* ਉਲਾਂਘ; ਦਲਾਂਘ; ਕਦਮ (ਦੋਹਾਂ ਪੈਰਾਂ ਦੇ ਵਿੱਚਕਾਰ ਦੀ ਵਿੱਥ)

stridence, stridency /'**ਸਟਰਾਇਡਅਨਸ, 'ਸਟਰਾਇਡਅਨਸਿ**/ *n* ਕੜਕਵੀਂ ਅਵਾਜ਼

strident /'**ਸਟਰਾਇਡਨਟ**/ *a* ਕਰੱਖ਼ਤ, ਕੜਕਵੀਂ (ਕਿਸੇ ਚੀਜ਼ ਦੀ ਅਵਾਜ਼)

stridulate /'**ਸਟਰਿਡਯੁਲੇਇਟ**/ *vi* (ਬੀਂਡੇ ਦਾ) ਬੀਂ-ਬੀਂ ਕਰਨਾ

strife /**ਸਟਰਾਇਫ਼**/ *n* ਲੜਾਈ-ਭਿੜਾਈ, ਝੇੜਾ, ਬਖੇੜਾ, ਖਹਿਬੜ, ਵਿਰੋਧ, ਝੰਜਟ, ਵਿਵਾਦ, ਕਲ੍ਹਾ

strike /**ਸਟਰਾਇਕ**/ *v* ਮਾਰਨਾ, ਵਾਰ ਕਰਨਾ; ਧਿਆਨ ਖਿੱਚਣਾ; ਖ਼ਿਆਲ ਆਉਣਾ, ਸੁੱਝਣਾ; (ਝੰਡਾ ਜਾਂ ਬਾਦਬਾਨ) ਲਾਹੁਣਾ; (ਤੰਬੂ) ਉਖਾੜਨਾ; ਪੁੱਟਣਾ; ਹਾਰ ਮੰਨਣਾ, ਹਥਿਆਰ ਸੁੱਟਣਾ; (ਮਜ਼ਦੂਰਾਂ ਦਾ) ਹੜਤਾਲ ਕਰਨਾ, ਕੰਮ ਛੱਡ ਦੇਣਾ; (ਘੰਟਾ) ਵਜਾਉਣਾ; (ਚਾਕੂ ਆਦਿ) ਖੋਭਣਾ; (ਡਰ, ਭੈ) ਪੈਦਾ ਕਰਨਾ; (ਸਰਦੀ ਦਾ ਸਰੀਰ ਵਿੱਚ) ਅਸਰ ਕਰਨਾ; (ਰਸਤਾ ਜਾਂ ਸੇਧ) ਅਪਣਾਉਣਾ; (ਗੱਲਬਾਤ ਆਦਿ) ਸ਼ੁਰੂ ਕਰਨਾ; ਛੇੜਨਾ, ਹਿਸਾਬ ਮਿਲਾਉਣਾ; ਬਾਕੀ ਕੱਢਣਾ; (ਥੀਏਟਰ ਦੇ ਐਕਟਰਾਂ ਵਾਂਗ) ਝੱਟ ਹੀ ਕੋਈ ਲਹਿਜਾ ਜਾਂ ਸ਼ਕਲ ਬਣਾ ਲੈਣਾ (ਜਿਵੇਂ ਉਦਾਸੀ ਵਾਲੀ, ਰੋਣੀ, ਹੱਸਣੀ ਆਦਿ) *n* ਹੜਤਾਲ; ਹਮਲਾ, ਹਵਾਈ ਹਮਲਾ; ਰੁਪਈਏ ਦੇ ਵਪਾਰ ਵਿੱਚ ਅਚਾਨਕ ਸਫ਼ਲਤਾ

strike-breakers /'**ਸਟਰਾਇਕ ਬਰੇਇਕਅਜ਼**/*n* ਹੜਤਾਲ ਤੋੜਨ ਵਾਲੇ ਉਹ ਮਜ਼ਦੂਰ ਜੋ ਹੜਤਾਲੀਆਂ ਦੀ ਥਾਂ ਬੁਲਾਏ ਜਾਣ

strike coin *vt* ਠੱਪਾ ਲਗਾ ਕੇ ਸਿੱਕਾ ਬਣਾਉਣਾ

strike-measure *n* ਦਾਣੇ ਮਿਣਨ ਦਾ ਢੰਗ, ਗੱਲਾ ਮਾਪਣ ਦਾ ਢੰਗ

strikeout /'**ਸਟਰਾਇਕਆਉਟ**/ *v* ਕੋਈ ਚੀਜ਼ ਮਾਰਨਾ; ਤੈਰਾਕੀ ਵਿੱਚ ਹੱਥ ਪੈਰ ਮਾਰਨਾ, ਵਿਓਂਤ ਸੁੱਝਣਾ; (ਬੇਸਬਾਲ ਖੇਡ ਵਿੱਚ) *n* ਕਿਸੇ ਖਿਡਾਰੀ ਵੱਲੋਂ ਬਾਲ ਨੂੰ ਮਾਰਨ ਉੱਤੇ, ਰੋਕ

striker /'**ਸਟਰਾਇਕਅ***/ *n* ਮਾਰਨ ਵਾਲਾ ਬੰਦਾ, ਮਾਰਨ ਵਾਲਾ ਯੰਤਰ; ਹੜਤਾਲੀਆ

striking /'**ਸਟਰਾਇਕਿਙ**/ *a* ਚਮਤਕਾਰੀ, ਉੱਘੜਵਾਂ; ਹੜਤਾਲੀ

string /**ਸਟਰਿਙ**/ *n* ਡੋਰੀ, ਸੂਤਲੀ, ਡੋਰ, ਸੇਬਾ, ਧਾਗਾ, ਤੰਦ, ਤਣੀ; ਤਾਰ, ਤੰਦੀ, ਲੜੀ (ਮੋਤੀ ਆਦਿ ਦੀ); ਰੇਸ਼ਾ, ਤੰਦੜੀ; ਕਤਾਰ, ਸਿਲਸਿਲਾ (ਆਦਮੀਆਂ ਅਤੇ ਵਸਤੂਆਂ ਦਾ); (ਬਿਲਿਅਰਡ ਦੀ ਖੇਡ ਵਿੱਚ) ਗਿਣਤੀ ਦਾ ਤਖ਼ਤਾ; ਘੋੜਦੌੜ ਦੇ ਘੋੜੇ ਜੋ ਕਿਸੇ ਅਸਤਬਲ ਵਿੱਚ ਸਿਧਾਏ ਜਾ ਰਹੇ ਹੋਣ *vt* ਡੋਰੀ ਕੱਸਣਾ, ਤਣਾਵਾਂ ਕੱਸਣਾ; (ਕਮਾਨ) ਚਿੱਲਾ ਚੜ੍ਹਾਉਣਾ; ਉਕਸਾਉਣਾ, ਉਭਾਰਨਾ; ਬੇਚੈਨੀ ਪੈਦਾ ਕਰਨਾ (ਸਰੀਰ ਵਿੱਚ); (ਲੜੀ ਵਿੱਚ) ਪਰੋਣਾ; ਛਿੱਲਣਾ, ਧਾਗੇ ਕੱਢਣਾ, ਰੇਸ਼ੇ ਛੱਡਣਾ; ਨੱਥਣਾ; (ਗੂੰਦ ਆਦਿ ਵਿੱਚ) ਤਹਿ ਜੰਮ ਜਾਣਾ; (ਬਿਲਿਅਰਡ ਦੀ ਖੇਡ ਵਿੱਚ) ਪਹਿਲਾਂ ਦੋ ਚਾਰ ਹੱਥ ਖੇਡ ਕੇ ਇਹ ਫ਼ੈਸਲਾ ਕਰਨਾ ਕਿ ਪਹਿਲਾਂ ਕੌਣ ਖੇਡੇਗਾ

stringed instrument *n* ਤਾਰਾਂ ਵਾਲਾ ਸਾਜ਼

stringency /'**ਸਟਰਿਨਜਅਨਸਿ**/ *n* ਸਖ਼ਤੀ, ਕਠੋਰਤਾ, ਕਰੜਾਪਣ; ਤੰਗੀ, ਕਿੱਲਤ

stringent /'**ਸਟਰਿਨਜਅਨਟ**/ *a* ਸਖ਼ਤ, ਕਰੜਾ (ਨਿਯਮ, ਪਾਬੰਦੀ); ਤੰਗ, ਤੰਗ ਹਾਲ

stringer/'**ਸਟਰਿਙਅ***/ *n* ਕਦੀ ਕਦਾਈਂ ਅਖ਼ਬਾਰ ਨੂੰ ਕਹਾਣੀਆਂ ਦੇਣ ਵਾਲਾ ਪੱਤਰਕਾਰ

stringy /'**ਸਟਰਿਙਿ**/ *a* ਰੇਸ਼ੇਦਾਰ, ਸੂਤਦਾਰ; ਚਿਪਚਿਪਾ, ਲੇਸਦਾਰ

strip /**ਸਟਰਿਪ**/ *v* ਨੰਗਾ ਕਰਨਾ, ਕੱਪੜੇ ਉਛਾੜ ਆਦਿ ਲਾਹੁਣਾ; (ਦਰਖ਼ਤ ਦੀ) ਛਿੱਲ ਲਾਹੁਣਾ;

ਸੱਖਣਾ ਕਰਨਾ, ਵਾਂਝਿਆਂ ਕਰਨਾ; (ਪੇਚ ਦੀ) ਚੂੜੀ ਖ਼ਰਾਬ ਕਰਨਾ ਜਾਂ ਹੋਣਾ; (ਗੋਲੀ ਦਾ) ਬੰਦੂਕ ਵਿੱਚੋਂ ਬਿਨਾਂ ਚੱਕਰ ਖਾਧੇ ਨਿਕਲ ਜਾਣਾ *n* ਕਿਸੇ ਵਸਤੂ ਦਾ ਲੰਮਾ ਪਤਲਾ ਟੁਕੜਾ, ਫੜਕਾ, ਕਾਤਰ; ਵੱਧਰ, ਪੱਟੀ, ਧੱਜੀ, ਲੜ

stripe /ਸਟਰਾਇਪ/ *n* ਚੌੜੀ ਧਾਰੀ, ਫਾਂਟ, ਪੱਟੀ; (ਪਰਾ) ਚਾਬਕ ਦੀ ਮਾਰ; (ਬਹੁ) ਬੈਂਤਾਂ ਦੀ ਸਜ਼ਾ

striped /ਸਟਰਾਇਪਟ/ *a* ਧਾਰੀਦਾਰ, ਪੱਟੀਦਾਰ, ਲਹਿਰੀਏ ਵਾਲਾ

stripling /'ਸਟਰਿਪਲਿਙ/ *n* ਗੱਭਰੂ, ਨੌਜਵਾਨ

stripper/'ਸਟਰਿਪਅ*/ *n* (ਕਾਮ ਉਤੇਜਨਾ ਲਈ) ਕੱਪੜੇ ਉਤਾਰ ਦੇਣ ਵਾਲਾ ਅਦਾਕਾਰ; ਰੰਗ ਉਤਾਰਨ ਵਾਲਾ ਯੰਤਰ

striptease /'ਸਟਰਿਪਟੀਜ਼/ *n* ਇੱਕ ਤਰ੍ਹਾਂ ਦਾ ਮਨੋਰੰਜਨ, ਸਟਰਿਪਟੀਜ਼

strive /ਸਟਰਾਇਵ੍/ *vi* ਯਤਨ ਕਰਨਾ, ਘਾਲਣਾ ਘਾਲਣਾ, ਜ਼ੋਰ ਲਾਉਣਾ ਜਾਂ ਮਾਰਨਾ, ਵਾਹ ਲਾਉਣਾ, ਹੰਭਲਾ ਮਾਰਨਾ, ਸੰਘਰਸ਼ ਕਰਨਾ; ਟਾਕਰਾ ਕਰਨਾ, ਭਿੜਨਾ

stroam /ਸਟਰਅਉਮ/ *vi* ਬਿਨਾਂ ਮਤਲਬ ਇੱਧਰ-ਉੱਧਰ ਘੁੰਮਣਾ, ਲੰਮੇ ਕਦਮ ਰੱਖਣਾ

strode /ਸਟਰਅਉਡ/ *v* **stride** ਦਾ ਭੂਤ-ਕਾਲ

stroke /ਸਟਰਅਉਕ/ *n* ਥਪਕੀ, ਥਾਪੜੀ, ਟਹੋਕਾ; ਵਾਰ, ਚੋਟ, ਮਾਰ, ਹੱਲਾ; ਕੇਵਲ ਇੱਕ ਵਾਰ ਦੀ ਕੋਸ਼ਿਸ਼; ਪੈਂਤੜਾ, ਹੱਥ ਮਾਰਨ ਦਾ ਢੰਗ; ਘੜੀ ਦੀ ਟਣ-ਟਣ; ਮਹੱਤਵਪੂਰਨ ਘਟਨਾ, ਪ੍ਰਭਾਵਪੂਰਨ ਪ੍ਰਸੰਗ; ਕਲਮ ਜਾਂ ਪੈਨਸਿਲ ਨਾਲ ਇੱਕੋ ਹੀ ਵਾਰ ਖਿੱਚੀ ਹੋਈ ਰੇਖਾ, ਲਕੀਰ, ਘਸੀਟ, ਝਰੀਟ; ਛੋਹ (ਬੁਰਸ਼ ਦੀ) *vt* ਥਾਪੜੀ ਦੇਣਾ, ਥਪਕੀ ਮਾਰਨਾ, ਥਾਪੜਨਾ; ਹੱਥ ਫੇਰਨਾ (ਦਾੜ੍ਹੀ ਆਦਿ ਉੱਤੇ)

stroll /ਸਟਰਅਉਲ/ *v* ਸੈਰ ਕਰਨਾ, ਟਹਿਲਣਾ, ਇੱਧਰ ਉੱਧਰ ਘੁੰਮਣਾ, ਮਟਰ-ਗਸ਼ਤ ਕਰਨਾ *n* ਚਹਿਲ ਕਦਮੀ, ਸੈਰ, ਹਵਾਖੋਰੀ

stroller /'ਸਟਰਅਉਲਅ*/ *n* ਸੈਰ-ਸਪਾਟੇ ਕਰਨ ਵਾਲਾ, ਟਹਿਲਣ ਵਾਲਾ, ਘੁਮੱਕੜ, ਰਮਤਾ, ਮਟਰ-ਗਸ਼ਤ ਕਰਨ ਵਾਲਾ

strong /ਸਟਰੌਙ/ *a* ਰਿਸ਼ਟ-ਪੁਸ਼ਟ, ਤਾਕਤਵਰ, ਬਲਵਾਨ, ਤਕੜਾ; ਮਜ਼ਬੂਤ, ਪੱਕਾ, ਨਿੱਗਰ; ਸਖ਼ਤ, ਕਰੜਾ; ਜ਼ੋਰਦਾਰ, ਕਰੜੇ (ਸ਼ਬਦ); ਗੂੜ੍ਹਾ (ਰੰਗ), ਤੇਜ਼ (ਬੋ); ਕੜਕਵੀਂ, ਭਾਰੀ, ਜ਼ੋਰ ਦੀ (ਅਵਾਜ਼)

strong-arm /'ਸਟਰੌਙਆਮ/ *a* ਧੱਕੇਸ਼ਾਹੀ ਵਾਲਾ, ਧੱਕੜ

strongbox /'ਸਟਰੌਙਬੌਕਸ/ *n* ਤਜੌਰੀ; ਤਹਿਖ਼ਾਨਾ

stronghold /'ਸਟਰੌਙਹਅਉਲਡ/ *n* ਗੜ੍ਹ, ਕੋਟ, ਕਿਲ੍ਹਾ

strongroom /'ਸਟਰੌਙਰੂਮ, 'ਸਟਰੌਙਰੁਮ/ *n* ਵੇਖੋ **strong box**

strop /ਸਟਰੌਪ/ *n* ਚਮੋਟਾ; ਪਟਾ (ਮਸ਼ੀਨ ਦਾ) *vt* ਪਟਾਸੀ ਉੱਤੇ ਉਸਤਰਾ ਲਾਉਣਾ, ਮਸ਼ੀਨ ਉੱਤੇ ਤੇਜ਼ ਕਰਨਾ

strophe /'ਸਟਰਅਉਫ਼ਿ/ *n* ਨਾਚ ਦਾ ਗੇੜਾ; ਇਸ ਗੇੜੇ ਦੇ ਬੋਲ

stroppy /'ਸਟਰੌਪਿ/ *a* (ਅਪ) ਕੱਬਾ

strove /ਸਟਰਅਉਵ੍/ *v* **strive** ਦਾ ਭੂਤ-ਕਾਲ

struck /ਸਟਰਅੱਕ/ *v* **strike** ਦਾ ਭੂਤ-ਕ੍ਰਿਦੰਤ

structural/'ਸਟਰਅੱਕਚਅਰਅਲ/ *a* ਬਣਾਵਟ ਸੰਬੰਧੀ, ਬਣਤਰੀ; ਢਾਂਚਾਗਤ

structuralism/'ਸਟਰਅੱਕਚਅਰਅਲਿਜ਼ਅਮ/ *n* ਸੰਰਚਨਾਵਾਦ, ਗਠਨਵਾਦ

structure /'ਸਟਰਅੱਕਚਅ*/ *n* ਬਣਾਵਟ, ਬਣਤਰ, ਰਚਨਾ, ਘਾੜਤ; ਮਕਾਨ ਜਾਂ ਸਰੀਰ ਦੀ ਘਾੜਤ ਦਾ ਢੰਗ, ਬਣਾਉਣ ਦਾ ਢੰਗ; ਢਾਂਚਾ, ਕਿਸੇ ਵਸਤੂ ਦਾ ਮੁੱਖ ਰੂਪ; ਭਵਨ, ਇਮਾਰਤ

struggle /'ਸਟਰਅੱਗਲ/ *vi* (ਛੁੱਟਣ ਲਈ) ਸਖ਼ਤ ਕੋਸ਼ਿਸ਼ ਕਰਨਾ, ਹੱਥ-ਪੈਰ, ਮਾਰਨਾ; (ਮੁਸ਼ਕਲ ਉੱਤੇ ਜਿੱਤ ਪਾਉਣ ਲਈ) ਟਿੱਲ ਲਾਉਣਾ, ਵਾਹ ਲਾਉਣਾ, ਜ਼ੋਰ ਮਾਰਨਾ ਜਾਂ ਲਾਉਣਾ; (ਵਿਰੋਧੀ ਨਾਲ) ਸੰਘਰਸ਼ ਕਰਨਾ, ਕਸ਼ਮਕਸ਼

ਕਰਨਾ, ਤਣਾ-ਤਣੀ ਕਰਨਾ *n* ਸਖ਼ਤ ਕੋਸ਼ਿਸ਼, ਟਿੱਲ, ਜ਼ੋਰ, ਸੰਘਰਸ਼, ਤਣਾ-ਤਣੀ, ਖਿੱਚਾ-ਖਿੱਚੀ; ਘੋਲ; ਦੌੜ-ਭੱਜ, ਜੱਦੋ-ਜਹਿਦ

strum /**ਸਟਰਅੱਮ**/ *v* ਤੁਣਤੁਣਾਉਣਾ, ਤੁਣ-ਤੁਣ ਕਰਨਾ, ਪਿਆਨੋ ਜਾਂ ਦੂਜੇ ਵਾਜੇ ਦੀਆਂ ਤਾਰਾਂ ਨੂੰ ਵਜਾਉਣਾ ਜਾਂ ਛੋਹਣਾ *n* ਛੇੜੇ ਹੋਏ ਵਾਜੇ ਦੀ ਅਵਾਜ਼, ਤੁਣ-ਤੁਣ

strumpet /'**ਸਟਰਅੱਮਪਿਟ**/ *n* ਵੇਸਵਾ, ਰੰਡੀ

strung /**ਸਟਰਅੱਙ**/ *v* **string** ਦਾ ਭੂਤ-ਕ੍ਰਿਦੰਤ ਅਤੇ ਭੂਤ-ਕਾਲ

strut[1] /**ਸਟਰਅੱਟ**/ *n* ਮਟਕ, ਆਕੜ ਦੀ ਚਾਲ, ਐਂਖੜੀ ਚਾਲ *vi* ਮਟਕ ਨਾਲ ਚੱਲਣਾ, ਆਕੜ ਕੇ ਚੱਲਣਾ, ਐਂਖੜੇ ਚੱਲਣਾ

strut[2] *n* ਟੇਕ, ਸਹਾਰਾ *vt* ਸਹਾਰਾ ਦੇਣਾ, ਆੜ ਲਾਉਣਾ

strychnia, strychnine /'**ਸਟਰਿਕਨਿਅ**, '**ਸਟਰਿਕਨੀਨ**/ *n* ਕੁਚਲਾ, ਕੁਚਲੇ ਦਾ ਸਤ, ਜ਼ਹਿਰੀਲੀ ਦਵਾਈ

stub /**ਸਟਅੱਬ**/ *n* ਰੁੱਖ ਦਾ ਮੁੱਢ, ਟੁੰਢ, ਖੁੰਘਾ; ਟੁੱਟੇ ਹੋਏ ਦੰਦ ਦੀ ਜੜ੍ਹ; (ਪੈਨਸਿਲ, ਸਿਗਾਰ ਅਤੇ ਇਸੇ ਪ੍ਰਕਾਰ ਦੀ ਵਸਤੂ ਦਾ) ਬਚਿਆ ਟੋਟਾ; ਨਕਲ, ਨਮੂਨਾ, ਪ੍ਰਤਿਰੂਪ *vt* ਤਣੇ ਨੂੰ ਜੜ੍ਹ ਤੋਂ ਉਖਾੜ ਦੇਣਾ; ਮਿੱਟੀ ਨੂੰ ਤਣੇ ਤੋਂ ਸਾਫ਼ ਕਰ ਦੇਣਾ; ਸਿਗਾਰ ਜਾਂ ਸਿਗਰਟ ਦੇ ਟੋਟੇ ਨੂੰ ਕਿਸੇ ਵਸਤੂ ਉੱਤੇ ਘਿਸਾ ਕੇ ਬੁਝਾਉਣਾ, ਟੋਟਾ ਰਗੜ ਦੇਣਾ

stubble /'**ਸਟਅੱਬਲ**/ *n* (ਕੱਟੀ ਹੋਈ ਫ਼ਸਲ ਦੀ) ਮੁੱਢੀ, ਵੱਢ; ਦਾੜ੍ਹੀ ਦੇ ਛੋਟੇ ਵਾਲ, ਖਸਖਸੀ ਵਾਲ ਜਾਂ ਦਾੜ੍ਹੀ

stubbly /'**ਸਟਅੱਬਲਿ**/ *a* ਮੁੱਢੀਆਂ ਵਾਲਾ, ਕਤਰੇ ਹੋਏ ਵਾਲ ਜਾਂ ਦਾੜ੍ਹੀ ਵਾਲਾ

stubborn /'**ਸਟਅੱਬਅਨ**/ *a* ਹਠੀ, ਜ਼ਿੱਦੀ, ਹਠੀਲਾ, ਅੜੀਅਲ; ਪੱਕਾ, ਕਰੜਾ, ਸਖ਼ਤ, ਅੜ੍ਹਬ; ਸਿਰੜੀ, ਹਠਧਰਮੀ

stubbornness /'**ਸਟਅੱਬਅਨਨਅਸ**/ *n* ਹਠ, ਦ੍ਰਿੜ੍ਹਤਾ, ਕੱਟੜਤਾ, ਸਥਿਰਤਾ, ਕਠੋਰਤਾ, ਜ਼ਿੱਦ, ਅੜੀ

stucco /'**ਸਟਅੱਕਅਉ**/ *n* ਸੰਗਮਰਮਰ ਦਾ ਚੂਨਾ, ਇੱਕ ਕਿਸਮ ਦਾ ਪਲਸਤਰ ਜਾਂ ਸੀਮਿੰਟ *vt* ਇਸ ਮਸਾਲੇ ਦਾ ਪਲਸਤਰ ਚੜ੍ਹਾਉਣਾ

stuck /**ਸਟਅੱਕ**/ *v* **stick** ਦਾ ਭੂਤ-ਕ੍ਰਿਦੰਤ

stud[1] /**ਸਟਅੱਡ**/ *n* ਕੋਕਾ, ਕਿੱਲ, (ਸਜਾਵਟ ਲਈ) ਫੁੱਲਦਾਰ ਕਿੱਲ; ਦੋ ਨੋਕੀ ਕਿੱਲ ਜੋ ਜਹਾਜ਼ ਦੀ ਜ਼ੰਜੀਰ ਦੀ ਹਰ ਕੜੀ ਵਿੱਚ ਲੱਗੀ ਹੁੰਦੀ ਹੈ; ਸਟੱਡ ਬਟਨ (ਕਮੀਜ਼ ਦਾ); ਖੰਭਾ, ਥੰਮ੍ਹ, ਥਮ੍ਹਲਾ (ਜਿਸ ਵਿੱਚ ਲੱਕੜੀ ਦੀਆਂ ਫੱਟੀਆਂ ਲੱਗੀਆਂ ਹੁੰਦੀਆਂ ਹਨ) *vt* ਸਜਾਉਣ ਜਾਂ ਮਜ਼ਬੂਤ ਕਰਨ ਲਈ ਫੁੱਲਦਾਰ ਕਿੱਲ ਜਾਂ ਗੁਲਮੇਖਾਂ ਲਾਉਣਾ ਜਾਂ ਜੜਨਾ, ਸਟੱਡ ਲਾਉਣਾ

stud[2] *n* ਰਾਖਵੇਂ ਘੋੜੇ (ਨਸਲ, ਦੌੜ, ਸ਼ਿਕਾਰ, ਜੋਤਣ ਆਦਿ ਲਈ)

studding /**ਸਟਅੱਡਿਙ**/ *n* ਪਲਸਤਰ ਚੜ੍ਹਾਉਣ ਦਾ ਕੰਮ; ਲੱਕੜੀ ਦਾ ਕੰਮ, ਚੋਬੀ ਕੰਮ

student /'**ਸਟਯੂਡਨਟ**/ *n* ਪੜ੍ਹਨ ਵਾਲਾ ਵਿਅਕਤੀ ਵਿਦਿਆਰਥੀ, ਪਾੜ੍ਹਾ, ਸਿਖਿਆਰਥੀ, ਪੜ੍ਹਾਕੂ, ਚੇਲਾ, ਸ਼ਾਗਿਰਦ

studentry /'**ਸਟਯੂਡ(ਅ)ਨਟਰਿ**/ *n* ਵਿਦਿਆਰਥੀ ਵਰਗ

studentship/'**ਸਟਯੂਡਅਨਟਸ਼ਿਪ**/ *n* ਵਿਦਿਆਰਥੀਪੁਣਾ, ਸਕੂਲ ਕਾਲਜ ਵਿੱਚ ਪੜ੍ਹਾਈ ਦਾ ਸਮਾਂ, ਵਿਦਿਆਰਥੀ ਜੀਵਨ, ਸ਼ਗਿਰਦੀ ਦਾ ਸਮਾਂ

studio /'**ਸਟਯੂਡਿਅਉ**/ *n* ਕਲਾ ਮੰਦਰ, ਕਲਾਸ਼ਾਲਾ, ਚਿੱਤਰਸ਼ਾਲਾ, ਕਲਾ ਭਵਨ, ਫੋਟੋਗ੍ਰਾਫਰ ਦਾ ਸਟੂਡੀਓ; ਸਿਨੇਮਾ ਸਟੂਡੀਓ; ਆਕਾਸ਼ਵਾਣੀ ਕੇਂਦਰ ਦਾ ਪ੍ਰਸਾਰ ਸਟੂਡੀਓ; (ਬਹੁ) ਕਿਸੇ ਫ਼ਿਲਮ ਕੰਪਨੀ ਦਾ ਸਿਨੇਮਾ ਘਰ (ਜਿਸ ਵਿੱਚ ਅਨੇਕ ਭਵਨ ਹੋਣ)

studious /'**ਸਟਯੂਡਿਅਸ**/ *a* ਮਿਹਨਤੀ, ਪੜ੍ਹਾਕੂ; ਸਰਗਰਮ, ਉਤਸੁਕ, ਇੱਛਕ, ਉਤਸ਼ਾਹੀ, ਤਤਪਰ, ਉਤਸ਼ਾਹਪੂਰਨ

study /'ਸਟਅੱਡਿ/ *n* ਪੜ੍ਹਾਈ, ਪਾਠ; ਅਭਿਆਸ, ਘੋਖ, (ਕਿਸੇ ਖ਼ਾਸ ਕਲਾ ਜਾਂ ਵਿੱਦਿਆ ਦਾ) ਅਭਿਆਸ ਚਿੱਤਰ; ਅਧਿਐਨ ਵਿਸ਼ਾ; ਚਿੰਤਨ ਜਾਂ ਸਾਧਨਾਂ ਦੁਆਰਾ ਪ੍ਰਾਪਤ ਵਸਤੂ, ਸਮਾਧੀ, ਚਿੰਤਨ, ਧਿਆਨ, ਵਿਚਾਰ; ਦਫ਼ਤਰ, ਪੜ੍ਹਨ ਦਾ ਕਮਰਾ, ਕੰਮ ਕਰਨ ਦਾ ਕਮਰਾ *v* ਪੜ੍ਹਨਾ, ਪੜ੍ਹਾਈ ਕਰਨਾ, ਸਬਕ ਯਾਦ ਕਰਨਾ; ਘੋਖਣਾ, ਫ਼ਿਕਰ ਵਿੱਚ ਰਹਿਣਾ, ਤਾੜ ਵਿੱਚ ਰਹਿਣਾ, ਚਿੰਤਨ ਕਰਨਾ

stufa /'ਸਟੂਫਅ/ *n* ਧਰਤੀ ਵਿੱਚੋਂ ਨਿਕਲਨ ਵਾਲਾ ਧੂੰਆ

stuff /ਸਟਅੱਫ਼/ *n* ਪਦਾਰਥ, ਵਸਤੂ, ਮੂਲ, ਧਾਤੂ ਤੱਤ, ਜਿਨਸ, ਕੱਚਾ ਮਾਲ; ਬਕਵਾਸ, ਫ਼ਜ਼ੂਲ ਗੱਲ; ਰੱਦੀ, ਬੇਕਾਰ ਦੀ ਵਸਤੂ; ਊਨੀ ਕੱਪੜਾ *v* ਤੁੰਨਣਾ, ਤੂਸਣਾ, ਭਰਤ ਪਾਉਣਾ; ਦਬਾਅ ਦਬਾਅ ਕੇ ਭਰ ਦੇਣਾ; ਡਟ ਕੇ ਖਾਣਾ, ਹਾਬੜ ਕੇ ਖਾਣਾ; ਝੂਠ ਬੋਲ ਕੇ ਧੋਖਾ ਦੇਣਾ, ਛਲਣਾ

stuffing /'ਸਟਅੱਫ਼ਿਙ/ *n* ਪੂਰਤੀ, ਭਰਤੀ, ਤੁੰਨ-ਮਤੁੰਨੀ

stuffy /'ਸਟਅੱਫ਼ਿ/ *a* ਵੱਟ ਵਾਲਾ, ਹੁੰਮਸ ਵਾਲਾ, ਸਾਹ ਘੋਟੂ, ਸਾਰੇ ਪਾਸਿਆਂ ਤੋਂ ਬੰਦ; ਨਰਾਜ਼, ਗੁੱਸਿਆ ਹੋਇਆ

stuggy /'ਸਟਅੱਗਿ/ *a* ਵੇਖੋ **stocky**

stultification /ˌਸਟਅੱਲਟਿਫ਼ਿ'ਕੇਇਸ਼ਨ/ *n* ਨਿਰਰਥਕ ਬਣਾਉਣ, ਖੰਡਨ

stultify /'ਸਟਅੱਲਟਿਫ਼ਾਇ/ *vt* ਝੁਠਲਾਉਣਾ, ਬੇਤੁਕਾ ਸਿੱਧ ਕਰਨਾ, ਨਿਰਰਥਕ ਕਰਨਾ; (ਕਿਸੇ ਗੱਲ ਜਾਂ ਆਪਣੇ ਆਪ ਨੂੰ) ਹਾਸੋਹੀਣਾ ਬਣਾਉਣਾ; ਆਪਣੇ ਵਚਨ ਜਾਂ ਕੰਮ ਦੀ ਆਪਣੇ ਆਪ ਹੀ ਤਰਦੀਦ ਕਰਨਾ, ਆਪਣੀ ਗੱਲ ਨੂੰ ਆਪੇ ਰੱਦ ਕਰ ਦੇਣਾ

stultifying/'ਸਟਅੱਲਟਿਫ਼ਾਇਇਙ/ *a* ਅਕਾ ਦੇਣ ਵਾਲਾ, ਹਾਸੋਹੀਣਾ ਬਣਾ ਦੇਣ ਵਾਲਾ, ਨਿਰਰਥਕ

stum /ਸਟਅੱਮ/ *n* ਅੰਗੂਰ ਦਾ ਰਸ

stumble /'ਸਟਅੱਮਬਲ/ *v* ਠੋਕਰ ਖਾਣਾ, ਠੇਡਾ ਖਾਣਾ; ਕਿਸੇ ਕੰਮ ਨੂੰ ਕਰਨ ਵਿੱਚ ਭਾਰੀ ਭੁੱਲ ਕਰਨਾ, ਚੁੱਕ ਜਾਣਾ; ਦੁਬਿਧਾ ਵਿੱਚ ਪੈਣਾ, (ਪਰਾ) ਦੁਬਿਧਾ ਜਾਂ ਉਲਝਣ ਉਤਪੰਨ ਕਰਨਾ, ਸ਼ਸ਼ੋਪੰਜ ਵਿੱਚ ਪੈਣਾ *n* ਠੋਕਰ, ਠੇਡਾ, ਠੁੱਡਾ; ਭਾਰੀ ਭੁੱਲ, ਵੱਡੀ ਗਲਤੀ

stumbling block *n* ਰੋੜਾ, ਰੁਕਾਵਟ, ਅੜਿੱਕਾ

stumer /'ਸਟਯੂਮਅ*/ *n* (ਅਪ) ਖੋਟਾ ਜਾਂ ਜਾਲ੍ਹੀ ਸਿੱਕਾ ਜਾਂ ਨੋਟ

stump /ਸਟਅੱਮਪ/ *n* ਕ੍ਰਿਕਟ ਦੀਆ ਤਿੰਨ ਡੰਡੀਆਂ ਵਿਚੋਂ ਇੱਕ; ਮੁੱਢ, ਖੁੰਢ; ਟੁੱਟੇ ਹੋਏ ਦੰਦ ਦੀ ਜੜ੍ਹ; ਹੱਥ ਜਾਂ ਪੈਰ ਦਾ ਟੁੰਡ; ਸਿਗਾਰ ਦਾ ਟੋਟਾ (ਸੜ ਕੇ ਬਚਿਆ ਹਿੱਸਾ); ਪੈੱਨਸਿਲ ਦਾ ਟੁਕੜਾ; ਪੁਰਾਣਾ ਬੇਕਾਰ ਬੁਰਸ਼; (ਹਾਸ ਰਸ) ਲੱਤਾਂ, ਟੰਗਾਂ (ਬਹੁ) *v* ਆਕੜੀਆਂ ਲੱਤਾਂ ਨਾਲ ਡੁੱਡ ਮਾਰ ਕੇ ਚੱਲਣਾ; (ਬੋਲ) (ਪ੍ਰਸ਼ਨ ਆਦਿ ਦਾ ਮਨੁੱਖ ਨੂੰ) ਚੱਕਰ ਵਿੱਚ ਪਾ ਦੇਣਾ;(ਕ੍ਰਿਕਟ) ਵਿਕਟ ਆਊਟ ਕਰਨਾ; ਰਾਜਨੀਤਿਕ ਤਕਰੀਰਬਾਜ਼ੀ ਕਰਨਾ; (ਬੋਲ) ਮੁਤਾਲਬਾ ਪੂਰਾ ਕਰਨਾ, ਮੰਗ ਪੂਰੀ ਕਰਨਾ, ਪੈਸੇ ਚੁਕਾ ਦੇਣਾ

stumper /'ਸਟਅੱਮਪਅ*/ *n* ਬੇਢੱਬਾ ਪ੍ਰਦਰਸ਼ਨ; ਅੜਾਉਣੀ; ਵਿਕਟ-ਕੀਪਰ

stumpy /'ਸਟਅੱਮਪਿ/ *a* ਛੋਟੇ ਕੱਦ ਪਰ ਗੁੱਥੇ ਹੋਏ ਸਰੀਰ ਵਾਲਾ

stun /ਸਟਅੱਨ/ *vt* (ਅਵਾਜ਼ ਦਾ) ਕੰਨਾਂ ਨੂੰ ਸੁੰਨ ਕਰ ਦੇਣਾ; (ਸੱਟ ਜਾਂ ਮਾਨਸਿਕ ਦੁੱਖ ਕਾਰਨ ਕਿਸੇ ਮਨੁੱਖ ਨੂੰ) ਬੇਹੋਸ਼ ਕਰ ਦੇਣਾ, ਹੋਸ਼ ਗੁਆਉਣਾ, ਭੌਂ ਦਿਵਾਉਣਾ, ਚਕਰਾ ਦੇਣਾ, ਸੁਰਤ ਭੁਲਾ ਦੇਣਾ

stung /ਸਟਅੱਙ/ *v* **sting** ਦਾ ਭੂਤ-ਕ੍ਰਿਦੰਤ

stunk /ਸਟਅੱਙਕ/ *v* **stink** ਦਾ ਭੂਤ-ਕ੍ਰਿਦੰਤ

stunner /'ਸਟਅੱਨਅ*/ *n* ਬਹੁਤ ਉੱਤਮ ਵਸਤੂ, ਗਜ਼ਬ ਦੀ ਚੀਜ਼

stunning /'ਸਟਅੱਨਿਙ/ *a* ਹੋਸ਼ ਗੁਆਊ; ਸ਼ਾਨਦਾਰ, ਚਮਤਕਾਰੀ

stunt[1] /ਸਟਅੱਨਟ/ *vt* ਵਾਧਾ ਰੋਕਣਾ, ਵਿਕਾਸ ਰੋਕਣਾ, ਵਿਕਸਿਤ ਨਾ ਹੋਣ ਦੇਣਾ, ਛੋਟਾ ਕਰ ਦੇਣਾ

stunt[2] *n* ਇਸ਼ਤਿਹਾਰਬਾਜ਼ੀ, ਉਸ਼ਟੰਡ, ਸ਼ੋਸ਼ਾ;

ਕਰਤਬ

stunted growth *a* ਰੁਕਿਆ ਵਾਧਾ

stupe /ਸਟਯੂਪ/ *n* (ਟਕੋਰ ਕਰਨ ਵਾਲੀ) ਪੱਟੀ, ਫਲਾਲੈਨ ਦਾ ਟੁਕੜਾ ਜਿਸ ਨੂੰ ਗਰਮ ਪਾਣੀ ਵਿੱਚ ਪਾ ਕੇ ਸੇਕ ਕਰਦੇ ਹਨ; ਨਰਮ ਛੋਟੀ ਪੱਟੀ ਜੋ ਜ਼ਖ਼ਮ ਉੱਤੇ ਬੰਨ੍ਹਣ ਲਈ ਵਰਤੀ ਜਾਂਦੀ ਹੈ *vt* ਫਹਿਆ ਰੱਖਣਾ, ਸੇਕਣਾ, ਟਕੋਰ ਕਰਨਾ

stupefaction /ˌਸਟਯੂਪਿ'ਫ਼ੈਕਸ਼ਨ/ *n* ਬੇਹੋਸ਼ੀ, ਮੁਗਧਕਾਰੀ, ਮੂਰਛਾ

stupefy /'ਸਟਯੂਪਿਫ਼ਾਇ/ *vt* ਬੇਹੋਸ਼ ਕਰਨਾ, ਸੁੰਨ ਕਰ ਦੇਣਾ, ਹੋਸ਼ ਗੁੰਮ ਕਰ ਦੇਣਾ, ਮੁਗਧ ਕਰਨਾ

stupefying /'ਸਟਯੂਪਿਫ਼ਾਇਇਙ/ *a* ਡੌਰ-ਭੌਰ ਕਰ ਦੇਣ ਵਾਲਾ, ਚਕ੍ਰਿਤ ਕਰ ਦੇਣ ਵਾਲਾ, ਹੈਰਾਨੀਜਨਕ, ਮੱਤ ਮਾਰ ਦੇਣ ਵਾਲਾ, ਹੋਸ਼ ਹਵਾਸ ਉਡਾ ਦੇਣ ਵਾਲਾ

stupendous/ਸਟਯੂ'ਪੈਂਨਡਅਸ/*a* ਅਸਚਰਜਮਈ, ਬਹੁਤ ਵੱਡਾ, ਬਹੁਤ ਭਾਰੀ, ਸ਼ਾਨਦਾਰ; ਚਕਰਾ ਦੇਣ ਵਾਲਾ, ਮਹਾਨ; ਜ਼ਬਰਦਸਤ (ਕੰਮ, ਭੁੱਲ)

stupeous /'ਸਟਯੂਪਿਅਸ/ *a* ਜਟਾਧਾਰੀ, ਜਟਾਜੂਟ, ਜਟਾਯੁਕਤ

stupid /'ਸਟਯੂਪਿਡ/ *n* ਬੇਵਕੂਫ਼ ਆਦਮੀ, ਮੂਰਖ ਵਿਅਕਤੀ, ਮੂੜ੍ਹ ਮਨੁੱਖ *a* ਪਾਗਲ, ਮੂਰਖ, ਖ਼ਰਦਿਮਾਗ, ਉਜੱਡ; ਬੇਹੋਸ਼; ਨਿਕੰਮਾ, ਸੁਸਤ, ਆਲਸੀ; ਫਿੱਕਾ

stupidity /ਸਟਯੂ'ਪਿਡਅਟਿ/ *n* ਮੂਰਖਤਾ, ਬੇਵਕੂਫ਼ੀ, ਊਤਪੁਣਾ, ਬੌਂਗਾਪਣ, ਉਜੱਡਪੁਣਾ

stupor /'ਸਟਯੂਪਅ*/ *n* ਬੇਸੁਰਤੀ, ਮੂਰਛਾ, ਜੜ੍ਹਤਾ

sturdiness /'ਸਟਅ:ਡਿਨਅਸ/ *n* ਤਕੜਾਈ, ਰਿਸ਼ਟ-ਪੁਸ਼ਟਤਾ, ਮਜ਼ਬੂਤੀ

sturdy /'ਸਟਅ:ਡਿ/ *a* ਮਜ਼ਬੂਤ, ਤਕੜਾ, ਕਾਠਾ, ਹੱਟਾ-ਕੱਟਾ

sturgeon /'ਸਟਅ:ਜਅਨ/ *n* ਸ਼ਾਰਕ ਵਰਗੀ ਮੱਛੀ, ਸਟਰਜਿਅਨ

stutter /'ਸਟਅੱਟਅ*/ *v* ਥਥਲਾਉਣਾ, ਥਥਿਆਉਣਾ, ਅਟਕ-ਅਟਕ ਕੇ ਬੋਲਣਾ *n* ਥਥਲਾਹਟ, ਹਕਲਾਹਟ

St Valentine's Day /ˌਸਨਟ 'ਵ੍ਹੈਲਅਨਟਾਇਨਜ਼ ਡੇਇ*/ *n* ਵੇਖੋ **valentine**

sty[1] /ਸਟਾਇ/ *n* ਸੂਰਾਂ ਦਾ ਵਾੜਾ, ਸੂਰਖ਼ਾਨਾ; (ਬੋਲ) ਜ਼ਲੀਲ ਜਾਂ ਗੰਦਾ ਮਕਾਨ, ਕੰਜਰਖ਼ਾਨਾ

sty[2], **stye** *n* ਫਿਣਸੀ ਜੋ ਪਲਕਾਂ ਹੇਠ ਨਿਕਲ ਆਉਂਦੀ ਹੈ, ਗੁਆਂਢਣੀ, ਗੁਹਾਜਨੀ

style[1] /ਸਟਾਇਲ/ *n* ਭਾਸ਼ਣ ਜਾਂ ਲਿਖਣ ਦੀ ਸ਼ੈਲੀ, ਬੋਲਣ ਜਾਂ ਲਿਖਣ ਦਾ ਢੰਗ; ਪੱਧਤੀ, ਰੀਤੀ, ਤਰਜ਼; ਵਿਸ਼ੇਸ਼ਤਾਵਾਂ, ਚੰਗਿਆਈਆਂ; ਠਾਠ, ਉੱਤਮਤਾ, ਸ੍ਰੇਸ਼ਠਤਾ; ਨਮੂਨਾ, ਸੂਰਤ ਸ਼ਕਲ; ਆਕਾਰ, ਰੂਪ-ਰੰਗ, ਕਿਸਮ, (ਕਾਵਿ) ਕਲਮ ਜਾਂ ਪੈਂਨਸਿਲ; (ਚਿੱਤਰਕਾਰੀ) ਕਲਮ; ਹਵਾਲਾ *vt* ਰੀਤੀ ਮੂਜਬ ਕਰਨਾ

style[2] *n* (ਬਨ) ਪਰਾਗ ਵਾਹਿਣੀ, ਸਟਾਈਲ

style sheet *n* ਲਿਖਤ ਛਾਪਣ ਲਈ ਵਿਸ਼ੇਸ਼ ਸ਼ੈਲੀ; (ਕੰਪਿ) ਵਿਸ਼ੇਸ਼ ਸ਼ੈਲੀ ਵਿੱਚ ਲਿਖਤ ਤਿਆਰ ਕਰਨ ਲਈ ਕੰਪਿਊਟਰ ਫਾਈਲ

stylish /'ਸਟਾਇਲਿਸ਼/ *a* ਛਬੀਲਾ, ਲੱਛੇਦਾਰ, ਫ਼ੈਸ਼ਨਦਾਰ, ਸ਼ਾਨਦਾਰ; ਸ਼ੈਲੀ ਅਨੁਕੂਲ

stylo /'ਸਟਾਇਲਅਉ/ *n* ਤਿੱਖੀ ਨੋਕ ਵਾਲਾ ਪੈਨੱ

stylographic /ˌਸਟਾਇਲਅ(ਉ)'ਗਰੈਫ਼ਿਕ/ *a* ਨੋਕਦਾਰ ਕਲਮ ਸੰਬੰਧੀ

stylus /'ਸਟਾਇਲਅਸ/ *n* (ਇਤਿ) ਲਿਖਣ ਵਾਲੀ ਸਲਾਈ; ਗ੍ਰਾਮੋਫ਼ੋਨ ਦੀ ਸੂਈ; ਸਟੈਂਸਿਲ ਲਿਖਣ ਵਾਲਾ ਪੈਨੱ

styptic /'ਸਟਿਪਟਿਕ/ *a* ਵਹਿੰਦੇ ਖ਼ੂਨ ਨੂੰ ਰੋਕਣ ਵਾਲਾ; ਰਕਤ-ਰੋਧਕ *n* ਰਕਤ-ਰੋਧਕ ਪਦਾਰਥ

Styx /ਸਟਿਕਸ/ *n* ਵੈਤਰਨੀ ਨਦੀ, ਜਮਲੋਕ ਦੀ ਨਦੀ

suasion /'ਸਵੇਇਯ਼ਨ/ *n* ਸਮਝਾਉਣ-ਬੁਝਾਉਣ, ਪ੍ਰੇਰਨਾ

suave /ਸਵਾਵ੍/ *a* ਮਧੁਰ, ਸੁਹਾਵਾਂ, ਨਰਮ; ਮਿੱਠਾ,

ਸੁਆਦੀ; ਮਿੱਠਬੋਲੜਾ (ਮਨੁੱਖ, ਬੋਲ)

suavity /'**ਸਵਾਵ੍ਅਟਿ**/ *n* ਮਧੁਰਤਾ; ਨਰਮਾਈ; ਮਿਠਾਸ; ਸ਼ਰਾਫ਼ਤ; ਕੋਮਲਤਾ, ਮੁਲਾਇਮੀ

sub /**ਸਅੱਬ**/ *prep* ਹੇਠ, ਥੱਲੇ, ਅਧੀਨ, ਗੋਚਰੇ, ਪੇਸ਼ *pref* ਅਧੀਨ, ਨਿਚਲਾ, ਉਪ, ਲਘੂ, ਛੋਟਾ

subacid /**ਸਅੱਬ'ਐਸਿਡ**/ *a* ਖਟਮਿੱਠਾ

subaltern /'**ਸਅੱਬਲਟ(ਅ)ਨ**/ *n* (ਸੈਨਾ) ਕੈਪਟਨ ਦੇ ਪਦ ਤੋਂ ਥੱਲੇ ਦਾ ਅਫ਼ਸਰ, ਛੋਟਾ ਅਫ਼ਸਰ

subaqueous /**ਸਅੱਬ'ਏਇਕਵਿਅਸ**/ *a* ਪਾਣੀ ਦੇ ਹੇਠਾਂ ਦਾ

subaudition /**ਸਅੱਬਓ'ਡਿਸ਼ਨ**/ *n* ਅਲਿਖਤ ਗੱਲ ਦਾ ਆਪਣੇ ਆਪ ਗਿਆਨ, ਛੱਡੇ ਸ਼ਬਦਾਂ ਦੀ ਆਪਣੇ ਮਨੋ ਭਰਤੀ, ਛੁਪੀ ਗੱਲ ਦੀ ਸਮਝ

subclass /'**ਸਅੱਬਕਲਾਸ**/ *n* ਉਪਵਰਗ

subclause /'**ਸਅੱਬਕਲੋਜ਼**/ *n* ਉਪਖੰਡ

subconscious /ˌ**ਸਅੱਬ'ਕੌਨਸ਼ਅਸ**/ *a* ਅਵਚੇਤਨ

subcontinent /ˌ**ਸਅੱਬ'ਕੌਨਟਿਨਅਨਟ**/ *n* ਉਪਮਹਾਂਦੀਪ

subcontract /ˌ**ਸਅੱਬ'ਕੌਨਟਰੈਕਟ**/ *n* ਉਹ ਠੇਕਾ ਜਿਹੜਾ ਠੇਕੇਦਾਰ ਆਪਣੇ ਆਪ ਹੀ ਕਿਸੇ ਹੋਰ ਨੂੰ ਦੇ ਦੇਵੇ, ਸ਼ਿਕਮੀ ਠੇਕਾ, ਉਪ ਠੇਕਾ *vt* ਸ਼ਿਕਮੀ ਠੇਕਾ ਦੇਣਾ

subcutaneous /ˌ**ਸਅੱਬਕਯੁ'ਟੇਇਨਿਅਸ**/*a* ਚਮੜੀ ਦੇ ਹੇਠਲੇ ਹਿੱਸੇ ਦਾ

subdivide /'**ਸਅੱਬਡਿਵ੍ਵਾਇਡ**, ˌ**ਸਅੱਬਡਿ'ਵ੍ਵਾਇਡ**/ *vt* ਹਿੱਸੇ ਦੇ ਹੋਰ ਹਿੱਸੇ ਬਣਾਉਣਾ ਜਾਂ ਬਣਨਾ, ਉਪਵਿਭਾਗ ਕਰਨਾ ਜਾਂ ਹੋਣਾ

subdivision /ˌ**ਸਅੱਬਡਿ'ਵਿਯ਼ਨ**/ *n* ਉਪਮੰਡਲ, ਸਬਡਿਵੀਜ਼ਨ, ਉਪਖੰਡ ਪਰਸ਼ਾਖਾ

subdual /**ਸਅਬ'ਡਯੂਅਲ**/ *n* ਦਮਨ, ਕਾਬੂ, ਵਸੀਕਰਨ, ਸ਼ਾਂਤ ਜਾਂ ਧੀਮਾ ਕਰਨ ਦਾ ਕਾਰਜ

subdue /**ਸਅਬ'ਡਯੂ**/ *vt* ਵੱਸ ਕਰਨਾ, ਕਾਬੂ ਕਰਨਾ, ਅਧੀਨ ਕਰਨਾ, ਦਬਾਅ ਲੈਣਾ; ਜਿੱਤ ਲੈਣਾ, ਸਿਧਾਉਣਾ; ਹੌਲਾ ਕਰਨਾ, ਘਟਾਉਣਾ

subedit /ˌ**ਸਅੱਬ'ਐੱਡਿਟ**/ *vt* ਉਪਸੰਪਾਦਨ ਕਰਨਾ

subeditor /ˌ**ਸਅੱਬ'ਐੱਡਿਟਅ***/ *n* ਉਪਸੰਪਾਦਕ, ਸਬ ਐਡੀਟਰ

sub-editorship /ˌ**ਸਅੱਬ'ਐੱਡਿਟਅਸ਼ਿਪ**/*n* ਉਪਸੰਪਾਦਕੀ

subheading /ˌ**ਸਅੱਬ'ਹੈੱਡਿਙ**/ *n* ਉਪਸਿਰਲੇਖ

subjacent /**ਸਅੱਬ'ਜੇਇਸ(ਅ)ਨਟ**/ *a* ਤਹਿ ਦੀ (ਗੱਲ), ਅਸਲ, ਮੂਲ ਦਾ; ਥੱਲੇ ਵੱਸਿਆ, ਆਧਾਰ ਸਥਿਤ (ਕੋਈ ਵਸਤੂ)

subject /'**ਸਅੱਬਜਿਕਟ, -ਜੈੱਕਟ**/ *a* ਅਧੀਨ *n* ਪਰਜਾ, ਰੱਈਅਤ; ਮਜ਼ਮੂਨ, ਵਿਸ਼ਾ, ਪ੍ਰਕਰਨ; (ਵਿਆ) ਕਰਤਾ /**ਸਅਬ'ਜੈੱਕਟ**/*vt* ਅਧੀਨ ਕਰਨਾ, ਹੇਠ ਕਰਨਾ, ਵੱਸ ਵਿੱਚ ਕਰਨਾ, ਜਿੱਤ ਲੈਣਾ; (ਠੱਠੇ, ਮਖੌਲ ਦਾ) ਵਿਸ਼ਾ ਬਣਾਉਣਾ, ਨਿਸ਼ਾਨਾ ਬਣਾਉਣਾ; ਪ੍ਰਯੋਗ ਕਰਨਾ, ਅਮਲ ਕਰਨਾ; ਪ੍ਰਭਾਵਸ਼ੀਲ ਕਰਨਾ

subjection /**ਸਅਬ'ਜੈੱਕਸ਼ਨ**/ *n* ਅਧੀਨਤਾ, ਦਾਸਤਾ, ਵਸੀਕਰਨ, ਪ੍ਰਾਧੀਨਤਾ, ਦਬਾਅ

subjective /**ਸਅਬ'ਜੈੱਕਟਿਵ੍**/ *a* (ਦਰਸ਼) ਅੰਤਰੀਵ, ਅੰਤਰਮੁਖੀ; ਕਾਲਪਨਿਕ, ਮਨਘੜਤ, ਖ਼ਿਆਲੀ *n* (ਵਿਆ) ਨਾਂਵ, ਕਰਤਾ

subjective case *n* (ਵਿਆ)ਕਰਤਾ ਕਾਰਕ

subjectivism /**ਸਅਬ'ਜ਼ੈੱਕਟਿਵ੍ਵਿਜ਼ਅਮ**/ *n* (ਦਰਸ਼) ਅੰਤਰੀਵਤਾ, ਆਤਮਵਾਦ, ਆਤਮ ਮੁਖਤਾ

subjectivity /ˌ**ਸਅੱਬਜੈੱਕ'ਟਿਵ੍ਅਟਿ**/ *n* ਆਤਮਨਿਸ਼ਠਤਾ, ਅੰਤਰਮੁਖਤਾ, ਆਤਮਲਕਸ਼ਤਾ

subjoin /**ਸਅੱਬ'ਜੌਇਨ**/ *n* ਅਖ਼ੀਰ ਵਿੱਚ ਲਾ ਦੇਣਾ, ਪਿੱਛੇ ਜੋੜ ਦੇਣਾ (ਦ੍ਰਿਸ਼ਟਾਂਤ, ਨਕਸ਼ਾ ਆਦਿ)

subjudice /ˌ**ਸਅੱਬ'ਜੂਡਅਸਿ, -ਸੇਇ, -ਕੇਇ**/*(L)* *a* ਪੇਸ਼ ਅਦਾਲਤ, ਵਿਚਾਰ ਅਧੀਨ, ਨਿਆਂ ਅਧੀਨ

subjugate /'**ਸਅੱਬਜੁਗੇਇਟ**/ *vt* ਵੱਸ ਵਿੱਚ ਕਰਨਾ, ਅਧੀਨ ਕਰਨਾ, ਜਿੱਤ ਲੈਣਾ, ਕਾਬੂ ਵਿੱਚ ਕਰਨਾ, ਦਬਾਅ ਲੈਣਾ, ਦਮਨ ਕਰਨਾ

subjugation /ˌ**ਸਅੱਬਜੁ'ਗੇਇਸ਼ਨ**/ *n*

ਵਸੀਕਰਨ, ਅਧੀਨਤਾ, ਦਮਨ, ਦਬਾਅ, ਤਾਬੇਦਾਰੀ

subjunctive /ਸਅਬ'ਜਅੱਙਕਟਿਵ੍/ *a* ਸ਼ਰਤ ਜਾਂ ਅਨੁਮਾਨ ਆਦਿ ਦਾ ਸੂਚਕ, ਸ਼ਰਤੀਆ; ਸੰਭਾਵਨਾ, ਸੰਸੇ ਜਾਂ ਕਲਪਨਾਵਾਚਕ ਵਿਸ਼ੇਸ਼ ਕਿਰਿਆ ਦਾ ਰੂਪ

sublease /'ਸਅੱਬਲੀਸ/ *n* ਉਪ-ਪਟਾ, ਸ਼ਿਕਮੀ ਪਟਾ, ਪਟਾ-ਦਰ ਪਟਾ **/'ਸਅੱਬ'ਲੀਸ/** *vt* ਉਪ-ਪਟੇ ਉੱਤੇ ਦੇਣਾ, ਸ਼ਿਕਮੀ ਪਟੇ ਉੱਤੇ ਦੇਣਾ

sublet /ˌਸਅੱਬ'ਲੈਟ/ *vt* ਪਟੇ ਉੱਤੇ ਦਿੱਤੀ ਹੋਈ ਵਸਤੂ ਨੂੰ ਅੱਗੇ ਪਟੇ ਉੱਤੇ ਦੇਣਾ, ਅੱਗੇ ਭਾੜੇ ਜਾਂ ਕਿਰਾਏ ਉੱਤੇ ਦੇਣਾ, ਸ਼ਿਕਮੀ ਪਟੇ ਉੱਤੇ ਦੇਣਾ

sublimation /ˌਸਅੱਬਲਿ'ਮੇਇਸ਼ਨ/ *n* ਜੌਹਰ ਉਡਾਈ; ਸ਼ੁੱਧਤਾ; ਉਚਿਆਉਣ

sublime /ਸਅ'ਬਲਾਇਮ/ *a* ਉਦਾਤ, ਸ਼ਿਰੋਮਣੀ, ਗੌਰਵਮਈ, ਉੱਨਤ, ਵਿਸ਼ਾਲ, ਪਰਮ, ਪ੍ਰਭਾਵਸ਼ਾਲੀ, ਸ਼ਾਨਦਾਰ, ਵੱਡਾ, ਉੱਚਾ (ਪਹਾੜ, ਵਿਚਾਰ ਆਦਿ); ਤਲ ਦੇ ਨੇੜੇ ਦਾ, ਸਤ੍ਹਾ ਦੇ ਕਰੀਬ ਦਾ *vt* ਠੋਸ ਨੂੰ ਭਾਫ਼ ਬਣਾ ਕੇ ਦੁਬਾਰਾ ਠੋਸ ਹੋਣ ਦੇਣਾ, ਜੌਹਰ ਉਡਾਉਣਾ, ਉੱਪਰ ਚੁੱਕਣਾ; ਮਹਾਨ ਜਾਂ ਪ੍ਰਭਾਵਸ਼ਾਲੀ ਬਣਾਉਣਾ

subliminal /ˌਸਅੱਬ'ਲਿਮਿਨਲ/ *a* (ਮਨੋ) ਨਿਮਨ ਚੇਤਨਕ

sublimity /ਸਅ'ਬਲਿਮਅਟਿ/ *n* ਮਹਾਨਤਾ, ਵਡਿਆਈ, ਪ੍ਰਭਾਵਸ਼ੀਲਤਾ, ਗੌਰਵਤਾ, ਸ਼ਾਨ, ਉੱਚਤਾ; ਉਦਾਰਤਾ

sublunar, sublunary /ਸਅੱਬ'ਲੂਨਅ*, ਸਅੱਬ'ਲੂਨ(ਅ)ਰਿ/ *a* ਸੰਸਾਰਿਕ, ਇਸ ਪ੍ਰਿਥਵੀ ਦਾ, ਦੁਨਿਆਵੀ

submarine /ˌਸਅੱਬਮਅ'ਰੀਨ, 'ਸਅੱਬਮਅਰੀਨ/ *n* ਪਣਡੁਬਕੀ, ਡੁਬਕਣੀ ਕਿਸ਼ਤੀ, ਪਾਣੀ ਹੇਠ ਚੱਲਣ ਵਾਲੀ ਲੜਾਈ ਦੀ ਬੇੜੀ *a* ਜਲਵਰਤੀ; ਸਮੁੰਦਰ ਦੇ ਥੱਲੇ ਦਾ, ਸਮੁੰਦਰ ਦੀ ਸਤ੍ਹਾ ਦੇ ਥੱਲੇ (ਰਹਿਣ ਵਾਲਾ, ਚੱਲਣ ਵਾਲਾ, ਬਣਿਆ ਆਦਿ)

submerge /ਸਅਬ'ਮਅ:ਜ/ *v* ਪਾਣੀ ਵਿੱਚ ਡੋਬਣਾ ਜਾਂ ਡੁੱਬਣਾ, ਗਰਕ ਕਰਨਾ ਜਾਂ ਹੋਣਾ; (ਬੋਲ) (ਪਣ ਡੁਬਕੀ ਜਾਂ ਮਲਾਹ ਦਾ) ਗੋਤਾ ਲਾਉਣਾ; ਡੁਬਕੀ ਮਾਰਨਾ, ਸਮੁੰਦਰ ਦੇ ਹੇਠਾਂ ਜਾਣਾ

submergence /ਸਅਬ'ਮਅ:ਜ(ਅ)ਨਸ/ *n* ਡੋਬ, ਡੋਬਾ, ਗੋਤਾ, ਡੁਬਕੀ, ਜਲ-ਪ੍ਰਵਾਹ

submerse /ਸਅਬ'ਮਅ:ਸ/ *vt* ਪਾਣੀ ਵਿੱਚ ਡੁਬੋਣਾ, ਜਲ-ਪ੍ਰਵਾਹ ਕਰਨਾ *a* ਪਾਣੀ ਦੇ ਅੰਦਰ ਦਾ

submersed /ਸਅਬ'ਮਅ:ਸਟ/ *a* ਡਬੋਇਆ ਹੋਇਆ, ਪਾਣੀ ਦੇ ਥੱਲੇ ਦਾ

submersibility /ਸਅਬˌਮਅ:ਸਅ'ਬਿਲਅਟਿ/ *n* ਡੋਬ, ਡੋਬਣਸ਼ੀਲਤਾ

submersible /ਸਅਬ'ਮਅ:ਸਅਬਲ/ *a* ਡੋਬਣ ਯੋਗ

submersion /ਸਅਬ'ਮਅ:ਸ਼ਨ/ *n* ਡੋਬ, ਜਲ ਪ੍ਰਵਾਹ

submission /ਸਅਬ'ਮਿਸ਼ਨ/ *n* ਅਧੀਨਗੀ, ਈਨ, ਤਾਬੇਦਾਰੀ; (ਕਨੂੰ) ਬੇਨਤੀ

submissive /ਸਅਬ'ਮਿਸਿਵ੍/ *a* ਆਗਿਆਪਾਲ, ਆਗਿਆਕਾਰ, ਤਾਬੇਦਾਰ, ਦੀਨ, ਸੁਸ਼ੀਲ; ਦਬੇਲ, ਨਿਮਰ, ਮਸਕੀਨ, ਹੁਕਮਬਰਦਾਰ

submit /ਸਅਬ'ਮਿਟ/ *v* ਹਵਾਲੇ ਕਰਨਾ, ਸ਼ਰਨ ਲੈਣਾ, ਅਧੀਨਤਾ ਸਵੀਕਾਰ ਕਰਨਾ; (ਵਿਚਾਰ) ਪੇਸ਼ ਕਰਨਾ; ਅੱਗੇ ਰੱਖਣਾ (ਨਿਰੀਖਣ ਜਾਂ ਫ਼ੈਸਲੇ ਲਈ); ਬੇਨਤੀ ਕਰਨਾ; ਝੁਕ ਜਾਣਾ, ਮੰਨ ਲੈਣਾ

subnormal /ˌਸਅੱਬ'ਨੋਮਲ/ *a* ਆਮ ਤੋਂ ਘੱਟ, ਸਧਾਰਨ ਤੋਂ ਘੱਟ

subordinate /ਸਅ'ਬੋਡਿਨਅਟ/ *a* ਅਧੀਨ, ਸਹਾਇਕ, ਛੋਟਾ, ਘੱਟ ਦਰਜੇ ਦਾ; ਮਤਹਿਤ, ਹੇਠਲਾ ਅਧੀਨ *vt* ਅਧੀਨ ਜਾਂ ਛੋਟਾ ਸਮਝਣਾ, ਘੱਟ ਮਹੱਤਵ ਦੇਣਾ, ਮਤਹਿਤ ਬਣਾਉਣਾ

subordination /ਸਅਬੋਡਿ'ਨੇਇਸ਼ਨ/ *n* ਅਧੀਨਗੀ, ਮਤਹਿਤੀ

subordinative /ਸਅ'ਬੋਡਿਨਅਟਿਵ੍/ *a* ਅਧੀਨ, ਅਧੀਨਤਾਸੂਚਕ

suborn /ਸਅ'ਬੋਨ/ *vt* (ਵੱਢੀ ਆਦਿ ਦੇ ਕੇ) ਝੂਠੀ ਸਹੁੰ ਜਾਂ ਝੂਠੀ ਗਵਾਹੀ ਲਈ ਤਿਆਰ ਕਰਨਾ,

ਗ਼ੈਰਕਨੂੰਨੀ ਕੰਮ ਲਈ ਲਲਚਾਉਣਾ; ਵਰਗਲਾਉਣਾ, ਗੰਢਣਾ

subornation /ˌਸਅੱਬੋ'ਨੇਇਸ਼ਨ/ *n* ਝੂਠੀ ਗਵਾਹੀ

suborned witness *n* ਝੂਠਾ ਗਵਾਹ

subpoena /ਸਅ'ਪੀਨਅ/ *(L) n* ਸੰਮਨ ਜਿਸ ਰਾਹੀਂ ਕਿਸੇ ਵਿਅਕਤੀ ਨੂੰ ਅਦਾਲਤ ਵਿੱਚ ਹਾਜ਼ਰ ਹੋਣ ਦਾ ਹੁਕਮ ਦਿੱਤਾ ਜਾਵੇ, ਸੰਮਨ ਹਾਜ਼ਰੀ, ਹੁਕਮ ਹਾਜ਼ਰੀ *vt* ਸੰਮਨ ਜਾਰੀ ਕਰਨਾ

subpolar /ਸਅਬ'ਪੋਲਅ*/ *a* ਉਪਧਰੁਵੀ

sub-Saharan /ˌਸਅੱਬਸਅ'ਹਾਰਅਨ/ *a* (ਅਫ਼ਰੀਕਾ ਵਿੱਚ) ਸਹਾਰਾ ਰੇਗਿਸਤਾਨ ਦੇ ਨਾਲ ਲੱਗਵਾਂ (ਇਲਾਕਾ)

subscribe /ਸਅਬ'ਸਕਰਾਇਬ/ *v* ਦਸਤਖ਼ਤ ਕਰਨਾ, ਲਿਖਤ ਜਾਂ ਤਸਵੀਰ ਹੇਠਾਂ ਆਪਣਾ ਨਾਂ ਲਿਖਣਾ, ਸਹੀ ਪਾਉਣਾ; ਹਾਮੀ ਭਰਨਾ, ਸੰਮਤੀ ਦੇਣਾ, ਤਾਈਦ ਕਰਨਾ; ਚੰਦਾ ਦੇਣਾ, ਚੰਦੇ ਰਾਹੀਂ ਇਕੱਤਰ ਕਰਨਾ, ਗਾਹਕ ਬਣਨਾ

subscriber /ਸਅਬ'ਸਕਰਾਇਬਅ*/ *n* ਦਸਤਖ਼ਤ ਕਰਨ ਵਾਲਾ, ਸਹੀਕਾਰ; ਗਾਹਕ, ਚੰਦਾ ਦੇਣ ਵਾਲਾ

subscript /'ਸਅੱਬਸਕਰਿਪਟ/ *a* ਹੇਠ ਲਿਖਿਆ, ਨਿਮਨ ਲਿਖਤ

subscription /ਸਅਬ'ਸਕਰਿਪਸ਼ਨ/ *n* ਚੰਦਾ, ਦਾਨ; ਮੁੱਲ, ਕੀਮਤ; ਸਹੀ, ਨਾਮ ਲੇਖਨ, ਦਸਤਖ਼ਤ

subsequence /'ਸਅੱਬਸਿਕਵਅਨਸ/ *n* ਉੱਤਰਵਰਤਤਾ, ਪਰਿਣਾਮ

subsequent /'ਸਅੱਬਸਿਕਵਅਨਟ/ *a* ਉੱਤਰਵਰਤੀ, ਉੱਤਰਕਾਲੀਨ, ਆਗਾਮੀ, ਅਗਲਾ

subsequently /'ਸਅੱਬਸਿਕਵਅਨਟਲਿ/ *a* ਬਾਅਦ ਵਿੱਚ, ਪਿੱਛੋਂ

subserve /ਸਅਬ'ਸਅ:ਵ਼/ *vt* ਸਹਾਇਕ ਹੋਣਾ, ਉਪਯੋਗੀ ਹੋਣਾ, ਸਾਧਨ ਸਿੱਧ ਹੋਣਾ, ਕਿਸੇ ਕੰਮ ਦਾ ਮਾਧਿਅਮ ਬਣਨਾ

subservience, subserviency /ਸਅਬ'ਸਅ:ਵ਼ਿਅਨਸ, ਸਅਬ'ਸਅ:ਵ਼ਿਅਨਸਿ/ *n* ਉਪਯੋਗ, ਸਹਾਇਤਾ, ਅਧੀਨਤਾ; ਚਾਪਲੂਸੀ, ਖ਼ੁਸ਼ਾਮਦ, ਜੀ ਹਜ਼ੂਰੀ

subservient /ਸਅਬ'ਸਅ:ਵਿਅਨਟ/ *a* ਉਪਯੋਗੀ, ਸਹਾਇਕ, ਹੱਥ-ਠੋਕਾ

subside /ਸਅਬ'ਸਾਇਡ/ *v* (ਪਾਣੀ) ਉੱਤਰ ਜਾਣਾ, ਥੱਲੇ ਆ ਜਾਣਾ, ਘਟ ਜਾਣਾ, ਛੁਪ ਜਾਣਾ, ਗ਼ਾਇਬ ਹੋ ਜਾਣਾ; (ਇਮਾਰਤ, ਜਹਾਜ਼ ਆਦਿ ਦਾ) ਧਰਤੀ ਜਾਂ ਪਾਣੀ ਵਿੱਚ ਥੱਲੇ ਬੈਠ ਜਾਣਾ; (ਜ਼ਮੀਨ ਦਾ) ਧਸ ਜਾਣਾ, ਬੈਠ ਜਾਣਾ; (ਲਟਕਾਏ ਗਏ ਪਦਾਰਥ ਦਾ) ਥੱਲੇ ਬੈਠਣਾ, (ਕਿਸੇ ਵਿਅਕਤੀ ਦਾ, ਹਾਸੇ ਠੱਠੇ ਵਿੱਚ) ਗੋਡਿਆਂ ਸਹਾਰੇ ਬੈਠਣਾ ਜਾਂ ਲੇਟ ਜਾਣਾ, ਝੁਕਣਾ; ਸ਼ਾਂਤ ਹੋਣਾ, ਘਟਣਾ, ਸੰਘਰਸ਼ ਤਿਆਗ ਦੇਣਾ; ਕੰਮ ਰੋਕ ਦੇਣਾ ਜਾਂ ਬੰਦ ਹੋਣਾ, ਮੱਧਮ ਪੈਣਾ, ਠੰਢਾ ਪੈਣਾ, ਘਟ ਜਾਣਾ, ਥੰਮ ਜਾਣਾ (ਜੋਸ਼, ਤੂਫ਼ਾਨ ਆਦਿ)

subsidence /ਸਅਬ'ਸਾਇਡਨਸ, ਸਅੱਬਸਿਡਨਸ/ *n* ਉਤਾਰ, ਠਹਿਰਾ, ਲਹਾ, ਸ਼ਾਂਤੀ

subsidiary /ਸਅਬ'ਸਿਡਿਅਰਿ/ *a* ਸਹਾਇਕ, ਅਧੀਨ, ਤਾਬੇ, ਉਪਸੰਗੀ; ਮਤਹਿਤ; ਉਧਾਰ ਮੰਗੀਆਂ (ਫ਼ੌਜੀ ਟੁਕੜੀਆਂ) *n* (ਬਹੁ) ਸਹਾਇਕ ਕੰਪਨੀ; ਸਹਾਇਕ ਵਿਅਕਤੀ

subsidize /'ਸਅੱਬਸਿਡਾਇਜ਼/ *vt* (ਇੱਕ ਰਾਜ ਦੀ ਦੂਜੇ ਰਾਜ ਨੂੰ) ਮਾਲੀ ਸਹਾਇਤਾ ਕਰਨਾ, ਮਦਦ ਦੇ ਤੌਰ 'ਤੇ ਰਕਮ ਦੇਣਾ

subsidy /'ਸਅੱਬਸਅਡਿ/ *n* ਆਰਥਿਕ ਸਹਾਇਤਾ, ਇਮਦਾਦੀ ਰਕਮ; (ਇਤਿ) ਰਾਜ ਵੱਲੋਂ ਕਿਸੇ ਹੋਰ ਰਾਜ ਨੂੰ ਫ਼ੌਜੀ ਸਹਾਇਤਾ ਵਜੋਂ ਦਿੱਤੀ ਸਹਾਇਕ ਰਕਮ; (ਸਰਕਾਰੀ) ਆਰਥਿਕ ਜਾਂ ਮਾਲੀ ਸਹਾਇਤਾ (ਕਿਸੇ ਕਾਰਖ਼ਾਨੇ ਜਾਂ ਆਸ਼ਰਮ ਨੂੰ), ਅਨੁਦਾਨ

subsign /ਸਅਬ'ਸਾਇਨ/ *vt* ਹੇਠਾਂ ਦਸਤਖ਼ਤ ਕਰਨਾ; ਥੱਲੇ ਲਿਖਣਾ

subsist /ਸਅਬ'ਸਿਸਟ/ *v* ਜਿਊਂਦੇ ਰਹਿਣਾ, ਹੋਣਾ, ਹੁੰਦੇ ਰਹਿਣਾ, ਚੱਲਣਾ, ਟਿਕਣਾ; ਰੋਟੀ ਕੱਪੜਾ

ਦੇਣਾ, ਖੁਆਉਣਾ-ਪਿਆਉਣਾ, ਜੀਵਨ ਨਿਰਬਾਹ ਕਰਨਾ, ਭੋਜਨ ਪ੍ਰਾਪਤ ਕਰਨਾ

subsistence/**ਸਅਬ'ਸਿਸਟਅਨਸ**/*n* ਉਪਜੀਵਕਾ, ਜੀਵਨ ਨਿਰਬਾਹ, ਨਿਰਬਾਹ, ਰੋਜ਼ੀ,. ਗੁਜ਼ਾਰਾ

subsoil /**'ਸਅੱਬਸੌਇਲ**/ *n* ਜ਼ਮੀਨ ਦੀ ਸਤ੍ਹਾ ਦੇ ਥੱਲੇ ਦੀ ਤਹਿ, ਧਰਤੀ ਦੀ ਦੂਜੀ ਪਰਤ

substance /**'ਸਅੱਬਸਟਅਨਸ**/ *n* ਸਾਰ, ਸਾਰਾਂਸ਼, ਭਾਵ, ਨਚੋੜ, ਅਸਲੀ ਮਤਲਬ, ਤੱਤ; ਵਸਤੂ, ਸਮੱਗਰੀ, ਵਿਸ਼ਾ ਵਸਤੂ; ਵਾਸਤਵਿਕਤਾ; ਯੋਗਤਾ; ਧਨ, ਸੰਪੱਤੀ; ਪਕਿਆਈ

substandard /**ˌਸਅੱਬ'ਸਟੈਨਡਅਡ**/ *a* ਮਿਆਰ ਤੋਂ ਡਿਗਿਆ, ਘਟੀਆ

substantial /**ਸਅਬ'ਸਟੈਨਸ਼ਲ**/ *a* ਮਹੱਤਵਪੂਰਨ, ਮੁੱਲਵਾਨ; ਠੋਸ, ਨਿੱਗਰ; ਵਾਸਤਵਿਕ, ਸਾਖਿਆਤ, ਅਸਲੀ, ਸੱਚ-ਮੁੱਚ ਦਾ; ਧਨਵਾਨ, ਧਨੀ, ਪੈਸੇ ਵਾਲਾ

substantiality /**ਸਅਬਸਟੈਨਸ਼ਿ'ਐਲਅਟਿ**/ *n* ਵਾਸਤਵਿਕਤਾ, ਯਥਾਰਥਿਕਤਾ, ਸਾਰ, ਸਚਾਈ; ਮਹੱਤਵਪੂਰਨਤਾ

substantially /**ਸਅਬ'ਸਟੈਨਸ਼ਅਲਿ**/ *adv* ਉਚਿਤ ਰੂਪ ਵਿੱਚ

substantiate /**ਸਅਬ'ਸਟੈਨਸ਼ਿਏਇਟ**/ *v* (ਕਿਸੇ ਦੋਸ਼, ਕਥਨ, ਦਾਅਵੇ ਨੂੰ) ਸਿੱਧ ਕਰਨਾ, ਸਚਾਈ ਸਿੱਧ ਕਰਨਾ, ਸਾਬਤ ਕਰਨਾ, ਸਬੂਤ ਦੇਣਾ, ਪ੍ਰਮਾਣ ਦੇਣਾ

substantiation /**ਸਅਬˌਸਟੈਨਸ਼ਿ'ਏਇਸ਼ਨ**/ *n* ਪ੍ਰਮਾਣਿਤ ਜਾਂ ਸਿੱਧ ਕਰਨ ਦਾ ਕੰਮ, ਸਿੱਧ

substantiator /**ਸਅਬ'ਸਟੈਨਸ਼ਿਏਇਟਅ***/ *n* ਸਿੱਧ ਕਰਨ ਵਾਲਾ, ਸਬੂਤ ਦੇਣ ਵਾਲਾ, ਕਾਰਨ ਦੱਸਣ ਵਾਲਾ (ਵਿਅਕਤੀ)

substantival /**ˌਸਅੱਬਸਟ(ਅ)ਨ'ਟਾਇਵ਼ਲ**/ *a* ਨਾਂਵ ਸੰਬੰਧੀ, ਸੰਗਿਆ ਸਬੰਧੀ

substantive /**ਸਅਬ'ਸਟੈਨਟਿਵ਼, 'ਸਅੱਬਸਟ-ਅਨਟਿਵ਼**/ *a* ਸੁਤੰਤਰ, ਬੰਧਨ ਮੁਕਤ, ਵਾਸਤਵਿਕ, ਮੌਲਿਕ, ਅਸਲੀ, ਹੋਂਦ ਪ੍ਰਗਟਾਊ *n* ਨਾਂਵ, ਸੰਗਿਆ

substituent /**'ਸਅੱਬਸਟਿਟਯੁਅਨਟ**/ *n* ਬਦਲ, ਪ੍ਰਤਿਸਥਾਪਕ

substitute /**'ਸਅੱਬਸਟਿਟਯੂਟ**/ *n* ਇਵਜ਼, ਬਦਲ, ਪ੍ਰਤਿਨਿਧੀ, ਪ੍ਰਤਿਸਥਾਪਨ *vt* ਬਦਲ ਕੇ ਰੱਖਣਾ, ਵਟਾ ਕੇ ਰੱਖਣਾ; ਪ੍ਰਸਥਾਨ ਕਰਨਾ, ਅਦਲਾ-ਬਦਲੀ ਕਰਨਾ, ਦੂਜੇ ਨੂੰ ਰੱਖਣਾ ਜਾਂ ਬਠਾਉਣਾ

substitution /**ˌਸਅੱਬਸਟਿ'ਟਯੂਸ਼ਨ**/ *n* ਅਦਲਾ-ਬਦਲੀ, ਪ੍ਰਸਥਾਨ, ਬਦਲੀ, ਪ੍ਰਤਿਸਥਾਪਨ, ਬਦਲ

substitutor /**'ਸਅੱਬਸਟਿਟਯੂਟਅ***/ *n* ਅਦਲਾ-ਬਦਲੀ ਕਰਨ ਵਾਲਾ, ਪ੍ਰਸਥਾਨ ਕਰਨ ਵਾਲਾ (ਵਿਅਕਤੀ)

substratum /**'ਸਅੱਬਸਟਰਾਟਅਮ**/ *n* ਆਧਾਰ, ਨੀਂਹ; ਨਿਮਨ ਵਰਗ

substruction /**ਸਅੱਬ'ਸਟਰਅੱਕਸ਼ਅਨ**/ *n* ਆਧਾਰ, ਨੀਂਹ

substructure /**'ਸਅਬਸਟਰਅੱਕਚਅ***/ *n* ਨੀਂਹ, ਆਧਾਰ

subsultive, subsultory /**ਸਅਬ'ਸਅੱਲਟਿਵ਼, ਸਅਬ'ਸਅੱਲਟਰਿ**/ *a* ਰੁਕ-ਰੁਕ ਕੇ ਚੱਲਣ ਵਾਲਾ, ਟੱਪਣ ਵਾਲਾ, ਕੁੱਦਣ ਵਾਲਾ, ਛਾਲ ਮਾਰਨ ਵਾਲਾ

subsume /**ਸਅੱਬ'ਸਯੂਮ**/ *v* (ਕਿਸੇ ਇੱਕ ਉਦਾਹਰਨ ਨੂੰ) ਇੱਕ ਵਰਗ ਜਾਂ ਨੇਮ ਉੱਤੇ ਲਾਗੂ ਕਰਨਾ; ਸ਼ਾਮਲ ਕਰਨਾ, ਸਮੋ ਲੈਣਾ

subtenancy /**ਸਅੱਬ'ਟੈਨਅਮਿ**/ *n* ਉਪਕਿਰਾਏਦਾਰੀ; ਉਪਮੁਜ਼ਾਰਗੀਰੀ; ਉਪਲਗਾਨਦਾਰੀ

subtenant /**ਸਅੱਬ'ਟੈੱਨ(ਅ)ਨਟ**/ *n* ਉਪਕਿਰਾਏਦਾਰ; ਉਪਮੁਜ਼ਾਰਾ

subtend /**ਸਅਬ'ਟੈੱਨਡ**/ *v* (ਰੇਖਾ) ਕੋਨ ਦੇ ਸਾਮ੍ਹਣੇ ਰੇਖਾ ਜਾਂ ਵਤਰ ਦਾ ਹੋਣਾ, ਵਤਰ ਦੇ ਸਾਮ੍ਹਣੇ ਕੋਨ ਦਾ ਹੋਣਾ

subterfuge /**'ਸਅੱਬਟਅਫ਼ਯੂਜ**/ *n* ਕਪਟ, ਛਲ, ਧੋਖਾ; ਭੁਲਾਵਾ, ਬਹਾਨਾ, ਟਾਲ-ਮਟੋਲ,

ਢੁੱਚਰਬਾਜ਼ੀ

subterranean /ˌਸਅੱਬਟਅ'ਰੇਇਨਿਅਨ/ *a* ਜ਼ਮੀਨ ਦੇ ਹੇਠਾਂ ਦਾ, ਭੂਮੀਗਤ

subtilize /'ਸਅੱਟ(ਅ)ਲਾਇਜ਼/ *v* ਅਤਿ ਸੂਖਮ ਕਰਨਾ, ਬਰੀਕ ਕਰਨਾ; (ਕਿਸੇ ਵਿਚਾਰ ਆਦਿ ਨੂੰ) ਸੂਖਮ ਬਣਾਉਣਾ

subtilty /'ਸਅੱਟਲਟਿ/ *n* ਅੱਤ ਦੀ ਸੂਖਮਤਾ, ਸੂਖਮ ਭੇਦ; ਬਰੀਕੀ; ਚਤਰਾਈ

subtitle /'ਸਅੱਬਟਾਇਟਲ/ *n* ਉਪਸਿਰਲੇਖ, ਉਪਸ਼ੀਰਸ਼ਕ, ਉਪਨਾਮ; ਫ਼ਿਲਮੀ ਨਾਂ

subtle /'ਸਅੱਟਲ/ *a* ਹਲਕਾ, ਲਤੀਫ, ਸੁਬਕ, ਪਤਲਾ, ਵਿਰਲਾ, ਰਹੱਸਮਈ; ਸੂਖਮ, ਬਰੀਕ; ਤੀਬਰ, ਤੀਖਣ (ਬੁੱਧੀ, ਦ੍ਰਿਸ਼ਟੀ ਆਦਿ); ਨਿਪੁੰਨ, ਚਤਰ, ਮੱਕਾਰ, ਚਲਾਕ

subtlety /'ਸਅੱਟਲਟਿ/ *n* ਵਿਰਲਤਾ, ਪਤਲਾਪਣ; ਛਲਪੂਰਨਤਾ, ਚਲਾਕੀ, ਮੱਕਾਰੀ; ਸੂਖਮ ਭੇਦ, ਸੂਖਮਤਾ; ਤੀਖਣਤਾ

subtract /ਸਅਬ'ਟਰੈਕਟ/ *vt* (ਇੱਕ ਵਿੱਚੋਂ ਦੂਜਾ) ਘਟਾਉਣਾ, ਤਫ਼ਰੀਕ ਕਰਨਾ, ਮਨਫ਼ੀ ਕਰਨਾ, ਕੱਟਣਾ, ਹਟਾਉਣਾ

subtraction /ਸਅਬ'ਟਰੈਕਸ਼ਨ/ *n* ਘਟਾਅ, ਤਫ਼ਰੀਕ, ਮਨਫ਼ੀ

subtractor /ਸਅਬ'ਟਰੈਕਟਅ*/ *n* ਘਟਾਉਣ ਵਾਲਾ, ਤਫ਼ਰੀਕ ਕਰਨ ਵਾਲਾ, ਕੱਢਣ ਵਾਲਾ (ਵਿਅਕਤੀ)

subtrahend /'ਸਅੱਬਟਰਅਹੈਨੱਡ/ *n* ਘਟਾਈ ਜਾਣ ਵਾਲੀ ਰਕਮ

suburb /'ਸਅੱਬਅ:ਬ/ *n* ਸ਼ਹਿਰ ਦੇ ਆਸ-ਪਾਸ ਦਾ ਇਲਾਕਾ, ਸ਼ਹਿਰ ਦਾ ਚੁਗਿਰਦਾ, ਆਲਾ-ਦੁਆਲਾ, ਸ਼ਹਿਰ ਦਾ ਨੇੜਾ; ਉਪ ਨਗਰ, ਨਗਰ ਦੇ ਆਸ ਪਾਸ ਦੀ ਭੂਮੀ

suburban /ਸਅ'ਬਅ:ਬਅਨ/ *a* ਆਲੇ-ਦੁਆਲੇ ਸੰਬੰਧੀ; ਉਪ ਨਗਰ ਸੰਬੰਧੀ

subvent /ਸਅੱਬ'ਵੈਂਟ/ *vt* ਸਹਾਇਤਾ ਕਰਨਾ, ਮਾਲੀ ਸਹਾਇਤਾ ਕਰਨਾ, ਧਰਮਾਰਥ ਸਹਾਇਤਾ ਦੇਣਾ

subvention /ਸਅਬ'ਵੈੱਨਸ਼ਨ/ *n* ਗਰਾਂਟ ਜਾਂ ਆਰਥਿਕ ਸਹਾਇਤਾ, ਸਰਕਾਰੀ ਇਮਦਾਦ, ਧਰਮਾਰਥ ਸਹਾਇਤਾ

subversion /ਸਅਬ'ਵ੍ਅ:ਸ਼ਨ/ *n* ਉਲਟ-ਪੁਲਟ, ਚੱਕ-ਥੱਲ, ਭੰਨ-ਤੋੜ, ਵਿਨਾਸ਼, ਉਲਟ-ਫੇਰ

subversive /ਸਅਬ'ਵ੍ਅ:ਸਿਵ੍/ *a* ਉਲਟਾਊ, ਚਕਥੱਲਵੀਂ, ਵਿਨਾਸ਼ਕਾਰੀ, ਉਲਟ ਫੇਰ ਕਰਨ ਵਾਲਾ

subvert /ਸਅਬ'ਵਅ:ਟ/ *vi* ਉਲਟ-ਪੁਲਟ ਦੇਣਾ, ਨਸ਼ਟ ਕਰਨਾ, ਸਤਿਆਨਾਸ ਕਰਨਾ; ਵਿਗਾੜਨਾ, ਖ਼ਰਾਬ ਕਰਨਾ

subway /'ਸਅੱਬਵੇਇ/ *n* ਭੂਮੀ ਦੇ ਥੱਲੇ ਦਾ ਮਾਰਗ, ਸੁਰੰਗ ਦਾ ਰਾਹ

sub-zero /ਸਅੱਬ'ਜ਼ਿਅਰਅਉ/ *a* ਸਿਫ਼ਰ ਤੋਂ ਘੱਟ (ਤਾਪਮਾਨ), ਸ਼ੂਨਯ ਤੋਂ ਥੱਲੇ

succade /ਸਅ'ਕੇਇਡ/ *n* ਫਲਾਂ ਦਾ ਮੁਰੱਬਾ

succeed/ਸਅਕ'ਸੀਡ/ *v* ਸਫਲ ਹੋਣਾ, ਮਨੋਰਥ ਪੂਰਾ ਹੋਣਾ; (ਕਿਸੇ ਯੋਜਨਾ ਦਾ) ਚੱਲ ਜਾਣਾ; ਬਾਅਦ ਵਿੱਚ ਆਉਣਾ ਜਾਂ ਹੋਣਾ; (ਕਿਸੇ ਦੀ) ਥਾਂ ਲੈਣਾ; ਉੱਤਰਾਧਿਕਾਰੀ ਜਾਂ ਉੱਤਰਗਾਮੀ ਹੋਣਾ, ਜਾਨਸ਼ੀਨ ਹੋਣਾ

succeeding /ਸਅਕ'ਸੀਡਿਙ/ *a* ਅਗਾਮੀ; ਉੱਤਰਵਰਤੀ

success /ਸਅਕ'ਸੈੱਸ/ *n* ਸਫਲਤਾ, ਕਾਮਯਾਬੀ; ਕਾਮਯਾਬ ਆਦਮੀ ਜਾਂ ਵਸਤੂ **nothing succeeds like success** ਚੱਲਦੀ ਦਾ ਨਾਂ ਗੱਡੀ

successful /ਸਅਕ'ਸੈੱਸਫ਼ਲ/ *a* ਸਫਲ, ਕਾਮਯਾਬ

succession /ਸਅਕ'ਸੈੱਸ਼ਨ/ *n* ਉੱਤਰਅਧਿਕਾਰ, ਜਾਨਸ਼ੀਨੀ; ਹੱਕ ਜਾਨਸ਼ੀਨੀ; ਵਿਰਸਾ; ਪਰੰਪਰਾ; ਸਿਲਸਿਲਾ

successive /ਸਅਕ'ਸੈੱਸਿਵ੍/ *a* ਕ੍ਰਮ ਅਨੁਸਾਰ, ਸਿਲਸਿਲੇਵਾਰ, ਲਗਾਤਾਰ

successor /ਸਅਕ'ਸੈੱਸਅ*/ *n* ਉੱਤਰਅਧਿਕਾਰੀ;

ਜਾਨਸ਼ੀਨ, ਵਾਰਸ

succinct /ਸਅਕ'ਸਿਙਕਟ/ *a* ਥੋੜ੍ਹੇ ਸ਼ਬਦਾਂ ਦਾ, ਸੰਖੇਪ, ਸੰਖਿਪਤ

succour /'ਸਅੱਕਅ*/ *vt* (ਮੁਸ਼ਕਲ ਸਮੇਂ) ਸਹਾਇਤਾ ਦੇਣਾ, ਮਦਦ ਕਰਨਾ, ਆਸਰਾ ਦੇਣਾ, ਬਹੁੜਨਾ *n* ਸਹਾਇਤਾ, ਮਦਦ, ਆਸਰਾ, ਬਹੁੜੀ; (ਬਹੁ) ਸਹਾਇਕ ਸੈਨਾ, ਕੁਮਕ, ਮਦਦ ਲਈ ਆਉਣ ਵਾਲੇ ਫ਼ੌਜੀ ਦਸਤੇ

succulence /'ਸਅੱਕਯਅਲਅਨਸ/ *n* ਰਸਦਾਇਕਤਾ, ਰਸੀਲਾਪਣ, ਸੁਆਦ, ਰੋਚਕਤਾ

succulent /'ਸਅੱਕਯਅਲਅਨਟ/ *a* ਰਸਪੂਰਨ, ਰਸਦਾਰ, ਰਸਿਆ, ਰਸੀਲਾ, ਮਜ਼ੇਦਾਰ, ਸੁਆਦੀ; (ਬਨ) ਮੋਟੀਆਂ ਅਤੇ ਗੁੱਦੇਦਾਰ ਪੱਤੀਆਂ ਅਤੇ ਟੰਡਲ ਵਾਲਾ

succumb /ਸਅ'ਕਅੱਮ/ *vt* ਹਾਰ ਜਾਣਾ, ਹਥਿਆਰ ਸੁੱਟ ਦੇਣਾ, ਸ਼ਿਕਸਤ ਖਾਣਾ, ਸਿਰ ਝੁਕਾਉਣਾ, ਦਬ ਜਾਣਾ; ਮਰ ਜਾਣਾ; ਸ਼ਿਕਾਰ ਹੋਣਾ (ਰੋਗ, ਲਾਲਚ, ਦਬਾਅ ਦਾ)

such /ਸਅੱਚ/ *a* ਇਸ ਤਰ੍ਹਾਂ ਦਾ, ਅਜਿਹਾ, ਇੰਨਾ ਵੱਡਾ; ਇਤਨਾ, ਇਸ ਢੰਗ ਦਾ; (ਕਨੂੰ) ਪਹਿਲਾਂ ਕਿਹਾ; ਏਡਾ ਮਹਾਨ, ਇਤਨਾ ਵੱਡਾ, ਗਜ਼ਬ ਦਾ, ਇੰਨਾ ਵਧੀਕ ਕਿ, ਅਜਿਹਾ ਕਿ; ਵਿਸ਼ੇਸ਼, ਫਲਾਂ-ਫਲਾਂ *pron* ਉਹ (ਲੋਕ), ਇਹ **such-and-such** *a* ਫਲਾਂ-ਫਲਾਂ, ਫਲਾਣਾ, ਢਿਮਕਾ, ਅਮਕਾ

suchlike /'ਸਅੱਚਲਾਇਕ/ *n* ਅਜਿਹੀਆਂ ਚੀਜ਼ਾਂ

suck /ਸਅੱਕ/ *v* ਚੁੰਘਣਾ; ਚੂਸਣਾ, ਚੁਸਕੀ ਲਾਉਣਾ; ਚੂਪਣਾ; ਜੀਭ ਫੇਰਨਾ, ਜੀਭ ਨਾਲ ਚੱਟਣਾ; ਸੁੜ੍ਹਕਣਾ, ਸਰ-ਸਰ ਕਰਨਾ, ਚੂਸਣ ਦੀ ਅਵਾਜ਼ ਕਰਨਾ, ਕਸ਼ ਭਰਨਾ *n* ਚੁੰਘਾਈ, ਚੁਸਕੀ, ਸੁੜ੍ਹਕਾ, ਚੂਪਾ, ਚੂਸਾ

sucker /'ਸਅੱਕਅ*/ *n* ਚੂਸਕ; ਚੂਸਣੀ; ਅਨਾੜੀ (ਬੰਦਾ); ਪਾਣੀ ਖਿੱਚਣ ਦੀ ਪਿਚਕਾਰੀ ਦਾ ਪਿਸਟਨ; ਜੜ੍ਹ ਤੋਂ ਪੁੱਟਣ ਵਾਲੀ ਸ਼ਾਖਾ

sucket /'ਸਅੱਕਿਟ/ *n* ਮੂੰਹ ਵਿੱਚ ਘੁਲ ਜਾਣ ਵਾਲੀ ਮਿਠਿਆਈ

suck in *vt* (ਭੰਵਰ ਆਦਿ ਦਾ) ਹੜੱਪ ਜਾਣਾ, ਗਰਕ ਕਰ ਦੇਣਾ, ਕਿਸੇ ਨੂੰ ਡੋਬ ਦੇਣਾ; ਖਾ ਪੀ ਜਾਣਾ

sucking /'ਸਅੱਕਿਙ/ *n* ਥਣ ਚੁੰਘਣ ਦੀ ਕਿਰਿਆ, ਚੂਸਣ *a* ਚੂਸਣ ਵਾਲਾ, ਚੁੰਘਣ ਵਾਲਾ

sucking-child *n* ਦੁੱਧ ਚੁੰਘਦਾ ਬੱਚਾ

suckle /'ਸਅੱਕਲ/ *v* (ਮਾਂ ਦਾ ਬੱਚੇ ਨੂੰ) ਦੁੱਧ ਪਿਆਉਣਾ, ਚੁੰਘਾਉਣਾ; ਦੁੱਧ ਪੀਣਾ, ਚੁੰਘਣਾ

suckling /'ਸਅੱਕਲਿਙ/ *n* ਦੁੱਧ ਪੀਂਦਾ ਜਾਂ ਚੁੰਘਦਾ ਬੱਚਾ, ਦੁੱਧ ਚੁੰਘਾਈ

suction /'ਸਅੱਕਸ਼ਨ/ *n* ਚੁੰਘ, ਚੁੰਘਾਈ; (ਪਿਚਕਾਰੀ, ਨਲਕੇ ਆਦਿ ਦੀ) ਖਿੱਚ

sudd /ਸਅੱਡ/ *n* (ਨੀਲ ਦਰਿਆ ਵਿੱਚ ਬੇੜੀ ਚਲਾਉਣ ਵਿੱਚ ਰੁਕਾਵਟ ਪਾਉਣ ਵਾਲੇ) ਤਰਦੇ ਹੋਏ ਪੌਦੇ ਬਿਰਛ ਆਦਿ

sudden /'ਸਅੱਡਨ/ *a* ਅਚਾਨਕ, ਅਚਨਚੇਤੀ, ਬਹੁਤ ਤੇਜ਼, ਬਹੁਤ ਜਲਦੀ ਦਾ

sudden death *n* (ਖੇਡ ਵਿੱਚ) ਬਰਾਬਰ ਚਲ ਰਹੀਆਂ ਟੀਮਾਂ ਦੀ ਜਿੱਤ ਹਾਰ ਦਾ ਅਚਾਨਕ ਅੰਤਿਮ ਫ਼ੈਸਲਾ

suddenly /'ਸਅੱਡਅਨਲਿ/ *adv* ਅਚਾਨਕ, ਅਕਸਮਾਤ, ਛੇਤੀ ਨਾਲ, ਤੇਜ਼ੀ ਨਾਲ

suds /ਸਅੱਡਜ਼/ *n* (ਬਹੁ) ਸਾਬਣ ਅਤੇ ਪਾਣੀ ਦੀ ਝੱਗ

sue /ਸੂ/ *v* ਮੁਕੱਦਮਾ ਚਲਾਉਣਾ, ਦਾਅਵਾ ਕਰਨਾ; ਪ੍ਰਾਰਥਨਾ ਕਰਨਾ, ਦਰਖ਼ਾਸਤ ਕਰਨਾ, ਪਿੱਛਾ ਕਰਨਾ; ਪ੍ਰੇਮਿਕਾ ਨਾਲ ਵਿਆਹ ਕਰਨ ਲਈ ਪ੍ਰਸਤਾਵ ਕਰਨਾ, ਮੰਗ ਕਰਨਾ, ਇਸ਼ਕ ਕਰਨਾ, ਗੇੜੇ ਕੱਢਣਾ

suede /ਸਵੇਇਡ/ *n* ਬੱਕਰੀ ਦੇ ਬੱਚੇ ਦੀ ਬਿਨਾਂ ਕਮਾਈ ਹੋਈ ਖੱਲ

sue out *vt* ਦਾਅਵਾ ਕਰਕੇ ਲੈ ਲੈਣਾ

suet /'ਸੂਇਟ/ *n* ਬੈਲ ਜਾਂ ਭੇਡ ਆਦਿ ਦੇ ਗੁਰਦੇ ਦੀ ਕਰੜੀ ਚਰਬੀ

suffer /'ਸਅੱਫ਼ਅ*/ *v* (ਦਰਦ, ਨੁਕਸਾਨ, ਹਾਰ, ਭੁੱਲ ਆਦਿ) ਸਹਾਰਨਾ, ਜਰਨਾ, ਸਹਿਣਾ, ਝੱਲਣਾ, ਭੋਗਣਾ, ਭੁਗਤਣਾ, ਝਾਗਣਾ, ਜਾਲਣਾ, ਦੁੱਖ ਪਾਉਣਾ, ਤੰਗੀ ਕੱਟਣਾ; (ਅਪਰਾਧੀ ਦਾ) ਫਾਂਸੀ ਦਾ ਦੰਡ ਪ੍ਰਾਪਤ ਕਰਨਾ; ਹੋਣ ਦੇਣਾ, ਜਾਣ ਦੇਣਾ, ਮੰਨ ਲੈਣਾ

sufferance /'ਸਅੱਫ਼ਅਰਅਨਸ/ *n* (ਪਰਾ) ਤਾਬੇਦਾਰੀ; ਅਨੁਮਤੀ; ਸਹਿਣਸ਼ੀਲਤਾ, ਸਮਾਈ; ਦੁਖੜਾ, ਕਸ਼ਟ

suffering /'ਸਅੱਫ਼ਅਰਿਙ/ *n* ਦੁਖੜਾ, ਜ਼ਫ਼ਰ, ਵੇਦਨਾ, ਸੰਤਾਪ, ਪੀੜਾ, ਕਲੇਸ਼, ਕਸ਼ਟ, ਮੁਸੀਬਤ; ਦੁੱਖ ਦਾ ਅਨੁਭਵ *a* ਦੁਖੀ, ਦੁੱਖ ਭਾਗੀ, ਸਹਿੰਦੜ

suffice /ਸਅ'ਫ਼ਾਇਸ/ *v* ਪੂਰਾ ਹੋਣਾ, ਕਾਫ਼ੀ ਹੋਣਾ, ਬਹੁਤ ਹੋਣਾ, ਸਰਨਾ , ਕੰਮ ਚਲਾਉਣਾ, ਕੰਮ ਦੇਣਾ, ਲੋੜ ਪੂਰੀ ਕਰਨਾ

sufficiency /ਸਅ'ਫ਼ਿਸ਼ਨਸਿ/ *n* ਰੱਜ, ਬਹੁਤਾਤ, ਖ਼ੁਸ਼ਹਾਲੀ; ਯੋਗਤਾ, ਲਿਆਕਤ, ਕਾਬਲੀਅਤ

sufficient /ਸਅ'ਫ਼ਿਸ਼ਨਟ/ *a* ਰੱਜਵਾਂ, ਪੂਰਾ, ਚੋਖਾ, ਕਾਫ਼ੀ, ਬਹੁਤ, ਉਚਿਤ, ਉਪਯੁਕਤ; ਸਮਰੱਥ, ਕੁਸ਼ਲ, ਯੋਗ, ਲਾਇਕ, ਕਾਬਲ

suffix /'ਸਅੱਫ਼ਿਕਸ/ *n* ਪਿਛੇਤਰ *vt* ਪਿਛੇਤਰ ਲਾਉਣਾ

suffocate /'ਸਅੱਫ਼ਅਕੇਇਟ/ *v* ਸਾਹ ਘੋਟਣਾ, ਗਲਾ ਦਬਾਉਣਾ, ਦਮ ਘੋਟਣਾ, ਗਲਾ ਘੋਟ ਕੇ ਮਾਰ ਦੇਣਾ; ਹਫਣਾ, ਦਮ ਘੁੱਟਣਾ, ਹੁਸੜ ਕਰਨਾ

suffocation /ˌਸਅੱਫ਼ਅ'ਕੇਇਸ਼ਨ/ *n* ਦਮਘੁਟੀ, ਘੁਟਣ, ਹੁੰਮਸ

suffragan /'ਸਅੱਫ਼ਰਅਗਅਨ/ *a* ਧਰਮ ਅਧਿਅਕਸ਼ ਦਾ ਸਹਿਕਾਰੀ, ਧਰਮ ਪ੍ਰਮੁੱਖ ਬਿਸ਼ਪ ਦਾ ਸਹਾਇਕ *n* ਸਹਾਇਕ ਬਿਸ਼ਪ, ਸਫਰੈਗਨ

suffrage /'ਸਅੱਫ਼ਰਿਜ/ *n* ਮੱਤ ਅਧਿਕਾਰ, ਰਾਜਨੀਤਿਕ ਚੋਣਾਂ ਵਿੱਚ ਵੋਟ ਦੇਣ ਦਾ ਅਧਿਕਾਰ; ਅਰਦਾਸ, ਪ੍ਰਾਰਥਨਾ

suffragette /ˌਸਅੱਫ਼ਰਅ'ਜੈੱਟ/ *n* ਨਾਰੀ ਮੱਤ ਅਧਿਕਾਰ ਲਈ ਅੰਦੋਲਨ ਕਰਨ ਵਾਲੀ ਇਸਤਰੀ

suffragist /'ਸਅੱਫ਼ਰਅਜਿਸਟ/ *n* ਮੱਤ ਅਧਿਕਾਰਵਾਦੀ (ਵਿਸ਼ੇਸ਼ ਕਰਕੇ ਇਸਤਰੀਆਂ ਸੰਬੰਧੀ)

suffuse /ਸਅ'ਫ਼ਯੂਜ਼/ *vt* ਪਰਿਪੂਰਨ ਕਰਨਾ, ਵਿਆਪਤ ਕਰਨਾ, ਭਰ ਦੇਣਾ, ਛਾ ਜਾਣਾ, ਫੈਲਾਉਣਾ

suffusion /ਸਅ'ਫ਼ਯੂਯ਼ਨ/ *n* ਵਿਆਪਕਤਾ, ਪਸਰਨ, ਫੈਲਾਅ, ਭਰਾਅ

sugar /'ਸ਼ੁਗਅ*/ *n* ਸ਼ੱਕਰ, ਖੰਡ, ਚੀਨੀ; ਚਾਪਲੂਸੀ, ਮਿੱਠੀਆਂ-ਮਿੱਠੀਆਂ ਗੱਲਾਂ, ਖ਼ੁਸ਼ਾਮਦ; ਸ਼ੱਕਰ ਵਾਂਗ ਮਿੱਠੀ ਵਸਤੂ (ਜੋ ਕਿਸੇ ਕੌੜੀ ਵਸਤੂ ਉੱਤੇ ਚੜ੍ਹਾਈ ਗਈ ਹੋਵੇ); (ਰਸਾ) ਸ਼ੱਕਰ *v* ਸ਼ੱਕਰ ਮਿਲਾ ਕੇ ਮਿੱਠਾ ਕਰਨਾ, ਖੰਡ ਪਾਉਣਾ; ਮਿੱਠੀਆਂ-ਮਿੱਠੀਆਂ ਗੱਲਾਂ ਕਰਨਾ; ਖੰਡ ਚਾੜ੍ਹਨਾ, ਗਲੇਫਣਾ

sugar cane *n* ਗੰਨਾ, ਕਮਾਦ, ਇੱਖ

sugarplum /'ਸ਼ੁਗਅਪਲਅੱਮ/ *n* ਪਤਾਸਾ, ਮਿੱਠੀ ਗੋਲੀ

sugary /'ਸ਼ੁਗਅਰਿ/ *a* ਮਿੱਠਾ-ਮਿੱਠਾ, ਖੰਡ ਲਪੇਟਿਆ, ਮਧੁਰ; ਖ਼ੁਸ਼ਾਮਦੀ, ਚਾਪਲੂਸੀ ਦਾ

suggest /ਸਅ'ਜੈੱਸਟ/ *vt* ਸੁਝਾਅ ਦੇਣਾ, ਸੰਕੇਤ ਕਰਨਾ; (ਸਵੀਕਾਰ ਜਾਂ ਅਸਵੀਕਾਰ ਕਰਨ ਲਈ, ਰਾਏ ਦੇਣਾ, ਤਜ਼ਵੀਜ਼ ਕਰਨਾ, ਪ੍ਰਸਤਾਵ ਕਰਨਾ; ਅਨੁਮਾਨ ਕਰਨਾ

suggestibility /ਸਅˌਜੈਸੱਟਅ'ਬਿਲਅਟਿ/ *n* ਸੁਝਾਉਣ ਯੋਗਤਾ

suggestible /ਸਅ'ਜੈਸੱਟਅਬਲ/ *a* ਸੁਝਾਉਣ ਯੋਗ

suggestion /ਸਅ'ਜੈੱਸਚਅਨ/ *n* ਸੁਝਾਅ, ਤਜਵੀਜ਼; ਉਪਦੇਸ਼, ਰਾਏ, ਸਲਾਹ; ਕਿਸੇ ਪ੍ਰੇਰਨਾ ਦਾ ਸੰਕੇਤ; ਝਲਕਾਰਾ; ਆਤਮ ਪ੍ਰੇਰਨਾ, ਅੰਤਰ ਵਿਸ਼ਵਾਸ

suggestive /ਸਅ'ਜੈੱਸਟਿਵ਼/ *a* ਸੁਝਾਉਣ ਵਾਲਾ, ਸੰਕੇਤਕ, ਸੂਚਕ, ਸੰਕੇਤ ਪੂਰਨ; ਅਸ਼ਲੀਲਤਾ ਦੀ ਝਲਕ ਵਾਲਾ, ਗੰਦੇ ਵਿਚਾਰ ਪੈਦਾ ਕਰਨ ਵਾਲਾ

suggestiveness /**ਸਅ'ਜੈੱਸਟਿਵ੍ਨਅਸ**/ *n* ਵਿਅੰਜਕਤਾ, ਸੰਕੇਤਕਤਾ, ਸੰਕੇਤਾਮਿਕਤਾ

suicidal /**ˌਸੂਇ'ਸਾਇਡਲ**/ *a* ਆਤਮਘਾਤੀ, ਆਤਮ ਹੱਤਿਆ ਸੰਬੰਧੀ

suicide /**'ਸੂਇਸਾਇਡ**/ *n* ਆਤਮ ਹੱਤਿਆ, ਖ਼ੁਦਕੁਸ਼ੀ; ਆਪਣੇ ਹਿੱਤਾਂ ਨੂੰ ਨੁਕਸਾਨ ਪਹੁੰਚਾਉਣ ਵਾਲਾ ਕੰਮ

sui generis /**ˌਸੂਇ 'ਜੈਨੱਅਰਿਸ**/*a* ਵਿਲੱਖਣ, ਅਦੁੱਤੀ, ਅਨੁਪਮ

suit /**ਸੂਟ**/ *n* ਮੁਕੱਦਮਾ, ਦਾਅਵਾ, ਕਨੂੰਨੀ ਜਾਂ ਅਦਾਲਤੀ ਕਾਰਵਾਈ; ਜੋੜਾ-ਜਾਮਾ, ਕੱਪੜਿਆਂ ਦਾ ਜੋੜਾ, ਸੂਟ (ਜਿਸ ਵਿੱਚ ਕੋਟ, ਪਤਲੂਨ ਆਦਿ ਇੱਕੋ ਹੀ ਕੱਪੜੇ ਦੇ ਹੋਣ); ਜਾਚਨਾ, ਪ੍ਰਾਰਥਨਾ; ਸ਼ਾਦੀ ਦੀ ਗੱਲਬਾਤ; ਕਿਸੇ ਇੱਕ ਰੰਗ ਦੇ ਤਾਸ਼ ਦੇ ਪੱਤੇ; ਖਿਡਾਰੀ ਦਾ ਰੰਗ; ਬਤਕ ਦਾ ਜੋੜਾ; ਬਾਦਬਾਨਾਂ ਦਾ ਸਮੂਹ *v* ਮੇਲ ਖਾਣਾ, ਫਬਣਾ, ਜਚਣਾ, ਸਜਣਾ, ਮੇਚ ਆਉਣਾ; ਸੂਤ ਕਰਨਾ, ਅਨੁਕੂਲ ਬਣਾਉਣਾ, ਅਨੁਸਾਰ ਬਣਾਉਣਾ; ਸੁਖਾਉਣਾ, ਰਾਸ ਆਉਣਾ

suitability /**ˌਸੂਟਅ'ਬਿਲਅਟਿ**/ *n* ਠੁੱਕ, ਅਨੁਕੂਲਤਾ, ਯੋਗਤਾ, ਮੇਚ, ਢੁਕਾਅ, ਅਨੁਰੂਪਤਾ

suitable /**'ਸੂਟਅਬਲ**/ *a* ਉਚਿਤ, ਅਨੁਕੂਲ, ਯੋਗ, ਠੀਕ, ਮਿਲਦਾ-ਜੁਲਦਾ, ਮੁਆਫ਼ਕ, ਰਾਸ, ਜਚਦਾ, ਢੁੱਕਵਾਂ, ਫੱਬਵਾਂ

suitcase /**'ਸੂਟਕੇਇਸ**/ *n* ਸੂਟ ਕੇਸ, ਛੋਟਾ ਬਕਸਾ

suite /**ਸਵੀਟ**/ *n* (ਕਮਰਿਆਂ, ਫਰਨੀਚਰ ਆਦਿ ਦਾ) ਇੱਕ ਸਿਲਸਿਲਾ, ਨੌਕਰ-ਚਾਕਰ, ਲਾਮ-ਡੋਰੀ; (ਸੰਗੀ) ਵਾਦ ਸੰਗੀਤ ਸੰਬੰਧੀ ਕ੍ਰਿਤੀ

suitor /**'ਸੂਟਅ***/ *n* ਮੁਦਈ; ਦਾਅਵੇਦਾਰ; ਨਿਵੇਦਕ, ਜਾਚਕ, ਪ੍ਰਾਰਥੀ, ਪ੍ਰੇਮੀ, ਵਿਆਹ ਦੀ ਇੱਛਾ ਕਰਨ ਵਾਲਾ

sukey /**'ਸੂਕਿ**/ *n* ਕੇਤਲੀ

sulk /**ਸਅੱਲਕ**/ *vi* ਮਨ ਹੀ ਮਨ ਵਿੱਚ ਕ੍ਰੋਧ ਕਰਨਾ, ਕੁੜ੍ਹਨਾ, ਝੂਰਨਾ, ਰੁੱਸਣਾ, ਖਿਝਣਾ *n* ਕ੍ਰੋਧ, ਰੋਸਾ, ਝੇਰਾ

sulky /**'ਸਅੱਲਕਿ**/ *a* ਕ੍ਰੋਧ ਕਾਰਨ ਅਪ੍ਰਸੰਨ, ਉਦਾਸ, ਨਰਾਜ਼, ਰੁੱਸਿਆ

sullage /**'ਸਅੱਲਿਜ**/ *n* (ਘਰ ਦਾ) ਮੋਰੀ ਦਾ ਪਾਣੀ, ਕਚਰਾ; ਮੈਲ, ਗੰਦਗੀ

sullen /**'ਸਅੱਲਅਨ**/ *a* ਮੂੰਹ ਵੱਟਿਆ, ਵਿੱਟਰਿਆ, ਉਦਾਸ, ਚਿੰਤਤ, ਚਿੜਚਿੜਾ, ਉਚਾਟ; ਉਦਾਸੀ ਦਾ

sully /**'ਸਅੱਲਿ**/ *vt* (ਕਾਵਿ) ਬਦਨਾਮ ਕਰਨਾ, ਧੱਬਾ ਲਾਉਣਾ; ਭ੍ਰਿਸ਼ਟ ਕਰਨਾ, ਮੈਲਾ ਕਰਨਾ

sulphate /**'ਸਅੱਲਫ਼ੇਇਟ**/ *n* ਸਲਫੇਟ (ਗੰਧਕੀ ਤਿਜ਼ਾਬ ਦਾ ਲੂਣ)

sulphide /**'ਸਅੱਲਫ਼ਾਇਡ**/ *n* ਕਿਸੇ ਹੋਰ ਤੱਤ ਨਾਲ ਬਣਿਆ ਗੰਧਕ ਦਾ ਕੋਈ ਯੌਗਿਕ, ਸਲਫਾਈਡ

sulphite /**'ਸਅੱਲਫ਼ਾਇਟ**/ *n* ਸਲਫਿਊਰਸ ਤਿਜ਼ਾਬ ਦਾ ਕੋਈ ਲੂਣ, ਸਲਫਾਈਟ

sulphonal /**'ਸਅੱਲਫ਼ਅਨਲ**/ *n* ਇੱਕ ਪ੍ਰਕਾਰ ਦੀ ਨੀਂਦ ਲਿਆਉਣ ਵਾਲੀ ਦਵਾਈ, ਸਲਫੋਨਲ

sulphur /**'ਸਅੱਲਫ਼ਅ***/ *n* ਗੰਧਕ, ਸਲਫਰ; ਇੱਕ ਕਿਸਮ ਦੀ ਪੀਲੀ ਤਿਤਲੀ *vt* ਗੰਧਕ ਦਾ ਧੂੰਆਂ ਦੇਣਾ

sulphurate /**'ਸਅੱਲਫ਼ਯੁਰੇਇਟ**/ *vt* ਗੰਧਕ ਨਾਲ ਮਿਲਾਉਣਾ, ਗੰਧਕ ਦਾ ਧੂੰਆਂ ਦੇਣਾ

sulphureous/**ਸਅੱਲ'ਫ਼ਯੁਅਰਿਅਸ**/ *a* ਗੰਧਕੀ, ਗੰਧਕ ਵਰਗਾ; (ਬਨ) ਗੰਧਕ ਜਿਹੇ ਰੰਗ ਦਾ

sulphuretted /**'ਸਅੱਲਫ਼ਯੁਰੈੱਟਿਡ**/ *a* ਗੰਧਕ ਮਿਲਿਆ

sulphuric /**ਸਅੱਲ'ਫ਼ਯੁਅਰਿਕ**/ *a* ਗੰਧਕ ਦਾ, ਸਲਫਿਊਰਿਕ

sulphuric acid /**ਸਅੱਲˌਫ਼ਯੁਅਰਿਕ 'ਐਸਿਡ** /*n* ਗੰਧਕ ਦਾ ਤਿਜ਼ਾਬ, ਸਲਫਿਊਰਿਕ ਐਸਿਡ

sulphurous /**'ਸਅੱਲਫ਼ਅਰਅਸ**/ *a* ਗੰਧਕੀ, ਗੰਧਕਹਾਰ

sultry /**'ਸਅੱਲਟਰਿ**/ *a* (ਹਵਾ ਜਾਂ ਰੁੱਤ) ਹੁੰਮਸੀ, ਹੁੱਟ ਵਾਲੀ, ਗਰਮ; (ਸੁਭਾਅ) ਤੇਜ਼, ਤੀਖਣ, ਉਤੇਜਨਾਸ਼ੀਲ

sum /ਸਅੱਮ/ *n* ਕੁੱਲ, ਜੋੜ, ਮੀਜ਼ਾਨ, ਯੋਗਫਲ; ਰਾਸ਼ੀ, ਰਕਮ; ਤਾਤਪਰਜ, ਸਾਰ, ਤੱਤ, ਮਤਲਬ, ਸਾਰਾਂਸ਼; ਹਿਸਾਬ ਦਾ ਸਵਾਲ; ਯੋਗ *v* ਜੋੜਨਾ, ਜੋੜ ਕਰਨਾ; (ਵਿਚਾਰ ਚਰਚਾ ਆਦਿ ਦਾ) ਸਾਰ ਜਾਂ ਨਚੋੜ ਕੱਢਣਾ

summarize /'ਸਅੱਮਅਰਾਇਜ਼/ *v* ਸਾਰ ਦੇਣਾ, ਸੰਖੇਪ ਕਰਨਾ, ਖ਼ੁਲਾਸਾ ਕਰਨਾ, ਸਾਰਾਂਸ਼ ਕੱਢਣਾ

summary /'ਸਅੱਮਅਰਿ/ *a* ਸੰਖੇਪ,ਜਲਦੀ ਕੀਤਾ, ਸਰਸਰੀ, ਬਿਨਾਂ ਵਧੀਕ ਛਾਣ-ਬੀਣ ਦੇ (ਢੰਗ ਮੁਕੱਦਮਾ) *n* ਸਾਰ, ਸਾਰਾਂਸ਼, ਖੁਲਾਸਾ, ਨਚੋੜ, ਤਾਤਪਰਜ

summation /ਸਅੱ'ਮੇਇਸ਼ਨ/ *n* ਜੋੜ, ਜੋੜਫਲ

summer[1] /'ਸਅੱਮਅ*/ *n* ਗਰਮੀ ਦੀ ਰੁੱਤ, ਹੁਨਾਲਾ *vt* ਗਰਮੀ ਕੱਟਣਾ, ਗਰਮੀ ਦਾ ਮੌਸਮ ਬਿਤਾਉਣਾ ਜਾਂ ਗੁਜ਼ਾਰਨਾ; ਗਰਮੀਆਂ ਵਿੱਚ ਪਸ਼ੂਆਂ ਨੂੰ ਚਰਾਉਣਾ

summer[2] *n* ਵੱਡਾ ਸ਼ਤੀਰ, ਲਟੈਣ

summersault /'ਸਅੱਮਅਸੋਲਟ/ *n* ਵੇਖੋ **somersault**, ਕਲਾਬਾਜ਼ੀ

summer time *n* ਗਰਮੀ ਦਾ ਮੌਸਮ; ਗਰਮੀ ਦੀ ਫ਼ਸਲ

summit /'ਸਅੱਮਿਟ/ *n* ਚੋਟੀ, ਸਿਖਰ, ਟੀਸੀ; ਸਿਖਰ ਸੰਮੇਲਨ, ਚੋਟੀ ਕਾਨਫ਼ਰੰਸ

summon /'ਸਅੱਮਅਨ/ *vt* ਸੱਦਣਾ, ਬੁਲਾ ਭੇਜਣਾ; ਪੁਕਾਰਨਾ; ਯਾਦ ਕਰਨਾ; (ਕਨੂੰ) ਤਲਬ ਕਰਨਾ

summons /'ਸਅੱਮਅਨਜ਼/ *n* ਅਦਾਲਤ ਵਿੱਚ ਹਾਜ਼ਰ ਹੋਣ ਦਾ ਹੁਕਮ, ਸੰਮਨ, ਅਦਾਲਤੀ ਸੱਦਾ, ਤਲਬੀ, ਬੁਲਾਵਾ

sumo /'ਸੂਮਅਉ/ *n* ਇੱਕ ਪ੍ਰਕਾਰ ਦੀ ਜਪਾਨੀ ਕੁਸ਼ਤੀ, ਜਪਾਨੀ ਕੁਸ਼ਤੀ ਲੜਨ ਵਾਲਾ ਪਹਿਲਵਾਨ

sump /ਸਅੱਮਪ/ *n* (ਖਾਣਾਂ ਜਾਂ ਕਾਰਖ਼ਾਨੇ ਆਦਿ ਦਾ) ਫਾਲਤੂ ਤਰਲ ਪਦਾਰਥ ਲਈ ਟੋਆ, ਚੁਬੱਚਾ, ਗਰਕੀ

sumpter /'ਸਅਮਪਟਅ*/ *n* ਸਮਾਨ ਢੋਣ ਵਾਲਾ ਘੋੜਾ ਜਾਂ ਟੱਟੂ ਜਾਂ ਉਸ ਨੂੰ ਹਿੱਕਣ ਵਾਲਾ ਕਾਰਿੰਦਾ

sumptuary /'ਸਅੱਮਪਚੁਅਰਿ/ *a* ਖ਼ਰਚ ਬੰਨ੍ਹੂ, ਫਜ਼ੂਲ ਖ਼ਰਚੀ ਰੋਕੂ; ਸੰਜਮਕਾਰੀ

sumptuous /'ਸਅੱਮਪਚੁਅਸ/ *a* ਸ਼ਾਹ ਖ਼ਰਚੀ ਵਾਲਾ, ਖੁੱਲ੍ਹਾ-ਡੁਲ੍ਹਾ, ਸ਼ਾਹਾਨਾ, ਅਮੀਰਾਨਾ, ਕੀਮਤੀ, ਠਾਠਦਾਰ, ਬਹੁਮੁੱਲਾ

sum total /ˌਸਅੱਮ 'ਟਅਉਟਲ/ *n* ਕੁੱਲ ਜੋੜ

sun /ਸਅੱਨ/ *n* ਸੂਰਜ, ਰਵੀ, ਆਫਤਾਬ; ਦਿਨ; ਧੁੱਪ; ਛੱਤ ਵਿੱਚ ਲਟਕਾਉਣ ਦਾ ਫਾਨੂਸ *v* ਧੁੱਪ ਸੇਕਣਾ, ਧੁੱਪੇ ਬਹਿਣਾ, ਧੁੱਪ ਲਵਾਉਣੀ, ਧੁੱਪ ਵਿੱਚ ਸੁਕਾਉਣਾ

sunbath /'ਸਅੱਨਬਾਥ/ *n* ਧੁੱਪ ਇਸ਼ਨਾਨ, ਧੁੱਪ ਸੇਕਣ ਦਾ ਕਾਰਜ

sunbathe /'ਸਅੱਨਬੇਇਦ/ *vt* ਧੁੱਪ ਇਸ਼ਨਾਨ ਕਰਨਾ, ਧੁੱਪ ਸੇਕਣਾ

sunbeam /'ਸਅੱਨਬੀਮ/ *n* ਸੂਰਜ ਦੀ ਕਿਰਨ

sun-blind /'ਸਅੱਨਬਲਾਇਨਡ/*n* ਸਾਏਬਾਨ, ਛੱਜਾ, ਖਿੜਕੀ ਦਾ ਬਾਹਰਲਾ ਪਰਦਾ

sunburn /'ਸਅੱਨਬਅ:ਨ/ *n* ਧੁੱਪ ਨਾਲ ਪੈਦਾ ਹੋਈ ਸੜਨ, ਜਲਣ, ਧੁੱਪ ਦਾ ਸਾੜਾ

sundae /'ਸਅੱਨਡੇਇ/ *n* ਫੇਹੇ ਹੋਏ ਫਲ, ਨਾਰੀਅਲ ਆਦਿ ਨਾਲ ਮਿਲੀ ਹੋਈ ਆਈਸਕਰੀਮ

Sunday /'ਸਅੱਨਡੇਇ,'ਸਅੱਨਡਿ/ *n* ਐਤਵਾਰ

Sunday school *n* ਧਾਰਮਿਕ ਪਾਠਸ਼ਾਲਾ

sunder /'ਸਅੱਨਡਅ*/ *v* ਅਲੱਗ ਕਰਨਾ ਜਾਂ ਹੋਣਾ, ਵੱਖ ਕਰਨਾ ਜਾਂ ਹੋਣਾ, ਨਿਖੇੜਨਾ ਜਾਂ ਨਿੱਖੜਨਾ; ਤੋੜਨਾ, ਅਲੱਗ ਰੱਖਣਾ, ਕੱਟਣਾ, ਟੁੱਟਣਾ

sundew /'ਸਅੱਨਡਯੂ/ *n* ਇੱਕ ਕਿਸਮ ਦਾ ਛੋਟਾ ਜਿਹਾ ਦਲਦਲ ਵਿੱਚ ਉੱਗਣ ਵਾਲਾ ਪੌਦਾ

sun-dog *n* ਸੂਰਜ ਪਰਿਵਾਰ ਵਿਚਲਾ ਚਮਕੀਲਾ ਧੱਬਾ ਜਾਂ ਨਿਸ਼ਾਨ

sundown /'ਸਅੱਨਡਾਉਨ/ *adv* ਸੂਰਜ ਡੁੱਬੇ, ਦਿਨ ਲੱਥੇ, ਆਥਣ ਵੇਲੇ

sundowner /'ਸਅੱਨਡਾਉਨਅ*/ *n* (ਅਪ) ਆਥਣ ਦਾ ਨਸ਼ਾ ਪਾਣੀ

sundry /'ਸਅੱਨਡਰਿ/ *a* (ਪਰਾ) ਕਈ, ਅਨੇਕ, ਕਈ ਇੱਕ *n* (ਬਹੁ) ਨਿੱਕ-ਸੁੱਕ, ਉਰਲੀਆਂ ਪਰਲੀਆਂ ਚੀਜ਼ਾਂ; (ਆਸਟਰੇਲੀਆ ਵਿੱਚ) ਕ੍ਰਿਕਟ ਦਾ ਵਾਧੂ ਖਿਡਾਰੀ

sunfish /'ਸਅੱਨਫ਼ਿਸ਼/ *n* ਸੂਰਜ ਮੱਛੀ, ਗੋਲਾਕਾਰ ਵੱਡੀ ਮੱਛੀ

sunflower /'ਸਅੱਨਫ਼ਲਾਉਅ*/ *n* ਸੂਰਜਮੁਖੀ

sung /ਸਅੱਙ/ *v* **sing** ਦਾ ਭੂਤ-ਕ੍ਰਿਦੰਤ

sunk /ਸਅੱਙਕ/ *v* **sink** ਦਾ ਭੂਤ-ਕ੍ਰਿਦੰਤ

sunlight /'ਸਅੱਨਲਾਇਟ/ *n* ਸੂਰਜ ਦੀ ਰੋਸ਼ਨੀ, ਧੁੱਪ

sunny /'ਸਅੱਨਿ/ *a* ਰੋਸ਼ਨ, ਪ੍ਰਕਾਸ਼ਮਾਨ, ਧੁੱਪੀਲਾ, ਸੂਰਜ ਵਾਂਗ ਉੱਜਲ; ਖਿੜਿਆ, ਟਹਿਕਦਾ, ਖ਼ੁਸ਼-ਖ਼ੁਸ਼

sunrise /'ਸਅੱਨਰਾਇਜ਼/ *n* ਪਹੁ-ਫੁਟਾਲਾ

sunset /'ਸਅੱਨਸੈਟ/ *n* ਸੂਰਜ ਦਾ ਛੁਪਾ, ਆਥਣ, ਸ਼ਾਮ

sunshade /'ਸਅੱਨਸ਼ੇਇਡ/ *n* ਛੋਟੀ ਛਤਰੀ, ਛਾਤਾ; ਸਾਏਬਾਨ, ਛੱਜਾ

sunshine /'ਸਅੱਨਸ਼ਾਇਨ/ *n* ਧੁੱਪ; ਖੇੜਾ

sunspot /'ਸਅੱਨਸਪੌਟ/ *n* ਸੂਰਜ ਦਾ ਧੱਬਾ

sunstroke /'ਸਅੱਨਸਟਰ਼ਅਉਕ/ *n* ਗਰਮੀ ਦਾ ਧੱਕਾ, ਲੂ, ਲੂਹਾ

sup /ਸਅੱਪ/ *v* ਘੁੱਟ-ਘੁੱਟ ਪੀਣਾ, ਥੋੜ੍ਹਾ-ਥੋੜ੍ਹਾ ਪੀਣਾ; ਰਾਤ ਦੀ ਰੋਟੀ ਖਾਣਾ ਜਾਂ ਖੁਆਉਣਾ *n* ਘੁੱਟ, ਚੁਸਕੀ

super[1] /'ਸੂਪਅ*/ *n* ਵਾਧੂ ਐਕਟਰ, ਵਾਧੂ ਆਦਮੀ; ਵਧੀਆ ਕਿਸਮ ਦਾ ਕੱਪੜਾ ਜਾਂ ਵਸਤੂ; ਬਹੁਤ ਪੈਸਾ ਖ਼ਰਚ ਕੇ ਬਣਾਈ ਫਿਲਮ *a* ਵਾਧੂ, ਐਰਾ-ਗੈਰਾ; ਬਹੁਤ ਵਧੀਆ, ਉੱਤਮ ਦਰਜੇ ਦਾ

super[2] *perf* ਜਿਸ ਦਾ ਅਰਥ ਹੈ 'ਉੱਪਰਲਾ', 'ਉਤਲਾ', 'ਪਾਰਲਾ', 'ਪਰਾ-', 'ਪਰ-'

superannuate /ˌਸੂਪਅ'ਰੈਨਯੁਏਇਟ/ *vt* ਬੁਢਾਪੇ ਕਾਰਨ ਨੌਕਰੀ ਤੋਂ ਹਟਾ ਦੇਣਾ, ਪੈਨਸ਼ਨ ਦੇ ਕੇ ਅਲੱਗ ਕਰਨਾ; ਸਕੂਲ ਦੇ ਵਿਦਿਆਰਥੀ ਨੂੰ (ਜਿਸ ਦੀ ਉਮਰ ਵਡੇਰੀ ਹੋਵੇ ਅਤੇ ਜਿਸ ਦੀ ਪ੍ਰਗਤੀ ਘੱਟ ਹੋਵੇ) ਕੱਢ ਦੇਣਾ

superannuation /ˌਸੂਪਅਰˌਐਨਯੁ'ਏਇਸ਼ਨ/ *n* ਬੁਢਾਪੇ ਕਾਰਨ ਸੇਵਾ ਨਵਿਰਤੀ, ਪੈਨਸ਼ਨ ਦੇ ਕੇ ਕੰਮ ਤੋਂ ਅਲੱਗ ਕਰ ਦੇਣ ਦੀ ਕਿਰਿਆ, ਬੁਢਾਪੇ ਦੀ ਪੈਨਸ਼ਨ

superb /ਸੂ'ਪਅ:ਬ/ *a* ਸ਼ਾਨਦਾਰ, ਅਤਿ ਚੰਗਾ, ਵਧੀਆ; ਹੱਦ ਦਰਜੇ ਦਾ, ਗਜ਼ਬ ਦਾ

supercargo /ˌਸੂਪਅ'ਕਾਗਅਉ/ *n* ਵਪਾਰੀ ਜਹਾਜ਼ ਵਿੱਚ ਸਮਾਨ ਦੀ ਵਿਕਰੀ ਦਾ ਪ੍ਰਬੰਧਕ ਅਧਿਕਾਰੀ, ਮਾਲ ਕਪਤਾਨ

superciliary /ˌਸੂਪਅ'ਸਿਲਿਅਰਿ/ *a* ਅੱਖ ਦੇ ਉੱਪਰਲਾ, ਭਰਵੱਟਿਆਂ ਸੰਬੰਧੀ

supercilious /ˌਸੂਪਅ'ਸਿਲਿਅਸ/ *a* ਘਮੰਡੀ, ਅਭਿਮਾਨੀ, ਗੁਮਾਨੀ, ਨੱਕ ਚੜ੍ਹਿਆ

supercomputer /'ਸੂਪਅਕਅਮਪਯੂਟਅ*/ *n* (ਕੰਪਿ) ਕੰਪਿਊਟਰਾਂ ਦੀ ਸਭ ਤੋਂ ਸ਼ਕਤੀਸ਼ਾਲੀ ਸ਼੍ਰੇਣੀ

supererogation /ˌਸੂਪ(ਅ)ਰˌਐੱਅ(ਉ)'ਗੇਇਸ਼ਨ/ *n* ਫ਼ਰਜ਼ ਤੋਂ ਵੀ ਵੱਧ ਕੰਮ ਕਰਨ ਦੀ ਕਿਰਿਆ, ਅਧਿਕ ਕਰਤੱਵ ਪਾਲਣ, ਨੇਮ ਤੋਂਵੱਧ ਕੰਮ

supererogatory /ˌਸੂਪ(ਅ)ਰਐੱ'ਔਗਅਟ(ਅ)ਰਿ/ *a* ਫ਼ਰਜ਼ ਤੋਂ ਵੱਧਕੰਮ ਕਰਨ ਸੰਬੰਧੀ; ਕਰਤੱਵ ਤੋਂ ਵੱਧ ਕੰਮ ਕਰਨ ਦਾ

superficial /ˌਸੂਪਅ'ਫ਼ਿਸ਼ਲ/ *a* ਬਾਹਰ–ਬਾਹਰ ਦਾ, ਉੱਪਰਲਾ–ਉੱਪਰਲਾ, ਦਿਖਾਵੇ ਦਾ, ਮੋਟਾ-ਮੋਟਾ, ਸਧਾਰਨ; ਕੱਚਾ, ਥੋਥਾ, ਥੋੜ੍ਹਾ, ਹਲਕਾ

superficiality /ˌਸੂਪਅˌਫ਼ਿਸ਼ਿ'ਐਲਅਟਿ/ *n* ਦਿਖਾਵਾ, ਥੋਥਾਪਣ, ਕਚਿਆਈ, ਹੌਲਾਪਣ

superficies /ਸੂਪਅ'ਫ਼ਿਸ਼ੀਜ਼/ *n* ਬਾਹਰੀ ਦਿੱਖ, ਤਲ

superfine /'ਸੂਪਅਫ਼ਾਇਨ/ *a* ਅਤਿ ਉੱਤਮ, ਬਹੁਤ ਹੀ ਵਧੀਆ; ਮਹੀਨ, ਬਰੀਕ (ਕੱਪੜਾ)

superfluity /ˌਸੂਪਅ'ਫ਼ਲੂਇਟਿ/ *n* ਬਹੁਲਤਾ, ਅਧਿਕਤਾ; ਫ਼ਾਲਤੂ ਧਨ ਜਾਂ ਰਕਮ; ਬੇਲੋੜਾਪਣ

superfluous /ਸੂ'ਪਅ:ਫ਼ਲੁਅਸ/ *a* ਨਿਰਾਰਥਕ,

ਬੇਲੋੜਾ, ਫ਼ਾਲਤੂ

superflux /ˌਸੂਪਅ'ਫ਼ਲਅੱਕਸ/ *n* ਅਤਿ ਪ੍ਰਵਾਹ, ਫ਼ਾਲਤੂ ਵਹਾਅ

superheavyweight /ˌਸੂਪਅ'ਹੈੱਵ੍ਹਿਵੇਇਟ/ *n* ਮੁੱਕੇਬਾਜ਼ੀ ਵਿੱਚ ਮੁੱਕੇਬਾਜ਼ਾਂ ਦੇ ਸਭ ਤੋਂ ਵੱਧ ਭਾਰ ਵਾਲੀ ਸ਼੍ਰੇਣੀ, 91 ਕਿਲੋ ਤੋਂ ਵੱਧ ਭਾਰ ਵਾਲੇ ਮੁੱਕੇਬਾਜ਼; ਸਭ ਤੋਂ ਵੱਧ ਭਾਰ

superhuman /ˌਸੂਪਅ'ਹਯੂਮਅਨ/ *a* ਦੈਵੀ, ਅਲੌਕਿਕ

superincumbent/ˌਸੂਪ(ਅ)ਰਇਨ'ਕਅੱਮਬਅਨਟ/ *a* ਕਿਸੇ ਵਸਤੂ ਦੇ ਉੱਪਰ ਪਿਆ ਜਾਂ ਰੱਖਿਆ; ਉੱਪਰ ਸਥਿਤ

superinduce /ˌਸੂਪਅਰਇਨ'ਡਯੂਸ/ *vt* ਨਵੀਂ ਵਸਤੂ ਜੋੜਨਾ ਜਾਂ ਵਧਾਉਣਾ, ਕੋਈ ਨਵੀਂ ਵਸਤੂ ਵਿਕਸਤ ਕਰਨਾ, ਵਾਧਾ ਕਰਨਾ, ਜ਼ਿਆਦਾ ਕਰਨਾ, ਸੰਜੋਗ ਕਰਨਾ

superintend /ˌਸੂਪਅਰਇਨ'ਟੈਂਨੱਡ/ *v* ਪ੍ਰਬੰਧ ਕਰਨਾ, ਦੇਖ-ਭਾਲ ਕਰਨਾ

superintendence/ˌਸੂਪਅਰਇਨ'ਟੈੱਨਡਅਨਸ/ *n* ਪ੍ਰਬੰਧ, ਨਿਗਰਾਨੀ, ਦੇਖ-ਭਾਲ

superintendent /ˌਸੂਪਅਰਇਨ'ਟੈੱਨਡਅਨਟ/ *n* ਪ੍ਰਬੰਧਕ, ਸੰਚਾਲਕ, ਸੁਪਰਡੈਂਟ

superior /ਸੂ'ਪਿਅਰਿਅ*/ *a* ਵੱਡਾ (ਕਲਰਕ, ਕਚਹਿਰੀ), ਉੱਤਮ, ਵਧੀਆ, ਬਿਹਤਰ, ਸ੍ਰੇਸ਼ਠ (ਸਿਆਣਪ ਆਦਿ ਲਈ); ਵੱਧ ਯੋਗਤਾ ਵਾਲਾ, ਚੰਗਾ, ਬਜ਼ੁਰਗ; ਅਸਧਾਰਨ, ਪ੍ਰਮੁੱਖ; ਉੱਚੇ ਦਰਜੇ ਦਾ; ਲੋਭ ਮੋਹ ਆਦਿ ਤੋਂ ਉੱਪਰ

superiority /ਸੂˌਪਿਅਰਿ'ਔਰਅਟਿ/ *n* ਮਹੱਤਤਾ, ਉੱਤਮਤਾ, ਪ੍ਰਮੁੱਖਤਾ, ਵਿਸ਼ੇਸ਼ ਯੋਗਤਾ, ਖ਼ੂਬੀ, ਵਡਿਆਈ; ਉੱਚਤਾ; ਗੁਮਾਨ, ਸਵੈਅਭਿਮਾਨ

superiority complex *n* ਸੱਭ ਤੋਂ ਸ੍ਰੇਸ਼ਠ ਹੋਣ ਦਾ ਇਹਸਾਸ, ਉੱਚਤਾ–ਗੁਮਾਨ, ਸਵੈ ਅਭਿਮਾਨ

superlative /ਸੂ'ਪਅ:ਲਅਟਿਵ਼/ *a* ਸਭ ਤੋਂ ਵੱਧ, ਪਰਮ, ਸਰਬੋਤਮ

superlative degree *n* (ਵਿਆ) ਸਰਬੋਤਮ ਸੂਚਕ ਅਵਸਥਾ

superman /'ਸੂਪਅਮੈਨ/ *n* ਮਹਾਂ ਮਾਨਵ; ਪਰਮ ਪੁਰਸ਼, ਬ੍ਰਹਮ ਗਿਆਨੀ

supermarket /'ਸੂਪਅਮਾਕਿਟ/ *n* ਖਾਣ ਪੀਣ ਅਤੇ ਹੋਰ ਘਰੇਲੂ ਵਸਤਾਂ ਦੀ ਵੱਡੀ ਦੁਕਾਨ/ਸਟੋਰ ਅਥਵਾ ਬਜਾਰ, ਸੁਪਰ ਮਾਰਕਿਟ

supermundane /ˌਸੂਪਅ'ਮਅੱਨਡੇਇਨ/ *a* ਭੂ ਮੰਡਲ ਦੇ ਉੱਪਰ ਦਾ, ਪ੍ਰਿਥਵੀ ਦੀਆਂ ਵਸਤੂਆਂ ਦੇ ਮੁਕਾਬਲੇ 'ਤੇ ਉੱਤਮ

supernal /ਸੂ'ਪਅ:ਨਲ/ *a* (ਕਾਵਿ, ਭਾਸ਼ਣ ਆਦਿ ਵਿੱਚ) ਦੈਵੀ, ਪਰਲੋਕਿਕ, ਮਹਾਨ, ਉੱਚਾ

supernatural /ˌਸੂਪਅ'ਨੈਚਰਅਲ/ *a* ਦੈਵੀ, ਅਲੌਕਿਕ, ਪਰਾਸਰੀਰਿਕ, ਪ੍ਰਕਿਰਤੀ ਤੋਂ ਪਰੇ ਦਾ; ਹੈਰਾਨੀ ਵਾਲਾ, ਅਸਚਰਜਤਾਮਈ

supernaturalism /ˌਸੂਪਅ'ਨੈਚਰਅਲਿਜ਼ਅਮ/ *n* ਅਲੌਕਿਕਤਾ, ਪਰਾਸਰੀਰਿਕਤਾ

supernaturalist /ˌਸੂਪਅ'ਨੈਚਰਅਲਿਸਟ/ *a* ਅਲੌਕਿਕਤਾਵਾਦੀ, ਦੈਵੀ ਸ਼ਕਤੀ ਨਾਲ ਭਰਿਆ

supernova /ˌਸੂਪਅ'ਨਅਉਵ੍ਅ/ *n* (ਟੁੱਟਣ ਜਾਂ ਵਿਸਫੋਟ ਕਰਨ ਸਮੇਂ) ਅਤਿ ਚਮਕੀਲਾ ਤਾਰਾ, ਅਤਿ ਚਮਕੀਲਾ ਨਵਤਾਰਾ

supernumerary /ˌਸੂਪਅ'ਨਯੂਮਅਰਅਰਿ/ *a* ਅਧਿਕ, ਨਿਯਤ ਸੰਖਿਆ ਤੋਂ ਵੱਧ, ਫ਼ਾਲਤੂ, ਬੇਲੋੜਾ *n* ਨਿਯਤ ਸੰਖਿਆ ਤੋਂ ਵੱਧ ਵਸਤੂ ਜਾਂ ਵਿਅਕਤੀ, ਫ਼ਾਲਤੂ ਆਦਮੀ

superordinate /ˌਸੂਪਅਰ'ਓਡਿਨਅਟ/ *n* (ਭਾਸ਼ਾ) ਕਈ ਸ਼ਬਦਾਂ ਦਾ ਅਰਥ ਦੇਣ ਵਾਲਾ ਇੱਕ ਸ਼ਬਦ (ਜਿਵੇਂ ਫ਼ਲ=ਕੇਲਾ, ਸੇਬ, ਅਨਾਰ ਵਗੈਰਾ) *a* ਉੱਚ ਕੋਟੀ ਦਾ, ਉੱਚੇ ਦਰਜੇ ਦਾ

superpose /ਸੂਪਅ'ਪਅਉਜ਼/ *vt* ਇੱਕ ਵਸਤੂ ਨੂੰ ਦੂਜੀ ਉੱਪਰ ਟਿਕਾਉਣਾ, ਉੱਪਰ ਸਥਾਪਨ ਕਰਨਾ

superposition /ˌਸੂਪਅਪਅ'ਜ਼ਿਸ਼ਨ/ *n* ਕਿਸੇ ਪਦਾਰਥ ਨੂੰ ਦੂਜੇ ਉੱਪਰ ਰੱਖਣ ਦੀ ਕਿਰਿਆ, ਉੱਪਰ ਸਥਾਪਨ ਕਿਰਿਆ

superscript /'ਸੂਪਅਸਕਰਿਪਟ/ *a* ਸਤਰ ਦੇ

ਉੱਪਰ ਲਿਖਿਆ ਹੋਇਆ, ਉੱਪਰ ਅੰਕਿਤ

superscription /ˌਸੂਪਅ'ਸਕਰਿਪਸ਼ਨ/ *n* ਸ਼ੀਰਸ਼ਕ, ਸਿਰਨਾਵਾਂ, ਕਿਸੇ ਵਸਤੂ ਦੇ ਉੱਪਰ ਜਾਂ ਬਾਹਰ ਅੰਕਿਤ ਸ਼ਬਦ, ਉਤਲੀ ਲਿਖਤ

supersede /ˌਸੂਪਅ'ਸੀਡ/ *vt* ਮਨਸੂਖ ਕਰਨਾ, ਛੱਡ ਦੇਣਾ (ਵਰਤੋਂ ਆਦਿ); ਦਾ ਸਥਾਨ ਲੈਣਾ

supersession /ˌਸੂਪਅ'ਸੈਸ਼ਨ/ *n* ਕਿਸੇ ਦੀ ਉਲੰਘਣਾ ਕਰਕੇ ਕਿਸੇ ਦੂਜੇ ਵਿਅਕਤੀ ਦੀ ਨਿਯੁਕਤੀ ਜਾਂ ਸਥਾਪਨਾ, ਪ੍ਰਤਿਸਥਾਪਨ, ਬਰਖ਼ਾਸਤਗੀ

supersonic /ˌਸੂਪਅ'ਸੌਨਿਕ/ *a* ਸੁਣਨ ਸ਼ਕਤੀ ਦੀ ਸੀਮਾ ਤੋਂ ਪਰੇ, ਅਵਾਜ਼ ਦੀ ਗਤੀ ਤੋਂ ਤੇਜ਼

superstar /'ਸੂਪਅਸਟਾ*/ *n* (ਅਪ) ਸੁਪ੍ਰਸਿੱਧ ਕਲਾਕਾਰ ਜਾਂ ਖਿਡਾਰੀ

superstition /ˌਸੂਪਅ'ਸਟਿਸ਼ਨ/ *n* ਵਹਿਮ, ਭਰਮ, ਭਰਮ ਜਾਲ, ਭਰਮ ਭਰੀ ਸ਼ਰਧਾ, ਅੰਧ-ਵਿਸ਼ਵਾਸ

superstitious /ˌਸੂਪਅ'ਸਟਿਸ਼ਅਸ/ *a* ਵਹਿਮੀ, ਭਰਮੀ, ਅੰਧਵਿਸ਼ਵਾਸੀ

superstore /'ਸੂਪਅਸਟੋਅ*/ *n* ਸੁਪਰ ਸਟੋਰ, ਵੱਡੀ ਦੁਕਾਨ

superstructure /'ਸੂਪਅਸਟਰਅੱਕਚਅ*/ *n* ਉਤਲੀ ਉਸਾਰੀ, ਉੱਪਰਲਾ ਢਾਂਚਾ

supertax /'ਸੂਪਅਟੈਕਸ/ *n* ਉੱਪਰਲਾ ਟੈਕਸ, ਵਾਧੂ ਕਰ, ਵਾਧੂ ਆਮਦਨੀ ਕਰ

supervene /ˌਸੂਪਅ'ਵ਼ੀਨ/ *vt* ਇੱਕ ਕੰਮ ਵਿੱਚ ਦੂਜਾ ਕੰਮ ਵੀ ਆ ਪੈਣਾ, ਇੱਕ ਗੱਲ ਵਿਚਕਾਰ ਦੂਜੀ ਗੱਲ ਦੀ ਘਟਨਾ ਹੋ ਜਾਣਾ, ਆ ਧਮਕਣਾ, ਉੱਪਰੋਂ ਹੋਰ ਗੱਲ ਹੋ ਜਾਣਾ

supervention /ˌਸੂਪਅ'ਵ਼ੈਨਸ਼ਨ/ *n* ਆ ਟਪਕਣ, ਆ ਪੈਣ, ਹੋਰ ਗੱਲ ਹੋ ਜਾਣ ਦੀ ਕਿਰਿਆ

supervise /'ਸੂਪਅਵ਼ਾਇਜ਼/ *vt* ਦੇਖ–ਰੇਖ ਕਰਨਾ, ਦੇਖ-ਭਾਲ ਕਰਨਾ, ਤਾਕ ਰੱਖਣਾ, ਨਿਗਰਾਨੀ ਕਰਨਾ, ਧਿਆਨ ਰੱਖਣਾ

supervision /ˌਸੂਪਅ'ਵਿਯ਼ਨ/ *n* ਦੇਖ-ਰੇਖ, ਦੇਖ-ਭਾਲ, ਨਿਗਰਾਨੀ, ਧਿਆਨ

supervisor /'ਸੂਪਅਵ਼ਾਇਜ਼ਅ*/ *n* ਦੇਖ-ਰੇਖ ਕਰਨ ਵਾਲਾ, ਨਿਗਰਾਨ, ਨਿਰੀਖਕ

supinate /'ਸੂਪਿਨੇਇਟ/ *v* ਹੱਥ ਦੀ ਤਲੀ ਉੱਪਰ ਵੱਲ ਕਰਨਾ, ਪੈਰ ਉੱਪਰ ਉਠਾਉਣਾ, ਪਿੱਠ ਦੇ ਭਾਰ ਲੇਟਣਾ

supine[1] /'ਸੂਪਾਇਨ/ *a* ਉੱਪਰ ਨੂੰ ਮੂੰਹ ਕਰਕੇ ਪਿਆ, ਪਿੱਠ ਦੇ ਬਲ ਪਿਆ; ਪਿੱਠ ਭਾਰ, ਚੌਫਾਲ; ਆਲਸੀ, ਨਿਕੰਮਾ, ਸੁਸਤ, ਕੰਮਚੋਰ, ਢਿੱਲਾ

supine[2] *n* (ਲੈਟਿਨ ਵਿੱਚ) ਕਿਰਿਆਵੀ ਸੰਗਿਆ

supper /'ਸਅੱਪਅ*/ *n* ਰਾਤ ਦਾ ਖਾਣਾ

supplant /ਸਅ'ਪਲਾਨਟ/ *vt* ਗੁਪਤ ਰੂਪ ਨਾਲ ਕਿਸੇ ਦੀ ਜੜ੍ਹ ਉਖੇੜ ਦੇਣਾ, ਹਟਾਉਣਾ, ਦੂਰ ਕਰਨਾ, ਕੱਢ ਦੇਣਾ, ਕਿਸੇ ਦੀ ਥਾਂ ਮੱਲਣਾ

supple /'ਸਅੱਪਲ/ *a* ਚਾਪਲੂਸ, ਜੀ ਹਜ਼ੂਰੀਆ, ਖ਼ੁਸ਼ਾਮਦੀ, ਕੋਮਲ, ਲਚਕੀਲਾ, ਮੁਲਾਇਮ, ਲਚਕਦਾਰ

supplement /'ਸਅੱਪਲਿਮਅਨਟ/ *n* (ਗਣਿਤ) ਪੂਰਕ (ਕੋਣ); (ਅਖ਼ਬਾਰ ਦਾ) ਪੂਰਕ ਪੱਤਰ, ਜ਼ਮੀਮਾ /'ਸਅੱਪਲਿਮੈਂਟ/ *vt* ਸੰਪੂਰਨ ਕਰਨਾ, ਜੋੜਨਾ, ਵਧਾਉਣਾ, ਲਗਾਉਣਾ, ਵਾਧਾ ਕਰਨਾ

supplemental, supplementary /ˌਸਅੱਪਲਿ'ਮੈਂਟਲ, ˌਸਅੱਪਲਿ'ਮੈਂਟਰਿ/ *a* ਪੂਰਕ; ਪਿੱਛੋਂ ਜੁੜਿਆ, ਬਾਅਦ ਦਾ; ਜਮੀਮੇ ਦਾ; ਪੂਰਕ, ਜ਼ਿਮਨੀ (ਗਰਾਂਟ, ਬਿਲ, ਸਵਾਲ)

suppliant /'ਸਅੱਪਲਿਅਨਟ/ *a* ਜਾਚਕ, ਪ੍ਰਾਰਥਕ, ਨਿਵੇਦਕ, ਸਵਾਲੀ, ਪ੍ਰਾਰਥੀ

supplicate /'ਸਅੱਪਲਿਕੇਇਟ/ *v* ਬੇਨਤੀ ਕਰਨਾ, ਅਰਜ਼ ਕਰਨਾ, ਤਰਲੇ ਕੱਢਣਾ, ਮਿੰਨਤ ਕਰਨਾ, ਜਾਚਨਾ ਕਰਨਾ, ਹਾੜੇ ਕੱਢਣਾ

supplication /ˌਸਅੱਪਲਿ'ਕੇਇਸ਼ਨ/ *n* ਬੇਨਤੀ, ਅਰਜ਼, ਤਰਲਾ, ਮਿੰਨਤ, ਵਾਸਤਾ, ਜਾਚਨਾ, ਹਾੜਾ

supplicatory /'ਸਅੱਪਲਿਕੇਇਟਅਰਿ/ *a* ਬੇਨਤੀਪੂਰਨ, ਜਾਚਨਾਪੂਰਨ, ਬੇਨਤੀ ਵਾਲਾ, ਮਿੰਨਤ ਭਰਿਆ

supplier /ਸਅ'ਪਲਾਇਅ*/ *n* ਮੁਹੱਈਆ ਕਰਨ ਵਾਲਾ, ਪ੍ਰਦਾਨ ਕਰਨ ਵਾਲਾ, ਪੂਰਤੀਕਰਤਾ; ਰਸਦਦਾਤਾ, ਭੰਡਾਰੀ

supply /ਸਅ'ਪਲਾਇ/ *vt* ਰਸਦ ਪਹੁੰਚਾਉਣਾ, ਲੋੜ ਪੂਰੀ ਕਰਨਾ, ਲਿਆ ਦੇਣਾ; (ਘਾਟਾ) ਭਰਨਾ, ਪੂਰਾ ਕਰਨਾ; (ਥਾਂ) ਪੂਰੀ ਕਰਨਾ; ਭਰਤੀ ਕਰਨਾ *n* ਦੇਣ ਦੀ ਕਿਰਿਆ; ਭੰਡਾਰ, ਰਸਦ, ਪੂਰਤੀ, (ਬਹੁ) ਰਸਦ ਪਾਣੀ; ਵਿਧਾਨ-ਮੰਡਲ ਜਾਂ ਸੰਸਦ ਵਲੋਂ ਸਰਕਾਰ ਲਈ ਪ੍ਰਵਾਨਿਤ ਖ਼ਰਚੇ

support /ਸਅ'ਪੋਟ/ *vt* ਥੰਮ੍ਹਣਾ, ਸਹਾਰਾ ਜਾਂ ਆਸਰਾ ਦੇਣਾ; ਝੱਲਣਾ, ਸੰਭਾਲਨਾ, ਭਾਰ ਉਠਾਉਣਾ; (ਮਤੇ ਦੀ) ਪੁਸ਼ਟੀ ਕਰਨਾ; ਪਿੱਠ ਠੋਕਣਾ, ਹਿਮਾਇਤ ਕਰਨਾ; ਪਾਲਣ-ਪੋਸਣ ਕਰਨਾ, ਸਹਾਈ ਹੋਣਾ (ਫਿਲਮ ਆਦਿ ਦੇ ਪਾਰਟ ਵਿੱਚ) *n* ਥੰਮ੍ਹੀ, ਢੋਅ, ਝੱਲਣ, ਢਾਸਣਾ, ਟੇਕ, ਡੰਗੋਰੀ; ਹਾਮੀ, ਪੁਸ਼ਟੀ, ਹਿਮਾਇਤ; ਆਸਰਾ, ਸਹਾਰਾ

supported /ਸਅ'ਪੋਟਿਡ/ *a* ਸਹਾਇਤਾ ਪ੍ਰਾਪਤ, ਸਮਰਥਿਤ

supporter /ਸਅ'ਪੋਟਅ*/ *n* (ਮਤੇ ਦੀ) ਪੁਸ਼ਟੀ ਕਰਨ ਵਾਲਾ, ਪੁਸ਼ਟੀਕਾਰ; ਸਹਾਇਕ, ਸਹਾਈ, ਅੰਗਪਾਲ; ਹਿਮਾਇਤੀ, ਹਾਮੀ, ਮਦਦਗਾਰ

supporting /ਸਅ'ਪੋਟਿਙ/ *a* ਸਹਾਰਾ ਦੇਣ ਵਾਲਾ, ਸਮਰਥਕ, ਸਹਾਇਕ, ਸਹਾਈ

suppose /ਸਅ'ਪਅਉਜ਼/ *v* ਮਿਥ ਲੈਣਾ, ਮੰਨ ਲੈਣਾ, ਸਮਝਣਾ, ਕਲਪਿਤ ਕਰਨਾ, ਅਨੁਮਾਨ ਕਰਨਾ; (ਨਤੀਜਾ, ਸਿਧਾਂਤ ਆਦਿ ਲਈ) ਸ਼ਰਤ ਹੋਣਾ, ਆਵਸ਼ਕ ਹੋਣਾ; ਠਹਿਰਾਉਣਾ; ਅਗਿਆਨ ਕਾਰਨ ਮੰਨ ਲੈਣਾ, ਵਿਚਾਰਨਾ, ਸਮਝਣਾ, ਸੋਚ ਲੈਣਾ

supposed /ਸਅ'ਪਅਉਜ਼ਡ/ *a* ਅਨੁਮਾਨਿਤ, ਕਲਪਿਤ, ਮੰਨਿਆ ਗਿਆ

supposition /ˌਸਅੱਪਅ'ਜ਼ਿਸ਼ਨ/ *n* ਮਿਥਿਆ, ਅਨੁਮਾਨ, ਮਨੌਤ, ਧਾਰਨਾ, ਅੰਦਾਜ਼ਾ; ਵਿਚਾਰ, ਸਮਝ

supposititious /ਸਅˌਪੌਜ਼ਅ'ਟਿਸ਼ਅਸ/ *a* ਕਪਟੀ, ਬਣਾਉਟੀ, ਕਲਪਿਤ, ਝੂਠਾ, ਜਾਅਲੀ, ਨਕਲੀ

suppository /ਸਅ'ਪੌਜ਼ਅਟਅਰਿ/ *n* ਬੱਤੀ (ਡਾਕਟਰੀ ਦਵਾ ਦੀ ਜੋ ਗੁਦਾ ਵਿੱਚ ਚਾੜ੍ਹੀ ਜਾਂਦੀ ਹੈ), ਵੈਸਲੀਨ ਦੀ ਬੱਤੀ (ਟੱਟੀ ਕਰਾਉਣ ਲਈ)

suppress /ਸਅ'ਪਰੈੱਸ/ *vt* ਅੰਦੋਲਨ ਆਦਿ ਦਬਾਉਣਾ, ਬੰਦ ਕਰਨਾ, ਰੋਕ ਦੇਣਾ, ਕੁਚਲ ਦੇਣਾ; (ਖ਼ਬਰ, ਭੇਤ) ਦੱਬ ਰੱਖਣਾ, ਪ੍ਰਗਟ ਨਾ ਹੋਣ ਦੇਣਾ, ਰੋਕ ਲੈਣਾ, ਛੁਪਾ ਲੈਣਾ; ਜ਼ਬਤ ਕਰ ਲੈਣਾ

suppression, suppressor /ਸਅ'ਪਰੈਸ਼ੱਨ, ਸਅ'ਪਰੈੱਸਅ*/ *n* ਦਬਾਈ, ਦਮਨ; ਜ਼ਬਤੀ, ਬੰਦਸ਼; ਲੁਕਾਅ, ਛੁਪਾਅ

suppurate /'ਸਅੱਪਯੁਰੇਇਟ/ *vi* (ਜ਼ਖ਼ਮ ਜਾਂ ਫੋੜਾ) ਪੱਕ ਜਾਣਾ, ਪਾਕ ਪੈ ਜਾਣਾ

suppuration /ˌਸਅੱਪਯੁ'ਰੇਇਸ਼ਨ/ *n* ਪੀਪ, ਪਾਕ

supranational /ˌਸੂਪਰਅ'ਨੈਸ਼ਨਅਲ/ *a* ਦੋ ਜਾਂ ਵੱਧ ਦੇਸ਼ਾਂ ਨਾਲ ਸੰਬੰਧਿਤ

supremacy /ਸੂ'ਪਰੈੱਮਅਸਿ/ *n* ਸਰਦਾਰੀ, ਸ੍ਰੇਸ਼ਠਤਾ, ਪ੍ਰਮੁੱਖਤਾ, ਸਰਬ-ਉੱਚਤਾ, ਬੋਲਬਾਲਾ

supreme /ਸੂ'ਪਰੀਮ/ *a* ਸਰਬ-ਉੱਚ, ਸਰਬ-ਸ੍ਰੇਸ਼ਠ, ਸਰਬ-ਪ੍ਰਧਾਨ, ਸਭ ਤੋਂ ਉੱਚਾ (ਸਿਆਣਪ, ਹਿੰਮਤ ਆਦਿ ਲਈ), ਸ਼੍ਰੋਮਣੀ, ਸਰਬੋਤਮ, ਮਹੱਤਵਪੂਰਨ

Supreme Court *n* ਸੁਪਰੀਮ ਕੋਰਟ, ਸਰਬਉੱਚ ਨਿਆਂਆਲਾ

supremo /ਸੂ'ਪਰੀਮਅਉ/ *n* ਸਰਬ-ਉੱਚ ਲੀਡਰ, ਸਭ ਤੋਂ ਉੱਤਮ ਸ਼ਾਸਕ, ਸਿਰ-ਕੱਢ ਨੇਤਾ

surah /'ਸਯੁਅਰਅ/ *n* ਰੇਸ਼ਮੀ ਕੱਪੜਾ, ਟਸਰ, ਸੂਰਾ

surcease /ਸਅ:'ਸੀਸ/ *n* (ਪਰਾ) ਸਮਾਪਤੀ, ਖ਼ਾਤਮਾ, ਰੁਕਾਵਟ, ਗਤੀਰੋਧ *vi* ਸਮਾਪਤ ਹੋ ਜਾਣਾ, ਖ਼ਤਮ ਹੋ ਜਾਣਾ, ਬੰਦ ਹੋ ਜਾਣਾ, ਰੁਕਣਾ

surcharge /'ਸਅ:ਚਾਜ/ *n* ਵੱਧ ਕਿਰਾਇਆ ਭਾੜਾ ਜਾਂ ਮਸੂਲ; (ਆਮਦਨੀ ਘੱਟ ਦੱਸਣ ਲਈ

ਲਾਈ ਹੋਈ ਵਾਧੂ) ਚੱਟੀ, ਜੁਰਮਾਨਾ; ਲੋੜ ਤੋਂ ਵੱਧ ਸ਼ਕਤੀ, ਬਿਜਲੀ ਆਦਿ ਦੀ ਵਾਧੂ ਰੌ; ਸਰਕਾਰੀ ਲੇਖੇ ਦੀ ਰਕਮ; ਉਪੱਰਲਾ ਠੱਪਾ (ਜੋ ਡਾਕ ਦੇ ਟਿਕਟ ਉਪੱਰ ਮੁੱਲ ਨੂੰ ਬਦਲਨ ਲਈ ਲਗਾਇਆ ਜਾਂਦਾ ਹੈ) *vt* ਅਤਿਅਧਿਕ ਭਾਰ ਲੱਦ ਦੇਣਾ, ਭਰਨਾ; ਚੱਟੀ ਲਾਉਣਾ; ਆਮਦਨੀ ਦਾ ਗ਼ਲਤ ਹਿਸਾਬ ਦੇਣ ਕਾਰਨ ਜੁਰਮਾਨਾ ਲਗਾਉਣਾ; ਲੇਖੇ ਵਿੱਚ ਜਮ੍ਹਾਂ ਖਾਤੇ ਦੀ ਭੁੱਲ ਦੱਸਣਾ; ਲੋੜ ਤੋਂ ਵਧੱ ਤਰ ਕਰਨਾ ਜਾਂ ਭਿਓਂਣਾ

surcingle /'ਸਅ:ਸਿਙਗਲ/ *n* (ਘੋੜੇ ਦਾ) ਤੰਗ; ਪੇਟੀ; (ਵਿਸ਼ੇਸ਼) ਪਾਦਰੀਆਂ ਦੇ ਚੋਗੇ ਦੇ ਹੇਠਲੇ ਹਿੱਸੇ ਨੂੰ ਤੰਗ ਕਰਨ ਦੀ ਪੇਟੀ *v* ਘੋੜੇ ਦਾ ਤੰਗ ਕੱਸਣਾ; ਪੇਟੀ ਨਾਲ ਕੰਬਲ ਆਦਿ ਨੂੰ ਕੱਸਣਾ

surcoat /'ਸਅ:ਕਅਉਟ/ *n* (ਇਤਿ) ਚੋਗਾ, ਲਬਾਦਾ (ਕੋਟ ਦੇ ਉਪੱਰ ਪਾਉਣ ਲਈ); ਪੇਟੀ ਵਾਲੀ ਫਤੂਹੀ

surd /ਸਅ:ਡ/ *a* ਮੌਲਿਕ; (ਗਣਿ) ਕਰਨੀ; ਕਰਨੀਗਤ; (ਧੁਨੀ) ਅਘੋਸ਼, ਸਾਹ ਨਾਲ ਬੋਲਿਆ ਹੋਇਆ (ਨਾ ਕਿ ਅਵਾਜ਼ ਨਾਲ), ਸੁਆਸੀ *n* ਅਘੋਸ਼ ਵਿਅੰਜਨ ਜਾਂ ਵਿਅੰਜਨਾਤਮਿਕ ਧੁਨੀ

sure /ਸ਼ੁਅ*,ਸ਼ੋ*/ *a* ਅਚੁਕ; ਵਿਸ਼ਵਾਸੀ, ਭਰੋਸੇ ਯੋਗ; ਨਿਸ਼ਚਿਤ, ਦ੍ਰਿੜ੍ਹ, ਪੱਕਾ, ਭਰੋਸਾ ਕਰਨ ਵਾਲਾ; ਨਿਯਤ *adv* ਬਿਨਾਂ ਸ਼ੱਕ, ਨਿਸ਼ਚਿਤ ਰੂਪ ਨਾਲ

surely /'ਸ਼ੁਅਲਿ,'ਸ਼ੋਲਿ/ *adv* ਯਕੀਨੀ ਤੌਰ 'ਤੇ, ਪੱਕੀ ਤਰ੍ਹਾਂ, ਜ਼ਰੂਰ

surety /'ਸ਼ੁਅਰਅਟਿ,'ਸ਼ੋਰਅਟਿ/ *n* ਜ਼ਮਾਨਤ ਦੇਣ ਵਾਲਾ; ਜ਼ਾਮਨ, ਜ਼ਮਾਨਤ ਦੇ ਰੂਪ ਵਿੱਚ ਰੱਖੀ ਜਾਣ ਵਾਲੀ ਵਸਤੂ, ਮੁਚੱਲਕਾ, ਜ਼ਮਾਨਤ; (ਪਰਾ) ਯਕੀਨੀ ਨਿਸ਼ਚਾ

surf /ਸਅ:ਫ/ *n* (ਸਮੁੰਦਰੀ ਕੰਢੇ ਦੀ) ਛੱਲ

surface /'ਸਅ:ਫ਼ਿਸ/ *n* ਤਲ, ਭੂ ਤਲ, ਸਤ੍ਹਾ, ਕਿਸੇ ਪਦਾਰਥ ਦਾ ਬਾਹਰੀ ਹਿੱਸਾ; (ਰੇਖਾ) ਤਲ, ਸਤ੍ਹਾ; ਸਮੁੰਦਰ ਦੀ ਉਪੱਰਲੀ ਸਤ੍ਹਾ *a* ਉਪੱਰਲਾ-ਉਪੱਰਲਾ, ਸਤਹੀ

surfaceman /'ਸਅ:ਫ਼ਿਸਮਅਨ/ *n* ਰੇਲ ਪਟੜੀ ਦੀ ਰੱਖਿਆ ਕਰਨ ਵਾਲਾ ਕਰਮਚਾਰੀ

surfeit /'ਸਅ:ਫ਼ਿਟ/ *n* ਖਾਣ-ਪੀਣ ਵਿੱਚ ਵਧੀਕੀ, ਅਫਰੇਵਾਂ; ਕਿਸੇ ਵਸਤੂ ਦੀ ਅਧਿਕਤਾ *v* ਅਫਰਾਅ ਜਾਣਾ; ਕਿਸੇ ਚੀਜ਼ ਦੀ ਅਧਿਕਤਾ ਹੋਣਾ; ਜੀਅ ਭਰ ਜਾਣਾ, ਅੱਕ ਜਾਣਾ

surfing /'ਸਅ:ਫ਼ਿਙ/ *n* (ਕੰਪਿ) ਇੰਟਰਨੈੱਟ ਉੱਤੇ ਪ੍ਰਾਪਤ ਜਾਣਕਾਰੀ ਅਤੇ ਸੂਚਨਾਵਾਂ ਵਿੱਚ ਵਿਚਰਨਾ

surge /ਸਅ:ਜ/ *vi* ਲਹਿਰ ਉਠੱਣਾ (ਵਲਵਲੇ ਜਾਂ ਜੋਸ਼ ਦੀ); (ਖੇਤ ਦਾ) ਲਹਿਰਾਉਣਾ; (ਸਮੁੰਦਰ ਦਾ) ਉਛੱਲਨਾ, ਠਾਠਾਂ ਮਾਰਨਾ, ਚੜ੍ਹਨਾ, ਉਭੱਰਨਾ; (ਪਹੀਏ ਦਾ) ਰੇਲ ਜਾਂ ਸੜਕ ਉਤੋਂ ਬਿਨਾਂ ਅੱਗੇ ਵਧਣ ਦੇ ਘੁੰਮਣਾ, ਚੱਕਰ ਕੱਟਣਾ *n* ਲਹਿਰ, ਤਰੰਗ, ਮੌਜ; ਵੇਗ

surgeon /'ਸਅ:ਜਅਨ/ *n* ਚੀਰ-ਫਾੜ ਮਾਹਰ, ਸਰਜਨ, ਜੱਰਾਹ

surgery /'ਸਅ:ਜਅਰਿ/ *n* ਚੀਰ-ਫਾੜ, ਸਰਜਰੀ, ਜੱਰਾਹੀ

surgical /'ਸਅ:ਜਿਕਲ/ *a* ਚੀਰ-ਫਾੜ ਦਾ, ਜੱਰਾਹੀ ਸੰਬੰਧੀ

surly /'ਸਅ:ਲਿ/ *a* ਅੱਖੜ, ਅੜਬ, ਅਵੈੜਾ, ਰੁੱਖਾ

surmise /'ਸਅ:ਮਾਇਜ਼/ *n* ਕਿਆਸ, ਅਨੁਮਾਨ, ਅੱਟਾ-ਸੱਟਾ /ਸਅ:'ਮਾਇਜ਼/ *v* ਅਨੁਮਾਨ ਲਾਉਣਾ, ਅੱਟਾ-ਸੱਟਾ ਲਾਉਣਾ, ਤੀਰ-ਤੁੱਕਾ ਲਾਉਣਾ

surmount /ਸਅ'ਮਾਉਨਟ/ *vt* (ਕਠਨਾਈ, ਰੁਕਾਵਟ ਆਦਿ ਦਾ) ਜਿੱਤ ਲੈਣਾ, ਪਾਰ ਕਰਨਾ, ਫ਼ਤਿਹ ਕਰ ਲੈਣਾ, ਸਰ ਕਰ ਲੈਣਾ; ਚੋਟੀ ਉਤੋਂ ਚੜ੍ਹਨਾ, ਚੋਟੀ ਉੱਤੇ ਲੱਗਾ ਹੋਣਾ

surmullet /ਸਅ:'ਮਅੱਲਿਟ/ *n* ਲਾਲ ਰੰਗ ਦੀ ਇੱਕ ਸਮੁੰਦਰੀ ਮੱਛੀ

surname /'ਸਅ:ਨੇਇਮ/ *n* ਉਪਨਾਮ, ਕੁੱਲ ਨਾਂ, ਖ਼ਾਨਦਾਨੀ ਨਾਂ; ਉਪਾਧੀ *vt* ਉਪਨਾਮ ਰੱਖਣਾ, ਅੱਲ ਪਾਉਣਾ

surpass /ਸਅ'ਪਾਸ/ *vt* ਅੱਗੇ ਵਧ ਜਾਣਾ, ਪਿੱਛੇ ਛੱਡ ਜਾਣਾ

surplice /'ਸਅ:ਪਲਅਸ/ *n* (ਪਾਦਰੀ ਦਾ) ਚੋਗਾ

surplus /'ਸਅ:ਪਲਅਸ/ *n* ਬੱਚਤ, ਰੋਕੜ, ਵਾਧੂ ਮਿਕਦਾਰ, ਵਾਧਾ, ਵਾਫਰ, ਬੇਸ਼ੀ *a* ਅਧਿਕ, ਫ਼ਾਲਤੂ, ਵਾਧੂ

surplusage /'ਸਅ:ਪਲਅਸਿਜ/ *n* ਵਾਧਾ, ਵਾਫਰੀ

surprisal /ਸਅ'ਪਰਾਇਜ਼ਲ/ *n* ਅਸਚਰਜਤਾ, ਹੈਰਤ, ਹੈਰਾਨੀ

surprise /ਸਅ'ਪਰਾਇਜ਼/ *n* ਹੈਰਾਨੀ, ਅਸਚਰਜਤਾ, ਅਚੰਭਾ; ਅਚਾਨਕ ਹੱਲਾ; ਛਾਪਾ; ਬੇਖ਼ਬਰੀ ਵਿੱਚ ਆ ਜਾਣ ਦੀ ਕਿਰਿਆ, ਅਚੰਭੇ ਵਾਲੀ ਘਟਨਾ *vt* ਅਚੇਤ ਹੀ ਆ ਜਾਣਾ, ਛਾਪਾ ਮਾਰਨਾ; ਤ੍ਰਾਹ ਕੱਢਣਾ; ਘਬਰਾ ਦੇਣਾ, ਪਰੇਸ਼ਾਨ ਕਰਨਾ; ਹੈਰਾਨ ਕਰਨਾ, ਅਚੰਭਿਤ ਕਰਨਾ

surprising /ਸਅ'ਪਰਾਇਜ਼ਿਙ/ *a* ਅਨੋਖਾ, ਹੈਰਾਨ ਕਰਨ ਵਾਲਾ, ਵਚਿੱਤਰ

surrealism /ਸਅ'ਰੀਅਲਿਜ਼ਅਮ/ *n* (ਹੁਨਰ ਜਾਂ ਸਾਹਿਤ ਵਿੱਚ ਪਰਾਯਥਾਰਥਵਾਦ, ਪੜਯਥਾਰਥਵਾਦ, ਅਤਿਯਥਾਰਥਵਾਦ

surrejoin /ˌਸਅ:ਰਿ'ਜੌਇਨ/ *vt* (ਕਨੂੰ) ਜਵਾਬ ਦਾਅਵੇ ਦਾ ਉੱਤਰ ਦੇਣਾ

surrender /ਸਅ'ਰੈਂਨੱਡਅ*/ *v* (ਤਾਕਤ ਜਾਂ ਕਬਜ਼ਾ) ਸੌਂਪ ਦੇਣਾ, ਹਵਾਲੇ ਕਰਨਾ, ਛੱਡਣਾ; ਤਿਆਗਣਾ (ਹੱਕ, ਆਸ, ਅਜ਼ਾਦੀ, ਦਾਅਵਾ, ਪਦ ਆਦਿ); ਹਥਿਆਰ ਸੁੱਟਣਾ, ਹਾਰ ਮੰਨਣਾ, ਝੁਕ ਜਾਣਾ *n* ਸਪੁਰਦਗੀ, ਹਵਾਲਗੀ, ਤਿਆਗ; ਹਾਰ, ਸਮਰਪਣ, ਆਤਮਸਮਰਪਣ

surreption /ਸਅ'ਰੈਪੱਸ਼ਨ/ *n* ਚੋਰੀ, ਚੋਰੀ ਕੀਤਾ ਕਾਰਜ, ਗੁਪਤ ਕਾਰਜ

surreptitious /ˌਸਅੱਰਅਪ'ਟਿਸ਼ਅਸ/ *a* ਗੁਪਤ, ਚੋਰੀ-ਛੁੱਪੇ ਦਾ, ਝੂਠਾ, ਖ਼ੁਫੀਆ, ਲੁਕਿਆ-ਛੁਪਿਆ

surrogate /'ਸਅੱਰਅਗਅਟ/ *n* (ਈਸਾਈ ਮੱਤ ਵਿੱਚ ਬਿਸ਼ਪ ਦਾ) ਸਹਾਇਕ; ਨਾਇਬ

surround /ਸਅ'ਰਾਉਨਡ/ *vt* ਘੇਰਨਾ, ਦੁਆਲੇ ਹੋਣਾ, ਵਲਨਾ; ਚੁਤਰਫ਼ੀ ਹੋਣਾ

surroundings /ਸਅ'ਰਾਉਨਡਿਙਜ਼/ *n* (ਬਹੁ) ਆਸ-ਪਾਸ ਦਾ ਵਾਤਾਵਰਨ, ਚੁਗਿਰਦਾ, ਅੜੋਸ-ਪੜੋਸ

surtax /'ਸਅ:ਟੈਕਸ/ *n* ਵਾਧੂ ਟੈਕਸ, ਉਤਲਾ ਟੈਕਸ, ਅਤਿਰਿਕਤ ਕਰ *vt* (ਖ਼ਾਸ ਹੱਦ ਤੋਂ ਵਧੀਕ ਆਮਦਨੀ ਉੱਤੇ) ਉਤਲਾ ਟੈਕਸ ਲਾਉਣਾ

surtout /'ਸਅ:ਟੂ,ਸਅ:'ਟੂ(ਟ)/ *n* ਉਪੱਰ ਪਹਿਨਣ ਵਾਲਾ ਢਿੱਲਾ ਕੋਟ, ਓਵਰਕੋਟ

surveillance /ਸਅ:'ਵ੍ਰੇਇਲਅਨਸ/ *n* ਰਖਵਾਲੀ, ਚੌਕਸੀ, ਨਿਗਰਾਨੀ; ਦੇਖ-ਭਾਲ

survey /ਸਅ'ਵ੍ਰੇਇ / *vt* (ਕਿਸੇ ਵਸਤੂ, ਅਵਸਥਾ, ਆਕਾਰ ਆਦਿ ਦਾ) ਨਿਰੀਖਣ ਕਰਨਾ; ਦੇਖਣਾ, ਪੜਤਾਲ ਕਰਨਾ, ਜਾਂਚ ਕਰਨਾ; ਜ਼ਮੀਨ ਦੀ ਪੜਤਾਲ ਕਰਨਾ, ਮਾਪਣਾ, ਪੈਮਾਇਸ਼ ਕਰਨਾ, ਕੱਛਣਾ /'ਸਅ:ਵ੍ਰੇਇ/*n* ਸਰਵੇ, ਪੈਮਾਇਸ਼, ਜਾਂਚ, ਪੜਤਾਲ, ਸਮੁੱਚੀ ਨਜ਼ਰ, ਖੇਤਰ ਮਾਪ; ਖੇਤਰ ਪੜਤਾਲ ਜਾਂ ਪੈਮਾਇਸ਼ ਦਾ ਨਕਸ਼ਾ

surveyor /ਸਅ'ਵ੍ਰੇਇਅ*/ *n* ਸਰਵੇ ਕਰਨ ਵਾਲਾ, ਨਿਰੀਖਣ ਕਰਨ ਵਾਲਾ, ਖੇਤਰ ਮਾਪਣ ਵਾਲਾ, ਭੂ ਮਾਪਕ, ਪੜਤਾਲ ਜਾਂ ਪੈਮਾਇਸ਼ ਕਰਨ ਵਾਲਾ ਅਫ਼ਸਰ; ਮਾਪ ਤੋਲ ਦੀ ਪੜਤਾਲ ਕਰਨ ਵਾਲਾ

survival/ਸਅ'ਵ੍ਰਾਇਵ੍ਲ/*n* ਯਾਦਗਾਰ, ਉੱਤਰਜੀਵਤਾ, ਬਚਾਅ; ਬਚਿਆ ਰਹਿਣ (ਦੀ ਦਸ਼ਾ), ਜਿਊਂਦੇ ਬਚਣ (ਦੀ ਕਿਰਿਆ)

survive /ਸਅ'ਵ੍ਰਾਇਵ੍/ *v* ਬਚਿਆ ਰਹਿਣਾ, ਟਿਕਿਆ ਰਹਿਣਾ, ਜਿਊਂਦੇ ਰਹਿਣਾ, ਕਿਸੇ ਦੇ ਮਰ ਜਾਣ ਪਿੱਛੋਂ ਜਿਊਂਦੇ ਰਹਿਣਾ, ਵਿੱਚੋਂ ਜਿਊਂਦੇ ਨਿਕਲ ਆਉਣਾ

survivor /ਸਅ'ਵ੍ਰਾਇਵ੍ਅ*/ *n* ਪਿੱਛੇ ਰਿਹਾ, ਬਾਕ਼ੀ ਰਹਿੰਦਾ, ਬਚਿਆ ਰਹਿਣ ਵਾਲਾ; (ਬਹੁ) ਪਿਛਲੇ ਰਹਿੰਦੇ

susceptance /ਸਅ'ਸੈਪਟਅਨਸ/ *n* (ਰੋਗ) ਗ੍ਰਹਿਣ ਕਰਨ

susceptibility /ਸਅ,ਸੈਪੱਟਅ'ਬਿਲਅਟਿ/ *n* ਗੁੰਜਾਇਸ਼, ਸੰਭਾਵਨਾ, ਗ੍ਰਹਿਣਸ਼ੀਲਤਾ, ਸੰਵੇਦਨਸ਼ੀਲਤਾ

susceptible /ਸਅ'ਸੈਪੱਟਅਬਲ/ *a* ਗੁੰਜਾਇਸ਼ ਵਾਲਾ; ਅਸਰ ਕਬੂਲਣ ਵਾਲਾ, ਭਾਵਕ, ਪ੍ਰਭਾਵਿਕ, ਭਾਵਗਰਾਹੀ, ਗ੍ਰਹਿਣਸ਼ੀਲ, ਸੰਵੇਦਨਸ਼ੀਲ

susceptive /ਸਅ'ਸੈਪੱਟਿਵ਼/ *a* ਗ੍ਰਹਿਣਸ਼ੀਲ, ਸੰਵੇਦਨਸ਼ੀਲ

suspect /ਸਅ'ਸਪੈੱਕਟ, 'ਸਅੱਸਪੈੱਕਟ/ *vt* (ਕਿਸੇ ਉੱਤੇ) ਸ਼ੱਕ ਕਰਨਾ, (ਕਿਸੇ ਗੱਲ ਦਾ) ਅੰਦੇਸ਼ਾ ਹੋਣਾ, ਸ਼ੱਕ ਹੋਣਾ, ਸ਼ੁਬ੍ਹਾ ਹੋਣਾ; ਗੁਮਾਨ ਹੋਣਾ, ਖ਼ਿਆਲ ਹੋਣਾ; ਖ਼ਿਆਲ ਕਰਨਾ, ਸਮਝਣਾ *a* ਸ਼ੱਕੀ, ਸੰਦੇਹਜਨਕ *n* ਸ਼ੱਕੀ ਆਦਮੀ

suspend /ਸਅ'ਸਪੈੱਂਡ/ *vt* ਮੁਅੱਤਲ ਕਰਨਾ; ਫ਼ੈਸਲਾ ਨਾ ਕਰਨਾ, ਰੋਕ ਰੱਖਣਾ, ਸਥਗਿਤ ਰੱਖਣਾ; ਟੰਗਣਾ, ਲਮਕਾਉਣਾ, ਲਟਕਾਉਣਾ

suspended animation *n* ਜ਼ਿੰਦਾ ਪਰ ਅਹਿਲ ਸਰੀਰ, (ਕੁਝ ਭੈੜਾ ਹੋ ਜਾਣ ਦੇ ਡਰ ਕਾਰਨ) ਸੁੰਨ ਹੋਇਆ ਸਰੀਰ, ਪ੍ਰਾਣ ਸਥਗਨ

suspender /ਸਅ'ਸਪੈੱਂਡਅ*/ *n* (ਬਹੁ) ਪਤਲੂਨ ਦੇ ਤਸਮੇ, ਗੈਟਸ, ਜੁਰਾਬ ਦੇ ਤਸਮੇ, ਵੱਧਰੀਆਂ

suspense /ਸਅ'ਸਪੈੱਂਸ/ *n* ਦੋ ਚਿੱਤੀ, ਦੋ ਦਿਲੀ, ਦੁਬਿਧਾ, ਜੱਕੋਤਕੀ, ਸ਼ਸ਼ੋਪੰਜ, ਸੰਦੇਹ, (ਕਨੂੰ) ਰੁਕਾਅ, ਅਧਿਕਾਰ-ਸਥਗਨ, ਉਤਸੁਕਤਾ, ਲਟਕਾਅ

suspension /ਸਅ'ਸਪੈੱਨਸ਼ਨ/ *n* ਲਮਕਾਅ, ਲਟਕਾਅ; ਮੁਅੱਤਲੀ; ਰੁਕਾਅ, ਢਿੱਲ

suspensive, suspensory /ਸਅ'ਸਪੈੱਨਸਿਵ਼, ਸਅ'ਸਪੈੱਨਸ(ਅ)ਰਿ/ *a* ਡਾਵਾਂ-ਡੋਲ, ਦੋ ਚਿੱਤਾ, ਦੋ ਦਿਲਾ, ਸੰਦੇਹੀ

suspicion /ਸਅ'ਸਪਿਸ਼ਨ/ *n* ਸ਼ੱਕ, ਸੰਦੇਹ, ਸ਼ੰਕਾ, ਖਟਕਾ; ਸੂਖਮ ਮਾਤਰਾ

suspicious /ਸਅ'ਸਪਿਸ਼ਅਸ/ *a* ਸ਼ੱਕੀ, ਸੰਦੇਹੀ; ਸ਼ੱਕ ਕਰਨ ਵਾਲਾ, ਸ਼ੰਕਾਵਾਦੀ

suspiration /,ਸਅੱਸਪਿ'ਰੇਇਸ਼ਨ/ *n* ਆਹ, ਠੰਢਾ ਸਾਹ, ਲੰਮਾ ਸਾਹ

sustain /ਸਅ'ਸਟੇਇਨ/ *vt* ਸਹਾਰਾ ਦੇਣਾ, ਭਾਰ ਉਠਾਉਣਾ; ਜਿਊਂਦਾ ਰੱਖਣਾ, ਹਿੰਮਤ ਕਾਇਮ ਰੱਖਣਾ; ਮੁਕਾਬਲਾ ਕਰਨਾ (ਕਾਮਯਾਬੀ ਨਾਲ); (ਨੁਕਸਾਨ) ਬਰਦਾਸ਼ਤ ਕਰਨਾ; (ਹਾਰ) ਖਾਣਾ; (ਅਦਾਲਤ ਆਦਿ ਵਿੱਚ) ਜਾਇਜ਼ ਕਰਾਰ ਦੇਣਾ, ਸਹੀ ਠਹਿਰਾਉਣਾ; (ਬਿਆਨ; ਇਲਜ਼ਾਮ, ਵਿਚਾਰ) ਤਸਦੀਕ ਕਰਨਾ, ਪੁਸ਼ਟੀ ਕਰਨਾ, ਪ੍ਰੋੜ੍ਹਤਾ ਕਰਨਾ; (ਪਾਰਟ) ਚੰਗੀ ਤਰ੍ਹਾਂ ਨਿਭਾਉਣਾ; ਜਾਰੀ ਰੱਖਣਾ (ਬੋਲ, ਅਵਾਜ਼, ਯਤਨ)

sustained /ਸਅ'ਸਟੇਇਨਡ/ *a* ਪ੍ਰਮਾਣਿਤ, ਸਿੱਧ; ਦੀਰਘਕਾਲਕ; ਨਿਰੰਤਰ, ਲਗਾਤਾਰ

sustenance /'ਸਅੱਸਟਅਨਅਨਸ/ *n* ਆਹਾਰ, ਪਾਲਣ-ਪੋਸਣ, ਖ਼ੁਰਾਕ, ਜੀਵਕਾ; ਗੁਜ਼ਾਰਾ

sustentation /,ਸਅੱਸਟੈੱਨ'ਟੇਇਸ਼ਨ/ *n* ਰੋਜ਼ੀ, ਜੀਵਕਾ; ਖ਼ੁਰਾਕ, ਆਹਾਰ

susurration /,ਸੂਸਅ'ਰੇਇਸ਼ਨ/ *n* ਕਾਨਾਫੂਸੀ, ਸੂ ਸੂ ਦਾ ਸ਼ਬਦ, ਸਰਸਰਾਹਟ, ਘੁਸਰ-ਮੁਸਰ

susurrous /'ਸੂਸਅਰਅਸ/ *n* ਕਾਨਾਫੂਸੀ ਵਾਲਾ, ਸੂ ਸੂ ਵਾਲਾ

sutler /'ਸਅੱਟਲਅ*/ *n* (ਇਤਿ) ਫ਼ੌਜ ਨੂੰ ਖਾਣ-ਪੀਣ ਦਾ ਸਮਾਨ ਵੇਚਣ ਵਾਲਾ, ਫੌਜ ਦਾ ਮੋਦੀ

suture /'ਸੂਚਅ*/ *n* ਹੱਡੀਆਂ ਦਾ ਜੋੜ; ਸਿਊਂਣ; ਟਾਂਕਾ *vt* (ਜੱਰਾਹੀ) ਟਾਂਕੇ ਲਾਉਣਾ

SUV /,ਐੱਸ ਯੂ 'ਵ਼ੀ/ *abbr* **sport utility vehicle** ਦਾ ਸੰਖਿਪਤ ਰੂਪ, (ਉੱਭੜ ਖਾਭੜ ਰਾਹ ਵਿੱਚ ਚਲ ਸਕਣ ਵਾਲਾ) ਚਾਰ ਪਹੀਆਂ ਵਾਹਨ

suzerain /'ਸੂਜ਼ਅਰੇਇਨ/ *n* ਵੱਡਾ ਜਗੀਰਦਾਰ, ਸਾਮੰਤ

suzerainty /'ਸੂਜ਼ਅਰੇਇਨਟਿ, -ਰਅਨਟਿ/ *n* ਸਾਮੰਤੀ

swab /ਸਵੌਬ/ *n* ਪਾਣੀ ਆਦਿ ਸੁਕਾਉਣ ਲਈ ਕੱਪੜੇ ਦਾ ਝਾੜੂ; ਕੂਚੀ, ਪੋਚਾ (ਡਾਕਟਰੀ) ਰੂਈ ਦਾ ਫਹਿਆ, ਫਰੇਰੀ, ਸੁਕਾਉਣ ਲਈ ਗੱਦੀ; ਕੀਟਾਣੂਆਂ ਦਾ ਨਿਰੀਖਣ ਕਰਨ ਲਈ ਕੂਚੀ ਤੋਂ ਲਏ ਗੰਦ ਆਦਿ ਦਾ ਨਮੂਨਾ; ਨਿਕੰਮਾ ਆਦਮੀ, ਫੋਸੜ *vt* ਕੂਚੀ ਜਾਂ ਪੋਚੇ ਨਾਲ ਸਾਫ਼ ਕਰਨਾ, ਪੋਚਾ ਫੇਰਨਾ

swaddle /'ਸਵੌਡਲ/ *vt* ਬਹੁਤ ਸਾਰੇ ਕੱਪੜੇ ਜਾਂ ਵਸਤਰ ਪਹਿਨਾਉਣਾ, ਬਹੁਤ ਸਾਰੀਆਂ ਚਾਦਰਾਂ ਵਿੱਚ ਲਪੇਟਣਾ, ਪੋਤੜਿਆਂ ਵਿੱਚ ਵਲ੍ਹੇਟਣਾ (ਬੱਚੇ ਨੂੰ); ਪੱਟੀਆਂ ਬੰਨ੍ਹਣਾ; ਕੱਸਣਾ

swaddling clothes /'ਸਵੌਡਲਿਙ ਕਲਅਉਦਜ਼/ *n* ਬੱਚਿਆਂ ਨੂੰ ਲਪੇਟਣ ਦੇ ਕੱਪੜੇ ਜਾਂ ਪੱਟੀਆਂ; ਪੋਤੜੇ, ਬੰਦਸ਼, ਬੰਧਨ, ਦਬਾਅ

swag /ਸਵੈਗ/ *n* (ਅਪ) ਚੋਰੀ ਦਾ ਮਾਲ, ਲੁੱਟ ਦਾ ਧਨ; ਰਾਜਨੀਤਿਕ ਜਾਂ ਦੂਜੇ ਸਾਧਨਾਂ ਰਾਹੀਂ ਪ੍ਰਾਪਤ ਸੰਪੱਤੀ

swagg *n* ਫੜ੍ਹ, ਧੌਂਸ, ਦਮਗਜਾ, ਫੂੰ-ਫਾਂ, ਟੌਹ੍ਰ, ਆਕੜ

swagger[1] /'ਸਵੈਗਅ*/ *v* ਫੜ੍ਹ ਮਾਰਨਾ; ਆਕੜ ਕੇ ਚੱਲਣਾ, ਠਾਠ ਨਾਲ ਚੱਲਣਾ; ਧੌਂਸ ਜਮਾਉਣਾ, ਦਮਗਜਾ ਮਾਰਨਾ, ਡੀਂਗ ਮਾਰਨਾ *a* ਫੁਰਤੀਲਾ, ਤੇਜ਼, ਰੋਹਬ ਵਾਲਾ; ਟੌਹ੍ਰੀ, ਸ਼ੁਕੀਨ, ਫੈਸ਼ਨੇਬਲ

swain /ਸਵੇਇਨ/ *n* ਪੇਂਡੂ ਨੌਜਵਾਨ, ਨੱਢਾ, ਰਸੀਆ

swale /ਸਵੇਇਲ/ *v* (ਉਪ) ਜਲਵਾ, ਝੁਲਸਵਾ; ਪੰਘਰਨਾ

swallow[1] /'ਸਵੌਲਅਉ/ *v* ਹੜੱਪ ਕਰਨਾ, ਨਿਗਲਨਾ, ਖਾ ਲੈਣਾ, ਨਿਘਾਰਨਾ, ਨਸ਼ਟ ਕਰਨਾ, ਮਾਰ ਦੇਣਾ; ਆਪਣੇ ਸ਼ਬਦਾਂ ਨੂੰ ਗ਼ਲਤ ਸਮਝ ਕੇ ਛੱਡ ਦੇਣਾ ਜਾਂ ਵਾਪਸ ਲੈ ਲੈਣਾ; ਅਪਮਾਨ ਜਾਂ ਨਿਰਾਦਰ ਬਰਦਾਸ਼ਤ ਕਰਨਾ, ਸਹਿਣਾ, ਪੀ ਜਾਣਾ; ਕਿਸੇ ਗੱਲ ਨੂੰ ਤਤਕਾਲ ਮੰਨ ਜਾਣਾ

swallow[2] *n* ਅਬਾਬੀਲ, ਇੱਕ ਪੰਛੀ

swallow-tail/'ਸਵੌਲਅਉਟੇਇਲ/ *n* ਦੋ ਸ਼ਾਖੀ ਪੂਛਲ; ਅਬਾਬੀਲ ਪੂਛੀ ਤਿਤਲੀ

swam /ਸਵੈਮ/ *v* **swim** ਦਾ ਭੂਤ-ਕਾਲ

swamp /ਸਵੌਂਮਪ/ *n* ਦਲਦਲ, ਖੋਭਾ, ਜਿਲ੍ਹਣ *vt* ਦਲਦਲ ਵਿੱਚ ਫਸਣਾ; ਹੜ੍ਹ ਲਿਆ ਦੇਣਾ, ਤਰ-ਬਤਰ ਕਰਨਾ, ਭਰ ਦੇਣਾ (ਪਾਣੀ ਨਾਲ); ਭਰਮਾਰ ਕਰਨਾ; ਪਾਣੀ ਫੇਰ ਦੇਣਾ (ਉਮੀਦਾਂ 'ਤੇ); (ਕਿਸੇ ਵਸਤੂ ਦਾ ਅਧਿਕ ਮਾਤਰਾ ਜਾਂ ਸੰਖਿਆ ਕਾਰਨ ਦੂਜੀ ਵਸਤੂ ਨੂੰ) ਪ੍ਰਭਾਵਹੀਣ ਬਣਾਉਣਾ, ਛੁਪਾਅ ਦੇਣਾ, ਢਕ ਲੈਣਾ

swampy /ਸਵੌਂਮਪਿ/ *a* ਦਲਦਲੀ, ਖੋਭੇ ਵਾਲੀ (ਜ਼ਮੀਨ)

swan /ਸਵੌਨ/ *n* ਹੰਸ; ਰਾਜਹੰਸ, (ਕਾਵਿ) ਕਵੀ, ਗਾਇਕ

swank /ਸਵੈਙਕ/ *n* ਅਡੰਬਰ, ਨੁਮਾਇਸ਼; ਡੀਂਗ, ਧੌਂਸ, ਠਾਠ, ਸ਼ੇਖ਼ੀ, ਆਕੜ *vi* ਡੀਂਗ ਮਾਰਨਾ, ਧੌਂਸ ਜਮਾਉਣਾ, ਸ਼ਾਨ ਵਿਖਾਉਣਾ, ਆਕੜਨਾ, ਸ਼ੇਖ਼ੀ ਮਾਰਨਾ

swanky /'ਸਵੈਙਕਿ/ *a* ਸ਼ੇਖ਼ੀ ਮਾਰਨ ਵਾਲਾ, ਟੌਹ੍ਰ ਕੱਢਣ ਵਾਲਾ, ਫੜਾਂ ਮਾਰਨ ਵਾਲਾ

swannery /'ਸਵੌਨ(ਅ)ਰਿ/ *n* ਹੰਸ ਪਾਲਣ ਵਾਲੀ ਥਾਂ

swansong /'ਸਵੌਨਸੌਙ/ *n* ਅੰਤਲੀ ਰਚਨਾ (ਕਵੀ ਆਦਿ ਦੀ); ਹੰਸ ਗੀਤ

swap /ਸਵੌਪ/ *n* ਅਦਲਾ-ਬਦਲੀ, ਬਦਲੀ ਹੋਈ ਚੀਜ਼ *vt* ਅਦਲਾ-ਬਦਲੀ ਕਰਨਾ

sward /ਸਵੋਡ/ *n* ਘਾਹ ਭੂਮੀ, ਛੋਟੇ-ਛੋਟੇ ਘਾਹ ਨਾਲ ਢਕੀ ਹੋਈ ਜ਼ਮੀਨ; ਘਾਹ ਦੀ ਤਹਿ

sware /ਸਵੇਅ*/ *n* (ਪਰਾ) **swear** ਦਾ ਭੂਤ-ਕਾਲ

swarm[1] /ਸਵੋਮ/ *n* (ਸ਼ਹਿਦ ਦੀਆਂ ਮੱਖੀਆਂ ਦਾ) ਝੁੰਡ, ਇਕੱਠ, ਠੱਠ, ਝੁਰਮਟ, ਦਲ; ਝੁੰਡ, ਦਲ, ਭੀੜ (ਛੋਟੇ ਜੰਤੂਆਂ, ਕੀੜਿਆਂ, ਪੰਛੀਆਂ, ਬੰਦੂਕਾਂ ਸਹਿਤ ਫ਼ੌਜੀ, ਘੋੜਸਵਾਰਾਂ ਆਦਿ ਦੀ); ਉਡਦੀਆਂ ਮੱਖੀਆਂ *vt* (ਮਖਿਆਰੀਆਂ ਦਾ) ਇਕੱਠਾ ਹੋਣਾ; ਝੁਰਮਟ ਪਾਉਣਾ, ਠੱਠ ਬੰਨ੍ਹਣਾ, ਉਮੱਡ ਪੈਣਾ, ਹੁੰਮ-ਹੁੰਮਾ ਕੇ ਆਉਣਾ, (ਥਾਂਵਾਂ ਦਾ) ਭਰਿਆ ਹੋਣਾ

swarm[2] *v* ਦੋਹਾਂ ਹੱਥਾਂ ਪੈਰਾਂ ਦੀ ਸਹਾਇਤਾ ਨਾਲ

ਰੱਸੇ ਉੱਤੇ ਚੜ੍ਹਨਾ; ਦਰਖ਼ਤ ਜਾਂ ਖੰਭੇ ਉੱਤੇ ਚੜ੍ਹਨਾ

swarthy, swart /'ਸਵੋਦਿ, ਸਵੋਟ/ *a* ਪੱਕੇ ਰੰਗ ਦਾ, ਕਾਲਾ, ਸਾਂਵਲਾ

swash /ਸਵੌਸ਼/ *v* (ਪਰਾ) ਜ਼ੋਰ ਨਾਲ ਸੱਟ ਮਾਰਨਾ, ਬਲਪੂਰਵਕ ਹੱਲਾ ਕਰਨਾ, (ਪਾਣੀ ਦਾ) ਟਕਰਾਉਣਾ, ਸ਼ੇਖ਼ੀ ਮਾਰਨਾ *n* ਛਪ-ਛਪ ਦੀ ਅਵਾਜ਼, ਪਾਣੀ ਦੇ ਟਕਰਾਉਣ ਦੀ ਅਵਾਜ਼, ਵਾਛੜ, ਧੱਕਾ; ਸ਼ੇਖ਼ੀ

swashbuckling /'ਸਵੌਸ਼ਬਅੱਕਲਿਙ/ *a* (ਖਾਸ ਕਰਕੇ ਫਿਲਮ) ਸਰਗਰਮੀ ਜਾਂਬਾਜੀ ਅਤੇ ਪਰੰਪਰਕ ਹਥਿਆਰਾਂ ਦੀ ਲੜਾਈ ਭਰਪੂਰ

swashbuckler /'ਸਵੌਸ਼ਬਅੱਕਲਅ*/ *n* ਜਾਂਬਾਜ਼, ਮਰਜੀਵੜਾ

swastika /'ਸਵੌਸਟਿਕਅ/ *n* ਸਵਾਸਤਿਕਾ, ਸਵਾਸਤਿਕ ਚਿੰਨ੍ਹ; ਜਰਮਨ ਨਾਜ਼ੀ ਪਾਰਟੀ ਦਾ ਨਿਸ਼ਾਨ

swat /ਸਵੌਟ/ *n* ਮੱਖੀਆਂ ਮਾਰਨ ਲਈ ਫੱਟੀ ਜਾਂ ਝਾੜਨ *vt* ਮੱਖੀ ਮਾਰਨਾ; ਜ਼ੋਰ ਨਾਲ ਮਾਰਨਾ

swatter /ਸਵੌਟਅ*/ *n* ਮੱਖੀਆਂ ਮਾਰਨ ਵਾਲਾ ਝਾੜਨ

swath, swathe[1] /ਸਵੌਥ, ਸਵੇਇਦ/ *n* (ਵਾਢੀ ਵਿੱਚ ਘਾਹ ਜਾਂ ਫ਼ਸਲ ਦੀ) ਫਾਂਟ, ਰਹਿਲ

swathe[2] *vt* ਪੱਟੀਆਂ ਵਲ੍ਹੇਟਣਾ, ਪੱਟੀਆਂ ਬੰਨ੍ਹਣਾ, ਕੱਪੜਿਆਂ ਨਾਲ ਲੱਦ ਦੇਣਾ, ਕੱਪੜਿਆਂ ਜਾਂ ਚਾਦਰਾਂ ਵਿੱਚ ਲਪੇਟਣਾ, ਗਰਮ ਕੱਪੜੇ ਜਾਂ ਪੁਸ਼ਾਕ ਪਹਿਨਾਉਣਾ

sway /ਸਵੇਇ/ *v* ਉੱਲਰਨਾ; ਐਧਰ-ਓਧਰ ਹਿੱਲਣਾ ਜਾਂ ਹਿਲਾਉਣਾ, ਡੁਲਾਉਣਾ; ਲਚਕਾ ਖਾਣਾ; ਝੂਮਣਾ, ਝੂਟਣਾ, ਝੁਲਾਰਨਾ; ਅਸਰ ਪਾਉਣਾ; ਸਿੱਕਾ ਬਠਾਉਣਾ; ਰਾਜ ਕਰਨਾ; ਤੋਲਣਾ, ਜਾਂਚਣਾ *n* ਉਲਾਰ, ਝੋਕ; ਝਟਕਾ; ਅਸਰ, ਪ੍ਰਭਾਵ; ਹਕੂਮਤ

sweal /ਸਵੀਲ/ *v* ਜਲਾਉਣਾ, ਝੁਲਸਾਉਣਾ, ਪਿਘਲਾਉਣਾ; ਪਿਘਲ ਕੇ ਬਹਿ ਨਿਕਲਨਾ, ਦਰਵਤ ਹੋਣਾ

swear /ਸਵੇਅ*/ *v* ਸਹੁੰ ਖਾਣਾ ਜਾਂ ਚੁੱਕਣਾ, ਕਸਮ ਖਾਣਾ, ਧਰਮ ਚੁੱਕਣਾ; ਕਸਮ ਚੁੱਕ ਕੇ ਕਹਿਣਾ; ਗਾਲੀ ਦੇਣਾ, ਬੁਰਾ-ਭਲਾ ਕਹਿਣਾ; ਸੁਗੰਧ ਖੁਆਣਾ, ਹਲਫ਼ ਲੈ ਕੇ ਇਲਜ਼ਾਮ ਲਗਾਉਣਾ *n* ਸਹੁੰ, ਸੁਗੰਧ, ਕਸਮ

swearing /'ਸਵੇਅਰਿਙ/ *n* ਹਲਫ਼ ਉਠਾਉਣ, ਸਹੁੰ ਚੁੱਕਣ

sweat /ਸਵੈੱਟ/ *n* ਪਸੀਨਾ, ਮੁੜ੍ਹਕਾ, ਪਰਸੇਊ; ਕਰੜੀ ਕਸਰਤ, ਘੋਲ ਜਾਂ ਦੌੜ; (ਬੋਲ) ਬੇਚੈਨੀ, ਪਰੇਸ਼ਾਨੀ; ਸਖ਼ਤ ਮਿਹਨਤ ਜਾਂ ਮੁਸ਼ੱਕਤ ਦਾ ਕੰਮ, ਮਿਹਨਤ ਮਜ਼ਦੂਰੀ *v* ਪਸੀਨਾ ਵਗਣਾ ਜਾਂ ਚੋਣਾ, ਤੇਲ ਕੱਢਣਾ, ਕਰੜੀ ਮਿਹਨਤ ਕਰਨਾ, ਜਾਨ ਮਾਰਨਾ; (ਦਿਵਾਰ ਦਾ) ਸਿਲ੍ਹ ਪੈਦਾ ਕਰਨਾ; ਖ਼ੂਨ ਚੂਸਣਾ, ਘੱਟ ਪੈਸੇ ਦੇ ਕੇ ਕਈ ਘੰਟਿਆਂ ਤੱਕ ਕੰਮ ਲੈਣਾ

sweater /'ਸਵੈੱਟਅ*/ *n* ਮੁੜ੍ਹਕਾ ਵਹਾਉਣ ਵਾਲਾ; ਕਰੜੀ ਮਿਹਨਤ ਕਰਨ ਵਾਲਾ; ਸਵੈਟਰ

sweaty /'ਸਵੈੱਟਿ/ *a* ਮੁੜ੍ਹਕੋ-ਮੁੜ੍ਹਕੀ, ਪਸੀਨੇ ਨਾਲ ਤਰ; ਮੁਸ਼ੱਕਤੀ

Swede /ਸਵੀਡ/ *n* ਸਵੀਡਨ ਦਾ ਵਾਸੀ; ਸਵੀਡਨ ਦਾ ਜੰਮਪਲ

Swedish /'ਸਵੀਡਿਸ਼/ *a* ਸਵੀਡਨ ਜਾਂ ਉਸ ਦੇ ਨਿਵਾਸੀਆਂ ਦਾ *n* ਸਵੀਡਨ ਦੀ ਭਾਸ਼ਾ

sweep /ਸਵੀਪ/ *v* ਝਾੜੂ ਦੇਣਾ, ਸੰਬਰਨਾ, ਝਾੜਨਾ, ਬੁਹਾਰਨਾ, ਹੂੰਝਣਾ; ਤੇਜ਼ੀ ਨਾਲ ਚੱਲਣਾ, ਸ਼ਾਨ ਨਾਲ ਚੱਲਣਾ; ਝਪਟਣਾ; ਮਿਟਾ ਦੇਣਾ, ਸਮਾਪਤ ਕਰ ਦੇਣਾ, ਅੰਤ ਕਰ ਦੇਣਾ; ਤੇਜ਼ੀ ਨਾਲ ਵਹਾਅ ਕੇ ਲੈ ਜਾਣਾ, ਤੇਜ਼ੀ ਨਾਲ ਉਡਾ ਕੇ ਲੈ ਜਾਣਾ; ਤੇਜ਼ੀ ਨਾਲ ਨਜ਼ਰ ਘੁਮਾਉਣਾ; ਤੇਜ਼ੀ ਨਾਲ ਪਾਰ ਨਿਕਲ ਜਾਣਾ; ਰਗੜ ਕੇ ਸਾਫ਼ ਕਰਨਾ; (ਤੋਪਖ਼ਾਨੇ ਦਾ) ਦੁਸ਼ਮਣ ਦੀ ਸੈਨਾ ਉੱਤੇ ਗੋਲਾਬਾਰੀ ਕਰਨਾ; ਲੰਮੇ ਚੱਪੂ ਨਾਲ ਵੱਡੀ ਬੇੜੀ ਚਲਾਉਣਾ

sweeper /'ਸਵੀਪਅ*/ *n* ਸਫ਼ਾਈ ਕਰਨ ਵਾਲਾ, ਝਾੜੂ ਦੇਣ ਵਾਲਾ, ਸਫ਼ਾਈ ਸੇਵਕ, ਸਮੇਟਣ ਵਾਲਾ, ਭੰਗੀ, ਮਿਹਤਰ

sweeping /'ਸਵੀਪਿਙ/ *a* ਮਹੱਤਵਪੂਰਨ;

ਦੂਰਰਸ, ਦੂਰਗਾਮੀ; ਵਿਆਪਕ; ਹੂੰਝਾ-ਫੇਰੂ

sweepstake /'ਸਵੀਪਸਟੇਇਕ/ *n* ਘੋੜਦੌੜ ਆਦਿ ਉੱਤੇ ਲੱਗੀ ਰਕਮ

sweet /ਸਵੀਟ/ *a* ਮਿੱਠਾ; ਸੁਆਦੀ; ਸੁਰੀਲਾ; ਤਾਜ਼ਾ (ਪਾਣੀ) *n* ਪ੍ਰੇਮਿਕਾ, ਪਿਆਰੀ; ਮਿਠਿਆਈ; (ਬਹੁ) ਮਿਠਿਆਈਆਂ; ਸੁਆਦੀ ਖਾਣੇ; ਮਜ਼ੇ, ਰਸ, ਸੁਆਦ, ਖ਼ੁਸ਼ੀਆਂ; (ਸੰਬੋਧਨ) ਪਿਆਰੀ, ਪਿਆਰਾ, ਪ੍ਰੀਤਮ

sweetbread /'ਸਵੀਟਬਰੈੱਡ/ *n* ਕਪੂਰੇ

sweeten /'ਸਵੀਟਨ/ *v* (ਬੋਲ) ਮਿੱਠਾ ਕਰਨਾ ਜਾਂ ਹੋਣਾ

sweetheart /'ਸਵੀਟਹਾਟ/ *n* ਪ੍ਰੇਮੀ ਜਾਂ ਪ੍ਰੇਮਿਕਾ, ਜਾਨੀ ਜਾਂ ਢੋਲਾ, ਦਿਲਦਾਰ

sweetie /'ਸਵੀਟਿ/ *n* ਬੱਚਿਆ ਵਲੋਂ ਮਿਠਿਆਈ ਲਈ ਵਰਤਿਆ ਜਾਂਦਾ ਸ਼ਬਦ,ਚੀਜ਼ੀ; ਦਿਆਲੂ ਵਿਅਕਤੀ; ਪਿਆਰੇ ਨੂੰ ਬੁਲਾਉਣ ਵਾਲਾ ਸ਼ਬਦ

sweeting /'ਸਵੀਟਿਙ/ *n* ਪਿਆਰੀ, ਪਿਆਰਾ; ਇੱਕ ਕਿਸਮ ਦਾ ਮਿੱਠਾ ਸੇਬ

sweetmeat /'ਸਵੀਟਮੀਟ/ *n* ਮਿਠਿਆਈ; ਚਾਕਲੇਟ

sweet pea *n* ਰੰਗੀਨ ਫੁੱਲਾਂ ਵਾਲਾ ਮਟਰ ਦਾ ਪੌਦਾ

sweet potato *n* ਸ਼ਕਰਕੰਦੀ

sweet William/,ਸਵੀਟ 'ਵਿਲਯਅਮ/ *n* ਬਾਗ਼ ਦਾ ਗੁੱਛੇਦਾਰ ਰੰਗ-ਬਰੰਗੇ ਫੁੱਲਾਂ ਵਾਲਾ ਪੌਦਾ

swell /ਸਵੈੱਲ/ *v* ਸੁੱਜਣਾ ਜਾਂ ਸੁਜਾਉਣਾ, ਸੁੱਜ ਜਾਣਾ, ਫੈਲਣਾ ਜਾਂ ਫੈਲਾਉਣਾ, ਉੱਭਰ ਆਉਣਾ ਜਾਂ ਉਭਾਰ ਦੇਣਾ, ਫੁੱਲਣਾ ਜਾਂ ਫੁਲਾਉਣਾ, ਫਫਿਆਉਣਾ; ਉਛੱਲਨਾ, ਚੜ੍ਹ ਜਾਣਾ (ਪਾਣੀ ਦਾ); ਉਮਡਣਾ; ਸੁਰ ਉੱਚਾ ਹੋਣਾ ਜਾਂ ਕਰਨਾ, ਅਵਾਜ਼ ਉੱਚੀ ਕਰਨਾ ਜਾਂ ਹੋਣਾ *n* ਸੋਜ, ਉਭਾਰ; ਅਫਰੇਵਾਂ, ਉਛਾਲਾ; ਹੁਲਾਰਾ, ਚੜ੍ਹਾਅ (ਸੁਰ ਦਾ); ਲਹਾਅ ਚੜ੍ਹਾਅ; ਵਧੀਆ ਆਦਮੀ, ਚੰਗਾ ਆਦਮੀ, ਨਿਪੁੰਨ ਵਿਅਕਤੀ *a* ਸਜੀਲਾ, ਬਾਂਕਾ, ਬਣਿਆ-ਠਣਿਆ

swelling /'ਸਵੈੱਲਿਙ/ *n* ਸੋਜ, ਫੁਲਾਅ, ਉਭਾਰ; ਉਠਾਅ, ਧੱਫੜ

swell mobsman *n* ਜੇਬ-ਕਤਰਾ

swelter /'ਸਵੈੱਲਟਅ*/ *n* ਕਠਨਾਈ ਵਾਲੀ ਹਾਲਤ, ਹੁੰਮਸ *vi* (ਗਰਮੀ ਨਾਲ) ਮੁੜ੍ਹਕੋ-ਮੁੜ੍ਹਕੀ ਹੋਣਾ, ਪਸੀਨੇ ਨਾਲ ਭਿੱਜ ਜਾਣਾ, ਤਬੀਅਤ ਘਬਰਾਉਣਾ, ਪਰੇਸ਼ਾਨ ਹੋਣਾ, ਹੁੰਮਸ ਹੋਣਾ, ਤਪਣਾ

swept /ਸਵੈਪੱਟ/ *v* **sweep** ਦਾ ਭੂਤ-ਕ੍ਰਿਦੰਤ

swerve /ਸਵਅ:ਵ੍/ *v* (ਗੇਂਦ, ਗੁੱਡੀ ਜਾਂ ਪੰਛੀ ਦਾ) ਝੋਕ ਖਾਣਾ, ਅਚਾਨਕ ਮੁੜਨਾ, ਦੂਜੀ ਦਿਸ਼ਾ ਵਿੱਚ ਜਾਣਾ, ਡਿੱਗਣਾ, ਵਲ ਖਾਣਾ; (ਚਾਲ ਵਿੱਚ) ਝੋਲ ਪੈਣਾ; (ਬਹੁ) ਪੈਰ ਉਖੱੜਨਾ, (ਫ਼ਰਜ਼ ਜਾਂ ਠੀਕ ਰਾਹ ਤੋਂ) ਖੁੰਝਣਾ, ਥਿੜਕਣਾ *n* ਝੋਕ, ਝੋਲ; ਥਿੜਕ, ਖੁੰਝਾਈ

swift /ਸਵਿਫ਼ਟ/ *a* ਤੀਬਰ, ਤੇਜ਼; ਫੁਰਤੀਲਾ, ਵੇਗਵਾਨ *adv* ਤੀਬਰਤਾ ਨਾਲ, ਤੇਜ਼ੀ ਨਾਲ, ਜਲਦੀ ਨਾਲ *n* ਧਾਰਾ; ਅਟੇਰਨ; ਇੱਕ ਛੋਟੀ ਜਾਤੀ ਦਾ ਗਿਰਗਟ; ਇੱਕ ਜਾਤੀ ਦਾ ਕਬੂਤਰ; ਇੱਕ ਜਾਤੀ ਦਾ ਪਤੰਗਾ

swiftness /'ਸਵਿਫ਼ਟਨਅਸ/ *n* ਤੀਬਰਤਾ, ਤੇਜ਼ੀ, ਸਫੂਰਤੀ, ਤਤਪਰਤਾ

swig /ਸਵਿਗ/ *v* (ਬੋਲ) ਵੱਡੇ–ਵੱਡੇ ਘੁੱਟ ਪੀਣਾ, ਗਟਾਗਟ ਪੀਣਾ *n* ਸ਼ਰਾਬ ਦਾ ਘੁੱਟ; ਗਟਾਗਟ ਪੀਣ ਦੀ ਕਿਰਿਆ

swill /ਸਵਿਲ/ *v* ਵੱਡੇ–ਵੱਡੇ ਘੁੱਟ ਪੀਣਾ, ਲਾਲਚ ਨਾਲ ਪੀਣਾ ਜਾਂ ਪਿਲਾਉਣਾ, ਗਟਾਗਟ ਪੀਣਾ, ਡੱਫਣਾ; ਹੰਘਾਲਨਾ ਜਾਂ ਖੰਘਾਲਨਾ, ਪਾਣੀ ਵਹਾਉਣਾ *n* ਸ਼ਰਾਬ ਦਾ ਦੌਰ; ਠੱਰ੍ਹਾ, ਘਟੀਆ ਸ਼ਰਾਬ; ਗੰਦਾ ਪਾਣੀ ਜਾਂ ਮੋਰੀ ਦਾ ਪਾਣੀ; ਪਾਣੀ ਨਾਲ ਧੋਣ ਦੀ ਕਿਰਿਆ

swim /ਸਵਿਮ/ *v* ਤਰਨਾ, ਤਾਰੀ ਲਾਉਣਾ, (ਧਾਰਾ, ਦੂਰੀ ਆਦਿ) ਪਾਰ ਕਰਨਾ, (ਅੱਖਾਂ ਦਾ) ਭਰ ਆਉਣਾ, ਉੱਮਡ ਆਉਣਾ, ਤਰੋ–ਤਰ ਹੋਣਾ; ਸਿਰ ਚਕਰਾਉਣਾ, ਘੁੰਮਣਾ, ਘੁੰਮਦਾ ਹੋਇਆ ਵਿਖਾਈ ਦੇਣਾ *n* ਤਾਰੀ; (ਮੱਛੀਆਂ ਦਾ) ਤਲਾਬ; ਤਰਨ ਦਾ ਬਲੈਡਰ; (ਅਲੰਕਾਰਕ) ਹਾਲਾਤ ਦੀ ਚਾਲ, ਘਟਨਾ ਕ੍ਰਮ

swimmer /'ਸਵਿਮਅ*/ *n* ਤਰਨ ਵਾਲਾ,

ਤੈਰਾਕ, ਤਾਰੂ

swimming /'ਸਵਿਮਿਙ/ *n* ਚੱਕਰ, ਤਾਰੀ *a* ਤਰਨ ਵਾਲਾ, ਤਰਨ ਦਾ (ਤਲਾਅ ਆਦਿ)

swimmingly /'ਸਵਿਮਿਙਲਿ/ *adv* ਮਜ਼ੇ ਵਿੱਚ, ਮਜ਼ੇ ਨਾਲ, ਮੌਜ ਨਾਲ (ਕੰਮ ਚੱਲ ਰਿਹਾ ਹੈ)

swimming pool *n* ਤਰਨ ਲਈ ਵੱਡਾ ਤਲਾਅ ਜਾਂ ਹੌਜ

swindle /ਸਵਿਨਡਲ/ *v* ਕਪਟ ਜਾਂ ਛਲ ਕਰਨਾ, ਕਿਸੇ ਵਿਅਕਤੀ ਨੂੰ ਧੋਖਾ ਦੇਣਾ, ਠੱਗਣਾ, ਫ਼ਰੇਬ ਕਰ ਕੇ ਲੁੱਟ ਲੈਣਾ, ਮੁੱਠਣਾ, ਮੁੱਛਣਾ, ਛਲ ਲੈਣਾ *n* ਕਪਟ, ਛਲ, ਧੋਖਾ, ਠੱਗੀ, ਫ਼ਰੇਬ

swine /ਸਵਾਇਨ/ *n* ਸੂਰ; ਲਾਲਚੀ ਆਦਮੀ, ਗੰਦਾ ਜਾਂ ਨੀਚ ਆਦਮੀ

swinery /'ਸਵਾਇਨਅਰਿ/ *n* ਸੂਰਾਂ ਦਾ ਵਾੜਾ

swing /ਸਵਿਙ/ *v* ਝੂਲਣਾ ਜਾਂ ਝੁਲਾਉਣਾ; ਹੁਲਾਰਨਾ ਜਾਂ ਹੁਲਾਰੇ ਖਾਣਾ, ਪੀਂਘ ਝੂਟਣਾ; ਫੇਰਨਾ, ਝੁਲਾਰਨਾ (ਬਾਂਹ); ਘੁਮਾਉਣਾ (ਮੁਗਦਰ); ਝੂਮਦੇ ਹੋਏ ਚੱਲਣਾ; ਝੂਮਣਾ; ਫਾਂਸੀ ਚੜ੍ਹਨਾ ਜਾਂ ਲੱਗਣਾ *n* ਪੀਂਘ; ਝੂਲਾ; ਝੂਟਾ, ਹੁਲਾਰਾ, ਝੋਲ; ਲਿਚਕਾਰਾ

swinge /ਸਵਿਨਜ/ *vt* (ਪਰਾ) ਜ਼ੋਰ ਦੀ ਸੱਟ ਮਾਰਨਾ, ਜ਼ੋਰ ਨਾਲ ਮਾਰਨਾ, ਚੰਗੀ ਤਰ੍ਹਾਂ ਮੁਰੰਮਤ ਕਰਨਾ, ਕੱਸ ਕੇ ਮਾਰਨਾ

swingle /'ਸਵਿਙਗਲ/ *n* (ਅਨਾਜ, ਸਣ ਆਦਿ ਕੁੱਟਣ ਦੀ) ਮੂੰਗਲੀ *vt* ਮੂੰਗਲੀ ਨਾਲ ਸਣ ਕੁੱਟਣਾ ਜਾਂ ਸਾਫ਼ ਕਰਨਾ

swinish /'ਸਵਾਇਨਿਸ਼/ *a* ਲਾਲਚੀ, ਭੁੱਖੜ, ਲੋਭੀ, ਗੰਦਾ, ਨੀਚ

swink /ਸਵਿਙਕ/ *n* (ਪਰਾ) ਸਖ਼ਤ ਮਿਹਨਤ *vt* ਸਖ਼ਤ ਮਿਹਨਤ ਕਰਨਾ

swipe /ਸਵਾਇਪ/ *v* (ਕ੍ਰਿਕਟ ਦੀ ਗੇਂਦ ਆਦਿ ਨਾਲ ਜ਼ੋਰ ਦਾ ਬੱਲਾ ਚਲਾਉਣਾ, ਟੁੱਲਾ ਲਾਉਣਾ, ਕਰੜੀ ਚੋਟ ਮਾਰਨੀ; (ਪੇਂਡੂ) ਖੋਹ ਕੇ ਭੱਜ ਜਾਣਾ *n* (ਕ੍ਰਿਕਟ ਵਿੱਚ) ਕਰੜੀ ਚੋਟ, ਜ਼ੋਰ ਦੀ ਹਿੱਟ

swipe card *n* (ਬਿਜਲਾਣੂ ਉਪਕਰਨ ਲਈ ਵਰਤਿਆ ਜਾਣ ਵਾਲਾ) ਸੂਚਨਾ ਕਾਰਡ

swipes /ਸਵਾਇਪਸ/ *n* (ਬਹੁ) ਘਟੀਆ ਬੀਅਰ

swirl /ਸਵਅ:ਲ/ *n* ਚੱਕਰ, ਘੁੰਮਣ, ਘੁੰਮਣ-ਘੇਰ ਭੰਵਰ *v* ਚੱਕਰ ਖਾਣਾ, ਘੁੰਮਣ-ਘੇਰੀ ਵਿੱਚ ਪੈਣਾ ਜਾਂ ਪਾਉਣਾ, ਘੁਮਾਉਣਾ, ਭੰਵਰ ਨਾਲ ਵਹਿ ਜਾਣਾ

swish /'ਸਵਿਸ਼/ *v* (ਬੈਂਤ ਜਾਂ ਛਮਕ ਦੀ) ਸ਼ੂਕਰ ਉਠੱਣਾ, ਹਵਾ ਵਿੱਚ ਸਰ-ਸਰ ਕਰਕੇ ਚਲਾਉਣਾ; (ਬੈਂਤ ਆਦਿ ਦਾ) ਸੂੰ-ਸੂੰ ਕਰਕੇ ਚੱਲਣਾ; (ਚਿੜੀਆਂ ਦਾ ਤੇਜ਼ੀ ਨਾਲ) ਫੁੱਰ ਕਰਕੇ ਉੱਡਣਾ, ਤੜਾਕ-ਤੜਾਕ ਦੀ ਅਵਾਜ਼ ਕਰਨਾ *n* ਤੜਾਕ ਦੀ ਅਵਾਜ਼, ਸ਼ੂਕਰ, ਹੁੱਰ, ਫੁੱਰ

Swiss roll /ˌਸਵਿਸ'ਰਅਊਲ/ *n* ਇੱਕ ਤਰ੍ਹਾਂ ਦਾ ਪੂਣੀ ਕੀਤਾ ਕੇਕ

switch /ਸਵਿਚ/ *n* ਦਰਖ਼ਤ ਤੋਂ ਕੱਟੀ ਹੋਈ ਪਤਲੀ ਲਚਕੀਲੀ ਟਾਹਣੀ; ਬੈਂਤ, ਛੜੀ, ਸੋਟੀ; ਬਣਾਉਟੀ ਵਾਲਾਂ ਦੀ ਲਿੱਟ; ਸਵਿੱਚ, ਬਿਜਲੀ ਦਾ ਬਟਨ; ਕੈਂਚੀ ਜਿਸ ਦੁਆਰਾ ਗੱਡੀ ਇੱਕ ਪਟੜੀ ਤੋਂ ਦੂਜੀ ਪਟੜੀ ਉੱਤੇ ਕਰ ਦਿੱਤੀ ਜਾਂਦੀ ਹੈ *v* ਬੈਂਤ ਜਾਂ ਸੋਟੀ ਨਾਲ ਛਮਕਾ ਮਾਰਨੀਆਂ; (ਬਿਜਲੀ ਨੂੰ) ਸਵਿੱਚ ਰਾਹੀਂ ਚਾਲੂ ਜਾਂ ਬੰਦ ਕਰਨਾ; ਰੇਲ ਗੱਡੀ ਦਾ ਕਾਂਟਾ ਬਦਲਨਾ; (ਤਾਸ਼ ਦੀ ਬਰਿਜ ਖੇਡ ਵਿੱਚ) ਇੱਕ ਰੰਗ ਦੀ ਥਾਂ ਦੂਜਾ ਰੰਗ ਬੋਲਣਾ; ਜਲਦੀ-ਜਲਦੀ ਖੋਹ ਲੈਣਾ; ਘੁਮਾਉਣਾ, ਫਿਰਾਉਣਾ (ਪੂਛ ਆਦਿ); ਬਿਜਲੀ ਦਾ ਬਟਨ ਦਬਾਉਣਾ, ਬਿਜਲੀ ਬੁਝਾਉਣਾ ਜਾਂ ਜਗਾਉਣਾ; ਟੈਲੀਫੋਨ ਦਾ ਸੰਬੰਧ ਤੋੜਨਾ ਜਾਂ ਦੂਜੇ ਨਾਲ ਜੋੜ ਦੇਣਾ

switchback /'ਸਵਿਚਬੈਕ/ *n* ਕਲਾਬਾਜ਼ੀ ਵਾਲਾ ਰੇਲ ਪਥ (ਜਿਸ ਵਿੱਚ ਗੱਡੀ ਉਚਾਈ ਤੋਂ ਅਚਾਨਕ ਹੇਠਾਂ ਆਉਂਦੀ ਹੈ ਅਤੇ ਇਸਦੇ ਜ਼ੋਰ ਨਾਲ ਉੱਪਰ ਚੜ੍ਹ ਜਾਂਦੀ ਹੈ) ਲਹਿਰਦਾਰ ਪਟੜੀ, ਢਾਲੂ ਸਥਾਨ ਉੱਤੇ ਬਣਿਆ ਹੋਇਆ ਵਿੰਗਾ ਟੇਢਾ ਰੇਲ ਪਥ

switchboard /'ਸਵਿਚਬੋਡ/ *n* ਸਵਿੱਚਾਂ ਵਾਲਾ ਫੱਟਾ

switchman /'ਸਵਿਚਮਅਨ/ *n* ਕਾਂਟਾ ਬਦਲਨ ਵਾਲਾ ਕਾਰਿੰਦਾ

swither /ਸਵਿਦਅ*/ *n* (ਸਕਾਟ) ਸੰਕੋਚ, ਸ਼ੱਕ,

ਸੰਦੇਹ, ਅਨਿਸ਼ਚਾਤ *vt* ਸੰਕੋਚ ਕਰਨਾ, ਝਿਜਕਣਾ

swivel /'ਸਵਿਵ੍ਲ/ *n* ਚੂਲ ਛੱਲਾ, ਚੂਲ ਉੱਤੇ ਘੁੰਮਣ ਵਾਲਾ ਰਿੰਗ; ਕੁੰਡਾ; ਛੋਟੀ ਤੋਪ, ਜੰਬੂਰਕ

swivelled /'ਸਵਿਵ੍(ਅ)ਲਡ/ *a* ਚੂਲ ਛੱਲੇ ਉੱਤੇ ਘੁੰਮਣ ਵਾਲਾ

swizzle /'ਸਵਿਜ਼ਲ/ *v* ਰੱਜ ਕੇ ਪੀਣਾ, ਖ਼ੂਬ ਪੀਣਾ

swollen, swelled /'ਸਵਅਉਲਅਨ, ਸਵੈੱਲਡ/ *n* ***swell*** ਦਾ ਭੂਤ-ਕ੍ਰਿਦੰਤ

swoon /ਸਵੂਨ/ *n* ਬੇਹੋਸ਼ੀ, ਗਸ਼, ਮੂਰਛਾ *vi* ਬੇਹੋਸ਼ ਹੋਣਾ, ਗਸ਼ ਖਾਣਾ, ਮੂਰਛਤ ਹੋਣਾ, ਅਚੇਤ ਹੋਣਾ; (ਗੀਤ ਆਦਿ ਦਾ) ਧੀਰੇ-ਧੀਰੇ ਖ਼ਤਮ ਹੋਣਾ ਜਾਂ ਡੁੱਬ ਜਾਣਾ

swoop /ਸਵੂਪ/ *n* ਝਪਟਾ, ਵਾਰ, ਝੁੱਪ *vt* ਵਾਰ ਕਰਨਾ; (ਇੱਲ ਆਦਿ ਦਾ) ਝਪਟਾ ਮਾਰਨਾ, ਝੁੱਪ ਮਾਰਨਾ, ਝੁੱਟ ਮਾਰਨਾ

swop, swap /ਸਵੌਂਪ/ *v* ਬਦਲਾਉਣਾ ਜਾਂ ਬਦਲਨਾ, ਅਦਲਾ-ਬਦਲੀ ਕਰਨਾ ਜਾਂ ਹੋਣਾ, ਪਲਟਾ ਕਰਨਾ

sword /ਸੋਡ/ *n* ਤਲਵਾਰ, ਤੇਗ਼, ਸ਼ਮਸ਼ੀਰ, ਖੜਗ, ਕਿਰਪਾਨ; (ਫ਼ੌਜ ਦਾ) ਸੰਗੀਨ ਯੁੱਧ; ਫ਼ੌਜੀ ਸ਼ਕਤੀ

swordbill /ਸੋਡਬਿਲ/ *n* ਇੱਕ ਲੰਮੀ ਚੁੰਝ ਵਾਲਾ ਪੰਛੀ

swordfish /'ਸੋਡਫ਼ਿਸ਼/ *n* ਤਲਵਾਰੀ ਮੱਛੀ (ਅਟਲਾਂਟਿਕ ਮਹਾਂਸਾਗਰ ਅਤੇ ਭੂਮੱਧ ਸਾਗਰ ਵਿੱਚ ਪ੍ਰਾਪਤ ਹੋਣ ਵਾਲੀ) ਵੱਡੀ ਮੱਛੀ

swordplay /'ਸੋਡਪਲੇਇ/*n* ਤਲਵਾਰਬਾਜ਼ੀ

swordsmanship /'ਸੋਡਜ਼ਮਅਨਸ਼ਿਪ/ *n* ਤਲਵਾਰ ਚਲਾਉਣ ਵਿੱਚ ਨਿਪੁੰਨਤਾ, ਸ਼ਮਸ਼ੀਰਬਾਜ਼ੀ

swore /ਸਵੋ*/ *v* **swear** ਦਾ ਭੂਤ-ਕ੍ਰਿਦੰਤ

swot /ਸਵੌਂਟ/ *v* (ਅਪ) ਪੜ੍ਹਾਈ ਵਿੱਚ ਖ਼ੂਬ ਮਿਹਨਤ ਕਰਨਾ, ਡਟ ਕੇ ਪੜ੍ਹਾਈ ਕਰਨਾ

swound /ਸਵਾਉਨਡ/ *v* (ਪਰਾ) ਅਚੇਤ ਹੋਣਾ, ਬੇਹੋਸ਼ ਹੋਣਾ, ਮੂਰਛਾ ਆਉਣਾ, ਬੇਹੋਸ਼ੀ ਆਉਣਾ

swum /ਸਵਅੱਮ/ *v* **swim** ਦਾ ਭੂਤ-ਕ੍ਰਿਦੰਤ

sybarite /'ਸਿਬਅਰਾਇਟ/ *n* ਐਸ਼ਪ੍ਰਸਤ ਆਦਮੀ, ਭੋਗੀ, ਵਿਸ਼ਈ, ਵਿਲਾਸੀ; ਇਟਲੀ ਵਿੱਚ ਸੈਬਾਰਿਸ ਨਾਮੀ ਪ੍ਰਾਚੀਨ ਯੂਨਾਨੀ ਬਸਤੀ ਦੇ ਨਿਵਾਸੀ (ਜੋ ਆਪਣੇ ਵਿਸ਼ੇ ਵਿਕਾਰ ਲਈ ਪ੍ਰਸਿੱਧ ਸਨ)

sybaritic /ˌਸਿਬਅ'ਰਿਟਿਕ/ *a* ਵਿਸ਼ਈ, ਕਾਮਪੂਰਨ

sycamine /'ਸਿਕਅਮਾਇਨ/ *n* ਕਾਲੇ ਸ਼ਹਿਤੂਤ ਦਾ ਦਰਖ਼ਤ

sycamore /'ਸਿਕਅਮੋ*/ *n* (ਮਿਸਰ ਜਾਂ ਸ਼ਾਮ ਦੀ) ਅੰਜੀਰ

syce /ਸਾਇਸ/ *n* ਘੋੜੇ ਦੀ ਦੇਖ-ਭਾਲ ਕਰਨ ਵਾਲਾ

sycophancy /'ਸਿਕਅਫ਼ਅਨਸਿ/ *n* ਖ਼ੁਸ਼ਾਮਦ, ਚਾਪਲੂਸੀ, ਜੀ ਹਜ਼ੂਰੀ

sycophant /'ਸਿਕਅਫ਼ੈਨਟ/ *n* ਚਾਪਲੂਸ, ਖ਼ੁਸ਼ਾਮਦੀ, ਜੀ ਹਜ਼ੂਰੀਆ

sycophantic /ˌਸਿਕਅ'ਫ਼ੈਨਟਿਕ/ *a* ਚਾਪਲੂਸੀ ਭਰਿਆ

sycosis /ਸਾਇ'ਕਅਉਸਿਸ/ *n* ਚਿਹਰੇ ਦੀ ਖ਼ੁਰਕ (ਹਜਾਮਤ ਕਾਰਨ ਹੋਣ ਵਾਲੀ)

sye /ਸਾਇ/ *n* ਛਾਨਣੀ *vt* (ਕਿਸੇ ਅਨਾਜ ਨੂੰ) ਛਾਣਨਾ

syllabary /'ਸਿਲਅਬਅਰਿ/ *n* (ਧੁਨੀ) ਉਚਾਰਖੰਡ ਮਾਲਾ

syllabic /ਸਿ'ਲੈਬਿਕ/ *a* (ਧੁਨੀ) ਉਚਾਰਖੰਡੀ

syllable /'ਸਿਲਅਬਲ/ *n* (ਧੁਨੀ) ਉਚਾਰਖੰਡ *vt* ਸਪਸ਼ਟ ਰੂਪ ਵਿੱਚ ਉਚਾਰਨ ਕਰਨਾ, ਸਾਫ਼-ਸਾਫ਼ ਬੋਲਣਾ, ਇੱਕ-ਇੱਕ ਸ਼ਬਦਾਂਸ਼ ਬੋਲਣਾ

syllabus /'ਸਿਲਅਬਅਸ/ *n* ਵਿਸ਼ੇ ਪ੍ਰਨਾਲੀ, ਸਿਲੇਬਸ; ਸਾਰਾਂਸ਼, ਸਾਰ ਸੰਗ੍ਰਹਿ, ਖ਼ਾਕਾ; ਕੰਮ-ਕਾਜ ਦੇ ਘੰਟਿਆਂ ਦਾ ਪ੍ਰੋਗਰਾਮ

syllogism /'ਸਿਲਅਜਿਜ਼ਅਮ/ *n* (ਨਿਆਂ) ਨਿਗਮਨ ਤਰਕ

syllogize /'ਸਿਲਅਜਾਇਜ਼/ *v* ਤਰਕ ਵਿਧੀ ਦਾ ਪ੍ਰਯੋਗ ਕਰਨਾ

sylph /ਸਿਲਫ਼/ *n* ਪਵਨ ਦੇਵੀ, ਵਾਯੂ ਦੇਵੀ, ਪਰੀ ਸੁੰਦਰੀ; ਭਿਣਭਿਣਾਉਣ ਵਾਲੀ ਇੱਕ ਚਿੜੀ

sylvan /'ਸਿਲਵ੍ਅਨ/ *a* ਜੰਗਲ ਦਾ, ਜੰਗਲ ਵਾਲਾ, ਵਣ ਸੰਬੰਧੀ

symbiosis /ˌਸਿਮਬਾਇ'ਅਉਸਿਸ/ *n* ਸਹਿਜੀਵਨ, ਸਹਿਜੀਵਤਾ

symbol /'ਸਿਮਬਲ/ *n* ਸੰਕੇਤ, ਨਿਸ਼ਾਨ, ਪ੍ਰਤੀਕ, ਚਿੰਨ੍ਹ; ਕਿਸੇ ਵਸਤੂ ਜਾਂ ਵਿਚਾਰ ਦਾ ਪਰੰਪਰਾਗਤ ਚਿੰਨ੍ਹ; ਸਿਧਾਂਤ, ਆਦਰਸ਼; ਮੂਲ-ਮੰਤਰ

symbolic, symbolical /ਸਿਮ'ਬੌਲਿਕ, ਸਿਮ'ਬੌਲਿਕ(ਅ)ਲ/ *a* ਸੰਕੇਤਕ; ਚਿੰਨ੍ਹ ਮਾਤਰ; ਲਿਪੀ ਚਿੰਨ੍ਹ ਦੁਆਰਾ ਪ੍ਰਗਟ, ਪ੍ਰਤੀਕਾਤਮਿਕ

symbolism /'ਸਿਮਬਅਲਿਜ਼ਅਮ/ *n* ਚਿੰਨ੍ਹਵਾਦ, ਸੰਕੇਤਕਤਾ, ਸੰਕੇਤ ਪੱਧਤੀ, ਪ੍ਰਤੀਕਵਾਦ

symbolize /'ਸਿਮਬਅਲਾਇਜ਼/ *vt* ਨਿਸ਼ਾਨੀ ਹੋਣਾ; ਨਿਸ਼ਾਨੀ ਦੁਆਰਾ ਪ੍ਰਗਟ ਕਰਨਾ; ਚਿੰਨ੍ਹ ਥਾਪਣਾ

symmetric, symmetrical /ਸਿ'ਮੈਟੱਰਿਕ, ਸਿ'ਮੈਟੱਰਿਕਲ/ *a* ਸਡੌਲ, ਮੇਲ ਖਾਂਦਾ, ਜੋੜ ਦਾ, ਸਮਮਾਪੀ, ਸਮਰੂਪੀ

symmetry /'ਸਿਮਅਟਰਿ/ *n* ਸਡੌਲਤਾ, ਸਮਤਾ, ਮੇਲ, ਜੋੜ, ਸਮਤੁਲਨਾ, ਸਮਮਾਪ, ਸਮਰੂਪ

sympathetic /ˌਸਿਮਪਅ'ਥੈਟਿਕ/ *a* ਹਮਦਰਦ, ਦਰਦਵੰਦ, ਹਮਦਮ, ਦਰਦੀ, ਸੁਹਿਰਦ; ਦਿਆਲੂ; ਮਦਦਗਾਰ, ਸਹਾਇਕ, ਹਿਮਾਇਤੀ

sympathize /'ਸਿਮਪਅਥਾਇਜ਼/ *vt* ਹਮਦਰਦੀ ਰੱਖਣਾ ਜਾਂ ਵਿਖਾਉਣਾ, ਕਿਸੇ ਦੀ ਭਾਵਨਾ ਨਾਲ ਸਹਿਮਤ ਹੋਣਾ, ਦਰਦ ਵੰਡਾਉਣਾ; ਦਇਆ ਕਰਨਾ, ਪਸੀਜਣਾ

sympathy /'ਸਿਮਪਅਥਿ/ *n* ਹਮਦਰਦੀ, ਦਰਦਵੰਦੀ, ਦਰਦ, ਸੰਮਤੀ, ਹਿਮਾਇਤ

symphonic /ਸਿਮ'ਫ਼ੌਨਿਕ/ *a* ਸੁਰਮੇਲ ਵਾਲਾ, ਇਕਸੁਰ ਵਾਲਾ, ਇਕਸੁਰ, ਸਮਸੁਰ, ਇਕਸੁਰ ਸੰਬੰਧੀ

symphony /'ਸਿਮਫ਼ਅਨਿ/ *n* ਸੁਰਮੇਲ, ਸੁਰ ਸੰਗਤੀ, ਇਕਸੁਰਤਾ, (ਸੰਗੀ) ਤਰਾਨਾ, ਵਾਦ ਸੰਗੀਤ; ਗੀਤ ਵਿੱਚ ਵਾਦ ਦਾ ਸ਼ੁਰੂ ਜਾਂ ਆਖਰੀ ਭਾਗ

symposium /ਸਿਮ'ਪਅਉਜ਼ਿਅਮ/ *n* ਗੋਸ਼ਟੀ, ਸੰਮੇਲਨ; ਕਿਸੇ ਵਿਸ਼ੇ ਉੱਤੇ ਅਨੇਕ ਲੇਖਕਾਂ ਦੀ ਲੇਖ ਮਾਲਾ

symptom /'ਸਿਮਪਟਅਮ/ *n* (ਰੋਗ ਦੀ) ਨਿਸ਼ਾਨੀ; ਲੱਛਣ, ਸੰਕੇਤ

symptomatic /ˌਸਿਮਪਟਅ'ਮੈਟਿਕ/ *a* ਚਿੰਨ੍ਹਾਤਮਿਕ, ਲਾਖਣਿਕ, ਚਿੰਨ੍ਹ ਮਾਤਰ, ਨਿਸ਼ਾਨੀ ਵਜੋਂ; ਬੋਧਿਕ

synagogical /ˌਸਿਨਅ'ਗੌਜਿਕਲ/ *a* ਯਹੂਦੀ ਪ੍ਰਾਰਥਨਾ ਗ੍ਰਹਿ ਸੰਬੰਧੀ, ਯਹੂਦੀ ਸੰਗਤ ਨਾਲ ਸੰਬੰਧਿਤ

synagogue /'ਸਿਨਅਗੌਗ/ *n* ਯਹੂਦੀ ਮੰਦਰ, ਯਹੂਦੀ ਉਪਾਸਨਾ ਗ੍ਰਹਿ, ਯਹੂਦੀ ਉਪਾਸਕ ਮੰਡਲੀ, ਇਸ ਮੰਡਲੀ ਦਾ ਪੂਜਾ ਸਥਾਨ ਜਾਂ ਮੰਦਰ, ਸਭਾ ਘਰ, ਪੂਜਾ ਸਭਾ

synchronism /'ਸਿਙਕਰਅਨਿਜ਼ਅਮ/ *n* ਸਮਕਾਲੀਨਤਾ, ਸਮਕ੍ਰਮਕਤਾ, ਘਟਨਾਵਾਂ ਦਾ ਇੱਕ ਕਾਲ ਨਿਰਧਾਰਨ ਜਾਂ ਸਮਕਾਲੀਨਤਾ ਦਾ ਨਿਸ਼ਚਾ, ਘੜੀ ਦਾ ਸਟੈਂਡਰਡ ਸਮਾਂ

synchronization /ˌਸਿਙਕਰਅਨਾਇ'ਜ਼ੇਇਸ਼ਨ/ *n* ਸਮਕਾਲੀਕਰਨ (ਇੱਕ ਸਮੇਂ ਜਾਂ ਇੱਕ ਵਕਤੀ ਬਣਾਉਣਾ)

synchronize /'ਸਿਙਕਰਅਨਾਇਜ਼/ *v* ਸਮਕਾਲਵਰਤੀ ਹੋਣਾ, ਹਾਲਾਤ ਨੂੰ ਸਮਕਾਲੀਨ ਸਾਬਤ ਕਰਨਾ; ਘੜੀਆਂ ਦਾ ਸਮਾਂ ਮਿਲਾਉਣਾ, ਘੜੀਆਂ ਦਾ ਇੱਕੋ ਹੀ ਵਕਤ ਹੋਣਾ

synchronous /'ਸਿਙਕਰਅਨਅਸ/ *a* ਇੱਕੋ ਹੀ ਜ਼ਮਾਨੇ ਦਾ, ਸਮਕਾਲੀ

syncopate /'ਸਿਙਕਅਪੇਇਟ/ *vt* ਮੱਧਵਰਤੀ ਅੱਖਰਾਂ ਜਾਂ ਸ਼ਬਦਾਂਸ਼ ਦਾ ਲੋਪ ਕਰਨਾ, ਸ਼ਬਦਾਂ ਨੂੰ

ਛੋਟਾ ਕਰਨਾ; (ਸੰਗੀ) ਤਾਲ ਬਦਲਨਾ, ਆਘਾਤ ਬਦਲਨਾ

syncopation /,ਸਿਙਕਅ'ਪੇਇਸ਼ਨ/ *n* ਮੱਧ ਅੱਖਰ ਲੋਪ; ਸ਼ਬਦ ਸੰਕੋਚ; (ਸੰਗੀ) ਸੁਰਾਘਾਤ ਪਰਿਵਤਨ

syncope /'ਸਿਙਕਅਪਿ/ *n* (ਵਿਆ) ਮੱਧ ਵਰਨ ਲੋਪ, ਮੱਧ ਅੱਖਰਲੋਪ, ਸੰਖਿਪਤ ਉਚਾਰਨ; ਬੇਹੋਸ਼ੀ, ਮੂਰਛਾ, ਗਸ਼ (ਡਾਕਟਰੀ); (ਸੰਗੀ) ਸ਼ਬਦ ਸੰਕੋਚ

syncretism /'ਸਿਙਕਰਅਟਿਜ਼ਅਮ/ *n* ਵੱਖ-ਵੱਖ ਧਾਰਮਿਕ ਰੀਤਾਂ ਦੇ ਏਕੀਕਰਨ ਦਾ ਸਿਧਾਂਤ

synd, sind /ਸਿਨਡ/ *vt* ਧੋਣਾ *n* ਧੋਣ ਦਾ ਕਾਰਜ

syndic /'ਸਿਨਡਿਕ/ *n* ਵਿਸ਼ੇਸ਼ ਰਾਜ ਕਰਮਚਾਰੀ; (ਕੈਂਬ੍ਰਿਜ ਯੂਨੀਵਰਸਿਟੀ) ਸੈਨੇਟ ਦੀ ਵਿਸ਼ੇਸ਼ ਕਾਰਜ ਕਮੇਟੀ ਦਾ ਮੈਂਬਰ, ਯੂਨੀਵਰਸਿਟੀ ਦੀ ਸਿੰਡੀਕੇਟ ਦਾ ਮੈਂਬਰ

syndicalism /'ਸਿਨਡਿਕਅਲਿਜ਼ਅਮ/ *n* ਸੰਘਵਾਦ, ਸੰਘਸਮਾਜਵਾਦ, ਸ਼ਿਲਪੀ ਸੰਘਵਾਦ

syndicate /'ਸਿਨਡਿਕਅਟ/ *n* ਸਿੰਡੀਕੇਟ, ਸੈਨੇਟ ਦੀ ਕਾਰਜ ਸਾਧਕ ਕਮੇਟੀ, ਵਿਹਾਰ ਸੰਘ; ਪੱਤਰਕਾਰੀ ਸੰਘ; ਲੇਖਕ ਦੇ ਲੇਖਾਂ ਨੂੰ ਇੱਕੋ ਵਾਰੀ ਬਹੁਤ ਸਾਰੇ ਅਖ਼ਬਾਰਾਂ ਵਿੱਚ ਛਪਵਾਉਣ ਲਈ ਰਲਵਾਂ ਯਤਨ /'**ਸਿਨਡਿਕੇਇਟ**/ *vt* ਲੇਖਾਂ ਨੂੰ ਇੱਕੋ ਸਮੇਂ ਅਖ਼ਬਾਰਾਂ ਵਿੱਚ ਛਪਵਾਉਣਾ; ਸਿੰਡੀਕੇਟ ਬਣਾਉਣਾ

syndrome /'ਸਿਨਡਰਅਉਮ/ *n* ਰੋਗ ਲੱਛਣ ਸਮੂਹ

syne /ਸਾਇਨ/ *adv* (ਸਕਾਟਿਸ਼) ਫਿਰ, ਅੱਗੇ, ਇਸ; ਪਿੱਛੋਂ, ਬਾਅਦ ਵਿੱਚ

synesis /'ਸਿਨਅਸਿਸ/ *n* (ਭਾਸ਼ਾ) ਵਾਕ ਵਿਚਾਰ, ਵਿਚਾਰ ਪ੍ਰਧਾਨ ਪਰੰਤੂ ਵਿਆਕਰਨ ਦੇ ਪ੍ਰਤਿਕੂਲ ਵਾਕ

synod /ਸਿਨਅਡ/ *n* ਪਾਦਰੀਆਂ ਦੀ ਸਭਾ, ਸਤਸੰਗ

synonym /'ਸਿਨਅਨਿਮ/ *n* (ਭਾਸ਼ਾ)ਇੱਕੋ ਅਰਥ ਵਾਲੇ ਸ਼ਬਦ, ਸਮਾਨਾਰਥੀ ਸ਼ਬਦ, ਪਰਿਆਇ

synonymous /ਸਿ'ਨੌਨਿਮਅਸ/ *a* ਸਮਾਨਰਥੀ, ਸਮਾਨਾਰਥਕ

synonymy /ਸਿ'ਨੌਨਿਮਿ/ *n* ਸਮਾਨਾਰਥਿਕਤਾ

synopsis /ਸਿ'ਨੌਪਸਿਸ/ *n* ਸਮੁੱਚਾ ਭਾਵ, ਖ਼ੁਲਾਸਾ, ਸਾਰ, ਸੰਖੇਪ, ਸਾਰਾਂਸ਼, ਰੂਪ-ਰੇਖਾ, ਵਸਤੂਸਾਰ

synoptic /ਸਿ'ਨੌਪਟਿਕ/ *a* ਸੰਖੇਪਾਤਮਿਕ, ਸੰਖਿਪਤ, ਸਾਰ ਰੂਪ

synoptical /ਸਿ'ਨੌਪਟਿਕ(ਅ)ਲ/ *a* ਸੰਖਿਪਤ, ਰੂਪ-ਰੇਖਾ ਯੁਕਤ

synostosis /,ਸਿਨੌ'ਸਟੌਸਿਸ/ *n* ਹੱਡੀਆਂ ਦਾ ਮੁਕੰਮਲ ਜੋੜ

synovitis /,ਸਾਇਨਅ(ਉ)'ਵ਼ਾਇਟਿਸ/ *n* ਝਿੱਲੀ ਸੋਜ਼ਸ਼, ਜੋੜਾਂ ਦੀ ਝਿੱਲੀ ਦੀ ਸੋਜ

syntactic /ਸਿਨ'ਟੈਕਟਿਕ/ *a*(ਵਿਆ) ਵਾਕ ਰਚਨਾ ਸੰਬੰਧੀ

syntax¹ /'ਸਿਨਟੈਕਸ/ *n* (ਵਿਆ)ਵਾਕ-ਰਚਨਾ, ਵਾਕ-ਵਿਓਂਤ

syntax² *n* (ਕੰਪਿ) ਕੰਪਿਊਟਰ ਪ੍ਰੋਗਰਾਮ ਲਿਖਣ ਲਈ (ਕਥਨ) ਨੇਮ

syntax error (ਕੰਪਿ) ਪ੍ਰੋਗਰਾਮ ਲਈ ਹਿਦਾਇਤਾਂ ਲਿਖਣ ਵਿੱਚ ਤਰੁੱਟੀ, ਵਿਆਕਰਨ/ਕਥਨ ਤਰੁੱਟੀ

synthesis /'ਸਿਨਥਅਸਿਸ/ *n* ਸੰਸ਼ਲੇਸ਼ਣ ਸੰਜੋਗ, ਮੇਲ ਜੋੜ, ਸੰਕਲਨ; ਏਕੀਕਰਨ, ਭਿੰਨ-ਭਿੰਨ ਤੱਤਾਂ ਦਾ ਸੰਗਠਨ, ਮਿਸ਼ਰਨ, ਮੇਲ, (ਵਿਆ) ਵਾਕ ਜੋੜ; ਸ਼ਬਦ ਸੰਜੋਗ, ਸਮਾਸ

synthetic, synthetical /**ਸਿਨ'ਥੈੱਟਿਕ, ਸਿਨ'ਥੈੱਟਿਕਲ**/ *a* ਸੰਸ਼ਲੇਸ਼ਣਾਤਮਿਕ, ਮਿਲਵਾਂ; ਸੰਜੋਗਾਤਮਿਕ, ਸੰਜੋਗਕ (ਬੋਲੀਆਂ); ਸਮਾਸ ਸੰਬੰਧੀ, ਸਮਾਸੀ; ਬਣਾਉਟੀ, ਨਕਲੀ (ਰਬੜ ਤੇਲ, ਨੀਲ ਆਦਿ)

syphilis /'ਸਿਫ਼ਿਲਿਸ/ *n* ਆਤਸ਼ਕ, ਬਾਦ, ਗਰਮੀ

syringa /ਸਿ'ਰਿਙਗਅ/ *n* ਨੀਲੇ ਫੁੱਲਾਂ ਦੀ ਝਾੜੀ

syringe /ਸਿ'ਰਿਨਜ/ *n* ਪਿਚਕਾਰੀ, ਸਰਿੰਜ; ਟੀਕਾ ਲਾਉਣ ਵਾਲੀ ਪਿਚਕਾਰੀ *vt* (ਕੰਨ, ਪੌਦੇ ਆਦਿ ਨੂੰ) ਪਿਚਕਾਰੀ ਨਾਲ ਧੋਣਾ, ਛਿੜਕਣਾ ਜਾਂ ਸਾਫ਼ ਕਰਨਾ

syrup, sirup /'ਸਿਰਅਪ/ *n* ਸੀਰਾ, ਚਾਸ, ਚਾਸ਼ਨੀ; ਸ਼ਰਬਤ

syrupy /'ਸਿਰਅਪਿ/ *a* ਸ਼ਰਬਤੀ; ਰਸੀਲਾ

systaltic /ਸਿ'ਸਟੈਲਟਿਕ/ *a* ਵਾਰੀ ਵਾਰੀ ਨਾਲ ਸੁੰਗੜਨ ਅਤੇ ਫੈਲਣ ਵਾਲਾ

system /'ਸਿਸਟਅਮ/ *n* ਸ਼ਾਖਾ; ਪ੍ਰਨਾਲੀ, ਪੱਧਤੀ, ਰੀਤੀ; ਸ਼ੈਲੀ, ਢੰਗ; ਸਰੀਰ, ਦੇਹ; ਸ਼ਾਸਤਰ, ਦਰਸ਼ਨ, ਸਿਧਾਂਤ; ਤਰੀਕਾ, ਚਾਲ; ਜਗਤ, ਸੰਸਾਰ; ਕ੍ਰਮ, ਸਿਲਸਿਲਾ; ਪ੍ਰਬੰਧ, ਬੰਦੋਬਸਤ; (ਸੰਗੀ) ਸੁਰਲਿਪੀ, ਸਰਗਮ; ਸੁਰਬੋਧ; ਵਿਵਸਥਾ, ਯੋਜਨਾ, ਤੰਤਰ, ਸਮੁਦਾਇ

systematic /ˌਸਿਸਟਅ'ਮੈਟਿਕ/ *a* ਸਿਲਸਿਲੇਵਾਰ, ਸਿਧਾਂਤੀ, ਠੀਕ-ਠੀਕ; ਕ੍ਰਮਬੱਧ, ਵਿਵਸਥਿਤ, ਨਿਯਮਿਤ, ਵਿਧੀਪੂਰਵਕ, ਰੀਤੀਬੱਧ, ਬਾਕਾਇਦਾ

systematization /ˌਸਿਸਟਅਮਅਟਾਇ'ਜ਼ੇਇਸ਼ਨ/ *n* ਕ੍ਰਮਬੰਧਨ, ਕ੍ਰਮਵਿਧਾਨ, ਕ੍ਰਮ ਸਥਾਪਨ, ਕ੍ਰਮਬੱਧਤਾ

systematize /'ਸਿਸਟਅਮਅਟਾਇਜ਼/ *vt* ਬਾਨ੍ਹਣੂ ਬੰਨ੍ਹਣਾ, ਠੁੱਕ ਸਿਰ ਕਰਨਾ, ਠੀਕ ਢੰਗ ਉੱਤੇ ਲਿਆਉਣਾ, ਕ੍ਰਮਬੱਧ ਕਰਨਾ, ਨਿਯਮਿਤ ਕਰਨਾ, ਪ੍ਰਨਾਲੀਬੱਧ ਕਰਨਾ

systematized /'ਸਿਸਟਅਮਅਟਾਇਜ਼ਡ/ *a* ਕ੍ਰਮਬੱਧ, ਵਿਵਸਥਿਤ

systems analyst *n* (ਕੰਪਿ) ਕਿਸੇ ਵਿਉਪਾਰਕ ਅਦਾਰੇ ਜਾਂ ਸੰਗਠਨ ਦੀਆਂ ਲੋੜਾਂ ਦਾ ਵਿਸ਼ਲੇਸ਼ਣ ਕਰਕੇ ਇਹਨਾਂ ਲੋੜਾਂ ਨੂੰ ਪੂਰਿਆਂ ਕਰਨ ਲਈ ਕੰਪਿਊਟਰ ਪ੍ਰੋਗਰਾਮ ਵਰਤ ਕੇ ਵਿਧੀਆਂ ਤਿਆਰ ਕਰਨ ਵਾਲਾ ਵਿਅਕਤੀ

system software (ਕੰਪਿ) ਵਿਸ਼ੇਸ਼ ਪ੍ਰਕਾਰ ਦੇ ਕੰਪਿਊਟਰ ਪ੍ਰੋਗਰਾਮ ਜਿਨ੍ਹਾਂ ਰਾਹੀਂ ਵਰਤੋਂ ਵਿੱਚ ਆਉਣ ਵਾਲੇ ਪ੍ਰੋਗਰਾਮ ਚਲਾਏ ਜਾਂਦੇ ਹਨ, ਪ੍ਰਨਾਲੀ ਸਾਫਟਵੇਅਰ

systole /'ਸਿਸਟਅਲਿ/ *n* (ਚਿਕਿ) ਦਿਲ ਸੰਕੋੜ, ਦਿਲ ਦੇ ਸੰਕੋੜਨ ਦੀ ਕਿਰਿਆ

syzygy /'ਸਿਜ਼ਿਜਿ/ *n* ਸੰਗਮ, ਸੰਜੋਗ

T

T, t /ਟੀ/ *n* ਅੰਗਰੇਜ਼ੀ ਵਰਨਮਾਲਾ ਦਾ ਵੀਹਵਾਂ ਅੱਖਰ; **T** ਦੀ ਸ਼ਕਲ ਵਰਗੀ ਕੋਈ ਚੀਜ਼ **cross the t's** ਪੂਰੀ ਤਰ੍ਹਾਂ ਠੀਕ ਕਰ ਦੇਣਾ

ta /ਟਾ/ *n* (ਬੱਚਿਆਂ ਦੁਆਰਾ ਵਰਤਿਆ) ਧੰਨਵਾਦ

taal /ਟਾਲ/ *n* (ਇਤਿ) ਦੱਖਣ ਅਫ਼ਰੀਕੀ ਡੱਚ ਭਾਸ਼ਾ ਦਾ ਮੁਢਲਾ ਰੂਪ

tab /ਟੈਬ/ *n* ਤਸਮਾ; ਤਸਮੇ ਦਾ ਛੱਲਾ; ਟੋਪੀ ਦਾ ਕੰਨ ਪਟਾ, (ਬੋਲ) ਜਾਂਚ, ਹਿਸਾਬ-ਕਿਤਾਬ, ਨਿਰੀਖਣ **keep tab's on** ਹਿਸਾਬ-ਕਿਤਾਬ ਰੱਖਣਾ

tabard/'ਟੈਬਅਡ, -ਬਾਡ/ *n* (ਇਤਿ) ਲਬਾਦਾ (ਸ਼ਾਹੀ ਚਿੰਨ੍ਹ ਵਾਲੀ ਵਰਦੀ); ਬਾਹਵਾਂ ਤੋਂ ਬਿਨਾਂ ਜਾਮਾ (ਸੰਜੋਅ ਦੇ ਉੱਤੇ ਪਹਿਨਣ ਲਈ)

tabarder /'ਟੈਬਅਡਅ*/ *n* ਲਬਾਦਾ ਪਹਿਨਣ ਵਾਲਾ, ਜਾਮਾ ਪਹਿਨਣ ਵਾਲਾ

tabasheer /ਟੈਬਅ'ਸ਼ਿਅ*/ *n* ਬਾਂਸ ਦੇ ਤਣਿਆਂ ਵਿੱਚੋਂ ਮਿਲਨ ਵਾਲਾ ਪਦਾਰਥ ਜੋ ਦਵਾਈ ਵਜੋਂ ਵੀ ਵਰਤਿਆ ਜਾਂਦਾ ਹੈ, ਤਵਾਸ਼ੀਰ

tabby /'ਟੈਬਿ/ *n* ਲਹਿਰੀਏਦਾਰ ਕੱਪੜਾ, ਲਹਿਰੀਆ (ਕੱਪੜਾ); ਗਲਾਧੜ ਇਸਤਰੀ; ਧਾਰੀ ਵਾਲੇ ਪਤੰਗਿਆਂ ਦੀ ਇੱਕ ਜਾਤੀ; ਇੱਕ ਕਿਸਮ ਦਾ ਗਾਰਾ ਜਾਂ ਚਿਣਾਈ ਦੀ ਮਿੱਟੀ ਜਾਂ ਗੱਚ *a* ਚਿੱਤਰਿਤ, ਧਾਰੀਦਾਰ, ਰੰਗ-ਬਰੰਗਾ, ਲਹਿਰੀਏਦਾਰ **tabby cat** *n* ਚਿੱਤਰ-ਮਿੱਤਰੀ ਬਿੱਲੀ, ਚਿੱਤਕਬਰੀ ਬਿੱਲੀ

tabefaction /,ਟੈਬਿ'ਫ਼ੈਕਸ਼ਨ/ *n* ਕਮਜ਼ੋਰੀ, ਨਿਰਬਲਤਾ, ਦੁਰਬਲਤਾ, ਦੁਬਲਾਪਣ

tabellion /ਟੈ'ਬੈੱਲਿਅਨ/ *n* ਲੇਖਕ, ਲਿਖਾਰੀ; ਨਕਲਨਵੀਸ

tabernacle/'ਟੈਬਅਨੈਕਲ/ *n* (ਪਰਾ) ਪਾਲਕੀ (ਪਵਿੱਤਰ ਚੀਜ਼ਾਂ ਦੇ ਚੁੱਕਣ ਲਈ); (ਬਾਈਬਲ) ਕੁਟੀਰ; ਸਮਗਰੀ ਰੱਖਣ ਦਾ ਭਾਂਡਾ; ਪ੍ਰਸ਼ਾਦ ਦਾ ਭਾਂਡਾ; ਗਿਰਜੇ ਦਾ ਛੱਜੇਦਾਰ ਸਿਖਰ, ਚਬੂਤਰਾ *v* (ਪਰਾ) ਪਨਾਹ ਦੇਣਾ; ਨਿਵਾਸ ਕਰਾਉਣਾ ਜਾਂ ਕਰਨਾ, ਟਿਕਾਉਣਾ ਜਾਂ ਟਿਕਾਣਾ ਕਰਨਾ, ਡੇਰਾ ਕਰਨਾ, ਸੁਖ-ਆਸਨ ਕਰਨਾ

tabes /'ਟੇਇਬੀਜ਼/ *n* (ਚਿਕਿ) ਸੋਕਾ, ਕਮਜ਼ੋਰੀ

tabetic/ਟਅ'ਬੈੱਟਿਕ/ *a* ਸੋਕੇਦਾ ਰੋਗੀ, ਸੋਕੇ ਮਾਰਿਆ

tabetiform /ਟਅ'ਬੈੱਟਿਫ਼ੋਮ/ *a* ਹੌਲੀ-ਹੌਲੀ ਸੁਕਦਾ ਜਾਣ ਵਾਲਾ, ਦਿਨੋ-ਦਿਨ ਕਮਜ਼ੋਰ ਹੁੰਦਾ ਜਾਣ ਵਾਲਾ (ਰੋਗੀ)

tabinet /'ਟੈਬਿਨਿਟ/ *n* (ਪਾਪਲੀਨ ਵਰਗਾ) ਊਨੀ-ਰੇਸ਼ਮੀ ਕੱਪੜਾ, ਟੈਬੀ

tablature /'ਟੈਬਲਅਚਅ*/ *n* (ਵਿਸ਼ੇਸ਼ ਬੰਸਰੀ ਦੀ) ਸਰਗਮ; ਕਲਪਨਾ-ਚਿੱਤਰ; ਚਿੱਤਰਮਈ ਵਰਣਨ

table /'ਟੇਇਬਲ/ *n* ਮੇਜ਼ (ਬਿਲੀਅਰਡ, ਡਰੈਸਿੰਗ), ਖਾਣੇ ਦਾ ਮੇਜ਼; ਚੌਕੀ; ਪਟੜਾ, ਪਟੜੀ, ਤਖ਼ਤਾ, ਤਖ਼ਤੀ; ਉੱਚ ਭੂਮੀ, ਪਠਾਰ, ਪੱਬੀ; ਤਲੀ (ਕਰਮ ਰੇਖਾ ਵੇਖਣ ਲਈ); ਖ਼ਾਨੇਵਾਰ ਨਕਸ਼ਾ, ਗੋਸ਼ਵਾਰਾ; ਸਾਰਨੀ, ਸੂਚੀ, ਖਾਣੇ ਜਾਂ ਚਾਹ ਦੀਆਂ ਮੇਜ਼ ਉੱਤੇ ਰੱਖੀਆਂ ਵਸਤੂਆਂ *vt* ਮੇਜ਼ ਉੱਤੇ ਰੱਖਣਾ, ਪਰੋਸਣਾ; (ਤਜਵੀਜ਼, ਮਤਾ) ਪੇਸ਼ ਕਰਨਾ; ਨਕਸ਼ੇ ਜਾਂ ਸੂਚੀ ਵਿੱਚ ਦਰਜ ਕਰਨਾ; ਜੋੜ ਮਿਲਾਉਣਾ; ਖਾਣਾ ਖਵਾਉਣਾ

tableau /'ਟੈਬਲਅਉ/ *n* ਦ੍ਰਿਸ਼, ਝਾਕੀ, ਸਚਿੱਤਰ ਪੇਸ਼ਕਾਰੀ

tableau curtains *n* ਕਨਾਤੀ ਪਰਦੇ

tableau vivant *n (F)* ਸਜੀਵ ਚਿੱਤਰ

table d'hote /,ਟਾਬਲ 'ਡਅਉਟ/ *n* (ਹੋਟਲ ਦਾ) ਆਮ ਮੇਜ਼; ਮਿਥੀਆਂ ਵਸਤੂਆਂ ਜਾਂ ਕੀਮਤਾਂ ਵਾਲਾ ਖਾਣਾ, ਨਿਯਤ ਸਮੇਂ ਅਤੇ ਮੁੱਲ 'ਤੇ ਹੋਟਲ ਵਿੱਚ ਪਰੋਸਿਆ ਜਾਣ ਵਾਲਾ ਖਾਣਾ

tableful /'ਟੇਇਬਲਫੁਲ/ *a* ਮੇਜ਼ ਭਰ

tableland /'ਟੇਇਬਲਲੈਨਡ/ *n* ਪਠਾਰ, ਪੱਬੀ

tablet /'ਟੈਬਲਅਟ/ *n* ਪੱਟੀ, ਤਖ਼ਤੀ, ਫੱਟੀ; ਫੱਟੀਆਂ ਦਾ ਜੋੜ; ਟਿੱਕੀ; ਦੀਵਾਰ ਦਾ ਛੱਜਾ

table tennis *n* ਟੇਬਲ-ਟੈਨਿਸ

tabloid /'ਟੈਬਲੌਇਡ/ *n* (ਆਮ ਤੌਰ 'ਤੇ ਸਨਸਨੀ

ਖ਼ੇਜ਼) ਸਮਾਚਾਰ-ਪੱਤਰ, ਪੱਤਰਕਾ, ਛੋਟੇ ਅਕਾਰ ਦੀ ਅਖ਼ਬਾਰ

taboo, tabu /ਟਆ'ਬੂ/ *n* ਮਨਾਹੀ, ਪਵਿੱਤਰ ਘੋਸ਼ਿਤ ਕਰਨ ਦੀ ਰੀਤੀ *a* ਵਿਵਰਜਿਤ *v* (ਪਵਿੱਤਰ ਘੋਸ਼ਿਤ ਕਰਕੇ) ਮਨਾਹੀ ਕਰਨਾ, (ਅਧਿਕਾਰ ਜਾਂ ਸਮਾਜਿਕ ਪ੍ਰਭਾਵ ਦੁਆਰਾ) ਹਟਾਉਣਾ, ਪਰੇ ਰੱਖਣਾ

tabor /'ਟੇਇਬਅ*/ *n* (ਇਤਿ) ਢੋਲਕੀ, ਤਬਲਾ *vt* ਤਬਲਾ ਵਜਾਉਣਾ

taborin /'ਟੈਬਅਰਿਨ/ *n* ਢੋਲਕੀ, ਛੋਟਾ ਢੋਲ, ਤਬਲਾ, ਜੋੜੀ

tabouret /'ਟੈਬ(ਅ)ਰੈਟੱ/ *n* ਬੈਠਣ ਲਈ ਚੌਕੀ; (ਕਢਾਈ ਲਈ) ਚੌਖਟਾ, ਅੱਡਾ, ਫਰੇਮ

tabula /'ਟੈਬਯਅਲਅ/ *n* ਪੱਟੀ, ਤਖ਼ਤੀ, ਫੱਟੀ, ਲਿਖਣ ਪੱਟੀ

tabular /'ਟੈਬਯਅਲਅ*/ *a* ਸੂਚੀ ਜਾਂ ਲਿਸਟ ਦੇ ਰੂਪ ਵਿੱਚ ਇਕੱਤਰ ਕੀਤਾ ਹੋਇਆ, ਸਾਰਨੀਬੱਧ; ਮੇਜ਼ ਵਾਂਗ ਫੈਲਿਆ ਹੋਇਆ, ਸਪਾਟ, ਚਪਟਾ; ਪਰਤਦਾਰ; ਖ਼ਾਨੇ ਵਾਲਾ, ਖ਼ਾਨੇਦਾਰ

tabula rasa /ˌਟੈਬਯੁਲਅ 'ਰਾਜ਼ਅ/ *n* ਕਿਸੇ ਚੀਜ਼ ਦੇ ਵਿਕਾਸ ਲਈ ਅਣਮਿੱਥਿਆ ਰਸਤਾ, ਅਜਿਹੀ ਸਥਿਤੀ ਜਿਸਦੇ ਹੱਲ ਲਈ ਕੁਝ ਨਾ ਔੜੇ, (ਜੰਮਦੇ ਬੱਚੇ ਦੇ ਦਿਮਾਗ਼ ਵਾਂਗ) ਜਿਸ ਵਿੱਚ ਕੋਈ ਵਿਚਾਰ ਨਾ ਹੋਵੇ

tabulate /'ਟੈਬਯੁਲੇਇਟ/ *vt* ਸੂਚੀ ਬਣਾਉਣਾ, ਸਾਰਨੀਬੱਧ ਕਰਨਾ, ਖ਼ਾਨੇ ਵਾਹੁਣਾ; ਵਸਤੂਆਂ ਨੂੰ ਚਪਟੀ ਸਤ੍ਹਾ ਦਾ ਬਣਾਉਣਾ *a* ਚਪਟੀ ਸਤ੍ਹਾ ਵਾਲਾ, ਸਾਰਨੀਬੱਧ, ਤਾਲਿਕਾਬੱਧ

tabulation /ˌਟੈਬਯੁ'ਲੇਇਸ਼ਨ/ *n* ਸਾਰਨੀਕਰਨ

tace /'ਟੇਇਸੀ/ *v* ਚੁੱਪ ਹੋ ਜ਼ਾਓ, ਬੋਲਣਾ ਬੰਦ ਕਰੋ, ਸ਼ਾਂਤ ਹੋ ਜਾਓ, ਰੌਲਾ ਨਾ ਪਾਓ

tacit /'ਟੈਸਿਟ/ *a* ਗੁਪਤ, ਅਣਕਿਹਾ, ਗੁੱਝਾ, ਬਿਨ ਬੋਲਿਆ; ਮੌਨ, ਖ਼ਮੋਸ਼, ਚੁੱਪ

taciturn /'ਟੈਸਿਟਅ:ਨ/ *a* ਚੁੱਪ, ਮੌਨਧਾਰੀ, ਚੁੱਪ-ਗੜੁੱਪ, ਮੀਸਣਾ

taciturnity /ˌਟੈਸਿ'ਟਅ:ਨਅਟਿ/ *n* ਚੁੱਪ, ਮੌਨ, ਮੂਕਭਾਵ

tack /ਟੈਕ/ *n* ਕਿੱਲ, ਕੋਕਾ, ਬਿਰੰਜੀ; (ਬਹੁ) ਕੱਚੀ ਸਿਲਾਈ, ਤੋਪੇ, ਨਰੰਦੇ; (ਜਹਾਜ਼ ਦਾ) ਰੁਖ਼ ਜਾਂ ਰੌਂ; (ਰੌਂ ਦਾ) ਪਲਟਾ; ਹਵਾ ਦੇ ਰੁਖ਼ ਤੋਂ ਲਾਭ ਉਠਾ ਕੇ ਜਹਾਜ਼ ਨੂੰ ਇੱਕ ਪਾਸੇ ਮੋੜਨ ਦੀ ਕਿਰਿਆ; (ਬੋਲ) ਖ਼ੁਰਾਕ *vt* ਕੋਕੇ ਜਾਂ ਕਿੱਲ ਠੋਕਣਾ; ਨਰੰਦੇ ਜਾਂ ਤੋਪੇ ਲਾ ਕੇ ਜੋੜਨਾ; ਟਾਂਕਣਾ, ਨੱਥੀ ਕਰਨਾ; (ਜਹਾਜ਼ ਦਾ) ਰਾਹ ਬਦਲਨਾ, ਰੁਖ਼ ਫੇਰਨਾ

tacker /'ਟੈਕਅ*/ *n* ਬੰਨ੍ਹਣ ਵਾਲਾ; ਟਾਂਕੇ ਲਾਉਣ ਵਾਲਾ, ਬਖ਼ੀਆ ਕਰਨ ਵਾਲਾ, ਕੱਚਾ ਕਰਨ ਵਾਲਾ; ਤੋਪੇ ਲਾਉਣ ਵਾਲਾ

tacket /'ਟੈਕਿਟ/ *n* ਖੂੰਟੀ, ਕਿੱਲੀ, ਟੰਗਣਾ

tacking /ਟੈਕਿਙ/ *n* ਕਿੱਲ ਦੀ ਠੁਕਾਈ; ਬਖ਼ੀਆਗਿਰੀ, ਤੋਪੇ ਲਾਉਣ ਦਾ ਕੰਮ; ਜਹਾਜ਼ ਦਾ ਰੁਖ਼ ਬਦਲਨ ਦੀ ਕਿਰਿਆ ਜਾਂ ਭਾਵ

tackle /'ਟੈਕਲ/ *n* ਬਾਦਬਾਨ ਆਦਿ ਚੜ੍ਹਾਉਣਾ ਜਾਂ ਉਤਾਰਨ ਦਾ ਸਮਾਨ; ਰੱਸੇ-ਪੈੜੇ; ਹਥਿਆਰ, ਕਿੱਲ-ਕਾਂਟਾ, ਅੜਿੰਗਾ, ਅੱਡਾ *vt* (ਖੇਡ ਜਾਂ ਘੋਲ ਵਿੱਚ) ਅੜਿੱਕਾ ਲਾਉਣਾ ਜਾਂ ਅੱਡਾ ਮਾਰਨਾ; ਬਹਿਸ ਕਰਨਾ, ਤਕਰਾਰ ਕਰਨਾ; ਨਿਪਟਾਉਣ ਦਾ ਯਤਨ ਕਰਨਾ, ਨਜਿੱਠਣਾ, ਸਿੱਝਣਾ; ਮੁਕਾਬਲਾ ਕਰਨਾ, ਜ਼ੋਰ-ਸ਼ੋਰ ਨਾਲ ਕੰਮ ਵਿੱਚ ਜੁਟ ਜਾਣਾ

tacky /'ਟੈਕਿ/ *a* (ਰੋਗਨ) ਗਿੱਲਾ, ਚਿਪਚਿਪਾ; ਘਟੀਆ, ਗੰਦਾ

tact /ਟੈਕਟ/ *n* (ਮੌਕੇ ਅਨੁਸਾਰ ਠੀਕ ਗੱਲਬਾਤ ਕਰਨ ਦਾ) ਸੁਚੱਜ, ਜਾਚ, ਜੁਗਤ, ਢੰਗ, ਵਿਧੀ, ਸਿਆਣਪ

tactful /'ਟੈਕਟਫ਼ਲ/ *a* ਸੁਚੱਜਾ, ਸਿਆਣਾ, ਵਿਓਂਤੀਆ, ਜਾਂਚ ਵਾਲਾ, ਜੁਗਤੀ, ਚਤਰ, ਦੁਨੀਆਂਦਾਰ

tactical /'ਟੈਕਟਿਕਲ/ *a* ਜੁਗਤੀਪੂਰਨ

tactician /ਟੈਕ'ਟਿਸ਼ਨ/ *n* ਜੋੜ-ਤੋੜ ਕਰਨ ਵਾਲਾ ਆਦਮੀ; ਚਾਲਬਾਜ਼, ਵਿਓਂਤੀਆ, ਜੰਗੀ ਚਾਲਾਂ ਦਾ ਮਾਹਰ

tactics /'ਟੈਕਟਿਕਸ/ *n* ਯੁੱਧ ਕਲਾ, ਜੰਗੀ ਚਾਲ,

(ਸੁਆਰਥ ਸਿੱਧੀ ਲਈ) ਨਿਪੁੰਨਤਾ, ਚਤੁਰਤਾ; ਪ੍ਰਪੰਚ, ਚਾਲ, ਚਾਲਬਾਜ਼ੀ; ਪੂਰਨ ਕਲਪਨਾ; ਤਰਕੀਬ, ਤਦਬੀਰ

tactile /'ਟੈਕਟਾਇਲ/ *a* ਸਪਰਸ਼ੀ, ਛੋਹ ਸੰਬੰਧੀ; (ਚਿੱਤਰ ਕਲਾ) ਸਜੀਵ, ਵਾਸਤਵਿਕਤਾਪੂਰਨ; ਸਪਰਸ਼ ਇੰਦਰੀ ਸੰਬੰਧੀ

tactless /'ਟੈਕਟਲਅਸ/ *a* ਕੁਚੱਜਾ, ਕੁਢੰਗਾ, ਜੁਗਤੀਹੀਣ, ਬੇਤੁਕਾ, ਹੂੜ੍ਹਮੱਤ; ਅਪ੍ਰਵੀਣ, ਅਕੁਸ਼ਲ

tactual /'ਟੈਕਟਯੁਅਲ/ *a* ਸਪਰਸ਼ ਸੰਬੰਧੀ, ਛੋਹ ਸੰਬੰਧੀ

tadpole /'ਟੈਡਪਅਉਲ/ *n* ਡੱਡ ਬੱਚਾ, ਡੱਡੀ

taedium vitae /ਟਾਇਡਿਅਮ 'ਵ੍ਹੀਟਾਇ/ *(L)* *n* ਜੀਵਨ ਵਿਰਕਤੀ

tael /ਟੇਇਲ/ *n* ਚੀਨ ਦੇਸ਼ ਦਾ ਔਂਸ

taffeta /'ਟੈਫ਼ਿਟਅ/ *n* (ਬਰੀਕ, ਚਮਕਦਾਰ ਅਤੇ ਸਾਦਾ ਬਣਾਵਟ ਦਾ) ਰੇਸ਼ਮੀ ਕੱਪੜਾ, ਟਾਫਟਾ

taffia /'ਟੈਫ਼ਿਅ/ *n* ਇੱਕ ਪ੍ਰਕਾਰ ਦੀ ਰਮ ਸ਼ਰਾਬ, ਟੇਫੀਆ

taffrail /'ਟੈਫ਼ਰੇਇਲ/ *n* (ਜਹਾਜ਼ ਦੇ ਪਿਛਲੇ ਸਿਰੇ ਦਾ) ਕਟਹਿਰਾ, ਜਹਾਜ਼ ਦੇ ਪਿਛਲੇ ਸਿਰੇ ਦਾ ਉੱਪਰਲਾ ਭਾਗ

tag /ਟੈਗ/ *n* ਨੱਥੀ, ਜੋੜ, ਟੈਗ; (ਫ਼ੀਤੇ ਆਦਿ ਵਿੱਚ ਲੱਗਾ) ਧਾਤ ਦਾ ਸਿਰਾ; ਤਸਮੇ ਦੀ ਟੋਪੀ; ਬੂਟ ਦਾ ਵੱਡਾ ਜਿਹਾ ਤਸਮਾ, ਫ਼ੀਤਾ, ਤਸਮਾ, ਘੁੰਡੀ; (ਕਿਸੇ ਵਸਤੂ ਦਾ) ਕੱਟਿਆ ਸਿਰਾ; ਭੇਡ ਦੇ ਵਾਲਾਂ ਦਾ ਗੁੱਛਾ; ਪ੍ਰਾਚੀਨ ਦ੍ਰਿਸ਼ਟਾਂਤ, ਘਸੀ-ਪਿਟੀ ਗੱਲ; ਪਸ਼ੂ ਦੀ ਪੂਛ ਦਾ ਸਿਰਾ, ਪਿਛਲੱਗ, ਲੜ ਗੁੱਛ; ਟੇਕ, ਅੰਤਰਾ *vt* ਨੱਥੀ ਕਰਨਾ, ਟਾਂਕਣਾ, ਜੋੜ ਦੇਣਾ; ਜੋੜ ਲਾਉਣਾ; ਤੁਕ ਜੋੜਨਾ, ਗੀਤਾਂ ਨੂੰ ਇਕੱਠਾ ਕਰਨਾ, (ਤਸਮੇ ਨੂੰ) ਛੱਲਾ ਲਾਉਣਾ; ਟੇਕ ਲਾਉਣਾ, ਛੂਹ ਲੈਣਾ, ਪਕੜ ਲੈਣਾ, ਹੱਥ ਲਾਉਣਾ

tagger /'ਟੈਗਅ*/ *n* ਟੈਗ ਲਾਉਣ ਵਾਲਾ, ਨੱਥੀ ਕਰਨ ਵਾਲਾ; (ਕਾਵਿ) ਤੁਕਾਂ ਜੋੜਨ ਵਾਲਾ, ਤੁਕਬਾਜ਼

tag-nag /'ਟੈਗ ਨੈਗ/ *n* ਐਰਾ-ਗੈਰਾ, ਨੱਥੂ-ਖੈਰਾ

taigle /'ਟੇਇਗਲ/ *v* ਉਲਝਾਉਣਾ, ਉਲਝਣਾ; ਦੇਰ ਕਰਨਾ; ਇੰਤਜ਼ਾਰ ਕਰਨਾ, ਉਡੀਕਣਾ

tail[1] /ਟੇਇਲ/ *n* ਪੂਛ, ਪੂਛਲ, ਦੁਮ; ਅੰਤ, ਪਿੱਛਾ, ਪਿਛਾੜੀ; ਹੇਠਲਾ ਭਾਗ, ਸਿਰਾ; ਸੂਖਮ ਜਾਂ ਪਤਲਾ ਭਾਗ; ਸ਼ਮਲਾ, ਲਾਮ-ਡੋਰੀ, ਗੁੱਤ; ਰਹਿੰਦ-ਖੂੰਹਦ; ਦੁਮਾਲਾ; ਸਿੱਕੇ ਦਾ ਮੂਧਾ ਪਾਸਾ, ਪਿੱਠ *vt* ਪੂਛ ਲਾਉਣਾ ਜਾਂ ਬੰਨ੍ਹਣਾ, ਪੂਛ ਪਕੜ ਕੇ ਘਸੀਟਣਾ; (ਬੋਲ) ਦੋ ਸਿਰੇ ਤਰਾਸ਼ ਦੇਣਾ; ਜੋੜਨਾ; ਜੁੜਨਾ, ਲੱਗਣਾ

tail[2] *n* (ਕਨੂੰ) ਬੱਝਵੀਂ ਮਾਲਕੀ; ਸੀਮਿਤ ਅਧਿਕਾਰ

tailless /'ਟੇਇਲਲਅਸ/ *a* ਪੂਛ ਰਹਿਤ

tailor /'ਟੇਇਲਅ*/ *n* ਸਿਲਾਈ ਕਰਨ ਵਾਲਾ, ਦਰਜ਼ੀ *vt* ਦਰਜ਼ੀ ਦਾ ਕੰਮ ਕਰਨਾ, ਕੱਪੜੇ ਸਿਊਂਣਾ, ਸਿਲਾਈ ਕਰਨਾ

tailor-bird /'ਟੇਇਲਅਬਅ:ਡ/ *n* ਬੱਜਾ, ਬਿਜੜਾ

tailoress /'ਟੇਇਲਅਰਿਸ/ *n* ਦਰਜ਼ਣ

tailoring/'ਟੇਇਲਅਰਿਙ/ *n* ਸਿਲਾਈ ਦਾ ਕੰਮ, ਦਰਜ਼ੀਗੀਰੀ

tailor-made *a* (ਕੱਪੜਾ) ਦਰਜ਼ੀ ਦਾ ਸੀਤਾ, ਘੜਿਆ-ਘੜਾਇਆ, (ਵਿਸ਼ੇਸ਼ ਮੰਤਵ ਲਈ) ਤਿਆਰ

tailpiece /'ਟੇਇਲਪੀਸ/ *n* ਉਪ-ਭਾਗ, ਅੰਤਿਮ ਟਿੱਪਣੀ

tailspin/'ਟੇਇਲਸਪਿਨ/ *n* (ਹਵਾਈ ਜਹਾਜ਼ ਦੀ) ਲੋਟਪੋਟਣੀਆਂ ਖਾਂਦਿਆਂ ਹੋਇਆ ਧਰਤੀ ਵੱਲ ਡਿੱਗਣ ਦੀ ਹਾਲਤ, ਘੁਮੇਟਣੀਆਂ ਖਾਣ ਦੀ ਦਸ਼ਾ, ਖਲਬਲੀ, ਆਤੰਕ

taint /ਟੇਇਨਟ/ *n* ਕਲੰਕ, ਦੋਸ਼, ਖ਼ਰਾਬੀ, ਧੱਬਾ, ਦਾਗ, ਨਿਸ਼ਾਨ, ਬਦਨਾਮੀ ਦਾ ਟਿੱਕਾ; ਭ੍ਰਿਸ਼ਟ ਦਸ਼ਾ, ਛੂਤ *v* ਕਲੰਕਿਤ ਕਰਨਾ, ਦੂਸ਼ਿਤ ਕਰਨਾ; ਧੱਬਾ ਲਾਉਣਾ, ਖ਼ਰਾਬ ਹੋਣਾ; ਖ਼ਰਾਬ ਕਰਨਾ; ਭ੍ਰਿਸ਼ਟਾਚਾਰ ਫੈਲਾਉਣਾ; ਰੋਗ ਫੈਲਾਉਣਾ, ਛੂਤ ਦਾ ਸ਼ਿਕਾਰ ਹੋਣਾ; ਸੜ੍ਹਾਂਦ ਮਾਰਨਾ

tainted /ਟੇਇਨਟਿਡ/ *a* ਦੂਸ਼ਿਤ, ਬਦਨਾਮ, ਕਲੰਕਿਤ, ਭ੍ਰਿਸ਼ਟ, ਗੰਦਾ

taintless /ਟੇਇਨਟਲਅਸ/ *a* ਨਿਰਦੋਸ਼, ਬੇਦਾਗ਼, ਸਾਫ਼

tainture /'ਟੇਇਨਚਅ*/ *n* ਦੋਸ਼, ਕਲੰਕ, ਬਦਨਾਮੀ, ਧੱਬਾ; ਦੁਰਾਚਾਰ

take /ਟੇਇਕ/ *n* ਸ਼ਿਕਾਰ; ਆਮਦਨੀ, ਰੋਕੜ *v* ਲੈਣਾ, ਫੜਨਾ, ਥੰਮ੍ਹਣਾ (ਹੱਥ ਜਾਂ ਯੰਤਰ ਨਾਲ); ਕਬਜ਼ਾ ਕਰ ਲੈਣਾ, ਅਧਿਕਾਰ ਵਿੱਚ ਲੈ ਆਉਣਾ; ਜਿੱਤਣਾ; ਅਚਾਨਕ ਜਾ ਫੜਨਾ; (ਦਵਾਈ ਦਾ) ਅਸਰ ਕਰਨਾ; ਵਰਤੋਂ ਵਿੱਚ ਲਿਆਉਣਾ; (ਹੱਕ ਜਾਂ ਸਤਿਕਾਰ) ਪ੍ਰਾਪਤ ਕਰਨਾ; ਬਣਾਉਣਾ, ਕਰਨਾ (ਵਹੁਟੀ); ਪੱਕਾ ਖ਼ਰੀਦਦਾਰ ਹੋਣਾ; ਕਿਰਾਏ 'ਤੇ ਲੈਣਾ; ਪੈਣਾ, ਗ੍ਰਸਣਾ, ਪਕੜ ਹੋਣਾ (ਜਿੰਨ ਆਦਿ ਦੀ); ਸਮਝਣਾ, ਖ਼ਿਆਲ ਕਰਨਾ; ਸਲਾਹ ਮੰਨਣਾ, ਪ੍ਰਵਾਨ ਕਰਨਾ; ਫੋਟੋ ਲੈਣਾ; (ਮਜ਼ਮੂਨ ਜਾਂ ਜਮਾਤ) ਪੜ੍ਹਾਉਣਾ **take somebody on** ਕਿਸੇ ਨੂੰ ਨੌਕਰੀ 'ਤੇ ਰੱਖ ਲੈਣਾ, ਨਵੀਂ ਭਰਤੀ ਕਰਨਾ; ਕਿਸੇ ਵਿਰੁੱਧ ਖੇਡ ਖੇਡਣਾ

takeable /'ਟੇਇਕਅਬਲ/ *a* ਫੜਨਯੋਗ, ਗ੍ਰਹਿਣ ਕਰਨਯੋਗ; ਲੈਣ ਯੋਗ; ਅਨੁਭਵ ਕਰਨਯੋਗ; ਗਰਿਫ਼ਤਾਰ ਕਰਨਯੋਗ

take action *v* ਕਾਰਵਾਈ ਕਰਨਾ

take advice *v* ਕਿਸੇ ਦੀ ਸਲਾਹ ਮੰਨਣਾ

take after *v* ਕਿਸੇ ਵਰਗਾ ਹੋਣਾ, ਮੁਹਾਂਦਰਾ ਮਿਲਨਾ

take arms *v* ਹਥਿਆਰ ਚੁੱਕਣਾ

take-in *n* ਧੋਖਾ, ਠੱਗੀ

take in hand *v* ਅਰੰਭ ਕਰਨਾ, ਸ਼ੁਰੂ ਕਰਨਾ

take-off /'ਟੇਇਕ ਔਫ਼/ *v* ਲਾਹ ਲੈਣਾ (ਟੋਪੀ, ਕੋਟ ਆਦਿ), ਘਟਾਅ ਦੇਣਾ *n* ਹਵਾਈ ਜਹਾਜ਼ ਦੀ ਚੜ੍ਹਾਈ; ਛਾਲ ਮਾਰਨ ਦਾ ਅੱਡਾ; ਸਾਂਗ, ਨਕਲ

take-out /'ਟੇਇਕਆਉਟ/ *v* ਵੱਖਰਾ ਕਰਨਾ, ਬਾਹਰ ਲੈ ਜਾਣਾ; ਕੱਢਣਾ, ਮਿਟਾਉਣਾ, ਦੂਰ ਕਰਨਾ

taker /'ਟੇਇਕਅ*/ *n* (ਵਿਚਾਰਾਂ ਆਦਿ ਦਾ) ਗਾਹਕ, ਲੇਵਾ

take sides *v* ਪੱਖ ਲੈਣਾ

take to task *v* ਝਾੜ-ਝੰਬ ਕਰਨਾ, ਡਾਂਟਣਾ

take up with *v* ਨਾਲ ਰਹਿਣਾ, ਮੇਲ-ਜੋਲ ਰੱਖਣਾ

taking /'ਟੇਇਕਿਙ/ *n* ਲੈਣ, ਪਕੜ, ਗਰਿਫ਼ਤਾਰੀ, ਵੱਟਕ; ਵਿਆਕੁਲਤਾ, ਬੇਚੈਨੀ, ਪਰੇਸ਼ਾਨੀ *a* ਦਿਲ ਖਿੱਚਵਾਂ, ਆਕਰਸ਼ਕ; ਛੂਤ ਵਾਲਾ

takosis /'ਟੈਕਅਸਿਸ/ *n* ਬੱਕਰੀਆਂ ਦਾ ਸੋਕੇ ਵਾਲਾ ਰੋਗ

talapoin /'ਟੈਲਅਪੋਇਨ/ *n* ਮਹਾਂ ਆਚਾਰੀਆ, ਮਹਾਂ ਭਿਕਸ਼ੂ

talc /ਟੈਲਕ/ *n* ਸਿਲਖੜੀ, ਦੁੱਧ ਪਥਰੀ; ਅਬਰਕ

talcum powder/'ਟੈਲਕਅਮ ਪਾਉਡਅ*/ *n* ਸਰੀਰ 'ਤੇ ਲਾਉਣ ਵਾਲਾ ਇੱਕ ਪਾਊਡਰ, ਟੈਲਕਮ ਪਾਊਡਰ

tale /ਟੇਇਲ/ *n* ਕਹਾਣੀ,ਅਫ਼ਸਾਨਾ, ਕਿੱਸਾ, ਅਫ਼ਵਾਹ; (ਪ੍ਰਾਚੀਨ ਭਾਸ਼ਣ, ਕਵਿਤਾ ਆਦਿ ਵਿੱਚ) ਸੰਖਿਆ, ਗਿਣਤੀ, ਕੁਝ ਸੰਖਿਆ; ਵਰਣਨ, ਬਿਰਤਾਂਤ

talebearer /'ਟੇਇਲ,ਬੇਅਰਅ*/ *n* ਚੁਗ਼ਲਖੋਰ

talent /'ਟੈਲਅਨਟ/ *n* ਉੱਚ ਮਾਨਸਿਕ ਯੋਗਤਾ; ਯੋਗਤਾ, ਪ੍ਰਤਿਭਾ, ਜੌਹਰ, ਬੁੱਧੀ, ਗੁਣੀ ਲੋਕ (ਕਿਸੇ ਕੰਮ ਦੇ)

talented /'ਟੈਲਅਨਟਿਡ/ *a* ਪ੍ਰਤਿਭਾਸ਼ੀਲ, ਗੁਣਵਾਨ, ਬੁੱਧੀਵਾਨ

talentless /'ਟੈਲਅਨਟਲਅਸ/ *a* ਪ੍ਰਤਿਭਾਹੀਣ, ਗੁਣਹੀਣ

talion /'ਟੈਲਿਅਨ/ *n* ਅਦਲੇ ਦਾ ਬਦਲਾ ਵਾਲਾ ਸਿਧਾਂਤ; ਪ੍ਰਤਿਕਿਰਿਆ ਸਿਧਾਂਤ; ਬਦਲਾ

talisman /'ਟੈਲਿਜ਼ਮਅਨ/ *n* ਤਵੀਤ, ਤਾਵੀਜ਼, ਮੰਤਰ, ਰੱਖ; ਤਲਿਸਮ, ਜਾਦੂ

talk /ਟੋਕ/ *n* ਬੋਲ, ਗੱਲ-ਕੱਥ; ਰੇਡਿਆਈ ਭਾਸ਼ਣ *v* ਬੋਲਣਾ, ਗੱਲ ਕਰਨਾ, ਵਾਰਤਾਲਾਪ ਕਰਨਾ; ਗੱਪ ਮਾਰਨਾ; (ਰੇਡੀਓ ਤੋਂ) ਵਾਰਤਾ ਪ੍ਰਸਾਰਿਤ ਕਰਨਾ, (ਬੇਤਾਰ) ਸੰਵਾਦ ਭੇਜਣਾ

talkative /'ਟੋਕਅਟਿਵ਼/ *a* ਬਕ-ਬਕ ਕਰਨ ਵਾਲਾ; ਬੜਬੋਲਾ, ਗਲਾਧੜ, ਗਾਲੜੀ, ਗਲਾਕੜ

talker /'ਟੋਕਅ*/ *n* ਵਾਰਤਾਕਾਰ, ਵਕਤਾ, ਬੋਲਣ

ਵਾਲਾ; ਗੱਪੀ, ਸ਼ੇਖ਼ੀਬਾਜ਼

talkie /'ਟੋਕਿ/ *n* ਬੋਲਦੀ ਫ਼ਿਲਮ, ਟਾਕੀ

talking /ਟੋਕਿਙ/ *a* ਬੋਲਣ ਵਾਲਾ

tall /ਟੋਲ/ *a* ਲੰਮਾ, ਉੱਚਾ, ਵੱਡਾ; ਦੰਭੀ, ਸ਼ੇਖ਼ੀ ਨਾਲ ਭਰਿਆ ਹੋਇਆ; ਬੇਸਿਰ ਪੈਰਾ *adv* ਹੱਦ ਤੋਂ ਵਧੀਕ; ਡੀਂਗ ਜਾਂ ਸ਼ੇਖ਼ੀ ਮਾਰਦੇ ਹੋਏ, ਬੇਸਿਰ ਪੈਰ ਦੇ

tallage /'ਟੈਲਿਜ/ *n* (ਇਤਿ) ਇੱਕ ਪ੍ਰਕਾਰ ਦਾ ਟੈਕਸ

tallboy /'ਟੋਲਬੌਇ/ *n* ਅਲਮਾਰੀ (ਕੱਪੜੇ ਰੱਖਣ ਲਈ); ਧੂੰ ਕਸ਼ ਦੇ ਉੱਪਰ ਦੀ ਟੋਪੀ, ਵੱਡਾ ਗਲਾਸ

tallier /'ਟੈਲਿਅ*/ *n* ਹਿਸਾਬ-ਕਿਤਾਬ ਰੱਖਣ ਵਾਲਾ, ਲੇਖਾਪਾਲ, ਲੇਖਾਕਾਰ

tallness /ਟੋਲਨਅਸ/ *n* ਲੰਮਾਈ, ਉਚਾਈ, ਬੁਲੰਦੀ

tallow /'ਟੈਲਅਉ/ *n* (ਮਸ਼ੀਨਾਂ ਲਈ ਗਰੀਜ਼ ਜਾਂ ਸਾਬਣ ਬਣਾਉਣ ਲਈ ਵਰਤੀ ਜਾਂਦੀ) ਚਿਕਨਾਈ, ਮੋਮ, ਚਰਬੀ

tally /'ਟੈਲਿ/ *n* (ਇਤਿ) ਲੇਖਾ ਪੱਟੀ, ਹਿਸਾਬ, ਲੇਖਾ; ਨਕਲ, ਦੁਪਾਸੜ ਖ਼ਾਤਾ; ਖ਼ਾਤੇ ਵਿੱਚ ਦਰਜ ਕਰਨ ਦੀ ਕਿਰਿਆ; ਲੇਬਲ, ਤਖ਼ਤੀ *v* (ਲੇਖ) ਮੇਲ ਖਾਣਾ, ਬਰਾਬਰ ਹੋਣਾ, ਠੀਕ ਨਿਕਲਨਾ, ਇਕਮਤ ਕਰਨਾ ਜਾਂ ਹੋਣਾ, ਸਹਿਮਤ ਹੋਣਾ, ਖ਼ਾਤੇ ਵਿੱਚ ਦਰਜ ਕਰਨਾ, ਖ਼ਾਤਿਆਂ ਦਾ ਮੁਕਾਬਲਾ ਕਰਕੇ ਹਿਸਾਬ ਲਾਉਣਾ

tally-ho /ˌਟੈਲਿ'ਹਅਉ/ *n* (ਸ਼ਿਕਾਰੀ ਕੁੱਤਿਆਂ ਨੂੰ ਉਤੇਜਿਤ ਕਰਨ ਲਈ) ਤੋਹ-ਤੋਹ *v* ਹਲਾ-ਹਲਾ ਕਰਨਾ

Talmud /'ਟੈਲਮੁਡ/ *n* ਯਹੂਦੀਆਂ ਦਾ ਨਿਯਮ ਵਿਧੀ ਸੰਗ੍ਰਹਿ, ਤਲਮੂਦ

talon /'ਟੈਲਅਨ/ *n* (ਸ਼ਿਕਾਰੀ ਪੰਛੀਆਂ ਦਾ) ਪੰਜਾ, ਪੌਂਚਾ, ਨਹੁੰਦਰ; ਵੰਡਣ ਪਿੱਛੋਂ ਤਾਸ਼ ਦੇ ਪੱਤਿਆਂ ਦੀ ਬਚੀ ਢੇਰੀ

taluk /'ਟਾਲੁਕ/ *n* ਜ਼ਿਮੀਦਾਰੀ, ਤਅੱਲਕਾ, ਜਗੀਰ

talukdar /ਟਅ'ਲੂਕਡਾ*/ *n* ਜ਼ਿਮੀਦਾਰ, ਜਗੀਰਦਾਰ, ਤਅੱਲਕਾਦਾਰ

tamarind /'ਟੈਮਅਰਿਨਡ/ *n* ਇਮਲੀ

tambour /'ਟੈਮਬੁਅ*/ *n* ਢੋਲ, ਢੋਲਕ; ਗੋਲ ਅੱਡਾ (ਜਿਸ ਉੱਤੇ ਕਢਾਈ ਦਾ ਕੰਮ ਕੀਤਾ ਜਾਂਦਾ ਹੈ); (ਕਿਸੇ ਵਸਤੂ ਦਾ) ਗੋਲ ਹਿੱਸਾ; (ਕਿਲ੍ਹਾ, ਸੜਕ, ਫਾਟਕ ਆਦਿ ਦੀ ਸੁਰੱਖਿਆ ਲਈ ਲੱਗਾ ਹੋਇਆ) ਲੋਹੇ ਦਾ ਜੰਗਲਾ

tambourine /ˌਟੈਮਬਅ'ਰੀਨ/ *n* ਇੱਕ ਪ੍ਰਕਾਰ ਦਾ ਅਫ਼ਰੀਕੀ ਕਬੂਤਰ; ਡਫਲੀ

tame /ਟੇਇਮ/ *a* ਘਰੇਲੂ, ਪਾਲਤੂ, ਗਿਝਿਆ, ਹਿਲਿਆ; (ਬੋਲ) ਵਾਹੀ ਥੱਲੇ ਆਈ ਜ਼ਮੀਨ, ਕਾਸ਼ਤ ਕੀਤੀ (ਜ਼ਮੀਨ); ਪ੍ਰਭਾਵਹੀਣ, ਫਿੱਕਾ, ਬੇਅਸਰ, ਰੁੱਖਾ; ਗਿਝਾਉਣਾ, ਸਿਧਾਉਣਾ, ਹਿਲਾਉਣਾ, ਪਾਲਤੂ ਬਣਾ ਲੈਣਾ; ਵੱਸ ਜਾਂ ਕਾਬੂ ਕਰਨਾ, ਦਬਾਉਣਾ

tameable /'ਟੇਇਮਅਬਲ/ *a* ਘਰੋਗੀ ਜਾਂ ਪਾਲਤੂ ਬਣਨ ਯੋਗ

tameless /'ਟੇਇਮਲਅਸ/ *a* ਵਹਿਸ਼ੀ, ਜੰਗਲੀ, ਬਰਬਰ

Tamil /'ਟੈਮਿਲ/ *n* ਤਾਮਿਲਨਾਡੂ ਪ੍ਰਾਂਤ ਦੀ ਬੋਲੀ, ਤਾਮਿਲ ਭਾਸ਼ਾ; ਤਾਮਿਲ ਵਿਅਕਤੀ

taming /'ਟੇਇਮਿਙ/ *n* ਸਿਧਾਉਣ ਦਾ ਕੰਮ, ਗਿਝਾਉਣ ਦੀ ਕਿਰਿਆ

tamp /ਟੈਮਪ/ *vt* (ਮੋਰੀ ਆਦਿ ਵਿੱਚ ਬਰੂਦ ਦੀ ਤਹਿ ਉੱਤੇ) ਡਾਟ ਲਾਉਣਾ, ਨਰਮ ਚੀਕਨੀ ਮਿੱਟੀ ਭਰਨਾ, ਬੰਦ ਕਰਨਾ; (ਸੜਕ ਦੇ ਪੱਥਰ ਆਦਿ) ਕੁੱਟਣਾ

tamper /'ਟੈਮਪਅ*/ *v* ਦਖ਼ਲ ਦੇਣਾ, ਤੋੜ-ਮਰੋੜ ਕਰਨਾ, ਬਿਨਾਂ ਆਗਿਆ ਤਬਦੀਲੀਆਂ ਕਰ ਲੈਣਾ; ਗਿਟ-ਮਿਟ ਕਰਨਾ

tamping /ਟੈਮਪਿਙ/ *n* ਕੁਟਾਈ ਭਰਾਈ ਠੁਕਾਈ ਲਈ ਵਰਤੀ ਜਾਂਦੀ ਸਮੱਗਰੀ

tampion /'ਟੈਮਪਿਅਨ/ *n* ਤੋਪ ਜਾਂ ਬਦੂਕ ਦੀ ਨਾਲੀ ਦਾ ਡੱਟਾ

tampon /'ਟੈਮਪੌਨ/ *n* (ਖ਼ੂਨ ਦਾ ਵਹਾਅ ਰੋਕਣ ਲਈ) ਡਾਟ , ਡੱਟਾ, ਬੁੱਜਾ, ਫਹਿਆ, ਗੱਦਾ, ਪੈਡ *vt* ਡਾਟ ਲਾਉਣਾ, ਬੰਦ ਕਰਨਾ

tan /ਟੈਨ/ *n* (ਕਿੱਕਰ ਦੇ ਸੱਕਾਂ ਨੂੰ ਭਿਓਂ ਕੇ ਚਮੜੇ ਨੂੰ ਦਿੱਤੀ) ਪੁੱਠ, ਕਸ; (ਧੁੱਪ ਵਿੱਚ ਪੱਕੇ ਚਮੜੇ ਦਾ) ਸਾਉਲਾਪਣ, ਭੂਰਾਪਣ,ਧੁਪਿਆਲਾ ਰੰਗ *a* ਸਾਉਲਾ, ਭੂਰਾ *v* ਭੂਰੇ ਰੰਗ ਦਾ ਹੋਣਾ ਜਾਂ ਕਰਨਾ, ਸਿਝਾਉਣਾ, ਪਕਾਉਣਾ, ਕਮਾਉਣਾ; (ਚਮੜੇ ਦਾ) ਸਖ਼ਤ ਕਰਨਾ; ਮਾਰਨਾ, ਪਿੱਟਣਾ, ਮੁਰੰਮਤ ਕਰਨਾ; (ਚਮੜੇ ਦਾ ਰੰਗ ਆਦਿ) ਸਾਉਲਾ ਪਾ ਦੇਣਾ ਜਾਂ ਹੋਣਾ; (ਪਾਣ ਲਾ ਕੇ ਧਾਗੇ, ਡੋਰੀ, ਜਾਲੀ ਆਦਿ ਨੂੰ) ਪੱਕਾ ਕਰਨਾ

tandem /'ਟੈਨਡਅਮ/ *adv* ਅੱਗੇ ਪਿੱਛੇ (ਘੋੜਿਆਂ ਨੂੰ ਜੋਤਣ ਬਾਰੇ) *n* ਅੱਗੇ ਪਿੱਛੇ ਜੁਤੇ ਹੋਏ ਘੋੜੇ; ਅੱਗੇ ਪਿੱਛੇ ਲੱਗੀਆਂ ਸੀਟਾਂ ਵਾਲਾ ਸਾਈਕਲ

tang[1] /ਟੈਙ/ *n* (ਛੈਣੀ, ਤੇਸੇ ਆਦਿ ਦੀ) ਨੋਕ; ਕਾਂਟਾ; ਤਿੱਖਾ ਸੁਆਦ ਜਾਂ ਗੰਧ *vt* ਨੋਕ ਕੱਢਣਾ ਜਾਂ ਬਣਾਉਣਾ; ਤਿੱਖਾ ਸੁਆਦ ਦੇਣਾ

tang[2] *n* (ਘੰਟੇ ਆਦਿ ਦੀ) ਗੂੰਜਦੀ ਹੋਈ ਧੁਨੀ, ਟੁਣਟੁਣਾਹਟ; (ਤਾਰ ਦੀ) ਝਣਕਾਰ *v* ਟੁਣਟੁਣ ਕਰਨਾ, ਟੁਣਕਣਾ, ਠਣਕਾਉਣਾ, ਠਣਕਣਾ

tangent /'ਟੈਨਜਅਨਟ/ *n* ਸਪਰਸ਼ ਰੇਖਾ (ਚੱਕਰ ਨੂੰ ਕਿਸੇ ਇੱਕ ਬਿੰਦੂ ਉੱਤੇ ਛੋਹਣ ਵਾਲੀ ਲਕੀਰ) *a* ਸਪਰਸ਼ੀ

tangential /ਟੈਨ'ਜੈਂਨਸ਼ਲ/ *a* ਸਪਰਸ਼ੀ; ਸਪਰਸ਼ ਰੇਖਾ ਸੰਬੰਧੀ

tangerine /ˌਟੈਨਜਅ'ਰੀਨ/ *n* ਇੱਕ ਤਰ੍ਹਾਂ ਦਾ ਮੰਤਰਾ; ਗੂੜ੍ਹਾ ਸੰਤਰੀ ਰੰਗ

tangibility /ˌਟੈਨਜਅ'ਬਿਲਅਟਿ/ *n* ਛੋਹ, ਸਪਰਸ਼ ਯੋਗਤਾ; ਸਥੂਲਤਾ, ਸਪਸ਼ਟਤਾ, ਨਿੱਗਰਤਾ, ਪ੍ਰਤੱਖਤਾ

tangible /'ਟੈਨਜਅਬਲ/ *a* ਛੋਹ ਕੇ ਜਾਂ ਟਟੋਲ ਕੇ ਪ੍ਰਤੀਤ ਕੀਤੇ ਜਾਣ ਵਾਲਾ, ਸਪਰਸ਼ੀ, ਸਥੂਲ, ਨਿੱਗਰ, ਯਥਾਰਥ, ਸਪਸ਼ਟ, ਵਾਸਤਵਿਕ, ਭੌਤਿਕ, ਸਰੀਰਿਕ, ਨਿਸ਼ਚਿਤ

tangibleness /'ਟੈਨਜਅਬਲਨਅਸ/ *n* ਸਪਰਸ਼ਤਾ, ਸਥੂਲਤਾ, ਵਾਸਤਵਿਕਤਾ, ਭੌਤਿਕਤਾ, ਸਰੀਰਿਕਤਾ

tangle /'ਟੈਙਗਲ/ *n* ਫੰਧਾ, ਉਲਝਣ, ਪੇਚੀਦਗੀ; ਸੰਕਟ; (ਆਪਸ ਵਿੱਚ ਉਲਝੇ ਹੋਏ ਧਾਗਿਆਂ ਦੀ) ਗੁੰਝਲ, ਉਲਝਣ *v* ਫਸਾ ਲੈਣਾ ਜਾਂ ਫਸ ਜਾਣਾ, ਉਲਝਣਾ (ਵਾਲਾਂ ਜਾਂ ਧਾਗਿਆਂ ਦਾ)

tangled /'ਟੈਙਗਲਡ/ *a* ਜਟਲ, ਪੇਚੀਦਾ, ਗੁੰਝਲਦਾਰ, ਉਲਝਿਆ ਹੋਇਆ

tango /'ਟੈਙਗਅਉ/ *n* ਟੈਂਗੋ (ਦੱਖਣੀ ਅਫ਼ਰੀਕਾ ਵਿੱਚ ਇੱਕ ਨਾਚ *vt* ਟੈਂਗੋ ਨਾਚ ਕਰਨਾ

tangram /'ਟੈਨਗਰੈਮ/ *n* ਇੱਕ ਚੀਨੀ ਬੁਝਾਰਤ, ਚੀਨੀ ਗੋਰਖ-ਧੰਦਾ, ਟੈਨਗ੍ਰਾਮ

tangy /'ਟੈਙਿ/ *a* (ਸੁਗੰਧੀ ਜਾਂ ਸੁਆਦ ਵਿੱਚ ਚਟਪਟਾ; ਨੁਕੀਲਾ, ਨੋਕਦਾਰ

tanist /'ਟੈਨਿਸਟ/ *n* ਉੱਤਰਾਧਿਕਾਰੀ (ਪ੍ਰਾਚੀਨ ਆਇਰਲੈਂਡ ਵਿੱਚ)

tanistry /'ਟੈਨਿਸਟਰਿ/ *n* (ਪ੍ਰਾਚੀਨ ਆਇਰਲੈਂਡ ਵਿੱਚ ਨਵੇਂ ਉੱਤਰਾਧਿਕਾਰੀ ਦੀ ਚੋਣ

tank /ਟੈਙਕ/ *n* ਟੈਂਕੀ, ਹੌਜ਼, ਟੈਂਕ, ਸਰ, ਸਰੋਵਰ, ਤਲਾਬ, ਤਲਾਅ; (ਫ਼ੌਜੀ) ਟੈਂਕ, ਜੰਗੀ ਮੋਟਰ ਗੱਡੀ

tankard /'ਟੈਙਕਅਡ/ *n* (ਸ਼ਰਾਬ ਦਾ) ਵੱਡਾ ਪਿਆਲਾ

tanker /'ਟੈਙਕਅ*/ *n* ਤੇਲ ਢੋਣ ਵਾਲਾ ਜਹਾਜ਼, ਦੂਜੇ ਹਵਾਈ ਜਹਾਜ਼ਾਂ ਨੂੰ ਪਟਰੋਲ ਦੇਣ ਵਾਲਾ ਜਹਾਜ਼; ਸਹਾਇਕ ਜਹਾਜ਼, ਤਰਲ ਪਦਾਰਥ ਢੋਣ ਵਾਲਾ ਟਰੱਕ

tanling /'ਟੈਨਲਿਙ/ *n* ਧੁੱਪ ਵਿੱਚ ਕਾਲਾ ਹੋਇਆ ਵਿਅਕਤੀ

tannable /'ਟੈਨਅਬਲ/ *a* ਕਮਾਉਣ ਯੋਗ, ਪਕਾਉਣ ਯੋਗ (ਚਮੜਾ); ਸਖ਼ਤ ਕਰਨਯੋਗ, ਦ੍ਰਿੜ ਕਰਨ ਯੋਗ; ਮਾਰਨ ਯੋਗ, ਸਜ਼ਾ ਦੇਣ ਯੋਗ

tannage /'ਟੈਨਿਜ/ *n* (ਚਮੜਾ) ਕਮਾਈ, ਰੰਗਾਈ

tanned /ਟੈਨਡ/ *a* (ਧੁੱਪ ਨਾਲ) ਭੂਰਾ ਹੋਇਆ (ਸਰੀਰ ਦਾ ਰੰਗ)

tanner /'ਟੈਨਅ*/ *n* ਚਮੜਾ ਰੰਗਣ ਵਾਲਾ; ਛੇ ਪੈਨਸ ਦਾ ਇੱਕ ਸਿੱਕਾ

tannery /'ਟੈਨਅਰਿ/ *n* ਚਮੜਾ ਸੋਧਣ ਦਾ ਕਾਰਖ਼ਾਨਾ

tannic acid, tannin /ˌਟੈਨਿਕ 'ਐਸਿਡ, 'ਟੈਨਿਨ/ *n* ਟੈਨਿਕ ਤਿਜ਼ਾਬ (ਜੋ ਚਮੜੇ ਕਮਾਉਣ ਅਤੇ ਦਵਾਈਆਂ ਬਣਾਉਣ ਵਿੱਚ ਕੰਮ ਆਉਂਦਾ ਹੈ)

tantalization /ˌਟੈਨਟਅਲਾਇ'ਜ਼ੇਇਸ਼ਨ/ *n* ਛੇੜਛਾੜ; ਲਾਲਚ, ਤਰਸੇਵਾਂ

tantalize /'ਟੈਨਟਅਲਾਇਜ਼/ *vt* ਤਰਸਾਉਣਾ, (ਲਾਲਚ ਦੇ ਕੇ) ਕਲਪਾਉਣਾ, ਝੂਠੀਆਂ ਆਸਾਂ ਦੇਣਾ, ਮਾਨਸਿਕ ਕਸ਼ਟ ਦੇਣਾ; ਚਿੜਾਉਣਾ, ਤੰਗ ਕਰਨਾ, ਉਕਸਾਉਣਾ

tantalum /'ਟੈਨਟਅਲਅਮ/ *n* ਧਾਤ ਦੀ ਇੱਕ ਕਿਸਮ, ਤਨਤਾਲਮ

tantamount /'ਟੈਨਟਅਮਾਉਨਟ/ *a* ਤੁੱਲ, ਸਮਾਨ, ਬਰਾਬਰ

tantara /ˌਟੈਨਟਅ'ਰਾ/ *n* (ਬਿਗਲ ਦੀ) ਤੂ-ਤੂ, ਨਾਦ ਦੀ ਇੱਕ ਕਿਸਮ

tantivy /ਟੈਨ'ਟਿਵ੍ਹਿ/ *n* ਝਪਟ, ਦੌੜ *v* ਝਪਟਣਾ *a* ਝਟਪਟ, ਤੇਜ਼, ਫੁਰਤੀਲਾ

tantrum /'ਟੈਨਟਰਅਮ/ *n* ਚਿੜਚਿੜੇਪਣ ਦਾ ਪ੍ਰਦਰਸ਼ਨ, ਝੁੰਜਲਾਹਟ

Taoism /'ਡਾਉਇਜ਼ਅਮ, 'ਟਾਉ-/ *n* (ਚੀਨ ਦਾ) ਧਰਮ ਸਿਧਾਂਤ, ਤਾਓਵਾਦ

tap[1] /ਟੈਪ/ *n* ਨਲ; ਟੂਟੀ ਦੁਆਰਾ ਵਰਤਾਈ ਬੀਅਰ, ਅਜਿਹਾ ਸ਼ਰਾਬ ਘਰ; ਡਾਟ, ਡੱਟਾ; ਚੂੜੀ ਬਣਾਉਣ ਵਾਲੀ ਡਾਈ, ਪੇਚ ਤਰਾਸ *vt* ਟੂਟੀ ਲਾਉਣਾ; (ਪਾਕ ਕੱਢਣ ਲਈ) ਚੀਰਾ ਦੇਣਾ; (ਰੁੱਖ ਵਿੱਚੋਂ ਰਸ ਕੱਢਣ ਲਈ) ਪੱਛ ਲਾਉਣਾ; ਸੰਬੰਧ ਪੈਦਾ ਕਰਨਾ, ਸਾਧਨ ਲੱਭਣਾ; (ਟੈਲੀਫ਼ੋਨ ਜਾਂ ਤਾਰਾਂ ਆਦਿ ਦੀਆਂ ਖ਼ਬਰਾਂ ਦੀ) ਅਵੈਧ ਰੂਪ ਵਿੱਚ ਜਾਣਕਾਰੀ ਪ੍ਰਾਪਤ ਕਰਨਾ

tap[2] *n* ਖੜਾਕ, ਖੜਕਾਰ, ਖਟ-ਖਟ, ਟਕੋਰ *v* ਖੜਕਾਉਣਾ (ਬੂਹਾ, ਫਰਸ਼); ਖਟ-ਖਟ ਕਰਨਾ; ਟਕੋਰਨਾ, (ਬੂਟ ਦੀ ਅੱਡੀ ਉੱਤੇ) ਚਮੜਾ ਲਾਉਣਾ

tap-dancing /'ਟੈਪਡਾਨਸਿਙ/ *n* ਪੈਰਾਂ ਨਾਲ ਥਪਕੀਆਂ ਦਿੱਤੇ ਜਾਣ ਵਾਲਾ ਇੱਕ ਪ੍ਰਕਾਰ ਦਾ ਮੰਚ ਨਾਚ ਜਿਵੇਂ ਕੱਥਕਲੀ

tape /ਟੇਇਪ/ *n* ਫ਼ੀਤਾ, ਨਵਾਰ, ਟੇਪ; (ਮਸ਼ੀਨ ਦੇ ਚੱਕੇ ਉੱਤੇ ਚੜ੍ਹਿਆ ਮਜ਼ਬੂਤ) ਪਟਾ; ਕਾਗਜ਼ ਦੀ ਪੱਟੀ (ਜਿਸ ਉੱਤੇ ਤਾਰ ਦੇ ਸੰਦੇਸ਼ ਅੰਕਿਤ ਕੀਤੇ ਜਾਂਦੇ ਹਨ); (ਟੇਪ ਰਿਕਾਰਡਰ ਦੇ) ਟੇਪ *vt* ਫ਼ੀਤੇ ਲਗਾਉਣਾ; ਫ਼ੀਤੇ ਨਾਲ ਬੰਨ੍ਹਣਾ; ਕਿਸੇ ਵਿਅਕਤੀ ਨੂੰ ਵੇਖ ਕੇ ਹੀ ਭਾਂਪ ਲੈਣਾ

tapeless /'ਟੇਇਪਲਅਸ/ *a* ਬਿਨਾਂ ਫ਼ੀਤੇ ਦੇ; ਬੰਧਨਰਹਿਤ

taper /'ਟੇਇਪਅ*/ *n* ਪਤਲੀ ਮੋਮਬੱਤੀ *v* ਪਤਲਾ ਹੁੰਦੇ ਜਾਣਾ, ਘਟਾਉਂਦੇ ਜਾਣਾ, ਨੁਕੀਲਾ ਹੋਣਾ

tape recorder *n* ਟੇਪ ਰਿਕਾਰਡਰ

tapestried /'ਟੈਪਿਸਟਰਿਡ/ *a* ਪਰਦਿਆਂ ਨਾਲ ਸਜਿਆ, ਪਰਦੇ ਵਾਲਾ

tapestry /'ਟੈਪਅਸਟਰਿ/ *n* ਕੰਧ ਗਲੀਚਾ, ਪਰਦੇ ਲਈ ਸਜਾਵਟੀ ਕੱਪੜਾ

tapeworm /'ਟੇਇਪਵਅ:ਮ/ *n* ਕੱਦੂ ਕੀੜਾ

tapioca /ˌਟੈਪਿ'ਅਉਕਅ/ *n* ਇੱਕ ਪ੍ਰਕਾਰ ਦੀ ਸੂਜੀ

tapir /'ਟੇਇਪਅ*/ *n* ਸੂਰ ਵਰਗਾ ਇੱਕ ਅਮਰੀਕੀ ਜਾਨਵਰ, ਤਾਪਿਰ

tapis /'ਟੈਪੀ/ *(G)* *n* ਪਰਦਿਆਂ ਆਦਿ ਦਾ ਕੱਪੜਾ

tapotement /ਟਅ'ਪਅਉਟਮਅਨਟ/ *n* ਮਾਲਸ਼

tappable /'ਟੈਪਅਬਲ/ *a* ਮੋਰੀ ਕਰਨ ਯੋਗ; ਪਾਕ ਕੱਢਣ ਯੋਗ; ਡਾਟ ਲਾਉਣ ਦਾ; ਖਟਖਟਾਉਣ ਦੇ ਯੋਗ, ਥਪਕੀ ਦੇਣ ਦੇ ਯੋਗ

tapper /'ਟੈਪਅ*/ *n* ਮੋਰੀ ਕਰਨ ਵਾਲਾ; ਥਪਕੀ ਦੇਣ ਵਾਲਾ, ਖਟਖਟਾਉਣ ਵਾਲਾ; ਟੈਲੀਗ੍ਰਾਫ਼ ਦਾ ਸੰਕੇਤ ਯੰਤਰ

tappit /'ਟੈਪਿਟ/ *a* (ਸਕਾਟਿਸ਼) ਮੁਣਮੁਣਾ ਜਾਂ ਡੂਡਣੇ ਵਾਲਾ (ਚੱਪਣ)

taproom /'ਟੈਪਰੁਮ/ *n* (ਹੋਟਲ ਵਿੱਚ) ਸ਼ਰਾਬ ਦਾ ਕਮਰਾ

tapster /'ਟੈਪਸਟਅ*/ *n* ਟੂਟੀ ਰਾਹੀਂ ਕੱਢ ਕੇ ਸ਼ਰਾਬ ਵਰਤਾਉਣ ਵਾਲਾ ਹੋਟਲ ਦਾ ਨੌਕਰ

tar /ਟਾ*/ *n* ਲੁੱਕ, ਤਾਰਕੋਲ *v* ਲੁੱਕ ਪਾਉਣਾ, ਲੁੱਕ ਵਿਛਾਉਣਾ (ਸੜਕ ਉੱਤੇ); ਕਾਲਾ ਕਰਨਾ

taradiddle /'ਟੈਰਅਡਿਡਲ/ *n* ਛੋਟਾ-ਮੋਟਾ ਝੂਠ, ਮਨਘੜਤ ਕਹਾਣੀ, ਕਲਪਨਾ

tarantass /ਟਾਰ(ਅ)ਨ'ਟੈਸ/ *n* ਇੱਕ ਚਾਰ ਪਹੀਆ ਰੂਸੀ ਗੱਡੀ, ਟੈਰੰਟਾਸ

tarantella /ˌਟੈਰ(ਅ)ਨ'ਟੈੱਲਅ/ *n* ਇਟਲੀ ਦਾ ਚਕਫੇਰੀ ਨਾਚ, ਤੇਜ਼ੀ ਨਾਲ ਘੁੰਮਣ-ਘੇਰੀ ਪਾਉਣ ਵਾਲਾ ਨਾਚ

tarantula /ਟਅ'ਰੈਨਚਅਲਅ/ *n* (ਦੱਖਣੀ ਯੂਰਪ) ਇੱਕ ਜ਼ਹਿਰੀਲੀ ਮੱਕੜੀ, ਤਹਨ ਤੁਲਾ

taraxacum /ਟਅ'ਰੈਕਸਅਕਅਮ/ *n* ਪੌਦੇ ਦੀ ਇੱਕ ਕਿਸਮ, ਡੰਡੇਲੀਅਨ ਨਾਮੀ ਜੰਗਲੀ ਬੂਟੀ ਤੋਂ ਬਣੀ ਦਵਾਈ

tarboosh /ਟਾ'ਬੂਸ਼/ *n* ਤਰਬੂਸ਼, ਤੁਰਕੀ ਟੋਪੀ

tardigrade /'ਟਾਡਿਗਰੇਇਡ/ *a* ਹੌਲੀ-ਹੌਲੀ ਚੱਲਣ ਵਾਲਾ, ਧੀਮੀ ਗਤੀ ਵਾਲਾ, ਮੰਦਗਾਮੀ

tardiness /'ਟਾਡਿਨਅਸ/ *n* ਸੁਸਤੀ, ਆਲਸ, ਮੰਦਤਾ, ਢਿੱਲ, ਦੇਰ, ਹਿਚਕਚਾਹਟ, ਟਾਲ-ਮਟੋਲ, ਸਿਥਲਤਾ

tardo /'ਟਾਡਅਉ/ *a* ਹੌਲੀ-ਹੌਲੀ, ਆਹਿਸਤਾ-ਆਹਿਸਤਾ, ਧੀਮਾ-ਧੀਮਾ

tardy /'ਟਾਡਿ/ *a* ਆਲਸੀ, ਸੁਸਤ, ਢਿੱਲਾ, ਮੱਠਾ, ਮੰਦ, ਅਵੇਸਲਾ; ਅਣਇੱਛਕ; ਹਿਚਕਚਾਉਣ ਵਾਲਾ, ਟਾਲ-ਮਟੋਲ ਕਰਨ ਵਾਲਾ

tare[1] /ਟੇਅ*/ *n* ਇੱਕ ਨਦੀਣ; (ਜੋ ਚਾਰੇ ਲਈ ਕੰਮ ਆਉਂਦਾ ਹੈ)

tare[2] *n* ਪਾਸਕੂ, ਧੜਾ *v* ਧੜਾ ਕਰਨਾ

targe /ਟਾਜ/ *n* ਛੋਟੀ ਢਾਲ

target /'ਟਾਗਿਟ/ *n* ਨਿਸ਼ਾਨਾ, ਟੀਚਾ; ਕੋਈ ਵਸਤੂ ਜਿਸ ਉੱਤੇ ਨਿਸ਼ਾਨਾ ਮਾਰਿਆ ਜਾਵੇ; ਭੇਡ ਦਾ ਸੀਨਾ ਅਤੇ ਗਰਦਨ

tariff /'ਟੈਰਿਫ਼/ *n* ਮਸੂਲ, ਚੁੰਗੀ, ਟੈਕਸ, ਕਰ *vt* (ਰੇਲ, ਤਾਰ, ਹੋਟਲ ਆਦਿ ਦਾ) ਮਸੂਲ ਨਿਯਤ ਕਰਨਾ; ਮੁੱਲ ਦਾ ਅਨੁਮਾਨ ਲਾਉਣਾ, ਮੁੱਲ ਲਿਖਣਾ

tarlatan /'ਟਾਲਅਟ(ਅ)ਨ/ *n* ਬਰੀਕ ਮਲਮਲ, ਤਾਰਲਾਤਨ

tarmac /'ਟਾਮੈਕ/ *n* ਹਵਾਈ ਪੱਟੀ, ਪੱਕੀ ਸੜਕ

tarn /ਟਾਨ/ *n* ਛੋਟੀ ਪਹਾੜੀ ਝੀਲ, ਪਹਾੜੀ ਛੰਭ

tarnal /'ਟਾਨਲ/ *adv* ਬਹੁਤ ਵਧੇਰੇ *a* ਪਰਲੇ ਸਿਰੇ ਦਾ; ਅੱਤ ਦਰਜੇ ਦਾ ਮਨਹੂਸ, ਨਹਿਸ਼, ਕੰਬਖ਼ਤ

tarnish /'ਟਾਨਿਸ਼/ *n* ਵੱਟਾ, ਦਾਗ਼, ਬੱਜ *v* ਬਦਰੰਗ ਕਰਨਾ ਜਾਂ ਹੋਣਾ, ਸ਼ਕਲ ਵਿਗਾੜਨਾ ਜਾਂ ਵਿਗੜਨਾ; ਬੱਜ ਲਾਉਣਾ ਜਾਂ ਲੱਗਣਾ, ਆਬ ਜਾਂਦੀ ਰਹਿਣਾ; (ਭਾਵਾਰਥ) ਵੱਟਾ ਜਾਂ ਦਾਗ਼ ਲਾਉਣਾ

tarnishable /'ਟਾਨਿਸ਼ਅਬਲ/ *a* ਦੂਸ਼ਿਤ ਹੋ ਜਾਣ ਵਾਲਾ, ਜਿਸ ਨੂੰ ਵੱਟਾ ਜਾ ਦਾਗ਼ ਲੱਗ ਸਕੇ

tarnished /'ਟਾਨਿਸ਼ਟ/ *a* ਕਲੰਕਿਤ, ਦਾਗ਼ੀ, ਬੇਆਬਰੂ

taro /'ਟਾਰਅਉ/ *n* ਕਚਾਲੂ, ਅਰਬੀ

tarpan /'ਟਾਪੈਨ/ *n* ਪੂਰਬੀ ਯੂਰਪ ਅਤੇ ਪੱਛਮੀ ਏਸ਼ੀਆਂ ਦੇ ਇਲਾਕੇ ਦਾ ਇੱਕ ਜੰਗਲੀ ਘੋੜਾ

tarpaulin /ਟਾ'ਪੋਲਿਨ/ *n* ਤਰਪਾਲ; ਮੱਲਾਹ ਦੀ ਮੋਮਜਾਮੇ ਦੀ ਟੋਪੀ; (ਪਰਾ) ਮਲਾਹ

tarpon /'ਟਾਪੌਨ/ *n* ਇੱਕ ਕਿਸਮ ਦੀ ਵੱਡੀ ਸ਼ਿਕਾਰੀ ਮੱਛੀ

tarradiddle /ˌਟੈਰਅ'ਡਿਡਲ/ *n* (ਬੋਲ) ਊਟ-ਪਟਾਂਗ ਗੱਲ, ਊਲ-ਜਲੂਲ

tarragon /'ਟੈਰਅਗਅਨ/ *n* ਇੱਕ ਪੌਦਾ ਜੋ ਸਲਾਦ ਆਦਿ ਲਈ ਕੰਮ ਆਉਂਦਾ ਹੈ

Tarragona /ˌਟੈਰਅ'ਗਅਉਨਅ/ *n* ਸਪੇਨ ਦੀ ਇੱਕ ਹਲਕੀ ਸ਼ਰਾਬ, ਤਰਗੋਨਾ

tarriance /'ਟੈਰਿਅਨਸ/ *n* ਬਸੇਰਾ, ਟਿਕਾਣਾ, ਠਹਿਰਾਅ; ਉਡੀਕ, ਇੰਤਜ਼ਾਰ

tarrier /'ਟੈਰਿਅ*/ *n* ਵਾਸੀ, ਠਹਿਰਨ ਵਾਲਾ,

ਟਿਕਣ ਵਾਲਾ; ਬਸੇਰਾ ਕਰਨ ਵਾਲਾ; ਉਡੀਕਵਾਨ; ਦੇਰੀ ਲਗਾਉਣ ਵਾਲਾ (ਵਿਅਕਤੀ)

tarry[1] **/'ਟੈਰਿ/** *v* ਦੇਰ ਕਰਨਾ, ਹੌਲੀ ਚੱਲਣਾ, ਆਹਿਸਤਾ ਤੁਰਨਾ; (ਕਾਵਿ) ਠਹਿਰਨਾ, ਟਿਕ ਜਾਣਾ, ਉਡੀਕਣਾ, ਰਾਹ ਵੇਖਣਾ

tarry[2] *a* ਤਾਰਕੋਲ ਨਾਲ ਪੋਚਿਆ, ਲੁੱਕ ਵਰਗਾ

tarsal /'ਟਾਸਲ/ *a* ਗਿੱਟੇ ਦੀ ਹੱਡੀ ਦਾ; ਗਿੱਟੇ ਸੰਬੰਧੀ, ਟੰਗ ਸੰਬੰਧੀ

tar-seal /ˌਟਾ'ਸੀਲ/ *n*(ਸੜਕ) ਪੱਕੀ

tarsia /'ਟਾਸਿਅ/ *n* ਲੱਕੜੀ ਦੀ ਪਿਚਕਾਰੀ

tarsier /'ਟਾਸਿਅ*/ *n* ਇੱਕ ਅਫ਼ਰੀਕੀ ਲੰਗੂਰ

tarsus /'ਟਾਸਅਸ/ *n* ਗਿੱਟੇ ਦੀ ਹੱਡੀ, ਪੰਛੀ ਦੀ ਲੱਤ ਦਾ ਸਿਰਾ

tart[1] **/ਟਾਟ/** *a* ਖੱਟਾ, ਤੇਜ਼, ਤੁਰਸ਼, ਖੱਟਾ-ਟੀਟ; ਤੀਖਣ, ਚੁਭਣ ਵਾਲਾ, ਚੋਭਵਾਂ, ਕਾਟਵਾਂ (ਉੱਤਰ); ਚਿੜਚਿੜਾ, ਗਰਮ ਮਿਜ਼ਾਜ

tart[2] *n* ਇੱਕ ਪ੍ਰਕਾਰ ਦੀ ਪੇਸਟਰੀ; (ਬੋਲ) ਛਨਾਲ, ਵਿਭਚਾਰਨੀ

tartan[1] **/'ਟਾਟਨ/** *n* ਸਕਾਟਲੈਂਡ ਦਾ ਚਾਰਖ਼ਾਨਾ (ਕੱਪੜਾ), ਊਨੀ (ਕੱਪੜਾ); ਇਸ ਵਰਗਾ ਕੋਈ ਹੋਰ ਕੱਪੜਾ

tartan[2] ਭੂ-ਮੱਧ ਸਾਗਰ ਵਿੱਚ ਚੱਲਣ ਵਾਲਾ ਇੱਕ ਮਸਤੂਲੀ ਦਾ ਜਹਾਜ਼

tartar /'ਟਾਟਅ*/ *n* ਦੰਦਾਂ ਉੱਤੇ ਜੰਮੀ ਹੋਈ ਮੈਲ, ਕਰੇੜਾ; ਸ਼ਰਾਬ ਦੇ ਪੀਪੇ ਵਿੱਚ ਜੰਮੀ ਰਹਿ ਜਾਣ ਵਾਲੀ ਵਸਤੂ

Tartar *n* ਤਾਤਾਰ ਦਾ ਰਹਿਣ ਵਾਲਾ, ਤਾਤਾਰ; (ਬੋਲ) ਵਹਿਸ਼ੀ

Tartarean /ਟਾ'ਟੇਅਰਿਅਨ/ *a* (ਯੂਨਾਨੀ ਮਿਥ ਅਨੁਸਾਰ) ਯਮਪੁਰੀ ਸੰਬੰਧੀ, ਯਮਲੋਕ ਨਾਲ ਸੰਬੰਧਿਤ

Tartarian /ਟਾ'ਟੈਅਰਿਅਨ/ *a* ਤਾਤਾਰੀ

Tartarous, tarteric /'ਟਾਟਅਰਅਸ, ਟਾ'ਟੈਰਿਕ/ *a* ਤਾਤਾਰ ਜਿਹਾ

Tartarus /'ਟਾਟਅਰਅਸ/ *n* (ਯੂਨਾਨੀ ਮਿੱਥ ਅਨੁਸਾਰ) ਯਮਪੁਰੀ, ਯਮਲੋਕ, ਨਰਕ, ਕੁੰਭੀ ਨਰਕ

tartish /'ਟਾਟਿਸ਼/ *a* ਖੱਟਾ, ਤੁਰਸ਼; ਕਠਨ; ਕਠੋਰ, ਚਿੜਚਿੜਾ; ਗਰਮ ਮਿਜ਼ਾਜ

tartlet /'ਟਾਟਲਅਟ/ *n* ਛੋਟਾ ਮਿੱਠਾ ਸਮੋਸਾ

tartness /ਟਾਟਨਅਸ/ *n* ਖੱਟਾਪਣ, ਖਟਾਈ, ਤੁਰਸ਼ੀ, ਚਟਪਟਾਪਣ, ਤੇਜ਼ੀ, ਤੀਖ਼ਣਤਾ, ਚਿੜਚਿੜਾਪਣ

tasimeter /ਟਅ'ਸਿਮਿਟਅ*/ *n* ਤਾਪਾਂਤਰ ਮਾਪਕ ਯੰਤਰ, ਟੈਸੀਮੀਟਰ

task /ਟਾਸਕ/ *n* ਕੰਮ; ਸੌਂਪਿਆ ਕੰਮ; ਸਕੂਲ ਦਾ ਕੰਮ; ਸਵੈ ਇੱਛਾ ਅਨੁਸਾਰ ਕੰਮ ਦਾ ਭਾਰ, ਧੰਦਾ, ਘਾਲ *vt* ਕੰਮ ਸੌਂਪਣਾ, ਬੋਝ ਪਾਉਣਾ, ਕੰਮ ਉੱਤੇ ਲਾਉਣਾ, ਕੰਮ ਲੈਣਾ, ਮਿਹਨਤ ਕਰਾਉਣਾ

task force *n* ਕੰਮ ਕਰਨ ਵਾਲਾ ਦਲ, ਕਾਰਜਕਾਰੀ ਗਰੋਹ; ਮਿਲਟਰੀ ਸੈਨਾ ਦੀ ਟੁਕੜੀ

taskmaster /'ਟਾਸਕਮਾਸਟਅ*/ *n* ਕੰਮ ਲੈਣ ਵਾਲਾ, ਮਾਲਕ, ਸੁਆਮੀ

tassel /'ਟੈਸਲ/ *n* (ਟੋਪੀ ਦਾ) ਫੁੰਮ੍ਹਣ; ਬੋਦੀ, ਛੱਬਾ; (ਛੱਲੀ ਦੇ) ਝੱਬੂ, ਬੁੰਬਲ; ਝਾਲਰ, ਲਟਕਣ; (ਕਿਤਾਬ ਵਿੱਚ ਰੱਖੀ ਨਿਸ਼ਾਨੀ) ਫ਼ੀਤਾ, (ਪੌਦੇ ਦਾ) ਪੁੰਕੇਸਰ

tasselled /'ਟੈਸਲਡ/ *a* ਫੁੰਮ੍ਹਣ ਵਾਲਾ, ਝਾਲਰਦਾਰ; ਫੁੱਲਾਂ ਦੇ ਗੁੱਛੇ ਵਾਲਾ; ਫੀਤੇਦਾਰ

taste /ਟੇਇਸਟ/ *n* ਸੁਆਦ, ਰਸ, ਜ਼ਾਇਕਾ; ਚੱਖਣ ਦੀ ਕਿਰਿਆ; ਰੁਚੀ, ਸ਼ੌਕ, ਪਸੰਦ, ਲਟਕ, ਚਟਕ, ਚੇਟਕ, ਰੀਝ, ਸੋਹਜ-ਸੁਆਦ *v* ਸੁਆਦ ਲੈਣਾ, ਚੱਖਣਾ, ਮਜ਼ਾ ਚੱਖਣਾ; ਅਨੰਦ ਲੈਣਾ, ਲੁਤਫ਼ ਲੈਣਾ, ਅਨੁਭਵ ਕਰਨਾ

taste bud *n* ਜੀਭ ਦਾ ਉਹ ਭਾਗ ਜੋ ਕਿਸੇ ਪਦਾਰਥ ਦਾ ਸੁਆਦ ਦੱਸਦਾ ਹੈ

tasteful /'ਟੇਇਸਟਫ਼ਲ/ *a* ਮਜ਼ੇਦਾਰ, ਸੁਆਦੀ (ਵਸਤੂ); ਰੋਚਕ, ਰਸਕ (ਵਿਅਕਤੀ)

tasteless /'ਟੇਇਸਟਲਅਸ/ *a* ਫਿੱਕਾ, ਅਲੂਣਾ, ਬੇਸੁਆਦਾ

taster /'ਟੇਇਸਟਅ*/ *n* ਸੁਆਦ ਲੈਣ ਵਾਲਾ

ਵਿਅਕਤੀ, ਅਨੰਦ ਲੈਣ ਵਾਲਾ ਵਿਅਕਤੀ; (ਚਾਹ ਆਦਿ ਦਾ ਸੁਆਦ ਲੈਣ ਲਈ ਨਿਯੁਕਤ) ਚਾਖਾ, ਪਾਰਖੂ

tasty /'ਟੇਇਸਟਿ/ *a* ਸੁਆਦੀ, ਸੁਆਦਲਾ, ਸੁਆਦਿਸ਼ਟ, ਮਜ਼ੇਦਾਰ, ਰਸੀਲਾ

tat /ਟੈਟ/ *v* ਸ਼ਟਲ ਨਾਲ ਲੇਸ ਬੁਣਨਾ *n* (ਅਪ) ਕੂੜਾ-ਗੁੱਦੜ, ਟੁੱਟ-ਭੱਜ

tatterdemalion /ˌਟੈਟਅਡਅ'ਮੇਇਲਿਅਨ/ *n* ਪਾਟੇ ਕੱਪੜਿਆਂ ਵਾਲਾ, ਫਟੇਹਾਲ ਆਦਮੀ

tattered/'ਟੈਟਅਡ/ *a* (ਕੱਪੜੇ) ਪੁਰਾਣੇ ਅਤੇ ਘਸੇ ਹੋਏ, ਫਟੇ ਪੁਰਾਣੇ, ਚੀਥੜੇ ਹੋਏ ਹੋਏ; ਪੁਰਾਣੇ ਹੋਏ (ਰਿਸ਼ਤੇ)

tatters /'ਟੈਟਅਜ਼/ *n* ਫੂਸੜਾ, ਚੀਥੜਾ, ਲੜਫ, ਟੱਲੀ ਟਾਕੀ, ਲੀਰ, ਧੱਜੀ *vt* ਟੁਕੜਾ ਕਰਨਾ, ਪੁਰਜ਼ਾ ਕਰਨਾ, ਲੀਰ-ਲੀਰ ਕਰਨਾ, ਫੂਸੜਾ ਬਣਾਉਣਾ, ਚੀਥੜਾ ਕਰਨਾ

tatting /'ਟੈਟਿਙ/ *n* ਕਿੰਗਰੀ ਦਾ ਕੰਮ, ਝਾਲਰ ਬਣਾਉਣ ਦਾ ਕੰਮ, ਲੈਸ

tattle /'ਟੈਟਲ/ *n* ਅਬਾ ਤਬਾ ਗੱਲ, ਬਕਵਾਸ, ਬਕਬਕ, ਬੜਬੜ, ਗੱਪ-ਸ਼ੱਪ *v* ਬੇਸਮਝੇ ਕੋਈ ਗੱਲ ਕਰ ਬਹਿਣਾ; ਲੁਤਰ-ਲੁਤਰ ਕਰਨਾ

tattler /'ਟੈਟਲਅ*/ *n* ਬਕਬਕ ਕਰਨ ਵਾਲਾ ਵਿਅਕਤੀ, ਬਕਵਾਸੀ, ਗੱਪੀ, ਲੂਤਰਾ

tattling /'ਟੈਟਲਿਙ/ *n* ਮਿੱਥਿਆ ਕਥਨ, ਕਹਾਣੀ; ਤੁਤਲਾਹਟ, ਹਕਲਾਪਣ *a* ਤੁਤਲਾਉਣ ਵਾਲਾ, ਤੋਤਲਾ

tattoo[1] /ਟਅ'ਟੂ/ *n* (ਫ਼ੌਜ ਵਿੱਚ) ਰਾਤ ਦਾ ਬਿਗਲ *v* ਵਿਹਲੀਆਂ ਉਂਗਲਾਂ ਜਾਂ ਪੈਰ ਮਾਰਨਾ, ਖਟਖਟ ਕਰਨਾ, ਤਬਲਾ ਜਿਹਾ ਵਜਾਉਣਾ

tattoo[2] *n* ਤੰਦੋਲੇ, ਖੁਣਾਈ, ਬਿੰਦ-ਖਟੋਲੇ *vt* ਤੰਦੋਲੇ ਖੁਣਨਾ, ਠੇਕਣਾ

taunt /ਟੌਨਟ/ *n* ਮਿਹਣਾ, ਬੋਲੀ, ਮਲਾਮਤ, ਉਲਾਂਭਾ *v* ਮਿਹਣਾ ਮਾਰਨਾ, ਬੋਲੀ ਮਾਰਨਾ, (ਗੱਲ) ਲਾ ਕੇ ਕਹਿਣਾ

Taurus /'ਟੋਰਅਸ/ *n* ਬਿਰਖ ਰਾਸ਼ੀ

taut /ਟੋਟ/ *a* ਕੱਸਿਆ ਹੋਇਆ, ਖਿੱਚਿਆ ਹੋਇਆ, ਤਣਇਆ ਹੋਇਆ; ਤਿਆਰ, ਲੈਸ (ਜਹਾਜ਼)

tauten /'ਟੋਟਨ/ *v* ਤਣਨਾ, ਕੱਸਣਾ

tautochronous /ਟੋ'ਟੌਕਰਅਨਅਸ/ *a* ਸਮਕਾਲੀ

tautological /ˌਟੋਟਅ'ਲੌਜਿਕਲ/ *a* ਦੁਹਰਾਅ ਸੰਬੰਧੀ, ਪੁਨਰ-ਉਕਤੀ ਸੰਬੰਧੀ

tautologize /ਟੋ'ਟੌਲਅਜਾਇਜ਼/ *vt* ਦੁਹਰਾਉਣਾ, ਪੁਨਰ-ਉਕਤੀ ਕਰਨਾ

tautology /ਟੋ'ਟੌਲਅਜਿ/ *n* ਇੱਕ ਗੱਲ ਦਾ ਦੂਜੇ ਸ਼ਬਦਾਂ ਵਿੱਚ ਦੁਬਾਰਾ ਕਥਨ, ਦੁਹਰਾਅ, ਪੁਨਰ-ਉਕਤੀ

tavern /'ਟੈਵ੍ਅਨ/ *n* ਸ਼ਰਾਬਖ਼ਾਨਾ, ਕਲਾਲਖ਼ਾਨਾ

taw /ਟੋ/ *n* (ਫੁੰਡਣ ਵਾਲਾ) ਬੰਟਾ, ਗੋਲੀ; ਗੋਲੀਆਂ ਦੀ ਖੇਡ; ਬਿਲੀਅਰਡ ਦੀ ਖੇਡ *v* ਚਮੜਾ ਕਮਾਉਣਾ, ਚੰਮ ਦੀ ਸੁਧਾਈ ਕਰਨਾ

tawdry /'ਟੋਡਰਿ/ *n* ਭੜਕੀਲੀ ਪੁਸ਼ਾਕ, ਤੜਕ-ਭੜਕ, ਫੋਕੀ ਸ਼ੁਕੀਨੀ, ਅਤਿਅਲੰਕ੍ਰਿਤ ਰੂਪ *a* ਭੜਕੀਲਾ; ਭੱਦਾ, ਬੇਢੰਗਾ

tawny /'ਟੋਨਿ/ *a* ਬਦਾਮੀ, ਭੂਰਾ, ਗੰਦਮੀ (ਰੰਗ ਵਾਲਾ)

tawpie, tawpy /'ਟੋਪਿ/ *a* ਮੂਰਖ, ਵਿਚਾਰਹੀਣ, ਮੂੜ *n* ਬੇਵਕੂਫ਼ ਲੜਕੀ

taws(e) /ਟੋਜ਼/ *n* (ਸਕਾਟ) ਵਿਦਿਆਰਥੀਆਂ ਨੂੰ ਸਜ਼ਾ ਦੇਣ ਲਈ ਵਰਤਿਆ ਜਾਂਦਾ ਚਮੜੇ ਦਾ ਚਾਬਕ, ਕੋਰੜਾ

tax /ਟੈਕਸ/ *n* ਕਰ, ਮਸੂਲ, ਲਗਾਨ, ਟੈਕਸ; ਅਤਿਅਧਿਕ ਭਾਰ *vt* ਕਰ ਲਾਉਣਾ; ਭਾਰ ਪਾਉਣਾ (ਵਿਅਕਤੀ ਦੇ ਵਿੱਤ ਜਾਂ ਸਾਧਨਾਂ ਉੱਤੇ)

taxability /ˌਟੈਕਸਅ'ਬਿਲਅਟਿ/ *n* ਕਰ ਯੋਗਤਾ, ਕਰ ਅਧੀਨਤਾ

taxable /'ਟੈਕਸਅਬਲ/ *a* ਕਰ ਯੋਗ, ਟੈਕਸ ਯੋਗ, ਕਰ ਅਧੀਨ

taxation /ਟੈਕ'ਸੇਇਸ਼ਨ/ *n* ਕਰ ਨਿਰਧਾਰਨ ਦੀ ਰੀਤੀ ਜਾਂ ਸਿਧਾਂਤ, ਕਰਾਧਾਨ, ਲਗਾਨਬੰਦੀ,

ਮਸੂਲਬੰਦੀ

tax break *n* (ਕਿਸੇ ਵਿਅਕਤੀ ਜਾਂ ਸੰਸਥਾ ਲਈ) ਸਰਕਾਰ ਵੱਲੋਂ ਟੈਕਸ ਵਿੱਚ ਕੀਤੀ ਕਮੀ

taxer /'ਟੈਕਸਅ*/ *n* ਕਰ ਲੈਣ ਵਾਲਾ, ਕਰ ਲਾਉਣ ਵਾਲਾ

tax-free /,ਟੈਕਸ'ਫ਼ਰੀ/ *a* ਜਿਸ ਨੂੰ ਕੋਈ ਟੈਕਸ ਨਾ ਦੇਣਾ ਪੈਂਦਾ ਹੋਵੇ, ਕਰ ਮੁਕਤ, ਟੈਕਸ-ਫਰੀ

tax haven *n* ਅਜਿਹਾ ਖੇਤਰ ਜਿੱਥੇ ਆਮਦਨ ਕਰ ਘੱਟ ਲੱਗਦਾ ਹੋਵੇ

taxi /'ਟੈਕਸਿ/ *n* ਕਿਰਾਏ ਦੀ ਮੋਟਰ, ਟੈਕਸੀ *v* ਟੈਕਸੀ ਵਿੱਚ ਜਾਣਾ ਜਾਂ ਲੈ ਜਾਣਾ; ਹਵਾਈ ਜਹਾਜ਼ ਦਾ ਉਡੱਣ ਤੋਂ ਪਹਿਲਾਂ ਜ਼ਮੀਨ ਉੱਤੇ ਮੋਟਰ ਗੱਡੀ ਵਾਂਗ ਚੱਲਣਾ

taxidermy /'ਟੈਕਸਿਡਅ:ਮਿ/ *n* ਚਮੜੇ ਨੂੰ ਜਿਉਂਦੀ-ਜਾਗਦੀ ਸੂਰਤ ਵਾਂਗ ਤਿਆਰ ਕਰਨ ਭਰਨ ਅਤੇ ਲਗਾਉਣ ਦੀ ਕਲਾ

taximeter /'ਟੈਕਸਿਮੀਟਅ*/ *n* ਕਿਰਾਇਆ ਮਾਪਣ ਦਾ ਮੀਟਰ, ਟੈਕਸੀਮੀਟਰ

taxonomic /,ਟੈਕਸਅ'ਨੌਮਿਕ/ *a* ਵਰਗੀਕਰਨ ਸੰਬੰਧੀ, ਵਿਭਾਜਨ ਸੰਬੰਧੀ

taxonomy /ਟੈਕ'ਸੌਨਅਮਿ/ *n* ਵਰਗੀਕਰਨ ਵਿਗਿਆਨ, ਵਰਗੀਕਰਨ-ਤੱਤ, ਵਰਗੀਕਰਨ ਨਿਯਮ

taxpayer /'ਟੈਕਸਪੇਇਅ*/ *n* ਕਰ ਦਾਤਾ

tazza /'ਟਾਟਸਅ/ *n* ਪੇਂਦੇਦਾਰ ਫੁਲਦਾਨ ਜਾਂ ਪਲੇਟ

TB /,ਟੀ 'ਬੀ/ *abbr* **tuberculosis** ਦਾ ਸੰਖਿਪਤ ਰੂਪ, ਵੇਖੋ **tuberculosis**

TCP /,ਟੀ ਸੀ 'ਪੀ/ *abbr* (ਕੰਪਿ) **transmission control protocal** ਦਾ ਸੰਖਿਪਤ ਰਪੂ, ਇੰਟਰਨੈੱਟ ਉੱਪਰ ਸੂਚਨਾਵਾਂ ਦੇ ਅਦਾਨ-ਪ੍ਰਦਾਨ ਲਈ ਨੇਮ ਪ੍ਰਨਾਲੀ

tea /ਟੀ/ *n* ਚਾਹ, ਚਾਹ ਦੀ ਪੱਤੀ, ਚਾਹ ਦਾ ਪੌਦਾ; ਚਾਹ ਦੀਆਂ ਪੱਤੀਆਂ ਦਾ ਸਤ; ਦੁਸ਼ਾਂਦਾ *v* ਚਾਹ ਪੀਣਾ; ਚਾਹ ਦੇਣਾ

tea break *n* ਚਾਹ ਪੀਣ ਦੀ ਛੁੱਟੀ

teach /ਟੀਚ/ *v* ਪੜ੍ਹਾਉਣਾ, ਅਧਿਆਪਨ ਕਰਨਾ, ਸਿਖਾਉਣਾ, ਸਿੱਖਿਆ ਦੇਣਾ, ਸੁਝਾਉਣਾ; ਦੱਸਣਾ; ਸਪਸ਼ਟ ਕਰਨਾ, ਵਿਆਖਿਆ ਕਰਨਾ, ਦਿਮਾਗ਼ ਵਿੱਚ ਬਠਾਉਣਾ

teachability /,ਟੀਚਅ'ਬਿਲਅਟਿ/ *n* ਪੜ੍ਹਾਉਣਯੋਗਤਾ, ਸਿਖਾਉਣਯੋਗਤਾ

teachable /'ਟੀਚਅਬਲ/ *a* ਪੜ੍ਹਾਉਣਯੋਗ, ਸਿਖਾਉਣਯੋਗ

teacher /'ਟੀਚਅ*/ *n* ਅਧਿਆਪਕ, ਸਿੱਖਿਅਕ, ਗੁਰੂ, ਉਸਤਾਦ, ਮਾਸਟਰ; ਉਪਦੇਸ਼ਕ, ਪ੍ਰਚਾਰਕ

teaching /'ਟੀਚਿਙ/ *n* ਅਧਿਆਪਨ, ਸਿਖਲਾਈ; ਸਿੱਖਿਆ, ਉਪਦੇਸ਼

tea cloth /'ਟੀ ਕਲੌਥ/ *n* ਚਾਹ ਦੀਆਂ ਪਿਆਲੀਆਂ ਪੂੰਝਣ ਵਾਲਾ ਕੱਪੜਾ, ਚਾਹ ਦਾ ਮੇਜ਼ਪੋਸ਼

tea cosy *n* ਚਾਹਦਾਨੀ ਪੋਸ਼

teacup /'ਟੀਕੱਪ/ *n* ਚਾਹ ਦਾ ਪਿਆਲਾ

tea fight *n* (ਬੋਲ) ਚਾਹ ਪਾਰਟੀ

tea garden *n* ਚਾਹ ਦਾ ਬਾਗ਼

teak /ਟੀਕ/ *n* ਸਾਗਵਾਨ ਦੀ ਲੱਕੜੀ, ਸਾਲ, ਟੀਕ

teal /ਟੀਲ/ *n* ਇੱਕ ਤਰ੍ਹਾਂ ਦੀ ਮੁਰਗਾਬੀ

team /ਟੀਮ/ *n* (ਮਿਲ ਕੇ ਕੰਮ ਕਰਨ ਵਾਲਿਆਂ ਦਾ) ਜੁੱਟ, (ਖਿਡਾਰੀਆਂ ਦੀ) ਟੀਮ, (ਪਸ਼ੂਆਂ ਦੀ) ਜੋੜੀ, ਜੋਤ, ਜੋਗ, ਜੋਟੀ; ਝੁੰਡ, ਡਾਰ (ਪੰਛੀਆਂ ਦੀ); ਸਮੂਹ, ਗਰੋਹ, ਟੋਲੀ

teammate /'ਟੀਮਮੇਇਟ/ *n* (ਟੀਮ ਵਿੱਚ) ਖਿਡਾਰੀ ਸਾਥੀ, ਜੋਟੀਦਾਰ, ਆੜੀ

teamwork /'ਟੀਮਵਅ:ਕ/ *n* ਇਕੱਠਿਆਂ ਕੀਤਾ ਕੰਮ

tea plant *n* ਚਾਹ ਦਾ ਪੌਦਾ

teapoy /'ਟੀਪੌਇ/ *n* ਤਿਪਾਈ, ਛੋਟੀ ਮੇਜ਼

tear[1] /ਟੇਅ*/ *v* ਟੋਟੇ ਕਰਨਾ ਜਾਂ ਹੋਣਾ, ਪਾੜਨਾ, ਪਾਟਣਾ, ਚੀਰਨਾ, ਅਲੱਗ-ਅਲੱਗ ਕਰਨਾ, ਚਾਕ ਕਰਨਾ, ਉਖਾੜ ਦੇਣਾ *n* ਚੀਰਾ, ਲੰਗਾਰ

tear[2] /ਟਿਅ*/ *n* ਅੱਥਰੂ, ਹੰਝੂ; ਬੂੰਦ, ਕਤਰਾ

tearaway /'ਟੇਅਰਅਵੇਇ/ *n* ਉਤਾਵਲਾ

tearful /'ਟਿਅਫ਼ਲ/ *a* ਹੰਝੂਆਂ ਨਾਲ ਭਰਿਆ, ਸੱਜਲ; ਰੋਣਹਾਕਾ

tear gas /'ਟਿਅ ਗੈਸ/ *n* ਅੱਥਰੂ ਗੈਸ

tearing /'ਟੇਅਰਿਙ/ *a* ਸਖ਼ਤ ਜ਼ੋਰ ਦਾ (ਗੁੱਸਾ, ਦੌੜ); ਚੀਰਨ ਵਾਲਾ, ਪਾੜਨ ਵਾਲਾ

tear-jerker /'ਟਿਅ ਜਅ:ਕਅ*/ *n* (ਬੋਲ) ਰੁਆਉਣ ਵਾਲੀ ਰਚਨਾ, ਮਨ ਪਿਘਲਾਉਣ ਵਾਲੀ ਰਚਨਾ

tea rose /'ਟੀ ਰਅਉਜ਼/ *n* ਚਾਹ ਵਾਂਗ ਸੁਗੰਧਿਤ ਗੁਲਾਬ ਦੀ ਇੱਕ ਜਾਤੀ

tease /ਟੀਜ਼/ *n* ਸ਼ਰਾਰਤੀ, ਦਿੱਲਲਗੀਬਾਜ਼ ਆਦਮੀ *vt* ਛੇੜਨਾ, ਸਤਾਉਣਾ, ਤੰਗ ਕਰਨਾ, ਹੈਰਾਨ ਕਰਨਾ, ਚਿੜਾਉਣਾ, ਖਪਾਉਣਾ, ਖਿਝਾਉਣਾ, ਪਿੱਛੇ ਪੈ ਜਾਣਾ; ਝਕਾਉਣਾ, ਪਿੰਜਣਾ (ਉੱਨ ਆਦਿ ਦਾ); ਬੁਰ ਲਾਹੁਣਾ, ਰੇਸ਼ੇ ਕੱਢਣਾ (ਕੱਪੜੇ ਦੇ)

teasel, teazel, teazle /'ਟੀਜ਼ਲ/ *n* ਕੱਪੜੇ ਨੂੰ ਬੁਰਦਾਰ ਬਣਾਉਣ ਲਈ ਇੱਕ ਪੌਦੇ ਦੇ ਕੰਡਿਆਲੇ ਟੀਂਡੇ

teaser /'ਟੀਜ਼ਅ*/ *n* ਚਿੜਾਉਣ ਵਾਲਾ, ਛੇੜਨ ਵਾਲਾ, ਸਤਾਉਣ ਵਾਲਾ, ਸ਼ਰਾਰਤੀ; (ਬੋਲ) ਕਠਨ ਸਮੱਸਿਆ, ਪੇਚੀਦਾ ਮਾਮਲਾ, ਟੇਢਾ ਸਵਾਲ

teat /ਟੀਟ/ *n* (ਪਸ਼ੂਆਂ ਦਾ) ਥਣ, ਖੀਰੀ; ਚੂਚੀ (ਥਣ ਦੀ); ਚੁੰਘਣੀ, ਨਿਪਲ

technical /'ਟੈੱਕਨਿਕਲ/ *a* ਤਕਨੀਕੀ, ਯੰਤਰਿਕ, ਪਰਿਭਾਸ਼ਕ; ਕਨੂੰਨੀ

technicalism /'ਟੈੱਕਨਿਕਲਿਜ਼ਅਮ/ *n* ਤਕਨੀਕੀ ਢੰਗ; ਸ਼ਾਸਤਰੀ ਵਿਧੀ; ਪਰਿਭਾਸ਼ਕਤਾ

technicality /,ਟੈੱਕਨਿ'ਕੈਲਅਟਿ/ *n* ਤਕਨੀਕੀਪੁਣਾ, ਪਰਿਭਾਸ਼ਕਤਾ, ਸ਼ਾਸਤਰੀਅਤਾ; ਮੀਨ ਮੇਖ

technician /ਟੈੱਕ'ਨਿਸ਼ਨ/ *n* ਤਕਨੀਕੀ ਮਾਹਰ, ਮਿਸਤਰੀ

technicolor /'ਟੈੱਕਨਿਕਅੱਲਅ*/ *n* ਚਲਚਿੱਤਰ ਨੂੰ ਰੰਗੀਨ ਬਣਾਉਣ ਦੀ ਵਿਧੀ

technics /'ਟੈੱਕਨਿਕਸ/ *n* ਸ਼ਿਲਪ ਵਿਗਿਆਨ

technique /ਟੈੱਕ'ਨੀਕ/ *n* ਤਕਨੀਕੀ, ਪੱਧਤੀ, ਰੀਤੀ, ਸ਼ੈਲੀ, ਢੰਗ, ਰਚਨਾ ਪ੍ਰਨਾਲੀ, ਵਿਧੀ, ਢੰਗ, ਵੱਲ, ਕਾਰੀਗਰੀ

technocracy /ਟੈੱਕ'ਨੌਕਰਅਸਿ/ *n* ਤਕਨੀਕੀ ਰਾਜਨੀਤੀ ਧਾਰਾ, ਤਕਨੀਕੀ ਤੰਤਰ

technocrat /'ਟੈੱਕਨਅਕਰੈਟ/ *n* ਤਕਨੀਕੀ ਮਾਹਰ, ਤਕਨੀਕੀ ਪ੍ਰਬੰਧਕ

technology /ਟੈੱਕ'ਨੌਲਅਜਿ/ *n* ਸ਼ਿਲਪ-ਵਿਗਿਆਨ, ਉਦਯੋਗ ਵਿਗਿਆਨ, ਟੈਕਨਾਲੋਜੀ

technonomy /ਟੈੱਕ'ਨੌਨਅਮਿ/ *n* ਉਦਯੋਗ ਵਿਗਿਆਨ, ਉਦਯੋਗਕੀ

tectology /ਟੈੱਕ'ਟੌਲਅਜਿ/ *n* ਰੂਪ ਰਚਨਾ ਵਿਗਿਆਨ, ਰਚਨਾ ਵਿਗਿਆਨ, ਰਚਨਾਤਮਿਕ ਰੂਪ ਵਿਗਿਆਨ

tectonic /ਟੈੱਕ'ਟੌਨਿਕ/ *a* ਭਵਨਕਾਰੀ, ਨਿਰਮਾਣਾਤਮਿਕ

tectonics /ਟੈੱਕ'ਟੌਨਿਕਸ/ *n* ਨਿਰਮਾਣਕੀ, ਰਚਨਾ ਸ਼ਾਸਤਰ, ਭਵਨਕਾਰੀ

ted /ਟੈੱਡ/ *v* (ਕੱਟਿਆ ਘਾਹ ਆਦਿ) ਖਿਲਾਰਨਾ, ਫੈਲਾਉਣਾ, ਬਖੇਰਨਾ

tedder /'ਟੈੱਡਅ*/ *n* ਘਾਹ ਵਿਛਾਉਣ ਵਾਲੀ ਮਸ਼ੀਨ, ਟੇਡਰ,ਖਿਲਾਰਨ ਵਾਲਾ, ਬਖੇਰਨ ਵਾਲਾ

teddy bear /'ਟੈੱਡਿ ਬੇਅ*/ *n* ਖਿਡੌਣਾ ਭਾਲੂ

Teddy boy /'ਟੈੱਡਿ ਬੌਇ/ *n* ਖਰੂਦੀ ਛੋਕਰਾ, ਟੈਡੀ ਬੁਆਏ

Te Deum /,ਟੀ 'ਡੀਅਮ/ *(L) n* (ਸ਼ੁਕਰਾਨੇ ਦਾ) ਭਜਨ

tedious /'ਟੀਡਿਅਸ/ *a* ਥਕਾ ਦੇਣ ਵਾਲਾ, ਅਕਾ ਮਾਰਨ ਵਾਲਾ, ਹੰਭਾਊ, ਅਰੋਚਕ, ਜਿੱਚ ਕਰਨ ਵਾਲਾ, ਉਕਤਾਉਣ ਵਾਲਾ

tediousness /'ਟੀਡਿਅਸਨਅਸ/ *n* ਥਕਾਵਟ, ਥਕੇਵਾਂ, ਅਕੇਵਾਂ, ਉਕਤਾਹਟ

tedium /'ਟੀਡਿਅਮ/ *n* ਅਕੇਵਾਂ, ਉਕਤਾਹਟ, ਥਕਾਵਟ

tee /ਟੀ/ *n* (ਖੇਡਾਂ ਵਿੱਚ ਗੇਂਦ ਮਾਰਨ ਦਾ ਨਿਸ਼ਾਨਾ;

(ਗੌਲਫ) ਟੀ (ਜਿਸ ਉੱਪਰ ਮਾਰਨ ਤੋਂ ਪਹਿਲਾਂ ਗੇਂਦ ਰੱਖੀ ਜਾਂਦੀ ਹੈ), ਅਜਿਹੀ ਥਾਂ ਜਿਥੋਂ ਨਿਸ਼ਾਨਾ ਮਾਰਿਆ ਜਾਂਦਾ ਹੈ *v* (ਗੌਲਫ) ਗੇਂਦ ਨੂੰ ਟੀ ਉੱਤੇ ਰੱਖਣਾ, ਟੀ ਨਾਲ ਖੇਡ ਅਰੰਭ ਕਰਨਾ; (ਬੋਲ) ਸ਼ੁਰੂ ਕਰਨਾ

teem /ਟੀਮ/ *v* ਭਰਪੂਰ ਹੋਣਾ, ਭਰਮਾਰ ਹੋਣਾ, ਪੁਰ ਕਰਨਾ; (ਮੀਂਹ) ਮੋਹਲੇਧਾਰ ਵਰ੍ਹਨਾ

teemer /'ਟੀਮਅ*/ *n* (ਪਿਘਲਾਈ ਧਾਤ ਨੂੰ) ਉਲੱਦਣ ਵਾਲਾ

teen /ਟੀਨ/ *n* (ਅਪ) ਦੁੱਖ, ਕਸ਼ਟ, ਕਲੇਸ਼; ਦੁਰਭਾਗ

teenager /'ਟੀਨੇਇਜਅ*/ *n* ਤੇਰ੍ਹਾਂ ਤੋਂ ਉਨ੍ਹੀ ਸਾਲ ਦਾ ਮੁੰਡਾ ਜਾਂ ਕੁੜੀ, ਗੱਭਰੂ, ਕਿਸ਼ੋਰ ਅਵਸਥਾ

teens /ਟੀਨਜ਼/ *n* ਬਚਪਨ ਦੇ ਸਾਲ (ਤੇਰਾਂ ਤੋਂ ਉੱਨੀ ਤੱਕ); ਕਿਸ਼ੋਰ ਅਵਸਥਾ; ਲੜਕਪਣ

teeny-bopper /'ਟੀਨਿ ਬੌਪਅ*/ *n* (ਬੋਲ) ਫੈਸ਼ਨਾਂ ਪੱਟੀ

teeter /'ਟੀਟਅ*/ *v* ਝੁਲਾਉਣਾ ਜਾਂ ਝੁੱਲਣਾ; ਡਾਵਾਂਡੋਲ ਹੋਣਾ

teeter-board *n* ਲੜਕੀਆਂ ਲਈ ਪਟੜੀ ਵਾਲਾ ਝੂਲਾ, ਪੀਲਣ

teetered /'ਟੀਟਅਡ/ *a* ਵਿੰਗ-ਤੜਿੰਗਾ, ਟੇਢਾ-ਮੇਢਾ

teethe /ਟੀਦ/ *v* ਦੰਦੀਆਂ ਕੱਢਣਾ (ਬੱਚੇ ਨੇ)

teetotal /ˌਟੀ'ਟਅਉਟਲ/ *a* ਨਸ਼ਾ ਵਿਰੋਧੀ, ਨਸ਼ਾ ਵਿਰੋਧ ਸੰਬੰਧੀ

teetotalism /ˌਟੀ'ਟਅਉਟਲਿਜ਼ਅਮ/ *n* ਨਸ਼ਾ ਵਿਰੋਧ, ਨਸ਼ਾ ਤਿਆਗ, ਸੋਫੀਪੁਣਾ

teetotaller /ˌਟੀ'ਟਅਉਟਲਅ*/ *n* ਨਸ਼ਾ ਵਿਰੋਧੀ, ਨਸ਼ਿਆਂ ਦਾ ਸੇਵਨ ਨਾ ਕਰਨ ਵਾਲਾ, ਸੋਫ਼ੀ

teetotally /ˌਟੀ'ਟਅਉਟ(ਅ)ਲਿ/ *adv* ਨਸ਼ਾ ਤਿਆਗੀ ਹੋ ਕੇ

teetotum /ˌਟੀਟਅਉ'ਟਅੱਮ/ *n* ਬੱਚਿਆਂ ਦੇ ਖੇਡਣ ਦੀ ਚੁਕੋਰ ਫਿਰਕੀ ਜਾਂ ਲਾਟੂ (ਖ਼ਾਸ ਕਰਕੇ ਉਹ ਜਿਸ ਦੇ ਪਾਸਿਆਂ ਉੱਤੇ ਨੰਬਰ ਲਿਖੇ ਹੁੰਦੇ ਹਨ ਤੇ ਜਿਨ੍ਹਾਂ ਤੋਂ ਹਾਰ ਜਿੱਤ ਦਾ ਫ਼ੈਸਲਾ ਹੁੰਦਾ ਹੈ)

teflon /'ਟੈੱਫ਼ਲੌਨ/ *n* ਕੜਾਹੀ ਜਾਂ ਫ਼ਰਾਈਪੈਨ ਦੇ ਅੰਦਰਲੇ ਪਾਸੇ ਲਾਇਆ ਮੂਲ ਤੱਤ (ਪਕਾਉਣ ਸਮੇਂ ਚੀਜ਼ ਨੂੰ ਥੱਲੇ ਨਾਲ ਲੱਗਣ ਤੋਂ ਬਚਾਉਣ ਲਈ), (ਨੇਤਾ ਦੇ ਗ਼ਲਤੀ ਕਰਨ ਦੇ ਬਾਵਜੂਦ) ਸ਼ੋਭਾ ਕਾਇਮ ਰਹਿਣ ਦੀ ਸਥਿਤੀ

teg /ਟੈਗ/ *n* ਇੱਕ ਵਰ੍ਹੇ ਤੋਂ ਵੱਧ ਅਤੇ ਦੋ ਵਰ੍ਹੇ ਤੋਂ ਘੱਟ ਆਯੂ ਦੀ ਭੇਡ

tegument /'ਟੈੱਗਯੁਮਅਨਟ/ *n* (ਸਰੀਰ ਦੀ) ਖਲੜੀ, ਚੰਮ, ਜਿਲਦ

tehee /ਟੀ'ਹੀ/ *n* ਖਿੜਖਿੜਾਹਟ, ਹੀ-ਹੀ *vi* ਹੀ-ਹੀ ਕਰਨਾ, ਖਿੜਖਿੜਾਉਣਾ

teind /ਟੀਨਡ/ *n* (ਸਕਾਟ) ਦਸਵਾਂ ਭਾਗ, ਦਸਵੰਧ

telaesthesia /ˌਟੈੱਲਿ'ਸਥੀਜ਼ਿਅ/ *n* (ਮਨੋ) ਦੂਰ-ਗਿਆਨ, ਪਰੋਖ ਦਰਸ਼ਨ

telebanking /'ਟੈੱਲਿਬੈਙਕਿਙ/ *n* ਟੈਲੀਫ਼ੋਨ ਰਾਹੀਂ ਆਪਣੇ ਬੈਂਕ ਖ਼ਾਤੇ ਸੰਬੰਧੀ ਕੀਤੀ ਕਾਰਵਾਈ, ਟੈਲੀਫ਼ੋਨ ਬੈਂਕਿੰਗ

telecast /'ਟੈੱਲਿਕਾਸਟ/ *n* ਦੂਰ ਦਰਸ਼ਨ ਰਾਹੀਂ ਦਿੱਤੀ ਗਈ ਮਸ਼ਹੂਰੀ, ਟੈਲੀਵੀਜ਼ਨ ਪਰਸਾਰਨ, ਦੂਰ ਦਰਸ਼ਨ ਰਾਹੀਂ ਵਿਗਿਆਪਨ ਕਾਰਜ

teleceptor /'ਟੈੱਲਿਸੈਪੱਟਅ*/ *n* (ਸਿੱਖਿਆ) ਦੂਰ ਗਰਾਹੀ; ਘਰ ਬੈਠੇ ਭਾਵ ਦੂਰੋਂ ਹੀ ਸਿੱਖਿਆ ਪ੍ਰਾਪਤ ਕਰਨ ਵਾਲਾ ਵਿਅਕਤੀ

telecommunications /ˌਟੈੱਲਿਕਅˌਮਯੂਨਿ'ਕੇਇਸ਼ਨਜ਼/ *n* (ਬਹੁ) ਦੂਰ ਸੰਚਾਰ

telefilm /'ਟੈੱਲਿਫ਼ਿਲਮ/ *n* ਟੈਲੀਵੀਜ਼ਨ 'ਤੇ ਦਿਖਾਈ ਜਾਣ ਵਾਲੀ ਫ਼ਿਲਮ

telegnosis /ˌਟੈੱਲਿ'ਨਅਉਸਿਸ/ *n* ਕਾਲ ਅਤੀਤ ਗਿਆਨ, ਦੂਰ ਬੋਧ

telegram /'ਟੈੱਲਿਗਰੈਮ/ *n* ਤਾਰ (ਸੁਨੇਹਾ), ਟੈਲੀਗ੍ਰਾਮ; ਦੂਰ ਸੰਵਾਦ, ਦੂਰ ਲੇਖ

telegraph /'ਟੈੱਲਿਗਰਾਫ਼/ *n* ਤਾਰ ਪ੍ਰਬੰਧ, ਤਾਰ ਯੰਤਰ, ਟੈਲੀਗ੍ਰਾਫ਼ *v* ਤਾਰ ਦੇਣਾ ਜਾਂ ਭੇਜਣਾ, ਟੈਲੀਗ੍ਰਾਮ ਭੇਜਣਾ

telegraphic /ˌਟੈੱਲਿ'ਗਰੈਫ਼ਿਕ/ *n* ਤਾਰ ਪ੍ਰਬੰਧ, ਤਾਰ ਯੰਤਰ, ਟੈਲੀਗ੍ਰਾਫ਼ *v* ਤਾਰ ਦੇਣਾ, ਟੈਲੀਗ੍ਰਾਮ ਭੇਜਣਾ

telegraphist /'ਟੈੱਲਿਗਰਾਫ਼ਿਸਟ/ *n* ਤਾਰ ਬਾਬੂ, ਤਾਰ ਸੰਦੇਸ਼ਕ; ਤਾਰ ਪ੍ਰਬੰਧ ਦਾ ਮਾਹਰ

telegraphy /ਟਅ'ਲੈੱਗਰਅਫ਼ਿ/ *n* ਤਾਰ ਪ੍ਰਨਾਲੀ, ਤਾਰ ਪ੍ਰਬੰਧ; ਤਾਰ ਪ੍ਰਨਾਲੀ ਯੰਤਰ, ਟੈਲੀਗ੍ਰਾਫ਼ੀ

telemechanics /ˌਟੈੱਲਿਮਅ'ਕੈਨਿਕਸ/ *n* ਤਾਰ ਯੰਤਰ ਵਿੱਦਿਆ, ਰੇਡੀਓ ਤਾਰ ਰਾਹੀਂ ਸ਼ਕਤੀ ਦਾ ਸੰਚਾਰ ਕਰਨ ਅਤੇ ਇਸ ਤਰ੍ਹਾਂ ਦੂਰੀ ਤੋਂ ਮਸ਼ੀਨ ਨੂੰ ਕੰਟਰੋਲ ਕਰਨ ਦੀ ਕਲਾ

telemetry /ਟਅ'ਲੈੱਮਅਟਰਿ/ *n* ਦੂਰ ਮਿਤੀ; ਦੂਰ ਦੁਰਾਡੇ ਤੋਂ ਵਿਗਿਆਨਿਕ ਅੰਕੜੇ ਪ੍ਰਾਪਤ ਕਰਨ ਅਤੇ ਨਾਪ ਤੋਲ ਕਰਨ ਦਾ ਯੰਤਰ

teleological /ˌਟੀਲਿਅ'ਲੌਜਿਕਲ/ *a* ਉਦੇਸ਼ਵਾਦ ਸੰਬੰਧੀ, ਉਦੇਸ਼ਵਾਦੀ, ਹੇਤੂਵਾਦੀ

teleologist /ˌਟੈੱਲਿ'ਔਲਅਜਿਸਟ/ *n* ਉਦੇਸ਼ਵਾਦੀ

teleology /ˌਟੀਲਿ'ਔਲਅਜਿ/ *n* ਉਦੇਸ਼ਵਾਦ ਜਾਂ ਹੇਤੂ ਵਿਗਿਆਨ, ਅੰਤਮ ਕਾਰਜ ਵਿਗਿਆਨ

telepathic /ˌਟੈੱਲਿ'ਪੈਥਿਕ/ *a* ਦੂਰ ਸੰਵੇਦੀ

telepathist /ਟਅ'ਲੈੱਪਅਥਿਸਟ/ *a* ਦੂਰ ਸੰਵੇਦਕ

telepathy /ਟਅ'ਲੈੱਪਅਥਿ/ *n* ਦੂਰ ਸੰਵੇਦਨ, ਟੈਲੀਪੈਥੀ

telephone /'ਟੈੱਲਿਫ਼ਅਉਨ/ *n* ਟੈਲੀਫ਼ੋਨ, ਫ਼ੋਨ, ਦੂਰਭਾਸ਼ *v* ਫ਼ੋਨ ਰਾਹੀਂ ਸੁਨੇਹਾ ਭੇਜਣਾ, ਫ਼ੋਨ ਕਰਨਾ

telephone directory *n* (ਟੈਲੀਫ਼ੋਨ ਰੱਖਣ ਵਾਲਿਆਂ ਦੇ) ਘਰਾਂ ਦੇ ਪਤੇ ਅਤੇ ਟੈਲੀਫ਼ੋਨ ਨੰਬਰਾਂ ਦੀ ਸੂਚੀ, ਪੁਸਤਕ ਜਿਸ ਵਿੱਚ ਇਹ ਜਾਣਕਾਰੀ ਦਰਜ ਹੋਵੇ, ਟੈਲੀਫ਼ੋਨ ਨੰਬਰਾਂ ਦੀ ਸੂਚੀ

telephonist /ਟਅ'ਲੈੱਫ਼ਅਨਿਸਟ/ *n* ਟੈਲੀਫ਼ੋਨ ਬਾਬੂ

telephony /ਟਅ'ਲੈੱਫ਼ਅਨਿ/ *n* ਟੈਲੀਫ਼ੋਨ ਦੀ ਰੀਤੀ ਜਾਂ ਵਿਹਾਰ

telephotography /ˌਟੈੱਲਿਫ਼ਅ'ਟੌਗਰਅਫ਼ਿ/ *n* ਦੂਰ ਅਕਸੀ ਫ਼ੋਟੋਗਰਾਫ਼ੀ, ਦੂਰ ਛਾਇਆ ਚਿੱਤਰਨ

teleprint /'ਟੈੱਲਿਪਰਿਨਟ/ *v* ਦੂਰ ਦੇ ਛਾਪੇਖ਼ਾਨੇ ਨਾਲ ਲਿਖਣਾ, ਦੂਰ ਲੇਖੀ ਦੁਆਰਾ ਲਿਖਣਾ, ਟੈਲੀਪ੍ਰਿੰਟਰ ਦੁਆਰਾ ਛਾਪਣਾ

teleprinter /'ਟੈੱਲਿਪਰਿਨਟਅ*/ *n* ਦੂਰ ਲਿਖ ਯੰਤਰ, ਤਾਰ ਲੇਖੀ, ਟੈਲੀਪ੍ਰਿੰਟਰ

telergy /'ਟੈੱਲਅ:ਜਿ/ *n* (ਮਨੋ) ਪ੍ਰਭਾਵ ਸ਼ਕਤੀ

telescope /'ਟੈੱਲਿਸਕਅਉਪ/ *n* ਦੂਰਦਰਸ਼ਕ ਯੰਤਰ, ਦੂਰਦਰਸ਼ੀ, ਦੂਰਬੀਨ, ਟੈਲੀਸਕੋਪ *v* ਪਰਸਪਰ ਧਸ ਜਾਣਾ, ਘੁਸ ਜਾਣਾ, ਟਿਕ ਜਾਣਾ; (ਰੇਲ ਦੇ ਟਕਰਾਉਂਦੇ ਹੋਏ ਡੱਬਿਆਂ ਨੂੰ) ਇੱਕ ਸਾਥ ਧੱਕਣਾ

telescopic /ˌਟੈੱਲਿ'ਸਕੌਪਿਕ/ *a* ਦੂਰਬੀਨ ਦਾ, ਦੂਰਬੀਨ ਸੰਬੰਧੀ; ਦੂਰਬੀਨੀ (ਜੋ ਦੂਰਬੀਨ ਰਾਹੀਂ ਦਿਸ ਸਕਣ)

telescopy /ਟਿ'ਲੈੱਸਕਅਪਿ/ *n* ਦੂਰਬੀਨ ਦੇ ਪ੍ਰਯੋਗ ਦੀ ਵਿੱਦਿਆ

televiewer /'ਟੈੱਲਿਵ੍ਯੂਅ*/ *n* ਟੈਲੀਵਿਜ਼ਨ ਦੇ ਰਸੀਵਰ ਦਾ ਪ੍ਰਯੋਗ ਕਰਨ ਵਾਲਾ, ਟੈਲੀਵਿਜ਼ਨ ਦਰਸ਼ਕ

televise /'ਟੈੱਲਿਵ੍ਹਾਇਜ਼/ *v* ਦੂਰਦਰਸ਼ਨ ਰਾਹੀਂ ਕੋਈ ਪ੍ਰੋਗਰਾਮ ਪ੍ਰਸਾਰਿਤ ਕਰਨਾ, ਖ਼ਬਰਾਂ ਦੇਣਾ, ਸੂਚਨਾਵਾਂ ਦੇਣਾ

television /'ਟੈੱਲਿਵਿਯ਼ਨ/ *n* ਟੈਲੀਵਿਜ਼ਨ, ਦੂਰਦਰਸ਼ਨ, ਦੂਰਦਰਸ਼ਨ ਤੋਂ ਪ੍ਰਸਾਰਿਤ ਦ੍ਰਿਸ਼

tell /ਟੈੱਲ/ *v* ਕਹਿਣਾ, ਵਰਣਨ ਕਰਨਾ, ਸੁਣਾਉਣਾ, ਬਿਆਨ ਕਰਨਾ; ਪ੍ਰਗਟ ਕਰਨਾ, ਦੱਸਣਾ; ਤੈ ਕਰਨਾ, ਨਿਸ਼ਚਿਤ ਕਰਨਾ; ਫ਼ਰਕ ਸਮਝਣਾ; ਵਿਸ਼ਵਾਸ ਦਿਵਾਉਣਾ, ਭਰੋਸਾ ਦਿਵਾਉਣਾ; ਅਸਰ ਪਾਉਣਾ; ਗਿਣਨਾ; ਆਗਿਆ ਦੇਣਾ, ਨਿਰਦੇਸ਼ ਕਰਨਾ

tellable /'ਟੈੱਲਅਬਲ/ *a* ਕਹਿਣ ਯੋਗ, ਵਰਣਨ ਯੋਗ, ਵਿਸ਼ਵਾਸ ਯੋਗ, ਭਰੋਸੇ ਯੋਗ

teller /'**ਟੈੱਲਅ***/ *a* ਕਹਿਣ ਵਾਲਾ; ਗਿਣਨਹਾਰ, ਜੋੜਨ ਵਾਲਾ; (ਵੋਟਾਂ) ਗਿਣਨ ਵਾਲਾ, ਵਰਣਨ ਕਰਤਾ *n* ਬੈਂਕ ਵਿੱਚ ਤੁਰਤ ਭੁਗਤਾਨ ਕਰਨ ਵਾਲਾ ਕਰਮਚਾਰੀ

telltale /'**ਟੈੱਲਟੇਇਲ**/ *n* ਭਾਂਡਾ ਭੰਨ ਦੇਣ ਵਾਲਾ, ਚੁਗਲ, ਭੇਤ ਪ੍ਰਗਟਾਊ

telnet/'**ਟੈੱਲਨੈੱਟ**/ *n* (ਕੰਪਿ) ਅਜਿਹੀ ਪ੍ਰਨਾਲੀ ਜਿਸ ਰਾਹੀਂ ਇੱਕ ਕੰਪਿਊਟਰ ਨਾਲ ਦੂਜੇ ਕੰਪਿਊਟਰ ਨੂੰ ਚਲਾਇਆ ਜਾ ਸਕਦਾ ਹੈ

telpher /**ਟੈੱਲਫ਼ਅ***/ *n* ਬਿਜਲੀ ਦਾ ਛਕੜਾ

telpherage /'**ਟੈੱਲਫ਼(ਅ)ਰਿਜ**/ *n* ਬਿਜਲੀ ਦੇ ਛਕੜੇ ਦੁਆਰਾ ਢੁਆਈ

temblor /'**ਟੈੱਮਬਲਅ***/ *n* ਭੁਚਾਲ, ਭੂਕੰਪ

temerarious /ˌ**ਟੈੱਮਅ'ਰੇਅਰਿਅਸ**/ *a* ਲਾਪਰਵਾਹੀ ਵਾਲਾ, ਹਠੀ, ਦੁਰਸਾਹਸੀ

temerity /**ਟਅ'ਮੈੱਰਅਟਿ**/ *n* ਉਤਾਵਲਾਪਣ; ਨਿਧੜਕਤਾ, ਬੇਤਹਾਸ਼ਾਪਣ

temper /'**ਟੈੱਮਪਅ***/ *n* ਸੁਭਾਅ, ਮਿਜ਼ਾਜ; ਕ੍ਰੋਧ, ਚਿੜਚਿੜਾਪਣ; ਪਾਣ *vt* ਪਾਣ ਚਾੜ੍ਹਨਾ; (ਭਿਓਂ ਕੇ, ਮਿਲਾ ਕੇ ਅਤੇ ਛਾਣ ਕੇ) ਮਿੱਟੀ ਤਿਆਰ ਕਰਨਾ; (ਧਾਤੂ ਨੂੰ ਨਰਮ ਕਰਕੇ) ਪੁੱਠ ਦੇਣਾ ਜਾਂ ਚਾੜ੍ਹਨਾ, ਆਬ ਦੇਣਾ; (ਨਿਆਂ ਨੂੰ ਤਰਸ ਨਾਲ) ਨਰਮ ਕਰਨਾ; ਜ਼ੋਰ ਘਟਾਉਣਾ; (ਸੰਗੀ) ਤਾਲ ਮਿਲਾਉਣਾ, ਸੁਰ ਸਾਧਣਾ

temperament /'**ਟੈੱਮਪਰਅਮਅਨਟ**/ *n* ਸੁਭਾਅ, ਪ੍ਰਕਿਰਤੀ, ਮਿਜ਼ਾਜ, ਤਬੀਅਤ; (ਸੰਗੀ) ਸੁਰਸਮਾਨਾਂਤਰਨ, ਸਮਾਨਾਂਤਰ ਸਵਰ, ਸੁਰ ਸੰਸਕਾਰ

temperamental /ˌ**ਟੈੱਮਪਰਅ'ਮੈੱਨਟਲ**/ *a* ਸੁਭਾਅ ਸੰਬੰਧੀ, ਮਿਜ਼ਾਜੀ, ਚੰਚਲ ਚਿੱਤ, ਸਨਕੀ, ਤਰੰਗੀ

temperance /'**ਟੈੱਮਪਅਰਅਨਸ**/ *n* ਸੰਜਮ, ਪਰਹੇਜ਼; ਨਸ਼ਾ ਵਿਰੋਧੀ, ਸ਼ਰਾਬਬੰਦੀ

temperate /'**ਟੈੱਮਪਅਰਅਟ**/ *a* ਸੰਜਮੀ, ਆਤਮ ਸੰਜਮੀ; ਸ਼ਾਂਤ, ਧੀਰ; ਸੰਤੋਖੀ; ਮੰਦ, ਸੁਸਤ, ਧੀਮਾ; ਮੱਧਮ, ਸਸਤਾ

temperature /'**ਟੈੱਮਪਰਅਚਅ***/ *n* ਸਰੀਰ ਦੀ ਗਰਮੀ, ਤਾਪਮਾਨ, ਤਾਪ, ਬੁਖ਼ਾਰ, ਗਰਮੀ

tempest /'**ਟੈੱਮਪਿਸਟ**/ *n* ਝੱਖੜ, ਤੂਫ਼ਾਨ, (ਬੋਲ) ਉਪੱਦਰ, ਅਸ਼ਾਂਤੀ, ਹਲਚਲ, ਹੰਗਾਮਾ, ਹੁੱਲੜ, ਸ਼ੋਰ-ਸ਼ਰਾਬਾ, ਖਰੂਦ

tempestuous /**ਟੈੱਮ'ਪੈੱਸਚੁਅਸ**/ *a* ਝੱਖੜਾਲੀ, ਤੂਫ਼ਾਨੀ (ਰੁੱਤ); ਉਪੱਦਰਵੀ, ਹੰਗਾਮੀ, ਹੁੱਲੜੀ, ਖਰੂਦੀ

templar /'**ਟੈੱਮਪਲਅ***/ *n* ਕਨੂੰਨ ਦਾ ਵਿਦਿਆਰਥੀ; (ਲੰਡਨ ਦੇ ਟੈਂਪਲ ਦਾ) ਵਕੀਲ; (ਕਿਸੇ ਤੀਰਥ ਸਥਾਨ ਦੇ ਪੈਦਲ ਯਾਤਰੀਆਂ ਦੀ ਰੱਖਿਆ ਲਈ) ਧਾਰਮਿਕ ਸੰਗਠਨ ਦਾ ਮੈਂਬਰ

template /'**ਟੈੱਮਪਲੇਇਟ**/ *n* ਵੇਖੋ **templet**

temple /'**ਟੈੱਮਪਲ**/ *n* ਮੰਦਰ, ਸ਼ਿਵਾਲਾ, ਦੇਵ ਮੰਦਰ (ਭਾਰਤੀ, ਰੋਮਨ, ਮਿਸਰੀ ਆਦਿ); (ਫ਼ਰਾਂਸ ਦਾ) ਪਰੋਟੈਸਟੈਂਟ ਚਰਚ ਦਾ ਗਿਰਜਾ ਘਰ; (ਭਾਵਾਰਥ) ਪੂਜਾ ਸਥਾਨ, ਠਾਕਰਦੁਆਰਾ, ਸ਼ਿਵਾਲਾ; ਪੁੜਪੁੜੀ, ਕਨਪਟੀ

templet /'**ਟੈੱਮਪਲਿਟ**/ *n* ਸੱਚਾ, ਫਰਮਾ; ਨਮੂਨੇ ਦੀ ਪੱਟੀ; ਸਹਾਰਾ, ਪੱਚਰ

tempo /'**ਟੈੱਮਪਅਉ**/ *n* ਤਾਲ; ਗਤੀ, ਚਾਲ; ਜੋਸ਼

temporal /'**ਟੈੱਮਪਅਰਅਲ**/ *a* ਪੁੜਪੁੜੀ ਦੀ ਜਾਂ ਪੁੜਪੁੜੀ ਸੰਬੰਧੀ, ਕਨਪਟੀ ਸੰਬੰਧੀ; ਸੰਸਾਰੀ, ਸੰਸਾਰਕ, ਦੁਨਿਆਵੀ, ਕਾਲ ਸੂਚਕ, ਲੌਕਿਕ, ਭੌਤਿਕ

temporality /ˌ**ਟੈੱਮਪਅਰ'ਐਲਅਟਿ**/ *n* ਸੰਸਾਰੀ ਲੋਕ, ਗ੍ਰਹਿਸਥੀ; ਸੰਸਾਰਕਤਾ; (ਧਰਮ ਸਥਾਨਾਂ ਦੀ) ਧਨ ਸੰਪਤੀ ਅਤੇ ਉਸਦੀ ਆਮਦਨ; (ਬਹੁ) ਅਲਪ ਕਾਲਕਤਾ

temporalty /'**ਟੈੱਮਪ(ਅ)ਰ(ਅ)ਲਟਿ**/ *n* ਸੰਸਾਰਕ ਲੋਕ, ਗ੍ਰਹਿਸਥੀ ਵਰਗ, ਦੁਨੀਆਂਦਾਰ ਲੋਕ

temporaneous /ˌ**ਟੈੱਮਪਅ'ਰੇਇਨਿਅਸ**/ *a* ਲੌਕਿਕ, ਸੰਸਾਰੀ

temporary /'ਟੈਂਪਰਅਰਿ/ *a* ਕੱਚਾ, ਆਰਜ਼ੀ (ਨੌਕਰੀ); ਵਕਤੀ, ਚਲਾਊ; ਕੰਮ ਚਲਾਊ, ਵੇਲਾ ਟਪਾਊ; ਛਿਣਭੰਗਰ

temporization /ˌਟੈਂਪਅਰਾਇ'ਜ਼ੇਇਸ਼ਨ/ *n* ਅਸਥਾਈ ਪ੍ਰਬੰਧ, ਟਾਲ-ਮਟੋਲ; ਮੌਕਾਪ੍ਰਸਤੀ

temporize /'ਟੈਂਪਅਰਾਇਜ਼/ *vt* ਵੇਲਾ ਟਪਾਉਣਾ, ਡੰਗ ਟਪਾਈ ਕਰਨਾ, ਵਕਤ ਟਾਲਣਾ, ਮੌਕੇ ਜਾਂ ਸਮੇਂ ਅਨੁਸਾਰ ਕੰਮ ਸਾਰ ਲੈਣਾ; ਵਕਤੀ ਤੌਰ 'ਤੇ ਸਮਝੌਤਾ ਕਰਨਾ; ਟਾਲ-ਮਟੋਲ ਕਰਨਾ

tempt /ਟੈਂਪਟ/ *vt* ਵਰਗਲਾਉਣਾ, ਭਰਮਾਉਣਾ, ਲੁਭਾਉਣਾ, ਕੋਸ਼ਿਸ਼ ਕਰਨਾ; ਅਜ਼ਮਾਉਣਾ

temptation /ਟੈਂਪ'ਟੇਇਸ਼ਨ/ *n* ਲਾਲਚ, ਲੋਭ; ਚਕਮਾ, ਭੁਲਾਵਾ

tempter /'ਟੈਂਪਟਅ*/ *n* ਵਰਗਲਾਉਣ ਵਾਲਾ, ਭਰਮਾਉਣ ਵਾਲਾ, ਸ਼ੈਤਾਨ

tempting /'ਟੈਂਪਟਿਙ/ *a* ਭਰਮਾਊ, ਲੁਭਾਊ

temptress /'ਟੈਂਪਟਰਅਸ/ *n* ਵਰਗਲਾਉਣ ਵਾਲੀ, ਫਸਾਉਣ ਵਾਲੀ ਇਸਤਰੀ, ਮੋਹਣੀ

ten /ਟੈੱਨ/ *a* ਦਸ *n* ਦਹਾਕਾ, ਦਹਾਈ, ਦਾਹਾ; ਦਹਿਲਾ (ਤਾਸ਼ ਦਾ)

tenability /ˌਟੈੱਨਅ'ਬਿਲਅਟਿ/ *n* ਸੁਰੱਖਿਆ ਹੋ ਸਕਣ ਦੀ ਕਿਰਿਆ; ਪਕਿਆਈ

tenable /'ਟੈੱਨਅਬਲ/ *a* ਜਿਸ ਦੀ ਰੱਖਿਆ ਹੋ ਸਕੇ, ਸੁਰੱਖਿਆ ਯੋਗ, ਪੱਕਾ (ਮੋਰਚਾ, ਕਿਲ੍ਹਾ, ਪੈਂਤੜਾ), ਟਿਕਾਊ, ਤਰਕ ਸੰਗਤ

tenace /'ਟੈੱਨਅਸ/ *n* (ਤਾਸ਼ ਵਿੱਚ) ਅਗਲੇ ਪਿਛਲੇ ਪੱਤਿਆਂ ਦਾ ਜੋੜਾ; ਕਿਸੇ ਰੰਗ ਦੇ ਦੋ ਪੱਤੇ; ਕਿਸੇ ਖਿਡਾਰੀ ਕੋਲ ਪ੍ਰਾਪਤ ਅਜਿਹਾ ਜੋੜਾ

tenacious /ਟਅ'ਨੇਇਸ਼ਅਸ/ *a* ਮਜ਼ਬੂਤ, ਪੱਕਾ, ਦ੍ਰਿੜ੍ਹ (ਵਿਸ਼ਵਾਸ); ਕੱਟੜ, ਦ੍ਰਿੜ੍ਹ, ਹਠੀ, ਚੀੜ੍ਹਾ

tenaciousness/ਟਅ'ਨੇਇਸ਼ਅਸਨਅਸ/ *n* ਮਜ਼ਬੂਤੀ, ਪਕਿਆਈ, ਦ੍ਰਿੜ੍ਹਤਾ, ਹਠ; (ਚੇਤੇ ਦੀ) ਤਕੜਾਈ

tenancy /'ਟੈੱਨਅਨਸਿ/ *n* ਕਿਰਾਏਦਾਰੀ, ਭਾੜੇਦਾਰੀ; ਲਗਾਨਦਾਰੀ, ਕਾਸ਼ਤਕਾਰੀ; ਅਸਾਮੀ ਦੀ ਮਿਆਦ

tenant /'ਟੈੱਨਅਨਟ/ *n* ਕਿਰਾਏਦਾਰ, ਪੱਟੇਦਾਰ, ਮੁਜ਼ਾਰਾ, ਲਗਾਨਦਾਰ *vt* ਕਿਰਾਏ 'ਤੇ ਰਹਿਣਾ, ਪਟੇ 'ਤੇ ਲੈਣਾ

tenantry /'ਟੈੱਨਅਨਟਰਿ/ *n* ਮੁਜ਼ਾਰਾ; ਰਿਆਇਆ, ਪਰਜਾ; ਕਿਰਾਏਦਾਰ, ਲਗਾਨਦਾਰ

tench /ਟੈੱਂਚ/ *n* ਵਗਦੇ ਪਾਣੀ ਦੀ ਇੱਕ ਮੱਛੀ

tend /ਟੈੱਂਡ/ *v* (ਬਿਮਾਰ ਦੀ) ਸੇਵਾ ਕਰਨਾ, ਟਹਿਲ ਕਰਨਾ, ਖ਼ਬਰਗੀਰੀ ਕਰਨਾ, ਤੀਮਾਰਦਾਰੀ ਕਰਨਾ; ਦੇਖ-ਭਾਲ ਕਰਨਾ (ਮਸ਼ੀਨ ਆਦਿ ਦੀ); ਸੰਭਾਲ ਕਰਨਾ; ਰੁਚਿਤ ਹੋਣਾ, ਚਿੰਤਾ ਕਰਨਾ, ਸਾਧਨ ਹੋਣਾ

tendance /'ਟੈੱਨਡ(ਅ)ਨਸ/ *n* ਸੇਵਾ, ਖ਼ਬਰਗੀਰੀ, ਨਿਗਰਾਨੀ, ਦੇਖ-ਭਾਲ, ਟਹਿਲ, ਚਾਕਰੀ, ਸੰਭਾਲ; ਰੁਚੀ, ਝੁਕਾਅ

tendency /'ਟੈੱਨਡਅਨਸਿ/ *n* ਝੁਕਾਅ, ਰੁਖ਼, ਰੌਅ, ਰੁਚੀ, ਰੁਝਾਨ, ਪ੍ਰਵਿਰਤੀ

tendentious /ਟੈੱਨ'ਡੈੱਨਸ਼ਅਸ/ *a* (ਲਿਖਤ ਰਚਨਾ) ਮੰਤਵਪੂਰਨ, ਬਾਮਕਸਦ, ਉਦੇਸ਼ਮੂਲਕ

tender[1] /'ਟੈੱਨਡਅ*/ *n* ਠੇਕਾ, ਟੈਂਡਰ; ਕੰਮ ਜਾਂ ਠੇਕੇ ਦਾ ਅਨੁਮਾਨ *v* ਪੇਸ਼ ਕਰਨਾ (ਅਸਤੀਫ਼ਾ, ਰਕਮ, ਸੇਵਾ); ਭੇਟਾ ਦੇਣਾ; ਤਖ਼ਮੀਨਾ ਪੇਸ਼ ਕਰਨਾ, ਅਨੁਮਾਨ ਪੇਸ਼ ਕਰਨਾ (ਠੇਕੇਦਾਰ ਵੱਲੋਂ)

tender[2] *n* ਇੱਕ ਛੋਟੀ ਬੇੜੀ ਜੋ ਵੱਡੀ ਬੇੜੀ ਤੱਕ ਸਮਾਨ ਲੈ ਜਾਣ ਲਈ ਵਰਤੀ ਜਾਂਦੀ ਹੈ

tender[3] *a* ਨਰਮ, ਮੁਲਾਇਮ, ਨਾਜ਼ਕ, ਕੂਲਾ, ਲਵਾ; ਰਹਿਮ ਨਾਲ ਭਰਿਆ ਹੋਇਆ, ਸਨੇਹੀ; ਦੁਖਦਾ (ਅੰਗ)

tenderfoot /'ਟੈੱਨਡਅਫ਼ੁਟ/ *n* ਨਵਾਂ ਆਬਾਦਕਾਰ, ਸਿਖੰਦੜ

tendinous /'ਟੈੱਨਡਿਨਅਸ/ *a* ਨਸ ਵਾਲਾ, ਪੱਠੇਦਾਰ

tendon /'ਟੈੱਨਡਅਨ/ *n* ਨਸ, ਪੱਠਾ

tendril /'ਟੈੱਨਡਰਅਲ/ *n* (ਬੂਟਿਆਂ ਦਾ) ਤੰਦੂਆ, ਤਾਰ

tenebrific /ˌਟੈੱਨਿ'ਬਰਿਫ਼ਿਕ/ *a* ਅੰਧਕਾਰ ਉਤਪੰਨ ਕਰਨ ਵਾਲਾ

tenebrous /'ਟੈੱਨਿਬਰਅਸ/ *a* ਅੰਧਕਾਰਪੂਰਨ, ਅੰਧਕਾਰਮਈ

tenement /'ਟੈੱਨਅਮਅਨਟ/ *n* ਮਕਾਨ, ਰਹਿਣ ਦੀ ਥਾਂ, ਘਰ, ਨਿਵਾਸ ਸਥਾਨ, ਹਵੇਲੀ; ਅਧਿਕਾਰ ਥੱਲੇ ਭੂਮੀ, ਜਗੀਰ, ਜਾਇਦਾਦ

teneral /'ਟੈੱਨਅਰਲ/ *a* ਕੱਚਾ-ਪਿੱਲਾ, ਅਪੁਸ਼ਟ

tenet /'ਟੈੱਨਿਟ/ *n* ਸਿਧਾਂਤ, ਅਕੀਦਾ, ਵਿਸ਼ਵਾਸ; ਮੱਤ

tenfold /'ਟੈੱਨਫ਼ਅਉਲਡ/ *a* ਦਸ ਗੁਣਾ

tenner /'ਟੈੱਨਅ*/ *n* (ਬੋਲ) ਦਸ ਦਾ ਨੋਟ

tennis /'ਟੈੱਨਿਸ/ *n* ਗੇਂਦ ਅਤੇ ਛਿੱਕੇ ਦੀ ਇੱਕ ਖੇਡ, ਟੈਨਿਸ

tenno /'ਟੈੱਨਅਉ/ *n* ਜਪਾਨ ਦੇ ਸਮਰਾਟ ਦੀ ਉਪਾਧੀ, ਤੇਨੋ

tenon /'ਟੈੱਨਅਨ/ *n* ਚੂਲ, ਚੂਥੀ *v* ਚੂਲ ਬਣਾਉਣਾ, ਚੂਥੀ ਬਣਾਉਣਾ, ਸਿਰਾ ਬਿਠਾਉਣਾ; ਚੂਲ ਨਾਲ ਜੋੜਨਾ, ਸੱਲ੍ਹਣਾ, ਗੱਠਣਾ

tenor /'ਟੈੱਨਅ*/ *n* ਚਾਲ (ਜੀਵਨ ਹੌਂਅ ਦੀ), ਜੀਵਨਗਤੀ, ਵਿਧੀ, ਤਰੀਕਾ; ਤਰਜ਼ (ਭਾਸ਼ਣ ਦੀ); ਰੁਖ਼, ਵਹਿਣ, ਵੇਗ, ਚਾਲ; ਮੰਤਵ (ਕਨੂੰਨ ਦਾ), ਰਾਗ (ਮਰਦਾਵੀਂ ਅਵਾਜ਼), ਮਰਦਾਵੀਂ ਸੁਰ ਨਾਲ ਗਾਉਣ ਵਾਲਾ, ਗਵੱਈਆ

tense[1] /'ਟੈੱਨਸ/ *n* (ਵਿਆ) ਕਾਲ (ਸਮਾਂ ਪ੍ਰਗਟ ਕਰਨ ਲਈ ਕਿਰਿਆ ਦਾ ਰੂਪ)

tense[2] *a* ਤਣਿਆ, ਖਿੱਚਿਆ, ਆਕੜਿਆ, ਕਸਿਆ; ਬੇਚੈਨ, ਉਤੇਜਿਤ; ਖਿਚਾਅ ਵਾਲੀ (ਹਾਲਤ, ਸੰਬੰਧ); ਤੀਬਰ (ਵਲਵਲਾ) *v* ਤਾਣਨਾ, ਖਿੱਚਣਾ, ਕੱਸਣਾ; ਤਾਣਿਆ ਜਾਣਾ, ਖਿੱਚਿਆ ਜਾਣਾ, ਕੱਸਿਆ ਜਾਣਾ

tensible /'ਟੈੱਨਸਅਬਲ/ *a* ਤਣਨ ਵਾਲਾ, ਖਿੱਚਣ ਵਾਲਾ, ਕੱਸਣ ਵਾਲਾ; ਲਚਕਦਾਰ

tensile /'ਟੈੱਨਸਾਇਲ/ *a* ਖਿਚਾਅ ਜਾਂ ਤਣਾਅ ਦਾ; ਜੋ ਖਿੱਚਿਆ ਜਾ ਸਕੇ, ਤਣਿਆ ਜਾਣ ਵਾਲਾ

tension /'ਟੈੱਨਸ਼ਨ/ *n* ਕੱਸ, ਖਿੱਚ, ਤਣਾਅ, ਖਿਚਾਅ, ਕਸਾਅ, ਫੈਲਾਅ; ਤਣਾਤਣੀ, ਖਿੱਚੋਤਾਣ; ਉਤੇਜਨਾ, ਜੋਸ਼ *v* ਖਿੱਚਣਾ, ਤਣਨਾ, ਉਤੇਜਿਤ ਕਰਨਾ

tent[1] /'ਟੈੱਨਟ/ *n* ਤੰਬੂ, ਖੇਮਾ, ਛੋਲਦਾਰੀ *v* ਤੰਬੂ ਲਾਉਣਾ, ਖੇਮਾ ਗੱਡਣਾ, ਡੇਰਾ ਲਾਉਣਾ; ਤੰਬੂ ਨਾਲ ਢਕਣਾ

tent[2] *n* ਵੱਟੀ, ਬੱਤੀ *vt* ਬੱਤੀ ਰੱਖਣਾ ਜਾਂ ਚਾੜ੍ਹਨਾ (ਫੱਟ ਵਿੱਚ)

tentacle /'ਟੈੱਨਟਅਕਲ/ *n* (ਬਨ) ਰੇਸ਼ਾ, ਤਾਰ; (ਜਨੌਰਾਂ ਦੀ) ਟੋਹ ਸਿੰਗੀ, ਟੋਹਣੀ

tentacled /'ਟੈੱਨਟਅਕ(ਅ)ਲਡ/ *n* ਰੇਸ਼ੇਦਾਰ, ਟੋਹ ਸਿੰਗੀ ਵਾਲਾ, ਮੁੱਛ ਵਾਲਾ

tentacular /ਟੈੱਨ'ਟੈਕਯੁਲਅ*/ *a* ਰੇਸ਼ੇ ਵਾਲਾ, ਰੇਸ਼ੇਦਾਰ

tentage /'ਟੈੱਨਟਿਜ/ *n* ਡੇਰਾ, ਤੰਬੂ

tentative /'ਟੈੱਨਟਅਟਿਵ/ *a* ਪਰਤਾਵੀਂ; ਅਜ਼ਮਾਇਸ਼ੀ, ਤਜਰਬੇ ਸੰਬੰਧੀ, ਪ੍ਰਯੋਗਿਕ; ਅਸਥਾਈ, ਪਰਖ ਮੂਲਕ, ਅੰਤਰਿਮ, ਕੰਮ ਚਲਾਊ

tented /'ਟੈੱਨਟਿਡ/ *a* ਤੰਬੂਦਾਰ, ਖੇਮੇ ਵਾਲਾ

tenter /'ਟੈੱਨਟਅ*/ *n* ਕੱਪੜੇ ਨੂੰ ਤਾਣਨ ਵਾਲੀ ਮਸ਼ੀਨ; ਇਸ ਮਸ਼ੀਨ ਦਾ ਨਿਰੀਖਕ

tenterhooks /'ਟੈੱਨਟਅਹੁਕਸ/ *n* ਕੱਪੜੇ ਨੂੰ ਕੱਸ ਕੇ ਰੱਖਣ ਲਈ ਹੁੱਕਾਂ ਜਾਂ ਡੰਡੀਆਂ **be on the tenters** ਤਰਲੋ ਮੱਛੀ ਹੋਣਾ

tenth /ਟੈੱਨਥ/ *a* ਦਸਵਾਂ, ਦਸਵੀਂ (ਤਿਥੀ)

tenthly /'ਟੈੱਨਥਲਿ/ *adv* ਦਸਵੀਂ ਗੱਲ ਇਹ ਕਿ

tenuity /ਟੈ'ਨਯੂਅਟਿ/ *n* ਬਰੀਕੀ (ਵਾਲਾਂ ਦੀ), ਸੂਖਮਤਾ (ਹਵਾ ਜਾਂ ਤਰਲ ਵਸਤੂਆਂ ਦਾ), ਪਤਲਾਪਣ (ਕਾਗਜ਼ ਦਾ); ਫੋਕਾਪਣ, ਖ਼ਾਲੀਪੁਣਾ (ਸ਼ੈਲੀ ਦਾ)

tenuous /'ਟੈੱਨਯੁਅਸ/ *a* ਮਹੀਨ, ਬਰੀਕ, ਪਤਲਾ, ਸੂਖਮ, ਅਲਪ, ਥੋੜ੍ਹਾ, ਛੋਟਾ, ਨਾਜ਼ਕ, ਅਤਿ ਸੂਖਮ

tenure /'ਟੈੱਨਯਅ*/ *n* ਹੱਕ ਮਲਕੀਅਤ,

ਭੋਂਦਾਰੀ (ਜ਼ਮੀਨ ਜਾ ਜਾਇਦਾਦ ਦੀ); ਮਿਆਦ (ਅਹੁਦੇ ਦੀ); ਅਵਧੀ, ਅਧਿਕਾਰ ਕਾਲ, ਕਾਰਜ ਕਾਲ

tepee /'ਟੀਪੀ/ *n* (ਐਸਕੀਮੂਆਂ ਦਾ) ਇੱਕ ਵਿਸ਼ੇਸ਼ ਕਿਸਮ ਦਾ ਤੰਬੂ

tepefaction /,ਟੈੱਪਿ'ਫ਼ੈਕਸ਼ਨ/ *n* ਗੁਣਗੁਣਾਪਣ, ਕੋਸਾਪਣ

tephrite /'ਟੈੱਫ਼ਰਾਇਟ/ *n* ਜੁਆਲਾਮੁਖੀ ਚਟਾਨ

tepid /'ਟੈੱਪਿਡ/ *a* ਥੋੜ੍ਹਾ ਗਰਮ, ਕੋਸਾ

tepidity /ਟੈੱਪ'ਇਡਅਟਿ/ *n* ਕੋਸਾਪਣ, ਨਿੱਘ

terabyte /'ਟੈੱਰਅਬਾਇਟ/ *n* (ਕੰਪਿ) ਯਾਦਦਾਸ਼ਤ (ਮੈਮਰੀ) ਸਮਰੱਥਾ ਨੂੰ ਮਾਪਣ ਦੀ ਇੱਕ ਵੱਡੀ ਇਕਾਈ, *1000* ਗੀਗਾਬਾਈਟ ਦੇ ਬਰਾਬਰ ਦਾ ਮਾਪ

teratism /'ਟੈੱਰਅਟਿਜ਼ਅਮ/ *n* ਦੈਂਤਪਣ, ਰਾਖਸ਼ਸਪਣ

teratogeny /,ਟੈੱਰਅ'ਟੌਜਅਨਿ/ *n* (ਜੀਵ) ਵਿਰੂਪ ਜਣਨ, ਅਦਭੁਤ ਜਣਨ

teratoid /'ਟੈੱਰਅਟੋਇਡ/ *a* ਅਸਧਾਰਨ, ਅਦਭੁਤ, (ਜੀਵ) ਵਿਰੂਪ ਜਣਨ ਸੰਬੰਧੀ

teratological /,ਟੈੱਰਅਟਅ'ਲੌਜਿਕਲ/ *a* ਵਿਰੂਪਤਾ ਵਿਗਿਆਨਿਕ

teratology /,ਟੈੱਰਅ'ਟੌਲਅਜਿ/ *n* ਅਦਭੁਤ ਵਾਰਤਾ; (ਜੀਵ) ਵਿਰੂਪ ਜਣਨ ਵਿਗਿਆਨ

tercel, tiercel /'ਟਅ:ਸਲ, 'ਟਿਅਸਲ/ *n* ਨਰ ਬਾਜ਼, ਸ਼ਿਕਰਾ

tercentenary /,ਟਅ:ਸੈੱਨ'ਟੀਨਅਰਿ/ *a* ਤਿੰਨ ਸੌ ਸਾਲ ਦਾ *n* ਤਿੰਨ ਸੌਵੇਂ ਸਾਲ ਦੀ ਵਰ੍ਹੇ ਗੰਢ

terebinth /'ਟੈੱਰਅਬਿਨਥ/ *n* ਤਾਰਪੀਨ ਦਾ ਦਰਖ਼ਤ

terebinthine /,ਟੈੱਰਅ'ਬਿਨਥਾਇਨ/ *a* ਤਾਰਪੀਨ ਦੇ ਦਰਖ਼ਤ ਦਾ, ਤਾਰਪੀਨ ਦੇ ਤੇਲ ਦਾ

terebrate /'ਟੈੱਰਿਬਰੇਇਟ/ *v* ਛੇਦਣਾ, ਵਿੰਨ੍ਹਣਾ, ਸੀੜਨਾ, ਸਾਲਣਾ, ਛਿੱਦਣਾ

teredo /ਟਅ'ਰੀਡਅਉ/ *n* ਜਹਾਜ਼ੀ ਕੀੜਾ, ਬੇੜੀ ਦਾ ਘੁਣ, ਕੀਟ

tergiversation /,ਟਅ:ਜਿਵ੍ਅ'ਸੇਇਸ਼ਨ/ *n* (ਪਰਾ) ਹੇਰਾ-ਫੇਰੀ, ਟਾਲ-ਮਟੋਲ, ਵਾਕਛਲ; ਦਲਬਦਲੀ

term /ਟਅ:ਮ/ *n* ਹੱਦ, ਸੀਮਾਂ; ਸਮਾਂ, ਮਿਆਦ, ਮੁੱਦਤ, ਅਵਧੀ; ਅਦਾਲਤ ਦੀ ਬੈਠਕ ਦਾ ਸਮਾਂ, ਸਿੱਖਿਆ ਕਾਲ; ਨਿਯਤ ਦਿਵਸ, ਨਿਸ਼ਚਿਤ ਤਿਥੀ; (ਕਨੂੰ) ਮਿਆਦੀ ਕਬਜ਼ਾ ਜਾਂ ਦਖ਼ਲ, (ਗਣਿ) ਪਦ; (ਭਾਸ਼ਾ) ਸ਼ਬਦ, ਪਦ; ਬੰਧਨ, ਸ਼ਰਤਾਂ, ਇਕਰਾਰ ਸੰਬੰਧ *v* ਨਾਂ ਰੱਖਣਾ; ਕਹਿਣਾ, ਨਾਮਜ਼ਦ ਕਰਨਾ

termagancy /'ਟਅ:ਮਅਗਅਨਸਿ/ *n* ਅਸ਼ਾਂਤੀ, ਖਲਬਲੀ, ਦੰਗਾ, ਉਪੱਦਰ, ਫ਼ਸਾਦ; ਝਗੜਾਲੂਪਣ

termagant /'ਟਅ:ਮਅਗਅਨਟ/ *n* ਕਲਹਿਣੀ ਇਸਤਰੀ, ਚੁੜੇਲ

terminable /'ਟਅ:ਮਿਨਅਬਲ/ *a* ਮਿਆਦੀ, ਸਮਾਪਤੀਯੋਗ, ਕਿਸੇ ਨਿਸ਼ਚਿਤ ਸਮੇਂ ਵਿੱਚ ਮੁੱਕਣ ਵਾਲਾ

terminal /'ਟਅ:ਮਿਨਲ/ *a* ਅੰਤਲਾ, ਸਿਰੇ ਦਾ, ਧੁਰ ਦਾ, ਛੇਕੜਲਾ; ਨਿਯਤਕਾਲੀ, ਮਿਆਦੀ; ਅਖ਼ੀਰੀ; ਮਾਤਰਿਕ (ਖ਼ਰਚ) *n* ਹੱਦ, ਧੁਰ, ਅੰਤ, ਸਿਰਾ, ਰੇਲ ਦਾ ਅਖੀਰੀ ਸਟੇਸ਼ਨ; (ਕਿਸੇ ਥਾਂ ਉੱਤੇ) ਸਮਾਪਤ ਹੋਣ ਵਾਲੀ ਵਸਤੂ

terminate /'ਟਅ:ਮਿਨੇਇਟ/ *v* ਅੰਤ ਕਰਨਾ ਜਾਂ ਹੋਣਾ, ਖ਼ਤਮ ਕਰਨਾ ਜਾਂ ਹੋਣਾ; ਸੀਮਿਤ ਕਰਨਾ, ਸੀਮਾ ਬੰਨ੍ਹਣਾ, ਹੱਦ ਬੰਨ੍ਹਣਾ

termination /,ਟਅ:ਮਿ'ਨੇਇਸ਼ਨ/ *n* ਅੰਤ, ਖ਼ਾਤਮਾ, ਸੀਮਾ, ਹੱਦਬੰਦੀ; ਸ਼ਬਦ ਦਾ ਅੰਤਲਾ ਅੱਖਰ, ਸਿਰਾ

terminator /'ਟਅ:ਮਿਨੇਇਟਅ*/ *n* ਖ਼ਤਮ ਕਰਨ ਵਾਲਾ ਵਿਅਕਤੀ ਜਾਂ ਪਦਾਰਥ; ਸਮਾਪਕ, ਪ੍ਰਕਾਸ਼ ਅਪ੍ਰਕਾਸ਼ ਵੰਡ ਰੇਖਾ

terminological /,ਟਅ:ਮਿਨਅ'ਲੌਜਿਕਲ/ *a* ਪਰਿਭਾਸ਼ਕ

terminology /,ਟਅ:ਮਿ'ਨੌਲਅਜਿ/ *n*

ਪਰਿਭਾਸ਼ਾ ਵਿਗਿਆਨ, ਪਰਿਭਾਸ਼ਕੀ, ਪਰਿਭਾਸ਼ਕ ਸ਼ਬਦਾਵਲੀ

terminus /'ਟਅ:ਮਿਨਅਸ/ *n* ਅੰਤਲਾ ਸਟੇਸ਼ਨ; ਉਦੇਸ਼, ਨਿਸ਼ਾਨਾ, ਹੱਦ, ਮੰਜ਼ਲ, ਟੀਚਾ

termite /'ਟਅ:ਮਾਇਟ/ *n* ਸਿਓਂਕ, ਦੀਮਕ

termless /'ਟਅ:ਮਲਅਸ/ *a* ਕਾਲਹੀਣ, ਅਸੀਮ, ਨਿਰਬੰਧ (ਕਾਵਿ, ਭਾਸ਼ਣ)

term paper *n* (ਪਰੀਖਿਆ ਦੇਣ ਦੀ ਥਾਂ) ਪੇਸ਼ ਕੀਤਾ ਖੋਜ-ਪੱਤਰ, ਨਿਬੰਧ

terms of reference *n* ਵਿਚਾਰਗੋਚਰਾ ਵਿਸ਼ਾ; ਖ਼ਾਸ ਸ਼ਰਤਾਂ ਦੇ ਅੰਦਰ ਰਹਿਣ ਦੀ ਸਥਿਤੀ

tern[1] /ਟਅ:ਨ/ *n* ਤਿੱਕਾ, ਤਿੱਕੜੀ

tern[2] ਇੱਕ ਸਮੁੰਦਰੀ ਪੰਛੀ

ternary /'ਟਅ:ਨ(ਅ)ਰਿ/ *a* ਤਿੰਨਾਂ ਧਾਤਾਂ ਦਾ; ਤਿੰਨਾਂ ਦਾ; ਤਿੰਨ ਵਰਨਕ, ਤਿਰੰਗਾ

terne /ਟਅ:ਨ/ *n* ਕਲੀ ਅਤੇ (ਸਿੱਕੇ) ਦੀ ਮਿਲੀ ਹੋਈ ਧਾਤ

terrace /'ਟੈਰੱਅਸ/ *n* ਚਬੂਤਰਾ, ਚੌਂਤਰਾ; ਘਰਾਂ ਦੀ ਕਤਾਰ; ਖੁੱਲ੍ਹੀ ਛੱਤ; ਸਮੁੰਦਰ ਦਾ ਉੱਚਾ ਕਿਨਾਰਾ

terracotta /ˌਟੈਰੱਅ'ਕੌਟਅ/ *n* ਪਕਾਈ ਹੋਈ ਮਿੱਟੀ; (ਪੱਕੀ ਹੋਈ ਮਿੱਟੀ ਦੀ ਬਣੀ ਹੋਈ) ਮੂਰਤੀ

terra firma /ˌਟੈਰੱਅ 'ਫ਼ਅ:ਮਅ/ *(L) n* ਖ਼ੁਸ਼ਕੀ, ਥਲ

terrain /ਟਅ'ਰੇਇਨ/ *n* ਜ਼ਮੀਨ ਦਾ ਭਾਗ, ਖੇਤਰ, ਧਰਾਤਲ, (ਯੁੱਧ ਕਲਾ ਵਿੱਚ) ਉਪਯੋਗੀ ਭੂਮੀ

terramare /ˌਟੈਰੱਅ'ਮਾਰਿ/ *n* (ਪੂਰਬ ਇਤਿ) ਝੀਲਵਾਸ

terrapin /'ਟੈਰੱਅਪਿਨ/ *n* ਇੱਕ ਕਿਸਮ ਦਾ ਕੱਛੂਕੁੰਮਾ

terraqueous /ਟਅ'ਰੇਇਕਵਿਅਸ/ *a* ਪਾਣੀ ਅਤੇ ਮਿੱਟੀ ਦਾ, ਜਲ ਸਥਲਮਈ

terrene /'ਟੈਰੀਨ/ *a* ਜ਼ਮੀਨ ਦਾ, ਪ੍ਰਿਥਵੀ ਦਾ, ਸੰਸਾਰਿਕ, ਦੁਨਿਆਵੀ

terreplein /'ਟੇਅਪਲੇਇਨ/ *n* ਚਬੂਤਰਾ (ਤੋਪ ਬੀੜਨ ਲਈ)

terrestrial /ਟਅ'ਰੈਸੱਟਰਿਅਲ/ *a* ਧਰਤੀ ਦਾ, ਜ਼ਮੀਨ ਦਾ (ਟੈਲੀਸਕੋਪ); ਲੌਕਿਕ, ਸੰਸਾਰਿਕ, ਦੁਨਿਆਵੀ (ਜੰਤੂ), ਸਥਲਜੀਵੀ (ਪਸ਼ੂ); ਥਲਜ, ਥਲ ਚਰ

terrible /'ਟੈਰੱਅਬਲ/ *a* ਭਿਆਨਕ, ਵਿਕਰਾਲ, ਭਿਅੰਕਰ, ਡਰਾਉਣਾ; (ਬੋਲ) ਘੋਰ, ਤੀਬਰ, ਅਤਿ ਪ੍ਰਚੰਡ, ਬਹੁਤ ਤੇਜ਼, ਬੜਾ ਭਾਰੀ, ਡਾਢਾ, ਲੋੜ੍ਹੇ ਦਾ, ਕਹਿਰ ਦਾ

terribly /'ਟੈਰੱਅਬਲਿ/ *adv* ਬਹੁਤ, ਅਤਿਅੰਤ, ਭਿਆਨਕ ਰੂਪ ਵਿੱਚ

terricole /'ਟੈੱਰਿਕਅਊਲ/ *a* ਧਰਤੀ ਉੱਤੇ ਉੱਗਣ ਵਾਲਾ, ਭੂਮੀ ਜੀਵੀ

terrier[1] /ਟੈੱਰਿਅ*/ *n* ਕੁੱਤੇ ਦੀ ਇੱਕ ਜਾਤੀ, ਟੈਰਿਅਰ

terrier[2] *n* ਖ਼ਸਰਾ, ਖਤੌਨੀ

terrific /ਟਅ'ਰਿਫ਼ਿਕ/ *a* ਭਿਅੰਕਰ, ਵਿਕਰਾਲ, ਡਰਾਉਣਾ, ਭਿਆਨਕ, ਘੋਰ, ਡਾਢਾ

terrify /'ਟੈੱਰਿਫ਼ਾਇ/ *v* ਭੈ-ਭੀਤ ਕਰਨਾ, ਡਰਾਉਣਾ

territorial /ˌਟੈਰੱਅ'ਟੋਰਿਅਲ/ *a* ਪ੍ਰਦੇਸ਼ਕ, ਰਾਜ ਖੇਤਰੀ *n* ਪ੍ਰਦੇਸ਼ਕ ਸੈਨਾ ਦਾ ਸਿਪਾਹੀ

Territorial Army, Territorial Force ਪ੍ਰਦੇਸ਼ਕ ਸੈਨਾ, ਇਲਾਕਾਈ ਫ਼ੌਜ, ਖੇਤਰੀ ਸੈਨਾ

territory /'ਟੈਰੱਅਟਰਿ/ *n* ਪ੍ਰਦੇਸ਼, ਰਾਜਖੇਤਰ, ਇਲਾਕਾ, ਸਲਤਨਤ, ਰਿਆਸਤ; ਵਪਾਰ ਖੇਤਰ; ਭੂ-ਖੰਡ

terror /'ਟੈਰੱਅ*/ *n* ਡਰ, ਖੌਫ਼, ਤਰਾਸ, ਭੈ, ਹੌਲ, ਦਹਿਲ; ਡਰਾਵਾ, ਹਊਆ; (ਬੋਲ) ਸ਼ਰਾਰਤੀ ਬੱਚਾ

terrorism /'ਟੈਰੱਅਰਿਜ਼ਅਮ/ *n* ਆਤੰਕਵਾਦ

terrorist /'ਟੈਰੱਅਰਿਸਟ/ *n* ਆਤੰਕਵਾਦੀ, ਦਹਿਸ਼ਤਪਸੰਦ

terrorization /ˌਟੈਰੱ(ਅ)ਰਾਇ'ਜ਼ੇਇਸ਼ਨ/ *n* ਭੈ-ਭੀਤ ਕਰਨ ਜਾਂ ਡਰਾਉਣ ਦੀ ਕਿਰਿਆ

terrorize /'ਟੈਰੱਅਰਾਇਜ਼/ *vt* ਭੈ-ਭੀਤ ਕਰਨਾ, ਡਰਾਉਣਾ

terror-stricken /'ਟੈਰੱਅਸਟਰਿਕ(ਅ)ਨ/ *a* ਭੈ-ਭੀਤ, ਡਰ ਮਾਰਿਆ

terry[1] /'ਟੈੱਰਿ/ *a* ਬੁਰਦਾਰ *n* ਬੁਰਦਾਰ ਕੱਪੜਾ

Terry[2] *n* (ਬੋਲ) ਪ੍ਰਦੇਸ਼ਕ ਸੈਨਿਕ

terse /ਟਅ:ਸ/ *a* (ਭਾਸ਼ਣ, ਲਿਖਣ ਸ਼ੈਲੀ, ਲੇਖਕ ਦੇ ਸੰਬੰਧ ਵਿੱਚ) ਸਪਸ਼ਟ, ਸਾਫ਼-ਸੁਥਰਾ, ਸੰਖਿਪਤ

tertian /'ਟਅ:ਸ਼ਨ/ *a* ਵਾਰੀ ਦਾ, ਤੀਜੇ ਦਿਨ ਦਾ *n* ਵਾਰੀ ਦਾ ਤਾਪ, ਤੇਈਆ

tertiary /'ਟਅ:ਸ਼ਅਰਿ/ *a* ਤੀਜੇ ਦਰਜੇ ਦਾ; ਤੀਜਾ ਤ੍ਰੇਤਾ ਯੁੱਗ

tertius /'ਟਅ:ਸ਼ਿਅਸ/ *a* ਤੀਜਾ, ਤੀਸਰਾ

terylene /'ਟੈਰੱਅਲੀਨ/ *n* ਟੈਰੀਲੀਨ

TESOL /'ਟੀਸੌਲ, 'ਟੈੱਸੌਲ/ *abbr* **teaching English to speakers of other languages** ਦਾ ਸੰਖਿਪਤ ਰੂਪ, ਅੰਗਰੇਜ਼ੀ ਨਾ ਸਮਝਣ ਵਾਲਿਆਂ ਦੀ ਅੰਗਰੇਜ਼ੀ ਦੀ ਸਿਖਲਾਈ, ਅਜਿਹੇ ਵਿਦਿਆਰਥੀਆਂ ਨੂੰ ਪੜ੍ਹਾਉਣ ਵਾਲੇ ਅੰਗਰੇਜ਼ੀ ਦੇ ਅਧਿਆਪਕ

tessellar /'ਟੈੱਸਅਲਅ*/ *a* ਚੌਪੜ ਦਾ, ਚਤਰਭੁਜਾਂ ਵਾਲਾ

tessellated /'ਟੈੱਸਅਲੇਇਟਿਡ/ *a* ਛੋਟੇ ਚਤਰਭੁਜਾਂ ਵਾਲਾ, ਰੰਗ-ਬਰੰਗੇ ਚਾਰਖ਼ਾਨਿਆਂ ਵਾਲਾ, ਖ਼ਾਨੇਦਾਰ (ਰਸਤਾ)

tessellation /,ਟੈੱਸਅ'ਲੇਇਸ਼ਨ/ *n* ਚਤਰਭੁਜਾਂ ਦੀ ਰਚਨਾ, ਚੌਪੜ ਦਾ ਕੰਮ, ਚਾਰਖ਼ਾਨਾ

tessera /'ਟੈੱਸਅਰਅ/ *n* ਜੜਤਕਾਰੀ ਵਿੱਚ ਵਰਤਿਆ ਜਾਂਦਾ ਸ਼ੀਸ਼ੇ ਜਾਂ ਹਾਥੀ ਦੰਦ ਆਦਿ ਦਾ ਟੁਕੜਾ

test[1] /ਟੈੱਸਟ/ *n* ਪਰਖ, ਪਰੀਖਿਆ, ਜਾਂਚ, ਇਮਤਿਹਾਨ; ਕਸੌਟੀ; ਆਧਾਰ; ਕੁਠਾਲੀ; (ਬੋਲ) ਟੈਸਟ ਮੈਚ, ਮੁਕਾਬਲੇ ਦੀ ਖੇਡ *vt* (ਰਸਾ) ਪਰਤਾਉਣਾ, ਪਰਤਾਵਾ ਲੈਣਾ, ਜੋਖਣਾ, ਜਾਚਣਾ; ਪਰੀਖਿਆ ਕਰਨਾ, ਪਰਖਣਾ, ਅਜ਼ਮਾਉਣਾ, ਇਮਤਿਹਾਨ ਲੈਣਾ

test[2] *n* (ਕੁਝ ਜਾਨਵਰਾਂ ਦਾ) ਖੋਲ, ਖੱਲ

testable /'ਟੈੱਸਟਅਬਲ/ *a* ਪ੍ਰੀਖਣ ਯੋਗ, ਸੋਧਣ ਯੋਗ

testacean /ਟੈੱਸਟੇਇਸ਼ਅਨ/ *n* ਸਖ਼ਤ ਖੋਲ ਵਾਲਾ ਜੀਵ

testaceous /ਟੈੱ'ਸਟੇਇਸ਼ਅਸ/ *a* ਸਖ਼ਤ ਖੋਲ ਵਾਲਾ

testament /'ਟੈੱਸਟਅਮਅਨਟ/ *n* ਵਸੀਅਤ, ਇੱਛਾ ਪੱਤਰ; ਪੁਰਾਣਾ ਧਰਮ ਨੇਮ, ਨੇਮ ਪੱਤਰ, ਸ਼ਾਖ **New Testament** ਬਾਈਬਲ ਦੀ ਨਵੀਨ ਸ਼ਾਖ **Old Testament** ਬਾਈਬਲ ਦੀ ਪੁਰਾਤਨ ਸ਼ਾਖ

testamentary /,ਟੈੱਸਟਅ'ਮੈੱਨਟ(ਅ)ਰਿ/ *a* ਵਸੀਅਤ ਸੰਬੰਧੀ

testamur /ਟੈੱ'ਸਟੇਇਮਅ*/ *n* (ਯੂਨੀਵਰਸਿਟੀ ਦੇ ਇਮਤਿਹਾਨ ਦੀ) ਸਨਦ, ਪ੍ਰਮਾਣ-ਪੱਤਰ

testate /'ਟੈੱਸਟੇਇਟ/ *a* ਵਸੀਅਤ ਕਰਕੇ ਮਰਨ ਵਾਲਾ (ਆਦਮੀ)

testator /'ਟੈੱਸਟੇਇਟਅ*/ *n* ਵਸੀਅਤ ਕਰਨ ਵਾਲਾ ਵਿਅਕਤੀ

testatrix /ਟੈੱਸ'ਟੇਇਟਰਿਕਸ/ *n* ਵਸੀਅਤ ਕਰਨ ਵਾਲੀ ਔਰਤ

test ban *n* ਨਿਊਕਲੀ ਹਥਿਆਰਾਂ ਦੀ ਅਜ਼ਮਾਇਸ਼ ਕਰਨ ਸੰਬੰਧੀ ਵੱਖ-ਵੱਖ ਦੇਸ਼ਾਂ ਦੀ ਆਪਸੀ ਸੰਧੀ

tester /'ਟੈੱਸਟਅ*/ *n* ਪਰਖਣ ਵਾਲਾ, ਜਾਂਚਣ ਵਾਲਾ, ਪਰੀਖਿਅਕ, ਪਾਰਖੂ; ਪਰੀਖਿਆ ਯੰਤਰ, ਕਸੌਟੀ

testicle /'ਟੈੱਸਟਿਕਲ/ *n* ਅੰਡਕੋਸ਼, ਨਲ, ਟੱਟਾ, ਪਤਾਲੂ; (ਬੱਕਰੇ ਦਾ) ਕਪੂਰਾ

testify /'ਟੈੱਸਟਿਫ਼ਾਇ/ *v* ਗਵਾਹੀ ਦੇਣਾ, ਸਬੂਤ ਦੇਣਾ, ਸਾਬਤ ਕਰਨਾ, ਸਿੱਧ ਕਰਨਾ, ਪ੍ਰਮਾਣ ਦੇਣਾ, ਸਾਖੀ ਹੋਣਾ, ਜ਼ਾਹਰ ਕਰਨਾ

testimonial /,ਟੈੱਸਟਿ'ਮਅਉਨਿਅਲ/ *n* ਪ੍ਰਸੰਸਾ-ਪੱਤਰ, ਚਰਿੱਤਰ-ਪੱਤਰ, ਸਨਦ, ਸਰਟੀਫ਼ਿਕੇਟ,

ਪ੍ਰਮਾਣ-ਪੱਤਰ; (ਸਨਮਾਨ ਸੂਚਕ) ਭੇਟ, ਉਪਹਾਰ

testimony /**'ਟੈੱਸਟਿਮਅਨਿ**/ *n* ਸਬੂਤ, ਪ੍ਰਮਾਣ, ਸ਼ਾਹਦੀ; (ਕਨੂੰ) ਸ਼ਹਾਦਤ, ਹਲਫ਼ੀਆ ਬਿਆਨ; (ਬਾਈ) ਪਰਮਾਤਮਾ ਦੇ ਦਸ ਆਦੇਸ਼

test-tube baby *n* ਪਰਖ ਨਲੀ ਬੱਚਾ

testy /**'ਟੈੱਸਟਿ**/ *a* ਕ੍ਰੋਧੀ, ਚਿੜਚਿੜਾ, ਖਿਝੂ

tetanus /**'ਟੈੱਟਅਨਅਸ**/ *n* ਇੱਕ ਪ੍ਰਕਾਰ ਦਾ ਰੋਗ ਜਿਸ ਵਿੱਚ ਪੇਸ਼ੀਆਂ ਖਿੱਚੀਆਂ ਜਾਂਦੀਆਂ ਹਨ, ਖਿੱਚ ਦੀ ਬਿਮਾਰੀ, ਧ੍ਰਣਖਵਾ, ਟੈਟਨਸ

tetchy /**'ਟੈੱਚਿ**/ *a* ਕ੍ਰੋਧੀ, ਚਿੜਚਿੜਾ, ਖਿਝੂ, ਸੜੀਅਲ, ਤੁਨਕ ਮਿਜ਼ਾਜ

tete-a-tete /**,ਟੇਇਟ ਆ 'ਟੇਇਟ**/ *n* (ਸਿਰ ਜੋੜ ਕੇ ਕੀਤੀ) ਗੁਪਤ ਵਾਰਤਾਲਾਪ, ਘੁਸਰ-ਮੁਸਰ, ਘੋਰ-ਮਸੋਰਾ; ਦੋ ਵਿਅਕਤੀਆਂ ਦੇ ਬੈਠਣ ਦਾ ਸੋਫਾ *a* ਗੁਪਤ *adv* ਆਮ੍ਹਣੇ-ਸਾਮ੍ਹਣੇ; ਵਿਅਕਤੀਗਤ ਰੂਪ ਵਿੱਚ, ਨਿੱਜੀ ਤੌਰ 'ਤੇ, ਅੰਦਰਖਾਤੇ, ਸਿਰ ਜੋੜ ਕੇ

tether /**'ਟੈੱਦਅ***/ *n* (ਪਸ਼ੂਆਂ ਨੂੰ ਪਾਉਣ ਵਾਲਾ) ਰੱਸਾ, ਜ਼ੰਜੀਰ, ਪੈਂਖੜ; ਸੀਮਾ, ਹੱਦ *vt* (ਪਸ਼ੂਆਂ ਨੂੰ) ਪੈਂਖੜ ਪਾਉਣਾ (ਖੁੱਲ੍ਹਾ ਚਰਨ ਲਈ); ਰੱਸੀ ਨਾਲ ਬੰਨ੍ਹਣਾ, ਸੀਮਿਤ ਕਰਨਾ

tetrachord /**'ਟੈੱਟਰਅਕੋਡ**/ *n* ਚਾਰ ਸੁਰਾਂ ਦਾ ਸਰਗਮ (ਵਿਸ਼ੇਸ਼ ਕਰਕੇ ਪ੍ਰਾਚੀਨ ਸੰਗੀਤ ਵਿੱਚ)

tetrachordal /**,ਟੈੱਟਰਆ'ਕੋਡਲ**/ *a* ਚਾਰ ਸੁਰਾਂ ਦਾ

tetrad /**'ਟੈੱਟਰੈਡ**/ *n* ਚਾਰ ਦਾ ਸਮੂਹ, ਚੌਕੜੀ, ਚੌਕਾ, ਚੌਕੜ

tetrahedral /**,ਟੈੱਟਰਅ'ਹੀਡਰਲ**/ *a* ਚਾਰ ਪਾਸਿਆਂ ਵਾਲਾ, ਚਤਰ ਫਲਕੀ

tetrahedron /**,ਟੈੱਟਰਅ'ਹੀਡਰਅਨ, -ਹੈਡੱ-**/ *n* ਚਹੁੰਮੁਖੀ, ਚਤਰਫਲਕ

tetrameter /**ਟੈੱ'ਟੈਮਿਟਅ***/ *n* ਚੁਮਾਤਰਾ, ਚਾਰਛੰਦੀ, ਚਾਰਪਦਾ

tetter /**'ਟੈੱਟਅ***/ *n* ਖੁਜਲੀ, ਦੱਦ, ਧੱਦਰ, ਚੰਬਲ *vt* ਖਾਜ ਕਰਨਾ, ਖੁਜਲੀ ਕਰਨਾ

tewel /**'ਟਯੂਅਲ**/ *n* (ਧੂੰਆਂ ਆਦਿ ਕੱਢਣ ਦੀ) ਚਿਮਨੀ

text /**ਟੈੱਕਸਟ**/ *n* ਮੂਲਪਾਠ; ਸੂਤਰ, ਵਚਨ, ਗ੍ਰੰਥ ਦਾ ਸਾਰ; ਵਿਸ਼ਾ-ਵਸਤੂ (ਪੁਸਤਕ ਦਾ), ਪਾਠ-ਪੁਸਤਕ, ਪਾਠ ਗ੍ਰੰਥ, ਮਤਨ

textbook /**'ਟੈੱਕਸਟਬੁਕ**/ *n* ਪੜ੍ਹਾਈ ਦੀ ਕਿਤਾਬ, ਪਾਠ ਪੁਸਤਕ, ਕੋਰਸ

textile /**'ਟੈੱਕਸਟਾਇਲ**/ *a* ਬੁਣਾਈ ਦਾ, ਬੁਣਾਈ ਸੰਬੰਧੀ; ਬੁਣਨ ਯੋਗ *n* ਬੁਣਿਆ ਕੱਪੜਾ, ਬੁਣਨ ਯੋਗ ਜਾਂ ਬੁਣੀ ਸਮਗਰੀ

textual /**'ਟੈੱਕਸਚੁਅਲ**/ *a* ਪਾਠ ਸੰਬੰਧੀ, ਪਾਠਗਤ

texture /**'ਟੈੱਕਸਚਅ***/ *n* ਰਚਨਾ, ਬਣਤਰ, ਉਣਤੀ, ਬੁਣਾਈ, ਜੜਤ, ਗਠਨ

thalassian /**ਥੈ'ਲੈਸਿਅਨ**/ *a* ਸਮੁੰਦਰ ਸੰਬੰਧੀ, ਸਮੁੰਦਰੀ, ਸਾਗਰ ਸੰਬੰਧੀ

thalassocracy /**,ਥੈਲਅ'ਸੌਕਰਅਸਿ**/ *n* ਸਮੁੰਦਰਾਂ ਦੀ ਸਰਦਾਰੀ

thalassography /**,ਥੈਲਅ'ਸੌਗਰਅਫ਼ਿ**/ *n* ਸਾਗਰ ਵਿੱਦਿਆ, ਸਾਗਰ ਵਿਗਿਆਨ

thalassometer /**,ਥੈਲਅ'ਸੌਮਿਟਅ***/ *n* ਜਵਾਰਮਾਪਕ ਯੰਤਰ, ਜਵਾਰਮਾਨ, ਥਲੈਸੋਮੀਟਰ

thalassotherapy /**,ਥੈਅਲਅਸਅਉ'ਥੈਰੱਅਪਿ**/ *n* ਸਮੁੰਦਰ ਯਾਤਰਾ ਚਿਕਿਤਸਾ, ਸਾਗਰ ਵਾਤਾਵਰਨ ਚਿਕਿਤਸਾ

thaler /**'ਟਾਲਅ***/ *n* (ਜਰਮਨੀ ਦਾ) ਟਾਲਰ, ਚਾਂਦੀ ਦਾ ਸਿੱਕਾ

thallium /**'ਥੈਲਿਅਮ**/ *n* ਥੈਲੀਅਮ (ਇੱਕ ਧਾਤ)

than /**ਦਅਨ**/ *conj* ਕੋਲੋਂ, ਨਾਲੋਂ, ਪਾਸੋਂ, ਟਾਕਰੇ 'ਤੇ, ਬਨਿਸਬਤ, ਤੁਲਨਾ ਵਜੋਂ

thanage /**'ਥੇਇਨਿਜ**/ *n* (ਇਤਿ) ਚੌਧਰੀ ਦਾ ਪਦ, ਥੇਨਸ਼ਾਹੀ

thanatism /**'ਥੈਨਅਟਿਜ਼ਅਮ**/ *n* ਮਰਨ ਪਿੱਛੋਂ ਆਤਮਾ ਦੀ ਮੁਕਤੀ ਦਾ ਸਿਧਾਂਤ, ਮੁਕਤੀਵਾਦ, ਨਿਰਵਾਣਵਾਦ

thanatognomonic /ˌਥੈਨਅਟਅਉਨਅ'ਮੌਨਿਕ/ *a* ਮੌਤ ਲਿਆਉਣ ਵਾਲਾ, ਮੌਤ ਪ੍ਰਗਟ ਕਰਨ ਵਾਲਾ, ਘਾਤਕ

thanatoid /'ਥੈਨਅਟੌਇਡ/ *a* ਮੌਤ ਵਰਗਾ, ਕਾਲ ਰੂਪੀ

thanatophobia /ˌਥੈਨਅਟਅ(ਉ)'ਫ਼ਅਉਬਿਅ/ *n* ਮੌਤ ਦਾ ਭੈ

thane /ਥੇਇਨ/ *n* (ਇੰਗਲੈਂਡ ਦੇ ਅਰੰਭਿਕ ਇਤਿਹਾਸ ਵਿੱਚ) ਉੱਚ ਮੱਧ ਸ਼੍ਰੇਣੀ ਦਾ ਵਿਅਕਤੀ, ਚੌਧਰੀ, ਕਬੀਲੇ ਦਾ ਮੁਖੀ

thank /ਥੈਙਕ/ *n* ਧੰਨਵਾਦ, ਸ਼ੁਕਰੀਆ *v* ਧੰਨਵਾਦ ਕਰਨਾ

thankful /'ਥੈਙਕਫ਼ਲ/ *a* ਧੰਨਵਾਦੀ, ਕਿਰਤੱਗ, ਸ਼ੁਕਰਗੁਜ਼ਾਰ, ਇਹਸਾਨਮੰਦ

thankless /'ਥੈਙਕਲਅਸ/ *a* ਨਾਸ਼ੁਕਰਾ, ਕ੍ਰਿਤਘਣ, ਨਮਕ ਹਰਾਮ

thank-offering *n* ਨਜ਼ਰ, ਭੇਟ, ਭੇਟਾ, ਸ਼ੁਕਰਾਨਾ

thanks /ਥੈਙਕਸ/ *n* ਧੰਨਵਾਦ, ਸ਼ੁਕਰੀਆ

thanksgiving /ˌਥੈਙਕਸ'ਗਿਵ੍ਙਿ/ *n* (ਰੱਬ ਪ੍ਰਤੀ) ਸ਼ੁਕਰਾਨੇ ਦਾ ਪ੍ਰਗਟਾਅ

thank you /'ਥੈਙਕਯੂ/ *n* ਧੰਨਵਾਦ, ਧੰਨਵਾਦ ਕਰਨ ਦੇ ਸ਼ਬਦ

thar /ਥ਼ਾ*/ *n* (ਨੇਪਾਲ ਦੀ) ਥਾਰ ਬੱਕਰੀ

that /ਦੈਟ/ *pron* ਉਹ, ਉਸ *conj* ਜੋ, ਜੋ ਕਿ, ਪਈ *adv* ਇੰਨਾ, ਇਸ ਹੱਦ ਤੱਕ, ਇਸ ਕਦਰ

thatch /ਥੈਚ/ *n* ਛੱਪਰ, (ਛੱਤ ਪਾਉਣ ਲਈ) ਘਾਹ, ਫੂਸ; (ਬੋਲ) ਸਿਰ ਦੇ ਸੰਘਣੇ ਵਾਲ *vt* ਛੱਪਰ ਪਾਉਣਾ; ਛੱਪਰ ਨਾਲ ਢਕਣਾ

thaumaturgic /ˌਥੋਮਅ'ਟਅ:ਜਿਕ/ *a* ਹੈਰਾਨ ਕਰਨ ਵਾਲਾ, ਚਕਰਿਤ ਕਰਨ ਵਾਲਾ, ਕੌਤਕੀ, ਚੋਜੀ

thaumaturgy /'ਥੋਮਅਟਅ:ਜਿ/ *n* ਕੌਤਕ, ਚੋਜ

thaw /ਥੋ/ *n* ਪੰਘਾਰ; ਖੁੱਲ੍ਹੀ ਰੁੱਤ *v* (ਬਰਫ਼ ਜਾਂ ਜੰਮੀ ਹੋਈ ਚੀਜ਼ ਦਾ) ਢਲਣਾ, ਪੰਘਰਨਾ, ਗਾਲਣਾ, ਪੰਘਾਰਨਾ, ਢਾਲਣਾ, ਘੁਲਣਾ; (ਭਾਵਾਰਥ) ਪਸੀਜਣਾ, ਢਿੱਲਾ ਪੈਣਾ; ਰੁੱਖਾਪਣ ਛੱਡਣਾ, ਸੁਸ਼ੀਲ ਹੋਣਾ

the /ਦਅ, ਦਿ, ਦੀ/ *a* (ਸਵਰ ਤੋਂ ਪਹਿਲਾਂ 'ਦਿ', ਵਿਅੰਜਨ ਤੋਂ ਪਹਿਲਾਂ 'ਦਅ') ਉਹ, ਪਹਿਲਾਂ ਵਰਣਨ ਕੀਤਾ; ਪ੍ਰਤੱਖ, ਵਰਤਮਾਨ *adv* ਜਿਤਨਾ, ਉਤਨਾ ਹੀ; ਇੰਜ, ਇਸ ਤਰ੍ਹਾਂ, ਇਸ ਕਾਰਨ, ਇਸ ਕਦਰ

theanthropic /ਥੀਐਨ'ਥਰੌਪਿਕ/ *a* ਅਵਤਾਰੀ, ਦੇਵ-ਮਨੁੱਖੀ

theatre /'ਥਿਅਟਅ*/ *n* ਰੰਗ-ਭੂਮੀ, ਨਾਟਕ ਗ੍ਰਿਹਿ, ਥੀਏਟਰ, ਨਾਟਘਰ, ਮੰਡੂਆ, ਸਿਨੇਮਾ; ਲੈਕਚਰ ਹਾਲ, ਖੇਤਰ, ਮੰਡਲ, ਮੈਦਾਨ (ਕੰਮ ਦਾ, ਜੰਗ ਦਾ, ਸੇਵਾ ਦਾ), ਅਖਾੜਾ; ਪੌੜੀਦਾਰ ਕਮਰਾ (ਲੈਕਚਰ ਜਾਂ ਉਪਰੇਸ਼ਨ ਲਈ)

theatrical /ਥਿ'ਐਟਰਿਕਲ/ *a* ਨਾਟਕੀ, ਮੰਚ ਸੰਬੰਧੀ, ਥੀਏਟਰੀ; ਬਣਾਉਟੀ, ਦਿਖਾਵੇ ਵਾਲਾ

The C /ਦਅ 'ਸੀ/ *n* ਦੂਜੇ ਚਾਰਲਸ ਦੇ ਰਾਜ ਵਿੱਚ ਵਿਦੇਸ਼ੀ ਮਾਮਲਿਆਂ ਦੀ ਕਮੇਟੀ ਜਿਸ ਦੇ ਮੈਂਬਰਾਂ ਦੇ ਨਾਵਾਂ ਦੇ ਪਹਿਲੇ ਅੱਖਰ ਤੋਂ **cabal** ਬਣਦਾ ਸੀ (**Cabal** ਦਾ ਭਾਵ ਰਾਜਨੀਤਕ ਜੁੰਡਲੀ ਹੈ)

thee /ਦੀ/ *pron* ਤੈਨੂੰ, ਤੁਧ, ਤੁਧ ਨੂੰ

theft /ਥੈੱਫ਼ਟ/ *n* ਚੋਰੀ, ਲੁੱਟ, ਚੋਰੀ ਦਾ ਮਾਲ

theic /'ਥੀਇਕ/ *n* ਚਾਹ ਦਾ ਪਿਆਕ, ਬਹੁਤੀ ਚਾਹ ਪੀਣ ਵਾਲਾ (ਬੰਦਾ)

theiform /'ਥੀਇਫ਼ੋਮ/ *a* ਚਾਹ ਵਰਗਾ, ਚਾਹ ਦੇ ਪੌਦੇ ਵਰਗਾ

their /ਦੇਅ*/ *pron* ਉਹਨਾਂ ਦਾ; ਇਹਨਾਂ ਦਾ; ਆਪਣਾ

theirs /ਦੇਅਜ਼/ *a* ਉਹਨਾਂ ਦਾ

theism /'ਥੀਇਜ਼ਅਮ/ *n* ਆਸਤਿਕਤਾ, ਈਸ਼ਵਰਵਾਦ, ਆਸਤਿਕਵਾਦ, ਖ਼ੁਦਾਪ੍ਰਸਤੀ

theist /'ਥੀਇਸਟ/ *n* ਆਸਤਿਕ, ਈਸ਼ਵਰਵਾਦੀ, ਖ਼ੁਦਾਪ੍ਰਸਤ

theistic /ਥੀ'ਇਸਟਿਕ/ *a* ਆਸਤਿਕ, ਆਸਤਿਕਤਾ ਸੰਬੰਧੀ, ਈਸ਼ਵਰਵਾਦ ਸੰਬੰਧੀ, ਖ਼ੁਦਾਪ੍ਰਸਤ

them /ਦੈੱਮ, ਦਅਮ/ *pron* ਉਹਨਾਂ ਨੂੰ

thematic /ਥਿ'ਮੈਟਿਕ, ਥੀ-/ *a* ਵਿਸ਼ੇ ਗਤ, (ਸੰਗੀ) ਲੈ-ਆਤਮਿਕ ਵਿਸ਼ੇ ਸੰਬੰਧੀ, (ਵਿਆ) ਵਿਕਰਨ ਜੁਗਤ

theme /ਥੀਮ/ *n* ਵਸਤੂ, ਵਿਸ਼ਾ, ਵਿਸ਼ਾ-ਵਸਤੂ, ਪ੍ਰਕਰਨ, ਕਥਾ, ਕਥਾ ਪ੍ਰਸੰਗ; ਲੇਖ, ਰਚਨਾ, ਨਿਬੰਧ; (ਵਿਆ) ਸੰਗਿਆ ਜਾਂ ਕਿਰਿਆ ਦਾ ਮੂਲ; (ਸੰਗੀ) ਗਾਉਣ ਵਿਸ਼ਾ

Themis /'ਥੈੱਮਿਸ/ *n* (ਯੂਨਾਨੀ ਪੁਰਾਣ) ਨਿਆਂ ਦੇਵੀ

themselves /ˌਦਅਮ'ਸੈਲੱਵ੍ਜ਼/ *pron* ਉਹ, ਆਪਣੇ ਆਪ, ਆਪਣੇ ਆਪ ਨੂੰ

then /ਦੈਨੱ/ *adv* ਉਦੋਂ, ਤਦੋਂ, ਤਦ, ਤਾਂ; ਫਿਰ ਤਾਂ; ਫਿਰ, ਮਗਰੋਂ, ਉਸ ਸਮੇਂ, ਉਦੋਂ; ਉਸ ਸਮੇਂ ਦਾ

thence /ਦੈਨੱਸ/ *adv* (ਪਰਾ) ਉਸ ਥਾਂ ਤੋਂ, ਉਥੋਂ, ਉਸ ਸਮੇਂ ਤੋਂ, ਤਦ ਤੋਂ, ਉਦੋਂ ਤੋਂ; ਉਧਰੋਂ

thenceforth /ˌਦੈਨੱਸ'ਫ਼ੋਥ/ *adv* ਉਦੋਂ ਅੱਗੇ, ਤਦ ਤੋਂ

thenceforward /ˌਦੈਨੱਸ'ਫ਼ੋਵਅਡ/ *adv* ਉਦੋਂ ਅੱਗੇ, ਤਦ ਤੋਂ

theocracy /ਥਿ'ਔਕਰਅਸਿ/ *n* ਦੀਨੀ ਹਕੂਮਤ, ਧਰਮਤੰਤਰ, ਈਸ਼ਵਰਤੰਤਰ

theocratic /ਥਿਅ'ਕਰੈਟਿਕ/ *a* ਧਰਮਤੰਤਰਿਕ

theodicy /ਥਿ'ਔਡਿਸਿ/ *n* ਈਸ਼ਵਰੀ ਨਿਆਂਵਾਦ

theodolite /ਥਿ'ਔਡਅਲਾਇਟ/ *n* ਥੀਓਡੀਲਾਈਟ, ਕੋਣ ਮਾਪਕ

theogony /ਥਿ'ਔਗਅਨਿ/ *n* ਦੇਵ ਉਤਪਤੀ, ਦੇਵ-ਵੰਸ਼ ਪਰੰਪਰਾ; ਦੇਵ-ਪੁਰਾਣ

theologian /ˌਥੀਅ'ਲਅਉਜਅਨ/ *n* ਧਰਮਸ਼ਾਸਤਰੀ; ਬ੍ਰਹਮਗਿਆਨੀ, ਅਧਿਆਤਮਵਾਦੀ

theological /ˌਥੀਅ'ਲੌਜਿਕਲ/ *a* ਧਰਮ ਤੱਤ ਸੰਬੰਧੀ, ਅਧਿਆਤਮਿਕ, ਪਰਮਾਰਥਿਕ

theology /ˌਥੀ'ਔਲਅਜਿ/ *n* ਧਰਮ ਸ਼ਾਸਤਰ

theomachist /ਥਿ'ਔਮਅਕਿਸਟ/ *n* ਧਰਮ ਵਿਰੋਧੀ, ਨਾਸਤਿਕ, ਮੁਨਕਰ, ਮਨਮੁਖ

theomania /ਥਿਅ'ਮੇਇਨਿਅ/ *n* ਧਾਰਮਿਕ ਖ਼ਬਤ

theophany /ਥਿ'ਔਫ਼(ਅ)ਨਿ/ *n* ਕਿਸੇ ਦੇਵਤੇ ਦੇ ਪ੍ਰਤੱਖ ਦਰਸ਼ਨ, ਪ੍ਰਭੂ ਦਰਸ਼ਨ

theorbo /ਥਿ'ਓਬਅਉ/ *n* ਗਿਆਰਾਂ ਤਾਰਾਂ ਦਾ ਵਾਦ ਯੰਤਰ, ਸਾਰੰਗੀ

theorem /'ਥਿਅਰਅਮ/ *n* (ਗਣਿ) ਮਸਲਾ; ਬੀਜ ਗਣਿਤ ਦੇ ਜਾਂ ਦੂਜੇ ਨੇਮ (ਸੂਤਰ ਰੂਪ ਵਿੱਚ ਲਿਖੇ ਹੋਏ); ਪ੍ਰਮੇਯ, ਸੂਤਰ

theoretic, theoretical /ˌਥਿਅ'ਰੈੱਟਿਕ, ˌਥਿਅ'ਰੈੱਟਿਕਲ/ *a* ਵਿਚਾਰਵਾਨ, ਸਿਧਾਂਤਿਕ; ਇਲਮੀ; ਕਾਲਪਨਿਕ, ਖ਼ਿਆਲੀ, ਵਿਚਾਰਾਤਮਿਕ, ਮਾਨਸਿਕ

theoretics /ˌਥਿਅ'ਰੈੱਟਿਕਸ/ *n* ਵਿਚਾਰਵਾਨ ਵਿਅਕਤੀ; (ਬਹੁ) ਕਾਲਪਨਿਕ ਵਿਸ਼ਾ

theorist /'ਥਿਅਰਿਸਟ/ *n* ਸਿਧਾਂਤਕਾਰ, ਵਿਚਾਰਵਾਨ

theorize /'ਥਿਅਰਾਇਜ਼/ *vt* ਸਿਧਾਂਤ ਘੜਨਾ, ਨੇਮ ਬਣਾਉਣਾ, ਮੱਤ ਸਥਾਪਿਤ ਕਰਨਾ, ਅਨੁਮਾਨ ਲਾਉਣਾ, ਕਲਪਨਾ ਕਰਨਾ; ਸਿਧਾਂਤਕ ਗੱਲਾਂ ਕਰਨਾ, ਦਿਮਾਗ਼ੀ ਗੱਲਾਂ ਕਰਨਾ

theory /'ਥਿਅਰਿ/ *n* ਸਿਧਾਂਤ, ਮੱਤ; ਅਸੂਲ, ਨੇਮ

theosophic /ਥਿਅ'ਸੌਫ਼ਿਕ/ *a* ਬ੍ਰਹਮ ਵਿੱਦਿਆ ਸੰਬੰਧੀ, ਬ੍ਰਹਮ ਗਿਆਨ ਸੰਬੰਧੀ

theosophical /ˌਥਿਅ'ਸੌਫ਼ਿਕ(ਅ)ਲ/ *a* ਬ੍ਰਹਮਵਾਦ ਸੰਬੰਧੀ, ਬ੍ਰਹਮ ਗਿਆਨ ਸੰਬੰਧੀ

theosophist /ਥਿ'ਔਸਅਫ਼ਿਸਟ/ *n* ਬ੍ਰਹਮ ਗਿਆਨੀ, ਅਧਿਆਤਮ ਗਿਆਨੀ, ਬ੍ਰਹਮ ਦੇਵਤਾ

theosophy /ਥਿ'ਔਸਅਫ਼ਿ/ *n* ਬ੍ਰਹਮ ਵਿਗਿਆਨ, ਬ੍ਰਹਮ ਵਿੱਦਿਆ, ਬ੍ਰਹਮਵਾਦ, ਈਸ਼ਵਰਵਾਦ

therapeutic /ˌਥੈਰਅ'ਪਯੂਟਿਕ/ *a* ਵੈਦਗੀ ਨਾਲ ਸੰਬੰਧਿਤ; ਇਲਾਜ ਬਾਰੇ, ਚਿਕਿਤਸਾ ਸੰਬੰਧੀ

therapeutics /ˌਥੈੱਰਅ'ਪਯੂਟਿਕਸ/ *n* ਰੋਗ-ਚਿਕਿਤਸਾ ਵਿੱਦਿਆ, ਵੈਦਗੀ; ਚਿਕਿਤਸਾ ਸ਼ਾਸਤਰ, ਚਿਕਿਤਸਾ ਵਿਗਿਆਨ

therapy /'ਥੈੱਰਅਪਿ/ *n* ਇਲਾਜ, ਚਿਕਿਤਸਾ

there /ਦੇਅ*/ *adv* ਉੱਥੇ *n* ਉਹ ਥਾਂ *int* ਵੇਖਿਆ ਜੇ! ਹੱਛਾ ਹੱਛਾ! ਠੀਕ ਹੈ ਨਾ!

thereabouts /ˌਦੇਅਰਅ'ਬਾਉਟਸ/ *adv* ਉੱਥੇ ਕਿਤੇ, ਨੇੜੇ-ਤੇੜੇ, ਉਸ ਦੇ ਆਸ-ਪਾਸ; ਉਸ ਜਿੰਨ੍ਹਾ ਓਨਾ 'ਕੁ

thereafter /ˌਦੇਅਰ'ਆਫ਼ਟਅ*/ *adv* ਉਸ ਤੋਂ ਪਿੱਛੋਂ

thereat /ˌਦੇਅ'ਰੈਟ/ *adv* ਇਸ 'ਤੇ

thereby /ˌਦੇਅ'ਬਾਇ/ *adv* ਇੰਜ ਕਰਕੇ

therefore /'ਦੇਅਫ਼ੋ*/ *adv* ਤਾਹੀਂ, ਤਹੀਓਂ, ਇਸ ਲਈ, ਤਦੇ ਹੀ

therein /ˌਦੇਅਰ'ਇਨ/ *adv* ਉਸ ਵਿੱਚ

thereof /ˌਦੇਅਰ'ਔਵ/ *adv* ਉਸ ਦਾ

thereon / ˌਦੇਅਰ'ਔਨ/ *adv* ਇਸ ਤੋਂ ਮਗਰੋਂ, ਇਸ ਉਪਰੰਤ

thereto /ˌਦੇਅ'ਟੂ/ *adv* ਇਸ ਦੇ ਨਾਲ ਹੀ, ਇਸ ਤੋਂ ਇਲਾਵਾ

thereunder /ˌਦੇਅਰ'ਅੱਨਡਅ*/ *adv* ਇਸ ਦੇ ਅਧੀਨ, ਇਸ ਦੇ ਹੇਠਾਂ, ਥੱਲੇ

thereupon /ˌਦੇਅਰਅ'ਪੌਨ/ *adv* ਇਸ 'ਤੇ; ਫਲਸਰੂਪ; ਫ਼ੌਰਨ, ਤਤਕਾਲ, ਤੁਰੰਤ

therewith /ˌਦੇਅ'ਵਿਦ, -'ਵਿਥ/ *adv* (ਪਰਾ) ਇਸ ਤੋਂ ਇਲਾਵਾ

therewithal /ˌਦੇਅਵਿਦ'ਓਲ/ *adv* (ਪਰਾ) ਇਸ ਤੋਂ ਇਲਾਵਾ

therm /ਥਅ:ਮ/ *n* ਤਾਪ ਇਕਾਈ (ਜਿਵੇਂ 100, 000 ਬਰਤਾਨਵੀ ਥਰਮਲ ਯੂਨਿਟ)

thermal /'ਥਅ:ਮਲ/ *a* ਤਾਪ, ਗਰਮੀ ਦਾ, ਤਾਪਕ, ਤਾਪੀ, ਥਰਮ ਸੰਬੰਧੀ

thermion /'ਥਅ:ਮਿਅਨ/ *n* ਤਾਪ ਆਇਨ

thermodynamics /ˌਥਅ:ਮਅ(ਉ)ਡਾਇ'ਨੈਮਿਕਸ/ *n* (ਬਹੁ) ਤਾਪ ਗਤੀ ਵਿਗਿਆਨ

thermogenesis /ˌਥਅ:ਮਅ(ਉ)'ਜੈੱਨਿਸਿਸ/ *n* (ਸਰੀਰ ਵਿੱਚ) ਤਾਪ ਜਨਨ, ਤਾਪਨ

thermogenous /ˌਥਅ:ਮਅ(ਉ)'ਜਿਨਅਸ/ *a* ਗਰਮੀ ਨਾਲ ਪੈਦਾ ਹੋਇਆ; ਗਰਮੀ ਪੈਦਾ ਕਰਨਾ ਵਾਲਾ, ਤਾਪ ਜਨਕ

thermogram /'ਥਅ:ਮਅ(ਉ)ਗਰੈਮ/ *n* ਤਾਪ ਦਾ ਰਿਕਾਰਡ

thermometer /ਥਅ'ਮੌਮਿਟਅ*/ *n* ਤਾਪਮਾਨ ਯੰਤਰ, ਤਾਪਮਾਪੀ, ਥਰਮਾਮੀਟਰ

thermonuclear /ˌਥਅ:ਮਅਉ'ਨਯੂਕਲਿਅ*/ *a* ਤਾਪ ਨਿਊਕਲੀ, ਥਰਮੋਨਿਊਕਲੀ

thermos /'ਥਅ:ਮਅਸ/ *n* (ਬੋਲ) ਥਰਮੋਸ ਬੋਤਲ, ਥਰਮਸ

thermoscope /'ਥਅ:ਮਅ(ਉ)ਸਕਅਉਪ/ *n* ਤਾਪ ਦਰਸ਼ਕ ਯੰਤਰ, ਤਾਪ ਦਰਸ਼ੀ

thermosphere /'ਥਅ:ਮਅਸਫ਼ਿਅ*/ *n* ਤਾਪ-ਵਾਯੂ ਮੰਡਲ

thermostat /'ਥਅ:ਮਅਸਟੈਟ/ *n* ਤਾਪ ਸਥਾਪਕ ਯੰਤਰ

thermotherapy /ˌਥਅ:ਮਅ(ਉ)'ਥੈਰਅਪਿ/ *n* ਤਾਪ ਚਿਕਿਤਸਾ

theroid /'ਥੀਰੌਇਡ/ *a* ਪਸ਼ੂ ਵਰਗਾ, ਪਾਸ਼ਵਿਕ, ਜਾਨਵਰ ਜਿਹਾ

therology /ਥਿ'ਰੌਲਅਜਿ/ *n* ਪਸ਼ੂ ਵਿਗਿਆਨ

thesaurus /ਥਿ'ਸੋਰਅਸ/ *n* ਕੁੰਜੀਵਤ ਸ਼ਬਦਾਂ ਦੀਆਂ ਅਰਥ ਅਧਾਰਿਤ ਉਪਾਵਲੀਆਂ ਦਾ ਕੋਸ਼, ਸਮਅਰਥ ਕੋਸ਼, ਥੀਸਾਰਸ ਕੋਸ਼

thesis /'ਥੀਸਿਸ/ *n* ਪ੍ਰਤਿੱਗਿਆ, ਵਾਦ, ਦਾਹਵਾ; ਖੋਜ ਪ੍ਰਬੰਧ, ਥੀਸਿਸ

thesmothete /'ਥੈੱਸਮਅਥੀਟ/ *n* ਕਨੂੰਨ ਘੜਨ ਵਾਲਾ, ਕਨੂੰਨਸਾਜ਼, ਵਿਧੀ ਨਿਰਮਾਤਾ, ਵਿਧਾਇਕ; ਕਨੂੰਨ ਜਾਣਨ ਵਾਲਾ, ਵਕੀਲ

thespian /'ਥੈੱਸਪਿਅਨ/ *n* ਅਭਿਨੇਤਾ ਜਾਂ ਅਭਿਨੇਤਰੀ ਪਾਤਰ *a* ਨਾਟਕ ਸੰਬੰਧੀ

theurgical /ਥੀ'ਅ:ਜਿਕਲ/ *a* ਅਲੌਕਿਕ ਸ਼ਕਤੀ ਸੰਬੰਧੀ, ਕਰਾਮਾਤੀ

thew /ਥ੍ਯੂ/ *n* ਪੱਠੇ, ਪੇਸ਼ੀਆਂ; ਜ਼ੋਰ, ਜਾਨ, ਸ਼ਕਤੀ

they /ਦੇਇ/ *pron* ਉਹ, ਉਹ ਲੋਕ

thick /ਥਿਕ/ *a* ਮੋਟਾ, ਸਥੂਲ; ਘਿਓ-ਖਿਚੜੀ, ਗੁੰਨ੍ਹਿਆ, ਗੁੰਦਿਆ, ਭਰਿਆ, ਲੱਦਿਆ; ਠੋਸ, ਗਫ਼, ਗਾੜ੍ਹਾ; ਅਸਪਸ਼ਟ, ਧੁੰਦਲਾ; ਮੂਰਖ, ਬੁੱਧੂ, ਮੂੜ੍ਹ; ਨਜ਼ਦੀਕੀ, ਗੂੜ੍ਹਾ (ਯਾਰ) *adv* ਮੋਟੇ ਤੌਰ 'ਤੇ, ਲਗਾਤਾਰ

thicket /'ਥਿਕਿਟ/ *n* ਝਾੜੀ, ਝੁੰਡ, ਝੁਰਮਟ

thickhead /'ਥਿਕਹੈੱਡ/ *n* ਅੜੀਅਲ ਬੰਦਾ, ਬੁੱਧੂ ਬੰਦਾ, ਮੂੜ੍ਹ, ਮੂਰਖ (ਵਿਅਕਤੀ)

thickness /ਥਿਕਨਅਸ/ *n* ਸਥੂਲਤਾ, ਮੁਟਾਪਾ, ਮੁਟਾਈ, ਘਣਤਾ, ਸੰਘਣਾਪਣ, ਗਾੜ੍ਹਾਪਣ; ਗੰਧਲਾਪਣ; ਮੂੜ੍ਹਤਾ, ਬੁੱਧੂਪਣ

thick-skinned /ˌਥਿਕ'ਸਕਿਨਡ/ *a* ਮੋਟੀ ਚਮੜੀ ਵਾਲਾ

thief /ਥੀਫ਼/ *n* ਚੋਰ, ਉਚੱਕਾ, ਲੁਟੇਰਾ, ਸੰਨ੍ਹਮਾਰ

thieve /ਥੀਵ਼/ *v* ਚੋਰੀ ਕਰਨਾ, ਚੁਰਾਉਣਾ

thig /ਥਿਗ/ *v* ਮੰਗਣਾ, ਜਾਚਨਾ ਕਰਨਾ, ਭਿੱਖਿਆ ਮੰਗਣਾ, ਹੱਥ ਅੱਡਣਾ

thigger /'ਥਿਗਅ*/ *n* ਮੰਗਤਾ, ਭਿਖਾਰੀ, ਭਿੱਖਮੰਗਾ

thigh /ਥਾਇ/ *n* ਪੱਟ, ਜੰਘ

thiller /'ਥਿਲਅ*/ *n* ਘੋੜਾ (ਟਾਂਗੇ ਅੱਗੇ ਜੁਤਿਆ)

thimble /'ਥਿਮਬਲ/ *n* ਧਾਤ ਦੀ ਟੋਪੀ; ਧਾਤ ਦਾ ਛੱਲਾ; ਦਰਜ਼ੀ ਦੀ ਅੰਗੂਠੀ

thin /ਥਿਨ/ *a* ਦੁਬਲਾ ਪਤਲਾ; ਸਾਰਹੀਣ, ਪੇਤਲਾ; ਸੂਖਮ, ਮਹੀਨ, ਬਰੀਕ; ਵਿਰਲਾ, ਝਿਰਝਿਰਾ; ਝਰੀਦਾਰ; ਸਪਸ਼ਟ, ਪਾਰਦਰਸ਼ੀ *v* ਘਟਾਉਣਾ, ਘਟਣਾ; ਪਤਲਾ ਕਰਨਾ ਜਾਂ ਪੈਣਾ; ਮਹੀਨ ਬਣਨਾ ਜਾਂ ਕਰਨਾ; ਕੱਚੇ ਅੰਗੂਰ ਤੋੜਨਾ; ਵਿਰਲਾਂ ਪਾਉਣਾ

thine /ਦਾਇਨ/ *pron* (ਪਰਾ, ਉਪ) ਤੇਰਾ, ਤੈਂਡਾ

thing /ਥਿਙ/ *n* ਸ਼ੈ, ਵਸਤ, ਚੀਜ਼, ਜਿਨਸ, ਵਸਤ ਵਲੇਵਾ, ਚੀਜ਼ ਵਸਤ, ਸਮਗਰੀ; ਕਾਰਜ, ਕੰਮ; ਤੱਥ, ਵਿਚਾਰ; ਪਰਿਸਥਿਤੀ; ਵਿਸ਼ਾ, ਗੱਲ, ਮਾਮਲਾ; ਵੰਨਗੀ, ਨਮੂਨਾ

thingummy /'ਥਿਙਅਮਿ/ *n* (ਬੋਲ) ਕੀ ਕਹਿੰਦੇ! (ਕਿਸੇ ਚੀਜ਼ ਦਾ ਨਾਮ ਭੁੱਲ ਜਾਣ 'ਤੇ)

think /ਥਿਙਕ/ *v* ਵਿਚਾਰ ਕਰਨਾ, ਖ਼ਿਆਲ ਕਰਨਾ, ਸਮਝਣਾ; ਚਿਤਵਣਾ, ਸੋਚਣਾ, ਵਿਚਾਰਨਾ; ਭਲਾ-ਬੁਰਾ ਸੋਚਣਾ, ਉੱਚਾ-ਨੀਵਾਂ ਸਮਝਣਾ **think highly of** *v* ਬਹੁਤ ਜ਼ਿਆਦਾ ਸਨਮਾਨ ਦੇਣਾ

thinker /'ਥਿਙਕਅ*/ *n* ਚਿੰਤਕ, ਵਿਚਾਰਕ, ਦਾਰਸ਼ਨਿਕ

thinking /'ਥਿਙਕਿਙ/ *n* ਚਿੰਤਨ, ਸੋਚ ਵਿਚਾਰ

thinking cap *n* ਸੋਚ-ਸਮਝ ਨਾਲ ਸਮੱਸਿਆ ਦਾ ਹੱਲ ਕਰਨ ਦੀ ਕਿਰਿਆ

think of *v* ਕਲਪਨਾ ਕਰਨਾ, ਵਿਚਾਰਨਾ, ਸੋਚਣਾ

think out *v* ਸੋਚ ਵਿਚਾਰ ਕੇ ਫ਼ੈਸਲਾ ਕਰਨਾ

think tank /'ਥਿਙਕ ਟੈਙਕ/ *n* ਵਿਚਾਰ ਕੁੰਡ

third /ਥਅ:ਡ/ *a* ਤੀਜਾ, ਤਿਹਾਈ; *n* ਜਾਇਦਾਦ ਦਾ ਤੀਜਾ ਹਿੱਸਾ, ਸੰਪੱਤੀ ਦਾ ਤੀਜਾ ਭਾਗ

third class /ਥਅ:ਡ 'ਕਲਾਸ/ *n* ਰੇਲ ਗੱਡੀ ਵਿੱਚ ਸਸਤਾ ਅਤੇ ਅਸੁਵਿਧਾਜਨਕ ਸਫ਼ਰ; ਬਰਤਾਨਵੀ ਵਿਸ਼ਵ-ਵਿਦਿਆਲੇ ਦੀ ਨੀਵੇਂ ਪੱਧਰ ਦੀ ਡਿਗਰੀ *a* ਰੇਲ ਗੱਡੀ ਵਿੱਚ ਸਸਤਾ ਅਤੇ ਅਸੁਵਿਧਾਜਨਕ ਸਫ਼ਰ ਕਰਨ ਵਾਲਾ; ਨੀਵੇਂ ਪੱਧਰ ਦੀ ਡਿਗਰੀ ਲੈਣ ਵਾਲਾ; ਘਟੀਆ ਕਿਸਮ ਦਾ (ਸ਼ਹਿਰੀ), ਘੱਟ ਮਹੱਤਤਾ ਵਾਲਾ

third degree *n* ਧਮਕੀ ਜਾਂ ਘਟੀਆ ਤੋਂ ਘਟੀਆ ਕਿਸਮ ਦੇ ਦਿੱਤੇ ਕਸ਼ਟ (ਗੁਨਾਹ ਮਨਵਾਉਣ ਲਈ) *a* ਬਹੁਤ ਜ਼ਿਆਦਾ ਸੜਿਆ ਹੋਇਆ (ਸਰੀਰ), ਘਟੀਆ ਤੋਂ ਘਟੀਆ ਤਰੀਕੇ ਨਾਲ (ਕੀਤੀ ਲੁੱਟ ਜਾਂ ਕਤਲ ਵਗੈਰਾ)

third party *n* ਤੀਜੀ ਧਿਰ

third-party insurance *n* ਕਿਸੇ ਹੋਰ ਵਿਅਕਤੀ ਜਾਂ ਉਸਦੀ ਸੰਪੱਤੀ ਨੂੰ ਨੁਕਸਾਨ ਪਹੁੰਚਣ ਦਾ ਬੀਮਾ

third person *n* (ਵਿਆ) ਅੰਨ ਪੁਰਖ, ਤੀਜਾ ਪੁਰਖ (ਆਪਸੀ ਗੱਲ ਕਰਨ ਵਾਲੇ ਬੰਦਿਆਂ ਤੋਂ ਬਿਨਾਂ) ਕੋਈ ਹੋਰ ਪੁਰਖ ਜਾਂ ਵਸਤ

thirl /ਥਅ:ਲ/ *a* ਦੁਆਰ, ਮੂੰਹ, ਮੁਖ, ਛਿਦਰ, ਛੇਦ *vt* ਦੁਆਰ ਬਣਾਉਣਾ, ਮੂੰਹ ਬਣਾਉਣਾ, ਛੇਦਣਾ, ਵਿੰਨ੍ਹਣਾ

thirst /ਥਅ:ਸਟ/ *n* ਤੇਹ, ਪਿਆਸ; ਚਾਹ *vi* ਤੇਹ ਲੱਗਣਾ, ਪਿਆਸ ਲੱਗਣਾ; ਤ੍ਰਿਸ਼ਨਾ ਹੋਣਾ, ਇੱਛਾ ਹੋਣਾ

thirsty /'ਥਅ:ਸਟਿ/ *a* ਪਿਆਸਾ, ਤਿਹਾਇਆ ਚਾਹਵਾਨ; ਤ੍ਰਿਸ਼ਨਾ ਰੱਖਣ ਵਾਲਾ

thirteen /ˌਥਅ:'ਟੀਨ/ *a* ਤੇਰਾਂ

thirteenth /ˌਥਅ:'ਟੀਨਥ/ *a* ਤੇਰ੍ਹਵਾਂ

thirty /'ਥਅ:ਟਿ/ *n* ਤੀਹ

this /ਦਿਸ/ *pron* ਇਹ, ਇਸ, ਇਸ ਨੂੰ

thistle /'ਥਿਸਲ/ *n* ਇੱਕ ਕੰਡੇਦਾਰ ਪੌਦਾ, ਭੱਖੜਾ, ਸਕਾਟਲੈਂਡ ਦਾ ਕੌਮੀ ਨਿਸ਼ਾਨ

thither /'ਦਿਦਅ*/ *adv* ਉਧੱਰ, ਉਸ ਪਾਸੇ, ਉਸ ਥਾਂ ਵੱਲ

thole[1] /ਥਅਉਲ/ *n* ਚੱਪੂ ਅਟਕਾਉਣ ਦੀ ਕਿੱਲੀ; ਧੁਰ, ਧੁਰਾ

thole[2] *vt* ਭੁਗਤਣਾ, ਸਹਿਣਾ, ਝੱਲਣਾ; ਚੱਲਣ ਦੇਣਾ

thong /ਥੌਙ/ *n* ਚੰਮ ਦਾ ਛਾਂਟਾ, ਤਸਮਾ

thorax /'ਥੋਰੈਕਸ/ *n* ਛਾਤੀ, ਸੀਨਾ

thorn /ਥੋਨ/ *n* ਕੰਡਾ, ਸੂਲ, ਖਾਰ; ਸੱਲ; ਕੰਡੇਦਾਰ ਬਿਰਛ ਜਾਂ ਝਾੜੀ

thorny /'ਥੋਨਿ/*a* ਕੰਡਿਆਲਾ; ਬਿਖਮ

thorough /'ਥਅੱਰਅ/ *n* (ਚਾਰਲਸ ਦੂਜੇ ਵੇਲੇ ਸਟੈਫਰਡ ਅਤੇ ਲਾਡ ਦੀ) ਕੱਟੜ ਨੀਤੀ, ਅੱਤਵਾਦੀ ਨੀਤੀ *a* ਸੰਪੂਰਨ, ਪੂਰਨ, ਪੂਰਾ, ਕੁਲ, ਤਮਾਮ; ਸ਼ੁੱਧ, ਅਸਲੀ ਨਸਲ ਦਾ (ਘੋੜਾ); ਸ੍ਰੇਸ਼ਠ, ਉੱਤਮ, ਸੁਸਿਖਿਅਤ (ਆਦਮੀ)

thoroughbred /'ਥਅੱਰਅਬਰੈਡੱ/ *n* ਇੱਕੋ ਕਿਸਮ ਦੇ ਜੋੜੇ ਤੋਂ ਪੈਦਾ ਹੋਇਆ ਪਸ਼ੂ, ਇੱਕੋ ਨਸਲ ਦੇ ਘੋੜੇ ਅਤੇ ਘੋੜੀ ਦਾ ਬੱਚਾ

thoroughfare /'ਥਅੱਰਅਫ਼ੇਅ*/ *n* ਆਮ ਰਸਤਾ, ਆਮ ਲਾਂਘਾ

thoroughly /'ਥਅੱਰਅਲਿ/ *adv* ਪੂਰੀ ਤਰ੍ਹਾਂ ਨਾਲ, ਵਿਸਤਾਰ ਵਿੱਚ, ਪੂਰਨ ਤੌਰ 'ਤੇ

thorp /ਥੋਪ/ *n* ਖੇੜਾ, ਪੁਰੀ, ਪਿੰਡ, ਗਗ੍ਹਾਂ, ਬਸਤੀ

thou /ਦਾਉ/ *pron* ਤੂੰ, ਤੁਸੀਂ *vt you* ਦੀ ਥਾਂ ਤੂੰ ਦੇ ਅਰਥਾਂ ਵਿੱਚ ਪ੍ਰਯੋਗ ਕਰਨਾ, ਤੂੰ ਨਾਲ ਸੰਬੋਧਨ ਕਰਨਾ, ਤੂੰ ਤੂੰ ਕਹਿਣਾ

though /ਦਅਉ/ *adv* ਭਾਵੇਂ, ਚਾਹੇ, ਹਾਲਾਂ ਕਿ, ਤਾਂ ਭੀ, ਖ਼ੈਰ

thought /ਥੋਟ/ *n* ਚਿੰਤਨ, ਵਿਚਾਰ, ਧਿਆਨ, ਸੋਚ, ਇਰਾਦਾ, ਧਾਰਨਾ, ਖ਼ਿਆਲ, ਸਮਝ, ਗੌਰ; ਵਿਵੇਕ, ਬੁੱਧੀ; ਕੱਚਾ ਵਿਚਾਰ ਜਾਂ ਇਰਾਦਾ; ਰਾਏ, ਸੰਮਤੀ; ਚਿੰਤਨ ਦਾ ਵਿਸ਼ਾ

thoughtful /'ਥੋਟਫ਼ਲ/ *a* ਵਿਚਾਰਸ਼ੀਲ, ਮਨਨਸ਼ੀਲ, ਧਿਆਨ ਮਗਨ, ਗੰਭੀਰ; ਸੁਹਿਰਦ, ਹਮਦਰਦ

thoughtless /'ਥੋਟਲਅਸ/ *a* ਵਿਚਾਰਹੀਣ, ਬੇਧਿਆਨਾ, ਬੇਖ਼ਬਰ, ਬੇਪਰਵਾਹ

thousand /'ਥਾਉਜ਼ਨਡ/ *a* ਹਜ਼ਾਰ; ਸਹੰਸਰ, ਬੇਸ਼ੁਮਾਰ, ਅਨੇਕਾਂ, ਅਣਗਿਣਤ, ਬਹੁਤ ਸਾਰੇ

thrall /ਥਰੋਲ/ *n* ਦਾਸ, ਗੁਲਾਮ *vt* ਗੁਲਾਮ ਬਣਾਉਣਾ

thrash /ਥਰੈਸ਼/ *v* ਝੰਬਣਾ, ਫੰਡਣਾ, ਠੋਕਣਾ, ਕੁੱਟਣਾ, ਫਾਂਟੀ ਚਾੜ੍ਹਨਾ, ਪਿੱਟਣਾ; ਗਾਹੁਣਾ, ਦਾਣੇ ਵੱਖ ਕਰਨਾ; ਜਹਾਜ਼ ਦਾ ਸਮੁੰਦਰੀ ਲਹਿਰਾਂ ਨਾਲ ਟਕਰਾਉਣਾ; (ਸੋਟੀ ਨਾਲ) ਝਾੜਨਾ; ਮਾਤ ਪਾਉਣਾ, ਹਰਾਉਣਾ, ਜਿੱਤ ਲੈਣਾ

thrasher /ਥਰੈਸ਼ਅ*/ *n* ਅਨਾਜ ਨੂੰ ਗਾਹੁਣ ਵਾਲੀ ਮਸ਼ੀਨ

thrasonical /ਥਰਅ'ਸੌਨਿਕਲ/ *a* ਡੀਂਗ ਮਾਰਨ ਵਾਲਾ, ਸ਼ੇਖ਼ੀਖ਼ੋਰਾ

thraw /ਥਰੋ/ *v* ਵੰਡਣਾ, ਤਕਸੀਮ ਕਰਨਾ; ਮਰੋੜਨਾ; ਮੁੜਨਾ; ਨਚੋੜਨਾ; ਘੁੰਮਣਾ, ਫਿਰਨਾ; ਝੁੱਲਣਾ;

ਉਲਟ ਜਾਣਾ; ਢੀਠ ਹੋਣਾ

thread /**ਥਰੈਡ**/ *n* ਸੂਤ, ਧਾਗਾ, ਡੋਰੀ, ਤੰਦ, ਤਾਰ; (ਖਾਣਾਂ ਵਿੱਚ) ਕੱਚੀ ਧਾਤ ਦੀਆਂ ਤੰਦਾਂ *vt* ਧਾਗਾ ਪਰੋਣਾ, ਲੜੀ ਬਣਾਉਣਾ; ਔਖਾ ਹੋ ਕੇ ਰਾਹ ਕੱਢਣਾ; ਧਾਗਿਆਂ ਨਾਲ ਧਾਰੀਆਂ ਪਾਉਣਾ, ਕਢਾਈ ਕਰਨਾ

threadbare /**'ਥਰੈਡਬੇਅ***/ *a* ਘਸਿਆ ਪਿੱਟਿਆ (ਕੱਪੜਾ ਜਾਂ ਸਮਾਨ), ਅੱਧੋਰਾਣਾ, ਖ਼ਸਤਾ ਹਾਲ, ਥੋਥਾ, ਬੋਦਾ

threat /**ਥਰੈਟ**/ *n* ਧਮਕੀ, ਵੰਗਾਰ, ਘੁਰਕੀ, ਡਾਂਟ, ਡਰਾਵਾ; ਤੜੀ, ਦਾਬਾ, ਧੌਂਸ

threaten /**'ਥਰੈਟਨ**/ *vt* ਧਮਕਾਉਣਾ, ਡਰਾਉਣਾ; ਧਮਕੀ ਦੇਣਾ

three /**ਥਰੀ**/ *a* ਤਿੰਨ *n* (ਸਕੇਟਿੰਗ ਦੇ) ਚਾਰ ਚੱਕਰਾਂ ਵਿੱਚੋਂ ਕੋਈ ਇੱਕ; (ਫੁਟਬਾਲ) ਹਾਫ ਬੈਕ ਤੋਂ ਪਿਛਲਾ ਖਿਡਾਰੀ

three-dimensional *a* ਤਿੰਨ ਪਾਸੀ, ਲੰਬਾਈ ਚੁੜਾਈ ਅਤੇ ਉਚਾਈ ਦੇ ਪਰਿਮਾਪ ਅਨੁਸਾਰ

threesome /**'ਥਰੀਸਅਮ**/ *n* ਤਿੰਨ ਬੰਦਿਆਂ ਦਾ ਜੁੱਟ, ਤਿੱਕੜੀ

threnody /**'ਥਰੈਨੱਅਡਿ**/ *n* ਵਿਰਲਾਪ, ਮਾਤਮ, ਵੈਣ, ਅਲਾਹੁਣੀ, ਸਿਆਪੇ ਦਾ ਗੀਤ, ਮਰਸੀਆ

threshold /**'ਥਰੈਸ਼ਹਅਉਲਡ**/ *n* ਬਰੂਹਾਂ, ਦੇਹਲੀ, ਸਰਦਲ, ਚੌਖਟ, ਪ੍ਰਵੇਸ਼, ਸ਼ੁਰੂਆਤ; (ਮਨੋ) ਚੇਤਨਾ ਸੀਮਾ

thrice /**ਥਰਾਇਸ**/ *adv* ਤਿੰਨ ਵਾਰੀ, ਤੀਹਰਾ, ਤਿੰਨ ਗੁਣਾ

thrift /**ਥਰਿਫ਼ਟ**/ *n* ਸਰਫਾ, ਕਿਰਸ, ਸੰਜਮ; (ਪਰਾ) ਖ਼ੁਸ਼ਹਾਲੀ; ਸਮੁੰਦਰ ਦੇ ਕਿਨਾਰੇ ਉੱਗਣ ਵਾਲਾ ਇੱਕ ਕਿਸਮ ਦਾ ਪੌਦਾ

thrill /**ਥਰਿਲ**/ *n* ਰੋਮਾਂਚ; ਧੜਕਣ, ਤਰੰਗ, ਝਰਨਾਹਟ, ਕੰਬਣੀ *v* ਟੁੰਬਣਾ, ਲੂੰ ਕੰਡੇ ਖੜ੍ਹੇ ਕਰਨਾ, ਝਰਨਾਹਟ ਛਿੜਨਾ

thrilling /**'ਥਰਿਲਿਙ**/ *a* ਸਨਸਨੀਖੇਜ਼, ਉਕਸਾਊ, ਉਤੇਜਿਤ, ਟੁੰਬਣਸ਼ੀਲ

thrips /**ਥਰਿਪਸ**/ *n* ਪੌਦਿਆਂ ਲਈ ਹਾਨੀਕਾਰਕ ਕੀੜੇ ਦੀ ਇੱਕ ਕਿਸਮ

thrive /**ਥਰਾਇਵ੍**/ *v* ਪ੍ਰਫੁਲਤ ਹੋਣਾ, ਵਧਣਾ, ਸਮ੍ਰਿਧ ਹੋਣਾ, ਉਨੱਤੀ ਕਰਨਾ; ਫਲਣਾ, ਹਰਿਆ-ਭਰਿਆ ਹੋਣਾ

throat /**ਥਰਅਉਟ**/ *n* ਸੰਘ, ਕੰਠ

throb /**ਥਰੌਬ**/ *vt* ਧਕ-ਧਕ ਕਰਨਾ, ਫੜਕਣਾ, ਧੜਕਣਾ; ਜਜ਼ਬਾਤੀ ਹੋਣਾ, ਭਾਵਵੱਸ ਹੋਣਾ *n* ਧੜਕਣ, ਫੜਕਣ

throe /**ਥਰਅਉ**/ *n* ਜੰਮਣ ਪੀੜਾਂ, ਪ੍ਰਸੂਤ ਵੇਦਨਾ, ਸੰਤਾਪ, ਕਸ਼ਟ, ਪੀੜਾ *vi* ਕਸ਼ਟ ਵਿੱਚ ਹੋਣਾ, ਕਸ਼ਟ ਪਾਉਣਾ, ਪੀੜ ਹੋਣਾ

throne /**ਥਰਅਉਨ**/ *n* ਤਖ਼ਤ, ਗੱਦੀ, ਰਾਜ ਗੱਦੀ, ਸਿੰਘਾਸਣ; ਪ੍ਰਭੂ ਸੱਤਾ, ਰਾਜ ਸੱਤਾ; ਰਾਜ, ਹਕੂਮਤ *vt* ਤਖ਼ਤ ਉੱਤੇ ਬਿਠਾਉਣਾ, ਰਾਜਾ ਬਣਾਉਣਾ

throng /**ਥਰੌਙ**/ *n* ਭੀੜ, ਜਮਘਟਾ, ਇਕੱਠ *vt* ਭੀੜ ਹੋਣਾ ਜਾਂ ਕਰਨਾ, ਜਮਘਟਾ ਹੋਣਾ, ਇਕੱਠ ਹੋਣਾ ਜਾਂ ਕਰਨਾ

throstle /**'ਥਰੌਸਲ**/ *n* ਇੱਕ ਗਾਇਕ ਪੰਛੀ

throstle-frame *n* ਉੱਨ ਜਾਂ ਸੂਤ ਕੱਤਣ ਵਾਲੀ ਮਸ਼ੀਨ, ਚਰਖ਼ਾ

throttle /**'ਥਰੌਟਲ**/ *n* ਸੰਘ, ਗਲਾ, ਸਾਹ ਨਾਲੀ *vt* ਗਲ ਮਲਣਾ, ਗਲ ਘੁੱਟਣਾ; (ਇੰਜਣ ਦੀ) ਭਾਫ਼ ਜਾਂ ਪਟਰੌਲ ਆਦਿ ਬੰਦ ਕਰਨਾ

through /**ਥਰੂ**/ *prep* ਵਿੱਚੋਂ ਦੀ, ਆਰ-ਪਾਰ, ਇੱਕ ਸਿਰੇ ਤੋਂ ਦੂਜੇ ਤੱਕ; ਦੇ ਰਾਹੀਂ, ਦੇ ਦੁਆਰਾ, ਦੇ ਕਾਰਨ, ਮਾਰਫਤ *adv* ਬਿਲਕੁਲ, ਸ਼ੁਰੂ ਤੋਂ ਅਖ਼ੀਰ ਤੱਕ

throughout /**ਥਰੂ'ਆਉਟ**/ *adv* ਪੂਰੀ ਤਰ੍ਹਾਂ, ਸਾਰੇ ਦਾ ਸਾਰਾ, ਮੁਢੋਂ ਅਖੀਰ ਤੱਕ

throw /**ਥਰਅਉ**/ *n* ਟੱਪਾ, ਸੋਟ, ਉਛਾਲ, ਫੈਂਕ, ਸੁੱਟਣ ਦੀ ਕਿਰਿਆ; ਪਾਸਾ, ਦਾਅ; ਗਲਤ ਸੁੱਟੀ ਗੇਂਦ; ਤੇਜ਼ੀ ਨਾਲ ਚੱਕਰ ਦੇਣ ਵਾਲੀ ਮਸ਼ੀਨ *v* ਸੁੱਟਣਾ, ਡੰਗਣਾ, ਟੱਪਣਾ, ਦੇਣਾ ਜਾਂ ਦਿਵਾਉਣਾ; ਧੱਕਣਾ, ਭੁੰਜੇ ਸੁੱਟਣਾ (ਘੋੜੇ ਦਾ ਸਵਾਰੀ ਨੂੰ ਜਾਂ

ਪਹਿਲਵਾਨ ਦਾ ਪਹਿਲਵਾਨ ਨੂੰ); ਕੱਪੜੇ ਲਾਪਰਵਾਹੀ ਨਾਲ ਪਾਉਣਾ ਜਾਂ ਲਾਹੁਣਾ; ਕੁੰਜ ਲਾਹੁਣਾ, ਖੰਭ ਲਾਹੁਣਾ; ਬੱਚੇ ਦੇਣਾ; ਪਾਸਾ ਸੁੱਟਣਾ; ਧਾਗੇ ਵੱਟਣਾ; ਮੋੜਨਾ, ਝੁਕਾਉਣਾ

throwaway /**'ਥਰਅਉਅਵੇਇ**/ *a* ਵਰਤ ਕੇ ਸੁੱਟਣਯੋਗ *vt* ਅੰਨ੍ਹੇਵਾਹ ਖ਼ਰਚਣਾ

thrum /**ਥਰਅੱਮ**/ *n* ਖੱਡੀ ਤੋਂ ਕੱਪੜਾ ਕੱਟ ਲੈਣ ਪਿੱਛੋਂ ਬਚੇ ਬੰਬਲ ਜਾਂ ਬਲਖੀ, ਬੰਬਲ ਦਾ ਧਾਗਾ, ਸੂਤ ਦਾ ਗੁੱਛਾ *vt* ਝਾਲਰ ਦਾ ਗੁੱਛਾ ਲਾਉਣਾ, ਬੰਬਲ ਵੱਟਣਾ; ਸਿਤਾਰ ਉੱਤੇ ਤੁਣ-ਤੁਣ ਕਰਨਾ, ਅਣਜਾਣਾਂ ਵਾਂਗ ਵਜਾਉਣਾ

thrush[1] /**ਥਰਅੱਸ਼**/ *n* ਇੱਕ ਗਾਉਣ ਵਾਲਾ ਪੰਛੀ

thrush[2] (ਇੱਕ ਬਿਮਾਰੀ) ਛਾਲੇ; ਘੋੜਾ ਰੋਗ (ਘੋੜੇ ਦੇ ਖੁਰਾਂ ਦਾ ਰੋਗ)

thrust /**ਥਰਅੱਸਟ**/ *n* ਘੁਸੇੜ, ਚੋਭ, ਖੋਭ; ਤੇਜ਼ ਹੁੱਝ, ਧੁੱਸ, ਧਕੇਲ, ਧੱਕਾ; ਦਖ਼ਲ; ਕਟਾਖ *v* ਘੁਸੇੜਨਾ; ਚੁਭਣਾ; ਖੋਭਣਾ, ਖੁਭਣਾ; ਵਿੰਨ੍ਹਣਾ; ਧੱਕਾ ਦੇਣਾ, ਹਟਾਉਣਾ; ਮਾਰ ਕੇ ਵਿੱਚ ਘੁਸਣਾ

thud /**ਥਅੱਡ**/ *n* ਧੜੰਮ ਦੀ ਅਵਾਜ਼, ਖੜਾਕ; ਧਮਾਕਾ (ਹੋਣਾ) *v* ਧੜੰਮ ਕਰਕੇ ਡਿਗਣਾ

thug /**ਥਅੱਗ**/ *n* ਹਤਿਆਰਾ, ਗੁੰਡਾ, ਖ਼ੂਨੀ

thumb /**ਥਅੱਮ**/ *n* ਅੰਗੂਠਾ, ਠੁੰਠ *vt* ਅੰਗੂਠੇ ਨਾਲ ਘਸਾਉਣਾ; ਮੈਲਾ ਕਰਨਾ; (ਪਿਆਨੋ ਆਦਿ ਨੂੰ) ਅਣਜਾਣ ਤਰੀਕੇ ਨਾਲ ਵਜਾਉਣਾ; ਬੁਰੀ ਤਰ੍ਹਾਂ ਵਰਤਣਾ; ਦਬਾਉਣਾ

thumbnail sketch *n* ਥੋੜ੍ਹੇ ਤੋਂ ਥੋੜ੍ਹਾ ਬਿਰਤਾਂਤ, ਮੁੱਖ ਮੁੱਦਿਆਂ ਦੀ ਜਾਣਕਾਰੀ; ਲਘੂ ਤਸਵੀਰ, ਅੰਗੂਠੇ ਦੇ ਨਹੁੰ ਦੇ ਆਕਾਰ ਦਾ ਚਿਤਰ

thumb-stall *n* ਅੰਗੁਸ਼ਤਾਨਾ

thump /**ਥਅੱਮਪ**/ *n* ਮੁੱਕਾ (ਮਾਰਨਾ), ਥੱਪੜ ਜਾਂ ਲੱਫੜ (ਲਾਉਣਾ); ਡੰਡਾ (ਮਾਰਨਾ) *v* ਮਾਰਨਾ, ਕੁੱਟਣਾ, ਠੋਕਣਾ

thumping /**'ਥਅੱਮਪਿਙ**/ *a* ਅਧਿਕ ਮਾਤਰਾ ਵਿੱਚ, ਬਹੁਲਤਾ ਵਿੱਚ, ਬਹੁਤ ਵੱਡਾ

thunder /**'ਥਅੱਨਡਅ***/ *n* ਗੜਗੜਾਹਟ, ਕੜਕ, ਗੜਗੱਜ, ਬੱਦਲਾਂ ਦੀ ਗਰਜ; ਬੜ੍ਹਕ, ਭਬਕ; ਸ਼ੋਰ, ਹੱਲਾ ਗੁੱਲਾ *v* ਗੜਗੜਾਉਣਾ, ਗਰਜਣਾ, ਗੂੰਜਣਾ, ਗੜ੍ਹਕਣਾ, ਕੜਕਣਾ; ਟੁੱਟ ਪੈਣਾ; ਧਮਕਾਉਣਾ, ਡਾਂਟਣਾ; ਗੱਜ ਕੇ ਬੋਲਣਾ, ਭਬਕਣਾ

thunderbolt /**'ਥਅੱਨਡਅਬਅਉਲਟ**/ *n* (ਬਿਜ) ਅਸਮਾਨੀ ਗੋਲਾ

thunderstruck /**'ਥਅੱਨਡਅਸਟਰਅੱਕ**/ *a* ਬਿਜ ਮਾਰਿਆ, ਹੱਕਾ-ਬੱਕਾ

thus /**ਦਅੱਸ**/ *adv* ਇਉਂ, ਇਸ ਤਰ੍ਹਾਂ, ਇੰਜ, ਸੋ; ਇੰਨਾ, ਇਥੋਂ ਤੱਕ, ਬੱਸ, ਤਾਂ, ਇਸ ਹੱਦ ਤੱਕ, ਉਂਜ

thwart /**ਥਵੋਟ**/ *n* (ਬੇੜੀ ਵਿੱਚ ਆਡਾ ਲੱਗਿਆ) ਮੱਲਾਹ ਦੇ ਬੈਠਣ ਵਾਲਾ ਫੱਟਾ *a* ਆਡਾ, ਟੇਢਾ, ਤਿਰਛਾ *v* ਵਿਅਰਥ ਕਰਨਾ, ਨਿਸਫ਼ਲ ਕਰਨਾ; ਕੱਟਣਾ; ਵਿਰੋਧ ਕਰਨਾ; ਉਲਟਾਉਣਾ

thyme /**ਟਾਇਮ**/ *n* ਇੱਕ ਖੁਸ਼ਬੋਦਾਰ ਬੂਟੀ, ਅਜਵਾਇਣ

thyself /**ਦਾਇ'ਸੈਲੱਫ਼**/ *pron.* ਵੇਖੋ **yourself**

tibia /**'ਟਿਬਿਅ**/ *n* ਲੱਤ ਦੀ ਲਮੇਰੀ ਹੱਡੀ, ਸਕਣੰਜ

tick /**ਟਿਕ**/ *n* (ਘੜੀ ਦੀ) ਟਿਕ-ਟਿਕ, ਖਟ-ਖਟ; ਛਿਣ, ਪਲ; ਟਿੱਕਣ ਚਿੰਨ੍ਹ (✓); ਚੰਮ ਜੂੰ, ਚਿੱਚੜ, ਚਿੱਚੜੀ; ਖੋਲ, ਗਿਲਾਫ, ਉਛਾੜ; ਰਿਣ, ਉਧਾਰ; *v* (ਘੜੀ ਦਾ) ਟਿਕ-ਟਿਕ ਕਰਨਾ; ਸਹੀ ਲਾਉਣਾ, ਟਿੱਕ ਮਾਰਕ ਕਰਨਾ; ਰਿਣ 'ਤੇ ਖ਼ਰੀਦਣਾ, ਉਧਾਰ ਲੈਣਾ, ਉਧਾਰ ਵੇਚਣਾ, ਕਿਸੇ ਨੂੰ ਕਰਜ਼ਾ ਦੇਣਾ, ਉਧਾਰ ਦੇਣਾ

ticket /**'ਟਿਕਿਟ**/ *n* (ਰੇਲ ਗੱਡੀ, ਟਾਂਗੇ, ਮੋਟਰ ਜਾਂ ਚੋਣਾਂ ਦਾ) ਟਿਕਟ, ਪ੍ਰਵੇਸ਼ ਪੱਤਰ; ਕਾਰਡ ਉੱਤੇ ਲਿਖੀ ਸੂਚਨਾ; (ਰਾਜਨੀਤਿਕ ਦਲ ਦੇ) ਉਮੀਦਵਾਰਾਂ ਦੇ ਨਾਂ; ਕਿਸੇ ਦਲ ਦੇ ਸਿਧਾਂਤ; ਉਚਿਤ ਜਾਂ ਯੋਗ ਗੱਲ *vt* ਟਿਕਟ ਦੇਣਾ; (ਵੇਚਣ ਲਈ) ਲੇਬਲ ਲਾਉਣਾ, ਕੀਮਤ ਦੀ ਪਰਚੀ ਲਿਖ ਕੇ ਲਾਉਣਾ

tickle /**'ਟਿਕਲ**/ *n* ਕੁਤਕੁਤਾਰੀ, ਕੁਤਕੁਤੀ, ਕੁਤਕੁਤਾਹਟ *v* ਪਲੋਸਣਾ; ਕੁਤਕੁਤਾਰੀਆਂ

ਨਿਕਲਨਾ ਜਾਂ ਕੱਢਣਾ, ਖੁਰਕ ਹੋਣਾ, ਝੌਰ ਛੁੱਟਣਾ ਜਾਂ ਹੋਣਾ; ਅਤਿਅੰਤ ਪ੍ਰਸੰਨ ਹੋਣਾ ਜਾਂ ਕਰਨਾ; ਹਸਾਉਣਾ; ਲੁਤਫ ਆਉਣਾ

tickling /'ਟਿਕਲਿਙ/ *n* ਕੁਤਕੁਤਾਹਟ

ticklish /'ਟਿਕਲਿਸ਼/ *a* ਗੁੰਝਲਦਾਰ, ਜਟਲ, ਪੇਚੀਦਾ; ਨਾਜ਼ਕ

ticklishness /'ਟਿਕਲਿਸ਼ਨਅਸ/ *n* ਗੁੰਝਲ, ਜਟਲਤਾ, ਪੇਚੀਦਗੀ; ਨਜ਼ਾਕਤ

tidal /'ਟਾਇਡਲ/ *a* ਜਵਾਰ-ਭਾਟੇ ਸੰਬੰਧੀ

tiddly /'ਟਿਡਲਿ/ *n* ਸ਼ਰਾਬ, ਮਦ, ਮਦਰਾ, ਨਸ਼ਾ *a* ਸ਼ਰਾਬ ਵਿੱਚ ਮਸਤ, ਨਸ਼ਈ, ਮਤਵਾਲਾ

tide /ਟਾਇਡ/ *n* ਅਵਸਰ, (ਵਕਤ ਦੀ) ਚਾਲ, ਵੇਲਾ; ਰੁੱਤ, ਮੌਸਮ; ਜਵਾਰ, ਜਵਾਰ-ਭਾਟਾ; ਗੇੜ, ਕਾਲ ਚੱਕਰ; ਵਹਾਅ, ਹੜ੍ਹ, ਉਤਰਾਅ-ਚੜ੍ਹਾਅ; ਜ਼ਮਾਨੇ ਦਾ ਰੰਗ *v* ਜਵਾਰ-ਭਾਟਾ ਨਾਲ ਵਗ ਤੁਰਨਾ

tidy /'ਟਾਇਡਿ/ *a* ਸਮੇਂ ਅਨੁਕੂਲ; ਸਵੱਛ, ਸੁਥਰਾ, ਸਾਫ਼; ਠੀਕ-ਠਾਕ, ਸਜਿਆ-ਫਬਿਆ; ਅਤਿ ਅਧਿਕ, ਕਾਫੀ; ਚੰਗਾ ਭਲਾ, ਤੰਦਰੁਸਤ; ਸਜਿਆ, ਸਾਫ਼-ਸੁਥਰਾ, ਸਲੀਕੇਦਾਰ *n* ਨਿੱਕ-ਮੁੱਕ ਸਾਂਭਣ ਵਾਲਾ ਭਾਂਡਾ (ਵਿਸ਼ੇਸ਼ ਰੂਪ ਵਿੱਚ ਲੰਗਰ ਦਾ); ਕੁਰਸੀ ਆਦਿ ਦੀਆਂ ਬਾਹਵਾਂ ਅਤੇ ਬੈਕ ਦਾ ਕਵਰ, *v* ਸਜਾਉਣਾ, ਠੀਕ-ਠਾਕ ਕਰਨਾ; ਸਵੱਛ ਕਰਨਾ, ਸਾਫ਼-ਸੁਥਰਾ ਰੱਖਣਾ

tie /ਟਾਇ/ *n* ਗੰਢ, ਜੋੜ; ਰੱਸੀ, ਸੂਤਲੀ, ਡੋਰੀ; ਸੰਬੰਧ, ਯੋਗ; (ਸੰਗੀ) ਮੇਲ ਚਿੰਨ੍ਹ; ਬੰਧਨ; ਰੇਲ ਦਾ ਸਲੀਪਰ; ਨੈਕਟਾਈ *v* ਗੰਢਣਾ, ਮਿਲਾਉਣਾ, ਬੰਨ੍ਹਣਾ, ਜੋੜਨਾ; ਫੰਧਾ ਬਣਾਉਣਾ ਜਾਂ ਲਾਉਣਾ; ਪੱਕਾ ਕਰਨਾ, ਦ੍ਰਿੜ੍ਹ ਬਣਾਉਣਾ; ਜਕੜਨਾ, ਕਸਣਾ; ਮੁਕਾਬਲੇ ਵਿੱਚ ਬਿਲਕੁਲ ਬਰਾਬਰ ਹੋਣਾ; ਬਿਨਾਂ ਫ਼ੈਸਲੇ ਤੋਂ ਖੇਡ ਛੱਡ ਕੇ ਪਾਸੇ ਹੋਣਾ

tier /ਟਿਅ*/ *n* (ਥੀਏਟਰ ਆਦਿ) ਕਤਾਰ

tiercel /ਟਿਅਸਲ/ *n* ਵੇਖੋ **tercel**

tie-up /'ਟਾਇਅੱਪ/ *n* ਦੋ ਕੰਪਨੀਆਂ ਦਾ ਇਕੱਠਿਆਂ ਕੰਮ ਕਰਨ ਦਾ ਸਮਝੌਤਾ, ਸੰਬੰਧ, ਬੰਧਨ; ਅਟਕਾਅ, ਗਤੀਰੋਧ

tiff[1] /ਟਿਫ/ *n* ਨਿੱਕਾ-ਮੋਟਾ ਝਗੜਾ, ਟੰਟਾ, ਬਖੇੜਾ

tiff[2] *n* ਸ਼ਰਾਬ ਦਾ ਘੁੱਟ, ਸ਼ਰਾਬ ਦੀ ਚੁਸਕੀ

tiff[3] *v* ਰੁੱਸਣਾ, ਨਰਾਜ਼ ਹੋਣਾ

tiff[4] *n* ਦੁਪਹਿਰ ਦੀ ਰੋਟੀ ਖਾਣਾ, ਲੰਚ ਕਰਨਾ

tiffany /'ਟਿਫਅਨਿ/ *n* ਜਾਲੀਦਾਰ ਮਲਮਲ, ਟਿਫਨੀ

tiffin /'ਟਿਫ਼ਿਨ/ *n* ਦੁਪਹਿਰ ਦੀ ਰੋਟੀ, ਟਿਫਿਨ *v* ਰੋਟੀ ਖਾਣਾ, ਖਾਣਾ ਖਾਣਾ, ਲੰਚ ਕਰਨਾ

tiger /'ਟਾਇਗਅ/ *n* ਸ਼ੇਰ; ਸ਼ੀਂਹ, ਬਾਘ, ਚੀਤਾ, ਚਿਤਰਾ, ਸਾਰਦੂਲ *a* ਤਕੜਾ, ਪ੍ਰਤਿਯੋਗੀ

tight /ਟਾਇਟ/ *n* ਭੀੜੇ ਜਾਂ ਚੁਸਤ ਕੱਪੜੇ *a* ਦ੍ਰਿੜ੍ਹ; ਠੋਸ, ਕੱਸਿਆ; ਤੰਗ; ਗੁੰਦਿਆ; ਅਭੇਦ; ਸੁਰੱਖਿਅਤ, ਬੰਦ; ਸਡੌਲ; ਤਣਿਆ; ਗੁੱਟ, ਨਸ਼ੇ ਵਿੱਚ, ਨਸ਼ਈ; ਦ੍ਰਿੜ੍ਹਤਾਪੂਰਵਕ, ਬਲਪੂਰਵਕ *adv* ਜ਼ੋਰ ਨਾਲ, ਜ਼ਬਰਦਸਤੀ, ਕੱਸ ਕੇ

tight-fisted /ˌਟਾਇਟ'ਫ਼ਿਸਟਿਡ/ *a* ਮੁੱਠੀ ਘੁੱਟ ਕੇ ਰੱਖਣ ਵਾਲਾ, ਕੰਜੂਸ

tight-lipped /ˌਟਾਇਟ'ਲਿਪਟ/ *a* ਚੁੱਪ ਸਾਧ, ਚੁੱਪ-ਚੁਪੀਤਾ

tightrope /'ਟਾਇਟਰਅਉਪ/ *n* (ਧਰਤੀ ਤੋਂ ਕੁੱਝ ਉੱਚਾ ਬੱਧਾ) ਕਸਿਆ ਹੋਇਆ ਰੱਸਾ, ਨਟਾਂ ਦੀ ਬਾਜ਼ੀ ਪਾਉਣ ਵਾਲਾ ਰੱਸਾ; ਔਖੀ ਸਥਿਤੀ, ਕਸੂਤੀ ਹਾਲਤ

til, 'til /ਟਿਲ/ *prep, conj* ਵੇਖੋ **until**

tilbury /'ਟਿਲਬ(ਅ)ਰਿ/ *n* ਦੁਪਹੀਆ ਗੱਡੀ, ਟਿਲਬਰੀ

tilde /'ਟਿਲਡਅ/ *n* ਲਹਿਰੀਆ ਡੈਸ਼ (~), ਅਨੁਨਾਸਿਕ ਸੂਚਕ ਚਿੰਨ੍ਹ

tile /ਟਾਇਲ/ *n* ਟਾਇਲ, (ਬੋਲ) ਟੈਲ, ਖਪਰੈਲ, ਪਟੜੀ, ਚੌਕੀ *v* ਕਿਸੇ ਨੂੰ ਭੇਤ ਨਾ ਦੱਸਣ ਲਈ ਸਹੁੰ ਚੁਕਾਉਣਾ; ਟਾਈਲਾਂ ਲਾਉਣਾ, ਪਟੜੀਬੰਦ ਬਣਾਉਣਾ

till[1] /ਟਿਲ/ *n* ਦੁਕਾਨ ਦੀ ਗੋਲਕ, ਗੱਲਾ

till[2] *conj* ਜਦ ਤੱਕ ਕਿ, ਜਦ ਕਿ, ਇੱਥੋਂ ਤੱਕ ਕਿ

till[3] *vt* ਖੇਤੀ ਕਰਨਾ, ਹਲ ਚਲਾਉਣਾ, ਵਾਹੁਣਾ,

ਜੋਤਣਾ, ਕਾਸ਼ਤ ਕਰਨਾ

tiller /'ਟਿਲਅ*/ *n* ਕਿਸਾਨ, ਕਾਸ਼ਤਕਾਰ; ਹਲ, ਕਲਟੀਵੇਟਰ, ਟਿਲਰ

till-money *n* ਤਜੌਰੀ, ਰੋਕੜ

tilt /ਟਿਲਟ/ *n* ਚੰਦੋਆ, ਚਾਨਣੀ; ਬੈਲ ਗੱਡੀ ਦਾ ਟੱਪ; ਝੁਕਾਅ, ਢਾਲ, ਉਲਾਰ; (ਵੈਰੀ ਉੱਤੇ) ਵਾਰ, ਹਮਲਾ; ਮੁੱਠਭੇੜ; ਨੇਜ਼ੇਬਾਜ਼ੀ *v* ਚੰਦੋਆ ਲਾਉਣਾ; ਟੇਢਾ ਕਰਨਾ ਜਾਂ ਹੋਣਾ; ਵਾਰ ਕਰਨਾ, (ਨੇਜ਼ਾ) ਉਲਾਰਨਾ; ਹਥੌੜੇ ਨਾਲ ਸੱਟਾਂ ਮਾਰਨਾ

tilth /ਟਿਲਥ/ *n* ਵਾਹੀ, ਕਾਸ਼ਤ, ਖੇਤੀਬਾੜੀ, ਕਾਸ਼ਤਕਾਰੀ; ਵਾਹਣ, ਵਾਹੀ ਹੋਈ ਜ਼ਮੀਨ, ਜੋਤਿਆ ਖੇਤ

timbal /'ਟਿਮਬਲ/ *n* ਤਬਲਾ, ਜੋੜੀ, ਮਿਰਦੰਗ

timber /'ਟਿਮਬਅ*/ *n* ਕਾਠ, ਲੱਕੜ, ਇਮਾਰਤੀ ਲੱਕੜ; ਜੰਗਲ, ਵਣ; ਕੜੀ, ਬਾਲਾ, ਸ਼ਤੀਰ, ਗੋਲਾ, ਗੱਟੂ

timbre /'ਟੈਮਬਅ*/ *n* ਧੁਨੀ ਸਰੂਪ

time /ਟਾਇਮ/ *n* ਸਮਾਂ, ਵਕਤ, ਯੁੱਗ, ਕਾਲ, ਅਵਧੀ, ਨਿਸ਼ਚਿਤ ਸਮਾਂ; ਜੀਵਨ ਕਾਲ; ਫੁਰਸਤ, ਵਿਹਲ; ਮਿਰਤੂ ਕਾਲ; ਪ੍ਰਸੰਗ, ਮੌਕਾ; ਜ਼ਮਾਨਾ, ਜੀਵਨ ਦਸ਼ਾ, ਜ਼ਮਾਨੇ ਦਾ ਰੰਗ; ਮਰਤਬਾ; ਦਫਾ; ਮਿਆਦ, ਮੁਹਲਤ; (ਇੱਕ, ਦੋ) ਡੰਗ, ਵੇਰ, ਵਾਰ; (ਸੰਗੀ) ਤਾਲ; (ਭੂਤ, ਭਵਿੱਖ, ਵਰਤਮਾਨ) ਕਾਲ; ਕਸ਼ਟ *v* ਸਮਾਂ ਨਿਸ਼ਚਿਤ ਕਰਨਾ, ਵਕਤ ਚੁਣਨਾ; ਵਕਤ ਦਾ ਅਨੁਮਾਨ ਲਾਉਣਾ; ਨਿਸ਼ਚਿਤ ਸਮੇਂ 'ਤੇ ਕੋਈ ਕੰਮ ਕਰਨਾ

time bomb *n* ਨਿਸ਼ਚਿਤ ਸਮੇਂ ਫਟਣ ਵਾਲਾ ਬੰਬ

time capsule *n* ਸਮੇਂ ਦੀਆਂ ਅਚੰਭਿਤ ਵਸਤੂਆਂ ਨੂੰ ਧਰਤੀ ਵਿੱਚ ਦੱਬਣ ਦੀ ਕਿਰਿਆ (ਤਾਂ ਜੋ ਭਵਿੱਖ ਵਿੱਚ ਇਸ ਸਮੇਂ ਬਾਰੇ ਜਾਣਕਾਰੀ ਮਿਲ ਸਕੇ), ਟਾਈਮ ਕੈਪਸੂਲ

timely /'ਟਾਇਮਲਿ/ *adv* ਸਮੇਂ ਅਨੁਸਾਰ, ਵੇਲੇ ਸਿਰ

time machine *n* ਉਹ ਮਸ਼ੀਨ ਜੋ (ਕਲਪਿਤ ਵਿਗਿਆਨਿਕ ਕਹਾਣੀਆਂ ਦੇ ਆਧਾਰ 'ਤੇ) ਬੀਤ ਚੁੱਕੇ ਸਮੇਂ ਜਾਂ ਅਗਾਮੀ ਸਮੇਂ ਬਾਰੇ ਜਾਣਕਾਰੀ ਦੇਵੇ

timeous /'ਟਾਇਮਅਸ/ *a* (ਸਕਾਟ) ਸਮੇਂ ਅਨੁਸਾਰ, ਮੌਕੇ ਦਾ

time-server /'ਟਾਇਮਸਅ:ਵ੍ਅ/ *n* ਮੌਕਾਪ੍ਰਸਤ, ਜ਼ਮਾਨਾਸਾਜ਼

timetable /'ਟਾਇਮਟੇਇਬਲ/ *n* ਸਮਾਂ ਸਾਰਨੀ, ਟਾਈਮ ਟੇਬਲ

time zone *n* ਸਮਾਂ-ਖੇਤਰ, ਸੰਸਾਰ ਦੇ ਸਮੇਂ ਦੇ ਆਧਾਰ 'ਤੇ ਨਿਸ਼ਚਿਤ ਕੀਤੇ ਚੌਵੀ ਖੇਤਰਾਂ ਵਿੱਚੋਂ ਕੋਈ ਇੱਕ ਖੇਤਰ, ਇੱਕ ਇੱਕ ਘੰਟੇ ਦੇ ਅੰਤਰ ਨਾਲ ਬਣੀਆਂ ਧਰਤੀ ਦੀਆਂ ਪੱਟੀਆਂ ਵਿੱਚੋਂ ਇੱਕ ਪੱਟੀ

timid /'ਟਿਮਿਡ/ *a* ਡਰਾਕਲ, ਡਰਪੋਕ, ਡਰੂ, ਕਾਇਰ, ਬੁਜ਼ਦਿਲ

timidity, timidness /ਟਿ'ਮਿਡਅਟਿ, 'ਟਿਮਿਡਨਅਸ/ *n* ਸਾਹਸਹੀਣਤਾ, ਕਾਇਰਤਾ, ਬੁਜ਼ਦਿਲੀ

timing /'ਟਾਇਮਿਙ/ *n* ਸਮਾਂ, ਵਕਤ, ਸਮਾਂ ਨਿਰਧਾਰਨ, ਕਾਲ ਮਾਪਣ, ਸਮੇਂ ਦਾ ਹਿਸਾਬ

timorous /'ਟਿਮਅਰਅਸ/ *a* ਡਰੂ, ਡਰਾਕਲ, ਸਾਹਸਹੀਣ, ਕਾਇਰ, ਡਰਪੋਕ, ਬੁਜ਼ਦਿਲ

timpanist /'ਟਿਮਪਅਨਿਸਟ/ *n* ਨਗਾਰਾ ਵਜਾਉਣ ਵਾਲਾ, ਧੌਂਸਾ ਵਜਾਉਣ ਵਾਲਾ

timpano /'ਟਿਮਪਅਨਅਉ/ *n* ਨਗਾਰਾ, ਧੌਂਸਾ

tin /ਟਿਨ/ *n* ਕਲੀ, ਕਲੀ ਵਾਲੀ ਲੋਹੇ ਦੀ ਚਾਦਰ, (ਬੋਲ) ਟੀਨ; ਟੀਨ ਦਾ ਡੱਬਾ, ਕਨਸਤਰ, ਪੀਪੀ, ਪੀਪਾ *vt* ਕਲੀ ਕਰਨਾ, ਕਲੀ ਦੀ ਪਾਲਸ਼ ਕਰਨਾ; ਟੀਨ ਦੇ ਪੀਪਿਆਂ ਜਾਂ ਡੱਬਿਆ ਵਿੱਚ ਬੰਦ ਕਰਨਾ

tincture /'ਟਿਙਕਚਅ*/ *n* ਟਿੰਚਰ, ਅਲਕੋਹਲਕ ਘੋਲ, ਭਾਹ, ਪੁੱਠ, ਝਲਕ, ਛਾਇਆ *vt* ਹਲਕਾ ਜਿਹਾ ਰੰਗ ਚੜ੍ਹਾਉਣਾ, ਭਾਹ ਮਾਰਨਾ, ਝਲਕ ਦੇਣਾ, ਰੰਗ ਦੀ ਐਵੇਂ ਛਾਂ ਮਾਤਰ ਝਲਕ ਦੇਣਾ

tindal /'ਟਿਨਡਲ/ *n* ਜਹਾਜ਼ੀਆਂ ਦਾ ਜਮਾਂਦਾਰ

tinder /'ਟਿਨਡਅ*/ *n* ਅੱਗ ਬਾਲਣ ਲਈ ਵਰਤੀ

ਜਾਣ ਵਾਲੀ ਵਸਤੂ

tinderbox /'ਟਿਨਡਅਬੌਕਸ/ *n* ਅੱਗ ਬਾਲਣ ਲਈ ਚਕਮਾਕ ਦੀ ਡੱਬੀ, ਲਾਖ ਦਾ ਘਰ; ਫੂਸ ਦਾ ਢੇਰ

tine /ਟਾਇਨ/ *n* ਨੋਕ, ਸਿਰਾ, ਕਿਨਾਰਾ, ਸਿੰਗ ਦਾ ਤਿੱਖਾ ਸਿਰਾ

tinea /'ਟਿਨਿਅ/ *n* ਨਿੱਕੇ-ਨਿੱਕੇ ਦਾਣਿਆਂ ਤੋਂ ਪੈਦਾ ਹੋਣ ਵਾਲਾ ਚੰਮ ਰੋਗ, ਦੱਦ, ਧੱਦਰ

ting /ਟਿਙ/ *n* ਟਿਣਟਿਣਾਹਟ, ਟਨ-ਟਨ *v* ਟਿਣਟਿਣਾਉਣਾ, ਖਿਣਖਿਣਾਉਣਾ

tinge /ਟਿਨਜ/ *n* ਰੰਗਤ, ਭਾਹ, ਆਭਾ, ਪੁੱਠ, ਝਲਕ, ਹਲਕਾ ਰੰਗ *vt* ਰੰਗਤ ਦੇਣਾ, ਭਾਹ ਮਾਰਨਾ, ਪੁੱਠ ਹੋਣਾ, ਝਲਕ ਮਾਰਨਾ

tingle /'ਟਿਙਗਲ/ *n* ਖੁਤਖੁਤੀ, ਧੁਖਧੁਖੀ, ਅੱਚਵੀ, ਝਰਨਾਹਟ, ਝੁਣਝੁਣੀ; ਛੋਟਾ ਕਿੱਲ, ਸਿੱਕੇ ਦਾ ਕਲਿੱਪ; ਟਣ-ਟਣ, ਛਣ-ਛਣ *v* ਖੁਤਖੁਤੀ ਹੋਣਾ, ਧੁਖਧੁਖੀ ਜਾਂ ਅੱਚਵੀ ਲੱਗਣਾ, ਝਰਨਾਹਟ ਹੋਣਾ

tink /ਟਿਙਕ/ *n* ਰੋਣੀ ਅਵਾਜ਼, ਚੀਕ, ਕੁਰਲਾਹਟ *v* ਰੋਣੀ ਅਵਾਜ਼ ਪੈਦਾ ਕਰਨਾ, ਰੋਣਾ, ਚੀਕਣਾ, ਕੁਰਲਾਉਣਾ, ਚੀਕ-ਚਿਹਾੜਾ ਪਾਉਣਾ

tinker /'ਟਿਙਕਅ*/ *n* ਟੀਨਸਾਜ਼, ਸਿਕਲੀਗਰ; ਟਾਂਕੇ ਵਾਲਾ, ਠਠਿਆਰ, ਅਣਜਾਣਾਂ ਵਾਂਗ ਮੁਰੰਮਤ ਕਰਨ ਵਾਲਾ ਆਦਮੀ; ਬੇਢੱਬਾ ਕੰਮ; ਬੇਢੱਬੀ ਜਿਹੀ ਅਵਾਜ਼ ਕੱਢਣ ਵਾਲਾ ਪੰਛੀ *vt* ਅਣਜਾਣਾਂ ਵਾਂਗ ਮੁਰੰਮਤ ਕਰਨਾ; ਟਾਂਕੇ ਲਾਉਣਾ

tinkerly /'ਟਿਙਕਅਲਿ/ *a* ਮੂੜ੍ਹ; ਗੰਵਾਰ

tinkle /'ਟਿਙਕਲ/ *n* ਟਣਕਾਰ, ਛਣਕਾਹਟ, ਛਣਕ, ਟੁਣਕ, ਟਣਟਣਾਹਟ, ਟਣ-ਟਣ (ਦੀ ਅਵਾਜ਼) *v* ਟਣਕਣਾ, ਛਣਕਣਾ, ਟਣ-ਟਣ ਕਰਨਾ

tinnitus /'ਟਿਨਿਟਅਸ/ *n* ਕੰਨਾਂ ਵਿੱਚ ਟਣਟਣਾਹਟ, ਉਹ ਸਥਿਤੀ ਜਦੋਂ ਕੰਨਾਂ ਵਿੱਚ ਝਣਝਣਾਹਟ ਹੋਵੇ

tinpot /'ਟਿਨਪੌਟ/ *a* ਘਟੀਆ, ਤੁੱਛ

tinsel /'ਟਿਨਸਲ/ *n* ਗੋਟਾ, ਕਿਨਾਰੀ, ਸਲਮਾ ਸਿਤਾਰਾ, ਪੰਨਾ; ਚਮਕ-ਦਮਕ, ਤੜਕ-ਭੜਕ, ਟੀਪ-ਟਾਪ; ਫੋਕਾ ਦਿਖਾਵਾ *vt* ਗੋਟਾ ਲਾਉਣਾ, ਸਲਮਾ ਸਿਤਾਰਾ ਜੜਨਾ, ਭੜਕੀਲਾ ਜਾਂ ਠਾਠ-ਬਾਠ ਵਾਲਾ ਬਣਾਉਣਾ *a* ਭੜਕੀਲਾ, ਭੜਕਦਾਰ, ਨੁਮਾਇਸ਼ੀ, ਟੀਪ-ਟਾਪ ਵਾਲਾ, ਚਮਕ-ਦਮਕ ਵਾਲਾ

tint /ਟਿਨਟ/ *n* ਰੰਗਤ, ਝਲਕ, ਭਾਹ, ਆਭਾ; ਪਤਝੜ ਦੇ ਪੱਤਿਆ ਦਾ ਰੰਗ *vt* ਰੰਗਤ ਦੇਣਾ, ਝਲਕ ਆਉਣਾ, ਭਾਹ ਮਾਰਨਾ, ਹਲਕਾ ਰੰਗ ਦੇਣਾ, ਰੰਗਣਾ

tintage /'ਟਿਨਟਿਜ/ *n* ਝਲਕ, ਆਭਾ, ਚਮਕ-ਦਮਕ

tintinnabulation /ˌਟਿਨਟਿਨੈਬਯੁ'ਲੇਇਸ਼ਨ/ *n* (ਟੱਲੀਆਂ ਦੀ) ਟੁਣਕਾਰ, ਝੁਣਕਾਰ, ਝੁਣ-ਝੁਣ, ਟਣਨ-ਟਣਨ

tinty /'ਟਿਨਟਿ/ *a* ਬੇਜੋੜ ਰੰਗਾਂ ਨਾਲ ਰੰਗਿਆ; ਬੇਮੇਲ ਰੰਗਾਂ ਦਾ

tiny /'ਟਾਇਨਿ/ *a* ਛੋਟਾ, ਨਿਕਚੂ, ਨੰਨ੍ਹਾ, ਨਿੱਕਾ

tip /ਟਿਪ/ *n* ਸਿਰਾ, ਨੋਕ, ਮੂੰਹ; ਇੱਕ ਤਰ੍ਹਾਂ ਦੀ ਕੂਚੀ, ਬੁਰਸ਼; ਇਨਾਮ, ਬਖਸ਼ੀਸ਼, ਟਿਪ; ਵਧੀਆ ਤਰਕੀਬ; ਥਾਪੀ; ਧੱਕਾ; ਝੁਕਾਅ; (ਅਪ) ਸੂਹ; ਟੋਟਕਾ, ਗੁਰ *v* ਪੱਬਾਂ ਜਾਂ ਪੰਜਿਆਂ ਉੱਤੇ ਤੁਰਨਾ, ਦੱਬੇ ਪੈਰੀਂ ਤੁਰਨਾ; ਨੋਕ ਉੱਤੇ ਟੁੰਗਣਾ, ਸਿਰੇ ਉੱਤੇ ਲਾਉਣਾ, ਸਿਰ ਢਕਣਾ; ਝੁਕਣਾ ਜਾਂ ਝੁਕਾਉਣਾ; ਟੇਢਾ ਕਰਨਾ; ਉਲਟਣਾ ਜਾਂ ਉਲਟਾਉਣਾ; ਉਲੱਦਣਾ; ਪਲਟਣਾ; ਇਸ਼ਾਰੇ ਨਾਲ ਆਖ ਜਾਣਾ; ਟਿਪ ਦੇਣਾ; (ਅਪ) ਸੂਹ ਦੇਣਾ

tip-off /'ਟਿਪ ਔਫ਼/ *n* ਸੂਹ, ਮੁਖ਼ਬਰੀ, ਅੰਦਰਲੀ ਖ਼ਬਰ, ਛੁਪਿਆ ਭੇਦ

tipper /'ਟਿਪਅ*/ *n* ਝੁਕਣ ਜਾਂ ਝੁਕਾਉਣ ਵਾਲਾ; ਹਲਕੀ ਛੋਹ ਲਾਉਣ ਵਾਲਾ

tippet /'ਟਿਪਿਟ/ *n* ਗੁਲੂਬੰਦ

tipple /'ਟਿਪਲ/ *n* ਤੇਜ਼ ਸ਼ਰਾਬ *v* ਘੁੱਟ-ਘੁੱਟ ਕਰਕੇ ਪੀਂਦਿਆਂ ਰਹਿਣਾ

tippy /'ਟਿਪਿ/ *a* ਚੁਸਤ, ਫੁਰਤੀਲਾ; ਸ਼ੁਕੀਨ, ਫੈਸ਼ਨਦਾਰ

tipsy /'ਟਿਪਸਿ/ *a* ਸਰੂਰਿਆ, ਨਸ਼ਿਆਇਆ

tiptoe /'ਟਿਪਟਅਉ/ *a* ਪੱਬਾਂ ਭਾਰ

tip-top /ˌਟਿਪ'ਟੌਪ/ *a* ਬਹੁਤ ਵਧੀਆ, ਟਿਚਨ, ਟਹੁਰ ਵਾਲਾ

tirade /ਟਾਇ'ਰੇਇਡ/ *n* ਗਾਲਾਂ ਦੀ ਵਾਛੜ; ਲੰਮਾ ਭਾਸ਼ਣ

tirailleur /ˌਟਿਰਾਇ'ਅ:*/ *n* ਰਾਈਫਲਮੈਨ, ਪੱਕਾ ਬੰਦੂਕਚੀ, ਨਿਸ਼ਾਨੇਬਾਜ਼

tire /'ਟਾਇਅ*/ *v* ਸ਼ਿੰਗਾਰ ਕਰਨਾ, ਸਜਾਉਣਾ; ਥਕਾਉਣਾ, ਥੱਕਣਾ, ਹੁੱਟਣਾ, ਹੰਭਣਾ; ਉਕਤਾ ਜਾਣਾ, ਹਾਰਨਾ, ਬਾਜ਼ ਆਉਣਾ; (ਪਹੀਏ ਉੱਤੇ) ਹਾਲ ਚੜ੍ਹਾਉਣਾ *n* ਵੇਸ, ਪੁਸ਼ਾਕ, ਲਿਬਾਸ, ਕੱਪੜੇ

tireling /'ਟਾਇਅਲਿਙ/ *n* ਥੱਕਿਆ ਜਾਨਵਰ, ਉਕਤਾਇਆ ਹੋਇਆ ਪਸ਼ੂ

tiresome /'ਟਾਇਅਸਅਮ/ *a* ਥਕਾਊ

tiring /'ਟਾਇਅਰਿਙ/ *a* ਥਕਾ ਦੇਣ ਵਾਲਾ, ਅਕਾ ਦੇਣ ਵਾਲਾ, ਹੰਭਾਅ ਦੇਣ ਵਾਲਾ

tirl /ਟਅ:ਲ/ *n* ਵਲ, ਮਰੋੜ *vt* ਮਰੋੜਨਾ, ਵਲ ਪਾਉਣਾ; ਖੋਲ੍ਹਣਾ, ਨੰਗਾ ਕਰਨਾ; ਕੰਬਣਾ, ਹਿੱਲਣਾ

tiro /'ਟਾਇਅਰਅਉ/ *n* ਰੰਗਰੂਟ, ਸਿਖਾਂਦਰੂ, ਸ਼ਗਿਰਦ

tissue /'ਟਿਸ਼ੂ, 'ਟਿਸਯੂ/ *n* ਬਹੁਤ ਬਰੀਕ ਜਾਂ ਜਾਲੀਦਾਰ ਕੱਪੜਾ; (ਜੀਵ) ਟਿਸ਼ੂ; ਜਾਲੀਦਾਰ ਰਚਨਾ; ਪੁਲੰਦਾ; ਪਤਲਾ ਨਰਮ ਕਾਗਜ਼

tit /ਟਿਟ/ *n* ਮਰੀਅਲ ਘੋੜਾ, ਟੱਟੂ; ਪਿੱਦਾ **tit for tat** *n* ਅਦਲੇ ਦਾ ਬਦਲਾ

Titan /'ਟਾਇਟਨ/ *n* (ਯੂਨਾਨ ਦਾ) ਸੂਰਜ ਦੇਵਤਾ, ਅਕਾਸ਼ (ਦੇਵਤਾ) ਅਤੇ ਪ੍ਰਿਥਵੀ (ਦੇਵੀ) ਦੀ ਸੰਤਾਨ, ਮਹਾਂ ਮਾਨਵ, ਦੈਂਤ

titbit /'ਟਿਟਬਿਟ/ *n* ਸੁਆਦਲਾ ਭੋਜਨ; ਚੁਟਕਲਾ; ਚਟਪਟੀ ਖ਼ਬਰ

tithe /ਟਾਇਦ/ *n* ਦਸਵੰਧ, ਦਸਵਾਂ ਹਿੱਸਾ *vt* ਦਸਵੰਧ ਕੱਢਣਾ, ਦਸ ਹਿੱਸੇ ਕਰਨਾ, ਦਸਵਾਂ ਭਾਗ ਕਰ ਦੇਣਾ

titillate /'ਟਿਟਿਲੇਇਟ/ *vt* ਕੁਤਕੁਤਾੜੀ ਕੱਢਣਾ, ਗੁਦਗੁਦਾਉਣਾ, ਝੁਣਝੁਣੀ ਛੇੜਨਾ

titivate /'ਟਿਟਿਵ੍ਰੇਇਟ/ *v* ਸੁਸੱਜਿਤ ਕਰਨਾ ਜਾਂ ਹੋਣਾ, ਠਾਠ-ਬਾਠ ਵਾਲੇ ਕੱਪੜੇ ਪਹਿਨਣਾ ਜਾਂ ਪਹਿਨਾਉਣਾ; ਸੰਵਾਰਨਾ ਜਾਂ ਸੰਵਰਨਾ

title /'ਟਾਇਟਲ/ *n* ਸ਼ੀਰਸ਼ਕ, ਸਿਰਲੇਖ; ਖ਼ਿਤਾਬ, ਪਦਵੀ; ਹੱਕ ਮਾਲਕੀ, ਅਧਿਕਾਰ ਪੱਤਰ; (ਵਿਧਾਨ) ਖੰਡ; ਸੋਨੇ ਦਾ ਖਰਾਪਣ; ਮੁੱਖ ਪੰਨਾ, ਸਿਰਨਾਵਾਂ (ਪੁਸਤਕ ਦਾ)

titmouse /'ਟਿਟਮਾਉਸ/ *n* ਇੱਕ ਕਿਸਮ ਦਾ ਪਿੱਦਾ; ਤੁੱਛ ਵਿਅਕਤੀ ਜਾਂ ਵਸਤੂ

titter /'ਟਿਟਅ*/ *n* ਦਬਿਆ-ਦਬਿਆ ਹਾਸਾ *v* ਮੂੰਹ ਘੁੱਟ ਕੇ ਹੱਸਣਾ, ਖੀਹੀ-ਖੀਹੀ ਕਰਨਾ

tittle /'ਟਿਟਲ/ *n* ਭੋਰਾ, ਕਿਣਕਾ, ਬਿੰਦ, ਝਰੀਟ

tittle-tattle /'ਟਿਟਲ ਟੈਟਲ/ *n* ਬਕਵਾਸ, ਗੱਪ *v* ਬੜਬੜ ਕਰਨਾ

tittup /'ਟਿਟਅਪ/ *n* ਉੱਛਲਕੁੱਦ, ਚੌਂਕੜੀ , ਛਾਲ *v* ਸਰਪਟ ਦੌੜਨਾ

titubate /'ਟਿਟਯੁਬੇਇਟ/ *vi* ਲੜਖੜਾਉਣਾ, ਡੋਲਣਾ; ਅਸਥਿਰ ਹੋਣਾ

titular /'ਟਿਟਯੁਲਅ*/ *n* ਪਦ ਅਧਿਕਾਰੀ ਜੋ ਬਿਨਾਂ ਕੰਮ ਜਾਂ ਜ਼ੁੰਮੇਵਾਰੀ ਤੋਂ ਹੋਵੇ *a* ਨਾਂ ਮਾਤਰ, ਨਾਮ ਧਰੀਕ, ਨਾਮ ਨਿਹਾਦ; ਸਰਪ੍ਰਸਤ

tiver /'ਟਿਵ੍ਅ*/ *n* ਗੇਰੂ

tizzy /'ਟਿਜ਼ਿ/ *n* (ਬੋਲ) ਘਬਰਾਹਟ

tmesis /'ਟਮੀਸਿਸ/ *n* (ਵਿਆ) ਸਮਾਸੀ ਸ਼ਬਦ ਵਿੱਚ ਹੋਰ ਸ਼ਬਦ ਦਾ ਵਾਧਾ

to /ਟੂ, ਟੁ/ *prep* ਨੂੰ, ਦੇ, ਪ੍ਰਤੀ, ਵੱਲ, ਪਾਸੇ; ਕੋਲ, ਉੱਤੇ, ਵਿੱਚ, ਵਾਸਤੇ *adv* ਤੱਕ, ਹੱਦ ਤੱਕ; ਦੇ ਮੁਕਾਬਲੇ, ਦੇ ਅਨੁਕੂਲ, ਦੇ ਸੰਬੰਧ ਵਿੱਚ, ਨਿਸਬਤ ਨਾਲ; ਬਤੌਰ, ਦੇ ਰੂਪ ਵਿੱਚ; ਬਾਰੇ, ਸਿਲਸਲੇ ਵਿੱਚ; ਦੇ ਅਨੁਸਾਰ

toad /ਟਅਉਡ/ *n* ਡੱਡੂ ਵਰਗਾ ਜੀਵ *a* ਘਿਰਨਿਤ ਵਿਅਕਤੀ

toadstool /'ਟਅਉਡਸਟੂਲ/ *n* ਛਤਰੀ ਦੀ ਸ਼ਕਲ ਦੀ ਨਾ ਖਾਣਯੋਗ ਖੁੰਬ, ਪਦ ਬਹੇੜਾ

toady /'ਟਅਉਡਿ/ *n* ਖ਼ੁਸ਼ਾਮਦ, ਚਾਪਲੂਸ,

ਟੁਕੜ-ਬੋਚ; ਜੀ-ਹਜ਼ੂਰੀ *v* ਖ਼ੁਸ਼ਾਮਦ ਜਾਂ ਚਾਪਲੂਸੀ ਕਰਨਾ, ਝੋਲੀ ਚੁੱਕਣਾ

toast **/ਟਅਉਸਟ/** *v* ਸਿਹਤ ਦਾ ਜਾਮ ਪੀਣਾ; ਡਬਲ ਰੋਟੀ ਦਾ ਟੁਕੜਾ ਭੁੰਨਣਾ, ਸੇਕਣਾ *n* ਸੇਕਿਆ ਡਬਲ ਰੋਟੀ ਦਾ ਟੁਕੜਾ, ਟੋਸਟ; ਸ਼ਰਾਬ ਵਿੱਚ ਪਿਆ ਟੋਸਟ; ਸਦਭਾਵਨਾ, ਪ੍ਰੀਤੀ, ਸਿਹਤ ਦਾ ਜਾਮ

tobacco **/ਟਅ'ਬੈਕਅਉ/** *n* ਤਮਾਕੂ

tobine **/'ਟਅਉਬਾਇਨ/** *n* ਰੇਸ਼ਮੀ ਕੱਪੜਾ

toboggan **/ਟਅ'ਬੌਗਅਨ/** *n* ਬਰਫ਼ ਗੱਡੀ *v* ਬਰਫ਼ ਗੱਡੀ ਨਾਲ ਰਿੜ੍ਹਨਾ

toby **/'ਟਅਉਬਿ/** *n* ਇੱਕ ਕਿਸਮ ਦੀ ਸੁਰਾਹੀ, ਜੱਗ

tobyman **/'ਟਅਉਬਿਮਅਨ/** *n* ਰਾਹ ਮਾਰ, ਡਾਕੂ, ਲੁਟੇਰਾ

toccata **/ਟਅ'ਕਾਟਅ/** *n* ਉਤੇਜਨਾਪੂਰਨ ਸੰਗੀਤ ਰਚਨਾ, ਟਕਾਹਟਾ

tocher **/'ਟੌਖ਼ਅ*/** *n* (ਸਕਾਟ) ਦਾਜ, ਦਹੇਜ

tocsin **/'ਟੌਕਸਿਨ/** *n* ਖ਼ਤਰੇ ਦੀ ਝੰਡੀ ਜਾਂ ਘੰਟੀ ਆਦਿ

tod[1] **/ਟੌਡ/** *n* ਝਾੜ, ਝਾੜੀ; 28 ਪੌਂਡ (ਉੱਨ) ਦਾ ਤੋਲ

tod[2] *n* ਲੂੰਬੜੀ; ਚਲਾਕ ਆਦਮੀ

today **/ਟਅ'ਡੇਇ/** *adv* ਅੱਜ, ਹੁਣ ਦੇ ਸਮੇਂ ਵਿੱਚ, ਅੱਜ-ਕੱਲ੍ਹ, ਵਰਤਮਾਨ ਵਿੱਚ

toddle **/'ਟੌਡਲ/** *n* ਠੁਮਕ-ਠੁਮਕ ਚਾਲ, ਝੂਮਦੀ ਤੋਰ, ਡਿੱਕ-ਡੋਲਾ, ਡਗਮਗਾਉਂਦੀ ਤੋਰ; ਚਹਿਲ ਕਦਮੀ, ਮਟਰ-ਗਸ਼ਤ; ਠੁਮਕ-ਠੁਮਕ ਤੁਰਨ ਵਾਲਾ ਬੱਚਾ *v* ਠੁਮ-ਠੁਮ ਕਰਕੇ ਤੁਰਨਾ, ਡਿੱਕ-ਡੋਲੇ ਖਾਣਾ; ਚਹਿਲ ਕਦਮੀ ਕਰਨਾ, ਮਟਰ-ਗਸ਼ਤੀ ਕਰਨਾ

toddler **/'ਟੌਡਲਅ*/** *n* ਠੁਮਕ-ਠੁਮਕ ਤੁਰਨ ਵਾਲਾ ਬੱਚਾ, ਨਿਕਚੂ, ਛੋਟਾ ਬੱਚਾ

toddy **/'ਟੌਡਿ/** *n* ਤਾੜੀ, ਤਾੜ ਜਾਂ ਖਜੂਰ ਦਾ ਰਸ; ਤਾੜੀ (ਸ਼ਰਾਬ)

tody **/'ਟਅਉਡਿ/** *n* ਇੱਕ ਜਲ ਪੰਛੀ

toe **/ਟਅਉ/** *n* ਪੈਰ ਦੀ ਉਂਗਲ; ਜੁੱਤੀ ਜਾਂ ਮੌਜਿਆਂ ਦਾ ਪੱਬ ਜਾਂ ਪੰਜਾ; ਖੁਰ ਦਾ ਅਗਲਾ ਹਿੱਸਾ; ਲੋਹੇ ਦੇ ਸ਼ਤੀਰ ਦਾ ਧੁਰਾ ਜਾਂ ਪਾਇਆ; ਭਾਫ਼ ਦੇ ਇੰਜਣ ਵਿੱਚ ਲੱਗੇ ਲੋਹੇ ਦੇ ਡੰਡੇ *v* ਪੰਜੇ ਲਾਉਣਾ; ਖੁਰਾਂ ਵਿੱਚ ਖੁਰੀਆਂ ਲਾਉਣਾ; ਖੁਰ ਛਿੱਲਣਾ; ਠੋਕ ਕੇ ਮਾਰਨਾ; ਠੁੱਡਾ ਮਾਰਨਾ; ਦੌੜ ਦੀ ਲਕੀਰ ਨੂੰ ਪੱਬ ਨਾਲ ਛੋਹਣਾ

TOEFL **/'ਟਅਉਫ਼ਲ/** *abbr* **Test of English as a Foriegn Language** ਦਾ ਸੰਖਿਪਤ ਰੂਪ, ਸੰਯੁਕਤ ਰਾਜ ਵਿੱਚ ਅੰਗਰੇਜ਼ੀ ਭਾਸ਼ਾ ਦੀ ਇੱਕ ਪਰੀਖਿਆ

toehold **/'ਟਅਉਹਅਉਲਡ/** *n* ਪੌਡਾ, ਟੇਕ, ਸਹਾਰਾ

toff **/ਟੌਫ਼/** *n* ਰਈਸ, ਵੱਡਾ ਆਦਮੀ; ਛੈਲਾ ਮਨੁੱਖ, ਠਾਠ-ਬਾਠ ਵਾਲਾ ਬੰਦਾ, ਸਫ਼ੈਦਪੋਸ਼

toffee **/'ਟੌਫ਼ਿ/** *n* ਟਾਫੀ, ਮਿੱਠੀ ਗੋਲੀ, ਮਿੱਠੀ ਟਿੱਕੀ, ਮਿਠਿਆਈ

toft **/ਟੌਫ਼ਟ/** *n* ਖੋਲਾ

tog **/ਟੌਗ/** *n* ਵਸਤਰ, ਕੱਪੜੇ, ਲਿਬਾਸ, ਪੁਸ਼ਾਕ *vt* ਕੱਪੜੇ ਪਹਿਨਾਉਣਾ

toga **/'ਟਅਉਗਅ/** *n* ਇੱਕ ਲੰਮਾ ਕੁੜਤਾ, ਚੋਗਾ

togated **/'ਟਅਉਗੇਇਟਿਡ/** *a* ਚੋਗੇ ਵਾਲਾ, ਚੋਗਾਦਾਰ

together **/ਟਅ'ਗੈਦਅ*/** *adv* ਇਕੱਠੇ; ਲਗਾਤਾਰ

toil **/ਟੌਇਲ/** *n* ਫੰਧਾ, ਜਾਲ, ਕਰੜੀ ਘਾਲਣਾ, ਸਖ਼ਤ ਮਿਹਨਤ

toiler **/'ਟੌਇਲਅ*/** *n* ਕਰੜੀ ਘਾਲਣਾ ਵਾਲਾ ਵਿਅਕਤੀ; ਸਖ਼ਤ ਮਿਹਨਤ ਕਰਨ ਵਾਲਾ ਕਾਮਾ, ਮਿਹਨਤਕਸ਼

toilet **/'ਟੌਇਲਅਟ/** *n* ਮੂੰਹ-ਹੱਥ ਧੋਣ ਨਹਾਉਣ ਆਦਿ ਦਾ ਕਮਰਾ, ਗੁਸਲਖ਼ਾਨਾ; ਸ਼ਿੰਗਾਰਪੱਟੀ, ਕੰਘੀ-ਪੱਟੀ; ਕੱਪੜਾ-ਲੱਤਾ, ਲਿਬਾਸ; ਸ਼ਿੰਗਾਰ ਦਾ ਮੇਜ਼

toiletries **/'ਟੌਇਲਅਟਰਿਜ਼/** *n* ਗ਼ੁਸਲਖ਼ਾਨੇ ਵਿੱਚ ਲੁੜੀਂਦੀਆਂ ਵਸਤੂਆਂ (ਸਾਬਣ, ਤੇਲ, ਦੰਦਾਂ

ਦਾ ਬੁਰਸ਼ ਵਗੈਰਾ); ਸ਼ਿੰਗਾਰ ਸਮੱਗਰੀ, ਸ਼ਿੰਗਾਰ ਦਾ ਮੇਜ਼, ਕੰਘੀ-ਪੱਟੀ

toils /ਟੌਇਲਜ਼/ *n* (ਬਹੁ) ਜਾਲ, ਜਾਲੀ, ਫੰਧਾ

Tokay /ਟਅਉ'ਕੇਇ/ *n* ਇੱਕ ਪ੍ਰਕਾਰ ਦਾ ਅੰਗੂਰ, ਟੋਕ; ਹੰਗਰੀ ਦੀ ਇੱਕ ਸੁਗੰਧਿਤ ਮਸਾਲੇਦਾਰ ਸ਼ਰਾਬ

token /'ਟਅਉਕਅਨ/ *n* ਨਿਸ਼ਾਨੀ, ਯਾਦ, ਯਾਦ ਚਿੰਨ੍ਹ, ਪ੍ਰਤੀਕ, ਲੱਛਣ, ਪ੍ਰਮਾਣ; ਸਿੱਕਾ ਛਾਪ ਆਦਿ (ਜੋ ਕਿਸੇ ਗੱਲ ਦੀ ਪੁਸ਼ਟੀ ਜਾਂ ਪ੍ਰਮਾਣ ਵਿੱਚ ਦਿੱਤੀ ਗਈ ਹੋਵੇ); ਯਾਦਗਾਰ, ਸਮਾਰਕ

tokenism /'ਟਅਉਕਅਨਿਜ਼ਅਮ/ *n* ਪ੍ਰਤੀਕ ਵਜੋਂ ਦਿੱਤੀ ਪ੍ਰਤਿਨਿਧਤਾ, ਚਿੰਨ੍ਹਮਾਤਰ ਕਿਸੇ ਖ਼ਾਸ ਵਰਗ ਨੂੰ ਦਿੱਤਾ ਮਾਣ, ਪ੍ਰਤੀਕਵਾਦ, ਚਿੰਨ੍ਹਵਾਦ

Toledo /ਟਅ'ਲੀਡਅਉ/ *n* ਸਪੇਨ ਦਾ ਇੱਕ ਸ਼ਹਿਰ ਅਤੇ ਇਸ ਸ਼ਹਿਰ ਵਿੱਚ ਬਣੀ ਮਸ਼ਹੂਰ ਇੱਕ ਵਧੀਆ ਤਲਵਾਰ

tolerable /'ਟੌਲਅਰਅਬਲ/ *a* ਸਹਿਣਸ਼ੀਲ, ਸਹਿੰਦਾ-ਸਹਿੰਦਾ, ਸਹਿਣ ਯੋਗ; ਚੰਗਾ, ਠੀਕ, ਤਸੱਲੀਬਖ਼ਸ਼, ਸੰਤੋਖਜਨਕ, ਸਧਾਰਨ; ਚੋਖਾ, ਖਾਸਾ; ਕੰਮ ਚਲਾਊ, ਔਸਤ ਦਰਜੇ ਦਾ

tolerance /'ਟੌਲਅਰਅਨਸ/ *n* ਝੱਲਣ ਦੀ ਸ਼ਕਤੀ, ਜਰਨ ਦੀ ਤਾਕਤ, ਧੀਰਜ, ਜੇਰਾ, ਸਹਿਣਸ਼ੀਲਤਾ

tolerant /'ਟੌਲਅਰਅਨਟ/ *a* ਖਿਮਾਸ਼ੀਲ, ਸਹਿਣਸ਼ੀਲ, ਉਦਾਰ; ਤੀਖਣ ਦਵਾਈਆਂ ਦਾ ਆਦੀ

tolerate /'ਟੌਲਅਰੇਇਟ/ *vt* ਸਹਿਣਾ, ਝੱਲਣਾ, ਜਰਨਾ, ਸਹਾਰਨਾ, ਗਵਾਰਾ ਕਰਨਾ, ਬਰਦਾਸ਼ਤ ਕਰਨਾ, ਉਦਾਰਤਾ ਜਾਂ ਸਹਿਣਸ਼ੀਲਤਾ ਤੋਂ ਕੰਮ ਲੈਣਾ; ਨਾਲ-ਨਾਲ ਰਹਿਣਾ, ਸਹਿਹੋਂਦ ਰੱਖਣਾ; ਭੁਗਤਣਾ; ਤੇਜ਼ ਦਵਾਈਆਂ ਦਾ ਆਦੀ ਹੋਣਾ

toleration /ˌਟੌਲਅ'ਰੇਇਸ਼ਨ/ *n* ਉਦਾਰਤਾ, ਸਹਿਣਸ਼ੀਲਤਾ; ਸਹਾਰਾ ਲੈਣ ਦੀ ਆਦਤ, (ਧਾਰਮਿਕ ਵਿਸ਼ੇ ਵਿੱਚ) ਨਿਰਨਾ ਅਧਿਕਾਰ

tolerator /'ਟੌਲਅਰੇਇਟਅ*/ *n* ਬਰਦਾਸ਼ਤ ਕਰਨ ਵਾਲਾ, ਸਹਿਣ ਵਾਲਾ ਵਿਅਕਤੀ

toll[1] /ਟਅਉਲ/ *n* ਮਾਰਗ ਦਾ *v* ਟੈਕਸ ਲੈਣਾ, ਚੁੰਗੀ ਲੈਣਾ, ਮਸੂਲ ਲੈਣਾ; (ਜਾਨ ਆਦਿ ਦੀ) ਬਲੀ; (ਕਨੂੰ) ਵਰਜੇ ਜਾਣਾ; ਵਰਜਣਾ, ਹੱਕ ਖੋਹਣਾ, ਖੁਹਾ ਲੈਣਾ

toll[2] *n* ਟੱਲੀ ਜਾਂ ਘੜੀ ਦੀ ਅਵਾਜ਼,ਘੜੀ ਦੀ ਟਿਕਟਿਕ *v* ਵਜਾਉਣਾ, ਤਾਲ ਨਾਲ ਵਜਣਾ

toll-free /ˌਟਅਉਲ'ਫ਼ਰੀ/ *a* (ਕਿਸੇ ਸੰਸਥਾ ਨੂੰ) ਮੁਫ਼ਤ ਕੀਤਾ ਜਾਣ ਵਾਲਾ (ਟੈਲੀਫ਼ੋਨ ਨੰਬਰ), ਮਸੂਲ-ਰਹਿਤ, ਟੈਕਸ-ਰਹਿਤ

tol-lol /ਟੌਲ'ਲੌਲ/ *a* ਚੰਗੀ ਦਸ਼ਾ ਵਿੱਚ, ਠੀਕ; ਚੰਗਾ-ਭਲਾ, ਸਧਾਰਨ, ਔਸਤ

tom /ਟੌਮ/ *n* ਨਰ

tomahawk /'ਟੌਮਅਹੋਕ/ *n* (ਅਮਰੀਕਾ ਦੇ ਮੂਲ ਵਾਸੀਆਂ ਦਾ) ਕੁਹਾੜੇ ਵਰਗਾ ਹਥਿਆਰ

tomato /ਟਅ'ਮਾਟਅਉ/ *n* ਟਮਾਟਰ

tomb /ਟੂਮ/ *n* ਸਮਾਧ, ਕਬਰ, ਗੋਰ, ਮਕਬਰਾ, ਮਜ਼ਾਰ, ਦਰਗਾਹ *vt* ਸਮਾਧ ਜਾਂ ਕਬਰ ਵਿੱਚ ਰੱਖ ਦੇਣਾ, ਦੱਬਣਾ, ਦਫ਼ਨਾਉਣਾ, ਲੁਕਾਉਣਾ, ਧਰਤੀ ਦੇ ਅੰਦਰ ਗੱਡਣਾ; ਗੋਦੀ ਲੈ ਲੈਣਾ, ਲੁਕਾ ਲੈਣਾ, ਬੰਦ ਕਰਨਾ

tombola /ਟੌਮ'ਬਅਉਲਅ/ *n* ਇੱਕ ਪ੍ਰਕਾਰ ਦੀ ਜੂਏ ਦੀ ਖੇਡ, ਜੂਆ ਜਾਂ ਲਾਟਰੀ

tomboy /'ਟੌਮਬੌਇ/ *n* ਮੁੰਡਿਆਂ ਵਾਂਗ ਵਿਹਾਰ ਕਰਨ ਵਾਲੀ ਕੁੜੀ, ਮਰਦਾਵੀਂ ਪ੍ਰਕਿਰਤੀ ਵਾਲੀ ਕੁੜੀ

tomcat /'ਟੌਮਕੈਟ/ *n* ਬਿੱਲਾ

Tom, Dick and Harry *n* ਐਰਾ-ਗੈਰਾ, ਜਣਾ-ਖਣਾ, ਲੱਲੂ-ਪੰਜੂ

tome /ਟਅਉਮ/ *n* ਪੋਥਾ, ਵੱਡੀ ਪੁਸਤਕ

tomfool /ˌਟੌਮ'ਫ਼ੂਲ/ *n* ਮਹਾਂਮੂਰਖ, ਝੁੱਡੂ *v* ਬੇਵਕੂਫ਼ੀ ਕਰਨਾ

tommy /'ਟੌਮਿ/ *n* ਬਰਤਾਨਵੀ ਫ਼ੌਜੀ; ਪਾਨਾ, ਪੇਚਕਸ; ਰੋਟੀ ਕੱਪੜਾ (ਉਜਰਤ ਵਜੋਂ)

tommy gun /'ਟੌਮਿ ਗਅੱਨ/ *n* ਛੋਟੀ ਮਸ਼ੀਨਗੰਨ

tommy-shop *n* ਕਾਰਖ਼ਾਨੇ ਵਿੱਚ ਖਾਣ-ਪੀਣ ਦੀ ਦੁਕਾਨ

tomorrow /ਟਅ'ਮੌਰਅਉ/ *n* ਕੱਲ੍ਹ, ਆਉਣ ਵਾਲਾ ਦਿਨ, ਆਗਾਮੀ ਦਿਵਸ **tomorrow will never come** ਕੱਲ੍ਹ ਨਾਂ ਕਾਲ ਦਾ **don't put off till tomorrow what you can do today** ਅੱਜ ਦਾ ਕੰਮ ਕੱਲ੍ਹ 'ਤੇ ਨਾ ਛੱਡੋ

tom-tom /'ਟੌਮਟੌਮ/ *n* ਢੋਲ; ਟੱਲ, ਘੜਿਆਲ *vt* ਢੋਲ ਵਜਾਉਣਾ, ਟੱਲ ਖੜਕਾਉਣਾ, ਘੜਿਆਲ ਵਜਾਉਣਾ

ton[1] /ਟਅੱਨ/ *n* ਮਾਪ ਦੇ ਪੈਮਾਨੇ ਵਿੱਚ ਭਾਰ ਦੀ ਇਕਾਈ, ਟਨ, 2240 ਪੌਂਡ ਜਾਂ 1000 ਕਿਲੋਗ੍ਰਾਮ ਦਾ ਭਾਰ; ਭਾਰੀ ਗਿਣਤੀ ਜਾਂ ਮਾਤਰਾ

ton[2] *n* ਫ਼ੈਸ਼ਨ

tonal /'ਟਅਉਨਲ/ *a* ਸੁਰ ਸੰਬੰਧੀ, ਸਵਰਾਤਮਕ

tonality /ਟਅਉ'ਨੈਲਅਟਿ/ *n* ਸਵਰਤਾ

tonant /'ਟਅਉਨਅਨਟ/ *a* ਕੜਕਣ ਵਾਲਾ, ਗੱਜਣ ਵਾਲਾ, ਗੜਗੜਾਉਣ ਵਾਲਾ

tone /ਟਅਉਨ/ *n* ਤਰਜ਼, ਅੰਦਾਜ਼, ਲਹਿਜਾ; (ਭਾਸ਼ਾ) ਸ਼ਬਦ ਸੁਰ; (ਸੰਗੀ) ਧੁਨ, ਨਾਦ; ਪ੍ਰਵਿਰਤੀ; ਦਿੱਖ, ਰੰਗ ਦੀ ਝਲਕ, ਦਮਕ, ਭਾਹ; ਅਰੋਗਤਾ, ਸਿਹਤ *v* ਧੁਨੀ ਉਤਪੰਨ ਕਰਨਾ, ਤਾਨ ਭਰਨਾ; ਉਚਿਤ ਰੰਗ ਭਰਨਾ, ਰੰਗ ਪਰਿਵਰਤਨ ਕਰਨਾ, ਮੇਲ ਖਾਣਾ; ਸਾਜ਼ ਸੁਰ ਕਰਨਾ, ਸੁਰ ਮਿਲਾਉਣਾ

tonga /'ਟੌਨਗਅ/ *n* ਟਾਂਗਾ, ਯੱਕਾ

tongs /ਟੌਙਜ਼/ *n* (ਬਹੁ) ਚਿਮਟਾ, ਸੰਨ੍ਹੀ, ਚਿਮਟੀ

tongue /ਟਅੱਙ/ *n* ਜੀਭ, ਰਸਨਾ, ਜ਼ੁਬਾਨ; ਭਾਸ਼ਾ, ਬੋਲੀ, ਬਾਣੀ, ਭਾਸ਼ਣ ਦੀ ਯੋਗਤਾ; ਜੁੱਤੀ ਦੀ ਨੋਕ; ਤੱਕੜੀ ਦੀ ਬੋਦੀ, ਤੱਕੜ ਦੀ ਸੂਈ ਜਾਂ ਕੰਡਾ; ਲਾਟ *v* ਜੀਭ ਤੋਂ ਕੰਮ ਲੈਣਾ, ਜ਼ੁਬਾਨ ਖੋਲ੍ਹਣਾ, ਗੱਲ ਕਰਨਾ; ਜੀਭ ਦੀ ਨੋਕ ਨਾਲ ਬੰਸਰੀ ਦੀਆਂ ਸੁਰਾਂ ਕੱਢਣਾ

tongue-in-cheek /ˌਟਅੱਙਇਨ'ਚੀਕ/ *a* ਮਖੌਲ ਵਜੋਂ ਕਿਹਾ, ਹਲਕੇ ਫੁਲਕੇ ਭਾਵ ਵਿੱਚ ਕਿਹਾ

tongue-twister *n* ਉਚਾਰਨ ਵਿੱਚ ਔਖਿਆਈ ਵਾਲਾ ਸ਼ਬਦ, ਜਬਾੜ੍ਹੇ ਤੋੜ ਸ਼ਬਦ

tonic /'ਟੌਨਿਕ/ *a* ਸ਼ਕਤੀਦਾਇਕ, ਤਾਕਤ ਦੇਣ ਵਾਲਾ, ਸ਼ਕਤੀਵਰਧਕ (ਔਸ਼ਧੀ); (ਸੰਗੀਤ) ਸੁਰ ਜਾਂ ਸੁਰਾਂ ਨਾਲ ਸੰਬੰਧਿਤ *n* ਟਾਨਿਕ

tonight /ਟਅ'ਨਾਇਟ/ *adv* ਅੱਜ ਦੀ ਰਾਤ; ਅੱਜ ਰਾਤ ਨੂੰ

tonish /'ਟੌਨਿਸ਼/ *a* ਰਿਵਾਜ ਅਨੁਸਾਰ, ਰੀਤੀ ਅਨੁਸਾਰ, ਸ਼ਿਸ਼ਟਾਚਾਰ ਦੇ ਅਨੁਸਾਰ

tonite /'ਟਅਉਨਾਇਟ/ *n* ਬਰੂਦ

tonjon /'ਟੌਨਜਅਨ/ *n* ਡੋਲੀ, ਪਾਲਕੀ, ਚਾਰ ਕਹਾਰਾਂ ਦੇ ਚੁੱਕਣ ਵਾਲੀ ਡੋਲੀ

tonk /ਟੌਙਕ/ *v* (ਗੇਂਦ ਨੂੰ) ਜ਼ੋਰ ਨਾਲ ਟੋਣਾ ਲਾਉਣਾ; ਕੁੱਟਣਾ, ਮਾਰਨਾ, ਸੌਖਿਆ ਹਰਾਉਣਾ

tonne /ਟਅੱਨ/ *v* ਵੇਖੋ **ton**

tonneau /'ਟੌਨਅਉ/ *n* ਮੋਟਰਕਾਰ ਦਾ ਪਿਛਲਾ ਭਾਗ

tonograph /'ਟਅਉਨਅਗਰਾਫ਼/ *n* ਸੁਰ ਚਿੱਤਰ, ਟੋਨੋਗ੍ਰਾਫ਼

tonometer /ਟਅ'ਨੌਮਿਟਅ*/ *n* ਧੁਨੀ ਤਰੰਗ ਮਾਪਕ ਯੰਤਰ, ਸੁਰਮਾਪੀ

tonoscope /'ਟਅਉਨਅ(ਉ)ਸਕਅਉਪ/ *n* ਸੁਰਦਰਸ਼ੀ, ਟੋਨੋਸਕੋਪ

tonsil /'ਟੌਨਸਲ/ *n* ਗਲ ਦੇ ਕੰਡੇ; ਗਲ ਦੇ ਮੁੱਢ ਦੀ ਗ੍ਰੰਥੀ, ਟਾਨਸਿਲ

tonsillitis /ˌਟੌਨਸਅ'ਲਾਇਟਿਸ/ *n* ਗਲ਼ ਦੇ ਕੰਡੇ ਦੀ ਸੋਜ਼ਸ਼, ਟਾਨਸਿਲ ਦੀ ਬਿਮਾਰੀ

tonsor /'ਟੌਨਸਅ*/ *n* ਨਾਈ, ਹੱਜਾਮ

tonsure /'ਟੌਨਸ਼ਅ*/ *n* ਮੁੰਡਨ ਸੰਸਕਾਰ; ਪਰੋਹਤ ਜਾਂ ਭਿਕਸ਼ੂ ਦੇ ਸਿਰ ਦਾ ਮੁੰਨਿਆ ਹਿੱਸਾ; ਸਾਧਾਂ ਦੇ ਟੋਲੇ ਸੰਗ ਰਲਣ ਦਾ ਕੰਮ, ਸਾਧੂ ਵਰਗ ਵਿੱਚ ਪ੍ਰਵੇਸ਼, (ਸਾਧੂ) ਮੁੰਨ੍ਹਣਾ, ਮੁੰਡਨ ਕਰਨਾ, ਭਿਕਸ਼ੂ ਬਣਨਾ

tontine /ਟੌਨ'ਟੀਨ/ *n* ਸਲਾਨਾ ਚੰਦਾ

tonus /'ਟਅਉਨਅਸ/ *n* (ਸਿਖਿ) ਤਣਾਅ, ਬਲ,

ਦਬਾਅ; ਪੇਸ਼ੀਸੰਕੋਚ

tony /'ਟਅਉਨਿ/ *a* ਮਿੱਠੀ ਅਵਾਜ਼ ਵਾਲਾ, ਸੁਰੀਲਾ; ਮੂਰਖ, ਬੇਵਕੂਫ਼, ਮੂੜ੍ਹ, ਬੁੱਧੂ

too /ਟੂ/ *adv* ਬਹੁਤ ਵਧੇਰੇ, ਅਤਿਅੰਤ, ਅਤਿ ਅਧਿਕ; ਅਸਹਿ

tool /ਟੂਲ/ *n* ਸੰਦ, ਕਲ, ਯੰਤਰ; (ਬਹੁ) ਯੁੱਧ ਸਮਗਰੀ, ਗੋਲੀ-ਸਿੱਕਾ, ਗੋਲਾ-ਬਰੂਦ; ਸਾਧਨ; ਕਿਸੇ ਦਾ ਹੱਥ ਠੋਕਾ; ਪੁਸਤਕ ਦੀ ਜਿਲਦ 'ਤੇ ਵਾਹੇ ਵੇਲ ਬੂਟੇ *v* ਲੋਹੇ ਜਾਂ ਪੱਥਰ ਨੂੰ ਛੈਣੀ ਨਾਲ ਛਿੱਲਣਾ, ਸੁਡੌਲ ਬਣਾਉਣਾ; ਗਰਮ ਕੀਤੇ ਲੋਹੇ 'ਤੇ ਵੇਲ ਬੂਟੇ ਵਾਹੁਣਾ; ਹਿੱਕਣਾ, ਚਲਾਉਣਾ, ਸਵਾਰੀ ਕਰਨਾ

toot /ਟੂਟ/ *n* ਰਣਸਿੰਗਾ, ਸਿੰਗੀ, ਟੂੰ-ਟੂੰ ਦੀ ਅਵਾਜ਼ *v* ਰਣਸਿੰਗਾਂ ਜਾਂ ਸਿੰਗੀ ਜਾਂ ਨਾਦ ਆਦਿ ਵਜਾਉਣਾ

tooth /ਟੂਥ/ *n* ਦੰਦ; ਦੰਦਾ (ਆਰੀ ਜਾਂ ਕੰਘੀ ਦਾ); ਸੁਆਦ, ਸ਼ੌਕ ਮਜ਼ਾ, ਲੱਜ਼ਤ *vt* ਦੰਦੇ ਕੱਢਣਾ; ਦੰਦੇਦਾਰ ਪਹੀਆਂ ਨੂੰ ਇੱਕ ਦੂਜੇ ਵਿੱਚ ਫਸਾਉਣਾ

toothpick /'ਟੂਥਪਿਕ/ *n* ਦੰਦ ਕਰੋਲਨੀ, ਛਿੰਗ

toothsome /'ਟੂਥਸਅਮ/ *a* ਸੁਆਦੀ, ਲਜ਼ੀਜ਼, ਮਜ਼ੇਦਾਰ, ਰੁਚੀਕਰ

tootle /'ਟੂਟਲ/ *v* ਵੰਝਲੀ ਵਜਾਉਣਾ, ਬੰਸਰੀ ਵਜਾਉਣਾ

top /ਟੌਪ/ *n* ਟੀਸੀ, ਸਿਖਰ, ਚੋਟੀ, ਸਿਰਾ; ਗੰਨੇ ਦੇ ਆਗ, ਮੱਕੀ ਦੇ ਬੁੰਬਲ, ਬਾਥੂ; ਜੁੱਤੀ ਦਾ ਉਪੱਰਲਾ ਹਿੱਸਾ; ਛੱਪਰ, ਛਤਰੀ; ਢੱਕਣ; ਪੁਸਤਕ ਦਾ ਸਿਖਰਲਾ ਹਿੱਸਾ; ਸਰਬ-ਉੱਚ ਸ਼੍ਰੇਣੀ ਜਾਂ ਥਾਂ; ਮੋਟਰ ਦਾ ਸਭ ਤੋਂ ਤੇਜ਼ ਗਤੀ ਵਾਲਾ ਗੇਅਰ; ਕੰਨਾਂ ਦੇ ਟਾਪਸ; ਬੋਦੀ, ਕੇਸਾਂ ਦੀ ਲਿੱਟ, ਜਟੂਰੀ; ਭੋਰਾ; ਫਿਰਕੀ; ਲਾਟੂ; ਪੂਣੀ, ਭੰਬੀਰੀ *v* ਕਲਗੀ ਲਾਉਣਾ, ਸਿਰ 'ਤੇ ਹੈਟ ਆਦਿ ਰੱਖਣਾ, ਸਿਖਰ 'ਤੇ ਅਪੜਨਾ; ਕੱਦ ਵਿੱਚ ਲੰਮਾ ਹੋਣਾ; ਮਾਤ ਕਰਨਾ, ਵਧ ਜਾਣਾ; ਬਾਜ਼ੀ ਲੈ ਜਾਣਾ *a* ਮੁਖੀਆ, ਸ੍ਰੇਸ਼ਠ, ਸਰਬ-ਉੱਚ

toparch /'ਟੌਪਾਕ/ *n* ਜ਼ਿਲ੍ਹੇ ਜਾਂ ਛੋਟੀ ਰਿਆਸਤ ਦਾ ਰਾਜਾ, ਪ੍ਰਸਿੱਧ ਵਿਅਕਤੀ, ਪ੍ਰਮੁੱਖ ਵਿਅਕਤੀ

toparchy /'ਟੌਪਾਕਿ/ *n* ਛੋਟਾ ਰਾਜ

topaz /'ਟਅਉਪੈਜ਼/ *n* ਪੁਖਰਾਜ

top-down /ˌਟੌਪ'ਡਾਉਨ/ *a* ਕਿਸੇ ਖ਼ਾਸ ਆਸ਼ੇ ਨਾਲ ਸ਼ੁਰੂ ਕੀਤੀ ਗਈ (ਯੋਜਨਾ, ਸਕੀਮ), ਬਿਨਾਂ ਤਫ਼ਸੀਲ ਤਿਆਰ ਕੀਤਿਆਂ ਅਰੰਭੀ (ਯੋਜਨਾ ਬੰਦੀ), ਸੰਸਥਾ ਵਿੱਚ ਉੱਚੇ ਅਹੁਦਿਆਂ ਵਾਲੇ ਵਿਅਕਤੀਆਂ ਦੇ ਸਹਿਯੋਗ ਵਾਲੀ (ਕਾਰਵਾਈ)

tope /ਟਅਉਪ/ *n* ਸ਼ਾਰਕ ਮੱਛੀ ਦੀ ਇੱਕ ਜਾਤੀ; ਦਰਖ਼ਤਾਂ ਦਾ ਝੁੰਡ *v* (ਸ਼ਰਾਬ) ਖ਼ੂਬ ਪੀਣੀ, ਪੀ ਕੇ ਗੁੱਟ ਹੋ ਜਾਣਾ

top-end *a* ਸਭ ਤੋਂ ਉੱਤਮ, ਸਭ ਤੋਂ ਕੀਮਤੀ, ਸਭ ਤੋਂ ਸ੍ਰੇਸ਼ਠ

toper /ਟਅਉਪਅ*/ *n* ਸ਼ਰਾਬੀ, ਨਸ਼ੇਬਾਜ

top-heavy /ਟੌਪ'ਹੈੱਵਿ/ *a* ਉਪੱਰੋਂ ਉਲਾਰੂ

topiary /'ਟਅਉਪਿਅਰਿ/ *n* ਬੂਟਿਆਂ ਦੀ ਸਜਾਵਟੀ ਕਟਾਈ

topic /'ਟੌਪਿਕ/ *n* ਮਜ਼ਮੂਨ, ਵਿਸ਼ਾ

topical /'ਟੌਪਿਕਲ/ *a* ਵਿਸ਼ੇ ਨਾਲ ਸੰਬੰਧਿਤ, ਵਿਸ਼ੇਗਤ, ਸਥਾਨਿਕ ਵਿਸ਼ੇ ਸੰਬੰਧੀ

topless /'ਟੌਪਲਅਸ/ *a* ਛਾਤੀ ਨੰਗੀ ਰੱਖਣ ਵਾਲਾ (ਇਸਤਰੀਆਂ ਦਾ ਪਹਿਰਾਵਾ), ਉਪੱਰਲਾ ਨੰਗਾ (ਧੜ ਦਾ ਭਾਗ)

topmost /'ਟੌਪਮਅਉਸਟ/ *a* ਚੋਟੀ ਦਾ, ਸਿਖਰਲਾ, ਸਰਵੋਤਮ, ਸਿਰਮੌਰ, ਸ਼ਰੋਮਣੀ

top-notch /ˌਟੌਪ'ਨੌਚ/ *a* ਬਹੁਤ ਵਧੀਆ, ਉੱਚੇ ਦਰਜੇ ਦਾ

topography /ਟਅ'ਪੌਗਰਅਫ਼ਿ/ *n* ਸਥਾਨ ਵਰਣਨ, ਸਥਾਨਕ ਵੇਰਵਾ; ਭੂਗੋਲਿਕ ਵਰਣਨ, ਸਥਲ ਰੂਪ-ਰੇਖਾ, ਸਥਾਨ ਨਿਰੂਪਣ; ਸਰੀਰ ਵਰਣਨ

topology /ਟਅ'ਪੌਲਅਜਿ/ *n* ਸਥਾਨ ਵਿਗਿਆਨ

topper /'ਟੌਪਅ*/ *n* (ਪਰੀਖਿਆ ਵਿੱਚ) ਸਰਬ-ਉੱਚ ਸਥਾਨ ਪ੍ਰਾਪਤ ਕਰਨ ਵਾਲਾ; ਪਹਿਲੇ ਦਰਜੇ ਉੱਤੇ ਆਉਣ ਵਾਲਾ

topple /'ਟੌਪਲ/ *v* ਡਗਮਗਾ ਕੇ ਡਿਗਣਾ; ਪੁੱਠਾ ਹੋ ਕੇ ਡਿਗਣਾ; ਡੇਗਣਾ, ਗਿਰਾਉਣਾ

topsman /'ਟੌਪਸਮਅਨ/ *n* ਫਾਂਸੀ ਦੇਣ ਵਾਲਾ, ਜੱਲਾਦ

topsy-turvy /ˌਟੌਪਸਿ 'ਟਅ:ਵਿ/ *n* ਉਲਟ-ਪੁਲਟ *v* ਉਲਟ-ਪੁਲਟ ਕਰਨਾ, ਥੱਲੇ-ਉੱਤੇ ਕਰਨਾ, ਗੜਬੜ ਕਰਨਾ *a* ਉਲਟਾ-ਪੁਲਟਾ *adv* ਥੱਲੇ ਉੱਤੇ; ਗੜਬੜੀ ਨਾਲ, ਥੱਲੇ-ਉੱਤੇ ਕਰਕੇ

top-up /'ਟੌਪਅੱਪ/ *n* (ਮਿਥੇ ਨਿਸ਼ਾਨੇ ਤੱਕ) ਪੈਸੇ ਜਮ੍ਹਾਂ ਕਰਨ ਦੀ ਕਿਰਿਆ; ਸ਼ਰਾਬ ਦਾ ਦੁਬਾਰਾ ਪੈੱਗ ਪਾਉਣ ਦੀ ਮਾਤਰਾ

toque /ਟਅਉਕ/ *n* ਬਿਨਾਂ ਛੱਜੇ ਤੋਂ ਛੋਟੀ ਟੋਪੀ; ਕੱਸੀ ਹੋਈ ਪੁਰਾਣੇ ਢੰਗ ਦੀ ਟੋਪੀ, ਬਾਂਦਰ ਦੇ ਮੱਥੇ ਤੋਂ ਉੱਤੇ ਟੋਪੀ ਵਰਗਾ ਸਮੂਰਦਾਰ ਭਾਗ

tor /ਟੋ*/ *n* ਪਹਾੜ ਦੀ ਪਥਰੀਲੀ ਚੋਟੀ

torbanite /'ਟੋਬਅਨਾਇਟ/ *n* ਕੋਲੇ ਵਰਗਾ ਪੱਥਰ, ਟਾਰਬਨਾਈਟ

torch /ਟੋਚ/ *n* ਟਾਰਚ, ਬੱਤੀ, ਮਸ਼ਾਲ, ਜੋਤ, ਚਾਨਣ ਮੁਨਾਰਾ; ਗਿਆਨ ਜੋਤੀ, ਸੂਝ

torment /'ਟੋਮੈਂਨੱਟ/ *n* ਤਸੀਹਾ, ਦੁੱਖ, ਅਜ਼ਾਬ, ਕਸ਼ਟ /ਟੋ'ਮੈਂਨੱਟ/ *vt* ਤਸੀਹਾ ਦੇਣਾ, ਬਹੁਤ ਦੁੱਖ ਦੇਣਾ, ਕਸ਼ਟ ਦੇਣਾ

tormina /'ਟੋਮਿਨਅ/ *n* ਅੰਤਰ ਪੀੜਾ

torn /ਟੋਨ/ *v* **tear** ਦਾ ਭੂਤ ਕ੍ਰਿਦੰਤੀ ਰੂਪ

tornado /ਟੋ'ਨੇਇਡਅਉ/ *n* ਝੱਖੜ, ਤੇਜ਼ ਤੂਫ਼ਾਨ, ਵਾਛੜ (ਮਖੌਲਾਂ ਜਾਂ ਗਾਲਾਂ ਆਦਿ ਦੀ)

torpedo /ਟੋ'ਪੀਡਅਉ/ *n* ਡੁਬਕਣੀ ਕਿਸ਼ਤੀ, ਪਾਣੀ ਦੇ ਅੰਦਰ ਚੱਲਣ ਵਾਲੀ ਬੇੜੀ, ਟਾਰਪੀਡੋ; ਇੱਕ ਮੱਛੀ; ਵਿਸਫੋਟਕ ਸੁਰੰਗ *vt* ਟਾਰਪੀਡੋ ਨਾਲ ਮਾਰਨਾ; ਅਸਫਲ ਕਰਨਾ, ਵਿਅਰਥ ਕਰਨਾ, ਨਸ਼ਟ ਕਰਨਾ, ਕਿਸੇ ਯੋਜਨਾ ਨੂੰ ਫ਼ੇਲ੍ਹ ਕਰਨਾ

torpefy /'ਟੋਪਿਫ਼ਾਇ/ *vt* ਸੁਸਤ ਬਣਾਉਣਾ, ਅਚੇਤਨ ਕਰਨਾ; ਬੇਹਰਕਤ ਕਰਨਾ

torpid /'ਟੋਪਿਡ/ *a* ਸੁੱਤਾ, ਜੜ੍ਹ, ਚੇਤਨਾਹੀਣ, ਸੁੰਨ, ਬੇਹਿਸ, ਨਿਚੱਲਾ, ਮੰਦ, ਬੇਹਰਕਤ, ਨਿਸ਼ਚਲ, ਆਲਸੀ

torrefy /'ਟੌਰਿਫ਼ਾਇ/ *vt* ਸੁਕਾਉਣਾ, ਤਪਾਉਣਾ, ਅੱਗ ਵਿੱਚ ਭੁੰਨਣਾ

torrent /'ਟੌਰਅਨਟ/ *n* ਹੜ੍ਹ, ਰੋੜ੍ਹ, ਵੇਗ; ਬਰਸਾਤੀ ਨਾਲਾ, ਚੋ; ਵੇਗਧਾਰਾ, ਮੂਸਲਾਧਾਰ ਮੀਂਹ, ਤੇਜ਼ ਪ੍ਰਵਾਹ

torrential /ਟਅ'ਰੈਨੱਸ਼ਲ/ *a* ਮੂਸਲਾਧਾਰ (ਮੀਂਹ ਝੜੀ, ਤੇਜ਼ ਵਾਛੜ), ਮੋਹਲੇਧਾਰ (ਮੀਂਹ)

torrid /'ਟੌਰਿਡ/ *a* ਤੱਤਾ, ਤਪਦਾ; ਜ਼ੋਰਦਾਰ, ਤੀਬਰ

torrid zone *n* ਊਸ਼ਣ–ਖੰਡ, ਤਪਤ-ਖੰਡ

torse /ਟੋਸ/ *n* (ਕੁਲ ਚਿੰਨ੍ਹ) ਹਾਰ, ਮਾਲਾ

torsel /'ਟੋਸਲ/ *n* (ਕੰਧ ਵਿੱਚ ਟਿਕਾਇਆ) ਲੱਕੜੀ ਦਾ ਗੱਟਾ

torsion /'ਟੋਸ਼ਨ/ *n* ਮਰੋੜ, ਵੱਟ, ਪੀੜਨ

torsive /'ਟੋਸਿਵ/ *a* ਮਰੋੜੀਦਾਰ, ਵਲਦਾਰ

torso /'ਟੋਸਅਉ/ *n* ਕੱਟਿਆ ਹਿੱਸਾ ਜਾਂ ਖੰਡ, (ਕਿਸੇ ਮੂਰਤੀ ਜਾਂ ਮਨੁੱਖ ਦਾ) ਧੜ; ਅਧੂਰਾ ਕੰਮ

tort /ਟੋਟ/ *n* (ਕਨੂੰ) ਵਿਅਕਤੀਗਤ ਅਪਰਾਧ, ਸਮਾਜੀ ਅਪਰਾਧ; ਉਹ ਜੁਰਮ ਜਾਂ ਅਪਰਾਧ ਜਿਸ ਦਾ ਹਰਜਾਨਾ ਅਦਾਲਤ ਵੱਲੋਂ ਮਿਲ ਸਕੇ

tortile /'ਟੋਟਾਇਲ/ *a* ਮਰੋੜਿਆ, ਕੁੰਡਲੀਦਾਰ, ਵਲਦਾਰ

tortilla /ਟੋ'ਟੀਅ/ *n* ਇੱਕ ਸਪੇਨੀ ਪਕਵਾਨ, ਮੱਕੀ ਦੀ ਡਬਲਰੋਟੀ

tortoise /'ਟੋਟਅਸ/ *n* ਕੱਛੂਕੁੰਮਾ, ਕੱਛੂ

tortuous /'ਟੋਚੁਅਸ/ *a* ਵਲੇਵੇਂਦਾਰ, ਵਲਦਾਰ, ਮਰੋੜੀਦਾਰ, ਟੇਢਾ-ਮੇਢਾ, ਪੇਚਦਾਰ, ਪੇਚੀਦਾ; ਵਲ-ਛਲ ਵਾਲਾ ਵਿਅਕਤੀ

torture /'ਟੋਚਅ*/ *n* ਤਸੀਹਾ, ਅਜ਼ਾਬ, ਸਰੀਰਿਕ ਜਾਂ ਮਾਨਸਿਕ ਪੀੜਾ, ਕਸ਼ਟ *vt* ਤਸੀਹਾ ਦੇਣਾ; ਸਤਾਉਣਾ; ਤੋੜਨਾ, ਮਰੋੜਨਾ; ਅਰਥ ਦਾ ਅਨਰਥ ਕਰਨਾ

Tory /'ਟੋਰਿ/ *n* ਟੋਰੀ ਪਾਰਟੀ ਦਾ ਮੈਂਬਰ

tosh /ਟੌਸ਼/ *n* (ਉਪ) ਵਿਅਰਥ ਤੇ ਨਿਰਾਰਥਕ ਗੱਲ, ਬਕਵਾਸ; ਪੋਲੀ ਜਿਹੀ ਤੇ ਮਲਕੜੇ ਸੁੱਟੀ ਗੇਂਦ

toss /ਟੌਸ/ *n* (ਵਾਰੀ ਨਿਸ਼ਚਿਤ ਕਰਨ ਲਈ) ਸਿੱਕੇ ਦਾ ਉਛਾਲ, ਟਾਸ; (ਹਵਾ ਦਾ) ਬੁੱਲਾ; ਉਥਲ-ਪੁਥਲ; ਸਿਰ ਦਾ ਹੁਲਾਰਾ ਜਾਂ ਝਟਕਾ; (ਘੋੜੇ ਉੱਤੇ

ਬੈਠਿਆਂ ਆਇਆ) ਉਛਾਲ; ਹਿਲਜੁਲ *v* (ਵਾਰੀ ਨਿਸ਼ਚਿਤ ਕਰਨ ਲਈ) ਸਿੱਕਾ ਸੁੱਟਣਾ; ਮੱਝ ਆਦਿ ਦਾ ਢੁੱਡ ਮਾਰ ਕੇ ਸੁੱਟਣਾ; ਬੇਪਰਵਾਹੀ ਨਾਲ ਸੁੱਟਣਾ; ਹਿੱਲਣਾ-ਜੁੱਲਣਾ; ਡਾਵਾਂ-ਡੋਲ ਹੋਣਾ, ਇੱਧਰੋਂ-ਉੱਧਰ ਅਤੇ ਉੱਧਰੋਂ-ਇੱਧਰ ਪਾਸੇ ਬਦਲਨਾ, (ਸਮੁੰਦਰ) ਤਰੰਗਤ ਹੋਣਾ, ਹਿਚਕੋਲੇ ਖਾਣਾ, ਝੂਮਣਾ

tot /ਟੌਟ/ *n* (ਖ਼ਾਸ ਕਰਕੇ **tinytot**) ਨਿੱਕਾ ਮੁੰਡਾ, ਛੋਟੂ; ਸ਼ਰਾਬ ਦਾ ਇੱਕ ਘੁੱਟ; ਜੋੜ ਦੀ ਰਕਮ v ਜੋੜਨਾ, ਮਿਲਾਉਣਾ, ਜਮ੍ਹਾਂ ਕਰਨਾ, ਜੋੜ ਲਾਉਣਾ; (ਰਕਮ ਦਾ) ਵਧਣਾ; ਜੁੜਨਾ

total /'ਟਅਉਟਲ/ *n* ਜੋੜ, ਜੋੜ ਫਲ, ਜਮ੍ਹਾਂ, ਕੁੱਲ; ਸਾਰਾ, ਸਭ, ਸਗਲ, ਸਮੁੱਚਾ, ਉੱਕਾ, ਕਤਈ v ਜੋੜਨਾ, ਜਮ੍ਹਾਂ ਕਰਨਾ, ਖ਼ਾਸ ਜੋੜ ਤੱਕ ਪੁੱਜਣਾ ਜਾਂ ਪਹੁੰਚਾਉਣਾ

totalitarian /ਟਅਉ,ਟੈਲਅ'ਟੇਅਰਿਅਨ/ *n* ਸਰਬ ਅਧਿਕਾਰਵਾਦੀ, ਸਰਬ ਸੱਤਾਵਾਦੀ, ਇੱਕ ਦਲਵਾਦੀ, ਤਾਨਾਸ਼ਾਹ, ਅਧਿਕੇਂਦਰਿਤ

totalitarian state *n* ਸਰਬ ਅਧਿਕਾਰਵਾਦੀ ਰਾਜ, ਸਰਬ ਸੱਤਾਵਾਦੀ ਰਾਜ, ਅਧਿਕੇਂਦਰਿਤ ਰਾਜ

totality /ਟਅਉ'ਟੈਲਅਟਿ/ *n* ਪੂਰਨਤਾ, ਸਮਗਰਤਾ; ਕੁੱਲ ਜੋੜ, ਕੁੱਲ ਸੰਖਿਆ, ਕੁੱਲ ਪਰਿਮਾਣ

totalize /ਟਅਉਟ(ਅ)ਲਾਇਜ਼/ *vt* ਕੁੱਲ ਜੋੜ ਕੱਢਣਾ

tote /ਟਅਉਟ/ *vt* (ਲੱਕੜੀ, ਰਸਦ ਆਦਿ) ਢੋਣਾ

totem /'ਟਅਉਟਅਮ/ *n* ਕੁਟੰਬ ਚਿੰਨ੍ਹ; ਕਿਸੇ ਚੀਜ਼ ਜਾਂ ਪਸ਼ੂ ਦੀ ਮੂਰਤੀ

tother, t'other /'ਟਅੱਦਅ*/ *a* ਦੂਜਾ, ਹੋਰ ਕੋਈ

toting /ਟਅਉਟਿਙ/ *n* ਜ਼ੋਰ ਨਾਲ ਭਾਰੀ ਬੋਝ ਖਿੱਚਣ ਦੀ ਕਿਰਿਆ

totitive /'ਟਅਉਟਿਟਿਵ/ *n* ਅਵੰਡ ਸੰਖਿਆ

totter /'ਟੌਟਅ*/ *v* ਉਖੜਨਾ, ਡਗਮਗਾਉਣਾ, ਲੜਖੜਾਉਣਾ, ਡਗਮਗਾ ਕੇ ਤੁਰਨਾ; ਪਤਨਸ਼ੀਲ ਹੋਣਾ

totterer /'ਟੌਟ(ਅ)ਰਅ*/ *n* ਲੜਖੜਾਉਂਦਾ ਬੰਦਾ, ਡਗਮਗਾਉਂਦੀ ਚੀਜ਼

tottery /'ਟੌਟ(ਅ)ਰਿ/ *a* ਹੱਕਾ-ਬੱਕਾ, ਚੁੰਧਿਆਇਆ, ਲੜਖੜਾਉਂਦਾ, ਨਸ਼ੇ ਵਿੱਚ ਚੂਰ

touch /ਟਅੱਚ/ *n* ਛੋਹ, ਸਪਰਸ਼, ਸੰਪਰਕ, ਲਗਾਅ; ਸਪਰਸ਼ ਗਿਆਨ, ਸਪਰਸ਼ ਬੋਧ; (ਚਿੱਤਰ) ਹਲਕੀ ਪੈਨਸਿਲ ਨਾਲ ਖਿੱਚੀ ਲਕੀਰ; ਝਲਕ; ਹਲਕਾ ਰੰਗ; (ਸਾਜ਼ ਦੀਆਂ) ਤਾਰਾਂ ਨੂੰ ਛੋਹਣ ਜਾਂ ਛੱਡਣ ਦੀ ਰੀਤ, ਤਾਰਾਂ ਦੀ ਗੂੰਜ (ਕਲਾ) ਸ਼ੈਲੀ; ਹੱਥ ਲਿਖਤ; ਚੁੰਬਕੀਕਰਨ; ਕਸੌਟੀ, ਕਸਵੱਟੀ; (ਫੁਟਬਾਲ) ਸਪਰਸ਼ ਰੇਖਾ *v* ਟੋਹ ਕੇ ਵੇਖਣਾ, ਪਲੋਸਣਾ; ਸੰਪਰਕ ਕਰਨਾ, ਸੰਪਰਕ ਵਿੱਚ ਹੋਣਾ, ਹੱਥ ਲਾਉਣਾ, ਛੋਹਣਾ; ਹੌਲੀ-ਹੌਲੀ ਦੱਬਣਾ, ਵਜਾਉਣਾ ਜਾਂ ਵੱਜਣਾ; (ਚਿੱਤਰ) ਹਲਕੀ ਲਕੀਰ ਖਿੱਚਣਾ; ਮੱਧਮ ਰੰਗ ਕਰਨਾ, ਪ੍ਰਭਾਵਿਤ ਕਰਨਾ, ਟੁੰਬਣਾ, ਦਿਲ ਉੱਤੇ ਅਸਰ ਕਰਨਾ; ਤੀਰ ਵਾਂਗ ਲੱਗਣਾ, ਸੁੱਤਾ ਕ੍ਰੋਧ ਜਗਾਉਣਾ, (ਤੱਕ) ਪਹੁੰਚਣਾ; (ਨਾਲ) ਲੱਗਣਾ; ਵਿਸ਼ੇ ਨੂੰ ਸੰਕੇਤ ਮਾਤਰ ਛੋਹਣਾ, ਉਡਦੀ ਨਜ਼ਰ ਵਿੱਚੋਂ ਦੀ ਕੱਢਣਾ; ਕੁਝ ਕਰ ਸਕਣਾ; ਕੁਝ ਕੰਮ ਦੇਣਾ

touch-and-go *a* ਡਾਵਾਂ-ਡੋਲ (ਸਥਿਤੀ), ਗ਼ੈਰ ਯਕੀਨੀ (ਹਾਲਾਤ), ਅਨਿਸ਼ਚਿਤ (ਦਸ਼ਾ) ਕੁਝ ਭੀ ਹੋ ਸਕਣ ਵਾਲਾ (ਚੰਗਾ ਜਾਂ ਬੁਰਾ)

touching /'ਟਅੱਚਿਙ/ *n* (ਫੁੱਟਬਾਲ ਹਾਕੀ ਵਗੈਰਾ) ਖੇਡ ਮੈਦਾਨਾਂ ਦੀ ਚਾਰੇ ਪਾਸੇ ਦੀ ਬਾਹਰਲੀ ਰੇਖਾ, ਛੋਹ-ਰੇਖਾ

touchline /'ਟਅੱਚਲਾਇਨ/ *a* ਦਰਦਨਾਕ, ਦਿਲ ਟੁੰਬਵਾਂ

touch screen *n* (ਕੰਪਿ) ਕੰਪਿਊਟਰ ਪਰਦੇ ਦੀ ਇੱਕ ਕਿਸਮ ਜਿਸ ਨੂੰ ਛੂਹ ਕੇ ਕੰਪਿਊਟਰ ਨੂੰ ਆਦੇਸ਼ ਦਿੱਤੇ ਜਾ ਸਕਦੇ ਹਨ

touchstone /'ਟਅੱਚਸਟਅਉਨ/ *n* ਕਾਰਜ ਨੂੰ ਉੱਚਾ ਲੈ ਜਾਣ ਦੀ ਮੰਜ਼ਲ, ਟੀਚਾ, ਲਕਸ਼, ਨਿਸ਼ਾਨਾ

touchy /'ਟਅੱਚਿ/ *a* ਚਿੜਚਿੜਾ, ਸੜੀਅਲ ਮਿਜਾਜ਼

tough /ਟਅੱਫ/ *n* ਗੁੰਡਾ, ਬਦਮਾਸ਼; ਸਖ਼ਤ, ਕਰੜਾ,

ਮਜ਼ਬੂਤ, ਸਹਿ ਸਕਣ ਵਾਲਾ; ਹਠੀ, ਜ਼ਿੱਦੀ; ਔਖਾ, ਕਠਨ, ਮੁਸ਼ਕਲ; ਖੋਟਾ, ਬੁਰਾ, ਖ਼ਰਾਬ; ਦੁਸ਼ਟ, ਸ਼ੈਤਾਨ, ਸ਼ੋਹਦਾ

toupee /'ਟੂਪੇਇ/ *(F)* *n* ਨਕਲੀ ਵਾਲ, ਵਿੱਗ

tour /ਟੂਅ*, ਟੋ*/ *n* ਦੌਰਾ, ਯਾਤਰਾ, ਨਿਰੀਖਣ ਲਈ ਦੌਰਾ, ਭ੍ਰਮਣ, ਸੈਰ ਜਾਂ ਗਸ਼ਤ, ਫੇਰੀ *v* ਦੌਰਾ ਕਰਨਾ, ਯਾਤਰਾ ਕਰਨਾ, ਸੈਰ ਕਰਨਾ

tourist /'ਟੂਅਰਿਸਟ/ *n* ਯਾਤਰੀ, ਸੈਲਾਨੀ, ਸੈਰ-ਸਪਾਟਾ ਕਰਨ ਵਾਲਾ ਵਿਅਕਤੀ

tournament /'ਟੂਅਨਅਮਅਨਟ, 'ਟੋਨ-, 'ਟਅ:ਨ-/ *n* ਫ਼ੌਜੀ ਨੁਮਾਇਸ਼; ਖੇਡਾਂ ਦਾ ਮੁਕਾਬਲਾ, ਖੇਡ ਪ੍ਰਤਿਯੋਗਤਾ; ਮੁਕਾਬਲਾ, ਦੰਗਲ; ਨੇਜ਼ਾਬਾਜ਼ੀ, ਟੂਰਨਾਮੈਂਟ

tournay /'ਟੂਅਨਿ/ *n* ਵੇਲ-ਬੂਟੇਦਾਰ ਕੱਪੜਾ, ਟੂਰਨੇ

tourney /'ਟੂਅਨਿ, 'ਟਅ:ਨਿ/ *n* ਸੈਨਿਕ ਪ੍ਰਦਰਸ਼ਨ, ਦੰਗਲ

tourniquet /'ਟੂਅਨਿਕੇਇ/ *n* ਲਹੂ ਦਾ ਵਹਾਅ ਰੋਕਣ ਵਾਲਾ ਯੰਤਰ

touse /ਟਾਉਜ਼/ *vt* ਤਾਣਨਾ, ਖਿੱਚਣਾ; ਹਿਲਾਉਣਾ; ਪਾੜਨਾ-ਚੀਰਨਾ, ਉਖਾੜਨਾ

tousle /'ਟਾਉਜ਼ਲ/ *vt* ਖਿੱਚਣਾ, ਧੂਹਣਾ

tout /ਟਾਉਟ/ *n* ਦੱਲਾ, ਦਲਾਲ *v* ਦਲਾਲੀ ਕਰਨਾ; ਘੋੜਦੌੜ ਦੇ ਘੋੜੇ ਵੇਖਣਾ ਜਾਂ ਉਹਨਾਂ ਬਾਰੇ ਸੂਚਿਤ ਕਰਨਾ; (ਘੋੜਦੌੜ ਵਿੱਚ) ਦਲਾਲੀ ਕਰਨਾ

tovarish /ਟੋਵ਼ਾਰਿਸ਼/ *n* (ਰੂਸੀ) ਸਹਾਇਕ ਸਾਥੀ, ਸਹਿਯੋਗੀ, ਕਾਮਰੇਡ

tow /ਟਅਉ/ *n* ਰੱਸਾ ਬੰਨ੍ਹ ਕੇ ਖਿੱਚਣ ਦੀ ਕਿਰਿਆ; ਆਕਰਸ਼ਣ, ਕਸ਼ਿਸ਼, ਖਿੱਚ *v* ਰੱਸਾ ਪਾ ਕੇ ਬੇੜੀ ਪੱਤਣ ਵੱਲ ਖਿੱਚਣਾ, ਧੂਹਣਾ, ਘਸੀਟਣਾ; (ਕਿਸੇ ਆਦਮੀ ਜਾਂ ਚੀਜ਼ ਨੂੰ) ਆਪਣੇ ਪਿੱਛੇ-ਪਿੱਛੇ ਧੂਹ ਕੇ ਲੈ ਜਾਣਾ; ਮਗਰ ਲਾਉਣਾ

toward, towards /ਟਆ'ਵੋਡ, ਟਆ'ਵੋਡਜ਼/ *a* ਹੋਣ ਵਾਲਾ, ਤਿਆਰ *prep* ਵੱਲ, ਪਾਸੇ, ਦੀ ਦਿਸ਼ਾ ਵਿੱਚ, ਦੇ ਪ੍ਰਤੀ, ਦੇ ਵਿਸ਼ੇ ਵਿੱਚ, ਦੇ ਸੰਬੰਧ ਵਿੱਚ, ਦੇ ਵਾਸਤੇ; ਦੇ ਨੇੜੇ, ਨਿਕਟ, ਕਰੀਬ

tow bar *n* ਲੱਠ (ਜੋ ਖ਼ਰਾਬ ਹੋਈ ਗੱਡੀ ਖਿੱਚਣ ਲਈ ਹੋਰ ਗੱਡੀ ਨਾਲ ਬੰਨ੍ਹੀ ਜਾਂਦੀ ਹੈ), ਕਿਸੇ ਚੀਜ਼ ਨੂੰ ਘੜੀਸਣ ਵਾਲੀ ਸੀਖ, ਟੋਚਨ

towel /'ਟਾਉਅਲ/ *n* ਪਰਨਾ, ਸਾਫ਼ਾ, ਤੌਲੀਆ *v* ਤੌਲੀਏ ਨਾਲ ਸਰੀਰ ਪੂੰਝਣਾ; ਮਾਰਨਾ, ਠੋਕਣਾ, ਰਗੜਨਾ

tower /'ਟਾਉਅ*/ *n* ਬੁਰਜ, ਅਟਾਰੀ, ਮੁਨਾਰਾ; ਸੁਰੱਖਿਅਤ ਥਾਂ, ਕੋਟ ਉੱਚਾ ਹੋਣਾ, ਉੱਚਾ ਉਠਣਾ ਜਾਂ ਚੜ੍ਹਨਾ, ਹਵਾ ਵਿੱਚ ਖੜ੍ਹਾ ਹੋਣਾ; ਫੱਟੜ ਪੰਛੀ ਦਾ ਤੀਰ ਵਾਂਗ ਉੱਚਾ ਤੇ ਸਿੱਧਾ ਉੱਡਣਾ

towering /'ਟਾਉਅਰਿਙ/ *a* ਉੱਚ ਕੋਟੀ ਦਾ, ਉੱਘਾ, ਸਿਰ–ਕੱਢਵਾਂ, ਬਹੁਤ ਉੱਚਾ, ਪ੍ਰਚੰਡ, ਉੱਭਰਵਾਂ

towline /'ਟਅਉਲਾਇਨ/ *n* ਬੇੜੀ ਖਿੱਚਣ ਵਾਲੀ ਰੱਸੀ

town /ਟਾਉਨ/ *n* ਕਸਬਾ, ਸ਼ਹਿਰ, ਨਗਰ; ਨਗਰ ਦੇ ਵਾਸੀ, ਕਸਬੇ ਦੇ ਰਹਿਣ ਵਾਲੇ ਲੋਕ

town centre *n* ਸ਼ਹਿਰ ਦਾ ਉਹ ਖੇਤਰ ਜਿੱਥੇ ਵਪਾਰ ਦਾ ਗੜ੍ਹ ਹੋਵੇ, ਦੁਕਾਨਾਂ ਭਰਿਆ ਸਥਾਨ

town planning *n* ਨਗਰ-ਯੋਜਨਾ, ਸ਼ਹਿਰ ਦੇ ਵਿਕਾਸ ਦੀ ਯੋਜਨਾ

township /'ਟਾਉਨਸ਼ਿਪ/ *n* ਨਗਰ ਖੇਤਰ, ਨਵੀਂ ਬਸਤੀ

towny /'ਟਾਉਨਿ/ *a* ਨਾਗਰਿਕ, ਨਗਰਵਾਸੀ, ਕਸਬੇ ਦਾ (ਆਦਮੀ)

towy /'ਟਾਉਇ/ *a* ਉੱਨ ਵਰਗਾ, ਸਣ ਦੇ ਰੇਸ਼ੇ ਦਾ

toxic /'ਟੌਕਸਿਕ/ *a* ਵਿਹੁਲਾ, ਵਿਸ਼ੈਲਾ, ਜ਼ਹਿਰੀਲਾ

toxicant /'ਟੌਕਸਿਕ(ਅ)ਨਟ/ *n* ਜ਼ਹਿਰ *a* ਵਿਸ਼ੈਲਾ, ਜ਼ਹਿਰੀਲਾ

toxicity /ਟੌਕ'ਸਿਸਅਟਿ/ *n* ਜ਼ਹਿਰੀਲਾਪਣ, ਵਸ਼ੈਲਾਪਣ

toxin /'ਟੌਕਸਿਨ/ *n* ਜ਼ਹਿਰੀਲਾ ਮਾਦਾ ਜੋ ਜੀਵਾਂ ਦੇ ਜਰਾਸੀਮਾਂ ਤੋਂ ਉਤਪੰਨ ਹੁੰਦਾ ਹੈ, ਪੌਦਿਆਂ ਦੇ ਜਰਾਸੀਮਾਂ ਤੋਂ ਉਤਪੰਨ ਜ਼ਹਿਰ

toy /ਟੌਇ/ *n* ਘੁੱਗੂ-ਘੋੜਾ, ਖਿਡੌਣਾ; ਖੇਡ; ਰੁਚੀ, ਚਾਅ, ਸ਼ੌਕ *v* ਖੇਡਣਾ, ਮਨੋਰੰਜਨ ਕਰਨਾ, ਦਿਲ ਬਹਿਲਾਉਣਾ, ਚੋਂਚਲੇ ਕਰਨਾ

trace /ਟਰੇਇਸ/ *n* ਖੁਰਾ-ਖੋਜ, ਚਿੰਨ੍ਹ, ਨਿਸ਼ਾਨ, ਪਦ ਚਿੰਨ੍ਹ, ਥਹੁ-ਪਤਾ, ਸੁਰਾਗ; ਥੋੜ੍ਹੀ ਮਾਤਰਾ *v* ਰੂਪ-ਰੇਖਾ ਉਲੀਕਣਾ, ਖ਼ਾਕਾ ਖਿੱਚਣਾ; ਨਕਲ ਕਰਨਾ; ਖੋਜਣਾ, ਭਾਲਣਾ, ਲੱਭਣਾ; ਸੁਰਾਗ ਲਾਉਣਾ, ਪੈੜ ਕੱਢਣਾ, ਸੂਹ ਲਾਉਣਾ

trace element *n* (ਬਹੁਤ ਹੀ ਘੱਟ ਮਾਤਰਾ ਵਿੱਚ ਮਿਲਣ ਵਾਲਾ) ਇੱਕ ਰਸਾਇਣਿਕ ਤੱਤ, ਚਿੰਨ੍ਹ ਮਾਤਰ ਤੱਤ

tracery /'ਟਰੇਇਸਅਰਿ/ *n* (ਪੱਥਰ ਦੀ) ਨੱਕਾਸ਼ੀ; ਤਿੱਤਲੀਆਂ ਆਦਿ ਦੇ ਖੰਭਾਂ ਦੇ ਵੇਲ-ਬੂਟੇ

trachea /ਟਰਅ'ਕੀਅ/ *n* ਸਾਹ ਨਾਲੀ

trachoma /ਟਰਅ'ਕਅਉਮਅ/ *n* ਕੁੱਕਰੇ

tracing paper *n* ਨਕਲ ਉਤਾਰਨ ਵਾਲਾ ਕਾਗਜ਼, ਅਕਸੀ ਕਾਗਜ਼, ਚਰਬਾ ਉਤਾਰਨ ਵਾਲਾ ਕਾਗਜ਼

track /ਟਰੈਕ/ *n* ਪੈੜ, ਪਗਡੰਡੀ, ਖੁਰਾਂ ਦੇ ਨਿਸ਼ਾਨ, ਲੀਹ; ਚਿੰਨ੍ਹ, ਪਦ ਚਿੰਨ੍ਹ, ਪੰਧ; ਮਾਰਗ, ਪਥ; ਦੌੜ ਮਾਰਗ, ਘੋੜਦੌੜ ਲਈ ਤਿਆਰ ਕੀਤਾ ਰਾਹ, ਪਟੜੀ, ਰੇਲ ਦੀ ਪਟੜੀ, ਗੱਡੇ ਦੀ ਲੀਹ; ਪਲੇਟਫ਼ਾਰਮ *vt* ਪਈ ਹੋਈ ਲਕੀਰ ਦੇ ਪਿੱਛੇ-ਪਿੱਛੇ ਜਾਂ ਨਾਲ-ਨਾਲ ਜਾਣਾ, ਪੈੜ ਕੱਢਣਾ; ਖਿੱਚ ਕੇ ਲੈ ਜਾਣਾ

tracksuit /'ਟਰੈਕਸੂਟ/ *n* (ਗਰਾਊਂਡ ਵਿੱਚ) ਖੇਡਾਂ ਖੇਡਣ ਸਮੇਂ ਪਾਇਆ ਜਾਣ ਵਾਲਾ ਸੂਟ, ਗਰਮ ਕੱਪੜੇ ਦਾ ਸੂਟ, ਖੁੱਲ੍ਹਾ ਸੂਟ

tract[1] /ਟਰੈਕਟ/ *n* ਖੰਡ, ਭੂ-ਖੰਡ, (ਪਰਾ) ਮੁੱਦਤ, ਦੌਰ, ਅਰਸਾ; ਤੰਦਾਂ ਦਾ ਜਾਲ

tract[2] *n* ਕਿਤਾਬੜੀ, ਛੋਟਾ ਗ੍ਰੰਥ, ਛੋਟਾ ਪੱਤਰ ਜਾਂ ਅਖ਼ਬਾਰ; (ਰੋਮਨ ਕੈਥੋਲਿਕ ਲੋਕਾਂ ਦਾ ਇੱਕ) ਭਜਨ

tractable /'ਟਰੈਕਟਅਬਲ/ *a* ਸਾਊ, ਨਿਮਰ; ਸਿਧਾਉਣਯੋਗ, ਲਿਫਵਾਂ, ਪਸੀਜਣ ਵਾਲਾ

tractate /'ਟਰੈਕਟੇਇਟ/ *n* ਛੋਟੀ ਪੁਸਤਕ, ਖੋਜ-ਪੱਤਰ

tractile /'ਟਰੈਕਟਾਇਲ/ *a* ਖਿੱਚਣਯੋਗ, ਤਾਣਨਯੋਗ

traction /'ਟਰੈਕਸ਼ਨ/ *n* ਖਿਚਾਅ, ਖਿੱਚ, ਆਕਰਸ਼ਣ

tractor /'ਟਰੈਕਟਅ*/ *n* ਜ਼ਮੀਨ ਵਾਹੁਣ ਬੀਜਣ ਅਤੇ ਢੋਅ-ਢੁਆਈ ਦੀ ਮਸ਼ੀਨ, ਟਰੈਕਟਰ

trade /ਟਰੇਇਡ/ *n* ਧੰਦਾ, ਵਿਹਾਰ, ਕਿੱਤਾ, ਕਾਰੋਬਾਰ, ਪੇਸ਼ਾ, ਵਣਜ, ਵਪਾਰ, ਤਜਾਰਤ, ਸੁਦਾਗਰੀ, ਸ਼ਿਲਪ *v* ਵਪਾਰ ਕਰਨਾ, ਕਾਰੋਬਾਰ ਕਰਨਾ, ਤਜਾਰਤ ਕਰਨਾ, ਲੈਣ-ਦੇਣ ਕਰਨਾ

trade-in /'ਟਰੇਇਡ ਇਨ/ *n* ਵਸਤ ਵਟਾਂਦਰਾ, ਚੀਜ਼ ਬਦਲੇ ਲਈ ਹੋਰ ਚੀਜ਼

trademark /'ਟਰੇਇਡਮਾਕ/ *n* ਮਾਰਕਾ; ਵਿਲੱਖਣਤਾ

trade-off /'ਟਰੇਇਡ ਔਫ਼/ *n* ਦੋ ਵਿਰੋਧੀ ਗੱਲਾਂ ਨੂੰ ਸਮਾਨਤਾ ਵਿੱਚ ਦੇਖਣ ਦੀ ਕਿਰਿਆ, ਦਵਾਈ ਦਾ ਗੁਣ ਅਤੇ ਭੈੜੇ ਅਸਰ ਨੂੰ ਵਿਚਾਰਨ ਦੀ ਸਥਿਤੀ

trade union *n* ਟਰੇਡ-ਯੂਨੀਅਨ, ਮਜ਼ਦੂਰ-ਸੰਘ

trade wind /'ਟਰੇਇਡ ਵਿਨਡ/ *n* ਵਪਾਰਿਕ ਪੌਣ

tradition /ਟਰਅ'ਡਿਸ਼ਨ/ *n* ਰਵਾਇਤ, ਪਿਤਾ-ਪੁਰਖੀ, ਪਿਰਤ, ਦਸਤੂਰ, ਰਿਵਾਜ, ਪਰੰਪਰਾ, ਰੀਤ, ਲੀਹ; ਦੈਵੀ ਸਿਧਾਂਤ; ਈਸਾ ਦੀ ਜ਼ਬਾਨੀ ਸਿੱਖਿਆ; ਹਦੀਸ; ਸੰਪਰਦਾਇ; ਕਲਾ ਸਿਧਾਂਤ; ਸਾਹਿਤ ਪਰੰਪਰਾ

traditional /ਟਰਅ'ਡਿਸ਼ਅਨਲ/ *a* ਰਿਵਾਇਤੀ, ਪਰੰਪਰਾਗਤ, ਪਿਤਾ-ਪੁਰਖੀ, ਰੂੜ੍ਹੀਗਤ, ਰਿਵਾਜੀ

traditor /'ਟਰੈਡਿਟਅ*/ *n* ਧਰਮ ਧ੍ਰੋਹੀ, ਧਰਮ ਵਿਸ਼ਵਾਸਘਾਤੀ

traduce /ਟਰਅ'ਡਯੂਸ/ *vt* ਤੁਹਮਤ ਲਾਉਣਾ, ਬਦਨਾਮ ਕਰਨਾ

traducement /ਟਰਅ'ਡਯੂਸਮਅਨਟ/ *n* ਤੁਹਮਤ, ਬਦਨਾਮੀ

traducer /ਟਰਅ'ਡਯੂਸਅ*/ *n* ਬਦਨਾਮ ਕਰਨ

ਵਾਲਾ, ਨਿੰਦਕ

traductive /ਟਰਅ'ਡਅੱਕਟਿਵ੍/ *a* ਨਿੰਦਾ ਪੂਰਨ, ਬਦਨਾਮੀ ਵਾਲਾ

traffic /'ਟਰੈਫ਼ਿਕ/ *n* ਧੰਦਾ, ਵਣਜ, ਲੈਣ-ਦੇਣ; ਵਰਤੋਂ-ਵਿਹਾਰ; ਆਵਾਜਾਈ, ਆਉਣ-ਜਾਣ *v* ਵਪਾਰ ਜਾਂ ਵਣਜ ਕਰਨਾ, ਸੌਦਾ ਕਰਨਾ, ਲੈਣ-ਦੇਣ ਕਰਨਾ

traffic jam *n* ਆਵਾਜਾਈ ਦੀ ਖੜੋਤ

tragacanth /'ਟਰੈਗਅਕੈਨਥ/ *n* ਗੂੰਦ-ਕਤੀਰਾ

tragedian /ਟਰਅ'ਜੀਡਿਅਨ/ *n* ਦੁਖਾਂਤਕਾਰ, ਦੁਖਾਂਤ ਨਾਟਕਕਾਰ; ਦੁਖਾਂਤ ਨਾਟਕ ਦਾ ਐਕਟਰ

tragedienne /ਟਰਅ,ਜੀਡਿ'ਐੱਨ/ *n* ਦੁਖਾਂਤ ਨਾਟਕ ਦੀ ਐਕਟਰੈਸ (ਅਭਿਨੇਤਰੀ)

tragedy /'ਟਰੈਜਅਡਿ/ *n* ਸ਼ੋਕਮਈ ਦੁਰਘਟਨਾ, ਸੋਗ ਭਰੀ ਗੱਲ; ਦੁਖਾਂਤ ਨਾਟਕ, ਦੁਖਾਂਤਕ ਰਚਨਾ; ਵੱਡੀ ਆਫ਼ਤ, ਭਾਰੀ ਮੁਸੀਬਤ

tragic, tragical /'ਟਰੈਜਿਕ, 'ਟਰੈਜਿਕਲ/ *a* ਸ਼ੋਕਮਈ, ਸੋਗ ਭਰਿਆ, ਦੁਖਦਾਈ, ਦਰਦਨਾਕ; ਦੁਖਾਂਤ ਨਾਟਕ ਦਾ

tragicomedy /,ਟਰੈਜਿ'ਕੌਮਅਡਿ/ *n* ਦੁੱਖ-ਸੁੱਖ ਦੇ ਮਿਸ਼ਰਨ ਵਾਲਾ ਨਾਟਕ, ਤਰਾਸਦ ਸੁਖਾਂਤ

tragopan /'ਟਰੈਗਅਪੈਨ/ *n* ਕਲਗੀਦਾਰ ਚਕੋਰ

trail /ਟਰੇਇਲ/ *n* ਉਹ ਚੀਜ਼ ਜੋ ਕਿਸੇ ਹੋਰ ਚੀਜ਼ ਦੇ ਪਿੱਛੇ ਘਸੀਟੀਦੀ ਜਾਂ ਲਮਕਦੀ ਹੋਵੇ, ਤੋਪ ਨੂੰ ਖਿੱਚਣ ਵਾਲੀ ਮੋਟਰ ਗੱਡੀ ਦਾ ਹੇਠਲਾ ਹਿੱਸਾ; ਕਿਸੇ ਚੀਜ਼ ਦੇ ਧੂਹੇ ਜਾਣ ਨਾਲ ਪਈ ਲਕੀਰ ਜਾਂ ਨਿਸ਼ਾਨ; ਲੀਹ, ਖੋਜ *v* ਘਸੀਟੀਂਦੇ ਜਾਣਾ; ਖੋਜ ਕੱਢਣਾ; (ਘਾਹ ਆਦਿ ਨੂੰ) ਪੈਰਾਂ ਨਾਲ ਲਿਤਾੜਨਾ; ਮਸਾਂ ਪੈਰ ਚੁੱਕ ਕੇ ਤੁਰਨਾ; ਲਮਕਣਾ, ਝੂਲਣਾ; (ਵੇਲ ਆਦਿ ਦਾ) ਚੜ੍ਹਨਾ, ਖਿਲਰਨਾ, ਪਸਰਨਾ

trailblazer /'ਟਰੇਇਲਬਲੇਇਜ਼ਅ*/ *n* ਪੱਥ-ਪ੍ਰਦਰਸ਼ਕ, ਮੋਢੀ

trailer /'ਟਰੇਇਲਅ*/ *n* ਉੱਪਰ ਵੱਲ ਨੂੰ ਵਧਣ ਜਾਂ ਧਰਤੀ ਉੱਤੇ ਖਿਲਰਨ ਵਾਲਾ ਬੂਟਾ, ਵੇਲ; ਬਾਈਸਿਕਲ ਦੇ ਪਿੱਛੇ ਲੱਗੀ ਪਹੀਏਦਾਰ ਕੁਰਸੀ; ਕਿਸੇ ਮੋਟਰ ਗੱਡੀ ਦੇ ਪਿੱਛੇ ਲੱਗੀ ਹੋਈ ਸਮਾਨ ਆਦਿ ਲੱਦਣ ਵਾਲੀ ਟਰਾਲੀ; ਕਿਸੇ ਫ਼ਿਲਮ ਦੇ ਚੋਣਵੇਂ ਟੋਟੇ ਜੋ ਮਸ਼ਹੂਰੀ ਲਈ ਪੂਰੀ ਫ਼ਿਲਮ ਚਾਲੂ ਹੋਣ ਤੋਂ ਪਹਿਲਾਂ ਹੀ ਵਿਖਾਏ ਜਾਂਦੇ ਦ੍ਰਿਸ਼, ਟਰੇਲਰ

train /ਟਰੇਇਨ/ *v* (ਮਨੁੱਖ ਜਾਂ ਪਸ਼ੂਆਂ ਨੂੰ) ਸਿਖਾਉਣਾ, ਸਿਖਲਾਈ ਦੇਣਾ; ਅਭਿਆਸ ਕਰਾਉਣਾ; ਆਦਤ ਪਾਉਣਾ; (ਪਹਿਲਵਾਨਾਂ ਦਾ) ਜ਼ੋਰ ਕਰਨਾ, ਘੁਲਨ ਦਾ ਅਭਿਆਸ ਕਰਨਾ; ਬੂਟੇ ਨੂੰ ਕਿਸੇ ਵਿਸ਼ੇਸ਼ ਬਣਤਰ ਦਾ ਉਗਾਉਣਾ ਜਾਂ ਬਣਾਉਣਾ; (ਤੋਪ ਦਾ) ਨਿਸ਼ਾਨਾ ਬੰਨ੍ਹਣਾ, ਸ਼ਿਸਤ ਬੰਨ੍ਹਣਾ; ਰੇਲ ਵਿੱਚ ਸਫ਼ਰ ਕਰਨਾ; ਵੇਲ ਉੱਤੇ ਚੜ੍ਹਾਉਣਾ *n* ਬਾਦਸ਼ਾਹਾਂ ਜਾਂ ਤੀਵੀਂਆਂ ਦੀ ਪੁਸ਼ਾਕ ਦਾ ਪਿੱਛੇ ਲਮਕਦਾ ਹਿੱਸਾ; ਪੰਛੀਆਂ ਦਾ ਲੰਮਾ ਬੂੰਡਾ; (ਨੌਕਰਾਂ-ਚਾਕਰਾਂ ਦੀ) ਲਾਮ ਡੋਰੀ; ਰੇਲ ਗੱਡੀ; ਬਰੂਦ ਦੀ ਪਾਲ ਜਿਸ ਨਾਲ ਸੁਰੰਗ ਉਡ ਜਾਂਦੀ ਹੈ

trainbearer /'ਟਰੇਇਨਬੇਅਰਅ*/ *n* ਪੁਸ਼ਾਕ ਦਾ ਪਿੱਛੇ ਲਮਕਦਾ ਹਿੱਸਾ ਚੁੱਕਣ ਵਾਲਾ ਝੋਲੀਬਰਦਾਰ, ਝੋਲੀਚੁੱਕ

train down *v* (ਕਸਰਤ ਰਾਹੀਂ) ਭਾਰ ਘਟਾਉਣਾ

trainee /,ਟਰੇਇ'ਨੀ/ *n* ਸਿਖਿਆਰਥੀ

train gun *v* (ਤੋਪ ਦਾ) ਨਿਸ਼ਾਨਾ ਬੰਨ੍ਹਣਾ

training /'ਟਰੇਇਨਿਙ/ *n* ਸਿਖਲਾਈ

train oil /'ਟਰੇਇਨ ਔਇਲ/ *n* ਵੇਲ੍ਹ ਮੱਛੀ ਦਾ ਤੇਲ

train with *v* ਸਾਥੀ ਬਣਨਾ

trait /ਟਰੇਇਟ/ *n* ਗੁਣ, ਲੱਛਣ, ਵਿਲੱਖਣਤਾ; ਵਿਸ਼ੇਸ਼ ਯੋਗਤਾ

traitor /'ਟਰੇਇਟਅ*/ *n* ਧ੍ਰੋਹੀ, ਧੋਖੇਬਾਜ਼, ਗੱਦਾਰ, ਵਿਸ਼ਵਾਸਘਾਤੀ; ਦੇਸ-ਧ੍ਰੋਹੀ

traitorous /'ਟਰੇਇਟਅਰਅਸ/ *a* ਵਿਸ਼ਵਾਸਘਾਤੀ, ਧ੍ਰੋਹਪੂਰਨ, ਗੱਦਾਰ

traitress /'ਟਰੇਇਟਰਿਸ/ *n* ਧ੍ਰੋਹ ਕਮਾਉਣ ਵਾਲੀ ਇਸਤਰੀ, ਗੱਦਾਰ ਤੀਵੀਂ

trajectory /ਟਰਅ'ਜੈੱਕਟਅਰਿ/ *n* (ਬੰਦੂਕ ਦੀ ਗੋਲੀ ਵਰਗੀ) ਸੁੱਟੀ ਗਈ ਚੀਜ਼ ਦਾ ਹਵਾ ਵਿਚਲਾ

ਰਸਤਾ, ਗਤੀ ਮਾਰਗ, ਗਤੀ ਰੇਖਾ, ਪਰਿਪੇਖ ਪੱਖ

tram /ਟਰੈਮ/ *n* ਟਰਾਮ ਗੱਡੀ; ਟਰਾਮ ਦੀ ਪਟੜੀ ਜਾਂ ਲੀਹ; ਦੋਹਰਾ ਰੇਸ਼ਮੀ ਧਾਗਾ *v* ਟਰਾਮ ਵਿੱਚ ਸਫ਼ਰ ਕਰਨਾ, ਟਰਾਮ ਵਿੱਚ ਜਾਣਾ

trammel /ਟਰੈਮਲ/ *n* ਮੱਛੀ ਫੜਨ ਵਾਲਾ ਜਾਲ; ਰੁਕਾਵਟ, ਅੜਿੱਕਾ *v* ਪੈਰਾਂ ਵਿੱਚ ਬੇੜੀਆਂ ਪਾਉਣਾ; ਪਾਬੰਦੀਆਂ ਨਾਲ ਜਕੜ ਦੇਣਾ, ਬੰਦਸ਼ਾਂ ਲਾ ਦੇਣਾ; ਅੜਿੱਕਾ ਡਾਹੁਣਾ, ਰੋਕ ਪਾਉਣਾ

tramontana /ਟਰੈਮੌਨ'ਟਾਨਅ/ *n* ਐਡਰੀਐਟਿਕ ਸਾਗਰ ਦੀ ਉੱਤਰੀ ਠੰਢੀ ਹਵਾ

tramontane /ਟਰਅ'ਮੌਨਟੇਇਨ/ *a* ਪਹਾੜਾਂ ਤੋਂ ਪਾਰਲਾ *n* ਐਲਪਸ ਪਹਾੜ ਤੋਂ ਉੱਤਰ ਵਾਲੇ ਪਾਸੇ ਦਾ ਨਿਵਾਸੀ

tramp /ਟਰੈਮਪ/ *n* ਠੱਪ-ਠੱਪ ਦੀ ਅਵਾਜ਼, ਪੈੜ-ਚਾਲ, ਪੈਦਲ ਸੈਰ; ਅਵਾਰਾਗਰਦੀ *v* ਠੱਪ-ਠੱਪ ਪੈਰ ਮਾਰ ਕੇ ਤੁਰਨਾ, ਪੈਰ ਧੂਹ-ਧੂਹ ਕੇ ਤੁਰਨਾ; ਰੋਂਦਿਆਂ-ਧੋਂਦਿਆਂ ਸਫ਼ਰ ਕਰਨਾ; ਅਵਾਰਾਗਰਦੀ ਕਰਨਾ, ਸੜਕਾਂ 'ਤੇ ਚੱਕਰ ਕੱਟਣਾ

tramper /ਟਰੈਮਪਅ*/ *n* ਪੈਦਲ ਯਾਤਰੀ

trample /'ਟਰੈਮਪਲ/ *v* ਮਿੱਧਣਾ, ਲਿਤਾੜਨਾ; ਬੜਾ ਸਖ਼ਤ ਜਾਂ ਹੱਤਕ ਭਰਿਆ ਵਰਤਾਅ ਕਰਨਾ; (ਭਾਵਨਾਵਾਂ ਆਦਿ ਨੂੰ) ਲਿਤਾੜ ਦੇਣਾ *n* ਪੈਰਾਂ ਨਾਲ ਕੁਚਲਨ ਦੀ ਅਵਾਜ਼ ਜਾਂ ਕਿਰਿਆ

trampled /'ਟਰੈਮਪਲਡ/ *a* ਲਿਤਾੜਿਆ, ਕੁਚਲਿਆ, ਦਬਾਇਆ; ਅਪਮਾਨਿਤ

trampler /'ਟਰੈਮਪਲਅ*/ *n* ਲਿਤਾੜਨ ਵਾਲਾ ਵਿਅਕਤੀ, ਕੁਚਲਨ ਵਾਲਾ ਵਿਅਕਤੀ, ਅਪਮਾਨ ਕਰਨ ਵਾਲਾ ਵਿਅਕਤੀ, ਸਖ਼ਤ ਵਰਤਾਅ ਕਰਨ ਵਾਲਾ ਵਿਅਕਤੀ

trance /ਟਰਾਨਸ/ *n* ਸਮਾਧੀ, ਅੰਤਰਲੀਨਤਾ, ਲਿਵਲੀਨਤਾ, ਵਜਦ, ਪਰਮ ਅਨੰਦ ਦੀ ਅਵਸਥਾ *vt* ਵਜਦ ਵਿੱਚ ਲੈ ਆਉਣਾ, ਅੰਤਰਲੀਨਤਾ ਦੀ ਅਵਸਥਾ ਵਿੱਚ ਲੈ ਆਉਣਾ

tranchet /'ਟਰਾਨਸ਼ੇਇ/ *n* (ਇਤਿ) ਪੱਥਰ ਦੀ ਛੈਣੀ

trank /ਟਰੈਙਕ/ *n* ਦਸਤਾਨੇ ਬਣਾਉਣ ਵਾਲਾ ਚਮੜਾ

tranquil /'ਟਰੈਙਕਵਿਲ/ *a* ਸ਼ਾਂਤ, ਚੁੱਪ-ਚਾਪ, ਟਿਕਿਆ

tranquility /ਟਰੈਙ'ਕਵਿਲਅਟਿ/ *n* ਟਿਕਾਅ, ਚੁੱਪ-ਚਾਪ, ਸ਼ਾਂਤੀ, ਅਮਨ-ਚੈਨ, ਸਕੂਨ

tranquilize /'ਟਰੈਙਕਵਅਲਾਇਜ਼/ *vt* ਸ਼ਾਂਤ ਕਰਨਾ, ਟਿਕਾਅ ਵਿੱਚ ਲਿਆਉਣਾ; ਸ਼ਾਂਤੀ ਸਥਾਪਿਤ ਕਰਨਾ; ਧੀਰਜ ਦੇਣਾ

tranquilness /'ਟਰੈਙਕਵਿਲਨਅਸ/ *n* ਸ਼ਾਂਤੀ, ਟਿਕਾਅ

trans /ਟਰੈਨਜ਼, ਟਰੈਨਸ/ *pref* ਪਾਰ, ਆਰ-ਪਾਰ

transact /ਟਰੈਨ'ਜ਼ਅਕਟ/ *v* ਅਮਲ ਕਰਨਾ, ਨੇਪਰੇ ਚਾੜ੍ਹਨਾ, ਨਿਬਾਹੁਣਾ, ਪੂਰਾ ਕਰਨਾ; ਪ੍ਰਬੰਧ ਕਰਨਾ; (ਕਿਸੇ ਮਾਮਲੇ ਸੰਬੰਧੀ) ਗੱਲ-ਬਾਤ ਕਰਨਾ

transaction /ਟਰੈਨ'ਜ਼ੈਕਸ਼ਨ/ *n* ਸੌਦਾ, ਮਾਮਲਾ, ਕਾਰਵਾਈ; (ਜਲਸੇ, ਮੀਟਿੰਗ ਆਦਿ ਦੀ) ਕਾਰਵਾਈ ਦਾ ਵਿਵਰਨ, ਰਿਪੋਰਟ; (ਕਨੂੰ) ਸਮਝੌਤਾ, ਸੁਲ੍ਹਾ-ਸਫ਼ਾਈ; ਨਿਰਬਾਹ; ਕਾਰਜ ਪ੍ਰਬੰਧ; ਵਿਧਾਨਕ ਕਾਰਵਾਈ

transactor /ਟਰੈਨ'ਜ਼ੈਕਟਅ*/ *n* ਕਾਰਵਾਈ ਕਰਨ ਵਾਲਾ ਵਿਅਕਤੀ; ਕੰਮ-ਕਾਜ ਚਲਾਉਣ ਵਾਲਾ ਵਿਅਕਤੀ, ਵਪਾਰ ਸੰਚਾਰਕ

transalpine /ਟਰੈਨ'ਜ਼ੈਲਪਾਇਨ/ *a* ਐਲਪਸ ਪਹਾੜ ਦੇ ਪਾਰ ਦਾ, ਐਲਪਸ ਪਰਬਤ ਦੇ ਦੂਜੇ ਪਾਸੇ ਦਾ (ਇਟਲੀ ਦ੍ਰਿਸ਼ਟੀਕੋਣ ਅਨੁਸਾਰ) *n* ਐਲਪਸ ਪਾਰ ਦਾ ਨਿਵਾਸੀ

transandine /ਟਰੈਨਜ਼'ਐਨਡਾਇਨ/ *a* ਇੰਡੀਜ਼ ਪਹਾੜਾਂ ਤੋਂ ਪਾਰ ਦਾ

transatlantic /,ਟਰੈਨਜ਼ਅਟ'ਲੈਨਟਿਕ/ *a* ਐਂਧ ਮਹਾਂਸਾਗਰ ਤੋਂ ਪਾਰ ਦਾ, ਐਟਲਾਂਟਿਕ ਦੇ ਪਰਲੇ ਪਾਸੇ ਦਾ; ਐਟਲਾਂਟਿਕ ਵਿੱਚੋਂ ਦੀ ਲੰਘਣ ਵਾਲਾ, ਐਟਲਾਂਟਿਕ ਪਾਰ ਕਰਨ ਵਾਲਾ

transcend /ਟਰੈਨ'ਸੈਂਡ/ *v* ਵਿਚਾਰ ਜਾਂ ਵਿਵਰਨ ਦੀ ਸੀਮਾ ਟੱਪ ਜਾਣਾ, ਮਨੁੱਖੀ ਸੂਝ ਜਾਂ ਅਨੁਭਵ ਤੋਂ

ਪਰੇ ਜਾਂ ਉੱਤੇ ਹੋਣਾ; ਕਮਾਲ 'ਤੇ ਪਹੁੰਚਣਾ, ਪਾਰਗਾਮੀ ਹੋਣਾ, ਗੁਣਾਂ ਦੀਆਂ ਹੱਦਾਂ ਪਾਰ ਕਰ ਜਾਣਾ; ਅੱਗੇ ਵਧ ਜਾਣਾ

transcendence, transcendency /ਟਰੈਨ'ਸੈੱਨਡਅਨਸ, ਟਰੈਨ'ਸੈੱਨਡਅਨਸਿ/ *n* ਸੂਝ ਜਾਂ ਅਨੁਭਵ ਤੋਂ ਪਾਰ ਦੀ ਅਵਸਥਾ, ਇੰਦਰੀਆਂ ਦੀ ਪਹੁੰਚ ਤੋਂ ਪਾਰ ਦੀ ਦਸ਼ਾ, ਪਾਰਗਮਨ; ਕਮਾਲ

transcendent /ਟਰੈਨ'ਸੈੱਨਡਅਨਟ/ *a* ਕਮਾਲ ਦਾ, ਅਤਿ ਉੱਚਾ, ਉੱਚੇ ਤੋਂ ਉੱਚਾ, ਬੇਅੰਤ, ਬੇਹੱਦ, ਅਥਾਹ; ਸੂਝ ਅਤੇ ਅਨੁਭਵ ਤੋਂ ਪਰ੍ਹਾਂ ਦਾ, ਪਾਰਗਾਮੀ; ਅੰਨੁਭਵ ਅਤੀਤ ਤੱਤ

transcendental /,ਟਰੈਨਸੈੱਨ'ਡੈਂਨੱਟਲ/ *a* ਮਨੁੱਖੀ ਗਿਆਨ ਤੋਂ ਅਗਲੇਰੇ ਦਾ, ਅਥਾਹ, ਸੂਝ ਜਾਂ ਅਨੁਭਵ ਤੋਂ ਪਰ੍ਹਾਂ ਦਾ, ਪਾਰਗਾਮੀ, ਅਪਰੰਪਾਰ

transcontinental /,ਟਰੈਨਜ਼,ਕੌਨਟਿ'ਨੈੱਨਟਲ, ,ਟਰੈਨਸ-/ *a* ਮਹਾਂਦੀਪਾਂ ਦੇ ਆਰ-ਪਾਰ ਦਾ

transcribe /ਟਰੈਨ'ਸਕਰਾਇਬ/ *vt* (ਲਿਖਤ ਦੀ) ਨਕਲ ਕਰਨਾ, ਉਤਾਰਾ ਲੈਣਾ, ਪ੍ਰਤਿਲਿਪੀ ਬਣਾਉਣਾ, ਵੇਖ ਕੇ ਲਿਖਣਾ; (ਰੇਡੀਓ) ਰਿਕਾਰਡ ਹੋਏ ਪ੍ਰੋਗਰਾਮ ਦਾ ਪ੍ਰਸਾਰਨ ਕਰਨਾ

transcript /'ਟਰੈਨਸਕਰਿਪਟ/ *n* ਨਕਲ (ਲਿਖਤ ਦੀ), ਉਤਾਰਾ, ਪ੍ਰਤਿਲਿਪੀ

transcription /ਟਰੈਨ'ਸਕਰਿਪਸ਼ਨ/ *n* ਪ੍ਰਤਿਲਿਪੀ, ਨਕਲ; ਪ੍ਰਤਿਲਿਪੀ ਬਣਾਉਣ ਦੀ ਕਿਰਿਆ; ਲਿਪੀਅੰਤਰਨ

transcurrent /ਟਰੈਨਸ'ਕਅੱਰਅਨਟ/ *a* ਆਰ-ਪਾਰ ਜਾਣ ਵਾਲਾ, ਪਾਰਗਾਮੀ

transect /ਟਰੈਨ'ਸੈੱਕਟ/ *vt* ਨਿਖੇੜਨਾ, ਪਾੜਨਾ, ਵੱਖ ਕਰਨਾ, ਭਿੰਨ-ਭਿੰਨ ਕਰਨਾ, ਵਿਭਾਜਿਤ ਕਰਨਾ

transection /,ਟਰੈਨ'ਸੈੱਕਸ਼ਨ/ *n* ਨਿਖੇੜਾ, ਵਿਭਾਜਨ, ਵੰਡ

transept /'ਟਰੈਨਸੈੱਪਟ/ *n* ਸਲੀਬ ਆਕਾਰ ਗਿਰਜੇ ਦੀ ਇੱਕ ਬਾਹੀ

transfer /ਟਰੈਨਸ'ਫ਼ਅ:*/ *vt* ਬਦਲਨਾ, ਤਬਦੀਲ ਕਰਨਾ, ਥਾਂ ਬਦਲੀ ਕਰਨਾ; (ਜਾਇਦਾਦ) ਦੂਜੇ ਦੇ ਨਾਂ ਚੜ੍ਹਾਉਣਾ, ਇੰਤਕਾਲ ਕਰਨਾ; ਸੌਂਪ ਦੇਣਾ, ਹਵਾਲੇ ਕਰਨਾ; (ਨਕਸ਼ੇ ਆਦਿ ਦਾ) ਉਤਾਰਾ ਕਰਨਾ /'ਟਰੈਨਸਫ਼ਅ:/ *n* ਬਦਲੀ, ਤਬਦੀਲੀ, ਹੱਥ ਬਦਲੀ, ਥਾਂ ਬਦਲੀ; ਇੰਤਕਾਲ; ਇੰਤਕਾਲ ਦਾ ਕਾਗਜ਼; ਨਕਸ਼ੇ ਆਦਿ ਦਾ ਉਤਾਰਾ

transferability /,ਟਰੈਨਸ,ਫ਼ਅ:ਰਅ'ਬਿਲਅਟਿ/ *n* ਥਾਂ ਬਦਲਨ ਦਾ ਭਾਵ, ਬਦਲੇ ਜਾਣ ਦੀ ਅਵਸਥਾ

transferable /ਟਰੈਨਸ'ਫ਼ਅ:ਰਅਬਲ/ *a* ਬਦਲੀ ਯੋਗ; ਇੰਤਕਾਲ ਦੇ ਕਾਬਲ

transference /'ਟਰੈਨਸਫ਼ਅਰਅਨਸ/ *n* ਤਬਦੀਲੀ, ਇੰਤਕਾਲ; ਨਕਲ

transfiguration /,ਟਰੈਨਸ,ਫ਼ਿਗਅ'ਰੇਇਸ਼ਨ/ *n* ਹਜ਼ਰਤ ਈਸਾ ਦਾ ਰੂਪਾਂਤਰਨ ਜੋ ਕਰਾਮਾਤ ਨਾਲ ਹੋਇਆ ਸੀ; ਹਜ਼ਰਤ ਈਸਾ ਦੇ ਰੂਪਾਂਤਰਨ ਦਾ ਤਿਉਹਾਰ; ਰੂਪ ਬਦਲੀ, ਕਾਇਆ-ਕਲਪ, ਰੂਪ-ਪਰਿਵਰਤਨ, ਰੂਪਾਂਤਰਨ

transfigure /ਟਰੈਨਸ'ਫ਼ਿਗਅ*/ *vi* ਰੂਪ ਵਟਾ ਦੇਣਾ, ਹੋਰ ਦਾ ਹੋਰ ਬਣਾ ਦੇਣਾ; ਪਹਿਲਾਂ ਨਾਲੋਂ ਵਧੇਰੇ ਸ਼ਾਨਦਾਰ ਅਤੇ ਸੁੰਦਰ ਬਣਾ ਦੇਣਾ

transfix /ਟਰੈਨਸ'ਫ਼ਿਕਸ/ *vt* ਵਿੰਨ੍ਹ ਦੇਣਾ, ਬਰਛੇ ਆਦਿ ਨਾਲ ਸੱਲ ਦੇਣਾ; (ਭੈ ਨਾਲ) ਪਥਰਾ ਦੇਣਾ, ਅਹਿੱਲ ਕਰ ਦੇਣਾ, ਜੜ੍ਹ ਬਣਾ ਦੇਣਾ; ਸ਼ਕਤੀ ਨਸ਼ਟ ਕਰ ਦੇਣਾ, ਗਤੀਹੀਣ ਕਰ ਦੇਣਾ

transfluent /'ਟਰੈਨਸਫ਼ਲੁਅਨਟ/ *a* ਪਾਰ ਤੱਕ ਵਹਿਣ ਜਾਂ ਵਗਣ ਵਾਲਾ

transform /ਟਰੈਨਸ'ਫ਼ੋਮ/ *vt* ਰੂਪ ਬਦਲ ਦੇਣਾ, ਕਾਇਆ ਪਲਟ ਦੇਣਾ, ਹੋਰ ਦਾ ਹੋਰ ਬਣਾ ਦੇਣਾ; (ਵਿਆ) ਰੂਪਾਂਤਰ ਕਰਨਾ

transformation /,ਟਰੈਨਸਫ਼ਅ'ਮੇਇਸ਼ਨ/ *n* ਕਾਇਆ-ਪਲਟਾ, ਰੂਪ ਪਰਿਵਰਤਨ, ਕਾਇਆ-ਕਲਪ, ਰੂਪਾਂਤਰਨ; (ਗਣਿ) ਇੱਕ ਸ਼ਕਲ ਨੂੰ ਬਰਾਬਰ ਦੀ ਦੂਜੀ ਸ਼ਕਲ ਵਿੱਚ ਬਦਲਨ ਦੀ ਕਿਰਿਆ

transformer /ਟਰੈਨਸ'ਫ਼ੋਮਅ*/ *n* (ਬਿਜਲੀ) ਪਰਿਵਰਤਕ ਯੰਤਰ, ਟਰਾਂਸਫਾਰਮਰ

transfrontier /ਟਰੈਨਸ'ਫ਼ਰਅੱਨਟਿਅ*/ *a* ਸੀਮਾ ਪਾਰਲਾ (ਵਪਾਰੀ)

transfuse /ਟਰੈਨਸ'ਫ਼ਯੂਜ਼/ *vt* ਇੱਕ ਵਿਅਕਤੀ ਦੀ ਨਾੜ ਤੋਂ ਦੂਜੇ ਦੀ ਨਾੜ ਵਿੱਚ ਲਹੂ ਚੜ੍ਹਾਉਣਾ, ਲਹੂ ਚੜ੍ਹਾਉਣਾ ਜਾਂ ਬਦਲਨਾ; (ਗੁਣ, ਸਿਫ਼ਤ ਆਦਿ ਦਾ) ਢਾਲਣਾ, ਭਰਨਾ, ਪ੍ਰਵੇਸ਼ ਕਰਾਉਣਾ

transfusion /ਟਰੈਨਸ'ਫ਼ਯੂਯ਼ਨ/ *n* ਨਾੜਾਂ ਵਿੱਚ ਲਹੂ ਚੜ੍ਹਾਉਣ ਦੀ ਕਿਰਿਆ, ਖ਼ੂਨ ਦੀ ਬਦਲੀ; (ਗੁਣ ਆਦਿ ਦਾ) ਪ੍ਰਵੇਸ਼

transgress /ਟਰੈਨਜ਼'ਗਰੈੱਸ, ਟਰੈਨਸ-/ *v* ਉਲੰਘਣਾ ਕਰਨਾ, ਅਵੱਗਿਆ ਕਰਨਾ; ਅਪਰਾਧ ਕਰਨਾ, ਭੁੱਲ ਕਰਨਾ, ਕੁਰਹਿਤ ਕਰਨਾ, ਪਾਪ ਕਰਨਾ

transgression /ਟਰੈਨਜ਼'ਗਰੈੱਸ਼ਨ, ਟਰੈਨਸ-/ *n* ਉਲੰਘਣਾ, ਅਵੱਗਿਆ, ਕਨੂੰਨ ਦਾ ਵਿਰੋਧ, ਜੁਰਮ, ਅਪਰਾਧ, ਕੁਰਹਿਤ

transgressor /ਟਰੈਨਸ'ਗਰੈੱਸਅ*/ *n* ਉਲੰਘਣਾ ਕਰਨ ਵਾਲਾ; ਅਪਰਾਧੀ, ਮੁਜਰਮ

transience /'ਟਰੈਨਜ਼ਿਅਨਸ/ *n* ਅਸਥਿਰਤਾ, ਅਸਥਾਈਪਣ, ਛਿਣ-ਭੰਗਰਤਾ

transient /'ਟਰੈਨਜ਼ਿਅਨਟ/ *a* ਥੋੜ੍ਹਾ ਚਿਰ ਟਿਕਣ ਜਾਂ ਰਹਿਣ ਵਾਲ਼ਾ, ਵਕਤੀ, ਛਿਣ-ਭੰਗਰ, ਅਸਥਾਈ, ਚੱਲਣਹਾਰ, ਥੋੜ੍ਹ-ਚਿਰਾ

transilience /ਟਰੈਨ'ਸਿਲਿਅਨਸ/ *n* ਗੜਬੜ, ਗੋਲਮਾਲ; ਅਸੰਬੰਧਤਾ, ਅਕਰਮਬੱਧਤਾ

transillumination /ˌਟਰੈਨਸਿਲੂਮਿ'ਨੇਇਸ਼ਨ/ *n* ਪ੍ਰਕਾਸ਼ ਸੰਚਾਰਨ, ਪਾਰ ਪ੍ਰਕਾਸ਼ਨ, ਗੁਪਤ ਸਥਾਨ ਉੱਤੇ ਚਾਨਣ ਕਰਨ ਦੀ ਕਿਰਿਆ

transistor /ਟਰੈਨ'ਜ਼ਿਸਟਅ, -'ਸਿਸਟਅ*/ *n* ਟ੍ਰਾਂਜ਼ਿਸਟਰ, ਰੇਡੀਓ ਟ੍ਰਾਂਜ਼ਿਸਟਰ

transit /'ਟਰੈਨਜ਼ਿਟ, -ਸਿਟ/ *n* ਮਾਰਗ, ਗੁਜ਼ਰ, ਲਾਂਘਾ, ਆਉਣ-ਜਾਣ, ਪਾਰਗਮਨ *v* (ਨਛੱਤਰਾਂ ਦਾ) ਸੂਰਜ ਮਾਰਗ ਤੋਂ ਪਾਰ ਲੰਘਣਾ

transition /'ਟਰੈਨਜ਼ਿਸ਼ਨ, -'ਸਿਸ਼ਨ/ *n* ਪਰਿਵਰਤਨ, ਬਦਲੀ, (ਰਾਗ ਵਿੱਚ) ਪਲਟਾ, (ਸ਼ੈਲੀ ਦੀ) ਬਦਲੀ

transitional /ਟਰੈਨ'ਜ਼ਿਸ਼ਅਨਲ, -'ਸਿਸ਼ਅਨਲ/ *a* ਅਸਥਾਈ, ਥੋੜ੍ਹੇ ਚਿਰ ਲਈ, ਆਰਜ਼ੀ

transitive /'ਟਰੈਨਸਅਟਿਵ੍/ *a* ਸਕਰਮਕ (ਕਿਰਿਆ)

transitiveness /'ਟਰੈਨਸਅਟਿਵ੍ਨਅਸ/ *n* ਸਕਰਮਕਤਾ

transitory /'ਟਰੈਨਸਿਟ(ਅ)ਰਿ, -ਜ਼ਿਟ(ਅ)ਰਿ/ *a* ਅਸਥਿਰ, ਛਿਣ-ਭੰਗਰ; ਅਲਪਕਾਲੀ, ਅਸਥਾਈ

translate /ਟਰੈਨਸ'ਲੇਇਟ, ਟਰੈਨਜ਼-/ *vt* ਅਨੁਵਾਦ ਕਰਨਾ, ਉਲਥਾ ਕਰਨਾ; ਤਾਤਪਰਜ ਕੱਢਣਾ, ਵਿਆਖਿਆ ਕਰਨਾ; ਵਿਅਕਤੀ / ਥਾਂ / ਸਥਿਤੀ / ਮਾਧਿਅਮ ਵਿੱਚ ਤਬਦੀਲੀ ਕਰਨਾ; (ਬਾਈ) ਸੁਰਗ ਵਿੱਚ ਲੈ ਜਾਣਾ; ਪੁਰਾਣੀ ਚੀਜ਼ ਤੋਂ ਕੋਈ ਨਵੀਂ ਚੀਜ਼ ਤਿਆਰ ਕਰਨਾ, ਨਵਾਂ ਜਾਮਾ ਪਹਿਨਾਉਣਾ

translation /ਟਰੈਨਸ'ਲੇਇਸ਼ਨ, ਟਰੈਨਜ਼-/ *n* ਅਨੁਵਾਦ, ਉਲਥਾ, ਤਰਜਮਾ; ਸਥਾਨ ਬਦਲੀ

translator /ਟਰੈਨਸ'ਲੇਇਟਅ*, ਟਰੈਨਜ਼-/ *n* ਅਨੁਵਾਦਕ, ਉਲਥਾਕਾਰ, ਤਰਜਮਾ ਕਰਨ ਵਾਲਾ ਵਿਅਕਤੀ *n* (ਕੰਪਿ) ਪ੍ਰੋਗਰਾਮ ਭਾਸ਼ਾਵਾਂ ਨੂੰ ਮਸ਼ੀਨ ਭਾਸ਼ਾ ਵਿੱਚ ਪਰਤਾਉਣ ਲਈ ਪ੍ਰੋਗਰਾਮ, ਅਨੁਵਾਦਕ

transliterate /ਟਰੈਨਸ'ਲਿਟਅਰੇਇਟ, ਟਰੈਨਜ਼-/ *vt* ਕਿਸੇ ਇੱਕ ਭਾਸ਼ਾ ਨੂੰ ਦੂਸਰੀ ਭਾਸ਼ਾ ਦੀ ਲਿਪੀ ਵਿੱਚ ਲਿਖਣਾ, ਲਿਪਾਂਤਰਨ ਕਰਨਾ

transliteration /ˌਟਰੈਨਸˌਲਿਟਅ'ਰੇਇਸ਼ਨ, ˌਟਰੈਨਜ਼-/ *n* ਲਿਪਾਂਤਰਨ, ਵਰਨਾਂਤਰ

transliterator /ਟਰੈਨਸ'ਲਿਟਅਰੇਇਟਅ*, ਟਰੈਨਜ਼-/ *n* ਲਿਪਾਂਤਰਨ ਕਰਤਾ

translucent /ਟਰੈਨਸ'ਲੂਸਨਟ, ਟਰੈਨਜ਼-/ *a* ਜੋ ਪੂਰੀ ਤਰ੍ਹਾਂ ਪਾਰਦਰਸ਼ੀ ਨਹੀਂ, ਜਿਸ ਵਿੱਚੋਂ ਦੀ ਚਾਨਣ ਲੰਘ ਸਕੇ ਪਰ ਆਰ-ਪਾਰ ਵੇਖਿਆ ਨਾ ਜਾ ਸਕੇ, ਬਲੌਰੀ

translucid /ਟਰੈਨਸ'ਲੂਸਿਡ, ਟਰੈਨਜ਼-/ *a* ਪਾਰਦਰਸ਼ੀ, ਪਾਰਭਾਸੀ

translunary /ਟਰੈਨਸ'ਲੂਨਅਰਿ, ਟਰੈਨਜ਼-/ *a* ਅਵਾਸਤਵਿਕ, ਕਾਲਪਨਿਕ; ਚੰਦਰਮਾ ਅਤੀਤ, ਚੰਦਰਮਾ ਤੋਂ ਪਰੇ

transmarine /ˌਟਰੈਨਸਮਅ'ਰੀਨ, ˌਟਰੈਨਜ਼-/ *a* ਸਮੁੰਦਰੋਂ ਪਾਰ ਦਾ

transmigrate /ˌਟਰੈਨਸਮਾਇ'ਗਰੇਇਟ, ˌਟਰੈਨਜ਼-/ *vt* (ਆਤਮਾ ਦਾ) ਇੱਕ ਸਰੀਰ ਵਿੱਚੋਂ ਨਿੱਕਲ ਕੇ ਦੂਜੇ ਵਿੱਚ ਪ੍ਰਵੇਸ਼ ਕਰਨਾ, ਦੇਹ ਬਦਲੀ ਕਰਨਾ; ਆਵਾਗਮਨ ਕਰਨਾ, ਆਪਣਾ ਦੇਸ਼ ਛੱਡ ਕੇ ਦੂਜੇ ਦੇਸ਼ ਜਾ ਵੱਸਣਾ; ਪਰਵਾਸ ਕਰਨਾ

transmigration /ˌਟਰੈਨਸਮਾਇ'ਗਰੇਇਸ਼ਨ, ˌਟਰੈਨਜ਼-/ *n* ਦੇਹ ਬਦਲੀ, ਆਵਾਗਮਨ, ਪਰਵਾਸ

transmigrator /ˌਟਰੈਨਸਮਾਇ'ਗਰੇਇਟਅ*, ˌਟਰੈਨਜ਼-/ *n* ਪੁਨਰਜਨਮ ਲੈਣ ਵਾਲਾ; ਪਰਵਾਸੀ, ਦੂਸਰੇ ਦੇਸ਼ ਵਿੱਚ ਵੱਸਣ ਵਾਲਾ

transmissibility /ਟਰੈਨਸˌਮਿਸਅ'ਬਿਲਅਟਿ, ਟਰੈਨਜ਼-/ *n* ਤਾਪ (ਗਰਮੀ) ਦੀ ਲੰਘਣ ਯੋਗਤਾ, ਸੰਚਰਨਸ਼ੀਲਤਾ, ਪਾਰਗਮਤਾ

transmissible /ਟਰੈਨਸ'ਮਿਸਅਬਲ, ਟਰੈਨਜ਼-/ *a* ਤਾਪ ਦੇ ਲੰਘਣ ਯੋਗ, ਸੰਚਰਨਯੋਗ

transmission /ਟਰੈਨਸ'ਮਿਸ਼ਨ, ਟਰੈਨਜ਼-/ *n* ਇੱਕ ਥਾਂ ਤੋਂ ਦੂਜੇ ਥਾਂ ਪੁੱਜਣ ਦੀ ਕਿਰਿਆ, (ਧੁਨੀ ਦਾ) ਸੰਚਾਰ, ਲਾਂਘਾ, ਸੰਚਾਰਨ, ਪਾਰਗਮਨ

transmit /ਟਰੈਨਸ'ਮਿਟ, ਟਰੈਨਜ਼-/ *vt* ਭੇਜਣਾ, ਘੱਲਣਾ, ਪਹੁੰਚਾਉਣਾ; (ਬਿਜਲੀ, ਧੁਨੀ ਆਦਿ ਨੂੰ) ਆਪਣੇ ਵਿੱਚੋਂ ਦੀ ਲੰਘਣ ਦੇਣਾ; ਖ਼ਬਰ ਭੇਜਣਾ ਜਾਂ ਪਹੁੰਚਾਉਣਾ; (ਆਪਣੇ ਮਨੋਭਾਵ) ਦੂਜਿਆਂ ਵਿੱਚ ਭਰ ਦੇਣਾ; ਭਾਵਾਂ ਦਾ ਇੱਕ ਦੂਜੇ ਵਿੱਚ ਰਚਣਾ

transmitter /ਟਰੈਨਸ'ਮਿਟਅ*, ਟਰੈਨਜ਼-/ *n* ਭੇਜਣ ਵਾਲਾ

transmogrification /ˌਟਰੈਨਜ਼ˌਮੌਗਰਿਫ਼ਿ'ਕੇਇਸ਼ਨ, ˌਟਰੈਨਸ-/ *n* ਅਸਚਰਜਜਨਕ ਪਰਿਵਰਤਨ, ਜਾਦੂ ਵਾਂਗ ਕਾਇਆ ਪਲਟ, ਅਸਧਾਰਨ ਰੂਪਾਂਤਰ

transmutability /ਟਰੈਨਜ਼ˌਮਯੂਟਅ'ਬਿਲਅਟਿ, ਟਰੈਨਸ-/ *n* ਕਾਇਆ ਕਲਪ ਯੋਗਤਾ, ਰੂਪ ਪਰਿਵਰਤਨ ਯੋਗਤਾ, ਰੂਪਾਂਤਰਨਤਾ

transmutation /ˌਟਰੈਨਜ਼ਮਯੂ'ਟੇਇਸ਼ਨ, ˌਟਰੈਨਸ-/ *n* ਕਾਇਆ-ਕਲਪ, ਕਾਇਆ ਬਦਲੀ, ਰੂਪ ਬਦਲੀ, ਰੂਪਾਂਤਰਨ; ਜਾਤੀ ਪਰਿਵਰਤਨ; ਗੁਣ ਪਰਿਵਰਤਨ

transmute /ਟਰੈਨਜ਼'ਮਯੂਟ, ਟਰੈਨਸ-/ *vt* ਕਿਸੇ ਵਸਤੂ ਦੇ ਰੂਪ ਸੁਭਾਅ ਜਾਂ ਗੁਣਾਂ ਨੂੰ ਬਦਲ ਦੇਣਾ, ਰੂਪ ਬਦਲਨਾ, ਕਾਇਆ ਪਲਟ ਦੇਣਾ

transmuter /ਟਰੈਨਜ਼'ਮਯੂਟਅ*, ਟਰੈਨਸ-/ *n* ਰੂਪ ਪਰਿਵਰਤਨ, ਕਾਇਆ ਪਲਟ

transnormal /ਟਰੈਨਜ਼'ਨੋਮਲ/ *a* ਅਸਧਾਰਨ, ਗ਼ੈਰਮਾਮੂਲੀ

transoceanic /ˌਟਰੈਨਜ਼ਅਉਸ਼ਿ'ਐਨਿਕ, -ਸਅਉਸ਼ਿ-/ *a* ਸਮੁੰਦਰ ਪਾਰਲਾ

transom /'ਟਰੈਨਸਅਮ/ *n* ਬੂਹੇ ਜਾਂ ਬਾਰੀ ਦਾ ਸੇਰੂ; ਬਾਰੀ ਦੇ ਵਿਚਕਾਰ ਲੱਗੀ ਲੋਹੇ ਜਾਂ ਲੱਕੜੀ ਦੀ ਸੀਖ ਜਾਂ ਫੱਟੀ

transpadane /'ਟਰੈਨਸਪਅਡੇਇਨ, 'ਟਰੈਨਜ਼-/ *a* (ਇਟਲੀ ਦੀ) ਪੋ ਨਦੀ ਤੋਂ ਪਾਰਲਾ

transparence /ਟਰੈਨਸ'ਪੈਰਅਨਸ/ *n* ਪਾਰਦਰਸ਼ਤਾ; ਨਿਰਮਲਤਾ, ਸਵੱਛਤਾ, ਸਫ਼ਾਈ

transparency /ਟਰੈਨਸ'ਪੈਰਅਨਸਿ/ *n* ਪਾਰਦਰਸ਼ੀ ਚਿੱਤਰ

transparent /ਟਰੈਨਸ'ਪੈਰਅਨਟ/ *a* ਜਿਸ ਦੇ ਆਰ-ਪਾਰ ਪਾਰ ਵੇਖਿਆ ਜਾ ਸਕੇ, ਪਾਰਦਰਸ਼ੀ; ਸਾਫ਼, ਨਿਰਮਲ, ਖਰਾ, ਬਿਨਾਂ ਬਣਾਵਟ; (ਹਾਲਤ, ਨੀਤ ਆਦਿ) ਸਪਸ਼ਟ, ਜ਼ਾਹਰ; (ਬਹਾਨਾ, ਭੇਸ ਆਦਿ) ਬਾਹਰੀ

transpierce /ਟਰੈਨਸ'ਪਿਅਸ/ *vt* ਪਾਰ ਕਰਨਾ, ਆਰ-ਪਾਰ ਵਿੰਨ੍ਹਣਾ

transpiration /ˌਟਰੈਨਸਪਿ'ਰੇਇਸ਼ਨ/ *n* ਫੇਫੜਿਆਂ ਜਾਂ ਮੁਸਾਮਾਂ ਵਿੱਚੋਂ ਨਿਕਲਨ ਵਾਲੀ ਭਾਫ਼; (ਬਨ) ਭਾਫ ਸੰਚਾਰ; ਮੁੜ੍ਹਕਾ ਆਉਣ ਦੀ ਕਿਰਿਆ;

ਹਵਾੜ੍ਹ, ਭੜਾਸ; ਹਵਾ ਦਾ ਸੰਚਾਰ

transpire /ਟਰੈਨ'ਸਪਾਇਅ*/ *v* (ਫੇਫੜਿਆਂ ਵਿੱਚੋਂ ਜਾਂ ਚਮੜੀ ਵਿੱਚੋਂ) ਭਾਫ਼ ਦੇ ਰੂਪ ਵਿੱਚ ਨਿਕਲਨਾ ਜਾਂ ਕੱਢਣਾ; ਮੁੜ੍ਹਕਾ ਆਉਣਾ ਜਾਂ ਕੱਢਣਾ; (ਭੇਦ ਆਦਿ ਦਾ) ਖੁੱਲ੍ਹ ਜਾਣਾ, ਜ਼ਾਹਰ ਹੋ ਜਾਣਾ, ਅਵਾਈ ਉਡੱਣਾ, ਪਤਾ ਲੱਗਣਾ; ਵਾਪਰਨਾ, ਹੋਣਾ

transplant /ਟਰੈਨਸ'ਪਲਾਨਟ, ਟਰੈਨਜ਼-/ *vi* ਇੱਕ ਥਾਂ ਤੋਂ ਪੁੱਟ ਕੇ ਦੂਜੀ ਥਾਂ ਬੀਜਣਾ, ਪਨੀਰੀ ਪੁੱਟ ਕੇ ਲਾਉਣਾ; (ਲੋਕਾਂ ਨੂੰ) ਇੱਕ ਥਾਂ ਤੋਂ ਦੂਜੀ ਥਾਂ ਵਸਾਉਣਾ; (ਕਾਰਖ਼ਾਨਾ) ਦੂਜੇ ਥਾਂ ਜਾ ਲਾਉਣਾ; (ਸਰੀਰ ਦੇ ਅੰਗ ਦਾ) ਦੂਜੇ ਥਾਂ ਜਾਂ ਦੂਜੇ ਸਰੀਰ ਵਿੱਚ ਲਾਉਣਾ

transplantation /ˌਟਰੈਨਸਪਲਾਨ'ਟੇਇਸ਼ਨ, ˌਟਰੈਨਜ਼-/ *n* ਪਨੀਰੀ ਪੁੱਟ ਕੇ ਬੀਜਣ ਦਾ ਭਾਵ, ਇੱਕ ਥਾਂ ਤੋਂ ਦੂਜੀ ਥਾਂ ਵਸਾਉਣ ਦਾ ਭਾਵ, ਅੰਗ ਦੀ ਪਿਓਂਦ

transplanting /ਟਰੈਨਸ'ਪਲਾਨਟਿਙ, ਟਰੈਨਜ਼-/ *n* ਪਿਓਂਦ ਲਾਉਣ ਜਾਂ ਪਨੀਰੀ ਲਾਉਣ ਦੀ ਕਿਰਿਆ

transplendent /ਟਰੈਨ'ਸਪਲੈਂਡ(ਅ)ਨਟ/ *a* ਬਹੁਤ ਚਮਕੀਲਾ, ਬਹੁਤ ਲਿਸ਼ਕ ਵਾਲਾ, ਚਮਕਦਾਰ

transponder /ਟਰੈਨਸ'ਪੌਨਡਅ*/ *n* ਇੱਕ ਉਪਕਰਨ ਜੋ ਰੇਡੀਓ ਤੋਂ ਪ੍ਰਾਪਤ ਸੰਕੇਤ ਨੂੰ ਗ੍ਰਹਿਣ ਕਰਦਾ ਹੈ ਅਤੇ ਉਸਦਾ ਉੱਤਰ ਆਪਣੇ ਆਪ ਭੇਜਦਾ ਹੈ

transport /ਟਰੈਨ'ਸਪੋਟ / *vt* ਆਵਾਜਾਈ ਲਈ ਵਰਤੀਆਂ ਜਾਣ ਵਾਲੀਆਂ ਗੱਡੀਆਂ ਆਦਿ, ਇੱਕ ਥਾਂ ਤੋਂ ਦੂਜੀ ਥਾਂ ਲੈ ਜਾਣਾ, ਢੋਣਾ; (ਅਪਰਾਧੀ ਨੂੰ) ਦੇਸ਼ ਨਿਕਾਲਾ ਦੇਣਾ, ਜਲਾਵਤਨ ਕਰਨਾ; (ਖ਼ੁਸ਼ੀ, ਗੁੱਸੇ ਆਦਿ ਵਿੱਚ) ਆਪੇ ਤੋਂ ਬਾਹਰ ਹੋ ਜਾਣਾ /'ਟਰੈਨਸਪੋਟ/ *n*, ਢੋਆ-ਢੁਆਈ, ਆਵਾਜਾਈ, ਢੁਆਈ ਦਾ ਸਾਧਨ, ਵਾਹਣ; ਦੇਸ਼ ਨਿਕਾਲਾ; ਵਜਦ

transportation /ˌਟਰੈਨਸਪੋ'ਟੇਇਸ਼ਨ/ *n* ਢੋਆ-ਢੁਆਈ; ਦੇਸ਼-ਨਿਕਾਲਾ, ਸਫ਼ਰ

transposal /ਟਰੈਨ'ਸਪਅਉਜ਼ਲ/ *n* ਸਥਾਨ ਪਰਿਵਰਤਨ, ਸਥਾਨ ਬਦਲਨ, ਕ੍ਰਮ ਪਰਿਵਰਤਨ; ਵਸਤੂ ਜਿਸ ਦਾ ਸਥਾਨ ਬਦਲਿਆ ਜਾਵੇ

transpose /ਟਰੈਨ'ਸਪਅਉਜ਼/ *vt* ਦੋ ਜਾਂ ਵਧੇਰੇ ਵਸਤਾਂ ਨੂੰ ਇੱਕ ਦੂਜੀ ਦੀ ਥਾਂ ਉੱਤੇ ਰੱਖਣਾ, ਥਾਂ ਬਦਲਨਾ; ਸ਼ਬਦਾਂ ਨੂੰ ਨਿਸ਼ਚਿਤ ਕ੍ਰਮ ਬਦਲ ਕੇ ਰੱਖਣਾ; ਉਲਟ-ਪੁਲਟ ਕਰਨਾ, ਵਟਾ ਕੇ ਰੱਖਣਾ; (ਸੰਗੀ) ਸੁਰ ਬਦਲਨਾ

transposition /ˌਟਰੈਨਸਪਅ'ਜ਼ਿਸ਼ਨ/ *n* ਅਦਲਾ-ਬਦਲੀ, ਸਥਾਨ ਬਦਲਨ; ਕ੍ਰਮ ਪਰਿਵਰਤਨ; ਤਰਤੀਬ ਦੀ ਬਦਲੀ

transsexual /ਟਰੈਨਜ਼'ਸੈੱਕਸ਼ੁਅਲ, ਟਰੈਨਸ-/ *n* ਡਾਕਟਰੀ ਇਲਾਜ ਨਾਲ ਲਿੰਗ ਬਦਲੀ ਉਪਰੰਤ ਵਿਰੋਧੀ ਲਿੰਗ ਵਾਂਗ ਵਰਤੋਂ ਵਿਹਾਰ ਕਰਨ ਦੀ ਚਾਹਨਾ ਰੱਖਣ ਵਾਲਾ ਵਿਅਕਤੀ, ਪਾਰ-ਲਿੰਗੀ

trans-ship /ਟਰੈਨਸ'ਸ਼ਿਪ/ *vt* ਇੱਕ ਜਹਾਜ਼ ਤੋਂ ਦੂਜੇ ਜਹਾਜ਼ ਵਿੱਚ ਮਾਲ ਚੜ੍ਹਾਉਣਾ ਜਾਂ ਬਦਲਨਾ; ਇੱਕ ਵਾਹਨ ਤੋਂ ਦੂਜੇ ਵਾਹਨ ਉੱਤੇ ਚੜ੍ਹਾਉਣਾ

transubstantiate /ˌਟਰੈਨਸਅਬ'ਸਟੈਨਸ਼ਿਏਇਟ/ *vt* (ਈਸਾਈ ਮੱਤ ਅਨੁਸਾਰ) ਬ੍ਰਹਮ ਭੋਜ ਦੀ ਰੋਟੀ ਅਤੇ ਸ਼ਰਾਬ ਦਾ ਹਜ਼ਰਤ ਈਸਾ ਦੇ ਸਰੀਰ ਅਤੇ ਲਹੂ ਦਾ ਰੂਪ ਹੋ ਜਾਣਾ

transverbate /ਟਰੈਨਜ਼'ਵ੍ਅ:ਬੇਇਟ/ *vt* ਸ਼ਾਬਦਿਕ ਅਰਥ ਕਰਨਾ

transversal /ਟਰੈਨਜ਼'ਵ੍ਅ:ਸਲ/ *n* ਕਾਟਵੀਂ ਰੇਖਾ *a* ਕਾਟਵਾਂ

transverse /'ਟਰੈਨਜ਼ਵ੍ਅ:ਸ, 'ਟਰੈਨਸ-/ *a* ਤਿਰਛਾ, ਆਡੇ ਰੁਖ਼, ਟੇਢੇ ਰੁੱਖ਼

transvestite /ਟਰੈਨਜ਼'ਵੈੱਸਟਾਇਟ, ਟਰੈਨਸ-/ *n* ਮਨੁੱਖ ਜੋ ਇਸਤਰੀ ਵਰਗੇ ਕੱਪੜੇ ਪਹਿਨਣ ਦਾ ਸ਼ੁਕੀਨ ਹੋਵੇ, ਵਿਰੋਧੀ ਲਿੰਗ-ਵਰਗ ਦਾ ਪਹਿਰਾਵਾ ਪਾਉਣ ਵਾਲਾ ਮਰਦ ਜਾਂ ਔਰਤ

tranter /ਟਰੈਨਟਅ*/ *n* ਛਾਬੜੀ ਵਾਲਾ, ਫੇਰੀ ਵਾਲਾ; ਭਾਰ ਢੋਣ ਵਾਲਾ, ਪਾਂਡੀ

trap[1] /ਟਰੈਪ/ *n* ਕੁੜਿੱਕੀ, ਫਾਹੀ, ਫੰਧਾ;

ਕੁੜਿੱਕੀਦਾਰ ਪਿੰਜਰਾ; ਛਲ, ਕਪਟ; ਟਾਂਗੇ ਵਰਗੀ ਘੋੜਾ ਗੱਡੀ; (ਬੋਲ) ਪੁਲਿਸ ਦਾ ਸਿਪਾਹੀ *vt* ਕੁੜਿੱਕੀ ਜਾਂ ਫਾਹੀ ਵਿੱਚ ਫਸਾਉਣਾ; ਧੋਖੇ ਨਾਲ ਫਸਾ ਲੈਣਾ, ਧੋਖੇ ਨਾਲ ਕਾਬੂ ਕਰਨਾ

trap[2] *v* ਘੋੜੇ ਨੂੰ ਸਾਜ਼ ਨਾਲ ਲੈਸ ਕਰਨਾ *n* ਸਾਜ਼ ਸਮਾਨ, ਨਿੱਜੀ ਲੋੜ ਦੀਆਂ ਵਸਤਾਂ

trap[3] *v* ਚਟਾਨ ਦੀ ਇੱਕ ਕਿਸਮ

trapdoor /'ਟਰੈਪਡੋ*/ *n* ਲੁਕਵਾਂ ਬੂਹਾ, ਫਰਸ਼ ਜਾਂ ਛੱਤ ਵਿੱਚ ਲੱਗਾ ਬੂਹਾ, ਚੋਰ ਦਰਵਾਜ਼ਾ

trapes /ਟਰੇਇਪਸ/ *n* ਫੂਹੜ ਇਸਤਰੀ; ਹੌਲੀ-ਹੌਲੀ ਚੱਲਣ ਦੀ ਕਿਰਿਆ, ਘਸੀਟ-ਘਸੀਟ ਕੇ ਤੁਰਨ ਦੀ ਕਿਰਿਆ *vi* ਘਸੀਟ ਕੇ ਚੱਲਣਾ, ਮਾਰੇ -ਮਾਰੇ ਫਿਰਨਾ

trapeze /ਟਰਅ'ਪੀਜ਼/ *n* ਕਸਰਤ ਕਰਨ ਲਈ ਪਾਈ ਗਈ ਪੀਂਘ, ਕਸਰਤੀ ਪੀਂਘ, ਜਿਮਨਾਸਟਿਕ ਦੀ ਪੀਂਘ, ਕਲਾਬਾਜ਼ੀ ਦਾ ਝੂਲਾ

trapezium /ਟਰਅ'ਪੀਜ਼ਿਅਮ/ *n* ਚਤਰਭੁਜ ਜਿਸ ਦੀਆਂ ਦੋ ਬਾਹੀਆਂ ਸਮਾਨਾਂਤਰ ਹੋਣ ਪਰ ਲੰਬਾਈ ਵਿੱਚ ਬਰਾਬਰ ਨਾ ਹੋਣ, ਸਮਲੰਬ ਚਤਰਭੁਜ

trapezoid /'ਟਰੈਪਅਜ਼ੌਇਡ/ *n* ਚਤਰਭੁਜ ਜਿਸ ਦੀਆਂ ਬਾਹੀਆਂ ਸਮਾਨਾਂਤਰ ਨਾ ਹੋਣ; ਅਸਮਾਨਾਂਤਰ ਚਤੁਰਭੁਜ

trappiness /'ਟਰੈਪਿਨਅਸ/ *n* (ਬੋਲ) ਧੋਖੇਬਾਜ਼ੀ, ਛਲ, ਚਾਲਬਾਜ਼ੀ

trappings /'ਟਰੈਪਿਙਜ਼/ *n* (ਬਹੁ) ਘੋੜੇ ਦਾ ਸਾਜ਼ (ਖ਼ਾਸ ਕਰ ਸਜਾਵਟੀ); ਕਿਸੇ ਪਦਵੀ ਦੀ ਵਿਸ਼ੇਸ਼ ਵਰਦੀ ਜਾਂ ਸਾਜ਼-ਸਮਾਨ

trappy /'ਟਰੈਪਿ/ *a* ਕਪਟੀ, ਦਗਾਬਾਜ਼, ਧੋਖੇਬਾਜ਼, ਛਲੀਆ

traps /ਟਰੈਪਸ/ *n* ਸਮਾਨ, ਸਮਗਰੀ, ਉਪਕਰਨ, ਅਸਬਾਬ

trash /ਟਰੈਸ਼/ *n* ਤੁੱਛ ਚੀਜ਼, ਨਿਗੂਣੀ ਵਸਤ, ਰੱਦੀ ਸ਼ੈ; (ਬੂਟਿਆਂ ਦੀ) ਲਾਪਰ ਜਾਂ ਕਤਰਨ; ਗੰਨੇ ਦਾ ਚੂਰਾ, ਪੱਛੀਆਂ, ਖੋਈ,ਛੋਈ; ਕਿਤਾਬ ਜਾਂ ਨਿਬੰਧ ਆਦਿ ਜੋ ਤੁੱਛ ਜਾਂ ਘਟੀਆ ਹੋਵੇ; ਫਜ਼ੂਲ ਬਕਵਾਸ, ਊਲ-ਜਲੂਲ; (ਅਮਰੀਕਾ) ਲੰਡੀ-ਬੁੱਚੀ *v* ਗੰਨੇ ਦੀ ਖੋਰੀ/ਛੋਈ ਉਤਾਰਨਾ, ਗੰਨਾ ਪੀੜਨਾ

trashy /'ਟਰੈਸ਼ਿ/ *a* ਘਟੀਆ, ਨਿਗੂਣਾ

trauma /'ਟਰੋਮਅ/ *n* ਸੱਟ, ਜ਼ਖ਼ਮ; ਮਾਨਸਿਕ ਸੱਟ, ਸਦਮਾ

traumatic /ਟਰੋ'ਮੈਟਿਕ/ *a* ਦੁਖਦਾਈ

traumatize /'ਟਰੋਮਅਟਾਇਜ਼/ *v* ਜ਼ਬਰਦਸਤ ਮਾਨਸਿਕ ਕਸ਼ਟ ਦੇਣਾ, ਸਦਮਾ ਲਾਉਣਾ, ਸੁੱਧ-ਬੁੱਧ ਭੁਲਾ ਦੇਣਾ

travail /'ਟਰੈਵ਼ੇਇਲ, ਟਰਅ'ਵ਼ੇਇਲ/ *n* ਪ੍ਰਸੂਤ ਦੀਆਂ ਪੀੜਾਂ, ਵਿਅੰਮ ਦੀ ਪੀੜ; ਕਸ਼ਟ; ਸਖ਼ਤ ਮਿਹਨਤ *vi* ਪ੍ਰਸੂਤ ਦੀ ਪੀੜ ਸਹਿਣਾ; ਦੁੱਖ ਝੱਲਣਾ, ਕਸ਼ਟ ਸਹਿਣਾ; ਕਠਿਨ ਘਾਲ ਘਾਲਣਾ

travel /'ਟਰੈਵ਼ਲ/ *v* ਸਫ਼ਰ ਕਰਨਾ, ਯਾਤਰਾ ਕਰਨਾ, (ਕਾਰਖ਼ਾਨੇ ਆਦਿ ਦੇ) ਏਜੰਟ ਦੇ ਰੂਪ ਵਿੱਚ ਘੁੰਮਣਾ; ਮਸ਼ੀਨ ਜਾਂ ਇਸ ਦੇ ਪੁਰਜ਼ੇ ਦਾ ਚੱਲਣਾ; ਘੁਮਾਉਣਾ ਫਿਰਾਉਣਾ *n* ਸਫ਼ਰ, ਯਾਤਰਾ, ਘੁੰਮਣ-ਘੁਮਾਉਣ; ਚਾਲ, ਗਤੀ; ਮਸ਼ੀਨ ਦੇ ਪੁਰਜ਼ਿਆਂ ਦੀ ਚਾਲ; (ਬਹੁ) ਸਫ਼ਰਨਾਮਾ

traveller /'ਟਰੈਵ਼ਅਲਅ*/ *n* ਯਾਤਰੀ, ਪਾਂਧੀ, ਮੁਸਾਫ਼ਰ, ਰਾਹਗੀਰ; ਪਟੜੀ 'ਤੇ ਚੱਲਣ ਵਾਲੀ ਮਸ਼ੀਨ (ਜਿਵੇਂ ਕਰੇਨ)

traveller's joy *n* ਇੱਕ ਛੋਟੇ ਪੱਤਿਆਂ ਵਾਲੀ ਵੇਲ

travelling /'ਟਰੈਵ਼ਅਲਿਙ/ *n* ਸਫ਼ਰ, ਯਾਤਰਾ, ਰਟਨ, ਭਰਮਣ; ਸਫ਼ਰ ਦਾ ਸਮਾਨ, ਯਾਤਰਾ ਦੀ ਸਮੱਗਰੀ *a* ਸਫ਼ਰੀ, ਚੱਲਦਾ-ਫਿਰਦਾ

travelogue /'ਟਰੈਵ਼ਅਲੌਗ/ *n* ਸਫ਼ਰਨਾਮਾ, ਸਫ਼ਰ ਬਾਰੇ ਭਾਸ਼ਣ

traverse /ਟਰਅ'ਵ਼ਅ:ਸ/ *vt* ਇੱਕ ਪਾਸੇ ਤੋਂ ਦੂਜੇ ਪਾਸੇ ਤੱਕ ਜਾਣਾ; ਆਰ-ਪਾਰ ਕਰਨਾ; (ਵਿਸ਼ੇ ਦੇ) ਹਰ ਪੱਖ 'ਤੇ ਨਜ਼ਰ ਮਾਰਨਾ; (ਕਚਹਿਰੀ ਵਿੱਚ) ਕਿਸੇ ਮਾਮਲੇ ਨੂੰ ਰੱਦ ਕਰਨਾ; ਵਿਰੋਧ ਕਰਨਾ; (ਸੁਝਾਅ ਦਾ) ਵਿਰੋਧ ਕਰਨਾ; (ਚੁੰਬਕੀ ਸੂਈ ਦਾ) ਧੁਰੀ ਉੱਤੇ ਘੁੰਮਣਾ /'ਟਰੈਵ਼ਅ:ਸ/ *n* ਤੋਪ ਦਾ

ਘੁਮਾਅ; ਛੱਤ ਦੀ ਕੈਂਚੀ ਜਾਂ ਕੜੀ; (ਰੇਖਾ) ਤਿਰਛੀ ਰੇਖਾ, ਛੇਦਕ ਰੇਖਾ; ਸਮੁੰਦਰੀ ਜਹਾਜ਼ ਦਾ ਵਿੰਗਾ–ਟੇਢਾ ਮਾਰਗ; (ਕਨੂੰ) ਖੰਡਨ, ਇਨਕਾਰ; (ਮਸ਼ੀਨ ਦੇ ਪੁਰਜ਼ਿਆਂ ਦੀ) ਤਿਰਛੀ ਚਾਲ

travesty /'ਟਰੈਵ੍ਅਸਟਿ/ *n* ਹਾਸੋਹੀਣੀ ਨਕਲ, ਘਟੀਆ ਨਕਲ; ਮਖੌਟਾ *vt* ਕਿਸੇ ਪੱਖ ਨੂੰ ਬੜੇ ਹਾਸੋਹੀਣੇ ਢੰਗ ਨਾਲ ਪੇਸ਼ ਕਰਨਾ, ਨਕਲ ਲਾਹੁਣਾ, ਮਜ਼ਾਕ ਉਡਾਉਣਾ; (ਕਿਸੇ ਵਿਅਕਤੀ, ਵਸਤ ਜਾਂ ਪੁਸਤਕ ਦਾ) ਕਿਸੇ ਦੂਜੇ ਦਾ ਵਿਗੜਿਆ ਹੋਇਆ ਰੂਪ ਹੋਣਾ; ਹਾਸੋਹੀਣਾ ਬਣਾ ਦੇਣਾ

trawl /ਟਰੋਲ/ *n* ਮੱਛੀਆਂ ਫੜਨ ਲਈ ਥੈਲੇ ਦੀ ਸ਼ਕਲ ਦਾ ਵੱਡਾ ਜਾਲ *vt* ਜਾਲ ਨਾਲ ਮੱਛੀਆਂ ਫੜਨਾ

trawler /'ਟਰੋਲਅ*/ *n* ਵੱਡੇ ਜਾਲ ਨੂੰ ਖਿੱਚਣ ਵਾਲਾ ਉਪਕਰਨ; ਉਹ ਬੇੜੀ ਜਿਸ ਨਾਲ ਇਹ ਜਾਲ ਖਿੱਚੀਦਾ ਹੈ

tray /ਟਰੇਇ/ *n* ਥਾਲੀ, ਤਸ਼ਤਰੀ, ਟ੍ਰੇਅ

treacher /'ਟਰੈੱਚਅ*/ *n* ਵਿਸਾਹਘਾਤੀ ਬੰਦਾ, ਧ੍ਰੋਹੀ, ਗੱਦਾਰ, ਕ੍ਰਿਤਘਣ

treacherous /'ਟਰੈੱਚਅਰਅਸ/ *a* ਵਿਸਾਹਘਾਤੀ, ਧ੍ਰੋਹਪੂਰਨ, ਕਪਟ ਭਰਿਆ, ਧੋਖੇਬਾਜ਼; ਕਪਟੀ, ਕ੍ਰਿਤਘਣ, ਬੇਈਮਾਨ

treachery /'ਟਰੈੱਚਅਰਿ/ *n* ਧੋਖਾ, ਫ਼ਰੇਬ, ਧ੍ਰੋਹ, ਵਿਸਾਹਘਾਤ, ਗੱਦਾਰੀ, ਕਪਟ

treacle /'ਟਰੀਕਲ/ *n* ਸੀਰਾ; ਵੱਖ ਵੱਖ ਪੌਦਿਆਂ ਤੋਂ ਪ੍ਰਾਪਤ ਰਸ

tread /ਟਰੈੱਡ/ *v* ਤੁਰਨਾ, ਚੱਲਣਾ, ਪੈਰ ਰੱਖਣਾ ਜਾਂ ਪੁੱਟਣਾ; ਲਿਤਾੜਨਾ, ਮਿੱਧਣਾ; ਕਿਸੇ ਖ਼ਾਸ ਨੁਹਾਰ ਨਾਲ ਤੁਰਨਾ; ਸਮਾਪਤ ਕਰਨਾ, ਸੰਪੂਰਨ ਕਰਨਾ *n* ਚਾਲ, ਗਤੀ; ਕਦਮ, ਟਾਪ; ਪੌੜੀਆਂ ਦਾ ਸਭ ਤੋਂ ਉਤਲਾ ਪੌਡਾ; ਪੈਰਾਂ ਦੀ ਅਵਾਜ਼

treadle /'ਟਰੈੱਡਲ/ *n* ਮਸ਼ੀਨ ਦਾ ਪੈਰਾਂ ਨਾਲ ਚਲਾਇਆ ਜਾਣ ਵਾਲਾ ਯੰਤਰ, ਪੈਡਲ, ਪਾਏਦਾਨ *v* ਪੈਰਾਂ ਨਾਲ ਚਲਾਉਣਾ

treadmill /'ਟਰੈੱਡਮਿਲ/ *n* ਪੈਰਾਂ ਨਾਲ ਚਲਾਉਣ ਵਾਲੀ ਚੱਕੀ (ਖ਼ਾਸ ਕਰ ਜ਼ੇਲ੍ਹ ਵਿੱਚ ਸਜ਼ਾ ਦੇ ਰੂਪ ਵਿੱਚ), ਕਸਰਤ ਕਰਨ ਵਾਲੀ ਮਸ਼ੀਨ

treason /'ਟਰੀਜ਼ਨ/ *n* ਵਿਦ੍ਰੋਹ, ਬਗਾਵਤ, ਗਦਰ, ਰਾਜ-ਧ੍ਰੋਹ; ਵਿਸਾਹਘਾਤ, ਗੱਦਾਰੀ

treasonable, treasonous /'ਟਰੀਜ਼ਅਨਅਬਲ, 'ਟਰੀਜ਼ਨਅਸ/ *a* ਰਾਜਧ੍ਰੋਹਾਤਮਿਕ, ਧ੍ਰੋਹਪੂਰਨ; ਵਿਦ੍ਰੋਹੀ, ਬਾਗੀ, ਰਾਜ-ਧ੍ਰੋਹੀ

treasure /'ਟਰੈਯ਼ਅ*/ *n* ਖ਼ਜ਼ਾਨਾ, ਕੋਸ਼; ਧਨ, ਦੌਲਤ, ਮਾਲ; ਬਹੁਮੁੱਲਾ ਪਦਾਰਥ; ਬੜਾ ਗੁਣਵਾਨ ਮਨੁੱਖ *v* ਕਦਰ ਕਰਨਾ, ਸਾਂਭ ਕੇ ਰੱਖਣਾ; ਯਾਦਦਾਸ਼ਤ ਵਿੱਚ ਰੱਖਣਾ

treasure hunt *n* ਖ਼ਜ਼ਾਨੇ ਦੀ ਭਾਲ

treasurer /'ਟਰੈਯ਼ਅਰਅ*/ *n* ਖ਼ਜ਼ਾਨਚੀ, ਕੋਸ਼ ਅਧਿਕਾਰੀ, ਕੋਸ਼ਪਾਲ

treasure trove /'ਟਰੈਯ਼ਅ ਟਰਅਉਵ੍/ *n* ਦੱਬਿਆ ਖਜ਼ਾਨਾ, ਗੁਪਤ ਧਨ; ਸਰਵ-ਗੁਣ ਸੰਪੰਨ ਪੁਸਤਕ

treasury /'ਟਰੈਯ਼ਅਰਿ/ *n* ਉਹ ਥਾਂ ਜਿੱਥੇ ਖ਼ਜ਼ਾਨਾ ਰੱਖਿਆ ਜਾਂਦਾ ਹੈ, ਕੋਸ਼ਗ੍ਰਿਹ, ਕੋਸ਼; ਖ਼ਜ਼ਾਨਾ, ਮਹਿਕਮਾ ਮਾਲ, ਖ਼ਜ਼ਾਨਾ ਵਿਭਾਗ; ਗਿਆਨ ਦੀ ਗੁਥਲੀ, ਗਿਆਨ ਦਾ ਭੰਡਾਰ, ਗਿਆਨ ਦੀ ਖਾਣ

treasury bill *n* ਸਰਕਾਰੀ ਹੁੰਡੀ

treat /ਟਰੀਟ/ *v* ਵਰਤਾਅ ਕਰਨਾ, ਸਲੂਕ ਕਰਨਾ, ਵਿਹਾਰ ਕਰਨਾ; ਕੋਈ ਰਸਾਇਣਿਕ ਅੰਸ਼ ਮਿਲਾਉਣਾ; ਉਪਚਾਰ ਕਰਨਾ, ਸੋਧਣਾ; (ਸਾਹਿਤ ਜਾਂ ਕਲਾ ਵਿੱਚ ਵਿਸ਼ੇ ਦਾ) ਨਿਭਾਅ ਕਰਨਾ; ਦਾਹਵਤ ਦੇਣਾ; ਵੋਟਰਾਂ ਨੂੰ ਖੁਆ-ਪਿਆ ਕੇ ਪ੍ਰਭਾਵਿਤ ਕਰਨਾ, ਸੁਲ੍ਹਾ-ਸਫ਼ਾਈ ਲਈ ਗੱਲ-ਬਾਤ ਕਰਨਾ *n* ਨਿਆਮਤ; ਦਾਹਵਤ; ਮੌਜ-ਮੇਲਾ, ਮਨੋਰੰਜਨ, ਅਨੰਦ

treater /'ਟਰੀਟਅ*/ *n* ਸਮਝੌਤਾਕਾਰ, ਅਤਿਥੀ ਦਾ ਸਤਿਕਾਰ ਕਰਨ ਵਾਲਾ (ਵਿਅਕਤੀ)

treating /ਟਰੀਟਿਙ/ *n* ਨਿਓਂਦਾ, ਦਾਹਵਤ, ਟਹਿਲ ਸੇਵਾ, ਖੁਆਉਣ ਪਿਆਉਣ

treatise /'ਟਰੀਟਿਸ, -ਟਿਜ਼/ *n* (ਕਿਸੇ ਖ਼ਾਸ ਵਿਸ਼ੇ 'ਤੇ) ਪੁਸਤਕ; ਖੋਜ-ਪ੍ਰਬੰਧ

treatment /'ਟਰੀਟਮਅਨਟ/ *n* ਵਰਤਾਅ, ਸਲੂਕ, ਵਤੀਰਾ, ਵਿਹਾਰ; ਕਿਸੇ ਰਸਾਇਣਿਕ ਪਦਾਰਥ ਦੀ ਮਿਲਾਵਟ; ਭੋਜ; ਬੰਦੋਬਸਤ, ਪ੍ਰਬੰਧ, ਉਪਾਅ; ਪ੍ਰਤਿਪਾਦਨ

treaty /'ਟਰੀਟਿ/ *n* ਸੰਧੀ, ਸੁਲ੍ਹਾਨਾਮਾ, ਸਮਝੌਤਾ, ਅਹਿਦਨਾਮਾ; ਪ੍ਰਤਿੱਗਿਆ, ਪ੍ਰਣ

treble /'ਟਰੈੱਬਲ/ *a* ਤੀਹਰਾ, ਤਿਗੁਣਾ *v* ਤਿਗੁਣਾ ਕਰਨਾ, ਤੀਹਰਾ ਕਰਨਾ, ਤਿਗੁਣਾ ਹੋ ਜਾਣਾ *n* ਤਾਸ਼ ਦੀ ਇੱਕ ਖੇਡ; ਉੱਚਤਮ ਸੁਰ

trebuchet /'ਟਰੈੱਬਯੁਸ਼ੈਟੱ/ *n* (ਇਤਿ) ਪੱਥਰ ਸੁੱਟਣ ਵਾਲਾ ਯੰਤਰ

trecentist /ਟਰੇਇ'ਚੈਨੱਟਿਸਟ/ *n* ਚੌਦਵੀਂ ਸਦੀ ਦਾ ਕਲਾਕਾਰ

trecento /ਟਰੇਇ'ਚੈਨੱਟਅਉ/ *n* ਚੌਦਵੀਂ ਸਦੀ

treddle /'ਟਰੈਡੱਲ/ *n* ਪਾਇਦਾਨ, ਪੈਡਲ *vt* ਪੈਡਲ ਮਾਰਨਾ, ਪੈਰ ਨਾਲ ਚਲਾਉਣਾ

tree /ਟਰੀ/ *n* ਰੁੱਖ, ਬਿਰਛ, ਦਰਖ਼ਤ; ਲੱਕੜੀ ਦਾ ਢਾਂਚਾ ਜਾਂ ਚੌਖਟਾ; ਕੁਰਸੀਨਾਮਾ, ਬੰਸਾਵਲੀ *vt* ਜੁੱਤੀ ਨੂੰ ਕਲਬੂਤ ਦੇਣਾ

treeline /'ਟਰੀਲਾਇਨ/ *n* ਪਹਾੜ ਉੱਪਰਲੀ ਬਿਰਛ ਰੇਖਾ

treen /ਟਰੀਨ/ *n* ਲੱਕੜੀ ਦੀਆਂ ਚੀਜ਼ਾਂ

trefoil /'ਟਰੈੱਫ਼ੌਇਲ, 'ਟਰੀਫ਼ੌਇਲ/ *n* ਇੱਕ ਤਿੰਨ ਪੱਤਾ ਬੂਟਾ ਜਿਸ ਨੂੰ ਫਲੀਆਂ ਲੱਗਦੀਆਂ ਹਨ; ਤਿੰਨ ਪੱਤੀ ਨੱਕਾਸ਼ੀ; ਤਿੰਨ ਪੱਤੀ ਸ਼ਕਲ ਦੀ ਕੋਈ ਵਸਤ; ਤਿੰਨ ਪੱਤੀਆਂ ਵਾਲਾ

treillage /'ਟਰੇਇਲਿਜ/ *n* ਜੰਗਲਾ, ਕਟਹਿਰਾ; ਘੇਰਾ

trek /ਟਰੈੱਕ/ *n* ਸਫ਼ਰ, ਪੈਂਡਾ, ਯਾਤਰਾ; ਬੈਲ ਗੱਡੀ ਉੱਤੇ ਸਫ਼ਰ; ਲੰਮੀ ਯਾਤਰਾ *v* ਪੈਂਡੇ ਪੈਣਾ, ਪੰਧ ਮਾਰਨਾ, ਬੈਲ ਗੱਡੀ ਉੱਤੇ ਸਫ਼ਰ ਕਰਨਾ; ਭਾਰ ਢੋਣਾ; ਦੇਸ਼ ਦੇਸ਼ਾਂਤਰ ਘੁੰਮਣਾ

trekker /ਟਰੈੱਕਅ*/ *n* ਪਾਂਧੀ, ਮੁਸਾਫ਼ਰ, ਘੁੰਮਣ-ਫਿਰਨ ਵਾਲਾ ਵਿਅਕਤੀ, ਘੁਮੱਕੜ, ਯਾਤਰੀ; ਬੈਲ-ਗੱਡੀ ਉੱਤੇ ਪੰਧ ਕਰਨ ਵਾਲਾ *a* ਮੱਧਮ ਚਾਲ ਨਾਲ ਉੱਨਤੀ ਕਰਨ ਵਾਲਾ

trellis /'ਟਰੈੱਲਿਸ/ *n* ਵੇਲਾਂ ਆਦਿ ਨੂੰ ਥੰਮ੍ਹਣ ਲਈ ਹੌਲੀ ਲਕੜੀ ਜਾਂ ਧਾਤ ਦਾ ਬਣਾਇਆ ਢਾਂਚਾ, ਖਿੜਕਾ *vt* (ਵੇਲ ਚੜ੍ਹਾਉਣ ਲਈ) ਖਿੜਕਾ ਬਣਾਉਣਾ

trellised /'ਟਰੈੱਲਿਸਟ/ *a* ਜਾਲੀਦਾਰ (ਖਿੜਕਾ)

tremble /'ਟਰੈੱਮਬਲ/ *vt* ਕੰਬਣਾ, ਥਰਥਰਾਉਣਾ, ਡਗਮਗਾਉਣਾ; ਭੈਭੀਤ ਹੋ ਜਾਣਾ, ਬੜਾ ਡਰ ਜਾਣਾ; (ਪੱਤਿਆਂ ਆਦਿ ਦਾ) ਹਵਾ ਵਿੱਚ ਲਹਿਰਨਾ ਜਾਂ ਥਰਥਰਾਉਣਾ *n* ਕੰਬਣੀ, ਕਾਂਬਾ, ਥਰਥਰਾਹਟ

tremendous /ਟਰਅ'ਮੈਨੱਡਅਸ/ *a* ਵਧੀਆ, ਸ਼ਾਨਦਾਰ; ਲੋੜ੍ਹੇ ਦਾ, ਅੱਤ ਦਾ

tremolo /'ਟਰੈੱਮਅਲਅਉ/ *n* (ਸੰਗੀ) ਸੁਰ-ਕਾਂਬਾ, ਧੁਨੀ ਤਰੰਗ

tremor /'ਟਰੈੱਮਅ*/ *n* ਕੰਬਣੀ, ਕਾਂਬਾ, ਥਰਥਰਾਹਟ, ਝਰਨਾਹਟ; ਹਲਕਾ ਭੁਚਾਲੀ ਝਟਕਾ

tremulous /'ਟਰੈੱਮਯਅਲਅਸ/ *a* ਕੰਬਦਾ ਹੋਇਆ, ਥਰਥਰਾਉਂਦਾ, ਥਰਥਰ ਕਰਦਾ; ਥੋੜ੍ਹਦਿਲਾ, ਸਹਿਮਿਆ, ਭੈ-ਭੀਤ

trenail /'ਟਰੀਨੇਇਲ/ *n* ਲੱਕੜ ਦੀ ਕਿੱਲੀ

trench /ਟਰੈੱਨੱਚ/ *n* ਖਾਈ, ਮੋਰਚਾ, ਖੰਦਕ *v* ਖਾਈ ਪੁੱਟਣਾ, ਮੋਰਚਾ ਪੁੱਟਣਾ, ਖੰਦਕ ਬਣਾਉਣਾ; ਕਿਆਰੇ ਬਣਾਉਣਾ

trenchancy /'ਟਰੈਨੱਚਅਨਸਿ/ *n* ਤੇਜ਼ੀ, ਤਿੱਖਾਪਣ, ਤੀਖਣਤਾ; ਚੋਭ

trenchant /'ਟਰੈੱਨੱਚਅਨਟ/ *a* ਤਿੱਖਾ, ਤੇਜ਼ (ਹਥਿਆਰ ਆਦਿ), (ਬਿਆਨ) ਕਟਾਖ਼ਸ਼ਮਈ, ਕਾਟਵਾਂ; ਜ਼ੋਰਦਾਰ, ਧੜੱਲੇਦਾਰ, ਪ੍ਰਭਾਵਪੂਰਨ, (ਨੀਤੀ) ਸਪਸ਼ਟ, ਸਾਫ਼; ਚੋਖਾ, ਬਹੁਤਾ; ਹਿਰਦੇ ਵੇਧਕ

trencher /'ਟਰੈੱਨੱਚਅ*/ *n* ਖਾਈ ਖੋਦਣ ਵਾਲਾ ਵਿਅਕਤੀ; ਖੰਦਕ, ਕਾਠ ਦੀ ਥਾਲੀ

trend /ਟਰੈੱਨੱਡ/ *n* ਰੁਝਾਨ, ਪ੍ਰਵਿਰਤੀ, ਰੌਅ, ਰੁਖ਼, ਝੁਕਾਅ; ਕਿਸੇ ਵਿਸ਼ੇਸ਼ ਪਾਸੇ ਵੱਲ ਮੁੜਨਾ ਜਾਂ ਝੁਕਣਾ

trental /'ਟਰੈੱਨੱਟਲ/ *n* ਮਿਰਤਕ ਦੀ ਆਤਮਾ ਦੀ ਸ਼ਾਂਤੀ ਲਈ ਕੀਤੀਆਂ ਗਈਆਂ ਰੋਜ਼ ਦੀਆਂ

ਤੀਹ-ਤੀਹ ਪ੍ਰਾਰਥਨਾਵਾਂ

trepan[1] /ਟਰਿ'ਪੈਨ/ *n* ਖੋਪਰੀ ਦੀ ਹੱਡੀ ਵਿੱਚ ਛੇਕ ਕਰਨ ਲਈ ਵਰਤੀ ਜਾਣ ਵਾਲੀ ਗੋਲ ਆਰੀ ਜਾਂ ਵਰਮੀ; ਖਾਣ ਵਿੱਚ ਡੂੰਘਾ ਟੋਆ ਪੁੱਟਣ ਵਾਲਾ ਵਰਮਾ *v* ਗੋਲ ਆਰੀ ਨਾਲ ਖੋਪਰੀ ਵਿੱਚ ਛੇਕ ਕਰਨਾ

trepan[2] *vt* ਫਸਾ ਲੈਣਾ, ਭਰਮਾ ਕੇ (ਕੋਈ ਕੰਮ) ਕਰਵਾਉਣਾ, ਬਹਿਕਾਉਣਾ

trepanation /ਟਰੈਪੱਅ'ਨੇਇਸ਼ਨ/ *n* ਗੋਲ ਆਰੀ ਨਾਲ ਖੋਪਰੀ ਵਿੱਚ ਛੇਕ ਕਰਨ ਦੀ ਕਿਰਿਆ

trepanner /ਟਰਿ'ਪੈਨਅ*/ *n* ਝਾਂਸਾ ਦੇਣ ਵਾਲਾ ਆਦਮੀ, ਫਸਾਉਣ ਵਾਲਾ ਆਦਮੀ

trephination /ˌਟਰੈੱਫ਼ਿ'ਨੇਇਸ਼ਨ/ *n* ਵਰਮੀ ਨਾਲ ਖੋਪਰੀ ਵਿੰਨ੍ਹਣ ਦੀ ਕਿਰਿਆ

trephine /ਟਰਿ'ਫ਼ੀਨ/ *n* ਖੋਪਰੀ ਦੀ ਚੀਰ-ਫਾੜ ਕਰਨ ਵਾਲਾ ਯੰਤਰ, ਤਰਫੀਨ *v* ਤਰਫੀਨ ਨਾਲ ਖੋਪਰੀ ਦੀ ਚੀਰ-ਫਾੜ ਕਰਨਾ

trepidation /ˌਟਰੈੱਪਿ'ਡੇਇਸ਼ਨ/ *n* ਤਰਾਸ, ਡਰ, ਭੈ, ਘਬਰਾਹਟ, ਬੇਚੈਨੀ; ਡਰ ਨਾਲ ਕਾਂਬਾ, ਕੰਬਣੀ, ਥਰਥਰਾਹਟ

trespass /'ਟਰੈੱਸਪਅਸ/ *vi* ਨਾਜਾਇਜ਼ ਦਖ਼ਲ ਦੇਣਾ (ਕਿਸੇ ਦੀ ਗੱਲਬਾਤ ਵਿੱਚ); (ਕਿਸੇ ਦੇ ਥਾਂ ਵਿੱਚ) ਨਾਜਾਇਜ਼ ਜਾ ਵੜਨਾ; ਮਰਯਾਦਾ ਦੀ ਉਲੰਘਣ ਕਰਨਾ, ਅਵੱਗਿਆ ਕਰਨਾ; ਅਨਉਚਿਤ ਮੰਗ ਕਰਨਾ; ਕਿਸੇ ਦੇ ਵਿਰੁੱਧ ਅਪਰਾਧ ਕਰਨਾ *n* ਨਾਜਾਇਜ਼ ਦਖ਼ਲ ਜਾਂ ਪ੍ਰਵੇਸ਼, ਉਲੰਘਣ, ਅਵੱਗਿਆ, ਅਪਰਾਧ; ਅਨਉਚਿਤ ਮੰਗ

trespasser /'ਟਰੈੱਸਪਅਸਅ/ *n* ਨਾਜਾਇਜ਼ ਦਖ਼ਲ ਜਾਂ ਪ੍ਰਵੇਸ਼ ਕਰਤਾ, ਅਵੱਗਿਆ ਕਰਨ ਵਾਲਾ ਵਿਅਕਤੀ, ਅਪਰਾਧੀ, ਕਨੂੰਨ ਦੀ ਉਲੰਘਣਾ ਕਰਨ ਵਾਲਾ ਵਿਅਕਤੀ

tress /ਟਰੈੱਸ/ *n* ਵਾਲਾਂ ਦੀ ਲਿਟ, ਜ਼ੁਲਫ, ਮੀਢੀ; (ਬਹੁ) ਸਿਰ ਦੇ ਵਾਲ (ਖ਼ਾਸ ਕਰਕੇ ਇਸਤਰੀ ਦੇ)

trestle /'ਟਰੈੱਸਲ/ *n* ਕੈਂਚੀਦਾਰ ਢਾਂਚਾ; ਮੇਜ਼ ਦਾ ਢਾਂਚਾ, ਇਕੱਠਾ ਹੋਣ ਵਾਲਾ ਮੇਜ਼

tret /ਟਰੈੱਟ/ *n* (ਇਤਿ) ਗਾਹਕ ਨੂੰ ਖ਼ਰੀਦੀ ਗਈ ਵਸਤ ਦੀ ਅਸਲ ਮਾਤਰਾ ਤੋਂ ਵਧੇਰੇ ਦਿੱਤੀ ਗਈ ਵਸਤ, ਝੂੰਗਾ

trevet /'ਟਰੈਵ੍ਰਿਟ/ *n* ਤਿਪਾਈ

trews /ਟਰੂਜ਼/ *n* ਇੱਕ ਪ੍ਰਕਾਰ ਦਾ ਪਜਾਮਾ

tri /ਟਰਾਇ/ *pref* ਤਿੰਨ, ਤ੍ਰੈ

triactinal /ਟਰਾਇ'ਐਕਟਿਨਲ/ *a* ਤਿੰਨ ਕਿਰਨਾਂ ਵਾਲਾ

triad /'ਟਰਾਇਐਡ/ *n* ਤਿੱਕੜੀ, ਤ੍ਰਿਗੜੀ, ਤਿੰਨਾਂ ਦਾ ਸਮੂਹ ਜਾਂ ਜੋੜ, ਤਿੰਨ ਸੁਰੀ

trial /'ਟਰਾਇਅਲ/ *n* ਪਰਖ, ਅਜ਼ਮਾਇਸ਼, ਪਰੀਖਿਆ; (ਖੇਡਾਂ ਆਦਿ ਦਾ) ਅਜ਼ਮਾਇਸ਼ੀ ਮੁਕਾਬਲਾ, ਅਰੰਭਿਕ ਮੁਕਾਬਲਾ; ਦੁਖਦਾਈ ਵਸਤ ਜਾਂ ਵਿਅਕਤੀ, ਔਕੜ; ਕਸ਼ਟ, ਦੁੱਖ, ਤਕਲੀਫ਼; ਯਤਨ; ਅਨੁਭਵ, (ਕਨੂੰ) ਮੁਕੱਦਮਾ, ਅਭਿਯੋਗ

trialogue /'ਟਰਾਇਅਲੌਗ/ *n* ਤਿੰਨ ਪਾਤਰੀ ਰੂਪਕ, ਤਿੰਨ ਪਾਤਰਾਂ ਵਾਲਾ ਨਾਟਕ

triangle /'ਟਰਾਇਐਙਗਲ/ *n* ਤਿੰਨਾਂ ਬਾਹੀਆਂ ਵਾਲਾ ਰੇਖਾ ਚਿੱਤਰ; ਤ੍ਰਿਭੁਜ, ਤਿਕੋਨ, ਇੱਕ ਤਿਕੋਣਾ ਯੰਤਰ

triangular /ਟਰਾਇ'ਐਙਗਯਅਲਅ*/ *a* ਤਿੰਨਾਂ ਬਾਹੀਆਂ ਵਾਲਾ, ਤਿਕੋਨਾ

triangulate /ਟਰਾਇ'ਐਙਗਯੁਲੇਇਟ/ *vt* ਤਿਕੋਨ ਬਣਾਉਣਾ, ਤਿਕੋਨ ਦਾ ਰੂਪ ਦੇਣਾ; ਖੇਤਰ ਨੂੰ (ਪੈਮਾਇਸ਼ ਲਈ) ਤਿਕੋਨਾਂ ਵਿੱਚ ਵੰਡ ਦੇਣਾ

triangulation /ਟਰਾਇˌਐਙਗਯੁ'ਲੇਇਸ਼ਨ/ *n* ਤਿਕੋਨੀ ਪੈਮਾਇਸ਼; ਤਿਕੋਨਾਂ ਵਿੱਚ ਵੰਡ, ਤਿਕੋਨੀ ਰੂਪ ਦੇਣ ਦੀ ਕਿਰਿਆ

triarchy /'ਟਰਾਇਆਕਿ/ *n* ਤੀਹਰਾ ਸ਼ਾਸਨ

triatomic /ˌਟਰਾਇਅ'ਟੌਮਿਕ/ *a* ਤਿੰਨ ਪ੍ਰਮਾਣੂਆਂ ਵਾਲਾ

triaxial /ਟਰਾਇ'ਐਕਸਿਅਲ/ *a* ਤਿੰਨ ਧੁਰਿਆਂ ਵਾਲਾ

tribal /'ਟਰਾਇਬਲ/ *a* ਕਬੀਲੇ ਦਾ, ਕਬਾਇਲੀ; ਗੋਤ ਕੁਲ ਜਾਂ ਵੰਸ਼ ਦਾ

tribe /ਟਰਾਇਬ/ *n* ਜਾਤੀ, ਕਬੀਲਾ, ਟੱਬਰ,

ਭਾਈਚਾਰਾ; ਰਾਜਨੀਤਿਕ ਵਰਗ; ਉਪਵੰਸ਼, ਉਪਕੁਲ

tribrach /'ਟਰਾਇਬਰੈਕ/ *n* ਤਿੰਨ ਟਾਹਣੀਆਂ ਜਾਂ ਬਾਹਵਾਂ ਵਾਲੀ ਚੀਜ਼, ਤਿੰਨ ਸ਼ਾਖੀ; (ਕਾਵਿ) ਤਿੰਨ ਲਘੂ ਮਾਤਰਾਵਾਂ ਵਾਲਾ ਕਾਵਿ-ਚਰਨਗਣ

tribulation /ˌਟਰਿਬਯੁ'ਲੇਇਸ਼ਨ/ *n* ਕਸ਼ਟ, ਦੁੱਖ, ਸੰਤਾਪ, ਤਸੀਹਾ, ਮੁਸੀਬਤ

tribunal /ਟਰਾਇ'ਬਯੂਨਲ/ *n* ਕਚਹਿਰੀ ਦੀ ਕੁਰਸੀ, ਨਿਆਂ ਆਸਣ, ਜੱਜ ਜਾਂ ਮੈਜਿਸਟ੍ਰੇਟ ਦੀ ਕੁਰਸੀ; ਕਚਹਿਰੀ, ਅਦਾਲਤ, ਨਿਆਂ ਸਭਾ, ਵਿਸ਼ੇਸ਼ ਅਦਾਲਤ

tribune/'ਟਰਿਬਯੂਨ/ *n* (ਰੋਮਨ ਇਤਿ) ਲੋਕ ਰੱਖਿਅਕ, ਲੋਕ ਹਿੱਤਾਂ ਦਾ ਹਾਮੀ ਅਧਿਕਾਰੀ, ਲੋਕ ਨੇਤਾ, ਪਰਜਾ ਦੀ ਪ੍ਰਤਿਨਿੱਧਤਾ ਕਰਨ ਵਾਲਾ; ਲੋਕਾਂ ਦਾ ਪਿਆਰਾ ਆਗੂ *n* ਅਦਾਲਤ ਵਿੱਚ ਜੱਜ ਜਾਂ ਮੈਜਿਸਟ੍ਰੇਟ ਦੇ ਬੈਠਣ ਵਾਲੀ ਕੁਰਸੀ ਜਾਂ ਥਾਂ; ਵੱਡੇ ਪਾਦਰੀ ਦੀ ਕੁਰਸੀ; ਮੰਚ, ਪਲੇਟਫਾਰਮ (ਜਿਸ ਉੱਤੇ ਭਾਸ਼ਣ ਦਿੱਤੇ ਜਾਣ)

tributary /'ਟਰਿਬਯਅਟਰਿ/ *n* ਕਿਸੇ ਵੱਡੀ ਨਦੀ ਵਿੱਚ ਡਿੱਗਣ ਵਾਲੀ ਛੋਟੀ ਨਦੀ ਜਾਂ ਨਾਲਾ, ਸਹਾਇਕ ਨਦੀ; ਅਧੀਨ ਰਾਜਾ, ਕਰ ਭਰਨ ਵਾਲਾ ਰਾਜਾ ਜਾਂ ਸਾਮੰਤ; ਸ਼ਾਖ਼ਾ; ਕਰਦਾਤਾ *a* ਸਹਾਇਕ

tribute /'ਟਰਿਬਯੂਟ/ *n* ਸ਼ਰਧਾਂਜਲੀ; ਕਰ, ਉਹ ਰਕਮ ਜੋ ਅਧੀਨ ਰਾਜਾ ਆਪਣੇ ਉੱਪਰਲੇ ਰਾਜੇ ਨੂੰ ਦਿੰਦਾ ਹੈ; ਨਜ਼ਰਾਨਾ, ਖਿਰਾਜ

trice /ਟਰਾਇਸ/ *n* ਥੋੜ੍ਹਾ ਸਮਾਂ, ਅੱਖ ਦਾ ਫੋਰ, ਪਲ-ਭਰ, ਛਿਣ-ਭਰ *vt* (ਜਹਾਜ਼ ਦਾ ਬਾਦਬਾਨ) ਚੜ੍ਹਾਉਣਾ; ਖਿੱਚਣਾ; ਘਸੀਟਣਾ, ਰੱਸੀਆਂ ਨਾਲ ਬੰਨ੍ਹਣਾ

triceps /'ਟਰਾਇਸੈਪੱਸ/ *a* ਤਿੰਨ-ਸਿੰਗਾਂ ਵਾਲਾ; ਤਿੰਨਾਂ ਸਿਰਿਆਂ ਵਾਲਾ *n* ਪੱਠਾ, ਮਾਸਪੇਸ਼ੀ

trichinosis /ˌਟਰਿਕਿ'ਨਅਉਸਿਸ/ *n* ਇੱਕ ਰੋਗ (ਜੋ ਅੱਧ ਕੱਚੀ ਖ਼ੁਰਾਕ ਖਾਣ ਕਰਕੇ ਹੁੰਦਾ ਹੈ ਲਾਰਵੇ ਦੇ ਆਂਦਰਾਂ ਵਿਚ ਚਲੇ ਜਾਣ ਕਰਨ ਪਹਿਲਾਂ ਜੀਅ ਕੱਚਾ ਹੁੰਦਾ ਹੈ, ਦਸਤ ਆਉਂਦੇ ਹਨ ਅਤੇ ਫਿਰ ਪੱਠਿਆਂ ਵਿੱਚ ਪੀੜਾਂ ਸ਼ੁਰੂ ਹੁੰਦੀਆਂ ਹਨ)

trichogenous /ਟਰਿ'ਕਅਉਜੀਨਅਸ/ *a* ਵਾਲ ਉਗਾਉਣ ਵਾਲਾ, ਕੇਸ ਉਤਪਾਦਕ

trichology /ਟਰਿ'ਕੌਲਅਜਿ/ *n* ਕੇਸ ਵਿਗਿਆਨ, ਵਾਲ ਵਿਗਿਆਨ ਸ਼ਾਸਤਰ

trichotomous /ਟਰਿ'ਕੌਟਅਮਅਸ/ *a* ਤਿੰਨ-ਖੰਡੀ, ਤਿੰਨ ਹਿੱਸਿਆਂ ਵਾਲਾ

trichotomy /ਟਰਿ'ਕੌਟਅਮਿ/ *n* ਕਿਸੇ ਚੀਜ਼ ਦੀ ਤਿੰਨਾਂ ਹਿੱਸਿਆਂ ਵਿੱਚ ਵੰਡ (ਖ਼ਾਸ ਕਰਕੇ ਸਰੀਰ, ਮਨ ਤੇ ਆਤਮਾ ਵਿੱਚ), ਤ੍ਰਿਖੰਡਨ

trichromatic /ˌਟਰਾਇਕਰਅਉ'ਮੈਟਿਕ/ *a* ਤਿੰਨ ਰੰਗਾ, ਤਿਰੰਗਾ

trick /ਟਰਿਕ/ *n* ਦਾਅ, ਚਾਲ, ਚਲਾਕੀ, ਫ਼ਰੇਬ, ਧੋਖਾ, ਛਲ, ਕਪਟ; ਹੱਥ ਦੀ ਸਫ਼ਾਈ, ਜੁਗਤ, ਚਤਰਾਈ, ਹੱਥ ਫੇਰੀ *v* ਧੋਖਾ ਕਰਨਾ, ਕਪਟ ਕਰਨਾ, ਹੱਥ ਫੇਰੀ ਕਰਨਾ, ਚਲਾਕੀ ਕਰਨਾ, ਹੈਰਾਨ ਕਰ ਦੇਣਾ; ਹਰਾ ਦੇਣਾ, ਅਸਫਲ ਕਰ ਦੇਣਾ

trickery /'ਟਰਿਕਅਰਿ/ *n* ਠੱਗੀ, ਧੋਖੇਬਾਜ਼ੀ, ਦਗਾਬਾਜ਼ੀ, ਪੱਤੇਬਾਜ਼ੀ, ਕਪਟ, ਛਲ; ਚਲਾਕੀ, ਹੱਥ ਫੇਰੀ

trickish /'ਟਰਿਕਿਸ਼/ *a* ਛਲੀਆ, ਕਪਟੀ, ਠੱਗ, ਧੋਖੇਬਾਜ਼, ਮੱਕਾਰ

trickle /'ਟਰਿਕਲ/ *n* ਤੁਪਕਿਆਂ ਦੀ ਲੜੀ, ਪਤਲੀ ਧਾਰ, ਤਤੀਰ੍ਹੀ *v* ਤੁਪਕੇ ਡਿਗਣਾ, ਤੁਪਕਾ-ਤੁਪਕਾ ਕਰਕੇ ਚੋਣਾ ਜਾਂ ਵਗਣਾ; ਭੇਦ ਖੁੱਲ੍ਹ ਜਾਣਾ, ਲੁਕਾਈ ਹੋਈ ਗੱਲ ਬਾਹਰ ਨਿਕਲ ਜਾਣਾ; ਵਗਾਉਣਾ, ਟਪਕਾਉਣਾ, ਰਿਸਾਉਣਾ, ਬੂੰਦ-ਬੂੰਦ ਕਰਕੇ ਡੇਗਣਾ

trickster /'ਟਰਿਕਸਟਅ*/ *n* ਚਾਲਬਾਜ਼, ਧੋਖੇਬਾਜ਼, ਛਲ ਕਰਨ ਵਾਲਾ, ਦਗਾਬਾਜ਼, ਪੱਤੇਬਾਜ਼ ਵਿਅਕਤੀ

tricksy /'ਟਰਿਕਸਿ/ *a* ਚੰਚਲ, ਸ਼ੋਖ਼, ਖੇਖਣਹਾਰ, ਨਟ-ਖਟੀਆ

tricky /'ਟਰਿਕਿ/ *a* ਧੋਖੇਬਾਜ਼, ਛਲੀਆ, ਕਪਟੀ, ਪੱਤੇਬਾਜ਼, ਚਾਲਬਾਜ਼

tricolour /'ਟਰਿਕਅਲਅ*/ *a* ਤਿੰਨਾਂ ਰੰਗਾਂ ਵਾਲਾ, ਤਿਰੰਗਾ *n* ਭਾਰਤ ਦਾ ਰਾਸ਼ਟਰੀ ਝੰਡਾ; ਫ਼ਰਾਂਸ ਦਾ ਕੌਮੀ ਝੰਡਾ

tricot /'ਟਰੀਕਅਉ/ *n* ਹੱਥ ਦਾ ਉਣਿਆ ਊਨੀ ਕੱਪੜਾ

tricycle /'ਟਰਾਇਸਿਕਲ/ *n* ਤਿੰਨ ਪਹੀਆ ਸਾਈਕਲ, ਟਰਾਈਸਿਕਲ *vt* ਤਿੰਨ ਪਹੀਆ ਸਾਈਕਲ ਚਲਾਉਣਾ

trident /'ਟਰਾਇਡਨਟ/ *n* ਤਿੰਨ ਸਾਂਗਾ ਹਥਿਆਰ, ਤ੍ਰਿਸ਼ੂਲ

tridentate /ˌਟਰਾਇ'ਡੈਨੱਟਅਟ/ *a* ਤਿੰਨ ਦੰਦਾਂ ਵਾਲਾ, ਤ੍ਰੈਦੰਤੀ

triennial /ਟਰਾਇ'ਐੱਨਿਅਲ/ *a* ਤਿੰਨ ਵਰਸ਼ੀ *n* ਤਿੰਨਾਂ ਸਾਲਾਂ ਪਿੱਛੋਂ ਹੋਣ ਵਾਲਾ ਉਤਸਵ

trier /'ਟਰਾਇਅ*/ *n* ਅਜ਼ਮਾਇਸ਼ ਕਰਨ ਵਾਲਾ, ਅਜ਼ਮਾਉਣ ਵਾਲਾ (ਵਿਅਕਤੀ)

trifle /'ਟਰਾਇਫ਼ਲ/ *n* ਨਿਗੂਣੀ ਚੀਜ਼, ਤੁੱਛ ਵਸਤ; ਮਾਮੂਲੀ ਰਕਮ, ਛੋਟਾ ਖਿਡਾਉਣਾ *v* ਹੋਛੀਆਂ ਗੱਲਾਂ ਕਰਨਾ, ਘਟੀਆ ਕੰਮ ਕਰਨਾ; ਫ਼ਜ਼ੂਲ

trifling /'ਟਰਾਇਫ਼ਲਿਙ/ *a* ਨਿਗੂਣਾ, ਤੁੱਛ, ਬਹੁਤ ਥੋੜ੍ਹਾ, ਨਿਕੰਮਾ, ਨਾਚੀਜ਼, ਅਲਪ, ਹਲਕਾ

trifoliate /ਟਰਾਇ'ਫ਼ਅਉਲਿਅਟ/ *a* ਤਿੰਨਾਂ ਪੱਤੀਆਂ ਵਾਲਾ, ਤਿਪੱਤਾ

triforium /ਟਰਾਇ'ਫ਼ੋਰਿਅਮ/ *n* (ਗਿਰਜੇ ਦੇ ਵਿਚਕਾਰ ਗੈਲਰੀ ਦੇ ਉੱਤੇ) ਬਣੀ ਹੋਈ ਇੱਕ ਹੋਰ ਗੈਲਰੀ

triform /'ਟਰਾਇਫ਼ੋਮ/ *a* ਤਿੰਨ ਰੂਪੀ, ਤਿਰੂਪਾ, ਤਿੰਨਾਂ ਰੂਪਾਂ ਜਾਂ ਤਿੰਨਾਂ ਅੰਗਾਂ ਵਾਲਾ

trig /ਟਰਿਗ/ *n* ਪਹੀਏ ਦੀ ਰੋਕ, ਅੜਿੱਕਾ *v* ਸਜਾਉਣਾ, ਸੰਵਾਰਨਾ, ਪਹੀਏ ਨੂੰ ਰੋਕ ਲਾਉਣਾ; ਰੋੜਾ ਅਟਕਾਉਣਾ, ਅੜਿੱਕਾ ਡਾਹੁਣਾ *a* ਬਣਿਆ ਸੰਵਾਰਿਆ, ਸਜਿਆ-ਸਜਾਇਆ; ਸਾਫ਼-ਸੁਥਰਾ

trigamy /'ਟਰਿਗਅਮਿ/ *n* ਤਿੰਨ ਵਿਆਹ, ਤਿਹਾਜ ਵਿਵਸਥਾ

trigger /'ਟਰਿਗਅ*/ *n* (ਬੰਦੂਕ, ਪਸਤੌਲ ਆਦਿ ਦਾ) ਘੋੜਾ (ਜਿਸ ਨੂੰ ਦੱਬਿਆਂ ਫ਼ਾਇਰ ਹੁੰਦਾ ਹੈ)

trigger-happy /'ਟਰਿਗਅਹੈਪਿ/ *a* ਬੰਦੂਕ ਨੂੰ ਖਿਡੌਣਾ ਸਮਝਣ ਵਾਲਾ, ਥੋੜ੍ਹੀ ਜਿਹੀ ਭੜਕਾਹਟ 'ਤੇ ਗੋਲੀ ਚਲਾਉਣ ਵਾਲਾ (ਬੰਦਾ)

triglot /'ਟਰਾਇਗਲੌਟ/ *a* ਤਿੰਨ ਭਾਸ਼ਾਵਾਂ ਵਿੱਚ ਲਿਖਿਆ

trigon /'ਟਰਾਇਗਅਨ/ *n* ਤਿਕੋਨ, ਤ੍ਰਿਭੁਜ

trigonometer /ˌਟਰਿਗਅ'ਨੌਮਅਟਅ*/ *n* ਤਿਕੋਨ ਮਾਪੀ ਯੰਤਰ, ਤ੍ਰਿਗੁਣੀਆ

trigonometry /ˌਟਰਿਗਅ'ਨੌਮਅਟਰਿ/ *n* ਤਿਕੋਨ ਮਿਤੀ, ਟ੍ਰਿਗਨੋਮੈਟਰੀ

trigrip /'ਟਰਾਇਗਰਿਪ/ *n* ਤੀਹਰੀ ਪਕੜ

trilateral /ਟਰਾਇ'ਲੈਟ(ਅ)ਰ(ਅ)ਲ/ *a* ਤਿੰਨਾਂ ਬਾਹੀਆਂ ਵਾਲਾ, ਤ੍ਰੈਬਾਹੀ, ਤਿਪਾਸਾ

trilingual /ˌਟਰਾਇ'ਲਿਙਗਵਅਲ/ *a* ਤਿੰਨਾਂ ਭਾਸ਼ਾਵਾਂ ਦਾ, ਤ੍ਰੈਭਾਸ਼ੀ

trill /ਟਰਿਲ/ *n* ਕੰਬਵੀਂ ਅਵਾਜ਼, (ਧੁਨੀ) ਕੰਪਤ ਵਿਅੰਜਨ *v* ਕੰਬਵੀਂ ਅਵਾਜ਼ ਜਾਂ ਸੁਰ ਕੱਢਣਾ; ਕੰਬਵੀਂ ਸੁਰ ਵਿੱਚ ਗਾਉਣਾ

trillion /'ਟਰਿਲਯਅਨ/ *n* ਦਸ ਖਰਬ *a* ਅਸੰਖ, ਅਣਗਿਣਤ

triloculor /ਟਰਾਇ'ਲੌਕਯੁਲਅ*/ *a* ਤਿੰਨ ਕੋਠੜੀਆਂ ਵਾਲਾ, ਤ੍ਰੈਕੋਸ਼ੀ

trilogy /'ਟਰਿਲਅਜਿ/ *n* (ਪ੍ਰਾਚੀਨ ਯੂਨਾਨ) ਤਿੰਨ ਦੁਖਾਂਤ ਨਾਟਕ ਜਿਹੜੇ ਇੱਕ ਲੜੀ ਵਿੱਚ ਵਿਖਾਏ ਜਾਣ; ਕਵਿਤਾ ਜਾਂ ਵਾਰਤਕ ਵਿੱਚ ਇੱਕੋ ਵਿਸ਼ੇ ਦੇ ਤਿੰਨ ਲੇਖ ਜਾਂ ਗ੍ਰੰਥ

trim /ਟਰਿਮ/ *a* ਸਾਫ਼-ਸੁਥਰਾ, ਸੁਵਿਵਸਥਿਤ, ਸਜਿਆ-ਸੰਵਰਿਆ, ਬਣਿਆ-ਠਣਿਆ, ਸਵੱਛ, ਸਜੀਲਾ, ਠੀਕ *v* ਸੰਵਾਰਨਾ, ਸਜਾਉਣਾ; ਲਾਪਰਨਾ, ਵਿਧੀ ਨਾਲ ਸ਼ਿੰਗਾਰਨਾ, ਸਾਫ਼-ਸੁਥਰਾ ਕਰਨਾ, ਟੀਪ-ਟਾਪ ਕਰਕੇ ਤਿਆਰ ਕਰਨਾ; (ਪੁਸ਼ਾਕ) ਸੰਵਾਰਨਾ; (ਦਾੜ੍ਹੀ) ਕਤਰਨਾ, ਖਤ ਕੱਢਣਾ; (ਦੀਵੇ ਦਾ ਗੁਲ) ਕੱਟਣਾ, ਝਾੜਨਾ; (ਕੱਪੜੇ ਉੱਤੇ) ਝਾਲਰ ਫੀਤਾ ਲੇਸ

ਗੋਟਾ ਆਦਿ ਲਾਉਣਾ; ਮੌਕਾ ਭਾਲਣਾ; (ਬੋਲ) ਭੁਗਤ ਸੰਵਾਰਨਾ; (ਸੌਦੇ ਜਾਂ ਮਾਮਲੇ ਵਿੱਚ) ਜਿੱਤ ਜਾਣਾ; (ਬੋਲ) ਠੱਗਣਾ, ਹੱਥ ਫੇਰੀ ਕਰ ਜਾਣਾ; ਲਾਭ ਦੀ ਸਥਿਤੀ ਵਿੱਚ ਰਹਿਣਾ *n* ਬਣਾ ਸ਼ਿੰਗਾਰ; ਟਹੁਰ, ਟੀਪ-ਟਾਪ, ਸੁਵਿਵਸਥਾ, ਠੁੱਕ, ਬਣੀ-ਠਣੀ ਹਾਲਤ, ਪੁਸ਼ਾਕ, ਸਾਜ਼-ਸਮਾਨ

trimensual /ਟਰਾਇ'ਮੈੱਨਸਯੁਅਲ/ *a* ਹਰ ਤੀਸਰੇ ਮਹੀਨੇ ਹੋਣ ਵਾਲਾ, ਤਿਮਾਹੀ

trimester /ਟਰਾਇ'ਮੈੱਸਟਅ*/ *n* ਤਿਮਾਹੀ

trimester system *n* ਤਿਮਾਹੀ ਪ੍ਰਣਾਲੀ

trimming /'ਟਰਿਮਿਙ/ *n* ਕੱਪੜੇ ਆਦਿ ਉੱਪਰ ਲੱਗਾ ਲੇਸ ਫੀਤਾ ਕਿਨਾਰੀ ਝਾਲਰ ਆਦਿ; (ਬਹੁ) ਰਹਿੰਦ-ਖੂੰਹਦ, ਭੂਰ-ਚੂਰ; ਸਾਜ਼-ਸਮਾਨ

trinal, trinary /'ਟਰਾਇਨਲ, 'ਟਰਾਇਨਅਰਿ/ *a* ਤੀਹਰਾ, ਤਿਗੁਣਾ

tringle /'ਟਰਿਙਗਲ/ *n* ਪਰਦਾ ਲਟਕਾਉਣ ਵਾਲੀ ਸੋਟੀ, ਮੱਛਰਦਾਨੀ ਵਾਲੀ ਸੋਟੀ; ਛੋਟਾ ਸੱਚਾ; (ਗੋਲ ਅੰਦਾਜ਼ੀ ਵਿੱਚ) ਪਿਛਲੀ ਰੋਕ

Trinitarian /ˌਟਰਿਨਿ'ਟੇਅਰਿਅਨ/ *n* ਈਸਾਈ ਮੱਤ ਦੇ ਤ੍ਰੈਪੱਖ ਵਾਲੇ ਸਿਧਾਂਤ ਨੂੰ ਮੰਨਣ ਵਾਲਾ ਵਿਅਕਤੀ, ਤ੍ਰੈਰੂਪੀ ਈਸ਼ਵਰਵਾਦੀ

trinitrotoluene, trinitrotoluol /ਟਰਾਇˌਨਾਇਟਰਅ(ਉ)'ਟੌਲਯੁਈਨ, ਟਰਾਇˌਨਾਇਟਰਅ(ਉ)'ਟੌਲਯੁਔਲ/ *n* (ਸੰਖਿਪ ਰੂਪ T.N.T.); ਇੱਕ ਅਤਿ ਭੜਕੀਲਾ ਵਿਸਫੋਟਕ, ਬਹੁਤ ਵੱਡੀ ਸ਼ਕਤੀ ਨਾਲ ਫਟਣ ਵਾਲਾ ਇੱਕ ਪਦਾਰਥ ਜੋ ਬੰਬ ਬਣਾਉਣ ਲਈ ਵਰਤਿਆ ਜਾਂਦਾ ਹੈ; ਬਲਸ਼ਾਲੀ ਬਰੂਦ ਦੀ ਇੱਕ ਕਿਸਮ ਦਾ ਪਦਾਰਥ

trinity /'ਟਰਿਨਅਟਿ/ *n* ਤ੍ਰਿਮੂਰਤੀ (the Trinity) ਈਸਾਈਆਂ ਦੇ ਵਿਸ਼ਵਾਸ ਅਨੁਸਾਰ ਪਿਤਾ (ਰੱਬ) ਪੁੱਤਰ (ਹਜ਼ਰਤ ਈਸਾ) ਅਤੇ ਹਜ਼ਰਤ ਈਸਾ ਦੀ ਮੌਤ ਪਿੱਛੋਂ ਉਸ ਦੀ ਪਵਿੱਤਰ ਆਤਮਾ ਦੀ ਤ੍ਰਿਮੂਰਤੀ, ਹਿੰਦੂ ਮਤ ਅਨੁਸਾਰ ਬ੍ਰਹਮਾ ਵਿਸ਼ਣੂ ਤੇ ਸ਼ਿਵ ਦੀ ਤ੍ਰਿਮੂਰਤੀ

trinket /'ਟਰਿਙਕਿਟ/ *n* ਛੋਟਾ ਗਹਿਣਾ, ਸਧਾਰਨ ਗਹਿਣਾ; ਸਜਾਵਟ ਵਾਲੀ ਕੋਈ ਚੀਜ਼

trinketry /'ਟਰਿਙਕਿਟਰਿ/ *n* ਛੋਟਾ-ਮੋਟਾ ਗਹਿਣਾ

trinomial, trinominal /ਟਰਾਇ'ਨਅਉਮਿਅਲ, ਟਰਾਇ'ਨੌਮਿਨਲ/ *a* (ਵਿਆ) ਤਿੰਨ ਸ਼ਬਦਾਂ ਦਾ, ਤਿੰਨ ਪਦੀ; (ਗਣਿ) ਤ੍ਰੈ ਰਾਸ਼ੀ *n* ਤਿੰਨ ਪਦਾ ਨਾਮ

trio /'ਟਰੀਅਉ/ *n* (ਬਹੁ) ਤਿੰਨਾਂ ਜਣਿਆਂ ਦੀ ਟੋਲੀ ਜਾਂ ਮੰਡਲੀ, ਤਿਗੜੀ, ਤਿੰਨਾਂ ਸੁਰਾਂ ਵਿੱਚ ਗਾਇਆ ਜਾਣ ਵਾਲਾ ਜਾਂ ਤਿੰਨਾਂ ਵਾਜਿਆਂ 'ਤੇ ਵਜਾਇਆ ਜਾਣ ਵਾਲਾ ਰਾਗ; ਤਿੰਨ ਗਾਇਕਾਂ ਦੀ ਟੋਲੀ

triolet /'ਟਰੀਅ(ਉ)ਲੈਟ/ *n* ਅੱਠ ਪੰਗਤੀਆਂ ਵਾਲੀ ਕਵਿਤਾ; ਅਸ਼ਟਪਦੀ; ਅੱਠਾਂ ਚਰਣਾਂ ਵਾਲਾ ਛੰਦ

trional /'ਟਰਿਅ(ਉ)ਨਲ/ *n* ਇੱਕ ਨੀਂਦ ਆਵਰ ਦਵਾਈ, ਨਸ਼ੇ ਵਾਲੀ ਦਵਾਈ

Triones /ਟਰਾਇ'ਅਉਨੀਜ਼/ *n* ਬਹੁ ਸਪਤ-ਰਿਸ਼ੀ

trip /ਟਰਿਪ/ *v* ਕਾਹਲੇ-ਕਾਹਲੇ ਤੁਰਨਾ ਜਾਂ ਨੱਚਣਾ, ਕਾਹਲੀ ਤੇ ਨਖ਼ਰੇ ਨਾਲ ਚੱਲਣਾ; ਕਵਿਤਾ ਵਿੱਚ ਰਵਾਨੀ ਹੋਣਾ; ਸੈਰ-ਸਪਾਟਾ ਕਰਨਾ; ਠੁੱਡਾ ਵੱਜਣਾ; ਲੁੜ੍ਹਕਣਾ, ਭੁੱਲ ਕਰਨਾ, ਖਿੜਕਣਾ *n* ਯਾਤਰਾ, ਦੌਰਾ, ਚੱਕਰ, ਠੋਕਰ, ਠੁੱਡਾ; ਖਿੜਕ, ਉਕਾਈ

tripartite /ਟਰਾਇ'ਪਾਟਾਇਟ/ *a* ਤਿਪੱਖੀ; ਤਿੰਨਾਂ ਪਾਰਟੀਆਂ ਦੀ (ਸੰਧੀ ਆਦਿ); ਤ੍ਰੈਖੰਡੀ, ਤ੍ਰੈਭਾਗੀ

tripartition /ˌਟਰਾਇਪਾ'ਟਿਸ਼ਨ/ *n* ਤਿੰਨ ਪਾਰਟੀਆਂ ਜਾਂ ਦਲ ਹੋਣ ਦੀ ਦਸ਼ਾ; ਤਿੰਨ ਭਾਗਾਂ ਜਾਂ ਖੰਡਾਂ ਦੀ ਹਾਲਤ

tripe /ਟਰਾਇਪ/ *n* ਬਲਦ ਦੀ ਓਝਰੀ; (ਬੋਲ) ਨਿਕੰਮੀ ਵਸਤੂ

tripedal /'ਟਰਿਪਅਡਲ/ *a* ਤਿੰਨ ਪੈਰਾ

tripery /ਟਰਾਇਪਅਰਿ/ *n* ਓਝਰੀ ਦੀ ਦੁਕਾਨ

triphibian /ਟਰਾਇ'ਫ਼ਿਬਿਅਨ/ *a* ਜਲ-ਥਲ ਵਾਯੂ ਸੰਬੰਧੀ

triphthong /'ਟਰਿਫ਼ਥੌਙ/ *n* (ਧੁਨੀ) ਤ੍ਰੈ ਸੁਰੀ ਉਚਾਰ-ਖੰਡ

triphthongal /ਟਰਿਫ਼'ਥੌਙਗ(ਅ)ਲ/ *a* ਤ੍ਰੈ ਸਵਰੀ

ਉਚਾਰ-ਖੰਡੀ

tripinnate /ਟਰਾਇ'ਪਿਨੇਇਟ/ *a* ਤਿੰਨ ਖੰਡਾਂ ਵਾਲਾ (ਆਕਾਰ)

triplane /'ਟਰਾਇਪਲੇਇਨ/ *n* ਤਿੰਨ ਖੰਭਾਂ ਵਾਲਾ ਹਵਾਈ ਜਹਾਜ਼

triple /'ਟਰਿਪਲ/ *a* ਤੀਹਰਾ, ਤੀਣਾ, ਤਿੰਨ ਗੁਣਾ *v* ਤੀਹਰਾ ਹੋਣਾ ਜਾਂ ਕਰਨਾ, ਤਿੰਨ ਗੁਣਾ ਹੋ ਜਾਣਾ ਜਾਂ ਕਰ ਦੇਣਾ

triple jump *n* ਛਾਲ ਮਾਰਨ ਦੀ ਖੇਡ ਦੀ ਇੱਕ ਕਿਸਮ ਜਿਸ ਵਿਚ ਖਿਡਾਰੀ ਲਗਾਤਾਰ ਦੋ ਛਾਲਾਂ ਮਾਰਦਾ ਹੈ

triplet /'ਟਰਿਪਲਅਟ/ *n* ਤਿਗੜੀ, ਤਿੰਨਾਂ ਇਕੱਠੇ ਜੰਮੇ ਬੱਚਿਆਂ ਵਿੱਚੋਂ ਕੋਈ

triplex /'ਟਰਿਪਲੈੱਕਸ/ *n* (ਸੰਗੀ) ਤ੍ਰੈਤਾਲਾ; ਤ੍ਰੈਭਾਗੀ ਕ੍ਰਿਤੀ; ਤਿੰਨ ਖੰਡਾਂ ਵਾਲੀ ਰਚਨਾ; (ਮੋਟਰਕਾਰ ਵਿੱਚ ਲੱਗਾ) ਨਾ ਟੁੱਟਣ ਵਾਲਾ ਸ਼ੀਸ਼ਾ *a* ਤੀਹਰਾ, ਤਿਗੁਣਾ

triplicate /'ਟਰਿਪਲਿਕਅਟ/ *vt* ਤੀਹਰਾ ਕਰਨਾ; ਤਿੰਨ ਕਾਪੀਆਂ ਬਣਾਉਣਾ *a* ਤੀਹਰਾ, ਤਿਗੁਣਾ; ਤਿੰਨ ਉਤਾਰੇ ਵਾਲਾ

triplication /ˌਟਰਿਪਲਿ'ਕੇਇਸ਼ਨ/ *n* ਤੀਹਰਾ, ਤਿਗੁਣਾ ਕਰਨ ਦਾ ਭਾਵ; ਤਿੰਨ ਉਤਾਰੇ/ਨਕਲਾਂ ਲਾਹੁਣ (ਦੀ ਕਿਰਿਆ)

triplopia /ˌਟਰਿਪਲਅਉਪਿਅ/ *n* ਤਿੰਨ-ਤਿੰਨ ਦਿਖਾਈ ਦੇਣ ਦਾ ਰੋਗ

tripod /'ਟਰਾਇਪੌਡ/ *n* ਤਿਪਾਈ, ਤਿੰਨ ਪਾਵਿਆਂ ਵਾਲੀ ਕੋਈ ਚੀਜ਼

tripodal /'ਟਰਿਪਅਡ(ਅ)ਲ/ *a* ਤਿਪਾਈ ਵਰਗਾ, ਤਿਪਾਈ ਦਾ

tripos /'ਟਰਾਇਪੌਸ/ *n* (ਕੈਂਬਰਿਜ ਯੂਨੀਵਰਸਿਟੀ ਦੀ) ਆਨਰਜ਼ ਦੀ ਪਰੀਖਿਆ

tripper /'ਟਰਿਪਅ*/ *n* ਸੈਲਾਨੀ, ਘੁਮੱਕੜ, ਯਾਤਰੀ

triptych /'ਟਰਿਪਟਿਕ/ *n* (ਗਿਰਜੇ ਵਿੱਚ ਰੱਖੀ ਜਾਣ ਵਾਲੀ) ਤ੍ਰੈਪੱਖੀ ਤਸਵੀਰ, ਤ੍ਰੈਮੂਰਤੀ; ਇਕੱਠੀਆਂ ਜੜੀਆਂ ਤਿੰਨ ਲਿਖਾਈ ਫੱਟੀਆਂ

tripudiate /ਟਰਾਇ'ਪਯੂਡਿਏਇਟ/ *vi* ਅਨੰਦ ਮਗਨ ਹੋ ਕੇ ਨਾਚ ਕਰਨਾ, ਮਸਤ ਹੋ ਕੇ ਨੱਚਣਾ, ਲੁੱਡੀ ਪਾਉਣਾ

tripudium /ਟਰਾਇ'ਪਯੂਡਿਅਮ/ *n* ਧਾਰਮਿਕ ਨਾਚ

tripy /'ਟਰਾਇਪਿ/ *a* ਘਟੀਆ, ਮਾਮੂਲੀ, ਤੁੱਛ

trireme /'ਟਰਾਇਰੀਮ/ *n* (ਪਰਾ) ਤਿੰਨ ਪਤਵਾਰਾਂ ਵਾਲਾ ਜੰਗੀ ਜਹਾਜ਼

trisect /ਟਰਾਇ'ਸੈਕੱਟ/ *vt* ਤਿੰਨਾਂ ਹਿੱਸਿਆਂ ਵਿੱਚ ਵੰਡਣਾ

trisection /ਟਰਾਇ'ਸੈਕੱਸ਼ਨ/ *n* ਤਿੰਨਾਂ ਹਿੱਸਿਆਂ ਵਿੱਚ ਕੀਤੀ ਵੰਡ

trismus /'ਟਰਿਸਮਅਸ/ *n* (ਨਿਦਾਨ) ਜਬਾੜੇ ਦੀਆਂ ਪੇਸ਼ੀਆ ਦੀ ਜਕੜ, ਦੰਦਲ

trisomic /ਟਰਾਇ'ਸੌਮਿਕ/ *a* ਤਿੰਨ ਸੂਤਰੀ, ਤ੍ਰੈਗੁਣ ਸੂਤਰੀ

trist /ਟਰਿਸਟ/ *a* (ਪਰਾ) ਦੁਖੀ, ਦਿਲਗੀਰ

trisyllabic /ˌਟਰਾਇਸਿ'ਲੈਬਿਕ/ *a* (ਧੁਨੀ) ਤ੍ਰੈ ਉਚਾਰਖੰਡੀ

trisyllable /ਟਰਾਇ'ਸਿਲਅਬਲ/ *n* (ਧੁਨੀ) ਤ੍ਰੈ ਉਚਾਰਖੰਡੀ ਸ਼ਬਦ

trite /ਟਰਾਇਟ/ *a* ਤੁੱਛ, ਨਿਗੂਣਾ, ਮਾਮੂਲੀ; ਪੁਰਾਣਾ, ਹੰਢਿਆ, ਪਾਟਾ-ਝੀਟਾ

tritely /ਟਰਾਇਟਲਿ/ *a* ਮਾਮੂਲੀ ਤੌਰ 'ਤੇ, ਸਧਾਰਨ ਰੂਪ ਵਿੱਚ

triteness /ਟਰਾਇਟਨਅਸ/ *n* ਸਧਾਰਨਤਾ, ਪੁਰਾਣਾਪਣ, ਤੁੱਛਤਾ

tritheism /ਟਰਾਇ'ਥੀਇਜ਼ਅਮ/ *n* ਤਿੰਨ ਦੇਵਤਾਵਾਦ (ਤਿੰਨ ਦੇਵਤਿਆਂ ਪਿਤਾ, ਪੁੱਤਰ ਅਤੇ ਪਵਿੱਤਰ ਆਤਮਾ ਦਾ ਸਿਧਾਂਤ)

Triton /'ਟਰਾਇਟਨ/ *n* ਯੂਨਾਨੀ ਮਿਥਿਹਾਸ ਦਾ ਇੱਕ ਸਮੁੰਦਰੀ ਦੇਵਤਾ ਜਿਸ ਦਾ ਸਿਰ ਅਤੇ ਧੜ ਆਦਮੀ ਦੇ ਅਤੇ ਦੁੰਮ ਮੱਛੀ ਦੀ ਹੁੰਦੀ ਹੈ

triturate /'ਟਰਿਟਯੁਰੇਇਟ/ *vt* ਪੀਹ ਕੇ ਬਰੀਕ

ਕਰ ਦੇਣਾ, ਚੂਰਨ ਬਣਾ ਦੇਣਾ, ਭੋਰਨਾ

triturator /'ਟਰਾਇਟਯੁਰੇਇਟਅ*/ *n* ਬਰੀਕ ਪੀਹਣ ਵਾਲਾ ਯੰਤਰ

triumph /'ਟਰਾਇਅੱਮਫ਼/ *n* ਜਿੱਤ, ਵਿਜੇ, ਫ਼ਤਿਹ; (ਪ੍ਰਾਚੀਨ ਰੋਮ) ਫ਼ਤਿਹ ਦਾ ਜਸ਼ਨ, ਵਿਜੇ ਯਾਤਰਾ, ਵਿਜੇ ਦਾ ਜਲੂਸ; ਜਿੱਤ ਦੀ ਖ਼ੁਸ਼ੀ, ਵਿਜੇ ਉੱਲਾਸ *v* ਜਿੱਤ ਪ੍ਰਾਪਤ ਕਰਨਾ, ਫ਼ਤਿਹ ਪਾਉਣਾ; ਜਿੱਤ ਮਨਾਉਣਾ, ਵਿਜੇ ਪ੍ਰਦਰਸ਼ਨ ਕਰਨਾ; ਮਾਣ ਕਰਨਾ, ਘਮੰਡ ਕਰਨਾ

triumphal /ਟਰਾਇ'ਅੱਮਫ਼ਲ/ *a* ਫ਼ਤਿਹ ਦੇ ਜਲੂਸ ਦਾ ਜਾਂ ਉਸ ਦੇ ਬਾਰੇ, ਵਿਜੇ ਪ੍ਰਦਰਸ਼ਨੀ ਸੰਬੰਧੀ

triumphant /ਟਰਾਇ'ਅੱਮਫ਼ਅਨਟ/ *a* ਜੇਤੂ, ਵਿਜੇਤਾ, ਕਾਮਯਾਬ; ਆਪਣੀ ਜਿੱਤ ਦਾ ਘਮੰਡ ਕਰਨ ਵਾਲਾ

triumvir /ਟਰਾਇ'ਅੱਮਵ੍ਅ*/ *n* (ਪ੍ਰਾਚੀਨ ਰੋਮ) ਰੋਮਨ ਸਾਮਰਾਜ ਦੀ ਪ੍ਰਬੰਧਕੀ ਕੌਂਸਲ ਦੇ ਤਿੰਨਾਂ ਮੈਂਬਰਾਂ ਵਿੱਚੋਂ ਕੋਈ ਇੱਕ

triumvirate /ਟਰਾਇ'ਅੱਮਵ੍ਅਰਅਟ/ *n* ਤਿੰਨ ਮੈਂਬਰਾਂ ਦੀ ਪਾਰਟੀ ਕਮੇਟੀ ਕੌਂਸਲ ਆਦਿ; ਰੋਮਨ ਸਾਮਰਾਜ ਦੀ ਤਿੰਨ ਮੈਂਬਰੀ ਪ੍ਰਬੰਧਕੀ ਕਮੇਟੀ

triune /'ਟਰਾਇਯੂਨ/ *a* ਜਿਹੜਾ ਤਿੰਨ ਹੁੰਦਿਆਂ ਹੋਇਆਂ ਵੀ ਇੱਕ ਹੈ; ਈਸਾਈ ਮੱਤ ਦੇ ਤ੍ਰੈਪੱਖੀ ਪਰਮਾਤਮਾ ਦੇ ਤਿੰਨ ਰੂਪ ਹੁੰਦਿਆਂ ਵੀ ਉਸ ਨੂੰ ਇੱਕੋ ਹੀ ਸਵੀਕਾਰ ਕਰਨ ਦਾ ਸਿਧਾਂਤ, ਤ੍ਰੈਆਤਮਿਕ

trivet /'ਟਰਿਵ੍ਟਿ/ *n* (ਦੇਗਚੀ ਆਦਿ ਨੂੰ ਅੱਗ ਉੱਤੇ ਰੱਖਣ ਲਈ ਵਰਤੀ ਜਾਣ ਵਾਲੀ) ਲੋਹੇ ਦੀ ਤਿਪਾਈ **as right as a trivet** ਖ਼ੁਸ਼, ਪ੍ਰਸੰਨ, ਬਿਲਕੁਲ ਠੀਕ, ਅਰੋਗ

trivia /'ਟਰਿਵ੍ਇਅ/ *n* (ਬਹੁ) ਘਸੀਆਂ-ਪਿਟੀਆਂ ਗੱਲਾਂ, ਮਾਮੂਲੀ ਗੱਲਾਂ

trivial /'ਟਰਿਵ੍ਇਅਲ/ *a* ਤੁੱਛ, ਨਿਗੂਣਾ, ਥੋਥਾ, ਬਹੁਤ ਮਾਮੂਲੀ; ਨਿਕੰਮਾ, ਅਯੋਗ (ਮਨੁੱਖ)

triviality /,ਟਰਿਵ੍ਇ'ਐਲਅਟਿ/ *n* ਤੁੱਛ ਚੀਜ਼, ਨਿਗੂਣੀ ਵਸਤੂ; ਤੁੱਛਤਾ, ਨਿਗੂਣਾਪਣ

troat /ਟਰਅਉਟ/ *vi* (ਵੇਗ ਵਿੱਚ ਆਏ) ਹਰਨ ਦਾ ਬੁਕ-ਬੁਕ ਕਰਨਾ *n* ਅਜਿਹੀ ਬੁਕਬੁਕਾਹਟ

trochaic /ਟਰਅ(ਉ)'ਕੇਇਇਕ/ *a* ਗੁਰੂ ਲਘੂ ਚਰਣ ਵਾਲਾ *n* ਗੁਰੂ ਲਘੂ ਚਰਣ ਵਾਲੀ ਕਵਿਤਾ

trochal /'ਟਰਅਉਕ(ਅ)ਲ/ *a* (ਜੀਵ) ਗੋਲਾਕਾਰ, ਚੱਕਰਾਕਾਰ

troche /ਟਰਅਉਸ਼/ *n* ਦਵਾਈ ਦੀ ਟਿੱਕੀ, ਚੂਸਣ ਵਾਲੀ ਦਵਾਈ

trochee /'ਟਰਅਉਕੀ/ *n* ਗੁਰੂ-ਲਘੂ ਚਰਣ

trochleate /'ਟਰੌਕਲਿਅਟ/ *a* ਚਰਖੀ ਵਾਲਾ, ਘਿਰਨੀ ਵਾਲਾ, ਗਰਾਰੀ ਵਾਲਾ, ਗੋਲ ਚੱਕਰ ਵਾਲਾ

trod /ਟਰੌਡ/ *v* **tread** ਦਾ ਭੂਤ-ਕਾਲ

trodden /'ਟਰੌਡਨ/ *v* **tread** ਦਾ ਭੂਤ-ਕ੍ਰਿਦੰਤ

troglodyte /'ਟਰੌਗਲਅਡਾਇਟ/ *n* ਗੁਫ਼ਾ ਵਾਸੀ; ਇਕਾਂਤਵਾਸੀ, ਸੰਨਿਆਸੀ, ਤਿਆਗੀ, ਵਿਰਕਤ, ਉਦਾਸ

troika /'ਟਰੌਇਕਅ/ *n* ਤੱਕੜੀ; ਤਿੰਨ ਘੋੜਿਆਂ ਵਾਲੀ ਰੂਸੀ ਗੱਡੀ

Trojan /'ਟਰਅ:ਉਜਅਨ/ *a* ਸੂਰਮਾ, ਵੀਰ, ਸਾਹਸੀ, ਕਠਨਾਈਆਂ ਸਹਿਣ ਵਾਲਾ *n* ਪ੍ਰਾਚੀਨ 'ਟਰਾਏ' ਦਾ ਵਸਨੀਕ

Trojan horse *n* ਦੁਸ਼ਮਣ ਬਾਰੇ ਭੇਤ ਲੈਣ ਵਾਲਾ ਬੰਦਾ, ਸੂਹੀਆ, ਭੇਤ ਲੈਣ ਲਈ ਛੁਪ ਸਕਣ ਵਾਲੀ ਚੀਜ਼

troll[1] /ਟਰੌਲ, ਟਰਅਉਲ/ *v* ਗੀਤ ਦੇ ਹਿੱਸਿਆਂ ਨੂੰ ਕਈਆਂ ਗਾਇਕਾਂ ਦਾ ਵਾਰੀ-ਵਾਰੀ ਗਾਉਣਾ; ਬੇਪਰਵਾਹੀ ਨਾਲ ਗਾਉਣਾ, ਮੌਜ ਨਾਲ ਗਾਉਣਾ; ਮੱਛੀ ਦਾ ਸ਼ਿਕਾਰ ਕਰਨਾ *n* ਟੱਪਾ, ਮੱਛੀ ਫੜਨ ਵਾਲੀ ਡੋਰ ਜਾਂ ਤਾਮਾ

troll[2] *n* ਭੂਤਨਾ, ਜਿੰਨ, (ਨਾਰਵੇ ਸਵੀਡਨ ਦੇ ਵਸਨੀਕਾਂ ਦੇ ਵਿਸ਼ਵਾਸ ਅਨੁਸਾਰ) ਇੱਕ ਰਿ.ਠਮੁੱਠੀਆ ਭੂਤਨਾ ਜਿਹੜਾ ਮਨੁੱਖਾਂ ਦਾ ਹਿਤੂ ਪਰ ਸ਼ਰਾਰਤੀ ਹੁੰਦਾ ਹੈ

trolley /'ਟਰੌਲਿ/ *n* ਸਟੇਸ਼ਨ 'ਤੇ ਸਮਾਨ ਢੋਣ ਵਾਲੀ ਰੇੜ੍ਹੀ, ਠੇਲ੍ਹਾ; ਰੇਲ ਦੀ ਪਟੜੀ 'ਤੇ ਚਲਾਇਆ ਜਾਣ ਵਾਲਾ ਠੇਲ੍ਹਾ; ਟਰਾਲੀ; ਉਹ ਗਰਾਰੀ ਜਿਸ ਨੂੰ ਬਿਜਲੀ ਦੀ ਤਾਰ ਨਾਲ ਲਾ ਕੇ ਟਰਾਮ ਚਲਾਈ ਜਾਂਦੀ ਹੈ

trollop /'ਟਰੌਲਅਪ/ *n* ਅਵਾਰਾ ਤੀਵੀਂ, ਕੁਚੱਜੀ ਰੰਨ, ਫੂਹੜ ਜ਼ਨਾਨੀ; ਵੇਸਵਾ

tromba /'ਟਰੌਮਬਅ/ *n* ਤੂਤੀ

trombone /ਟਰੌਮ'ਬਅਉਨ/ *n* ਇੱਕ ਵੱਡਾ ਬਿਗਲ, ਰਮਤੂਲਾ

trommel /'ਟਰੌਮਲ/ *n* (ਧਾਤ ਸਾਫ਼ ਕਰਨ ਵਾਲਾ) ਛਾਣਨਾ

tromometer /ਟਰਅ'ਮੌਮਿਟਅ/ *n* ਭੁਚਾਲ ਦੇ ਝਟਕੇ ਦਾ ਅਨੁਮਾਨ ਲਾਉਣ ਵਾਲਾ ਯੰਤਰ

trona /'ਟਰਅਉਨਅ/ *n* ਸੋਡਾ, ਖਾਰ

troop /ਟਰੂਪ/ *n* ਟੋਲੀ, ਮੰਡਲੀ, ਜੁੰਡਲੀ; (ਬਹੁ) ਫ਼ੌਜ, ਸੈਨਾ; ਸਵਾਰ ਫ਼ੌਜ ਦੀ ਜਾਂ ਟੈਂਕ ਵਾਲੇ ਸੈਨਿਕਾਂ ਦੀ ਟੋਲੀ; ਐਕਟਰਾਂ ਜਾਂ ਤਮਾਸ਼ਾ ਕਰਨ ਵਾਲਿਆਂ ਦੀ ਮੰਡਲੀ *v* ਇਕੱਠਾ ਕਰਨਾ ਜਾਂ ਹੋਣਾ, ਇਕੱਤਰ ਕਰਨਾ ਜਾਂ ਹੋਣਾ, ਜਮ੍ਹਾ ਕਰਨਾ ਜਾਂ ਹੋਣਾ; ਦਲ ਬਣਾ ਕੇ ਚੱਲਣਾ, ਜੱਥਾ ਬਣਾਉਣਾ; ਫ਼ੌਜ ਨੂੰ ਟੁਕੜਿਆਂ ਵਿੱਚ ਵੰਡਣਾ

trooper /'ਟਰੂਪਅ*/ *n* ਰਿਸਾਲੇ ਦਾ ਸਿਪਾਹੀ; ਰਿਸਾਲੇ ਦਾ ਘੋੜਾ; ਟੈਂਕ ਰੈਜਮੈਂਟ ਦਾ ਸਿਪਾਹੀ; ਸਮਾਨ ਢੋਣ ਵਾਲਾ ਫ਼ੌਜੀ ਜਹਾਜ਼

tropaeolum /ਟਰਅਉ'ਪੀਅਲਅਮ/ *n* ਇੱਕ ਫੁੱਲਦਾਰ ਬੂਟਾ ਜੋ ਵੇਲ ਵਾਂਗ ਰੁੱਖ ਜਾਂ ਕੰਧ ਆਦਿ ਉੱਤੇ ਚੜ੍ਹਦਾ ਹੈ

trope /ਟਰਅਉਪ/ *n* ਸ਼ਬਦਾਂ ਦੀ ਲਾਖਣਿਕ ਵਰਤੋਂ, ਅਲੰਕਾਰ

trophy /'ਟਰਅਉਫ਼ਿ/ *n* (ਪ੍ਰਾਚੀਨ ਯੂਨਾਨ) ਜਿੱਤੇ ਹੋਏ ਸ਼ੱਤਰੂ ਦੇ ਹਥਿਆਰ ਆਦਿ; ਫਤਿਹ ਦੀ ਯਾਦਗਾਰ ਜਾਂ ਨਿਸ਼ਾਨੀ, ਵਿਜੇ ਸਮਾਰਕ; (ਕਿਸੇ ਚੀਜ਼ ਜਾਂ ਕਾਰਨਾਮੇ ਦੀ) ਯਾਦਗਾਰ, ਨਿਸ਼ਾਨੀ; ਜਿੱਤ ਦਾ ਇਨਾਮ, ਵਿਜੇ ਪੁਰਸਕਾਰ

tropic /'ਟਰੌਪਿਕ/ *n* ਭੂ-ਮੱਧ ਰੇਖਾ ਤੋਂ ਉੱਤਰ ਦੇ ਦੱਖਣ ਵੱਲ 23°27 ਦੀਆਂ ਰੇਖਾਵਾਂ ਵਿੱਚੋਂ ਕੋਈ ਇੱਕ ਊਸ਼ਣ ਕਟਿਬੰਧ, ਤਪਤ-ਰੇਖਾ *a* ਤਪਤ ਖੰਡੀ, ਊਸ਼ਣ ਕਟਿਬੰਧੀ

tropical /'ਟਰੌਪਿਕਲ/ *a* ਤਪਤ ਖੰਡੀ, ਗਰਮ ਖੰਡ ਦਾ, ਗਰਮ ਦੇਸ਼ ਦਾ

tropist /'ਟਰਅਉਪਿਸਟ/ *n* ਵਿਅੰਗ ਦੀ ਵਰਤੋਂ ਕਰਨ ਵਾਲਾ, ਅਲੰਕਾਰ ਵਰਤਣ ਵਾਲਾ

tropology /ਟਰਅ'ਪੌਲਅਜਿ/ *n* ਅਲੰਕਾਰ ਸ਼ਾਸਤਰ

trot /ਟਰੌਟ/ *n* ਘੋੜੇ ਦੀ ਇੱਕ ਚਾਲ, ਦੁੜਕੀ; ਮਿਹਨਤ ਅਤੇ ਕਰੜਾਈ ਵਾਲਾ ਕੰਮ *v* ਦੁੜਕੀ ਚੱਲਣਾ ਜਾਂ ਚਲਾਉਣਾ; ਹੌਲੀ-ਹੌਲੀ ਦੌੜਨਾ

troth /ਟਰਅਉਥ/ *n* (ਪਰਾ) ਸੱਚ, ਸਚਾਈ

trotter /'ਟਰੌਟਅ*/ *n* ਇੱਕ ਖ਼ਾਸ ਨਸਲ ਦਾ ਘੋੜਾ ਜਿਹੜਾ ਦੁੜਕੀ ਚਾਲ ਚੱਲਣ ਵਿੱਚ ਪ੍ਰਸਿੱਧ ਹੈ; (ਬਹੁ) ਖਰੌੜੇ (ਮਾਸ ਵਜੋਂ ਖਾਣ ਵਾਲੇ); (ਮਖੌਲ ਵਿੱਚ) ਮਨੁੱਖ ਦੇ ਪੈਰ

troubadour /'ਟਰੂਬਅਡੋ*/ *n* ਢਾਡੀ, ਗੀਤਕਾਰ, ਕਵੀ

trouble /'ਟਰਅੱਬਲ/ *n* ਦੁੱਖ, ਕਸ਼ਟ ਤਕਲੀਫ਼, ਬਿਪਤਾ, ਸੰਕਟ; ਰੋਗ, ਬਿਮਾਰੀ; ਔਕੜ, ਅਸੁਵਿਧਾ; ਦੁੱਖ ਦਾ ਕਾਰਨ *v* ਦੁਖੀ ਕਰਨਾ ਜਾਂ ਹੋਣਾ, ਬਿਪਤਾ ਪੈਣਾ ਜਾਂ ਪਾਉਣਾ, ਪਰੇਸ਼ਾਨ ਹੋਣਾ, ਤਕਲੀਫ਼ ਦੇਣਾ, ਕਸ਼ਟ ਦੇਣਾ, (ਕਿਸੇ ਦਾ) ਸਮਾਂ ਜਾਂ ਅਰਾਮ ਖ਼ਰਾਬ ਕਰਨਾ

troubleshooter /'ਟਰਅੱਬਲਸ਼ੂਟਅ*/ *n* ਝਗੜਾ ਨਜਿੱਠਣ ਵਾਲਾ (ਵਿਅਕਤੀ); ਮਸ਼ੀਨਰੀ ਦੇ ਨੁਕਸ ਦੂਰ ਕਰਨ ਵਾਲਾ ਮਿਸਤਰੀ

troublesome /'ਟਰਅੱਬਲਸਅਮ/ *a* ਔਖਿਆਈ ਵਾਲਾ; ਜਿੱਚ ਕਰਨ ਵਾਲਾ; ਦੁੱਖਦਾਈ

troublous /'ਟਰਅੱਬਲਅਸ/ *a* (ਪਰਾ) ਕਲੇਸ਼ਮਈ, ਦੁੱਖਦਾਈ; ਕਠਿਨ, ਦੁੱਭਰ

trough /ਟਰੌਫ਼/ *n* (ਪਾਣੀ ਵਾਲਾ) ਕੁੰਡ, ਚੁਬੱਚਾ, ਹੌਜ਼, ਔਲੂ; ਨਸਾਰ, ਪਾੜਛਾ, ਲਹਿਰਾਂ ਵਿਚਕਾਰਲਾ

ਡੂੰਘ

trounce /ਟਰਾਉਨਸ/ *vt* ਸਜ਼ਾ ਦੇਣਾ, ਮੱਕੂ ਬੰਨ੍ਹਣਾ, ਛੱਕੇ ਛੁਡਾ ਦੇਣਾ, ਭੁਗਤ ਸੁਆਰਨਾ; ਬੁਰੀ ਤਰ੍ਹਾਂ ਹਰਾਉਣਾ, ਖੁੰਬ ਠੱਪਣਾ

troupe /ਟਰੂਪ/ *n* ਐਕਟਰਾਂ ਦੀ ਮੰਡਲੀ, ਅਭਿਨੇਤਾ ਦਲ, ਨਾਟ ਮੰਡਲੀ

trouper /'ਟਰੂਪਅ*/ *n* ਨਾਟ ਮੰਡਲੀ ਦਾ ਮੈਂਬਰ, ਨਾਟ ਕੰਪਨੀ ਦਾ ਮੈਂਬਰ

trousers /'ਟਰਾਉਜ਼ਅਜ਼/ *n* (ਬਹੁ) ਪਤਲੂਨ, ਪਜਾਮਾ

trousseau /'ਟਰੂਸਅਓ/ *n* ਸਜ ਵਿਆਹੀ ਮੁਟਿਆਰ ਦਾ ਸਾਜ਼-ਸਮਾਨ, ਨਵੀਂ-ਵਹੁਟੀ ਦਾ ਦਾਜ

trout /ਟਰਾਉਟ/ *n* ਇੱਕ ਮੱਛੀ, ਟਰਾਉਟ; (ਅਪ) ਬੁੱਢੜੀ

troutlet /'ਟਰਾਉਟਲਿਟ/ *n* ਛੋਟੀ ਟਰਾਊਟ ਮੱਛੀ

trover /'ਟਰਅਓਵ੍ਅ*/ *n* ਜਾਇਦਾਦ ਦੀ ਪ੍ਰਾਪਤੀ, (ਆਪਣੀ ਸੰਪਤੀ ਦੀ ਪ੍ਰਾਪਤੀ ਲਈ) ਦਾਅਵਾ ਜਾਂ ਮੁਕੱਦਮਾ

trow /ਟਰਅਓ/ *vt* ਵਿਸ਼ਵਾਸ ਕਰਨਾ, ਸੱਚ ਮੰਨ ਲੈਣਾ; ਸੋਚਣਾ, ਵਿਚਾਰਨਾ

trowel /'ਟਰਾਉਅਲ/ *n* ਕਾਂਡੀ ਜਾਂ ਸੀਮਿੰਟ ਲਾਉਣ ਅਤੇ ਪੱਧਰਾ ਕਰਨ ਵਾਲਾ ਛੋਟਾ ਸੰਦ, ਕਰੰਡੀ; ਚਾਪਲੂਸੀ ਤੇ ਖੁਸ਼ਾਮਦ ਕਰਨ ਦੀ ਕਿਰਿਆ (ਕਨੂੰ) *vt* ਚੂਨਾ ਲਾਉਣਾ ਜਾਂ ਕਲੀ ਫੇਰਨਾ, ਪਲਸਤਰ ਚੜ੍ਹਾਉਣਾ

troy /ਟਰੌਇ/ *n* ਸੋਨੇ ਚਾਂਦੀ ਦੇ ਤੋਲਣ ਲਈ ਵਰਤੀ ਜਾਣ ਵਾਲੀ ਪ੍ਰਨਾਲੀ, ਸੋਨੇ ਚਾਂਦੀ ਨੂੰ ਤੋਲਣ ਵਾਲੇ ਵੱਟੇ

truancy /'ਟਰੂਅਨਸਿ/ *n* ਅਵਾਰਗੀ, ਕੰਮ-ਚੋਰੀ, ਘੁਸਾਈ

truant /'ਟਰੂਅਨਟ/ *a* ਸਕੂਲ ਤੋਂ ਭੱਜਿਆ (ਬੱਚਾ); ਕੰਮ-ਚੋਰ (ਬੱਚਾ); ਸੁਸਤ, ਆਲਸੀ, ਨਿਕੰਮਾ; ਭਗੌੜਾ (ਬੱਚਾ); ਅਵਾਰਾਗਰਦ

truce /ਟਰੂਸ/ *n* ਅਸਥਾਈ ਯੁੱਧਬੰਦੀ, ਥੋੜ੍ਹੇ ਚਿਰ ਦੀ ਸੰਧੀ, ਯੁੱਧ ਵਿਰਾਮ ਦੀ ਸੰਧੀ; ਫੁਰਸਤ, ਮੁਹਲਤ (ਕੰਮ ਜਾਂ ਕਸ਼ਟ ਤੋਂ)

truck /ਟਰਅੱਕ/ *v* ਸੌਦਾ ਕਰਨਾ, ਵਪਾਰ ਕਰਨਾ; ਵੱਟਾ-ਸੱਟਾ ਕਰਨਾ; ਠੇਲ੍ਹੇ ਜਾਂ ਟਰੱਕ ਆਦਿ ਵਿੱਚ ਲੈ ਜਾਣਾ; ਅਦਲਾ-ਬਦਲੀ ਕਰਨਾ; (ਮਾਲ) ਵੇਚਦੇ ਫਿਰਨਾ *n* ਵਿਕਰੀ ਵਾਲਾ ਛੋਟਾ ਮੋਟਾ ਮਾਲ, ਸੌਦਾ ਪੱਤਾ; ਵਰਤੋਂ ਵਿਹਾਰ, ਲੈਣ-ਦੇਣ; ਵਾਸਤਾ; ਵਾਧੂ ਚੀਜ਼ਾਂ, ਬੇਲੋੜਾ ਸਮਾਨ, ਰੱਦੀ ਸਮਾਨ; ਵਾਧੂ ਗੱਲ, ਬਕਵਾਸ *n* ਮਾਲ ਢੋਣ ਵਾਲੀ ਮੋਟਰ ਗੱਡੀ, ਟਰੱਕ; ਮਾਲ ਗੱਡੀ ਦਾ ਡੱਬਾ; ਉਹ ਠੇਲ੍ਹਾ ਜਿਸ ਵਿੱਚ ਕੁਲੀ ਸਟੇਸ਼ਨ 'ਤੇ ਸਮਾਨ ਢੋਂਦੇ ਹਨ

truckage /ਟਰਅੱਕਿਜ/ *n* ਟਰੱਕ ਵਿੱਚ ਮਾਲ ਢੋਣ ਦੀ ਕਿਰਿਆ; ਟਰੱਕ ਜਾਂ ਗੱਡੇ ਦਾ ਭਾੜਾ

truckle /'ਟਰਅੱਕਲ/ *n* ਛੋਟੀ ਪਹੀਏਦਾਰ ਮੰਜੀ (ਜਿਹੜੀ ਪਿਛਲੇ ਸਮਿਆਂ ਵਿੱਚ ਨੌਕਰਾਂ ਲਈ ਹੁੰਦੀ ਸੀ ਅਤੇ ਵੱਡੀ ਮੰਜੀ ਦੇ ਥੱਲੇ ਸਟੋਰ ਕਰ ਲੈਂਦੇ ਸੀ) *vt* ਆਜਜ਼ੀ ਵਾਲਾ ਵਰਤਾਅ ਕਰਨਾ; ਚਾਪਲੂਸੀ ਕਰਨਾ, ਲਿਲਕੜੀਆਂ ਲੈਣਾ, ਗਿੜਗਿੜਾਉਣਾ, ਅਧੀਨ ਹੋਣਾ

truckle bed *n* ਪਹੀਏਦਾਰ ਮੰਜੀ

truck system *n* ਪੈਸੇ ਦੀ ਥਾਂ ਮਾਲ ਵਿੱਚ ਮੁੱਲ ਤਾਰਨ ਦੀ ਵਿਧੀ

truculence /'ਟਰਅੱਕਯਅਲਅਨਸ/ *n* ਲੜਾਕਾਪਣ, ਖਾੜਕੂਪੁਣਾ

truculent /'ਟਰਅੱਕਯਅਲਅਨਟ/ *a* ਲੜਾਕਾ, ਅੜਬ; ਕਰੂਰ, ਸਖ਼ਤ-ਦਿਲ; ਕਲਹਿਣਾ

trudge /ਟਰਅੱਜ/ *n* ਔਖੇ ਹੋ ਕੇ ਤੁਰਨਾ, ਮਸਾਂ ਪੈਰ ਪੁੱਟਣਾ, ਲੱਤਾਂ ਧੂਹ ਕੇ ਚੱਲਣਾ *v* ਲੱਤਾਂ ਧੂਹਵੀਂ ਚਾਲ, ਪੈਰ ਘਸੀਟਵੀਂ ਤੋਰ, ਕੋਝੀ ਚਾਲ

trudgen /'ਟਰਅੱਜ(ਅ)ਨ/ *n* ਤੈਰਾਕੀ ਦੀ ਇੱਕ ਵਿਧੀ ਜਿਸ ਵਿੱਚ ਵਾਰੀ-ਵਾਰੀ ਸਿੱਧਾ ਪੁੱਠਾ ਹੱਥ ਮਾਰਿਆ ਜਾਂਦਾ ਹੈ

true /ਟਰੂ/ *a* ਸੱਚਾ, ਖਰਾ, ਠੀਕ, ਸ਼ੁੱਧ; ਸੱਚ ਬੋਲਣ ਵਾਲਾ, ਸਤਿਵਾਦੀ; ਅਸਲੀ, ਵਾਸਤਵਿਕ; ਠੀਕ, (ਸੁਰ, ਅਵਾਜ਼) ਠੀਕ; ਵਫ਼ਾਦਾਰ; ਇਮਾਨਦਾਰ, ਵਿਸ਼ਵਾਸ ਯੋਗ; ਪੱਕਾ; ਸਿੱਧਾ, ਸਾਵਾਂ, ਸਡੌਲ;

ਠੀਕ-ਠੀਕ, ਸੱਚ-ਸੱਚ *adv* ਇਮਾਨਦਾਰੀ ਨਾਲ, ਸਚਾਈ ਨਾਲ *v* ਠੀਕ ਕਰਨਾ; ਸਾਧਣਾ, ਸੋਧਣਾ, ਫਿਟ ਕਰਨਾ, ਠੀਕ ਤਰ੍ਹਾਂ ਨਾਲ ਲਗਾਉਣਾ (ਯੰਤਰ, ਔਜ਼ਾਰ ਆਦਿ)

true bill *n* ਤਸਦੀਕ ਕੀਤੀ ਹੋਈ ਫਰਦ ਜੁਰਮ

truffle /'ਟਰਅੱਫ਼ਲ/ *n* ਇੱਕ ਪ੍ਰਕਾਰ ਦੀ ਖੁੰਬ

trug /ਟਰਅੱਗ/ *n* ਟੋਕਰੀ

truism /'ਟਰੂਇਜ਼ਅਮ/ *n* ਸੁਤੇ ਸਿੱਧ ਗੱਲ, ਸਵੈ ਸਿੱਧ ਬਚਨ, ਨਿਰਸੰਦੇਹਵਾਦ; ਮੰਨੀ ਹੋਈ ਗੱਲ, ਸਪਸ਼ਟ ਤੇ ਪ੍ਰਤੱਖ ਸਚਾਈ

trull /ਟਰਅੱਲ/ *n* (ਪਰਾ) ਵੇਸਵਾ, ਕੰਜਰੀ, ਰੰਡੀ

truly /'ਟਰੂਲਿ/ *adv* ਅਸਲ ਵਿੱਚ, ਵਾਸਤਵ ਵਿੱਚ, ਸੱਚ-ਮੁੱਚ, ਇਮਾਨਦਾਰੀ ਨਾਲ, ਸੱਚੇ ਦਿਲੋਂ

trump /ਟਰਅੱਮਪ/ *n* (ਤਾਸ਼ ਵਿੱਚ) ਰੰਗ ਦਾ ਪੱਤਾ, ਤੁਰਪ ਦਾ ਪੱਤਾ; (ਬੋਲ) ਵੱਡਾ ਸੂਰਮਾ, ਉੱਤਮ ਮਨੁੱਖ; ਅੰਤਿਮ ਸਾਧਨ, ਆਖਰੀ ਚਾਲ *v* ਤੁਰਪ ਲਾਉਣਾ, ਚਾਲ ਚਲਣਾ; ਧੋਖਾ ਦੇਣਾ; ਅੰਤਿਮ ਸਾਧਨ ਵਰਤਣਾ

trump card *n* ਕਾਟਵਾਂ ਪੱਤਾ; ਕਾਟਵੀਂ ਚਾਲ, ਡੂੰਘੀ ਸੂਝ ਵਾਲੀ ਵਿਓਂਤ

trumpery /'ਟਰਅੱਮਪਅਰਿ/ *n* ਵਿਖਾਵੇ ਵਾਲੀਆਂ ਚੀਜ਼ਾਂ, ਨਕਲੀ ਸਮਾਨ; ਫੋਕੀ ਟੀਪ-ਟਾਪ, ਨਿਕੰਮੀ ਸਜਾਵਟ; ਫ਼ਰੇਬ; ਊਲ-ਜਲੂਲ

trumpet /'ਟਰਅੱਮਪਿਟ/ *n* ਬਿਗਲ, ਤੁਰ੍ਹੀ, ਤੁਰਮ, ਨਰਸਿੰਘਾ; ਤੁਰ੍ਹੀ ਵਰਗੀ ਕੋਈ ਚੀਜ਼; ਤੂ-ਤੂ ਦੀ ਅਵਾਜ਼ *v* ਬਿਗਲ ਵਜਾਉਣਾ, ਤੁਰਮ ਵਜਾ ਕੇ ਐਲਾਨ ਕਰਨਾ, ਡੌਂਡੀ ਪਿੱਟਣਾ, ਗੱਜ-ਵੱਜ ਕੇ ਕਹਿਣਾ ਜਾਂ ਐਲਾਨ ਕਰਨਾ; (ਹਾਥੀ ਦਾ) ਚੰਘਾੜਨਾ

trumpeter /'ਟਰਅੱਮਪਿਟਅ*/ *n* ਬਿਗਲ ਵਜਾਉਣ ਵਾਲਾ, ਫ਼ੌਜੀ ਬਿਗਲਚੀ, ਤੂਤੀਵਾਦਕ

trumpet major *n* ਫ਼ੌਜੀ ਬਿਗਲਰਾਂ ਦਾ ਇੰਚਾਰਜ (ਜੋ ਸਾਰਜੈਂਟ ਮੇਜਰ ਦੇ ਪਦ ਵਾਲਾ ਹੁੰਦਾ ਹੈ)

truncate /ਟਰਅੱਙ'ਕੇਇਟ/ *vt* ਛਾਂਗਣਾ (ਰੁੱਖ ਆਦਿ ਨੂੰ); ਹੱਥ ਪੈਰ ਵੱਢਣਾ (ਮਨੁੱਖ ਦੇ); (ਕਿਸੇ ਲਿਖਤ ਵਿੱਚੋਂ) ਅਰੰਭ ਅਤੇ ਅੰਤ ਦੇ ਵਾਕ ਉਡਾ ਦੇਣਾ *a* (ਰੁੱਖ) ਛਾਂਗਿਆ ਮੁੱਛਿਆ, ਟੁੰਡ-ਮੁੰਡ; (ਲਿਖਤ) ਕਾਂਟੀ-ਛਾਂਟੀ ਹੋਈ

truncation /ਟਰਅੱਙ'ਕੇਇਸ਼ਨ/ *n* ਛੰਗਾਈ, ਮੁਛਾਈ, ਕਾਂਟ-ਛਾਂਟ

truncheon /'ਟਰਅਨੱਚਅਨ/ *n* (ਪੁਲਿਸ ਦੇ ਸਿਪਾਹੀ ਦਾ) ਡੰਡਾ; ਗਦਾ; ਰਾਜ ਦੰਡ, ਅਧਿਕਾਰ ਦੰਡ; ਡੰਡਾ ਜਾਂ ਖੂੰਡੀ (ਜੋ ਕਿਸੇ ਪਦਵੀ ਦੀ ਨਿਸ਼ਾਨੀ ਹੋਵੇ)

trundle /'ਟਰਅੱਨਡਲ/ *v* (ਠੇਲ੍ਹੇ, ਗੱਡੀ, ਪਹੀਏ ਆਦਿ ਨੂੰ) ਰੇੜ੍ਹਨਾ, (ਠੇਲ੍ਹੇ, ਪਹੀਏ ਆਦਿ ਦਾ) ਰਿੜ੍ਹਨਾ ਜਾਂ ਗਿੜਨਾ *n* ਛੋਟੀ ਗੱਡੀ, ਛੋਟੇ ਪਹੀਆਂ ਵਾਲੀ ਗੱਡੀ

trunk /ਟਰਅੱਙਕ/ *n* ਰੁੱਖ ਦਾ ਤਣਾ, (ਮਨੁੱਖ ਦਾ) ਧੜ, ਕਿਸੇ ਢਾਂਚੇ ਦਾ ਮੁੱਖ ਭਾਗ, ਮੁੱਖ ਨਹਿਰ (ਜਿਸ ਵਿੱਚੋਂ ਹੋਰ ਸੂਏ ਨਿਕਲਦੇ ਹੋਣ), ਮੁੱਖ ਰੇਲ ਲਾਈਨ, ਸੜਕ; ਬਕਸਾ, ਸੰਦੂਕ, ਟਰੰਕ; ਹਾਥੀ ਦੀ ਸੁੰਡ

trunk call *n* ਟੈਲੀਫ਼ੋਨ 'ਤੇ ਦੂਸਰੇ ਸ਼ਹਿਰ ਨੂੰ ਸੰਦੇਸ਼

trunk line, trunk road *n* ਮੁੱਖ ਸੜਕ, ਜਰਨੈਲੀ ਸੜਕ, ਸ਼ਾਹ ਰਾਹ

trunnion /'ਟਰਅੱਨਿਅਨ/ *n* ਤੋਪ ਦੀ ਕਿੱਲੀ, ਤੋਪ ਦਾ ਇੱਕ ਪੁਰਜ਼ਾ

truss /ਟਰਅੱਸ/ *n* ਥੰਮ੍ਹੀ, ਥੂਹਣੀ, ਠੁੰਮ੍ਹਣਾ, ਥਮ੍ਹਲਾ; ਸੁੱਕੇ ਪੱਠਿਆਂ ਦਾ ਪੂਲਾ; ਫੁੱਲਾਂ ਦਾ ਗੁੱਛਾ; ਚਬੂਤਰਾ (ਜਿਸ ਉੱਤੇ ਕੋਈ ਬੁੱਤ ਜਾਂ ਹੋਰ ਯਾਦਗਾਰੀ ਚਿੰਨ੍ਹ ਬਣਿਆ ਹੋਵੇ) *v* ਠੁੰਮ੍ਹਣਾ ਦੇਣਾ, ਥੂਹਣੀ ਆਦਿ ਦਾ ਸਹਾਰਾ ਦੇਣਾ; ਪੰਛੀ ਦੀਆਂ ਲੱਤਾਂ ਬੰਨ੍ਹ ਦੇਣਾ; ਮੁਸ਼ਕਾਂ ਬੰਨ੍ਹਣਾ; (ਸ਼ਿਕਰੇ ਆਦਿ ਦਾ) ਪੰਛੀ ਨੂੰ ਦਬੋਚ ਲੈਣਾ

trust /ਟਰਅੱਸਟ/ *n* ਵਿਸ਼ਵਾਸ, ਭਰੋਸਾ, ਯਕੀਨ, ਨਿਸ਼ਚਾ, ਪ੍ਰਤੀਤੀ, ਪੱਕੀ ਆਸ, ਉਮੀਦਾਂ ਦਾ ਕੇਂਦਰ; ਸਾਖ; ਜ਼ੁੰਮੇਵਾਰੀ; (ਕਨੂੰ) ਅਮਾਨਤ; (ਵਪਾਰ) ਵਪਾਰੀ ਸੰਘ, ਟਰੱਸਟ *v* ਵਿਸ਼ਵਾਸ ਕਰਨਾ, ਯਕੀਨ ਕਰਨਾ, ਭਰੋਸਾ ਰੱਖਣਾ, ਪੱਕੀ ਆਸ ਰੱਖਣਾ; ਕੋਈ ਚੀਜ਼ ਅਮਾਨਤ ਵਿੱਚ ਰੱਖਣਾ; ਮਾਲ ਉਧਾਰ ਦੇਣਾ

trust deed *n* ਸਾਖ ਪਟਾ, ਵਸੀਕਾਨਾਮਾ, ਅਮਾਨਤਨਾਮਾ

trustee /ਟਰਅੱ'ਸਟੀ/ *n* ਨਿਆਸੀ, ਨਿਆਸਧਾਰੀ, ਟਰੱਸਟੀ, ਸਰਕਾਰੀ ਅਮੀਨ, ਅਮਾਨਤਦਾਰ; ਵਸੀਅਤਾਂ ਜਾਂ ਟਰੱਸਟਾਂ ਦਾ ਪ੍ਰਬੰਧ ਕਰਨ ਵਾਲਾ ਸਰਕਾਰੀ ਕਰਮਚਾਰੀ

trustful /'ਟਰਅੱਸ(ਟ)ਫ਼ਲ/ *a* ਵਿਸ਼ਵਾਸਯੋਗ, ਇਤਬਾਰੀ, ਵਿਸਾਹੀ, ਭਰੋਸੇਯੋਗ

trustworthy /'ਟਰਅੱਸਟਵਅ:ਦਿ/ *n* ਇਤਬਾਰਯੋਗ, ਵਿਸ਼ਵਾਸਯੋਗ, ਭਰੋਸੇਯੋਗ

trusty /'ਟਰਅੱਸਟਿ/ *n* (ਵਿਅਕਤੀ) ਵਿਸ਼ਵਾਸਯੋਗ, ਵਿਸਾਹੀ, ਇਤਬਾਰੀ, ਇਮਾਨਦਾਰ; ਸੱਚਾ

truth /ਟਰੂਥ/ *n* ਸੱਚ, ਸਚਾਈ, ਅਸਲੀਅਤ, ਵਾਸਤਵਿਕਤਾ, ਹਕੀਕਤ, ਯਥਾਰਥਿਕਤਾ; ਇਮਾਨਦਾਰੀ; ਤੱਥ, ਤਾਤਪਰਜ, ਸੱਚੀ ਗੱਲ

truthful /'ਟਰੂਥਫ਼ਲ/ *a* ਸੱਚਾ, ਸਤਿਵਾਦੀ, ਇਮਾਨਦਾਰ, ਵਿਸ਼ਵਾਸਯੋਗ; ਅਸਲੀ, ਵਾਸਤਵਿਕ, ਯਥਾਰਥਕ

try /ਟਰਾਇ/ *n* ਕੋਸ਼ਿਸ਼, ਉਪਰਾਲਾ, ਹੰਭਲਾ, ਯਤਨ; ਪਰੀਖਿਆ, ਪੜਤਾਲ *v* ਕੋਸ਼ਿਸ਼ ਕਰਨਾ, ਯਤਨ ਕਰਨਾ; ਅਜ਼ਮਾਉਣਾ, ਪਰਤਾਵਾ ਲੈਣਾ, ਪਰਖਣਾ, ਜਾਂਚਣਾ; ਕਠਨ ਪਰੀਖਿਆ ਲੈਣਾ, ਔਕੜਾਂ ਵਿੱਚ ਪਾਉਣਾ, ਅਜ਼ਮਾ ਕੇ ਵੇਖਣਾ; ਮੁਕੱਦਮੇ ਦੀ ਸੁਣਵਾਈ ਕਰਨਾ; (ਕਿਸੇ ਉੱਤੇ) ਮੁਕੱਦਮਾ ਚਲਾਉਣਾ; ਰੰਦਾ ਫੇਰ ਕੇ (ਤਖ਼ਤਾ ਆਦਿ) ਸਾਫ਼ ਕਰਨਾ

trying /'ਟਰਾਇਇਙ/ *a* ਔਖਾ, ਕਰੜਾ, ਕਠਨ, ਮੁਸ਼ਕਿਲ, ਕਸ਼ਟਦਾਇਕ, ਦੁੱਖਦਾਈ

tryout /'ਟਰਾਇਆਉਟ/ *v* ਪਰਖਣਾ, ਅਜ਼ਮਾ ਕੇ ਵੇਖਣਾ

trypanosome /'ਟਰਿਪ(ਅ)ਨਅਸਅਉਮ/ *n* ਰੋਗ ਫੈਲਾਉਣ ਵਾਲਾ ਇੱਕ ਕੀਟਾਣੂ

try-sail /'ਟਰਾਇਸੇਇਲ/ *n* (ਜਹਾਜ਼ ਦਾ) ਰਾਖਵਾਂ ਪੱਲੂ, ਰਾਖਵਾਂ ਬਾਦਬਾਨ

tryst /ਟਰਿਸਟ/ *n* (ਆਸ਼ਕਾਂ ਦੀ) ਚੋਰ ਮਿਲਨੀ, ਗੁਪਤ ਮਿਲਨ ਦਾ ਇਕਰਾਰ; ਚੋਰੀ ਮਿਲਨ ਦੀ ਥਾਂ ਜਾਂ ਸਮਾਂ

tsar /ਜ਼ਾ*/ *n* ਰੂਸ ਦੇ ਬਾਦਸ਼ਾਹ ਦੀ ਉਪਾਧੀ, **(czar)** ਜ਼ਾਰ

tsarevich /'ਜ਼ਾਰਅਵਿਚ/ *n* ਰੂਸੀ ਜ਼ਾਰ ਦਾ ਪੁੱਤਰ, ਰੂਸੀ ਰਾਜਕੁਮਾਰ

tsarevna /ਜ਼ਾ'ਰੈਵੱਨਅ/ *n* (ਰੂਸ ਦੀ) ਰਾਜਕੁਮਾਰੀ

tsarina /ਜ਼ਾ'ਰੀਨਅ/ *n* ਰੂਸੀ ਜ਼ਾਰ ਦੀ ਪਤਨੀ, ਜ਼ਾਰੀਨਾ

tsetse /'ਟੈਟੱਸਿ/ *n* ਅਫ਼ਰੀਕਾ ਦੀ ਇੱਕ ਜ਼ਹਿਰੀ ਮੱਖੀ ਜੋ ਨੀਂਦਰ ਰੋਗ ਫੈਲਾਉਂਦੀ ਹੈ

tsunami /ਟਸੂ'ਨਾਮਿ/ *n* ਵੱਡੀ ਸਮੁੰਦਰੀ ਲਹਿਰ, ਭੂਚਾਲ ਕਾਰਨ ਸਮੁੰਦਰੀ ਪਾਣੀ ਦਾ ਉਛਾਲਾ, ਜਵਾਰ-ਤਰੰਗ

tub /ਟਅੱਬ/ *n* ਟੱਬ; ਟੱਬ ਵਿੱਚ ਕੀਤਾ ਇਸ਼ਨਾਨ; (ਘਿਰਨਾ ਵਿੱਚ) ਨਿਕੰਮੀ ਅਤੇ ਹੌਲੀ ਚੱਲਣ ਵਾਲੀ ਬੇੜੀ *v* ਟੱਬ ਵਿੱਚ ਨਹਾਉਣਾ; ਛੋਟੀ ਬੇੜੀ ਚਲਾਉਣਾ

tuba /'ਟਯੂਬਅ/ *n* ਮੂੰਹ ਨਾਲ ਵਜਾਉਣ ਵਾਲਾ ਵਾਜਾ; ਆਰਗਨ ਵਾਜੇ ਦਾ ਪਰਦਾ

tubage /'ਟਯੂਬਿਜ/ *n* ਨਲ ਪ੍ਰਨਾਲੀ, ਨਲ ਸਥਾਪਨ, ਨਲੀ ਸਮੂਹ; ਨਲਕਾ ਨਿਰਮਾਣ

tubbing /'ਟਅੱਬਿਙ/ *n* ਟੱਬ ਵਿੱਚ ਇਸ਼ਨਾਨ ਜਾਂ ਤਾਰੀ; ਖੋਲ, ਖੋਲ ਚੜ੍ਹਾਉਣ ਦੀ ਕਿਰਿਆ ਜਾਂ ਭਾਵ

tubby /'ਟਅੱਬਿ/ *a* ਟੱਬ ਦੀ ਸ਼ਕਲ ਦਾ, ਧੌਲੜ, ਮੋਟਾ ਠੁੱਲ੍ਹਾ, ਗੋਲ-ਮੋਲ; ਕੋਝੀ ਅਵਾਜ਼ ਕਰਨ ਵਾਲਾ (ਵਾਜਾ), ਕੰਨ ਖਾਣਾ

tube /ਟਯੂਬ/ *n* ਨਲਕੀ, ਨਾਲ, ਨਲੀ; ਸੁਰੰਗ; ਸੁਰੰਗਾਂ ਵਿੱਚ ਚੱਲਣ ਵਾਲੀ ਰੇਲ; ਨਾੜ, ਨਸ

tubectomy /ਟਯੂ'ਬੈਕਟਅਮਿ/ *n* (ਔਰਤਾਂ ਸੰਬੰਧੀ) ਨਸਬੰਦੀ

tuber /'ਟਯੂਬਅ*/ *n* (ਆਲੂ, ਗੰਢਾ ਆਦਿ ਜ਼ਮੀਨ ਵਿੱਚ ਹੋਣ ਵਾਲੀਆਂ ਚੀਜ਼ਾਂ ਦੀ) ਗੰਢੀ; (ਬਹੁ) ਕੰਦ ਮੂਲ; ਗਿਲ੍ਹਟੀ, ਸੋਜ

tubercle /'ਟਯੂਬਅਕਲ/ *n* ਗਿਲ੍ਹਟੀ, ਗੰਢ, ਮਗਰੋੜੀ (ਖ਼ਾਸ ਕਰਕੇ ਹੱਡੀ ਦੀ); ਤਪਦਿਕ ਦਾ

ਦਾਣਾ

tubercular /ਟਯੂ'ਬਅ:ਕਯਅਲਅ*/ *a* ਤਪਦਿਕ ਰੋਗਗ੍ਰਸਤ; ਤਪਦਿਕ ਦੇ ਦਾਣੇ ਵਰਗਾ, ਜਿਸ ਵਿੱਚ ਤਪਦਿਕ ਦੇ ਦਾਣੇ ਨਿਕਲੇ ਹੋਣ

tuberculosis /ਟਯੂ,ਬਅ:ਕਯੁ'ਲਅਓਸਿਸ/ *n* ਤਪਦਿਕ, ਖਈ ਰੋਗ, ਖੰਘ ਤਾਪ, ਟੀ ਬੀ

tuberculotic /ਟਯੂ,ਬਅ:ਕਯੁ'ਲੌਟਿਕ/ *a* ਤਪਦਿਕ ਦਾ ਰੋਗੀ, ਖਈ ਰੋਗੀ

tuberculous /ਟਯੂ'ਬਅ:ਕਯੁਲਅਸ/ *a* ਤਪਦਿਕ ਬਾਰੇ, ਤਪਦਿਕ ਦਾ; ਗਿਲਟੀਦਾਰ, ਮਗਰੋੜੀਆਂ ਵਾਲਾ

tubing /'ਟਯੂਬਿਙ/ *n* ਨਾਲ, ਨਲਕੀਆਂ ਦਾ ਸਮੂਹ, ਨਲਕੀ ਨਿਰਮਾਣ

tub thumper *n* (ਅਪ) ਕੜਾਕੇਦਾਰ ਭਾਸ਼ਣ ਦੇਣ ਵਾਲਾ ਵਕਤਾ

tubular /'ਟਯੂਬਯਅਲਅ*/ *a* ਨਲਕੀ ਦੀ ਸ਼ਕਲ ਦਾ, ਨਲਕੀਦਾਰ

tubulate /'ਟਯੂਬਯੁਲੇਇਟ/ *vt* ਨਲਕੀ ਲਗਾਉਣਾ; ਨਾਲ ਵਰਗਾ, ਨਾਲ ਰੂਪ

tuck /ਟਅੱਕ/ *n* (ਕੱਪੜੇ ਦਾ) ਪਲੇਟ; (ਅਪ) ਮਿਠਿਆਈ, ਛੋਟੇ ਕੇਕ ਆਦਿ; ਤੁਰ੍ਹੀ ਦੀ ਅਵਾਜ਼ *vt* (ਕੱਪੜਾ) ਕੁੰਜਣਾਂ, ਟੰਗ ਲੈਣਾ; (ਕਮੀਜ਼ ਦੀਆਂ) ਬਾਹਾਂ ਚਾੜ੍ਹ ਲੈਣਾ, (ਪੌਂਚੇ) ਟੰਗ ਲੈਣਾ; ਵਾਧੂ ਸਮਾਨ ਪਾਸੇ ਰੱਖ ਦੇਣਾ; (ਮੱਛੀਆਂ) ਵੱਡੇ ਜਾਲ ਵਿਚੋਂ ਕੱਢ ਕੇ ਛੋਟੇ ਜਾਲ ਵਿੱਚ ਰੱਖਣਾ; (ਅਪ) ਫਾਂਸੀ ਚੜ੍ਹਾਉਣਾ

tucker /'ਟਅੱਕਅ*/ *n* ਪਲੇਟ ਪਾਉਣ ਵਾਲਾ, ਚੋਣਾਂ ਪਾਉਣ ਵਾਲਾ, ਚੋਣਾਂ ਪਾਉਣ ਵਾਲੀ ਮਸ਼ੀਨ ਦਾ ਇੱਕ ਪੁਰਜ਼ਾ; (ਪਰਾ) ਭੋਜਨ, ਆਹਾਰ *vt* ਥਕਾ ਦੇਣਾ, ਹੰਭਾ ਦੇਣਾ, ਹੁਸਾ ਦੇਣਾ

tucket /'ਟਅੱਕਿਟ/ *n* ਤੁਰ੍ਹੀ ਦੀ ਅਵਾਜ਼

tuck-in *n* ਢਿੱਡ ਭਰਵਾਂ ਭੋਜਨ

tuck-shop /'ਟਅੱਕਸ਼ੌਪ/ *n* ਮਿਠਿਆਈ ਆਦਿ ਦੀ ਦੁਕਾਨ

tucum /'ਟੂਕਅਮ/ *n* (ਬਰਾਜ਼ੀਲੀ) ਖਜੂਰ ਦਾ ਪੇੜ

Tuesday /'ਟਯੂਜ਼ਡੇਇ/ *n* ਮੰਗਲਵਾਰ

tufa, tuff /'ਟਯੂਫਅ, ਟਅੱਫ/ *n* ਜੁਆਲਾਮੁਖੀ ਚੱਟਾਨ, ਜੁਆਲਾਮੁਖੀ ਪੱਥਰ; ਕੋਈ ਕਰੜੀ ਚਟਾਨ

tuft /ਟਅੱਫ਼ਟ/ *n* ਗੁੱਛਾ, ਲੱਛਾ; ਤੁੱਰ੍ਹਾ; ਕਲਗੀ, ਲਿਟ, ਬੋਦੀ, ਜੂੜਾ; ਠੋਡੀ ਉੱਤਲੇ ਦਾੜ੍ਹੀ ਦੇ ਵਾਲ, ਬੱਕਰ ਦਾੜ੍ਹੀ *vt* ਗੁੱਛਾ ਲਾਉਣਾ, ਗੁੱਛੇ ਨਾਲ ਸਜਾਉਣਾ; ਕਲਗੀ ਲਾਉਣਾ

tuft hunter /'ਟਅੱਫ਼ਟਹਅੱਨਟਅ*/ *n* ਵੱਡੇ ਆਦਮੀਆਂ ਦੇ ਨਾਲ ਬਹਿਣ ਖਲੋਣ ਦਾ ਸ਼ੁਕੀਨ, ਰਈਸਾਂ ਦਾ ਪਿਛਲੱਗ

tufty /'ਟਅੱਫ਼ਟਿ/ *a* ਗੁੱਛੇਦਾਰ, ਲੱਛੇ ਵਾਲਾ

tug /ਟਅੱਗ/ *v* ਧੂਹਣਾ, ਘਸੀਟਣਾ, ਝਟਕਾ ਦੇ ਕੇ ਖਿੱਚਣਾ; (ਦਿਲ ਨੂੰ) ਧੂਹ ਪਾਉਣਾ; (ਕਿਸੇ ਵਿਸ਼ੇ ਨੂੰ) ਖਿੱਚ ਧੂਹ ਕੇ ਵਿੱਚ ਲਿਆਉਣਾ *n* ਖਿੱਚ, ਧੂਹ, ਘਸੀਟ; ਝਟਕਾ, ਤੁਣਕਾ, ਕਠੋਰ ਯਤਨ

tug of war /,ਟਅੱਗਅ(ਵ਼)'ਵੋ*/ *n* ਫੈਸਲਾਕੁੰਨ ਮੁਕਾਬਲਾ, ਤੀਬਰ ਸੰਘਰਸ਼; ਰੱਸਾ ਖਿੱਚਣ ਦਾ ਮੁਕਾਬਲਾ, ਰੱਸਾਕਸੀ

tuition /ਟਯੁ'ਇਸ਼ਨ/ *n* ਪੜ੍ਹਾਈ, ਸਿੱਖਿਆ, ਟਿਊਸ਼ਨ, ਨਿੱਜੀ ਪੜ੍ਹਾਈ; ਪੜ੍ਹਾਈ ਦੀ ਫ਼ੀਸ

tula /'ਟੂਲਅ/ *a* ਰੂਸੀ ਮੀਨਾਕਾਰੀ

tulchan /'ਟੁਲਖ਼ਅਨ/ *n* (ਸਕਾਟ) ਦੁੱਧ ਦੇਣ ਵਾਲੀ ਗਊ ਦੇ ਅੱਗੇ ਰੱਖਿਆ ਜਾਣ ਵਾਲਾ ਤੂੜੀ ਭਰ ਕੇ ਬਣਾਇਆ ਨਕਲੀ ਵੱਛਾ

tulchan bishops *n* ਝੂਠੇ ਬਿਸ਼ਪ, ਨਾਂ ਮਾਤਰ ਦੇ ਪਾਦਰੀ

tulip /'ਟਯੂਲਿਪ/ *n* ਇੱਕ ਬੂਟਾ ਜਿਸ ਨੂੰ ਘੰਟੀ ਦੀ ਸ਼ਕਲ ਦੇ ਅਤੇ ਕਈ ਰੰਗਾਂ ਦੇ ਫੁੱਲ ਲੱਗਦੇ ਹਨ, ਗੁਲਲਾਲਾ

tulle /ਟਯੂਲ/ *n* ਬਰੀਕ ਰੇਸ਼ਮੀ ਜਾਲੀ

tumble /'ਟਅੱਮਬਲ/ *v* ਡਿੱਗਣਾ, ਲੁੜਕਣਾ ਧੜੰਮ ਡਿੱਗਣਾ; ਠੁੱਡਾ ਵੱਜਣਾ; (ਪਾਣੀ ਦੀਆਂ ਲਹਿਰਾਂ ਦਾ) ਚੜ੍ਹਨਾ ਤੇ ਡਿੱਗਣਾ; (ਰੋਗੀ ਦਾ) ਤੜਫਣਾ; ਬੇਸੁਰਤੀ ਵਿੱਚ ਤੁਰਨਾ ਜਾਂ ਦੌੜਨਾ; ਉਲਟਾ ਦੇਣਾ, ਧੱਕਾ ਦੇਣਾ, ਸੁੱਟ ਦੇਣਾ *n* ਗਿਰਾਵਟ; ਠੁੱਡਾ; ਗੜਬੜ, ਬੇਤਰਤੀਬੀ, ਖਲਬਲੀ

tumbledown /'ਟਅੱਮਬਲਡਾਉਨ/ *a* ਡਿੱਗਿਆ ਢੱਠਾ, ਟੁੱਟਾ-ਭੱਜਾ, ਭੈੜੀ ਹਾਲਤ ਵਿੱਚ

tumble dryer /ˌਟਅੱਮਬਲ 'ਡਰਾਇਅ*/ *n* ਧੋਤੇ ਹੋਏ ਕੱਪੜੇ ਸੁਕਾਉਣ ਵਾਲੀ ਮਸ਼ੀਨ

tumbler /'ਟਅੱਮਬਲਅ*/ *n* ਡਿੱਗਣ ਵਾਲਾ; ਡਿਗਦਾ-ਢਹਿੰਦਾ ਤੁਰਨ ਵਾਲਾ ਬੰਦਾ; ਨਟ, ਬਾਜ਼ੀਗਰ *n* ਲੁੜ੍ਹਕਣ ਵਾਲਾ ਖਿਡਾਉਣਾ; ਗਲਾਸ

tumblerful /'ਟਅੱਮਬਲਅਫ਼ੁਲ/ *a* ਗਲਾਸ ਭਰ

tumbrel, tumbril /'ਟਅੱਮਬਰ(ਅ)ਲ, 'ਟਅੱਮਬਰਅਲ/ *n* (ਇਤਿ) (ਫ਼ੌਜੀ) ਗੋਲੇ ਬਰੂਦ ਵਾਲੀ ਦੋ ਪਹੀਆ ਗੱਡੀ; ਗੋਹੇ ਕੂੜੇ ਵਾਲੀ ਗੱਡੀ; (ਫ਼ਰਾਂਸ ਦੇ ਵਿਦਰੋਹੀਆਂ ਨੂੰ) ਸੂਲੀ 'ਤੇ ਚੜ੍ਹਾਉਣ ਲਈ ਲੈ ਕੇ ਜਾਣ ਵਾਲੀ ਗੱਡੀ

tumefacient /ˌਟਯੂਮਿ'ਫ਼ੇਇਸ਼ਨਟ/ *a* (ਨਿਦਾ) ਸੁੱਜਿਆ, ਫੁੱਲਿਆ; ਫੁਲਾ ਦੇਣਾ ਵਾਲਾ

tumefaction /ˌਟਯੂਮਿ'ਫ਼ੈਕਸ਼ਨ/ *n* (ਨਿਦਾ) ਸੋਜ, ਫੁਲਾਅ, ਉਠਾਅ

tumefy /'ਟਯੂਮਿਫ਼ਾਇ/ *v* ਸੁਜਾਉਣਾ, ਫੁਲਾਉਣਾ, ਸੋਜ ਆਉਣਾ, ਸੁੱਜਣਾ, ਫੁੱਲਣਾ

tumid /'ਟਯੂਮਿਡ/ *a* ਸੁੱਜਿਆ, ਉੱਭਰਿਆ; ਬਣਾਉਟੀ, ਵਿਖਾਵੇ ਵਾਲਾ, ਸ਼ਬਦ ਅਡੰਬਰ ਵਾਲਾ

tumidity /ਟਯੂ'ਮਿਡਅਟਿ/ *n* ਸੋਜ; ਬਣਾਉਟੀਪਣ, ਸ਼ਬਦ ਅਡੰਬਰ

tummy /'ਟਅੱਮਿ/ *n* (ਬਾਲ ਬੋਲੀ) ਢਿੱਡੀ (ਪੇਟ, ਢਿੱਡ)

tumour /'ਟਯੂਮਅ*/ *n* ਮਗਰੋੜੀ, ਰਸੌਲੀ, ਗੰਢ, ਗਿਲ੍ਹਟੀ

tump /ਟਅੱਮਪ/ *n* ਚਬੂਤਰ, ਪਹਾੜੀ, ਟਿੱਬਾ *vt* (ਪੌਦੇ ਦੇ ਚਾਰੇ ਪਾਸੇ) ਚਬੂਤਰਾ ਬਣਾਉਣਾ

tumult /'ਟਯੂਮਅੱਲਟ/ *n* ਸ਼ੋਰ-ਸ਼ਰਾਬਾ, ਰੌਲਾ-ਗੌਲਾ, ਦੰਗਾ ਫ਼ਸਾਦ, ਹੰਗਾਮਾ, ਅਸ਼ਾਂਤੀ; ਉਤੇਜਨਾ, ਪਰੇਸ਼ਾਨੀ, ਵਿਆਕੁਲਤਾ

tumultuous /ਟਯੂ'ਮਅੱਲਚੁਅਸ/ *a* ਸ਼ੋਰ-ਸ਼ਰਾਬੇ ਵਾਲਾ, ਦੰਗੇ ਫ਼ਸਾਦ ਵਾਲਾ, ਅਸ਼ਾਂਤੀ ਵਾਲਾ; ਖਰੂਦੀ, ਫ਼ਸਾਦੀ, ਦੰਗੇਬਾਜ਼

tumulus /'ਟਯੂਮਯਅਲਅਸ/ *n* ਮੜ੍ਹੀ, ਸਮਾਧੀ

tun /ਟਅੱਨ/ *n* ਪੀਪਾ ਜਾਂ ਟੱਬ ਆਦਿ ਵੱਡਾ ਭਾਂਡਾ ਜਿਸ ਵਿੱਚ ਸ਼ਰਾਬ ਕੱਢਣ ਤੋਂ ਪਹਿਲਾਂ ਖ਼ਮੀਰ (ਲਾਹਣ) ਪਾਇਆ ਜਾਂਦਾ ਹੈ, ਵਾਇਨ ਜਾਂ ਬੀਅਰ ਪਾਉਣ ਵਾਲਾ ਵੱਡਾ ਭਾਂਡਾ

tuna /'ਟਯੂਨਅ/ *n* ਇੱਕ ਕਿਸਮ ਦੀ ਮੱਛੀ, ਟੂਨਾ

tundra /'ਟਅੱਨਡਰਅ/ *n* ਉੱਤਰੀ ਧਰੁਵ ਦਾ ਬਿਰਛ ਰਹਿਤ ਮੈਦਾਨੀ ਖੇਤਰ, ਟੁੰਡਰਾ

tune /ਟਯੂਨ/ *n* ਸੁਰ, ਲੈਅ, ਤਰਜ਼, ਧੁਨ, ਤਾਲ; ਰਾਗ, ਤਰੰਨਮ, ਸੁਰਾਂ ਦਾ ਮੇਲ, ਸੁਰ ਸੰਗਤ; ਅਨੁਕੂਲਤਾ, ਉਪਯੁਕਤਤਾ; ਅਨੁਕੂਲ ਮਨੋਭਾਵ, ਉਪਯੁਕਤ ਮਾਨਸਿਕ ਦਸ਼ਾ *v* ਸੁਰ ਮਿਲਾਉਣਾ ਜਾਂ ਸੁਰ ਮਿਲਣਾ, ਇੱਕ ਸੁਰ ਕਰਨਾ ਜਾਂ ਹੋਣਾ; ਅਨੁਕੂਲ ਬਣਾਉਣਾ; (ਕਾਵਿ) ਗਾਉਣਾ, ਰਾਗ ਛੋਹਣਾ, ਸੰਗੀਤ ਰਾਹੀਂ ਪ੍ਰਗਟ ਕਰਨਾ; ਨਵਾਂ ਰੂਪ ਅਪਣਾਉਣਾ

tuneful /'ਟਯੂਨਫ਼ਲ/ *a* ਸੁਰੀਲਾ, ਸੰਗੀਤਮਈ, ਮਿੱਠੀ ਸੁਰ ਵਾਲਾ

tuner /'ਟਯੂਨਅ*/ *n* ਸੁਰ ਮਿਲਾਉਣ ਵਾਲਾ, ਸੁਰ ਕਰਨ ਵਾਲਾ

tungsten /'ਟਅੱਙਸਟਅਨ/ *n* ਬਿਜਲੀ ਦੇ ਲਾਟੂਆਂ ਵਿੱਚ ਵਰਤੀ ਜਾਣ ਵਾਲੀ ਇੱਕ ਧਾਤ, ਟੰਗਸਟਨ

tunic /'ਟਯੂਨਿਕ/ *n* ਇਸਤਰੀਆਂ ਦਾ ਢਿੱਲਾ ਬਲਾਊਜ਼, ਚੋਗਾ; ਇੱਕ ਫ਼ੌਜੀ ਦਾ ਤੰਗ ਕੋਟ, (ਜੰਤੂ) ਖਲੜੀ; (ਸਰੀਰ) ਕਿਸੇ ਅੰਗ ਦੇ ਦੁਆਲੇ ਦੀ ਝਿੱਲੀ

tunicle /'ਟਯੂਨਿਕਲ/ *n* ਛੋਟਾ ਚੋਲਾ, ਖੋਲ

tuning fork *n* ਸਾਜ਼ਾਂ ਨੂੰ ਸੁਰ ਕਰਨ ਵਾਲੀ ਚਿਮਟੀ

tunnel /'ਟਅੱਨਲ/ *n* ਸੁਰੰਗ *v* ਸੁਰੰਗ ਕੱਢਣਾ; ਸੁਰੰਗ ਵਿੱਚੋਂ ਲੰਘਣਾ

tunnel vision *n* (ਸਰੀਰ ਦੇ ਅੰਦਰਲੇ ਭਾਗ ਨੂੰ) ਕਿਸੇ ਨਾਲੀ ਰਾਹੀਂ ਦੇਖ ਸਕਣ ਦਾ ਕਾਰਜ, ਸਿੱਧੇ ਤੌਰ 'ਤੇ ਨਾ ਦੇਖ ਸਕਣ ਦੀ ਦਸ਼ਾ, ਕਿਸੇ ਸਥਿਤੀ ਦੇ ਕੇਵਲ ਇੱਕ ਪੱਖ ਨੂੰ ਜਾਂਚ ਸਕਣ ਦੀ ਯੋਗਤਾ

tunny /'ਟਅੱਨਿ/ *n* ਇੱਕ ਵੱਡੇ ਆਕਾਰ ਦੀ

ਸਮੁੰਦਰੀ ਮੱਛੀ

tup /ਟਅੱਪ/ *n* ਛੱਤਰਾ, ਭੇਡੂ

tupelo /'ਟਯੂਪਿਲਅਉ/ *n* ਅਮਰੀਕਾ ਸੰਘ ਦੀ ਦੱਖਣੀ ਦਲਦਲ ਵਿੱਚ ਹੋਣ ਵਾਲਾ ਰੁੱਖ; ਅਮਰੀਕੀ ਗੂੰਦ

tuque /ਟਯੂਕ/ *n* ਕੈਨੇਡਾ ਵਿੱਚ ਪ੍ਰਚੱਲਿਤ ਇੱਕ ਉਣੀ ਹੋਈ ਟੋਪੀ, ਤੂਕ

tuquoque /ˌਟਯੂ'ਕਵਅਉਕਵਿ/ *(L) n* (ਕਿਸੇ ਵੱਲੋਂ ਲਾਈ ਗਈ ਤੁਹਮਤ ਦਾ) ਮੋੜਵਾਂ ਜਵਾਬ ਕਿ ਤੂੰ ਵੀ ਅਜਿਹਾ ਹੀ ਹੈਂ, ਘੜਿਆ-ਘੜਾਇਆ ਜਵਾਬ

turban /'ਟਅ:ਬਅਨ/ *n* ਪੱਗ, ਪਗੜੀ, ਦਸਤਾਰ; ਇਸਤਰੀਆਂ ਦੀ ਜਾਂ ਬੱਚਿਆਂ ਦੀ ਟੋਪੀ; ਅਜਿਹੀ ਟੋਪੀ ਜਿਸ ਦਾ ਕਿੰਗਰਾ ਬਾਹਰ ਨੂੰ ਨਾ ਵਧਿਆ ਹੋਵੇ

turbid /'ਟਅ:ਬਿਡ/ *a* (ਪਾਣੀ) ਗੰਧਲਿਆ, ਗੰਦਾ, ਮਲੀਨ, (ਰੰਗ) ਮੈਲਾ, ਘਸਮੈਲਾ; ਉਲਝਿਆ, ਪਰੇਸ਼ਾਨ, ਵਿਆਕੁਲ

turbidity/ਟਅ:'ਬਿਡਅਟਿ/ *n* ਮਲੀਨਤਾ, ਮੈਲਾਪਣ, ਗੰਧਲਾਪਣ, ਅਸਵੱਛਤਾ; ਉਲਝਣ, ਵਿਆਕੁਲਤਾ, ਪਰੇਸ਼ਾਨੀ

turbinate/'ਟਅ:ਬਿਨਅਟ/ *a* ਲਾਟੂ ਵਾਂਗ ਚੱਕਰ ਕੱਟਣ ਜਾਂ ਘੁੰਮਣ ਵਾਲਾ

turbination /ˌਟਅ:ਬਿ'ਨੇਇਸ਼ਨ/ *n* ਘੁੰਮ-ਘੁੰਮਾਅ, ਚੱਕਰ ਕੱਟਣ, ਭ੍ਰਮਣ ਦੀ ਕਿਰਿਆ

turbine /'ਟਅ:ਬਾਇਨ/ *n* ਮਸ਼ੀਨ ਦਾ ਪਹੀਆ (ਜਿਹੜਾ ਪਾਣੀ ਹਵਾ ਜਾਂ ਭਾਫ਼ ਨਾਲ ਚੱਲੇ), ਟਰਬਾਈਨ

turbit /'ਟਅ:ਬਿਟ/ *n* ਇੱਕ ਪਾਲਤੂ ਕਬੂਤਰ

turbojet/'ਟਅ:ਬਅਉਜੈੱਟ/ *n* ਟਰਬੋਜੈੱਟ ਇੰਜਨ ਵਾਲਾ ਹਵਾਈ ਜਹਾਜ਼, ਪਿਛਲੇ ਪਾਸੇ ਗੈਸ ਅਤੇ ਗਰਮ ਹਵਾ ਛੱਡਣ ਵਾਲਾ ਹਵਾਈ ਜਹਾਜ਼ ਦਾ ਇੰਜਨ

turbot /'ਟਅ:ਬਅਟ/ *n* ਇੱਕ ਵੱਡੇ ਆਕਾਰ ਦੀ ਚਪਟੀ ਮੱਛੀ

turbulence /'ਟਅ:ਬਯਅਲਅਨਸ/ *n* ਖਲਬਲੀ, ਗੜਬੜ, ਖਰੂਦ, ਫ਼ਸਾਦ, ਦੰਗਾ, ਹੰਗਾਮਾ; ਅਸ਼ਾਂਤੀ, ਬੇਚੈਨੀ

turbulent /'ਟਅ:ਬਯਅਲਅਨਟ/ *a* (ਪਾਣੀ) ਹੜ੍ਹ ਵਾਲਾ, ਹੜ੍ਹ ਲਿਆ ਦੇਣ ਵਾਲਾ, ਤਬਾਹੀ ਮਚਾਉਣ ਵਾਲਾ; ਅਸ਼ਾਂਤ, ਵਿਆਕੁਲ, ਬੇਚੈਨ; ਖਰੂਦੀ, ਉਪੱਦਰੀ, ਫ਼ਸਾਦੀ, ਪੁਆੜੇ ਹੱਥਾ

Turcophil/'ਟਅ:ਕਅਫ਼ਿਲ/ *n* ਤੁਰਕ–ਪ੍ਰੇਮੀ, ਤੁਰਕਾਂ ਨਾਲ ਹਮਦਰਦੀ ਰੱਖਣ ਵਾਲਾ

Turcophobe /'ਟਅ:ਕਅਫ਼ਅਉਬ/ *n* ਤੁਰਕਾਂ ਪਾਸੋਂ ਡਰਨ ਵਾਲਾ, ਤੁਰਕਭੀਤ

tureen /ਟਯੁ'ਰੀਨ, ਟਅ'ਰੀਨ/ *n* ਡੂੰਘੀ ਢੱਕਣਦਾਰ ਪਲੇਟ ਜਾਂ ਰਕਾਬੀ (ਖ਼ਾਸ ਕਰ ਸੂਪ ਪਾਉਣ ਵਾਲੀ)

turf /ਟਅ:ਫ਼/ *n* ਲੰਮੀਆਂ ਤਿੜਾਂ ਵਾਲਾ ਨਿੱਕਾ-ਨਿੱਕਾ ਘਾਹ, ਖੱਬਲ ਘਾਹ; ਘਾਹ ਦੀ ਤਹਿ, ਤਿੜਾਂ ਵਾਲੇ ਘਾਹ ਦਾ ਮੈਦਾਨ; ਖੱਬਲ ਘਾਹ ਵਾਲੀ ਢੀਮ; ਘੋੜਦੌੜ ਵਾਲਾ ਮੈਦਾਨ *vt* ਘਾਹ ਲਾਉਣਾ, ਖੱਬਲ ਘਾਹ ਵਾਲਾ ਮੈਦਾਨ ਬਣਾਉਣਾ **the turf** ਘੋੜਦੌੜ

turfing /ਟਅ:ਫ਼ਿਙ/ *n* ਘਾਹ ਨਾਲ ਢਕਣ ਦੀ ਕਿਰਿਆ

turfite /'ਟਅ:ਫ਼ਾਇਟ/ *n* ਉਹ ਵਿਅਕਤੀ ਜਿਸ ਨੇ ਘੋੜਦੌੜ ਨੂੰ ਕਿੱਤਾ ਬਣਾਇਆ ਹੋਵੇ; ਘੋੜਦੌੜ ਦਾ ਪ੍ਰੇਮੀ

turf war *n* ਕਿਸੇ ਜ਼ਮੀਨ ਬਾਰੇ ਦੋ ਧੜਿਆਂ ਦੀ ਖਹਿਬੜਬਾਜ਼ੀ, ਕਿਸੇ ਵਪਾਰਕ ਧੰਦੇ ਉੱਤੇ ਅਧਿਕਾਰ ਜਮਾਉਣ ਲਈ ਦੋ ਧੜਿਆਂ ਦੀ ਆਪਸੀ ਕਸ਼ਮਕਸ਼

turgid /'ਟਅ:ਜਿਡ/ *a* (ਬੋਲੀ) ਭਾਰੇ-ਭਾਰੇ ਸ਼ਬਦਾਂ ਵਾਲੀ, ਪੰਡਤਾਊਪਣ ਵਾਲੀ; ਸੁੱਜਿਆ, ਫੁੱਲਿਆ, ਅਡੰਬਰੀ

turgidity /ਟਅ:'ਜਿਡਅਟਿ/ *n* ਸੋਜ, ਫੁਲਾਅ; ਪੰਡਤਾਊਪਣ, ਸ਼ਬਦ ਅਡੰਬਰ

Turk /ਟਅ:ਕ/ *n* ਪ੍ਰਾਚੀਨ ਤੂਰਾਨੀ ਨਸਲ ਦਾ ਮਨੁੱਖ, ਤੁਰਕ; ਅੱਥਰਾ ਤੂਰਾਨੀ ਬੱਚਾ; ਅਮੋੜ ਬਾਲ, ਕੱਬਾ ਆਦਮੀ; ਤੁਰਕੀ ਘੋੜਾ

Turkey /'ਟਅ:ਕਿ/ *n* ਤੁਰਕਾਂ ਦਾ ਦੇਸ਼, ਤੁਰਕੀ

turkey /'ਟਅ:ਕਿ/ *n* ਇੱਕ ਪ੍ਰਕਾਰ ਦਾ ਵੱਡਾ ਕੁੱਕੜ, ਪੇਰੂ

Turkey buzzard *n* ਅਮਰੀਕੀ ਗਿਰਝ

Turkey carpet *n* ਤੁਰਕੀ ਵਿੱਚ ਬਣਨ ਵਾਲਾ ਫ਼ਰਸ਼ੀ ਕਾਲੀਨ ਜਾਂ ਗਲੀਚਾ

turkeycock /'ਟਅ:ਕਿਕੌਂਕ/ *n* ਵੱਡੇ ਆਕਾਰ ਦਾ ਇੱਕ ਕੁੱਕੜ; ਨਰ ਪੇਰੂ, ਟਰਕੀ; ਬਣ-ਠਣ ਕੇ ਰਹਿਣ ਵਾਲਾ ਆਦਮੀ, ਸ਼ੇਖੀ ਖ਼ੋਰਾ, ਪਾਟੇ ਖਾਂ

turkey stone *n* ਸਾਣ ਦਾ ਪੱਥਰ

turkish /'ਟਅ:ਕਿਸ਼/ *n* ਤੁਰਕੀ ਬੋਲੀ; ਤੁਰਕੀ ਦਾ (ਵਸਨੀਕ) *a* ਤੁਰਕਾਂ ਦਾ, ਤੁਰਕਾਂ ਦੇ ਦੇਸ਼ ਦਾ

Turkish bath *n* ਤੁਰਕੀ ਇਸ਼ਨਾਨ, ਹਮਾਮੀ ਗੁਸਲ; ਤੁਰਕੀ ਇਸ਼ਨਾਨ ਘਰ

Turkish delight *n* ਇੱਕ ਪ੍ਰਕਾਰ ਦੀ ਮਿਠਿਆਈ ਜਿਸ ਉੱਤੇ ਬੂਰਾ ਸ਼ੱਕਰ ਚੜ੍ਹੀ ਹੋਈ ਹੁੰਦੀ ਹੈ

Turkoman /'ਟਅ:ਕਅ(ਉ)ਮਅਨ/ *n* ਮੱਧ ਏਸ਼ੀਆ ਦੀ ਤੁਰਕਮਾਨ ਜਾਤੀ ਦਾ ਬੰਦਾ, ਤੁਰਕਮਾਨ

turlough /'ਟਅ:ਲਅਖ/ *n* (ਗਰਮੀਆਂ ਵਿੱਚ ਸੁੱਕ ਜਾਣ ਵਾਲਾ) ਤਲਾਅ, ਛੱਪੜ

turmeric /'ਟਅ:ਮਅਰਿਕ/ *n* ਹਲਦੀ

turmoil /'ਟਅ:ਮੌਇਲ/ *n* ਗੜਬੜ, ਰੌਲਾ-ਗੌਲਾ, ਹਫੜਾ-ਦਫੜੀ, ਅਸ਼ਾਂਤੀ, ਬੇਚੈਨੀ, ਹਲਚਲ, ਖਲਬਲੀ *vt* ਹਲਚਲ ਮਚਾਉਣਾ

turn /ਟਅ:ਨ/ *v* ਮੋੜਨਾ ਜਾਂ ਮੁੜਨਾ, ਘੁਮਾਉਣਾ ਜਾਂ ਘੁੰਮਣਾ, ਫੇਰਨਾ ਜਾਂ ਫਿਰਨਾ, ਗੇੜਨਾ ਜਾਂ ਗਿੜਨਾ, ਭੁਆਉਣਾ ਜਾਂ ਭੌਣਾ, ਪਰਤਣਾ, ਪਾਸਾ ਬਦਲਨਾ; ਉਲਟਣਾ; ਅਨੁਵਾਦ ਕਰਨਾ; (ਵਿੱਚ) ਬਦਲਨਾ; ਹਰ ਪੱਖ ਉੱਤੇ ਵਿਚਾਰ ਕਰਨਾ; ਕੱਢ ਕੇ ਰੱਖਣਾ; ਇੱਕ ਚੀਜ਼ ਦੇ ਵੱਟੇ ਵਿੱਚ ਕੁਝ ਹੋਰ ਦੇਣਾ; (ਦੁੱਧ) ਫਟ ਜਾਣਾ; ਜੀਅ ਭੈੜਾ ਕਰ ਦੇਣਾ; (ਸਿਰ) ਚਕਰਾਉਣਾ; ਵਿਗਾੜਨਾ; ਖ਼ਰਾਦ 'ਤੇ ਚਾੜ੍ਹਨਾ, ਖ਼ਰਾਦਣਾ *n* ਲਪੇਟ, ਪਲਟਾ; ਵਾਰੀ; ਮੋੜ, ਚੱਕਰ; ਰੁਚੀ, ਰੁਝਾਨ; ਰੱਸੇ ਦਾ ਵਲਾਵਾਂ; (ਬਹੁ) ਮਾਹਵਾਰੀ ਦੇ ਦਿਨ, ਨ੍ਹਾਵਣੀ ਦੇ ਦਿਨ

turnabout /'ਟਅ:ਨਅਬਾਉਟ/ *n* ਵੱਡਾ ਮੁਕੰਮਲ ਮੋੜਾ *vi* ਨੀਤੀ ਦਾ ਪਾਸਾ ਪਲਟਣਾ

turnaround /'ਟਅ:ਨਅਰਾਉਨਡ/ *n* ਜਹਾਜ਼ ਵਿੱਚੋਂ ਸਮਾਨ ਉਤਾਰਨ ਅਤੇ ਲੱਦਣ ਦੀ ਕਾਰਵਾਈ, ਇਸ ਤਰ੍ਹਾਂ ਸਮਾਨ ਉਤਾਰਨ ਅਤੇ ਲੱਦਣ ਨੂੰ ਲੱਗਾ ਸਮਾਂ, ਕਿਸੇ ਕੰਮ ਨੂੰ ਨੇਪਰੇ ਚਾੜ੍ਹਨ ਦਾ ਸਮਾਂ; ਕਿਸੇ ਦੇ ਸੁਭਾਅ ਵਿੱਚ ਹੋਈ ਪੂਰਨ ਤਬਦੀਲੀ

turnbuckle /'ਟਅ:ਨਬਅੱਕਲ/ *n* ਧਾਤ ਦੀ ਸੀਖ ਦੇ ਹਿੱਸਿਆਂ ਨੂੰ ਜੋੜਨ ਵਾਲੀ ਵਿਓਂਤ

turncoat /'ਟਅ:ਨਕਅਉਟ/ *n* ਨਿੱਤ ਨਵੇਂ ਰਾਹ ਅਪਣਾਉਣ ਵਾਲਾ, ਵਾਰ-ਵਾਰ ਪਾਰਟੀ ਬਦਲਨ ਵਾਲਾ, ਸਿਧਾਂਤ ਦਾ ਕੱਚਾ, ਦਲ ਬਦਲੂ, ਚੱਕਵਾਂ ਚੁੱਲ੍ਹਾ, ਆਇਆ ਰਾਮ ਗਿਆ ਰਾਮ

turncock /'ਟਅ:ਨਕੌਕ/ *n* ਪਾਣੀ ਦੀ ਵੱਡੀ ਨਾਲ ਵਿੱਚੋਂ ਨਿੱਕੀਆਂ ਨਾਲਾਂ ਰਾਹੀਂ ਪਾਣੀ ਖੋਲ੍ਹਣ ਅਤੇ ਬੰਦ ਕਰਨ ਵਾਲਾ ਕਰਮਚਾਰੀ

turndown /'ਟਅ:ਨਡਾਉਨ/ *v* ਨਾਮਨਜ਼ੂਰ ਕਰਨਾ, ਰੱਦ ਕਰ ਦੇਣਾ (ਮਤਾ, ਸੁਝਾਅ ਆਦਿ)

turner /'ਟਅ:ਨਅ*/ *n* ਖ਼ਰਾਦ ਦਾ ਕੰਮ ਕਰਨ ਵਾਲਾ, ਖ਼ਰਾਦੀਆ; ਚਰਖੀ ਜਾਂ ਚੱਕਰ ਗੇੜਨ ਵਾਲਾ

turnery /'ਟਅ:ਨ(ਅ)ਰਿ/ *n* ਖ਼ਰਾਦ ਦਾ ਕੰਮ; ਖ਼ਰਾਦ ਦਾ ਸਮਾਨ; ਖ਼ਰਾਦ ਦਾ ਕਾਰਖ਼ਾਨਾ

turn-in /'ਟਅ:ਨਇਨ/ *v* ਲੰਘਦਿਆਂ-ਲੰਘਦਿਆਂ ਕਿਸੇ ਦੇ ਘਰ ਆਦਿ ਵਿੱਚ ਫੇਰਾ ਪਾਉਣਾ; ਸ਼ਾਮ ਨੂੰ ਬਿਸਤਰੇ ਵਿੱਚ ਪੈ ਜਾਣਾ

turning /'ਟਅ:ਨਿਙ/ *n* ਘੁਮਾਉਣ ਅਤੇ ਗੇੜਨ ਫੇਰਨ ਦੀ ਕਿਰਿਆ; ਮੋੜ, ਸੜਕ ਜਾਂ ਰਾਹ ਦਾ ਇੱਕ ਪਾਸੇ ਮੋੜ; ਚੱਕਰ, ਘੁਮਾਅ ਜਾਂ ਫੇਰ

turning point *n* ਮੋੜ

turnip /'ਟਅ:ਨਿਪ/ *n* ਗੋਂਗਲੂ, ਸ਼ਲਗਮ

turnkey /'ਟਅ:ਨਕੀ/ *a* (ਕੰਪਿ) (ਵਿਸ਼ੇਸ਼ ਤੌਰ 'ਤੇ ਕੰਪਿਊਟਰ ਪ੍ਰਨਾਲੀ ਵਿੱਚ) ਤੁਰਤ ਵਰਤੋਂ ਲਈ ਤਿਆਰ ਅਤੇ ਮੁਕੰਮਲ

turnout /'ਟਅ:ਨਆਉਟ/ *v* ਕੱਢ ਦੇਣਾ; ਬਾਹਰ ਵੱਲ ਮੋੜਨਾ; ਕੰਮ 'ਤੇ ਪੁੱਜਣਾ; ਪ੍ਰਗਟ ਕਰਨਾ ਜਾਂ

ਹੋਣਾ, ਸਾਮ੍ਹਣੇ ਹੋਣਾ; ਕੰਮ 'ਤੇ ਆਉਣਾ, ਡਿਊਟੀ 'ਤੇ ਆਉਣਾ *n* ਪੈਦਾਵਾਰ, ਉਪਜ; ਹਾਜ਼ਰੀ, ਇਕੱਠ

turnover /'ਟਅ:ਨਅਉਵ੍ਅ/ *v* ਉਲੱਦਣਾ, ਉਲਟਾਉਣਾ, ਪਲਟਾਉਣਾ; ਉਲਟ ਜਾਣਾ, ਮੂਧੇ ਹੋ ਜਾਣਾ *n* ਪਲਟਾ, ਉਲੱਦਣ, ਵਿਕਰੀ, ਵਟਕ; ਔਧੇ ਚੱਕਰ ਦੀ ਸ਼ਕਲ ਵਾਲੀ ਪੇਸਟਰੀ

turnpike /'ਟਅ:ਨਪਾਇਕ/ *n* ਸੜਕ ਉੱਤੇ ਲਾਇਆ ਗਿਆ ਛੋਟਾ ਫਾਟਕ ਤਾਂ ਜੋ ਗੱਡੀ ਘੋੜਾ ਆਦਿ ਬਿਨਾਂ ਮਸੂਲ ਦਿੱਤੇ ਅੱਗੇ ਨਾ ਲੰਘਾਇਆ ਜਾ ਸਕੇ

turnround /'ਟਅ:ਨਰਾਉਨਡ/ *v* ਪਿੱਛੇ ਨੂੰ ਮੁੜਨਾ; ਆਪਣੀ ਨੀਤੀ ਬਦਲ ਦੇਣਾ; (ਜਹਾਜ਼ ਆਦਿ ਵਿੱਚ) ਮਾਲ ਲੱਦਣਾ ਤੇ ਲਾਹੁਣਾ

turn-screw *n* ਪੇਚਕਸ

turnspit /'ਟਅ:ਨਸਪਿਟ/ *n* ਲੰਮੀ ਕਾਠੀ ਅਤੇ ਨਿੱਕੀਆਂ ਲੱਤਾਂ ਵਾਲਾ ਕੁੱਤਾ

turnstile /'ਟਅ:ਨਸਟਾਇਲ/ *n* ਇੱਕ ਆਦਮੀ ਦੇ ਲੰਘਣ ਲਈ ਲਾਈ ਗਈ ਘੁੰਮਣ ਵਾਲੀ ਚਰਖ਼ੀ, ਅਰਲਾਕੋਟ, ਅੜਾ-ਖੋੜ

turn turtle *v* ਮੂਧਾ ਹੋ ਜਾਣਾ, ਉਲਟ ਜਾਣਾ

turn-up /'ਟਅ:ਨਅੱਪ/ *n* ਪਤਲੂਨ ਜਾਂ ਪਜਾਮੇ ਦਾ ਮੋੜਿਆ ਹੋਇਆ ਪੌਂਚਾ; ਇਵਜ਼ਾਨਾ

turpentine /'ਟਅ:ਪਅਨਟਾਇਨ/ *n* ਤਾਰਪੀਨ, ਤਾਰਪੀਨ ਦਾ ਤੇਲ ਜਾਂ ਰੋਗਨ *vt* ਤਾਰਪੀਨ ਦਾ ਤੇ ਲ ਲਾਉਣਾ

turpitude /'ਟਅ:ਪਿਟਯੂਡ/ *n* ਚਰਿੱਤਰਹੀਣਤਾ, ਨੀਚਤਾ, ਗਿਰਾਵਟ

turquoise /'ਟਅ:ਕਵੌਇਜ਼/ *n* ਨੀਲੀ ਜਾਂ ਹਰੀ ਭਾਹ ਵਾਲਾ ਹੀਰਾ, ਫੀਰੋਜ਼ਾ

turret /'ਟਅ:ਰਅਟ/ *n* ਕਿਲ੍ਹੇ, ਜਾਂ ਜਹਾਜ਼ ਉੱਤੇ ਤੋਪ ਬੀੜਨ ਵਾਲੀ ਥਾਂ ਦੇ ਗਿਰਦ ਬਣਾਇਆ ਗਿਆ ਲੋਹੇ ਦਾ ਮਿਨਾਰ

turreted /'ਟਅੱਰਅਟਿਡ/ *a* ਬੁਰਜਾਂ ਵਾਲਾ, ਮਿਨਾਰਦਾਰ

turtle /'ਟਅ:ਟਲ/ *n* ਕੱਛੂਕੁੰਮਾ *vt* ਕੱਛੂਕੁੰਮੇ ਦਾ ਸ਼ਿਕਾਰ ਕਰਨਾ, ਕੱਛੂਕੁੰਮੇ ਦੀ ਭਾਲ ਕਰਨਾ

turtle dove *n* ਘੁੱਗੀ

turtler /'ਟਅ:ਟਲਅ/ *n* ਕੱਛੂਕੁੰਮੇ ਦਾ ਸ਼ਿਕਾਰੀ

turtle soup *n* ਹਰੇ ਰੰਗ ਦੇ ਕੱਛੂਕੁੰਮੇ ਦਾ ਸ਼ੋਰਬਾ

tush /ਟਅੱਸ਼/ *n* ਘਿਰਨਾ ਜਾਂ ਗੁੱਸੇ ਵਿੱਚ ਵਰਤਿਆ ਜਾਣ ਵਾਲਾ ਵਿਸਮਿਕ ਸ਼ਬਦ, ਛੀ-ਛੀ !, ਧਿਕਾਰ !

tushery /'ਟਅੱਸ਼ਅਰਿ/ *n* (ਭਾਸ਼ਾ) ਅਪਭਾਸ਼ਾਵਾਦ, ਅਪ੍ਰਚਲਿਤ ਭਾਸ਼ਾ ਦਾ ਪ੍ਰਯੋਗ

tusk /ਟਅੱਸਕ/ *n* ਹਾਥੀ ਦੰਦ, ਹਾਥੀ ਦਾ ਲੰਮਾ ਦੰਦ ਜੋ ਮੂੰਹ ਤੋਂ ਬਾਹਰ ਨਿਕਲਿਆ ਹੁੰਦਾ ਹੈ *vt* ਦੰਦਾਂ ਨਾਲ ਚੀਰਨਾ ਜਾਂ ਕੱਟਣਾ; ਦੰਦ ਚੁਭੋਣਾ

tusser /'ਟਅੱਸਅ*/ *n* ਵੇਖੋ **tussore** ਇੱਕ ਪ੍ਰਕਾਰ ਦਾ ਕੱਪੜਾ, ਟਸਰ

tussis /'ਟਅੱਸਿਸ/ *n* ਖਾਂਸੀ, ਖੰਘ

tussive /'ਟਅੱਸਿਵ੍/ *a* ਖੰਘ ਦਾ, ਖਾਂਸੀ ਦਾ

tussle /'ਟਅੱਸਲ/ *n* ਖਿੱਚ ਧੂਹ, ਝੜਪ, ਲੜਾਈ-ਝਗੜਾ, ਸੰਘਰਸ਼ *vt* ਝਗੜਾ ਕਰਨਾ, ਲੜਾਈ ਕਰਨਾ, ਹੱਥੋ ਪਾਈ ਹੋਣਾ, ਮੁਕਾਬਲਾ ਕਰਨਾ

tussock /'ਟਅੱਸਅਕ/ *n* ਘਾਹ ਦੀ ਦੱਲੀ; ਵਾਲਾਂ ਦਾ ਜੂੜਾ

tussore /'ਟਅੱਸਅ*/ *n* ਕੱਪੜੇ ਦੀ ਇੱਕ ਕਿਸਮ, ਟਸਰ, ਟਸਰੀ ਧਾਗਾ ਜਾਂ ਸੂਤ; ਰੇਸ਼ਮ, ਰੇਸ਼ਮ ਦਾ ਕੀੜਾ

tut /ਟਅੱਟ/ *n* ਬੇਸਬਰੀ, ਕਾਹਲ; ਅਸ਼ਾਂਤੀ ਘਿਰਨਾ ਆਦਿ ਪ੍ਰਗਟਾਉਣ ਵਾਲਾ ਵਿਸਮਿਕ

tutelage /'ਟਯੂਟਅਲਿਜ/ *n* ਸਰਪ੍ਰਸਤੀ; ਅਧਿਆਪਨ

tutelary /'ਟਯੂਟਅਲ(ਅ)ਰਿ/ *n* ਰੱਖਿਅਕ, ਨਿਗਰਾਨ, ਸਰਪ੍ਰਸਤ *a* ਨਿਗਰਾਨੀ ਜਾਂ ਸਰਪ੍ਰਸਤੀ ਬਾਰੇ

tutenag /'ਟੂਟਿਨੈਗ/ *n* ਜਰਮਨ ਸਿਲਵਰ ਵਰਗੀ ਇੱਕ ਮਿਸ਼ਰਤ ਧਾਤ, ਚੀਨੀ ਜਿਸਤ

tutor /'ਟਯੂਟਅ*/ *n* ਨਿਜੀ ਤੌਰ 'ਤੇ ਪੜ੍ਹਾਉਣ ਵਾਲਾ ਵਿਅਕਤੀ; ਕਿਸੇ ਬੱਚੇ ਦੀ ਵਿੱਦਿਆ ਲਈ ਜ਼ੁੰਮੇਵਾਰ ਉਸਤਾਦ; ਵਲਾਇਤ ਦੀਆਂ

ਯੂਨੀਵਰਸਿਟੀਆਂ ਵਿੱਚ ਟਿਊਟਰ ਜੋ ਵਿਦਿਆਰਥੀਆਂ ਦੀ ਪੜ੍ਹਾਈ ਦੀ ਨਿਗਰਾਨੀ ਕਰਦਾ ਹੈ; (ਕਨੂੰ) ਨਾਬਾਲਗ ਬੱਚੇ ਦਾ ਸਰਪ੍ਰਸਤ *v* ਬੱਚੇ ਦੀਂ ਵਿੱਦਿਆ ਲਈ ਜ਼ੁੰਮੇਵਾਰ ਹੋਣਾ, ਟਿਊਟਰ ਹੋਣਾ; (ਭਾਵਨਾਵਾਂ ਆਦਿ ਨੂੰ) ਵੱਸ ਵਿੱਚ ਰੱਖਣਾ; ਪ੍ਰਾਈਵੇਟ ਤੌਰ 'ਤੇ ਪੜ੍ਹਾਉਣਾ

tutorship /'ਟਯੂਟਅਸ਼ਿਪ/ *n* ਕਿਸੇ ਬੱਚੇ ਦੀ ਪੜ੍ਹਾਈ ਲਈ ਜ਼ੁੰਮੇਵਾਰੀ, ਨਿਗਰਾਨੀ

tutti-frutti /ˌਟੂਟਿ 'ਫ਼ਰੂਟਿ/ *n* ਫ਼ਲਾਂ ਵਾਲੀ ਮਿਠਿਆਈ ਜਾਂ ਆਈਸਕ੍ਰੀਮ

tut-work /'ਟਅੱਟਵਅ:ਕ/ *n* ਠੇਕੇ ਦਾ ਕੰਮ

tuxedo /ਟਅੱਕ'ਸੀਡਅਉ/ *n* ਸ਼ਾਮ ਦੇ ਖਾਣੇ ਵੇਲੇ ਪਾਉਣ ਵਾਲੀ ਜੈਕਟ

twaddle /'ਟਵੌਂਡਲ/ *n* ਬਕਵਾਸ, ਫ਼ਜ਼ੂਲ ਬਕ-ਬਕ, ਵਾਹਯਾਤ ਗੱਲ-ਬਾਤ, ਨਿਰਾਰਥਕ ਗੱਲ-ਬਾਤ *v* ਬਕਵਾਸ ਕਰਨਾ, ਬਕਣਾ, ਫ਼ਜ਼ੂਲ ਬੋਲਣਾ, ਬੇਲੋੜੀਆਂ ਗੱਲਾਂ ਕਰਨਾ

twain /ਟਵੇਇਨ/ *n* (ਪਰਾ) ਜੋੜਾ, ਦੋ ਜਣੇ, ਦੋ ਵਸਤੂਆਂ *a* ਦੂਹਰਾ, ਜੁੜਵਾਂ

twang /ਟਵੈਙ/ *n* ਸਾਰੰਗੀ ਬੈਂਜੋ ਆਦਿ ਦੀ ਤਾਰ ਖਿੱਚਿਆਂ ਨਿਕਲਨ ਵਾਲੀ ਅਵਾਜ਼, ਟੁਣਕਾਰ, ਝਣਕਾਰ *v* ਝਣਕਾਰ ਪੈਣਾ ਜਾਂ ਪਾਉਣਾ, ਟੁਣਕਾਰ ਪੈਣਾ ਜਾਂ ਪਾਉਣਾ

twangle /'ਟਵੈਙਗ(ਅ)ਲ/ *v* ਟੁਣ-ਟੁਣ ਕਰਨਾ, ਬਿਨਾਂ ਢੱਬ ਦੇ ਵਜਾਉਣਾ, ਅਨਾੜੀਆਂ ਵਾਂਗ ਵਜਾਉਣਾ

twankay /'ਟਵੈਙਕੇਇ/ *n* ਹਰੇ ਰੰਗ ਦੀ ਚੀਨੀ ਚਾਹ

twattle /'ਟਵੌਂਟ(ਅ)ਲ/ *vi* ਟਰਟਰ ਕਰਨਾ, ਟਰਟਰਾਉਣਾ

tweak /ਟਵੀਕ/ *vt* ਚੂੰਢੀ ਵੱਢਣਾ, ਨੋਚਣਾ *n* ਪਕੜ ਤੇ ਮਰੋੜਾ, ਚੁਟਕੀ, ਚੂੰਢੀ

tweaker /'ਟਵੀਕਅ*/ *n* ਗੁਲੇਲ, ਗੋਪੀਆ

tweed /ਟਵੀਡ/ *n* ਦਸੂਤੀ ਵਰਗਾ ਕੱਪੜਾ, ਮੋਟਾ ਸੂਤੀ ਜਾਂ ਊਨੀ ਕੱਪੜਾ

tweedle /'ਟਵੀਡਲ/ *n* ਝਣਕਾਰ, ਟੁਣਕਾਰ, ਸਾਰੰਗੀ ਵਰਗੀ ਅਵਾਜ਼

tweeny /'ਟਵੀਨਿ/ *n* ਅਜਿਹਾ ਨੌਕਰ ਜੋ ਦੂਜੇ ਨੌਕਰਾਂ ਦੀ ਸਹਾਇਤਾ ਕਰੇ, ਸਹਿਸੇਵਕ, ਸਹਿਕਾਰੀ, ਟਹਿਲੂਆ

tweet /ਟਵੀਟ/ *n* ਚਹਿਚਹਾਟ, ਚੂੰ-ਚੂੰ, ਚਿੜੀ ਵਰਗੇ ਪੰਛੀਆਂ ਦੀ ਅਵਾਜ਼ *vt* ਚੂੰ-ਚੂੰ ਕਰਨਾ, ਚਹਿਚਹਾਉਣਾ

tweezers /'ਟਵੀਜ਼ਅਜ਼/ *n* ਚਿਮਟੀ, ਮੋਚਨਾ *vt* ਵਾਲ ਪੁੱਟਣਾ, ਕੰਡਾ ਕੱਢਣਾ

twelfth /ਟਵੈੱਲਫ਼ਥ/ *a* ਬਾਰ੍ਹਵਾਂ, ਬਾਰ੍ਹਾਂ ਸਾਵੇਂ ਹਿੱਸਿਆਂ ਵਿੱਚੋਂ ਕੋਈ ਇੱਕ *n* ਬਾਰ੍ਹਵਾਂ ਹਿੱਸਾ

twelfth day *n* ਕ੍ਰਿਸਮਿਸ ਤੋਂ ਬਾਰ੍ਹਵਾਂ ਦਿਨ, 6 ਜਨਵਰੀ

Twelfth Night *n* 5 ਜਨਵਰੀ ਦੀ ਰਾਤ

twelve /ਟਵੈੱਲਵ੍/ *a* ਬਾਰਾਂ *n* ਬਾਰਾਂ ਦੀ ਸੰਖਿਆ

twelvefold /'ਟਵੈੱਲਵ੍ਫ਼ਅਉਲਡ/ *n* ਬਾਰਾਂ ਗੁਣਾ

twelvemo or 12 mo *n* ਕਾਗਜ਼ ਦੀ ਪੂਰੀ ਸ਼ੀਟ ਜਿਸ ਨੂੰ ਮੋੜ-ਮੋੜ ਕੇ 12 ਪੱਤਰੇ ਬਣਾਏ ਗਏ ਹੋਣ; ਇਸ ਸਾਈਜ਼ ਦੀ ਕਿਤਾਬ

twelvemonth /'ਟਵੈੱਲਵ੍ਮਅੱਨਥ/ *n* ਇੱਕ ਸਾਲ, ਪੂਰਾ ਵਰ੍ਹਾ

twentieth /'ਟਵੈੱਨਟਿਅਥ/ *a* ਵੀਹਵਾਂ

twenty /'ਟਵੈੱਨਟਿ/ *a* ਵੀਹ *n* ਵੀਹ ਦੀ ਗਿਣਤੀ

twentyfold /'ਟਵੈੱਨਟਿਫ਼ਅਉਲਡ/ *a* ਵੀਹ ਗੁਣਾ

twentyfourmo or 24 mo n 24 ਪੱਤਰਿਆਂ ਵਿੱਚ ਮੋੜੀ ਗਈ ਕਾਗਜ਼ ਦੀ ਸ਼ੀਟ; ਇਸ ਸਾਈਜ਼ ਦੀ ਕਿਤਾਬ

twenty-four seven *adv* (ਦਿਨ ਦੇ) ਚੌਵੀ ਘੰਟੇ ਅਤੇ ਹਫ਼ਤੇ ਦੇ ਸੱਤ ਦਿਨ

twerp /ਟਵਅ:ਪ/ *n* ਉਜੱਡ ਬੰਦਾ, ਲਗੌੜ

twice /ਟਵਾਇਸ/ *adv* ਦੋ ਵਾਰੀ, ਦੋ ਗੁਣਾ

twicer /'ਟਵਾਇਸਅ*/ *n* ਦੋ ਗੁਣਾ ਜਾਂ ਦੂਹਰਾ ਕੰਮ ਕਰਨ ਵਾਲਾ

twiddle /'ਟਵਿਡਲ/ *vt* ਸਹਿਜ ਰੂਪ ਹੀ ਮਰੋੜਨਾ

ਜਾਂ ਘੁਮਾਉਣਾ (ਅੰਗੂਠਾ ਆਦਿ) *n* ਵਿਹਲੀਆਂ ਗੱਲਾਂ ਕਰਨਾ; ਮਾਮੂਲੀ ਮਰੋੜ, ਸਧਾਰਨ ਘੁਮਾਅ, ਚੱਕਰ

twig[1] /ਟਵਿਗ/ *n* ਟਾਹਣੀ, ਛਮਕ, ਛੜੀ *v* ਛਮਕਾਂ ਨਾਲ ਕੁੱਟਣਾ

twig[2] *n* ਫੈਸ਼ਨ, ਸ਼ੈਲੀ, ਹਾਲਤ, ਪੱਧਰ

twig[3] *v* ਅਰਥ ਸਮਝਣਾ, (ਕਿਸੇ ਦਾ ਭਾਵ) ਜਾਂਚ ਲੈਣਾ, ਤਾੜ ਜਾਣਾ; ਅਨੁਭਵ ਕਰਨਾ, ਪਰਖ ਲੈਣਾ

twilight /'ਟਵਾਇਲਾਇਟ/ *n* ਸੰਝ, ਸ਼ਾਮ, ਸਵੇਰ ਜਾਂ ਤਿਰਕਾਲਾਂ ਦਾ ਘੁਸਮੁਸਾ, ਹਨੇਰੇ ਤੇ ਚਾਨਣ ਦੇ ਮਿਲਣ ਦੀ ਦਸ਼ਾ; (ਕਨੂੰ) ਅਪੂਰਨ ਗਿਆਨ ਜਾਂ ਬੋਧ ਦੀ ਅਵਸਥਾ *vt* ਮੱਧਮ ਰੋਸ਼ਨੀ ਕਰਨਾ, ਧੁੰਦਲਾ ਚਾਨਣ ਫੈਲਾਉਣਾ

twilight zone *n* ਵਿਚਕਾਰਲਾ ਖੇਤਰ; ਢੱਠੇ ਮਕਾਨਾਂ ਵਾਲੇ ਸ਼ਹਿਰ ਦਾ ਅੰਦਰੂਨੀ ਹਿੱਸਾ

twill /ਟਵਿਲ/ *n* ਦਸੂਤੀ ਦੀ ਬਣਤਰ ਵਾਲਾ ਇੱਕ ਕੱਪੜਾ, ਟਵਿੱਲ, ਟੂਲ ਦਾ ਕੱਪੜਾ *v* ਇਸ ਬਣਤਰ ਵਾਲਾ ਕੱਪੜਾ ਉਣਨਾ

twin /ਟਵਿਨ/ *n* ਜੌੜੇ ਜੰਮੇ ਹੋਏ ਬੱਚੇ ਜਾਂ ਵਿਅਕਤੀ, ਜੌੜੇ; ਇੱਕੋ ਜਿਹੇ ਹਿੱਸਿਆਂ ਵਾਲੀ ਵਸਤੂ; ਜੌੜਿਆਂ ਵਿੱਚੋਂ ਇੱਕ *a* ਜੌੜਾ ਜੰਮਿਆ

twine /ਟਵਾਇਨ/ *n* ਰੱਸੀ, ਡੋਰੀ, ਵੱਟਵੀਂ ਰੱਸੀ; ਵਲ, ਪੇਚ, ਮਰੋੜੀ *vt* ਧਾਗਾ ਜਾਂ ਰੱਸੀ ਵੱਟਣਾ, ਵੱਟ ਚੜ੍ਹਾਉਣਾ, ਵੱਟ ਚਾੜ੍ਹ ਕੇ ਰੱਸੀ ਬਣਾਉਣਾ; (ਕਿਸੇ ਚੀਜ਼ ਦੇ ਦੁਆਲੇ) ਵਲ੍ਹੇਟਣਾ; ਲਿਪਟਣਾ, ਵਲ ਚਾੜ੍ਹਨਾ

twin-engined *a* ਦੋ ਇੰਜਨਾਂ ਵਾਲਾ (ਜਹਾਜ਼)

twinge /ਟਵਿਨਜ/ *n* ਸਖ਼ਤ ਪੀੜ ਦੀ ਚੀਸ, ਚੋਭ, ਕਸਕ, ਵੇਦਨਾ, ਟੀਸ *vt* ਪੀੜ ਕਰਨਾ, ਚੋਭਣਾ, ਕਸਕ ਦੇਣਾ, ਮਰੋੜਨਾ, ਖਿੱਚਣਾ

twink /ਟਵਿਙਕ/ *n* ਘੜੀ, ਪਲ, ਪਲਕ ਝਮਕਣ ਮਾਤਰ, ਅੱਖ ਦਾ ਫੋਰ *v* ਝਮਕਣਾ, ਪਲਕ ਝਮਕਣਾ; ਟਿਮਟਿਮਾਉਣਾ, ਜਗਮਗਾਉਣਾ

twinkle /'ਟਵਿਙਕਲ/ *vi* ਚਮਕਣਾ, ਲਿਸ਼ਕਣਾ, ਟਿਮਟਿਮਾਉਣਾ, ਲਿਸ਼ਕ ਮਾਰਨਾ; ਝਮਕਣਾ (ਅੱਖਾਂ ਦਾ); (ਨਾਚ ਵਿੱਚ) ਪੈਰਾਂ ਦਾ ਕਾਹਲੀ-ਕਾਹਲੀ ਉਠੱਣਾ; (ਅੱਖਾਂ) ਮਟਕਾਉਣਾ *n* ਚਮਕ, ਲਿਸ਼ਕ, ਲਿਸ਼ਕਾਰਾ; (ਅੱਖਾਂ ਦੀ) ਝਮਕ

twinkling /'ਟਵਿਙਕਲਿਙ/ *n* ਜੁੜਵਾਂ ਪਦਾਰਥ ਜਾਂ ਬੱਚਾ

twirl /ਟਵਅ:ਲ/ *v* ਘੁਮਾਉਣਾ, ਭੁਆਉਣਾ, ਭੁਆਟਣੀ ਦੇਣਾ, ਕਾਹਲੀ-ਕਾਹਲੀ ਚੱਕਰ ਦੇਣਾ; ਮੁੱਛਾਂ ਨੂੰ ਤਾਅ ਦੇਣਾ ਜਾਂ ਵੱਟ ਚਾੜ੍ਹਨਾ *n* ਭੁਆਂਟਣੀ, ਚੱਕਰ, ਘੁਮਾਅ, ਲਿਖਾਈ ਵਿੱਚ ਗੁਲਾਈ, ਗੁਲਾਈਦਾਰ ਲਿਖਾਈ

twist /ਟਵਿਸਟ/ *v* ਮਰੋੜਨਾ, ਮਲਣਾ, ਵੱਟ ਚਾੜ੍ਹਨਾ, ਵੱਟਣਾ; ਟਵਿਸਟ ਨਾਚ ਨੱਚਣਾ; ਗੁੰਦਣਾ; ਵਲ–ਛਲ ਪਾਉਣਾ, ਤੋੜ-ਮਰੋੜ ਕਰਨਾ; ਕੱਸਣਾ *n* ਮਰੋੜਾ, ਵੱਟ, ਰੱਸੀ, ਵੱਟਿਆ ਧਾਗਾ; (ਕ੍ਰਿਕਟ ਵਿੱਚ) ਮੁੱਟੀ ਹੋਈ ਗੇਂਦ ਨੂੰ ਦਿੱਤਾ ਗਿਆ ਚੱਕਰ; ਰੁਝਾਨ ਜਾਂ ਸੁਭਾਅ ਦਾ ਝੁਕਾਅ

twit /ਟਵਿਟ/ *vt* ਬੋਲੀ ਮਾਰਨਾ, ਤਾਹਨਾ ਮਾਰਨਾ, ਲਾ ਕੇ ਗੱਲ ਕਰਨਾ *n* ਵਿਅੰਗ, ਤਾਹਨਾ, ਬੋਲੀ, ਫਿਟਕਾਰ, ਤਿਰਸਕਾਰ

twitch /ਟਵਿਚ/ *v* ਝਟਕਾ ਮਾਰਨਾ, ਝਟਕੇ ਨਾਲ ਖਿੱਚਣਾ; ਖੋਹ ਲੈਣਾ; ਝੰਜੋੜਨਾ (ਧਿਆਨ ਆਕਰਸ਼ਿਤ ਕਰਨ ਲਈ); ਫਰਕਣਾ (ਅੱਖ ਜਾਂ ਕਿਸੇ ਅੰਗ ਦਾ) *n* ਝਟਕਾ, ਝਪਟ; ਫਟਕਣ; ਖਿਚਾਅ, ਮਰੋੜਾ; ਧਿਆਨ ਆਕਰਸ਼ਨ

twitter /'ਟਵਿਟਅ*/ *vi* (ਪੰਛੀਆਂ ਦਾ) ਚਹਿਕਣਾ; ਫੜਕਣਾ; ਹੌਲੀ ਅਵਾਜ਼ ਵਿੱਚ ਬੋਲਣਾ *n* ਚਹਿਚਹਾਟ, ਫੜਫੜਾਹਟ

two /ਟੂ/ *a* ਦੋ *n* ਦੋ ਦਾ ਅੰਕ, ਦੋ ਦੀ ਗਿਣਤੀ, ਦੂਣੀ; ਜੋਟਾ, ਜੋੜਾ; ਦੁੱਕੀ

two-edged /ˌਟੂ'ਐਜੱਡ/ *a* ਦੋ ਧਾਰਾ; ਦੁਫਲਾ; ਦੁਵੱਲੀ ਕਾਟ ਕਰਨ ਵਾਲਾ; ਦੋਹਾਂ ਅਰਥਾਂ ਵਿੱਚ ਲਿਆ ਜਾਣ ਵਾਲਾ, ਭਰਮ ਪੂਰਨ ਅਰਥਾਂ ਵਾਲਾ

twofold /'ਟੂਫਅਉਲਡ/ *a* ਦੂਣਾ, ਦੋ ਗੁਣਾ, ਦੋਹਰਾ

two-handed *a* ਦੁਹੱਥਾ; ਦੋਂਹ ਹੱਥਾਂ ਨਾਲ ਵਾਹੁਣ

ਜਾਂ ਚਲਾਉਣ ਵਾਲਾ; ਦੋਹ ਮੁੱਠਾਂ ਜਾਂ ਦਸਤਿਆਂ ਵਾਲਾ; ਦੋਹ ਖਿਡਾਰੀਆਂ ਦੀ ਖੇਡ

twopence, twopenny /'ਟਅੱਪਅਨਸ, 'ਟਅੱਪਅਨਿ/ *n* ਦੋਹ ਪੈਸਿਆਂ ਦਾ; ਦੁੱਕੀ; ਨਿਗੂਣਾ, ਤੁੱਛ; ਬੀਅਰ (ਸ਼ਰਾਬ ਦੀ ਇੱਕ ਕਿਸਮ)

two-ply /'ਟੂਪਲਾਇ/ *a* ਦੋ ਤਹਿਆਂ ਜਾਂ ਪਰਦਿਆਂ ਵਾਲਾ

twosome /'ਟੂਸਅਮ/ *n* ਜੋੜਾ, ਜੁੱਟ

two-stroke /'ਟੂਸਟਰਅਉਕ/ *a* ਦੋ ਸਟਰੋਕਾਂ ਵਾਲਾ (ਇੰਜਨ)

tycoon /ਟਾਇ'ਕੂਨ/ *n* (ਅਪ) ਵੱਡਾ ਪੂੰਜੀਪਤੀ

tyg /ਟਿਗ/ *n* ਇੱਕ ਕਿਸਮ ਦਾ ਪਿਆਲਾ, ਟਿਗ

tyke /ਟਾਇਕ/ *n* ਲੰਡਰ ਕੁੱਤਾ; ਨੀਚ ਵਿਅਕਤੀ

tylopod /'ਟਾਇਲਅਪੌਡ/ *n* ਗੱਦੀਦਾਰ ਪੈਰ ਵਾਲਾ ਪਸ਼ੂ, (ਜਿਵੇਂ ਊਠ)

tymp /ਟਿਮਪ/ *n* ਭੱਠੀ ਦਾ ਮੂੰਹ

tympanites /'ਟਿਮਪਅਨਾਇਟੀਜ਼/ *n* ਅਫਾਰਾ, ਹਵਾ ਨਾਲ ਪੇਟ ਦਾ ਫੂਲਾਅ, ਪੇਟ ਵਿੱਚ ਹਵਾ ਭਰਨਾ

tympanum /'ਟਿਮਪਅਨਅਮ/ *n* ਕੰਨ ਦਾ ਪਰਦਾ; ਕੰਨ ਦਾ ਅੰਦਰਲਾ ਹਿੱਸਾ; ਬੂਹੇ ਦੀ ਚੁਗਾਠ ਦੀ ਉਤਲੀ ਬਾਹੀ ਅਤੇ ਉਸ ਤੋਂ ਉਤਲੀ ਡਾਟ ਦੇ ਵਿਚਾਲੇ ਦੀ ਥਾਂ

typal /'ਟਾਇਪਲ/ *a* ਨਮੂਨੇ ਦਾ

type /ਟਾਇਪ/ *n* ਪ੍ਰਕਾਰ, ਕਿਸਮ, ਵੰਨਗੀ, ਮਿਸਾਲ, ਨਮੂਨਾ; ਸਰੀਰਿਕ ਬਣਤਰ; (ਬੋਲ) ਅਨੋਖਾ ਬੰਦਾ, ਨਮੂਨਾ; ਪ੍ਰਤਿਰੂਪ; ਵਰਗ; ਛਾਪੇ ਦੇ ਅੱਖਰ; ਛਾਪਾ ਜਾਂ ਟਾਈਪ *v* ਕਿਸੇ ਵੰਨਗੀ ਦਾ ਨਮੂਨਾ ਜਾਂ ਮਿਸਾਲ ਹੋਣਾ; ਟਾਈਪ ਕਰਨਾ

typeface /'ਟਾਇਪਫ਼ੇਇਸ/ *n* (ਛਪਾਈ ਲਈ) ਟਾਈਪ ਦਾ ਫੇਸ, ਟਾਈਪ ਦੀ ਛਾਪ

typescript /'ਟਾਇਪਸਕਰਿਪਟ/ *n* ਟਾਈਪ ਕੀਤਾ ਖਰੜਾ

typesetter /'ਟਾਇਪਸੈੱਟਅ*/ *n* ਛਾਪੇ ਦੇ ਅੱਖਰ ਜੋੜ ਕੇ ਲਾਉਣ ਵਾਲਾ ਕਾਮਾ, ਕੰਪੋਜ਼ੀਟਰ; ਅੱਖਰ ਜੋੜਨ ਵਾਲੀ ਮਸ਼ੀਨ

typewriter /'ਟਾਇਪਰਾਇਟਅ*/ *n* ਟਾਈਪ ਕਰਨ ਵਾਲੀ ਮਸ਼ੀਨ, ਉਹ ਮਸ਼ੀਨ ਜਿਸ ਨਾਲ ਲਿਖਤ ਟਾਈਪ ਕੀਤੀ ਜਾਂਦੀ ਹੈ, ਟਾਈਪ ਰਾਈਟਰ

typhoid /'ਟਾਇਫ਼ੌਇਡ/ *n* ਮੋਹਰਕਾ ਤਾਪ, ਮਿਆਦੀ ਬੁਖ਼ਾਰ, ਟਾਈਫ਼ਾਈਡ

typhoidal /ਟਾਇ'ਫ਼ੌਇਡਲ/ *a* ਮਿਆਦੀ ਬੁਖ਼ਾਰ ਸੰਬੰਧੀ, ਟਾਈਫ਼ਾਈਡ ਸੰਬੰਧੀ

typhonic /ਟਾਇ'ਫ਼ੌਨਿਕ/ *a* ਤੂਫ਼ਾਨੀ, ਝੱਖੜ ਵਾਲਾ, ਤੂਫ਼ਾਨ ਵਾਲਾ

typhoon /ਟਾਇ'ਫ਼ੂਨ/ *n* ਜ਼ੋਰਦਾਰ ਹਨੇਰੀ, ਸਖ਼ਤ ਝੱਖੜ, ਸਮੁੰਦਰੀ ਝੱਖੜ ਜਾਂ ਤੂਫ਼ਾਨ; ਚੀਨ ਸਾਗਰ ਵਿੱਚ ਜੁਲਾਈ ਤੋਂ ਅਕਤੂਬਰ ਤੱਕ ਚੱਲਣ ਵਾਲੇ ਝੱਖੜ; ਪ੍ਰਚੰਡ ਤੂਫ਼ਾਨ

typhus /'ਟਾਇਫ਼ਅਸ/ *n* ਇੱਕ ਬੁਖ਼ਾਰ ਜਿਸ ਵਿੱਚ ਸਰੀਰ ਉੱਤੇ ਦਾਣੇ ਨਿਕਲ ਆਉਂਦੇ ਹਨ ਅਤੇ ਬਹੁਤ ਜ਼ਿਆਦਾ ਕਮਜ਼ੋਰੀ ਹੋ ਜਾਂਦੀ ਹੈ, ਟਾਈਫਸ

typic /'ਟਿਪਿਕ/ *a* ਨਮੂਨੇ ਦਾ, ਪ੍ਰਤਿਰੂਪਕ

typical /'ਟਿਪਿਕਲ/ *a* ਨਮੂਨੇ ਦਾ, ਮਿਸਾਲੀ; ਵਿਸ਼ੇਸ਼, ਖ਼ਾਸ, ਵਿਸ਼ਿਸ਼ਟ; ਵੱਖਰੀਆਂ ਵਿਸ਼ੇਸ਼ਤਾਵਾਂ ਵਾਲਾ, ਵਿਸ਼ੇਸ਼ ਲੱਛਣਾਂ ਵਾਲਾ; ਕਿਸੇ ਘਟਨਾ ਦੀ ਖ਼ਬਰ ਦੇਣ ਵਾਲਾ

typify /'ਟਿਪਿਫ਼ਾਇ/ *vt* ਉਦਾਹਰਨ ਦੇ ਕੇ ਸਪਸ਼ਟ ਕਰਨਾ, ਨਮੂਨਾ ਪੇਸ਼ ਕਰਨਾ; ਨਮੂਨੇ ਵਜੋਂ ਹੋਣਾ; ਵਿਸ਼ੇਸ਼ ਲੱਛਣਾਂ ਵਾਲਾ ਹੋਣਾ; ਕਿਸੇ ਵਾਪਰਨ ਵਾਲੀ ਘਟਨਾ ਦੀ ਖ਼ਬਰ ਦੇਣਾ

typist /'ਟਾਇਪਿਸਟ/ *n* ਟਾਈਪ ਕਰਨ ਵਾਲਾ, ਟਾਈਪ ਮਸ਼ੀਨ ਨਾਲ ਲਿਖਣ ਵਾਲਾ, ਟਾਈਪਿਸਟ

typographic, typographical /ˌਟਾਇਪਅ'ਗਰੈਫ਼ਿਕ, ˌਟਾਇਪਅ'ਗਰੈਫ਼ਿਕਲ/ *a* ਛਪਾਈ ਦਾ, ਛਪਾਈ ਸੰਬੰਧੀ, ਛਾਪਣ ਕਲਾ ਸੰਬੰਧੀ

typography /ਟਾਇ'ਪੌਗਰਅਫ਼ਿ/ *n* ਛਪਾਈ, ਛਾਪੇ ਨਾਲ ਲਿਖਣ ਦਾ ਕੰਮ; ਛਪਾਈ ਦੀ ਕਲਾ, ਮੁਦਰਨ ਕਲਾ

typology /ਟਾਇ'ਪੌਲਅਜਿ/ *n* ਕਿਸੇ ਚੀਜ਼ ਦੀ ਵੱਖ ਵੱਖ ਵੰਨਗੀਆਂ ਵਿੱਚ ਵੰਡ, ਵੱਖ-ਵੱਖ ਨਮੂਨੇ,

ਕਿਸਮਾਂ ਵੱਖ-ਵੱਖ ਕਰਨ ਦੀ ਵਿਧੀ

tyrannical /ਟਿ'ਰੈਨਿਕਲ/ *a* ਅਤਿਆਚਾਰੀ, ਜਾਬਰ, ਸਿਤਮਗਰ, ਨਿਰਦਈ, ਕਹਿਰਵਾਨ, ਤਾਨਾਸ਼ਾਹ; ਜ ਾਬਰਾਂ ਵਾਲਾ, ਧੱਕੇਸ਼ਾਹੀ ਕਰਨ ਵਾਲਾ

tyrannicide /ਟਿ'ਰੈਨਿਸਾਇਡ/ *n* ਜ਼ਾਲਮ ਦਾ ਕਤਲ, ਜਾਬਰ ਨੂੰ ਮਾਰਨ ਦੀ ਕਿਰਿਆ, ਧੱਕੇਸ਼ਾਹੀ ਕਰਨ ਵਾਲੇ ਦੀ ਹੱਤਿਆ

tyrannize /'ਟਿਰਅਨਾਇਜ਼/ *v* ਜਬਰ ਕਰਨਾ, ਜ਼ੁਲਮ ਕਰਨਾ, ਧੱਕਾ ਕਰਨਾ

tyrannous /'ਟਿਰਅਨਅਸ/ *a* ਜਨਤਾ ਨੂੰ ਦੁੱਖ ਦੇਣ ਵਾਲਾ, ਜ਼ਾਲਮ, ਜਾਬਰ, ਅਤਿਆਚਾਰੀ

tyranny /'ਟਿਰਅਨਿ/ *n* ਜ਼ੁਲਮ, ਅਤਿਆਚਾਰ, ਜਬਰ, ਧੱਕੇਸ਼ਾਹੀ; ਅਤਿਆਚਾਰੀ ਰਾਜ, ਧੱਕੇਸ਼ਾਹੀ ਵਾਲੀ ਹਕੂਮਤ

tyrant /'ਟਾਇਰਅਨਟ/ *n* ਜ਼ਾਲਮ, ਜਾਬਰ, ਅਤਿਆਚਾਰੀ; ਜ਼ਾਲਮ ਰਾਜਾ

tyre /'ਟਾਇਅ*/ *n* ਟਾਇਰ (ਮੋਟਰ, ਸਾਈਕਲ ਆਦਿ ਦਾ)

tyro /'ਟਾਇਰਅਉ/ *n* ਸਿਖਾਂਦਰੂ, ਨਵਾਂ ਸਿਖਿਆ

tzar /ਜ਼ਾ*/ *n* ਰੂਸ ਦੇ ਬਾਦਸ਼ਾਹ ਦੀ ਉਪਾਧੀ

U

U, u /**ਯੂ**/ *n* ਅੰਗਰੇਜ਼ੀ ਵਰਨਮਾਲਾ ਦਾ ਇੱਕੀਵਾਂ ਅੱਖਰ

U-bend *n* U ਦੀ ਸ਼ਕਲ ਦਾ ਪਾਈਪ ਦਾ ਮੋੜ

uberty /**'ਯੂਬਅਟਿ**/ *n* ਸਮਰਿਧੀ, ਬਹੁਤਾਤ

ubiety /**ਯੂ'ਬਾਇਇਟਿ**/ *n* ਸਥਾਨਕਤਾ, ਸਥਿਤੀ

ubiquitous /**ਯੂ'ਬਿਕਵਿਟਅਸ**/ *a* ਸਰਬਵਿਆਪਕ, ਸਰਬਵਿਆਪੀ

ubiquity /**ਯੂ'ਬਿਕਵਿਟਿ**/ *n* ਸਰਬਵਿਆਪਕਤਾ, ਇਕੋ ਸਮੇਂ ਕਈ ਥਾਵਾਂ ਉੱਤੇ ਉਪਸਥਿਤੀ, ਹਾਜ਼ਰੀ ਨਾਜ਼ਰੀ

U boat /**'ਯੂਬਅਉਟ**/ *n* ਜਰਮਨ ਪਣਡੁੱਬੀ, ਯੂ ਬੋਟ

U bolt *n* U ਆਕਾਰ ਦੀ ਚਿਟਕਣੀ ਜਾਂ ਬੋਲਟ, ਯੂ ਬੋਲਟ

udal /**'ਯੂਡਲ**/ *n* (ਜ਼ਮੀਨ ਦੇ ਕਬਜ਼ੇ ਉੱਤੇ ਆਧਾਰਿਤ) ਹੱਕ ਮਾਲਕੀ

udaller /**'ਯੂਡਅਲਅ***/ *n* (ਕਬਜ਼ੇ ਕਾਰਨ) ਜ਼ਮੀਨ ਦਾ ਮਾਲਕ

udder /**'ਅੱਡਅ***/ *n* ਮੰਮਾ, ਲੇਵਾ, ਹਵਾਨਾ

uddered /**'ਅੱਡਅਡ**/ *a* ਲੇਵੇ ਵਾਲੀ, ਹਵਾਨੇਦਾਰ

udderful /**'ਅੱਡਅਫ਼ੁਲ**/ *a* ਭਰੇ ਲੇਵੇ ਵਾਲੀ

udderless /**'ਅੱਡਅਲਅਸ**/ *a* ਲੇਵੇ ਤੋਂ ਬਿਨਾ

udometer /**ਯੂ'ਡੌਮਿਟਅ***/ *n* ਵਰਖਾ ਮਾਪਕ ਯੰਤਰ

ugh /**ਅੱਗ, ਅੱਹ**/ *int* ਉਹ !, ਉਫ !, ਤੋਬਾ

uglify /**'ਅੱਗਲਿਫ਼ਾਇ**/ *vt* ਕਰੂਪ ਕਰਨਾ, ਸ਼ਕਲ ਵਿਗਾੜਨਾ, ਬਦਸ਼ਕਲ ਕਰਨਾ

ugliness /**'ਅੱਗਲਿਨਅਸ**/ *n* ਕਰੂਪਤਾ, ਕੋਹਜ, ਕੁਢੱਬ

ugly /**'ਅੱਗਲਿ**/ *a* ਕਰੂਪ, ਬਦਸ਼ਕਲ, ਬਦਸੂਰਤ, ਕੋਹਜਾ, ਕੁਲਹਿਣਾ; ਅਸੱਭਿਆ, ਅਸ਼ਿਸ਼ਟ, ਭੱਦਾ, ਬੁਰਾ; ਕੁਢੰਗਾ (ਕੰਮ)

ugsome /**'ਅੱਗਸ(ਅ)ਮ**/ *a* ਘਿਰਨਾਯੋਗ; ਡਰਾਉਣਾ, ਭਿਆਨਕ, ਖ਼ੌਫ਼ਨਾਕ

ugsomeness /**'ਅੱਗਸ(ਅ)ਮਨਅਸ**/ *n* ਘਿਰਨਾਯੋਗਤਾ, ਡਰ, ਭਿਆਨਕਤਾ, ਭੈ, ਖ਼ੌਫ਼

UK /**ˌਯੂ 'ਕੇਇ**/ *abbr* **United Kingdom** ਦਾ ਸੰਖਿਪਤ ਰੂਪ, ਬਰਤਾਨੀਆ ਸਕਾਟਲੈਂਡ ਵੇਲਜ਼ ਅਤੇ ਉੱਤਰੀ ਆਇਰਲੈਂਡ ਦਾ ਰਾਜਨੀਤਿਕ ਖੇਤਰ

ulcer /**'ਅੱਲਸਅ***/ *n* ਫੋੜਾ, ਸਰੀਰ ਦੇ ਅੰਦਰ ਜਾਂ ਬਾਹਰ ਪਾਕ ਵਾਲਾ ਫੋੜਾ, ਨਾਸੂਰ, (ਬੋਲ) ਚਰਿੱਤਰਦੋਸ਼, ਵਿਭਚਾਰਪੂਰਨ ਪ੍ਰਭਾਵ, ਭ੍ਰਿਸ਼ਟਾਚਾਰ; ਵਿਭਚਾਰ, ਦੁਰਾਚਾਰ; ਗੰਦਗੀ

ulcerate /**'ਅੱਲਸਅਰੇਇਟ**/ *v* ਫੋੜੇ ਬਣ ਜਾਣਾ ਜਾਂ ਬਣਾ ਦੇਣਾ; ਪੱਕ ਜਾਣਾ ਜਾਂ ਪਕਾ ਦੇਣਾ

ulcered /**'ਅੱਲਸਅਡ**/ *a* ਫੋੜੇ ਵਾਲਾ, ਨਾਸੂਰਦਾਰ

ulcerous /**'ਅੱਲਸ(ਅ)ਰਅਸ**/ *a* ਪੱਕਿਆ, ਪਾਕ ਪਈ ਹੋਈ

uliginous /**ਯੂ'ਲਿਜਿਨਅਸ**/ *a* (ਬਨ) ਚਿੱਕੜ ਵਿੱਚ ਉੱਗਣ ਵਾਲਾ (ਪੌਦਾ)

ullage /**'ਅੱਲਿਜ**/ *n* ਊਣ, ਕਮੀ (ਵਿਸ਼ੇਸ਼ ਕਰਕੇ ਬੋਤਲ ਆਦਿ ਦੀ)

ulna /**'ਅੱਲਨਅ**/ *n* ਵੀਣੀ ਦੀਆਂ ਦੋ ਹੱਡੀਆਂ ਵਿੱਚੋਂ ਅੰਦਰਲੇ ਪਾਸੇ ਦੀ ਹੱਡੀ; ਅਲਨਾ

ulnar /**'ਅੱਲਨਅ***/ *a* ਅਲਨਾ ਸੰਬੰਧੀ

ulster /**'ਅੱਲਸਟਅ***/ *n* ਇੱਕ ਪ੍ਰਕਾਰ ਦਾ ਲੰਮਾ ਢਿੱਲਾ ਲਬਾਦਾ ਜਾਂ ਓਵਰਕੋਟ, ਅਲਸਟਰ

ulterior /**ਅੱਲ'ਟਿਅਰਿਅ***/ *a* ਦੁਰੇਡਾ, ਪਰਲਾ, ਪਰੇ ਸਥਿਤ, ਦੂਰਵਰਤੀ; (ਮਨੋਰਥ ਆਦਿ) ਗੁਪਤ, ਅਪ੍ਰਤੱਖ, ਲੁਕਵਾਂ, ਗੁੱਝਾ, ਪ੍ਰੋਖ (ਮੰਤਵ, ਨੀਤ, ਵਿਚਾਰ)

ulteriority /**ਅੱਲˌਟਿਅਰਿ'ਔਰਿਟਿ***/ *n* ਆਖ਼ਰ, ਦੁਰੇਡਾਪਣ, ਦੂਰਵਰਤਤਾ

ultima /**'ਅੱਲਟਿਮਅ**/ *(L) n* ਸ਼ਬਦ ਦਾ ਅੰਤਿਮ ਉਚਾਰਖੰਡ

ultimate /**'ਅੱਲਟਿਮਅਟ**/ *a* ਮੁਢਲਾ, ਮੂਲ; ਕਤਈ; ਅੰਤਲਾ, ਆਖ਼ਰੀ

ultimately /'ਅੱਲਟਿਮਅਟਲਿ/ *adv* ਆਖ਼ਰ ਨੂੰ, ਸਿੱਟੇ ਵਜੋਂ

ultimate truth *n* ਪਰਮ ਸੱਚ

ultimatum /ˌਅੱਲਟਿ'ਮੇਇਟਅਮ/ *n* ਮੌਲਿਕ ਸਿਧਾਂਤ; ਅੰਤਿਮ ਚਿਤਾਵਨੀ, ਅੰਤਿਮ ਮੰਗ; ਅੰਤਿਮ ਗੱਲ ਜਾਂ ਸ਼ਰਤ, ਅਲਟੀਮੇਟਮ

ultimo /'ਅੱਲਟਿਮਅਉ/ *(L) n* ਪਿਛਲੇ ਮਹੀਨੇ ਦਾ

ultra /'ਅੱਲਟਰਅ/ *n* ਅੱਤ ਪੱਖੀ, ਅੱਤਵਾਦੀ, ਉਗਰਪੰਥੀ; ਪ੍ਰਗਤੀਵਾਦੀ

ultraism /'ਅੱਲਟਰਅਇਜ਼ਅਮ/ *n* ਅੱਤਵਾਦ, ਅੱਤ ਪੱਖੀ ਦ੍ਰਿਸ਼ਟੀਕੋਣ, ਇੰਤਹਾਪਸੰਦੀ

ultramarine /ˌਅੱਲਟਰਅਮਅ'ਰੀਨ/ *a* ਸਮੁੰਦਰ ਪਾਰਲਾ, ਸਮੁੰਦਰ ਪਾਰ ਸਥਿਤ *n* ਨੀਲਾ ਰੰਗ

ultra-rays /ˌਅੱਲਟਰਅ'ਰੇਇਜ਼/ *n* ਪਰਾਕਿਰਨਾਂ

ultrasonics /ˌਅੱਲਟਰਅ'ਸੌਨਿਕਸ/ *n* ਪਰਾ ਧੁਨੀ ਵਿਗਿਆਨ

ultra-violet /ˌਅੱਲਟਰਅ'ਵ੍ਹਾਇਅਲਅਟ/ *a* (ਸੱਤ ਰੰਗਾਂ ਦੀਆਂ ਅਦ੍ਰਿਸ਼ ਕਿਰਨਾਂ ਦਾ) ਪਰਾ ਬੈਂਗਣੀ, ਬੈਂਗਣੀ ਕਿਰਨਾਂ ਤੋਂ ਅਧਿਕ ਪ੍ਰਕਾਸ਼ਵਾਨ, ਗੂੜ੍ਹਾ ਬਨਫਸ਼ੀ

ultra vires /ˌਅੱਲਟਰਅ'ਵਾਇ(ਅ)ਰੀਜ਼/ *(L) adv* ਅਧਿਕਾਰ ਤੋਂ ਬਾਹਰ, ਵਸੀਕਾਰ ਤੋਂ ਬਾਹਰ *a* ਅਵੈਧ; ਅਨਉਚਿਤ

ululant /'ਯੂਲਯਅਲਅਨਟ/ *a* ਵਿਰਲਾਪੀ, ਰੋਂਦੂ

ululate /'ਯੂਲਯੁਲੇਇਟ,'ਅੱਲਯੁ-/ *vi* ਖ਼ੁਸ਼ੀ ਵਿੱਚ ਚੀਕਣਾ, ਉੱਲੂ ਵਰਗੀ ਅਵਾਜ਼ ਕੱਢਣਾ, ਭੇੜੂ ਵਰਗੀ ਅਵਾਜ਼ ਕੱਢਣਾ

ululation /'ਯੂਲਯੁਲੇਇਸ਼ਨ,'ਅੱਲਯੁ-/ *n* ਰੋਣ, ਚੀਕ, ਵਿਰਲਾਪ, ਚਿਲਾਹਟ

umbel /'ਅੱਮਬਅਲ/ *n* (ਬਨ) ਛਤਰੀਦਾਰ ਫੁੱਲ, ਫੁੱਲਾਂ ਦਾ ਛਤਰ

umbellet, umbellule /'ਅੱਮਬ(ਅ)ਲਿਟ, ਅੱਮ'ਬੈੱਲਯੂਲ/ *n* (ਬਨ) ਛੋਟੀ ਛਤਰੀ

umbeliferous /ਅੱਮਬੈੱ'ਲਿਫ਼(ਅ)ਰਅਸ/ *a* (ਬਨ) ਛਤਰਦਾਰ, ਛਤਰ ਪੁਸ਼ਪੀ (ਜਿਵੇਂ ਸੌਂਫ਼ ਦਾ ਫੁੱਲ)

umbellate, umbelliform /'ਅੱਮਬੈੱਲਅਟ, ਅੱਮ'ਬੈੱਲਿਫ਼ੋਮ/ *a* ਛਤਰੀਦਾਰ, ਛਤਰਨੁਮਾ

umber /'ਅੱਮਬਅ*/ *n* ਭੂਰੇ ਰੰਗ ਦਾ ਕੁਦਰਤੀ ਗੇਰੂ *a* ਭੂਰੇ ਰੰਗ ਦਾ *v* ਭੂਰੇ ਰੰਗ ਦਾ ਰੰਗਣਾ

umbilical /ਅੱਮ'ਬਿਲਿਕਲ/ *a* ਨਾਭੀ ਸੰਬੰਧੀ, ਧੁੰਨੀ ਸੰਬੰਧੀ, ਧੁੰਨੀ ਦਾ; ਕੇਂਦਰੀ

umbilical cord *n* ਨਾੜੂਆ

umbilicate /ਅੱਮ'ਬਿਲਿਕਅਟ/ *a* ਨਾਭੀ ਵਾਲਾ, ਧੁੰਨੀ ਵਾਲਾ; ਨਾਭੀ ਵਰਗਾ

umbilication /ˌਅੱਮਬਿਲਿ'ਕੇਇਸ਼ਨ/ *n* ਨਾਭੀਕਰਨ

umbilicus /ਅੱਮ'ਬਿਲਿਕਅਸ/ *n* ਨਾਭੀ, ਧੁੰਨੀ; (ਜੰਤੂ ਜਾਂ ਬਨ) ਧੁੰਨੀ ਵਰਗੀ ਬਣਤਰ, ਨਾਭੀਕਾਰ ਰਚਨਾ; (ਰੇਖਾ) ਕਿਸੇ ਤਲ ਦੇ ਵਿਸ਼ੇਸ਼ ਬਿੰਦੂ (ਜਿਸ ਤੋਂ ਸਾਰੀਆਂ ਰੇਖਾਵਾਂ ਲੰਘਦੀਆਂ ਹਨ)

umbilliferous /ˌਅੱਮਬ(ਅ)ਲਾ'ਇਫ਼(ਅ)ਰਅਸ/ *a* ਨਾਭੀ ਵਾਲਾ

umbra /'ਅੱਮਬਰਅ/ *n* ਗ੍ਰਹਿਣ ਸਮੇਂ ਚੰਨ ਜਾਂ ਪ੍ਰਿਥਵੀ ਦਾ ਮੁਕੰਮਲ ਪਰਛਾਵਾਂ, ਪਰਛਾਵਾਂ, ਭੂ–ਛਾਇਆ; (ਸੱਦੇ ਪਰਾਹੁਣੇ ਨਾਲ ਆਇਆ) ਅਣਸੱਦਿਆ ਪਰਾਹੁਣਾ

umbrage /'ਅੱਮਬਰਿਜ/ *n* (ਕਾਵਿ) ਦਰਖ਼ਤ ਦੀ ਛਾਂ, ਛਾਇਆ; ਨਾਰਾਜ਼ਗੀ, ਗੁੱਸਾ

umbrageness /'ਅੱਮਬਰਿਜਨਅਸ/ *n* ਛਾਂਦਾਰ ਹੋਣ ਦਾ ਗੁਣ

umbrageous /ਅੱਮ'ਬਰੇਇਜਅਸ/ *a* ਛਾਇਆਮਈ, ਛਾਂਦਾਰ; ਨਰਾਜ਼, ਖ਼ਫ਼ਾ, ਗੁੱਸੇ

umbrella /ਅੱਮ'ਬਰੈੱਲਅ/ *n* ਛਤਰੀ, ਛਾਤਾ; ਛਤਰ; ਸੁਰੱਖਿਆ

umbrose /'ਅੱਮਬਰਅਉਸ/ *a* ਛਾਂਦਾਰ

umlaut /'ਉਮਲਾਉਟ/ *n* (ਵਿਆ) ਸਵਰ ਪਰਿਵਰਤਨ *v* ਸਵਰ ਪਰਿਵਰਤਨ ਕਰਨਾ

umpire /'ਅੱਮਪਾਇਅ*/ *n* ਨਿਰਨਾਇਕ; ਪੰਚ,

ਅੰਪਾਇਰ; (ਕਨੂੰ) ਸਰਪੰਚ, ਸਾਲਸ *v* ਅੰਪਾਇਰੀ ਜਾਂ ਸਾਲਸੀ ਕਰਨਾ

umpteen /ˌ**ਅੱਮਪ'ਟੀਨ**/ *a* (ਅਪ) ਅਨੇਕ, ਬੇਹਿਸਾਬ

UN /ˌ**ਯੂ 'ਐਨੑ**/ *abbr* **United Nations** ਦਾ ਸੰਖਿਪਤ ਰੂਪ, ਸੰਯੁਕਤ ਰਾਸ਼ਟਰ-ਸੰਘ, ਸ਼ਾਂਤੀਮਈ ਢੰਗ ਨਾਲ ਸੰਸਾਰ ਵਿੱਚ ਆਰਥਿਕ ਅਤੇ ਸਮਾਜਿਕ ਮਸਲੇ ਹੱਲ ਕਰਨ ਵਾਲੀ ਕਈ ਦੇਸ਼ਾਂ ਦੀ ਬਣੀ ਸੰਸਥਾ

un /**ਅੱਨ**/ *pref* 'ਨਾ' ਦੇ ਅਰਥਾਂ ਵਿੱਚ ਅਗੇਤਰ

unabashed /ˌ**ਅੱਨਅ'ਬੈਸ਼ਟ**/ *a* ਨਿਰਲੱਜ, ਬੇਸ਼ਰਮ

unabated /ˌ**ਅੱਨਅ'ਬੇਇਟਿਡ**/ *a* ਲਗਾਤਾਰ, ਬੇਰੋਕ

unable /**ਅੱਨ'ਏਇਬਲ**/ *a* ਅਸਮਰੱਥ, ਅਯੋਗ, ਨਾਕਾਬਲ

unabridged /ˌ**ਅੱਨਅ'ਬਰਿਜਡ**/ *a* ਪੂਰਨ, ਅਸੰਖਿਪਤ

unacceptable /ˌ**ਅੱਨਅਕ'ਸੈਪੱਟਅਬਲ**/ *a* ਅਸਵੀਕ੍ਰਿਤ, ਨਾਪਸੰਦ

unaccompanied /ˌ**ਅੱਨਅ'ਕਅੱਮਪਅਨਿਡ**/ *a* ਇਕੱਲਾ, ਸੰਗਹੀਣ, ਨਾਲ ਨਾ ਜਾਣ ਵਾਲਾ; ਦੇ ਬਿਨਾਂ; (ਸੰਗੀ) ਬਿਨਾਂ ਵਾਦ ਯੰਤਰ ਦੀ ਸੰਗਤ ਦੇ

unaccomplished /**ਅੱਨਅ'ਕਅੱਮਪਲਿਸ਼ਟ**/ *a* ਅਪੂਰਨ, ਅਧੂਰਾ; ਕਲਾਰਹਿਤ, ਬੇਹੁਨਰ, ਗੁਣ–ਰਹਿਤ, ਕੁਚੱਜਾ

unaccountable /ˌ**ਅੱਨਅ'ਕਾਉਨਟਅਬਲ**/ *a* ਅਜੀਬ; ਅਣ ਉੱਤਰਦਾਈ, ਗੈਰਜ਼ੁੰਮੇਵਾਰ; ਅਕਹਿ, ਅਕਥਨੀ

unaccustomed /ˌ**ਅੱਨਅ'ਕਅੱਸਟਅਮਡ**/ *a* (ਕਿਸੇ ਕੰਮ ਆਦਿ ਤੋਂ) ਅਣਜਾਣ, ਅਪ੍ਰਿਚਤ; ਅਸਧਾਰਨ

unacquainted /ˌ**ਅੱਨਅ'ਕਵੇਇਨਟਿਡ**/ *a* ਅਣਜਾਣ, ਨਾਵਾਕਫ, ਬੇਖ਼ਬਰ, ਜਾਣ–ਪਛਾਣ ਨਾ ਰੱਖਣ ਵਾਲਾ, ਨਾਦਾਨ, ਅਣਭਿੱਜ

unadaptable /ˌ**ਅੱਨਅ'ਡੈਪਟਅਬਲ**/ *a* ਨਾਢਲਨਯੋਗ, ਪੱਕਾ, ਕੱਟੜ

unadjusted /ˌ**ਅੱਨਅ'ਜਅੱਸਟਿਡ**/ *a* ਨਿਰਆਧਾਰ, ਅਸਥਿਰ; ਬੇਢੱਬਾ; ਜੋ ਠੀਕ ਥਾਂ ਨਾ ਲੱਗਾ ਹੋਵੇ, ਜੋ ਯੋਜਨਾ ਜਾਂ ਪ੍ਰਬੰਧ ਅਨੁਸਾਰ ਨਾ ਹੋਵੇ, ਬੇਤਰਤੀਬਾ

unadorned /ˌ**ਅੱਨਅ'ਡੋਨਡ**/ *a* ਸਾਦਾ, ਸਧਾਰਨ, ਅਣਸਜਿਆ, ਅਣਫੱਬਿਆ, ਅਣਅਲੰਕ੍ਰਿਤ

unadulterated /ˌ**ਅੱਨਅ'ਡਅੱਲਟਅਰੇਇਟਿਡ**/ *a* ਅਸਲੀ, ਖਰਾ, ਸ਼ੁੱਧ, ਖਾਲਸ, ਦੂਸ਼ਨਰਹਿਤ

unadvanced /ˌ**ਅੱਨਅਡ'ਵ਼ਾਨਸਟ**/ *a* ਜੋ ਅਗਾਂਹਵਧੂ ਨਾ ਹੋਵੇ, ਪਛੜਿਆ, ਅਵਿਕਸਿਤ, ਉੱਨਤੀਰਹਿਤ, ਵਿਕਾਸਹੀਣ

unadventurous /ˌ**ਅੱਨਅਡ'ਵ਼ੈਨੱਚਅਰਅਸ**/ *a* ਸਾਹਸਹੀਣ, ਜ਼ੋਖਮ ਰਹਿਤ

unadvised /ˌ**ਅੱਨਅਡ'ਵ਼ਾਇਜ਼ਡ**/ *a* ਵਿਵੇਕਹੀਣ, ਤਰਕ ਰਹਿਤ, ਗੁਮਰਾਹ; ਆਪਹੁਦਰਾ

unadvisedly /ˌ**ਅੱਨਅਡ'ਵ਼ਾਇਜ਼ਿਡਲਿ**/ *adv* ਅਸਾਵਧਾਨ ਹੋ ਕੇ, ਬਿਨਾਂ ਸੋਚੇ ਸਮਝੇ; ਅਣਪੁੱਛੇ; ਸਲਾਹ ਲਏ ਬਿਨਾਂ

unaffected /ˌ**ਅੱਨਅ'ਫ਼ੈੱਕਟਿਡ**/ *a* ਅਪ੍ਰਭਾਵਿਤ, ਅਣਭਿੱਜ; ਨਿਸ਼ਕਪਟ, ਸਹਿਜ, ਸੁਭਾਵਿਕ, ਸੁੱਚਾ, ਸਿੱਧਾ-ਸਾਦਾ, ਖਰਾ, ਭੋਲਾ-ਭਾਲਾ

unaffectedness /ˌ**ਅੱਨਅ'ਫ਼ੈੱਕਟਿਡਨਅਸ**/ *n* ਪ੍ਰਭਾਵਰਹਿਤਤਾ, ਅਣਭਿੱਜਤਾ; ਨਿਸ਼ਕਪਟਤਾ, ਸਹਿਜ, ਸਰਲਤਾ; ਸੁਭਾਵਿਕਤਾ, ਸਚਾਈ; ਸਾਦਗੀ, ਖਰਾਪਣ, ਨਿਰਛਲਤਾ

unallotted /ˌ**ਅੱਨਅ'ਲੌਟਿਡ**/ *a* ਅਨਿਯਤ, ਅਨਿਸ਼ਚਿਤ

unalloyed /ˌ**ਅੱਨਅ'ਲੌਇਡ**/ *a* ਬਿਨਾਂ ਮਿਲਾਵਟ ਤੋਂ, ਅਸਲ, ਖਰਾ

unambiguous /ˌ**ਅੱਨਐਮ'ਬਿਗਯੁਅਸ**/ *a* ਅਸੰਦਿਗਧ, ਅਸਪਸ਼ਟਤ, ਸ਼ੱਕ ਵਾਲਾ

unambitious /**ਅੱਨਐਮ'ਬਿਸ਼ਅਸ**/ *n* ਸੰਤੋਖੀ, ਆਕਾਂਖਿਆਰਹਿਤ

unanimated /ˌ**ਅੱਨ੍'ਐਨਿਮੇਇਟਿਡ**/ *a* ਨਿਰਜੀਵ, ਨਿਰਜਿੰਦ, ਜਾਨਰਹਿਤ, ਪ੍ਰਾਣਹੀਣ; ਨਿਰਉਤਸ਼ਾਹੀ, ਜੋਸ਼ਹੀਣ

unanimity, unanimousness /ˌਯੂਨਅ'ਨਿਮਅਟਿ, ਯੂ'ਨੈਨਿਮਅਸਨਅਸ/ *n* ਇਕਸੁਰ, ਇੱਕ-ਵਿਚਾਰ, ਇਕਮੱਤ, ਸਰਬ-ਸੰਮਤੀ

unanimous /ਯੁ'ਨੈਨਿਮਅਸ/ *a* ਇੱਕਰਾਏ ਵਾਲਾ, ਮੁਤਫਿਕ, (ਮੱਤ, ਵੋਟ, ਵਿਚਾਰ ਸੰਬੰਧੀ) ਸਰਬ-ਸੰਮਤੀ ਵਾਲਾ

unanswerable /ਅੱਨ'ਆਨਸਅਰਅਬਲ/ *a* ਲਾਜਵਾਬ; ਨਿਰੁੱਤਰ, ਅਖੰਡਨੀ

unapt /ਅੱਨ'ਐਪਟ/ *a* ਅਯੋਗ ਅਨ-ਉਚਿਤ, ਅਢੁੱਕਵਾਂ

unarmed /ˌਅੱਨ'ਆਮਡ/ *a* ਨਿਹੱਥਾ, ਖਾਲੀ ਹੱਥ, ਬਿਨਾਂ ਹਥਿਆਰ ਤੋਂ, ਸ਼ਸਤਰਹੀਣ, ਨਿਸ਼ਸਤਰ

unasked /ˌਅੱਨ'ਆਸਕਟ/ *a* ਅਣਪੁੱਛਿਆ, ਅਣਮੰਗਿਆ

unassailable /ˌਅੱਨਅ'ਸੇਇਲਅਬਲ/ *a* ਜਿਸ ਨੂੰ ਹਰਾਇਆ ਨਾ ਜਾ ਸਕੇ, ਜਿਸ ਨੂੰ ਤਬਾਹ ਨਾ ਕੀਤਾ ਜਾ ਸਕੇ, ਜਿਸ ਉੱਤੇ ਕਿੰਤੂ-ਪਰੰਤੂ ਨਾ ਕੀਤਾ ਜਾ ਸਕੇ

unashamed /ˌਅੱਨਅ'ਸ਼ੇਇਮਡ/ *a* ਨਿਰਲੱਜ, ਬੇਹਯਾ

unassuming /ˌਅੱਨਅ'ਸਯੂਮਿਙ/ *a* ਸਰਲ, ਸਾਦਾ, ਸਾਦ-ਮੁਰਾਦਾ, ਨਿਰ ਅਭਿਮਾਨ

unattached /ˌਅੱਨਅ'ਟੈਚਟ/ *a* (ਵਿਦਿਆਰਥੀ) ਕਿਸੇ ਵਿਦਿਆਲੇ ਨਾਲ ਅਸੰਬੰਧ; (ਫ਼ੌਜ) ਕਿਸੇ ਪਲਟਣ ਜਾਂ ਰੈਜਮੈਂਟ ਨਾਲ ਅਸੰਬੰਧ; ਅਲੱਗ, ਅਸੰਬੰਧ; (ਕਨੂੰ) ਕਰਜ਼ੇ ਬਦਲੇ ਕੁਰਕੀ ਨਾ ਕੀਤਾ ਜਾਣ ਵਾਲਾ; ਗ਼ੈਰਸ਼ਾਦੀਸ਼ੁਦਾ

unattainable /ˌਅੱਨਅ'ਟੇਇਨਅਬਲ/ *a* ਪ੍ਰਾਪਤੀ ਦੇ ਅਯੋਗ, (ਵੱਡਾ ਬੰਦਾ) ਕਿਸੇ ਨੂੰ ਨਾ ਮਿਲਨ ਦਾ ਚਾਹਵਾਨ

unattended /ˌਅੱਨਅ'ਟੈਂਨੱਡਿਡ/ *a* ਨਿਗਰਾਨੀ ਰਹਿਤ, ਅਣਸੰਭਾਲਿਆ, ਅਣਗੌਲਿਆ, ਸੰਗ-ਸਾਥਹੀਣ

unauthentic /ਅੱਨਓ'ਥੈਨੱਟਿਕ/ *a* ਪ੍ਰਮਾਣਿਕ

unauthorised /ਅੱਨ'ਓਥ(ਅ)ਰਾਇਜ਼ਡ/ *a* ਨਾਜਾਇਜ਼, ਅਣ ਅਧਿਕਾਰਿਤ

unavailable /ˌਅੱਨਅ'ਵ਼ੇਇਲਅਬਲ/ *a* ਅਪ੍ਰਾਪਤ, ਅਲੱਭ

unavoidable /ˌਅੱਨਅ'ਵ਼ੌਇਡਅਬਲ/ *a* ਆਵੱਸ਼ਕ, ਅਨਿਵਾਰੀ, ਲਾਜ਼ਮੀ, ਨਾ ਟਾਲਣਯੋਗ, ਲਾਇਲਾਜ

unaware /ˌਅੱਨਅ'ਵੇਅ*/ *a* ਅਚੇਤ, ਅਚਿੰਤ, ਬੇਖ਼ਬਰ, ਅਣਜਾਣ, ਗਾਫਲ

unawares /ˌਅੱਨਅ'ਵੇਅਜ਼/ *adv* ਅਚਾਨਕ, ਅਣਜਾਣ, ਬੇਇਰਾਦਾ, ਅਚਨਚੇਤ, ਅਚਿੰਤੇ, ਬੇਖ਼ਬਰੀ ਵਿੱਚ

unbacked /ਅੱਨ'ਬੈਕਟ/ *a* ਬੇਸਹਾਰਾ, ਇਕੱਲਾ; (ਘੋੜਦੌੜ ਵਿੱਚ) ਬਿਨਾਂ ਸ਼ਰਤ ਦਾ (ਘੋੜਾ)

unbalanced /ˌਅੱਨ'ਬੈਲਅਨਸਟ/ *a* ਥਿੜਕਿਆ, ਬੇਥਵਾ, ਉਖੱੜਿਆ-ਪੁੱਖੜਿਆ; ਅਸੰਤੁਲਿਤ, ਅਸਥਿਰ

unbalanced diet *n* ਅਸੰਤੁਲਿਤ ਭੋਜਨ

unbank /ਅੱਨ'ਬੈਙਕ/ *v* ਕੰਢੇ ਤੋਂ ਮਿੱਟੀ ਹਟਾਉਣਾ; (ਅੱਗ ਨੂੰ) ਉਪੱਰੋਂ ਸੁਆਹ ਹਟਾ ਕੇ ਧੁਖਾਉਣਾ ਜਾਂ ਮਘਾਉਣਾ

unbar /ਅੱਨ'ਬਾ*/ *v* ਰੋਗ ਹਟਾ ਲੈਣਾ, ਪ੍ਰਤਿਬੰਧ ਉਠਾ ਲੈਣਾ

unbashed /ਅੱਨ'ਬੈਸ਼ਟ/ *a* ਨਿਰਲੱਜ, ਬੇਸ਼ਰਮ

unbearable /ਅੱਨ'ਬੇਅਰਅਬਲ/ *a* ਦੁੱਭਰ, ਅਸਹਿ

unbeaten /ਅੱਨ'ਬੀਟਨ/ *a* ਅਜਿੱਤ, ਅਣਪਛਾੜਿਆ; (ਰਸਤਾ) ਅਣਗਾਹਿਆ

unbecoming /ਅੱਨਬਿ'ਕਅੱਮਿਙ/ *a* ਅਨਉਚਿਤ, ਬੁਰਾ, ਅਯੋਗ, ਅਢੁਕਵਾਂ

unbeguile /ਅੱਨਬਿ'ਗਾਇਲ/ *vt* ਸਪਸ਼ਟ ਕਰ ਦੇਣਾ, ਭੁਲੇਖਾ ਦੂਰ ਕਰਨਾ

unbelief /ˌਅੱਨਬਿ'ਲੀਫ਼/ *n* ਅਵਿਸ਼ਵਾਸ , ਅਸ਼ਰਧਾ; ਅਧਰਮ, ਪਖੰਡ; ਨਾਸਤਿਕਤਾ

unbelievable /ˌਅੱਨਬਿ'ਲੀਵ੍ਅਬਲ/ *a* ਵਿਸ਼ਵਾਸ ਨਾ ਕਰਨਯੋਗ, ਭਰੋਸੇਰਹਿਤ, ਨਾ ਮੰਨਣਯੋਗ

unbeliever /ˌਅੱਨਬਿ'ਲੀਵ੍ਅ*/ *n* ਅਵਿਸ਼ਵਾਸੀ, ਸ਼ਰਧਾਹੀਣ, ਨਾਸਤਿਕ, ਅਧਰਮੀ

unbelieving /ˌਅੱਨਬਿ'ਲੀਵ੍ਿਙ/ *a* ਅਧਰਮੀ; ਨਾਸਤਿਕ; ਅਵਿਸ਼ਵਾਸੀ

unbend /ˌਅੱਨ'ਬੈੱਂਡ/ *vt* (ਦਿਮਾਗ਼ ਜਾਂ ਸਰੀਰ ਨੂੰ) ਅਰਾਮ ਦੇਣਾ, ਸੁਖਾਲਾ ਹੋ ਬਹਿਣਾ, ਨਿੱਸਲ ਹੋਣਾ; ਵਲ ਕੱਢਣਾ; ਸਿੱਧਾ ਕਰਨਾ ਜਾਂ ਹੋਣਾ

unbending /ˌਅੱਨ'ਬੈੱਂਡਿਙ/ *a* ਕੱਟੜ, ਪੱਕਾ, ਜ਼ਿੱਦੀ, ਬੇਲੋਚ, ਨਾ ਝੁਕਣ ਵਾਲਾ

unbias(s)ed /ਅੱਨ'ਬਾਇਅਸਟ/ *a* ਬਿਨਾਂ ਤਰਫਦਾਰੀ ਤੋਂ; ਪੱਖਪਾਤ ਤੋਂ ਬਿਨਾਂ, ਨਿਰਪੱਖ

unbidden /ਅੱਨ'ਬਿਡਨ/ *a* ਅਣਸੱਦਿਆ, ਬਿਨ ਬੁਲਾਇਆ (ਪਰਾਹੁਣਾ)

unbind /ਅੱਨ'ਬਾਇਨਡ/ *vt* ਖੋਲ੍ਹਣਾ, ਰਿਹਾ ਕਰਨਾ, ਬੰਧਨ ਵਿੱਚੋਂ ਕੱਢਣਾ, ਮੁਕਤ ਕਰਨਾ, ਰਿਹਾਈ ਦੇਣਾ

unblemished /ਅੱਨ'ਬਲੈੱਮਿਸ਼ਟ/ *a* ਨਿਹਕਲੰਕ, ਬੇਦਾਗ਼, ਨਿਰਦੋਸ਼

unblushing /ਅੱਨ'ਬਲਅੱਸ਼ਿਙ/ *a* ਨਿਲੱਜ, ਲੱਜਾਹੀਣ, ਬੇਸ਼ਰਮ; ਢੀਠ

unbolt /ਅੱਨ'ਬਅਉਲਟ/ *vt* ਚਿਟਕਣੀ ਖੋਲ੍ਹਣਾ; ਕੁੰਡਾ ਖੋਲ੍ਹਣਾ, ਬੂਹਾ ਖੋਲ੍ਹਣਾ

unbosom /ਅੱਨ'ਬੁਜ਼ਅਮ/ *vt* ਆਪਣੀਆਂ ਗੁਪਤ ਭਾਵਨਾਵਾਂ ਪ੍ਰਗਟ ਕਰਨੀਆਂ, ਦਿਲ ਦਾ ਭੇਤ ਖੋਲ੍ਹਣਾ

unbounded /ਅੱਨ'ਬਾਉਨਡਿਡ/ *a* ਅਨੰਤ, ਅਪਾਰ, ਬੇਹੱਦ, ਅਸੀਮਤ, ਬੇਅੰਤ

unbreakable /ਅੱਨ'ਬਰੇਇਕਅਬਲ/ *a* ਨਾ ਟੁੱਟਣ ਵਾਲਾ, ਅਟੁੱਟ; ਜੋ ਤਬਾਹ ਨਾ ਕੀਤਾ ਜਾ ਸਕੇ

unbridled /ਅੱਨ'ਬਰਾਇਡਲਡ/ *a* ਬੇਲਗਾਮ, ਬੇ-ਮੁਹਾਰਾ, ਆਪਹੁਦਰਾ, ਬੇਰੋਕ

unbroken /ਅੱਨ'ਬਰਅਉਕਅਨ/ *a* ਅਖੰਡਤ, ਅਟੁੱਟ, ਪੂਰਾ, ਅਭੰਗ (ਨੀਂਦ); ਅੱਲ੍ਹੜ, ਅਣਸਿਧਾਇਆ (ਘੋੜਾ); ਅਲੰਘ (ਰਿਕਾਰਡ); ਅਣਵਾਹਿਆ

unburden /ˌਅੱਨ'ਬਅ:ਡਨ/ *vt* (ਆਪਣੇ ਆਪ ਨੂੰ ਅਤੇ ਆਪਣੇ ਅੰਤਾਕਰਨ ਨੂੰ) ਭਾਰ ਮੁਕਤ ਕਰਨਾ, ਚਿੰਤਾ ਮੁਕਤ ਕਰਨਾ; (ਦੋਸ਼ ਆਦਿ ਸਵੀਕਾਰ ਕਰਕੇ) ਆਪਣੇ ਆਪ ਨੂੰ ਹੌਲਾ ਕਰਨਾ; ਬੋਝ ਲਾਹੁਣਾ

unbutton /ˌਅੱਨ'ਬਅੱਟ(ਅ)ਨ/ *vt* ਬਟਨ ਖੋਲ੍ਹਣਾ

uncage /ਅੱਨ'ਕੇਇਜ/ *vt* ਪਿੰਜਰੇ ਵਿਚੋਂ ਕੱਢਣਾ, ਮੁਕਤ ਕਰਨਾ, ਰਿਹਾਅ ਕਰਨਾ

uncalled /ਅੱਨ'ਕੋਲਡ/ *a* ਅਨਉਚਿਤ, ਬੇਜਾ, ਬੇਕਾਰ, ਬੇਮੌਕਾ, ਬੇਤੁਕਾ, ਅਯੋਗ

uncandid /ਅੱਨ'ਕੈਨਡਿਡ/ *a* ਹੇਰਾ-ਫੇਰੀ ਕਰਨ ਵਾਲਾ, ਕਪਟੀ, ਮੀਸਣਾ

uncanny /ਅੱਨ'ਕੈਨਿ/ *a* ਰਹੱਸਮਈ, ਅਲੋਕਾਰੀ, ਵਿਲੱਖਣ

unceasing /ਅੱਨ'ਸੀਸਿਙ/ *a* ਲਗਾਤਾਰ, ਅਖੰਡ, ਨਿਰੰਤਰ

unceremonious /ˌਅੱਨˌਸੈਰੱਅ'ਮਅਉਨਿਅਸ/ *a* ਗ਼ੈਰਰਸਮੀ, ਅਣਉਪਚਾਰਿਕ; ਖੁੱਲ੍ਹ ਖਲਾਸਾ, ਬੇਤਕੱਲਫ਼; ਅਸ਼ਿਸ਼ਟ, ਰੁੱਖਾ

unceremoniously /ˌਅੱਨˌਸੈਰੱਅ'ਮਅਉਨਿਅਸਲਿ/ *adv* ਬੇਕਾਇਦਗੀ ਨਾਲ, ਅਣਉਪਚਾਰਿਕ ਤਰੀਕੇ ਨਾਲ, ਬਿਨਾਂ ਸਲੀਕੇ ਨਾਲ, ਗ਼ੈਰਰਸਮੀ ਢੰਗ ਨਾਲ

uncertain /ਅੱਨ'ਸਅ:ਟਨ/ *a* ਡਾਵਾਂ ਡੋਲ, ਦੁਚਿੱਤੀ, ਗੈਰਯਕੀਨੀ; ਸ਼ੱਕੀ (ਗੱਲ), ਸੰਦੇਹੀ

uncertainty /ਅੱਨ'ਸਅ:ਟਨਟਿ/ *n* ਅਨਿਸ਼ਚਤਿਤਾ, ਸੰਦੇਹ

unchancy /ਅੱਨ'ਚਾਨਸਿ/ *a* ਬੇਵਕਤ, ਬੇਮੌਕਾ; (ਸਕਾਟ) ਮਨਹੂਸ; ਖ਼ਤਰਨਾਕ

uncharitable /ਅੱਨ'ਚੈਰਿਟਅਬਲ/ *a* ਕਠੋਰ, ਕਰੜਾ, ਕਰੜਾ ਨਿਆਂ ਕਰਨ ਵਾਲਾ, ਨਿਰਦਈ

unchurch /ਅੱਨ'ਚਅ:ਚ/ *vt* ਚਰਚ ਵਿੱਚੋਂ ਕੱਢਣਾ

unciform /'ਅੱਨਸਿਫ਼ੋਮ/ *a* ਮੁੜਵਾਂ, ਕੁੰਡੀਦਾਰ, ਹੁੱਕਦਾਰ

uncircumcised /ਅੱਨ'ਸਅ:ਕਅਮਸਾਇਜ਼ਡ/ *a* ਬਿਨਾਂ ਸੁੰਨਤ; ਬੇਦੀਨ; ਕਾਫਰ, ਮੂਰਤੀ ਪੂਜਕ; ਗ਼ੈਰਮੁਸਲਮ

uncivil/ uncivilized /ˌਅੱਨ'ਸਿਵ਼ਲ, ਅੱਨ'ਸਿਵ਼ਅਲਾਇਜ਼ਡ/ *a* ਉਜੱਡ, ਅੱਖੜ, ਗੰਵਾਰ, ਅਸੱਭਿਅਕ, ਅਸ਼ਿਸ਼ਟ, ਬਦਤਮੀਜ਼

unclaimed /ˌਅੱਨ'ਕਲੇਇਮਡ/ *a* ਲਾਵਾਰਸੀ, ਬੇਦਾਅਵੇਦਾਰ, ਨਿੱਖਸਮਾ

unclasp /ਅੱਨ'ਕਲਾਸਪ/ *vt* ਢਿੱਲਾ ਕਰਨਾ (ਬਕਸੂਆ, ਗੰਢ ਆਦਿ), ਖੋਲ੍ਹਣਾ

unclassified /ਅੱਨ'ਕਲੈਸਿਫ਼ਾਇਡ/ *a* ਅਵਰਗੀਕ੍ਰਿਤ; ਵਿਵਿਧ, ਵਿਭਿੰਨ

uncle /'ਅੱਙਕਲ/ *n* ਚਾਚਾ, ਤਾਇਆ, ਮਾਮਾ, ਮਾਸੜ, ਫੁੱਫੜ; (ਅਪ) ਉਹ ਆਦਮੀ ਜੋ ਚੀਜ਼ਾਂ ਗਹਿਣੇ ਰਖਵਾਉਣ ਬਦਲੇ ਪੈਸੇ ਦੇਵੇ

unclean /ˌਅੱਨ'ਕਲੀਨ/ *a* ਮਲੀਨ, ਅਸ਼ੁੱਧ, ਮੈਲਾ, ਗੰਦਾ, ਅਪਵਿਤਰ; ਭ੍ਰਿਸ਼ਟ

Uncle Sam /ˌਅੱਙਕਲ 'ਸੈਮ/ *n* ਅਮਰੀਕੀ ਸਰਕਾਰ ਜਾਂ ਨਾਗਰਿਕ

unco /'ਅੱਙਕਅ/ *a* ਬਹੁਤ ਹੀ ਵਚਿੱਤਰ, ਅਨੋਖਾ, ਨਿਰਾਲਾ; ਅਜਨਬੀ

uncoil /ਅੱਨ'ਕੋਇਲ/ *vt* (ਤਾਰ, ਆਦਿ) ਖੋਲ੍ਹਣਾ, ਵਲ ਨਿਕਲਨੇ

uncomely /ਅੱਨ'ਕਅੱਮਲਿ/ *a* ਭੱਦਾ, ਬੇਡੋਲ

uncomfortable /ਅੱਨ'ਕਅੱਮਫਟਅਬਲ, -ਫ਼ਅਟ-/ *a* ਬੇਅਰਾਮ, ਕਸ਼ਟਦਾਇਕ, ਅਸੁਵਿਧਾਜਨਕ

uncommon /ਅੱਨ'ਕੌਮਅਨ/ *a* ਅਸਧਾਰਨ, ਵਿਸ਼ੇਸ਼, ਨਿਰਾਲਾ, ਅਨੋਖਾ, ਵਿਰਲਾ; ਅਸਧਾਰਨ ਰੂਪ ਵਿੱਚ, ਵਿਸ਼ੇਸ਼ ਰੂਪ ਵਿੱਚ

uncommunicative /ˌਅੱਨਕਅ'ਮਯੂਨਿਕਅਟਿਵ਼/ *a* ਆਪਣੇ ਵਿਚਾਰ ਪ੍ਰਗਟ ਨਾ ਕਰਨ ਵਾਲਾ, ਸੰਕੋਚੀ, ਨਾ ਮਿਲਨ ਸਾਰ

uncomplimentary /ਅੱਨˌਕੌਮਪਲਿ'ਮੈਂਟਰਿ/ *a* ਉਜੱਡਤਾ ਭਰਿਆ, ਅਸ਼ਿਸ਼ਟਤਾਪੂਰਨ, ਉਜੱਡ

uncompromising /ਅੱਨ'ਕੌਮਪਰਅਮਾਇਜ਼ਿਙ/ *a* ਹਠਧਰਮੀ, ਸਮਝੌਤੇ ਲਈ ਨਾ ਤਿਆਰ; ਹਠੀ, ਜ਼ਿਦ ਕਰਨ ਵਾਲਾ

unconcern /ˌਅੱਨਕਅਨ'ਸਅ:ਨ/ *a* ਅਰੁਚੀ, ਉਦਾਸੀਨਤਾ, ਨਿਸ਼ਚਿੰਤਤਾ, ਬੇਪਰਵਾਹੀ, ਬੇਫ਼ਿਕਰੀ

unconcerned /ˌਅੱਨਕਅਨ'ਸਅ:ਨਡ/ *a* (ਕਿਸੇ ਵਸਤੂ ਤੋਂ) ਨਿਰਲੇਪ, ਉਦਾਸੀਨ, ਅਸੰਬੰਧਿਤ, ਬੇਪਰਵਾਹ, ਬੇਫ਼ਿਕਰ, ਅਟੰਕ

unconcernedly /ˌਅੱਨਕਅਨ'ਸਅ:ਨਿਡਲਿ/ *adv* ਬੇਪਰਵਾਹੀ ਨਾਲ, ਬੇਫ਼ਿਕਰੀ ਨਾਲ

unconditional /ˌਅੱਨਕਅਨ'ਡਿਸ਼ਅਨਲ/ *a* ਉੱਕਾ, ਸੁਤੰਤਰ, ਨਿਰਪੇਖ, ਬਿਨਾਂ ਸ਼ਰਤ (ਹਾਰ, ਇਨਕਾਰ)

unconfirmed /ˌਅੱਨਕਅਨ'ਫ਼ਅ:ਮਡ/ *a* ਕੱਚਾ, ਅਪੁਸ਼ਟ, ਅਪਰਮਾਣਿਤ

unconscionable /ਅੱਨ'ਕੌਨਸ਼ਅਨਅਬਲ/ *a* ਨਾਵਾਜਬ; ਅਨਉਚਿਤ; ਅਨੈਤਿਕ

unconscious /ਅੱਨ'ਕੌਨਸ਼ਅਸ/ *a* ਅਚੇਤ, ਬੇਸੁਧ, ਬੇਖ਼ਬਰ, ਬੇਸੁਰਤ, ਅਣਭੋਲ

unconsidered /ˌਅੱਨਕਅਨ'ਸਿਡਅਡ/ *a* ਅਣਵਿਚਰਿਆ

unconstitutional /ˌਅੱਨˌਕੌਨਸਟਿ'ਟਯੂਸ਼ਅਨਲ/ *a* ਸੰਵਿਧਾਨ ਵਿਰੁੱਧ, ਅਸੰਵਿਧਾਨਕ, ਨੇਮ ਵਿਰੁੱਧ

unconstrained /ˌਅੱਨਕਅਨ'ਸਟਰੇਇਨਡ/ *a* ਰੂੜ੍ਹੀਮੁਕਤ, ਗ਼ੈਰਰਵਾਇਤੀ, ਮਰਯਾਦਾ ਰਹਿਤ

unconstraint /ਅੱਨਕਅਨ'ਸਟਰੇਇਨਟ/ *n* ਅਜ਼ਾਦੀ, ਖੁਲ੍ਹ, ਪ੍ਰਤਿਬੰਧਹੀਣਤਾ

unconventional /ˌਅੱਨਕਅਨ'ਵ਼ੈੱਨਸ਼ਅਨਲ/ *a* ਅਜ਼ਾਦ, ਬਿਨਾ ਰੋਕ, ਪਾਬੰਦੀ ਰਹਿਤ

uncork /ˌਅੱਨ'ਕੋਕ/ *vt* (ਬੋਤਲ ਦਾ) ਕਾਰਕ ਜਾਂ ਡਾਟ ਕੱਢਣਾ ਜਾਂ ਖੋਲ੍ਹਣਾ; (ਬੋਲ) ਜ਼ਾਹਰ ਕਰਨਾ, ਸਪਸ਼ਟ ਕਰਨਾ (ਮਨ ਦੀਆਂ ਭਾਵਨਾਵਾਂ ਨੂੰ)

uncouple /ˌਅੱਨ'ਕਅੱਪਲ/ *vt* ਵੱਖਰਾ ਕਰਨਾ; ਰੇਲ ਦੇ ਡੱਬਿਆਂ ਦਾ ਅਲੱਗ ਕਰਨਾ; ਕੁੱਤੇ ਦੀ

ਜ਼ੰਜ਼ੀਰ ਦਾ ਪਟਾ ਖੋਲ੍ਹ ਦੇਣਾ

uncouth **/ਅੱਨ'ਕੂਥ/** *a* (ਸੁਭਾਅ ਆਦਿ) ਅੱਖੜ, ਭੈੜਾ; (ਭਾਸ਼ਾ) ਖਰ੍ਹਵੀ; (ਥਾਂ) ਸੁੰਨਸਾਨ, ਵੀਰਾਨ, ਜੰਗਲੀ; ਉਜੱਡ, ਅਸੱਭਿਆ

uncovenanted **/ਅੱਨ'ਕਅੱਵ(ਅ)ਨਅਨਟਿਡ/** *a* ਪਰਤਿੱਗਿਆ ਰਹਿਤ

uncover **/ਅੱਨ'ਕਅੱਵ਼ਅ*/** *v* ਪ੍ਰਗਟ ਕਰਨਾ, ਪਰਦਾ ਹਟਾਉਣਾ, ਨੰਗਾ ਕਰਨਾ, ਢੱਕਣ ਉਤਾਰਨਾ; ਟੋਪੀ ਸਿਰ ਤੋਂ ਲਾਹੁਣਾ; (ਸੈਨਾ ਪਿੱਛੇ ਦੀ ਕਤਾਰ ਦਾ) ਆਪਣੇ ਆਪ ਸੱਜੇ ਜਾਂ ਖੱਬੇ ਘੁੰਮ ਕੇ ਆਪਣੇ ਅੱਗੇ ਵਾਲੀ ਕਤਾਰ ਦੀ ਸੇਧ ਵਿੱਚ ਹੋਣਾ

uncritical **/ˌਅੱਨ'ਕਰਿਟਿਕਲ/** *a* ਅਣ ਆਲੋਚਨਾਤਮਿਕ

uncrossed **/ਅੱਨ'ਕਰੌਸਟ/** *a* ਬੇਲਕੀਰ, ਬਿਨਾਂ ਕਾਟਾ ਲਾਏ (ਚੈੱਕ ਆਦਿ)

uncrowned **/ˌਅੱਨ'ਕਰਾਉਨਡ/** *a* ਰਾਜ ਮੁਕਟ ਤੋਂ ਵੰਚਿਤ ਕੀਤਾ, ਗੱਦੀ ਤੋਂ ਲਾਹਿਆ

unction **/'ਅੱਙਕਸ਼ਨ/** *n* ਅਭਿਸ਼ੇਕ, ਟਿੱਕਾ ਲਾਉਣ ਦੀ ਰਸਮ; ਮਲ੍ਹਮ ਲੇਪ, (ਬੋਲ) ਦਿਖਾਵੇ ਦੀਆਂ ਚਿਕਨੀਆਂ-ਚੋਪੜੀਆਂ ਗੱਲਾਂ; ਬਣਾਉਟੀ ਜੋਸ਼ ਜਾਂ ਦਿਖਾਵਾ; ਅਤਿ ਅਧਿਕ ਨਮਰਤਾ

unctuous **/'ਅੱਙਕਟਯੁਅਸ/** *a* ਚਿਕਨਾ; ਮੁਲਾਇਮ, ਚਿਕਨੀ-ਚੋਪੜੀ (ਗੱਲ)

unctuousness **/'ਅੱਙਕਟਯੁਅਸਨਅਸ/** *n* ਬਣਾਉਟੀ ਖੁਸ਼ਾਮਦ; ਚਿਕਨਾਈ

uncultivated **/ਅੱਨ'ਕਅੱਲਟਿਵ਼ੇਇਟਿਡ/** *a* ਅਣਵਾਹੀ, ਕਾਸ਼ਤ ਅਧੀਨ ਨਾ ਲਿਆਉਂਦੀ (ਭੌਂ)

uncultured **/ˌਅੱਨ'ਕਅੱਲਚਅਡ/** *a* ਅਸੱਭਿਆ, ਅਸ਼ਿਸ਼ਟ, ਗੰਵਾਰ, ਅੱਖੜ; ਬੁੱਧੂ, ਉਜੱਡ

uncut **/ˌਅੱਨ'ਕਅੱਟ/** *a* ਅਣਕੱਟਿਆ

undated **/ˌਅੱਨ'ਡੇਇਟਿਡ/** *a* ਬਿਨਾਂ ਤਾਰੀਖ਼ ਤੋਂ, ਮਿਤੀਹੀਣ, ਬੇਮਿਆਦਾ, ਮਿਆਦ ਰਹਿਤ

undaunted **/ˌਅੱਨ'ਡੋਨਟਿਡ/** *a* ਨਿਡਰ, ਦਲੇਰ; ਸਾਹਸੀ, ਨਿਰਭੈ, ਨਿਧੜਕ

undeclared **/ˌਅੱਨਡਿ'ਕਲੇਅਡ/** *a* ਅਨੁਸੂਚਿਤ, ਬਿਨਾਂ ਦੱਸਿਆ, ਬੇਐਲਾਨਿਆ

undeceive **/ˌਅੱਨਡਿ'ਸੀਵ਼/** *vt* ਭਰਮ ਜਾਂ ਛਲ ਤੋਂ ਮੁਕਤੀ ਦਿਵਾਉਣਾ, ਧੋਖਾ ਦੂਰ ਕਰਨਾ, ਕੰਨ ਖੋਲ੍ਹਣਾ, ਸਮਝਾਉਣਾ

undeceived **/ˌਅੱਨਡਿ'ਸੀਵ਼ਡ/** *a* ਭਰਮ ਮੁਕਤ, ਛਲ ਰਹਿਤ

undecided **/ˌਅੱਨਡਿ'ਸਾਇਡਿਡ/** *a* ਅਨਿਸ਼ਚਿਤ, ਦੁਚਿੱਤਾ, ਨਿਰਨਾ, ਦੇਣ ਤੋਂ ਰਹਿਤ

undeclared **/ˌਅੱਨਡਿ'ਕਲੇਅਡ/** *a* ਅਸੂਚਿਤ, ਬਿਨਾਂ ਦੱਸਿਆਂ, ਬੇਐਲਾਨਿਆ

undefended **/ˌਅੱਨਡਿ'ਫ਼ੈੱਨਡਿਡ/** *a* ਰੱਖਿਆਹੀਣ, ਬੇਰੋਕ, ਬੇਵਕੀਲ, ਬੇਪੈਰਵੀ; ਅਸੁਰੱਖਿਅਤ

undefined **/ˌਅੱਨਡਿ'ਫ਼ਾਇਨਡ/** *a* ਅਨਿਸ਼ਚਿਤ; ਅਸਪਸ਼ਟ; ਅਪਰਿਭਾਸ਼ਤ

undemocratic **/ˌਅੱਨਡੈੱਮਅ'ਕਰੈਟਿਕ/** *a* ਅਲੋਕਤੰਤਰੀ, ਗ਼ੈਰਜ਼ਮਹੂਰੀ

undemonstrative **/ˌਅੱਨਡਿ'ਮੌਨਸਟਰਅਟਿਵ਼/** *a* ਭਾਵਸੰਜਮੀ, ਭਾਵ ਗੁਪਤ, ਗੰਭੀਰ, ਸ਼ਾਂਤ

undeniable **/ˌਅੱਨਡਿ'ਨਾਇਅਬਲ/** *a* ਨਿਰਸੰਦੇਹ; ਨਾ ਝੁਠਲਾਉਣਯੋਗ, ਨਿਰਵਿਵਾਦ, ਨਿਸ਼ਚਿਤ

under **/'ਅੱਨਡਅ*/** *a* ਹੇਠਲਾ; ਘੱਟ, ਥੋੜ੍ਹਾ; ਥੱਲੇ ਦਾ; ਅਧੀਨ, (ਨੇਮ ਆਦਿ ਦੇ) ਅਨੁਸਾਰ, ਵਿੱਚ-ਵਿੱਚ, ਦੀ ਦਸ਼ਾ ਵਿੱਚ; ਅੰਦਰ, ਅੰਦਰਵਰਤੀ ਪੱਖ ਵਿੱਚ; ਥੱਲੇ ਕਰ ਕੇ *adv* ਅਧੀਨ, ਮਤਹਿਤ; ਅਪੂਰਨ ਰੂਪ ਵਿੱਚ, ਅਸੰਤੋਸ਼ਜਨਕ ਰੂਪ ਵਿੱਚ

underact **/ˌਅੱਨਡਅਰ'ਐਕਟ/** *a* (ਕੰਮ) ਠੀਕ ਨਾ ਨਿਬਾਹੁਣਾ, ਸੰਤੋਖਜਨਕ ਰੂਪ ਵਿੱਚ ਸੰਪੂਰਨ ਨਾ ਕਰਨਾ

underage **/'ਅੱਨਡਅਰਏਇਜ/** *a* ਕਨੂੰਨ ਅਨੁਸਾਰ ਛੋਟੀ ਉਮਰ ਦਾ, ਘੱਟ ਉਮਰਾ, ਨਾਬਾਲਿਗ

underbear **/ˌਅੱਨਡਅ'ਬੇਅ*/** *vt* ਆਸਰਾ ਦੇਣਾ, ਸਹਾਰਾ ਦੇਣਾ

underbid **/ˌਅੱਨਡਅ'ਬਿਡ/** *vt* (ਦੂਜੇ ਵਿਅਕਤੀ ਦੇ ਮੁਕਾਬਲੇ ’ਤੇ) ਘੱਟ ਬੋਲੀ ਬੋਲਣਾ; (ਬਰਿਜ ਦੀ

ਖੇਡ ਵਿੱਚ) ਘੱਟ ਹੱਥ ਬੋਲਣਾ

underbred /ˌਅੱਨਡਅ'ਬਰੈੱਡ/ *a* ਘਟੀਆ ਨਸਲ ਦਾ, ਨੀਚ

undercharge /ˌਅੱਨਡਅ'ਚਾਜ/ *vt* ਘੱਟ ਮੁੱਲ ਲੈਣਾ; (ਬੰਦੂਕ ਆਦਿ ਵਿੱਚ) ਘੱਟ ਕਾਰਤੂਸ ਭਰਨਾ, (ਬੰਦੂਕ ਨੂੰ) ਪੂਰਾ ਨਾ ਭਰਨਾ

under consideration *a* ਵਿਚਾਰ ਅਧੀਨ

undercover /ˌਅੱਨਡਅ'ਕਅੱਵ੍ਅ/ *a* ਗੁਪਤ, ਖੁਫ਼ੀਆ, ਜਸੂਸ

undercroft /'ਅੱਨਡਅਕਰੌਫ਼ਟ/ *n* ਭੋਰਾ, ਤਹਿਖ਼ਾਨਾ

undercurrent /'ਅੱਨਡਅਕਅੱਰਅਨਟ/ *n* ਅੰਤਰ ਧਾਰਾ, ਅੰਤਰ ਪ੍ਰਵਾਹ; (ਬੋਲ) ਗੁਪਤ ਪ੍ਰਭਾਵ, ਅਦ੍ਰਿਸ਼ਟ ਪ੍ਰਭਾਵ; ਧਰਤੀ ਦੇ ਅੰਦਰ ਦਾ, ਗੁਪਤ, ਅਣਦਿਸਦਾ

undercut /ˌਅੱਨਡਅ'ਕਅੱਟ/ *vt* ਦੂਜੇ ਦੇ ਮੁਕਾਬਲੇ ਉੱਤੇ ਘੱਟ ਕੀਮਤ ਉੱਤੇ ਵੇਚਣਾ; ਆਸ-ਪਾਸ ਤੋਂ ਖੁਦਾਈ ਕਰਕੇ ਉਭਰਵਾਂ ਕੰਮ ਕਰਨਾ (ਸੰਗੀਤਸਾਜ਼ੀ ਜਾਂ ਕੰਦਾਕਾਰੀ ਵਿੱਚ); (ਗੋਲਫ਼ ਆਦਿ ਖੇਡ ਵਿੱਚ ਗੇਂਦ ਨੂੰ) ਕਟ ਮਾਰਨਾ (ਤਾਂ ਜੋ ਉਹ ਜਾਵੇ ਅਤੇ ਡਿੱਗਣ ਤੇ ਦੂਰ ਤੀਕ ਨਾ ਲੁੜ੍ਹਕੇ); /'ਅੱਨਡਅਕਅੱਟ/ *n* ਬੌਕਸਿੰਗ ਜਾਂ ਮੁੱਕੇਬਾਜ਼ੀ ਵਿੱਚ ਹੇਠਾਂ ਤੋਂ ਉੱਪਰ ਵੱਲ ਮਾਰਿਆ ਜਾਣ ਵਾਲਾ ਮੁੱਕਾ; ਪਿੱਠ ਦੇ ਹੇਠਾਂ ਦਾ ਮਾਸ

underdeveloped /ˌਅੱਨਡਅਡਿ'ਵ੍ਰੈੱਲਅਪਟ/ *a* ਪਿੱਛੇ ਰਿਹਾ, ਪਛੜਿਆ, ਘੱਟ ਵਿਕਸਿਤ, ਅਰਧ ਵਿਕਸਿਤ, ਘੱਟ ਉੱਨਤ

underdo /ˌਅੱਨਡਅ'ਡੂ/ *vt* ਅੱਧ ਗਲਿਆ ਰੱਖਣਾ; ਅੱਧ ਪੱਕਿਆ ਰੱਖਣਾ; ਕੱਚਾ ਪੱਕਾ ਰੱਖਣਾ; ਘੱਟ ਕਰਨਾ

underdog /'ਅੱਨਡਅਡੌਗ/ *n* ਲਤਾੜਿਆ ਵਿਅਕਤੀ, ਦਲਿਤ

underdress /ˌਅੱਨਡਅ'ਡਰੈੱਸ/ *vt* ਬਹੁਤ ਹਲਕੇ ਜਾਂ ਮਾਮੂਲੀ ਕੱਪੜੇ ਪਹਿਨਣੇ; ਥੋੜ੍ਹੇ ਕੱਪੜੇ ਪਹਿਨਣਾ

underemployment /ˌਅੱਨਡ(ਅ)ਰਇਮ'ਪਲੌਇਮਅਨਟ/ *n* ਅਪੂਰਨ ਰੁਜ਼ਗਾਰ, ਯੋਗਤਾ ਨਾਲੋਂ ਛੋਟੇ ਕੰਮ ਉੱਤੇ ਲੱਗਾ ਵਿਅਕਤੀ

underestimate /ˌਅੱਨਡਅਰ'ਐੱਸਟਿਮਅਟ/ *n* ਗਲਤ ਅੰਦਾਜ਼ਾ; ਅਸਲ ਨਾਲੋਂ ਘੱਟ ਅਨੁਮਾਨ

underfed /ˌਅੱਨਡਅ'ਫ਼ੈੱਡ/ *a* ਜਿਸਨੂੰ ਘੱਟ ਖਾਣਾ ਮਿਲਦਾ ਹੋਵੇ

underfoot /ˌਅੱਨਡਅ'ਫ਼ੁਟ/ *adv* ਅਧੀਨ; ਪੈਰਾਂ ਥੱਲੇ

undergarment /'ਅੱਨਡਅਗਾਮਅਨਟ/ *n* ਅੰਦਰਲਾ ਬਸਤਰ, ਕੱਛਾ, ਲੰਗੋਟੀ

undergo /ˌਅੱਨਡਅ'ਗਅਉ/ *vt* ਬਰਦਾਸ਼ਤ ਕਰਨਾ, ਸਹਿਣਾ, ਝੱਲਣਾ, ਭੋਗਣਾ

undergraduate /ˌਅੱਨਡਅ'ਗਰੈਜੁਅਟ/ *n* ਅੰਡਰ ਗਰੈਜੂਏਟ, ਡਿਗਰੀ ਅਪ੍ਰਾਪਤ ਵਿਦਿਆਰਥੀ; ਪੂਰਵਸਨਾਤਕ

underground /ˌਅੱਨਡਅ'ਗਰਾਉਨਡ/ *a* ਧਰਤੀ ਦੇ ਤਲ ਦੇ ਹੇਠਾਂ, ਜ਼ਮੀਨਦੋਜ਼ (ਨਹਿਰ, ਰੇਲ); (ਬੋਲ) ਗੁਪਤ, ਛੁਪਿਆ

undergrowth /'ਅੱਨਡਅਗਰਅਉਥ/ *a* ਦਰਖਤਾਂ ਥੱਲੇ ਉੱਗੀਆਂ ਝਾੜੀਆਂ

underhand /ˌਅੱਨਡਅ'ਹੈਨਡ/ *a* (ਕ੍ਰਿਕਟ ਵਿੱਚ) ਹੇਠਾਂ ਹੱਥ ਕਰਕੇ ਸੁੱਟੀ ਜਾਣ ਵਾਲੀ (ਗੇਂਦ); ਗੁਪਤ ਰੀਤੀ ਦੁਆਰਾ; ਕਪਟ ਦੁਆਰਾ; ਗੁਪਤ, ਛੁਪਿਆ ਹੋਇਆ; ਕਪਟੀ

underlay /'ਅੱਨਡਅਲੇਇ/ *vt* ਥੱਲੇ ਵਛਾਉਣਾ; ਕਿਸੇ ਵਸਤੂ ਦੇ ਹੇਠਾਂ ਕੋਈ ਦੂਜੀ ਵਸਤੂ ਰੱਖਣਾ, ਸਹਾਰਾ ਲਾਉਣਾ *n* (ਕਾਲੀਨ) ਦੇ ਹੇਠਲਾ ਕੱਪੜਾ

underlet /ˌਅੱਨਡਅ'ਲੈੱਟ/ *vt* ਅੱਗੇ ਫੇਰ ਕਿਰਾਏ ਉੱਤੇ ਦੇਣਾ; ਮਕਾਨ ਜ਼ਮੀਨ ਆਦਿ ਨੂੰ ਨਿਸ਼ਚਿਤ ਕਿਰਾਏ ਤੋਂ ਘੱਟ ਕਿਰਾਏ ਉੱਤੇ ਦੇਣਾ

underlie /ˌਅੱਨਡਅ'ਲਾਇ/ *v* (ਜ਼ਮੀਨ ਦੇ ਤਲ ਆਦਿ ਤੋਂ) ਥੱਲੇ ਹੋਣਾ; ਨੀਵਾਂ ਹੋਣਾ; (ਬੋਲ) ਆਧਾਰ ਹੋਣਾ (ਸਿਧਾਂਤ ਆਦਿ ਦਾ), ਪਿਛੋਕੜ ਬਣਨਾ

underline /ˌਅੱਨਡਅ'ਲਾਇਨ/ *v* ਪੁਸਤਕ ਜਾਂ ਚਿੱਠੀ ਦੇ ਜ਼ਰੂਰੀ ਵਾਕਾਂ ਨੂੰ ਲਕੀਰਨਾ, ਰੇਖਾ ਅੰਕਿਤ ਕਰਨਾ, ਸ਼ਬਦਾਂ ਜਾਂ ਵਾਕਾਂ ਦੇ ਹੇਠਾਂ ਲਕੀਰ ਲਾਉਣਾ; ਜ਼ੋਰ ਦੇਣਾ, ਮਹੱਤਵ ਦੇਣਾ

underlinen/ˌਅੱਨਡਅ'ਲਿਨਅਨ/ *a* ਅੰਦਰ ਪਾਏ ਜਾਣ ਵਾਲੇ ਦੂਜੇ ਕੱਪੜੇ, ਲਿਨਿਨ ਦੇ ਬਣੇ ਵਸਤਰ

underling /'ਅੱਨਡਅਲਿਙ/ *n* ਟਹਿਲੂਆ, ਮੁੰਡੂ; ਅਧੀਨ ਕਰਮਚਾਰੀ

underlying /ˌਅੱਨਡਅ'ਲਾਇਇਙ/ *a* ਬੁਨਿਆਦੀ; ਅੰਤਰੀਵ, ਅੰਦਰਲਾ

underman /ˌਅੱਨਡਅ'ਮੈਨ/ *vt* ਲੋੜ ਤੋਂ ਘੱਟ ਆਦਮੀ ਨਿਯੁਕਤ ਕਰਨਾ; ਲੋੜ ਤੋਂ ਘੱਟ ਆਦਮੀ ਰੱਖਣਾ

undermentioned /ˌਅੱਨਡਅ'ਮੈਨੱਸ਼ਨਡ/ *a* ਨਿਮਨਲਿਖਿਤ

undermine /ˌਅੱਨਡਅ'ਮਾਇਨ/ *vt* ਗੁਪਤ ਸਾਧਨਾਂ ਰਾਹੀਂ (ਵਿਅਕਤੀ ਦੇ ਪ੍ਰਭਾਵ ਆਦਿ ਦੀ) ਜੜ੍ਹ ਕੱਟਣਾ; (ਸਿਹਤ ਆਦਿ ਨੂੰ) ਬੇਸਮਝੀ ਕਾਰਨ ਨੁਕਸਾਨ ਪਹੁੰਚਾਉਣਾ; ਨਸ਼ਟ ਕਰਨਾ, ਕਮਜ਼ੋਰ ਬਣਾਉਣਾ, ਨੀਂਹ ਖੋਖਲੀ ਕਰ ਦੇਣਾ; ਅੰਦਰੋਂ-ਅੰਦਰ ਸੁਰੰਗ ਪੁੱਟਣਾ (ਦਰਿਆ ਆਦਿ ਦੀ)

undermost /'ਅੱਨਡਅਮਅਉਸਟ/ *a* ਸਭ ਤੋਂ ਹੇਠਲਾ

underneath /ˌਅੱਨਡਅ'ਨੀਥ/ *n* ਹੇਠਲਾ ਤਲ, ਨੀਵੀਂ ਸਤ੍ਹਾ *adv* ਸਭ ਤੋਂ ਨੀਵੇਂ ਸਥਾਨ ਵੱਲ, ਨੀਵੇਂ ਥਾਂ ਉੱਤੇ; ਥੱਲੇ *a* ਹੇਠਲਾ

undernourished /ˌਅੱਨਡਅ'ਨਅੱਰਿਸ਼ਟ/ *a* ਜਿਸਨੂੰ ਲੋੜ ਤੋਂ ਘੱਟ ਖੁਰਾਕ ਮਿਲੇ, ਜਿਸਨੂੰ ਸਹੀ ਤੱਤਾਂ ਵਾਲੀ ਖ਼ੁਰਾਕ ਨਾ ਮਿਲੇ

underpaid /ˌਅੱਨਡਅ'ਪੇਇਡ/ *a* ਜਿਸਨੂੰ ਕੀਤੇ ਕੰਮ ਮੁਤਾਬਕ ਪੂਰੀ ਮਜ਼ਦੂਰੀ ਨਾ ਮਿਲੇ, ਘੱਟ ਮਜ਼ਦੂਰੀ ਲੈਣ ਵਾਲਾ

underpass /'ਅੱਨਡਅਪਾਸ/ *n* ਛੋਟਾ ਰਾਹ, ਹੇਠੋਂ ਦੀ ਲੰਘਦਾ ਰਸਤਾ

underpay /ˌਅੱਨਡਅ'ਪੇਇ/ *vt* (ਕਰਮਚਾਰੀਆਂ ਆਦਿ ਨੂੰ) ਉਚਿਤ ਤੋਂ ਘੱਟ ਵੇਤਨ ਦੇਣਾ

underpin /ˌਅੱਨਡਅ'ਪਿਨ/ *vt* ਸਹਾਰੇ ਲਈ ਥੰਮ੍ਹ ਲਾਉਣਾ, ਸਹਾਰਾ ਦੇਣਾ; ਪੁਸ਼ਟੀ ਕਰਨਾ

underplot /'ਅੱਨਡਅਪਲੌਟ/ *n* (ਨਾਟਕ ਜਾਂ ਨਾਵਲ ਦਾ) ਉਪ ਕਥਾਨਕ, ਉਪ ਪਲਾਟ

underpriced /ˌਅੱਨਡਅ'ਪਰਾਇਸਟ/ *a* ਅਸਲੀ ਕੀਮਤ ਨਾਲੋਂ ਘੱਟ ਕੀਮਤ ਤੇ ਵਿਕਣ ਵਾਲਾ

underproduction /ˌਅੱਨਡਅਪਰਅ'ਡਅੱਕਸ਼ਨ/ *n* ਨਾਕਾਫ਼ੀ ਉਪਜ, ਘੱਟ ਪੈਦਾਵਾਰ, ਅਲਪ ਉਤਪਾਦਨ

underprop /ˌਅੱਨਡਅ'ਪਰੌਪ/ *vt* ਸਹਾਰਾ ਦੇਣਾ, ਟੇਕ ਦੇਣਾ

underquote /ˌਅੱਨਡਅ'ਕਵਅਉਟ/ *vt* (ਦੂਜੇ ਦੇ ਮੁਕਾਬਲੇ 'ਤੇ) ਘੱਟ ਕੀਮਤ ਮੰਗਣਾ ਜਾਂ ਦੱਸਣਾ; ਘੱਟ ਕੀਮਤ ਲਾਉਣਾ (ਮਾਲ ਆਦਿ ਦੀ)

underrate /ˌਅੱਨਡਅ'ਰੇਇਟ/ *vt* ਘੱਟ ਮੁੱਲ ਲਾਉਣਾ

under review *a* ਸਮੀਖਿਆ ਅਧੀਨ, ਰੀਵਿਊ ਅਧੀਨ

underripe /ˌਅੱਨਡਅ'ਰਾਇਪ/ *a* ਕੱਚਾ, ਅੱਧ ਪੱਕਾ, ਜੋ ਹਾਲੀ ਪੂਰਾ ਨਾ ਪੱਕਾ ਹੋਵੇ

underscore /ˌਅੱਨਡਅ'ਸਕੋ*/ *n* (ਲਿਖੇ ਹੋਏ) ਕਿਸੇ ਸ਼ਬਦ ਜਾਂ ਅੱਖਰ ਦੇ ਥੱਲੇ ਲਾਈ ਲਕੀਰ *v* ਸ਼ਬਦ ਥੱਲੇ ਲਕੀਰ ਲਾਉਣੀ

undersecretary /ˌਅੱਨਡਅ'ਸੈਕੱਰਅਟਰਿ/ *n* ਉਪ ਸਕੱਤਰ, ਅਧੀਨ ਸਕੱਤਰ

undersell /ˌਅੱਨਡਅ'ਸੈੱਲ/ *vt* (ਦੂਜੇ ਦੇ ਮੁਕਾਬਲੇ 'ਤੇ) ਅਧਿਕ ਸਸਤਾ ਵੇਚਣਾ

undershirt /'ਅੱਨਡਅਸ਼ਅ:ਟ/ *n* ਕਮੀਜ਼ ਹੇਠਾਂ ਪਾਉਣ ਵਾਲਾ ਵਸਤਰ

undersigned /ˌਅੱਨਡਅ'ਸਾਇਨਡ/ *a* ਨਿਮਨ ਹਸਤਾਖਰੀ, ਹੇਠਾਂ ਦਸਤਖ਼ਤ ਕਰਨ ਵਾਲਾ

undersized /ˌਅੱਨਡਅ'ਸਾਇਜ਼ਡ/ *a* ਛੋਟਾ,

ਠਿਗਣਾ, ਸਧਾਰਨ ਆਕਾਰ ਜਾਂ ਕੱਦ ਤੋਂ ਛੋਟਾ, ਗਿਠਮੁਠੀਆ, ਬੌਣਾ

understamped /ˌਅੱਨਡਅ'ਸਟੈਮਪਟ/ *a* ਨਾਕਾਫੀ ਟਿਕਟਾਂ ਵਾਲਾ, ਲੋੜ ਤੋਂ ਘੱਟ ਟਿਕਟਾਂ ਵਾਲਾ, ਅਲਪਮੁਦਰਾ ਅੰਕਿਤ (ਲਿਫਾਫ਼ਾ ਜਾਂ ਕਾਰਡ)

understand /ˌਅੱਨਡਅ'ਸਟੈਨਡ/ *v* ਅਰਥ ਕੱਢਣਾ; (ਕਿਸੇ ਵੀ ਵਸਤੂ ਜਾਂ ਵਿਅਕਤੀ ਦਾ ਮਹੱਤਵ, ਅਵਸਥਾ ਜਾਂ ਸੁਭਾਅ ਕਰਨ) ਮਾਨਸਿਕ ਤੌਰ 'ਤੇ ਗ੍ਰਹਿਣ ਕਰਨਾ, ਬੁੱਝਣਾ, ਗੱਲ ਸਮਝਣਾ; ਵਿਸ਼ੇਸ਼ ਸੂਚਨਾ ਦੁਆਰਾ ਸੂਚਿਤ ਹੋਣਾ, ਅਨੁਮਾਨ ਕਰ ਲੈਣਾ; ਜਾਣਨਾ, ਮੰਨ ਲੈਣਾ

understandable /ˌਅੱਨਡਅ'ਸਟੈਨਡਅਬਲ/ *a* ਮਾਨਸਿਕ ਤੌਰ 'ਤੇ ਗ੍ਰਹਿਣ ਕਰਨਯੋਗ, ਸਮਝਣਯੋਗ

understanding /ˌਅੱਨਡਅ'ਸਟੈਨਡਿਙ/ *n* ਸਮਝ, ਗਿਆਨ, ਬੋਧਸ਼ਕਤੀ; ਰਜ਼ਾਮੰਦੀ, ਸਹਿਮਤੀ, ਇਕਮੱਤਤਾ, ਸੰਮਤੀ *a* ਸਮਝਦਾਰ, ਸਮਝ ਵਾਲਾ

understated /ˌਅੱਨਡਅ'ਸਟੇਇਟਿਡ/ *a* ਮਹੱਤਤਾ ਘਟਾ ਕੇ ਦਿੱਤਾ (ਬਿਆਨ), ਘਟਾ ਕੇ ਦੱਸਿਆ ਗਿਆ

understatement /'ਅੱਨਡਅਸਟੇਇਟਮਅਨਟ/ *n* ਮਹੱਤਤਾ ਦਾ ਪੂਰਨ ਬਿਆਨ ਨਾ ਕਰਨ ਦੀ ਦਸ਼ਾ

understock /ˌਅੱਨਡਅ'ਸਟੌਕ/ *vt* (ਦੁਕਾਨ ਜਾਂ ਕਾਰਖ਼ਾਨੇ ਵਿੱਚ) ਘੱਟ ਸਮਾਨ ਰੱਖਣਾ

understrapper /'ਅੱਨਡਅਸਟਰੈਪਅ*/ *n* ਅਧੀਨ ਅਧਿਕਾਰੀ; ਮਤਹਿਤ

understudy /'ਅੱਨਡਅਸਟਅੱਡਿ/ *n* ਲੋੜ ਪੈਣ ਉੱਤੇ ਕਿਸੇ ਦੂਜੇ ਦੀ ਥਾਂ ਝਟਪਟ ਅਭਿਨੈ ਜਾਂ ਐਕਟਿੰਗ ਤਿਆਰ ਕਰਨ ਵਾਲਾ *v* (ਕਿਸੇ ਅਭਿਨੇਤਾ ਦੇ ਬਦਲੇ ਉਸ ਦੀ ਥਾਂ ਉੱਤੇ) ਅਭਿਨੈ ਅੰਸ਼ ਦਾ ਅਧਿਐਨ ਕਰਨਾ ਜਾਂ ਪੜ੍ਹਨਾ

undertake /ˌਅੱਨਡਅ'ਟੇਇਕ/ *vt* (ਕਿਸੇ ਕੰਮ ਨੂੰ ਕਰਨ ਦਾ) ਵਚਨ ਦੇਣਾ, ਹਾਮੀ ਭਰਨਾ; ਕਿਸੇ ਕੰਮ ਨੂੰ ਹੱਥ ਵਿੱਚ ਲੈਣਾ, ਕਬੂਲ ਕਰਨਾ, ਬੀੜਾ ਚੁੱਕਣਾ; ਆਪਣੇ ਜ਼ੁੰਮੇ ਲੈਣਾ, (ਪਰਾ) ਜ਼ਾਮਨ ਹੋਣਾ (ਕਿਸੇ ਗੱਲ ਜਾਂ ਵਿਅਕਤੀ ਲਈ); ਕਿਸੇ ਵਿਅਕਤੀ ਨਾਲ ਲੜਾਈ ਜਾਂ ਬਹਿਸ ਕਰਨਾ; (ਬੋਲ) ਪ੍ਰਬੰਧ ਕਰਨਾ

undertaker /'ਅੱਨਡਅਟੇਇਕਅ*/ *n* ਕਿਸੇ ਕੰਮ ਦਾ ਆਪਣੇ ਉੱਪਰ ਭਾਰ ਲੈਣ ਵਾਲਾ; ਜ਼ਾਮਨ; ਠੇਕੇਦਾਰ; ਅੰਤਿਮ ਸੰਸਕਾਰ ਪ੍ਰਬੰਧਕ

undertaking /ˌਅੱਨਡਅ'ਟੇਇਕਿਙ/ *n* ਕਾਰੋਬਾਰ; ਵਚਨ, ਪ੍ਰਤਿੱਗਿਆ; ਯੋਜਨਾ; ਜ਼ੁੰਮੇਵਾਰੀ; ਅੰਤਿਮ ਸੰਸਕਾਰ ਪ੍ਰਬੰਧ

undertenant /'ਅੱਨਡਅਟੈਨੱਅਨਟ/ *n* ਪੱਟੇਦਾਰ ਦਾ ਭਾੜੇਦਾਰ; ਅਧੀਨ ਪੱਟੇਦਾਰ

undertone /'ਅੱਨਡਅਟਅਉਨ/ *n* ਧੀਮੀ ਸੁਰ; ਪਤਲਾ ਜਾਂ ਹਲਕਾ ਰੰਗ

undertrial /'ਅੱਨਡਅਟਰਾਇਅਲ/ *a* ਪਰਖ ਅਧੀਨ; ਮੁਕੱਦਮੇ ਅਧੀਨ

underwaist /'ਅੱਨਡਅਵੇਇਸਟ/ *n* ਅੰਗੀ, ਬੰਡੀ, ਚੋਲੀ

underwater /ˌਅੱਨਡਅ'ਵੋਟਅ*/ *a* ਪਾਣੀ ਹੇਠਲਾ *adv* ਪਾਣੀ ਦੇ ਥੱਲੇ

underwear /'ਅੱਨਡਅਵੇਅ*/ *n* ਕੱਛੀ, ਲੰਗੋਟੀ

underweight /ˌਅੱਨਡਅ'ਵੇਇਟ/ *a* (ਔਸਤ ਤੋਂ) ਘੱਟ ਭਾਰ

underwork /ˌਅੱਨਡਅ'ਵਅ:ਕ/ *n* ਇਮਦਾਦੀ ਕੰਮ, ਸਹਾਇਤਾ ਕਾਰਜ; ਹੌਲਾ ਕੰਮ *vt* ਹੌਲਾ ਕੰਮ ਕਰਨਾ; ਸਹਾਇਕ ਕਾਰਜ ਕਰਨਾ

underworld /'ਅੱਨਡਅਵਅ:ਲਡ/ *n* ਨਰਕ, ਰਸਾਤਲ; ਪਤਾਲ ਲੋਕ; ਸਭ ਤੋਂ ਹੇਠਾਂ ਦੀ ਸਤ੍ਹਾ, ਤਹਿ, ਪਰਤ; ਗੁਪਤ ਸਥਾਨ, ਗੁਪਤ ਜੀਵਨ; ਅਪਰਾਧੀ ਜਗਤ

underwrite /ˌਅੱਨਡਅ'ਰਾਇਟ/ *vt* ਹੇਠਾਂ ਲਿਖਣਾ; ਸਮੁੰਦਰੀ ਬੀਮਾ ਕਰਨਾ; (ਕੰਪਨੀ ਆਦਿ ਦੇ) ਨਾ ਵਿਕੇ ਹੋਏ ਮਾਲ ਨੂੰ ਖ਼ਰੀਦ ਲੈਣਾ

underwriter /'ਅੱਨਡਅਰਾਇਟਅ*/ *n*

ਸਮੁੰਦਰੀ ਬੀਮਾ ਕਰਨ ਵਾਲਾ; (ਕੰਪਨੀ ਦੇ) ਨਾ ਵਿਕੇ ਹੋਏ ਹਿੱਸਿਆਂ ਨੂੰ ਖ਼ਰੀਦਣ ਦਾ ਜ਼ੁੰਮੇਵਾਰ, ਹਾਮੀ ਭਰਨ ਵਾਲਾ ਵਿਅਕਤੀ

undeserving /ˌਅੱਨਡਿ'ਜ਼ਅ:ਵ੍ਇਙ/ *a* ਅਣਅਧਿਕਾਰੀ, ਅਪਾਤਰ, ਜਿਸ ਦਾ ਕੋਈ ਹੱਕ ਨਾ ਬਣਦਾ ਹੋਵੇ

undesignedly /ˌਅੱਨਡਿ'ਜ਼ਾਇਨਿਡਲਿ/ *adv* ਸਿੱਧੇ ਰੂਪ ਵਿੱਚ; ਨਿਰਦੋਸ਼ ਬਣ ਕੇ

undesirable /ˌਅੱਨਡਿ'ਜ਼ਾਇਅਰਅਬਲ/ *a* ਅਣਚਾਹਿਆ; ਅਣਇੱਛਤ

undeterred /ˌਅੱਨਡਿ'ਟਅ:ਡ/ *a* ਨਾ ਰੁਕਣ ਵਾਲਾ, ਅਮੋੜ

undies /'ਅੱਨਡਿਜ਼/ *n* (ਬਹੁ) (ਬੋਲ) ਕਮੀਜ਼ ਜਾਂ ਸਲਵਾਰ ਹੇਠਾਂ ਪਾਉਣ ਵਾਲੇ ਜ਼ਨਾਨਾ ਕੱਪੜੇ

undigested /ˌਅੱਨਡਾਇ'ਜੈੱਸਟਿਡ/ *a* ਕੱਚਾ, ਅਣਪਚਿਆ; (ਤੱਤ, ਸਾਰ ਅਦਿ) ਠੁੱਕ ਸਿਰ ਨਾ ਬੰਨ੍ਹਿਆ, ਬੇਤਰਤੀਬਾ

undignified /ਅੱਨ'ਡਿਗਨਿਫ਼ਾਇਡ/ *a* ਘਟੀਆ; ਸ਼ਾਨ ਵਿਰੁੱਧ; ਪ੍ਰਤਿਸ਼ਠਾ ਦੇ ਵਿਰੁੱਧ

undine /'ਅੱਨਡੀਨ/ *n* ਜਲਪਰੀ

undiplomatic /ˌਅੱਨਡਿਪਲਅ'ਮੈਟਿਕ/ *a* ਕੂਟ ਨੀਤੀ ਦਾ ਵਿਰੋਧੀ, ਅਕੂਟਨੀਤਕ

undisciplined /ˌਅੱਨ'ਡਿਸਅਪਲਿਨਡ/ *a* ਅਨੁਸ਼ਾਸਨਹੀਣ, ਬੇ-ਜ਼ਬਤ; ਨਾ ਸਿੱਖਿਆ ਹੋਇਆ; ਕੱਚਾ

undisguised /ˌਅੱਨਡਿਸ'ਗਾਇਜ਼ਡ/ *a* ਖੁੱਲ੍ਹਾ; ਸਪਾਟ, ਪ੍ਰਤੱਖ,ਸਾਫ਼, ਸਪਸ਼ਟ

undisguisedly /ˌਅੱਨਡਿਸ'ਗਾਇਜ਼ਿਡਲਿ/ *adv* ਪ੍ਰਤੱਖ ਰੂਪ ਵਿੱਚ, ਖੁੱਲ੍ਹਮ-ਖੁੱਲ੍ਹਾ

undisturbed /ˌਅੱਨਡਿ'ਸਟਅ:ਬਡ/ *a* ਸ਼ਾਂਤ, ਸਥਿਰ, ਅਚੱਲ; ਗੰਭੀਰ

undivided /ˌਅੱਨਡਿ'ਵ੍ਾਇਡਿਡ/ *a* ਅਵੰਡ, ਅਣਵੰਡਿਆ, ਅਭਿੰਨ, ਇਕਾਗਰ, ਸਮੁੱਚਾ, ਸਾਰਾ, ਸਬੂਤਾ, ਸਾਲਮ; ਜੋ ਖਿੰਡਿਆ-ਪੁੰਡਿਆ ਨਾ ਹੋਵੇ, ਅਵਿਭਾਜਤ

undo /ਅੱਨ'ਡੂ/ *vt* ਬਰਬਾਦ ਕਰਨਾ, ਨਸ਼ਟ ਕਰਨਾ, ਤਬਾਹ ਕਰਨਾ, ਵਿਗਾੜਨਾ; ਮਿਟਾਉਣਾ, ਕੀਤੇ ਹੋਏ ਨੂੰ ਵਿਅਰਥ ਕਰਨਾ; ਬੰਧਨ ਮੁਕਤ ਕਰਨਾ, ਢਿੱਲਾ ਕਰਨਾ, ਖੋਲ੍ਹਣਾ;(ਵਿਅਕਤੀ ਦੇ) ਕੱਪੜੇ ਜਾਂ ਬਟਨ ਆਦਿ ਖੋਲ੍ਹਣਾ;) ਕੋਟ, ਬਟਨ ਜਾਂ ਪਾਰਸਲ ਨੂੰ) ਖੋਲ੍ਹਣਾ *n* (ਕੰਪਿ) ਪਹਿਲਾਂ ਦਿੱਤੇ ਆਦੇਸ਼ ਦੇ ਨਤੀਜਿਆਂ ਨੂੰ ਰੱਦ ਕਰਨ ਲਈ ਆਦੇਸ਼

undoing /ਅੱਨ'ਡੂਇਙ/ *n* ਜੀਵਨ ਦੀ ਅਸਫ਼ਲਤਾ ਦਾ ਕਾਰਨ, ਕਿਸੇ ਚੀਜ਼ ਦੀ ਅਪ੍ਰਾਪਤੀ ਦਾ ਕਾਰਨ

undone /ਅੱਨ'ਡਅੱਨ/ *a* ਬਰਬਾਦ, ਤਬਾਹ, ਨਸ਼ਟ; ਅਣਕੀਤਾ, ਅਣਮੁਕਾਇਆ, ਅਣਹੋਇਆ

undoubtedly /ਅੱਨ'ਡਾਉਟਿਡਲਿ/ *adv* ਨਿਰਸੰਦੇਹ, ਬੇਸ਼ੱਕ, ਯਕੀਨੀ

undress /ਅੱਨ'ਡਰੈੱਸ/ *vt* ਨੰਗਾ ਕਰਨਾ ਜਾਂ ਹੋਣਾ, ਕੱਪੜੇ ਉਤਾਰਨਾ; ਪੱਟੀ ਖੋਲ੍ਹਣਾ *n* ਖੁੱਲ੍ਹੇ ਵਸਤਰ, (ਘਰ ਪਾਉਣ ਲਈ) ਢਿੱਲੇ ਕੱਪੜੇ; ਨੰਗੇਜ, ਨਗਨਤਾ

undressed /ਅੱਨ'ਡਰੈੱਸਟ/ *a* ਨੰਗਾ, ਨੰਗਾ-ਧੜੰਗਾ, ਲੀੜਿਆ ਤੋਂ ਬਿਨਾਂ, ਵਸਤਰਹੀਣ; ਕੱਚਾ, ਨਾਤਜਰਬੇਕਾਰ

undue /ˌਅੱਨ'ਡਯੂ/ *a* ਅਯੋਗ, ਨਾਜਾਇਜ਼, ਨਾਮੁਨਾਸਬ; ਅਸੰਤੁਲਿਤ; ਅਧਿਕ

undulate /'ਅੱਨਡਯੁਲੇਇਟ/ *vt* ਲਹਿਰਾਉਣਾ; ਲਹਿਰਦਾਰ ਦਿਸਣਾ, ਲਹਿਰਦਾਰ ਬਣਨਾ *a* ਲਹਿਰਾਉਂਦਾ ਹੋਇਆ, ਲਹਿਰਦਾਰ, ਲਹਿਰੀਆ

undulation /ˌਅੱਨਡਯੁ'ਲੇਇਸ਼ਨ/ *n* ਲਹਿਰੀਆ ਗਤੀ ਜਾਂ ਆਕਾਰ; ਤਰੰਗ, ਹਿਲੋਰਾ; ਲਹਿਰਦਾਰ ਪੰਗਤੀਆਂ ਦਾ ਸਮੂਹ; ਹਿਰਦੇ ਵਿੱਚ ਝੁਣਝੁਣੀ ਜਾਂ ਕਾਂਬੇ ਦਾ ਅਨੁਭਵ, ਲਹਿਰ

undulatory /ˌਅੱਨਡਯੁ'ਲੇਟ(ਅ)ਰਿ/ *a* ਤਰੰਗਤ, ਉੱਚਾ–ਨੀਵਾਂ, ਲਹਿਰਦਾਰ, ਲਹਿਰਾਉਂਦਾ; ਲਹਿਰੀਆ ਗਤੀ ਵਾਲਾ

unduly /ˌਅੱਨ'ਡਯੂਲਿ/ *adv* ਅਸਧਾਰਨ ਰੂਪ ਵਿੱਚ; ਬੇਲੋੜੀਂਦੇ ਰੂਪ ਵਿੱਚ, ਅਣਆਵੱਸ਼ਕ ਰੂਪ ਵਿੱਚ

undy /'ਅਨਡਿ/ *a* ਲਫਦਾਰ; ਲਹਿਰੀਏਦਾਰ

undying /ਅੱਨ'ਡਾਇਇਙ/ *a* ਸਦੀਵੀ, ਅਮਰ, ਅਮਿਟ

unearned /ˌਅੱਨ'ਅ:ਨਡ/ *a* ਨਾਜਾਇਜ਼, ਹਰਾਮ ਦਾ, ਮੁਫ਼ਤ ਦਾ, ਅਯੋਗ, ਨਾਵਾਜਬ

unearth /ਅੱਨ'ਅ:ਥ/ *vt* ਪਤਾ ਕੱਢਣਾ, ਸੂਹ ਕੱਢਣਾ; ਪੁੱਟ ਕੱਢਣਾ, ਜ਼ਮੀਨ ਤੋਂ ਬਾਹਰ ਕੱਢਣਾ

unearthly /ਅੱਨ'ਅ:ਥਲਿ/ *a* ਅਲੌਕਿਕ, ਅਜੀਬ, ਅਦਭੁਤ; (ਬੋਲ) ਵਿਅਰਥ, ਬੇਕਾਰ; ਸਵੇਰੇ, ਸਮੇਂ ਤੋਂ ਪਹਿਲਾਂ

unease, uneasiness /ਅੱਨ'ਈਜ਼, ਅੱਨ 'ਈਜ਼ਿਨਅਸ/ *n* ਬੇਆਰਾਮੀ, ਦੁੱਖ, ਬੇਚੈਨੀ, ਅਸ਼ਾਂਤੀ, ਵਿਆਕੁਲਤਾ, ਘਬਰਾਹਟ

uneasy /ਅੱਨ'ਈਜ਼ਿ/ *a* (ਸਰੀਰਕ ਜਾਂ ਮਾਨਸਿਕ ਰੂਪ ਵਿੱਚ) ਬੇਚੈਨ, ਬੇਅਰਾਮ, ਵਿਆਕੁਲ, ਪਰੇਸ਼ਾਨ; ਚਿੰਤਾਜਨਕ, ਘਬਰਾ ਦੇਣ ਵਾਲਾ

uneconomic, uneconomical /ˌਅੱਨˌਈਕਆ'ਨੌਮਿਕ, ˌਅੱਨˌਇਕਆ'ਨੌਮਿਕਲ/ *a* ਘਾਟੇਵੰਦਾ, ਲਾਭਰਹਿਤ, ਬੇਫ਼ਾਇਦਾ

uneducated /ਅੱਨ'ਐਜੁੱਕੇਇਟਿਡ/ *a* ਜੋ ਪੜ੍ਹਿਆ ਲਿਖਿਆ ਨਾ ਹੋਵੇ, ਅਨਪੜ੍ਹ, ਅਸਿੱਖਿਅਤ

unemployable /ˌਅੱਨਇਮ'ਪਲੌਇਅਬਲ/ *a* ਵਿਅਰਥ, ਬੇਕਾਰ, ਵਿਹਾਰ ਦੇ ਅਯੋਗ, ਅਕਾਰਥ *n* (ਚਰਿੱਤਰ, ਉਮਰ ਅਤੇ ਦੂਜੇ ਪੱਖਾਂ ਤੋਂ) ਨਿਯੁਕਤੀ ਦੇ ਅਯੋਗ ਵਿਅਕਤੀ

unemployed /ˌਅੱਨਇਮ'ਪਲੌਇਡ/ *a* ਬੇਕਾਰੀ, ਬੇਰੁਜ਼ਗਾਰੀ

unemployment /ˌਅੱਨਇਮ'ਪਲੌਇਮਅਨਟ/ *n* ਬੇਕਾਰੀ, ਬੇਰੁਜ਼ਗਾਰੀ

unending /ਅੱਨ'ਐਨੱਡਿਙ/ *a* ਅਨੰਤ; ਅਮੁੱਕ, ਨਿਰੰਤਰ, ਅਖੰਡ, ਬੇਅੰਤ, ਸਥਾਈ, ਚਿਰਸਥਾਈ, ਬੇਹੱਦ

unequal /ਅੱਨ'ਈਕਵਅਲ/ *a* ਬੇਮੇਲ, ਅਸਮਾਨ, ਨਾਬਰਾਬਰ, ਅਤੁਲ

unequivocal /ˌਅੱਨਇ'ਕਵਿਵ਼ਅਕਲ/ *a* ਸਪਸ਼ਟ, ਸਾਫ਼, ਸੰਦੇਹ-ਰਹਿਤ, ਖਰਾ-ਖਰਾ

unerring /ਅੱਨ'ਅ:ਰਿਙ/ *a* ਅਭੁੱਲ, ਅਚੁੱਕ

UNESCO /ਯੂ'ਨੈੱਸਕਅਉ/ *abbr* **United Nations Educational Scientific and Cultural Organisation** ਦਾ ਸੰਖਿਪਤ ਰੂਪ, ਸੰਯੁਕਤ ਰਾਸ਼ਟਰ ਸੰਘ ਦਾ ਇੱਕ ਸੰਗਠਨ

unethical /ਅੱਨ'ਐੱਥਿਕਲ/ *a* ਬੇਈਮਾਨੀ ਵਾਲਾ, ਅਨੈਤਿਕ, ਸਦਾਚਾਰਿਕ ਤੌਰ 'ਤੇ, ਅਪ੍ਰਵਾਨਿਤ

unessential /ˌਅੱਨਇ'ਸੈਨੱਸ਼(ਅ)ਲ/ *a* ਗ਼ੈਰ ਜ਼ਰੂਰੀ, ਗ਼ੈਰ ਲਾਜ਼ਮੀ; ਅਣਆਵੱਸ਼ਕ, ਬੇਲੋੜਾ, ਕਿਸੇ ਵਸਤੂ ਦਾ ਬੇਲੋੜਾ ਹਿੱਸਾ

uneven /ਅੱਨ'ਈਵ਼ਨ/ *a* ਉੱਚਾ-ਨੀਵਾਂ; ਅਪੱਧਰਾ, ਉੱਘੜ-ਦੁੱਘੜ, ਨਾਹਮਵਾਰ; ਅਸਮਾਨ

unevenness /ਅੱਨ'ਈਵ਼ਨਨਅਸ/ *n* ਨਾਬਰਾਬਰੀ, ਨਾਹਮਵਾਰੀ, ਅਸਮਾਨਤਾ

unexampled /ˌਅੱਨਇਗ'ਜ਼ਾਮਪਲਡ/ *a* ਅਦੁੱਤੀ, ਅਨੂਪ, ਲਾਸਾਨੀ, ਬੇਨਜ਼ੀਰ

unexceptionable /ˌਅੱਨਇਕ'ਸੈਪੱਸ਼ਅਨਅਬਲ/ *a* ਤਸੱਲੀਬਖਸ਼, ਨਿਰਅਪਵਾਦ

unexpected /ˌਅੱਨਇਕ'ਸਪੈਕੱਟਿਡ/ *a* ਅਚਾਨਕ, ਅਕਲਪਿਤ

unexperienced /ਅੱਨਇਕ'ਸਪਿਅਰਿਅਨਸਟ/ *a* ਅਨੁਭਵਹੀਣ, ਨਾਤਜਰਬੇਕਾਰ

unexpired /ˌਅੱਨਇਕ'ਸਪਾਇਅਡ/ *a* (ਛੁੱਟੀ, ਪੱਟਾ ਆਦਿ) ਬਾਕੀ, ਅਣਪੁਗੀ (ਮਿਆਦ)

unexplored /ˌਅੱਨਇਕ'ਸਪਲੋਡ/ *a* ਨਾਮਲੂਮ, ਅਗਿਆਤ, ਗੁਪਤ

unfailing /ਅੱਨ'ਫ਼ੇਇਲਿਙ/ *a* ਅਚੁੱਕ, ਘੱਟ ਨਾ ਹੋਣ ਵਾਲਾ; ਭਰੋਸੇ ਯੋਗ; ਅਮੁੱਕ, ਅਟੁੱਟ

unfair /ˌਅੱਨ'ਫ਼ੇਅ*/ *a* ਬੇਜਾ, ਖੋਟਾ, ਨਾਵਾਜਬ, ਅਨਉਚਿਤ, ਅਯੋਗ (ਵਿਹਾਰ, ਸਾਧਨ); ਪੱਖਪਾਤੀ

unfaithful /ਅੱਨ'ਫ਼ੇਇਥਫ਼ਲ/ *a* ਬੇਵਫ਼ਾ, ਨਮਕ-ਹਰਾਮ, ਕ੍ਰਿਤਘਣ, ਨਾਸਤਿਕ, ਕਾਫ਼ਰ

unfaithfulness /ਅੱਨ'ਫ਼ੇਇਥਫ਼ਲਨਅਸ/ *n*

ਬੇਵਫ਼ਾਈ, ਨਮਕ-ਹਰਾਮੀ, ਕਿਰਤ-ਘਣਤਾ, ਝੂਠ, ਦਗ਼ਾ, ਠੱਗੀ; ਨਾਸਤਿਕਤਾ

unfashioned /ਅੱਨ'ਫ਼ੈਸ਼(ਅ)ਨਡ/ *a* ਬੇਡੌਲ, ਬੇਢੰਗਾ, ਅਣਘੜਿਆ

unfasten /ਅੱਨ'ਫ਼ਾਸਨ/ *vt* ਖੋਲ੍ਹਣਾ, ਢਿੱਲਾ ਕਰਨਾ

unfastend /ਅੱਨ'ਫ਼ਾਸਨਡ/ *a* ਖੁੱਲ੍ਹਿਆ, ਢਿੱਲਾ

unfathomed /ਅੱਨ'ਫ਼ੈਦਅਮਡ/ *a* ਜਿਸ ਦੇ ਥੱਲੇ ਦਾ ਕੋਈ ਥਾਹ ਨਾ ਲਿਆ ਜਾ ਸਕੇ, ਅਥਾਹ, ਅਸਗਾਹ, ਅਗਾਧ

unfavourable /ਅੱਨ'ਫ਼ੇਇਵ੍ਅਰਅਬਲ/ *a* ਵਿਰੋਧੀ, ਪ੍ਰਤਿਕੂਲ, ਵਿਖ਼ਮ

unfazed /ਅੱਨ'ਫ਼ੇਇਜ਼ਡ/ *a* ਕਿਸੇ ਅਚਾਨਕ ਵਾਪਰੀ ਘਟਨਾ ਤੋਂ ਨਿਸ਼ਚਿੰਤ, ਮੁਸ਼ਕਿਲ ਆਉਣ ਉੱਤੇ ਘਬਰਾਹਟ ਰਹਿਤ

unfeeling /ਅੱਨ'ਫ਼ੀਲਿਙ/ *a* ਬੇਹਿੱਸ, ਬੇਦਰਦ, ਕੋਰਾ, ਕਠੋਰ, ਨਿਰਮੋਹ, ਸਖ਼ਤ ਦਿਲ

unfeignedly /ਅੱਨ'ਫ਼ੇਇਨਿਡਲਿ/ *adv* ਸੱਚੇ ਦਿਲੋਂ, ਸਿਦਕ ਨਾਲ, ਸਚਾਈ ਨਾਲ, ਬੇਲਾਗ ਹੋ ਕੇ

unfeminine /ਅੱਨ'ਫ਼ੈੱਮਿਨਿਨ/ *a* ਗ਼ੈਰਜ਼ਨਾਨਾ

unfettered /ਅੱਨ'ਫ਼ੈੱਟਅਡ/ *a* ਜਿਸ ਦੀਆਂ ਬੇੜੀਆਂ ਕੱਟ ਦਿੱਤੀਆਂ ਗਈਆਂ ਹੋਣ ਖੁੱਲ੍ਹਾ, ਬੰਦ ਖ਼ਲਾਸ, ਅਜ਼ਾਦ, ਮੁਕਤ

unfirm /ਅੱਨ'ਫ਼ਅ:ਮ/ *a* ਗੱਲ ਤੋਂ ਫਿਰ ਜਾਣ ਵਾਲਾ, ਕਮਜ਼ੋਰ ਇਰਾਦੇ ਵਾਲਾ, ਕਮਜ਼ੋਰ, ਡਾਵਾਂ-ਡੋਲ, ਅਦ੍ਰਿੜ੍ਹ

unfit /ਅੱਨ'ਫ਼ਿਟ/ *a* ਅਯੋਗ, ਅਢੁੱਕਵਾਂ, ਅਨਉਚਿਤ, ਕਸੂਤਾ; ਨਿਕੰਮਾ, ਨਕਾਰਾ *v* ਨਕਾਰਾ ਬਣਾ ਦੇਣਾ, ਅਯੋਗ ਬਣਾ ਦੇਣਾ

unfitted /ਅੱਨ'ਫ਼ਿਟਿਡ/ *a* ਅਯੋਗ, ਅਨ-ਉਚਿਤ

unfitting /ਅੱਨ'ਫ਼ਿਟਿਙ/ *a* ਅਢੁਕਵਾਂ, ਕਸੂਤਾ

unfix /ਅੱਨ'ਫ਼ਿਕਸ/ *vt* ਢਿੱਲਾ ਕਰਨਾ, ਖੋਲ੍ਹਣਾ

unfledged /ਅੱਨ'ਫ਼ਲੈਜੱਡ/ *a* ਅੱਲ੍ਹੜ, ਅਧਕੱਚਾ, ਅਵਿਕਸਿਤ; ਪੰਖਰਹਿਤ, ਨਾ ਤਜਰਬਾਕਾਰ

unflinching /ਅੱਨ'ਫ਼ਲਿਨਚਿਙ/ *a* ਅਝੁੱਕ, ਡਟਵਾਂ, ਦ੍ਰਿੜ੍ਹਤਾ ਭਰਪੂਰ

unfold /ਅੱਨ'ਫ਼ਅਉਲਡ/ *vt* (ਭੇਡਾਂ, ਬੱਕਰੀਆਂ ਆਦਿ ਨੂੰ) ਵਾੜੇ ਵਿੱਚੋਂ ਬਾਹਰ ਕੱਢਣਾ ਜਾਂ ਛੱਡਣਾ; ਪ੍ਰਗਟ ਕਰਨਾ ਜਾਂ ਹੋਣਾ (ਯੋਜਨਾ, ਵਿਚਾਰ); ਬਿਆਨ ਕਰਨਾ; ਖੁੱਲ੍ਹਣਾ, ਖਿਲਾਰਨਾ

unforeseen /ˌਅੱਨਫ਼ੋ'ਸੀਨ/ *a* ਜਿਨ੍ਹਾਂ ਬਾਰੇ ਪਹਿਲਾਂ ਨਿਸ਼ਚਿਤ ਤੌਰ 'ਤੇ ਕੁਝ ਨਾ ਕਿਹਾ ਜਾ ਸਕੇ, ਨਾ ਅਨੁਮਾਨ ਲਗਾਏ ਜਾਣ ਯੋਗ, ਅਣਖਿਆਲੇ, ਅਦ੍ਰਿਸ਼ਟ, ਅਚਿੰਤਤ

unformed /ˌਅੱਨ'ਫ਼ੋਮਡ/ *a* ਅਧੂਰਾ, ਬੇਡੌਲ, ਬੇਸ਼ਕਲ, ਰੂਪਰਹਿਤ

unfortunate /ਅੱਨ'ਫ਼ੋਚਅਨਅਟ/ *n* ਮੰਦ ਭਾਗਾ ਪੁਰਖ, ਅਭਾਗਾ ਵਿਅਕਤੀ *a* ਭਾਗਹੀਣ, ਬਦਨਸੀਬ, ਬਦਕਿਸਮਤ, ਦੁਖੀ, ਮੰਦਭਾਗਾ, ਨਾਮੁਰਾਦ, ਨਿਖੁੱਟਾ

unfounded /ਅੱਨ'ਫ਼ਾਉਨਡਿਡ/ *a* ਨਿਰਮੂਲ, ਮਿਥਿਆ, ਬੇਬੁਨਿਆਦ, ਸਰਾਸਰ ਗ਼ਲਤ

unfriendliness /ਅੱਨ'ਫ਼ਰੈਂਨਡਲਿਨਅਸ/ *n* ਵੈਰ, ਦੁਸ਼ਮਣੀ, ਰੁੱਖਾਪਣ, ਮਿੱਤਰ, ਅਮਿੱਤਰਤਾ

unfriendly /ਅੱਨ'ਫ਼ਰੈੱਨਡਲਿ/ *a* ਅਢੁਕਵਾਂ, ਗ਼ੈਰਦੋਸਤਾਨਾ, ਦੁਸ਼ਮਣੀ ਭਰਭੂਰ, ਵੈਰ ਭਰਿਆ, ਪਿਆਰ ਰਹਿਤ

unfunded /ਅੱਨ'ਫ਼ਅੱਨਡਿਡ/ *a* (ਕਰਜ਼ੇ ਸੰਬੰਧੀ) ਚਲ

unfurl /ˌਅੱਨ'ਫ਼ਅ:ਲ/ *v* (ਪਰਦਾ) ਖੋਲ੍ਹਣਾ, ਖੁੱਲ੍ਹਣਾ; ਪਸਾਰਨਾ, ਲਹਿਰਾਉਣਾ, ਫੈਲਾਉਣਾ; ਫੈਲਣਾ

unfurnished /ਅੱਨ'ਫ਼ਅ:ਨਿਸ਼ਟ/ *a* ਖ਼ਾਲੀ, ਅਸੱਜਿਤ, ਬਿਨਾਂ ਸਜਾਵਟ ਤੋਂ

ungainly /ਅੱਨ'ਗੇਇਨਲਿ/ *a* (ਵਿਅਕਤੀ ਜਾਂ ਪਸ਼ੂ) ਕੋਝਾ, ਬੇਸੁਰਾ, ਬੇਡੌਲ, ਭੱਦਾ, ਕਰੂਪ

ungallant /ਅੱਨ'ਗੈਲਅਨਟ/ *a* ਕਾਇਰ, ਬੁਜ਼ਦਿਲ, ਡਰਪੋਕ

ungarnished /ਅੱਨ'ਗਾਨਿਸ਼ਟ/ *a* ਅਣਸਜਾਈ

(ਥਾਲੀ)

ungentle /ਅੱਨ'ਜੈਨੱਟ(ਅ)ਲ/ *a* ਅੱਖੜ, ਖਰ੍ਹਵਾ, ਅਸੱਭਿਆ

ungentlemanly /ਅੱਨ'ਜੈਨੱਟਲਮਅਨਲਿ/ *adv* ਅਸੱਭਿਆ ਢੰਗ ਨਾਲ

ungovernable /ਅੱਨ'ਗਅੱਵ੍ਅਨਅਬਲ/ *a* ਬੇਕਾਬੂ, ਬੇਰੋਕ, ਜੰਗਲੀ, ਵਹਿਸ਼ੀ

ungracious /ਅੱਨ'ਗਰੇਇਸ਼ਅਸ/ *a* ਨੀਚ, ਦੁਸ਼ਟ, ਕਠੋਰ

ungraciousness /ਅੱਨ'ਗਰੇਇਸ਼ਅਸਨਅਸ/ *a* ਬੁਰਾਈ, ਅਸੱਭਿਅਤਾ, ਦੁਸ਼ਟਤਾ, ਕੋਰਾਪਣ

ungrammatical /ˌਅੱਨਗਰਅ'ਮੈਟਿਕਲ/ *a* ਵਿਆਕਰਨ ਵਿਰੁੱਧ, ਵਿਆਕਰਨ ਵਿਪਰੀਤ; ਸ਼ਬਦ-ਸ਼ਾਸਤਰ ਵਿਰੁੱਧ

ungrateful /ਅੱਨ'ਗਰੇਇਟਫ਼ਲ/ *a* ਕੀਤੇ ਦਾ ਗੁਣ ਨਾ ਜਾਨਣ ਵਾਲਾ, ਕ੍ਰਿਤਘਣ, ਨਾਸ਼ੁਕਰਾ

ungrounded /ਅੱਨ'ਗਰਾਉਨਡਿਡ/ *a* ਨਿਰਮੂਲ, ਬੇਬੁਨਿਆਦੀ, ਫ਼ਜ਼ੂਲ, ਅਯੋਗ, ਨਿਰਾਧਾਰ

ungual /'ਅੱਙਗਵ(ਅ)ਲ/ *a* ਖੁਰਦਾਰ, ਖੁਰਾਂ ਵਾਲਾ, ਸੁੰਮਦਾਰ; ਨਹੁੰਦਾਰ, ਪਹੁੰਚੇਦਾਰ

unguarded /ਅੱਨ'ਗਾਡਿਡ/ *a* ਵਿਚਾਰਹੀਣ, ਵਿਚਾਰ ਰਹਿਤ; ਅਚੇਤ, ਬੇਖ਼ਬਰ, ਬੇਧਿਆਨ (ਪ੍ਰਗਟਾਅ); ਅਰੱਖਿਅਤ

unguent /'ਅੱਙਗਵਅਨਟ/ *n* ਮਲ੍ਹਮ, ਲੇਪ, ਚੋਪੜ, ਚੋਪੜਨ ਵਾਲੀ ਦਵਾ

ungula /'ਅੱਙਗਯੁਲਅ/ *n* ਸੁੰਮ, ਖੁਰ, ਨਹੁੰਦਾਰ

ungulate /'ਅੱਙਗਯੁਲਅਟ, -ਲੇਇਟ/ *a* ਖੁਰ ਵਾਲਾ, ਸੁੰਮ ਵਾਲਾ, ਖੁਰਦਾਰ (ਜਾਨਵਰ) *n* ਖੁਰੜਾ

unhallow /ਅੱਨ'ਹੈਲਅਉ/ *vt* ਗੰਦਾ ਕਰਨਾ, ਅਪਵਿੱਤਰ ਕਰਨਾ, ਦੂਸ਼ਿਤ ਕਰਨਾ

unhallowed /ਅੱਨ'ਹੈਲਅਉਡ/ *a* ਅਪਵਿੱਤਰ, ਦੂਸ਼ਿਤ

unhand /ˌਅੱਨ'ਹੈਨਡ/ *vt* ਹੱਥ ਚੁੱਕ ਲੈਣਾ, ਹੱਥ ਹਟਾ ਲੈਣਾ , ਜਾਣ ਦੇਣਾ, ਛੱਡਣਾ

unhandy /ˌਅੱਨ'ਹੈਨਡਿ/ *a* (ਵਿਅਕਤੀ) ਅਨਾੜੀ; ਭੱਦਾ, ਬੇਢੰਗਾ, ਕਸੂਤਾ, ਵਰਤਣ ਵਿੱਚ ਮੁਸ਼ਕਲ, ਕੁਢੱਬਾ

unhappy /ਅੱਨ'ਹੈਪਿ/ *a* ਨਾਮੁਰਾਦ; ਦੁਖੀ, ਅਪ੍ਰਸੰਨ; ਅਭਾਗਾ, ਬਦਕਿਸਮਤ, ਨਾਖ਼ੁਸ਼, ਉਦਾਸ

UNHCR /ˌਯੂ ਐੱਨ ˌਏਇਚ ਸੀ 'ਆ*/ *abbr* **United Nations High Commission for Refugees** ਦਾ ਸੰਖਿਪਤ ਰੂਪ, ਸ਼ਰਨਾਰਥੀਆਂ ਦੀ ਸਹਾਇਤਾ ਅਤੇ ਸੁਰੱਖਿਆ ਲਈ ਬਣੀ ਇੱਕ ਸੰਸਥਾ

unhatched /ਅੱਨ'ਹੈਚਟ/ *a* ਅਣਸੇਇਆ (ਆਂਡਾ), ਆਂਡੇ ਵਿੱਚੋਂ ਨਾ ਨਿਕਲਿਆ ਹੋਇਆ (ਬੱਚਾ)

unhead /ਅੱਨ'ਹੈੱਡ/ *vt* ਸਿਰ ਕਲਮ ਕਰਨਾ, ਮੁੰਡੀ ਕੱਟਣਾ, ਸਿਰ ਲਾਹੁਣਾ

unhealthy /ਅੱਨ'ਹੈੱਲਥਿ/ *a* ਅਸਵਸਥ, ਰੋਗੀ, ਬਿਮਾਰ; ਹਾਨੀਕਾਰਕ; ਮਾੜਾ

unheard /ਅੱਨ'ਹਅ:ਡ/ *a* ਅਣਸੁਣਿਆ, ਅਣਜਾਣਿਆ, ਅਗਿਆਤ

unheard-of /ਅੱਨ'ਹਅ:ਡ ਔਵ੍/ *a* ਅਨੋਖਾ, ਅਜੀਬ, ਨਿਰਾਲਾ

unhewn /ਅੱਨ'ਹਯੂਨ/ *a* ਅਣਘੜ, ਅਣਤਰਾਸ਼ਿਆ; ਭੱਦਾ; ਰੱਦੀ

unhinge /ਅੱਨ'ਹਿਨਜ/ *vt* ਚੂਲ ਜਾਂ ਕਬਜ਼ਾ ਲਾਹੁਣਾ; ਉਲਟ-ਪੁਲਟ ਕਰਨਾ; ਵਿਆਕੁਲ ਕਰਨਾ

unhinged /ਅੱਨ'ਹਿਨਜਡ/ *a* ਜਿਸ ਦੀ ਚੂਲ ਉਤਰੀ ਹੋਈ ਹੋਵੇ, ਜਿਸ ਦਾ ਕਬਜ਼ਾ ਉਖੜਿਆ ਹੋਇਆ ਹੋਵੇ; ਪਰੇਸ਼ਾਨ, ਅਵਿਵਸਥਿਤ

unhistoric, unhistorical /ˌਅੱਨਹਿ'ਸਟੌਰਿਕ, ˌਅੱਨਹਿਸ'ਟੌਰਿਕ(ਅ)ਲ/ *a* ਅਣਇਤਿਹਾਸਕ; ਪੁਰਾਣਿਕ

unhive /ਅੱਨ'ਹਾਇਵ੍/ *vt* (ਮਧੂ ਮੱਖੀਆਂ ਨੂੰ) ਸ਼ਹਿਦ ਦੇ ਛੱਤੇ ਤੋਂ ਉਡਾਉਣਾ

unholy /ਅੱਨ'ਹਅਉਲਿ/ *a* ਅਪਵਿੱਤਰ, ਨਾਪਾਕ, ਅਸ਼ੁੱਧ, ਭ੍ਰਿਸ਼ਟ, ਮਲੀਨ, ਦੁਸ਼ਟ, ਅਧਰਮੀ

unhorse /ਅੱਨ'ਹੋਸ/ *vt* ਘੋੜੇ ਤੋਂ ਲਾਹੁਣਾ, ਡੇਗਣਾ, ਉਤਾਰਨਾ

unhuman /ਅੱਨ'ਹਯੂਮਅਨ/ *a* ਅਣਮਨੁੱਖੀ, ਨਿਰਦਈ, ਅਮਾਨਵੀ

unhusked /ਅੱਨ'ਹਅੱਸਕਟ/ *a* ਅਣਛੜਿਆ, ਅਣਕੁੱਟਿਆ, ਅਣਫਟਕਿਆ, ਅਣਛੰਡਿਆ

uni /'ਯੂਨਿ/ *pref* ਇੱਕ, ਇੱਕੋ

uniaural /ˌਯੂਨਿ'ਔਰ(ਅ)ਲ/ *a* ਇੱਕ ਕੰਨ ਵਾਲਾ

unicameral /ˌਯੂਨਿ'ਕੈਮਅਰਅਲ/ *a* ਇੱਕ ਘਰਾ, ਇੱਕ ਕਕਸ਼ੀ, ਇੱਕ ਸਦਨੀ (ਪਾਰਲੀਮੈਂਟ)

UNICEF /'ਯੂਨਿਸੈੱਫ/ *abbr* **United Nations Children's Emergency Fund** ਦਾ ਸੰਖਿਪਤ ਰੂਪ, (ਸੰਸਾਰ ਦੇ ਬੱਚਿਆਂ ਦੀ ਪੜ੍ਹਾਈ ਅਤੇ ਸਿਹਤ ਦਾ ਧਿਆਨ ਰੱਖਣ ਵਾਲੀ) ਸੰਯੁਕਤ ਰਾਸ਼ਟਰ ਦੀ ਇੱਕ ਸੰਸਥਾ

unicellular /ˌਯੂਨਿ'ਸੈੱਲਯਅਲਅ*/ *a* ਇੱਕ ਕੋਸ਼ੀ, ਇੱਕ ਕੋਸ਼ ਵਾਲਾ

unicity /ਯੂ'ਨਿਸਅਟਿ/ *n* ਯਕਸੂਈ, ਏਕਤਾ, ਵਾਹਦਤ, ਅਦੁੱਤਤਾ, ਵਿਲੱਖਣਤਾ

unicorn /'ਯੂਨਿਕੋਨ/ *n* (ਪੁਰਾਣਿਕ) ਇੱਕ ਸਿੰਗ ਵਾਲਾ ਜਾਨਵਰ; ਇੱਕ ਕਿਸਮ ਦਾ ਘੋਗਾ; ਬੱਘੀ (ਜਿਸ ਵਿੱਚ ਦੋ ਘੋੜੀਆਂ ਦੇ ਅੱਗੇ ਤੀਜਾ ਘੋੜਾ ਜੁੜਿਆ ਹੋਵੇ); ਇੱਕ ਪ੍ਰਕਾਰ ਦਾ ਟਿੱਡਾ; ਇੱਕ ਵੱਡੀ ਸਮੁੰਦਰੀ ਮੱਛੀ

unicostate /ˌਯੂਨਿ'ਕੌਸਟੇਇਟ/ *a* ਇੱਕ ਪਸਲੀ ਵਾਲਾ

unidead /'ਯੂਨਿਡੈੱਡ/ *a* ਵਿਚਾਰਹੀਣ, ਜੜ੍ਹ, ਮੂੜ੍ਹ, ਅਕਲਹੀਣ

unidentate /ˌਯੂਨਿ'ਡੈੱਨਟੇਇਟ/ *a* ਇੱਕ ਦੰਦ ਵਾਲਾ, ਇੱਕ ਦੰਤੀ

unification /ˌਯੂਨਿਫ਼ਿ'ਕੇਇਸ਼ਨ/ *n* ਮੇਲ, ਇਤਹਾਦ, ਮਿਲਾਉਣੀ, ਏਕੀਕਰਨ

uniform /'ਯੂਨਿਫ਼ੋਮ/ *a* ਇਕਸਾਰ, ਬਰਾਬਰ, ਇਕਸਮਾਨ; ਨਿਰੰਤਰ; ਇਕਰੰਗ, ਇੱਕੋ ਰੂਪ ਜਾਂ ਵੇਸ, ਸਮਵਸਤਰ

universal resource locator (ਕੰਪਿ) ਇੰਟਰਨੈੱਟ ਦੇ ਵੱਖ-ਵੱਖ ਵਸੀਲਿਆਂ ਤੱਕ ਪਹੁੰਚਣ ਦੀ ਵਿਧੀ

uniformity /ˌਯੂਨਿ'ਫ਼ੋਮਅਟਿ/ *n* ਸਮਤਾ, ਸਮਰੂਪਤਾ, ਇਕਸਾਰਤਾ ਇਕਰੂਪਤਾ, ਮੇਲ

unify /'ਯੂਨਿਫ਼ਾਇ/ *vt* ਇਕਰੂਪ ਕਰਨਾ, ਇਕਰੰਗ ਕਰਨਾ, ਇਕੋ ਜਿਹਾ ਕਰ ਦੇਣਾ

unilateral /ˌਯੂਨਿ'ਲੈਟਰਅਲ/ *a* ਇੱਕ ਪੱਖੀ, ਇੱਕ ਤਰਫ਼ਾ

unilluminated /ˌਅੱਨਇ'ਲੂਮਿਨੇਇਟਿਡ/ *a* ਅਣਜਗਿਆ ਜਾਂ ਅਣਜਾਗਿਆ; ਹਨੇਰਾ, ਅੰਧਕਾਰ ਭਰਿਆ, ਅਪ੍ਰਕਾਸ਼ਿਤ

unimpeachable /ˌਅੱਨਇਮ'ਪੀਚਅਬਲ/ *a* ਨਿਰਦੋਸ਼, ਬੇਕਸੂਰ, ਨਿਰਅਪਰਾਧ, ਸੱਚਾ

unimportant /ˌਅੱਨਇਮ'ਪੋਟਨਟ/ *a* ਗ਼ੈਰ ਜ਼ਰੂਰੀ, ਅਣਆਵੱਸ਼ਕ, ਮਹੱਤਵਹੀਣ; ਹੌਲਾ, ਛੋਟਾ

uninformed /ˌਅੱਨਇਨ'ਫ਼ੋਮਡ/ *a* ਅਸੂਚਿਤ, ਅਣਜਾਣ, ਨਾਦਾਨ, ਬੇਖ਼ਬਰ

uninhabited /ˌਅੱਨਇਨ'ਹੈਬਿਟਿਡ/ *a* ਨਿਰਜਨ, ਗ਼ੈਰ–ਅਬਾਦ, ਉਜਾੜ, ਵੈਰਾਨ, ਉੱਜੜਿਆ-ਪੁੱਜੜਿਆ, ਅਣਵੱਸਿਆ, ਵੱਸੋਂ ਰਹਿਤ

uninspired /ˌਅੱਨਇਨ'ਸਪਾਇਅਡ/ *a* ਅਪ੍ਰੇਰਿਤ ਬੇਜੋਸ਼, ਅਣਟੁੰਬਿਆ

uninstall /ˌਅੱਨਇਨ'ਸਟੋਲ/ *v* (ਕੰਪਿ) ਕੰਪਿਊਟਰ ਵਿਚੋਂ ਪ੍ਰੋਗਰਾਮ ਮਿਟਾਉਣਾ

unintelligibility /ˌਅੱਨਇਨˌਟੈਲਿਜਅ'ਬਿਲਅਟਿ/ *n* ਅਸਪਸ਼ਟਤਾ, ਅਬੋਧਤਾ, ਅਬੁੱਝਤਾ

unintelligible /ˌਅੱਨਇਨ'ਟੈੱਲਿਜਅਬਲ/ *a* ਅਸਪਸ਼ਟ, ਸਮਝੋਂ ਬਾਹਰ, ਅਬੋਧ

unintentional /ˌਅੱਨਇਨ'ਟੈੱਨਸ਼ਅਨਲ/ *a* ਬਿਨਾਂ ਸੋਚਣ ਤੋਂ ਕੀਤਾ, ਅਚਾਨਕ ਹੋਇਆ, ਅਣਚਿਤਵਿਆ

uninterrupted /ˌਅੱਨˌਇਨਟਅ'ਰਅੱਪਟਿਡ/ *a* ਨਿਰਵਿਘਨ, ਅਖੰਡ, ਨਿਰੰਤਰ, ਬੇਰੋਕ, ਲਗਾਤਾਰ

Uninterrupted Power Supply ਵੇਖੋ **UPS**

uninviting /ˌਅੱਨਇਨ'ਵ਼ਾਇਟਿਙ/ *a* ਖਿੱਚਹੀਣ, ਕਸ਼ਸ਼ਹੀਣ, ਆਕਰਸ਼ਣਹੀਣ

union /'ਯੂਨਿਅਨ/ *n* ਸੰਘ, ਵਿਦਿਆਰਥੀ ਸਭਾ, ਯੂਨੀਅਨ; ਸਭਾ ਭਵਨ, ਸਭਾ, ਯੂਨੀਅਨ ਹਾਲ; ਗਿਰਜਿਆਂ ਦੀ ਸੰਮਤੀ, ਸੰਮੇਲਨ, ਸਮਾਗਮ, ਜਥੇਬੰਦੀ, ਜੋੜ, ਮੇਲ; ਵਿਆਹ, ਸ਼ਾਦੀ, ਸੰਧੀ; ਏਕਤਾ, ਏਕਾ

unionism /'ਯੂਨਿਅਨਿਜ਼ਅਮ/ *n* ਸੰਘਵਾਦ

unionist /'ਯੂਨਿਅਨਿਸਟ/ *n* ਸੰਘਵਾਦੀ, ਸੰਘੀ; (ਇਤਿ) (ਅਮਰੀਕੀ ਰਿਆਸਤਾਂ ਵਿਚਕਾਰ ਘਰੇਲੂ ਲੜਾਈ ਸਮੇਂ) ਰਿਅਸਤਾਂ ਦੇ ਅਲੱਗ ਹੋ ਜਾਣ ਦਾ ਵਿਰੋਧ ਕਰਨ ਵਾਲਾ; ਏਕਤਾਵਾਦੀ; ਗਰੇਟ ਬਰਿਟੇਨ ਅਤੇ ਆਇਰਲੈਂਡ ਵਿਚਕਾਰ ਸੰਮਤੀ ਨੂੰ ਤੋੜਨ ਦਾ ਵਿਰੋਧ ਕਰਨ ਵਾਲਾ ਵਿਅਕਤੀ

unionize /'ਯੂਨਿਅਨਾਇਜ਼/ *v* ਜਥੇਬੰਦੀ ਬਣਾਉਣਾ

Union Jack *n* ਗਰੇਟ ਬਰਿਟੇਨ ਅਤੇ ਆਇਰਲੈਂਡ ਦਾ ਰਾਸ਼ਟਰੀ ਝੰਡਾ, ਯੂਨੀਅਨ ਜੈਕ

uniparous /ਯੂ'ਨਿਪ(ਅ)ਰਅਸ/ *a* ਇੱਕ ਬੱਚੇ ਵਾਲੀ, ਇੱਕ ਜਾਇਆ ਜਣਨ ਵਾਲੀ; (ਬਨ) ਇੱਕੋ ਟਾਹਣੀ ਵਾਲਾ

unipolar /ਯੂਨਿ'ਪਅਉਲਅ*/ *a* ਇੱਕ ਧਰੁਵੀ

unique /ਯੁ'ਨੀਕ/ *a* ਅਨੋਖਾ, ਅਨੂਠਾ, ਨਿਰਾਲਾ, ਅਨੂਪ; ਬੇਜੋੜ, ਲਾਜਵਾਬ, (ਅਵਸਥਾ, ਪਦਵੀ, ਸਥਿਤੀ ਆਦਿ) ਅਦੁੱਤੀ

uniqueness /ਯੂ'ਨੀਕਨਅਸ/ *n* ਅਨੋਖਾਪਣ, ਅਨੂਠਾਪਣ, ਨਿਰਾਲਾਪਣ, ਅਨੂਪਤਾ

unirrigated /ਅੱਨ'ਇਰਿਗੇਇਟਿਡ/ *a* ਅਣਸਿੰਜੀ, ਜਿਸ ਨੂੰ ਪਾਣੀ ਨਾ ਦਿੱਤਾ ਗਿਆ ਹੋਵੇ (ਧਰਤੀ), ਬਰਾਨੀ

unisex /'ਯੂਨਿਸੈਕੱਸ/ *a* ਮਰਦ ਤੀਵੀਂ ਦੀ ਇੱਕੋ ਪ੍ਰਕਾਰ ਦੀ (ਪੁਸ਼ਾਕ), ਦੋਵਾਂ ਦਾ ਇੱਕੋ ਤਰ੍ਹਾਂ ਦਾ ਵਾਲ਼ਾਂ ਦਾ (ਸਟਾਈਲ)

unisexual /ˌਯੂਨਿ'ਸੈਕੱਸ਼ੁਅਲ/ *a* ਇੱਕ ਲਿੰਗੀ

unison /'ਯੂਨਿਸਨ/ *n* ਧੁਨਿਤ ਹੋਣ ਦੀ, ਧੁਨੀਆਂ ਜਾਂ ਸੁਰਾਂ ਵਿੱਚ ਤਾਲ ਦੀ ਏਕਤਾ; ਸੁਰ ਮੇਲ, ਏਕਤਾ, ਮੇਲ-ਮਿਲਾਪ

unit /'ਯੂਨਿਟ/ *n* ਇੱਕ, ਇਕਾਈ; ਮਾਤਰਕ, ਇਕਾਈ ਦਾ ਪਰਿਮਾਣ (ਬਿਜਲੀ); ਦਲ, ਟੁਕੜੀ, ਯੂਨਿਟ (ਫ਼ੌਜ), ਸ਼ਾਖਾ

unitarian /ˌਯੂਨਿ'ਟੇਅਰਿਅਨ/ *n* ਇੱਕ ਈਸ਼ਵਰਵਾਦੀ, ਅਦਵੈਤਵਾਦੀ; ਇਕਵਾਦੀ, ਏਕਤਾ ਦਾ ਸਮਰਥਕ, ਇਕਦੇਵਵਾਦੀ *a* ਤ੍ਰਿਕੁਟੀ ਦੇ ਸਿਧਾਂਤ ਨੂੰ ਨਾ ਮੰਨਣ ਵਾਲਾ

unitary /'ਯੂਨਅਟਰਿ/ *a* ਏਕਾਤਮਿਕ, ਇਕਾਈ ਦਾ

unite /ਯੁ'ਨਾਇਟ/ *v* ਮਿਲ ਕੇ ਕੰਮ ਕਰਨਾ, ਜੁੜਨਾ (ਭਾਵਨਾ, ਆਚਰਨ, ਕਿਸੇ ਕੰਮ ਦਾ), ਸੰਧੀ ਕਰਨਾ, ਪਰਸਪਰ ਮਿਲਾਉਣ ਜਾਂ ਮਿਲਨਾ, ਜੋੜਨਾ, ਇੱਕ ਕਰਨਾ ਜਾਂ ਹੋਣਾ; ਵਿਆਹ ਬੰਧਨ ਵਿੱਚ ਬੰਨ੍ਹਣਾ

united /ਯੁ'ਨਾਇਟਿਡ/ *a* ਸੰਯੁਕਤ, ਯੁਕਤ, ਸਾਂਝਾ

unity /'ਯੂਨਅਟਿ/ *n* ਮੇਲ, ਸਮਰੂਪਤਾ; ਸਮਾਨਤਾ, ਸੰਗਤੀ; ਏਕਤਾ, ਏਕਾ; (ਗਣਿ) ਇਕਾਈ, ਇੱਕ ਦੀ ਸੰਖਿਆ; (ਕਨੂੰ) ਭਿੰਨ-ਭਿੰਨ ਕਿਰਾਏਦਾਰਾਂ ਦੀ ਇਕੱਠੀ ਲਗਾਨਦਾਰੀ; ਇੱਕ ਵਿਅਕਤੀ ਦੁਆਰਾ ਭਿੰਨ-ਭਿੰਨ ਅਧਿਕਾਰਾਂ ਦਾ ਇਕੱਠਾ ਇਖ਼ਤਿਆਰ

univalve /'ਯੂਨਿਵ਼ੈਲਵ਼/ *n* ਇੱਕ ਵਾਲਵ, ਇੱਕ ਪਰਤ

universal /ˌਯੂਨਿ'ਵ਼ਅ:ਸਲ/ *a* ਵਿਆਪਕ, ਸਾਮਾਨਯ, ਸਰਬਵਿਆਪਕ, ਸੰਪੂਰਨ, ਕੁੱਲ

universality /ˌਯੂਨਿਵ਼ਅ:'ਸੈਲਅਟਿ/ *n* ਸਰਬਵਿਆਪਕਤਾ, ਸੰਸਾਰ–ਵਿਆਪਕਤਾ

universalize /ˌਯੂਨਿ'ਵ਼ਅ:ਸ(ਅ)ਲਾਇਜ਼/ *vi* ਵਿਸ਼ਵ–ਵਿਆਪੀ ਬਣਾਉਣਾ; ਸਰਬਦੇਸੀ ਬਣਾਉਣਾ

Universal Time *n* ਗ੍ਰੀਨਵਿਚ ਦਾ ਸਮਾਂ, ਵਿਸ਼ਵ ਸਮਾਂ

universe /'ਯੂਨਿਵ਼ਅ:ਸ/ *n* ਬ੍ਰਹਿਮੰਡ, ਵਿਸ਼ਵ,

ਸ੍ਰਿਸ਼ਟੀ, ਜਗਤ; ਪ੍ਰਿਥਵੀ; ਮਨੁੱਖ ਜਾਤੀ

university /ˌਯੂਨਿ'ਵ੍ਅ:ਸਅਟਿ/ *n* ਯੂਨੀਵਰਸਿਟੀ, ਵਿਸ਼ਵ-ਵਿਦਿਆਲਾ

universology /ˌਯੂਨਿਵ੍ਅ:'ਸੌਲਅਜਿ/ *n* ਵਿਸ਼ਵ ਸ਼ਾਸਤਰ, ਵਿਸ਼ਵ ਵਿਗਿਆਨ

Unix /'ਯੂਨਿਕਸ/ *n* (ਕੰਪਿ) ਕੰਪਿਊਟਰ ਤੋਂ ਕੰਮ ਲੈਣ ਲਈ ਇੱਕ ਬਹੁ ਵਰਤੋਂਕਾਰੀ ਅਤੇ ਬਹੁਕਾਰਜੀ ਸੁਰੱਖਿਅਤ ਪ੍ਰਨਾਲੀ

unjust /ˌਅੱਨ'ਜਅੱਸਟ/ *a* ਨਿਆਂਹੀਣ, ਅਨਉਚਿਤ, ਨਿਆਂ ਵਿਰੁੱਧ, ਅਨਿਆਈ

unjustified /ਅੱਨ'ਜਅੱਸਟਿਫ਼ਾਇਡ/ *a* ਨਾਵਾਜਬ, ਅਯੋਗ, ਅਨਉਚਿਤ, ਨਿਆਂ ਰਹਿਤ, ਅਨਿਆਂ ਭਰਪੂਰ

unkempt /ˌਅੱਨ'ਕੈਂਮਪਟ/ *a* ਅਸਤ-ਵਿਅਸਤ (ਵਿਅਕਤੀ); ਉਲਝੇ ਹੋਏ (ਵਾਲ); ਵਿਵਸਥਾ ਰਹਿਤ (ਭਾਸ਼ਾ); ਬੇਢੰਗਾ, ਬੇਤਰਤੀਬਾ; ਖਿੱਲਰਿਆ-ਪੁੱਲਰਿਆ

unkind /ˌਅੱਨ'ਕਾਇਨਡ/ *a* ਬੇਰਹਿਮ, ਬੇਦਰਦ, ਨਿਰਦਈ, ਕਠੋਰ, ਨਿਸ਼ਠੁਰ, ਕਿਰਪਾਹੀਣ, ਮਮਤਾਹੀਣ

unkindliness /ˌਅੱਨ'ਕਾਇਨਡਲਿਨਅਸ/ *n* ਬੇਰਹਿਮੀ, ਬੇਦਰਦੀ, ਪੱਥਰ-ਚਿੱਤਤਾ, ਨਿਰਦਇਤਾ, ਕਠੋਰਤਾ, ਕਿਰਪਾਹੀਣਤਾ, ਮਮਤਾਹੀਣਤਾ

unknown /ਅੱਨ'ਨਅਉਨ/ *a* ਅਣਜਾਣ, ਨਾਮਲੂਮ (ਗੁਣ, ਵਿਅਕਤੀ); ਬੇਗਾਨਾ, ਅਜਨਬੀ, ਓਪਰਾ, ਅਣਪਛਾਤਾ; ਅਣਜਾਣੀ (ਰਾਸ਼ੀ), ਅਗਿਆਤ, ਅਵਿੱਦਿਤ, ਅਪਰੀਚਿਤ

unlaboured /ਅੱਨ'ਲੇਇਬਅਡ/ *a* ਸਹਿਜ, ਸਰਲ, ਸੁਭਾਵਿਕ (ਸ਼ੈਲੀ ਆਦਿ)

unlace /ਅੱਨ'ਲੇਇਸ/ *vt* ਤਸਮੇ ਖੋਲ੍ਹਣਾ

unlawful /ਅੱਨ'ਲੋਫ਼ਲ/ *a* ਗ਼ੈਰਕਨੂੰਨੀ, ਅਵੈਧ, ਹਰਾਮੀ

unlawfulness /ਅੱਨ'ਲੋਫ਼ਲਨਅਸ/ *n* ਗ਼ੈਰ ਕਨੂੰਨੀਪਣ, ਅਵਿਧਾਨਕਤਾ

unlearn /ˌਅੱਨ'ਲਅ:ਨ/ *vt* ਭੁਲਾ ਦੇਣਾ, ਭੁੱਲਣਾ, ਦਿਲ ਤੋਂ ਕੱਢ ਦੇਣਾ, ਛੱਡ ਦੇਣਾ

unlearned /ਅੱਨ'ਲਅ:ਨਿਡ/ *a* ਅਣਜਾਣ, ਮੂੜ੍ਹ, ਅਗਿਆਨ

unlearnt /ਅੱਨ'ਲਅ:ਨਟ/ *a* ਅਨਪੜ੍ਹ; ਬਿਨਾਂ ਸਿੱਖਿਆ ਵਾਲਾ (ਪਾਠ ਆਦਿ); ਬੇਇਲਮ, ਨਿਰੱਖਰ

unleash /ਅੱਨ'ਲੀਸ਼/ *vt* ਪਟਾ ਜਾਂ ਸੰਗਲੀ ਲਾਹੁਣਾ

unleavened /ˌਅੱਨ'ਲੈਵ੍ਨਡ/ *a* ਬੇਖ਼ਮੀਰਾ; ਤੇਜ ਰਹਿਤ, ਬੁਝਿਆ ਹੋਇਆ

unless /ਅੱਨ'ਲੈੱਸ/ *conj* ਜਦ ਤੱਕ ਨਾ, ਨਹੀਂ ਤਾਂ, ਜੇ ਕਰ ਨਾ; ਇਸ ਨੂੰ ਛੱਡ ਕੇ, ਸਿਵਾਏ ਇਸ ਦੇ

unlettered /ˌਅੱਨ'ਲੈੱਟਅਡ/ *a* ਨਿਰੱਖਰ, ਅਨਪੜ੍ਹ, ਬੇਇਲਮ

unlicensed /ਅੱਨ'ਲਾਇਸਨਸਟ/ *a* ਬਿਨਾਂ ਲਾਇਸੈਂਸ, ਬੇਮੁਹਾਰਾ

unlicked /ਅੱਨ'ਲਿਕਟ/ *a* ਬੇਡੌਲ, ਕਰੂਪ

unlike /ˌਅੱਨ'ਲਾਇਕ/ *a* ਭਿੰਨ, ਅਣਮਿਲਦਾ, ਅਤੁੱਲ; ਦੇ ਉਲਟ, ਪ੍ਰਤਿਕੂਲ

unlikelihood, unlikeliness / ਅੱਨ'ਲਾਇਕਲਿਹੁਡ, ਅੱਨ'ਲਾਇਕਲਿਨਅਸ/ *n* ਭਿੰਨਤਾ, ਅਸੰਭਵਤਾ, ਅਸੰਭਾਵਨਾ

unlikely /ਅੱਨ'ਲਾਇਕਲਿ/ *a* ਅਸੰਭਾਵੀ, ਅਣਹੋਣਾ

unlimited /ਅੱਨ'ਲਿਮਿਟਿਡ/ *a* ਅਪਾਰ, ਅਸੀਮਤ, ਅਮਿਤ (ਸੰਭਾਵਨਾਵਾਂ, ਸ਼ਕਤੀਆਂ); ਅਤੁੱਟ, ਬੇਹੱਦ, ਬੇਅੰਤ, ਅਤਿ ਅਧਿਕ, ਅਥੱਝਵਾਂ, ਅਤਿਅੰਤ (ਘੇਰਾ)

unload /ˌਅੱਨ'ਲਅਉਡ/ *vt* ਭਾਰ ਲਾਹੁਣਾ, ਭਾਰਮੁਕਤ ਕਰਨਾ; ਖ਼ਾਲੀ ਕਰ ਦੇਣਾ; (ਜਹਾਜ਼, ਗੱਡੀ ਆਦਿ ਸੰਬੰਧੀ) ਮਾਲ ਲਾਹੁਣਾ, ਹਲਕਾ ਕਰਨਾ; (ਬੰਦੂਕ ਆਦਿ) ਖ਼ਾਲੀ ਕਰਨਾ, ਗੋਲੀ ਦੇ ਛੱਰੇ ਕੱਢਣਾ; (ਸਰਾਫ਼ੀ ਸੰਬੰਧੀ) ਮਾਲ ਜਾਂ ਹਿੱਸੇ ਵੇਚ ਦੇਣਾ

unlock /ˌਅੱਨ'ਲੌਕ/ *n* (ਸੰਦੂਕ, ਦਰਵਾਜ਼ੇ ਆਦਿ

ਦਾ) ਜੰਦਰਾ ਖੋਲ੍ਹਣਾ; (ਬੋਲ) ਦਿਲ ਦੀ ਗੱਲ ਖੋਲ੍ਹਣਾ, ਆਖ ਦੇਣਾ, ਫੁੱਟ ਪੈਣਾ

unlooked-for /ਅੱਨ'ਲੁਕਟ ਫ਼ੋ*/ *a* ਉਮੀਦੋਂ ਬਾਹਰਾ

unloose /,ਅੱਨ'ਲੂਸ/ *vt* ਮੁਕਤ ਕਰਨਾ, ਸੁਤੰਤਰ ਕਰਨਾ, ਢਿੱਲਾ ਕਰਨਾ, ਅਜ਼ਾਦ ਕਰਨਾ, ਛੱਡਣਾ; ਖੋਲ੍ਹਣਾ; ਰਿਹਾਅ ਕਰਨਾ

unlovely /,ਅੱਨ'ਲਅੱਵ੍ਲਿ/ *a* ਬਦਸੂਰਤ, ਭੈੜਾ, ਬੁਰਾ, ਅਣਆਕਰਸ਼ਕ

unlucky /ਅੱਨ'ਲਅੱਕਿ/ *a* ਭਾਗਹੀਣ, ਅਭਾਗਾ, ਅਸ਼ੁਭ, ਮਨਹੂਸ, ਕਮਬਖ਼ਤ, ਨਾਮੁਰਾਦ, ਬਦਕਿਸਮਤ

unmake /ਅੱਨ'ਮੇਇਕ/ *vt* ਮਿਟਾਉਣਾ, ਨਸ਼ਟ ਕਰ ਦੇਣਾ, ਬਰਬਾਦ ਕਰਨਾ; (ਇਰਾਦਾ) ਬਦਲਨਾ; (ਪਦਵੀ ਤੋਂ) ਹਟਾਉਣਾ

unman /ਅੱਨ'ਮੈਨ/ *vt* ਨਪੁੰਸਕ ਬਣਾਉਣਾ; ਬਲਹੀਣ ਕਰਨਾ, ਕਮਜ਼ੋਰ ਕਰ ਦੇਣਾ, ਬੇਦਿਲ ਕਰਨਾ, ਹਿੰਮਤ ਤੋੜ ਦੇਣਾ, ਨਿਰਉਤਸ਼ਾਹ ਕਰਨਾ; (ਅਮਲਾ) ਕੱਢ ਦੇਣਾ

unmanageable /ਅੱਨ'ਮੈਨਿਜਅਬਲ/ *a* ਕਾਬੂ ਤੋਂ ਬਾਹਰ, ਬੇਕਾਬੂ, ਪ੍ਰਬੰਧ ਰਹਿਤ, ਅਨੁਸ਼ਾਸਨ ਵਿੱਚ ਲਿਆਉਣ ਦੇ ਅਯੋਗ, ਬੇਲਗਾਮ (ਬੱਚਾ, ਸਥਿਤੀ); ਮੂੰਹ ਜ਼ੋਰ (ਘੋੜਾ), ਅਥਰਾ

unmanly /ਅੱਨ'ਮੈਨਲਿ/ *a* ਜਨਾਨੜਾ; ਬੁਜ਼ਦਿਲ, ਥੋਥਾ

unmanned /,ਅੱਨ'ਮੈਨਡ/ *a* ਬਿਨਾਂ ਮਨੁੱਖ ਤੋਂ (ਚੱਲਣ ਵਾਲੀ ਮਸ਼ੀਨਰੀ), ਮਾਨਵ ਰਹਿਤ

unmannerly /ਅੱਨ'ਮੈਨਅਲਿ/ *a* ਕੁਚੱਜਾ, ਬਦਤਮੀਜ਼, ਬੇਹੂਦਾ, ਅਸ਼ਿਸ਼ਟ, ਗੰਵਾਰ

unmarked /ਅੱਨ'ਮਾਕਟ/ *a* ਜਿਸ ਉੱਤੇ ਚਿੰਨ੍ਹ ਨਾ ਲਾਇਆ ਹੋਵੇ, ਅਚਿੰਨ੍ਹਤ

unmarried /,ਅੱਨ'ਮੈਰਿਡ/ *vt* ਕੁਆਰਾ, ਕੁਆਰੀ, ਅਵਿਵਾਹਤ, ਅਣ-ਵਿਆਹਿਆ

unmask /,ਅੱਨ'ਮਾਸਕ/ *v* ਨਕਾਬ ਲਾਹੁਣਾ, ਪਰਦਾ ਹਟਾ ਦੇਣਾ; ਅਸਲੀਅਤ ਜ਼ਾਹਰ ਕਰਨਾ, ਪਰਦਾਫਾਸ਼ ਕਰਨਾ

unmatched /,ਅੱਨ'ਮੈਚਟ/ *a* ਅਢੁੱਕਵਾਂ, ਬੇਢੱਬਾ

unmeaning /ਅੱਨ'ਮੀਨਿਙ/ *a* ਅਰਥਹੀਣ, ਨਿਰਾਰਥਕ, ਬੇਮਾਅਨੀ

unmeasured /ਅੱਨ'ਮੈਯ਼ਅਡ/ *a* ਨਾ ਤੋਲਿਆ, ਬੇਤੋਲ; (ਕਾਵਿਕ) ਅਮਿਤ, ਬੇਹਿਸਾਬ, ਬੇਹੱਦ

unmeet /ਅੱਨ'ਮੀਟ/ *a* ਨਾਮੁਨਾਸਬ, ਅਯੋਗ, ਅਨਉਚਿਤ

unmentionable /ਅੱਨ'ਮੈੱਨਸ਼ਅਨਅਬਲ/ *a* ਅਕੱਥ, ਜਿਸ ਦਾ ਜ਼ਿਕਰ ਨਾ ਹੋਇਆ ਹੋਵੇ, ਨਾ ਕਥਨ ਯੋਗ, ਅਨਉਲਿਖਤ

unmerciful /ਅੱਨ'ਮਅ:ਸਿਫ਼ਲ/ *a* ਬੇਦਰਦ, ਦਇਆਹੀਣ, ਪੱਥਰ ਦਿਲ

unmew /ਅੱਨ'ਮਯੂ/ *vt* (ਕਨੂੰ) ਛੱਡਣਾ, ਰਿਹਾ ਕਰਨਾ, ਬਰੀ ਕਰਨਾ, ਬੰਦ ਖ਼ਲਾਸ ਕਰਨਾ

unmistakable /,ਅੱਨਮਿ'ਸਟੇਇਕਅਬਲ/ *a* ਅਭੁੱਲ, ਅਚੁੱਕ, ਬਿਲਕੁਲ ਸਾਫ਼

unmitigated /ਅੱਨ'ਮਿਟਿਗੇਇਟਿਡ/ *a* ਸੰਪੂਰਨ, ਪੂਰਾ, ਅਣਘਟਿਆ

unmixed /ਅੱਨ'ਮਿਕਸਟ/ *a* ਨਿਰਾ, ਬਿਨਾਂ ਮਿਲਾਵਟ ਤੋਂ, ਸ਼ੁੱਧ, ਖ਼ਾਲਸ, ਅਮਿਸ਼ਰਤ

unmoor /ਅੱਨ'ਮੁਅ*/ *vt* (ਬੇੜੇ ਆਦਿ ਦੀਆਂ) ਜੰਜੀਰਾਂ ਖੋਲ੍ਹਣਾ; ਜਹਾਜ਼ ਚਲਾਉਣਾ; (ਬੋਲ) ਅਲੱਗ ਕਰ ਦੇਣਾ ਜਾਂ ਰਸਤਾ ਬਣਾ ਦੇਣਾ

unmounted /ਅੱਨ'ਮਾਉਨਟਿਡ/ *a* ਅਣਜੜਿਆ, ਚੌਖਟੇ ਵਿੱਚ ਅਣਜੜੀ (ਤਸਵੀਰ); ਅਣਮੜ੍ਹਿਆ (ਨਗ); ਪੈਦਲ, ਪਿਆਦਾ, ਜੋ ਸਵਾਰੀ ਉੱਤੇ ਨਾ ਚੜ੍ਹਿਆ ਹੋਵੇ

unmoved /,ਅੱਨ'ਮੂਵ੍ਡ/ *a* ਸ਼ਾਂਤ, ਸਥਿਰ, ਅਚੱਲ, ਬੇਹਰਕਤ, ਅਪ੍ਰਭਾਵਿਤ

unmuffle /ਅੱਨ'ਮਅੱਫ਼ਲ/ *a* (ਗਿਲਾਫ਼ ਜਾਂ ਗੁਲੂਬੰਦ ਆਦਿ) ਲਾਹੁਣਾ, ਉਤਾਰਨਾ

unmurmuring /ਅੱਨ'ਮਅ:ਮ(ਅ)ਰਿਙ/ *a* ਸਹਿ ਜਾਣ ਵਾਲਾ, ਝੱਲ ਲੈਣ ਵਾਲਾ, ਸਹਿਣਸ਼ੀਲ, ਜੋ ਸ਼ਿਕਾਇਤ ਸ਼ਿਕਵਾ ਨਾਂ ਕਰੇ

unmusical /ˌਅੱਨ'ਮਯੂਜ਼ਿਕਲ/ *a* ਸੰਗੀਤ ਸੰਬੰਧੀ ਰੁਚੀ ਨਾ ਰੱਖਣ ਵਾਲਾ, ਸੰਗੀਤ ਵਿੱਚ ਕੋਰਾ; ਰੁੱਖਾ, ਬੇਸੁਰਾ

unmuzzle /ਅੱਨ'ਮਅੱਜ਼ਲ/ *vt* ਚੁੱਪ ਰਹਿਣ ਦਾ ਬੰਧਨ ਹਟਾ ਲੈਣਾ, ਗੱਲਬਾਤ ਦੀ ਅਜ਼ਾਦੀ ਦੇਣਾ; (ਮੂੰਹ ਤੋਂ) ਛਿੱਕਾ ਜਾਂ ਛਾਬੂ ਉਤਾਰਨਾ

unnameable /ਅੱਨ'ਨੇਇਮਅਬਲ/ *a* ਅਕੱਥ, ਅਕਹਿ

unnatural /ਅੱਨ'ਨੈਚਰਅਲ/ *a* ਗ਼ੈਰ-ਕੁਦਰਤੀ, ਅਪ੍ਰਕ੍ਰਿਤਕ (ਜੁਰਮ, ਮੌਤ), ਅਸੁਭਾਵਿਕ, ਬਣਾਉਟੀ, ਨਾਜਾਇਜ਼, ਹਰਾਮੀ

unnaturalize /ਅੱਨ'ਨੈਚ(ਅ)ਰ(ਅ)ਲਾਇਜ਼/ *vt* ਬਣਾਉਟੀ ਬਣਾਉਣਾ, ਗ਼ੈਰਕੁਦਰਤੀ ਬਣਾਉਣਾ

unnaturalness /ਅੱਨ'ਨੈਚ(ਅ)ਰ(ਅ)ਲਨਅਸ/ *n* ਬਣਾਉਟੀਪਣ, ਗ਼ੈਰਕੁਦਰਤੀਪਣ, ਅਸੁਭਾਵਿਕਤਾ, ਪ੍ਰਕਿਰਤੀ ਵਿਰੋਧਤਾ

unnecessary /ਅੱਨ'ਨੈੱਸਅਸਅਰਿ/ *a* ਬੇਲੋੜਾ, ਅਣਆਵੱਸ਼ਕ; ਲੋੜ ਤੋਂ ਵਧੀਕ

unnerve /ˌਅੱਨ'ਨਅ:ਵ੍/ *vt* ਕਮਜ਼ੋਰ ਕਰਨਾ, ਸ਼ਕਤੀਹੀਣ ਕਰਨਾ, ਦੁਰਬਲ ਕਰਨਾ

unnumbered /ˌਅੱਨ'ਨਅੱਮਬਅਡ/ *a* ਅਣਗਿਣਤ, ਬੇਹੱਦ, ਬੇਸ਼ੁਮਾਰ

UNO /ˌਯੂ ਐੱਨ 'ਅਉ/ *abbr* **United Nations Organization** ਦਾ ਸੰਖਿਪਤ ਰੂਪ, ਸੰਯੁਕਤ ਰਾਸ਼ਟਰ ਸੰਘ

unobservance /ˌਅੱਨਅਬ'ਜ਼ਅ:ਵ੍ਅਨਸ/ *n* ਬੇਧਿਆਨੀ, ਬੇਖ਼ਬਰੀ, ਲਾਪਰਵਾਹੀ, ਅਚੇਤਤਾ, ਅਸਾਵਧਾਨੀ

unobserved /ˌਅੱਨਅਬ'ਜ਼ਅ:ਵ੍ਡ/ *a* ਅਣਡਿੱਠਾ, ਬੇਧਿਆਨਾ, ਬੇਖ਼ਬਰਾ, ਅਣਗੌਲਿਆ

unobstructed /ˌਅੱਨਅਬ'ਸਟਰਅੱਕਟਿਡ/ *a* ਬੇਰੋਕ, ਖਲਲਰਹਿਤ, ਨਿਰਵਿਘਨ

unobtrusive /ˌਅੱਨਅਬ'ਟਰੂਸਿਵ੍/ *a* ਸ਼ਰਮਾਕਲ, ਸੰਗਾਊ, ਸੰਕੋਚੀ, ਦਖ਼ਲ ਨਾ ਦੇਣ ਵਾਲਾ

unoffending /ˌਅੱਨਅ'ਫ਼ੈੱਨਡਿਙ/ *a* ਦੋਸ਼ਰਹਿਤ, ਨਿਰਅਪਰਾਧ; ਸਰਲ, ਸਿੱਧਾ; ਨਿਰਦੋਸ਼

unofficial /ˌਅੱਨਅ'ਫ਼ਿਸ਼ਲ/ *a* ਗ਼ੈਰਸਰਕਾਰੀ (ਬਿਲ, ਸੰਦੇਸ਼), ਗ਼ੈਰਰਸਮੀ

unopposed /ˌਅੱਨਅ'ਪਅਉਜ਼ਡ/ *a* ਬਿਨਾਂ ਮੁਕਾਬਲੇ ਤੋਂ, ਨਿਰਵਿਰੋਧ, ਬੇਰੋਕ, ਬਿਨਾਂ ਵਿਰੋਧਤਾ ਤੋਂ

unpack /ˌਅੱਨ'ਪੈਕ/ *vt* (ਸੰਦੂਕ ਆਦਿ) ਖੋਲ੍ਹ ਕੇ ਸਮਾਨ ਕੱਢਣਾ, ਗੰਢ ਖੋਲ੍ਹਣਾ, ਕੱਢਣਾ

unpaged /ˌਅੱਨ'ਪੇਇਜਡ/ *a* ਜਿਸ ਉੱਤੇ ਸਫ਼ਿਆਂ ਦੇ ਨੰਬਰ ਨਾ ਲਾਏ ਗਏ ਹੋਣ

unpaid /ˌਅੱਨ'ਪੇਇਡ/ *a* ਅਦਾ ਨਾ ਕੀਤਾ ਗਿਆ

unparalleled /ˌਅੱਨ'ਪੈਰ(ਅ)ਲਐੱਲਡ/ *a* ਅਨੂਠਾ, ਬੇਨਜ਼ੀਰ, ਲਾਸਾਨੀ, ਨਿਰਾਲਾ, ਅਦੁੱਤੀ

unparental /ˌਅੱਨਪਆ'ਰੈਂਨਟਲ/ *a* ਅਪਿਤਰੀ, ਜੋ ਪਿਤਰੀ ਸੁਭਾਅ ਦੇ ਉਲਟ ਹੋਵੇ

unparliamentary /ˌਅੱਨˌਪਾਲਅ'ਮੈਂਨਟ(ਅ)ਰਿ/ *a* ਸਭਾ ਦੇ ਨੇਮ ਵਿਰੁੱਧ, ਅਸੰਸਦੀ; ਅਸ਼ਲੀਲ, ਅਸ਼ਿਸ਼ਟ

unpeg /ਅੱਨ'ਪੈੱਗ/ *vt* ਕਿੱਲੀ ਉਖੇੜਨਾ, ਖੂੰਟੀ ਪੁੱਟਣਾ, ਕਿੱਲਾ ਕੱਢਣਾ; ਢਿੱਲਾ ਕਰਨਾ

unpeople /'ਅੱਨਪੀਪ(ਅ)ਲ/ *vt* ਵੈਰਾਨ ਕਰਨਾ, ਉਜਾੜਨਾ, ਸੁੰਨਾ ਕਰਨਾ

unphilosophical /ਅੱਨˌਫ਼ਿਲਅ'ਸੌਫ਼ਿਕ(ਅ)ਲ/ *a* ਫ਼ਿਲਾਸਫ਼ੀ ਦੇ ਸਿਧਾਂਤਾਂ ਦੇ ਉਲਟ, ਦਾਰਸ਼ਨਿਕਤਾ ਵਿਰੁੱਧ

unpick /ˌਅੱਨ'ਪਿਕ/ *vt* (ਨੋਕਦਾਰ ਵਸਤੂ ਜਾਂ ਸਲਾਈ ਨਾਲ) ਉਧੇੜਨਾ, ਟਾਂਕੇ ਖੋਲ੍ਹਣਾ (ਕੱਪੜਿਆਂ ਦੇ)

unplaced /ˌਅੱਨ'ਪਲੇਇਸਟ/ *a* ਨਾ ਰੱਖਿਆ ਹੋਇਆ, ਅਨਿਯੁਕਤ (ਸੂਚੀ ਜਾਂ ਘੋੜਦੌੜ ਵਿੱਚ), ਅਸਥਿਤ

unplanned /ˌਅੱਨ'ਪਲੈਨਡ/ *a* ਯੋਜਨਾਰਹਿਤ, ਅਣਵਿਓਂਤਿਆ, ਬੇਤਰਤੀਬਾ, ਅਣਚਿਤਵਿਆ, ਸੰਜੋਗੀ

unplayable /ˌਅੱਨ'ਪਲੇਇਅਬਲ/ *a* ਨਾ ਖੇਡਿਆ

ਜਾਣ ਵਾਲਾ, ਖੇਡ ਦੇ ਅਨਉਪਯੁਕਤ

unpleasable /ਅੱਨ'ਪਲੀਜ਼ਅਬਲ/ *a* ਜਿਸ ਨੂੰ ਖ਼ੁਸ਼ ਨਾ ਕੀਤਾ ਜਾ ਸਕੇ

unpleasant /ਅੱਨ'ਪਲੈਜ਼ੱਨਟ/ *a* ਬੇਮਜ਼ਾ, ਬੁਰਾ, ਨਾਗਵਾਰ, ਬੇਸੁਆਦਾ

unpleasantness /ਅੱਨ'ਪਲੈਜ਼ੱਨਟਨਅਸ/ *n* ਬੇਸੁਆਦੀ, ਤਲਖ਼ੀ, ਅਣਬਣ

unpointed /ਅੱਨ'ਪੌਇਨਟਿਡ/ *a* (ਇੱਟਾਂ ਜਾਂ ਕੰਧ) ਬਿਨਾਂ ਟੀਪ ਹੋਈ; ਖੁੰਢਾ, ਬਿਨਾਂ ਬਿੰਦੂ ਜਾਂ ਨੁਕਤੇ ਦੇ; ਬਿਨਾਂ ਨੋਕ ਤੋਂ

unpolled /ਅੱਨ'ਪਅਉਲਡ/ *a* (ਵੋਟ) ਅਣਪਾਈ, ਅਣਭੁਗਤੀ

unpopular /ਅੱਨ'ਪੌਪਯਅਲਅ*/ *a* ਬਦਨਾਮ, ਅਪ੍ਰਸਿੱਧ, ਲੋਕ ਅਪ੍ਰਿਯ

unpopularity /ˌਅੱਨˌਪੌਪਯੁ'ਲੈਰਅਟਿ/ *n* ਬਦਨਾਮੀ, ਪ੍ਰਸਿੱਧਤਾ, ਅਪ੍ਰਿਯਤਾ

unpractised /ਅੱਨ'ਪਰੈਕਟਿਸਟ/ *a* ਅਣਅਭਿਆਸੀ, ਅਨਾੜੀ, ਅਨੁਭਵ ਰਹਿਤ

unprecedented /ਅੱਨ'ਪਰੈੱਸਿਡੈਨੱਟਿਡ/ *a* ਅਨੋਖਾ; ਨਵੇਕਲਾ, ਬੇਮਿਸਾਲ

unprejudiced /ਅੱਨ'ਪਰੈਜੱਅਡਿਸਟ/ *a* ਬੇਲਾਗ, ਪੱਖਪਾਤ ਰਹਿਤ, ਨਿਰਪੱਖ

unpremeditated /ˌਅੱਨਪਰੀ'ਮੈੱਡਿਟੇਇਟਿਡ/ *a* ਬੇਸੋਚਿਆ ਸਮਝਿਆ, ਅਣਵਿਓਂਤਿਆ

unprepared /ˌਅੱਨਪਰਿ'ਪੇਅਡ/ *a* ਬਿਨਾਂ ਤਿਆਰੀ ਕੀਤੇ, ਜੋ ਤਿਆਰ ਨਾ ਹੋਇਆ ਹੋਵੇ, ਬਿਨਾਂ ਸੋਚੇ ਸਮਝੇ

unpresentable /ˌਅੱਨਪਰਿ'ਜ਼ੈਨੱਟਅਬਲ/ *a* ਭੱਦਾ, ਅਪ੍ਰਦਰਸ਼ਨੀ

unpresumptuous /ˌਅੱਨਪਰਿ'ਜ਼ਅੱਮਪਚੁਅਸ/ *a* ਸਰਲ, ਸਾਦਾ; ਨਿਮਰਤਾ ਭਰਪੂਰ

unpretending, unpretentious / ˌਅੱਨਪਰਿ'ਟੈਨੱਡਿਙ, ˌਅੱਨਪਰਿ'ਟੈਨੱਸ਼ਅਸ/ *a* ਸਰਲ, ਸਿੱਧਾ-ਸਾਦਾ, ਦੰਭ ਹੀਣ, ਬਿਨਾਂ ਬਣਾਵਟ ਦੇ

unprincipled/ਅੱਨ'ਪਰਿਨਸਅਪਲਡ/ *a* ਬੇਅਸੂਲਾ, ਸਦਾਚਾਰਹੀਣ, ਆਚਾਰਹੀਣ, ਚਰਿੱਤਰਹੀਣ, ਬੇਈਮਾਨ, ਸਿਧਾਂਤਹੀਣ

unprintable/ਅੱਨ'ਪਰਿਨਟਅਬਲ/ *a* (ਗਾਲੀ ਆਦਿ) ਅਤਿ ਅਸ਼ਲੀਲ, ਨਾ ਕਹਿਣਯੋਗ, ਨਾ ਛਾਪਣਯੋਗ

unprized/ਅੱਨ'ਪਰਾਇਜ਼ਡ/ *a* ਬੇਕਦਰ, ਘਟੀਆ, ਤੁੱਛ

unproductive/ˌਅੱਨਪਰਅ'ਡਅੱਕਟਿਵ਼/ *a* ਬਾਂਝ, ਬੰਜਰ, ਵਿਹਲਾ, ਬੇਕਾਰ, ਅਣਉਪਜਾਊ, ਲਾਭਹੀਣ

unprofessional/ˌਅੱਨਪਰਅ'ਫ਼ੈਸ਼ਅਨਲ/ *a* ਗ਼ੈਰ ਪੇਸ਼ਾਵਰ

unprofitable/ਅੱਨ'ਪਰੌਫ਼ਿਟਅਬਲ/ *a* ਵਿਅਰਥ, ਨਿਰਲਾਭ, ਬੇਸੂਦ, ਅਕਾਰਥ, ਨਕਾਰੀ (ਚੀਜ਼)

unprofitableness/ਅੱਨ'ਪਰੌਫ਼ਿਟਅਬਲਨਅਸ/ *a* ਵਿਅਰਥਤਾ, ਲਾਭਹੀਣਤਾ

unprovided/ˌਅੱਨਪਰਅ'ਵ਼ਾਇਡਿਡ/ *a* ਖ਼ਾਲੀ ਹੱਥ, ਸੱਖਣਾ (ਧਨ ਆਦਿ ਤੋਂ), ਨਾ ਦਿੱਤਾ ਗਿਆ

unprovoked/ˌਅੱਨਪਰਅ'ਵ਼ਅਉਕਟ/ *a* (ਵਿਅਕਤੀ ਜਾਂ ਕੰਮ) ਅਕਾਰਨ; ਅਣਉਤੇਜਿਤ, ਅਣਭੜਕਾਇਆ

unpublished/ਅੱਨ'ਪਅੱਬਲਿਸ਼ਟ/ *a* ਅਣਛਪਿਆ, ਅਪ੍ਰਕਾਸ਼ਿਤ, ਗੁਪਤ

unqualified /ˌਅੱਨ'ਕਵੌਲਿਫ਼ਾਇਡ/ *a* ਅਯੋਗ, ਨਾਲਾਇਕ

unquestionable /ਅੱਨ'ਕਵੈੱਸਚਅਨਅਬਲ/ *a* ਸੰਸਾ ਰਹਿਤ, ਨਿਰਸੰਦੇਹ, ਨਿਰਵਿਵਾਦ

unquestioned /ਅੱਨ'ਕਵੈੱਸਚਅਨਡ/ *a* ਨਿਰਵਿਵਾਦ, ਨਿਸ਼ਚਿਤ

unquiet /ˌਅੱਨ'ਕਵਾਇਅਟ/ *a* ਵਿਆਕੁਲ, ਅਸ਼ਾਂਤ, ਅਸਥਿਰ, ਬੇਚੈਨ *n* ਵਿਆਕੁਲਤਾ, ਅਸ਼ਾਂਤੀ, ਅਸਥਿਰਤਾ, ਬੇਚੈਨੀ *vt* ਬੇਚੈਨ ਕਰਨਾ

unquietude /ˌਅੱਨ'ਕਵਾਇਅਟਯੂਡ/ *n*

ਵਿਆਕੁਲਤਾ, ਬੇਚੈਨੀ, ਅਰਚਵੀ, ਬੇਅਰਾਮੀ, ਅਸ਼ਾਂਤੀ

unravel /ਅੱਨ'ਰੈਵ਼ਲ/ *vt* ਉਧੇੜਨਾ; ਗੁੰਝਲ ਖੋਲ੍ਹਣਾ, ਸੁਲਝਾਉਣਾ

unread /ˌਅੱਨ'ਰੈੱਡ/ *a* (ਪੁਸਤਕ ਆਦਿ) ਅਨਪੜ੍ਹੀ; (ਵਿਅਕਤੀ) ਅਨਪੜ੍ਹ, ਨਿਰੱਖਰ

unreadable /ਅੱਨ'ਰੀਡਅਬਲ/ *a* ਨਾ ਪੜ੍ਹਨ ਯੋਗ, ਅਸਪਸ਼ਟ, ਅਕਾਊ

unready /ਅੱਨ'ਰੈੱਡਿ/ *n* ਢਿੱਲਾ, ਸੁਸਤ, ਬਿਨਾਂ ਤਤਪਰਤਾ ਤੋਂ

unreal /ˌਅੱਨ'ਰਿਅਲ/ *a* ਝੂਠਾ, ਅਵਾਸਤਵਿਕ, ਨਕਲੀ ਅਸਾਰ, ਅਸੱਤ, ਕਲਪਿਤ; ਅਯਥਾਰਥਿਕ

unrealistic /ˌਅੱਨਰਿਅ'ਲਿਸਟਿਕ/ *a* ਕਾਲਪਨਿਕ, ਜੋ ਅਸਲੀ ਨਾ ਹੋਵੇ, ਅਯਥਾਰਥਿਕ

unreason /ਅੱਨ'ਰੀਜ਼(ਅ)ਨ/ *n* ਨਿਰਬੁੱਧਤਾ, ਮੂਰਖ਼ਤਾ, ਬੇਤੁਕਾਪਣ, ਯੁਕਤੀਹੀਣਤਾ, ਤਰਕਹੀਣਤਾ

unreasonable /ਅੱਨ'ਰੀਜ਼ਨਅਬਲ/ *a* ਅਨਉਚਿਤ, ਅਯੁਕਤ, ਬੇਜਾ, ਬੇਤੁਕਾ; ਵਿਵੇਕਹੀਣਤਾ

unreciprocated /ˌਅੱਨਰਿ'ਸਿਪਰਅਕੇਇਟਿਡ/ *a* ਬਿਨਾਂ ਜਵਾਬੀ ਖ਼ਿਆਲ ਜਾਂ ਭਾਵ ਪ੍ਰਗਟਾਏ ਹੋਏ, ਬਿਨਾਂ ਵੱਟਾ-ਸੱਟਾ ਕੀਤੇ ਹੋਏ, ਬਿਨਾਂ ਬਦਲਾ ਉਤਾਰੇ ਹੋਏ

unreclaimed /ਅੱਨਰਿ'ਕਲੇਇਮਡ/ *a* ਬਿਨਾਂ ਸੁਧਰੇ ਹੋਏ; ਬਿਨਾਂ ਨਿਸਤਾਰਾ ਕੀਤੇ ਹੋਏ

unreel /ਅੱਨ'ਰੀਲ/ *v* ਰੀਲ ਤੋਂ ਧਾਗਾ ਖੋਲ੍ਹਣਾ ਜਾਂ ਖੁੱਲ੍ਹ ਜਾਣਾ

unrefined /ˌਅੱਨਰਿ'ਫ਼ਾਇਨਡ/ *a* ਅਸ਼ੁੱਧ, ਅਣਸੋਧਿਆ, ਮਿਲਾਵਟ ਵਾਲਾ; ਬੁੱਧੂ, ਮੂਰਖ

unreformed /ˌਅੱਨਰਿ'ਫ਼ੋਮਡ/ *a* ਅਣ ਸੁਧਰਿਆ

unregenerate /ˌਅੱਨਰਿ'ਜੈਨੱਅਰਅਟ/ *a* ਕੱਟੜ, ਹਠਧਰਮੀ; ਪ੍ਰਾਸਚਿਤ ਰਹਿਤ

unregistered /ਅੱਨ'ਰੈੱਜਿਸਟਅਡ/ *a* ਜੋ ਰਜਿਸਟਰੀ ਨਾ ਹੋਇਆ ਹੋਵੇ, ਗ਼ੈਰ ਰਜਿਸਟਰੀ ਸ਼ੁਦਾ, ਸਧਾਰਨ (ਪੱਤਰ ਆਦਿ)

unrehearsed /ˌਅੱਨਰਿ'ਹਅ:ਸਟ/ *a* ਬਿਨਾਂ ਰਿਹਰਸਲ ਦੇ, ਬਿਨਾਂ ਅਭਿਆਸ ਦੇ

unreined /ਅੱਨ'ਰੇਇਨਡ/ *a* ਨਿਰੰਕੁਸ਼, ਖੁੱਲ੍ਹਾ, ਬੇਰੋਕ

unrejoicing /ˌਅੱਨਰਿ'ਜੌਇਸਿਙ/ *a* ਉਦਾਸ, ਅਪ੍ਰਸੰਨ, ਨਾਖ਼ੁਸ਼

unrelenting /ˌਅੱਨਰਿ'ਲੈਨੱਟਿਙ/ *a* ਅਮੋੜ, ਕਠੋਰ, ਬੇਤਰਸ

unreliable /ˌਅੱਨਰਿ'ਲਾਇਅਬਲ/ *a* ਅਵਿਸ਼ਵਾਸਯੋਗ, ਬੇਇਤਬਾਰਾ, ਜੋ ਭਰੋਸੇਯੋਗ ਨਾ ਹੋਵੇ

unrelieved /ˌਅੱਨਰਿ'ਲੀਵ਼ਡ/ *a* ਪੀੜ ਦੀ ਮੁਕਤੀ ਤੋਂ ਬਿਨਾਂ, ਭਾਰ ਤੋਂ ਅਮੁਕਤ, ਬਿਨਾਂ ਰਾਹਤ

unremitting /ˌਅੱਨਰਿ'ਮਿਟਿਙ/ *a* ਲਗਾਤਾਰ, ਨਿਰੰਤਰ, ਇੱਕਟਕ, ਬਰਾਬਰ

unremunerative /ˌਅੱਨਰਿ'ਮਯੂਨ(ਅ)ਰਅਟਿਵ਼/ *a* ਲਾਹੇਰਹਿਤ, ਲਾਭਹੀਣ, ਬੇਫ਼ਾਇਦਾ

unrequited /ˌਅੱਨਰਿ'ਕਵਾਇਟਿਡ/ *a* ਨਾ ਮੋੜਿਆ, ਇਕਤਰਫ਼ਾ

unreserve /ˌਅੱਨਰਿ'ਜ਼ਅ:ਵ਼/ *n* ਖਰਾਪਣ, ਸਾਫ਼ਦਿਲੀ, ਅਸੰਕੋਚ, ਬੇਤਕਲਫ਼ੀ

unreservedly /ˌਅੱਨਰਿ'ਜ਼ਅ:ਵ਼ਿਡਲਿ/ *adv* ਬਿਨਾਂ ਸ਼ਰਤ ਦੇ; ਨਿਸ਼ੰਗ ਹੋ ਕੇ; ਨਿਰਸੰਕੋਚ, ਖੁੱਲ੍ਹ ਕੇ, ਬਿਨਾਂ ਕਪਟ ਦੇ

unresolved /ˌਅੱਨਰਿ'ਜ਼ੌਲਵ਼ਡ/ *a* ਅਣਨਜਿੱਠਿਆ ਅਨਿਸ਼ਚਿਤ, ਬਿਨਾਂ ਹੱਲ ਹੋਏ ਜਾਂ ਕੀਤੇ

unrest /ਅੱਨ'ਰੈੱਸਟ/ *n* ਬੇਚੈਨੀ, ਗੜਬੜ, ਅਸ਼ਾਂਤੀ, ਫ਼ਸਾਦ

unrhythmical /ਅੱਨ'ਰਿਦਮਿਕ(ਅ)ਲ/ *a* ਬੇਤਾਲਾ, ਬੇਸੁਰਾ

unriddle /ਅੱਨ'ਰਿਡਲ/ *vt* (ਅੜਾਉਣੀ, ਗੁੰਝਲ, ਬੁਝਾਰਤ, ਸਮੱਸਿਆ ਆਦਿ) ਖੋਲ੍ਹਣਾ, ਹੱਲ ਕਰਨਾ

unrighteous /ਅੱਨ'ਰਾਇਟਿਅਸ/ *a* ਅਧਰਮੀ, ਪਾਪੀ, ਦੁਸ਼ਟ, ਬੇਈਮਾਨ, ਅਧਾਰਮਿਕ

unrighteousness /ਅੱਨ'ਰਾਇਇਟਿਅਸਨਅਸ/ *n* ਅਧਰਮ, ਬੁਰਾਈ, ਦੁਸ਼ਟਤਾ, ਬੇਈਮਾਨੀ, ਅਧਾਰਮਿਕਤਾ

unrip /ਅੱਨ'ਰਿਪ/ *vt* ਕੱਟ ਕੇ ਖੋਲ੍ਹ ਦੇਣਾ, ਲਾਹ ਕੇ ਅਲੱਗ ਕਰ ਦੇਣਾ; (ਬੋਲ) ਪ੍ਰਗਟ ਕਰਨਾ, ਖੋਲ੍ਹਣਾ

unripe /ˌਅੱਨ'ਰਾਇਪ/ *a* ਕੱਚਾ, ਹਰਾ, ਅਣਪੱਕਿਆ, ਅਵਿਕਸਿਤ; ਨਾਬਾਲਗ; ਨਾਤਜਰਬਾਕਾਰ, ਅਨੁਭਵਹੀਣ

unrivalled /ਅੱਨ'ਰਾਇਵ੍ਲਡ/ *a* ਅਨੂਠਾ, ਅਦੁੱਤੀ, ਬੇਨਜ਼ੀਰ, ਲਾਜਵਾਬ, ਅਨੁਪਮ, ਅਤੁੱਲ

unrobe /ਅੱਨ'ਰਅਉਬ/ *v* ਨੰਗਾ ਕਰਨਾ ਜਾਂ ਹੋਣਾ, ਕੱਪੜੇ ਲਹਿਣੇ ਜਾਂ ਲਾਹੁਣੇ, ਵਸਤਰ ਉਤਾਰਨੇ ਜਾਂ ਉਤਰਨੇ

unroll /ਅੱਨ'ਰਅਉਲ/ *vt* ਪ੍ਰਗਟ ਕਰਨਾ; ਪ੍ਰਦਰਸ਼ਨ ਕਰਨਾ (ਕੋਈ ਦ੍ਰਿਸ਼); ਖੋਲ੍ਹਣਾ ਜਾਂ ਖੁੱਲ੍ਹਣਾ (ਲਪੇਟੀ ਹੋਈ ਵਸਤੂ ਦਾ)

unroot /ਅੱਨ'ਰੂਟ/ *vt* ਜੜ੍ਹੋਂ ਪੁੱਟਣਾ, ਜੜ੍ਹ ਉਖੇੜ੍ਹਨਾ, ਪੁੱਟਣਾ; ਲਾਂਭੇ ਕਰਨਾ, ਕੱਟ ਦੇਣਾ

unruffled /ਅੱਨ'ਰਅੱਫ਼ਲਡ/ *a* ਅਹਿੱਲ, ਅਡੋਲ, ਬੇਚੈਨ, ਬਿਨਾਂ ਘਬਰਾਹਟ ਤੋਂ

unruly /ਅੱਨ'ਰੂਲਿ/ *a* ਨੇਮ ਰਹਿਤ, ਮੂੰਹਜ਼ੋਰ, ਬੇਲਗਾਮ, ਉਪੱਦਰੀ; ਤੂਫ਼ਾਨੀ

unsafe /ਅੱਨ'ਸੇਇਫ਼/ *a* ਖ਼ਤਰਨਾਕ, ਜੋਖੋਂ ਵਾਲਾ, ਅਸੁਰੱਖਿਅਤ

unsaid /ਅੱਨ'ਸੈਂਡ/ *a* ਅਣਆਖੀ, ਅਣਦੱਸੀ, ਅਣਕਹੀ; ਅਵਿਅਕਤ, ਅਕੱਥਿਤ

unsanitary /ਅੱਨ'ਸੈਨਅਟਰਿ/ *a* ਸਿਹਤ ਲਈ ਹਾਨੀਕਾਰਕ, ਰੋਗ ਭਰਿਆ

unsatisfactory /ˌਅੱਨˌਸੈਟਿਸ'ਫ਼ੈਕਟਅਰਿ/ *a* ਨਾਤਸੱਲੀਬਖ਼ਸ਼, ਅਸੰਤੋਖਜਨਕ, ਅਧੂਰਾ

unsatisfied /ਅੱਨ'ਸੈਟਿਸਫ਼ਾਇਡ/ *a* ਅਸੰਤੁਸ਼ਟ, ਅਤ੍ਰਿਪਤ

unsavoury /ਅੱਨ'ਸੇਇਵ੍ਅਰਿ/ *a* ਸੁਆਦਹੀਣ, ਨੀਰਸ, ਫਿੱਕਾ, ਬੇਮਜ਼ਾ

unsay /ਅੱਨ'ਸੇਇ/ *vt* ਕਹੇ ਨੂੰ ਅਣਕਹਿਆ ਕਰਨਾ, (ਸ਼ਬਦਾਂ ਨੂੰ) ਵਾਪਸ ਲੈਣਾ; ਇਨਕਾਰ ਕਰਨਾ, ਮੁੱਕਰ ਜਾਣਾ, ਗੱਲ ਪਲਟਣਾ

unscalable /ਅੱਨ'ਸਕੇਇਲਅਬਲ/ *a* ਨਾ ਚੜ੍ਹੀ ਜਾ ਸਕਣ ਵਾਲੀ, ਅਪਾਰ, ਪਾਰ ਨਾ ਕੀਤੀ ਜਾ ਸਕਣ ਵਾਲੀ

unscathed /ਅੱਨ'ਸਕੇਇਦਡ/ *a* ਸੱਟ ਰਹਿਤ, ਸਲਾਮਤ

unscientific /ˌਅੱਨˌਸਾਇਅਨ'ਟਿਫ਼ਿਕ/ *a* ਅਵਿਗਿਆਨਿਕ, ਨੇਮ ਵਿਰੁੱਧ, ਸਿਧਾਂਤਹੀਣ

unscreened /ਅੱਨ'ਸਕਰੀਨਡ/ *a* ਬੇਪਰਦਾ, ਬੇਓਟ

unscrew /ˌਅੱਨ'ਸਕਰੂ/ *vt* ਪੇਚ ਢਿੱਲਾ ਕਰਨਾ, ਖੋਲ੍ਹਣਾ

unscriptural /ਅੱਨ'ਸਕਰਿਪਚ(ਅ)ਰ(ਅ)ਲ/ *a* ਧਰਮ ਸ਼ਾਸਤਰ ਵਿਰੁੱਧ, ਸ਼ਾਸਤਰ ਵਿਰੁੱਧ

unscrupulous /ਅੱਨ'ਸਕਰੂਪਯਅਲਅਸ/ *a* ਚਰਿੱਤਰਹੀਣ; ਬੇਅਸੂਲਾ; ਬੇਸ਼ਰਮ

unscrupulously /ਅੱਨ'ਸਕਰੂਪਯਅਲਅਸਲਿ/ *adv* ਅਨੈਤਿਕ ਢੰਗ ਨਾਲ

unseal /ਅੱਨ'ਸੀਲ/ *vt* (ਚਿੱਠੀ ਆਦਿ ਦੀ) ਮੋਹਰ ਤੋੜਨਾ, ਮੋਹਰ ਖੋਲ੍ਹਣਾ

unseasonable /ਅੱਨ'ਸੀਜ਼ਨਅਬਲ/ *a* ਬੇਮੌਸਮ (ਬਾਰਸ਼ ਆਦਿ), ਬੇਮੌਕਾ

unseat /ˌਅੱਨ'ਸੀਟ/ *v* ਥਾਂ ਤੋਂ ਹਟਾਉਣਾ; ਘੋੜੇ ਦੀ ਪਿੱਠ ਤੋਂ ਡਿੱਗਣਾ; ਮੈਂਬਰੀ ਤੋਂ ਹਟਾਉਣਾ

unsectarian /ˌਅੱਨਸੈੱਕ'ਟੇਅਰਿਅਨ/ *a* ਸੰਪਰਦਾਇਕ ਸੀਮਾਵਾਂ ਤੋਂ ਮੁਕਤ, ਅਸੰਪਰਦਾਇਕ, ਉਦਾਰ

unsectarianism /ˌਅੱਨਸੈੱਕ'ਟੇਅਰਿਅਨਿਜ਼ਅਮ/ *n* ਅਸੰਪਰਦਾਇਕਤਾ, ਉਦਾਰਤਾ

unseen /ˌਅੱਨ'ਸੀਨ/ *a* ਅਣਵੇਖਿਆ, ਅਦਿੱਖ, ਅਣਡਿੱਠ; ਨਾ ਪੜ੍ਹਿਆ ਹੋਇਆ ਪਾਠ

unselfish /ਅੱਨ'ਸੈੱਲਫ਼ਿਸ਼/ *a* ਨਿਰਸੁਆਰਥੀ, ਨਿਸ਼ਕਾਮ, ਬੇਗਰਜ਼

unselfishness **/ਅੱਨ'ਸੈੱਲਫ਼ਿਸ਼ਨਅਸ/** *n* ਨਿਰਸੁਆਰਥਤਾ, ਸੁਆਰਥਹੀਣਤਾ, ਨਿਸ਼ਕਾਮਤਾ, ਬੇਗਰਜ਼ੀ

unserviceable **/ਅੱਨ'ਸਅ:ਵ੍ਰਿਸਅਬਲ/** *a* ਵਿਗੜਿਆ, ਨਿਕੰਮਾ, ਬੇਕਾਰ

unsettle **/ˌਅੱਨ'ਸੈੱਟਲ/** *vt* ਉਥਲ-ਪੁਥਲ ਕਰਨਾ, ਗੜਬੜ ਕਰਨਾ, ਤਰਤੀਬ ਵਿਗਾੜਨਾ, ਅਸਥਿਰ ਕਰਨਾ, ਵਿਵਸਥਾ ਵਿਗਾੜਨਾ

unsettled **/ਅੱਨ'ਸੈੱਟਲਡ/** *a* ਡਾਵਾਂ-ਡੋਲ, ਅਸਥਿਰ; (ਭੂਮੀ) ਬਿਨਾਂ ਬੰਦੋਬਸਤ

unsex **/ਅੱਨ'ਸੈੱਕਸ/** *vt* ਲਿੰਗ ਤੋਂ ਵੰਚਿਤ ਕਰਨਾ, ਨਪੁੰਸਕ ਬਣਾਉਣਾ

unshaken **/ˌਅੱਨ'ਸ਼ੇਇਕਅਨ/** *a* ਅਟੱਲ, ਸਥਿਰ, ਪੱਕਾ, ਅਡੋਲ, ਅਹਿੱਲ

unship **/ਅੱਨ'ਸ਼ਿਪ/** *vt* ਜਹਾਜ਼ ਦਾ ਮਸਤੂਲ ਆਦਿ ਆਪਣੇ ਥਾਂ ਤੋਂ ਹਟਾਉਣਾ; ਯਾਤਰੀਆਂ ਨੂੰ ਉਤਾਰਨਾ; ਜਹਾਜ਼ ਤੋਂ ਸਮਾਨ ਉਤਾਰਨਾ

unshrinking **/ਅੱਨ'ਸ਼ਰਿਙਕਿਙ/** *a* ਨਿਰਸੰਕੋਚ, ਨਿਸੰਗ, ਨਿਡਰ, ਬੇਧੜਕ, ਅਟੱਲ, ਦ੍ਰਿੜ੍ਹ

unsighted **/ਅੱਨ'ਸਾਇਟਿਡ/** *a* ਅਣਵੇਖਿਆ; ਅਣਦਿਸਦਾ, ਅਪ੍ਰਗਟ, ਓਝਲ; ਨਿਸ਼ਾਨ ਤੇ ਨਾ ਬੰਨ੍ਹੀ ਹੋਈ (ਬੰਦੂਕ)

unsightly **/ਅੱਨ'ਸਾਇਟਲਿ/** *a* ਕਰੂਪ, ਬਦਸੂਰਤ, ਭੱਦਾ

unskilled **/ˌਅੱਨ'ਸਕਿਲਡ/** *a* ਸਿਖਲਾਈ ਰਹਿਤ, ਅਸਿਖਿਅਤ, ਬੇਹੁਨਰ

unsocial **/ˌਅੱਨ'ਸਅਉਸ਼ਲ/** *a* ਨਾਮਿਲਨਸਾਰ, ਅਸਮਾਜਿਕ

unsolicited **/ˌਅੱਨਸਅ'ਲਿਸਿਟਿਡ/** *a* ਅਣਲੋੜੀਂਦਾ, ਅਣਗੌਲਿਆ, ਅਣਚਾਹਿਆ

unsophisticated **/ˌਅੱਨਸਅ'ਫ਼ਿਸਟਿਕੇਇਟਿਡ/** *a* ਨਿਰਛਲ; ਸਿੱਧਾ-ਸਾਦਾ, ਭੋਲਾ, ਸਰਲ

unsound **/ˌਅੱਨ'ਸਾਉਨਡ/** *a* ਬੇਹੂਦਾ, ਗਲਤ, ਦੋਸ਼ਪੂਰਨ (ਵਾਦ-ਵਿਵਾਦ) *n* ਰੋਗੀ, ਬਿਮਾਰ; ਭੈੜਾ, ਨਾਕਸ

unspeakable **/ਅੱਨ'ਸਪੀਕਅਬਲ/** *a* ਅਕੱਥ, ਨਾ ਕਹਿਣਯੋਗ, ਘਿਰਨਾਯੋਗ

unspent **/ਅੱਨ'ਸਪੈੱਨਟ/** *a* ਅਣਖ਼ਰਚਿਆ, ਅਣਵਰਤਿਆ, ਅਣਬੀਤਿਆ; ਅਪ੍ਰਯੁਕਤ

unspotted **/ਅੱਨ'ਸਪੌਟਿਡ/** *a* ਨਿਰਮਲ, ਸਵੱਛ; (ਬੋਲ) ਕਲੰਕ ਰਹਿਤ

unstable **/ਅੱਨ'ਸਟੇਇਬਲ/** *a* ਅਸਥਾਈ, ਅਸਥਿਰ

unstained **/ਅੱਨ'ਸਟੇਇਨਡ/** *a* ਬੇਦਾਗ, ਦਾਗ ਜਾਂ ਧੱਬੇ ਤੋਂ ਬਿਨਾਂ; ਨਿਹਕਲੰਕ, ਨਿਰਦੋਸ਼, ਨਿਰਮਲ, ਸਾਫ਼

unstamped **/ਅੱਨ'ਸਟੈਮਪਟ/** *a* ਬਿਨਾਂ ਟਿਕਟ ਤੋਂ, ਬਿਨਾਂ ਮੋਹਰ ਤੋਂ

unsteady **/ਅੱਨ'ਸਟੈੱਡਿ/** *a* ਗਤੀਸ਼ੀਲ, ਚੰਚਲ, ਡਾਵਾਂਡੋਲ; ਡਗਮਗਾਉਂਦਾ

unsteel **/ਅੱਨ'ਸਟੀਲ/** *vt* ਢਿੱਲਾ ਕਰਨਾ, ਨਮਰ ਕਰਨਾ, ਮੋਮ ਕਰਨਾ, ਅਦ੍ਰਿੜ੍ਹ ਬਣਾਉਣਾ

unstitch **/ਅੱਨ'ਸਟਿਚ/** *vt* ਟਾਂਕਾ ਖੋਲ੍ਹਣਾ, ਬਖੀਆ ਉਧੇੜਨਾ

unstop **/ਅੱਨ'ਸਟੌਪ/** *vt* ਰੁਕਾਵਟ ਹਟਾਉਣਾ; ਡਾਟ ਖੋਲ੍ਹਣਾ, ਖੋਲ੍ਹਣਾ

unstraind **/ਅੱਨ'ਸਟਰੇਇਨਡ/** *a* ਤਣਾਅਰਹਿਤ; ਅਣਛਾਣਿਆ

unstrap **/ਅੱਨ'ਸਟਰੈਪ/** *vt* ਵੱਧਰੀ ਖੋਲ੍ਹਣਾ, ਪੇਟੀ ਢਿੱਲੀ ਕਰਨਾ, ਪੇਟੀ ਲਾਹੁਣਾ; ਤਸਮੇ ਢਿੱਲੇ ਕਰਨਾ, ਤਸਮੇ ਖੋਲ੍ਹਣਾ

unstressed **/ਅੱਨ'ਸਟਰੈੱਸਟ/** *a* ਬਲਰਹਿਤ, ਪ੍ਰਭਾਵਹੀਣ

unstring **/ਅੱਨ'ਸਟਰਿਙ/** *vt* ਢਿੱਲਾ ਕਰਨਾ; ਰੱਸੀ ਹਟਾਉਣਾ; ਲੜੀ ਵਿੱਚੋਂ ਮੋਤੀ ਜਾਂ ਮਣਕੇ ਕੱਢਣਾ; (ਵਿਅਕਤੀ ਆਦਿ ਦੀਆਂ) ਨਸਾਂ ਕਮਜ਼ੋਰ ਕਰਨਾ, ਨਸਾਂ ਢਿੱਲੀਆਂ ਕਰਨਾ

unstuck **/ˌਅੱਨ'ਸਟਅੱਕ/** *a* ਅਣਚਿਪਕਿਆ, ਅਣਜੁੜਿਆ, ਨਾਲੋਂ ਵੱਖ ਹੋਇਆ, ਉਖੜਿਆ ਹੋਇਆ, ਅਸਫਲ (ਯੋਜਨਾ)

unstudied /ਅੱਨ'ਸਟਅੱਡਿਡ/ *a* ਅਧਿਐਨ ਨਾ ਕੀਤਾ; ਬਿਨਾਂ ਵਿਚਾਰੇ; ਅਣਸਿੱਖਿਆ

unsubstantial /,ਅੱਨਸਅਬ'ਸਟੈਨਸ਼(ਅ)ਲ/ *a* ਨਿਰਾਧਾਰ, ਕਾਲਪਨਿਕ, ਖ਼ਿਆਲੀ; ਬਿਨਾਂ ਸਾਰ ਜਾਂ ਤੱਤ ਤੋਂ ; ਕਮਜ਼ੋਰ, ਬਹੁਤ ਹਲਕਾ ਜਾਂ ਪਤਲਾ, ਬਹੁਤ ਛੋਟਾ ਜਾਂ ਥੋੜ੍ਹਾ

unsuccess /,ਅੱਨਸਅਕ'ਸੈੱਸ/ *n* ਨਾਕਾਮਯਾਬੀ; ਅਸਫਲਤਾ

unsuccessful /,ਅੱਨਸਅਕ'ਸੈੱਸਫ਼ਲ/ *n* ਨਾਕਾਮਯਾਬ, ਅਸਫਲ

unsuitability /,ਅੱਨਸੂਟਅ'ਬਿਲਅਟਿ/ *n* ਅਨ–ਅਨੁਕੂਲਤਾ, ਅਢੁੱਕਵਾਂਪਣ

unsuitable /ਅੱਨ'ਸੂਟਅਬਲ, -'ਸਯੂ-/ *a* ਨਾਮੁਆਫਕ, ਅਨ–ਅਨੁਕੂਲ

unsuited /ਅੱਨ'ਸੂਟਿਡ, -'ਸਯੂ-/ *a* ਅਯੋਗ, ਨਾਮੁਆਫ਼ਕ

unsung /,ਅੱਨ'ਸਅੱਙ/ *a* ਅਣਗਾਇਆ; ਨਾ ਗਾਇਆ ਗਿਆ

unsure /ਅੱਨ'ਸ਼ੁਅ*, -'ਸ਼ੋ*/ *a* ਗ਼ੈਰਯਕੀਨੀ, ਅਵਿਸ਼ਵਾਸੀ, ਭਰੋਸੇ ਰਹਿਤ, ਕੱਚਾ, ਸੰਦੇਹਮਈ, ਅਨਿਸ਼ਚਿਤ

unsurmountable /,ਅੱਨਸਅ'ਮਾਉਨਟਅਬਲ/ *a* ਨਾ ਲੰਘਣ ਯੋਗ, ਨਾ ਕੀਤਾ ਜਾਣ ਯੋਗ, ਸਰ ਨਾ ਕਰਨ ਯੋਗ

unsuspecting /,ਅੱਨਸਅ'ਸਪੈੱਕਟਿਙ/ *a* ਅਭੋਲ, ਸ਼ੰਕਾ ਰਹਿਤ

unsworn /ਅੱਨ'ਸਵੋਨ/ *a* ਕਸਮ ਨਾਲ ਨਾ ਬੰਨ੍ਹਿਆ, ਕਸਮ ਨਾ ਚੁੱਕੀ ਹੋਈ, ਸਹੁੰ ਰਹਿਤ

unsymmetrical /,ਅੱਨਸਿ'ਮੈਟੱਰਿਕ(ਅ)ਲ/ *a* ਅਜੋੜਵਾਂ, ਅਸਮਤਾ ਵਾਲਾ, ਨਾ ਮੇਲ ਖਾਂਦਾ, ਬੇਡੌਲ

untack /ਅੱਨ'ਟੈਕ/ *vt* ਨਗੰਦੇ ਜਾਂ ਤੋਪੇ ਲਾਹੁਣੇ, ਤੋਪੇ ਖੋਲ੍ਹਣੇ; ਵੱਖਰਾ ਕਰਨਾ, ਅਲੱਗ ਕਰਨਾ

untainted /ਅੱਨ'ਟੇਇਨਟਿਡ/ *a* ਬੇਦੋਸ਼, ਦੂਸ਼ਣਰਹਿਤ, ਬੇਦਾਗ਼, ਸਾਫ਼-ਸੁਥਰਾ, ਨਿਹਕਲੰਕ

untaught /ਅੱਨ'ਟੋਟ/ *a* ਅਪ੍ਰਾਕ੍ਰਿਤਿਕ; ਅਨਪੜ੍ਹ, ਉਜੱਡ, ਅਣਸਿੱਖਿਆ

untended /ਅੱਨ'ਟੈਨੱਡਿਡ/ *a* ਬਿਨਾਂ ਦੇਖ-ਭਾਲ ਦੇ, ਬਿਨਾਂ ਸੇਵਾ–ਸੰਭਾਲ ਦੇ

unthankful /ਅੱਨ'ਥੈਙਕਫ਼ਲ/ *a* ਨਾਸ਼ੁਕਰਾ, ਅਕ੍ਰਿਤਘਣ

unthaw /ਅੱਨ'ਥੋ/ *v* ਪਿਘਲਾਉਣਾ ਜਾਂ ਪਿਘਲਨਾ; ਪੰਘਰਨਾ

unthinkable /ਅੱਨ'ਥਿਙਕਅਬਲ/ *a* ਵਿਚਾਰ ਨਾ ਕਰਨਯੋਗ, ਵਿਚਾਰਅਤੀਤ; (ਬੋਲ) ਅਸੰਭਵ, ਅਣਹੋਣਾ

unthinking /ਅੱਨ'ਥਿਙਕਿਙ/ *a* ਅਸਾਵਧਾਨ, ਅਵਿਵੇਕੀ, ਵਿਚਾਰਹੀਣ, ਲਾਪਰਵਾਹ, ਚਿੰਤਾਹੀਣ

unthread /ਅੱਨ'ਥਰੈੱਡ/ *vt* ਧਾਗਾ ਕੱਢਣਾ; ਢਿੱਲਾ ਕਰਨਾ; (ਬੋਲ) ਰਸਤਾ ਲੱਭ ਲੈਣਾ, ਭੁੱਲ ਭੁਲੱਈਆਂ ਵਿੱਚੋਂ ਕੱਢਣਾ

unthrift /ਅੱਨ'ਥਰਿਫ਼ਟ/ *a* ਫਜ਼ੂਲ ਖ਼ਰਚ ਕਰਨ ਵਾਲਾ, ਜੋ ਕਿਰਸ ਨਾ ਕਰੇ

unthrone /ਅੱਨ'ਥਰਅਉਨ/ *vt* ਗੱਦੀਓਂ ਲਾਹੁਣਾ, ਰਾਜ ਭਾਗ ਖੋਹਣਾ

untidy /ਅੱਨ'ਟਾਇਡਿ/ *a* ਢਿੱਲਮ–ਢਿੱਲਾ, ਸੁਸਤ, ਗੰਦਾ, ਮੈਲਾ

untie /ਅੱਨ'ਟਾਇ/ *vt* ਬੰਧਨਾਂ ਤੋਂ ਮੁਕਤ ਕਰਨਾ, ਖੋਲ੍ਹਣਾ, ਢਿੱਲਾ ਕਰਨਾ; ਰਿਹਾਅ ਕਰਨਾ

until /ਅਨ'ਟਿਲ/ *prep conj* ਜਦ ਤਕ, ਇਸ ਹੱਦ ਤੱਕ, ਜਦ ਤੱਕ ਨਾ

untimely /ਅੱਨ'ਟਾਇਮਲਿ/ *a* ਅਕਾਲਕ, ਉੱਚਿਤ ਸਮੇਂ ਤੋਂ ਪਹਿਲੇ ਦਾ, ਬੇਮੌਕਾ, ਕੁਵੇਲੇ

unto /'ਅੱਨਟਅ, 'ਅੱਨਟੂ/ *prep* ਤੱਕ, ਨੂੰ

untold /,ਅੱਨ'ਟਅਉਲਡ/ *a* ਨਾ ਕਿਹਾ ਹੋਇਆ, ਅਕੱਥ, ਅਵਰਨਿਤ; ਬੇਹੱਦ, ਬੇਹਿਸਾਬ, ਅਪਾਰ

untouchability /ਅੱਨ,ਟਅੱਚਅ'ਬਿਲਅਟਿ/ *n* ਛੂਤ-ਛਾਤ, ਸਪਰਸ਼ ਨਾ ਕਰਨ ਦੀ ਦਸ਼ਾ

untouchable /ਅੱਨ'ਟਅੱਚਅਬਲ/ *n* ਅਛੂਤ; ਹਰੀਜਨ

untouched /ਅੱਨ'ਟਅੱਚਟ/ *a* ਅਛੋਹ, ਅਛੂਤਾ, ਅਣਛੋਹਿਆ

untoward /ˌਅੱਨਟਅ'ਵੋਡ/ *a* ਭੈੜਾ, ਕਸੂਤਾ; ਅਵੱਲਾ, ਅਵੈੜਾ

untrained /ˌਅੱਨ'ਟਰੇਇਨਡ/ *a* ਅਣਸਿੱਖਿਆ, ਨਾ ਸਿਖਲਾਇਆ

untroubled /ਅੱਨ'ਟਰਅੱਬਲਡ/ *a* ਸ਼ਾਂਤ, ਸਥਿਰ; ਸੌਖਾ, ਸ਼ਾਂਤ-ਚਿੱਤ

untrue /ਅੱਨ'ਟਰੂ/ *a* ਅਸੱਤ, ਝੂਠਾ, ਮਿਥਿਆ, ਸ਼ਰਧਾਹੀਣ, ਬੇਈਮਾਨ

untruth /ˌਅੱਨ'ਟਰੂਥ/ *n* ਕੁਸੱਤ, ਝੂਠ, ਅਸੱਤਤਾ

untune /ਅੱਨ'ਟਯੂਨ/ *vt* ਬੇਸੁਰਾ ਕਰਨਾ, ਬੇਤਾਲ ਕਰਨਾ, ਤਾਲ ਵਿੱਚ ਵਿਘਨ ਪਾਉਣਾ

untutored /ˌਅੱਨ'ਟਯੂਟਅਡ/ *a* ਬਿਨਾਂ ਸਿਖਲਾਇਆ, ਅਸਿਖਿਅਤ, ਭੋਲਾ

untwine /ਅੱਨ'ਟਵਾਇਨ/ *vt* ਗੁੱਥੀ ਸੁਲਝਾਉਣਾ, ਖੋਲ੍ਹਣਾ, ਉਧੇੜਨਾ

unusual /ਅੱਨ'ਯੂਯ਼ੁਅਲ, -ਯ਼ਅਲ/ *a* ਅਸਧਾਰਨ, ਅਨੋਖਾ, ਅਲੌਕਿਕ, ਨਿਰਾਲਾ, ਵਿਰਲਾ

unusually /ਅੱਨ'ਯੂਯ਼ੁਅਲਿ, -ਯ਼ਅਲਿ/ *adv* ਅਸਾਧਰਨ ਤੌਰ 'ਤੇ, ਵਿਲੱਖਣ ਢੰਗ ਨਾਲ, ਅਨਿਯਮਿਤ, ਕਦੀ ਕਦੀ ਹੋਣ ਦਾ ਭਾਵ

unutterable /ਅੱਨ'ਅੱਟਅਰਅਬਲ/ *a* ਅਕਥਨੀ, ਨਾ ਕਹਿਣਯੋਗ, ਅਕੱਥ

unvalued /ਅੱਨ'ਵੈਲਯੂਡ/ *a* ਮੁੱਲ ਨਿਰਧਾਰਨ ਨਾ ਕੀਤਾ, ਕੀਮਤ ਨਾ ਪਈ ਹੋਈ

unvarnished /ਅੱਨ'ਵ਼ਾਨਿਸ਼ਟ/ *a* ਵਾਰਨਿਸ਼ ਨਾ ਕੀਤੀ ਹੋਈ, ਸਾਦਾ, ਬੇਰੋਸ਼ਨ; (ਬੋਲ) ਸਿੱਧਾ-ਸਾਦਾ, ਠੀਕ-ਠੀਕ

unveil /ˌਅੱਨ'ਵ਼ੇਇਲ/ *vt* ਪਰਦਾ ਚੁੱਕਣਾ; ਬੇਨਕਾਬ ਕਰਨਾ, ਘੁੰਡ ਚੁੱਕਣਾ ਜਾਂ ਖੋਲ੍ਹਣਾ

unversed /ਅੱਨ'ਵ਼ਅ:ਸਟ/ *a* ਅਣਸਿੱਖਿਆ, ਅਣਜਾਣ

unvoiced /ˌਅੱਨ'ਵ਼ੌਇਸਟ/ *a* ਅਣਆਖੀ, ਅਣਬੋਲੀ, ਅਣਉਚਾਰੀ, ਅਵਿਅਕਤ, ਅਕਥਿਤ

unwanted /ˌਅੱਨ'ਵੌਂਨਟਿਡ/ *a* ਅਣਚਾਹਿਆ, ਬੇਲੋੜਾ, ਵਾਧੂ, ਅਣਆਵੱਸ਼ਕ

unwarrantable/ਅੱਨ'ਵੌਰ(ਅ)ਨਟਅਬਲ/ *a* ਨਿਆਂ ਵਿਰੁੱਧ, ਅਨਉਚਿਤ, ਬੇਜਾ

unwary /ਅੱਨ'ਵੇਅਰਿ/ *a* ਅਸਾਵਧਾਨ, ਬਖ਼ਬਰ, ਗਾਫਲ

unwashed /ˌਅੱਨ'ਵੌਸ਼ਟ/ *a* ਅਣਧੋਤਾ, ਮੈਲਾ, ਗੰਦਾ

unwatered /ਅੱਨ'ਵੋਟਅਡ/ *a* ਅਣਸਿੰਜੀ, ਸੁੱਕੀ, ਖੁਸ਼ਕ, ਨਿਰਜਲ; ਪਾਣੀ ਦੀ ਲਾਗ ਤੋਂ ਬਿਨਾਂ

unwearying /ਅੱਨ'ਵਿਅਰਿਇਙ/ *a* ਅਣਥੱਕ, ਲਗਾਤਾਰ, ਨਿਰੰਤਰ

unwed /ਅੱਨ'ਵੈੱਡ/ *a* ਛੜਾ, ਕੁਆਰਾ, ਅਣਪਰਨਾਇਆ, ਅਣਵਿਆਹਿਆ

unwell /ਅੱਨ'ਵੈੱਲ/ *a* ਰੋਗਣ, ਰੋਗੀ, ਅਸਵੱਸਥ, ਬਿਮਾਰ, ਖ਼ਰਾਬ ਤਬੀਅਤ ਵਾਲਾ; (ਇਸਤਰੀ) ਕੱਪੜੇ ਆਏ ਹੋਏ, ਮਾਸਕ ਧਰਮ ਵਿੱਚ

unwept /ਅੱਨ'ਵੈੱਪਟ/ *a* ਅਣਰੋਇਆ, ਅਣ-ਵਿਰਲਾਪਿਆ

unwholesome /ˌਅੱਨ'ਹਅਉਲਸਅਮ/ *a* ਨੁਕਸਾਨਦੇਹ, ਹਾਨੀਕਾਰਕ, ਭੈੜਾ; ਭੱਦਾ, ਬਦਸ਼ਕਲ

unwieldy /ਅੱਨ'ਵੀਲਡਿ/ *a* ਬੇਢੱਬਾ, ਭਾਰੀ ਭਰਕਮ; ਬੋਝਲ

unwilling /ਅੱਨ'ਵਿਲਿਙ/ *a* ਅਣਇੱਛੁਕ, ਬੇਦਿਲ; ਅੜੀਅਲ, ਅਸਹਿਮਤ

unwillingness /ਅੱਨ'ਵਿਲਿਙਨਅਸ/ *n* ਨਰਾਜ਼ਗੀ, ਅਸਹਿਮਤੀ; ਅੜੀ

unwind /ˌਅੱਨ'ਵਾਇਨਡ/ *vt* (ਲਿੱਪਟੀ ਹੋਈ ਚੀਜ਼ ਦਾ) ਖੋਲ੍ਹਣਾ, ਉਧੇੜਨਾ ਜਾਂ ਉਧੜਨਾ

unwinking /ਅੱਨ'ਵਿਙਕਿਙ/ *a* ਸਜੱਗ, ਚੌਕਸ, ਸਾਵਧਾਨ, ਜੋ ਅੱਖ ਝਮਕੇ ਬਿਨਾਂ ਜਾਗਦਾ ਰਹੇ

unwise /ˌਅੱਨ'ਵਾਇਜ਼/ *a* ਅਗਿਆਨੀ, ਬੇਸਮਝ, ਮੂਰਖ; ਕੁਵੱਲਾ (ਕੰਮ)

unwished /ਅੱਨ'ਵਿਸ਼ਟ/ *a* ਅਣਚਾਹਿਆ, ਬਿਨਾਂ

ਖਾਹਸ਼ ਤੋਂ, ਅਣਇੱਛਤ

unwitting /ਅੱਨ'ਵਿਟਿਙ/ *a* ਅਚੇਤ, ਸਬੱਬੀਂ

unwittingly /ਅੱਨ'ਵਿਟਿਙਲਿ/ *adv* ਅਣਜਾਣੇ, ਸਬੱਬੀ; ਅਚੇਤ ਰੂਪ ਵਿੱਚ

unwonted /ਅੱਨ'ਵਅਉਨਟਿਡ/ *a* ਅਸਧਾਰਨ, ਅਨੋਖਾ, ਦੁਰਲੱਭ

unworldly /ਅੱਨ'ਵਅ:ਲਡਲਿ/ *a* ਅਸੰਸਾਰਿਕ; ਪਰਮਾਰਥੀ; ਵਿਰਕਤ, ਅਣਦੁਨਿਆਵੀ

unworthy /ਅੱਨ'ਵਅ:ਦਿ/ *a* ਅਯੋਗ, ਨਿਖਿੱਧ, ਨਾਲਾਇਕ, ਨਿਗੁਣਾ

unwritten /ˌਅੱਨ'ਰਿਟਨ/ *a* ਅਣਲਿਖਿਆ, ਅਲਿਖਤ, ਮੌਖਿਕ, ਰਿਵਾਜੀ, ਜ਼ਬਾਨੀ

unyielding /ਅੱਨ'ਯੀਲਡਿਙ/ *a* ਅੜੀਅਲ, ਜ਼ਿੱਦੀ, ਪੱਕਾ, ਹਠੀ, ਦ੍ਰਿੜ੍ਹ, ਬੇਲੋਚ, ਅਭਿੱਜ

unyoke /ਅੱਨ'ਯਅਉਕ/ *vt* ਖੋਲ੍ਹ ਦੇਣਾ, ਪੰਜਾਲੀ ਲਾਹੁਣਾ; ਅਲੱਗ ਕਰਨਾ; (ਬੋਲ) ਕੰਮ ਬੰਦ ਕਰ ਦੇਣਾ

up /ਅੱਪ/ *n* ਉੱਨਤੀ, ਉਚਾਈ *vi* ਉੱਪਰ ਉੱਠ ਕੇ ਖਲੋਣਾ *a* (ਗੱਡੀ) ਜਾਣ ਵਾਲੀ *adv* (ਦਰਿਆ ਦੇ) ਉਲਟੇ ਰੁਖ, *prep* ਉੱਪਰਲਾ, ਉੱਚਾ; ਉੱਤੇ, ਉਤਾਂਹ, ਉੱਪਰ ਨੂੰ, ਉੱਪਰ ਤੱਕ

up-and-coming /ਅੱਪ(ਅ)ਨ'ਕਅੱਮਿਙ/ *a* ਸਫਲਤਾ ਪ੍ਰਾਪਤ ਕਰਨ ਵਾਲਾ, ਪ੍ਰਸਿੱਧੀ ਹਾਸਲ ਕਰਨ ਵਾਲਾ, ਉੱਦਮੀ, ਹੋਣਹਾਰ

up against *adv* ਦੇ ਨਾਲ; (ਮੁਸ਼ਕਲ) ਦੇ ਸਾਮ੍ਹਣੇ, ਸਨਮੁਖ

upborne /ਅੱਪ'ਬੋਨ/ *a* ਉੱਚਾ ਚੁੱਕਿਆ

upbraid /ਅੱਪ'ਬਰੇਇਡ/ *vt* ਡਾਂਟਣਾ, ਝਿੜਕਣਾ

upbringing /'ਅੱਪਬਰਿਙਿਙ/ *a* ਪਰਾਰੰਭਿਕ ਸਿੱਖਿਆ, ਪਾਲਣਾ, ਪਾਲਣ–ਪੋਸਣ

upcast /'ਅੱਪਕਾਸਟ/ *n* ਹਵਾ ਦੀ ਉੱਪਰ ਵੱਲ ਜਾਣ ਵਾਲੀ ਧਾਰਾ; ਉਛਾਲਾ; ਪੁੱਟ ਕੇ ਸੁੱਟੀ ਮਿੱਟੀ

upcoming /'ਅੱਪਕਅੱਮਿਙ/ *a* ਜਲਦੀ ਵਾਪਰਨ ਵਾਲਾ, ਸਿਰ ਤੇ ਆਇਆ (ਚੋਣਾਂ ਆਦਿ)

up-country /ਅੱਪ'ਕਅੱਨਟਰਿ/ *n* ਦੇਸ਼ ਦੇ ਅੰਦਰੂਨੀ ਇਲਾਕੇ ਦਾ; ਅੰਤਰਦੇਸ਼ੀ

update /ˌਅੱਪ'ਡੇਇਟ/ *vt* ਆਧੁਨਿਕ ਬਣਾਉਣਾ; /'ਅੱਪਡੇਇਟ/ *n* (ਕੰਪਿ) ਕਿਸੇ ਕੰਪਿਊਟਰ ਪ੍ਰੋਗਰਾਮ ਦਾ ਨਵਾਂ ਅਤੇ ਵਧੇਰੇ ਸ਼ਕਤੀਸ਼ਾਲੀ ਸੰਸਕਰਨ

upfront /ˌਅੱਪ'ਫਰਅੱਨਟ / *a* ਸੱਚਾ, ਖਾਲਸ, ਸ਼ੁਧ, ਦਿਆਨਤਦਾਰ, ਸਾਫ਼-ਸਾਫ਼, ਬੇਲਾਗ, ਨਿਰਛਲ

upgrade /ˌਅੱਪ'ਗਰੇਇਡ/ *vt* ਪਦ ਉੱਨਤ ਕਰਨਾ; ਦਰਜਾ ਵਧਾਉਣਾ; (ਕੰਪਿ) ਇਸ ਪੁਰਾਣੇ ਪ੍ਰੋਗਰਾਮ ਦੀ ਨਵੀਂ ਅਤੇ ਵਧੇਰੇ ਸ਼ਕਤੀਸ਼ਾਲੀ ਕਿਸਮ

upheaval /ਅੱਪ'ਹੀਵ਼ਲ/ *n* ਉਥਲ-ਪੁਥਲ, ਤਰਥੱਲੀ, ਚੱਕਥਲੀ

upheave /ਅੱਪ'ਹੀਵ਼/ *vi* ਉਭਰਨਾ ਜਾਂ ਉਭਾਰਨਾ

uphill /ˌਅੱਪ'ਹਿਲ/ *a* ਪਹਾੜ ਦੇ ਉੱਪਰ ਵੱਲ; ਕਠਿਨ, ਕਰੜਾ, ਔਖਾ (ਕੰਮ ਆਦਿ)

uphold /ਅੱਪ'ਹਅਉਲਡ/ *vt* ਪੁਸ਼ਟੀ ਕਰਨਾ; ਸਿੱਧਾ ਖੜ੍ਹਾ ਰੱਖਣਾ, ਉੱਪਰ ਚੁੱਕੀ ਰੱਖਣਾ; ਥੰਮ੍ਹਣਾ, ਕਾਇਮ ਰੱਖਣਾ; (ਫ਼ੈਸਲਾ ਆਦਿ) ਬਹਾਲ ਰੱਖਣਾ, ਯਥਾਪੂਰਵ ਰੱਖਣਾ

upholster /ਅੱਪ'ਹਅਉਲਸਟਅ*/ *vt* (ਕਮਰੇ ਨੂੰ) ਪਰਦਿਆਂ/ਫ਼ਰਨੀਚਰ/ਕਾਲੀਨ ਆਦਿ ਨਾਲ ਸਜਾਉਣਾ; (ਕੁਰਸੀ ਸੋਫ਼ੇ ਆਦਿ ਵਿੱਚ) ਕਮਾਨੀਆਂ ਅਤੇ ਗੱਦੀਆਂ ਲਾ ਕੇ ਕੱਪੜਾ ਚਾੜ੍ਹਨਾ

upholsterer /ਅੱਪ'ਹਅਉਲਸਟਅਰਅ*/ *n* ਫ਼ਰਨੀਚਰ ਪਰਦੇ ਕਲੀਨ ਆਦਿ ਵੇਚਣ ਵਾਲਾ; ਸੋਫ਼ਾ ਬਣਾਉਣ ਵਾਲਾ ਕਾਰੀਗਰ

upkeep /'ਅੱਪਕੀਪ/ *n* ਪਾਲਣ-ਪੋਸਣ, ਨਿਗਰਾਨੀ, ਸੰਭਾਲ

upland /'ਅੱਪਲਅਨਡ/ *n* ਉੱਚੀ ਭੂਮੀ, ਉਤਾੜ *a* ਉੱਚੀ ਭੂਮੀ ਸੰਬੰਧੀ; ਉੱਚ ਸਥਾਨੀ

uplift /ˌਅੱਪ'ਲਿਫ਼ਟ/ *vt* ਉੱਚਾ ਕਰਨਾ, ਉੱਪਰ ਨੂੰ ਚੁੱਕਣਾ, ਸੁਧਾਰਨਾ /'ਅੱਪਲਿਫ਼ਟ/ *n* ਸੁਧਾਰ, ਉੱਨਤੀ

uplink /'ਅੱਪਲਿਙਕ/ *n* ਉਪਗ੍ਰਹਿ ਨਾਲ ਸੰਪਰਕ

upon /**ਅ'ਪੌਨ**/ *prep* ਉੱਤੇ, ’ਤੇ, ਉਪੱਰ, ਉਪੱਰ ਵੱਲ; ਪਿੱਛੋਂ; ਪਾਸ; ਵਿਸ਼ੇ ਵਿੱਚ, ਬਾਬਤ

upper /**'ਅੱਪਅ***/ *n* ਜੁੱਤੀ ਦੀ ਛੱਤ ਜਾਂ ਉਪੱਰਲਾ ਹਿੱਸਾ *a* ਉਪੱਰ ਦਾ, ਉਤਲਾ, ਵੱਡਾ (ਪਦਵੀ ਵਿੱਚ)

upper case /**ˌਅੱਪਅ* 'ਕੇਇਸ**/ *n* ਵੱਡਾ ਅੱਖਰ, ਅੰਗਰੇਜ਼ੀ ਵਰਨਮਾਲਾ ਦੇ ਵੱਡੇ ਅੱਖਰ ਜਿਵੇਂ A B C....

uppermost /**'ਅੱਪਅਮਅਉਸਟ**/ *a* ਸਾਰਿਆਂ ਤੋਂ ਉਪੱਰ ਦਾ; ਸਾਰਿਆਂ ਤੋਂ ਵਧੀਆ; ਸਿਰੇ ’ਤੇ, ਸਭ ਤੋਂ ਉੱਤੇ

uppish /**'ਅੱਪਿਸ਼**/ *a* ਦੰਭੀ, ਘਮੰਡੀ, ਅਭਿਮਾਨੀ

upraise /**ਅੱਪ'ਰੇਇਜ਼**/ *vt* ਉਪੱਰ ਨੂੰ ਚੁੱਕਣਾ, ਉੱਚਾ ਚੁੱਕਣਾ; ਸੁਧਾਰਨਾ

upright /**'ਅੱਪਰਾਇਟ**/ *a* ਸਿੱਧਾ, ਖੜ੍ਹਾ; ਸਰਲ, ਸਾਦਾ; ਈਮਾਨਦਾਰ, ਧਾਰਮਿਕ *n* ਖੰਭਾ, ਥੰਮ੍ਹਾ (ਚਰਖੇ ਦਾ); ਲਰ (ਬੂਹੇ ਦਾ) *vi* ਸਿੱਧਾ ਖਲੋਤਾ

uprightness /**'ਅੱਪਰਾਇਟਨਅਸ**/ *n* ਸ਼ੁੱਧ ਵਿਵਹਾਰ, ਈਮਾਨਦਾਰੀ, ਖਰਾਪਣ

uprise /**ਅੱਪ'ਰਾਇਜ਼**/ *vi* ਜਾਗਣਾ, ਉੱਠਣਾ, ਉਪੱਰ ਨੂੰ ਚੜ੍ਹਨਾ

uprising /**'ਅੱਪਰਾਇਜ਼ਿਙ**/ *n* ਉਭਾਰ ਦਾ ਕਦਮ, ਬਗਾਵਤ ਦੀ ਸਥਿਤੀ

uproar /**'ਅੱਪਰੋ***/ *n* ਰੌਲਾ, ਰੌਲਾ-ਰੱਪਾ, ਹੁੱਲੜ, ਘੜਮੱਸ, ਹੱਲਾ-ਗੁੱਲਾ, ਤਰਥੱਲੀ

uproarious /**ਅੱਪ'ਰੋਰਿਅਸ**/ *a* ਉਪਦਰਵੀ, ਰੌਲੇ -ਰੱਪੇ ਵਾਲਾ; ਹੱਲੇ-ਗੁੱਲੇ ਵਾਲਾ

uproot /**ˌਅੱਪ'ਰੂਟ**/ *vt* ਜੜ੍ਹੋਂ ਉਖਾੜਨਾ, ਬਰਬਾਦ ਕਰਨਾ

UPS *abbr* **Uninterrupted Power Supply** ਦਾ ਸੰਖਿਪਤ ਰੂਪ (ਕੰਪਿ) ਬਿਜਲੀ ਚਲੇ ਜਾਣ 'ਤੇ ਕੰਪਿਊਟਰ ਨੂੰ ਬਿਜਲੀ ਦੇਣ ਵਾਲਾ ਉਪਕਰਨ

upset /**ਅੱਪ'ਸੈਟੱ**/ *vt* ਉਲਟਣਾ; ਉਲਟ-ਪੁਲਟ ਕਰਨਾ, ਪਰੇਸ਼ਾਨ ਕਰਨਾ /**'ਅੱਪਸੈਟੱ**/ *n* ਪਲਟਾ, ਗੜਬੜ

upset price *n* (ਨਿਲਾਮੀ ਵਿੱਚ) ਸਰਕਾਰੀ ਕੀਮਤ, ਘੱਟ ਤੋਂ ਘੱਟ ਕੀਮਤ ਜਿਸ ਉੱਤੇ ਮਾਲ ਵੇਚਣ ਦੀ ਇਜਾਜ਼ਤ ਹੋਵੇ

upsetting /**ਅੱਪ'ਸੈੱਟਿਙ**/ *a* ਪਰੇਸ਼ਾਨੀ ਵਾਲਾ, ਉਲਝਣ ਵਿੱਚ ਪਾਉਣ ਵਾਲਾ, ਗੜਬੜੀ ਕਰਨ ਵਾਲਾ

upshot /**'ਅੱਪਸ਼ੌਟ**/ *n* ਸਿੱਟਾ, ਨਤੀਜਾ, ਅੰਤ

upside down /**ˌਅੱਪਸਾਇਡ 'ਡਅਉਨ**/ *a* ਉਲਟਾ, ਉਲਟਾ-ਪੁਲਟਾ, ਪਰਤਿਆ, ਪੁੱਠਾ, ਮੂਧਾ; ਉਲਟੀ ਸਥਿਤੀ

upsides /**'ਅੱਪਸਾਇਡਜ਼**/ *adv* (ਬੋਲ **get sides with**) ਬਦਲਾ ਲੈਣ ਵਜੋ

upstage /**ˌਅੱਪ'ਸਟੇਇਜ**/ *a* (ਸੁਭਾਅ ਦਾ) ਰੁੱਖਾ, ਖ਼ੁਸ਼ਕ, ਹੰਕਾਰਿਆ

upstairs /**ˌਅੱਪ'ਸਟੇਅਜ਼**/ *a* ਉਪੱਰ, ਉਪੱਰ ਦੀ ਮੰਜ਼ਲ ਉੱਤੇ ਜਾਂ ਉਪੱਰ ਦੀ ਮੰਜ਼ਲ ਵੱਲ; ਉਪੱਰਲਾ, ਉੱਤੇ ਦਾ

upstanding /**ˌਅੱਪ'ਸਟੈਨਡਿਙ**/ *a* ਸਿੱਧਾ ਖੜ੍ਹਾ; (ਮਜ਼ਦੂਰੀ ਜਾਂ ਉਜਰਤ) ਮੁਕੱਰਰ

upstart /**'ਅੱਪਸਟਾਟ**/ *a* ਜਿਹੜਾ ਅਚਾਨਕ ਧਨਵਾਨ ਬਣ ਜਾਵੇ *n* ਨਵਾਂ ਧਨੀ, ਨਵਾਂ ਰਈਸ, ਘਮੰਡੀ

upstream /**ˌਅੱਪ'ਸਟਰੀਮ**/ *adv* ਪ੍ਰਵਾਹ ਦੇ ਉਲਟ, ਹਿਠਾੜ ਦੇ ਉਲਟ

upsurge /**'ਅੱਪਸਅ:ਜ**/ *n* ਚੜ੍ਹਾ, ਉਭਾਰ

upswing /**'ਅੱਪਸਵਿਙ**/ *n* ਚੜ੍ਹਤ (ਕਾਰੋਬਾਰ ਦੀ), ਵਾਧਾ

uptake /**'ਅੱਪਟੇਇਕ**/ *n* ਸਮਝ, ਗ੍ਰਹਿਣਸ਼ੀਲਤਾ, ਪਕੜ

upthrow /**'ਅੱਪਥਰਅਉ**/ *n* ਉਭਾਰ, ਉਠਾਨ; ਉਪਦਰਵ, ਉਥਲ-ਪੁਥਲ, ਉਲਟ-ਪੁਲਟ

up to date *a* ਆਧੁਨਿਕ; ਸਮੇਂ ਦਾ ਹਾਣੀ

uptown /**ˌਅੱਪ'ਟਾਉਨ**/ *n* ਸ਼ਹਿਰ ਦੇ ਬਾਹਰਲੇ ਹਿੱਸੇ

upwards /**'ਅੱਪਵਅਡਜ਼**/ *adv* ਉਪੱਰ ਦਾ, ਉਪੱਰ ਵੱਲ; ਵਧਣ ਦਾ, ਤਰੱਕੀ ਦਾ; ਉਪੱਰ ਵਾਲੇ ਪਾਸੇ

uranium /**ਯੁ'ਰੇਇਨਿਅਮ**/ *n* ਯੂਰੇਨੀਅਮ,

ਪ੍ਰਮਾਣੂ ਸ਼ਕਤੀ ਲਈ ਵਰਤੀ ਜਾਂਦੀ ਇੱਕ ਧਾਤ

Uranus /'ਯੁਅਰਅਨਅਸ, ਯੁ'ਰੇਇਨਅਸ/ *n* ਅਰੁਨ ਗ੍ਰਹਿ

urban /'ਅ:ਬਅਨ/ *a* ਸ਼ਹਿਰੀ, ਨਾਗਰਿਕ; ਸੁਸ਼ੀਲ, ਸੁਘੜ, ਸਾਊ

urbane /ਅ:'ਬੇਇਨ/ *a* ਸੁਘੜ, ਸਾਊ; ਸੁਸ਼ੀਲ

urbanity /ਅ:'ਬੈਨਅਟਿ/ *n* ਸੁਘੜਤਾ, ਸਾਊਪੁਣਾ, ਸੁਸ਼ੀਲਤਾ, ਸ਼ਿਸ਼ਟਤਾ, ਸ਼ਿਸ਼ਟਾਚਾਰ; ਨਾਗਰਿਕ ਜੀਵਨ

urbanization /ˌਅ:ਬਅਨਾਇ'ਜ਼ੇਇਸ਼ਨ/ *n* ਸ਼ਹਿਰੀਕਰਨ, ਨਾਗਰਿਕੀਕਰਨ ਜੀਵਨ

urchin /'ਅ:ਚਿਨ/ *n* ਮੁੰਡਾ, ਲੜਕਾ, ਛੋਹਰ; ਸ਼ਰਾਰਤੀ ਲੜਕਾ; ਭੂਤਨਾ, ਛਲੇਡਾ

urea /ਯੁ'ਰੀਅ/ *n* (ਰਸਾ) ਇੱਕ ਘੁਲਨਸ਼ੀਲ ਰੰਗਹੀਣ ਅਤੇ ਰਵੇਦਾਰ ਯੋਗਿਕ

ureter, urethra /ਯੁਅ'ਰੀਟਅ*, ਯੁ'ਰੀਥਰਅ/ *n* ਮੂਤਰ ਨਾਲੀ, ਨਲ, ਮੂਤਰ ਮਾਰਗ

urge /ਅ:ਜ/ *vt* ਪ੍ਰੇਰਨਾ, ਉਤੇਜਿਤ ਕਰਨਾ, ਤਾਕੀਦ ਕਰਨਾ, ਜ਼ੋਰ ਪਾਉਣਾ; ਜ਼ੋਰ ਨਾਲ ਪੇਸ਼ ਕਰਨਾ *n* ਚਾਹ, ਉਤੇਜਨਾ

urgency /'ਅ:ਜਅਨਸਿ/ *n* ਅਤਿ ਆਵੱਸ਼ਕਤਾ, ਲੋੜਵੰਦੀ, ਲਾਲਸਾ, ਤਾਂਘ

ugent/'ਅ:ਜਅਨਟ/ *a* ਜ਼ਰੂਰੀ, ਆਵੱਸ਼ਕ ਤਾਕੀਦੀ, ਬਹੁਤ ਲੋੜੀਂਦਾ

uric /'ਯੁਅਰਿਕ/ *a* ਪਿਸ਼ਾਬੀ, ਮੂਤਰ ਸੰਬੰਧੀ

urinal /ਯੁਅ'ਰਾਇਨਲ, 'ਯੁਅਰਿਨਲ/ *n* ਮੂਤਰਨੀ; ਮੂਤਰ ਰੱਖਣ ਦੀ ਸ਼ੀਸ਼ੀ, ਕਰੂਰੇ ਦੀ ਸ਼ੀਸ਼ੀ; ਪਿਸ਼ਾਬ ਘਰ

urine /'ਯੁਅਰਿਨ, -ਰਾਇਨ/ *n* ਪਿਸ਼ਾਬ, ਮੂਤਰ, ਮੂਤ, (ਹਕੀਮਾਂ ਦੀ ਬੋਲੀ ਵਿੱਚ) ਕਰੂਰਾ

URL /ˌਯੂ ਆਰ 'ਐੱਲ/ *abbr* **Uniform/ Universal Resource Locator** ਦਾ ਸੰਖਿਪਤ ਰੂਪ (ਕੰਪਿ) ਇੰਟਰਨੈੱਟ ਦੇ ਵੱਖ-ਵੱਖ ਵਸੀਲਿਆਂ ਤੱਕ ਪਹੁੰਚਣ ਦੀ ਵਿਧੀ

urology /ਯੁਅ'ਰੌਲਅਜਿ/ *n* ਮੂਤਰ ਵਿਗਿਆਨ, ਪਿਸ਼ਾਬ ਪ੍ਰਨਾਲੀ ਦਾ ਗਿਆਨ

urn /ਅ:ਨ/ *n* ਅਸਥੀ ਪਾਤਰ; ਵੱਡੀ ਚਾਹਦਾਨੀ *vt* ਫੁੱਲਾਂ (ਅਸਥੀਆਂ ਨੂੰ) ਭਾਂਡੇ ਵਿੱਚ ਪਾ ਕੇ ਧਰਨਾ

Ursa /'ਅ:ਸਅ/ *n* ਦੋ ਵਿਸ਼ੇਸ਼ ਤਾਰਾ ਸਮੂਹ; ਸਪਤਰਿਸ਼ੀ

ursine /'ਅ:ਸਾਇਨ/ *a* ਰਿੱਛ ਵਰਗਾ, ਰਿੱਛਲ

us /ਅਸ, ਅੱਸ/ *pron* ਸਾਨੂੰ, ਸਾਡਾ

usage /'ਯੂਸਿਜ, 'ਯੂਜ਼ਿਜ/ *n* ਵਰਤੋਂ, ਵਿਹਾਰ, ਰੀਤੀ, ਪ੍ਰਥਾ, ਪਰਿਪਾਟੀ, ਰਿਵਾਜ, ਰਸਮ, ਦਸਤੂਰ

use /ਯੂਸ/ *n* ਵਰਤੋਂ, ਵਰਤੋਂ ਦਾ ਅਧਿਕਾਰ; ਲਾਭ, ਫ਼ਾਇਦਾ, ਲਾਹਾ; ਰਸਮ, ਰਿਵਾਜ, ਮਰਿਆਦਾ, ਰਹੁ ਰੀਤੀ; (ਕਨੂੰ) ਕਿਸੇ ਦੀ ਗਿਰਵੀ ਜਾਂ ਅਮਾਨਤ ਰੱਖੀ ਜਾਇਦਾਦ ਦੇ ਖ਼ਰਚ ਅਤੇ ਲਾਭ ਦਾ ਹੱਕ **/ਯੂਜ਼/** *v* ਵਰਤੋਂ ਕਰਨਾ; ਕੰਮ ਵਿੱਚ ਲਿਆਉਣਾ; ਖ਼ਰਚ ਕਰਨਾ ਜਾਂ ਹੋਣਾ; (ਮਸ਼ੀਨ, ਯੰਤਰ ਆਦਿ ਨੂੰ) ਚਲਾਉਣਾ; ਕੰਮ ਲੈਣਾ; ਵਰਤਾਓ ਕਰਨਾ, ਸਲੂਕ ਕਰਨਾ, ਆਦੀ ਹੋਣਾ

used /ਯੂਜ਼ਡ/ *a* ਹੰਢਿਆ ਵਰਤਿਆ, ਘਸਿਆ ਹੋਇਆ, ਵਰਤੋਂ ਕੀਤਾ ਹੋਇਆ

useful /'ਯੂਸਫ਼ਲ/ *a* ਉਪਯੋਗੀ; ਉਪਕਾਰੀ, ਹਿਤਕਾਰੀ, ਲਾਭਦਾਇਕ; ਬਹੁਤ ਵਧੀਆ

usefulness /'ਯੂਸਫ਼ਅਲਨਅਸ/ *n* ਉਪਯੋਗਤਾ, ਉਪਯੋਗ, ਲਾਭਦਾਇਕਤਾ, ਫ਼ਾਇਦਾ

useless /ਯੂਸਲਅਸ/ *a* ਨਿਰਾਰਥਕ, ਵਿਅਰਥ, ਨਿਸਫਲ; ਘਟੀਆ, ਹੀਣ

uselessness /'ਯੂਸਲਅਸਨਅਸ/ *a* ਨਿਰਾਰਥਕਤਾ, ਅਣਉਪਯੋਗਤਾ; ਨਿਕੰਮਾਪਣ, ਤੁੱਛਤਾ, ਹੀਣਤਾ, ਮਾਮੂਲੀਪਣ

user /'ਯੂਜ਼ਅ*/ *n* ਵਰਤੋਂ ਕਰਨ ਵਾਲਾ, ਇਸਤੇਮਾਲ ਕਰਨ ਵਾਲਾ, ਵਰਤਣ ਵਾਲਾ, ਉਪਭੋਗਤਾ; (ਕਨੂੰ) ਕਿਸੇ ਅਧਿਕਾਰ ਆਦਿ ਦੀ ਨਿਰੰਤਰ ਵਰਤੋਂ

user-friendly *a* ਹਰ ਇੱਕ ਦੀ ਵਰਤੋਂ ਲਈ ਸਯੋਗ, ਅਸਾਨੀ ਨਾਲ ਵਰਤਿਆ ਜਾ ਸਕਣ ਵਾਲਾ

Usenet /'ਯੂਜ਼ਨੈਟ/ *n* (ਕੰਪਿ) ਇੰਟਰਨੈੱਟ ਰਾਹੀਂ ਵੱਖ-ਵੱਖ ਵਿਅਕਤੀਆਂ ਦੁਆਰਾ ਵੱਖ-ਵੱਖ ਵਿਸ਼ਿਆਂ

ਉੱਤੇ ਸੰਦੇਸ਼ ਅਦਾਨ-ਪ੍ਰਦਾਨ ਕਰਨ ਲਈ ਤਾਣਾ-ਬਾਣਾ

username /'ਯੂਜ਼ਅਨੇਇਮ/ *n* (ਕੰਪਿ) ਕੰਪਿਊਟਰ ਦੇ ਵਰਤੋਂਕਾਰ ਦਾ ਕੰਪਿਊਟਰੀ ਨਾਂ

usher /'ਅੱਸ਼ਅ*/ *n* ਦਰਬਾਨ, ਚੋਬਦਾਰ *vt* (ਕਿਸੇ ਮਹਿਮਾਨ ਨੂੰ) ਅੰਦਰ ਲਿਆਉਣਾ

ushership /'ਅੱਸ਼ਅਸ਼ਿਪ/ *n* ਦਰਬਾਨਪੁਣਾ

usquebaugh /'ਅੱਸਕਵਿਬੋ/ *n* ਵਿਸਕੀ, ਸ਼ਰਾਬ; ਆਇਰਲੈਂਡ ਦੀ ਇੱਕ ਸ਼ਰਾਬ ਜੋ ਬਰਾਂਡੀ ਤੋਂ ਬਣਾਈ ਜਾਂਦੀ ਹੈ ।

USSR /ˌਯੂ ਐੱਸ ਐੱਸ 'ਆ*/ *abbr* **Union of Soviet Socialist Republics** ਦਾ ਸੰਖਿਪਤ ਰੂਪ

ustion /'ਅੱਸਚਅਨ/ *n* ਜਲਨ ਜਾਂ ਬਲਨ

ustulate /'ਅੱਸਟਯੁਲਅਟ/ *a* ਸੜਿਆ, ਜਲਿਆ, ਦਗਧ

usual /'ਯੂਯੁਅਲ, -ਯ਼ਅਲ/ *a* ਸਧਾਰਨ, ਪ੍ਰਚਲਿਤ, ਰਿਵਾਜੀ, ਆਮ

usually /'ਯੂਯੁਅਲਿ, -ਯ਼ਅਲਿ/ *adv* ਆਮ ਤੌਰ 'ਤੇ, ਸਧਾਰਨ ਤੌਰ 'ਤੇ

usufruct /'ਯੂਸਯੁਫ਼ਰਅੱਕਟ/ *n* ਕਿਸੇ ਦੂਜੇ ਦੀ ਜਾਇਦਾਦ ਦੇ ਲਾਭ ਜਾਂ ਆਮਦਨੀ ਨੂੰ ਇਸ ਪ੍ਰਕਾਰ ਵਰਤਣ ਦਾ ਹੱਕ ਕਿ ਅਸਲ ਜਾਇਦਾਦ ਨੂੰ ਕੋਈ ਨੁਕਸਾਨ ਨਾ ਪੁੱਜੇ ਫਲ ਉਪਭੋਗ ਅਧਿਕਾਰ *v* ਫਲ ਖਾਣਾ

usurer /'ਯੂਯ਼ਅਰਅ*/ *n* ਸੂਦਖੋਰ, ਅਧਿਕ ਵਿਆਜ ਖਾਣ ਵਾਲਾ

usurp /ਯੂ'ਜ਼ਅ:ਪ/ *v* ਅਨਿਆ ਨਾਲ ਕਿਸੇ ਦੀ ਸੰਪੱਤੀ ਉੱਤੇ ਅਧਿਕਾਰ ਕਰ ਲੈਣਾ, ਹੜੱਪਣਾ; ਖੋਹ ਲੈਣਾ

usurpation /ˌਯੂਜ਼ਅ:'ਪੇਇਸ਼ਨ/ *n* (ਜਾਇਦਾਦ) ਹੜੱਪਣ, ਹਥਿਆਉਣ

usurper /ਯੂ'ਜ਼ਅ:ਪਅ*/ *n* ਖੋਹ ਲੈਣ ਵਾਲਾ, ਹੜੱਪ ਕਰਨ ਵਾਲਾ, ਨਾਜਾਇਜ਼ ਕਬਜ਼ਾਕਾਰ

usury /'ਯੂਯ਼ਅਰਿ/ *n* ਸੂਦਖੋਰੀ, ਵਿਆਜਖੋਰੀ; ਬਹੁਤ ਭਾਰੀ ਸੂਦ; (ਬੋਲ) ਲਾਭ, ਵਿਆਜ

utensil /ਯੂ'ਟੈਂਨਸਲ/ *n* ਬਰਤਨ, ਭਾਂਡਾ

uterine /'ਯੂਟ(ਅ)ਰਾਇਨ/ *a* ਬੱਚੇਦਾਨੀ ਸੰਬੰਧੀ, ਗਰਭਾਸ਼ਯ ਸੰਬੰਧੀ, ਇੱਕੋ ਕੁੱਖੋਂ ਜਾਏ; ਮਾਂ ਦਾ ਸਕਾ ਪਰ ਪਿਓ ਦਾ ਮਤਰੇਆ, ਸਹੋਦਰ

uterus /'ਯੂਟਅਰਅਸ/ *n* ਗਰਭ ਕੋਸ਼, ਗਰਭਾਸ਼ਯ, ਬੱਚੇਦਾਨੀ

utilitarian /ˌਯੂਟਿਲਿ'ਟੇਅਰਿਅਨ/ *n* ਉਪਯੋਗਤਾਵਾਦੀ *a* ਉਪਯੋਗਤਾ ਸੰਬੰਧੀ; ਉਪਯੋਗੀ, ਸੁਆਰਥੀ

utilitarianism /ˌਯੂਟਿਲਿ'ਟੇਅਰਿਅਨਿਜ਼ਅਮ/ *n* ਉਪਯੋਗਤਾਵਾਦ, ਸੁਆਰਥਵਾਦ

utility /ਯੂ'ਟਿਲਅਟਿ/ *n* ਉਪਯੋਗ, ਲਾਭ, ਉਪਯੋਗਤਾ

utility man *n* ਅਭਿਨੇਤਾ, ਨਾਟਕ ਦੇ ਬਹੁਤ ਛੋਟੇ-ਛੋਟੇ ਪਾਰਟ ਕਰਨ ਵਾਲਾ

utilization /ˌਯੂਟਅਲਾਇ'ਜ਼ੇਇਸ਼ਨ/ *n* ਉਪਯੋਗਤਾ, ਵਰਤੋਂ

utilize /'ਯੂਟਅਲਾਇਜ਼/ *vt* ਕੰਮ ਵਿੱਚ ਲਿਆਉਣਾ, ਉਪਯੋਗ ਕਰਨਾ

utmost /'ਅੱਟਮਅਉਸਟ/ *a* ਅਤਿਅੰਤ, ਅਧਿਕ, ਬੇਹੱਦ, ਅਤੀ

Utopia /ਯੂ'ਟਅਉਪਿਅ/ *n* ਯੂਟੋਪੀਆ (ਟਾਮਸ ਮੂਰ ਦੇ ਲਿਖੇ ਅਨੁਸਾਰ ਇੱਕ ਖ਼ਿਆਲੀ ਟਾਪੂ ਜਿਸ ਉੱਤੇ ਸਮਾਜ ਦਾ ਪ੍ਰਬੰਧ ਆਦਰਸ਼ਪੂਰਨ ਸੀ), ਆਦਰਸ਼ ਚਿੱਤਰ, ਕਾਲਪਨਿਕ ਸੁਖ ਚਿੱਤਰ, ਸੁਪਨਸਾਜ਼ੀ

Utopian /ਯੂ'ਟਅਉਪਿਅਨ/ *a* ਕਾਲਪਨਿਕ, ਮਾਨਸਿਕ, ਖ਼ਿਆਲੀ, ਅਵਿਹਾਰਿਕ

utricle /'ਯੂਟਰਿਕਲ/ *n* ਸਰੀਰ ਦੇ ਅੰਦਰ ਦੀ ਛੋਟੀ ਥੈਲੀ (ਖ਼ਾਸ ਕਰ ਕੰਨ ਦੇ ਅੰਦਰ ਦੀ); ਪਸ਼ੂ ਜਾਂ ਪੌਦੇ ਦਾ ਸੂਖਮ ਕੋਸ਼, ਯੋਨਿਕਾ

utter[1] /'ਅੱਟਅ*/ *a* ਪੂਰਨ, ਸਮੁੱਚਾ, ਸਾਰਾ, ਬਿਲਕੁਲ, ਕੁੱਲ

utter[2] *vt* ਕਹਿਣਾ, ਉਚਾਰਨ ਕਰਨਾ; (ਨੋਟ ਆਦਿ) ਚਲਾਉਣਾ, ਜਾਰੀ ਕਰਨਾ

utterance /'ਅੱਟਅਰਅਨਸ/ *n* ਉਚਾਰਨ, ਬੋਲ; ਵਾਕ ਸ਼ਕਤੀ, ਬੋਲੀ

utterly /'ਅੱਟ(ਅ)ਲਿ/ *adv* ਸਰਾਸਰ, ਨਿਰਾ, ਉੱਕਾ, ਬਿਲਕੁਲ

uvula /'ਯੂਵ਼ਯਅਲਅ/ *n* ਗਲ ਦੀ ਘੰਡੀ, ਕਾਂ

uvular /'ਯੂਵ਼ਯਅਲਅ*/ *a* ਘੰਡੀ ਦਾ, ਗਲ ਦਾ, ਸੰਘ ਦੇ ਕਾਂ ਵਰਗਾ

uxorial /ਅੱਕ'ਸੋਰਿਅਲ/ *a* ਇਸਤਰੀ ਦਾ, ਪਤਨੀ ਦਾ

uxoricide /ਅੱਕ'ਸੋਰਿਸਾਇਡ/ *n* ਪਤਨੀ ਘਾਤ; ਪਤਨੀ ਘਾਤੀ

uxorious /ਅੱਕ'ਸੋਰਿਅਸ/ *a* ਰੰਨ ਮੁਰੀਦ, ਜੋਰੂ ਦਾ ਗੁਲਾਮ

V

V, v /ਵ੍ਹੀ/ *n* ਅੰਗਰੇਜ਼ੀ ਵਰਨਮਾਲਾ ਦਾ ਬਾਈਵਾਂ ਅੱਖਰ; ਰੋਮਨ ਅੰਕਾਂ ਵਿੱਚੋਂ ਪੰਜ ਦਾ ਅੰਕ

vacancy /'**ਵ੍ਹੇਇਕਅਨਸਿ**/ *n* ਖ਼ਾਲੀ ਥਾਂ, ਖ਼ਾਲੀ ਅਸਾਮੀ; ਖ਼ਲਾਅ; ਫ਼ੁਰਸਤ, ਵਿਹਲ

vacant /'**ਵ੍ਹੇਇਕਅਨਟ**/ *a* ਖ਼ਾਲੀ; ਸੁੰਨਾ, ਸੱਖਣਾ; ਨਿਕੰਮਾ; ਵਿਹਲਾ; ਬੇਦਿਮਾਗਾ

vacate /**ਵ੍ਹਅ'ਕੇਇਟ, ਵ੍ਹੇਇਕੇ**-/ *vt* ਖ਼ਾਲੀ ਕਰਨਾ, ਵਿਹਲਾ ਕਰਨਾ (ਮਕਾਨ ਜਾਂ ਥਾਂ); ਮਨਸੂਖ਼ ਕਰਨਾ, ਰੱਦ ਕਰਨਾ, ਬੇਕਾਰ ਕਰਨਾ; ਖੰਡਨ ਕਰਨਾ

vacated /**ਵ੍ਹਅ'ਕੇਇਟਿਡ**/ *a* ਖ਼ਾਲੀ ਕੀਤਾ, ਖ਼ਾਲੀ

vacation /**ਵ੍ਹਅ'ਕੇਇਸ਼ਨ, ਵ੍ਹੇਇ'ਕੇ**-/ *n* ਵਿਹਲ, ਫ਼ੁਰਸਤ; ਛੁੱਟੀਆਂ, ਲੰਮੀਆਂ ਛੁੱਟੀਆਂ; ਵਕਫ਼ਾ **summer vacation** ਗਰਮੀ ਦੀਆਂ ਛੁੱਟੀਆਂ

vaccary /'**ਵ੍ਹੈਕਅਰਿ**/ *n* ਗਊਸ਼ਾਲਾ

vaccinate /'**ਵ੍ਹੈਕਸਿਨੇਇਟ**/ *vt* ਲੋਦਾ ਲਾਉਣਾ, ਰੋਗ ਤੋਂ ਬਚਾਅ ਲਈ ਟੀਕਾ ਲਾਉਣਾ (ਚੇਚਕ ਆਦਿ ਦਾ)

vaccination /,**ਵ੍ਹੈਕਸਿ'ਨੇਇਸ਼ਨ**/ *n* ਲੋਦਾ, ਟੀਕਾ; ਚੇਚਕ ਦੇ ਟੀਕੇ ਲਾਉਣ ਦਾ ਕੰਮ

vaccinator /'**ਵ੍ਹੈਕਸਿਨੇਇਟਅ***/ *n* ਲੋਦਾ ਜਾਂ ਟੀਕਾ ਲਾਉਣ ਵਾਲਾ ਵਿਅਕਤੀ

vaccine /'**ਵ੍ਹੈਕਸੀਨ**/ *n* ਚੇਚਕ ਆਦਿ ਦੇ ਟੀਕੇ ਦੀ ਦਵਾਈ, ਵੈਕਸੀਨ

vacillate /'**ਵ੍ਹੈਸਅਲੇਇਟ**/ *vt* ਦੁਚਿੱਤੀ ਵਿੱਚ ਪੈਣਾ, ਡੋਲਣਾ, ਜੱਕੋ-ਤੱਕੀ ਕਰਨਾ, ਹਿਚਕਚਾਹਟ ਕਰਨਾ

vacillation /,**ਵ੍ਹੈਸਅ'ਲੇਇਸ਼ਨ**/ *n* ਜੱਕੋ-ਤੱਕੀ, ਦੁਚਿੱਤੀ, ਅਸਥਿਰਤਾ

vacillator /'**ਵ੍ਹੈਸਅਲੇਇਟਅ***/ *n* ਦੁਚਿੱਤੀ ਵਿੱਚ ਗ੍ਰਸਿਆ, ਡਗਮਗਾਉਣ ਵਾਲਾ (ਵਿਅਕਤੀ)

vacuity /**ਵ੍ਹਅ'ਕਯੂਅਟਿ**/ *n* ਖ਼ਲਾਅ, ਖ਼ਾਲੀ ਥਾਂ, ਪੁਲਾੜ, ਸੁੰਨ

vacuolation /,**ਵ੍ਹੈਕਯੁਅ'ਲੇਇਸ਼ਨ**/ *n* (ਜੀਵ) ਖੋੜ ਬਣਨ, ਛੇਦ ਬਣਨ

vacuous /'**ਵ੍ਹੈਕਯੁਅਸ**/ *a* ਖ਼ਾਲੀ, ਥੋਥਾ, ਸੁੰਨਸਾਨ; ਬੁੱਧੂ; ਬੇਕਾਰ, ਵਿਅਰਥ

vacuousness /'**ਵ੍ਹੈਕਯੁਅਸਨਅਸ**/ *n* ਖ਼ਲਾਅ, ਸੁੰਨ, ਪੋਲ, ਖੋਖਲਾਪਣ, ਖ਼ਾਲੀਪਣ; ਅਗਿਆਨਤਾ, ਬੁੱਧੀਹੀਣਤਾ, ਮੂੜ੍ਹਤਾ, ਭਾਵਹੀਣਤਾ

vacuum /'**ਵ੍ਹੈਕਯੁਅਮ**/ *n* ਖ਼ਲਾਅ, ਸੁੰਨ ਸਥਾਨ

vacuum cleaner *n* ਗਰਦ ਧੂੜ ਆਦਿ ਚੂਸ ਕੇ ਸਫ਼ਾਈ ਕਰਨ ਵਾਲਾ ਯੰਤਰ

vacuum flask *n* ਗਰਮ ਜਾਂ ਠੰਡਾ ਨਾ ਹੋਣ ਦੇਣ ਵਾਲੀ ਬੋਤਲ, ਥਰਮੋਸ ਬੋਤਲ

vade mecum /,**ਵ੍ਹਾਡਿ 'ਮੇਇਕਅਮ**/ *n* ਗਾਈਡ ਨੋਟ–ਬੁੱਕ, ਗਾਈਡ ਡਾਇਰੀ

vagabond /'**ਵ੍ਹੈਗਅਬੌਨਡ**/ *a* ਅਵਾਰਾ, ਲਟੌਰ, ਲੋਫ਼ਰ, ਅਵਾਰਾਗਰਦ; ਘੁਮੱਕੜ *v* ਘੁੰਮਣਾ; ਅਵਾਰਾ ਫਿਰਨਾ, ਅਵਾਰਾਗਰਦੀ ਕਰਨਾ, ਬਦਮਾਸ਼ੀ ਕਰਨਾ

vagabondage /'**ਵ੍ਹੈਗਅਬੌਨਡਿਜ**/ *n* ਅਵਾਰਾਗਰਦੀ, ਲਟੌਰਪੁਣਾ

vagabondism /'**ਵ੍ਹੈਗਅਬੌਨਡਿਜ਼ਅਮ**/ *n* ਅਵਾਰਾਗਰਦੀ, ਲੋਫ਼ਰਪੁਣਾ

vagaries /'**ਵ੍ਹੇਇਗਅਰਿਜ਼**/ *n* (ਬਹੁ) ਕਿਸੇ ਵਿਅਕਤੀ ਜਾਂ ਵਸਤੂ ਵਿੱਚ ਵਾਪਰੀਆਂ ਉਹ ਤਬਦੀਲੀਆਂ ਜਿਹਨਾਂ ਨੂੰ ਬਿਆਨ ਕਰਨਾ ਅਤੇ ਕਾਬੂ ਕਰਨਾ ਮੁਸ਼ਕਿਲ ਹੋਵੇ

vagarious /**ਵ੍ਹਅ'ਗੇਅਰਿਅਸ**/ *a* ਵਹਿਮੀ, ਸਨਕੀ, ਮੌਜੀ, ਖ਼ਬਤੀ

vagary /'**ਵ੍ਹੇਇਗਅਰਿ**/ *n* ਤਰੰਗ, ਮੌਜ, ਲਹਿਰ, ਮਨ ਮੌਜ; ਖ਼ਿਆਲ, ਵਹਿਮ

vagina /**ਵ੍ਹਅ'ਜਾਇਨਅ**/ *n* ਭਗ, ਯੋਨੀ; (ਇਸਤਰੀ ਦਾ) ਗੁਪਤ ਅੰਗ; ਖ਼ੋਲ

vaginal /**ਵ੍ਹਅ'ਜਾਇਨਲ**/ *a* ਭਗ ਜਾਂ ਯੋਨੀ ਸੰਬੰਧੀ

vagrancy /'ਵ੍ਹੇਇਗਰਅਨਸਿ/ *n* ਅਵਾਰਾਗਰਦੀ, ਲਟੌਰਪੁਣਾ

vagrant /'ਵ੍ਹੇਇਗਰਅਨਟ/ *a* ਅਵਾਰਾ, ਭੌਂਦੂ, ਫਿਰਤੂ, ਲਟੌਰ, ਖ਼ਾਨਾਬਦੋਸ਼,

vague /ਵ੍ਹੇਇਗ/ *a* ਅਸਪਸ਼ਟ, ਧੁੰਦਲਾ ਜਿਹਾ; ਸ਼ੱਕੀ

vagueness /ਵ੍ਹੇਇਗਨਅਸ/ *n* ਸੰਦੇਹ, ਸ਼ੱਕ, ਅਸਪਸ਼ਟਤਾ, ਧੁੰਦਲਾਪਣ

vail /ਵ੍ਹੇਇਲ/ *n* (ਪਰਾ) ਲਾਭ, ਇਨਾਮ, ਬਖਸ਼ੀਸ਼ *v* ਸਿਰ ਝੁਕਾਉਣਾ; ਹਾਰ ਮੰਨਣਾ; ਝੁਕ ਜਾਣਾ, ਸਤਿਕਾਰ ਕਰਨਾ

vain /ਵ੍ਹੇਇਨ/ *a* ਅਭਿਮਾਨੀ, ਘਮੰਡੀ; ਬਿਰਥਾ, ਵਿਅਰਥ, ਬੇਫ਼ਾਇਦਾ, ਨਿਸਫਲ, ਥੋਥਾ **in vain** ਬੇਫ਼ਾਇਦਾ, ਫ਼ਜ਼ੂਲ, ਨਿਸਫਲ, ਅਜਾਈਂ

vainglorious /ˌਵ੍ਹੇਇਨ'ਗਲੋਰਿਅਸ/ *a* ਸ਼ੇਖ਼ੀਖ਼ੋਰ, ਲਫੌੜੀ, ਗਪੌੜਸੰਖ

vainglory /ˌਵ੍ਹੇਇਨ'ਗਲੋਰਿ/ *n* ਸ਼ੇਖੀ, ਝੂਠਾ ਮਾਣ, ਲਫੌੜ

vainness /ਵ੍ਹੇਇਨਨਅਸ/ *n* ਹਉਮੈ, ਤੁੱਛਤਾ, ਨਿਰਾਰਥਕਤਾ, ਸਾਰਹੀਣਤਾ, ਵਿਅਰਥਤਾ

valance /'ਵ੍ਹੈਲਅਨਸ/ *n* ਪਲੰਘ ਦੀ ਝਾਲਰ, ਬਾਰਡਰ, ਪਰਦਾ

valanced /'ਵ੍ਹੈਲਅਨਸਟ/ *a* ਝਾਲਰਦਾਰ

vale /ਵ੍ਹੇਇਲ/ *n* (ਕਾਵਿਕ) ਘਾਟੀ, ਵਾਦੀ

valediction /ˌਵ੍ਹੈਲਿ'ਡਿਕਸ਼ਨ/ *n* ਵਿਦਾ, ਅਲਵਿਦਾ, ਵਿਦਾਇਗੀ, ਰੁਖ਼ਸਤ

valedictory /ˌਵ੍ਹੈਲਿ'ਡਿਕਟਅਰਿ/ *a* ਅਲਵਿਦਾਈ, ਵਿਦਾਇਗੀ ਦਾ *n* ਵਿਦਾਇਗੀ ਭਾਸ਼ਣ

valence[1] /'ਵ੍ਹੈਲਅਨਸ/ *n* ਦੇਖੋ **valance**

valence[2], **valency** /'ਵ੍ਹੇਇਲਅਨਸ, 'ਵ੍ਹੇਇਲਅਨਸਿ/ *n* (ਰਸਾ) ਸੰਯੋਜਕਤਾ

valenciennes /ˌਵੈਲਅਨਸਿ'ਐੱਨ/ *n* ਗੋਟਾ, ਕਿਨਾਰੀ, ਫ਼ੀਤਾ

valency /'ਵ੍ਹੇਇਲਅਨਸਿ/ *n* (ਰਸਾ) ਸੰਯੋਜਕ ਸ਼ਕਤੀ ਦੀ ਇਕਾਈ

valentine /'ਵ੍ਹੈਲਅਨਟਾਇਨ/ *n* **(also St. Valentine's day)** 14 ਫਰਵਰੀ ਨੂੰ ਹੋਣ ਵਾਲਾ ਪ੍ਰੀਤ ਦਿਵਸ ਉਤਸਵ; ਇਸ ਦਿਵਸ 'ਤੇ ਚੁਣੀ ਗਈ ਪ੍ਰੇਮਿਕਾ; ਇਸ ਦਿਨ ਦਾ ਲਿਖਿਆ ਪ੍ਰੇਮ ਪੱਤਰ

valerian /ਵ੍ਹਅ'ਲਿਅਰਿਅਨ/ *n* (ਇੱਕ ਫੁੱਲਦਾਰ ਬੂਟਾ) ਬਿੱਲੀ ਲੋਟਣ

valet /'ਵ੍ਹੈਲੇਇ, 'ਵ੍ਹੈਲਿਟ/ *n* ਟਹਿਲੂਆ, ਸੇਵਾਦਾਰ, ਮੁੰਡੂ /'ਵ੍ਹੈਲਿਟ/*vt* ਟਹਿਲ ਕਰਨਾ, ਸੇਵਾ ਕਰਨਾ, ਖ਼ਿਦਮਤ ਕਰਨਾ

valetudinarian /ˌਵ੍ਹੈਲਿਟਯੂਡਿ'ਨੇਅਰਿਅਨ/ *n* ਬਿਮਾਰ ਆਦਮੀ, ਮਰੀਜ਼ *a* ਸਿਹਤ ਦਾ ਖ਼ਬਤੀ, ਸਵਾਸਥ ਚਿੰਤਕ

valetudinarianism /ˌਵ੍ਹੈਲਿਟਯੂਡਿ'ਨੇਅਰਿਅਨਿਜ਼ਅਮ/ *n* ਕਮਜ਼ੋਰੀ, ਬਿਮਾਰੀ, ਦੁਰਬਲਤਾ; ਸਿਹਤ ਦਾ ਖ਼ਬਤ

valiance /'ਵ੍ਹੈਲਿਅਨਸ/ *n* ਸੂਰਮਗਤੀ, ਸੂਰਬੀਰਤਾ, ਬਹਾਦਰੀ, ਦਲੇਰੀ, ਜਵਾਂਮਰਦੀ

valiant /'ਵ੍ਹੈਲਿਅਨਟ/ *a* ਸੂਰਬੀਰ, ਯੋਧਾ, ਬੀਰ, ਦਲੇਰ, ਬਹਾਦਰ, ਜਵਾਂਮਰਦ, ਸੂਰਮਾ

valid /'ਵ੍ਹੈਲਿਡ/ *a* ਯੋਗ, ਉਚਿਤ, ਜਾਇਜ਼, ਦਰੁਸਤ, ਠੀਕ, ਵਾਜਬ, ਮੰਨਣਯੋਗ (ਇਤਰਾਜ਼, ਦਲੀਲ); (ਕਨੂੰ) ਪ੍ਰਮਾਣਿਕ (ਇਕਰਾਰਨਾਮਾ, ਵਿਆਹ)

validate /'ਵ੍ਹੈਲਿਡੇਇਟ/ *vt* ਪੱਕਾ ਕਰਨਾ, ਪ੍ਰਮਾਣਿਤ ਕਰਨਾ

validity /ਵ੍ਹਅ'ਲਿਡਅਟਿ/ *n* ਪ੍ਰਮਾਣਿਕਤਾ, ਉਚਿਤਤਾ, ਵੈਧਤਾ

valise /ਵ੍ਹਅ'ਲੀਜ਼/ *n* (ਫ਼ੌਜੀਆਂ ਦਾ) ਸਫਰੀ ਥੈਲਾ, ਹੈਂਡ ਬੈਗ,

vallation /ਵ੍ਹਅ'ਲੇਇਸ਼ਨ/ *n* ਮੋਰਚਾ, ਚਾਰ-ਦੀਵਾਰੀ

valley /'ਵ੍ਹੈਲਿ/ *n* ਵਾਦੀ, ਘਾਟੀ, ਦੂਨ

vallum /'ਵ੍ਹੈਲਅਮ/ *n* (ਰੋਮਨ ਪੁਰਾ) ਫ਼ਸੀਲ, ਮੋਰਚਾ, ਮੋਰਚਾਬੰਦੀ

valorous /'ਵ੍ਹੈਲਅਰਅਸ/ *a* ਬਹਾਦਰ, ਜਵਾਂਮਰਦ, ਦਲੇਰ, ਬੀਰ, ਸੂਰਮਾ; ਬੀਰ ਰਸੀ

valour /'ਵ੍ਹੈਲਅ*/ *a* ਬਹਾਦਰੀ, ਜਵਾਂਮਰਦੀ, ਦਲੇਰੀ, ਬੀਰਤਾ, ਸੂਰਮਤਾਈ, ਸੂਰਮਗਤੀ; ਬੀਰ ਰਸ

valse /ਵ੍ਹਾਲਸ/ *n* ਨਾਚ ਦੀ ਇੱਕ ਕਿਸਮ, ਚੱਕਰ ਨਾਚ

valuable /'ਵ੍ਹੈਲਯੁਅਬਲ/ *a* ਬਹੁਮੁੱਲਾ, ਵਡਮੁੱਲਾ, ਕੀਮਤੀ, ਕਦਰਯੋਗ, ਸਤਿਕਾਰਯੋਗ, ਮਾਨਯੋਗ *n* (ਬਹੁ) ਕੀਮਤੀ ਸਮਾਨ, ਕੀਮਤੀ ਚੀਜ਼ਾਂ

valuableness /'ਵ੍ਹੈਲਯੁਅਬਲਨਅਸ/ *n* ਕੀਮਤੀਪਣ, ਬਹੁਮੁੱਲਾ; ਕਦਰਯੋਗਤਾ, ਮਾਨਯੋਗਤਾ

valuate /'ਵ੍ਹੈਲਯੁਏਇਟ/ *vt* ਮੁਲਾਂਕਣ ਕਰਨਾ, ਮੁੱਲ ਨਿਸ਼ਚਿਤ ਕਰਨਾ, ਮੁੱਲ ਨਿਰਧਾਰਿਤ ਕਰਨਾ

valuation /ˌਵ੍ਹੈਲਯੁ'ਏਇਸ਼ਨ/ *n* ਕੀਮਤ ਦਾ ਅਨੁਮਾਨ, ਮੁੱਲ ਨਿਰਧਾਰਨ, ਮੁੱਲਾਂਕਣ

value /'ਵ੍ਹੈਲਯੂ/ *n* ਲਾਭ, ਗੁਣ, ਮਹੱਤਵ; ਮੁੱਲ, ਮਾਲੀਅਤ; ਭਾਵ *vt* ਮੁੱਲ ਪਾਉਣਾ ਜਾਂ ਲਾਉਣਾ, ਜੋਖਣਾ; ਕਦਰ ਕਰਨਾ, ਮਹੱਤਵ ਸਮਝਣਾ **surplus value** ਫਾਲਤੂ ਮੁੱਲ

value added tax *n* ਵਸਤਾਂ ਦੀ ਕੀਮਤ ਵਿੱਚ ਪਹਿਲਾਂ ਹੀ ਜਮ੍ਹਾਂ ਕੀਤਾ ਗਿਆ ਕਰ, ਵੈਟ

valued /'ਵ੍ਹੈਲਯੂਡ/ *a* ਬਹੁਮੱਲੀ, ਵਡਮੁੱਲੀ

valve /ਵ੍ਹੈਲਵ੍ਹ/ *n* ਸੁਰਾਖ਼ ਦਾ ਢੱਕਣ ਜੋ ਕੇਵਲ ਇੱਕ ਪਾਸੇ ਖੁੱਲ੍ਹੇ, ਵਾਲਵ, ਵਾਲ, ਖੋਲ੍ਹਣ ਅਤੇ ਬੰਦ ਕਰਨ ਵਾਲੀ ਰੋਕ

valvular /'ਵ੍ਹੈਲਵ੍ਹਯੁਲਅ*/ *a* ਵਾਲਵਦਾਰ

vamose, vamoose /ਵ੍ਹਅ'ਮੂਸ/ *v* (ਅਪ) ਭੱਜ ਜਾਣਾ, ਡੇਰਾ ਡੰਡਾ ਚੁੱਕ ਕੇ ਨੱਠਣਾ, ਰਫੂਚੱਕਰ ਹੋਣਾ

vamp¹ /ਵ੍ਹੈਮਪ/ *n* ਜੋੜ; (ਬੂਟ ਦਾ) ਪੰਜਾ; (ਜੁੱਤੀ) ਗੰਢ ਤੁੱਪ; ਤਤਕਾਲੀ ਸੰਗੀਤ *vt* (ਜੁੱਤੀ) ਪੰਜਾ ਲਾਉਣਾ; ਗੰਢ ਤੁੱਪ ਕਰਨਾ; ਤੱਤਕਾਲੀ ਸੰਗੀਤ ਦੇਣਾ

vamp² *n* ਮੋਹਣੀ, ਟੂਣੇਹਾਰ (ਔਰਤ) *v* (ਇਸਤਰੀ ਵੱਲੋਂ ਮਰਦ ਨੂੰ) ਫਸਾਉਣਾ; ਫੁਸਲਾਉਣਾ ਲੁਭਾਉਣਾ

vamper /'ਵ੍ਹੈਮਪਅ*/ *n* ਮੋਚੀ; ਗੰਢਣ ਵਾਲਾ ਜੋੜਨ ਵਾਲਾ

vampire /'ਵ੍ਹੈਮਪਾਇਅ*/ *n* ਲਹੂ ਪੀਣਾ ਭੂਤ ਅਤਿਆਚਾਰੀ, ਲੁਟੇਰਾ, ਠੱਗ; ਇਸਤਰੀ ਜੋ ਮਰਦ ਨੂੰ ਭਰਮਾਉਂਦੀ ਹੈ

van¹ /ਵ੍ਹੈਨ/ *n* ਮਾਲ ਗੱਡੀ; ਮਾਲ ਗੱਡੀ ਦਾ ਡੱਬਾ (ਮਾਲ ਅਸਬਾਬ, ਸਮਾਨ ਲਈ) ਬੰਦ ਛਕੜਾ, (ਰੇਲ ਗੱਡੀ ਵਿੱਚ) ਮਾਲ ਡੱਬਾ

van² *n* (ਫ਼ੌਜ ਦਾ) ਅਗਲਾ ਹਿੱਸਾ, ਹਰਾਵਲ ਦਸਤਾ, (ਬੋਲ) ਕਿਸੇ ਕ੍ਰਾਂਤੀ ਦਾ ਨੇਤਾ; ਆਗੂ

van³ *n* (ਪਰਾ) ਖੰਭ, ਪੰਖ; ਬਾਂਹ ਬਾਜ਼ੂ; (ਪਰਾ) ਛੱਜ ਜਾਂ ਫਟਕਾ ਮਾਰਨ ਵਾਲੀ ਕੋਈ ਵਸਤੂ

van⁴ *vi* ਧਾਤਾਂ ਧੋਣਾ, ਧਾਤਾਂ ਸੋਧਣਾ

vanadium /ਵ੍ਹਅ'ਨੇਇਡਿਅਮ/ *n* ਇੱਕ ਧਾਤਵੀ ਤੱਤ

vandal /'ਵ੍ਹੈਨਡਲ/ *n* ਇੱਕ ਜਰਮੈਨਿਕ ਜਾਤੀ, ਵੰਡਾਲ; ਖਰੂਦੀਆ, ਤਬਾਹਕਾਰ, ਨਾਸਕਾਰ, ਜਾਣ ਬੁਝ ਕੇ ਜਾਂ ਅਣਜਾਣੇ ਹੀ ਕਲਾ ਦੇ ਕੰਮਾਂ ਨੂੰ ਬਰਬਾਦ ਕਰਨ ਵਾਲਾ; ਵਹਿਸ਼ੀ, ਜਾਹਲ, ਬੁਰਛਾ

vandalism /'ਵ੍ਹੈਨਡਅਲਿਜ਼ਅਮ/ *n* ਤਬਾਹੀ, ਉਜਾੜਾ, ਸੱਤਿਆਨਾਸ

vandyke /'ਵ੍ਹੈਨਡਾਇਕ/ *n* ਝਾਲਰਦਾਰ ਕਾਲਰ ਜਾਂ ਗੁਲੂਬੰਦ *vt* ਅਜਿਹਾ ਕਾਲਰ ਜਾਂ ਗੁਲੂਬੰਦ ਬਣਾਉਣਾ *a* ਝਾਲਰਦਾਰ

vane /ਵ੍ਹੇਇਨ/ *n* (ਜਹਾਜ਼ ਜਾਂ ਪੌਣ ਚੱਕੀ ਦੇ ਪੱਖੇ ਦਾ) ਪਰ; ਪੌਣ ਕੁੱਕੜ; ਦਿਸ਼ਾ ਸੂਚਕ

vaneless /ਵ੍ਹੇਇਨਲਅਸ/ *a* (ਜਹਾਜ਼ ਦਾ ਪੱਖਾ ਜਾਂ ਪੌਣ ਚੱਕੀ) ਖੰਭਹੀਣ,

vanguard /'ਵ੍ਹੈਨਗਾਡ/ *n* ਹਰਾਵਲ ਦਸਤਾ, ਆਗੂ, ਮੋਹਰੀ

vanilla /ਵ੍ਹਅ'ਨਿਲਅ/ *n* ਇੱਕ ਫੁੱਲਦਾਰ ਵੇਲ, ਵਨਿੱਲ; ਵਨਿੱਲਾ ਤੇਲ

vanish /'ਵ੍ਹੈਨਿਸ਼/ *n* (ਧੁਨੀ) ਸਮਾਪਤੀ ਉੱਤੇ ਨੀਵਾਂ ਸਵਰ *vi* ਲੋਪ ਹੋ ਜਾਣਾ, ਓਹਲੇ ਹੋ ਜਾਣਾ, ਲੁਕਣਾ, ਗ਼ਾਇਬ ਹੋ ਜਾਣਾ, ਮਿਟ ਜਾਣਾ; (ਹਿਸਾਬ) ਸਿਫ਼ਰ ਹੋ ਜਾਣਾ

vanishing /'ਵ੍ਹੈਨਿਸ਼ਿਙ/ *a* ਲੋਪ ਹੋਣ ਵਾਲਾ

vanity /'ਵ੍ਹੈਨਅਟਿ/ *n* ਸਾਰਹੀਣਤਾ, ਵਿਅਰਥਤਾ, ਨਿਰਾਰਥਕਤਾ (ਸੰਸਾਰਿਕ ਵਸਤੂਆਂ ਦੀ); ਖੋਖਲਾਪਣ (ਮਨੁੱਖੀ ਪ੍ਰਾਪਤੀਆਂ ਦਾ); ਹਲਕਾਪਣ; ਝੂਠਾ ਘਮੰਡ, ਦਿਖਾਵਾ, ਫੂੰ-ਫਾਂ, ਅਡੰਬਰ; (ਬਾਈ) ਝੂਠਾ ਦੇਵਤਾ

vanity bag *n* ਸ਼ਿੰਗਾਰਦਾਨ, ਸ਼ਿੰਗਾਰ ਬਕਸ

vanity case *n* ਸ਼ਿੰਗਾਰਦਾਨੀ

vanquish /'ਵ੍ਹੈਙਕਵਿਸ਼/ *vt* ਹਰਾਉਣਾ, ਜਿੱਤਣਾ, ਕਾਬੂ ਪਾਉਣਾ

vantage /'ਵ੍ਹਾਨਟਿਜ/ *n* ਲਾਭ, ਸੁਵਿਧਾ

vapid /'ਵ੍ਹੈਪਿਡ/ *a* ਫਿੱਕਾ, ਸੁਆਦਹੀਣ, ਰੁੱਖਾ, ਬੇਰਸਾ, ਬੇਮਜ਼ਾ

vapidity, vapidness /ਵਆ'ਪਿਡਅਟਿ, 'ਵ੍ਹੈਪਿਡਨਅਸ/ *n* ਫਿੱਕਾਪਣ, ਰਸਹੀਣਤਾ, ਸੁਆਦਹੀਣਤਾ, ਰੁੱਖਾਪਣ

vaporization /ˌਵ੍ਹੇਇਪਅਰਾਇ'ਜ਼ੇਇਸ਼ਨ/ *n* ਵਾਸ਼ਪੀਕਰਨ, ਭਾਫ਼ਣ

vaporize /'ਵ੍ਹੇਇਪਅਰਾਇਜ਼/ *v* ਵਾਸ਼ਪ ਵਿੱਚ ਬਦਲਨਾ, ਭਾਫ਼ ਬਣਨਾ ਜਾਂ ਬਣਾਉਣਾ, ਉੱਡ ਜਾਣਾ, ਹਵਾੜ੍ਹ ਬਣਨਾ ਜਾਂ ਬਣਾਉਣਾ

vaporizer /'ਵ੍ਹੇਇਪ(ਅ)ਰਾਇਜ਼ਅ*/ *n* ਵਾਸ਼ਪ ਬਣਾਉਣ ਵਾਲਾ ਯੰਤਰ

vaporous /'ਵ੍ਹੇਇਪਅਰਅਸ/ *a* ਵਾਸ਼ਪੀ, ਹਵਾੜ੍ਹ ਭਰਿਆ, ਭਾਫ਼ਹਾਰ; ਧੁੰਦਲਾ

vapour /'ਵ੍ਹੇਇਪਅ*/ *n* (ਹਵਾ ਵਿੱਚ) ਵਾਸ਼ਪ, ਭਾਫ਼, ਧੂੰਆਂ; ਕਾਲਪਨਿਕ ਵਸਤੂ, ਨਿਰਾਧਾਰ ਵਸਤੂ; ਮਿਥਿਆ ਅਭਿਮਾਨ, ਹੰਕਾਰ, ਘਮੰਡ

vapoury /'ਵ੍ਹੇਇਪ(ਅ)ਰਿ/ *a* ਵਾਸ਼ਪੀ, ਭਾਫ਼ਦਾਰ, ਧੁੰਦਲਾ

vapulation /ˌਵ੍ਹੈਪਯੁ'ਲੇਇਸ਼ਨ/ *n* ਛਾਂਟਿਆਂ ਦੀ ਮਾਰ

variability /ˌਵ੍ਹੇਅਰਿਅ'ਬਿਲਅਟਿ/ *n* ਅਨਿੱਤਤਾ, ਅਸਥਿਰਤਾ; ਪਰਿਵਰਤਨਤਾ

variable /'ਵ੍ਹੇਅਰਿਅਬਲ/ *a* ਪਰਿਵਰਤਨਸ਼ੀਲ, ਅਸਥਿਰ, ਚੰਚਲ; ਘਟਣ ਵਧਣ ਵਾਲਾ, ਬਦਲਨਹਾਰ (ਹਿਸਾਬ), ਬਦਲਵੀਂ (ਰਾਸ਼ੀ), ਅਸਥਾਈ; (ਬਨ) ਭਿੰਨ-ਭਿੰਨ

variance /'ਵ੍ਹੇਅਰਿਅਨਸ/ *n* ਭੇਦ, ਵਖਰੇਵਾਂ, ਵਿਭਿੰਨਤਾ, ਅੰਤਰ; ਮੱਤ-ਭੇਦ, ਅਸੰਮਤੀ; ਭਿੰਨਤਾ; (ਗਣਿ) ਚਲ ਰਾਸ਼ੀ

variant /'ਵ੍ਹੇਅਰਿਅਨਟ/ *a* ਵੱਖਰਾ, ਅੱਡਰਾ, ਭਿੰਨ, ਅਲੱਗ, ਪਰਿਵਰਤਨਸ਼ੀਲ, ਬਦਲਨ ਵਾਲਾ, ਘਟਣ ਵਧਣ ਵਾਲਾ *n* ਰੂਪ ਭੇਦ, ਰੂਪਾਂਤਰ

variation /ˌਵ੍ਹੇਅਰਿ'ਏਇਸ਼ਨ/ *n* ਭੇਦ, ਅੰਤਰ; ਤਬਦੀਲੀ, ਉਤਾਰ-ਚੜ੍ਹਾਅ; (ਵਿਆ) ਰੂਪਾਂਤਰ; (ਗਣਿ, ਜੋ) ਤਾਰਿਆਂ ਦੀ ਚਾਲ ਵਿੱਚ ਤਬਦੀਲੀ, ਵਿਕਾਰ, ਬਦਲੀ; (ਸੰਗੀ) ਸੁਰ ਸੰਗਤੀ ਦਾ ਪਰਿਵਰਤਿਤ ਰੂਪ, ਭਿੰਨ ਸੁਰ

varicose /'ਵ੍ਹੈਰਿਕਅ(ਉ)ਸ/ *a* (ਨਿਦਾ) ਸੁੱਜੀ ਹੋਈ (ਨਾੜੀ)

varied /'ਵ੍ਹੇਅਰਿਡ/ *a* ਵਿਭਿੰਨ, ਵਿਵਿਧ; ਪਰਿਵਰਤਿਤ

variegated /'ਵ੍ਹੇਅਰਿਅਗੇਇਟਿਡ, 'ਵ੍ਹੇਅਰਿਗੇ-/ *a* ਰੰਗ-ਬਰੰਗਾ, ਵੰਨ-ਸੁਵੰਨਾ, ਬਹੁਰੰਗਾ, ਚਿਤਕਬਰਾ

variety /ਵ੍ਹਅ'ਰਾਇਅਟਿ/ *n* ਰੰਗਾ-ਰੰਗ, ਬਹੁਰੰਗੀ, ਬਹੁ-ਭਾਂਤੀ ਕਿਸਮ; ਵਚਿੱਤਰ; ਅਨੇਕਤਾ; ਪ੍ਰਕਾਰ ਭੇਦ, ਅੰਤਰ

variety entertainment, variety show *n* ਰੰਗਾ-ਰੰਗ ਪ੍ਰੋਗਰਾਮ, ਮਨੋਰੰਜਨ, ਵਰਾਇਟੀ ਸ਼ੋ ਜਾਂ ਤਮਾਸ਼ਾ

variform /'ਵ੍ਹੇਅਰਿਫ਼ੋਮ/ *a* ਭਿੰਨ ਰੂਪਾਂ ਦਾ, ਅਨੇਕ ਰੂਪਾਂ ਜਾਂ ਅਕਾਰਾਂ ਦਾ

variola /ਵ੍ਹਅ'ਰਾਇਅਲਅ/ *n* ਇੱਕ ਲਾਗ ਦਾ ਰੋਗ, ਮਾਤਾ, ਸੀਤਲਾ, ਚੇਚਕ

variorum /ˌਵ੍ਹੇਅਰਿ'ਓਰਅਮ/ (L) *n* ਅਨੇਕ ਟੀਕਾ-ਟਿੱਪਣੀਆਂ ਨਾਲ ਭਰਿਆ ਐਡੀਸ਼ਨ, ਛਾਪ

various /'ਵ੍ਹੇਅਰਿਅਸ/ *a* ਅਨੇਕ, ਤਰ੍ਹਾਂ ਤਰ੍ਹਾਂ ਦਾ, ਨਾਨਾ ਰੂਪ; ਕਈ-ਇੱਕ, ਅਲੱਗ-ਅਲੱਗ, ਜੁਦਾ-ਜੁਦਾ, ਭਿੰਨ-ਭਿੰਨ

variousness /'ਵ੍ਹੇਅਰਿਅਸਨਅਸ/ *n* ਅਨੇਕਤਾ, ਭਿੰਨਤਾ; ਅੱਡਰਾਪਣ, ਵੱਖਰਾਪਣ

varlet /'ਵ੍ਹਾਲਿਟ/ *n* (ਇਤਿ) ਟਹਿਲੂਆ, ਸੇਵਾਦਾਰ, ਸੇਵਕ, ਚਾਕਰ

varnish /'ਵ੍ਹਾਨਿਸ਼/ *n* ਰੋਗਨ, ਵਾਰਨਿਸ਼; ਬਣਾਉਟੀ ਚਮਕ-ਦਮਕ, ਟੀਪ-ਟਾਪ *vt* ਰੋਗਨ ਕਰਨਾ, ਵਾਰਨਿਸ਼ ਕਰਨਾ; (ਬੋਲ) ਚਰਿੱਤਰ ਛੁਪਾਉਣਾ

varnished /'ਵ੍ਹਾਨਿਸ਼ਟ/ *a* ਰੋਗਨ ਕੀਤਾ ਹੋਇਆ, ਜਿਸ ਉੱਤੇ ਵਾਰਨਿਸ਼ ਕੀਤੀ ਹੋਵੇ

varsity /'ਵ੍ਹਾਸਅਟਿ/ *n* (ਬੋਲ) ਵਿਸ਼ਵਵਿਦਿਆਲਾ, ਯੂਨੀਵਰਸਿਟੀ

vary /'ਵ੍ਹੇਅਰਿ/ *v* ਬਦਲਨਾ, ਪਲਟਣਾ; ਘਟਣਾ-ਵਧਣਾ, ਘਟਾਉਣਾ ਵਧਾਉਣਾ, ਤਬਦੀਲ ਕਰਨਾ; ਭਿੰਨ-ਭਿੰਨ ਕਰਨਾ ਜਾਂ ਹੋਣਾ, ਅਲੱਗ ਕਰਨਾ ਜਾਂ ਹੋਣਾ; (ਸੰਗੀ) ਸੁਰ ਵਿੱਚ ਉਤਾਰ ਚੜ੍ਹਾਅ ਕਰਨਾ

vascular /'ਵ੍ਹੈਸਕਯਅਲਅ*/ *a* ਨਾੜੀ ਸੰਬੰਧੀ

vascularity /ˌਵ੍ਹੈਸਕਯਆ'ਲੈਰਅਟਿ/ *n* ਨਾੜੀਦਾਰ ਹੋਣ ਦਾ ਗੁਣ

vase /ਵ੍ਹਾਜ਼/ *n* ਫੁੱਲਦਾਨ, ਗੁਲਦਾਨ, ਸਜਾਵਟੀ ਗਲਾਸ

vasectomy /ਵ੍ਹਅ'ਸੈੱਕਟਅਮਿ/ *n* (ਮਰਦਾਂ ਸੰਬੰਧੀ) ਨਸਬੰਦੀ

vaseline /'ਵ੍ਹੈਸਅਲੀਨ/ *n* ਵੈਜ਼ਲੀਨ, ਵੈਸਲੀਨ

vassal /'ਵ੍ਹੈਸਲ/ *n* (ਇਤਿ) ਬਾਜ਼ਗੁਜ਼ਾਰ, ਅਧੀਨ ਰਾਜਾ; ਦਾਸ, ਗੁਲਾਮ; ਛੋਟਾ ਸਰਦਾਰ

vassalage /'ਵ੍ਹੈਸਲਿਜ/ *n* (ਇਤ) ਦਾਸਤਾ, ਅਧੀਨਤਾ, ਪਰਾਧੀਨਤਾ; ਚਾਕਰੀ, ਨੌਕਰੀ, ਤਾਬੇਦਾਰੀ, ਗ਼ੁਲਾਮੀ

vast /ਵ੍ਹਾਸਟ/ *a* ਵਿਸ਼ਾਲ, ਅਪਾਰ, ਬਹੁਤ ਵੱਡਾ ਭਾਰੀ *n* ਖੁੱਲ੍ਹੀ ਥਾਂ, ਮੈਦਾਨ

vastness /ਵ੍ਹਾਸਟਨਅਸ/ *n* ਵਿਸ਼ਾਲਤਾ, ਅਪਾਰਤਾ ਲੰਬਾ ਚੌੜਾ ਥਾਂ

vat /ਵ੍ਹੈਟ/ *n* ਮੱਟ, ਕੂੰਡਾ; ਚੁਬੱਚਾ, ਮਟਕਾ

VAT /ˌਵ੍ਹੀ ਏਇ 'ਟੀ, ਵ੍ਹੈਟ/ *n* ਵੇਖੋ **value added tax**

vatful /ਵ੍ਹੈਟਫੁਲ/ *n* ਹੌਜ਼ ਭਰ, ਮੱਟ ਭਰ, ਕੂੰਡਾ ਭਰ (ਵਸਤੂ)

Vatican /'ਵ੍ਹੈਟਿਕਅਨ/ *n* ਰੋਮ ਵਿੱਚ ਪੋਪ ਦਾ ਨਿਵਾਸ ਸਥਾਨ

vaticinate /ਵ੍ਹੈ'ਟਿਸਿਨੇਇਟ/ *vt* ਭਵਿੱਖ ਬਾਣੀ ਕਰਨਾ, ਵਾਪਰਨ ਵਾਲੀ ਘਟਨਾ ਬਾਰੇ ਪਹਿਲਾਂ ਦੱਸਣਾ

vaticination /ˌਵ੍ਹੈਟਿਸਿ'ਨੇਇਸ਼ਨ/ *n* ਭਵਿੱਖਬਚਨ, ਭਵਿੱਖਬਾਣੀ, ਪੇਸ਼ੀਨਗੋਈ

vaudeville /'ਵ੍ਹੋਡਅਵ੍ਹਿਲ/ *n* ਫ਼ਰਾਂਸੀਸੀ ਸੰਗੀਤ ਨ੍ਰਿਤ ਅਤੇ ਸੰਗੀਤ ਨਾਟ, ਛੋਟਾ ਨਾਟਕ ਜਿਸ ਵਿੱਚ ਗਾਣਾ ਵਜਾਉਣਾ ਵੀ ਹੋਵੇ; ਨਾਟ ਤਮਾਸ਼ਾ

vault[1] /ਵ੍ਹੋਲਟ/ *n* ਡਾਟਦਾਰ ਜਾਂ ਕਮਾਨੀਦਾਰ ਛੱਤ; ਗੁੰਬਜ; ਤਹਿਖ਼ਾਨਾ, ਗੁਦਾਮ (ਸ਼ਰਾਬ ਅਦਿ ਰੱਖਣ ਲਈ); ਕੋਠਾ ਜਿਥੇ ਮੁਰਦੇ ਲਿਆਏ ਜਾਂਦੇ ਹਨ *v* ਡਾਟਦਾਰ ਬਣਾਉਣਾ; ਤਹਿਖ਼ਾਨਾ ਬਣਾਉਣਾ

vault[2] *n* ਛਾਲ, ਪਲਾਂਘ, ਉਛਾਲ, ਉੱਛਲ ਕੁੱਦ *v* ਛਾਲ ਮਾਰਨਾ, ਉਛਲਨਾ ਜਾਂ ਉਛਾਲਨਾ, ਹੁੱਬਕਣਾ, ਉਛਲਨਾ ਕੁੱਦਣਾ

vaulting /'ਵ੍ਹੋਲਟਿਙ/ *n* ਡਾਟਦਾਰ ਬਣਾਵਟ; ਤਹਿਖ਼ਾਨਾ, ਕੋਠੜੀ (ਜ਼ਮੀਨ ਦੇ ਹੇਠਾਂ)

vaulting horse *n* ਉਛਲਨ ਕੁੱਦਣ ਵਾਲਾ ਲੱਕੜੀ ਦਾ ਘੋੜਾ, (ਵਰਜ਼ਸ਼ ਕਰਨ ਲਈ ਬਣਿਆ) ਲੱਕੜੀ ਦਾ ਘੋੜਾ

vaulty /'ਵ੍ਹੋਲਟਿ/ *a* ਡਾਟਦਾਰ, ਮਿਹਰਾਬਦਾਰ, ਕਮਾਨਦਾਰ

vaunt /ਵ੍ਹੋਣਟ/ *v* ਘਮੰਡ ਕਰਨਾ *n* ਡੀਂਗ, ਸ਼ੇਖ਼ੀ, ਹੰਕਾਰ, ਫੜ

VD /ˌਵ੍ਹੀ 'ਡੀ/ *abbr* **venerial disease** ਦਾ ਸੰਖੇਪ ਰੂਪ, ਦੇਖੋ **venereal disease**

VDU /ˌਵ੍ਹੀ ਡੀ 'ਯੂ/ *abbr* **visual display unit** ਦਾ ਸੰਖੇਪ ਰੂਪ, ਇੱਕ ਉਪਕਰਨ ਜੋ ਆਪਣੇ ਪਰਦੇ ਉੱਤੇ ਕੰਪਿਊਟਰ ਤੋਂ ਜਾਣਕਾਰੀ ਲੈ ਕੇ ਤਸਵੀਰਾਂ ਦੇ ਰੂਪ ਵਿੱਚ ਪੇਸ਼ ਕਰਦਾ ਹੈ

veal /ਵ੍ਹੀਲ/ *n* ਵੱਛੇ ਦਾ ਮਾਸ

vector /'ਵ੍ਹੈਕੱਟਅ*/ *n* ਰੋਗ ਫੈਲਾਉਣ ਵਾਲਾ ਕੀੜਾ; ਛੂਤ ਫੈਲਾਉਣ ਵਾਲਾ; ਹਵਾਈ ਮਾਰਗ

Veda /'ਵ੍ਹੇਇਡਅ, 'ਵ੍ਹੀਡਅ/ *n* ਵੇਦ

Vedanta /ਵੈੱ'ਡਾਨਟਅ/ *n* ਵੇਦਾਂਤ

Vedantic /ਵੈੱ'ਡਾਨਟਿਕ/ *a* ਵੇਦਾਂਤੀ, ਵੇਦਾਂਤ ਸੰਬੰਧੀ

vedette, vidette /ਵ੍ਹਿ'ਡੈਟ/ *n* (ਚੌਂਕੀ 'ਤੇ ਖਲੋਤਾ) ਘੋੜਸਵਾਰ ਪਹਿਰੇਦਾਰ ਜਾਂ ਸੰਤਰੀ

Vedic /'ਵ੍ਹੇਇਡਿਕ, 'ਵ੍ਹੀਡਿਕ/ *a* ਵੈਦਿਕ, ਵੇਦ ਸੰਬੰਧੀ

veer /ਵ੍ਹਿਅ*/ *v* ਦਿਸ਼ਾ ਬਦਲਨਾ, ਘੁੰਮਣਾ, ਘੁਮਾਉਣਾ, ਮੁੜਨਾ, ਰੁਖ਼ ਫੇਰਨਾ, ਪਾਸਾ ਪਰਤਾਉਣਾ; (ਬੋਲ) ਵਿਚਾਰ ਪਰਿਵਰਤਨ ਹੋਣਾ ਜਾਂ ਕਰਨਾ, ਦਿਮਾਗ਼ ਫਿਰਨਾ ਜਾਂ ਫੇਰਨਾ; (ਨੇਵੀ) ਢਿੱਲਾ ਕਰਨਾ, ਛੱਡਣਾ, ਜਾਣ ਦੇਣਾ (ਜਹਾਜ਼ ਦੀ ਰੱਸੀ ਆਦਿ ਨੂੰ)

vegetable /'ਵ੍ਹੈਜਟਅਬਲ/ *a* ਸਾਗ ਭਾਜੀ ਦਾ, ਤਰਕਾਰੀ ਦਾ; ਬਨਸਪਤੀ ਸੰਬੰਧੀ *n* ਸਾਗ ਭਾਜੀ, ਸਬਜ਼ੀ ਤਰਕਾਰੀ

vegetable oil *n* ਬਨਸਪਤੀ ਤੋਂ ਤਿਆਰ ਕੀਤਾ ਤੇਲ, ਪੌਦਿਆਂ ਤੋਂ ਜਾਂ ਬੀਜਾਂ ਤੋਂ ਤਿਆਰ ਕੀਤਾ ਤੇਲ

vegetal /'ਵ੍ਹੈਜੱਅਟਲ/ *n* ਸਬਜ਼ੀ, ਹਰਿਆਈ, ਬਨਸਪਤੀ; ਤਰਕਾਰੀ, ਭਾਜੀ, ਸਾਗ *a* ਸਬਜ਼ੀ ਬਾਰੇ, ਬਨਸਪਤੀ ਸੰਬੰਧੀ

vegetarian /ˌਵ੍ਹੈਜੱਅ'ਟੇਅਰਿਅਨ/ *n* ਸਬਜ਼ੀ ਖਾਣ ਵਾਲਾ, ਵੈਸ਼ਨੂੰ, ਸ਼ਾਕਾਹਾਰੀ

vegetarianism /ˌਵ੍ਹੈਜੱਅ'ਟੇਅਰਿਅਨਿਜ਼ਅਮ/ *n* ਵੈਸ਼ਨੂੰ ਸਿਧਾਂਤ, ਸ਼ਾਕਾਹਾਰੀ ਸਿਧਾਂਤ

vegetate /'ਵ੍ਹੈਜੱਅਟੇਇਟ/ *vi* (ਪੌਦਿਆਂ ਦਾ) ਉੱਗਣਾ, ਲੱਗਣਾ, ਵਧਣਾ; (ਬੋਲ) ਪਏ ਪਏ ਜੀਵਨ ਬਿਤਾਉਣਾ, ਵਿਅਰਥ ਜੀਵਨ ਬਤੀਤ ਕਰਨਾ, ਬੇਕਾਰ ਵਕਤ ਬਿਤਾਉਣਾ

vegetation /ˌਵ੍ਹੈਜੱਅ'ਟੇਇਸ਼ਨ/ *n* ਬਨਸਪਤੀ, ਜੜ੍ਹ ਜੀਵਨ

vegetative /'ਵ੍ਹੈੱਜਿਟਅਟਿਵ੍ਹ/ *a* ਉਪਜਾਊ, ਪੁੰਗਰਵਾਂ; ਬੇਕਾਰ ਵਿਹਲੀ (ਜ਼ਿੰਦਗੀ)

veggie /'ਵ੍ਹੈੱਜਿ/ *n* ਵੈਸ਼ਨੂੰ, ਸ਼ਾਕਾਹਾਰੀ ਸਬਜ਼ੀ ਖਾਣ ਵਾਲਾ ਵਿਅਕਤੀ

vehemence /'ਵ੍ਹੀਅਮਅਨਸ/ *n* ਜੋਸ਼, ਜ਼ੋਰ; ਵੇਗ, ਤੀਬਰਤਾ, ਪ੍ਰਚੰਡਤਾ, ਪ੍ਰਬਲਤਾ

vehement /'ਵ੍ਹੀਅਮਅਨਟ/ *a* (ਭਾਵਨਾ, ਵਿਚਾਰ) ਜੁਸ਼ੀਲੀ, ਧੜੱਲੇਦਾਰ, ਜ਼ੋਰਦਾਰ, ਉਤਸ਼ਾਹੀ; ਤੀਬਰ, ਤੇਜ਼, ਪ੍ਰਬਲ, (ਹਵਾ ਆਦਿ)

vehicle /'ਵ੍ਹੀਅਕਲ/ *n* ਸਵਾਰੀ, ਵਾਹਨ, ਰੱਥ, ਗੱਡੀ; (ਦਵਾਈ ਦਾ) ਤਰਲ ਪਦਾਰਥ, ਮਾਧਿਅਮ

vehicular /ਵ੍ਹਅ'ਹਿਕਯਅਲਅ*/ *a* ਸਵਾਰੀ ਦਾ; ਸਵਾਰੀ ਸੰਬੰਧੀ

veil /ਵ੍ਹੇਇਲ/ *n* ਘੁੰਡ, ਪੱਲਾ, ਪਰਦਾ, ਬੁਰਕਾ, ਨਕਾਬ, (ਬੋਲ) ਕਪਟਵੇਸ; (ਪਾਦਰੀਆਂ ਦਾ) ਦੁਪੱਟਾ; ਗ਼ਿਲਾਫ਼; ਬਹਾਨਾ, ਓਟ, ਆੜ, ਓਹਲਾ; (ਸਰਦੀ ਦੇ ਕਾਰਨ ਜਾਂ ਸੁਭਾਵਿਕ ਰੂਪ ਵਿੱਚ) ਬੈਠੀ ਹੋਈ ਅਵਾਜ਼; ਝਿੱਲੀ *v* ਘੁੰਡ ਕੱਢਣਾ, ਬੁਰਕਾ ਪਾਉਣਾ, ਕੱਜਣਾ, ਲੁਕਾਉਣਾ

vein /ਵ੍ਹੇਇਨ/ *n* ਸ਼ਿਰਾ; (ਆਮ ਵਰਤੋਂ ਵਿੱਚ) ਨਾੜੀ, ਰਗ, ਪ੍ਰਚਲਿਤ ਖ਼ੂਨ ਦੀ ਨਾਲੀ; (ਲੱਕੜ ਜਾਂ ਪੱਥਰ ਵਿੱਚ) ਧਾਰੀ, ਲੀਹ, ਲਕੀਰ, ਰੇਖਾ; (ਮਨ ਦੀ) ਰੌ, ਰੰਗ, ਲਹਿਰ, ਮੌਜ

velar /'ਵ੍ਹੀਲਅ*/ *a* (ਧੁਨੀ) ਕੋਮਲ ਤਾਲਵੀ, ਕੰਠੀ

veld /ਵ੍ਹੈਲਟ/ *n* (ਅਫ਼ਰੀਕਾ ਦਾ) ਘਾਹ ਦਾ ਮੈਦਾਨ ਜਿਸ ਵਿੱਚ ਕੋਈ ਰੁੱਖ ਨਾ ਹੋਵੇ

velleity /ਵ੍ਹੈੱ'ਲੀਅਟਿ/ *n* ਥੋੜ੍ਹੀ ਇੱਛਾ ਜੋ ਅਮਲ

ਦਾ ਰੂਪ ਨਾ ਲਵੇ, ਮੰਦ ਇੱਛਾ

vellum /**'ਵ਼ੈੱਲਅਮ**/ *n* ਲਿਖਣ ਲਈ ਸੰਵਾਰਿਆ ਚਮੜਾ, ਲੇਖ ਚਰਮ, ਕੂਲਾ ਕਾਗਜ਼

velocimeter /**ˌਵ਼ੈੱਲਅ'ਸਿਮਿਟਅ***/ *n* ਰਫ਼ਤਾਰ ਜਾਂ ਗਤੀ ਮਿਣਨ ਵਾਲੀ ਮਸ਼ੀਨ, ਵੇਗ ਮਾਪਣ ਵਾਲਾ ਯੰਤਰ

velocipede /**ਵਿ਼'ਲੌਸਿਪੀਡ**/ *n* ਪੈਰਾਂ ਨਾਲ ਚਲਾਉਣ ਵਾਲੀ ਹਲਕੀ ਗੱਡੀ ਜਾਂ ਸਾਈਕਲ, ਪੈਰਗੱਡੀ

velocity /**ਵ਼ਅ'ਲੌਸਅਟਿ**/ *n* ਜ਼ੋਰ ਦੀ ਚਾਲ, ਵੇਗ, ਰਫ਼ਤਾਰ

velodrome /**'ਵ਼ੈੱਲਅਡਰਅਉਮ**/ *n* ਸਾਈਕਲ ਦੌੜ ਟਰੈਕ, ਸਾਈਕਲ ਦੌੜਾਂ ਦਾ ਸਥਾਨ

velours /**ਵ਼ਅ'ਲੁਅਜ਼**/ *n* (ਹੈਟ ਆਦਿ ਬਣਾਉਣ ਲਈ ਵਰਤੀ ਜਾਂਦੀ ਇੱਕ ਪ੍ਰਕਾਰ ਦੀ) ਮਖ਼ਮਲ

velum /**'ਵ਼ੀਲਅਮ**/ *n* ਝਿੱਲੀਦਾਰ ਪਰਦਾ (ਸੰਘ ਵਿੱਚਲਾ) ਕਾਂ

velure /**ਵ਼ਅ'ਲੂ***/ *n* ਮਖ਼ਮਲ; ਮਖ਼ਮਲ ਜਾਂ ਪੱਲਛ ਦੀਆਂ ਬਣੀਆਂ ਚੀਜ਼ਾਂ *vt* ਮਖ਼ਮਲੀ ਬਣਾਉਣਾ, ਪੱਲਛ ਦੀ ਸ਼ਕਲ ਦਾ ਬਣਾਉਣਾ

velvet /**'ਵ਼ੈੱਲਵਿ਼ਟ**/ *n* ਮਖ਼ਮਲ, ਪੱਲਛ *a* ਮਖ਼ਮਲੀ, ਕੋਮਲ, ਗੁਦਗੁਦਾ

velveteen /**ˌਵ਼ੈੱਲਵ਼ਅ'ਟੀਨ**/ *n* ਨਕਲੀ ਮਖ਼ਮਲ, ਬੁਲਬੁਲਟੀਨ

velvety /**'ਵ਼ੈੱਲਵ਼ਅਟਿ**/ *a* ਮਖ਼ਮਲੀ, ਗੁਦਗੁਦਾ

venal /**'ਵ਼ੀਨਲ**/ *a* ਪੈਸਾ ਦੇ ਕੇ ਖ਼ਰੀਦਿਆ ਜਾ ਸਕਣ ਵਾਲਾ, ਜ਼ਰ ਖ਼ਰੀਦ; (ਲਾਲਚ ਵਿੱਚ ਪੈ ਕੇ) ਸਿਧਾਂਤ ਤਿਆਗਣ ਵਾਲਾ, ਵਿਕਾਊ

venality /**ਵ਼ੀ'ਨੈਲਅਟਿ**/ *n* ਪੈਸੇ ਦੀ ਗ਼ੁਲਾਮੀ, ਅਰਥ ਦਾਸਤਾ

vend /**ਵ਼ੈੱਨਡ**/ *vt* ਵੇਚਣਾ, ਵਿਕਰੀ ਕਰਨਾ; (ਵੇਚਣ ਲਈ) ਥੋੜ੍ਹਾ ਮਾਲ ਦੇਣਾ

vendee /**ਵ਼ੈੱਨ'ਡੀ**/ *n* ਖ਼ਰੀਦਦਾਰ

vendetta /**ਵ਼ੈੱਨ'ਡੈੱਟਅ**/ *n* ਜੱਦੀ ਵੈਰ, ਵੈਰ

vendible /**'ਵ਼ੈੱਨਡਿਬ(ਅ)ਲ**/ *a* ਵੇਚਣਯੋਗ, ਵਿਕਾਊ

vendor /**'ਵ਼ੈੱਨਡਅ***/ *n* ਵੇਚਣ ਵਾਲਾ, ਫੇਰੀ ਵਾਲਾ, ਛਾਬੜੀ ਵਾਲਾ

veneer /**ਵ਼ਅ'ਨਿਅ***/ *vt* (ਲੱਕੜੀ ਦੇ ਬਣੇ ਸਮਾਨ ਉੱਤੇ) ਚੰਗੀ ਲੱਕੜੀ ਦੀ ਪਰਤ ਚੜ੍ਹਾਉਣਾ; (ਮਿੱਟੀ ਦੇ ਭਾਂਡਿਆਂ ਉੱਤੇ) ਸੁੰਦਰ ਪਦਾਰਥ ਦੀ ਪਰਤ ਚੜ੍ਹਾਉਣਾ, ਉਚੇਚੀ ਝਾਲ ਫੇਰਨਾ; ਟੀਪ-ਟਾਪ ਕਰਨਾ, ਪੋਚਾ-ਪਾਚੀ ਕਰਨਾ, ਪਲੱਥਾ ਪਾਉਣਾ; (ਬੋਲ) ਚਰਿੱਤਰ ਛੁਪਾਉਣਾ (ਸ਼ਿਸ਼ਟਾਚਾਰ ਦੇ ਪਰਦੇ ਵਿੱਚ) *n* ਪਤਲੀ ਤਹਿ; ਪਰਤ ਜਾਂ ਢੱਕਣ ਲਾਉਣ ਦਾ ਕੰਮ

venerability /**ˌਵ਼ੈੱਨ(ਅ)ਰਅ'ਬਿਲਅਟਿ**/ *n* ਸ਼ਰਧਾ, ਆਦਰ, ਸਤਿਕਾਰ ਯੋਗਤਾ

venerable /**'ਵ਼ੈੱਨਅਰਅਬਲ**/ *a* ਆਦਰਯੋਗ, ਸਤਿਕਾਰਯੋਗ, ਪੂਜਨੀਕ, ਬਜ਼ੁਰਗਵਾਰ

venerableness /**'ਵ਼ੈੱਨ(ਅ)ਰਅਬਲਨਅਸ**/ *n* ਸਤਿਕਾਰਯੋਗਤਾ

venerate /**'ਵ਼ੈੱਨਅਰੇਇਟ**/ *vt* ਸਤਿਕਾਰਨਾ, ਮਾਨਤਾ ਕਰਨਾ, ਪੂਜਾ ਕਰਨਾ, ਆਦਰ ਕਰਨਾ, ਸਨਮਾਨ ਕਰਨਾ, ਪੂਜਣਾ

veneration /**ˌਵ਼ੈੱਨਅ'ਰੇਇਸ਼ਨ**/ *n* ਆਦਰ, ਮਾਣ, ਪੂਜਾ, ਭਗਤੀ

venerator /**'ਵ਼ੈੱਨਅਰੇਇਟਅ***/ *n* ਆਦਰ ਕਰਨ ਵਾਲਾ, ਮਾਣ ਕਰਨ ਵਾਲਾ, ਪੂਜਣ ਵਾਲਾ ਬੰਦਾ, ਸ਼ਰਧਾਲੂ, ਭਗਤ

venereal /**ਵ਼ਅ'ਨਿਅਰਿਅਲ**/ *a* ਭੋਗ ਸੰਬੰਧੀ, ਜਿਨਸੀ; ਭੋਗ ਤੋਂ ਉਪਜਿਆ; ਲਿੰਗ ਰੋਗ ਸੰਬੰਧੀ, ਗੁਪਤ ਰੋਗ ਸੰਬੰਧੀ

venereal disease *n* ਲਿੰਗੀ ਰੋਗ, ਭੋਗ ਤੋਂ ਉਤਪੰਨ ਬਿਮਾਰੀ

venery /**'ਵ਼ੈੱਨਅਰਿ**/ *n* (ਪਰਾ) ਸ਼ਿਕਾਰ; ਵਿਸ਼ੇ ਭੋਗ, ਕਾਮਭੋਗ

Venetian /**ਵ਼ਅ'ਨਿਸ਼ਨ**/ *n* ਵੀਨਸ ਦਾ ਵਾਸੀ *a* ਵੀਨਸੀ

Venetian blind /**ਵ਼ਅˌਨੀਸ਼ਨ 'ਬਲਾਇਨਡ**/

n ਚਿਕ, ਇੱਕ ਪ੍ਰਕਾਰ ਦਾ ਸ਼ੀਸ਼ੇ ਦਾ ਫੱਟੀਦਾਰ ਪਰਦਾ

vengeance /'ਵ੍ਹੈਨੱਜਅਨਸ/ *n* ਬਦਲਾ, ਵੈਰ

vengeful /'ਵ੍ਹੈਨੱਜਫ਼ਲ/ *a* ਬਦਲਾਖੋਰ, ਖੁਣਸੀ, ਖੋਰੀ (ਵਿਅਕਤੀ)

venial /'ਵ੍ਹੀਨਿਅਲ/ *a* (ਪਾਪ ਜਾਂ ਅਪਰਾਧ) ਖਿਮਾਯੋਗ, ਮਾਫ ਕਰਨ ਯੋਗ (ਧਰਮ)

veniality, venialness /,ਵ੍ਹੀਨਿ'ਐਲਅਟਿ, 'ਵ੍ਹੀਨਿਅਲਨਅਸ/ *n* ਮਾਫ਼ ਕੀਤੇ ਜਾਣ ਦੀ ਸਥਿਤੀ, ਖਿਮਾਯੋਗਤਾ

venison /'ਵ੍ਹੈੱਨਿਸਨ, -ਜ਼ਨ/ *n* ਹਿਰਨ ਦਾ ਮਾਸ

venom /'ਵ੍ਹੈਨੱਅਮ/ *n* ਜ਼ਹਿਰ, ਵਿਹੁ, ਵਿਸ; (ਬੋਲ) ਵੈਰ, ਈਰਖਾ, ਖੁਣਸ, ਕੁੜੱਤਣ

venomed /'ਵ੍ਹੈਨੱਅਮਡ/ *a* ਵਿਹੁਲਾ, ਵਿਸ਼ੈਲਾ, ਜ਼ਹਿਰੀਲਾ

venomous /'ਵ੍ਹੈਨੱਅਮਅਸ/ *a* ਜ਼ਹਿਰੀ, ਵਿਹੁਲਾ, ਵਿਸ਼ੈਲਾ, ਜ਼ਹਿਰੀਲਾ; ਖੁਣਸੀ, ਰੜਕ ਵਾਲਾ

venomousness /'ਵ੍ਹੈਨੱਅਮਅਸਨਅਸ/ *n* ਵਿਹੁਲਾਪਣ, ਜ਼ਹਿਰੀਲਾਪਣ

venosity /ਵਿ੍'ਨੌਸਅਟਿ/ *n* ਸ਼ਿਰਾਦਾਰੀ; ਰਗਦਾਰੀ

venous, venose /'ਵ੍ਹੀਨਅਸ, 'ਵ੍ਹੀਨਅਉਜ਼/ *a* ਨੀਲੀ ਨਾੜੀ ਦਾ; ਸ਼ਿਰਾ ਸੰਬੰਧੀ; (ਬਨ) ਰਗਦਾਰ

vent /ਵ੍ਹੈਨੱਟ/ *n* ਵਿਰਲ, ਮੋਰੀ, ਮੋਘਾ, ਝੀਤ, ਸੁਰਾਖ਼; (ਬੋਲ) ਨਿਕਾਸ, ਪ੍ਰਗਟਾਅ ਦਾ ਸਾਧਨ, ਪ੍ਰਗਟਾਅ; ਬੰਦੂਕ ਦੀ ਨਾਲੀ *vt* ਮੋਰੀ ਕਰਨਾ; ਪ੍ਰਗਟ ਕਰਨਾ

ventage /'ਵ੍ਹੈਨੱਟਿਜ/ *n* ਸੁਰਾਖ਼, ਮੋਰੀ, ਗਲੀ, ਛੇਕ, ਛੇਦ

venter /'ਵ੍ਹੈਨੱਟਅ*/ *n* ਢਿੱਡ, ਉਦਰ, ਪੇਟ; ਕੁੱਖ

ventiduct /'ਵ੍ਹੈਨੱਟਿਡਅੱਕਟ/ *n* ਰੋਸ਼ਨਦਾਨ, ਹਵਾਦਾਰ, ਝਰੋਖਾ

ventilate /'ਵ੍ਹੈਨੱਟਿਲੇਇਟ/ *vt* (ਕਮਰੇ ਆਦਿ ਵਿੱਚ) ਹਵਾ ਸੰਚਾਰਿਤ ਕਰਨਾ, ਹਵਾ ਨਾਲ ਸ਼ੁੱਧ ਕਰਨਾ, ਹਵਾਦਾਰ ਕਰਨਾ, ਆਕਸੀਜਨ ਪਹੁੰਚਾਉਣਾ; (ਦੁੱਖ, ਖ਼ਿਆਲ ਆਦਿ) ਪ੍ਰਗਟ ਕਰਨਾ, ਹਵਾੜ੍ਹ ਕੱਢਣਾ

ventilation /,ਵ੍ਹੈਨੱਟਿ'ਲੇਇਸ਼ਨ/ *n* ਹਵਾ ਦੀ ਆਵਾਜਾਈ, ਹਵਾਦਾਰੀ; (ਵਾਦ-ਵਿਵਾਦ) ਖੁੱਲ੍ਹਾ ਪ੍ਰਗਟਾਅ

ventilator /'ਵ੍ਹੈਨੱਟਿਲੇਇਟਅ*/ *n* ਰੋਸ਼ਨਦਾਨ, ਵਾਯੂਮਾਰਗ

ventosity /ਵ੍ਹੈਨੱ'ਟੌਸਅਟਿ/ *n* ਹਵਾਦਾਰ ਹੋਣ ਦਾ ਗੁਣ; ਝੂਠੀ ਹਉਮੈ, ਫੂੰ-ਫਾਂ

ventral /'ਵ੍ਹੈਨੱਟਰਅਲ/ *n* (ਜੰਤੂ) ਢਿੱਡ *a* ਢਿੱਡਲ, ਢਿੱਡ ਸੰਬੰਧੀ, (ਪੱਤਰ ਦੇ) ਥੱਲੇ ਵਾਲੇ ਪਾਸੇ ਦਾ

ventricle /'ਵ੍ਹੈਨੱਟਰਿਕਲ/ *n* ਸਰੀਰ ਵਿਚਲਾ ਕੋਈ ਖ਼ਾਨਾ ਜਾਂ ਖੋੜ

ventriloquism /ਵ੍ਹੈਨੱ'ਟਰਿਲਅਕਵਿਜ਼ਅਮ/ *n* ਸ਼ਬਦ ਸਥਾਨ ਅੰਤਰਨ; ਇਸ ਤਰ੍ਹਾਂ ਬੋਲਣ ਕਿ ਅਵਾਜ਼ ਕਿਸੇ ਹੋਰ ਥਾਂ ਆਉਂਦੀ ਜਾਪੇ

ventripotent /ਵ੍ਹੈਨੱ'ਟਰਿਪਅਟਅਨਟ/ *a* ਵੱਡੇ ਢਿੱਡ ਵਾਲਾ; ਬਹੁਤਾ ਖਾਣ ਵਾਲਾ, ਭੁੱਖੜ

ventrointestinal /,ਵ੍ਹੈਨੱਟਰਅਇਨ'ਟੈਸੱਟਿਨਲ/ *a* ਆਂਦਰਾ ਦੇ ਹੇਠਲਾ

venture /'ਵ੍ਹੈਨੱਚਅ*/ *n* ਔਖਾ ਕੰਮ, ਖ਼ਤਰੇ ਵਾਲਾ ਕੰਮ; ਸੱਟਾ *v* ਨਿਡਰ ਹੋਣਾ, ਨਿਰਭੈ ਹੋਣਾ; ਹਿੰਮਤ ਕਰਨਾ, ਖ਼ਤਰੇ ਵਿੱਚ ਪੈਣਾ, ਬਾਜ਼ੀ ਲਾਉਣਾ

venturer /'ਵ੍ਹੈਨੱਚ(ਅ)ਰਅ*/ *n* ਸਾਹਸੀ ਵਿਅਕਤੀ

venturesome /'ਵ੍ਹੈਨੱਚਅਸਅਮ/ *a* ਦਲੇਰ, ਸਾਹਸੀ, ਹਿੰਮਤੀ

venue /'ਵ੍ਹੈਨੱਯੂ/ *n* (ਕਨੂੰ) ਮੌਕਾ, ਘਟਨਾ ਸਥਾਨ; (ਸੰਮੇਲਨ ਦੀ) ਥਾਂ; ਮਿਲਨ ਸਥਾਨ

venule /'ਵ੍ਹੈਨੱਯੂਲ/ *n* ਛੋਟੀ ਸ਼ਿਰਾ

Venus /'ਵ੍ਹੀਨਅਸ/ *n* (ਰੋਮਨ ਦੇਵਮਾਲਾ) ਵੀਨਸ ਦੇਵੀ, ਹੁਸਨ ਇਸ਼ਕ ਦੀ ਦੇਵੀ; ਸੁੰਦਰੀ, ਰੂਪਵਤੀ, ਹੁਸੀਨਾ; ਸ਼ੁੱਕਰ ਗ੍ਰਹਿ

veracious /ਵ੍ਹਅ'ਰੇਇਸ਼ਅਸ/ *a* ਸੱਚਾ, ਇਮਾਨਦਾਰ, ਸਤਿਵਾਦੀ, ਸਤਿਭਾਸ਼ੀ; ਯਥਾਰਥ

veracity /ਵ੍ਅ'ਰੈਸਅਟਿ/ *n* ਸਚਾਈ, ਯਥਾਰਥਿਕਤਾ

veranda(h) /ਵ੍ਅ'ਰੈਨਡਅ/ *n* ਵਰਾਂਡਾ, ਬਰਾਂਡਾ, ਬਰਾਮਦਾ

verb /ਵ੍ਅ:ਬ/ *n* (ਵਿਆ) ਕਿਰਿਆ

verbal /'ਵ੍ਅ:ਬਲ/ *a* ਕਿਰਿਆਵੀ, ਸ਼ਾਬਦਿਕ (ਪੜਚੋਲ); ਜ਼ਬਾਨੀ (ਸੁਨੇਹਾ)

verbalism /'ਵ੍ਅ:ਬ(ਅ)ਲਿਜ਼ਅਮ/ *n* ਸ਼ਬਦਾਂ ਦੀ ਛਾਣਬੀਣ; ਸ਼ਬਦ ਚਿੰਤਨ

verbally /'ਵ੍ਅ:ਬਅਲਿ/ *adv* ਲਫ਼ਜ਼-ਬਲਫ਼ਜ਼, ਅੱਖਰ-ਅੱਖਰ, ਸ਼ਬਦ-ਸ਼ਬਦ; ਜ਼ਬਾਨੀ, ਅਲਿਖਤ ਰੂਪ ਵਿੱਚ

verbatim /ਵ੍ਅ:'ਬੇਇਟਿਮ/ *a* ਸ਼ਾਬਦਿਕ, ਲਫ਼ਜ਼ੀ

verbena /ਵ੍ਅ:'ਬੀਨਅ/ *n* ਇੱਕ ਫੁੱਲਦਾਰ ਬੂਟਾ, ਵਰਬੀਨਾ

verbiage /'ਵ੍ਅ:ਬਿਇਜ/ *n* ਵਾਕ ਪ੍ਰਪੰਚ, ਸ਼ਬਦ ਅਡੰਬਰ; ਲਫ਼ਜ਼ਾਂ ਦੀ ਭਰਮਾਰ

verbicide /'ਵ੍ਅ:ਬਿਸਾਇਡ/ *n* ਸ਼ਬਦ ਹੱਤਿਆ, ਲਫ਼ਜ਼ਾਂ ਦਾ ਕਤਲ

verbose /ਵ੍ਅ:'ਬਅਉਸ/ *a* ਸ਼ਬਦ ਅਡੰਬਰਪੂਰਨ

verboseness /ਵ੍ਅ:'ਬਅਉਸਨਅਸ/ *n* ਸ਼ਬਦ ਬਹੁਲਤਾ, ਸ਼ਬਦ ਅਧਿਕਤਾ, ਸ਼ਬਦ ਅਡੰਬਰ

verbosity /ਵ੍ਅ:'ਬੌਸਅਟਿ/ *n* ਸ਼ਬਦ ਅਡੰਬਰ

verdancy /'ਵ੍ਅ:ਡ(ਅ)ਨਸਿ/ *n* ਹਰਿਆਈ, ਹਰਿਆਵਲ, ਹਰਿਆਲੀ; ਤਾਜ਼ਗੀ; ਕੱਚਾਪਣ, ਅਲ੍ਹੜਪਣ, ਅਨਾੜੀਪਣ

verdant /'ਵ੍ਅ:ਡਨਟ/ *a* (ਘਾਹ ਆਦਿ ਲਈ) ਹਰਾ; ਤਾਜ਼ਾ, (ਖੇਤ) ਹਰਿਆਵਲਾ, ਸਬਜ਼; (ਆਦਮੀ) ਅਲ੍ਹੜ, ਕੱਚਾ, ਪਿੱਲਾ, ਅਨਾੜੀ, ਭੋਲਾ

verd-antique /,ਵ੍ਅ:ਡੈਨ'ਟੀਕ/ *n* ਹਰਾ ਬਲੌਰੀ ਪੱਥਰ; ਪੱਥਰ ਦਾ ਹਰਾ ਨਗ, ਜੜਾਊ ਹਰਾ ਪੱਥਰ

verdict /'ਵ੍ਅ:ਡਿਕਟ/ *n* ਅਦਾਲਤੀ ਫ਼ੈਸਲਾ, ਫਤਵਾ, ਅੰਤਿਮ ਨਿਰਨਾ

verdigris /'ਵ੍ਅ:ਡਿਗਰੀ, -ਗਰੀਸ/ *n* ਤਾਂਬੇ ਦੀ ਕਸ ਜਾਂ ਜੰਗਾਲ

verdure /'ਵ੍ਅ:ਡਯਅ*/ *n* ਹਰਾਪਣ, ਹਰਿਆਲੀ, ਹਰਿਆਵਲ, ਹਰਾ ਰੰਗ; ਹਰੀ ਬਨਸਪਤੀ, ਸਬਜ਼ੀ; (ਬੋਲ) ਤਾਜ਼ਗੀ, ਪ੍ਰਫੁੱਲਤਾ

verecund /'ਵ੍ਵੈਰਿਕਅੱਨਡ/ *a* ਸ਼ਰਮਾਕਲ, ਸ਼ਰਮੀਲਾ, ਲੱਜਾਵਾਨ

verecundity /,ਵ੍ਵੈਰਿ'ਕਅੱਨਡਅਟਿ/ *n* ਨਰਮੀ; ਸੰਗਾਊਪਣ, ਸ਼ਰਮੀਲਾਪਣ, ਲਾਜਭਰਪੂਰਤਾ

verge /ਵ੍ਅ:ਜ/ *n* ਕੰਢਾ, ਸਿਰਾ *vi* ਝੁਕਣਾ, ਢਲਣਾ (ਕਿਸੇ ਸਿਰੇ ਵੱਲ)

vergency /ਵ੍ਅ:ਜ(ਅ)ਨਸਿ/ *n* ਝੁਕਾਅ, ਰੁਝਾਨ, ਰੁਜੂਹ

verger /'ਵ੍ਅ:ਜਅ*/ *n* (ਗਿਰਜੇ ਦਾ) ਚੋਬਦਾਰ, ਸੇਵਾਦਾਰ

vergership /'ਵ੍ਅਜਅਸ਼ਿਪ/ *n* ਚੋਬਦਾਰੀ

verification /,ਵ੍ਵੈਰਿਫ਼ਿ'ਕੇਇਸ਼ਨ/ *n* ਜਾਂਚ, ਪੜਤਾਲ, ਤਸਦੀਕ, ਨਿਤਾਰਾ

verify /'ਵ੍ਵੈਰਿਫ਼ਾਇ/ *vt* ਨਿਤਾਰਾ ਕਰਨਾ, ਸੱਚ ਨਿਤਾਰਨਾ, ਪੜਤਾਲ ਕਰਨਾ, ਸਚਾਈ ਦੀ ਛਾਣਬੀਣ ਕਰਨਾ, ਯਥਾਰਥ ਖੋਜਣਾ; ਮਿਲਾਉਣਾ, ਕਾਰਜ ਜਾਂ ਘਟਨਾ ਆਦਿ ਨੂੰ ਪੂਰਾ ਕਰਨਾ; ਸਿੱਧ ਕਰਨਾ, ਸਮਰਥਨ ਕਰਨਾ; ਹਲਫ਼ਨਾਮੇ ਆਦਿ ਦੀ ਪੁਸ਼ਟੀ ਜਾਂ ਤਸਦੀਕ ਕਰਨਾ, ਸਹੀ ਕਰਨਾ

verily /'ਵ੍ਵੈਰਿਲਿ/ *adv* ਦਰਅਸਲ, ਸੱਚਮੁੱਚ, ਸੱਚੀ, ਅਸਲ ਵਿੱਚ, ਵਾਸਤਵ ਵਿੱਚ, ਯਥਾਰਥ ਵਿੱਚ, ਨਿਸ਼ਚੇ ਹੀ, ਅਵੱਸ਼, ਜ਼ਰੂਰ

verisimilitude /,ਵ੍ਵੈਰਿਸਿ'ਮਿਲਿਟਯੂਡ/ *n* ਵੇਖਣ ਵਿੱਚ ਸੱਚ, ਸੱਚ ਦਾ ਆਭਾਸ

veritable /'ਵ੍ਵੈਰਿਟਅਬਲ/ *a* ਅਸਲੀ, ਕੁਦਰਤੀ, ਵਾਸਤਵਿਕ, ਯਥਾਰਥਿਕ, ਸੱਚਾ, ਠੀਕ-ਠੀਕ, ਸੱਚਮੁੱਚ ਦਾ

verity /'ਵ੍ਵੈਰਅਟਿ/ *n* ਅਸਲੀਅਤ, ਸਚਾਈ, ਸੱਚ, ਵਾਸਤਵਿਕਤਾ, ਯਥਾਰਥਿਕਤਾ; ਸੱਚਾ ਬਿਆਨ, ਸੱਚੀ ਗੱਲ ਜਾਂ ਚੀਜ਼, ਵਾਸਤਵਿਕ ਪਦਾਰਥ

verjuice /'ਵ੍ਅ:ਜੂਸ/ *n* ਖੱਟੇ ਅੰਗੂਰਾਂ ਦਾ ਤਿਜ਼ਾਬ, ਸਿਰਕਾ

vermicelli /ˌਵ੍ਅ:ਮਿ'ਚੈੱਲਿ/ *n* ਸੇਵੀਆਂ

vermicide /'ਵ੍ਅ:ਮਿਸਾਇਡ/ *n* ਕਿਰਮ ਨਾਸ਼ਕ ਦਵਾਈ

vermiform /'ਵ੍ਅ:ਮਿਫ਼ੋਮ/ *a* ਕਿਰਮਈ, ਕਿਰਮ ਆਕਾਰ, ਕਿਰਮ ਰੂਪ

vermilion /ਵ੍ਅ'ਮਿਲਿਅਨ/ *n* ਸ਼ਿੰਗਰਫ, ਸੰਧੂਰ; ਸੰਧੂਰੀ ਰੰਗ *a* ਸ਼ਿੰਗਰਫੀ, ਸੰਧੂਰੀ *vt* ਸੰਧੂਰੀ ਰੰਗਣਾ, ਸੰਧੂਰ ਲਾਉਣਾ

vermin /'ਵ੍ਅ:ਮਿਨ/ *n* ਹਾਨੀਕਾਰਕ ਕੀਟ ਪੰਛੀ ਜਾਂ ਹੋਰ ਜੀਵ (ਜਿਵੇਂ ਉੱਲੂ, ਚੂਹੇ, ਲੂੰਬੜ ਆਦਿ), ਦੁਸ਼ਟ ਕੀਟ; ਦੁਰਜਨ, ਦੁਸ਼ਟ ਵਿਅਕਤੀ, ਕਮੀਨਾ ਬੰਦਾ

vermivorous /ਵ੍ਅ'ਮਿਵ੍ਅਰਅਸ/ *a* ਕੀੜੇ ਖਾਣ ਵਾਲਾ, ਕਿਰਮ ਭੋਗੀ, ਕੀਟ ਭੱਖੀ

vermouth /'ਵ੍ਅ:ਮਅਥ/ *n* ਇੱਕ ਚਿੱਟੇ ਰੰਗ ਦੀ ਵਾਈਨ

vernacular /ਵ੍ਅ'ਨੈਕਯਅਲਅ*/ *a* ਦੇਸ਼ੀ, ਸੁਦੇਸ਼ੀ; ਸਥਾਨਿਕ, ਘਰੇਲੂ, ਦਿਹਾਤੀ *n* ਦੇਸੀ ਭਾਸ਼ਾ, ਸਥਾਨਿਕ ਬੋਲੀ

vernal /'ਵ੍ਅ:ਨਲ/ *a* ਬਸੰਤ ਰੁੱਤ ਸੰਬੰਧੀ, ਬਸੰਤੀ

vernal fever ਮਲੇਰੀਆ ਤਾਪ, ਮੌਸਮੀ ਬੁਖ਼ਾਰ

vernier /'ਵ੍ਅ:ਨਿਅ*/ *n* ਬਹੁਤ ਹੀ ਛੋਟੀਆਂ ਵਿੱਥਾਂ ਜਾਂ ਮੁਟਾਈਆਂ ਮਾਪਣ ਵਾਲਾ ਯੰਤਰ, ਲਘੂਮਾਪੀ, ਵਰਨੀਅਰ

veronal /'ਵੈਰੱਅਨਲ/ *n* ਸ਼ਾਂਤਕਾਰੀ ਦਵਾਈ, ਅਫ਼ੀਮ ਵਰਗੀ ਕੌੜੀ ਦਵਾਈ

veronica /ਵ੍ਅ'ਰੌਨਿਕਅ/ *n* ਇੱਕ ਫੁੱਲਦਾਰ ਪੌਦਾ; ਹਜ਼ਰਤ ਈਸਾ ਦੀ ਮੂਰਤੀ ਵਾਲਾ ਕੱਪੜਾ

versant /'ਵ੍ਅ:ਸ(ਅ)ਨਟ/ *n* ਢਾਲੂ ਧਰਤੀ, ਢਾਲੂ ਤਲ *a* ਜਾਣਕਾਰ, ਗਿਆਨੀ, ਪ੍ਰੀਚਿਤ

versatile /'ਵ੍ਅ:ਸਅਟਾਇਲ/ *a* (ਲੇਖਕ) ਬਹੁਮੁਖੀ, ਬਹੁਪਾਸੜ, ਬਹੁਪੱਖੀ ਪ੍ਰਤਿਭਾ ਦਾ ਸੁਆਮੀ; ਛੇਤੀ ਹੀ ਇੱਕ ਛੱਡ ਕੇ ਦੂਜਾ ਕਿੱਤਾ ਧਾਰਨ ਕਰਨ ਵਾਲਾ; ਪਰਿਵਰਤਨਸ਼ੀਲ

versatileness, versatility /'ਵ੍ਅ:ਸਅਟਾਇਲਨਅਸ, ˌਵਅ:ਸਅ'ਟਿਲਅਟਿ/ *n* ਬਹੁਮੁਖੀ ਪ੍ਰਤਿਭਾ, ਚੰਚਲਤਾ, ਅਸਥਿਰਤਾ

verse /ਵ੍ਅ:ਸ/ *n* ਸਲੋਕ, ਕਵਿਤਾ; (ਬਾਈਬਲ ਦੇ ਅਧਿਆਵਾਂ ਦਾ ਸੰਖੇਪ) ਭਾਗ, ਵੰਡ *v* ਕਵਿਤਾਉਣਾ, ਪਦਬੱਧ ਕਰਨਾ, ਕਵਿਤਾ ਲਿਖਣਾ, ਤੁਕਬੰਦੀ ਕਰਨਾ

versed /ਵ੍ਅ:ਸਟ/ *a* ਨਿਪੁੰਨ, ਪ੍ਰਵੀਣ, ਜਾਣਕਾਰ, ਤਜਰਬਾਕਾਰ, ਅਨੁਭਵੀ

versicoloured /'ਵ੍ਅ:ਸਿਕਅੱਲਅਡ/ *a* ਡੱਬ-ਖੜੱਬਾ, ਚਿਤਮਿੱਤਰਾ, ਡੱਬਾ, ਰੰਗ–ਬਰੰਗਾ

versification /ˌਵ੍ਅ:ਸਿਫ਼ਿ'ਕੇਇਸ਼ਨ/ *n* ਕਾਵਿ ਰਚਨਾ, ਕਾਵਿ ਸਿਰਜਣਾ

vesifier /'ਵ੍ਅ:ਸਿਫ਼ਾਇਅ*/ *n* ਸ਼ਾਇਰੀ ਕਰਨ ਵਾਲਾ, ਕਵੀ, ਸ਼ਾਇਰ

versify /'ਵ੍ਅ:ਸਿਫ਼ਾਇ/ *v* ਕਵਿਤਾਉਣਾ, ਨਜ਼ਮਾਉਣਾ, ਛੰਦਬੱਧ ਕਰਨਾ, ਕਵਿਤਾ ਰਚਨਾ, ਛੰਦ ਜੋੜਨਾ, ਬੈਂਤ ਲਿਖਣਾ, ਤੁਕਬੰਦੀ ਕਰਨਾ

version /'ਵ੍ਅ:ਸ਼ਨ, -ਜ਼ਨ/ *n* ਪਾਠਾਂਤਰ, ਤਰਜਮਾ, ਭਾਸ਼ਾਂਤਰ, ਅਨੁਵਾਦ, ਉਲਥਾ; ਅਨੁਵਾਦ ਹੋਈ ਪੁਸਤਕ, ਉਲਥਾਈ ਰਚਨਾ; ਵਰਣਨ, ਵੇਰਵਾ; (ਗਰਭ ਅਵਸਥਾ ਵਿੱਚ ਗਰਭਵਤੀ ਦੇ ਢਿੱਡ ਅੰਦਰ) ਬੱਚੇ ਨੂੰ (ਢਿੱਡ ਮਲ ਕੇ) ਸਿੱਧਾ ਕਰਨਾ; ਸੰਸਕਰਨ

verso /'ਵ੍ਅ:ਸਅਉ/ *n* ਪੁਸਤਕ ਦਾ ਖੱਬਾ ਪੰਨਾ; ਸਿੱਕੇ ਦਾ ਪੁੱਠਾ ਪਾਸਾ, ਵਿਪਰੀਤ ਪੱਖ

verst /ਵ੍ਅ:ਸਟ/ *n* 3500 ਫੁੱਟ ਦਾ ਇੱਕ ਪ੍ਰਾਚੀਨ ਰੂਸੀ ਮਾਪ, ਲਗਪਗ 2/3 ਮੀਲ, ਵਰਸੇਟ

versus /'ਵ੍ਅ:ਸਅਸ/ *prep* ਟਾਕਰੇ ਉੱਤੇ, ਬਨਾਮ

vert /ਵ੍ਅ:ਟ/ *n* ਹਰਿਆਵਲ, ਹਰਿਆਈ; ਚਮਕੀਲਾ ਹਰਾ ਰੰਗ; (ਜੰਗਲ ਵਿੱਚ ਲੱਗੇ) ਹਰੇ ਰੁੱਖਾਂ ਦਾ ਠੇਕਾ ਜਾਂ ਅਧਿਕਾਰ; ਧਰਮ ਪਰਿਵਰਤਕ

ਮਨੁੱਖ *vt* ਆਪਣਾ ਧਰਮ ਬਦਲਨਾ

vertebra /'ਵ੍ਹਅ:ਟਿਬਰਅ/ *n* ਕੰਗਰੋੜ ਦੀ ਮਣਕੇਦਾਰ ਹੱਡੀ, ਕੰਗਰੋੜ, ਰੀੜ੍ਹ ਦੀ ਹੱਡੀ, ਪਿੱਠ ਦੀ ਹੱਡੀ, ਮੇਰੁਦੰਡ

vertebral /'ਵ੍ਹਅ:ਟਿਬਰ(ਅ)ਲ/ *a* ਰੀੜ੍ਹ ਵਾਲਾ, ਰੀੜ੍ਹ ਦਾ, ਕੰਗਰੋੜ ਵਾਲਾ, ਮਣਕੇਧਾਰੀ

vertebrate[1] /'ਵ੍ਹਅ:ਟਿਬਰਅਟ/ *n* ਕੰਗਰੋੜਧਾਰੀ ਜੀਵ

vertebrate[2], **vertebrated** *a* ਰੀੜ੍ਹ ਦੀ ਹੱਡੀ ਵਾਲੇ, ਕੰਗਰੋੜ ਵਾਲੇ, ਰੀੜ੍ਹਦਾਰ

vertebration /ˌਵ੍ਹਅ:ਟਿ'ਬਰੇਇਸ਼ਨ/ *n* (ਜੀਵ) ਕਸ਼ੇਰੂਕਾ ਘਟਣ

vertex /'ਵ੍ਹਅ:ਟੈੱਕਸ/ *n* ਟੀਸੀ, ਸਿਰਾ, ਸਿਖਰ, ਚੋਟੀ

vertical /'ਵ੍ਹਅ:ਟਿਕਲ/ *a* ਸਿਖਰਲਾ, ਚੋਟੀ ਦਾ, ਖੜ੍ਹਵਾਂ *n* ਖੜ੍ਹੀ ਰੇਖਾ

verticality /ਵ੍ਹਅ:ਟਿ'ਕੈਲਿਟਿ/ *n* ਲੰਬਾਤਮਿਕਤਾ, ਖੜ੍ਹਵਾਂਪਣ

vertically /'ਵ੍ਹਅ:ਟਿਕਲਿ/ *adv* ਖੜ੍ਹਵੇਂ ਪਾਸੇ, ਖੜੋਤੇ ਢੰਗ ਨਾਲ

vertigo /'ਵ੍ਹਅ:ਟਿਗਅਉ/ *n* ਘੇਰਨੀ, ਘੁਮਾਟੀ, ਭੁਆਂਟਣੀ, ਭੌਂ, ਚੱਕਰ

virtuoso /ˌਵ੍ਹਅ:ਚੁ'ਅਉਸਅਉ, -'ਅਉਜ਼ਅਉ/ *n* ਸੰਗੀਤ ਉਸਤਾਦ, ਕਲਾ ਦਾ ਮਾਹਰ, ਕਲਾ ਵਿਸ਼ੇਸ਼ੱਗ

vervain /'ਵ੍ਹਅ:ਵ੍ਹੇਇਨ/ *n* ਇੱਕ ਫੁੱਲਦਾਰ ਪੌਦਾ

verve /'ਵ੍ਹਅ:ਵ੍ਹ/ *n* ਉਤਸ਼ਾਹ, ਜਾਨ, ਜੋਸ਼, ਸ਼ਕਤੀ

vervet /'ਵ੍ਹਅ:ਵ੍ਹਿਟ/ *n* ਦੱਖਣੀ ਅਫ਼ਰੀਕਾ ਦਾ ਬਾਂਦਰ, ਵਰਵੇਟ

very /'ਵ੍ਹੈੱਰਿ/ *a* ਅਸਲੀ, ਖਰਾ, ਠੀਕ, ਸਹੀ, ਸੱਚਾ, ਵਾਸਤਵਿਕ *adv* ਪੂਰਨ ਤੌਰ 'ਤੇ, ਸੰਪੂਰਨ ਰੂਪ ਵਿੱਚ; ਇੱਕਦਮ; ਅਤਿ, ਅਤਿਅੰਤ, ਅਧਿਕ, ਨਿਹਾਇਤ, ਬਹੁਤ, ਬਹੁਤ ਹੀ

vesania /ਵ੍ਹਿ'ਸੇਇਨਿਅ/ *n* ਕਮਲ, ਪਾਗਲਪਣ

vesication /ˌਵ੍ਹੈੱਸਿ'ਕੇਇਸ਼ਨ/ *n* ਛਾਲੇ ਪੈ ਜਾਣ ਦੀ ਕਿਰਿਆ

vesicle /'ਵ੍ਹੈੱਸਿਕਲ/ *n* ਛੋਟੀ ਥੈਲੀ, ਪੋਟਲੀ; ਛ਼ਾਲਾ, ਫਫੋਲਾ; ਬੁਲਬੁਲਾ

vesicotomy /ˌਵ੍ਹੈੱਸਿ'ਕੌਟਅਮਿ/ *n* ਨਸਬੰਦੀ; ਮਸਾਨੇ ਦਾ ਓਪਰੇਸ਼ਨ

Vesper, vesper /'ਵ੍ਹੈੱਸਪਅ*/ *n* ਸ਼ੁੱਕਰ ਗ੍ਰਹਿ, (ਕਾਵਿ) ਸੰਧਿਆ ਦਾ ਤਾਰਾ; ਸੰਧਿਆ, ਆਥਣ, ਸ਼ਾਮ; ਸੰਧਿਆ ਦੀ ਉਪਾਸਨਾ, ਸ਼ਾਮ ਦੇ ਪਾਠ ਦਾ ਸਮਾਂ

vessel /'ਵ੍ਹੈੱਸਲ/ *n* ਭਾਂਡਾ, ਪਾਤਰ, ਬਰਤਨ; ਬੇੜੀ, ਕਿਸ਼ਤੀ, ਜਹਾਜ਼; ਨਾੜ **weaker vessel** ਅਬਲਾ, ਔਰਤ, ਨਾਰੀ

vesselful /'ਵ੍ਹੈੱਸਲਫ਼ੁਲ/ *a* ਬਰਤਨ ਭਰ (ਚੀਜ਼)

vest /ਵ੍ਹੈੱਸਟ/ *n* ਅੰਗੀ, ਚੋਲੀ, ਬੰਡੀ, ਬੁਨੈਣ, ਹੇਠਾਂ ਪਹਿਨਣ ਵਾਲਾ ਕੱਪੜਾ; ਵੇਸ, ਵਸਤਰ, ਪੁਸ਼ਾਕ *v* ਅਧਿਕਾਰ ਹੋਣਾ ਜਾਂ ਕਰਨਾ, ਸਪੁਰਦ ਕਰਨਾ, ਹਵਾਲੇ ਕਰਨਾ; ਸਜਣਾ, ਸਜਾਉਣਾ, ਕੱਪੜੇ ਪਾਉਣਾ ਜਾਂ ਪੁਆਉਣਾ

vesta /'ਵ੍ਹੈੱਸਟਅ/ *n* (ਰੋਮ ਦੀ) ਅੰਨ ਪੂਰਨਾ, ਗ੍ਰਹਿ ਦੇਵੀ, ਚੌਂਕੇ ਦੀ ਦੇਵੀ, ਵੇਸਤਾ; ਇੱਕ ਛੋਟਾ ਨਛੱਤਰ

vestal /'ਵ੍ਹੈੱਸਟਲ/ *a* ਗ੍ਰਹਿ ਦੇਵੀ (ਵੇਸਤਾ) ਨਾਲ ਸੰਬੰਧਤ, ਪਵਿੱਤਰ *n* ਗ੍ਰਹਿ ਦੇਵੀ (ਵੇਸਤਾ) ਨਾਲ ਸੰਬੰਧਿਤ ਚੀਜ਼ਾਂ; ਪਤੀਵਰਤ ਇਸਤਰੀ, ਪਵਿੱਤਰ ਔਰਤ; ਸਾਧਣੀ, ਸੰਤਣੀ

vested /ਵ੍ਹੈੱਸਟਿਡ/ *a* ਸਥਿਤ, ਨਿਹਿਤ (ਹੱਕ, ਤਾਕਤ ਆਦਿ)

vested interest *n* ਸਵਾਰਥੀ ਹਿੱਤ, ਨਿੱਜੀ ਲਾਭ, ਆਪਣੇ ਭਲੇ ਹਿੱਤ ਵਿਸ਼ਵਾਸ

vestibule /'ਵ੍ਹੈੱਸਟਿਬਯੂਲ/ *n* ਜਲੌਖ਼ਾਨਾ, ਦਲਾਨ; ਡਿਓਢੀ; ਵੱਡਾ ਕਮਰਾ; (ਚਰਚ ਦੀ) ਬਰਸਾਤੀ, ਦੁਆਰ-ਮੰਡਪ

vestige /'ਵ੍ਹੈੱਸਟਿਜ/ *n* ਲੱਛਣ, ਨਿਸ਼ਾਨ, ਪ੍ਰਮਾਣ, ਪੈੜ, ਖੁਰਾ, ਨਾਂ ਨਿਸ਼ਾਨ *a* ਥੋੜ੍ਹਾ, ਨਿੱਕਾ, ਲੇਸ ਮਾਤਰ

vest in *vt* ਅਧਿਕਾਰ ਵਿੱਚ ਦੇਣਾ, ਕਬਜ਼ੇ ਵਿੱਚ ਦੇਣਾ, ਸੌਂਪਣਾ

vesting /ਵ਼ੈਸੱਟਿਙ/ *n* ਕਮੀਜ਼ ਤੋਂ ਹੇਠਾਂ ਪਹਿਨਣ ਵਾਲਾ ਵਸਤਰ, ਬੁਨੈਣ

vestiture /'ਵ਼ੈਸੱਟਿਚਅ*/ *n* ਕੱਪੜੇ, ਲੀੜੇ, ਵਸਤਰ, ਕੱਜਣ

vestment /'ਵ਼ੈਸੱਟਮਅਨਟ/ *n* ਸਰਕਾਰੀ ਵਰਦੀ, ਪਾਦਰੀਆਂ ਦਾ ਵਿਸ਼ੇਸ਼ ਲਿਬਾਸ, ਵਸਤਰ, ਜਾਮਾ

vestry /'ਵ਼ੈਸੱਟਰਿ/ *n* ਵਸਤਰਾਂ ਵਾਲਾ ਕਮਰਾ

vesture /'ਵ਼ੈਸੱਚਅ*/ *n* (ਪਰਾ) ਵਸਤਰ, ਪਹਿਰਾਵਾ, ਲਿਬਾਸ, ਪੁਸ਼ਾਕ, ਜਾਮਾ *vt* ਪੁਸ਼ਾਕ ਪੁਆਉਣਾ; ਸਜਾਉਣਾ, ਫਬਾਉਣਾ

Vesuvian /ਵਿ਼'ਸੂਵਿ਼ਅਨ/ *n* ਦੀਆਸਲਾਈ, ਸੀਖ; ਜਵਾਲਾਮੁਖੀ *a* ਅੱਗ ਉਗਲੱਛਣ ਵਾਲਾ

vet /ਵ਼ੈਟ/ *n* ਸਲੋਤਰੀ, ਡੰਗਰ ਡਾਕਟਰ *vt* ਪਸ਼ੂ ਦਾ ਦਾਰੂ ਦਰਮਲ ਕਰਨਾ; ਜਾਚਣਾ, ਦੁਹਰਾਉਣਾ, ਸੋਧਣਾ

vetch /ਵ਼ੈਚ/ *n* ਚਾਰੇ ਵਜੋਂ ਵਰਤੇ ਜਾਂਦੇ ਪੌਦੇ

veteran /'ਵ਼ੈਟੱਅਰਅਨ/ *n* ਤਜਰਬਾਕਾਰ ਅਤੇ ਹੰਢਿਆ ਵਰਤਿਆ ਆਦਮੀ, ਅਨੁਭਵੀ ਨਿਪੁੰਨ ਅਤੇ ਕੁਸ਼ਲ ਮਨੁੱਖ; ਸਾਬਕਾ ਫ਼ੌਜੀ *a* ਪੁਰਾਣਾ ਖੁੰਢ; ਅਨੁਭਵੀ, ਤਜਰਬਾਕਾਰ, ਹੰਢਿਆ ਵਰਤਿਆ, ਨਿਪੁੰਨ, ਕੁਸ਼ਲ

veterinary /'ਵ਼ੈਟੱਨਰਿ, 'ਵ਼ੈਟੱਰਅਨਅਰਿ/ *a* ਪਸ਼ੂ ਸੰਬੰਧੀ, ਪਸ਼ੂ ਇਲਾਜ ਬਾਰੇ; ਸਲੋਤਰੀ *n* ਪਸ਼ੂਆਂ ਦਾ ਡਾਕਟਰ, ਪਸ਼ੂ ਚਿਕਿਤਸਕ

vetiver /'ਵ਼ੈਟੱਟਿਵ਼ਅ*/ *n* ਖਸ (ਘਾਹ)

veto /'ਵ਼ੀਟਅਉ/ *n* ਰੱਦ ਕਰਨ ਦੀ ਕਿਰਿਆ, ਅਸਵੀਕ੍ਰਿਤੀ, ਨਿਖੇਧੀ, ਰੋਕ, ਵੀਟੋ; ਨਿਖੇਧੀ ਪੱਤਰ *vt* ਨਿਖੇਧੀ ਕਰਨਾ, ਨਾਮਨਜ਼ੂਰ ਕਰਨਾ, ਰੋਕਣਾ, ਵੀਟੋ ਕਰਨਾ, ਰੱਦਣਾ, ਅਪ੍ਰਵਾਨ ਕਰਨਾ

vetting /ਵ਼ੈਟੱਟਿਙ/ *v* ਸੁਧਾਈ, ਸੰਸ਼ੋਧਨ

vex /ਵ਼ੈਕਸ/ *v* ਛੇੜਨਾ, ਤੰਗ ਕਰਨਾ, ਜਿੱਚ ਕਰਨਾ, ਅਕਾਉਣਾ; ਕਸ਼ਟ ਦੇਣਾ, ਔਖਾ ਕਰਨਾ, ਦੁੱਖ ਦੇਣਾ

vexation /ਵ਼ੈਕੱ'ਸੇਇਸ਼ਨ/ *n* ਪਰੇਸ਼ਾਨੀ, ਚਿੜ੍ਹ, ਤੰਗੀ, ਖਿਝ, ਕਲੇਸ਼, ਸੰਤਾਪ, ਦੁੱਖ, ਕਸ਼ਟ

vexatious /ਵ਼ੈਕੱ'ਸੇਇਸ਼ਅਸ/ *a* ਖਿਝਾ ਦੇਣ ਵਾਲਾ, ਤੰਗ ਕਰਨ ਵਾਲਾ

VHF /ˌਵ਼ੀ ਏਇਚ 'ਐਫ਼ੱ / *abbr* **very high frequency** ਦਾ ਸੰਖਿਪ ਰੂਪ, ਉਚ-ਆਵ੍ਰਿਤੀ ਵੇਗ, ਰੇਡੀਓ ਤਰੰਗ ਦੀ ਤੇਜ਼ ਗਤੀ

VHS /ˌਵ਼ੀ ਏਇਚ 'ਐਸੱ / *abbr* **video home system** ਦਾ ਸੰਖੇਪ ਰੂਪ, ਵੀਡੀਓ ਰਿਕਾਰਡ ਕਰਨ ਦੀ ਇੱਕ ਵਿਧੀ

via /'ਵ਼ਾਇਅ, 'ਵ਼ੀਅ/ *prep* ਰਾਹੀਂ, ਦੁਆਰਾ, ਬਰਾਸਤਾ

viability /ˌਵ਼ਾਇਅ'ਬਿਲਅਟਿ/ *n* ਜਿਊਣਯੋਗਤਾ, ਜੀਵਨ ਸਮਰੱਥਾ, ਵਿਹਾਰਿਕਤਾ

viable /'ਵ਼ਾਇਅਬਲ/ *a* ਹੋਣ ਯੋਗ, ਜਿਊਣ ਯੋਗ; ਪਲਰਨਯੋਗ

viaduct /'ਵ਼ਾਇਅਡਅੱਕਟ/ *n* ਇੱਕ ਪਾਰੋਂ ਦੂਜੇ ਪਾਰ ਜਾਣ ਵਾਲਾ ਪੁਲਦਾਰ ਰਾਹ, ਪੁਲਦਾਰ ਲਾਂਘਾ

Viagra /ਵ਼ਾਇ'ਐਗਰਅ/ *n* ਨਰ ਦੀ ਸੰਭੋਗ ਇੰਦਰੀ ਵਿੱਚ ਅਕੜਾਅ ਪੈਦਾ ਕਰਨ ਦੀ ਦਵਾਈ

vial /'ਵ਼ਾਇਅਲ/ *n* ਕੱਚ ਦਾ ਭਾਂਡਾ, ਕੱਚ ਪਾਤਰ, ਸ਼ੀਸ਼ੀ, ਬੋਤਲ

via lactea /ˌਵ਼ਾਇਅ 'ਲੈਕਟਿਅ, ˌਵ਼ੀਅ-/ *(L) n* ਤਾਰਿਆਂ ਦਾ ਰਾਹ, ਅਕਾਸ਼ ਗੰਗਾ

via media /ˌਵ਼ਾਇਅ 'ਮੀਡਿਅ, ˌਵ਼ੀਅ -/ *n* (ਸੁਲ੍ਹਾ ਸਫ਼ਾਈ ਲਈ ਜਾਂ ਝਗੜਾ ਖ਼ਤਮ ਕਰਨ ਲਈ) ਵਿਚਕਾਰਲਾ ਰਾਹ, ਮੱਧ ਮਾਰਗ

viand /'ਵ਼ਾਇਅਨਡ/ *n* ਖਾਣ ਵਾਲੀਆਂ ਵਸਤਾਂ, ਰਸਦ, ਭੋਜਨ, ਅੰਨ, ਭੋਜ ਪਦਾਰਥ

viaticum /ਵ਼ਾਇ'ਐਟਿਕਅਮ/ *n* ਸਫ਼ਰ ਖ਼ਰਚ, ਰਾਹ ਦਾ ਖ਼ਰਚ, ਭੱਤਾ, ਸਫ਼ਰ ਭੱਤਾ; (ਈਸਾਈ ਮੱਤ) ਅੰਤਿਮ ਭੋਜਨ

viator /ˌਵ਼ਾਇ'ਏਇਟਅ*/ *n* ਪਾਂਧੀ, ਰਾਹੀ, ਯਾਤਰੀ, ਰਾਹਗੀਰ, ਮੁਸਾਫ਼ਰ

vibrancy /'ਵ਼ਾਇਬਰਅਨਸਿ/ *n* ਥੱਰਾਹਟ,

ਕਾਂਬਾ; ਗੁੰਜਾਰ, ਗੂੰਜ

vibrant /'ਵ੍ਾਇਬਰਅਨਟ/ *a* ਚਹਿਲ-ਪਹਿਲ ਵਾਲੀ ਸਥਿਤੀ; ਉਤੇਜਿਤ; ਪ੍ਰਸਿੱਧ, ਉੱਘਾ; ਸੰਵੇਦਨਸ਼ੀਲ

vibrate /ਵ੍ਾਇ'ਬਰੇਇਟ/ *v* ਕੰਬਣਾ, ਥੱਰਾਉਣਾ, ਥਰਕਣਾ; ਹਿੱਲਣਾ, ਝੂਮਣਾ, ਡੋਲਣਾ, ਲਹਿਰਾਉਣਾ, ਝੁਲਾਉਣਾ; ਧਕ-ਧਕ ਕਰਨਾ; ਪੈਂਡੂਲਮ ਦਾ ਹਿੱਲਣਾ; ਟਿੱਕ-ਟਿੱਕ ਕਰਨਾ, ਸਕਿੰਟਾਂ ਦਾ ਅਵਾਜ਼ ਦੁਆਰਾ ਸੂਚਿਤ ਹੋਣਾ

vibration /ਵ੍ਾਇ'ਬਰੇਇਸ਼ਨ/ *n* ਕਾਂਬਾ; ਥੱਰਾਹਟ, ਥਰਕ, ਲਰਜ਼

vicar /'ਵ੍ਿਕਅ*/ *n* ਪਰੋਹਤ, ਉਪਆਚਾਰੀਆ, ਗਿਰਜੇ ਦਾ ਪਰੋਹਤ, ਪਿੰਡ ਦਾ ਪਾਦਰੀ

vicarious /ਵ੍ਿ'ਕੇਅਰਿਅਸ/ *a* ਪਰਾਇਆ, ਦੂਜੇ ਦਾ; ਪ੍ਰਤਿਨਿਧ ਰੂਪ ਵਿੱਚ

vice/ਵ੍ਾਇਸ/ *n* ਦੁਰਾਚਾਰ, ਵਿਭਚਾਰ, ਭ੍ਰਿਸ਼ਟਤਾ; ਕਲੰਕ, ਧੱਬਾ, ਦਾਗ; ਔਗੁਣ; ਬਦੀ, ਬੁਰਾਈ, ਐਬ, ਵੈਲ, ਖੋਟ, ਖ਼ਰਾਬੀ, ਵਿਕਾਰ; ਸ਼ਿਕੰਜਾ, ਪਕੜ, ਬਾਂਕ *vt* ਬਾਂਕ ਵਿੱਚ ਕੱਸਣਾ, ਸ਼ਿਕੰਜੇ ਵਿੱਚ ਕੱਸਣਾ *prep* ਪ੍ਰਤਿਨਿਧੀ ਰੂਪ ਵਿੱਚ, ਥਾਂ ਉੱਤੇ, ਬਦਲੇ ਵਿੱਚ

vicegerent /,ਵ੍ਾਇਸ'ਜੈਰ(ਅ)ਨਟ/ *n* ਪ੍ਰਤਿਨਿਧੀ, ਨਾਇਬ, ਸਹਾਇਕ

viceroy /'ਵ੍ਾਇਸਰੋਇ/ *n* ਬਾਦਸ਼ਾਹ ਦਾ ਕਾਇਮ ਮੁਕਾਮ, ਰਾਜ ਪ੍ਰਤਿਨਿਧੀ, ਵੱਡਾ ਲਾਟ, ਨੌਆਬਾਦੀ ਦਾ ਹਾਕਮ, ਵਾਇਸਰਾਏ

vice versa /,ਵ੍ਾਇਸ 'ਵ੍ਅ:ਸਅ/ *adv* ਦੂਜੇ ਪਾਸੇ, ਦੂਜੀ ਤਰ੍ਹਾਂ, ਵਿਪਰੀਤ ਤੌਰ 'ਤੇ, ਇਸ ਦੇ ਉਲਟ

Vichy water /'ਵ੍ੀਸ਼ੀ ਵੋਟਅ*/ *n* ਵਿਸ਼ੇਸ਼ ਤਰ੍ਹਾਂ ਦਾ ਖਣਿਜੀ ਜਲ, ਵਿਸ਼ੀ

vicinage /'ਵ੍ਿਸਿਨਿਜ/ *n* ਗੁਆਂਢ, ਗੁਆਂਢੀਪਣ, ਪੜੋਸ, ਸਮੀਪਤਾ; ਗੁਆਂਢੀ ਜ਼ਿਲ੍ਹਾ, ਨਾਲ ਦਾ ਇਲਾਕਾ; ਗੁਆਂਢੀ ਭਾਵ, ਆਸ-ਪੜੋਸ ਦਾ ਸੰਬੰਧ

vicinity /ਵ੍ਅ'ਸਿਨਅਟਿ/ *n* ਨੇੜ੍ਹਤਾ, ਨਿਕਟਤਾ, ਸਮੀਪਤਾ, ਨਜ਼ਦੀਕੀ, ਗੁਆਂਢ, ਪੜੋਸ, ਇਰਦ-ਗਿਰਦ ਦਾ ਇਲਾਕਾ

viciosity /,ਵ੍ਿਸ਼ਿ'ਔਸਅਟਿ/ *n* ਪਾਪ, ਨੀਚਤਾ, ਦੁਸਟਤਾ, ਬੁਰਾਈ, ਕੁਕਰਮ, ਕੁਮਾਰਗ, ਬਦਕਾਰੀ, ਬਦਮਾਸ਼ੀ, ਔਗੁਣ, ਐਬ

vicious /'ਵ੍ਿਸ਼ਅਸ/ *a* ਪਾਪੀ, ਨੀਚ, ਦੁਸ਼ਟ, ਬੁਰਾ; ਦੁਰਆਤਮਾ, ਕੁਰਾਹੀਆ, ਦੁਰਾਚਾਰੀ, ਬਦਕਾਰ, ਬਦਮਾਸ਼; ਦੋਸ਼ੀ, ਔਗੁਣਮਈ, ਐਬੀ, ਖੋਟਾ; (ਭਾਸ਼ਾ, ਦਲੀਲ) ਮਿਥਿਆ, ਝੂਠੀ, ਅਜਥਾਰਥ, ਨਿਰਾਧਾਰ, ਤਰੁਟੀਪੂਰਨ, ਦੂਸ਼ਿਤ, ਦੋਸ਼ ਭਰਿਆ, ਦਵੈਸ਼ ਭਰਿਆ

viciousness /'ਵਿਸ਼ਅਸਨਅਸ/ *n* ਵੇਖੋ **viciosity**

vicissitude /ਵ੍ਿ'ਸਿਸਿਟਯੂਡ/ *n* ਲਹਾਅ-ਚੜ੍ਹਾਅ, ਪਲਟਾ, ਘੁਮਾਅ, ਗੇੜ, ਉਤਰਾਅ-ਚੜ੍ਹਾਅ, ਉਲਟਫੇਰ, ਅਦਲ-ਬਦਲ; ਨਿਯਮਬੱਧ ਪਰਿਵਰਤਨ, ਨਿਯਮ ਭਰਿਆ ਉਲਟਫੇਰ ਜਾਂ ਅਦਲ-ਬਦਲ

victim /'ਵ੍ਿਕਟਿਮ/ *n* ਬਲੀ, ਭੇਟ, ਸ਼ਿਕਾਰ, ਬਲੀ ਦਾ ਬੱਕਰਾ, ਕਰੋਪੀ ਜਾਂ ਈਰਖਾ ਦਾ ਸ਼ਿਕਾਰ

victimization /,ਵ੍ਿਕਟਿਮਾਇ'ਜ਼ੇਇਸ਼ਨ/ *n* ਬਲੀ, ਅਤਿਆਚਾਰ, ਦੰਡਣ

victimize /'ਵ੍ਿਕਟਿਮਾਇਜ਼/ *vt* ਸ਼ਿਕਾਰ ਬਣਾਉਣਾ, ਬਲੀ ਦਾ ਬੱਕਰਾ ਬਣਾਉਣਾ

victor /'ਵ੍ਿਕਟਅ*/ *n* ਫ਼ਤਿਹ ਹਾਸਲ ਕਰਨ ਵਾਲਾ, ਜੇਤੂ, ਵਿਜਈ

victoria /ਵ੍ਿਕ'ਟੋਰਿਅ/ *n* ਖ਼ਾਸ ਤਰ੍ਹਾਂ ਦੀ ਚਾਰ-ਪਹੀਆ ਗੱਡੀ; ਵੱਡਾ ਕੰਵਲ ਫੁੱਲ; ਕਬੂਤਰਾਂ ਦੀ ਇੱਕ ਕਿਸਮ

victorian /ਵ੍ਿਕ'ਟੋਰਿਅਨ/ *a* ਮਹਾਰਾਣੀ ਵਿਕਟੋਰੀਆ ਦੇ ਸਮੇਂ ਦਾ, ਸੰਨ *1837* ਤੋਂ *1901* ਤੱਕ ਦੇ ਸਮੇਂ ਦਾ *n* ਮਹਾਰਾਣੀ ਵਿਕਟੋਰੀਆ ਦੇ ਰਾਜਕਾਲ ਸਮੇਂ ਦਾ ਕੋਈ ਜ਼ਿੰਦਾ ਵਿਅਕਤੀ

victorious /ਵ੍ਿਕ'ਟੋਰਿਅਸ/ *a* ਫ਼ਤਿਹ ਹਾਸਲ ਕਰਨ ਵਾਲਾ, ਵਿਜੇਤਾ

victory /'ਵ੍ਕਿਟਅਰਿ/ *n* ਸਿੱਧੀ, ਜਿੱਤ, ਜੈ, ਵਿਜੇ, ਫ਼ਤਿਹ

victual /'ਵ੍ਟਿਲ/ *n* ਖਾਣ-ਪੀਣ ਵਾਲੀਆਂ ਚੀਜ਼ਾਂ, ਖਾਧ-ਖੁਰਾਕ, ਆਹਾਰ, ਭੋਜਨ, ਰਸਦ *v* ਰਸਦ ਇਕੱਠੀ ਕਰਨਾ, ਭੋਜਨ ਜੋੜਨਾ; ਰਸਦ ਭੇਜਣਾ, ਭੋਜਨ ਖੁਆਉਣਾ ਜਾਂ ਕਰਾਉਣਾ

vicuna /ਵ੍ਹਿ'ਕੂਨਯਅ/ *n* ਦੱਖਣੀ ਅਮਰੀਕਾ ਦਾ ਊਠ ਵਰਗਾ ਜਾਨਵਰ, ਵਿਕਿਊਨਾ

vide /'ਵ੍ਾਇਡਿ, 'ਵ੍ੀਡੇਇ/ *v* (ਹਵਾਲਾ ਦੇਣ ਲਈ) ਆਖਣਾ ਜਾਂ ਲਿਖਣਾ, (ਸੰਕੇਤ ਵਜੋਂ) ਵੇਖੋ

video /'ਵ੍ਡਿਿਅਉ/ *n* ਵੀਡੀਓ

video camera *n* (ਕੰਪਿ) ਕੰਪਿਊਟਰ ਵਿਚਲਾ ਉਪਕਰਨ ਜਿਸ ਨਾਲ ਕੰਪਿਊਟਰ ਪਰਦੇ 'ਤੇ ਤਸਵੀਰਾਂ ਵਿਖਾਈਆਂ ਜਾਂਦੀਆਂ ਹਨ, ਚਿੱਤਰ–ਕਾਟ

video card *n* ਵੀਡੀਓ ਫ਼ਿਲਮ ਤਿਆਰ ਕਰਨ ਵਾਲਾ ਕੈਮਰਾ, ਵੀਡੀਓ ਕੈਮਰਾ

video cassette recorder *n* ਵੀਡੀਓ ਕੈਸਟਾਂ ਭਰਨ ਵਾਲਾ ਯੰਤਰ

videoconferencing /'ਵ੍ਡਿਿਅਉਕੌਨਫ਼ਅਰਅਨਸਿਙ/ *n* ਚਿਤਰਪਟ ਦੇ ਜ਼ਰੀਏ ਆਪਸੀ ਮੁਲਾਕਾਤ ਜਾਂ ਵਿਚਾਰ ਵਟਾਂਦਰਾ ਕਰਨ ਦੀ ਪ੍ਰਨਾਲੀ

viduage /'ਵ੍ਡਿਯੁਇਜ/ *n* ਰੰਡੇਪਾ, ਵਿਧਵਾਪਣ

viduity /ਵ੍ਹਿ'ਡਯੂਅਟਿ/ *n* ਵਿਧਵਾਪਣ, ਰੰਡੇਪਾ

vie /ਵ੍ਾਇ/ *vi* ਬੁਰਦ ਲਾਉਣਾ, ਵਾਰੀ ਲੈਣਾ, ਬਿਦਣਾ, ਟਾਕਰਾ ਕਰਨਾ, ਮੁਕਾਬਲਾ ਕਰਨਾ, ਬਰਾਬਰੀ ਕਰਨਾ, ਭਿੜਨਾ, ਰੀਸ ਕਰਨਾ

view /ਵ੍ਯੂ/ *n* ਨਿਰੀਖਣ, ਪੜਚੋਲ ਪਰਖ (ਕਨੂੰ) ਮੁਆਇਨਾ; ਦ੍ਰਿਸ਼ਟੀ, ਨਜ਼ਰ, ਖ਼ਿਆਲ, ਗੌਰ; ਵਿਚਾਰ, ਰਾਏ, ਆਸ਼ਾ, ਉਦੇਸ਼, ਮਨਸ਼ਾ, ਇਰਾਦਾ *vt* ਨਿਰੀਖਣ ਕਰਨਾ, ਦ੍ਰਿਸ਼ਟੀ ਪਾਉਣਾ, ਨਿਹਾਰਨਾ, ਦੇਖਣਾ, ਨਜ਼ਰਾਂ ਵਿੱਚੋਂ ਦੀ ਕੱਢਣਾ; ਵਿਚਾਰ ਕਰਨਾ, ਸਮੀਖਿਆ ਕਰਨਾ, ਪਰਖਣਾ **in view of** ਇਹ ਦੇਖਦੇ ਹੋਏ, ਇਸ ਖ਼ਿਆਲ ਨਾਲ

viewpoint /'ਵ੍ਯੂਪੌਇਨਟ/ *n* ਦ੍ਰਿਸ਼ਟੀ ਬਿੰਦੂ, ਨੁਕਤਾ ਨਿਗਾਹ, ਦ੍ਰਿਸ਼ਟੀਕੋਣ, ਰਾਏ

viewy /'ਵ੍ਯੂਇ/ *a* (ਬੋਲ) ਸੁਪਨਸਾਜ਼, ਸਨਕੀ

vigesimal /ਵ੍ਹਿ'ਜੈੱਸਿਮਲ/ *a* ਵੀਹਵਾਂ

vigil /'ਵ੍ਜਿਿਲ/ *n* ਜਾਗ੍ਰਿਤੀ, ਚੌਕਸੀ, ਸਜਗਤਾ; ਰਾਤ ਦੀ ਉਪਾਸਨਾ, ਜਗਰਾਤਾ

vigilance /'ਵ੍ਜਿਿਲਅਨਸ/ *n* ਸਾਵਧਾਨੀ, ਚੌਕਸੀ, ਹੁਸ਼ਿਆਰੀ, ਖ਼ਬਰਦਾਰੀ

vigilant /'ਵ੍ਜਿਿਲਅਨਟ/ *a* ਸਾਵਧਾਨ, ਹੁਸ਼ਿਆਰ, ਚੌਕਸ

vigilante /,ਵ੍ਜਿਿ'ਲੈਨਟਿ/ *n* ਚੌਕਸੀ ਕਮੇਟੀ ਦਾ ਮੈਂਬਰ, ਜ਼ੁਲਮ ਘਟਾਉਣ ਵਾਲੀ ਲੋਕਾਂ ਦੀ ਕਮੇਟੀ ਦਾ ਪੰਚਾਇਤੀ ਮੈਂਬਰ

vignette /ਵ੍ਹਿਨ'ਯੈਟ/ *n* ਫੁੱਲਦਾਰ ਤਸਵੀਰ, (ਮਕਾਨ ਉਸਾਰੀ) ਵੇਲ-ਬੂਟੇ, ਪੱਤੀ ਦੀ ਕਢਾਈ; ਕਿਤਾਬ ਦੇ ਮੁੱਖ ਪੰਨੇ ਦੀ ਤਸਵੀਰ; ਰੇਖਾ-ਚਿੱਤਰ, ਕਲਮੀ ਤਸਵੀਰ

vigor /'ਵ੍ਗਿਅ*/ ਵੇਖੋ **vigour**

vigoroso /'ਵ੍ਗਿਅਰਅਸਅਉ/ *adv* (ਸੰਗੀ) ਛੇਤੀ, ਤੇਜ਼ੀ ਨਾਲ, ਝੱਟ ਦੇ ਕੇ, ਜੋਸ਼ ਨਾਲ, ਵੇਗ ਸਹਿਤ

vigorous /'ਵ੍ਗਿਅਰਅਸ/ *a* ਜ਼ੋਰਦਾਰ, ਧੜੱਲੇਦਾਰ, ਪ੍ਰਬਲ, ਸ਼ਕਤੀਸ਼ਾਲੀ, ਸ਼ਕਤੀਵਾਨ, ਨਰੋਆ, ਤੀਖਣ, ਪ੍ਰਭਾਵਮਈ

vigorousness /'ਵ੍ਗਿਅਰਅਸਨਅਸ/ *n* ਸ਼ਕਤੀ, ਬਲ, ਜ਼ੋਰ, ਧੜੱਲੇਦਾਰੀ, ਪ੍ਰਬਲਤਾ, ਸਜੀਵਤਾ, ਪ੍ਰਭਾਵਪੂਰਨਤਾ

vigour /'ਵ੍ਗਿਅ*/ *n* ਤਾਣ, ਬਲ, ਸ਼ਕਤੀ, ਜ਼ੋਰ; ਸਜੀਵਤਾ, ਜੀਵਨ ਸ਼ਕਤੀ; ਮਾਨਸਿਕ ਸ਼ਕਤੀ; ਤੇਜ ਪ੍ਰਭਾਵ, ਤਪ-ਤੇਜ, ਓਜ; ਪ੍ਰੇਰਨਾ; ਤੀਖਣਤਾ

vigourless /'ਵ੍ਗਿਅਲਅਸ/ *a* ਬਲਹੀਣ, ਨਿਸੱਤਾ, ਕਮਜ਼ੋਰ, ਬੇਹਿੰਮਤਾ, ਸਾਹਸਹੀਣ

Viking /'ਵ੍ਾਇਕਿਙ/ *n* ਸਕੰਡੇਨੇਵੀਆ ਦਾ

ਮੱਧਕਾਲੀਨ ਸਮੁੰਦਰੀ ਡਾਕੂ ਅਤੇ ਵਪਾਰੀ

vilayet /ਵ਼ਿ'ਲਾਯੈਟੱ/ *n* ਇੱਕ ਤੁਰਕੀ ਪ੍ਰਸ਼ਾਸਨ ਖੇਤਰ, ਵਲਾਇਤ

vile /ਵ਼ਾਇਲ/ *a* (ਪਰਾ) ਵਿਅਰਥ, ਬੇਕਾਰ, ਨਿਕੰਮਾ; ਨੀਚ, ਕਮੀਨਾ, ਘਟੀਆ; ਦੁਸ਼ਟ, ਪਾਪੀ, ਪਾਜੀ

vilification /ˌਵ਼ਿਲਿਫ਼ਿ'ਕੇਇਸ਼ਨ/ *n* ਭੰਡੀ, ਨਿੰਦਾ, ਬਦਨਾਮੀ, ਬੁਰਾਈ

vilify /'ਵ਼ਿਲਿਫ਼ਾਇ/ *vi* ਬੁਰਾ-ਭਲਾ ਆਖਣਾ, ਭੰਡਣਾ, ਬਦੂਹਣਾ, ਬਦਨਾਮੀ ਕਰਨਾ, ਨਿੰਦਣਾ

villa /'ਵ਼ਿਲਅ/ *n* ਪਿੰਡ ਦਾ ਬੰਗਲਾ ਜਾਂ ਹਵੇਲੀ, ਪਿੰਡ, ਗ੍ਰਾਮ ਨਿਵਾਸ

village /'ਵ਼ਿਲਿਜ/ *n* ਪਿੰਡ, ਗਰਾਂਅ, ਦਿਹਾਤ

villager /'ਵ਼ਿਲਿਜਅ*/ *n* ਪੇਂਡੂ, ਗਰਾਂਈਂ, ਦਿਹਾਤੀ, ਗ੍ਰਾਮੀਣ

villain /'ਵ਼ਿਲਅਨ/ *a* ਦੁਸ਼ਟ, ਦੁਰਜਨ, ਸ਼ੈਤਾਨ, ਲੁੱਚਾ; ਪੇਂਡੂ, ਖਲਨਾਇਕ

villainous /'ਵ਼ਿਲਅਨਅਸ/ *a* ਲੁੱਚਪੁਣੇ ਵਾਲਾ, ਬਦਮਾਸ਼ਾਨਾ; (ਬੋਲ) ਘਟੀਆ, ਬਹੁਤ ਭੈੜਾ

villainy /'ਵ਼ਿਲਅਨਿ/ *n* ਲੁੱਚਪੁਣਾ, ਮੰਦਾ ਕੰਮ

villein /'ਵ਼ਿਲੇਇਨ/ *n* **villain** ਦਾ ਦੂਜਾ ਰੂਪ; ਦਾਸ; ਰਈਅਤ; ਕੰਮੀ, ਮੁਜ਼ਾਰਾ

vim /ਵ਼ਿਮ/ *n* ਜਾਨ, ਸ਼ਕਤੀ, ਬਲ, ਉਤਸ਼ਾਹ, ਸਾਹ ਸਤ

vinaigrette /ˌਵ਼ਿਨਿ'ਗਰੈਟੱ/ *n* ਸੁਗੰਧਿਤ ਲੂਣਾਂ ਵਾਲੀ ਸ਼ੀਸ਼ੀ

vinasse /ਵ਼ਿ'ਨੈਸ/ *n* ਤਲਛਟ

vincible /'ਵ਼ਿਨਸਅਬਲ/ *a* ਜਿੱਤਣਯੋਗ, ਸਰ ਕਰਨ ਯੋਗ

vindicate /'ਵ਼ਿਨਡਿਕੇਇਟ/ *vt* ਪੁਸ਼ਟੀ ਕਰਨਾ, ਸਿੱਧ ਕਰਨਾ, ਸ਼ੱਕ ਦੂਰ ਕਰਨਾ; ਲਾਜ ਰੱਖਣਾ

vindictive /ਵ਼ਿਨ'ਡਿਕਟਿਵ਼/ *a* ਖੋਰੀ, ਖੁਣਸੀ; ਬਦਲੇ ਭਰਿਆ; ਦੰਡਾਤਮਕ; ਸਜ਼ਾ ਵਜੋਂ

vine /ਵ਼ਾਇਨ/ *n* ਸ਼ਰਾਬ/ਵਾਇਨ ਬਣਾਉਣ ਦੇ ਕੰਮ ਆਉਣ ਵਾਲੇ ਅੰਗੂਰਾਂ ਦੀ ਵੇਲ; ਵਾਇਨ

vinegar /'ਵ਼ਿਨਿਗਅ*/ *n* ਸਿਰਕਾ; ਤਿਜ਼ਾਬ, ਖਟਾਸ *vt* ਸਿਰਕਾ ਮਿਲਾਉਣਾ; ਸਿਰਕਾ ਬਣਾਉਣਾ

vinery /'ਵ਼ਾਇਨ(ਅ)ਰਿ/ *n* ਅੰਗੂਰਾਂ ਦੀ ਕਾਸ਼ਤ ਲਈ ਬਣਿਆ ਸ਼ੀਸ਼ੇ ਦਾ ਘਰ; ਅੰਗੂਰ ਖੇਤਰ, ਅੰਗੂਰਸਤਾਨ

vineyard /'ਵ਼ਿਨਯਅਡ/ *n* ਅੰਗੂਰਾਂ ਦਾ ਬਾਗ਼ ਜਾਂ ਬਗ਼ੀਚੀ

vinous /'ਵ਼ਾਇਨਅਸ/ *a* (ਅੰਗੂਰਾਂ ਦੀ) ਸ਼ਰਾਬ ਸੰਬੰਧੀ, ਸ਼ਰਾਬ ਦਾ; ਸ਼ਰਾਬ ਵਰਗਾ, ਨਸ਼ੀਲਾ, ਨਸ਼ੇ ਵਾਲਾ

vint /ਵ਼ਿਨਟ/ *n* ਰੂਸ ਦੀ ਇੱਕ ਤਾਸ਼ ਖੇਡ *vt* ਸ਼ਰਾਬ ਕੱਢਣਾ, ਸ਼ਰਾਬ ਤਿਆਰ ਕਰਨਾ

vintage /'ਵ਼ਿਨਟਿਜ/ *n* ਦਾਖ, ਅੰਗੂਰ; ਅੰਗੂਰਾਂ ਦਾ ਝਾੜ (ਫ਼ਸਲ), ਅੰਗੂਰਾਂ ਦਾ ਮੌਸਮ; (ਅੰਗੂਰਾਂ ਦੀ ਮੌਸਮੀ ਉਪਜ ਤੋਂ ਬਣਾਈ) ਸ਼ਰਾਬ *a* ਵਧੀਆ, ਉੱਤਮ

vinum /'ਵ਼ਾਇਨਅਮ/ *n* ਅੰਗੂਰੀ ਸ਼ਰਾਬ, ਵਾਈਨ

viol /'ਵ਼ਾਇਅਲ/ *n* ਸਾਰੰਗੀ, ਵੀਣਾ, ਛੇਤਾਰਾ

viola /ਵ਼ਿ'ਅਉਲਅ/ *n* ਵੱਡੀ ਸਾਰੰਗੀ; ਬਨਫਸ਼ੇ ਦੀ ਜਾਤੀ ਦਾ ਫੁੱਲ

violate /'ਵ਼ਾਇਅਲੇਇਟ/ *vt* ਉਲੰਘਣਾ ਕਰਨਾ; (ਸਮਝੌਤਾ, ਨੇਮ ਆਦਿ) ਵਿਗਾੜਨਾ, ਭ੍ਰਿਸ਼ਟ ਕਰਨਾ, ਅਪਵਿੱਤਰ ਕਰਨਾ; ਦੁਰਵਿਵਹਾਰ ਕਰਨਾ; ਵਿਘਨ ਪਾਉਣਾ; ਜ਼ਬਰਦਸਤੀ ਕਰਨਾ, ਸਤ ਲੁੱਟਣਾ, ਸਤੀਤਵ ਭੰਗ ਕਰਨਾ

violation /ˌਵ਼ਾਇਅ'ਲੇਇਸ਼ਨ/ *n* ਉਲੰਘਣਾ, ਖੰਡਨ; ਅਪਵਿੱਤਰੀਕਰਨ, ਦੂਸ਼ਨ; ਜ਼ਬਰਦਸਤੀ, ਸਤ-ਭੰਗ

violence /'ਵ਼ਾਇਅਲਅਨਸ/ *n* ਵਧੀਕੀ, ਧੱਕਾ, ਤਸ਼ੱਦਦ, ਉਪੱਦਰ, ਡਾਢਾਪਣ, ਹਿੰਸਾ, ਸ਼ਕਤੀ ਦੀ ਵਰਤੋਂ; ਵੇਗ, ਤੀਖਣਤਾ, ਪ੍ਰਚੰਡਤਾ; ਅਪਮਾਨ; ਅੱਤਿਆਚਾਰ, ਜ਼ਬਰਦਸਤੀ

violent /'ਵ਼ਾਇਅਲਅਨਟ/ *a* ਧੱਕੇ ਵਾਲਾ,

ਹਿੰਸਾਤਮਿਕ, ਹਿੰਸਾਪੂਰਨ; ਤੇਜ਼, ਸਖ਼ਤ, ਜ਼ੋਰਦਾਰ, ਤੀਬਰ, ਵੇਗਵਾਨ, ਜ਼ਬਰਦਸਤੀ ਵਾਲਾ; ਪ੍ਰਚੰਡ, ਘੋਰ, ਪ੍ਰਬਲ; ਸ਼ਕਤੀਸ਼ਾਲੀ; ਹਿੰਸਕ

violescent /ˌਵ੍ਹਾਇਅ'ਲੈਸੱਨਟ/ *a* ਨੀਲੇ ਅਤੇ ਲਾਲ ਰੰਗ ਵਾਲਾ, ਬੈਂਗਣੀ, ਬਨਫਸ਼ੀ

violet /'ਵ੍ਹਾਇਅਲਅਟ/ *n* ਬੈਂਗਣੀ ਰੰਗ ਵਾਲੇ ਫੁੱਲਾਂ ਵਾਲਾ ਪੌਦਾ; ਬਨਫਸ਼ਾ, ਜਾਮਣੀ ਰੰਗ, ਊਦਾ ਰੰਗ, ਬੈਂਗਣੀ ਰੰਗ; ਬੈਂਗਣੀ ਤਿੱਤਲੀ ਜਾਂ ਪਤੰਗਾ *a* ਬੈਂਗਣੀ, ਜਾਮਣੀ

violin /ˌਵ੍ਹਾਇਅ'ਲਿਨ/ *n* ਸਾਰੰਗੀ, ਵੀਣਾ; ਛੇਤਾਰਾ; ਊਦਾ ਰੰਗ

violinist /ˌਵ੍ਹਾਇਅ'ਲਿਨਿਸਟ/ *n* ਸਾਰੰਗੀ ਵਜਾਉਣ ਵਾਲਾ, ਸਾਰੰਗੀਵਾਦਕ

violist /ਵਿ੍'ਅਉਲਿਸਟ/ *n* ਸਾਰੰਗੀ ਵਜਾਉਣ ਵਾਲਾ, ਸਾਰੰਗੀਵਾਦਕ

violoncello /ˌਵ੍ਹਾਇਅਲਅਨ'ਚੈੱਲਅਉ/ *n* ਸਾਰੰਗੀ ਦੀ ਇੱਕ ਕਿਸਮ

VIP /ˌਵ੍ਹੀ ਆਇ 'ਪੀ/ *n abbr* **Very Important Person** ਦਾ ਸੰਖਿਪਤ ਰੂਪ, (ਉਤਸਵ ਵਿੱਚ ਹਾਜ਼ਰ) ਮਹਾਨ ਵਿਅਕਤੀ, ਸਤਿਕਾਰਿਤ ਨੇਤਾ

viper /'ਵ੍ਹਾਇਪਅ*/ *n* ਜ਼ਹਿਰੀਲੇ ਸੱਪ ਦੀ ਇੱਕ ਕਿਸਮ; ਕਪਟੀ ਮਨੁੱਖ, ਧੋਖੇਬਾਜ਼ ਅਤੇ ਛਲ ਖੇਡਣ ਵਾਲਾ; ਵਿਹੁ ਦੀ ਗੰਦਲ

virago /ਵਿ੍'ਰਾਗਅਉ/ *n* ਚੰਡੀ, ਵੀਰਾਂਗਣਾ, ਮਰਦਾਵੀਂ ਔਰਤ

viral /'ਵ੍ਹਾਇਰਅਲ/ *a* ਵਿਹੁਲਾ, ਜ਼ਹਿਰੀਲਾ, ਵਿਸ਼ੈਲਾ

virelay /'ਵਿ੍ਰਅਲੇਇ/ *n* (ਪ੍ਰਾਚੀਨ ਫ਼ਰਾਂਸੀਸੀ) ਕਵਿਤਾ ਦਾ ਭੇਦ

virent /'ਵ੍ਹਾਇਰਅਨਟ/ *a* ਸਾਫ਼, ਸਵੱਛ, ਸੱਜਰਾ, ਤਾਜ਼ਾ; ਹਰਾ

virgin /'ਵ੍ਹਅ:ਜਿਨ/ *n* ਕੰਨਿਆ, ਕੁਮਾਰੀ, ਧੀ-ਧਿਆਣੀ; ਸਾਧਣੀ, ਸੰਨਿਆਸਣ; ਕੁਮਾਰੀ ਮੇਰੀ ਦੀ ਮੂਰਤੀ *a* ਕੰਜਕ, ਕੰਜਕੁਆਰੀ, ਅਛੋਹ, ਪਵਿੱਤਰ, ਬੇਦਾਗ਼

virginal /'ਵ੍ਹਅ:ਜਿਨਲ/ *n* (16ਵੀਂ -17ਵੀਂ ਸਦੀ ਵਿੱਚ ਵਜਾਇਆ ਜਾਣ ਵਾਲਾ) ਵਾਜਾ *a* ਕੁਆਰੇਪਣ ਦਾ; ਸ਼ੁੱਧ, ਪਵਿੱਤਰ, ਬੇਦਾਗ਼

virgin honey *n* ਛੱਤੇ ਦਾ ਮਾਖਿਓਂ

virginhood /'ਵ੍ਹਅ:ਜਿਨਹੁਡ/ *n* ਸ਼ੁੱਧਤਾ, ਪਵਿੱਤਰਤਾ, ਕੁਆਰਾਪਣ

Virginia /ਵ੍ਹਅ'ਜਿਨਿਅ/ *n* ਵਰਜੀਨੀਆ ਦਾ ਤਮਾਕੂ

virgin land *n* ਅਣਵਾਹੀ ਭੋਂ, ਤੱਪੜ

Virgo /'ਵ੍ਹਅ:ਗਅਉ/ *n* ਕੰਨਿਆ ਰਾਸ਼ੀ

virgule /'ਵ੍ਹਅ:ਗਯੂਲ/ *n* ਡਾਲੀ, ਸ਼ਾਖ਼, ਟਹਿਣੀ; ਡੰਡਾ, ਸੋਟੀ

virid /'ਵਿ੍ਰਿਡ/ *a* ਹਰਾ, ਸਾਵਾ

virile /'ਵਿ੍ਰਾਇਲ/ *a* ਮਰਦਾਵਾਂ, ਨਰ, ਰਿਸ਼ਟ-ਪੁਸ਼ਟ, ਤਕੜਾ, ਬਲਵਾਨ, ਤੇਜ ਵਾਲਾ, ਮਰਦਾਨਗੀ ਵਾਲਾ

virility /ਵਿ੍'ਰਿਲਅਟਿ/ *n* ਵੀਰਜ, ਮਰਦਾਊਪੁਣਾ, ਮਰਦਾਨਗੀ, ਨਰਤਵ, ਪੁਰਸ਼ਾਰਥ

virology /ˌਵ੍ਹਾਇ'ਰੌਲਅਜਿ/ *n* ਵਿਸ਼-ਅਣੂ ਵਿਗਿਆਨ, ਵਾਇਰਸ ਵਿਗਿਆਨ

virose /'ਵ੍ਹਾਇਰਅਉਸ/ *a* ਵਿਹੁਲਾ, ਵਿਸ਼ੈਲਾ, ਜ਼ਹਿਰੀਲਾ; ਬਦਬੋਦਾਰ

virous /'ਵ੍ਹਾਇਰਅਸ/ *a* ਵਿਹੁਲਾ, ਵਿਸ਼ੈਲਾ, ਜ਼ਹਿਰੀਲਾ

virtu /ਵ੍ਹਅ:'ਟੂ/ *n* ਰਸਿਕਤਾ, ਕੋਮਲ ਕਲਾ ਪ੍ਰੇਮ

virtual /'ਵ੍ਹਅ:ਚੁਅਲ/ *a* ਅਮਲੀ, ਅਸਲੀ, ਸੱਚੀ-ਮੁੱਚੀ ਦਾ, ਯਥਾਰਥਕ

virtually /'ਵ੍ਹਅ:ਚੁਅਲਿ/ *adv* ਅਸਲੀ ਤੌਰ ਉੱਤੇ

virtual memory *n* (ਕੰਪਿ) ਕੰਪਿਊਟਰ ਵਿੱਚ ਯਾਦਾਸ਼ਤ ਦੇ ਪ੍ਰਬੰਧ ਦੀ ਇੱਕ ਤਕਨੀਕ ਜਿਸ ਵਿੱਚ ਡਿਸਕ ਦੇ ਕੁਝ ਖੇਤਰ ਨੂੰ ਕੰਪਿਊਟਰ ਪ੍ਰਕਿਰਿਆਵਾਂ ਲਈ ਯਾਦਾਸ਼ਤ ਵਜੋਂ ਵਰਤਿਆ ਜਾ ਸਕਦਾ ਹੈ

virtual reality *n* (ਕੰਪਿ) ਕੰਪਿਊਟਰ ਰਾਹੀਂ ਵਿਅਕਤੀ ਦੇ ਦੁਆਲੇ ਬਣਾਏ ਬਿੰਬ ਜੋ ਅਸਲੀਅਤ ਦਾ ਭੁਲੇਖਾ ਪਾਉਂਦੇ ਹਨ

virtue /ਵ੍ਅ:ਚੂ/ *n* ਸਦਾਚਾਰ, ਨੈਤਿਕਤਾ, ਉੱਤਮਤਾ, ਨੇਕੀ, ਭਲਾਈ; ਸਤੀਤਵ, ਪਵਿੱਤਰਤਾ, ਉੱਤਮ ਗੁਣ **virtue is its own reward** ਨੇਕੀ ਕਰ ਦਰਿਆ 'ਚ ਪਾ **by (in) virtue of** ਨਾਲ, ਦੇ ਜ਼ੋਰ ਨਾਲ; ਦੇ ਸਦਕੇ; ਦੀ ਬਦੌਲਤ, ਦੇ ਕਾਰਨ

virtuoso /ˌਵ੍ਅ:ਚੁ'ਅਉਸਅਉ, -'ਅਉਜ਼ਅਉ/ *n* ਸੰਗੀਤ ਉਸਤਾਦ, ਕਲਾ ਦਾ ਮਾਹਰ, ਕਲਾ ਦਾ ਵਿਸ਼ੇਸ਼ੱਗ

virtuous /'ਵ੍ਅ:ਚੁਅਸ/ *a* ਸ਼ੁਭ ਗੁਣਾਂ ਵਾਲਾ, ਸਦਾਚਾਰੀ, ਧਰਮਾਤਮਾ, ਨੇਕ, ਭਲਾ, ਪਵਿੱਤਰ

virtuousness /'ਵ੍ਅ:ਚੁਅਸਨਅਸ/ *n* ਸਦਾਚਾਰ, ਸੱਜਣਤਾ, ਧਾਰਮਿਕਤਾ, ਨੇਕੀ, ਭਲਾਈ, ਚੰਗਿਆਈ; ਪਵਿੱਤਰਤਾ

virulence /'ਵ੍ਰਿਰਅਲਅਨਸ, -ਰਯਅਲ-/ *n* ਵਿਹੁਲਾਪਣ, ਵਿਸ਼ੈਲਾਪਣ, ਜ਼ਹਿਰੀਲਾਪਣ, ਕੁੜੱਤਣ; ਕੌੜਾਪਣ, ਘਾਤਕਤਾ; ਪ੍ਰਚੰਡਤਾ, ਸਖ਼ਤੀ, ਤੀਬਰਤਾ, ਤੇਜ਼ੀ

virulency /'ਵ੍ਰਿਰਅਲਅਨਸਿ, -ਰਯਅਲ-/ *n* ਵੇਖੋ **virulence**

virulent /'ਵ੍ਰਿਰਅਲਅਨਟ, -ਰਯਅਲ-/ *a* ਵਿਹੁਲਾ, ਵਿਸ਼ੈਲਾ, ਜ਼ਹਿਰੀਲਾ, ਘਾਤਕ, ਪ੍ਰਚੰਡ, ਤਿੱਖਾ, ਸਖ਼ਤ, ਤੇਜ਼, ਜ਼ੋਰਦਾਰ

virus /'ਵ੍ਾਇਰਅਸ/ *n* ਜ਼ਹਿਰੀਲਾ ਮਾਦਾ, ਵਿਹੁ, ਵਿਹੁ ਅਣੂ, ਛੂਤ ਨਾਲ ਫੈਲਣ ਵਾਲੀ ਜ਼ਹਿਰ, ਵਾਇਰਸ; ਦਵੈਸ਼, ਮਲੀਨਤਾ; ਕੁੜੱਤਣ, ਕੜਵਾਹਟ; (ਕੰਪਿ) ਕੰਪਿਊਟਰ ਪ੍ਰਨਾਲੀ ਨੂੰ ਨੁਕਸਾਨ ਪਹੁੰਚਾਉਣ ਵਾਲੇ ਕੁਝ ਘਾਤਕ ਸਾਫਟਵੇਅਰ ਜਾਂ ਪ੍ਰੋਗਰਾਮ

vis /ਵ੍ਸਿ/ *n* ਤਾਣ, ਬਲ, ਜ਼ੋਰ, ਸ਼ਕਤੀ

visa /'ਵ੍ੀਜ਼ਅ/ *n* ਰਾਹਦਾਰੀ, ਵੀਜ਼ਾ

visage /'ਵ੍ਜਿਜ/ *n* ਨੁਹਾਰ, ਚਿਹਨ ਚੱਕਰ, ਮੁਖੜਾ, ਚਿਹਰਾ, ਸ਼ਕਲ-ਸੂਰਤ, ਛਬ, ਦਿੱਖ, ਮੁਹਾਂਦਰਾ, ਮੜ੍ਹੰਗਾ

vis-a-vis /ˌਵੀਜ਼ ਆ 'ਵ੍ੀ/ *n* ਆਮ੍ਹਣੇ-ਸਾਮ੍ਹਣੇ ਬੈਠੇ ਵਿਅਕਤੀ, ਆਮ੍ਹਣੇ-ਸਾਮ੍ਹਣੇ ਦੀ ਸੀਟ ਜਾਂ ਗੱਡੀ *adv* ਸਨਮੁੱਖ, ਆਮ੍ਹਣੇ-ਸਾਮ੍ਹਣੇ; ਵਿਸ਼ੇ ਵਿੱਚ, ਸੰਬੰਧ ਵਿੱਚ, ਬਾਰੇ ਵਿੱਚ; ਮੁਕਾਬਲੇ

viscera /'ਵ੍ਸਿਅਰਅ/ *n* ਬਹੁ ਆਂਦਰਾਂ, ਪੇਟਾ

viscid /'ਵ੍ਸਿਡ/ *a* ਲੇਸਦਾਰ, ਚਿਪਚਿਪਾ, ਲਿਸਲਿਸਾ, ਲੁਆਬਦਾਰ

viscidity /ਵ੍ਰਿ'ਸਿਡਅਟਿ/ *n* ਚਿਪਚਿਪਾਹਟ

viscose /'ਵ੍ਸਿਕਅਉਸ, -ਕਅਉਜ਼/ *n* ਮਾਵਾ, ਕਲਫ਼, ਮਾਇਆ; ਨਕਲੀ ਰੇਸ਼ਮ ਬਣਾਉਣ ਲਈ ਵਰਤੀ ਜਾਂਦੀ ਲੇਸਦਾਰ ਵਸਤ *a* ਲੇਸਦਾਰ, ਚਿਪਚਿਪਾ

viscosity /ਵ੍ਰਿ'ਸਕੌਸਅਟਿ/ *n* ਲੇਸ, ਲੁਆਬ, ਚਿਪਚਿਪਾਪਣ

viscount /'ਵ੍ਾਇਕਾਉਨਟ/ *n* ਅਰਲ (Earl) ਤੋਂ ਛੋਟੀ ਪਦਵੀ, ਬਰਤਾਨੀਆ ਦੇ ਸ਼ਾਹੀ ਤਬਕੇ ਦੀ ਇੱਕ ਪਦਵੀ, ਉਪਸਾਮੰਤ, ਵਾਈਕਾਉਂਟ

viscous /'ਵ੍ਸਿਕਅਸ/ *a* ਚਿਪਚਿਪਾ, ਲੇਸਦਾਰ, ਲੁਆਬਦਾਰ, ਲਿਸਲਿਸਾ

vise /ਵ੍ਾਇਜ਼/ *n* ਵੇਖੋ **visa**

visibility /ˌਵ੍ਜ਼ਿਅ'ਬਿਲਅਟਿ/ *n* ਦ੍ਰਿਸ਼ਟਤਾ, ਦਿੱਸਣਯੋਗਤਾ, ਸਪਸ਼ਟਤਾ, ਪ੍ਰਤੱਖਤਾ

visible /'ਵ੍ਜ਼ਿਅਬਲ/ *a* ਦਿੱਸਦਾ, ਦ੍ਰਿਸ਼ਟੀਗੋਚਰ, ਦ੍ਰਿਸ਼ਮਾਨ, ਸਾਫ਼, ਜ਼ਾਹਰ, ਪ੍ਰਤੱਖ, ਸਪਸ਼ਟ, ਪ੍ਰਗਟ, ਵਿਅਕਤ

vision /'ਵ੍ਯ਼ਿਨ/ *n* ਦ੍ਰਿਸ਼ਟੀ, ਨਜ਼ਰ, ਨਿਗ੍ਹਾ; ਝਲਕ, ਝਾਕੀ; ਆਭਾਸ, ਸੁਪਨਾ, ਸੁਪਨੇ ਦੀ ਚੀਜ਼; ਸੂਰਤ, ਕਲਪਨਾ; ਮਿਰਗ ਤ੍ਰਿਸ਼ਨਾ, ਮਾਇਆ, ਧੋਖਾ; ਛਾਇਆ, ਭੂਤ; ਰਾਜਨੀਤਿਕ ਸੂਝ ਜਾਂ ਦੂਰਦ੍ਰਿਸ਼ਟੀ, ਰਾਜਨੀਤਿਕ ਚਤਰਤਾ *vt* ਝਾਕੀ ਦਿਖਾਉਣਾ, ਦੇਖਣਾ, ਸੁਪਨੇ ਵਿੱਚ ਦੇਖਣਾ **field of vision** ਦ੍ਰਿਸ਼ਟੀ ਖੇਤਰ

visionary /'ਵ੍ਯ਼ਿਅਨਰਿ/ *n* ਮਾਇਆਗ੍ਰਸਤ

ਬੰਦਾ, ਕਲਪਨਾ ਨਾਲ ਵਿਹਾਰ ਰੱਖਣ ਵਾਲਾ, ਭਰਮ ਵਿੱਚ ਡੁੱਬਾ ਆਦਮੀ; ਸੁਪਨੇ ਵਿੱਚ ਵੇਖਣ ਵਾਲਾ *a* ਵਹਿਮੀ, ਗ਼ੈਰਅਮਲੀ, ਕਾਲਪਨਿਕ, ਖ਼ਿਆਲੀ

visionless /'ਵਿਯ਼ਨਲਅਸ/ *a* ਦ੍ਰਿਸ਼ਟੀਹੀਣ, ਅੰਨ੍ਹਾ, ਜੋਤਹੀਣ

visit /'ਵਿਜ਼ਿਟ/ *n* ਮੁਲਾਕਾਤ, ਦਰਸ਼ਨ, ਸਾਖਿਆਤਕਾਰ, ਭੇਟ, ਮੇਲ; ਦੌਰਾ, ਫੇਰੀ; ਨਿਰੀਖਣ, ਮੁਆਇਨਾ *v* ਮੁਲਾਕਾਤ ਕਰਨਾ, ਦਰਸ਼ਨ ਕਰਨਾ; ਮਿਲਨ ਜਾਣਾ; ਮਹਿਮਾਨ ਵਜੋਂ ਜਾਣਾ; ਨਿਰੀਖਣ ਜਾਂ ਮੁਆਇਨਾ ਕਰਨ ਜਾਣਾ; ਹਮਲਾ ਕਰਨਾ ਜਾਂ ਹੋਣਾ (ਬਿਮਾਰੀ ਆਦਿ ਦਾ); (ਸੰਕਟ) ਆਉਣਾ

visitation /,ਵਿਜ਼ਿ'ਟੇਇਸ਼ਨ/ *n* ਦੌਰਾ, ਮੁਆਇਨਾ; ਰੱਬੀ ਮਾਰ, ਅਜ਼ਾਬ

visiting /'ਵਿਜ਼ਿਟਿਙ/ *n* ਮੁਲਾਕਾਤ, ਦਰਸ਼ਨ, ਮਹਿਮਾਨੀ; ਨਿਰੀਖਣ, ਮੁਆਇਨਾ

visiting card *n* ਮੁਲਾਕਾਤ ਪੱਤਰ

visiting hours *n* ਮੁਲਾਕਾਤ ਦਾ ਸਮਾਂ

visiting Professor *n* ਮਹਿਮਾਨ ਪ੍ਰੋਫ਼ੈਸਰ

visitor /'ਵਿਜ਼ਿਟਅ*/ *n* ਮੁਲਾਕਾਤੀ, ਦਰਸ਼ਕ, ਮਿਲਨ ਲਈ ਆਇਆ ਬੰਦਾ; ਪਰਾਹੁਣਾ, ਅਤਿਥੀ, ਮਹਿਮਾਨ; ਮੁਆਇਨਾ ਜਾਂ ਨਿਰੀਖਣ ਕਰਨ ਵਾਲਾ ਵਿਅਕਤੀ

visitors gallery *n* ਦਰਸ਼ਕ ਗੈਲਰੀ

visor, vizor /'ਵਾਇਜ਼ਅ*/ *n* ਚਿਹਰਾ-ਮੋਹਰਾ, ਮੜੰਗਾ, ਨੈਣ-ਨਕਸ਼, ਮੂੰਹ-ਮੱਥਾ; ਟੋਪੀ ਦਾ ਨੀਵਾਂ ਹਿੱਸਾ, ਟੋਪੀ ਦਾ ਛੱਜਾ ਜਾਂ ਪਰਦਾ

vista /'ਵਿਸਟਅ/ *n* ਦੋ ਪੰਗਤਾਂ ਦੇ ਵਿੱਚ ਵਾਲੀ ਵਿਹਲੀ ਥਾਂ, ਦ੍ਰਿਸ਼, ਪਹਿਲਾਂ ਵਾਪਰ ਚੁੱਕੀਆਂ ਘਟਨਾਵਾਂ ਦੀ ਝਾਕੀ, ਦੂਰਝਾਤ

visual /'ਵਿਯ਼ੂਅਲ/ *a* ਦ੍ਰਿਸ਼ਟੀਗਤ, ਦ੍ਰਿਸ਼ਟੀ ਸੰਬੰਧੀ, ਦਰਸ਼ਨੀ; ਨੇਤਰੀ

visual aid *n* (ਲੋਕਾਂ ਨੂੰ ਸਿੱਧੇ ਰਸਤੇ ਪਾਉਣ ਲਈ ਦੂਰਦਰਸ਼ੀ ਪ੍ਰੋਗਰਾਮ, ਦਰਸ਼ੀ ਸਾਧਨ, ਫਿਲਮੀ ਸਾਧਨ

visuality /,ਵਿਯ਼ੁ'ਐਲਿਟਿ/ *n* ਨਜ਼ਰ, ਦ੍ਰਿਸ਼ਟੀ

visualization /,ਵਿਯ਼ੁਅਲਾਇ'ਜ਼ੇਇਸ਼ਨ/ *n* ਸਪਸ਼ਟੀਕਰਨ, ਸਪਸ਼ਟ ਦਰਸ਼ਨ; ਦ੍ਰਿਸ਼ਟੀਗਤ ਚਿਤਰਨ

visualize /'ਵਿਯ਼ੁਅਲਾਇਜ਼/ *vt* ਦ੍ਰਿਸ਼ਟੀਗੋਚਰ ਕਰਨਾ, ਬਾਹਰਲਾ ਰੂਪ ਦੇਖਣਾ; ਵਿਅਕਤ ਕਰਨਾ

vita glass /'ਵਾਇਟਅ ਗਲਾਸ/ *n* ਪਰਾ-ਬੈਂਗਣੀ ਕਿਰਨਾਂ ਨੂੰ ਨਾ ਲੰਘਣ ਦੇਣ ਵਾਲਾ ਸ਼ੀਸ਼ਾ, ਕਿਰਨ ਗਰਾਹੀ ਕੱਚ

vital /'ਵਾਇਟਲ/ *a* (in ਬਹੁ) ਪ੍ਰਾਣ ਆਧਾਰ (ਸਰੀਰਕ ਅੰਗ), ਜਾਨਦਾਰ, ਜਿਊਂਦਾ, ਜੀਵਨਮਈ, ਸਜਿੰਦ, ਜੀਵਨਦਾਤਾ; ਮਹੱਤਵਪੂਰਨ, ਅਤਿ ਲੋੜੀਂਦਾ; ਨਾਜ਼ਕ (ਥਾਂ ਜਾਂ ਅੰਗ ਜਿੱਥੇ ਸੱਟ ਲੱਗਣ ਨਾਲ ਜੀਵ ਦੀ ਮੌਤ ਹੋ ਜਾਂਦੀ ਹੈ), ਮਾਰਮਕ

vitalism /'ਵਾਇਟ(ਅ)ਲਿਜ਼ਅਮ/ *n* ਜੀਵਨ ਤੱਤਵਾਦ, ਜੀਵਨਵਾਦ, ਜੀਵਵਾਦ, ਪ੍ਰਾਣਵਾਦ

vitality /ਵਾਇ'ਟੈਲਅਟਿ/ *n* ਸਜੀਵਤਾ, ਜੀਵਨ ਤੱਤ, ਪ੍ਰਾਣ ਸ਼ਕਤੀ, ਜਾਨ, ਜੀਵਨ ਸ਼ਕਤੀ

vitamin /'ਵਿਟਅਮਿਨ/ *n* ਜੀਵਨ ਤੱਤ, ਖ਼ੁਰਾਕ ਅੰਸ਼, ਵਿਟਾਮਿਨ

vitelline /ਵਿ'ਟੈੱਲਾਇਨ/ *a* ਆਂਡੇ ਦੀ ਜ਼ਰਦੀ ਵਰਗਾ

vitellus /ਵਿ'ਟੈੱਲਅਸ/ *n* ਆਂਡੇ ਦੀ ਜ਼ਰਦੀ

vitiate /'ਵਿਸ਼ਿਏਇਟ/ *vt* ਭਿੱਟਣਾ, ਦੂਸ਼ਿਤ ਕਰਨਾ, ਭ੍ਰਿਸ਼ਟ ਕਰਨਾ, ਵਿਗਾੜਨਾ, ਖ਼ਰਾਬ ਕਰਨਾ; ਨਕਾਰਾ ਕਰਨਾ

viticulture /'ਵਿਟਿਕਅੱਲਚਅ*, 'ਵਾਇਟਿ-/ *n* ਅੰਗੂਰਾਂ ਦੀ ਖੇਤੀ, ਅੰਗੂਰ ਉਤਪਾਦਨ

vitreous /'ਵਿਟਰਿਅਸ/ *a* ਕੱਚ ਦਾ, ਕੱਚਮਈ, ਕੱਚ ਵਰਗਾ

vitriol /'ਵਿਟਰਿਅਲ/ *n* ਗੰਧਕੀ ਤਿਜ਼ਾਬ, ਗੰਧਕ ਦੇ ਤਿਜ਼ਾਬ ਦਾ ਕੋਈ ਲੂਣ; ਕਰੜੀ ਨੁਕਤਾਚੀਨੀ, ਚੁਭਵੀਂ ਆਲੋਚਨਾ ਜਾਂ ਭਾਸ਼ਣ, ਲਾ

ਕੇ ਕੀਤੀ ਗੱਲ, ਕਟਾਖਸ਼, ਵਿਅੰਗ ਭਰੀ ਨਿੰਦਾ

vitriolic /ˌਵ੍ਹਿਟਰਿ'ਔਲਿਕ/ *a* (ਗੱਲ) ਗੁੱਸੇ ਭਰੀ, ਕ੍ਰੋਧਮਈ, ਚੁਭਵੀਂ, ਕਟਾਖਸ਼ ਭਰੀ

vitro /'ਵ੍ਹੀਟਰਅਉ/ *a* (ਜੀਵ) ਜ਼ਿੰਦਾ ਸਰੀਰ ਤੋਂ ਬਾਹਰ, ਵਿਗਿਆਨਿਕ ਉਪਕਰਨ ਨਾਲ

vituperate /ਵ੍ਹਿ'ਟਯੂਪਅਰੇਇਟ/ *vt* ਡਾਂਟਣਾ, ਫਿਟਕਾਰਨਾ, ਬੁਰਾ-ਭਲਾ ਆਖਣਾ, ਲਾਹਨਤ ਦੇਣਾ, ਗਾਲ੍ਹਾਂ ਦੇਣਾ

viva /'ਵ੍ਹੀਵ੍ਹਅ/ *n* ਜ਼ਿੰਦਾਬਾਦ ! *int* ਜੁਗ-ਜੁਗ ਜੀਵੇ

vivacious /ਵ੍ਹਿ'ਵ੍ਹੇਇਸ਼ਅਸ/ *a* ਖ਼ੁਸ਼ ਰਹਿਣਾ, ਮੌਜੀ, ਸਜੀਵ, ਪ੍ਰਫੁੱਲਤ, ਉੱਲਾਸਪੂਰਨ, ਉਤਸ਼ਾਹਪੂਰਨ, ਜੁਸ਼ੀਲਾ, ਜ਼ਿੰਦਾਦਿਲ; ਪ੍ਰਬਲ, ਸਬਲ, ਜ਼ੋਰਦਾਰ; ਸਦਾ-ਬਹਾਰ ਜਾਂ ਬਾਰਾਂ ਮਹੀਨੇ ਹੋਣ ਵਾਲੀ (ਬਨ)

vivaciousness /ਵ੍ਹਿ'ਵ੍ਹੇਇਸ਼ਅਸਨਅਸ/ *n* ਉਤਸ਼ਾਹ, ਜ਼ਿੰਦਾਦਿਲੀ

vivacity /ਵ੍ਹਿ'ਵ੍ਹੈਸਅਟਿ/ *n* ਜ਼ਿੰਦਾਦਿਲੀ, ਸਜੀਵਤਾ, ਉਤਸ਼ਾਹ, ਪ੍ਰਫੁੱਲਤਾ, ਜੋਸ਼

vivarium /ਵ੍ਹਾਇ'ਵ੍ਹੇਅਰਿਅਮ, ਵ੍ਹਿ'ਵ੍ਹੇ-/ *n* ਚਿੜੀਆ ਘਰ, ਪਸ਼ੂਸ਼ਾਲਾ

vivary /'ਵ੍ਹਾਇਵ੍ਹ(ਅ)ਰਿ/ *n* ਚਿੜੀਆ ਘਰ, ਪਸ਼ੂਸ਼ਾਲਾ

viva voce /ˌਵ੍ਹਾਇਵ੍ਹਅ 'ਵ੍ਹਅਉਚਿ/ *n* ਜ਼ੁਬਾਨੀ ਪ੍ਰੀਖਿਆ, ਮੌਖਿਕ ਪ੍ਰੀਖਿਆ *a* ਜ਼ੁਬਾਨੀ, ਮੌਖਿਕ, ਵਾਚਕ, ਮੂੰਹ ਬੋਲਾ *adv* ਜ਼ੁਬਾਨੀ ਢੰਗ ਨਾਲ, ਮੌਖਿਕ ਤੌਰ 'ਤੇ

vive /ਵ੍ਹੀਵ੍ਹ/ *(F) int* ਜ਼ਿੰਦਾਬਾਦ! ਅਮਰ ਰਹੇ!

vivers /'ਵ੍ਹਾਇਵ੍ਹਅਜ਼/ *n pl* ਖਾਣ ਦੀਆਂ ਚੀਜ਼ਾਂ, ਰਸਦ, ਭੋਜਨ ਸਾਮਗਰੀ, ਭੋਜ ਪਦਾਰਥ

vivid /'ਵ੍ਹਿਵ੍ਹਿਡ/ *a* ਜਿਊਂਦੀ, ਸਜੀਵ; ਸਪਸ਼ਟ; ਭੜਕੀਲਾ, ਚਟਕੀਲਾ, ਚਮਕਦਾਰ; ਬਲਸ਼ਾਲੀ, ਸ਼ਕਤੀਸ਼ਾਲੀ; ਤੀਬਰ, ਤੇਜ਼, ਓਜਪੂਰਨ, ਪ੍ਰਭਾਵਮਈ

vividity, vividness /ਵ੍ਹਿ'ਵ੍ਹਿਡਿਟੀ, 'ਵ੍ਹਿਵ੍ਹਿਡਨਅਸ/ *n* ਜ਼ਿੰਦਾਦਿਲੀ, ਸਜੀਵਤਾ; ਸਪਸ਼ਟਤਾ, ਚਟਕ-ਮਟਕ, ਭੜਕ; ਸ਼ਕਤੀਸ਼ਾਲੀ ਹੋਣ ਦਾ ਗੁਣ

vivify /'ਵ੍ਹਿਵ੍ਹਿਫ਼ਾਇ/ *vt* ਜੀਵਨ ਦੇਣਾ, ਜੀਵਿਤ ਕਰਨਾ, ਸਜੀਵ ਕਰਨਾ, ਜਾਨ ਪਾਉਣਾ, ਜਿਊਂਦਾ ਕਰ ਵਿਖਾਉਣਾ; ਤੇਜ਼ ਜਾਂ ਤੀਬਰ ਕਰਨਾ

viviparous /ਵ੍ਹਿ'ਵ੍ਹਿਪਅਰਅਸ/ *a* ਜੇਰਜ (ਜੰਤੂ)

vivisect /ˌਵ੍ਹਿਵ੍ਹਿ'ਸੈੱਕਟ/ *vt* (ਵਿਗਿਆਨਿਕ ਖੋਜ ਲਈ) ਜਿਊਂਦਿਆਂ ਚੀਰ-ਫਾੜ ਕਰਨਾ

vivisection /ˌਵ੍ਹਿਵ੍ਹਿ'ਸੈੱਕਸ਼ਨ/ *n* (ਜਿਊਂਦੇ ਪ੍ਰਾਣੀ ਦੀ) ਚੀਰ-ਫਾੜ, ਅੰਗ-ਛੇਦ; ਕਰੜੀ ਆਲੋਚਨਾ

vixen /'ਵ੍ਹਿਕਸਨ/ *n* ਲੂੰਬੜੀ; ਕਲਜੋਗਣ, ਕਲਹਿਣੀ ਔਰਤ

viz /ਵ੍ਹਿਜ਼/ *adv* ਅਰਥਾਤ, ਯਾਨੀ

vizard, vizor /'ਵ੍ਹਿਜ਼ਅਡ/ *n* ਵੇਖੋ **visor** ਟੋਪੀ ਦਾ ਛੱਜਾ, (ਇਤਿ) ਨਕਾਬ

vizor /'ਵ੍ਹਾਇਜ਼ਅ*/ *n* ਵੇਖੋ **visor**

vocable /'ਵ੍ਹਅਉਕਅਬਲ/ *n* ਪਦ, ਸ਼ਬਦ, ਬੋਲ

vocabulary /ਵ੍ਹਅ'ਕੈਬਯਅਲਅਰਿ/ *n* ਸ਼ਬਦਾਵਲੀ, ਸ਼ਬਦ ਭੰਡਾਰ, ਸ਼ਬਦ-ਸੰਗ੍ਰਹਿ; ਸ਼ਬਦ-ਕੋਸ਼

vocal /'ਵ੍ਹਅਉਕਲ/ *a* ਉਚਰਿਤ, ਸਵਰਮਈ, ਧੁਨੀਮਈ; ਜ਼ੋਰ ਨਾਲ ਮਤ ਪ੍ਰਗਟ ਕਰਨ ਵਾਲਾ *n* ਸਵਰ, ਉਚਾਰਨ; (ਰੋਮਨ ਕੈਥੋਲਿਕ) ਗਿਰਜੇ ਦਾ ਅਧਿਕਾਰੀ

vocal cord *n* ਸਵਰ ਤੰਤੂ

vocalism /'ਵ੍ਹਅਉਕ(ਅ)ਲਿਜ਼ਅਮ/ *n* ਸਵਰ ਸਾਧਨਾ, ਸਵਰ ਵਿਵਸਥਾ

vocalize /'ਵ੍ਹਅਉਕਅਲਾਇਜ਼/ *v* ਸ਼ਬਦਾਂ ਰਾਹੀਂ ਵਿਅਕਤ ਕਰਨਾ, ਬੋਲ ਕੇ ਪ੍ਰਭਾਵਿਤ ਕਰਨਾ, ਸਵਰਾਂ ਦਾ ਉਚਾਰਨ ਕਰਨਾ, ਬੋਲਾਂ ਰਾਹੀਂ ਦੱਸਣਾ

vocal music *n* ਕੰਠ ਸੰਗੀਤ, ਗਾਇਣ

vocation /ਵ੍ਹਅਉ'ਕੇਇਸ਼ਨ/ *n* ਪੁਕਾਰ, ਮਨਾਦੀ, ਬੁਲਾਵਾ; ਕਿੱਤਾ, ਕਸਬ, ਰੁਜ਼ਗਾਰ, ਪੇਸ਼ਾ, ਜੀਵਨ ਨਿਰਬਾਹ

vocational /ਵ੍ਹਅਉ'ਕੇਇਸ਼ਅਨਲ/ *a* ਪੇਸ਼ੇ ਜਾਂ

ਰੁਜ਼ਗਾਰ ਸੰਬੰਧੀ, ਵਿਵਸਾਇਕ

vocative /'ਵੌਂਕਅਟਿਵ/ *n* ਸੰਬੋਧਨ ਪਦ, ਸੰਬੋਧਨ ਕਾਰਕ *a* ਸੰਬੋਧਕ

vociferate /ਵ(ਅ(ਉ)'ਸਿਫ਼ਅਰੇਇਟ/ *vt* ਕੂਕਣਾ, ਕਿਲਕਾਰੀਆਂ ਮਾਰਨਾ, ਚੀਕਣਾ, ਚਿੱਲਾਉਣਾ, ਰੌਲਾ ਪਾਉਣਾ, ਸ਼ੋਰ ਮਚਾਉਣਾ

vociferous /ਵ੍ਅ'ਸਿਫ਼ਅਰਅਸ/ *a* ਉੱਚੀ ਅਵਾਜ਼ ਵਾਲਾ, ਚੀਕਵੀਂ (ਅਵਾਜ਼), ਰੋਹਬ ਦਾਬ ਵਾਲੇ (ਬੋਲ)

vodka /'ਵੌਂਡਕਅ/ *n* (ਅਨਾਜ) ਤੋਂ ਬਣਾਈ ਰੂਸੀ ਸ਼ਰਾਬ, ਵੋਦਕਾ

voe /ਵ੍ਅਉ/ *n* ਖਾੜੀ

vogal, vogle /'ਵ੍ਅਉਗਲ/ *n* ਗੁਫਾ, ਕੰਦਰ, ਖੋਹ

vogue /ਵ੍ਅਉਗ/ *n* ਚਾਲ, ਦਸਤੂਰ, ਰਿਵਾਜ; ਚਾਲੂ ਜਾਂ ਪ੍ਰਚਲਿਤ ਪ੍ਰਯੋਗ **in vogue** ਪ੍ਰਚਲਿਤ, ਫ਼ੈਸ਼ਨ ਵਿੱਚ, ਵਰਤੋਂ ਵਿੱਚ

voice /ਵੌਂਇਸ/ *n* ਬਾਣੀ, ਸੁਰ, ਨਾਦ, ਧੁਨੀ, ਸ਼ਬਦ, ਬੋਲ, ਅਵਾਜ਼; ਸੁਰ ਸਘੋਸ਼ ਉਚਾਰਨ; ਪ੍ਰਗਟਾਅ; ਵਿਚਾਰ, ਮੱਤ; ਚੀਕ, ਪੁਕਾਰ; ਆਗਿਆ, ਹੁਕਮ; ਬੋਲਣ ਜਾਂ ਰਾਏ ਦੇਣ ਦਾ ਹੱਕ; (ਵਿਆ) ਵਾਚ *vt* ਉਚਾਰਨਾ, ਆਖਣਾ, ਬੋਲਣਾ, ਕਹਿਣਾ; ਰਾਏ ਦੇਣਾ, ਵਿਚਾਰ ਜ਼ਾਹਿਰ ਕਰਨਾ; ਪ੍ਰਗਟ ਕਰਨਾ **active voice** ਕਰਤਰੀ ਵਾਚ **impersonal voice** ਭਾਵ ਵਾਚ **passive voice** ਕਰਮ ਵਾਚ **the voice of the people is the voice of God** ਅਵਾਜ਼ ਇ ਖ਼ਲਕ ਨੱਕਾਰਾ ਇ ਖ਼ੁਦਾ **with one voice** ਸਰਬਸੰਮਤੀ ਨਾਲ, ਇਕਮੱਤ ਹੋ ਕੇ

voicemail /'ਵੌਂਇਸਮੇਇਲ/ *n* ਬਿਜਲਾਣੂ ਵਿਧੀ ਜਿਸ ਰਾਹੀਂ ਟੈਲੀਫੋਨ ਰਾਹੀਂ ਭੇਜੇ ਸੰਦੇਸ਼ ਰਿਕਾਰਡ ਕੀਤੇ ਜਾਂਦੇ ਹਨ

void /ਵੌਂਇਡ/ *a* ਖ਼ਾਲੀ, ਵੈਰਾਨ, ਸੁੰਨਾ; ਨਾਜਾਇਜ਼; ਵਿਅਰਥ, ਨਿਸ਼ਫਲ, ਨਿਰਾਰਥਕ, ਪ੍ਰਭਾਵਹੀਣ, ਨਿਕੰਮਾ *n* ਖ਼ਾਲੀ ਜਾਂ ਸੁੰਨੀ ਥਾਂ, ਵੈਰਾਨ ਜਗ੍ਹਾ; ਖ਼ਲਾਅ, ਸੁੰਨਾਪਣ *vt* ਖ਼ਾਲੀ ਕਰਨਾ, ਛੱਡਣਾ **null and void** ਰੱਦ, ਮਨਸੂਖ **void marriage** *n* ਨਾਜਾਇਜ਼ ਵਿਆਹ **void of** *a* ਖ਼ਾਲੀ, ਸੁੰਨਾ, ਸੱਖਣਾ **void space** *n* ਖ਼ਾਲੀ ਥਾਂ, ਸੰਨ

voile /ਵੌਂਇਲ/ *n* ਵਾਇਲ ਦਾ ਕੱਪੜਾ

volant /'ਵ੍ਅਉਲਅਨਟ/ *a* ਉਡਾਰ, ਉਡਾਰੂ, ਤੇਜ਼, ਚੁਸਤ, ਫੁਰਤੀਲਾ; ਤਤਪਰ, ਉਤਾਵਲਾ; ਚਲਾਕ, ਚਤਰ, ਹੁਸ਼ਿਆਰ

volatile /'ਵੌਂਲਅਟਾਇਲ/ *a* ਬੁਖ਼ਾਰਾਤੀ, ਉਡੱਣਹਾਰ, ਵਾਸ਼ਪੀ, ਭਾਫ (ਬੁਖ਼ਾਰਾਤ) ਬਣ ਕੇ ਉਡ ਜਾਣ ਵਾਲਾ; ਸਜੀਵ, ਜਾਨਦਾਰ, ਜ਼ਿੰਦਾ-ਦਿਲ; ਪਰਿਵਰਤਨਸ਼ੀਲ; ਚੰਚਲ

volatilization /ਵੌਂ,ਲੈਟਿਲਾਇ'ਜ਼ੇਇਸ਼ਨ/ *n* ਵਾਸ਼ਪੀਕਰਨ

volcano /ਵੌਂਲ'ਕੇਇਨਅਉ/ *n* ਜੁਆਲਾਮੁਖੀ ਪਹਾੜ

volcanology /,ਵੌਂਲਕਅ'ਨੌਲਅਜਿ/ *n* ਜੁਆਲਾਮੁਖੀ ਪਰਬਤ ਵਿਗਿਆਨ

vole /ਵ੍ਅਉਲ/ *n* ਚੂਹੇ ਵਰਗਾ ਇੱਕ ਜੀਵ, ਘੀਸ; ਤਾਸ਼ ਦੇ ਸਾਰੇ ਪੱਤੇ ਜਿੱਤ ਲੈਣ ਦੀ ਕਿਰਿਆ, ਪੂਰਨ ਵਿਜੇ *v* ਸਾਰੀਆਂ ਚਾਲਾਂ ਮਾਤ ਕਰਨਾ, ਸਾਰੇ ਪੱਤੇ ਹਥਿਆ ਲੈਣਾ

volition /ਵ੍ਅ'ਲਿਸ਼ਨ/ *n* ਸੰਕਲਪ; ਇੱਛਾ ਸ਼ਕਤੀ, ਕਾਮਨਾ ਸ਼ਕਤੀ; ਮਰਜ਼ੀ, ਪਸੰਦ, ਚਾਹ, ਇਰਾਦਾ; ਚੇਸ਼ਠਾ, ਪ੍ਰਵਿਰਤੀ

volley /'ਵੌਂਲਿ/ *n* ਗੋਲੀਆਂ ਜਾਂ ਤੀਰਾਂ ਦੀ ਵਰਖਾ, ਅਸਤਰ ਵਰਖਾ, ਭਰਮਾਰ; ਬਿਨਾਂ ਟੱਪਾ ਪੈਣ ਤੋਂ ਗੇਂਦ ਸੁੱਟਣਾ *vt* (ਗੋਲੀਆਂ ਜਾਂ ਤੀਰਾਂ ਦੀ) ਵਰਖਾ ਕਰਨਾ, ਵਾਛੜ ਕਰਨਾ, ਰਲ ਕੇ ਵਰ੍ਹਾਉਣਾ **half-volley** ਖੁੱਦੋ ਦਾ ਅੱਧਾ ਟੱਪਾ

volley-gun *n* ਗੋਲੀਆਂ ਦੀ ਵਾਛੜ ਕਰ ਦੇਣ ਵਾਲੀ ਤੋਪ

volplane /'ਵੌਂਲਪਲੇਇਨ/ *vi* ਹਵਾਈ ਜਹਾਜ਼ ਦਾ ਇੰਜਣ ਦੀ ਵਰਤੋਂ ਤੋਂ ਬਿਨਾਂ ਹੇਠਾਂ ਧਰਤੀ ਉੱਤੇ ਉੱਤਰਨਾ, ਗਲਾਇਡਰ ਵਾਂਗ ਉਡੱਣਾ *n* ਅਜਿਹਾ

ਉਤਾਰਾ

volt /**ਵ੍ਅਉਲਟ, ਵ੍ਾੌਲਟ**/ *n* ਬਿਜਲੀ ਦੇ ਮਾਪ ਦੀ ਇਕਾਈ, ਵੋਲਟ *vi* ਛਾਲ ਮਾਰਨਾ

voltage /**'ਵ੍ਅਉਲਟਿਜ**/ *n* ਬਿਜਲੀ ਦੀ ਊਰਜਾ ਦਾ ਪੱਧਰ, ਵੋਲਟਿਜ, ਵੋਲਟਤਾ

voltameter /**ਵ੍ਾੌਲ'ਟੈਮਿਟਅ***/ *n* ਬਿਜਲੀ ਧਾਰਾ ਮਾਪਕ ਯੰਤਰ, ਵੋਲਟਾਮੀਟਰ

volte /**'ਵ੍ਾੌਲਟਿ**/ *n* ਪੈਂਤੜਾ, ਪੈਂਤੜੇਬਾਜ਼ੀ

volte-face /**,ਵ੍ਾੌਲਟ 'ਫ਼ਾਸ**/ *(F) n* ਪਾਸਾ ਬਦਲੀ, ਪਲਟਾ; (ਸਿਆਸਤ ਵਿੱਚ) ਪਾਸਾ ਬਦਲਨ, ਉਲਟਾ ਪੈਂਤੜਾ

voltmeter /**'ਵ੍ਅਉਲਟਮੀਟਅ***/ *n* ਵੋਲਟਮਾਪਕ, ਵੋਲਟਮਾਪੀ

voluble /**'ਵ੍ਾੌਲਯੁਬਲ**/ *a* ਗੁੰਝਲਦਾਰ, ਪੇਚੀਦਾ; ਬੜਬੋਲਾ, ਬਕਵਾਸੀ; ਧਾਰਾਵਾਹਕ, ਚੱਕਰ ਕੱਟਣ ਵਾਲਾ, ਘੁੰਮਣ ਵਾਲਾ; ਚੰਚਲ

volume /**'ਵ੍ਾੌਲਯੂਮ**/ *n* ਬੀੜ, ਗ੍ਰੰਥ, ਸੈਂਚੀ, ਭਾਗ, ਖੰਡ, ਗ੍ਰੰਥ ਖੰਡ, ਜਿਲਦ; ਪੁਸਤਕਾਂ ਦਾ ਪ੍ਰਾਚੀਨ ਰੂਪ; ਘਣ-ਫਲ, ਆਇਤਨ, ਸਮਾਈ, ਘਣਤਾ; ਮਾਤਰਾ, ਰਾਸ਼ੀ, ਵਿਸਤਾਰ, ਆਕਾਰ; (ਸੰਗੀ) ਪੂਰੀ ਸੁਰ, ਧੁਨੀ ਦੀ ਪੂਰਨਤਾ

voluminous /**ਵ੍ਅ'ਲੂਮਿਨਅਸ**/ *a* ਕੁੰਡਲਦਾਰ, ਪੇਚਦਾਰ, ਚੱਕਰਦਾਰ; ਕਈ ਖੰਡਾਂ ਦਾ, ਅਨੇਕ ਹਿੱਸਿਆਂ ਦਾ; ਵਿਸਤਾਰਮਈ, ਭਾਰਾ; ਲੰਮਾ ਚੌੜਾ, ਵੱਡਾ ਸਾਰਾ

voluntarily /**'ਵ੍ਾੌਲਅਨਟ(ਅ)ਰਿਲਿ**/ *adv* ਮਰਜ਼ੀ ਨਾਲ, ਆਪਣੇ ਆਪ, ਮਨ ਤੋਂ, ਸਵੈਇੱਛਾ ਪੂਰਵਕ

voluntary /**'ਵ੍ਾੌਲਅਨਟਰਿ**/ *n* (ਗਿਰਜੇ ਦਾ) ਆਰਗਨ ਵਾਜਾ; (ਸੈਨਾ ਵਿੱਚ) ਸਵੈਇੱਛਤ ਭਰਤੀ ਵਿੱਚ ਵਿਸ਼ਵਾਸ *a* ਸਵੈਇੱਛਤ, ਆਪਣੇ ਵੱਸ ਦਾ, ਮਨਮਰਜ਼ੀ ਦਾ, ਇਖ਼ਤਿਆਰੀ

volunteer /**,ਵ੍ਾੌਲਅਨ'ਟਿਅ***/ *n* ਵਲੰਟੀਅਰ, ਸਵੈਸੇਵਕ; ਸਵੈਇੱਛਕ ਸੈਨਾ, ਸਵੈਇੱਛਾ ਨਾਲ ਭਰਤੀ ਹੋਣ ਵਾਲਾ ਵਿਅਕਤੀ *v* ਸਵੈਇੱਛਾ ਜਾਂ ਮਨਮਰਜ਼ੀ ਨਾਲ ਕੰਮ ਕਰਨਾ; ਬਿਨਾਂ ਮੰਗਿਆ ਦੇਣਾ, ਅਰਪਣ ਕਰਨਾ, ਪੇਸ਼ ਕਰਨਾ

volunteer corps *n* ਰਜ਼ਾਕਾਰ ਸੈਨ ਵਲੰਟੀਅਰਾਂ ਦੀ ਫ਼ੌਜ

voluptuary /**ਵ੍ਅ'ਲਅੱਪਚੁਅਰਿ**/ *n* ਵਿਸ਼ ਅਤੇ ਵਿਲਾਸੀ ਆਦਮੀ, ਭੋਗੀ ਅਤੇ ਕਾਮੀ ਮਨੁੱ *a* ਵਿਸ਼ਈ, ਵਿਲਾਸੀ, ਭੋਗੀ, ਕਾਮੀ, ਵਿਭਚਾਰ ਅੱਯਾਸ਼

voluptuous /**ਵ੍ਅ'ਲਅੱਪਚੁਅਸ**/ *a* ਐ ਭਰਿਆ, ਕਾਮੁਕ, ਵਾਸ਼ਨਾਮਈ

volute /**ਵ੍ਅ'ਲੂਟ**/ *n* ਚੱਕਰਦਾਰ ਸੰਖ, ਘੋ ਦੀ ਇੱਕ ਕਿਸਮ *a* ਕੁੰਡਲਦਾਰ, ਚੂੜੀਦਾਰ ਚੱਕਰਦਾਰ, ਪਲਸੇਟਵਾਂ

volution /**ਵ੍ਅ'ਲੂਸ਼ਨ**/ *n* ਵਲ, ਵਲਾਵ ਕੁੰਡਲੀ, ਚੱਕਰ, ਲਪੇਟ

vomer /**'ਵ੍ਅਉਮਅ***/ *n* ਨੱਕ ਦੀ ਘੋੜੀ, ਨੱ ਦੀ ਹੱਡੀ

vomit /**'ਵ੍ਾੌਮਿਟ**/ *n* ਉਗਲੱਛਣ ਦੀ ਕਿਰਿਅ ਡਾਕੀ, ਉਬਾਕੀ, ਕੈ, ਉਲਟੀ, ਉਪਰਛੱ (ਆਉਣਾ) *v* (ਜੁਆਲਾਮੁਖੀ ਦਾ) ਲਾਵ ਉਗਲੱਛਣਾ

vomiting /**'ਵ੍ਾੌਮਿਟਿਙ**/ *n* ਕੈ, ਉਕਾਰੀ, ਉਲਟੀ ਉਪਰਛੱਲ

voodoo /**'ਵ੍ਵੂਡੂ**/ *n* ਭੂਤ ਵਿੱਦਿਆ ਦਾ ਵਿਹਾਰ ਜਾਦੂ ਦੀ ਵਰਤੋਂ, ਭੂਤ ਚੁੜੇਲ; ਜਾਦੂਗਰ, ਟੂਣੇ ਟਾਮਣ ਕਰਨ ਵਾਲਾ ਆਦਮੀ *vt* ਜਾਦੂ ਨਾਲ ਮੋ ਲੈਣਾ ਜਾਂ ਸਤਾਉਣਾ

voodooism /**'ਵ੍ਵੂਡੂਇਜ਼ਅਮ**/ *n* ਤੰਤਰਵਾਦ, ਜਾ ਵਿੱਦਿਆ, ਕਾਲਾ ਇਲਮ

voracious /**ਵ੍ਅ'ਰੇਇਸ਼ਅਸ**/ *a* ਹਾਬੜਿਆ ਭੁੱਖਾ, ਭੁੱਖੜ, ਖਾਊ, ਪੇਟੂ

voraciousness /**ਵ੍ਅ'ਰੇਇਸ਼ਅਸਨਅਸ**/ ਭੋਖੜਾ, ਭੁੱਖਮਰੀ

vortex /**'ਵ੍ਾੋਟੈਕੱਸ**/ *n* ਚੱਕਰ, ਘੁੰਮਣਘੇਰੀ, ਭੰਵ

votaress /**'ਵ੍ਅਉਟਰਿਸ**/ *n* ਪੁਜਾਰਨ

ਭਗਤਣੀ

otarist, votary /'ਵ੍ਅਉਟਅਰਿਸਟ, 'ਵ੍ਅਉਟਅਰਿ/ *n* ਉਪਾਸਕ, ਭਗਤ, ਪੁਜਾਰੀ, ਸੇਵਕ, ਦਾਸ

ote /ਵ੍ਅਉਟ/ *n* ਵੋਟ, ਰਾਏ, ਸੰਮਤੀ, ਮੱਤ; ਵੋਟ ਦਾ ਹੱਕ; ਵੋਟ ਵਾਲੀ ਪਰਚੀ, ਮਤ ਪੱਤਰ *v* ਵੋਟ ਪਾਉਣਾ, ਰਾਏ ਦੇਣਾ, ਮੱਤ ਦੇਣਾ; ਵਿਧਾਨ ਬਣਾਉਣਾ; ਦ੍ਰਿੜ੍ਹ ਸੰਕਲਪ ਕਰਨਾ, ਨਿਸ਼ਚਾ ਕਰਨਾ; ਘੋਸ਼ਣਾ ਕਰਨਾ **casting vote** ਨਿਰਨਾਇਕ ਵੋਟ

ote by ballot *n* ਗੁਪਤ ਮਤਦਾਨ, ਪਰਚੀਆਂ ਨਾਲ ਪਾਈ ਵੋਟ

ote of censure *n* ਨਿੰਦਾ ਪ੍ਰਸਤਾਵ

ote of confidence *n* ਵਿਸ਼ਵਾਸ ਦਾ ਮਤਾ, ਸਾਥ ਦੇਣ ਵਾਲਿਆਂ ਦੀ ਗਿਣਤੀ ਪਤਾ ਕਰਨ ਦਾ ਪ੍ਰਸਤਾਵ

ote of no confidence *n* ਅਵਿਸ਼ਵਾਸ ਦਾ ਮਤਾ

ote of thanks *n* ਧੰਨਵਾਦ ਦਾ ਪ੍ਰਸਤਾਵ

oter /'ਵ੍ਅਉਟਅ*/ *n* ਵੋਟਰ, ਮਤਦਾਤਾ

oting /'ਵ੍ਅਉਟਿਙ/ *n* ਮਤਦਾਨ

otive /'ਵ੍ਅਉਟਿਵ੍/ *a* ਸੁੱਖਣਾ ਸੰਬੰਧੀ, ਭਗਤੀਪੂਰਨ

ouch /ਵ੍ਾਉਚ/ *v* ਪੁਸ਼ਟੀ ਕਰਨਾ, ਪ੍ਰੋੜ੍ਹਤਾ ਕਰਨਾ, ਸਾਖੀ ਭਰਨਾ, ਗਵਾਹੀ ਦੇਣਾ; ਜ਼ਮਾਨਤ ਦੇਣਾ, ਜ਼ਾਮਨ ਹੋਣਾ

oucher /'ਵ੍ਾਉਚਅ*/ *n* ਪ੍ਰਮਾਣ ਪੱਤਰ, ਆਧਾਰ ਪੱਤਰ, ਖ਼ਰਚ ਦਾ ਕਾਗਜ਼, ਵਾਊਚਰ

ouchsafe /,ਵ੍ਾਉਚ'ਸੇਇਫ਼/ *v* ਕਿਰਪਾ ਕਰਨਾ, ਦਇਆ ਕਰਨਾ, ਮਨਜ਼ੂਰ ਕਰਨਾ, ਮੰਨ ਲੈਣਾ, ਕਿਰਪਾਪੂਰਵਕ ਦੇ ਦੇਣਾ

oussoir /'ਵੂਸਵਾ*/ *n* ਡਾਟ ਦੀ ਇੱਟ

ow /ਵ੍ਾਉ/ *n* ਮਨੌਤ, ਸੁੱਖਣਾ, ਸੰਕਲਪ; ਵਾਇਦਾ, ਪ੍ਰਤਿਗਿਆ *vt* ਪ੍ਰਣ ਕਰਨਾ, ਮੰਨਤ ਮੰਨਣਾ *vt* ਸੰਕਲਪ ਕਰਨਾ, ਪ੍ਰਤਿੱਗਿਆ ਕਰਨਾ, ਪ੍ਰਤਿੱਗਿਆ ਦੀ ਘੋਸ਼ਣਾ ਕਰਨਾ **under a vow** ਪ੍ਰਤਿੱਗਿਆਬੱਧ, ਪ੍ਰਣ, ਇਕਰਾਰ, ਵਚਨ

vowel /'ਵ੍ਾਉਅਲ/ *n* ਸਵਰ, ਸਵਰ ਅੱਖਰ (ਜਿਵੇਂ *a, e, i,o,u*) **neutral vowel** ਉਦਾਸੀਨ ਸਵਰ

vowel-point *n* ਸਵਰ ਦੀ ਮਾਤਰਾ

vox populi /,ਵੌਂਕਸ 'ਪੌਪਯੁਲਿ/ *(L) n* ਲੋਕਾਂ ਦੀ ਅਵਾਜ਼, ਜਨਤਾ ਦੀ ਰਾਏ

voyage /'ਵੌਇਇਜ/ *n* ਜਲ ਯਾਤਰਾ, ਸਮੁੰਦਰ ਦੀ ਯਾਤਰਾ *v* ਜਲ ਯਾਤਰਾ ਕਰਨਾ, ਸਮੁੰਦਰੋਂ ਪਾਰ ਜਾਣਾ

voyeur /ਵ੍ਵਾਇ'ਅ:*,ਵੌਇ'ਅ:* / *n* ਨੰਗੇਜ਼ ਆਦਿ ਵੇਖ ਕੇ ਕਾਮ ਤ੍ਰਿਪਤੀ ਕਰਨ ਵਾਲਾ

VSO /,ਵ੍ਹੀ ਐੱਸ 'ਅਉ/ *abbr* **Voluntary Service Overseas** ਦਾ ਸੰਖੇਪ ਰੂਪ

VTOL /,ਵ੍ਹੀ ਟੀ ਅਉ 'ਐੱਲ/ *abbr* **vertical take-off and landing** ਦਾ ਸੰਖੇਪ ਰੂਪ, ਉਹ ਹਵਾਈ ਜਹਾਜ਼ ਜੋ ਸਿੱਧਾ ਉੱਪਰ ਨੂੰ ਉੱਡਦਾ ਅਤੇ ਇਸੇ ਤਰ੍ਹਾਂ ਧਰਤੀ ਉੱਤੇ ਉਤਰਦਾ ਹੋਵੇ

Vulcan /'ਵ੍ਅੱਲਕਅਨ/ *n* (ਰੋਮ ਦਾ) ਅਗਨੀ ਦੇਵਤਾ; ਵਿਸ਼ਵਕਰਮਾ ਦੇਵਤਾ

vulcanization /,ਵ੍ਅੱਲਕਅਨਾਇ'ਜ਼ੇਇਸ਼ਨ/ *n* ਰਬੜ ਵਿੱਚ ਗੰਧਕ ਮਿਲਾ ਕੇ ਪਿਘਲਾਉਣ ਦੀ ਕਿਰਿਆ, ਵਲਕਨੀਕਰਨ; ਰਬੜ ਪਿਘਲਾ ਕੇ ਚਮੇੜਨ ਦੀ ਕਿਰਿਆ, ਪਾਟੇ ਟਾਇਰਾਂ; ਟਿਊਬਾਂ ਆਦਿ ਨੂੰ ਰਬੜ ਪਿਘਲਾ ਕੇ ਜੋੜਨ ਦੀ ਕਿਰਿਆ

vulcanize /'ਵ੍ਅੱਲਕਅਨਾਇਜ਼/ *vt* ਰਬੜ ਦੀ ਖਿੱਚ ਅਤੇ ਤਾਕਤ ਵਧਾਉਣ ਲਈ ਉਸ ਨੂੰ ਗੰਧਕ ਦੀ ਭਾਫ਼ ਦੇਣਾ, ਰਬੜ ਵਿੱਚ ਗੰਧਕ ਪਾ ਕੇ ਉਸਨੂੰ ਤਕੜਾ ਬਣਾਉਣਾ; ਰਬੜ ਨੂੰ ਪਿਘਲਾਉਣਾ

vulcan powder *n* ਧਮਾਕਾ ਪਾਉਣ ਵਾਲਾ ਪਾਊਡਰ

vulgar /'ਵ੍ਅੱਲਗਅ*/ *a* ਅਸ਼ਿਸ਼ਟ, ਘਟੀਆ; ਆਮ, ਸਧਾਰਨ; ਲੋਕਾਂ ਦਾ, ਸਧਾਰਨ ਜਨਤਾ ਦਾ, ਜਨਤਕ; ਲੌਕਿਕ; ਸਧਾਰਨ ਪ੍ਰਯੋਗ ਦਾ, ਸਧਾਰਨ

ਰੂਪ ਨਾਲ ਪ੍ਰਚਲਿਤ **the vulgar era** ਈਸਵੀ ਸੰਨ **the vulgar tongue** ਲੋਕ ਭਾਸ਼ਾ

vulgarian /ਵ੍ਅੱਲ'ਗੇਅਰਿਅਨ/ *n* ਉਜੱਡ ਬੰਦਾ

vulgarism /'ਵ੍ਅੱਲਗਅਰਿਜ਼ਅਮ/ *n* ਪੇਂਡੂ ਰੀਤੀ, ਗੰਵਾਰੂ ਰਿਵਾਜ, ਗੰਵਾਰੂ ਸ਼ਬਦ ਪ੍ਰਯੋਗ

vulgarity /ਵ੍ਅੱਲ'ਗੈਰਅਟਿ/ *n* ਅਸ਼ਿਸ਼ਟਤਾ, ਗੰਵਾਰੂਪਣ; ਕਮੀਨਾਪਣ

Vulgate /'ਵ੍ਅੱਲਗੇਇਟ, -ਗਅਟ/ *n* ਬਾਈਬਲ ਦਾ ਲਾਤੀਨੀ ਐਡੀਸ਼ਨ ਜਾਂ ਸੰਸਕਰਨ; ਸਧਾਰਨ ਐਡੀਸ਼ਨ, ਜਨ ਸੰਸਕਰਨ

vulnerability, vulnerableness /ˌਵ੍ਅੱਲਨਅਰਅ'ਬਿਲਅਟਿ, 'ਵ੍ਅੱਲਨ(ਅ)ਰਅਬਲਨਅਸ/ *n* ਨਿਰਬਲਤਾ, ਦੁਰਬਲਤਾ, ਕਮਜ਼ੋਰੀ

vulnerable /'ਵ੍ਅੱਲਨਅਰਅਬਲ/ *a* ਫੱਟੜ ਹੋ ਯੋਗ, ਸੱਟ ਖਾਣ ਯੋਗ, ਕਮਜ਼ੋਰ, ਆਲੋਚਨਾਯੋਗ ਸਮੀਖਿਆਯੋਗ; (ਬਰਿਜ ਦੀ ਖੇਡ ਵਿੱਚ) ਇੱ ਹੱਥ ਜਿੱਤਿਆ

vulpicide /'ਵ੍ਅੱਲਪਿਸਾਇਡ/ *n* ਲੂੰਬੜੀ ਦ ਹੱਤਿਆ; ਲੂੰਬੜੀ ਦਾ ਹੱਤਿਆਰਾ

vulpine /'ਵ੍ਅੱਲਪਾਇਨ/ *a* ਲੂੰਬੜੀ ਦਾ, ਲੂੰਬ ਵਰਗਾ; ਮੱਕਾਰ, ਚਲਾਕ

vulpinism /'ਵ੍ਅੱਲਪਿਨਿਜ਼ਅਮ/ *n* ਮੱਕਾਰ ਹੁਸ਼ਿਆਰੀ

vulture /'ਵ੍ਅੱਲਚਅ*/ *n* ਗਿਰਝ, (ਮੌਖਿ ਗਿਲਝ, ਗਿੱਧ; ਲੋਟੂ; ਲੋਭੀ ਆਦਮੀ, ਲਾਲਚ ਮਨੁੱਖ

vulva /'ਵ੍ਅੱਲਵ੍ਅ/ *n* ਇਸਤਰੀ ਦਾ ਜਣ ਅੰਗ, ਭਗ, ਭਗ-ਦੁਆਰ, ਯੋਨੀ, ਯੋਨੀ ਦੁਆ

W

W, w/'ਡਅੱਬਲਯੂ/ *n* ਅੰਗਰੇਜ਼ੀ ਵਰਨਮਾਲਾ ਦਾ ਤੇਈਵਾਂ ਅੱਖਰ

wacke /'ਵੈਕਅ/ *n* ਪਹਾੜ ਦੇ ਵਿਸਫ਼ੋਟ ਨਾਲ ਬਣੀ ਚਟਾਨ

wacky /'ਵੈਕਿ/ *a* (ਅਪ) ਸਨਕੀ *n* ਖ਼ਬਤੀ ਬੰਦਾ

wad /ਵੌਡ/ *n* ਫੰਬਾ, ਫਹਿਆ; ਡੱਟ, ਕਾਕ, ਛੇਕ ਬੰਦ ਕਰਨ ਵਾਲੀ ਚੀਜ਼, ਬੁੱਜਾ; ਨੋਟਾਂ ਦੀ ਗੁੱਥੀ, ਪੈਸਿਆਂ ਦਾ ਢੇਰ, ਮੁੱਠਾ, ਸਮੂਹ ਰਾਸ਼ੀ *vt* ਰੂੰ ਦੀ ਤਹਿ ਜਮਾਉਣਾ, ਡੱਟ ਲਾਉਣਾ; ਸੁਰੱਖਿਅਤ ਕਰਨਾ

wadding /'ਵੌਡਿਙ/ *n* ਟੁੱਟਣਹਾਰ ਵਸਤਾਂ ਲਪੇਟਣ ਲਈ ਰੂੰ ਆਦਿ ਦੀ ਤਹਿ

waddle /'ਵੌਡਲ/ *n* ਬਤਕ ਦੀ ਚਾਲ, ਫਿੱਡੀ ਚਾਲ *vi* ਝੂਮ-ਝੂਮ ਕੇ ਤੁਰਨਾ, ਡਗਮਗਾ ਕੇ ਤੁਰਨਾ, ਬਤਕ ਵਾਂਗ ਤੁਰਨਾ

wade /ਵੇਇਡ/ *v* (ਪਾਣੀ ਜਾਂ ਚਿੱਕੜ ਵਿੱਚੋਂ ਦੀ) ਪੈਦਲ ਲੰਘਣਾ

wade in *v* ਧਾਵਾ ਕਰਨਾ, ਟੁੱਟ ਕੇ ਪੈਣਾ

wading bird /'ਵੇਇਡਿਙ ਬਅ:ਡ/ *n* ਲੰਮੀਆਂ ਲੱਤਾਂ ਵਾਲਾ ਪੰਛੀ, ਜਲ ਪੰਛੀ

wafer /'ਵੇਇਫ਼ਅ*/ *n* ਪੇਪੜੀ, ਪਤਲਾ ਬਿਸਕੁਟ; ਲੇਵੀ ਦੀ ਸੁੱਕੀ ਟਿੱਕੀ; ਲਾਲ ਕਾਗਜ਼ੀ (ਅਦਾਲਤੀ ਕਾਗਜ਼ਾਂ ਤੇ ਲਾਉਣ ਲਈ) *vt* ਲੇਵੀ ਨਾਲ ਜੋੜਨਾ, ਲਾਲ ਕਾਗਜ਼ੀ ਚਿਪਕਾਉਣਾ

waffle /'ਵੌਫ਼ਲ/ *n* ਇੱਕ ਤਰ੍ਹਾਂ ਦਾ ਕੇਕ

waft /ਵੌਫ਼ਟ/ *n* ਫੜਫੜਾਹਟ (ਪੰਖੀ, ਖੰਭਾਂ ਆਦਿ ਦੀ), ਫਰਾਟਾ, ਬੁੱਲਾ, ਪੰਛੀ ਦੇ ਪਰ ਦਾ ਹਿਲੋਰਾ; ਸੁਗੰਧਿਤ ਹਵਾ ਦਾ ਬੁੱਲਾ, ਝੌਂਕਾ; ਸ਼ਾਂਤੀ ਦਾ ਥੋੜ੍ਹਚਿਰਾ ਅਨੰਦ; ਸੰਕਟ ਦੀ ਸੂਚਨਾ *v* ਝੁੱਲਣਾ, ਝੁਲਾਉਣਾ, ਲਹਿਰਾਂ ਵਿੱਚ ਬਹਾ ਕੇ ਲੈ ਜਾਣਾ, ਹਵਾ ਵਿੱਚ ਉਡਾ ਕੇ ਲੈ ਜਾਣਾ; ਤਰੰਗਤ ਕਰਨਾ, ਤਾਰਨਾ; ਲਹਿਰਾਉਣਾ; ਉਡ ਜਾਣਾ

waftage /'ਵੌਫ਼ਟਿਜ/ *n* (ਹਵਾ ਦਾ) ਬੁੱਲਾ, ਵਹਾਅ, ਤਰੰਗ, ਲਹਿਰ

wag /ਵੈਗ/ *n* ਭੰਡ, ਮਸ਼ਕਰਾ, ਮਖੌਲੀਆ, ਦਿਲਲਗੀਬਾਜ਼, ਵਿਨੋਦੀ; ਕੰਮਚੋਰ; ਹਿੱਲਣ ਦੀ ਗਤੀ *v* ਸੰਚਾਲਿਤ ਹੋਣਾ ਜਾਂ ਕਰਨਾ, ਅੰਦੋਲਤ ਹੋਣਾ ਜਾਂ ਕਰਨਾ, ਲਹਿਰਾਉਣਾ, ਕੰਬਣਾ, ਹਿਲਣਾ, ਹਿਲਾਉਣਾ; ਸਹਿਮ ਕੇ ਚਲਣਾ **play wag** ਸਕੂਲੋਂ ਭੱਜ ਜਾਣਾ

wage /ਵੇਇਜ/ *n* ਦਿਹਾੜੀ, ਉਜਰਤ, ਮਿਹਨਤਾਨਾ, ਮਜ਼ਦੂਰੀ; ਪੁਰਸਕਾਰ *vt* ਬਾਜ਼ੀ ਲਾਉਣਾ, ਸ਼ਰਤ ਲਾਉਣਾ; (ਯੁੱਧ) ਸ਼ੁਰੂ ਕਰਨਾ, ਅਰੰਭ ਕਰਨਾ

wage freeze *adv* ਵੇਤਨ-ਜਾਮ

wager /'ਵੇਇਜਅ*/ *n* ਸ਼ਰਤ, ਬਾਜ਼ੀ *vt* ਸ਼ਰਤ ਲਾਉਣਾ, ਬਾਜ਼ੀ ਲਾਉਣਾ

waggery /'ਵੈਗਅਰਿ/ *n* ਖਿੱਲੀ, ਠੱਠਾ, ਹਾਸਾ-ਮਜ਼ਾਕ; ਵਿਦੂਸ਼ਕਤਾ

waggle /'ਵੈਗਲ/ *n* ਹਿਲਾ, ਕੰਬਣੀ *v* ਹਿਲਣਾ, ਹਿਲਾਉਣਾ, ਝੁੱਲਣਾ, ਝੁਲਾਉਣਾ, ਕੰਬਣਾ, ਕੰਬਾਉਣਾ

wag(g)on /'ਵੈਗਅਨ/ *n* ਮਾਲ ਗੱਡੀ ਦਾ ਡੱਬਾ; ਛਕੜਾ, ਗੱਡਾ

wag(g)onage /'ਵੈਗਅਨਿਜ/ *n* ਗੱਡੀ ਦਾ ਭਾੜਾ

wagtail /'ਵੈਗਟੇਇਲ/ *n* ਮਮੋਲਾ ਪੰਛੀ

waif /ਵੇਇਫ਼/ *n* ਲਾਵਾਰਿਸ ਚੀਜ਼ ਜਾਂ ਪਸ਼ੂ, ਚੋਰਾਂ ਦਾ ਬਾਹਰ ਸੁੱਟਿਆ ਮਾਲ; ਬੇਘਰ ਆਦਮੀ, ਬੇਸਹਾਰਾ ਮਨੁੱਖ

waifs and strays ਅੱਲਮ-ਗੱਲਮ

wail /ਵੇਇਲ/ *n* ਵਿਰਲਾਪ, ਕੁਰਲਾਹਟ, ਵੈਣ, ਰੁਦਨ; (ਹਨੇਰੀ ਦੀ) ਸ਼ਾਂ-ਸ਼ਾਂ, ਸਰ-ਸਰ *v* ਵਿਰਲਾਪ ਕਰਨਾ, ਰੁਦਨ ਕਰਨਾ, ਕੁਰਲਾਉਣਾ, ਸੋਗ ਪ੍ਰਗਟ ਕਰਨਾ, ਵੈਣ ਪਾਉਣਾ, ਚੀਕਣਾ, ਰੋਣਾ-ਪਿੱਟਣਾ, ਮਾਤਮ ਕਰਨਾ

wain /ਵੇਇਨ/ *n* ਗੱਡਾ, ਠੇਲ੍ਹਾ, ਛਕੜਾ, ਮਾਲ ਗੱਡੀ ਦਾ ਡੱਬਾ

wainscot /'ਵੇਇਨਸਕਅਟ/ *n* ਕੰਧ ਦੀ ਤਖ਼ਤਾਬੰਦੀ; ਕੰਧ ਨਾਲ ਫੱਟਿਆਂ ਦਾ ਹਾਸ਼ੀਆ *vt* ਤਖ਼ਤਾਬੰਦੀ ਕਰਨਾ, ਪਟੜੇ ਜੜਨਾ

waist /ਵੇਇਸਟ/ *n* ਲੰਮੀ ਚੀਜ਼ ਦਾ ਤੰਗ ਵਿਚਲਾ ਭਾਗ; ਲੱਕ, ਕਮਰ, ਜਹਾਜ਼ ਦਾ ਵਿਚਕਾਰਲਾ ਭਾਗ; ਕਮਰਬੰਦ; ਚੋਲੀ, ਅੰਗੀ, ਬਲਾਊਜ਼

waist cloth *n* ਧੋਤੀ, ਲੁੰਗੀ, ਲੰਗੋਟੀ

waistcoat /ਵੇਇਸਕਅਉਟ/ *n* ਕੁੜਤੀ, ਵਾਸਕਟ

waistline /'ਵੇਇਸਟਲਾਇਨ/ *n* ਲੱਕ ਦਾ ਘੇਰਾ, ਘੇਰਾ

wait /ਵੇਇਟ/ *v* (ਕਿਰਿਆ ਆਦਿ ਨੂੰ) ਰੋਕਣਾ, ਥੰਮ੍ਹ ਜਾਣਾ, ਠਹਿਰਨਾ, ਰੁਕਣਾ; ਉਡੀਕਣਾ, ਝਾਕ ਜਾਂ ਤਾਕ ਵਿੱਚ ਹੋਣਾ, ਸੇਵਾਦਾਰ ਹੋਣਾ, ਵੇਟਰ ਬਣਨਾ *n* ਰਾਜਕੀ ਸੰਗੀਤ ਦਲ, ਗਾਇਕ ਦਲ; ਉਡੀਕ, ਘਾਤ

waiter /'ਵੇਇਟਅ*/ *n* ਬੈਰਾ, ਖ਼ਿਦਮਤਗਾਰ, ਸੇਵਾਦਾਰ; ਉਡੀਕਣ ਵਾਲਾ ਆਦਮੀ; ਥਾਲੀ, ਟ੍ਰੇਅ

waitress /'ਵੇਇਟਰਅਸ/ *n* ਦਾਸੀ, ਸੇਵਕਾ

waive /ਵੇਇਵ੍/ *vt* (ਅਧਿਕਾਰ) ਤਿਆਗਣਾ, ਛੱਡਣਾ, ਟਾਲਣਾ, ਹਟਾਉਣਾ, ਜਾਣ ਦੇਣਾ, ਛੋਟ ਦੇਣਾ

wake /ਵੇਇਕ/ *n* ਚਲਦੇ ਸਮੁੰਦਰੀ ਜਹਾਜ਼ ਦੇ ਪਿੱਛੇ ਪਾਣੀ ਵਿੱਚ ਪਈ ਲਕੀਰ, ਜਾਗ੍ਰਿਤੀ; ਜਗਰਾਤਾ; ਉਤਸਵ, ਮੇਲਾ; ਕਬਰ ਵਿੱਚ ਦੱਬਣ ਤੋਂ ਪਹਿਲਾਂ ਮੁਰਦੇ ਦੀ ਦੇਖ-ਭਾਲ *v* ਜਾਗਣਾ; ਜਗਾਉਣਾ, ਉਠਾਉਣਾ, ਸਚੇਤ ਰਹਿਣਾ; ਚੌਕਸ ਜਾਂ ਚੁਕੰਨਾ ਰਹਿਣਾ; ਪ੍ਰੇਰਿਤ ਕਰਨਾ, ਉਕਸਾਉਣਾ; ਪ੍ਰਾਣ ਪਾਉਣਾ, ਜਾਨ ਪਾਉਣਾ, ਸਜੀਵ ਕਰਨਾ, ਜਿਊਂ ਉੱਠਣਾ; ਸੋਗ ਜਾਂ ਖ਼ੁਸ਼ੀ ਮਨਾਉਣਾ; ਗੂੰਜ ਉੱਠਣਾ

wale, weal /ਵੇਇਲ, ਵੀਲ/ *n* (ਸੱਟ ਨਾਲ ਪਈ) ਲਾਸ, ਨੀਲ, ਨਿਸ਼ਾਨ, ਦਾਗ *vt* ਨੀਲ ਪਾਉਣਾ, ਲਾਸ ਪਾਉਣਾ, ਨਿਸ਼ਾਨ ਪਾਉਣਾ, ਦਾਗ਼ ਪਾਉਣਾ

walk /ਵੋਕ/ *n* ਤੋਰ, ਚਾਲ, ਗਤੀ, ਚਹਿਲ ਕਦਮੀ; ਘੁੰਮਣ ਫਿਰਨ, ਹਵਾਖੋਰੀ; ਡੰਡੀ, ਪਗਡੰਡੀ, ਖੰਭਿਆਂ ਦੀ ਕਤਾਰ; ਰਾਹ, ਮਾਰਗ, ਪੱਥ *v* ਟਹਿਲਣਾ, ਚੱਲਣਾ, ਭ੍ਰਮਣ ਕਰਨਾ, ਘੁੰਮਣਾ, ਗਸ਼ਤ ਕਰਨਾ, ਸੈਰ ਕਰਨਾ; ਵਿਹਾਰ ਕਰਨਾ, ਨਿਰਬਾਹ ਕਰਨਾ, ਬਤੀਤ ਕਰਨਾ, ਵਰਤਣਾ; ਪੈਦਲ ਜਾਣਾ; ਦੋਸ਼ ਮੁਕਤ ਹੋਣਾ

walkabout /'ਵੋਕਅਬਾਉਟ/ *n* ਟਹਿਲਣ ਦਾ ਭਾਵ

walkie-talkie /ˌਵੋਕਿ 'ਟੋਕਿ/ *n* ਛੋਟਾ ਵਾਇਰਲੈੱਸ ਸੈੱਟ, ਵਾਕੀ-ਟਾਕੀ

walking /'ਵੋਕਿਙ/ *a* ਤੁਰਦਾ, ਚਲਦਾ

walking stick *n* ਬੈਂਤ, ਸੋਟੀ, ਡੰਡਾ, ਖੂੰਡੀ, ਡੰਗੋਰੀ

walk of life *n* ਕਿੱਤਾ, ਪੇਸ਼ਾ

walkout /'ਵੋਕਆਉਟ/ *n* ਰੋਸ ਪ੍ਰਗਟਾਉਣ ਲਈ ਸਭਾ ਤਿਆਗ

walkway /'ਵੋਕਵੇਇ/ *n* ਰਾਹ, ਮਾਰਗ, ਰਸਤਾ, ਪਗਡੰਡੀ

wall /ਵੋਲ/ *n* ਕੰਧ, ਦਿਵਾਰ, ਫ਼ਸੀਲ, ਭਿੱਤੀ *vt* ਕੰਧ ਕਰਨਾ, ਕੰਧ ਨਾਲ ਘੇਰਨਾ **walls have ears** ਕੰਧਾਂ ਦੇ ਵੀ ਕੰਨ ਹੁੰਦੇ ਹਨ

wallaby /'ਵੌਲਅਬਿ/ *n* ਛੋਟਾ ਕੰਗਾਰੂ

wallaroo /ˌਵੌਲਅ'ਰੂ/ *n* ਵੱਡੀ ਕਿਸਮ ਦਾ ਕੰਗਾਰੂ

wallet /'ਵੌਲਿਟ/ *n* (ਸਫ਼ਰੀ) ਝੋਲਾ, ਥੈਲਾ, ਥੈਲੀ; ਭਿੱਖਿਆ ਦੀ ਝੋਲੀ; ਮੱਛੀਆਂ ਫੜਨ ਵਾਲਾ ਸਮਾਨ; ਸਾਈਕਲ ਮੁਰੰਮਤ ਕਰਨ ਵਾਲੇ ਸੰਦਾਂ ਵਾਲਾ ਝੋਲਾ; ਛੋਟੀ ਚਮੜੇ ਦੀ ਪੇਟੀ ਜਾਂ ਬਟੂਆ

wall-eye /'ਵੋਲਆਇ/ *n* ਚਿੱਟਾ, ਅੱਖ ਦਾ ਫੋਲਾ; ਟੀਰ ਕਾਰਨ ਚਿੱਟਾ ਦਿਸਣ ਵਾਲਾ ਅੱਖ ਦਾ ਡੇਲਾ

wallop /'ਵੌਲਅਪ/ *n* ਹੂਰਾ, ਮੁੱਕਾ; ਕੁਟਾਪਾ, ਕੋਰੜੇ *v* ਉੱਚੀ-ਉੱਚੀ ਬੋਲਣਾ; ਜੋਸ਼ ਖਾਣਾ, ਉਬੱਲਣਾ, ਗਰਮ ਹੋਣਾ

wallow /'ਵੌਲਅਉ/ *vi* ਗਾਰੇ ਵਿੱਚ ਲਿਟਣਾ; ਪਸ਼ੂ

ਅਨੰਦ ਪ੍ਰਾਪਤ ਕਰਨਾ, ਵਾਸ਼ਨਾ ਵਿੱਚ ਫਸਣਾ **wallow in money** ਪੈਸਿਆਂ ਵਿੱਚ ਖੇਡਣਾ, ਧਨੀ ਹੋਣਾ

wall painting *n* ਕੰਧ ਉੱਤੇ ਕੀਤੀ ਚਿੱਤਰਕਾਰੀ, ਕੰਧਾਂ ਉੱਤੇ ਤਸਵੀਰਾਂ ਬਣਾਉਣ ਦਾ ਕਾਰਜ

Wall Street /'ਵੋਲ ਸਟਰੀਟ/ *n* ਨਿਊਯਾਰਕ ਦਾ ਮੁਦਰਾ ਬਜ਼ਾਰ

walnut /'ਵੋਲਨਅੱਟ/ *n* ਅਖ਼ਰੋਟ

walrus /'ਵੋਲਰਅਸ/ *n* ਉੱਤਰੀ ਧਰੁਵ ਦਾ ਇੱਕ ਜਾਨਵਰ, ਵਾਲਰਸ

waltz /ਵੋਲਸ, ਵੋਲਟਸ/ *n* ਜਰਮਨੀ ਦਾ ਇੱਕ ਨਾਚ, ਵਾਲਜ਼

wamble /'ਵੌਮਬਲ/ *n* ਕੰਬਣੀ, ਥਰਥਰਾਹਟ *vi* ਕੰਬਣਾ, ਥਰਥਰਾਉਣਾ; ਚਿੱਤ ਕੱਚਾ ਹੋਣਾ

wampee /ਵੌਮ'ਪੀ/ *n* (ਚੀਨ) ਵਾਂਪੀ ਪੇੜ, ਅੰਗੂਰ ਵਰਗਾ ਫਲ

wampum /'ਵੌਮਪਅਮ/ *n* (ਉੱਤਰੀ ਅਮਰੀਕਨ ਇੰਡੀਅਨਜ਼ ਦੀ) ਸਿੱਪ ਦੇ ਮਣਕਿਆਂ ਦੀ ਮਾਲਾ, ਘੋਗਿਆਂ ਦੇ ਮਣਕੇ

wamus /'ਵੌਮਅਸ/ *n* ਝੱਗੀ, ਫ਼ਤੂਹੀ, ਜਾਕਟ

WAN /ਵੈਨ/ *abbr* (ਕੰਪਿ) **Wide Area Network** ਦਾ ਸੰਖੇਪ ਰੂਪ, ਵੱਖ-ਵੱਖ ਸਥਾਨਾਂ ਉੱਤੇ ਸਥਿਤ ਕੰਪਿਊਟਰ ਨੈਟਵਰਕ ਨੂੰ ਆਪਸ ਵਿੱਚ ਜੋੜਨ ਲਈ ਪ੍ਰਨਾਲੀ

wan /ਵੌਨ/ *a* ਪੀਲਾ, ਮਿੱਟੀ ਰੰਗਾ, ਮਿਟਿਆਲਾ; ਬੇਰੌਣਕ, ਤੇਜਹੀਣ, ਹਨੇਰਾ; ਕਾਲਾ, ਸਾਂਵਲਾ, ਸਾਉਲਾ

wand /ਵੌਨਡ/ *n* ਡੰਡਾ, ਜਾਦੂ ਦਾ ਡੰਡਾ, ਝੁਰਲੂ

wander /'ਵੌਨਡਅ*/ *v* ਭੌਂਦੇ ਫਿਰਨਾ, ਭਟਕਣਾ, ਵਿਚਰਨਾ, ਭ੍ਰਮਣ ਕਰਨਾ, ਘੁੰਮਣਾ, ਮਾਰੇ-ਮਾਰੇ ਫਿਰਨਾ; ਬਹਿਕਣਾ, ਡੋਲਣਾ; ਬੇਥਵੀਆਂ ਮਾਰਨਾ, ਬੇਸਿਰਪੈਰ ਬੋਲਣਾ

wanderlust /'ਵੌਨਡਅਲਅੱਸਟ/ *n* ਅਵਾਰਗੀ ਦਾ ਚਸਕਾ

wanderoo /ˌਵੌਨਡਅ'ਰੂ/ *n* ਲੰਕਾ ਦਾ ਇੱਕ ਕਿਸਮ ਦਾ ਲੰਗੂਰ, ਵਾਂਦਰੂ

wane /ਵੇਇਨ/ *n* ਕਮੀ, ਘਾਟਾ, ਅਧੋਗਤੀ *vi* ਖੀਣ ਹੋਣਾ, ਢਲ ਜਾਣਾ(ਚੰਦ ਆਦਿ ਦਾ); ਪਤ ਲਹਿਣਾ, ਵਿਸ਼ੇਸ਼ਤਾ ਘਟਣਾ **on the wane** ਘਟਣਾ, ਅਸਧਾਰਨ ਹੋਣਾ

wang /ਵੈਙ/ *n* ਦਾੜ੍ਹ, ਦਾੜ੍ਹ ਦੀ ਹੱਡੀ

wangle /'ਵੈਙਗਲ/ *n* ਚਲਾਕੀ; ਧੋਖੇਬਾਜ਼ੀ, ਠੱਗੀ *vt* ਬਦਮਾਸ਼ੀ (ਕਰਨਾ); ਠੱਗਣਾ, ਝਾਂਸਾ ਦੇਣਾ

wanhope /'ਵੌਨਹਅਉਪ/ *n* ਨਿਰਾਸਤਾ

wanna /'ਵੌਨਅ/ *v* ਚਾਹੁਣਾ, ਇੱਛਾ ਹੋਣਾ

wannabe /'ਵੌਨਅਬਿ/ *n* ਉਹ ਵਿਅਕਤੀ ਜੋ ਕਿਸੇ ਪ੍ਰਸਿੱਧ ਸ਼ਖਸੀਅਤ ਵਾਂਗ ਵਰਤੋਂ ਵਿਹਾਰ ਕਰੇ, ਜੋ ਵਿਅਕਤੀ ਮਸ਼ਹੂਰ ਬੰਦੇ ਵਰਗੇ ਕੱਪੜੇ ਪਹਿਨੇ, ਪ੍ਰਸਿੱਧ ਵਿਅਕਤੀ ਦੀ ਨਕਲ ਕਰਨ ਵਾਲਾ ਬੰਦਾ

want /ਵੌਨਟ/ *n* ਥੁੜ੍ਹ, ਵਿਗੋਚਾ, ਮੁਥਾਜੀ, ਅਣਹੋਂਦ, ਅਭਾਵ, ਘਾਟਾ, ਕਮੀ, ਆਵਸ਼ਕਤਾ, ਮੰਗ, ਇੱਛਾ; ਗ਼ਰੀਬੀ; ਜ਼ਰੂਰੀ ਲੋੜ; ਲੁੜੀਂਦੀ ਚੀਜ਼ *v* ਵਿਗੋਚਾ ਹੋਣਾ, ਘਾਟਾ ਜਾਂ ਕਮੀ ਹੋਣਾ, ਲੋੜ ਹੋਣਾ; ਜਾਚਨਾ ਕਰਨਾ; ਚਾਹੁਣਾ, ਮੰਗਣਾ, ਕਾਮਨਾ ਕਰਨਾ, ਇੱਛਾ ਕਰਨਾ

wanton /'ਵੌਨਟਅਨ/ *a* ਸ਼ੋਖ਼, ਚੰਚਲ, ਚਪਲ; ਆਪਹੁਦਰਾ, ਗ਼ੈਰਜ਼ੁੰਮੇਵਾਰ; ਸਨਕੀ, ਝੱਖ ਮਾਰਨ ਵਾਲਾ; ਬੇਰੋਕ, ਬੇਲਗਾਮ, ਅਵਾਰਾ; ਲੁੱਚਾ *v* ਕਲੋਲ ਕਰਨਾ, ਕੇਲ ਕਰਨਾ, ਕਰੀੜਾ ਕਰਨਾ, ਵਿਹਾਰ ਕਰਨਾ, ਅਵਾਰਾ ਫਿਰਨਾ; ਬਦਕਾਰੀ ਕਰਨਾ, ਬੇਹੂਦਗੀ ਕਰਨਾ, ਲੁੱਚਪੁਣਾ ਕਰਨਾ

wanty /'ਵੌਨਟਿ/ *n* ਚੰਮ ਦੀ ਵੱਧਰੀ, ਪੇਟੀ, ਫ਼ੀਤਾ

wapiti /'ਵੌਪਿਟਿ/ *n* (ਉੱਤਰੀ ਅਮਰੀਕਾ ਦਾ) ਬਾਰ੍ਹਾਂ ਸਿੰਗਾ, ਲਾਲ ਹਰਨ

war /ਵੋ*/ *n* ਸੰਗਰਾਮ, ਰਣ, ਯੁੱਧ, ਜੰਗ, ਲੜਾਈ *v* ਸੰਗਰਾਮ ਕਰਨਾ, ਯੁੱਧ ਕਰਨਾ, ਜੰਗ ਲੜਨਾ, ਸੰਘਰਸ਼ ਕਰਨਾ, ਲੜਾਈ ਕਰਨਾ, ਜੂਝਣਾ **civil war** ਖ਼ਾਨਾਜੰਗੀ, ਘਰੇਲੂ ਯੁੱਧ, ਗ੍ਰਹਿ ਯੁੱਧ **cold**

war ਸੀਤ ਯੁੱਧ, ਠੰਢੀ ਜੰਗ

warble[1] **/'ਵੋਬਲ/** *n* ਘੋੜੇ ਦਾ ਲਾਗਾ; (ਮੱਖੀ ਮੱਛਰ ਆਦਿ ਦੇ ਡੰਗ ਨਾਲ ਹੋਈ) ਫਿਮ੍ਣੀ, ਡਿੰਮ੍ਣੀ

warble[2] *n* ਚਹਿਕ, ਚਹਿਕਵਾਂ ਗੀਤ *v* ਨਗਮਾ ਗਾਉਣਾ, ਸੁਰ ਦਾ ਕੰਬਣਾ; ਚਹਿਕਣਾ, ਚਹਿ ਚਹਾਉਣਾ

war chest *n* ਖ਼ਾਸ ਯੋਜਨਾ ਨੂੰ ਨੇਪਰੇ ਚਾੜ੍ਹਨ ਲਈ ਜਮ੍ਹਾਂ ਕੀਤਾ ਧਨ, ਜੰਗੀ ਚੰਦਾ

ward /ਵੋਡ/ *n* ਰੱਖਿਆ, ਨਿਗਰਾਨੀ, ਜ਼ੁੰਮਾ; ਚੌਕੀਦਾਰ, ਪਾਹਰੂ, ਪਾਹਰੂਆ; ਸੰਭਾਲ ਹਲਕਾ *vt* ਰੱਖਿਆ ਕਰਨਾ, ਨਿਗਰਾਨੀ ਰੱਖਣਾ; ਪਹਿਰਾ ਦੇਣਾ, ਚੌਕੀਦਾਰੀ ਕਰਨਾ

warden[1] **/'ਵੋਡਨ/** *n* ਨਾਸ਼ਪਾਤੀ ਦੀ ਇੱਕ ਕਿਸਮ

warden[2] *n* ਨਿਗਰਾਨ; ਚੌਕੀਦਾਰ

warder /'ਵੋਡਅ*/ *n* ਜੇਲ੍ਹ ਦਾ ਦਰੋਗਾ

ward off *n* ਬਚਾਅ ਕਰਨਾ, ਰੋਕਥਾਮ ਕਰਨਾ

wardrobe /'ਵੋਡਰਅਉਬ/ *n* ਕੱਪੜੇ ਰੱਖਣ ਵਾਲੀ ਅਲਮਾਰੀ; ਵਸਤਰ, ਲਿਬਾਸ

wardroom /'ਵੋਡਰੂਮ, -ਰੁਮ/ *n* ਜੰਗੀ ਜਹਾਜ਼ ਵਿੱਚ ਅਫ਼ਸਰ ਦਾ ਕਮਰਾ

ware[1] **/ਵੇਅ*/** *n* ਭਾਂਡੇ, ਬਰਤਨ; ਤਿਆਰ ਮਾਲ, ਸੌਦਾ, ਸੌਦਾ-ਪੱਤਾ

ware[2] *a* ਗਿਆਤ, ਜਾਣਿਆ-ਪਛਾਣਿਆ; ਸਾਵਧਾਨ, ਸਚੇਤ *v* ਦੂਰ ਰਹੋ, ਬਚ ਕੇ ਰਹੋ, ਸਾਵਧਾਨ ਰਹੋ

warehouse /'ਵੇਅਹਾਉਸ/ *n* ਮਾਲ ਗੁਦਾਮ, ਮਾਲਖ਼ਾਨਾ, ਭੰਡਾਰ *vt* ਮਾਲ ਗੁਦਾਮ ਵਿੱਚ ਰੱਖ ਦੇਣਾ, ਭੰਡਾਰ ਵਿੱਚ ਜਮ੍ਹਾਂ ਕਰਨਾ

warfare /'ਵੋਫ਼ੇਅ*/ *n* ਯੁੱਧ, ਸੰਗਰਾਮ, ਲੜਾਈ

warhead /'ਵੋਹੈੱਡ/ *n* ਮਿਜ਼ਾਇਲ ਜਾਂ ਤਾਰਪੀਟੋ ਦਾ ਬਰੂਦੀ ਸਿਰਾ

warlock /'ਵੋਲੌਂਕ/ *n* (ਪਰਾ) ਟੂਣੇਹਾਰ, ਜਾਦੂਗਰ

warlord /'ਵੋਲੋਡ/ *n* ਯੁੱਧ ਨੇਤਾ, ਯੁੱਧ ਕਮਾਂਡਰ, ਸੈਨਿਕ ਆਗੂ

warm /ਵੋਮ/ *a* ਨਿੱਘਾ, ਗਰਮ, ਕੋਸਾ; ਗਰਮ ਰੱਖਣ ਵਾਲਾ; ਉਤਸ਼ਾਹੀ, ਸਰਗਰਮ, ਜੁਸ਼ੀਲਾ; ਸਜੀਵ, ਤੇਜਮਈ; ਸਨੇਹ ਭਰਪੂਰ, ਸੰਵੇਦਨਸ਼ੀਲ; (ਬੋਲ, ਵਿਅੰਗਾਤਮਿਕ ਸਥਿਤੀ) ਮੁਸ਼ਕਲ, ਦੁੱਭਰ, ਔਖੀ; (ਰੰਗ) ਗੂੜ੍ਹਾ, ਭੜਕੀਲਾ, ਚਹਿ-ਚਹਿ ਕਰਦਾ; ਗਰਮਾ-ਗਰਮ, ਤੇਜ਼, ਤਾਜ਼ਾ (ਸ਼ਿਕਾਰ) *v* ਗਰਮ ਕਰਨਾ, ਤਪਾਉਣਾ, ਸੇਕਣਾ, ਉਤਸ਼ਾਹਿਤ ਕਰਨਾ ਜਾਂ ਹੋਣਾ, ਪ੍ਰੇਰਿਤ ਕਰਨਾ ਜਾਂ ਹੋਣਾ, ਭੜਕਾਉਣਾ, ਭੜਕਣਾ; ਉਕਸਾਉਣਾ; ਸੰਵੇਦਨਸ਼ੀਲ ਹੋਣਾ ਜਾਂ ਕਰਨਾ *n* ਗਰਮੀ, ਤਾਪ, ਤਪਸ਼

warm-blooded /,ਵੋਮ'ਬਲਅੱਡਿਡ/ *a* (ਜੰਤੂ) ਸਮਤਾਪੀ; ਸਰਗਰਮ, ਜੁਸ਼ੀਲਾ

warm descriptions *n* ਉਤੇਜਕ ਵਰਣਨ

warm-hearted /,ਵੋਮ'ਹਾਟਿਡ/ *a* ਸਨੇਹਪੂਰਨ

warmonger /'ਵੋਮਅੱਙਗਅ*/ *n* ਨੇਤਾ ਜੋ ਜੰਗ ਚਾਹੁੰਦਾ ਹੋਵੇ ਜਾਂ ਜੰਗ ਲਈ ਲੋਕਾਂ ਨੂੰ ਭੜਕਾਉਂਦਾ ਹੋਵੇ, ਜੰਗਬਾਜ਼ ਆਗੂ

warmth /ਵੋਮਥ/ *n* ਨਿੱਘ, ਉਤਸ਼ਾਹ, ਗਰਮਜੋਸ਼ੀ, ਸਨੇਹ

warn /ਵੋਨ/ *vt* ਸਾਵਧਾਨ ਕਰਨਾ, ਸਚੇਤ ਕਰਨਾ, ਚਿਤਾਵਨੀ ਦੇਣਾ, ਸੂਚਨਾ ਦੇਣਾ, ਮਨ੍ਹਾ ਕਰਨਾ, ਰੋਕਣਾ

warning /'ਵੋਨਿਙ/ *n* ਚਿਤਾਵਨੀ, ਤਾੜਨਾ, ਇਤਲਾਹ, ਖ਼ਬਰ, ਆਗਾਹੀ

warp /ਵੋਪ/ *n* ਤਾਣਾ; ਸਮੁੰਦਰੀ ਜਹਾਜ਼ ਖਿੱਚਣ ਵਾਲੀ ਰੱਸੀ; ਗੰਢ, ਮਰੋੜੀ; ਪਾਣੀ ਵਿੱਚ ਜੰਮੀ ਭਲ *v* ਫਰੜ ਪੈਣਾ , ਉਲਝਣਾ, ਟੇਢਾ ਕਰਨਾ ਜਾਂ ਹੋਣਾ; ਗੁਮਰਾਹ ਹੋਣਾ ਜਾਂ ਕਰਨਾ, ਭ੍ਰਿਸ਼ਟ ਹੋਣਾ ਜਾਂ ਕਰਨਾ; ਵਿਗੜਨਾ, ਵਿਗਾੜਨਾ; ਰੱਸੀ ਨਾਲ ਜਹਾਜ਼ ਖਿੱਚਣਾ; ਤਾਣਾ ਤਣਨਾ; ਉਪਜਾਊ ਬਣਾਉਣਾ ਜਾਂ ਹੋਣਾ

warrant /'ਵੌਂਰਅਨਟ/ *n* ਅਧਿਕਾਰ ਪੱਤਰ, ਪ੍ਰਮਾਣ ਪੱਤਰ; ਆਦੇਸ਼ ਪੱਤਰ, ਫ਼ਰਮਾਨ, ਹੁਕਮਨਾਮਾ; ਸਨਦ; ਜ਼ਮਾਨਤ *vt* ਪ੍ਰਤਿੱਗਿਆ

ਕਰਨਾ; ਜ਼ੁੰਮੇਵਾਰੀ ਲੈਣਾ, ਨਿਸ਼ਚਾ ਕਰਨਾ; ਵਿਸ਼ਵਾਸ ਦੁਆਉਣਾ; ਨਿਰਵਿਘਨ ਕਰਨਾ, ਅਧਿਕਾਰ ਦੇਣਾ

warrant officer *n* ਵਰੰਟ ਅਫ਼ਸਰ, ਮਿਲਟਰੀ ਵਿੱਚ ਇੱਕ ਅਹੁਦਾ

warranty /'ਵੌਰਅਨਟਿ/ *n* ਇੱਕ ਤਰ੍ਹਾਂ ਦੀ ਗਰੰਟੀ; ਅਧਿਕਾਰ

warren /'ਵੌਰਅਨ/ *n* ਖ਼ਰਗੋਸ਼ਾਂ ਦੀ ਪਾਲਣਾ ਕਰਨ ਦੀ ਜਗ੍ਹਾ

warrior /'ਵੌਰਿਅ*/ *n* ਸੂਰਬੀਰ; ਜੰਗਜੂ ਕੌਮ, ਲੜਾਕੀ ਕੌਮ

warship /'ਵੋਸ਼ਿਪ/ *n* ਜੰਗੀ ਜਹਾਜ਼

wart /ਵੋਟ/ *n* ਗਮੋੜੀ, ਫਿਣਸੀ; ਮੱਸਾ, ਮਹੁਕਾ

wary /'ਵੇਅਰਿ/ *a* ਚਤਰ; ਸਾਵਧਾਨ, ਖ਼ਬਰਦਾਰ, ਚੌਕਸ, ਹੁਸ਼ਿਆਰ, ਚੁਕੰਨਾ

was /ਵਅਜ਼, ਵੌਜ਼/ *v aux* ਸੀ

wash /ਵੌਸ਼/ *n* ਧੋਣ ਦੀ ਕਿਰਿਆ, ਧੁਆਈ; ਧੋਣ ਵਾਲੇ ਕੱਪੜੇ; (ਜਹਾਜ਼ ਦੇ ਚੱਲਣ ਕਾਰਨ) ਪਾਣੀ ਦੀ ਹਲਚਲ; ਪਾਣੀ ਵਰਗਾ ਖਾਧ ਪਦਾਰਥ; ਬੇਤੁਕੀ ਗੱਲ, ਜ਼ਖ਼ਮ ਧੋਣ ਵਾਲਾ ਲੋਸ਼ਨ *v* ਧੋਣਾ, ਨਹਾਉਣਾ, ਧੋ ਕੇ ਸਾਫ਼ ਕਰਨਾ, ਹੰਗਾਲਨਾ; ਦੂਰ ਕਰਨਾ, ਮਿਟਾਉਣਾ; ਭਿਓਂਣਾ, ਗਿੱਲਾ ਕਰਨਾ; (ਗੰਦ) ਰੋੜ੍ਹ ਕੇ ਲੈ ਜਾਣਾ; ਨਿਤਾਰਨਾ; ਮੁਲੰਮਾ ਕਰਨਾ, ਪਾਣੀ ਚੜ੍ਹਾਉਣਾ

washbasin /'ਵੌਸ਼ਬੇਇਸਨ/ *n* ਚਿਲਮਚੀ

wash-bowl /'ਵੌਸ਼ਬਅਉਲ/ *n* ਮੂੰਹ ਧੋਣ ਵਾਲਾ ਭਾਂਡਾ

washerman /'ਵੌਸ਼ਅਮਅਨ/ *n* ਧੋਬੀ

washerwoman /'ਵੌਸ਼ਅਵੁਮਅਨ/ *n* ਧੋਬਣ

wash-house /'ਵੌਸ਼ਹਾਉਸ/ *n* ਧੋਬੀਘਾਟ

washing /'ਵੌਸ਼ਿਙ/ *n* ਧੁਆਈ, ਧੋਣ ਦਾ ਕਾਰਜ, ਧੋਣ ਵਾਲੇ ਕੱਪੜੇ ਜਾਂ ਹੋਰ ਵਸਤਾਂ

wash-out /'ਵੌਸ਼ਆਉਟ/ *n* (ਬੋਲ) ਠੁੱਸ, ਨਿਸਫਲਤਾ

washroom /'ਵੌਸ਼ਰੂਮ, -ਰੁਮ/ *n* ਗ਼ੁਸਲਖ਼ਾਨਾ, (ਜਨਤਕ) ਮੂੰਹ-ਹੱਥ ਧੋਣ ਦਾ ਕਮਰਾ, ਮਲ-ਮੂਤਰ ਕਰਨ ਦਾ ਸਥਾਨ

washy /'ਵੌਸ਼ਿ/ *n* ਧੋਣ, ਨਿਰਾ ਪਾਣੀ, ਪਤਲਾ ਪਾਣੀ

wasp /ਵੌਸਪ/ *n* ਭਰਿੰਡ, ਧਮੂੜੀ

waspish /'ਵੌਸ਼ਪਿਸ਼/ *a* ਭਰਿੰਡ ਵਰਗਾ; ਚਿੜਚਿੜਾ, ਬਦਮਿਜ਼ਾਜ

waspishness /'ਵੌਸ਼ਪਿਸ਼ਨਅਸ/ *n* ਚਿੜਚਿੜਾਪਣ, ਬਦਮਿਜ਼ਾਜੀ

wasp-waisted *a* ਪਤਲੇ ਲੱਕ ਵਾਲਾ

wassail /'ਵੌਸੇਇਲ/ *n* ਸ਼ਰਾਬ ਪੀਣ ਦਾ ਦੌਰ; ਇਸ ਉਤਸਵ ਉੱਤੇ ਪੀਤੀ ਜਾਣ ਵਾਲੀ ਸ਼ਰਾਬ *vt* ਸ਼ਰਾਬ ਪੀਣ ਦਾ ਉਤਸਵ ਮਨਾਉਣਾ; ਪੀਣਾ ਪਿਆਉਣਾ, ਰੰਗ-ਰਲੀਆਂ ਮਨਾਉਣਾ

wassailer /'ਵੌਸੇਇਲਅ*/ *n* ਸ਼ਰਾਬੀ, ਮਤਵਾਲਾ ਵਿਅਕਤੀ

wast /ਵੌਸਟ/ *v* **aux was** ਦਾ ਪੁਰਾਤਨ ਰੂਪ

wastage /'ਵੇਇਸਟਿਜ/ *n* ਨੁਕਸਾਨ, ਹਾਨੀ; ਨਾਸ, ਉਜਾੜਾ, ਬਰਬਾਦੀ

waste /ਵੇਇਸਟ/ *a* (ਜ਼ਮੀਨ) ਬੰਜਰ, ਅਣਵਾਹੀ, ਵੈਰਾਨ, ਉਜਾੜ; ਵਿਅਰਥ, ਨਿਰਾਰਥਕ, ਬੇਕਾਰ, ਨਿਕੰਮੀ; ਬਰਬਾਦ, ਨਸ਼ਟ; ਸੁੰਨੀ; ਰਹਿੰਦ-ਖੂੰਹਦ *v* ਨਸ਼ਟ ਕਰਨਾ, ਗੁਆਉਣਾ, ਉਡਾ ਦੇਣਾ, ਫ਼ਜ਼ੂਲ ਖ਼ਰਚੀ ਕਰਨਾ; ਦੁਰਬਲ ਹੋਣਾ, ਕਮਜ਼ੋਰ ਹੋਣਾ, ਖੀਣ ਹੋਣਾ, ਵਿਗਾੜਨਾ, ਵਿਗੜਨਾ, ਉਜਾੜਨਾ *n* ਬੰਜਰ ਭੂਮੀ, ਅਣਵਾਹੀ ਭੂਮੀ; ਬਰਬਾਦੀ, ਤਬਾਹੀ, ਖ਼ਰਾਬੀ, ਨਾਸ, ਕੂੜਾ-ਕੱਟਾ, ਚੀਥੜੇ, ਲੀਰਾਂ; ਫਜ਼ੂਲ ਖ਼ਰਚੀ

wastebasket /'ਵੇਇਸਟਬਾਸਕਿਟ/ *n* ਰੱਦੀ ਕਾਗਜ਼ ਸੁੱਟਣ ਵਾਲਾ ਡੱਬਾ

waste bin *n* ਰੱਦੀ ਦੀ ਟੋਕਰੀ, ਗੰਦ-ਮੰਦ ਸੁੱਟਣ ਵਾਲਾ ਢੋਲ, ਕੂੜਾਦਾਨ

wasteful /'ਵੇਇਸਟਫ਼ਲ/ *a* ਲੋੜੋਂ ਵੱਧ ਖ਼ਰਚ ਕਰਨ ਵਾਲਾ, ਅਜਾਈਂ ਗਵਾਉਣ ਵਾਲਾ, ਫ਼ਜ਼ੂਲ ਖ਼ਰਚ, ਖ਼ਰਚੀਲਾ

waste land /'ਵੇਇਸਟਲੈਨਡ/ *n* ਬੰਜਰ ਧਰਤੀ, ਰੱਕੜ, ਅਣਵਾਹੀ ਧਰਤੀ

waste-paper basket *n* ਰੱਦੀ ਦੀ ਟੋਕਰੀ

wastrel /'ਵੇਇਸਟਰ(ਅ)ਲ/ *n* ਕੂੜਾ-ਕਰਕਟ; ਅਵਾਰਾ ਬੱਚਾ, ਨਿਕੰਮਾ ਜਾਂ ਨਿਖੱਟੂ ਆਦਮੀ

watch /ਵੌਂਚ/ *n* ਘੜੀ; ਜਗਰਾਤਾ; ਸਾਵਧਾਨੀ, ਖ਼ਬਰਦਾਰੀ, ਚੌਕਸੀ; ਪਹਿਰੇਦਾਰ, ਰੱਖਿਆ, ਨਿਗਰਾਨੀ, ਪਹਿਰਾ *v* ਸਜਗ ਹੋਣਾ, ਪਹਿਰਾ ਦੇਣਾ, ਖ਼ਬਰਦਾਰ ਹੋਣਾ, ਚੌਕਸ ਹੋਣਾ; ਜਗਰਾਤਾ ਕਰਨਾ; ਨਿਗ੍ਹਾ ਰੱਖਣਾ; ਪਿੱਛਾ ਕਰਨਾ **on the watch** ਖ਼ਬਰਦਾਰ

watch and ward *n* ਪਹਿਰਾ ਚੌਕੀ

watchdog /'ਵੌਂਚਡੌਗ/ *n* ਰਾਖਾ ਕੁੱਤਾ; ਨਿਗਰਾਨ, ਰਖਵਾਲਾ

watchful /'ਵੌਂਚਫ਼ਲ/ *a* ਖ਼ਬਰਦਾਰ, ਚੌਕਸ

watchfulness /'ਵੌਂਚਫ਼ਲਨਅਸ/ *n* ਚੌਕਸੀ, ਖ਼ਬਰਦਾਰੀ, ਸਾਵਧਾਨੀ

watch-key *n* ਘੜੀ ਦੀ ਚਾਬੀ

watchman /'ਵੌਂਚਮਅਨ/ *n* ਰਾਖਾ ਪਹਿਰੇਦਾਰ, ਚੌਕੀਦਾਰ

watchtower /'ਵੌਂਚਟਾਉਅ*/ *n* ਅਟਾਰੀ

watchword /'ਵੌਂਚਵਅ:ਡ/ *n* (ਸੈਨਿਕ ਪਹਿਰੇ ਲਈ) ਸੰਕੇਤ ਸ਼ਬਦ; ਨਾਹਰਾ

water /'ਵੋਟਅ*/ *n* ਪਾਣੀ, ਜਲ, ਨੀਰ; ਪਿਸ਼ਾਬ; ਹੰਝੂ; ਰਾਲ, ਲਾਲ; ਸਮੁੰਦਰ, ਤਲਾਅ, ਖਾੜੀ, ਝੀਲ, ਨਦੀ, ਪਾਣੀ ਵਿੱਚ ਘੁਲਨ ਦੀ ਕਿਰਿਆ; ਹੀਰੇ ਜਾਂ ਸ਼ੀਸ਼ੇ ਦਾ ਪਾਣੀ, ਚਮਕ, ਆਭਾ *v* ਸਿੰਜਣਾ, (ਫ਼ਸਲ ਨੂੰ) ਪਾਣੀ ਦੇਣਾ, ਆਬਪਾਸ਼ੀ ਕਰਨਾ, ਛਿੜਕਾ ਕਰਨਾ; ਤਰ ਕਰਨਾ, ਪਾਣੀ ਪਿਆਉਣਾ; ਪਾਣੀ ਭਰਨਾ; (ਅੱਖਾਂ ਵਿੱਚ) ਪਾਣੀ ਆਉਣਾ, ਰਾਲ ਵਗਣਾ, ਪਾਣੀ ਆ ਜਾਣਾ; ਮੂਤਣਾ, ਪਿਸ਼ਾਬ ਕਰਨਾ **in hot water** ਔਖ ਵਿੱਚ, ਔਕੜ ਵਿੱਚ **make water, pass water** ਮੂਤਣਾ, ਪਿਸ਼ਾਬ ਕਰਨਾ **rose water** ਗੁਲਾਬ ਦਾ ਅਰਕ **throw cold water on** ਪਾਣੀ ਫੇਰਨਾ, ਦਬਾਉਣਾ **written in water** ਨਾਸਵਾਨ

Water Bearer *n* ਮਾਸ਼ਕੀ, ਪਣਹਾਰਾ, ਝਿਊਰ

waterborne /'ਵੋਟਅਬੋਨ/ *a* (ਰੋਗ) ਪਾਣੀ ਨਾਲ ਉਪਜਣ ਵਾਲਾ

water carrier *n* ਕੁੰਭ ਰਾਸ਼ੀ ਦਾ ਚਿੰਨ੍ਹ

water clock *n* ਜਲਘੜੀ

watercolour /'ਵੋਟਅਕਅੱਲਅ*/ *n* ਜਲ ਰੰਗ

watercourse /'ਵੋਟਅਕੋਸ/ *n* ਜਲਮਾਰਗ

water-craft *n* ਬੇੜੀ, ਸੰਮੁਦਰੀ ਜਹਾਜ਼

water-cure *n* ਜਲ ਚਿਕਿਤਸਾ

water diviner *n* ਪਾਣੀ ਦਾ ਪਤਾ ਲਾਉਣ ਵਾਲਾ, ਸੇਂਘਾ

waterfall /'ਵੋਟਅਫ਼ੋਲ/ *n* ਝਰਨਾ, ਆਬਸ਼ਾਰ

waterfowl /'ਵੋਟਅਫ਼ਾਉਲ/ *n* ਮੁਰਗਾਬੀ, ਜਲ ਪੰਛੀ

water level *n* ਜਲ-ਤਲ; ਜਲ-ਤਲ ਮਾਪਕ ਯੰਤਰ

water lily /'ਵੋਟਅ* ਲਿਲਿ/ *n* ਕੰਵਲ, ਕਮਲ

waterlog /'ਵੋਟਅਲੌਂਗ/ *v* ਜਲਗ੍ਰਸਤ ਹੋਣਾ, ਸੇਮ ਹੋਣਾ

waterlogged /'ਵੋਟਅਲੌਂਗਡ/ *a* ਸੇਮ ਮਾਰੀ (ਜ਼ਮੀਨ), ਪਾਣੀ ਰੱਜੀ; ਪਾਣੀ ਨਾਲ ਭਰੀ (ਕਿਸ਼ਤੀ)

watermark /'ਵੋਟਅਮਾਕ/ *n* ਕਾਗਜ਼ਾਂ ਉੱਤੇ ਲੱਗਾ ਚਿੰਨ੍ਹ

watermelon /'ਵੋਟਅਮੈੱਲਅਨ/ *n* ਹਦਵਾਣਾ, ਤਰਬੂਜ਼, ਮਤੀਰਾ

water-nymph /'ਵੋਟਅਨਿਮ(ਪ)ਫ਼/ *n* ਜਲਪਰੀ

water-pox *n* ਸੀਤਲਾ, ਮਾਤਾ, ਪਾਣੀਝਾਰਾ, ਜਲਝਾਰਾ

waterproof /'ਵੋਟਅਪਰੂਫ਼/ *a* ਬਰਸਾਤੀ; ਅਭਿੱਜ

watershed /'ਵੋਟਅਸ਼ੈੱਡ/ *n* ਜਲ ਵਿਭਾਜਕ; ਡੂੰਘਾ ਮੋੜ

water supply *n* ਜਲ ਪ੍ਰਬੰਧ

watertight /'ਵੋਟਅਟਾਇਟ/ *a* ਜਲ ਰੋਕ; (ਸੁਲ੍ਹਾਨਾਮਾ) ਸ਼ੰਕਾ ਰਹਿਤ

watery /'ਵੋਟਅਰਿ/ *a* ਪਣਿਆਲਾ; ਪਾਣੀ ਨਾਲ ਸੰਬੰਧਿਤ

watt /ਵੌਟ/ *n* ਬਿਜਲੀ ਸ਼ਕਤੀ ਦੀ ਇਕਾਈ, ਵਾਟ, ਓਜ

wattle /'ਵੌਟਲ/ *n* ਛਮਕ, ਤੀਲ; (ਮੁਰਗੇ ਦੀਆਂ) ਲੂਲਾਂ, ਝਾਲਰ; ਸ਼ਾਖ਼; ਬਬੂਲ ਦੀ ਕਿਸਮ ਦਾ ਇੱਕ ਰੁੱਖ; ਖਿੜਕ, ਸਿਰਕੀ *vt* ਖਿੜਕ ਲਾਉਣਾ, ਸਿਰਕੀ ਬੰਨ੍ਹਣਾ, ਡਾਲੀਆਂ ਨਾਲ ਬੰਨ੍ਹਣਾ

waul /ਵੋਲ/ *vi* ਮਿਆਂਕਣਾ, ਵਿਲਕਣਾ

wave /ਵੇਇਵ਼/ *n* ਛੱਲ, ਲਹਿਰ, ਤਰੰਗ, ਹਿਚਕੋਲਾ; ਲਹਿਰਦਾਰ ਤਲ, (ਮਨ ਦੀ) ਮੌਜ, ਤਰੰਗ; ਹੁਲਾਰਾ; ਚਾਨਣ ਦਾ ਵੇਗ *v* ਲਹਿਰਾਉਣਾ, ਤਰੰਗਤ ਹੋਣਾ, ਹਿਚਕੋਲੇ ਖਾਣਾ; ਕੰਬਣਾ, ਕੰਬਾਉਣਾ; ਹਿੱਲਣਾ, ਹਿਲੋਰੇ ਖਾਣਾ; ਹੱਥ ਨਾਲ ਸੈਨਤ ਕਰਨਾ, ਹੱਥ ਹਿਲਾਉਣਾ (ਵਿਦਾ ਹੋਣ ਲੱਗਿਆਂ)

wavelength /'ਵੇਇਵ਼ਲੈਙੱਥ/ *n* ਤਰੰਗ ਲੰਬਾਈ; ਵਿਅਕਤੀ ਦੀ ਵਿਚਾਰਧਾਰਾ

wave meter *n* ਤਰੰਗ ਮਾਪਕ ਯੰਤਰ

waver /'ਵੇਇਵ਼ਅ*/ *v* ਲਹਿਰਨਾ, ਲਹਿਰਾਉਣਾ; ਝੂੱਲਣਾ, ਝੁਲਾਉਣਾ, ਡੋਲਣਾ, ਡੁਲਾਉਣਾ; ਲਹਿਲਹਾਉਣਾ; ਕੰਬਣਾ; ਪਰਾਂ ਦਾ ਫੜਫੜਾਉਣਾ; ਲੜਖੜਾਉਣਾ; ਝਿਜਕਣਾ; ਅਸਥਿਰ ਹੋਣਾ, ਪੈਰ ਉਖੱੜਨਾ, ਡਗਮਗਾਉਣਾ

wavering /'ਵੇਇਵ਼(ਅ)ਰਿਙ/ *a* ਡੋਲਣ ਵਾਲਾ; ਸੰਕੋਚੀ, ਹਿਚਕਚਾਉਣ ਵਾਲਾ, ਅਸਥਿਰ

wavy /'ਵੇਇਵਿ਼/ *n* ਉੱਤਰੀ ਸਾਗਰ ਦਾ ਚਿੱਟਾ ਹੰਸ *a* ਲਹਿਰੀਏ ਵਾਲਾ, ਲਹਿਰਦਾਰ; ਤਰੰਗਮਈ, ਕਲੋਲਮਈ; ਉੱਚਾ-ਨੀਵਾਂ; ਛੱਲੇਦਾਰ

wax /ਵੈਕਸ/ *n* ਮੋਮ; ਕੰਨਾਂ ਦੀ ਮੈਲ *v* ਮੋਮੀ ਬਣਾਉਣਾ, ਮੋਮ ਨਾਲ ਜੋੜਨਾ, ਲਾਖ ਦੀ ਮੋਹਰ ਲਾਉਣਾ, ਲਾਖ ਨਾਲ ਜੋੜਨਾ; (ਚੰਦ ਦਾ) ਆਕਾਰ ਵਧਣਾ; ਉੱਨਤੀ ਕਰਨਾ, ਵਧੇਰੇ ਹੋਣਾ, ਫੈਲਣਾ

waxed paper *n* ਮੋਮੀ ਕਾਗਜ਼

waxy /'ਵੈਕਸਿ/ *a* ਮੋਮੀ, ਮੋਮਦਾਰ; ਚਿਪਚਿਪਾ, ਨਰਮ, ਮੁਲਾਇਮ, ਕੂਲਾ; (ਅਪ) ਰੁੱਠਾ ਹੋਇਆ, ਗੁੱਸਿਆ, ਛੇਤੀ ਨਰਾਜ਼ ਹੋਣ ਵਾਲਾ

way /ਵੇਇ/ *n* ਰਾਹ, ਰਸਤਾ, ਮਾਰਗ, ਪੱਥ, ਵੀਹੀ; ਗਲੀ, ਸੜਕ; ਜੁਗਤ; ਉਪਾਅ, ਰੀਤ, ਵਿਧੀ, ਤਰਕੀਬ, ਢੰਗ, ਢਬ, ਕਾਇਦਾ; ਪ੍ਰਥਾ, ਰਿਵਾਜ; (ਯਾਤਰਾ ਦਾ) ਫ਼ਾਸਲਾ, ਵਿੱਥ; ਉੱਨਤੀ, ਤਰੱਕੀ, ਯਾਤਰਾ ਕਾਲ, ਯਾਤਰਾ; ਪ੍ਰਯੋਜਨ, ਉਦੇਸ਼; ਹਾਲਤ, ਅਵਸਥਾ, ਦਸ਼ਾ; ਮਾਤਰਾ, ਦਰਜਾ, ਪਰਿਮਾਣ **by way of** ਦੇ ਤੌਰ 'ਤੇ **by the way** ਐਵੇਂ, ਵੈਸੇ, ਉਂਜ

wayfarer /'ਵੇਇਫ਼ੇਅਰਅ*/ *n* ਪੈਦਲ ਯਾਤਰਾ ਕਰਨ ਵਾਲਾ, ਪਾਂਧੀ

waylay /ਵੇਇ'ਲੇਇ/ *vt* ਤਾੜ ਵਿੱਚ ਰਹਿਣਾ, ਲੁੱਟਣ ਦੀ ਤਾਕ ਵਿੱਚ ਹੋਣਾ

way-out /,ਵੇਇ'ਆਉਟ/ *adv* ਅਸਧਾਰਨ

wayward /'ਵੇਇਵਅਡ/ *a* ਅੜਬ, ਕੱਬਾ; ਹਠੀ, ਜ਼ਿੱਦੀ, ਮਨਮਤੀਆ

wayzgoose /'ਵੇਇਜ਼ਗੂਸ/ *n* ਪ੍ਰਕਾਸ਼ਨ ਦੇ ਕਰਮਚਾਰੀਆਂ ਦਾ ਸਲਾਨਾ ਉਤਸਵ

we /ਵਿ, ਵੀ/ *pron* ਅਸੀਂ; ਵੱਡੇ ਆਦਮੀ ਲਈ ਮੈਂ ਦਾ ਅਰਥ ਬੋਧਕ

weak /ਵੀਕ/ *a* ਕਮਜ਼ੋਰ, ਦੁਰਬਲ, ਨਿਰਬਲ, ਢਿੱਲਾ, ਨਿਤਾਣਾ, ਨਿਸੱਤਾ, ਬਲਹੀਣ, ਮੰਦ, ਖੀਣ; ਮੱਧਮ, ਹਲਕਾ, ਧੀਮਾ; ਦੋਸ਼ੀ, ਅਪੂਰਨ, ਕੋਮਲ, ਮੁਲਾਇਮ, ਨਰਮ, ਭੁਰਭੁਰਾ; (ਸੌਖਿਆਂ) ਝੁਕ ਜਾਣ ਵਾਲਾ, ਟੁੱਟ ਜਾਣ ਵਾਲਾ, ਨਿਸਤੇਜ, ਤੇਜਹੀਣ; (ਦੁੱਧ ਜਾਂ ਚਾਹ) ਪਤਲੀ, ਫਿੱਕੀ, ਪਾਣੀ ਵਾਲੀ; ਅਸ਼ੁੱਧ, ਬੇਪਰਵਾਹ, ਫੂਹੜ

weak character *n* ਕਮਜ਼ੋਰ ਆਚਰਨ

weaken /'ਵੀਕ(ਅ)ਨ/ *v* ਕਮਜ਼ੋਰ ਕਰਨਾ, ਨਰਮ ਕਰਨਾ

weak heart *n* ਕਮਜ਼ੋਰ ਦਿਲ

weakness /'ਵੀਕਨਅਸ/ *n* ਕਮਜ਼ੋਰੀ, ਨਿਰਬਲਤਾ, ਦੁਰਬਲਤਾ, ਸ਼ਕਤੀਹੀਣਤਾ, ਸੁਸਤੀ; ਦੋਸ਼, ਤਰੁਟੀ, ਐਬ, ਬੁਰਾਈ

weal /ਵੀਲ/ *n* ਖ਼ੁਸ਼ਹਾਲੀ, ਵਾਧਾ, ਸਮਰਿਧੀ; ਭਲਾਈ, ਹਿਤ, ਕਲਿਆਣ; ਸੁਖ, ਅਨੰਦ, ਪ੍ਰਸੰਨਤਾ; ਸਫਲਤਾ; ਚੰਗੀ ਕਿਸਮਤ; ਚੰਗਿਆਈ, ਅਛਾਈ

Weald /ਵੀਲਡ/ *n* (ਇਤਿ) ਜੰਗਲ ਵਾਲਾ ਇਲਾਕਾ

wealth /ਵੈੱਲਥ/ *n* ਧਨ, ਧਨ ਸੰਪੱਤੀ, ਐਸ਼ਵਰਜ; ਅਮੀਰੀ, ਦੌਲਤਮੰਦੀ; ਅਧਿਕਤਾ, ਬਹੁਲਤਾ, ਬਹੁਤਾਤ

wealthiness /'ਵੈੱਲਥਿਨਅਸ/ *n* ਧਨ; ਅਮੀਰੀ; ਦੌਲਤਮੰਦੀ

wealthy /'ਵੈੱਲਥਿ/ *a* ਧਨਵਾਨ, ਅਮੀਰ, ਦੌਲਤਮੰਦ, ਮਾਲਦਾਰ

wean /ਵੀਨ/ *n* (ਸਕਾਟ) ਬਾਲ, ਬੱਚਾ *vt* ਬਾਲ ਦਾ ਦੁੱਧ ਛੁਡਾਉਣਾ, (ਆਦਤ ਨੂੰ) ਮੁਸ਼ਕਲ ਨਾਲ ਛੁਡਾਉਣਾ; ਸਾਥ ਛੁਡਾਉਣਾ

weapon /'ਵੈੱਪਅਨ/ *n* ਹਥਿਆਰ, ਸ਼ਸਤਰ, ਅਸਤਰ ਸ਼ਸਤਰ; ਸਾਧਨ

weaponless /'ਵੈੱਪਅਨਲਅਸ/ *a* ਬੇਹਥਿਆਰ, ਸ਼ਸਤਰਹੀਣ, ਨਿਸ਼ਸਤਰ, ਨਿਹੱਥਾ; ਸਾਧਨਹੀਣ

weapon of mass destruction *n* ਪਰਮਾਣੂ/ ਰਸਾਇਣਕ ਜਾਂ ਜੈਵਿਕ ਹਥਿਆਰ ਜੋ ਵੱਡੀ ਪੱਧਰ ਉੱਤੇ ਤਬਾਹੀ ਮਚਾਉਂਦੇ ਹਨ ਅਤੇ ਜਾਨਾਂ ਲੈਂਦੇ ਹਨ

wear /ਵੇਅ*/ *n* ਪੁਸ਼ਾਕ, ਲਿਬਾਸ, ਵੇਸ, ਪਹਿਰਾਵਾ; ਘਾਸਾ, ਘਸਰ, ਟੁੱਟ–ਭੱਜ, ਘਸਾਈ; ਨੁਕਸਾਨ, ਖੈ, ਹਾਨੀ; ਸਹਿਣ ਸ਼ਕਤੀ *v* ਵਸਤਰ ਪਾਉਣਾ, ਪਹਿਨਣਾ, ਪਹਿਨਾਉਣਾ, (ਚਾਦਰ ਆਦਿ) ਲੈਣਾ; ਬਣਾ ਰੱਖਣਾ; ਖੈ ਕਰਨਾ, ਘਟਾਉਣਾ, ਨੁਕਸਾਨ ਕਰਨਾ; ਘਸਣਾ, ਰਗੜ ਖਾਣਾ, ਘਸਾਉਣਾ, ਰਗੜਨਾ, ਥੱਕਣਾ, ਥਕਾਉਣਾ, ਉਕਤਾ ਜਾਣਾ, ਉਕਤਾ ਦੇਣਾ; ਆਜਿਜ਼ ਹੋਣਾ ਜਾਂ ਕਰਨਾ; ਸਮੇਂ ਦਾ ਹੌਲੀ–ਹੌਲੀ ਬਤੀਤ ਹੋਣਾ ਜਾਂ ਕਰਨਾ; (ਪਾਣੀ ਦਾ ਧਰਤੀ) ਖੋਰਨਾ; ਫੇਰਨਾ, ਘੁਕਣਾ, ਘੁਕਾਉਣਾ; ਘੁਮਾਉਣਾ; ਘੁੰਮਣਾ, ਮੁੜ ਜਾਣਾ

wear and tear *n* ਟੁੱਟ-ਭੱਜ

wear down *v* ਰਗੜ ਦੇਣਾ, ਕਮਜ਼ੋਰ ਕਰਨਾ

wearer /'ਵੇਅਰਅ*/ *n* ਪਹਿਨਣ ਵਾਲਾ

weariness /ਵਿਅਰਿਨਅਸ/ *n* ਥਕਾਵਟ

wear off *n* ਘਸਾ ਦੇਣਾ

weary /'ਵਿਅਰਿ/ *a* ਥੱਕਿਆ ਅੱਕਿਆ, ਉਚਾਟ; ਨਿਰਾਸ, ਉਦਾਸ; ਉਕਤਾ ਦੇਣ ਵਾਲਾ, ਥਕਾ ਦੇਣ ਵਾਲਾ *v* ਥਕਾਉਣਾ, ਉਕਤਾ ਦੇਣਾ

weasel /'ਵੀਜ਼ਲ/ *n* ਨਿਓਲੇ ਵਰਗਾ ਇੱਕ ਜੀਵ

weather /'ਵੈੱਦਅ*/ *n* ਰੁੱਤ, ਮੌਸਮ *v* ਹਵਾ ਵਿੱਚ ਰੱਖਣਾ; ਝੱਲਣਾ, ਸਹਿਣਾ; ਜਹਾਜ਼ ਜਾਂ ਕਿਸ਼ਤੀ ਨੂੰ ਹਵਾ ਦੀ ਦਿਸ਼ਾ ਵਿੱਚ ਚਲਾਉਣਾ; (ਤੂਫ਼ਾਨ ਤੋਂ) ਬਚ ਕੇ ਨਿਕਲ ਜਾਣਾ, ਪਾਰ ਹੋਣਾ, ਮੁਕਾਬਲਾ ਕਰਨਾ, ਸਾਮ੍ਹਣਾ ਕਰਨਾ *a* ਹਵਾ ਵਾਲੇ ਪਾਸੇ ਸਥਿਤ, ਹਵਾ ਦੀ ਦਿਸ਼ਾ ਦਾ

weather-beaten *a* ਮੌਸਮਾਂ ਦਾ ਫੰਡਿਆ

weathercock /'ਵੈੱਦਅਕੌਕ/ *n* ਪੌਣ ਕੁੱਕੜ; ਫ਼ਸਲੀ ਬਟੇਰਾ

weathervane /'ਵੈੱਦਅਵ਼ੇਇਨ/ *n* ਪੌਣ ਕੁੱਕੜ

weave /ਵੀਵ਼/ *n* ਬੁਣਤੀ *v* ਬੁਣਨਾ; ਕੱਪੜਾ ਬਣਾਉਣਾ; ਰਚਣਾ, ਸ਼ਕਲ ਦੇਣਾ; ਜੋੜਨਾ, ਗੰਢਣਾ; (ਗੋਂਦ, ਕਹਾਣੀ) ਘੜਨਾ, ਗੁੰਦਣਾ

weaver /'ਵੀਵ਼ਅ*/ *n* ਜੁਲਾਹਾ; (ਪੰਛੀ) ਬਈਆ, ਬਿਜੜਾ

web /ਵੈੱਬ/ *n* ਜਾਲ; ਜਾਲਾ (ਮੱਕੜੀ ਦਾ); ਕੱਪੜਾ, ਤਾਣੀ, ਕੱਪੜੇ ਦਾ ਥਾਨ, ਪਾਰਚਾ; (ਚਮਗਿੱਦੜ, ਚਾਮਚੜਿਕ ਅਤੇ ਬਤਕ ਦੇ) ਪੌਂਚਿਆਂ ਦੀ ਝਿੱਲੀ; ਮਾਸ ਦੀਆਂ ਜੁੜੀਆਂ ਤੰਦਾਂ

web page *n* (ਕੰਪਿ) ਇੰਟਰਨੈੱਟ 'ਤੇ ਪ੍ਰਾਪਤ ਜਾਣਕਾਰੀ ਦਾ ਇੱਕ ਪੰਨਾ, ਵੈੱਬ ਪੰਨਾ

website /'ਵੈੱਬਸਾਇਟ/ *n* (ਕੰਪਿ) ਵੈੱਬ ਦਾ ਕਿਸੇ ਵਿਸ਼ੇਸ਼ ਸੰਸਥਾ ਵਿਸ਼ੇ ਜਾਂ ਵਿਅਕਤੀ ਆਦਿ ਨਾਲ ਸੰਬੰਧਿਤ ਜਾਣਕਾਰੀ ਦਾ ਖੇਤਰ

webster /'ਵੈੱਬਸਟਅ*/ *n* ਜੁਲਾਹਾ

wed /ਵੈੱਡ/ *v* ਨਿਕਾਹ ਕਰਨਾ ਜਾਂ ਅਨੰਦ ਪੜ੍ਹਾਉਣਾ, ਪਰਨਾਉਣਾ, ਵਿਆਹ ਕਰਨਾ; ਜੋੜਨਾ, ਮਿਲਾਉਣਾ, ਬੰਨ੍ਹਣਾ, ਸੰਜੋਗ ਕਰਨਾ

wedding /'ਵੈੱਡਿਙ/ *n* ਵਿਆਹ, ਨਿਕਾਹ, ਸ਼ਾਦੀ, ਵਿਆਹ ਦੀ ਰਸਮ

wedding anniversary *n* ਹਰ ਸਾਲ ਦਾ ਉਹ ਦਿਨ ਜਿਸ ਦਿਨ ਦੋ ਵਿਅਕਤੀਆਂ ਦਾ ਵਿਆਹ ਹੋਇਆ ਹੋਵੇ; ਇਸ ਮਿਤੀ ਨੂੰ ਕੀਤਾ ਜਾਣ ਵਾਲਾ ਜਸ਼ਨ

wedding garment *n* (ਵਿਆਹ ਕਰਾਉਣ ਸਮੇਂ ਪਾਏ) ਕੱਪੜੇ

wedding ring *n* ਵਿਆਹ ਦੀ ਮੁੰਦਰੀ, ਛਾਪ

wedge /ਵੈੱਜ/ *n* ਫ਼ਾਨਾ, ਪੱਚਰ, ਕਿੱਲ; ਮੇਖ, ਖੁੰਟੀ, ਟੰਗਣਾ *vt* ਚੀਰਨਾ, ਪਾੜਨਾ; ਫ਼ਾਨਾ ਠੋਕਣਾ, ਪੱਚਰ ਜੜਨਾ; ਘੁਸਣਾ, ਘੁਸੜਨਾ, ਗੱਡਣਾ

Wedgwood /'ਵੈੱਜਵੁਡ/ *n* ਕੱਚ ਵਰਗੀ ਵਧੀਆ ਚੀਨੀ ਮਿੱਟੀ, ਵਧੀਆ ਚੀਨੀ ਦੇ ਭਾਂਡੇ

wedlock /'ਵੈੱਡਲੌਕ/ *n* ਵਿਆਹ ਬੰਧਨ, ਸ਼ਾਦੀ

Wednesday /'ਵੈੱਨਜ਼ਡੇਇ, -ਡਿ/ *n* ਹਫ਼ਤੇ ਦਾ ਇੱਕ ਦਿਨ, ਬੁੱਧਵਾਰ

wee /ਵੀ/ *a* ਨਿੱਕਾ, ਨੰਨ੍ਹਾ, ਛੋਟਾ

weed /ਵੀਡ/ *n* ਘਾਹ-ਪੱਤਾ, ਨਦੀਨ, ਮਰੀਅਲ ਘੋੜਾ *v* ਗੁੱਡਣਾ, ਗੋਡੀ ਕਰਨਾ; ਨਦੀਨ ਕੱਢਣਾ

weeds /ਵੀਡਜ਼/ *n* (ਬਹੁ) ਸੋਗੀ ਵੇਸ, ਮਾਤਮੀ ਕੱਪੜੇ

weedy /'ਵੀਡਿ/ *a* (ਘਾਹ) ਤਿਣਕਿਆਂ ਵਾਲਾ, ਘਾਹ ਪੱਤੀਆਂ ਨਾਲ ਭਰਿਆ; ਕਮਜ਼ੋਰ, ਖੀਣ; ਦੁਰਬਲ

week /ਵੀਕ/ *n* ਹਫ਼ਤਾ, ਸਪਤਾਹ *v* ਹਫ਼ਤਾ ਬਿਤਾਉਣਾ

weekday /'ਵੀਕਡੇਇ/ *n* (ਐਤਵਾਰ ਤੋਂ ਬਿਨਾਂ) ਹਫ਼ਤੇ ਦਾ ਕੋਈ ਦਿਨ

weekend /ˌਵੀਕ'ਐਂਡ/ *n* ਹਫ਼ਤੇ ਦਾ ਅੰਤ, ਹਫ਼ਤੇ ਦਾ ਅੰਤਲਾ ਦਿਨ

weekly /'ਵੀਕਲਿ/ *a* ਹਫ਼ਤਾਵਾਰ, ਸਪਤਾਹਿਕ *n* ਸਪਤਾਹਿਕ ਸਮਾਚਾਰ ਪੱਤਰ

weel /ਵੀਲ/ *n* ਟੋਕਰਾ ਜਾਲ (ਮੱਛੀਆਂ ਫੜਨ ਲਈ)

weem /ਵੀਮ/ *n* ਗੁਫ਼ਾ, ਸੁਰੰਗ

ween /ਵੀਨ/ *vt* (ਪਰਾ) ਅਨੁਮਾਨ ਕਰਨਾ, ਵਿਚਾਰਨਾ, ਸਮਝਣਾ, ਖ਼ਿਆਲ ਕਰਨਾ, ਰਾਏ ਹੋਣਾ; ਆਸ ਰੱਖਣਾ

weep /ਵੀਪ/ *v* ਰੋਣਾ, ਵਿਰਲਾਪ ਕਰਨਾ, ਅੱਖਾਂ ਭਰਨਾ; ਸੋਗ ਮਨਾਉਣਾ, ਅਫ਼ਸੋਸ ਕਰਨਾ; ਚੋਣਾ, ਰਿਸਣਾ, ਟਪਕਣਾ, ਵਗਣਾ; ਮੁੜ੍ਹਕਾ ਵਗਣਾ, ਪਸੀਨਾ ਚੋਣਾ; (ਰੁੱਖ ਦੀਆਂ ਟਾਹਣੀਆਂ ਦਾ) ਝੁਕਣਾ, ਨਿਢਾਲ ਹੋਣਾ, ਸਿਥਲ ਹੋਣਾ, ਉਦਾਸ ਹੋਣਾ

weep away *v* ਰੋ ਕੇ ਸਮਾਂ ਵਿਹਾਉਣਾ

weeping /'ਵੀਪਿਙ/ *n* ਰੋਣ-ਧੋਣ, ਰੁਦਨ, ਵਿਰਲਾਪ *a* ਰੋਂਦਾ, ਅੱਥਰੂਪੂਰਨ; ਝੁਕਿਆ

weevil /'ਵੀਵ੍ਲ/ *n* ਘੁਣਾ, ਘੁਣ; ਪੌਦੇ ਨੂੰ ਖਾ ਜਾਣ ਵਾਲਾ ਕੀੜਾ, ਖਪਰਾ, ਸੁਸਰੀ, ਢੋਰਾ ਆਦਿ

weft /ਵੈੱਫ਼ਟ/ *n* ਤਾਣੀ ਦਾ ਪੇਟਾ, ਬੁਣੀ ਹੋਈ ਚੀਜ਼

weigh /ਵੇਇ/ *v* ਹਾੜਨਾ, ਜੋਖਣਾ, ਭਾਰ ਤੋਲਣਾ, ਤੁਲ ਜਾਣਾ; ਦੇ ਤੁੱਲ ਹੋਣਾ, ਅੰਕਣਾ, ਜਾਚਣਾ, ਮੁਲਾਂਕਣ ਕਰਨਾ, ਅਨੁਮਾਨ ਲਾਉਣਾ, ਮਹੱਤਵ ਹੋਣਾ, ਪ੍ਰਭਾਵ ਰੱਖਣਾ, ਭਾਰ ਰੱਖਣ, ਵਜ਼ਨ ਹੋਣਾ; ਵਿਚਾਰ ਕਰਨਾ, ਮਨ ਵਿੱਚ ਤੋਲਣਾ; ਭਾਰ ਚੁੱਕਣਾ, ਉੱਪਰ ਸੁੱਟਣਾ; ਪਾਣੀ ਦੇ ਹੇਠੋਂ ਉੱਠਣਾ; ਮਹੱਤਤਾ ਹੋਣਾ

weight /ਵੇਇਟ/ *n* ਭਾਰ, ਬੋਝ, ਵਜ਼ਨ; ਤੋਲ, ਵੱਟਾ; ਭਾਰੀ ਚੀਜ਼; (ਚਿੰਤਾ, ਫ਼ਿਕਰ ਦਾ) ਮਹੱਤਵ; ਪ੍ਰਭਾਵ; ਪ੍ਰਧਾਨਤਾ, ਪ੍ਰਬਲਤਾ; ਲੋੜ, ਜ਼ਰੂਰਤ,

ਆਵੱਸ਼ਕਤਾ *vt* ਭਾਰ ਬੰਨ੍ਹਣਾ; ਵੱਟਾ ਬੰਨ੍ਹ ਦੇਣਾ, ਭਾਰਾ ਕਰਨਾ; ਤੋਲ ਵਧਾਉਣਾ; ਲੱਦਣਾ

weightage /'ਵੇਇਟਿਜ/ *n* ਮਹੱਤਤਾ, ਮਹੱਤਵ

weir, wear /ਵਿਅ*, ਵੇਅ/ *n* (ਪਾਣੀ ਦਾ ਤਲ ਉਚਿਆਉਣ ਲਈ ਨਦੀ ਜਾਂ ਨਹਿਰ ਆਦਿ ਦਾ) ਬੰਨ੍ਹ

weird /ਵਿਅਡ/ *n* ਹੋਣੀ, ਪ੍ਰਾਲਬਧ *a* ਤਕਦੀਰ ਹੋਣੀ ਜਾਂ ਪ੍ਰਾਲਬਧ ਸੰਬੰਧੀ, ਤਕਦੀਰੀ; ਅਨੋਖਾ, ਅਲੌਕਿਕ, ਅਲੋਕਾਰੀ, ਅਸੰਸਾਰਕ; ਅਦਭੁਤ, ਵਿਲੱਖਣ, ਰਹੱਸਮਈ; ਨਿਰਾਲਾ, ਮੌਜੀ

Weismannism /'ਵਾਇਸਮਅਨਿਜ਼ਅਮ/ *n* ਵਾਈਜ਼-ਮਾਨਵਾਦ, ਵੰਸ਼ ਜਾਂ ਖ਼ਾਨਦਾਨ ਦਾ ਉਹ ਸਿਧਾਂਤ ਜਿਸ ਅਨੁਸਾਰ ਗ੍ਰਹਿਣ ਕੀਤੇ ਗੁਣਾਂ ਦਾ ਅਗੇਰੀ ਸੰਤਾਨ ਵਿੱਚ ਸੰਚਾਰ ਸਵੀਕਾਰ ਨਹੀਂ ਕੀਤਾ ਜਾਂਦਾ

welch /ਵੈੱਲਚ, ਵੈੱਲਸ਼/ *n* **welsh** ਦਾ ਭਿੰਨ ਰੂਪ

welcome /'ਵੈੱਲਕਅਮ/ *n* ਸੁਆਗਤ, ਸਤਿਕਾਰ, ਆਓ-ਭਗਤ *vt* ਸੁਆਗਤ ਕਰਨਾ, ਸਤਿਕਾਰ ਕਰਨਾ, ਆਓ-ਭਗਤ ਕਰਨਾ *a* ਸੁੱਖਾਂ ਲੱਧਾ (ਸੁਖਆਗਤ), ਸੁਖਾਵਾਂ, ਮਨੋਰੰਜਕ, ਦਿਲਪਸੰਦ, ਸ਼ੁਭ *int* ਜੈ ਜੈ !, ਆਓ !, ਜੀ ਆਇਆ ਨੂੰ

welcome address *n* ਅਭਿਨੰਦਨ ਪੱਤਰ, ਸੁਆਗਤੀ ਭਾਸ਼ਣ

weld /ਵੈੱਲਡ/ *n* ਇੱਕ ਪੌਦਾ *v* (ਧਾਤਾਂ ਨੂੰ) ਜੋੜਨਾ, ਸੰਯੁਕਤ ਕਰਨਾ; ਇਕਜਾਨ ਕਰਨਾ

welding /'ਵੈੱਲਡਿਙ/ *n* ਗਰਮ ਕਰਕੇ ਜੋੜਨ ਦਾ ਕਾਰਜ, ਵੈਲਡਿੰਗ

welfare /'ਵੈੱਲਫ਼ੇਅ*/ *n* ਹਿੱਤ, ਕਲਿਆਣ, ਭਲਾਈ; ਸੁੱਖ; ਉੱਨਤੀ, ਪ੍ਰਗਤੀ

welk /ਵੈੱਲਕ/ *vi* ਘਟਣਾ, ਮੰਦ ਪੈਣਾ, ਮੱਧਮ ਪੈਣਾ

welkin /'ਵੈੱਲਕਿਨ/ *n* (ਕਾਵਿ) ਅੰਬਰ, ਗਗਨ, ਅਕਾਸ਼

well /ਵੈੱਲ/ *n* ਬਾਉਲੀ, ਖੂਹ, ਸੋਤਾ, ਚਸ਼ਮਾ; ਮੂਲ ਸੋਮਾ; ਕਚਹਿਰੀ ਆਦਿ ਦਾ ਕਟਹਿਰਾ; ਸਿਆਹੀ ਦੀ ਦਵਾਤ ਦਾ ਖ਼ਾਨਾ; ਖੁੱਡ; ਚੰਗੀ ਚੀਜ਼ ਜਾਂ ਗੱਲ; ਤਸੱਲੀਬਖ਼ਸ਼ ਵਿਸ਼ਾ *v* ਉਬੱਲਨਾ, ਉਮਡਣਾ, ਉਭਾਰਨਾ, ਵਗਣਾ, ਫਵਾਰਾ ਚੱਲਣਾ *a* ਤੰਦਰੁਸਤ; ਉਚਿਤ, ਯੋਗ, ਭਾਗਾਂ ਵਾਲਾ, ਚੰਗਾ ਭਲਾ, ਠੀਕ-ਠਾਕ *adv* ਤਸੱਲੀਬਖ਼ਸ਼ ਰੂਪ ਵਿੱਚ; ਭਲੀ-ਭਾਂਤੀ, ਚੰਗੀ ਤਰ੍ਹਾਂ; ਬਖ਼ੂਬੀ, ਨਿਰਾ; ਨਿਪਟ, ਬਿਲਕੁਲ; ਮਨੋਂ, ਦਿਲੋਂ, ਬਿਨਾਂ ਕਪਟ ਜਾਂ ਛਲ ਤੋਂ; ਕਿਰਪਾ ਕਰਕੇ, ਮਨਜ਼ੂਰ ਕਰਕੇ; ਸਰਲਤਾ ਸਹਿਤ; ਦਲੀਲ ਨਾਲ, ਅਕਲ ਨਾਲ *int* ਖ਼ੈਰ !, ਠੀਕ !, ਹੈਂ !, ਅਰੇ !, ਖ਼ੂਬ, ਠੀਕ ਹੈ !, ਹਾਂ ਬਈ !, ਪਰ !

welladay /ˌਵੈੱਲਅ'ਡੇਇ/ *int* ਓਹੋ !, ਹਾਏ !, ਅਫ਼ਸੋਸ !

well behaved /ˌਵੈੱਲ ਬਿ'ਹੇਇਵ੍ਡ/ *a* ਆਚਰਨਸ਼ੀਲ, ਸੁਘੜ, ਸੁਸ਼ੀਲ

well-being /ˌਵੈੱਲ'ਬੀਇਙ/ *n* ਭਲਾਈ, ਖ਼ੈਰ, ਸਲਾਮਤੀ

well done *int* ਧੰਨ !, ਵਾਹ !, ਸ਼ਾਬਾਸ਼

well fed *a* ਜਿਸ ਨੂੰ ਲੋੜ ਅਨੁਸਾਰ ਪੌਸ਼ਟਿਕ ਖ਼ੁਰਾਕ ਮਿਲਦੀ ਹੋਵੇ, ਖਾ ਪੀ ਕੇ ਹੋਇਆ ਮੋਟਾ-ਤਾਜ਼ਾ

Welsh[1] /ਵੈੱਲਸ਼/ *n* ਵੈਲਜ਼ ਦੇਸ਼ ਦਾ (ਨਿਵਾਸੀ), ਵੇਲਜ਼ ਭਾਸ਼ਾ

welsh[2] *v* (ਘੋੜਦੌੜ ਵਿੱਚ ਬਾਜ਼ੀ ਦਾ ਰੁਪਈਆ ਦਿੱਤੇ ਬਿਨਾਂ) ਭੱਜ ਜਾਣਾ

welt /ਵੈੱਲਟ/ *n* ਕਿਨਾਰੀ, ਗੋਟਾ; ਮਗਜ਼ੀ; (ਕੋਰੜੇ ਦੀ) ਲਾਸ, ਨੀਲ *vt* ਗੋਟਾ ਲਾਉਣਾ, ਮਗਜ਼ੀ ਲਾਉਣਾ, ਛਾਂਟੇ ਮਾਰਨਾ, ਲਾਸਾਂ ਪਾ ਦੇਣਾ, ਨੀਲ ਪਾ ਦੇਣਾ

welter /'ਵੈੱਲਟਅ*/ *vi* ਲਿੱਬੜਨਾ, ਲੱਥ-ਪੱਥ ਹੋਣਾ, ਲੋਟ-ਪੋਟ ਹੋਣਾ, ਲੁੜ੍ਹਕਣਾ, ਤੜਪਣਾ *n* ਭਾਰੇ ਅਤੇ ਮੋਟੇ ਜਿਸਮ ਵਾਲਾ ਸਵਾਰ; ਭਾਰਾ ਆਦਮੀ; ਭਾਰੀ ਚੀਜ਼; ਤਕੜੀ ਸੱਟ

welterweight /'ਵੈੱਲਟਅਵੇਇਟ/ *n* ਮੁੱਕੇਬਾਜ਼ ਜਿਸ ਦਾ ਵਜ਼ਨ 61 ਤੋਂ 67 ਕਿੱਲੋਗ੍ਰਾਮ ਹੋਵੇ

welting /ਵੈੱਲਟਿਙ/ *n* ਗੋਟਾ ਲਾਉਣ ਦੀ

ਕਿਰਿਆ, ਕੋਰੜਿਆਂ ਦੀ ਮਾਰ, ਕੁਟਾਈ

wen /ਵੈੱਨ/ *n* ਗਿਲ੍ਹਟੀ, ਗਮ੍ਹੋੜੀ, ਰਸੌਲੀ; ਸੰਘਣੀ ਵੱਸੋਂ ਵਾਲਾ ਸ਼ਹਿਰ, ਮਹਾਂਨਗਰ; ਪ੍ਰਾਚੀਨ ਅੰਗਰੇਜ਼ੀ ਅੱਖਰ ਜਾਂ ਵਰਨ

wench /ਵੈੱਨਚ/ *n* ਕੁੜੀ, ਛੋਹਰੀ, ਛੋਕਰੀ; ਵੇਸਵਾ, ਰੰਡੀ *vt* ਵੇਸਵਾ ਗ਼ਮਨ ਕਰਨਾ, ਰੰਡੀਬਾਜ਼ੀ ਕਰਨਾ

wend /ਵੈੱਨਡ/ *v* ਬਦਲਨਾ, ਕਿਸੇ ਥਾਂ ਤੋਂ ਉੱਠ ਜਾਣਾ; ਚਲੇ ਜਾਣਾ, ਗੁਜ਼ਰਨਾ; ਰਾਹ ਪੈਣਾ **wend one's way** ਰਾਹੇ ਪੈਣਾ

went /ਵੈੱਨਟ/ *v* **go** ਦਾ ਭੂਤ-ਕਾਲ

wept /ਵੈੱਪਟ/ *v* **weep** ਦਾ ਭੂਤ-ਕਾਲ ਅਤੇ ਭੂਤ-ਕ੍ਰਿਦੰਤ

we're /ਵਿਅ*/ **we are** ਦਾ ਛੋਟਾ ਰੂਪ

were /ਵਅ*, ਵਅ:*/ *v* **aux was** ਦਾ ਬਹੁਵਚਨ; ਸਨ

werewolf /'ਵੇਅਵੁਲਫ/ *n* (ਕਾਇਆ ਕਲਪ ਕਾਰਨ) ਭੇੜੀਆ ਮਾਨਵ

west /ਵੈੱਸਟ/ *n* ਪੱਛਮ; ਪੱਛਮੀ ਦੇਸ਼; ਕਿਸੇ ਦੇਸ਼ ਦਾ ਪੱਛਮੀ ਭਾਗ, ਪੱਛੋਂ ਦੀ ਹਵਾ *a* ਪੱਛਮੀ; ਪੱਛਮ ਤੋਂ ਆਉਣ ਵਾਲੀ (ਹਵਾ) *adv* ਪੱਛਮ ਵਾਲੇ ਪਾਸੇ, ਪੱਛਮ ਵੱਲ

westerly /'ਵੈੱਸਟਅਲਿ/ *a* ਪੱਛਮੀ *n* ਹਵਾ (ਪੱਛੋਂ ਦੀ)

western /'ਵੈੱਸਟਅਨ/ *a* ਪੱਛਮੀ, ਪੱਛਮ ਦਾ *n* ਪੱਛਮ ਦਾ ਨਿਵਾਸ; ਚਲਚਿੱਤਰ, ਫ਼ਿਲਮ

westernism /'ਵੈੱਸਟਅਨਿਜ਼ਅਮ/ *n* ਪੱਛਮੀ ਰੀਤੀ-ਰਿਵਾਜ ਜਾਂ ਰਹਿਣ-ਸਹਿਣ, ਪੱਛਮਵਾਦ

west wind *n* ਪੱਛੋਂ, ਪੱਛੋਂ ਦੀ ਹਵਾ

wet /ਵੈੱਟ/ *n* ਗਿੱਲ, ਨਮੀ, ਤਰੀ, ਸੇਜਲ; ਸਿੱਲ੍ਹ; (ਬੋਲ) ਸ਼ਰਾਬ ਦਾ ਜ਼ਾਮ; ਸ਼ਰਾਬ ਪੀਣ ਦਾ ਹਿਮਾਇਤੀ *a* ਤਰ, ਭਿੱਜਿਆ, ਗਿੱਲਾ, ਸਿੱਲ੍ਹਾ, ਨਮਦਾਰ, ਸੇਜਲ; ਅੱਥਰੂਆਂ ਭਰਿਆ; ਸ਼ਰਾਬ ਦਾ ਪੱਖੀ; ਬਰਸਾਤੀ, ਵਰਖਾ ਦਾ *vt* ਭਿਓਂਣਾ, ਗਿੱਲਾ ਕਰਨਾ, ਤਰ ਕਰਨਾ

wether /'ਵੈੱਦਅ*/ *n* ਖੱਸੀ ਮੇਂਢਾ

wetlands /'ਵੈੱਟਲਅਨਡਜ਼/ *n* ਸੇਮ ਵਾਲ ਧਰਤੀ

wet weather *n* ਵਰਖਾ ਰੁੱਤ

whack /ਵੈਕ/ *n* ਹਿੱਸਾ, ਅੰਸ਼; ਡੰਡੇ ਜਾਂ ਸੋਟੀ ਦੀ ਮਾਰ, ਤਕੜੀ ਸੱਟ *vt* (ਡੰਡੇ ਨਾਲ) ਸੱਟ ਮਾਰਨਾ, ਕੁੱਟਣਾ, ਮੁਰੰਮਤ ਕਰਨਾ; ਵੰਡਣਾ, ਹਿੱਸੇ ਕਰਨਾ

whale /ਵੇਇਲ/ *n* ਵੇਲ ਮੱਛੀ *vt* ਵੇਲ ਮੱਛੀ ਦਾ ਸ਼ਿਕਾਰ ਖੇਡਣਾ

whaler /'ਵੇਇਲਅ*/ *n* ਵੇਲ ਮੱਛੀ ਦਾ ਸ਼ਿਕਾਰ ਕਰਨ ਵਾਲਾ ਜਹਾਜ਼

wham /ਵੈਮ/ *n* ਧੜੰਮ ਦੀ ਅਵਾਜ਼, ਠਾਹ ਦੀ ਅਵਾਜ਼; ਅਚਾਨਕ ਆਈ ਬਿਪਤਾ, ਅਣਹੋਣੀ ਵਾਪਰਨ ਦਾ ਭਾਵ

wharf /ਵੋਫ/ *n* ਜਹਾਜ਼ ਦਾ ਘਾਟ *vt* ਘਾਟ ਉੱਤੇ ਜਹਾਜ਼ ਦਾ ਅਟਕਣਾ, ਘਾਟ ਉੱਤੇ ਮਾਲ ਲਾਹੁਣਾ

what /ਵੌਟ/ *a* ਕਿਹੜਾ, ਕਿਹੋ ਜਿਹਾ, ਕਿੱਡਾ, ਕੌਣ; ਕਿੰਨਾ; ਕੀ; ਜਿਹੜਾ, ਜੋ ਕੋਈ; ਕੈਸਾ

whatever /ਵੌਟ'ਐੱਵਅ*/ *pron* ਕਿਹੋ ਜਿਹਾ, ਕੈਸਾ, ਕੁਝ ਵੀ, ਜੋ ਵੀ, ਜੋ ਕੁਝ; ਕਿਸੇ ਤਰ੍ਹਾਂ ਦਾ

wheat /ਵੀਟ/ *n* ਕਣਕ, ਗੰਦਮ, ਗੇਹੂੰ

wheatear /'ਵੀਟਇਅ*/ *n* ਬੂੰਡੇ ਦੇ ਮੁੱਢ ਤੋਂ ਚਿੱਟੇ ਅਤੇ ਪਿੱਛੋਂ ਕਾਲੇ ਖੰਭਾਂ ਵਾਲਾ ਇੱਕ ਪੰਛੀ

wheaten /'ਵੀਟ(ਅ)ਨ/ *a* ਕਣਕਵੰਨਾ, ਗੰਦਮੀ, ਗੇਹੂੰ ਦੇ ਰੰਗ ਦਾ, ਕਣਕ ਦਾ ਬਣਿਆ (ਭੋਜਨ)

wheedle /'ਵੀਡਲ/ *vt* ਭੁਚਲਾਉਣਾ ਵਰਗਲਾਉਣਾ, ਠੱਗਣਾ, ਫੁਸਲਾਉਣਾ, ਠੱਗੀ ਮਾਰਨਾ, ਚਾਪਲੂਸੀ ਕਰਨਾ, ਲੱਲੋ-ਪੱਪੋ ਕਰਨਾ, ਖੁਸ਼ਾਮਦ ਕਰਨਾ

wheel /ਵੀਲ/ *n* ਚੱਕਾ, ਪਹੀਆ, ਚੱਕਰ; ਚਰਖਾ, ਚਰਖੀ; ਫਿਰਕੀ; ਬੈੜ, ਘਿਰਨੀ; (ਕਿਸਮਤ ਦਾ) ਚੱਕਰ; ਦੌੜ, ਚੱਕਰ ਗਤੀ; ਮੰਡਲ *v* ਭੁਆਉਣਾ, ਚੱਕਰ ਦੇਣਾ, ਫਿਰਾਉਣਾ, ਘੁਕਾਉਣਾ, ਘੂਕਣਾ; ਮੁੜਨਾ; ਦੂਜਾ ਰਾਹ-ਧਾਰ ਲੈਣਾ; ਠੇਲ੍ਹਣਾ ਖਿੱਚਣਾ; ਟੇਢੇ ਵਿੰਗੇ ਤੁਰਨਾ; ਸਾਈਕਲ ਚਲਾਉਣਾ **fortune's wheel** ਕਿਸਮਤ ਦਾ ਗੇੜ, ਭਾਗਾਂ

ਦਾ ਚੱਕਰ **on the wheel** ਚਰਖੜੀ ਉੱਤੇ ਚੜ੍ਹਾ ਕੇ ਮਾਰਨਾ **right wheel** ਸੱਜੇ ਘੁੰਮੋ, (ਫ਼ੌਜੀ ਕਤਾਰ ਨੂੰ) ਸੱਜੇ ਮੁੜਨ ਦਾ ਸੰਕੇਤ

wheel and axle *n* ਪਹੀਆ ਅਤੇ ਧੁਰਾ

wheelbarrow /'ਵੀਲਬੈਰਅਉ/ *n* ਇੱਕਪਹੀਆ ਰੇੜ੍ਹੀ

wheeler-dealer /ˌਵੀਲਅ 'ਡੀਲਅ*/ *n* ਗਾਂਢਾ-ਸਾਂਢਾ ਕਰਨ ਵਾਲਾ

wheen /ਵੀਨ/ *n* ਲਘੂ ਸੰਖਿਆ, ਥੋੜ੍ਹੀ ਮਾਤਰਾ

wheeze /ਵੀਜ਼/ *n* ਖਰੜ-ਖਰੜ ਦੀ ਅਵਾਜ਼; ਸਾਂ-ਸਾਂ ਦੀ ਅਵਾਜ਼ *v* ਘੁਰਾੜੇ ਮਾਰਨਾ, ਖਰਾਟੇ ਭਰਨਾ, ਘਰੜ-ਘਰੜ ਸਾਹ ਲੈਣਾ; ਸਾਂ-ਸਾਂ ਕਰਨਾ; ਸੂੰ-ਸੂੰ ਕਰਨਾ, ਸ਼ੂਕਰਨਾ

whelk /ਵੈੱਲਕ/ *n* ਇੱਕ ਕਿਸਮ ਦਾ ਸਮੁੰਦਰੀ ਘੋਗਾ; ਫਿਣਸੀ, ਫੋੜਾ, ਕਿੱਲ, ਫਿੰਮਣੀ, ਗਮੋੜੀ

whelm /ਵੈੱਲਮ/ *vt* ਮਗਨ ਕਰਨਾ, ਘੇਰਨਾ; ਪ੍ਰਭਾਵਿਤ ਕਰਨਾ; ਦਬਾਉਣਾ; ਲਪੇਟ ਵਿੱਚ ਲੈਣਾ

whelp /ਵੈੱਲਪ/ *n* ਕਤੂਰਾ, ਪਿੱਲਾ; (ਸ਼ੇਰ ਜਾਂ ਚੀਤੇ ਦਾ) ਬੱਚਾ; ਬਘੇਲਾ *v* ਸੂਣਾ, ਬੱਚੇ ਦੇਣਾ, ਜਣਨਾ; (ਮਨਸੂਬਾ) ਘੜਨਾ

when /ਵੈੱਨ/ *adv* ਕਦ, ਕਿਸ ਵੇਲੇ, ਕਦੋਂ; ਜਦ, ਜਦੋਂ ਭੀ; ਜਿਸ ਵੇਲੇ, ਜਿਉਂ ਹੀ, ਜਦ ਕਿ; ਕਿੰਨੇ ਵਜੇ, ਕਿਸ ਸਮੇਂ, ਜਿੰਨੇ ਵਜੇ, ਜਿਸ ਸਮੇਂ *n* ਮੌਕਾ, ਸਮਾਂ, ਅਵਸਰ, ਵੇਲਾ; ਵਕਤ

whence /ਵੈੱਨਸ/ *adv* ਕਿੱਥੋਂ; ਜਿੱਥੋਂ; ਕਿਸ ਮਾਧਿਅਮ ਦੁਆਰਾ, ਕਿਸ ਤਰ੍ਹਾਂ, ਕਿੱਧਰੋਂ, ਕਿਵੇਂ; ਜਿਵੇਂ; ਜਿਹੜੇ ਤੋਂ, ਜਿਹੜੇ ਵਾਸਤੇ; ਤਾਹੀਓਂ, ਤਾਂ ਕਰਕੇ, ਤਦੇ

whenever /ਵੈੱਨ'ਐਵ੍ਹਅ*/ *adv* ਜਦ ਕਦੇ, ਜਿਸ ਮੌਕੇ ਉੱਤੇ, ਜਿਉਂ ਹੀ

where /ਵੇਅ*/ *n* ਸਥਿਤੀ, ਜਗ੍ਹਾ, ਸਥਾਨ *adv* ਕਿੱਥੇ, ਕਿਹੜੀ ਥਾਂ; ਜਿੱਥੇ, ਜਿਹੜੀ ਥਾਂ, ਕਿਸ ਸਥਿਤੀ ਵਿੱਚ; ਕਿੱਧਰ, ਕਿੱਧਰ ਨੂੰ; ਕਿਸ ਥਾਂ; ਜਿਸ ਥਾਂ; ਜਿੱਧਰ

whereabouts /'ਵੇਅਰਅਬਾਉਟਸ/ *n* ਪਤਾ, ਥਾਂ ਟਿਕਾਣਾ

whereas /ˌਵੇਅਰ'ਐਜ਼/ *adv* ਜਦ ਕਿ, ਜਦੋਂ; ਇਸ ਦੇ ਉਲਟ *conj* ਪਰੰਤੂ

wherever, wheresoever /ਵੇਅਰ'ਐਵ੍ਹਅ*, ਵੇਅਸਅਉ'ਐਵ੍ਹਅ*/ *adv* ਜਿੱਥੇ ਕਿਤੇ ਵੀ; ਜਿੱਥੇ -ਜਿੱਥੇ

wherewithal /ਵੇਅਵਿ'ਦੋਲ/ *n* ਲੋੜੀਂਦਾ ਧਨ

wherry /ਵੈੱਰਿ/ *n* ਨਿੱਕੀ ਬੇੜੀ, ਡੌਂਗੀ *v* ਬੇੜੀ ਚਲਾਉਣਾ, ਬੇੜੀ ਉੱਤੇ ਲੈ ਜਾਣਾ

whet /ਵੈੱਟ/ *vt* ਸਾਣ ਉੱਤੇ ਲਾਉਣਾ, ਤਿੱਖਾ ਕਰਨਾ; (ਇੱਛਾਵਾਂ) ਤੀਬਰ ਕਰਨਾ, ਭੜਕਾਉਣਾ; (ਭੁੱਖ) ਤੇਜ਼ ਕਰਨਾ *n* ਸਾਣ ਉੱਤੇ ਲਾਉਣ ਦੀ ਕਿਰਿਆ; ਕਿਸੇ ਚੀਜ਼ ਦੀ ਥੋੜ੍ਹੀ ਜਿਹੀ ਮਾਤਰਾ (ਜਿਹੜੀ ਇੱਛਾ ਨੂੰ ਭੜਕਾਵੇ)

whether /'ਵੈੱਦਅ*/ *a* ਦੋਹਾਂ ਵਿੱਚੋਂ ਕਿਹੜਾ; *conj* ਭਾਵੇਂ, ਚਾਹੇ

whetstone /'ਵੈੱਟਸਟਅਉਨ/ *n* ਸਾਣ, ਸਾਣ ਦਾ ਪੱਥਰ

whey /ਵੇਇ/ *n* ਪਨੀਰ ਦਾ ਪਾਣੀ, ਫਿਟਾਏ ਦੁੱਧ ਦਾ ਪਾਣੀ, ਦਹੀਂ ਵਿਚਲਾ ਪਾਣੀ

which /ਵਿਚ/ *pron* ਕੌਣ, ਕਿਹੜਾ, ਜੋ, ਜਿਹੜੀ

whichever, whichsoever /ਵਿਚ'ਐਵ੍ਹਅ*, ਵਿਚਸਅਉ'ਐਵ੍ਹਅ*/ *n* ਜਿਹੜਾ ਵੀ, ਜੋ ਵੀ, ਜੋ ਕੋਈ ਵੀ

whiff /ਵਿਫ਼/ *n* ਹਵਾ ਦਾ ਹਲਕਾ ਜਿਹਾ ਝੌਂਕਾ, ਰੁਮਕਾ, ਸਾਹ, ਫੂਕ; ਛੋਟਾ ਸਿਗਾਰ; ਛੋਟੀ ਬੇੜੀ, ਡੌਂਗੀ *v* ਹੌਲੀ-ਹੌਲੀ ਸਾਹ ਖਿੱਚਣਾ, ਹੌਲੀ ਜਿਹੀ ਫੂਕ ਮਾਰਨਾ

whiffet /'ਵਿਫ਼ਿਟ/ *n* ਨਿਗੁਣਾ ਮਨੁੱਖ, ਤੁੱਛ ਆਦਮੀ

whiffle /'ਵਿਫ਼ਲ/ *vi* (ਹਵਾ ਦਾ) ਹੌਲੀ-ਹੌਲੀ ਵਗਣਾ; (ਜਹਾਜ਼ ਦਾ) ਰੁਖ ਬਦਲਦੇ ਰਹਿਣਾ; ਫੜਫੜਾਉਣਾ; ਸਾਹ ਲੈਂਦਿਆਂ ਮਾਮੂਲੀ ਅਵਾਜ਼

ਕਰਨਾ *n* (ਹਵਾ ਦਾ) ਮਾਮੂਲੀ ਝੋਕਾ, ਧੀਮੀ ਚਾਲ

whig /ਵਿਗ/ *n* ਬ੍ਰਿਟੇਨ ਦੀ ਇੱਕ ਰਾਜਨੀਤਿਕ ਪਾਰਟੀ, ਵਿਗ ਪਾਰਟੀ ਦਾ ਮੈਂਬਰ

whiggery, whiggism /'ਵਿਗਅਰਿ, 'ਵਿਗਿਜ਼ਅਮ/ *n* ਵਿਗ ਪਾਰਟੀ ਦਾ ਸਿਧਾਂਤ, ਵਿਗਵਾਦ

whiggish /'ਵਿਗਿਸ਼/ *a* ਵਿੱਗ ਵਿਚਾਰਾਂ ਵਾਲਾ, ਉਦਾਰ ਮੱਤ ਵਾਲਾ, ਰਾਜਨੀਤੀ ਵਿੱਚ ਖੁੱਲ੍ਹਦਿਲੀ ਵਰਤਣ ਵਾਲਾ

while /ਵਾਇਲ/ *n* ਸਮਾਂ, ਵੇਲਾ, ਕਾਲ, ਵਕਤ *vt* ਸਮਾਂ ਗਵਾਉਣਾ, ਵੇਲਾ ਗਵਾਉਣਾ, ਵੇਲਾ ਟਪਾਉਣਾ *conj* ਜਦੋਂ, ਜਦ ਤੱਕ, ਜਿਸ ਸਮੇਂ ਵਿੱਚ

whiles /'ਵਾਇਲਜ਼/ *conj* ਜਦੋਂ ਕਿ

whilom /'ਵਾਇਲਅਮ/ *adv* (ਪਰਾ) ਪੁਰਾਣੇ ਸਮੇਂ, ਪਿਛਲੇ ਜ਼ਮਾਨੇ ਵਿੱਚ, ਪੁਰਾਣੇ ਦਿਨੀਂ *a* ਪੁਰਾਣਾ, ਪ੍ਰਾਚੀਨ, ਪੁਰਾਤਨ

whilst /ਵਾਇਲਸਟ/ *conj* ਜਦੋਂ, ਜਿਸ ਵੇਲੇ, ਜਦੋਂ ਤੋਂ ਉਸ ਵੇਲੇ

whim /ਵਿਮ/ *n* ਮਨ ਦੀ ਲਹਿਰ, ਮਨਮੌਜ, ਤਰੰਗ, ਖ਼ਬਤ, ਸਨਕ, ਖ਼ਿਆਲ, ਵਹਿਮ

whimper /'ਵਿਮਪਅ*/ *v* ਰੀਂ-ਰੀਂ ਕਰਨਾ, ਚੂੰ-ਚੂੰ ਕਰਨਾ, ਵਿਆਂ-ਵਿਆਂ ਕਰਨਾ, ਡੁਸਕਣਾ *n* ਰੀਂ-ਰੀਂ, ਚੂੰ-ਚੂੰ, ਡੁਸਕਣ

whimsical /'ਵਿਮਜ਼ਿਕਲ/ *a* ਮਨਮੌਜੀ, ਤਰੰਗੀ, ਵਹਿਮੀ, ਖ਼ਬਤੀ

whimsicality /ˌਵਿਮਜ਼ਿ'ਕੈਲਅਟਿ/ *n* ਮਨਮੌਜ, ਤਰੰਗ, ਵਹਿਮੀ ਸੁਭਾਅ, ਖ਼ਬਤ

whimsy /'ਵਿਮਜ਼ਿ/ *n* ਮੌਜ, ਤਰੰਗ, ਵਹਿਮ, ਖ਼ਬਤ

whin /'ਵਿਨ/ *n* ਇੱਕ ਕੰਡਿਆਲੀ ਝਾੜੀ

whinchat /'ਵਿਨਚੈਟ/ *n* ਇੱਕ ਨਿੱਕਾ ਜਿਹਾ ਪੰਛੀ

whine /ਵਾਇਨ/ *n* ਕੁੱਤੇ ਦੇ ਰੋਣ ਦੀ ਅਵਾਜ਼, ਕੁੱਤੇ ਦੇ ਰੋਣ ਵਰਗੀ ਅਵਾਜ਼, ਚਾਂਗਰ, ਲਿਲਕ *v* ਕੁੱਤੇ ਦਾ ਰੋਣਾ; ਚਾਂਗਰ ਮਾਰਨਾ

whinny /'ਵਿਨਿ/ *n* ਹਿਣਹਿਣਾਹਟ, ਹਿਣਕ (ਘੋੜੇ ਦੀ) *v* ਹਿਣਕਣਾ

whip /ਵਿਪ/ *n* ਕੋਰੜਾ, ਚਾਬਕ, ਹੰਟਰ, ਛਾਂਟਾ; ਕੋਚਵਾਨ; (ਰਾਜਸੀ ਦਲ ਦਾ) ਸਚੇਤਕ, ਖ਼ਬਰਦਾਰ ਕਰਨ ਵਾਲਾ, (ਪਾਰਟੀ ਵੱਲੋਂ ਮੈਂਬਰਾਂ ਨੂੰ ਭੇਜਿਆ ਗਿਆ) ਹਾਜ਼ਰੀ ਦਾ ਹੁਕਮ *v* ਕੋਰੜਾ ਮਾਰਨਾ; ਚਾਬਕ ਮਾਰਨਾ, ਭੱਜ ਕੇ ਨਿੱਕਲ ਜਾਣਾ, ਝਪਟਣਾ, (ਤਲਵਾਰ ਆਦਿ) ਖਿੱਚਣਾ; (ਰੱਸੀ ਆਦਿ) ਵਲ੍ਹੇਟਣਾ; (ਬੋਲ) ਹਰਾ ਦੇਣਾ; ਭੌਣੀ ਉੱਤੋਂ ਦੀ ਖਿੱਚਣਾ, ਚਰਖੜੀ ਉੱਤੋਂ ਖਿੱਚਣਾ; ਨਰੜਨਾ, ਜੂੜਨਾ, ਕੱਸ ਕੇ ਬੰਨ੍ਹਣਾ

whipcord /'ਵਿਪਕੋਡ/ *n* ਛਾਂਟੇ ਨੂੰ ਲਾਉਣ ਵਾਲੀ ਕਰੜੀ ਵੱਟੀ ਹੋਈ ਰੱਸੀ

whip hand *n* ਅਧਿਕਾਰ, ਵੱਸ, ਕਾਬੂ, ਪ੍ਰਭਾਵ, ਨਿਯੰਤਰਨ

whiplash /'ਵਿਪਲੈਸ਼/ *n* (ਚਾਬਕ ਦਾ) ਛਾਂਟਾ

whipper /'ਵਿਪਅ*/ *n* ਕੋਰੜੇ ਮਾਰਨ ਵਾਲਾ, ਚਾਬਕਦਾਰ

whipper-in /ˌਵਿਪਅਰ'ਇਨ*/ *n* ਸ਼ਿਕਾਰੀ ਕੁੱਤਿਆਂ ਨੂੰ ਨਿਯੰਤਰਨ ਵਿੱਚ ਰੱਖਣ ਵਾਲਾ ਵਿਅਕਤੀ

whippersnapper /'ਵਿਪਅਸਨੈਪਅ*/ *n* ਜੋ ਨੌਜਵਾਨ ਹਰ ਗੱਲ ਵਿੱਚ ਦਖ਼ਲ ਦੇਵੇ, ਲਾਟੀਕੀਨ, ਨਾਢੂਖਾਨ

whipping /'ਵਿਪਿਙ/ *n* ਕੋਰੜੇ ਦੀ ਮਾਰ; ਕੋਰੜੇ ਬਾਜ਼ੀ; ਕੋਰੜੇ ਦੀ ਰੱਸੀ ਜਾਂ ਚਮੜਾ ਆਦਿ

whipping boy *n* (ਇਤਿ) ਰਾਜਕੁਮਾਰ ਦੇ ਨਾਲ ਪੜ੍ਹਨ ਵਾਲਾ ਅਤੇ ਉਸ ਦੀ ਥਾਂ ਸਜ਼ਾ ਝੱਲਣ ਵਾਲਾ ਲੜਕਾ

whipping cream *n* ਮਲਾਈ ਨੂੰ ਰਿੜਕ ਕੇ ਬਣਾਇਆ ਮੱਖਣ

whirl /ਵਅ:ਲ/ *v* ਭਵਾਉਣਾ ਜਾਂ ਭੌਣਾ, ਚੱਕਰ ਦੇਣਾ ਜਾਂ ਚੱਕਰ ਖਾਣਾ, ਘੁਕਾਉਣਾ ਜਾਂ ਘੁਕਣਾ, ਤੇਜ਼ੀ ਨਾਲ ਗੇੜਨਾ ਜਾਂ ਗਿੜਨਾ; ਘੁਮਾਅ ਕੇ ਸੁੱਟਣਾ,

ਘੁਮਾਅ ਕੇ ਵਗਾਹ ਮਾਰਨਾ *n* ਤੇਜ਼ ਚੱਕਰ, ਤਿੱਖਾ ਗੇੜਾ

whirligig /'ਵਅ:ਲਿਗਿਗ/ *n* ਲਾਟੂ, ਫਿਰਕੀ, ਭੌਣ ਵਾਲਾ ਖਿਡਾਉਣਾ; ਚਕਰਚੂੰਡਾ, ਚੱਕਰ, ਗੇੜ

whirlpool /'ਵਅ:ਲਪੂਲ/ *n* ਘੁੰਮਣਘੇਰੀ, ਤੇਜ਼ ਵਗਦੇ ਪਾਣੀ ਵਿੱਚ ਪੈਂਦੇ ਚੱਕਰ

whirlwind /'ਵਅ:ਲਵਿਨਡ/ *n* ਵਾਵਰੋਲਾ, ਵਰੋਲਾ

whirr /ਵਅ:*/ *n* ਘੂਕਰ, ਫੜਫੜਾਹਟ *vt* ਫੜਫੜਾਉਣਾ

whisht /ਵਿਸ਼ਟ/ *int* ਚੁੱਪ, ਖ਼ਮੋਸ਼

whisk /ਵਿਸਕ/ *n* ਚੌਰ, ਮੋਰਛਲ, ਆਂਡੇ ਫੈਂਟਣ ਵਾਲਾ ਜਾਂ ਮਲਾਈ ਆਦਿ ਰਲਾਉਣ ਵਾਲਾ ਯੰਤਰ; ਪਸ਼ੂਆਂ ਦੇ ਪੂਛ ਹਿਲਾਉਣ ਦੀ ਹਰਕਤ *v* ਮੱਖੀ ਉਡਾਉਣਾ, ਚੌਰ ਨਾਲ ਮਿੱਟੀ ਝਾੜਨਾ, ਆਂਡਾ ਫੈਂਟਣਾ; ਫੁਰਤੀ ਨਾਲ ਹਟਾ ਲੈਣਾ ਜਾਂ ਚੁਕਾ ਲੈਣਾ; ਝੱਟ-ਪੱਟ ਲੈ ਜਾਣਾ; (ਸੋਟੀ ਆਦਿ) ਘੁਮਾਉਣਾ

whisker /'ਵਿਸਕਅ*/ *n* ਗੱਲ੍ਹਮੁੱਛ, ਕੰਨ ਦੇ ਥੱਲੇ ਦੇ ਵਾਲ; ਆਂਡੇ ਫੈਂਟਣ ਵਾਲਾ ਜਾਂ ਮਲਾਈ ਰਲਾਉਣ ਵਾਲਾ ਯੰਤਰ

whiskered /'ਵਿਸਕਅਡ/ *a* ਗੱਲ੍ਹਮੁੱਛਾ

whisky, whiskey /'ਵਿਸਕਿ/ *n* ਚੰਗੀ ਕਿਸਮ ਦੀ ਸ਼ਰਾਬ, ਵਿਸਕੀ

whisper /'ਵਿਸਪਅ*/ *v* ਕਾਨਾਫੂਸੀ ਕਰਨਾ, ਘੁਸਰ-ਮੁਸਰ ਕਰਨਾ, ਚੁਗ਼ਲੀ ਕਰਨਾ, ਛੁਪ-ਛੁਪਾ ਕੇ ਕੋਈ ਸਾਜ਼ਸ਼ ਕਰਨਾ *n* ਘੁਸਰ-ਮੁਸਰ, ਲੁਕਵੀਂ ਗੱਲ-ਬਾਤ; ਉਡਾਈ ਗਈ ਅਵਾਈ; ਮੱਧਮ ਅਵਾਜ਼

whispering /'ਵਿਸਪ(ਅ)ਰਿਙ/ *n* ਕਾਨਾਫੂਸੀ, ਚੁਗ਼ਲੀ, ਬਦਖੋਈ *a* ਕਾਨਾਫੂਸੀ ਕਰਨ ਵਾਲਾ; ਚੁਗ਼ਲਖ਼ੋਰ

whispering campaign *n* ਕਿਸੇ ਦੇ ਵਿਰੁੱਧ ਫੈਲਾਈਆਂ ਅਫਵਾਹਾਂ, ਕਿਸੇ ਦੀ ਇੱਜ਼ਤ ਨੂੰ ਮਿੱਟੀ ਵਿੱਚ ਮਿਲਾਉਣ ਲਈ ਕੀਤੀ ਕਾਰਵਾਈ

whist /ਵਿਸਟ/ *n* ਤਾਸ਼ ਦੀ ਇੱਕ ਖੇਡ *a* ਸ਼ਾਂਤ, ਚੁੱਪ, ਖ਼ਮੋਸ਼

whistle /'ਵਿਸਲ/ *n* ਸੀਟੀ, ਸੀਟੀ ਦੀ ਅਵਾਜ਼; ਸਾਂ ਸਾਂ ਦੀ ਅਵਾਜ਼ *v* ਸੀਟੀ ਵਜਾਉਣਾ, ਸਾਂ-ਸਾਂ ਦੀ ਅਵਾਜ਼ ਨਿਕਲਨਾ ਜਾਂ ਕੱਢਣਾ, ਪੰਛੀਆਂ ਦਾ ਚਹਿਚਹਾਉਣਾ

whit /ਵਿਟ/ *n* ਭੋਰਾ, ਜ਼ਰਾ, ਮਾਸਾ, ਰੱਤੀ

white /ਵਾਇਟ/ *n* ਚਿੱਟਾ ਰੰਗ, ਚਿੱਟਾ ਕੱਪੜਾ; ਆਂਡੇ ਦੀ ਸਫ਼ੈਦੀ, ਅੱਖ ਦੇ ਡੇਲੇ ਦਾ ਚਿੱਟਾ ਭਾਗ *a* ਗੋਰੇ ਰੰਗ ਵਾਲੀ ਜਾਤੀ ਦਾ; ਇਨਕਲਾਬ ਵਿਰੋਧੀ, ਪਿਛਾਂਹ ਖਿੱਚੂ; ਚਿੱਟਾ, ਸਫ਼ੈਦ, ਬੱਗਾ; ਗੋਰਾ (ਮਨੁੱਖ ਜਾਤੀ ਲਈ); ਪਵਿੱਤਰ ਆਚਰਨ ਵਾਲਾ *v* ਚਿੱਟਾ ਕਰਨਾ, ਸਾਫ਼ ਕਰਨਾ, ਨਿਰਮਲ ਬਣਾਉਣਾ; ਸਫ਼ੈਦੀ ਕਰਨਾ

white alloy *n* ਨਕਲੀ ਚਾਂਦੀ

white ant *n* ਸਿਓਂਕ, ਦੀਮਕ

white arsenic *n* ਸੰਖੀਆ

whitebait /'ਵਾਇਟਬੇਇਟ/ *n* ਇੱਕ ਤਰ੍ਹਾਂ ਦੀ ਮੱਛੀ

white-collar /ˌਵਾਇਟ'ਕੌਲਅ*/ *a* ਦਫ਼ਤਰੀ ਕੰਮ ਨਾਲ ਸੰਬੰਧਿਤ

white flag *n* ਯੁੱਧ ਬੰਦ ਕਰਨ ਦਾ ਝੰਡਾ, ਹਾਰ ਸਵੀਕਾਰ ਕਰਨ ਦਾ ਝੰਡਾ, ਸਫ਼ੈਦ ਝੰਡਾ

whitehall /'ਵਾਇਟਹੋਲ/ *n* ਲੰਡਨ ਵਿੱਚ ਵਜ਼ਾਰਤੀ ਦਫ਼ਤਰਾਂ ਦੀ ਇਮਾਰਤ, ਬਰਤਾਨਵੀ ਨੀਤੀ

white heat *n* ਬਹੁਤ ਜ਼ਿਆਦਾ ਗਰਮੀ; ਤਾਪਮਾਨ ਦਾ ਉਹ ਦਰਜਾ ਜਿਸ ਵਿੱਚ ਪਦਾਰਥ ਚਿੱਟਾ ਹੋ ਜਾਂਦਾ ਹੈ; ਅੱਤ ਦਾ ਦੋਸ਼

white horses /'ਵਾਇਟ ਹੋਸਿਜ਼/ *n* ਸਮੁੰਦਰ ਦੀਆਂ ਝੱਗਦਾਰ ਲਹਿਰਾਂ

white lead *n* ਸਿੱਕੇ ਦੀ ਮਿਲਾਵਟ ਨਾਲ ਬਣਾਇਆ ਰੰਗ

white lie *n* ਕੋਰਾ ਝੂਠ

white-livered /ˌਵਾਇਟ'ਲਿਵ੍ਅਡ/ *a* ਕਾਇਰ,

ਬੁਜ਼ਦਿਲ

white man *n* ਗੋਰੀ ਨਸਲ ਦਾ ਵਿਅਕਤੀ, ਗੋਰਾ, ਫਰੰਗੀ

white meat *n* ਪੰਛੀਆਂ ਆਦਿ ਦਾ ਚਿੱਟਾ ਮਾਸ

whiten /'ਵਾਇਟਨ/ *v* ਚਿੱਟਾ ਕਰਨਾ, ਚਿੱਟਾ ਹੋ ਜਾਣਾ

whitening /'ਵਾਇਟ(ਅ)ਨਿਙ/ *n* ਚਿਟਿਆਉਣ; ਕਲੀ, ਸਫ਼ੈਦੀ, ਚਿੱਟੀ ਮਿੱਟੀ

White Paper *n* ਲੋਕਾਂ ਦੀ ਜਾਣਕਾਰੀ ਲਈ ਛਾਪੀ ਸਰਕਾਰੀ ਰਿਪੋਰਟ

whitesmith /'ਵਾਇਟਸਮਿਥ/ *n* ਧਾਤ ਦੇ ਟਾਂਕੇ ਆਦਿ ਲਾਉਣ ਵਾਲਾ, ਕਲੀਗਰ

White Sunday *n* ਈਸਟਰ ਤੋਂ ਪਿੱਛੋਂ ਦਾ ਐਤਵਾਰ, ਚਿੱਟਾ ਐਤਵਾਰ (ਜਿਸ ਉੱਤੇ ਚਿੱਟੇ ਕੱਪੜੇ ਪਾਏ ਜਾਂਦੇ ਹਨ)

whitethorn /'ਵਾਇਟਥੋਨ/ *n* ਇੱਕ ਕੰਡਿਆਲੀ ਝਾੜੀ

whitethroat /'ਵਾਇਟਥਰਅਉਟ/ *n* ਇੱਕ ਮਿੱਠੀ ਸੁਰ ਵਾਲਾ ਪੰਛੀ

whitewash /'ਵਾਇਟਵੌਸ਼/ *n* ਸਫ਼ੈਦੀ (ਕਰਨਾ), ਲਿੰਬਾਈ, ਸਫ਼ਾਈ (ਕਰਨਾ), ਲਿੰਬ-ਪੋਚ (ਕਰਨਾ); ਲੱਗੀ ਤੁਹਮਤ ਨੂੰ ਛੁਪਾਉਣ ਦਾ ਬਹਾਨਾ (ਕਰਨਾ)

white witch *n* ਚੰਗੇ ਕੰਮ ਕਰਨ ਵਾਲੀ ਜਾਦੂਗਰਨੀ

whither /'ਵਿਦਅ*/ *adv* ਕਿੱਧਰ, ਕਿੱਧਰ ਨੂੰ, ਕਿੱਥੇ, ਕਿਹੜੇ ਪਾਸੇ; ਜਿੱਧਰ; ਜਿੱਥੇ *n* ਲਕਸ਼, ਮੰਜ਼ਿਲ

whithersoever /ˌਵਿਦਅਸਅਉ'ਐਵ੍ਅ*/ *conj* ਜਿੱਥੇ ਵੀ, ਜਿੱਧਰ ਵੀ, ਕਿਤੇ ਵੀ, ਜਿੱਥੇ-ਜਿੱਥੇ ਵੀ; ਕਿੱਧਰੇ ਵੀ

whiting[1] /'ਵਾਇਟਿਙ/ *n* ਸਫ਼ੈਦੀ ਕਰਨ ਵਿੱਚ ਵਰਤਿਆ ਜਾਣ ਵਾਲਾ ਚੂਨਾ; ਚਾਕ ਜਾਂ ਚਿੱਟੀ ਮਿੱਟੀ; ਕਲੀ

whiting[2] *n* ਇੱਕ ਸਮੁੰਦਰੀ ਮੱਛੀ

whitish /'ਵਾਇਟਿਸ਼/ *a* ਕੁਝ ਚਿੱਟਾ, ਚਿੱਟਾ ਜਿਹਾ; ਚਿਟਿਆਈ ਦੀ ਭਾਹ ਵਾਲਾ

whitlow /'ਵਿਟਲਅਉ/ *n* ਉਂਗਲੀ ਪਾਕਾ, ਕੋਰ ਦਾ ਪੱਕ ਜਾਣਾ

whitsun /'ਵਿਟਸਨ/ *n* ਵਿਟਸਨੀ ਐਤਵਾਰ (ਤਿਉਹਾਰ)

Whitsuntide /'ਵਿਟਸਨਟਾਇਡ/ *n* ਵਾਇਟ ਸੰਡੇ ਦੇ ਨੇੜਲੇ ਦਿਨ ਜਾਂ ਹਫ਼ਤਾ, ਵਿਟਸਨੀ ਹਫ਼ਤਾ

whittle /'ਵਿਟਲ/ *n* (ਪਰਾ) ਲੰਮਾ ਛੁਰਾ, ਕਸਾਈ ਦਾ ਛੁਰਾ, ਵੱਡਾ ਚਾਕੂ *v* ਚਾਕੂ ਨਾਲ ਛਿੱਲਣਾ, ਤਰਾਸ਼ਣਾ; ਕਤਰਨਾ

whity /'ਵਾਇਟਿ/ *a* ਕੁਝ ਚਿੱਟਾ ਜਿਹਾ, ਧੌਲਾ

whizz /ਵਿਜ਼/ *n* ਕਿਸੇ ਚੀਜ਼ ਦੀ ਤਿੱਖੀ ਗਤੀ ਨਾਲ ਹਵਾ ਵਿੱਚੋਂ ਦੀ ਲੰਘਣ ਨਾਲ ਪੈਦਾ ਹੋਣ ਵਾਲੀ ਅਵਾਜ਼, ਸਾਂ ਦੀ ਅਵਾਜ਼, ਸ਼ੂਕ *vt* ਅਜਿਹੀ ਅਵਾਜ਼ ਪੈਦਾ ਕਰਨਾ

whizz-kid *n* (ਬੋਲ) ਪ੍ਰਤਿਭਾਸ਼ਾਲੀ ਵਿਅਕਤੀ

who /ਹੂ/ *pron* ਕੌਣ, ਕਿਹੜਾ; ਜਿਹੜਾ; ਕਿਨ, ਕਿਨ੍ਹਾਂ; ਜਿਨ੍ਹਾਂ

WHO /ˌਡਅੱਬਲਯੂ ਏਇਚ 'ਅਉ/ *abbr* **World Health Organization** ਦਾ ਸੰਖਿਪਤ ਰੂਪ, (ਬਿਮਾਰੀਆਂ ਉੱਤੇ ਕਾਬੂ ਪਾਉਣ ਦਾ ਨਿਸ਼ਾਨਾ ਰੱਖਣ ਵਾਲੀ) ਇੱਕ ਅੰਤਰਰਾਸ਼ਟਰੀ ਸੰਸਥਾ

whoever /ਹੂ'ਐਵ੍ਅ*/ *pron* ਜੋ ਕੋਈ ਵੀ, ਜੋ ਵੀ

whole /ਹਅਉਲ/ *a* ਸਾਰਾ, ਪੂਰਾ, ਸਮੁੱਚਾ, ਪੂਰੇ ਦਾ ਪੂਰਾ; ਸਬੂਤਾ; ਠੀਕ, ਚੰਗਾ; (ਸੰਖਿਆ) ਪੂਰੀ (ਜਿਸ ਦਾ ਬਟਾ ਨਾ ਹੋਵੇ) *n* ਪੂਰਨ ਅੰਕ; ਪੂਰੀ ਚੀਜ਼; ਕੁੱਲ ਮਾਤਰਾ

wholehearted /ˌਹਅਉਲ'ਹਾਟਿਡ/ *a* ਹਾਰਦਿਕ, ਸੁਹਿਰਦ

whole hog *n* ਸਾਰੇ ਦਾ ਸਾਰਾ ਮਾਲ

whole-hogger *n* ਧੁਰ ਤੱਕ ਪੁੱਜਣ ਵਾਲਾ, ਪੂਰੀ

ਤਰ੍ਹਾਂ ਕਰਨ ਵਾਲਾ; ਅੱਤਵਾਦੀ

whole-length (ਖਾਸ ਕਰਕੇ ਤਸਵੀਰ ਵਾਸਤੇ) ਪੂਰੇ ਕੱਦ ਦੀ, ਪੂਰੇ ਆਕਾਰ ਦੀ, ਆਦਮਕੱਦ

wholemeal /'**ਹਅਉਲਮੀਲ**/ *n* ਅਣਛਾਣਿਆ ਆਟਾ

wholesale /'**ਹਅਉਲਸੇਇਲ**/ *n* ਥੋਕ ਵਿਕਰੀ, ਥੋਕ; ਅੰਨੇਵਾਹ ਕੀਤਾ

wholesome /'**ਹਅਉਲਸਅਮ**/ *a* ਨਰੋਆ, ਪੌਸ਼ਟਿਕ, ਲਾਭਕਾਰੀ, ਗੁਣਕਾਰੀ, ਹਿਤਕਾਰੀ

wholesomeness /'**ਹਅਉਲਸ(ਅ)ਮਨਅਸ**/ *n* ਨਰੋਆਪਣ, ਲਾਭਦਾਇਕਤਾ, ਪੌਸ਼ਟਿਕਤਾ

wholly /'**ਹਅਉਲਲਿ**/ *adv* ਪੂਰੇ ਦਾ ਪੂਰਾ, ਸਾਰੇ ਦਾ ਸਾਰਾ, ਸਮੁੱਚਾ, ਪੂਰੀ ਤਰ੍ਹਾਂ; ਬਿਲਕੁਲ; ਮੂਲੋਂ ਹੀ, ਮੁੱਢੋਂ

whom /**ਹੂਮ**/ *pron* ਵੇਖੋ **who**, ਕਿਸ ਨੂੰ; ਜਿਸ ਨੂੰ

whomever, whomsoever /**ˌਹੂਮਐੱ'ਵ੍ਅ***, **ˌਹੂਮਸਅਉ'ਐੱਵ੍ਅ***/ *n* ਜਿਸ ਨੂੰ, ਜਿਸ ਨੂੰ ਵੀ; ਜਿਨ੍ਹਾਂ ਨੂੰ ਵੀ

whoop /**ਵੂਪ, ਹੂਪ**/ *n* ਖਊਂ-ਖਊਂ ਕਰਨ ਦੀ ਕਿਰਿਆ, ਖੰਘ ਦਾ ਗੋਤਾ; ਚਾਂਗਰ

whooping cough /'**ਹੂਪਿਙ ਕੌਫ਼**/ *n* ਕਾਲੀ ਖਾਂਸੀ, ਕੁੱਤਾ ਖਾਂਸੀ

whoops /**ਵੁਪਸ**/ *int* (ਬੋਲ) (ਭੁੱਲ ਦੀ ਮਾਫ਼ੀ ਵਜੋਂ) ਉਹ!

whop /**ਵੌਂਪ**/ *vt* ਠੋਕਣਾ; ਹਰਾਉਣਾ, ਮਾਤ ਪਾ ਦੇਣਾ; ਕੁੱਟਣਾ

whopper /'**ਵੌਂਪਅ***/ *n* ਠੋਕਣ ਵਾਲਾ, ਹਰਾਉਣ ਵਾਲਾ, ਬਹੁਤ ਵੱਡੀ ਚੀਜ਼; ਵੱਡਾ ਝੂਠ, ਨਿਰਾ ਗਪੌੜ

whopping /'**ਵੌਂਪਿਙ**/ *a* ਬਹੁਤ ਵੱਡਾ *n* ਠੁਕਾਈ; ਮਾਰ-ਕਟਾਈ; ਹਾਰ, ਮਾਤ

whore /**ਹੋ***/ *n* ਵੇਸਵਾ, ਕੰਜਰੀ *vt* ਲੁੱਚਪੁਣਾ ਕਰਨਾ, ਬਦਮਾਸ਼ੀ ਕਰਨਾ; ਪੱਥਰ ਪੂਜਣਾ

whoredom /'**ਹੋਡਅਮ**/ *n* ਰੰਡੀਬਾਜ਼ੀ, ਵੇਸਵਾਪੁਣਾ

whorl /**ਵਅ:ਲ**/ *n* (ਤਣੇ ਜਾਂ ਮੁੱਢ ਦੇ ਦੁਆਲੇ) ਪੱਤਿਆਂ ਦਾ ਘੇਰਾ ਜਾਂ ਕੁੰਡਲ; ਲੱਛੇ ਦਾ ਇੱਕ ਚੱਕਰ; ਲੁੱਕ ਦੇ ਢੋਲ ਜਾਂ ਕਿਸੇ ਸਲੰਡਰ ਦੇ ਦੁਆਲੇ ਉਭਰਵਾਂ ਚੱਕਰ; ਕੁੰਡਲ, ਕਿਸੇ ਚੂੜੀਦਾਰ ਵਸਤੂ ਦੀ ਇੱਕ ਚੂੜੀ

whose /**ਹੂਜ਼**/ *pron* ਕੀਹਦਾ, ਕਿਸ ਦਾ, ਕਿਨ੍ਹਾਂ ਦਾ; ਜੀਹਦਾ, ਜਿਸ ਦਾ, ਜਿਨ੍ਹਾਂ ਦਾ

whoso /'**ਹੂਸਅਉ**/ *pron* ਜੋ ਵੀ, ਜਿਹੜਾ ਵੀ; ਜੋ, ਜੋ ਕੋਈ; ਜਿਹੜੇ

whosoever /**ˌਹੂਸਅਉ'ਐੱਵ੍ਅ***/ *pron* ਜਿੰਨੇ ਵੀ, ਜਿਨੇ-ਕਿਨੇ, ਜੋ ਕੋਈ ਵੀ, ਜਿਹੜਾ ਕੋਈ ਵੀ

why /**ਵਾਇ**/ *adv* ਕਿਉਂ, ਕਿਸ ਲਈ, ਕਿਸ ਕਾਰਨ, ਕਿਸ ਕਰਕੇ; ਜਿਸ ਲਈ, ਜਿਸ ਕਰਕੇ; ਹੈਂ!, ਕੀ ਇਹ ਵੀ ਹੋ ਸਕਦਾ ਹੈ? *n* ਕਾਰਨ, ਵਜ੍ਹਾ; ਵਿਆਖਿਆ, ਹਾਲ-ਚਾਲ

wick /**ਵਿਕ**/ *n* ਬੱਤੀ (ਦੀਵੇ ਜਾਂ ਲੈਂਪ ਦੀ); ਜ਼ਖ਼ਮ ਨੂੰ ਸੁਕਾਉਣ ਲਈ ਉਸ ਵਿੱਚ ਪਾਈ ਕੱਪੜੇ ਦੀ ਲੀਰ; ਛੋਟਾ ਪਿੰਡ, ਪਿੰਡੋਰੀ

wicked /'**ਵਿਕਿਡ**/ *a* ਬਦਮਾਸ਼, ਬਦਚਲਨ, ਬਦ, ਬੁਰਾ, ਦੁਸ਼ਟ, ਪਾਪੀ, ਦੁਰਾਚਾਰੀ

wickedness /'**ਵਿਕਿਡਨਅਸ**/ *n* ਬਦਮਾਸ਼ੀ, ਬਦਚਲਨੀ, ਬਦੀ, ਬੁਰਾਈ, ਦੁਸ਼ਟਤਾ

wicker /'**ਵਿਕਅ***/ *n* ਬੈਂਤਕਾਰੀ; ਬੈਂਤ ਆਦਿ ਦੀਆਂ ਛਮਕਾਂ (ਜਿਨ੍ਹਾਂ ਨਾਲ ਟੋਕਰੀਆਂ ਆਦਿ ਬਣਾਈਆਂ ਜਾਂਦੀਆਂ ਹਨ); ਲਿਫਵੀਂ ਟਾਹਣੀ ਜਾਂ ਛਿੱਟੀ

wickered /'**ਵਿਕਅਡ**/ *a* ਬੈਂਤ ਨਾਲ ਉਣਿਆ ਜਾਂ ਬਣਿਆ

wicker-work /'**ਵਿਕਅਵਅ:ਕ**/ *n* ਬੈਂਤ ਦਾ ਕੰਮ, ਬੈਂਤ ਨਾਲ ਟੋਕਰੀਆਂ ਆਦਿ ਦੀ ਉਣਾਈ, ਬੈਂਤ ਦਾ ਸਮਾਨ

wicket /'**ਵਿਕਿਟ**/ *n* ਵੱਡੇ ਫਾਟਕ ਦੇ ਵਿਚਲੀ ਖਿੜਕੀ ਜਿਹੜੀ ਫਾਟਕ ਬੰਦ ਹੋਣ ਉੱਤੇ ਖੁੱਲ੍ਹੀ ਰਹਿੰਦੀ ਹੈ, ਫਾਟਕ, ਖਿੜਕ; ਮਧਾਣੀਦਾਰ ਡੰਡੇ

ਵਾਲਾ ਰਸਤਾ; ਤਿੰਨ ਲੀਮੀਆਂ ਕਿੱਲੀਆਂ ਜਿਹੜੀਆਂ ਕ੍ਰਿਕਟ ਦੇ ਮੈਦਾਨ ਵਿੱਚ ਗੱਡੀਆਂ ਹੁੰਦੀਆਂ ਹਨ ਵਿੱਚੋਂ ਕੋਈ ਇੱਕ, ਵਿਕਟ

wicket gate *n* ਛੋਟਾ ਦਰਵਾਜ਼ਾ, ਉਪਦੁਆਰ

wicketkeeper /'ਵਿਕਿਟਕੀਪਅ*/ *n* ਵਿਕਟ ਕੋਲ ਖੜਾ ਖਿਡਾਰੀ

wide /ਵਾਇਡ/ *a* ਖੁੱਲ੍ਹਾ; ਚੌੜਾ, ਮੋਕਲਾ, ਵਿਸ਼ਾਲ, ਦੂਰ ਤੱਕ ਪਸਰਿਆ; ਕਾਫ਼ੀ, ਚੋਖਾ; ਉਦਾਰ, ਮੁਕਤ; ਪੂਰਾ ਖੁੱਲ੍ਹਾ *adv* ਪਰਾਂ ਹਟਵਾਂ, ਨਿਸ਼ਚਿਤ ਦੂਰੀ ਤੋਂ ਦੂਰ; ਪੂਰੇ ਤੌਰ 'ਤੇ **the wide world** ਵਿਸ਼ਾਲ ਸੰਸਾਰ

wide awake /ˌਵਾਇਡਅ'ਵੇਇਕ/ *a* ਪੂਰੀ ਤਰ੍ਹਾਂ ਸਚੇਤ

Wide Area Network ਵੇਖੋ **WAN**

wide ball *n* ਗੇਂਦ ਜਿਹੜੀ ਬੈਟਸਮੈਨ ਦੀ ਪਹੁੰਚ ਤੋਂ ਬਾਹਰੀ ਹੋਵੇ

wide-eyed /ˌਵਾਇਡ'ਆਇਡ/ *a* ਹੈਰਾਨ, ਹੱਕਾ-ਬੱਕਾ

widely /'ਵਾਇਡਲਿ/ *adv* ਦੂਰ–ਦੂਰ ਤੱਕ, ਖੁੱਲ੍ਹੇ ਰੂਪ ਵਿਚ, ਵਿਸ਼ਾਲ ਰੂਪ ਵਿੱਚ

widen /'ਵਾਇਡਨ/ *v* ਖੁੱਲ੍ਹਾ ਕਰਨਾ ਜਾਂ ਹੋਣਾ, ਮੋਕਲਾ ਕਰਨਾ ਜਾਂ ਹੋਣਾ, ਵਿਸਤਾਰ ਦੇਣਾ ਜਾਂ ਵਿਸਤ੍ਰਿਤ ਹੋਣਾ

widespread /'ਵਾਇਡਸਪਰੈੱਡ/ *a* ਦੂਰ ਤੱਕ ਪਸਰਿਆ; ਵਿਸਤ੍ਰਿਤ, ਵਿਸ਼ਾਲ, ਬੜਾ ਖੁੱਲ੍ਹਾ

widgeon /'ਵਿਜਅਨ/ *n* ਇੱਕ ਜੰਗਲੀ ਬਤਕ

widow /'ਵਿਡਅਉ/ *n* ਰੰਡੀ, ਵਿਧਵਾ *vt* ਰੰਡੀ ਕਰ ਦੇਣਾ; ਮਿੱਤਰ ਜਾਂ ਸਾਥੀ ਤੋਂ ਵਿਛੋੜ ਦੇਣਾ **child widow** ਬਾਲ ਵਿਧਵਾ

widowbird /'ਵਿਡਅਉਬਅ:ਡ/ *n* ਇੱਕ ਕਾਲੇ ਖੰਭਾਂ ਵਾਲਾ ਅਫ਼ਰੀਕੀ ਪੰਛੀ

widowed /'ਵਿਡਅਉਡ/ *a* ਵਿਧਵਾ, ਰੰਡੀ, ਅਨਾਥ

widower /'ਵਿਡਅਉਅ*/ *n* ਰੰਡਾ

widowhood /'ਵਿਡਅਉਹੁਡ/ *n* ਰੰਡੇਪਾ, ਵਿਧਵਾਪਣ

width /ਵਿਡਥ, ਵਿਟਥ/ *n* ਚੁੜਾਈ; ਬਰ (ਕੱਪੜੇ ਦਾ), ਅਰਜ਼; ਵਿਸਤਾਰ, (ਦ੍ਰਿਸ਼ਟੀਕੋਣ ਦੀ) ਵਿਸ਼ਾਲਤਾ, ਵਿਆਪਕਤਾ, ਉਦਾਰਤਾ; ਉੱਚਤਾ

wield /ਵੀਲਡ/ *vt* ਅਧਿਕਾਰ ਰੱਖਣਾ, ਕਾਬੂ ਵਿੱਚ ਰੱਖਣਾ, ਸ਼ਾਸਨ ਕਰਨਾ, ਹਕੂਮਤ ਕਰਨਾ; (ਹਥਿਆਰ) ਵਾਹੁਣਾ ਜਾਂ ਚਲਾਉਣਾ

wieldy /'ਵੀਲਡਿ/ *a* ਕਾਬੂ ਵਿੱਚ ਆ ਸਕਣ ਵਾਲਾ

wife /ਵਾਇਫ਼/ *n* ਵਹੁਟੀ, ਪਤਨੀ, ਘਰਵਾਲੀ, ਤੀਵੀਂ, ਜ਼ਨਾਨੀ

wifelike, wifely /'ਵਾਇਫ਼ਲਾਇਕ, 'ਵਾਇਫ਼ਲਿ/ *a* (ਸੰਬੰਧ ਸਲੂਕ) ਵਹੁਟੀ ਵਾਲਾ, ਵਹੁਟੀ ਵਰਗਾ, ਪਤਨੀ ਜਿਹਾ

wifie /'ਵਾਇਫ਼ਿ/ *n* (ਬੋਲ) ਪਤਨੀ

wig[1] /ਵਿਗ/ *n* ਓਪਰੇ ਵਾਲਾਂ ਦੀ ਟੋਪੀ, ਸਿਰ ਦੇ ਨਕਲੀ ਵਾਲ; ਵਿਗ, ਜੱਜਾਂ ਵਕੀਲਾਂ ਆਦਿ ਦੇ ਪਦ ਦਾ ਚਿੰਨ੍ਹ

wig[2] *vt* ਡਾਂਟਣਾ, ਤਾੜਨਾ, ਫਿੱਟ-ਲਾਨ੍ਹਤ ਕਰਨਾ, ਝਾੜ-ਝੰਬ ਕਰਨਾ

wigeon /'ਵਿਜਅਨ/ *n* ਵੇਖੋ **widgeon**

wigging /'ਵਿਗਿਙ/ *n* ਡਾਂਟ, ਝਾੜ-ਝੰਬ, ਫਿੱਟ-ਲਾਹਨਤ

wiggle /'ਵਿਗਲ/ *vt* ਇੱਧਰ-ਉੱਧਰ ਘੁਮਾਉਣਾ, ਫੇਰਨਾ

wight /ਵਾਇਟ/ *n* ਆਦਮੀ, ਮਨੁੱਖ, ਵਿਅਕਤੀ, ਬੰਦਾ, ਮਰਦ

wigwag /'ਵਿਗਵੈਗ/ *v* (ਸੈਨਿਕ) ਝੰਡੀਆਂ ਦੇ ਸੰਕੇਤਾਂ ਰਾਹੀਂ ਗੱਲ-ਬਾਤ ਕਰਨਾ *n* ਝੰਡੀਆਂ ਦੇ ਸੰਕੇਤ

wigwam /'ਵਿਗਵੈਮ/ *n* ਅਮਰੀਕਾ ਦੇ ਰੈਡੱ ਇੰਡੀਅਨ ਦੀ ਝੁੱਗੀ ਜਾਂ ਤੰਬੂ

wild /ਵਾਇਲਡ/ *a* ਜਾਂਗਲੀ; ਆਪਣੇ ਆਪ ਉੱਗਿਆ; ਵਹਿਸ਼ੀ, ਝੱਲਾ, ਪਾਗਲ; ਬੇਕਾਬੂ, ਅੱਥਰਾ, ਖਰੂਦੀ, ਬੇਲਗਾਮ; ਬੇਤਰਤੀਬ,

ਅਵਿਵਸਥਿਤ, ਉੱਘੜ-ਦੁੱਗੜਾ; ਤੁਫਾਨੀ, ਪ੍ਰਚੰਡ; ਉਤੇਜਿਤ *adv* ਕਾਹਲ ਵਿੱਚ ਪਾਗਲਾਂ ਵਾਂਗ, ਝੱਲਪੁਣੇ ਵਿੱਚ *n* ਜੰਗਲ, ਉਜਾੜ, ਬੀਆਬਾਨ **drive-wild** ਪਾਗਲ ਕਰ ਦੇਣਾ **run-wild** ਖ਼ੁਦ ਰੌ ਉੱਗਣਾ (ਪੌਦਿਆਂ ਦਾ); ਬੇਲਗਾਮ, ਆਪਹੁਦਰਾ ਹੋਣਾ **voice (cry) in the wilderness** ਅਣਗੌਲਿਆ ਸੁਧਾਰਕ, ਮੱਝ ਅੱਗੇ ਬੀਨ ਵਜਾਉਣਾ

wild card *n* (ਕੰਪਿ) ਸਾਂਝੇ ਨਾਵਾਂ ਵਾਲੀਆਂ ਫ਼ਾਈਲਾਂ ਨੂੰ ਸਾਂਝਾ ਆਦੇਸ਼ ਦੇਣ ਲਈ ਅੱਖਰ/ਚਿੰਨ੍ਹ

wildcat /'ਵਾਇਲਡਕੈਟ/ *n* ਸ਼ੇਰ, ਚੀਤਾ ਆਦਿ *a* (ਯੋਜਨਾ, ਵਪਾਰ ਆਦਿ) ਅੰਨ੍ਹੇਵਾਹ

wilderness /'ਵਿਲਡਅਨਅਸ/ *n* ਜੰਗਲ, ਬੀਆਬਾਨ, ਉਜਾੜ, ਬੈਰਾਨ

wildfire /'ਵਾਇਲਡਫ਼ਾਇਅ*/ *n* ਜੰਗਲ ਦੀ ਅੱਗ; ਬਹੁਤ ਛੇਤੀ ਖਿੱਲਰਨ ਵਾਲੀ ਅੱਗ

wild goose /ਵਾਇਲ(ਡ) 'ਗੂਸ/ *a* ਜੰਗਲੀ ਹੰਸ; ਮੂਰਖ ਆਦਮੀ

wild goose chase /ˌਵਾਇਲਡ 'ਗੂਸ ਚੇਇਸ/ *n* ਫ਼ਜ਼ੂਲ ਕੋਸ਼ਿਸ਼, ਅਸੰਭਵ ਕੰਮ ਲਈ ਯਤਨ

wilding /'ਵਾਇਲਡਿਙ/ *n* ਜੰਗਲੀ ਬੂਟਾ ਜਾਂ ਫ਼ਲ, ਖ਼ਾਸ ਕਰ ਜੰਗਲੀ ਸੇਬ

wildlife /'ਵਾਇਲਡਲਾਇਫ਼/ *n* ਜੰਗਲੀ, ਜਾਨਵਰ

Wild West /ਵਾਇਲਡ 'ਵੈਸੱਟ/ *n* (ਇਤਿ) ਸੰਯੁਕਤ ਰਾਜ ਅਮਰੀਕਾ ਦਾ ਪੱਛਮੀ ਭਾਗ

wile /ਵਾਇਲ/ *n* (ਬਹੁ) (ਆਮ ਕਰਕੇ ਬਹੁ) ਫ਼ਰੇਬ, ਮਕਰ, ਚਲਿੱਤਰ, ਕਪਟ, ਛਲ *vt* ਫ਼ਰੇਬ ਕਰਨਾ, ਮਕਰ ਕਰਨਾ, ਛਲ ਕਰਨਾ

wilful /'ਵਿਲਫ਼ਲ/ *a* ਆਪਣੀ ਚਲਾਉਣ ਵਾਲਾ, ਆਪਹੁਦਰਾ, ਮਰਜ਼ੀ ਦਾ ਮਾਲਕ, ਜ਼ਿੱਦੀ, ਮਨਮਰਜ਼ੀ ਦਾ, ਜਾਣ-ਬੁੱਝ ਕੇ, ਜਾਣਦਿਆਂ ਹੋਇਆਂ

will /ਵਿਲ/ *n* ਭਵਿੱਖਵਾਚੀ ਸਹਾਇਕ ਕਿਰਿਆ (ਗਾ ਗੇ, ਗੀ, ਗੀਆਂ ਆਦਿ ਦੇ ਅਰਥਾਂ ਵਿੱਚ ਵਰਤੀ ਜਾਣ ਵਾਲੀ); ਵਸੀਅਤ, ਇੱਛਾ ਪੱਤਰ *v* ਚਾਹੁਣਾ, ਇੱਛਾ ਕਰਨਾ, ਇਰਾਦਾ ਹੋਣਾ, ਮਰਜ਼ੀ ਹੋਣਾ, ਰਾਜ਼ੀ ਹੋਣਾ; ਜ਼ਰੂਰੀ ਸਮਝਣਾ, ਆਵੱਸ਼ਕ ਸਮਝਣਾ; ਆਗਿਆ ਕਰਨਾ, ਹੁਕਮ ਕਰਨਾ, ਨਿਰਦੇਸ਼ ਦੇਣਾ; ਵਸੀਅਤ ਕਰਨਾ, ਇੱਛਾ ਪੱਤਰ ਲਿਖਣਾ **at will** ਮਰਜ਼ੀ ਨਾਲ **free will** ਅਜ਼ਾਦ ਇਰਾਦਾ, ਸੁਤੰਤਰ ਸੰਕਲਪ, ਮੁਕਤ ਇੱਛਾ **good will** ਸ਼ੁਭ ਭਾਵਨਾ, ਸਦਭਾਵਨਾ **ill will** ਦੁਰਭਾਵਨਾ **where there is a will there is a way** ਜਿੱਥੇ ਚਾਹ ਉੱਥੇ ਰਾਹ

willies /'ਵਿਲਿਜ਼/ *n* ਘਬਰਾਹਟ

willing /'ਵਿਲਿਙ/ *a* ਰਾਜ਼ੀ, ਰਜ਼ਾਮੰਦ, ਸਹਿਮਤ *adv* ਖ਼ੁਸ਼ੀ ਨਾਲ ਦਿੱਤਾ ਹੋਇਆ

willness /ਵਿਲਨਅਸ/ *n* ਰਜ਼ਾਮੰਦੀ, ਸਹਿਮਤੀ; ਇੱਛਾ; ਸ਼ੌਕ

will-o'-the-wisp /ˌਵਿਲ ਅ ਦਅ 'ਵਿਸਪ/ *n* ਵਿਅਕਤੀ ਜਿਸ ਦੇ ਥਾਂ ਟਿਕਾਣੇ ਦਾ ਪਤਾ ਨਾ ਹੋਵੇ; ਛਲੇਡਾ, ਛਲਾਵਾ, ਛਲਮਈ ਆਸ; ਸ਼ਮਸ਼ਾਨ ਘਾਟ ਜਾਂ ਦਲਦਲੀ ਇਲਾਕੇ ਵਿੱਚ ਰਾਤ ਨੂੰ ਹੋਣ ਵਾਲਾ ਫਾਸਫੋਰਸੀ ਚਾਨਣ

willow /'ਵਿਲਅਉ/ *n* ਬੈਂਤ ਦਾ ਬੂਟਾ; ਬੈਂਤ, (ਕ੍ਰਿਕਟ) ਬੱਲਾ, ਬੈਟ; ਰੂੰ ਪਿੰਜਣ ਵਾਲੀ ਮਸ਼ੀਨ *vt* ਪੇਂਜੇ ਨਾਲ) ਪਿੰਜਣਾ, (ਤਾੜੇ ਨਾਲ ਰੂੰ) ਪਿੰਜਣਾ

willowy /'ਵਿਲਅਉਇ/ *a* ਲਚਕੀਲਾ, ਲਿਫਵਾਂ; ਜਿੱਥੇ ਬੈਂਤ ਦੇ ਦਰਖ਼ਤ ਅਧਿਕ ਹੋਣ

willpower /'ਵਿਲਪਾਉਅ*/ *n* ਇੱਛਾ ਸ਼ਕਤੀ

willy-nilly /ˌਵਿਲਿ 'ਨਿਲਿ/ *adv* ਚਾਹੇ ਅਣਚਾਹੇ , ਔਖੇ-ਸੌਖੇ; ਰੋਂਦੇ-ਧੋਂਦੇ

wilt[1] /ਵਿਲਟ/ *vt* **aux will** ਦਾ **thou** (ਤੂੰ) ਨਾਲ ਵਰਤਿਆ ਜਾਣ ਵਾਲਾ ਰੂਪ

wilt[2] *v* ਕੁਮਲਾ ਜਾਣਾ, ਮੁਰਝਾਉਣਾ; (ਫੁੱਲਾਂ ਆਦਿ ਦਾ) ਸਿਰ ਸੁੱਟ ਦੇਣਾ; ਸਿਥਲ ਪੈਣਾ, ਹੌਸਲਾ ਛੱਡ ਦੇਣਾ

wily /'ਵਾਇਲਿ/ *a* ਚਾਲਬਾਜ਼, ਚਲਾਕ

wimp /ਵਿਮਪ/ *n* (ਅਪ) ਲੱਲੂ

wimple /'ਵਿਮਪਲ/ *n* ਈਸਾਈ ਸੰਤਣੀਆਂ ਦਾ ਕਨ-ਟੋਪ, ਤੀਵੀਂਆਂ ਦਾ ਪਤਲਾ ਬੁਰਕਾ *v* ਮੂੰਹ ਢਕਣਾ, ਤੈਹਾਂ ਬਣਾ ਕੇ ਰੱਖਣਾ

win /ਵਿਨ/ *v* ਜਿੱਤਣਾ, ਫ਼ਤਿਹ ਪਾਉਣਾ; (ਇਨਾਮ) ਪ੍ਰਾਪਤ ਕਰਨਾ; ਯਤਨ ਕਰਕੇ ਪੁੱਜਣਾ; ਸਫਲ ਹੋਣਾ; (ਕਿਸੇ ਦੀ) ਕਿਰਪਾ ਪ੍ਰਾਪਤ ਕਰਨਾ; ਪ੍ਰਭਾਵਿਤ ਕਰਨਾ, ਸਹਿਮਤ ਕਰ ਲੈਣਾ, ਆਪਣੇ ਵੱਲ ਦਾ ਬਣਾ ਲੈਣਾ *n* ਜਿੱਤ (ਖੇਡ ਵਿੱਚ)

wince /ਵਿਨਸ/ *vi* ਝੁਣਝੁਣੀ ਆਉਣਾ, ਥਰਥਰਾਹਟ ਉਠਣਾ, ਕੰਬਣੀ ਆਉਣਾ *n* ਝੁਣਝੁਣੀ, ਥਰਥਰਾਹਟ; ਝਿਜਕ

wincer /'ਵਿਨਸਅ*/ *n* ਕੰਬਣ ਵਾਲਾ ਆਦਮੀ, ਹਿਚਕਚਾਉਣ ਵਾਲਾ ਮਨੁੱਖ

wincey /'ਵਿਨਸਿ/ *n* (ਊਨੀ ਅਤੇ ਸੂਤੀ ਮਿਲਾਵਟ ਵਾਲਾ ਜਾਂ ਊਨੀ) ਇੱਕ ਕੱਪੜਾ

winch /ਵਿਨਚ/ *n* ਪਹੀਏ ਨੂੰ ਘੁਮਾਉਣ ਵਾਲੀ ਲੱਠ; ਧੁਰਾ, ਭਾਰ ਢੋਣ ਵਾਲੀ ਮਸ਼ੀਨ

winchester /'ਵਿਨਚਿਸਟਅ*/ *n* ਇੱਕ ਵਿਸ਼ੇਸ਼ ਪ੍ਰਕਾਰ ਦੀ ਬੰਦੂਕ

wind[1] /ਵਿਨਡ/ *n* ਹਵਾ, ਵਾਯੂ; ਝੱਖੜ, ਹਵਾ ਦਾ ਰੁਖ; (ਬਹੁ) ਚਾਰੇ ਦਿਸ਼ਾਵਾਂ, ਚਾਰੇ ਪਾਸੇ; ਚੰਗਾ ਮੌਕਾ, ਢੁੱਕਵਾਂ ਅਵਸਰ; ਫ਼ਜ਼ੂਲ ਗੱਲ, ਨਿਰਾਰਥਕ ਗੱਲ; ਸੂਹ, ਖ਼ਬਰ; ਵਾਈ, ਵਾ ਦਾ ਰੋਗ, ਵਾਤ ਰੋਗ; ਗੰਧ, ਵਾਸਨਾ, ਬੋ; ਮੂੰਹ ਦੇ ਨਾਲ ਵਜਾਉਣ ਵਾਲੇ ਵਾਜੇ; ਸਾਹ, ਦਮ *vt* ਫੂਕ ਮਾਰਨਾ, ਝੱਲਣਾ; ਸੂਹ ਕੱਢ ਲੈਣਾ; ਸਾਹ ਚਾੜ੍ਹਨਾ; ਕਸਰਤ ਕਰ ਕੇ ਦਮ ਪਕਾਉਣਾ **fair wind** ਅਨੁਕੂਲ ਹਵਾ **get wind of** ਖ਼ਬਰ ਲੱਗਣਾ, ਪਤਾ ਚੱਲਣਾ **on the windside of the law** ਕਨੂੰਨ ਦੀ ਪਕੜ ਤੋਂ ਬਾਹਰ **take/get wind** ਪ੍ਰਸਿੱਧ ਹੋਣਾ, ਉੱਘਾ ਹੋਣਾ **which way the wind blows** ਤੇਲ ਵੇਖੋ ਤੇਲ ਦੀ ਧਾਰ ਵੇਖੋ

wind[2] /ਵਾਇਨਡ/ *v* ਚੱਕਰ ਖਾਣਾ, ਵਲ ਖਾਣਾ, ਚੱਕਰ ਖਾਂਦਿਆਂ ਵਧਣਾ (ਨਦੀ, ਸੜਕ ਆਦਿ ਦਾ); (ਵਲ ਦਾ) ਚੜ੍ਹਨਾ; ਵੱਲ ਦੇਣਾ, ਵੱਟਣਾ; ਚਲਾਕੀ ਨਾਲ ਕਿਸੇ ਦੇ ਦਿਲ ਵਿੱਚ ਥਾਂ ਬਣਾ ਲੈਣਾ; ਵਲ੍ਹੇਟਣਾ, ਲੱਛਾ ਬਣਾਉਣਾ; (ਕਰੇਨ ਆਦਿ ਨਾਲ) ਘੁਮਾ ਕੇ ਚੁੱਕਣਾ; (ਘੜੀ ਨੂੰ) ਚਾਬੀ ਦੇਣਾ *n* ਮੋੜ, ਵਲ

windbag /'ਵਿਨਡਬੈਗ/ *n* ਗੱਪਾਂ ਮਾਰਨ ਵਾਲਾ, ਯੱਕੜਬਾਜ਼; ਹਵਾਈ ਥੈਲੀ; ਫੇਫੜਾ

wind-bound *a* ਵਿਰੋਧੀ ਹਵਾ ਹੋਣ ਕਰਕੇ ਚੱਲਣ ਤੋਂ ਅਸਮਰੱਥ (ਜਹਾਜ਼, ਬੇੜੀ)

wind-break /'ਵਿਨਡਬਰੇਇਕ/ *n* ਹਵਾ ਰੋਕੂ ਵਾੜ

wind-egg /'ਵਿਨਡਐੱਗ/ *n* ਕੱਚਾ ਆਂਡਾ, ਖ਼ਾਲੀ ਆਂਡਾ

windfall /'ਵਿਨਡਫ਼ੋਲ/ *n* ਹਵਾ ਨਾਲ ਡਿੱਗਾ ਫ਼ਲ, ਟਪਕਾ; ਸਬੱਬੀਂ ਮਿਲੀ ਕੋਈ ਵਸਤ, ਐਵੇਂ ਮਿਲੀ ਕੋਈ ਚੀਜ਼, ਕੋਈ ਪ੍ਰਾਪਤੀ ਜਿਸ ਦੀ ਕੋਈ ਉਮੀਦ ਨਾ ਹੋਵੇ

windgall /'ਵਿਨਡਗੋਲ/ *n* ਘੋੜੇ ਦੀ ਇੱਕ ਬਿਮਾਰੀ

wind gauge /'ਵਿਨਡ ਗੇਇਜ/ *n* ਹਵਾ ਮਾਪਕ ਯੰਤਰ

windhover /'ਵਿਨਡਹੌਵਅ*/ *n* ਸ਼ਿਕਰਾ, ਇੱਕ ਛੋਟਾ ਬਾਜ਼

winding /'ਵਾਇਨਡਿਙ/ *n* ਕੁੰਡਲੀ, ਲਪੇਟ, ਮੋੜ, ਫੇਰਾ *a* ਚੱਕਰਦਾਰ, ਵਲ ਖਾਂਦੀ ਹੋਈ

winding-sheet /'ਵਾਇਨਡਿਙ ਸ਼ੀਟ/ *n* ਕਫ਼ਨ

wind-instrument /'ਵਿਨਡ ਇਨਸਟਰਅਮਅਨਟ/ *n* ਅਜਿਹਾ ਵਾਜਾ ਜੋ ਸਾਹ ਨਾਲ ਜਾਂ ਹਵਾ ਨਾਲ ਵਜਾਇਆ ਜਾਵੇ

windlass /'ਵਿਨਡਲਅਸ/ *n* ਗਰਾਰੀ, ਚਰਖੀ; ਭਾਰ ਚੁੱਕਣ ਵਾਲੀ ਚਰਖੀ ਜਾਂ ਗਰਾਰੀ *vt* ਚੁੱਕਣਾ, ਉਤਾਂਹ ਖਿੱਚਣਾ

windle /'ਵਿਨਡ(ਅ)ਲ/ *n* ਤੱਕਲਾ, ਫਿਰਕੀ

wind machine /'ਵਿਨਡ ਮਅਸ਼ੀਨ/ *n* ਸਿਨਮਾ ਜਾਂ ਰੰਗ-ਮੰਚ ਆਦਿ ਵਿੱਚ ਹਵਾ ਦਾ ਪ੍ਰਭਾਵ ਪੈਦਾ ਕਰਨ ਲਈ ਹਵਾ ਮਾਰਨ ਵਾਲੀ ਮਸ਼ੀਨ; ਚਲਦੀ ਹਵਾ ਦੀ ਅਵਾਜ਼ ਕੱਢਣ ਵਾਲੀ ਮਸ਼ੀਨ

windmill /'ਵਿਨਡਮਿਲ/ *n* ਪੌਣ ਚੱਕੀ, ਹਵਾ ਨਾਲ ਚੱਲਣ ਵਾਲੀ ਚੱਕੀ

window /'ਵਿਨਡਅਉ/ *n* ਬਾਰੀ, ਖਿੜਕੀ, ਤਾਕੀ, ਝਰੋਖਾ; ਖਿੜਕੀ ਦਾ ਸ਼ੀਸ਼ਾ

window-delivery *n* ਡਾਕ ਲੈਣ ਵਾਲੀ ਖਿੜਕੀ

window dressing *n* ਦੁਕਾਨ (ਆਦਿ) ਦਾ ਸਮਾਨ ਸਜਾ ਕੇ ਰੱਖਣ ਦੀ ਕਲਾ, ਨੁਮਾਇਸ਼ੀ ਹੁਨਰ; ਬਾਹਰੀ ਦਿਖਾਵਾ, ਟੀਪ-ਟਾਪ

windows /'ਵਿਨਡਅਉਜ਼/ *n* (ਕੰਪਿ) ਕੰਪਿਊਟਰ ਦੀ ਵਰਤੋਂ ਲਈ ਅਜਿਹਾ ਪ੍ਰੋਗ੍ਰਾਮ ਜਿਸ ਵਿੱਚ ਆਦੇਸ਼ ਚਿੰਨ੍ਹਾਂ/ ਤਸਵੀਰਾਂ ਦੇ ਰੂਪ ਵਿੱਚ ਪਰਦੇ ਉੱਤੇ ਪ੍ਰਾਪਤ ਹੁੰਦੇ ਹਨ; ਪਰਦੇ ਉੱਤੇ ਪ੍ਰਾਪਤ ਪੰਨਾ ਜਾਂ ਵੱਖ-ਵੱਖ ਪੰਨੇ

window-shopping *n* ਦੁਕਾਨਾਂ ਦੀ ਸੈਰ

windpipe /'ਵਿਨਡਪਾਇਪ/ *n* ਸਾਹ ਨਾਲੀ

windscreen /'ਵਿਨਡਸਕਰੀਨ/ *n* ਮੋਟਰ ਦੇ ਸਾਮ੍ਹਣੇ ਲੱਗਾ ਹਵਾ ਰੋਕਣ ਵਾਲਾ ਸ਼ੀਸ਼ਾ

Windsor /'ਵਿਨ(ਡ)ਜ਼ਅ*/ *n* ਵਿੰਡਸਰ ਦਾ ਰਾਜਵੰਸ਼ **House of Windsor** ਇੰਗਲਿਸਤਾਨ ਦਾ ਇੱਕ ਰਾਜ ਘਰਾਣਾ

wind-up /'ਵਾਇਨਡ ਅੱਪ/ *n* ਸਮਾਪਤਕਾਰੀ

windsor chair *n* ਗੁਲਾਈਦਾਰ ਢੋਹ ਵਾਲੀ ਪੂਰੀ ਲੱਕੜੀ ਦੀ ਕੁਰਸੀ

windsor soap *n* ਇੱਕ ਖ਼ੁਸ਼ਬੋਦਾਰ ਸਾਬਣ

wind stick *n* ਹਵਾਈ ਜਹਾਜ਼ ਦਾ ਪੱਖਾ

windward /'ਵਿਨਡਵਅਡ/ *a* ਜਿਸ ਪਾਸਿਓਂ ਹਵਾ ਆ ਰਹੀ ਹੋਵੇ ਉਸ ਪਾਸੇ ਦਾ *adv* ਹਵਾ ਦੇ ਆਉਣ ਵਾਲੇ ਪਾਸੇ ਵੱਲ

windy /'ਵਿਨਡਿ/ *a* ਹਵਾਦਾਰ, ਤੇਜ਼ ਹਵਾ ਵਾਲਾ; ਹਵਾ ਨਾਲ ਚੱਲਣ ਵਾਲਾ; ਸ਼ਬਦ ਅਡੰਬਰ ਵਾਲਾ (ਭਾਸ਼ਣ); ਵਾਧੂ ਸ਼ਬਦ ਵਰਤਣ ਵਾਲਾ (ਵਕਤਾ)

wine /ਵਾਇਨ/ *n* ਅੰਗੂਰਾਂ ਜਾਂ ਹੋਰ ਫਲਾਂ ਦੀ ਸ਼ਰਾਬ ਵਿੱਚ ਦਵਾਈ ਦੀ ਮਿਲਾਵਟ, ਸ਼ਰਾਬ *vt* ਸ਼ਰਾਬ ਪੀਣਾ **Adam's wine** ਪਾਣੀ **new wine in old bottles** ਪੁਰਾਣੀਆਂ ਬੋਤਲਾਂ ਵਿੱਚ ਨਵੀਂ ਸ਼ਰਾਬ ਨਵੇਂ ਸ਼ਬਦਾਂ ਵਿਚ ਪੁਰਾਣੀ ਵਿਚਾਰਧਾਰਾ

winebibber /'ਵਾਇਨਬਿਬਅ*/ *n* ਪੱਕਾ ਸ਼ਰਾਬੀ, ਸਦਾ ਪੀਣ ਵਾਲਾ

wine bowl *n* ਜਾਮ, ਪਿਆਲਾ

wine cooler *n* ਖੁੱਲ੍ਹਾ ਭਾਂਡਾ ਜਿਸ ਵਿੱਚ ਸ਼ਰਾਬ ਦੀਆਂ ਬੋਤਲਾਂ ਬਰਫ਼ ਵਿੱਚ ਲਾਈਆਂ ਜਾਂਦੀਆਂ ਹਨ

wine cup *n* ਜਾਮ

wine glass /'ਵਾਇਨ ਗਲਾਸ/ *n* ਸ਼ਰਾਬ ਪੀਣ ਵਾਲਾ ਗਲਾਸ

wine press *n* ਅੰਗੂਰਾਂ ਦਾ ਰਸ ਕੱਢਣ ਵਾਲੀ ਮਸ਼ੀਨ, ਅੰਗੂਰ ਨਚੋੜ

winery /'ਵਾਇਨਅਰਿ/ *n* ਸ਼ਰਾਬ ਦਾ ਕਾਰਖ਼ਾਨਾ, ਸ਼ਰਾਬਖ਼ਾਨਾ, ਮੈਖ਼ਾਨਾ

wing /ਵਿਙ/ *n* (ਪੰਛੀ ਦਾ) ਖੰਭ; ਕਿਸੇ ਚੀਜ਼ ਦਾ ਬਾਹਰ ਨੂੰ ਵਧਿਆ ਇੱਕ ਪਾਸਾ, ਬਾਹੀ; ਸੈਨਾ ਦਾ ਇੱਕ ਬਾਹੀ ਵੱਲ ਦਾ ਹਿੱਸਾ; (ਫੁਟਬਾਲ, ਹਾਕੀ ਆਦਿ ਵਿੱਚ) ਸੱਜੇ-ਖੱਬੇ ਦੀਆਂ ਬਾਹੀਆਂ ਦੇ ਖੇਡਣ ਵਾਲਾ, ਫਾਰਵਰਡ; ਹਵਾਈ ਜਹਾਜ਼ ਦੇ ਚਾਲਕ ਦਾ ਬਿੱਲਾ ਜਾਂ ਬੈਜ; ਥੀਏਟਰ ਦੀ ਸਟੇਜ ਦਾ ਥਮ੍ਹਲਾ *v* ਖੰਭ ਲਾਉਣਾ; (ਤੀਰ) ਚਲਾਉਣਾ; ਉਡ ਕੇ ਜਾਣਾ **on the wing** ਉੱਡਦਾ ਹੋਇਆ

wing commander *n* ਹਵਾਈ ਫ਼ੌਜ ਦਾ ਇੱਕ ਪਦ ਜੋ ਸਥਲ ਸੈਨਾ ਦੇ ਲੈਫਟੀਨੈਂਟ ਕਰਨਲ ਦੇ ਬਰਾਬਰ ਹੁੰਦਾ ਹੈ

wink /ਵਿਙਕ/ *v* ਅੱਖ ਝਮਕਣਾ; ਅੱਖ ਨਾਲ ਇਸ਼ਾਰਾ ਕਰਨਾ; (ਤਾਰੇ ਦਾ) ਟਿਮਟਿਮਾਉਣਾ; ਅੱਗ ਦਾ ਫੜ-ਫੜ ਕਰਕੇ ਬਲਨਾ *n* ਅੱਖ ਦਾ ਇਸ਼ਾਰਾ, ਸੈਨਤ **wink at** *v* ਅੱਖਾਂ ਮੁੰਦ ਲੈਣਾ, ਧਿਆਨ ਨਾ

ਦੇਣਾ

winkle /'ਵਿਙਕਲ/ *n* ਇੱਕ ਖਾਣ ਵਾਲਾ ਸਮੁੰਦਰੀ ਝੀਂਗਾ *vt* ਬਾਹਰ ਕੱਢਣਾ

winner /'ਵਿਨਅ*/ *a* ਜੇਤੂ, ਵਿਜਈ

winning /'ਵਿਨਿਙ/ *n* ਜਿੱਤ, ਵਿਜੇ, ਫਤਿਹ, ਸਫਲਤਾ *a* ਜੇਤੂ, ਵਿਜਈ, ਜਿੱਤ ਸੰਬੰਧੀ, ਸੋਹਣਾ, ਆਦਰਸ਼ਕ

winnings /'ਵਿਨਿਙਜ਼/ *n* (ਜੂਏ ਵਿੱਚ) ਜਿੱਤਿਆ ਧਨ ਜਾਂ ਮਾਲ

winnow /'ਵਿਨਅਉ/ *vi* ਧੂੜ ਉਡਾਉਣਾ; ਤੂੜੀ ਦੇ ਦਾਣੇ ਵੱਖਰੇ ਕਰਨਾ; ਛਾਣਬੀਣ ਕਰਨਾ

winsome /'ਵਿਨਸਅਮ/ *a* ਸੁੰਦਰ, ਸੋਹਣਾ, ਆਕਰਸ਼ਕ, ਮਨੋਹਰ, ਮੋਹਕ

winter /'ਵਿਨਟਅ*/ *n* ਸਿਆਲ, ਸਰਦੀ ਦੀ ਰੁੱਤ; (ਕਵਿਤਾ) ਉਮਰ ਦਾ ਇੱਕ ਸਾਲ (ਕਿਸੇ ਥਾਂ ਉੱਤੇ) ਸਿਆਲ ਬਿਤਾਉਣਾ

winter garden *n* ਸ਼ੀਸ਼ੇ ਦੇ ਮਕਾਨ ਜਿਸ ਵਿੱਚ ਠੰਢ ਜਾਂ ਕੱਕਰ ਤੋਂ ਬਚਾਅ ਲਈ ਬੂਟੇ ਲਾਏ ਜਾਂਦੇ ਹਨ

winter quarters *n* ਫ਼ੌਜ ਦਾ ਸਿਆਲ ਬਤੀਤ ਕਰਨ ਵਾਲਾ ਟਿਕਾਣਾ

wintry /'ਵਿਨਟਰਿ/ *a* ਸਿਆਲ ਦਾ, ਸਿਆਲੀ; ਫੋਕਾ, ਠੰਢਾ, ਜਿਸ ਵਿੱਚ ਨਿੱਘ ਨਾ ਹੋਵੇ

wipe /ਵਾਇਪ/ *v* ਪੂੰਝਣਾ, ਮਾਂਜਣਾ, ਰਗੜ ਕੇ ਸਾਫ਼ ਕਰਨਾ ਜਾਂ ਮਿਟਾਉਣਾ; ਧੋ ਦੇਣਾ; ਲੰਮੀ ਮਾਰ ਵਾਲਾ ਵਾਰ ਕਰਨਾ *n* ਪੂੰਝਾ, ਪੂੰਝਣ; ਲੰਮੀ ਮਾਰ ਵਾਲਾ ਵਾਰ

wipe one's eyes *v* ਅੱਖਾਂ ਪੂੰਝਣਾ, ਹੰਝੂ ਪੂੰਝਣਾ, ਰੋਣਾ ਬੰਦ ਕਰਨਾ

wipeout /'ਵਾਇਪਆਉਟ/ *v* ਮਿਟਾਉਣਾ, ਸਫ਼ਾਇਆ ਕਰਨਾ

wire /'ਵਾਇਅ*/ *n* ਤਾਰ; ਤਾਰ ਰਾਹੀਂ ਆਈ ਖ਼ਬਰ ਜਾਂ ਸੁਨੇਹਾ *v* ਤਾਰ ਲਾਉਣਾ; ਤਾਰ ਚਾੜ੍ਹਨਾ (ਬਕਸੇ ਆਦਿ ਉਤੋਂ); ਤਾਰ ਨਾਲ ਕੱਸਣਾ; ਵਰਕਾ ਤਾਰ ਵਿੱਚ ਪਰੋ ਦੇਣਾ, ਮਕਾਨ ਵਿੱਚ ਬਿਜਲੀ ਦੀ ਤਾਰ ਲਵਾਉਣਾ; ਤਾਰ ਭੇਜਣਾ **pull the wires** ਨਾਚ ਨਚਾਉਣਾ; ਉਂਗਲਾਂ ਉਤੇ ਨਚਾਉਣਾ, ਕਠਪੁਤਲੀ ਬਣਾਉਣਾ

wiredraw /'ਵਾਇਅਡਰੋ/ *n* (ਦਲੀਲ ਆਦਿ) ਬਹੁਤ ਹੀ ਬਰੀਕੀ ਨਾਲ ਪੇਸ਼ ਕਰਨਾ

wire-haired /'ਵਾਇਅਹੇਅਡ/ *n* ਕਰੜੇ ਅਤੇ ਵਿਰਲੇ ਵਾਲਾਂ ਵਾਲਾ (ਕੁੱਤਾ ਆਦਿ)

wireless /'ਵਾਇਅਲਅਸ/ *n* ਵਾਇਰਲੈਸ, ਵਾਇਰਲੈਸ ਰਾਹੀਂ ਭੇਜਿਆ ਸੰਦੇਸ਼ ਜਾਂ ਸੁਨੇਹਾ, ਬੇਤਾਰ, ਆਕਾਸ਼ਬਾਣੀ

wireless message *n* ਬੇਤਾਰ ਸੰਦੇਸ਼

wireless signal *n* ਬੇਤਾਰ ਸੰਕੇਤ

wirepuller /'ਵਾਇਅਪੁਲਅ*/ *a* ਚੁੱਕ ਦੇਣ ਵਾਲਾ, ਚੁੱਕਣ ਵਾਲਾ; ਰਾਜਨੀਤਿਕ ਮਾਮਲਿਆਂ ਵਿੱਚ ਲੁਕਵਾਂ ਪ੍ਰਭਾਵ ਪਾਉਣ ਵਾਲਾ

wiretapping /'ਵਾਇਅਟੈਪਿਙ/ *n* (ਕਿਸੇ ਦਾ ਟੈਲੀਫ਼ੋਨ) ਚੋਰੀ ਸੁਣਨ ਦਾ ਭਾਵ

wireworm /'ਵਾਇਅਵਅ:ਮ/ *n* ਬੂਟਿਆਂ ਨੂੰ ਲੱਗਣ ਵਾਲਾ ਇੱਕ ਕੀੜਾ

wiring /'ਵਾਇਅਰਿਙ/ *n* ਤਾਰ ਬੰਨ੍ਹਣ ਦੀ ਕਿਰਿਆ

wiry /'ਵਾਇਅਰਿ/ *a* ਤੰਦਾਂ ਜਾਂ ਤਾਰਾਂ ਵਾਲਾ, ਤਾਰਾਂ ਦਾ ਬਣਿਆ; ਮਜ਼ਬੂਤ ਅਤੇ ਲਿਫਵਾਂ; ਕਰੜਾ; ਤਕੜਾ, ਮਜ਼ਬੂਤ (ਸਰੀਰ); ਅਣਥਕ

wisdom /'ਵਿਜ਼ਡਅਮ/ *n* ਬੁੱਧੀ, ਅਕਲ, ਮੱਤ, ਸਿਆਣਪ, ਦਾਨਾਈ, ਅਕਲਮੰਦੀ; ਗਿਆਨ, ਵਿਵੇਕ, ਸੂਝ; ਸਾਵਧਾਨੀ, ਦੂਰਦਰਸ਼ਤਾ; ਵਿਹਾਰਕ ਗਿਆਨ **cut one's wisdom teeth** ਸਿਆਣਾ ਹੋ ਜਾਣਾ **god of wisdom** ਗਣੇਸ਼

wisdom tooth *n* ਅਕਲ ਦਾੜ੍ਹ

wise[1] /ਵਾਇਜ਼/ *a* ਬੁੱਧੀਮਾਨ, ਅਕਲਮੰਦ, ਸਿਆਣਾ; ਗਿਆਨਵਾਨ, ਵਿਵੇਕੀ, ਦੂਰਦਰਸ਼ੀ,

ਸੂਝਵਾਨ; ਨਿਪੁੰਨ, ਮਾਹਰ; ਸੂਝ ਵਾਲਾ; ਅਕਲ ਜਾਂ ਸਿਆਣਪ ਨਾਲ ਕੀਤਾ ਗਿਆ, ਸਿਆਣਪ ਭਰਿਆ

wise² *n* (ਪਰਾ) ਵਿਧੀ, ਤੌਰ-ਤਰੀਕਾ

wiseacre /'ਵਾਇਜ਼ਏਇਕਅ*/ *n* ਦਾਨਾਈ ਛਾਂਟਣ ਵਾਲਾ, ਥੋਥਾ ਗਿਆਨੀ, ਵਿਦਵਾਨ ਹੋਣ ਦਾ ਦਾਅਵਾ ਕਰਨ ਵਾਲਾ ਮੂਰਖ, ਲਾਲ ਬੁੱਝਕੜ

wish /ਵਿਸ਼/ *v* ਚਾਹੁਣਾ, ਇੱਛਾ ਕਰਨਾ, ਇਰਾਦਾ ਕਰਨਾ; ਜੀ ਕਰਨਾ *n* ਨਮਸਤੇ; ਅਸ਼ੀਰਵਾਦ, ਚਾਹ, ਇੱਛਾ, ਖਾਹਸ਼, ਮਨਸ਼ਾ, ਕਾਮਨਾ, ਭਾਵਨਾ, ਮਨੋਭਾਵ

wishful /'ਵਿਸ਼ਫਲ/ *a* ਚਾਹਨਾ

wishfulness /'ਵਿਸ਼ਫਲਨਅਸ/ *n* ਵਿਆਕੁਲਤਾ, ਉਤਸੁਕਤਾ, ਦਿਲਪਸੰਦੀ

wishful thinking *n* ਦਿਲਪਸੰਦ ਵਿਚਾਰ, ਖੁਸ਼ਫਹਿਮੀ

wish list *n* ਸਾਰੀਆਂ ਚੀਜਾਂ ਜਿੰਨ੍ਹਾਂ ਦੀ ਕੋਈ ਇੱਛਾ ਕਰਦਾ ਹੈ

wish-wash /'ਵਿਸ਼ ਵੌਸ਼/ *n* ਪਤਲੀ ਅਤੇ ਬੇਸੁਆਦ ਤਰੀ ਆਦਿ, ਪੀਣ ਵਾਲੀ ਫਿੱਕੀ ਚੀਜ਼, ਫਿੱਕਾ ਪਾਣੀ, ਪਿੱਛ; ਫਿੱਕੀ ਜਾਂ ਬੇਸੁਆਦ ਗੱਲ

wishy-washy /'ਵਿਸ਼ਿ ਵੌਸ਼ਿ/ *a* ਪਤਲਾ, ਬੇਸੁਆਦ, ਪਾਣੀ ਵਰਗਾ; ਘਟੀਆ

wisket /'ਵਿਸਕਿਟ/ *n* ਟੋਕਰੀ

wisp /ਵਿਸਪ/ *n* ਪੂਲਾ (ਸੁੱਕੇ ਪੱਠਿਆਂ ਦਾ); ਵਾਲਾਂ ਦੀ ਲਿਟ; ਗੁੱਛਾ; ਝਾੜੂ *vt* ਝਾੜਨਾ, ਛੱਡਣਾ

wist /ਵਿਸਟ/ *v* ਕਿਰਿਆ **wit** ਦਾ ਪੁਰਾਤਨ ਭੂਤਕਾਲ ਰੂਪ

wistaria /ਵਿ'ਸਟਿਅਰਿਅ/ *n* ਫਲੀਆਂ ਵਾਲਾ ਇੱਕ ਰੁੱਖ, ਵਿਸਟਾਰੀਆ

wistful /'ਵਿਸਟਫਲ/ *a* ਉਦਾਸ, ਚਿੰਤਤ; ਲਾਲਸਾ ਕਰਨ ਵਾਲਾ; ਤਾਂਘ ਭਰਿਆ

wistfulness /'ਵਿਸਟਫਲਨਅਸ/ *n* ਅਭਿਲਾਸ਼ਾ, ਲਾਲਸਾ, ਹਸਰਤ, ਤਾਂਘ

wit /ਵਿਟ/ *n* ਸੂਝ, ਸਮਝ; ਹਾਜ਼ਰ ਜਵਾਬੀ; ਸਿਆਣਪ, ਬੁੱਧੀਵਾਨ, ਸੂਝਵਾਨ (ਵਿਅਕਤੀ); ਮਖੌਲੀਆ, ਹਾਜ਼ਰ ਜਵਾਬ *v* ਜਾਣਨਾ; ਪਛਾਣਨਾ, ਸਮਝਣਾ **out of one's wit** ਪਾਗਲ, ਬੇਹੋਸ਼ ਜਾਂ ਬੌਂਦਲਿਆ

witch /ਵਿਚ/ *n* ਜਾਦੂਗਰਨੀ, ਟੂਣੇਹਾਰੀ; ਡੈਣ; ਕੋਹਜੀ ਸ਼ਕਲ ਵਾਲੀ ਬੁਢੜੀ; ਸੁੰਦਰ ਮੁਟਿਆਰ, ਮੋਹ ਲੈਣ ਵਾਲੀ ਇਸਤਰੀ *vt* ਮੁਗਧ ਕਰਨਾ, ਮੋਹਿਤ ਕਰਨਾ, ਜਾਦੂ ਕਰਨਾ

witchcraft /'ਵਿਚਕਰਾਫ਼ਟ/ *n* ਜਾਦੂ, ਟੂਣਾ, ਜਾਦੂਗਰੀ

witch doctor *n* ਜਾਦੂ-ਟੂਣੇ ਕਰਨ ਵਾਲਾ, ਤਾਂਤਰਿਕ

witchery /'ਵਿਚ(ਅ)ਰਿ/ *n* ਜਾਦੂ, ਟੂਣਾ; ਸੁੰਦਰਤਾ ਜਾਂ ਕਿਸੇ ਹੋਰ ਗੁਣ ਨਾਲ ਮੋਹਿਤ ਕਰਨ ਵਾਲੀ ਸ਼ਕਤੀ

witch-hunt /'ਵਿਚਹਅੱਨਟ/ *n* ਵਿਰੋਧੀਆਂ ਦਾ ਸ਼ਿਕਾਰ

with /ਵਿਦ, ਵਿਥ/ *prep* ਨਾਲ; ਸਣੇ, ਸਮੇਤ; ਕਬਜ਼ੇ ਵਿੱਚ, ਕੋਲ; ਵਾਸਤੇ, ਲਈ; ਕਾਰਨ, ਕਰਕੇ; ਹੁੰਦਿਆਂ ਵੀ

withal /ਵਿ'ਦੋਲ/ *adv* ਇਸ ਤੋਂ ਬਿਨਾਂ, ਇਸ ਤੋਂ ਇਲਾਵਾ; ਨਾਲ ਦੇ ਨਾਲ *prep* ਵੀ, ਭੀ, ਨਾਲੇ

withdraw /ਵਿਦ'ਡਰੋ, ਵਿਥ'ਡ-/ *v* ਹਟਾ ਲੈਣਾ ਜਾਂ ਹਟ ਜਾਣਾ, ਮੋੜ ਲੈਣਾ ਜਾਂ ਮੁੜ ਜਾਣਾ, ਕੱਢ ਲੈਣਾ ਜਾਂ ਨਿੱਕਲ ਜਾਣਾ; ਲਾਂਭੇ ਹੋਣਾ, ਇੱਕ ਪਾਸੇ ਹੋ ਜਾਣਾ; ਵਾਪਸ ਲੈਣਾ

withdrawal /ਵਿਦ'ਡਰੋਅਲ, ਵਿਥ'ਡ-/ *n* ਵਾਪਸੀ; (ਪੈਸਾ) ਕੱਢਣ ਦੀ ਕਿਰਿਆ, ਨਸ਼ਾ ਛੱਡਣ ਦੀ ਕਿਰਿਆ

withdrawn /ਵਿਦ'ਡਰੋਨ/ *a* ਪਿੱਛੇ ਹਟਿਆ ਹੋਇਆ, ਵਾਪਸ ਲਿਆ ਹੋਇਆ, ਕਢਾਇਆ ਹੋਇਆ, ਕੱਢਿਆ ਹੋਇਆ

withe /ਵਿਥ/ *n* ਲਿਫਵੀਂ ਟਾਹਣੀ (ਖ਼ਾਸ ਕਰ ਬੈਂਤ ਆਦਿ ਦੀ)

wither /'ਵਿਦਅ*/ *v* ਕੁਮਲਾ ਜਾਣਾ, ਮੁਰਝਾ

ਜਾਣਾ, ਸੁੱਕ ਜਾਣਾ; ਮਾਂਦੇ ਪੈ ਜਾਣਾ ਜਾਂ ਪਾ ਦੇਣਾ, ਕੁਮਲਾ ਜਾਣਾ; ਖ਼ੁਸ਼ਕ ਜਾਂ ਬੇਰਸ ਹੋ ਜਾਣਾ ਜਾਂ ਕਰ ਦੇਣਾ; ਮਾੜੇ ਹੋ ਜਾਣਾ, ਦੁਰਬਲ ਹੋ ਜਾਣਾ

withered /'ਵਿਦਅਡ/ *a* ਨੀਰਸ, ਖ਼ੁਸ਼ਕ, ਕੁਮਲਾਇਆ, ਮੁਰਝਾਇਆ

witheredness /'ਵਿਦਅਡਨਅਸ/ *n* ਨੀਰਸਤਾ, ਖ਼ੁਸ਼ਕੀ, ਕੁਮਲਾਹਟ, ਮੁਰਝਾਹਟ

withers /'ਵਿਦਅਜ਼/ *n* ਘੋੜੇ ਦੀ ਪਿੱਠ ਦਾ ਉਭਾਰ, ਨਾਲੀ

withheld /ਵਿਦ'ਹੈੱਲਡ/ *a* ਰੋਕਿਆ, ਦਬਾਇਆ ਹੋਇਆ

withhold /ਵਿਦ'ਹਅਉਲਡ, ਵਿਥ'ਹ-/ *v* ਰੋਕ ਲੈਣਾ, ਅਟਕਾ ਲੈਣਾ, ਰੋਕੀ ਰੱਖਣਾ, ਦਬਾਈ ਰੱਖਣਾ (ਹੱਕ, ਪੈਸਾ ਆਦਿ); ਦੇਣ ਤੋਂ ਇਨਕਾਰ ਕਰਨਾ

within /ਵਿ'ਦਿਨ/ *adv* ਅੰਦਰ, ਅੰਦਰਵਾਰ; ਅੰਦਰ ਵਾਲੇ ਪਾਸੇ; ਅੰਦਰੋਂ, ਵਿੱਚ ਅੰਦਰ; ਸੀਮਾ ਵਿੱਚ, ਪਹੁੰਚ ਵਿੱਚ; ਸਮੇਂ ਦੇ ਅੰਦਰ *n* ਅੰਦਰਲਾ ਹਿੱਸਾ, ਅੰਤਹਕਰਨ **go within** ਅੰਦਰ ਵੜਨਾ, ਅੰਦਰ ਪ੍ਰਵੇਸ਼ ਕਰਨਾ **make me pure within** ਮੇਰੀ ਆਤਮਾ ਨੂੰ ਪਵਿੱਤਰ ਕਰੋ

without /ਵਿ'ਦਾਉਟ/ *adv* ਬਿਨਾਂ, ਬਗੈਰ, ਰਹਿਤ, ਸਿਵਾ; ਬਾਹਰ, ਬਾਹਰਵਾਰ, ਬਾਹਰ ਵੱਲੋਂ; ਬਾਹਰੀ ਤੌਰ 'ਤੇ, ਉਤਲੇ ਰੂਪ ਵਿੱਚ

withstand /ਵਿਦ'ਸਟੈਨਡ, ਵਿਥ'ਸ-/ *vt* ਟਾਕਰਾ ਕਰਨਾ, ਸਾਮ੍ਹਣਾ ਕਰਨਾ

withy /'ਵਿਦਿ/ *n* ਵੇਖੋ **withe** ਲਿਫਵੀਂ ਟਾਹਣੀ; ਲਚਕਦਾਰ ਟਾਹਣੀ

witless /'ਵਿਟਲਅਸ/ *a* ਬੇਸਮਝ, ਬੇਅਕਲ, ਬੁੱਧੀਹੀਣ

witling /'ਵਿਟਲਿਙ/ *n* ਮੋਟੀ ਅਕਲ ਵਾਲਾ, ਮਖੌਲੀਆ, ਮਸ਼ਕਰੀ ਕਰਨ ਵਾਲਾ, ਰਸੀਆ

witness /'ਵਿਟਨਅਸ/ *n* ਗਵਾਹੀ, ਸ਼ਹਾਦਤ; ਸਬੂਤ, ਪ੍ਰਮਾਣ; ਗਵਾਹ, ਸਾਖੀ; ਸ਼ਾਹਦੀ ਭਰਨ ਵਾਲਾ *v* ਗਵਾਹੀ ਦੇਣਾ, ਸ਼ਹਾਦਤ ਦੇਣਾ; ਪ੍ਰਮਾਣ ਜਾਂ ਸਬੂਤ ਹੋਣਾ, ਪਤਾ ਦੇਣਾ; ਵਿਖਾਉਣਾ; ਵੇਖਣਾ, ਦਰਸ਼ਕ ਹੋਣਾ; ਗਵਾਹੀ ਪਾਉਣਾ; ਤਸਦੀਕ ਕਰਨਾ, ਸ਼ਾਹਦੀ ਭਰਨਾ **call to witness** ਗਵਾਹੀ ਮੰਗਣਾ **eye witness** ਚਸ਼ਮਦੀਦ ਗਵਾਹ, ਮੌਕੇ ਦਾ ਗਵਾਹ, ਸਾਖੀ

witted /'ਵਿਟਿਡ/ *a* ਬੁੱਧੀਵਾਨ, ਚਤਰ, ਬੁੱਧੀਜੀਵੀ ਸਮਝਦਾਰ, ਅਕਲਮੰਦ

witticism /'ਵਿਟਿਸਿਜ਼ਅਮ/ *n* ਹਾਸੇ ਵਾਲੀ ਗੱਲ, ਮਿੱਠਾ ਮਖੌਲ, ਰਸਮਈ ਵਾਕ, ਬੁੱਧੀ ਵਿਲਾਸ, ਵਿਅੰਗਉਕਤੀ, ਮਖੌਲ, ਮਸ਼ਕਰੀ

wittingly /'ਵਿਟਿਙਲਿ/ *adv* ਜਾਣ-ਬੁੱਝ ਕੇ, ਜਾਣਦਿਆਂ, ਸਮਝਦਿਆਂ

witty /'ਵਿਟਿ/ *a* ਮਖੌਲੀਆ, ਮਸ਼ਕਰਾ, ਬੌਧਿਕ ਮਖੌਲ ਕਰਨ ਵਾਲਾ; ਹਾਸੇ ਮਖੌਲ ਭਰਿਆ, ਠੱਠੇ ਮਸ਼ਕਰੀ ਵਾਲਾ, ਹਾਸ ਵਿਨੋਦ ਵਾਲਾ, ਰਸਿਕ

wivern /'ਵਾਇਵ੍ਅਨ/ *n* (ਮਿਥ) ਇੱਕ ਖੰਭਾਂ ਵਾਲਾ ਦੈਂਤ

wizard /'ਵਿਜ਼ਅਡ/ *n* ਜਾਦੂਗਰ *a* (ਕਿਸੇ ਕੰਮ ਵਿੱਚ) ਪੂਰਾ ਨਿਪੁੰਨ, ਮਾਹਰ

wizardry /'ਵਿਜ਼ਅਡਰਿ/ *n* ਜਾਦੂਗਰੀ, ਜਾਦੂ-ਟੂਣਾ, ਜੰਤਰ-ਮੰਤਰ; ਭਾਰੀ ਮੁਹਾਰਤ

wizen, wizened, weazen /'ਵਿਜ਼ਨ, ਵਿਜ਼ਨਡ, 'ਵੀਜ਼ਨ/ *a* ਸੁੱਕਾ, ਖ਼ੁਸ਼ਕ, ਮੁਰਝਾਇਆ; ਸੁੱਕੇ ਚਿਹਰੇ ਵਾਲਾ (ਮਨੁੱਖ)

wo, whoa /'ਵਅਉ/ *int* ਬੱਸ ! ਠਹਿਰੀਂ !

woad /ਵਅਉਡ/ *n* ਨੀਲਾ ਰੰਗ; ਨੀਲੇ ਰੰਗ ਵਾਲਾ ਇੱਕ ਬੂਟਾ *vt* ਨੀਲਾ ਰੰਗਣਾ

wobble, wabble /'ਵੌਬਲ/ *vi* ਝੂਲਣਾ, ਡਗਮਗਾਉਣਾ, ਡੋਲਣਾ; (ਲਾਟੂ ਆਦਿ ਦਾ) ਭੌਣਾ; (ਗੋਲੀ ਦਾ) ਥਰਥਰਾਣਾ; (ਅਵਾਜ਼ ਦਾ) ਕੰਬਣਾ; (ਘੜੇ ਦਾ) ਛਲਕਣਾ; (ਇਰਾਦੇ ਵਿੱਚ) ਅਸਥਿਰ ਹੋਣਾ *n* ਡਗਮਗਾਉਣ ਦੀ ਦਸ਼ਾ; ਥਰਥਰਾਹਟ, ਛਲਕ; ਭੌਂ ਚੱਕਰ; ਅਸਥਿਰਤਾ

woe /ਵਅਉ/ *n* (ਕਾਵਿ) ਕਸ਼ਟ, ਦੁੱਖ, ਮੁਸੀਬਤ,

ਗ਼ਮ; (ਬਹੁ) ਕਠਿਨਾਈਆਂ, ਔਕੜਾਂ, ਮੁਸੀਬਤਾਂ

woebegone /'ਵਅਉਬਿਗੋਨ/ *a* ਦੁਖੀ, ਬਿਪਤਾ ਦਾ ਮਾਰਿਆ, ਸੋਗੀ

woeful /'ਵਅਉਫ਼ਲ/ *a* ਦੁੱਖ ਭਰਿਆ, ਸੋਗ ਵਾਲਾ, ਸ਼ੋਕਮਈ; ਸੋਗੀ, ਗ਼ਮਗੀਨ; ਦੁਖੀ, ਅਭਾਗਾ; ਅਨਉਚਿਤ, ਅਫ਼ਸੋਸਨਾਕ

woefulness /'ਵਅਉਫ਼ਲਨਅਸ/ *n* ਦੁੱਖ ਭਰਪੂਰਤਾ, ਗ਼ਮਗੀਨੀ

wold /ਵਅਉਲਡ/ *n* ਉੱਚੀ ਨੀਵੀਂ ਤੇ ਅਣਵਾਹੀ ਧਰਤੀ

wolf /ਵੁਲਫ਼/ *n* ਬਘਿਆੜ; ਲੋਭੀ ਮਨੁੱਖ; ਜ਼ਾਲਮ ਅਤੇ ਲਾਲਚੀ ਬੰਦਾ *vt* ਹੜੱਪ ਕਰਨਾ, ਖਾ ਜਾਣਾ **cry wolf** ਝੂਠ ਬੋਲਣਾ **keep the wolf from the door** ਢਿੱਡ ਨੂੰ ਝੁਲਕਾ ਦੇਣਾ

wolf-cub /'ਵੁਲਫ਼ਕਅੱਬ/ *n* ਬਘਿਆੜ ਦਾ ਬੱਚਾ; ਜੂਨੀਅਰ ਸਕਾਊਟ

wolf-dog *n* ਰਾਖਾ ਕੁੱਤਾ

wolfhound /'ਵੁਲਫ਼ਹਾਉਨਡ/ *n* ਬਘਿਆੜਾਂ ਦਾ ਸ਼ਿਕਾਰ ਕਰਨ ਵਾਲਾ ਕੁੱਤਾ

wolfish /'ਵੁਲਫ਼ਿਸ਼/ *a* ਬਘਿਆੜ ਵਰਗਾ; ਲੋਭੀ ਅਤੇ ਜ਼ਾਲਮ, ਲਾਲਚੀ ਅਤੇ ਕਰੂਰ

wolfishness /'ਵੁਲਫ਼ਿਸ਼ਨਅਸ/ *n* ਬਘਿਆੜਪੁਣਾ; ਲੋਭ, ਲੋਭੀ ਸੁਭਾਅ

wolf whistle *n* (ਜਨਾਨੀ ਨੂੰ ਛੇੜਨ ਵਾਸਤੇ ਮਾਰੀ) ਸੀਟੀ

wolves /ਵੁਲਵ਼ਜ਼/ *n* (ਬਹੁ) **wolf** ਦਾ ਬਹੁਵਚਨ

woman /'ਵੁਮਅਨ/ *n* ਤੀਵੀਂ, ਜ਼ਨਾਨੀ, ਇਸਤਰੀ, ਨਾਰੀ, ਔਰਤ; ਔਰਤ ਜਾਤ; ਤੀਵੀਆਂ ਵਾਲੇ ਸੁਭਾਅ ਜਾਂ ਆਦਤਾਂ ਵਾਲਾ ਮਰਦ; ਇਸਤਰੀਆਂ ਵਾਲੀਆਂ ਭਾਵਨਾਵਾਂ, ਜ਼ਨਾਨਾ ਜਜ਼ਬੇ

womanhood /'ਵੁਮਅਨਹੁਡ/ *n* ਜ਼ਨਾਨਾਪਣ, ਨਾਰੀਤਵ; ਕੋਮਲਤਾ, ਜੋਬਨ; ਇਸਤਰੀ ਜਾਤੀ, ਨਾਰੀ ਵਰਗ, ਤੀਵੀਆਂ, ਜ਼ਨਾਨੀਆਂ

womanish /'ਵੁਮਅਨਿਸ਼/ *a* (ਘਿਰਨਾ ਵਿੱਚ, ਮਰਦ ਲਈ) ਜ਼ਨਾਨਾ, ਤੀਵੀਆਂ ਜਿਹਾ; ਤੀਵੀਆਂ ਵਰਗਾ (ਖ਼ਿਆਲ, ਸੁਭਾਅ, ਵਿਚਾਰ)

womanize /'ਵੁਮਅਨਾਇਜ਼/ *vt* ਜ਼ਨਾਨਾ ਬਣਾ ਦੇਣਾ; ਭੋਗ-ਵਿਲਾਸ ਕਰਨਾ, ਰੰਡੀਬਾਜ਼ੀ ਕਰਨਾ

womanizer /'ਵੁਮਅਨਾਇਜ਼ਅ*/ *n* ਵਿਲਾਸੀ, ਭੋਗੀ, ਔਰਤਬਾਜ਼, ਵਿਭਚਾਰੀ

womanizing /'ਵੁਮਅਨਾਇਜ਼ਿਙ/ *n* ਵੱਖ-ਵੱਖ ਤੀਵੀਆਂ ਨਾਲ ਭੋਗ ਬਿਲਾਸ ਕਰਨ ਦਾ ਭਾਵ, ਔਰਤਬਾਜ਼ੀ

womankind /'ਵੁਮਅਨਕਾਇਨਡ/ *n* ਇਸਤਰੀ ਵਰਗ, ਔਰਤ ਜ਼ਾਤ

womanly /'ਵੁਮਅਨਲਿ/ *a* ਜ਼ਨਾਨਾ, ਇਸਤਰੀਆਂ ਵਾਲਾ, ਇਸਤਰੀਆਂ ਵਾਲੇ (ਮਿੱਠੇ ਸੁਭਾਅ, ਕੋਮਲ ਵਿਚਾਰ ਆਦਿ ਚੰਗੇ ਗੁਣ); ਕੋਮਲ, ਸਨੇਹਮਈ; ਨਿੱਘਾ

womb /ਵੂਮ/ *n* ਕੁੱਖ, ਬੱਚੇਦਾਨੀ; ਢਿੱਡ, ਪੇਟ **fruit of the womb** ਔਲਾਦ

wombat /'ਵੌਮਬੈਟ/ *n* ਆਸਟਰੇਲੀਆ ਦਾ ਇੱਕ ਥੈਲੀਦਾਰ ਜਾਨਵਰ

womenfolk /'ਵਿਮਿਨਫ਼ਅਉਕ/ *n* ਤੀਵੀਆਂ, ਜ਼ਨਾਨੀਆਂ, ਇਸਤਰੀਆਂ

women's Liberation *n* ਨਾਰੀ ਮੁਕਤੀ

won /ਵਅੱਨ/ *v* ਕਿਰਿਆ **win** ਦਾ ਭੂਤ-ਕਾਲ ਅਤੇ ਭੂਤ-ਕ੍ਰਿਦੰਤ

wonder /'ਵਅੱਨਡਅ*/ *v* ਹੈਰਾਨ ਹੋਣਾ, ਚਕ੍ਰਿਤ ਹੋਣਾ, ਅਚੰਭਾ ਹੋਣਾ; ਜਾਣਨਾ, ਚਾਹੁਣਾ; ਸੋਚੀਂ ਪੈਣਾ *n* ਹੈਰਾਨੀ, ਅਚੰਭਾ, ਅਸਚਰਜਤਾ; ਚਮਤਕਾਰ; ਅਸਧਾਰਨ ਘਟਨਾ; ਕਰਾਮਾਤ, ਕੌਤਕ, ਵਚਿੱਤਰ ਵਸਤੂ, ਅਦਭੁਤ ਸ਼ੈ, ਅਜੀਬ ਚੀਜ਼ **a nine days' wonder** ਚਾਰ ਦਿਨ ਦੀ ਚਾਨਣੀ **no wonder** ਕੋਈ ਹੈਰਾਨੀ ਦੀ ਗੱਲ ਨਹੀਂ **work wonders** ਕਮਾਲ ਕਰਨਾ

wonderer /'ਵਅੱਨਡ(ਅ)ਰਅ*/ *n* ਹੈਰਾਨ ਹੋਣ

ਵਾਲਾ ਆਦਮੀ

wonderful /'ਵਅੱਨਡਅਫ਼ਲ/ *a* ਅਜੀਬ, ਅਚਰਜ, ਨਿਰਾਲਾ, ਅਨੋਖਾ, ਅਦਭੁਤ, ਵਿਲੱਖਣ; ਉੱਤਮ, ਪ੍ਰਸ਼ੰਸਾਯੋਗ, ਬਹੁਤ ਵਧੀਆ

wonderland /'ਵਅੱਨਡਅਲੈਨਡ/ *n* ਪਰੀਲੋਕ

wonderment /'ਵਅੱਨਡਅਮਅਨਟ/ *n* ਅਸਚਰਜਜਨਕ, ਵਿਸਮੈਕਾਰੀ ਅਵਸਥਾ, ਅਦਭੁਤ ਅਵਸਥਾ

wonder-struck *a* ਹੈਰਾਨ

wondrous /'ਵਅੱਨਡਰਅਸ/ *a* ਅਦਭੁਤ, ਅਜੀਬ, ਨਿਰਾਲਾ, ਵਚਿੱਤਰ; ਬਹੁਤ ਹੀ ਚੰਗਾ, ਬੜਾ ਹੀ ਵਧੀਆ

wonky /'ਵੌਙਕਿ/ *a* (ਅਪ) ਡਾਵਾਂਡੋਲ; ਤੁੱਛ, ਘਟੀਆ; ਬੇਇਤਬਾਰਾ

won't /ਵਅਉਨਟ/ *vt* **will not** ਦਾ ਛੋਟਾ ਰੂਪ

wont /ਵਅਉਨਟ/ *n* (ਪਰਾ) ਵਾਦੀ, ਬਾਣ *a* ਆਦੀ *vi* ਆਦੀ ਹੋਣਾ, ਹਿੱਲਿਆ ਹੋਣਾ

wonted /ਵਅਉਨਟਿਡ/ *a* ਸੁਭਾਅ ਦਾ, ਆਦਤ ਦਾ; ਸੁਭਾਅ ਦੇ ਅਨੁਕੂਲ, ਆਦਤ ਮੁਤਾਬਕ; ਸੁਭਾਵਿਕ

woo /ਵੂ/ *vt* ਪਿਆਰ ਜਤਾਉਣਾ, ਪ੍ਰੇਮ ਕਰਨਾ; ਇਸ਼ਕਬਾਜ਼ੀ ਕਰਨਾ; ਵਿਆਹ ਲਈ ਪ੍ਰੇਰਨਾ ਕਰਨਾ; ਚਾਹਵਾਨ ਹੋਣਾ, ਇੱਛਕ ਹੋਣਾ, ਪਿੱਛੇ ਪੈਣਾ

wood /ਵੁਡ/ *n* ਜੰਗਲ, ਬੀੜ, ਰੁੱਖ, ਵਣ; ਲੱਕੜ; ਲੱਕੜ ਦਾ ਬਾਲਣ

woodbine /'ਵੁਡਬਾਇਨ/ *n* ਖੱਟੇ ਰੰਗ ਦੇ ਸੁਗੰਧੀ ਵਾਲੇ ਫੁੱਲਾਂ ਵਾਲੀ ਇੱਕ ਜੰਗਲੀ ਬੂਟੀ ਜਿਹੜੀ ਵੇਲ ਵਾਂਗ ਰੁਖਾਂ ਆਦਿ ਉੱਤੇ ਚੜ੍ਹਦੀ ਹੈ

woodcock /'ਵੁਡਕੌਕ/ *n* ਵਣ ਕੁੱਕੜ

woodcraft /'ਵੁਡਕਰਾਫ਼ਟ/ *n* ਲੱਕੜੀ ਦਾ ਕੰਮ

woodcut /'ਵੁਡਕਅੱਟ/ *n* ਲੱਕੜੀ ਦੀ ਉਕਰਾਈ ਕਰਕੇ ਲਾਏ ਹੋਏ ਠੱਪੇ ਦਾ ਚਿੰਨ

woodcutter /'ਵੁਡਕਅੱਟਅ*/ *n* ਲੱਕੜੀਆਂ ਕੱਟਣ ਦਾ ਧੰਦਾ ਕਰਨ ਵਾਲਾ ਬੰਦਾ, ਲੱਕੜਹਾਰਾ

wooded /'ਵੁਡਿਡ/ *a* ਜੰਗਲ ਨਾਲ ਭਰਿਆ, ਰੁੱਖਾਂ ਵਾਲਾ, (ਇਲਾਕਾ) ਜਿੱਥੇ ਬਹੁਤ ਰੁੱਖ ਹੋਣ

wooden /'ਵੁਡਨ/ *a* ਲੱਕੜੀ ਦਾ, ਲੱਕੜੀ ਤੋਂ ਬਣਾਇਆ, ਸਖ਼ਤ, ਕਾਠਾ; ਪ੍ਰਾਣਹੀਣ, ਬੇਰੌਣਕ, ਬੇਲੋਚ

wooden spoon *n* ਲੱਕੜੀ ਦੀ ਬਣੀ ਕੜਛੀ ਜਾਂ ਚਮਚਾ, ਲੱਕੜੀ ਦਾ ਖੁਰਚਣਾ

woodland /'ਵੁਡਲਅਨਡ/ *n* ਜੰਗਲੀ ਇਲਾਕਾ

woodman /'ਵੁਡਮਅਨ/ *n* ਜੰਗਲ ਦਾ ਦਰੋਗਾ; ਲੱਕੜਹਾਰਾ

wood-nymph /'ਵੁਡਨਿਮ(ਪ)ਫ਼/ *n* ਜੰਗਲ ਦੀ ਪਰੀ, ਵਣ ਦੇਵੀ

woodpecker /'ਵੁਡਪੈੱਕਅ*/ *n* ਲੰਮੀ ਚੁੰਝ ਵਾਲਾ ਇੱਕ ਪੰਛੀ ਜਿਹੜਾ ਟੁੱਕ-ਟੁੱਕ ਕੇ ਲੱਕੜ ਵਿੱਚ ਮੋਰੀ ਕਰ ਦਿੰਦਾ ਹੈ; ਚੱਕੀਰਾਹਾ

wood-pulp *n* ਲੱਕੜੀ ਦਾ ਲੁਗਦਾ, ਲੱਕੜ ਦਾ ਗੁੱਦਾ

woodwork /'ਵੁਡਵਅ:ਕ/ *n* ਲੱਕੜੀ ਤੋਂ ਬਣਾਈਆਂ ਚੀਜ਼ਾਂ ਵਸਤਾਂ, ਲੱਕੜੀ ਦਾ ਸਮਾਨ; (ਇਮਾਰਤ ਆਦਿ ਵਿੱਚ) ਲੱਕੜੀ ਦਾ ਕੰਮ

woody /'ਵੁਡਿ/ *a* ਲੱਕੜੀ ਦਾ, ਲੱਕੜ ਵਾਲ, ਕਾਠਯੁਕਤ; ਜੰਗਲ ਨਾਲ ਭਰਿਆ, ਜੰਗਲ ਵਾਲਾ; ਦਰਖ਼ਤਾਂ ਬੂਟਿਆਂ ਵਾਲਾ

wooer /'ਵੂਅ*/ *n* ਪ੍ਰੇਮੀ, ਆਸ਼ਕ, ਪ੍ਰੇਮਜਾਲ ਵਿੱਚ ਫਸਿਆ ਹੋਇਆ

woof /ਵੂਫ਼/ *n* ਜਾਲ ਜਾਂ ਜਾਲ ਦੀਆਂ ਚੌੜੇ ਰੁੱਖ ਦੀਆਂ ਰੱਸੀਆਂ ਜਾਂ ਤਾਰਾਂ, ਪੇਟਾ (ਕੱਪੜੇ ਦੀ ਉਣਾਈ ਵਿੱਚ)

wool /ਵੁਲ/ *n* ਉੱਨ, ਪਸ਼ਮ; ਊਨੀ ਧਾਗਾ, ਪਸ਼ਮ ਦਾ ਧਾਗਾ; ਊਨੀ ਕੱਪੜੇ; ਹਬਸ਼ੀਆਂ ਦੇ ਲੱਛੇਦਾਰ ਵਾਲ; ਲੂੰ, ਰੋਮ; ਉੱਨ ਵਰਗੀ ਕੋਈ ਵਸਤੂ **pull the wool over one's eyes** ਝਾਂਸਾ ਦੇਣਾ

wool-gathering /'ਵੁਲਗੈਦ(ਅ)ਰਿਙ/ *a* ਗਵਾਚਿਆ-ਗਵਾਚਿਆ, ਬੇਧਿਆਨਾ

woollen /'ਵੁਲਅਨ/ *a* ਊਨੀ, ਪਸ਼ਮ ਦਾ *n* ਊਨੀ ਕੱਪੜਾ, ਗਰਮ ਕੱਪੜਾ

woolly /'ਵੁਲਿ/ *a* ਊਨੀ ਜਾਂ ਉਨ੍ਹ ਵਰਗਾ; ਉਨ੍ਹਦਾਰ, ਉਨ੍ਹ ਵਾਲਾ; ਰੂੰਈ ਵਾਲਾ, ਵਾਲਾਂ ਵਾਲਾ; ਅਸਪਸ਼ਟ, ਧੁੰਦਲਾ; ਫਿੱਕਾ *n* ਊਨੀ ਕੱਪੜੇ (ਖ਼ਾਸ ਕਰਕੇ) ਸਵੈਟਰ

wool sack /'ਵੁਲਸੈਕ/ *n* ਇੰਗਲਿਸਤਾਨ ਦੇ ਹਾਉਸ ਆਫ ਲਾਰਡਜ਼ ਵਿੱਚ ਪ੍ਰਧਾਨ ਦੀ ਕੁਰਸੀ

wool work *n* ਉਨ੍ਹ ਦੀ ਕਢਾਈ ਦਾ ਕੰਮ

word /ਵਅ:ਡ/ *n* ਸ਼ਬਦ, ਲਫਜ਼, ਪਦ; ਗੱਲ, ਕਥਨ; ਸਮਾਚਾਰ, ਸੁਨੇਹਾ; ਆਗਿਆ, ਹੁਕਮ, ਆਦੇਸ਼; ਵਾਹਦਾ, ਬਚਨ; ਸ਼ਬਦਾਂ ਰਾਹੀਂ ਵਰਣਨ ਕਰਨਾ **a word to the wise** ਅਕਲਮੰਦ ਨੂੰ ਇਸ਼ਾਰਾ ਕਾਫੀ ਹੈ **eat one's words** ਸ਼ਬਦ ਵਾਪਸ ਲੈਣਾ **keep one's word** ਵਚਨ ਪਾਲਣ **waste words** ਐਵੇਂ ਗੱਲਾਂ ਮਾਰਨਾ

word art *n* (ਕੰਪਿ) ਲਿਖਤ ਵਿੱਚ ਅੱਖਰਾਂ/ਸ਼ਬਦਾਂ ਆਦਿ ਨੂੰ ਸਜਾਉਣ ਲਈ ਕੰਪਿਊਟਰੀ ਸਹੂਲੀਅਤ, ਅੱਖਰ ਕਲਾ, ਸ਼ਬਦ ਕਲਾ

worded /ਵਅ:ਡਿਡ/ *a* ਸ਼ਬਦਾਂ ਵਿੱਚ ਪਰੋਇਆ

wordiness /ਵਅ:ਡਿਨਅਸ/ *n* ਸ਼ਬਦ-ਜਾਲ, ਵਾਕ-ਜਾਲ, ਸ਼ਬਦ-ਅਡੰਬਰ

word class *n* (ਵਿਆ) ਸ਼ਬਦ-ਸ਼੍ਰੇਣੀ, ਸ਼ਬਦ-ਭੇਦ (ਜਿਵੇਂ ਨਾਂਵ ਰੂਪ, ਪੜਨਾਂਵ ਰੂਪ....)

wording /'ਵਅ:ਡਿਙ/ *n* ਸ਼ਬਦ-ਚੋਣ, ਸ਼ੈਲੀ, ਵਾਕ-ਰਚਨਾ, ਵਰਣਨ ਸ਼ੈਲੀ; ਸ਼ਬਦ, ਸ਼ਬਦਾਵਲੀ

word-painting *n* ਸ਼ਬਦਾਂ ਰਾਹੀਂ ਖਿੱਚੀ ਘਟਨਾ ਜਾਂ ਦ੍ਰਿਸ਼ ਦੀ ਤਸਵੀਰ, ਚਿੱਤਰਵਤ ਬਿਆਨ

word-perfect /,ਵਅ:ਡ'ਪਅ:ਫਿਕਟ/ *a* ਸ਼ਬਦ ਯਾਦ ਰੱਖਣ ਵਾਲਾ

word picture *n* ਸ਼ਬਦ-ਚਿੱਤਰ

wordplay /'ਵਅ:ਡਪਲੇਇ/ *n* ਸ਼ਬਦ-ਜਾਲ, ਸ਼ਬਦ-ਅਡੰਬਰ; ਨੋਕ-ਝੋਕ

word processor *n* (ਕੰਪਿ) ਕੰਪਿਊਟਰ ਰਾਹੀਂ ਲਿਖਤ ਤਿਆਰ ਕਰਨ ਲਈ ਪ੍ਰੋਗਰਾਮ

wordsmith /'ਵਅ:ਡਸਮਿਥ/ *n* ਸ਼ਬਦਾਂ ਦੀ ਠੀਕ ਤਰ੍ਹਾਂ ਵਰਤੋਂ ਕਰਨ ਦਾ ਮਾਹਰ, ਨਵੇਂ-ਨਵੇਂ ਸ਼ਬਦ ਘੜਨ ਵਾਲਾ ਬੰਦਾ

word-splitting *n* ਸ਼ਬਦਾਂ ਵਿੱਚ ਸੂਖਮ ਬਰੀਕੀਆਂ, ਬਰੀਕਬੀਨੀ ਵਿੱਚ

wordy /'ਵਅ:ਡਿ/ *a* ਸ਼ਬਦ-ਅਡੰਬਰ ਵਾਲਾ, ਸ਼ਬਦ ਭਰਪੂਰ; ਬਹੁਤੇ ਵਲਾਂ ਵਾਲਾ; ਵਿਸਤਾਰਪੂਰਨ; ਸ਼ਾਬਦਿਕ

wore /ਵੋ*/ *v* ਕਿਰਿਆ **wear** ਦਾ ਭੂਤ-ਕਾਲ

work /ਵਅ:ਕ/ *n* ਕੰਮ, ਕਾਰ; ਧੰਦਾ, ਪੇਸ਼ਾ, ਕਿੱਤਾ; ਕਾਰੀਗਰੀ, ਕੁਸ਼ਲਤਾ; ਰਚਨਾ, ਕ੍ਰਿਤ, ਲਿਖੀ ਹੋਈ ਕਿਤਾਬ; (ਬਹੁ) ਕਿਲੇਬੰਦੀ; ਨਿਰਮਾਣਕਾਰੀ; ਉਸਾਰੀ ਦਾ ਕੰਮ; (ਬਹੁ) ਕਾਰਖ਼ਾਨਾ; ਵਿਭਾਗ, ਮਹਿਕਮਾ; ਸਜਾਵਟੀ ਕੰਮ; (ਬਹੁ) ਕੀਤੇ ਹੋਏ ਕਾਰਨਾਮੇ; ਮਾਮਲਾ; (ਵਿਗਿ) ਸ਼ਕਤੀ ਦਾ ਖਰਚ *v* ਕੰਮ ਕਰਨਾ; ਘਾੜਤ ਕਰਨਾ, ਕਿਸੇ ਚੀਜ਼ ਦਾ ਕਾਰੀਗਰ ਹੋਣਾ; ਮਸ਼ੀਨ ਦਾ ਚਾਲੂ ਹੋਣਾ; (ਜੁਗਤੀ) ਸਫਲ ਹੋਣਾ; (ਮਸ਼ੀਨ) ਚਲਾਉਣਾ; (ਚਰਖੀ ਆਦਿ ਦਾ) ਘੁੰਮਣਾ; ਪ੍ਰਬੰਧ ਕਰਨਾ; ਪ੍ਰਭਾਵ ਪਾਉਣਾ; ਅਸਰ ਕਰਨਾ; (ਖੂਹ) ਗਿੜਨਾ; (ਕਸੀਦਾ) ਕੱਢਣਾ; ਅਮਲ ਵਿੱਚ ਲਿਆਉਣਾ; (ਵਿਚਾਰਾਂ ਵਿੱਚ) ਜੋਸ਼ ਲਿਆਉਣਾ, ਭੜਕਾਉਣਾ **a bad workman quarrels with his tools** ਨਾਚ ਨਾ ਜਾਣੇ ਆਖੇ ਭੌਂ ਸੌੜੀ **set to work** ਕੰਮ ਵਿੱਚ ਜੁੱਟ ਜਾਣਾ, ਕੰਮ ਅਰੰਭਣਾ

workability, workableness /,ਵਅ:ਕਅ'ਬਿਲਅਟਿ, 'ਵਅ:ਕਅਬਲਨਅਸ/ *n* ਕਰਮਯੋਗਤਾ, ਵਿਹਾਰ ਵਿੱਚ ਲਿਆਏ ਜਾਣ ਵਾਲੀ ਦਸ਼ਾ

workable /'ਵਅ:ਕਅਬਲ/ *a* ਕਰਮਯੋਗ, ਜਿਸ ਉੱਤੇ ਅਮਲ ਕੀਤਾ ਜਾ ਸਕੇ, ਜਿਸ ਨੂੰ ਵਿਹਾਰ ਵਿੱਚ ਲਿਆਂਦਾ ਜਾ ਸਕੇ

workaday /'ਵਅ:ਕਅਡੇਇ/ *a* ਸਧਾਰਨ ਦੈਨਿਕ ਜੀਵਨ ਨਾਲ ਸੰਬੰਧਿਤ

workaholic /ˌਵਅ:ਕਅ'ਹੌਲਿਕ/ *n* ਕੰਮ ਦਾ ਕੀੜਾ

workbag, workbasket, workbox /'ਵਅ:ਕਬੈਗ, 'ਵਅ:ਕਬਾਸਕਿਟ, 'ਵਅ:ਕਬੌਕਸ/ *n* (ਸੂਈ ਧਾਗੇ ਆਦਿ ਦੇ ਕੰਮ ਦਾ) ਸਮਾਨ ਰੱਖਣ ਵਾਲੀ ਥੈਲੀ, ਟੋਕਰੀ, ਸੰਦੂਕੜੀ

worker /'ਵਅ:ਕਅ*/ *n* ਕਿਰਤੀ, ਕਾਮਾ, ਮਜ਼ਦੂਰ, ਸੇਵਕ

workers union *n* ਮਜ਼ਦੂਰ ਸੰਘ

work house /'ਵਅ:ਕਹਾਉਸ/ *n* ਅਨਾਥ ਘਰ

working /'ਵਅ:ਕਿਙ/ *n* ਪ੍ਰਬੰਧ, ਕਾਰਜ ਸੰਚਾਲਨ; ਕੰਮ, ਕਿਰਿਆ, ਕਾਰਜ ਪ੍ਰਨਾਲੀ *a* ਚਾਲੂ, ਕੰਮ ਚਲਾਊ, ਚਲੰਤ, ਉਦਯੋਗੀ, ਸ਼ਰਮਜੀਵੀ, ਕਿਰਿਆਸ਼ੀਲ, ਕਾਰਜਕਾਰੀ

working capital *n* ਕਾਰੋਬਾਰ ਵਿੱਚ ਭੁਗਤਾਨ ਕਰਨ ਵਾਲਾ ਧਨ, ਕਾਰਜ-ਪੂੰਜੀ, ਚਲੰਤ ਪੂੰਜੀ

workload /'ਵਅ:ਕਲਅਉਡ/ *n* ਕੰਮ ਦਾ ਭਾਰ

workman /'ਵਅ:ਕਮਅਨ/ *n* ਕਿਰਤੀ, ਕਾਮਾ, ਮਜ਼ਦੂਰ; ਮਿਸਤਰੀ ਕਾਰੀਗਰ

workmanlike /'ਵਅ:ਕਮਅਨਲਾਇਕ/ *a* ਹੰਢੇ ਹੋਏ ਕਾਰੀਗਰ ਵਰਗਾ, ਕੁਸ਼ਲ, ਮਾਹਰ

workmanship /'ਵਅ:ਕਮਅਨਸ਼ਿਪ/ *n* ਕਾਰੀਗਰੀ; ਕੁਸ਼ਲਤਾ, ਨਿਪੁੰਨਤਾ; ਨਿਰਮਾਣ, ਰਚਨਾ, ਘਾੜਤ

workout /'ਵਅ:ਕਆਉਟ/ *n* ਹਿਸਾਬ ਲਾਉਣਾ; ਹੱਲ ਕਰਨਾ, ਕੱਢਣਾ (ਸਵਾਲ ਆਦਿ)

workpeople /'ਵਅ:ਕਪੀਪਲ/ *n* ਕਾਮੇ, ਕਿਰਤੀ, ਮਜ਼ਦੂਰ ਲੋਕ

work permit *n* ਵਿਦੇਸ਼ ਵਿੱਚ ਕੰਮ ਕਰ ਸਕਣ ਦਾ ਸਰਟੀਫਿਕੇਟ, ਦਸਤਾਵੇਜ਼ ਜੋ ਕਿਸੇ ਨੂੰ ਵਿਦੇਸ਼ ਵਿੱਚ ਕੰਮ ਕਰਨ ਦੀ ਇਜਾਜ਼ਤ ਦਿੰਦਾ ਹੋਵੇ

worksheet /'ਵਅ:ਕਸ਼ੀਟ/ *n* ਸਕੂਲੀ ਬੱਚੇ ਦੀ ਅਭਿਆਸ ਪ੍ਰਸ਼ਨਾਵਲੀ, ਉਹ ਕਾਗਜ਼ ਜਿਸ ਉੱਪਰ ਕੀਤਾ ਗਿਆ ਜਾਂ ਕੀਤਾ ਜਾਣ ਵਾਲਾ ਕੰਮ ਦਰਜ ਕੀਤਾ ਜਾਵੇ

workshop /'ਵਅ:ਕਸ਼ੌਪ/ *n* ਕਾਰਖ਼ਾਨਾ, ਦੁਕਾਨ (ਲੁਹਾਰ, ਤਰਖਾਣ ਆਦਿ ਦੀ)

workstation /'ਵਅ:ਕਸਟੇਇਸ਼ਨ/ *n* (ਕੰਪਿ) ਕੰਪਿਊਟਰ ਅਤੇ ਮੇਜ਼ ਜਿਸ ਉੱਤੇ ਵਿਅਕਤੀ ਕੰਮ ਕਰਦਾ ਹੈ; ਕੰਪਿਊਟਰਾਂ ਦੀ ਲੜੀ ਵਿੱਚੋਂ ਇਕ ਕੰਪਿਊਟਰ

work-to-rule /ˌਵਅ:ਕਟਅ'ਰੂਲ/ *n* ਕਿੱਤੇ ਨਾਲ ਸੰਬੰਧਿਤ ਕੰਮ ਤੋਂ ਬਿਨਾ ਹੋਰ ਕੋਈ ਕੰਮ ਨਾ ਕਰਨ ਦੀ ਹਾਲਤ, ਨਿਯਮ ਅਨੁਸਾਰ ਕੰਮ

workwoman /'ਵਅ:ਕਵੁਮਅਨ/ *n* ਕਿਰਤੀ ਤੀਵੀਂ

world /ਵਅ:ਲਡ/ *n* ਸੰਸਾਰ, ਦੁਨੀਆ, ਜਗਤ, ਜਹਾਨ; ਦੁਨੀਆਵੀ ਧੰਦੇ, ਜੀਵਨ ਦੇ ਕਾਰ ਵਿਹਾਰ; ਬ੍ਰਹਿਮੰਡ, ਬਾਹਰੀ ਦੁਨੀਆ; ਮਨੁੱਖ ਜਾਤੀ; ਧਰਤੀ, ਲੋਕ-ਵਿਹਾਰ, ਦੁਨੀਆਦਾਰੀ; ਰੀਤੀ, ਢੰਗ; ਆਮ ਲੋਕ, ਸਧਾਰਨ ਲੋਕ; ਖੇਤਰ, ਦਾਇਰਾ; ਚੱਕਰ; ਵੱਡੀ ਗਿਣਤੀ, ਭਾਰੀ ਸੰਖਿਆ; ਗਰੀਬਾਂ ਜਾਂ ਅਮੀਰਾਂ ਦਾ ਵਰਗ **know the world** ਦੁਨੀਆ ਜਾਣਨਾ **lower world** ਪਤਾਲ

world-beater *a* ਸਭ ਤੋਂ ਵਧੀਆ

worldliness /'ਵਅ:ਲਡਲਿਨਅਸ/ *n* ਸੰਸਾਰਿਕਤਾ, ਦੁਨੀਆਦਾਰੀ, ਲੋਕਾਚਾਰੀ, ਪ੍ਰਪੰਚ, ਪਾਰਥਿਵਤਾ

worldling /'ਵਅ:ਲਡਲਿਙ/ *n* ਦੁਨੀਆਦਾਰ, ਆਦਮੀ, ਸੰਸਾਰੀ ਮਨੁੱਖ; ਪ੍ਰਪੰਚੀ; ਵਿਸ਼ਈ ਵਿਅਕਤੀ

worldly /'ਵਅ:ਲਡਲਿ/ *a* ਲੌਕਿਕ, ਐਸ਼ਪ੍ਰਸਤੀ ਵਾਲਾ, ਧਨ ਇਕੱਠਾ ਕਰਨ ਦੀ ਰੁਚੀ ਕਰਨ ਨਾਲ ਸੰਬੰਧਿਤ; ਦੁਨਿਆਵੀ (ਰੂਹਾਨੀ ਦੇ ਵਿਰੋਧ ਵਿੱਚ); ਮਾਇਕ, ਲੌਕਿਕ, ਸੰਸਾਰਿਕ, ਵਿਹਾਰਿਕ

world power *n* ਸ਼ਕਤੀਸ਼ਾਲੀ ਰਾਜ ਜਿਸ ਦਾ ਪ੍ਰਭਾਵ ਸਾਰੀ ਦੁਨੀਆ ਦੀ ਰਾਜਨੀਤੀ ਉੱਤੇ ਪਵੇ

world war *n* ਸੰਸਾਰ ਯੁੱਧ

world-weary /ˌਵਅ:ਲਡ'ਵਿਅਰਿ/ *a* ਜੀਵਨ ਤੋਂ ਥੱਕਿਆ

worldwide /'ਵਅ:ਲਡਵਾਇਡ/ *a* ਸੰਸਾਰ ਭਰ ਵਿੱਚ, ਸਾਰੇ ਦੇਸ਼ਾਂ ਵਿੱਚ, ਸਰਬਵਿਆਪੀ, ਵਿਸ਼ਵਵਿਆਪੀ

world wide web (ਕੰਪਿ) ਵੇਖੋ **WWW**

worm /ਵਅ:ਮ/ *n* ਕੀੜਾ, ਕਿਰਮ; ਨਿਗੂਣਾ ਜਾਂ ਘਟੀਆ ਆਦਮੀ; ਪੇਚਦਾਰ ਕਿੱਲ, (ਪੇਚਕਸ) ਦੀ ਚੂੜੀ *v* ਚਾਪਲੂਸੀ ਅਤੇ ਚਲਾਕੀ ਨਾਲ ਅੰਦਰੋਂ-ਅੰਦਰੀ ਇਤਬਾਰ ਜਮਾ ਲੈਣਾ; (ਸੱਪ ਆਦਿ ਵਾਂਗ) ਢਿੱਡ ਘਸੀਟ ਕੇ ਚੱਲਣਾ; ਕਿਸੇ ਦਾ ਭੇਦ ਚਲਾਕੀ ਨਾਲ ਲੱਭ ਲੈਣਾ

wormeaten /'ਵਅ:ਮਈਟ(ਅ)ਨ/ *a* ਕੀੜੇ ਖਾਧਾ, ਘੁਣ ਖਾਧਾ; ਪੁਰਾਣਾ ਅਤੇ ਛਿੱਥਾ

wormwood /'ਵਅ:ਮਵੁਡ/ *n* ਇੱਕ ਕੌੜੀ ਬੂਟੀ; ਮਾਨਸਿਕ ਪੀੜਾਂ ਦਾ ਕਾਰਨ, ਜਾਨ ਦਾ ਖੌ

wormy /'ਵਅ:ਮਿ/ *a* ਕੀੜੇ ਖਾਧਾ, ਘੁਣ ਖਾਧਾ; ਕੀੜਿਆਂ ਨਾਲ ਭਰਿਆ, ਕੀੜਿਆਂ ਵਾਲਾ

worn /ਵੋਨ/ *v* ਕਿਰਿਆ **wear** ਦਾ ਭੂਤ-ਕਿਰਦੰਤ

worn out /ˌਵੋਨ 'ਆਉਟ/ *a* ਘਸਿਆ ਹੋਇਆ, ਟੁੱਟਾ ਭੱਜਾ, ਬੋਦਾ; ਥੱਕਿਆ-ਟੁੱਟਿਆ

worried /'ਵਅੱਰਿਡ/ *a* ਚਿੰਤਾਤੁਰ, ਪਰੇਸ਼ਾਨ, ਵਿਆਕੁਲ

worrisome /'ਵਅੱਰਿਸਅਮ/ *a* ਪਰੇਸ਼ਾਨੀ ਵਾਲਾ, ਚਿੰਤਾਜਨਕ, ਦਿੱਕਤ ਵਾਲਾ, ਕਠਿਨਾਈ ਭਰਭੂਰ

worry /'ਵਅੱਰਿ/ *v* ਚਿੰਤਾ ਕਰਨਾ, ਫਿਕਰ ਕਰਨਾ; ਸਤਾਉਣਾ ਜਾਂ ਸਤਣਾ, ਖਿਝਾਉਣਾ ਜਾਂ ਖਿਝਣਾ; ਪਰੇਸ਼ਾਨ ਕਰਨਾ, ਦਿੱਕ ਕਰਨਾ *n* ਚਿੰਤਾ, ਫਿਕਰ, ਪਰੇਸ਼ਾਨੀ, ਝੋਰਾ; ਕਲੇਸ਼, ਬਿਪਤਾ, ਮੁਸੀਬਤ

worse /ਵਅ:ਸ/ *a* (ਕਿਸੇ ਹੋਰ ਨਾਲੋਂ) ਭੈੜਾ, ਬੁਰਾ, ਘਟੀਆ, ਨਿਕੰਮਾ, ਮਾੜਾ; (ਪਹਿਲਾਂ ਨਾਲੋਂ) ਵਧੇਰੇ ਬਿਮਾਰ; ਖਰਾਬ, ਬੁਰੀ ਹਾਲਤ ਵਿੱਚ, ਮੰਦੇਹਾਲ *adv* ਹੋਰ ਬੁਰੇ ਢੰਗ ਨਾਲ, ਹੋਰ ਭੈੜੀ ਤਰ੍ਹਾਂ; ਹੋਰ ਮਾੜੀ ਦਸ਼ਾ ਵਿੱਚ *n* ਘਟੀਆ ਵਸਤਾਂ, ਨਿਕੰਮੀਆਂ ਚੀਜ਼ਾਂ ਜਾਂ ਗੱਲਾਂ **for the worse** ਬੁਰੇ ਤੋਂ ਬੁਰੇ ਹਾਲ ਲਈ (ਤਿਆਰ ਕਰਨਾ) **have the worse** ਹਾਰਨਾ, ਬੁਰੀ ਹਾਲਤ ਹੋਣਾ

worsen /'ਵਅ:ਸਨ/ *v* ਹੋਰ ਭੈੜੀ ਹਾਲਤ ਕਰ ਦੇਣਾ ਜਾਂ ਹੋ ਜਾਣਾ, ਹੋਰ ਵਿਗਾੜ ਦੇਣਾ ਜਾਂ ਵਿਗੜ ਜਾਣਾ, ਹੋਰ ਖ਼ਰਾਬ ਕਰ ਦੇਣਾ ਜਾਂ ਹੋ ਜਾਣਾ

worship /'ਵਅ:ਸ਼ਿਪ/ *n* ਪੂਜਾ, ਭਗਤੀ, ਅਰਾਧਨਾ, ਉਪਾਸਨਾ; ਭਜਨ, ਬੰਦਗੀ; ਸ਼ਰਧਾ *v* ਪੂਜਾ ਕਰਨਾ, ਉਪਾਸਨਾ ਕਰਨਾ, ਅਰਾਧਨਾ ਕਰਨਾ; ਪਵਿੱਤਰ ਸਮਝਣਾ; ਪੂਜਾ ਵਿੱਚ ਸ਼ਾਮਿਲ ਹੋਣਾ **place of worship** ਉਪਾਸਨਾ ਸਥਾਨ, ਧਰਮ ਸਥਾਨ

worshipful /'ਵਅ:ਸ਼ਿਪਫ਼ਲ/ *a* ਸਤਿਕਾਰਯੋਗ, ਪੂਜਨੀਕ, ਪੂਜਣਯੋਗ

worst /ਵਅ:ਸਟ/ *a* ਸਭ ਤੋਂ ਬੁਰਾ, ਨਿਕੰਮਾ, ਖ਼ਰਾਬ; ਨੀਚਤਮ; ਭੈੜੇ ਤੋਂ ਭੈੜਾ *adv* ਬਹੁਤ ਬੁਰੀ ਤਰ੍ਹਾਂ *n* ਸਾਰਿਆਂ ਤੋਂ ਭੈੜਾ ਹਿੱਸਾ ਜਾਂ ਲੱਛਣ; ਮੰਦੀ ਤੋਂ ਮੰਦੀ ਹਾਲਤ *v* ਹਰਾ ਦੇਣਾ, ਮਾਤ ਪਾ ਦੇਣਾ; ਭਜਾ ਦੇਣਾ, ਹਟਾ ਦੇਣਾ

worsted /'ਵੁਸਟਿਡ/ *n* ਊਨੀ ਧਾਗਾ; ਊਨੀ ਧਾਗੇ ਨਾਲ ਉਣਿਆ ਕੱਪੜਾ

wort /ਵਅ:ਟ/ *n* ਬੂਟੀ, ਜੜੀ-ਬੂਟੀ

worth /ਵਅ:ਥ/ *a* ਦੇ ਮੁੱਲ ਦਾ, ਕੀਮਤ ਦਾ; ਯੋਗ, ਲਾਇਕ, ਉਚਿੱਤ; ਦੇ ਬਰਾਬਰ; ਹੈਸੀਅਤ ਵਾਲਾ, ਸੰਪਤੀ ਵਾਲਾ *n* ਮੁੱਲ, ਕਦਰ, ਮਹੱਤਤਾ; ਸ੍ਰੇਸ਼ਠਤਾ, ਉੱਤਮਤਾ, ਯੋਗਤਾ

worthless /'ਵਅ:ਥਲਅਸ/ *a* ਨਿਕੰਮਾ, ਫ਼ਜ਼ੂਲ, ਬੇਕਾਰ, ਖ਼ਰਾਬ; ਨਿਗੂਣਾ, ਤੁੱਛ, ਘਟੀਆ, ਨਾਕਸ, ਨਿਖਿੱਧ,; ਬੇਮਤਲਬ

worthwhile /ˌਵਅ:ਥ'ਵਾਇਲ/ *a* ਉਚਿਤ

worthy /'ਵਅ:ਦਿ/ *a* ਯੋਗ, ਕਾਬਲ, ਲਾਇਕ, ਉਚਿਤ; ਪੂਜਨੀਕ, ਸਤਿਕਾਰਯੋਗ; ਗੁਣਵਾਨ; ਬਹੁਮੁੱਲਾ *n* ਯੋਗ ਵਿਅਕਤੀ, ਸ੍ਰੇਸ਼ਠ ਮਨੁੱਖ

wot /ਵੌਟ/ *v* (ਪਰਾ) **wit** ਦਾ ਪੁਰਾਤਨ ਭੂਤ–ਕਾਲ

would /ਵੁਡ, ਵਅਡ/ *v* **will** ਦਾ ਭੂਤ–ਕਾਲ

would-be /'ਵੁਡਬਿ/ *a* ਹੋਣ ਵਾਲਾ, ਆਗਾਮੀ, ਭਾਵੀ

wound[1] /ਵੂਨਡ/ *n* ਜ਼ਖਮ, ਘਾਅ, ਸੱਟ, ਫੱਟ; ਠੇਸ, ਮਾਨਸਿਕ ਸੱਟ, (ਕਾਵਿਕ) ਪ੍ਰੇਮ ਪੀੜ *v* ਫੱਟ ਮਾਰਨਾ, ਜ਼ਖਮ ਕਰਨਾ, ਸੱਟ ਲਾਉਣਾ; ਮਾਨਸਿਕ ਕਸ਼ਟ ਦੇਣਾ

wound[2] /ਵਾਉਨਡ/ *v* ਕਿਰਿਆ **wind** ਦਾ ਭੂਤ-ਕਾਲ ਅਤੇ ਭੂਤ-ਕਿਰਦੰਤ

wounded /'ਵੂਨਡਿਡ/ *a* ਘਾਇਲ; ਜ਼ਖਮੀ; ਜਰਜਰਾ

wow /ਵਾਉ/ *n* (ਅਪ) ਵਧੀਆ ਚੀਜ਼, ਕਿਸੇ ਚੀਜ਼ ਦਾ ਉੱਤਮ ਨਮੂਨਾ; (ਰੰਗ-ਮੰਚ) ਸਫਲਤਾ *int* ਅਰੇ !, ਓਏ ! ਵਾਹ ਵਾਹ !

wrack /ਰੈਕ/ *n* ਇੱਕ ਸਮੁੰਦਰੀ ਬੂਟੀ; ਵਿਨਾਸ਼, ਤਬਾਹੀ, ਬਰਬਾਦੀ; ਜਹਾਜ਼ ਦੇ ਗਰਕਣ ਉਪਰੰਤ ਮਲਬਾ

wrackful /'ਰੈਕਫ਼ੁਲ/ *a* ਟੁੱਟਿਆ-ਭੱਜਿਆ

wraith /ਰੇਇਥ/ *n* ਭੂਤ, ਪ੍ਰੇਤ; ਕਿਸੇ ਮਰ ਚੁੱਕੇ ਵਿਅਕਤੀ ਦੇ ਮੁਹਾਂਦਰੇ ਜਾਂ ਸਰੀਰ ਦਾ ਝਾਉਲਾ; ਛਾਇਆ

wrangle /'ਰੈਙਗਲ/ *n* ਝਗੜਾ, ਤੂੰ-ਤੂੰ ਮੈਂ-ਮੈਂ, ਬਖੇੜਾ ਵਿਵਾਦ, ਤਕਰਾਰ *v* ਝਗੜਨਾ, ਖਹਿਬੜਨਾ, ਤਕਰਾਰ ਕਰਨਾ

wrangler /'ਰੈਙਗਲਅ*/ *n* ਅੜਬ, ਅਵੈੜਾ, ਖਰੂਦੀ, ਝਗੜਾਲੂ, ਹੁੱਜਤਾਂ ਕਰਨ ਵਾਲਾ

wrap /ਰੈਪ/ *v* ਵਲ੍ਹੇਟਣਾ, ਢਕਣਾ (ਕੱਪੜੇ ਆਦਿ ਵਿੱਚ); ਬੰਨ੍ਹਣਾ, ਪੈਕ ਕਰਨਾ, ਬੰਡਲ ਬਣਾਉਣਾ; ਢੱਕ ਲੈਣਾ, ਕੱਜ ਦੇਣਾ *n* ਵਲ੍ਹੇਟਣ ਵਾਲਾ ਕੱਪੜਾ; ਸਿਰ ਦਾ ਲੀੜਾ, ਚੁੰਨੀ, ਸ਼ਾਲ, ਚਾਦਰ; ਗੁਲੂਬੰਦ; ਚੋਗਾ

wrappage /'ਰੈਪਿਜ/ *n* ਬਸਤਾ; ਵਲ੍ਹੇਟਣ ਵਾਲੀਆਂ ਚੀਜ਼ਾਂ, ਲਪੇਟਣ ਵਾਲੀਆਂ ਵਸਤਾਂ

wrapper /'ਰੈਪਅ*/ *n* ਵਲ੍ਹੇਟਣ ਵਾਲਾ ਸਿਰ ਦਾ ਲੀੜਾ; ਵਲ੍ਹੇਟਣ ਵਾਲਾ ਕੱਪੜਾ; (ਕਿਤਾਬ ਦੀ) ਜਿਲਦ ਉੱਤੋਂ ਦੀ ਚਾੜ੍ਹਿਆ ਕਾਗਜ਼

wrap up *v* ਚਾਦਰ ਜਾਂ ਕੰਬਲ ਉਤੇ ਲੈਣਾ

wrasse /ਰੈਸ/ *n* ਇੱਕ ਸਮੁੰਦਰੀ ਮੱਛੀ

wrath /ਰੌਥ/ *n* ਗੁੱਸਾ, ਕ੍ਰੋਧ, ਨਰਾਜ਼ਗੀ; ਕਰੋਪੀ, ਕਹਿਰ

wrathful /ਰੌਥਫ਼ਲ/ *a* ਗੁੱਸੇਖ਼ੋਰ, ਕ੍ਰੋਧੀ, ਗੁਸੈਲਾ

wrawl /ਰੋਲ/ *vt* ਮਿਆਊਂ-ਮਿਆਊਂ ਕਰਨਾ

wreak /ਰੀਕ/ *vt* ਬਦਲਾ ਲੈਣਾ, ਗੁੱਸਾ ਕੱਢਣਾ; ਕੱਢ ਦੇਣਾ; ਛੱਡ ਦੇਣਾ

wreath /ਰੀਥ/ *n* ਹਾਰ; ਫੁੱਲ-ਮਾਲਾ, ਮੁਕਟ; ਧੂੰਏ ਦਾ ਛੱਲਾ ਜਾਂ ਚੱਕਰ, ਕੁੰਡਲ; ਗੁਲਾਈਦਾਰ ਬੱਦਲ

wreathe /ਰੀਦ/ *v* ਗੁੰਦਣਾ, ਹਾਰ ਬਣਾਉਣਾ; ਹਾਰ ਪਾਉਣਾ; ਹਾਰ ਵਾਂਗ ਗਲ ਲੱਗ ਜਾਣਾ; ਧੂੰਏ ਦਾ ਛੱਲਾ ਬਣਨਾ

wreck /ਰੈੱਕ/ *n* ਤਬਾਹੀ, ਬਰਬਾਦੀ, ਵਿਨਾਸ਼; ਜਹਾਜ਼ ਦੇ ਗਰਕ ਹੋਣ ਦੀ ਕਿਰਿਆ; ਟੁੱਟਾ ਅਤੇ ਬਰਬਾਦ ਹੋਇਆ ਜਹਾਜ਼; ਢੱਠਾ ਘਰ, ਖੋਲੇ; ਥੇਹ, ਕਿਸੇ ਬਰਬਾਦ ਹੋ ਚੁੱਕੀ ਵਸਤੂ ਦੇ ਬਚੇ ਚਿੰਨ੍ਹ *v* ਨਸ਼ਟ ਕਰਨਾ ਜਾਂ ਹੋਣਾ, ਬਰਬਾਦ ਕਰਨਾ ਜਾਂ ਹੋਣਾ, ਤਬਾਹੀ ਹੋਣਾ ਜਾਂ ਕਰਨਾ

wreckage /'ਰੈੱਕਿਜ/ *n* ਮਲਬਾ

wracker /'ਰੈਕਅ*/ *n* ਜਹਾਜ਼ ਦਾ ਸਮਾਨ ਲੁੱਟਣ ਵਾਸਤੇ ਉਸ ਨੂੰ ਗਰਕ ਕਰਨ ਦੇ ਯਤਨ ਕਰਨ ਵਾਲਾ ਵਿਅਕਤੀ

wrecking /'ਰੈੱਕਿਙ/ *n* ਤਬਾਹ ਕਰਨ ਦੀ ਕਿਰਿਆ, ਬਰਬਾਦੀ, ਵਿਨਾਸ਼

wren /ਰੈੱਨ/ *n* ਯੂਰਪ ਵਿੱਚ ਮਿਲਣ ਵਾਲਾ ਇੱਕ ਛੋਟਾ ਸੁਰੀਲੀ ਅਵਾਜ਼ ਵਾਲਾ ਪੰਛੀ

wrench /ਰੈਨੱਚ/ *n* ਜ਼ੋਰ ਦਾ ਝਟਕਾ, ਮਰੋੜਾ; ਪੇਚਕਸ, ਸੰਨੀ, ਰੈਂਚ *vt* ਮਰੋੜਨਾ, ਝਟਕਾ ਦੇਣਾ, ਅਸਲੀਅਤ ਨੂੰ ਤੋੜ-ਮਰੋੜ ਕੇ ਪੇਸ਼ ਕਰਨਾ

wrest /ਰੈਸੱਟ/ *vt* ਤੋੜ-ਮਰੋੜ ਕਰਨਾ, (ਲਿਖਤ ਆਦਿ ਵਿੱਚ) ਕਾਂਟ-ਛਾਂਟ ਕਰਨਾ; ਵਿਗਾੜਨਾ;

ਖੋਹਾ-ਖਾਹੀ ਕਰਨਾ; ਖੋਹ ਲੈਣਾ *n* (ਸਿਤਾਰ ਆਦਿ) ਕੱਸਣ ਵਾਲੀ ਚਾਬੀ

wrestle /'ਰੈਸੱਲ/ *n* ਘੋਲ, ਕੁਸ਼ਤੀ, ਦੰਗਲ; ਸਖ਼ਤ ਮੁਕਾਬਲਾ *v* ਘੁਲਨਾ, ਕੁਸ਼ਤੀ ਕਰਨਾ; ਔਕੜਾਂ ਜਾਂ ਜ਼ੁਲਮ ਜਬਰ ਦਾ ਟਾਕਰਾ ਕਰਨਾ, ਪੂਰਾ ਤਾਣ ਲਾਉਣਾ; (ਕਿਸੇ ਕੰਮ ਵਿੱਚ) ਦਿਮਾਗ਼ ਲੜਾਉਣਾ, ਸੋਚ-ਵਿਚਾਰ ਕਰਨਾ

wrestler /'ਰੈਸੱਲਅ*/ *n* ਬਲਵਾਨ, ਪਹਿਲਵਾਨ, ਘੁਲਨ ਵਾਲਾ

wrestling /'ਰੈਸੱਲਿਙ/ *n* ਘੋਲ, ਕੁਸ਼ਤੀ

wretch /ਰੈਚੱ/ *n* ਬਦਨਸੀਬ ਆਦਮੀ, ਕਰਮਾਂ ਮਾਰਿਆ, ਅਭਾਗਾ ਆਦਮੀ; ਹੀਣ ਆਦਮੀ; ਨਕਾਰਾ ਮਨੁੱਖ, ਨੀਚ ਵਿਅਕਤੀ

wretched /'ਰੈਚਿਡ/ *a* ਬਦਨਸੀਬ, ਕਿਸਮਤ ਦਾ ਮਾਰਿਆ, ਕਰਮਾਂ ਮਾਰਿਆ; ਪੀੜਿਤ, ਬਦਬਖ਼ਤ, ਦੀਨ, ਅਭਾਗਾ, ਦਲਿੱਦਰੀ

wretchedness /'ਰੈਚਿਡਨਅਸ/ *n* ਬਦਨਸੀਬੀ, ਬਦਕਿਸਮਤੀ

wrick, rick /ਰਿਕ/ *n* ਮੋਚ, ਮਰੋੜਾ, ਝਟਕਾ *vt* ਮਰੋੜਾ ਦੇਣਾ, ਝਟਕਾ ਦੇਣਾ

wriggle /'ਰਿਗਲ/ *v* ਪਲਸੇਟੇ ਮਾਰਨਾ, ਪਾਸੇ ਮਰੋੜਨਾ, ਵਲ-ਵਲੇਵੇਂ ਖਾਂਦੇ ਜਾਣਾ, ਸੱਪ ਵਾਂਗ ਘਸੀਟਦੇ ਚੱਲਣਾ; ਖਿਸਕ ਜਾਣਾ, (ਔਕੜ ਵਿੱਚੋਂ) ਲਾਂਭੇ ਹੋ ਜਾਣਾ; ਟਾਲ-ਮਟੋਲ ਕਰਨਾ *n* ਮਰੋੜਾ, ਵੱਟ, ਪਲਸੇਟਾ **wriggle out of** *v* ਫੁਰ ਕਰਕੇ ਨਿਕਲਨਾ (ਕਿਸੇ ਔਕੜ ਵਿੱਚੋਂ)

wright /ਰਾਇਟ/ *n* ਕਾਰੀਗਰ, ਮਿਸਤਰੀ, ਸ਼ਿਲਪੀ

wring /ਰਿਙ/ *vt* ਮਰੋੜਨਾ, ਮਲਨਾ; ਨਚੋੜਨਾ (ਕੱਪੜਾ); ਮਰੁੰਡਣਾ; ਅਰਥ ਵਿਗਾੜਨਾ, (ਲਿਖਤ) ਤੋੜ-ਮਰੋੜ ਦੇਣਾ; *n* (ਪੈਸਾ) ਨਚੋੜਨ ਦੀ ਕਿਰਿਆ, ਮਰੋੜਾ

wrinkle /'ਰਿਙਕਲ/ *n* ਝੁਰੜੀ *v* ਭੰਨ ਪਾਉਣਾ, ਝੁਰੜੀਆਂ ਪਾਉਣਾ ਜਾਂ ਪੈ ਜਾਣਾ

wrinkly /'ਰਿਙਕਲਿ/ *a* ਝੁਰੜੀਆਂ ਵਾਲਾ, ਮਰੋੜਿਆ ਮਚਕੋੜਿਆ

wrist /ਰਿਸਟ/ *n* ਵੀਣੀ, ਗੁੱਟ, (ਤਲਵਾਰ ਆਦਿ ਘੁਮਾਉਣ ਵਿੱਚ) ਗੁੱਟ ਦਾ ਪੈਂਤੜਾ, ਵੀਣੀ ਦੀ ਲਚਕ

wrist band /'ਰਿਸਟਬੈਨਡ/ *n* ਕਮੀਜ਼ ਦੀ ਬਾਂਹ ਦਾ ਕਫ਼

wristlet /'ਰਿਸ(ਟ)ਲਿਟ/ *n* ਕੜਾ, ਕੰਗਣ; ਹੱਥਕੜੀ; ਗੁੱਟ ਉੱਤੇ ਪਾਇਆ ਚਮੜੇ ਦਾ ਪਟਾ

writ /ਰਿਟ/ *n* (ਅਦਾਲਤੀ) ਪਰਵਾਨਾ, ਹੁਕਮਨਾਮਾ; (ਪਰਾ) ਲਿਖਤ, ਲਿਖਿਆ

write /ਰਾਇਟ/ *v* ਲਿਖਣਾ; ਦਰਜ ਕਰਨਾ; ਰਜਿਸਟਰ ਜਾਂ ਵਹੀ ਆਦਿ ਉੱਤੇ ਚੜ੍ਹਾਉਣਾ; ਰਚਨਾ ਕਰਨਾ, ਲਿਖਤੀ ਬਿਆਨ ਦੇਣਾ; ਵਰਣਨ ਕਰਨਾ, ਬਿਆਨ ਕਰਨਾ; ਲਿਖਤ ਵਿੱਚ ਕਿਸੇ ਦੇ ਬਾਰੇ ਕੋਈ ਸ਼ਬਦ ਵਰਤਣਾ

write-off *v* ਵੱਟੇ ਖਾਤੇ ਪਾਉਣਾ, ਅਸਵੀਕ੍ਰਿਤ ਕਰ ਦੇਣਾ, ਕਲਮ ਫੇਰ ਦੇਣਾ, ਕੱਟ ਦੇਣਾ

writer /'ਰਾਇਟਅ*/ *n* ਲੇਖਕ, ਲਿਖਾਰੀ; (ਕਿਤਾਬ ਦਾ) ਕਰਤਾ, ਗ੍ਰੰਥਕਾਰ, ਮੁਨਸ਼ੀ, ਕਲਰਕ; ਪੁਸਤਕ ਜਿਸ ਵਿੱਚ ਕਿਸੇ ਲਿਪੀ ਦਾ ਲਿਖਣਾ ਸਿਖਾਇਆ ਗਿਆ ਹੋਵੇ

write-up *n* ਲੇਖ, ਲਿਖਤ

writhe /ਰਾਇਦ/ *v* ਉਸਲਵੱਟ ਭੰਨਣਾ, ਤੜਫਣਾ, ਲੁੱਛਣਾ; ਸਰੀਰ ਨੂੰ ਮਰੋੜਨਾ; ਬੜਾ ਕਸ਼ਟ ਹੋਣਾ, ਅਤਿ ਦੁਖੀ ਹੋਣਾ; ਮਾਨਸਿਕ ਕਸ਼ਟ ਵਿੱਚ ਹੋਣਾ *n* ਤਿਲਮਿਲਾਹਟ

writing /'ਰਾਇਟਿਙ/ *n* ਲਿਖਾਈ, ਹੱਥ ਲਿਖਤ; ਲੇਖ; ਦਸਤਾਵੇਜ਼, ਸਨਦ; ਰਚਨਾ, ਗ੍ਰੰਥ, ਪੁਸਤਕ **put in writing** ਲਿਖਤ ਵਿੱਚ ਲਿਆਉਣਾ

writing-case /'ਰਾਇਟਿਙਕੇਇਸ/ *n* ਲਿਖਣ ਸਮਗਰੀ ਰੱਖਣ ਵਾਲਾ ਬਸਤਾ ਝੋਲਾ ਆਦਿ

writing master *n* ਲਿਖਾਈ ਸਿਖਾਉਣ ਵਾਲਾ ਮਾਸਟਰ, ਲਿਖਤ ਦਾ ਅਭਿਆਸ ਕਰਾਉਣ ਵਾਲਾ ਉਸਤਾਦ

writing-material *n* ਲਿਖਣ ਸਮੱਗਰੀ, ਲਿਖਾਈ ਦਾ ਸਮਾਨ

writing paper *n* ਲਿਖਾਈ ਵਾਲਾ ਕਾਗਜ਼, ਕਾਗਜ਼ ਜਿਸ ਉੱਤੇ ਲਿਖਿਆ ਜਾਵੇ

written /'ਰਿਟਨ/ *v* **write** ਦਾ ਭੂਤ-ਕ੍ਰਿਦੰਤ

wrong /ਰੌਙ/ *a* ਗ਼ਲਤ, ਅਸ਼ੁੱਧ; ਖ਼ਰਾਬ, ਨਾਜਾਇਜ਼, ਅਨਉਚਿਤ, ਨਾਵਾਜਬ; ਉਲਟਾ *adv* ਗ਼ਲਤੀ ਨਾਲ, ਭੁਲੇਖੇ ਨਾਲ; ਗ਼ਲਤ ਪਾਸੇ; ਉਲਟੇ ਢੰਗ ਨਾਲ *n* ਬਦੀ, ਪਾਪ, ਜ਼ੁਲਮ, ਅਨਿਆਂ, ਧੱਕਾ, ਅਨਉਚਿਤ ਵਿਹਾਰ, ਬਦਸਲੂਕੀ; ਦੋਸ਼, ਭੁੱਲ, ਗ਼ਲਤੀ; ਬੁਰਾ ਕੰਮ *vt* ਵਧੀਕੀ ਕਰਨਾ, ਧੱਕਾ ਕਰਨਾ, ਬਦਸਲੂਕੀ ਕਰਨਾ; ਝੂਠੀ ਤੁਹਮਤ ਲਾਉਣਾ; ਬਦਨਾਮ ਕਰਨਾ **do wrong** ਗ਼ਲਤ ਕੰਮ ਕਰਨਾ **put one in the wrong** ਗ਼ਲਤ ਰਾਹ ਉੱਤੇ ਲਾਉਣਾ, ਕਿਸੇ ਨੂੰ ਦੋਸ਼ੀ ਠਹਿਰਾਉਣਾ

wrongdoer /'ਰੌਙਡੂਅ*/ *a* ਅਪਰਾਧੀ, ਗ਼ਲਤੀ ਕਰਨ ਵਾਲਾ; ਗੁਨਾਹਗਾਰ, ਕੁਕਰਮੀ

wrongdoing /'ਰੌਙਡੂਇਙ/ *n* ਅਪਰਾਧ, ਜੁਰਮ, ਗੁਨਾਹ, ਪਾਪ; ਕਨੂੰਨ ਦਾ ਵਿਰੋਧ, ਉਲੰਘਣ

wrongful /'ਰੌਙਫਲ/ *a* ਅਯੋਗ, ਅਨਉਚਿਤ, ਨਾਜਾਇਜ, ਬੇਜਾ, ਦੋਸ਼ਪੂਰਨ

wrong-headed *a* ਉਲਟੀ ਮੱਤ ਵਾਲਾ, ਸਿਰ ਫਿਰਿਆ, ਕੱਬਾ, ਕੁਵੱਲਾ

wrong number *n* (ਟੈਲੀਫ਼ੂਨ) ਗ਼ਲਤ ਨੰਬਰ

wroth /ਰਅਉਥ, ਰੋਥ/ *a* ਗ਼ੁੱਸੇ ਵਾਲਾ, ਨਰਾਜ਼; ਕ੍ਰੋਧਿਤ

wrought /ਰੋਟ/ *v* ਉਤੇਜਿਤ, ਪ੍ਰਭਾਵਿਤ, ਹਾਵੀ; ਘੜਿਆ, ਕੁੱਟ ਕੇ ਬਣਾਇਆ; ਕੱਢਿਆ, ਸਜਾਇਆ

wroughton /'ਰੋਟ(ਅ)ਨ/ *a* ਪ੍ਰਭਾਵਿਤ, ਹਾਵੀ

wrought up *a* ਉਤੇਜਿਤ, ਭੜਕਿਆ

wrung /ਰਅੱਙ/ *v* ਕਿਰਿਆ **wring** ਦਾ ਭੂਤ-ਕਾਲ ਅਤੇ ਭੂਤ-ਕ੍ਰਿਦੰਤ

wry /ਰਾਇ/ *a* (ਮੂੰਹ) ਵਿੰਗਾ, ਟੇਢਾ, ਇਕਵਾਸਾ, ਡੁੰਵਿਆ, ਵਿਗੜਿਆ, ਇੱਕ ਪਾਸੇ ਨੂੰ ਉਲਰਿਆ ਜਾਂ ਝੁਕਿਆ

wryneck /'ਰਾਇਨੈਕ/ *n* ਇੱਕ ਨਿੱਕਾ ਜਿਹਾ ਪੰਛੀ

wuff /ਵਅੱਫ/ *vi* (ਕੁੱਤੇ ਦਾ) ਦੱਬੀ ਅਵਾਜ਼ ਵਿੱਚ ਬੋਲਣਾ, ਚੀਕਣਾ, ਟੌਂਕਣਾ, ਭੌਂਕਣਾ *n* ਭੌਂਕ, ਟੌਂਕ

www /ˌਡਅੱਬਲਯੂ ਡਅੱਬਲਯੂ 'ਡਅੱਬਲਯੂ/ *abbr* (ਕੰਪਿ) **world wide web** ਦਾ ਸੰਖਿਪਤ ਰੂਪ, ਸੂਚਨਾ ਦਾ ਵਿਸ਼ਵ ਪੱਧਰੀ ਤਾਣਾ-ਬਾਣਾ ਜਿਸ ਤੱਕ ਕਿਸੇ ਕੰਪਿਊਟਰ ਰਾਹੀਂ ਪਹੁੰਚ ਕੀਤੀ ਜਾ ਸਕਦੀ ਹੈ

wych, wich, witch /ਵਿਚ/ *pref* ਰੁੱਖਾਂ ਦੇ ਨਾਮ ਨਾਲ ਵਰਤਿਆ ਜਾਣ ਵਾਲਾ ਅਗੇਤਰ (ਜਿਵੇਂ **wych elm**)

wynd /ਵਾਇਨਡ/ *n* (ਸਕਾਟਲੈਂਡ) ਗਲੀ ਜਾਂ ਵੀਹੀ

X

X, x /**ਐੱਕਸ**/ *n* ਅੰਗਰੇਜ਼ੀ ਵਰਨਮਾਲਾ ਦਾ ਚੌਵੀਵਾਂ ਅੱਖਰ, (ਰੋਮਨ ਅੰਕਾਂ ਵਿੱਚ) ਦਸ; ਅਗਿਆਤ ਵਿਅਕਤੀ, ਕਾਟੇ ਦਾ ਨਿਸ਼ਾਨ

xanthic /**'ਜ਼ੈਨਥਿਕ**/ *a* ਬਸੰਤੀ, ਪੀਲਾ, ਖੱਟਾ

xanthochroic /**ˌਜ਼ੈਨਥਅ(ਉ)'ਕਰਅਉਇਕ**/ *a* ਗੋਰਾ

xanthochroism /**ਜ਼ੈਨ'ਥੌਂਕਰਅਉਇਜ਼ਅਮ**/ *n* ਪਿਸ਼ਾਬ ਜਾਂ ਟੱਟੀ ਦਾ ਪੀਲਾਪਣ, ਪਿੱਤ ਵਿਕਾਰ, ਪੀਲੇ ਰੰਗ ਵਿੱਚ ਬਦਲਨ ਦਾ ਰੋਗ, ਪਿੱਤ

xanthochromia /**ˌਜ਼ੈਨਥਅ(ਉ)'ਕਰਅਉਮਿਅ**/ *n* ਪੀਲੀਆ, ਚਮੜੀ ਦਾ ਪੀਲਾਪਣ

xanthodermatous /**ˌਜ਼ੈਨਥਅ(ਉ)'ਡਅ:ਮੇਇਟਅਸ**/ *a* ਪੀਲੇ ਰੰਗ ਦਾ, ਪੀਲੀ ਚਮੜੀ ਵਾਲਾ

xanthoma /**ਜ਼ੈਨ'ਥਅਉਮਅ**/ *n* ਇੱਕ ਰੋਗ ਜਿਸ ਵਿੱਚ ਪਿੰਡੇ ਉੱਤੇ ਪੀਲੇ ਦਾਗ਼ ਪੈ ਜਾਂਦੇ ਹਨ

xanthopsia /**ਜ਼ੈਨ'ਥੌਂਪਸਿਅ**/ *n* ਪੀਲਾ ਦਿਸਣ ਜਾਂ ਦੇਖਣ ਦਾ ਰੋਗ

xanthosis /**ਜ਼ੈਨ'ਥੌਂਸਿਸ**/ *n* ਚਮੜੀ ਦੀ ਪਿੱਲਤਣ

xanthous /**'ਜ਼ੈਨਥਅਸ**/ *a* ਪੀਲੀ ਚਮੜੀ ਵਾਲੀਆਂ ਕੌਮਾਂ ਦਾ, ਪੀਲੀ ਖਲੜੀ ਵਾਲੀਆਂ ਨਸਲਾਂ ਬਾਰੇ; ਮੰਗੋਲੀ, ਮੰਗੋਲ ਜਾਤੀ ਸੰਬੰਧੀ

Xantippe /**ਜ਼ੈਨ'ਟਿਪਿ**/ *n* ਲੜਾਕੀ ਔਰਤ, ਕਲਹਿਣੀ ਤੀਵੀਂ; ਸੁਕਰਾਤ ਦੀ ਬੀਵੀ

X chromosome *n* ਐਕਸ ਕਰੋਮੋਸੋਮ

xebec /**'ਜ਼ੀਬੈੱਕ**/ *n* (ਇਤਿ) ਰੂਮ ਸਾਗਰ ਦੇ ਸਮੁੰਦਰੀ ਡਾਕੂਆਂ ਦੇ ਜਹਾਜ਼ਾਂ ਵਰਗਾ ਕੋਈ ਜਹਾਜ਼; ਤਿੰਨ ਮਸਤੂਲਾਂ ਵਾਲਾ ਨਿੱਕਾ ਜਹਾਜ਼

xenium /**'ਜ਼ੀਨਿਅਮ**/ *n* (ਰਾਜਦੂਤਾਂ ਜਾਂ ਪਰਾਹੁਣਿਆਂ ਨੂੰ ਦਿੱਤਾ ਜਾਣ ਵਾਲਾ) ਨਜ਼ਰਾਨਾ, ਭੇਟਾ

xenodochium /**ˌਜ਼ੈਨੱਅ'ਡੌਂਕਾਇਅਮ**/ *n* ਮਹਿਮਾਨ-ਖ਼ਾਨਾ, ਸਰਾਂ, ਧਰਮਸ਼ਾਲਾ

xenodochy /**ਜ਼ਿ'ਨੌਂਡਅਕਿ**/ *n* ਮਹਿਮਾਨ ਨਿਵਾਜ਼ੀ, ਅਤਿਥੀ ਸਤਿਕਾਰ, ਪਰਾਹੁਣਾਚਾਰੀ

xenomania /**ˌਜ਼ੈਨੱਅ'ਮੇਇਨਿਅ**/ *n* ਵਿਦੇਸ਼ ਮੋਹ, ਵਿਦੇਸ਼ੀ ਚੀਜ਼ਾਂ ਦਾ ਖ਼ਬਤ

xenon /**'ਜ਼ੀਨੌਂਨ**/ *n* (ਰਸਾ) ਇੱਕ ਭਾਰਾ ਗੈਸ ਰੂਪੀ ਤੱਤ

xenophobia /**ˌਜ਼ੈਨੱਅ'ਫ਼ਅਉਬਿਅ**/ *n* ਦੂਜੇ ਦੇਸ਼ਾਂ ਦਾ ਭੈ, ਦੂਜੇ ਦੇਸ਼ਾਂ ਪ੍ਰਤਿ ਘਿਰਣਾ

xerome, xerosis /**'ਜ਼ੀਰਅਉਮ, ਜ਼ੀ'ਰੌਂਸਿਸ**/ *n* ਚਮੜੀ (ਟਿਸ਼ੂ ਦਾ) ਸੋਕਾ

xerotic /**ਜ਼ੀ'ਰੌਂਟਿਕ**/ *a* ਸੁੱਕਾ, ਖ਼ੁਸ਼ਕ, ਸੋਕੇ ਦਾ ਮਾਰਿਆ

xerox /**'ਜ਼ਿਅਰੌਕਸ**/ *n* ਦਸਤਾਵੇਜ਼ਾਂ ਚਿੱਠੀਆਂ ਵਗੈਰਾ ਦੀ ਨਕਲ ਤਿਆਰ ਕਰਨ ਦੀ ਵਿਧੀ *v* ਦਸਤਾਵੇਜ਼ ਦੀ ਨਕਲ ਤਿਆਰ ਕਰਨਾ, ਫੋਟੋ ਸਟੇਟ ਕਰਨ ਵਾਲੀ ਮਸ਼ੀਨ ਦੁਆਰਾ ਨਕਲ ਤਿਆਰ ਕਰਨ ਦਾ ਕਾਰਜ

xiphoid /**'ਜ਼ਿਫ਼ੌਇਡ**/ *a* ਤਲਵਾਰ ਵਰਗਾ, ਖੜਗ ਜਿਹਾ

XL /**ˌਐੱਕਸ 'ਐੱਲ**/ *abbr* **extra large** ਦਾ ਸੰਖੇਪ ਰੂਪ, ਵੱਡੇ ਆਕਾਰ ਦਾ (ਵਸਤਰ ਆਦਿ)

Xmas /**'ਕਰਿਸਮਅਸ, 'ਐੱਕਸਮਅਸ**/ *n* ਕ੍ਰਿਸਮਸ

XML /**ˌਐੱਕਸ ਐੱਮ 'ਐੱਲ**/ *abbr* (ਕੰਪਿ) **Extensible Mark-up Language** ਦਾ ਸੰਖੇਪ ਰੂਪ, ਲਿਖਤ ਦੀ ਬਣਤਰ ਦੀ ਨਿਸ਼ਾਨਦੇਹੀ ਕਰਨ ਵਾਲੀ ਪ੍ਰਨਾਲੀ

xoanon /**'ਜ਼ਅਉਅਨੌਨ**/ *n* ਲੱਕੜੀ ਦੀ ਮੂਰਤੀ

X-rated /**'ਐੱਕਸ ਰੇਇਟਿਡ**/ *a* ਬੱਚਿਆਂ ਨੂੰ ਨਾ ਦਿਖਾਈਆਂ ਜਾਣ ਵਾਲੀਆਂ (ਫਿਲਮਾਂ), ਕਾਮ ਨਾਲ ਜਾਂ ਡਰ ਨਾਲ ਸੰਬੰਧਿਤ (ਫਿਲਮਾਂ)

X-ray /**'ਐੱਕਸਰੇਇ**/ *vt* ਐਕਸ ਰੇ ਲੈਣਾ, ਐਕਸ –ਰੇ ਦੁਆਰਾ ਚਿਕਿਤਸਾ ਜਾਂ ਪਰੀਖਿਆ ਕਰਨਾ, ਐਕਸ–ਰੇ ਦਾ ਚਿੱਤਰ ਲੈਣਾ *n* ਐਕਸ–ਰੇ ਤਸਵੀਰ

xylic /**'ਜ਼ਾਇਲਿਕ**/ *a* ਲੱਕੜ ਦਾ, ਕਾਠ ਦਾ

xylograph /'ਜ਼ਾਇਲਅਗਰਾਫ਼/ *n* ਲੱਕੜੀ ਉੱਤੇ ਕੀਤੀ ਉਕਰਾਈ

xylography /ਜ਼ਾਇ'ਲੌਂਗਰਅਫ਼ਿ/ *n* ਲੱਕੜੀ ਉੱਤੇ ਉਕਰਾਈ ਕਰਨ ਦੀ ਕਲਾ

xyloid /'ਜ਼ਾਇਲੌਇਡ/ *a* ਕਾਠ ਵਰਗਾ, ਲੱਕੜ ਵਾਂਗ

xylol /'ਜ਼ਾਇਲੌਲ/ *n* ਲੱਕੜ ਦਾ ਤੇਲ, ਕਾਠ ਰਸ

xylonite /'ਜ਼ਾਇਲਅਨਾਇਟ/ *n* ਇੱਕ ਕਿਸਮ ਦਾ ਪਲਾਸਟਿਕ ਮਸਾਲਾ

xylophagous /ਜ਼ਾਇ'ਲੌਫ਼ਅਗਅਸ/ *a* ਕਾਠ ਭੱਖੀ, ਲੱਕੜ ਖਾਣ ਵਾਲਾ

xylophone /'ਜ਼ਾਇਲਅਫ਼ਅਉਨ/ *n* ਲੱਕੜੀ ਦੀਆਂ ਫੱਟੀਆਂ ਨਾਲ ਬਣਾਇਆ ਜਾਣ ਵਾਲਾ ਇੱਕ ਵਾਜਾ

xyster /'ਜ਼ਿਸਟਅ*/ *n* (ਹੱਡੀਆਂ ਖੁਰਚਣ ਲਈ) ਖੁਰਚਣੀ

Y

Y, y /ਵਾਇ/ *n* ਅੰਗਰੇਜ਼ੀ ਵਰਨਮਾਲਾ ਦਾ ਪੰਜ਼ੀਵਾਂ ਅੱਖਰ, ਦੂਜੀ ਅਗਿਆਤ ਰਾਸ਼ੀ ਜਾਂ ਵਸਤੂ

yacht /ਯੌਟ/ *n* ਸੈਰ-ਸਪਾਟੇ ਲਈ ਜਾਂ ਦੌੜਾਂ ਲਾਉਣ ਲਈ ਵਰਤੀ ਜਾਣ ਵਾਲੀ ਇੱਕ ਖਾਸ ਕਿਸਮ ਦੀ ਬਾਦਬਾਨੀ ਕਿਸ਼ਤੀ, ਯਾਟ *vi* ਯਾਟ ਵਿੱਚ ਸੈਰ ਕਰਨਾ; ਬੇੜੀਆਂ ਦੀ ਦੌੜ ਵਿੱਚ ਸ਼ਾਮਲ ਹੋਣਾ

yachter /'ਯੌਟਅ*/ *n* ਯਾਟ ਦਾ ਮਲਾਹ, ਪਾਤਣੀ, ਖੇਵਟ, ਯਾਟ ਚਾਲਕ

yachting /'ਯੌਟਿਙ/ *n* ਯਾਟ ਰਾਹੀਂ ਯਾਤਰਾ *a* ਯਾਟ ਬਾਰੇ

yackety-yack /ਯੈਕਿਟਿ'ਯੈਕ/ *n* (ਅਪ) ਚਪੜ-ਚਪੜ, ਬਕਵਾਸ

yaffle, yaffil /'ਯੈਫ਼ਲ, 'ਯੈਫ਼ਿਲ/ *n* ਹਰੇ ਰੰਗ ਦਾ ਚੱਕੀਰਾਹੇ ਵਰਗਾ ਇੱਕ ਪੰਛੀ

yah /ਯਾ/ *int* ਵਾਹ, ਬੱਲੇ, ਊਂਹ

yahoo /'ਯਾਹੂ, ਯਅ'ਹੂ/ *n* ਪਸ਼ੂਆਂ ਵਰਗਾ ਮਨੁੱਖ; ਬਣਮਾਣਸ, ਇੱਕ ਫ਼ਰਜੀ ਜਾਤੀ ਦਾ ਆਦਮੀ (ਜਿਸ ਦਾ ਵਿਵਰਨ **Swift** ਰਚਿਤ **Gurlliver's Travels** ਵਿੱਚ ਆਉਂਦਾ ਹੈ); ਪਸ਼ੂ ਬਿਰਤੀ ਵਾਲਾ ਆਦਮੀ, ਜੰਗਲੀ ਆਦਮੀ

yak /ਯੈਕ/ *n* ਤਿੱਬਤੀ ਗਾਂ, ਤਿੱਬਤ ਅਤੇ ਹਿਮਾਲਾ ਦੇ ਖੇਤਰਾਂ ਵਿੱਚ ਮਿਲਣ ਵਾਲੀ ਲੰਮੇ ਵਾਲਾਂ ਵਾਲੀ ਗਾਂ, ਸੁਰਾ ਗਾਂ, ਯਾਕ

yak lace *n* ਵਾਲਾਂ ਦੀ ਲੇਸ

Yale lock /'ਯੇਇਲ ਲੌਕ/ *n* ਬੂਹਿਆਂ ਨੂੰ ਲੱਗਣ ਵਾਲਾ ਲਮੂਤਰਾ ਗੋਲ ਤਾਲਾ

yam /ਯੈਮ/ *n* ਤਰਕਾਰੀ ਲਈ ਵਰਤੀ ਜਾਣ ਵਾਲੀ ਕਚਾਲੂ ਵਰਗੀ ਇੱਕ ਗੰਢੀ, ਅਰਬੀ, ਰਤਾਲੂ, ਕਚਾਲੂ

yank /ਯੈਙਕ/ *v* ਤੁਣਕੇ ਹੁਝਕੇ ਜਾਂ ਝਟਕੇ ਨਾਲ ਖਿੱਚਣਾ *n* ਝਟਕਾ, ਤੁਣਕਾ, ਹੁਝਕਾ; ਅਮਰੀਕਾ ਵਾਸੀ

yank doodle *n* ਇੱਕ ਅਮਰੀਕੀ ਰਾਸ਼ਟਰੀ ਧੁਨ

yankee /'ਯੈਙਕਿ/ *n* (ਬੋਲ) ਅਮਰੀਕਾ ਦੀਆਂ ਉੱਤਰੀ ਰਿਆਸਤਾਂ ਦਾ ਵਸਨੀਕ, ਅਮਰੀਕਾ ਵਾਸੀ

yap /ਯੈਪ/ *vi* ਭੌਂਕਣਾ, ਘਬਰਾਹਟ ਵਿੱਚ ਜਾਂ ਚਿੜ ਕੇ ਭੌਂਕਣਾ; ਬਕਣਾ, ਬਕਵਾਸ ਕਰਨਾ *n* ਭੌਂਕਣ ਦੀ ਉੱਚੀ ਅਵਾਜ਼, ਟਊਂ-ਟਊਂ

yapp /ਯੈਪ/ *n* ਮੁਲਾਇਮ ਚਮੜੇ ਦੀ ਜਿਲਦ (ਕਿਤਾਬ ਦੀ), ਉੱਭਰੀ ਹੋਈ ਕਿਨਾਰੀ ਵਾਲੀ ਚਮੜੇ ਦੀ ਜਿਲਦ

yapper /'ਯੈਪਅ*/ *n* ਬਕਵਾਸ ਕਰਨ ਵਾਲਾ ਜਾਂ ਟੈਂ-ਟੈਂ ਕਰਦਾ ਰਹਿਣ ਵਾਲਾ ਵਿਅਕਤੀ; ਖਰ੍ਹਵਾ ਅਤੇ ਕੌੜਾ ਕੁੱਤਾ

yarborough /'ਯਾਬਅਰਅ/ *n* (ਤਾਸ਼ ਵਿੱਚ) ਬਰਿਜ ਖੇਡਦਿਆਂ ਦਹਿਲੇ ਤੋਂ ਥੱਲੇ ਦੇ ਪੱਤੇ

yard[1] /ਯਾਡ/ *n* ਤਿੰਨ ਫੁੱਟ ਦੀ ਲੰਬਾਈ; ਗਜ਼, ਜਹਾਜ਼ ਦੇ (ਪੱਲੜੇ) ਅਤੇ ਮਸਤੂਲ ਨੂੰ ਸਹਾਰਾ ਦੇਣ ਲਈ ਲਾਈ ਜਾਣ ਵਾਲੀ ਬੱਲੀ

yard[2] *n* ਵਿਹੜਾ, ਅਹਾਤਾ, ਵਾੜਾ, ਵਲਗਣ *vt* ਪਸ਼ੂਆਂ ਨੂੰ ਵਲਗਣ ਵਿੱਚ ਡੱਕਣਾ

yardarm /'ਯਾਡਆਮ/ *n* ਪਾਲ ਡੰਡੇ ਦਾ ਸਿਹਾ

yardstick /'ਯਾਡਸਟਿਕ/ *n* ਗਜ਼; ਕਸਵੱਟੀ ਪੈਮਾਨਾ

yare /ਯੇਅ*/ *a* ਉਤਾਵਲਾ; ਕਾਹਲਾ, ਜਲਦਬਾਜ਼; ਹੁਸ਼ਿਆਰ; ਉਤਸ਼ਾਹਿਤ, ਤਿਆਰ-ਬਰ-ਤਿਆਰ

yarn /ਯਾਨ/ *n* ਸੂਤ; ਤੰਦ, ਤਾਰ, ਧਾਗਾ; ਊਨੀ ਧਾਗਾ, (ਬੋਲ) ਕਹਾਣੀ, ਕਿੱਸਾ *vt* ਕਿੱਸਾ ਘੜਨਾ

yarrow /'ਯੈਰਅਉ/ *n* ਇੱਕ ਬੂਟਾ

yashmak /'ਯੈਸ਼ਮੈਕ/ *n* ਮੁਸਲਮਾਨ ਇਸਤਰੀਆਂ ਦੇ ਸਿਰ ਦਾ ਕੱਪੜਾ ਜੋ ਪਰਦੇ ਲਈ ਵਰਤਿਆ ਜਾਂਦਾ ਹੈ; ਪਰਦਾ, ਬੁਰਕਾ, ਨਕਾਬ

yaw /ਯੋ/ *n* ਸਮੁੰਦਰੀ ਜਾਂ ਹਵਾਈ ਜਹਾਜ਼ ਦੇ ਔਝੜ ਪੈ ਜਾਣ ਦੀ ਕਿਰਿਆ, ਰਾਹੋਂ ਖੁੰਝਣ ਦਾ ਕੰਮ *vi* ਰਾਹ ਭੁੱਲਣਾ, ਔਂਟਲਨਾ, ਰਾਹੋਂ ਭਟਕਣਾ

yawey /ਯੋਇ/ *a* ਔਝੜ ਪਿਆ, ਖੁੰਝਿਆ, ਔਟਲਿਆ, ਪੱਥ ਭਰਸ਼ਟ

yawing /ਯੋਇਙ/ *n* ਪੱਥ ਭਰਸ਼ਟਤਾ

yawl[1] /ਯੋਲ/ *n* ਛੋਟੀ ਬੇੜੀ ਖਾਸ ਕਰਕੇ ਜਹਾਜ਼ ਉੱਤੇ ਰੱਖੀ ਜਾਣ ਵਾਲੀ; ਦੋ ਮਸਤੂਲਾਂ ਵਾਲੀ ਇੱਕ ਪੱਲੂਦਾਰ ਬੇੜੀ

yawl[2] *n* ਚੀਕ, ਲੇਰ, ਗਰਜ, ਰੌਲਾ, ਸ਼ੋਰ *vt* ਚੀਕਣਾ, ਲੇਰਾਂ ਮਾਰਨਾ, ਗੱਜਣਾ, ਰੌਲਾ ਪਾਉਣਾ, ਸ਼ੋਰ ਮਚਾਉਣਾ

yawn /ਯੋਨ/ *v* ਉਬਾਸੀ ਲੈਣਾ, ਉਬਾਸੀ ਆਉਣਾ; ਖੱਡ ਆਦਿ ਦਾ ਮੂੰਹ ਖੁੱਲ੍ਹਾ ਹੋਣਾ *n* ਉਬਾਸੀ

yawning /ਯੋਨਿਙ/ *n* ਉਬਾਸੀ *a* ਉਬਾਸੀ ਲੈਂਦਾ ਹੋਇਆ

yaws /ਯੋਜ਼/ *n* ਗਰਮ ਇਲਾਕੇ ਦੀ ਇੱਕ ਚਮੜੀ ਦੀ ਬਿਮਾਰੀ ਜਿਸ ਵਿੱਚ ਚਟਾਕ ਪੈ ਜਾਂਦੇ ਹਨ ਅਤੇ ਕਈ ਵਾਰੀ ਫਿੰਮੁਣੀਆਂ ਨਿਕਲ ਆਉਂਦੀਆਂ ਹਨ

Y chromosome *n* ਵਾਈ ਕਰੋਮੋਸੋਮ

ye /ਯੀ/ *pron* ਤੂੰ ਤੁਸੀਂ

yea /ਯੇਇ/ *adv* ਹਾਂ; ਅਵੱਸ਼, ਜ਼ਰੂਰ; ਠੀਕ; ਸੱਚਮੁੱਚ; ਸਗੋਂ

yeah /ਯੇਅ/ *adv* (ਬੋਲ) ਹਾਂ, **oh ycah** ਹਾਂ? ਹੈਂ?

yean /ਯੀਨ/ *v* (ਭੇਡ ਜਾਂ ਬੱਕਰੀ ਦਾ) ਸੂਣਾ

yeanling /'ਯੀਨਲਿਙ/ *n* ਲੇਲਾ ਲੇਲੀ, ਪੱਠ-ਪਠੋਰਾ, ਮੇਮਣਾ

year /ਯਿਅ*, ਯਅ:/ *n* ਵਰ੍ਹਾ, ਸਾਲ; (ਬਹੁ) ਉਮਰ, ਆਯੂ; (ਬਹੁ) ਕਈ ਸਾਲਾਂ ਦਾ ਸਮਾਂ, ਲੰਮੀ ਮੁੱਦਤ; ਸੰਨ, ਸੰਮਤ

yearbook /'ਯਿਅਬੁਕ/ *n* ਸਾਲਨਾਮਾ, ਵਰ੍ਹਾ ਕੋਸ਼, ਵਰ੍ਹਾ ਪੁਸਤਕ; ਪੂਰੇ ਸਾਲ ਦਾ ਹਾਲ ਦੇਣ ਵਾਲੀ ਕਿਤਾਬ, ਸਲਾਨਾ ਡਾਇਰੀ

yearling /'ਯਿਅਲਿਙ/ *n* ਇੱਕ ਅਤੇ ਦੋ ਸਾਲ ਦੀ ਉਮਰ ਦੇ ਵਿਚਾਲੇ ਦਾ ਪਸ਼ੂ

yearly /'ਯਿਅਲਿ, 'ਯਅ:ਲਿ/ *a* ਵਾਰਸ਼ਿਕ, ਸਲਾਨਾ; ਸਾਲ ਭਰ ਦਾ, ਸਾਲ ਵਾਸਤੇ *adv* ਹਰ ਸਾਲ, ਪ੍ਰਤਿ ਵਰਸ਼, ਵਰ੍ਹੇ ਦੇ ਵਰ੍ਹੇ

yearn /ਯਅ:ਨ/ *vi* ਤਾਂਘ ਹੋਣਾ, ਤੀਬਰ ਇੱਛਾ ਹੋਣਾ, ਉਤਸੁਕ ਹੋਣਾ, ਵਿਆਕੁਲ ਹੋਣਾ

yearnful /'ਯਅ:ਨਫ਼ਲ/ *a* ਦੁੱਖਦਾਈ, ਸੋਗੀ, ਅਫ਼ਸੋਸਜਨਕ, ਸ਼ੋਕਪੂਰਨ,

yearning /'ਯਅ:ਨਿਙ/ *n* ਤ੍ਰਿਸ਼ਨਾ, ਉਤਸੁਕਤਾ, ਲਾਲਸਾ, ਇੱਛਾ; ਪਿਆਰ *a* ਤ੍ਰਿਸ਼ਨਾਪੂਰਨ, ਉਤਸੁਕ, ਲਾਲਸੀ; ਪਿਆਰਾ

yeast /ਯੀਸਟ/ *n* ਖ਼ਮੀਰ, (ਸ਼ਰਾਬ ਦਾ) ਖ਼ਮੀਰ

yeastiness /ਯੀਸਟਿਨਅਸ/ *n* ਖ਼ਮੀਰਾਪਣ

yeasty /ਯੀਸਟਿ/ *a* ਖ਼ਮੀਰਦਾਰ, ਉਫੱਨਿਆ ਹੋਇਆ

yedwark /'ਯੈਡੱਵਅਕ/ *n* ਲਾਲ ਪੋਸਤ

yelk /ਯੈੱਲਕ/ *n* ਆਂਡੇ ਦੀ ਜਰਦੀ

yell /ਯੈੱਲ/ *v* ਚੀਕਣਾ, ਚਾਂਗਰ ਮਾਰਨਾ, ਚੰਘਾੜ ਮਾਰਨਾ, ਲੇਰ ਮਾਰਨਾ; ਪ੍ਰਸੰਨਤਾ ਦੇ ਪ੍ਰਗਟਾਅ ਲਈ ਬੁੱਕ ਉਠਣਾ, ਉੱਚੀ ਚਾਂਗਰਨਾ *n* ਚੀਕ; ਚਾਂਗਰ, ਲੇਰ; ਰੌਲਾ

yeller /'ਯੈਲੱਅ*/ *n* ਭੌਂਕਾ ਆਦਮੀ, ਚੀਕਦਾ ਰਹਿਣ ਵਾਲਾ ਮਨੁੱਖ, ਕਿਲਕਾਰੀਆਂ ਮਾਰਨ ਵਾਲਾ ਆਦਮੀ, ਰੌਲਾ ਪਾਉਣ ਵਾਲਾ ਵਿਅਕਤੀ

yellow /'ਯੈੱਲਅਉ/ *a* ਖੱਟਾ, ਪੀਲਾ; (ਪਰਾ) ਈਰਖਾਲੂ, (ਬੋਲ) ਬੱਗੀਆਂ ਅੱਖਾਂ ਵਾਲਾ, ਕਾਇਰ *n* ਖੱਟਾ ਜਾਂ ਪੀਲਾ ਰੰਗ; ਪਿਲੱਤਣ, ਪੀਲਾਪਣ *v* ਪੀਲਾ ਪੈ ਜਾਣਾ

yellow fever *n* ਗਰਮ ਦੇਸ਼ਾਂ ਵਿੱਚ ਹੋਣ ਵਾਲਾ ਬੁਖ਼ਾਰ ਜਿਸ ਨਾਲ ਵੀ ਹੋ ਜਾਂਦਾ ਹੈ

yellowhammer /'ਯੈੱਲਅਉਹੈਮਅ*/ *n* ਇੱਕ ਨਿੱਕਾ ਜਿਹਾ ਪੰਛੀ

yellowish /'ਯੈੱਲਅਉਇਸ਼/ *a* ਪੀਲਾ-ਪੀਲਾ, ਬਸੰਤੀ ਜਿਹਾ, ਪਿੱਲਤਣ ਵਾਲਾ

yellow men *n* ਮੰਗੋਲ ਨਸਲ ਦੇ ਲੋਕ; ਚੀਨੀ ਜਪਾਨੀ ਮੰਗੋਲੀ ਆਦਿ ਲੋਕ

yellowness /'ਯੈੱਲਅਉਨਅਸ/ *n* ਪਿਲੱਤਣ,

ਖਟਿਆਈ, ਜ਼ਰਦੀ; ਈਰਖਾ

yellow peril *n* ਇਹ ਭੈ ਕਿ ਪੀਲੀਆਂ ਜਾਤੀਆਂ ਗੋਰੀ (ਪੱਛਮੀ) ਸੱਭਿਅਤਾ ਉੱਤੇ ਹਾਵੀ ਹੋ ਜਾਣਗੀਆਂ

yellow press *n* ਉਤੇਜਨਾ ਪੈਦਾ ਕਰਨ ਵਾਲਾ ਅਖ਼ਬਾਰ, ਸਨਸਨੀ ਭਰੇ ਸਮਾਚਾਰਾਂ ਵਾਲੇ ਸਸਤੇ ਅਖ਼ਬਾਰ

yelp /ਯੈੱਲਪ/ *n* ਕੁੱਤੇ ਦੇ ਭੌਂਕਣ ਦੀ ਅਵਾਜ਼ *v* ਚਿਚਲਾਉਣਾ, ਭੌਂਕਣਾ (ਖਾਸ ਕਰਕੇ ਪੀੜ ਜਾਂ ਖਿੱਝ ਨਾਲ), ਚੂਕਣਾ; ਉੱਚੀ ਅਵਾਜ਼ ਵਿੱਚ ਗੱਲ ਕਰਨਾ, ਚੀਕਣਾ

yen /ਯੈੱਨ/ *n* ਜਪਾਨੀ ਸਿੱਕਾ

yeoman /'ਯਅਉਮਅਨ/ *n* (ਇਤਿ) ਸ਼ਾਹੀ ਘਰਾਣੇ ਦਾ ਨੌਕਰ; ਕਿਸਾਨ, ਛੋਟਾ ਜ਼ਿਮੀਂਦਾਰ; ਆਮ ਮਨੁੱਖ; ਨੌ-ਸੈਨਾ ਦੇ ਛੋਟੇ ਅਧਿਕਾਰੀਆਂ ਵਿੱਚੋਂ ਇੱਕ, ਰਿਸਾਲੇ ਦਾ ਸਿਪਾਹੀ

yeomanly /'ਯਅਉਮਅਨਲਿ/ *a* ਕੱਟੜ, ਪੱਕਾ *adv* ਬਹਾਦਰਾਂ ਵਾਂਗ

yeomanry /'ਯਅਉਮਅਨਰਿ/ *n* ਪਰਜਾ, ਜਨਤਾ, ਅਵਾਮ, ਰਿਸਾਲੇ ਦਾ ਵਲੰਟੀਅਰ ਦਲ

yep /ਯੈੱਪ/ *n* ਹਾਂ, ਹਾਮੀ

yerk /ਯਅ:ਕ/ *n* ਝਟਕਾ, ਧੱਕਾ *vt* ਧੱਕਾ ਦੇਣਾ ਝਟਕਣਾ, ਛੰਡਣਾ

yes /ਯੈੱਸ/ *n* ਹਾਂ, ਚੰਗਾ, ਹੱਛਾ; ਹੂੰ, ਹਾਹੋ, ਹਾਂ ਜੀ

yes-man *n* ਜੀ ਹਜ਼ੂਰੀਆ

yesterday /'ਯੈੱਸਟਅਡੇਇ, 'ਯੈੱਸਟਅਡਿ/ *n* ਕੱਲ੍ਹ; ਬੀਤ ਚੁੱਕਾ ਦਿਨ;

yestere'en, yestereven /ˌਯੈੱਸਟਅਰ'ਈਨ, 'ਯੈੱਸਟਅਰਈਵ਼ਨ/ *n* ਕੱਲ੍ਹ ਸ਼ਾਮ

yesterevening /'ਯੈੱਸਟਅਰਈਵ਼ਨਿਙ/ *n* ਪਿਛਲੀ ਸ਼ਾਮ, ਬੀਤੀ ਸ਼ਾਮ

yestern /'ਯੈੱਸਟਅਨ/ *a* ਕੱਲ੍ਹ ਦਾ

yesternight /'ਯੈੱਸਟਅਨਾਇਟ/ *n* ਬੀਤੀ ਰਾਤ, ਪਿਛਲੀ ਰਾਤ

yesteryear /'ਯੈੱਸਟਅਯਿਅ*/ *n* ਪਿਛਲਾ ਸਾਲ, ਲੰਘ ਚੁੱਕਾ ਵਰ੍ਹਾ

yet /ਯੈੱਟ/ *adv* ਅਜੇ, ਹੁਣ ਤੱਕ, ਹਾਲਾਂ, ਹਾਲੇ; ਅਜੇ ਵੀ, ਤਾਂ ਵੀ, ਫੇਰ ਵੀ; ਫੇਰ, ਮੁੜ ਕੇ; ਇਸ ਤੋਂ ਬਿਨਾਂ, ਇਸ ਤੋਂ ਇਲਾਵਾ; ਹੋਰ ਵੀ

yeti /ਯੈੱਟਿ/ *n* ਯਤੀ, ਹਿਮਾਲੀਆ ਦਾ ਕਲਪਿਤ ਮਨੁੱਖ

yew /ਯੂ/ *n* ਇੱਕ ਸਦਾਬਹਾਰ ਰੁੱਖ ਜਿਹੜਾ ਬੜਾ ਹੌਲੀ ਵਧਦਾ ਹੈ; ਇਸ ਰੁੱਖ ਦੀ ਲੱਕੜ

yewen /'ਯੂਅਨ/ *a* ਯੂ ਰੁੱਖ ਦਾ

yex /ਯੈੱਕਸ/ *n* ਹਿਚਕੀ *vi* ਹਿਚਕੀ ਲੈਣਾ

Yiddish /'ਯਿਡਿਸ਼/ *n* ਜਰਮਨ ਭਾਸ਼ਾ ਦਾ ਇੱਕ ਰੂਪ ਜਿਹੜਾ ਯਹੂਦੀ ਲੋਕ ਯੂਰਪ ਅਤੇ ਅਮਰੀਕਾ ਵਿੱਚ ਬੋਲ ਚਾਲ ਲਈ ਵਰਤਦੇ ਹਨ

yield /ਯੀਲਡ/ *v* (ਫ਼ਸਲ ਆਦਿ) ਉਪਜਾਉਣਾ, ਪੈਦਾ ਕਰਨਾ; ਨਫ਼ਾ ਦੇਣਾ; (ਜਮੀਨ ਦਾ) ਫ਼ਸਲ ਦੇਣਾ, ਝਾੜ ਦੇਣਾ, ਹਾਰ ਮੰਨ ਲੈਣਾ, ਨਿਓਂ ਜਾਣਾ; ਰਜ਼ਾਮੰਦ ਹੋ ਜਾਣਾ, ਕਿਸੇ ਦੂਸਰੇ ਦੇ ਹੱਕ ਵਿੱਚ ਦਸਤਬਰਦਾਰ ਹੋਣਾ; ਹੀਣਾ ਹੋਣਾ *n* ਪੈਦਾਵਾਰ, ਉਪਜ, ਫ਼ਸਲ; ਮਨਾਫਾ **yield up the ghost** ਸੁਆਸ ਛੱਡਣਾ, ਸਾਹ ਦੇਣਾ

yielding /'ਯੀਲਡਿਙ/ *n* ਉਪਜ, ਉਤਪਾਦਨ; ਲਾਭ; ਆਤਮ ਸਮਰਪਣ *a* ਨਰਮ; ਅਨੁਕੂਲ

yippee/ ਯਿ'ਪੀ/ *int* ਆਹ! ਹਾਂ!

YMCA /ˌਵਾਇ ਐੱਮ ਸੀ 'ਏਇ/ *abbr* **Young Men's Christian Association** ਦਾ ਸੰਖੇਪ, ਬਹੁਤ ਦੇਸਾਂ ਵਿੱਚ ਫੈਲਿਆ ਇੱਕ ਸੰਗਠਨ ਜੋ ਰਿਹਾਇਸ਼ ਖੇਡਾਂ ਅਤੇ ਹੋਰ ਸਮਾਜਕ ਕਾਰਵਾਈਆਂ ਦਾ ਸੰਗਠਨ ਕਰਦਾ ਹੈ

yo /ਯਅਉ/ *int* ਓਹੋ!

yodel /'ਯਅਉਡਲ/ *n* ਤਾਨ, ਅਲਾਪ, ਗੀਤ *v* ਸੁਰ ਜਾਂ ਤਾਨ ਕੱਢਣਾ, ਅਲਾਪਣਾ, ਗਾਉਣਾ; ਮਿੱਠੀ ਅਵਾਜ਼ ਵਿੱਚ ਬੋਲਣਾ

yoghurt /'ਯੌਗਅਟ/ *n* ਦਹੀਂ

yoke /ਯਅਉਕ/ *n* ਜੂਲਾ, ਪੰਜਾਲੀ; ਨਰੜ; ਵਿਆਹ ਦਾ ਜਾਂ ਕਿਸੇ ਹੋਰ ਪ੍ਰਕਾਰ ਦਾ ਬੰਧਨ; ਜੋਗ (ਬਲਦਾਂ

ਆਦਿ ਦੀ); ਪਰਾਧੀਨਤਾ, ਗੁਲਾਮੀ, ਵਹਿੰਗੀ; ਕਮੀਜ਼ ਆਦਿ ਦਾ ਮੋਢੇ ਉਤਲਾ ਹਿੱਸਾ *v* ਜੋਣਾ, ਨਰੜਨਾ, ਹੰਢਾਲੀ ਕਰਨਾ; ਕਿਸੇ ਪ੍ਰਕਾਰ ਦੇ ਬੰਧਨ ਵਿੱਚ ਪਾਉਣਾ; ਜਕੜਨਾ

yoke-fellow /'ਯਅਉਕਫੈੱਲਅਉ/ *n* ਸਾਥੀ, ਜੋੜੀਦਾਰ; ਜੀਵਨ ਸਾਥੀ

yokel /'ਯਅਉਕਲ/ *n* ਆਮ ਆਦਮੀ, ਸਧਾਰਨ ਵਿਅਕਤੀ

yolk /ਯਅਉਕ/ *n* ਆਂਡੇ ਦਾ ਪੀਲਾ ਅੰਸ਼, ਜ਼ਰਦੀ

yon /ਯੌਨ/ *a* (ਕਾਵਿ) ਪਰਲਾ, ਸਾਮ੍ਹਣੇ ਵਾਲਾ, ਦੁਰਾਡਾ *pron* ਓਹ, ਔਹ

yonder /'ਯੌਨਡਅ*/ *adv* ਪਰ੍ਹਾਂ, ਹਟਵਾਂ, ਪਰੇਡੇ, ਦੂਰ, ਉੱਥੇ, ਓਧਰ; ਸਾਮ੍ਹਣੇ *a* ਪਰਲਾ; ਸਾਮ੍ਹਣਾ, ਹਟਵਾਂ, ਦੁਰਾਡਾ

yore /ਯੋ*/ *n* ਪ੍ਰਾਚੀਨ ਕਾਲ, ਪੁਰਾਣਾ ਜ਼ਮਾਨਾ

york /ਯੋਕ/ *a* ਯਾਰਕ ਸ਼ਹਿਰ ਨਾਲ ਸੰਬੰਧਿਤ, ਯਾਰਕ ਦਾ *vt* (ਕ੍ਰਿਕਟ) ਯਾਰਕਰ ਵਿਧੀ ਨਾਲ ਗੇਂਦ ਸੁੱਟ ਕੇ ਆਊਟ ਕਰਨਾ

yorker /'ਯੋਕਅ*/ *vt* (ਕ੍ਰਿਕਟ) ਵਿੱਚ ਗੇਂਦ ਸੁੱਟਣ (ਬਾਊਲਿੰਗ) ਦੀ ਵਿਸ਼ੇਸ਼ ਵਿਧੀ

you /ਯੂ/ *pron* ਤੁਸੀਂ; ਤੂੰ; (ਵਿਸ਼ੇਸ ਪ੍ਰਕਾਰ ਦੇ ਬਿਆਨ ਵਿੱਚ) ਕੋਈ, ਕੋਈ ਬੰਦਾ

young /ਯਅੱਙ/ *a* ਨਿੱਕਾ, ਛੋਟੀ ਉਮਰ ਦਾ, ਗੱਭਰੂ, ਗਭਰੇਟ, ਅੱਲ੍ਹੜ, ਜਵਾਨ, ਚੜ੍ਹਦੀ ਜਵਾਨੀ ਵਾਲਾ; ਚੁਸਤ *n* ਕਿਸੇ ਪਸ਼ੂ ਦਾ ਛੋਟਾ ਬੱਚਾ

younger /'ਯਅੱਙਗਅ*/ *n* ਛੋਟਾ (ਬੱਚਾ), ਨੱਢਾ

youngling /'ਯਅੱਙਲਿਙ/ *n* (ਕਾਵਿ) ਛੋਟੀ ਉਮਰ ਦਾ ਪਸ਼ੂ ਜਾਂ ਨਿਆਣਾ

young man *n* ਗੱਭਰੂ, ਨੌਜਵਾਨ, ਜਵਾਨ

youngster /'ਯਅੱਙਸਟਅ*/ *n* ਬੱਚਾ, ਮੁੰਡਾ (ਵਿਸ਼ੇਸ਼ ਕਰਕੇ ਫੁਰਤੀਲਾ ਅਤੇ ਚਲਾਕ ਛੋਟਾ ਮੁੰਡਾ)

young Turk *n* ਉਹ ਨੌਜਵਾਨ ਜੋ ਪ੍ਰਚਲਿਤ ਰਾਜਨੀਤਿਕ ਵਿਧੀ ਵਿੱਚ ਵੱਡੀ ਬਦਲੀ ਚਾਹੁੰਦਾ ਹੋਵੇ

young woman *n* ਮੁਟਿਆਰ, ਜਵਾਨ ਔਰਤ

younker /'ਯਅੱਙਕਅ*/ *n* (ਬੋਲ) ਡਚਲਾਕ ਬੱਚਾ, ਤੇਜ਼-ਤਰਾਰ ਅੰਞਾਣਾ, ਫੁਰਤੀਲਾ ਮੁੰਡਾ

your /ਯੋ*/ *a* ਤੁਹਾਡਾ; ਤੇਰਾ; ਆਪ ਜੀ ਦਾ

yours /ਯੋਜ਼/ *n* ਤੁਹਾਡਾ, ਤੁਹਾਡੇ, ਆਪ ਜੀ ਦਾ

yourself /ਯੋ'ਸੈੱਲਫ, 'ਯਅ-/ *n* ਤੁਸੀਂ ਆਪ, ਤੁਸੀਂ ਖੁਦ, ਤੂੰ ਆਪ; ਤੁਸੀਂ ਆਪਣੇ ਆਪ ਨੂੰ

youth /ਯੂਥ/ *n* ਜਵਾਨੀ; ਜਵਾਨ, ਗੱਭਰੂ, ਨੌਜਵਾਨ, ਯੁਵਕ; ਨੌਜਵਾਨ ਮੁੰਡੇ-ਕੁੜੀਆਂ

youthful /'ਯੂਥਫਲ/ *a* ਨੌਜਵਾਨ, ਚੜ੍ਹਦੀ ਜਵਾਨੀ ਵਾਲਾ

youthfulness /'ਯੂਥਫਲਨਅਸ/ *n* ਜਵਾਨੀ, ਜੋਬਨ, ਜਵਾਨੀ ਦਾ ਸਮਾਂ, ਯੁਵਕ ਅਵਸਥਾ

ytterium /'ਇਟਰਿਅਮ/ *n* ਭੋਂ ਦਾ ਇੱਕ ਧਾਤੂ ਤੱਤ

yucca /'ਯਅੱਕਅ/ *n* ਚਿੱਟੇ ਫੁੱਲਾਂ ਵਾਲਾ ਇੱਕ ਬੂਟਾ

Yugoslav /ˌਯੂਗਅ(ਉ)'ਸਲਾਵ੍/ *a* ਯੂਗੋਸਲਾਵੀਆ ਬਾਰੇ *n* ਯੂਗੋਸਲਾਵੀਆ ਦਾ ਵਸਨੀਕ; ਯੂਗੋਸਲਾਵੀਆ ਦੀ ਬੋਲੀ

Yule /ਯੂਲ/ *n* ਕ੍ਰਿਸਮਿਸ ਦਾ ਦਿਨ, ਵੱਡੇ ਦਿਨ ਦਾ ਤਿਉਹਾਰ, ਕ੍ਰਿਸਮਿਸ ਦਾ ਪੁਰਬ

yule log *n* ਕ੍ਰਿਸਮਿਸ ਦੇ ਤਿਉਹਾਰ ਉੱਤੇ ਬਾਲੀ ਜਾਣ ਵਾਲੀ ਵੱਡੀ ਲੱਕੜ

yuletide /'ਯੂਲਟਾਇਡ/ *n* ਕ੍ਰਿਸਮਿਸ ਦਾ ਤਿਉਹਾਰ

yummy /'ਯਅੱਮਿ/ *a* (ਬਾਲ ਬੋਲੀ) ਮਿੱਠੀ, ਸੁਆਦੀ

yuppy, yuppie /'ਯਅੱਪਿ/ *n* (ਬੋਲ) ਨੌਜਵਾਨ, ਵੱਡਾ ਬਣਨ ਦਾ ਚਾਹਵਾਨ (ਖ਼ਾਸ ਕਰਕੇ ਸ਼ਹਿਰੀ); ਸ਼ਹਿਰੀ ਨੌਜਵਾਨ

Z

Z, z /ਜ਼ੈੱਡ/ *n* ਅੰਗਰੇਜ਼ੀ ਵਰਨਮਾਲਾ ਦਾ ਛੱਬੀਵਾਂ ਅਤੇ ਅੰਤਲਾ ਅੱਖਰ, ਤੀਜੀ ਅਗਿਆਤ ਰਾਸ਼ੀ

zany /'ਜ਼ੇਇਨਿ/ *a* ਭੰਡ, ਮਖੌਲੀਆ, ਵਿਦੂਸ਼ਕ; ਮੂਰਖ, ਬੁੱਧੂ, ਸਨਕੀ

Zanzibari /,ਜ਼ੈਨਜ਼ਿ'ਬਾਰਿ/ *n* ਜ਼ੰਜੀਬਾਰ (ਅਫਰੀਕਾ) ਦਾ ਵਸਨੀਕ *a* ਜ਼ੰਜੀਬਾਰ ਸੰਬੰਧੀ

zariba, zareba /ਜ਼ਅ'ਰੀਬਅ/ *n* (ਸੂਡਾਨ ਵਿੱਚ) ਡੇਰੇ ਜਾਂ ਪਿੰਡ ਦੀ ਰੱਖਿਆ ਲਈ ਬਣਾਇਆ ਅਹਾਤਾ, ਵਾੜਾ, ਜੰਗਲਾ

zayat /'ਜ਼ੇਇਯੈਟ/ *n* ਸਰਾਂ

zeal /ਜ਼ੀਲ/ *n* ਉਤਸ਼ਾਹ, ਜੋਸ਼, ਉੱਦਮ, ਸ਼ੌਕ, ਸਰਗਰਮੀ, ਲਗਨ

zealful /'ਜ਼ੀਲਫ਼ੁਲ/ *a* ਉਤਸ਼ਾਹਪੂਰਨ, ਉਤਸੁਕ, ਜੁਸ਼ੀਲਾ, ਉੱਦਮੀ, ਸ਼ੁਕੀਨ, ਸਰਗਰਮ, ਧੁਨ ਦਾ ਪੱਕਾ, ਲਗਨ ਨਾਲ ਕੰਮ ਕਰਨ ਵਾਲਾ

zealless /'ਜ਼ੀਲਲਅਸ/ *a* ਉਤਸ਼ਾਹਹੀਣ, ਸੁਸਤ

zealot /'ਜ਼ੈੱਲਅਟ/ *n* (ਕਿਸੇ ਸਿਧਾਂਤ ਲਈ) ਡੂੰਘੀ ਸ਼ਰਧਾ ਰੱਖਣ ਵਾਲਾ ਵਿਅਕਤੀ, ਅੰਨ੍ਹੀ ਲਗਨ ਵਾਲਾ ਆਦਮੀ

zealous /'ਜ਼ੈੱਲਅਸ/ *a* ਤੇਜ਼, ਤਿੱਖਾ, ਤੀਬਰ; ਉਤਸ਼ਾਹਪੂਰਨ, ਜੁਸ਼ੀਲਾ, ਉੱਦਮੀ, ਸ਼ੁਕੀਨ, ਸਰਗਰਮ, ਲਗਨ ਨਾਲ ਕੰਮ ਕਰਨ ਵਾਲਾ

zealousness /'ਜ਼ੈੱਲਅਸਨਅਸ/ *n* ਤੇਜ਼ੀ, ਤਿੱਖਾਪਣ, ਤੀਬਰਤਾ; ਉਤਸ਼ਾਹਪੂਰਨਤਾ, ਜੁਸ਼ੀਲਾਪਣ, ਸਰਗਰਮੀ, ਲਗਨ-ਪੂਰਨਤਾ

zebra /'ਜ਼ੈੱਬਰਅ, 'ਜ਼ੀਬਰਅ/ *n* ਧਾਰੀਆਂ ਵਾਲਾ ਘੋੜੇ ਵਰਗਾ ਜਾਨਵਰ, ਜ਼ੈਬਰਾ

zebra crossing *n* ਪੈਦਲ ਸੜਕ ਪਾਰ ਕਰਨ ਵਾਲਿਆਂ ਲਈ ਬਣਾਇਆ ਧਾਰੀਦਾਰ ਰਸਤਾ

zebra-wood *n* ਰੰਗਦਾਰ ਕਾਠ, ਧਾਰੀਦਾਰ ਲੱਕੜ

zebra woodpecker *n* ਧਾਰੀਦਾਰ ਕਠਫੋੜਾ

zebrine /'ਜ਼ੈੱਬਰਾਇਨ/ *a* ਜ਼ੈਬਰੇ ਦਾ, ਜੰਗਲੀ ਗਧੇ ਦਾ, ਧਾਰੀਦਾਰ

zebu /'ਜ਼ੀਬੂ/ *n* ਸਾਨ੍ਹ

zeitgeist /'ਜ਼ਾਇਟਗਾਇਸਟ/ *(G)* *n* ਕਿਸੇ ਵਿਸ਼ੇਸ਼ ਕਾਲ ਦੇ ਵਿਚਾਰਾਂ ਅਤੇ ਭਾਵਨਾਵਾਂ ਦੀ ਲਖਾਇਕ ਜ਼ਹਿਨੀਅਤ, ਸਮੇਂ ਦੀ ਪ੍ਰਚਲਿਤ ਰੀਤੀ, ਸਮੇਂ ਦੀ ਹਵਾ

Zelanian /ਜ਼ਅ'ਲੇਇਨਿਅਨ/ *a* ਨਿਊਜ਼ੀਲੈਂਡ ਦਾ

zemstvo /'ਜ਼ੈੱਮਸਟਵ੍ਅਉ/ *n* (ਰੂਸੀ) ਸਥਾਨੀ ਸਰਕਾਰ, ਨਗਰਪਾਲਕਾ, ਪੰਚਾਇਤ

Zen /ਜ਼ੈੱਨ/ *n* ਬੁੱਧ ਧਰਮ ਦੀ ਮਹਾਂਯਾਣ ਸ਼ਾਖਾ ਦੀ ਜਪਾਨੀ ਰੀਤ

Zend /ਜ਼ੈੱਨਡ/ *n* ਈਰਾਨ ਦੀ ਪ੍ਰਾਚੀਨ ਭਾਸ਼ਾ, ਜ਼ੰਦ ਭਾਸ਼ਾ

zenith /'ਜ਼ੈੱਨਿਥ/ *n* ਅਕਾਸ਼ ਵਿੱਚ ਉਹ ਬਿੰਦੂ ਜਿਹੜਾ ਵੇਖਣ ਵਾਲੇ ਦੇ ਸਿਰ ਦੇ ਠੀਕ ਉੱਪਰ ਹੋਵੇ; ਸਿਖਰ ਬਿੰਦੂ, ਉੱਚ ਸੀਮਾ; ਉੱਚੇ ਤੋਂ ਉੱਚਾ ਦਰਜਾ ਜਾਂ ਸਥਾਨ, ਵੱਧ ਤੋਂ ਵੱਧ ਉੱਨਤੀ, ਉਥਾਨ

zenithal /'ਜ਼ੈੱਨਿਥ(ਅ)ਲ/ *a* ਅਤਿ ਉੱਤਮ, ਅਤਿ ਉੱਚਾ, ਉਤਕ੍ਰਿਸ਼ਟ, ਉੱਨਤ

zephyr /'ਜ਼ੈੱਫ਼ਅ*/ *n* ਬਸੰਤ ਰੁੱਤ ਦੀ ਵਾਯੂ, ਸਮੀਰ, ਭਿੰਨੀ-ਭਿੰਨੀ ਹਵਾ, ਪੱਛਮ ਦੀ ਹਵਾ; ਖਿਡਾਰੀਆਂ ਦੀ ਪਤਲੀ ਜਰਸੀ; ਜਾਲੀਦਾਰ ਕੱਪੜਾ

Zephyr, Zephyrus /'ਜ਼ੈੱਫ਼ਅ*,'ਜ਼ੈੱਫ਼ਿਰਅਸ/ *n* ਪਵਨ ਦੇਵ, ਹਵਾ ਦਾ ਦੇਵਤਾ

Zeppelin /'ਜ਼ੈੱਪਅਲਿਨ/ *n* ਜਰਮਨੀ ਦਾ ਇੱਕ ਵੇਲਣੇ ਦੀ ਸ਼ਕਲ ਦਾ ਹਵਾਈ ਜਹਾਜ਼, ਜ਼ੈਪਲੀਨ

zero /'ਜ਼ਿਅਰਅਉ/ *n* ਸਿਫ਼ਰ, ਸੁੰਨ; ਸਿਫ਼ਰ ਦਾ ਅੰਕ; ਮਾਪਦੰਡ ਦਾ ਅਰੰਭਿਕ ਬਿੰਦੂ, ਥਰਮਾਮੀਟਰ ਆਦਿ ਵਿੱਚ ਉਹ ਬਿੰਦੂ ਜਿਸ ਤੋਂ ਧਨ ਅਤੇ ਰਿਣ ਦਾ ਦਰਜਾ ਅਰੰਭ ਹੁੰਦਾ ਹੈ; ਸੈਨਾ ਵਿੱਚ (ਕਿਸੇ ਕਾਰਵਾਈ ਵਾਸਤੇ) ਨਿਸ਼ਚਿਤ ਸਮਾਂ (ਅਰੰਭ ਕਰਨ ਦਾ); ਨੀਵੇਂ ਤੋਂ ਨੀਵਾਂ ਬਿੰਦੂ; ਨਾ ਹੋਇਆ ਮਨੁੱਖ

zero hour *n* ਹਮਲਾ ਆਦਿ ਸ਼ੁਰੂ ਕਰਨ ਦਾ ਸਮਾਂ,

ਅਰੰਭ ਬਿੰਦੂ

zero tolerance *n* ਕਨੂੰਨ ਦੀ ਸਖਤ ਵਰਤੋਂ, ਛੋਟੇ ਤੋਂ ਛੋਟੇ ਦੋਸ਼ ਲਈ ਵੀ ਕਰੜੀ ਸਜ਼ਾ ਦੀ ਨੀਤੀ

zest /ਜ਼ੈਸੱਟ/ *n* ਚਾਅ, ਰੀਝ, ਰੁਚੀ, ਦਿਲਚਸਪੀ; ਸੁਆਦ, ਰਸ, ਚਸਕਾ *vt* ਮਜ਼ਾ ਦੇਣਾ, ਸੁਆਦ ਦੇਣਾ; ਸੁਆਦ ਵਧਾਉਣਾ

zestful, zesty /ਜ਼ੈਸੱਟਫ਼ਲ, 'ਜ਼ੈਸੱਟਿ/ *a* ਮਜ਼ੇਦਾਰ, ਸੁਆਦੀ, ਚਟਪਟਾ, ਲੱਜ਼ਤਦਾਰ

zetetic /ਜ਼ਿ'ਟੈੱਟਿਕ/ *a* ਛਾਣਬੀਣ ਕਰਨ ਵਾਲਾ, ਖੋਜੀ, ਸੂਹੀਆ

zeugma /'ਜ਼ਯੂਗਮਅ/ *n* (ਵਿਆ) ਪਦ ਲੋਪ ਅਲੰਕਾਰ

Zeus /ਜ਼ਯੂਸ/ *n* (ਯੂਨਾਨੀਆਂ ਦਾ) ਇੰਦਰ ਦੇਵਤਾ, ਯੂਨਾਨੀ ਦੇਵਰਾਜ

ziggurat /'ਜ਼ਿਗਅਰੈਟ/ *n* ਸ਼ੰਕੂ ਆਕਾਰ ਮੰਦਰ, ਨੋਕਦਾਰ ਛੱਤ ਵਾਲਾ ਮੰਦਰ

zigzag /'ਜ਼ਿਗਜ਼ੈਗ/ *a* ਵਲਾਵੇਂਦਾਰ, ਵਿੰਗਾ ਟੇਢਾ, ਵਿੰਗ-ਤੜਿੰਗਾ *n* ਵਲਾਵੇਂਦਾਰ ਜਾਂ ਵਿੰਗੀ ਟੇਢੀ ਲਕੀਰ, ਵਲਾਵੇਂ ਖਾਂਦਾ *v* ਟੇਢਾ ਚੱਲਣਾ, ਤੋੜ-ਮੋੜ ਦੇਣਾ, ਘਚਾਨੀਆਂ ਦੇਣਾ

zimbi /'ਜ਼ਿਮਬਿ/ *n* ਦਮੜੀ, ਕੌਡੀ

zinc /ਜ਼ਿਙਕ/ *n* ਜਿਸਤ *vt* ਜਿਸਤ ਦਾ ਪਾਣੀ ਚੜ੍ਹਾਉਣਾ, ਜਿਸਤ ਦੀ ਪਾਲਸ਼ ਕਰਨਾ

zincoid /ਜ਼ਿਙਕੌਇਡ/ *a* ਜਿਸਤ ਵਰਗਾ

Zingaro /'ਜ਼ਿਙਗਅਰਅਉ/ *n* ਟੱਪਰੀਵਾਸ, ਖ਼ਾਨਾਬਦੋਸ਼, ਫਿਰਤੂ ਲੋਕ, ਜਿਪਸੀ

zingiber /'ਜ਼ਿਨਜਿਬਅ*/ *n* ਸੁੰਢ, ਅਦਰਕ

Zion /'ਜ਼ਾਇਅਨ/ *n* ਯਹੂਦੀਆਂ ਦਾ ਦੈਵੀ ਸ਼ਾਸਨ; ਯਹੂਦੀ ਰਾਜ; ਇਲਾਹੀ ਹਕੂਮਤ, ਯਹੂਦੀ ਸੁਰਗ; (ਈਸਾਈ ਮੱਤ) ਗਿਰਜਾ ਘਰ; ਪ੍ਰਚੀਨ ਯਰੋਸ਼ਲਮ

Zionism /'ਜ਼ਾਇਅਨਿਜ਼ਅਮ/ *n* ਯਹੂਦੀ ਮੱਤ; ਆਧੁਨਿਕ ਕਾਲ ਵਿੱਚ ਇਸਰਾਈਲ ਨੂੰ ਯਹੂਦੀ ਰਾਜ ਬਣਾਉਣ ਦੀ ਯੋਜਨਾ

Zionist /'ਜ਼ਾਇਅਨਿਸਟ/ *n* ਯਹੂਦੀ; ਇਸਰਾਈਲ ਨੂੰ ਆਧੁਨਿਕ ਯਹੂਦੀ ਰਾਜ ਬਣਾਉਣ ਦਾ ਪੱਖੀ

Zionwards /'ਜ਼ਾਇਅਨਵਅਡਜ਼/ *adv* ਰੱਬ ਵੱਲ, ਸੁਰਗ ਵੱਲ

zip /ਜ਼ਿਪ/ *n* ਬੰਦੂਕ ਦੀ ਗੋਲੀ ਦਾ ਖੜਕਾ, 'ਠਾਹ' ਦੀ ਅਵਾਜ਼; ਸ਼ਕਤੀ, ਚੁਸਤੀ; ਜ਼ਿੱਪ, ਜ਼ੰਜੀਰੀ

zip code *n* ਪਿੰਨ ਕੋਡ, ਡਾਕ ਖੇਤਰ, ਡਾਕ ਵੰਡਣ ਦੇ ਵੱਖ-ਵੱਖ ਇਲਾਕੇ

zipper /'ਜ਼ਿਪਅ*/ *n* ਜ਼ੰਜੀਰੀ ਲੱਗੀ ਕੋਈ ਵਸਤੂ; ਦੰਦੇਦਾਰ ਜ਼ਿੱਪ ਜੋ ਬਟਨਾਂ ਦੀ ਥਾਂ ਲਾਈ ਜਾਂਦੀ ਹੈ, ਜ਼ੰਜੀਰੀ

zippy /'ਜ਼ਿਪਿ/ *a* ਜਾਨਦਾਰ, ਜੀਵਿਤ ਫੁਰਤੀਲਾ, ਸਜੀਵ

zircon /'ਜ਼ਅ:ਕਅਨ/ *n* ਲੰਕਾ ਵਿੱਚ ਮਿਲਣ ਵਾਲਾ ਇੱਕ ਖਣਿਜ

zirconium /ਜ਼ਅ:'ਕਅਉਨਿਅਮ/ *n* ਇੱਕ ਧਾਤ

zither(n) /'ਜ਼ਿਦਅ*, 'ਜ਼ਿਦਅਨ/ *n* ਇੱਕ ਤਾਰਾਂ ਵਾਲਾ ਵਾਜਾ ਜੋ ਮੇਜ਼ ਆਦਿ ਉੱਤੇ ਰੱਖ ਕੇ ਵਜਾਇਆ ਜਾਂਦਾ ਹੈ

zodiac /'ਜ਼ਅਉਡਿਐਕ/ *n* (ਅਕਾਸ਼ ਦਾ) ਰਾਸ਼ੀ ਮੰਡਲ, ਰਾਸ਼ੀ ਚੱਕਰ; ਪੂਰਾ ਚੱਕਰ

zodiacal /ਜ਼ਅਉ'ਡਾਇਅਕਲ/ *a* ਰਾਸ਼ੀ ਮੰਡਲ ਦਾ, ਰਾਸ਼ੀ ਚੱਕਰ ਦਾ

Zolaism /'ਜ਼ਅਉਲਅਇਜ਼ਅਮ/ *n* ਅਨੈਤਿਕਵਾਦ, ਨਗਨ ਯਥਾਰਥਵਾਦ

zonal /'ਜ਼ਅਉਨਲ/ *a* ਖੇਤਰੀ, ਮੰਡਲੀ, ਇਲਾਕਾਈ, ਪ੍ਰਦੇਸ਼ਕ, ਪ੍ਰਦੇਸ਼ ਦਾ

zone /ਜ਼ਅਉਨ/ *n* ਕਮਰਬੰਦ, ਨਾਲਾ; ਕਮਰ ਪੇਟੀ, ਮੰਡਲ, ਘੇਰਾ, ਚੱਕਰ; ਪੱਟੀ, ਧਾਰੀ; ਖੇਤਰ, ਇਲਾਕਾ, ਖੰਡ, ਪ੍ਰਦੇਸ਼, ਭੂ-ਮੰਡਲ; (ਭੂਗੋਲ) ਪ੍ਰਿਥਵੀ ਦੇ ਉਹ ਪੰਜ ਭਾਗ ਜਿਹੜੇ ਭੂ-ਮੱਧ ਰੇਖਾ ਦੀਆਂ ਸਮਾਨਾਂਤਰ ਰੇਖਾਵਾਂ ਨਾਲ ਬਣਾਏ ਜਾਂਦੇ ਹਨ *vt* ਮੰਡਲਾਂ ਵਿੱਚ ਵੰਡਣਾ; ਕਮਰਬੰਦ ਬੰਨ੍ਹਣਾ

zoneless /ਜ਼ਅਉਨਲਅਸ/ *a* ਮੰਡਲਹੀਣ

zoo /ਜ਼ੂ/ *n* ਚਿੜੀਆ ਘਰ

zoo genic *a* ਜੇਰਜ਼, ਪ੍ਰਾਣੀ ਉਦਭਵ ਸੰਬੰਧੀ, ਜਾਨਵਰ ਤੋਂ ਉਤਪੰਨ

zoogeography /ˌਜ਼ਅਉਅ(ਉ)ਜਿ'ਔਗਰਅਫ਼ਿ/ *n* ਜੰਤੂ ਭੂਗੋਲ, ਪ੍ਰਾਣੀ ਭੂਗੋਲ

zoography /ਜ਼ਅਉ'ਔਗਰਅਫ਼ਿ/ *n* ਜੰਤੂ ਵਿਆਖਿਆ ਵਿਗਿਆਨ

zoo later *n* ਜੰਤੂ ਪੂਜ

zoological /ˌਜ਼ਅਉਅ'ਲੌਜਿਕਲ, ˌਜ਼ੂਅ'ਲੌ-/ *a* ਜੰਤੂ ਵਿਗਿਆਨਕ

zoological garden *n* ਚਿੜੀਆ ਘਰ

zoologist /ਜ਼ਅਉ'ਔਲਅਜਿਸਟ, ਜ਼ੁ'ਔ-/ *n* ਜੰਤੂ ਵਿਗਿਆਨੀ

zoology /ਜ਼ਅਉ'ਔਲਅਜਿ, ਜ਼ੁ'ਔ-/ *n* ਜੰਤੂ ਵਿਗਿਆਨ

zoom /ਜ਼ੂਮ/ *vi* ਹਵਾਈ ਜਹਾਜ਼ ਦਾ ਤਿੱਖੀ ਗਤੀ ਨਾਲ ਉੱਡਣਾ; ਕੀਮਤਾਂ ਚੜ੍ਹਨਾ; ਸ਼ੋਰ ਕਰਨਾ *n* ਹਵਾਈ ਜਹਾਜ਼ ਦੀ ਘੂੰ-ਘੂੰ ਦੀ ਅਵਾਜ਼

zoonomy /ˌਜ਼ਅਉ'ਔਨਅਮਿ/ *n* ਜੰਤੂ ਸਰੀਰ ਕਿਰਿਆ ਵਿਗਿਆਨ

zoo pathology *n* ਜੰਤੂ ਰੋਗ ਵਿਗਿਆਨ

zoophilic /ˌਜ਼ਅਉਅ'ਫ਼ਿਲਿਕ/ *a* ਜੰਤੂ ਪ੍ਰੇਮੀ

zoophilism /ˌਜ਼ਅਉ'ਔਫ਼ਿਲਿਜ਼ਅਮ/ *n* ਜੰਤੂ ਪ੍ਰੇਮ

zoo phobia *n* ਜੰਤੂ ਭੈ

zoo physics *n* ਜੰਤੂ ਭੌਤਕੀ, ਪ੍ਰਾਣੀ ਭੌਤਿਕ

zoophyte /'ਜ਼ਅਉਅਫ਼ਾਇਟ/ *n* ਬਨਸਪਤੀ ਰੂਪ ਜੰਤੂ

Zoroastrianism, Zarathustrian /ˌਜ਼ੌਰਅਉ'ਐਸਟਰਿਅਨਿਜ਼ਅਮ, ˌਜ਼ੈਰਅ'ਥੁਸ-ਟਰਿਅਨ/ *n* ਪਾਰਸੀ, ਪਾਰਸੀਅਤ, ਜਰਤੁਸਤ ਮੱਤ *a* ਪਾਰਸੀ ਮੱਤ ਬਾਰੇ

Zulu /'ਜ਼ੂਲੂ/ *n* ਦੱਖਣੀ ਅਫ਼ਰੀਕਾ ਦੇ ਮੂਲ ਵਸਨੀਕਾਂ ਦੀ ਇੱਕ ਕੌਮ, ਜ਼ੂਲੂ ਭਾਸ਼ਾ

zymosis /ਜ਼ਾਇ'ਮਅਉਸਿਸ/ *n* ਖ਼ਮੀਰ; ਖਲੜੀ ਦੀ ਇੱਕ ਛੂਤ ਦੀ ਬਿਮਾਰੀ

zymotic /ਜ਼ਾਇ'ਮੌਟਿਕ/ *a* ਖ਼ਮੀਰੀ, ਖ਼ਮੀਰ ਦਾ

zymotic disease *n* ਖਲੜੀ ਦੀ ਇੱਕ ਛੂਤ ਦੀ ਬਿਮਾਰੀ

ਮਾਪ ਸ਼ਬਦਾਵਲੀ

Days	ਦਿਨ
Monday	ਸੋਮਵਾਰ
Tuesday	ਮੰਗਲਵਾਰ
Wednesday	ਬੁੱਧਵਾਰ
Thursday	ਵੀਰਵਾਰ
Friday	ਸ਼ੁੱਕਰਵਾਰ
Saturday	ਸ਼ਨਿੱਚਰਵਾਰ
Sunday	ਐਤਵਾਰ

Months	ਮਹੀਨੇ
January	ਜਨਵਰੀ
February	ਫਰਵਰੀ
March	ਮਾਰਚ
April	ਅਪਰੈਲ
May	ਮਈ
June	ਜੂਨ
July	ਜੁਲਾਈ
August	ਅਗਸਤ
September	ਸਤੰਬਰ
October	ਅਕਤੂਬਰ
November	ਨਵੰਬਰ
December	ਦਸੰਬਰ

Time (ਸਮਾਂ)

second (ਸਕਿੰਟ)	
60 seconds (ਸਕਿੰਟ)	1 minute (ਮਿੰਟ)
60 minutes (ਮਿੰਟ)	1 hour (ਘੰਟਾ)
24 hours (ਘੰਟੇ)	1 day (ਦਿਨ)
7 days (ਦਿਨ)	1 week (ਹਫਤਾ)
28/29/30/31 days (ਦਿਨ)	1 month (ਮਹੀਨਾ)
365 days (ਦਿਨ)	1 year (ਸਾਲ)
12 Months (12 ਮਹੀਨੇ)	1 year (ਸਾਲ)
366 days (ਦਿਨ)	1 leap year (ਲੀਪ ਸਾਲ)
13 lunar months 1 day (ਲੂਨਰ ਮਹੀਨੇ 1 ਦਿਨ)	1 year (ਸਾਲ)

Counting (ਗਿਣਤੀ)

10 ones (ਇਕਾਈਆਂ)	1 ten (ਦਹਾਈ)
10 tens (ਦਹਾਈਆਂ)	1 hundred (ਸੈਂਕੜਾ)
10 hundreds (ਸੈਂਕੜੇ)	1 thousand (ਹਜ਼ਾਰ)
100 thousands (ਹਜ਼ਾਰ)	1 lakh/lac (ਲੱਖ)
100 lakhs (ਲੱਖ)	1 crore (ਕਰੋੜ)
1000 thousands (ਹਜ਼ਾਰ)	1 million (ਮਿਲੀਅਨ)
1000 millions (ਮਿਲੀਅਨ)	1 billion (ਬਿਲੀਅਨ)
1000 billions (ਬਿਲੀਅਨ)	1 trillion (ਟ੍ਰੀਲੀਅਨ)

12 ones (ਇਕਾਈਆਂ)	1 dozen (ਦਰਜਨ)
20 ones (ਇਕਾਈਆਂ)	1 score (ਕੋੜੀ)
12 dozens (ਦਰਜਨ)	1 gross (ਗੁਰਸ)

Metric Measures (ਮੀਟਰਿਕ ਮਾਪ)

Weight (ਭਾਰ)

10 milligrams (ਮਿਲੀਗ੍ਰਾਮ)	1 centigram (ਸੈਂਟੀਗ੍ਰਾਮ)	0.1543 grains (ਗ੍ਰੇਨ)
100 centigrams (ਸੈਂਟੀਗ੍ਰਾਮ)	1 gram (ਗ੍ਰਾਮ)	15.4323 grains (ਗ੍ਰੇਨ)
1000 grams (ਗ੍ਰਾਮ)	1 Kilogram (ਕਿੱਲੋਗ੍ਰਾਮ)	2.2046 pounds (ਪੌਂਡ)
100 kilograms (ਕਿੱਲੋਗ੍ਰਾਮ)	1 quintal (ਕੁਇੰਟਲ)	220.46 pounds (ਪੌਂਡ)
1000 kilograms (ਕਿੱਲੋਗ੍ਰਾਮ)	1 metric ton (ਮੀਟਰਿਕ ਟਨ)	2204.6 pounds (ਪੌਂਡ) (19.684 hundred weights) (ਹੰਡਰਡ ਵੇਟ)

Based on Pound Measures (ਪੌਂਡ ਪ੍ਰਣਾਲੀ 'ਤੇ ਆਧਾਰਿਤ)

	1 grain (ਗ੍ਰੇਨ)	0.0648 grams (ਗ੍ਰਾਮ)
437 1/2 grains (ਗ੍ਰੇਨ)	1 ounce (oz) (ਔਂਸ)	28.35 grams (ਗ੍ਰਾਮ)
16 drams (ਡਰੈਮ)	1 ounce (ਔਂਸ)	28.35 grams (ਗ੍ਰਾਮ)
16 ounces (ਔਂਸ)	1 pound (ਪੌਂਡ)	0.454 kiiograms (ਕਿੱਲੋਗ੍ਰਾਮ)
14 pounds (ਪੌਂਡ)	1 stone (ਸਟੋਨ)	6.356 kilograms (ਕਿੱਲੋਗ੍ਰਾਮ)
2 stones (ਸਟੋਨ)	1 quart (ਕੁਆਟ)	12.7 kilograms (ਕਿੱਲੋਗ੍ਰਾਮ)
4 quarts (ਕੁਆਟ)	1 hundredweight (ਹੰਡਰਡਵੇਟ)	50.8 Kilograms (ਕਿੱਲੋਗ੍ਰਾਮ)
112 pounds (ਪੌਂਡ)	1 hundredweight (ਹੰਡਰਡਵੇਟ)	50.8 kilograms (ਕਿੱਲੋਗ੍ਰਾਮ)

00 pounds (ਪੌਂਡ)	1 short hundredweight (ਸ਼ੌਰਟ ਹੰਡਰਡਵੇਟ)	45.4 kilograms (ਕਿੱਲੋਗ੍ਰਾਮ)
20 hundredweights (ਹੰਡਰਡਵੇਟ)	1 ton (ਟਨ)	1016.04 kilograms (ਕਿੱਲੋਗ੍ਰਾਮ)
2000 pounds (ਪੌਂਡ)	1 short ton (ਸ਼ੌਰਟ ਟਨ)	0.907 metric tons (ਮੀਟਰਿਕ ਟਨ)
2240 pounds (ਪੌਂਡ)	1 long ton (ਲੌਂਗ ਟਨ)	1.016 metric tons (ਮੀਟਰਿਕ ਟਨ)

To Measure gold, silver and precious stones in England
(ਇੰਗਲੈਂਡ ਵਿੱਚ ਸੋਨੇ ਚਾਂਦੀ ਅਤੇ ਹੀਰੇ ਜਵਾਹਰਾਤ ਦੇ ਤੋਲ ਲਈ ਵਰਤੀ ਜਾਂਦੀ ਪ੍ਰਣਾਲੀ)

24 grains (ਗ੍ਰੇਨ)	1 pennyweight (ਪੈਨੀਵੇਟ)	1.555 grams (ਗ੍ਰਾਮ)
20 pennyweights (ਪੈਨੀਵੇਟ)	1 ounce (ਔਂਸ)	31.1 grams (ਗ੍ਰਾਮ)
12 ounces (ਔਂਸ)	1 pound (ਪੌਂਡ) (5760 Grains)	0.373 kilograms (ਕਿੱਲੋਗ੍ਰਾਮ)

System used by Medicos for weight
(ਦਵਾਈ ਵਿਕਰੇਤਾਵਾਂ ਵੱਲੋਂ ਦਵਾਈਆਂ ਲਈ ਵਰਤੀ ਜਾਣ ਵਾਲੀ ਮਾਪ ਪ੍ਰਣਾਲੀ)

20 grains (ਗ੍ਰੇਨ)	1 scruple (ਸਕਰੂਪਲ)	1.296 grams (ਗ੍ਰਾਮ)
3 scruples (ਸਕਰੂਪਲ)	1 dram (ਡਰੈਮ)	3.888 grams (ਗ੍ਰਾਮ)
8 drams (ਡਰੈਮ)	1 ounce (ਔਂਸ)	31.1035 grams (ਗ੍ਰਾਮ)
12 ounces (ਔਂਸ)	1 pound (ਪੌਂਡ)	373.24 grams (ਗ੍ਰਾਮ)

Length (ਲੰਬਾਈ)

	1 inch (ਇੰਚ)	25.3995 millimetres (ਮਿਲੀਮੀਟਰ)
12 inches (ਇੰਚ)	1 foot (ਫੁੱਟ)	30.479 centimetres (ਸੈਂਟੀਮੀਟਰ)
3 feet (ਫੁੱਟ)	1 yard (ਗਜ਼)	0.9144 metres (ਮੀਟਰ)
5 1/2 yards (ਗਜ਼)	1 rod (ਰੋਡ)	5.0292 metres (ਮੀਟਰ)
22 yards (ਗਜ਼)	1 chain (ਚੇਨ)	20.1168 metres (ਮੀਟਰ)
220 yards (ਗਜ਼)	1 furlong (ਫਰਲਾਂਗ)	201.168 metres (ਮੀਟਰ)
8 furlongs (ਫਰਲਾਂਗ)	1 mile (ਮੀਲ)	1.6093 kilometres (ਕਿੱਲੋਮੀਟਰ)
1760 yards (ਗਜ਼)	1 mile (ਮੀਲ)	1.6093 kilometres (ਕਿੱਲੋਮੀਟਰ)
3 miles (ਮੀਲ)	1 league (ਲੀਗ)	4.8279 kilometres (ਕਿੱਲੋਮੀਟਰ)

Nautical Measurements (Seas, Rivers etc.)

ਨੌਟੀਕਲ ਮਾਪ (ਸਮੁੰਦਰ, ਦਰਿਆਵਾਂ ਆਦਿ) ਦੀ ਮਾਪ ਪ੍ਰਣਾਲੀ

6 feet (ਫੁੱਟ)	1 fathom (ਫੈਦਮ)	1.8288 metres (ਮੀਟਰ)
608 feet (ਫੁੱਟ)	1 cable (ਕੇਬਲ)	185.313 metres (ਮੀਟਰ)
6080 feet (ਫੁੱਟ)	1 sea mile (ਸਮੁੰਦਰੀ ਮੀਲ)	1.852 kilometres (ਕਿੱਲੋਮੀਟਰ)
3 sea miles (ਸਮੁੰਦਰੀ ਮੀਲ)	1 sea league (ਸਮੁੰਦਰੀ ਲੀਗ)	5.550 kilometres (ਕਿੱਲੋਮੀਟਰ)
60 sea miles (ਸਮੁੰਦਰੀ ਮੀਲ)	1 degree (ਡਿਗਰੀ)	
360 degrees (ਡਿਗਰੀ)	1 circle (ਚੱਕਰ)	

Linear Measures (ਰੇਖੀ ਮਾਪ)

10 millimetres (ਮਿਲੀਮੀਟਰ)	1 centimetre (ਸੈਂਟੀਮੀਟਰ)	0.3937 inches (ਇੰਚ)
100 centimetres (ਸੈਂਟੀਮੀਟਰ)	1 metre (ਮੀਟਰ)	39.37 inches (ਇੰਚ) or 1.094 yards (ਗਜ਼)
1000 metres (ਮੀਟਰ)	1 kilometre (ਕਿੱਲੋਮੀਟਰ)	0.62137 miles (ਮੀਲ)

Surveyor Measures (ਸਰਵੇਅਰ ਮਾਪ)

7.92 inches (ਇੰਚ)	1 link (ਲਿੰਕ)	20.1168 centimetres (ਸੈਂਟੀਮੀਟਰ)
100 links (ਲਿੰਕ)	1 chain (ਚੇਨ)	20.1168 metres (ਮੀਟਰ)
10 chains (ਚੇਨ)	1 furlong (ਫਰਲਾਂਗ)	201.168 metres (ਮੀਟਰ)
80 chains (ਚੇਨ)	1 mile (ਮੀਲ)	1.6093 kilometres (ਕਿੱਲੋਮੀਟਰ)
10 square chains (ਵਰਗ ਚੇਨ)	1 acre (ਏਕੜ)	0.405 hectares (ਹੈਕਟੇਅਰ)

Area (ਖੇਤਰਫਲ)

100 square metres (ਵਰਗਮੀਟਰ)	1 are (ਏਅਰ)	0.0247 acres (ਏਕੜ)
100 ares (ਏਅਰ)	1 hectare (ਹੈਕਟੇਅਰ)	2.471 acres (ਏਕੜ)
100 hectares (ਹੈਕਟੇਅਰ)	1 square kilometre (ਵਰਗ ਕਿੱਲੋਮੀਟਰ)	0.386 square miles (ਵਰਗ ਮੀਲ)

	1 square inch (ਵਰਗ ਇੰਚ)	6.4516 square centimetres (ਵਰਗ ਸੈਂਟੀਮੀਟਹ)
144 square inches (ਵਰਗ ਇੰਚ)	1 square foot (ਵਰਗ ਫੁੱਟ)	929.03 square centimetres (ਵਰਗ ਸੈਂਟੀਮੀਟਰ)
9 square feet (ਵਰਗ ਫੁੱਟ)	1 square yard (ਵਰਗ ਗਜ਼)	0.836 square metres (ਵਰਗ ਮੀਟਰ)
484 square yards (ਵਰਗ ਗਜ਼)	1 square chain (ਵਰਗ ਚੇਨ)	404.624 square metres (ਵਰਗ ਮੀਟਰ)
4840 square yards (ਵਰਗ ਗਜ਼)	1 acre (ਏਕੜ)	0.405 hectares (ਹੈਕਟੇਅਰ)
40 square rods (ਵਰਗ ਰੋਡ)	1 rood (ਰੂਡ)	10.1168 ares (ਏਅਰ)
4 roods (ਰੂਡ)	1 acre (ਏਕੜ)	0.405 hectares (ਹੈਕਟੇਅਰ)
640 acres (ਏਕੜ)	1 square mile (ਵਰਗ ਮੀਲ)	2.599 square kilometres (ਵਰਗ ਕਿੱਲੋਮੀਟਰ)

Liquid Measures (ਤਰਲ ਮਾਪ)

4 gills (ਗਿਲਜ਼)	1 pint (ਪਿੰਟ)	0.5679 litres (ਲਿਟਰ)
2 pints (ਪਿੰਟ)	1 quart (ਕੁਆਟ)	1.1359 litres (ਲਿਟਰ)
4 quarts (ਕੁਆਟ)	1 gallon (ਗੈਲਨ)	4.5435 litres (ਲਿਟਰ)

Capacity (ਸਮਰੱਥਾ)

10 millilitres (ਮਿਲੀਲਿਟਰ)	1 centilitre (ਸੈਂਟੀਲਿਟਰ)	0.175 pints (ਪਿੰਟ)
100 centilitres (ਸੈਂਟੀਲਿਟਰ)	1 litre (ਲਿਟਰ)	1.75 pints (ਪਿੰਟ)
10 litres (ਲਿਟਰ)	1 decalitre (ਡੈਕਾਲਿਟਰ)	2.1997 gallons (ਗੈਲਨ)

PRONUNCIATION KEY

ਆਈ .ਪੀ .ਏ. ਚਿੰਨ੍ਹ	ਗੁਰਮੁਖੀ ਚਿੰਨ੍ਹ		ਸ਼ਬਦ ਵਿਚ ਵਰਤੋਂ	ਗੁਰਮੁਖੀ ਲਿਪੀਅੰਤਰ
ਸਵਰ				
i:	ਈ	ੀ	eat, see	/ਈਟ, ਸੀ/
ɪ	ਇ	ਿ	it, sit	/ਇਟ, ਸਿਟ/
e	ਐੱ	ੈੱ	egg, bed	/ਐੱਗ, ਬੈੱਡ/
æ	ਐ	ੈ	add, hat	/ਐਡ, ਹੈਟ/
ɑ:	ਆ	ਾ	arm, bath	/ਆਮ, ਬਾਥ/
ɒ	ਔ	ੌ	odd, hot	/ਔਡ, ਹੌਟ/
ɔ:	ਓ	ੋ	all, court	/ਓਲ, ਕੋਟ/
ʊ	ਉ	ੁ	put	/ਪੁਟ/
u:	ਊ	ੂ	ooze, boot	/ਊਜ਼, ਬੂਟ/
ʌ	ਅੱ		up, bun	/ਅੱਪ, ਬਅੱਨ/
ɜ:	ਅ:		earn, hurt	/ਅ:ਨ, ਹਅ:ਟ/
ə	ਅ		above, dancer	/ਅ'ਬਅੱਵ਼, /'ਡਾਨਸਅ*/
ਸੰਧੀ ਸਵਰ				
eɪ	ਏਇ	ੇਇ	aid, bale	/ਏਇਡ, ਬੇਇਲ/
aɪ	ਆਇ	ਾਇ	ice, nine	/ਆਇਸ, ਨਾਇਨ/
ɔɪ	ਔਇ,	ੌਇ	oil, boy	/ਔਇਲ, ਬੌਇ/
əʊ	ਅਉ	ਅਉ	ode, go	/ਅਉਡ, ਗਅਉ/
aʊ	ਆਉ	ਾਉ	out, tout	/ਆਉਟ, ਟਾਉਟ/
ɪə	ਇਅ	ਿਅ	ear, fear	/ਇਅ*, ਫ਼ਿਅ*/
eə	ਏਅ	ੇਅ	air, fare	/ਏਅ*, ਫ਼ੇਅ*/
ʊə	ਉਅ	ੁਅ	poor	/ਪੁਅ*/

/ ' / ਆਉਣ ਵਾਲੇ ਉਚਾਰਖੰਡ 'ਤੇ ਮੁੱਖ ਬਲ ਨੂੰ ਦਰਸਾਉਂਦਾ ਹੈ।

/ . / ਆਉਣ ਵਾਲੇ ਉਚਾਰਖੰਡ 'ਤੇ ਗੌਣ ਬਲ ਨੂੰ ਦਰਸਾਉਂਦਾ ਹੈ।

( ) ਗੋਲ ਬਰੈਕਟ ਦਾ ਅਰਥ ਹੈ ਕਿ ਇਸ ਵਿਚਲੀ ਧੁਨੀ ਆਮ ਤੌਰ 'ਤੇ ਉਚਾਰੀ ਨਹੀਂ ਜਾਂਦੀ।